பொன்னியின் செல்வன்

விளக்கப் படம்
மணிகுணசேகரன்
சிகாகோ தமிழ்ச் சங்கம்

F - கற்பனை கதாபாத்திரம்

— இளைய மகன் → **அரிஞ்சய சோழர் (956-957)**
↓ மகன்
சுந்தர சோழர் (957-970) — முன்னாள் காதலி → **மந்தாகினி (ஊமை ராணி)** [F] ← **வீரபாண்டியர்**
← **வானவன் மாதேவி**

மந்தாகினி:
- மகன் → **மதுராந்தகன்** [F]
- மகள் → **நந்தினி (பழுவூர் இளைய ராணி)** [F]

சுந்தர சோழர்:
- மூத்த மகன் → **ஆதித்த கரிகாலன் (காஞ்சி)**
- மகள் → **குந்தவை (பழையாறை)**
- இளைய மகன் → **அருள்மொழி (பொன்னியின் செல்வன்) (985 – 1014)** ... **வானதி**

- நண்பன் → **ர்த்திபேந்திர பல்லவன்**
- நண்பன் → **வந்தியத் தேவன்**
- காதலர்கள் (குந்தவை ↔ வந்தியத் தேவன்)
- நண்பன் (அருள்மொழி → வந்தியத் தேவன்)

பிறர்
- புத்த பிக்ஷுக்கள் (நாகப்பட்டினம் & இலங்கை)
- குடந்தை ஜோதிடர்
- பினாகபாணி (மருத்துவர் மகன்) [F]

...ல காதல்
தங்கை (வளர்ப்பு)
அத்தை

பாண்டிய ஆபத்துதவிகள்
| ரவிதாசன் | இடும்பன்காரி | சோமன் சாம்பவன் | தேவராளன் |

சிறைக் கைதி
கருத்திருமன் [F]

சிறுவன்
பாண்டிய இளவல் [F]

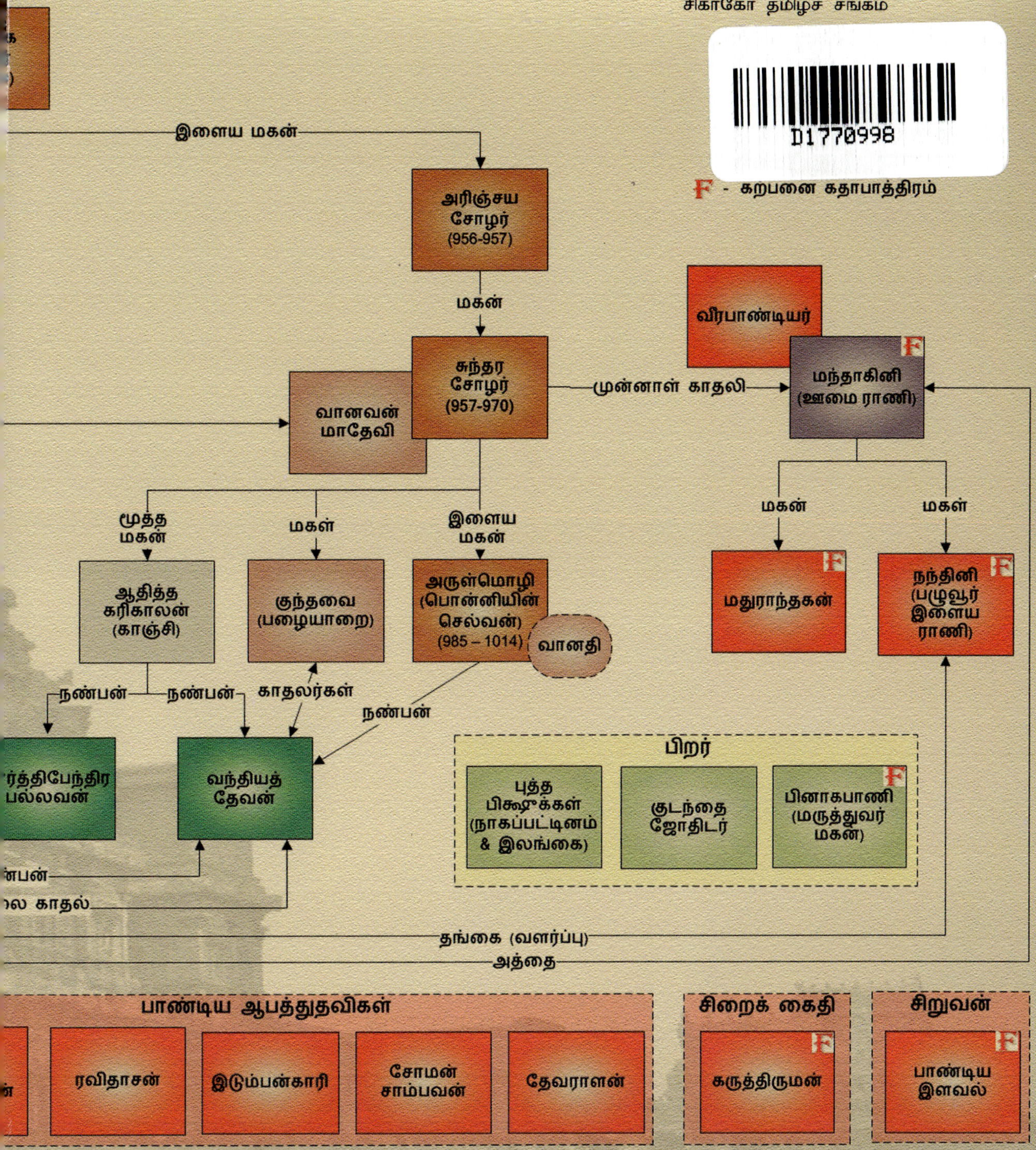

பொன்னியின் செல்வன்

ஐந்து பாகங்களும்

கல்கி

டிஸ்கவரி பப்ளிகேஷன்ஸ்

எண்: 9, பிளாட் எண்: 1080A, ரோஹிணி பிளாட்ஸ்,
முனுசாமி சாலை, கே.கே.நகர் மேற்கு,
சென்னை-600 078. பேச: 99404 46650

பொன்னியின் செல்வன் - கல்கி, (ஐந்து பாகங்களும்) **PONNIYIN SELVAN** - Kalki
(Include five volumes) 1st Edition: October - 2022; வெளியீட்டு எண்: 0194, 1424 Pages -
Print in India, ISBN: 978-81-943465-2-4

Rs.1200

Publisher • Sales Rights

Discovery Publications	**Discovery Book Palace (P) Ltd**
No. 9, Plot,1080A, Rohini Flats, Munusamy Salai, K.K.Nagar West, Chennai - 78. Tamilnadu, India. Mobile: +91 99404 46650	No. 1055-B, Munusamy Salai, K.K.Nagar West, Chennai-600 078. Ph: (044) 4855 7525 Mobile: +91 87545 07070

discoverybookpalace@gmail.com / www.discoverybookpalace.com

உங்கள் மொபைல் போனிலிருந்து ஸ்கேன் செய்து 'டிஸ்கவரி புக் பேலஸ்'
மொபைல் ஆப்பை டவுன்லோடு செய்து, புத்தகங்களை வாங்குங்கள்.

பொன்னியின் செல்வனின் ஐம்பதாண்டுகால வாசகன்.

கு.ஞானசம்பந்தன்.

நான் எட்டாம் வகுப்புப் படிக்கும்போது ஒருநாள் என் சகோதரியின் வீட்டுக்கு எங்கள் கிராமமான சோழவந்தானிலிருந்து கொடிமங்கலத்துக்குச் சென்றபோது, கல்கியில் இரண்டாம் முறையாக வெளிவந்துகொண்டிருந்த 'பொன்னியின் செல்வன்' 3ஆம் பாகத்தின் (அத்தியாயம் 3 - கொல்லுப் பட்டறை) தற்செயலாகப் படிக்கத் தொடங்கினேன்.

இரும்பை, காந்தம் ஈர்ப்பதுபோல என்னை ஈர்த்தது அந்த அத்தியாயம், அந்த நடை. அதிலும் வந்தியத்தேவனுக்கும், இரும்பு உலைக் கொல்லனுக்கும் நடக்கும் உரையாடலை என்னால் இப்போது கேட்டாலும் திரும்பச் சொல்ல முடியும்.

அதுமட்டுமில்லை, அந்தக் கொல்லனது மகன் வந்தியத்தேவனுடைய குதிரைக்கு புல் தரும் காட்சியும், அப்போது தூக்கத்தில் உளறியபடி எழும் வந்தியத்தேவனின் குரலும், அரிச்சந்திரா நதி பற்றி இருவரும் பேசிக்கொள்வதும் எத்தனை சுவாரஸ்யம். இப்படித்தான் 'பொன்னியின் செல்வன்' சரித்திரக்கதை எனக்கு அறிமுகமாயிற்று. அன்று முதல் நான் அக்கதையின் வாழ்நாள் வாசகனானேன்.

பின்னர், பொன்னியின் செல்வனின் ஐந்து பாகங்களையும் நான் எப்படிப் படித்தேன் தெரியுமா?

நான் வசித்த அக்ரஹாரத்தெருவில் இருந்த வீடுகள்தோறும் பொன்னியின் செல்வனை நவராத்திரி கொலுவில்கூட வைத்திருப்பார்கள். இதைத் தெரிந்துகொண்ட நான் அந்தப் புத்தகங்களை வீடுவீடாகத் தேடி எடுத்துப் படித்து முடித்தேன். கல்கியில் தொடராக வரும்போது படிப்பதோடு அவற்றைத் தொகுத்து அழகாகப் பைண்டிங்கும் செய்து வைத்திருப்பார்கள். (இந்தக் கதையைப் படிப்பதற்காக அவர்களின் வீடுகளில் காப்பிக்கொட்டை அரைப்பது, மொட்டை மாடியில் வற்றல் வடகம் பாதுகாப்பது, மேயப்போன மாடுகள் வராவிட்டால் தேடிப்போவது, கிணற்றுக்குள் வாளி விழுந்துவிட்டால் எடுத்துக்கொடுப்பது போன்ற வேலைகளை மிக விருப்பத்தோடு செய்து வந்தேன்). எல்லாம் இந்த இனியத் தொடருக்காகத்தான்.

அன்று தொடங்கிய பொன்னியின் செல்வன் அறிமுகத்தை இன்று பணிஓய்வு பெற்ற பிறகும்கூட நான் அதே விருப்பத்தோடும் அதே ஆர்வத்தோடும் படிக்கிறேன் என்றால் என்னைப் படிக்க வைத்தவர் பேராசிரியர் கல்கி அவர்கள்தான்.

அத்தோடு அக்கதையை என்னைப் படிக்கத்தூண்டியவர்கள் வந்தியத்தேவன், அருள்மொழி வர்மன், ஆதித்த கரிகாலன், குந்தவை நாச்சியார், வானதி, நந்தினி, ஆழ்வார்க்கடியான், பழுவேட்டரையர்கள், மதுராந்தகன், பூங்குழலி, சேந்தன் அமுதன், கந்தமாறன், மணிமேகலை, வைத்தியர் மகன் பினாகபாணியும் என்று சொல்லிக்கொண்டே போகலாம். என் வாழ்க்கையின் மகிழ்ச்சியான நேரங்களில் மட்டுமல்லாமல் ஆபத்தான சோதனைக் கட்டங்களில்கூட நான் பொன்னியின் செல்வனை நினைத்துப் பார்த்திருக்கிறேன்.

2014ஆம் ஆண்டு, நானும் என் மனைவியும் கும்பகோணம் அருகில் பேரளத்தில் ஒரு பள்ளி நிகழ்ச்சியில் கலந்துவிட்டு திருநள்ளாறு சென்று பின்னர் திருவாரூர் வழியாக நாகப்பட்டினம் சாலையில் மதுரை நோக்கி வந்துகொண்டிருந்தோம்.

இரவுநேரம். திடீரென்று பிடித்த மழையில் சாலையின் எதிர்ப்புறம் இருந்த மரமொன்று வேரோடு சாய்ந்து எங்கள் வண்டியின் மீது விழுந்துவிட்டது. கொட்டுகிற மழை, இருட்டு! நல்லவேளையாக அந்த மரத்தின் ஒரு கிளை தரையில் ஊன்றியிருந்ததால், மரத்தின் பாரத்தின் ஒரு பகுதியை அது தாங்கிக்கொண்டது. நானும் துணைவியாரும் ஓட்டுனரும் உயிர் பிழைத்தது இறைவனின் கருணைதான். காரின் கதவை உடைத்துக்கொண்டுதான் நாங்கள் வெளியில் வந்து, கொட்டும் மழையில் இருளில் ஒரு மரக்கடை வாசலில் நடுக்கத்தோடு அமர்ந்தோம்.

அப்போது நான் என் மனைவியிடம் சொன்னது இதுதான் "பொன்னியின் செல்வன் 4ஆம் பாகத்தில் (அத்தியாயம் 21 பல்லக்கு ஏறும் பாக்கியம்) ஊமை ராணியாகிய மந்தாகினியை கோடிக்கரையிலிருந்து தஞ்சாவூருக்குப் பல்லக்கில் அழைத்துச் செல்லும்போது இப்படித்தான், மரம் அந்தப் பல்லக்கின்மீது விழுந்த செய்தியை கல்கி வர்ணித்திருப்பார். நாமும் நாகப்பட்டினம் அருகிலிருந்து தஞ்சாவூருக்குத்தான் சென்றுகொண்டிருக்கின்றோம். நம் வண்டியிலும் மரம் விழுந்துவிட்டது. நல்லவேளை தப்பிப் பிழைத்தோம்" என்று அந்தக் கொட்டும் மழையில் நான் கூறியபோது என் மனைவிக்குப் பெருத்த ஆச்சரியம்! 'இப்படிப்பட்ட சூழ்நிலையில்கூட இவர் பொன்னியின் செல்வனை நினைத்துக் கொண்டிருக்கிறாரே' என்று தன் மனதிற்குள் நினைத்துக்கொண்டார் என் மனைவி?

2017ஆம் ஆண்டு, நான் நெதர்லாந்துக்குப் போயிருந்தபோது லேடன் பல்கலைக்கழகத்திற்குச் (Leiden University) சென்றிருந்தேன். அங்கே இராஜஇராஜ சோழனுடைய செப்பேடுகள் பாதுகாக்கப்பட்டு வருவதை அறிந்து, மிக முயன்று அதனைக் காணச் சென்றேன்.

அங்கே அவர்கள் ஒரு பாதுகாப்புப் பெட்டகத்தில் குளிர்ச்சியூட்டப்பட்ட அறையில் கண்ணாடிப் பேழையில் வெல்வெட் துணியில் அந்தச் செப்பேடுகளைப் பாதுகாத்து வைத்திருந்தார்கள். அதனை எடுத்து எனக்குக் காட்டினார்கள். அந்தச் செப்பேடுகள் எவை தெரியுமா? அவை அருள்மொழிவர்மனாகிய இராஜஇராஜசோழனின் செப்பேடுகள்தான். இந்தச் செப்பேடுகளுக்கான பின்னணியை பொன்னியின் செல்வன் வழியாகப் பார்ப்போமா?

பொன்னியின் செல்வன் 4ஆம் பாகத்தில் பூங்குழலியும், சேந்தன் அமுதனும் நாகப்பட்டினத்தில் இருந்த பௌத்த மடாலயமாகிய சூடாமணி விஹாரத்துக்கு இலங்கையிலிருந்து படகில் கதையின் நாயகனாகிய அருள்மொழி வர்மனை அழைத்துக்கொண்டுச் செல்வார்கள். காரணம், அவர் அப்போது குளிர்ஜுரத்தால் தாக்குண்டு மயங்கிய நிலையில் இருப்பார்.

மேலும் பொன்னியன் செல்வன் 5ஆம் பாகத்தில் (அத்தியாயம்: 3, கடல் பொங்கியது) அருள்மொழி வர்மனும் அங்கிருந்த பௌத்த பிட்சுக்களின் உதவியால் உடல்தேறுவார். அச்சமயத்தில் நாகப்பட்டினத்தில் தோன்றிய புயலால் அந்தப் பௌத்த மடாலயத்துக்குள் கடல் நீர் ஆர்ப்பாட்டமாகப் புகும். அப்போது நீருக்குள் மூழ்கி புத்தர் சிலையின் காலடியை பற்றிக்கொண்டிருக்கும் தலைமை பிட்சுவை அருள்மொழி வர்மன் காப்பாற்றும் நெகிழ்வான நிகழ்ச்சியை நாம் படித்திருப்போம். இது கதை. நிற்க!

வரலாற்றில் பிற்காலத்தில் அருள்மொழி வர்மன் இராஜஇராஜ சோழனாக அரியணை ஏறியபோது கடாரத்தை ஆண்ட (மலேசியா) மன்னன் ஒருவன் இந்த நாகப்பட்டின பௌத்த மடாலயமாகிய சூடாமணி விஹாரத்தைப் புதுப்பிப்பதற்காக இராஜஇராஜ சோழனிடம் வேண்டுகோள் வைக்கிறார்.

உடனே இராஜஇராஜ சோழனும் சமயவேறுபாடின்றி பெருமகிழ்வோடு நாகப்பட்டினத்திற்கு அருகிலே இருந்த ஆனைமங்கலம் என்கின்ற கிராமத்தை அம்மடாலயத்தை புதுப்பிப்பதற்குத் தானமாகத் தந்ததோடு பெரும் நிதி உதவியும் செய்தான். இவற்றுக்கான ஆதாரப்பத்திரங்களான செப்பேடுகளைத்தான் நான் நெதர்லாந்து நாட்டில் பார்த்தேன். அவை ஆயிரமாண்டுப் பழமையான செப்பேடுகள். இவை எப்படி நெதர்லாந்துக்குப் பயணம் செய்தன என்றால், நெதர்லாந்து டச்சுக்காரர்களின் நாடு. டச்சுக்காரர்களும் அக்காலத்தில் தரங்கம்பாடி, நாகப்பட்டினம் போன்ற பகுதிகளை ஆட்சிசெய்தார்கள். அப்போது அங்கு கிடைத்த அரிய பொருள்களையெல்லாம் தங்கள் நாட்டிற்கு கொண்டுசென்று பாதுகாத்து வைத்துள்ளனர்.

இச்செய்திகளை எல்லாம் அங்கிருந்த பேராசிரியர்கள் மூலம் அறிந்த நான் அவர்களின் அனுமதியோடு அந்தச் செப்பேடுகளை என் கைகளால் தொட்டுப் பார்த்தேன். அவற்றைத் தொட்டவுடன் காலயந்திரத்தில் ஏறி பொன்னியின் செல்வனின் ஞாபகங்களோடு சோழர்கள் ஆண்ட காலத்திற்கே சென்ற உணர்வினை நான் அடைந்தேன். 30கிலோ எடையுள்ள அந்தச் செப்பேடுகள் 10 இதழ்களாக ஓர் தாமிர வளையத்தில் கோர்க்கப்பட்ட கோப்பாக காட்சியளித்தன. தமிழர்கள், உலகத்தின் எந்த மூலையில் இருந்தாலும் அவர்கள் தமிழ் வாசிப்பு ஆர்வலர்களாக இருந்தால் பொன்னியின் செல்வனும் அங்கு உடனிருப்பான் என்பது உண்மை.

இன்னும் ஒரு செய்தி. சமீபத்தில் பெருந்தொற்றுக் காலத்திற்கு முன்பாக நான் சிதம்பரத்திற்கு அருகிலுள்ள காட்டுமன்னார்குடி என்ற ஊருக்கு ஒரு பள்ளி விழாவிற்காகச் சென்றிருந்தேன். நான் தங்குவதற்காக அவர்கள் ஏற்பாடு செய்திருந்தது அப்பகுதியில் வாழ்ந்த ஒரு ஜமீன்தாருடைய மிகப்பெரிய அரண்மனை. அதைச் சற்றும் பழமை மாறாமல், வேண்டிய வசதிகளோடு ஐந்து நட்சத்திர விடுதிக்கு இணையாக அமைத்திருந்தார்கள். அந்த அரண்மனையில் ஒரு ஆச்சரியத்தைப் பார்த்தேன். அதில் எங்கு நோக்கினும் பொன்னியின் செல்வனில் வருகின்ற (மணியம், மணியம் செல்வன் ஆகியோர் வரைந்த) ஓவியங்களை எல்லாச் சுவர்களிலும் பொருத்தியிருந்தார்கள்.

இரவுமுழுவதும் அந்த அரண்மனையின் குதிரைலாயம் உட்பட அனைத்து இடங்களையும் சுற்றிப் பார்த்த நான் பொன்னியின் செல்வனில் கல்கி அவர்கள் கூறுகின்ற கடம்பூர் சம்புவரையர் மாளிகைக்குத்தான் வந்துவிட்டேனோ என்று திகைத்துப் போனேன். பின்னர் அங்கிருந்த பணியாளர் ஒருவரிடம் கேட்டேன். "இந்த அரண்மனைக்கும் இந்தப் படங்களுக்கும் என்ன சம்பந்தம்?" என்று. "காலையில் கூறுகிறேன்" என்றார் அவர்.

அதிகாலையில் என்னை அந்த அரண்மனையின் மொட்டைமாடிக்கு அழைத்துச் சென்று, "அதோ கடல்போல் தெரிகிறது பாருங்கள்... இதுதான் வீரநாராயணபுர ஏரி. இந்த ஏரிதான்..!" என்று அவர் சொல்ல ஆரம்பித்தவுடன், நான் மகிழ்ச்சியோடு, "தெரியும் தெரியும்... பொன்னியின் செல்வன் முதல் பாகத்தில் ஆடிப்பெருக்கன்று நம் கதாநாயகன் வந்தியத்தேவன் குதிரையில் வந்து இறங்குகின்ற இடம் இதுதான் என்பதைத் தெரிந்துகொண்டேன்' என்று மகிழ்ச்சியோடு கூறினேன். பின்னர் அந்த ஏரிக்கும் சென்று அந்தப் பகுதி முழுவதையும் வீடியோ எடுத்து எனது யூட்யூப் சேனலிலும் பதிவு செய்திருக்கிறேன்.

மறக்கமுடியாத மற்றொரு அனுபவம்... நான் இலங்கை சென்ற அனுபவம். மதுரையிலிருந்து கொழும்பு மாநகருக்கு விமானத்தில் இராமேஸ்வரம் மார்க்கமாக அரைமணி நேரத்தில் சென்றுவிட்டேன். ஆனால் கொழும்பிலிருந்து யாழ்ப்பாணம் செல்வதற்கு காரில் எட்டுமணிநேரம் ஆயிற்று. செல்லுகிற வழியில் பொன்னியின் செல்வன் 2ஆம் பாகத்தில் வந்தியத்தேவனும் ஆழ்வார்க்கடியானும் பொன்னியின் செல்வராகிய அருள்மொழி வர்மரைச் சந்திக்கச் செல்லுகின்ற அநுராதாபுரத்தின் காட்டு வழியாக இன்னும் குறிப்பாகச் சொல்வதாக இருந்தால் பேராசிரியர் கல்கி அவர்கள் குறிப்பிடுகின்ற

பிரம்மாண்டமான புத்தர் கோயில்களின் வழியாக யாழ்ப்பாணத்தை அடைந்தேன். அதுவரை என்னோடு வந்தவர்கள், என் துணைவியார் மட்டுமன்று, பொன்னியின் செல்வன் பாத்திரங்களான வந்தியத்தேவனும், ஆழ்வார்க்கடியானும், அருள்மொழிவர்மனும், ஊமை ராணி மந்தாகினியும், மாதண்ட நாயகராகிய கொடும்பாளூர் பெரிய வேளாளர் பூதி விக்கிரம கேசரியும்... என்று சொல்லிக்கொண்டே போகலாம்.

இதேபோல், கிழக்குக்கடற்கரைப் பட்டினமாகிய வேதாரண்யத்திற்கு ஒருமுறை நான் சென்றிருந்தபோது கோடிக்கரைக்குச் சென்று அங்கிருந்த சோழர்கால கலங்கரை விளக்கத்தை மாலை நேரத்தில் பார்த்தேன். அப்போது,

"அலை கடலும் ஓய்ந்திருக்க... அகக் கடல்தான் பொங்குவதேன்?. என படகை ஓட்டிக்கொண்டே பாடும் பூங்குழலியின் குரல் காதில் ஒலித்தது.

தற்போது அங்கிருந்த புதிய கலங்கரை விளக்கத்தில் மின்சாரத்தில் ஒளி ஏற்றியபோதுகூட, அக்கால களங்கரை விளக்கின் உச்சியில் விறகால் தீ மூட்டிய ஒளியே என் கண்களுக்குத் தெரிவதுபோல் இருந்தது.

அருகில் இருந்த சுந்தரமூர்த்தி நாயனார் பாடிய பெருமையுடைய குழகர் கோயிலுக்கு நான் சென்றேன். அப்போது பழுவூர் இளவரசியாகிய நந்தினியும் படகோட்டி முருகையன் மனைவி ராக்கம்மாவும், பாண்டிய நாட்டு ஆபத்துதவிகளில் ஒருவனான இரவிதாசனும், பூங்குழலியின் தந்தையாகிய தியாகவிடங்கரையரும் என் மனக்கண்ணில் தோன்றி மறைந்தார்கள். ஆந்தைகளின் ஓசையும் காதில் அவ்வப்போது எதிரொலித்தது என்றால் நீங்கள் நம்பவா போகிறீர்கள்!

பொன்னியின் செல்வன் நெடுங்கதையின் பெண் பாத்திரங்களில் மிகவும் போற்றத் தக்கவரும், மூத்தவருமாகிய பேரரசியார் செம்பியன் மாதேவியார்தான். புகழ்பெற்ற சோழ மன்னர்களில் ஒருவராகிய கண்டராதித்த சோழரின் மனைவி. இவர்களுடைய மகன்தான் மதுராந்தகச் சோழன். இவர் தன் வாழ்நாளில் சோழகுலத்து இளவரசர்களையும், இளவரசிகளையும் வளர்த்ததோடு 99க்கும் மேற்பட்ட செங்கற்கோயில்களை தன்னுடைய சொந்தச் செல்வத்தில் கருங்கல் (கற்றளி) கோயில்களாக மாற்றிக் கட்டியவர். இப்பேரரசியாருடைய சமாதி தற்போது சேவூர் என்றழைக்கப்படுகின்ற செம்பியன் கிழானடி நல்லூரில் (பெரம்பலூருக்கும் அரியலூருக்கும் நடுவில்) அமைந்திருக்கிறது.

சில ஆண்டுகளுக்கு முன்னால் இவ்வூரில் பேரரசி செம்பியன் மாதேவியருக்கான செப்புத்திருமேனி ஒன்றை அவ்வூர்க்காரர்கள் உருவாக்கி அவருக்குக் கோயில் ஒன்றையும் கட்டியிருந்தார்கள். அச்சிலை திறப்பு விழாவிற்கு என்னையும் பேச அழைத்திருந்தார்கள். அவ்வூருக்குச் சென்ற நான் அந்தக் கோயிலையும், அப்பேரரசியாரின் சிலையையும் கண்டு வியந்து வணங்கினேன். பின்னர், எனது பேச்சில் பொன்னியின் செல்வன் வரலாற்றில் செம்பியன் மாதேவியாரின் பங்கு எத்தகையது? என்பதை நான் சொல்லச் சொல்ல, அந்த ஊரார் அனைவரும் கரம்கூப்பி அந்த அம்மையார் சிலையை வணங்கியக் காட்சி என் கண்முன் இன்றும் நிற்கிறது. நிற்க!

தமிழகத்தில் கரிகால்வழவன், பெருநற்கிள்ளி, இளஞ்சேட் சென்னி, தொடித்தோட் செம்பியன் போன்ற முற்காலச் சோழர்கள் ஆண்டகாலத்திற்குப் பிறகு பல்லவர்களும், களப்பிரர்களும், பாண்டிய, சேரர்களும் தமிழகத்தை ஆண்டார்கள். பின்னர் விஜயாலயச் சோழன் திருப்பெரும்புயம் போர்க்களத்தில்தான் பல்லவ, பாண்டிய மன்னர்களை வென்று பிற்காலச் சோழ சாம்ராஜ்யத்திற்கு அடிக்கல் நாட்டுகிறான்.

அந்த விஜயாலயச் சோழனின் வம்சத்தாரே பின்னர்; 300ஆண்டுகாலம் தமிழகத்தை, இலங்கையோடு சேர்த்து ஆட்சிசெய்து வந்தார்கள். இவர்கள் ஆட்சிசெய்த காலத்தைத்தான் சதாசிவப் பண்டாரத்தார், வையாபுரிப்பிள்ளை போன்றோர்கள் தமிழகத்தின் பொற்காலமாகவும், போர்க்காலமாகவும் வர்ணிக்கிறார்கள்.

மேற்குறித்தச் செய்திகளை நாம் சாதாரண வரலாறாக மட்டுமே படிப்போமேயானால் நமக்குத் தகவல்கள் மட்டுமே கிடைக்கும். இதை உணர்ந்த பேராசிரியர் கல்கி அவர்கள், மேற்சொன்ன வரலாற்றுப் பேராசிரியர்களுடைய நூல்களைப் படித்ததோடு, சின்னமனூர்ச் செப்பேடுகள் தந்த செய்திகளையும் மனதில் வைத்துக்கொண்டுதான் ‘பொன்னியின் செல்வன்’ என்னும் வரலாற்று நவீனத்தை நமக்குப் படைத்துத் தர திட்டமிட்டிருக்கிறார்.

எவ்வாறு என்றால், உண்மையில் வாழ்ந்து மறைந்த சரித்திர நாயக, நாயகிகள் தன் கற்பனையில் தோன்றிய பாத்திரங்கள் என இரண்டாகப் பிரித்து வைத்துக்கொண்டு இந்நவீனத்தைப் படைத்திருக்கிறார்.

முதலில், தமிழக வரலாற்றில் வாழ்ந்த நாயக, நாயகிகளான கண்டராதித்த சோழன், செம்பியன் மாதேவி, சுந்தர சோழன், ஆதித்த கரிகாலன், குந்தவை, வானதி, இராஜஇராஜ சோழன், மதுராந்தகச் சோழன், வாணர்குல வந்தியத்தேவன், சின்னப் பழுவேட்டரையர், பெரிய பழுவேட்டரையர், சம்புவரையர், அநிருத்த பிரம்மராயர், இலங்கையை ஆண்ட மகிந்தன், பாண்டியநாட்டு ஆபத்துதவிகளான இரவிதாசன் போன்ற பாத்திரங்களை வரலாற்றில் எடுத்துக்கொள்கிறார்.

பின்னர், கதையை மிக இனிமையாக நகர்த்திச் செல்வதற்காக, ஆழ்வார்க்கடியான் என்ற திருமலை நம்பி, கந்தமாறன், மறக்க முடியாத மணிமேகலை, பார்த்திபேந்திர பல்லவன், வைத்தியர் மகன் பினாகபாணி, குடந்தைச் சோதிடர், பூங்குழலி போன்றவர்களோடு, எல்லாவற்றுக்கும் சிகரம் வைத்தாற்போல் நந்தினி என்கின்ற ஒப்புயர்வற்ற அழகிய கற்பனைப் பாத்திரத்தையும் மேற்கூறிய உண்மை நாயக, நாயகிகளோடு இணைத்துப் பொன்னியின் செல்வனை மிக அற்புதமான காவியமாகப் படைத்துத் தந்திருக்கிறார் கல்கி.

கல்கி அவர்கள் கதையைத் தொடங்கும்போதே சோழநாட்டின் வளமை, செழுமை, வீரநாராயணபுர ஏரியின் அழகு, ஆடி பதினெட்டு என்று அவர் சொல்லச் சொல்ல நம்மை அறியாமல் நாம் அவரைப் பின் தொடர்கிறோம். இடம், காலம், களம் என்பதை மனதிலே வைத்துக்கொண்டு முதல் பாகத்தில் சோழநாட்டில் கதையைத் தொடங்கி, இரண்டாம் பாகத்தில் ஈழ நாட்டுக்கு அழைத்துச் சென்று, மீண்டும் சோழநாட்டுக்கே நம்மை அழைத்து வருகின்றார். ‘சோழவளநாடு சோறுடைத்து’ என்பதற்கேற்ப வேளாண்மைக்குரிய தொழிற்களங்களாக நடவு நடப்பட்ட வயல்கள், அறுவடை செய்த வயல்கள் என்று மருத நிலத்தை வர்ணிக்கிறார் ஆசிரியர். இத்தோடு நெய்தல் நிலமாகிய கடற்கரைப் பகுதிகளைக் கூறும்போது ஓடம், நாவாய், கப்பல்கள், கடல்சீற்றம், புயலால் ஏற்படும் மாற்றம் என்று அத்தனையிலும் நம்மை ஈடுபடுமாறு செய்வது ஆசிரியரின் வெற்றிச் சிறப்புக்கோர் எடுத்துக்காட்டு. இத்தோடு சம்புவரையர் மாளிகை, பழையாறை அரண்மனை, சோழர்களின் தலைநகரமாகிய தஞ்சாவூர்க் கோட்டை, கோடிக்கரை கடற்கரை, பாதாளச் சுரங்கங்கள், அய்யனார் கோயில்கள் என்று இடங்களை மாற்றி மாற்றி வர்ணித்து, படிப்பவரை வியக்க வைக்கிறார்.

காலம் என்று வருகின்றபோது மழைக்காலம், முந்நிலாக் காலம், பிந்நிலாக் காலம், சூரிய உதயம், அஸ்தமனம், நிலவற்ற நட்சத்திரங்கள் நிறைந்த வானம், இருள் நிறைந்த இரவு என கதையின் ஓட்டத்திற்கேற்ப பாத்திரங்களை அதில் பயணிக்க வைப்பதும் வாசகர்களுக்குப் புதிய அனுபவம்தான்.

களங்கள் என்று வருகிறபோது பொன்னியின் செல்வனில் இலங்கையில் நடக்கும் யுத்தத்தைப் பற்றிய செய்திகளையும் திருப்பெரும்புயம் பள்ளிப்படையில் பல்லவ, பாண்டிய சோழர்களுக்கிடையே நடந்த போர்களையும் வர்ணனைகள் மூலம் சொல்லுகின்றாரே தவிர, கலிங்கத்துப்பரணி என்ற இலக்கியத்தில் வருகின்ற போர்க்களக் காட்சிகளைப்போல வாசகருக்குக் காட்டுவதில்லை. வந்தியத்தேவனின் வீரம், அருள்மொழிவர்மனின் தீரம், பார்த்திபேந்திர பல்லவனின் வலிமை, பழுவேட்டரையர்களின் போர் வரலாறு இவற்றையெல்லாம் ஆங்காங்கே சுட்டிக்காட்டியபடியே அக்கால வீரர்களின் வலிமையை எடுத்துக்காட்டியிருப்பார் கல்கி. வரைந்து காட்டி வண்ணம் தீட்டியிருப்பார் மணியம்.

இன்னொரு ஆச்சரியம்! இப்பொன்னியின் செல்வனில் காணப்படுகின்ற சமயங்கள் குறித்த செய்திகள். முதல் பாகத்தில் விண்ணகர வீரநாராயணப் பெருமாள் கோவில் சந்நிதியில் ஆழ்வார்கடியான் நம்பி வைணவப் பாசுரங்களைப் பாடுகிறபோது அருகிலிருந்த சிறுகுழந்தைதான் பின்னாளில் நாலாயிர திவ்யப்பிரபந்தத்தைத் தொகுத்த நாதமுனிகள் என்பதும், அவரது பேரன்தான் வைணவ ஆச்சார்யர்களில் ஒருவராகிய இராமானுஜரின் குருவாகிய ஆளவந்தார் என்பதையும் போகிறபோக்கில் ஆசிரியர் சொல்லிவிட்டுப்போகிற அழகே அழகு.

இதேபோன்று சைவ சமயப் பெரியாரும், திருமுறைகளைத் தொகுத்தவருமாகிய திருநாரையூர் நம்பியையும் (நம்பி ஆண்டார் நம்பி) இந்நெடுங்கதையில் பாத்திரமாக மாற்றிக்காட்டி கதை நடந்த காலத்தின் உண்மைத் தன்மைக்கு வித்திடும் ஆசிரியரின் பரந்த பார்வையும், இலங்கையில் அருள்மொழிவர்மன் (இராஜஇராஜசோழன்) காலத்திலேயே அரச மதமாக விளங்கிய பௌத்த மதத்தினுடைய வலிமையையும், அருமை பெருமைகளையும் தமிழகத்தில் நாகப்பட்டினம் சூடாமணி விஹாரத்திலிருந்த புத்த பிக்குகளின் அன்பையும், பண்பையும் ஆசிரியர் விளக்கிச் சொல்லும் பாங்கு சிறப்பானது.

மேலும் ஏழாம் நூற்றாண்டில் தொடங்கிய பக்தி இயக்கக் காலம் நாயன்மார்களாலும் ஆழ்வார்களாலும் வளர்க்கப்பெற்றாலும்கூட சிவன் பெரியவரா? திருமால் பெரியவரா? என்ற சைவ வைணவ சமயச்சண்டைகள் தமிழகமெங்கும் அக்காலத்தில் (இன்றும்கூட) நிகழ்ந்ததை ஆழ்வார்க்கடியான் மற்றும் சிவனடியார்கள் மூலம் காட்சிப்படுத்தியிருக்கும் கல்கியினுடைய எழுத்து அருமை. அதிலும் முதல் பாகத்திலேயே வந்தியத்தேவன் அந்தச் சைவ வைணவச் சண்டையைத் தீர்த்து வைக்கும் வகையில் 'அரியும் சிவனும் ஒண்ணு, இதை அறியாதவர் வாயில மண்ணு' என்று வேடிக்கையாகச் சுட்டிக்காட்டி இருப்பதையும் நாம் பார்க்கிறோம்.

சைவ சமயத்தின் பிரிவுகளாகிய காளாமுக சைவம் மற்றும் வீரசைவம் குறித்த செய்திகளையும் சொல்லி கொடும்பாளூர் சிறிய வேளாளர் (கதாநாயகி வானதியின் தந்தை) குடும்பம் காளாமுக சைவத்தின் மீது ஈடுபாடு கொண்டிருந்ததையும் போகிறபோக்கில் சொல்லிக்கொண்டு போவார் கல்கி.

இந்நீண்ட நெடிய நாவலின் காலச்சக்கர சுழற்சியில் எதனையும் விட்டுவிடாது இலக்கியம், சமயம், வரலாறு என அனைத்தையும் வாசகர் மனதில் பாத்திரங்களோடு பதியவைக்கும் எழுத்து நடையின் சிறப்பினை சொல்லிக்கொண்டே போகலாம்.

பயணங்கள் என்று வருகிறபோது பெரும்பாலும் நடந்தே செல்லும் ஆழ்வார்க்கடியான், குதிரையில் செல்லும் வந்தியத்தேவன், ஆதித்த கரிகாலன், பல்லக்குகளில் செல்லும் நந்தினி, குந்தவை, வானதி, யானை மொழியை அறிந்து யானையில் பிரயாணிக்கும் அருள்மொழிவர்மன், படகிலேயே தன் வாழ்நாளின் பெரும்பகுதியைப் போக்கும் பூங்குழலி, எனும் இவர்களைத் தவிர, எப்படி வருகிறார், எப்படிப் போகிறார் என்று அறியமுடியாத ஊமைராணியாகிய மந்தாகினி மற்றும் பாண்டியநாட்டு ஆபத்துதவிகள் என இவர்களின் பயணங்களைப் பல்வகைப்படுத்துகிறார் ஆசிரியர். தவிரவும் தரைவழியாகவும், கடல்வழியாகவும் இருந்த பயண ஊர்திகளின் மூலம், தரை, தண்ணீர் என்று அனைத்தின் மூலமாகவும் வாசகரையும உடன் அழைத்துச் செல்லுகின்ற பெருமை பொன்னியின் செல்வனுக்கே உண்டு.

இந்நாவலின் மிக முக்கியப் பாத்திரமாகிய வந்தியத்தேவன் சந்திக்கும் நபர்கள் மூலமே வாசகனுக்குக் கதையை விளக்கிச் சொல்லும் வித்தையை என்னென்பது? உற்ற துணையான ஆழ்வார்க்கடியான், நண்பனான கந்தமாறன், அவருடைய சகோதரியான மணிமேகலை, பழுவேட்டரையர்கள், எதிர்பாராமல் சந்திக்கும் இளையராணி நந்தினி, திடும் பிரவேசகமாக சந்திக்கும் கதாநாயகி குந்தவை, குடந்தைச் சோதிடர், சேந்தன் அமுதன் (பிற்காலத்தில் மதுராந்தகச் சோழன்) சுந்தர சோழர், வைத்தியர் மகன் பினாகபாணி, பூங்குழலி,

கதாநாயகன் அருள்மொழிவர்மன் இவர்களோடு, வந்தியத்தேவனை எந்தநேரத்திலும் பழிவாங்கிக் கொன்றுவிடத் துடித்துக்கொண்டிருக்கும் இரவிதாசன், சோமன், சாம்பவன் போன்ற பாத்திரங்கள், நண்பனா? பகைவனா? என்று தெரியாத பார்த்திபேந்திர பல்லவன் என இவர்களின் சந்திப்புப் பகுதிகளை மட்டும் சொல்லிக்கொண்டு வந்தால் கதை முழுவதையும் படித்த அனுபவம் நமக்கு ஏற்படும்.

இத்தனை பெரிய வரலாற்று நவீனத்தை எழுதும்போது காதலும், வீரமும், நகைச்சுவையும், நெகிழ்ச்சியும் என நவரசங்களையும் வாய்ப்புக் கிடைக்கின்ற இடத்தில் எல்லாம் வானவில்லின் வண்ண ஓவியங்களாகத் தீட்டிக்காட்ட கல்கி ஒருவரால்தான் முடியும்.

சரித்திர நாவல்கள் எழுதும்போது நகைச்சுவையோடு எழுதமுடியுமா? இல்லை நகைச்சுவைக்கென தனிப்பாத்திரங்கள் படைக்க வேண்டுமா? என்ற சந்தேகங்கள் எல்லாம் நமக்குத் தோன்றும். ஆனால் 'ஏட்டிக்குப் போட்டி' என்ற நகைச்சுவைக் கட்டுரை மூலமாக எழுத்துலகில் அடியெடுத்து வைத்த கல்கியின் எழுத்தில் நகைச்சுவை எப்போதும் மிளிரும். இவ்வினிய பயணத்தை அவர் எப்போதும், எதற்காகவும் நிறுத்தவில்லை என்பதை இந்த நாவலின் பல்வேறு இடங்களில் காண்கிறோம். இன்னும் சொல்வதானால் அவர் முடிவுரையாகச் சொல்லும் இடத்திலும்கூட அவரால் நம்மைச் சிரிக்கவைக்க முடிகிறது என்பதே அவர் எழுத்துக்குக் கிடைத்த வெற்றி.

வந்தியத்தேவன் வருகின்ற இடங்களிளெல்லாம் அது ஆபத்து சூழ்ந்த இடமாக இருந்தாலும், ஆனந்தம் பொங்கும் இடமாக இருந்தாலும் அங்கே பட்டின் இழைபோல நகைச்சுவை மின்னுவதை நாம் காண்கிறோம்.

கானகத்தின் நடுவே, மழை பெய்கின்ற இரவில், பாழடைந்த மண்டபம் ஒன்றில் ஒரு சிறிய குழந்தையின் அழுகைச் சத்தத்தைக் கேட்டு வந்தியத்தேவன் அங்கே செல்ல, அந்தக் குழந்தைக்கும் வந்தியத்தேவனுக்குமிடையே நடக்கின்ற உரையாடலைப் பார்ப்போம்.

மூன்றாம் பாகம்: அத்தியாயம் 34

(தீவர்த்தி அணைந்தது)

"யார் அங்கே?" என்று குழந்தையின் குரல் எதிரொலித்தது.

"நான்தான்! நீ யார்? இருட்டில் என்ன செய்கிறாய்? வெளியே வா!"

"வெளியில் மழை பெய்கிறதே!"

"மழை நின்றுவிட்டது வா!"

"என் அம்மா எங்கே?'

"அம்மா உனக்குப் பால் வாங்கிக்கொண்டுவரப் போயிருக்கிறாள்."

"இல்லை; நீ பொய் சொல்கிறாய்!"

"நீ வெளியில் வருகிறாயா நான் உள்ளே வரட்டுமா?"

"உள்ளே வந்தால் என் கையிலே கத்தியிருக்கிறது! குத்தி விடுவேன்!"

"அடே அப்பா! பெரிய வீரனாய் இருக்கிறாயே? வெளியில் வந்துதான் குத்தேன்!'

"நீ யார்? புலி இல்லையே?"

"நான் புலி இல்லை; குதிரை!" என்றான் வந்தியத்தேவன்.

"நீ பொய் சொல்கிறாய் குதிரை பேசுமா?"

"புலியாயிருந்தால் பேசுமா?"

"வெளியில் வந்தால் புலி இருக்கும். உன் மேலே பாய்ந்துவிடும் என்று அம்மா சொன்னாள்."

"நான் புலி இல்லை... உன் பேரில் பாயவும் மாட்டேன். பயப்படாமல் வெளியே வா!"

"பயமா? எனக்கு என்ன பயம்?" என்று சொல்லிக்கொண்டே ஒரு சின்னஞ் சிறு குழந்தை இருண்ட மண்டபத்திலிருந்து வெளியே வந்தது.

(அந்தக் குழந்தை யார்? புலி என்பதை யாரைக் குறிக்கும்? அந்தக் குழந்தை ஏன் அந்த இருள் மண்டபத்தில் இரவுநேரத்தில் தனியே இருக்கவேண்டும், படித்துப் பாருங்கள்.)

இதேபோல நந்தினியிடமும், பாண்டியநாட்டு ஆபத்துதவிகளிடமும் சிக்கிக்கொள்ளும் வந்தியத்தேவனை அனைவரும் கொன்றுவிட வேண்டும் என நெருங்க, நந்தினி அவர்களைத் தடுத்து வந்தியத்தேவனைப் பார்த்து, 'எங்களைப் பற்றிய உண்மைகளை எல்லாம் அறிந்த நீர் எங்களோடு சேர்ந்து எங்கள் நோக்கத்துக்கு உதவினால் சோழ சாம்ராஜ்யத்தின் அரசகிரீடம் உன் தலையை அலங்கரிக்கும்' என்று சொல்ல,

உடனே வந்தியத்தேவன் 'அம்மணி உங்கள் கையில் இருக்கும் இந்தக் கிரீடத்தை இன்னும் எத்தனை பேர் தலையில்தான் சூட்டுவீர்கள்?' என்று சற்றும் அச்சமில்லாமலும், மயக்கமில்லாமலும் கூற,

'அது என் விருப்பம். நான் யாருக்கு வேண்டுமானாலும் சூட்டுவேன்' என்று நந்தினி கோபத்துடன் கூற,

'நீங்கள் யாருக்கு வேண்டுமானாலும் சூட்டிக்கொள்ளுங்கள், என் தலைக்கு அழகே என்னுடைய சுருண்ட முடிதான். அதை எந்த மகுடமும் மறைக்க வேண்டாம்' என்று வந்தியத்தேவன் வேடிக்கையாகக் கூறுவான்.

இதேபோல் 4ஆம் பாகத்தில் பல்லக்கில் கூட்டி வரப்பட்ட பூங்குழலியைப் பார்த்து திகைக்கிறார் அமைச்சராகிய அநிருத்த பிரம்மராயர்.

பின்னர் பூங்குழலி, ஆழ்வார்க்கடியான், அமைச்சராகிய அநிருத்த பிரம்மராயர் ஆகிய மூவருக்கிடையே நடக்கின்ற பேச்சுவார்த்தையில் நகைச்சுவை வானவேடிக்கையே நடக்கும். அதிலும் குறிப்பாக, அந்த இடத்தில் ஆழ்வார்க்கடியான் ஆழ்வார்கள் பாசுரத்தைக் கூறவர, அநிருத்தர் "போதும் போதும் நிறுத்து! ஆழ்வார்களை இங்கே இழுத்து தொந்தரவு செய்யாதே" என்று சொல்லிவிட்டு, "இந்தப் பெண் ஊமையும் இல்லை; செவிடும் இல்லை" என்று சொல்ல, உடனே பூங்குழலி, "ஆஹா..! நான் ஊமையில்லை என்பதைக் கண்டுபிடித்து விட்டீர்களே! சோழ சாம்ராஜ்யத்திலேயே மிக்க அறிவாளியாக முதன் மந்திரியான அநிருத்த பிரம்மராயர் என்று நான் கேள்விப்பட்டது சரிதான்" என்று சொல்லுமிடம் அவ்வளவு அருமையாய் இருக்கும்.

வைத்தியர் மகன் பினாகபாணி, பைத்தியக்காரன் என்ற பெயரைக்கொண்ட கருத்திருமன் ஆகியோர் வரும் இடங்களெல்லாம் நகைச்சுவைக்குப் பஞ்சமே இருக்காது.

இவையெல்லாவற்றுக்கும் மேலாக நாவல் முழுவதிலும் காணப்படுகின்ற ஒரு மர்மமும், ஐந்தாம் பாகத்தில் ஆதித்த கரிகாலனைக் கொன்றவர் யார்? என்ற கேள்வியும், படிக்கும் வாசகர்களின் மனதில் என்றைக்கும் எழுந்துகொண்டே இருக்கும். நந்தினி, மந்தாகினி, வீரபாண்டியன், ஆதித்த கரிகாலன் என்று இவர்களைச் சுற்றி பின்னப்பட்டிருக்கும் மர்ம வலைகள் படிப்பவரை வியப்பில் ஆழ்த்தும்.

பூங்குழலிக்கு இணையான வேடிக்கைப் பாத்திரமான மணிமேகலையினுடைய நிலையை நாவலின் இறுதியில் ஆசிரியர் வர்ணித்துக்காட்டும்போது எதற்கும் கலங்காத வந்தியத்தேவன்கூட கலங்கிப் போகிறான். வந்தியத்தேவன் மட்டுமில்லை படித்துக்கொண்டிருக்கின்ற நாமும்தான்.

ஐந்தாம் பாகத்தை நிறைவு செய்கிறபோது, "வீரனே! உன்னிடமிருந்து தற்சமயம் விடைபெறுகிறோம்" என்று கல்கி வந்தியத்தேவனிடம் விடைபெறும்போது, நம் உடல் சிலிர்த்துப் போகிறது.

முதல் பாகத்தில் வந்தியத்தேவன் குதிரையில் வருவதில் தொடங்கி, ஐந்தாம் பாகத்தில் வந்தியத்தேவனிலேயே நாவலை ஆசிரியர் முடித்திருந்தாலும் வாசகர்களின் கேள்விக்குப் பின்னுரையில் விடையாக அவர் கூறியிருப்பதும் வியத்தகு செய்திகள்தான். சோழர் வரலாற்றை பிற்காலத்தில் யாரேனும் தொடர்ந்து எழுத வேண்டுமென்றாலும் அதற்கான களங்கள் பலவற்றையும் ஆசிரியர் கல்கி தொட்டு காட்டிவிட்டுச் செல்கிறார்.

கல்கியைப் பற்றிச் சொல்லுகிறபோது அவருடைய கற்பனைத் திறத்தின் பெருமையை இவ்வாறு கூறுவார்கள், "கம்பர் இருபதாம் நூற்றாண்டில் பிறந்திருந்தால் பொன்னியின் செல்வன் படைத்திருப்பார், கல்கி பன்னிரெண்டாம் நூற்றாண்டில் பிறந்திருந்தால் இராமாயணத்தைப் படைத்திருப்பார்" என்று சொல்லும்போது நமக்கே ஒரு மகிழ்ச்சி தோன்றுகிறது.

கம்பரோடு கல்கியை ஒப்பிடுவதும் ஒரு பெருமைக்குரிய செய்திதானே?

பொன்னியின் செல்வன் நாவலைக் குறித்துச் சொல்லிக்கொண்டே போகலாம். இந்த நாவலைப் படமாக்கும் ஆசையில் புரட்சித்தலைவர் மக்கள் திலகம் எம்.ஜி.ஆர் அவர்கள் இதன் உரிமையை வாங்கி வைத்திருந்தார். அவருக்குப் பின் என் இனிய நண்பர் கலைஞானி பத்மஸ்ரீ கமல்ஹாசன் அவர்கள் இந்நாவலைப் படமாக்க விருப்பம் கொண்டிருந்தார்.

ஆயினும் தற்போது இந்தியத் திரையுலகில் தனித்துவமான இயக்குநர் மணிரத்னம் அவர்கள் பொன்னியின் செல்வன் நாவலைப் படமாக எடுத்திருக்கிறார் என்பதே வாசர்களாகிய நமக்கு மகிழ்ச்சியைத் தருகின்ற செய்தி.

பேராசிரியர் கல்கி அவர்களும் திரைத்துறையிலும் தன் பங்களிப்பைச் செய்திருக்கிறார். பொன்னியின் செல்வனில் ஆங்காங்கு வரும் பாடல்களை அவர் எழுதியிருப்பதைப்போல, கானக்குயில் திருமதி. எம்.எஸ்.சுப்புலெட்சுமி அவர்கள் நடித்த புகழ்மிக்கப் படமான 'மீரா' படத்திலும், "காற்றினிலே வரும் கீதம்", "அந்த நாளும் வந்திடாதோ" என்ற பாடலையும், இவர் எழுதியிருக்கிறார் என்பது அனைவரும் அறிந்ததே.

இன்னும் பெருமையாகச் சொல்வதாக இருந்தால் இத்தனை ஆண்டுகளிலும் விற்பனையில் முதலிடத்தைப் பிடித்திருக்கும் புத்தகமென்றால் அது பொன்னியின் செல்வன்தான் எனும் உண்மையை அனைவரும் மகிழ்வோடு ஏற்றுக்கொள்வர்.

எத்தனையோ ஆயிரக்கணக்கான பதிப்புகளைக் கண்ட பொன்னியின் செல்வன் புத்தகம் தற்கால இளைய சமுதாயத்தினரின் எதிர்பார்ப்புக்கு ஏற்ப இத்தனை அருமையோடு, புதுப்பொலிவோடு, "டிஸ்கவரி பப்ளிகேஷன்ஸ்" வெளியீடாக இதோ, இப்போது உங்கள் கைகளில். படிக்கத் தொடங்குங்கள், பகிர்ந்து கொள்ளுங்கள், வாங்கி மகிழுங்கள், வாங்கச் சொல்லுங்கள்!

இப்படி பலரும் பல பதிப்புகள் வெளியிடுவதைப் பார்க்க கல்கி அவர்கள் இப்போது உயிரோடு இருந்திருந்தால் மகிழ்வார், பாராட்டிப் பாட்டிசைப்பார்.

டிஸ்கவரி பதிப்பக உரிமையாளர் நண்பர் வேடியப்பன் அவர்களின் முயற்சிக்கு காலம் வாழ்த்திசைக்கும்.

கல்கி கை கொடுப்பார்.

அன்புடன்,
கு.ஞானசம்பந்தன்.
10/10/2022
மதுரை

பாகம் - 1
புது வெள்ளம்

1. ஆடித்திருநாள்

ஆதி அந்தமில்லாத கால வெள்ளத்தில் கற்பனை ஓடத்தில் ஏறி நம்முடன் சிறிது நேரம் பிரயாணம் செய்யுமாறு நேயர்களை அழைக்கிறோம். விநாடிக்கு ஒரு நூற்றாண்டு வீதம் எளிதில் கடந்து இன்றைக்குத் தொள்ளாயிரத்து எண்பத்திரண்டு ஆண்டுகளுக்கு (1950ஆம் ஆண்டில் எழுதியது) முந்தைய காலத்துக்குச் செல்வோமாக.

தொண்டை நாட்டுக்கும் சோழ நாட்டுக்கும் இடையில் உள்ள திருமுனைப்பாடி நாட்டின் தென் பகுதியில், தில்லைச் சிற்றம்பலத்துக்கு மேற்கே இரண்டு காத தூரத்தில், அலைகடல் போன்ற ஓர் ஏரி விரிந்து பரந்து கிடக்கிறது. அதற்கு வீர நாராயண ஏரி என்று பெயர். அது தெற்கு வடக்கில் ஒன்றரை காத நீளமும், கிழக்கு மேற்கில் அரைக் காத அகலமும் உள்ளது. காலப்போக்கில் அதன் பெயர் சிதைந்து இந்நாளில் 'வீராணத்து ஏரி' என்ற பெயரால் வழங்கி வருகிறது.

புது வெள்ளம் வந்து பாய்ந்து, ஏரியில் நீர் நிரம்பித் ததும்பி நிற்கும் ஆடி ஆவணி மாதங்களில் வீர நாராயண ஏரியைப் பார்ப்பவர் எவரும் நம்முடைய பழந்தமிழ் நாட்டு முன்னோர்கள் தங்கள் காலத்தில் சாதித்த அரும்பெரும் காரியங்களைக் குறித்துப் பெருமிதமும் பெரு வியப்பும் கொள்ளாமலிருக்க முடியாது. நம் மூதாதையர்கள் தங்களுடைய நலனுக்கும் தங்கள் காலத்திய மக்களின் நலனுக்கும் உரிய காரியங்களை மட்டுமா செய்தார்கள்?

தாய்த் திருநாட்டில், தங்களுக்குப் பிற்காலத்தில் வாழையடி வாழையாக வரப்போகும் ஆயிரங்கால சந்ததிகளுக்கும் நன்மை பயக்கும் மாபெரும் செயல்களை நிறைவேற்றி விட்டுப் போனார்கள் அல்லவா?

ஆடித்திங்கள் பதினெட்டாம் நாள், முன் மாலை நேரத்தில் அலைகடல் போல் விரிந்து பரந்திருந்த வீர நாராயண ஏரிக்கரை மீது ஒரு வாலிப வீரன் குதிரை ஏறிப் பிரயாணம் செய்துகொண்டிருந்தான். அவன் தமிழகத்து வீர சரித்திரத்தில் புகழ்பெற்ற வாணர் குலத்தைச் சேர்ந்தவன். வல்லவரையன் வந்தியத்தேவன் என்பது அவன் பெயர். நெடுந்தூரம் பிரயாணம் செய்து அலுத்துக் களைத்திருந்த அவனுடைய குதிரை மெல்ல மெல்ல நடந்து சென்றுகொண்டிருந்தது. அதைப் பற்றி அந்த இளம் வீரன் சிறிதும் கவலைப்படவில்லை. அகண்டமான அந்த வீர நாராயண ஏரியின் தோற்றம் அவன் உள்ளத்தை அவ்வளவு வசீகரித்திருந்தது!

ஆடிப் பதினெட்டாம் பெருக்கன்று சோழநாட்டு நதிகளிலெல்லாம் வெள்ளம் இரு கரைகளையும் தொட்டுக்கொண்டு ஓடுவது வழக்கம். அந்த நதிகளிலிருந்து தண்ணீர் பெறும் ஏரிகளும் பூரணமாக நிரம்பி, கரையின் உச்சியைத் தொட்டுக்கொண்டு அலைமோதிக்கொண்டிருப்பது வழக்கம். 'வடகாவேரி' என்று பக்தர்களாலும், 'கொள்ளிடம்' என்று பொதுமக்களாலும் வழங்கப்பட்ட நதியிலிருந்து வடவாற்றின் வழியாகத் தண்ணீர் வந்து, வீர நாராயண ஏரியில் பாய்ந்து அதை ஒரு பொங்கும் கடலாக ஆக்கியிருந்தது. அந்த ஏரியின் எழுபத்து நான்கு கணவாய்களின் வழியாகவும் தண்ணீர் குமுகுமுவென்று பாய்ந்து சுற்றுப் பக்கத்தில் நெடுந்தூரத்துக்கு நீர்வளத்தை அளித்துக்கொண்டிருந்தது.

அந்த ஏரித் தண்ணீரைக் கொண்டு கண்ணுக்கெட்டிய தூரம் கழனிகளில் உழவும் விரை தெளியும் நடவும் நடந்து கொண்டிருந்தன. உழுதுகொண்டிருந்த குடியானவர்களும்

நடவு நட்டுக்கொண்டிருந்த குடியானவப் பெண்களும் இனிய இசைகளில் குதூகலமாக அங்கங்கே பாடிக்கொண்டிருந்தார்கள். இதையெல்லாம் கேட்டுக்கொண்டு வந்தியத்தேவன், களைத்திருந்த குதிரையை விரட்டாமல் மெதுவாகவே போய்க்கொண்டிருந்தான். ஏரிக்கரைமீது ஏறியதிலிருந்து அந்த ஏரிக்கு எழுபத்து நான்கு கணவாய்கள் உண்டு என்று சொல்லப்படுவது உண்மைதானா என்று அறிந்துகொள்ளும் நோக்கத்துடன் அவன் கணவாய்களை எண்ணிக்கொண்டே வந்தான். ஏறக்குறைய ஒன்றரைக் காத தூரம் அவன் அந்த மாபெரும் ஏரிக்கரையோடு வந்த பிறகு எழுபது கணவாய்களை எண்ணியிருந்தான்.

ஆகா! இது எவ்வளவு பிரம்மாண்டமான ஏரி? எத்தனை நீளம்? எத்தனை அகலம்? தொண்டை நாட்டில் பல்லவப் பேரரசர்கள் அமைத்த ஏரிகளை எல்லாம், இந்த ஏரிக்கு முன்னால் சிறிய குளங்குட்டைகள் என்றே சொல்லத் தோன்றும் அல்லவா? வடகாவேரியில் வீணாகச் சென்று கடலில் விழும் தண்ணீரைப் பயன்படுத்துவதற்காக, மதுரை கொண்ட பராந்தகரின் புதல்வர் இளவரசர் இராஜாதித்தர் இந்தக் கடல் போன்ற ஏரியை அமைக்க வேண்டுமென்று எண்ணினாரே? எண்ணி அதைச் செயலிலும் நிறைவேற்றினாரே? அவர் எப்பேர்ப்பட்ட அறிவாளியாக இருந்திருக்க வேண்டும்? வீர பௌருஷத்திலேதான் அவருக்கு இணை வேறு யார்? தக்கோலத்தில் நடந்த போரில் தாமே முன்னணியில் யானைமீது ஏறிச் சென்று போராடினார் அல்லவா? போராடி, பகைவர்கள் எய்த வேலை மார்பிலே தாங்கிக்கொண்டு உயிர் நீத்தார் அல்லவா? அதனால், 'யானை மேல் துஞ்சிய தேவர்' எனப் பெயர் பெற்று வீர சொர்க்கம் அடைந்தார்.

இந்த சோழ குலத்து மன்னர்களே அதிசயமானவர்கள்தாம்! அவர்கள் வீரத்தில் எப்படியோ அப்படியே அறத்திலும் மிக்கவர்கள். அறத்தில் எப்படியோ அப்படியே தெய்வ பக்தியில் சிறந்தவர்கள். அத்தகைய சோழ குல மன்னர்களுடன் நட்புரிமை கொள்ளும் பேறு தனக்குக் கிடைத்திருப்பது பற்றி நினைக்க நினைக்க வந்தியத்தேவனுடைய தோள்கள் பூரித்தன. மேற்குத் திசையிலிருந்து விர்ரென்று அடித்த காற்றினால் வீர நாராயண ஏரித்தண்ணீர் அலைமோதிக்கொண்டு கரையைத் தாக்கியதுபோல் அவனுடைய உள்ளமும் பெருமிதத்தினால் பொங்கித் ததும்பிற்று.

இப்படியெல்லாம் எண்ணிக்கொண்டு வீர நாராயண ஏரிக்கரையின் தென்கோடிக்கு வந்தியத்தேவன் வந்து சேர்ந்தான். அங்கே வடகாவேரியிலிருந்து பிரிந்து வந்த வடவாறு, ஏரியில் வந்து சேரும் காட்சியைக் கண்டான். ஏரிக்கரையிலிருந்து சிறிது தூரம் வரையில் ஏரியின் உட்புறம் படுகையாக அமைந்திருந்தது. வெள்ளம் வந்து மோதும்போது கரைக்குச் சேதம் உண்டாகாமல் இருக்கும் பொருட்டு அந்தப் படுகையில் கருவேல மரங்களையும் விளா மரங்களையும் நட்டு வளர்த்திருந்தார்கள். கரையோரமாக நாணல் அடர்த்தியாக வளர்ந்திருந்தது. தென்மேற்குத் திசையிலிருந்து இருபுறமும் மர வரிசையுடன் வடவாற்றின் புது வெள்ளம் வந்து வீர நாராயண ஏரியில் கலக்கும் காட்சி சற்றுத் தூரத்திலிருந்து பார்க்கும்போது அழகிய வர்ணக்கோலம் போட்டதுபோல் காணப்பட்டது.

அந்த மனோகரமான தோற்றத்தின் இனிமையையும் குதூகலத்தையும் அதிகப்படுத்தும்படியான இன்னும் சில காட்சிகளை வந்தியத்தேவன் அங்கே கண்டான்.

அன்று பதினெட்டாம் பெருக்குத் திருநாள் அல்லவா? பக்கத்து கிராமங்களிலிருந்து, தந்த நிறத் தென்னங்குருத்துகளால் சப்பரங்கள் கட்டி இழுத்துக்கொண்டு கும்பல் கும்பலாக மக்கள் அங்கே வந்துகொண்டிருந்தார்கள். ஆண்களும் பெண்களும் குழந்தைகளும் சில வயோதிகர்களும் கூடப் புதிய ஆடைகள் அணிந்து, விதவிதமான அலங்காரங்கள் செய்து கொண்டு வந்திருந்தார்கள். பெண்களின் கூந்தல்களை தாழம்பூ, செவ்வந்திப்பூ, மல்லிகை, முல்லை, இருவாட்சி, செண்பகம் முதலிய மலர்கள் கொத்துக்கொத்தாய் அலங்கரித்தன. கூட்டாஞ்சோறும், சித்திரான்னமும் எடுத்துக்கொண்டு பலர் குடும்பம் குடும்பமாக வந்திருந்தார்கள். சிலர் ஏரிக்கரையில் தண்ணீர் ஓரமாக நின்றுகொண்டு, சித்திரான்னம் முதலியவற்றை கமுகு மட்டைகளில் போட்டுக்கொண்டு உண்டார்கள். இன்னும் சில

தைரியசாலிகள் சிறிது தூரம் தண்ணீரில் நடந்து சென்று வடவாற்றங்கரையை அடைந்து அங்கு நின்றபடி சாப்பிட்டார்கள். குழந்தைகள் சிலர் சாப்பிட்ட கமுகு மட்டைகளைக் கணவாய்களின் ஓரமாய் எறிய, அந்த மட்டைகள் கணவாய்களின் வழியாக ஏரிக்கரைக்கு வெளியே விழுந்தடித்து ஓடி வருவதைக் கண்டு கைகொட்டிச் சிரித்தார்கள். ஆடவர்களில் சில வம்புக்காரர்கள் தங்கள் காதலிகளின் கூந்தல்களில் சூடியிருந்த மலர்களை, அவர்கள் அறியாமல் எடுத்துக் கணவாய் ஓரத்தில் விட்டு ஏரிக்கரைக்கு மறு பக்கத்தில் அவை ஓடி வருவதைக் கண்டு மகிழ்ந்தார்கள்.

இதையெல்லாம் பார்த்துக்கொண்டு சிறிது நேரம் வந்தியத்தேவன் அங்கேயே நின்றுகொண்டிருந்தான். அங்கு நின்ற பெண்களில், இனிய குரலையுடைய சிலர் பாடுவதையும் காது கொடுத்துக் கேட்டான். அவர்கள் ஓடப்பாட்டும், வெள்ளப்பாட்டும், கும்மியும், சிந்தும் பாடினார்கள். மிகுந்த குதூகலத்துடன் பாடினார்கள்.

"வடவாறு பொங்கி வருது
வந்து பாருங்கள், பள்ளியரே!
வெள்ளாறு விரைந்து வருது
வேடிக்கை பாருங்கள், தோழியரே!
காவேரி புரண்டு வருது
காண வாருங்கள், பாங்கியரே!"

என்பன போன்ற வெள்ளப்பாட்டுகள் வந்தியத்தேவன் செவி களில் இன்ப வெள்ளமாகப் பாய்ந்தன.

வேறு சிலர் சோழ குல மன்னர்களின் வீரப் புகழைக் கூறும் பாடல்களைப் பாடினார்கள். முப்பத்திரண்டு போர்களில் ஈடுபட்டு, உடம்பில் தொண்ணூற்றாறு காயங்களை ஆபரணங்களாகப் பூண்டிருந்த விஜயாலய சோழனின் வீரத்தை சில பெண்கள் பாடினார்கள். அவனுடைய மகன் ஆதித்த சோழனுடைய வீரத்தைப் போற்றி, அவன் காவேரி நதி உற்பத்தியாகும் இடத்திலிருந்து கடலில் சேரும் இடம் வரையில் அறுபத்து நாலு சிவாலயங்கள் எழுப்பித்ததை ஒரு பெண் அழகிய பாட்டாகப் பாடினாள்.

ஆதித்தனுடைய மகன் பராந்தக சோழ மகாராஜன் பாண்டியர்களையும் பல்லவர்களையும் சேரர்களையும் வென்று, ஈழத்துக்குப் படை அனுப்பி வெற்றிக்கொடி நாட்டிய மெய்க் கீர்த்தியை இன்னொரு பெண் உற்சாகம் ததும்பப் பாடினாள். ஒவ்வொருத்தியும் பாடியபோது அவளைச் சுற்றிலும் பலர் நின்று கேட்டார்கள். அவ்வப்போது "ஆ! ஆ!" என்று கோஷித்துத் தங்கள் மகிழ்ச்சியைத் தெரிவித்துக்கொண்டார்கள்.

குதிரை மீது இருந்தபடியே அவர்களுடைய பாடல்களைக் கேட்டுக்கொண்டிருந்த வந்தியத்தேவனை ஒரு மூதாட்டி கூர்ந்து கவனித்தாள். "தம்பி! வெகு தூரம் வந்தாய் போலிருக்கிறது. மிகவும் களைத்திருக்கிறாய்... குதிரை மீதிருந்து இறங்கி வந்து கொஞ்சம் கூட்டாஞ்சோறு சாப்பிடு!" என்றாள்.

உடனே, பல இள நங்கைகள் நம் வாலிபப் பிரயாணியைப் பார்த்தார்கள். அவனுடைய தோற்றத்தைக் குறித்து தங்களுக்குள் இரகசியமாய்ப் பேசிக்கொண்டு கலகலவென்று சிரித்தார்கள். வந்தியத்தேவனை ஒருபக்கம் வெட்கமும் இன்னொருபுறம் குதூகலமும் பிடுங்கித் தின்றன. அந்த மூதாட்டியின் சொற்படி இறங்கிச் சென்று அவள் தரும் உணவைச் சாப்பிடலாமா என்று ஒரு கணம் சிந்தித்தான். அப்படிச் சென்றால் அங்கே நின்ற இள மங்கைமார்கள் பலரும் அவனைச் சூழ்ந்துகொண்டு பரிகசித்து சிரிப்பார்கள் என்பது நிச்சயம். அதனால் என்ன? அத்தனை அழகிய பெண்களை ஒரே இடத்தில் காண்பது சுலபமான காரியமா? அவர்கள் தன்னைப் பரிகசித்துச் சிரித்தாலும் அந்த ஒலி தேவகானமாகவே இருக்கும்! வந்தியத்தேவனின் யௌவனக் கண்களுக்கு அந்த ஏரிக்கரையில் நின்ற நங்கைகள் எல்லாரும் இரம்பைகளாகவும் மேனகைகளாகவும் தோன்றினார்கள்!

அதே சமயத்தில், தென்மேற்குத் திசையில் வடவாற்றின் நீரோட்டத்தில் தோன்றிய ஒரு காட்சி அவனைச் சிறிது தயங்கச் செய்தது. வெள்ளைப் பாய்கள் விரிக்கப்பட்ட ஏழெட்டுப் பெரிய ஓடங்கள், வெண் சிறகுகளை விரித்துக்கொண்டு நீரில் மிதந்து வரும் அன்னப் பட்சிகளைப் போல், மேலைக்காற்றினால் உந்தப்பட்டு விரைந்து வந்துகொண்டிருந்தன.

ஏரிக்கரையில் பலவகைக் களியாட்டங்களில் ஈடுபட்டிருந்த ஜனங்கள் அத்தனை பேரும் அந்தப் படகுகள் வரும் திசையையே ஆவலுடன் பார்க்கத் தொடங்கினார்கள்.

அந்தப் படகுகளிலே ஒரு படகு எல்லாவற்றிற்கும் முன்னதாக விரைந்து வந்து, ஏரிக்கரை வடக்கு நோக்கித் திரும்பும் மூலையை அடைந்தது. அந்தப் படகில் கூரிய பிரகாசமான வேல்களை ஏந்திய ஆஜானுபாகான வீரர்கள் பலர் இருந்தார்கள்.

அவர்களில் சிலர் ஏரிக்கரையில் குதித்திறங்கி அங்கே இருந்த ஜனங்களைப் பார்த்து, "போங்கள்! போங்கள்!" என்று விரட்டினார்கள். அவர்கள் அதிகமாக விரட்டுவதற்கு இடம் வையாமல் ஜனங்களும் அவரவர்களுடைய பாத்திரங்கள், துணிமணிகள் முதலியவற்றை எடுத்துக்கொண்டு விரைந்து கரையேறத் தொடங்கினார்கள்.

வந்தியத்தேவனுக்கு இது ஒன்றும் விளங்கவில்லை, இந்த வீரர்கள் யார்? பின்னால் வரும் பாய் விரித்த படகுகளில் யார் வருகிறார்கள்? எங்கிருந்து வருகிறார்கள்? ஒருவேளை அரச குடும்பத்தைச் சேர்ந்தவர்களாக இருப்பார்களோ?

ஏரிக்கரையில் கையிலே கோல் பிடித்து நின்ற பெரியவர் ஒருவரை வல்லவரையன் வந்தியத்தேவன் அணுகினான். "ஐயா! இந்த வீரர்கள் யாரைச் சேர்ந்தவர்கள்? அதோ பின்னால் வரும் அன்னக்கூட்டம் போன்ற ஓடங்கள் யாருடையவை? எதற்காக இவ்வீரர்கள் மக்களை விரட்டுகிறார்கள்? மக்களும் எதற்காக விரைகிறார்கள்?" என்று கேள்விகளை அடுக்கினான்.

"தம்பி! உனக்குத் தெரியவில்லையா, என்ன? அதோ அந்தப் படகுகளின் நடுப் படகில் ஒரு கொடி பறக்கிறதே! அதில் என்ன எழுதியிருக்கிறது, பார்!" என்றார் பெரியவர்.

"பனைமரம் போல் தோன்றுகிறது..."

"பனைமரந்தான்! பனைமரக்கொடி... பழுவேட்டரையர் கொடி என்று உனக்குத் தெரியாதா?"

"மகாவீரர் பழுவேட்டரையரா வருகிறார்?" என்று வந்தியத்தேவன் திடுக்கிட்ட குரலில் கேட்டான்.

"அப்படித்தான் இருக்கவேண்டும்; பனைமரக்கொடியை உயர்த்திக்கொண்டு வேறு யார் வரமுடியும்?" என்றார் பெரியவர்.

வந்தியத்தேவனுடைய கண்கள் அளவிலா வியப்பினால் விரிந்து படகுகள் வந்த திசையை நோக்கின. பழுவேட்டரையரைப் பற்றி வல்லவரையன் எவ்வளவோ கேள்விப்பட்டிருந்தான். யார்தான் கேள்விப்படாமலிருக்க முடியும்? தெற்கே ஈழ நாட்டிலிருந்து வடக்கே கலிங்க நாடு வரையில் அண்ணன் தம்பிகளான பெரிய பழுவேட்டரையர், சின்ன பழுவேட்டரையர் என்பவர்களுடைய பெயர்கள் பிரசித்தமாயிருந்தன. உறையூருக்குப் பக்கத்தில் வட காவேரியின் வடகரையில் உள்ள பழுவூர், அவர்களுடைய நகரம். விஜயாலய சோழன் காலத்திலிருந்து பழுவேட்டரையர் குலம் வீரப்புகழ் பெற்றிருந்தது. அக்குடும்பத்தார் சோழ மன்னர் குடும்பத்துடன் கொள்வினை கொடுப்பினை செய்து வந்தனர். இது காரணமாகவும், அவர்களுடைய குலத்தொன்மை, வீரப்புகழ் இவை காரணமாகவும் பழுவேட்டரையர் குலம் அரச குலத்தின் சிறப்புகள் எல்லாம் பெற்றிருந்தது. தனியாகக் கொடி போட்டுக் கொள்ளும் உரிமையும் அக்குலத்துக்கு உண்டு.

இப்போதுள்ள பழுவேட்டரையர் இருவரில், மூத்தவர் இருபத்துநான்கு போர்களில் ஈடுபட்டவர். அவருடைய காலத்தில் அவருக்கு இணையான வீரர் சோழ நாட்டில்

யாருமில்லையென்று புகழ்பெற்றவர்! இப்போது பிராயம் ஐம்பதுக்கு மேல் ஆகிவிட்டபடியால் அவர் போர்க்களங்களுக்கு நேரில் செல்வதில்லை. ஆனால், சோழ நாட்டு அரசாங்கத்தில் மிக உன்னதமான பல பதவிகளை வகித்து வந்தார். அவர் சோழ சாம்ராஜ்யத்தின் தனாதிகாரி, தான்யாதிகாரி. தன பண்டாரமும் தான்ய பண்டாரமும் அவருடைய அதிகாரத்தில் இருந்தன. அரசியலின் தேவைக்குத் தகுந்தபடி இறை விதித்து வசூலிக்கும் அதிகாரமும் அவரிடம் இருந்தது. எந்த சிற்றரசரையும், கோட்டத் தலைவரையும், பெரிய குடித்தனக்காரரையும், "இவ்வாண்டு இவ்வளவு இறை தரவேண்டும்?" என்று கட்டளையிட்டு வசூலிக்கும் உரிமை அவருக்கு இருந்தது. ஆகவே, சுந்தர சோழ மகாராஜாவுக்கு அடுத்தபடியாக சோழ சாம்ராஜ்யத்தில் இப்போது வலிமை மிக்கவர் பழுவேட்டரையர்தான்.

அத்தகைய மகாவீரரும், அளவிலா வலிமையும் அதிகாரமும் படைத்தவருமான, பெரிய பழுவேட்டரையரைப் பார்க்க வேண்டும் என்ற ஆவல் வந்தியத்தேவனுடைய உள்ளத்தில் பொங்கியது. ஆனால், அதே சமயத்தில், காஞ்சி நகரின் புதிய பொன் மாளிகையில் இளவரசர் ஆதித்த கரிகாலர் தன்னிடம் அந்தரங்கமாக அழுத்திச் சொன்ன செய்தி அவனுக்கு நினைவு வந்தது.

"வந்தியத்தேவா! நீ சுத்த வீரன் என்பதை நன்கு அறிவேன். அத்துடன் நீ நல்ல அறிவாளி என்று நம்பி, இந்த மாபெரும் பொறுப்பை உன்னிடம் ஒப்படைக்கிறேன். நான் கொடுத்த இரு ஓலைகளில் ஒன்றை என் தந்தை மகாராஜாவிடமும், இன்னொன்றை என் சகோதரி இளைய பிராட்டியிடமும் ஒப்புவிக்க வேண்டும். தஞ்சையில் இராஜ்யத்தின் பெரிய பெரிய அதிகாரிகளைப் பற்றிக் கூட ஏதேதோ கேள்விப்படுகிறேன். ஆகையால், நான் அனுப்பும் செய்தி யாருக்கும் தெரியக் கூடாது. எவ்வளவு முக்கியமானவராயிருந்தாலும் நீ என்னிடமிருந்து ஓலை கொண்டு போவது தெரியக்கூடாது. வழியில் யாருடனும் சண்டை பிடிக்கக் கூடாது. நீயாக வலுச் சண்டைக்குப் போகாமலிருந்தால் மட்டும் போதாது... மற்றவர்கள் வலுச் சண்டைக்கு இழுத்தாலும் நீ அகப்பட்டுக் கொள்ளக் கூடாது. உன்னுடைய வீரத்தை நான் நன்கறிவேன். எத்தனையோ தடவை நிரூபித்திருக்கிறாய், ஆகையால் வலிய வரும் சண்டையிலிருந்து விலகிக் கொண்டாலும் கௌரவக் குறைவு ஒன்றும் உனக்கு ஏற்பட்டுவிடாது. முக்கியமாக, பழுவேட்டரையர்களிடமும் என் சிறிய தந்தை மதுராந்தகரிடமும் நீ மிகவும் ஜாக்கிரதையாக நடந்துகொள்ள வேண்டும். அவர்களுக்கு நீ இன்னான் என்று கூடத் தெரியக் கூடாது! நீ எதற்காகப் போகிறாய் என்று அவர்களுக்குக் கண்டிப்பாய் தெரியக் கூடாது!"

சோழ சாம்ராஜ்யத்தின் பட்டத்துக்குரிய இளவரசரும் வடதிசை சைன்யத்தின் மகாதண்ட நாயகருமான ஆதித்த கரிகாலர் இவ்விதம் சொல்லியிருந்தார். மேலும் வந்தியத்தேவன் நடந்துகொள்ள வேண்டிய விதங்களைப் பற்றியும் படித்துப் படித்து கூறியிருந்தார். இவையெல்லாம் நினைவு வரவே, பழுவேட்டரையரைப் பார்க்க வேண்டும் என்ற ஆவலை வல்லவரையன் வந்தியத்தேவன் அடக்கிக்கொண்டான். குதிரையைத் தட்டிவிட்டு வேகமாகச் செல்ல முயன்றான். என்ன தட்டி விட்டாலும் களைப்புற்றிருந்த அந்தக் குதிரை மெதுவாகவே சென்றது. 'இன்று இரவு கடம்பூர் சம்புவரையர் மாளிகையில் தங்கிவிட்டு நாளைக் காலையில் புறப்படும்போது வேறு நல்ல குதிரை சம்பாதித்துக்கொண்டே கிளம்ப வேண்டும்' என்று மனதிற்குள் தீர்மானித்துக் கொண்டான்.

2. ஆழ்வார்க்கடியான் நம்பி

ஏரிக்கரையிலிருந்து கீழிறங்கி தென்திசை சென்ற பாதையில் குதிரையைச் செலுத்தியபோது வந்தியத்தேவனுடைய உள்ளம் ஏரி அலைகளின் மீது நடனமாடிய படகைப் போல் ஆனந்தக் கூத்தாடியது. உள்ளத்தின் உள்ளே மறைந்து கிடந்த குதூகலம் பொங்கித் ததும்பியது. வாழ்க்கையில் வேறு யாரும் காணாத அதிசய அனுபவங்களை தான் அடையும் காலம் நெருங்கிவிட்டதென்று அவனுடைய உள்ளுணர்ச்சி சொல்லியது. சோழ நாட்டை அணுகும்போதே இவ்வளவு ஆனந்தக் கோலாகலமாக இருக்கிறதே? கொள்ளிடத்தைத் தாண்டிவிட்ட பின்னர் சோழ நாட்டின் நீர்வளமும் நிலவளமும் எப்படியிருக்கும்? அந்த நாட்டில் வாழும் மக்களும் மங்கையரும் எப்படியிருப்பார்கள்? எத்தனை நதிகள்? எத்தனை குளங்கள்? எத்தனை தெளிநீர் ஓடைகள்? கவிகளிலும் காவியங்களிலும் பாடப்பெற்ற பொன்னி நதியின் காட்சி எப்படியிருக்கும்? அதன் கரைகளிலே பூத்துக் குலுங்கும் புன்னை மரங்களும், கொன்னை மரங்களும், கடம்ப மரங்களும் எத்தகைய மனோகரமான காட்சியாயிருக்கும்? நீரோடைகளில் குவளைகளும் குமுதங்களும் கண்காட்டி அழைப்பதும், செந்தாமரைகள் முகமலர்ந்து வரவேற்பதும் எத்தகைய இனிய காட்சியாயிருக்கும்? காவேரியின் இரு கரைகளிலும் சிவபக்தி செல்வர்களான சோழப் பரம்பரையினர் எழுப்பித்துள்ள அற்புத வேலைப் பாடமைந்த ஆலயங்கள் எவ்வளவு அழகாயிருக்கும்?

ஆகா! பழையாறை நகர்! சோழ மன்னர்களின் தலைநகர்! பூம்புகாரையும் உறையூரையும் சிறிய குக்கிராமங்களாகச் செய்துவிட்ட பழையாறை! அந்நகரிலுள்ள மாடமாளிகைகளும், கூட கோபுரங்களும், படை வீடுகளும், கடை வீதிகளும், சிவாலயக் கற்றளிகளும் திருமாலுக்குரிய விண்ணகரங்களும் எப்படியிருக்கும்? அந்த ஆலயங்களில் இசை வல்லவர்கள் இனிய குரலில் தேவாரப் பாடல்களையும் திருவாய்மொழிப் பாசுரங்களையும் பாடக்கேட்டோர் பரவசமடைவார்கள் என்று வந்தியத்தேவன் கேள்வியுற்றிருந்தான். அவற்றையெல்லாம் கேட்கும் பேறு தனக்கு விரைவில் கிடைக்கப் போகிறது. இது மட்டுந்தானா? தான் கனவிலும் கருதாத சில பேறுகளும் கிட்டப்போகின்றன. வீரத்தில் வேலனையும் அழகில் மன்மதனையும் நிகர்த்த பராந்தக சுந்தர சோழ மகாராஜாவை நேருக்கு நேர் காணப்போகிறான். அவ்வளவுதானா? அவருடைய செல்வப் புதல்வி, ஒப்புயர்வில்லாத நாரீமணி, குந்தவைப் பிராட்டியையும் காணப் போகிறான்.

ஆனால், வழியில் தடை எதுவும் நேராமல் இருக்க வேண்டும். எந்தத் தடை நேர்ந்தால்தான் என்ன? கையிலே வேல் இருக்கிறது. இடையில் தொங்கிய உறையிலே வாள் இருக்கிறது; மார்பிலே கவசம் இருக்கிறது; நெஞ்சிலே உரமிருக்கிறது. ஆனால், மகாதண்ட நாயகர், இளவரசர் ஆதித்தர், ஒரு பெரிய முட்டுக்கட்டை போட்டிருக்கிறார்; ஒப்புவித்தக் காரியத்தை நிறைவேற்றுவதற்கு முன்பு யாரிடமும் சண்டை பிடிக்கக் கூடாதென்று. அந்தக் கட்டளையை நிறைவேற்றுவதுதான் மிகவும் கடினமாயிருந்தது. ஏதோ இவ்வளவு தூரமும் பிரயாணம் செய்தபோது நிறைவேற்றியாகி விட்டது. இன்னும் இரண்டு நாளையப் பிரயாணம்தானே மிச்சமிருக்கிறது? அதுவரை பொறுமையுடன் இருந்தே தீர வேண்டும்.

ஆதவன் மறைவதற்குள் கடம்பூரை அடைய வேண்டும் என்ற கருத்துடன் சென்றுகொண்டிருந்த வந்தியத்தேவன் சிறிது நேரத்துக்கெல்லாம் வீர நாராயணபுரம் விண்ணகரக் கோயிலை நெருங்கினான்.

அன்று ஆடித் திருமஞ்சனத் திருவிழாவும் சேர்ந்திருந்த படியால் கோயிலைச் சுற்றியுள்ள மரத் தோப்புகளில் பெரும் ஜனக்கூட்டம் சேர்ந்திருந்தது.

பலாச்சுளைகளும் வாழைப்பழங்களும் கரும்புக்கழிகளும் பலவகைத் தின்பண்டங்களும் விற்பவர்கள் ஆங்காங்கே கடை வைத்திருந்தார்கள். பெண்கள் தலையில் சூடிக்கொள்ளும்

மலர்களையும், தேவ பூஜைக்குரிய தாமரை மொட்டுக்கள் முதலியவற்றையும் சிலர் விற்றுக்கொண்டிருந்தார்கள். தேங்காய், இளநீர், அகில், சந்தனம், வெற்றிலை, வெல்லம், அவல், பொரி முதலியவற்றை சிலர் குப்பல் குப்பலாகப் போட்டு விற்றுக்கொண்டிருந்தார்கள். ஆங்காங்கே வேடிக்கை விநோதங்கள் நடந்துகொண்டிருந்தன. ஜோசியர்கள், ரேகை சாஸ்திரத்தில் வல்லவர்கள், குறி சொல்லுகிறவர்கள், விஷக்கடிக்கு மந்திரிப்பவர்கள், இவர்களுக்கும் அங்கே குறைவில்லை. இதையெல்லாம் பார்த்துக்கொண்டு சென்ற வந்தியத்தேவன் ஓரிடத்தில் ஒரு பெருங்கூட்டம் நின்றுகொண்டிருப்பதையும், அந்தக் கூட்டத்துக்குள்ளேயிருந்து யாரோ சிலர் உரத்தக் குரலில் வாக்குவாதம் செய்யும் சத்தம் வருவதையும் கவனித்தான். என்ன விவாதம் நடைபெறுகிறது என்பதை அறிந்து கொள்ள அவனுக்கு ஆவல் பீறிட்டுக்கொண்டு எழுந்தது. அந்த ஆவலை அடக்கிக்கொள்ள அவனால் முடியவில்லை. கூட்டத்துக்கு வெளியில் சாலை ஓரமாக குதிரையை நிறுத்திவிட்டுக் கீழே இறங்கினான். குதிரையை அங்கேயே நிற்கும்படி தட்டிக் கொடுத்து சமிக்ஞையால் சொல்லிவிட்டு, கூட்டத்தைப் பிளந்துகொண்டு உள்ளே போனான்.

அங்கே விவாதத்தில் ஈடுபட்டிருந்தவர்கள் மூன்றே பேர்தான் என்பதைப் பார்க்க அவனுக்கு வியப்பு ஏற்பட்டது. விவாதத்தில் ஈடுபட்டவர்கள் மூன்றே பேர்தான் என்றாலும், கூட்டத்திலிருந்தவர்கள் பலர் அவ்வப்போது அவரவர்களுக்கு உகந்த வாதக்காரரின் கட்சியை ஆதரித்துக் கோஷங்களைக் கிளப்பினார்கள். அதனாலேயே அவ்வளவு சத்தம் எழுந்தது என்பதை வந்தியத்தேவன் தெரிந்துகொண்டான். பிறகு, என்ன விவாதம் நடைபெறுகிறது என்பதைக் கவனித்தான்.

வாதமிட்ட மூவரில் ஒருவர், உடம்பெல்லாம் ஊர்த்வபுண்டரகமாகச் சந்தனம் அணிந்து தலையில் முன்குடுமி வைத்திருந்த வைஷ்ணவ பக்த சிகாமணி. கையில் ஒரு குறுந்தடியும் வைத்திருந்தார். கட்டையாயும் குட்டையாயும் வைரம் பாய்ந்த திருமேனியுடன் விளங்கினார்.

இன்னொருவர், தமது மேனியெல்லாம் பட்டை பட்டையாத் திருநீறு அணிந்திருந்த சிவபக்தர்.

மூன்றாவது மனிதர், காவி வஸ்திரம் தரித்துத் தலையையும் முண்டனம் செய்துகொண்டிருந்தார். அவர் வைஷ்ணவரும் அல்ல, சைவரும் அல்ல... இரண்டையும் கடந்தவரான அத்வைத வேதாந்தி என்று தெரியவந்தது.

சைவர் சொன்னார்: “ஓ, ஆழ்வார்க்கடியான் நம்பியே! இதற்கு விடை சொல்லும்..! சிவபெருமானுடைய முடியைக் காண்பதற்கு பிரம்மாவும், அடியைக் காண்பதற்குத் திருமாலும் முயன்றார்களா, இல்லையா? முடியும் அடியும் காணாமல் இருவரும் வந்து சிவபெருமானுடைய பாதங்களில் சரணாகதி அடைந்தார்களா, இல்லையா? அப்படியிருக்க சிவபெருமானைக் காட்டிலும் உங்கள் திருமால் எப்படிப் பெரிய தெய்வம் ஆவார்?”

இதைக் கேட்ட ஆழ்வார்க்கடியான் நம்பி, தன் கைத்தடியை ஆட்டிக்கொண்டு, “சரிதான் காணும்! வீர சைவ பாததூளி பட்டரே! நிறுத்தும் உம் பேச்சை! இலங்கை அரசனாகிய தசகண்ட ராவணனுக்கு உம்முடைய சிவன் வரங்கள் கொடுத்தாரே? அந்த வரங்கள் எல்லாம் எங்கள் திருமாலின் அவதாரமாகிய இராமபிரானின் கோதண்டத்தின் முன்னால் தவிடுபொடியாகப் போகவில்லையா? அப்படியிருக்க, எங்கள் திருமாலைக் காட்டிலும் உங்கள் சிவன் எப்படிப் பெரிய தெய்வமாவார்?” என்று கேட்டான்.

இந்தச் சமயத்தில், காவி வஸ்திரம் அணிந்த அத்வைத சந்நியாசி தலையிட்டுக் கூறியதாவது: “நீங்கள் இருவரும் எதற்காக வீணில் வாதம் இடுகிறீர்கள்? சிவன் பெரிய தெய்வமா, விஷ்ணு பெரிய தெய்வமா என்று எத்தனை நேரம் நீங்கள் வாதித்தாலும் விவகாரம் தீராது. இந்தக் கேள்விக்குப் பதில் வேதாந்தம் சொல்கிறது. நீங்கள் கீழான பக்தி மார்க்கத்தில் இருக்கிற வரையில்தான் சிவன் விஷ்ணு என்று சண்டையிடுவீர்கள்.

பக்திக்கு மேலே ஞானமார்க்கம் இருக்கிறது. ஞானத்துக்கு மேலே ஞாஸம் என்று ஒன்று இருக்கிறது. அந்த நிலையை அடைந்துவிட்டால் சிவனும் இல்லை, விஷ்ணுவும் இல்லை. சர்வம் பிரம்ம மயம் ஜகத். ஸ்ரீ சங்கர பகவத்பாதாச்சாரியர் பிரம்ம சூத்திர பாஷ்யத்தில் என்ன சொல்லியிருக்கிறார் என்றால்..."

ஆழ்வார்க்கடியான் நம்பி குறுக்கிட்டு, "சரிதான்காணும் நிறுத்தும்! உம்முடைய சங்கராச்சாரியார் அவ்வளவு உபநிஷதங்களுக்கும் பகவத்கீதைக்கும் பிரம்ம சூத்திரத்துக்கும் பாஷ்யம் எழுதிவிட்டுக் கடைசியில் என்ன சொன்னார் தெரியுமா?

"பஜ கோவிந்தம் பஜ கோவிந்தம்
பஜ கோவிந்தம் மூடமதே!"

என்று மூன்று வாட்டி சொன்னார். உம்மைப் போன்ற மௌடீகர்களைப் பார்த்துத்தான் 'மூடமதே!' என்று சங்கராச்சாரியார் சொன்னார்!" என்று கூறியதும், அந்தக் கூட்டத்தில் 'ஆஹா'காரமும், பரிகாசச் சிரிப்பும், கரகோஷமும் கலந்து எழுந்தன.

ஆனால், சந்நியாசி சும்மா இருக்கவில்லை. "அடே! முன்குடுமி நம்பி! நான் 'மூடமதி' என்று நீ சொன்னது சரிதான். ஏனென்றால் உன் கையில் வெறுந்தடியை வைத்துக் கொண்டிருக்கும் நீ வெறுந்தடியன் ஆகிறாய். உன்னைப் போன்ற வெறுந்தடியனோடு பேச வந்தது என்னுடைய மூடமதியினால்தானே?" என்றார்.

"ஓய் சுவாமிகளே! என் கையில் வைத்திருப்பது வெறுந்தடியல்ல. வேண்டிய சமயத்தில் உம்முடைய மொட்டை மண்டையை உடைக்கும் சக்தி உடையதுங் காணும்!" என்று கூறிக்கொண்டே ஆழ்வார்க்கடியான் கையிலிருந்த குறுந்தடியை ஓங்கினான். அதைப் பார்த்த அவன் கட்சியார் 'ஓஹோ!' என்று ஆர்ப்பரித்தனர்.

அப்போது அத்வைத சுவாமிகள், "அப்பனே! நிறுத்திக் கொள்! தடி உன்னுடைய கையிலேயே இருக்கட்டும். அப்படியே நீ உன் கைத்தடியால் என்னை அடித்தாலும் அதற்காக நான் கோபங்கொள்ள மாட்டேன். உன்னுடன் சண்டைக்கு வரவும் மாட்டேன். அடிப்பதும் பிரம்மம், அடிபடுவதும் பிரம்மம். என்னை நீ அடித்தால் உன்னையே அடித்துக் கொள்கிறவனாவாய்!" என்றார்.

ஆழ்வார்க்கடியான் நம்பி, "இதோ எல்லோரும் பாருங்கள்! பிரம்மத்தைப் பரப்பிரம்மம் திருச்சாத்து சாத்தப் போகிறது. என்னை நானே தடி கொண்டு தாக்கப் போகிறேன்!" என்று தடியைச் சுழற்றிக்கொண்டு சுவாமிகளை நெருங்கினான்.

இதையெல்லாம் பார்த்துக்கொண்டிருந்த வந்தியத்தேவனுக்கு ஒருகணம் அந்த முன் குடுமி நம்பியின் கைத்தடியை வழிமறித்துப் பிடுங்கிக்கொண்டு, அவனை அந்தத் தடியினால் நாலு திருச்சாத்துச்* சாத்தலாமா என்று தோன்றியது.

ஆனால், திடீரென்று சுவாமியாரைக் காணோம்! கூட்டத்தில் புகுந்து அவர் மறைந்துவிட்டார். அதைப் பார்த்துக்கொண்டிருந்த வைஷ்ணவ கோஷ்டியார் மேலும் ஆர்ப்பரித்தார்கள்.

ஆழ்வார்க்கடியான், வீரசைவருடைய பக்கமாகத் திரும்பி, "ஓய் பாததூளி பட்டரே! நீர் என்ன சொல்லுகிறீர்? மேலும் வாதம் செய்ய விரும்புகிறீரா? அல்லது சுவாமியாரைப் போல் நீரும் ஓட்டம் எடுக்கிறீரா?" என்றான்.

"நானா? ஒருநாளும் நான் அந்த வாய் வேதாந்தியைப் போல் ஓட்டம் எடுக்க மாட்டேன். என்னையும் உம்முடைய கண்ணன் என்று நினைத்தீரோ? கோபியர் வீட்டில் வெண்ணெய் திருடி உண்டு, மத்தால் அடிபட்டவன்தானே உம்முடைய கண்ணன்!" என்று பாததூளி பட்டர் சொல்வதற்குள், ஆழ்வார்க்கடியான் குறுக்கிட்டான். "ஏன் காணும்? உம்முடைய பரமசிவன் புட்டுக்கு மண் சுமந்து முதுகில் அடிபட்டதை மறந்து விட்டீரோ?" என்று கேட்டுக்கொண்டு கைத்தடியை வீசிக்கொண்டு வீர சைவர் அருகில் நெருங்கினான்.

ஆழ்வார்க்கடியான் நல்ல குண்டாதி குண்டன். வீரசைவராகிய பாததூளி பட்டரோ சற்று மெலிந்த மனிதர். மேற்கூறிய இருவரையும் விவாதத்தில் உற்சாகப்படுத்தி வந்தவர்கள், தாங்களும் கைகலக்க ஆயத்தமாகி ஆரவாரம் செய்தார்கள்.

இந்த மூடச்சண்டையைத் தடுக்கவேண்டும் என்ற எண்ணம் வந்தியத்தேவன் மனதில் உண்டாயிற்று.

அவன் நின்ற இடத்திலிருந்து சற்றும் முன்னால் வந்து, "எதற்காக ஐயா நீங்கள் சண்டை போடுகிறீர்கள்? வேறு வேலை ஒன்றும் உங்களுக்கு இல்லையா? சண்டைக்குத் தினவு எடுத்தால் ஈழ நாட்டுக்குப் போவதுதானே? அங்கே பெரும் போர் நடந்துகொண்டிருக்கிறதே?" என்றான்.

நம்பி சட்டென்று அவனைத் திரும்பிப் பார்த்து, "இவன் யாரடா நியாயம் சொல்ல வந்தவன்?!" என்றான்.

கூட்டத்திலே இருந்தவர்களில் சிலருக்கு, வந்தியத்தேவனுடைய வீரத் தோற்றமும், அவனுடைய அழகிய முகவிலாசமும் பிடித்திருந்தன.

"தம்பி! நீ சொல்லு! இந்தச் சண்டைக்காரர்களுக்கு நியாயத்தை எடுத்துச் சொல்லு! உனக்குப் பக்கபலமாக நாங்கள் இருக்கிறோம்!" என்று அவர்கள் சொன்னார்கள்.

"எனக்குத் தெரிந்த நியாயத்தைச் சொல்கிறேன். சிவபெருமானும் நாராயணமூர்த்தியும் தங்களுக்குள் சண்டை போட்டுக்கொள்வதாகத் தெரியவில்லை. அவர்கள் சிநேகமாகவும் சுமூகமாகவும் இருந்து வருகிறார்கள். அப்படியிருக்க, இந்த நம்பியும் பட்டரும் எதற்காகச் சண்டை போட்டுக்கொள்ள வேண்டும்?" என்று வல்லவரையன் கூறியதைக் கேட்டு, அக்கூட்டத்தில் பலரும் நகைத்தார்கள்.

அப்போது, வீரசைவ பட்டர், "இந்தப் பிள்ளை அறிவாளியாகவே தோன்றுகிறான். ஆனால், வேடிக்கைப் பேச்சினால் மட்டும் விவாதம் தீர்ந்து விடுமா? சிவபெருமான் திருமாலை விடப் பெரிய தெய்வமா, இல்லையா என்ற கேள்விக்கு இவன் விடை சொல்லட்டும்!" என்றார்.

"சிவனும் பெரிய தெய்வந்தான்; திருமாலும் பெரிய தெய்வந்தான் இருவரும் சமமான தெய்வங்கள். யாரை வேண்டுமானாலும் தொழுதுகொள்ளுங்கள். சண்டை எதற்கு?" என்றான் வல்லவரையன்.

"அது எப்படிச் சொல்லலாம்? சிவனும் விஷ்ணுவும் சமமான தெய்வங்கள் என்று சொல்லுவதற்கு ஆதாரம் என்ன?" என்று ஆழ்வார்க்கடியான் அதட்டிக் கேட்டான்.

"ஆதாரமா..? இதோ சொல்கிறேன்! நேற்று மாலை வைகுண்டத்துக்குப் போயிருந்தேன். அதேசமயத்தில் பரமசிவனும் அங்கே வந்திருந்தார். இருவரும் சம ஆசனத்தில் அமர்ந்திருந்தார்கள். அவர்களுடைய உயரம் ஒன்றாகவே இருந்தது. ஆயினும் ஐயத்துக்கு இடமின்றி என் கையினால் முழம் போட்டு இருவர் உயரத்தையும் அளந்து பார்த்தேன்..."

"அட பிள்ளாய்! பரிகாசமா செய்கிறாய்?" என்று ஆழ்வார்க்கடியான் கர்ஜனை செய்தான்.

கூட்டத்தினர், "சொல்லு, தம்பி! சொல்லு!" என்று ஆர்ப்பரித்தார்கள்.

"அளந்து பார்த்ததில் இருவரும் சமமான உயரமே இருந்தார்கள். அதோடு விடாமல் சிவனையும் திருமாலையும் நேரிலேயே கேட்டு விட்டேன். அவர்கள் என்ன சொன்னார்கள், தெரியுமா? 'அரியும் சிவனும் ஒண்ணு, அறியாதவர் வாயிலே மண்ணு' என்று சொன்னார்கள். அவ்விதம் சொல்லி, தங்களைப் பற்றிச் சண்டை போடுகிறவர்களின் வாயிலே போடுவதற்கு இந்தப் பிடி மண்ணையும் கொடுத்தார்கள்!" என்று கூறிய வல்லவரையன், மூடியிருந்த தனது வலக்கையைத் திறந்து காட்டினான். அதற்குள்ளே ஒரு பிடி மண் இருந்தது. அதை வீசி உதறினான்.

கூட்டத்திலிருந்தவர்களில் பலர் பெரும் உற்சாகங்கொண்டு தலைக்குத் தலை தரையிலிருந்து ஒரு பிடி மண் எடுத்து, நம்பியின் தலையிலும், பட்டர் தலையிலும் வீசி எறிய ஆரம்பித்தார்கள். இந்தத் தூராக்ரகச் செயலைச் சிலர் தடுக்க முயன்றார்கள்.

"அடே! தூர்த்தர்களா? நாஸ்திகர்களா?" என்று சொல்லிக்கொண்டு ஆழ்வார்க்கடியான் தன் கைத்தடியைச் சுழற்றிக்கொண்டு கூட்டத்திற்குள் பிரவேசித்தான்.

ஒரு பெரிய கலவரமும் அடிதடி சண்டையும் அப்போது அங்கே நிகழும் போலிருந்தன.

நல்லவேளையாக, அந்தச் சமயத்தில் சற்றுத் தூரத்தில் ஒரு பெரிய சலசலப்பு ஏற்பட்டது.

"சூராதி சூரர், வீரப்பிரதாபர், மாறபாண்டியன் படையை வீறுகொண்டு தாக்கி வேரோடு அறுத்த வெற்றி வேல் உடையார், இருபத்து நாலு போர்களில் சண்டையிட்டு, அறுபத்து நான்கு விழுப்புண்களைப் பெற்ற திருமேனியர், சோழ நாட்டுத் தனாதிகாரி, தானிய பண்டார நாயகர், இறைவிதிக்கும் தேவர், பெரிய பழுவேட்டரையர் விஜயம் செய்கிறார்! பராக்.. பராக்! வழி விடுங்கள்!" என்று இடிமுழக்கக் குரலில் கட்டியம் கூறுதல் கேட்டது.

இவ்வாறு கட்டியம் கூறியவர்கள் முதலில் வந்தார்கள். பிறகு, முரசு அடிப்பவர்கள் வந்தார்கள். அவர்களுக்குப் பின்னால் பனைமரக்கொடி தாங்குவோர் வந்தார்கள். பின்னர், கையில் வேல் பிடித்த வீரர்கள் சிலர் கம்பீரமாக நடந்து வந்தார்கள்.

இவர்களுக்குப் பின்னால் வந்த அலங்கரித்த யானையின் மீது ஆஜானுபாகான கரிய திருமேனியர் ஒருவர் வீற்றிருந்தார். மத்தகஜத்தின் மேல் அந்த வீரர் வீற்றிருந்த காட்சி, ஒரு மாமலைச் சிகரத்தின் மீது கரிய கொண்டல் ஒன்று தங்கியது போல் இருந்தது.

கூட்டத்தில் இருந்தவர்கள் அத்தனைபேரும் சாலையின் இருபுறத்திலும் வந்து நின்றதுபோல் வல்லவரையனும் வந்து நின்று பார்த்தான். யானை மீது இருந்தவர்தான் பழுவேட்டரையர் என்பதை ஊகித்துக்கொண்டான்.

யானைக்குப் பின்னால் பட்டுத் திரையினால் மூடப்பட்ட சிவிகை ஒன்று வந்தது. அதற்குள் இருப்பது யாரோ என்று வல்லவரையன் சிந்திப்பதற்குள்ளே, செக்கச் சிவந்த நிறத்துடன் வளையல்களும் கங்கணங்களும் அணிந்த ஒரு கரம் சிவிகைக்குள்ளேயிருந்து வெளிப்பட்டுப் பல்லக்கின் பட்டுத் திரையைச் சிறிது விலக்கியது. மேகத்தினால் மூடப்பட்டிருந்த பூரணச் சந்திரன், மேகத் திரை விலகியதும் பளீரென்று ஒளி வீசுவது போல் சிவிகைக்குள்ளே காந்திமயமான ஒரு பெண்ணின் முகம் தெரிந்தது.

பெண் குலத்தின் அழகைக் கண்டு களிக்கும் கண்கள் வல்லவரையனுக்கு உண்டு என்றாலும், அந்தப் பெண்ணின் முகம் பிரகாசமான பூரண சந்திரனையொத்த பொன் முகமாயிருந்தாலும் எக்காரணத்தினாலோ வல்லவரையனுக்கு அம்முகத்தைப் பார்த்ததும் உள்ளத்தில் மகிழ்ச்சி தோன்றவில்லை. இனந்தெரியாத பயமும் அருவருப்பும் ஏற்பட்டன.

அதேநேரத்தில், அந்தப் பெண்ணின் கண்கள் வல்லவரையனுக்கு அருகில் உற்று நோக்கின. மறுகணம் ஒரு பீதிகரமான பெண் குரலில் 'கிறீச்' என்ற கூச்சல் கேட்டது. உடனே சிவிகையின் பட்டுத்திரை முன்போல் மூடிக் கொண்டது.

வல்லவரையன் தன் அக்கம் பக்கத்தில் நோக்கினான். தனக்கு அருகில் எதையோ யாரையோ பார்த்துவிட்டுத்தான் அந்த மாது 'கிறீச்'சிட்டு விட்டுச் சிவிகைத் திரையை மூடிக்கொண்டாள் என்று அவன் உள்ளுணர்ச்சி சொல்லிற்று. எனவே, சுற்றுமுற்றும் பார்த்தான். ஆழ்வார்க்கடியான் தனக்குச் சற்றுப் பின்னால் ஒரு புளிய மரத்தில் சாய்ந்துகொண்டு நிற்பதைக் கண்டான். அந்த வீர வைஷ்ணவ நம்பியினுடைய முகம் சொல்ல முடியாத விகாரத்தை அடைந்து கோர வடிவமாக மாறியிருப்பதையும் பார்த்தான். வல்லவரையனுடைய உள்ளத்தில் காரணம் விளங்காத திகைப்பும் அருவருப்பும் ஏற்பட்டன.

3. விண்ணகரக் கோயில்

சிலசமயம், சிறிய நிகழ்ச்சியிலிருந்து பெரிய சம்பவங்கள் விளைகின்றன. வந்தியத்தேவன் வாழ்க்கையில் அத்தகைய ஒரு சிறிய நிகழ்ச்சி இப்போது நேர்ந்தது.

சாலையோரத்திலே நின்று பழுவேட்டரையரின் பரிவாரங்கள் போவதை வந்தியத்தேவன் பார்த்துக் கொண்டிருந்தான் அல்லவா? அவன் நின்ற இடத்துக்கு சற்றுத் தூரத்திலேயே அவனுடைய குதிரை நின்று கொண்டிருந்தது.

பழுவேட்டரையரின் ஆட்களிலே கடைசியாகச் சென்ற சிலரின் பார்வை அந்தக் குதிரை மீது சென்றது.

"அடே! இந்தக் குருதையைப் பாரடா!" என்றான் ஒருவன்.

"குருதை என்று சொல்லாதேடா... குதிரை என்று சொல்!" என்றான் இன்னொருவன்.

"உங்கள் இலக்கோண ஆராய்ச்சி இருக்கட்டும்; முதலில் அது குருதையா அல்லது கழுதையா என்று தெரிந்துகொள்ளுங்கள்!" என்றான் இன்னொருவன் வேடிக்கைப் பிரியன்.

"அதையும் பார்த்துவிடலாமா!" என்று சொல்லிக் கொண்டு, அந்த ஆட்களில் ஒருவன் குதிரையை அணுகி நின்றான். அதன் மேல் தாவி ஏற முயன்றான். ஏறப் பார்க்கிறவன் தன் எஜமானன் அல்ல என்பதை அந்த அறிவுக்கூர்மையுள்ள குதிரை தெரிந்துக்கொண்டது.

அந்த வேற்று மனிதனை ஏற்றிக்கொள்ள மாட்டேன் என்று முரண்டு பிடித்தது!

"இது பொல்லாத குதிரையடா! இதன்பேரில் நான் ஏறக் கூடாதாம்! பரம்பரையான அரசகுலத்தவன்தான் இதன் மேல் ஏறலாமாம். அப்படியென்றால் தஞ்சாவூர் முத்தரையன் திரும்பி வந்துதான் இதன் மேல் ஏறவேண்டும்!" என்று அவன் சமத்காரமாய்ப் பேசியதைக் கேட்டு மற்ற வீரர்கள் நகைத்தார்கள்.

ஏனென்றால், தஞ்சாவூர் முத்தரையர் குலம் நசித்துப்போய் நூறு ஆண்டுகள் ஆகிவிட்டன. இப்போது சோழர்களின் புலிக்கொடி தஞ்சாவூரில் பறந்துகொண்டிருந்தது.

"குதிரையின் எண்ணம் அவ்விதம் இருக்கலாம். ஆனால், என்னைக் கேட்டால், செத்துப்போன தஞ்சாவூர் முத்தரையனைக் காட்டிலும் உயிரோடு இருக்கிற தாண்டவராயனே மேல் என்பேன்!" என்றான் மற்றொரு வீரன்.

"தாண்டவராயா! உன்னை ஏற்றிக்கொள்ள மறுக்கும் குதிரை நிஜக் குதிரைதானா என்று பார்த்துவிடு! ஒருவேளை, பெருமாளின் திருநாளுக்கு வந்த பொய்க்கால் குதிரையா யிருந்தாலும் இருக்கலாம்!" என்றான் மற்றொரு பரிகாசப் பிரியன்.

"அதையும் சோதித்துப் பார்த்துவிடுகிறேன்!" என்று சொல்லிக் கொண்டு குதிரை மீது ஏறப்போன தாண்டவராயன் அதனுடைய வாலை முறுக்கினான். ரோஷமுள்ள அக்குதிரை உடனே பின்னங்கால்களை நாலு தடவை விசிறி உதைத்துவிட்டு ஓட்டம் பிடித்தது.

"குருதை ஓடுகிறதடா! நிஜக் குருதைதானடா!" என்று அவ்வீரர்கள் கூச்சலிட்டு, "உய்! உய்!" என்று கோஷித்து, ஓடுகிற குதிரையை மேலும் விரட்டினார்கள்!.

குதிரை, திருநாள் கூட்டத்துக்கிடையே புகுந்து ஓடிற்று. ஜனங்கள் அதன் காலடியில் மிதிபடாமலிருப்பதற்காக பரபரப்புடன் அங்கும் இங்கும் நகர்ந்துகொண்டார்கள். அப்படியும் அவர்களில் சிலர் உதைபட்டு விழுந்தார்கள். குதிரை நெறிகெட்டு வெறிகொண்டு ஓடியது.

இவ்வளவும், வந்தியத்தேவன் கண்ணெதிரே அதி சீக்கிரத்தில் நடந்துவிட்டது. அவனுடைய முகத் தோற்றத்திலிருந்து குதிரை அவனுடைய குதிரை என்பதை ஆழ்வார்க்கடியான் கண்டு கொண்டான்.

"பார்த்தாயா, தம்பி! அந்தப் பழுவூர்த் தடியர்கள் செய்த வேலையை! என்னிடம் நீ காட்ட வந்த வீரத்தை அவர்களிடம் காட்டுவதுதானே!" என்று குத்திக் காட்டினான்.

வந்தியத்தேவனுக்கு ஆத்திரம் பொத்துக்கொண்டு வந்தது. எனினும் பல்லைக் கடித்துக்கொண்டு பொறுமையைக் கடைப்பிடித்தான். பழுவூர் வீரர்கள் பெருங்கூட்டமாயிருந்தனர். அவ்வளவு பேருடன் ஒரே சமயத்தில் சண்டைக்கு போவதில் பொருள் இல்லை. அவர்கள் இவனுடன் சண்டை போடுவதற்காகக் காத்திருக்கவும் இல்லை. குதிரை ஓடியதைப் பார்த்து சிரித்துவிட்டு, அவர்களும் விரைந்து மேலே நடந்தார்கள்.

குதிரை போன திசையை நோக்கி வந்தியத்தேவன் சென்றான். அது கொஞ்ச தூரம் ஓடிவிட்டுத் தானாகவே நின்றுவிடும் என்று அவனுக்குத் தெரியும். ஆகையால், அதைப்பற்றி அவன் கவலைப்படவில்லை. 'பழுவேட்டரையரின் அகம்பாவம் பிடித்த ஆட்களுக்கு என்றைக்காவது ஒருநாள் நன்றாகப் புத்தி கற்பிக்கவேண்டும்' என்ற எண்ணம் அவன் உள்ளத்தில் அழுத்தமாகப் பதிந்தது.

புளியந்தோப்புக்கு அப்பால், ஜன சஞ்சாரமில்லாத இடத்தில் குதிரை சோகமே வடிவாக நின்றுகொண்டிருந்தது. வந்தியத்தேவன் அதன் அருகில் சென்றதும், குதிரை கனைத்தது. "ஏன் என்னைவிட்டுப் பிரிந்து சென்று, இந்தச் சங்கடத்துக்கு உள்ளாக்கினாய்?" என்று அந்த வாயில்லாப் பிராணி குறைகூறுவது போல் அதன் கனைப்புத் தொனித்தது. வந்தியத்தேவன் அதன் முதுகைத் தட்டி சாந்தப்படுத்தினான். பிறகு அதைத் திருப்பி அழைத்துக்கொண்டு சாலைபக்கம் நோக்கி வந்தான். திருவிழாக் கூட்டத்தில் இருந்தவர்கள் பலரும் அவனைப் பார்த்து, "இந்த முரட்டுக் குதிரையை ஏன் கூட்டத்தில் கொண்டு வந்தாய், தம்பி! எத்தனை பேரை அது உதைத்துத் தள்ளிவிட்டது?" என்றார்கள்.

"இந்தப் பிள்ளை என்ன செய்வான்? குதிரைதான் என்ன செய்யும்? அந்தப் பழுவேட்டரையரின் முரட்டு ஆட்கள் அல்லவா இப்படிச் செய்துவிட்டார்கள்?" என்று இரண்டொருவர் சமாதானம் சொன்னார்கள்.

ஆழ்வார்க்கடியான் இன்னமும் சாலையில் காத்துக் கொண்டு நின்றான். "இதேதடா சனியன்? இவன் நம்மை விடமாட்டான் போலிருக்கிறதே!" என்று எண்ணி வந்தியத்தேவன் முகத்தைச் சுளுக்கினான்.

"தம்பி! நீ எந்தப் பக்கம் போகப் போகிறாய்?" என்று ஆழ்வார்க்கடியான் கேட்டான்.

"நானா? கொஞ்சம் மேற்குப் பக்கம் சென்று, பிறகு தெற்குப் பக்கம் திரும்பி, சிறிது கிழக்குப் பக்கம் வளைத்துக் கொண்டு போய், அப்புறம் தென் மேற்குப் பக்கம் போவேன்!" என்றான் வந்தியத்தேவன்.

"அதையெல்லாம் நான் கேட்கவில்லை, இன்று ராத்திரி எங்கே தங்குவாய் என்று கேட்டேன்."

"நீ எதற்காக அதைக் கேட்கிறாய்?"

"ஒருவேளை கடம்பூர்ச் சம்புவரையர் அரண்மனையில் நீ தங்குவதாயிருந்தால், எனக்கு அங்கே ஒரு வேலை இருக்கிறது.."

"உனக்கு மந்திரதந்திரம் தெரியுமா, என்ன? நான் கடம்பூர் அரண்மனைக்குப் போகிறேன் என்பதை எப்படி அறிந்தாய்?"

"இதில் என்ன அதிசயம்? இன்றைக்குப் பல ஊர்களிலிருந்தும் பல விருந்தாளிகள் அங்கே வருகிறார்கள். பழுவேட்டரையரும் அவர் பரிவாரமும் அங்கேதான் போகிறார்கள்."

"மெய்யாகவா?" என்று வந்தியத்தேவன் தன் வியப்பை வெளியிட்டான்.

"மெய்யாகத்தான்! அது உனக்குத் தெரியாதா, என்ன? யானை, குதிரை, பல்லக்கு, பரிவட்டம், எல்லாம் கடம்பூர் அரண்மனையைச் சேர்ந்தவைதான். பழுவேட்டரையரை எதிர்கொண்டு அழைத்துப் போகின்றன. பழுவேட்டரையர் எங்கே போனாலும் இந்த மரியாதையெல்லாம் அவருக்கு நடைபெற்றே ஆக வேண்டும்."

வந்தியத்தேவன் மௌன யோசனையில் ஆழ்ந்தான். பழுவேட்டரையர் தங்குமிடத்தில் தானும் தங்குவதென்பது எளிதில் கிடைக்கக்கூடிய வாய்ப்பு அல்ல. அந்த மாபெரும்

வீரருடன் பழக்கம் செய்துகொள்ள ஒரு சந்தர்ப்பம் கிடைத்தாலும் கிடைக்கலாம். ஆனால் அவருடைய முரட்டுப் பரிவாரங்களுடன் ஏற்பட்ட அனுபவம் இன்னும் அவனுக்குக் கசந்துகொண்டிருந்தது.

"தம்பி! எனக்கு ஓர் உதவி செய்வாயா?" என்று, ஆழ்வார்க்கடியான் இரக்கமான குரலில் கேட்டான்.

"உனக்கு நான் செய்யக்கூடிய உதவி என்ன இருக்கமுடியும்? இந்தப் பக்கத்துக்கே நான் புதியவன்."

"உன்னால் முடியக்கூடிய காரியத்தையே சொல்வேன். இன்றிரவு என்னை கடம்பூர் அரண்மனைக்கு அழைத்துக் கொண்டு போ!"

"எதற்காக? அங்கே யாராவது வீரசைவர் வருகிறாரா? சிவன் பெரிய தெய்வமா? திருமால் பெரிய தெய்வமா? என்று விவாதித்து முடிவு கட்டப் போகிறீர்களா?"

"இல்லை, இல்லை... சண்டை பிடிப்பதே என் வேலை என்று நினைக்க வேண்டாம். இன்றிரவு கடம்பூர் மாளிகையில் பெரிய விருந்து நடைபெறும். விருந்துக்குப் பிறகு களியாட்டம், சாமியாட்டம், குரவைக் கூத்து எல்லாம் நடைபெறும். குரவைக் கூத்துப் பார்க்கவேண்டும் என்று எனக்கு ஆசை!"

"அப்படியிருந்தாலும் நான் உன்னை எப்படி அழைத்துப் போக முடியும்?"

"என்னை உன் பணியாள் என்று சொன்னால் போகிறது."

வந்தியத்தேவனுக்கு முன்னால் ஏற்பட்ட சந்தேகம் வலுப்பட்டது.

"அந்த மாதிரி ஏமாற்று மோசடிக்கெல்லாம் நீ வேறு யாரையாவது பார்க்கவேண்டும். உன்னைப் போன்ற பணியாளன் எனக்குத் தேவையில்லை, சொன்னால் நம்பவும் மாட்டார்கள். மேலும், நீ சொன்னதையெல்லாம் யோசித்துப் பார்த்தால் என்னையே இன்று கோட்டைக்குள் விடுவார்களோ என்ற சந்தேகம் உண்டாகிறது."

"அப்படியானால், நீ கடம்பூருக்கு அழைப்புப் பெற்று போகவில்லையென்று சொல்லு!"

"ஒருவகையில் அழைப்பு இருக்கிறது, சம்புவரையர் மகன் கந்தமாறவேள் என்னுடைய உற்ற நண்பன். இந்தப் பக்கம் வந்தால் அவர்களுடைய அரண்மனைக்கு அவசியம் வரவேணுமென்று என்னைப் பலமுறை அழைத்திருக்கிறான்."

"இவ்வளவுதானா? அப்படியானால் உன் பாடே இன்றைக்குக் கொஞ்சம் திண்டாட்டமாத்தான் இருக்கும்!"

இருவரும் சிறிது நேரம் மௌனமாகப் போய்க் கொண்டிருந்தார்கள்.

"ஏன் என்னை இன்னும் தொடர்ந்து வருகிறாய்?" என்று வந்தியத்தேவன் கேட்டான்.

"அந்தக் கேள்வியையே நானும் திருப்பிக் கேட்கலாம்; நீ ஏன் என்னைத் தொடர்கிறாய்? உன் வழியே போவதுதானே?"

"வழி தெரியாத குற்றத்தினால்தான். நம்பி! நீ எங்கே போகிறாய்? ஒருவேளை கடம்பூருக்குத்தானா?"

"இல்லை; நீதான் என்னை அங்கு அழைத்துப் போக முடியாது என்று சொல்லிவிட்டாயே? நான் விண்ணகரக் கோயிலுக்குப் போகிறேன்."

"வீர நாராயணப் பெருமாள் சந்நிதிக்குத்தானே?"

"ஆம்."

"நானும் அந்த ஆலயத்துக்கு வந்து பெருமாளைச் சேவிப்பதற்கு விரும்புகிறேன்."

"ஒருவேளை விஷ்ணு ஆலயத்துக்கு நீ வரமாட்டாயோ என்று பார்த்தேன். பார்க்க வேண்டிய கோயில்; தரிசிக்க வேண்டிய சந்நிதி. இங்கே ஈசுவரமுனிகள் என்ற பட்டர், பெருமாளுக்குக் கைங்கரியம் செய்து வருகிறார் அவர் பெரிய மகான்."

"நானும் கேள்விப்பட்டிருக்கிறேன் ஒரே கூட்டமாக இருக்கிறதே! கோயிலில் ஏதாவது விசேஷ உற்சவம் உண்டோ?"

"ஆம், இன்று ஆண்டாள் திருநட்சத்திரம். ஆடிப் பதினெட்டாம் பெருக்கோடு ஆண்டாளின் திருநட்சத்திரமும் சேர்ந்து கொண்டது; அதனால்தான் இவ்வளவு கோலாகலம். தம்பி! ஆண்டாள் பாசுரம் ஏதாவது நீ கேட்டிருக்கிறாயா?"

"கேட்டதில்லை..."

"கேட்காதே! அதைக் காதினாலேயே கேட்காதே!"

"ஏன் அவ்வளவு வைஷம்யம்?"

"வைஷம்யமும் இல்லை, விரோதமும் இல்லை, உன்னுடைய நன்மைக்குச் சொன்னேன். ஆண்டாளின் இனிய பாசுரத்தைக் கேட்டுவிட்டாயானால், அப்புறம், வாளையும் வேலையும் விட்டெறிந்துவிட்டு என்னைப் போல் நீயும் கண்ணன் மேல் காதல் கொண்டு விண்ணகர யாத்திரை கிளம்பி விடுவாய்!"

"உனக்கு ஆண்டாள் பாசுரங்கள் தெரியுமா? பாடுவாயா?"

"சில தெரியும், வேதம் தமிழ் செய்த நம்மாழ்வார் பாசுரங்களில் சில தெரியும். பெருமாள் சந்நிதியில் பாடப் போகிறேன், வேணுமானால் கேட்டுக் கொள்! இதோ கோவிலும் வந்துவிட்டது!" இதற்குள் உண்மையிலேயே வீரநாராயணப் பெருமாள் கோயிலை அவர்கள் நெருங்கி வந்துவிட்டார்கள்.

*

விஜயாலய சோழனின் பேரனான முதற் பராந்தக சோழன் 'மதுரையும், ஈழமும் கொண்ட கோப்பரகேசரி' என்ற பட்டம் பெற்றவன். சோழப் பேரரசுக்கு அஸ்திவாரம் அமைத்தவன் அவனே. தில்லைச் சிற்றம்பலத்துக்கு அவன் பொன் கூரை வேய்ந்து சரித்திரப் புகழ்பெற்றவன். சோழ சிகாமணி, சூரசிகாமணி முதலிய பல விருதுப் பெயர்களோடு வீரநாராயணன் என்னும் சிறப்புப் பெயரையும் அவன் கொண்டிருந்தான்.

பராந்தகனுடைய காலத்தில் வடக்கே இரட்டை மண்டலத்து ராஷ்டிரகூட மன்னர்கள் வலிமை பெற்று விளங்கினார்கள். மானிய கேடத்திலிருந்து அவர்கள் படையெடுத்து வரக் கூடுமென்று பராந்தகன் எதிர்பார்த்தான். எனவே, தனது முதற் புதல்வனாகிய இளவரசன் இராஜாதித்தனை ஒரு பெரிய சைன்யத்துடன் திருமுனைப்பாடி நாட்டில் இருக்கச் செய்தான். அந்த சைன்யத்தை சேர்ந்த லட்சக்கணக்கான வீரர்கள் வேலையின்றி சும்மா இருக்க நேர்ந்த காலத்தில் இராஜாதித்தன் ஒரு யோசனை செய்தான். குடிமக்களுக்கு உபயோகமான ஒரு பெரும் பணியை அவர்களைக் கொண்டு செய்விக்க எண்ணினான். வட காவேரி என்று பக்தர்களாலும், கொள்ளிடம் என்று மற்றவர்களாலும் அழைக்கப்பட்ட பெருநதியின் வழியாக அளவில்லாத வெள்ள நீர் ஓடி வீணே கடலில் கலந்துகொண்டிருந்தது. அதில் ஒரு பகுதியைப் பயன்படுத்த எண்ணி தன் வசமிருந்த வீரர்களைக் கொண்டு, கடல் போன்ற விசாலமான ஏரி ஒன்றை அமைத்தான். அதை தன் அருமை தந்தையின் பெயரால் 'வீரநாராயண ஏரி' என்று அழைத்தான். அதன் கரையில் வீரநாராயண புரத்தை ஏற்படுத்தி அதில் ஒரு விண்ணகரையும் எடுத்தான். விஷ்ணுக்கிருஹம் என்பது அந்நாளில் விண்ணகரம் என்று தமிழாக்கப்பட்டு வழங்கிற்று. ஸ்ரீமந் நாராயணமூர்த்தி நீரில் பள்ளிகொண்டு நீர்மயமாக இருப்பவர் அல்லவா? எனவே, ஏரிகளை காத்தருளுவதற்காக ஏரிக்கரையையொட்டி ஸ்ரீ நாராயண மூர்த்திக்குக் கோயில் எடுப்பது அக்காலத்து வழக்கம். அதன்படி வீரநாராயணபுர விண்ணகரத்தில் வீரநாராயணப் பெருமாளைக் கோயில் கொண்டு எழுந்தருளச் செய்தான்.

அத்தகைய பெருமாளின் கோயிலுக்குத்தான் இப்போது வந்தியத்தேவனும் ஆழ்வார்க்கடியானும் சென்றார்கள். சந்நிதிக்கு வந்து நின்றதும் ஆழ்வார்க்கடியான் பாட

ஆரம்பித்தான். ஆண்டாளின் பாசுரங்கள் சிலவற்றைப் பாடிய பிறகு நம்மாழ்வாரின் தமிழ் வேதத்திலிருந்து சில பாசுரங்களைப் பாடினான்:

"பொலிக பொலிக பொலிக
   போயிற்று வல்லுயிர்ச்சாபம்
நலியும் நரகமும் நைந்த
   நமனுக் கிங்கு யாதொன்றுமில்லை
கலியும் கெடும் கண்டு கொள்மின்
   கடல் வண்ணன் பூதங்கள் மண்மேல்
மலியப் புகுந்து இசைபாடி
   ஆடி உழி தரக் கண்டோம்
கண்டோம் கண்டோம் கண்டோம்
   கண்ணுக் கினியன கண்டோம்!

தொண்டீர் எல்லீரும் வாரீர்!
   தொழுது தொழுது நின்றார்த்தும்!
வண்டார் தண்ணந் துழாயான்
   மாதவன் பூதங்கள் மண்மேல்
பண்டான் பாடி நின்றாடிப்
   பரந்து திரிகின்றனவே!

இவ்விதம் பாடி வந்தபோது ஆழ்வார்க்கடியானுடைய கண்களிலிருந்து கண்ணீர் பெருகித் தாரை தாரையாய் அவன் கன்னத்தின் வழியாக வழிந்தோடியது. வந்தியத்தேவன் அப்பாடல்களைக் கவனமாகவே கேட்டுவந்தான். அவனுக்குக் கண்ணீர் வராவிட்டாலும் உள்ளம் கசிந்துருகியது. ஆழ்வார்க்கடியானைப் பற்றி அவன் முன்னர் கொண்டிருந்த கருத்தும் மாறியது. 'இவன் பரம பக்தன்!' என்று எண்ணிக் கொண்டான்.

வந்தியத்தேவனைப் போலவே கவனமாக அப்பாசுரங்களை இன்னும் சிலரும் கேட்டார்கள். கோவில் முதலிமார்கள் கேட்டார்கள்; அர்ச்சகர் ஈசுவரபட்டரும் கண்ணில் நீர் மல்கி நின்று கேட்டார். அவருக்கு அருகில் நின்றுகொண்டு அவருடைய இளம் புதல்வன் பால்மணம் மாறாப் பாலகன் ஒருவன் கேட்டிருந்தான்.

ஆழ்வார்க்கடியான் பத்துப் பாசுரங்களைப் பாடிவிட்டு

"கலி வயல் தென்னை குருகூர்க்
   காரி மாறன் சடகோபன்
ஒலி புகழ் ஆயிரத்து இப்பத்தும்
   உள்ளத்தை மாசறுக்குமே

என்று பாசுரத்தை முடித்தான்.

கேட்டிருந்த பட்டரின் குமாரனாகிய பாலகன் தன் தந்தையிடம் ஏதோ கூறினான். அவர் மல்கிய கண்ணீரைத் துடைத்துக் கொண்டு, "ஐயா! குருகூர்ச் சடகோபர் என்னும் நம்மாழ்வார் மொத்தம் ஆயிரம் பாடல்கள் பாடியிருப்பதாக தெரிகிறதே? அவ்வளவும் உமக்குத் தெரியுமா?" என்று கேட்டார்.

"அடியேன் அவ்வளவு பாக்கியம் செய்யவில்லை, சில பத்துகள் தான் எனக்குத் தெரியும்!" என்றான் ஆழ்வார்க்கடியான்.

"தெரிந்தவரையில் இந்தப் பிள்ளைக்குச் சொல்லிக் கொடுக்க வேணும்" என்றார் ஈசுவரமுனிகள்.

பின்னால், இந்த ஊர் பல பெருமைகளை அடையப் போகிறது. பால் வடியும் முகத்தில் தேஜஸ் பொழிய நின்று நம்மாழ்வார் பாசுரங்களைக் கேட்ட பாலகன் வளர்ந்து, நாதமுனிகள் என்ற திருநாமத்துடன் வைஷ்ணவ ஆச்சாரிய பரம்பரையில் முதலாவது ஆச்சாரியார் ஆகப் போகிறார். குருகூர் என்னும் ஆழ்வார் திருநகருக்குச் சென்று 'வேதம் தமிழ் செய்த நம்மாழ்வாரின்' ஆயிரம் பாசுரங்களையும் தேடிச் சேகரித்து வரப்போகிறார். அப்பாசுரங்களை அவருடைய சீடர்கள் இசையுடன் பாடி நாடெங்கும் பரப்ப போகிறார்கள்.

நாதமுனிகளின் பேரராக அவதரிக்கப் போகும் ஆளவந்தார் பல அற்புதங்களை செய்தருளப் போகிறார்.

இந்த இருவரும் அவதரித்த க்ஷேத்திரத்தைத் தரிசிக்க, உடையவராகிய ஸ்ரீராமானுஜரே ஒருநாள் வரப்போகிறார். வரும்போது வீரநாராயண ஏரியையும் அதன் எழுபத்து நான்கு கணவாய்களையும் பார்த்து அதிசயிக்கப் போகிறார். ஏரித் தண்ணீர் எழுபத்து நாலு கணவாய்களின் வழியாகப் பாய்ந்து மக்களை வாழ வைப்பது போலவே, நாராயணனுடைய கருணை வெள்ளத்தை ஜீவகோடிகளுக்குப் பாய செய்வதற்காக எழுபத்து நாலு ஆச்சார்ய பீடங்களை ஏற்படுத்த வேண்டும் என்று அம்மகானின் உள்ளத்தில் உதயமாகப் போகிறது. அதன்படியே எழுபத்து நான்கு 'சிம்மாசனாதிபதிகள்' என்ற பட்டத்துடன் வைஷ்ணவ ஆச்சாரிய புருஷர்கள் ஏற்படப் போகிறார்கள்.

இந்த மகத்தான நிகழ்ச்சிகளையெல்லாம் வைஷ்ணவ குரு பரம்பரைச் சரித்திரம் விவரமாகச் சொல்லட்டும் என்று விட்டுவிட்டு, மறுபடியும் நாம் வந்தியத்தேவனைக் கவனிப்போம்.

பெருமாளைச் சேவித்துவிட்டு ஆலயத்துக்கு வெளியில் வந்ததும் வந்தியத்தேவன் ஆழ்வார்க்கடியானைப் பார்த்து, "நம்பிகளே! தாங்கள் இத்தகைய பரம பக்தர் என்றும், பண்டித சிகாமணி என்றும் எனக்குத் தெரியாமல் போயிற்று. ஏதாவது அபசாரமாக நான் பேசியிருந்தால் மன்னிக்க வேண்டும்" என்றான்.

"மன்னித்து விடுகிறேன் தம்பி! ஆனால் இப்போது எனக்கு ஒரு உதவி செய்வாயா, சொல்லு!"

"தாங்கள் கேட்கும் உதவி என்னால் முடியாது என்றுதான் சொன்னேனே? நீங்களும் ஒப்புக் கொண்டீர்களே?"

"இது வேறு விஷயம். ஒரு சிறிய சீட்டுக் கொடுக்கிறேன். கடம்பூர் அரண்மனையில் நீ தங்கினால் தக்கச் சமயம் பார்த்து ஒருவரிடம் அதைக் கொடுக்கவேண்டும்!"

"யாரிடம்?"

"பழுவேட்டரையரின் யானைக்குப் பின்னால் மூடு பல்லக்கில் சென்றாளே, அந்தப் பெண்மணியிடம்!"

"நம்பிகளே! என்னை யார் என்று நினைத்தீர்கள்? இம்மாதிரி வேலைக்கெல்லாம் நான்தானா அகப்பட்டேன்? தங்களைத் தவிர வேறு யாராவது இத்தகைய வார்த்தையை என்னிடம் சொல்லியிருந்தால்..."

"தம்பி! படபடப்பு வேண்டாம்! உன்னால் முடியாது என்றால் மகாராஜனாகப் போய் வா! ஆனால், எனக்கு மட்டும் இந்த உதவி நீ செய்திருந்தால், ஏதாவது ஒரு சமயத்தில் உனக்கும் என் உதவி பயன்பட்டிருக்கும். பாதகமில்லை, போய் வா!"

வந்தியத்தேவன் அங்கே ஒரு கணம்கூட நிற்கவில்லை. குதிரை மீது தாவி ஏறி விரைவாக விட்டுக்கொண்டு கடம்பூரை நோக்கிச் சென்றான்.

௸

4. கடம்பூர் மாளிகை

இத்தனை நேரம் இளைப்பாறியிருந்த வல்லவரையனுடைய குதிரை இப்போது நல்ல சுறுசுறுப்பைப் பெற்றிருந்தது; ஒரு நாழிகை நேரத்தில் கடம்பூர் சம்புவரையர் மாளிகை வாசலை அடைந்துவிட்டது. அந்தக் காலத்து சோழ நாட்டுப் பெருங்குடி தலைவர்களில் செங்கண்ணர் சம்புவரையர் ஒருவர். அவருடைய மாளிகையின் வாசல் ஒரு பெரிய நகரத்தின் கோட்டை வாசலைப் போல் இருந்தது. வாசலுக்கு இருபுறத்திலும் எழுந்த நெடுஞ்சுவர்கள் கோட்டை சுவர்களைப் போலவே வளைந்து சென்றன.

கோட்டை வாசலில் யானைகளும், குதிரைகளும், ரிஷபங்களும், அந்த மிருகங்களையெல்லாம் பிடித்துக் கட்டுவோரும், தீனி வைப்போரும், தண்ணீர் காட்டு வோரும், ஆங்காங்கு தீவர்த்தி தூக்கிப் பிடித்து வெளிச்சம் போடுவோரும், தீவர்த்திகளுக்கு எண்ணெய் விடுவோருமாக, ஒரே கோலாகலமாயிருந்தது. இதை யெல்லாம் பார்த்த வல்லவரையனின் உள்ளத்தில் சிறிது தயக்கமும் துணுக்கமும் ஏற்பட்டன. 'ஏதோ இங்கே பெரிய விசேஷம் ஒன்று நடைபெறுகிறது. இந்தச் சமயத்தில் நாம் வந்து சேர்ந்தோமே' என்று எண்ணினான். நடக்கும் விசேஷம் என்னவென்பதைப் பார்த்துத் தெரிந்துகொள்ளும் ஆவலும் ஒருபக்கம் பொங்கிக்கொண்டிருந்தது. கோட்டை வாசற் கதவுகள் திறந்துதானிருந்தன. ஆனால், திறந்திருந்த வாசலில் வேல்பிடித்த வீரர்கள் சிலர் நின்று கொண்டிருந்தார்கள். அவர்களைப் பார்த்தால் யமகிங்கரர்களைப் போலிருந்தனர்!

தயங்கி நின்றால் தன்னை அவர்கள் நிறுத்திவிடுவார்கள் என்றும், தைரியமாகக் குதிரையை விட்டுக்கொண்டு உள்ளே போவதுதான் உசிதம் என்றும் அந்த வீர வாலிபன் எண்ணினான். அந்த எண்ணத்தை உடனே காரியத்தில் நிறைவேற்றினான். ஆனால் என்ன ஏமாற்றம்? குதிரை கோட்டை வாசலை அணுகியதும் வேல் பிடித்த வீரர்கள் இருவர் தங்கள் வேல்களைக் குறுக்கே நிறுத்தி வழிமறித்தார்கள். இன்னும் நாலுபேர் வந்து குதிரையின் தலைக்கயிற்றைப் பிடித்துக்கொண்டார்கள். அவர்களில் ஒருவன் வந்தியத்தேவனை உற்றுப் பார்த்தான். இன்னொருவன் தீவர்த்தி கொண்டுவந்து உயரத் தூக்கி முகத்துக்கு நேரே பிடித்தான்.

வல்லவரையன் முகத்தில் கோபம் கொதிக்க, "இதுதான் உங்கள் ஊர் வழக்கமா? வந்த விருந்தாளிகளை வாசலிலேயே தடுத்து நிறுத்துவது....?" என்றான்.

"நீ யார் தம்பி, இவ்வளவு துடுக்காகப் பேசுகிறாய்? எந்த ஊர்?" என்றான் வாசற்காவலன்.

"என் ஊரும் பேருமா கேட்கிறாய்? வாணகப்பாடி நாட்டுத் திருவல்லம் என் ஊர். என்னுடைய குலத்து முன்னோர்களின் பெயர்களை ஒரு காலத்தில் உங்கள் நாட்டு வீரர்கள் தங்கள் மார்பில் எழுதிக்கொண்டு பெருமையடைந்தார்கள்! என் பெயர் வல்லவரையன் வந்தியத்தேவன்... தெரிந்ததா?" என்றான்.

"இவ்வளவையும் சொல்வதற்கு ஒரு கட்டியக்காரனையும் கூட அழைத்து வருவதுதானே?" என்றான் காவலர்களில் ஒருவன். இதைக் கேட்ட மற்றவர்கள் சிரித்தார்கள்.

"நீ யாராயிருந்தாலும் இனி உள்ளே போக முடியாது! இன்றைக்கு வரவேண்டிய விருந்தாளிகள் எல்லாம் வந்தாகி விட்டது. இனிமேல் யாரையும் விடவேண்டாம் என்று எஜமானின் கட்டளை!" என்றான் காவலர் தலைவன்.

ஏதோ வாக்குவாதம் நடக்கிறதைப் பார்த்துக் கோட்டைக்குள்ளே சற்று தூரத்தில் நின்ற சில வீரர்கள் அருகில் வந்தார்கள். அவர்களில் ஒருவன், "அடே! நாம் அங்கே திருவிழாக் கூட்டத்தில் விரட்டியடித்தோமே, அந்தக் குருதை போல இருக்கிறதடா!" என்றான்.

இன்னொருவன், "கழுதை என்று சொல்லடா!" என்றான்.

"கழுதைமேல் உட்கார்ந்திருக்கிறவன் என்ன விறைப்பாக உட்கார்ந்திருக்கிறான் பாரடா!" என்றான் மற்றொருவன்.

வல்லவரையன் காதில் இந்தச் சொற்கள் விழுந்தன.

அவன் மனதிற்குள், "என்னத்துக்கு வீண் வம்பு? திரும்பிப் போய்விடலாமா? அல்லது, இளவரசர் ஆதித்த கரிகாலரின் முத்திரை பதித்த இலச்சினையை இவர்களிடம் காட்டிவிட்டு உள்ளே போகலாமா?" என்ற யோசனை தோன்றி இருந்தது. வடதிசைப் படையின் மாதண்ட நாயகராகிய இளவரசரின் இலச்சினையைப் பார்த்துவிட்டு தன்னைத் தடுக்கக்கூடியவர்கள் வடபெண்ணையிலிருந்து குமரிமுனை வரையில் யாரும் கிடையாது அல்லவா? இப்படி அவன் மனத்திற்குள் விவாதித்துக்கொண்டிருந்தபோதுதான் பழுவேட்டரையர் ஆட்களின் கேலிப் பேச்சு அவன் காதில் விழுந்தது. உடனே என்ன செய்ய வேண்டும் என்பதை முடிவு செய்து கொண்டான்.

"குதிரையை விடுங்கள்; திரும்பிப் போகிறேன்!" என்றான். தடுத்த வீரர்கள் குதிரையின் முகக்கயிற்றை விட்டார்கள்.

குதிரையின் அடிவயிற்றில் வந்தியத்தேவன் தன் இரு கால்களினாலும் ஒரு அழுத்து அழுத்தினான். அதே நேரத்தில் உடைவாளை உறையிலிருந்து உருவி எடுத்தான். மின்னல் ஒளியுடன் கண்ணைப் பறித்த அந்த வாள் சுழன்ற வேகத்தினால் அவனுடைய கையில் திருமாலின் சக்கராயுதத்தை வைத்துக் கொண்டு சுழற்றுவது போல் தோன்றியது. குதிரை முன்னோக்கிக் கோட்டைக்குள்ளே பாய்ந்து சென்றது. வழியிலிருந்த வீரர்கள் திடீர் திடீரென்று கீழே விழுந்தார்கள். வேல்கள் சடசடவென்று அடித்துக்கொண்டு விழுந்தன. வம்பு பேசிய பழுவூர் வீரர்களின் பேரில் குதிரை பாய்ந்தது. இந்த மின்னல் தாக்குதலை சிறிதும் எதிர்பாராத வீரர்கள் நாற்புறமும் சிதறி ஓடினார்கள்.

இதற்குள் வேறு பல காரியங்கள் நிகழ்ந்துவிட்டன. கோட்டைக் கதவுகள் தடால், தடால் என்று சாத்தப்பட்டன. "பிடி! பிடி!" என்ற கூக்குரல்கள் எழுந்தன. வேல்களும் வாள்களும் உராய்ந்து 'கிளாங்' 'கிளாங்' என்று ஒலித்தன. திடீரென்று அபாயம் அறிவிக்கும் முரசு 'டடம்!' 'டடம்!' என்று முழங்கிற்று.

வந்தியத்தேவன் குதிரையைச் சுற்றிலும் வீரர்கள் வந்து சூழ்ந்துகொண்டார்கள். இருபது, முப்பது, ஐம்பது பேருக்கு மேலேயே இருக்கும். குதிரையின் மேலிருந்த வந்தியத்தேவன் பாய்ந்து தரையில் குதித்தான். கையிலிருந்த வாளைச் சுழற்றிக் கொண்டே, "கந்தமாறா! கந்தமாறா! உன் ஆட்கள் என்னைக் கொல்லுகிறார்கள்!" என்று கத்தினான்.

இதைக் கேட்டதும் அவனைச் சூழ்ந்திருந்த வீரர்கள் திடுக்கிட்டு சிறிது தயங்கி விலகி நின்றார்கள்.

அச்சமயம் மாளிகையின் மேல்மாட முகப்பிலிருந்து, "அங்கே என்ன கூச்சல்? நிறுத்துங்கள்!" என்ற ஒரு இடி முழக்கக் குரல் கேட்டது. அந்தக் குரல் கேட்ட இடத்தில் ஏழெட்டுப் பேர் நின்று கீழே நடப்பதைப் பார்த்துக்கொண்டிருந்தனர்.

"எஜமான்! யாரோ ஒரு ஆள் காவலை மீறிப் புகுந்து விட்டான். சின்ன எஜமானரின் பெயரைச் சொல்லிக் கூவுகிறான்!" என்று கீழேயிருந்த ஒருவன் சொன்னான்.

"கந்தமாறா! நீ போய் கலவரம் என்னவென்று பார்!" இவ்விதம் மேல் மாடத்திலிருந்து அதே இடிமுழக்கக் குரல் சொல்லிற்று. அந்தக் குரலுக்கு உடையவர்தான் செங்கண்ணர் சம்புவரையர் போலும் என்று வந்தியத்தேவன் எண்ணினான்.

அவனும் அவனைச் சுற்றி நின்ற வீரர்களும் சிறிது நேரம் அப்படியே நின்றுகொண்டிருந்தார்கள்.

"இங்கே என்ன ஆர்ப்பாட்டம்?" என்ற ஒரு இளங்குரல் கேட்டது. அந்தக் குரல் கேட்ட இடத்தில் நின்றவர்கள் விலகிக்கொண்டு வழி ஏற்படுத்தினார்கள். வாலிபன் ஒருவன் அந்த வழியாக விரைந்து வந்தான். கையில் பிடித்த கத்தியை இலேசாகச் சுழற்றிக்கொண்டு சூரசம்ஹாரம் செய்த சுப்பிரமணியரைப் போல நின்ற வந்தியத்தேவனை ஒருகணம் வியப்புடன் நோக்கினான்.

"வல்லவா, என் அருமை நண்பா! உண்மையாகவே நீதானா?" என்று உணர்ச்சி ததும்பக் கூவிக்கொண்டு ஓடிச் சென்று வல்லவரையனை அந்த இளைஞன் கட்டித் தழுவிக் கொண்டான்.

"கந்தமாறா! நீ படித்துப் படித்துப் பல தடவை சொன்னாயே என்று உன் வீட்டுக்கு வந்தேன். வந்த இடத்தில் எனக்கு இத்தகைய வீர வரவேற்புக் கிடைத்தது" என்று வந்தியத்தேவன் தன்னைச் சுற்றி நின்றவர்களைச் சுட்டிக்காட்டினான்.

அவர்களைப் பார்த்து, "சீ! முட்டாள்களே! போங்கடா! உங்கள் அறிவு உலக்கைக் கொழுந்துதான்!" என்றான் கந்தமாறன்.

*

கந்தமாறன், வந்தியத்தேவனின் கையைப் பிடித்துப் பரபரவென்று இழுத்துக்கொண்டு போனான். அவனுடைய கால்கள் தரையில் நில்லாமல் குதித்துக்கொண்டேயிருந்தன. அவனுடைய உள்ளமும் துள்ளிக் குதித்தது. யௌவனப் பிராயத்தில் உண்மையாக உள்ளம் ஒன்றுபட்டு ஒரு நண்பன் கிடைத்தால் அதைக்காட்டிலும் ஒருவனைப் பரவசப்படுத்தக் கூடியது வேறு என்ன உண்டு? ஆம், காதல் என்பது ஒன்று இருக்கத்தான் செய்கிறது. ஆனால், காதலில் இன்பமும் குதூகலமும் எத்தனை உண்டோ அதை விட அதிகமான துன்பமும் வேதனையும் உண்டு. யௌவனத்து சிநேக குதூகலத்திலோ துன்பத்தின் நிழல்கூட விழுவதில்லை. ஒரே ஆனந்தமயமான இதயப் பரவசந்தான்.

போகிற போக்கில், வல்லவரையன், "கந்தமாறா! இன்றைக்கு என்ன இங்கே ஏகதடபுடலாயிருக்கிறது? இவ்வளவு கட்டுக்காவல் எல்லாம் எதற்காக?" என்றான்.

"இன்றைக்கு இங்கே என்ன விசேஷம் என்பதைப் பற்றி அப்புறம் விவரமாகச் சொல்கிறேன். நீயும் நானும் பெண்ணையாற்றங்கரைப் பாசறையில் தங்கியிருந்த போது, 'பழுவேட்டரையரைப் பார்க்க வேண்டும்; மழவரையரைப் பார்க்க வேண்டும்; அவரைப் பார்க்க வேண்டும்; இவரைப் பார்க்க வேண்டும்' என்று சொல்வாயே? அந்த அவர், இவர், சுவர் எல்லோரையும் இன்றைக்கு இங்கேயே நீ பார்த்துவிடலாம்!" என்றான் கந்தமாறன்.

பிறகு, விருந்தாளிகள் அமர்ந்திருந்த மாளிகை மேல் மாடத்துக்கு வல்லவரையனைக் கந்தமாறன் அழைத்து சென்றான். முதலில் தன் தந்தையாகிய சம்புவரையரிடம் கொண்டு போய் நிறுத்தி, "அப்பா! என் தோழன் வாணர்குலத்து வந்தியத்தேவனைப் பற்றி அடிக்கடி தங்களிடம் சொல்லிக்கொண்டிருப்பேனே? அவன் இவன்தான்!" என்றான். வந்தியத்தேவன் பெரியவரைக் கும்பிட்டு வணங்கினான். வரையர் அவ்வளவாக மகிழ்ச்சியடைந்ததாகத் தோன்றவில்லை.

"அப்படியா? கீழே அரண்மனை வாசலில் அவ்வளவு கலவரம் செய்தவன் இவன்தானா?" என்று கேட்டார்.

"கலவரத்துக்குக் காரணம் என் தோழன் அல்ல; வாசல் காப்பதற்கு நாம் அமர்த்தியிருக்கும் மூடர்கள்!" என்றான் கந்தமாறவேள்.

"இருந்தாலும் இன்றைய தினம் பார்த்து, அதுவும் இருட்டி அரை ஜாமத்திற்குப் பிறகு, இவன் இவ்வளவு ஆர்ப்பாட்டத்துடன் வந்திருக்க வேண்டியதில்லை!" என்றார் சம்புவரையர்.

கந்தமாறவேளின் முகம் சுருங்கிற்று; மேலும் தந்தையுடன் வாதமிட அவன் விரும்பவில்லை. வந்தியத்தேவனை அப்பால் அழைத்துச் சென்றான். வந்திருந்த விருந்தாளிகளுக்கு மத்தியில் நடுநாயகமாக ஓர் உயர்ந்த பீடத்தில் அமர்ந்திருந்த பழுவேட்டரையரிடம் அழைத்துப் போய், "மாமா! இவன் என் ஆருயிர் நண்பன் வந்தியத்தேவன், வாணப் பேரரசர் குலத்தவன். இவனும் நானும் வடபெண்ணைக்கரைப் பாசறையில் எல்லைக் காவல் புரிந்துகொண்டிருந்தோம். அப்பொழுதெல்லாம் 'வீராதி வீரர் பெரிய பழுவேட்டரையரைப் பார்க்க வேண்டும்' என்று ஓயாது சொல்லிக்கொண்டிருப்பான். 'பழுவேட்டரையர் திருமேனியில் அறுபத்துநாலு

போர்க் காயங்கள் இருப்பது உண்மைதானா?' என்று கேட்டுக்கொண்டிருப்பான். 'ஒருநாள் நீயே எண்ணிப் பார்த்துக் கொள்' என்று நான் சொல்லுவேன்" என்றான்.

பழுவேட்டரையர் சுருங்கிய முகத்துடன், "அப்படியா, தம்பி! நீயே எண்ணிப் பார்த்தால் ஒழிய நம்ப மாட்டாயோ? அவ்வளவு அவநம்பிக்கையா உனக்கு? வாணர் குலத்தைக் காட்டிலும் வேறு குலத்தில் வீரம் இருக்க முடியுமா? என்ற சந்தேகமோ?" என்றார்.

தோழர்கள் இருவருமே திடுக்கிட்டுப் போனார்கள். தோத்திரமாகச் சொன்னதை இப்படி இவர் குதர்க்கமாக எடுத்துக்கொள்வார் என்று எதிர்பார்க்கவில்லை.

வந்தியத்தேவனுடைய மனத்தில் எரிச்சல் குமுறியது. ஆயினும் வெளியில் காட்டிக்கொள்ளாமல், "ஐயா! பழுவேட்டரையர் குலத்தின் வீரப்புகழ் குமரிமுனையிலிருந்து இமயம் வரையில் பரவியிருக்கிறது. அதைப் பற்றிச் சந்தேகிப்பதற்கு நான் யார்?" என்று பணிவுடன் சொன்னான்.

"நல்ல மறுமொழி; கெட்டிக்காரப் பிள்ளை!" என்றார் பழுவேட்டரையர்.

இந்தமட்டில் பிழைத்தோம் என்று வாலிபர்கள் இருவரும் அங்கிருந்து வெளியேறினார்கள். அப்போது சம்புவரையர் தமது மகனை அழைத்துக் காதோடு, "உன் தோழனுக்கு சீக்கிரம் உணவு அளித்து எங்கேயாவது ஒரு தனி இடத்தில் படுக்க சொல்லு! நீண்ட பிரயாணம் செய்து களைத்துப் போயிருக்கிறான்" என்றார். மாறவேள் கோபத்துடன் தலையை அசைத்து விட்டுப் போனான்.

பிறகு, மாறவேள் வந்தியத்தேவனை அந்தப்புரத்துக்கு அழைத்துச் சென்றான். அங்கே பெண்கள் பலர் இருந்தார்கள். மாறவேளின் அன்னைக்கு வந்தியத்தேவன் நமஸ்காரம் செய்தான். அவளுக்குப் பின்னால் கூச்சத்துடன் மறைந்திருக்கும் பெண்தான் கந்தமாறனின் சகோதரியாயிருக்க வேண்டும் என்று ஊகித்துக் கொண்டான்.

'தங்கச்சி'யைப் பற்றி மாறவேள் பல தடவை சொன்னதில் ஏதேதோ கற்பனை செய்துகொண்டிருந்தான் வந்தியத்தேவன். இப்போது ஒருவாறு ஏமாற்றமே அடைந்தான்.

அந்தப் பெண்களின் கூட்டத்திலே பழுவேட்டரையருடன் பல்லக்கில் வந்த மாது யாராக இருக்கலாம் என்பதை அறிய வந்தியத்தேவனுடைய கண்கள் தேடி அலைந்தன.

ௐ

5. குரவைக் கூத்து

அந்தப்புரத்திலிருந்து நண்பர்கள் இருவரும் வெளியே வந்தார்கள். உள்ளேயிருந்து, ஒரு பெண் குரல், "கந்தமாறா! கந்தமாறா!" என்று அழைத்தது.

"அம்மா என்னைக் கூப்பிடுகிறாள், இங்கேயே சற்று இரு! இதோ வந்து விடுகிறேன்" என்று சொல்லிவிட்டுக் கந்தமாறன் உள்ளே போனான். பெண்களின் குரல்கள் பல சேர்ந்தாற்போல் அடுத்தடுத்து கேள்விகள் கேட்டதும், கந்தமாறன் தட்டித்தடுமாறி மறுமொழி கூறியதும் வந்தியத்தேவன் காதில் விழுந்தது. பின்னர் அந்தப் பெண்கள் கலகலவென்று சிரித்த ஒலியும் உள்ளேயிருந்து வந்தது.

தன்னைப் பற்றித்தான் அவ்விதம் அவர்கள் கேலிசெய்து சிரிக்கிறார்களோ என்ற எண்ணம் வந்தியத்தேவனுக்கு வெட்கத்தையும் கோபத்தையும் உண்டாக்கியது. கந்தமாறன் வெளியே வந்ததும் வந்தியத்தேவனின் கையைப் பிடித்துக்கொண்டு, "வா! எங்கள் மாளிகையைச் சுற்றிப் பார்த்துவிட்டு வரலாம்!" என்று சொல்லி இழுத்துக்கொண்டு போனான்.

கடம்பூர் மாளிகையின் நிலாமுற்றங்கள், ஆடல் பாடல் அரங்கங்கள், பண்டக சாலைகள், பளிங்கு மண்டபங்கள், மாட கோபுரங்கள், ஸ்தூபி கலசங்கள், குதிரை லாயங்கள் ஆகியவற்றை வந்தியத்தேவனுக்குக் கந்தமாறன் காட்டிக்கொண்டு சென்றான்.

இடையில் வந்தியத்தேவன், "கந்தமாறா! என்னை அந்தப்புர வாசலில் நிறுத்தி நீ மறுபடியும் உள்ளே போன போது, அந்தப்புரத்தில் ஒரே சிரிப்பும் குதூகலமுமாயிருந்ததே, என்ன விசேஷம்? உன்னுடைய சிநேகிதனைப் பார்த்ததில் அவர்களுக்கு அவ்வளவு சந்தோஷமா?" என்று கேட்டான்.

"உன்னைப் பார்த்ததில் அவர்களுக்கெல்லாம் சந்தோஷந்தான். உன்னை அம்மாவுக்கும் மற்றவர்களுக்கும் பிடித்திருக்கிறதாம். ஆனால், உன்னைக் குறித்து அவர்கள் சிரிக்கவில்லை..."

"பின்னே எதற்காக சிரித்தார்களாம்?"

"பழுவேட்டரையர் இருக்கிறார் அல்லவா? இத்தனை வயதுக்குப் பிறகு அவர் புதிதாக ஒரு இளம்பெண்ணைக் கல்யாணம் செய்துகொண்டிருக்கிறார். மூடு பல்லக்கில் வைத்து அவளை இங்கே அழைத்துக்கொண்டு வந்திருக்கிறார். ஆனால், அந்தப்புரத்துக்கு அவளை அனுப்பாமல், அவருடைய விடுதியிலேயே அடைத்துப் பூட்டி வைத்திருக்கிறாராம்! அந்தப் பெண்ணைப் பலகணி வழியாக எட்டிப் பார்த்துவிட்டு வந்த ஒரு தாதிப் பெண் அவள் அழகை வர்ணித்தாளாம். அதைக் குறித்துத்தான் சிரிப்பு! அவள் சிங்களப் பெண்ணோ, கலிங்கத்துப் பெண்ணோ, அல்லது சேர நாட்டுப் பெண்ணோ என்று சர்ச்சை செய்கிறார்கள்! பழுவேட்டரையரின் முன்னோர்கள் சேர நாட்டிலிருந்து தமிழகத்துக்கு வந்தவர்கள் என்று உனக்குத் தெரியும் அல்லவா?"

"கேள்விப்பட்டிருக்கிறேன் ஏன், நீதான் முன்னொரு தடவை சொல்லியிருக்கிறாய். இருக்கட்டும், கந்தமாறா! பழுவேட்டரையர் இந்த மர்ம சுந்தரியான மங்கையை மணந்து எத்தனை காலம் ஆகிறது?"

"இரண்டு ஆண்டுக்குள்ளேதான் இருக்கும்; மணம் செய்து கொண்டதிலிருந்து அவளைத் தனியாக சிறிதுநேரம்கூட அவர் விட்டுவைப்பதில்லையாம்! எங்கே போனாலும் கூட பல்லக்கில் ஆசை நாயகியையும் அழைத்துப் போகிறார். இதைக் குறித்து நாடெங்கும் கொஞ்சம் பரிகாசப் பேச்சு நடந்துவருகிறது. வந்தியத்தேவா! ஒரு பிராயத்தைத் தாண்டியவர்களுக்கு இந்த மாதிரி ஸ்திரீசபலம் ஏற்பட்டால் எல்லோருக்கும் சிறிது இளக்காரமாகத்தானே இருக்கும்?"

"காரணம் அது ஒன்றுமில்லை. உண்மைக் காரணத்தை நான் சொல்லட்டுமா, கந்தமாறா? பெண்கள் எப்போதும் சற்று பொறாமை பிடித்தவர்கள். உன் வீட்டுப் பெண்களைப் பற்றிக் குறைவாகச் சொல்லுகிறேன் என்று நினைக்காதே! பெண் உலகமே இப்படித்தான்! உன் குடும்பத்துப் பெண்கள் கருநிறத்து அழகிகள். பழுவேட்டரையரின் ஆசை நாயகியோ செக்கச் செவேலென்று பொன்னிறமாயிருக்கிறாள். ஆகையால் அவளை இவர்களுக்குப் பிடிக்கவில்லை! அது காரணமாக வேறு ஏதேதோ கதை கட்டி சொல்கிறார்கள்!..."

"அடே! இது என்ன விந்தை! உனக்கு எப்படி அவளுடைய நிறத்தைப் பற்றித் தெரியும்? அவளை நீ பார்த்திருக்கிறாயா, என்ன? எங்கே, எப்படிப் பார்த்தாய்? பழுவேட்டரையருக்கு மட்டும் இது தெரிந்தால், உன் உயிர் உன்னுடையது அல்ல!..."

"கந்தமாறா! இதற்கெல்லாம் நான் பயந்தவன் அல்ல. அது உனக்குத் தெரியும். மேலும் நான் அனுசிதமான காரியம் எதுவும் செய்யவும் இல்லை. வீரநாராயணபுரத்தில் பழுவேட்டரையரின் பரிவாரங்கள் சாலையோடு சென்றபோது கூட்டத்தோடு கூட்டமாய் நானும் சாலை ஓரமாக ஒதுங்கி நின்று பார்த்துக் கொண்டிருந்தேன். யானை, குதிரை, பல்லக்கு, பரிவட்டம் எல்லாம் நீங்கள் அனுப்பி வைத்த மரியாதைகளாமே? அது உண்மையா?"

"ஆம், நாங்கள்தான் அனுப்பி வைத்தோம்... அதனால் என்ன?"

"அதனால் என்ன..? ஒன்றுமில்லை. பழுவேட்டரையருக்கு நீங்கள் அளித்த வரவேற்பு மரியாதைகளையும் எனக்கு அளித்த வரவேற்பையும் ஒப்பிட்டுப் பார்த்தேன் வேறொன்றுமில்லை...!"

கந்தமாறன் இலேசாக சிரித்துவிட்டு, "இறை விதிக்கும் அதிகாரிக்கு செலுத்தவேண்டிய மரியாதையை அவருக்கு செலுத்தினோம். சுத்த வீரனுக்கு அளிக்க வேண்டிய வரவேற்பை உனக்கு அளித்தோம்! ஒரு காலத்தில், முருகன் அருளால், நீ இந்த வீட்டுக்கு மருமகப் பிள்ளையானால், தக்கவாறு மாப்பிள்ளை மரியாதை செய்து வரவேற்போம்!" என்றான். பிறகு, "வேறு என்னமோ சொல்ல வந்தாய்; அதற்குள் பேச்சு மாறிவிட்டது. ஆம், பழுவேட்டரையருடைய ஆசைநாயகி நல்ல சிவப்பு நிறம் என்று சொன்னாயே, அது எப்படி உனக்குத் தெரிந்தது?" என்றான்.

"கடம்பூர் மாளிகையின் கரிய பெரிய மத்தகஜத்தின் மீது பழுவேட்டரையர், எருமைக்கடா மீது யமதர்மன் வருவது போல் வந்து கொண்டிருந்தார்! என்னுடைய ஞாபகமெல்லாம் அவர் மேலேதானிருந்தது. ஒரு காலத்தில் அவரைப் போல் நானும் ஆகவேண்டும் என்று மனோராஜ்யம் செய்து கொண்டிருந்தபோது, அடுத்தாற்போல், ஒரு மூடு பல்லக்கு வந்தது. மூடு பல்லக்கில் யார் வரக்கூடும் என்று நான் யோசித்துக் கொண்டிருந்தபோதே பல்லக்கின் திரையை உள்ளிருந்து ஒரு கை சிறிது விலக்கியது. விலக்கிய திரை வழியாக ஒரு முகமும் தெரிந்தது. கையும், முகமும் நல்ல பொன்னிறமாயிருந்தன! அவ்வளவுதான், நான் பார்த்ததெல்லாம்! நீ இப்போது சொன்னதிலிருந்து அந்தப் பெண்தான் பழுவேட்டரையரின் ஆசைநாயகி என்று ஊகிக்கிறேன்.

"வந்தியத்தேவா! நீ அதிர்ஷ்டக்காரன். ஆண் பிள்ளை எவனும் அந்தப் பழுவூர் இளையராணியைக் கண்ணாலும் பார்த்ததில்லை என்று பேச்சு. ஒரு விநாடி நேரமாவது அவள் கரத்தையும் முகத்தையும் நீ பார்த்தாயல்லவா? பார்த்த வரையில் அவள் எந்த தேசத்திலே பிறந்த சுந்தரியாயிருக்கலாம் என்று உனக்கு ஏதாவது உத்தேசம் தோன்றுகிறதா?" என்று கந்தமாறன் கேட்டான்.

"அச்சமயம் நான் அதைப் பற்றி யோசிக்கவில்லை. இப்போது எண்ணிப் பார்க்கும்போது, அவள் ஒருவேளை காஷ்மீர் தேசத்துப் பெண்ணாயிருக்கலாம்; அல்லது கடல்களுக்கு அப்பாலுள்ள சாவகம், கடாரம், யவனம், மிசிரம் முதலிய நாடுகளிலிருந்து வந்த பெண்ணரசியாகவும் இருக்கலாம் என்று தோன்றுகிறது. ஒருவேளை அரபு தேசத்துப் பெண்ணாக இருந்தாலும் இருக்கலாம். அந்த நாட்டிலேதான் பெண்களை, பிறந்தது முதல் இறக்கும் வரையில் முகமூடி போட்டே வைத்திருப்பார்களாம்!"

அச்சமயம் எங்கேயோ சமீபத்திலிருந்து வாத்தியங்களின் முழக்கம் கேட்கத் தொடங்கியது. சல்லி, கரடி, பறை, புல்லாங்குழல், உடுக்கு ஆகியவை சேர்ந்து சப்தித்தன.

"இது என்ன முழக்கம்?" என்று வந்தியத்தேவன் கேட்டான்.

"குரவைக் கூத்து நடக்கப் போகிறது! அதற்கு ஆரம்ப முழக்கம் இது! நீ குரவைக் கூத்து பார்க்க விரும்புகிறாயா? அல்லது சீக்கிரம் உணவு அருந்திவிட்டு நிம்மதியாகப் படுத்துத் தூங்குகிறாயா?"

ஆழ்வார்க்கடியான், குரவைக்கூத்தைப் பற்றி குறிப்பிட்டது அச்சமயம் வந்தியத்தேவனுக்கு நினைவு வந்தது.

"குரவைக் கூத்து நான் பார்த்ததேயில்லை; கட்டாயம் பார்க்க வேண்டும்" என்றான். அந்த நண்பர்கள் இன்னும் சில அடி தூரம் சென்று ஒரு திருப்பத்தில் திரும்பியதும் குரவைக் கூத்து மேடை அவர்களுடைய கண்களுக்குப் புலனாயிற்று. மேடைக்கு முன்னால் சபை கூடவும் தொடங்கிவிட்டது.

சுற்றிலும் அரண்மனைச் சுவரும் கோட்டை கொத்தளங்களின் மதிலும் சூழ்ந்த இடத்தில், வெண் மணல் விரித்த விசாலமான முற்றத்தில் குரவைக் கூத்து மேடை அமைக்கப்பட்டிருந்தது. மேடையில் கோழியைப் போலும், மயிலைப் போலும், அன்னத்தைப் போலும், சித்திரங்கள் போட்டு அலங்கரித்திருந்தார்கள். செந்நெல்லை வறுத்த வெள்ளிய பொறிகள், மஞ்சள் கலந்த தினையரிசிகள், பலநிற மலர்கள், குன்றிமணிகள் முதலியவற்றினாலும் அந்த

மேடையை அழகுபடுத்தியிருந்தார்கள். குத்துவிளக்குகளுடன் தீவர்த்திகளும் சேர்ந்து எரிந்து இருளை விரட்ட முயன்றன. ஆனால், நறுமண அகில் புகையுடன் தீவர்த்திப் புகையும் சேர்ந்து, மூடுபனியைப் போல் பரவி, தீபங்களின் ஒளியை மங்கச் செய்தன. மேடைக்கு எதிரிலும் பக்கங்களிலும் வாத்தியக்காரர்கள் உட்கார்ந்து அவரவர்களுடைய வாத்தியங்களை ஆவேசமாக முழக்கினார்கள். மலர் மணம், அகில் மணம், வாத்திய முழக்கம் எல்லாமாகச் சேர்ந்து வந்தியத்தேவனுடைய தலைசுற்றும்படி செய்தன.

முக்கிய விருந்தாளிகள் அனைவரும் வந்து சேர்ந்ததும், குரவைக் கூத்து ஆடும் பெண்கள் ஒன்பது பேர் மேடைக்கு வந்தார்கள். ஆட்டத்திற்குத் தகுந்தவாறு உடம்பை இறுக்கி ஆடை அணிந்து, உடம்போடு ஒட்டிய ஆபரணங்களைப் பூண்டு, கால்களில் சிலம்பு அணிந்து, கண்ணி, கடம்பம், காந்தள், குறிஞ்சி, செவ்வலரி ஆகிய முருகனுக்கு உகந்த மலர்களை அவர்கள் சூடியிருந்தார்கள். மேற்கூறிய மலர்களினால் கதம்பமாகத் தொடுத்த ஒரு நீண்ட மலர் மாலையினால் ஒருவரையொருவர் பிணைத்துக் கொண்டவாறு, அவர்கள் மேடையில் வந்து நின்றார்கள். சிலர் கைகளில் சந்தன மரத்தினால் செய்து வர்ணம் கொடுத்த அழகிய பச்சைக் கிளிகளை லாவகமாக ஏந்திக்கொண்டிருந்தார்கள்.

சபையோருக்கு வணக்கம் செய்துவிட்டுப் பாடவும் ஆடவும் தொடங்கினார்கள். முருகனுடைய புகழைக் கூறும் பாடல்களைப் பாடினார்கள். முருகனுடைய வீரச் செயல்களைப் பாடினார்கள். சூரபத்மன், கஜமுகன் முதலிய அசுர கணங்களைக்கொன்று, கடல் நீரை வற்ற செய்த வெற்றிவேலின் திறத்தைப் பாடினார்கள். தேவலோகத்துக் கன்னியர் பலர் முருகனை மணந்து கொள்ளத் தவங்கிடந்து வருகையில், அந்தச் சிவகுமாரன் மண்ணுலகத்தில் தமிழகத்துக்கு வந்து, காட்டில் தினைப்புனம் காத்து நின்ற மலைக்குறவர் மகளை மணந்து கொண்டதைப் புகழ்ந்து பாடினார்கள். வேலவனுடைய கருணைத் திறத்தைக் கொண்டாடினார்கள். இத்தகைய பாடலும் ஆடலும் பறை ஒலியும் குழல் ஒலியுமாகச் சேர்ந்து பார்த்திருந்தவர்களையெல்லாம் வெறிகொள்ளச் செய்தன.

"பசியும் பிணியும் பகையும் அழிக!
மழையும் வளமும் தனமும் பெருக!"
என்ற வாழ்த்துகளுடன் குரவைக் கூத்து முடிந்தது. பெண்கள் மேடையிலிருந்து இறங்கிச் சென்றார்கள்.

பின்னர், 'தேவராளன்', 'தேவராட்டி' என்னும் ஆடவனும் பெண்ணும் வேலனாட்டம் ஆடுவதற்காக மேடை மீது வந்து நின்றனர். அவர்கள் இரத்த நிறமுள்ள ஆடைகளை உடுத்தியிருந்தனர். செக்கச் சிவந்த இரத்த நிறமுள்ள செவ்வலரிப் பூமாலைகளைச் சூட்டிக் கொண்டிருந்தனர். நெற்றியில் செந்நிறக் குங்குமத்தை அப்பிக் கொண்டிருந்தனர். அவர்களுடைய வாய்களும் வெற்றிலைப் பாக்கு மென்றதனால் சிவந்து இரத்த நிறமாகக் காணப்பட்டன. கண்கள் கோவைப் பழம் போலச் சிவந்திருந்தன.

முதலில் சாந்தமாகவே ஆட்டம் ஆரம்பித்தது. தனித்தனியாகவும் கைகளைக் கோத்துக்கொண்டும் ஆடினார்கள். நேரமாக ஆக, ஆட்டத்தில் வெறி மிகுந்தது. மேடையிலே ஒரு பக்கத்தில் சாத்தியிருந்த வேலை, தேவராட்டி கையில் எடுத்துக்கொண்டாள். தேவராளன் அதை அவள் கையிலிருந்து பிடுங்க முயன்றான்; தேவராட்டி தடை செய்தாள். இறுதியில் தேவராளன் மேடை அதிரும்படியாக ஒரு பெரிய குதிகுதித்து, ஒரு பெரிய தாண்டல் தாண்டி தேவராட்டி கையிலிருந்த வேலைப் பிடுங்கிக் கொண்டான். தேவராட்டி அந்த வேலைக் கண்டு அஞ்சிய பாவனையுடனே மேடையிலிருந்து இறங்கிவிட்டாள்.

பிறகு, தேவராளன் தனியே மேடை மீது நின்று கையில் வேல் பிடித்து வெறியாட்டம் ஆடினான். சூரன் முதலிய அசுர கணங்கள் தவிடு பொடியாகி விழுந்தனர். அறுக்கப்பட்ட சூரன் தலை திரும்பத் திரும்ப முளைத்தது. முளைக்க முளைக்க வேலனுடைய உக்கிரம் அதிகமாக வளர்ந்தது. அவனுடைய கண்ணிலிருந்து தீப்பொறி பறந்தது. கடைசியில் சூரபத்மன் இறந்து விழுந்தான். தேவராளனும் கைவேலைக் கீழே போட்டான்.

இப்போது மற்ற வாத்தியங்கள் எல்லாம் நின்று விட்டன. உடுக்கின் சத்தம் மட்டும் கேட்டது. மேடைக்கு அருகே நின்று பூசாரி ஆவேசமாக உடுக்கு அடித்தான். தேவராளன் உடம்பில் ஒவ்வொரு அணுவும் பதறி ஆடியது. "சந்நதம் வந்து விட்டது" என்று சபையில் ஒருவருக்கொருவர் மெதுவாகப் பேசிக் கொண்டார்கள்.

சிறிது நேரத்துக்கெல்லாம் பூசாரி ஆவேசம் வந்து ஆடிய தேவராளனைப் பார்த்து, "வேலா! முருகா! தேவசேனாபதி! கந்தா! சூரசம்ஹாரா! அடியார்களுக்கு அருள்வாக்குச் சொல்ல வேண்டும்!" என்று வேண்டிக்கொண்டான்.

"கேளடா! சொல்லுகிறேன்! என்ன வேண்டுமோ, கேள்!" என்று சந்நதம் வந்தவன் கூவினான்.

"மழை பொழியுமா? வெள்ளம் பெருகுமா? நாடு செழிக்குமா? நினைத்த காரியம் கைகூடுமா?" என்று பூசாரி கேட்டான்.

"மழை பொழியும்! வெள்ளம் பெருகும்! நாடு செழிக்கும்! நினைத்த காரியம் கைகூடும்! ஆனால், என் அன்னைக்கு நீங்கள் பூசை போடவில்லை! துர்கை பலி கேட்கிறாள். பத்திரகாளி பலி கேட்கிறாள்; மகிடாசுரனை வதைத்த சண்டிகேசுவரி பலி கேட்கிறாள்!..." என்று சந்நதக்காரன் ஆவேசத்துடன் ஆடிக் கொண்டே அலறினான்.

"என்ன பலி வேண்டும்?" என்று பூசாரி கேட்டான்.

"கேட்டால் கொடுப்பீர்களா?" என்றான் வெறியாடியவன்.

"கொடுப்போம்; கட்டாயம் கொடுப்போம்!" என்றான் பூசாரி.

"மன்னர் குலத்து இரத்தம் கேட்கிறாள்; ஆயிரங்கால அரசர் குலத்து இரத்தம் கேட்கிறாள்!" என்று வெறியாடியவன் கோர பயங்கர குரலில் கூவினான்.

மேடைக்கு முன்னால் வீற்றிருந்த பழுவேட்டரையர் சம்புவரையர், மழவரையர் முதலிய பிரமுகர்கள் ஒருவருடைய முகத்தை ஒருவர் நோக்கினார்கள். அவர்களுடைய செக்கச் சிவந்த வெறிகொண்ட கண்கள் சங்கேதமாகப் பேசிக் கொண்டன.

சம்புவரையர், பூசாரியைப் பார்த்து தலையை அசைத்து சமிக்ஞை செய்தார்.

பூசாரி உடுக்கு அடிப்பதை நிறுத்தினான். வெறியாட்டம் ஆடிய தேவராளன் அடியற்ற மரம் போல் மேடை மீது விழுந்தான். தேவராட்டி ஓடிவந்து அவனைத் தூக்கி எடுத்துக் கொண்டு போனாள்.

சபை மௌனமாகக் கலைந்தது; வெளியில் எங்கேயோ தூரத்தில் நரிகள் ஊளையிடும் சப்தம் கேட்டது.

இத்தனை நேரம் பார்த்து கேட்டவற்றினால் பரபரப்புக் குள்ளாகியிருந்த வந்தியத்தேவன், நரிகள் ஊளையிடும் சப்தம் வந்த திசையை நோக்கினான். அங்கே, அம்மாளிகையின் வெளிமதில் சுவரின் மீது ஒரு தலை தெரிந்தது. அது ஆழ்வார்க் கடியானுடைய தலைதான்! ஒருகணம் வந்தியத்தேவன் ஒரு பயங்கர உணர்ச்சிக்கு உள்ளானான். ஆழ்வார்க்கடியானுடைய தலையை வெட்டி அந்த மதில் மேல் வைத்திருந்தது போன்ற பிரமை உண்டாயிற்று. கண்ணிமைகளை மூடித் திறந்து பார்த்தபோது அந்தத் தலையை அங்கே காணவில்லை! அத்தகைய வீண் சித்தப்பிரமைக்கு தான் உள்ளானது குறித்து வெட்கமடைந்தான். இதுவரை அனுபவித்து அறியாத வேறு பலவகை உணர்ச்சிகளும் அவன் உள்ளத்தைக் கலங்கச் செய்தன.

ஃஃஃ

6. நடுநிசிக் கூட்டம்

குரவைக் கூத்துக்கும் வெறியாட்டுக்கும் பின்னர், வந்திருந்த விருந்தினருக்குப் பெருந்தர விருந்து நடைபெற்றது. வல்லவரையனுக்கு விருந்து ருசிக்கவில்லை. அவன் உடம்பு களைத்திருந்தது; உள்ளம் கலங்கியிருந்தது. ஆயினும் அவன் பக்கத்திலிருந்த அவனுடைய நண்பன் கந்தமாறன் அங்கிருந்த மற்ற விருந்தாளிகள் யார் யார் என்பதைப் பெருமிதத்துடன் எடுத்துக் கூறினான்.

பழுவேட்டரையரையும், சம்புவரையரையும் தவிர அங்கே மழபாடித் தென்னவன் மழவரையர் வந்திருந்தார்; குன்றத்தூர்ப் பெருநிலக்கிழார் வந்திருந்தார்; மும்முடிப் பல்லவரையர் வந்திருந்தார். தான்தொங்கிக் கலிங்கராயர், வணங்காமுடி முனையரையர், தேவசேனாதிபதி பூவரையர், அஞ்சாத சிங்கமுத்தரையர், இரட்டைக் குடை ராஜாளியார், கொல்லிமலைப் பெருநில வேளார் முதலியோரை இன்னின்னார் என்று கந்தமாறன் தன் நண்பனுடைய காதோடு சொல்லி பிறர் அறியாதபடி சுட்டிக்காட்டித் தெரியப்படுத்தினான்.

இந்தப் பிரமுகர்கள் சாமான்யப்பட்டவர்கள் அல்ல; எளிதாக ஒருங்கு சேர்த்துக் காணக்கூடியவர்களுமல்ல. அநேகமாக ஒவ்வொருவரும் குறுநில மன்னர்கள்; அல்லது குறுநில மன்னருக்குரிய மரியாதையைத் தங்கள் வீரச் செயல்களினால் அடைந்தவர்கள். ராஜா அல்லது அரசர் என்பது மருவி அக்காலத்தில் அரையர் என்று வழங்கி வந்தது.

சிற்றரசர்களுக்கும், சிற்றரசர்களுக்குச் சமமானச் சிறப்பு வாய்ந்தவர்களுக்கும் அரையர் என்ற பட்டப் பெயர் சேர்த்து வழங்கப்பட்டது. அவரவர்களுடைய ஊரை மட்டும் கூறி அரையர் என்று சேர்த்து சொல்லும் மரபும் இருந்தது.

அந்த நாளில், சிற்றரசர்கள் என்றால் பிறப்பினால் மட்டும் 'அரசர்' பட்டம் பெற்று அரண்மனைச் சுகபோகங்களில் திளைத்து வாழ்ந்திருப்பவர்கள் அல்ல. போர்க்களத்தில் முன்னணியில் நின்று போரிடச் சித்தமாயுள்ள வீராதி வீரர்கள் தாம் தங்கள் அரசுரிமையை நீடித்துக் காப்பாற்றிக்கொள்ள முடியும். எனவே, ஒவ்வொருவரும் பற்பல போர்க்களங்களில் போரிட்டுப் புகழுடன் காயங்களையும் அடைந்தவர்களாகவே இருப்பார்கள். இன்று அத்தனை பேரும் பழையாறைச் சுந்தரசோழ சக்கரவர்த்தியின் ஆட்சிக்கடங்கி தத்தம் எல்லைக்குள் அதிகாரம் செலுத்தி வந்தார்கள். சிலர் சோழப் பேரரசில் பெருந்தரத்து அரசாங்க அதிகாரிகளாகவும் பதவி வகித்து வந்தார்கள்.

இவ்வளவு முக்கியமான சோழ சாம்ராஜ்யப் பிரமுகர்கள் எல்லாரையும் ஓரிடத்தில் பார்த்தது பற்றி வல்லவரையன் நியாயமாக உவகை கொண்டிருக்க வேண்டும். ஆயினும் அவனுடைய உள்ளத்தில் உவகை ஏற்படவில்லை.

"இவ்வளவு பேரும் எதற்காக இங்கே கூடியிருக்கிறார்கள்?" என்ற எண்ணம் அவனுக்கு அடிக்கடி தோன்றியது. ஏதேதோ தெளிவில்லாத ஐயங்கள் அவன் உள்ளத்தில் தோன்றி அலைத்தன.

மனத்தில் இத்தகைய குழப்பத்துடனேயே வல்லவரையன் தனக்கென்று கந்தமாறன் சித்தப்படுத்திக் கொடுத்திருந்த தனி இடத்தில் படுக்க சென்றான். விருந்தினர் பலர் வந்திருந்தபடியால் வல்லவரையனுக்கு அந்த மாபெரும் மாளிகையின் மேல்மாடத்தில் ஒரு மூலையிலிருந்த திறந்த மண்டபமே படுப்பதற்குக் கிடைத்தது.

"நீ மிகவும் களைத்திருக்கிறாய்; ஆகையினால் நிம்மதியாகப் படுத்துத் தூங்கு. மற்ற விருந்தாளிகளைக் கவனித்துவிட்டு நான் உன் பக்கமே வந்து படுத்துக்கொள்கிறேன்" என்று கந்தமாறன் சொல்லி விட்டுப் போனான்.

*

படுத்தவுடனே வந்தியத்தேவனுடைய கண்களைச் சுழற்றிக்கொண்டு வந்தது. மிக விரைவில் நித்திரா தேவி அவனை ஆட்கொண்டாள். ஆனாலும் என்ன பயன்? மனம்

என்பது ஒன்று இருக்கிறதே, அதை நித்திரா தேவியினால் கூடக் கட்டுக்குள் வைக்க முடிவதில்லை. உடல் அசைவற்றுக் கிடந்தாலும், கண்கள் மூடியிருந்தாலும், மனத்தின் ஆழத்தில் பதிந்து கிடக்கும் எண்ணங்கள் கனவாகப் பரிணமிக்கின்றன. பொருளில்லாத, அறிவுக்குப் பொருத்தமில்லாத, பற்பல நிகழ்ச்சிகளும் அனுபவங்களும் அந்தக் கனவு லோகத்தில் ஏற்படுகின்றன.

எங்கேயோ வெகு தூரத்திலிருந்து ஒரு நரி ஊளையிடும் சப்தம் கேட்டது. ஒரு நரி, பத்து நரியாகி, நூறு நரியாகி, ஏகமாக ஊளையிட்டன! ஊளையிட்டுக் கொண்டே வந்தியத்தேவனை நெருங்கி, நெருங்கி நெருங்கி வந்தன. காரிருளில் அந்த நரிகளின் கண்கள் சிறிய சிறிய நெருப்புத் தணல்களைப் போல் ஜொலித்துக்கொண்டு அவனை அணுகி வந்தன.

மறுபக்கம் திரும்பி ஓடித் தப்பிக்கலாம் என்று வந்தியத்தேவன் பார்த்தான். அவன் பார்த்த மறுதிசையில் பத்து, நூறு, ஆயிரம் நாய்கள் ஒரே மந்தையாகக் குரைத்துக் கொண்டு பாய்ந்து ஓடி வந்தன. அந்த வேட்டை நாய்களின் கண்கள் அனல் பொறிகளைப் போல் ஜொலித்தன.

நரிகளுக்கும் வேட்டை நாய்களுக்கும் நடுவில் அகப்பட்டுக் கொண்டால் தன்னுடைய கதி என்னவாகும் என்று எண்ணி வந்தியத்தேவன் நடுநடுங்கினான். நல்ல வேளை, எதிரே ஒரு கோயில் தெரிந்தது. ஓட்டமாக ஓடித் திறந்திருந்த கோயிலுக்குள் புகுந்து வாசற்கதவையும் தாழிட்டான். திரும்பிப் பார்த்தால், அது காளி கோயில் என்பது தெரிந்தது. அகோரமாக வாயைத் திறந்துகொண்டிருந்த காளிமாதாவின் சிலைக்குப் பின்னாலிருந்து பூசாரி ஒருவன் வெளிக்கிளம்பி வந்தான். அவன் கையில் ஒரு பயங்கரமான வெட்டரிவாள் இருந்தது. “வந்தாயா... வா!” என்று சொல்லிக்கொண்டு பூசாரி அருகில் நெருங்கி, நெருங்கி நெருங்கி வந்தான்.

“நீ பிறந்த அரச குலத்தின் வரலாறு என்ன? எத்தனை ஆண்டுகளாக உன் குலத்தினர் அரசு புரிகின்றனர்? உண்மையைச் சொல்” என்று பூசாரி கேட்டான்.

“வாணர்குலத்து வல்லவரையர் முந்நூறு ஆண்டுகள் அரசு புரிந்தனர்; என் தந்தையின் காலத்தில் வைதும்பராயர்களால் அரசை இழந்தோம்” என்றான் வந்தியத்தேவன்.

“அப்படியானால், நீ தகுந்த பலி அல்ல! ஓடிப் போ!” என்றான் பூசாரி.

திடீரென்று காளிமாதாவின் இடத்தில் கண்ணபெருமான் காட்சி அளித்தான். கண்ணன் சந்நிதியில் இரண்டு பெண்கள் கையில் பூமாலையுடன் ஆண்டாள் பாசுரம் பாடிக்கொண்டு வந்து நடனம் ஆடினார்கள். இதை வல்லவரையன் பார்த்துப் பரவசமடைந்திருக்கையில், அவனுக்குப் பின்புறத்தில், “கண்டோம், கண்டோம், கண்டோம், கண்ணுக்கினியன கண்டோம்” என்ற பாடலைக் கேட்டுத் திரும்பிப் பார்த்தான். பாடியவன் ஆழ்வார்க்கடியான் நம்பிதான். இல்லை! ஆழ்வார்க்கடியானுடைய தலை பாடியது! அந்தத் தலை மட்டும் பலி பீடத்தில் வைக்கப்பட்டிருந்தது!

இந்தக் காட்சியைப் பார்க்க சகிக்காமல் வல்லவரையன் திரும்பினான்; தூணில் முட்டிக்கொண்டான். கனவு கலைந்தது; கண்கள் திறந்தன. ஆனால் கனவையும் நனவையும் ஒன்றாய்ப் பிணைத்த ஒரு காட்சியை அவன் காண நேர்ந்தது.

அவன் படுத்திருந்த இடத்துக்கு நேர் எதிர்ப்புறத்தில் கடம்பூர் மாளிகைச் சுற்று மதிலின் மேலே ஒரு தலை தெரிந்தது. அது, அந்த ஆழ்வார்க்கடியான் நம்பியின் தலைதான். இந்தத் தடவை அது கனவல்ல, வெறும் பிரமையும் அல்லவென்பது நிச்சயம். ஏனெனில், எத்தனை நேரம் பார்த்தாலும் அந்தத் தலை அங்கேயே இருந்தது. அது வெறும் தலை மட்டுமல்ல, தலைக்குப் பின்னாலே உடம்பு இருக்கிறது என்பதையும் எளிதில் ஊகிக்கக்கூடியதாயிருந்தது. ஏனெனில், ஆழ்வார்க்கடியானுடைய கைகள் அந்த மதில் ஓரத்தின் விளிம்பைப் பிடித்துக்கொண்டிருந்தன. அதோடு, அவன் வெகு கவனமாக மதிலுக்குக் கீழே உட்புறத்தை உற்று நோக்கிக்கொண்டிருந்தான்.

அவன் அவ்வளவு கவனமாக அங்கே என்னத்தைப் பார்க்கிறான்!... இதில் ஏதோ வஞ்சக சூழ்ச்சி இருக்கவே வேண்டும். ஆழ்வார்க்கடியான் நல்ல நோக்கத்துடன் அங்கு வந்திருக்க முடியாது. ஏதோ துஷ்ட நோக்கத்துடன் தீய செயல் புரிவதற்கே வந்திருக்கிறான். அவன் அவ்விதம் தீச்செயல் புரியாமல் தடுப்பது கந்தமாறனின் உயிர் நண்பனாகிய தன் கடமையல்லவா? தனக்கு அன்புடன் ஒருவேளை அன்னம் அளித்தவர்களின் வீட்டுக்கு நேரக்கூடிய தீங்கைத் தடுக்காமல் தான் சும்மா படுத்துக் கொண்டிருப்பதா?

வல்லவரையன் துள்ளி எழுந்தான். பக்கத்தில் கழற்றி வைத்திருந்த உறையுடன் சேர்ந்த கத்தியை எடுத்து இடுப்பில் செருகிக்கொண்டான். ஆழ்வார்க்கடியானுடைய தலை காணப்பட்ட திக்கை நோக்கி நடந்தான்.

மாளிகை மேல்மாடத்தில் ஒரு மூலையிலிருந்த மண்டபத்தில் அல்லவா வல்லவரையன் படுத்திருந்தான்? அங்கிருந்து புறப்பட்டு மதில் சுவரை நோக்கி நடந்தபோது, மேல்மாடத்தை அலங்கரித்த மண்டப சிகரங்கள், மேடைகள், விமான ஸ்தூபிகள், தூண்கள் ஆகியவற்றைக் கடந்தும், தாண்டியும், சுற்றி வளைத்தும் நடக்கவேண்டியதாயிருந்தது. சற்று தூரம் அவ்விதம் நடந்த பிறகு, திடீரென்று எங்கிருந்தோ பேச்சுக் குரல் வந்ததைக் கேட்டு, வல்லவரையன் தயங்கி நின்றான். அங்கிருந்த ஒரு தூணைப் பிடித்துக்கொண்டு, தூணின் மறைவில் நின்றபடி எட்டிப் பார்த்தான். கீழே குறுகலான முற்றம் ஒன்றில், மூன்று பக்கமும் நெடுஞ்சுவர்கள் சூழ்ந்திருந்த இடத்தில் பத்துப் பன்னிரண்டுபேர் உட்கார்ந்திருந்தார்கள். பாதி மதியின் வெளிச்சத்தை நெடுஞ்சுவர்கள் மறைத்தன. ஆனால் ஒரு சுவரில் பதித்திருந்த இரும்பு அகல் விளக்கில் எரிந்த தீபம் கொஞ்சம் வெளிச்சம் தந்தது.

அங்கிருந்தவர்கள் அத்தனை பேரும் அன்று இரவு விருந்தின் போது அவன் பார்த்த பிரமுகர்கள்தான்; சிற்றரசர்களும் சோழ சாம்ராஜ்ய அதிகாரிகளுந்தான். அவர்கள் ஏதோ மிக முக்கியமான விஷயத்தைப் பற்றிக் கலந்தாலோசிக்கவே நள்ளிரவு நேரத்தில் அங்கே கூடியிருக்க வேண்டும். அவர்கள் என்ன செய்கிறார்கள், என்ன பேசுகிறார்கள் என்பதைத்தான் ஆழ்வார்க்கடியான் மதில் சுவர் மீதிருந்து அவ்வளவுக் கூர்மையாக கவனித்துக்கொண்டு வருகிறான். ஆழ்வார்க்கடியான் மிகப் பொல்லாத கெட்டிக்காரன் என்பதில் ஐயமில்லை. அவன் இருக்குமிடத்திலிருந்து கீழே கூடிப் பேசுகிறவர்களை ஒருவாறு பார்க்க முடியும்; அவர்களுடைய பேச்சை நன்றாய்க் கேட்க முடியும். ஆனால் கீழேயுள்ளவர்கள் ஆழ்வார்க்கடியானைப் பார்க்க முடியாது. அந்த இடத்தில் மாளிகைச் சுவர்களும் மதில் சுவர்களும் அவ்வாறு அமைந்திருந்தன. அத்தகைய இடத்தை ஆழ்வார்க்கடியான் எப்படியோ கண்டுபிடித்துக்கொண்டு வந்திருக்கிறான்! கெட்டிக்காரன்தான்; சந்தேகமில்லை. ஆனால், அவனுடைய கெட்டிக்காரத்தனமெல்லாம் இந்த வாணர்குலத்து வந்தியத்தேவனிடம் பலிக்காது! அந்த வேஷதாரி வைஷ்ணவனைக் கைப்பிடியாகப் பிடித்துக்கொண்டு வந்து... ஆனால், அப்படி அவனைப் பிடிப்பதாயிருந்தால், கீழே கூடியுள்ளவர்களுடைய கவனத்தைக் கவராமல் அவன் உள்ள மதில் சுவரை அணுக முடியாது. அப்படி அவர்கள் பார்க்கும்படிதான் நடந்து போவதில் ஏதேனும் அபாயம் இருக்கலாம். "இன்றைக்கு நாள் பார்த்து இவன் இங்கே வந்திருக்க வேண்டியதில்லை!" என்று சம்புவரையர் கூறியது அவன் நினைவுக்கு வந்தது. இவர்கள் எல்லோரும் ஏதோ முக்கிய காரியமாகக் கலந்தாலோசிப்பதற்காக இங்கே வந்திருக்கிறார்கள். அவர்களுடைய யோசனையைப் பற்றி பிறர் அறிந்துகொள்வதில் அவர்களுக்கு விருப்பமில்லையென்பது தெளிவு. அப்படியிருக்கும்போது தன்னை திடீரென்று அவர்கள் பார்த்தால், தன் பேரில் சந்தேகப்பட்டுவிடலாம் அல்லவா? ஆழ்வார்க்கடியானைப் பற்றி அவர்களுக்கு தான் சொல்வதற்குள் அவன் மதில் சுவரிலிருந்து வெளிப்புறம் குதித்து ஓடிவிடுவான். ஆகையால், தன் பேரில் சந்தேகம் ஏற்படுவதுதான் மிச்சமாகும். "படுத்திருந்தவன் இங்கு எதற்காக வந்தாய்?" என்றால் என்ன விடை சொல்லுவது? கந்தமாறனின் நிலைமையை சங்கடத்துக்கு உள்ளாக்குவதாகவே முடியும். ஆகா! அதோ கந்தமாறன் இந்தக் கூட்டத்தின் ஒரு பக்கத்தில் உட்கார்ந்திருக்கிறான். அவனும் இந்தக் கூட்டத்தாரின் ஆலோசனையில்

கலந்துகொண்டிருக்கிறான் போலும்! காலையில் கந்தமாறனைக் கேட்டால், எல்லாம் தெரிந்துவிடுகிறது.

அச்சமயம் அக்கூட்டத்தாருக்குப் பக்கத்தில் வைக்கப்பட்டிருந்த மூடுபல்லக்கு வந்தியத்தேவனுடைய கவனத்தைக் கவர்ந்தது. ஆ! இந்தப் பல்லக்கு பழுவேட்டரையருடன் அவருடைய யானையைத் தொடர்ந்து வந்த பல்லக்கு அல்லவா? அதற்குள்ளேயிருந்த பெண், ஒரு கணம் திரையை நீக்கி வெளியே பார்த்த பெண், இப்போது இந்த மாளிகையில் எந்தப் பகுதியில் இருக்கிறாளோ? அந்தப்புரத்துக்குக்கூட அவளை இந்தக் கிழவர் அனுப்பவில்லையாமே? கொஞ்சம் வயதானவர்கள் இளம் பெண்களை மணந்துகொண்டாலே இந்தச் சங்கடந்தான். சந்தேகம் அவர்கள் பிராணனை வாங்குகிறது. ஒரு நிமிஷம் கூடத் தங்களுடைய இளம் மனைவியை விட்டுப் பிரிந்திருக்க அவர்களுக்கு மனம் வருவதில்லை. ஒருவேளை, இப்போது கூட இந்தப் பல்லக்கிலேயே பழுவேட்டரையருடைய இளம் மனைவி இருக்கிறாளோ, என்னமோ? ஆகா! இந்த வீராதி வீரரின் தலைவிதியைப் பார்! இந்த வயதில் ஓர் இளம்பெண்ணிடம் அகப்பட்டுக் கொண்டு அவளுக்கு அடிமையாகித் தவிக்கிறார்! அப்படியொன்றும் அவள் ரதியோ, மேனகையோ, ரம்பையோ இல்லை! வந்தியத்தேவன் ஒரு கணம் அவளைப் பார்த்தபோது ஏற்பட்ட அருவருப்பு உணர்ச்சியை அவன் மறக்கவில்லை. அத்தகையவளிடம் இந்த வீரப் பழுவேட்டரையருக்கு என்ன மோகமோ தெரியவில்லை. அதைவிட அதிசயமானது ஆழ்வார்க்கடியானது பைத்தியம். இந்தப் பல்லக்கு இங்கே வைக்கப்பட்டிருப்பதனாலேதான் அவனும் சுவர் மேல் காத்திருக்கிறான் போலும்! ஆனால் அவனுக்கும் அவளுக்கும் என்ன உறவோ என்னமோ, நமக்கு என்ன தெரியும்? அவள் ஒருவேளை அவனுடைய சகோதரியாயிருக்கலாம் அல்லது காதலியாகவும் இருக்கலாம். பழுவேட்டரையர் பலவந்தமாக அவளைக் கவர்ந்துகொண்டு வந்திருக்கலாம்! அவ்வாறு அவர் செய்யக்கூடியவர்தான். அதனால், அவளைப் பார்த்துப் பேச ஒரு சந்தர்ப்பத்தை ஆழ்வார்க்கடியான் எதிர்பார்த்து இப்படியெல்லாம் அலைகிறான் போலும்! இதைப் பற்றி நமக்கு என்ன வந்தது? பேசாமல் போய்ப் படுத்துத் தூங்கலாம்.

இப்படி அந்த இளைஞன் முடிவு செய்த சமயத்தில், கீழே நடந்த பேச்சில் தன்னுடைய பெயர் அடிபடுவதைக் கேட்டான். உடனே சற்றுக் கூர்ந்து கவனிக்கத் தொடங்கினான்.

"உம்முடைய குமாரனுடைய சிநேகிதன் என்று ஒரு பிள்ளை வந்திருந்தானே? அவன் எங்கே படுத்திருக்கிறான்? நம்முடைய பேச்சு எதுவும் அவனுடைய காதில் விழுந்து விடக் கூடாது. அவன் வடதிசை மாதண்ட நாயகரின் கீழ் பணி செய்யும் ஆள் என்பது நினைவிருக்க வேண்டும். நம்முடைய திட்டம் உறுதிபட்டு நிறைவேறும் காலம் வருவதற்குள் வேறு யாருக்கும் இதைப் பற்றி தெரியக்கூடாது. அந்தப் பிள்ளைக்கு ஏதாவது கொஞ்சம் தகவல் தெரிந்துவிட்டது என்ற சந்தேகமிருந்தால் கூட அவனை இந்தக் கோட்டையிலிருந்து வெளியே அனுப்பக் கூடாது. ஒரேயடியாக அவனை வேலை தீர்த்து விடுவது உசிதமாயிருக்கும்..!"

இதைக் கேட்ட வந்தியத்தேவனுக்கு எப்படி இருந்திருக்குமென்று நேயர்களே ஊகித்துக் கொள்ளலாம். ஆனாலும் அந்த இடத்தை விட்டு அவன் நகரவில்லை. அவர்களுடைய பேச்சை முழுதும் கேட்டேவிடுவது என்று உறுதிசெய்து கொண்டான்.

வடதிசை மாதண்ட நாயகர் யார்? சுந்தரசோழ சக்கரவர்த்தியின் மூத்த குமாரர். அடுத்தபடி சோழ சிம்மாசனம் ஏறவேண்டிய பட்டத்து இளவரசர். அவரிடம் தான் வேலை பார்ப்பதில் இவர்களுக்கு என்ன ஆட்சேபம்? அவருக்குத் தெரியக்கூடாத விஷயம் இவர்கள் என்ன பேசப் போகிறார்கள்?

அச்சமயம் கந்தமாறன் தன் சிநேகிதனுக்குப் பரிந்து பேசியது வல்லவரையனின் காதில் விழுந்தது.

"மேல்மாடத்து மூலை மண்டபத்தில் வந்தியத்தேவன் படுத்து நிம்மதியாகத் தூங்கிக்கொண்டிருக்கிறான். இந்தக் கூட்டத்தின் பேச்சு அவன் காதில் விழப் போவதில்லை.

தனக்குச் சம்பந்தமில்லாத காரியத்தில் அவன் தலையிடுகிறவனும் அல்ல. அப்படியே அவன் ஏதாவது தெரிந்து கொண்டாலும், அதனால் உங்கள் யோசனைக்குப் பாதகம் ஒன்றும் நேராது; அதற்கு நான் பொறுப்பு!" என்றான் கந்தமாறன்.

"உனக்கு அவனிடம் அவ்வளவு நம்பிக்கை இருப்பது குறித்து எனக்கும் மகிழ்ச்சிதான். ஆனால் எங்களில் யாருக்கும் அவனை முன்பின் தெரியாது; ஆகையினால்தான் எச்சரிக்கை செய்தேன். நாம் இப்போது பேசப் போகிறதோ, ஒரு பெரிய சாம்ராஜ்யத்தின் உரிமை பற்றிய விஷயம். அஜாக்கிரதை காரணமாக ஒரு வார்த்தை வெளியில் போனாலும் அதனால் பயங்கரமான விபரீதங்கள் ஏற்படலாம். இது உங்கள் எல்லாருக்குமே நினைவிருக்க வேண்டும்!" என்றார் பழுவேட்டரையர்.

ஃஃஃ

7. சிரிப்பும் கொதிப்பும்

அரசுரிமையைப் பற்றிப் பழுவேட்டரையரின் வார்த்தைகளைக் கேட்டதும் வந்தியத்தேவன் உடனே ஒரு முடிவுக்கு வந்தான். அரசுரிமையைப் பற்றி இவர்கள் என்ன பேசப் போகிறார்கள்? இவர்கள் யார் பேசுவதற்கு? இந்தக் கூட்டத்தில் நடக்கப் போவதை அறிந்து கொண்டே தீரவேண்டும்! இங்கேயே உட்கார வேண்டியதுதான். இதைக் காட்டிலும் வசதியான இடம் வேறு கிடையாது. ஆழ்வார்க்கடியான் எப்படியாவது போகட்டும் அவனைப் பற்றி நமக்கு என்ன கவலை?

இன்றைக்கு இங்கு ஏதோ மர்மமான நிகழ்ச்சி நடைபெறப் போகிறது என்ற எண்ணம் வந்தியத்தேவன் மனத்தில் முன்னமே உண்டாகியிருந்தது. ஆழ்வார்க்கடியானின் விபரீதமான பொருள் தரும் வார்த்தைகள், கோட்டை வாசற் காவலர்களின் துடுக்கான நடத்தை, சம்புவரையரின் அரைமனதான வரவேற்பு, வெறியாட்டம் ஆடிய சந்நதக்காரனின் ஆவேச மொழிகள் இவையெல்லாம் அவனுக்கு ஏதேதோ சந்தேகங்களை உண்டாக்கியிருந்தன. அந்தச் சந்தேகங்களையெல்லாம் நீக்கிக் கொள்ளவும், உண்மையை அறிந்துகொள்ளவும் இதோ ஒரு சந்தர்ப்பம் தெய்வாதீனமாகக் கிடைத்திருக்கிறது; அதை ஏன் நழுவவிட வேண்டும்?

ஆகா! தன்னுடைய உயிருக்குயிரான நண்பன் என்று கருதி வந்த கந்தமாறன்கூடத் தன்னிடம் உண்மையைச் சொல்லவில்லையே!

தன்னை தூங்க வைத்துவிட்டு, இந்த ரகசிய நள்ளிரவுக் கூட்டத்துக்கு வந்திருக்கிறான். அவனை நாளைக்கு ஒரு கை பார்க்க வேண்டியதுதான்.

இதற்குள் கீழே பழுவேட்டரையர் பேசத் தொடங்கிவிட்டார். வந்தியத்தேவன் காது கொடுத்து கவனமாகக் கேட்கலானான்.

"உங்களுக்கெல்லாம் மிக முக்கியமான ஒரு செய்தியை அறிவிக்கவே நான் வந்திருக்கிறேன். அதற்காகவே இந்தக் கூட்டத்தை சம்புவரையர் கூட்டியிருக்கிறார். சுந்தரசோழ மஹாராஜாவின் உடல்நிலை மிகக் கவலைக்கிடமாயிருக்கிறது. அரண்மனை வைத்தியர்களிடம் அந்தரங்கமாகக் கேட்டுப் பார்த்தேன். அவர்கள் 'இனிமேல் நம்பிக்கைக்கு இடமில்லை; அதிக காலம் உயிரோடு இருக்கமாட்டார்' என்று சொல்லி விட்டார்கள். ஆகவே, இனிமேல் நடக்க வேண்டிய காரியங்களைப் பற்றி நாம் இப்போது யோசித்தாக வேண்டும்!" என்று கூறிப் பழுவேட்டரையர் நிறுத்தினார்.

"ஜோசியர்கள் என்ன சொல்கிறார்கள்?" என்று கேட்டார் கூட்டத்தில் ஒருவர்.

"ஜோசியர்களைப் போய்க் கேட்பானேன்? சில நாளாகப் பின் மாலை நேரத்தில் வானத்தில் வால்நட்சத்திரம் தெரிகிறதே! அது போதாதா!" என்றார் ஒருவர்.

பின்னர் பழுவேட்டரையர் கூறினார்: "ஜோசியர்களையும் கேட்டாகிவிட்டது அவர்கள் சில காலம் தள்ளிப் போடுகிறார்கள்; அவ்வளவுதான். எப்படியிருந்தாலும், அடுத்தாற்போல் பட்டத்துக்கு உரியவர் யார் என்பதை நாம் யோசித்தாக வேண்டும்..."

"அதைப் பற்றி இனி யோசித்து என்ன ஆவது? ஆதித்த கரிகாலருக்குத்தான் இளவரசுப் பட்டம் இரண்டு வருஷத்துக்கு முன்பே கட்டியாகிவிட்டதே!" என்று இன்னொரு கம்மலான குரல் கூறியது.

"உண்மைதான், ஆனால் அப்படி இளவரசுப் பட்டம் கட்டுவதற்கு முன்னால் நம்மில் யாருடைய யோசனையாவது கேட்கப்பட்டதா என்று தெரிந்துகொள்ள விரும்புகிறேன். இங்கே கூடியுள்ள நாம் ஒவ்வொருவரும் நூறு ஆண்டுக்கு மேலாக, நாலு தலைமுறையாக, சோழ ராஜ்யத்தின் மேன்மைக்காகப் பாடுபட்ட பழங்குடியைச் சேர்ந்தவர்கள். என் பாட்டனாருக்குத் தந்தை திருப்புறம்பியம் போரில் இறந்தார். என் பாட்டனார் வேளூரில் நடந்த போரில் உயிர் விட்டார். என் தந்தை தக்கோலத்தில் உயிர்த் தியாகம் செய்தார். அம்மாதிரியே உங்கள் ஒவ்வொருவரின் மூதாதையரும் இந்தச் சோழ நாட்டின் மேன்மையை நிலைநாட்டுவதற்காக உயிரைக் கொடுத்திருக்கிறார்கள். நம் ஒவ்வொருவருடைய குடும்பத்திலும் இளம் பிள்ளைகள் யுத்தகளத்தில் செத்திருக்கிறார்கள். இன்றைக்கும் ஈழநாட்டில் நம்முடைய குலத்தையும் குடும்பத்தையும் சேர்ந்த பிள்ளைகள் போர் செய்து வருகிறார்கள். ஆனால் அடுத்தபடியாக பட்டத்துக்கு வரவேண்டியவர் யார் என்பது பற்றி தீர்மானிப்பதில் நம்முடைய அபிப்பிராயத்தை மகாராஜா கேட்கவில்லை. தசரதர்கூட இராமருக்குப் பட்டம் கட்டுவது பற்றி மந்திராலோசனை சபை கூட்டி யோசனை செய்தார். மந்திரிகளையும், சாமந்தகர்களையும், சேனைத் தலைவர்களையும், சிற்றரசர்களையும் ஆலோசனை கேட்டார். ஆனால் சுந்தர சோழ மகாராஜா யாருடைய யோசனையையும் கேட்பது அவசியம் என்று கருதவில்லை.."

"நம்மை யோசனை கேட்கவில்லையென்பது சரிதான். ஆனால் யாரையுமே யோசனை கேட்கவில்லையென்று இறைவிதிக்கும் தேவர் கூறுவது சரியன்று. பெரிய பிராட்டியாரான செம்பியன் மகாதேவியின் யோசனையும், இளைய பிராட்டியாரான குந்தவை தேவியின் யோசனையும் கேட்கப்பட்டன. இல்லையென்று பழுவேட்டரையர் கூற முடியுமா?" என்று கேலியான தொனியில் ஒருவர் கூறவும், கூட்டத்தில் ஒரு சிலர் சிரித்தார்கள்.

"ஆகா! நீங்கள் சிரிக்கிறீர்கள்! எப்படித்தான் உங்களுக்கு சிரிக்க தோன்றுகிறதோ, நான் அறியேன். நினைக்க நினைக்க எனக்கு வயிறு பற்றி எரிகிறது; இரத்தம் கொதிக்கிறது. எதற்காக இந்த உயிரை வைத்துக்கொண்டு வெட்கங்கெட்டு வாழ வேண்டும் என்று தோன்றுகிறது. இன்று சந்நதம் வந்து ஆடிய 'தேவராளன்' துர்கை பலி கேட்பதாக சொன்னான். 'ஆயிரம் வருஷத்துப் பரம்பரை ராஜ வம்சத்தில் பிறந்த நரபலி வேண்டும்' என்று சொன்னான். என்னைப் பலி கொடுத்து விடுங்கள். என்னுடைய குலம் ஆயிரம் ஆண்டுகளுக்கும் தொன்மையானது. நீங்கள் ஒவ்வொருவரும் உங்கள் கத்தியினால் என் கழுத்தில் ஒரு போடு போட்டுப் பலி கொடுத்து விடுங்கள். அன்னை துர்கை திருப்தி அடைவாள்; என் ஆத்மாவும் சாந்தி அடையும்..."

இவ்விதம், ஆவேசம் வந்து ஆடிய சந்நதக்காரனைப் போலவே வெறி கொண்ட குரலில் சொல்லிப் பழுவேட்டரையர் நிறுத்தினார்.

சற்று நேரம் மௌனம் குடிகொண்டிருந்தது. தென்மேற்குத் திசைக் காற்று 'விர்' என்று அடிக்கும் சப்தமும், அந்தக் காற்றில் கோட்டைச் சுவருக்கு வெளியேயுள்ள மரங்கள் ஆடி அலையும் 'மர்மர' சப்தமும் கேட்டன.

"ஏதோ தெரியாத்தனமாகப் பேசிவிட்ட பரிகாசப் பேச்சையும், அதனால் விளைந்த சிரிப்பையும் பழுவூர் மன்னர் பொறுத்தருள வேண்டும். தாங்கள் எங்களுடைய இணையில்லா தலைவர். தாங்கள் இட்ட கட்டளையை நிறைவேற்ற இங்குள்ளவர் அனைவரும் சித்தமாயிருக்கிறோம். தாங்கள் காட்டிய வழியில் நடக்கிறோம். தயவுசெய்து மன்னித்துக் கொள்ள வேண்டும்!" என்று சம்புவரையர் உணர்ச்சியுடனே கூறினார்.

"நானும் கொஞ்சம் பொறுமை இழந்துவிட்டேன். அதற்காக நீங்கள் என்னை மன்னிக்க வேண்டும். ஒரு விஷயத்தை எண்ணிப் பாருங்கள். சரியாக இன்றைக்கு நூறு ஆண்டுகளுக்கு முன்னால் விஜயாலய சோழர் முத்தரையர்களை முறியடித்து தஞ்சாவூரைக் கைப்பற்றினார். திருப்புறம்பியம் போரில் பல்லவ சைன்யத்துக்குத் துணையாக நின்று மதுரைப் பாண்டியரின் படையை நிர்மூலமாக்கினார். அதுமுதலாவது சோழராஜ்யம் நாளுக்கு நாள் பெருகி விஸ்தரித்து வந்திருக்கிறது. காவேரி நதிக்குக் கரையெடுத்த கரிகால் வளவர் காலத்திலே கூட சோழ ராஜ்யம் இவ்வளவு மகோன்னதத்தை அடைந்தது கிடையாது. இன்றைக்கு தெற்கே குமரிமுனையிலிருந்து வடக்கே துங்கபத்திரை, கிருஷ்ணை வரையில் சோழ சாம்ராஜ்யம் பரந்து விரிந்து கிடக்கிறது. பாண்டிய நாடு, நாஞ்சில் நாடு, யாருக்கும் இதுவரையில் வணங்காத சேர நாடு, தொண்டை மண்டலம், பாகி நாடு, கங்கபாடி, நுளம்பபாடி, வைதும்பர் நாடு, சீட்புலிநாடு, பெரும்பாணப்பாடி, பொன்னி நதி உற்பத்தியாகும் குடகு நாடு ஆகிய இத்தனை நாடுகளும் சோழ சாம்ராஜ்யத்துக்கு அடங்கிக் கப்பம் செலுத்தி வருகின்றன. இவ்வளவு நாடுகளிலும் நம் சோழ நாட்டுப் புலிக்கொடி பறக்கிறது. தெற்கே ஈழமும் வடக்கே இரட்டை மண்டலமும் வேங்கியும்கூட இதற்குள் நமக்குப் பணிந்திருக்க வேண்டும். அப்படிப் பணியாததற்குக் காரணங்களை நான் சொல்ல வேண்டியதில்லை; அவை எல்லாம் உங்களுக்குத் தெரிந்ததுதான்!..."

"ஆம்; எல்லோருக்கும் தெரியும்; ஈழமும் இரட்டைப்பாடியும் வேங்கியும் கலிங்கமும் பணியாததற்கு இரண்டு காரணங்கள் உண்டு. ஒரு காரணம் வடதிசை மாதண்ட நாயகராகிய இளவரசர் ஆதித்த கரிகாலர்; இன்னொரு காரணம் தென் திசைப் படைத் தலைவரான அவருடைய தம்பி அருள்மொழிவர்மர்.."

"மழவரையர் கூறும் காரணத்தை நான் ஒப்புக் கொள்கிறேன். சென்ற நூறாண்டு காலமாக இந்தச் சோழ நாட்டில் சேனாபதி நியமிக்கும் மரபு வேறாயிருந்தது. பல யுத்தங்களில் ஈடுபட்டு அனுபவம் பெற்ற வீராதி வீரர்களையே படை தலைவர்களையும் மாதண்ட நாயகர்களாகவும் நியமிப்பார்கள். ஆனால் இப்போது நடந்திருப்பது என்ன? மூத்த இளவரசர் வடதிசை சேனையின் சேனாபதி; அவர் என்ன செய்கிறார்? இரட்டை மண்டலத்தின் மீதும் வேங்கி நாடு மீதும் படையெடுத்துப் போகவில்லை. காஞ்சிபுரத்தில் உட்கார்ந்துகொண்டு, பொன் மாளிகை கட்டிக் கொண்டிருக்கிறார். வீரப் பெருங்குடியில் பிறந்த வீராதி வீரர்களாகிய உங்களைக் கேட்கிறேன். இதற்கு முன்னால் தமிழகத்தில் எந்த மன்னராவது தாம் வசிப்பதற்குப் பொன்னால் மாளிகை கட்டியதுண்டா? உலகமெங்கும் புகழ் பரப்பி இப்போது கைலாச வாசியாயிருக்கும் மதுரையும் ஈழமும் கொண்ட பராந்தக சக்கரவர்த்திகூட தாம் வசிப்பதற்குப் பொன் மாளிகை கட்டிக்கொள்ளவில்லை. தில்லைச் சிற்றம்பலத்துக்குத்தான் பொன் கூரை வேய்ந்தார். ஆனால் இளவரசர் ஆதித்த கரிகாலர் தாம் வசிப்பதற்குக் காஞ்சிபுரத்தில் பொன் மாளிகை கட்டுகிறார்! பல்லவ சக்கரவர்த்திகள் தலைமுறை தலைமுறையாக வாழ்ந்து ராஜ்ய பாரம் புரிந்த அரண்மனைகள் இவருடைய அந்தஸ்துக்குப் போதவில்லையாம். பொன்னிழைத்த அரண்மனை கட்டுகிறார். ரத்தினங்களையும் வைடூரியங்களையும் அப்பொன் மாளிகைச் சுவர்களில் பதிக்கிறார். கங்கபாடி, நுளம்பபாடி, குடகு முதலிய நாடுகளில் வெற்றியடைந்து, கைப்பற்றிக் கொண்டுவந்த பொருளில் ஒரு செப்புக் காசாவது தலைநகரிலுள்ள பொக்கிஷ சாலைக்கு அவர் இதுவரை அனுப்பவில்லை.."

"பொன் மாளிகை கட்டி முடிந்து விட்டதா?"

"ஆம், முடிந்துவிட்டது என்று என்னுடைய அந்தரங்க ஒற்றர்கள் மூலம் அறிந்தேன். அத்துடன் சுந்தர சோழ மகாராஜாவுக்கு அவருடைய அருமை மூத்த புதல்வரிடமிருந்து கடிதங்களும் வந்தன. புதிதாக நிர்மாணித்திருக்கும் பொன் மாளிகையில் வந்து சுந்தர சோழ மகாராஜா சில காலம் தங்கியிருக்க வேண்டும் என்று."

"மகாராஜா காஞ்சிக்குப் போகப் போகிறாரா?" என்று ஒருவர் கவலை ததும்பிய குரலில் கேட்டார்.

"அத்தகைய கவலை உங்களுக்கு வேண்டாம், அப்படி ஒன்றும் நேராமல் பார்த்துக்கொள்ள நான் இருக்கிறேன்; தஞ்சைக் கோட்டைக் காவலனாகிய என் சகோதரனும் இருக்கிறான். சின்னப் பழுவேட்டரையன் அனுமதி இல்லாமல் யாரும் தஞ்சைக் கோட்டைக்குள் புக முடியாது. என்னையறியாமல் யாரும் மகாராஜாவைப் பேட்டி காணவும் முடியாது; ஓலை கொடுக்கவும் முடியாது. இதுவரையில் இரண்டு மூன்று தடவை வந்த ஓலைகளை நிறுத்தி விட்டேன்."

"வாழ்க பழுவேட்டரையர்!", "வாழ்க பழுவூர் மன்னரின் சாணக்ய தந்திரம்!", "வாழ்க அவர் வீரம்!" என்னும் கோஷங்கள் எழுந்தன.

"இன்னும் கேளுங்கள், பட்டத்து இளவரசர் செய்யும் காரியங்களைக் காட்டிலும் ஈழத்தில் போர் நடத்த சென்றிருக்கும் இளவரசர் அருள்மொழிவர்மரின் காரியங்கள் மிக மிக விசித்திரமாயிருக்கின்றன. யுத்த தர்மத்தைப் பற்றி நாம் அறிந்திருப்பதென்ன? பரம்பரையாகப் பல நூறு ஆண்டுகளாக 'நம் முன்னோர்கள் கடைப்பிடித்து வந்திருப்பதென்ன? நம் நாட்டுப் படைகள் வேறு நாடுகளின் மீது படை எடுத்துச் சென்றால், நம் படைகளுக்கு வேண்டிய உணவுகளை அந்த வேற்று நாடுகளிலேயே சம்பாதித்துக் கொள்ள வேண்டும். அந்த நாடுகளில் கைப்பற்றும் பொருளைக் கொண்டே வீரர்களுக்கு ஊதியமும் கொடுக்க வேண்டும். மிகுந்த பொருளை தலைநகரிலுள்ள அரசாங்க பொக்கிஷத்துக்கு அனுப்பி வைக்கவேண்டும். ஆனால் இளவரசர் அருள்மொழிவர்மர் என்ன செய்கிறார் தெரியுமா? ஈழ நாட்டிலுள்ள நம் போர் வீரர்களுக்கெல்லாம் இங்கிருந்து கப்பல்களில் உணவு அனுப்பி வைக்க வேண்டுமாம்! ஒரு வருஷ காலமாக நானும் பத்து தடவை பல கப்பல்களில் உணவு அனுப்பி வந்திருக்கிறேன்.."

"விந்தை! விந்தை!", "இந்த அநியாயத்தைப் பொறுக்க முடியாது!", "இப்படிக் கேட்டதே இல்லை!" என்ற குரல்கள் எழுந்தன.

"இந்த அதிசயமான காரியத்துக்கு இளவரசர் அருள்மொழிவர்மர் கூறும் காரணத்தையும் கேட்டு வையுங்கள். படையெடுத்து சென்ற நாட்டில் நம் வீரர்களுக்கு வேண்டிய உணவுப் பொருளைச் சம்பாதிப்பது என்றால், அங்குள்ள குடிமக்களின் அதிருப்திக்கு உள்ளாக நேரிடுமாம். ஈழத்து அரச குலத்தாரோடு நமக்குச் சண்டையே தவிர ஈழத்து மக்களோடு எவ்விதச் சண்டையும் இல்லையாம். ஆகையால் அவர்களை எவ்விதத்திலும் கஷ்டப்படுத்தக் கூடாதாம்! அரச குலத்தாருடன் போராடி வென்ற பிறகு மக்களின் மனமார்ந்த விருப்பத்துடன் ஆட்சி நடத்த வேண்டுமாம். ஆகையால் பணமும் உணவும் இங்கிருந்து அனுப்ப வேண்டுமாம்!"

கூட்டத்தில் ஒருவர், "படையெடுத்து சென்ற நாடுகளில் உள்ள ஜனங்களிடம் ஒன்றுமே கேட்கக் கூடாது; அவர்களின் காலில் விழுந்து கும்பிட வேண்டும் என்ற யுத்த தர்மத்தை இதுவரை நாங்கள் கேட்டதே கிடையாது!" என்றார்.

"அதனால் விளையும் விபரீதத்தையும் கேளுங்கள். இரண்டு இளவரசர்களும் சேர்ந்து செய்யும் காரியங்களினால் தஞ்சை அரண்மனை தன பொக்கிஷமும் தானிய பண்டாரமும் அடிக்கடி மிகக் குறைந்து போகின்றன. உங்களுக்கெல்லாம் அதிக வரி போட்டு வசூலிக்கும் நிர்ப்பந்தம் எனக்கு ஏற்படுகிறது. இதற்காகத்தான் என்னை இறை அதிகாரியாக நியமித்திருக்கிறார்கள்! சோழ நாட்டின் மேன்மையே முக்கியம் என்று நான் கருதியிராவிட்டால், எப்பொழுதோ இப்பதவியை விட்டுத் தொலைத்திருப்பேன்."

"ஆ! கூடவே கூடாது! தாங்கள் இப்பதவியிலிருப்பதுதான் எங்களுக்கெல்லாம் பெரிய பாதுகாப்பு. இந்த முறைகேடான காரியங்களைப் பற்றி தாங்கள் மகாராஜாவிடம் சொல்லிப் பார்க்கவில்லையா?"

"சொல்லாமல் என்ன! பல தடவை சொல்லியாகிவிட்டது. ஒவ்வொரு தடவையும் பெரிய பிராட்டியிடம் கேளுங்கள்; இளையபிராட்டியிடம் கேளுங்கள்!' என்ற மறுமொழிதான்

கிடைக்கிறது. முன்னமே சொன்னேனே, மகாராஜாவுக்கு சுயமாகச் சிந்தனை செய்யும் சக்தியே இப்போது இல்லாமற் போய்விட்டது! முக்கியமான காரியங்களில் நம்முடைய யோசனைகளைக் கேட்பதும் இல்லை. அவருடைய பெரியன்னை செம்பியன் மாதேவியின் வாக்குதான் அவருக்கு வேதவாக்கு; அடுத்தபடியாக, அவருடைய செல்வக் குமாரி குந்தவைப் பிராட்டியிடம் யோசனை கேட்க சொல்கிறார். இராஜ்ய சேவையில் தலை நரைத்துப் போன நானும் மற்ற அமைச்சர்களும் அந்த சின்னஞ்சிறு பெண்ணிடம் கொள்ளிடத்துக்கு வடக்கேயும் குடமுருட்டிக்குத் தெற்கேயும் சென்றறியாத பெண்ணிடம் யோசனை கேட்பதற்குப் போய் நிற்க வேண்டும்; எப்படியிருக்கிறது கதை! இந்த சோழ ராஜ்யம் ஆரம்பமான காலத்திலிருந்து இப்படி இராஜ்ய காரியங்களில் பெண்கள் தலையிட்டதாக நாம் கேள்விப்பட்டதில்லை! இத்தகைய அவமானத்தை எத்தனை நாள் நாம் பொறுத்திருக்க முடியும்? அல்லது நீங்கள் எல்லாரும் ஒருமுகமாக சொன்னால், நான் இந்த ராஜாங்கப் பொறுப்பையும், வரி விதித்துப் பொக்கிஷத்தை நிரப்பும் தொல்லையையும் விட்டு விட்டு என் சொந்த ஊரோடு இருந்து விடுகிறேன்...”

“கூடாது! கூடாது! பழுவூர்த்தேவர் அப்படி எங்களைக் கைவிட்டுவிடக் கூடாது. அரும்பாடுபட்டு, ஆயிரமாயிரம் வீரர்கள் நாலு தலைமுறைகளாகத் தங்கள் இரத்தத்தைச் சிந்தி ஸ்தாபித்த சோழ சாம்ராஜ்யம், ஒரு நொடியில் சின்னாபின்னமாய்ப் போய்விடும்” என்றார் சம்புவரையர்.

“அப்படியானால் இந்த நிலைமையில் என்ன செய்வது என்று நீங்கள்தான் எனக்கு யோசனை சொல்ல வேண்டும். அல்லி ராஜ்யத்தைவிட கேவலமாகிவிட்ட இந்தப் பெண்ணரசுக்குப் பரிகாரம் என்னவென்று நீங்கள்தான் சொல்ல வேண்டும்” என்றார் பழுவூர் மன்னர்.

8. பல்லக்கில் யார்?

சற்று நேரம் அந்தக் கூட்டத்தில் ஒருவருக்கொருவர் ஏதோ பேசி விவாதித்துக்கொண்டிருந்தார்கள். பல குரல்கள் ஒருங்கே கலந்து ஒலித்தபடியால் வந்தியத்தேவன் காதில் ஒன்றும் தெளிவாக விழவில்லை.

சம்புவரையர் உரத்த குரலில், “பழுவூர் மன்னர் கேட்டதற்கு நாம் மறுமொழி சொல்ல வேண்டாமா? தலைக்குத் தலை பேசிக்கொண்டிருந்தால் என்ன ஆகிறது? இரவு மூன்றாம் ஜாமம் ஆரம்பமாகி விட்டது. அதோ சந்திரனும் வந்து விட்டது!” என்றார்.

“எனக்கு ஒரு சந்தேகம் இருக்கிறது. என்னைப் போல் இன்னும் சிலருடைய மனத்திலும் அது இருக்கலாம். பழுவூர்த்தேவர் கோபித்துக் கொள்வதில்லையென்றால், அதைப் பற்றி கேட்க விரும்புகிறேன்!” என்று, முன்னால் ஒரு தடவை பேசிய கம்மல் குரல் சொல்லிற்று.

“இப்போது பேசுகிறது வணங்காமுடியார்தானே? எழுந்து நன்றாக வெளிச்சத்திற்கு வரட்டும்!” என்றார் பழுவேட்டரையர்.

“ஆமாம்... நான்தான். இதோ வெளிச்சத்துக்கு வந்துவிட்டேன்!”

“என்னுடைய கோபத்தையெல்லாம் நான் போர்க் களத்தில் காட்டுவதுதான் வழக்கம்; பகைவர்களிடம் காட்டுவது வழக்கம்; என் சிநேகிதர்களிடம் காட்ட மாட்டேன்! ஆகையால், எது வேண்டுமானாலும் மனம் விட்டுத் தாராளமாகக் கேட்கலாம்.”

“அப்படியானால் கேட்கிறேன், சுந்தரசோழ மகாராஜாவின் பேரில் பழுவேட்டரையர் என்ன குற்றம் சொல்கிறாரோ, அதே குற்றத்தைப் பழுவேட்டரையர் மீதும் சிலர் சுமத்துகிறார்கள்! அதை நான் நம்பாவிட்டாலும் இந்தச் சமயத்தில் கேட்டுத் தெளிய விரும்புகிறேன்!” என்றார் வணங்காமுடியார்.

"அது என்ன? எப்படி? விவரம் சொல்ல வேணும்?"

"பழுவூர்த்தேவர் இரண்டு ஆண்டுகளுக்கு முன்பு ஒரு பெண்ணை மணம் புரிந்துகொண்டது நம் எல்லோருக்கும் தெரியும்..."

இச்சமயம், சம்புவரையரின் குரல் கோபத்தொனியில், "வணங்காமுடியார் இந்த விஷயத்தைப் பற்றிப் பேசுவதை நாங்கள் ஆட்சேபிக்கிறோம். நம் மாபெருந் தலைவரை, நமது பிரதம விருந்தாளியை, இவ்விதம் அசந்தர்ப்பமான கேள்வி கேட்பது சிறிதும் தகாத காரியம்..!" என்றார்.

"சம்புவரையரைப் பொறுமையாயிருக்கும்படி நான் ரொம்பவும் கேட்டுக் கொள்கிறேன். வணங்காமுடியார் கேட்க விரும்புவதைத் தாராளமாகக் கேட்கட்டும். மனத்தில் ஒன்றை வைத்துக் கொண்டிருப்பதைவிட கூறிக் கேட்டு விடுவதே நல்லது. ஐம்பத்தைந்து பிராயத்துக்கு மேல் நான் ஒரு பெண்ணை மணந்துகொண்டது உண்மைதான். அதைத் தாராளமாக ஒப்புக்கொள்கிறேன். ஆனால், நான்தான் கலியுக ராமாவதாரம் என்று எப்போதும் சொல்லிக்கொண்டதில்லை. ஏகபத்தினி விரதம் கொண்டவன் என்றும் சொல்லிக்கொண்டதில்லை. அந்தப் பெண்ணை நான் காதலித்தேன்; அவளும் என்னைக் காதலித்தாள். பழந்தமிழ்நாட்டு முறைப்படி இஷ்டப்பட்டு மணந்து கொண்டோம்... இதில் என்ன தவறு?"

"ஒரு தவறும் இல்லை!" என்று பல குரல்கள் எழுந்தன.

"மணம் புரிந்துகொண்டது தவறு என்று நானும் சொல்லவில்லை. நம்மில் யார்தான் ஒரு தார விரதம் கொண்டவர்கள்? ஆனால்... ஆனால்..."

"ஆனால் என்ன! தயங்காமல் மனத்தைத் திறந்து கேட்டு விடுங்கள்!"

"புது மணம் புரிந்துகொண்ட இளைய ராணியின் சொல்லை எல்லா காரியங்களிலும் பழுவேட்டரையர் கேட்டு நடப்பதாகச் சிலர் சொல்கிறார்கள். இராஜரீக காரியங்களில்கூட இளைய ராணியின் யோசனையைக் கேட்பதாக சொல்லுகிறார்கள். தாம் போகுமிடங்களுக்கெல்லாம் இளைய ராணியையும் அழைத்துப் போவதாக சொல்லுகிறார்கள்."

இப்போது கூட்டத்தில் ஒரு சிரிப்புச் சப்தம் எழுந்தது.

சம்புவரையர் குதித்து எழுந்து, "சிரித்தது யார்? உடனே முன் வந்து சிரித்ததற்குக் காரணம் சொல்லட்டும்!" என்று கர்ஜித்து கத்தியை உறையிலிருந்து உருவினார்.

"நான்தான் சிரித்தேன்! பதற வேண்டாம் சம்புவரையரே!" என்றார் பழுவேட்டரையர். பிறகு, "வணங்காமுடியாரே! தாலி கட்டி மணந்த மனைவியை நான் போகுமிடத்துக்கெல்லாம் அழைத்துப் போவது குற்றமா? அவ்விதம் நான் பல இடங்களுக்கு அழைத்துப் போவது உண்மைதான். ஆனால், ராஜரீக காரியங்களில் இளையராணியின் யோசனையைக் கேட்கிறேன் என்று சொல்வது மட்டும் பிசகு. அவ்விதம் நான் ஒருநாளும் செய்வதில்லை..."

"அப்படியானால், இன்னும் ஒரே ஒரு சந்தேகத்தை மட்டும் நிவர்த்தி செய்யும்படி பழுவூர்த்தேவரை வேண்டிக் கொள்கிறேன். அந்தப்புரத்தில் இருந்திருக்க வேண்டிய பல்லக்கு இங்கே நாம் அந்தரங்க யோசனை செய்யும் இடத்திற்கு ஏன் வந்திருக்கிறது? பல்லக்கிற்குள்ளே யாராவது இருக்கிறார்களா; இல்லையா? இல்லையென்றால் சற்று முன்பு கேட்ட கனைப்புச் சத்தமும், வளையல் குலுங்கும் சத்தமும் எங்கிருந்து வந்தன?"

இவ்விதம் வணங்காமுடியார் கேட்டதும், அந்தக் கூட்டத்தில் ஒரு விசித்திரமான நிசப்தம் நிலவிற்று. பலருடைய மனத்திலும் இதே வித எண்ணமும் கேள்வியும் தோன்றியிருந்தபடியால், வணங்காமுடியாரை எதிர்த்துப் பேச யாருக்கும் உடனே துணிவு ஏற்படவில்லை. சம்புவரையரின் உதடுகள் ஏதோ முணுமுணுத்தன. ஆனால், அவர் வாயிலிருந்தும் வார்த்தை ஒன்றும் கேட்கவில்லை.

அந்த நிசப்தத்தைக் கிழித்துக்கொண்டு பழுவேட்டரையர் கணீர் என்று கூறினார்: "சரியான கேள்வி; மறுமொழி சொல்ல நான் கடமைப்பட்டவன். இந்தக் கூட்டம்

கலைவதற்கு முன்னால் உங்கள் சந்தேகத்தை தீர்த்து வைக்கிறேன். இன்னும் அரை நாழிகை பொறுத்திருக்கலாம் அல்லவா? அவ்வளவு நம்பிக்கை என்னிடம் உங்களுக்கு இருக்கிறதல்லவா?"

"இருக்கிறது, இருக்கிறது பழுவேட்டரையரிடம் எங்களுக்குப் பரிபூரண நம்பிக்கை இருக்கிறது!" என்று பல குரல்கள் கூவின.

"மற்றவர்களைக் காட்டிலும் பழுவேட்டரையரிடம் எனக்குப் பக்தியும் மரியாதையும் குறைவு என்று யாரும் எண்ண வேண்டாம். அவர் மனத்தை திறந்து கேட்க சொன்னபடியால் கேட்டேன். மற்றபடி அவர் இட்ட கட்டளையை நிறைவேற்ற சித்தமாயிருக்கிறேன். இந்தக் கணத்தில் என் உயிரைக் கொடுக்க சொன்னாலும் கொடுக்க சித்தம்!" என்றார், வணங்காமுடி முனையரையர்.

"வணங்காமுடியாரின் மனத்தை நான் அறிவேன். நீங்கள் எல்லோரும் என்னிடம் வைத்துள்ள நம்பிக்கையையும் அறிவேன். ஆகையால், இன்று எதற்காகக் கூடினோமோ அதைப் பற்றி முதலில் பேசி முடிவு கொள்வோம். சுந்தர சோழ மகாராஜா நீடூழி இவ்வுலகில் வாழ்ந்து, இந்தச் சோழ சாம்ராஜ்யத்தை ஆளட்டும். ஆனால், ஒருவேளை ஏதாவது அவருக்கு நேர்ந்துவிட்டால், வைத்தியர்களுடைய வாக்குப் பலித்துவிட்டால், சில நாளாகத் தோன்றி வரும் தூமகேது முதலிய உற்பாதங்கள் பலித்துவிட்டால், அடுத்தபடி இந்தச் சோழ சாம்ராஜ்யத்தின் பட்டத்திற்கு உரியவர் யார் என்பதை நாம் தீர்மானிக்க வேண்டும்."

"அது விஷயமாகத் தங்கள் கருத்தைத் தெரிவிக்கும்படிக் கோருகிறோம். தங்களுடைய கருத்துக்கு மாறாகச் சொல்லக் கூடியவர் இந்தக் கூட்டத்தில் யாரும் இல்லை."

"அது சரியல்ல, ஒவ்வொருவரும் சிந்தித்து தங்கள் கருத்தை வெளியிடவேண்டும். சில பழைய செய்திகளை உங்களுக்கு ஞாபகப்படுத்த விரும்புகிறேன். மகா வீரரும் மகா ஞானியும் புண்ணிய புருஷருமான கண்டராதித்ததேவர், யாரும் எதிர்பாராத வண்ணம் இருபத்து நாலு ஆண்டுகளுக்கு முன்னால் காலமானார். அச்சமயம், அவருடைய புதல்வர் மதுராந்தகத் தேவர் ஒரு வயது குழந்தை. ஆகவே, தமது தம்பி அரிஞ்சயதேவர் பட்டத்துக்கு வரவேண்டும் என்று திருவாய் மலர்ந்து விட்டுப் போனார். இதை அவருடைய தர்ம பத்தினியும் பட்ட மகிஷியுமான செம்பியன் மாதேவிதான் நமக்கு அறிவித்தார்கள். அதன்படியே அரிஞ்சய சோழருக்கு முடிசூட்டி சக்கரவர்த்தி பீடத்தில் அமர்த்தினோம். ஆனால் விதிவசமாக அரிஞ்சய சக்கரவர்த்தி, சோழ சிம்மாசனத்தில் ஓர் ஆண்டுக்கு மேல் அமர்ந்திருக்கவில்லை. அரிஞ்சய சோழருடைய மூத்த புதல்வர் பராந்தக சுந்தர சோழர் இருபது வயது இளங்காளைப் பருவம் எய்தியிருந்தார். எனவே, ராஜ்யத்தின் நன்மையை முன்னிட்டு மந்திரிகளும் சாமந்தர்களும் குறுநில மன்னர்களும் நகரத்தலைவர்களும் கூற்ற தலைவர்களும் சேர்ந்து யோசித்து, பராந்தக சுந்தர சோழருக்கு முடிசூட்டினோம். அதைக் குறித்து யாரும் வருத்தப்பட இடமில்லை. ஏனெனில், சுந்தர சோழ மகாராஜா இரண்டு ஆண்டுகளுக்கு முன்னால் வரையில் நெறி தவறாமல் நாட்டைப் பரிபாலித்து வந்தார். நம்மையெல்லாம் நன்கு மதித்து யோசனை கேட்டு ராஜ்ய பாரம் நடத்தினார். இதனால் சோழ ராஜ்யம் மேலும் விஸ்தரித்துச் செழித்தது. இப்போது சுந்தர சோழ மகாராஜாவின் உடல்நிலை கவலைக்கிடமாயிருக்கிறது. இந்த நிலைமையில் அடுத்தபடி பட்டத்துக்குரியவர் யார்? கண்டராதித்ததேவரின் திருக்குமாரர் மதுராந்தகர் இப்போது பிராயம் வந்து ராஜ்ய பரிபாலனம் செய்யக் கூடியவராயிருக்கிறார். அறிவினாலும் கல்வியினாலும் குணத்தினாலும் பக்தி சிரத்தையினாலும் எல்லா விதத்திலும் பட்டத்துக்குத் தகுந்தவராயிருக்கிறார். அவரிலும் ஒரு வயது இளையவரான ஆதித்த கரிகாலர், சுந்தர சோழரின் புதல்வர் காஞ்சியில் வடதிசைப் படையின் சேனாதிபதியாக இருந்து வருகிறார். இந்த இருவரில் யார் பட்டத்துக்கு வருவது நியாயம்? குலமுறை என்ன? மனு நீதி என்ன? தமிழகத்தின் பழமையான மரபு என்ன? மூத்தவரின் புதல்வர் மதுராந்தகர் பட்டத்துக்கு

வருவது நியாயமா? அல்லது இளையவரின் பேரர் பட்டத்துக்கு வருவது முறைமையா? நீங்கள் ஒவ்வொருவரும் உங்கள் கருத்தை மனம் விட்டுச் சொல்லவேண்டும்...”

“மூத்தவராகிய கண்டராதித்ததேவரின் புதல்வர் மதுராந்தகர் தான் பட்டத்துக்கு உரியவர். அதுதான் நியாயம், தர்மம், முறைமை” என்றார் சம்புவரையர்.

“என் அபிப்பிராயமும் அதுவே”, “என் கருத்தும் அதுவே” என்று அக்கூட்டத்தில் உள்ள ஒவ்வொருவரும் சொல்லி வந்தார்கள்.

“உங்கள் அபிப்பிராயம்தான் என் அபிப்பிராயமும். மதுராந்தகருக்குத்தான் பட்டம் உரியது. ஆனால், அந்த உரிமையை நிலைநாட்டுவதற்காக நாம் ஒவ்வொருவரும் பிரயத்தனம் செய்ய சித்தமாயிருக்கிறோமா? உடல் பொருள் ஆவியைத் தத்தம் செய்து போராட சித்தமாயிருக்கிறோமா? இந்த நாழிகையில் துர்காதேவியின் பாதத்தில் ஆணையிட்டு அவ்விதம் சபதம் செய்வதற்கு சித்தமாயிருக்கிறோமா?” என்று பழுவேட்டரையர் கேட்டபோது ,அவர் குரலில் அதுவரையில் இல்லாத ஆவேசம் தொனித்தது.

கூட்டத்தில் சிறிது நேரம் மௌனம் குடிகொண்டிருந்தது. பிறகு சம்புவரையர், “அவ்விதமே தெய்வ சாட்சியாகச் சபதம் கூற சித்தமாயிருக்கிறோம். ஆனால், சபதம் எடுத்துக்கொள்வதற்கு முன்னால் ஒரு விஷயத்தைத் தாங்கள் தெளிவுபடுத்த வேண்டும். இளவரசர் மதுராந்தகரின் கருத்து என்ன? அவர் சிங்காதனம் ஏறி ராஜ்யபாரத்தை ஏற்க சித்தமாயிருக்கிறாரா? கண்டராதித்தரின் தவப் புதல்வர் உலக வாழ்க்கையை வெறுத்து சிவபக்தியில் பூரணமாக ஈடுபட்டுள்ளார் என்று கேள்விப்படுகிறோம். இராஜ்யத்தில் அவருக்கு விருப்பமில்லை என்று பலர் சொல்லவும் கேட்டிருக்கிறோம். அவருடைய அன்னையார் செம்பியன் மாதேவியார், தமது புதல்வர் பட்டத்துக்கு வருவதற்கு முற்றும் விரோதமாயிருக்கிறார் என்றும் கேட்டிருக்கிறோம். தங்களிடமிருந்து இதைப் பற்றிய உண்மையை அறிய விரும்புகிறோம்.”

“சரியான கேள்வி; தக்கச் சமயத்தில் கேட்டீர்கள். இதைத் தெளிவுபடுத்தும் கடமையும் எனக்கு உண்டு. முன்னமே சொல்லியிருக்கவேண்டும். சொல்லத் தவறியதற்காக மன்னியுங்கள்!” என்று, பீடிகை போட்டுக்கொண்டு பழுவேட்டரையர் கூறத் தொடங்கினார். “செம்பியன் மாதேவி தமது ஏக புதல்வரை இராஜ்யபார ஆசையிலிருந்து திருப்பி சிவபக்தி மார்க்கத்தில் செலுத்துவதற்குப் பிரயத்தனப்பட்டு வந்தது, நாடு அறிந்த விஷயம். ஆனால், இதன் காரணம் என்னவென்பதை நாடும் அறியாது; மக்களும் அறியார்கள். மதுராந்தகருக்கு இராஜ்யமாளும் விருப்பம் இருப்பதாகத் தெரிந்தால் அவருடைய உயிருக்கே ஆபத்து வரலாம் என்று பெரிய பிராட்டியார் பயந்ததுதான் காரணம்...”

“அப்படியா?” என்ற குரல்கள் கூட்டத்தில் எழுந்தன.

“ஆம்! பெற்ற தாய்க்கு தன் ஏக புதல்வன் சிம்மாசனம் ஏற வேண்டும் என்னும் ஆசையைக் காட்டிலும், பிள்ளை உயிரோடு இருக்க வேண்டும் என்ற ஆசைதானே அதிகமாயிருக்கும்? அன்னையின் வாக்கே தெய்வத்தின் வாக்கு என்று மதித்து வந்த மதுராந்தகரும் மனத்தை விரக்தி மார்க்கத்தில் செலுத்தியிருந்தார். சிவபக்தியில் முழுதும் ஈடுபட்டிருந்தார். ஆனால், சில காலமாக அவருடைய மனது சிறிது சிறிதாக மாறி வந்திருக்கிறது. இந்த சோழ சாம்ராஜ்யம் தமக்கு உரியது, அதைப் பராமரிப்பது தம்முடைய கடமை என்ற எண்ணம் அவருடைய மனத்தில் வேரூன்றி வளர்ந்திருக்கிறது. நீங்கள் எல்லாம் அவரை ஆதரிப்பதாக தெரிந்தால், தக்க சமயத்தில் பகிரங்கமாக முன்வந்து சொல்லவும் சித்தமாயிருக்கிறார்..”

“இதற்கு அத்தாட்சி என்ன?”

“உங்களுக்கெல்லாம் திருப்தி தரக்கூடிய அத்தாட்சியை இப்போதே அளிக்கிறேன். அளித்தால் அனைவரும் பிரமாணம் செய்ய சித்தமாயிருக்கிறீர்களா?”

பல குரல்கள் “இருக்கிறோம்! இருக்கிறோம்!” என்று ஒலித்தன.

"யாருடைய மனதிலும் எவ்விதச் சந்தேகமும் இல்லையே?"

"இல்லை! இல்லை!"

"அப்படியானால், இதோ அத்தாட்சி கொண்டு வருகிறேன். வணங்காமுடி முனையரையரின் சந்தேகத்தையும் இப்போதே தீர்த்து வைக்கிறேன்!" என்று கூறிக்கொண்டே பழுவேட்டரையர் எழுந்தார். கம்பீரமாக நடந்து அங்கே சமீபத்தில் வைக்கப்பட்டிருந்த மூடு பல்லக்கின் அருகில் சென்றார்.

"இளவரசே! பல்லக்கின் திரையை விலக்கிக்கொண்டு வெளியே எழுந்தருள வேண்டும். தங்களுக்காக உடல் பொருள் ஆவியை அர்ப்பணம் செய்ய சித்தமான இந்த வீராதி வீரர்களுக்குத் தங்கள் முக தரிசனத்தைத் தந்தருள வேண்டும்!" என்று மிகவும் பணிவான குரலில் கூறினார்.

மேல்மாடத்தில் தூண் மறைவில் உட்கார்ந்து ஒரு வார்த்தை விடாமல் அடங்கா ஆர்வத்துடன் கேட்டுக் கொண்டிருந்த வந்தியத்தேவன் இப்போது ஜாக்கிரதையாகக் கீழே பார்த்தான். பல்லக்கின் திரையை முன்போலவே ஒரு கரம் விலக்கிற்று. அது பொன் வண்ணமான கரம். முன்னே ஒருமுறை அவன் பார்த்த அதே செக்கச் சிவந்த கரந்தான். ஆனால், அவன் முன்னம் வளையல் என்று நினைத்தது உண்மையில் அரச குமாரர் அணியும் கங்கணம் என்பதை இப்போது கண்டான். அடுத்த கணம் பூரண சந்திரனையொத்த அந்தப் பொன் முகமும் தெரிந்தது. மன்மதனையொத்த ஓர் அழகிய உருவம் பல்லக்கிலிருந்து வெளியே வந்து புன்னகை புரிந்து நின்றது. ஆகா! கண்டராதித்த தேவரின் புதல்வரான இளவரசர் மதுராந்தகரா இவர்! பல்லக்கினுள் இருந்தபடியால் பெண்ணாக இருக்க வேண்டும் என்ற எண்ணத்தினால் அல்லவா அந்த தவறை செய்துவிட்டோம்? தன்னைப் போல் அதே தவறை செய்த ஆழ்வார்க்கடியான் நம்பி சுவர் மேல் தலையை நீட்டிக்கொண்டிருக்கிறானா என்று வந்தியத்தேவன் பார்த்தான். அந்த இடத்தில் மர நிழல் விழுந்து இருள் சூழ்ந்திருந்தது ஆகையால் அங்கு ஒன்றும் தெரியவில்லை.

இதற்குள் கீழே, "மதுராந்தகத்தேவர் வாழ்க! பட்டத்து இளவரசர் வாழ்க! வெற்றி வேல்! வீரவேல்!" என்ற ஆவேசமான முழக்கங்கள் கிளம்பின. கூட்டத்தில் இருந்தவர்கள் எல்லோரும் எழுந்து நின்று வாளையும் வேலையும் உயரத் தூக்கிப் பிடித்துக் கொண்டு அவ்விதம் கோஷமிட்டதை வந்தியத்தேவன் கண்டான். இனிமேல் அங்கிருப்பது அபாயமாக முடியலாம் என்று எண்ணி, தான் படுத்திருந்த இடத்துக்கு விரைந்து சென்று படுத்துக்கொண்டான்.

ஃஃ

9. வழிநடைப் பேச்சு

பாலாற்றுக்கு வடக்கேயுள்ள வறண்ட பிரதேசங்களிலேயே வந்தியத்தேவன் அதுகாறும் தன் வாழ்நாளைக் கழித்தவன். ஆகையால் ஆற்று வெள்ளத்தில் நீந்துவதற்கு அவனுக்குத் தெரியாமலிருந்தது. ஒரு சமயம், வடபெண்ணைக் கரையில் எல்லைக் காவல் புரிந்துவந்தபோது, குளிப்பதற்காக ஆற்றில் இறங்கினான். ஒரு பெரிய நீர்ச்சுழலில் அகப்பட்டுக்கொண்டான். அந்தப் பொல்லாத விஷமச் சுழல் அவனைச் சுற்றிச்சுற்றி வரச் செய்து வதைத்தது. அதேசமயத்தில், கீழேயும் இழுத்துக்கொண்டிருந்தது. சீக்கிரத்தில் வந்தியத்தேவனுடைய பலத்தையெல்லாம் அந்தச் சுழல் உறிஞ்சிவிட்டது. "இனிப் பிழைக்க முடியாது, சுழலில் மூழ்கி சாக வேண்டியதுதான்!" என்று, வந்தியத்தேவன் நிராசை அடைந்த சமயத்தில் தெய்வாதீனமாக நதியின் சுழலிலிருந்து வெளிப்பட்டான். வெள்ளம் அவனை அடித்துக்கொண்டு போய்க் கரையில் ஒதுக்கிக் காப்பாற்றியது!

இரவு, வந்தியத்தேவன் மீண்டும் சென்று படுத்தபோது அவனுக்கு நதியின் சுழலில் அகப்பட்டு திண்டாடியது போன்ற அதே உணர்ச்சி ஏற்பட்டது. ஒரு பெரிய இராஜாங்க சதி

சுழலில் தன்னுடைய விருப்பமில்லாமலே விழுந்து அகப்பட்டுக்கொண்டதாக தோன்றியது. அந்த நதிச் சுழலிலிருந்து தப்பியது போல் இந்தச் சதி சுழலிலிருந்தும் தப்ப முடியுமா? கடவுள் தன்னை மறுமுறையும் காப்பாற்றுவாரா?

அன்று அவன், கடம்பூர் மாளிகையில் நடந்த நள்ளிரவுக் கூட்டத்திலிருந்து அறிந்துகொண்ட விஷயங்கள் அவனை திக்குமுக்காட செய்துவிட்டன. சோழ மகா சாம்ராஜ்யத்துக்கு வெளிப்பகைவர்களால் ஏற்பட்டிருந்த தொல்லைகள் நீங்கி சில வருஷங்கள்தான் ஆகியிருந்தன. இளவரசர் ஆதித்த கரிகாலர் மகாவீரர், போர்க்கலையில் நிபுணர்; ராஜதந்திரத்தில் சாணக்கியர், தம்முடைய அறிவாற்றல்களையும் சோழ நாட்டுப் படைகளின் போர்த்திறனையும் பூரணமாகப் பயன்படுத்தி இரட்டை மண்டலத்து கிருஷ்ண மன்னனின் ஆதிக்கத்தை தொண்டை மண்டலத்திலிருந்து அடியோடுத் தொலைத்தார். வெளிப்பகை ஒருவாறு ஒழிந்தது. இந்த நிலைமையில் உட்கலகமும் சதியும் தலைதூக்க ஆரம்பித்திருக்கின்றன. வெளிப்பகையைக் காட்டிலும் அபாயகரமான இந்த உட்பகையின் விளைவு என்ன ஆகும்?

சோழ நாட்டின் புகழ்பெற்ற வீரர்களும் அமைச்சர்களும் தலைவர்களும் அதிகாரிகளும் அல்லவா இந்தப் பயங்கரமான முயற்சியில் ஈடுபட்டிருக்கிறார்கள்? பழுவேட்டரையரும் அவருடைய சகோதரரும் எப்பேர்ப்பட்டவர்கள்? அவர்களுடைய சக்தி என்ன? செல்வாக்கு என்ன? இங்கே இன்று கூடியிருந்த மற்றவர்கள்தான் எவ்வளவு பெயரும் புகழும் செல்வாக்கும் பராக்கிரமமும் வாய்ந்தவர்கள்? இத்தகையக் கூட்டம் இதுதான் முதற் கூட்டமாயிருக்குமா? பழுவேட்டரையர் மூடுபல்லக்கில் மதுராந்தகரை வைத்து இவ்விதம் இன்னும் எத்தனை இடங்களுக்குக் கொண்டு போயிருக்கிறாரோ? அடடா! முதிய வயதில் ஓர் இளம்பெண்ணை மணந்துகொண்டது இவருக்கு இந்த சதிகார முயற்சிக்கு எவ்வளவு சாதகமாகப் போய்விட்டது?

சோழ சிம்மாசனத்துக்கு உரியவர் இளவரசர் ஆதித்த கரிகாலர்தான் என்பது பற்றி இன்று வரை வந்தியத்தேவனுடைய மனதில் எவ்வித சந்தேகமும் உதிக்கவில்லை. போட்டி ஒன்று ஏற்படக் கூடும் என்று அவன் கனவிலும் கருதவில்லை. கண்டராதித்தனுடைய புதல்வர் மதுராந்தகரைப் பற்றி அவன் கேள்விப்பட்டதுண்டு. தந்தையைப் போலவே புதல்வரும் சிவபக்திச் செல்வர் என்று அறிந்ததுண்டு. ஆனால் அவர் இராஜ்யத்துக்கு உரிமையுள்ளவர் என்றோ, அதற்காக போட்டியிடக் கூடியவர் என்றோ கேள்விப்பட்டதில்லை. அந்த எண்ணமே அவனுடைய மனத்தில் அதுவரையில் தோன்றியதில்லை.

ஆனால், நியாயா நியாயங்கள் எப்படி? பட்டத்துக்கு உரியவர் உண்மையிலே யார்? ஆதித்த கரிகாலரா? மதுராந்தகரா? யோசிக்க யோசிக்க, இரு தரப்பிலும் நியாயம் இருப்பதாகவே தோன்றியது. போட்டி என்று உண்மையில் ஏற்பட்டால், இவர்களில் யார் வெற்றி பெறுவார்கள்? தன்னுடைய கடமை என்ன? ஆஹா! என்னென்னவோ மனக்கோட்டை கட்டிக்கொண்டு காஞ்சியிலிருந்து இந்த யாத்திரை கிளம்பினோமே? பட்டத்து இளவரசர் ஆதித்த கரிகாலருக்கு உகந்தபடி நடந்துகொண்டு சோழப் பேரரசில் பெரிய பதவிகளை அடையலாம் என்று ஆசைப்பட்டோமே! காலாகாலத்தில் வாணர் குலத்தின் பூர்வீக ராஜ்யத்தைக்கூட திரும்பப் பெறலாம் என்று நினைத்தோமே? இதற்கெல்லாம் சாதனமாக எந்தப் புளியங்கொம்பைப் பிடித்தோமோ அதுவே முறிந்துவிடும் போலிருக்கிறதே...? இத்தகைய சிந்தனைகளினால் வந்தியத்தேவன் இரண்டாம் முறை வந்து படுத்த பிறகு வெகுநேரம் தூக்கம் பிடிக்காமல் திண்டாடினான். கடைசியாக, இரவு நாலாம் ஜாமத்தில் கிழக்கு வெளுக்கும் நேரத்தில் அவனுக்கு ஒருவாறு தூக்கம் வந்தது.

மறுநாள் காலையில், உதயசூரியனுடைய செங்கிரணங்கள் சுளீர் என்று அவன்பேரில் பட்டபோதுகூட வந்தியத்தேவன் எழுந்திருக்கவில்லை. கந்தமாறன் வந்து தட்டி எழுப்பிய போதுதான் தூக்கிவாரிப் போட்டுக்கொண்டு எழுந்தான்.

“இராத்திரி நன்றாய்த் தூக்கம் வந்ததா?” என்று கந்தமாறன் விருந்தினரை உபசரிக்கும் முறைப்படி கேட்டான். பிறகு அவனாகவே, “மற்ற விருந்தினரெல்லாம் தூங்கச் சென்ற பிறகு

நான் இங்கு வந்து பார்த்தேன். நீ நன்றாய்க் கும்பகர்ண சேவை செய்துகொண்டிருந்தாய்!" என்று சொன்னான்.

வந்தியத்தேவன், மனத்தில் பொங்கி எழுந்த நினைவுகளை யெல்லாம் அடக்கிக் கொண்டு, "குரவைக் கூத்துப் பார்த்துவிட்டு இங்கு வந்து படுத்ததுதான் தெரியும். இப்போதுதான் எழுந்திருக்கிறேன். அடடா! இவ்வளவு நேரம் ஆகி விட்டதே! உதித்து ஒரு ஜாமம் இருக்கும் போலிருக்கிறதே! உடனே நான் கிளம்பவேண்டும். கந்தமாறா! குதிரையை ஆயத்தம் பண்ணும்படி உன் வேலைக்காரர்களுக்குக் கட்டளையிடு!" என்றான்.

"அழகாயிருக்கிறது! அதற்குள்ளே நீ புறப்படுவதாவது? என்ன அவசரம்? பத்து நாளாவது இங்கே தங்கிவிட்டுத்தான் போகவேண்டும்" என்றான் கந்தமாறன்.

"இல்லை அப்பனே! தஞ்சாவூரில் என் மாமனுக்கு உடம்பு செவ்வையாக இல்லை. பிழைப்பதே துர்லபம் என்று செய்தி வந்தது. ஆகையால் சீக்கிரத்தில் அவரைப் போய்ப் பார்க்க வேண்டும், உடனே புறப்பட வேண்டும்" என்று ஒரே போடாகப் போட்டான் வல்லவரையன்.

"அப்படியானால், திரும்பி வரும் போதாவது இங்கே சில நாள் கட்டாயம் தாமதிக்க வேண்டும்."

"அதற்கென்ன, அப்போது பார்த்துக்கொள்ளலாம், இப்போது நான் புறப்படுவதற்கு விடைகொடு!"

"அவ்வளவு அவசரப்படாதே! காலை உணவு அருந்திவிட்டுப் புறப்படலாம். நானும் உன்னுடன் கொள்ளிட நதி வரையில் வருகிறேன்."

"அது எப்படி முடியும்? யார் யாரோ, பெரிய பெரிய விருந்தாளிகள் உன் வீட்டுக்கு வந்திருக்கிறார்களே, அவர்களை விட்டுவிட்டு..."

"உன்னைவிடப் பெரிய விருந்தாளி எனக்கு யாரும் இல்லை!" என்று கூறிய கந்தன்மாறவேள், சட்டென்று நிறுத்திக் கொண்டான். "வந்தவர்கள் பெரிய விருந்தாளிகள்தான். ஆனால் அவர்களைக் கவனித்துக்கொள்ள என் தந்தை இருக்கிறார்; அரண்மனை அதிகாரிகளும் இருக்கிறார்கள். உன்னோடு நேற்று ராத்திரிகூட நான் அதிக நேரம் பேசவில்லை. வழி நடையிலாவது சிறிது நேரம் உன்னோடு சல்லாபம் செய்தால்தான் என் மனம் நிம்மதி அடையும். அவசியம் கொள்ளிடக்கரை வரையில் வந்தே தீருவேன்!" என்றான்.

"எனக்கு ஆட்சேபம் ஒன்றுமில்லை. உன் இஷ்டம், உன் சௌகரியம்" என்றான் வந்தியத்தேவன்.

ஒரு நாழிகை நேரத்துக்குப் பிறகு இரு நண்பர்களும் இரு குதிரைகளில் ஏறி சம்புவரையர் மாளிகையிலிருந்து புறப்பட்டு சென்றார்கள். குதிரைகள் மெதுவாகவே சென்றன. பிரயாணம் மிகவும் இன்பகரமாயிருந்தது. மேலக்காற்று சாலைப் புழுதியை வாரி அடிக்கடி அவர்கள் மேல் இறைத்ததைக் கூட அந்த நண்பர்கள் பொருட்படுத்தவில்லை. பழைய ஞாபகங்களைப் பற்றிய பேச்சில் அவ்வளவாக மனத்தைப் பறிகொடுத்திருந்தார்கள்.

சிறிது நேரத்துக்கெல்லாம் வந்தியத்தேவன் கூறினான்; "கந்தமாறா! உன் வீட்டில் ஒரே ஓர் இரவுதான் தங்கினாலும் அது எனக்கு எவ்வளவோ பயனுள்ளதாயிருந்தது. ஆனால் ஒரே ஓர் ஏமாற்றம். உன் சகோதரியைப் பற்றி வடபெண்ணை நதிக்கரையில் என்னவெல்லாமோ வர்ணனை செய்து கொண்டிருந்தாய்! அவளை நன்றாய்ப் பார்க்கக்கூட முடியவில்லை. உன் அன்னைக்குப் பின்னால் ஒளிந்து கொண்டு அவள் எட்டிப் பார்த்தபோது அவள் முகத்தில் எட்டில் ஒரு பங்குதான் தெரிந்தது! நாணமும் மடமும் பெண்களுக்கு இருக்க வேண்டியதைவிட உன் தங்கையிடம் சற்று அதிகமாகவேயிருக்கிறது."

கந்தமாறனுடைய வாயும் உதடுகளும் ஏதோ சொல்வதற்குத் துடித்தன. ஆனால் வார்த்தை ஒன்றும் உருவாகி வரவில்லை.

"ஆயினும் பாதகமில்லை நீதான் நான் திரும்பி வரும்போது சில நாள் உன் வீட்டில் தங்கவேண்டும் என்று சொல்கிறாயே? அப்போது பார்த்துப் பேசிக்கொண்டால் போகிறது. அதற்குள் உன் தங்கையின் கூச்சமும் கொஞ்சம் நீங்கிவிடலாம் அல்லவா? கந்தமாறா! உன் சகோதரியின் பெயர் என்னவென்று சொன்னாய்?"

"மணிமேகலை!"

"அடடா! என்ன இனிமையான பெயர்! பெயரைப் போலவே அழகும் குணமும் இருந்து விட்டால்..."

கந்தமாறன் குறுக்கிட்டு, "நண்பா! உன்னை ஒன்று வேண்டிக் கேட்டுக்கொள்கிறேன். என் தங்கையை நீ மறந்து விடு; அவளைப்பற்றி நான் சொன்னதையெல்லாம் மறந்துவிடு; அவள் பேச்சையே எடுக்காதே!" என்றான்.

"இது என்ன, கந்தமாறா! ஒரே தலைகீழ் மாறுதலாயிருக்கிறதே! நேற்று இரவுகூட உன் வீட்டுக்கு நான் மருமகனாக வரப் போவதைப் பற்றி ஜாடையாகச் சொன்னாயே!"

"அவ்விதம் நான் சொன்னது உண்மைதான். ஆனால், பிறகு வேறு நிலைமை ஏற்பட்டுவிட்டது. என் பெற்றோர்கள் வேறு இடத்தில் என் சகோதரியை கல்யாணம் செய்து கொடுக்க முடிவு செய்துவிட்டார்கள்; மணிமேகலையும் அதற்குச் சம்மதித்துவிட்டாள்!"

வந்தியத்தேவன் மனத்திற்குள் "மணிமேகலை வாழ்க!" என்று சொல்லிக் கொண்டான். மணிமேகலையை யாருக்கு கொடுக்க நிச்சயித்திருப்பார்கள் என்று ஊகிப்பதிலும் அவனுக்குக் கஷ்டம் ஏற்படவில்லை. மூடு பல்லக்கிலிருந்து வெளிப்பட்ட இளவரசர் மதுராந்தகருக்குத்தான் நிச்சயித்திருப்பார்கள். மதுராந்தகருடைய கட்சிக்குப் பலம் தேட இப்படியெல்லாம் உறவுகளையும் ஏற்படுத்துகிறார்களாக்கும். பழுவேட்டரையர் பொல்லாத கெட்டிக்காரர்தான்!

"ஆஹா! நேற்று ராத்திரி வந்திருந்த பணக்கார விருந்தாளிகளில் ஒருவரை மாப்பிள்ளையாக்க திட்டம் செய்தீர்களாக்கும்! கந்தமாறா! இதில் எனக்கு வியப்பும் இல்லை; ஏமாற்றமும் இல்லை ஒரு மாதிரி நான் எதிர்பார்த்ததுதான்..."

"எதிர்பார்த்தாயா அது எப்படி?"

"என்னைப்போல் ஏழை அநாதைக்கு யார் பெண்ணைக் கொடுப்பார்கள்? ஊரும் வீடும் இல்லாதவனை எந்தப் பெண் மணந்து கொள்ள இணங்குவாள்? எப்போதோ என் குலத்தை சேர்ந்த முன்னோர்கள் அரசு செலுத்தினார்கள் என்றால், அது இப்போது என்னத்துக்கு ஆகும்."

"நண்பா! போதும் நிறுத்து; என்னைப் பற்றியும், என் குடும்பத்தைப் பற்றியும் அவ்வளவு கேவலப்படுத்தாதே! நீ சொல்வது ஒன்றும் காரணமில்லை. வேறு மிக முக்கியமான காரணம் இருக்கிறது. அதை அறிந்தால் நீயே ஒப்புக் கொள்வாய். ஆனால் அதை நான் இப்போது வெளிப்படுத்துவதற்கில்லை. சமயம் வரும்போது நீயே தெரிந்து கொள்வாய்!"

"கந்தமாறா! இது என்ன ஒரே மர்மமாகவே இன்றைக்கு நீ பேசிக்கொண்டு வருகிறாயே?"

"அதற்காக என்னை மன்னித்துவிடு. உன்னிடம்கூட நான் மனம் விட்டுப் பேச முடியாதபடி அப்படி ஒரு பெரிய காரியந்தான். எது எப்படியானாலும் நம்முடைய சிநேகத்துக்கு எவ்வித பங்கமும் வராது என்பதை நம்பு. விஷயம் வெளியாக வேண்டிய சமயம் வரும்போது, ஓட்டமாக ஓடி வந்து உன்னிடந்தான் முதலில் சொல்வேன். அதுவரையில் என்னிடம் நம்பிக்கை வைத்திரு. உன்னை நான் ஒருநாளும் கைவிட மாட்டேன் என்னை நம்பு!.."

"இந்த வாக்குறுதிக்காக ரொம்ப வந்தனம். ஆனால் என்னைக் கைவிடும்படியான நிலைமை என்ன என்பதுதான் தெரியவில்லை! அப்படி நான் இன்னொருவரை நம்பிப் பிழைக்கிறவனும் அல்ல, கந்தமாறா! என்னுடைய உடைவாளையும் கைவேலையுமே நான் நம்பியிருப்பவன்!"

"அந்த உடைவாளையும் வேலையும் உபயோகிக்க வேண்டிய சந்தர்ப்பம் சீக்கிரத்தில் வரலாம். அப்போது நாம் இருவரும் ஒரே கட்சியில் நின்று தோளோடு தோள் சேர்ந்து போரிடுவோம்; அதனால் உன்னுடைய நோக்கமும் கைகூடும்..."

"இது என்ன? ஏதாவது யுத்தம் சீக்கிரம் வரும் என்று எதிர்பார்க்கிறாயா? அல்லது ஈழநாட்டில் நடக்கும் யுத்தத்துக்குப் போகும் உத்தேசம் உனக்கு உண்டா?"

"ஈழத்துக்கா? ஈழத்தில் நடக்கும் அழகான யுத்தத்தைப் பற்றிக் கேட்டால் நீ ஆச்சரியப்பட்டுப் போவாய்! ஈழத்தில் உள்ள நம் வீரர்களுக்காக சோழ நாட்டிலிருந்து அரிசியும் மற்ற உணவுப் பொருள்களும் போக வேண்டுமாம்! வெட்கக்கேடு! நான் சொல்லுவது வேறு விஷயம். கொஞ்சம் பொறுமையாயிரு, சமயம் வரும்போது சொல்லுகிறேன்; தயவு செய்து இப்போது என் வாயைப் பிடுங்காதே!"

"சரி, சரி! உனக்கு விருப்பம் இல்லை என்றால் ஒன்றும் சொல்ல வேண்டாம். வாயைக்கூட திறக்க வேண்டாம் அதோ கொள்ளிடமும் தெரிகிறது!" என்றான் வந்தியத்தேவன்.

உண்மையில் சற்று தூரத்தில் கொள்ளிடப் பெரு நதியின் வெள்ளம் தெரிந்தது. சில நிமிஷ நேரத்தில் நண்பர்கள் நதிக்கரையை அடைந்தார்கள்.

ஆடிப் புதுப் பிரவாகம் அந்த மாநதியில் கரை புரண்டு சென்றது. மறுகரை வெகு தூரத்தில் இருப்பதாக தோன்றியது. மறுகரையிலேயுள்ள மரங்கள் சிறிய செடிகளைப் போலிருந்தன. செக்கச் சிவந்த பெரு நீர் வெள்ளம் சுழிகளும் சுழல்களுமாக, வட்ட வடிவக் கோலங்கள் போட்டுக்கொண்டு, கொம்மாளம் அடித்துக்கொண்டு, கரையை உடைக்கப் பிரயத்தனம் செய்துகொண்டு, 'ஹோ' என்று இரைந்து கொண்டு, கீழ்க் கடலை நோக்கி அடித்து மோதிக்கொண்டு விரைந்து சென்ற காட்சியை வந்தியத்தேவன் பார்த்துப் பிரமித்து நின்றான்.

தோணித்துறையில் ஓடம் ஒன்று நின்றது. ஓடந்தள்ளுவோர் இருவர் கையில் நீண்ட கோல்களுடன் ஆயத்தமாயிருந்தார்கள். படகில் ஒரு மனிதர் ஏற்கனவே ஏறியிருந்தார். அவரைப் பார்த்தால் பெரிய சிவபக்த சிகாமணி என்று தோன்றியது.

கரையில் வந்துகொண்டிருந்தவர்களைப் பார்த்து, "சாமி படகில் வரப் போகிறீர்களா? என்று படகோட்டிகளில் ஒருவன் கேட்டான்.

"ஆம்; இவர் வரப்போகிறார். கொஞ்சம் படகை நிறுத்து!" என்றான் கந்தமாறன்! இரு நண்பர்களும், குதிரை மீதிருந்து கீழே குதித்தார்கள்.

"யோசனை இல்லாமல் வந்துவிட்டேனே? இந்தக் குதிரையை என்ன செய்வது? படகில் ஏற்ற முடியுமா?" என்று வந்தியத்தேவன் கேட்டான்.

"தேவையில்லை, நம்மைத் தொடர்ந்து இதோ இரண்டு ஆட்கள் வந்திருக்கிறார்கள். ஒருவன் உன் குதிரையை இங்கிருந்து கடம்பூருக்கு இட்டு வருவான். இன்னொருவன் உன்னுடன் படகில் ஏறி வந்து அக்கரையில் உனக்கு வேறு குதிரை சம்பாதித்துக் கொடுப்பான்!" என்றான் கந்தமாறன்.

"ஆஹா! எவ்வளவு முன்யோசனை? நீ அல்லவா உண்மை நண்பன்!" என்றான் வந்தியத்தேவன்.

"பாலாற்றையும் பெண்ணையாற்றையும் போலத்தான் கொள்ளிடத்தைப் பற்றி நீ நினைத்திருப்பாய். இதில் குதிரையைக் கொண்டு போக முடியாது என்று நீ எண்ணியிருக்கமாட்டாய்!"

"ஆமாம்; அவ்விதம் உங்கள் சோழ நாட்டு நதியைப் பற்றி அலட்சியமாய் நினைத்ததற்காக மன்னித்துவிடு! அப்பப்பா இது என்ன ஆறு? இது என்ன வெள்ளம்? சமுத்திரம் போலல்லவா பொங்கி வருகிறது?"

இரு நண்பர்களும் ஒருவரையொருவர் தழுவிக்கொண்டு விடைபெற்றுக் கொண்டார்கள்.

வந்தியத்தேவன் நதிக்கரையோரமாகச் சென்று படகில் ஏறினான்.

கந்தமாறனுடன் வந்த ஆட்களில் ஒருவனும் ஏறிக் கொண்டான்.

படகு புறப்படுவதற்கு சித்தமாயிருந்தது. ஓடக்காரர்கள் கோல்போட ஆரம்பித்தார்கள்.

திடீரென்று கொஞ்ச தூரத்திலிருந்து, "நிறுத்து! நிறுத்து! படகை நிறுத்து!" என்று ஒரு குரல் கேட்டது.

ஓடக்காரர்கள் கோல் போடாமல் கொஞ்சம் தயங்கி நின்றார்கள்.

கூவிக் கொண்டு ஓடி வந்தவன் அதிவிரைவில் கரைக்கருகில் வந்து சேர்ந்தான். முதற் பார்வையிலேயே அவன் யார் என்பது வந்தியத்தேவனுக்குத் தெரிந்து போயிற்று; அவன் ஆழ்வார்க்கடியான் நம்பி தான்.

வருகிறவர் வைஷ்ணவர் என்பதை அறிந்ததும் படகிலிருந்த சைவர், "விடு! படகை விடு! அந்தப் பாஷாண்டியுடன் நான் படகில் வரமாட்டேன்; அவன் அடுத்த படகில் வரட்டும்!" என்றார்.

ஆனால் வந்தியத்தேவன் ஓடக்காரர்களைப் பார்த்து, "கொஞ்சம் பொறுங்கள் அவரும் வரட்டும்! படகில் நிறைய இடம் இருக்கிறதே! ஏற்றிக்கொண்டு போகலாம்!" என்றான்.

ஆழ்வார்க்கடியானிடமிருந்து நேற்றிரவு நிகழ்ச்சிகளைப் பற்றி பல விஷயங்களைக் கேட்டு தெரிந்துகொள்ள வந்தியத்தேவன் விரும்பினான்.

10. குடந்தை சோதிடர்

குடகு நாட்டில் பிறந்து வளர்ந்த பொன்னி நதி கன்னிப் பருவம் கடந்ததும் தன் மணாளனாகிய சமுத்திர ராஜனிடம் சென்றடைய விரும்பினாள். காடும் மேடும் கடந்து பாறைகளையும் பள்ளங்களையும் தாண்டிக்கொண்டு விரைந்து சென்றாள். சமுத்திர ராஜனை நெருங்க நெருங்க, நாயகனைக் காணப் போகிறோம் என்ற குதூகலத்தினால் அவள் உள்ளம் விம்மி உடல் பூரித்தது. இன்னும் சற்று தூரம் சென்றாள், காதலனை அணைத்துக்கொள்ள கரங்கள் இரண்டு உண்டாயின. இரு கரங்களை விரித்தவாறு தாவிப் பாய்ந்து சென்றாள். ஆனால் உள்ளத்தில் பொங்கிய ஆர்வ மிகுதிக்கு இரு கரங்கள் போதுமென்று தோன்றவில்லை; அவளுடைய ஆசைக் கரங்கள் பத்து, இருபது, நூறு என்று வளர்ந்தன. அவ்வளவு கரங்களையும் ஆவலுடன் நீட்டிக்கொண்டு சமுத்திர ராஜனை அணுகினாள். இவ்விதம் ஆசைக் கணவனை அடைவதற்குச் சென்ற மணப் பெண்ணுக்கு சோழ நாட்டு செவிலி தாய்மார் செய்த அலங்காரங்கள்தான் என்ன? அடடா! எத்தனை அழகிய பச்சைப் புடவைகளை உடுத்தினார்கள்? எப்படியெல்லாம் வண்ண மலர்களைச் சூட்டினார்கள்? எவ்விதமெல்லாம் பரிமள சுகந்தங்களைத் தூவினார்கள்? ஆஹா! இரு கரையிலும் வளர்ந்திருந்த புன்னை மரங்களும் கடம்ப மரங்களும் ரத்தினப் பூக்களையும் வாரிச் சொரிந்த அருமையை எவ்விதம் வர்ணிப்பது? தேவர்கள் பொழியும் பூமாரியும் இதற்கு இணையாகுமா?

பொன்னி நதியே! உன்னைப் பார்த்துக் களிப்படையாத கன்னிப்பெண் யார்தான் இருக்க முடியும்! உன் மணக்கோல ஆடை அலங்காரங்களைக் கண்டு உள்ளம் பொங்காத மங்கை யார் இருக்க முடியும்?

கல்யாணப் பெண்ணைச் சுற்றி ஊரிலுள்ள கன்னிப் பெண்கள் எல்லோரும் சூழ்ந்து கொள்வதுபோல் உன்னை நாடிப் பெண்கள் வந்து கூடுவதும் இயற்கையே அல்லவா!

பொன்னி தன் மணாளனைத் தழுவிக் கொள்ள ஆசையுடன் நீட்டும் பொற்கரங்களில்

ஒன்றுக்குத்தான் அரிசிலாறு என்று பெயர்! காவேரிக்குத் தென் புறத்தில் மிக நெருக்கத்தில் அரிசிலாறு என்னும் அழகிய நதி அமைந்திருக்கிறது. அப்படி ஒரு நதி இருப்பது சற்று தூரத்தில் இருந்து வருகிறவர்களுக்கு சொல்லித்தான் தெரியவேண்டும். இருபுறமும் அடர்த்தியாக வளர்ந்திருக்கும் இனிய பசுமரங்கள் அப்படி அந்நதியை மறைத்து விடுகின்றன. பிறந்தது முதல் அந்தப்புரத்தை விட்டு வெளியேறி அறியாத அரசகுலக் கன்னியென்றே அரிசிலாற்றை சொல்லலாம். அந்தக் கன்னி நதியின் அழகுக்கு இந்த உலகில் உவமையே கிடையாது.

நல்லது; அந்தப்புரம் என்னும் எண்ணத்தை மறந்துவிட்டு நேயர்கள் நம்முடன் அரிசிலாற்றை நெருங்கி வருவார்களாக. சோலையாக நெருங்கி வளர்ந்திருந்த மரங்களுக்கிடையே புகுந்து வருவார்களாக! அடடா இது என்ன அருமையான காட்சி? அழகுக்கு அழகு செய்வது போலும் அமுதத்துக்கு இனிப்பு ஊட்டுவது போலும் அல்லவா இருக்கிறது?

சித்திர விசித்திரமாக செய்த அன்ன வடிவமான வண்ணப் படகில் வீற்றிருக்கும் இந்த வனிதாமணிகள் யார்? அவர்களில் நடு நாயகமாக, நட்சத்திரங்களுக்கிடையில் பூரண சந்திரனைப் போல் ஏழுலகங்களையும் ஆளப் பிறந்த ராணியைப் போல், காந்தியுடன் விளங்கும் இந்த நாரீமணி யார்? அவளுக்கு அருகில் கையில் வீணையுடன் வீற்றிருக்கும் சாந்த சுந்தரி யார்? இனிய குரல்களில் இசை பாடி நதி வெள்ளத்துடன் கீத வெள்ளமும் கலந்து பெருகச் செய்து கொண்டு வரும் இந்தக் கந்தர்வப் பெண்கள் யார்? அவர்களில் ஒருத்தி மீனலோசனி; இன்னொருத்தி நீலலோசனி; ஒருத்தி தாமரை முகத்தாள்; இன்னொருத்தி கமல இதழ் நயனத்தாள்; ஆஹா வீணையை மீட்டுகிறாளே, அவளுடைய காந்தளை ஒத்த விரல்கள் வீணைத் தந்திகளில் அங்குமிங்கும் சஞ்சரிக்கும் அழகைப் பார்த்துக்கொண்டேயிருக்கலாம்.

அவர்கள் இசைக்கும் கீதத்தின் இனிமையைத்தான் என்ன என்று சொல்லுவது? அதைக் கேட்பதற்காக நதியின் வெள்ளம் கூட அல்லவா தன் ஓசையை நிறுத்தியிருக்கிறது? நதிக்கரை மரங்களில் வாழும் கிளிகளும் குயில்களும் கூட வாய்திறவா மோனத்தில் ஆழ்ந்திருக்கின்றனவே! மனிதர்களாய்ப் பிறந்தவர்கள், கேட்கும் செவி படைத்த பாக்கியசாலிகள் அந்த அமுத கானத்தை கேட்டுப் பரவசம் அடைவதில் வியப்பு என்ன?

படகில் வரும் அப்பெண்கள் என்ன பாடுகிறார்கள் கேட்கலாம்:

மருங்கு வண்டு சிறந்து ஆர்ப்ப,
மணிப்பூ ஆடை அதுபோர்த்துக்
கருங்கயற்கண் விழித்து ஒல்கி
நடந்தாய் வாழி! காவேரி!
கருங்கயற்கண் விழித்து ஒல்கி
நடந்த எல்லாம் நின்கணவன்
திருந்து செங்கோல் வளையாமை
அறிந்தேன் வாழி! காவேரி!
பூவர் சோலை மயிலாடப்
புரிந்து குயில்கள் இசைபாடக்
காமர் மாலை அருகசைய
நடந்தாய் வாழி! காவேரி!
காமர் மாலை அருகசைய
நடந்த வெல்லாம், நின் கணவன்
நாம வேலின் திறங்கண்டே
அறிந்தேன் வாழி! காவேரி!

இந்த அமுதத் தமிழ்ப் பாடல்களை எங்கேயோ கேட்டிருக்கிறோமல்லவா? ஆம், சிலப்பதிகாரத்தில் உள்ள வரிப் பாடல்கள் இவை. எனினும், இந்தப் பெண்கள் பாடும்போது

முன் எப்போதுமில்லாத வனப்பும் கவர்ச்சியும் பெற்று விளங்குகின்றன. இவர்கள் பொன்னிநதியின் அருமைத் தோழிகள் போலும்! அதனாலேதான் இவ்வளவு பரவசமாக உணர்ச்சி ததும்பப் பாடுகிறார்கள். அடடா! பாடலும் பண்ணும் பாவமும் எப்படிக் கலந்து இழைந்து குழைந்து இவர்களுடைய குரலிலிருந்து அமுத வெள்ளமாகப் பொழிகின்றன? பாட்டாவது, பண்ணாவது, கானமாவது, இசையாவது! அதெல்லாம் ஒன்றுமில்லை. இது ஏதோ மாயக் கலை! பாடுகிறவர்கள், கேட்பவர்கள் எல்லாரையும் பித்துப் பிடிக்கச் செய்யும் மந்திர வித்தை!

படகு மிதந்துகொண்டே வந்து, மரங்கள் சிறிது இடைவெளி தந்த ஓடத்துறையில் ஒதுங்கி நிற்கிறது. இரண்டு பெண்கள் இறங்குகிறார்கள்; அவர்களில் ஒருத்தி ஏழுலகத்துக்கும் ராணி எனத் தகும் கம்பீரத் தோற்றமுடைய பெண்மணி. இன்னொருத்தி வீணைத் தந்திகளில் விரல்களை ஓட்டி இன்னிசை எழுப்பிய நங்கை. இருவரும் அழகிகள் என்றாலும் ஒருவருடைய அழகுக்கும் இன்னொருவருடைய அழகுக்கும் மிக வேற்றுமை இருந்தது. ஒருத்தி செந்தாமரை மலரின் கம்பீர சௌந்தரியம் உடையவள். இன்னொருத்தி குமுத மலரின் இனிய அழகை உடையவள். ஒருத்தி பூரண சந்திரன்; இன்னொருத்தி காலைப்பிறை. ஒருத்தி ஆடும் மயில்; இன்னொருத்தி பாடும் குயில். ஒருத்தி இந்திராணி; இன்னொருத்தி மன்மதனின் காதலி. ஒருத்தி வேகவாஹினியான கங்காநதி; இன்னொருத்தி குழைந்து நெளிந்து செல்லும் காவேரி.

வாசகர்களை மேலும் சந்தேக ஆராய்ச்சி நிலையில் விட்டு வைக்காமல் இவர்கள் இருவரும் யார் என்று சொல்லி விடுகிறோம். கம்பீரத் தோற்றமுடைய கங்கைதான் சுந்தர சோழ மன்னரின் செல்வப் புதல்வி குந்தவை. சரித்திரத்தில் ராஜராஜன் என்று புகழ் பெற்ற அருள்மொழிவர்மனின் சகோதரி. அரசிளங்குமரி என்றும் இளைய பிராட்டி என்றும் மக்களால் போற்றப்பட்ட மாதரசி. சோழ ராஜ்யத்தின் மகோன்னதத்திற்கு அடிகோலிய தமிழ்ப் பெரும் செல்வி. ராஜராஜனுடைய புதல்வன் ராஜேந்திரனை எடுத்து வளர்த்து வீராதி வீரனாயும் மன்னாதி மன்னனாயும் ஆக்கிய தீரப் பெண்மணி.

இன்னொருத்தி, குந்தவைப் பிராட்டியுடன் இருக்கும் பாக்கியத்தை நாடி வந்த கொடும்பாளூர்ச் சிற்றரசர் குலப் பெண். பிற்காலத்தில், சரித்திரத்திலேயே இணையில்லாத பாக்கியவதியாகப் போகிறவள். இன்று அடக்கமும் இனிமையும் சாந்தமும் உருவெடுத்து விளங்குகிறவள்.

இந்த இரு மங்கைமார்களும் படகிலிருந்து கரையில் இறங்கினார்கள். குந்தவை மற்ற தோழிப் பெண்களைப் பார்த்து, "நீங்கள் இங்கேயே இருங்கள். ஒரு நாழிகை நேரத்தில் திரும்பி வந்துவிடுகிறோம்!" என்றாள். அந்தத் தோழிப் பெண்கள் அனைவரும் தெய்வத் தமிழ்நாட்டில் பற்பல சிற்றரசர்களின் அரண்மனையில் பிறந்த அரசகுமாரிகள். குந்தவை தேவிக்குத் தோழியாக இருப்பதைப் பெறற்கரும் பேறாகக் கருதிப் பழையாறை அரண்மனைக்கு வந்தவர்கள். இப்போது தங்களில் ஒருத்தியை மட்டும் அழைத்துக் கொண்டு குந்தவைப் பிராட்டி கரையில் இறங்கி 'போய்விட்டு விரைவில் வருகிறேன்' என்றதும் அவர்களுடைய கண்களில் ஏமாற்றமும் அசூயையும் தோன்றின.

கரையில் குதிரை பூட்டிய ரதம் ஒன்று சித்தமாயிருந்தது. "வானதி! ரதத்தில் ஏறிக்கொள்!" என்றாள் குந்தவை தன் தோழியைப் பார்த்து. வானதி ஏறியதும் தானும் ஏறிக் கொண்டாள் ரதம் வேகமாய்ச் சென்றது.

"அக்கா! நாம் எங்கே போகிறோம்? எனக்குச் சொல்லலாமா?" என்று வானதி கேட்டாள்.

"சொல்லாமல் என்ன? குடந்தை சோதிடர் வீட்டுக்குப் போகிறோம்!" என்றாள் குந்தவை.

"சோதிடர் வீட்டுக்கு எதற்காகப் போகிறோம், அக்கா? என்னத்தைப் பற்றிக் கேட்பதற்காக?"

"வேறு எதற்கு? உன்னைப் பற்றிக் கேட்பதற்காகத்தான். சில மாத காலமாக நீ இப்படிப் பிரமை பிடித்தவள் போலும், உடல் மெலிந்தும் வருகிறாயா? உனக்கு எப்போது பிரமை நீங்கி உடம்பு தேறும் என்று கேட்பதற்காகத்தான்!"

"அக்கா! தங்களுக்கு ரொம்பப் புண்ணியமுண்டு; எனக்கு உடம்புக்கு ஒன்றுமில்லை. என்னைப் பற்றிக் கேட்பதற்காகப் போக வேண்டாம் திரும்பி விடுவோம்!"

"இல்லையடி, அம்மா, இல்லை! உன்னைப் பற்றிக் கேட்பதற்காக இல்லை; என்னைப் பற்றிக் கேட்பதற்காகத்தான் போகிறேன்."

"தங்களைப் பற்றி என்ன கேட்டுத் தெரிந்துகொள்ளப் போகிறீர்கள்? ஜோசியரிடம் கேட்டு என்ன தெரிந்துகொள்ளப் போகிறீர்கள்."

"எனக்குக் கல்யாணம் ஆகுமா? அல்லது கடைசி வரையில் கன்னிப் பெண்ணாகவே இருந்து காலம் கழிப்பேனா என்று கேட்கப் போகிறேன்."

"அக்கா! இதற்கு ஜோசியரிடம் போய்க் கேட்பானேன்! தங்களுடைய மனதையே அல்லவா கேட்க வேண்டும்? தாங்கள் தலையை அசைக்க வேண்டியதுதான்! இமய மலை முதலாவது குமரி முனை வரையில் உள்ள ஐம்பத்தாறு தேசத்து ராஜாக்களும் போட்டி போட்டுக்கொண்டு ஓடி வரமாட்டார்களா? ஏன், கடல் கடந்த தேசங்களிலேயிருந்தெல்லாம்கூட வருவார்களே! தங்களைக் கை பிடிக்கும் பேறு எந்த வீர ராஜகுமாரனுக்குக் கொடுத்து வைத்திருக்கிறதோ? அதைத் தாங்கள் அல்லவா தீர்மானிக்க வேண்டும்!"

"வானதி நீ சொல்வதெல்லாம் உண்மை என்று வைத்துக் கொண்டாலும் அதற்கு ஒரு தடை இருக்கிறது. எந்தத் தேசத்து அரச குமாரனையாவது மணம் புரிந்துகொண்டால் நான் அவனுடைய நாட்டுக்குப் போக வேண்டி வருமல்லவா? எனக்கு இந்தப் பொன்னி நதி பாயும் சோழ நாட்டிலிருந்து வேறொரு நாட்டுக்குப் போகப் பிடிக்கவேயில்லையடி! வேறு நாட்டுக்குப் போவதில்லை என்று நான் சபதம் எடுத்துக் கொண்டிருக்கிறேன்..."

"அது ஒரு தடையாகாது; தங்களை மணம் புரிந்து கொள்ளும் எந்த ராஜகுமாரனும் தங்கள் காலில் விழுந்து கிடக்கும் அடிமையாகவே இருப்பான். இங்கேயே இருக்க வேண்டும் என்றாலும் இருந்து விட்டுப் போகிறான்."

"ஆகா! எலியைப் பிடித்து மடியில் வைத்துக் கட்டிக் கொள்வதுபோல் வேறு தேசத்து ராஜகுமாரனை நம் ஊரிலேயே கொண்டு வைத்துக் கொள்ளவா சொல்கிறாய்? அதனால் என்னென்ன தொல்லைகள் எல்லாம் விளையும் தெரியுமா?"

"எப்படியும் பெண்ணாய்ப் பிறந்தவர்கள் ஒருநாள் கலியாணம் செய்துகொண்டுதானே தீர வேண்டும்?"

"அப்படி ஒரு சாஸ்திரத்திலும் சொல்லியிருக்கவில்லையடி, வானதி! ஔவையாரைப் பார்! அவள் என்றும் கன்னி அழியாத கவீசுவரியாகப் பல காலம் ஜீவித்திருக்கவில்லையா?"

"ஔவையார் இளம் பிராயத்திலேயே கடவுளின் வரத்தினால் கிழவியாகப் போனவள் தாங்கள் அதைப்போல் ஆகவில்லையே?"

"சரி அப்படிக் கல்யாணம் செய்துகொள்வது என்று புறப்பட்டால் அநாதையான சோழ நாட்டு வீரன் ஒருவனையே நான் மணந்து கொள்வேன். அத்தகையவனுக்கு ராஜ்யம் இராது. என்னை அழைத்துக்கொண்டு வேறு ஒரு தேசத்துக்குப் போக வேண்டும் என்று சொல்ல மாட்டான். இங்கேயே சோழ நாட்டிலேயே இருந்து விடுவான்..."

"அக்கா! அப்படியானால் இந்தச் சோழ நாட்டை விட்டுப் போகமாட்டீர்களே?"

"ஒருநாளும் போக மாட்டேன் சொர்க்க லோகத்துக்கு என்னை அரசியாக்குவதாகச் சொன்னாலும் போகமாட்டேன்."

"இன்றைக்குத்தான் என் மனம் நிம்மதி அடைந்தது."

"அது என்னடி?"

"நீங்கள் வேறு நாட்டுக்குப் போனால், நானும் உங்களோடு வந்தே தீர வேண்டும். உங்களை விட்டுப் பிரிந்திருக்க என்னால் முடியாது. அதே சமயத்தில் இந்தச் சோழ வளநாட்டைப் பிரிந்து போகவும் எனக்கு மனமில்லை."

"கல்யாணம் ஆனால் நீ பிரிந்து போய்த்தானே தீர வேண்டும்?"

"நான் கல்யாணமே செய்துகொள்ளப் போவதில்லை, அக்கா!"

"அடியே! எனக்கு செய்த உபதேசமெல்லாம் எங்கே போயிற்று?"

"தங்களை போலவா நான்?"

"அடி கள்ளி! எனக்கு எல்லாம் தெரியும். என் கண்ணில் மண்ணைத் தூவலாம் என்றா பார்க்கிறாய்? உனக்குச் சோழ நாட்டின் மீது அபிமானம் ஒன்றும் கிடையாது. நீ ஆசை வைத்திருக்கும் சோழநாடு, வாளும் வேலும் தாங்கி ஈழநாட்டுக்கு யுத்தம் செய்ய அல்லவா போயிருக்கிறது. உன் அந்தரங்கம் எனக்குத் தெரியாது என்றா நினைத்தாய்?"

"அக்கா! அக்கா! நான் அவ்வளவு மூடமதி உடையவளா? சூரியன் எங்கே? காலைப் பனித்துளி எங்கே? சூரியனுடைய நட்புக்கு பனித்துளி ஆசைப்பட்டால் என்ன பயன்?"

"பனித்துளி சிறியதுதான்! சூரியன் பெரியது, பிரகாசமானது தான்! ஆனாலும் பனித்துளி அப்படிப்பட்ட சூரியனைச் சிறைப்படுத்தித் தனக்குள் வைத்திருக்கிறதோ, இல்லையோ?"

வானதி உற்சாகமும் ஆர்வமும் நிறைந்த குரலில், "அப்படியா சொல்கிறீர்கள்! பனித்துளிகூடச் சூரியனை அடையலாம் என்று சொல்கிறீர்களா?" என்றாள். பிறகு திடீரென்று மனச்சோர்வு வந்து விட்டது. "பனித்துளி ஆசைப்படுகிறது; சூரியனையும் சிறைப்பிடிக்கிறது. ஆனால் பலன் என்ன? சிறிது நேரத்துக்கெல்லாம் சரியான தண்டனை அடைகிறது. வெயிலில் உலர்ந்து, இருந்த இடம் தெரியாமல் மறைகிறது!"

"அது தவறு, வானதி! பனித்துளியின் ஆசையைக் கண்டு சூரியன் தன்னுடன் பனித்துளியை ஐக்கியப்படுத்திக் கொள்கிறான். தன் ஆசைக்குகந்த பனித்துளிப் பெண் பிற புருஷர் கண்ணில் படக் கூடாது என்று அவன் எண்ணம். இரவு வந்ததும் மறுபடியும் வெளியே விட்டு விடுகிறான். மறைந்த பனித்துளி மறுபடியும் வந்து உதிக்கிறது அல்லவா?"

"அக்கா! இதெல்லாம் என்னைத் தேற்றுவதற்காகச் சொல்கிறீர்கள்."

"அப்படியானால் உன் மனதில் ஒரு குறை இருக்கிறது என்று சொல்லு. இத்தனை நாள் 'இல்லவே இல்லை' என்று சாதித்தாயே? அதனால்தான் குடந்தை ஜோசியரிடம் போகிறேன்."

"என் மனதில் குறையிருந்தால், அதைப் பற்றிக் கேட்க சோதிடரிடம் போய் என்ன பயன்?" என்று கூறி வானதி பெருமூச்செறிந்தாள்.

குடந்தை சோதிடரின் வீடு அந்த நகரின் ஒரு மூலையில் காளி கோயிலுக்கு அருகில் ஒரு தனித்த இடத்தில் இருந்தது. குடந்தை நகருக்குள் புகாமலேயே நகரைச் சுற்றிக்கொண்டு ரதம் அந்த வீடு சென்று அடைந்தது. ரதசாரதி ரதத்தைத் தங்கு தடையின்றி அங்கே ஓட்டிக்கொண்டு போய்ச் சேர்த்ததைப் பார்த்தால், அவன் அதற்கு முன் பலமுறை அங்கே ரதம் ஓட்டிக்கொண்டு சென்றிருக்க வேணும் என்று தோன்றியது.

வீட்டு வாசலில் சோதிடரும் அவருடைய சீடர் ஒருவரும் ஆயத்தமாகக் காத்திருந்தார்கள். சோதிடர் மிக பக்தி மரியாதையுடன் வந்தவர்களை வரவேற்று உபசரித்தார்.

"பெருமாட்டி! கலைமகளும் திருமகளும் ஒருருவாய் வந்த தாயே! வரவேணும்! வரவேணும்! இந்த ஏழையின் குடிசை செய்த பாக்கியம், மறுமுறையும் தாங்கள்

இக்குடிசையைத் தேடி வந்தீர்கள்!" என்றார்.

"சோதிடரே! இந்த வேளையில் தங்களைத் தேடிக் கொண்டு வேறு யாரும் இங்கு வரமாட்டார்கள் அல்லவா?" என்றாள் குந்தவை.

"வரமாட்டார்கள், தாயே! இப்போதெல்லாம் என்னைத் தேடி அதிகம் பேர் வருவதே இல்லை. உலகத்தில் கஷ்டங்கள் அதிகமாகும் போது தான் சோதிடர்களைத் தேடி மக்கள் அதிகமாக வருவார்கள். இப்போது தங்களுடைய திரு தந்தை சுந்தரசோழரின் ஆட்சியில், குடிகளுக்குக் கஷ்டம் என்பதே கிடையாது. எல்லோரும் சுக சௌக்கியங்களுடன் சகல சம்பத்துகளையும் பெற்று சந்தோஷமாக வாழ்கிறார்கள். என்னைத் தேடி ஏன் வருகிறார்கள்?" என்றார் சோதிடர்.

"அப்படியானால் எனக்கு ஏதோ கஷ்டம் வந்திருப்பதனால் தான் உமைத் தேடி வந்திருக்கிறேன் என்று சொல்லுகிறீராக்கும்!"

"இல்லை, பெருமாட்டி! இல்லவே இல்லை! நவநிதியும் கொழிக்கும் பழையாறை மன்னரின் திருக் குமாரிக்குக் கஷ்டம் வந்தது என்று எந்தக் குருடன்தான் சொல்லுவான்! உலகத்தில் மக்களுக்குக் கஷ்டமே இல்லாமற் போய்விட்டபடியால், இந்த ஏழைச் சோதிடனுக்கு மட்டும் கஷ்டம் வந்திருக்கிறது; இவனை மட்டும் கவனிப்பார் இல்லை. ஆகையால், இந்த ஏழையின் கஷ்டத்தைத் தீர்ப்பதற்காக அம்பிகையைப் போல் வந்திருக்கிறீர்கள். தாயே! குடிசைக்குள்ளே வந்தருள வேண்டும். இங்கேயே தங்களை நிறுத்தி வைத்திருப்பது நான் செய்யும் அபசாரம்!" என்று ஜோசியர் சமத்காரமாகப் பேசினார்.

ரதசாரதியைப் பார்த்துக் குந்தவை, "ரதத்தைக் கோயிலுக்குச் சமீபம் கொண்டு போய் ஆலமரத்தின் நிழலில் நிறுத்தி வை!" என்றாள்.

பிறகு சோதிடர் வழிகாட்டி முன் செல்ல, குந்தவையும் வானதியும் அவ்வீட்டுக்குள்ளே சென்றார்கள்.

சோதிடர் தம் சீடனைப் பார்த்து, "அப்பனே! வாசலில் ஜாக்கிரதையாக நின்றுகொண்டிரு; தப்பித் தவறி யாராவது வந்தாலும் உள்ளே விடாதே!" என்று எச்சரித்தார்.

அரசகுமாரியை வரவேற்பதற்கு உகந்ததாகச் சோதிடரின் கூடம் அழகு செய்யப்பட்டிருந்தது. சுவரில் ஒரு மாடத்தில் அம்பிகையின் படம் அலங்கரிக்கப்பட்டு விளங்கியது. அமருவதற்கு இரண்டு பீடங்கள் சித்தமாயிருந்தன. குத்துவிளக்கு எரிந்தது, அங்குமிங்கும் கோலங்கள் பொலிந்தன. ராசி சக்கரங்கள் போட்ட பலகைகளும் ஓலைச்சுவடிகளும் சுற்றிலும் இரைந்து கிடந்தன.

பெண்மணிகள் இருவரும் பீடங்களில் அமர்ந்த பிறகு, சோதிடரும் உட்கார்ந்தார்.

"அம்மணி! வந்த காரியம் இன்னதென்பதைத் தயவு செய்து சொல்லி அருள வேணும்!" என்றார்.

"ஜோசியரே! அதையும் தங்கள் ஜோதிடத்திலேயே பார்த்து தெரிந்துகொள்ளக் கூடாதா?" என்றாள் குந்தவை.

"ஆகட்டும் தாயே!" என்று கூறி ஜோதிடர் கண்ணை மூடிக்கொண்டு சிறிது நேரம் ஏதோ மந்திரம் ஜபித்துக் கொண்டிருந்தார்.

பிறகு கண்ணைத் திறந்து பார்த்து, "கோமாட்டி, இந்தக் கன்னிப் பெண்ணின் ஜாதகம் பற்றிக் கேட்பதற்காகவே இன்று முக்கியமாக வந்திருக்கிறீர்கள். அவ்விதம் தேவி பராசக்தியின் அருள் சொல்கிறது உண்மைதானா?" என்றார்.

"ஆஹா! பிரமாதம்! உங்களுடைய சக்தியை என்னவென்று சொல்வது? ஆம் ஜோசியரே! இந்தப் பெண்ணைப் பற்றிக் கேட்கத்தான் வந்தேன். ஒரு வருஷத்துக்கு முன்பு இவள் பழையாறை அரண்மனைக்கு வந்தாள். வந்து எட்டு மாத காலம் மிகக் குதூகலமாய் இருந்து வந்தாள். என் தோழியருக்குள்ளே இவள்தான் சிரிப்பும் விளையாட்டும்

கலகலப்புமாக இருந்து வந்தாள். நாலுமாதமாக இவளுக்கு என்னவோ நேர்ந்திருக்கிறது. அடிக்கடி சோர்ந்து போகிறாள். பிரமை பிடித்தாற்போல் இருக்கிறாள்; சிரிப்பையே மறந்து விட்டாள். உடம்புக்கு ஒன்றுமில்லை என்கிறாள். இவள் பெற்றோர்கள் நாளைக்கு வந்து கேட்டால், என்ன மறுமொழி சொல்வதென்றே தெரியவில்லை..."

"தாயே! கொடும்பாளூர் கோமகளின் செல்வப் புதல்வி தானே இவர்? இவருடைய பெயர் வானதிதானே?" என்றார் ஜோதிடர்.

"ஆமாம்; உமக்கு எல்லாம் தெரிந்திருக்கிறதே!"

"இந்த அரசிளங்குமரியின் ஜாதகம் கூட என்னிடம் இருக்கிறது. சேர்த்து வைத்திருக்கிறேன்! சற்றுப் பொறுக்க வேணும்!" என்று சொல்லிவிட்டு, ஜோதிடர் பக்கத்திலிருந்த ஒரு பழைய பெட்டியைத் திறந்து சிறிது நேரம் புரட்டினார். பிறகு, அதிலிருந்து ஒரு ஜாதகக் குறிப்பை எடுத்து கவனமாய்ப் பார்த்தார்.

ௐ

11. திரும்பிரவேசம்

இந்நாளில் கும்பகோணம் என்ற பெயரால் ஆங்கில அகராதியிலேகூட இடம் பெற்றிருக்கும் நகரம் நம்முடைய கதை நடந்த காலத்தில் குடந்தை என்றும் குடமூக்கு என்றும் வழங்கப்பட்டு வந்தது. புண்ணியஸ்தல மகிமையையன்றி, குடந்தை சோதிடராலும் அது புகழ்பெற்றிருந்தது.

குடந்தைக்கு சற்று தூரத்தில் தென்மேற்குத் திசையில் சோழர்களின் இடைக்கால தலைநகரமான பழையாறை, வானை அளாவிய அரண்மனை மாடங்களுடனும் ஆலய கோபுரங்களுடனும் கம்பீரமாகக் காட்சி அளித்துக்கொண்டிருந்தது.

பழையாறை அரண்மனைகளில் வசித்த அரச குலத்தினர் அனைவருடைய ஜாதகங்களையும் குடந்தை சோதிடர் சேகரித்து வைத்திருந்தார். அப்படிச் சேகரித்து வைத்திருந்த ஜாதகங்களைப் புரட்டித்தான் கொடும்பாளூர் இளவரசி வானதியின் ஜாதகத்தை அவர் கண்டெடுத்தார்.

சிறிது நேரம் ஜாதகத்தை உற்றுப் பார்த்துக் கொண்டிருந்த பிறகு, சோதிடர் வானதியின் முகத்தை ஏறிட்டுப் பார்த்தார். திரும்ப ஜாதகத்தைப் பார்த்தார். இப்படி மாற்றி மாற்றிப் பார்த்துக்கொண்டிருந்தாரே தவிர, வாயைத் திறந்து ஒன்றும் சொல்லுகிற வழியைக் காணவில்லை.

"என்ன, ஜோசியரே! ஏதாவது சொல்லப் போகிறீரா, இல்லையா?" என்று குந்தவை தேவி கேட்டாள்.

"தாயே! என்னத்தைச் சொல்வது? எப்படிச் சொல்வது? முன் ஒரு தடவை தற்செயலாக இந்த ஜாதகத்தை எடுத்துப் பார்த்தேன். என்னாலேயே நம்ப முடியவில்லை; இப்படியும் இருக்க முடியுமா என்று சந்தேகப்பட்டு வைத்து விட்டேன். இப்போது இந்தப் பெண்ணின் திருமுகத்தையும் இந்த ஜாதகத்தையும் சேர்த்துப் பார்க்கும்போது, திகைக்க வேண்டியிருக்கிறது!"

"திகையும்! திகையும்! போதுமானவரை திகைத்துவிட்டு பிறகு ஏதாவது குறிப்பாகச் சொல்லும்!"

"இது மிகவும் அதிர்ஷ்ட ஜாதகம் தாயே! தாங்கள் எதுவும் வித்தியாசமாக நினைத்துக்கொள்ள மாட்டீர்கள் என்று சொல்கிறேன். தங்களுடைய ஜாதகத்தைக் காட்டிலும் கூட, இது ஒருபடி மேலானது. இம்மாதிரி அதிர்ஷ்ட ஜாதகத்தை நான் இதுவரை பார்த்ததேயில்லை!"

குந்தவை புன்னகை புரிந்தாள்; வானதியோ வெட்கப்பட்டவளாய், "அக்கா! இந்த துரதிர்ஷ்டக்காரியைப் போய் இவர் உலகத்திலேயே இல்லாத அதிர்ஷ்டக்காரி என்கிறாரே! இப்படித்தான் இருக்கும் இவர் சொல்லுவ தெல்லாம்!" என்றாள்.

"அம்மா! என்ன சொன்னீர்கள்? நான் சொல்வது தவறானால் என்னுடைய தொழிலையே விட்டுவிடுகிறேன்" என்றார் ஜோதிடர்.

"வேண்டாம், ஜோதிடரே! வேண்டாம் அப்படியெல்லாம் செய்துவிடாதீர். ஏதோ நாலுபேருக்கு நல்ல வார்த்தையாகச் சொல்லிக் கொண்டிரும். ஆனால் வெறுமனே பொதுப்படையாகச் சொல்கிறீரே தவிர, குறிப்பாக ஒன்றும் சொல்லவில்லையே? அதனாலேதான் இவள் சந்தேகப்படுகிறாள்!"

"குறிப்பாகச் சொல்ல வேண்டுமா? இதோ சொல்லுகிறேன்! நாலு மாதத்திற்கு முன்னால் அபசகுனம் மாதிரி தோன்றக் கூடிய ஒரு காரியம் நடந்தது. ஏதோ ஒன்று தவறி விழுந்தது; ஆனால் அது உண்மையில் அபசகுனம் இல்லை. அதிலிருந்துதான் இந்தக் கோமகளுக்கு எல்லா அதிர்ஷ்டங்களும் வரப்போகின்றன!"

"வானதி! நான் என்னடி சொன்னேன்? பார்த்தாயா?" என்றாள் குந்தவை தேவி.

"முன்னாலேயே இவருக்கு நீங்கள் சொல்லி வைத்திருக்கிறீர்கள் போலிருக்கிறது!" என்றாள் வானதி.

"பார்த்தீரா சோதிடரே, இந்தப் பெண்ணின் பேச்சை!"

"பேசட்டும் தாயே! இப்போது எது வேண்டுமானாலும் பேசட்டும்! நாளைக்கு மன்னர் மன்னனை மணந்து கொண்டு..."

"அப்படிச் சொல்லுங்கள். இளம் பெண்களிடம் கல்யாணத்தைப் பற்றிப் பேசினால் அல்லவா அவர்கள் சந்தோஷமாகக் கேட்டுக்கொண்டிருப்பார்கள்?..."

"அதைத்தான் நானும் சொல்ல வருகிறேன், தாயே! திடுதிப்பென்று கல்யாணப் பேச்சை எடுக்கக்கூடாது அல்லவா? எடுத்தால், இந்தக் கிழவனுக்குப் புத்தி கெட்டுவிட்டது" என்று சொல்லி விடுவீர்கள்!"

"இவளுக்குப் புருஷன் எங்கிருந்து வருவான்? எப்போது வருவான்? அவனுக்கு என்ன அடையாளம்? ஜாதகத்திலிருந்து இதையெல்லாம் சொல்ல முடியுமா, ஜோதிடரே!"

"ஆகா! சொல்ல முடியாமல் என்ன? நன்றாய்ச் சொல்ல முடியும்!" என்று கூறிவிட்டு, ஜோதிடர் ஜாதகத்தை மறுபடியும் கவனித்துப் பார்த்தார். கவனித்துப் பார்த்தாரோ, அல்லது கவனித்துப் பார்ப்பது போல் அவர் பாசாங்குதான் செய்தாரோ நமக்குத் தெரியாது.

பிறகு, தலைநிமிர்ந்து நோக்கி, "அம்மணி! இந்த இளவரசிக்குக் கணவன் வெகு தூரத்திலிருந்து வரவேண்டிய தில்லை. சமீபத்தில் உள்ளவன்தான். ஆயினும் அந்த வீராதி வீரன் இப்போது இந்நாட்டில் இல்லை. கடல் கடந்து சென்றிருக்கிறான்!" என்றார் ஜோதிடர்.

இதைக் கேட்டதும் குந்தவை, வானதியைப் பார்த்தாள்.

வானதியின் உள்ளத்தில் பொங்கிய உவகையை அவள் அடக்கிக் கொள்ளப் பார்த்தும் முடியவில்லை, முகம் காட்டி விட்டது.

"அப்புறம்? அவன் யார்? என்ன குலம்? தெரிந்துகொள்ள ஏதாவது அடையாளம் உண்டா?"

"நன்றாக உண்டு இந்தப் பெண்ணை மணந்து கொள்ளும் பாக்கியசாலியின் திருக்கரங்களில் சங்கு சக்கர ரேகை இருக்கும், அம்மா!"

மீண்டும் குந்தவை வானதியைப் பார்த்தாள். வானதியின் முகம் கவிந்து பூமியைப் பார்த்துக்கொண்டிருந்தது.

"அப்படியானால், இவளுடைய கைகளிலும் ஏதேனும் அடையாள ரேகை இல்லாமற்போகுமா?" என்றாள் குந்தவைப் பிராட்டி.

"தாயே! இவளுடைய பாதங்களை எப்போதாவது தாங்கள் பார்த்ததுண்டா?.."

"ஏன் ஜோதிடரே! இது என்ன வார்த்தை! அவளுடைய காலைப் பிடிக்கும்படி என்னைச் சொல்கிறீரா?"

"இல்லை; அப்படியெல்லாம் நான் சொல்லவில்லை. ஆனால் ஒரு காலத்தில் ஆயிரமாயிரம் மன்னர்குலப் பெண்கள், பட்ட மகிஷிகள், அரசிளங்குமரிகள், ராணிகள், மகாராணிகள், இந்தப் பெண்ணரசியின் பாதங்களைத் தொடும் பாக்கியத்துக்காக தவம் கிடப்பார்கள் தாயே!"

"அக்கா! இந்த கிழவர் என்னைப் பரிகாசம் செய்கிறார். இதற்காகவா என்னை இங்கே அழைத்து வந்தீர்கள்? எழுந்திருங்கள் போகலாம்!" என்று உண்மையாகவே பொங்கி வந்த போபத்துடன் கூறினாள் வானதி.

"நீ என்னத்துக்குப் பதறுகிறாயடி, பெண்ணே! அவர் ஏதாவது சொல்லிக்கொண்டு போகட்டும்..."

"நான் ஏதாவது சொல்லி விடவில்லை; எல்லாம் இந்த ஜாதகத்தில் குறிப்பிட்டிருப்பதைத்தான் சொல்லுகிறேன். 'பாதத் தாமரை' என்று ஏதோ கவிகள் உபசாரமாக வர்ணிப்பார்கள். இந்தப் பெண்ணின் உள்ளங்காலைச் சிறிது காட்டச் சொல்லுங்கள். அதில் செந்தாமரை இதழ்களின் ரேகை கட்டாயம் இருக்கும்."

"போதும்! ஜோதிடரே இவளைப்பற்றி இன்னும் ஏதாவது சொன்னால் என்னைக் கையைப் பிடித்து இழுத்துக் கொண்டு புறப்பட்டு விடுவாள். இவளுக்கு வாய்க்கப் போகும் கணவனைப் பற்றிக் கொஞ்சம் சொல்லுங்கள்..."

"ஆகா! சொல்கிறேன்! இவளைக் கைப்பிடிக்கும் பாக்கியவான் வீராதி வீரனாயிருப்பான்! நூறு நூறு போர்க்களங்களில் முன்னணியில் நின்று வாகை மாலை சூடுவான். மன்னாதி மன்னனாயிருப்பான்; ஆயிரமாயிரம் அரசர்கள் போற்ற சக்கரவர்த்தியின் சிம்மாசனத்தில் பன்னெடுங் காலம் வீற்றிருப்பான்.

"நீர் சொல்வதை நான் நம்பவில்லை அது எப்படி நடக்க முடியும்?" என்று கேட்ட குந்தவை தேவியின் முகத்திலே ஆர்வமும் மகிழ்ச்சியும் ஐயமும் கவலையும் கலந்து தாண்டவமாடின.

"நானும் நம்பவில்லை. இவர் எதையோ நினைத்துக் கொண்டு பேசுகிறார். இப்படிச் சொன்னால் தங்களுக்குச் சந்தோஷமாயிருக்கும் என்று கூறுகிறார்!" என்றாள் வானதி.

"இன்று நீங்கள் நம்பாவிட்டால் பாதகமில்லை; ஒரு காலத்தில் நம்புவீர்கள் அப்போது இந்த ஏழைச் சோதிடனை மறந்து விடாதீர்கள்.."

"அக்கா! நாம் போகலாமா?" என்று மறுபடி கேட்டாள் வானதி. அவளுடைய கரிய விழிகளின் ஓரங்களில் இரு கண்ணீர்த் துளிகள் எட்டிப் பார்த்துக்கொண்டிருந்தன.

"இன்னும் ஒரே ஒரு விஷயம் சொல்லி விடுகிறேன். அதைக் கேட்டுவிட்டுப் புறப்படுங்கள், இந்த இளவரசியை மணந்து கொள்ளப் போகும் வீரனுக்கு எத்தனை எத்தனையோ அபாயங்களும், கண்டங்களும் ஏற்படும்; பகைவர்கள் பலர் உண்டு..."

"ஐயோ!"

"ஆனால் அவ்வளவு அபாயங்களும் கண்டங்களும் முடிவில் பறந்து போகும்; பகைவர்கள் படுநாசம் அடைவார்கள். இந்தத் தேவியை அடையும் நாயகன் எல்லாத் தடைகளையும் மீறி மகோன்னத பதவியை அடைவான்.... இதைவிட முக்கியமான செய்தி ஒன்று உண்டு தாயே! நான் வயதானவன் ஆகையால் உள்ளதை ஒளியாமல் விட்டுச் சொல்கிறேன்.

இந்தப் பெண்ணின் வயிற்றை நீங்கள் ஒருநாள் பாருங்கள். அதில் ஆலிலையின் ரேகைகள் இல்லாவிட்டால் நான் இந்த ஜோதிடத் தொழிலையே விட்டுவிடுகிறேன்...”

“ஆலிலையின் ரேகையில் என்ன விசேஷம் ஜோதிடரே?”

“ஆலிலையின் மேல் பள்ளிகொண்ட பெருமான் யார் என்பது தெரியாதா? அந்த மகாவிஷ்ணுவின் அம்சத்துடன் இவள் வயிற்றில் ஒரு பிள்ளை பிறப்பான். இவளுடைய நாயகனுக்காவது பல இடைஞ்சல்கள், தடங்கல்கள், அபாயங்கள், கண்டங்கள் எல்லாம் உண்டு. ஆனால் இந்தப் பெண்ணின் வயிற்றில் அவதரிக்கப் போகும் குமாரனுக்குத் தடங்கல் என்பதே கிடையாது. அவன் நினைத்ததெல்லாம் கைகூடும்; எடுத்ததெல்லாம் நிறைவேறும், அவன் தொட்டதெல்லாம் பொன்னாகும்; அவன் கால் வைத்த இடமெல்லாம் அவனுடைய ஆட்சிக்கு உள்ளாகும்; அவன் கண்ணால் பார்த்த இடமெல்லாம் புலிக்கொடி பறக்கும். தாயே! இவளுடைய குமாரன் நடத்திச் செல்லும் சைன்யங்கள் பொன்னி நதியின் புது வெள்ளத்தைப் போல் எங்கும் தங்குதடையின்றி செல்லும். ஜயலக்ஷ்மி அவனுக்குக் கைகட்டி நின்று சேவகம் புரிவாள். அவன் பிறந்த நாட்டின் புகழ் மூவுலகமும் பரவும். அவன் பிறந்த குலத்தின் கீர்த்தி உலகம் உள்ள அளவும் நின்று நிலவும்!...”

இவ்வாறு ஜோதிடர் ஆவேசம் வந்தவர் போல் சொல்லி வந்தபோது குந்தவை தேவி அவருடைய முகத்தையே பார்த்துக் கொண்டு, அவர் கூறிய வார்த்தைகளை ஒன்றுவிடாமல் விழுங்குபவள் போல் கேட்டுக்கொண்டிருந்தாள்.

“அக்கா!” என்ற தீனமான குரலைக் கேட்டுத் திடுக்கிட்டு திரும்பிப் பார்த்தாள்.

“எனக்கு என்னமோ செய்கிறது!” என்று மேலும் தீனமாகக் கூறினாள் வானதி; திடீரென்று மயங்கித் தரையில் சாய்ந்தாள்.

“ஜோசியரே! சீக்கிரம் கொஞ்சம் தண்ணீர் கொண்டு வாருங்கள்!” என்று குந்தவை சொல்லிவிட்டு, வானதியைத் தூக்கி மடியில் போட்டுக்கொண்டாள். சோதிடர் தண்ணீர் கொண்டு வந்தார்; குந்தவை தண்ணீரை வாங்கி வானதியின் முகத்தில் தெளித்தாள்.

“ஒன்றும் நேராது, அம்மா! கவலைப்படாதீர்கள்...” என்றார் ஜோதிடர்.

“ஒரு கவலையும் இல்லை; இவளுக்கு இது வழக்கம். இந்த மாதிரி இதுவரையில் ஐந்தாறு தடவை ஆகிவிட்டது! சற்றுப் போனால் கண் விழித்து எழுந்திருப்பாள், எழுந்ததும் இது பூலோகமா, கைலாசமா என்று கேட்பாள்!” என்றாள் குந்தவை.

பிறகு சிறிது மெல்லிய குரலில், “ஜோசியரே! முக்கியமாக ஒன்று கேட்பதற்காகவே உங்களிடம் வந்தேன். நாடு நகரங்களிலே சில காலமாக ஜனங்கள் ஏதேதோ பேசிக் கொள்கிறார்களாமே? வானத்தில் சில நாளாக வால் நட்சத்திரம் தோன்றுகிறதே? இதற்கெல்லாம் உண்மையில் ஏதேனும் பொருள் உண்டா? இராஜ்யத்துக்கு ஏதாவது ஆபத்து உண்டா? மாறுதல் குழப்பம் ஏதேனும் ஏற்படுமா?” என்று இளையபிராட்டி கேட்டாள்.

“அதை மட்டும் என்னைக் கேட்காதீர்கள், தாயே! தேசங்கள், இராஜ்யங்கள், இராஜாங்க நிகழ்ச்சிகள் இவற்றுக்கெல்லாம் ஜாதகமும் கிடையாது; ஜோசியமும் சொல்ல முடியாது. நான் பயின்ற வித்தையில் அதெல்லாம் வரவில்லை. ஞானிகளும், ரிஷிகளும், மகான்களும், யோகிகளும் ஒருவேளை ஞான திருஷ்டியில் பார்த்து சொல்லலாம். இந்த ஏழைக்கு அந்த சக்தி கிடையாது. இராஜரீக காரியங்களில் நாள், நட்சத்திரம், ஜாதகம், ஜோசியம் எல்லாம் சக்தியற்றுப் போய்விடுகின்றன...”

“ஜோசியரே! மிக சாமர்த்தியமாகப் பேசுகிறீர்! இராஜாங்கத்துக்கு ஜாதகம் பார்க்க வேண்டாம். ஆனால் என் தந்தையைப் பற்றியும் சகோதரர்களைப் பற்றியும் பார்த்து சொல்லலாம் அல்லவா? அவர்களுடைய ஜாதகத்தைப் பார்த்தால் இராஜாங்க ஜாதகத்தைப் பார்த்ததுபோல் ஆகிவிடும் அல்லவா?”

"சாவகாசமாக இன்னொரு நாள் பார்த்துச் சொல்கிறேன், அம்மா! பொதுவாக, இது குழப்பங்களும் அபாயங்களும் நிறைந்த காலம். எல்லோருமே சிறிது ஜாக்கிரதையாக இருக்க வேண்டியதுதான்..."

"ஜோசியரே! என் தந்தை, சக்கரவர்த்தி.. பழையாறையை விட்டுத் தஞ்சாவூருக்குப் போனதிலிருந்து எனக்கு ஒரே கவலையாயிருக்கிறது."

"முன்னமே சொன்னேனே, தாயே! மகாராஜாவுக்குப் பெரிய கண்டம் இருக்கிறது. தங்கள் குடும்பத்துக்கும் பெரிய அபாயங்கள் இருக்கின்றன. துர்காதேவியின் அருள் மகிமையினால் எல்லாம் நிவர்த்தியாகும்."

"அக்கா! நாம் எங்கே இருக்கிறோம்?" என்று வானதியின் தீனக் குரல் கேட்டது.

குந்தவையின் மடியில் தலை வைத்துப் படுத்திருந்த வானதி கண்ணிமைகளை வண்டின் சிறகுகளைப்போல் கொட்டி மலர மலர விழித்தாள்.

"கண்மணி! இன்னும் நாம் இந்த பூலோகத்திலேதான் இருக்கிறோம்! சொர்க்க லோகத்துக்கு அழைத்துப் போக புஷ்பக விமானம் இன்னும் வந்து சேரவில்லை. எழுந்திரு! நம்முடைய குதிரை பூட்டிய ரதத்திலேயே ஏறிக்கொண்டு அரண்மனைக்குப் போகலாம்!" என்றாள் குந்தவை.

வானதி எழுந்து உட்கார்ந்துகொண்டு, "நான் மயக்கம் போட்டு விழுந்துவிட்டேனா?" என்றாள்.

"மயக்கம் போடவில்லை; அக்காவின் மடியில் படுத்துக் கொஞ்சம் தூங்கிவிட்டாய்! தாலாட்டுக்கூடப் பாடினேன் உன் காதில் விழவில்லையா?"

"கோபிக்காதீர்கள், அக்கா! என்னை அறியாமலே தலை கிறுகிறுத்து வந்துவிட்டது."

"கிறுகிறுக்கும், கிறுகிறுக்கும்; இந்த ஜோசியர் எனக்கு அப்படி ஜோசியம் சொல்லியிருந்தால் எனக்குக் கூடத்தான் கிறுகிறுத்திருக்கும்."

"அதனால் இல்லை, அக்கா! இவர் சொன்னதையெல்லாம் நான் நம்பிவிட்டேனா?"

"நீ நம்பினாயோ, நம்பவில்லையோ? ஆனால் ஜோசியர் பயந்தே போய்விட்டார்! உன்னைப் போன்ற பயங்கொள்ளியை இனிமேல் எங்கும் அழைத்துப் போகக் கூடாது."

"நான்தான் சோதிடரிடம் வரவில்லையென்று அப்போதே சொன்னேனே! நீங்கள்தானே..?"

"என் குற்றந்தான் எழுந்திரு, போகலாம் வாசல் வரையில் நாலு அடி நடக்க முடியுமா? இல்லாவிட்டால் இடுப்பில் எடுத்து வைத்துக்கொண்டு போக வேணுமா?"

"வேண்டாம்! வேண்டாம்! நன்றாய் நடக்க முடியும்."

"சற்றுப் பொறுங்கள், தாயே! தேவியின் பிரசாதம் தருகிறேன், வாங்கிக்கொண்டு போங்கள்" என்று ஜோசியர் சொல்லி விட்டு ஓலைச்சுவடியைக் கட்டத் தொடங்கினார்.

"ஜோசியரே! எனக்கு என்னவெல்லாமோ சொன்னீர்கள்; அக்காவுக்கு ஒன்றுமே சொல்லவில்லையே?" என்று வானதி கூறினாள்.

"அம்மா! இளையபிராட்டிக்கு எல்லாம் சொல்லியிருக்கிறேன் புதிதாக என்ன சொல்ல வேண்டும்?"

"அக்காவை மணந்து கொள்ளப் போகும் வீராதி வீரர்"

"அசகாய சூரர்" என்று குந்தவை குறுக்கிட்டு சொன்னாள்.

"சந்தேகம் என்ன?.. மகா பராக்கிரமசாலியான இராஜகுமாரர்..."

"முப்பத்திரண்டு சாமுத்ரிகா லட்சணமும் பொருந்தியவர்; புத்தியில் பிரகஸ்பதி; வித்தையில் சரஸ்வதி, அழகிலே மன்மதன்; ஆற்றலில் அர்ஜுனன்!"

"இளையபிராட்டிக்கு ஏற்ற அந்த ஸுகுமாரரான இராஜகுமாரர் எங்கிருந்து எப்போது வருவார்?.."

"வருகிறார், தாயே! வருகிறார்! கட்டாயம் வரப்போகிறார் அதி சீக்கிரத்திலேயே வருவார்."

"எப்படி வருவார்? குதிரை மேல் வருவாரா? ரதத்தில் ஏறி வருவாரா? யானை மேல் வருவாரா? கால் நடையாக வருவாரா? அல்லது நேரே ஆகாசத்திலிருந்து கூரையைப் பொத்துக் கொண்டு வந்து குதிப்பாரா!" என்று குந்தவைதேவி கேலியாகக் கேட்டாள்.

"அக்கா! குதிரை காலடிச் சத்தம் கேட்கிறது!" என்று வானதி சிறிது பரபரப்புடன் சொன்னாள்.

"ஒருவருக்கும் கேளாதது உனக்கு மாத்திரம் அதிசயமாய்க் கேட்கும்!"

"இல்லை, வேடிக்கைக்கு சொல்லவில்லை இதோ கேளுங்கள்!"

உண்மையாகவே அப்போது வீதியில் குதிரை ஒன்று விரைந்து வரும் காலடிச் சத்தம் கேட்டது.

"கேட்டால் என்னடி? குடந்தைப் பட்டணத்தின் வீதிகளில் குதிரை போகாமலா இருக்கும்?" என்றாள் குந்தவை.

"இல்லை; இங்கே வருகிறது மாதிரி தோன்றியது!"

"உனக்கு ஏதாவது விசித்திரமாகத் தோன்றும் எழுந்திரு, போகலாம்!"

இச்சமயத்தில் அந்த வீட்டின் வாசலில் ஏதோ குழப்பமான சப்தம் கேட்டது; குரல் ஒலிகளும் கேட்டன.

"இதுதானே ஜோசியர் வீடு?"

"ஆமாம்; நீ யார்?"

"ஜோசியர் இருக்கிறாரா?"

"உள்ளே போகக் கூடாது?"

"அப்படித்தான் போவேன்!"

"விடமாட்டேன்"

"ஜோசியரைப் பார்க்க வேண்டும்."

"அப்புறம் வா."

"அப்புறம் வர முடியாது; எனக்கு மிக அவசரம்!"

"அடே! அடே! நில்! நில்!"

"சற்று! விலகிப்போ! தடுத்தாயோ, கொன்றுவிடுவேன்..."

"ஐயா! ஐயா! வேண்டாம்! உள்ளே போக வேண்டாம்!"

இத்தகைய குழப்பமான கூச்சல் நெருங்கி நெருங்கிக் கேட்டது; படார் என்று வாசற் கதவு திறந்தது.

அவ்வளவு பிரமாதமான தடபுடலுடன் ஒரு வாலிபன் உள்ளே திடும்பிரவேசமாக வந்தான். அவனைப் பின்னாலிருந்து தோள்களைப் பிடித்து இழுக்க ஒருவன் முயன்று கொண்டிருந்தான்.

வாலிபன் திமிறிக்கொண்டு வாசற்படியைக் கடந்து உள்ளே வந்தான்.

வந்த வாலிபன் யார் என்று வாசகர்கள் ஊகித்திருப்பார்கள் நமது வீரன் வந்தியத்தேவன் தான்! வீட்டுக்குள்ளே இருந்த மூன்று பேருடைய கண்களும் ஏக காலத்தில் அவ்வீரனைப் பார்த்தன.

வந்தியத்தேவனும் உள்ளிருந்தவர்களைப் பார்த்தான். இல்லை; உள்ளேயிருந்தவர்களில் ஒருவரைத் தான் பார்த்தான். அதுகூட இல்லை; குந்தவை தேவியை அவன் முழுமையாகப் பார்க்கவில்லை. அவளுடைய பொன் முகத்தை மட்டுமே பார்த்தான். முகத்தையாவது முழுமையும் பார்த்தானோ என்றால், அதுவும் இல்லை! வியப்பினால் சிறிது விரிந்திருந்த அவளுடைய பவளச் செவ்வாயின் இதழ்களைப் பார்த்தான்; கம்பீரமும் வியப்பும் குறும்புச் சிரிப்பும் ததும்பியிருந்த அவளுடைய அகன்ற கண்களைப் பார்த்தான். கண்ணிமைகளையும் கரிய புருவங்களையும் பார்த்தான்; குங்குமச் சிவப்பான குழிந்த கன்னங்களைப் பார்த்தான். சங்கையொத்த வழுவழுப்பான கழுத்தைப் பார்த்தான். இவ்வளவையும் ஒரே சமயத்தில் தனி தனியாகப் பார்த்தான். தனித்தனியாக அவை அவன் மனத்தில் பதிந்தன.

இதெல்லாம் சில விநாடி நேரந்தான், உடனே சட்டென்று திரும்பிச் சோதிடருடைய சீடனை நோக்கி, "ஏனப்பா, உள்ளே பெண் பிள்ளைகள் இருக்கிறார்கள் என்று நீ சொல்லக் கூடாது? சொல்லியிருந்தால் நான் இப்படி வந்திருப்பேனா?" என்று கேட்டுக்கொண்டே சீடனை மறுபக்கம் தள்ளிக்கொண்டு வாசற்படியை மீண்டும் கடந்தான். ஆயினும் வெளியில் போவதற்குள் இன்னும் ஒரு தடவை குந்தவைதேவியைத் திரும்பிப் பார்த்து விட்டுத்தான் போனான்.

"அடே அப்பா! புயல் அடித்து ஓய்ந்தது போல் அல்லவா இருக்கிறது?" என்றாள் குந்தவைப் பிராட்டி.

"இன்னும் ஓய்ந்தபாடில்லை; அதோ கேளுங்கள்!" என்றாள் கொடும்பாளூர் இளவரசி.

வாசலில் இன்னமும் வந்தியத்தேவனுக்கும் சோதிடரின் சீடனுக்கும் தர்க்கம் நடந்துகொண்டிருந்தது.

"ஜோசியரே! இவர் யார்?" என்றாள் குந்தவை.

"தெரியாது, தாயே! யாரோ அசலூர்க்காரர் மாதிரி இருக்கிறது. பெரிய முரட்டுப் பிள்ளையென்று தோன்றுகிறது."

குந்தவை திடீரென்று எதையோ நினைத்துக்கொண்டு கலகலவென்று சிரித்தாள்.

"எதற்காக அக்கா சிரிக்கிறீர்கள்?"

"எதற்காகவா? எனக்கு வரப்போகும் மணாளன் குதிரையில் வரப் போகிறானா, யானையில் வரப்போகிறானா, அல்லது கூரை வழியாக வந்து குதிக்கப் போகிறானா என்று பேசிக்கொண்டிருந்தோமே, அதை நினைத்துக்கொண்டு சிரித்தேன்!"

இப்போது வானதிக்கும் சிரிப்பு தாங்க முடியாமல் வந்தது. இருவருடைய சிரிப்பும் கலந்து அலை அலையாக எழுந்தது. வெளியில் எழுந்த சச்சரவு சப்தங்கூட இந்த இரு மங்கையரின் சிரிப்பின் ஒலியில் அடங்கிவிட்டது.

சோதிடர் மௌன சிந்தனையில் ஆழ்ந்தவராய், அரச குமாரிகள் இருவருக்கும் குங்குமம் கொடுத்தார். பெற்றுக் கொண்டு இருவரும் எழுந்தனர்; வீட்டுக்கு வெளியில் சென்றனர். சோதிடரும் கூட வந்தார்.

வீட்டு வாசலில் சிறிது ஒதுங்கி நின்ற வந்தியத்தேவன், பெண்மணிகளைப் பார்த்ததும், "மன்னிக்கவேண்டும். உள்ளே பெண்கள் இருக்கிறார்கள் என்று இந்தப் புத்திசாலி சொல்லவில்லை. ஆகையினால்தான் அப்படி அவசரமாக வந்து விட்டேன். அதற்காக மன்னிக்க வேண்டும்!" என்று உரத்த குரலில் சொன்னான்.

குந்தவை மலர்ந்த முகத்துடன் குறும்பும் கேலியும் மிடுக்கும் ததும்பிய கண்களினால் வந்தியத்தேவனை ஒரு தடவை ஏறிட்டுப் பார்த்தாள். ஒரு வார்த்தையும் மறுமொழி சொல்லவில்லை. வானதியை ஒரு கையினால் பிடித்து இழுத்துக்கொண்டு ரதம் நின்ற ஆலமரத்தடியை நோக்கிச் சென்றாள்.

"குடந்தை நகரத்துப் பெண்களுக்கு மரியாதையே தெரியாது போலிருக்கிறது. ஏதடா ஒரு மனிதன் வலிய வந்து பேசுகிறானே என்பதற்காகவாவது திரும்பிப் பார்த்து ஒரு

வார்த்தை பதில் சொல்லக் கூடாதோ?" என்று வந்தியத்தேவன் இரைந்து கூறியது அவர்கள் காதில் விழுந்தது.

ரதத்தில் குதிரையைப் பூட்டி சாரதி ஆயத்தமாக நிறுத்தியிருந்தான். இளவரசிகள் இருவரும் ரதத்தில் ஏறிக் கொண்டதும், ரத சாரதியும் முன்னால் ஏறிக்கொண்டான். ரதம் அரிசிலாற்றங்கரையை நோக்கி விரைந்து சென்றது. வந்தியத்தேவன் ரதம் மறையும் வரையில் பார்த்துக்கொண்டு நின்றான்.

12. நந்தினி

கொள்ளிடக் கரையில் படகில் ஏற்றி நாம் விட்டு விட்டு வந்த வந்தியத்தேவன் குடந்தை சோதிடரின் வீட்டுக்கு அச்சமயம் எப்படி வந்து சேர்ந்தான் என்பதை சொல்ல வேண்டும் அல்லவா?

ஆழ்வார்க்கடியான் படகில் ஏறியதை ஆட்சேபித்த சைவப் பெரியார், படகு நகரத் தொடங்கியதும், வந்தியத்தேவனைப் பார்த்து, "தம்பி! உனக்காகப் போனால் போகிறது என்று இவனை ஏறவிட்டேன். ஆனால் ஓடத்தில் இருக்கும் வரையில் இவன் அந்த எட்டெழுத்துப் பெயரைச் சொல்லவே கூடாது. சொன்னால் இவனை இந்தக் கொள்ளிடத்தில் பிடித்துத் தள்ளிவிடச் சொல்லுவேன். ஓடக்காரர்கள் என்னுடைய ஆட்கள்!" என்றார்.

"நம்பி அடிகளே! தங்களுடைய திருச்செவியில் விழுந்ததா?" என்று வந்தியத்தேவன் கேட்டான்.

"இவர் ஐந்தெழுத்துப் பெயரைச் சொல்லாதி ருந்தால் நானும் எட்டெழுத்துத் திருநாமத்தைச் சொல்லவில்லை!" என்றான் ஆழ்வார்க்கடியான்.

"சாஷாத் சிவபெருமானுடைய பஞ்சாட்சரத் திருமந்திரத்தை சொல்லக் கூடாது என்று இவன் யார் தடை செய்வதற்கு? முடியாது! முடியாது!
கற்றுணைப்பூட்டி கடலிற் பாய்ச்சினும்
நற்றுணையாவது நமசிவாயவே!
என்று சைவப் பெரியார் கம்பீர கர்ஜனை செய்தார்.
"நாடினேன் நாடி நான் கண்டு கொண்டேன்
நாராயணா என்னும் நாமம்!
என்று ஆழ்வார்க்கடியான் உரத்த குரலில் பாடத் தொடங்கினான்.

"சிவ சிவ சிவா!" என்று சைவர் இரண்டு காதிலும் கைவிரலை வைத்து அடைத்துக் கொண்டார்.

ஆழ்வார்க்கடியான் பாட்டை நிறுத்தியதும், சைவர் காதில் வைத்திருந்த விரல்களை எடுத்தார்.

ஆழ்வார்க்கடியான் வந்தியத்தேவனைப் பார்த்து, "தம்பி! நீயே அந்த வீர சைவரைக் கொஞ்சம் கேள். இவர் திருமாலின் பெயரைக் கேட்பதற்கே இவ்வளவு கஷ்டப்படுகிறாரே? ஸ்ரீரங்கத்தில் பள்ளி கொண்டிருக்கும் பெருமாளின் பாத கமலங்களை அலம்பி விட்டுத்தான் இந்தக் கொள்ளிட நதி கீழே வருகிறது. பெருமாளின் பாதம்பட்ட தீர்த்தம் புண்ணிய தீர்த்தம் என்றுதானே சிவபெருமான் திருவானைக்காவலில் அந்தத் தண்ணீரிலேயே முழுகித் தவம் செய்கிறார்?" என்று சொல்லுவதற்குள்ளே சைவப் பெரியார் மிக வெகுண்டு ஆழ்வார்க்கடியான் மீது பாய்ந்தார். படகில் ஓரத்தில் இரண்டு பேரும் கைகலக்கவே, படகு கவிழ்ந்து விடும் போலிருந்தது. ஓடக்காரர்களும் வந்தியத்தேவனும் குறுக்கிட்டு அவர்களை விலக்கினார்கள்.

“பக்த சிரோமணிகளே! நீங்கள் இருவரும் இந்தக் கொள்ளிட வெள்ளத்திலே விழுந்து நேரே மோட்சத்துக்குப் போக ஆசைப்படுவதாகத் தோன்றுகிறது. ஆனால் எனக்கு இன்னும் இந்த உலகத்தில் செய்ய வேண்டிய காரியங்கள் மிச்சமிருக்கின்றன!” என்றான் வந்தியத்தேவன்.

ஓடக்காரர்களில் ஒருவன், “கொள்ளிடத்தில் விழுந்தால் மோட்சத்துக்குப் போவது நிச்சயமோ, என்னமோ தெரியாது! ஆனால் முதலையின் வயிற்றுக்குள் நிச்சயமாகப் போகலாம்! அதோ பாருங்கள்!' என்றான்.

அவன் சுட்டிக் காட்டிய இடத்தில் முதலை ஒன்று பயங்கரமாக வாயைத் திறந்துகொண்டு காணப்பட்டது.

“எனக்கு முதலையைப் பற்றி சிறிதும் அச்சம் இல்லை; கஜேந்திரனை ரட்சித்த ஆதிமூலமான நாராயண மூர்த்தி எங்கே போய்விட்டார்?” என்றான் ஆழ்வார்க்கடியான்.

“எங்கே போய்விட்டாரா? பிருந்தாவனத்து கோபிகா ஸ்திரீகளின் சேலைத் தலைப்பில் ஒருவேளை ஒளிந்து கொண்டிருப்பார்!” என்றார் சைவர்.

“அல்லது பத்மாசுரனுக்கு வரங்கொடுத்துவிட்டு அலறிப் புடைத்துக் கொண்டு ஓடியது போல் சிவனுக்கு இன்னொரு சங்கடம் ஏற்பட்டிருக்கலாம்; அந்த சங்கடத்திலிருந்து சிவனைக் காப்பாற்றுவதற்காகத் திருமால் போயிருக்கலாம்” என்றான் நம்பி.

“திரிபுர சம்ஹாரத்தின்போது திருமால் அடைந்த கர்வபங்கம் இந்த வைஷ்ணவனுக்கு ஞாபகம் இல்லை போலிருக்கிறது!” என்றார் சைவப் பெரியார்.

“சுவாமிகளே! நீங்கள் எதற்காகத்தான் இப்படிச் சண்டை போடுகிறீர்களோ, தெரியவில்லை! யாருக்கு எந்தத் தெய்வத்தின் பேரில் பக்தியோ, அந்தத் தெய்வத்தை வழிபடுவதுதானே?” என்றான் வந்தியத்தேவன்.

சைவப் பெரியாரும் ஆழ்வார்க்கடியானும் ஏன் அவ்விதம் சண்டையிட்டார்கள்? வீர நாராயணபுரத்தில் ஏன் இதே மாதிரியான வாதப் போர் நடந்தது என்பதைப் பற்றி வாசகர்களுக்கு இச்சமயத்தில் சொல்லிவிடுவது உசிதமாயிருக்கும்.

பழந்தமிழ்நாட்டில் ஏறக்குறைய அறுநூறு வருஷ காலம் பௌத்த மதமும் சமண மதமும் செல்வாக்குப் பெற்றிருந்தன. இந்தச் செல்வாக்கினால் தமிழகம் பல நலங்களை எய்தியது. சிற்பம், சித்திரம், கவிதை, காவியம் முதலிய கலைகள் தழைத்தோங்கின. பின்னர், ஆழ்வார்களும், நாயன்மார்களும் தோன்றினார்கள். அமுதொழுகும் தெய்வத் தமிழ்ப் பாசுரங்களைப் பொழிந்தார்கள். வைஷ்ணவத்தையும் சைவத்தையும் தழைத்தோங்கச் செய்தார்கள். இவர்களுடைய பிரசார முறை மிகச்சக்தி வாய்ந்ததாயிருந்தது. சமயப் பிரச்சாரத்துக்கு சிற்பக் கலையுடன் கூட இசைக் கலையையும் பயன்படுத்திக் கொண்டார்கள். ஆழ்வார்களின் பாசுரங்களையும் மூவர் தேவாரப் பண்களையும் தேவகானத்தையொத்த இசையில் அமைத்துப் பலர் பாடத் தொடங்கினார்கள். இந்த இசைப் பாடல்கள் கேட்போர் உள்ளங்களைப் பரவசப்படுத்தி பக்தி வெறியை ஊட்டின. ஆழ்வார்களின் பாடல் பெற்ற விஷ்ணு ஸ்தலங்களும் மூவரின் பாடல் பெற்ற சிவ ஸ்தலங்களும் புதிய சிறப்பையும் புனிதத் தன்மையையும் அடைந்தன. அதற்கு முன் செங்கல்லாலும் மரத்தினாலும் கட்டப்பட்டிருந்த ஆலயங்கள் புதுப்பித்துக் கற்றளிகளாகக் கட்டப்பட்டன. இந்தத் திருப்பணியை விஜயாலய சோழன் காலத்திலிருந்து சோழ மன்னர்களும், மன்னர் குடும்பத்தை சேர்ந்தவர்களும் வெகுவாக செய்து வந்தார்கள்.

அதே சமயத்தில் கேரள நாட்டில் ஒரு விசேஷ சம்பவம் நடந்தது. காலடி என்னுமிடத்தில் ஒரு மகான் அவதரித்தார். இளம் பிராயத்தில் அவர் உலகைத் துறந்து சந்நியாசி ஆனார். வடமொழியிலுள்ள சகல சாஸ்திரங்களையும் படித்துக் கரை கண்டார். வேத உபநிஷதம், பகவத்கீதை, பிரம்ம சூத்திரம் இவற்றின் அடிப்படையில் அத்வைத வேதாந்தக் கொள்கையின் கொடியை நாட்டினார். வடமொழியில் பெற்றிருந்த வித்வத்தின் உதவியினால் பாரததேசம்

முழுவதும் திக்விஜயம் செய்து ஆங்காங்கு எட்டு அத்வைத மடங்களை ஸ்தாபனம் செய்தார். இவருடைய கொள்கையை ஆதரித்த அத்வைத சந்நியாசிகள் நாடெங்கும் பரவிச் சென்றார்கள்.

இவ்விதம் தமிழ்நாட்டில் நம் கதை நடந்த காலத்தில் அதாவது சுமார் 980 வருஷங்களுக்கு முன்பு, (1950இல் எழுதியது) பெரியதொரு சமயக் கொந்தளிப்பு ஏற்பட்டிருந்தது. இந்தக் கொந்தளிப்பிலிருந்து தீங்கு தரும் அம்சங்கள் சிலவும் தோன்றிப் பரவின. வீர வைஷ்ணவர்களும் வீர சைவர்களும் ஆங்காங்கு முளைத்தார்கள். இவர்கள் கண்ட கண்ட இடங்களில் எல்லாம் சண்டையில் இறங்கினார்கள். இந்த வாதப் போர்களில் அத்வைதிகளும் கலந்து கொண்டார்கள். சமய வாதப் போர்கள் சில சமயம் அடிதடி சண்டையாகப் பரிணமித்தன.

அந்த காலத்து சைவ வைஷ்ணவப் போரை விளக்கும் அருமையான கதை ஒன்று உண்டு.

ஸ்ரீரங்கத்து வைஷ்ணவர் ஒருவர் திருவானைக்காவல் ஆலய வெளிச் சுவரின் ஓரமாகப் போய்க்கொண்டிருந்தார். தலையில் திடீரென்று ஒரு கல் விழுந்தது. காயமாகி இரத்தமும் கசிந்தது. வைஷ்ணவர் அண்ணாந்து பார்த்தார். கோபுரத்தில் ஒரு காக்கை உட்கார்ந்தபடியால் அந்தப் பழைய கோபுரத்தின் கல் இடிந்து விழுந்திருக்க வேண்டும் என்று அறிந்தார். உடனே அவருக்குக் காயமும் வலியும் மறந்து போய் ஒரே குதூகலம் உண்டாகி விட்டது. "ஸ்ரீரங்கத்து வீர வைஷ்ணவக் காக்காயே! திருவானைக்காவல் சிவன் கோயிலை நன்றாய் இடித்து தள்ளு!" என்றாராம்.

அந்த நாளில் இத்தகைய சைவ வைஷ்ணவ வேற்றுமை மனப்பான்மை மிகப் பரவியிருந்தது. இதைத் தெரிந்து கொள்ளுதல், பின்னால் இந்தக் கதையைத் தொடர்ந்து படிப்பதற்கு மிக்க அனுகூலமாயிருக்கும்.

ஓடம் அக்கரை சென்றதும், சைவப் பெரியார் ஆழ்வார்க்கடியானைப் பார்த்து, "நீ நாசமாய்ப் போவாய்!" என்று கடைசி சாபம் கொடுத்து விட்டு தம் வழியே போனார்.

வந்தியத்தேவனுடன் வந்த கடம்பூர் வீரன் பக்கத்திலுள்ள திருப்பனந்தாளுக்குச் சென்று குதிரை சம்பாதித்து வருவதாகச் சொல்லிப் போனான். ஆழ்வார்க்கடியானும் வந்தியத்தேவனும் ஆற்றங்கரையில் அரச மரத்தின் அடியில் உட்கார்ந்தார்கள். அந்த மரத்தின் விசாலமான அடர்ந்த கிளைகளில் நூற்றுக்கணக்கான பறவைகள் மதுரமான கலகலத்வனி செய்து கொண்டிருந்தன.

வந்தியத்தேவனும் நம்பியும் ஒருவருடைய வாயை ஒருவர் பிடுங்கி ஏதாவது விஷயத்தைக் கிரஹிக்க விரும்பினார்கள். முதலில் சிறிது நேரம் சுற்றி வளைத்துப் பேசினார்கள்.

"ஏன் தம்பி! கடம்பூர் மாளிகைக்கு என்னை அழைத்துப் போகாமல் விட்டு விட்டுப் போனாயல்லவா?"

"நான் போவதே பெரிய கஷ்டமாகப் போய்விட்டது நம்பிகளே!"

"அப்படியா? பின் எப்படித்தான் போனாய்? ஒருவேளை போகவில்லையோ?"

"போனேன், போனேன், ஒரு காரியத்தை உத்தேசித்து விட்டால் பின்வாங்கி விடுவேனோ? வாசற் காவலர்கள் தடுத்தார்கள். குதிரையை ஒரு தட்டு தட்டி உள்ளே விட்டேன். தடுத்தவர்கள் அத்தனை பேரும் உருண்டு தரையில் விழுந்தார்கள். பிறகு அவர்கள் எழுந்து வந்து என்னைச் சூழ்ந்து கொள்வதற்குள் என் நண்பன் கந்தமாறன் ஓடி வந்து என்னை அழைத்துப் போனான்."

"அப்படித்தான் இருக்கும் என்று நான் நினைத்தேன். மிக தைரியசாலி நீ. சரி அப்புறம் என்ன நடந்தது? யார், யார் வந்திருந்தார்கள்?"

"எத்தனையோ பிரமுகர்கள் வந்திருந்தார்கள் அவர்களுடைய பெயரெல்லாம் எனக்குத் தெரியாது. பழுவேட்டரையர் வந்திருந்தார். அவருடைய இளம் மனையாளும் வந்திருந்தாள். அப்பப்பா! அந்த பெண்ணின் அழகை என்னவென்று சொல்வது?..."

"நீ பார்த்தாயா என்ன?"

"ஆமாம், பார்க்காமலா? என் நண்பன் கந்தமாறன் என்னை அந்தப்புரத்துக்கு அழைத்துச் சென்றான். அங்கே பார்த்தேன். அவ்வளவு ஸ்திரீகளிலும் பழுவேட்டரையரின் இளைய ராணிதான் பிரமாத அழகுடன் விளங்கினாள்! மற்ற கருநிறத்து மங்கையர்க்கு நடுவில் அந்த ராணியின் முகம் பூரண சந்திரனைப் போல் பொலிந்தது. அரம்பை, ஊர்வசி, திலோத்தமை, இந்திராணி, சந்திராணி எல்லோரும் அவளுக்கு அப்புறந்தான்!"

"அடேயப்பா! ஒரேயடியாக வர்ணிக்கிறாயே? பிறகு என்ன நடந்தது? குரவைக் கூத்து நடந்ததா?"

"நடந்தது, மிகவும் நன்றாயிருந்தது. அப்போது உம்மை நினைத்துக் கொண்டேன்."

"எனக்குக் கொடுத்து வைக்கவில்லை. இன்னும் என்ன நடந்தது?"

"வேலனாட்டம் நடந்தது. தேவராளனும் தேவராட்டியும் மேடைக்கு வந்து ஆவேசமாக ஆடினார்கள்."

"சந்நதம் வந்ததா? ஏதாவது வாக்குச் சொன்னார்களா?"

"ஆகா! நினைத்த காரியம் கைக்கூடும்; மழை பெய்யும்; நிலம் விளையும்; என்றெல்லாம் சந்நதக்காரன் சொன்னான்..."

"அவ்வளவுதானா?"

"இன்னும் ஏதோ இராஜாங்க விஷயமாகச் சொன்னான். நான் அதையொன்றும் கவனிக்கவில்லை."

"அடடா! இவ்வளவுதானா? கவனித்திருக்க வேண்டும், தம்பி! நீ இளம் பிள்ளை; நல்ல வீர பராக்கிரம் உடையவனாய்த் தோன்றுகிறாய். இராஜாங்க விஷயங்களைப் பற்றி எங்கேயாவது யாராவது பேசினால் காதில் கேட்டு வைத்துக்கொள்ள வேண்டும்."

"நீர் சொல்வது உண்மை. எனக்குக் கூட இன்று காலையில் அப்படித்தான் தோன்றியது."

"காலையில் தோன்றுவானேன்?"

"காலையில் கந்தமாறனும் நானும் பேசிக்கொண்டே கொள்ளிடக்கரை வரையில் வந்தோம். இராத்திரி நான் படுத்துத் தூங்கிய பிறகு, கடம்பூர் மாளிகைக்கு வந்திருந்த விருந்தாளிகள் கூட்டம் போட்டு ஏதேதோ இராஜாங்க விஷயமாகப் பேசினார்களாம்."

"என்ன பேசினார்களாம்?"

"அது எனக்குத் தெரியாது. கந்தமாறன் ஏடாகூடமாகச் சொன்னானே தவிர, தெளிவாகச் சொல்லவில்லை, ஏதோ ஒரு காரியம் சீக்கிரம் நடக்கப் போகிறது. அப்போது சொல்கிறேன் என்றான். அவன் பேச்சே மர்மமாயிருந்தது. ஏன், சுவாமிகளே! உங்களுக்கு ஏதாவது தெரியுமா?"

"எதைப் பற்றி?"

"நாடு நகரமெல்லாம் ஏதேதோ பேசிக் கொள்கிறார்களே? வானத்தில் வால் நட்சத்திரம் காணப்படுகிறது; இராஜாங்கத்துக்கு ஏதோ ஆபத்து இருக்கிறது; சோழ சிம்மாசனத்தில் மாறுதல் ஏற்படும்; அப்படி, இப்படி என்றெல்லாம் பேசிக்கொள்கிறார்கள். தொண்டை மண்டலம் வரையில் இந்தப் பேச்சு எட்டியிருக்கிறது. இன்னும் யார் யாரோ பெரிய கைகள் சேர்ந்து, அடிக்கடி கூடி, அடுத்து பட்டத்துக்கு யார் என்று யோசித்து வருகிறார்களாம். உங்களுக்கு என்ன தோன்றுகிறது? அடுத்து பட்டத்துக்கு யார் வரக்கூடும்?"

"எனக்கு அதெல்லாம் தெரியாது, தம்பி! இராஜாங்க காரியங்களுக்கும் எனக்கும் என்ன சம்பந்தம்? நான் வைஷ்ணவன்; ஆழ்வார்களின் அடியார்க்கு அடியான்; எனக்குத் தெரிந்த பாசுரங்களைப் பாடிக்கொண்டு ஊர் ஊராய்த் திரிகிறவன்!"

இவ்வாறு ஆழ்வார்க்கடியான் கூறி, "திருக்கண்டேன் பொன்மேனி கண்டேன்" என்று

பாடத் தொடங்கவும், வந்தியத்தேவன் குறுக்கிட்டு, "உமக்குப் புண்ணியமாய்ப் போகட்டும், நிறுத்தும்!" என்றான்.

"அடடா! தெய்வத் தமிழ்ப் பாசுரத்தை நிறுத்தச் சொல்கிறாயே?"

"ஆழ்வார்க்கடியான் நம்பிகளே! எனக்கு ஒரு சந்தேகம் உதித்திருக்கிறது அதைச் சொல்லட்டுமா?"

"நன்றாய்ச் சொல்லு!"

"தடியைத் தூக்கிக்கொண்டு அடிக்க வரமாட்டீரே?"

"உன்னையா? உன்னை அடிக்க என்னாலே முடியுமா?"

"உம்முடைய வைஷ்ணவம், பக்தி, ஊர்த்தவ புண்டரம், பாசுரப் பாடல் எல்லாம் வெறும் வேஷம் என்று சந்தேகிக்கிறேன்."

"ஐயையோ! இது என்ன பேச்சு? அபசாரம்! அபசாரம்!"

"அபசாரமும் இல்லை, உபசாரமும் இல்லை. உம்முடைய பெண்ணாசையை மறைப்பதற்காக இந்த மாதிரி வேஷம் போடுகிறீர். உம்மைப் போல் இன்னும் சிலரையும் நான் பார்த்திருக்கிறேன். பெண்ணாசைப் பித்து பிடித்து அலைகிறவர்கள். அப்படி என்னதான் பெண்களிடம் காண்கிறீர்களோ, அதுதான் எனக்குத் தெரியவில்லை. எனக்கு எந்தப் பெண்ணைப் பார்த்தாலும் வெறுப்பாகவே இருக்கிறது."

"தம்பி! பெண் பித்துப் பிடித்து அலைகிறவர்கள் சிலர் உண்டு. ஆனால் அவர்களோடு என்னைச் சேர்க்காதே, நான் வேஷதாரி அல்ல. நீ அவ்விதம் சந்தேகிப்பது ரொம்பத் தவறு."

"அப்படியானால் பல்லக்கில் வந்த அந்தப் பெண்ணிடம் ஓலை கொடுக்கும்படி என்னை ஏன் கேட்டீர்? அதிலும் இன்னொரு மனுஷன் மணம் புரிந்துகொண்ட பெண்ணிடம் மனதைச் செலுத்தலாமா? நீர் கடம்பூர் மாளிகைக்கு வரவேண்டும் என்று சொன்னதும் அவளைப் பார்ப்பதற்குத்தானே? இல்லை என்று சொல்ல வேண்டாம்!"

"இல்லை என்று சொல்லவில்லை. ஆனால் அதற்கு நீ கூறிய காரணம் தவறு. வேறு தகுந்த காரணம் இருக்கிறது. அது பெரிய கதை."

"குதிரை இன்னும் வரக்காணோம். அந்தக் கதையைத்தான் சொல்லுங்களேன்! கேட்கலாம்!"

"கதை என்றால், கற்பனைக் கதை அல்ல; உண்மையாக நடந்த கதை. அதிசய வரலாறு! கேட்டால் திகைத்துப் போவாய்! அவசியம் சொல்லத்தான் வேண்டுமா?"

"இஷ்டமிருந்தால் சொல்லுங்கள்!"

"ஆம், சொல்லுகிறேன். கொஞ்சம் எனக்கு அவசரமாய்ப் போக வேண்டும், இருந்தாலும் சொல்லிவிட்டுப் போகிறேன். மறுபடியும் உன்னிடம் ஏதாவது உதவி கோரும்படியிருந்தாலும் இருக்கும். அப்போது தட்டாமல் செய்வாய் அல்லவா?"

"நியாயமாயிருந்தால் செய்வேன். உங்களுக்கு இஷ்டமில்லா விட்டால் ஒன்றும் சொல்ல வேண்டாம்."

"இல்லையில்லை! உன்னிடம் கட்டாயம் சொல்லியே தீரவேண்டும். அந்த இரணியாசுரன் பழுவேட்டரையரின் இளம் மனைவி இருக்கிறாளே, நான் ஓலை கொண்டு போகச் சொன்னேனே, அவள் பெயர் நந்தினி. அவளுடைய கதையை நீ கேட்டால் ஆச்சரியப்பட்டுப் போவாய். உலகில் இப்படியும் அக்கிரமம் உண்டா என்று பொங்குவாய்!" இந்த முன்னுரையுடன் ஆழ்வார்க்கடியான் நந்தினியைப் பற்றிய கதையை ஆரம்பித்தான்:

ஆழ்வார்க்கடியான் பாண்டிய நாட்டில் வைகை நதிக்கரையில் ஒரு கிராமத்தில் பிறந்தவன். அவனுடைய குடும்பத்தார் பரம பக்தர்களான வைஷ்ணவர்கள். அவனுடைய தந்தை ஒருநாள் நதிக்கரையில் உள்ள நந்தவனத்துக்குப் போனார். அங்கே ஒரு பெண் குழந்தை அனாதையாகக் கிடப்பதைக் கண்டார். குழந்தையை எடுத்துக்கொண்டு

வீட்டுக்கு வந்தார். குழந்தை களையாகவும் அழகாகவும் இருந்தபடியால் குடும்பத்தார் அன்புடன் போற்றிக் காப்பாற்றினார்கள். நந்தவனத்தில் அகப்பட்டபடியால் நந்தினி என்று குழந்தைக்குப் பெயரிட்டார்கள். ஆழ்வார்க்கடியான் அப்பெண்ணைத் தன் தங்கை என்று கருதிப் பாராட்டி வந்தான்.

நந்தினிக்குப் பிராயம் வளர்ந்து வந்தது போல் பெருமாளிடமும் பக்தியும் வளர்ந்து வந்தது. அவள் மற்றொரு 'ஆண்டாள்' ஆகிப் பக்தர்களையெல்லாம் ஆட்கொள்ளப் போகிறாள் என்று அக்கம் பக்கத்திலுள்ளவர்கள் நம்பினார்கள். இந்த நம்பிக்கை ஆழ்வார்க்கடியானுக்கு அதிகமாயிருந்தது. தந்தை இறந்த பிறகு அப்பெண்ணை வளர்க்கும் பொறுப்பை அவனே ஏற்றுக் கொண்டான். இருவரும் ஊர் ஊராகச் சென்று ஆழ்வார்களின் பாசுரங்களைப் பாடி வைஷ்ணவத்தைப் பரப்பி வந்தார்கள். நந்தினி துளசிமாலை அணிந்து பக்திப் பரவசத்துடன் பாசுரம் பாடியதைக் கேட்டவர்கள் மதிமயங்கிப் போனார்கள்.

ஒரு சமயம் ஆழ்வார்க்கடியான் திருவேங்கடத்துக்கு யாத்திரை சென்றான். திரும்பி வரக் காலதாமதமாகிவிட்டது. அப்போது நந்தினிக்கு ஒரு விபரீதம் நேர்ந்துவிட்டது.

பாண்டியர்களுக்கும் சோழர்களுக்கும் இறுதிப் பெரும்போர் மதுரைக்கு அருகில் நடந்தது. பாண்டியர் சேனை சர்வ நாசம் அடைந்தது. வீரபாண்டியன் உடம்பெல்லாம் காயங்களுடன் போர்க்களத்தில் விழுந்திருந்தான். அவனுடைய அந்தரங்க ஊழியர்கள் சிலர் அவனைக் கண்டுபிடித்து எடுத்து உயிர் தப்புவிக்க முயன்றார்கள். இரவுக்கிரவே, நந்தினியின் வீட்டில் கொண்டு வந்து சேர்த்தார்கள். பாண்டியனுடைய நிலைமையைக் கண்டு மனமிரங்கி நந்தினி அவனுக்குப் பணிவிடை செய்தாள். ஆனால் சீக்கிரத்தில் சோழ வீரர்கள் அதைக் கண்டுபிடித்து விட்டார்கள். நந்தினியின் வீட்டைச் சூழ்ந்துகொண்டு உட்புகுந்து வீரபாண்டியனைக் கொன்றார்கள். நந்தினியின் அழகைக் கண்டு மோகித்துப் பழுவேட்டரையர் அவளைச் சிறைபிடித்துக்கொண்டு போய்விட்டார்.

இது மூன்று வருஷத்துக்கு முன்னால் நடந்தது. பிறகு ஆழ்வார்க்கடியான் நந்தினியைப் பார்க்கவே முடியவில்லை. அன்று முதல் ஒரு தடவையேனும் நந்தினியைத் தனியே சந்தித்துப் பேசவும், அவள் விரும்பினால் அவளை விடுதலை செய்து கொண்டு போகவும் ஆழ்வார்க்கடியான் முயன்று கொண்டிருக்கிறான். இதுவரையில் அம்முயற்சியில் வெற்றி பெறவில்லை...

இந்த வரலாற்றைக் கேட்ட வந்தியத்தேவனுடைய உள்ளம் உருகிவிட்டது. கடம்பூர் மாளிகையில் பல்லக்கில் இருந்தது நந்தினி இல்லை என்றும், இளவரசன் மதுராந்தகன் என்றும் ஆழ்வார்க்கடியானிடம் சொல்லி விடலாமா என்று ஒருகணம் யோசித்தான். பிறகு, ஏதோ ஒன்று மனத்தில் தடை செய்தது. ஒருவேளை இந்தக் கதை முழுதும் ஆழ்வார்க்கடியானின் கற்பனையோ என்று தோன்றியது. ஆகையால் கடம்பூர் மாளிகையில் தான் அறிந்துகொண்ட இரகசியத்தை சொல்லவில்லை.

அப்போது சற்று தூரத்தில், கடம்பூர் வீரன் குதிரையுடன் வந்துகொண்டிருந்தான்...

"தம்பி! எனக்கு நீ உதவி செய்வாயா?" என்று ஆழ்வார்க்கடியான் கேட்டான்.

"நான் என்ன உதவி செய்ய முடியும்? பழுவேட்டரையர் இந்தச் சோழப் பேரரசையே ஆட்டுவிக்கும் ஆற்றல் உடையவர். நானோ ஒரு செல்வாக்குமில்லாத தன்னந்தனி ஆள். என்னால் என்ன செய்ய முடியும்?" என்று வந்தியத்தேவன் ஜாக்கிரதையாகவே பேசினான். பிறகு, "நம்பிகளே! இராஜாங்க காரியங்களைப் பற்றி உமக்கு ஒன்றுமே தெரியாது என்றா சொல்கிறீர்கள். சுந்தர சோழ மகாராஜாவுக்கு ஏதாவது நேர்ந்துவிட்டால், அடுத்த பட்டத்துக்கு உரியவர் யார் என்று உம்மால் சொல்ல முடியாதா?" என்றான்.

இப்படிக் கேட்டு விட்டு, அடியானுடைய முகபாவத்தில் ஏதாவது மாறுதல் ஏற்படுகிறதா என்று வந்தியத்தேவன் ஆவலுடன் பார்த்தான், லவலேசமும் மாறுதல் ஏற்படவில்லை.

"அதெல்லாம் எனக்கு என்ன தெரியும், தம்பி! குடந்தை ஜோசியரைக் கேட்டால் ஒருவேளை சொல்வார்!" என்றான் நம்பி.

"ஓஹோ! குடந்தை சோதிடர் உண்மையிலே அவ்வளவு கெட்டிக்காரர்தானா?"

"அசாத்திய கெட்டிக்காரர்! சோதிடமும் பார்த்துச் சொல்வார்; மனதையும் அறிந்து சொல்வார்; உலக விவகாரங்களை அறிந்து, அதற்கேற்பவும் ஆருடம் சொல்லுவார்!"

"அப்படியானால் அவரைப் பார்த்து விட்டுப் போக வேண்டியதுதான்!" என்று வந்தியத்தேவன் மனதில் தீர்மானித்துக் கொண்டான்.

ஆதிகாலத்திலிருந்து மனித குலத்துக்கு வருங்கால நிகழ்ச்சிகளை அறிந்து கொள்வதில் பிரேமை இருந்து வருகிறது. அரசர்களுக்கும் அந்தப் பிரேமை உண்டு; ஆண்டிகளுக்கும் உண்டு; முற்றும் துறந்த முனிவர்களுக்கும் உண்டு; இல்லறத்தில் உள்ள ஜனங்களுக்கும் உண்டு; அறிவிற் சிறந்த மேதாவிகளுக்கும் உண்டு, மூடமதியினர்களுக்கும் உண்டு. இத்தகைய பிரேமை, நாடு நகரங்களைக் கடந்து பல அபாயங்களுக்குத் துணிந்து, அரசாங்க அந்தரங்கப் பணியை நிறைவேற்றுவதற்காகப் பிரயாணம் செய்துகொண்டிருந்த நம்முடைய வாலிப வீரனுக்கும் இருந்ததில் ஆச்சரியம் இல்லை அல்லவா?

12. நந்தினி

கொள்ளிடக் கரையில் படகில் ஏற்றி நாம் விட்டு விட்டு வந்த வந்தியத்தேவன் குடந்தை சோதிடரின் வீட்டுக்கு அச்சமயம் எப்படி வந்து சேர்ந்தான் என்பதை சொல்ல வேண்டும் அல்லவா?

ஆழ்வார்க்கடியான் படகில் ஏறியதை ஆட்சேபித்த சைவப் பெரியார், படகு நகரத் தொடங்கியதும், வந்தியத்தேவனைப் பார்த்து, "தம்பி! உனக்காகப் போனால் போகிறது என்று இவனை ஏறவிட்டேன். ஆனால் ஓடத்தில் இருக்கும் வரையில் இவன் அந்த எட்டெழுத்துப் பெயரைச் சொல்லவே கூடாது. சொன்னால் இவனை இந்தக் கொள்ளிடத்தில் பிடித்துத் தள்ளிவிடச் சொல்லுவேன். ஓடக்காரர்கள் என்னுடைய ஆட்கள்!" என்றார்.

"நம்பி அடிகளே! தங்களுடைய திருச்செவியில் விழுந்ததா?" என்று வந்தியத்தேவன் கேட்டான்.

"இவர் ஐந்தெழுத்துப் பெயரைச் சொல்லாதி ருந்தால் நானும் எட்டெழுத்துத் திருநாமத்தைச் சொல்லவில்லை!" என்றான் ஆழ்வார்க்கடியான்.

"சாஷாத் சிவபெருமானுடைய பஞ்சாட்சரத் திருமந்திரத்தை சொல்லக் கூடாது என்று இவன் யார் தடை செய்வதற்கு? முடியாது! முடியாது!

கற்றுணைப்பூட்டி கடலிற் பாய்ச்சினும்
நற்றுணையாவது நமசிவாயவே!

என்று சைவப் பெரியார் கம்பீர கர்ஜனை செய்தார்.

நாடினேன் நாடி நான் கண்டு கொண்டேன்
நாராயணா என்னும் நாமம்!

என்று ஆழ்வார்க்கடியான் உரத்த குரலில் பாடத் தொடங்கினான்.

"சிவ சிவ சிவா!" என்று சைவர் இரண்டு காதிலும் கைவிரலை வைத்து அடைத்துக் கொண்டார்.

ஆழ்வார்க்கடியான் பாட்டை நிறுத்தியதும், சைவர் காதில் வைத்திருந்த விரல்களை எடுத்தார்.

ஆழ்வார்க்கடியான் வந்தியத்தேவனைப் பார்த்து, "தம்பி! நீயே அந்த வீர சைவரைக் கொஞ்சம் கேள். இவர் திருமாலின் பெயரைக் கேட்பதற்கே இவ்வளவு கஷ்டப்படுகிறாரே? ஸ்ரீரங்கத்தில் பள்ளி கொண்டிருக்கும் பெருமாளின் பாத கமலங்களை அலம்பி விட்டுதான்

இந்தக் கொள்ளிட நதி கீழே வருகிறது. பெருமாளின் பாதம்பட்ட தீர்த்தம் புண்ணிய தீர்த்தம் என்றுதானே சிவபெருமான் திருவானைக்காவலில் அந்தத் தண்ணீரிலேயே முழுகித் தவம் செய்கிறார்?" என்று சொல்லுவதற்குள்ளே சைவப் பெரியார் மிக வெகுண்டு ஆழ்வார்க்கடியான் மீது பாய்ந்தார். படகில் ஓரத்தில் இரண்டு பேரும் கைகலக்கவே, படகு கவிழ்ந்து விடும் போலிருந்தது. ஓடக்காரர்களும் வந்தியத்தேவனும் குறுக்கிட்டு அவர்களை விலக்கினார்கள்.

"பக்த சிரோமணிகளே! நீங்கள் இருவரும் இந்தக் கொள்ளிட வெள்ளத்திலே விழுந்து நேரே மோட்சத்துக்குப் போக ஆசைப்படுவதாகத் தோன்றுகிறது. ஆனால் எனக்கு இன்னும் இந்த உலகத்தில் செய்ய வேண்டிய காரியங்கள் மிச்சமிருக்கின்றன!" என்றான் வந்தியத்தேவன்.

ஓடக்காரர்களில் ஒருவன், "கொள்ளிடத்தில் விழுந்தால் மோட்சத்துக்குப் போவது நிச்சயமோ, என்னமோ தெரியாது! ஆனால் முதலையின் வயிற்றுக்குள் நிச்சயமாகப் போகலாம்! அதோ பாருங்கள்!' என்றான்.

அவன் சுட்டிக் காட்டிய இடத்தில் முதலை ஒன்று பயங்கரமாக வாயைத் திறந்துகொண்டு காணப்பட்டது.

"எனக்கு முதலையைப் பற்றி சிறிதும் அச்சம் இல்லை; கஜேந்திரனை ரட்சித்த ஆதிமூலமான நாராயண மூர்த்தி எங்கே போய்விட்டார்?" என்றான் ஆழ்வார்க்கடியான்.

"எங்கே போய்விட்டாரா? பிருந்தாவனத்து கோபிகா ஸ்திரீகளின் சேலைத் தலைப்பில் ஒருவேளை ஒளிந்து கொண்டிருப்பார்!" என்றார் சைவர்.

"அல்லது பத்மாசுரனுக்கு வரங்கொடுத்துவிட்டு அலறிப் புடைத்துக் கொண்டு ஓடியது போல் சிவனுக்கு இன்னொரு சங்கடம் ஏற்பட்டிருக்கலாம்; அந்த சங்கடத்திலிருந்து சிவனைக் காப்பாற்றுவதற்காகத் திருமால் போயிருக்கலாம்" என்றான் நம்பி.

"திரிபுர சம்ஹாரத்தின்போது திருமால் அடைந்த கர்வபங்கம் இந்த வைஷ்ணவனுக்கு ஞாபகம் இல்லை போலிருக்கிறது!" என்றார் சைவப் பெரியார்.

"சுவாமிகளே! நீங்கள் எதற்காகத்தான் இப்படிச் சண்டை போடுகிறீர்களோ, தெரியவில்லை! யாருக்கு எந்தத் தெய்வத்தின் பேரில் பக்தியோ, அந்தத் தெய்வத்தை வழிபடுவதுதானே?" என்றான் வந்தியத்தேவன்.

சைவப் பெரியாரும் ஆழ்வார்க்கடியானும் ஏன் அவ்விதம் சண்டையிட்டார்கள்? வீர நாராயணபுரத்தில் ஏன் இதே மாதிரியான வாதப் போர் நடந்தது என்பதைப் பற்றி வாசகர்களுக்கு இச்சமயத்தில் சொல்லிவிடுவது உசிதமாயிருக்கும்.

பழந்தமிழ்நாட்டில் ஏறக்குறைய அறுநூறு வருஷ காலம் பௌத்த மதமும் சமண மதமும் செல்வாக்குப் பெற்றிருந்தன. இந்தச் செல்வாக்கினால் தமிழகம் பல நலங்களை எய்தியது. சிற்பம், சித்திரம், கவிதை, காவியம் முதலிய கலைகள் தழைத்தோங்கின. பின்னர், ஆழ்வார்களும், நாயன்மார்களும் தோன்றினார்கள். அமுதொழுகும் தெய்வத் தமிழ்ப் பாசுரங்களைப் பொழிந்தார்கள். வைஷ்ணவத்தையும் சைவத்தையும் தழைத்தோங்கச் செய்தார்கள். இவர்களுடைய பிரசார முறை மிகச்சக்தி வாய்ந்ததாயிருந்தது. சமயப் பிரச்சாரத்துக்கு சிற்பக் கலையுடன் கூட இசைக் கலையையும் பயன்படுத்திக் கொண்டார்கள். ஆழ்வார்களின் பாசுரங்களையும் மூவர் தேவாரப் பண்களையும் தேவகானத்தையொத்த இசையில் அமைத்துப் பலர் பாடத் தொடங்கினார்கள். இந்த இசைப் பாடல்கள் கேட்போர் உள்ளங்களைப் பரவசப்படுத்தி பக்தி வெறியை ஊட்டின. ஆழ்வார்களின் பாடல் பெற்ற விஷ்ணு ஸ்தலங்களும் மூவரின் பாடல் பெற்ற சிவ ஸ்தலங்களும் புதிய சிறப்பையும் புனிதத் தன்மையையும் அடைந்தன. அதற்கு முன் செங்கல்லாலும் மரத்தினாலும் கட்டப்பட்டிருந்த ஆலயங்கள் புதுப்பித்துக் கற்றளிகளாகக் கட்டப்பட்டன. இந்தத் திருப்பணியை விஜயாலய சோழன் காலத்திலிருந்து சோழ மன்னர்களும், மன்னர் குடும்பத்தை சேர்ந்தவர்களும் வெகுவாக செய்து வந்தார்கள்.

அதே சமயத்தில் கேரள நாட்டில் ஒரு விசேஷ சம்பவம் நடந்தது. காலடி என்னுமிடத்தில் ஒரு மகான் அவதரித்தார். இளம் பிராயத்தில் அவர் உலகைத் துறந்து சந்நியாசி ஆனார். வடமொழியிலுள்ள சகல சாஸ்திரங்களையும் படித்துக் கரை கண்டார். வேத உபநிஷதம், பகவத்கீதை, பிரம்ம சூத்திரம் இவற்றின் அடிப்படையில் அத்வைத வேதாந்தக் கொள்கையின் கொடியை நாட்டினார். வடமொழியில் பெற்றிருந்த வித்வத்தின் உதவியினால் பாரததேசம் முழுவதும் திக்விஜயம் செய்து ஆங்காங்கு எட்டு அத்வைத மடங்களை ஸ்தாபனம் செய்தார். இவருடைய கொள்கையை ஆதரித்த அத்வைத சந்நியாசிகள் நாடெங்கும் பரவிச் சென்றார்கள்.

இவ்விதம் தமிழ்நாட்டில் நம் கதை நடந்த காலத்தில் அதாவது சுமார் 980 வருஷங்களுக்கு முன்பு, (1950இல் எழுதியது) பெரியதொரு சமயக் கொந்தளிப்பு ஏற்பட்டிருந்தது. இந்தக் கொந்தளிப்பிலிருந்து தீங்கு தரும் அம்சங்கள் சிலவும் தோன்றிப் பரவின. வீர வைஷ்ணவர்களும் வீர சைவர்களும் ஆங்காங்கு முளைத்தார்கள். இவர்கள் கண்ட கண்ட இடங்களில் எல்லாம் சண்டையில் இறங்கினார்கள். இந்த வாதப் போர்களில் அத்வைதிகளும் கலந்து கொண்டார்கள். சமய வாதப் போர்கள் சில சமயம் அடிதடி சண்டையாகப் பரிணமித்தன.

அந்த காலத்து சைவ வைஷ்ணவப் போரை விளக்கும் அருமையான கதை ஒன்று உண்டு.

ஸ்ரீரங்கத்து வைஷ்ணவர் ஒருவர் திருவானைக்காவல் ஆலய வெளிச் சுவரின் ஓரமாகப் போய்க்கொண்டிருந்தார். தலையில் திடீரென்று ஒரு கல் விழுந்தது. காயமாகி இரத்தமும் கசிந்தது. வைஷ்ணவர் அண்ணாந்து பார்த்தார். கோபுரத்தில் ஒரு காக்கை உட்கார்ந்தபடியால் அந்தப் பழைய கோபுரத்தின் கல் இடிந்து விழுந்திருக்க வேண்டும் என்று அறிந்தார். உடனே அவருக்குக் காயமும் வலியும் மறந்து போய் ஒரே குதூகலம் உண்டாகி விட்டது. "ஸ்ரீரங்கத்து வீர வைஷ்ணவக் காக்காயே! திருவானைக்காவல் சிவன் கோயிலை நன்றாய் இடித்து தள்ளு!" என்றாராம்.

அந்த நாளில் இத்தகைய சைவ வைஷ்ணவ வேற்றுமை மனப்பான்மை மிகப் பரவியிருந்தது. இதைத் தெரிந்து கொள்ளுதல், பின்னால் இந்தக் கதையைத் தொடர்ந்து படிப்பதற்கு மிக்க அனுகூலமாயிருக்கும்.

ஓடம் அக்கரை சென்றதும், சைவப் பெரியார் ஆழ்வார்க்கடியானைப் பார்த்து, "நீ நாசமாய்ப் போவாய்!" என்று கடைசி சாபம் கொடுத்து விட்டு தம் வழியே போனார்.

வந்தியத்தேவனுடன் வந்த கடம்பூர் வீரன் பக்கத்திலுள்ள திருப்பனந்தாளுக்குச் சென்று குதிரை சம்பாதித்து வருவதாகச் சொல்லிப் போனான். ஆழ்வார்க்கடியானும் வந்தியத்தேவனும் ஆற்றங்கரையில் அரச மரத்தின் அடியில் உட்கார்ந்தார்கள். அந்த மரத்தின் விசாலமான அடர்ந்த கிளைகளில் நூற்றுக்கணக்கான பறவைகள் மதுரமான கலகலத்வனி செய்து கொண்டிருந்தன.

வந்தியத்தேவனும் நம்பியும் ஒருவருடைய வாயை ஒருவர் பிடுங்கி ஏதாவது விஷயத்தைக் கிரஹிக்க விரும்பினார்கள். முதலில் சிறிது நேரம் சுற்றி வளைத்துப் பேசினார்கள்.

"ஏன் தம்பி! கடம்பூர் மாளிகைக்கு என்னை அழைத்துப் போகாமல் விட்டு விட்டுப் போனாயல்லவா?"

"நான் போவதே பெரிய கஷ்டமாகப் போய்விட்டது நம்பிகளே!"

"அப்படியா? பின் எப்படித்தான் போனாய்? ஒருவேளை போகவில்லையோ?"

"போனேன், போனேன், ஒரு காரியத்தை உத்தேசித்து விட்டால் பின்வாங்கி விடுவேனோ? வாசற் காவலர்கள் தடுத்தார்கள். குதிரையை ஒரு தட்டு தட்டி உள்ளே விட்டேன். தடுத்தவர்கள் அத்தனை பேரும் உருண்டு தரையில் விழுந்தார்கள். பிறகு

அவர்கள் எழுந்து வந்து என்னைச் சூழ்ந்து கொள்வதற்குள் என் நண்பன் கந்தமாறன் ஓடி வந்து என்னை அழைத்துப் போனான்."

"அப்படித்தான் இருக்கும் என்று நான் நினைத்தேன். மிக தைரியசாலி நீ. சரி அப்புறம் என்ன நடந்தது? யார், யார் வந்திருந்தார்கள்?"

"எத்தனையோ பிரமுகர்கள் வந்திருந்தார்கள் அவர்களுடைய பெயரெல்லாம் எனக்குத் தெரியாது. பழுவேட்டரையர் வந்திருந்தார். அவருடைய இளம் மனையாளும் வந்திருந்தாள். அப்பப்பா! அந்த பெண்ணின் அழகை என்னவென்று சொல்வது?..."

"நீ பார்த்தாயா என்ன?"

"ஆமாம், பார்க்காமலா? என் நண்பன் கந்தமாறன் என்னை அந்தப்புரத்துக்கு அழைத்துச் சென்றான். அங்கே பார்த்தேன். அவ்வளவு ஸ்திரீகளிலும் பழுவேட்டரையரின் இளைய ராணிதான் பிரமாத அழகுடன் விளங்கினாள்! மற்ற கருநிறத்து மங்கையர்க்கு நடுவில் அந்த ராணியின் முகம் பூரண சந்திரனைப் போல் பொலிந்தது. அரம்பை, ஊர்வசி, திலோத்தமை, இந்திராணி, சந்திராணி எல்லோரும் அவளுக்கு அப்புறந்தான்!"

"அடேயப்பா! ஒரேயடியாக வர்ணிக்கிறாயே? பிறகு என்ன நடந்தது? குரவைக் கூத்து நடந்ததா?"

"நடந்தது, மிகவும் நன்றாயிருந்தது. அப்போது உம்மை நினைத்துக் கொண்டேன்."

"எனக்குக் கொடுத்து வைக்கவில்லை. இன்னும் என்ன நடந்தது?"

"வேலனாட்டம் நடந்தது. தேவராளனும் தேவராட்டியும் மேடைக்கு வந்து ஆவேசமாக ஆடினார்கள்."

"சந்நதம் வந்ததா? ஏதாவது வாக்குச் சொன்னார்களா?"

"ஆகா! நினைத்த காரியம் கைக்கூடும்; மழை பெய்யும்; நிலம் விளையும்; என்றெல்லாம் சந்நதக்காரன் சொன்னான்..."

"அவ்வளவுதானா?"

"இன்னும் ஏதோ இராஜாங்க விஷயமாகச் சொன்னான். நான் அதையொன்றும் கவனிக்கவில்லை."

"அடடா! இவ்வளவுதானா? கவனித்திருக்க வேண்டும், தம்பி! நீ இளம் பிள்ளை; நல்ல வீர பராக்கிரம் உடையவனாய்த் தோன்றுகிறாய். இராஜாங்க விஷயங்களைப் பற்றி எங்கேயாவது யாராவது பேசினால் காதில் கேட்டு வைத்துக்கொள்ள வேண்டும்."

"நீர் சொல்வது உண்மை. எனக்குக் கூட இன்று காலையில் அப்படித்தான் தோன்றியது."

"காலையில் தோன்றுவானேன்?"

"காலையில் கந்தமாறனும் நானும் பேசிக்கொண்டே கொள்ளிடக்கரை வரையில் வந்தோம். இராத்திரி நான் படுத்துத் தூங்கிய பிறகு, கடம்பூர் மாளிகைக்கு வந்திருந்த விருந்தாளிகள் கூட்டம் போட்டு ஏதேதோ இராஜாங்க விஷயமாகப் பேசினார்களாம்."

"என்ன பேசினார்களாம்?"

"அது எனக்குத் தெரியாது. கந்தமாறன் ஏடாகூடமாகச் சொன்னானே தவிர, தெளிவாகச் சொல்லவில்லை, ஏதோ ஒரு காரியம் சீக்கிரம் நடக்கப் போகிறது. அப்போது சொல்கிறேன் என்றான். அவன் பேச்சே மர்மமாயிருந்தது. ஏன், சுவாமிகளே! உங்களுக்கு ஏதாவது தெரியுமா?"

"எதைப் பற்றி?"

"நாடு நகரமெல்லாம் ஏதேதோ பேசிக் கொள்கிறார்களே? வானத்தில் வால் நட்சத்திரம் காணப்படுகிறது; இராஜாங்கத்துக்கு ஏதோ ஆபத்து இருக்கிறது; சோழ சிம்மாசனத்தில்

மாறுதல் ஏற்படும்; அப்படி, இப்படி என்றெல்லாம் பேசிக்கொள்கிறார்கள். தொண்டை மண்டலம் வரையில் இந்தப் பேச்சு எட்டியிருக்கிறது. இன்னும் யார் யாரோ பெரிய கைகள் சேர்ந்து, அடிக்கடி கூடி, அடுத்து பட்டத்துக்கு யார் என்று யோசித்து வருகிறார்களாம். உங்களுக்கு என்ன தோன்றுகிறது? அடுத்து பட்டத்துக்கு யார் வரக்கூடும்?"

"எனக்கு அதெல்லாம் தெரியாது, தம்பி! இராஜாங்க காரியங்களுக்கும் எனக்கும் என்ன சம்பந்தம்? நான் வைஷ்ணவன்; ஆழ்வார்களின் அடியார்க்கு அடியான்; எனக்குத் தெரிந்த பாசுரங்களைப் பாடிக்கொண்டு ஊர் ஊராய்த் திரிகிறவன்!"

இவ்வாறு ஆழ்வார்க்கடியான் கூறி, "திருக்கண்டேன் பொன்மேனி கண்டேன்" என்று பாடத் தொடங்கவும், வந்தியத்தேவன் குறுக்கிட்டு, "உமக்குப் புண்ணியமாய்ப் போகட்டும், நிறுத்தும்!" என்றான்.

"அடடா! தெய்வத் தமிழ்ப் பாசுரத்தை நிறுத்தச் சொல்கிறாயே?"

"ஆழ்வார்க்கடியான் நம்பிகளே! எனக்கு ஒரு சந்தேகம் உதித்திருக்கிறது அதைச் சொல்லட்டுமா?"

"நன்றாய்ச் சொல்லு!"

"தடியைத் தூக்கிக்கொண்டு அடிக்க வரமாட்டீரே?"

"உன்னையா? உன்னை அடிக்க என்னாலே முடியுமா?"

"உம்முடைய வைஷ்ணவம், பக்தி, ஊர்த்தவ புண்டரம், பாசுரப் பாடல் எல்லாம் வெறும் வேஷம் என்று சந்தேகிக்கிறேன்."

"ஐயையோ! இது என்ன பேச்சு? அபசாரம்! அபசாரம்!"

"அபசாரமும் இல்லை, உபசாரமும் இல்லை. உம்முடைய பெண்ணாசையை மறைப்பதற்காக இந்த மாதிரி வேஷம் போடுகிறீர். உம்மைப் போல் இன்னும் சிலரையும் நான் பார்த்திருக்கிறேன். பெண்ணாசைப் பித்து பிடித்து அலைகிறவர்கள். அப்படி என்னதான் பெண்களிடம் காண்கிறீர்களோ, அதுதான் எனக்குத் தெரியவில்லை. எனக்கு எந்தப் பெண்ணைப் பார்த்தாலும் வெறுப்பாகவே இருக்கிறது."

"தம்பி! பெண் பித்துப் பிடித்து அலைகிறவர்கள் சிலர் உண்டு. ஆனால் அவர்களோடு என்னைச் சேர்க்காதே, நான் வேஷதாரி அல்ல. நீ அவ்விதம் சந்தேகிப்பது ரொம்பத் தவறு."

"அப்படியானால் பல்லக்கில் வந்த அந்தப் பெண்ணிடம் ஓலை கொடுக்கும்படி என்னை ஏன் கேட்டீர்? அதிலும் இன்னொரு மனுஷன் மணம் புரிந்துகொண்ட பெண்ணிடம் மனதைச் செலுத்தலாமா? நீர் கடம்பூர் மாளிகைக்கு வரவேண்டும் என்று சொன்னதும் அவளைப் பார்ப்பதற்குத்தானே? இல்லை என்று சொல்ல வேண்டாம்!"

"இல்லை என்று சொல்லவில்லை. ஆனால் அதற்கு நீ கூறிய காரணம் தவறு. வேறு தகுந்த காரணம் இருக்கிறது. அது பெரிய கதை."

"குதிரை இன்னும் வரக்காணோம். அந்தக் கதையைத்தான் சொல்லுங்களேன்! கேட்கலாம்!"

"கதை என்றால், கற்பனைக் கதை அல்ல; உண்மையாக நடந்த கதை. அதிசய வரலாறு! கேட்டால் திகைத்துப் போவாய்! அவசியம் சொல்லத்தான் வேண்டுமா?"

"இஷ்டமிருந்தால் சொல்லுங்கள்!"

"ஆம், சொல்லுகிறேன். கொஞ்சம் எனக்கு அவசரமாய்ப் போக வேண்டும், இருந்தாலும் சொல்லிவிட்டுப் போகிறேன். மறுபடியும் உன்னிடம் ஏதாவது உதவி கோரும்படியிருந்தாலும் இருக்கும். அப்போது தட்டாமல் செய்வாய் அல்லவா?"

"நியாயமாயிருந்தால் செய்வேன். உங்களுக்கு இஷ்டமில்லா விட்டால் ஒன்றும் சொல்ல வேண்டாம்.

"இல்லையில்லை! உன்னிடம் கட்டாயம் சொல்லியே தீரவேண்டும். அந்த இரணியாசுரன் பழுவேட்டரையரின் இளம் மனைவி இருக்கிறாளே, நான் ஓலை கொண்டு போகச் சொன்னேனே, அவள் பெயர் நந்தினி. அவளுடைய கதையை நீ கேட்டால் ஆச்சரியப்பட்டுப் போவாய். உலகில் இப்படியும் அக்கிரமம் உண்டா என்று பொங்குவாய்!" இந்த முன்னுரையுடன் ஆழ்வார்க்கடியான் நந்தினியைப் பற்றிய கதையை ஆரம்பித்தான்:

ஆழ்வார்க்கடியான் பாண்டிய நாட்டில் வைகை நதிக்கரையில் ஒரு கிராமத்தில் பிறந்தவன். அவனுடைய குடும்பத்தார் பரம பக்தர்களான வைஷ்ணவர்கள். அவனுடைய தந்தை ஒருநாள் நதிக்கரையில் உள்ள நந்தவனத்துக்குப் போனார். அங்கே ஒரு பெண் குழந்தை அனாதையாகக் கிடப்பதைக் கண்டார். குழந்தையை எடுத்துக்கொண்டு வீட்டுக்கு வந்தார். குழந்தை களையாகவும் அழகாகவும் இருந்தபடியால் குடும்பத்தார் அன்புடன் போற்றிக் காப்பாற்றினார்கள். நந்தவனத்தில் அகப்பட்டபடியால் நந்தினி என்று குழந்தைக்குப் பெயரிட்டார்கள். ஆழ்வார்க்கடியான் அப்பெண்ணைத் தன் தங்கை என்று கருதிப் பாராட்டி வந்தான்.

நந்தினிக்குப் பிராயம் வளர்ந்து வந்தது போல் பெருமாளிடமும் பக்தியும் வளர்ந்து வந்தது. அவள் மற்றொரு 'ஆண்டாள்' ஆகிப் பக்தர்களையெல்லாம் ஆட்கொள்ளப் போகிறாள் என்று அக்கம் பக்கத்திலுள்ளவர்கள் நம்பினார்கள். இந்த நம்பிக்கை ஆழ்வார்க்கடியானுக்கு அதிகமாயிருந்தது. தந்தை இறந்த பிறகு அப்பெண்ணை வளர்க்கும் பொறுப்பை அவனே ஏற்றுக் கொண்டான். இருவரும் ஊர் ஊராகச் சென்று ஆழ்வார்களின் பாசுரங்களைப் பாடி வைஷ்ணவத்தைப் பரப்பி வந்தார்கள். நந்தினி துளசிமாலை அணிந்து பக்திப் பரவசத்துடன் பாசுரம் பாடியதைக் கேட்டவர்கள் மதிமயங்கிப் போனார்கள்.

ஒரு சமயம் ஆழ்வார்க்கடியான் திருவேங்கடத்துக்கு யாத்திரை சென்றான். திரும்பி வரக் காலதாமதமாகிவிட்டது. அப்போது நந்தினிக்கு ஒரு விபரீதம் நேர்ந்துவிட்டது.

பாண்டியர்களுக்கும் சோழர்களுக்கும் இறுதிப் பெரும்போர் மதுரைக்கு அருகில் நடந்தது. பாண்டியர் சேனை சர்வ நாசம் அடைந்தது. வீரபாண்டியன் உடம்பெல்லாம் காயங்களுடன் போர்க்களத்தில் விழுந்திருந்தான். அவனுடைய அந்தரங்க ஊழியர்கள் சிலர் அவனைக் கண்டுபிடித்து எடுத்து உயிர் தப்பிவிக்க முயன்றார்கள். இரவுக்கிரவே, நந்தினியின் வீட்டில் கொண்டு வந்து சேர்த்தார்கள். பாண்டியனுடைய நிலைமையைக் கண்டு மனமிரங்கி நந்தினி அவனுக்குப் பணிவிடை செய்தாள். ஆனால் சீக்கிரத்தில் சோழ வீரர்கள் அதைக் கண்டுபிடித்து விட்டார்கள். நந்தினியின் வீட்டைச் சூழ்ந்துகொண்டு உட்புகுந்து வீரபாண்டியனைக் கொன்றார்கள். நந்தினியின் அழகைக் கண்டு மோகித்துப் பழுவேட்டரையர் அவளைச் சிறைபிடித்துக்கொண்டு போய்விட்டார்.

இது மூன்று வருஷத்துக்கு முன்னால் நடந்தது. பிறகு ஆழ்வார்க்கடியான் நந்தினியைப் பார்க்கவே முடியவில்லை. அன்று முதல் ஒரு தடவையேனும் நந்தினியைத் தனியே சந்தித்துப் பேசவும், அவள் விரும்பினால் அவளை விடுதலை செய்து கொண்டு போகவும் ஆழ்வார்க்கடியான் முயன்று கொண்டிருக்கிறான். இதுவரையில் அம்முயற்சியில் வெற்றி பெறவில்லை...

இந்த வரலாற்றைக் கேட்ட வந்தியத்தேவனுடைய உள்ளம் உருகிவிட்டது. கடம்பூர் மாளிகையில் பல்லக்கில் இருந்தது நந்தினி இல்லை என்றும், இளவரசன் மதுராந்தகன் என்றும் ஆழ்வார்க்கடியானிடம் சொல்லி விடலாமா என்று ஒருகணம் யோசித்தான். பிறகு, ஏதோ ஒன்று மனத்தில் தடை செய்தது. ஒருவேளை இந்தக் கதை முழுதும் ஆழ்வார்க்கடியானின் கற்பனையோ என்று தோன்றியது. ஆகையால் கடம்பூர் மாளிகையில் தான் அறிந்துகொண்ட இரகசியத்தை சொல்லவில்லை.

அப்போது சற்று தூரத்தில், கடம்பூர் வீரன் குதிரையுடன் வந்துகொண்டிருந்தான்...

"தம்பி! எனக்கு நீ உதவி செய்வாயா?" என்று ஆழ்வார்க்கடியான் கேட்டான்.

"நான் என்ன உதவி செய்ய முடியும்? பழுவேட்டரையர் இந்தச் சோழப் பேரரசையே ஆட்டுவிக்கும் ஆற்றல் உடையவர். நானோ ஒரு செல்வாக்குமில்லாத தன்னந்தனி ஆள். என்னால் என்ன செய்ய முடியும்?" என்று வந்தியத்தேவன் ஜாக்கிரதையாகவே பேசினான். பிறகு, "நம்பிகளே! இராஜாங்க காரியங்களைப் பற்றி உமக்கு ஒன்றுமே தெரியாது என்றா சொல்கிறீர்கள். சுந்தர சோழ மகாராஜாவுக்கு ஏதாவது நேர்ந்துவிட்டால், அடுத்த பட்டத்துக்கு உரியவர் யார் என்று உம்மால் சொல்ல முடியாதா?" என்றான்.

இப்படிக் கேட்டு விட்டு, அடியானுடைய முகபாவத்தில் ஏதாவது மாறுதல் ஏற்படுகிறதா என்று வந்தியத்தேவன் ஆவலுடன் பார்த்தான், லவலேசமும் மாறுதல் ஏற்படவில்லை.

"அதெல்லாம் எனக்கு என்ன தெரியும், தம்பி! குடந்தை ஜோசியரைக் கேட்டால் ஒருவேளை சொல்வார்!" என்றான் நம்பி.

"ஓஹோ! குடந்தை சோதிடர் உண்மையிலே அவ்வளவு கெட்டிக்காரர்தானா?"

"அசாத்திய கெட்டிக்காரர்! சோதிடமும் பார்த்துச் சொல்வார்; மனதையும் அறிந்து சொல்வார்; உலக விவகாரங்களை அறிந்து, அதற்கேற்பவும் ஆரூடம் சொல்லுவார்!"

"அப்படியானால் அவரைப் பார்த்து விட்டுப் போக வேண்டியதுதான்!" என்று வந்தியத்தேவன் மனதில் தீர்மானித்துக் கொண்டான்.

ஆதிகாலத்திலிருந்து மனித குலத்துக்கு வருங்கால நிகழ்ச்சிகளை அறிந்து கொள்வதில் பிரேமை இருந்து வருகிறது. அரசர்களுக்கும் அந்தப் பிரேமை உண்டு; ஆண்டிகளுக்கும் உண்டு; முற்றும் துறந்த முனிவர்களுக்கும் உண்டு; இல்லறத்தில் உள்ள ஜனங்களுக்கும் உண்டு; அறிவிற் சிறந்த மேதாவிகளுக்கும் உண்டு; மூடமதியினர்களுக்கும் உண்டு. இத்தகைய பிரேமை, நாடு நகரங்களைக் கடந்து பல அபாயங்களுக்குத் துணிந்து, அரசாங்க அந்தரங்கப் பணியை நிறைவேற்றுவதற்காகப் பிரயாணம் செய்துகொண்டிருந்த நம்முடைய வாலிப வீரனுக்கும் இருந்ததில் ஆச்சரியம் இல்லை அல்லவா?

13. வளர்பிறைச் சந்திரன்

இளவரசிகளின் ரதம் கண்ணுக்கு மறைந்தபிறகு, சோதிடர் வந்தியத்தேவனை வீட்டுக்குள் அழைத்துச் சென்றார். தம்முடைய ஆஸ்தான பீடத்தில் அமர்ந்தார். சுற்றுமுற்றும் பார்த்துக்கொண்டிருந்த அவ்வாலிபனையும் உட்காரச் சொன்னார்; அவனை ஏற இறங்கப் பார்த்தார்.

"தம்பி! நீ யார்? எங்கே வந்தாய்?" என்று கேட்டார், வந்தியத்தேவன் சிரித்தான்.

"என்னப்பா, சிரிக்கிறாய்?"

"இல்லை, தாங்கள் இவ்வளவு பிரபலமான ஜோதிடர் என்னை கேள்வி கேட்கிறீர்களே? நான் யார், எதற்காகத் தங்களிடம் வந்தேன் என்று ஜோதிடத்திலேயே பார்த்துக் கொள்ளக் கூடாதா?"

"ஓகோ! அதற்கென்ன? பார்த்துக்கொள்கிறேன். ஆனால் எனக்கு நானே ஜோசியம் பார்த்துக் கொண்டால், தட்சணை யார் கொடுப்பார்கள் என்றுதான் யோசிக்கிறேன்."

வந்தியத்தேவன் புன்னகை செய்துவிட்டு, "ஜோதிடரே! இப்போது இங்கே வந்துவிட்டுப் போனார்களே? அவர்கள் யார்?" என்று கேட்டான்.

"ஓ! அவர்களா? நீ யாரைப் பற்றிக் கேட்கிறாய் என்று எனக்குத் தெரிகிறது. தெரியும் தம்பி, தெரியும்! நீ என் சீடனைப் பிடித்து இழுத்துக்கொண்டு உள்ளே நுழைந்தபோது இங்கே இருந்தார்களே, அவர்களைப் பற்றித்தான் கேட்கிறாய், இல்லையா?

ரதத்தில் ஏறிக்கொண்டு, பின்னால் புழுதியைக் கிளப்பி விட்டுக்கொண்டு போனார்களே, அவர்களைப் பற்றித்தானே?" என்று குடந்தை சோதிடர் சுற்றி வளைத்துக் கேட்டார்.

"ஆமாம், ஆமாம்! அவர்களைப் பற்றித்தான் கேட்டேன்..."

"நன்றாகக் கேள். கேட்க வேண்டாம் என்று யார் சொன்னது? அவர்கள் இரண்டு பேரும் இரண்டு பெண்மணிகள்!"

"அது எனக்கே தெரிந்து போய்விட்டது; ஜோதிடரே! நான் குருடன் இல்லை. ஆண்களையும் பெண்களையும் நான் வித்தியாசம் கண்டுபிடித்து விடுவேன். பெண் வேடம் பூண்ட ஆணாயிருந்தால் கூட எனக்குத் தெரிந்து போய்விடும்."

"பின்னே என்ன கேட்கிறாய்?.."

"பெண்கள் என்றால், அவர்கள் இன்னார், இன்ன ஜாதி.."

"ஓகோ! அதையா கேட்கிறாய்? பெண்களில் பத்மினி, சித்தினி, காந்தர்வி, வித்யாதரி என்பதாக நாலு ஜாதிகள் உண்டு. உனக்குச் சாமுத்திரிகா லட்சண சாஸ்திரத்தில் கொஞ்சம் பயிற்சி இருக்கும் போலிருக்கிறது. அந்த நாலு ஜாதிகளில் இவர்கள் பத்மினி, காந்தர்வி ஜாதிகளைச் சேர்ந்தவர்கள்."

"கடவுளே!..."

"ஏன்? அப்பனே!"

"கடவுளை நான் கூப்பிட்டால், நீங்கள் 'ஏன்?' என்று கேட்கிறீர்களே?"

"அதில் என்ன பிசகு? கடவுள் சர்வாந்தர்யாமி என்று நீ கேட்டதில்லையா? பெரியவர்களுடைய சகவாசம் உனக்கு அவ்வளவாகக் கிடையாது போலிருக்கிறது! எனக்குள்ளே இருப்பவரும் கடவுள்தான்; உனக்குள்ளே இருப்பவரும் கடவுள்தான். நீ இழுத்துக்கொண்டு உள்ளே வந்தாயே, அந்த என் சீடனுக்குள்ளே இருப்பவரும் கடவுள்தான்..."

"போதும், போதும், நிறுத்துங்கள்."

"இத்தனை நேரம் பேச சொன்னதும் கடவுள்தான்; இப்போது நிறுத்தச் சொல்வதும் கடவுள்தான்!"

"ஜோதிடரே! இப்போது இங்கேயிருந்து போனார்களே, அந்தப் பெண்கள் யார், எந்த ஊர், என்ன குலம், என்ன பெயர், என்று கேட்டேன். சுற்றி வளைக்காமல் மறுமொழி சொன்னால்.."

"சொன்னால் எனக்கு நீ என்ன தருவாய் அப்பனே!"

"என் வந்தனத்தைத் தருவேன்."

"உன் வந்தனத்தை நீயே வைத்துக்கொள். ஏதாவது பொன்தானம் கொடுப்பதாயிருந்தால் சொல்லு!"

"பொன்தானம் கொடுத்தால் நிச்சயமாய்ச் சொல்லுவீர்களா?"

"அதுவும் சொல்லக்கூடியதாயிருந்தால்தான் சொல்லுவேன்! தம்பி! இதைக் கேள். ஜோதிடன் வீட்டுக்குப் பலரும் வந்து போவார்கள். ஒருவரைப் பற்றி இன்னொருவரிடம் சொல்லக் கூடாது. இப்போது போனவர்களைப் பற்றி உன்னிடம் சொல்ல மாட்டேன். உன்னைப் பற்றி வேறு யாராவது கேட்டால் அவர்களுக்கும் உன்னைப் பற்றி ஒரு வார்த்தைகூடச் சொல்ல மாட்டேன்."

"ஆகா! ஆழ்வார்க்கடியான் நம்பி தங்களைப் பற்றி சொன்னது முற்றும் உண்மைதான்."

"ஆழ்வார்க்கடியாரா? அவர் யார், அப்படி ஒருவர்?"

"தங்களுக்குத் தெரியாதா, என்ன? ரொம்பவும் தங்களைத் தெரிந்தவர்போல் பேசினாரே? ஆழ்வார்க்கடியான் நம்பி என்று கேட்டதேயில்லையா?"

"ஒருவேளை ஆளைத் தெரிந்திருக்கும்; பெயர் ஞாபகம் இராது கொஞ்சம் அடையாளம் சொல்லு, பார்க்கலாம்!"

"கட்டையாயும் குட்டையாயும் இருப்பார், முன் குடுமி வைத்திருப்பார். இளந்தொந்தியில் வேட்டியை இறுக்கிக் கட்டியிருப்பார். சந்தனத்தைக் குழைத்து உடம்பெல்லாம் கீழிருந்து மேலாக இட்டிருப்பார். சைவர்களைக் கண்டால் சண்டைக்குப் போவார். அத்வைதிகளைக் கண்டால் தடியைத் தூக்குவார். சற்றுமுன்னால் 'நீயும் கடவுள், நானும் கடவுள்' என்றீர்களே, இதை ஆழ்வார்க்கடியான் கேட்டிருந்தால் 'கடவுளைக் கடவுள் தாக்குகிறது!' என்று சொல்லித் தடியினால் அடிக்க வருவார்..."

"தம்பி! நீ சொல்லுவதையெல்லாம் சேர்த்துப் பார்த்தால் திருமலையப்பனைப் பற்றி சொல்லுகிறாய் போலிருக்கிறது.."

"அவருக்கு அப்படி வெவ்வேறு பெயர்கள் உண்டா?"

"ஊருக்கு ஒரு பெயர் வைத்துக் கொள்வார் அந்த வீர வைஷ்ணவர்."

"ஆளுக்குத் தகுந்த வேஷமும் போடுவாராக்கும்!"

"ஆகா! சமயத்துக்குத் தகுந்த வேஷமும் போடுவார்."

"சொல்லுவதில் கொஞ்சம் கற்பனையும் பொய்யும் கலந்திருக்குமோ?"

"முக்காலே மூன்றரை வீசம் பொய்யும் கற்பனையும் இருக்கும்; அரை வீசம் உண்மையும் இருக்கலாம்."

"ரொம்பப் பொல்லாத மனிதர் என்று சொல்லுங்கள்!"

"அப்படியும் சொல்லிவிட முடியாது. நல்லவர்க்கு நல்லவர்; பொல்லாதவர்க்குப் பொல்லாதவர்."

"அவருடைய பேச்சை நம்பி ஒன்றும் செய்ய முடியாது."

"நம்புவதும் நம்பாததும் அந்தந்தப் பேச்சைப் பொறுத்திருக்கிறது..."

"உதாரணமாக, தங்களிடம் போய்ச் சோதிடம் கேட்டால் நல்லபடி சொல்லுவீர்கள் என்று அவர் கூறியது..."

"அவர் பேச்சில் அரை வீசம் உண்மையும் இருக்கும் என்றேனே, அந்த அரை வீசத்தில் அது சேர்ந்தது."

"அப்படியானால் எனக்கு ஏதாவது ஜோதிடம், ஆரூடம் சொல்லுங்கள்; நேரமாகிவிட்டது எனக்குப் போகவேண்டும், ஐயா!"

"அப்படி அவசரமாக எங்கே போக வேண்டும், அப்பனே!"

"அதையும் தாங்கள் ஜோதிடத்தில் பார்த்துச் சொல்லக் கூடாதா? எங்கே போகவேண்டும், எங்கே போகக் கூடாது, போனால் காரியம் சித்தியாகுமா என்பதைப் பற்றியெல்லாந்தான் தங்களைக் கேட்க வந்தேன்."

"ஜோதிடம், ஆரூடம் சொல்வதற்கும் ஏதாவது ஆதாரம் வேண்டும், அப்பனே! ஜாதகம் வேண்டும்; ஜாதகம் இல்லாவிடில், பிறந்தநாள், நட்சத்திரமாவது தெரிய வேண்டும்; அதுவும் தெரியாவிடில், ஊரும் பேருமாவது சொல்ல வேண்டும்".

"என் பெயர் வந்தியத்தேவன்!"

"ஆகா! வாணர் குலத்தவனா?"

"ஆமாம்."

"வல்லவரையன் வந்தியத்தேவனா?"

"சாட்சாத் அவனேதான்."

"அப்படிச் சொல்லு, தம்பி! முன்னமே சொல்லியிருக்கக் கூடாதா? உன் ஜாதகம் கூட என்னிடம் இருந்ததே! தேடிப் பார்த்தால் கிடைக்கும்."

"ஓஹோ! அது எப்படி?"

"என்னைப் போன்ற ஜோதிடர்களுக்கு வேறு என்ன வேலை. பெரிய வம்சத்தில் பிறந்த பிள்ளைகள் பெண்கள் இவர்களுடைய ஜாதகங்களையெல்லாம் சேர்த்து வைத்துக் கொள்வோம்".

"நான் அப்படியொன்றும் பெரிய வம்சத்தில் பிறந்தவன் அல்லவே..."

"நன்றாகச் சொன்னாய்! உன்னுடைய குலம் எப்பேர்ப்பட்ட குலம்! வாணர் குலத்தைப் பற்றி கவிவாணர்கள் எவ்வளவு கவிகளையெல்லாம் பாடியிருக்கிறார்கள்! ஒருவேளை நீ கேட்டிருக்க மாட்டாய்."

"ஒரு கவிதையைத்தான் சொல்லுங்களேன், கேட்கலாம்."

ஜோதிடர் உடனே பின்வரும் பாடலைச் சொன்னார்:

"வாணன் புகழுரையா வாயுண்டோ மாகதர்கோன்
வாணன் பெயரெழுதா மார்புண்டோ; வாணன்
கொடி தாங்கி நில்லாத கொம்புண்டோ உண்டோ
அடிதாங்கி நில்லா அரசு!

ஜோதிடர் இசைப்புலவர் அல்லவென்பது அவர் பாடும்போது வெளியாயிற்று. ஆயினும் பாடலைப் பண்ணில் அமைத்து மிக விளக்கமாகவும் உருக்கமாகவும் பாடினார்.

"கவி எப்படியிருக்கிறது?" என்று கேட்டார்.

"கவி காதுக்கு நன்றாகத்தான் இருக்கிறது. ஆனால் என்னுடைய கொடியை ஏதாவது ஒரு மாட்டின் கொம்பில் நானே கட்டி விட்டால்தான் உண்டு. அரசமரத்துக் கிளை மேல் ஏறி நின்றால்தான் அரசு என் அடியைத் தாங்கும்; அதுகூடச் சந்தேகம்தான். கனம் தாங்காமல் கிளை முறிந்து என்னையும் கீழே தள்ளினாலும் தள்ளும்!" என்றான் வந்தியத்தேவன்.

"இன்றைக்கு உன் நிலைமை இப்படி; நாளைக்கு எப்படியிருக்கும் என்று யார் கண்டது?" என்றார் ஜோதிடர்.

"தாங்கள் கண்டிருப்பீர்கள் என்று எண்ணியல்லவா வந்தேன்?" என்றான் வல்லவரையன்.

"நான் என்னத்தைக் கண்டேன், தம்பி! எல்லாரையும் போல் நானும் அற்ப ஆயுள் படைத்த மனிதன்தானே? ஆனால் கிரகங்களும் நடசத்திரங்களும் வருங்கால நிகழ்ச்சிகளைச் சொல்லுகின்றன. அவை சொல்லுவதை நான் சிறிது கண்டறிந்து கேட்பவர்களுக்கு சொல்கிறேன், அவ்வளவுதான்!"

"கிரஹங்களும் நட்சத்திரங்களும் என் விஷயத்தில் என்ன சொல்கின்றன ஜோதிடரே?"

"நீ நாளுக்கு நாள் உயர்வாய் என்று சொல்லுகின்றன."

"சரியாகப் போச்சு! இப்போதுள்ள உயரமே அதிகமாயிருக்கிறது. உங்கள் வீட்டில் நுழையும்போது குனிய வேண்டியிருக்கிறது! இன்னும் உயர்ந்து என்ன செய்வது? இப்படியெல்லாம் பொதுவாகச் சொல்லாமல் குறிப்பாக ஏதாவது சொல்லுங்கள்."

"நீ ஏதாவது குறிப்பாகக் கேட்டால், நானும் குறிப்பாகச் சொல்லுவேன்."

"நான் தஞ்சாவூருக்குப் போகிற காரியம் கைகூடுமா? சொல்லுங்கள்."

"நீ தஞ்சாவூருக்கு உன் சொந்தக் காரியமாகப் போகிறதானால் போகிற காரியம் கைகூடும். இப்போது உனக்கு ஜயக்கிரகங்கள் உச்சமாயிருக்கின்றன. பிறருடைய காரியமாகப் போவதாயிருந்தால், அந்த மனிதர்களுடைய ஜாதகத்தைப் பார்த்து சொல்ல வேண்டும்!"

வந்தியத்தேவன் தலையை ஆட்டிக்கொண்டு மூக்கின் மேல் விரலை வைத்து, "ஜோதிடரே! தங்களைப் போன்ற சாமர்த்தியசாலியை நான் பார்த்ததேயில்லை!" என்றான்.

"முகஸ்துதி செய்யாதே, தம்பி!" என்றார் ஜோதிடர்.

"இருக்கட்டும். கேட்க வேண்டியதைத் தெளிவாகவே கேட்டு விடுகிறேன். தஞ்சாவூரில் சக்கரவர்த்தியைத் தரிசிக்க விரும்புகிறேன், அது சாத்தியமாகுமா?"

"என்னைவிடப் பெரிய ஜோதிடர்கள் இருவர் தஞ்சாவூரில் இருக்கிறார்கள் அவர்களைதான் கேட்கவேண்டும்."

"அவர்கள் யார்?"

"பெரிய பழுவேட்டரையர் ஒருவர்; சின்ன பழுவேட்டரையர் ஒருவர்."

"சக்கரவர்த்தியின் உடல்நிலை மிக மோசமாகியிருப்பதாகச் சொல்கிறார்களே? அது உண்மையா?"

"யாராவது ஏதாவது சொல்லுவார்கள்! சொல்லுவதற்கு என்ன? அதையெல்லாம் நம்பாதே! வெளியிலும் சொல்லாதே!"

"சக்கரவர்த்திக்கு ஏதாவது நேர்ந்துவிட்டால், அடுத்த பட்டம் யாருக்கு என்று சொல்ல முடியுமா?"

"அடுத்த பட்டம் உனக்குமில்லை; எனக்குமில்லை; நாம் ஏன் அதைப்பற்றிக் கவலைப்பட வேண்டும்?"

"அந்த மட்டில் தப்பிப் பிழைத்தோம்!" என்றான் வந்தியத்தேவன்.

"உண்மைதான், தம்பி! பட்டத்துக்குப் பாத்தியதை என்பது சாதாரண விஷயம் அல்ல; மிக அபாயகரமான விஷயம் இல்லையா!"

"ஜோசியரே! தற்சமயம் காஞ்சியில் இருக்கிறாரே, இளவரசர் ஆதித்த கரிகாலர்."

"இருக்கிறார். அவருடைய சார்பாகத்தானே நீ வந்திருக்கிறாய்!"

"கடைசியாகக் கண்டுபிடித்து விட்டீர்கள்; சந்தோஷம் அவருடைய யோகம் எப்படி இருக்கிறது."

"ஜாதகம் கைவசம் இல்லை, தம்பி! பார்த்துத்தான் சொல்ல வேண்டும்."

"இளவரசர் மதுராந்தகரின் யோகம் எப்படி?"

"அவருடையது விசித்திரமான ஜாதகம். பெண்களின் ஜாதகத்தை ஒத்தது. எப்போதும் பிறருடைய ஆதிக்கத்துக்கு உட்பட்டிருப்பது..."

"இப்போதுகூட சோழ நாட்டில் பெண்ணரசு நடைபெறுவதாக சொல்கிறார்களே? அல்லி ராஜ்யத்தைவிட மோசம் என்கிறார்களே?"

"எங்கே தம்பி அப்படி சொல்லுகிறார்கள்?"

"கொள்ளிடத்துக்கு வடக்கே சொல்லுகிறார்கள்?"

"பெரிய பழுவேட்டரையர் புதியதாக மணம் புரிந்து கொண்ட இளைய ராணியின் ஆதிக்கத்தைப் பற்றி சொல்கிறார்கள் போலிருக்கிறது."

"நான் கேள்விப்பட்டது வேறு."

"என்ன கேள்விப்பட்டாய்?"

"சக்கரவர்த்தியின் திருக்குமாரி குந்தவைப் பிராட்டிதான் அவ்விதம் பெண்ணரசு செலுத்துவதாகச் சொல்கிறார்கள்!"

ஜோதிடர் சற்றே வந்தியத்தேவன் முகத்தை உற்றுப் பார்த்தார். சற்றுமுன் அந்த வீட்டிலிருந்து சென்றது குந்தவை தேவி என்று தெரிந்துகொண்டுதான் அவ்விதம் கேட்கிறானோ என்று முகத்திலிருந்து அறிய முயன்றார். ஆனால் அதற்கு அறிகுறி ஒன்றும் தெரியவில்லை.

"சுத்தத் தவறு, தம்பி! சுந்தர சோழ சக்கரவர்த்தி தஞ்சையில் இருக்கிறார், குந்தவைப்பிராட்டி பழையாறையில் இருக்கிறார் மேலும்..."

"மேலும் என்ன? ஏன் நிறுத்தி விட்டீர்கள்?"

"பகலில் பக்கம் பார்த்துப் பேச வேண்டும்; இரவில் அதுவும் பேசக் கூடாது. ஆனாலும் உன்னிடம் சொன்னால் பாதகமில்லை. இப்போது சக்கரவர்த்திக்கு அதிகாரம் ஏது? எல்லா அதிகாரங்களையும் பழுவேட்டரையர்கள் அல்லவா செலுத்துகிறார்கள்!"

இப்படி சொல்லிவிட்டுச் ஜோதிடர் வந்தியத்தேவனுடைய முகத்தை மறுபடியும் ஒரு தடவை கவனமாகப் பார்த்தார்.

"ஜோதிடரே! நான் பழுவேட்டரையரின் ஒற்றன் அல்ல; அப்படிச் சந்தேகப்பட வேண்டாம். சற்று முன்னால் ராஜ்யங்களும் ராஜவம்சங்களும் நிலைத்து நில்லாமை பற்றி சொன்னீர்கள். நான் பிறந்த வாணர் குலத்தையே உதாரணமாகச் சொன்னீர்கள். தயவுசெய்து உண்மையைச் சொல்லுங்கள்; சோழ வம்சத்தின் வருங்காலம் எப்படியிருக்கும்?"

"உண்மையைச் சொல்கிறேன்; சந்தேகம் சிறிதுமின்றி சொல்கிறேன். ஆனி மாதக் கடைசியில் காவேரியிலும் காவேரியின் கிளை நதிகளிலும் புதுவெள்ளம் வரும். அப்போது அது நாளுக்கு நாள் பெருகப் போகும் புது வெள்ளம் என்பது காவேரி தீரத்தில் உள்ளவர்களுக்கு நன்றாய்த் தெரியும். ஆவணி, புரட்டாசி வரையிலும் வெள்ளம் பெருகிக் கொண்டுதானிருக்கும். கார்த்திகை, மார்கழியில் வெள்ளம் வடிய ஆரம்பிக்கும். இது வடிகிற வெள்ளம் என்பதும் காவேரிக் கரையில் உள்ளவர்களுக்குத் தெரிந்து போகும். சோழ சாம்ராஜ்யம் இப்போது நாளுக்கு நாள் பெருகும் புதுவெள்ளத்தை ஒத்திருக்கிறது. இன்னும் பல நூறு வருஷம் இது பெருகிப் பரவிக் கொண்டேயிருக்கும். சோழப் பேரரசு இப்போது வளர்பிறைச் சந்திரனாக இருந்து வருகிறது. பௌர்ணமிக்கு இன்னும் பல நாள் இருக்கிறது. ஆகையால் மேலும் மேலும் சோழ மகாராஜ்யம் வளர்ந்து கொண்டேயிருக்கும்.."

"இத்தனை நேரம் தங்களுடனே பேசியதற்கு இந்த ஒரு விஷயம் தெளிவாகச் சொல்லி விட்டீர்கள். வந்தனம், இன்னும் ஒரு விஷயம் மட்டும் முடியுமானால் சொல்லுங்கள். எனக்கு கப்பல் ஏறிக் கடற் பிரயாணம் செய்ய வேண்டும் என்ற விருப்பம் ரொம்ப நாளாக இருக்கிறது..."

"அந்த விருப்பம் நிச்சயமாகக் கைகூடும்; நீ சகடயோகக்காரன். உன் காலில் சக்கரம் இருப்பது போலவே ஓயாமல் சுற்றிக்கொண்டிருப்பாய். நடந்து போவாய்; குதிரை ஏறிப் போவாய்; யானை மேல் போவாய்; கப்பல் ஏறியும் போவாய்; சீக்கிரமாகவே உனக்குக் கடற் பிரயாணம் செய்யும் யோகம் இருக்கிறது."

"ஐயா! தென்திசைப் படையின் சேனாபதி, தற்சமயம் ஈழத்திலே யுத்தம் நடத்தும் இளவரசர் அருள்மொழிவர்மரைப் பற்றித் தாங்கள் சொல்லக் கூடுமா? கிரஹங்களும் நட்சத்திரங்களும் அவரைப் பற்றி என்ன சொல்லுகின்றன?"

"தம்பி! கப்பலில் பிரயாணம் செய்வோர் திசையறிவதற்கு ஒரு காந்தக் கருவியை உபயோகிக்கிறார்கள். கலங்கரைவிளக்கங்களும் உபயோகப்படுகின்றன. ஆனால் இவற்றையெல்லாம்விட, நடுக்கடலில் கப்பல் விடும் மாலுமிகளுக்கு உறுதுணையாயிருப்பது எது தெரியுமா? வடதிசையில் அடிவானத்தில் உள்ள துருவ நட்சத்திரந்தான். மற்ற நட்சத்திரங்கள் கிரஹங்கள் எல்லாம் இடம்பெயர்ந்து போய்க்கொண்டேயிருக்கும். ஸப்தரிஷி மண்டலமும் திசைமாறிப் பிரயாணம் செய்யும். ஆனால் துருவ நட்சத்திரம் மட்டும் இடத்தைவிட்டு அசையாமல் இருந்த இடத்திலேயே இருக்கும். அந்தத் துருவ நட்சத்திரத்தைப் போன்றவர் சுந்தர சோழ சக்கரவர்த்தியின் கடைக்குட்டிப் புதல்வரான இளவரசர் அருள்மொழிவர்மர். எதற்கும் நிலைகலங்காத திட சித்தமுடையவர். தியாகம், ஒழுக்கம் முதலிய குணங்களில் போலவே வீரபுருஷத்திலும் சிறந்தவர். கல்வியறிவைப் போலவே உலக அறிவும் படைத்தவர். பார்த்தாலே பசி தீரும் என்று சொல்லக் கூடிய பால்வடியும் களைமுகம் படைத்தவர்; அதிர்ஷ்ட தேவதையின் செல்வப் புதல்வர். மாலுமிகள் துருவ நட்சத்திரத்தைக் குறிகொள்வது போல், வாழ்க்கைக் கடலில் இறங்கும்

உன் போன்ற வாலிபர்கள் அருள்மொழிவர்மரைக் குறியாக வைத்துக்கொள்வது மிகவும் பலன் அளிக்கும்."

"அப்பப்பா! இளவரசர் அருள்மொழிவர்மரைப் பற்றி எவ்வளவெல்லாம் சொல்கிறீர்கள்? காதலனைக் காதலி வர்ணிப்பது போல் அல்லவா வர்ணிக்கிறீர்கள்?"

"தம்பி! காவிரி தீரத்திலுள்ள சோழ நாட்டில் யாரைக் கேட்டாலும் என்னைப் போலத்தான் சொல்வார்கள்."

"மிக்க வந்தனம் ஜோதிடரே! சமயம் நேர்ந்தால் உங்கள் புத்திமதியின்படியே நடப்பேன்."

"உன்னுடைய அதிர்ஷ்டக் கிரகமும் உச்சத்துக்கு வந்திருக்கிறது என்று அறிந்துதான் சொன்னேன்."

"போய் வருகிறேன் ஜோதிடரே. என் மனமார்ந்த வந்தனத்துடன் என்னால் இயன்ற பொன் தனமும் கொஞ்சம் சமர்ப்பிக்கிறேன்; தயவுசெய்து பெற்றுக்கொள்ள வேணும்."

இவ்விதம் கூறி, ஐந்து கழஞ்சு பொன் நாணயங்களை வந்தியத்தேவன் சமர்ப்பித்தான்.

"வாணர் குலத்தின் கொடைத்தன்மை இன்னமும் போகவில்லை!" என்று சொல்லிக்கொண்டு ஜோதிடர் பொன்னை எடுத்துக்கொண்டார்.

ஒஒ

14. ஆற்றங்கரை முதலை

குடந்தை நகரிலிருந்து தஞ்சாவூர் செல்வோர் அந்தக் காலத்தில் அரிசிலாற்றங்கரையையோடாவது காவேரிக் கரையின் மேலாவது சென்று, திருவையாற்றை அடைவார்கள். அங்கிருந்து தெற்கே திரும்பித் தஞ்சாவூர் போவார்கள். வழியிலுள்ள குடமுருட்டி, வெட்டாறு, வெண்ணாறு, வடவாறு நதிகளைத் தாண்ட அங்கேதான் வசதியான துறைகள் இருந்தன.

குடந்தையிலிருந்து புறப்பட்ட வல்லவரையன், முதலில் அரிசிலாற்றங்கரையை நோக்கிச் சென்றான். வழியில் அவன் பார்த்த காட்சிகள் எல்லாம் சோழ நாட்டைக் குறித்து அவன் கேள்விப்பட்டிருந்ததைக் காட்டிலும் அதிகமாகவே அவனைப் பிரமிக்க செய்தன. எந்த இனிய காட்சியையும் முதல் முறை பார்க்கும்போது அதன் இனிமை மிகுந்து தோன்றுமல்லவா? பசும்பயிர் வயல்களும், இஞ்சி மஞ்சள் கொல்லைகளும், கரும்பு வாழைத் தோட்டங்களும், தென்னை, கமுகுத் தோப்புகளும், வாவிகளும், ஓடைகளும், குளங்களும், வாய்க்கால்களும் மாறி மாறி வந்துகொண்டேயிருந்தன. ஓடைகளில் அல்லியும் குவளையும் காடாகப் பூத்துக் கிடந்தன. குளங்களில் செந்தாமரையும் வெண்தாமரையும் நீலோத்பவமும் செங்கழுநீரும் கண்கொள்ளாக் காட்சியளித்தன. வெண்ணிறக் கொக்குகள் மந்தை மந்தையாகப் பறந்தன. செங்கால் நாரைகள் ஒற்றைக்காலில் நின்று தவம் செய்தன. மடைகளின் வழியாகத் தண்ணீர் குபுகுபு என்று பாய்ந்தது.

நல்ல உரமும் தழை எருவும் போட்டுப் போட்டுக் கன்னங்கரேலென்றிருந்த கழனிகளின் சேற்றை உழவர்கள் மேலும் ஆழமாக உழுது பண்படுத்தினார்கள். பண்பட்ட வயல்களில் பெண்கள் நடவு நட்டார்கள். நடவு செய்து கொண்டே, இனிய கிராமிய பாடல்களைப் பாடினார்கள்.

கரும்புத் தோட்டங்களின் பக்கத்தில் கரும்பு ஆலைகள் அமைத்திருந்தார்கள். சென்ற ஆண்டில் பயிரிட்ட முற்றிய கருப்பங்கழிகளை வெட்டி அந்தக் கரும்பு ஆலைகளில் கொடுத்து சாறு பிழிந்தார்கள். கரும்புச் சாறின் மணமும், வெல்லம் காய்ச்சும் மணமும் சேர்ந்து கலந்து வந்து மூக்கைத் தொளைத்தன.

தென்னந்தோப்புகளின் மத்தியில் கீற்று ஓலைகள் வேயப்பட்ட குடிசைகளும் ஓட்டு வீடுகளும் இருந்தன. கிராமங்களில் வீட்டு வாசலை சுத்தமாக மெழுகிப் பெருக்கி

தரையைக் கண்ணாடி போல் வைத்திருந்தார்கள். சில வீடுகளின் வாசல்களில் நெல் உலரப் போட்டிருந்தார்கள். அந்த நெல்லைக் கோழிகள் வந்து கொத்தித் தின்றுவிட்டு, "கொக்கரக்கோ!" என்று கத்திக்கொண்டு திரும்பிப் போயின. நெல்லைக் காவல் காத்துக்கொண்டிருந்த பெண் குழந்தைகள் அக்கோழிகளை விரட்டி அடிக்கவில்லை. "கோழி அப்படி எவ்வளவு நெல்லை தின்றுவிடப் போகிறது?" என்று அலட்சியத்துடன் அக்குழந்தைகள் சோழியும் பல்லாங்குழியும் ஆடிக்கொண்டிருந்தார்கள். குடிசைகளின் கூரைகளின் வழியாக அடுப்புப் புகை மேலே வந்துகொண்டிருந்தது. அடுப்புப் புகையுடன் நெல்லைப் புழுக்கும் மணமும், கம்பு வறுக்கும் மணமும், இறைச்சி வதக்கும் நாற்றமும் கலந்து வந்தன. அக்காலத்தில் போர் வீரர்கள் பெரும்பாலும் மாமிச பட்சணிகளாகவே இருந்தார்கள். வல்லவரையனும் அப்படித்தான்; எனவே அந்த மணங்கள் அவனுடைய நாவில் ஜலம் ஊறச் செய்தன.

ஆங்காங்கே சாலை ஓரத்தில் கொல்லர் உலைக்களங்கள் இருந்தன. உலைகளில் நெருப்புத் தணல் தகதகவென்று ஜொலித்தது. இரும்பைப் பட்டறையில் வைத்து அடிக்கும் சத்தம் 'டணார், டணார்' என்று கேட்டது. அந்த உலைக்களங்களில் குடியானவர்களுக்கு வேண்டிய ஏர்க்கொழு, மண்வெட்டி, கடப்பாரை முதலியவற்றுடன், கத்திகள், கேடயங்கள், வேல்கள், ஈட்டிகள் முதலியன கும்பல் கும்பலாகக் கிடந்தன. அவற்றை வாங்கிக்கொண்டு போகக் குடியானவர்களும் போர் வீரர்களும் போட்டி போட்டுக்கொண்டு காத்திருந்தார்கள்.

சிறிய கிராமங்களிலும் சின்னஞ்சிறு கோவில்கள் காட்சி அளித்தன. கோவிலுக்குள்ளே சேமக்கலம் அடிக்கும் சத்தமும், நகரா முழங்கும் சத்தமும், மந்திரகோஷமும், தேவாரப் பண்பாடலும் எழுந்தன.

மாரியம்மன் முதலிய கிராம தேவதைகளை மஞ்சத்தில் எழுந்தருளப் பண்ணிக்கொண்டு பூசாரிகள் கரகம் எடுத்து ஆடிக்கொண்டும் உடுக்கு அடித்துக்கொண்டும் வந்து நெல் காணிக்கை தண்டினார்கள்.

கழுத்தில் மணி கட்டிய மாடுகளைச் சிறுவர்கள் மேய்ப்பதற்கு ஓட்டிப் போனார்கள். அவர்களில் சிலர் புல்லாங்குழல் வாசித்தார்கள்!

குடியானவர்கள் வயலில் வேலை செய்த அலுப்புத்தீர மரத்தடியில் உட்கார்ந்து இளைப்பாறினார்கள். அப்போது செம்மறியாடுகளைச் சண்டைக்கு ஏவிவிட்டு அவர்கள் வேடிக்கை பார்த்தார்கள்.

வீட்டுக் கூரைகளின் மேல் பெண் மயில்கள் உட்கார்ந்து கூவ, அதைக் கேட்டு ஆண் மயில்கள் தோகையைத் தூக்க முடியாமல் தூக்கிக்கொண்டு ஜிவ்வென்று பறந்துபோய் அப்பெண் மயில்களுக்கு பக்கத்தில் அமர்ந்தன.

புறாக்கள் அழகிய கழுத்தை அசைத்துக்கொண்டு அங்குமிங்கும் சுற்றின.

பாவம்! கூண்டுகளில் அடைபட்ட கிளிகளும் மைனாக்களும் சோக கீதங்கள் இசைத்தன.

இப்படிப்பட்ட காட்சிகளையெல்லாம் பார்த்துக் களித்துக் கொண்டு வந்தியத்தேவன் குதிரையை மெல்ல செலுத்திக் கொண்டு சென்றான்.

அவனுடைய கண்களுக்கு நிறைய வேலை இருந்தது. மனமும் இந்தப் பல்வேறு காட்சிகளைப் பார்த்து மகிழ்ந்து கொண்டிருந்தது. ஆயினும் அவன் உள்மனத்திலே இலேசாகப் பனியினால் மூடுண்டது போல், ஒரு பெண்ணின் முகம் தெரிந்துகொண்டேயிருந்தது. ஆகா! அந்தப் பெண் அவளுடைய செவ்விதழ்களைத் திறந்து தன்னுடன் சில வார்த்தை பேசியிருக்கக் கூடாதா? பேசியிருந்தால் அவளுக்கு என்ன நஷ்டமாகியிருக்கும்? அந்தப் பெண் யாராயிருக்கும்? யாராயிருந்தாலும் கொஞ்சம் மரியாதை என்பது வேண்டாமா? என்னைப் பார்த்தால் அவ்வளவு அலட்சியம் செய்வதற்குரியவனாகவா தோன்றுகிறது? அந்தப் பெண் யார் என்பதைச் சொல்லாமலேயே அந்த சோதிடக் கிழவர் ஏமாற்றிவிட்டார்

அல்லவா! அவர் கெட்டிக்காரர்; அசாத்திய கெட்டிக்காரர். பிறருடைய மனத்தை எப்படி ஆழம் பார்த்துக் கொள்கிறார்? எவ்வளவு உலக அனுபவத்துடன் வார்த்தை சொல்லுகிறார்? முக்கியமான விஷயம் ஒன்றும் அவர் சொல்லவில்லைதான்! இராஜாங்க சம்பந்தமான பேச்சுகளில் அவர் மிகவும் ஜாக்கிரதையாக எதுவும் சொல்லாமல் தப்பித்துக் கொண்டார். அல்லது எல்லோருக்கும் தெரிந்ததையே விகசித சாதுரியத்துடனே சொல்லிச் சமாளித்துக் கொண்டார். ஆனாலும் தன்னுடைய அதிர்ஷ்ட கிரகங்கள் உச்சத்துக்கு வந்திருப்பதாக நல்ல வார்த்தை சொன்னார் அல்லவா? குடந்தை ஜோதிடர் நன்றாயிருக்கட்டும்...

இவ்வாறெல்லாம் சிந்தித்துக்கொண்டு வந்தியத்தேவன் சென்றான். அவ்வப்போது எதிர்ப்பட்ட காட்சிகள் இடையிடையே அவனைச் சிந்தனை உலகத்திலிருந்து இவ்வுலகத்துக்கு இழுத்தன.

கடைசியில் அரிசிலாற்றங் கரையை அடைந்தான். சிறிது தூரம் ஆற்றங்கரையோடு சென்றதும், பெண்களின் கைவளை குலுங்கும் சத்தமும், கலகலவென்று சிரிக்கும் ஒலியும் கேட்டன. அவர்கள் இருக்குமிடம் தெரியாமல் அரிசிலாற்றங் கரையில் அடர்ந்து வளர்ந்திருந்த மரங்கள் மறைத்துக்கொண்டிருந்தன. எங்கிருந்து அப்பெண்களின் குரல் ஒலி வருகிறது என்று கண்டுபிடிக்க வந்தியத்தேவன் ஆற்றங்கரை ஓரத்தை உற்றுப் பார்த்துக்கொண்டே சென்றான். திடீரென்று, "ஐயோ! ஐயோ! முதலை! முதலை! பயமாயிருக்கிறதே!" என்ற அபயக் குரலையும் கேட்டான். குரல் வந்த திசையை நோக்கிக் குதிரையைத் தட்டிவிட்டான். அந்தப் பெண்கள் இருந்த இடம் இரு மரங்களின் இடைவெளி வழியாக அவனுக்குத் தெரிந்தது. அவர்களில் பலருடைய முகங்களில் பீதி குடிகொண்டிருந்தது. அதிசயம்! அதிசயம்! அவர்களிலே இருவர் ஜோதிடர் வீட்டிற்குள்ளே வந்தியத்தேவன் பிரவேசித்ததும் புறப்பட்டுச் சென்றவர்கள்தான். இதையெல்லாம் நொடி நேரத்தில் வந்தியத்தேவன் பார்த்துத் தெரிந்துகொண்டான். அதை மட்டுமா பார்த்தான்? ஓர் அடர்ந்த நிழல் தரும் பெரிய மரத்தின் அடியில், வேரோடு வேராக, பாதி தரையிலும் பாதி தண்ணீரிலுமாக ஒரு பயங்கரமான முதலை வாயைப் பிளந்துகொண்டிருந்தது. சமீபத்திலேதான் கொள்ளிட நதியில் ஒரு கொடூரமான முதலை வாயைப் பிளந்துகொண்டு வந்ததை வந்தியத்தேவன் பார்த்திருந்தான். முதலை எவ்வளவு பயங்கரமான பிராணி என்பதையும் கேட்டிருந்தான். ஆகவே இந்த முதலையைப் பார்த்ததும் அவன் உள்ளம் கலங்கி, உடல் பதறிப் போனான். ஏனெனில், அந்த முதலை சற்றுமுன் கலகலவென்று சிரித்துக்கொண்டிருந்த பெண்களுக்கு வெகு சமீபத்தில் இருந்தது. வாயைப் பிளந்துகொண்டு, கோரமான பற்களைக் காட்டிக்கொண்டு, பயங்கர வடிவத்துடன் இருந்தது. முதலை இன்னும் ஒரு பாய்ச்சல் பாய வேண்டியதுதான். அந்தப் பெண்களின் கதி அதோகதியாகி விடும்! அந்தப் பெண்களோ, பின்னால் அடர்த்தியாயிருந்த மரங்களினால் தப்பி ஓடுவதற்கும் முடியாத நிலையில் இருந்தார்கள்.

வந்தியத்தேவனுடைய உள்ளம் எவ்வளவு குழம்பியிருந்தாலும் அவன் உறுதி அணுவளவும் குன்றவில்லை. தான் செய்ய வேண்டியது என்னவென்பதைப் பற்றியும் அவன் ஒரு கணத்துக்கு மேல் சிந்திக்கவில்லை. கையிலிருந்த வேலைக் குறி பார்த்து ஒரே வீச்சாக வீசி எறிந்தான். வேல் முதலையின் கெட்டியான முதுகில் பாய்ந்து சிறிது உள்ளேயும் சென்று செங்குத்தாக நின்றது. உடனே நமது வீரன் உடைவாளை உருவிக்கொண்டு முதலையை ஒரேயடியாக வேலை தீர்த்துவிடுவது என்ற உறுதியுடன் பாய்ந்து ஓடி வந்தான்.

முன்போலவே, அந்தச் சமயத்தில் அப்பெண்கள் கலகலவென்று சிரிக்கும் சத்தம் கேட்டது. வந்தியத்தேவன் காதுக்கு அது நாராசமாயிருந்தது. இத்தகைய அபாயகரமான வேளையில் எதற்காக அவர்கள் சிரிக்கிறார்கள்? பாய்ந்து ஓடி வந்தவன் ஒருகணம் திகைத்து நின்றான். அப்பெண்களின் முகங்களைப் பார்த்தான். பயமோ பீதியோ அம்முகங்களில் அவன் காணவில்லை. அதற்கு மாறாகப் பரிகாசச் சிரிப்பின் அறிகுறிகளையே கண்டான். சற்றுமுன், "ஐயோ ஐயோ!" என்று கத்தியவர்கள் அவர்கள்தான் என்றே நம்ப முடியவில்லை.

அவர்களில் ஒருத்தி... ஜோதிடர் வீட்டில் தான் பார்த்த பெண் கம்பீரமான இனிய குரலில், "பெண்களே! சும்மா இருங்கள், எதற்காகச் சிரிக்கிறீர்கள்?" என்று அதட்டும் குரலில் கூறியது கனவில் கேட்பது போல அவன் காதில் விழுந்தது.

முதலையண்டை பாய்ந்து சென்றவன் வாளை ஓங்கியவண்ணம் தயங்கி நின்றான். முதலையை உற்றுப் பார்த்தான்; அந்தப் பெண்களின் முகங்களையும் இன்னொரு தடவை உற்றுப் பார்த்தான். அவன் உள்ளத்தை வெட்கி மருகச் செய்த, உடலை குன்ற செய்த, ஒரு சந்தேகம் உதித்தது. இதற்குள்ளாக அந்தப் பெண்மணி மற்றவர்களைப் பிரிந்து முன்னால் வந்தாள். முதலைக்கு எதிர்ப்புறத்தில் அதைக் காப்பாற்றுகிறவளைப் போல் நின்றாள்.

"ஐயா! தங்களுக்கு மிக்க வந்தனம் தாங்கள் வீணில் சிரமப்பட வேண்டாம்!" என்றாள்.

15. வானதியின் ஜாலம்

இளையபிராட்டி குந்தவை தேவியும் கொடும்பாளூர் இளவரசி வானதியும் ரதத்தில் ஏறிக் குடந்தை நகரை நோக்கிச் சென்றார்கள் அல்லவா? அதன் பிறகு படகில் இருந்த பெண்கள் என்ன பேசினார்கள், என்ன செய்தார்கள் என்பதை நாம் சிறிது தெரிந்துகொள்ள வேண்டும்.

"அடியே, தாரகை! இந்தக் கொடும்பாளூர்க்காரிக்கு வந்த யோகத்தைப் பாரடி! அவள் பேரில் நம் இளையபிராட்டிக்கு என்னடி இவ்வளவு ஆசை?" என்றாள் ஒருத்தி.

"ஆசையுமில்லை, ஒன்றுமில்லையடி, வாரிணி! நாலு மாதமாக அந்தப் பெண் ஒரு மாதிரி கிறுக்குப் பிடித்தவள் போல் இருக்கிறாள். அடிக்கடி மயக்கம் போட்டு விழுந்து தொலைக்கிறாள். தாய் தகப்பனார் இல்லாத பெண்ணை நம்மை நம்பி ஒப்புவித்திருக்கிறார்களே என்று இளையபிராட்டிக்குக் கவலை. அதனால்தான், வானதிக்கு என்ன வந்துவிட்டது என்று கேட்க சோதிடரிடம் அழைத்துப் போயிருக்கிறார்! ஏதாவது பேய் பிசாசுகளின் சேஷ்டையாயிருக்கலாம் அல்லவா? அப்படியிருந்தால் ஏதாவது மந்திரம் கிந்திரம் போட்டு ஓட்ட வேண்டும் அல்லவா?" என்றாள் தாரகை.

"பேயுமில்லை, பிசாசுமில்லையடி! இவளை வந்து எந்தப் பிசாசு பிடிக்கப் போகிறது? இவளே நூறு பிசாசை அடித்து ஓட்டி விடுவாளே?" என்றாள் வாரிணி.

"வானதி மயக்கம் போட்டு விழுவது கூடப் பாசாங்குதானடி! இப்படியெல்லாம் செய்தால் மெதுவாக இளவரசரைத் தன் வலையில் போட்டுக்கொண்டு விடலாம் என்று அவளுடைய எண்ணம்!" என்றாள் இன்னொருத்தி.

"நிரவதி சொல்லுவதுதான் சரி! அது மட்டுமா! அன்றைக்கு தீப தட்டைக் கீழே போட்டாளே? அதுகூட தன்னை அவர் கவனிக்க வேண்டுமென்பதற்காகச் செய்த காரியந்தான்! இரண்டு கையாலும் ஏந்திக்கொண்டிருந்த தட்டு அப்படி தவறி விழுந்து விடுமா? அல்லது நம் இளவரசர் என்ன புலியா, கரடியா, அவரைப் பார்த்து இவள் பயப்படுவதற்கு?" என்றாள் வாரிணி.

"உடனே மூர்ச்சை போட்டு விழுந்து விட்டதாகப் பாசாங்கு செய்தாளே? அதற்கு எவ்வளவு கெட்டிக்காரத்தனம் வேண்டும்?" என்றாள் நிரவதி.

"அவள் செய்த ஜாலத்தைக் காட்டிலும் அந்த ஜாலத்தில் குந்தவைதேவியும் இளவரசரும் ஏமாந்து போனார்களே, அதுதான் பெரிய வேடிக்கை!" என்றாள் செந்திரு என்பவள்.

"பொய்யும் புனைசுருட்டும் ஜாலமும் மாய்மாலமும் செய்கிறவர்களுக்குத்தான் இது காலம்!" என்றாள் மந்தாகினி என்பவள்.

"யுத்தத்துக்குப் புறப்பட்டான பிறகு இளவரசர், திரும்பி வந்து இந்த வானதியைப் பார்த்துவிட்டுப் போனாரே, இதைவிட என்னடி வேண்டும்? அவளுடைய மாயாஜாலம் எவ்வளவு தூரம் பலித்துவிட்டது பார்த்தாயா?" என்றாள் வாரிணி.

"அதெல்லாம் ஒன்றுமில்லை; இளவரசர் அவ்வளவு மேன்மையான குணமுள்ளவர். ஒரு பெண் மயக்கம் போட்டு விழுந்து விட்டாள் என்றால், அவளைப் பார்த்து விசாரியாமல் போவாராடி? அதிலிருந்து நீ ஒன்றும் அர்த்தம் கற்பிக்க வேண்டாம்!" என்றாள் தாரகை.

"இளவரசரைப் பற்றி நீ சொல்வது உண்மைதான். அவரைப் போன்ற குணசாலி இந்த ஈரேழு பதினாலு உலகத்திலும் வேறு யார் இருக்க முடியும்? கதைகளிலும் காவியங்களிலும் கூட கிடையாது; ஆனால் நான் சொல்கிறது வேறு. இவள் இந்த வானதி மயக்கம் போட்டு விழுந்தாளே, அது என்ன மயக்கம் தெரியுமா? அதைக் கேட்க ஜோதிடரிடமே போயிருக்க வேண்டியதில்லை. என்னைக் கேட்டிருந்தால் நானே சொல்லியிருப்பேன்!" என்றாள் வாரிணி.

"அது என்ன மயக்கமடி? எங்களுக்குத்தான் சொல்லேன்!" என்றாள் செந்திரு.

வாரிணி செந்திருவின் காதோடு ஏதோ சொன்னாள். "என்னடி இரகசியம் சொன்னாள்? எங்களுக்குத் தெரியக் கூடாதா?" என்று நிரவதி கேட்டாள்.

"அது சாதாரண மயக்கமில்லையாம்! மையல் மயக்கமாம்!" என்றாள் செந்திரு.

உடனே எல்லோரும் கலகலவென்று சிரித்தார்கள். அதைக் கேட்டுவிட்டு நதிக்கரை மரங்களில் இருந்த பறவைகள் சடசடவென்று இறக்கையை அடித்துக்கொண்டு பறந்து சென்றன.

"நம் இளவரசர் இலங்கையிலிருந்து திரும்பி வந்தால் மறுபடியும் இவள் மாயப்பொடி போடப் பார்ப்பாள். அதற்கு நாம் இடங்கொடுத்துவிடாமல் ஜாக்கிரதையாயிருக்க வேண்டும்!" என்று சொன்னாள் நிரவதி.

"இளவரசர் திரும்பி வருவதற்குள் இந்த வானதி பைத்தியம் பிடித்துப் பிதற்ற ஆரம்பிக்காவிட்டால் என் பெயர் தாரகை இல்லை; பெயரைத் தாடகை என்று மாற்றி வைத்துக் கொள்ளுகிறேன்!" என்றாள் தாரகை.

"அது கிடக்கட்டுமடி! இளையபிராட்டி சொல்லிவிட்டுப் போன காரியத்தை அவர் வருவதற்குள் செய்து வைக்க வேண்டாமா? வாங்களடி" என்றாள் மந்தாகினி.

பிறகு அப்பெண்களில் இருவர் படகின் அடியில் ஏற்கெனவே சிறிது பெயர்ந்திருந்த ஒரு பலகையைப் பெயர்த்து எடுத்தார்கள். பெயர்க்கப்பட்ட இடத்தில் நீளமான பெட்டி போல் அமைந்த பள்ளத்தில் ஒரு முதலை கிடந்தது! அதாவது செத்துப்போன முதலையின் உடலைப் பதப்படுத்தி உள்ளே பஞ்சும் நாரும் திணித்து வைத்திருந்த பொம்மை முதலை. அதை எடுத்து வெளியில் வைத்துக் கொண்டார்கள். படகைச் சிறிது தூரம் செலுத்திக்கொண்டு சென்று, நதிக்கரை ஓரத்தில் பெரிய பெரிய வேர்கள் விட்டு வளர்ந்திருந்த ஒரு பெருமரத்தின் அருகில் வந்தார்கள். அம்மரத்தின் ஓரத்தில் அத்தோல் முதலையை எடுத்து விட்டார்கள். அது மர வேர்களிலே பாதியும் நதி வெள்ளத்தில் பாதியுமாகக் கிடந்தது. பார்ப்பதற்கு நிஜ முதலையைப் போலவே பயங்கரமான தோற்றம் அளித்தது. வெள்ளம் அடித்துக்கொண்டு போய் விடாமல் ஒரு சிறிய மணிக் கயிற்றை அதன் கால் ஒன்றில் கட்டி வேரோடு சேர்த்துப் பிணைத்தார்கள். கயிறு வெளியில் தெரியாதபடி நீருக்குள்ளேயே அமுங்கியிருக்கும்படி கட்டினார்கள்.

"ஏனடி, மந்தாகினி! எதற்காக இந்தப் பொம்மை முதலையை இப்படி மரத்தடியில் கட்டி வைக்க சொல்லியிருக்கிறார் இளையபிராட்டி?" என்று தாரகை கேட்டாள்.

"உனக்குத் தெரியாதா? வானதி மிகவும் பயந்தாங்கொள்ளியாயிருக்கிறாள் அல்லவா? அவளுடைய பயத்தைப் போக்கித் தைரியசாலி ஆக்குவதற்குத்தான்!" என்றாள் மந்தாகினி.

"எல்லாவற்றையும் சேர்த்துப் பார்த்தால், வானதியை இளவரசருக்குக் கல்யாணம் பண்ணி வைத்துவிட வேண்டும் என்றே குந்தவைதேவி உத்தேசித்திருக்கிறார் போலிருக்கிறது!" என்றாள் நிரவதி.

"அப்படி ஏதாவது பேச்சு வந்தால் நான் இந்த வானதிக்கு விஷத்தைக் கொடுத்து கொன்றுவிடுகிறேன். பார்த்துக்கொண்டிரு!" என்றாள் பொறாமைக்காரியான வாரிணி.

"நீ இப்படியெல்லாம் எரிச்சல் அடைவதற்குக் காரணமே இல்லை. மானிய கேடத்து இரட்டை மண்டலச் சக்கரவர்த்தியும் வேங்கி நாட்டின் மன்னரும் கலிங்க தேசத்து ராஜாவும் வடக்கே வெகு தூரத்தில் உள்ள கன்னோசி சக்கரவர்த்தியும் கூட நம் இளவரசருக்குப் பெண் கொடுக்கக் காத்திருக்கிறார்களாம்! அப்படியிருக்க இந்தக் கொடும்பாளூர் வானதியை யாரடி இலட்சியம் செய்யப் போகிறார்கள்!" என்றாள் மந்தாகினி.

"நீ சொல்லுகிறபடி அந்த அரசர்கள் காத்திருக்கலாமடி! ஆனால் நம் இளவரசருடைய விருப்பம் அல்லவா முக்கியம்? இளவரசர் 'நான் எப்போதாவது கல்யாணம் செய்து கொண்டால் தமிழகத்துப் பெண்ணைத்தான் மணந்து கொள்வேன்' என்று சொல்லிக் கொண்டிருக்கிறாராம்! உங்களுக்கெல்லாம் இது தெரியாதா?" என்றாள் செந்திரு.

"அப்படியானால் மிகவும் நல்லதாய்ப் போயிற்று. நாம் எல்லோரும் சேர்ந்து தனித்தனியே நம் கைவரிசையைக் காட்ட வேண்டியதுதானே? இந்த வானதியினால் முடிகிற காரியம் நம்மால் முடியாது போய்விடுமா? அவளிடம் உள்ள மாயப் பொடி நம்மிடமும் இல்லையா, என்ன?" என்றாள் தாரகை.

இப்படியெல்லாம் இந்தப் பெண்கள் பேசியதற்கு ஆதாரமான நிகழ்ச்சி என்னவென்பதை நேயர்களுக்கு இப்போது தெரிவிக்க விரும்புகிறோம்.

16. அருள்மொழிவர்மர்

இன்றைக்கு சுமார் 980 ஆண்டுகளுக்கு முன்னால் (1950இல் எழுதப்பட்டது) கோ இராசகேசரிவர்மர் பராந்தக சுந்தர சோழ மன்னர் தென்னாட்டில் இணையில்லாத சக்கரவர்த்தியாக விளங்கி வந்தார். நம் கதை நடக்கும் காலத்துக்குப் பன்னிரண்டு ஆண்டுகளுக்கு முன்பு இவர் சிங்காசனம் ஏறினார். சென்ற நூறாண்டுகளாகச் சோழர்களின் கை நாளுக்கு நாள் வலுத்து வந்தது. சோழ சாம்ராஜ்யம் நாலா திசையிலும் பரவி வந்தது. எனினும் சுந்தர சோழர் பட்டத்துக்கு வந்த சமயத்தில் தெற்கேயும் வடக்கேயும் விரோதிகள் வலுப்பெற்றிருந்தார்கள். சுந்தர சோழருக்கு முன்னால் அரசு புரிந்த கண்டராதித்தர் சிவ பக்தியில் திளைத்து 'சிவஞான கண்டராதித்தர்' என்று புகழ்பெற்றவர். அவர் இராஜ்யத்தை விஸ்தரிப்பதில் அவ்வளவாக சிரத்தை கொள்ளவில்லை. கண்டராதித்தருக்குப் பிறகு பட்டத்துக்கு வந்த அவருடைய சகோதரர் அரிஞ்சயர் ஓர் ஆண்டு காலந்தான் சிம்மாசனத்தில் இருந்தார். அவர் தொண்டை நாட்டிலுள்ள 'ஆற்றூரில் துஞ்சிய' பின்னர், அவருடைய புதல்வர் பராந்தக சுந்தர சோழர் தஞ்சை சிம்மாசனம் ஏறினார்.

பேரரசர் ஒருவருக்கு இருக்க வேண்டிய எல்லா சிறந்த அம்சங்களும் சுந்தர சோழ சக்கரவர்த்தியிடம் பொருந்தியிருந்தன. போர் ஆற்றல் மிக்க சுந்தரசோழர் தம் ஆட்சியின் ஆரம்பத்திலேயே தென் திசைக்குப் படையெடுத்து சென்றார்.

சேவூர் என்னுமிடத்தில் சோழ சைன்யத்துக்கும் பாண்டிய சைன்யத்துக்கும் பெரும் போர் நடைபெற்றது. அச்சமயம் மதுரை மன்னனாயிருந்த வீரபாண்டியனுக்குத் துணை செய்வதற்காக சிங்கள நாட்டு அரசன் மகிந்தன் ஒரு பெரிய சேனையை அனுப்பியிருந்தான். சோழர்களின் மாபெரும் வீர சைன்யம் பாண்டியர்களுடைய சேனையையும் சிங்கள நாட்டுப் படையையும் சேவூரில் முறியடித்தது. வீரபாண்டியன் படையிழந்து, முடியிழந்து, துணையிழந்து, உயிரை மட்டும் காப்பாற்றிக்கொண்டு போர்க்களத்திலிருந்து ஓடித் தப்பித்தான். பாலை நிலப் பகுதியொன்றின் நடுவில் இருந்த மலைக் குகையில் ஒளிந்துகொண்டு காலங்கழிக்கலானான்.

சேவூர்ப் போரில் ஈழத்துப் படை அநேகமாக நிர்மூலமாகி விட்டது. எஞ்சிய வீரர்கள் சிலர் போர்க்களத்தில் புகழையும் வீரத்தையும் உதிர்த்துவிட்டு, உயிரை மட்டும் கைக்கொண்டு ஈழநாட்டுக்கு ஓடிச் சென்றார்கள்.

இவ்விதம் பாண்டியர்களுக்கும் சோழர்களுக்கும் நடக்கும் போர்களில் சிங்கள மன்னர்கள் தலையிட்டுப் பாண்டியர்க்கு உதவிப் படை அனுப்புவது சில காலமாக வழக்கமாய்ப் போயிருந்தது. இந்த வழக்கத்தை அடியோடு ஒழித்துவிடச் சுந்தரசோழ சக்கரவர்த்தி விரும்பினார். ஆகையினால் சோழ சைன்யம் ஒன்றை இலங்கைக்கு அனுப்பி சிங்கள மன்னர்களுக்குப் புத்தி கற்பிக்க எண்ணினார். கொடும்பாளூர்ச் சிற்றரசர் குடும்பத்தை சேர்ந்த பராந்தகன் சிறிய வேளான் என்னும் தளபதியின் தலைமையில் ஒரு பெரும் படையைச் சிங்களத்துக்கு அனுப்பினார். துரதிர்ஷ்டவசமாக சோழர் படை சிங்களத்துக்கு ஒரே தடவையில் போய்ச் சேரவில்லை. அதற்குத் தேவையான கப்பல் வசதிகள் இல்லை. முதல் தடவை சென்ற சேனை முன் யோசனையின்றி துணிந்து முன்னேற தொடங்கியது. மகிந்தராஜனுடைய தளபதி ஸேனா என்பவனின் தலைமையில் சிங்களப்படை எதிர்பாராதவிதத்தில் வந்து சோழப் படையின் பகுதியை வளைத்துக் கொண்டது. பயங்கரமான பெரும் போர் நடந்தது. அதில் சோழ சேனாதிபதியான பராந்தகன், சிறிய வேளான் தன் வீரப்புகழை நிலைநிறுத்திவிட்டு இன்னுயிரைத் துறந்தான்! ஈழத்துப் பட்ட பராந்தகன் சிறிய வேளான்' என்று சரித்திர கல்வெட்டுகளில் பெயர் பெற்றான்.

இந்த செய்தியானது பாலைவனத்தில் மலைக் குகையில் ஒளிந்துகொண்டிருந்த வீரபாண்டியனுக்கு எட்டியதும் அம்மன்னன் மீண்டும் துணிவு கொண்டு வெளிவந்தான். மறுபடியும் பெருஞ்சேனை திரட்டிப் போரிட்டான். இம்முறை பாண்டிய சேனை அதோகதி அடைந்ததுடன், வீரபாண்டியனும் உயிர் துறக்க நேர்ந்தது. இந்தப் போரில் சுந்தர சோழரின் முதற் குமாரர் ஆதித்த கரிகாலர் முன்னணியில் நின்று பராக்கிரமச் செயல்கள் புரிந்தார்; 'வீரபாண்டியன் தலை கொண்ட கோப்பரகேசரி' என்ற பட்டத்தையும் அடைந்தார்.

எனினும், சிங்கள மன்னன் மகிந்தனுக்கு ஒரு நல்ல பாடம் கற்பிக்க வேண்டும் என்ற விருப்பம் சுந்தரசோழ சக்கரவர்த்திக்கு மட்டுமல்ல, சோழ நாட்டுத் தளபதிகள், சாமந்தகர்கள், சேனாவீரர்கள் எல்லாருடைய மனத்திலும் குடிக்கொண்டிருந்தது. படையெடுத்து செல்ல ஒரு பெரிய சைன்யமும் ஆயத்தமாயிற்று. அதற்குத் தலைமை வகித்து செல்வது யார் என்னும் கேள்வி எழுந்தது. சுந்தர சோழரின் மூத்த புதல்வர் பட்டத்து இளவரசராகிய ஆதித்த கரிகாலர், அச்சமயம் வடதிசைக்கு சென்றிருந்தார். திருமுனைப்பாடி நாட்டிலும் தொண்டை மண்டலத்திலும் சில நாளாக ஆதிக்கம் செலுத்தி வந்த இரட்டை மண்டலப் படைகளை (ராஷ்டிரகூடர்களை) முறியடித்து விரட்டி விட்டுப் புராதனமான காஞ்சி நகரைத் தமது வாசஸ்தலமாகச் செய்து கொண்டிருந்தார். மேலும் வடதிசையில் படையெடுத்து செல்லுவதற்கு ஆயத்தமும் செய்துகொண்டிருந்தார்.

இந்நிலைமையில், ஈழமண்டலப் படைக்கு தலைமை வகித்து செல்ல சோழ நாட்டின் மற்ற தளபதிகளுக்குள்ளே பெரும்போட்டி ஏற்பட்டது. போட்டியிலிருந்து பொறாமையும் புறங்கூறலும் எழுந்தன. பழந்தமிழ்நாட்டில் போருக்குப் போகாமல் தப்பித்துக்கொள்ள விரும்பியவரைக் காண்பது மிக அருமை. போர்க்களத்துக்கு செல்வது யார் என்பதிலேதான் போட்டி உண்டாகும். அதிலிருந்து சில சமயம் பொறாமையும் விரோதமும் வளருவதுண்டு.

ஈழநாட்டுக்கு சென்று மகிந்தனைப் பழிக்குப் பழி வாங்கி சோழரின் வீரப்புகழை நிலைநாட்டுவது யார் என்பது பற்றி இச்சமயம் சோழ நாட்டுத் தலைவர்களிடையிலே போட்டி மூண்டது. இந்தப் போட்டியை அடியோடு நீக்கி அனைவரையும் சமாதானப்படுத்தும்படியாக சுந்தர சோழ மன்னரின் இளம் புதல்வர் அருள்மொழிவர்மர் முன்வந்தார்.

“அப்பா! பழையாறை அரண்மனையில் அத்தைகளுக்கும் பாட்டிகளுக்குமிடையில் இத்தனை நாள் நான் செல்லப்பிள்ளையாக வளர்ந்தது போதும். தென் திசை சைன்யத்துக்கு

மாதண்ட நாயகனாக என்னை நியமனம் செய்யுங்கள். ஈழப் போருக்குத் தலைமை வகித்து நடத்த நானே இலங்கை சென்று வருகிறேன்!" என்றார் இளங்கோ அருள்மொழிவர்மர்.

அருள்மொழிவர்மருக்கு அப்போது பிராயம் பத்தொன்பதுதான். அவர் சுந்தர சோழரின் கடைக்குட்டி செல்வப் புதல்வர்; பழையாறை அரண்மனைகளில் வாழ்ந்த ராணிமார்களுக்கெல்லாம் செல்லக் குழந்தை; சோழ நாட்டுக்கே அவர் செல்லப்பிள்ளை.

சுந்தர சோழ மன்னர் நல்ல அழகிய தோற்றம் வாய்ந்தவர். அவருடைய தந்தை அரிஞ்சயர், சோழ குலத்துக்கு எதிரிகளாக இருந்த வைதும்பராயர் வம்சத்துப் பெண்ணாகிய கல்யாணியை அவளுடைய மேனி அழகைக் கண்டு மோகித்து மணந்து கொண்டார். அரிஞ்சயருக்கும் கல்யாணிக்கும் பிறந்த சுந்தர சோழருக்குப் பெற்றோர்கள் வைத்த பெயர் பராந்தகர். அவருடைய தோற்றத்தின் வனப்பைக் கண்டு நாட்டாரும் நகரத்தாரும் "சுந்தரசோழர்" என்று அவரை அழைத்து வந்தார்கள் அதுவே அனைவரும் வழங்கும் பெயராயிற்று.

அத்தகையவருக்குப் பிறந்த குழந்தைகள் எல்லோருமே அழகில் மிக்கவர்கள்தான். ஆனால் கடைசியில் பிறந்த அருள்மொழிவர்மர் அழகில் அனைவரையும் மிஞ்சி விட்டார். அவருடைய முகத்தில் பொலிந்த அழகு, மனித குலத்துக்கு உரியதாக மட்டும் இல்லை; தெய்வீகத்தன்மை பொருந்தியதாக இருந்தது. அவர் குழந்தையாக இருந்தபோது சோழ வம்சத்து ராணிமார்கள் அவரை முத்தமிட்டு முத்தமிட்டுக் கன்னம் கனியச் செய்து விடுவார்கள். எல்லாரிலும் அதிகமாக அவரிடம் வாஞ்சையுடனிருந்தவள் அவருடைய தமக்கையாகிய குந்தவை. அருள்மொழிக்கு இரண்டு பிராயந்தான் மூத்தவளான போதிலும் தம்பியை வளர்க்கும் பொறுப்பு தன் தலைமேலேயே சுமந்திருப்பதாகக் குந்தவைப்பிராட்டி எண்ணியிருந்தாள். குந்தவையிடம் அருள்மொழியும் அதற்கிணையான வாஞ்சை வைத்திருந்தார். தமக்கை இட்ட கோட்டை தம்பி தாண்டுவது கிடையாது. இளையபிராட்டி ஒரு வார்த்தை சொல்லிவிட்டால் போதும்; அதற்கு மாறாகப் பிரம்மாவும் விஷ்ணுவும் சிவனும் சேர்ந்து வந்து சொன்னாலும் அருள்மொழிவர்மர் பொருட்படுத்த மாட்டார். தமக்கையின் வாக்கே தம்பிக்குத் தெய்வத்தின் வாக்காயிருந்தது.

தம்பியின் முகத்தைத் தமக்கை அடிக்கடி உற்று நோக்குவாள். விழித்துக் கொண்டிருக்கும்போது மட்டுமல்லாமல் அவர் தூங்கும்போது கூட நாழிகைக் கணக்கில் பார்த்துக் கொண்டிருப்பாள். "இந்தப் பிள்ளையிடம் ஏதோ தெய்வீக சக்தி இருக்கிறது! அதை வெளிப்படுத்திப் பிரகாசிக்க செய்ய வேண்டியது என் பொறுப்பு!" என்று எண்ணமிடுவாள். தம்பி தூங்கும்போது அவனுடைய உள்ளங்கைகளை அடிக்கடி எடுத்துப் பார்ப்பாள். அந்தக் கைகளில் உள்ள ரேகைகள் சங்கு சக்கர வடிவமாக அவளுக்குத் தோன்றும். "ஆகா! உலகத்தை ஒரு குடை நிழலில் புரந்திடப் பிறந்தவன் அல்லவோ இவன்!" என்று சிந்தனை செய்வாள்.

ஆனால், சோழ சிங்காதனத்தில் இவன் ஏறுவான் என்று எண்ணுவதற்கே இடமிருக்கவில்லை. இவனுக்கு மூத்தவர்கள் பட்டத்துக்கு உரியவர்கள், இரண்டு பேர் இருந்தார்கள். பின், இவனுக்கு எங்கிருந்து ராஜ்யம் வரப்போகிறது! எந்த சிம்மாசனத்தில் இவன் ஏறப்போகிறான்? கடவுள் சித்தம் எப்படியோ, யார் கண்டது? உலகம் மிகவும் விசாலமானது, எத்தனையோ தேசங்கள், எத்தனையோ ராஜ்யங்கள் இந்நிலவுலகில் இருக்கின்றன. புஜபல பராக்கிரமத்தினால் ஒரு நாட்டிலிருந்து இன்னொரு நாடு சென்று சிங்காதனம் ஏறி ராஜ்யம் ஆண்டவர்களைப் பற்றி கதைகளிலும் காவியங்களிலும் நாம் கேட்டதில்லையா? கங்கை நதி பாயும் வங்க நாட்டிலிருந்து துரத்தி அடிக்கப்பட்ட இளவரசன் படகிலேறி இலங்கைக்குச் சென்று அரசு புரியவில்லையா? ஆயிரம் வருஷமாக அந்தச் சிங்கள ராஜ வம்சம் நிலைத்து நிற்கவில்லையா?

இவ்விதமாகக் குந்தவைப்பிராட்டி ஓயாது சிந்தித்து வந்தாள். கடைசியாக, இலங்கைக்கு அனுப்பும் சைன்யத்துக்கு யார் தளபதியாகப் போவது என்பது பற்றி விவாதம் எழுந்தபோது அதற்குரியவன் அருள்மொழிதான் என்ற முடிவுக்கு வந்தாள்.

"தம்பி, அருள்மொழி! உன்னை ஒருகணம் பிரிந்திருப்ப தென்றாலும் எனக்கு எத்தனையோ கஷ்டமாகத்தானிருக்கிறது. ஆயினும் நானே உன்னைப் போகச் சொல்ல வேண்டிய சமயம் வந்துவிட்டது. இலங்கைப் படையின் தலைவனாக நீதான் போக வேண்டும்!" என்றாள்.

இளவரசர் குதூகலத்துடன் இதற்குச் சம்மதித்தார். அரண்மனை வாழ்விலிருந்தும் அந்தப்புர மாதரசிகளின் அரவணைப்பிலிருந்தும் எப்போது தப்புவோம் என்று அருள்மொழிவர்மரின் உள்ளம் துடித்துக்கொண்டிருந்தது. அருமைத் தமக்கையே இப்போது போகச் சொல்லிவிட்டாள்! இனி என்ன தடை?

குந்தவைதேவி மனம் வைத்துவிட்டால் சோழ சாம்ராஜ்யத்தில் நடவாத காரியம் ஒன்றுமே கிடையாது! சுந்தர சோழ சக்கரவர்த்திக்குத் தம் செல்வக் குமாரியிடம் அவ்வளவு ஆசை; அவ்வளவு நம்பிக்கை!

இளங்கோ அருள்மொழிவர்மர் தென்திசை சோழ சைன்யத்தின் மாதண்ட நாயகர் ஆனார். இலங்கைக்கும் போனார், அங்கே படை தலைமை வகித்து சில காலம் போர் நடத்தினார். ஆனால், போர் எளிதில் முடிகிறதாயில்லை. அவர் போர் நடத்திய முறைக்கும் மற்றவர்களின் போர் முறைக்கும் வித்தியாசம் இருந்தது. தாய்நாட்டிலிருந்து அவர் வேண்டியபடியெல்லாம் தளவாடங்களும் சாமக் கிரியைகளும் சரியாக வந்து சேரவில்லை. ஆகையால் இடையில் ஒரு தடவை தாய்நாட்டுக்கு வந்திருந்தார். தந்தையிடம் சொல்லி தம் விருப்பத்தின்படி எல்லா ஏற்பாடுகளையும் செய்து கொண்டார். மறுபடியும் ஈழத்துக்கு செல்ல ஆயத்தமானார்.

அருமைத் தம்பியைப் போர் முகத்துக்கு அனுப்புவதற்குக் குந்தவைதேவி பழையாறையின் பிரதான மாளிகையில் மங்கள நிகழ்ச்சிகளை ஏற்பாடு செய்திருந்தாள். அருள்மொழித்தேவர் புறப்பட்டபோது அரண்மனை முற்றத்தில் வெற்றி முரசுகள் முழங்கின; சங்கங்கள் ஆர்ப்பரித்தன; சிறு பறைகள் ஒலித்தன; வாழ்த்து கோஷங்கள் வானை அளாவின.

சோழ குலத்துத் தாய்மார்கள் அனைவரும் அரண்மனையின் செல்லக் குழந்தைக்கு ஆசி கூறி, நெற்றியில் மந்திரித்த திருநீற்றை இட்டு, திருஷ்டி கழித்து வழி அனுப்பினார்கள்.

அரண்மனை வாசலின் முகப்பில், அருள்மொழிவர்மர் வீதி வாசற்படியில் இறங்கவேண்டிய இடத்தில், குந்தவை தேவியின் தோழிப் பெண்கள் கைகளில் தீபமேற்றிய தங்கத் தட்டுகளை ஏந்திக்கொண்டு நின்றார்கள். தோழிப் பெண்கள் என்றால், சாமான்யப்பட்டவர்களா? தென்னாட்டிலுள்ள புகழ்பெற்ற சிற்றரசர்களின் குடும்பங்களைச் சேர்ந்தவர்கள். பழையாறை அரண்மனையில் செம்பியன் மாதேவிக்குப் பணிவிடை செய்வதையும் குந்தவைபிராட்டிக்குத் தோழியாக இருப்பதையும் பெறற்கரும் பாக்கியமாகக் கருதி வந்திருந்தவர்கள். அவர்களிலே கொடும்பாளூர் சிறிய வேளானின் புதல்வி வானதியும் இருந்தாள். இளவரசர் சற்றுத் தூரத்தில் வருவதைப் பார்த்ததும், அந்தப் பெண்கள் எல்லோருமே மனக்கிளர்ச்சி அடைந்தார்கள். இளவரசர் அருகில் வந்ததும் கையில் ஏந்திய தட்டுகளைச் சுற்றி ஆலாத்தி எடுத்தார்கள்.

அப்போது வானதியின் மேனி முழுதும் திடீரென்று நடுங்கிற்று. கையிலிருந்த தட்டு தவறிக் கீழே விழுந்து 'டணார்' என்ற சத்தத்தை உண்டாக்கியது. "அடடா! இது என்ன அபசகுனம்!" என்ற எண்ணம் எல்லாருடைய மனத்திலும் உண்டாயிற்று. ஆனால் தட்டு கீழே விழுந்த பிறகும் திரி மட்டும் எரிந்துகொண்டிருப்பதைப் பார்த்துவிட்டு அனைவரும் நிம்மதி அடைந்தார்கள். 'இது மிக நல்ல சகுனம்' என்றே முதியவர்கள் உறுதி கூறினார்கள்.

எவ்விதக் காரணமும் இன்றிப் பீதியும் கலக்கமும் அடைந்து தட்டை நழுவவிட்ட பெண்ணைப் பார்த்துப் புன்னகை புரிந்துவிட்டு இளங்கோ அருள்மொழிவர்மர் மேலே சென்றார். அவர் அப்பால் சென்றதும் வானதியும் மயக்கமடைந்து கீழே சுருண்டு விழுந்து விட்டாள். 'ஆகா! இப்பேர்ப்பட்ட தவறு செய்துவிட்டோமே' என்ற எண்ணமே வானதியை அவ்வாறு மூர்ச்சையடைந்து விழும்படிச் செய்து விட்டது. குந்தவையின் கட்டளையின் பேரில் அவளை மற்றப் பெண்கள் தூக்கிச் சென்று, ஓர் அறையில் மேடையில் கிடத்தினார்கள்.

குந்தவைப்பிராட்டி தம் சகோதரர் புறப்படுவதைப் பார்ப்பதற்குக் கூட நில்லாமல் உள்ளே சென்று வானதிக்கு மூர்ச்சை தெளிக்க முயன்றாள். வாசலில் நின்றபடியே வானதி சுருண்டு விழுந்ததைப் பார்த்துவிட்ட அருள்மொழிவர்மர் தாம் குதிரை மீது ஏறுவதற்கு முன்னால், "விழுந்த பெண்ணுக்கு எப்படியிருக்கிறது? மயக்கம் தெளிந்ததா?" என்று விசாரித்துவர ஆள் அனுப்பினார். விசாரிக்க வந்தவனிடம் குந்தவை தேவி, "இளவரசரை இங்கே சிறிது வந்து பார்த்துவிட்டுப் போகச் சொல்லு!" என்று திருப்பிச் சொல்லி அனுப்பினாள். தமக்கையின் சொல்லை என்றும் தட்டியறியாத இளவரசர் அவ்விதமே மீண்டும் அரண்மனைக்குள் வந்தார். வானதியைத் தம் தமக்கை மார்பின் மீது சாத்திக்கொண்டு மூர்ச்சை தெளிவிக்க முயன்றுகொண்டிருந்த காட்சி அவருடைய மனத்தை உருக்கியது.

"அக்கா! இந்தப் பெண் யார்? இவள் பெயர் என்ன?" என்று இளங்கோ கேட்டார்.

"கொடும்பாளூர்ச் சிறியவேளாரின் மகள்; இவள் பெயர் வானதி; கொஞ்சம் பயந்த சுபாவமுடையவள்!" என்றாள் குந்தவை.

"ஆகா! இப்போது இவள் மூர்ச்சையாகி விழுந்ததன் காரணம் தெரிந்தது. இந்தப் பெண்ணின் தந்தைதானே இலங்கை சென்று மீண்டும் வராமல் போர்க்களத்தில் மாண்டார்? அதை நினைத்துக் கொண்டாள் போலிருக்கிறது!" என்றார் இளவரசர்.

"இருக்கலாம், ஆனால் இவளைப் பற்றி நீ கவலைப்பட வேண்டாம்! நான் பார்த்துக் கொள்கிறேன்! இலங்கை சென்று விரைவில் வெற்றி வீரனாகத் திரும்பி வா! அடிக்கடி எனக்குச் செய்தி அனுப்பிக்கொண்டிரு!" என்றாள் இளையபிராட்டி.

"ஆகட்டும்; இங்கே ஏதாவது விசேஷம் நிகழ்ந்தாலும் எனக்கு செய்தி அனுப்புங்கள்!" என்றார் இளங்கோ.

இச்சமயத்தில், இளவரசரின் இனிய குரலின் மகிமையினால்தானோ என்னவோ, வானதிக்கு மூர்ச்சை தெளிந்து நினைவு வரத் தொடங்கியது. அவளுடைய கண்கள் முதலில் இலேசாகத் திறந்தன. எதிரில் இளவரசரைப் பார்த்ததும் கண்கள் அகன்று விரிந்தன; பின்னர் முகமும் மலர்ந்தது. அவளது பவழச் செவ்வாயில் தோன்றிய புன்னகையினால் கன்னங்கள் குழிந்தன. உணர்வு வந்ததும் நாணமும் கூட வந்தது, சட்டென்று எழுந்து உட்கார்ந்தாள். பின்னால் திரும்பிப் பார்த்தாள்; தன்னை இளையபிராட்டி தாங்கிக்கொண்டிருப்பதைத் தெரிந்துகொண்டு வெட்கினாள், நடந்ததெல்லாம் ஒரு கணத்தில் நினைவு வந்தது.

"அக்கா! இந்த மாதிரி செய்துவிட்டேனே?" என்று கண்களில் நீர்மல்கக் கூறினாள்.

இதற்குக் குந்தவை மறுமொழி சொல்வதற்குள் இளவரசர், "அதற்காக நீ ஒன்றும் கவலைப்பட வேண்டாம். வானதி! தவறுவது யாருக்கும் நேரிடுகிறதுதான். மேலும் உனக்கு அவ்விதம் நேருவதற்கு முக்கியக் காரணமும் இருக்கிறது; அதைத் தான் இளையபிராட்டியிடம் சொல்லிக்கொண்டிருந்தேன்!" என்றார்.

வானதிக்குத் தான் காண்பது உண்மையா, கேட்பது மெய்யா என்ற சந்தேகமே வந்துவிட்டது. பெண்களைச் சாதாரணமாக ஏறிட்டுப் பார்க்காமலே போகும் வழக்கமுடைய இளவரசரா என்னுடன் பேசுகிறார்? எனக்கு ஆறுதல் மொழி கூறித் தேற்றுகிறார்? என் பாக்கியத்தை என்னவென்று சொல்வது? ஆகா! உடம்பு புல்லரிக்கிறதே! மறுபடியும் மயக்கம் வந்துவிடும் போலிருக்கிறதே!...

இளவரசர், "அக்கா! சேனைகள் காத்திருக்கின்றன, நான் போய் வருகிறேன். நீங்கள் எனக்குச் செய்தி அனுப்பும்போது இந்தப் பெண்ணுக்கு உடம்பு எப்படியிருக்கிறது என்றும் சொல்லி அனுப்புங்கள். தாய் தகப்பனில்லாத இப்பெண்ணை நன்றாகப் பார்த்துக் கொள்ளுங்கள்!" என்று சொல்லிவிட்டுக் கிளம்பிச் சென்றார்.

இவற்றையெல்லாம் குந்தவைதேவியின் மற்ற தோழிப் பெண்கள் மேல் மாடங்களிலிருந்து பலகணிகளின் வழியாகப் பார்த்துக்கொண்டும் கேட்டுக் கொண்டுமிருந்தார்கள்.

அவர்களுடைய உள்ளங்களில் பொறாமைத் தீ கொழுந்து விட ஆரம்பித்தது. அன்று முதல் குந்தவைப்பிராட்டி வானதியிடம் தனி அன்பு காட்டத் தொடங்கினாள். இணைபிரியாமல் தன்னுடனேயே வைத்துக்கொண்டிருந்தாள். தான் கற்றிருந்த கல்வியையும் கலைகளையும் அவளுக்கும் கற்பித்தாள். எங்கே போனாலும் அவளைத் தவறாமல் கூட அழைத்துச் சென்றாள். அரண்மனை நந்தவனத்துக்கு வானதியை அடிக்கடி அழைத்துச் சென்று குந்தவைதேவி அவளிடம் அந்தரங்கம் பேசினாள். தன் இளைய சகோதரனுடைய வருங்கால மேன்மையைக் குறித்து, தான் கண்டு வந்த கனவுகளையெல்லாம் அவளிடமும் சொன்னாள்; அதையெல்லாம் வானதியும் சிரத்தையுடன் கேட்டாள்.

மேலே கூறிய நிகழ்ச்சிக்குப் பிறகு, வானதி இன்னும் நாலைந்து தடவை உணர்வு இழந்து மூர்ச்சையடைந்தாள். அப்போதெல்லாம் குந்தவைப்பிராட்டி அவளுக்குத் தக்க சிகிச்சை செய்து திரும்ப உணர்வு வருவித்தாள். மூர்ச்சை தெளியும்போது வானதி விம்மி விம்மி அழுதுகொண்டே எழுந்திருப்பாள்.

"என்னடி, அசடே! எதற்காக இப்படி அழுகிறாய்!" என்று குந்தவை கேட்பாள்.

"தெரியவில்லையே, அக்கா! மன்னியுங்கள்!" என்பாள் வானதி.

குந்தவை அவளைக் கட்டிக்கொண்டு உச்சி மோந்து ஆறுதல் கூறுவாள். இவையெல்லாம் மற்றப் பெண்களுக்கு மேலும் மேலும் பொறாமையை வளர்த்துக்கொண்டிருந்தன. எனவே, குந்தவையும் வானதியும் ரதம் ஏறிக் குடந்தை ஜோதிடரின் வீட்டுக்குப் போன பிறகு அப்பெண்கள் மேற்கூறியவாறெல்லாம் பேசிக்கொண்டது இயல்பேயல்லவா?

17. குதிரை பாய்ந்தது!

ஒப்புவமையில்லாத தன் சகோதரன் அருள்மொழிவர் மனுக்குத் தகுந்த மணமகள் வானதிதான் என்று குந்தவை தீர்மானித்திருந்தாள். ஆனால் வானதியிடம் ஒரே ஒரு குறை இருந்தது; அது அவளுடைய பயந்த சுபாவந்தான். வீராதி வீரனை மணக்கப் போகிறவள், உலகத்தை ஒரு குடை நிழலில் ஆளப் போகும் புதல்வனைப் பெறப் போகிறவள், இப்படி பயங்கொள்ளியாயிருக்கலாமா? அவளுடைய பயந்த சுபாவத்தை மாற்றி அவளைத் தீரமுள்ள வீர மங்கையாக்க வேண்டுமென்று குந்தவை விரும்பினாள். அதற்காகவே இந்தப் பொம்மை முதலை விளையாட்டை ஏற்படுத்தியிருந்தாள். ஆனால் அந்தச் சோதனையில் கொடும்பாளூர்க் குமாரி வெற்றியுடன் தேறிவிட்டாள்.

குடந்தை ஜோதிடர் வீட்டிலிருந்து குந்தவை தேவியும் வானதியும் திரும்பி வந்ததும் அன்னப் படகில் ஏறிக் கொண்டார்கள். படகு சிறிது தூரம் சென்றது; ஆற்றங்கரையின் இருபுறமும் மரமடர்ந்த ஓரிடத்தில் படகை நிறுத்திவிட்டு, குந்தவையும் அவளுடைய தோழிகளும் நீரில் இறங்கி விளையாடுவது வழக்கம். அந்த இடத்துக்கே இன்றும் போய் அவர்கள் இறங்கினார்கள்.

எல்லாரும் இறங்கியானதும், அப்பெண்களில் ஒருத்தி, "ஐயோ முதலை!" என்று கூவினாள். அவர்கள் எந்தப் பெரிய மரத்தின் அடியில் இறங்கினார்களோ, அந்த மரத்துக்கு மறுபக்கத்தை அப்பெண் சுட்டிக்காட்டிக் கொண்டே, "முதலை! முதலை!" என்று அலறினாள். உடனே எல்லாப் பெண்களும் சேர்ந்து, "ஐயோ! முதலை! பயமாயிருக்கிறதே!" என்றெல்லாம் கூச்சலிட்டுக்கொண்டு ஓடினார்கள்.

ஆனால் பயந்த சுபாவமுள்ள வானதி மட்டும் அச்சமயம் சிறிதும் பயப்படவில்லை. திறந்த வாயுள்ள பயங்கர முதலையைத் திடீரென்று சமீபத்தில் கண்டும் அவள் பீதி அடைந்து விடவில்லை. மற்றவர்கள் எல்லாரும் குந்தவை தேவி கூறியிருந்தபடி மிகவும் பயந்ததுபோல் பாசாங்கு செய்தும் வானதி பயப்படவில்லை. "அக்கா! முதலைக்குத்

தண்ணீரில் இருக்கும்போதுதான் பலமெல்லாம்! கரையில் கிடக்கும்போது அதனால் ஒன்றும் செய்ய முடியாது. இவர்களைப் பயப்படாதிருக்கச் சொல்லுங்கள்!" என்றாள் கொடும்பாளூர்க் குமரி.

"அடி, பொல்லாத கள்ளி! 'இது நிஜ முதலையல்ல; பொம்மை முதலை' என்பது உனக்கு முன்னாலேயே தெரியும் போலிருக்கிறது! யாரோ உனக்குச் சொல்லியிருக்க வேண்டும்!" என்று மற்றப் பெண்கள் கூறினார்கள்.

"நிஜ முதலையாயிருந்தால் கூட எனக்குப் பயம் கிடையாது. பல்லி, கரப்பான் பூச்சிகளைக் கண்டால்தான் எனக்குப் பயம்!" என்றாள் வானதி.

இந்தச் சமயத்திலேதான் அப்பெண்களைப் பயங்கரமான முதலை வாயிலிருந்து காப்பாற்றுவதற்கு வந்தியத்தேவன் வந்து சேர்ந்தான். குதிரை மேலிருந்து ஒரே குதியாய்க் குதித்து ஓடி வந்து வேலையும் வீசினான்.

முதலைக்கு முன்புறத்தில் வந்து நின்று அந்தக் கம்பீரத் தோற்றமுடைய மங்கை பேசியதைக் கேட்ட வல்லவரையனுக்கு உடம்பு புல்லரித்தது. அவள் தன்னோடு பேசவில்லையே என்று குடந்தை சோதிடர் வீட்டில் அவனுக்கு ஏற்பட்ட மனக்குறை தீர்ந்தது. ஆனால், அந்த முதலை, அவள் பின்னால் கிடந்த திறந்த வாயுடைய பயங்கர முதலை ஏனோ அது, அவனுக்கு மனச் சங்கடத்தை அளித்துக்கொண்டிருந்தது. முதலைக்கு முன்னால் இவள் வந்து நிற்கும் காரணம் என்ன? 'அதைப் பற்றி சிரமம் வேண்டாம்' என்று இவள் சொல்வதன் பொருள் என்ன? இவ்வளவு நேரமும் அம்முதலை கிடந்த இடத்திலேயே கிடப்பதன் காரணந்தான் என்ன?

அந்த யுவதி மேலும் பேசினாள் "ஐயா! குடந்தையில் நீங்கள் அவசரப்பட்டு சோதிடர் வீட்டுக்குள்ளே வந்ததற்காக வருத்தம் தெரிவித்தீர்கள். அதற்கு மறுமொழி சொல்லாமலே நாங்கள் வந்துவிட்டோம். இதிலிருந்து சோழநாட்டுப் பெண்களே மரியாதை அறியாதவர்கள் என்ற கருத்து உங்களுக்கு ஏற்பட்டிருக்கலாம். அப்படி நீங்கள் எண்ணிக்கொள்ள வேண்டாம். என்னுடன் வந்த பெண்ணுக்குத் திடீரென்று மயக்கம் வந்துவிட்டபடியால், என் மனம் சிறிது கலங்கியிருந்தது. ஆகையினால்தான் தங்களுக்கு மறுமொழி சொல்லவில்லை!..."

அடடா! இது என்ன இனிமையான குரல்! இவள் பேசும் மொழிகளைக் கேட்டு என் நெஞ்சு ஏன் இப்படிப் பொங்குகிறது? தொண்டை ஏன் விக்கிக் கொள்கிறது? குழலும் வீணையும் மத்தளமும் போர் முரசுங்கூட இப்படி என்னைக் களிவெறி கொள்ளச் செய்ததில்லையே? இப்படி என்னைக் குலுக்கிப் போட்டதில்லையே? இந்த மங்கையின் பேச்சில் குறுக்கிட்டு ஏதேனும் சொல்ல வேண்டும் என்று பார்த்தால், ஏன் என்னால் முடியவில்லை? ஏன் நாக்கு மேலண்ணத்தில் இப்படி ஒட்டிக் கொள்கிறது? ஏன் இப்படிக் காற்றோட்டம் அடியோடு நின்று போயிருக்கிறது? ஏன் இந்த அரிசிலாற்றின் வெள்ளம் ஓடாமல் நின்றிருக்கிறது? அப்புறம் இந்த முதலை!...இது ஏன் இப்படிச் சும்மா கிடக்கிறது.

வந்தியத்தேவனுடைய உள்ளம் இவ்வாறு தத்தளிக்கையில் அந்த மங்கையின் குரல் மேலும் கனவில் கேட்பதுபோலக் கேட்டது: "இப்போது கூட அபலைப் பெண்ணாகிய எங்களைக் காப்பாற்றுவதாக எண்ணிக் கொண்டுதான் இந்தக் காரியம் செய்தீர்கள்! முதலையின்மேல் வேலை எறிந்தீர்கள். இவ்வளவு வேகமாகவும் குறி தவறாமலும் வேல் எறியக்கூடிய வீரர்களைக் காண்பது அரிது!..."

மரத்தடியில் ஒதுங்கி நின்று கேட்டுக்கொண்டிருந்த பெண்கள் இப்போது மறுபடியும் கலீர் என்று சிரித்தார்கள். அச்சிரிப்பினால் வந்தியத்தேவனுடைய மோகக் கனவு கலைந்தது. அந்த மங்கையின் பேச்சாகிய மாயமந்திரத் தளை படீர் என்று அறுபட்டது. முதலையை இன்னொரு தடவை உற்றுப் பார்த்தான். எதிரேயிருந்த பெண்ணைச் சற்றும் பொருட்படுத்தாமல் விலகிச் சென்று முதலையின் சமீபம் அடைந்தான். அதன் முதுகில் பாய்ந்திருந்த தன் வேலை அசைத்து எடுத்தான்! வேல் குத்தியிருந்த துவாரத்தின் வழியாக

இரத்தம் பீறிட்டுக் கொண்டு வரவில்லை! பின், என்ன வந்தது? கொஞ்சம் வாழைநாரும் பஞ்சும் வெளிவந்தன!

மறுபடியும் அந்தத் துஷ்டப் பெண்கள் சிரித்தார்கள். இம்முறை கெக்கலி கொட்டிப் பலமாகச் சிரித்தார்கள்.

வல்லவரையனுடைய உள்ளமும் உடலும் குன்றிப் போயின. இம்மாதிரி அவமானத்தை இதற்குமுன் அவன் எக்காலத்திலும் அடைந்ததில்லை. இத்தனை பெண்களுக்கு முன்னால் இப்படிப்பட்ட பேரவமானமா? இவர்கள் பெண்களா? இல்லை! இல்லை! இவர்கள் அரக்கிகள்! இவர்கள் பக்கத்திலேயே நிற்க கூடாது! இவர்களுடைய முகத்தை ஏறிட்டும் பார்க்க கூடாது! சீச்சீ! என் அருமை வேலாயுதமே! உனக்கு இந்தக் கதியா நேர்ந்தது? இத்தகைய அவமானமா உனக்கு நேர்ந்தது? இதை எப்படி நிவர்த்தி செய்து உனக்கு நேர்ந்த மாசைத் துடைக்கப் போகிறேன்!...

இவ்வளவு எண்ணமும் சில கணநேரத்தில் வந்தியத்தேவனுடைய மனத்தில் ஊடுருவிச் சென்றன. அங்கு நின்று சிரித்தவர்கள் மட்டும் ஆண் மக்களாயிருந்திருந்தால், அங்கேயே ஒரு போர்க்களம் ஏற்பட்டிருக்கும்! சிரிக்க துணிந்தவர்கள் அக்கணமே உயிரை இழந்திருப்பார்கள்! அரிசிலாற்றின் செந்நீர்ப் பிரவாகத்துடன் அவர்களுடைய இரத்தமும் கலந்து ஓடியிருக்கும்! ஆனால் இவர்கள் பெண்கள்! இவர்களை என்ன செய்ய முடியும்? இவர்களை விட்டு ஓடிப் போவது ஒன்றுதான் செய்யக்கூடிய காரியம்!

தன் உள்ளத்தை நிலைகுலையச் செய்த மங்கையின் முகத்தைக் கூட ஏறிட்டுப் பார்க்காமல் வந்தியத்தேவன் பாய்ந்து ஓடி நதிக் கரை மீது ஏறினான். அங்கே நின்றிருந்த அவனுடைய குதிரையும் அச்சமயம் ஒரு கனைப்புக் கனைத்தது. குதிரையும்கூட அப்பெண்களுடன் சேர்ந்து தன்னைப் பார்த்து சிரிப்பதாகவே வந்தியத்தேவனுக்குத் தோன்றியது. எனவே தன் கோபத்தையெல்லாம் அக்குதிரையின் பேரில் காட்டினான். அதன் மேல் பாய்ந்து ஏறி உட்கார்ந்து தலைக் கயிற்றினால் 'சுளீர், சுளீர்' என்று இரண்டு அடி கொடுத்தான்! அந்த ரோஷமுள்ள குதிரை நதிக்கரைச் சாலையின் வழியாகப் பிய்த்துக்கொண்டு பாய்ந்தோடியது.

சிறிது நேரம் வரையில் குந்தவைப் பிராட்டி குதிரை போன திசையைப் பார்த்துக்கொண்டிருந்தாள். குதிரை கிளப்பிய புழுதி அடங்கும் வரையில் பார்த்துக்கொண்டு நின்றாள்.

பின்னர், தோழிப் பெண்களைத் திரும்பிப் பார்த்து, "பெண்களா! உங்களுக்கு மட்டுமரியாதை இன்னும் தெரியவில்லை. நீங்கள் அப்படிச் சிரித்திருக்கக் கூடாது. நாம் தனியாயிருக்கும் போது, எப்படி வேண்டுமானாலும் நீங்கள் சிரித்து கொம்மாளம் அடிக்கலாம். அன்னிய புருஷன் வந்திருக்கும்போது அடக்கமாயிருக்க வேண்டாமா? சோழ நாட்டுப் பெண்களைப் பற்றி அந்த வாலிபன் என்ன எண்ணிக் கொண்டு போவான்?" என்று சொன்னாள்.

౸౹౸

18. இடும்பன்காரி

கொள்ளிடத்துப் பரிசில் துறையில் ஆழ்வார்க்கடியான் நம்பி என்னும் திருமலையப்பனை விட்டு விட்டு வந்துவிட்டோம். அந்த வீர வைஷ்ணவரை இப்போது கொஞ்சம் கவனிக்கலாம்.

வந்தியத்தேவன் குதிரை ஏறிக் குடந்தை நகர் நோக்கிச் சென்றதும், திருமலை அவன் போன திசையைப் பார்த்துக்கொண்டே தனக்குள் சொல்லிக்கொண்டான். "இந்த வாலிபன் மிகப் பொல்லாதவனாயிருக்கிறான். நாம் தட்டியில் நுழைந்தால் இவன் கோலத்தில் நுழைகிறான். இவன் உண்மையில் யாருடைய ஆள், எதற்காக, எங்கே போகிறான் என்பதை

நம்மால் கண்டுபிடிக்க முடியவில்லை. கடம்பூர் மாளிகையில் நடந்த சதிக் கூட்டத்தில் இவன் கலந்துகொண்டானா என்றும் தெரியவில்லை. நல்ல வேளையாகக் குடந்தை சோதிடரைப் பற்றி இவனிடம் சொல்லி வைத்தோம். நம்மால் அறிய முடியாததைக் குடந்தை சோதிடராவது தெரிந்துகொள்ளுகிறாரா பார்க்கலாம்!..."

"என்ன, சுவாமி! அரசமரத்தோடு பேசறீங்களா? உங்களுக்கு நீங்களே பேசிக்கிறீங்களா?" என்ற குரலைக் கேட்டு திருமலையப்பன் திரும்பிப் பார்த்தான்.

கடம்பூரிலிருந்து வந்த வந்தியத்தேவனுக்குக் குதிரை பிடித்துக்கொண்டு வந்த பணியாள் பக்கத்தில் நின்றான்.

"அப்பனே! நீயா கேட்டாய்? நான் எனக்கு நானே பேசிக் கொள்ளவும் இல்லை; அரச மரத்தோடு பேசவும் இல்லை.

இந்த மரத்தின் மேலே ஒரு வேதாளம் இருக்கிறது; அதனோடு சிறிது சல்லாபம் செய்தேன்!" என்றான் திருமலையப்பன்.

"ஓஹோ! அப்படிங்களா! அந்த வேதாளம் சைவமா? வைஷ்ணவமா?" என்றான் அந்த ஆள்.

"அதைத்தான் நானும் கேட்டுக்கொண்டிருந்தேன். அதற்குள்ளே நீ வந்து குறுக்கிட்டாய். வேதாளம் மறைந்து விட்டது; போனால் போகட்டும்! உன் பெயர் என்ன அப்பனே?"

"எதற்காக கேட்கிறீங்க, சுவாமி!"

"நடுக் கொள்ளிடத்தில் படகு கவிழாமல் காப்பாற்றினாயே! அப்படிப்பட்ட புண்ணியவானாகிய உன்னை நான் ஞாபகத்தில் வைத்துக்கொள்ள வேண்டாமா?"

"என் பெயர்.. என் பெயர்.. இடும்பன்காரி, சுவாமி!" என்று இழுத்தாற்போல் சொன்னான்.

"ஓ! இடும்பன்காரியா? எப்போதோ கேட்ட ஞாபகமாயிருக்கிறதே!"

இடும்பன்காரி அப்போது ஒரு விசித்திரமான காரியம் செய்தான். தன்னுடைய விரித்த கைகள் இரண்டையும் ஒன்றின் மேல் ஒன்றைக் குப்புறுத்தி வைத்துக் கொண்டு, இரு ஓரத்துக் கட்டை விரல்களையும் ஆட்டினான்; ஆட்டிக்கொண்டே திருமலையப்பரின் முகத்தைப் பார்த்தான்.

"அப்பனே! இது என்ன சமிக்ஞை? எனக்கு விளங்கவில்லையே?" என்றான் திருமலை.

அப்போது இடும்பன்காரியின் கரிய முகம் மேலும் சிறிது கருத்தது; கண் புருவங்கள் நெரிந்தன.

"நானா? நான் ஒன்றும் சமிக்ஞை செய்யவில்லையே?" என்றான்.

"செய்தாய் செய்தாய்! நான்தான் பார்த்தேனே? பரதநாட்டிய சாஸ்திரத்தில் திருமாலின் முதல் அவதாரத்துக்கு ஒரு அஸ்தம் பிடிப்பதுண்டு அது மாதிரி செய்தாயே?"

"திருமாலின் முதல் அவதாரம் என்றால்? அது என்ன? எனக்குத் தெரியவில்லை சுவாமி!"

"விஷ்ணுவின் முதல் அவதாரம் தெரியாதா? மச்சாவதாரம்."

"மீனைச் சொல்லுறீங்களா!"

"ஆமாம், அப்பனே, ஆமாம்!"

"நல்லவேளை, சாமி! உங்கள் கண்ணே விசித்திரமான கண்ணாயிருக்கிறதே! வெறும் மரத்தின்மேலே வேதாளம் தெரிகிறது. என் வெறுங்கையிலே மச்சாவதாரம் தெரிகிறது! ஒருவேளை மீன் பேரிலே சாமியாருக்குக் கொஞ்சம் ஆசை அதிகமோ?"

"சேச்சே! அந்த மாதிரியெல்லாம் சொல்லாதே, அப்பனே! அது போனால் போகட்டும். நம்மோடு படகிலே ஒரு வீர சைவர் வந்தாரே, அவர் எந்தப் பக்கம் போனார் பார்த்தாயா?"

"பார்க்காமலென்ன? பார்த்தேன். நான் குதிரை வாங்கப்போன பக்கந்தான் அவரு வந்தார்; உங்களைப் பற்றி திட்டிக்கொண்டே வந்தார்..."

"என்னவென்று என்னைத் திட்டினார்?"

"உங்களை மறுபடியும் அந்த வீர சைவர் பார்த்தால் உங்கள் முன் குடுமியைச் சிரைத்துத் தலையை மொட்டையடித்து..."

"ஓகோ! அந்த வேலை கூட அவருக்குத் தெரியுமா?"

"உங்கள் திருமேனியிலுள்ள நாமத்தையெல்லாம் அழித்து விட்டுத் திருநீற்றைப் பூசி விடுவாராம்!"

"அப்படியானால் அவரைக் கட்டாயம் நான் பார்த்தேயாக வேண்டும்; அவருக்கு எந்த ஊர் என்று உனக்குத் தெரியுமா?"

"அவருக்கு புள்ளிருக்கும் வேளூர் என்று அவரே சொன்னாருங்க!"

"அந்த வீர சைவரைப் போய்ப் பார்த்துவிட்டுத்தான் மறு காரியம். அப்பனே! நீ எங்கே போகப் போகிறாய்? ஒருவேளை நீயும் அந்த வழி வரப் போகிறாயோ?"

"இல்லை, இல்லை நான் எதற்காக அங்கே வருகிறேன்?. திரும்பிக் கொள்ளிடத்தைத் தாண்டிக் கடம்பூருக்குத்தான் போகிறேன். இல்லாவிட்டால் எஜமானர் என் கண்ணைப் பிடுங்கி விட மாட்டாரா?"

"அப்படியானால், உடனே திரும்பு. அதோ படகு புறப்படப் போகிறது!"

இடும்பன்காரி திரும்பிப் பார்த்தபோது, ஆழ்வார்க்கடியான் கூறியது உண்மை என்று தெரிந்தது; படகு புறப்படும் தறுவாயில் இருந்தது.

"சரி, சாமியாரே! நான் போகிறேன்" என்று சொல்லிவிட்டுப் படகுத் துறையை நோக்கி விரைந்து சென்றான் இடும்பன்காரி.

பாதி வழியில் ஒரு தடவை திரும்பிப் பார்த்தான். அதற்குள் ஆழ்வார்க்கடியான் ஒரு விந்தையான காரியம் செய்திருந்தான். மளமளவென்று அந்த அரசமரத்தின்மீது பாய்ந்து ஏறிக் கிளைகள் அடர்ந்திருக்கும் இடத்துக்குப் போய் விட்டான். ஆகையால் இடும்பன்காரியின் கண்ணோட்டத்தில் அவன் விழவில்லை.

இடும்பன்காரி நதியின் பரிசில் துறையை அடைந்தான். படகோட்டிகளில் ஒருவன், "அக்கரைக்கு வருகிறாயா, அப்பா?" என்று கேட்டான்.

"இல்லை, அடுத்த படகில் வரப் போகிறேன்; நீ போ!" என்றான் இடும்பன்காரி.

"அடே! இவ்வளவுதானா? நீ வருகிற வேகத்தைப் பார்த்துவிட்டு அல்லவா படகை நிறுத்தினேன்!" என்று சொல்லி ஓடக்காரன் கோல் போட்டு ஓடத்தை நதியில் செலுத்தினான்.

இதற்குள் அரசமரத்தின் நடுமத்தி வரையில் ஏறி நன்றாக மறைந்து உட்கார்ந்துகொண்ட திருமலை, "ஓகோ! நான் நினைத்தது சரியாகப் போயிற்று. இவன் படகில் ஏறவில்லை; திரும்பித்தான் வரப்போகிறான். வந்த பிறகு எந்தப் பக்கம் போகிறான் என்று பார்க்கவேண்டும். இவனுடைய கைகள் மச்சஹஸ்த முத்திரை காட்டியதை நான் நன்றாகப் பார்த்தேன். அதன் பொருள் என்ன? மீன்! மீன்! மீன் சின்னம் எதைக் குறிக்கிறது? ஆ! மீன் பாண்டியனுடைய கொடியில் பொறித்ததல்லவா? ஒருவேளை, ஆஹாஹா!.. அப்படியும் இருக்குமோ! பார்க்கலாம்! சிறிது பொறுமையுடனே இருந்து பார்க்கலாம். பொறுத்தவர் பூமி ஆள்வார், பொங்கியவர் காடாள்வார்... ஆனால், இந்தக் காலத்தில் பூமி ஆள்வதைக் காட்டிலும் காடு ஆள்வதே மேலானது என்று தோன்றுகிறது! ஆனாலும் பொறுத்துப் பார்க்கலாம்!.." இவ்விதம் அரசமரத்திலிருந்த அருவமான வேதாளத்தினிடம் திருமலை சொல்லிக்கொண்டிருந்தான்.

விரைவில் அவன் எதிர்பார்த்தபடியே நடந்தது; படகு இடும்பன்காரியை ஏற்றிக்கொள்ளாமலே சென்றது. இடும்பன்காரி நதிக்கரையிலிருந்தபடி அரசமரத்தடியை உற்று உற்றுப் பார்த்தான். பிறகு நாலா திசைகளிலும் துழாவிப் பார்த்தான்.

ஆழ்வார்க்கடியான் எங்குமில்லையென்பதை நன்கு தெரிந்துகொண்டு திரும்பி அதே அரசமரத்தடிக்கு வந்து சேர்ந்தான். இன்னும் ஒரு தடவை சுற்றுமுற்றும் நன்றாய்ப் பார்த்துவிட்டு அந்த மரத்தடியிலேயே உட்கார்ந்து கொண்டான். எதையோ, அல்லது யாரையோ எதிர்பார்ப்பவன் போல் அவனுடைய கண்கள் நாலாபுறமும் சுழன்று நோக்கிக் கொண்டிருந்தன. ஆனால், மரத்தின் மேலே மட்டும் அவன் அண்ணாந்து பார்க்கவில்லை. பார்த்திருந்தாலும் திருமலை நன்றாகத் தம் திருமேனியை மறைத்துக் கொண்டிருந்தபடியால் மரத்தின் மேல் அவன் உட்கார்ந்திருப்பது இடும்பன்காரிக்குத் தெரிந்திராது.

சுமார் ஒரு நாழிகை நேரம் இவ்விதம் சென்றது. திருமலைக்குக் கால்கள் மரத்துப்போகத் தொடங்கின. இனி வெகுநேரம் மரத்தின் மேல் இருக்க முடியாதென்று தோன்றியது. இடும்பனோ, மரத்தடியிலிருந்து எழுந்திருக்கும் வழியாகத் தோன்றவில்லை. தப்பித்துப் போவது எப்படி! எவ்வளவு ஜாக்கிரதையாக மரத்தின் மறுபக்கத்தில் இறங்கினாலும் ஏதாவது சத்தம் கேளாமல் இராது! கேட்டால் இடும்பன்காரி உடனே பார்த்துவிடுவான். அவனோ இடுப்பில் ஒரு கூரிய கொடுவாளைச் செருகிக் கொண்டிருந்தான். அதைத் தன் பேரில் அவன் பிரயோகிக்க மாட்டான் என்பது என்ன நிச்சயம்?

வேறு என்னதான் செய்வது? பேய் பிசாசைப் போல் பயங்கரமாகச் சத்தமிட்டுக்கொண்டு இடும்பனின் மேலேயே குதிக்கலாமா? குதித்தால் தன்னை வேதாளம் என்று நினைத்துக் கொண்டு அவன் பயத்தினால் மூர்ச்சையடைந்து விழலாம் அல்லவா? அல்லது தப்பித்து ஓடப் பார்க்கலாம் அல்லவா! அச்சமயம் தானும் தப்பி ஓடிவிடலாம்!... இவ்விதம் திருமலை எண்ணிய சமயத்தில், அவனுடைய சோதனை முடிவடையும் எனத் தோன்றியது.

ஓர் ஆள் தென்மேற்கிலிருந்து, அதாவது குடந்தை சாலை வழியாக வந்துகொண்டிருந்தான். அவனுக்காகத்தான் இடும்பன்காரி இத்தனை நேரமாய்க் காத்திருக்கிறான் என்று திருமலையின் உள்ளுணர்ச்சி கூறியது.

புது ஆள் வந்ததைப் பார்த்ததும் அரசமரத்தடியில் உட்கார்ந்திருந்த இடும்பன் எழுந்து நின்றான்.

வந்தவன், முன்னால் இடும்பன் செய்த சமிக்ஞையைச் செய்தான். அதாவது ஒரு விரித்த புறங்கையின்மேல் இன்னொரு விரித்த கையை வைத்து, இரண்டு கட்டை விரல்களை ஆட்டி, மச்ச சமிக்ஞை பிடித்துக் காட்டினான்; அதைப் பார்த்த இடும்பனும் அதே மாதிரி செய்து காட்டினான்.

"உன் பெயர் என்ன?" என்று வந்தவன் கேட்டான்.

"என் பெயர் இடும்பன்காரி; உங்கள் பெயர்?"

"சோமன் சாம்பவன்!"

"உங்களைத்தான் எதிர்பார்த்துக் கொண்டிருந்தேன்."

"நானும் உன்னைத் தேடிக் கொண்டு தான் வந்தேன்."

"நாம் எந்தத் திசையில் போக வேண்டும்?"

"மேற்குத் திசையில்தான்!"

"எவ்விடத்துக்கு?"

"பகைவனின் பள்ளிப்படைக்கு!"

"திருப்புறம்பயம் அருகில்..."

"இரைந்து பேசாதே! யார் காதிலாவது விழப்போகிறது" என்று சொல்லிச் சோமன் சாம்பவன் நாலாபக்கமும் பார்த்தான்.

"இங்கே ஒருவரும் இல்லை; முன்னாலேயே நான் பார்த்து விட்டேன்."

"பக்கத்தில் எங்கும் ஒளிந்திருக்கவும் இடமில்லையே?"

"கிடையவே கிடையாது!"

"அப்படியானால் புறப்படு. எனக்கு அவ்வளவு நன்றாக வழி தெரியாது. நீ முன்னால் போ! நான் சற்றுப் பின்னால் வருகிறேன். அடிக்கடி நின்று நான் பின்னால் வருகிறேனா என்று பார்த்துப் போ!"

"ஆகட்டும். வழி நல்ல வழியல்ல; காடும் மேடும் முள்ளும் கல்லுமாயிருக்கும், ஜாக்கிரதையாகப் பார்த்து நடந்து வர வேண்டும்!"

"சரி, சரி, நீ புறப்பட்டுப் போ! காட்டு வழியாயிருந்தாலும் யாராவது எதிர்ப்பட்டால் மறைந்துகொள்ள வேண்டும் தெரிந்ததா?"

"தெரிந்தது, தெரிந்தது!"

இடும்பன்காரி கொள்ளிடக் கரையோடு மேற்குத் திசையை நோக்கிப் போனான். அவனுக்கு சற்றுப் பின்னால் சோமன் சாம்பவனும் தொடர்ந்து சென்றான்.

இருவரும் கண்ணுக்கு மறையும் வரையில் ஆழ்வார்க்கடியான் மரத்தின் மேலேயே இருந்தான். எல்லாவற்றையும் பார்த்துக்கொண்டும் கேட்டுக்கொண்டும் இருந்தான்.

ஆஹா! காலம் பொல்லாத காலம்! எதிர்பாராத காரியங்கள் எல்லாம் நடைபெறுகின்றன. ஏதோ ஒரு பெரிய மர்மமான காரியத்தைத் தெரிந்துகொள்ளக் கடவுள் அருளால் சந்தர்ப்பம் கிடைத்திருக்கிறது. இனி நம்முடைய சாமர்த்தியத்தைப் பொறுத்தது விஷயத்தை அறிவது. கடம்பூர் மாளிகையில் அரைகுறையாகத்தான் தெரிந்து கொள்ள முடிந்தது. இங்கே அப்படி ஏமாந்து போகக்கூடாது. திருப்புறம்பயம் பள்ளிப்படையென்றால், கங்க மன்னன் பிரிதிவீபதியின் பள்ளிப்படையைத்தான் சொல்லியிருக்க வேண்டும். அந்தப் பள்ளிப்படையைக் கட்டி நூறு வருஷம் ஆகிறது. ஆகையால் பாழடைந்து கிடக்கிறது; சுற்றிலும் காடு மண்டிக் கிடக்கிறது; கிராமமோ சற்றுத் தூரத்தில் இருக்கிறது. அங்கே எதற்காக இவர்கள் போகிறார்கள்! இந்த இரண்டு பேரும் மட்டும் பேச வேண்டிய விஷயமாயிருந்தால், இங்கேயே பேசிக்கொள்ளுவார்கள். காட்டு வழியில் ஒரு காத தூரம் போக வேண்டியதில்லையே? ஆகையால், அங்கே இன்னும் சிலரும் வரப்போகிறார்கள் என்பது நிச்சயம். எதற்காக? பிரிதிவீபதியின் பள்ளிப் படையைப் 'பகைவனின் பள்ளிப்படை'யென்று இவர்களில் ஒருவன் சொல்வானேன்? பிரிதிவீபதி யாருக்குப் பகைவன்? ஆகா! நாம் நினைத்தது உண்மையாகும் போலிருக்கிறதே! எதற்கும் பார்த்து தெரிந்துகொள்ளலாம். இவர்கள் கொள்ளிடக் கரையோடு போகிறார்கள். நாம் மண்ணிக் கரையோடு போகலாம். மண்ணிக் கரையில் காடு அதிக அடர்த்தியாயிருந்தாலும் பாதகமில்லை. காடும் மேடும் முள்ளும் கல்லும் நமக்கு என்ன இலட்சியம்? அவைதாம் நம்மைக் கண்டு பயப்பட வேண்டும்!...

இவ்வாறு எண்ணிக்கொண்டும் வாயோடு முணுமுணுத்துக் கொண்டும் திருமலை அரசமரத்திலிருந்து இறங்கிச் சற்று தெற்கு நோக்கிப் போனான். மண்ணியாறு வந்தது அதன் கரையோடு மேற்கு நோக்கி நடையைக் கட்டினான்.

ஜன சஞ்சாரமில்லாத அடர்ந்த காடுகளின் வழியாக ஆழ்வார்க்கடியான் புகுந்து சென்று சூரியன் அஸ்தமிக்கும் சமயத்தில் திருப்புறம்பயம் பள்ளிப்படை கோயிலை அடைந்தான்.

19. ரணகள அரண்யம்

பழந்தமிழ்நாட்டில் போர்க்களத்தில் உயிர்துறந்த மகாவீரர்களின் ஞாபகமாக வீரக் கல் நட்டு கோயில் எடுப்பது மரபு. வெறும் கல்மட்டும் ஞாபகார்த்தமாக நாட்டியிருந்தால் 'நடுகற்கோயில்' என்று வழங்குவார்கள். அத்துடன் ஏதேனும் ஒரு தெய்வத்தின் சிலையையும் ஸ்தாபித்து ஆலயமாக எழுப்பியிருந்தால் அது 'பள்ளிப்படை' என்று வழங்கப்படும்.

குடந்தை நகருக்கு அரைக்காதம் வடமேற்கில் மண்ணியாற்றுக்கு வடகரையில் திருப்புறம்பயம் என்னும் கிராமத்துக்கருகில் ஒரு பள்ளிப் படைக்கோயில் இருந்தது. இது அந்தப் பிரதேசத்தில் நடந்த ஒரு மாபெரும் போரில் உயிர்நீத்த கங்க மன்னன் பிரிதிவீபதியின் ஞாபகமாக எடுத்தது.

உலக சரித்திரம் அறிந்தவர்கள் வாட்டர்லூச் சண்டை, பானிபெத் சண்டை, பிளாசிச் சண்டை போன்ற சில சண்டைகளின் மூலம் சரித்திரத்தின் போக்கே மாறியது என்பதை அறிவார்கள்.

தமிழ்நாட்டைப் பொறுத்த வரையில் திருப்புறம்பயம் சண்டை அத்தகைய முக்கியம் வாய்ந்தது. நமது கதை நடந்த காலத்துக்கு சுமார் நூறு ஆண்டு காலத்துக்கு முன்னால் அச்சண்டை நடந்தது. அதன் வரலாறு தமிழ் மக்கள் அனைவருக்கும் தெரிந்திருக்க வேண்டியது அவசியம்.

'கரிகால் வளவன்' பெருநற்கிள்ளி, இளஞ்சேட் சென்னி, தொடித்தோட் செம்பியன் முதலிய சோழகுல

மன்னர்கள் சீரும் சிறப்புமாக சோழ நாட்டை ஆண்டிருந்த காலத்துக்குப் பிறகு ஏறக்குறைய ஐந்நூறு அறுநூறு வருஷ காலம் சோழர் குலத்தின் கீர்த்தியை நீடித்த கிரகணம் பிடித்திருந்தது.

தெற்கே பாண்டியர்களும், வடக்கே பல்லவர்களும் வலிமை மிக்கவர்களாகி சோழர்களை நெருக்கி வந்தார்கள். கடைசியாக, சோழ குலத்தார் பாண்டியர்களின் தொல்லையைப் பொறுக்க முடியாமல் அவர்களுடைய நெடுங்கால தலைநகரமான உறையூரை விட்டு நகர வேண்டி வந்தது. அப்படி நகர்ந்தவர்கள் குடந்தைக்கு அருகில் இருந்த பழையாறை என்னும் நகருக்கு வந்து சேர்ந்தார்கள். ஆயினும் உறையூர் தங்கள் தலைநகரம் என்னும் உரிமையை விட்டு விடவில்லை. 'கோழி வேந்தர்' என்னும் பட்டத்தையும் விட்டுவிடவில்லை.

பழையாறைச் சோழ மன்னர்களில் விஜயாலய சோழர் என்பவர் இணையில்லா வீரப்புகழ் பெற்றவர். இவர் பற்பல யுத்த களங்களில் முன்னணியில் நின்று போர் செய்து உடம்பில் தொண்ணூற்றாறு காயங்களை அடைந்தவர்.

"எண்கொண்ட தொண்ணூற்றின்
மேலுமிரு மூன்று
புண்கொண்ட வெற்றிப் புரவலன்"

என்றும்,

"புண்ணூறு தன்றிருமேனியிற் பூணாகத்
தொண்ணூறும் ஆறுஞ் சுமந்தோனும்"

என்றெல்லாம் பிற்கால ஆஸ்தானப் புலவர்களால் பாடப் பெற்றவர்.

இவருடைய மகன் ஆதித்த சோழன் தந்தைக்கு இணையான பெருவீரனாக விளங்கினான். இவனும் பல போர்களில் கலந்துகொண்டு புகழ்பெற்றான்.

விஜயாலய சோழர் முதுமைப் பிராயத்தை அடைந்து மகனுக்குப் பட்டங்கட்டிவிட்டு ஓய்ந்திருந்தார். அச்சமயத்தில் பாண்டியர்களுக்கும் பல்லவர்களுக்கும் பகைமை முற்றி அடிக்கடி சண்டை நடந்துகொண்டிருந்தது. அந்தக் காலத்துப் பாண்டிய மன்னனுக்கு வரகுணவர்மன் என்று பெயர்; பல்லவ அரசனுக்கு அபராஜிதவர்மன் என்று பெயர். இந்த இரண்டு பேரரசர்களுக்குள் நடந்த சண்டைகள் பெரும்பாலும் சோழநாட்டில் நடைபெற்றன. யானையும் யானையும் மோதி சண்டையிடும்போது நடுவில் அகப்பட்டுக்கொள்ளும் சேவல் கோழியைப் போல் சோழ நாடு அவதிப்பட்டது. சோழநாட்டு மக்கள் துன்புற்றார்கள். எனினும் இப்போர்களை விஜயாலய சோழர் தமக்குச் சாதகமாகப் பயன்படுத்திக் கொண்டார். ஒவ்வொரு போரிலும் ஏதாவது ஒரு கட்சியில் தம்முடைய சிறிய படையுடன் போய்க் கலந்துகொண்டார். வெற்றி தோல்விகள் மாறி மாறி வந்தாலும் சோழ நாட்டில் போர்க்குணம் மிகுந்து வந்தது.

காவேரி நதியிலிருந்து பல கிளை நதிகள் பிரிந்து சோழ நாட்டை வளப்படுத்துவதை யாவரும் அறிவார்கள். அக்கிளை நதிகள் யாவும் காவிரிக்குத் தெற்கே பிரிகின்றன. கொள்ளிடத்திலிருந்து பிரிந்து காவிரிக்கும் கொள்ளிடத்துக்கும் நடுவில் பாயும் நதி ஒன்றே ஒன்றுதான்; அதற்கு மண்ணியாறு என்று பெயர்.

இந்த மண்ணியாற்றின் வடகரையில், திருப்புறம்பயம் கிராமத்துக்கு அருகில், பாண்டியர்களுக்கும் பல்லவர்களுக்கும் இறுதியான பலப்பரீட்சை நடந்தது. இரு தரப்பிலும் படைபலம் ஏறக்குறைய சமமாக இருந்தது. பல்லவ அபராஜிதவர்மனுக்குத் துணையாக கங்கநாட்டு பிரிதிவீபதி வந்திருந்தான். ஆதித்த சோழனும் அபராஜிதவர்மனுடைய கட்சியில் சேர்ந்திருந்தான்.

பாண்டிய சைன்யத்துடனும் பல்லவ சைன்யத்துடனும் ஒப்பிட்டால், சோழ சைன்யம் மிகச் சிறியதாகவே இருந்தது. எனினும், இம்முறை பாண்டியன் வெற்றி பெற்றால், சோழ வம்சம் அடியோடு நாசமாக நேரும் என்று ஆதித்தன் அறிந்திருந்தான். ஆகையால், பெரிய சமுத்திரத்தில் கலக்கும் காவேரி நதியைப் போல் பல்லவரின் மகா சைன்யத்தில் தன்னுடைய சிறு படையையும் சேர்த்திருந்தான்.

காத தூரத்துக்குக் காததூரம் ரணகளம் பரவியிருந்தது. ரத, கஜ, துரக, பதாதிகள் என்னும் நாலுவகைப் படைகளும் போரில் ஈடுபட்டிருந்தன. மலையோடு மலை முட்டுவதுபோல் யானைகள் ஒன்றையொன்று தாக்கியபோது நாலாத் திசைகளும் அதிர்ந்தன. புயலோடு புயல் மோதுவது போல் குதிரைகள் ஒன்றின் மீது ஒன்று பாய்ந்தபோது குதிரை வீரர்களின் கையிலிருந்த வேல்கள் மின்வெட்டுகளைப் போல் பிரகாசித்தன. ரதத்தோடு ரதம் மோதி சுக்குநூறாகித் திசையெல்லாம் பறந்தன. காலாள் வீரர்களின் வாள்களோடு வாள்களும், வேல்களோடு வேல்களும் உராய்ந்த போது எழுந்த ஜங்கார ஒலிகளினால் திக்குத் திகாந்தங்கள் எல்லாம் நடுநடுங்கின.

மூன்று நாள் இடைவிடாமல் சண்டை நடந்த பிறகு, ரணகளம் முழுவதும் ரத்தக் கடலாகக் காட்சியளித்தது. அந்தக் கடலில் செத்த யானைகளும் குதிரைகளும் திட்டுத் திட்டாகக் கிடந்தன. உடைந்த ரதங்களின் பகுதிகள் கடலில் கவிழ்ந்த கப்பலின் பலகைகளைப் போல் மிதந்தன. இரு தரப்பிலும் ஆயிரம் பதினாயிரம் வீரர்கள் உயிரிழந்து கிடந்தார்கள்.

மூன்று நாள் இவ்விதம் கோர யுத்தம் நடந்த பிறகு பல்லவர் சைன்யத்தில் ஒரு பகுதிதான் மிஞ்சியிருந்தது. மிஞ்சியவர்களும் மிகக் களைத்திருந்தார்கள். பாண்டிய நாட்டு வீர மறவர்களோ, களைப்பையே அறியாத வரம் வாங்கி வந்தவர்களைப்போல், மேலும் மேலும் வந்து தாக்கினார்கள். அபராஜிதவர்மனுடைய கூடாரத்தில் மந்திராலோசனை நடந்தது. அபராஜிதன், பிரதிவீபதி, ஆதித்தன் ஆகிய மூன்று மன்னர்களுடன் படைத்தலைவர்களும் கலந்து ஆலோசித்தார்கள். இனி எதிர்த்து நிற்க முடியாது என்றும், பின்வாங்கிக் கொள்ளிடத்துக்கு வடகரைக்குச் சென்று விடுவதே உசிதம் என்றும் முடிவு செய்தார்கள்.

இப்படிப்பட்ட நிலைமையில் போர்க்களத்தில் ஓர் அதிசயம் நடந்தது. முதுமையினால் தளர்ந்தவனும், உடம்பில் தொண்ணூற்றாறு காயவடுக்கள் உள்ளவனும், கால்களில் பட்ட கொடிய காயத்தினால் எழுந்து நிற்கும் சக்தியை இழந்தவனுமான விஜயாலய சோழன் எப்படியோ யுத்த அரங்கத்துக்கு வந்து விட்டான். பல்லவ சைன்யம் பின்வாங்கிக் கொள்ளிடத்துக்கு வடக்கே போய்விட்டால், சோழ நாடு மறுபடியும் நெடுங்காலம் தலையெடுக்க முடியாது என்பதை உணர்ந்திருந்த அந்தக் கிழச் சிங்கத்தின் கர்ஜனை, பல்லவர் கட்சியில் எஞ்சியிருந்த வீரர்களுக்குப் புத்துயிர் அளித்தது.

"ஒரு யானை! எனக்கு ஒரு யானை கொடுங்கள்!" என்றான்.

"நமது யானைப்படை முழுதும் அதமாகிவிட்டது; ஒன்றுகூட தப்பவில்லை" என்றார்கள்.

"ஒரு குதிரை, ஒரு குதிரையாவது கொண்டு வாருங்கள்!" என்றான்.

"உயிருள்ள குதிரை ஒன்று கூட மிஞ்சவில்லை" என்று சொன்னார்கள்.

"சோழநாட்டுச் சுத்தவீரர்கள் இருவரேனும் மிஞ்சி உயிரோடு இருக்கிறார்களா? இருந்தால் வாருங்கள்!" என்று விஜயாலயன் அலறினான்.

இருவருக்குப் பதிலாக இருநூறுபேர் முன்னால் வந்தார்கள்.

"இரண்டு பேர் தோளில் வலியும் நெஞ்சில் உரமும் உள்ள இரண்டு பேர் என்னைத் தோள் கொடுத்துத் தூக்கிக் கொள்ளுங்கள். மற்றவர்கள் இரண்டு இரண்டு பேராகப் பின்னால் வந்துகொண்டிருங்கள். என்னைச் சுமக்கும் இருவர் விழுந்தால், பின்னால் வரும் இருவர் என்னைத் தூக்கி கொள்ளுங்கள்!" என்றான் அந்த வீராதி வீரன்.

அப்படியே இரண்டு பீமசேனர்கள் முன்னால் வந்து விஜயாலயனைத் தோளில் தூக்கிக் கொண்டார்கள்.

"போங்கள்! போர் முனைக்குப் போங்கள்!" என்று கர்ஜித்தான்.

போர்க்களத்தில் ஓரிடத்தில் இன்னமும் சண்டை நடந்து கொண்டிருந்தது. தெற்கத்தி மறவர்கள் கீழைநாட்டாரைத் தாக்கிப் பின்வாங்க செய்துகொண்டே வந்தார்கள்.

இருவருடைய தோள்களில் அமர்ந்த விஜயாலயன் அந்தப் போர் முனைக்குப் போனான். இரண்டு கைகளிலும் இரண்டு நீண்ட வாள்களை வைத்துக்கொண்டு திருமாலின் சக்ராயுதத்தைப் போல் சுழற்றிக்கொண்டு, எதிரிகளிடையே புகுந்தான். அவனைத் தடுக்க யாராலும் முடியவில்லை. அவன் புகுந்து சென்ற வழியெல்லாம் இருபுறமும் பகைவர்களின் உடல்கள் குவிந்துகொண்டேயிருந்தன.

ஆம்; இந்த அதிசயத்தைப் பார்ப்பதற்காகப் பின்வாங்கிய வீரர்கள் பலரும் முன்னால் வந்தார்கள். விஜயாலயனுடைய அமானுஷ்ய வீரத்தைக் கண்டு முதலில் சிறிது திகைத்து நின்றார்கள். பிறகு ஒருவரையொருவர் உற்சாகப்படுத்திக்கொண்டு தாங்களும் போர் முனையில் புகுந்தார்கள்.

அவ்வளவுதான்; தேவி ஜயலக்ஷ்மியின் கருணாகடாட்சம் இந்தப் பக்கம் திரும்பிவிட்டது.

பல்லவர் படைத் தலைவர்கள் பின்வாங்கிக் கொள்ளிடத்துக்கு வடகரை போகும் யோசனையைக் கைவிட்டார்கள்.

மூன்று வேந்தர்களும் தமக்குரிய மூலபல வீரர்கள் புடைசூழப் போர்முனையில் புகுந்தார்கள். சிறிது நேரத்துக்கெல்லாம் பாண்டிய வீரர்கள் பின்வாங்கத் தொடங்கினார்கள். பிறகு அவர்கள் பாண்டிய நாட்டின் எல்லைக்குச் சென்றுதான் நின்றார்கள்.

கங்க மன்னன் பிரதிவீபதி அன்றையப் போரில் செயற்கரும் செயல்கள் பல புரிந்த பிறகு, தன் புகழுடம்பை அப்போர்க் களத்தில் நிலைநாட்டி விட்டு வீர சொர்க்கம் சென்றான்.

அத்தகைய வீரனுடைய ஞாபகார்த்தமாக அப்போர்க்களத்தில் வீரக்கல் நாட்டினார்கள். பிறகு பள்ளிப்படைக் கோயிலும் எடுத்தார்கள்.

அத்தகைய கொடூரமான பயங்கர யுத்தம் நடந்த ரணகளம் சில காலம் புல் பூண்டுகள் முளையாமல் கிடந்தது. அந்தப் பக்கம் மக்கள் போவதேயில்லை. சிறிது காலத்துக்குப் பிறகு அங்கே காடு மண்ட ஆரம்பித்தது. பள்ளிப்படைக் கோவிலைச் சுற்றிக் காடு அடர்ந்தது, புதர்களில் நரிகள் குடிபுகுந்தன. இருண்ட மரக்கிளைகளில் ஆந்தைகளும் கோட்டான்களும் வாசம் செய்தன. நாளடைவில் அப்பள்ளிப்படைக் கோயிலுக்கு யாரும் போவதை நிறுத்தி விட்டார்கள். எனவே, கோயிலும் நாளுக்கு நாள் தகர்ந்து போய் வந்தது. நமது கதை நடக்கும் காலத்தில் பாழடைந்து கிடந்தது.

இத்தகைய பாழடைந்த பள்ளிப்படைக் கோயிலுக்கு இருட்டுகிற நேரத்தில் ஆழ்வார்க்கடியான் வந்து சேர்ந்தான். அக்கோயிலின்மேல் மண்டப விளிம்பில் அமைந்த

காவல் பூதகணங்கள் அவனைப் பயமுறுத்தப் பார்த்தன. ஆனால் அந்த வீரவைஷ்ணவ சிகாமணியா பயப்படுகிறவன்? பள்ளிப்படைக் கோயில் மண்டபத்தின்மீது தாவி ஏறினான். மண்டபத்தின் மீது கவிந்திருந்த மரக்கிளையின் மறைவில் உட்கார்ந்துகொண்டான். நாலாபுறமும் கவனமாகப் பார்த்துக் கொண்டிருந்தான். அவனுடைய கண்கள் அடர்த்தியான இருளைக் கிழித்துக் கொண்டு பார்க்கும் சக்தியைப் பெற்றிருந்தன. அவனுடைய செவிகளும் அவ்வாறே மிக மெல்லிய ஓசையையும் கேட்கக்கூடிய கூர்மை பெற்றிருந்தன.

இருட்டி ஒரு நாழிகை; இரண்டு நாழிகை; மூன்று நாழிகையும் ஆயிற்று. சுற்றிலும் சூழ்ந்திருந்த அந்தகாரம் அவனை அடியோடு அமுக்கி, மூச்சுத் திணறச் செய்தது. அவ்வப்போது காட்டு மரங்களினிடையே சலசலவென்று ஏதோ சத்தம் கேட்டது. அதோ ஒரு மரநாய் மரத்தின்மேல் ஏறுகிறது! அதோ ஒரு ஆந்தை உறுமுகிறது! இந்தப் பக்கம் ஒரு கோட்டான் கூவுகிறது! மரநாய்க்குப் பயந்து ஒரு பறவை சடசடவென்று சிறகை அடித்துக்கொண்டு மேல் கிளைக்குப் பாய்கிறது. அதோ, நரிகள் ஊளையிடத் தொடங்கி விட்டன.

தலைக்கு மேலே ஏதோ சத்தம் கேட்டது. அண்ணாந்து பார்த்தான்; அணிலோ, ஓணானோ, அல்லது அத்தகைய வேறொரு சிறிய பிராணியோ மரக்கிளைகளின் மீது தாவி ஏறிற்று.

மரக்கிளைகளின் இடுக்குகளின் வழியாக வானத்தில் ஒரு சிறு பகுதி தெரிந்தது. விண்மீன்கள் 'முணுக்', 'முணுக்'கென்று மின்னிக்கொண்டு கீழே எட்டிப் பார்த்தன. அந்தத் தனிமை மிகுந்த கனாந்தகாரத்தினிடையே வானத்து நட்சத்திரங்கள் அவனுடன் நட்புரிமை கொண்டாடுவதுபோல் தோன்றின. எனவே, ஆழ்வார்க்கடியான் மரக்கிளைகளின் வழியாக எட்டிப் பார்த்த நட்சத்திரங்களைப் பார்த்து மெல்லிய குரலில் பேசினான்; "ஓ! நட்சத்திரங்களே! உங்களை இன்றைக்குப் பார்த்தால் பூவுலக மக்களின் அறிவீனத்தைப் பார்த்துக் கேலி செய்து கண் சிமிட்டி சிரிப்பவர்களைப் போலத் தோன்றுகிறது. சிரிப்பதற்கு உங்களுக்கு வேண்டிய காரணம் உண்டு. நூறு வருஷத்துக்கு முன்னால் இதே இடத்தில் நடந்த பெரும் போரையும், போர் நடந்த பிறகு இங்கே வெகு நாள்வரை இரத்த வெள்ளம் பெருகிக் கிடந்ததையும் பார்த்திருக்கிறீர்கள். மனிதர்கள் எதற்காக இப்படி ஒருவரையொருவர் பகைக்க வேண்டும் என்று அதிசயிக்கிறீர்கள். எதற்காக இப்படி மனித இரத்தத்தை சிந்தி வெள்ளமாக ஓடச் செய்ய வேண்டும் என்றும் வியக்கிறீர்கள் இதற்குப் பெயர் வீரமாம்."

"ஒரு மனிதன் இறந்து நூறு வருஷம் ஆகியும் அவனிடம் பகைமை பாராட்டுகிறார்கள்! இந்தப் பள்ளிப்படை பகைவனுடைய பள்ளிப்படையாம்! பகைவன் பள்ளிப்படைக்கு அருகில் கூடி யோசிக்கப் போகிறார்களாம். செத்துப் போனவர்களின் பெயரால் உயிரோடிருப்பவர்களை இம்சிப்பதற்கு! வானத்து விண்மீன்களே! நீங்கள் ஏன் சிரிக்க மாட்டீர்கள்? நன்றாய்ச் சிரியுங்கள்!

"கடவுளே! இங்கு வந்தது வீண் தானா? இன்றிரவெல்லாம் இப்படியே கழியப்போகிறதா? எதிர்பார்த்த ஆட்கள் இங்கே வரப்போவதில்லையா? என் காதில் விழுந்தது தவறா? நான் சரியாகக் கவனிக்கவில்லையா? அல்லது அந்த மச்சஹஸ்த சமிக்ஞையாளர்கள் தங்கள் யோசனையை மாற்றிக்கொண்டு வேறிடத்துக்குப் போய்விட்டார்களா! என்ன ஏமாற்றம்? இன்றைக்கு மட்டும் நான் ஏமாந்து போனால் என்னை நான் ஒருநாளும் மன்னித்துக்கொள்ள முடியாது!... ஆ! அதோ சிறிது வெளிச்சம் தெரிகிறது! அது என்ன? வெளிச்சம் மறைகிறது; மறுபடி தெரிகிறது சந்தேகமில்லை. அதோ, சுளுந்து கொளுத்திப் பிடித்துக்கொண்டு யாரோ ஒருவன் வருகிறான்! இல்லை இரண்டு பேர் வருகிறார்கள் காத்திருந்தது வீண் போகவில்லை!..." என்று தனக்குத்தானே பேசிக் கொண்டார்.

வந்தவர்கள் இருவரும் பள்ளிப்படையைத் தாண்டிக் கொண்டு சிறிது அப்பால் போனார்கள். அடர்ந்த காட்டுக்கு மத்தியில் சிறிது இடைவெளி இருந்த இடத்தில் நின்றார்கள். ஒருவன் உட்கார்ந்துகொண்டான்; கையில் சுளுந்து வைத்திருந்தவன் சுற்றும்

முற்றும் பார்த்துக்கொண்டிருந்தான். யாருடைய வரவையோ அவன் எதிர்பார்த்தான் என்பதில் சந்தேகமில்லை. சற்று நேரத்துக்கெல்லாம் இன்னும் இரண்டு பேர் வந்தார்கள். அவர்கள் இதற்கு முன் இந்த இடத்துக்கு வந்தவர்களாக இருக்க வேண்டும்; இல்லாவிட்டால் இந்த இருளில், அடர்ந்த காட்டில், வழி கண்டுபிடித்துக் கொண்டு வர முடியுமா?

முதலில் வந்தவர்களும் பின்னால் வந்தவர்களும் ஏதோ பேசிக் கொண்டார்கள். ஆனால் ஆழ்வார்க்கடியான் காதில் அது ஒன்றும் விழவில்லை. 'அடடா, இத்தனை கஷ்டப்பட்டு வந்தும் பிரயோஜனம் ஒண்ணும் இராது போலிருக்கிறதே! ஆட்களின் அடையாளம் கூடத் தெரிந்துகொள்ள முடியவில்லையே!' என்று எண்ணினான்.

பிறகு இன்னும் இரண்டுபேர் வந்தார்கள். முன்னால் வந்தவர்களும் கடைசியில் வந்தவர்களும் ஒருவருக்கொருவர் பேசிக் கொண்டார்கள். கடைசியாக வந்தவர்களில் ஒருவன் கையில் ஒரு பை கொண்டு வந்திருந்தான். அதை அவன் அவிழ்த்து அதனுள் இருந்தவற்றைக் கொட்டினான். சுளுந்து வெளிச்சத்தில் தங்க நாணயங்கள் பளபளவென்று ஒளிர்ந்தன.

கொட்டிய மனிதன் பைத்தியம் பிடித்தவனைப்போல் சிரித்து, "நண்பர்களே! சோழநாட்டுப் பொக்கிஷத்தைக் கொண்டே சோழ ராஜ்யத்துக்கு உலை வைக்கப் போகிறோம்! இது பெரிய வேடிக்கையல்லவா?" என்று சொல்லிவிட்டு மறுபடியும் கலகலவென்று சிரித்தான்.

"ரவிதாஸரே! இரைச்சல் போடவேண்டாம்; கொஞ்சம் மெதுவாகப் பேசலாம்" என்றான் ஒருவன்.

"ஆகா! இங்கு இப்படிப் பேசினால் என்ன? நரிகளும், மரநாய்களும், கூகைகளும் கோட்டான்களுந்தான் நம் பேச்சைக் கேட்கும்! நல்லவேளையாக அவை யாரிடமும் போய்ச் சொல்லாது!" என்றான் ரவிதாஸன்.

"இருந்தாலும் கொஞ்சம் மெதுவாகப் பேசுவதே நல்லது அல்லவா?"

பிறகு அவர்கள் மெல்லப் பேசத் தொடங்கினார்கள். ஆழ்வார்க்கடியானுக்கு அவர்களுடைய பேச்சைக் கேட்டறியாமல் மண்டபத்தின் பேரில் உட்கார்ந்து இருப்பது வீண் என்று தோன்றியது. மண்டபத்திலிருந்து இறங்கிக் கூட்டம் நடக்கும் இடத்திற்கு அருகில் நின்று ஒட்டுக்கேட்டே தீரவேண்டும். அதனால் விளையும் அபாயத்தையும் சமாளித்துக் கொள்ள வேண்டும். இவ்விதம் எண்ணி ஆழ்வார்க்கடியான் மண்டபத்திலிருந்து இறங்க முயன்றபோது, மரக்கிளையில் அவன் உடம்பு உராய்ந்ததால் சலசலப்புச் சத்தம் உண்டாயிற்று.

பேசிக்கொண்டிருந்த மனிதர்களில் இருவர் சட்டென்று குதித்து எழுந்து, "யார் அங்கே"" என்று கர்ஜித்தார்கள்.

ஆழ்வார்க்கடியானுடைய இதயத் துடிப்பு சிறிது நேரம் நின்று போயிற்று. அவர்களிடம் அகப்பட்டுக் கொள்ளாமல் தப்பி ஓடுவதைத் தவிர வேறு வழியில்லை. ஓடினாலும் காட்டில் சலசலப்புச் சத்தம் கேட்கத்தானே செய்யும்! அவர்கள் வந்து தன்னைப் பிடித்து விடலாம் அல்லவா?

அச்சமயத்தில், கோட்டான் ஒன்று சப்பட்டையை விரித்து உயர்த்தி அடித்துக்கொண்டுடன் "ஊம் ஊம்" என்று உறுமியது.

ஜோ

20. "முதற் பகைவன்!"

தக்க சமயத்தில் ஆந்தை செய்த உதவியை ஆழ்வார்க்கடியான் மனதிற்குள் பெரிதும் பாராட்டினான். ஏனெனில், காட்டின் மத்தியில் கூடியிருந்த சதிகாரர்கள்,

சிறகடித்துக்கொண்டு உறுமிய ஆந்தையைப் பார்த்து அதனால் ஏற்பட்ட சத்தந்தான் என்று எண்ணிக் கொண்டார்கள்.

"அடே! இந்தக் கோட்டான் நம்மைப் பயப்படுத்தி விட்டது! வெட்டுடா அதை!" என்றான் ஒருவன்.

"வேண்டாம்! உங்கள் கத்திகளை வேறு முக்கியமான காரியங்களுக்குப் பத்திரப்படுத்தி வையுங்கள். நம் பகைவர்களைப் பூண்டோடு ஒழிப்பதற்குக் கூராக்கி வையுங்கள்! ஆந்தையும் கோட்டானும் நம் பகைவர்களல்ல; அவை நம் சிநேகிதர்கள்! மனிதர்கள் சாதாரணமாய் உறங்கும் சமயங்களில் நாம் கண் விழித்திருக்கிறோம். நம்மோடு ஆந்தைகளும் கூகைகளும் கண் விழித்திருக்கின்றன!" என்றான் ரவிதாஸன் என்பவன்.

அவனுடைய பேச்சைக் கேட்டுக்கொண்டே மெல்ல மெல்ல அடிமேல் அடியெடுத்து வைத்து நடந்து திருமலையப்பன் ஒரு பெரிய மருதமரத்தின் சமீபத்தை அடைந்தான். நூறு வயதான அந்த மரத்தின் பெரிய வேர்கள் நாலாபுறத்திலும் ஓடியிருந்தன. ஓர் ஆணிவேருக்கும் இன்னோர் ஆணிவேருக்கும் மத்தியில் தரையிலும் இடைவெளியிருந்தது; மரத்தின் அடிப்பக்கத்திலும் நல்ல குழிவு இருந்தது.

அத்தகைய குழிவு ஒன்றில் மரத்தோடு மரமாகச் சாய்ந்து கொண்டு ஆழ்வார்க்கடியான் நின்றான்.

"தஞ்சாவூர் இராஜ்யத்தின் பொக்கிஷம் இருக்கும்வரையில் நமக்கு வேண்டிய பொருளுக்குக் குறைவு இல்லை. எடுத்த காரியத்தை முடிக்க வேண்டிய நெஞ்சுத் துணிவு வேண்டும். காரியம் முடிகிற வரையில் வெளியில் தெரியாதபடி இரகசியத்தைப் பேணும் சக்தி வேண்டும்! நமக்குள் இரண்டு பிரிவாகப் பிரிந்துகொள்ள வேண்டும். ஒரு பிரிவினர் உடனே இலங்கைக்குப் போக வேண்டும். இன்னொரு பிரிவினர் தொண்டை மண்டலம் சென்று காரிய சித்திக்குத் தக்க சமயத்தை எதிர்பார்த்திருக்க வேண்டும். ஏறக்குறைய இரண்டு காரியங்களும் ஒரே சமயத்தில் முடிய வேண்டும். ஒரு பகைவனை முடித்த பிறகு அவகாசம் கொடுத்தால், இன்னொரு பகைவன் ஜாக்கிரதையாகிவிடுவான்! அதற்கு இடமே கொடுக்கக் கூடாது. தெரிகிறதா? உங்களில் இலங்கைக்குப் போக யார் யார் ஆயத்தமாயிருக்கிறீர்கள்?" என்றான் ரவிதாஸன்.

"நான் போகிறேன்!", "நான் தான் போவேன்!" என்று பல குரல்கள் ஒரே சமயத்தில் கேட்டன.

"யார் போகிறது என்பதை அடுத்த முறை பாண்டிய நாட்டில் கூடித் தீர்மானிக்கலாம்! அதுவரைக்கும் இங்கே செய்யவேண்டிய ஏற்பாடுகள் இன்னும் சில இருக்கின்றன!" என்றான் ரவிதாஸன்.

"ஈழத்துக்கு எந்த வழி போவது நல்லது?" என்று ஒருவன் கேட்டான்.

"கோடிக்கரை வழியாகப் போகலாம், கடலைக் கடப்பதற்கு அது நல்ல வழி. ஆனால் இங்கிருந்து கோடிக்கரை வரையில் செல்வது கடினம். நெடுகிலும் பகைவர்கள்; ஆங்காங்கே ஒற்றர்கள். ஆகையால் சேதுவுக்குச் சென்று அங்கே கடலைத் தாண்டி மாதோட்டத்துக்கருகில் இறங்குவதுதான் நல்லது. இலங்கை போகிறவர்கள் சமயத்தில் படகு வலிக்கவும், கட்டுமரம் தள்ளவும், கடலில் நீந்தவும் தெரிந்தவர்களாயிருக்க வேண்டும். இங்கே யாருக்கு நீந்தத் தெரியும்?"

"எனக்குத் தெரியும்", "எனக்கும் தெரியும்" என்ற குரல்கள் எழுந்தன.

"முதலில், இலங்கை மன்னன் மகிந்தனைக் கண்டு பேசிவிட்டுப் பிறகு காரியத்தில் இறங்க வேண்டும். ஆகையால் ஈழத்துக்குப் போகிறவர்களில் ஒருவருக்காவது சிங்கள மொழி

தெரிந்திருக்கவேண்டும். ஆ! நமது சோமன் சாம்பவன் இன்னும் வந்து சேரவில்லையே? யாராவது அவனை இன்றைக்குப் பார்த்தீர்களா?"

"இதோ வந்துகொண்டிருக்கிறேன்!" என்று ஆழ்வார்க்கடியானுக்கு மிக்க சமீபத்திலிருந்து ஒரு குரல் கேட்டது. அடியான் மேலும் மரத்தோடு மரமாக ஒட்டிக் கொண்டான். அட்டா! இந்தப் பாழும் உடம்பு இப்படிப் பெருத்துவிட்டது எவ்வளவு சங்கடமாயிருக்கிறது!

புதிதாக இரண்டு பேர் அக்கூட்டத்தில் வந்து சேர்ந்து கொண்டார்கள். ஆழ்வார்க்கடியான் தன் முகத்தில் ஒரு சிறு பகுதியை மட்டுமே மரத்துக்கு வெளியே நீட்டி எட்டிப் பார்த்தான். புதிதாக வந்தவர்கள் இருவரும் கொள்ளிடக் கரையில் அரசமரத்தடியில் சந்தித்துப் பேசியவர்கள்தான் என்று தெரிந்துகொண்டான்.

புது மனிதர்களைக் கண்டதும் ரவிதாஸன், "வாருங்கள்! வாருங்கள்! ஒருவேளை ஏதாவது உங்களுக்கு ஆபத்து வந்து விட்டதோ, வராமலே இருந்து விடுவீர்களோ என்று பயந்தேன்; எங்கிருந்து எந்த வழியாக வந்தீர்கள்?" என்றான்.

"கொள்ளிடக் கரையோடு வந்தோம், வழியில் ஒரு கூட்டம் நரிகள் வளைத்துக் கொண்டன. நரிகளிடம் சிக்காமல் தப்பித்து வருவதற்கு நேரம் ஆகிவிட்டது!" என்றான் சோமன் சாம்பவன்.

"புலிக்கும், சிங்கத்துக்கும் பயப்பட்டால் பொருள் உண்டு. நரிக்குப் பயப்படுகிறவர்களால் என்ன காரியத்தைச் சாதித்துவிட முடியும்?" என்றான் அந்தக் கூட்டத்துக்கு முன்னமே வந்திருந்தவர்களில் ஒருவன்.

"அப்படிச் சொல்லாதே, அப்பனே! சிங்கம், புலியைக் காட்டிலும் நரி பொல்லாதது! ஏனெனில், சிங்கமும் புலியும் தனித்தனியே பாய்ந்து வரும் விரோதிகள் அவற்றோடு சண்டையிட்டு சமாளிக்கலாம். ஆனால் நரிகளோ கூட்டங்கூட்டமாக வருகின்றன; ஆகையால், அவற்றுக்குப் பலம் அதிகம். சோழ நாட்டு நரிகள் பெருங்கூட்டமாக வந்ததனால்தானே நம் ஒப்பற்ற மன்னாதி மன்னன் தோற்கவும் உயிர் துறக்கவும் நேர்ந்தது? இல்லாவிட்டால் அவ்விதம் நேர்ந்திருக்குமா?"

"அந்த நரிக்குலத்தை அடியோடு அழிப்போம்! பூண்டோடு நாசம் செய்வோம்!" என்று ஆங்காரத்துடன் கூவினான் சோமன் சாம்பவன்.

"இதோ அதற்கு வேண்டிய உபகரணங்கள்!" என்று ரவிதாஸன் பொன் நாணயங்களின் குவியலைச் சுட்டிக் காட்டினான்.

சோமன் சாம்பவன் நாணயங்கள் சிலவற்றைக் கையில் எடுத்துப் பார்த்துவிட்டு, "ஆ! ஒரு பக்கம் புலி! இன்னொரு பக்கம் பனை!" என்று சொன்னான்.

"சோழனுடைய பொன்; பழுவேட்டரையனுடைய முத்திரை. நான் சொன்னது சொன்னபடி நிறைவேற்றிவிட்டேன். உங்களுடைய செய்தி என்ன? நமது இடும்பன்காரி ஏதாவது செய்தி கொண்டு வந்திருக்க வேண்டுமே?" என்றான் ரவிதாஸன்.

"ஆம்; கொண்டு வந்திருக்கிறார்; கேளுங்கள்! அவரே சொல்லுவார்!"

இடும்பன்காரி சொல்லத் தொடங்கினான்; "தங்கள் கட்டளைப்படியே சம்புவரையர் மாளிகையில் பணியாளாக நான் அமர்ந்து வேலை பார்த்து வருகிறேன். அதனுடைய பலன் நேற்றிரவுதான் சித்தித்தது. நேற்று சம்புவரையர் மாளிகையில் ஒரு பெரிய விருந்து நடந்தது. பெரிய பழுவேட்டரையர், வணங்காமுடிமுனையரையர், மழபாடி மழுவரையர் முதலிய பலர் வந்திருந்தார்கள். குரவைக் கூத்தும் வேலனாட்டமும் நடைபெற்றன. வேலனாட்டம் ஆடிய தேவராளனுக்குச் சந்நதம் வந்து குறி சொன்னான். அவன் சொன்னது நம்முடைய நோக்கத்துக்கு அனுசரணையாகவே இருந்தது. பழுவேட்டரையருடன் வந்த மூடு பல்லக்கில் அவருடைய இளையராணி வந்திருப்பதாக எல்லாரும் எண்ணியிருந்தார்கள். சுந்தர சோழ மகாராஜாவுக்கு உடல்நலம் சரியாயில்லை

யென்றும் அதிகநாள் உயிரோடிருக்க மாட்டாரென்றும் பழுவேட்டரையர் தெரிவித்தார். எல்லாருமாகச் சேர்ந்து அடுத்தபடி பட்டத்துக்கு வரவேண்டியவர் ஆதித்த கரிகாலர் அல்ல, மதுராந்தகத் தேவர் என்று முடிவு செய்தார்கள். ஆனால் மதுராந்தகத்தேவர் இதற்குச் சம்மதிப்பாரா என்று சிலர் கேட்டார்கள். 'அவர் வாயினாலேயே அதற்கு மறுமொழி கூறச் செய்கிறேன்' என்று சொல்லிப் பழுவேட்டரையர் மூடுபல்லக்கின் திரையைத் திறந்தார். அதற்குள்ளிருந்து மதுராந்தகத் தேவர் வெளிவந்தார்! பட்டம் கட்டிக் கொள்ளத் தமக்குச் சம்மதம் என்று அவர் தெரிவித்தார்..."

"இப்படி பெண் வேஷம் போடும் பராக்கிரமசாலிக்கு முடிசூட்டப் போகிறார்களாம்! நன்றாய்ச் சூட்டட்டும்; எல்லாம் நாம் எதிர்பார்த்தபடியேதான் நடந்துவருகிறது. இம்மாதிரி சோழ நாட்டிலேயே ஒரு குழப்பம் ஏற்படுவது நம்முடைய நோக்கத்துக்கு மிக உகந்தது. எது நேர்ந்தாலும், என்ன நடந்தாலும், நம்மை யாரும் சந்தேகிக்க மாட்டார்கள் அல்லவா? இடும்பன்காரி! மிக முக்கியமான செய்தி கொண்டு வந்திருக்கிறீர். ஆனால் இதெல்லாம் எப்படித் தெரிந்துகொண்டீர்? இதற்குச் சந்தர்ப்பம் எப்படி வாய்த்தது?" என்று கேட்டான் ரவிதாஸன்.

"நடு ராத்திரியில் அவர்கள் சபை கூடியபோது வேறு யாரும் அருகில் வராதபடி பார்த்துக்கொள்ள என்னைக் காவலுக்கு அமர்த்தியிருந்தார்கள். காவல் புரிந்துகொண்டே என் காதுகளையும் கண்களையும் உபயோகப்படுத்திக் கொண்டிருந்தேன்."

"அப்படி உபயோகப்படுத்தியதில் வேறு ஏதாவது தெரிந்ததா?"

"தெரிந்தது, அந்த நள்ளிரவுக் கூட்டத்தில் நடந்ததை யெல்லாம் இன்னொரு வேற்று மனிதன் கோட்டை மதில் சுவர் மேலிருந்து கவனித்துக் கொண்டிருந்தான்!"

"ஆஹா! அவன் யார்?"

"முன் குடுமி வைத்திருந்த ஒரு வைஷ்ணவன்..."

"ஆகா! அவன்தானா? அப்படி நான் நினைத்தேன்! அவனை நீர் என்ன செய்தீர்? சம்புவரையரிடம் பிடித்துக் கொடுக்கவில்லையா?"

"இல்லை. ஒருவேளை அவன் நம்மவனாயிருக்கலாம் என்று நினைத்து விட்டேன். நீங்களே அனுப்பி வைத்தீர்களோ என்று எண்ணினேன்."

"பெரிய பிசகு செய்து விட்டீர்; அவன் நம்மவன் அல்ல. கட்டையாய்க் குட்டையாய் இருப்பான்; சண்டைக்காரன். பெயர் திருமலையப்பன்; 'ஆழ்வார்க்கடியான்' என்று சொல்லிக் கொள்வான்."

"அவனேதான். நான் செய்த பிசகை இன்று மத்தியானம் நானே உணர்ந்து கொண்டேன்; அவன் நம் ஆள் அல்லவென்று தெரிந்தது."

"அதை எப்படி அறிந்தீர்?"

"நேற்று இரவு கந்தன்மாறனின் பாலிய நண்பன் ஒருவனும் கடம்பூர் மாளிகைக்கு வந்திருந்தான். அவனுக்கும் பழுவேட்டரையர் கூட்டத்துக்கும் சம்பந்தம் ஒன்றுமில்லை யென்று தெரிந்தது. அவன் அங்கேயே மூலையில் படுத்து, நிம்மதியாகத் தூங்கினான். இன்று காலையில் சின்ன எஜமானர் தம் சிநேகிதனைக் கொண்டு விடக் கொள்ளிடக்கரை வரையில் வந்தார். அவர் வரப்போவதை அறிந்து அவர் முன்னால் அடிக்கடி நான் போய் நின்றேன்; என்னையும் வரச் சொன்னார். அவர் கொள்ளிடத்தின் வடகரையோடு திரும்பிவிட்டார். என்னைத் தென்கரைக்கு வந்து அவ்வாலிபனுக்கு ஒரு குதிரை சம்பாதித்துக் கொடுத்துவிட்டுத் திரும்பும்படி சென்னார். அங்கிருந்து குடந்தைக்குப் போய் என் அத்தையைப் பார்த்து விட்டு வருவதாகச் சொல்லிவிட்டு வந்தேன். அதனால்தான் சந்தேகத்துக்கு இடமின்றி இங்கே வர முடிந்தது.

"சரிதான், சரிதான்! அந்த வீர வைஷ்ணவனைப் பற்றி எவ்விதம் தெரிந்து கொண்டீர்?"

"கொள்ளிடத்தில் படகு புறப்படும் சமயத்துக்கு அந்த வீர வைஷ்ணவன் வந்து படகில் ஏறிக் கொண்டான். அவன் கந்தன்மாறனின் சிநேகிதனோடு பேசிய சில காரமான வார்த்தைகளிலிருந்து எனக்குச் சிறிது சந்தேகம் உதித்தது, அவனும் நம்மைச் சேர்ந்தவனோ என்று. மேலும் கொள்ளிடத்தின் தென்கரையில் அவன் எனக்காக காத்துக் கொண்டிருந்ததாகத் தோன்றியது. நம்முடைய அந்தரங்க சமிக்ஞையைச் செய்து காட்டினேன். ஆனால் அவன் புரிந்து கொள்ளவில்லை. அதன் பேரில் அவன் நம்மவன் அல்ல என்று தீர்மானித்தேன்..."

"நீர் செய்தது பெரும் பிசகு! முன்பின் தெரியாதவர்களிடம் நம் சமிக்ஞையைச் செய்து காட்டக் கூடாது. நண்பர்களே! இதைக் கேளுங்கள்; நம்முடைய காரியம் காஞ்சிபுரத்தில் இருக்கிறது! இலங்கையிலும் இருக்கிறது. இந்த இரண்டு இடங்களிலும் நம்முடைய பரம விரோதிகள் இருக்கிறார்கள். ஆனால் அவர்கள் இரண்டு பேரையும் காட்டிலும் நம்முடைய கொடிய விரோதி, முதன்மையான விரோதி, ஆழ்வார்க்கடியான் என்று பொய்ப் பெயர் பூண்டு திரியும் திருமலையப்பன் தான். அவன் நம்மையும் நம் நோக்கத்தையும் அடியோடு நாசம் செய்யக் கூடியவன். நமக்கெல்லாம் இணையில்லாத் தலைவியாக உள்ள தேவியை அவன் கொண்டு போகப் பார்க்கிறவன். அடுத்தபடியாக அவனை உங்களில் யாராவது எங்கே கண்டாலும், எந்த நிலைமையில் சந்தித்தாலும், கைகளில் உள்ள ஆயுதத்தை உடனே அவன் மார்பில் பாய்ச்சிக் கொன்று விடுங்கள். ஆயுதம் ஒன்றுமில்லாவிட்டால் கையினால் அவனுடைய மென்னியைத் திருகிக் கொல்லுங்கள். அல்லது சூழ்ச்சியால் விஷத்தைக் கொடுத்துக் கொல்லுங்கள். அல்லது வெள்ளத்தில் தள்ளி முதலைப் பசிக்கு இரையாக்குங்கள். அல்லது ஏதாவது சாக்குச் சொல்லிப் பாறை உச்சிக்கு அழைத்துப் போய் அங்கிருந்து பிடித்துத் தள்ளிக் கொன்றுவிடுங்கள். தேள், நட்டுவாக்கிளி, பாம்பு முதலியவற்றைக் கண்டால் எப்படி இரக்கம் காட்டாமல் கொல்வீர்களோ, அப்படிக் கொன்றுவிடுங்கள்! துர்கா தேவிக்கோ, கண்ணகியம்மனுக்கோ பலி கொடுத்து விட்டால் இன்னும் விசேஷம். எப்படியும் அவன் உயிரோடிருக்கும் வரையில் நம்முடைய நோக்கத்துக்கு இடையூறாகவே இருப்பான்!..."

"ரவிதாஸரே! நீங்கள் இவ்வளவு தூரம் வற்புறுத்தி சொல்வதற்கு அவன் பெரிய கைகாரனாயிருக்க வேண்டும் அப்படிப்பட்டவன் யார்?"

"யாரா? அவன் பயங்கர ஆற்றல் படைத்த ஒற்றன்!"

"யாருடைய ஒற்றன்?"

"எனக்கே அது வெகு காலம் சந்தேகமாகத்தானிருந்தது. சுந்தர சோழரின் ஒற்றனோ, ஆதித்த கரிகாலனின் ஒற்றனோ என்று சந்தேகப்பட்டேன்; இல்லையென்று கண்டேன். பழையாறையில் இருக்கிறாளே, ஒரு கிழப் பாதகி, அந்தப் பெரிய பிராட்டியின் ஒற்றனாயிருக்கலாம் என்று இப்போது சந்தேகிக்கிறேன்."

"ஆகா! அப்படியா? சிவபக்தியில் மூழ்கி, ஆலயத் திருப்பணி செய்து வரும் அந்த செம்பியன் தேவிக்கு ஒற்றன் எதற்கு?"

"அதெல்லாம் பொய், இந்த முன் குடுமிக்காரனின் வீர வைஷ்ணவம் எப்படி வெளி வேஷமோ, அப்படித்தான் அந்த முதிய ராணியின் சிவபக்தியும். பெற்ற பிள்ளைக்கே பெரும் சத்துருவாயிருக்கும் பிசாசு அல்லவா? அதனால்தானே, அவளுடைய சொந்த சகோதரனாகிய மழவரையன் கூட அவளுடன் சண்டை பிடித்துக்கொண்டு, பழுவேட்டரையன் கட்சியில் சேர்ந்திருக்கிறான்?"

"ரவிதாஸரே! அந்த முன் குடுமி வைஷ்ணவனைப் போல் இன்னும் யாராவது உண்டோ?"

"குடந்தையில் ஒரு சோதிடன் இருக்கிறான். அவன் பேரிலும் எனக்குச் சந்தேகம் இருக்கிறது. வருகிறவர் போகிறவர்களுக்கு ஜோசியம் சொல்லுவது போல் சொல்லி வாயைப்

பிடுங்கிப் பல விஷயங்களை தெரிந்து கொள்கிறான். அவனிடம் நீங்கள் யாரும் போகவே கூடாது; போனால் எப்படியும் நிச்சயமாக ஏமாந்து போவீர்கள்."

"அவன் யாருடைய ஒற்றன் என்று நினைக்கிறீர்கள்?"

"இன்னும் அதை நான் கண்டுபிடிக்க முடியவில்லை. ஒருவேளை தற்போது இலங்கையில் இருக்கும் போலி இளவரசனுடைய ஒற்றனாக இருக்கலாம். ஆனால் ஜோசியனைப் பற்றி அவ்வளவு கவலை எனக்குக் கிடையாது. அவனால் பெரிய தீங்கு எதுவும் நேர்ந்து விடாது. வைஷ்ணவன் விஷயத்திலேதான் எனக்குப் பயம்! அவனைக் கண்ட இடத்திலே தேள், நட்டுவாக்காளி, பாம்பை அடித்துக் கொல்வது போல் இரக்கமின்றி கொன்றுவிட வேண்டும்!"

இதையெல்லாம் மருத மரத்தின் மறைவிலிருந்து கேட்டுக் கொண்டிருந்த ஆழ்வார்க்கடியானுக்கு மெய் நடுங்கியது; உடம்பெல்லாம் வியர்த்தது. அந்த மரத்தடியிலிருந்து உயிரோடு தப்பித்து போகப் போகிறோமா என்றே அவனுக்குச் சந்தேகம் உண்டாகி விட்டது.

போதும் போதாதற்கு அந்தச் சமயம் பார்த்து அவனுக்குத் தும்மல் வந்தது. எவ்வளவோ அடக்கிக் கொள்ளப் பார்த்தும் முடியவில்லை. துணியை வாயில் வைத்து அடைத்துக்கொண்டு 'நச்' சென்று தும்மினான்.

அந்தச் சமயம் மேலக்காற்று நின்றிருந்தது; காட்டு மரங்களின் மர்ம சத்தமும் நின்று போயிருந்தது.

ஆகையால் திருமலையப்பனின் அடக்கிய தும்மல் சத்தம் பக்கத்தில் பேசிக்கொண்டிருந்த சதிகாரர்களுக்குச் சிறிது கேட்டு விட்டது.

"அந்த மருத மரத்துக்குப் பின்னால் ஏதோ சத்தம் கேட்கிறது. சுளுந்தைக் கொண்டு போய் என்னவென்று பார்" என்றான் ரவிதாசன்.

சுளுந்து பிடித்தவன் மரத்தை நாடி வந்தான். அவன் அருகில் வர வர, வெளிச்சம் அதிகமாகி வந்தது. ஆச்சு! இதோ மரத்தின் முடுக்கில் அவன் திரும்பப் போகிறான். திரும்பிய உடனே சுளுந்து வெளிச்சம் தன் மேல் நன்றாய் விழப் போகிறது. அப்புறம் என்ன நடக்கும்? தப்பிப் பிழைத்தால் புனர் ஜன்மந்தான்!

திருமலையப்பனின் மார்பு படபடவென்று அடித்துக் கொண்டது. தப்புவதற்கு வழியுண்டா என்று சுற்று முற்றும் பார்த்தான்; வழி காணவில்லை. அண்ணாந்து பார்த்தான்; அங்கே மரத்திலிருந்து பிரிந்து சென்ற மரக்கிளையில் ஒரு ராட்சத வெளவால் தலைகீழாகத் தொங்கித் தவம் செய்துகொண்டிருந்தது! உடனே ஒரு யோசனை தோன்றியது. சட்டென்று கைகளை உயர நீட்டி அந்த வெளவாலைப் பிடித்துக் கையில் ஆயத்தமாக வைத்துக் கொண்டான்.

சுளுந்துக்காரன் மரத்தைத் தாண்டி வந்ததும், வெளவாலை அவன் முகத்தின் மீது எறிந்தான்.

சுளுந்து கீழே விழுந்து வெளிச்சம் மங்கியது. வெளவாலின் இறக்கையால் முகத்தில் அடிபட்டவன், "ஏ! ஏ! என்ன! என்ன?" என்று உளறினான். பலர் ஓடி வரும் சத்தம் கேட்டது. ஆழ்வார்க்கடியானும் ஓட்டம் பிடித்தான்; அடுத்த கணம் அடர்ந்த காட்டுக்குள் புகுந்து மறைந்தான்.

பலர் சேர்ந்து, "என்ன? என்ன? என்று கூச்சலிட்டார்கள். சுளுந்து ஏந்திய ஆள் வெளவால் தன்னைத் தாக்கியது பற்றி விவரம் கூறத் தொடங்கினான். இதெல்லாம் திருமலையப்பனின் காதில் கொஞ்ச தூரம் வரையில் கேட்டுக்கொண்டிருந்தது.

21. திரை சலசலத்தது!

ஒரே சமயத்தில் ஒருவனுக்குள்ளே இரண்டு மனங்கள் இயங்க முடியுமா? முடியும் என்று அன்றைக்கு வந்தியத்தேவனுடைய அனுபவத்திலிருந்து தெரிய வந்தது.

சோழ வள நாட்டிற்குள்ளேயே வளம் மிகுந்த பிரதேசத்தின் வழியாக அவன் போய்க் கொண்டிருந்தான். நதிகளில் புதுப்புனல் பொங்கிப் பெருகிக் கொண்டிருந்த காலம். கணவாய்கள், மதகுகள், மடைகளின் வழியாக வாய்க்கால்களிலும் வயல்களிலும் குபுகுபுவென்று ஜலம் பாய்ந்துகொண்டிருந்தது. எங்கே பார்த்தாலும் தண்ணீர் மயமாயிருந்தது. சோழ தேசத்தை 'வளநாடு' என்றும் சோழ மன்னனை 'வளவன்' என்றும் கூறுவது எவ்வளவு பொருத்தமானது? இப்படி எண்ணியவுடனே சோழ நாட்டுக்குச் சோழ மன்னனுக்கும் ஏற்பட்டிருந்த அபாயங்கள் நினைவுக்கு வந்தன. இந்த நிலைமையில் தன்னுடைய கடமை என்ன? இளவரசர் கரிகாலர் கொடுத்த ஓலையை மட்டும் சக்கரவர்த்தியிடம் சேர்ப்பித்து விட்டுத் தன் கடமை தீர்ந்தது என்று இருந்துவிடுவதா? இந்த இராஜகுலத் தாயாதிக் காய்ச்சலிலும் பூசலிலும் நாம் எதற்காகத் தலையிட்டு கொள்ள வேண்டும்? சோழ நாட்டுச் சிம்மாசனத்துக்கு யார் வந்தால்தான் நமக்கு என்ன? பார்க்கப் போனால், நம்முடைய குலத்தின் பூர்வீகப் பகைவர்கள் தானே இவர்கள்? சோழர்களும் கங்கர்களும் வைதும்பர்களும் சேர்ந்து கொண்டுதானே வாணகோப்பாடி ராஜ்யமே இல்லாதபடி செய்து விட்டார்கள்?

இன்றைக்கு ஆதித்த கரிகாலர் நம்மிடம் அன்பாக இருந்ததனால் அந்த அநீதியெல்லாம் மறைந்து போய்விடுமா?... சேச்சே! அந்தப் பழைய சம்பவங்களை அநீதியென்றுதான் எப்படிச் சொல்ல முடியும்? அரசர்கள் என்றால், ஒருவருக்கொருவர் சண்டையிடுவது இயற்கை. அதுபோலவே வெற்றியும் தோல்வியும் மாறி மாறி வருவதும் இயற்கை. வென்றவர்கள் மீது தோற்றவர்கள் கோபங்கொள்வதில் பயன் என்ன? நம்முடைய மூதாதைகள் நல்ல நிலைமையில் இருந்த போது அவர்களும் மற்ற அரசர்களைக் கதிகலங்கத்தானே அடித்தார்கள்? அடியோடு அழித்து விடத்தானே பார்த்தார்கள்? ஆ! அது என்ன பாடல்? இதோ ஞாபகம் வந்துவிட்டது!

"சேனை தழையாக்கிச் செங்குருதி நீர்தேக்கி
ஆனை மிதித்த அருஞ்சேற்றில் மானபரன்
பாவேந்தர் தம்வேந்தன் வாணன் பறித்து
நட்டான் மூவேந்தர் தங்கள் முடி!"

இப்படியெல்லாம் போர்க்களத்தில் கொடூரமான காரியங்களை நம் முன்னோர்களும் செய்திருக்கிறார்கள். போர்க்களத்தில் தோற்றவர்களின் கதி எப்போதும் அதோகதி தான். இராமரைப் போலவும் தர்ம புத்திரரைப் போலவும் எல்லா அரசர்களும் கருணை வள்ளல்களாக இருந்து விட முடியுமா? அப்படி அவர்கள் இருந்தபடியினால்தான் காட்டுக்குப் போய்த் திண்டாடினார்கள்! வீர புருஷர்களாயி ருந்தும், வீரர்களின் துணையிருந்தும் வெகுவாகக் கஷ்டப் பட்டார்கள். இராஜரீகத்தில் கருணை என்பதே கூடாது. பார்க்கப் போனால் சோழ குலத்தவர்கள் சிறிது கருணை யுள்ளவர்கள் என்றே சொல்லவேண்டும். எதிரிகளையும் முடியுமானால் நண்பர்களாக்கிக் கொள்ளவே பார்க்கிறார்கள். அதற்காகக் குலம் விட்டுக் குலம் கல்யாண சம்பந்தமும் செய்து கொள்கிறார்கள். சுந்தர சோழரின் தந்தை அரிஞ்சய சோழர் வைதும்பராயன் மகளைத் திருமணம் செய்துகொள்ள வில்லையா? அழகுக்குப் பெயர்போன அந்தக் கல்யாணியின் மகனாயிருப்பதனால்தானே சுந்தர சோழரும் அவருடைய மக்களும் கூட சௌந்தரியத்தில் சிறந்து விளங்குகிறார்கள்?... ஆ! அழகி என்றதும் அந்தக் குடந்தை நகரத்து மங்கை... அரிசிலாற்றங்கரைப் பெண்மணியின் நினைவு வருகிறது. நினைவு புதிதாக எங்கிருந்தோ வந்து விடவில்லை. அவனுடைய உள்ளத்துக்குள்ளேயே கனிந்துகொண்டிருந்த நினைவுகள்.

வந்தியத்தேவனுடைய வெளிமனம் சோழ நாட்டின் இயற்கை வளங்களைப் பற்றியும் இராஜரீகக் குழப்பங்களைப் பற்றியும் எண்ணிக்கொண்டிருக்கையில் அவனுடைய உள் மனம் அந்த மங்கையினிடத்திலேயே ஈடுபட்டிருந்தது. இப்போது உள் மனம் வெளி மனம் இரண்டும் ஒத்து அம்மங்கையைக் குறித்துப் பட்டவர்த்தனமாகச் சிந்திக்கத் தொடங்கின. பிறகு, வெளியில் எந்த அழகான இயற்கைப் பொருளைப் பார்த்தாலும் அந்த மங்கையின் அவயங்களுடன் ஒப்பிடத் தோன்றின. வழுவழுப்பான மூங்கிலை பார்த்ததும் அவளுடைய தோள்கள் நினைவு வந்தன. ஓடைகளில் மண்டிக்கிடந்த குவளை மலர்கள் அவளுடைய கண்களுக்கு உவமையாயின. பங்கஜ மலர்கள் அவளுடைய தங்க முகத்துக்கு இணைதானா என்ற ஐயம் தோன்றியது. நதியோர மரங்களில் குலுங்கிக்கொண்டிருந்த மலர்களில் வண்டுகள் செய்த ரீங்காரத்தை அவள் குரலின் ஒலிக்கு உவமை சொல்வது சரியாகுமா? இப்படியெல்லாம் கவிகள் கற்பித்திருக்கிறார்களே தவிர, உண்மையில் இவையெல்லாம் எங்கே? அந்த மங்கையின் சௌந்தரியம் எங்கே? அவளுடைய திருமுகத்தைப் பார்த்தபோது மெய்சிலிர்த்ததே! இப்போது நினைத்துப் பார்க்கும்போது கூட நெஞ்சு விம்முகிறதே! இந்தப் பூக்களையும் வண்டுகளையும் பார்த்தால் அத்தகைய மெய்சிலிர்ப்பு உண்டாகவில்லையே?.. சேச்சே! முதியோர்கள் நமக்குச் செய்த உபதேசத்தையெல்லாம் மறந்து விட்டோம்! பெண்களின் மோகத்தைப் போல் உலக வாழ்க்கையில் பொல்லாத மாயை வேறொன்றுமில்லை.

வாழ்க்கையில் வெற்றி பெற விரும்புவோன் பெண்களின் மோக வலையில் விழவே கூடாது; விழுந்தால் அவன் ஒழிந்தான்! கோவலன் கதைதான் அந்த விஷயத்தை அபூர்வமாய் எடுத்துச் சொல்கிறதே! கோவலன் மட்டும் என்ன? இந்த நாளில் வீராதி வீரரும் சோழ நாட்டிலே இணையற்ற செல்வாக்கு உள்ளவருமான பெரிய பழுவேட்டரையரைப் பற்றி மக்கள் பரிகாசம் பேசுங்காரணமும் அதுதானே? ஆனால் மக்கள் உண்மை அறியாதவர்கள். மூடு பல்லக்கிலே வைத்துப் பழுவேட்டரையர் யாரைக் கொண்டு வருகிறார் என்று மக்களுக்குத் தெரியாது! ஆகையால் மூடத்தனமாகப் பேசுகிறார்கள். ஆனாலும், அந்த மதுராந்தக தேவர் தம்மை அவ்வளவு கேவலப்படுத்திக் கொள்ள வேண்டியதில்லை. சீச்சி! மூடுபல்லக்கில் உட்கார்ந்து கொண்டு, பழுவேட்டரையரின் ராணியின் ஸ்தானத்தில் மறைந்துகொண்டு ஊர் ஊராய்ப் போவதா? இதுதான் ஆண்மைக்கு அழகா? இப்படியாவது இராஜ்யம் சம்பாதிக்க வேண்டுமா? இப்படிச் சம்பாதித்த இராஜ்யத்தைத்தான் அவரால் காப்பாற்றிக் கொள்ள முடியுமா? பழுவேட்டரையர் முதலியோரை நம்பி அவர்களுக்கு உட்பட்டுத்தானே இராஜ்ய பரிபாலனம் செய்ய வேண்டும்? இந்த விஷயத்தில் சுந்தர சோழ சக்கரவர்த்தி செய்து வருவதே அவ்வளவு சிலாக்கியமில்லைதான்! பழுவேட்டரையர் போன்றவர்களுக்கு இவ்வளவு அதிகாரமும் செல்வாக்கும் அவர் அளித்திருக்கக் கூடாது. அதிலும் மணி மணியாக இரண்டு அருமைப் புதல்வர்கள் இருக்கும்போது? நாடெல்லாம் அதிசயிக்கும் அறிவும் திறனும் உடைய புதல்வி ஒருத்தி இருக்கும் போது...? அந்த மங்கை, சோதிடர் வீட்டில் பார்த்தவள், ஆற்றங்கரையில் பேசியவள், அவள் முகம் யாருடைய ஜாடையாயிருக்கிறது?.. அப்படியும் இருக்கலாமோ? பைத்தியக்காரத்தனம்! ஒரு நாளும் அப்படி இருக்க முடியாது! ஏன் இருக்க முடியாது? ஒரு வேளை அவ்விதம் இருந்தால், நம்மைப் போன்ற அறிவீனம் வேறு யாரும் இல்லை! நம்மைப் போன்ற துரதிர்ஷ்டசாலியும் இல்லை! இலங்கை முதல் விந்திய பர்வதம் வரையில் எந்தப் பெண்ணரசியின் புகழ் பரந்து விரிந்து பரவியிருக்கிறதோ, அவளிடம் நாம் எப்பேர்ப்பட்ட காட்டுமிராண்டியைப் போல் நடந்து கொண்டோம்! அப்படி இருக்கவே இருக்காது! நாளைக்கு அவளிடம் எப்படி இளவரசரின் ஓலையுடனே சென்று முகத்தைக் காட்ட முடியும்?

இப்படியாக என்னவெல்லாமோ வானத்தையும் பூமியையும் சேர்த்து எண்ணமிட்டுக்கொண்டு வந்தியத்தேவன் காவேரி கரையோடு வந்து திருவையாற்றை அடைந்தான். அந்த ஊரின் வளமும் அழகும் அவன் உள்ளத்தைக் கொள்ளைகொண்டன.

அது திருவையாறுதானா என்று கேட்டுத் தெரிந்துகொண்டான். அந்த அற்புத க்ஷேத்திரத்தின் மகிமையைப் பற்றி அவன் கேள்விப்பட்டிருந்ததெல்லாம் உண்மைக்குக் கொஞ்சம் குறைவாகவே தோன்றியது. ஞானசம்பந்தர் தேவாரத்தில் உள்ள வர்ணனை இங்கே அப்படியே தத்ரூபமாய்க் காண்கிறது. முந்நூறு ஆண்டு காலத்தில் மாறுதல் ஒன்றுமேயில்லை. அதோ காவேரியின் கரையில் உள்ள மரங்கள் என்ன செழிப்பாய் வளர்ந்திருக்கின்றன! பலா மரங்களில் எவ்வளவு பெரிய பெரிய பலாக் காய்கள் தொங்குகின்றன. இந்த மாதிரி தொண்டை மண்டலத்தில் எங்கும் பார்க்கவே முடியாதுதான். ஆகா! வளமான இடங்களுக்கென்று குரங்குகள் எங்கிருந்தோ வந்து விடுகின்றன. அவை கிளைக்குக் கிளை தாவுவது எவ்வளவு அழகாயிருக்கிறது? சம்பந்தப் பெருமான் என்ன சொல்லியிருக்கிறார்? இதோ ஞாபகம் வருகிறது?

திருவையாற்று வீதி முனை அரங்கங்களில் பெண்கள் நடனம் ஆடுகிறார்கள். இந்த ஆடலுக்கேற்ற பாடலோடு மத்தளச் சத்தமும் முழங்குகிறது. அந்த முழக்கத்தைக் கேட்ட குரங்குகள் மேகங்களின் கர்ஜனை என்று எண்ணி உயர்ந்த மரங்களின் உச்சாணிக் கிளைகளில் ஏறி மழை வருமா என்று வானத்தைப் பார்க்கின்றன! அடடா! இன்றைக்கும் எவ்வளவு பொருத்தமாயிருக்கிறது! உயர்ந்த மரங்களில் உச்சாணிக் கிளைகளில் குரங்குகள் ஏறுகின்றன! அது மட்டுமா? ஆடல் பாடல்களுக்குரிய இனிய சத்தங்களும் ஊருக்குள்ளிருந்து வருகின்றன. யாழ், குழல், முழவு, தண்ணுமை முதலிய கருவிகளின் ஒலியுடன் சதங்கைச் சத்தமும் சேர்ந்து ஒலிக்கின்றன. இங்கே ஆடுகிறவர்கள் கடம்பூர் சம்புவரையர் மாளிகையில் ஆடியவர்களைப் போல் குரவைக் கூத்தர்கள் அல்ல. ஆகா! இங்கே கேட்பது பண்பட்ட இனிய கானம். கலைச் சிறப்பு வாய்ந்த பரதநாட்டியம் ஆடுவோரின் சதங்கை ஒலி. அதோ, ஆட்டிவைக்கும் நடன ஆசிரியர்கள் கையில் பிடித்த கோலின் சத்தம் கூடச் சேர்ந்து வருகிறதே!

"கோலோடக் கோல்வளையார் கூத்தாடக்
குவிமுகையார் முகத்தினின்று
சேலோடச் சிலையாடச் சேயிழை
யார் நடமாடுந் திருவையாறே!

ஆகா! சம்பந்த ஸ்வாமிகள் சிறந்த சிவபக்தர்; அதைக் காட்டிலும் சிறந்த ரசிகர்! அவர் அன்றைக்கு வர்ணனை செய்தபடியே இன்றைக்கும் இந்தத் திருவையாறு விளங்குகிறதே! இப்படிப்பட்ட ஊரில் ஒருநாள் தங்கி ஆடல் பாடல் விநோதங்களைப் பார்த்துவிட்டு, ஐயாறப்பரையும் அறம் வளர்த்த நாயகி அம்மனையும் தரிசித்து விட்டுத்தான் போக வேண்டும்! அடடா, காவேரியின் கரையில் எத்தனை பக்தர்கள் உட்கார்ந்து அனுஷ்டானம் செய்கிறார்கள்? பட்டை பட்டையாக அவர்கள் திருநீறு அணிந்திருப்பது எவ்வளவு களையாயிருக்கிறது? சில சமயம் ஆடல் பாடல் ஒலிகளை அமுக்கிக்கொண்டு, 'நமச்சிவாய' மந்திரத்தின் ஒலி கேட்கிறதே! ஏன்? அதோ சம்பந்தரின் தேவாரத்தையே யாரோ இனிய குரலில் அருமையாகப் பாடுகிறார்களே? இசைக்கும் கலைக்கும் என்றே இறைவன் பணித்த ஊர் இந்தத் திருவையாறு போலும்! இந்த ஊரில் கட்டாயம் ஒரு நாள் தங்கிப் பார்த்து விட்டுத்தான் போகவேண்டும்! தஞ்சாவூருக்கு அவசரமாகப் போய்த்தான் என்ன பயன்? கோட்டைக்குள் பிரவேசிக்க முடிகிறதோ என்னமோ? அப்படிப் பிரவேசித்தாலும் மகாராஜாவின் பேட்டி கிடைக்குமா? மகாராஜாவைத்தான் இரண்டு பழுவேட்டரையர்களுமாகச் சேர்ந்து சிறையில் வைத்திருப்பது போல் வைத்திருக்கிறார்களாமே...? காவேரியின் வடகரைக்குப் போக வேண்டியதுதான்!

இந்த முடிவுக்கு வந்தியத்தேவன் வந்துவிட்ட தருணத்தில் ஒரு சம்பவம் நடந்தது. மேற்குத் திசையிலிருந்து காவேரிக் கரையோடு ஒரு பல்லக்கு வந்தது. பல்லக்குக்கு முன்னாலும் பின்னாலும் சில காவல் வீரர்களும் வந்தார்கள். வந்தியத்தேவனுக்கு ஏதோ ஒரு சந்தேகம் தோன்றியது. பல்லக்கு அருகில் வருகிற வரையில் அங்கேயே நின்று

காத்துக்கொண்டிருந்தான்; அவன் நினைத்தபடியே இருந்தது. பல்லக்கை மூடியிருந்த வெளித்திரையில்

பனைமரத்தின் இலச்சினைச் சித்திரம் காணப்பட்டது! ஆஹா! கடம்பூரிலிருந்து வருகிற பல்லக்குத்தான் இது! நாம் குடந்தை வழியாக வர, இவர்கள் வேறொரு வழியில் வந்திருக்கிறார்கள்! ஆனால் பழுவேட்டரையரைக் காணோம்! அவர் வேறு எங்கேயாவது வழியில் தங்கிவிட்டார் போலும்.

பல்லக்கு தஞ்சாவூர் இருந்த தென்திசை நோக்கித் திரும்பியது. அவ்வளவுதான், வந்தியத்தேவன் திருவையாற்றில் தங்கும் எண்ணத்தை விட்டு விட்டான். அந்தப் பல்லக்கைப் பின் தொடர்ந்து செல்லத் தீர்மானித்தான். என்ன நோக்கத்துடன் அப்படித் தீர்மானித்தான் என்றால், அது அச்சமயம் அவனுக்கே தெரிந்திருக்கவில்லை. பல்லக்கில் வீற்றிருப்பது மதுராந்தகத் தேவர் என்று மட்டும் அவனுக்கு நிச்சயமாய்த் தெரிந்தது. அவர் மேல் ஏற்பட்டிருந்த அருவருப்பு மேலும் சிறிது வளர்ந்தது. ஆனாலும் பல்லக்கைத் தொடர்ந்து கொஞ்சம் போனால், ஏதாவது ஒரு நல்ல சந்தர்ப்பம் ஏற்படலாம். பல்லக்கை சுமப்பவர்கள் அதைக் கீழே வைக்கலாம் ஏதேனும் ஒரு காரணத்துக்காக இளவரசர் மதுராந்தகர் வெளிப்பட்டு வரலாம். அச்சமயம் அவருடன் பழக்கம் செய்துகொள்ளலாம். அது தஞ்சாவூர்க் கோட்டைக்குள் பிரவேசிக்கவும், சக்கரவர்த்தியைப் பார்க்கவும் பயன்படலாம். அதற்குத் தகுந்தபடி ஏதாவது கொஞ்சம் பேசி வேஷம் போட்டால் போகிறது. தந்திர மந்திரங்களைக் கையாளாவிட்டால் எடுத்த காரியம் கைகூடாது அல்லவா? அதிலும் இராஜாங்கக் காரியங்களில்?

எனவே, பல்லக்கையும் பரிவாரங்களையும் முன்னால் போக விட்டுச் சற்றுப் பின்னாலேயே வந்தியத்தேவன் போய்க் கொண்டிருந்தான். ஆனால் அவன் எதிர்பார்த்த சந்தர்ப்பம் ஒன்றும் கிட்டவில்லை. காவேரிக்கும் தஞ்சாவூருக்கும் மத்தியிலிருந்து மற்றும் நாலு நதிகளைக் கடந்தாகிவிட்டது. அப்படியும் பல்லக்கு கீழே வைக்கப்படவில்லை; ஒரே மூச்சாகப் போய்க்கொண்டிருந்தது. அதோ சற்று தூரத்தில் தஞ்சாவூர்க் கோட்டை மதிலும் வாசலும் தெரியத் தொடங்கிவிட்டன. கோட்டைக்குள் பல்லக்குப் போய்விட்டால், அப்புறம் அவன் எண்ணம் கைகூடப் போவதில்லை. அதற்குள் தைரியமாகவும் துணிச்சலாகவும் ஏதேனும் ஒன்று செய்தாக வேண்டும். என்னதான் வந்துவிடும்? தலையா போய்விடும்? அப்படிப் போனால்தான் போகிறதே? எடுத்த காரியத்தை முடிக்காமல் உயிரோடு திரும்பிப் போவதில் என்ன லாபம்? இதற்கெல்லாம் அடிப்படையில் மதுராந்தகத் தேவர் பேரில் வந்தியத்தேவனுக்கு கோபம் வேறு இருந்தது. பல்லக்கின் மூடுதிரையைக் கிழித்தெறிந்து உள்ளேயிருப்பது பெண்ணல்ல, மீசை முளைத்த ஆண் பிள்ளை என்பதை வெளிப்படுத்த வேண்டும் என்று அவன் கை ஊகியது; அவன் உள்ளம் துடிதுடித்தது.

இதற்கு என்ன வழி என்று அவன் தீவிரமாக யோசித்துக் கொண்டிருக்கையில் பல்லக்கோடு சென்ற பரிவாரங்களில் ஒருவன், சற்றுப் பின்தங்கி வந்தியத்தேவனை உற்றுநோக்கினான்.

"நீ யார் அப்பா! திருவையாற்றிலிருந்து எங்களை ஏன் தொடர்ந்து வருகிறாய்?" என்று கேட்டான்.

"நான் உங்களைத் தொடர்ந்து வரவில்லை ஐயா! தஞ்சாவூருக்குப் போகிறேன்! இந்தச் சாலைதானே தஞ்சாவூர் போகிறது!" என்றான் வந்தியத்தேவன்.

"இந்த சாலை தஞ்சாவூருக்குத்தான் போகிறது. ஆனால் இதில் முக்கியமானவர்கள் மட்டுமே போகலாம்; மற்றவர்களுக்கு வேறு சாலை இருக்கிறது!" என்றான் வீரன்.

"அப்படியா? ஆனால் நானும் ரொம்ப ரொம்ப முக்கியமான மனுஷன்தான்!" என்றான் வந்தியத்தேவன்.

அதைக் கேட்ட அவ்வீரன் புன்னகை செய்துவிட்டு, "தஞ்சைக்கு எதற்காகப் போகிறாய்?" என்றான்.

"என் சித்தப்பா தஞ்சையில் இருக்கிறார்; அவருக்கு நோய் என்றறிந்து பார்க்கப் போகிறேன்" என்று கூறினான் வந்தியத்தேவன்.

"உன் சித்தப்பா தஞ்சையில் என்ன செய்கிறார்? அரண்மனையில் உத்தியோகம் பார்க்கிறாரா?"

"இல்லை, இல்லை; சத்திரத்தில் மணியக்காரராயிருக்கிறார்!"

"ஓகோ! அப்படியா! சரி, எங்களுக்கு முன்னால் நீ போவதுதானே? ஏன் பின்னாலேயே வந்து கொண்டிருக்கிறாய்?"

"குதிரை களைத்துப் போயிருக்கிறது ஐயா! அதனாலேதான்! இல்லாவிடில் உங்கள் முதுகைப் பார்த்துக் கொண்டே வருவதில் எனக்கு என்ன திருப்தி?"

இப்படிப் பேசிக்கொண்டே வந்தியத்தேவன் பல்லக்கின் அருகில் வந்துவிட்டான். உடனே அவன் மூளையை விரட்டிக் கண்டுபிடிக்க முயன்ற உபாயமும் புலப்பட்டுவிட்டது. குதிரையைக் கால்களால் அமுக்கி, முகக்கயிற்றை இழுத்து, பல்லக்கின் பின் தண்டைத் தூக்கியவர்களின் பேரில் விட்டடித்தான். அவர்கள் பயத்துடன் திரும்பிப் பார்த்தார்கள்.

வந்தியத்தேவன் உடனே, "மஹாராஜா! மஹாராஜா! பல்லக்குத் தூக்கும் ஆள்கள் என் குதிரையை இடிக்கிறார்கள்! ஐயோ! ஐயோ!" என்று கத்தினான். பல்லக்கை மூடியிருந்த திரை சலசலத்தது.

22. வேளக்காரப் படை

முதலில், பல்லக்கின் வெளிப்புறத்திரை பனைமரச் சின்னம் உடைய துணித் திரை விலகியது. பின்னர் உள்ளிருந்த பட்டுத் திரையும் நகரத் தொடங்கியது. முன்னொரு தடவை வல்லவரையன் பார்த்தது போன்ற பொன் வண்ணக் கையும் தெரிந்தது. வந்தியத்தேவன் இனி, தான் குதிரை மேலிருப்பது தகாது என்று எண்ணி ஒரு நொடியில் கீழே குதித்தான். சிவிகையின் அருகில் ஓடி வந்து, "இளவரசே! இளவரசே! பல்லக்குச் சுமக்கும் ஆட்கள்..." என்று சொல்லிக்கொண்டே அண்ணாந்து பார்த்தான். மீண்டும் உற்றுப் பார்த்தான்; கண்ணிமைகளை மூடித் திறந்து மேலும் பார்த்தான்; பார்த்த கண்கள் கூசின! பேசிய நாக் குழறியது. தொண்டையில் திடீரென்று ஈரம் வற்றியது. "இல்லை, இல்லை! தாங்கள்.. பழுவூர் இளவரசி!.. பளுவூர் இளவரசி... உங்கள் ஆட்களின் குதிரை என் பல்லக்கை இடித்தது!..." என்று உளறிக் கொட்டினான்.

இதெல்லாம் கண் மூடித் திறக்கும் நேரத்துக்குள் நடந்தது. பல்லக்கின் முன்னும் பின்னும் சென்ற வேல் வீரர்கள் ஓடி வந்து, வல்லவரையனைச் சூழ்ந்துகொண்டார்கள். அப்படி அவர்கள் சூழ்ந்து கொண்டார்கள் என்பது வல்லவரையனுக்கும் தெரிந்தது. அவனுடைய கையும் இயல்பாக உறைவாளிடம் சென்றது. ஆனால் கண்களை மட்டும் பல்லக்கின் பட்டுத் திரையின் மத்தியில் ஒளிர்ந்த மோகனாங்கியின் சந்திர பிம்ப வதனத்தினின்றும் அவனால் அகற்ற முடியவில்லை!

ஆம்; வல்லவரையன் எதிர்பார்த்ததற்கு மாறாக, இப்போது அப்பல்லக்கில் அவன் கண்டது ஒரு நிஜமான பெண்ணின் வடிவந்தான்! பெண் என்றாலும், எப்படிப்பட்ட பெண்! பார்த்தவர்களைப் பைத்தியமாக அடிக்கக்கூடிய இத்தகைய பெண்ணழகு இவ்வுலகில் இருக்கக்கூடும் என்று வந்தியத்தேவன் எண்ணியதே இல்லை!

நல்லவேளையாக, அதே நிமிஷத்தில் வந்தியத்தேவனுடைய மூளை நரம்பு ஒன்று அசைந்தது. அதிசயமான ஓர் எண்ணம் அவன் உள்ளத்தில் உதயமாயிற்று. அதை உபயோகித்துக் கொள்ளத் தீர்மானித்தான்.

ஒரு பெருமுயற்சி செய்து, தொண்டையைக் கனைத்து, நாவிற்குப் பேசும் சக்தியை

வரவழைத்துக் கொண்டு, "மன்னிக்க வேண்டும்! தாங்கள் பழுவூர் இளையராணிதானே! தங்களைப் பார்ப்பதற்காகத்தான் இத்தனை தூரம் வந்தேன்!" என்றான்.

பழுவூர் இளையராணியின் பால் வடியும் முகத்தில் இளநகை அரும்பியது. அதுகாறும் குவிந்திருந்த தாமரை மொட்டு சிறிது விரிந்து, உள்ளே பதிந்திருந்த வெண்முத்து வரிசையை இலேசாகப் புலப்படுத்தியது. அந்தப் புன்முறுவலின் காந்தி நமது இளம் வீரனைத் திக்குமுக்காடித் திணறச் செய்தது.

அவனருகில் வந்து நின்ற வீரர்கள் தங்கள் எஜமானியின் கட்டளைக்கு எதிர்பார்த்துக் காத்திருந்ததாகத் தோன்றியது. அந்தப் பெண்ணரசி கையினால் ஒரு சமிக்ஞை செய்யவே, அவர்கள் உடனே அகன்று போய்ச் சற்றுத் தூரத்தில் விலகி நின்றார்கள். இரண்டு வீரர்கள் பல்லக்கின் மீது மோதிக் கொண்டு நின்ற குதிரையைப் பிடித்துக் கொண்டார்கள்.

பல்லக்கிலிருந்த பெண்ணரசி வந்தியத்தேவனை நோக்கினாள். வந்தியத்தேவனுடைய நெஞ்சில் இரண்டு கூரிய வேல் முனைகள் பாய்ந்தன!

"ஆமாம்; நான் பழுவூர் இளைய ராணிதான்!" என்றாள் அப்பெண்மணி. இவளுடைய குரலில் அத்தகைய போதை தரும் பொருள் என்ன கலந்திருக்க முடியும்? ஏன் இக்குரலைக் கேட்டு நமது தலை இவ்விதம் கிறுகிறுக்க வேண்டும்?

"சற்று முன்னால் நீ என்ன சொன்னாய்? ஏதோ முறையிட்டாயே? சிவிகை சுமக்கும் ஆட்களைப் பற்றி?"

காசிப்பட்டின் மென்மையும், கள்ளின் போதையும், காட்டுத் தேனின் இனிப்பும், கார்காலத்து மின்னலின் ஜொலிப்பும் ஒரு பெண் குரலில் கலந்திருக்க முடியுமா?.. அவ்விதம் இதோ கலந்திருக்கின்றனவே!

"பல்லக்கைக் கொண்டு வந்து அவர்கள் உன் குதிரைமீது மோதினார்கள் என்றா சொன்னாய்?"...

பழுவூர் ராணியின் பவள இதழ்களில் தவழ்ந்த பரிகாசப் புன்னகை, அந்த வேடிக்கையை அவள் நன்கு ரசித்ததாகக் காட்டியது. இதனால் வந்தியத்தேவன் சிறிது துணிச்சல் அடைந்தான்.

"ஆம், மகாராணி! இவர்கள் அப்படித்தான் செய்தார்கள்! என் குதிரை மிரண்டு விட்டது!" என்றான்.

"நீயும் மிரண்டு போய்த்தானிருக்கிறாய்! துர்கையம்மன் கோயில் பூசாரியிடம் போய் வேப்பிலை அடிக்கச் சொல்லு! பயம் வெளியட்டும்!"

இதற்குள் வந்தியத்தேவனுடைய பயம் நன்கு தெளிந்துவிட்டது; அவனுக்கு சிரிப்புக் கூட வந்து விட்டது.

பழுவூர் ராணியின் முகபாவம் இப்போது மாறிவிட்டது; குறுநகையின் நிலவு கோபக் கனலாயிற்று.

"வேடிக்கை அப்புறம் இருக்கட்டும்; உண்மையைச் சொல்! எதற்காகப் பல்லக்கின் மேல் குதிரையைக் கொண்டு வந்து மோதி நிறுத்தினாய்?"

இதற்குத் தக்க மறுமொழி சொல்லித்தான் ஆகவேண்டும். சொல்லாவிட்டால்...? நல்லவேளையாக, ஏற்கெனவே அந்த மறுமொழி வந்தியத்தேவன் உள்ளத்தில் உதயமாகியிருந்தது. சற்றுத் தணிந்த குரலில், பிறர் கேட்கக்கூடாது என்று வேண்டுமென்றே தணித்த அந்தரங்கம் பேசும் குரலில், "தேவி! நந்தினி தேவி! ஆழ்வார்க்கடியார்... அவர்தான், திருமலையப்பர்... தங்களைச் சந்திக்கும்படி சொன்னார். அதற்காகவே இந்த சூழ்ச்சி செய்தேன்; மன்னிக்க வேண்டும்!" என்றான்.

இவ்விதம் சொல்லிக்கொண்டே பழுவூர் ராணியின் முகத்தை வந்தியத்தேவன் கூர்ந்து கவனித்தான். தன்னுடைய மறுமொழியினால் என்ன பயன் விளையப் போகிறதோ என்னும்

ஆவலுடன் பார்த்தான். கனி மரத்தின்மேல் கல் எறிவது போன்ற காரியந்தான். கனி விழுமா? காய் விழுமா? எறிந்த கல் திரும்பி விழுமா? அல்லது எதிர்பாராத இடி ஏதாவது விழுமா? பழுவூர் ராணியின் கரிய புருவங்கள் சிறிது மேலே சென்றன. கண்களில் வியப்பும் ஐயமும் தோன்றின. மறுகணத்தில் அந்தப் பெண்ணரசி ஒரு முடிவுக்கு வந்து விட்டாள்.

"சரி; நடுச்சாலையில் நின்று பேசுவது உசிதம் அல்ல; நாளைக்கு நம் அரண்மனைக்கு வா! எல்லா விஷயமும் அங்கே விவரமாகச் சொல்லிக் கொள்ளலாம்" என்றாள்.

வந்தியத்தேவனுடைய உள்ளம் பூரித்தது. நினைத்த காரியம் வெற்றி பெற்றுவிடும்போலே காண்கிறது! ஆனால், முக்கால் கிணறு தாண்டிப் பயனில்லை; மற்ற கால்பங்கு கிணற்றையும் தாண்டியாக வேண்டும்.

"தேவி! தேவி! கோட்டைக்குள் என்னை விடமாட்டார்களே! அரண்மனைக்குள்ளும் விடமாட்டார்களே? என்ன செய்வது?" என்று பரபரப்புடன் சொன்னான்.

பழுவூர் ராணி உடனே பல்லக்கில் தன் அருகில் கிடந்த ஒரு பட்டுப் பையைத் திறந்து, அதற்குள்ளிருந்து ஒரு தந்த மோதிரத்தை எடுத்தாள்.

"இதை காட்டினால் கோட்டைக்குள்ளும் விடுவார்கள்; நம் அரண்மனைக்குள்ளும் விடுவார்கள்!" என்று சொல்லிக் கொண்டே கொடுத்தாள். வந்தியத்தேவன் அதை ஆவலுடன் வாங்கிக்கொண்டான். ஒருகணம் பனை இலச்சினை பொறித்த அந்தத் தந்த மோதிரத்தைப் பார்த்தான். மறுபடி நிமிர்ந்து ராணிக்கு வந்தனம் கூற எண்ணியபோது பல்லக்கின் திரைகள் மூடிக்கொண்டிருந்தன. ஆகா! பூரண சந்திரனை ராகு கவ்வும்போது சிறிது சிறிதாகக் கவ்வுகிறது. ஆனால் இந்தப் பல்லக்கின் திரைகள் அந்தப் பேசும் நிலா மதியத்தை ஒரு நொடியில் கபளீகரம் செய்து விட்டனவே!

"இனியாவது என்னைப் பின் தொடர்ந்து வராதே! அபாயம் நேரும்; நின்று மெதுவாக வா!" என்று பல்லக்குத் திரைக்குள்ளிருந்து பட்டுப் போன்ற குரல் கேட்டது. பிறகு பல்லக்கு நகர்ந்தது; வீரர்கள் முன்போலவே அதன் முன்னும் பின்னும் சென்றார்கள்.

வந்தியத்தேவன் குதிரையின் தலைக் கயிற்றைப் பிடித்துக் கொண்டு சாலையோரமாக ஒதுங்கி நின்றான். பழுவூர் ஆள்களில் தன்னை அணுகி வந்து பேசியவன், இரண்டு மூன்று தடவை திரும்பித் திரும்பிப் பார்த்ததை அவனுடைய கண்கள் கவனித்து உள்மனதுக்குச் செய்தி அனுப்பின.

ஆம்; அவனுடைய வெளி மனம் பல்லக்கிலிருந்த பழுவூர் ராணியின் மோகன வடிவத்தை சுற்றிச் சுற்றி வந்துகொண்டிருந்தது. இத்தனை நேரம் கண்டது, கேட்டது எல்லாம் உண்மைதானா? அல்லது ஒரு மாய மனோகர கனவா? இப்படியும் ஓர் அழகி, ஒரு சௌந்தரிய வடிவம், இந்தப் பூவுலகில் இருக்க முடியுமா!

அரம்பை, ஊர்வசி, மேனகை என்றெல்லாம் தேவமாதர்கள் இருப்பதாகப் புராணங்களில் சொல்வதுண்டு. அவர்களுடைய அழகு, முற்றும் துறந்த முனிவர்களின் தவத்தையும் பங்கம் செய்ததாகக் கேட்டதுண்டு. ஆனால் இந்த உலகத்தில்... பெரிய பழுவேட்டரையர் இந்த மோகினியின் காலடியில் அடிமை பூண்டு கிடப்பதாக நாடு நகரங்களில் பேசுவதெல்லாம் உண்மையாகவே இருக்கலாம். இருந்தால், அதில் வியப்பு ஒன்றும் இராது! நரை திரை மூப்புக் கண்டவரும், தேகமெல்லாம் போர்க் காயங்களுடன் கடூரமான தோற்றம் கொண்டவருமான பழுவேட்டரையர் எங்கே? சுகுமாரியும், கட்டழகியுமான இந்த இளம் மங்கை எங்கே? இவளுடைய ஒரு புன்னகையைப் பெறுவதற்காக அந்தக் கிழவர் என்ன காரியந்தான் செய்யமாட்டார்?...

வெகுநேரம் சாலை ஓரத்தில் நின்று இவ்விதம் சிந்தனைகளில் ஆழ்ந்திருந்த பிறகு, வந்தியத்தேவன் குதிரைமேல் ஏறிக் கொண்டு மெல்ல மெல்ல அதைத் தஞ்சைக் கோட்டையை நோக்கிச் செலுத்தினான்.

சூரியன் அஸ்தமிக்கும் நேரத்தில் பிரதான கோட்டை வாசலை அடைந்தான். கோட்டைக்குச் சற்றுத் தூரத்திலேயே நகரம் ஆரம்பமாகியிருந்தது. விதவிதமான பண்டங்கள் விற்கும் கடை வீதிகளும், பலவகைத் தொழில்களில் ஈடுபட்ட மக்கள் வாழும் தெருக்களும், கோட்டையைச் சுற்றி அடுக்கடுக்காக அமைந்திருந்தன. வீதிகளில் போவோரும் வருவோரும் பண்டங்கள் வாங்குவோரும் விலை கூறுவோரும் மாடு பூட்டிய வண்டிகளும் குதிரை பூட்டிய ரதங்களும் நிறைந்து, எங்கும் ஒரே கலகலப்பாயிருந்தது. அந்த வீதிகளுக்குள்ளே புகுந்து சென்று சோழ நாட்டுப் புதிய தலைநகரத்தில் வாழும் மக்களையும், அவர்கள் வாழும் விதத்தையும் பார்க்க வந்தியத்தேவனுக்கு மிக்க ஆவலாயிருந்தது. ஆனால் அதற்கெல்லாம் இப்போது அவகாசம் இல்லை. வந்த காரியத்தை முதலில் பார்க்க வேண்டும்; வேடிக்கை பார்ப்பதெல்லாம் பிற்பாடு வைத்துக் கொள்ள வேண்டும்.

இந்தத் தீர்மானத்துடன் வந்தியத்தேவன் தஞ்சை நகரின் பிரதான வாசலை அணுகினான். கோட்டை வாசலின் பிரமாண்டமான கதவுகள் அச்சமயம் சாத்தியிருந்தன. வாசலில் நின்ற காவலர்கள் மக்களை ஒதுங்கச் செய்து, வீதி ஓரங்களில் நிற்கும்படி செய்து கொண்டிருந்தார்கள். மக்களும் ஒதுங்கி நின்றார்கள். ஆம், அவரவர்கள் தங்கள் அலுவல்களைப் பார்த்துக்கொண்டு போவதற்குப் பதிலாக, ஏதோ ஊர்வலம் அல்லது பவனி பார்ப்பதற்காகக் காத்திருப்பவர்களைப் போல் நின்றார்கள். ஆண்கள், பெண்கள், குழந்தைகள் வயோதிகர் எல்லாருமே ஆவலுடன் நின்றார்கள்.

கோட்டை வாசலுக்கு முன்னால் சிறிது தூரம் வரை வெறுமையாகவே இருந்தது. வாசலண்டை காவலர்கள் மட்டும் நின்றார்கள்.

விஷயம் என்னவென்று தெரிந்துகொள்ள வந்தியத்தேவன் ஆவல் கொண்டான். எல்லாரும் ஒதுங்கி நிற்கும்போது, தான் மட்டும் கோட்டை வாசல் காப்பாளரிடம் சென்று முட்டிக்கொள்ள அவன் விரும்பவில்லை. அதிலிருந்து வீண் வாதமும் சண்டையும் மூளலாம். இப்போது தனக்குக் காரியம் முக்கியமே தவிர வீரியம் பெரிது அல்ல; வீண் சண்டைகளில் இறங்க இது தருணமல்ல.

எனவே, வந்தியத்தேவன் கோட்டை வாசலைக் கவனிக்கக்கூடிய இடத்தில் வீதி ஓரத்தில் ஒதுங்கி நின்றான். பக்கத்தில் கம்மென்று மலரின் மணம் வீசியது. திரும்பிப் பார்த்தான்; ஒரு வாலிபன், திருநீறு ருத்திராட்சம் முதலிய சிவச் சின்னங்கள் தரித்தவன், இரண்டு கைகளிலும் இரண்டு பூக்கூடைகளுடன் நிற்பதைக் கண்டான்.

"தம்பி! எல்லாரும் எதற்காக வீதி ஓரம் ஒதுங்கி நிற்கிறார்கள்! ஏதாவது ஊர்வலம் கீர்வலம் வரப் போகிறதா?" என்று கேட்டான்.

"தாங்கள் இந்தப் பக்கத்து மனிதர் இல்லையா, ஐயா?"

"இல்லை, நான் தொண்டை நாட்டைச் சேர்ந்தவன்!"

"அதனால்தான் கேட்கிறீர்கள்; நீங்களும் குதிரை மேலிருந்து இறங்கிக் கீழே நிற்பது நல்லது."

வாலிபனோடு பேசுவதற்குச் சௌகரியமாயிருக்கட்டும் என்று வந்தியத்தேவன் குதிரை மீதிருந்து குதித்தான்.

"தம்பி! எதற்காக என்னை இறங்கச் சொன்னாய்?" என்று கேட்டான்.

"இப்போது வேளக்காரப் படை அரசரை தரிசனம் செய்துவிட்டு கோட்டைக்குள்ளிருந்து வரப்போகிறது; அதற்காகத்தான் இத்தனை ஜனங்களும் ஒதுங்கி நிற்கிறார்கள்."

"வேடிக்கை பார்க்கத்தானே?"

"ஆமாம்."

"நான் குதிரை மேல் உட்கார்ந்துகொண்டு பார்த்தால் என்ன?"

"பார்க்கலாம்; ஆனால் வேளக்காரப் படை வீரர்கள் உங்களைப் பார்த்து விட்டால் ஆபத்து".

"என்ன ஆபத்து? குதிரையைக் கொண்டு போய் விடுவார்களா?"

"குதிரையையும் கொண்டு போவார்கள்; ஆள்களையே கொண்டு போய் விடுவார்கள் பொல்லாதவர்கள்."

"குதிரையையும் ஆளையும் கொண்டு போனால் சும்மா விட்டு விடுவார்களா?"

"விடாமல் என்ன செய்வது? வேளக்காரப் படையார் வைத்ததே இந்த நகரில் சட்டம். அவர்களைக் கேள்வி கேட்பார் கிடையாது. பழுவேட்டரையர்கள் கூட வேளக்காரப்படை விஷயத்தில் தலையிடுவது கிடையாது."

இச்சமயத்தில் கோட்டைக்கு உட்புறத்தில் பெரிய ஆர்ப்பாட்ட ஆரவாரங்கள் கேட்டன. நகரா முழங்கும் சத்தம், பறைகள் கொட்டும் சத்தம், கொம்புகள் ஊதும் சத்தம் இவற்றுடன் பல நூறு மனிதர் குரல்களிலிருந்து எழுந்த வாழ்த்தொலிகளும் கலந்து எதிரொலி செய்தன.

வேளக்கார வீரர் படைகளைப் பற்றி வந்தியத்தேவன் நன்கு அறிந்திருந்தான். பழந்தமிழ் நாட்டில், முக்கியமாக சோழ நாட்டில் இது முக்கிய ஸ்தாபனமாக இருந்து வந்தது. 'வேளக்காரர்' என்பவர் அவ்வப்போது அரசு புரிந்த மன்னர்களுக்கு மெய்க்காப்பாளர் போன்றவர். ஆனால் மற்ற சாதாரண மெய்க்காப்பாளருக்கும் இவர்களுக்கும் ஒரு வித்தியாசம் உண்டு. 'இவர்கள் 'எங்கள் உயிரைக் கொடுத்தாவது அரசரின் உயிரைப் பாதுகாப்போம்' என்று சபதம் செய்தவர்கள். தங்கள் அஜாக்கிரதையினாலோ, தங்களை மீறியோ, அரசர் உயிருக்கு அபாயம் நேர்ந்துவிட்டால், துர்கையின் சந்நிதியில் தங்களுடைய தலையைத் தங்கள் கையினாலேயே வெட்டிக்கொண்டு பலியாவதாகச் சபதம் எடுத்துக்கொண்டவர்கள். அத்தகைய கடூர சபதம் எடுத்துக் கொண்ட வீரர்களுக்கு, மற்றவர்களுக்கு இல்லாத சில சலுகைகள் இருப்பது இயல்புதானே?

கோட்டை வாசலின் கதவுகள் இரண்டும் 'படார், படார்' என்று திறந்து கொண்டன.

முதலில் இரண்டு குதிரை வீரர்கள் வந்தார்கள். அவர்கள் தங்களது வலக்கையில் உயரப் பறந்த கொடி பிடித்துக்கொண்டிருந்தார்கள். அந்தக் கொடியின் தோற்றம் விசித்திரமாக இருந்தது. செந்நிறமான அக்கொடியில் மேலே புலியும், புலிக்கு அடியில் கிரீடமும் சித்திரிக்கப்பட்டிருந்தன. கிரீடத்துக்கு அடியில் ஒரு பலிபீடமும், கழுத்து அறுபட்ட ஒரு தலையும், ஒரு பெரிய பலிக் கத்தியும் காட்சி அளித்தன. கொடியைப் பார்க்க சிறிது பயங்கரமாகவே இருந்தது.

கொடி தாங்கிய குதிரை வீரர்களுக்குப் பின்னால் ஒரு பெரிய ரிஷபம் இரண்டு பேரிகைகளைச் சுமந்துகொண்டு வந்தது. இரண்டு ஆட்கள் நின்று பேரிகைகளை முழக்கினார்கள்.

ரிஷபத்துக்குப் பின்னால் சுமார் ஐம்பது வீரர்கள் சிறுபறை, பெரும்பறை, தம்பட்டம் ஆகியவற்றை முழக்கிக்கொண்டு வந்தார்கள்.

அவர்களைத் தொடர்ந்து இன்னும் ஐம்பது பேர் நீண்டு வளைந்த கொம்புகளை' 'பாம், பாம், பபாம்' என்று ஊதிக்கொண்டு வந்தார்கள்.

அவர்களுக்கும் பின்னால் வந்த வீரர்கள் ஆயிரம் பேர் இருக்கலாம். அவர்களில் பெரும்பாலோர் பின்வரும் வாழ்த்தொலிகளை இடிமுழக்க குரலில் எழுப்பிக்கொண்டு வந்தார்கள்.

"பராந்தக சோழ பூமண்டல சக்கரவர்த்தி வாழ்க!"

"வாழ்க, வாழ்க!"

"சுந்தர சோழ மன்னர் வாழ்க!"

"வாழ்க! வாழ்க!"

கோழி வேந்தர் வாழ்க!"

"வாழ்க! வாழ்க!"

"தஞ்சையர் கோன் வாழ்க!"

"வாழ்க! வாழ்க!"
"வீரபாண்டியனைச் சுரம் இறக்கிய பெருமான் வாழ்க!"
"வாழ்க! வாழ்க!"
"மதுரையும் ஈழமும் தொண்டை மண்டலமும் கொண்ட கோ இராஜகேசரி வாழ்க!"
"வாழ்க! வாழ்க!"
"கரிகால் வளவன் திருக்குலம் நீடூழி வாழ்க!"
"வாழ்க! வாழ்க!"
"துர்கை மாகாளி பராத்பரி பராசக்தி வெல்க!"
"வெல்க! வெல்க!"
"வீரப் புலிக்கொடி பாரெல்லாம் பரந்து வெல்க!"
"வெல்க! வெல்க!"
"வெற்றிவேல்!"
"வீரவேல்!"

நூற்றுக்கணக்கான வலியுள்ள குரல்களிலிருந்து எழுந்த மேற்படி கோஷங்கள் கேட்போரை மெய் சிலிர்க்க செய்தன. கோட்டை வாசலின் வழியாக வந்தபோது அந்தக் கோஷங்கள் உண்டாக்கிய பிரதித் வனிகளும் சேர்ந்துகொண்டன.

வீதி ஓரங்களில் நின்ற மக்களில் பலரும் கோஷத்தில் கலந்து கொண்டார்கள்.

இவ்விதம், (தமிழ்நாட்டின் தெய்வமான முருகனுக்கு 'வேளக்காரன்' என்று ஒரு பெயர் உண்டு என்பதை வாசகர்கள் அறிந்திருக்கலாம்; 'பக்தர்களைக் காப்பாற்றுவதாக சபதம் பூண்ட தெய்வம்' என்பதால் முருகனுக்கு அப்பெயர் வந்தது என்று அறிஞர்கள் கருதுகிறார்கள்). வேளக்காரப் படை வீரர்கள் தஞ்சை கோட்டை வாசல் வழியாக வெளிவரத் தொடங்கி, வீதி வழியாகச் சென்று, தூரத்தில் மறையும் வரையில் ஒரே அல்லோலகல்லோலமாக இருந்தது.

ௐ

23. அமுதனின் அன்னை

வேளக்கார வீரர் படை பெரிய கடைவீதியின் வழியாகப் போயிற்று. படையின் கடைசியில் சென்ற சில வீரர்கள் கடைத்தெருவில் சில திருவிளையாடல்களைப் புரிந்தார்கள். ஒருவன் ஒரு பட்சணக் கடையில் புகுந்து ஒரு கூடை நிறைய அதிரசத்தை எடுத்துக் கொண்டு வந்து மற்ற வீரர்களுக்கு விநியோகித்தான். பிறகு வெறும் கூடையைக் கடைக்காரனுடைய தலையிலே கவிழ்த்தபோது, வீரர்களும் வீதியில் சென்றவர்களும் 'ஹஹ்ஹஹ்ஹா' என்று இரைந்து சிரித்தார்கள். இன்னொரு வீரன் வழியில் எதிர்ப்பட்ட ஒரு மூதாட்டியின் கையிலிருந்த பூக்கூடையைப் பிடுங்கினான். பூவையெல்லாம் வாரி இறைத்துக் கொண்டே "பூமாரி பொழிகிறதடா!" என்றான். அவன் வாரி வீசிய பூக்களைப் பிடிக்க முயன்ற வீரர்கள் குதித்தும் சிரித்தும் கொம்மாளமடித்தார்கள். எதிரில் வந்த ஒரு மாட்டுவண்டியை இன்னொரு வீரன் நிறுத்தி, மாட்டை வண்டியிலிருந்து பூட்டு அவிழ்த்து விரட்டி அடித்தான். மாடு மிரண்டு மக்கள் கூட்டத்திடையே புகுந்து சிலரைத் தள்ளிக் கொண்டு ஓடியது; மீண்டும் ஒரே கோலாகலச் சிரிப்புத்தான்!

இதையெல்லாம் பார்த்துக்கொண்டிருந்த வந்தியத்தேவன், "ஆகா! பழுவேட்டரையரின் வீரர்களைப் போல் இவர்களும் விளையாடுகிறார்கள். இவர்களுடைய விளையாட்டு மற்றவர்களுக்கு வினையாக இருக்கிறது. நல்லவேளை, இவர்களுடைய பார்வை நம்மீது விழாமல் ஒதுங்கி நின்றோம். இல்லாவிடில் ஒரு சண்டை ஏற்பட்டிருக்கும். வந்த காரியம் கெட்டுப் போயிருக்கும்" என்று எண்ணிக் கொண்டான்.

ஆனால் ஒரே ஒரு வித்தியாசமும் அவனுக்குப் புலனாயிற்று. வேளக்காரப் படை வீரர்களின் விளையாடல்களை இங்குள்ள ஜனங்கள் அவ்வளவாக வெறுக்கவில்லை. அவர்களுடைய கொம்மாளத்தில் ஜனங்களும் சேர்ந்து சிரித்துக் குதூகலித்தார்கள்!

அதைப் பற்றிக் கேட்கலாம் என்று திரும்பிப் பார்த்தபோது பூக்குடலைகளுடன் நின்ற சிறுவனை வந்தியத்தேவன் காணவில்லை. கூட்டத்திலும் கோலாகலத்திலும் அந்த வாலிபன் எங்கேயோ போய் விட்டான். ஒருவேளை அவனுடைய வேலையைப் பார்க்கப் போயிருக்கக்கூடும்.

வேளக்காரப்படை மாலையில் கோட்டையிலிருந்து வெளியேறிய பிறகு மற்ற யாரையும் உள்ளே விடுவதில்லையென்று வந்தியத்தேவன் அறிந்துகொண்டான். இரவு பகல் எந்த நேரத்திலும் கோட்டைக்குள் பிரவேசிக்கும் உரிமை பெற்றவர்கள் அரச குடும்பத்தைச் சேர்ந்தவர்களும், அமைச்சர்களும், தண்ட நாயகர்களுந்தான். பழுவேட்டரையர்களின் குடும்பத்தாருக்கும் அவ்வுரிமை உண்டு என்று வந்தியத்தேவன் தெரிந்துகொண்டான். எனவே, இராத்திரியே கோட்டைக்குள் போக வேண்டும் என்ற உத்தேசம் அவனுக்கு மாறிவிட்டது. தன்னிடமிருந்த இலச்சினை மோதிரத்தைக் காட்டிச் சோதனை செய்ய வந்தியத்தேவன் விரும்பவில்லை. அதைவிட இரவு கோட்டைக்கு வெளியிலேயே தங்கி நகரைச் சுற்றிப் பார்த்துவிட்டு நாளை உதயத்துக்குப் பிறகு கோட்டைக்குள் செல்வதே நல்லது. இராத்திரியில் அப்படியே கோட்டைக்குள் பிரவேசித்தாலும் அரசரைத் தரிசித்து ஓலை கொடுப்பது இயலாத காரியமேயல்லவா?

கோட்டை மதிலைச் சுற்றிலும் இருந்த வீதிகளின் வழியாக வந்தியத்தேவன் வேடிக்கை பார்த்துக்கொண்டே மெதுவாகச் சென்றான். அன்று பல காத தூரம் பிரயாணம் செய்திருந்த அவனுடைய குதிரை மிகக் களைத்திருந்தது. சீக்கிரத்தில் அதற்கு ஓய்வு கொடுக்க வேண்டியதுதான். இல்லாவிடில் நாளைக்கு அவசியம் ஏற்படும்போது இக்குதிரையினால் பயனில்லாமல் போய்விடும்! வசதியாகத் தங்குவதற்கு ஓரிடம் விரைவில் கண்டுபிடித்தாக வேண்டும்!

தஞ்சைபுரி அப்போது புதிதாகப் பல்கிப் பெருகிப் பரந்து வளர்ந்துகொண்டிருந்த நகரம். அதிலும் அப்போது மாலை நேரம்; நூற்றுக்கணக்கான வீதி விளக்குகள் ஏற்றப்பட்டு ஒளிவீசத் தொடங்கியிருந்தன.

வீதிகளெல்லாம் 'ஜே, ஜே' என்று ஒரே ஜனக் கூட்டம். வெளியூர்களிலிருந்து பல அலுவல்களின் நிமித்தமாக வந்தவர்கள் அங்குமிங்கும் சென்றுகொண்டிருந்தார்கள். அவர்களில் சோழ நாட்டுப் பட்டணங்களிலிருந்தும் கிராமங்களிலிருந்தும் வந்தவர்களும் இருந்தார்கள். புதிதாக சோழ சாம்ராஜ்யத்துக்கு உட்பட்டிருந்த நாடுகளிலிருந்து வந்தவர்களும் காணப்பட்டார்கள். பொருநை நதியிலிருந்து பாலாற்றங்கரை வரையிலும் கீழைக் கடற்கரையிலிருந்து மேற்குக் கடற்கரை வரையிலும் பரந்திருந்த தேசங்களிலிருந்து தலைநகருக்குப் பலர் வந்திருந்தார்கள். விந்திய மலைக்கு வடக்கேயிருந்து வந்தவர்களும் கடல் கடந்த நாடுகளிலிருந்து வந்தவர்களுங்கூட சிலர் அம்மாநகரின் வீதிகளில் ஆங்காங்கே தோன்றினார்கள்.

ஆப்பம், அதிரசம் முதலிய தின்பண்டங்கள் விற்ற கடைகளில் மக்கள் ஈ மொய்ப்பது போல் மொய்த்து, அப்பண்டங்களை வாங்கிக்கொண்டிருந்தார்கள். வாழைப் பழங்களும் வேறு பலவிதக் கனிகளும் மலைமலையாகக் குவிந்து கிடந்தன. பூக்கடைகளைப் பற்றியோ சொல்ல வேண்டியதில்லை. முல்லையும் மல்லிகையும் திருஆத்தியும் செண்பகமும் புஷ்ப குன்றுகளைப்போல் காட்சி தந்தன. அந்த மலர்க்குன்றுகளைச் சுற்றிப் பெண்மணிகள் வண்டுகளைப் போல் ரீங்காரம் செய்துகொண்டு மொய்த்தார்கள்.

புஷ்ப கடைகளினருகில் சென்றதும் வந்தியத்தேவன் அந்தப் பூக்கார வாலிபனை நினைத்துக் கொண்டான். அவனை மறுபடியும் பார்க்கக்கூடுமானால் எவ்வளவு சௌகரியமாயிருக்கும்? இந்த நகரில் வசதியாக தங்குவதற்கு ஓரிடம் அவனைக் கேட்டுத்

தெரிந்துகொள்ளலாமல்லவா?... இப்படி எண்ணியபோதே சற்று தூரத்தில் அந்த வாலிபன் வந்துகொண்டிருப்பதை வந்தியத்தேவன் கண்டான். குதிரையிலிருந்து இறங்கி அவனை அணுகினான்.

"தம்பி! பூக்குடலைகளில் ஒன்றையும் காணோமே" பூவெல்லாம் எங்கே? விற்றாகிவிட்டதா?" என்றான்.

"விற்பதற்காக நான் பூ கொண்டுவரவில்லை. கோயில் பூஜைக்காக பூ கொண்டு வந்தேன்; பூவை கொடுத்தாகி விட்டது; வீட்டுக்கு திரும்பிப் போகிறேன்."

"எந்தக் கோயிலுக்கு நீ இந்தப் புஷ்ப கைங்கரியம் செய்கிறாய்?"

"தளிக்குளத்தார் ஆலயம் என்று கேட்டதுண்டா?"

"ஓகோ! தஞ்சைத் தளிக்குளத்தார் என்று கேள்விப்பட்டிருக்கிறேன். அந்தக் கோவில்தான் போலிருக்கிறது பெரிய கோவிலா அது?"

"இல்லை; சிறிய கோவில்தான் கொஞ்சகாலமாக இத்தஞ்சையில் துர்கையம்மன் கோவிலுக்குத்தான் மகிமை அதிகம். அங்கேதான் பூஜை, பொங்கல், பலி திருவிழா ஆர்ப்பாட்டங்கள் அதிகம். அரச குடும்பத்தாரும் பழுவேட்டரையர்களும் துர்கை அம்மன் கோவிலுக்குத்தான் அதிகமாகப் போகிறார்கள். தளிக்குளத்தார் கோவிலுக்கு அவ்வளவு மகிமை இல்லை; தரிசனம் செய்ய ஜனங்கள் அவ்வளவாக வருவதில்லை..."

"நீ இந்தப் புஷ்ப கைங்கரியம் செய்து வருகிறாயே? இதற்காக ஏதேனும் சன்மானம் உண்டா?"

"எங்கள் குடும்பத்துக்கு இதற்காக மானியம் இருக்கிறது. என் பாட்டனார் காலத்திலிருந்து கண்டராதித்த சக்கரவர்த்தி விட்ட நிவந்தம் உண்டு. தற்சமயம் நானும் என் தாயாரும் இந்தக் கைங்கரியத்தை செய்து வருகிறோம்."

"தளிக்குளத்தார் கோயில் செங்கல் திருப்பணியா? அல்லது கருங்கல் பணி செய்திருக்கிறார்களா?" என்று வல்லவரையன் கேட்டான். அவன் வருகின்ற வழியில் பல செங்கல் கோயில்களுக்குக் கருங்கல் திருப்பணி நடந்து கொண்டிருப்பதைப் பார்த்திருந்தபடியால் இவ்விதம் கேட்டான்.

"இப்போது செங்கல் கோயில்தான்; கருங்கல் திருப்பணி விரைவில் தொடங்கும் என்று கேள்வி. இந்தத் திருப்பணியை உடனே நடத்த வேண்டும் என்று பழையாறைப் பெரிய பிராட்டியார் விரும்புகிறாராம் ஆனால்.." என்று அந்த வாலிபன் தயங்கி நிறுத்தினான்.

"ஆனால் என்ன?.."

"பராபரியாகக் கேள்விப்பட்டதையெல்லாம் சொல்வதில் என்ன பயன்? பகலில் பக்கம் பார்த்துப் பேசு, இரவில் அதுவும் பேசாதே என்று சொல்லக் கேட்டிருக்கிறேன். இதுவோ நாற்சந்தியும் கூடும் இடம்; நம்மைச் சுற்றிலும் ஜனங்கள்..."

"இந்த மாதிரி இடத்திலே நின்றுதான் தைரியமாக எந்த ரகசியமும் பேசலாம். இந்தப் பெருங்கூட்டத்திலும் இரைச்சலிலும் நம்முடைய பேச்சு யார் காதிலும் விழாது."

"பேசுவதற்கு இரகசியம் என்ன இருக்கிறது?" என்றான் அந்த வாலிபன், வந்தியத்தேவனைக் கொஞ்சம் சந்தேகத்துடன் பார்த்து.

ஆகா! இந்தப் பிள்ளை நல்ல புத்திசாலி! இவனுடன் சிநேகம் செய்து கொள்வதில் லாபம் உண்டு! பல விஷயங்களை அறியலாம்! ஆனால் இவன் மனத்தில் வீண் சந்தேகத்தை உண்டாக்கக் கூடாது. இவ்விதம் வந்தியத்தேவன் எண்ணி, "ஆமாம்; இரகசியம் என்ன இருக்கிறது? ஒன்றுமில்லைதான். போனால் போகட்டும், தம்பி! இரவு எங்கேயாவது நான் நிம்மதியாகத் தூங்க வேண்டும். வெகு தூரம் பிரயாணம் செய்து மிகவும் களைப்படைந்திருக்கிறேன். எங்கே தங்கலாம்? ஒரு நல்ல விடுதிக்கு வழிகாட்டி எனக்கு உதவி செய்ய முடியுமா?" என்று கேட்டான்.

"இந்த நகரில் தங்குவதற்கு இடங்களுக்கு என்ன குறைவு? சத்திரங்கள் எத்தனையோ இருக்கின்றன; அயல்நாடுகளிலிருந்து வருகிறவர்களுக்கென்று ஏற்பட்ட ராஜாங்க விடுதிகளும் இருக்கின்றன. ஆனால், உங்களுக்கு இஷ்டமாயிருந்தால்..."

"தம்பி! உன் பெயர் என்ன?" என்று வந்தியத்தேவன் கேட்டான்.

"அமுதன்; சேந்தன் அமுதன்."

"அடடா! எவ்வளவு நல்ல பெயர்? கேட்கும்போதே என் நாவில் அமுது ஊறுகிறதே... எனக்கு இஷ்டமாயிருந்தால் உன்னுடைய வீட்டுக்கு வந்து தங்கலாம் என்றுதானே நீ சொல்லத் தொடங்கினாய்?"

"ஆமாம், அது எப்படி உங்களுக்குத் தெரிந்தது?"

"என்னிடம் மந்திர வித்தை இருக்கிறது; அதனால் தெரிந்து கொண்டேன் உன் வீடு எங்கே இருக்கிறது?"

"நகர எல்லையைத் தாண்டிக் கூப்பிடு தூரத்தில் எங்கள் பூந்தோட்டம் இருக்கிறது; தோட்டத்துக்குள்ளே எங்கள் வீடும் இருக்கிறது" என்றான் அமுதன்.

"ஆகா! அப்படியானால் உன் வீட்டுக்கு நான் வந்தே தீருவேன். இந்தப் பட்டணத்து சந்தடியில் என்னால் இன்றிரவைக் கழிக்க முடியாது. மேலும் உன்னைப் போன்ற உத்தமப் புதல்வனைப் பெற்ற உத்தமியைத் தரிசிக்க விரும்புகிறேன்."

"என்னைப் பெற்ற அன்னை உத்தமிதான்; ஆனால் துர்ப்பாக்கியசாலி..."

"அடடா! ஏன் அவ்வாறு சொல்கிறாய்"

"ஒருவேளை உன் தந்தை..."

"என் தந்தை இறந்துதான் போனார்; ஆனால் அது மட்டுமில்லை என் தாய் பிறவியிலேயே துர்பாக்கியசாலி. பார்த்தால் தெரிந்துகொள்வீர்கள் வாருங்கள் போகலாம்."

அரை நாழிகை நேரம் நடந்து அவர்கள் நகர்ப்புறத்துக்கு அப்பாலிருந்த பூந்தோட்டத்துக்கு வந்து சேர்ந்தார்கள். இரவில் மலரும் பூக்களின் இனிய மணம் வந்தியத்தேவனுக்கு அபூர்வ சுகமயக்கத்தை உண்டாக்கியது. நகரத்தின் வீதிகளில் எழுந்த கோலாகல இரைச்சலும் சந்தடியும் அங்கே அவ்வளவாகக் கேட்கவில்லை.

பூந்தோட்டத்தின் மத்தியில் ஓட்டு வீடு ஒன்று இருந்தது. பக்கத்தில் இரு குடிசைகள் இருந்தன. தோட்ட வேலையில் உதவி செய்த இரு குடும்பத்தார் அக்குடிசைகளில் இருந்தார்கள். அவர்களில் ஒருவனை அமுதன் அழைத்து, வந்தியத்தேவனுடைய குதிரைக்குத் தீனி வைத்து மரத்தடியில் கட்டி வைக்கும்படி கூறினான்.

பிறகு, வீட்டுக்குள் அழைத்துச் சென்றான். அமுதனுடைய தாயாரைப் பார்த்ததும் வந்தியத்தேவனுக்கு அவளுடைய துர்ப்பாக்கியம் இத்தகையது என்று தெரிந்துவிட்டது. அந்த மூதாட்டி பேசும் சக்தியற்ற ஊமை, காதும் கேளாது என்று தெரிந்தது. ஆனால் அந்த மாதரசியின் முகத்தில் கருணையும் அன்பும் நிறைந்து ததும்பியதை வந்தியத்தேவன் கண்டான். கூரிய அறிவின் ஒளியும் அம்முகத்திலிருந்து வீசியது. பொதுவாக, ஏதாவது ஒரு அங்கத்தில் ஊனமுற்றவர்கள் மற்றபடி சிறந்த அறிவுக் கூர்மையுள்ளவர்களாக விளங்குவது சிருஷ்டி விசித்திரங்களில் ஒன்று அல்லவா?

அமுதன் சில சமிக்ஞைகள் செய்ததும் அந்த மூதாட்டி வந்திருப்பவன் அயல் தேசத்திலிருந்து வந்த விருந்தாளி என்று தெரிந்துகொண்டாள். முகபாவத்தினாலேயே தன்னுடைய பரிவையும் வரவேற்பையும் தெரிவித்தாள்.

சற்று நேரத்துக்கெல்லாம் இலை போட்டு அந்த அம்மாள் உணவு பரிமாறினாள். முதலில் இடியாப்பமும் இனிப்பான தேங்காய்ப்பாலும் வந்தன. அந்த மாதிரி இனிய பலகாரத்தை வந்தியத்தேவன் தன் வாழ்நாளில் அருந்தியதில்லை. பத்துப் பன்னிரண்டு

இடியாப்பமும், அரைப்படி தேங்காய்ப் பாலும் சாப்பிட்டான். பிறகு புளிக்கறியும் சோளமாப் பணியாரமும் வந்தன; அவற்றையும் ஒரு கை பார்த்தான். அப்படியும் அவன் பசி அடங்கவில்லை; கடைசியாக காற்படி அரிசிச் சோறும் அரைப்படி தயிரும் நொங்கினான்! பிறகுதான் அவன் இலையிலிருந்து எழுந்தான்.

சாப்பிடும்போதே சில விஷயங்களை அமுதனிடம் கேட்டுத் தெரிந்துகொண்டான். தஞ்சைக் கோட்டைக்குள்ளே அப்போது சுந்தர சோழ சக்கரவர்த்தியையும் அவருடைய அரண்மனைப் பரிவாரங்களையும் தவிர, இன்னும் முக்கியமாக யார் யார் இருக்கிறார்கள் என்று விசாரித்தான்.

பெரிய பழுவேட்டரையர், சின்ன பழுவேட்டரையர் இவர்களின் மாளிகைகளும் பரிவாரங்களும் அங்கு இருந்தன. தன பொக்கிஷம், தானிய பண்டாரம் இரண்டும் கோட்டைக்குள் இருந்தபடியால் அவற்றைப் பரிபாலிக்கும் அதிகாரிகளும் கணக்கர்களும் இருந்தார்கள். சுந்தர சோழரின் அந்தரங்க நம்பிக்கைக்கும் அபிமானத்துக்கும் பாத்திரரான அநிருத்த பிரம்மராயர் என்னும் அமைச்சரும், திருமந்திர ஓலை நாயகரும் கோட்டைக்குள்ளே தான் வசித்தார்கள். மற்றும் சின்னப் பழுவேட்டரையரின் தலைமையில் தஞ்சைக் கோட்டையைக் காவல் புரிந்த வீரர்களும் அவர்களுடைய குடும்பத்தாரும் அங்கேயே தங்கியிருந்தார்கள். பொன், வெள்ளி நகை வியாபாரிகளும், நவரத்தின வியாபாரிகளும், பொன்னாசாரிகளும் கோட்டைக்குள் இடம் அளிக்கப்பட்டிருந்தார்கள். பெரிய பழுவேட்டரையரின் கீழ் வரி விதிக்கும் வேலை பார்த்த நூற்றுக்கணக்கான அலுவலர்கள் இருந்தனர். துர்கையம்மன் கோயில், கோட்டைக்குள்ளேதான் ஒரு மூலையில் இருந்தது. கோவில் பூசாரிகளும் பணிவிடையாளரும் கணிகையரும் கோவிலுக்கு அருகில் குடியிருந்தார்கள்.

இதையெல்லாம் தெரிந்துகொண்ட பிறகு, "அமைச்சர்கள் அனைவரும் தற்சமயம் கோட்டையில் இருக்கிறார்களா?" என்று வந்தியத்தேவன் கேட்டான்.

"எல்லாரும் எப்படி இருப்பார்கள்? பற்பல காரியமாக வெளியிலே போய்க்கொண்டும் வந்து கொண்டும்தான் இருப்பார்கள். அநிருத்த பிரம்மராயர் சில காலமாகவே நகரில் இல்லை. அவர் சேரநாடு சென்றிருப்பதாகக் கேள்வி. பெரிய பழுவேட்டரையர் நாலு தினங்களுக்கு முன்னால் வெளியே சென்றார். கொள்ளிடத்துக்கு வடக்கே நடுநாட்டுக்குச் சென்றதாகக் கேள்வி."

"போனவர் ஒரு வேளை திரும்பி வந்திருக்கலாம் அல்லவா? உனக்குத் தெரியாதாக்கும்!"

"இன்று சாயங்காலம் பழுவூர் இளையராணியின் பல்லக்கு வந்தது. கோட்டை வாசலில் நானே பார்த்தேன்; ஆனால் பழுவேட்டரையர் வரவில்லை. ஒருவேளை வழியில் எங்கேனும் தங்கி விட்டு நாளை வரக்கூடும்."

"தம்பி! இளவரசர் மதுராந்தகத்தேவரும் கோட்டைக்கு உள்ளே தானே தங்கியிருக்கிறார்?"

"ஆமாம்; பழுவேட்டரையர் அரண்மனைக்குப் பக்கத்தில் மதுராந்தகரின் மாளிகை இருக்கிறது. சின்னப் பழுவேட்டரையரின் திருமகளை மணம் புரிந்த மருமகன் அல்லவா?"

"ஓஹோ! அதுவும் அப்படியா? எனக்கு இதுவரையில் தெரியாதே?"

"ரொம்பப் பேருக்குத் தெரியாதுதான் சக்கரவர்த்தியின் தேக அசௌகர்யத்தை முன்னிட்டு திருமணத்தைக் கோலாகலமாக நடத்தவில்லை."

"நல்லது; மதுராந்தகத்தேவர் இப்போது கோட்டைக்குள்ளே தானே இருக்கிறார்?"

"கோட்டைக்குள்ளேதான் இருக்க வேண்டும்; ஆனால் மதுராந்தகத் தேவர் சாதாரணமாக வெளியில் வருவதில்லை. மக்கள் அவரைப் பார்க்க முடிகிறதும் இல்லை. சிவபக்தியில் ஈடுபட்டு பெரும்பாலும் யோகத்திலும் தியானத்திலும் பூஜையிலும் காலம் கழிப்பதாகக் கேள்வி."

"ஆனாலும் இத்தனை நாளைக்குப் பிறகு கல்யாணம் செய்துகொண்டிருக்கிறாரே?"

"ஆமாம்; அது கொஞ்சம் வியப்பான காரியந்தான். கல்யாணத்துக்குப் பிறகு மாப்பிள்ளைத்தேவரின் மனமே மாறிப் போயிருப்பதாயும் சொல்கிறார்கள்; நமக்கென்ன அதைப் பற்றி? பெரிய இடத்துப் பேச்சு பேசாமலிருப்பதே நல்லது..."

சேந்தன் அமுதனிடம் இன்னும் பல விஷயங்களைக் கேட்டுத் தெரிந்துகொள்ளும் ஆவல் வந்தியத்தேவனுக்கு இருந்தது. ஆனால் அதிகமாக ஏதேனும் கேட்டு சந்தேகத்தைக் கிளப்பிவிட அவன் விரும்பவில்லை. இத்தகைய சாதுப்பிள்ளையின் சிநேகம் தனக்குப் பேருதவியாயிருக்கும். தஞ்சையில் தங்க இம்மாதிரி ஒரு வீடு அகப்பட்டதும் தன்னுடைய அதிர்ஷ்டந்தான். அதையெல்லாம் கெடுத்துக் கொள்வானேன்? மேலும், நீண்ட பிரயாணக் களைப்புடன் முதல்நாள் இரவு கண் விழித்ததும் சேர்ந்து கொண்டது. கண்ணைச் சுழற்றிக்கொண்டு தூக்கம் வந்தது. சேந்தன் அமுதன் அவனுடைய நிலையை அறிந்து விரைவில் படுக்கை போட்டுக் கொடுத்தான்.

தூக்க மயக்கத்தில் கடைசியாக வந்தியத்தேவனுடைய மனத்தில் பழுவூர் இளையராணியின் திருமுகம் வந்தது. அப்பப்பா! என்ன அழகு! என்ன ஜொலிப்பு! அந்த மாயமோகன வடிவத்தைத் திடீரென்று அவன் பார்த்ததும் அடியோடு செயல் இழந்து கண் கொட்டாமல் திகைத்து நின்றது இன்னொரு அனுபவத்தை அவனுக்கு நினைவூட்டியது. சிறுபிராயத்தில் ஒரு சமயம் காட்டு வழியாய்ப் போய்க் கொண்டிருக்கையில் திடீரென்று படமெடுத்து ஆடிய பாம்பு ஒன்று அவன் முன் எதிர்ப்பட்டது. அதன் அழகே அழகு! கவர்ச்சியே கவர்ச்சி! வந்தியத்தேவனால் பாம்பின் படத்திலிருந்து கண்ணை அகற்றவே முடியவில்லை; கண் கொட்டவும் முடியவில்லை. பார்த்தது பார்த்தபடி நின்றான்; பாம்பும் ஆடிக்கொண்டேயிருந்தது! பாம்பு ஆடிய போது அதற்கிணங்க, இவன் உடம்பும் ஆடியது இதன் முடிவு என்ன ஆகியிருக்குமோ தெரியாது. திடீரென்று ஒரு கீரிப்பிள்ளை வந்து பாம்பின் மீது பாய்ந்தது. இரண்டும் துவந்த யுத்தம் தொடங்கின. அந்தச் சந்தர்ப்பத்தைப் பயன்படுத்திக் கொண்டு வந்தியத்தேவன் ஒரே ஓட்டமாக ஓடி வந்து விட்டான்!...

சீச்சீ! என்ன உதாரணம்! இந்தப் புவன மோகினியான சுந்தராங்கியைப் படமெடுத்த பாம்புக்கா ஒப்பிடுவது? இவளுடைய பால்வடியும் முகத்தை ஒரு தடவை பார்த்தாலும் பசி தீர்ந்து விடுமே?... நாளைக்கு அவளை மறுபடி காணப் போகிறோமல்லவா! அவளுடைய குரலிலேதான் என்ன மதுரம்! இவள் ஓர் அபூர்வமான அழகிதான். ஆனால் குடந்தை சோதிடர் வீட்டிலும் அரிசிலாற்றங்கரையிலும் பார்த்த அந்த இன்னொரு பெண்?... அவளுடைய முகத்திலும் காந்தி ஒளி விட்டது! அழகு சுடர் விட்டது!... இரண்டு முகங்களும் சுந்தர முகங்களாயினும் அவற்றுக்குள் எத்தனை வேற்றுமை! அதில் கம்பீரமும் பெருந்தன்மையும்; இதில் மோகனமும் கவர்ச்சியும்!.. இப்படி அவன் உள்ளம் அந்த இரு மங்கையரின் முகங்களையும் ஒப்பிட்டுக்கொண்டிருந்தபோது, மற்றொரு மங்கை வந்து குறுக்கிட்டாள். சர்வாதிகார கொடுங்கோல் அரசியான நித்திராதேவி வந்தியத்தேவனைப் பரிபூரணமாக ஆட்கொண்டாள்.

24. காக்கையும் குயிலும்

இரவெல்லாம் கட்டையைப்போல் கிடந்து தூங்கிவிட்டுக் காலையில் சூரியன் உதித்த பிறகே வந்தியத்தேவன் துயிலெழுந்தான். விழித்துக் கொண்ட பிறகும் எழுந்திருக்க மனம் வராமல் படுத்திருந்தான். மேல்காற்று விர்ரென்று வீச, மரஞ்செடிகளின் கிளைகளும் இலைகளும் ஒன்றோடொன்று உராய்ந்து 'சோ' என்ற சத்தத்தை உண்டாக்கிக்கொண்டிருந்தன. அந்த சுருதிக்கிணங்க, ஓர் இளம் பிள்ளையின் இனிய குரல் சுந்தரமூர்த்தி சுவாமிகளின் தேவாரப் பாடலைப் பண்ணுடன் பாடியது.

"பொன்னார் மேனியனே புலித் தோலை அரைக்கசைத்து
மின்னார் செஞ்சடைமேல் மிளிர் கொன்றை அணிந்தவனே!"

இதைக் கேட்ட வந்தியத்தேவன் கண்ணை விழித்துப் பார்த்தான். அவனுக்கெதிரே பூந்தோட்டத்தில் கொன்றை மரங்கள் சரஞ்சரமாகப் பொன் மலர்களைத் தொங்கவிட்டுக் கொண்டு காட்சியளித்தன. சேந்தன் அமுதன் ஒரு கையில் குடலையும் இன்னொரு கையில் அலக்கும் வைத்துக் கொண்டு, வாயினால் பாடிக்கொண்டே, கொன்றை மலர்களைப் பறித்துக் கொண்டிருந்தான். அதிகாலையிலே எழுந்து ஸ்நானம் செய்து திருநீறு புனைந்திருந்த சேந்தன் அமுதன், சிவபக்தனாகிய மார்க்கண்டனைப் போல் தோன்றினான்.

இப்படி இனிமையாகவும் அழகாகவும் பாடும் பிள்ளையின் குரலைக் கேட்க அவனுடைய அன்னை கொடுத்து வைக்க வில்லையே என்ற எண்ணத்துடன் வந்தியத்தேவன் எழுந்தான்.

அமுதனைப் போல் தானும் பூந்தோட்டம் வளர்த்து சிவ கைங்கரியம் செய்துகொண்டு ஏன் ஆனந்தமாய்க் காலங் கழிக்கக் கூடாது? எதற்காக கையில் வாளும் வேலும் ஏந்திக் கொண்டு ஊர் ஊராக அலைய வேண்டும்? எந்த நேரமும் பிறரைக் கொல்லுவதற்கும் பிறரால் கொல்லப்படுவதற்கும் ஆயத்தமாக ஏன் திரிய வேண்டும்? இத்தகைய எண்ணங்கள் அவன் மனத்தில் உதித்தன. ஆனால் சிறிது நேரத்தில் மனம் மாறியது. சேந்தன் அமுதனைப் போல் உலகில் எல்லாருமே சிவ பக்தர்களாயிருந்து விடுவார்களா? திருடர்களும் கொள்ளைக்காரர்களும் வஞ்சகர்களும் எளியவர்களைத் துன்புறுத்துவதில் களிப்படைகிறவர்களும் இருக்கத்தான் செய்வார்கள். இவர்களையெல்லாம் அடக்கி, நியாயத்தையும் தர்மத்தையும் நிலைநாட்ட அரசாங்கம் வேண்டும். அரசாங்கம் நடத்த அரசர்களும் அமைச்சர்களும் வேண்டும். இவர்களுக்கு ஆபத்து வராமல் பாதுகாக்க வேளக்காரப் படைகளும் வேண்டும். தன்னைப்போல் அரசர்களும் ஓலை கொண்டு போகவும் ஆட்கள் வேண்டும் ஆம்! இன்று சுந்தர சோழ சக்கரவர்த்தியைப் பார்த்தே தீரவேண்டும். பெரிய பழுவேட்டரையர் திரும்பி வருவதற்குள் சக்கரவர்த்தியைப் பார்த்தால்தான் பார்த்தது. அவர் வந்துவிட்டால் அது சாத்தியமில்லாமலே போகலாம்...

பூந்தோட்டத்துக்குப் பக்கத்திலேயிருந்த தாமரைக் குளத்தில் குளித்துவிட்டு வந்து, வல்லவரையன் ஆடை ஆபரணங்கள் அணிந்து தன்னை நன்றாக அலங்கரித்துக்கொண்டான். சக்கரவர்த்தியைத் தரிசனம் செய்யப் போகும்போது சாதாரணமாகப் போகலாமா? இதற்காகத்தான் அலங்கரித்துக் கொண்டானா, அல்லது பழுவூர் இளையராணியை அன்று மீண்டும் பார்க்கப் போகிறோம் என்கிற எண்ணமும் அவன் மனத்திற்குள் இருந்ததா என்று நாம் சொல்ல முடியாது.

காலை உணவுக்குப் பிறகு சேந்தன் அமுதன் உச்சிவேளை பூஜைக் கைங்கரியத்துக்காகப் பூக்குடலையுடன் கிளம்ப, வந்தியத்தேவன் சக்கரவர்த்தியின் தரிசனத்துக்காகப் புறப்பட்டான். இருவரும் நடந்தே சென்றார்கள்.

கோட்டைக்குள் குதிரையைக் கொண்டு போக வேண்டாம் என்று வல்லவரையன் முன்னமேயே தீர்மானித்திருந்தான். குதிரை நன்றாக இளைப்பாற அவகாசம் கொடுப்பது அவசியம். சீக்கிரத்தில் அக்குதிரையை, தான் துரிதப் பிரயாணத்துக்கு உபயோகப்படுத்த வேண்டி வரலாம், யார் கண்டது? எப்படியானாலும், அது இங்கே இருப்பதுதான் நல்லது.

கோட்டை வாசல் போய்ச் சேரும் வரையில் அமுதனுடன் பேச்சுக் கொடுத்து இன்னும் சில விவரங்களை தெரிந்து கொண்டான்.

“உன் அன்னையைத் தவிர உனக்கு வேறு உற்றார் உறவினர் யாரும் கிடையாதா?” என்று வல்லவரையன் கேட்டதற்கு அமுதன் கூறியதாவது; “இருக்கிறார்கள், என் அன்னையுடன் கூடப் பிறந்த ஒரு தமக்கையும் தமையனும் உண்டு. தமக்கை காலமாகி விட்டாள்; தமையனார் கோடிக்கரை குழகர் கோயிலில் புஷ்ப கைங்கரியம் செய்கிறார். அத்துடன் இரவு நேரங்களில் கலங்கரை விளக்கத்தில் தீபமேற்றிப் பாதுகாக்கும் பணியும் செய்து வருகிறார்... அவருக்கு ஒரு புதல்வனும் புதல்வியும் உண்டு; புதல்வி...” என்று நிறுத்தினான்.

“புதல்விக்கு என்ன?”

"ஒன்றுமில்லை எங்கள் குடும்பத்திலேயே ஒரு விசித்திரம். சிலர் ஊமையாகப் பிறப்பார்கள்; மற்றவர்கள் இனிய குரல் படைத்திருப்பார்கள்; நன்றாய்ப் பாடுவார்கள்..."

"உன் மாமனின் மகள் ஊமை இல்லையே?" என்றான் வந்தியத்தேவன்.

"இல்லை, இல்லை!"

"அப்படியானால் நன்றாய்ப் பாடக் கூடியவள் என்று சொல்லு. உன்னைக் காட்டிலும் நன்றாய்ப் பாடுவாளா?"

"அழகாயிருக்கிறது உங்கள் கேள்வி 'குயில், காக்கையை விட நன்றாய்ப் பாடுமா?' என்று கேட்பது போலிருக்கிறது. பூங்குழலி பாடினால், சமுத்திர ராஜா அலை எறிந்து ஓசை செய்வதை நிறுத்தி விட்டு அமைதியாகக் கேட்பார். ஆடு மாடுகளும் காட்டு மிருகங்களும் மெய் மறந்து நிற்கும்..."

"உன் மாமன் மகளின் பெயர் பூங்குழலியா? அழகான பெயர்!"

"பெயர் மட்டுந்தானா அழகு?"

"அவளும் அழகியாகத்தான் இருக்கவேண்டும்; இல்லா விட்டால், நீ இவ்வளவு பரவசமடைவாயா?"

"மானும் மயிலும் அவளிடம் அழகுக்குப் பிச்சை கேட்க வேண்டும். ரதியும் இந்திராணியும் அவளைப்போல் அழகியாவதற்குப் பல ஜன்மங்கள் தவம் செய்யவேண்டும்."

சேந்தன் அமுதனுடைய உள்ளம் சிவபக்தியிலேயே பூரணமாக ஈடுபட வில்லையென்பதை வல்லவரையன் கண்டு கொண்டான்.

"அப்படியானால் உனக்குத் தகுந்த மணப்பெண் என்று சொல்லு. மாமன் மகளாகையால் முறைப் பெண்ணுங் கூடத்தானே? கல்யாணம் எப்போது?" என்று கேட்டான் வந்தியத்தேவன்.

"எனக்குத் தகுந்தவள் என்று ஒருநாளும் சொல்ல மாட்டேன். நான் அவளுக்கு எவ்விதத்திலும் தகுதியில்லாதவன். பழைய நாட்களிலே போலப் பூங்குழலிக்குச் சுயம்வரம் வைத்தால் ஐம்பத்தாறு தேசத்து ராஜாக்களும் வந்து போட்டி போடுவார்கள்! தமயந்தியை மணந்துகொள்வதற்கு வானுலகத்திலிருந்து தேவர்கள் வந்ததுபோல் வந்தாலும் வருவார்கள். ஆனால் இந்தக் கலியுகத்தில் அவ்விதமெல்லாம் ஒருவேளை நடவாது..."

"அப்படியானால் உன்னை மணந்துகொள்ள அவள் விரும்பினாலும் நீ மறுத்து விடுவாய் என்று சொல்லு!"

"நன்றாயிருக்கிறது; இறைவன் என் முன்னால் தோன்றி, 'நீ சுந்தரமூர்த்தியைப் போல் இந்த உடம்போடு கைலாசத்துக்கு வருகிறாயா? அல்லது பூலோகத்திலிருந்து பூங்குழலியுடன் வாழ்கிறாயா?' என்று கேட்டால் 'பூங்குழலியுடன் வாழ்கிறேன்' என்றுதான் சொல்லுவேன்; ஆனால் நான் சொல்லி என்ன பயன்?"

"ஏன் பயன் இல்லை? உனக்குச் சம்மதமாயிருக்கும்போது அநேகமாகக் கல்யாணம் ஆனது போலத்தானே? எல்லாரும் பெண்களைக் கேட்டுக் கொண்டுதானா கல்யாணம் செய்கிறார்கள்? உதாரணத்துக்கு, பெரிய பழுவேட்டரையர் அறுபத்தைந்து வயதுக்கு மேல் கல்யாணம் செய்து கொண்டிருக்கிறாரே! அந்த ராணியின் சம்மதத்தின் பேரிலா திருமணம் நடந்திருக்கும்!..."

"அண்ணா! அது பெரிய இடத்து சமாசாரம், நாம் ஏன் அதைப் பற்றிப் பேச வேண்டும்? முக்கியமாக, உங்களுக்கு எச்சரிக்கை செய்கிறேன். நீங்கள் கோட்டைக்குள் போகிறீர்கள்; கோட்டைக்குள் பழுவேட்டரையர்களைப் பற்றி எதுவும் பேச வேண்டாம் பேசினால் ஆபத்து வரும்!..."

"ஏது தம்பி, ஒரேயடியாகப் பயமுறுத்துகிறாயே?"

"உண்மையைத்தான் சொல்கிறேன் மெய்யாக, இரண்டு பழுவேட்டரையர்களுந்தான் இப்போது சோழ சாம்ராஜ்யத்தையே ஆளுகிறார்கள். அவர்களுடைய அதிகாரத்துக்கு மிஞ்சிய அதிகாரம் வேறு கிடையாது."

"சக்கரவர்த்திக்குக் கூடவா அவர்களை விட அதிகாரம் இல்லை?"

"சக்கரவர்த்தி நோய்வாய்ப்பட்டுக் கிடக்கிறார். பழுவூர்க்காரர்கள் போட்ட கோட்டை அவர் தாண்டுவதில்லை என்று ஜனங்கள் சொல்லுகிறார்கள். அவருடைய சொந்தப் புதல்வர்களுடைய பேச்சுக் கூட காதில் ஏறுவதில்லை என்கிறார்கள்."

"அப்படியா சமாசாரம்! பழுவேட்டரையர்களுடைய செல்வாக்கு அபாரமாய்த்தான் இருக்க வேண்டும். இரண்டு வருஷத்துக்கு முன்னால் அவர்களுக்கு இத்தனை செல்வாக்கு இல்லை அல்லவா?"

"இல்லை; அதிலும் சக்கரவர்த்தி தஞ்சைக்கு வந்த பிறகு பழுவேட்டரையர்களுடைய அதிகாரம் எல்லையில்லாமல் போய் விட்டது. அவர்களைத் தட்டிப் பேசுவதற்கே யாரும் கிடையாது. அநிருத்த பிரமராயர் கூட வெறுப்படைந்துதான் பாண்டிய நாட்டுக்குப் போய்விட்டார் என்று கேள்வி."

"பழையாறையிலிருந்து சக்கரவர்த்தி தஞ்சாவூருக்கு எதற்காக வந்தார்? உனக்குத் தெரியுமா, தம்பி!"

"நான் கேள்விப்பட்டதை சொல்லுகிறேன்; மூன்று வருஷத்துக்கு முந்தி வீரபாண்டியன் போரில் மாண்டான். அச்சமயம் சோழர் படைகள் பாண்டிய நாட்டில் சில கொடூரங்களை செய்ததாகக் கேள்வி; யுத்தமென்றால் அப்படித்தானே? மதுரை சோழ ராஜ்யத்துக்கு உட்பட்டு விட்டது. ஆனால் வீரபாண்டியனுக்கு அந்தரங்கமான சிலர், எப்படியாவது பழிக்குப் பழி வாங்குவதென்று சபதம் எடுத்துக்கொண்டு சதி செய்கிறார்களாம். பழையாறையில் மன்னர் இருந்தால் அவரைப் பாதுகாக்க முடியாது என்று தான் அவரைப் பழுவேட்டரையர்கள் தஞ்சைக்கு அழைத்து வந்து விட்டார்கள். இங்கே கோட்டையும் வலிவுள்ளது; கட்டுக் காவலும் அதிகம். அதோடு சக்கரவர்த்தியின் உடம்பு நலத்துக்கும் பழையாறையைக் காட்டிலும் தஞ்சாவூர் நல்லது என்று வைத்தியர்கள் சொன்னார்கள்.

"சுந்தர சோழரின் உடம்பைப் பற்றி எல்லாரும் சொல்லுகிறார்கள். ஆனால் என்ன நோய் என்று மட்டும் யாருக்கும் தெரிவதில்லை."

"தெரியாமல் என்ன? சக்கரவர்த்திக்குப் பக்கவாதம் வந்து இரண்டு கால்களும் சுவாதீனம் இல்லாமல் போய் விட்டன."

"அடடா! அதனால் அவரால் நடக்கவே முடிவதில்லையோ?"

"நடக்க முடியாது; யானை அல்லது குதிரை மீது ஏறவும் முடியாது; படுத்த படுக்கைதான். பல்லக்கில் ஏற்றி இடத்துக்கு இடம் கொண்டு போனால்தான் போகலாம் அதிலும் வேதனை அதிகம். ஆகையால் சக்கரவர்த்தி அரண்மனையை விட்டு வெளிக் கிளம்புவதே இல்லை. சில காலமாகச் சித்தம் அவ்வளவு சுவாதீனத்தில் இல்லையென்றும் சொல்கிறார்கள்."

"ஆஹா! என்ன பரிதாபம்!"

"பரிதாபம் என்று கூட சொல்லக் கூடாது, அண்ணா! அதுவும் ராஜ நிந்தனை என்று சொல்லிப் பழுவேட்டரையர்கள் தண்டனை விதிப்பார்கள்."

பழுவேட்டரையர்! பழுவேட்டரையர்! எங்கே, யாரிடம் பேசினாலும் பழுவேட்டரையர்களைப் பற்றியே பேச்சு! அவர்கள் எவ்வளவு பராக்கிரமசாலிகளாய் இருந்தால்தான் என்ன? தனபொக்கிஷம்; தானியக் களஞ்சியம், தஞ்சை நகர்க் காவல், ஒற்றர்படை எல்லாம் அவர்களுடைய வசத்தில் இருக்கும்படி சக்கரவர்த்தி விட்டிருக்கக் கூடாது. இவ்வளவு அதிகாரத்தையும் அவர்களிடம் விட்டதனால் அல்லவா சக்கரவர்த்திக்கு விரோதமாகச் சதி செய்ய தொடங்கி விட்டார்கள்? இவர்களுடைய சதி எவ்வளவு தூரம் பலிக்குமோ? அது பலிக்காமல் போக நம்மால் இயன்ற பிரயத்தனம் செய்ய வேண்டும்.

சந்தர்ப்பம் கிடைத்தால் சக்கரவர்த்திக்கும் எச்சரிக்கை செய்து வைக்க வேண்டும்!...

இதற்குள் கோட்டை வாசல் வந்துவிட்டது. சேந்தன் அமுதன் தனது புதிய நண்பனைப் பிரிந்து தளிக்குளத்தார் ஆலயத்தை நோக்கிச் சென்றான்.

வந்தியத்தேவனோ எத்தனையோ மனக்கோட்டைகளுடன் அந்தக் கோட்டை வாசலை நெருங்கினான்.

ஃஃ

25. கோட்டைக்குள்ளே

பனை இலச்சினை தாங்கிய மோதிரம் கதைகளில் வரும் மாய மோதிரத்தைப் போல் அபாரமான மந்திர சக்தி வாய்ந்ததாயிருந்தது.

காலை நேரத்தில் பால், தயிர் விற்பவர்கள், பூக்கூடைக்காரர்கள், கறிகாய் விற்பவர்கள், பழக் கடைக்காரர்கள், மற்றும் பல தொழில்களையும் செய்வோர், கணக்கர்கள், உத்தியோகஸ்தர்கள் முதலியோர் ஏகக் கூட்டமாகக் கோட்டைக்குள் பிரவேசிக்க முயன்று கொண்டிருந்தார்கள். கோட்டைக் கதவின் திட்டி வாசலைத் திறந்து அவர்களை ஒவ்வொருவராக உள்ளே விடுவதிலே கோட்டை வாசல் காவலர்கள் தங்கள் படாடோப அதிகாரத்தை காண்பித்துக் கொண்டிருந்தார்கள்.

ஆனால் நம் இளம் வீரன் பனை இலச்சினை பொறித்த மோதிரத்தைக் காட்டியதுதான் தாமதம், காவலர்கள் மிக மரியாதை காட்டி, கோட்டைக் கதவுகளில் ஒன்றை திறந்து விட்டார்கள்; வந்தியத்தேவனும் கோட்டைக்குள் பிரவேசித்தான்.

ஆகா! தஞ்சைபுரிக் கோட்டைக்குள் அவன் கால் வைத்த வேளை என்ன வேளையோ தெரியாது! அதிலிருந்து எத்தனை எத்தனை முக்கிய நிகழ்ச்சிகள் தொடர்ந்து வந்தன! சோழ சாம்ராஜ்யத்தின் சரித்திரத்திலேயே அது ஒரு முக்கிய சம்பவமாகவல்லவா ஏற்பட்டது!

கோட்டைக்குள் பிரவேசித்து சிறிது நேரம் வரை வந்தியத்தேவன் ஒரே பிரமிப்பில் ஆழ்ந்திருந்தான்.

காஞ்சி பழைய பல்லவ சாம்ராஜ்யத்தின் தலைநகரம். பல தடவை பகைவர்களின் தாக்குதல்களுக்கு உட்பட்டது. அங்கிருந்த மாளிகைகளும் மண்டபங்களும் மற்ற கட்டடங்களும் பழைமையடைந்து சிதிலமாகிப் பூஞ்சக் காளான் பூத்திருந்தன. அழகிய சிற்ப வேலைப்பாடுகள் அமைந்த கட்டடங்கள்தான். ஆனாலும் பல பகுதிகள் இடிந்தும் சிதைந்தும் கிடந்தன. ஆதித்த கரிகாலர் வந்த பிறகு புதுப்பித்துக் கட்டிய சில மாளிகைகள் மட்டும், பட்டமரத்தில் ஒவ்வோரிடத்தில் தளிர்த்திருக்கும் மலர்களைப்போல் விளங்கி, நகரத்தின் பாழடைந்த தோற்றத்தை மிகைப்படுத்திக் காட்டின.

இந்தத் தஞ்சையின் தோற்றமோ நேர்மாறாக இருந்தது. எல்லாம் புதிய மாளிகைகள்; புதிய மண்டபங்கள். வெண் சுண்ண மாளிகைகளுக்கு மத்தியில் செம்மண்ணில் சுட்ட செங்கற்களினால் கட்டிய சிற்சில கட்டடங்கள் வைரங்களுக்கும் முத்துகளுக்கும் இடையிலே இரத்தினங்களைப் பதித்ததுபோல் ஒளிவீசித் திகழ்ந்தன. ஆங்காங்கு அரண்மனைத் தோட்டங்களில் வளர்ந்திருந்த விருட்சங்கள் செம்மண் பூமியின் சத்தை உண்டு, கொழு கொழுவென்று செழித்து ஓங்கியிருந்தன. புன்னை, தென்னை, அசோகம், அரசு, ஆல், பலா, வேம்பு முதலிய மரங்களில் அடர்ந்து தழைத்திருந்த இலைகள் மரகதப் பச்சையின் பல சாயல்களுடன் கண்ணுக்கு இனிமையையும் மனத்துக்கு உற்சாகத்தையும் அளித்தன. அதிசய சக்தி வாய்ந்த மந்திரவாதியான மயன் புதிதாக நிர்மாணித்த நகரம் இது. இந்தப் புதிய நகருக்குள் பிரவேசிக்கும் போதே ஒரு புதிய உற்சாகம் பிறந்தது; உள்ளம் பூரித்துப் பொங்கியது; காரணம் தெரியாத கர்வம் நிறைந்தது.

கோட்டையின் கட்டுக்காவலையும் கோட்டைக்குள் பிரவேசிப்பதில் உள்ள நிர்ப்பந்தங்களையும் கவனித்திருந்த வந்தியத்தேவன், உள்ளே அதிக ஜன நடமாட்டமே

இல்லாமல் வெறிச்சென்று இருக்கும் என்று எண்ணியிருந்தான். ஆனால் அதற்கு நேர்மாறாக, தெருக்களெல்லாம் 'ஜேஜே' என்று கூட்டமாயிருந்தது. குதிரைகளும் குதிரை பூட்டிய ரதங்களும் பூமி அதிரும்படி சத்தமிட்டுக்கொண்டு சென்றன. கரிய குன்றுகள் அசைந்து வருவதுபோல் நிதானமாகவும் கம்பீரமாகவும் நடந்து வந்த யானைகளின் மணி ஓசை நாலாபுறங்களிலும் கேட்டது! பூ, கறிகாய், பழம், பால், தயிர் விற்போரின் கூச்சல்கள் செவிகளைத் தொளைத்தன. அவ்வப்போது காலத்தை அறிவிக்கும் ஆலாட்சி மணிகளின் ஓசையுடன் பேரிகையின் முழக்கமும் கலந்தது. இசைக்கருவிகள் எழுப்பிய இன்னிசைகளுடன் மங்கையர் பாடிய மதுர கீதங்கள் கலந்தன. எல்லாம் ஒரே திருவிழாக் கோலாகலமாகவே இருந்தது.

நகரம் என்றால் இதுவல்லவா நகரம்! நாளுக்கு நாள் விரிந்து பரந்து வரும் ஒரு சாம்ராஜ்யத்தின் தலைநகரம் இப்படித்தான் இருக்கும் போலும்!

தான் இத்தகைய நகரத்துக்கு முற்றிலும் புதியவன் என்று காட்டிக் கொள்ள வந்தியத்தேவன் விரும்பவில்லை. யாரையாவது வழி கேட்டால் தன்னை ஏற இறங்கப் பார்த்து, "நீ இந்த ஊருக்குப் புதியவனா?" என்று அலட்சியமாகப் பேசுவார்கள். அரண்மனைக்கு வழி கேட்கிறவனை வெளியூரிலிருந்து வந்த பட்டிக்காட்டான் என்று கூட நினைத்து விடுவார்கள். ஆகையால், யாரையும் வழி கேட்காமலேயே சக்கரவர்த்தியின் அரண்மனையைக் கண்டுபிடித்து போய்விட வேண்டும்; அது அப்படியொன்றும் முடியாத காரியமாயிராது...

எந்தப் பக்கம் நோக்கினாலும் மாடமாளிகைகளின் மீது மகர தோரணங்களும் கொடிகளும் தோன்றின. வேகத்துடன் வீசிய மேலக்காற்றுடன் அவை துவந்த யுத்தம் செய்து சடசட படபடவென்று சத்தம் செய்துகொண்டு பறந்தன. புலிக் கொடிகளும் பனைக்கொடிகளுமே அதிகமாகக் காணப்பட்டன. மற்ற எல்லாக் கொடிகளையும் தாழ்த்திக்கொண்டு மேக மண்டலத்தை அளாவிக் கம்பீரமாக ஒரு பெரிய புலிக்கொடி பறந்தது. அதுவே சக்கரவர்த்தி தங்கும் அரண்மனையாக இருக்க வேண்டும் என்று வல்லவரையன் ஊகித்துக்கொண்டு, அக்கொடி பறந்த திக்கை நோக்கி, தான் மேலே செய்ய வேண்டிய காரியத்தைப் பற்றி சிந்தித்துக்கொண்டு நடந்தான்.

சக்கரவர்த்தியை நேரில் சந்தித்து ஓலையைக் கொடுப்பது முதற்காரியம். அதோடு ஆதித்த கரிகாலர் நேரில் வாய்மொழியாகத் தெரிவிக்க சொன்னதையும் சொல்ல வேண்டும். சின்னப் பழுவேட்டரையரின் அனுமதியின்றி சக்கரவர்த்தியைப் பார்க்க முடியாது. அவருடைய அனுமதியை எப்படிப் பெறுவது? கோட்டைக்குள் பிரவேசிப்பதற்குத் தெய்வம் துணை செய்தது. ஆனால் முழுதும் தெய்வம் வழிகாட்டும் என்றே இருந்துவிடலாமா? சக்கரவர்த்தியைப் பார்ப்பதற்கு நாமேதான் யுக்தி கண்டுபிடித்தாக வேண்டும்! அது என்ன யுக்தி! வாணர் குலத்தில் வழிவழியாக வந்த மூளையே! கொஞ்சம் வேலை செய், பார்க்கலாம்! சிறிது உன் கற்பனா சக்தியைத் தட்டிவிடு! காவியம், கவிதை எழுதுவோருக்கு மட்டும் கற்பனா சக்தி தேவை என்பதில்லை. உன்னைப் போல் இராஜாங்க காரியங்களில் ஈடுபட்டவர்களுக்கும் கற்பனா சக்தி வேண்டும்; எங்கே, உன் கைவரிசையைக் காட்டு, பார்க்கலாம்!...

பெரிய பழுவேட்டரையர் இன்னும் கோட்டைக்கு வந்து சேரவில்லை என்பதை வந்தியத்தேவன் உறுதிப்படுத்திக் கொண்டான்.

கோட்டை வாசலைத் தாண்டி உள்ளே வந்ததும், அங்கே உட்புறத்தில் நின்ற காவலன் ஒருவனிடம், "ஏன் அப்பா! பழுவேட்டரையர் திரும்பி வந்து விட்டாரா?" என்று கேட்டான்.

"யாரைக் கேட்கிறாய், தம்பி! சின்னவர் அரண்மனையில்தான் இருக்கிறார்."

"அது எனக்குத் தெரியாதா? நடுநாட்டுக்குச் சென்றிருந்த பெரியவரைப் பற்றித்தான் கேட்கிறேன்."

"ஓ! பெரியவர் நடுநாட்டுக்கா சென்றிருந்தார்? அது எனக்குத் தெரியாது. நேற்று மாலை இளையராணியின் பல்லக்குத் திரும்பி வந்தது. பெரிய அரசர் இன்னும் வரவில்லை; இன்று இரவு திரும்பக்கூடும் என்று செய்தி வந்திருக்கிறது!" என்றான் காவலன்.

இது நல்ல செய்திதான் பெரிய பழுவேட்டரையர் திரும்பி வருவதற்குள்ளே எப்படியும் சக்கரவர்த்தியைப் பார்த்து ஓலையைக் கொடுத்தாக வேண்டும், அதற்கு என்ன வழி?... வந்தியத்தேவனுடைய மூளையில் ஒரு யோசனை உதயமாகிவிட்டது. அந்தக் கணமே அவன் முகத்தில் கவலைக்குறி மறைந்தது; குறும்புப் புன்னகையும் குதூகல மலர்ச்சியும் தோன்றின.

சக்கரவர்த்தியின் அரண்மனையை அணுகுவதற்கு அவன் அதிகமாக அலைந்து திரிய வேண்டியிருக்கவில்லை. பெரிய புலிக்கொடியைப் பார்த்துக்கொண்டே போனான். விரைவிலேயே அரண்மனை முகப்பை அடைந்துவிட்டான். ஆகா! இது எத்தகைய அரண்மனை! தேவலோகத்தில் தேவேந்திரனுடைய அரண்மனையையும் உஜ்ஜயினி நகரத்து விக்ரமாதித்யனுடைய அரண்மனையையும் போல அல்லவா இருக்கிறது? அந்த முன்வாசல் மண்டபத்துத் தூண்களில் செய்திருக்கும் சிற்ப வேலைகளின் அற்புதந்தான் என்ன! ஒவ்வொரு தூணிலும் செதுக்கியிருக்கும் குதிரை, முன்கால்களைத் தூக்கிக்கொண்டு அப்படியே பாய்வது போல இருக்கிறதே!

அரண்மனையை அடைவதற்குப் பல பாதைகள் நாலா திசைகளிலிருந்தும் வந்தன. ஒவ்வொரு பாதை முடிவிலும் இரண்டு குதிரை வீரர்களும் சில காலாள் வீரர்களும் நின்றார்கள். அவர்களண்டை நெருங்கி வராமலே அவ்வீதிகளில் நடமாடிய ஜனங்களில் பலர் திரும்பிப் போய் விட்டார்கள். ஒருசிலர் அவர்கள் கிட்டே வந்து சற்றே நின்று அரண்மனை முகப்பை எட்டிப் பார்த்துவிட்டும், புலிக்கொடியை அண்ணாந்து பார்த்துவிட்டும் போனார்கள். அதிக நேரம் நின்று கூட்டம் சேரும்போலிருந்தால் காவலர்கள் கையினால் சமிக்ஞை செய்து அவர்களைப் போகும்படி செய்தார்கள். கூட்டங்கூடி நின்றவர்களும் இரைந்து பேசாமல் காதோடு மெல்லப் பேசிக் கொண்டார்கள்.

வந்தியத்தேவன் மற்றவர்களைப்போல் சிறிதும் தயங்கி நிற்கவில்லை. வேகமாகவும் மிடுக்காகவும் நடந்து சென்று அரண்மனைப் பாதைக் காவலர்களை நெருங்கினான். உடனே இரு குதிரைகளும் முகத்தோடு முகம் உராயும்படி வழி மறித்து நின்றன. குதிரை மேலிருந்தவர்கள், கீழே நின்றவர்கள், அனைவருடைய வேல்களும் முனையோடு முனை பொருந்தி வழியை அடைத்தன.

வந்தியத்தேவன் தன்னுடைய மந்திர மோதிரத்தை நீட்டினான். அவ்வளவுதான்; அதைப் பார்த்தவுடனே அவ்வீரர்களின் முடுக்கும் பெருமிதமும் அடங்கின. ஒருவர் பின் ஒருவராக மூன்று பேர் மோதிரத்தை உற்றுப் பார்த்தார்கள்.

"சரி; வழி விடுங்கள்!" என்று ஒருவன் சொன்னான். இரண்டு வேல்கள் உடனே அகன்று நின்று வழிவிட்டன; வந்தியத்தேவன் மிடுக்குடன் நடந்து சென்றான்.

ஆயினும், என்ன? இன்னும் எத்தனை காவல்கள் இப்படி உண்டோ? சின்னப் பழுவேட்டரையர் எங்கே இருக்கிறாரோ? எப்படி விசாரிப்பது? யாரிடம் கேட்பது? சின்னப் பழுவேட்டரையரின் அனுமதியின்றி சக்கரவர்த்தியைப் பார்க்க முடியாது; இந்தப் பெரிய விஸ்தாரமான அரண்மனையில் நோயாளியான சக்கரவர்த்தி எந்த இடத்தில் இருக்கிறாரோ? அதைத்தான் எவ்விதம் தெரிந்துகொள்வது?...

தனக்குப் பின்னால் சிலர் கூட்டமாக வருவதை அறிந்து வந்தியத்தேவன் திரும்பிப் பார்த்தான். ஆம்; பத்துப் பதினைந்து பேர் கும்பலாக வந்து, காவலர்களருகில் நின்றார்கள். அவர்கள் உயர்ந்த பட்டுப் பீதாம்பரங்கள் தரித்திருந்தார்கள். முத்துமாலைகள், மகர கண்டிகள், காதில் குண்டலங்கள் அணிந்திருந்தார்கள். சிலர் நெற்றியில் திருநீறும் மற்றவர்கள் சந்தனம், குங்குமம், சவ்வாதுப் பொட்டும் இட்டிருந்தார்கள்! ஆ! இவர்களைப் பார்த்தால்

புலவர்களைப் போல அல்லவா இருக்கிறது!.. ஆம், புலவர்களின் கூட்டந்தான் என்று மறுகணமே தெரிந்துவிட்டது.

காவலர்களில் ஒருவன், அவர்களுடைய தலைவனாயிருக்க வேண்டும், "கவிராயர்கள் வந்திருக்கிறார்கள்! வழி விடுங்கள்!" என்று சொன்னதுடன் ஒரு வீரனைப் பார்த்து, "சின்னப் பழுவேட்டரையர் ஆஸ்தான மண்டபத்தில் இருக்கிறார் அவரிடம் கொண்டு போய்விடு!" என்றான்.

"புலவர்களே! ஏதாவது பரிசு கிடைத்தால் போகும்போது இந்த வழியாகவே திரும்பிச் செல்லுங்கள்! பரிசு கிடைக்கா விட்டால் வேறு வழியாகப் போய்விடுங்கள்!" என்று மேலும் அவன் சொன்னதைக் கேட்டு மற்றவர்கள் சிரித்தார்கள்!

சற்று நின்று இந்த சம்பாஷணையைக் கேட்டுக் கொண்டிருந்த வந்தியத்தேவன், "பழம் நழுவிப் பாலில் விழுந்தது!" என்று எண்ணிக்கொண்டான். இந்தப் புலவர்களுடனே போனால் சின்னப் பழுவேட்டரையர் இருக்குமிடம் போய்ச் சேரலாம். யாரையும் வழி விசாரிக்க வேண்டியதில்லை. பிறகு, நமது சாமர்த்தியம் இருக்கிறது; அதிர்ஷ்டமும் இருக்கிறது! இவ்வாறு எண்ணியபடியே புலவர் கூட்டத்துடன் சென்றான்.

ஊஸ்

26. "அபாயம்! அபாயம்!"

ஆஸ்தான மண்டபத்தில் புலவர்களுக்கு முன்னதாகவே வந்தியத்தேவன் பிரவேசித்தான். அங்கே ஓர் உயர்ந்த சிம்மாசனத்தில் கம்பீரமாக வீற்றிருப்பவர் தான் சின்னப் பழுவேட்டரையராயிருக்க வேண்டும் என்று ஊகித்துக் கொண்டான். அவரைச் சுற்றிலும் பலர் கைகட்டி வாய் புதைத்து நின்றார்கள். அன்று வந்த ஓலைகள் பலவற்றை வைத்துக்கொண்டு ஒருவர் நின்றார். கணக்காயர் கணக்குச் சொல்வதற்குக் காத்திருந்தார். காவல் படைத் தலைவர்கள் சின்னப் பழுவேட்டரையருடைய அன்றாடக் கட்டளைகளை எதிர்பார்த்து நின்றார்கள். ஏவிய வேலைகளைச் செய்வதற்குப் பணியாளர்கள் காத்திருந்தார்கள். சிம்மாசனத்துக்குப் பின்னால் நின்று சில ஏவலாளர் வெண்சாமரம் வீசிக் கொண்டிருந்தார்கள். கையில் வெற்றிலைப் பெட்டியுடன் ஒருவன் ஆயத்தமாயிருந்தான். மிடுக்கிலும் பெருமிதத்திலும் யாருக்கும் பின்வாங்காதவனான வந்தியத்தேவன் கூட சிறிது அடக்க ஒடுக்கத்துடனேதான் சின்னப் பழுவேட்டரையரிடம் அணுகினான்.

பெரியவரைக் காட்டிலும் சின்னவர் வீர கம்பீரத்தில் இன்னும் ஒருபடி உயர்ந்தவராகவே காணப்பட்டார்.

நமது வீரனைப் பார்த்ததும் அவர் முகமலர்ச்சியுடன், "யார், தம்பி, நீ! எங்கிருந்து வருகிறாய்?" என்று கேட்டார்.

வீர வாலிபர்களைக் கண்டால் சின்னப் பழுவேட்டரையரின் கடுகடுத்த முகம் மலர்ந்துவிடும். நாடெங்கும் உள்ள வாலிப வீரர்களைத் தம்முடைய காவல் படையில் சேர்த்துக் கொள்வதில் அவருக்கு மிகவும் ஆர்வம்.

"தளபதி! நான் காஞ்சீபுரத்திலிருந்து வந்தேன்! இளவரசர் ஓலை கொடுத்து அனுப்பினார்!" என்று பணிவான குரலில் வந்தியத்தேவன் மறுமொழி சொன்னான்.

காஞ்சீபுரம் என்றதும் சின்னப் பழுவேட்டரையரின் முகம் கடுத்தது.

"என்ன? என்ன சொன்னாய்?" என்று மீண்டும் கேட்டார்.

"காஞ்சீபுரத்திலிருந்து இளவரசர் கொடுத்த ஓலையுடன் வந்தேன்!"

"எங்கே? இப்படிக் கொடு!" என்று அலட்சியமாய்க் கேட்டபோதிலும் அவருடைய குரலில் சிறிது பரபரப்புத் தொனித்தது.

வல்லவரையன் அடக்க ஒடுக்கத்துடன் ஓலைச் சுருளை எடுத்துக்கொண்டே, "தளபதி! ஓலை சக்கரவர்த்திக்கு!" என்றான்.

அதைப் பொருட்படுத்தாமல் சின்னப் பழுவேட்டரையர் ஓலையை வாங்கி ஆவலுடன் பார்த்தார். பக்கத்தில் நின்றவனிடம் கொடுத்து அதைப் படிக்கச் சொன்னார். கேட்டுவிட்டு, "புதிய விஷயம் ஒன்றுமில்லை!" என்று தமக்குத் தாமே முணுமுணுத்துக் கொண்டார்.

"தளபதி! நான் கொண்டு வந்த ஓலை..." என்றான் வந்தியத்தேவன்.

"ஓலைக்கு என்ன? நான் கொடுத்து விடுகிறேன் சக்கரவர்த்தியிடம்!"

"இல்லை; என்னையே நேரில் சக்கரவர்த்தியின் கையில் கொடுக்கும்படி..."

"ஓகோ! என்னிடம் நம்பிக்கை இல்லையா? இளவரசர் ஆதித்தர் அப்படி உன்னிடம் சொல்லி அனுப்பினாரோ?" என்ற போது, தஞ்சைக் கோட்டைத் தளபதியின் முகத்தில் எள்ளும் கொள்ளும் வெடித்தன.

"இளவரசர் அவ்வாறு சொல்லவில்லை; தங்கள் தமையனார் தான் அவ்விதம் கட்டளையிட்டார்!"

"என்ன? என்ன? பெரியவரை நீ எங்கே பார்த்தாய்?"

"வழியில் கடம்பூர் சம்புவரையர் வீட்டில் ஒருநாள் இரவு தங்கியிருந்தேன். அங்கேதான் பார்க்க நேர்ந்தது. இந்த மோதிரத்தையும் அவர்தான் கொடுத்தனுப்பினார்..."

"ஆகா! இதை நீ ஏன் முன்னமே சொல்லவில்லை? கடம்பூரில் இரவு நீ தங்கியிருந்தாயா? இன்னும் யார் யார் வந்திருந்தார்கள்?"

"மழநாடு, நடுநாடு, திருமுனைப்பாடி நாடுகளிலிருந்து பல பிரமுகர்கள் வந்திருந்தார்கள்..."

"இரு, இரு! பிறகு சாவகாசமாகக் கேட்டுக் கொள்கிறேன். முதலில் நீயே இந்த ஓலையைச் சக்கரவர்த்தியிடம் கொடுத்து விட்டு வா! அப்புறம் தமிழ்ப் புலவர்கள் வந்து விடுவார்கள். வளவளவென்று பேசிக்கொண்டிருப்பார்கள்... இந்தப் பிள்ளையைச் சக்கரவர்த்தியிடம் அழைத்துப் போ!" என்று அருகில் நின்ற வீரன் ஒருவனுக்கு சின்னப் பழுவேட்டரையர் கட்டளையிட்டார்.

அந்த வீரனை தொடர்ந்து வந்தியத்தேவன் மேலும் அரண்மனையின் உட்புறத்தை நோக்கிச் சென்றான்.

மூன்று பக்கங்களில் அலைகடல் முழக்கம் கேட்கும் படியாகப் பரந்திருந்த சோழ சாம்ராஜ்யத்தின் சிங்காசனம் சில காலமாக நோய்ப் படுக்கையாக மாறியிருந்தது. அந்த சிம்மாசனத்தில் பராந்தக சுந்தர சோழ சக்கரவர்த்தி சாய்ந்து படுத்திருந்தார். இராஜ்யாதிகாரங்களையெல்லாம் மற்றவர்களிடம் ஒப்படைத்து விட்டு, மருத்துவ சிகிச்சை செய்து கொண்டிருந்தாராயினும் சிற்சில முக்கியமான சந்தர்ப்பங்களில் முக்கியமான மனிதர்களுக்கு அவர் தரிசனம் அளித்தே தீரவேண்டியிருந்தது. அமைச்சர்களும் தளபதிகளும் வேளக்காரப் படை வீரர்களும் அவரை தினந்தோறும் வந்து தரிசித்துவிட்டுப் போவது இராஜ்யத்தின் நன்மைக்கு அவசியமாயிருந்தது.

எத்தனையோ போர் முனைகளில் செயற்கரும் வீரச் செயல்கள் புரிந்து அசகாய சூரர் என்று பெயர் பெற்றவரும், நாடு நகரமெல்லாம் 'சுந்தர சோழர்' என்று அழைக்கப்பட்டவரும், அழகில் மன்மதனுக்கு ஒப்பானவர் என்று புகழ் பெற்றவருமான சக்கரவர்த்தியின் நோய்ப்பட்டு மெலிந்த தோற்றத்தைக் கண்டதும் வந்தியத்தேவனால் பேசவே முடியாமல் போய்விட்டது. அவனுடைய கண்களில் நீர் ததும்பியது. அருகில் சென்று அடிபணிந்து வணங்கிப் பயபக்தியுடன் ஓலையை நீட்டினான்.

சக்கரவர்த்தி ஓலையை வாங்கிக்கொண்டே, "எங்கிருந்து வந்தாய்? யாருடைய ஓலை?" என்று ஈனஸ்வரத்தில் கேட்டார்.

"பிரபு! காஞ்சியிலிருந்து வந்தேன். இளவரசர் ஆதித்தர் தந்த ஓலை!" என்று வந்தியத்தேவன் நாத் தழுதழுக்கக் கூறினான்.

சக்கரவர்த்தியின் முகம் உடனே பிரகாசம் அடைந்தது. அவர் அருகில் திருக்கோவலூர் மலையமான் புதல்வியான சக்கரவர்த்தினி வானமாதேவி வீற்றிருந்தாள். அவளைப் பார்த்து, "தேவி! உன் புதல்வனிடமிருந்து ஓலை வந்திருக்கிறது!" என்று சொல்லிவிட்டுப் படித்தார்.

"ஆகா! இளவரசன் காஞ்சியில் பொன் மாளிகை கட்டியிருக்கிறானாம். நீயும் நானும் அங்கு வந்து சில நாள் தங்கியிருக்க வேண்டுமாம்!" என்று சொல்லிய போதே, சக்கரவர்த்தியின் முகம் முன்னைவிட சுருங்கியது.

"தேவி! உன் புதல்வன் செய்கையைப் பார்த்தாயா? என் பாட்டனார், உலகமெல்லாம் புகழ்பெற்ற பராந்தக சக்கரவர்த்தி, அரண்மனையில் சேர்ந்திருந்த தங்கத்தையெல்லாம் அளித்து தில்லை அம்பலத்துக்குப் பொன் கூரை வேய்ந்து, பொன்னம்பலம் ஆக்கினார். நம்முடைய குலத்தில் தோன்றிய பெரியவர்கள் யாரும் தாங்கள் வசிக்கும் அரண்மனையைப் பொன்னால் கட்டியதில்லை. அரண்மனை கட்டுவதைக் காட்டிலும் ஆலயம் எடுப்பதையே முக்கியமாகக் கருதினார்கள். ஆனால் ஆதித்த கரிகாலன் இப்படி செய்திருக்கிறான்! ஆகா! இந்தத் தெய்வ நிந்தனைக்கு என்ன பரிகாரம் செய்வது?" என்றார்.

மகனிடமிருந்து ஓலை வந்தது என்பதை கேட்டு சிறிது மலர்ச்சியடைந்த தேவியின் முகம் மறுபடி முன்னைக் காட்டிலும் அதிகமாக வாடியது; மறுமொழி ஒன்றும் அவளால் சொல்ல முடியவில்லை.

அச்சமயத்தில் வந்தியத்தேவன் தைரியமும், துணிவும் வரவழைத்துக் கொண்டு, "பிரபு! தங்கள் திருக்குமாரர் செய்தது அப்படியொன்றும் தவறில்லையே? உசிதமான காரியத்தையே செய்திருக்கிறார். மகனுக்குத் தாயும் தந்தையுமே முதன்மையான தெய்வங்கள் அல்லவா? ஆகையால் தாங்களும், தேவியும் வசிப்பதற்காகத் தங்கள் புதல்வர் பொன்மாளிகை கட்டியது முறைதானே?" என்றான்.

சுந்தர சோழர் புன்னகை பூத்து, "தம்பி! நீ யாரோ தெரியவில்லை. மிக அறிவாளியாயிருக்கிறாய்; சாதுர்யமாகப் பேசுகிறாய். ஆனால் மகனுக்குத் தாய் தந்தை தெய்வமே என்றாலும், மற்றவர்களுக்கு இல்லைதானே? எல்லாரும் வழிபடும் தெய்வத்துக்கு அல்லவா பொன் கோயில் எடுக்க வேண்டும்!" என்றார்.

"பிரபு! மகனுக்குத் தந்தை தெய்வம்; மக்களுக்கெல்லாம் அரசர் தெய்வம். அரசர்கள் திருமாலின் அம்சம் பெற்றவர்கள் என்று வேத புராணங்கள் சொல்லுகின்றன. ஆகையால் அந்த வகையிலும் தங்களுக்குப் பொன்மாளிகை எடுத்தது பொருத்தமானதே!" என்றான் நம் வீரன்.

சுந்தர சோழர் மறுபடியும் மலையமான் திருமகளை நோக்கி, "தேவி! இந்தப் பிள்ளை எவ்வளவு புத்திசாலி, பார்த்தாயா? நம்முடைய ஆதித்தனுக்கு இவனையொத்தவர்களின் உதவியிருந்தால், அவனைப்பற்றி நாம் கவலைப்பட வேண்டிய தில்லை. அவனுடைய அஜாக்கிரதை சுபாவத்தைப் பற்றியும் விசாரப்பட வேண்டியதில்லை!" என்றார்.

பிறகு, வந்தியத்தேவனைப் பார்த்து, "தம்பி! பொன் மாளிகை கட்டியது உசிதமானாலும் உசிதமில்லாவிட்டாலும் நான் காஞ்சிக்கு வருவது சாத்தியமில்லை. நீதான் பார்க்கிறாயே! எப்போதும் படுத்த படுக்கையாக இருந்து வருகிறேன். நெடுந்தூரப் பிரயாணத்தை மேற்கொள்ளுதல் இயலாத காரியம். ஆதித்தன் தான் என்னைப் பார்ப்பதற்கு இங்கே வந்தாக வேண்டும். அவனைக் காண்பதற்கு எங்களுக்கும் ஆசையாகத்தான் இருக்கிறது. நாளைக்கு மீண்டும் வா! மறு ஓலை எழுதி வைக்கும்படி சொல்லுகிறேன்!" என்றார்.

இச்சமயத்தில், கூட்டமாகப் பலர் தரிசன மண்டபத்தை நெருங்கி வருவதை வந்தியத்தேவன் அறிந்தான். ஆகா! அந்தப் புலவர் கூட்டம் வருகிறது போலும்! அவர்களுடன் ஒருவேளை சின்னப் பழுவேட்டரையரும் வருவார். அப்புறம் தான் சொல்ல வேண்டியதை சொல்ல முடியாமலே போய்விடலாம்! நாலு வார்த்தையில் சுருக்கமாக இப்போதே சொல்லிவிட வேண்டியதுதான்! இவ்விதம் சில விநாடிப்பொழுதில் சிந்தித்து

முடிவு செய்து, "சக்கரவர்த்தி! தயவு செய்யுங்கள்! கருணைகூர்ந்து என் விண்ணப்பத்தைக் கேளுங்கள். தாங்கள் அவசியம் இந்தத் தஞ்சையிலிருந்து கிளம்பிவிட வேண்டும். இங்கே தங்களை அபாயம் சூழ்ந்திருக்கிறது! அபாயம்! அபாயம்!..." என்றான்.

அவன் இவ்விதம் சொல்லிக்கொண்டிருக்கும்போதே சின்னப் பழுவேட்டரையர் தரிசன மண்டபத்துக்குள் பிரவேசித்தார். அவரைத் தொடர்ந்து புலவர்கள் வந்தார்கள்.

வந்தியத்தேவன் கடைசியாகக் கூறிய வார்த்தைகள் கோட்டை தளபதியின் காதில் விழுந்தன. அவருடைய முகத்தில் கோபக் கனல் ஜ்வாலை விட்டது!

ஃஃ

27. ஆஸ்தான புலவர்கள்

பராக்! பராக்! இதோ வருகிறார்கள் புலவர் பெருமக்கள்! கவிஞர் சிகாமணிகள்! தமிழ்ப் பெருங்கடலின் கரை கண்டவர்கள்! அகத்தியனாரின் வழி வந்தவர்கள்! தொல்காப்பியம் முதலிய சங்க நூல்களைக் கரைத்துக் குடித்தவர்கள்! சிலப்பதிகாரம் முதலிய ஐம்பெருங் காவியங்களைத் தலைகீழாகப் படித்தவர்கள்! தெய்வத் தமிழ் மறையான திருக்குறளையும் ஒரு கை பார்த்தவர்கள்! இலக்கியம் கண்டதற்கு இலக்கணம் அறிந்தவர்கள்! இலக்கணம் கூறியதற்கு இலக்கியம் தெரிந்தவர்கள்! தாங்களே சுயமாகவும் கவி பாட வல்லவர்கள். அவர்கள் ஒவ்வொருவரும் எழுதிய கவிகள் அடங்கிய ஏட்டுச் சுவடிகள் கோடானு கோடி கரையான்களுக்குப் பல்லாண்டு உயிர் வாழ்வதற்கு உணவாகும் என்றால் பார்த்துக் கொள்ளுங்கள்!

புலவர் பெருமக்கள் அவ்வளவு பேரும் கும்பலாகச் சுந்தர சோழ சக்கரவர்த்தியின் சந்நிதானத்துக்கு வந்து சேர்ந்தார்கள்.

"வாழ்க! வாழ்க! ஏழுலகமும் ஒரு குடையின் கீழ் ஆளும் சுந்தர சோழ மகா சக்கரவர்த்தி வாழ்க! பாண்டியனைச் சுரம் இறக்கின பெருமான் வாழ்க! புலவர்களைப் புரக்கும் பெருமான் வாழ்க! கவிஞர்களின் கதியான கருணை வள்ளல் வாழ்க! பண்டித வத்ஸலராகிய பராந்தக சக்கரவர்த்தியின் திருப் பேரர் நீடூழி வாழ்க!" என்று வாழ்த்தினார்கள்.

இந்தக் கோஷங்களையும் கூச்சல்களையும் சுந்தர சோழர் அவ்வளவாக விரும்பவில்லை. எனினும் அதை வெளியில் காட்டிக் கொள்ளாமல், தமது நோயையும் மறந்து, வந்தவர்களை வரவேற்பதற்காக எழுந்திருக்க முயன்றார்.

உடனே, சின்னப் பழுவேட்டரையர் முன் வந்து "பிரபு, புலவர்கள் தங்களைத் தரிசித்து மரியாதை செலுத்திவிட்டுப் போக வந்திருக்கிறார்களேயன்றி தங்களுக்குச் சிரமம் கொடுக்க வரவில்லை. ஆகையால் தயவுசெய்து தங்களை சிரமப்படுத்திக் கொள்ளக்கூடாது!" என்றார்.

"ஆம், ஆம்! அரசர்க்கரசே! சக்கரவர்த்திப் பெருமானே! தங்களுக்கு சிறிதும் சிரமம் கொடுக்க நாங்கள் வந்தோமில்லை!" என்றார் புலவர்களின் தலைவராகிய நல்லன் சாத்தனார்.

"உங்களையெல்லாம் நெடுநாளைக்குப் பிறகு பார்ப்பதில் எனக்கு மிக்க மகிழ்ச்சி. அனைவரும் அமரவேண்டும். சில பாடல்கள் சொல்லிவிட்டுப் போகவேண்டும்!" என்றார் தமிழன்பரான சக்கரவர்த்தி.

தரையில் விரித்திருந்த ரத்தின ஜமக்காளத்தில் எல்லோரும் உட்கார்ந்தார்கள். அதுதான் சமயமென்று நமது வீரன் வல்லவரையனும் புலவர் கூட்டத்துடன் கலந்து உட்கார்ந்து கொண்டான். தான் சொல்ல விரும்பியதை முழுதும் சக்கரவர்த்தியிடம் சொல்லாமல் போக அவனுக்கு மனம் இல்லை. சந்தர்ப்பம் ஒருவேளை கிடைத்தால் சொல்லிவிட்டுப் போகலாம் என்று எண்ணி உட்கார்ந்தான்.

இதைச் சின்னப்பழுவேட்டரையர் கவனித்தார். அவருடைய மீசை துடித்தது. முதலில் அவனை வெளியில் அனுப்பிவிடலாமா என்று நினைத்தார். பிறகு, அவன் அங்கே தம்முடைய கண்காணிப்பில் இருப்பதே நலம் என்று தீர்மானித்தார். எனவே, அவனைப் பார்த்ததும் பார்க்காதது போல் இருந்தார். இந்தப் புலவர்கள் சென்றபிறகு அவனை வெளியே அழைத்துச் சென்று அவன் மகாராஜாவிடத்தில் சொன்ன செய்தி என்னவென்பதை நன்கு தெரிந்துகொள்ள விரும்பினார். "அபாயம்! அபாயம்!" என்ற அவனுடைய குரல் அவர் காதில் இன்னும் ஒலித்துக்கொண்டே இருந்தது.

"புலவர்களே! தமிழ்ப் பாடல்கள் கேட்டு அதிக காலமாயிற்று. என் செவிகள் தமிழ்ப் பாடலுக்குப் பசித்திருக்கின்றன. உங்களில் எவரேனும் புதிய பாடல் ஏதேனும் கொண்டு வந்திருக்கிறீர்களா?" என்று சக்கரவர்த்தி சுந்தர சோழர் கேட்டார்.

உடனே ஒரு புலவர் சிகாமணி எழுந்து நின்று, "பிரபு! உலகபுரத்தில் தங்கள் திருப்பெயரால் விளங்கும் சுந்தர சோழப் பெரும்பள்ளியிலிருந்து அடியேன் வந்தேன். சிவநேச செல்வராகிய தாங்கள் பௌத்த மடாலயத்துக்கு நிவந்தம் அளித்து உதவியதை இந்தத் தமிழகமெங்கும் உள்ள பௌத்தர்கள் பாராட்டிப் போற்றுகிறார்கள். தாங்கள் உடல் நோயுற்றிருப்பது அறிந்தது முதல், பிக்ஷுக்கள் மிக்க கவலை கொண்டு தங்கள் உடல் நலத்துக்காகப் பிரார்த்தனை நடத்தி வருகிறார்கள். அந்தப் பிரார்த்தனைப் பாடலை இவ்விடம் சொல்ல அருள் கூர்ந்து அனுமதி தரவேண்டும்!" என்றார்.

"அப்படியே சொல்லவேணும்; கேட்கக் காத்துக் கொண்டிருக்கிறேன்" என்றார் சக்கரவர்த்தி.

புலவரும் பின்வரும் பாடலை இசையுடன் பாடினார்.

"போதியந் திருநிழல் புனித! நிற் பரவுதும்
மேதகு நந்திபுரி* மன்னர் சுந்தரச்
சோழர் வண்மையும் வனப்பும்
திண்மையும் உலகிற் சிறந்துவாழ் கெனவே!

(*அந்நாளில் பழையாறை நகருக்கு நந்திபுரி என்னும் பெயரும் உண்டு. சில காலத்துக்கு முன்பு சோழ மண்டலம் பல்லவர் ஆட்சியின் கீழ் இருந்த போது நந்திபுரி என்னும் பெயர் பிரபலமாய் விளங்கியது. ஆகையினாலேயே இந்தப் பழம் பாடலில் நந்திபுரி மன்னர் என்று குறிப்பிடப்பட்டிருக்கிறது.)

பாடலைக் கேட்டதும் புலவர்கள் அத்தனை பேரும் "நன்று! நன்று!" என்று கூறித் தங்கள் பாராட்டுதலை தெரிவித்தார்கள்.

"புத்தர்கள் இவ்வளவு நன்றியுடையவர்களாயிருப்பது வியப்பு, வியப்பு!" என்றார் ஒரு வீர சைவக் கவிராயர்.

"ஆம்; அது வியப்பான காரியந்தான். உலகபுரம் புத்தமடத்துக்கு நான் செய்த சேவை மிக அற்பம். அதற்கு இவ்வளவு பாராட்டு வேண்டுமா?" என்றார் மன்னர்.

"சக்கரவர்த்தியின் வண்மைத் திறத்தை அனுபவித்தவர் யார் தான் என்றென்றைக்கும் நன்றி செலுத்திப் பாராட்டாதிருக்க முடியும்? இந்திரனும் சூரியனும் சிவபெருமானும் கூட தங்களுடைய வண்மையின் பயனை அனுபவித்திருக்கிறார்கள்!" என்றார் மற்றோர் புலவர் சிரோமணி.

சுந்தர சோழர் முகத்தில் புன்னகை தவழ, "அது என்ன? இந்திரனும் சூரியனும் சிவபெருமானும் கூடவா? அவர்கள் எதற்காக என்னிடம் நன்றி செலுத்த வேண்டுமாம்?" என்று கேட்டார்.

"ஒரு பாடல் சொல்ல அனுமதி தரவேண்டும்!" என்றார் அப்புலவர்.

"அப்படியே நடக்கட்டும்!" என்றார் மன்னர்.

புலவர் கையில் கொண்டு வந்திருந்த ஓலையைப் பிரித்துப் படிக்கலுற்றார்;

"இந்திரன் ஏறக் கரி அளித்தார்
பரிஏ ழளித்தார்
செந்திரு மேனித் தினகரற்கு
சிவனார் மணத்துப்
பைந்துகி லேறப் பல்லக்களித்தார்,
பழையாறை நகர்ச்
சுந்தரச்சோழரை யாவரொப்பார்கள் இத்
தொன்னிலத்தே !"

பாடலைப் புலவர் படித்து முடித்ததும் சபையிலிருந்த மற்ற புலவர்கள் எல்லாரும் சிரக்கம்ப கரக்கம்பம் செய்தும், 'ஆஹாகாரம்' செய்தும், "நன்று! நன்று!" என்று கூறியும் தங்கள் குதூகலத்தை வெளியிட்டார்கள்.

சுந்தரசோழர் முக மலர்ச்சியுடன், "இந்தப் பாடலின் பொருள் இன்னதென்பதை யாராவது விளக்கிச் சொல்ல முடியுமா?" என்றார்.

ஒரே சமயத்தில் பலர் எழுந்து நின்றார்கள். பிறகு நல்லன் சாத்தனாரைத் தவிர மற்றவர்கள் அனைவரும் உட்கார்ந்தார்கள். நல்லன் சாத்தனார் பாடலுக்குப் பொருள் கூறினார்.

"ஒரு சமயம் தேவேந்திரனுக்கும் விருத்திராசுரனுக்கும் போர் நடந்தது. அதில் இந்திரனாருடைய ஐராவதம் இறந்து போய் விட்டது. அதற்கு இணையான வேறொரு யானை எங்கே கிடைக்கும் என்று இந்திரன் பார்த்துக்கொண்டிருந்தான். கடைசியில் பழையாறை நகரில் வாழ்ந்த சுந்தரசோழ சக்கரவர்த்தியிடம் அவன் வந்து 'ஐராவதத்துக்கு நிகரான ஒரு யானை வேண்டும்' என்று யாசித்தான். 'ஐராவதத்துக்கு நிகரான யானை என்னிடம் இல்லை. அதைவிடச் சிறந்த யானைகள்தான் இருக்கின்றன!" என்று கூறி, இந்திரனைத் தமது யானைக் கொட்டாரத்துக்கு அழைத்துச் சென்றார். அங்கே குன்றங்களைப் போல் நின்ற ஆயிரக்கணக்கான யானைகளைத் தேவேந்திரன் பார்த்துவிட்டு, 'எதைக் கேட்பது?' என்று தெரியாமல் திகைத்து நின்றான். அவனுடைய திகைப்பைக் கண்ட சுந்தர சோழர், தாமே ஒரு யானையைப் பொறுக்கி இந்திரனுக்கு அளித்தார். 'அந்த யானையை எப்படி அடக்கி ஆளப்போகிறோம்? நம் வஜ்ராயுதத்தினால் கூட முடியாதே!' என்ற பீதி இந்திரனுக்கு உண்டாகி விட்டதைக் கவனித்து வஜ்ராயுதத்தைவிட வலிமை வாய்ந்த ஓர் அங்குசத்தையும் அளித்தார்..."

"பின்னர் ஒரு காலத்தில், செங்கதிர் பரப்பி உலகுக்கெல்லாம் ஒளி தரும் சூரிய பகவானுக்கும் ராகு என்னும் அரக்கனுக்கும் பெரும் போர் மூண்டது. ராகு, தினகரனை விழுங்கப் பார்த்தான் முடியவில்லை! தினகரனுடைய ஒளி அவ்விதம் ராகுவைத் தகித்துவிட்டது. ஆனால் சூரியனுடைய தேரில் பூட்டிய குதிரைகள் ஏழும் ராகுவின் காலகோடி விஷத்தினால் தாக்கப்பட்டு இறந்தன. சூரியன் தன் பிரயாணத்தை எப்படித் தொடங்குவது என்று திகைத்து நிற்கையில், அவனுடைய திக்கற்ற நிலையைக் கண்ட சுந்தரசோழர் ஏழு புதிய குதிரைகளுடன் சூரிய பகவானை அணுகி, 'ரதத்தில் இந்த குதிரைகளைப் பூட்டிக்கொண்டு சென்று உலகத்தை உய்விக்க வேண்டும்' என்று கேட்டுக்கொண்டார். தன் குலத்தில் வந்த ஒரு சோழ சக்கரவர்த்தி இவ்விதம் சமயத்தில் செய்த உதவியைச் சூரியனும் மிக மெச்சினான்."

"பின்னர் சிவபெருமானுக்கும் பார்வதி தேவிக்கும் கைலையங்கிரியில் திருமணம் நடந்தது. பெண் வீட்டார் கல்யாணச் சீர்வரிசைகளுடன் வந்திருந்தார்கள். ஆனால் பல்லக்குக் கொண்டு வரத் தவறிவிட்டார்கள். ஊர்வலம் நடத்துவதற்கு எருது மாட்டைத் தவிர வேறு வாகனம் இல்லையே என்று கவலையுடன் பேசிக்கொண்டார்கள். இதை அறிந்த

சுந்தர சோழ சக்கரவர்த்தி, உடனே, பழையாறை அரண்மனையிலிருந்து தமது முத்துப் பல்லக்கைக் கொண்டுவரச் சொன்னார். பயபக்தியுடன் சிவபெருமான் திருமணத்துக்குத் தம் காணிக்கையாக அப்பல்லக்கை அளித்தார். அப்படிப்பட்ட சுந்தர சோழ சக்கரவர்த்திக்கு உவமை சொல்லக் கூடியவர்கள் இந்த விரிந்து பரந்த, அலைகடல் சூழ்ந்த பெரிய உலகத்தில் வேறு யார் இருக்கிறார்கள்?..."

இதையெல்லாம் கேட்டுக்கொண்டிருந்த சுந்தர சோழ சக்கரவர்த்தி 'கலீர்' என்று சிரித்தார். நோயின் வேதனையினால் நெடுநாள் சிரித்தறியாத சக்கரவர்த்தியின் சிரிப்பு அவருடைய இணைபிரியாப் பத்தினியான மலையமான் மகள் வானவன்மாதேவிக்கும் தாதியர்களுக்கும் அரண்மனை வைத்தியருக்கும் கூட சிறிது உற்சாகத்தை அளித்தது.

கோட்டைத் தளபதி சின்னப் பழுவேட்டரையர் இத்தனை நேரமும் நின்று கொண்டேயிருந்தவர், சக்கரவர்த்தியைக் கைக் கூப்பி வணங்கி, "பிரபு! நான் பெரிய தவறு செய்து விட்டேன்; பிழை பொறுத்து மன்னிக்க வேண்டும்!" என்றார்.

"ஆ! தளபதியா பேசுகிறது? நீர் என்ன பிழை செய்தீர்? எதற்காக மன்னிப்பு? ஒருவேளை இந்திரனுக்கு நான் அளித்த வெள்ளை யானையையும் சூரியனுக்கு அளித்த குதிரைகளையும் திரும்பப் பறித்துக் கொண்டு வந்து விட்டீரோ? சிவபெருமானிடமிருந்து சிவிகையையும் பிடுங்கிக்கொண்டு வந்து விட்டீரோ? செய்யக் கூடியவர்தான் நீர்!" என்று சுந்தர சோழர் சொல்லி மீண்டும் சிரித்ததும், சக்கரவர்த்தியுடன் சேர்ந்து புலவர்களும் சிரித்தார்கள். எல்லாரையும் காட்டிலும் அதிகமாக வந்தியத்தேவன் சிரித்தான். அதைச் சின்ன பழுவேட்டரையர் கவனித்து அவனை நோக்கிக் கடுமையாக ஒரு பார்வை பார்த்தார். உடனே, சக்கரவர்த்தியின் பக்கம் திரும்பிப் பார்த்துக் கூறினார்:

"அரசர்க்கரசே! நான் செய்த பிழை இதுதான். இத்தனை காலமும் நான் இவர்களைப் போன்ற புலவர் சிகாமணிகளைத் தங்களிடம் வரவொட்டாமல் தடை செய்து வைத்திருந்தேன். அரண்மனை மருத்துவர் சொற்படி செய்தேன். ஆனால் இப்போது அது பிழை என்று உணர்கிறேன். இந்தப் புலவர்களின் வரவினால் தங்கள் முகம் மலர்ந்தது. இவர்களுடைய பேச்சைக் கேட்டுத் தங்கள் முகம் மலர்ந்தது. இவர்களுடைய பேச்சைக் கேட்டு தாங்கள் வாய் விட்டு சிரித்தீர்கள். அந்தக் குதூகலச் சிரிப்பின் ஒலியைக் கேட்டு உடைய பிராட்டியின் (பட்டத்து அரசியை 'உடைய பிராட்டி' என்று குறிப்பிடுவது அக்காலத்து மரபு) முகமும் தாதியரின் முகங்களும் மலர்ந்தன. நானும் மகிழ்ந்தேன். இவ்வளவு குதூகலம் தங்களுக்கு அளிக்கக் கூடியவர்களை இத்தனை நாள் தங்கள் சந்நிதானத்துக்கு வரவொட்டாமல் தடுத்தது என்னுடைய பெரும் பிழைதானே?..." என்றார்.

"நன்று சொன்னீர், தளபதி! இப்போதாவது இதை நீர் உணர்ந்தீர், அல்லவா? 'வைத்தியர் சொல்வதைக் கேட்க வேண்டாம்; புலவர்கள் வருவதைத் தடுக்க வேண்டாம்' என்று உமக்கு நான் அடிக்கடி சொன்னதன் காரணம் தெரிகிறது அல்லவா?" என்றார் சக்கரவர்த்தி.

அரண்மனை வைத்தியர் எழுந்து கைகட்டி வாய் புதைத்து ஏதோ சொல்லத் தொடங்கினார். அதைச் சுந்தர சோழர் சட்டை செய்யாமல் புலவர்களைப் பார்த்து "இந்த அருமையான பாடலைப் பாடிய புலவர் யார் என்று உங்களில் யாருக்காவது தெரியுமா? தெரிந்தால் சொல்ல வேணும்!" என்றார்.

நல்லன் சாத்தனார், "அரசர்க்கரசே! அதுதான் தெரிய வில்லை! நாங்களும் அதைக் கண்டுபிடிக்க முயன்று கொண்டு தானிருக்கிறோம். கண்டுபிடித்து அந்த மாபெரும் புலவருக்குக் 'கவிச் சக்கரவர்த்தி' என்று பட்டம் சூட்டவும் சிவிகையில் ஏற்றி அவரை நாங்கள் சுமந்து செல்லவும் சித்தமாயிருக்கிறோம். இதுகாறும் எங்கள் முயற்சி பலன் அளிக்கவில்லை" என்று சொன்னார்.

"அதில் வியப்பு ஒன்றுமில்லை. நாலுவரி கொண்ட பாடலில் இவ்வளவு பெரும் பொய்களை அடக்கக்கூடிய மகாகவிஞர் தமது பெயரை வெளிப்படுத்திக் கொண்டு முன் வர விரும்பமாட்டார் தானே?" என்று மகாராஜா கூறியதும், புலவர்களின் திருமுகங்களைப்

பார்க்க வேண்டுமே! ஒருவர் முகத்திலாவது ஈ ஆடவில்லை. என்ன மறுமொழி சொல்லுவது என்றும் அவர்களுக்குத் தெரியவில்லை.

இந்த நிலைமையில் நமது வந்தியத்தேவன் துணிச்சலாக எழுந்து, "பிரபு! அப்படி ஒரே அடியாகப் பொய் என்று தள்ளி விடக் கூடாது. இல்லாத விஷயத்தை சாதாரண பாமர மக்கள் சொன்னால் அது பொய்; இராஜாங்க நிர்வாகத்தில் ஈடுபட்டவர்கள் அவ்விதம் சொன்னால், அது இராஜதந்திர சாணக்கியம்; கவிகள் அவ்வாறு கூறினால் அது கற்பனை, அணி அலங்காரம், இல் பொருள் உவமை..." என்றான்.

புலவர்கள் அத்தனைபேரும் அவன் பக்கமாகப் பார்த்து "நன்று! நன்று!" என்று உற்சாகத்துடன் ஆர்ப்பரித்தார்கள்.

சக்கரவர்த்தியும் வந்தியத்தேவனை உற்று நோக்கி, "ஓ! நீ காஞ்சியிலிருந்து ஓலை கொண்டு வந்தவன் அல்லவா? கெட்டிக்காரப் பிள்ளை! நன்றாக என்னை மடக்கிவிட்டாய்!" என்றார்.

பிறகு சபையைப் பார்த்து, "புலவர்களே! பாடல் மிக அருமையான பாடலாக இருந்தாலும், அதைப் பாடியவரைக் கண்டுபிடிக்க வேண்டிய சிரமமும், அவருக்குக் கவிச் சக்கரவர்த்தி என்னும் பட்டம் சூட்டவேண்டிய அவசியமும் இல்லை. இதைப் பாடிய புலவரை எனக்குத் தெரியும். ஏற்கனவே அவருடைய சிரஸின் பேரில் தூக்க முடியாத கனமுடைய சோழ சாம்ராஜ்ய மணிமகுடம் உட்கார்ந்து அமுத்திக்கொண்டிருக்கிறது. 'புவிச் சக்கரவர்த்தி', 'திரிபுவன சக்கரவர்த்தி', 'ஏழுலகச் சக்கரவர்த்தி', என்னும் பட்டங்களையும் அந்தக் கவிராயர் சுமக்க முடியாமல் சுமந்து கொண்டிருக்கிறார்!" என்றார் சுந்தர சோழர்.

இதைக் கேட்ட புலவர்கள் அத்தனைபேரும் ஆச்சரியக் கடலில் முழுகித் தத்தளித்தார்கள் என்று கூறினால், அதை வாசகர்கள் பொய் என்று தள்ளி விடக் கூடாது! ஆசிரியரின் கற்பனை, அணி அலங்காரம், இல்பொருள் உவமை, என்று இவ்விதம் ஏதாவது ஒருவகை இலக்கணம் கூறி ஒப்புக்கொள்ளத்தான் வேண்டும்!

ஜல

28 இரும்புப் பிடி

திடீரென்று பொங்கிய புதுவெள்ளம் போன்ற ஆச்சரியத்தின் வேகம் சிறிது குறைந்ததும், புலவர் தலைவரான நல்லன் சாத்தனார், "பிரபு! அப்படியானால், இந்தப் பாடலை இயற்றிய கவி..." என்று தயங்கினார்.

"உங்கள் முன்னால், கால்களின் சுவாதீனத்தை இழந்து, நோய்ப் படுக்கையில் படுத்திருக்கும் புவிச் சக்கரவர்த்திதான்!" என்றார் சுந்தர சோழர்.

புலவர்களிடையே பலவித வியப்பொலிகளும் ஆஹாகாரமும் எழுந்தன. சிலர் தங்களுடைய மனோ நிலையை எவ்விதம் வெளியிடுவது என்று தெரியாமல் தலையையும் உடம்பையும் அசைத்துக் கொண்டிருந்தார்கள். இன்னும் சிலர் தங்களுடைய மனோநிலை இன்னதென்று தங்களுக்கே தெரியாமல் கல்லாய்ச் சமைந்திருந்தார்கள்!

சுந்தர சோழர் கூறினார்: "புலவர் பெருமக்களே! ஒரு சமயம் பழையாறையில் புலவர்களும் கவிஞர்களும் என்னைப் பார்க்க வந்தார்கள். அந்தக் கூட்டத்தில் உங்களில் சிலரும் இருந்திருக்கலாம். ஒவ்வொருவரும் சோழ குலத்தின் வள்ளல் தன்மையைக் குறித்து ஒவ்வொரு பாடல் சொன்னார்கள்; என்னைப் பற்றியும் பாடினார்கள். நான் 'இவருக்கு அதைக் கொடுத்தேன்', 'அவருக்கு இதை அளித்தேன்' என்றெல்லாம் பாடினார்கள். அச்சமயம் இளையபிராட்டி குந்தவையும் என் அருகில் இருந்தாள்.

புலவர்கள் பரிசில்கள் பெற்று சென்ற பிறகு அவர்கள் பாடிய பாடல்களை அரசிளங்குமரி புகழ்ந்து பாராட்டினாள். குந்தவையிடம் நான் 'புலவர்களையெல்லாம் விட என்னால் நன்றாகப் பாட முடியும்' என்று சபதம் கூறினேன். பிறகு தான் வேடிக்கையாக

இந்தப் பாடலைப் பாடினேன். 'எனக்குப் பரிசு கொடு!' என்று கேட்டேன். குழந்தை என் முதுகின்மேல் ஏறி உட்கார்ந்து கொண்டு, 'இந்தாருங்கள் பரிசு' என்று கன்னத்துக்கு இரண்டு அறை கொடுத்தாள்! அது நேற்று நடந்தது போல் எனக்கு ஞாபகம் இருக்கிறது. ஆனால் ஆண்டு எட்டுக்கு மேல் ஆகிறது!..." என்றார்.

"விந்தை! விந்தை!" என்றும், "அற்புதம்! அற்புதம்!", என்றும் புலவர்கள் கூறி மகிழ்ந்தார்கள்.

குந்தவை என்ற பெயரைக் கேட்டதுமே வந்தியதேவனுக்கு மெய்சிலிர்த்தது. சோழகுலத்தில் பிறந்த அந்த இணையில்லாப் பெண்ணரசியின் எழிலையும் புலமையையும் அறிவுத்திறனையும் பற்றி அவன் எவ்வளவோ கேள்விப்பட்டதுண்டு. அத்தகைய அதிசய அரசகுமாரியைப் பெற்றெடுத்த பாக்கியசாலியான தந்தை இவர்; தாய் அதோ பக்கத்தில் அமர்ந்திருக்கும் மூதாட்டி. சுந்தர சோழர் தம் செல்வப் புதல்வியைக் குறித்துப் பேசும்போது எவ்வளவு பெருமிதத்துடன் பேசுகிறார்? அவர் குரல் எப்படித் தழுதழுத்து உருக்கம் பெறுகிறது?...

வந்தியத்தேவனுடைய வலக்கரம் அவனுடைய இடையைச் சுற்றிக் கட்டியிருந்த பட்டு துணிச் சுருளை தடவிப் பார்த்தது. ஏனெனில் குந்தவைப் பிராட்டிக்கு அவன் கொண்டு வந்திருந்த ஓலை அச்சுருளுக்குள் இருந்தது. தடவிப் பார்த்த கை திகைப்படைந்து செயலிழந்து நின்றது; அவனுடைய உள்ளம் திக்பிரமை கொண்டது. 'ஐயோ! இது என்ன? ஓலையைக் காணோமே? எங்கே போயிற்று? எங்கேயாவது விழுந்து விட்டதோ? சக்கரவர்த்தியின் ஓலையை எடுத்தபோது அதுவும் தவறி விழுந்திருக்குமோ? எங்கே விழுந்திருக்கும்? ஒருவேளை ஆஸ்தான மண்டபத்தில் விழுந்திருக்குமோ? அப்படியானால் சின்னப் பழுவேட்டரையரின் கையில் சிக்கி விடுமோ? சிக்கிவிட்டால் அதிலிருந்து ஏதேனும் அபாயம் முளைக்குமோ? அடடா? என்ன பிசகு! எத்தனை பெரிய தவறுதல்! இதிலிருந்து எப்படிச் சமாளிப்பது?...'

குந்தவை தேவிக்கு கொணர்ந்த ஓலை தவறிவிட்டது என்று அறிந்த பிறகு வந்தியத்தேவனுக்கு அங்கு இருப்புக் கொள்ளவில்லை. மேலே நடந்த பேச்சுவார்த்தைகளும் அவன் காதில் சரியாக விழவில்லை; விழுந்ததும் மனத்தில் நன்கு பதியவில்லை.

சுந்தர சோழர் வியப்புக் கடலில் மூழ்கியிருந்த புலவர் கூட்டத்தைப் பார்த்து மேலும் கூறினார்:

"நான் விளையாட்டாக செய்த பாடலைக் குந்தவை யாரிடமாவது சொல்லியிருக்க வேண்டும். ஒருவேளை பழையாறை திருமேற்றளி ஆலயத்தின் ஈசான்ய பட்டாச்சாரியாரிடம் சொல்லியிருக்கலாம். அவர் இப்பாடலை நாடெங்கும் பரவும்படி செய்து என்னை உலகம் பரிகசிப்பதற்கு வழி செய்து விட்டார்!..."

"பிரபு! தாங்களே பாடியிருந்தால் என்ன? பாடல் அற்புதமான பாடல்தான்! சந்தேகமே இல்லை. தாங்கள் 'புவிச் சக்கரவர்த்தி'யாயிருப்பதோடு 'கவிச் சக்கரவர்த்தி'யும் ஆவீர்கள்!" என்றார் நல்லன் சாத்தனார்.

"ஆயினும், இச்சமயம் அதே பாடலை நான் பாடியிருந்தால் இன்னொரு கொடையையும் சேர்த்திருப்பேன். இந்திரனுக்கு யானையும், சூரியனுக்குக் குதிரையும், சிவனாருக்குப் பல்லக்கும் கொடுத்ததோடு நிறுத்தியிருக்க மாட்டேன். மார்க்கண்டனுக்காக மறலியைச் சிவபெருமான் உதைத்தார் அல்லவா? அந்த உதைக்கு யமன் தப்பித்துக் கொண்டான். ஆனால் அவனுடைய எருமைக்கடா வாகனம் சிவபெருமான் கோபத்தைத் தாங்காமல் அங்கேயே விழுந்து செத்துவிட்டது. வாகனமில்லாமல் யமன் திண்டாடிக் கொண்டிருந்ததையறிந்து பழையாறைச் சுந்தர சோழர் யமனுக்கு எருமைக்கடா வாகனம் ஒன்றை அனுப்பினார்!... இப்படி ஒரு கற்பனையும் சேர்த்திருப்பேன். அந்த எருமைக் கடாவின் பேரில் ஏறிக் கொண்டு தான் யமன் இப்போது ஜாம்... ஜாம்... என்று என்னைத் தேடி வந்துகொண்டிருக்கிறான்.

நமது தஞ்சைக் கோட்டைத் தளபதி சின்னப் பழுவேட்டரையரால்கூட யமதர்ம ராஜனையும், அவனுடைய எருமைக்கடா வாகனத்தையும் தடுத்து நிறுத்திவிட முடியாது அல்லவா?"

இப்படிச் சுந்தரசோழர் சொன்னபோது அவர் அருகில் வீற்றிருந்த உடைய பிராட்டி வானவன் மாதேவியின் கண்களில் நீர் அருவி பெருகிற்று. அங்கிருந்த புலவர்கள் பலர் விம்மி அழத் தொடங்கிவிட்டார்கள்.

சின்னப் பழுவேட்டரையர் மட்டுமே மனோதிடத்துடன் இருந்தார்.

"பிரபு! தங்களுடைய சேவையில் யமனுடன் போர் தொடுக்கவும் நான் சித்தமாயிருப்பேன்!" என்றார்.

"அதற்கு ஐயமில்லை, தளபதி! ஆயினும் யமனுடன் போர் தொடுக்கும் சக்தி மானிடர் யாருக்கும் இல்லை. யமனைக் கண்டு அஞ்சாமலிருக்கத்தான் நாம் இறைவனைப் பிரார்த்திக்க வேண்டும். புலவர்களே! 'நமனை அஞ்சோம்' என்று தமிழகத்தில் தவப்புதல்வர் ஒருவர் பாடினார் அல்லவா?" என்றார் சக்கரவர்த்தி.

ஒரு புலவர் எழுந்து அப்பாடலைப் பாடினார்:

"நாமார்க்கும் குடியல்லோம் நமனை அஞ்சோம்
நரகத்தில் இடர்ப்படோம் நடலையல்லோம்
எமாப்போம் பிணியறியோம்..."

சக்கரவர்த்தி இந்த இடத்தில் குறுக்கிட்டு, "ஆகா! இறைவனைப் பிரத்யட்சமாகத் தரிசித்த மகானைத் தவிர வேறு யாரால் இவ்வளவு துணிச்சலாகப் பாட முடியும்? அப்பர் சுவாமிகளுக்குக் கொடிய சூலை நோய் இருந்தது; இறைவன் அருளால் நோய் நீங்கிற்று. எனவே, 'பிணியறியோம்' என்று பாடியிருக்கிறார். புலவர்களே! என்னைப் பற்றியும் என் கொடைகளைப் பற்றியும் பாடுவதை நிறுத்திவிட்டு, இனி இத்தகைய அருள் வாக்கைப் பாடுங்கள்! அப்பரும், சம்பந்தரும், சுந்தரமூர்த்தியும் இதுபோல் ஆயிரக்கணக்கான பக்திமயமான தீந்தமிழ்ப் பாடல்களைப் பாடியிருக்கிறார்கள். அப்பாடல்கள் எல்லாவற்றையும் ஒருங்கு சேர்த்தால் எவ்வளவு நன்றாயிருக்கும்? படித்தும் பாடியும் பரவசம் அடைவதற்கு ஓர் ஆயுட் காலம் போதாது அல்லவா?" என்றார்.

"அரசர்க்கரசே! தாங்கள் அனுமதித்தால் அந்தத் திருப்பணியை இப்போதே தொடங்குகிறோம்!"

"இல்லை; என்னுடைய காலத்தில் நடக்கக்கூடிய திருப்பணி அல்ல அது. எனக்குப் பின்னால்..." இவ்விதம் கூறித் தயங்கி நின்ற சுந்தர சோழர் சிந்தனையில் ஆழ்ந்தார்.

அரண்மனை மருத்துவர், சின்னப் பழுவேட்டரையரின் அருகில் வந்து அவர் காதில் ஏதோ சொன்னார்.

அதைக் கவனித்த சுந்தரசோழர் தூக்கிவாரிப் போட்டவரைப் போல் கண்ணை நன்கு விழித்து சபையோரைப் பார்த்தார். வேறொரு உலகத்திலிருந்து, மரணத்தின் வாசலிலிருந்து, யமனுலகக் காட்சியிலிருந்து, திடீரென்று திரும்பி வந்தவரைப் போல் சக்கரவர்த்தி தோன்றினார்.

"பிரபு! சங்கப் பாடல் ஒன்றைக் கேட்கவேண்டும் என்று தங்கள் விருப்பத்தைத் தெரிவித்தீர்கள். அதை மட்டும் சொல்லி விட்டு இவர்கள் போகலாமல்லவா?" என்றார் சின்னப் பழுவேட்டரையர்.

"ஆம், ஆம்; மறந்துவிட்டேன். என்னுடைய உடல் மட்டும் அல்ல; உள்ளமும் சுவாதீனத்தை இழந்துவருகிறது. எங்கே? சங்கப் பாடலைச் சொல்லட்டும்!" என்றார் மன்னர்.

சின்னப் பழுவேட்டரையர் நல்லன் சாத்தனாருக்குச் சமிக்ஞை செய்தார். புலவர் தலைவர் எழுந்து கூறினார்; "அரசே! தங்களுடைய முன்னோர்களில் மிகப் பிரபலமானவர் கரிகால் பெருவளத்தார். இமயமலையில் புலிக்கொடியைப் பொறித்த மாவீரர். அவருடைய

ஆட்சிக் காலத்தில் பூம்புகார் காவேரிப்பட்டினம் சோழ மகாராஜ்யத்தின் தலைநகரமாயிருந்தது. பற்பல வெளிநாடுகளிலிருந்தும் பற்பல பொருள்கள் மரக்கலங்களில் வந்து இறங்கிய வண்ணமிருந்தன. பூம்புகாரின் செல்வப் பெருக்கையும் வளத்தையும் வர்ணிக்கும் சங்கப் புலவர் ஒருவர் இன்னின்ன நாட்டிலிருந்து இன்னின்ன பொருள்கள் வந்தன என்பதைத் தெளிவாகச் சொல்லியிருக்கிறார். அந்தப் பாடல் பகுதி இது:

வடமலைப் பிறந்த மணியும் பொன்னும்
குடமலைப் பிறந்த வாரமும் அகிலும்
தென்கடல் முத்தும் குணகடல் துகிரும்
கங்கை வாரியும் காவிரிப் பயனும்
ஈழத்து உணவும் காழகத் தாக்கமும்...”

பாடலில் இந்த இடம் வந்தபோது சுந்தரசோழர் கையினால் சமிக்ஞை செய்யவே, புலவர் நிறுத்தினார்.

“தளபதி! கரிகால் வளவர் காலத்தில் ஈழநாட்டிலிருந்து தமிழகத்துக்கு உணவுப் பொருள் வந்து கொண்டிருந்தது என்று இப்பாடல் சொல்கிறது. அதை நான் அறிவதற்காகத்தானே இப்புலவர்களை அழைத்து வந்தீர்?”

“ஆம், அரசே!” என்று கோட்டைத் தளபதி கூறியது சிறிது ஈனஸ்வரத்தில் கேட்டது.

“அறிந்து கொண்டேன்; இனி இப்புலவர்களைப் பரிசில்கள் கொடுத்து அனுப்பி விடலாம்!” என்றார் மன்னர்.

“புலவர்களே! நீங்கள் இப்போது விடைபெற்றுக் கொள்ளலாம்!” என்றார் கோட்டைத் தளபதி.

புலவர்கள், மன்னருக்கு “வாழி!” கூறிக் கோஷித்துக் கொண்டு புறப்பட்டுச் சென்றார்கள்.

குந்தவை தேவிக்குக் கொண்டுவந்த ஓலையைக் காணாததால் மனக்கலக்கம் அடைந்திருந்த வல்லவரையன், அப்புலவர்களுடனே தானும் நழுவி விடலாம் என்று எண்ணி எழுந்து கூட்டத்தின் நடுவில் நடந்து சென்றான்.

ஆனால், அவன் எண்ணம் நிறைவேறவில்லை. வாசற்படியை நெருங்கியபோது ஒரு வலிய இரும்புக் கை அவனுடைய கையின் மணிக்கட்டை இறுகப் பிடித்தது. வல்லவரையன் நல்ல பலசாலிதான்! ஆயினும் அந்த வஜ்ரப் பிடியின் வேகம் அவன் உச்சந்தலை முதலாவது உள்ளங்கால் வரையில் ஒரு குலுக்குக் குலுக்கி அவனைச் செயலிழந்து நிற்கும்படி செய்துவிட்டது.

அவ்விதம் பிடித்த இரும்புக்கரம் சின்னப் பழுவேட்டரையரின் கரந்தான் என்பதை நிமிர்ந்து பார்த்து தெரிந்துகொண்டான்.

புலவர்கள் தரிசன மண்டபத்திலிருந்து வெளியேறினார்கள்.

29 “நம் விருந்தாளி”

புலவர்கள் சென்ற பிறகு அரண்மனை மருத்துவர் சக்கரவர்த்திக்கு மருந்து கலந்துகொண்டு வந்தார். மலையமான் மகளான பட்டத்தரசி அதைத் தன் திருக்கரத்தால் வாங்கிக் கணவருக்குக் கொடுத்தாள்.

அதுவரை பொறுமையாய்க் காத்திருந்த சின்னப் பழுவேட்டரையர், வந்தியத்தேவனைப் பிடித்தபிடி விடாமல் இழுத்துக்கொண்டே சக்கரவர்த்தியின் அருகில் போய்ச் சேர்ந்தார்.

“பிரபு! புது மருந்தினால் ஏதாவது பலன் தெரிகிறதா?” என்று கேட்டார்.

“பலன் தெரிகிறதாக மருத்துவர் சொல்லுகிறார்; தேவியும் சொல்கிறார்; ஆனால் எனக்கென்னவோ நம்பிக்கை உண்டாகவில்லை. உண்மையைச் சொன்னால், தளபதி!

இதெல்லாம் வீண் முயற்சி என்றே தோன்றுகிறது. என் விதி என்னை அழைக்கிறது. யமன் என்னைத் தேடிக் கொண்டு பழையாறைக்குப் போயிருக்கிறான் என்றே நினைக்கிறேன். அங்கே நான் இல்லையென்று அறிந்ததும், இவ்விடம் என்னைத் தேடிக் கொண்டு வந்து சேருவான்!..."

"பிரபு! தாங்கள் இப்படி மனமுடைந்து பேசக்கூடாது. எங்களையெல்லாம் இப்படி மனங்கலங்கச் செய்யக்கூடாது. தங்கள் குல முன்னோர்கள்..."

"ஆ! என் குல முன்னோர்கள் யமனைக் கண்டு அஞ்சியதில்லையென்று சொல்லுகிறீர்! எனக்கும் என் குல முன்னோர்கள் பலரைப் போல் போர்க்களத்தில் முன்னணியில் நின்று போர் செய்து உயிர் விடும் பாக்கியம் கிடைக்குமானால், அத்தகைய மரணத்துக்குச் சிறிதும் அஞ்ச மாட்டேன்; சோர்வும் கொள்ள மாட்டேன். உற்சாகத்துடன் வரவேற்பேன். என்னுடைய பெரிய தகப்பனார் இராஜாதித்தியர் தக்கோலத்தில் யானைமேலிருந்து போர் புரிந்தபடியே உயிர்நீத்தார். சோழ குலத்தின் வீரப் புகழைத் தக்கோலம் போர்க்களத்தில் என்றென்றும் நிலைநாட்டினார். 'யானை மேல் துஞ்சிய தேவர்' என்று புகழ்பெற்றார். நான் என்ன புகழைப் பெறுவேன்? 'நோய்ப் படுக்கையில் துஞ்சிய சுந்தர சோழன்' என்றுதானே பெயர் பெறுவேன்? என்னுடைய இன்னொரு பெரிய தகப்பனார், கண்டராதித்த தேவர் சிவபக்தியில் ஈடுபட்டு மரண பயத்தை விட்டிருந்தார். ஸ்தல யாத்திரை செய்வதற்கு மேற்குக் கடற்கரை நாடுகளுக்குப் போனார். அங்கேயே காலமானார். 'மேற்கெழுந்தருளிய தேவர்' என்று அவரும் பெயர் பெற்றார். அவரைப் போன்ற சிவபக்தனும் அல்ல நான்; ஸ்தல யாத்திரை செய்யவும் இயலாதவனாகி விட்டேன். இப்படியே எத்தனை நாள் படுத்திருப்பேன்? என்னைச் சேர்ந்தவர்கள் எல்லோருக்கும் பாரமாக!... ஆனால் என் மனத்திற்குள் ஏதோ சொல்கிறது. அதிக காலம் நான் இந்தப் பூவுலகில் இருக்க மாட்டேன் என்று..."

"சக்கரவர்த்தி! அரண்மனை வைத்தியர் தங்களுக்கு அபாயம் ஏதும் இல்லை என்று கூறுகிறார். சோதிடர்களும் அபாயம் இல்லையென்றே சொல்கிறார்கள். ஆனால் இந்தச் சிறு பிள்ளை தங்களிடம் ஏதோ அபாயத்தைப் பற்றி சொல்லிக்கொண்டிருந்தான்..."

"ஆ! இவன் காஞ்சி நகரிலிருந்து வந்த பிள்ளைதானே? ஆமாம், ஏதோ அபாயம் என்று சொன்னான்; எதைப் பற்றி சொன்னாய், தம்பி? என்னுடைய நிலையைப் பற்றியா?"

வல்லவரையனுடைய மூளை மின்னல் வேகத்தில் வேலை செய்தது. 'அபாய'த்தைப் பற்றித்தான் எச்சரித்ததாக ஒப்புக் கொண்டால் சந்தேகங்கள் ஏற்பட்டு தனக்கு அபாயம் நேருவது நிச்சயம். அந்த இக்கட்டிலிருந்து தப்பவேண்டும். நல்லது; ஓர் உபாயம் செய்து பார்க்கலாம். இலக்கணத்தைத் துணையாகக் கொண்டு நெடிலைக் குறில் ஆக்கலாம்!

"சக்கரவர்த்திப் பெருமானே! அபாயத்தைப் பற்றி சொல்வதற்கு நான் யார்? நம் வீர தளபதி சின்னப் பழுவேட்டரையரும், அரண்மனை வைத்தியரும், சாவித்திரி அம்மனையொத்த மகாராணியும் இருக்கும்போது என்ன அபாயம் வந்துவிடும்? 'அபயம்' 'அபயம்' என்று தங்களிடம் நான் முறையிட்டுக் கொண்டேன். பழைய வாணர் குலத்துக்கு நான் ஒரு அறியா சிறுவன்தான் இப்போது பிரதிநிதியாக மிஞ்சியிருக்கிறேன். தங்கள் திருப்புதல்வர் மனம் மகிழும்படி சோழப் பேரரசுக்குத் தொண்டு புரிந்து வருகிறேன். எங்கள் பழைய பூர்வீக ராஜ்யத்தில் ஒரு சிறு பகுதியையாவது அடியேனுக்குத் திருப்பிக் கொடுக்க அருள் புரிய வேண்டும். அரசர்க்கரசே! அபயம்! அபயம்! இந்த அறியாச் சிறுவன் தங்கள் அபயம்!" என்று வல்லவரையன் மூச்சு விடாமல் படபடவென்று பேசி நிறுத்தினான்.

இதைக் கேட்ட பழுவேட்டரையரின் முகம் சுருங்கியது. சுந்தர சோழரின் முகம் மீண்டும் மலர்ந்தது. மகாராணியின் முகத்தில் கருணை ததும்பியது.

"இந்தப் பிள்ளை பிறந்தவுடனே சரஸ்வதிதேவி இவனுடைய நாவில் எழுதி விட்டாள் போலும்! இவனுடைய வாக்குவன்மை அதிசயமாயிருக்கிறது!" என்றாள் தேவி.

இதுதான் சமயம் என்று வந்தியத்தேவன், "தாயே! தாங்கள் எனக்காகப் பரிந்து ஒரு வார்த்தை சொல்லவேணும். நான் தாய் தந்தையற்ற அநாதை; வேறு ஆதரவு அற்றவன். என்னுடைய வேண்டுகோளை நானேதான் வெளியிட்டாக வேண்டும். பக்தனுக்குப் பரிந்து பார்வதி தேவி பரமசிவனாரிடமும், லக்ஷ்மிதேவி மகாவிஷ்ணுவிடமும் பேசுவதுபோல் தாங்கள் எனக்காகப் பேச வேண்டும். எங்கள் பூர்வீக அரசில் ஒரு பத்துக் கிராமத்தை திரும்பக் கொடுத்தாலும் போதும், நான் மிகவும் திருப்தி அடைவேன்!" என்றான்.

இதையெல்லாம் கேட்கக் கேட்கச் சுந்தர சோழருக்கு ஒரே வியப்பும் மகிழ்ச்சியு மாயிருந்தது. அவர் சின்னப் பழுவேட்டரையரைப் பார்த்து, "தளபதி! இந்த இளைஞனை எனக்கு ரொம்பவும் பிடித்திருக்கிறது. தேவியின் முகத்தைப் பார்த்தால், இவனை மூன்றாவது பிள்ளையாகச் சுவீகாரம் எடுத்துக்கொண்டு விடலாமா என்றே யோசிப்பதாகத் தெரிகிறது. இவனுடைய கோரிக்கையை நிறைவேற்றி வைக்கலாம் அல்லவா? அதில் ஒன்றும் கஷ்டம் இராதே? உமது அபிப்பிராயம் என்ன?" என்றார்.

"இதில் அடியேனுடைய அபிப்பிராயத்துக்கு இடம் என்ன இருக்கிறது? இளவரசர் கரிகாலரின் கருத்தையல்லவோ அறிய வேண்டும்?" என்றார் தஞ்சைக் கோட்டைத் தளபதி.

"சக்கரவர்த்தி! இளவரசரைக் கேட்டால், பழுவூர்த் தேவரைக் கேட்க வேண்டும் என்று சொல்கிறார். பழுவூர்த் தேவரோ இளவரசரைக் கேட்க வேண்டும் என்கிறார். இரண்டு பேருக்கும் நடுவில் என் கோரிக்கை..."

"பிள்ளாய்! நீ கவலைப்படாதே! இரண்டு பேரையும் சேர்த்து வைத்துக்கொண்டே கேட்டு விடலாம்!" என்றார் சக்கரவர்த்தி.

பிறகு சின்னப் பழுவேட்டரையரைப் பார்த்து, "தளபதி! இளவரசனிடமிருந்து இந்தப் பிள்ளை ஓலை கொண்டு வந்தான். பழையபடி காஞ்சிக்கு நான் வரவேண்டும் என்றுதான் ஆதித்தன் ஓலையில் எழுதியிருக்கிறான். அங்கே புதிதாய்ப் பொன் மாளிகை கட்டியிருக்கிறானாம். அதில் நான் சில நாளாவது தங்க வேண்டுமாம்!" என்றார்.

"தங்கள் சித்தம் எப்படியோ, அப்படியே செய்கிறது!" என்றார் கோட்டைத் தளபதி.

"ஆ! என்னுடைய சித்தம் எப்படியோ அப்படி நீர் நடத்துவீர். ஆனால் என் கால்கள் மறுக்கின்றன. காஞ்சிக்குப் பிரயாணம் செய்வது இயலாத காரியம். அரண்மனைப் பெண்டுகளைப் போல் பல்லக்கில் ஏறி திரைபோட்டுக் கொண்டு யாத்திரை செய்வதென்பதை நினைத்தாலே எனக்கு அருவருப்பாயிருக்கிறது. ஆதித்த கரிகாலனை இங்கே வந்துவிட்டுப் போகும்படிதான் மறு ஓலை எழுதிக் கொடுக்க வேண்டும்..."

"இளவரசர் இச்சமயம் காஞ்சியை விட்டு இங்கு வரலாமா? வடதிசையில் நம் பகைவர்கள் இன்னும் பலசாலிகளாக இருக்கிறார்களே!"

"பார்த்திபேந்திரனும் மலையமானும் அங்கிருந்து பார்த்துக் கொள்வார்கள். இளவரசன் இச்சமயம் இங்கே என் பக்கத்தில் இருக்க வேண்டும் என்று என் உள்ளத்தில் ஏதோ சொல்கிறது. அது மட்டுமல்ல; ஈழ நாட்டுக்குச் சென்றிருக்கும் இளங்கோவையும் உடனே இங்கு வந்து சேரும்படி அழைப்பு அனுப்ப வேண்டும். இரண்டு பேரையும் வைத்துக் கொண்டு ஒரு முக்கியமான விஷயத்தைப் பற்றிப் பேசி முடிவு செய்ய விரும்புகிறேன். அருள்மொழி இங்கு வரும்போது ஈழப் படைக்கு உணவு அனுப்புவது பற்றி உங்கள் ஆட்சேபத்தையும் அவனிடம் தெரிவிக்கலாம்..."

"சக்கரவர்த்தி! மன்னிக்க வேண்டும். ஈழத்துக்கு உணவு அனுப்புவதை நான் ஆட்சேபிக்கவில்லை. தனதான்யாதிகாரியும் ஆட்சேபிக்கவில்லை. சோழ நாட்டுக் குடிமக்கள் ஆட்சேபிக்கிறார்கள். சென்ற அறுவடையில் சோழ நாட்டில் விளைவு

குறைந்து விட்டது. நம்முடைய மக்களுக்கே போதாமலிருக்கும்போது, இலங்கைக்குக் கப்பல் கப்பலாக அரிசி அனுப்புவதை மக்கள் ஆட்சேபிக்கிறார்கள்! தற்போது வாய்க்குள் முணுமுணுக்கிறார்கள். கொஞ்ச நாள் போனால், மக்களின் கூச்சல் பலமாகும். தங்கள் உடல்நிலையைப் பாதிக்கும்படி இந்த அரண்மனைக்குள்ளேயும் அவர்களுடைய கூச்சல் வந்து கேட்கும்!..."

"குடிமக்கள் ஆட்சேபிக்கிற காரியத்தை செய்ய அருள்மொழி ஒரு நாளும் விரும்பமாட்டான். எல்லாவற்றுக்கும், அவன் ஒரு தடவை இங்கு வந்துவிட்டுப் போகட்டும். பெரிய பழுவேட்டரையர் வந்ததும் இலங்கைக்கு ஆள் அனுப்புவது பற்றி முடிவு செய்யலாம்; அவர் எப்போது திரும்புகிறார்?"

"இன்று இரவு கட்டாயம் வந்து விடுவார்!"

"காஞ்சிக்கும் நாளைய தினம் ஓலை எழுதி அனுப்பலாம். இந்தப் பிள்ளையினிடமே அந்த ஓலையையும் கொடுத்தனுப்பலாம் அல்லவா?"

"இந்தச் சிறுவன் காஞ்சியிலிருந்து ஒரே மூச்சில் வந்திருக்கிறான். சில நாள் இவன் இங்கேயே தங்கி இளைப்பாறி விட்டுப் போகட்டும். வேறு ஆளிடம் ஓலையைக் கொடுத்தனுப்பலாம்."

"அப்படியே செய்க. இளவரசன் வருகிற வரையிலே கூட இவன் இங்கேயே இருக்கலாம்!"

இச்சமயம் மலையமான் மகள் எழுந்து நிற்கவே, சின்னப் பழுவேட்டரையர், "இன்று அதிக நேரம் தங்களுக்குப் பேசும் சிரமம் கொடுத்து விட்டேன். மன்னிக்க வேணும். தேவி எச்சரிக்கை செய்யும் வரையில் நீண்டு விட்டது!" என்று சொன்னார்.

"தளபதி! இந்தப் பிள்ளை நம் விருந்தாளி. இவனுக்கு வேண்டிய வசதிகள் செய்து கொடுங்கள். சக்கரவர்த்திக்கு மட்டும் உடம்பு சரியாயிருந்தால், இவனைத் தமது அரண்மனையிலேயே இருக்கச் சொல்லியிருக்கலாம்!" என்றாள் மலையமான் மகள்.

"நான் கவனித்துக் கொள்கிறேன், தாயே! தங்களுக்கு அந்தக் கவலை வேண்டாம். நன்றாய்க் கவனித்துக் கொள்கிறேன்!" என்றார் சின்னப் பழுவேட்டரையர். அப்போது அவரை அறியாமலே அவருடைய ஒரு கை மீசையைத் தொட்டு முறுக்கிற்று.

ஃஃ

30. சித்திர மண்டபம்

சின்னப் பழுவேட்டரையர் வந்தியத்தேவனைத் தம்முடன் ஆஸ்தான மண்டபத்துக்கு அழைத்துப் போனார். சக்கரவர்த்தியிடம் அவன் கூறியது என்ன என்பதைப் பற்றி அவன் சொன்ன சமாதானம் அவருக்கு அவ்வளவாகப் பூரண திருப்தி அளிக்கவில்லை. சக்கரவர்த்தியைத் தனியாகப் போய்ப் பார்க்கும்படி அவனுக்கு அனுமதி அளித்தது ஒருவேளை தவறோ என்றும் தோன்றியது. ஆதித்த கரிகாலரிடமிருந்து வந்தவனாதலால், அவனைப் பற்றி சந்தேகிக்க வேண்டியது முறை. ஆனால் தமையனார் முத்திரை மோதிரத்துடன் அனுப்பியுள்ளபடியால் சந்தேகிக்க இடமில்லை. ஆகா! இம்மாதிரி காரியங்களில் பெரியவருக்கு வேறொருவர் ஜாக்கிரதை சொல்லித்தர வேண்டுமா, என்ன? ஆனாலும், தாம் திடீரென்று தரிசன மண்டபத்துக்குள் சென்ற பொழுது அவ்வாலிபன் தயங்கி நின்று பயந்தவன் போல் விழித்தது அவர் கண் முன்னால் தோன்றியது. "அபாயம்! அபாயம்!" என்று அவன் கூவியது நன்றாகக் காதில் விழுந்ததாக ஞாபகம் வந்தது. "அபயம்" என்று சொல்லியிருந்தால், அது தம் காதில் "அபாயம்" என்று விழுந்திருக்கக்கூடியது சாத்தியமா? எல்லாவற்றுக்கும் இவனை உடனே திருப்பி அனுப்பாமலிருப்பது நல்லது. தமையனார் வந்த பிறகு இவனைப் பற்றி நன்றாய்த் தெரிந்து கொண்டு பிறகு உசிதமானதைச் செய்யலாம். இம்மாதிரி தீரனாகிய வாலிபனை நாம் நம்முடைய அந்தரங்கக் காவல்படையில் சேர்த்துக்

கொள்ளப் பார்க்க வேண்டும். சமயத்தில் உபயோகமாயிருப்பான்.

ஏன்? இவனுக்கு இவனுடைய முன்னோர்களின் பழைய அரசில் ஒரு பகுதியை வாங்கிக் கொடுத்தாலும் கொடுக்கலாம். இம்மாதிரி பிள்ளைகளுக்கு ஒருமுறை உதவி செய்துவிட்டால், அப்புறம் என்றைக்கும் நமக்குக் கட்டுப்பட்டு நன்றியுடனிருப்பார்கள். ஒருவேளை, இவன் உறுதியான விரோதி என்று ஏற்பட்டு விட்டால், அதற்குத் தக்க ஏற்பாடு செய்ய வேண்டும்; எதற்கும் தமையனார் வந்து சேரட்டும் பார்க்கலாம்.

ஆஸ்தான மண்டபம் சென்றதும் வந்தியத்தேவன் அப்புறமும் இப்புறமும் ஆவலுடன் பார்க்கத் தொடங்கினான். தளபதியிடம் தான் ஓலையை எடுத்துக் கொடுத்த இடத்தில் உற்று உற்று நன்றாகப் பார்த்தான். தப்பித் தவறி இன்னொரு ஓலை, அந்த முக்கியமான ஓலை கிடக்கிறதா என்றுதான். அதை மட்டும் கண்டுபிடிக்க முடியாவிட்டால், தன்னைப் போன்ற மூடன் வேறு யாரும் இருக்க முடியாது! உலகமே புகழும் சோழ குலத்து அரசிளங்குமரியைத் தான் பார்க்க முடியாமலே போய்விடும். ஆதித்த கரிகாலர் தன்னிடம் ஒப்புவித்த பணியில் சரி பாதியைச் செய்ய முடியாமலே போய்விடும்.

சின்னப் பழுவேட்டரையர் அங்கிருந்த ஏவலாளர்களில் ஒருவனைப் பார்த்து, "இந்தப் பிள்ளையை நமது அரண்மனைக்கு அழைத்துக் கொண்டு போ! விருந்தாளி விடுதியில் வைத்து வேண்டிய வசதிகள் செய்து கொடுத்துப் பார்த்துக்கொள்! நான் வரும் வரையில் அங்கேயே இரு!" என்றார்.

வந்தியத்தேவனும் ஏவலாளனும் வெளியே சென்ற உடன், இன்னொருவன் தளபதியிடம் பயபக்தியுடன் நெருங்கி, ஒரு ஓலைச் சுருளை நீட்டினான். "இங்கிருந்து தரிசன மண்டபத்துக்குப் போகும் வழியில் இது கிடந்தது. இப்போது சென்ற அந்தப் பையனுடைய மடியிலிருந்து விழுந்திருக்கக்கூடும்!" என்று சொன்னான்.

தளபதி அதை ஆர்வத்துடன் வாங்கிப் பிரித்துப் பார்த்தார். அவருடைய புருவங்கள் நெற்றியின் சரிபாதி வரையில் உயர்ந்து நெரிந்தன. அவருடைய முகத்தில் கொடூரமான மாறுதல் ஒன்று உண்டாயிற்று.

"ஆஹா! இளையபிராட்டிக்கு ஆதித்த கரிகாலர் எழுதிய ஓலை. 'அந்தரங்கமான காரியங்களுக்கு உண்மையான வீரன் ஒருவன் நினைத்த காரியத்தை முடிக்கக் கூடிய தீரன், வேண்டும் என்று கேட்டிருந்தாயல்லவா? அதற்காக இவனை அனுப்பியிருக்கிறேன். இவனைப் பூரணமாக நம்பி எந்த முக்கியமான காரியத்தையும் ஒப்புவிக்கலாம்' என்று இளவரசர் தம் கைப்பட எழுதியிருக்கிறார். ஆ! இதில் ஏதோ மர்மம் இருக்கிறது. இந்த ஓலையைப் பற்றி பெரியவருக்குத் தெரியுமோ, என்னவோ? இவன் விஷயத்தில் இன்னும் அதிக ஜாக்கிரதையாயிருக்க வேண்டும்!" என்று கோட்டைத் தளபதி தமக்குள்ளே சொல்லிக் கொண்டார். ஓலையைப் பொறுக்கிக் கொண்டு வந்தவனை அழைத்துக் காதோடு சில விஷயங்களைக் கூறினார்; அவனும் உடனே புறப்பட்டுச் சென்றான்.

சின்ன பழுவேட்டரையரின் மாளிகையில் வந்தியத்தேவனுக்கு ஆசார உபசாரங்கள் பலமாக நடந்தன. அவனைக் குளிக்கச் செய்து, புதிய உடைகள் அணிந்து கொள்ளக் கொடுத்தார்கள். நல்ல உடைகள் அணிந்து கொள்வதில் பிரியமுள்ள வந்தியத்தேவனும் குதூகலத்தில் ஆழ்ந்தான். காணாமற்போன ஓலையைப் பற்றிய கவலையைக் கூட மறந்துவிட்டான். புது உடை உடுத்திய பின்னர் இராஜபோகமான அறுசுவை சிற்றுண்டிகளை அளித்தார்கள். பசித்திருந்த வந்தியத்தேவன் அவற்றை ஒரு கை பார்த்தான். பின்னர், அவனைச் சின்னப் பழுவேட்டரையர் மாளிகையின் சித்திர மண்டபத்துக்கு அழைத்து சென்றார்கள். "தளபதி வருகிற வரையில் இந்த மண்டபத்திலுள்ள அபூர்வ சித்திரங்களைப் பார்த்துக் கொண்டிருக்கலாம்!" என்றார்கள். இவ்விதம் சொல்லிவிட்டு, காவலர்கள் மூன்று பேர் மண்டபத்தின் வெளியில் உட்கார்ந்து அரட்டை அடித்துக்கொண்டே சொக்கட்டான் ஆடத் தொடங்கினார்கள்.

சோழ குலத்தின் புதிய தலைநகரமான தஞ்சைபுரி அந்த நாளில் சிற்ப சித்திரக் கலைக்குப் பெயர் பெற்றதாயிருந்தது. திருவையாற்றில் இசைக் கலையும் நடனக் கலையும் வளர்ந்தது போல் தஞ்சையில் சிற்ப சித்திரக் கலைகள் வளர்ந்து வந்தன.

முக்கியமாக, சின்னப் பழுவேட்டரையர் மாளிகையில் இருந்த சித்திர மண்டபம் மிகப் பிரசித்தி அடைந்திருந்தது. அந்த மண்டபத்துக்குள் இப்போது வந்தியத்தேவன் பிரவேசித்தான். சுவர்களில் பல அழகிய வர்ணங்களில் தீட்டியிருந்த அற்புதமான சித்திரங்களைப் பார்த்து பார்த்து புளகாங்கிதம் அடைந்தான். அந்த ஆனந்தத்தில் தன்னை மறந்தான்; தான் வந்த முக்கியமான காரியத்தையும் கூட மறந்தான்.

சோழ வம்சத்தின் பூர்வீக அரசர்களையும் அவர்களுடைய வாழ்க்கைச் சம்பவங்களையும் சித்திரிக்கும் காட்சிகள் அவனுடைய கவனத்தைக் கவர்ந்து பரவசமடைய செய்தன. முக்கியமாக, சென்ற நூறு வருஷத்து சோழர்களின் சரித்திரம் அந்தச் சித்திர மண்டபத்தின் பெரும் பகுதியை ஆக்ரமித்துக் கொண்டிருந்தன. வந்தியத்தேவனுக்கு அதிகமான ஆர்வத்தை உண்டாக்கிய சித்திரங்களும் அவைதாம்.

இந்தக் கட்டத்தில், சென்ற நூறு வருஷமாகப் பழையாறையிலும் தஞ்சையிலும் இருந்து அரசு புரிந்த சோழ மன்னர்களின் வம்ச பரம்பரையை வாசகர்களுக்குச் சுருக்கமாக ஞாபகப்படுத்த விரும்புகிறோம். இனி இந்தக் கதையில், மேலே வரும் நிகழ்ச்சிகளை அறிந்துகொள்வதற்கு இதைத் தெரிந்து கொள்வது மிக உபயோகமாயிருக்கும்.

தொண்ணூற்றாறு போர்க் காயங்களைத் தன் திருமேனியில் ஆபரணங்களாகப் பூண்ட விஜயாலய சோழனைப் பற்றி முன்னமே கூறியிருக்கிறோம்.

சோழ மன்னர்கள் பரகேசரி, இராஜகேசரி என்னும் பட்டங்களை மாறி மாறிப் புனைந்து கொள்வது வழக்கம். பரகேசரி விஜயாலயனுக்குப் பிறகு அவனுடைய புதல்வன் ராஜகேசரி ஆதித்த சோழன் பட்டத்துக்கு வந்தான். அவன் தந்தைக்குத் தகுந்த தனயனாக விளங்கினான். முதலில் அவன் பல்லவர் கட்சியில் நின்று பாண்டியனைத் தோற்கடித்து சோழ ராஜ்யத்தை நிலைப்படுத்திக் கொண்டான். பிறகு, பல்லவன் அபராஜிதவர்மனோடு போர்தொடுத்தான். யானை மீது அம்பாரியில் இருந்து போர் புரிந்த அபராஜிதவர்மன் மீது ஆதித்த சோழன் தாவிப் பாய்ந்து அவனைக் கொன்று தொண்டை மண்டலத்தை வசப்படுத்தினான். பிறகு கொங்கு மண்டலமும் இவன் ஆட்சிக்குள் வந்தது. ஆதித்தன் சிறந்த சிவபக்தன். காவிரி ஆறு உற்பத்தியாகும் ஸஹ்ய மலையிலிருந்து அப்புண்ணிய நதி கடலில் கலக்கும் இடம் வரையில் ஆதித்த சோழன் பல சிவாலயங்களை எழுப்பித்தான்.

இராஜகேசரி ஆதித்த சோழனுக்குப் பிறகு பரகேசரி பராந்தகன் பட்டத்துக்கு வந்தான். நாற்பத்தாறு ஆண்டு காலம் அரசு புரிந்தான். இமயத்தில் புலிச் சின்னம் பொறித்த கரிகால் பெருவளத்தானுக்குப் பின்னர் சோழ வம்சத்தில் மாபெரும் மன்னன் பராந்தகன்தான். வீரநாராயணன், பண்டிதவத்சலன், குஞ்சரமல்லன், சூரசிகாமணி என்பன போன்ற பல பட்டப் பெயர்கள் அவனுக்கு உண்டு. “மதுரையும் ஈழமும் கொண்டவன்” என்ற பட்டமும் உண்டு. இந்த முதற் பராந்தகன் காலத்திலேயே சோழ சாம்ராஜ்யம் கன்யாகுமரியிலிருந்து கிருஷ்ணாநதி வரையில் பரவியது. ஈழ நாட்டிலும் சிறிது காலம் புலிக்கொடி பறந்தது. தில்லை சிற்றம்பலத்துக்குப் பொன் கூரை வேய்ந்து புகழ்பெற்ற பராந்தகனும் இவனேதான். இவனுடைய ஆட்சியின் இறுதி நாட்களில் சோழ சாம்ராஜ்யத்துக்கு சில பேரபாயங்கள் வந்தன. அந்த நாளில் வடக்கே பெருவலி படைத்திருந்த இராஷ்டிரகூடர்கள் சோழர்களுடைய பெருகி வந்த பலத்தை ஒடுக்க முனைந்தார்கள். சோழ சாம்ராஜ்யத்தின் மீது படை எடுத்து வந்து ஓரளவு வெற்றியும் அடைந்தார்கள்.

பராந்தக சக்கரவர்த்திக்கு மூன்று புதல்வர்கள் உண்டு. இவர்களில் வீராதி வீரனாக விளங்கியவன் மூத்த புதல்வனாகிய இராஜாதித்யன் என்பவன். வடநாட்டுப் படையெடுப்பை எதிர்பார்த்து இராஜாதித்யன் திருமுனைப்பாடி நாட்டில் பெரும் சைன்யத்துடன் பல காலம் தங்கியிருந்தான். தன் தந்தையின் பெயர் விளங்கும்படி வீரநாராயண ஏரி எடுத்தான்.

அரக்கோணத்துக்கு அருகில் தக்கோலம் என்னுமிடத்தில் சோழ சைன்யத்துக்கும் இராஷ்டிரகூடப் படைகளுக்கும் பயங்கரமான பெரும் போர் நடந்தது. இந்தப் போரில் எதிரிப் படைகளை அதாஹதம் செய்து தன் வீரப் புகழை நிலைநாட்டிய பிறகு, இராஜாதித்யன் போர்க்களத்தில் உயிர் துறந்து வீர சொர்க்கம் அடைந்தான். இவனும் பல்லவ அபராஜிதவர்மனைப் போல் யானை மீதிருந்து போர் புரிந்து யானை மேலிருந்தபடியே இறந்தபடியால், இவனை "ஆனைமேல் துஞ்சிய தேவன்" என்று கல்வெட்டுச் சாஸனங்கள் போற்றிப் புகழ்கின்றன.

இராஜாதித்யன் மட்டும் இறந்திராவிட்டால், அவனே பராந்தக சக்கரவர்த்திக்குப் பிறகு சோழ சிம்மாசனம் ஏறியிருக்க வேண்டும். இவனுடைய சந்ததிகளே இவனுக்குப் பின்னர் முறையாகப் பட்டத்துக்கு வந்திருக்க வேண்டும்.

ஆனால் இளவரசன் இராஜாதித்யன் பட்டத்துக்கு வராமலும் சந்ததியில்லாமலும் இறந்துவிடவே, இவனுடைய இளைய சகோதரர் கண்டராதித்த தேவர் தந்தையின் விருப்பத்தின்படி இராஜகேசரி பட்டத்துடன் சிங்காதனம் ஏறினார்.

இவர் தமது தந்தையையும் பாட்டனையும் போலவே சிவபக்தி மிகுந்தவர். அத்துடன் தமிழன்பு மிக்கவர். உண்மையில் இவருக்கு இராஜ்யம் ஆளுவதில் அவ்வளவு சிரத்தையே இருக்கவில்லை. ஆலய வழிபாட்டிலும் தமிழ் இன்பத்திலும் அதிகமாக ஈடுபட்டிருந்தார். மகான்களாகிய நாயன்மார்களைப் பின்பற்றி சிவபெருமான் மீது துதிப்பாடல்கள் பாடினார். 'திருவிசைப்பா' என்று வழங்கும் இப்பாடல்களில் கடைசிப் பாட்டில் இவர் தம்மைப் பற்றியே பின்வருமாறு சொல்லிக் கொண்டிருக்கிறார்:

"சீரான்மல்கு தில்லைச் செம்பொன்
அம்பலத்தாடி தன்னைக்
காரார் சோலைக்கோழி வேந்தன்
தஞ்சையர்கோன் கலந்த
ஆராவின் சொற் கண்டராதித்தன்
அருந்தமிழ் மாலை வல்லவர்
பேரா உலகிற் பெருமை யோடும்
பேரின்ப மெய்துவரே!"

விஜயாலயனுக்குப் பிற்பட்ட சோழ மன்னர்கள் பழையாறையிலும் தஞ்சையிலும் வசித்தபோதிலும் பூர்வீகச் சோழத் தலைநகர் உறையூர் என்னும் பாத்தியதையை விட்டுவிடவில்லை. உறையூருக்கு இன்னொரு பெயர் கோழி என்பதாகும். ஆகையால் சோழ மன்னர்கள் தங்களைக் "கோழி வேந்தர்" என்று சொல்லிக் கொண்டார்கள்.

கண்டராதித்த தேவர் சிம்மாசனத்திலிருந்து பெயரளவில் அரசு புரிந்தபோதிலும், உண்மையில் அவருடைய இளைய சகோதரனாகிய அரிஞ்சயன் தான் இராஜ்ய விவகாரங்களைக் கவனித்து வந்தான். இராஜாதித்யனுக்குத் துணையாக அரிஞ்சயன் திருநாவலூர் முதலிய இடங்களில் சைன்யங்களுடன் தங்கியிருந்தான். இராஷ்டிரகூடர்களுடன் வீரப் போர் நடத்தினான். தக்கோலத்தில் சோழ சைன்யத்துக்கு நேர்ந்த பெருந்தோல்வியை விரைவிலேயே வெற்றியாக மாற்றிக் கொண்டான். இராஷ்டிரகூடர் படையெடுப்பைத் தென்பெண்ணைக்கு அப்பாலேயே தடுத்து நிறுத்தினான்.

எனவே, இராஜகேசரி கண்டராதித்த சோழர் தம் தம்பி அரிஞ்சயனுக்கு யுவராஜ பட்டம் சூட்டி, அவனே தமக்குப் பின் சோழ சிங்காதனத்துக்கு உரியவன் என்றும் நாடறியத் தெரிவித்து விட்டார்.

இவ்விதம் கண்டராதித்தர் முடிவு செய்ததற்கு இன்னொரு முக்கிய காரணமும் இருந்தது. இவருடைய மூத்த மனைவி இவர் பட்டத்துக்கு வருவதற்கு முன்பே காலமாகிவிட்டாள். பிறகு வெகு காலம் கண்டராதித்தர் மணம் புரிந்து கொள்ளவில்லை.

ஆனால் இவருடைய தம்பி அரிஞ்சயனுக்கோ அழகிலும் அறிவிலும் ஆற்றலிலும் சிறந்த புதல்வன் இருந்தான். பாட்டனாரின் பராந்தகன் என்னும் பெயரையும், மக்கள் அளித்த சுந்தர சோழன் என்னும் காரணப் பெயரையும் சூட்டிக்கொண்டிருந்தான்.

எனவே, தமக்குப் பிறகு தமது சகோதரன் அரிஞ்சயனும் அரிஞ்சயனுக்குப் பிறகு அவனுடைய புதல்வன் சுந்தரசோழனும் பட்டத்துக்கு வரவேண்டும் என்று கண்டராதித்தர் திருவுளங்கொண்டார். இந்த ஏற்பாட்டிற்குச் சாமந்த கணத்தினர், தண்டநாயகர்கள் பொதுஜனப் பிரதிநிதிகள் எல்லாருடைய சம்மதத்தையும் ஒருமனதாகப் பெற்று பகிரங்கமாக உலகறியத் தெரிவித்தும் விட்டார்.

இந்த ஏற்பாடுகள் எல்லாம் நடந்து முடிந்த பிறகு கண்டராதித்தரின் வாழ்க்கையில் ஓர் அதிசய சம்பவம் நிகழ்ந்தது. மழவரையன் என்னும் சிற்றரசன் திருமகளை அவர் சந்திக்கும்படி நேர்ந்தது. அந்த மங்கையர் திலகத்தின் அழகும் அடக்கமும் சீலமும் சிவபக்தியும் அவர் உள்ளத்தைக் கவர்ந்தன. முதிர்ந்த பிராயத்தில் அந்தப் பெண்மணியை மணந்து கொண்டார். இந்தத் திருமணத்தின் விளைவாக உரிய காலத்தில் ஒரு குழந்தையும் உதித்தது. அதற்கு மதுராந்தகன் என்று பெயரிட்டுப் பாராட்டிச் சீராட்டி வளர்த்தார்கள். ஆனால் அரசர், அரசி இருவருமே இராஜ்யம் சம்பந்தமாக முன்னம் செய்திருந்த ஏற்பாட்டை மாற்ற விரும்பவில்லை. தம்பதிகள் இருவரும் சிவபக்தியிலும், விரக்தி மார்க்கத்திலும் ஈடுபட்டவர்களாதலால் தங்கள் அருமைப் புதல்வனையும் அந்த மார்க்கத்திலேயே வளர்க்க விரும்பினார்கள். கேவலம் இந்த உலக சாம்ராஜ்யத்தைக் காட்டிலும் சிவலோக சாம்ராஜ்யம் எவ்வளவோ மேலானது என்று நம்பியவர்களாதலால், அந்தச் சிவலோக சாம்ராஜ்யத்துக்கு உரியவனாக மதுராந்தகனை வளர்க்க ஆசைப்பட்டார்கள். ஆகையால் கண்டராதித்தர் தமக்குப் பிறகு தம் சகோதரன் அரிஞ்சயனும் அவனுடைய சந்ததிகளுமே சோழ சாம்ராஜ்யத்துக்கு உரியவர்கள் என்ற தமது விருப்பத்தை பகிரங்கப்படுத்தி நிலைநாட்டினார்.

எனவே, இராஜாதித்தன், கண்டராதித்தர் என்னும் இரு உரிமையாளர் வம்சத்தைத் தாண்டி அரிஞ்சயன் வம்சத்தாருக்குச் சோழ சிங்காதனம் உரிமையாயிற்று.

கண்டராதித்தருக்குப் பிறகு அதிக காலம் பரகேசரி அரிஞ்சயன் ஜீவிய வந்தனாக இருக்கவில்லை. ஒரு வருஷத்திலேயே தமையனாரைப் பின் தொடர்ந்து தம்பியும் கைலாச பதவிக்குச் சென்றுவிட்டான்.

பின்னர், இளவரசர் சுந்தர சோழருக்கு நாட்டாரும் சிற்றரசர்களும் பிற அரசாங்க அதிகாரிகளும் சேர்ந்து முடிசூட்டி மகிழ்ந்தார்கள். இராஜகேசரி சுந்தர சோழரும் அதிர்ஷ்ட வசத்தினால் தமக்குக் கிடைத்த மகத்தான பதவியைத் திறம்பட சிறப்பாக வகித்தார். ஆட்சியின் ஆரம்ப காலத்தில் பல வீரப் போர்கள் புரிந்து பாண்டிய நாட்டையும் தொண்டை மண்டலத்தையும் மீண்டும் வென்றார். இராஷ்டிரகூடப் படைகளைத் தென்பெண்ணைக் கரையிலிருந்து விரட்டி அடித்தார்.

சுந்தர சோழ சக்கரவர்த்தியின் புதல்வர்களான ஆதித்த கரிகாலரும் அருள்மொழிவர்மரும் தந்தையை மிஞ்சக் கூடிய இணையற்ற வீரர்களாயிருந்தார்கள். அவர்கள் இருவரும் தந்தைக்குப் பரிபூரண உதவி செய்தார்கள். அவர்கள் மிகச் சிறு பிராயத்திலேயே போருக்கு சென்று முன்னணியில் நின்று போர் புரிந்தார்கள்; அவர்கள் சென்ற போர் முனைகளிலெல்லாம் விஜயலக்ஷ்மி சோழர்களின் பக்கமே நிலைநின்று வந்தாள்.

௸

30. சித்திர மண்டபம்

சின்னப் பழுவேட்டரையர் வந்தியத்தேவனைத் தம்முடன் ஆஸ்தான மண்டபத்துக்கு அழைத்துப் போனார். சக்கரவர்த்தியிடம் அவன் கூறியது என்ன என்பதைப் பற்றி அவன் சொன்ன சமாதானம் அவருக்கு அவ்வளவாகப் பூரண திருப்தி அளிக்கவில்லை.

சக்கரவர்த்தியைத் தனியாகப் போய்ப் பார்க்கும்படி அவனுக்கு அனுமதி அளித்தது ஒருவேளை தவறோ என்றும் தோன்றியது. ஆதித்த கரிகாலரிடமிருந்து வந்தவனாதலால், அவனைப் பற்றி சந்தேகிக்க வேண்டியது முறை. ஆனால் தமையனார் முத்திரை மோதிரத்துடன் அனுப்பியுள்ளபடியால் சந்தேகிக்க இடமில்லை. ஆகா! இம்மாதிரி காரியங்களில் பெரியவருக்கு வேறொருவர் ஜாக்கிரதை சொல்லித்தர வேண்டுமா, என்ன? ஆனாலும், தாம் திடீரென்று தரிசன மண்டபத்துக்குள் சென்ற பொழுது அவ்வாலிபன் தயங்கி நின்று பயந்தவன் போல் விழித்தது அவர் கண் முன்னால் தோன்றியது. "அபாயம்! அபாயம்!" என்று அவன் கூவியது நன்றாகக் காதில் விழுந்ததாக ஞாபகம் வந்தது. "அபயம்" என்று சொல்லியிருந்தால், அது தம் காதில் "அபாயம்" என்று விழுந்திருக்கக்கூடியது சாத்தியமா? எல்லாவற்றுக்கும் இவனை உடனே திருப்பி அனுப்பாமலிருப்பது நல்லது. தமையனார் வந்த பிறகு இவனைப் பற்றி நன்றாய்த் தெரிந்து கொண்டு பிறகு உசிதமானதைச் செய்யலாம். இம்மாதிரி தீரனாகிய வாலிபனை நாம் நம்முடைய அந்தரங்கக் காவல்படையில் சேர்த்துக் கொள்ளப் பார்க்க வேண்டும். சமயத்தில் உபயோகமாயிருப்பான்.

ஏன்? இவனுக்கு இவனுடைய முன்னோர்களின் பழைய அரசில் ஒரு பகுதியை வாங்கிக் கொடுத்தாலும் கொடுக்கலாம். இம்மாதிரி பிள்ளைகளுக்கு ஒருமுறை உதவி செய்துவிட்டால், அப்புறம் என்றைக்கும் நமக்குக் கட்டுப்பட்டு நன்றியுடனிருப்பார்கள். ஒருவேளை, இவன் உறுதியான விரோதி என்று ஏற்பட்டு விட்டால், அதற்குத் தக்க ஏற்பாடு செய்ய வேண்டும்; எதற்கும் தமையனார் வந்து சேரட்டும் பார்க்கலாம்.

ஆஸ்தான மண்டபம் சென்றதும் வந்தியத்தேவன் அப்புறமும் இப்புறமும் ஆவலுடன் பார்க்கத் தொடங்கினான். தளபதியிடம் தான் ஓலையை எடுத்துக் கொடுத்த இடத்தில் உற்று உற்று நன்றாகப் பார்த்தான். தப்பித் தவறி இன்னொரு ஓலை, அந்த முக்கியமான ஓலை கிடக்கிறதா என்றுதான். அதை மட்டும் கண்டுபிடிக்க முடியாவிட்டால், தன்னைப் போன்ற மூடன் வேறு யாரும் இருக்க முடியாது! உலகமே புகழும் சோழ குலத்து அரசிளங்குமரியைத் தான் பார்க்க முடியாமலே போய்விடும். ஆதித்த கரிகாலர் தன்னிடம் ஒப்புவித்த பணியில் சரி பாதியைச் செய்ய முடியாமலே போய்விடும்.

சின்னப் பழுவேட்டரையர் அங்கிருந்த ஏவலாளர்களில் ஒருவனைப் பார்த்து, "இந்தப் பிள்ளையை நமது அரண்மனைக்கு அழைத்துக் கொண்டு போ! விருந்தாளி விடுதியில் வைத்து வேண்டிய வசதிகள் செய்து கொடுத்துப் பார்த்துக்கொள்! நான் வரும் வரையில் அங்கேயே இரு!" என்றார்.

வந்தியத்தேவனும் ஏவலாளனும் வெளியே சென்ற உடன், இன்னொருவன் தளபதியிடம் பயபக்தியுடன் நெருங்கி, ஒரு ஓலைச் சுருளை நீட்டினான். "இங்கிருந்து தரிசன மண்டபத்துக்குப் போகும் வழியில் இது கிடந்தது. இப்போது சென்ற அந்தப் பையனுடைய மடியிலிருந்து விழுந்திருக்கக்கூடும்!" என்று சொன்னான்.

தளபதி அதை ஆர்வத்துடன் வாங்கிப் பிரித்துப் பார்த்தார். அவருடைய புருவங்கள் நெற்றியின் சரிபாதி வரையில் உயர்ந்து நெரிந்தன. அவருடைய முகத்தில் கொடூரமான மாறுதல் ஒன்று உண்டாயிற்று.

"ஆஹா! இளையபிராட்டிக்கு ஆதித்த கரிகாலர் எழுதிய ஓலை. 'அந்தரங்கமான காரியங்களுக்கு உண்மையான வீரன் ஒருவன் நினைத்த காரியத்தை முடிக்கக் கூடிய தீரன், வேண்டும் என்று கேட்டிருந்தாயல்லவா? அதற்காக இவனை அனுப்பியிருக்கிறேன். இவனைப் பூரணமாக நம்பி எந்த முக்கியமான காரியத்தையும் ஒப்புவிக்கலாம்' என்று இளவரசர் தம் கைப்பட எழுதியிருக்கிறார். ஆ! இதில் ஏதோ மர்மம் இருக்கிறது. இந்த ஓலையைப் பற்றி பெரியவருக்குத் தெரியுமோ, என்னவோ? இவன் விஷயத்தில் இன்னும் அதிக ஜாக்கிரதையாயிருக்க வேண்டும்!" என்று கோட்டைத் தளபதி தமக்குள்ளே சொல்லிக் கொண்டார். ஓலையைப் பொறுக்கிக் கொண்டு வந்தவனை அழைத்துக் காதோடு சில விஷயங்களைக் கூறினார்; அவனும் உடனே புறப்பட்டுச் சென்றான்.

சின்ன பழுவேட்டரையரின் மாளிகையில் வந்தியத்தேவனுக்கு ஆசார உபசாரங்கள் பலமாக நடந்தன. அவனைக் குளிக்கச் செய்து, புதிய உடைகள் அணிந்து கொள்ளக் கொடுத்தார்கள். நல்ல உடைகள் அணிந்து கொள்வதில் பிரியமுள்ள வந்தியத்தேவனும் குதூகலத்தில் ஆழ்ந்தான். காணாமற்போன ஓலையைப் பற்றிய கவலையைக் கூட மறந்துவிட்டான். புது உடை உடுத்திய பின்னர் இராஜபோகமான அறுசுவை சிற்றுண்டிகளை அளித்தார்கள். பசித்திருந்த வந்தியத்தேவன் அவற்றை ஒரு கை பார்த்தான். பின்னர், அவனைச் சின்னப் பழுவேட்டரையர் மாளிகையின் சித்திர மண்டபத்துக்கு அழைத்து சென்றார்கள். "தளபதி வருகிற வரையில் இந்த மண்டபத்திலுள்ள அபூர்வ சித்திரங்களைப் பார்த்துக் கொண்டிருக்கலாம்!" என்றார்கள். இவ்விதம் சொல்லிவிட்டு, காவலர்கள் மூன்று பேர் மண்டபத்தின் வெளியில் உட்கார்ந்து அரட்டை அடித்துக்கொண்டே சொக்கட்டான் ஆடத் தொடங்கினார்கள்.

சோழ குலத்தின் புதிய தலைநகரமான தஞ்சைபுரி அந்த நாளில் சிற்ப சித்திரக் கலைக்குப் பெயர் பெற்றதாயிருந்தது. திருவையாற்றில் இசைக் கலையும் நடனக் கலையும் வளர்ந்தது போல் தஞ்சையில் சிற்ப சித்திரக் கலைகள் வளர்ந்து வந்தன.

முக்கியமாக, சின்னப் பழுவேட்டரையர் மாளிகையில் இருந்த சித்திர மண்டபம் மிகப் பிரசித்தி அடைந்திருந்தது. அந்த மண்டபத்துக்குள் இப்போது வந்தியத்தேவன் பிரவேசித்தான். சுவர்களில் பல அழகிய வர்ணங்களில் தீட்டியிருந்த அற்புதமான சித்திரங்களைப் பார்த்து பார்த்து புளகாங்கிதம் அடைந்தான். அந்த ஆனந்தத்தில் தன்னை மறந்தான்; தான் வந்த முக்கியமான காரியத்தையும் கூட மறந்தான்.

சோழ வம்சத்தின் பூர்வீக அரசர்களையும் அவர்களுடைய வாழ்க்கைச் சம்பவங்களையும் சித்திரிக்கும் காட்சிகள் அவனுடைய கவனத்தைக் கவர்ந்து பரவசமடைய செய்தன. முக்கியமாக, சென்ற நூறு வருஷத்து சோழர்களின் சரித்திரம் அந்தச் சித்திர மண்டபத்தின் பெரும் பகுதியை ஆக்ரமித்துக் கொண்டிருந்தன. வந்தியத்தேவனுக்கு அதிகமான ஆர்வத்தை உண்டாக்கிய சித்திரங்களும் அவைதாம்.

இந்தக் கட்டத்தில், சென்ற நூறு வருஷமாகப் பழையாறையிலும் தஞ்சையிலும் இருந்து அரசு புரிந்த சோழ மன்னர்களின் வம்ச பரம்பரையை வாசகர்களுக்குச் சுருக்கமாக ஞாபகப்படுத்த விரும்புகிறோம். இனி இந்தக் கதையில், மேலே வரும் நிகழ்ச்சிகளை அறிந்துகொள்வதற்கு இதைத் தெரிந்து கொள்வது மிக உபயோகமாயிருக்கும்.

தொண்ணூற்றாறு போர்க் காயங்களைத் தன் திருமேனியில் ஆபரணங்களாகப் பூண்ட விஜயாலய சோழனைப் பற்றி முன்னமே கூறியிருக்கிறோம்.

சோழ மன்னர்கள் பரகேசரி, இராஜகேசரி என்னும் பட்டங்களை மாறி மாறிப் புனைந்து கொள்வது வழக்கம். பரகேசரி விஜயாலயனுக்குப் பிறகு அவனுடைய புதல்வன் ராஜகேசரி ஆதித்த சோழன் பட்டத்துக்கு வந்தான். அவன் தந்தைக்குத் தகுந்த தனயனாக விளங்கினான். முதலில் அவன் பல்லவர் கட்சியில் நின்று பாண்டியனைத் தோற்கடித்து சோழ ராஜ்யத்தை நிலைப்படுத்திக் கொண்டான். பிறகு, பல்லவன் அபராஜிதவர்மனோடு போர்தொடுத்தான். யானை மீது அம்பாரியில் இருந்து போர் புரிந்த அபராஜிதவர்மன் மீது ஆதித்த சோழன் தாவிப் பாய்ந்து அவனைக் கொன்று தொண்டை மண்டலத்தை வசப்படுத்தினான். பிறகு கொங்கு மண்டலமும் இவன் ஆட்சிக்குள் வந்தது. ஆதித்தன் சிறந்த சிவபக்தன். காவிரி ஆறு உற்பத்தியாகும் ஸஹ்ய மலையிலிருந்து அப்புண்ணிய நதி கடலில் கலக்கும் இடம் வரையில் ஆதித்த சோழன் பல சிவாலயங்களை எழுப்பித்தான்.

இராஜகேசரி ஆதித்த சோழனுக்குப் பிறகு பரகேசரி பராந்தகன் பட்டத்துக்கு வந்தான். நாற்பத்தாறு ஆண்டு காலம் அரசு புரிந்தான். இமயத்தில் புலிச் சின்னம் பொறித்த கரிகால் பெருவளத்தானுக்குப் பின்னர் சோழ வம்சத்தில் மாபெரும் மன்னன் பராந்தகன்தான். வீரநாராயணன், பண்டிதவத்சலன், குஞ்சரமல்லன், சூரசிகாமணி என்பன போன்ற பல பட்டப் பெயர்கள் அவனுக்கு உண்டு. "மதுரையும் ஈழமும் கொண்டவன்" என்ற பட்டமும்

உண்டு. இந்த முதற் பராந்தகன் காலத்திலேயே சோழ சாம்ராஜ்யம் கன்யாகுமரியிலிருந்து கிருஷ்ணாநதி வரையில் பரவியது. ஈழ நாட்டிலும் சிறிது காலம் புலிக்கொடி பறந்தது. தில்லை சிற்றம்பலத்துக்குப் பொன் கூரை வேய்ந்து புகழ்பெற்ற பராந்தகனும் இவனேதான். இவனுடைய ஆட்சியின் இறுதி நாட்களில் சோழ சாம்ராஜ்யத்துக்கு சில பேரபாயங்கள் வந்தன. அந்த நாளில் வடக்கே பெருவலி படைத்திருந்த இராஷ்டிரகூடர்கள் சோழர்களுடைய பெருகி வந்த பலத்தை ஒடுக்க முனைந்தார்கள். சோழ சாம்ராஜ்யத்தின் மீது படை எடுத்து வந்து ஓரளவு வெற்றியும் அடைந்தார்கள்.

பராந்தக சக்கரவர்த்திக்கு மூன்று புதல்வர்கள் உண்டு. இவர்களில் வீராதி வீரனாக விளங்கியவன் மூத்த புதல்வனாகிய இராஜாதித்யன் என்பவன். வடநாட்டுப் படையெடுப்பை எதிர்பார்த்து இராஜாதித்யன் திருமுனைப்பாடி நாட்டில் பெரும் சைன்யத்துடன் பல காலம் தங்கியிருந்தான். தன் தந்தையின் பெயர் விளங்கும்படி வீரநாராயண ஏரி எடுத்தான்.

அரக்கோணத்துக்கு அருகில் தக்கோலம் என்னுமிடத்தில் சோழ சைன்யத்துக்கும் இராஷ்டிரகூடப் படைகளுக்கும் பயங்கரமான பெரும் போர் நடந்தது. இந்தப் போரில் எதிரிப் படைகளை அதாஹதம் செய்து தன் வீரப் புகழை நிலைநாட்டிய பிறகு, இராஜாதித்யன் போர்க்களத்தில் உயிர் துறந்து வீர சொர்க்கம் அடைந்தான். இவனும் பல்லவ அபராஜிதவர்மனைப் போல் யானை மீதிருந்து போர் புரிந்து யானை மேலிருந்தபடியே இறந்தபடியால், இவனை "ஆனைமேல் துஞ்சிய தேவன்" என்று கல்வெட்டுச் சாஸனங்கள் போற்றிப் புகழ்கின்றன.

இராஜாதித்யன் மட்டும் இறந்திராவிட்டால், அவனே பராந்தக சக்கரவர்த்திக்குப் பிறகு சோழ சிம்மாசனம் ஏறியிருக்க வேண்டும். இவனுடைய சந்ததிகளே இவனுக்குப் பின்னர் முறையாகப் பட்டத்துக்கு வந்திருக்க வேண்டும்.

ஆனால் இளவரசன் இராஜாதித்யன் பட்டத்துக்கு வராமலும் சந்ததியில்லாமலும் இறந்துவிடவே, இவனுடைய இளைய சகோதரர் கண்டராதித்த தேவர் தந்தையின் விருப்பத்தின்படி இராஜகேசரி பட்டத்துடன் சிங்காதனம் ஏறினார்.

இவர் தமது தந்தையையும் பாட்டனையும் போலவே சிவபக்தி மிகுந்தவர். அத்துடன் தமிழன்பு மிக்கவர். உண்மையில் இவருக்கு இராஜ்யம் ஆளுவதில் அவ்வளவு சிரத்தையே இருக்கவில்லை. ஆலய வழிபாட்டிலும் தமிழ் இன்பத்திலும் அதிகமாக ஈடுபட்டிருந்தார். மகான்களாகிய நாயன்மார்களைப் பின்பற்றி சிவபெருமான் மீது துதிப்பாடல்கள் பாடினார். 'திருவிசைப்பா' என்று வழங்கும் இப்பாடல்களில் கடைசிப் பாட்டில் இவர் தம்மைப் பற்றியே பின்வருமாறு சொல்லிக் கொண்டிருக்கிறார்:

"சீரான்மல்கு தில்லைச் செம்பொன்
அம்பலத்தாடி தன்னைக்
காரார் சோலைக்கோழி வேந்தன்
தஞ்சையர்கோன் கலந்த
ஆராவின் சொற் கண்டராதித்தன்
அருந்தமிழ் மாலை வல்லவர்
பேரா உலகிற் பெருமை யோடும்
பேரின்ப மெய்துவரே!"

விஜயாலயனுக்குப் பிற்பட்ட சோழ மன்னர்கள் பழையாறையிலும் தஞ்சையிலும் வசித்தபோதிலும் பூர்வீகச் சோழத் தலைநகர் உறையூர் என்னும் பாத்தியதையை விட்டுவிடவில்லை. உறையூருக்கு இன்னொரு பெயர் கோழி என்பதாகும். ஆகையால் சோழ மன்னர்கள் தங்களைக் "கோழி வேந்தர்" என்று சொல்லிக் கொண்டார்கள்.

கண்டராதித்த தேவர் சிம்மாசனத்திலிருந்து பெயரளவில் அரசு புரிந்தபோதிலும், உண்மையில் அவருடைய இளைய சகோதரனாகிய அரிஞ்சயன் தான் இராஜ்ய

விவகாரங்களைக் கவனித்து வந்தான். இராஜாதித்யனுக்குத் துணையாக அரிஞ்சயன் திருநாவலூர் முதலிய இடங்களில் சைன்யங்களுடன் தங்கியிருந்தான். இராஷ்டிரகூடர்களுடன் வீரப் போர் நடத்தினான். தக்கோலத்தில் சோழ சைன்யத்துக்கு நேர்ந்த பெருந்தோல்வியை விரைவிலேயே வெற்றியாக மாற்றிக் கொண்டான். இராஷ்டிரகூடர் படையெடுப்பைத் தென்பெண்ணைக்கு அப்பாலேயே தடுத்து நிறுத்தினான்.

எனவே, இராஜகேசரி கண்டராதித்த சோழர் தம் தம்பி அரிஞ்சயனுக்கு யுவராஜ பட்டம் சூட்டி, அவனே தமக்குப் பின் சோழ சிங்காதனத்துக்கு உரியவன் என்றும் நாடறியத் தெரிவித்து விட்டார்.

இவ்விதம் கண்டராதித்தர் முடிவு செய்ததற்கு இன்னொரு முக்கிய காரணமும் இருந்தது. இவருடைய மூத்த மனைவி இவர் பட்டத்துக்கு வருவதற்கு முன்பே காலமாகிவிட்டாள். பிறகு வெகு காலம் கண்டராதித்தர் மணம் புரிந்து கொள்ளவில்லை.

ஆனால் இவருடைய தம்பி அரிஞ்சயனுக்கோ அழகிலும் அறிவிலும் ஆற்றலிலும் சிறந்த புதல்வன் இருந்தான். பாட்டனாரின் பராந்தகன் என்னும் பெயரையும், மக்கள் அளித்த சுந்தர சோழன் என்னும் காரணப் பெயரையும் சூட்டிக்கொண்டிருந்தான்.

எனவே, தமக்குப் பிறகு தமது சகோதரன் அரிஞ்சயனும் அரிஞ்சயனுக்குப் பிறகு அவனுடைய புதல்வன் சுந்தரசோழனும் பட்டத்துக்கு வரவேண்டும் என்று கண்டராதித்தர் திருவுளங்கொண்டார். இந்த ஏற்பாட்டிற்குச் சாமந்த கணத்தினர், தண்டநாயகர்கள் பொதுஜனப் பிரதிநிதிகள் எல்லாருடைய சம்மதத்தையும் ஒருமனதாகப் பெற்று பகிரங்கமாக உலகறியத் தெரிவித்தும் விட்டார்.

இந்த ஏற்பாடுகள் எல்லாம் நடந்து முடிந்த பிறகு கண்டராதித்தரின் வாழ்க்கையில் ஓர் அதிசய சம்பவம் நிகழ்ந்தது. மழவரையன் என்னும் சிற்றரசன் திருமகளை அவர் சந்திக்கும்படி நேர்ந்தது. அந்த மங்கையர் திலகத்தின் அழகும் அடக்கமும் சீலமும் சிவபக்தியும் அவர் உள்ளத்தைக் கவர்ந்தன. முதிர்ந்த பிராயத்தில் அந்தப் பெண்மணியை மணந்து கொண்டார். இந்தத் திருமணத்தின் விளைவாக உரிய காலத்தில் ஒரு குழந்தையும் உதித்தது. அதற்கு மதுராந்தகன் என்று பெயரிட்டுப் பாராட்டிச் சீராட்டி வளர்த்தார்கள். ஆனால் அரசர், அரசி இருவருமே இராஜ்யம் சம்பந்தமாக முன்னம் செய்திருந்த ஏற்பாட்டை மாற்ற விரும்பவில்லை. தம்பதிகள் இருவரும் சிவபக்தியிலும், விரக்தி மார்க்கத்திலும் ஈடுபட்டவர்களாதலால் தங்கள் அருமைப் புதல்வனையும் அந்த மார்க்கத்திலேயே வளர்க்க விரும்பினார்கள். கேவலம் இந்த உலக சாம்ராஜ்யத்தைக் காட்டிலும் சிவலோக சாம்ராஜ்யம் எவ்வளவோ மேலானது என்று நம்பியவர்களாதலால், அந்தச் சிவலோக சாம்ராஜ்யத்துக்கு உரியவனாக மதுராந்தகனை வளர்க்க ஆசைப்பட்டார்கள். ஆகையால் கண்டராதித்தர் தமக்குப் பிறகு தம் சகோதரன் அரிஞ்சயனும் அவனுடைய சந்ததிகளுமே சோழ சாம்ராஜ்யத்துக்கு உரியவர்கள் என்ற தமது விருப்பத்தை பகிரங்கப்படுத்தி நிலைநாட்டினார்.

எனவே, இராஜாதித்தன், கண்டராதித்தர் என்னும் இரு உரிமையாளர் வம்சத்தைத் தாண்டி அரிஞ்சயன் வம்சத்தாருக்குச் சோழ சிங்காதனம் உரிமையாயிற்று.

கண்டராதித்தருக்குப் பிறகு அதிக காலம் பரகேசரி அரிஞ்சயன் ஜீவிய வந்தனாக இருக்கவில்லை. ஒரு வருஷத்திலேயே தமையனாரைப் பின் தொடர்ந்து தம்பியும் கைலாச பதவிக்குச் சென்றுவிட்டான்.

பின்னர், இளவரசர் சுந்தர சோழருக்கு நாட்டாரும் சிற்றரசர்களும் பிற அரசாங்க அதிகாரிகளும் சேர்ந்து முடிசூட்டி மகிழ்ந்தார்கள். இராஜகேசரி சுந்தர சோழரும் அதிர்ஷ்ட வசத்தினால் தமக்குக் கிடைத்த மகத்தான பதவியைத் திறம்பட சிறப்பாக வகித்தார். ஆட்சியின் ஆரம்ப காலத்தில் பல வீரப் போர்கள் புரிந்து பாண்டிய நாட்டையும் தொண்டை மண்டலத்தையும் மீண்டும் வென்றார். இராஷ்டிரக்கூடப் படைகளைத்

தென்பெண்ணைக் கரையிலிருந்து விரட்டி அடித்தார்.

சுந்தர சோழ சக்கரவர்த்தியின் புதல்வர்களான ஆதித்த கரிகாலரும் அருள்மொழிவர்மரும் தந்தையை மிஞ்சக் கூடிய இணையற்ற வீரர்களாயிருந்தார்கள். அவர்கள் இருவரும் தந்தைக்குப் பரிபூரண உதவி செய்தார்கள். அவர்கள் மிகச் சிறு பிராயத்திலேயே போருக்கு சென்று முன்னணியில் நின்று போர் புரிந்தார்கள்; அவர்கள் சென்ற போர் முனைகளிலெல்லாம் விஜயலக்ஷ்மி சோழர்களின் பக்கமே நிலைநின்று வந்தாள்.

31. "திருடர்! திருடர்!"

விஜயாலய சோழர் முதல், இரண்டாம் பராந்தகராகிய சுந்தர சோழர் வரையில் சோழ மன்னர்களின் உயிர்ச் சித்திரங்களை நம் வீரன் வந்தியத்தேவன் பார்த்து மகிழ்ந்தான். ஆஹா! இவர்களில் ஒவ்வொருவரும் எப்பேர்ப்பட்டவர்கள்? எத்தகைய மஹாவீரர்கள்! உயிரைத் திரணமாக மதித்து எவ்வளவு அரும்பெரும் செயல்களை இயற்றியிருக்கிறார்கள்! கதைகளிலும் காவியங்களிலும் கூட இப்படிக் கேட்டதில்லையே? இத்தகைய மன்னர் பரம்பரையைப் பெற்ற சோழ நாடு பாக்கியம் செய்த நாடு; இன்று அவர்களுடைய ஆட்சியின் கீழ் உள்ள நாடுகள் எல்லாம் பாக்கியம் செய்த நாடுகள்தாம்.

மேற்கூறிய சோழ மன்னர்களின் சரித்திரங்களைச் சித்திரித்த காட்சிகளில் இன்னொரு முக்கியமான அம்சத்தை வந்தியத்தேவன் கவனித்தான். ஒவ்வொரு சோழ அரசருக்கும் பழுவூர்ச் சிற்றரசர் வம்சத்தினர் தலைசிறந்த உதவிகள் செய்திருக்கிறார்கள்; வீரத் தொண்டுகள் பல புரிந்து வந்திருக்கிறார்கள்.

முத்தரையர் வசத்திலிருந்த தஞ்சைக் கோட்டையை முற்றுகையிட்டு முதலில் அந்நகரில் பிரவேசித்தவர் ஒரு பழுவேட்டரையர். இரு கால்களும் இழந்த விஜயாலய சோழன் திருப்புறம்பியம் போர்க்களத்தில் புகுந்து அதிபராக்கிரம செயல்களைப் புரிந்தபோது அவனுக்குத் தோள் கொடுத்து தூக்கிச் சென்றவர் ஒரு பழுவேட்டரையர். ஆதித்த சோழன் தலையில் கிரீடத்தை வைத்துப் பட்டாபிஷேகம் செய்வித்தவர் ஒரு பழுவேட்டரையர்.

ஆதித்த சோழன் யானைமீது பாய்ந்து பல்லவ அபராஜிதவர்மனைக் கொன்றபோது ஆதித்தன் பாய்வதற்கு வசதியாக முதுகும் தோளும் கொடுத்தவர் ஒரு பழுவேட்டரையர். பராந்தக சக்கரவர்த்தி நடத்திய பல போர்களில் முன்னணியில் புலிக் கொடியை எடுத்து சென்றவர்கள் பழுவேட்டரையர்கள். இராஜாதித்யன் போர்க்களத்தில் காயம்பட்டு விழும்போது அவனை ஒரு பழுவேட்டரையர் தன் மடியின் மீது போட்டுக்கொண்டு, "இராஷ்டிரகூடப் படைகள் தோற்று ஓடுகின்றன!" என்ற செய்தியைத் தெரிவித்தார். அவ்விதமே அரிஞ்சயருக்கும் சுந்தர சோழருக்கும் வீரத் தொண்டுகள் புரிந்து உதவியவர்கள் பழுவேட்டரையர்கள்தாம்.

இதையெல்லாம் சித்திரக் காட்சிகளில் பிரத்யட்சமாகப் பார்த்த வல்லவரையன் சொல்ல முடியாத வியப்பில் ஆழ்ந்தான். அண்ணன் தம்பிகளான பழுவேட்டரையர்கள் இன்று சோழ நாட்டில் இவ்வளவு ஆதிக்கம் வகிப்பதற்குக் காரணம் இல்லாமற் போகவில்லை. சுந்தர சோழர் எது விஷயத்திற்கும் அவர்களுடைய யோசனையைக் கேட்டு நடப்பதிலும் வியப்பில்லை.

ஆனால், தான் இப்போது பெரிய சங்கடத்தில் அகப்பட்டுக்கொண்டிருப்பது என்னவோ நிச்சயம். சின்னப் பழுவேட்டரையருக்குத் தன் பேரில் ஏதோ சந்தேகம் ஜனித்துவிட்டது. பெரியவர் வந்துவிட்டால் அந்தச் சந்தேகம் ஊர்ஜிதமாகிவிடும். முத்திரை மோதிரத்தின் குட்டு வெளியாகிவிடும். பிறகு தன்னுடைய கதி அதோகதிதான்! சின்னப் பழுவேட்டரையரின் நிர்வாகத்திலுள்ள தஞ்சாவூர் பாதாளச் சிறையைப் பற்றி வல்லவரையன் கேள்விப்பட்டிருந்தான். அதில் ஒருவேளை தன்னை அடைத்து விடக்கூடும். பாதாளச் சிறையில் ஒருவனை ஒரு தடவை

அடைத்து விட்டால், பிறகு திரும்பி வெளியேறுவது அநேகமாக நடவாத காரியம். அப்படி வெளியேறினாலும், எலும்பும் தோலுமாய், அறிவை அடியோடு இழந்து, வெறும் பித்துக்குளியாகத்தான் வெளியேற முடியும்!

ஆகா! இத்தகைய பேரபாயத்திலிருந்து தப்புவது எப்படி? ஏதாவது யுக்தி செய்து பெரியவர் வருவதற்குள்ளே கோட்டையை விட்டு வெளியேறி விடவேண்டும். பழுவூர் இளையராணியைப் பார்க்க வேண்டும் என்ற ஆசை கூட நம் வீரனுக்கு இப்போது போய் விட்டது. உயிர் பிழைத்து, பாதாள சிறைக்குத் தப்பி, வெளியேறிவிட்டால் போதும்! ஓலையில்லாவிட்டாலும் குந்தவைப் பிராட்டியை நேரில் பார்த்து செய்தியைச் சொல்லி விடலாம். நம்பினால் நம்பட்டும்; நம்பாவிட்டால் போகட்டும்; ஆனால் தஞ்சைக் கோட்டையை விட்டு வெளியேறுவதற்கு என்ன வழி?

தான் உடுத்தியிருந்த பழைய ஆடைகள் என்ன ஆயின என்ற சந்தேகம் திடீரென்று வந்தியத்தேவன் மனத்தில் உதயமாயிற்று. தன்னுடைய உடைகளைப் பரிசீலனை செய்து பார்ப்பதற்காகவே தனக்கு இவ்வளவு உபசாரம் செய்து புது ஆடைகளும் கொடுத்திருக்கிறார்கள்! குந்தவை தேவியின் ஓலை தளபதியிடம் அகப்பட்டிருக்க வேண்டும்; சந்தேகமில்லை. தான் புலவர்களுடன் திரும்பிப் போய்விடா வண்ணம் தன் கையை இரும்புப் பிடியாக அவர் பிடித்ததன் காரணமும் இப்போது தெரிந்தது. ஒரு ஆளுக்கு மூன்று ஆளாய்த் தன்னுடன் அனுப்பிய காரணமும் தெரிந்தது. ஆகா! ஒரு யுக்தி! உடனே ஒரு யுக்தி கண்டுபிடிக்க வேண்டும்! இதோ தோன்றிவிட்டது ஒரு யுக்தி! பார்க்க வேண்டியதுதான் ஒரு கை! வீரவேல்! வெற்றிவேல்!

வந்தியத்தேவன் சித்திர மண்டபத்தின் பலகணி வழியாக வெளியே பார்த்தான். சின்னப் பழுவேட்டரையர் பரிவாரங்கள் புடைசூழக் குதிரை மேல் வந்துகொண்டிருந்தார். ஆகா! இதுதான் சமயம்! இனி ஒருகணமும் தாமதிக்கக் கூடாது!

வாசற்படிக்குப் பக்கத்தில் உட்கார்ந்து சொக்கட்டான் ஆடிய ஏவலாளர்கள் மூவரும் ஆட்டத்தை நிறுத்திவிட்டு எழுந்தார்கள். மாளிகை வாசலில் சின்னப் பழுவேட்டரையர் வரும் சப்தம் அவர்களுடைய காதிலும் விழுந்தது.

வந்தியத்தேவன் அவர்கள் அருகில் நெருங்கி, "அண்ணன்மார்களே! நான் தரித்திருந்த உடைகள் எங்கே?" என்று கேட்டான்.

"அந்த அழுக்குத் துணிகள் இப்போது என்னத்துக்கு? எஜமான் உத்தரவுப்படி புதிய பட்டுப் பீதாம்பரங்கள் உனக்குக் கொடுத்திருக்கிறோமே!" என்றான் ஒருவன்.

"எனக்குப் புதிய உடைகள் தேவையில்லை; என்னுடைய பழைய துணிகளே போதும். அவற்றை சீக்கிரம் கொண்டு வாருங்கள்!"

"அவை சலவைக்குப் போயிருக்கின்றன. வந்த உடனே தருகிறோம்."

"அதெல்லாம் முடியாது! நீங்கள் திருடர்கள். என்னுடைய பழைய உடையில் பணம் வைத்திருந்தேன். அதைத் திருடிக் கொள்வதற்காக எடுத்திருக்கிறீர்கள் உடனே கொண்டு வாருங்கள். இல்லாவிட்டால்...!"

"இல்லாவிட்டால் என்ன செய்துவிடுவாய், தம்பி! எங்கள் தலையை வெட்டித் தஞ் சாவூருக்கு அனுப்பி விடுவாயோ? ஆனால் இதுதான் தஞ்சாவூர்! ஞாபகம் இருக்கட்டும்!"

"அடே! என் துணிகளை உடனே கொண்டு வருகிறாயா? இல்லையா?"

"இருந்தால்தானே தம்பி கொண்டு வருவேன்! அந்த அழுக்குத் துணிகளை வெட்டாற்று முதலைகளுக்குப் போட்டு விட்டோம்! முதலை வயிற்றில் போனது திரும்பி வருமா?"

"திருட்டுப் பயல்களா! என்னுடன் விளையாடுகிறீர்களா? இதோ உங்கள் எஜமானரிடம் சென்று சொல்கிறேன், பாருங்கள்!" என்று வந்தியத்தேவன் வாசற்படியைத் தாண்ட தொடங்கினான். மூவரில் ஒருவன் அவனைத் தடுப்பதற்காக நெருங்கினான். வந்தியத்தேவன்

அவனுடைய மூக்கை நோக்கிப் பலமாக ஒரு குத்து விட்டான். அவ்வளவுதான்; அந்த ஆள் மல்லாந்து கீழே விழுந்தான். அவன் மூக்கிலிருந்து இரத்தம் சொட்ட தொடங்கியது.

இன்னொருவன் வந்தியத்தேவனுடன் மல்யுத்தம் செய்ய வருகிறவனைப் போல இரண்டு கைகளையும் முன்னால் நீட்டிக் கொண்டு வந்தான். நீட்டிய கைகளை வந்தியத்தேவன் பற்றிக் கொண்டு, தன் கால்களில் ஒன்றை எதிராளியின் கால்களின் மத்தியில் விட்டு ஒரு முறுக்கு முறுக்கினான்; அவ்வளவுதான்! அந்த மனிதன் 'அம்மாடி' என்று அலறிக்கொண்டு கீழே உட்கார்ந்து விட்டான். இதற்குள் மூன்றாவது ஆளும் நெருங்கி வரவே, வந்தியத்தேவன் தன் கால்களை எடுத்துக்கொண்டு ஒரு காலால் எதிரியின் முழங்கால் மூட்டைப் பார்த்து ஒரு உதை விட்டான். அவனும் அலறிக் கொண்டு கீழே விழுந்தான்.

மூன்று பேரும் சட்புட்டென்று எழுந்து மறுபடியும் வந்தியத்தேவனைத் தாக்குவதற்கு வளைத்துக்கொண்டு வந்தார்கள். வெகு ஜாக்கிரதையாகவே வந்தார்கள்.

இதற்குள் மாளிகை வாசலில் குதிரை வந்து நின்ற சத்தம் கேட்டது.

வந்தியத்தேவன் தன் குரலின் சக்தியையெல்லாம் உபயோகித்து "திருடர்கள்! திருடர்கள்!" என்று சத்தமிட்டுக் கொண்டே அவர்கள் மீது பாய்ந்தான். மூன்று பேரும் அவனைப் பிடித்து நிறுத்தப் பார்த்தார்கள். மறுபடியும் "திருட்டுப் பயல்கள்! திருட்டுப் பயல்கள்!" என்று பெருங்குரலில் கூச்சலிட்டான் வந்தியத்தேவன்.

அச்சமயம் சின்னப் பழுவேட்டரையர், "இங்கே என்ன ரகளை?" என்று கேட்டுக்கொண்டே உள்ளே வந்தார்.

ஸ்ரீ

32. பரிசோதனை

சின்னப் பழுவேட்டரையரைக் கண்டதும் வந்தியத்தேவன் சண்டையை நிறுத்திவிட்டு அவரை நோக்கி நடந்தான். காவலர்கள் எழுந்து ஓடி வந்து அவனைப் பிடித்துக் கொண்டார்கள். அவர்களை அவன் சிறிதும் இலட்சியம் செய்யாமல் நாலு அடி முன்னால் நடந்து வந்து, "தளபதி! நல்ல சமயத்தில் தாங்கள் வந்து சேர்ந்தீர்கள். இந்தப் பக்காத் திருடர்கள் என்னுடைய உடைமைகளைத் திருடிக் கொண்டதுமல்லாமல், என்னையும் கொல்லப் பார்த்தார்கள்! விருந்தாளியை இப்படித்தானா நடத்துவது? இதுவா தஞ்சாவூர் சம்பிரதாயம்? நான் தங்களுக்கு மட்டும் விருந்தாளியல்ல, சக்கரவர்த்திக்கும் விருந்தாளி; சக்கரவர்த்தினி சொன்னதைத்தான் தாங்களும் கேட்டீர்களே! பட்டத்து இளவரசரிடமிருந்து ஓலை கொண்டு வந்த தூதன். அப்படிப்பட்ட என்னை இந்தப் பாடுபடுத்துகிறவர்கள் மற்றவர்களை என்ன செய்து விட மாட்டார்கள்! இப்படிப்பட்ட திருடர்களைத் தங்கள் பணி ஆட்களாக வைத்துக் கொண்டிருப்பது பற்றி ஆச்சரியப்படுகிறேன். எங்கள் தொண்டை மண்டலத்தில் இப்படிப்பட்ட திருடர்களை உடனே கழுவில் ஏற்றிவிட்டு மறுகாரியம் பார்ப்போம்!" என்று சரமாரியாய்ப் பொழிந்தான்.

மூன்று வீரர்களை ஏக காலத்தில் எதிர்த்துப் புரட்டிக் கீழே தள்ளிய வாலிபனுடைய வீரச் செயலைப் பற்றிய வியப்பு இன்னும் பழுவேட்டரையரின் மனத்தை விட்டகலவில்லை.

இத்தகைய வீரனை நாம் நமது காவற் படையில் சேர்த்துக் கொள்ள வேண்டும் என்னும் ஆசை அவருக்கு அதிகமாயிற்று. எனவே, அவர் சாந்தமான குரலில், "பொறு! தம்பி! பொறு! அப்படியெல்லாம் இவர்கள் செய்திருப்பார்கள் என்று தோன்றவில்லை! இவர்களை விசாரித்துப் பார்க்கிறேன்!" என்றார்.

"நான் கோருவதும் அதுதான்! இவர்களை விசாரியுங்கள்; விசாரித்து நீதி வழங்குங்கள்! என்னுடைய உடையும் உடைமையும் என்னிடம் திரும்பி வருவதற்கு ஏற்பாடு செய்யுங்கள்!" என்றான் வல்லவரையன்.

“அடே! அந்தப் பிள்ளையை விட்டுவிட்டு இப்படி வாருங்கள்! நான் சொன்னது என்ன? நீங்கள் செய்தது என்ன? இவன் மீது ஏன் கை வைத்தீர்கள்?” என்று கோபமாகக் கேட்டார் கோட்டைத் தளபதி.

“எஜமானே! தாங்கள் சொன்னது சொன்னபடியே செய்தோம். இவரை எண்ணெய் முழுக்காட்டிப் புதிய ஆடைகளையும் ஆபரணங்களையும் அணிவித்தோம்; அறுசுவை உண்டி அளித்தோம். சித்திர மண்டபத்துக்கும் அழைத்து வந்தோம்! இவர் சிறிது நேரம் சித்திர மண்டபத்தில் உள்ள சித்திரங்களைப் பார்த்துக் கொண்டிருந்தார். திடீரென்று நினைத்துக்கொண்டு இவருடைய பழைய உடைகளைக் கேட்டார். உடனே எங்களைத் தாக்கவும் ஆரம்பித்தார்!” என்றான் அவ்வீரர்களில் ஒருவன்.

“ஒரு சிறு பிள்ளையிடமா மூன்று தடியர்கள் அடிபட்டு விழுந்தீர்கள்?” என்று கூறி இரத்தக் கனல் வீச விழித்துப் பார்த்தார்.

“எஜமான்! அரண்மனை விருந்தாளியாயிற்றே என்று யோசித்தோம். இப்போது சற்று அனுமதி கொடுங்கள்; இவனை உடனே வேலை தீர்த்துவிடுகிறோம்.”

“போதும் உங்கள் வீரப் பிரதாபம்! நிறுத்துங்கள்! தம்பி!... நீ என்ன சொல்லுகிறாய்?”

“இவர்களுக்கு அனுமதி கொடுங்கள் என்றுதான் சொல்கிறேன். எனக்கும் அனுமதி கொடுங்கள். சோழ குலத்துப் பகைவர்களோடு போராடிக் கொஞ்சம் நாள் ஆயிற்று. தோள்கள் தினவெடுக்கின்றன. அரண்மனை விருந்தாளிகளை எப்படி நடத்த வேண்டுமென்று இவர்களுக்கு பாடம் கற்பிக்கின்றேன்!” என்றான் நமது வீரன்.

சின்னப் பழுவேட்டரையர் புன்னகை புரிந்து, “தம்பி! உன் தோள் தினவைத் தீர்த்துக் கொள்வதைச் சோழப் பகைவர்களோடேயே வைத்துக்கொள்! சக்கரவர்த்தி நோய்வாய்ப்பட்டிருக்கும் நிலையில் தஞ்சைக் கோட்டைக்குள் இவ்விதம் சண்டை, சந்தடி ஒன்றும் உதவாது என்று கட்டளை!” என்று சொன்னார்.

“அப்படியானால் என்னுடைய உடைகளையும் உடைமைகளையும் உடனே கொண்டு வந்து கொடுக்க சொல்லுங்கள்!”

“எங்கேடா அவை?”

“எஜமான்! தங்கள் கட்டளைப்படி பத்திரப்படுத்தி வைத்திருக்கிறோம்.”

“தளபதி! இவர்கள் எப்படிப் புளுகுகிறார்கள், பாருங்கள்! சற்றுமுன் உடைகளை வெளுக்கப் போட்டிருப்பதாய்ச் சொன்னார்கள். இப்போது தாங்கள் ‘பத்திரப்படுத்தி’ வைக்கச் சொன்னதாகக் கூறுகிறார்கள். சற்றுப் போனால் தங்களுக்கே திருட்டுப் பட்டம் கூடக் கட்டிவிடுவார்கள்!” என்றான் வந்தியத்தேவன்.

தளபதி காவலர்களைப் பார்த்து, “முட்டாள்களா! இந்தப் பிள்ளைக்கு புது ஆடைகள் கொடுக்கும்படி மட்டுந்தானே சொன்னேன்? பழையவைகளைப் பற்றி நான் ஒன்றுமே சொல்லவில்லையே?... இந்த மூடர்கள் என்னவோ உளறுகிறார்கள், தம்பி! போனால் போகட்டும், பழைய உடைகளைப் பற்றி எதற்காக இவ்வளவு கவலைப்படுகிறாய்? அதற்குள் ஏதாவது உயர்ந்த பொருள் வைத்திருந்தாயோ?” என்று கேட்டார்.

“ஆம்; வழிநடைச் செலவுக்காகப் பொற்காசுகள் வைத்திருந்தேன்...” என்று வந்தியத்தேவன் சொல்வதற்குள், “அதற்காக நீ கவலைப்பட வேண்டாம். உனக்கு வழிச் செலவுக்கு எவ்வளவு பொன் வேண்டுமோ அவ்வளவு தருகிறேன்!” என்றார் பழுவேட்டரையர்.

“தளபதி! நான் இளவரசர் கரிகாலருடைய தூதன். பிறரிடம் கை நீட்டி பணம் பெறும் வழக்கம் என்னிடம் கிடையாது...”

“அப்படியானால், உன்னுடைய உடைகளையும் அதற்குள்ளிருந்த பொற்காசுகளையும் திருப்பி உன்னிடம் சேர்ப்பிக்கச் செய்கிறேன். கவலைப்படாதே! உன் உடையில் வேறு பொருள் ஒன்றும் இல்லையல்லவா?”

வல்லவரையன் ஒருகணம் யோசித்தான். அந்தத் தயக்கத்தை சின்னப் பழுவேட்டரையரும் பார்த்துக் கொண்டார்.

"வேறொரு முக்கியமான பொருளும் என் அரைச்சுற்று ஆடையில் இருக்கிறது. அதை உங்கள் ஆட்கள் தொட்டிருக்க மாட்டார்கள் என்று நினைக்கிறேன். தொட்டிருந்தால் அவர்கள் தொலைந்தார்கள்!..."

"ஆகா! உனக்கு எத்தனை கோபம் வருகிறது? எங்கே, யாரிடத்தில் பேசுகிறோம் என்பதை மறந்துவிட்டே பேசுகிறாய். சிறு பிள்ளையாயிற்றே என்று மன்னித்து விடுகிறேன்; அப்படிப்பட்ட பொருள் என்ன?"

"தளபதி! அதைச் சொல்வதற்கு இல்லை. அது அந்தரங்க விஷயம்!"

"தஞ்சைக் கோட்டைக்குள் எனக்குத் தெரியாத அந்தரங்கம் ஒன்றும் இருக்க முடியாது!"

"இளவரசர் கரிகாலர் என்னிடம் ஒப்புவித்த அந்தரங்க விஷயம்."

"இளவரசர் வடதிசையின் மாதண்ட நாயகர். அவருடைய அதிகாரம் பாலாற்றுக்கு வடக்கே செல்லும். இங்கே சக்கரவர்த்தியின் அதிகாரந்தான் செல்லும்."

"தளபதி! புலிக்கொடி பறக்கும் இடமெல்லாம் சக்கரவர்த்தியின் அதிகாரந்தான். அதில் என்ன சந்தேகம்?"

"ஆகையினால்தான், இந்தக் கோட்டைக்குள்ளே எனக்குத் தெரியாத அந்தரங்கம் எதுவும் இருக்க முடியாது என்று சொல்கிறேன். சக்கரவர்த்தியின் க்ஷேமத்தை கருதித்தான்!"

"தளபதி! சக்கரவர்த்தியைக் கண்ணுங்கருத்துமாய்க் காப்பாற்றி வருவதற்காக தங்களுக்கும் பெரிய பழுவேட்டரையருக்கும் சோழ சாம்ராஜ்யம் நன்றிக் கடன்பட்டிருக்கிறது. இன்றைக்குச் சக்கரவர்த்தி தங்களைப் பாராட்டியதும் என் காதில் விழுந்தது. தங்களுக்குப் பயந்து கொண்டு தான் யமன் தஞ்சைக் கோட்டைக்குள் புகுந்து வராமல் தயங்கிக்கொண்டிருக்கிறான் என்று சக்கரவர்த்தி சொன்னாரே? அது எவ்வளவு பொருள் பொதிந்த வார்த்தை!"

"ஆம், தம்பி! பழையாறையிலிருந்து சக்கரவர்த்தியை நாங்கள் இங்கே அழைத்து வந்து கட்டுக் காவலுக்குள் வைத்திராவிட்டால், இத்தனை நாளும் என்ன விபரீதம் நடந்திருக்குமோ, தெரியாது. பாண்டிய நாட்டுச் சதிகாரர்களின் நோக்கம் நிறைவேறியிருந்தாலும் இருக்கலாம்."

"ஆ! தாங்கள்கூட அவ்விதமே சொல்கிறீர்களே! அப்படியானால் நான் கேள்விப்பட்டது உண்மையாகத்தான் இருக்க வேண்டும்!"

"என்ன கேள்விப்பட்டாய்?"

"சக்கரவர்த்திக்கு விரோதமாக ஒரு சதி நடக்கிறதென்றும், சக்கரவர்த்தியின் திருக்குமாரர்களுக்கு விரோதமாக இன்னொரு சதி நடக்கிறதென்றும் கேள்விப்பட்டேன்."

சின்னப் பழுவேட்டரையர் தம் வஜ்ரப் பற்களினால் உதட்டைக் கடித்துக் கொண்டார். இந்த சிறு அறியாப் பையனுடன் பேச்சுக் கொடுத்ததில் தமக்கே இத்தனை நேரமும் தோல்வி என்பதை உணர்ந்தார். ஏறக்குறைய அவனுடைய குற்றச்சாட்டுகளுக்குத் தாம் பதில் சொல்லி சமாளிக்கும் நிலைமை வந்துவிட்டது! எனவே, பேச்சை அத்துடன் வெட்டிவிட விரும்பினார்.

"உனக்கென்ன அதை பற்றிக் கவலை? எல்லா சதிகளையும் உடைத்து சோழ குலத்தைப் பாதுகாக்க நாங்கள் இருக்கிறோம். உன்னுடைய கோரிக்கையைச் சொல்லு. உன் பழைய ஆடைகள் உனக்கு வேண்டும்; அவ்வளவுதானே!" என்றார்.

"என் பழைய ஆடைகளும் வேண்டும்; அவற்றுக்குள் இருந்த பொருள்களும் வேண்டும்."

"என்ன பொருள்கள் என்று இன்னமும் நீ சொல்ல வில்லையே!"

"சொல்லத்தான் வேண்டுமானால் சொல்லுகிறேன். அதன் பொறுப்பு தங்களைச் சார்ந்தது. இளவரசர் சக்கரவர்த்திக்குக் கொடுத்திருந்த ஓலையைத் தவிர இன்னொரு ஓலையும் என்னிடம் கொடுத்திருந்தார்..."

"இன்னொரு ஓலையா! யாருக்கு? நீ சொல்லவே இல்லையே!"

"அந்தரங்கமானபடியால் சொல்லவில்லை; நீங்கள் இப்போது வற்புறுத்துகிறபடியால் சொல்லுகிறேன். பழையாறையிலுள்ள இளையபிராட்டி குந்தவை தேவிக்கு இளவரசர் ஓலை ஒன்று கொடுத்தார்!..."

"ஓஹோ! அப்படியானால், நாளைக்கு சக்கரவர்த்தி கொடுக்கும் திருமுகத்தை நீ உடனே எடுத்துக்கொண்டு காஞ்சிக்குப் போக முடியாது. இளைய பிராட்டிக்கு இளவரசர் ஓலை அனுப்பும்படி இப்போது என்ன அவசரம் நேர்ந்ததோ?"

"தளபதி! நான் பிறருக்கு எழுதப்படும் ஓலையைப் படிப்பதில்லை. சக்கரவர்த்தியின் ஓலையைப் படித்ததுபோல் இதையும் நீங்கள்படிப்பதில் எனக்கு ஒன்றும் ஆட்சேபம் கிடையாது. அந்தப் பொறுப்பு தங்களுடையது. என் உடையிலிருந்த பொன்னும் ஓலையும் களவு போகாமல் என்னிடம் திரும்பி வந்தால் போதும்."

"அதைப் பற்றி பயம் வேண்டாம். நானே பார்த்து எடுத்து வருகிறேன்" என்று சின்னப் பழுவேட்டரையர் நடந்தார். அவர் பின்னோடு வந்தியத்தேவனும் தொடர்ந்தான். அதையறிந்த கோட்டைத் தளபதி கண்களினால் சமிக்ஞை செய்யவே ஐந்தாறு வேல் பிடித்த வீரர்கள் வந்து வாசற்படியண்டை குறுக்கே நின்றார்கள். அவர்களுடன் சண்டை பிடிப்பதில் அனுகூலம் ஒன்றுமில்லையென்று கருதி வந்தியத்தேவன் அங்கேயே நின்றான்.

சற்று நேரத்துக்கெல்லாம் சின்னப் பழுவேட்டரையர் திரும்பி வந்தார். அவருக்குப் பின்னால் ஒருவன் ஒரு தட்டில் சீர் வரிசை ஏந்திக்கொண்டு வருவதுபோல் வந்தியத்தேவனுடைய பழைய ஆடைகளை எடுத்து வந்தான்.

"தம்பி! இதோ உன் ஆடைகள், பத்திரமாயிருக்கின்றன. நன்றாகச் சோதனை செய்து பார்த்துக்கொள்!" என்றார் கோட்டைத் தளபதி.

அவ்விதமே வந்தியத்தேவன் சோதனை செய்து பார்த்தான். அரைச்சுற்று சுருளில் அவன் வைத்திருந்ததைக் காட்டிலும் அதிகமாகப் பொற்காசுகள் இருந்தன. குந்தவை தேவியிடம் சேர்ப்பிக்க வேண்டிய ஓலையும் இருந்தது. அதிகப் பொற்காசுகள் எப்படி வந்தன? முதலில் அவன் தேடிப் பார்த்தபோது இல்லாத ஓலை இப்போது எப்படி வந்தது? சின்னப்பழுவேட்டரையரிடம் அது அகப்பட்டிருக்க வேண்டும். அதைப் பார்த்துவிட்டு இப்போது திரும்பி வந்த பிறகு அவர் அந்த ஓலையைத் திரும்ப செருகியிருக்கவேண்டும்! எதற்காக இப்படிச் செய்திருக்கிறார்? பொற்காசுகள் எதற்காக அதிகம் வைத்திருக்கிறார்? பொல்லாத மனிதர் இவர்! இன்னும் எப்படியெல்லாம் தன்னை சோதிக்கப் போகிறாரோ, தெரியாது! இவரிடம் சர்வ ஜாக்கிரதையாக நடந்துகொள்ள வேண்டும். ஏமாந்து போகக் கூடாது!

"எல்லாம் சரியாயிருக்கிறதா, தம்பி! நீ கொண்டு வந்த பொன், பொருள் எல்லாம்?" என்று சின்னப் பழுவேட்டரையர் கேட்டார்.

"இதோ பார்த்து சொல்கிறேன்." என்று கூறி வந்தியத்தேவன் பொற்காசுகளை எண்ணினான். அதிகப்படி காசுகளை எடுத்துத் தனியாக பழுவேட்டரையர் முன்பு வைத்துவிட்டு, "தளபதி! வாணர் குலத்தில் பிறந்தவன் நான்; ஆதித்த கரிகாலரின் தூதன்; பிறர் பொருளுக்கு ஆசைப்படுவதில்லை!" என்றான்.

"உன்னுடைய நேர்மையை மிக மெச்சுகிறேன். ஆயினும் உன்னுடைய வழிச் செலவுக்கு இதை நீ வைத்துக் கொள்ளலாம்! எப்போது புறப்பட விரும்புகிறாய்? இன்றைக்கே புறப்படுகிறாயா? அல்லது இன்றிரவு தங்கி இளைப்பாறிவிட்டு, பெரியவரையும் பார்த்துவிட்டுப் போகிறாயா?" என்று கேட்டார் தளபதி.

"அவசியம் இன்றிரவு இங்கே தங்கிப் பெரிய பழுவேட்டரையரையும் தரிசித்துவிட்டுத்தான் போக எண்ணியிருக்கிறேன். ஆனால் உங்கள் ஆட்களிடம் மட்டும் கொஞ்சம் சொல்லி வையுங்கள்; என் பொருள்களில் கை வைக்க வேண்டாம் என்று!" இவ்விதம் சொல்லிக்கொண்டே அதிகப்படியாயிருந்த பொற்காசுகளையும் வந்தியத்தேவன் எடுத்து துணிச்சுருளில் பத்திரப்படுத்திக் கொண்டான்.

"மிக்க சந்தோஷம். உனக்கு இங்கே எந்த விதமான இடைஞ்சல்களும் இனிமேல் இராது. உனக்கு என்ன வேண்டுமோ, தாராளமாய்க் கேட்டுப் பெற்றுக் கொள்ளலாம்."

"தளபதி! இந்த தஞ்சை நகரைச் சுற்றிப் பார்க்கவேண்டும் என்று எனக்கு ஆசையாயிருக்கிறது. பார்க்கலாம் அல்லவா?"

"தாராளமாகப் பார்க்கலாம். இதோ இவர்கள் இருவரும் உன்னோடு வந்து கோட்டைக்குள் எல்லா இடங்களையும் காட்டுவார்கள். கோட்டைக்கு வெளியில் மட்டும் போக வேண்டாம். சாயங்காலம் கோட்டைக் கதவுகளைச் சாத்திவிடுவார்கள்! வெளியில் போய்விட்டால் திரும்பி இரவு வரமுடியாது. கோட்டைக்குள்ளே உன் விருப்பப்படி சுற்றி அலையலாம்!" இவ்விதம் கூறிவிட்டு இரண்டு புதிய ஆட்களை சின்னப் பழுவேட்டரையர் தம் அருகில் அழைத்து அவர்களிடம் ஏதோ சொன்னார். அவர் சொன்னது என்னவாயிருக்கும் என்று வந்தியத்தேவன் ஒருவாறு ஊகித்துத் தெரிந்து கொண்டான்.

33. மரத்தில் ஒரு மங்கை!

கோட்டைத் தளபதியின் இரு ஆட்களும் தன் இரண்டு பக்கத்தில் வர, வந்தியத்தேவன் தஞ்சைக் கோட்டையைச் சுற்றிப் பார்க்கப் புறப்பட்டான். தான் தப்பித்து ஓடிவிடாமல் பார்த்துக்கொள்ளவே அவர்கள் தன்னுடன் வருகிறார்கள் என்பதைப் பற்றி அவனுக்குச் சந்தேகம் இருக்கவில்லை. கோட்டை வாசல் வழியாக வெளியே யாரையும் போக விடாமல் பார்த்துக்கொள்ளும்படி கட்டளை பிறந்திருக்கும் என்பதிலும் ஐயமில்லை. ஆனாலும் அவன் அன்று முன்னிரவுக்குள் தப்பிச் சென்றே தீரவேண்டும். பெரிய பழுவேட்டரையர் வந்துவிட்டால், பிறகு தப்பித்து செல்வது இயலாத காரியம்; உயிர் பிழைத்திருப்பதே முடியாத காரியமாகிவிடும்!

ஆகவே, தஞ்சாவூர் கோட்டைக்குள் வந்தியத்தேவன் அங்குமிங்கும் அலைந்து வேடிக்கை பார்த்துக்கொண்டிருந்த போது, அவனுடைய மனம் தப்பிச் செல்லும் வழிகளைப் பற்றி ஆலோசித்துக்கொண்டேயிருந்தது. முதலில் இந்த யமகிங்கரர்களிடமிருந்து தப்ப வேண்டும்; பின்னர், கோட்டையிலிருந்து தப்பிச் செல்ல வேண்டும். எப்படித் தப்புவது? அதுதான் தெரியவில்லை.

பார்க்கப்போனால் இவர்களிடமிருந்து தப்புவது பெரிய காரியமில்லை. இரண்டு பேரையும் ஒரு வினாடி நேரத்தில் தாக்கி கீழே தள்ளிவிட்டு ஓடிவிடலாம். ஆனால் எங்கே ஓடுவது?

தஞ்சைக் கோட்டையைப் பழுவேட்டரையர்கள் எவ்வளவு பலப்படுத்திக் கட்டியிருக்கிறார்கள் என்பது நாடறிந்த செய்தி.

அவர்களுடைய அனுமதியின்றி தஞ்சைக் கோட்டைக்குள் காற்றுகூட நுழைய முடியாது என்று ஜனங்கள் சொல்லுவார்கள். யமனும் வரமுடியாது என்று சக்கரவர்த்தியே இன்று காலையில் சொன்னார். அத்தகைய கோட்டையிலிருந்து எப்படிச் செல்வது? இந்த இருவரையும் தொட வேண்டியதுதான்; அவர்கள் உடனே கூச்சல் கிளப்பிவிடுவார்கள். அடுத்த கணத்தில் தான் பாதாளச் சிறைக்குப் போக நேரிடும்; அல்லது உயிரிழக்க நேரிடும். இவர்களைத் தாக்குவதில் பயனில்லை; தாக்காமல் தந்திரத்தினாலேயே தப்பிக்க வேண்டும். அப்படித் தப்பித்த பிறகு கோட்டையிலிருந்து வெளியேற வழி தேட வேண்டும். எவ்வளவு

பலமான கோட்டையாயிருந்தாலும் இரகசிய சுரங்கவழி இல்லாமற் போகாது. அதை எப்படி கண்டுபிடிப்பது? அது யாருக்குத் தெரிந்திருக்கும்? தெரிந்தவர்கள் யாரேனும் இருந்தாலும், தனக்குச் சொல்வார்களா?

இப்படிப் பலவகையாகச் சிந்தித்துக்கொண்டே நடந்த போது, சட்டென்று பழுவூர் இளையராணியின் நினைவு வந்தது. ஆகா! அந்தக் கோட்டைக்குள் யாராவது தனக்கு உதவி செய்வதாயிருந்தால், அந்த மாதரசிதான் செய்யக்கூடும். அதுவும் சந்தேகந்தான். ஆனால் ஆழ்வார்க்கடியானின் பெயரைச் சொல்லி ஏதேனும் தந்திர மந்திரம் செய்து பார்க்கலாம். அப்படிப் பார்ப்பதற்கு முதலில் பெரிய பழுவேட்டரையரின் அரண்மனையைக் கண்டுபிடிக்க வேண்டும். கண்டுபிடித்தாலும், தான் அங்கே ராணியைப் பார்க்க செல்வது இந்தத் தடியர்களுக்குத் தெரியக்கூடாது. தெரிந்தால் இவர்கள் போய்ச் சின்னப் பழுவேட்டரையரிடம் சொல்லிவிடுவார்கள். அதிலிருந்து என்ன விபரீதம் நேருமோ, யார் கண்டது? ஒருவேளை, பெரிய பழுவேட்டரையர் அரண்மனையில் இருக்கும்போது அவரே வந்துவிட்டால் என்ன செய்வது? சிங்கத்தின் குகைக்குள் நாமாகச் சென்று தலையைக் கொடுப்பது போல ஆகுமே?

வந்தியத்தேவனுடைய மனம் சிந்தித்துக்கொண்டிருந்த போது அவனுடைய வாயும் கண்களும் சும்மா இருந்துவிட வில்லை. பின்னோடு வந்தவர்களை "அது என்ன? இது என்ன?", "அது யார் அரண்மனை?", "இது யார் மாளிகை?", "இது என்ன கட்டடம்?", "அது என்ன கோபுரம்?" என்றெல்லாம் அவன் வாய் கேட்டுக்கொண்டேயிருந்தது. அவனுடைய காதுகள், "இது பெரிய பழுவேட்டரையர் அரண்மனை" அல்லது "பழுவூர் இளையராணி அரண்மனை" என்ற மறுமொழி வருகிறதா என்று கூர்ந்து கவனித்துக்கொண்டேயிருந்தன. அவனுடைய கண்களோ அப்புறமும் இப்புறமும் நாலாபுறமும் கவனமாகப் பார்த்துக்கொண்டு வந்தன. அப்படிப் பார்த்து வந்தபோது ஒரு விஷயம் அவன் கண்கள் வழியாக மனத்தில் நன்கு பதிந்தது. கோட்டைக்குள்ளே பிரதான வீதிகள் விசாலமாயும் ஜனப் போக்குவரவு நிறைந்ததாயும் இருந்தபோதிலும் சந்துபொந்துகளும் ஏராளமாயிருந்தன.

மரமடர்ந்த தோட்டங்களும் அதிகமாயிருந்தன. அந்தச் சந்து பொந்துகளின் வழியாகச் சென்று அடர்ந்த தோட்டங்களுக்குள் புகுந்து மறைந்து கொள்வது அசாத்தியமான காரியம் அல்ல. ஒருநாள், இரண்டு நாள் கூட தலைமறைவாக இருப்பது சாத்தியந்தான். ஆனால் யாரும் பாராத சமயத்தில் மறைந்து கொள்ள வேண்டும்; யாரும் தேடாமலும் இருக்கவேண்டும். சின்னப் பழுவேட்டரையர் அவருடைய கணக்கற்ற ஆட்களை தேடுவதற்கு ஏவிவிட்டால் மறைந்திருப்பது சாத்தியமல்ல. அல்லது யாருடைய வீட்டுக்குள்ளாவது புகுந்து அடைக்கலம் பெற வேண்டும். அம்மாதிரி தஞ்சைக் கோட்டைக்குள் தனக்கு அடைக்கலம் யார் கொடுப்பார்கள்? பழுவூர் ராணி கொடுத்தால்தான் கொடுத்தது. தன்னுடைய கற்பனா சக்தியையெல்லாம் பிரயோகித்து அவளிடம் கதை கட்டிச் சொல்லி நம்பும்படி செய்யவேண்டும். அதற்கு முதலில், இவர்களிடமிருந்து தப்பித்து நழுவ வேண்டும்...

ஆகா! இது என்ன கோஷம்? இது என்ன ஆர்ப்பாட்டம்? ஓ! இவ்வளவு கூட்டமாகப் போகிறார்களே, இவர்கள் யார்? தெய்வமே! நீ என் பக்கத்தில் இருக்கிறாய் என்பதில் சந்தேகமில்லை. இதோ ஒரு வழி புலப்படுகிறது! இதோ ஒரு துணை தோன்றுகிறது!...

குறுக்கு வீதியில் ஒரு திருப்பத்துக்கு வந்ததும், பிரதான வீதி வழியாக ஒரு பெரிய கும்பல் வாத்திய கோஷ ஜயகோஷ முழக்கங்களுடன் போய்க்கொண்டிருந்ததைப் பார்த்து வந்தியத்தேவன் மேற்கண்டவாறு நினைத்தான். அந்தக் கும்பலில் சென்றவர்கள் வேளக்காரப் படையினர் என்பதைத் தெரிந்துகொண்டான். வழக்கம்போல் மகாராஜாவைத் தரிசனம் செய்துவிட்டு அவர்கள் கோட்டையை விட்டு வெளியேறுகிறார்கள் போலும்! இந்தக் கூட்டத்தில் தானும் கலந்து விட்டால்?... ஆகா! தப்புவதற்கு இதைக் காட்டிலும் வேறு சிறந்த உபாயம் என்ன?

பின்னோடு வருகிறவர்கள் அவ்வளவு சுலபத்தில் தன்னை விட்டுவிடமாட்டார்கள். தான் கூட்டத்தில் கலந்தால் அவர்களும் கூட தொடர்ந்து வருவார்கள். கோட்டை வாசல் வழியாக வெளியேறுவதும் எளிதாயிராது! வாசற் காவல் செய்வோர் அவ்வளவு ஏமாந்தவர்களாக இருந்துவிடுவார்களா? தன்னைக் கண்டுபிடித்து தடுத்து நிறுத்திவிடமாட்டார்களா? ஆயினும் ஒரு பிரயத்தனம் செய்து பார்க்க வேண்டியதுதான்; வேறு வழியில்லை. கடவுளே பார்த்து காட்டியிருக்கும் இந்த வழியை உபயோகித்துக் கொள்ளாவிட்டால் தன்னைப் போன்ற மூடன் வேறு யாரும் இல்லை.

வழக்கம்போல், பின்னோடு வந்தவர்களைப் பார்த்து, "இது என்ன கூட்டம்?" என்று வந்தியத்தேவன் கேட்டான். "வேளக்காரப் படை" என்று சொன்னதும், அந்தப் படையைப் பற்றிய விவரங்களைக் கேட்கலானான். அத்தகைய வீரப் படையில் தானும் சேர்ந்துவிட விரும்புவதாகவும், ஆகையால் நெருங்கிப் பார்க்க வேண்டுமென்றும் சொன்னான். இப்படியெல்லாம் பேசிக் கொண்டே வேளக்காரப் படையை அணுகினான். சிறிது நேரத்தில் "முன்னால் தாரை தப்பட்டை முழக்குகிறவர்களைப் பார்க்க வேண்டும்" என்று சொல்லிக்கொண்டே வேளக்காரப் படைக் கூட்டத்தில் கலந்துவிட்டான்.

கூட்டம் மேலே போகப் போக, இவனும் ஒரே இடத்தில் நில்லாமல் மேலும் கீழும் அப்பாலும் இப்பாலும் நகர்ந்து கொண்டிருந்தான். வேளக்காரப் படை வீரர்களைக் காட்டிலும் அதிக உற்சாகத்துடன் கோஷங்களை செய்தான். அவ்வீரர்களில் சிலர் இவனை உற்று உற்றுப் பார்த்தார்கள். "இவன் யார் பைத்தியக்காரன்?" என்ற பாவனையில் சிலர் பார்த்தார்கள். "மிதமிஞ்சி மதுபானம் செய்தவன் போலிருக்கிறது!" என்ற பாவனையில் சிலர் பார்த்தார்கள். ஆனால் யாரும் அவனைத் தடுக்கவோ, அப்புறப்படுத்தவோ முயலவில்லை.

அவனுடன் வந்த சின்னப் பழுவேட்டரையரின் ஆட்களோ, வேளக்காரப் படைக்குள் நுழையத் துணியவில்லை. "எப்படியும் அவன் வெளியில் வருவான், அப்போது மீண்டும் பற்றிக் கொள்ளலாம்" என்ற நம்பிக்கையுடன் வேளக்காரப் படையின் ஓரமாகச் சற்று விலகியே அவர்கள் சென்று கொண்டிருந்தார்கள்.

அச்சமயம் வீதியில் எதிர்ப்புறமாக தயிர்க் கூடையுடன் வந்துகொண்டிருந்த ஒரு ஸ்திரீ வேளக்காரப் படைக்கு ஒதுங்கி ஒரு சந்தில் நின்றாள். அந்த வீரர்களில் ஒருவன், "அம்மா! தாகமாயிருக்கிறது; கொஞ்சம் தயிர் தருகிறாயா? என்று கேட்டான். அந்தப் பெண் துடுக்காக, "தயிர் இல்லை; கன்னத்தில் இரண்டு அறை வேணுமானால் தருகிறேன்!" என்றாள்.

அதைக் கேட்ட ஒரு வீரன் "ஓகோ! அதைத்தான் கொடுத்துவிட்டுப் போ!" என்று அந்தப் பெண்ணை அணுகிச் சென்றான். தயிர்க்காரப் பெண் பயந்து ஓடினாள். வீரன் அவளைத் தொடர்ந்து ஓடினான். அவளைப் பிடித்துக் கொண்டு வருவதற்காக இன்னும் இரண்டு வீரர்கள் ஓடினார்கள். ஓடியவர்கள் அனைவரும் தலைக்குத் தலை ஒவ்வொரு விதமாகக் கூச்சல் போட்டுக் கொண்டு ஓடியபடியால் விஷயம் என்னவென்பதை யாருக்கும் தெரியவில்லை. ஏதோ தமாஷ் என்று மட்டும் எல்லாரும் எண்ணினார்கள்.

இதையெல்லாம் பார்த்துக் கொண்டிருந்தான் வல்லவரையன். அந்த ஒரு கணத்தில் அவன் மனத்திற்குள் தீர்மானத்துக்கு வந்துவிட்டான். தீர்மானிப்பதும் தீர்மானத்தைக் காரியத்தில் நிறைவேற்றுவதும் வந்தியத்தேவனுக்கு ஒன்றுதான் என்பதை நாம் ஏற்கெனவே பல முறை பார்த்திருக்கிறோம். தீர்மானித்த பிறகு தயங்குவதென்பது அவனுடைய இயற்கைக்கு விரோதமானது. எனவே, "ஓடு! ஓடு!", "பிடி! பிடி!" என்று கூவிக் கொண்டே வந்தியத்தேவனும், தயிர்க்காரப் பெண்ணைத் துரத்திக்கொண்டு ஓடியவர்களைத் தொடர்ந்து தானும் ஓடினான். அந்தப் பெண் சற்றுத் தூரம் ஓடி, ஒரு குறுகிய சந்தில் திரும்பினாள். பின் தொடந்து ஓடியவர்கள் அங்கே போய்ப் பார்த்தபோது தயிர்க்காரப் பெண்ணைக் காணவில்லை. மாயமாய் மறைந்து விட்டாள்! துரத்தி வந்த வீரர்களும்

அவளைப் பற்றி அப்புறம் கவலைப்படவில்லை; திரும்பிவிட்டார்கள். வந்தியத்தேவன் மட்டும் திரும்பவில்லை. அந்தப் பெண் புகுந்து சென்ற சந்து வழியாகவே மேலும் ஓடினான். இன்னும் இரண்டு மூன்று சந்துகள் புகுந்து திரும்பிய பிறகே ஓட்டத்தை நிறுத்தி மெதுவாக நடக்கலுற்றான்.

வேளக்காரப் படை சாதாரணமாகக் கோட்டையிலிருந்து வெளியேறும் நேரம் சூரியாஸ்தமன நேரம் அல்லவா? வந்தியத்தேவன் இப்போது புகுந்து சென்ற சந்துகளில் ஏற்கெனவே இருள் சூழ்ந்துவிட்டது. இருபுறமும் சில இடங்களில் மதில் சுவராயிருந்தது. சில இடங்களில் செடி கொடிகள் அடர்ந்த வேலியாயிருந்தது. வந்தியத்தேவன் எங்கும் நிற்காமல் போய்க்கொண்டேயிருந்தான். திசையைப் பற்றி அவன் கவலைப்படவில்லை. பெரிய வீதிகளில் புகாமல் சந்து பொந்துகளின் வழியாகப் புகுந்து போனால் எப்படியும் கோட்டை வெளிச்சுவரை அடைந்தே தீர வேண்டும். கோட்டைச் சுவரை அடைந்த பிறகு என்ன செய்வது என்பதைப் பிறகு தீர்மானித்துக் கொள்ளலாம். யோசித்து யுக்திகள் கண்டுபிடிப்பதற்குத்தான் இரவெல்லாம் நேரம் இருக்கிறதே!

சற்று நேரத்துக்கெல்லாம் நன்றாக இருட்டிவிட்டது. அவன் சென்ற பாதை கடைசியில் ஒரு மதில் சுவரில் வந்து முடிந்தது. இருட்டில் நடந்து வந்த வந்தியதேவன் அச்சுவரின் மேல் இலேசாக மோதிக் கொண்டான். சுவர் என்று மட்டும் தெரிந்தது. அது என்ன சுவர், எவ்வளவு உயரமான சுவர் என்பது ஒன்றும் தெரியவில்லை. அநேகமாக அது கோட்டை மதில் சுவராகவே இருக்கலாம். அப்படியானால் இங்கேயே உட்கார்ந்து விடுவதுதான் சரி. சிறிது நேரத்துக்கெல்லாம் சந்திரன் உதயம் ஆகும். அப்போது பார்த்து தெரிந்து கொள்ளலாம். அதுவரை ஒளிந்திருப்பதற்கு இதைக் காட்டிலும் நல்ல இடம் இருக்க முடியாது. இத்தனை நேரம் சின்னப் பழுவேட்டரையரின் ஆட்கள் திரும்பிப் போய்ச் சொல்லியிருப்பார்கள். கோட்டைத் தளபதி தன்னுடைய ஆட்களை நாலாபுறமும் ஏவியிருப்பார். ஒருவேளை வேளக்காரப் படையுடன் தான் வெளியேறியிருக்கலாம் என்றும் சந்தேகித்திருப்பார். கோட்டைக்கு உள்ளேயும் வெளியிலேயும் தன்னை தேடிக்கொண்டிருப்பார்கள். தேடட்டும்; தேடட்டும்; நன்றாக தேடட்டும். அவர்களையெல்லாம் ஏமாற்றிவிட்டு, நான் இக்கோட்டையை விட்டு தப்பித்து செல்லாவிட்டால் நான் வாணர் குலத்தவன் அல்ல! என் பெயரும் வந்தியத்தேவன் அல்ல!

ஆனால் சந்திரன் உதயமாகி நிலா அடிக்க தொடங்கி விட்டால் பழுவேட்டரையர் ஆட்களுக்கும் வசதியாகப் போய்விடும். தன்னை தேடி இங்கே வந்தாலும் வந்துவிடுவார்கள். வந்தால் வரட்டும்; தாராளமாய் வரட்டும்; இந்த அடர்ந்த தோப்புக்குள் ஒளிந்து கொண்டால் யார்தான் தேடிக் கண்டுபிடிக்க முடியும்?

இப்படி எண்ணிக்கொண்டே சுவரின் மீது சாய்ந்துகொண்டு வந்தியத்தேவன் உட்கார்ந்தான். இளம்பிள்ளையாதலாலும் பகலெல்லாம் அலைந்து களைத்திருந்தபடியாலும் கண்ணைச் சுழற்றிக்கொண்டு தூக்கம் வந்தது. மேலக்காற்றில் மரக்கிளைகள் ஆடி ஒன்றோடொன்று உராய்ந்து உண்டாக்கிய சத்தம் தாலாட்டுப் பாடலைப் போல மயக்கத்தை உண்டு பண்ணியது. அப்படியே தூங்கிவிட்டான்.

அவன் தூக்கம் நீங்கிக் கண் விழித்தபோது சந்திரன் உதயமாகிக் கீழ்வானத்தில் சிறிது தூரம் மேலே வந்திருந்தது. அடர்ந்த மரக்கிளைகளின் வழியாக நிலா வெளிச்சம் வந்து சுற்றுப்புற காட்சிகளை அரைகுறையாக அவனுக்குக் காட்டியது. தனது நிலை என்னவென்பதை வந்தியத்தேவன் ஞாபகப்படுத்திக் கொண்டான். சுவரில் சாய்ந்தபடி தான் தூங்கிவிட்டது அவனுக்கு வியப்பை அளித்தது. அதைக் காட்டிலும் துயில் நீங்கி விழித்துக்கொண்டது ஆச்சரியம் அளித்தது. தன்னுடைய துயிலை நீக்கி விழிக்க செய்த காரணம் யாது? ஏதோ ஒரு குரல் கேட்டதுபோல் தோன்றியதே? அது மனிதக் குரலா? அல்லது விலங்கின் குரலா? அல்லது இரவில் விழித்திருக்கும் பறவையின் குரலா? குரல் கேட்டதுதான் உண்மையா?

வந்தியத்தேவன் அண்ணாந்து பார்த்தான். அரைகுறையான நிலா வெளிச்சத்தில் செங்குத்தான சுவர் தெரிந்தது. ஆ! இது கோட்டைச் சுவராயிருக்க முடியாது; கோட்டைச் சுவர் இன்னும் உயரமாயிருக்கும். ஒருவேளை வெளிக்கோட்டை சுவருக்குள்ளே இன்னொரு சிறிய கோட்டைச் சுவராக இருக்குமோ? அல்லது பெரியதொரு அரண்மனை தோட்டத்தின் மதில் சுவரோ?

அண்ணாந்து பார்த்துக்கொண்டே வந்தியத்தேவன் எழுந்தான். ஒருகணம் அவனுடைய இருதயத் துடிப்பு நின்று போயிற்று. வயிற்றிலுள்ள குடல் மேலே மார்பு வரை விம்மி வந்து அடைத்தது. அவ்வளவு பீதி உண்டாயிற்று. அதோ அந்த மதில் சுவருக்கு மேலேயுள்ள மரக்கிளையில் இருப்பது என்ன? மரங்களில் வசிக்கும் வேதாளம் என்னும் பிசாசைப் பற்றி அவன் கேட்டிருந்த கதைகள் பலவும் நினைவுக்கு வந்தன.

ஆனால் வேதாளம் பேசுமா? மனிதக் குரலில் பேசுமா? அதுவும் பெண்ணின் குரலில் பேசுமா? இந்த வேதாளம் அவ்வாறு பேசுகிறதே? என்ன சொல்கிறது என்று கேட்கலாம்.

"என்ன ஐயா! சுவரில் சாய்ந்தபடி தூங்கிவிட்டாயா? எத்தனை தடவை கூப்பிடுகிறது?"

ஆ! இது வேதாளம் அல்ல. மனித குலத்துப் பெண்மணிதான் பேசுகிறாள். மரக்கிளையின் மீது உட்கார்ந்திருப்பவள் ஒரு பெண்மணிதான்! இது என்ன கனவா? அல்லது உண்மையில் நடப்பதா?

"அழகுதான்! இன்னும் தூக்கம் கலையவில்லை போலிருக்கிறது. இதோ ஏணியை வைக்கிறேன். ஜாக்கிரதையாக ஏறி வா! கீழே விழுந்து தொலைக்காதே!"

இப்படிச் சொல்லிக்கொண்டே அப்பெண் சுவரின் உட்புறத்திலிருந்து மெல்லிய மூங்கிலினால் ஆன ஏணி ஒன்றை எடுத்து வெளிப்புறத்தில் சுவர் ஓரமாக வைத்தாள்.

வந்தியத்தேவனுக்கு ஒன்றும் விளங்கவில்லைதான்! ஆனாலும் இப்படிப்பட்ட அரிய சந்தர்ப்பத்தை தன்னைத் தேடி வரும் சந்தர்ப்பத்தை அவன் விட்டு விடுவானா?

வருகிறது வரட்டும்; பிறகு நடப்பது நடக்கட்டும். இப்போது இந்த ஏணியில் ஏறலாம்; சுவரின் உச்சியை அடைந்த பிறகு மற்ற விவரங்கள் கேட்டுத் தெரிந்து கொள்ளலாம்.

ஏணியில் முக்கால் பங்கு அவன் ஏறியபோது அந்தப் பெண் மறுபடியும், "நல்ல தாமதக்காரன் நீ! அங்கே இளைய ராணியம்மாள் காத்துக்கொண்டிருக்கிறார்கள். இங்கே நீ மதில் சுவரில் சாய்ந்து தூங்கிக்கொண்டிருக்கிறாய்!" என்றாள். அப்போது ஏற்பட்ட அதிர்ச்சியினால் வந்தியத்தேவன் ஏணியிலிருந்து நழுவி விழுந்து விட இருந்தான். நல்ல வேளையாக, அங்கே சுவரில் நீட்டிக்கொண்டிருந்த கல்லைப் பிடித்துக்கொண்டு சமாளித்தான்.

இளைய ராணியென்றால், பழுவூர் இளைய ராணியாகத்தான் இருக்கும்! நான் இங்கே வந்து உட்கார்ந்தது அவளுக்கு எப்படித் தெரிந்தது? மாயமந்திரம் ஏதோ அவள் அறிந்திருக்க வேண்டும்! தன்னைப் பார்ப்பதில் அவளுக்கு இவ்வளவு சிரத்தை ஏற்படக் காரணம் என்ன? ஒருவேளை, ஒருவேளை, வேறு எவனுக்காகவோ வைத்த ஏணியில் நான் ஏறி விட்டேனோ? எப்படியிருந்தாலும் இருக்கட்டும்! முன் வைத்த காலைப் பின் வைக்க முடியாது! எல்லாம் சற்று நேரத்தில் தெரிந்து போய்விடுகிறது.

சுவரின் உச்சியருகில் வந்ததும் அவனுடைய கையைப் பிடித்து அந்தப் பெண் தூக்கிவிட்டாள். அப்போது நிலா வெளிச்சம் அவள் முகத்தில் அடித்தது. இதற்குள் ஆச்சரியப்படும் சக்தியையே வந்தியத்தேவன் இழந்து விட்டான். அதனால்தான் அவளுடைய முகம் வேளக்காரப் படையினர் துரத்திய தயிர்க்கூடைக்காரியின் முகம் போலத் தோன்றியும், அவன் சுவரிலிருந்து தவறி விழவில்லை. இன்றிரவு இதற்கு மேல் என்னென்ன வியப்பான நிகழ்ச்சிகள் நடந்தாலும் வியப்படைவதற்கு இடமில்லைதான்.

"ஊம்! ஏன் விழித்துக்கொண்டு சுவர் மேலேயே உட்கார்ந்திருக்கிறாய்? ஏணியை எடுத்து உள்ளே இறக்கிவிட்டுக் குதி சீக்கிரம்!" என்று சொல்லிக்கொண்டே அந்தப் பெண் சரசரவென்று மரக்கிளையிலிருந்து கீழே இறங்கினாள்.

வந்தியத்தேவன் அவள் கூறியவாறே செய்தான். அவன் இறங்கிய இடம் ஒரு விஸ்தாரமான தோட்டம் என்று தெரிந்தது. சற்று தூரத்தில் ஒரு பெரிய அரண்மனையின் மாடகூட கோபுரங்களும் சிகரங்களும் மங்கிய நிலா வெளிச்சத்தில் சொப்பன உலகக் காட்சியைப் போல் தோன்றின.

அது யாருடைய அரண்மனை என்று கேட்பதற்காக வந்தியத்தேவன் தொண்டையைக் கனைத்துக் கொண்டான். உடனே அந்தப் பெண் "உஷ்" என்று சொல்லி, உதட்டில் விரலை வைத்து எச்சரித்துவிட்டு முன்னால் நடந்தாள். வந்தியத்தேவன் அவளைத் தொடர்ந்து சென்றான்.

34. லதா மண்டபம்

அடர்ந்த மாந்தோப்புக்கிடையே சென்ற ஒற்றையடிப் பாதையின் வழியாக அம்மங்கை விடுவிடுவென்று நடந்து செல்ல, வந்தியத்தேவனும் விரைவாகத் தொடர்ந்து சென்றான். மரஞ்செடிகளின் மீது மோதிக் கொள்ளாமல், அந்த இருளில் நடந்து செல்லுவது கஷ்டமாகத்தான் இருந்தது. ஒரு சமயம் இவன் மரத்தில் மோதிக் கொள்ளப் பார்த்துத் தயங்கி நின்றபோது, அந்த மங்கை திரும்பிப் பார்த்து, "ஏன் நிற்கிறாய்? வழி மறந்து போய் விட்டதா? நீதான் இருட்டில் கண் தெரிகிற மனிதன் ஆயிற்றே!" என்றாள். அதற்குப் பதிலாக வந்தியத்தேவன் உதட்டில் விரலை வைத்து முன்னால் அவள் சொன்னது போல் "உஷ்!" என்றான். அதே நேரத்தில் மதில் சுவருக்கு வெளியே ஏதோ சப்தம் கேட்டது. மனித நடமாட்டம் போலத் தொனித்தது. பிறகு இருவரும் மறுபடி நடந்தார்கள். கொஞ்ச தூரம் போனதும் வல்லவரையன் இலேசாகச் சிரித்தான். அந்த மங்கை திரும்பிப் பார்த்து, "என்னத்தைக் கண்டு சிரிக்கிறாய்?" என்றாள்.

"கண்டு சிரிக்கவில்லை; கேட்டுச் சிரிக்கிறேன்!"

"அப்படியென்றால்?..."

"என்னைத் தேடி வந்தவர்களின் காலடிச் சத்தத்தை சற்று முன் நீ கேட்கவில்லையா? அவர்கள் ஏமாந்து போனதை எண்ணிச் சிரிக்கிறேன்!"

அவள் சிறிது பயத்துடன், "உன்னை யாராவது தேடி வருகிறார்களா என்ன? எதற்காக?" என்றாள்.

"இல்லாவிட்டால் எதற்காக இந்தக் குருட்டு இருட்டில் மதில் சுவரில் வந்து மோதிக்கொண்டு உட்கார்ந்திருக்க வேண்டும்?"

அச்சமயம் காற்றின் அசைவில் மரக்கிளைகள் விலகி நிலாக் கதிர் ஒன்று வந்தியத்தேவனுடைய முகத்தின் மீது விழுந்தது.

அந்தப் பெண் சற்று வியப்புடனும் திகைப்புடனும் அவனைப் பார்த்தாள்.

"என்ன பார்க்கிறாய்?" என்று கேட்டான்.

"நீ, நீதானா என்று பார்த்தேன்!"

"நான், நான் இல்லாவிட்டால் வேறு யாராயிருப்பேன்?"

"போன தடவை நீ வந்திருந்தபோது பெரிய மீசை வைத்திருந்தாயே!"

"நல்ல கேள்வி கேட்கிறாய்! என்னைப் போல் சுவர் ஏறி குதித்து வருகிறவன் அடிக்கடி வேஷத்தை மாற்றிக் கொள்ளா விட்டால் எப்படி?"

"முன்னைக்கு இப்போது இளமையாய்த் தோன்றுகிறாயே?"

"உற்சாகம் இருக்கும்போது இளமைதானே வருகிறது!"

"அப்படி உனக்கு என்ன உற்சாகம் வந்தது?"

"உங்கள் மகாராணியின் தயவு இருக்கும்போது உற்சாகத்துக்கு என்ன குறைவு?"

"பரிகாசம் செய்ய வேண்டாம். இன்றைக்கு எங்கள் எஜமானி இளைய ராணிதான். ஒருநாள் நிச்சயமாக மகாராணி ஆவார்கள்!"

"அதைத்தான் நானும் சொல்லுகிறேன்."

"இதுதானா சொல்வாய்? உன்னுடைய மந்திர சக்தியினால்தான் மகாராணி ஆனார்கள் என்றுகூட சொல்வாய்! பாதி ராஜ்யத்தைக் கொடு என்று கேட்டாலும் கேட்பாய்!"

வந்தியத்தேவன் அறிய விரும்பியதை ஒருவாறு அறிந்து கொண்டான். பிறகு அவன் ஒன்றும் பேசவில்லை. தீவிரமாக யோசித்துக்கொண்டே நடந்தான்.

தான் சந்திக்கப்போகிறது யாரை? பழுவூர் இளையராணியா யிருக்கலாம். அல்லது மதுராந்தகத் தேவரை மணந்து கொண்ட சின்னப் பழுவேட்டரையரின் மகளாயிருக்கலாம். தன்னை மந்திரவாதியென்று எண்ணி அந்தப் பெண் அழைத்துக் கொண்டு போகிறாள். போய், அந்த 'இளையராணி' யாராயிருந்தாலும் அவளைச் சந்திக்கும்போது எப்படி நடந்துகொள்வது? நெஞ்சே! தைரியத்தைக் கைவிடாதே! தைரியம் உள்ள வரையில் ஜயமும் உண்டு! சமயத்தில் ஏதேனும் யுக்தி தோன்றாமல் போகாது! இதுவரையில் எந்த நெருக்கடியிலும் நாம் தோல்வியுற்று வந்ததில்லை. அதிலும் பெண் பிள்ளை ஒருத்தியிடமா தோல்வியடையப் போகிறோம்?

ஒரு பெரிய மாளிகையை அவர்கள் நெருங்கிச் சென்றார்கள். ஆனால் மாளிகையின் முன் வாசலை நோக்கிச் செல்லவில்லை. பின்புற வாசலையும் நெருங்கவில்லை. மாளிகையின் ஒரு பக்கத்தில் தோட்டத்துக்குள் நீட்டி விட்டிருந்த சிருங்கார லதா மண்டபத்தை நெருங்கினார்கள். இன்னும் அருகில் நெருங்கிய போது, அந்த லதா மண்டபம் இரண்டு பெரிய பிரம்மாண்டமான மாளிகைகளை ஒன்று சேர்க்கும் பாதையைப்போல் அமைந்திருப்பது தெரிந்தது. அப்படிச் சேர்க்கப்பட்ட இரு கட்டடங்களும் ஒருவிதத்தில் மாறுபட்டிருந்தன. வலதுபுறத்து மாளிகை அதன் உள்ளே சுடர் விட்டு எரிந்த பல தீபங்களினால் ஜொலித்துக் கொண்டிருந்தது. உள்ளிருந்து பலவித கலகலப்பான தொனிகள் வந்துகொண்டிருந்தன. இடதுபுறத்து கட்டடத்திலோ, ஒரு சின்னஞ்சிறு தீபம் கூட எரியவில்லை. நிலா வெளிச்சத்தில் அதன் வெளிச்சுவர்கள் நெடிதுயர்ந்து தெரிந்தன. ஆனால் அந்த மாளிகையின் உள்ளே நிசப்தமும் இருளும் குடிகொண்டிருந்தன.

வந்தியத்தேவனை அழைத்துக்கொண்டு வந்த பெண், லதா மண்டபத்தை அணுகியதும் அவனைப் பார்த்து சமிக்ஞையினால் அங்கேயே நிற்கும்படி சொன்னாள். அவனும் அப்படியே நின்றான். அவ்விதம் நின்றபோது தான் அந்த இடத்தில் நிறைந்திருந்த மலர்களின் நறுமணத்தை அவன் உணர்ந்தான். அப்பப்பா! என்ன வாசம்! என்ன வாசம்! மூக்கில் நெடிபோல ஏறித் தலையைக் கிறுகிறுக்க அடிக்கிறதே!

அந்தப் பெண் லதா மண்டபத்துக்குள் நுழைந்ததும், அவளுடைய குரலும் இன்னொரு இனிய பெண் குரலும் கேட்டன. "வரச் சொல் உடனே! கேட்பானேன்? நான்தான் இத்தனை நேரமாய்க் காத்திருக்கிறேன் என்று தெரியுமே?" என்ற சொற்கள் அவனுக்கு மயக்கத்தை உண்டாக்கின. அந்தக் குரல் பழுவூர் இளையராணியின் குரல்தான்! சந்தேகமில்லை! அடுத்த கணம் அவள் முன்னால் போய் நிற்கப் போகிறோம். அந்த நிலைமையை எவ்விதம் சமாளிக்கப் போகிறோம்? எதிர்பார்த்த மந்திரவாதிக்குப் பதிலாகப் பல்லக்கில் வந்து மோதிய மனிதன் வந்து நிற்பதைக் கண்டு அவள் என்ன நினைப்பாள்? ஆச்சரியப்படுவாளா? கோபம் கொள்வாளா? ஒருவேளை மகிழ்ச்சி அடைவாளா?... அல்லது எவ்வித உணர்ச்சியையும் வெளியில் காட்டாமல் நடந்து கொள்வாளா?

அவனை அழைத்து வந்த மங்கை லதா மண்டபத்து வாசலில் நின்றபடி சமிக்ஞையால் அழைத்தாள்.

வந்தியத்தேவன் அவள் நின்ற இடத்தை அடைந்து மண்டபத்தின் உட்புறம் நோக்கினான். ஒரு நொடிப் பொழுதில் அங்கே தோன்றிய காட்சி அவன் கண் வழியாக மனத்தில் பதிந்தது. தங்க விளக்கு ஸ்தம்பத்தில் ஒளிர்ந்த தீபச்சுடர் பொன் ஒளியைப் பரப்பியது. ஏதோ ஓர்

அபூர்வமான வாசனைத் தைலத்தை அந்த விளக்கில் விட்டிருக்க வேண்டும். ஆதலின் தீபச் சுடரின் புகை கமகமவென்று மணம் வீசிற்று. பல வர்ண நறுமண மலர்களைப் பரப்பிய சப்ரகூட மஞ்சத்தில் ஒரு பெண் ஒய்யாரமாக சாய்ந்து கொண்டு வீற்றிருந்தாள். அவள் பழுவூர் இளைய ராணிதான். பகலில் பல்லக்கில் பார்த்தபோது அவள் அழகியாகத் தோன்றினாள். இரவில் தங்கக் குத்துவிளக்கின் வெளிச்சத்தில் அழகென்னும் தெய்வமே உருவெடுத்தது போலக் காணப்பட்டாள். மலரின் மணமும் விளக்கின் புகை மணமும் பழுவூர் இளைய ராணியின் மோகன உருவமும் சேர்ந்து வந்தியத்தேவனைப் போதை கொள்ளச் செய்தன.

வந்தியத்தேவா! ஜாக்கிரதை! ஒரே ஒரு தடவை நீ மதுபானம் செய்தாய்! உன் அறிவு கலங்குவதை அறிந்தாய்! பிறகு மதுவைத் தொடுவதில்லை என்று சபதம் செய்தாய்! இப்போது அதை ஞாபகப்படுத்திக்கொள்! மதுவின் போதையைக் காட்டிலும் சக்தி வாய்ந்த இந்த மயக்கத்தில் உன் அறிவைப் பறிகொடுத்துவிடாதே!

வந்தியத்தேவனைப் பார்த்த பழுவூர் இளையராணி நந்தினி, அவளுடைய பவழ இதழ்கள் சிறிது விரிந்து முத்துப் பற்களை வெளிக்காட்டும்படி வியப்புடன் நோக்கிக் கொண்டிருந்தாள். பேச முடியாத நிலையை அவள் அச்சமயம் அடைந்திருந்தது வந்தியத்தேவனுக்கு அனுகூலமாகப் போயிற்று.

இலேசாக அவன் ஒரு சிரிப்புச் சிரித்துவிட்டு, "அம்மணி! தங்கள் தாதிப் பெண்ணுக்குத் திடீரென்று சந்தேகம் வந்து விட்டது; நான் மந்திரவாதியா இல்லையா என்று! அதை எப்படிக் கேட்டாள் என்று நினைக்கிறீர்கள்? 'நீ நீதானா?' என்று கேட்டாள்!" என்று சொல்லி மறுபடியும் சிரித்தான்.

நந்தினி புன்னகை புரிந்தாள். வந்தியத்தேவனுடைய கண் முன்னால் ஒரு மின்னல் மின்னியது! அது தேனைச் சொரிந்தது.

"இவளுக்கு அப்படித்தான் ஏதாவது சந்தேகம் திடீர் திடீர் என்று வந்துவிடும்! வாசுகி! ஏன் இங்கேயே மரம்போல் நிற்கிறாய்? உன் இடத்துக்குப் போ! யாராவது வரும் காலடிச் சத்தம் கேட்டால் கதவைப் படீரென்று சாத்து! என்றாள் நந்தினி.

"இதோ, அம்மா!" என்று சொல்லிவிட்டு, வாசுகி லதா மண்டபத்தின் உள் வழியாகப் பிரகாச மாளிகைக்குச் சென்ற நடைபாதையில் நடந்து போய்ச் சற்றுத் தூரத்தில் மங்கலாகத் தெரிந்த வாசற்படியாண்டை உட்கார்ந்து கொண்டாள்.

நந்தினி சிறிது குரலைத் தாழ்த்திக்கொண்டு, "உன்னை மந்திரவாதியில்லையென்றா இவள் சந்தேகிக்கிறாள்? அசட்டுப் பெண்! மந்திரவாதிகள் என்று சொல்லிக் கொள்கிறவர்களில் முக்கால்வாசிப் பேர் வெறும் பொய்யர்கள். நீதான் உண்மை மந்திரவாதி! என்ன மாய மந்திரம் செய்து இந்த சமயத்தில் இங்கே வந்தாய்?" என்று கேட்டாள்.

"அம்மணி! மாயமந்திரம் செய்து நான் இங்கு வரவில்லை. சுவர் மீது சாத்தியிருந்த ஏணி மேல் ஏறித்தான் வந்தேன்!" என்றான் வந்தியத்தேவன்.

"அதுதான் தெரிகிறதே! இந்தப் பெண்ணை என்ன மாயமந்திரம் செய்து ஏமாற்றினாய் என்று கேட்டேன்."

"நிலா வெளிச்சத்தில் ஒரு புன்னகை புரிந்தேன். அவ்வளவுதான்! அதற்குச் சரிப்பட்டு வராவிட்டால் தாங்கள் கொடுத்த மந்திர மோதிரத்தைக் காட்ட எண்ணியிருந்தேன்."

"அதைப் பத்திரமாய் வைத்திருக்கிறாய் அல்லவா? அந்த மோதிரம் இருக்கும்போது பட்டப் பகலில் பகிரங்கமாக இங்கே வந்திருக்கலாமே? எதற்காக இந்தக் குருட்டு வழியில் திருட்டுத்தனமாக வந்தாய்?"

"அம்மணி! தங்கள் மைத்துனர் இருக்கிறாரே, சின்னப் பழுவேட்டரையர், அவருடைய ஆட்கள் சுத்த திருடர்கள். முதலில் என்னுடைய உடைகளையும் உடைமைகளையும் திருடப் பார்த்தார்கள். பிறகு என்னைப் பின் தொடர்ந்து ஒருகணம் கூடப் பிரியாமல் வந்து

கொண்டிருந்தார்கள். அவர்களிடமிருந்து பிரியப் பட்டபாடு பெரும் பாடாகப் போயிற்று. பிரிந்த பிறகு சந்து பொந்துகளில் புகுந்து தங்களுடைய மாளிகை மதில் சுவரைச் சுற்றி சுற்றி வந்து கொண்டிருந்தேன். அந்தச் சமயத்தில் சுவர் மேல் வைத்த ஏணியைப் பார்த்ததும் தாங்கள்தான் இந்த ஏழையை நினைவு கூர்ந்து இந்த ஏற்பாடு செய்திருக்கிறீர்கள் என்று எண்ணிவிட்டேன். அது தவறு என்று தெரிந்துகொண்டேன். மன்னிக்க வேண்டும்."

"மன்னிப்பதற்கு அவசியம் ஒன்றும் ஏற்படவில்லையே!"

"அது எப்படி, அம்மணி ?"

"நீ நினைத்தது அவ்வளவாகத் தவறும் இல்லை. மந்திரவாதியை எதற்காக நான் தருவிக்க நினைத்தேன், தெரியுமா?"

"தெரியவில்லை அம்மணி! எனக்கு மந்திரமும் தெரியாது; ஜோசியமும் தெரியாது!"

"உன்னை நேற்றுக் காலையில் பார்த்தது முதலாவது உன்னுடைய ஞாபகமாகவே இருந்தது. நீ ஏன் இன்னும் என்னைப் பார்க்க வரவில்லையென்று தெரிந்துகொள்ள விரும்பினேன். அதற்காகவேதான் நான் மந்திரவாதியைக் கூப்பிட்டனுப்பினேன்."

"மிக ஆச்சரியமாயிருக்கிறது."

"எது?"

"இப்போது நீங்கள் சொன்னதுதான். நேற்று உங்களைப் பார்த்தது முதலாவது எனக்கும் உங்கள் ஞாபகமாகவே இருந்தது!"

"பூர்வ ஜன்ம வாசனையில் உனக்கு நம்பிக்கை உண்டா?"

"அப்படியென்றால்?"

"பூர்வ ஜன்மத்தில் இரண்டு பேருக்கு நட்போ, உறவோ இருந்தால், இந்த ஜன்மத்திலும் அத்தகைய தொந்தம் ஏற்படும் என்கிறார்களே, அதைத்தான் சொல்லுகிறேன்."

"நேற்றுவரையில் எனக்கு அந்த நம்பிக்கை இல்லை. இன்றுதான் அதில் நம்பிக்கை பிறந்தது."

இவ்விதம் வந்தியத்தேவன் கூறியபோது வெளிப்படையாகப் பொய் சொன்னான் என்றாலும், மனத்திற்குள் குடந்தை ஜோதிடர் வீட்டில் பார்த்த பெண்ணை நினைத்துக் கொண்டுதான் சொன்னான். ஆனால் நந்தினிக்கு அதைப் பற்றிய விவரமே தெரிய இடமில்லையல்லவா? தன்னைப் பற்றி சொல்வதாகவே நினைத்துக் கொண்டாள்.

"ஆனால் அதற்காக நீ என்னைப் பார்க்க வரவில்லையே? ஏதோ ஆழ்வார்க்கடியார் நம்பி என்பவர் செய்தி சொல்லி அனுப்பியதாக..."

"ஆம், அம்மணி, அவர் சொல்லி அனுப்பிய செய்தியைத் தங்களிடம் சொல்வதற்காகவே முதலில் தங்களைப் பார்க்க விரும்பினேன். தங்களை ஒருமுறை பார்த்த பிறகு, பழைய காரணமெல்லாம் மறந்து போய்விட்டது."

"ஆழ்வார்க்கடியாரை நீ எங்கே பார்த்தாய்? என்ன செய்தி சொல்லியனுப்பினார்?"

"வீர நாராயணபுரத்துக்கு அருகில் ஆழ்வார்க்கடியார் நம்பியைச் சந்தித்தேன். அவர் தம் கைத்தடியின் சக்தியைக் கொண்டு விஷ்ணுதான் பெரிய தெய்வம் என்று மெய்ப்பிக்க முயன்றார். அச்சமயத்தில் பெரிய பழுவேட்டரையரின் பரிவாரங்கள் வந்தன. அவரைத் தொடர்ந்து தங்கள் பல்லக்கும் வந்தது. அங்கே என்ன ரகளை என்று பார்ப்பதற்காகவோ என்னவோ, தங்களுடைய ஒரு பொற்கரம் பல்லக்கின் திரையை விலக்கிற்று. அப்போதுதான் தாங்கள் என்று தெரிந்துகொண்டு ஆழ்வார்க்கடியார் தங்களுக்கு ஒரு செய்தி அனுப்ப விரும்பினார். நானும் அன்றிரவு கடம்பூர் சம்புவரையர் மாளிகையில் தங்கியபடியால் என்னிடம் செய்தி சொல்லி அனுப்பினார். ஆனால் கடம்பூரில் தங்களை நான் பார்க்க முடியவில்லை. தஞ்சாவூர்க் கோட்டைக்கருகில் சாலையில்தான் சந்திக்க முடிந்தது. அதுவும் தங்கள் பல்லக்கு என் குதிரை மேல் மோதியதனால்தான்!"

இவ்விதம் வந்தியத்தேவன் சொல்லி வந்தபோது நந்தினி மேலே அண்ணாந்து பார்த்துக் கொண்டிருந்தாள். ஆகையால் அவளுடைய முகபாவத்திலிருந்து ஒன்றும் கண்டுபிடிக்க முடியவில்லை. கடைசியில் வந்தியத்தேவன் சொன்னதைக் கேட்டதும், அவனைத் திரும்பிப் பார்த்து ஒரு மோகனப் புன்னகை புரிந்தாள். "ஆமாம்; நான் ஏறும் பல்லக்கு வெகு பொல்லாத பல்லக்குதான்!" என்றாள்.

35. மந்திரவாதி

தூரத்தில் பேரிகைகளின் பெருமுழக்கம் கேட்டது. எக்காளங்கள் சப்தித்தன. மனிதர்களின் குரல்கள் ஜயகோஷம் செய்தன. கோட்டைக் கதவுகள் திறந்து மூடிக் கொள்ளும் சத்தமும், யானைகள் குதிரைகளின் காலடிச் சத்தமும் எழுந்தன.

நந்தினியின் கவனத்தை அந்தச் சத்தங்கள் கவர்ந்தன என்பதை வந்தியத்தேவன் அறிந்து கொண்டான். காவல் புரிந்த தாதிப்பெண் திடுக்கிட்டு எழுந்து சற்று அருகில் வந்து, "அம்மா! எஜமான் வந்து விட்டார் போலிருக்கிறது" என்றாள்.

நந்தினி, "எனக்குத் தெரியும்; நீ உன் இடத்துக்குப் போ!" என்றாள்.

பிறகு வந்தியத்தேவனைப் பார்த்து, "தனாதிகாரி கோட்டையில் பிரவேசிக்கிறார். சக்கரவர்த்தியின் க்ஷேமத்தை விசாரித்து விட்டு, கோட்டை தளபதியைப் பார்த்துப் பேசிவிட்டு, இங்கே வருவார். வருவதற்குள் நீ போய்விட வேண்டும். ஆழ்வார்க்கடியார் கூறிய செய்தி என்ன?" என்று வினவினாள்.

"அம்மணி! அந்த வீர வைஷ்ணவ சிகாமணி தங்களை அவருடைய சகோதரி என்று சொல்லிக் கொண்டார்; அது உண்மைதானா?" என்று வல்லவரையன் கேட்டான்.

"அதைப்பற்றி நீ ஏன் சந்தேகப்படுகிறாய்?"

"பச்சைக் கிளியும் கடுவன் குரங்கும் ஒரு தாயின் குழந்தைகள் என்றால் எளிதில் நம்ப முடியுமா?"

நந்தினி சிரித்துவிட்டு, "ஒருவிதத்தில் அவர் சொன்னது உண்மைதான். நாங்கள் ஒரே வீட்டில், ஒரே குடும்பத்தில் வளர்ந்தோம். உடன்பிறந்த தங்கையைப் போலவே என்னிடம் பிரியம் வைத்திருந்தார். பாவம்! அவருக்குப் பெரும் ஏமாற்றம் அளித்து விட்டேன்!"

"அப்படியானால் சரி! ஆழ்வார்க்கடியார் தங்களுக்குச் சொல்லி அனுப்பிய செய்தி கிருஷ்ணபகவான் தங்களுக்காகக் காத்துக்கொண்டிருக்கிறார் என்பதுதான். தாங்கள் கண்ணனை மணந்து கொள்ளும் கல்யாணக் காட்சியைப் பார்க்க வீர வைஷ்ணவ பக்தகோடிகளும் காத்துக் கொண்டிருக்கிறார்களாம்!"

நந்தினி ஒரு பெருமூச்சு விட்டாள். "ஆகா! இன்னும் அவருக்கு அந்த சபலம் நீங்கவில்லை போலிருக்கிறது! நீ அவரைப் பார்த்தால் எனக்காக இதைச் சொல்லி விடு. என்னை அடியோடு மறந்து விடச் சொல்லு! ஆண்டாளைப் போல் பரமபக்தையாகக் கொஞ்சமும் தகுதியற்றவள் நான் என்று சொல்லு!"

"நான் அதை ஒப்புக் கொள்ளவில்லை, அம்மா!"

"என்னத்தை ஒப்புக் கொள்ளவில்லை?"

"தாங்கள் ஆண்டாள் ஆக முடியாது என்பதைத்தான் ஒப்புக் கொள்ளவில்லை. ஆண்டாள் பக்தி செய்து, பாட்டுப் பாடி, அழுது கண்ணீர் விட்டு, பூமாலை தொடுத்து சூட்டி, இப்படியெல்லாம் செய்து கண்ணனை மணந்து கொள்ள வேண்டியிருந்தது. ஆனால் தங்களுக்கு அத்தகைய கஷ்டமே தேவையில்லை. தங்களைக் கிருஷ்ணபகவான் பார்த்துவிட வேண்டியதுதான். ருக்மிணி, சத்தியபாமாவையும், ராதையையும், கோபிகாஸ்திரீகளையும் உடனே கைவிட்டு அவர்கள் வீற்றிருந்த சிம்மாசனத்தில் தங்களை ஏற்றி உட்கார வைத்து விடுவார்!"

"ஐயா! நீர் முகஸ்துதி செய்வதில் சமர்த்தராயிருக்கிறீர். அது எனக்குப் பிடிப்பதேயில்லை."

"அம்மணி! முகஸ்துதி என்றால் என்னவோ?"

"முகத்துக்கு நேரே ஒருவரைப் புகழ்வதுதான்."

"அப்படியானால் சற்றே நீங்கள் திரும்பி முதுகைக் காட்டிக் கொண்டு உட்காருங்கள்."

"எதற்காக?"

"முகத்தைப் பார்க்காமல் முதுகைப் பார்த்துக்கொண்டு புகழ்ச்சி கூறுவதற்காகத்தான். அதில் ஒன்றும் தவறு இல்லையல்லவா?"

"நீர் பேச்சில் மிக கெட்டிக்காரராயிருக்கிறீர்."

"இப்போது தாங்கள் அல்லவா முகஸ்துதி செய்கிறீர்கள்?"

"நீரும் உமது முகத்தைத் திருப்பிக் கொண்டு, முதுகைக் காட்டுவதுதானே?"

"மகாராணி! போர்க்களத்திலாகட்டும், பெண்மணி களிடமாகட்டும், நான் முதுகு காட்டுவது எப்போதும் கிடையாது. தாங்கள் தாராளமாய் என்னை முகஸ்துதி செய்யலாம்!"

இதைக் கேட்டு விட்டு நந்தினி 'கலீர்' என்று சிரித்தாள்.

"நீர் மந்திரவாதிதான்; சந்தேகமில்லை; நான் இம்மாதிரி வாய்விட்டுச் சிரித்து வெகு காலம் ஆயிற்று!" என்று சொன்னாள்.

"ஆனால், அம்மணி! தங்களைச் சிரிக்க பண்ணுவது வெகு அபாயம்! தடாகத்தில் தாமரை சிரித்து மகிழ்ந்தது; தேன் வண்டு மயங்கி விழுந்தது!" என்றான் வந்தியத்தேவன்.

"நீர் மந்திரவாதி மட்டுமல்ல; கவியும் போலிருக்கிறதே!"

"நான் முகஸ்துதிக்கும் அஞ்சமாட்டேன்; வசவுக்கும் கலங்க மாட்டேன்."

"உம்மை யார் வைதது?"

"சற்றுமுன் என்னைக் 'கவி' என்றீர்களே?"

"அப்படியென்றால்?"

"நான் சிறுவனாயிருந்தபோது என்னைச் சிலர் 'குரங்கு மூஞ்சி!' என்று சொல்வதுண்டு. வெகு நாளைக்குப் பிறகு இன்றைக்குத்தான் தங்களுடைய பவளச் செவ்வாயினால் அதைக் கேட்டேன்."

"உம்மையா 'குரங்கு மூஞ்சி' என்றார்கள்? யார் அப்படிப்பட்ட புத்திசாலிகள்?"

"அவர்களில் யாரும் இப்போது உயிரோடில்லை."

"உம்மை நான் அவ்விதம் சொல்லவில்லை. கவிபாடக் கூடியவர் போலிருக்கிறதே என்று சொன்னேன்."

"கொஞ்சம் கவியும் பாடுவேன்; ஆனால் பகைவர்களுக்கு முன்னால்தான் பாடுவேன். வில்லம்பினால் சாகாதவர்கள், சொல்லம்பினால் சாகட்டும் என்று!"

"ஐயா, கவிராஜ வீரசிங்கமே! உம்முடைய பெயர் என்னவென்று இன்னமும் சொல்லவில்லையே!"

"என் சொந்தப் பெயர் வந்தியத்தேவன்; பட்டப்பெயர் வல்லவரையன்."

"அரச குலத்தினரா?"

"பழைய புகழ்பெற்ற வாணாதி ராஜர் குலத்தில் வந்தவன்."

"இப்போது உங்கள் ராஜ்யம்?"

"மேலே ஆகாசம்; கீழே பூமி; இப்போது நான் சகல பூமண்டலத்துக்கும் ஏக சக்கராதிபதி!"

நந்தினி சிறிது நேரம் வல்லவரையனை ஏறத்தாழப் பார்த்துக்கொண்டிருந்தாள்.

"அப்படி ஒன்றும் நடக்காத காரியம் இல்லை. உம்முடைய பூர்வீக ராஜ்யத்தை நீர் திரும்பவும் பெறலாம்."

"அது எப்படி சாத்தியம்? புலியின் வயிற்றுக்குள்ளே போனது திரும்பவும் வருமா? சோழ சாம்ராஜ்யத்தில் சேர்ந்த அரசு திரும்பக் கிடைக்குமா?"

"கிடைக்கும்படி செய்ய என்னால் முடியும்."

"அம்மணி! வேண்டாம்! இராஜ்யம் ஆளும் ஆசை எனக்கு எப்போதும் கிடையாது. கொஞ்சம் இருந்ததும் இன்றைக்குச் சுந்தர சோழ சக்கரவர்த்தியைப் பார்த்த பிறகு அடியோடு போய்விட்டது. இம்மாதிரி பிறர் கையை எதிர்பார்த்து சக்கரவர்த்தியாயிருப்பதைக் காட்டிலும் மறுநாள் உணவு எங்கே கிடைக்கும் என்று தெரியாத சுதந்திர மனிதனாயிருப்பதே மேல்."

"என்னுடைய கருத்தும் அதுதான்!" என்றாள் நந்தினி. பிறகு ஏதோ மறந்துபோன விஷயத்தை ஞாபகப்படுத்திக் கொண்டவள் போல், "சின்னப் பழுவேட்டரையரின் ஆட்கள் உம்மை எதற்காக தேடுகிறார்கள்?" என்று கேட்டாள்.

"தங்களுடைய தாதிப் பெண்ணைப் போல் அவருக்கும் என் பேரில் சந்தேகம் உண்டாகி விட்டது."

"என்ன சந்தேகம்?"

"பனை இலச்சினை உள்ள முத்திரை மோதிரம் என்னிடம் எப்படி வந்தது என்று." நந்தினியின் முகத்தில் பயத்தின் சிறிய சாயல் தென்பட்டது.

"மோதிரம் எங்கே?" என்று திடுக்கிட்ட குரலில் கேட்டாள்.

"இதோ இருக்கிறது, அம்மணி! இலேசில் அதைப் போக்கடித்து விடுவேனா?" என்று கூறிக்கொண்டே மோதிரத்தை எடுத்துக் காட்டினான்.

"இது உம்மிடம் இருப்பது அவருக்கு எப்படித் தெரிந்தது?" என்று நந்தினி கேட்டாள்.

"சுந்தர சோழ சக்கரவர்த்தியைப் பார்க்க வேண்டும் என்ற ஆசை என் மனத்தில் நெடுநாளாக இருந்தது. அதற்கு இந்த முத்திரை மோதிரத்தை உபயோகப்படுத்திக் கொண்டேன். பார்த்து முடிந்த பிறகு இந்த மோதிரம் என்னிடம் எப்படி வந்தது என்று கோட்டைத் தளபதி கேட்டார்..."

"நீர் என்ன சொன்னீர்?" என்று நந்தினி வினாவிய குரலில் திகில் தொனித்தது.

"தங்கள் பெயரைச் சொல்லவில்லை, அம்மணி! பெரிய பழுவேட்டரையர் கொடுத்தார் என்று சொன்னேன். கடம்பூர் மாளிகையில் கொடுத்தார் என்றும் சொன்னேன்..."

நந்தினி பெருமூச்சு விட்டாள். அவள் முகத்திலும் குரலிலும் இருந்த திகில் நீங்கியது.

"நீர் சொன்னதை அவர் நம்பினாரா?" என்று கேட்டாள்.

"முழுதும் நம்பியதாகத் தெரியவில்லை. அதனால்தானே என்னைப் பின் தொடரும்படி ஆட்களை விட்டிருக்க வேண்டும்? தமையனார் திரும்பி வந்ததும் என்னை அவர் முன்னால் நிறுத்தி உண்மையை அறிய எண்ணியிருக்கலாம்!" என்றான் வந்தியத்தேவன்.

நந்தினி புன்னகை புரிந்து, "பெரிய பழுவேட்டரையரிடம் நீர் பயப்பட வேண்டாம். அவர் உம்மைக் கடித்துத் தின்றுவிடாமல் நான் பார்த்துக் கொள்கிறேன்" என்றாள்.

"அம்மணி! தனாதிகாரியின் பேரில் தங்களுடைய செல்வாக்கு எவ்வளவு என்பது உலகம் அறிந்த செய்தி. ஆனால் எனக்கு வெளியில் அவசர காரியம் இருக்கிறது. ஆகையினால்தான் தப்பிச் செல்லத் தங்கள் உதவியைக் கோருகிறேன்."

"அப்படி என்ன அவசர வேலை இருக்கிறது?"

"எத்தனையோ இருக்கிறது. உதாரணமாக ஆழ்வார்க்கடியாரைப் பார்த்துத் தங்கள் மறுமொழியைச் சொல்ல வேண்டும். அவருக்கு என்ன சொல்லட்டும்?"

"அவருக்கு 'நந்தினி' என்று ஒரு சகோதரி இருந்தாள்' என்பதை அடியோடு மறந்து விடும்படி சொல்லும்!"

"சொல்லிவிடலாம்; ஆனால் நடக்கிற காரியமில்லை."

"எது?"

"தங்களை மறப்பதுதான். இரண்டு தடவை தற்செயலாகப் பார்த்த என்னாலேயே தங்களை மறக்கமுடியாது போலிருக்கிறதே! வாழ்நாளெல்லாம் தங்களோடு இருந்தவரால் எப்படி மறக்க முடியும்?"

நந்தினியின் முகத்தில் வெற்றிப் பெருமிதத்தின் சாயல் பரிணமித்தது. அவளுடைய வேல்விழிகள் வந்தியத்தேவனுடைய நெஞ்சை ஊடுருவின போல் நோக்கின.

"சக்கரவர்த்தியைப் பார்ப்பதற்கு நீர் ஏன் அவ்வளவு ஆவல் கொண்டிருந்தீர்?" என்று கேட்டாள்.

"உலகப் பிரசித்தி பெற்ற அந்தச் சுந்தர புருஷரைப் பார்க்க நான் விரும்பியதில் வியப்பு என்ன? உலகத்தில் வீர மன்னர்கள் தங்கள் வீரமும் பௌருஷமும் பெருக வேண்டும் என்றும், இராஜ்யமும் கீர்த்தியும் விஸ்தரிக்க வேண்டும் என்றும் விரும்புவார்கள். அவ்விதமே பிரஜைகளைப் பிரார்த்தனை செய்யும்படியும் சொல்வார்கள். ஆனால் நம்முடைய சக்கரவர்த்தியைப் பற்றி புத்த பிக்ஷுக்களின் மடங்களில் என்ன பிரார்த்தனை செய்கிறார்கள்?

".............சுந்தரச்
சோழர் வண்மையும் 'வனப்பும்'
திண்மையும் உலகிற் சிறந்து வாழ்கெனவே"

என்று பிரார்த்தனை செலுத்துகிறார்கள். இத்தகைய கலியுக மன்மதனைப் பார்க்கவேண்டும் என்று எனக்கு வெகு நாளாக ஆசையாயிருந்தது..."

"ஆமாம்; சக்கரவர்த்திக்குத் தம்முடைய அழகைப் பற்றி ரொம்பப் பெருமைதான். அவருடைய செல்வக் குமாரிக்கு அதைவிட அதிக கர்வம்..."

"குமாரியா? யாரைச் சொல்லுகிறீர்கள்?"

"பழையாறையிலே இருக்கிறாளே, ஒரு அகம்பாவம் பிடித்த கர்வி, அந்த இளையபிராட்டி குந்தவை தேவியைத் தான் சொல்லுகிறேன்."

வந்தியத்தேவா! நீ அதிர்ஷ்டக்காரன். நீ தேடிக் கொண்டிருந்த உபாயம் இதோ உன் முன்னால் தானே வந்து நிற்கிறது! அதை நன்கு உபயோகப்படுத்திக் கொள்! இவ்வாறு வல்லவரையன் தனக்குத் தானே சொல்லிக்கொண்டான்.

இத்தனை நேரமும் ஒய்யாரமாகப் படுக்கையில் சாய்ந்து படுத்திருந்த நந்தினி திடீரென்று எழுந்து நிமிர்ந்து உட்கார்ந்தாள்.

"ஐயா! நான் ஒன்று சொல்கிறேன். அதை ஒப்புக் கொள்வீரா?" என்று கேட்டாள்.

"சொல்லுங்கள், அம்மணி!"

"நீரும் நானும் ஓர் உடன்படிக்கை செய்து கொள்ளலாம். நீர் எனக்கு உதவி செய்ய வேண்டியது. நான் உமக்கு உதவி செய்ய வேண்டியது. என்ன சொல்கிறீர்!"

"அம்மணி! தாங்கள் சோழ மகாராஜ்யத்தில் சர்வ சக்தி வாய்ந்த தனாதிகாரியின் ராணி. நினைத்ததை நினைத்தபடி சாதிக்கக்கூடிய சக்தி வாய்ந்தவர். நானோ ஒருவித செல்வாக்கும் இல்லாதவன். தங்களுக்கு நான் என்ன விதத்தில் உதவி செய்ய முடியும்?" என்றான்.

அவன் உள்ளத்திலிருந்து பேசுகிறானா, உதட்டிலிருந்து பேசுகிறானா என்று தெரிந்துகொள்ள விரும்பிய நந்தினி தன் கூரிய விழிகளை அவன் மீது செலுத்தினாள்.

வந்தியத்தேவன் அதற்குச் சிறிதும் கலங்காமல் நின்றான்.

"எனக்கு அந்தரங்கமான பணி ஆள் ஒருவர் தேவையா யிருக்கிறது. இந்த அரண்மனையில் உமக்கு வேலை வாங்கிக் கொடுத்தால், ஒப்புக்கொள்வீரா?" என்று கேட்டாள்.

"இதே மாதிரி சேவையை இன்னொரு மாதரசிக்கு செய்வதாக ஏற்கெனவே ஒப்புக்கொண்டு விட்டேன். அவள் வேண்டாமென்று நிராகரித்தால் தங்களிடம் வருகிறேன்."

"அது யார் அவள், என்னோடு போட்டிக்கு வருகிறவள்?"

"சற்று முன் மிகப் பிரியத்தோடு பேசினீர்களே, அந்த இளையபிராட்டி குந்தவை தேவிதான்."

"பொய்! பொய்! அப்படி ஒரு நாளும் இருக்கமுடியாது! என்னை வேடிக்கை செய்யப் பார்க்கிறீர்...!"

"மகாராணி! இந்த ஓலையை ஏற்கெனவே பலர் திருடிப் பார்த்துவிட்டார்கள். ஆகையால் தாங்களும் இதைப் பார்ப்பதனால் மோசம் ஒன்றும் வந்துவிடாது!" என்று சொல்லிக்கொண்டே வந்தியத்தேவன் ஆதித்த கரிகாலர் குந்தவைக்குக் கொடுத்த ஓலையை எடுத்து நீட்டினான்.

நந்தினி ஓலையை விளக்கினடியில் பிடித்துக்கொண்டு படித்தாள். படித்து முடித்தபோது அவளுடைய கண்களிலிருந்து கிளம்பிய மின்னல் ஜுவாலை நாக சர்ப்பத்தின் வாயிலிருந்து வெளிவந்து மறையும் அதன் பிளவுபட்ட நாவை வந்தியத்தேவனுக்கு நினைவூட்டியது; அவனையறியாமல் அவன் உடம்பு நடுங்கியது.

நந்தினி கம்பீர பாவத்துடன் வந்தியத்தேவனைப் பார்த்து, "ஐயா! நீர் இந்தக் கோட்டையிலிருந்து உயிரோடு தப்பிச் செல்ல எண்ணுகிறீர் அல்லவா?" என்று கேட்டாள்.

"ஆம் அம்மா! அதற்குத்தான் தங்கள் உதவியை நாடி வந்தேன்."

"ஒரு நிபந்தனையின் பேரில்தான் உம்மைத் தப்பித்துவிட நான் உதவி செய்யலாகும்."

"நிபந்தனையைச் சொல்லுங்கள்!"

"இந்த ஓலைக்குக் குந்தவை என்ன மறு ஓலை கொடுக்கிறாளோ, அதை மறுபடியும் என்னிடம் கொண்டுவந்து காட்ட வேண்டும், சம்மதமா?"

"மிக அபாயமான நிபந்தனை போடுகிறீர்கள்!"

"அபாயத்துக்கு அஞ்சாதவர் என்று சற்று முன்னால் பெருமை அடித்துக் கொண்டீரே?"

"அபாயத்துக்குத் துணிவது என்றால் அதற்குத் தகுந்த பரிசு கிட்டவேண்டும் அல்லவா?..."

"பரிசா? பரிசா வேண்டும்? நீர் கனவிலும் அடையக் கருதாத பரிசு உமக்குக் கிடைக்கும். சோழ சாம்ராஜ்யத்தில் இன்று சர்வ சக்தி வாய்ந்தவராய் விளங்கும் பெரிய பழுவேட்டரையர் எந்தப் பரிசுக்காக வருஷக்கணக்காகத் தவம் கிடக்கிறாரோ அத்தகைய பரிசு உமக்குக் கிடைக்கும்!" என்று கூறி நந்தினி வந்தியத்தேவன் பேரில் மறுபடியும் மோகனாஸ்திரத்தைத் தூவினாள்.

பாவம்! வல்லவரையனுடைய தலை சுழன்றது. நெஞ்சே! தைரியத்தைக் கடைப்பிடி! அறிவை இழந்துவிடாதே! என்று தனக்குள் சொல்லிக் கொண்டான்.

அச்சமயம் அவனுக்குத் துணை செய்ய வந்ததைப் போல் அருகிலுள்ள தோட்டத்திலிருந்து ஆந்தையின் கடூரமான குரல் கேட்டது. ஒரு தடவை, இரண்டு தடவை, மூன்று தட்வை கேட்டது.

வந்தியத்தேவனுடைய உடம்பு சிலிர்த்தது. நந்தினி தோட்டத்தில் ஆந்தைக் குரல் வந்த இடத்தை நோக்கி, "நிஜ மந்திரவாதியே வந்து விட்டான்!" என்றாள்.

பிறகு வந்தியத்தேவனைப் பார்த்து, "அவன் எனக்கு இனி தேவையில்லை. ஆனாலும் இரண்டு வார்த்தை அவனிடம் சொல்லி அனுப்புகிறேன். ஒருவேளை, உம்மைத் தப்பித்து விடுவதற்கும் அவன் உபயோகமாயிருக்கலாம். சற்று நேரம் நீர் அதோ அந்தப் பக்கம் போய் இருட்டில் மறைந்து நில்லும்!" என்று முன்னம் அவளுடைய தாதிப் பெண் போன திசைக்கு நேர் எதிர்த் திசையைக் காட்டினாள்.

36. "ஞாபகம் இருக்கிறதா?"

லதா மண்டபத்தின் தோட்ட வாசலண்டை வந்து நின்று நந்தினி மூன்று தடவை கையைத் தட்டினாள்.

அப்போது அவள் முகத்தில் படிந்திருந்தது பயத்தின் ரேகையா அல்லது மரங்களின் இருண்ட நிழலா என்று சொல்ல முடியாது.

தோட்டத்தில் சிறிது தூரம் வரையில் பெரிய பெரிய அடி மரங்களும் அவற்றை சுற்றிக் கொண்டிருந்த கொடிகளும் தெரிந்தன. அப்பால் ஒரே இருட் பிழம்பாயிருந்தது.

இருளைக் கீறிக் கொண்டு, கொடிகளை விலக்கிக் கொண்டு, மரம் ஒன்றின் பின்னாலிருந்து மந்திரவாதி வெளியே வந்தான்.

நந்தினி தன்னுடைய புஷ்ப மஞ்சத்தில் போய் உட்கார்ந்து கொண்டாள். அவள் அழகிய முகத்தில் இப்போது அமைதி குடிகொண்டிருந்தது.

மந்திரவாதி லதா மண்டபத்துக்குள் நுழைந்தான். தங்க விளக்கின் சுடர் ஒளி அவன் முகத்தின் மீது விழுந்தது.

ஏற்கெனவே பார்த்த முகமாயிருக்கிறதே! யார் இவன்? ஆம்! திருப்புறம்பியம் பள்ளிப்படையினருகில் நள்ளிரவில் கூடியிருந்த மனிதர்களில் ஒருவன் இவன். பையிலிருந்து பொன் நாணயங்களைக் கலகலவென்று கொட்டியவன்.

"ஆழ்வார்க்கடியானைக் கண்ட இடத்தில் உடனே கொன்று விடுங்கள்!" என்று மற்றவர்களுக்குக் கூறிய ரவிதாசன்தான் இவன்.

வரும்போதே அவன் முகத்தில் கோபம் கொதித்தது. மலர்ப் படுக்கையில் சாந்த வடிவமாய் அமர்ந்திருந்த நந்தினியைக் கண்டதும் அவனுடைய பூனைக் கண்கள் வெறிக் கனல் வீசின.

மஞ்சத்தின் எதிரில் கிடந்த பலகையில் உட்கார்ந்துகொண்டு நந்தினியை உற்றுப் பார்த்துக் கொண்டு "ஹூம் ஹ்ரீம் ஹ்ராம்! பகவதி! சக்தி! சண்டிகேசுவரி!..." என்று சில மந்திரங்களை சொன்னான்.

"போதும்! நிறுத்து! தாதிப் பெண் வாசற்படியில் உட்கார்ந்தபடி தூங்கித் தொலைத்துவிட்டாள் போலிருக்கிறது! சொல்ல வேண்டியதை சீக்கிரம் சொல்! 'அவர்' கோட்டைக்குள் வந்து விட்டார்!" என்றாள் நந்தினி.

"அடி பாதகி!" என்று ரவிதாசன் கூறியது, நாகப்பாம்பு சீறுவது போலத் தொனித்தது.

"யாரைச் சொன்னாய்?" என்று நந்தினி சாந்தமாகவே கேட்டாள்.

"நன்றி கெட்ட நந்தினியைத்தான்! பழுவூர் இளைய ராணியைத்தான்! உன்னைத்தான்!" என்று ரவிதாசன் தன் ஒரு கை விரலால் அவளைச் சுட்டிக்காட்டினான்.

நந்தினி மௌனமாயிருந்தாள்.

"பெண்ணே! நினைவில் வைத்திருக்க வேண்டிய சில சம்பவங்களை நீ மறந்துவிட்டாய் போலிருக்கிறது. அவற்றை உனக்கு ஞாபகப்படுத்துகிறேன்" என்றான் ரவிதாசன்.

"பழைய கதை இப்போது எதற்கு?" என்றாள் நந்தினி.

"இப்போது எதற்கு என்றா கேட்கிறாய்? சொல்கிறேன், முதலில் ஞாபகப்படுத்திவிட்டுப் பிற்பாடு சொல்கிறேன்" என்றான் ரவிதாசன்.

அவனைத் தடுப்பதில் பயனில்லையென்று கருதியவளைப் போல் நந்தினி ஒரு பெருமூச்சு விட்டு விட்டு, வேறு பக்கம் திரும்பிக் கொண்டாள்.

"ராணி! கேள்! மூன்று வருஷத்துக்கு முன்னால் ஒரு நாள் நடுநிசியில் வைகை நதிக் கரையில் உள்ள மயானத்தில் ஒரு சிதை எரிந்துகொண்டிருந்தது. சாஸ்திரப்படி

புரோகிதர்களைக் கொண்டு அந்திமக்கிரியை ஒன்றும் அங்கு நடக்கவில்லை. காட்டில் காய்ந்து கிடந்த கட்டைகளையும் குச்சிகளையும் இலைச் சருகுகளையும் கொண்டு வந்து அச்சிதையை அடுக்கினார்கள். மரத்துக்குப் பின்னால் மறைத்து வைத்திருந்த ஓர் உடலைக் கொண்டுவந்து அந்தச் சிதையில் இட்டார்கள். பிறகு தீ மூட்டினார்கள். காட்டுக் கட்டைகளில் தீ நன்றாய்ப் பிடித்துக் கொழுந்துவிட்டு எரிந்தது. அப்போது காட்டு நிழலிலிருந்து உன்னைச் சிலர் பிடித்து இழுத்துக்கொண்டு வந்தார்கள். உன் காலையும் கையையும் கட்டிப் போட்டிருந்தது. உன் வாயில் துணி அடைத்திருந்தது. இன்று அழகாகப் பூ வைத்துக் கொண்டை போட்டுக் கொண்டிருக்கிறாயே, அந்தக் கூந்தல் விரிந்து தரையில் புரண்டு கொண்டிருந்தது. உன்னை அம்மனிதர்கள் ஜுவாலை விட்டு எரிந்துகொண்டிருந்த சிதையில் உயிரோடு போட்டுக் கொளுத்தி விட எண்ணியிருந்தார்கள். 'இன்னும் கொஞ்சம் தீ நன்றாக எரியட்டும்!' என்று அவர்களில் ஒருவன் சொன்னான். உன்னை அங்கேயே போட்டு விட்டு அந்த மனிதர்கள் தனித்தனியே ஒரு பயங்கரமான சபதம் எடுத்துக்கொண்டார்கள். அதை நீ கேட்டுக் கொண்டிருந்தாய். உன் வாயை அடைத்திருந்தார்களே தவிர, கண்ணையும் கட்டவில்லை; காதையும் அடைக்கவில்லை. ஆகையால், பார்த்துக்கொண்டும் கேட்டுக்கொண்டுமிருந்தாய். அவர்கள் அனைவரும் சபதம் கூறி முடிந்த பிறகு உன்னை நெருங்கினார்கள். அதுவரை சும்மா இருந்தவள், கட்டுண்டிருந்த உன் கைகளால் ஏதோ சமிக்ஞை செய்ய முயன்றாய். உன் கண்களை உருட்டி விழித்துப் புருவத்தை நெரித்துக் கஷ்டப்பட்டாய். அவர்களில் ஒருவன் 'இவள் ஏதோ சொல்ல விரும்புகிறாளடா!' என்றான். 'பழைய கதையாகத்தான் இருக்கும்; தூக்கிச் சிதையில் போடு!' என்றான் இன்னொருவன். 'இல்லையடா! தீயில் போடுவதற்கு முன்னால் என்னதான் சொல்கிறாள், கேட்டு விடலாம்! வாயிலிருந்து துணியை எடு!' என்றான் மற்றொருவன். அவனே அவர்களுக்குத் தலைவன் ஆனபடியால் உன் வாயிலிருந்து துணியை எடுத்தார்கள். நீ அப்போது என்ன சொன்னாய் என்பது நினைவிருக்கிறதா, பெண்ணே!" என்று ரவிதாசன் கேட்டுவிட்டு நிறுத்தினான்.

நந்தினி மறுமொழி சொல்லவும் இல்லை; அவனைத் திரும்பிப் பார்க்கவும் இல்லை. நெஞ்சில் குடிகொண்டிருந்த அருவருப்பையும் பீதியையும் அதே சமயத்தில் பயங்கர சங்கல்பத்தின் உறுதியையும் அவள் முக மண்டலம் காட்டியது. அவளுடைய கரிய கண்களிலிருந்து இரு கண்ணீர்த் துளிகளும் ததும்பி நின்றன.

"பெண்ணே! பேசமாட்டேன் என்கிறாய்! வேண்டாம்! அதையும் நானே சொல்லிவிடுகிறேன். அந்த மனிதர்களைப் போலவே நீயும் பழி வாங்கும் விரதம் பூணப் போவதாகச் சொன்னாய். பழி வாங்குவதற்கு அவர்களைக் காட்டிலும் உனக்கே அதிக காரணம் உண்டு என்று சத்தியம் செய்தாய். உன்னுடைய அழகையும் மதியையும் அதற்கே பயன்படுத்துவதாக கூறினாய். அவர்களுக்கு உன்னால் முடிந்த அளவு உதவி புரிவதாகவும் சொன்னாய். சபதத்தை நிறைவேற்றியதும் நீயே உன் உயிரை விட்டுவிடத் தீர்மானித்திருப்பதாகவும் ஆணையிட்டுச் சொன்னாய். உன்னை மற்றவர்கள் நம்பவில்லை. ஆனால் நான் நம்பினேன். நம்பி, உன்னைத் தீயில் போட்டு விடாமல் தடுத்தேன். உன் உயிரைத் தப்புவித்தேன், இதெல்லாம் உனக்கு ஞாபகம் இருக்கிறதா?" என்று ரவிதாசன் கூறி நிறுத்தினான்.

நந்தினி சற்றுத் திரும்பி அவனைப் பார்த்து, "ஞாபகம் இருக்கிறதா என்று கேட்கிறாயே? என் நெஞ்சில் அவ்வளவும் தீயினால் எழுதியது போல் எழுதி வைத்திருக்கிறதே?" என்றாள்.

"பின்னர் ஒருநாள் நாம் எல்லோரும் அகண்ட காவேரிக் கரையோரமாகக் காட்டு வழியில் போய்க்கொண்டிருந்தோம். திடீரென்று பின்னால் குதிரை வீரர்கள் வரும் சப்தம் கேட்டது. அவர்கள் போகும் வரையில் நாம் ஒவ்வொருவரும் தனித்தனியாகக் காட்டில் ஒளிந்துகொள்ள தீர்மானித்தோம். ஆனால் நீ மட்டும் அத்தீர்மானத்தை மீறி வழியிலேயே நின்றாய். அந்த வீரர்கள் உன்னைப் பிடித்துக் கொண்டார்கள். அவர்களுடைய தலைவனாகிய

பழுவேட்டரையன் உன்னைக் கண்டு மயங்கி உன் மோக வலையில் விழுந்தான். அவனை நீ மணந்தாய். என்னைச் சேர்ந்தவர்கள் எல்லாரும் நான் ஏமாந்துவிட்டதாக என்னை இடித்துக் கூறினார்கள். நான் உன்னை விடவில்லை. எப்படியோ ஒருநாள் உன்னைத் தனியே பிடித்துக்கொண்டேன். துரோகியாகிய உன்னை கத்தியால் குத்திக் கொன்றுவிட எண்ணினேன். மறுபடியும் நீ உயிர்ப் பிச்சைக் கேட்டாய். நம்முடைய சபதத்தை நிறைவேற்றுவதற்காகவே இங்கு வந்திருப்பதாகக் கூறினாய். இந்த அரண்மனையில் இருந்தபடியே எங்களுக்கு வேண்டிய உதவியெல்லாம் செய்வதாகச் சத்தியம் செய்தாய். இதெல்லாம் உண்மையா இல்லையா?" என்று கேட்டு விட்டு நிறுத்தினான் ரவிதாசன்.

"இதெல்லாம் உண்மைதான்; யார் இல்லை என்றார்கள்? எதற்காக திருப்பித் திருப்பிச் சொல்லுகிறாய்? இப்போது நீ வந்த காரியத்தை சொல்லு!" என்றாள் நந்தினி.

"இல்லை, பெண்ணே! உனக்கு ஞாபகம் இல்லை. எல்லாவற்றையும் நீ மறந்துவிட்டாய்! பழுவூர் அரண்மனையின் சுகபோகத்தில் அழுந்தி உன் சபதத்தை மறந்துவிட்டாய்! அறுசுவை உண்டி அருந்தி, ஆடை ஆபரணங்கள் புனைந்து, சப்ரகூட மஞ்சத்தில் பட்டு மெத்தையில் உறங்கி; தந்தப் பல்லக்கில் பிரயாணம் செய்யும் ராணி நீ! உனக்குப் பழைய ஞாபகங்கள் எப்படி இருக்கும்?"

"சீச்சீ! இந்த மஞ்சமும் மெத்தையும் ஆடை ஆபரணமும் யாருக்கு வேண்டும்? இந்த அற்ப போகங்களுக்காகவா நான் உயிர் வாழ்கிறேன்? இல்லவே இல்லை!"

"அல்லது வழியில் போகிற வாலிபனுடைய சௌந்தரிய வதனத்தைக் கண்டு மயங்கிவிட்டாய் போலும்! புதிதாகக் கொண்ட மையலில் பழைய பழிவாங்கும் எண்ணத்தை மறந்திருக்கலாம் அல்லவா?"

நந்தினி சிறிது துணுக்கம் அடைந்தாள். அதை உடனே சமாளித்துக்கொண்டு "பொய்! முழுப் பொய்!" என்றாள்.

"அது பொய்யானால், நான் இன்று வரப்போவதாக முன்னதாக சொல்லி அனுப்பியிருந்தும் வழக்கமான இடத்துக்கு உன் தாதிப் பெண்ணை ஏன் அனுப்பி வைக்கவில்லை?"

"அனுப்பி வைத்துத்தான் இருந்தேன். உனக்கு வைத்திருந்த ஏணியில் இன்னொருவன் ஏறி வந்துவிட்டான். அந்த மூடப்பெண் அவனை நீதான் என்று எண்ணி அழைத்துக் கொண்டு வந்துவிட்டாள். அது என்னுடைய குற்றமா?"

"யாருடைய குற்றமாயிருந்தால் என்ன? இன்னும் ஒருகணத்தில் என் உயிருக்கு ஆபத்து வருவதாயிருந்தது. அந்த வாலிபனைத் தேடி வந்த கோட்டைக் காவலர் என்னைப் பிடித்துக் கொள்ள இருந்தார்கள். இந்த அரண்மனைக்குப் பக்கத்துக் காட்டிலுள்ள குளத்தில் மூச்சுத் திணறும் வரையில் முழுகியிருந்து, அவர்கள் போன பிறகு தப்பித்து வந்தேன். சொட்டச் சொட்ட நனைந்து வந்தேன்..."

"உனக்கு அது வேண்டியதுதான். என்னைச் சந்தேகித்த பாவத்தை அந்த முழுக்கினால் கழுவிக் கொண்டாய்!"

"பெண்ணே! சத்தியமாகச் சொல்! அந்த வாலிபனுடைய அழகில் நீ மதிமயங்கி விடவில்லையா?"

"சீச்சீ! இது என்ன வார்த்தை! ஆண்பிள்ளைகளின் அழகைப் பற்றி யாராவது பேசுவார்களா? இந்த வெட்கங்கெட்ட சோழ நாட்டிலேதான் 'அரசன் அழகன்' என்று கொண்டாடுவார்கள். ஆண் பிள்ளைகளுக்கு அழகு உடம்பிலுள்ள போர்த் தழும்புகள் அல்லவா?"

"நன்றாக சொன்னாய்; இதை நீ உண்மையாகச் சொல்லும்பட்சத்தில், அந்த வாலிப வழிப்போக்கன் இங்கு எதற்காக வந்தான்?"

"முன்னமே சொன்னேனே, நீதான் என்று எண்ணி வாசுகி அவனை அழைத்துக்கொண்டு வந்தாள் என்று."

"என்னிடம்கூட நீ கொடுக்காத உன் முத்திரை மோதிரத்தை அவனிடம் ஏன் கொடுத்தாய்?"

"அவனை இவ்விடம் தருவித்துப் பேசுவதற்காகவே கொடுத்தேன். இப்போது அம்மோதிரத்தை அவனிடமிருந்து வாங்கிக்கொண்டு விடப் போகிறேன்..."

"எதற்காக அவனைத் தருவித்தாய்? அவனிடம் இவ்வளவு நேரம் என்ன சல்லாபம் செய்துகொண்டிருந்தாய்?"

"ஒரு முக்கியமான லாபத்தைக் கருதியே அவனுடன் சல்லாபம் செய்து கொண்டிருந்தேன். நம்முடைய நோக்கத்தை நிறைவேற்றிக் கொள்ள அவனால் பெரிய அனுகூலம் ஏற்படும்."

"அடி பாதகி! கடைசியில் உன் பெண் புத்தியைக் காட்டி விட்டாயா? யாரோ முன்பின் தெரியாத வாலிபனிடம் நமது இரகசியத்தை..."

"வீணில் ஏன் பதறுகிறாய்? நான் ஒன்றும் அவனிடம் சொல்லிவிடவில்லை. அவனிடமிருந்துதான் இரகசியத்தைக் கிரஹித்துக் கொண்டேன்."

"என்ன கிரஹித்துக் கொண்டாய்?"

"இவன் காஞ்சியிலிருந்து பழையாறைக்கு ஓலை கொண்டு போகிறான். பழையாறையிலுள்ள பெண் புலிக்குக் கொண்டு போகிறான், அதை என்னிடம் காட்டினான். அவள் கொடுக்கும் மறு ஓலையை என்னிடம் கொண்டு வர வேண்டும் என்று சொல்லிக் கொண்டிருந்தேன். அதற்குள் நீ வந்து விட்டாய்."

"ஓலையுமாயிற்று; எழுத்தாணியும் ஆயிற்று. இதனா லெல்லாம் நமக்கு என்ன உபயோகம்?"

"உன்னுடைய அறிவின் ஓட்டம் அவ்வளவுதான்! புலிக்குலத்தை அடியோடு அழிப்பது என்று நாம் விரதம் கொண்டிருக்கிறோம். ஆனால் நீங்கள் ஆண்புலிகளை மட்டுமே எண்ணிக் கொண்டிருக்கிறீர்கள். பெண் புலியினாலும் குலம் வளரும் என்பதை மறந்துவிட்டீர்கள். அது மட்டுமல்ல; தற்போது இந்தச் சோழ ராஜ்யத்தை ஆளுவது யார் என்று எண்ணியிருக்கிறாய்? பலமிழந்து செயலிழந்து நோய்ப் படுக்கையில் படுத்திருக்கும் கிழவனா? காஞ்சியிலும் இலங்கையிலும் உள்ள இளவரசர்களா?..."

"இல்லை! உன்னை ராணியாகப் பெறும் பாக்கியம் பெற்ற தனாதிகாரி பழுவேட்டரையர்தான். இது உலகம் அறிந்ததாயிற்றே!"

"அதுவும் தவறு! உலகம் அப்படி எண்ணுகிறது; இந்தக் கிழவரும் அப்படி எண்ணியே ஏமாந்து போகிறார். நீயும் அந்த ஏமாற்றத்துக்கு உள்ளாகியிருக்கிறாய். உண்மையில் பழையாறையில் உள்ள பெண் புலிக்குட்டிதான் இந்த ராஜ்யத்தை ஆளுகிறது. அரண்மனைக்குள் இருந்தபடி அந்தக் கர்வக்காரி சூத்திரக் கயிற்றை இழுத்து எல்லாரையும் ஆட்டி வைக்கப் பார்க்கிறாள்! அவளுடைய கொட்டத்தை நான் அடக்குவேன். அதற்காகவே இந்த வாலிபனை உபயோகப்படுத்திக் கொள்ளப் போகிறேன்..."

ரவிதாசனுடைய முகத்தில் வியப்புக்கும் மரியாதைக்கும் உரிய அறிகுறிகள் தென்பட்டன.

"நீ பெரிய கைகாரிதான்; சந்தேகம் இல்லை; ஆனால் இதெல்லாம் உண்மை என்பது என்ன நிச்சயம்? உன்னை எப்படி நம்புவது?" என்றான்.

"அந்த வாலிபனை உன்னிடமே ஒப்புவிக்கிறேன். நீயே அவனைச் சுரங்க வழியில் கோட்டைக்கு வெளியே அழைத்துக் கொண்டு போ! கண்ணைக் கட்டி அழைத்துக் கொண்டு போ! பழையாறைக்கு அருகில் சென்று காத்திரு! குந்தவை கொடுக்கும் மறு ஓலையுடன் இங்கே அவனை மீண்டும் அழைத்துக் கொண்டு வா! அவன் தப்பித்துக் கொள்ளப் பார்த்தாலும் உன்னை ஏமாற்றப் பார்த்தாலும் உடனே கொன்று விடு" என்றாள் நந்தினி.

"வேண்டாம்! வேண்டாம்! நீயும் அவனும் எப்படியாவது போங்கள்! அவனைச் சின்னப் பழுவேட்டரையரின் ஆட்கள் கோட்டைக்குள் இப்போது தேடுகிறார்கள்; வெளியிலும் சீக்கிரத்தில் தேடப் போகிறார்கள். அவனோடு சேர்ந்து போனால் எனக்கும் ஆபத்து வரும். நான் வந்த காரியத்தைப் பற்றி சொல்லு!"

"வந்த காரியம் என்னவென்று நீ இன்னமும் தெரிவிக்கவில்லை..."

"காஞ்சிக்கும் இலங்கைக்கும் ஆட்கள் போக ஏற்பாடாகி விட்டது. இலங்கைக்கு போகிறவர்கள் பாடு ரொம்பவும் கஷ்டம். அங்கே வெகு சாமர்த்தியமாக நடந்துகொள்ள வேண்டும்..."

"அதற்கு என்னை என்ன செய்ய சொல்கிறாய்? இன்னும் பொன் வேண்டுமா? உங்களுடைய பொன்னாசைக்கு எல்லையே கிடையாதா?"

"பொன் எங்களுடைய சொந்த உபயோகத்துக்கு அல்ல; எடுத்த காரியத்தை முடிப்பதற்காகத்தான். பின் எதற்காக உன்னை இங்கு விட்டு வைத்திருக்கிறோம்? இலங்கைக்குப் போகிறவர்களுக்கு சோழ நாட்டுப் பொன் நாணயத்தினால் பயன் இல்லை; இலங்கைப் பொன் இருந்தால் நல்லது..."

"இதைச் சொல்வதற்கு ஏன் இத்தனை நேரம்? நீ கேட்பதற்கு முன்பே நான் எடுத்து வைத்திருக்கிறேன்" என்று நந்தினி கூறி, தான் இருந்த மஞ்சத்தின் அடியில் குனிந்தாள். ஒரு பையை எடுத்து ரவிதாசன் கையில் தந்தாள். "இது நிறைய இலங்கைப் பொற்காசு இருக்கிறது. எடுத்துக் கொண்டு போ! அவர் வரும் நேரமாகி விட்டது!" என்றாள்.

ரவிதாசன் பையை வாங்கிக் கொண்டு புறப்பட்டபோது, "கொஞ்சம் பொறு! அந்த வாலிபனைக்கோட்டைக்கு வெளியிலாவது கொண்டுபோய் விட்டுவிடு! அப்புறம் அவன் வேறு பாதையில் போகட்டும்! சுரங்க வழியை அவனுக்கு காட்டிக் கொடுக்க எனக்கு விருப்பமில்லை!" என்று சொல்லிவிட்டு எழுந்து நின்று, இருண்ட மாளிகைப் பக்கம் பார்த்தாள்.

அங்கே ஒன்றும் தெரியவில்லை விரல்களினால் சமிக்ஞை செய்தாள்; இலேசாகக் கையைத் தட்டினாள்; ஒன்றிலும் பலன் இல்லை.

அவளும் ரவிதாசனும் லதா மண்டப பாதை வழியாகச் சிறிது தூரம் சென்றார்கள். அந்தப் பிரம்மாண்டமான இருள் மாளிகையில் அங்கிருந்து பிரவேசிக்கும் வாசலை நெருங்கினார்கள்.

ஆனால் வந்தியத்தேவனைக் காணவில்லை! சுற்றும் முற்றும் நாலாபுறத்திலும் அவனைக் காணவில்லை!

37. சிம்மங்கள் மோதின!

பழுவூர்ச் சகோதரர்கள் மீது தஞ்சைபுரிவாசிகள் தனிப்பட்ட அபிமானம் வைத்திருந்தார்கள். அந்தப் பழைய நகருக்குப் புதிய பெருமையும் செல்வாக்கும் அளித்தவர்கள் பழுவேட்டரையர்கள் அல்லவா?

யானை, குதிரை, ஒட்டகைகளுடன் பவனி என்றால், எந்த நாளிலும் ஜனங்களுக்கு வேடிக்கை பார்ப்பதில் குதூகலந்தான். அதிலும் தனாதிகாரி பெரிய பழுவேட்டரையர் தஞ்சையைவிட்டு வெளியே போனாலும் சரி, வெளியே போயிருந்து கோட்டைக்குள் பிரவேசித்தாலும் சரி, வீதியின் இருபுறங்களிலும் ஜனங்கள் திரண்டு நின்று வேடிக்கை பார்ப்பார்கள்; ஜயகோஷம் செய்வார்கள்; வாழ்த்துக் கூறுவார்கள்; பூமாரியும், பொரி மழையும் பொழிவார்கள்.

சாதாரணமாகப் பெரிய சகோதரர் வெளியில் போய்விட்டு வந்தால் இளையவர் கோட்டை வாசலில் வந்து நின்று வரவேற்று அழைத்துச் செல்வார்.

அண்ணனும் தம்பியும் ஒருவரையொருவர் கண்டதும் தழுவிக் கொள்ளும் காட்சி நீலகிரியும் பொதிகை மலையும் ஆலிங்கனம் செய்துகொள்வது போலிருக்கும்.

இருவரும் இரண்டு யானைகள் மீதோ அல்லது குதிரைகளின் மீதோ ஏறிக்கொண்டு அருகருகே சென்றார்களானால், அந்தக் காட்சியைப் பார்க்க பதினாயிரம் கண்கள் வேண்டும்.

பழுவூர்ச் சகோதரர்களை சிலர் இரணியனுக்கும் இரண்யாட்சனுக்கும் ஒப்பிட்டு பேசுவார்கள். இன்னும் சிலர் 'சுந்தோப சுந்தர்கள்' என்பார்கள். இராமரையும் பரதரையும் ஒத்த அருமைச் சகோதரர்கள் என்றும், வீமனையும் அருச்சுனனையும் ஒத்த வீரச் சகோதரர்கள் என்று கூறுவோரும் உண்டு.

ஆனால் இன்றைக்குப் பெரிய பழுவேட்டரையர் தஞ்சைக் கோட்டைக்குள் பிரவேசித்தபோது அவருடன் வந்த பரிவாரங்கள் வழக்கமான முழக்கங்களைச் செய்தபோதிலும் வீதிகளில் குதூகல ஆரவாரம் இல்லை; ஜனக் கூட்டமும் அதிகமில்லை. சின்னப் பழுவேட்டரையர் கோட்டை வாசலுக்கு அண்ணனை வரவேற்பதற்காக வந்து காத்திருக்கவும் இல்லை.

ஆனால் தனாதிகாரி இதைப் பொருட்படுத்தாமல் நேரே தம்பியின் மாளிகையை நோக்கிச் சென்றார். ஏதோ ஒரு முக்கியமான காரியத்தில் இளையவன் ஈடுபட்டிருக்க வேண்டும் என்று அவர் எண்ணினார். ஒருவேளை சக்கரவர்த்தியின் உடல்நிலை ரொம்ப கேவலமாகி விட்டதோ, அல்லது... அல்லது, 'பெரிய காரியம்' தான் நடந்து விட்டதோ என்ற ஐயம் உண்டாயிற்று. ஆகையால், வழக்கத்தைவிட துரிதமாகவே அவருடைய பரிவார ஊர்வலம் சென்று கோட்டை தளபதி சின்னப் பழுவேட்டரையரின் மாளிகையை அடைந்தது.

மாளிகை வாசலுக்குத் தமையனை வரவேற்க வந்த தளபதியின் முகத்தில் பரபரப்பும் கவலையும் காணப்பட்டன. தமையனுக்கு வணக்கம் செலுத்திப் பிறகு மார்புறத் தழுவிக் கொண்டார். இருவரும் மாளிகைக்குள் சென்றார்கள். நேரே அந்தரங்க மந்திராலோசனை மண்டபத்துக்குள் பிரவேசித்தார்கள்.

இருவரும் தனிப்பட்டதும், "தம்பி! காலாந்தகா! என்ன ஒரு மாதிரி இருக்கிறாய்? ஏதாவது விசேஷம் உண்டா? சக்கரவர்த்தி சுகமா?" என்று தமையனார் கேட்டார்.

சின்னப் பழுவேட்டரையராகிய காலாந்தக கண்டர், "சக்கரவர்த்தி எப்போதும்போல் இருக்கிறார். அவரது சுகத்தில் அபிவிருத்தியும் இல்லை; சீர்கேடும் இல்லை!" என்றார்.

"பின் ஏன் வாட்டம் அடைந்திருக்கிறது உன் முகம்? ஏன் கோட்டை வாசலுக்கு வரவில்லை? ஊரும் ஒரு மாதிரி சலசலப்புக் குறைந்திருக்கிறதே!" என்று பெரியவர் கேட்டார்.

"அண்ணா! ஒரு சிறு சம்பவம் நடந்திருக்கிறது. பிரமாதம் ஒன்றும் இல்லை. அதைப் பற்றி பிற்பாடு சொல்கிறேன். தாங்கள் போன காரியங்களெல்லாம் எப்படி?" என்று காலாந்தககண்டர் கேட்டார்.

"நான் சென்றிருந்த காரியம் பூரண வெற்றிதான். அழைத்திருந்தவர்கள் அவ்வளவு பேரும் கடம்பூருக்கு வந்திருந்தார்கள். எல்லோரும் ஒருமுகமாக உன் மருமகன் மதுராந்தகனே அடுத்த பட்டத்துக்கு உரியவன் என்று ஒப்புக் கொண்டார்கள். ஜயகோஷத்துடன் ஆமோதித்தார்கள். நியாயத்துக்குக் கட்டுப்படவில்லையென்றால் கத்தி எடுத்துப் போர் செய்து உரிமையை நிலைநாட்டவும் அவ்வளவு பேரும் சித்தமாயிருக்கிறார்கள். கொல்லி மழவனும், வணங்காமுடி முனையரையனும் கூட ஒப்புக் கொண்டார்கள் என்றால்,

நம்முடைய நோக்கம் நிறைவேறுவதற்குத் தடை என்ன? சம்புவரையர் தம் கோட்டை, கொத்தளம், படை, செல்வம் எல்லாவற்றையும் ஈடுபடுத்த சித்தமாயிருக்கிறார். அவருடைய மகன் கந்தமாறன் மிகத் தீவிரமாயிருக்கிறான். நடுநாட்டையும் திருமுனைப்பாடி நாட்டையும் பற்றிக் கவலையேயில்லை. சோழ தேசந்தான் எப்போதும் நம் கையில் இருக்கிறது. வேறு என்ன யோசனை? திருக்கோவலூர் மலையமான், பல்லவன் பார்த்திபேந்திரன், கொடும்பாளூர் வேளான் இந்த மூன்று பேருந்தான் ஒருவேளை எதிர்க்கக்கூடும். அவர்களில் கொடும்பாளூரான் இங்கில்லை; இலங்கையில் இருக்கிறான். மற்ற இருவராலும் என்ன புரட்டிவிட முடியும்? கூடிய சீக்கிரத்தில் சக்கரவர்த்தியிடம் சொல்லி உடனே முடிவு செய்துவிட வேண்டியதுதான்!" என்றார் பெரிய பழுவேட்டரையர்.

"தலைவர்களைப் பற்றி தாங்கள் சொல்வதெல்லாம் சரி; ஜனங்கள்? ஜனங்கள் ஆட்சேபித்தால்?" என்று கேட்டார் காலாந்தககண்டர்.

"ஆகா! ஜனங்களை யார் கேட்கப் போகிறார்கள்? ஜனங்களைக் கேட்டுக் கொண்டா இராஜ்ய காரியங்கள் நடக்கின்றன? ஜனங்கள் ஆட்சேபிக்க துணிந்தால், மறுபடியும் அவர்கள் இம்மாதிரி காரியங்களில் பிரவேசிக்காதபடி செய்துவிட வேண்டும். அப்படி ஒன்று நேரும் என நான் நினைக்கவில்லை. சக்கரவர்த்தியின் விருப்பம் என்றால் பேசாமல் அடங்கி விடுவார்கள். மேலும், அருள்மொழிவர்மன் நல்லவேளையாக இலங்கையில் இருக்கிறான். அவன் இருந்தாலும் ஒருவேளை ஜனங்கள் தங்கள் குருட்டு அபிமானத்தைக் காட்ட முயல்வார்கள். ஆதித்த கரிகாலன்மீது ஜனங்கள் அவ்வளவு பிரேமை கொண்டிருக்கவில்லை. மதுராந்தகன் மீது அவர்களுடைய அபிமானத்தைத் திருப்புவது சுலபம். 'சிவபக்தன்', 'உத்தம குணம் படைத்தவன்' என்று ஏற்கெனவே பெயர் வாங்கியிருக்கிறான். சுந்தர சோழரின் புதல்வர்கள் இருவரைக் காட்டிலும் உன் மருமகனுடைய முகத்தில் களை அதிகம் என்பதுதான் உனக்குத் தெரியுமே? 'அகத்தின் அழகு முகத்தில் தெரியும்' என்று கருதும் முட்டாள் ஜனங்கள் 'மதுராந்தக சக்கரவர்த்தி வாழ்க' என்று கோஷிக்காவிட்டால்தான் ஆச்சரியமாயிருக்கும். எப்படியிருந்தாலும் நான் ஒருவன் இருக்கும்போது உனக்கு என்ன கவலை....?"

"ஆனால் வேளக்காரப் படை இருக்கிறதே! அவர்களை எப்படிச் சமாளிப்பது?"

"வேளக்காரப் படையார் சுந்தர சோழருக்குத்தான் உயிர்ப் பலி விரதம் எடுத்தவர்களே தவிர, அவருடைய பிள்ளைகளுக்கு அல்லவே? அப்படி அவர்கள் குறுக்கிட்டாலும் உன்னுடைய கோட்டைக் காவல் படை எங்கே போயிற்று? ஒரு நாழிகைப் பொழுதில் அவ்வளவு பேரையும் பிடித்துப் பாதாளச் சிறையில் தள்ள வேண்டியதுதானே?"

"அண்ணா! முக்கியமான எதிர்ப்பு பழையாறையி லிருந்துதான் வரும். அந்தக் கிழவியும் குமரியும் சேர்ந்து என்ன சூழ்ச்சி செய்வார்களோ, தெரியாது. அதைத்தான் முக்கியமாகக் கவனிக்க வேண்டும்..."

"தம்பி! காலாந்தகா! போயும் போயும் இரண்டு பெண் பிள்ளைகளுக்கா என்னைப் பயப்படச் சொல்கிறாய்? அவர்களுடைய தந்திர மந்திரங்களுக்கெல்லாம் மாற்று என்னிடம் இருக்கிறது. கவலைப்படாதே!"

"இரண்டு பிள்ளைகளையும் தஞ்சைக்கு வரும்படி அழைப்பு அனுப்ப வேண்டும் என்று சக்கரவர்த்தி கட்டளை யிட்டிருக்கிறார்..."

"ஆதித்த கரிகாலன் வரமாட்டான். ஒருவேளை அருள்மொழி தந்தை கட்டளைப்படி புறப்பட்டு வருவான். வந்தால், அவனைத் தடுக்க வேண்டியதுதான்! மதுராந்தகனுக்கு இளவரசுப் பட்டம் கட்டி சிம்மாசனத்தில் சகல அதிகாரங்களுடன் ஏற்றிய பிறகுதான் அவர்கள் இருவரும் வந்தால் வரலாம். அதற்கு முன் வரக் கூடாது. இதை என்னிடம் விட்டுவிடு! மற்றபடி நீ என்னவோ சிறிய விசேஷம் இங்கே நடந்ததாக சொன்னாயே, அது என்ன?"

"காஞ்சியிலிருந்து வாலிபன் ஒருவன் வந்தான். சக்கரவர்த்திக்கு ஒரு ஓலையும் குந்தவைக்கு ஒரு ஓலையும் கொண்டு வந்தான்..."

"அவனை என்ன செய்தாய்? ஓலைகளைப் பிடுங்கிக் கொண்டு அவனைச் சிறைப்படுத்தியிருக்கிறாய் அல்லவா?"

"இல்லை, அண்ணா! கடம்பூரில் தங்களைப் பார்த்ததாகவும், சக்கரவர்த்தியிடம் நேரில் கொடுக்க சொன்னதாகவும் கூறினான். அது உண்மையா?"

"ஆகா! வெறும் பொய்! கடம்பூரில் அழையாத வாலிபன் ஒருவன் கந்தமாறனின் சிநேகிதன் என்று சொல்லிக்கொண்டு வந்திருந்தான். ஆனால் ஓலை கொண்டு வந்திருப்பதாக என்னிடம் சொல்லவே இல்லையே! அவன் முகத்தைப் பார்த்ததுமே சந்தேகித்தேன். அவனிடம் நீ ஏமாந்து போய் விட்டாயா என்ன?"

"ஆம், அண்ணா! ஏமாந்துதான் போய்விட்டேன். தங்கள் பெயரைச் சொன்னதால் ஏமாந்தேன்!"

"அட மூடா! ஏமாந்து என்ன செய்தாய்? ஓலையைச் சக்கரவர்த்தியிடம் கொடுத்து விட்டாயா? அதைப் பார்க்க கூட இல்லையா?"

"பார்த்தேன். அதில் ஒன்றுமில்லை. காஞ்சி பொன் மாளிகைக்கு வரும்படி தான் எழுதியிருந்தது. ஓலையைக் கொடுத்துவிட்டு அந்த வாலிபன் ஏதோ 'அபாயம்' என்று சொல்லிக் கொண்டிருந்தான்..."

"பிறகாவது, சந்தேகித்து சிறைப்படுத்தவில்லையா?"

"சந்தேகித்தேன்; ஆனால் சிறைப்படுத்தவில்லை!"

"பின்னே, என்ன செய்தாய்?"

"ஊர் பார்க்கவேண்டும் என்றான். பார்த்துவிட்டு வரட்டும் என்று இரண்டு ஆளையும் பின்னோடு அனுப்பினேன். அவர்களை ஏமாற்றிவிட்டு மறைந்துவிட்டான். அவனைத் தேடுவதற்குத்தான் ஏற்பாடு செய்துகொண்டிருந்தேன். அதனால்தான் கோட்டை வாசலுக்குக்கூட வரவில்லை! நகர மக்களுக்கு எச்சரிக்கை செய்திருக்கிறேன்..."

"அட சீ! நீயும் ஒரு மனிதனா? மீசை முளைக்காத ஒரு சிறு பிள்ளையிடமா ஏமாந்து போனாய்? உனக்குக் காலாந்தக கண்டன் என்று பெயர் வைத்தேனே, என் முட்டாள்தனத்தை நொந்து கொள்ளவேண்டும். உன்னைக் கோட்டைத் தளபதியாக்கினேனே? எனக்கு இது வேண்டியதுதான்! என் பெயரைச் சொல்லி ஒரு தறுதலைப் பயல் உன்னை ஏமாற்றி விட்டான் என்று சொல்லிக் கொள்ள வெட்கமாயில்லையா?"

"வெறுமனே உங்கள் பெயரைச் சொன்னதோடு இல்லை. உங்கள் முத்திரை மோதிரத்தையும் காட்டினான். அதை அவனுக்கு நீங்கள் கொடுத்தீர்களா?"

"இல்லவே இல்லை! அப்படியெல்லாம் ஏமாந்து விட நான் உன்னைப் போல் ஏமாளியா?"

"அவனிடம் முத்திரை மோதிரம் இருந்தது உண்மை. என்னிடமும் காட்டினான். கோட்டை வாசல் காவலர்களிடமும் காட்டிவிட்டுத்தான் உள்ளே புகுந்தான். நீங்கள் கொடுத்திராவிட்டால், இன்னும் ஒரே ஒரு இடத்திலிருந்துதான் அதை அவன் பெற்றிருக்க முடியும்."

"யாரைச் சொல்கிறாய்?"

"தங்களால் ஊகிக்க முடியவில்லையா? இளையராணியைத் தான் சொல்கிறேன்..."

"சீச்சீ! ஜாக்கிரதை! நாக்கை அறுத்து விடுவேன்!"

"நாக்கை அறுத்தாலும் அறுங்கள்; தலையைக் கொய்தாலும் கொய்யுங்கள். வெகு நாளாய்ச் சொல்ல விரும்பியதை இப்போது சொல்லிவிடுகிறேன். விஷ நாகத்தை அழகாயிருக்கிறது என்று எண்ணி வீட்டில் வைத்து வளர்க்கிறீர்கள். அது ஒருநாள்

கடிக்கத்தான் போகிறது. நம் எல்லோரையும் நாசம் செய்யப் போகிறது! வேண்டாம்! அவளைத் துரத்தி விட்டு மறு காரியம் பாருங்கள்!"

"காலாந்தககண்டா! வெகு நாளாக உனக்குச் சொல்ல எண்ணியிருந்த ஒரு விஷயத்தை நானும் உனக்கு இன்று சொல்லுகிறேன். வேறு எந்தக் காரியத்தைப் பற்றி வேண்டுமானாலும் உன் அபிப்ராயத்தை நீ தாராளமாய்ச் சொல்லலாம். என் காரியம் பிடிக்காவிட்டால் தைரியமாகக் கண்டித்துப் பேசலாம். ஆனால் நான் கைப்பிடித்து மணந்து கொண்டவளைப் பற்றிக் குறைவாக இனி எப்போதேனும் ஒரு வார்த்தை சொன்னாலும் சரி; உன்னை வளர்த்த இதே கையினால் உன்னைக் கொன்றுவிடுவேன். உனக்குக் கத்தி பிடிக்க சொல்லிக் கொடுத்த நான், உன் கத்தியைப் பிடுங்கியே உன்னை வெட்டிக் கொல்லுவேன்! ஜாக்கிரதை!"

அந்த இரு சகோதரர்களும் அப்போது போட்டுக் கொண்ட ஆத்திரச் சொற்போர் சிங்கமும் சிங்கமும் மோதிப் பயங்கரமான சண்டை பிடிப்பது போலவே இருந்தது. அவர்களுடைய குரலும் சிம்ம கர்ஜனையைப் போலவே முழங்கிற்று. அவர்கள் பேசியது அந்தரங்க மந்திராலோசனை மண்டபத்தில்தான் என்றாலும், வெளியில் காத்திருந்தவர்களுக்கெல்லாம் அவர்களுடைய குரல், விவரம் இன்னதென்று தெரியாமல் இடிமுழக்கம் போல் கேட்டது. அனைவரும் 'என்ன விபரீதமோ' என்று நடுங்கிக் கொண்டிருந்தார்கள்.

38. நந்தினியின் ஊடல்

பெரிய பழுவேட்டரையர் கடைசியாகத் தமது மாளிகைக்குத் திரும்பியபோது நள்ளிரவு கழிந்து மூன்றாவது ஜாமம் ஆரம்பமாகியிருந்தது. வீதிப் புழுதியை வாரி அடித்துக்கொண்டு சுழன்று சுழன்று அடித்த மேலக் காற்றைக் காட்டிலும் அவருடைய உள்ளத்தில் அடித்த புயல் அதிகப் புழுதியைக் கிளப்பியது. அருமைச் சகோதரனை அவ்வளவு தூரம் கடிந்துகொள்ள வேண்டியிருந்தது பற்றி சிறிது பச்சாதாபப்பட்டார். அவர் மீது தம்பி வைத்திருந்த அபிமானத்துக்கு அளவேயில்லை. அந்த அபிமானத்தின் காரணமாகத்தான் ஏதோ சொல்லிவிட்டான். இருந்தாலும் சந்தேகக்காரன், எதற்காக அநாவசியமாய் நந்தினியைப் பற்றிக் குறைகூற வேண்டும்? மனித சுபாவம் அப்படித்தான் போலும். தான் செய்த தவறுக்குப் பிறர் பேரில் குற்றம் சொல்லித் தப்பித்துக்கொள்ள முயல்வது சாதாரண மக்களின் இயற்கை. ஆனால் இவன் எதற்காக அந்த இழிவான முறையைக் கடைப்பிடிக்க வேண்டும்?

கைவசம் சிக்கியிருந்த அந்த மோசக்கார திருட்டு வாலிபனை விட்டுவிட்டு, அதற்காக ஒரு பெண்ணின் பேரில், அதுவும் மதனியின் பேரில் குற்றம் சொல்லுவது இவனுடைய வீரத்துக்கும் ஆண்மைக்கும் அழகாகுமா? போனால் போகட்டும்! அதற்காகத்தான் அவன் வருந்தி மன்னிப்பும் கேட்டுக் கொண்டு விட்டானே? மேலும் அதைப்பற்றி நாம் எதற்காக நினைக்க வேண்டும்? இருந்தாலும், அவன் கூறியதில் அணுவளவேனும் உண்மை இருக்கக் கூடுமா?

ஒருவேளை இந்த முதிய பிராயத்தில் நமக்குப் பெண் பித்துதான் பிடித்திருக்குமோ? எங்கேயோ காட்டிலிருந்து பிடித்து வந்த ஒரு பெண்ணுக்காக, கூடப் பிறந்த சகோதரனை, நூறு போர்க்களங்களில், நமக்குப் பக்கபலமாயிருந்து போரிட்டவனை, பலமுறை தன் உயிரைப் பொருட்படுத்தாமல் நமக்கு வந்த அபாயத்தைத் தடுத்துக் காத்தவனையல்லவா கடிந்துகொள்ள வேண்டியிருந்தது? அப்படி என்ன அவள் உயர்த்தி? அவளுடைய பூர்வோத்திரம் நமக்குத் தெரியாது. அவளுடைய நடவடிக்கையும் பேச்சும் சில சமயம் சந்தேகத்துக்கு இடமாகத்தான் இருக்கின்றன. சீச்சி! தம்பியின் வார்த்தை நம் உள்ளத்திலும் இத்தகைய குழப்பத்தை உண்டாக்கிவிட்டதே! என்ன அநியாயம்? அவள் எப்படி நம்மிடம் உயிர்க்குயிரான அன்பு வைத்திருக்கிறாள்? எவ்வளவு மட்டு மரியாதையுடன் நடந்து

கொள்ளுகிறாள்? நம்முடைய காரியங்களில் எல்லாம் எவ்வளவு உற்சாகம் காட்டுகிறாள்? சில சமயம் நமக்கு யோசனைகள் கூடச் சொல்லி உதவுகிறாளே? இந்த அறுபது வயதுக்கு மேலான கிழவனைத் துணிந்து மணந்து கொண்டாளே, அதைப் பார்க்க வேண்டாமா? தேவலோக மாதரும் பார்த்துப் பொறாமைப்படும்படியான அந்த சுந்தரிக்குச் சுயம்வரம் வைத்தால், சொர்க்கத்திலிருந்து தேவேந்திரன்கூட ஓடி வருவானே? இந்த உலகத்து மணிமுடி வேந்தர் யார்தான் அவளை மணந்துகொள்ள ஆசைப்படமாட்டார்கள்? ஆ! இந்தச் சுந்தரசோழன் கண்ணில் அவள் அகப்பட்டிருந்தால் போதுமே? அப்படிப்பட்டவளைப் பற்றி எந்த விதத்திலும் ஐயப்படுவது எவ்வளவு மடமை? இளம் பெண்ணை மணந்து கொண்ட கிழவர்கள், இல்லாத சந்தேகங்கள் எல்லாம் தோன்றி தம் வாழ்க்கையை நரகமாக்கிக் கொள்வார்கள் என்று கேள்விப்பட்டிருக்கிறோம். உலக வாழ்க்கையில் அத்தகைய உதாரணங்களைப் பார்த்துமிருக்கிறோம். அம்மாதிரி ஊரார் சிரிப்பதற்கு நம்மை நாமே இடமாக்கிக் கொள்வதா?

இருந்தபோதிலும் சிற்சில விவரங்களை அவளுடைய வாய்ப் பொறுப்பில் கேட்டறிந்து கொள்வதும் அவசியம்தான். அடிக்கடி முத்திரை மோதிரம் வேண்டும் என்று கேட்டு வாங்கிக்கொள்கிறாளே, எதற்காக? அடிக்கடி தன்னந்தனியாக லதா மண்டபத்தில் போய் உட்கார்ந்து கொள்கிறாளே, அது எதற்கு? யாரோ ஒரு மந்திரவாதி அடிக்கடி அவளைப் பார்க்க வருகிறதாகக் கேள்விப்படுகிறோமே, அவளே ஒப்புக்கொண்டாளே, அது எதற்காக? மந்திரவாதியிடம் இவள் என்னத்தைக் கேட்டறியப் போகிறாள்? மந்திரம் போட்டு இவள் யாரை வசப்படுத்த வேண்டும்? இதெல்லாம் இருக்க, 'கல்யாணம் பண்ணியும் பிரம்மச்சாரி' என்ற நிலையில் என்னை எத்தனை காலம் வைத்திருக்கப் போகிறாள்? ஏதோ விரதம், நோன்பு என்று சொல்லுகிறாளே தவிர, என்ன விரதம், என்ன நோன்பு என்று விளங்கச் சொல்கிறாளா இல்லை! கதைகளிலே வரும் தந்திரக்காரப் பெண்கள் தட்டிக் கழிக்கக் கையாளும் முறையைப் போலத்தானே இருக்கிறது? அதற்கு இனிமேல் இடம் கொடுக்கக் கூடாது! இன்றிரவு அதைப் பற்றிக் கண்டிப்பாகப் பேசித் தீர்த்துக் கட்டிவிட வேண்டியதுதான்!

பழுவேட்டரையர் அவருடைய மாளிகை வாசலுக்கு வந்த போது அரண்மனைப் பெண்டிரும் ஊழியர்களும் தாதியர்களும் காத்திருந்து வரவேற்றார்கள். ஆனால் அவருடைய கண்கள் சுற்றிச் சுழன்று பார்த்தும் அவர் பார்க்க விரும்பிய இளையராணியை மட்டும் காணவில்லை. விசாரித்ததில், இன்னும் லதா மண்டபத்தில் இருப்பதாகத் தெரிய வந்தது. அவர் மனத்தில், "நள்ளிரவு ஆன பிறகும் அங்கு இவளுக்கு என்ன வேலை?" என்ற கேள்வியுடன், தம்மை அலட்சியம் செய்கிறாளோ என்ற ஐயமும் கோபமும் எழுந்தன. சிறிது ஆத்திரத்துடனேயே கொடி மண்டபத்தை நோக்கிச் சென்றார்.

இவர் கொடி மண்டப வாசலை அடைந்தபோது நந்தினியும் அவளுடைய தோழியும் எதிரே வருவதைக் கண்டார். அப்படி வந்தவள் இவரைக் கண்டதும் நின்று, அவரைப் பார்க்காமல், தோட்டத்தில் குடிகொண்டிருந்த இருளை நோக்கத் தொடங்கினாள். தாதிப் பெண் சற்று அப்பாலேயே நின்றுவிட்டாள்.

பழுவேட்டரையர் நந்தினியின் அருகில் வந்த பின்னரும் அவள் அவரைத் திரும்பிப் பார்க்கவில்லை. நந்தினியைக் கடிந்து கொள்ளலாம் என்று எண்ணிக் கொண்டு வந்ததற்கு மாறாக அவளுடைய கோபத்தை இவர் தணிக்க முயல வேண்டியதாயிற்று!

"நந்தினி! என் கண்மணி! என்ன கோபம்? ஏன் பாராமுகம்?" என்று கேட்டுக் கொண்டு தம் இரும்பையொத்த கையை அவளுடைய தோளின்மீது மிருதுவாக வைத்தார்.

நந்தினியோ மலரினும் மிருதுவான தன் கர மலரினால் அவருடைய வஜ்ராயுதத்தையொத்த கையை ஒரு தள்ளுத் தள்ளினாள். அம்மம்மா! மென்மைக்கும் மிருதுத் தன்மைக்கும் இத்தனை பலமும் உண்டா?

"என் உயிரே! உன் பட்டுக் கையினால் தொட்டு என்னைத் தள்ளினாயே, அதுவே என் பாக்கியம்! திரிகோண மலையிலிருந்து விந்திய மலை வரையில் உள்ள வீராதிவீரர் யாரும் செய்ய முடியாத செயலை நீ செய்தாய்! அது என் அதிர்ஷ்டம்! என்றாலும், எதற்குக் கோபம் என்று சொல்ல வேண்டாமா? உன் தேன் மதுரக் குரலைக் கேட்க என் காது தாபம் அடைந்து தவிக்கின்றதே?" என்று கெஞ்சினார் ஆயிரம் போர்க்களங்களில் வெற்றி கண்ட அந்த மகா வீரர்.

"தாங்கள் என்னைப் பிரிந்து போய் எத்தனை நாள் ஆயிற்று? முழுமையாக நாலு நாள் ஆகவில்லையா?" என்று சொன்ன நந்தினியின் குரலில் விம்மல் தொனித்தது. அது எத்தனையோ வாள்களையும் வேல்களையும் தாங்கி நின்றும் தளராத பழுவேட்டரையரின் நெஞ்சத்தை அனலில் இட்ட மெழுகைப்போல் உருக்கி விட்டது.

"இதற்காகத்தானா இவ்வளவு கோபம்? நாலு நாள் பிரிவை உன்னால் சகிக்க முடியவில்லையா? நான் போர்க்களத்துக்குப் போக நேர்ந்தால் என்ன செய்வாய்? மாதக்கணக்காகப் பிரிந்திருக்க நேரிடுமே?" என்றார்.

"தாங்கள் போர்க்களத்துக்குப் போனால் மாதக்கணக்கில் தங்களை நான் பிரிந்திருப்பேன் என்றா எண்ணினீர்கள்? அந்த எண்ணத்தை மாற்றிக் கொள்ளுங்கள். தங்களுடைய நிழலைப் போல் தொடர்ந்து நானும் போர்க்களத்துக்கு வருவேன்.."

"அழகாயிருக்கிறது! உன்னைப் போர்க்களத்துக்கு அழைத்துப் போனால் நான் யுத்தம் பண்ணினாற் போலத்தான்! கண்மணி! இந்த மார்பும் தோள்களும் எத்தனையோ கூரிய அம்புகளையும் வேல் முனைகளையும் தாங்கியதுண்டு. அவ்வாறு ஏற்பட்ட காயங்கள் அறுபத்து நான்கு என்று உலகோர் என்னைப் புகழ்வதுமுண்டு. ஆனால் உன்னுடைய மிருதுவான மலர் மேனியில் ஒரு சிறு முள் தைத்து விட்டால், என்னுடைய நெஞ்சு பிளந்து போய்விடும். எத்தனையோ வாள்களும் வேல்களும் என்னைத் தாக்கி சாதிக்க முடியாத காரியத்தை உன் காலில் தைக்கும் சிறிய முள் சாதித்து விடும். உன்னை எப்படி யுத்த களத்துக்கு அழைத்துப் போவேன்? நீ இத்தனை நேரம் கருங்கல் தரையில் நின்றுகொண்டிருப்பதே எனக்கு வேதனையாயிருக்கிறது. இப்படி வா; வந்து உன் மலர்ப் படுக்கையில் வீற்றிரு! உன் திருமுகத்தைப் பார்க்கிறேன். நாலு நாள் பிரிவு உனக்கு மட்டும் வேதனை அளித்தது என்று நினையாதே! உன்னைக் காணாத ஒவ்வொரு கணமும் எனக்கு ஒரு யுகமாயிருந்தது. இப்போதாவது என் தாபம் தீர, உன் பொன் முகத்தைப் பார்க்கிறேன்!" என்று கூறி, நந்தினியின் கரத்தைப் பற்றி அழைத்துக்கொண்டு போய் மஞ்சத்தில் உட்கார வைத்தார்.

நந்தினி தன் கண்களைத் துடைத்துக் கொண்டு பழுவேட்டரையரை நிமிர்ந்து பார்த்தாள். தங்க விளக்கின் பொன்னொளியில் அவளுடைய முகத்தில் மலர்ந்த முத்து முறுவலைப் பார்த்தார் தனாதிகாரி. ஆகா! இந்தப் புன்சிரிப்புக்கு மூன்று உலகத்தையும் கொடுக்கலாமே? மூன்று உலகமும் நம் வசத்தில் இல்லாதபடியால், நம் உடல், பொருள், ஆவி மூன்றையும் இவளுக்காகத் தத்தம் செய்யலாம்! ஆனால் இவளோ நம்மிடம் ஒன்றும் கேட்கிறாள் இல்லை! இவ்விதம் எண்ணினார் அந்த வீராதி வீரர்.

அவளைக் கேள்வி கேட்பது, கடிந்து கொள்வது என்கிற உத்தேசம் போயே போய்விட்டது! நந்தினி காலால் இட்ட பணியைத் தலையால் நடத்தி வைக்கும் நிலைமைக்கு வந்து விட்டார்! எந்தவித அடிமைத்தனமும் பொல்லாததுதான்! ஆனால் பெண்ணடிமைத்தனத்தைப் போல் ஒருவனை மதி இழக்கச் செய்வது வேறொன்றுமில்லை!

"நாலு நாள் வெளியூரில் இருந்து விட்டுத்தான் வந்தீர்களே? திரும்பி வந்தவுடனே நேரே ஏன் இங்கு வரவில்லை? என்னை விடத் தங்களுக்குத் தங்கள் தம்பிதானே முக்கியமாகிவிட்டார்!" என்று கேட்டாள் நந்தினி. கேட்டுவிட்டுக் கள்ளக் கோபத்துடன் அவரைக் கடைக்கண்ணால் பார்த்தாள்.

"அப்படியில்லை, என் கண்மணி! வில்லிலிருந்து புறப்பட்ட பாணத்தைப் போல் உன்னிடம் வருவதற்குத்தான் என் மனம் ஆசைப்பட்டது. ஆனால் அந்த அசட்டுப் பிள்ளை

மதுராந்தகன் சுரங்க வழியின் மூலமாகப் பத்திரமாகத் திரும்பி வந்து சேர்கிறானா என்று தெரிந்துகொள்வதற்காகவே தம்பியின் வீட்டில் தாமதிக்க வேண்டியதாயிற்று..."

"ஐயா! தாங்கள் எடுத்த காரியங்களிலெல்லாம் எனக்குச் சிரத்தை உண்டு. தங்கள் முயற்சி அனைத்தும் வெற்றிபெற வேண்டுமென்றுதான் நானும் ஆசைப்படுகிறேன். ஆனாலும் நான் ஏற வேண்டிய மூடுபல்லக்கில் ஓர் ஆண் பிள்ளையைத் தாங்கள் ஏற்றிக்கொண்டு போவதை நினைத்தால் எனக்குக் கஷ்டமாயிருக்கிறது. நாடு நகரங்களில் உள்ள ஜனங்கள் எல்லோரும் தாங்கள் போகுமிடமெல்லாம் என்னையும் கூட அழைத்துப் போவதாக எண்ணுகிறார்கள்..."

"அது எனக்கு மட்டும் சந்தோஷமளிக்கிறது என்றா நினைக்கிறாய்? இல்லவே இல்லை! ஆனால் எடுத்த காரியம் பெரிய காரியம். அதை நிறைவேற்றுவதற்காகச் சகித்துக்கொண்டு செய்கிறேன். மேலும், இந்த யோசனை கூறியதே நீதான் என்பதை மறந்து விட்டாயா? உன்னுடைய மூடுபல்லக்கில் மதுராந்தகனை அழைத்துப் போகும்படி நீதானே சொன்னாய்? கோட்டையிலிருந்து போகும் போதும் வரும்போதும் அவனைத் தனியாகச் சுரங்க வழியில் அனுப்பும் யுக்தியையும் நீதானே கூறினாய்?..."

"என்னுடைய கடமையைத்தான் நான் செய்தேன். கணவர் எடுத்திருக்கும் காரியத்துக்கு உதவி செய்வது மனைவியின் கடமை அல்லவா? ஏதோ எனக்குத் தெரிந்த யுக்தியைச் சொன்னேன். தங்களுக்கு அதனால்..."

"அது மட்டுமா செய்தாய்? இந்த மதுராந்தகன் உடம்பெல்லாம் விபூதியைப் பூசிக்கொண்டு ருத்ராட்ச மாலையை அணிந்து நமசிவாய ஜபம் செய்து கொண்டிருந்தான்! கோவில், குளம் என்று சொல்லிக்கொண்டு 'அம்மாவுக்குப் பிள்ளை நான்தான்' என்பதை நிரூபித்துக்கொண்டிருந்தான்! அரசாள்வதில் ஆசை உண்டாக்க நாங்கள் எவ்வளவோ முயன்றும், முடியவில்லை. இரண்டு தடவை நீ அவனுடன் பேசினாய், உடனே மாறிப் போய் விட்டான். இப்போது அவனுக்கு உள்ள இராஜ்ய ஆசையைச் சொல்லி முடியாது. தற்போது அவனுடைய மனோராஜ்யம் இலங்கையிலிருந்து இமயமலை வரையில் பரவியிருக்கிறது! பூமியிலிருந்து ஆகாசம் வரையில் வியாபித்திருக்கிறது. நம்மைக் காட்டிலும் அவனுக்கு அவசரம் தாங்கவில்லை. சோழ சிம்மாசனத்தில் ஏறத் துடித்துக் கொண்டிருக்கிறான். நந்தினி! அந்தப் பிள்ளை விஷயத்தில் நீ என்ன மாயமந்திரம் செய்தாயோ, தெரியவில்லை!... ஆமாம், நீதான் இப்படிப்பட்ட மாயமந்திரக் காரியாயிருக்கிறாயே? வேறு மந்திரவாதியை நீ ஏன் அழைக்கிறாய்? அதைப் பற்றி அநாவசியமாக ஜனங்கள்..."

"அரசே! அதைப் பற்றி அநாவசியமாக யாரேனும் பேசினால், அப்படிப்பட்ட துஷ்டர்களின் நாக்கைத் துண்டித்துப் புத்தி கற்பிப்பது தங்கள் பொறுப்பு. மந்திரவாதியை நான் ஏன் அழைக்கிறேன் என்பதை முன்னமே சொல்லியிருக்கிறேன். தாங்கள் மறந்திருந்தால், இன்னொரு தடவையும் சொல்லுகிறேன். பழையாறையிலுள்ள அந்தப் பெண் பாம்பின் விஷத்தை இறக்கத்தான். நீங்கள் ஆண்மை உள்ள புருஷர்கள். யுத்த களத்தில் நேருக்கு நேர் நின்று ஆண் பிள்ளைகளோடு போரிடுவீர்கள். 'கேவலம் பெண் பிள்ளைகள்' என்று அலட்சியம் செய்வீர்கள். பெண் பிள்ளைகளுடன் போர் செய்வது உங்களுக்கு அவமானம். ஆனால் நூறு ஆண் பிள்ளைகளைக் காட்டிலும் ஒரு பெண் பிள்ளை அதிகமான தீங்கு செய்து விடுவாள். பாம்பின் கால் பாம்பு அறியும். அந்தக் குந்தவையின் வஞ்சனையெல்லாம் உங்களுக்குத் தெரியாது; எனக்குத் தெரியும். தங்களையும் என்னையும் சேர்த்து அவள் அவமானப்படுத்தியதைத் தாங்கள் மறந்திருக்கலாம், நான் மறக்க முடியாது. நூறு பெண்களுக்கு மத்தியில் என்னைப் பார்த்து, 'அந்தக் கிழவனுக்குத்தான் சாகப் போகிற சமயத்தில் பெண் மோகம் பிடித்துப் புத்தி கெட்டுப் போய்விட்டது; உன் அறிவு எங்கேயடி போயிற்று? அந்தக் கிழவனைப் போய் ஏன் மணந்துகொண்டாய்?' என்று கேட்டாளே, அதை நான் மறக்க முடியுமா? 'தேவலோக மோகினியைப் போல் ஜொலிக்கிறாயே? எந்த ராஜகுமாரனும் உன்னை விரும்பி மாலையிட்டுப் பட்டமகிஷியாக வைத்திருப்பானே?

போயும் போயும் அந்தக் கிழ எருமை மாட்டைப் போய்க் கல்யாணம் செய்துகொண்டாயே! என்று அவள் என்னைக் கேட்டதை மறக்க முடியுமா!" என்று கூறி நந்தினி விம்மி அழுத் தொடங்கினாள். அவளுடைய கண்களில் பொங்கிய கண்ணீர் தாரை தாரையாகக் கன்னங்களின் வழியாகப் பெருகி அவளது மார்பகத்தை நனைத்தது.

39. உலகம் சுழன்றது!

முதிய பிராயத்தில் தாம் கலியாணம் செய்து கொண்டது பற்றிப் பலர் பலவிதமாகப் பேசிக் கொள்கிறார்கள் என்பதைப் பழுவேட்டரையர் அறிந்திருந்தார். அப்படி நிந்தனையாகப் பேசியவர்களில் குந்தவைப் பிராட்டியும் ஒருத்தி என்பது அவர் காதுக்கு எட்டியிருந்தது. ஆனால் குந்தவை என்ன சொன்னாள் என்பதை இதுவரை யாரும் அவரிடம் பச்சையாக எடுத்துச் சொல்லவில்லை. இப்போது நந்தினியின் வாயினால் அதைக் கேட்டதும் அவருடைய உள்ளம் கொல்லர் உலைக் களத்தை ஒத்தது. குப், குப் என்று அனல் கலந்த பெருமூச்சு வந்தது. நந்தினியின் கண்ணீர் அவருடைய உள்ளத்தீயை மேலும் கொழுந்து விட்டெரியச் செய்ய நெய்யாக உதவிற்று.

"என் கண்ணே! அந்தச் சண்டாளப் பாதகி அப்படியா சொன்னாள்? என்னைக் கிழ எருமை மாடு என்றா சொன்னாள்? இருக்கட்டும்; அவளை... அவளை.... என்ன செய்கிறேன், பார்! எருமை மாடு அல்லிக் கொடியை காலில் வைத்து நசுக்குவது போல் நசுக்கி எறிகிறேன், பார்! இன்னும்... அவளை... அவளை....." என்று பழுவேட்டரையர், கோபாவேசத்தினால் பேச முடியாது தத்தளித்தார். அவர் முகம் அடைந்த கோர சொரூபத்தை வர்ணிக்க முடியாது.

நந்தினி அவரைச் சாந்தப்படுத்த முயன்றாள். அவருடைய இரும்புக் கையைத் தன் பூவையொத்த கரத்தினால் பற்றி விரல்களோடு விரல்களை இணைத்துக் கோத்துக் கொண்டாள்.

"நாதா! எனக்கு நேர்ந்த அவமானத்தைத் தாங்கள் பொறுக்க மாட்டீர்கள் என்பது எனக்குத் தெரியும். ஆனால் மத்தகஜத்தின் மண்டையைப் பிளந்து இரத்தத்தைக் குடிக்கும் வலிமையுள்ள சிங்கம், கேவலம் ஒரு பூனையின் மீது பாய முடியாது. குந்தவை ஒரு பெண் பூனை. ஆனால் பெரிய மந்திரக்காரி. மாயமும் மந்திரமும் செய்துதான் எல்லோரையும் அவள் இஷ்டம் போல் ஆட்டி வைத்துக் கொண்டிருக்கிறாள்! இந்தச் சோழ ராஜ்யத்தையே ஆட்டி வைத்துக் கொண்டிருக்கிறாள்! அவளுடைய மந்திரத்தை மாற்று மந்திரத்தால்தான் வெல்ல வேண்டும். தங்களுக்கு விருப்பமில்லாவிட்டால் சொல்லிவிடுங்கள். இன்றைக்கே நான் இந்த மாளிகையை விட்டு வெளியேறுகிறேன்..." என்று கூறி மீண்டும் விம்மினாள்.

பழுவேட்டரையரின் கோப வெறி தணிந்தது; மோக வெறி மிகுந்தது.

"வேண்டாம்; வேண்டாம்! ஆயிரம் மந்திரவாதிகளை வேண்டுமானாலும் அழைத்து வைத்துக்கொள். நீ போக வேண்டாம்! என் உயிர் அனையவள் நீ! அனையவள் என்ன? என் உயிரே நீதான்! உயிர் போய்விட்டால் அப்புறம் இந்த உடம்பு என்ன செய்யும்?... இப்போதே என்னை நீ விலக்கி வைத்திருப்பது என்னை உயிரோடு வைத்துக் கொல்கிறது! இத்தனை மந்திரம் தெரிந்து வைத்திருக்கிறாயே? எனக்கு ஒரு மந்திரம் சொல்லித் தரக்கூடாதா?" என்றார்.

"நாதா! உங்கள் கையில் வாளும் வேலும் இருக்கும்போது மந்திரம் எதற்கு? பேதைப் பெண்ணாகிய என்னிடம் விட்டுவிடுங்கள் மாயமந்திரங்களை! தங்களுக்கு எதற்கு மாயமும் மந்திரமும்?" என்றாள் நந்தினி.

"கண்ணே! நீ உன் பவள வாய் திறந்து 'நாதா' என்று அழைக்கும்போதே என் உடம்பு சிலிர்க்கிறது உன் பொன் முகத்தைப் பார்த்தால் என் மதி சுழல்கிறது! என் கையில் வாளும் வேலும் இருப்பது உண்மைதான். அதையெல்லாம் போர்க்களத்தில் பகைவர்களைத்

தாக்குவதற்கு உபயோகிப்பேன். ஆனால் அந்த ஆயுதங்களை வைத்துக்கொண்டு இந்தக் கொடி மண்டபத்தில் என்ன செய்வேன்? மன்மதனுடைய பாணங்களுக்கு எதிர்ப் பாணம் என்னிடம் ஒன்றுமில்லையே? உன்னிடம் அல்லவா இருக்கிறது? எனக்கு மந்திரம் எதற்காக என்று கேட்கிறாய்! என் உடலையும் உயிரையும் ஓயாமல் எரித்துக்கொண்டிருக்கிறதே, அந்தத் தீயைத் தணிப்பதற்காகத் தான்! அதற்கு ஏதாவது மந்திரம் உனக்குத் தெரிந்திருந்தால் சொல்லு! இல்லையென்றால், உன் பூ மேனியைத் தொட்டு மகிழும் பாக்கியத்தை எனக்குக் கொடு! எப்படியாவது என் உயிரைக் காப்பாற்று! கண்மணி! உலகம் அறிய சாஸ்திர விதிப்படி நீயும் நானும் மணந்து இரண்டரை ஆண்டுகள் ஆகின்றன! ஆயினும் நாம் உலக வழக்கப்படி இல்வாழ்க்கை நடத்த ஆரம்பிக்கவில்லை. விரதம் என்றும், நோன்பு என்றும் சொல்லி என்னை ஒதுக்கியே வைத்துக்கொண்டிருக்கிறாய். கரம் பிடித்து மணந்துகொண்ட கணவனை வாட்டி வதைக்கிறாய்! அல்லது ஒரு வழியாக எனக்கு உன் கையினால் விஷத்தைக் கொடுத்துக் கொன்று விடு!..."

நந்தினி தன் செவிகளைப் பொத்திக்கொண்டு, "ஐயையோ! இம்மாதிரி கொடிய வார்த்தைகளைச் சொல்லாதீர்கள்! இன்னொரு முறை இப்படிச் சொன்னால், நீங்கள் சொல்லுகிறபடியே செய்துவிடுவேன். விஷத்தைக் குடித்து செத்துப் போவேன். அப்புறம் தாங்கள் கவலையற்று நிம்மதியாக இருக்கலாம்!" என்றாள்.

"இல்லை, இல்லை; இனி அப்படிச் சொல்லவில்லை. என்னை மன்னித்து விடு! நீ விஷங்குடித்து இறந்தால் எனக்கு மனநிம்மதி உண்டாகுமா? இப்போது அரைப் பைத்தியமாயிருக்கிறேன். அப்போது முழுப் பைத்தியமாகிவிடுவேன்...!"

"நாதா! எதற்காகத் தாங்கள் பைத்தியமாக வேண்டும்? என்றைக்கு நாம் கைப்பிடித்து மணந்து கொண்டோமோ, அன்றைக்கே நாம் இரண்டு உடம்பும் ஓர் உயிரும் ஆகிவிட்டோம். உயிரும் உயிரும் கலந்துவிட்டன; உள்ளமும் உள்ளமும் சேர்ந்து விட்டன; தங்கள் இதயத்தின் ஒவ்வொரு துடிப்பும் இங்கே என் இதயத்தில் எதிரொலியை உண்டாக்குகிறது. தங்கள் நெஞ்சில் உதிக்கும் ஒவ்வொரு எண்ணமும் இங்கே என் அகக் கண்ணாடியில் பிரதிபலிக்கிறது. தங்கள் புருவம் நெரிந்தால் என் கண் கலங்குகிறது. தங்கள் மீசை துடித்தால் என் குடல் துடிக்கிறது. இப்படி நாம் உயிர்க்குயிரான பிறகு, கேவலம் இந்த உடலைப் பற்றி ஏன் சிந்தனை? மண்ணினால் ஆன உடம்பு இது; ஒருநாள் எரிந்து சாம்பலாகி மண்ணோடு மண் ஆகபோகிற உடம்பு இது!..."

"நிறுத்து! நிறுத்து! உன் கொடுமையான வார்த்தைகளைக் கேட்டு என் காது கொப்பளிக்கிறது!" என்று பழுவேட்டரையர் அலறினார். மேலும் அவள் பேச இடங்கொடாமல் பேசினார்: "மண்ணினால் ஆன உடம்பு என்றா சொன்னாய்? பொய்! பொய்! தேன் மணம் கமழும் உன் கனி வாயினால் அத்தகைய பெரும் பொய்யைச் சொல்லாதே! உன் உடம்பை மண்ணினால் செய்ததாகவா சொன்னாய்? ஒருநாளும் இல்லை. உலகில் எத்தனையோ பெண்கள் இருக்கிறார்கள். அவர்களையெல்லாம் பிரம்மதேவன் மண்ணினாலும் செய்திருக்கலாம், கல்லினாலும் செய்திருக்கலாம். கரியையும் சாம்பரையும் கலந்து செய்திருக்கலாம். ஆனால் உன்னுடைய திருமேனியைப் பிரம்மா எப்படிச் செய்தான் தெரியுமா? தேவலோகத்து மந்தார மரங்களிலிருந்து உதிர்ந்த மலர்களைச் சேகரித்தான்; தமிழகத்துக்கு வந்து செந்தாமரை மலர்களைப் பறித்து சேகரித்தான்; சேகரித்த மலர்களைத் தேவலோகத்தில் தேவாமிர்தம் வைத்திருக்கும் தங்கக் கலசத்தில் போட்டான். அமுதமும் மலர்களும் ஊறிக் கலந்து ஒரே குழம்பான பிறகு எடுத்தான். அந்தக் குழம்பில் வெண்ணிலாக் கிரணங்களை ஊட்டினான். பண்டைத் தமிழகத்துப் பாணர்களை அழைத்து வந்து யாழ் வாசிக்கச் சொன்னான். அந்த யாழின் இசையையும் கலந்தான். அப்படி ஏற்பட்ட அற்புதமான கலவையினால் உன் திருமேனியைப் படைத்தான் பிரம்மதேவன்..."

"நாதா! ஏதோ பிரம்மாவுக்குப் பக்கத்தில் இருந்து பார்த்தவரைப் போல் பேசுகிறீர்களே! இந்த வர்ணனைகளுக் கெல்லாம் நான் ஒருத்திதானா அகப்பட்டேன்? தங்களுடைய அந்தப்புரத்தில் எவ்வளவோ பெண்ணரசிகள் இருக்கிறார்கள்; இராஜ குலங்களில் பிறந்தவர்கள். எத்தனையோ நீண்ட காலமாக அவர்களுடன் இல்லறம் நடத்தியிருக்கிறீர்கள். என்னைத் தாங்கள் பார்த்து இரண்டரை ஆண்டுதான் ஆகிறது!..." என்று நந்தினி சொல்வதற்குள், பழுவேட்டரையர் குறுக்கிட்டார். அவருடைய உள்ளத்தில் பொங்கிக் கொண்டிருந்த உணர்ச்சி வெள்ளத்தை வார்த்தைகளின் மூலமாகவாவது வெளிப்படுத்திவிட விரும்பினார் போலும். அவரைப் பற்றி எரித்த தாபத்தீயைச் சொல் மாரியினால் நனைத்து அணைக்க முயன்றார் போலும்.

"நந்தினி! என் அந்தப்புரத்து மாதர்களைப் பற்றிச் சொன்னாய். பழமையான பழுவூர் மன்னர் குலம் நீடித்து வளர வேண்டும் என்பதற்காகவே அவர்களை நான் மணந்தேன். அவர்களில் சிலர் மலடிகளாகித் தொலைந்தார்கள். வேறு சிலர் பெண்களையே பெற்றளித்தார்கள். 'கடவுள் அருள் அவ்வளவுதான்' என்று மன நிம்மதியடைந்தேன். பெண்களின் நினைவையே வெகுகாலம் விட்டொழித்திருந்தேன். இராஜாங்கக் காரியங்களே என் கவனம் முழுவதையும் கவர்ந்திருந்தன.

சோழ ராஜ்யத்தின் மேன்மையைத் தவிர வேறு எந்த நினைவுக்கும் இந்த நெஞ்சில் இடமிருக்கவில்லை. இப்படி இருக்கும்போதுதான் பாண்டியர்களோடு இறுதிப் பெரும் யுத்தம் வந்தது. வாலிபப் பிராயத்து தளபதிகள் பலர் இருந்தபோதிலும் என்னால் பின் தங்கி இருக்க முடியவில்லை. நான் போர்க்களம் சென்றிராவிட்டால், அத்தகைய மாபெரும் வெற்றி கிடைத்தும் இராது. பாண்டியர் படையை அடியோடு நாசம் செய்து மதுரையில் வெற்றிக் கொடி நாட்டிய பிறகு கொங்கு நாடு சென்றேன். அங்கிருந்து அகண்ட காவேரிக் கரையோடு திரும்பி வந்துகொண்டிருந்தேன். வழியில் காடு அடர்ந்த ஓர் இடத்தில் உன்னைக் கண்டேன். முதலில் நீ அங்கு நிற்கிறாய் என்பதை என்னால் நம்பவே முடியவில்லை. கண்ணை மூடித் திறந்து பார்த்தேன். அப்போதும் நீ நின்றாய். 'நீ வனதேவதையாக இருக்க வேண்டும்; அருகில் சென்றதும் மறைந்து விடுவாய்! என்று எண்ணிக் கொண்டு நெருங்கினேன். அப்போதும் நீ மறைந்து விடவில்லை. 'புராணக் கதைகளிலே சொல்லியிருப்பது போல், சொர்க்கத்திலிருந்து சாபம் பெற்றுப் பூமிக்கு வந்த தேவகன்னிகை அல்லது கந்தர்வப் பெண்ணாயிருக்க வேண்டும்; மனித பாஷை உனக்குத் தெரிந்திராது!' என்று எண்ணிக்கொண்டு, 'பெண்ணே! நீ யார்?' என்று கேட்டேன். நீ நல்ல தமிழில் மறுமொழி கூறினாய். 'நான் அநாதைப் பெண்; உங்களிடம் அடைக்கலம் புகுந்தேன்; என்னைக் காப்பாற்றுங்கள்' என்றாய். உன்னைப் பல்லக்கில் ஏற்றி அழைத்துக்கொண்டு வந்தபோது என் மனம் எண்ணாததெல்லாம் எண்ணியது. உன்னை எங்கேயோ, எப்போதோ, முன்னம் பார்த்திருப்பது போலத் தோன்றியது. ஆனால் நினைத்து நினைத்துப் பார்த்தும் எங்கே என்று தெரியவில்லை. சட்டென்று என் மனத்தை மூடியிருந்த மாயத்திரை விலகியது; உண்மை உதயமாயிற்று. உன்னை இந்த ஜன்மத்தில் நான் முன்னால் பார்த்ததில்லை. ஆனால் முந்தைய பல பிறவிகளில் பார்த்திருக்கிறேன் என்பது தெரிந்தது. அந்தப் பூர்வ ஜன்மத்து நினைவுகள் எல்லாம் மோதிக்கொண்டு வந்தன. நீ அகலிகையாக இந்த உலகில் பிறந்திருந்தாய்; அப்போது நான் தேவேந்திரனாக இருந்தேன். சொர்க்கலோக ஆட்சியைத் துறந்து ரிஷி சாபத்துக்கும் துணிந்து உன்னைத் தேடிக் கொண்டு வந்தேன். பிறகு நான் சந்தனு மகாராஜனாகப் பிறந்திருந்தேன். கங்கைக் கரையோடு வேட்டையாடச் செல்லுகையில் உன்னைக் கண்டேன்; பூலோகப் பெண்ணைப் போல் உருக்கொண்டிருந்த கங்கையாகிய உன்னைக் காதலித்தேன். பிறகு ஒரு காலத்தில் காவேரிப் பூம்பட்டினத்தில் நான் கோவலனாய்ப் பிறந்திருந்தேன்; நீ கண்ணகியாக அவதரித்திருந்தாய். என் அறிவை மறைத்த மாயையினால் உன்னைச் சில காலம் மறந்திருந்தேன். பிறகு மாயைத் திரை விலகிற்று. உன் அருமையை அறிந்தேன். மதுரை நகருக்கு அழைத்துச் சென்றேன். வழியில்

உன்னை ஆயர் குடியில் விட்டு விட்டுச் சிலம்பு விற்கச் சென்றேன். வஞ்சகத்தினால் உயிரை இழந்தேன். அதற்குப் பழிக்குப் பழியாக இந்தப் பிறவியில் மதுரைப் பாண்டியன் குலத்தை நாசம் செய்து விட்டுத் திரும்பி வரும் போது உன்னைக் கண்டேன். பல நூறு ஆண்டுகளுக்கு முன்பு பிரிந்த கண்ணகி நீதான் என்பதை உணர்ந்தேன்!..."

இப்படிப் பழுவேட்டரையர் முற்பிறவிக் கதைகளைச் சொல்லிக்கொண்டு வந்தபோது நந்தினி, அவர் முகத்தைப் பார்க்காமல் வேறு திசையை நோக்கிக்கொண்டிருந்தாள். அதனால் அவள் முகத்தில் அப்போது தோன்றிய பாவ வேறுபாடுகளைப் பழுவேட்டரையர் கவனிக்கவில்லை. கவனித்திருந்தால், அவர் தொடர்ந்து பேசியிருப்பாரா என்பது சந்தேகந்தான்.

மூச்சு விடுவதற்காக அவர் சற்று நிறுத்தியபோது, நந்தினி அவரைத் திரும்பிப் பார்த்து, "நாதா! தாங்கள் கூறிய உதாரணங்கள் அவ்வளவு பொருத்தமாயில்லை. எல்லாம் கொஞ்சம் அபசகுனமாகவே இருக்கின்றன. வேண்டுமென்றால், தங்களை மன்மதன் என்றும் என்னை ரதி என்றும் சொல்லுங்கள்!" என்று முன்போல் முகமலர்ந்து புன்னகை செய்தாள்.

பழுவேட்டரையரின் முகமும் அப்போது மகிழ்ச்சி யினாலும் பெருமையினாலும் மலர்ந்து விளங்கியது. எவ்வளவு அவலட்சணமான மனிதனாயினும், தான் காதலித்த பெண்ணினால் 'மன்மதன்' என்று அழைக்கப்பட்டால் குதூகலப்படாதவன் யார்? என்றாலும், தற்பெருமையை விரும்பாதவர் போல் பேசினார்:

"கண்மணி! உன்னை ரதி என்பது மிகவும் பொருத்தமானது தான். ஆனால் என்னை 'மன்மதன்' என்று சொல்லுவது பொருந்துமா! உன் அன்பு மிகுதியினால் சொல்கிறாய்!' என்றார்.

"நாதா! என் கண்களுக்குத் தாங்கள்தான் மன்மதன். ஆண் பிள்ளைகளுக்கு அழகு வீரம். தங்களைப் போன்ற வீராதி வீரர் இந்தத் தென்னாட்டில் யாரும் இல்லை என்பதை உலகமே சொல்லும். அடுத்தபடியாக, ஆண்மை படைத்தவர்களுக்கு அழகு தருவது அபலைகளிடம் இரக்கம். அந்த இரக்கம் தங்களிடம் இருப்பதற்கு நானே அத்தாட்சி. இன்ன ஊர், இன்ன குலம் என்று தெரியாத இந்த ஏழை அநாதைப் பெண்ணைத் தாங்கள் அழைத்து வந்து அடைக்கலம் அளித்தீர்கள். இணையில்லாத அன்பையும் ஆதரவையும் என் பேரில் சொரிந்தீர்கள். அப்படிப்பட்ட தங்களை நான் வெகுகாலம் காத்திருக்கும்படி செய்யமாட்டேன். என்னுடைய விரதமும் நோன்பும் முடியும் காலம் நெருங்கி விட்டது..." என்றாள்.

"கண்மணி! என்ன விரதம், என்ன நோன்பு என்பதை மட்டும் வெளிவாகச் சொல்லிவிடு! எவ்வளவு சீக்கிரம் முடித்துத் தரலாமோ அவ்வளவு சீக்கிரத்தில் முடித்துத் தருவேன்!" என்றார் பழுவூர் அரசர்.

"தன்னைக் காட்டிலும் மன்மதன் வேறு இல்லை என்று எண்ணியிருக்கும் இந்தச் சுந்தர சோழருடைய சந்ததிகள் தஞ்சை சிம்மாசனத்தில் ஏறக்கூடாது. தற்பெருமை கொண்ட அந்தக் குந்தவையின் கர்வத்தை ஒடுக்க வேண்டும்..."

"நந்தினி! அந்த இரண்டு காரியங்களும் நிறைவேறி விட்டதாகவே நீ வைத்துக் கொள்ளலாம். ஆதித்தனுக்கும் அருள்மொழிவர்மனுக்கும் பட்டம் கிடையாது. மதுராந்தகனுக்கே பட்டம் கட்ட வேண்டும் என்று இந்த ராஜ்யத்தின் தலைவர்கள் எல்லாரும் சம்மதித்து விட்டார்கள்..."

"எல்லாரும் சம்மதித்து விட்டார்களா? உண்மைதானா?" என்று நந்தினி அழுத்தமாகக் கேட்டாள்.

"இரண்டு மூன்று பேரைத் தவிர மற்றவர்கள் எல்லாரும் சம்மதித்து விட்டார்கள். கொடும்பாளூரானும், மலையமானும், பார்த்திபேந்திரனும் நம்முடன் என்றும் இணங்க மாட்டார்கள். அவர்களைப் பற்றிக் கவலையில்லை..."

"ஆயினும் காரியம் முடியும் வரையில் ஜாக்கிரதையாக இருக்க வேண்டியதுதானே?"

"அதற்குச் சந்தேகம் இல்லை. எல்லா ஜாக்கிரதையும் நான் செய்துகொண்டு தான் வருகிறேன். மற்றவர்களின் முட்டாள்தனத்தினால் பிசகு நேர்ந்தால்தான் நேர்ந்தது. இன்றைக்குக் கூட அத்தகைய பிசகு ஒன்று நேர்ந்திருக்கிறது. காஞ்சியிலிருந்து வந்த ஒரு வாலிபன் காலாந்தகனை ஏமாற்றி விட்டுச் சக்கரவர்த்தியைச் சந்தித்து ஓலை கொடுத்திருக்கிறான்..."

"ஆகா! தங்கள் தம்பியைப் பற்றி தாங்கள் ஓயாமல் புகழ்ந்துகொண்டிருக்கிறீர்கள். அவருக்குச் சாமர்த்தியம் போதாது என்று நான் சொல்லவில்லையா?"

"இந்த விஷயத்தில் அசட்டுத்தனமாகத்தான் போய் விட்டான்! ஏதோ நம் அரண்மனை முத்திரை மோதிரத்தை அந்த வாலிபன் காட்டியதாகச் சொல்கிறான்!"

"ஏமாந்து போனவர்கள் இப்படித்தான் ஏதாவது காரணம் சொல்லுவார்கள்! ஏமாற்றிய அந்த வாலிபனைப் பிடிக்க முயற்சி ஏதும் செய்யவில்லையா?"

"முயற்சி செய்யாமல் என்ன? கோட்டைக்கு உள்ளேயும் வெளியேயும் வேட்டை ஆரம்பமாகிவிட்டது! எப்படியும் பிடித்து விடுவார்கள். இதனாலெல்லாம் நம்முடைய காரியத்துக்கு ஒன்றும் பங்கம் வந்துவிடாது. சக்கரவர்த்தி காலமானதும் மதுராந்தகன் சிம்மாசனம் ஏறுவது நிச்சயம்..."

"நாதா! என்னுடைய விரதம் என்னவென்பதைத் தங்களுக்குத் தெரியப்படுத்தும் காலம் இப்போது நெருங்கி வந்துவிட்டது..."

"கண்ணே! அதைச் சொல்லும்படிதான் நானும் கேட்கிறேன்.."

"மதுராந்தகன் அந்த அசட்டுப் பிள்ளை பெண் என்றால் பல்லை இளிப்பவன் அவன் பட்டத்துக்கு வருவதனால் என்னுடைய விரதம் நிறைவேறி விடாது..."

"வேறு எதனால் நிறைவேறும்? உன் விருப்பத்தைச் சொல்லு! நிறைவேற்றி வைக்க நான் இருக்கிறேன்...'

"அரசே! என் சிறு பிராயத்தில் ஒரு பிரபல ஜோசியன் என் ஜாதகத்தைப் பார்த்தான். பதினெட்டுப் பிராயம் வரையில் நான் பற்பல இன்னல்களுக்கு உள்ளாவேன் என்று சொன்னான்..."

"இன்னும் என்ன சொன்னான்?"

"பதினெட்டுப் பிராயத்துக்குப் பிறகு தசை மாறும் என்றான். இணையில்லாத உன்னத பதவியை அடைவேன் என்று சொன்னான்..."

"அவன் சொன்னது உண்மைதான்! அந்தச் ஜோசியன் யார் என்று சொல்லு! அவனுக்குக் கனகாபிஷேகம் செய்து வைக்கிறேன்."

"நாதா!"

"கண்ணே!"

"இன்னும் அந்தச் ஜோசியன் கூறியது ஒன்று இருக்கிறது. அதைச் சொல்லட்டுமா?"

"கட்டாயம் சொல்லு! சொல்லியே தீர வேண்டும்!"

"என்னைக் கைபிடித்து மணந்து கொள்ளும் கணவர், மணிமகுடம் தரித்து ஒரு மகா சாம்ராஜ்யத்தின் சிம்மாசனத்தில் ஐம்பத்தாறு தேசத்து ராஜாக்களும் வந்து அடிபணிந்து ஏத்தும் சக்கரவர்த்தியாக வீற்றிருப்பார் என்று அந்தச் ஜோசியன் சொன்னான். அதை நிறைவேற்றுவீர்களா?"

பழுவேட்டரையரின் செவிகளில் இவ்வார்த்தைகள் விழுந்ததும், அவருக்கு முன்னாலிருந்த நந்தினியும் அவள் வீற்றிருந்த மஞ்சமும் சுழன்றன. லதா மண்டபம் சுழன்றது. அந்த மண்டபத்தின் தூண்கள் சுழன்றன. எதிரே இருந்த இருளடர்ந்த தோப்பு

சுழன்றது. நிலாக் கதிரில் ஒளிர்ந்த மர உச்சிகள் சுழன்றன. வானத்து நட்சத்திரங்கள் சுழன்றன. இருபுறத்து மாளிகைகளும் சுழன்றன. உலகமே சுழன்றது!

40. இருள் மாளிகை

காணாமற்போன வந்தியத்தேவன் என்ன ஆனான் என்பதை இப்போது நாம் கவனிக்கலாம். இருளடர்ந்த மாளிகைக்கு அருகில் சென்று அவன் மறைந்து நின்றான் என்பதைப் பார்த்தோம் அல்லவா? மந்திரவாதியும் நந்தினியும் என்ன பேசிக்கொள்கிறார்கள் என்பதை அவன் முதலில் காது கொடுத்துக் கேட்க முயன்றான். ஆனால் அவர்களுடைய பேச்சு ஒன்றும் அவன் காதில் விழவில்லை. அதைக் கேட்டுத் தெரிந்து கொள்வதில் அவ்வளவாக அவனுக்குச் சிரத்தையும் இல்லை. நந்தினியுடன் பேசிக்கொண்டிருந்தபோது தன் அறிவு தன்னை விட்டு அகன்று ஒருவித போதை உணர்ச்சி உண்டாகியிருந்தது என்பதை இப்போது உணர்ந்தான். மறுபடியும் அவளைச் சந்திக்காமல் தப்பித்துக்கொண்டு போய்விட்டால் நல்லது. பழுவேட்டரையர்களிடம் அகப்பட்டுக் கொள்வதைக் காட்டிலும் இந்த இளையராணியிடம் அகப்பட்டு கொள்வதில் அபாயம் அதிகம் இருக்கிறது. அவர்கள் முன்னிலையில் தன் அறிவு நன்றாய் இயங்குகிறது; தோள் வலி ஓங்குகிறது; அரையில் உள்ள கத்தியில் எப்போதும் கை இருக்கிறது. யுக்தியினாலும் ஒரு கை பார்க்கலாம்; கத்தியினாலும் ஒரு கை பார்க்கலாம். ஆனால் இந்த மோகினியின் முன்னால் புத்தி மயங்கி விடுகிறது; கையும் கத்தி பிடிக்கும் சக்தியை இழந்து விடுகிறது. மீண்டும் இவள் முன்னால் சென்றால், என்ன நேருமோ என்னவோ? போதும் போதாதற்கு மந்திரவாதி ஒருவனுடைய கூட்டுறவும் இவள் வைத்துக் கொண்டிருக்கிறாள்!

இரண்டு பேரும் சேர்ந்து என்ன மாயமந்திரம் செய்வார்களோ? குந்தவைப் பிராட்டியிடந்தான் இவளுக்கு எவ்வளவு துவேஷம்? அந்தத் துவேஷம் இவளுடைய கண்களில் தீப்பொறியாக வெளிப்படுகிறதே! ஒருவேளை மனத்தை மாற்றிக் கொண்டு பழுவேட்டரையரிடம் தன்னைப் பிடித்துக் கொடுத்தாலும் கொடுத்து விடலாம்! பெண்களின் சபல சித்தமும் சஞ்சல புத்தியும் பிரசித்தமானவை அல்லவா? ஆகையால் மீண்டும் இவளைச் சந்திக்காமல் தப்பித்துக் கொண்டு போய் விட்டால் நல்லது. ஆனால் எப்படி? தோட்டத்துக்குள் புகுந்து தான் வழி கண்டுபிடித்துப் போக வேண்டும்! மதில் ஏறிக் குதிக்க வேண்டும்! மதிலுக்கு வெளியில் தன்னைத் தேடி வந்தவர்கள் காத்திருந்தால்?.... வேறு ஏதேனும் உபாயம் இல்லையா? வந்தியத்தேவா! இத்தனை நாளும் உனக்கு உதவி செய்து வந்த அதிர்ஷ்டம் எங்கே போயிற்று? யோசி! யோசி! மூளையைச் செலுத்தி யோசி! கண்களையும் கொஞ்சம் உபயோகப்படுத்து! நாலாபக்கமும் பார்! இதோ இந்த இருள் அடைந்த மாளிகை இருக்கிறதே! இது ஏன் இருளடைந்திருக்கிறது? இதற்குள்ளே என்ன இருக்கும்? இதன் உள்ளே புகுந்தால் இதன் இன்னொரு வாசல் எங்கே கொண்டு போய் விடும்? எல்லாவற்றுக்கும் இதற்குள் புகுந்து பார்த்து வைக்கலாமா? இப்போது உபயோகப்படாவிட்டாலும் வேறு ஒரு சமயத்துக்கு உபயோகப்படலாம். யார் கண்டது?

ஆனால், இதற்குள்ளே எப்படிப் பிரவேசிப்பது? எவ்வளவு பெரிய, பிரம்மாண்டமான கதவு! இதற்கு எவ்வளவு பெரிய பூட்டு! அப்பப்பா! என்ன அழுத்தம்! என்ன கெட்டி! ஆ! இது என்ன? கதவுக்குள் ஒரு சிறிய கதவு போலிருக்கிறதே! கையை வைத்ததும் இந்தச் சிறிய கதவு திறந்து கொள்கிறதே! அதிர்ஷ்டம் என்றால், இதுவல்லவா அதிர்ஷ்டம்! உள்ளே புகுந்து பார்க்க வேண்டியதுதான்!

பெரிய கதவுக்குள்ளே, பார்த்தால் தெரியாதபடி பொருத்தியிருந்த சிறிய கதவைத் திறந்து கொண்டு வந்தியத்தேவன் அந்த இருளடைந்த மாளிகைக்குள் புகுந்தான். உள்ளே காலடி வைத்ததும் அவனுக்குத் தோன்றிய முதலாவது எண்ணம், தான் அம்மாளிகைக்குள்

புகுந்தது நந்தினிக்குக் கூடத் தெரிய கூடாது என்பதுதான். ஆகையால் சிறிய கதவைச் சாத்தினான். சாத்தியவுடன் உள்ளிருந்த இருள் இன்னும் பன்மடங்கு கனத்து விட்டதாகத் தோன்றியது. கதவு திறந்திருந்த ஒரு வினாடி நேரத்தில் சில பெரிய தூண்கள் நிற்பது தெரிந்தது. இப்போது அதுவும் தெரியவில்லை. இருட்டு என்றால், இப்படிப்பட்ட இருட்டைக் கற்பனை செய்யவும் முடியாது!.. சீச்சீ! வெளிச்சத்திலிருந்து இருட்டில் வந்திருப்பதால் முதலில் இப்படித்தான் இருக்கும். சற்று போனால் இருட்டின் கனம் குறைந்து பொருள்கள் மங்கலாகக் கண்ணுக்குப் புலப்படும். இதை எத்தனையோ தடவை அனுபவத்தில் கண்டிருந்தும், இருளைக் கண்டு கலக்கம் ஏன்? சும்மா நிற்பதற்குப் பதில் கொஞ்சம் நடந்து பார்க்கலாம். கையினால் தடவிக்கொண்டே போகலாம். முதலில் தெரிந்த தூண் இப்போது இல்லாமல் எங்கே போய்விடும்...? சற்றுத் தூரம் குருடனைப் போல் கையை முன்னால் நீட்டிக் கொண்டு வந்தியத்தேவன் நடந்தான். அவன் நினைத்தபடியே ஒரு தூண் கைக்குத் தட்டுப்பட்டது! ஆ! எவ்வளவு பெரிய தூண்! கருங்கல் தூண்! இதைச் சுற்றி வளைத்துக் கொண்டு மேலே போய்ப் பார்க்கலாம். மேலும் கொஞ்ச தூரம் நடந்ததும் இன்னொரு தூண் கைக்கு அகப்பட்டது. ஆனால் இன்னமும் கண்ணுக்கு ஏதும் தெரிந்தபாடாயில்லை. திடீரென்று கண் குருடாகப் போய் விட்டதா, என்ன? இது என்ன பைத்தியக்கார எண்ணம்! கண் திடீர் என்று எப்படிக் குருடாகும்? இன்னும் கொஞ்சம் நடந்து பார்க்கலாம். மேலே தூண் ஒன்றும் கைக்கு அகப்படவில்லை! ஏதோ பள்ளத்தில் இறங்குவது போன்ற உணர்ச்சி உண்டாகிறது! ஆ! இதோ ஒரு படி! நல்லவேளை, விழாமல் தப்பினோம்! இப்படியே இந்த இருட்டில் ஒன்றும் தெரியாமல் எத்தனை நேரம், எத்தனை தூரம் போவது?... எதனாலோ வந்தியத்தேவன் மனத்தில் ஒரு பீதி உண்டாயிற்று. மேலே போகத் துணிவு ஏற்படவில்லை. வந்த வழியில் திரும்ப வேண்டியதுதான்! கதவைத் திறந்துகொண்டு லதா மண்டபத்துக்கே போக வேண்டியதுதான்! இந்தப் பயங்கர இருட்டில் உழலுவதைக் காட்டிலும் நந்தினியை மீண்டும் சந்தித்து அவளுடைய யோசனைப்படி நடப்பதே நல்லது. என்ன வாக்குறுதி கேட்டாலும் இப்போதைக்குக் கொடுத்து விட்டால், பிறகு சமயம் போல் பார்த்துக்கொள்கிறது! இவ்வாறு எண்ணி வந்தியத்தேவன் திரும்பினான். ஆனால் திரும்பிச் செல்லும் வழி வந்த வழியேதானா? எப்படிச் செல்ல முடியும்!... நடக்க நடக்கக் கைக்கு ஒன்றும் தட்டுப்படவில்லையே! அந்தக் கருங்கல் தூண்கள் எங்கே போயின! கதவைக் கண்டுபிடிக்க முடியாமலே போய் விடுமோ? இரவெல்லாம் இந்த இருளில் இப்படியே சுற்றிச் சுற்றி வந்துகொண்டிருக்க நேரிடுமோ? கடவுளே! இது என்ன ஆபத்து!...

ஆகா! இது என்ன ஓசை! சடசட வென்ற ஓசை! எங்கேயிருந்து வருகிறது? வௌவால்கள் சிறகை அடித்துக் கொள்ளும் ஓசையாக இருக்க வேண்டும். அவ்வளவு இருட்டில் வௌவால்கள் நிறையக் குடிகொண்டிருப்பது இயல்புதானே? இல்லை! இதுவௌவால் இறகின் சத்தம் மட்டும் இல்லை! காலடிச் சத்தம்! யாரோ நடக்கும் சத்தம்!... நடப்பது யார்? மனிதர்கள்தானா? அல்லது... வந்தியத்தேவனுடைய தொண்டை உலர்ந்து போயிற்று! நா மேலண்ணத்தில் ஒட்டிக் கொண்டது! திடீரென்று யாரோ அவன் முகத்தில் இடித்தாற் போலிருந்தது. வந்தியத்தேவன் தன் சக்தியையெல்லாம் காட்டி ஒரு குத்து விட்டான்! குத்திய கை துண்டிக்கப்பட்டது போல வலித்தது. இன்னொரு கையினால் தொட்டுப் பார்த்தான். இருட்டில் கருங்கல் தூணின் மேல் மோதிக் கொண்டதுமல்லாமல் அதைக் குத்தியதாகவும் தெரிந்து கொண்டான்! கையை அவ்வளவு 'விண், விண்' என்று வலித்திராவிட்டால் வந்தியத்தேவன் சிரித்தேயிருப்பான். ஆயினும் அதனால் அவனுடைய பயம் சிறிது அகன்றது. முழுதும் அகலவில்லை. காது கொடுத்துக் கேட்டபோது அந்தக் காலடிச் சத்தம் மேலும் மேலும் கேட்டது. ஒரு சமயம் எட்டிப் போவது போல இருந்தது! இன்னொரு சமயம் நெருங்கி வருவது போல் இருந்தது! வந்தியத்தேவன் நின்ற இடத்திலேயே நின்று உற்றுக் கேட்டான். அதே சமயத்தில் ஓசை வந்த திசையை நோக்கி அவனுடைய கண்களும் உற்றுப் பார்த்தன.

ஆ! வெளிச்சம்! அதோ வெளிச்சம்! கொஞ்சம் கொஞ்சமாக அதிகமாகி வருகிறது! நெருங்கியும் வருகிறது! வெளிச்சத்துடன் புகை! யாரோ தீவர்த்தியுடன் வருகிறார்கள். நந்தினிதான் தன்னைத் தேடிக் கொண்டு வருகிறாளோ, என்னமோ! அப்படியானால் நல்லது. வேறு யாராவதாயிருந்தால்? எல்லாவற்றுக்கும் சிறிது நேரம் ஒளிந்திருந்து பார்க்கலாம். ஒளிந்து நிற்பதற்கு இங்கே இடத்துக்குக் குறைவில்லை! தூரத்திலே வந்த தீவர்த்திக் கொழுந்து அது ஒரு விசாலமான மண்டபம் என்பதைக் காட்டியது. அதில் பெரிய பெரிய தூண்கள் இருந்தன. தூண்களில் பயங்கரமான பூதங்களின் வடிவங்கள் செதுக்கப்பட்டிருந்தன. கீழேயிருந்து ஒரு படிக்கட்டு மேலே வந்து அங்கே ஒரு வளைவு வளைந்து திரும்பி மேலேறிச் சென்றது. அந்தப் படிக்கட்டின் அடிப்பக்கத்திலிருந்துதான் தீவர்த்தி வெளிச்சம் வந்தது என்பதையும் அறிந்து கொண்டான். ஆகையால் வருவது நந்தினியாக இருக்க முடியாது. 'பாதாளச் சிறை' என்றுதான் கேள்விப்பட்டது இந்த இருண்ட மாளிகையின் அடியிலேதான் இருக்கிறதோ? ஒருவேளை அங்கிருந்துதான் யாரேனும் வருகிறார்களோ? பாதாளச் சிறையின் பயங்கரங்களைப் பற்றி வந்தியத்தேவன் அதிகம் கேள்விப்பட்டிருந்தபடியால், அந்த எண்ணம் அவனுடைய ரோமக் கால்களில் எல்லாம் வியர்வை துளிர்க்கும்படி செய்தது. அடுத்த கணம் ஒரு பெரிய தூணின் மறைவில் போய் நின்று கொண்டான். மகா தைரியசாலியான வந்தியத்தேவனுடைய கைகால்கள் எல்லாம் அச்சமயம் வெலவெலத்துப் போய் நடுநடுங்கின!

படிக்கட்டின் வழியாக மேலேறி மூன்று உருவங்கள் வந்தன. மூவரும் மனிதர்கள்தான். ஒருவன் கையில் தீவர்த்தியிருந்தது. இன்னொருவன் கையில் வேல் இருந்தது. நடுவில் வந்தவன் கையில் ஒன்றும் பிடித்திருக்கவில்லை. தீவர்த்தி வெளிச்சத்தில் அவர்கள் முகங்கள் புலப்பட்டதும் வந்தியத்தேவனுடைய பீதி அடியோடு அகன்றது. பீதியைக் காட்டிலும் பன்மடங்கு அதிகமான வியப்பு உண்டாயிற்று. அவர்களில் முன்னால் வந்தவன் வேறு யாரும் இல்லை; வந்தியத்தேவனுடைய பிரிய நண்பனாகிய கந்தமாறன்தான்! நடுவில் வந்த உருவம், முதலில், ஓர் அதிசயமான பிரமையை வந்தியத்தேவனுக்கு உண்டாக்கிற்று. பழுவூர் இளையராணியாகிய நந்தினி தான் வருகிறாள் என்று தோன்றியது. மறு கணத்திலேயே, அந்தப் பிரமை நீங்கியது. வருகிறவன் ஆண் மகன் என்று தெரிந்தது. கடம்பூர் சம்புவரையர் மாளிகையில் அரை குறையாகத் தான் பார்த்த இளவரசர் மதுராந்தகத் தேவர் என்பதை அறிந்து கொண்டான். மூன்றாவதாக, கையில் தீவர்த்தியுடன் வந்தவனை வல்லவரையன் முன்னால் பார்த்ததில்லை. அவன் வாசற் காவலனாகவோ, ஊழியக்காரனாகவோ இருக்க வேண்டும்.

வந்தியத்தேவனுடைய மூளை அதிவேகமாக வேலை செய்தது. அவர்கள் அந்தப் பாதாள வழியில் படிக்கட்டு ஏறி வருவதன் மர்மம் என்னவென்பது வெகு விரைவில் அவனுக்கு விளங்கி விட்டது. பழுவூர் இளையராணி பல்லக்கில் ஏறி முதலாவது நாளே வந்து விட்டாள். பெரிய பழுவேட்டரையர் அன்றிரவு தஞ்சைக் கோட்டைக்குத் திரும்பி விட்டார். இருவரும் கோட்டை வாசல் வழியாகப் பகிரங்கமாக வந்து விட்டார்கள். ஆனால், மதுராந்தகத்தேவர் வெளியில் போனதும் தெரியக் கூடாது; திரும்பி வருவதும் தெரியக் கூடாது. அதற்காக இந்த இரகசியச் சுரங்க வழியைப் பயன்படுத்திக் கொள்கிறார்கள். இந்த இருளடைந்த மாளிகையின் மர்மமே இதுதான் போலும்! கந்தமாறன் தன்னைக் கொள்ளிடக் கரையில் விட்டுப் பிரிந்த பின்னர், வேறு எங்கேயோ ஓரிடத்தில் பெரிய பழுவேட்டரையருடன் சேர்ந்திருக்கிறான். இந்த அந்தரங்க வேலைக்கு அவனைப் பழுவேட்டரையர் பயன்படுத்திக் கொண்டிருக்கிறார். மதுராந்தகத்தேவரைச் சுரங்க வழியில் அழைத்துச் செல்லத் துணையாக அனுப்பி வைத்திருக்கிறார். ஆகா! இப்போது நினைத்துப் பார்த்தால் ஞாபகம் வருகிறது. "எனக்குக் கூடத் தஞ்சாவூரில் ஒரு வேலை இருக்கிறது. நானும் அங்கே வந்தாலும் வருவேன்!" என்று கந்தமாறன் சொன்னான் அல்லவா?... இப்போது இங்கே திடீர் என்று, தான் கந்தமாறன் முன்னால் போய் நின்றால், அவன் என்ன செய்வான்?.... இந்த எண்ணம் தோன்றியவுடனேயே அதை

வல்லவரையன் மாற்றிக் கொண்டான். இந்தச் சமயத்தில் கந்தமாறன் முன்னால் தான் எதிர்ப்பட்டால், அவன் செய்துள்ள சபதத்தை முன்னிட்டுத் தன்னைக் கொல்ல நேரிடும்; அல்லது தான் அவனைக் கொல்ல நேரும். அப்படிப்பட்ட தர்ம சங்கடத்தை எதற்காக வருவித்துக்கொள்ள வேண்டும்?...

இதற்குள் அந்த மூவரும் படிக்கட்டில் மேலேறிப் போய் விட்டார்கள். வெளிச்சமும் வர வர மங்கத் தொடங்கியது. அவர்களைப் பின்தொடர்ந்து போகலாமா என்று வந்தியத்தேவன் ஒருகணம் நினைத்து, அதையும் உடனே மாற்றிக் கொண்டான். அவர்கள் கோட்டைத் தளபதி சின்னப் பழுவேட்டரையரின் அரண்மனைக்குப் போகிறார்கள் என்பது நிச்சயம். அங்கே தான் திரும்பிப் போவதில் என்ன பயன்? சிங்கத்தின் குகையிலிருந்து தப்பித்து வந்த பிறகு தலையைக் கொடுப்பது போலத்தான்! இனி திரும்ப நந்தினி இருந்த லதா மண்டபத்துக்குப் போவதிலும் பயன் இல்லை. ஒருவேளை பெரிய பழுவேட்டரையர் இதற்குள் அங்கு வந்திருக்கலாம். அதுவும் அபாயகரந்தான் வேறு என்ன செய்யலாம்?... ஏன்? இந்தப் படிக்கட்டு வழியாக இறங்கிப் போய்ப் பார்த்தால் என்ன? இவ்விதம் எண்ணி நம் வாலிப வீரன் அந்தச் சுரங்கப் படிக்கட்டில் இறங்கினான்.

ஒஉ

41. நிலவறை

இருண்ட சுரங்கப் பாதையில் வந்தியத்தேவன் காலை ஊன்றி வைத்து, விழுந்து விடாமல் நடந்தான். படிகள் கொஞ்ச தூரம் கீழே இறங்கின. பிறகு சமநிலமாயிருந்தது. மறுபடியும் படிகள். மீண்டும் சமதரை. இரண்டு கைகளையும் எட்டி விரித்துப் பார்த்தான் சுவர் தட்டுப்படவில்லை. ஆகவே, அந்தச் சுரங்க வழி விசாலமானதாகவே இருக்க வேண்டும். மறுபடி சற்று தூரம் போனதும் படிகள் மேலே ஏறின. வளைந்து செல்வதாகவும் தோன்றியது. அப்பப்பா! இத்தகைய கும்மிருட்டில் தட்டுத் தடுமாறி இன்னும் எத்தனை தூரம் நடக்க வேண்டுமோ தெரியவில்லையே!

ஆகா! இது என்ன! இருள் சிறிது குறைந்து வருகிறதே! மிக மிக மங்கலான ஒளி தோன்றுகிறதே! இந்த மங்கிய ஒளி எப்படி எங்கிருந்து வருகிறது? மேலே கூரையில் எங்கிருந்தாவது வரும் நிலவின் ஒளியா? அல்லது சுவர்களில் உள்ள பலகணி வழியாக வரும் ஒளியா? மறைவான இடத்தில் வைத்திருக்கும் விளக்கிலிருந்து பரவும் ஒளியா?...

இல்லை, இல்லை! இது என்ன அற்புதம்? நம் கண் முன்னால் தெரியும் இந்தக் காட்சி மெய்யான காட்சிதானா? அல்லது நமது மூளை கலங்கியதால் ஏற்பட்ட தோற்றமா?

அது ஒரு விசாலமான மண்டபம். கல்லைக் குடைந்து எடுத்து அமைத்த நிலவறை மண்டபம். அதனாலேதான் தலையை இடித்து விடும் போல் அவ்வளவு தாழ்வாகச் சமமட்டமான மேல் தளம் அமைந்திருக்கிறது.

அந்த நிலவறையில் குடிகொண்டுள்ள மங்கிய நிலவொளி வெளியிலிருந்து வருவது அல்ல; கூரை வழியாகவோ பலகணி வழியாகவோ வருவதும் அல்ல. அங்கங்கே அந்த நிலவறையில் கும்பல் கும்பலாகவும் சில இடங்களில் பரவலாகவும் வருகிறது. ஆ! அப்படி நிலவொளி வீசும் அப்பொருள்கள் எத்தகைய பொருள்கள்! ஒரு மூலையில் மணி மகுடங்கள்; முத்தும் மணியும் வைரமும் பதித்த மகுடங்கள்; இன்னொரு பக்கத்தில் ஹாரங்கள்; முத்து வடங்கள்; நவரத்தின மாலைகள், அதோ அந்த வாயகன்ற அண்டாவில் என்ன? கடவுளே! அவ்வளவும் புன்னை மொட்டுகளைப் போன்ற வெண் முத்துகள்! குண்டு குண்டான கெட்டி முத்துகள்! அதோ அந்தப் பானையில் பளபளவென்று மஞ்சள் வெயில் வீசும் பொற்காசுகள். இதோ இங்கே குவிந்து கிடப்பவை தங்கக் கட்டிகள். தஞ்சை அரண்மனையின் நிலவறைப் பொக்கிஷம் இதுதான் போலும்! தனாதிகாரி பழுவேட்டரையரின் மாளிகையையொட்டி இந்த இருள் மாளிகையும் அதில்

இந்தப் பொக்கிஷ நிலவறையும் இருப்பதில் வியப்பில்லையல்லவா? அம்மம்மா! இந்த நிலவறைக்குள் நாம் வந்து சேர்ந்தோமே? பாக்கிய லட்சுமியும் அதிர்ஷ்ட தேவதையும் சேர்ந்தல்லவா நம்மை இங்கே கொண்டு வந்து சேர்த்திருக்கிறார்கள்? எப்படிப்பட்ட அதிசயமான, அபூர்வமான இரகசியத்தை, நம்முடைய முயற்சி ஒன்றும் இல்லாமலே நாம் தெரிந்துகொண்டோம்! இதை எப்படிப் பயன்படுத்துவது? பயன்படுத்துவது அப்புறம் இருக்கட்டும்; இங்கிருந்து போவதற்கே மனம் வராது போலிருக்கிறதே! இங்கேயே சுற்றிச் சுழன்று கொண்டிருக்கலாம் போலத் தோன்றுகிறதே! இங்கேயே இருந்தால் பசி, தாகம் தெரியாது! உறக்கம் அருகிலும் அணுகாது! நூறு வருஷ காலமாகச் சோழ நாட்டு வீர சைன்யங்கள் அடைந்த வெற்றிகளின் பலன்கள் எல்லாம் இங்கே இருக்கின்றன. நவநிதி என்று சொல்வார்களே; அவ்வளவும் இங்கே இருக்கிறது! குபேரனுடைய பொக்கிஷத்தையும் தோற்கடிக்கும் செல்வக் களஞ்சியம் இங்கே இருக்கிறது இதை விட்டு எதற்காகப் போக வேண்டும்!

வந்தியத்தேவன் அந்த நிலவறையைச் சுற்றிச் சுற்றி வந்தான். ஒரு மூலையில் கிடந்த மணிமகுடங்களைத் தொட்டுப் பார்த்தான். இன்னொரு பக்கத்தில் கிடந்த ரத்தின ஹாரங்களைக் கையில் எடுத்துப் பார்த்தான். அவற்றைப் போட்டுவிட்டு இன்னொரு பக்கம் சென்று செப்புப் பானையில் நிறைந்திருந்த முத்துகளில் கைகளை விட்டு அளைந்தான். வேறொரு பானையில் கையை விட்டுப் பொற்காசுகளை அள்ளிச் சொரிந்தான். ஒரு மூலையில் தரையில் பளபளவென்று ஏதோ பரவலாக ஜொலிப்பதைக் கண்டு அங்கே சென்றான். முதலில் என்னவென்று தெரியவில்லை பிறகு, குனிந்து உற்றுப் பார்த்தான். ஐயோ! ஆண்டவனே! அது ஓர் எலும்புக்கூடு! ஒரு காலத்தில் சதையும் இரத்தமும் தோலும் உரோமமும் மூக்கும் முகமும் கண்ணும் காதுமாக இருந்த மனித உடலின் எலும்புக்கூடு!

ஆ! இந்த எலும்புக்கூடு அசைகிறதே! உயிர்பெற்று எழுகிறதே! பொற்காசுகளைப் போலவே சத்தமிடுகிறதே! நமக்கு ஏதோ சேதி சொல்ல எழுந்திருப்பதாய்க் காண்கிறதே!..... வல்லவரையனுடைய உடம்பிலிருந்து ஒவ்வொரு ரோமமும் குத்திட்டு நின்றது. தனக்குப் பைத்தியந்தான் பிடித்து விட்டது என்று நினைத்தான். சீச்சீ! எலும்புக்கூடு எழுந்திருக்கவில்லை! அதற்குள்ளேயிருந்து ஒரு பெருச்சாளி ஓடி வருகிறது! நம் கால் மீது விழுந்து ஓடுகிறது!... ஆம்; இப்போது பார்த்தால் எலும்புக்கூடு தரையிலேதான் விழுந்து கிடக்கிறது! ஆனால் அது நமக்கு ஒரு சேதி சொல்லுகிறது என்பது உண்மை. "ஓடிப் போ! இங்கே தாமதியாதே! நானும் உன்னைப் போல் உடல் படைத்த மனிதனாயிருந்தேன். இங்கு வந்து அகப்பட்டுக் கொண்டேன். இங்கேயே மாண்டு மடிந்தேன்! இப்போது எலும்புக்கூடாகக் கிடக்கிறேன்! ஓடிப் போ!" என்று அது நம்மை எச்சரிக்கிறது. இங்கிருந்து, உடனே தப்பிச் சென்றோமோ, பிழைத்தோம். இல்லாவிட்டால் அதோகதி தான்; அந்த மனிதனுக்கு ஏற்பட்ட கதிதான்.

வந்தியத்தேவன் அந்த நிலவறையிலிருந்து வெளியேற எண்ணினான். ஆனால் வெளியேறும் வழிதான் தெரியவில்லை. வந்த வழியைக் கண்டுபிடிக்க முடியவில்லை. நிலவறையின் ஓரமாக எங்கே போனாலும் இருள் என்னும் பூதம் வாயைப் பிளந்துகொண்டிருந்தது. கீழே பார்த்தால் அதலபாதாளப் படுகுழியாகத் தோன்றியது. ஏறி வந்த படிக்கட்டு எங்கேயோ ஓரிடத்தில் இருக்கத்தான் வேண்டும். அதைக் கண்டுபிடிக்க வந்தியத்தேவன் மேலும் முயன்றான். தேடித் தேடி அலைந்தான். அப்படி அலையும்போது ஓரிடத்தில் சுவர் ஓரமாக ஒரு குப்பல் தங்கக் காசுகள் கிடப்பதைக் கண்டான். அந்தக் குப்பலின் மீது ஏதோ வலை பின்னியது போலிருந்தது. உற்றுப் பார்த்தபோது, அக்குவியலின் பேரில் சிலந்தி வலை கட்டியிருப்பதாகத் தெரிந்தது. சிலந்தியின் வலை அவனது சிந்தனையைத் தூண்டியது.

பெரியோர்கள் மண்ணாசை, பெண்ணாசை, பொன்னாசைகளைச் சிலந்தி வலைக்கு ஒப்பிட்டிருக்கிறார்கள். வலையை விரித்துக்கொண்டு சிலந்தி காத்திருக்கிறது. எங்கிருந்தோ பறந்து வந்து ஈ அதில் அகப்பட்டுக் கொள்கிறது. பிறகு சிறிது சிறிதாகச் சிலந்தி ஈயை இழுத்து விழுங்குகிறது. மூன்று வித ஆசைகளும் அப்படித்தான். மனிதன் வழி தவறிச் சென்று அந்த ஆசை வலைகளில் விழுந்து அகப்பட்டுக் கொள்கிறான்; அப்புறம் மீளுவதில்லை! மண்ணாசை, பெண்ணாசை, பொன்னாசை ஆகிய மூன்று ஆசைகளின் இயல்பையும் அன்று ஒரே நாளில் நாம் அனுபவித்தாகி விட்டது. நந்தினி என்னும் பழுவூர் இளையராணி தன்னுடைய வலையில் நம்மை அகப்படுத்தப் பார்த்தாள். பழைய வாணர் குல ராஜ்யத்தை அடையலாம் என்னும் மண்ணாசையும் காட்டினாள். கடைசியாக, இங்கே இந்தப் பயங்கரமான பொன்னாசைப் பூதம் நம்மை அடியோடு விழுங்கப் பார்க்கிறது. முதலாவது இரண்டிலிருந்தும் தப்பினோம், இந்த மூன்றாவது அபாயத்திலிருந்தும் தப்ப வேண்டும். நமக்கு எதற்காக இந்த வம்பெல்லாம்? இராஜ்யம் எதற்கு? செல்வம் எதற்கு? பெண்களின் கூட்டுறவுதான் எதற்காக? வானத்தைக் கூரையாகப் பெற்ற அகண்டமான பூமியே நமது அரண்மனை! "யாதும் ஊரே யாவரும் கேளிர்" என்று பண்டைத் தமிழ் நாட்டுப் பெரியோர்கள் சொல்லியிருக்கிறார்களே! எல்லா ஊரும் நம்முடைய ஊர்தான். எல்லா மனிதர்களும் நம்முடைய உறவினர்கள்தான். ஊர் ஊராகப் போக வேண்டியது; புதுவெள்ளம் பொங்கி வரும் நதிகளையும், புதிய இலைகள் தளிர்த்து விளங்கும் மரங்களையும், பல வர்ணப் பட்சிகளையும், மகான்களையும், மயில்களையும் மலைகளையும் மலைகளின் சிகரங்களையும், வானத்தையும், மேகத்தையும், கடலையும் கடல் அலைகளையும் பார்த்துக் களிக்க வேண்டியது; பசிக்கு உணவு கிடைக்கின்ற இடத்திலே உண்ண வேண்டியது; உறக்கம் வந்த இடத்தில் உறங்க வேண்டியது! ஆகா! இதுவல்லவா இன்ப வாழ்க்கை! எளிதில் கிடைக்கக்கூடிய இத்தகைய ஆனந்த வாழ்க்கையை விட்டு விட்டு, தொல்லைகளும் சூழ்ச்சிகளும் ஆசைகளும் அபாயங்களும் நிறைந்த வாழ்க்கையை ஏன் மேற்கொள்ள வேண்டும்? எப்படியாவது இந்த நிலவறையை விட்டு இப்போது வெளியேறிவிட்டால் போதும்; பிறகு இந்த இருள் மாளிகையையும் தஞ்சாவூர்க் கோட்டையையும் விட்டு வெளியேறி விடவேண்டும். பின்னர், இத்தகைய தொல்லைகளில் என்றைக்கும் அகப்பட்டுக்கொள்ளவே கூடாது...

ஆகா! கதவு திறந்து மூடும் ஓசை!... மறுபடியும் காலடி ஓசை!... இன்றைய இரவின் அதிசயங்களுக்கு முடிவே கிடையாது போலும்! அதிசயங்களுக்கும் அளவில்லை! பயங்கரங்களுக்கும் எல்லையில்லை! இம்முறை வெகு தூரத்திலிருந்து அந்தக் காலடிச் சத்தங்கள் கேட்டன. இரண்டு பக்கங்களிலிருந்தும் வருவதாகத் தோன்றியது. வந்தியத்தேவன் காது கொடுத்துக் கவனமாகக் கேட்டான். பொக்கிஷ நிலவறையில் நாலுபுறமும் சூழ்ந்திருந்த இருளைக் கிழித்துக் கொண்டு பார்ப்பவனைப் போல் உற்றுப் பார்த்தான். சிறிது நேரத்துக்கெல்லாம் அவன் எதிர்பார்த்தது போலவே அபூர்வமான காட்சியைக் கண்டான்.

கூத்து மேடையிலிருந்து மிகத் தொலைவிலே உட்கார்ந்திருப்பவனுக்கு மேடையில் தோன்றும் காட்சிகள் எப்படியிருக்குமோ அப்படியிருந்தது வந்தியத்தேவன் அப்போது கண்ட காட்சி. அவன் அச்சமயம் இருந்த இடத்துக்கு உயரமான ஓர் இடத்தில், தொலை தூரம் என்று தோன்றிய தூரத்தில் அது நடந்தது.

கூத்து மேடையின் ஒரு பக்கத்திலிருந்து ஒரு தீவர்த்தி வந்தது. இன்னொரு புறத்துப் பக்கம் படுதாவை நீக்கிக் கொண்டு மற்றொரு தீவர்த்தி வந்தது. தீவர்த்திகள் இரண்டும் நெருங்கி நெருங்கி வந்துகொண்டிருந்தன. ஒரு தீவர்த்தி வெளிச்சத்தில் இரு நெடிய கரிய உருவங்கள் தெரிந்தன. இன்னொரு தீவர்த்தியின் ஒளியில் மற்றும் இரு உருவங்கள் காணப்பட்டன. அவற்றில் ஒன்று நெடிய கம்பீரமான உருவம்; மற்றொன்று சிறிது குட்டையான மெல்லிய வடிவம். இருதரப்பு உருவங்களும் ஒன்றையொன்று நெருங்கி வந்துகொண்டிருந்தன.

வந்தியத்தேவன் மேலும் கண் விழிகள் பிதுங்கும்படி உற்றுப் பார்த்து அந்த உருவங்கள் யாருடையவை என்பதை ஒருவாறு தெரிந்து கொண்டான். இடது பக்கத்திலிருந்து வந்த இரு உருவங்கள் மதுராந்தகத்தேவரை அழைத்துச் சென்ற கந்தமாறனும் காவலனும்; வலது புறத்திலிருந்து வந்த உருவங்கள் பெரிய பழுவேட்டரையரும் அவருடைய இளையராணி நந்தினி தேவியும்.

இந்த இரு கோஷ்டியாரும் சந்திக்கும்போது என்ன நடக்கும்? ஏதாவது விபரீதமாக நடக்குமா? அல்லது ஒருவருக்கொருவர் வழி விட்டு விட்டுச் சாவதானமாகப் போய் விடுவார்களா?... வந்தியத்தேவன் அந்தப் பரபரப்பில் மூச்சு விடுவதைக் கூட நிறுத்திக்கொண்டு அத்தனை கவனமாகப் பார்த்துக்கொண்டிருந்தான்.

இரு கோஷ்டியாரும் சந்தித்தார்கள். அவர்கள் தடுமாறித் தயங்கி நின்றதிலிருந்து இரு சாராருக்கும் அச்சந்திப்பு வியப்பையும் திகைப்பையும் அளித்திருக்க வேண்டுமென்று தோன்றியது. ஆனால் விபரீதம் ஒன்றும் நேர்ந்துவிடவில்லை. பழுவேட்டரையர் கந்தமாறனைப் பார்த்து ஏதோ கேட்டார். அதற்குக் கந்தமாறன் ஏதோ விடை சொன்னான். கேள்வியும் விடையும் என்னவென்பது வந்தியத்தேவனின் காதில் விழவில்லை. பிறகு, பழுவேட்டரையர் கையினால் சமிக்ஞை செய்து சுரங்க வழியின் படிக்கட்டைச் சுட்டிக்காட்டினார். கந்தமாறன் அவரைப் பணிவுடன் வணங்கினான். வணங்கி விட்டுப் படிக்கட்டில் இறங்கினான். அவனுக்குப் பின் கையில் தீவர்த்தியுடன் வந்த காவலனைப் பார்த்துப் பழுவேட்டரையர் ஏதோ சமிக்ஞை செய்தார். அவனும் மறு மொழி சொல்லாமல் ஒரு கையினால் வாயைப் பொத்திக் கொண்டு வணங்கினான். பிறகு கந்தமாறனைத் தொடர்ந்து படிக்கட்டில் இறங்கினான். பழுவேட்டரையரும் இளையராணியும் இடதுபக்கம் நோக்கிச் சென்றார்கள்.

நிழலாட்டத்தையும் பொம்மலாட்டத்தையும் ஒத்த மேற்கூறிய நிகழ்ச்சிகள் எல்லாம் சில கண நேரத்தில் நடந்து விட்டன. இவ்வளவும் சுரங்க வழியில் இறங்கும் படிக்கட்டின் அருகில் நிகழ்ந்தன என்பதை வந்தியத்தேவன் கவனித்துக் கொண்டான். ஆகா! நாம் வழியில் எங்கும் நில்லாமல் இந்த நிலவறையில் வந்து சுற்றிச் சுழன்றுகொண்டிருந்தது எவ்வளவு நல்லதாய்ப் போயிற்று! நாம் மட்டும் அந்த இரு கோஷ்டிக்கும் நடுவில் அகப்பட்டுக் கொண்டிருந்தால் நம் கதி என்னவாகியிருக்கும்? ஏதோ அந்த மட்டுக்கும் பிழைத்தோம். தப்பித்துக் கொள்ள வழி என்ன? கந்தமாறன் மதுராந்தகத்தேவரை அழைத்து வந்த சுரங்க வழியில் திரும்பிச் செல்கிறான் என்பதில் ஐயமில்லை. அந்த வழியிலிருந்து நாம் சிறிது விலகி இந்தப் பொக்கிஷ நிலவறைக்கு வந்திருக்க வேண்டும். இப்போது கந்தமாறன் போகும் வழியைத் தொடர்ந்து சென்றால், எப்படியும் வெளியேறும் வாசலைக் கண்டு கொள்ளலாம். பிறகு ஏதேனும் உபாயம் செய்து தப்பிக்கலாம். அப்படி அவசியம் நேர்ந்தால், கந்தமாறனிடமே உதவி கேட்கலாம். இல்லாவிட்டால் அவனையும் அந்தக் காவலனையும் ஒரு கை பார்த்து விட்டுத் தப்பிச் செல்லலாம். எனவே, கந்தமாறனை இப்போது பின் தொடரலாம்.

முதலில், தீவர்த்தி வெளிச்சம் நிலவறைக்கு அருகில் வருவது போலிருந்தது. வந்தியத்தேவன் மூச்சைப் பிடித்துக் கொண்டு நின்றான். பிறகு அவ்வெளிச்சம் அகன்று செல்வது போலிருந்தது. அதற்குள் வந்தியத்தேவன் சுற்றுமுற்றும் பார்த்தான். அந்த நிலவறைக்குள் பிரவேசித்த படிக்கட்டு எது என்பதை அறிந்து கொண்டான். அதன் வழியாகக் கீழே இறங்கி மீண்டும் மேலேறினான். தீவர்த்தி வெளிச்சத்தை விட்டு விடாமல், அதிகமாகவும் நெருங்காமல், காலடி ஓசை கேட்காதபடி மெதுவாக அடிவைத்து நடந்து சென்றான். வளைந்தும் வெளிந்தும் சுற்றியும் சுழன்றும் ஏறியும் இறங்கியும் சென்ற அந்தச் சுரங்கப் பாதையில் நாமாக இருளில் நடந்து வழி கண்டுபிடித்துப் போவது எவ்வளவு அசாத்தியமான காரியம்! வாழ்க கந்தமாறன்! அவன் இப்போது தன்னை அறியாமல் நமக்குச் செய்யும் உதவிக்கு எப்போது என்ன கைம்மாறு செய்யப் போகிறோம்!...

அதற்கு ஒரு சந்தர்ப்பம் அவ்வளவு சீக்கிரத்திலேயே கிடைக்கும் என்று வந்தியத்தேவன் எண்ணவேயில்லை!...

சுரங்கப் பாதையின் முடிவு வந்துவிட்டது. எதிரில் ஒரு பெருஞ்சுவர் தெரிந்தது. அதில் ஒரு வாசலோ, கதவோ இருக்கும் என்று யாரும் கருத முடியாது. ஆயினும் இருக்கத்தான் வேண்டும்! சுரங்கப் பாதைக்கு ஒரு இரகசிய வாசல் இருந்தே தீர வேண்டுமல்லவா?

காவலன் தன் வலது கையிலிருந்த தீவர்த்தியை இடது கைக்கு மாற்றிக் கொள்கிறான். வலது கையினால் சுவரில் ஓரிடத்தில் கைவைத்து ஏதோ செய்கிறான். திருகாணியைத் திருகுவது போல் திருகுகிறான். சுவரில் மெல்லிய கோடு போல் ஒரு பிளவு தோன்றுகிறது. அப்பிளவு வரவரப் பெரிதாகி வருகிறது. ஓர் ஆள் நுழையும்படியான பிளவாகிறது. காவலன் ஒரு கையினால் அதைச் சுட்டிக்காட்டுகிறான். கந்தமாறன் அவனிடம் ஏதோ சொல்லிவிட்டுச் சுவரில் தோன்றிய பிளவில் ஒரு காலை வைக்கிறான். ஒரு கால் இன்னும் சுரங்கப் பாதையிலேதான் இருக்கிறது. இப்பொழுது அவனுடைய முதுகுப் பிரதேசம் முழுதும் புலனாகிறது!

ஆகா! இது என்ன? இந்தக் காவலன் என்ன செய்கிறான்? அரையில் செருகியிருந்த கூரிய வளைந்த சிறு கத்தியை எடுக்கிறானே? கடவுளே! கந்தமாறனுடைய முதுகில் ஓங்கிக் குத்தி விட்டானே! படு பாதகன்! ஒருவனுக்குப் பின்னாலிருந்து முதுகில் குத்தும் சண்டாளன்!...

வந்தியத்தேவன் தான் ஒதுங்கி நின்றுகொண்டிருந்த இடத்திலிருந்து வெளி வந்தான். ஒரே பாய்ச்சலாகப் பாய்ந்தான்! அந்த சத்தத்தைக் கேட்டுக் காவலன் திரும்பினான்! தீவர்த்தியின் ஒளி வந்தியத்தேவனின் கோபாவேச முகத்தில் விழுந்தது.

42. நட்புக்கு அழகா?

வந்தியத்தேவனுடைய முதலாவது எண்ணம், எப்படியாவது கந்தமாறனைக் காப்பாற்ற வேண்டும் என்பதுதான். ஆனால் அவனைக் காப்பாற்றும் பிரயத்தனம் முதலில் செய்தால், அவனுடைய கதிதான் நமக்கும் ஏற்படும். ஆகையால் இந்தக் கொடூரக் காவலனை முதலில் சரிப்படுத்த வேண்டும். எனவே, பாய்ந்து சென்றவன் காவலனுடைய கழுத்தில் தன்னுடைய ஒரு கையைச் சுற்றி வளைத்துக் கொண்டான். இன்னொரு கையால் தீவர்த்தியைத் தட்டிவிட்டான். தீவர்த்தி தரையில் விழுந்தது. அதன் ஒளிப் பிழம்பு சுருங்கிப் புகை அதிகமாயிற்று. காவலனுடைய கழுத்தை ஒரு இறுக்கு இறுக்கி வந்தியத்தேவன் தன் பலத்தையெல்லாம் பிரயோகித்து அவனைக் கீழே தள்ளினான். காவலனுடைய தலை சுரங்கப் பாதையின் சுவரில் மோதியது அவன் கீழே விழுந்தான். வந்தியத்தேவன் தீவர்த்தியை எடுத்துக்கொண்டு அவன் அருகில் சென்று பார்த்தான். செத்தவனைப் போல் அவன் கிடந்தான். ஆயினும் முன் ஜாக்கிரதையுடன் அவன் அங்கவஸ்திரத்தை எடுத்து இரண்டு கையையும் சேர்த்து இறுக்கிக் கட்டினான். இவ்வளவையும் சில வினாடி நேரத்தில் செய்துவிட்டுக் கந்தமாறனிடம் ஓடினான். அவன் முதுகில் குத்திய கத்தியுடன் பாதி உடம்பு சுரங்கப் பாதையிலும் பாதி உடல் வெளியிலுமாகக் கிடப்பதைக் கண்டான். அவனுடைய வேலும் பக்கத்தில் விழுந்து கிடந்தது. வந்தியத்தேவன் வெளியில் சென்று கந்தமாறனைப் பிடித்து இழுத்து வெளியேற்றினான்; வேலையும் எடுத்துக் கொண்டான்.

உடனே கதவு தானாகவே மூடிக் கொண்டது. சுவர் அந்தப் பெரும் இரகசியத்தை மறைத்துக்கொண்டு இருள் வடிவமாக ஓங்கி நின்றது. ஓங்கி அடித்த காற்றிலிருந்து கோட்டைக்கு வெளியே வந்தாகிவிட்டது என்பதை வந்தியத்தேவன் அறிந்து கொண்டான்.

அடர்ந்த மரங்களும் கோட்டைச் சுவர் கொத்தளங்களும் சந்திரனை மறைத்துக்கொண்டிருந்தபடியால் நிலா வெளிச்சம் மிக மிக மங்கலாகத் தெரிந்தது.

கந்தமாறனைத் தூக்கி வந்தியத்தேவன் தோளில் போட்டுக் கொண்டான். ஒரு கையில் கந்தமாறனின் வேலையும் எடுத்துக் கொண்டான். ஓர் அடி எடுத்து வைத்தான். சடசடவென்று மண் சரிந்து செங்குத்தாகக் கீழே விழும் உணர்ச்சி ஏற்பட்டது. சட்டென்று வேலை ஊன்றிக் கொண்டு பெரு முயற்சி செய்து நின்றான். கீழே பார்த்தான். மரங்களும் கோட்டைச் சுவரும் அளித்த நிழலில் நீர்ப் பிரவாகம் தெரிந்தது. அதிவேகமாகப் பிரவாகம் சுழல்கள் சுழிகளுடன் சென்றுகொண்டிருந்ததும் ஒருவாறு தெரிந்தது. நல்ல வேளை! கரணம் தப்பினால் மரணம் என்ற கதி நேரிட்டிருக்கலாம். கடவுள் காப்பாற்றினார்! அந்தக் கொடும் பாதகக் காவலன் ஆனால் அவனை நொந்து என்ன பயன்? எஜமான் கட்டளையைத் தானே அவன் நிறைவேற்றியிருக்க வேண்டும்! வாசற்படியில் முதுகில் குத்தி அப்படியே இந்தப் பள்ளப் புனல் வெள்ளத்தில் தள்ளிவிட உத்தேசித்திருக்க வேண்டும். நம்முடைய கால் இன்னும் சிறிது சறுக்கி விட்டிருந்தால் இரண்டு பேரும் இந்த ஆற்று மடுவில் விழுந்திருக்க நேர்ந்திருக்கும். நாம் ஒருவேளை தப்பிப் பிழைத்தாலும் கந்தமாறன் கதி அதோகதிதான்!

தஞ்சைக் கோட்டைச் சுவரை ஓரிடத்தில் வடவாறு நெருங்கிச் செல்வதாக வந்தியத்தேவன் அறிந்திருந்தான். இது வடவாறாகத்தான் இருக்க வேண்டும். வடவாற்றில் அதிக வெள்ளம் அப்போது இல்லையென்றாலும் இந்தக் கோட்டை ஓரத்தில் ஆழமான மடுவாக இருக்கலாம். யார் கண்டது? வேலைத் தண்ணீரில் விட்டு ஆழம் பார்த்தான் வந்தியத்தேவன். வேல் முழுவதும் தண்ணீருக்குள் சென்று முழுகியும் தரை தட்டுப்படவில்லை! ஆகா! என்ன கொடூரமான பாதகர்கள் இவர்கள்!... அதைப் பற்றி யோசிக்க இது சமயமில்லை. நாமும் தப்பி கந்தமாறனையும் தப்புவிக்கும் வழியைத் தேட வேண்டும். வெள்ளப் பிரவாகத்தின் ஓரமாகவே கால்கள் சறுக்கி விடாமல் கெட்டியாக அழுத்திப் பாதங்களை வைத்து வந்தியத்தேவன் நடந்தான். தோளில் கந்தமாறனுடனும் கையில் அவனுடைய வேலுடனும் நடந்தான். கந்தமாறன் இரண்டு மூன்று தடவை முக்கி முனகியது அவனுடைய நண்பனுக்குத் தைரியத்தையும் மன உறுதியையும் அளித்தது. கொஞ்ச தூரம் இப்படியே சென்ற பிறகு கோட்டைச் சுவர் விலகி அப்பால் சென்றது. கரையோரத்தில் காடு தென்பட்டது. கீழே முட்கள் நிறையக் கிடந்தபடியால் கால் அடி வைப்பதும் கஷ்டமாயிருந்தது.

ஆகா! இது என்ன? ஒரு மரம் ஆற்றில் விழுந்து கிடக்கிறதே! நல்ல உயரமான மரமாயிருந்திருக்க வேண்டும். வெள்ளம் அதனுடைய வேரைப் பறித்துவிட்டது போலும்! பாதி ஆறு வரையில் விழுந்து கிடக்கிறது. அதில் ஏறித் தட்டுத் தடுமாறி நடந்தான். வெள்ளத்தின் வேகத்தில் மரம் அசைந்துகொண்டிருந்தது. மரத்தின் கிளைகளும் இலைகளும் தண்ணீரில் அலைப்புண்டு தவித்தன. காற்றோ அசாத்தியமாக அடித்துக் கொண்டிருந்தது. மரத்தின் நுனிக்கு வந்ததும் வேலை விட்டு ஆழம் பார்த்தான். நல்லவேளை! முருகன் காப்பாற்றினார். இங்கே அவ்வளவு பள்ளமில்லை! வந்தியத்தேவன் மரத்திலிருந்து நதியில் இறங்கிக் கடந்து சென்றான். அங்கங்கே பள்ளம் மேடுகளைச் சமாளித்துக் கொண்டு சென்றான். வெள்ளத்தின் வேகத்தையும் காற்றின் தீவிரத்தையும் தன் மன உறுதியினால் எதிர்த்துப் போராடிக் கொண்டு சென்றான். அவன் உடம்பு வெடவெடவென்று சில சமயம் நடுங்கியது.

தோளில் கிடந்த கந்தமாறன் சில சமயம் நழுவி விழுந்துவிடப் பார்த்தான். இந்த அபாயங்களையெல்லாம் தப்பி வந்தியத்தேவன் அக்கரையை அடைந்தான். கொஞ்ச தூரம் இடுப்பு வரை நனைந்த ஈரத் துணியுடன் ஆஜானுபாகுவான கந்தமாறனுடைய கனமான உடலைத் தூக்கிக் கொண்டு தள்ளாடிச் சென்ற பிறகு மரநிழலில் சிறிது இடைவெளி ஏற்பட்ட ஓரிடத்தில் கந்தமாறனைக் கீழே மெதுவாக வைத்தான். முதலில் சிறிது சிரமபரிகாரம் செய்துகொள்ள விரும்பினான். அத்துடன் கந்தமாறனுடைய உடம்பில் இன்னும் உயிர் இருக்கிறதா என்பதை நிச்சயப்படுத்திக்கொள்ள விரும்பினான். உயிரற்ற உடலைச் சுமந்து சென்று என்ன உபயோகம்? அதைக் காட்டிலும் அக்காவலன் உத்தேசித்தது போல் வெள்ளத்திலேயே விட்டுவிட்டுச் செல்லலாம். இல்லை! இல்லை! உயிர் இருக்கிறது;

பெருமூச்சு வருகிறது. நாடி வேகமாக அடித்துக் கொள்ளுகிறது; நெஞ்சு விம்முகிறது. இப்போது என்ன செய்யலாம்? முதுகிலிருந்து கத்தியை எடுக்கலாமா? எடுத்தால் இரத்தம் பீறிட்டு அடிக்கும். அதனால் உயிர் போனாலும் போய்விடும். காயத்துக்கு உடனே சிகிச்சை செய்து கட்டுக் கட்ட வேண்டும். ஒருவனாகச் செய்யக் கூடிய காரியமல்லவே? வேறு யாரை உதவிக்குத் தேடுவது?... சேந்தன் அமுதனுடைய நினைவு வந்தது. அவனுடைய தோட்டமும் வீடும் வடவாற்றின் கரையிலேதான் இருக்கிறது. இங்கே சமீபத்திலேயே இருக்கக் கூடும். எப்படியாவது சேந்தன் அமுதனுடைய வீட்டுக்குத் தூக்கிக்கொண்டு போய்ச் சேர்த்தால் கந்தமாறன் பிழைக்க வழியுண்டு. ஒரு முயற்சி செய்து பார்க்கலாம்.

கந்தமாறனை மறுபடியும் தூக்க முயன்ற போது அவனுடைய கண்கள் திறந்திருப்பதைக் கண்டு வந்தியத்தேவன் வியப்பும் மகிழ்ச்சியும் கொண்டான்.

"கந்தமாறா! நான் யார் தெரிகிறதா?" என்று கேட்டான்.

"தெரிகிறது, நன்றாய்த் தெரிகிறது. வல்லவரையவன் நீ! உன்னைப் போல் அருமையான நண்பனைத் தெரியாமலிருக்குமா? மறக்கத்தான் முடியுமா? பின்னால் நின்று முதுகிலே குத்தும் ஆப்தசினேகிதன் அல்லவா நீ?" என்றான் கந்தமாறன்.

வல்லவரையனை இந்தக் கடைசி வார்த்தைகள் சவுக்கினால் அடிப்பது போலிருந்தது. "ஐயோ! நானா உன்னைப் பின்னாலிருந்து குத்தினேன்...?" என்று ஆரம்பித்தவன் ஏதோ ஞாபகம் வந்து சட்டென்று நிறுத்தினான்.

"நீ குத்தவில்லை... உன் கத்தி என் முதுகைத் தடவிக் கொடுத்தது... அடபாவி! உனக்காகவல்லவா இந்தச் சுரங்க வழியில் அவசரமாகக் கிளம்பினேன். பழுவேட்டரையருடைய ஆட்கள் உன்னைப் பிடிப்பதற்குள் நான் பிடிப்பதற்காக விரைந்தேன். உன்னை யாரும் எந்தவித உபத்திரவமும் செய்யாமல் தடுப்பதற்காக ஓடி வந்தேன். உன்னைத் தேடிப் பிடித்து வந்து சின்னப் பழுவேட்டரையரின் கோட்டைக் காவல் படையில் சேர்த்து விடுவதாக சபதம் கூறிவிட்டு வந்தேன். இப்படி உனக்கு நன்மை செய்ய நினைத்த நண்பனுக்கு நீ இவ்வாறு துரோகம் செய்துவிட்டாய்? இதுதானா நட்புக்கு அழகு? நாம் ஒருவருக்கொருவர் உதவி செய்துகொள்ள வேண்டுமென்று எத்தனை தடவை கையடித்து சத்தியம் செய்து கொடுத்திருக்கிறோம்! அவ்வளவையும் காற்றில் பறக்கும்படி விட்டு விட்டாயே! இந்தச் சோழ நாட்டு இராஜாங்கத்தில் நடக்கப் போகும் ஒரு பெரிய மாறுதலைப் பற்றியும் உனக்குச் சொல்லி எச்சரிக்க எண்ணியிருந்தேனே! அடாடா! இனி இந்த உலகத்தில் யாரைத்தான் நம்புவது?" என்று சொல்லிக் கந்தமாறன் மறுபடியும் கண்களை மூடினான். இவ்வளவு அதிகமாகவும் ஆத்திரமாகவும் பேசியது அவனை மீண்டும் மூர்ச்சையடையும்படி செய்திருக்க வேண்டும்.

"நம்புவதற்கு மனிதர்களா இல்லை? பழுவேட்டரையர்களை நம்புவது?" என்று வந்தியத்தேவன் முணுமுணுத்தான். ஆயினும் அவனுடைய கண்களில் கண்ணீர் துளிர்த்தது. தான் சொல்ல எண்ணியதைச் சொல்லாமல் விட்டதே நல்லது என்று எண்ணிக் கொண்டான். கந்தமாறனுடைய உடலை மறுபடி தோளில் தூக்கிப் போட்டுக்கொண்டு நடக்கலுற்றான்.

இரவில் மலரும் பூக்களின் நறுமணம் குபீரென்று வந்தது. சேந்தன் அமுதனுடைய வீடு சமீபத்தில்தான் இருக்க வேண்டும் என்று அவன் எண்ணியது வீண் போகவில்லை. விரைவில் தோட்டம் வந்தது ஆனால் அந்தத் தோட்டம்! முதலாவது நாள் பார்த்ததற்கும் இன்று பார்ப்பதற்கு எவ்வளவு வித்தியாசம்? அனுமார் அழித்த அசோகவனத்தையும் வானரங்கள் அழித்த மதுவனத்தையும் அத்தோட்டம் அப்போது ஒத்திருந்தது. ஆகா! தன்னைத் தேடிக்கொண்டு பழுவேட்டரையரின் ஆட்கள் இங்கே வந்திருந்தார்கள் போலிருக்கிறது. வந்தவர்கள் இத்தகைய அக்கிரமங்களைச் செய்துவிட்டுப் போயிருக்கிறார்கள்! அடடா! சேந்தன் அமுதனும் அவனுடைய அருமை அன்னையும் எவ்வளவு அரும்பாடுபட்டு இந்த நந்தவனத்தை வளர்த்திருக்க வேண்டும்? அவ்வளவும் பாழாய்ப் போய்விட்டதே!

நந்தவனம் அழிந்ததில் அனுதாபம் சட்டென்று விலகியது. தன்னுடைய அபாயகரமான நிலைமை நினைவு வந்தது. ஒற்றர்களும் கோட்டைக் காவல் வீரர்களும் இங்கே சமீபத்தில் எங்கேயாவது காத்திருந்தால் என்ன செய்வது?...அவர்களை ஒரு கை பார்த்து சமாளிக்க வேண்டியதுதான். நல்லவேளையாக, அதோ நமது குதிரை, கட்டிய மரத்திலேயே இன்னும் இருக்கிறது!... ஒருவேளை தன்னைப் பிடிப்பதற்காகவே அதைவிட்டு வைத்திருக்கிறார்களோ? எப்படியிருந்தாலும் என்ன செய்ய முடியும்? இவனை இக்குடிசையில் உள்ள நல்ல மனிதர்களிடம் ஒப்புவித்து விட்டுக் குதிரையில் ஏறித் தட்டிவிட வேண்டியதுதான். இங்கே புறப்படும் குதிரை பழையாறை போய்த்தான் நிற்க வேண்டும்.

மெல்ல மெல்ல அடிமேல் அடி வைத்து நடந்து குடிசை வாசலை அடைந்தான். வாசல் திண்ணையில் படுத்திருந்த சேந்தன் அமுதனைத் தட்டி எழுப்பினான். தூக்கி வாரிப் போட்டுக்கொண்டு எழுந்த அமுதனுடைய வாயைப் பொத்தினான். பிறகு மெல்லிய குரலில் சொன்னான்; "தம்பி! நீதான் எனக்கு உதவி செய்ய வேண்டும். பெரிய சங்கடத்தில் அகப்பட்டுக்கொண்டிருக்கிறேன். இவன் என் அருமை சிநேகிதன். கடம்பூர் சம்புவரையர் மகன் கந்தமாறன். நான் வரும் வழியில் யாரோ இவனை முதுகிலே குத்திப் போட்டிருந்தார்கள். எடுத்து வந்தேன்" என்றான்.

"படுபாவிகள்! முதுகிலே குத்தியிருக்கிறார்களே! எப்பேர்பட்ட சுத்த வீரர்கள்!" என்றான் அமுதன்.

பிறகு, "இவனை என்னால் முடிந்தவரை பார்த்துக் கொள்கிறேன். இன்று மாலையிலிருந்து கும்பல் கும்பலாகப் பல வீரர்கள் வந்து உன்னைத் தேடிவிட்டுப் போனார்கள். அவர்களால் நந்தவனமே அழிந்து போய் விட்டது. போனாலும் போகட்டும் நீ தப்பிப் பிழைத்தால் சரி. நல்லவேளையாக உன் குதிரையை அவர்கள் விட்டுப் போய் விட்டார்கள். குதிரையில் ஏறி உடனே புறப்படு!"

"அப்படித்தான் என் உத்தேசமும். ஆனால் இவன் உயிரைக் காப்பாற்ற ஏதேனும் செய்ய வேண்டும்!"

"அதைப் பற்றி உனக்குக் கவலை வேண்டாம். என் தாயார் இம்மாதிரி விஷயங்களில் கைதேர்ந்தவள். காயங்களுக்குச் சிகிச்சை செய்ய அவளுக்கு நன்றாய்த் தெரியும்!" என்று சொல்லி, சேந்தன் அமுதன் குடிசையின் கதவை இலேசாக இரண்டு தட்டுத் தட்டினான். உடனே கதவு திறந்தது. சேந்தன் அமுதனுடைய அன்னை வாசற்படியில் நின்றாள்.

கந்தமாறனை இருவருமாகத் தூக்கிக் கொண்டு போய் உள்ளே கூடத்தில் போட்டார்கள். கைவிளக்கின் வெளிச்சத்தில் சேந்தன் அமுதன் தன் அன்னையுடன் சமிக்ஞையினால் பேசினான். அதை அவள் நன்கு அறிந்து கொண்டதாகத் தோன்றியது. கந்தமாறனை உற்றுப் பார்த்தாள். முதுகில் செருகியிருந்த கத்தியைப் பார்த்து, பிறகு உள்ளே போய்ச் சில பச்சிலைத் தழைகளையும் பழந்துணியையும் எடுத்துக் கொண்டு வந்தாள். இருவரையும் நிமிர்ந்து பார்த்தாள்.

கந்தமாறனைச் சேந்தன் அமுதன் இறுக்கிப் பிடித்துக் கொண்டான். முதுகில் இத்தனை நேரமாய் நீட்டிக் கொண்டிருந்த கத்தியை வல்லவரையன் பலங்கொண்டு இழுத்து வெளியேற்றினான்.

இரத்தம் குபீரென்று வெளியிட்டுப் பாய்ந்தது. உணர்ச்சியற்ற நிலையில் கந்தமாறன் ஓ'வென்று கத்தினான்.

வந்தியத்தேவன் அவனது வாயைப் பொத்தினான்.

காயத்தைச் சேந்தன் அமுதன் அமுக்கிப் பிடித்துக் கொண்டான்.

அமுதனுடைய அன்னை பச்சிலைத் தழைகளைக் காயத்தில் வைத்துக் கட்டினாள்.

கந்தமாறன் மறுபடியும் முக்கி முனகினான்.

தூரத்தில் திடுதிடுவென்று மனிதர்கள் ஓடிவரும் சத்தம் கேட்டது.

"போ! போ! சீக்கிரம்!" என்றான் அமுதன்.

இரத்தக் கறை படிந்த கத்தியையும் வேலையும் கையில் எடுத்துக் கொண்டான் வந்தியத்தேவன். புறப்பட்டவன் தயங்கி நின்றான்.

"தம்பி! நீ என்னை நம்புகிறாயா?" என்று கேட்டான்.

"நான் கடவுளை நம்புகிறேன். உன்னிடம் பிரியம் வைத்திருக்கிறேன். எதற்காகக் கேட்டாய்?"

"எனக்கு ஒரு உதவி செய்ய வேணும். இந்தப் பக்கத்தில் எனக்கு அவ்வளவாக வழி தெரியாது. அவசரமாகப் பழையாறைக்குப் போக வேண்டும். குந்தவைப் பிராட்டிக்கு முக்கியமான செய்தி ஒன்று கொண்டு போக வேண்டும். கொஞ்ச தூரம் வழிகாட்டுவதற்கு வருகிறாயா?"

உடனே சேந்தன் அமுதன் தன் அன்னையிடம் இன்னும் ஏதோ ஜாடையாக சொன்னான். இதிலெல்லாம் அவள் அதிக வியப்பு அடைந்ததாகத் தோன்றவில்லை. போய் வரும்படி சமிக்ஞையினால் தெரிவித்தாள். காயம் பட்டவனைத் தான் கவனித்துக் கொள்வதாகவும் ஜாடை காட்டினாள்.

சேந்தனும் தேவனும் புறப்பட்டுச் சென்றார்கள். முதலில் தேவனும் பின்னால் சேந்தனும் குதிரை மேல் ஏறிக் கொண்டார்கள்.

குதிரையின் சத்தம் கேளாதபடி மெதுவாகவே செலுத்தினான் வந்தியத்தேவன். சற்றுத் தூரம் போன பிறகு தட்டி விட்டான். குதிரை பாய்ச்சலில் பிய்த்துக்கொண்டு சென்றது.

குதிரை புறப்பட்ட அதே நேரத்தில் ஐந்தாறு வீரர்கள் குடிசைக்கு வந்து சேர்ந்தார்கள். கதவைத் தடதடவென்று தட்டினார்கள்.

அமுதனின் தாய் கதவைத் திறந்தாள். வாசற்படியில் நின்றாள்.

"இங்கே என்னமோ கூச்சல் கேட்டதே? அது என்ன?" என்று இரைந்தான் ஒரு வீரன்.

அமுதனின் அன்னை ஏதோ உளறிக் குளறினாள். "இந்தச் செவிட்டு ஊமையிடம் பேசி என்ன பயன்? உள்ளே போய்ப் பார்க்கலாம்!" என்றான் ஒருவன்.

"இவள் வழிமறித்துக்கொண்டு நிற்கிறாளே?"

"அந்தப் பூக்குடலைப் பையன் எங்கே போனான்?"

"ஊமையைத் தள்ளிவிட்டு உள்ளே நுழையுங்களடா!"

சேந்தன் அமுதனுடைய தாயார் மேலும் ஊமைப் பாஷையில் ஏதேதோ கத்தினாள். தன்னைத் தள்ள முயன்ற வீரனை அவள் தள்ளிவிட்டுக் கதவைத் தாழிட பார்த்தாள். நாலைந்து பேராகக் கதவைப் பிடித்துத் தள்ளிச் சாத்த முடியாதபடி செய்தார்கள். அமுதனுடைய தாய் இன்னும் உரத்த கூச்சல் புலம்பலுடன் திடீரென்று கதவை விட்டாள்.

இரண்டு மூன்று பேர் கீழே உருட்டியடித்துக் கொண்டு விழுந்தார்கள்.

மற்றவர்கள் அவர்களை மிதித்துக் கொண்டு உள்ளே புகுந்தார்கள்.

"ஆள் இங்கே இருக்கிறான்!" என்று ஒருவன் கத்தினான்.

"அகப்பட்டுக் கொண்டானா?" என்றான் இன்னொருவன்.

"ஓடப் போகிறான்! பிடித்துக் கட்டிப் போடுங்கள்!" என்றான் இன்னொருவன்.

ஊமை மேலும் புலம்பினாள்.

"ஒரே இரத்த விளாறாக இருக்கிறதே!" என்று ஒருவன் கூவினான்.

ஊமை கைவிளக்கைத் தூக்கிப் பிடித்துக் கீழே கிடந்தவனைச் சுட்டிக் காட்டி, "பே!பே!பே" என்றாள்.

"அடே! இவன் வேறு ஆள் போலத் தோன்றுகிறதே!"

"பே! பே!"

"நேற்று இங்கு வந்திருந்தவன் தானா இவன்?"

"பே! பே!"

"உன் மகன் எங்கே?"

"பே! பே!"

"ஊமைப் பிணமே! சற்று சும்மா இரு! அடே! இவனை நன்றாய்ப் பாருங்கள்! அடையாளம் யாருக்காவது தெரியுமா?"

"அவன் இல்லை!"

"அவன்தான்!"

"இல்லவே இல்லை!"

"பே! பே!"

"எப்படியிருந்தாலும் இவன் வேற்று ஆள்! தூக்குங்கள் இவனை! கொண்டு போகலாம்!"

"பே! பே! பே! பே!"

"சனியனே! சும்மா இரு!"

நாலுபேர் சேர்ந்து கந்தமாறனைத் தூக்கினார்கள்.

"பே! பே! பே! பே!" என்று அமுதனுடைய அன்னை இடைவிடாமல் அலறினாள்.

"அடே! குதிரைச் சத்தம் கேட்கிறதடா!"

"பாதி பேர் இவனைத் தூக்குங்கள்! பாதி பேர் ஓடிப் போய்ப் பாருங்கள்!"

"எல்லோரும் ஓடுங்கள்! இவன் எங்கும் போய்விட மாட்டான்."

தூக்கிய கந்தமாறனைக் கீழே போட்டுவிட்டு எல்லோரும் ஓடினார்கள்.

"பேப்பே! பேப்பே! பேப்பே!" என்ற அமுதன் அன்னையின் ஓலம் அவர்களைத் தொடர்ந்து வந்தது.

43. பழையாறை

வந்தியத்தேவன் வழியில் பல கஷ்டங்களுக்கு உள்ளாகி, பல அபாயங்களுக்குத் தப்பிப் பழையாறை நகருக்கு வந்து சேர்வதற்கு முன்னால், நம்முடன் பழையாறைப் பகுதிக்கு விஜயம் செய்யும்படி நேயர்களை அழைக்கிறோம்.

அரிசிலாற்றுக்குத் தென் கரையில் நின்று அந்நகரைப் பார்ப்போம். அடடா! வெறும் நகரமா இது? தமிழ்த்தாயின் அழகிய நெற்றியில் தொங்கும் ஆபரணத்தைப் போல அல்லவா விளங்குகிறது? பச்சை மரகதங்களும், சிவந்த ரத்தினங்களும், நீலக்கற்களும் பதித்த நெற்றிச் சுட்டியைப் போல அல்லவா திகழ்கிறது!

நதிகளும் ஓடைகளும் தடாகங்களும் கழனிகளும் புதுநீர் நிறைந்து ததும்புகின்றன. அவற்றில் பல வர்ண மலர்கள் பூத்துத் திகழ்கின்றன. தென்னை மரங்களும் புன்னை மரங்களும் குளிர்ச்சியான பசுமையைப் பரப்புகின்றன. இவ்வளவுக்கும் இடையிடையே விண்முட்டும் மணி மாடமாளிகைகளின் பொற்கலசங்களும், கோயில் கோபுரங்களின் உச்சியில் உள்ள தங்க ஸ்தூபிகளும் ஒளிவீசுகின்றன.

அப்பப்பா! பழையாறை என்னும் இந்த ஒரு பெரும் நகரத்துக்குள்ளே எத்தனை சிறிய ஊர்கள்? நந்திபுர விண்ணகரம், திருச்சத்திமுற்றம், பட்டீச்சுரம், அரிச்சந்திரபுரம் முதலிய ஊர்களும் அந்த ஊர்களின் ஆலயங்களும் இந்தப் பழையாறை என்னும் சோழர் தலைநகரில் அடங்கியுள்ளன.

பழையாறையின் நாலு திசைகளிலும் வடதளி, கீழ்த்தளி, மேற்றளி, தென்தளி என்னும் நாலு சிவனார் கோயில்கள் இருக்கின்றன. போர் வீரர்கள் குடியிருக்கும் ஆரியப் படை வீடு, புதுப்படை வீடு, மணப்படை வீடு, பம்பைப்படை வீடு ஆகிய நாலு வீரபுரிகள் காணப்படுகின்றன. இவ்வளவுக்கும் நடுநாயகமாகச் சோழ மாளிகை என்றால், ஒரே மாளிகையா? விஜயாலய சோழருக்கு முன்னால் இது ஒரு தனி மாளிகையாக இருந்தது. பிறகு ஒவ்வொரு அரசகுமாரனுக்கும் ஒவ்வொரு இளவரசிக்குமாகப் பழைய சோழ மாளிகையையொட்டிப் புதிய புதிய மாளிகைகள் எழுந்து நிற்கும் காட்சியைக் காண்பதற்கு ஆயிரம் கண்கள் வேண்டும். வர்ணிப்பதற்கோ பதினாயிரம் கவிஞர்களின் கற்பனாசக்தி போதாது.

இருநூறு ஆண்டுகளுக்குப் பின்னால் வந்த சேக்கிழார் பெருமான்,

> "தேரின் மேவிய செழுமணி வீதிகள் சிறந்து
> பாரில் நீடிய பெருமைசேர் பதி பழையாறை"

என்று வர்ணித்தார் என்றால், சுந்தர சோழரின் காலத்தில் இந்த நகர் எவ்வளவு கோலாகலமாக இருந்திருக்கும் என்று ஊகித்துக் கொள்ளலாம்.

எனினும், நாம் முதன் முதலில் இந்தப் பழம்பெரும் பதிக்கு செல்லும் சமயத்தில் அதைப் பூரண கோலாகலத் தோற்றத்துடன் பார்த்து மகிழ முடியவில்லை.

சுந்தர சோழ சக்கரவர்த்தி இந்நகரின் சோழ மாளிகையில் வீற்றிருந்து அரசு செலுத்திய காலத்தில் இங்கு வந்து பார்க்க நமக்குக் கொடுத்து வைத்திருக்கவில்லை.

சக்கரவர்த்தி நோய்ப்பட்டுத் தஞ்சை மாநகர் சென்ற பிறகு வெளிநாடுகளிலிருந்து சிற்றரசர்களும் இராஜ தூதர்களும் மந்திரிப் பிரதானிகளும் சேனாதிபதிகளும் இங்கு வருவது நின்று போயிற்று. அவர்களுடன் வழக்கமாக வரும் பரிவாரங்களின் கூட்டமும் குறைந்து விட்டது.

நாலு படை வீடுகளிலும் வசித்த போர் வீரர்களில் பாதிப் பேர் இப்போது ஈழ நாட்டுப் போர்க்களங்களில் தமிழர் வீரத்தை நிலைநாட்டிக் கொண்டிருந்தார்கள்.

மற்றவர்களில் ஒரு பகுதியார் வடதிசை எல்லையிலும் இன்னொரு பகுதியினர் மதுரையிலும் இருந்தார்கள்.

எனவே, படைவீட்டுப் பகுதிகளில் இப்போது பெரும்பாலும் வயோதிகர்களும் பெண்மணிகளும் சிறுவர் சிறுமிகளுமே காணப்பட்டார்கள்.

மழவர்பாடியில் வாழ்ந்து வந்த வேளக்காரப் படையினர் தத்தம் குடும்பங்களோடு தஞ்சைக்குச் சென்று விட்டபடியால், நகரின் அப்பகுதியானது பூட்டப்பட்ட வீடுகளுடன் வெறிச்சென்று இருந்தது.

இராஜாங்க காரியங்களை நடத்தி வந்த அமைச்சர்கள், சாமந்தகர்கள், அதிகாரிகள் அனைவரும் தத்தம் குடும்பத்தோடு தஞ்சைபுரிக்குச் சென்று விட்டார்கள்.

இப்படியெல்லாமிருந்த போதிலும் பழையாறை வீதிகளில் கூட்டத்துக்கும் கலகலப்புக்கும் குறைவில்லை. இப்போது அவ்வீதிகளில் பெரும்பாலும் ஆலய ஸ்தபதிகள், சிற்பக் கலைஞர்கள், சிவனடியார்கள், தேவார ஓதுவார்கள், அரண்மனை ஊழியர்கள், ஆலயப் பணியாளர்கள், கோயில்களில் சுவாமி தரிசனம் செய்யவும் திருவிழாக் காட்சிகளைப் பார்க்கவும் வெளியூர்களிலிருந்து வரும் ஜனங்கள் ஆகியோர் அதிகமாகச் சஞ்சரித்துக்கொண்டிருந்தனர்.

இன்றைக்கு ஏதோ திருவிழா போலக் காண்கிறது. வீதிகளில் அழகிய ஆடை ஆபரணங்கள் அணிந்து ஆடவரும் பெண்டிரும் சிறுவர் சிறுமிகளும் உலாவி வருகின்றனர். தெருமுனைகளில் ஆங்காங்கு ஜனங்கள் கும்பல் கூடி நிற்கின்றனர். அக்கும்பல்களுக்கு மத்தியில் ஏதேதோ வேடம் புனைந்தவர்கள் நின்று ஆடிப் பாடுகிறார்களே! சற்றுக் கவனித்துப் பார்க்கலாம். ஆம்; இவர்கள் கிருஷ்ணனைப் போலவும் கோபாலர்களைப் போலவும் அல்லவா வேடம் புனைந்திருக்கிறார்கள்! இந்தக் கூட்டத்துக்கு நடுவில் ஒரு கிருஷ்ணர் ஒரு மலையைத் தூக்கிக் கொண்டு நிற்கிறாரே? அவரைத் தேவராஜனாகிய இந்திரன் வந்து வணங்குகிறானே? இன்னொரு கூட்டத்தின் நடுவில் கிருஷ்ணனை நாலு முகங்கள் உள்ள பிரம்மதேவர் வந்து தோத்தரித்து வணங்குகிறாரே! ஆகா! இப்போது தெரிகிறது. இன்று ஸ்ரீ ஜயந்தி; கண்ணன் பிறந்த நாள். அந்த விழாவைத்தான் ஜனங்கள் இவ்வளவு குதூகலமாகக் கொண்டாடுகிறார்கள். அங்கங்கே உறியடித் திருநாள் நடைபெறுகிறது. மஞ்சள் நீரை வாரி இறைக்கிறார்கள்.

நந்திபுர விண்ணகரத்துப் பெருமாள் கோவிலைச் சுற்றி இந்தத் திருவிழாக் கொண்டாட்டங்கள் அதிகமாக நடை பெறுகின்றன. இது என்ன?

"கண்டேன் கண்டேன் கண்டேன்
கண்ணுக்கினியன கண்டேன்!"

என்று பாடுவது யார்? தெரிந்த குரலாயிருக்கிறதே! இதோ நமது பழைய சிநேகிதர் ஆழ்வார்க்கடியார் நம்பி சாக்ஷாத்காரமாக நிற்கிறார்! நின்று பாடுகிறார். அவரைச் சுற்றிலும் ஒரு கும்பல் கூடுகிறது. சிலர் பக்தி சிரத்தையுடன் கேட்கிறார்கள். வேறு சிலர் எகத்தாளம் பண்ணத் தொடங்கு கிறார்கள். ஆழ்வார்க்கடியாரின் கைத் தடியினால் யாருடைய தலைக்குச் சேதம் நேருமோ என்று நாம் அஞ்சுகிறோம்.

விண்ணகரக் கோயிலின் வாசலில் ஒரு சலசலப்பு. வீதிப்புறத்தில் நிறுத்தியிருந்த ரதங்களும் பல்லக்குகளும் கோயில் வாசலுக்கு வருகின்றன. கோயிலுக்குள்ளேயிருந்து மாதரசிகள் சிலர் வருகிறார்கள். இப்பெண்மணிகள் பெரிய குலத்துப் பெண்டிராகவே இருக்க வேண்டும்.

ஆம்; ஆம்! பழையாறை அரண்மனைகளில் வாழும் மகாராணிகளும் இளவரசிகளுந்தான் இவர்கள்.

எல்லாருக்கும் முதலில் 'பெரிய பிராட்டி' என்று நாடு நகரமெல்லாம் போற்றும் செம்பியன் மாதேவி வருகிறார். இவர் மழவரையர் குலப் புதல்வி; சிவஞானச் செல்வரான கண்டராதித்தரின் பட்ட மகிஷி. வயது முதிர்ந்த விதவைக் கோலத்திலும் இவருடைய முகத்தில் எத்தகைய தேஜஸ் ஜொலிக்கிறது! அவருக்குப் பின்னால் அரிஞ்சய சோழரின் பத்தினியான வைதும்பராயர் குலப் புதல்வி ராணி கல்யாணி வருகிறார். ஆகா! இவருடைய அழகை என்னவென்று சொல்ல! இந்த முதிய பிராயத்திலும் இவர் முகத்தில் இப்படிக் களை வீசுகிறதே! யௌவனப் பிராயத்தில் எப்படி இருந்திருப்பாரோ? இவருடைய புதல்வராகிய சுந்தர சோழர் வனப்பு மிக்கவர் என்று பிரசித்தி பெற்றிருப்பதில் வியப்பு என்ன?

இவரைத் தொடர்ந்து சுந்தர சோழரின் மற்றொரு பத்தினியான சேரமான் மகள் பராந்தகன் தேவி வருகிறார்.

இன்னும் பின்னால், வானுலகிலிருந்து நேரே இறங்கி வந்த தேவ கன்னிகையரையொத்தக் குந்தவைப் பிராட்டி, வானதி, இன்னும் நாம் அரிசிலாற்றங்கரையில் பார்த்த அரசகுலப் பெண்கள் வருகிறார்கள்.

விஜயாலயன் காலத்திலிருந்து சோழ வம்சத்தினர் சிவனையும் துர்கையையும் குலதெய்வமாகக் கொண்டு வழிபடுகிறவர்கள். ஆனால் திருமாலிடமும் மற்ற சமயங்களிடமும் இவர்களுக்குத் துவேஷம் என்பது கிடையாது. இன்று கண்ணன் பிறந்த

நாள் என்பதை முன்னிட்டுப் பெருமாள் கோவிலுக்கு வந்தார்கள் போலும்.

பெரியபிராட்டி செம்பியன் மாதேவி பல்லக்கில் ஏறும் சமயத்தில் ஆழ்வார்க்கடியாருடைய பாடல் அவருடைய காதில் விழுந்தது. அதற்காகவென்றே ஆழ்வார்க்கடியார் உரத்த சத்தம் போட்டுப் பாடினார் போலும். செம்பியன் மாதேவி அவரைத் தம் அருகில் அழைத்து வரச் செய்தார்.

ஆழ்வார்க்கடியார் அடக்க ஒடுக்கத்துடன் வந்து நின்றார்.

"திருமலை! சில நாட்களாக உன்னைக் காணோமே? ஸ்தல யாத்திரை சென்றிருந்தாயோ?" என்று கேட்டார்.

"ஆம், தாயே! ஸ்தல யாத்திரை சென்றிருந்தேன். திருப்பதி, காஞ்சி, வீரநாராயணபுரம் முதலிய பல க்ஷேத்திரங்களைத் தரிசித்தேன். சென்ற இடங்களிலெல்லாம் பல விந்தைகளைக் கண்டும் கேட்டும் வந்தேன்!"

"அரண்மனைக்கு நாளைக்கு வந்து, யாத்திரையில் கண்டு கேட்ட விந்தைகளைச் சொல்லு!"

"இல்லை, அம்மா! இன்றிரவு மறுபடியும் நான் புறப்பட வேண்டும்."

"அப்படியானால் இன்று மாலையே வந்துவிட்டுப் போ!"

"வருகிறேன் தாயே! தங்கள் சித்தம் என் பாக்கியம்!"

பல்லக்குகள், ரதங்கள் எல்லாம் புறப்பட்டு அரண்மனைக்கு விரைந்து சென்றன.

குந்தவைப்பிராட்டி, ஆழ்வார்க்கடியாரைச் சுட்டிக்காட்டி ஏதோ கூற, மற்ற அரசிளங்குமாரிகள் 'கலீர்' என்று சிரித்தார்கள்.

சிரிப்புக்குக் காரணம் கண்டறிய ஆழ்வார்க்கடியார் அந்தப் பக்கத்தை நோக்கினார். குந்தவைப்பிராட்டியின் கண்கள் ஆழ்வார்க்கடியாருடன் ஏதோ சங்கேத பாஷையில் பேசின. ஆழ்வார்க்கடியார் அச்செய்தியை அறிந்து கொண்டதற்கு அறிகுறியாகத் தலைவணங்கினார்.

சோழ மாளிகைகளிலே செம்பியன் மாதேவி வசித்த மாளிகை நடுநாயகமாக இருந்தது. அதன் சபா மண்டபத்தில், பொன்னால் செய்து நவரத்தினங்கள் இழைத்த சிம்மாசனத்தில் அந்தப் பெருமூதாட்டி அமர்ந்திருந்தார். காரைக்காலம்மையார், திலகவதியார் முதலான பரம சிவ பக்தைகளின் வழித்தோன்றிய அப்பெண்மணி வெண் பட்டாடை உடுத்தி, விபூதியும், ருத்ராட்ச மாலையும் தரித்து, வேறு எவ்வித ஆபரணங்களும் பூணாமல், அளவற்ற செல்வங்களுக்கிடையில் அஷ்டைசுவரியங்களுக்கு மத்தியில், வைராக்கிய சீலையாக வாழ முடியும் என்பதை நிரூபித்துக் கொண்டிருந்தாள். தலையில் மணிமகுடமும் வேறு ஆபரணங்களும் அணியாதிருந்த போதிலும் அவருடைய கம்பீரத் தோற்றமும் சுயம் பிரகாசமான முகமும் அரச குலத்தில் பிறந்து அரச குலத்தில் புகுந்த அரசர்க்கரசி என்பதை புலப்படுத்தின. சோழ அரச குடும்பத்தைச் சேர்ந்தவர்கள் அத்தனை பேரும் விதிவிலக்கின்றி இந்தப் பெருமூதாட்டியைத் தெய்வமாக மதித்துப் பாராட்டிக் கொண்டாடி அவருடைய விருப்பத்துக்கு மாறாக எதுவும் சொல்லாமல் நடந்து வந்ததில் யாதொரு வியப்பும் இல்லை என்றே நினைக்கத் தோன்றும்.

ஆயினும் அத்தகைய பயபக்தி மரியாதைக்கு இப்போது ஒரு களங்கம் ஏற்பட்டிருந்தது. அந்தப் பெண்ணரசியின் புதல்வர் மதுராந்தகத் தேவர் அன்னையின் கருத்துக்கு மாறாக, அவருடைய கட்டளையை மீறி, பழுவேட்டரையர் குலத்தில் மணம் புரிந்து கொண்டார். அதுமட்டுமின்றி சோழ சிம்மாசனத்துக்கு அவர் ஆசைப்படுகிறார் என்ற சேதியும் பராபரியாக வந்து செம்பியன் மாதேவியின் காதில் விழுந்து அவருக்குச் சிறிது மனக் கவலையை ஏற்படுத்தியிருந்தது.

செம்பியன் மாதேவியின் அரண்மனை முற்றத்திலும் சபா மண்டபத்திலும் சிற்பிகளின் கூட்டமும் தேவாரப் பாடகர்களின் கோஷ்டியும் ஜேஜே என்று எப்போதும் கூடியிருப்பது வழக்கம். தூர தூர தேசங்களிலிருந்து சிவனடியார்களும் தமிழ்ப் புலவர்களும் அடிக்கடி வந்து பரிசில்கள் பெற்றுப் போவது வழக்கம். சிவ பூஜைப் பிரசாதம் கொண்டு வரும் அர்ச்சகர்களின் கூட்டமும் அதிகமாகவே இருக்கும்.

அன்றைக்குத் திருமுதுகுன்றம் (விருத்தாசலம்), தென்குரங்காடுதுறை, திருமழபாடி முதலிய ஊர்களிலிருந்து சிற்பிகளும் சிவபக்தர்களும் வந்து தத்தம் ஊர்களில் கோயில்களில் கருங்கல் திருப்பணி செய்வதற்கு மகாராணியின் உதவியைக் கோரினார்கள். கோயில்களை எந்தெந்த ஊர்களில் என்ன முறையில் கட்ட உத்தேசம் என்பதற்குச் சித்திரங்களும் பொம்மைக் கோயில்களும் கொண்டு வந்திருந்தார்கள்.

முதலாவது இரண்டு கோயில்களின் திருப்பணியைச் செய்ய உதவி அளிப்பதாகச் சொல்லிவிட்டு, "மழபாடியா? எந்த மழபாடி?" என்று பெரிய பிராட்டி கேட்டார்.

"சுந்தரமூர்த்தி சுவாமிகளைக் குரல் கொடுத்து அழைத்துப் பாடல் பெற்றாரே, அந்தப் பெருமான் வீற்றிருக்கும் மழபாடிதான்!" என்று அந்த ஊர்க்காரர் சொன்னார்.

"அது என்ன சம்பவம்?" என்று மழவரையரின் செல்வி கேட்க, மழபாடிக்காரர் கூறினார்:

"சுந்தரமூர்த்தி சுவாமிகள் சோழ நாட்டு ஸ்தலங்களுக்கு யாத்திரை செய்துகொண்டிருந்தபோது ஒரு நதியைக் கடக்க வேண்டியதாயிருந்தது. நதியைத் தாண்டி அப்பால் செல்லத் தொடங்கினார். அப்போது, 'சுந்தரம்! என்னை மறந்தாயோ!' என்று ஒரு குரல் கேட்டது.

சுந்தரமூர்த்தி திடுக்கிட்டார் அது தம்மை ஆட்கொண்ட இறைவனுடைய குரல் என்பதை உணர்ந்தார். பக்கத்தில் இருந்த சீடர்களைப் பார்த்து 'இங்கே சமீபத்தில் எங்கேயாவது சிவன் கோயில் இருக்கிறதா?' என்று கேட்டார்.

'ஆம், சுவாமி! அந்தக் கொன்னை மரங்களின் மறைவில் மழபாடி கிராமத்துச் சிவன் கோயில் இருக்கிறது!' என்று சீடர்கள் சொன்னார்கள்.

உடனே சுந்தரமூர்த்தி அங்கே சென்றார். பூத்துக் குலுங்கிய கொன்னை மரங்களின் மறைவில் ஒரு சிறிய கோவில் இருந்தது. சுந்தரமூர்த்தி அங்கே சென்று சுவாமி தரிசனம் செய்துவிட்டு மனமுருகிப் பாடினார். அன்றொரு நாள் தன்னைத் தடுத்தாட்கொண்டது போல், இன்றைக்குத் தன்னைக் கூப்பிட்டு அருள்புரிந்த கருணைத் திறனை வியந்தார்.

'சுவாமி! தங்களை நான் மறந்து விடுவேனா? என்ன கேள்வி கேட்டீர்கள்? தங்களை மறந்துவிட்டு வேறு யாரை நினைப்பேன்?' என்னும் கருத்து அமைத்து,

பொன்னார் மேனியனே! புலித் தோலை அரைக்கசைத்து
மின்னார் செஞ்சடைமேல் மிளிர் கொன்றை அணிந்தவனே
மன்னே மாமணியே மழபாடியுள் மாணிக்கமே!
அன்னே உன்னையல்லால் இனி யாரை நினைக்கேனே?

என்று பாடினார். தாயே! இன்னும் அந்தக் கோயில் சிறிய கோயிலாகக் கொன்னை மரங்களின் மறைவிலேயே இருக்கின்றது. அதற்குத்தான் உடனே திருப்பணி ஆரம்பிக்க வேண்டும் என்று கோருகிறோம்."

"அப்படியேயாகட்டும்!" என்றார் செம்பியன் மாதேவி.

ஆழ்வார்க்கடியாரும் அவருடன் இன்னொருவரும் சற்று முன்னால் வந்து நடந்ததையெல்லாம் கவனமாகக் கேட்டுக் கொண்டிருந்தார்கள்.

௵

44. எல்லாம் அவள் வேலை!

மாமல்லபுரத்து மகா சிற்பிகளின் பரம்பரையில் தோன்றிய சிற்பக் கலைஞர் ஒருவர் இப்போது முன் வந்தார். புதிய முறையில் கருங்கற்றளி அமைப்பதற்கு அவருடைய மனோதர்ம கற்பனைப்படி சிறிய பொம்மைக் கோயில் ஒன்று அவர் செய்து கொண்டு வந்திருந்தார். அதை இப்போது மகாராணியிடம் காட்டினார்.

அதைப் பார்த்து மகாராணி மிகவும் வியந்தார். ஆழ்வார்க் கடியானுக்கு அருகில் நின்றவரைப் பார்த்து, "பட்டரே! இந்த ஆலய அமைப்பு எவ்வளவு சிறப்பாயிருக்கிறது, பார்த்தீர்களா? தமிழகத்திலுள்ள முக்கியமான சிவஸ்தலங்களிலெல்லாம் இம்மாதிரி புது முறையில் ஆலயம் எடுப்பிக்க வேண்டும் என்று என்னுடைய உள்ளத்தில் ஆவல் பொங்குகிறது!? என்று சொன்னார்.

"தாயே! தங்கள் விருப்பம் நிறைவேறுவதில் தடை என்ன இருக்கிறது? தேவாரப் பதிகப் பாடல் பெற்ற சிவ ஸ்தலங்களில் இம்மாதிரி கற்றளிகள் எடுப்பிக்கலாம். இந்த ஆலய அமைப்பைப் பார்த்தவுடனே இது 'பாடல் பெற்ற ஸ்தலம்' என்பதை ஜனங்கள் உணர்ந்து கொள்வார்கள்!" என்று சொன்னார் ஈசான சிவபட்டர்.

"ஆம், ஆம்! அப்பர் பெருமானும் ஞானசம்பந்தரும் சுந்தரமூர்த்தியும் பாடிய பதிகங்களையெல்லாம் சேகரிக்க வேண்டும். அவர்களுடைய பாதங்கள் பட்டுப் புனிதமாகி, அவர்களுடைய பாடல்களினால் தெய்வீகமடைந்த ஸ்தலங்களில் எல்லாம் இம்மாதிரி வானளாவிய விமான கோபுரங்களுடன் கற்றளிகளை எடுக்க வேண்டும். இந்த இரண்டுந்தான் என் மனோரதங்கள். இவை நிறைவேறுமா என்று அடிக்கடி ஐயம் உண்டாகிறது. என்னுடைய நாயகர் மட்டும் மேற்குத் திசை சென்று அகாலத்தில் இறைவன் திருவடிகளைச் சேராதிருந்தால், இன்னும் சில காலம் ஜீவித்திருந்தால், என் மனோரதங்கள் எல்லாம் நிறைவேறியிருக்கும்..."

"இப்போது மட்டும் என்ன குறைவு, தாயே! தாங்கள் நினைத்ததை நினைத்தபடி நிறைவேற்றித் தர வேண்டும் என்று சக்கரவர்த்தி கட்டளை பிறப்பித்திருக்கிறார் அல்லவா? அவருடைய புதல்வர்கள் இருவரும் தங்கள் மனத்தில் நினைப்பதற்கு முன்னாலேயே தங்களுக்கு இது விருப்பமாயிருக்கும் என்று ஊகித்தறிந்து, அதை நிறைவேற்ற சித்தமாயிருக்கிறார்கள். அப்படியிருக்கும்போது..."

"இருந்தாலும் என் மனத்தில் இப்போது அவ்வளவு உற்சாகம் இல்லை. ஏதேதோ கேள்விப்படுகிறேன். நான் செய்யும் கோவில் திருப்பணியினால் அரசாங்கப் பொக்கிஷம் காலியாகி விடுகிறதென்று சிலர் குறைபடுகிறார்களாம். 'சிவனுக்கு இவ்வளவு ஆலயங்கள் என்னத்திற்கு?" என்று கேட்கிறார்களாம். மற்றவர்கள் கேட்பதைப் பற்றி எனக்குக் கவலையில்லை. காஞ்சியில் உள்ள இளவரசர் கூட..."

இவ்விதம் பெரிய பிராட்டியார் சொல்லியபோது, ஆழ்வார்க்கடியான் ஓர் அடி முன்னால் வந்து நின்று, "தாயே! அந்த மாதிரி கேட்பவர்களில் அடியேனும் ஒருவன்!" என்றான்.

மகாராணி அவனைச் சற்று வியப்புடன் பார்த்தார். மற்றவர்கள், 'இது என்ன விபரீதம்?' என்ற முகபாவத்துடன் ஆழ்வார்க்கடியானை உற்று நோக்கினார்கள்.

ஆழ்வார்க்கடியான் மேலும் தொடர்ந்து ஆத்திரம் ததும்பிய குரலில், "அன்னையே! என் வயிறு கொதிக்கிறதே! இந்த மாதிரி அநியாயம் உண்டா? தர்ம தேவதையின் அவதாரமாக விளங்கும் தாங்கள் இந்த அநீதிக்கு இடம் கொடுக்கலாமா?" என்று அலறினான்.

திருமலையப்பனுக்குப் பக்கத்தில் நின்ற ஈசான சிவபட்டர், "மகாராணி! என் சகோதரன் இப்படித்தான் ஏதாவது உளறுவான். திடீரென்று அவனுக்கு வெறி வந்துவிடும். தயவு செய்து மன்னித்து அருள வேண்டும்!" என்றார்.

அக்காலத்தில் சைவர்களும் வைஷ்ணவர்களும் தனித் தனி சாதியாகப் பிரிந்திருக்கவில்லை. ஒரே குடும்பத்தில் சைவப் பற்றுள்ளவர்களும் வீர வைஷ்ணவர்களும் இருப்பார்கள். ஒரே பட்டர் சிவன் கோவிலிலும் திருமால் கோவிலிலும் பூஜா கைங்கரியம் செய்வார். ஈசான சிவ பட்டர் அத்தகைய பரந்த நோக்கம் கொண்டவர். திருமலையப்பன் அவருடைய ஒன்றுவிட்ட சகோதரன். இருவரும் பரஸ்பரம் மிக்க அன்பு கொண்டவர்கள். ஆகவே தம்பியின் பதற்றமான பேச்சுக்காக ஈசான சிவபட்டர் மகாராணியிடம் மன்னிப்புக் கோரினார்.

தேவி புன்னகை புரிந்து, "திருமலை! சற்று அமைதியாகப் பேசு! இப்போது என்ன அநியாயம் நடந்து விட்டது?" என்று கேட்டார்.

"அம்மா! பேயாண்டியும் கையில் கபாலம் ஏந்திப் பிக்ஷை எடுத்துப் பிழைப்பவனுமாகிய சிவனுக்கு எத்தனை ஆலயங்கள்? எத்தனை மாடக் கோயில்கள்? எத்தனை கற்றளிகள்? உலகத்தையெல்லாம் காத்து ரக்ஷிக்கும் விஷ்ணு மூர்த்திக்கு ஒரு திருக்கோயில் கூடக் கிடையாதா? ஒரு பழைய கோயிலைத் திருப்பணியாவது செய்யக் கூடாதா?" என்று திருமலையப்பன் ஓலமிட்டான்.

"அம்மா! அகில புவனமும் உய்ய ஆனந்த நடனமாடும் பெருமானுக்கு அரங்கமும் அம்பலமும் சிற்சபையும் பொற்சபையும் மாடக் கோயிலும் மதில் சூழ்ந்த மாளிகையும் வேண்டும். ஓயாமல் தூங்குகிற திருமாலுக்கு ஒரு சிறிய இடம் போதாதா? தீபம் இல்லாத இருட்டறைதானே அவருக்கு வேண்டும்? மாடக் கோயில்களும் கற்றளிகளும் என்னத்திற்கு?" என்றார் ஈசான சிவபட்டர்.

"அண்ணா! ஓயாமல் தூங்கும் பெருமாள்தான் உலகளந்த பெருமாள்! மகாபலியைப் பாதாளத்தில் அழுத்திய பெருமாள்!" என்றான் ஆழ்வார்க்கடியான்.

"அப்படிப்பட்ட உலகளந்த பெருமாள் எங்கள் சிவபெருமானுடைய பாதாரவிந்தங்களைத் தரிசிப்பதற்குத் தோண்டித் தோண்டிப் பாதாளம் வரையில் சென்றும் எம்பெருமான் பாதங்களைக் கண்டுபிடிக்க முடியவில்லை!" என்றார் ஈசான சிவபட்டர்.

"உங்கள் சிவன் அவ்வளவு பெரியவராயிருந்தால், அவருக்குக் கோயில் எதற்கு என்றுதான் கேட்கிறேன். கோயிலுக்குள் வரும்போது அவர் தலை இடித்துக் கோயில் இடிந்து விழுந்து விடுமே!" என்று சொன்னான் ஆழ்வார்க்கடியான்.

மழவரையர் திருமகள் இதைக் கேட்டுச் சிரித்துக் கொண்டே, "உங்கள் சண்டையைக் கொஞ்சம் நிறுத்துங்கள். திருமலை! நீ சொல்வது என்ன? பெருமாளுக்குக் கோயில் கட்டக் கூடாது என்று யார் சொன்னது? எந்த ஊர் விண்ணகரத்தைப் புதுபிக்க வேண்டும் என்கிறாய்? அதை நல்ல முறையில் சொல்லுவதுதானே?" என்றார்.

"அம்மணி! தங்களுடைய மாமனார், மூன்று உலகும் கீர்த்தி பெற்ற பராந்தக சக்கரவர்த்தி. அவருடைய பட்டப் பெயரால் விளங்கும் வீரநாராயணபுரத்துக்குப் போயிருந்தேன். அங்கே வீரநாராயணப் பெருமாள் அல்லும் பகலும் தூங்காமல், கண் மூடாமல், மாகடல் போன்ற வீரநாராயண ஏரியைக் காத்து அருள் புரிந்து வருகிறார். அத்தகைய பெருமானுடைய கோயிலில் செங்கல் சுவர்கள் இடிந்து விழுந்து வருகின்றன. கோயில் இடிந்தால் ஏரிக் கரையும் இடிந்து நூறு நூறு ஊர்கள் பாழாகிவிடும். வீரநாராயணப் பெருமாளின் கோயிலைக் கற்றளியாக்கித் திருப்பணி செய்ய வேண்டும்!" என்றான்.

"ஆகட்டும், செய்வோம்! அதைப் பற்றி விவரமாக என்னிடம் சொல்! இவர்கள் எல்லாரும் இப்போது போகட்டும்!" என்று சோழகுல மூதாட்டி கூறினார்.

அந்தக் குறிப்பை உணர்ந்து ஈசான சிவபட்டர் உள்பட அனைவரும் வெளியேறிச் சென்றார்கள்.

உடனே, செம்பியன் மாதேவி குரலைத் தாழ்த்திக் கொண்டு, "திருமலை! யாத்திரையில் எங்கெங்கே போயிருந்தாய்? என்னென்ன பார்த்தாய்? என்னென்ன கேள்விப்பட்டாய்? விவரமாய்ச் சொல்லு! ஏதோ முக்கியமான விஷயம் கொண்டு வந்திருக்கிறாய். அதனால்தான் அப்படிக் குறுக்கிட்டுப் பேசினாய், இல்லையா?" என்று சொன்னார்.

"ஆம், தாயே! முக்கியமான விஷயம் பல கொண்டு வந்திருக்கிறேன். ஆயினும் தங்கள் திருவுள்ளத்தை நோக்கிக் காத்திருப்பேன். ஆனால் காஞ்சியில் உள்ள இளவரசரைப் பற்றி ஏதோ சொல்லத் தொடங்கினீர்கள். அதற்காகவே தடை செய்தேன். சற்று முன் இங்கே இருந்தவர்களில் உண்மையானவர் யார், ஒற்றர் யார் என்று யாருக்குத் தெரியும்? நாட்டில் எத்தனையோ விபரீதங்கள் நிகழ்ந்து வருகின்றன. எப்போது யாரால் என்ன துரோகம் நடக்கும் என்று சொல்வதற்கில்லை!" என்றான் திருமலையப்பன்.

பெரிய பிராட்டி பெருமூச்சு எறிந்தார். "ஒரு குடும்பத்தைச் சேர்ந்தவர்கள், இரத்த பாசம் உள்ளவர்கள், ஒருவரையொருவர் சந்தேகிக்கும்படி ஆகிவிட்டது. ஆதித்த கரிகாலன் ஒரு காலத்தில் என்னிடம் எவ்வளவு விசுவாசம் வைத்திருந்தான்? சொந்தத் தாயைக் காட்டிலும் நூறு மடங்கு அன்பும் மரியாதையும் கொண்டிருந்தானே? அவன் கூடவல்லவா என் பேரில் ஐயுறும்படி ஆகிவிட்டது! திருமலை! என் நாயகருடன் நானும் இந்த மண்ணுலகை விட்டுப் போயிருந்தால் எவ்வளவு நன்றாயிருக்கும்! என்னை வரக் கூடாதென்று தடுத்து விட்டாரே? இங்கே செய்ய வேண்டிய பணிகளையும் கொடுத்து விட்டல்லவா போய்விட்டார்? என்ன துர்ப்பாக்கியசாலி நான்?" என்றார்.

"அம்மா! தங்கள் பதி முக்காலமும் உணர்ந்த மகான். கலியுகத்தில் ஜனக மகாராஜாவைப் போல் இந்தச் சோழ சிம்மாசனத்தில் வீற்றிருந்தார். தங்களை இருக்கும்படி அவர் சொல்லிப் போனது இந்த நாடு செய்த பாக்கியம். நூறு ஆண்டாகப் பல்கிப் பெருகிவரும் இந்தச் சோழப் பேரரசு சகோதரச் சண்டையினால் நசித்து நாசமாகாமல் காப்பாற்றும் பொறுப்பு தங்களைச் சார்ந்தது. தங்களாலேதான் அது முடியக் கூடியது!"

"எனக்குத் தோன்றவில்லை. என் சொந்த மகன் நான் சொல்வதைக் கேட்கவில்லை என்று ஏற்பட்ட பிறகு மற்றவர்களை நான் எப்படிக் கட்டுப்படுத்த முடியும்? இருக்கட்டும்; ஒற்றர்களைப் பற்றிச் சொன்னாயே? இங்கே யார் ஒற்றர்களை அனுப்பியிருக்க முடியும்? இளவரசன் ஆதித்த கரிகாலன் அனுப்பியிருப்பான் என்று நினைக்கிறாயா? என் பேரில் அவனுக்கு அவ்வளவு அவநம்பிக்கை வந்து விட்டதா?" என்றார் சிவ பக்த சிரோமணியான மாதரசி.

"என்னுடைய இரு காதினாலும் கேட்டேன், தாயே! இல்லாவிட்டால் இளவரசர் கரிகாலர் தங்கள் பேரில் ஐயப்படுவார் என்பதை நான் ஒருநாளும் நம்பியிருக்க மாட்டேன்..."

"என்ன கேட்டாய், திருமலை! உன் காதினால் என்ன கேட்டாய்?"

"மாமல்லபுரத்துக் கற்கோயில் ஒன்றின் அருகில் உட்கார்ந்து அவர்கள் பேசிக்கொண்டிருந்ததைக் கேட்டேன்..."

"அவர்கள் என்றால் யார்?"

"இளவரசர் ஆதித்த கரிகாலர் ஒன்று, திருக்கோவலூர் மலையமான் இரண்டு, பல்லவப் பார்த்திபேந்திரன் மூன்று, இவர்கள் மூவரும் பேசிக்கொண்டிருந்தார்கள். இருளடைந்த கற்கோயிலுக்குள் நான் மறைந்திருந்து கேட்டேன். மலையமானும் பார்த்திபேந்திரனும் வெகு ஆத்திரமாகப் பேசினார்கள். இரண்டு பழுவேட்டரையர்களும் தங்கள் குமாரர் மதுராந்தகத் தேவரும் சேர்ந்து சதி செய்து சக்கரவர்த்தியைச் சிறைப்படுத்தி வைத்திருக்கிறார்களாம். அதில் தங்களுக்கும் சம்பந்தம் இருக்கத்தான் வேண்டும் என்று மலையமான் கூறினான். அதை மற்றவர்கள் ஆமோதித்தார்கள். தஞ்சாவூர் மீது படையெடுத்துச் சென்று சக்கரவர்த்தியை விடுவித்துக்கொண்டு வர வேண்டும் என்று பார்த்திபேந்திரன் சொன்னான். அதையும் மற்ற இருவரும் ஆமோதித்தார்கள்.

ஆனால் சக்கரவர்த்தியைச் சண்டையின்றிக் காஞ்சிபுரத்துக்குக் கொண்டு வர இன்னும் ஒரு முயற்சி செய்து பார்க்க வேண்டும் என்று இளவரசர் கூறினார். அதன் பேரில் சக்கரவர்த்திக்கு ஓலை எழுதி ஒரு தூதனிடம் கொடுத்து அனுப்பத் தீர்மானித்தார்கள். அந்தத் தூதன் யார் என்பதையும் நான் கண்டு கொண்டேன். அவன் சாதாரண தூதன் அல்ல. மகா சாமர்த்தியசாலி; வீர பராக்கிரமசாலி. தூதன் வேலையோடு ஒற்றன் வேலையையும் செய்யக்கூடியவன். அவனுடன் நான் பேச்சுக் கொடுத்துப் பார்த்தேன். நான் தட்டியில் நுழைந்தால் அவன் கோலத்துக்குள் நுழையப் பார்த்தான். அவன் ஒன்றுமே தெரியப்படுத்தாமல் என்னிடமிருந்து பல விஷயங்களைக் கிரஹிக்கப் பார்த்தான். குடந்தை ஜோதிடர் அவனிடம் தமது கைவரிசையைக் காட்டினார். அதுவும் பலிக்கவில்லை. பிறகு அவன் தஞ்சாவூருக்குச் சென்று சக்கரவர்த்தியிடம் ஓலையைக் கொடுத்துவிட்டான் என்று கேள்விப்படுகிறேன்...”

“அப்புறம் என்ன நடந்தது? அதற்குச் சக்கரவர்த்தி என்ன மறுமொழி சொன்னாராம்?”

“மறு நாளைக்கு விடை எழுதித் தருவதாகச் சொன்னாராம். அதற்குள் அவன் பேரில் பழுவேட்டரையர்களுக்கு ஏதோ சந்தேகம் வந்துவிட்டது. அவர்களுடைய கட்டுக் காவல்களை யெல்லாம் மீறிக்கொண்டு அவன் எப்படியோ தப்பித்து சென்று விட்டானாம்!”

“அப்படியானால் அவன் மிகச் சாமர்த்தியசாலிதான்; சந்தேகமில்லை. அப்புறம் நீ என்ன செய்தாய்? காஞ்சிபுரத்திலிருந்து கிளம்பிய பின்?”

“நேரே இங்கு வருவதற்காகவே புறப்பட்டேன். வழியில் வீரநாராயணபுரத்தில் பெருமாளைத் தரிசிக்கத் தங்கினேன். தங்கிய இடத்தில் பெருமாள் அருளினால் ஒரு பெரிய இரகசியத்தை அறியும்படி நேர்ந்தது...”

“அது என்ன? இன்னும் ஒரு இரகசியமா?”

“ஆம், தாயே! கடம்பூர் சம்புவரையர் மாளிகையில் அன்று இரவு ஒரு பெரிய விருந்து என்று தெரிந்தது. அந்த விருந்துக்குப் பெரிய பழுவேட்டரையர் வந்தார். அவருடன் இளையராணியின் பல்லக்கும் வந்தது!”

“திருமலை! எல்லாம் அவளுடைய செயல்தான்! இந்தச் சோழ நாட்டுக்கு இப்போது நேர்ந்திருக்கும் ஆபத்து அந்தப் பெண்ணால் ஏற்பட்டதுதான்! அவளை நீ சந்தித்துப் பேச முடிந்ததா?”

“முடியவில்லை, அம்மா! முடியவில்லை! தங்கள் கட்டளையின் பேரில் அந்தப் பெண் பாம்பை என் சகோதரியாகப் பாவித்து எத்தனை வருஷம் வளர்த்தேன்! எங்கெல்லாம் தேடி அலைந்து பிரபந்த பாசுரங்களைக் கற்றுக் கொண்டு வந்து அவளுக்குக் கற்பித்தேன்! அதையெல்லாம் நினைத்துப் பார்த்தால் என் நெஞ்சம் கொதிக்கிறது! பெரிய பழுவேட்டரையரின் ராணியான பிறகு அவள் என்னைப் பார்க்கக் கூட மறுக்கிறாள்...!”

“அதற்காக வருத்தப்பட்டு என்ன பயன்? இந்த உலகத்து மனிதர்களின் காரியங்கள் இப்படித்தான். நினைப்பது ஒன்றும், நடப்பது ஒன்றுமாக முடிகிறது... அப்புறம் கடம்பூரில் நடந்தது என்ன?”

“பல்லக்கிலே வந்தவள் நந்தினிதான் என்று எண்ணிக் கொண்டு எப்படியாவது அவளைச் சந்திப்பது அல்லது ஓலை எழுதி அனுப்பியாவது எச்சரிக்கை செய்வது என்ற உத்தேசத்துடன் கடம்பூருக்குச் சென்றேன். பெரும் அபாயத்துக்குத் துணிந்து கடம்பூர் மாளிகையின் வெளிச் சுவர் ஏறி குதித்தேன்; அப்போதுதான் அந்த அதிசயமான மர்ம இரகசியம் தெரிய வந்தது...”

“திருமலை! உன் வழக்கமே இப்படித்தான். மேலும் மேலும் ஆவலைக் கிளப்புவாயே தவிர, செய்தியைச் சொல்ல மாட்டாய். அது என்ன அப்படிப்பட்ட அதிசயமான மர்ம இரகசியம்.....?”

"மன்னிக்க வேண்டும், தாயே! அதைச் சொல்லுவதற்கே தயக்கமாயிருக்கிறது. மூடு பல்லக்கில் இருந்தது பழுவூர் இளையராணி அல்ல. பழுவேட்டரையர் தாம் போகுமிட மெல்லாம் இளையராணியை அழைத்துக் கொண்டு போகிறார் என்று நாம் எல்லாரும் எண்ணிக்கொண்டிருந்தோமே, அது பெரிய தவறு..."

"பழுவேட்டரையர் பின் யாரை மூடுபல்லக்கில் வைத்து அழைத்துப் போகிறார்? அந்தக் கிழவரின் பெண் சபலத்துக்கு அளவேயில்லையா?"

"மூடு பல்லக்கில் இருந்தது ஸ்திரீ அல்ல, தாயே!"

"ஸ்திரீ இல்லை என்றால்? எந்த ஆண்மகன் அப்படி மூடுபல்லக்கில் மறைந்து கொண்டு வருவான்?"

"மன்னிக்க வேண்டும், அம்மா! மூடுபல்லக்கில் மறைந்து வந்தது தங்களுடைய திருக்குமாரர் மதுராந்தகத் தேவர்தான்!"

செம்பியன் மாதேவி சிறிது நேரம் திகைத்து நின்று விட்டார்.

"கடவுளே! நான் செய்த குற்றத்துக்கு இவ்வளவு பெரிய தண்டனையா?" என்று தமது வாய்க்குள்ளே சொல்லிக் கொண்டார்.

பிறகு, ஆழ்வார்க்கடியான் சம்புவரையர் மாளிகையில் அர்த்த ராத்திரியில் நடந்த சதிக் கூட்டத்தைப் பற்றிச் சொன்னான்.

அதைக் கேட்டு அம்மாதரசி அடைந்த மனத்துயரைச் சொல்லி முடியாது. "ஐயோ! என் மகனே! உன்னைச் சிவ ஞானச் செல்வனாக வளர்க்க முயன்றேனே? அதன் பயனா இது? சோழர் பெருங்குலத்துக்கு உன்னால் இத்தகைய அபகீர்த்தியா நேர வேண்டும்? சோழப் பேரரசுக்கு இத்தகைய பெருந்தீங்கு உன்னாலேயா ஏற்பட வேண்டும்?" என்று புலம்பினார்.

பின்னர், "திருமலை! மறுபடியும் என்னைப் பார்த்துவிட்டுப் போ! அதற்குள் குந்தவையிடம் பேசி இந்தப் பெரும் விபத்தை எப்படித் தடுக்கலாம் என்று யோசித்துச் சொல்லுகிறேன்!" என்றார்.

"தாயே! இளவரசியிடம் கூடத் தாங்கள் இதைப் பற்றிப் பேசாமல் இருப்பது நல்லது."

"ஏன்? அவளைப் பற்றிக் கூட ஐயப்படுகிறாயா என்ன?"

"அது இயற்கைதானே அம்மா? ஆதித்த கரிகாலரின் அருமைச் சகோதரிதானே அவர்?"

"அதனால் என்ன...? திருமலை! சூரியன் மேற்கில் உதயமாகிக் கிழக்கே அஸ்தமித்தது என்று நீ சொன்னாலும் நம்புவேன். சிவபெருமானைக் காட்டிலும் திருமால் பெரிய தெய்வம் என்று நீ சாதிப்பதை நம்பினாலும் நம்புவேன். ஆனால் குந்தவையின் பேரில் குற்றம் சொன்னால் நம்ப மாட்டேன். அவள் பிறந்த அன்றைக்கு அரண்மனை மருத்துவச்சி எடுத்து வந்து குழந்தையை என் இரு கரங்களிலும் கொடுத்தாள். அன்று முதலாவது நானே அவளை வளர்த்து வந்தேன். என் வயிற்றில் பிறந்த மகனைக் காட்டிலும் அருமையாக வளர்த்து வந்தேன். அவளும் என்னையே பெற்ற தாயாகவும், தகப்பனாகவும் எண்ணி இன்று வரை அன்பும் மரியாதையும் செலுத்தி வருகிறாள்..."

"அம்மா! ஒன்று கேட்கிறேன். குந்தவை தேவி குடந்தை சோதிடரிடம் சென்று வந்ததைப் பற்றித் தங்களிடம் சொன்னாரா?"

"இல்லை; அதனால் என்ன?"

"ஜோசியர் வீட்டில் வாணர்குலத்து வாலிபன் ஒருவனைப் பார்த்தது பற்றியும் மறுபடி அவனை அரிசிலாற்றங்கரையில் சந்தித்தது பற்றியும் சொன்னாரா?"

"இல்லை; இதெல்லாம் என்ன கேள்வி? இப்படிக் கேட்பதில் உன் கருத்து என்ன?"

"தங்களிடம் சொல்லக் கூடாத இரகசியம் ஒன்று இளவரசி வைத்திருக்கிறார் என்பதுதான். நான் குறிப்பிட்ட அந்த வாலிபன்தான் ஆதித்த கரிகாலரின் தூதன்; ஒற்றன் என்று சொன்னாலும் தவறாகாது."

"திருமலை! அதெல்லாம் எப்படியாவது இருக்கட்டும். என்னிடம் குந்தவை ஏதேனும் ஒன்றைச் சொல்லவில்லை யென்றால், அதற்குத் தக்க காரணம் இருக்கும். அவளிடம் சந்தேகப்படுவதைக் காட்டிலும் என் பிராணனையே விட்டு விடுவேன்!" என்றார் சிவஞான கண்டராதித்தரின் பட்டமகிஷி.

"ஐயையோ! அப்படி ஒன்றும் நேர வேண்டாம். தங்களுடைய நம்பிக்கையே மெய்யாகட்டும். இளவரசி என்னிடம் ஏதோ கேட்பதற்காக வரச் சொல்லியிருக்கிறார். தாங்கள் பார்க்க விரும்புவதாக நானே தெரிவித்து விடுகிறேன்" என்றான்.

45. குற்றம் செய்த ஒற்றன்

இரண்டாயிரம் ஆண்டுகளுக்கு முன்பு கரிகால் பெருவளத்தான் என்னும் சோழ மன்னன் காவேரி நதிக்கு இருபுறமும் கரை எடுத்தான். வெகு காலம் அந்தக் கரைகள் நல்ல நிலைமையில் இருந்து காவேரி ஆற்றைக் கட்டுக்குள் வைத்திருந்தன. பின்னர், சோழ குலத்தின் வலி குறைந்தது. பாண்டியர்களும் பல்லவர்களும் களப்பாளரும் வாணரும் தலையெடுத்தார்கள். இந்தக் காலத்தில் காவலன் இல்லாத காவேரி நதி அடிக்கடி கட்டு மீறிக் கரையை உடைத்துக் கொண்டது. இவ்விதம் பெரிய அளவில் கரை உடைந்த சில சந்தர்ப்பங்களில் நதியின் போக்கே மேலும் கீழுமாக மாறுவதுண்டு. பழங்காவேரி புதுக் காவேரியாகும்; அடியோடு நதியின் கதிமாறிப் போய்விட்டால், பழைய நதிப்படுகை சில சமயம் நன்செய் நிலமாக மாறும்; வேறு சில சமயங்களில் தண்ணீர் தேங்கி நிற்கும் ஓடைகளாகிக் கடல் போல் அலைமோதிக் கொண்டிருக்கும்.

பழையாறு நகரின் சோழ மாளிகைகளையொட்டித் தென்புறத்தில் அத்தகைய ஓடை ஒன்று இருந்தது.

காவேரியின் கதி மாறியதால் ஏற்பட்ட இந்த ஓடையைச் சோழ மன்னர்கள் வேண்டுமென்றே ஆழமாக்கி, விசாலப்படுத்தி, எப்போதும் தண்ணீர் ததும்பி நிற்கும்படிச் செய்திருந்தார்கள். அரண்மனைக்கும், முக்கியமாக அந்தப்புரங்களுக்கும் இந்த விசாலமான நீர் ஓடை ஒரு நல்ல பாதுகாப்பாக இருந்தது.

அந்த வழியில் யாரும் எளிதில் வந்து விட முடியாது. அரண்மனையோடு நெருங்கிய தொடர்புள்ளவர்கள்தான் படகில் ஏறி வரலாம்.

அரண்மனை அந்தப்புரங்களின் அழகிய உத்தியான வனங்கள் இந்த நீரோடையை ஒட்டி அமைந்திருந்தன. அரண்மனை மாதர்கள் நிர்ப்பயமாக அந்த உத்தியான வனங்களில் எந்த நேரமும் உலாவுவார்கள். கூடிக் குலாவுவார்கள்; மயில்களாகி ஆடுவார்கள்; குயில்களாகிப் பாடுவார்கள். சில சமயம் ஓடையில் இறங்கி நீராடுவார்கள். ஓடையில் ஓடம் ஓட்டியும் விளையாடுவார்கள்.

சோழர் குலத்தில் ஓர் அரசர் காலமாகி இன்னொருவர் பட்டத்துக்கு வரும்போது புதிய அரண்மனை கட்டிக் கொள்வதுண்டு. பழைய அரண்மனையில் காலமான மன்னரின் ராணிகளும் மற்றப் பிள்ளைகளும் வசிப்பார்கள்.

பழையாறு அரண்மனைகளில் செம்பியன் மாதேவியின் அரண்மனைக்கு அடுத்தபடியாகக் குந்தவைப் பிராட்டியின் மாளிகை அழகிலும் கம்பீரத்திலும் சிறந்து விளங்கியது. அது சுந்தர சோழர் வசித்த அரண்மனை அல்லவா? அவர் தஞ்சை சென்ற பிறகு, குந்தவை அந்த அரண்மனையின் எஜமானியாக விளங்கினாள்.

அம்மாளிகையின் பின்புறத்து உத்தியானவனம் மிகச் சோபிதமாக விளங்கியது. அதில் வானளாவிய ஆலமரங்களும் இருந்தன; சின்னஞ்சிறு பூஞ்செடிகளும் இருந்தன. வளைந்து நெளிந்து மரங்களைத் தழுவிக் கொண்டிருந்த பூங்கொடிகளும், பூங்கொடிகளாலான கொடி வீடுகளும் இருந்தன.

குந்தவையும் அவளுடைய தோழிமார்களும் மாலை நேரங்களைப் பெரும்பாலும் அந்த உத்தியானவனத்திலேயே கழிப்பது வழக்கம்.

சில சமயம் எல்லாரும் சேர்ந்து ஓரிடத்தில் உட்கார்ந்து கொண்டு கதைகள் பேசிக் கொட்டமடிப்பார்கள்.

இன்னும் சில சமயம் இரண்டு பேராகவும், மூன்று பேராகவும் பிரிந்து சென்று அந்தரங்கம் பேசுவார்கள்.

சில நாளாகக் குந்தவையும் வானதியும் தனியே பிரிந்து சென்று பேசுவது வழக்கமாய்ப் போயிருந்தது.

அன்றைக்கு ஒரு பெரிய ஆலமரக் கிளையில் கட்டித் தொங்கவிட்டிருந்த கொடி ஊஞ்சலில் குந்தவையும் வானதியும் அமர்ந்து ஆடிக்கொண்டும் பேசிக்கொண்டுமிருந்தார்கள்.

பறவைகளின் கலகலத் தொனியுடன் போட்டியிட்டுக் கொண்டு பெண்மணிகளின் குதூகலச் சிரிப்பொலியும் அவ்வப்போது அந்த உத்தியான வனத்தில் கேட்டுக் கொண்டிருந்தது.

ஆனால் குந்தவையும் வானதியும் மட்டும் சிரிக்கவில்லை. மற்றவர்களின் சிரிப்பு அவர்களுக்கு அவ்வளவாய்ப் பிடிக்கவும் இல்லை. பேச்சுத்தான் அவர்கள் அதிகமாகப் பேசினார்களோ என்றால் அதுவும் அவ்வளவாக இல்லை.

கொடி வீடு ஒன்றிலிருந்து ஒரு பெண் கீதம் ஒன்று பாடினாள். அது கண்ணன் பிறந்த நாள் அல்லவா? அவள் பாடியதும் கண்ணனைப் பற்றிய பாடல்தான்.

வெண்ணிலாவில் வேணுகானம் கேட்கிறது. அது கண்ணனிடம் காதல் கொண்ட ஒரு பெண்ணை வேதனை செய்கிறது. அவள் தன் வேதனையை வாய் திறந்து வெளியிடுகிறாள். மரக்கிளையிலிருந்து ஒரு கிளி அவளுக்கு ஆறுதல் சொல்லுகிறது.

பெண்:

வேதனை செய்திடும் வெண்ணிலவில் இங்கு
வீணன் எவன் குழல் ஊதுகின்றான்?
நாதன் இலா இந்தப் பேதை தன்னை
நலிந்திடுதல் என்ன புண்ணியமோ?

கிளி:

வானமும் வையமும் இன்புறவே ஐயன்
வாய்மடுத்தூதும் குழலிசைதான்
மானே உந்தனை வருத்திடுமோ இந்த
மானிலம் காணாப் புதுமை அம்மா!

பெண்:

பூவையே! உந்தனைப் போற்றிடுவேன் நல்ல
புன்னைமலர் கொய்து சூட்டிடுவேன் எந்தன்
ஆவி குலைந்திடும் வேளையிலே ஒரு
ஆறுதல் கூற நீ வந்தனையோ?

கிளி:

கட்டழகி! உந்தன் காதலினால் எங்கள்
கண்ணன் படுந்துயர் சொல்ல வந்தேன் உன்னை
விட்டுப் பிரிந்த நாள் முதலாய் நல்ல
வெண்ணெயும் வேம்பாய்க் கசந்த தென்பான்!

பாடலின் பின் பகுதியைக் கவனமாகக் கேட்டு வந்த குந்தவை, பாடல் முடிந்ததும், "நல்ல கண்ணன் இந்தச் செந்தமிழ் நாட்டுக்குத் தெய்வமாக வந்து வாய்த்தான்! வெண்ணெய் உண்டு வேய்ங்குழல் ஊதிப் பெண்களுடன் காலங் கழித்துக் கொண்டிருந்தால் மற்ற காரியங்களெல்லாம் என்ன ஆவது?" என்றாள்.

மறுமொழி சொல்லாமலிருந்த வானதியைப் பார்த்து, "என்னடி மௌனம் சாதிக்கிறாய்? நீயும் கண்ணன் குழலில் மயங்கிவிட்டாயா, என்ன?" என்று கேட்டாள்.

"அக்கா! என்ன கேட்டீர்கள்?" என்றாள் வானதி.

"என்ன கேட்டேனா? உன் கவனம் எங்கே சென்றிருந்தது?"

"எங்கும் போகவில்லையே? உங்களிடந்தான் இருந்தது."

"அடி கள்ளி! ஏனடி பொய் சொல்லுகிறாய்? உண்மையில் உன் மனம் இவ்விடத்தில் இல்லவே இல்லை! எங்கே இருக்கிறது என்று நான் சொல்லட்டுமா?"

"தெரிந்தால் சொல்லுங்களேன்!"

"நன்றாகத் தெரியும். ஈழநாட்டுப் போர்க்களத்துக்குப் போயிருக்கிறது. அங்கே என் தம்பி, ஒரு கபடற்ற பிள்ளை இருக்கிறானே, அவனை இன்னும் என்ன பொடி போட்டு மயக்கலாம் என்று உன் மனம் யோசித்துக் கொண்டிருக்கிறது!"

"நீங்கள் கூறியதில் ஒரு பாதி உண்மைதான், அக்கா! என் மனம் ஈழ நாட்டுக்குத்தான் அடிக்கடி போய் விடுகிறது. ஆனால் அவரைப் பொடி போட்டு மயக்குவதைப் பற்றி யோசிக்கவில்லை. அவர் போர்க்களத்தில் எப்படியெல்லாம் கஷ்டப்படுகிறாரோ, அவருடைய திருமேனியில் எத்தனை காயம் பட்டிருக்கிறதோ, அவர் எங்கே படுத்துக் கொள்கிறாரோ, என்ன உணவு சாப்பிடுகிறாரோ என்றெல்லாம் எண்ணமிடுகிறது. அவர் அப்படியெல்லாம் அங்கே கஷ்டப்பட்டுக் கொண்டிருக்க, இங்கே நான் சுகமாக உண்டு உடுத்துப் பஞ்சணை மெத்தையில் படுத்துத் தூங்குவதை நினைக்கும் போது வேதனையா யிருக்கிறது. எனக்கு மட்டும் இறகுகள் இருந்தால், இந்த நிமிஷமே இலங்கைக்குப் பறந்து போய் விடுவேன்...!"

"பறந்து போய் என்ன செய்வாய்? அவனுக்கு மேலும் உபத்திரவந்தானே செய்வாய்?"

"ஒருநாளும் இல்லை. அர்ச்சுனனுக்குச் சுபத்திரையும் கிருஷ்ணனுக்குச் சத்தியபாமாவும் ரதம் ஓட்டியது போல் நானும் ஓட்டுவேன். அவர் போரில் எய்யும் அம்புகளை என் மார்பில் நான் தாங்கிக் கொள்வேன்..."

"நீ தாங்கிக் கொண்டால் அதை அவன் பார்த்துக் கொண்டிருப்பானா?"

"அது அவருக்கு இஷ்டமில்லாவிட்டால் பாசறையில் காத்திருப்பேன். போர்க்களத்திலிருந்து அவர் திரும்பி வந்ததும் காயங்களுக்கு மருந்து போட்டுக் கட்டுவேன். மலர்ப் படுக்கை விரித்து வைத்திருப்பேன். அறுசுவை உண்டி சமைத்து வைத்திருந்து அளிப்பேன். உடல் வலியை மறப்பதற்கு வீணை மீட்டிப் பாட்டுப் பாடித் தூங்கச் செய்வேன்..."

"இதெல்லாம் நடவாத காரியங்கள், வானதி! சோழ குலத்து வீரர்கள் போர்க்களங்களுக்குப் பெண்களை அழைத்துப் போவதில்லை......"

"ஏன் அக்கா, அப்படி?"

"அவர்களுக்குப் புண்களைப் பற்றிப் பயமில்லை; அதைக் காட்டிலும் பெண்களைப் பற்றித்தான் அதிக பயம்!"

"அது ஏன்? பெண்கள் அவர்களை என்ன செய்து விடுவார்கள்?"

"அவர்களை ஒன்றும் செய்ய மாட்டார்கள்; ஆனால் உன்னைப் போன்ற பெண்கள் போர்க்களத்துக்குப் போனால் எதிரிப் படை வீரர்கள் உங்களுடைய அழகைக் கண்டு மயங்கி வந்து சரணாகதி அடைந்து விட்டால் என்ன செய்வது? அப்போது நம் சோழ நாட்டு வீரர்கள் தங்களுடைய வீரத்தைக் காட்ட முடியாதல்லவா? பெண்களைக் கொண்டு வெற்றியடைந்தார்கள் என்ற புகழைச் சோழ குலத்தார் விரும்புவதில்லை."

"அப்படிக்கூட உண்டா? எதிரி வீரர்கள் அவ்வளவு மூடர்களாயிருந்து விடுவார்களா? பெண்களின் அழகைக் கண்டு மயங்கி விடுவதற்கு?"

"ஏன் மாட்டார்கள்? அடியே, வானதி! குடந்தை ஜோதிடர் வீட்டிலும் அரிசிலாற்றங்கரையிலும் நாம் ஒரு வாலிப வீரனைப் பார்த்தோமே, ஞாபகம் இருக்கிறதா?"

"இருக்கிறது; அதற்கு என்ன?"

"நம்மையெல்லாம் கண்டதும் அவன் எப்படிப் போதை கொண்டவன் போல் மயங்கி நின்றான் என்பது ஞாபகம் இருக்கிறதா?"

"அதுவும் ஞாபகம் இருக்கிறது ஆனால் நம்மையெல்லாம் பார்த்து விட்டு என்று தாங்கள் சொல்லுவதுதான் தவறு. அவன் தங்களைப் பார்த்து விட்டுத்தான் அப்படி மயங்கி நின்றான். பக்கத்தில் நின்றவர்களை அவன் கண்ணெடுத்தும் பார்க்கவில்லை, அக்கா!"

"வானதி! நல்ல பொய் சொல்கிறாய்! பரிகாசம் செய்கிறாயா என்ன?"

"இல்லவே இல்லை! நான் ஒன்று கேட்கிறேன்; அதற்கு உண்மையாக விடை சொல்கிறீர்களா?"

"கேட்டுப் பாரேன்!"

"அந்த வாலிப வீரனுடைய ஞாபகம் உங்களுக்கு இப்போது ஏன் வந்தது?"

"நல்ல வாயாடியாகப் போய்விட்டாய் நீ! அவனுடைய ஞாபகம் வந்ததில் என்ன தவறு?"

"தவறு என்று யார் சொன்னது? நான் சொல்லவில்லையே? அது மிகவும் இயற்கைதான்! எனக்குக் கூட, அந்த வாலிபனுடைய கதி அப்புறம் என்னவாயிற்றோ என்று கவலைதான்."

"உனக்கு ஏன் அதைப் பற்றிக் கவலை உண்டாக வேண்டும்?"

"ஏன் கவலைப்படக் கூடாது? ஒருவரை நாம் பார்த்திருந்தால், அவரைப் பற்றிய ஞாபகம் நமக்கு அடிக்கடி வந்தால், அவர் என்ன ஆனார் என்று தெரிந்துகொள்ள விரும்புவது இயற்கை அல்லவா!"

"நல்ல இயற்கை! அப்படியெல்லாம் மனம் சிதறுவதற்கு நாம் இடம் கொடுத்து விடக் கூடாது. மனத்தைக் கட்டுப்படுத்தி வைக்க வேண்டும்... அதோ கேளடி, வானதி அது என்ன பறைச் சத்தம்? அந்தக் குரல் என்ன சொல்லுகிறது? சற்றுக் கவனமாகக் கேள், பார்க்கலாம்!"

ஆம்; தூரத்தில் எங்கேயோ வீதியில் பறை கொட்டும் சப்தமும், நடு நடுவே மனிதக் குரல் கூச்சலிடும் சப்தமும் கேட்டது. காது கொடுத்துக் கவனமாகக் கேட்டபோது, மனிதக் குரல் கூறியது இது என்று தெரிந்தது.

"சத்துரு நாட்டிலிருந்து வந்த ஒற்றன் ஒருவன் தஞ்சாவூர்க் கோட்டையில் பொய் முத்திரையைக் காட்டிப் புகுந்து உளவு அறிந்து கொண்டு ஓடி விட்டான். இரண்டு பேரை மரண காயப்படுத்தி விட்டுத் தப்பிப் போய்விட்டான். வாலிபப் பிராயத்தினன். வாட்டசாட்டமான தேகம் உடையவன். இந்திரஜித்தைப் போன்ற மாய தந்திரக்காரன்.

பெயர் வல்லவரையன் வந்தியத்தேவன். அவனுக்கு அடைக்கலம் கொடுப்போருக்கு மரணதண்டனை விதிக்கப்படும். அவனைப் பிடித்துக் கொடுப்போருக்கு ஆயிரம் பொன் பரிசு அளிக்கப்படும். தஞ்சைக் கோட்டைத் தளபதி பழுவேட்டரையர் காலாந்தககண்டரின் கண்டிப்பான கட்டளை!"

இவ்விதம் மனிதக் குரல் கூறி முடித்ததும் பறை, 'தம், தம், தடதடதம்' என்று முழங்கியது. குந்தவை தேவியின் திருமேனி ஏனோ நடுங்கியது.

அச்சமயம் தாதி ஒருத்தி வந்து, "தேவி! ஆழ்வார்க்கடியார் என்னும் வீர வைஷ்ணவர் தங்களைப் பார்க்க வந்திருக்கிறார். ஏதோ அவசர காரியமாம்!" என்றாள்.

"இதோ வந்துவிட்டேன்!" என்று சொல்லிவிட்டுக் குந்தவை, கொடி ஊஞ்சலிலிருந்து இறங்கிச் சென்றாள்.

46. மக்களின் முணுமுணுப்பு

சோழகுல மூதாட்டியின் சந்நிதியிலிருந்து ஆழ்வார்க்கடியான் இளைய பிராட்டியின் மாளிகைக்குப் புறப்பட்டுச் சென்றான். வழியில் பழையாறை வீதிகளில் கண்ட காட்சிகள் அவனுக்கு மிக்க உற்சாகத்தை அளித்தன. கண்ணன் பிறந்த திருநாளை இந்த ஜனங்கள் எவ்வளவு குதூகலமாகக் கொண்டாடுகிறார்கள்? வைஷ்ணவம் இந்தச் சோழ நாட்டில் நிலைத்து நின்று பரவப் போகிறது என்பதில் ஐயம் இல்லை. சைவ சமயத்துக்கு இங்கே செல்வாக்குப் பெருகுவதற்குப் பல காரணங்கள் உண்டு. நூறு வருஷ காலமாகச் சோழ குலத்து மன்னர்கள் புதிய புதிய சிவாலயங்களை நாடெங்கும் நிர்மாணித்து வருகிறார்கள். மூவர் பாடிய தேவாரப் பாசுரங்கள் அக்கோயில்களின் மூலமாகப் பிரசாரம் செய்யப்பட்டு வருகின்றன. சிவாலயங்களில் தேர்த் திருவிழாக்கள் சிறப்பாக நடத்தப்படுகின்றன. இப்படியெல்லாமிருந்தும் திருமாலின் பெருமைக்கு யாதொரு குறையும் ஏற்படவில்லை. விஷ்ணுமூர்த்தியின் ஒன்பதாவது பரிபூரண அவதாரமாகிய கண்ணன், மக்களின் இதயத்தைக் கவர்ந்து விட்டான். கோகுலத்திலும் பிருந்தாவனத்திலும் வட மதுரையிலும் எம்பெருமான் நிகழ்த்திய லீலைகள் இவர்களுடைய உள்ளத்தில் குடிகொண்டு விட்டன. அம்மம்மா! எத்தனை பாகவத கோஷ்டிகள்! எத்தனை வீதி நாடகங்கள்! எத்தனை விதவிதமான வேஷங்கள்! ஆம்; முன்னம் நாம் பார்த்ததைக் காட்டிலும் இப்போது அதிகமாகவே இருந்தன.

கோஷ்டிகளைச் சூழ்ந்து நின்று வேடிக்கை பார்ப்போரின் கூட்டமும் ஆரவாரமும் கூட அதிகமாகவே இருந்தன. பழையாறையைச் சுற்றிலுமிருந்த கிராமங்களிலிருந்து புதிய புதிய நாடக கோஷ்டியினர் வந்து கொண்டேயிருந்தார்கள்.

நாடக கோஷ்டி ஒன்றில் வஸுதேவர், தேவகி, கிருஷ்ணன், பலராமன், கம்ஸன் ஆகியவர்கள் வேஷம் தரித்துக் கொண்டு வந்தார்கள். பாட்டும், கூத்தும், வேஷக்காரர்களின் பேச்சும் இந்தக் கோஷ்டியில் அதிகமாயிருந்தபடியால் ஆழ்வார்க்கடியான் சற்று நின்று கவனித்தான். அப்போது கிருஷ்ணனுக்கும், கம்ஸனுக்கும் சம்வாதம் நடந்துகொண்டிருந்தது. கிருஷ்ணன் வேஷம் பூண்டிருந்தவன் சிறு பிள்ளை. அவன் மழலைச் சொல்லினால் கம்ஸன் செய்த குற்றங்களை எடுத்துக் கூறி, "வா, என்னோடு சண்டைக்கு!" என்று அழைத்தான். அதற்குக் கம்ஸன் உரத்த இடிமுழக்கக் குரலில், "அடே! கிருஷ்ணா! உன் மாயாவித்தனமெல்லாம் இனி என்னிடம் பலிக்காது. உன்னை இதோ கொல்லப் போகிறேன். உன் அண்ணன் பலராமனையும் கொல்லப் போகிறேன். உன் அப்பன் வஸுதேவனையும் கொல்லப் போகிறேன். அதோ நிற்கிறானே, உடம்பெல்லாம் சந்தனத்தைக் குழைத்து நாமமாகப் போட்டுக் கொண்டு அந்த வீர வைஷ்ணவனையும் கொன்று விடப் போகிறேன்!" என்று கூறியதும், சுற்றிலும் நின்றவர்கள் எல்லாரும் நமது

ஆழ்வார்க்கடியானைப் பார்த்துச் சிரிக்கத் தொடங்கினார்கள். கிருஷ்ணன், பலராமன் வேஷம் போட்டிருந்தவர்கள் கூட அவனை நோக்கினார்கள். கூட்டத்தில் பலர் அவனை நெருங்கி வந்து சூழ்ந்து கொண்டு 'கெக் கெக்கே' என்று சிரிக்கவும் கேலி செய்யவும் ஆரம்பித்தார்கள்.

திருமலை நம்பிக்குக் கோபம் பிரமாதமாக வந்தது. கையிலிருந்த தடியைச் சுழற்றி அக்கூட்டத்திலிருந்தவர்களை ஒரு கை பார்த்துவிடலாமா என்று எண்ணினான். முக்கியமாக, அந்தக் கம்ஸனுடைய தலையில் ஒரு போடு போட விரும்பினான். ஆனால் கம்ஸனுடைய தலையில் அடிப்பதில் பயனில்லை. ஏனெனில் அவனுடைய சொந்த முகத்தை மறைத்துக் கொண்டு மரத்தினால் செய்து கோரமான மீசையும் கோரைப் பற்களும் வைத்து வர்ணத்தினால் எழுதியிருந்த பொய்த் தலையைக் கம்ஸ வேடக்காரன் வைத்திருந்தான். மொத்தத்தில் இவ்வளவு பெரிய கூட்டத்தில் தடியை உபயோகிப்பது நல்லதல்ல என்று திருமலை தீர்மானித்து அவ்விடத்தை விட்டு நழுவிச் சென்றான். அந்தக் கம்ஸனுடைய குரல், வேண்டுமென்று பெருங்குரலில் அவன் கத்தியபோதிலும் எங்கேயோ கேட்ட குரலாக ஆழ்வார்க்கடியானுக்குத் தோன்றியது. அது எங்கே கேட்ட குரல் என்று யோசித்துக் கொண்டே அவன் வீதியோடு நடந்தான்.

ஜனங்களின் குதூகலத்தில் திடீரென்று ஒரு மாறுதல் ஏற்பட்டது. போகப் போக மக்களின் உற்சாகக் குறைவு தெளிவாகப் புலப்பட்டது. இது என்ன? திடீரென்று ஏன் இந்த மாறுதல்? ஜனக் கூட்டம் ஏன் இவ்வளவு விரைவாகக் கலைந்து கொண்டிருக்கிறது? வாத்திய முழக்கங்களும் ஆடல் பாடல் சப்தங்களும் நின்று விட்டன...! அதற்குப் பதிலாக ஜனங்கள் வீதி ஓரங்களில் ஒதுங்கிச் சிறு சிறு கும்பலாக நின்று என்ன இரகசியம் பேசுகிறார்கள்? பேசிவிட்டு ஏன் விரைந்து நடக்கிறார்கள்? வீட்டுக் கதவுகள் ஏன் தடால் தடால் என்று சாத்தப்படுகின்றன?

இதோ காரணம் தெரிகிறது. குந்தவைப் பிராட்டிக்கு கூட உடல் நடுக்கத்தை உண்டுபண்ணிய பறை முழக்கமும், ஒற்றனைப் பிடித்துக் கொடுப்பது பற்றிய அறைகூவலும்தான் காரணம்.

இந்தப் பறை முழக்கம் அவ்வளவு தூரம் திருவிழாக் கொண்டாட்டத்துக்காகக் கூடியிருந்த மக்களின் குதூகலத்தைப் பாழ்படுத்தி விட்டது. தனியாகப் போகிறவர்களை மற்றவர்கள் உற்றுப் பார்த்துக்கொண்டு போனார்கள்! தெரியாத வேற்று முகங்களையெல்லாம் சந்தேகத்துடன் பார்த்தார்கள். ஆழ்வார்க்கடியானைக் கூடச் சிலர் அவ்விதம் ஐயப்பாடு உள்ள பார்வையுடன் பார்த்துவிட்டு அவசரமாக மேலே சென்றார்கள்.

இதன் காரணத்தைத் திருமலை ஊகித்து அறிந்து கொண்டான். அது மட்டும் அல்ல. ஜனங்கள் சிறு சிறு கும்பலாக வீதி ஓரங்களில் நின்று பேசுவது என்னவென்பதும் அவனுக்கு ஒருவாறு ஊகத்தினால் தெரிந்திருந்தது. காதில் விழுந்த சிற்சில வார்த்தைகளினால் அது உறுதியாயிற்று.

பழுவேட்டரையர்களின் கொடுங்கோல் ஆட்சியைப் பற்றியே அந்த ஜனங்கள் பேசினார்கள். பழையாறை நகர மாந்தருக்கும் சுற்றுப்புறத்துக் கிராமவாசிகளுக்கும் பழுவேட்டரையர்களின் பேரில் கோபம் இருப்பது இயற்கை தான்.

"பழையாறை நகர்ச் சுந்தர சோழரை
யாவரொப்பார்கள் இத்தொன்னிலத்தே!"

என்று கவிவாணர்களினால் புகழ்ந்து பாடப்பட்ட சக்கரவர்த்தியைப் பழையாறையிலிருந்து அவர்கள் தஞ்சைக்குக் கொண்டு போய் விட்டார்கள் அல்லவா? அதுமுதலாவது பழையாறையின் சிறப்பு நாளுக்கு நாள் குறைவுபட்டு வருகிறதல்லவா? இன்றைக்கு இந்தக் கிருஷ்ண ஜெயந்தி விழாவன்று சக்கரவர்த்தி மட்டும் இந்நகரில் இருந்தால், இன்னும் எவ்வளவு கோலாகலமாக இருக்கும்? கண்ணன் கதை சம்பந்தமான வேடம் புனைந்து வரும் நாடக கோஷ்டிகள் எல்லாம் நகரத்தின் வீதிகளில் சுற்றி விட்டுச் சக்கரவர்த்தியின்

அரண்மனை முற்றத்தில் வந்து கூடும் அல்லவா? நடிகர்களுக்கும் பாட்டில் வல்லவர்களுக்கும் பாணர்களுக்கும் பாடினிகளுக்கும் புலவர்களுக்கும் சக்கரவர்த்தி வெகுமதி அளிப்பார் அல்லவா? சோழ நாடே பழையாறைக்குத் திரண்டு வந்து விட்டது என்று கூறும்படி ஜனத்திரள் சேர்ந்திருக்கும் அல்லவா! கடை கண்ணிகளில் வியாபாரம் இதை விட நூறு மடங்கு அதிகம் நடந்திருக்கும் அல்லவா? இரவு நந்திபுர விண்ணகரக் கோவிலிலிருந்து வேணுகோபால சுவாமி புறப்பட்டு வீதி வலம் வரும்போது எவ்வளவு மேளமும் தாளமும் ஆட்டமும் பாட்டமும் சிலம்ப விளையாட்டுகளும் கத்திச் சண்டைகளும் திமிலோகப்படும்?

அவ்வளவும் இந்தப் பழுவேட்டரையர்களினால் இல்லாமற் போய் விட்டது. இதைத் தவிர இன்னொரு பெருங்குறையும் பழையாறை மக்களின் உள்ளங்களில் குடிகொண்டிருந்தது. அவர்களுடைய கண்ணுக்குக் கண்ணான இளவரசர் அருள்மொழிவர்மர் கடல் கடந்து சென்று இலங்கைத் தீவில் போர் புரிந்து வருகிறார். பழையாறையின் நாலு படை வீட்டுப் பகுதிகளையும் சேர்ந்த பதினாயிரம் வீரர்கள் இளவரசர் தலைமையில் ஈழநாடு சென்றிருக்கிறார்கள். காடும் மலையும் நிறைந்த அந்நாட்டில் தமிழகத்தின் மானத்தையும் வீரப் பண்பையும் நிலைநாட்டுவதற்காக அவர்கள் போர் புரிந்து வருகிறார்கள். கொடும்பாளூர் இளங்கோ அந்த ஈழ நாட்டுக்குப் படையெடுத்துச் சென்று போர்க்களத்தின் முன்னிலையில் நின்று, மார்பில் வேலைத் தாங்கி உயிரை விடவில்லையா? எஞ்சியிருந்த சோழ வீரர்கள் அத்தனை பேரும் இறுதிவரை போரிட்டு மடியவில்லையா? அப்படி இறந்தவர்களின் ஆவிகள் அமைதியுறும் பொருட்டு மீண்டும் புலிக் கொடியின் வெற்றியை அந்த ஈழத் தீவில் நிலைநாட்டுவதற்காகவே இளவரசர் அருள்மொழித் தேவர் சென்றிருக்கிறார். அவருடைய தலைமையில் போரிடும் நம் வீரர்களுக்கு இந்தப் பழுவேட்டரையர்கள் உணவும் துணியும் பணமும் ஆயுதமும் அனுப்ப மறுக்கிறார்களாமே? இது என்ன அநியாயம்? இப்படியும் உண்டா? தஞ்சாவூர்க் கோட்டையில் உள்ள தானியக் களஞ்சியங்களில் ஏராளமாக நெல்லை நிரப்பி வைத்திருக்கிறார்களே? அவ்வளவும் என்னத்திற்கு? நூறு ஆண்டு காலமாக அரண்மனைப் பொக்கிஷங்களில் சேர்ந்திருக்கும் பணந்தான் எதற்கு? இந்தச் சமயத்தில் நம்முடைய வீரர்களுக்குப் பயன்படாத தனமும் தானியமும் என்னத்திற்கு? எல்லாவற்றையும் இந்தப் பழுவேட்டரையர்கள் என்ன செய்யப் போகிறார்கள்? சாகும்போது யமலோகத்திற்குத் தங்களுடன் கொண்டு போகப் போகிறார்களா...?

இப்படியெல்லாம் சில காலமாகவே சோழ நாட்டு மக்கள் முணுமுணுத்துக் கொண்டிருந்தது திருமலை நம்பிக்குத் தெரிந்திருந்த விஷயந்தான். அதிலும் பழையாறை மக்களுக்கு இது விஷயமாகக் கோபம் அதிகமாக இருப்பதும் இயற்கையே. ஈழநாட்டுப் போர்க்களத்துக்குச் சென்றிருக்கும் பதினாயிரம் வீரர்களின் பெண்டு பிள்ளைகளும் உற்றார் உறவினரும் இந்த மாநகரில் இன்னும் வசித்து வருகிறார்கள் அல்லவா?

ஆகவே, பழுவேட்டரையர்களின் கட்டளையின் பேரில், குற்றம் செய்துவிட்ட ஒற்றனைப் பற்றிப் பறை முழங்கி அறைகூவியதைப் பழையாறை மக்கள் விரும்பவில்லை. பழுவேட்டரையர்கள் மீது தங்களுக்குள்ள குறைகளைப் பற்றிப் பேசிக்கொள்வதற்கு அது ஒரு காரணமாயிற்று. ஒற்றனாம் ஒற்றன்! எந்த நாட்டிலிருந்து ஒற்றன் இங்கே வந்து விடப் போகிறான்! குமரி முனையிலிருந்து வடபெண்ணை வரையில்தான் புலிக்கொடி பறந்து வருகிறதே! ஒற்றனை அனுப்பும்படியாக வேற்றரசன் யார் அவ்வளவு பலசாலியாக இருக்கிறான்? இந்தப் பழுவேட்டரையர்களுக்குப் பிடிக்காதவன் யாராவது இருந்தால் அவன் பேரில் ஒற்றன் என்று குற்றம்சாட்டி வேலை தீர்த்து விடுவார்கள்! அல்லது பாதாளச் சிறையில் தள்ளி விடுவார்கள்!.... இருந்தாலும் நமக்கென்னத்துக்கு வம்பு? அதிகாரம் அவர்களுடைய கையில் இருக்கிறது! நியாயம் அநியாயம் எது வேணுமானாலும் செய்வார்கள்! ஒற்றன் என்ற பட்டத்தைச் சூட்டி விட்டால், ஊர்ப் பஞ்சாயத்துகளைக் கூடக் கேட்க வேண்டியதில்லை அல்லவா..?

இப்படியெல்லாம் பழையாறை மக்கள் மனத்தில் நினைத்ததையும் வாயினால் முணுமுணுத்ததையும் ஒருவருக்கொருவர் மெல்லிய குரலில் பேசிக் கொண்டதையும் ஆழ்வார்க்கடியான் செவிப் புலன் வழியாகவும் மதி ஊகத்தினாலும் தெரிந்து கொண்டான்.

இவ்வாறு மக்களின் மனத்தில் புகைந்து வரும் அதிருப்தி எதில் போய் முடியப் போகிறதோ என்று சிந்தித்துக் கொண்டே குந்தவை தேவியின் மாளிகையை அடைந்தான்.

ஆழ்வார்க்கடியானிடம் உலக நடப்பைக் குறித்துப் பேசுவதில் இளையபிராட்டிக்கு எப்போதும் விருப்பம் உண்டு. நாடு நகரமெல்லாம் திரிந்து அவன் ஆங்காங்கு நடக்கும் நிகழ்ச்சிகளைப் பற்றிச் சொல்லிக் கொண்டு வருவான். அதையெல்லாம் அறிந்து கொள்ளுவதில் அரசிளங்குமரி ஆவல் கொண்டாள். அவன் தேடிக் கொண்டு வந்து பாடிக் காட்டும் ஆழ்வார் பாசுரங்களைக் கேட்பதிலும் இளையபிராட்டிக்குப் பிரியம் உண்டு. ஆகையால் திருமலை நம்பி எப்போது வந்தாலும் ஆர்வத்துடன் வரவேற்பாள். முகமலர்ச்சியுடன் அவனிடம் யோக க்ஷேமங்களைப் பற்றி விசாரிப்பாள்.

ஆனால் இன்றைக்கு இளவரசியின் முகபாவத்திலும் பேச்சிலும் சிறிது மாறுதல் தோன்றியதை ஆழ்வார்க்கடியான் கண்டான். மனது எங்கேயோ எதிலேயோ ஈடுபட்டிருப்பதைக் காட்டும் முகபாவம்; பேச்சில் இயற்கைக்கு மாறான ஒரு பரபரப்பு; கொஞ்சம் தடுமாற்றம்.

"திருமலை! என்ன விசேஷம்? எங்கே வந்தாய்?" என்று குந்தவை கேட்டாள்.

"விசேஷம் ஒன்றுமில்லை, தாயே! வழக்கம் போல் தாங்கள் உலக நடப்பைக் குறித்து விசாரிப்பதற்கு வரச் சொன்னதாக நினைத்துக்கொண்டு வந்தேன். மன்னிக்க வேண்டும் போய் வருகிறேன்".

"இல்லை, இல்லை! கொஞ்சம் இருந்து விட்டுப் போ! நான்தான் உன்னை வரும்படி சொன்னேன்..."

"தாயே! சொல்ல மறந்து விட்டேன்! சற்று முன் பெரிய பிராட்டியின் சந்நிதியில் இருந்தேன். தங்களிடம் ஏதோ முக்கியமான செய்தி சொல்ல வேண்டுமாம் தங்களை வரும்படி சொல்லச் சொன்னார்கள்..."

"ஆகட்டும்; நானும் போகத்தான் எண்ணியிருக்கிறேன் நீ இந்தப் பிரயாணத்தில் எங்கெங்கே போயிருந்தாய்? அதைச் சொல்லு!"

"தென் குமரியிலிருந்து வட வேங்கடம் வரையில் போயிருந்தேன்."

"போன இடங்களில் ஜனங்கள் என்ன பேசிக் கொள்ளுகிறார்கள்?"

"சோழ குல மன்னர் குலத்தின் பெருமையைப் பற்றிப் பேசிக் கொள்கிறார்கள். இன்னும் சில காலத்தில் வடக்கே கங்கா நதி வரையிலும், ஹிமோத்கிரி வரையிலும் சோழ மகாராஜ்யம் பரவி விடும் என்று பேசிக்கொள்கிறார்கள்......"

"அப்புறம்?"

"பழுவேட்டரையர்களின் வீரப் பிரதாபங்களைப் பற்றியும் பாராட்டிப் பேசுகிறார்கள். சோழ சாம்ராஜ்யம் இவ்வளவு உன்னத நிலைமையை அடைந்ததற்குக் காரணமே பழுவூர்ச் சிற்றரசர்களின்..."

"போதும், இன்னும் என்ன சொல்லுகிறார்கள்?"

"தங்களுடைய சகோதரர்கள் இருவரையும் பற்றி ஆசையோடு பேசிக்கொள்கிறார்கள். முக்கியமாக இளவரசர் அருள்மொழிவர்மர் மீது குடிமக்களுக்கு இருக்கும் அன்பையும் ஆதரவையும் சொல்லி முடியாது."

"அதில் ஒன்றும் வியப்பில்லைதான்! இன்னும் ஏதேனும் பேச்சு உண்டா?"

"சோழ மகா சக்கரவர்த்தியின் திருக்குமாரிக்கு ஏன் இன்னும் திருமணம் ஆகவில்லையென்று பேசிக் கொள்கிறார்கள். என்னைக் கூடப் பலரும் கேட்டார்கள்..."

"நீ என்ன மறுமொழி சொன்னாய்?"

"எங்கள் இளையபிராட்டியை மணந்து கொள்ளத் தகுதி வாய்ந்த அரசகுமாரன் இன்னும் இந்தப் பூவுலகில் பிறக்கவில்லை என்று சொன்னேன்..."

"அழகாயிருக்கிறது! இனிமேல் அப்படிப்பட்டவன் பிறக்க வேண்டுமாக்கும்! அவன் பிறந்து கல்யாண வயதை அடைவதற்கு முன்னால் நான் கிழப்பாட்டி ஆகிவிடுவேன்! என் விஷயம் இருக்கட்டும் திருமலை! வேறு ஏதாவது பேச்சு உண்டா?"

"ஏன் இல்லை? சிவஞான யோகீசுவரராகப் போவதாய்ச் சொல்லிக்கொண்டிருந்த தேவர் திடீரென்று கலியாணம் செய்து கொண்டதைப் பற்றிப் பலரும் ஆச்சரியப்படுகிறார்கள்..."

"உன் அருமைச் சகோதரி... ஆண்டாளைப் போன்ற பக்த சிரோமணி ஆகப் போவதாகச் சொல்லிக் கொண்டிருந்தாயே... அவள் இப்பொழுது எப்படியிருக்கிறாள்?"

"அவளுக்கு என்ன குறைவு தாயே! பெரிய பழுவேட்டரையரின் அரண்மனையில் சர்வாதிகாரினியாக ஆட்சி செலுத்தி வருகிறாள்..."

"பழுவேட்டரையரின் அரண்மனையில் மட்டும்தானா? இந்தச் சோழ ராஜ்யத்துக்கே அவள்தான் சர்வாதிகாரினி என்றல்லவா கேள்விப்பட்டேன்..!"

"அப்படியும் சிலர் பேசிக்கொள்கிறார்கள் தாயே! ஆனால் அவளை விட்டுத் தள்ளுங்கள். இந்த நல்ல நாளில் அவளுடைய பேச்சு எதற்கு? தாங்கள் 'ஆண்டாள்' பெயரைக் குறிப்பிட்டதால், எனக்கு ஒன்று ஞாபகம் வருகிறது.

ஸ்ரீ வில்லிபுத்தூருக்குப் போயிருந்தேன். பட்டர் பிரான் விஷ்ணு சித்தரின் பாடல்கள் சிலவற்றைத் தெரிந்து கொண்டேன். இதைக் கேளுங்கள், அம்மா! கண்ணன் பிறந்த திருநாளைப் பற்றிய பாடல்:

'வண்ண மாடங்கள் சூழ்திருக் கோட்டியூர்
கண்ணன் கேசவன் நம்பி பிறந்தினில்
எண்ணெய் சுண்ணம் எதிர் எதிர் தூவிடக்
கண்ணன் முற்றம் கலந்தள றாயிற்றே!
ஓடுவார் விழுவார் உகந்தாலிப்பார்
நாடுவார் நம்பிரான் எங்குற்றான் என்பார்
பாடுவார்களும் பல்பறை கொட்ட நின்று
ஆடுவார்களும் ஆயிற்று ஆய்ப்பாடியே!'

இன்றைக்கு நம் பழையாறை நகரமும் ஆயர்பாடி போலவே ஒரே குதூகலமாயிருக்கிறது, தாயே!"

"குதூகலமாயிருக்கிறது சரிதான்; ஆனால் சற்று முன்னால் வேறொரு விதமான பறை கொட்டிற்றே, அது என்ன திருமலை?"

இந்தக் கேள்விக்காகவே ஆழ்வார்க்கடியான் காத்துக் கொண்டிருந்தான்.

"யாரோ ஒற்றனாம்! தப்பித்துக் கொண்டானாம்! அவனைப் பிடித்துக் கொடுப்பவர்களுக்குப் பரிசு கொடுப்பார்களாம்! அதையெல்லாம் பற்றி நான் என்ன கண்டேன் தாயே!"

"உனக்கு ஒன்றும் தெரியாதா? யாராயிருக்கும் என்பது பற்றிச் சந்தேகம் கூட இல்லையா?"

“மனத்தில் ஒரு சந்தேகம் இருக்கிறது. ஆனால் அதைப் பற்றிப் பேசுவது அபாயம். தெரு வீதியில் நான் நடந்து வந்த போது என்னைக் கூடச் சிலர் முறைத்துப் பார்த்துக் கொண்டு போனார்கள். என்னை யாரேனும் பிடித்துக் கொண்டு போய்ப் பாதாளச் சிறையில் போட்டு விட்டால்...?”

“உன்னைப் பிடிப்பதற்குத் தலையில் கொம்பு முளைத்தவர்களாயிருக்க வேண்டும்! உன் மனத்தில் தோன்றியதை என்னிடம் சொல்லலாம் என்றால் சொல்! நான் உன்னைக் காட்டிக் கொடுத்து விடுவேன் என்ற எண்ணம் இல்லையே?”

“கிருஷ்ணா! கிருஷ்ணா! அப்படியெல்லாம் ஒன்றுமில்லை வீரநாராயணபுரத்தில் ஒரு வீர வாலிபனைப் பார்த்தேன். அவன் தஞ்சாவூர் போகிறதாகச் சொன்னான். எதற்காகவென்று சொல்லவில்லை. என்னைப் பல கேள்விகள் கேட்டான்...”

குந்தவை பரபரப்புடன், “அவன் எப்படியிருந்தான்?” என்றாள்.

“பெரிய குலத்தில் பிறந்தவனைப் போல் காணப்பட்டான். முகம் களையாயிருந்தது. ஊக்கமும் உள்வலியும் கொண்டவன் என்று தெரிந்தது...”

“உன்னிடம் என்ன கேட்டான்?”

“சக்கரவர்த்தியின் உடல் நிலைமையைப் பற்றிக் கேட்டான். அடுத்தபடி பட்டத்துக்கு வர வேண்டியவரைப் பற்றிக் கேட்டான். இலங்கை சென்றிருக்கும் இளவரசரைப் பற்றிக் கேட்டான். பிற்பாடு, குடந்தை ஜோதிடரிடமும் அதே கேள்விகளைக் கேட்டதாக அறிந்தேன்...”

“ஆகா! குடந்தை ஜோதிடர் வீட்டுக்கு அவன் வந்திருந்தானா?”

“இப்போது ஞாபகம் வருகிறது. தாங்கள் ஜோதிடரின் வீட்டில் இருந்த போதே அவன் தடபுடல் செய்து கொண்டு உள்ளே வந்து விட்டானாம்... நல்லவேளையாகத் தங்களை அவன் தெரிந்து கொள்ளவில்லையாம்...!”

“நான் நினைத்தது சரியாய்ப் போயிற்று...”

“என்ன தாயே நினைத்தீர்கள்?”

“அந்த முரட்டு வாலிபனுக்குச் சீக்கிரம் ஏதாவது ஆபத்து வரலாம் என்று நினைத்தேன்...”

“தாங்கள் நினைத்தது சரிதான். அவன்தான் ஒற்றன் என்று சந்தேகிக்கிறேன். அவனைப் பிடிப்பதற்குத்தான் பழுவேட்டரையர்கள் பரிசு கொடுப்பதாகப் பறையடித்தி ருக்கிறார்கள் என்று தோன்றுகிறது.”

“திருமலை! எனக்கு ஓர் உதவி செய்வாயா?”

“கட்டளையிடுங்கள் தாயே!”

“அந்த வாலிபனை நீ எப்போதாவது பார்க்க நேர்ந்தால்...”

“பிடித்துக் கொடுத்துப் பரிசு பெற்றுக் கொள்ளட்டுமா?”

“வேண்டாம், வேண்டாம்! என்னிடம் அழைத்துக் கொண்டு வா! அவனிடம் எனக்கு முக்கியமான காரியம் ஒன்று இருக்கிறது.”

ஆழ்வார்க்கடியான் அதிசயம் அடைந்தவனைப் போல் சிறிது நேரம் குந்தவைப் பிராட்டியைப் பார்த்துக் கொண்டு நின்றான். பின்னர், “அதற்கு அவசியம் ஏற்படாது, தாயே! நான் அவனைத் தேடிப் பிடித்து வர அவசியம் நேராது. அவனே தங்களைத் தேடிக் கொண்டு வந்து சேருவான்!” என்றான்.

47. ஈசான சிவபட்டர்

ஆழ்வார்க்கடியான் அரசிளங்குமரியைப் பார்த்துவிட்டு அவனுடைய தமையனார் ஈசான சிவ பட்டரின் வீட்டுக்குச் சென்றான். அவருடைய வீடு வடமேற்றளி சிவன் கோயிலுக்கு மிக அருகில் இருந்தது. அரண்மனையிலிருந்து அரைக் காத தூரம் இருக்கும். சோழ மாளிகையிலிருந்து வடமேற்றளி ஆலயத்துக்குப் போனால், பழையாறை நகரின் விஸ்தீரணத்தையும் அதன் மற்றச் சிறப்புகளையும் ஒருவாறு அறியலாம்.

கிருஷ்ண ஜயந்திக் கொண்டாட்டங்கள் எல்லாம் ஒருவாறு அடங்கி விட்டன என்பதை ஆழ்வார்க்கடியான் பார்த்துக் கொண்டு போனான். வீட்டுப் பகுதிகளின் வழியாகச் சென்றபோது ஸ்திரீகள் அங்கங்கே வீட்டு ஓரங்களில் கூடி நின்று கோபமாகப் பேசிக் கொண்டிருப்பதைக் கவனித்துக் கொண்டு போனான். அந்த ஸ்திரீகள் அனைவரும் தத்தம் கணவர்கள் அல்லது புதல்வர்களின் கழுத்தில் வஞ்சிப் பூமாலை அணிவித்து உற்சாகமாக ஈழத்துப் போர் முனைக்கு அனுப்பியவர்கள். நாலு திசைகளிலும் சோழ சைன்யங்கள் நடத்திய வீரப் போர்களில் யாராவது ஒரு வீரன் அந்த ஒவ்வொரு வீட்டிலிருந்தும் சென்று வீர சொர்க்கம் அடையாமலிருந்தது கிடையாது. அப்படிப்பட்ட பெண்கள் இப்போது அதிருப்தியுடன் முணுமுணுத்து பேசிக் கொண்டிருந்ததைத் திருமலையப்பன் பார்த்தான். இதெல்லாம் என்ன விபரீதத்தில் போய் முடிகிறதோ என்று கவலைப்பட்டுக் கொண்டே சென்றான்.

வடமேற்றளி கோயிலை அவன் அடைந்தபோது நன்றாக இருட்டிவிட்டது. அப்பர் பெருமானால் பாடப் பெற்ற கோயில் இதுதான். அந்த மகானுடைய காலத்தில் இக்கோயிலைச் சுற்றிச் சமணர்கள் செயற்கைக் குன்றுகளை எடுத்து, அந்தக் குன்றுகளில் முழைகளை அமைத்திருந்தார்கள். அப்படி ஏற்பட்ட செயற்கை மலைக் குகைகளில் திகம்பர சமணர்கள் உட்கார்ந்து தவம் செய்துகொண்டிருந்தார்கள். இதை நமக்கு ஞாபகப்படுத்துவதற்காக இன்றைக்கும் பழையாறைக்கு அருகில் முழையூர் என்று ஓர் ஊர் இருக்கிறது.

அப்பர் பெருமான் பழையாறை ஸ்தல மகிமையைப் பற்றிக் கேள்விப்பட்டு அங்கு வந்து சேர்ந்தபோது சமணர்களின் முழைகள் சிவன் கோயிலை அடியோடு மறைத்திருந்தன. இதை ஆத்ம ஞானத்தினால் அறிந்த அப்பர் மனம் வருந்தினார். பல்லவர்களின் பிரதிநிதியாக அச்சமயம் சோழ நாட்டைப் பரிபாலித்து வந்த சிற்றரசனிடம் முறையிட்டார். அரசன் அந்தச் செயற்கை முழைகளில் ஒரு பகுதியை இடித்து அப்புறப்படுத்தினான். உள்ளே சிறிய சிவன் கோயில் இருப்பது தெரிந்தது. அப்பர் பரவசமடைந்து பாடினார்.

அந்தக் கோயில் பிற்பாடு சோழ மன்னர்களால் சிறப்படைந்து கற்றளியாகக் கட்டப்பட்டது. ஆனால் இன்னமும் கோயிலைச் சுற்றிலும் முழைகள் சூழ்ந்து பிராகாரச் சுவர் போல் அமைந்திருந்தன. கோயிலுக்குள் பிரவேசிப்பதற்கு கோபுர வாசல் ஒன்றுதான் இருந்தது; வேறு வாசலே கிடையாது. கோபுர வாசல் வழியாகக் கோயில் பிராகாரத்துக்குள் சென்று, ஈசான சிவபட்டரின் வீட்டைச் சுலபமாக அடையலாம். இல்லாவிட்டால் சுற்றி வளைத்துக் கொண்டு போக வேண்டும்.

இப்படித் தன் தமையனாரின் வீட்டைக் குறுக்கு வழியில் அடைவதற்காகத் திருமலை கோபுர வாசலுக்குள் நுழைந்தான். உள்ளே சுவாமி சந்நிதியில் சில அடியார்கள் நிற்பது தெரிந்தது. அவர்கள் கிருஷ்ணனைப் போலவும் பலராமரைப் போலவும் வேஷந்தரித்து வந்த கோஷ்டியார் என்று தோன்றியது. “ஆகா! இவர்கள் எங்கே இங்கு வந்து சேர்ந்தார்கள்!” என்று அவன் எண்ணமிடுவதற்குள், ஈசான சிவபட்டர் கோயிலுக்குள்ளேயிருந்து அவசரமாக வெளியேறி வந்தார். அப்போதுதான் கோபுர வாசலுக்குள் நுழைந்திருந்த திருமலையின் கையைப் பிடித்துப் பரபரவென்று வெளியில் இழுத்துச் சென்றார்.

"அண்ணா! இது என்ன?" என்று ஆழ்வார்க்கடியான் கேட்டான்.

"சொல்லுகிறேன், திருமலை! இனிமேல் நம்முடைய உறவெல்லாம் கோவிலுக்கு வெளியே இருக்கட்டும். நீ பதிதன்; சிவ நிந்தனை செய்யும் சமயப் பிரஷ்டன்; இந்தச் சிவாலயத்துக்குள் நீ அடியெடுத்து வையாதே! தெரிகிறதா? நானும் எத்தனையோ பொறுத்திருந்தேன். இன்றைக்குப் பெரிய மகாராணியின் முன்னால் நீ பேசியதை என்னால் சகிக்க முடியவில்லை. வீட்டுக்கு வேண்டுமானால் வந்து உன் பெரிய வயிற்றை நிரப்பிக் கொண்டு போ! ஆனால் கோவிலுக்குள் அடியெடுத்து வைக்காதே! அடி வைத்தால் நான் சண்டேசுவர நாயனார் ஆகி விடுவேன்!"

இவ்வாறு சொல்லி ஈசான சிவபட்டர் திருமலையின் கழுத்தைப் பிடித்து ஒரு தள்ளுத் தள்ளி விட்டு, கோயில் கதவைப் படார் என்று சாத்தினார். "அண்ணா! அண்ணா!....." என்று திருமலை ஏதோ சொல்ல ஆரம்பித்ததை ஒருகணமும் காது கொடுத்துக் கேட்காமல் கோவில் கதவை உட்புறம் தாழிட்டுக் கொண்டு போய் விட்டார்.

"ஓகோ! அப்படியா சமாசாரம்?" என்று ஆழ்வார்க்கடியான் முணுமுணுத்துக் கொண்டான். சற்று நேரம் அங்கேயே நின்றான். பிறகு, அச்சிவனார் கோவிலை, சமணர் முழைகள் உட்பட, இரண்டு மூன்று தடவை சுற்றி வந்தான். வலப்புறமாய்ச் சென்றால் பிரதட்சிணம் செய்ததாகி விடும் என்று வேண்டுமென்றே இடதுபுறமாகச் சுற்றி வந்தான். வட்ட வடிவமாக அமைந்திருந்த செய்குன்றுகளில் சமணர் முழை வாசல்கள் எல்லாம் நன்கு அடைக்கப்பட்டிருப்பதைப் பார்த்தான். பின்னர், ஈசான சிவபட்டரின் வீடு சென்றான். வேடிக்கை வேடிக்கையாகப் பேசும் திருமலையிடம் பட்டரின் மனையாளுக்கு மிக்க பிரியம். அந்த அம்மாளிடம் வழக்கத்தை விட வேடிக்கையாகப் பேசி, வயிறு நிறையச் சிவன் கோயில் பிரசாதத்தைச் சாப்பிட்டு விட்டு, வாசல் திண்ணையில் வந்து படுத்தான்.

முதலாவது நாள் குடமுருட்டி நதிக்கரையோடு வந்தபோது அவன் கண்ட காட்சி ஒன்று நினைவு வந்தது.

அவனுக்கு எதிர்த் திசையில் சில குதிரைகள் வேகமாக வரும் சப்தம் கேட்டுப் பக்கத்தில் அடர்த்தியாக இருந்த மூங்கில் புதர்களுக்குப் பின்னால் மறைந்து கொண்டு நின்றான்.

முதலில் வந்த குதிரை தறிகெட்டு ஓடிவருவது போல் ஓடி வந்தது. அது சொட்டச் சொட்ட நனைந்திருந்தது; வியர்வையினாலா, நதி வெள்ளத்தில் முழுகி வந்ததனாலா என்று தெரியவில்லை. அக்குதிரையின் பேரில் ஒரு சிறு பிள்ளை உட்கார்ந்திருந்தான். அவனைக் குதிரையோடு சேர்த்துக் கட்டியிருந்தது. அந்தப் பிள்ளையின் முகத்தில் பீதியும், அத்துடன் ஓர் உறுதியும் சேர்ந்து காணப்பட்டன. சற்றுப் பின்னால் இன்னும் நாலைந்து குதிரைகள் வந்தன. அவற்றின் மீது வேல் பிடித்த வீரர்கள் வந்தார்கள். சீக்கிரத்தில் பிடித்து விடுவார்கள் என்று தோன்றியது. அவர்களில் ஒருவன் தன்னுடைய வேலாயுதத்தைத் தலைக்கு மேலே தூக்கிப் பிடித்து முன்னால் வந்த குதிரை மேல் எறிவதற்குக் குறி பார்த்தான். இன்னொருவன் அதைத் தடுத்தான்.

அச்சமயத்தில் அந்தப் பிள்ளை அடர்ந்த மூங்கில் புதர்களுக்குக் கீழே போக வேண்டியிருந்தது. சற்று வளைந்து தாழ்ந்திருந்த மூங்கில் மரக்கிளை ஒன்று அவனுடைய தலை மயிரில் சிக்கிக் கொண்டது. குதிரை முன்னால் இழுக்கவும் அந்தப் பிள்ளையின் கதி என்ன ஆகுமோ என்று இருந்த நிலையில் பின்னால் வந்தவர்கள் அக்குதிரையை வந்து பிடித்துக் கொண்டார்கள்.

குதிரை மீது வைத்துக் கட்டியிருந்த பிள்ளையைப் பார்த்து வியப்பும் திகைப்பும் கோபமும் அடைந்தார்கள். ஏதோ அவனைக் கேட்டார்கள். அவன் தட்டுத் தடுமாறி மறுமொழி சொன்னான். விவரமாக ஆழ்வார்க்கடியான் காதில் விழவில்லை. "அவன் எங்கே?" "அவன் எங்கே?" என்று அடிக்கடி பலமுறை கேட்ட கேள்வி காதில் விழுந்தது.

அந்த இளம்பிள்ளை "ஆற்றோடு போய் விட்டான்!" "வெள்ளத்தில் விழுந்து விட்டான்!" என்று விம்மி அழுதுகொண்டே சொன்னதும் காதில் விழுந்தது. பிறகு அவ்வீரர்கள் அந்தப் பையனையும் குதிரையையும் தங்களுடன் அழைத்துக் கொண்டு ஆற்றங்கரையோடு போய் விட்டார்கள்.

இந்தச் சம்பவத்தின் பொருள் என்னவென்பது திருமலையப்பனுக்கு அச்சமயம் விளங்கவில்லை. இப்போது கொஞ்சம் விளங்குவது போல் தோன்றியது.

இதற்கிடையில், அந்த வீதி நாடக கோஷ்டியின் நினைவும் அவனுக்கு வந்தது. முக்கியமாக, கம்ஸன் வேஷம் தரித்து, மரப் பொம்மை முகத்தினால் சொந்த முகத்தை மறைத்துக் கொண்டிருந்தவனின் நடை உடை பாவனைகளும், குரலும் நினைவு வந்தன. முன்னம் கேட்டது போல் தொனித்த அக்குரல் யாருடைய குரல் என்பது பற்றியும் விளக்கம் ஏற்படத் தொடங்கியது.

இரவு அர்த்த ஜாம பூஜையை முடித்துக் கொண்டு ஈசான சிவபட்டர் தம் இல்லத்துக்கு வந்தார். வாசல் திண்ணையில் ஆழ்வார்க்கடியான் படுத்திருப்பதைப் பார்த்தார்.

"திருமலை! திருமலை!" என்று கோபக் குரலில் கூப்பிட்டார்.

திருமலை நல்ல தூக்கத்தில் ஆழ்ந்திருப்பதாகப் பாசாங்கு செய்தான்.

வீட்டுக் கதவைப் படார் என்று சாத்திக் கொண்டு பட்டர் உள்ளே போனார். தமது மனைவியாருடன் அவர் சண்டை பிடிக்கிற தோரணையில் பேசியது அரைகுறையாகத் திருமலையின் காதில் விழுந்தது. தன்னைப் பற்றித்தான் சண்டை என்பதைத் திருமலை தெரிந்து கொண்டான்.

காலையில் எழுந்ததும் ஈசான சிவபட்டர் திருமலையிடம் வந்து, "மறுபடி நாடு சுற்ற எப்போது புறப்படுகிறாய்?" என்று கேட்டார்.

"தங்கள் கோபம் தணிந்த பிறகு புறப்படுவேன் அண்ணா!" என்றான்.

"இனி என்னை 'அண்ணா' என்று கூப்பிடாதே. இன்று முதலாவது நான் உன் தமையனும் அல்ல; நீ என் தம்பியும் அல்ல. நீ சிவத்துவேஷி; நீசன்; சண்டாளன்..."

பட்டரின் மனைவி திருமலைக்காகப் பரிந்து, "எதற்காக இப்படியெல்லாம் அவனைச் சபிக்கிறீர்கள்! இத்தனை நாளும் சொல்லாததை அவன் இப்போது என்ன புதிதாகச் சொல்லி விட்டான்! உங்களுக்குத்தான் சிவபக்தி ரொம்ப அதிகமாக முற்றி விட்டது!" என்றாள்.

"உனக்கு ஒன்றும் தெரியாது! அவன் நேற்று பெரிய மகாராணியின் முன்னிலையில் என்னவெல்லாம் சொன்னான் தெரியுமா? 'சுடுகாட்டில் சாம்பலைப் பூசிக் கொண்டு திரியும் பரமசிவனுக்குக் கோவில் என்னத்திற்கு!' என்று கேட்டான். என் காதில் ஈயத்தைக் காய்ச்சி ஊற்றியது போலிருந்தது. மகாராணி இராத்திரியெல்லாம் தூங்கவேயில்லையாம்!"

"இனிமேல் அப்படியெல்லாம் பேச மாட்டான். நான் புத்தி சொல்லித் திருத்தி விடுகிறேன். அவனிடம் நல்ல வார்த்தையாகச் சொன்னால் கேட்கிறான்!" என்றாள்.

"நல்ல வார்த்தையும் ஆயிற்று; பொல்லாத வார்த்தையும் ஆயிற்று. அவன் இராமேசுவரத்துக்கு உடனே போகட்டும். இராமர், பூஜை செய்து பாவத்தைப் போக்கிக் கொண்ட சிவலிங்கத்தை இவனும் பூஜை செய்து விட்டு வரட்டும். அதுதான் இவனுக்குப் பிராயச்சித்தம். அப்படிச் செய்யும் வரையில் நான் இவன் முகத்திலேயே விழிக்க மாட்டேன்!" என்றார்.

திருமலையின் உதடுகள் துடித்தன. வட்டியுடன் சேர்த்துத் திருப்பிக் கொடுப்பதற்குத்தான். ஆனால் பேசினால் காரியம் கெட்டுவிடும் என்று பொறுமையைக் கடைப்பிடித்தான்.

பட்டரின் பத்தினி இச்சமயத்தில் மறுபடியும் தலையிட்டு, "அதற்கு என்ன? இராமேசுவரத்துக்குப் போகச் சொன்னால் போகிறான். அவனுடன் நாமும் போகலாம்.

இத்தனை நாள் ஆகியும் நமக்குந்தான் குழந்தை பிறக்கவில்லை. பூர்வ ஜன்மத்தில் என்ன பாவம் செய்தோமோ, என்னமோ...? திருமலை! எல்லாருமாக இராமேசுவரத்துக்குப் போகலாமா?" என்று கேட்டாள்.

அவர்கள் இரண்டு பேரையும் சிவபட்டர் முறைத்துக் கோபமாகப் பார்த்து விட்டுப் போய்விட்டார்.

கொஞ்ச நேரத்துக்கெல்லாம் ஈசான பட்டர் திரும்பி வந்து திருமலையிடம் சாந்தமாகப் பேசினார்.

"தம்பி! 'கோபம் பாபம் சண்டாளம்' என்று பெரியோர்கள் சொல்லியிருக்கிறார்கள். நான் கோபத்துக்கு இடம் கொடுத்து விட்டேன். உனக்கு ஒன்றும் வருத்தம் இல்லையே?" என்றார்.

"இல்லவே இல்லை!" என்று சொன்னான் ஆழ்வார்க்கடியான்.

"அப்படியானால் நீ இங்கேயே இரு! உச்சிகால பூஜையை முடித்துக் கொண்டு நான் வந்து விடுகிறேன். உன்னிடம் சில முக்கியமான விஷயங்களைப் பற்றிச் சொல்லி யோசனை கேட்க வேண்டும். இங்கேயே இருக்கிறாய் அல்லவா? எங்கும் போய் விட மாட்டாயே?" என்றார்.

"எங்கும் போகவில்லை, அண்ணா! தங்களை விட்டு எங்கும் போவதாக உத்தேசமில்லை!" என்றான்.

பட்டர் போய் விட்டார். ஆழ்வார்க்கடியான் தனக்குத் தானே, "அப்படியா சமாசாரம்!" என்று சிலமுறை சொல்லிக் கொண்டான். பிறகு அண்ணியிடம் கூடச் சொல்லிக் கொள்ளாமல் புறப்பட்டான். செய்குன்றுகள் சூழ்ந்த வடமேற்றளிக் கோயிலை இரண்டு மூன்று தடவை சுற்றி வந்தான். அவ்வப்போது ஏதேனும் சத்தம் கேட்டால் உடனே மறைந்து நின்று கொண்டான்.

அவன் எதிர்பார்த்தது வீண் போகவில்லை. சமணர் முழைகளில் ஒன்றின் வாசல் மெதுவாகத் திறந்தது. முதலில் ஈசான சிவபட்டர் மூன்று பக்கமும் பார்த்துவிட்டு வெளியே வந்தார். பின்னால் இன்னொரு மனிதன் வெளிப்புறப்பட்டு வந்தான். ஆகா! இவன் யார்? முகம் தெரியவில்லையே? உடல் அமைப்பைப் பார்த்தால் கம்ஸன் வேடம் பூண்டிருந்தவன் மாதிரி இருக்கிறது! யாராயிருக்கும்? இதைக் கண்டுபிடிக்காமல் விடுவதில்லை. ஓஹோ! இதற்குத்தானா, இவ்வளவு கோபதாபம் மூடுமந்திரம் எல்லாம்!

முழையிலிருந்து வெளிப்பட்ட இருவரும் முன்னால் சென்றார்கள். ஆழ்வார்க்கடியான் ஒதுங்கிப் பதுங்கி மறைந்து பின்தொடர்ந்தான்.

சிறிது நேரம் நடந்ததும் ஓடைக் கரையை அடைந்தார்கள். சோழ மாளிகைக்குப் பின்புறத்தில் கடலைப் போல பரவி அலைமோதிக் கொண்டிருந்த ஓடையைத்தான். ஆனால் மாளிகைக்கு வெகு தூரம் மேற்கில் இருந்தது அத்துறை.

ஓடைக்கரையில் அடர்ந்த மரங்கள் பல இருந்தன. அவற்றில் ஒன்றின் பின்னால் ஆழ்வார்க்கடியான் நின்று இரண்டு கிளைகளுக்கு நடுவில் தலையை நீட்டிப் பார்த்துக் கொண்டிருந்தான்.

படகு ஒன்று அலையில் அலைப்புரண்டு மிதந்தது. அரண்மனைப் படகு மாதிரி தோன்றியது. படகுக்காரன் கரையில் நின்றுகொண்டிருந்தான்.

பட்டரையும் அவருடன் வந்தவனையும் பார்த்ததும் அவன் படகைக் கரையோரமாக இழுத்து நிறுத்தினான்.

இருவரும் படகில் ஏறிக் கொண்டார்கள். படகு நீரில் போக ஆரம்பித்ததும் பட்டருடன் வந்த மனிதன் கரைப் பக்கம் திரும்பிப் பார்த்தான்.

அவன் முகம் பளிச்சென்று நன்றாய்த் தெரிந்தது.

ஆழ்வார்க்கடியானுக்கு வியப்பு ஒன்றும் உண்டாகவில்லை. அவன் எதிர்பார்த்த மனிதன் தான் அவன்.

வீரநாராயணபுரத்திலும் கொள்ளிடத்துப் படகிலும் சந்தித்த அந்த வீர வாலிபன்தான்!

கம்ஸன் வேடம் பூண்டிருந்தவனும் அவனே என்பதில் சந்தேகமில்லை.

அவர்கள் படகில் ஏறி எங்கே போகிறார்கள்? அதையும் கண்டுபிடித்து விட வேண்டியதுதான்! அதாவது தன்னுடைய ஊகம் சரிதானா என்று பார்த்து விட வேண்டும்.

சோழ மாளிகைகள் பல வானளாவி நின்ற வீதியில் கடைசி மாளிகை ஒன்று பூட்டப்பட்டுக் கிடந்தது. அது சுந்தர சோழரின் முதன் மந்திரியான அநிருத்த பிரும்மராயரின் மாளிகை. முதன் மந்திரி அநிருத்தர் பாண்டிய நாட்டின் இராஜரீக நிர்வாகத்தைச் செப்பனிட்டு அமைப்பதற்காக மதுரை சென்றிருந்தார். அவருடைய குடும்பத்தார் தஞ்சாவூரில் இருந்தார்கள். ஆகையால் அவருடைய பழையாறை மாளிகை பூட்டப்பட்டுக் கிடந்தது.

ஆழ்வார்க்கடியான் இந்த மாளிகைக்கு வந்து சேர்ந்தான். அவனைக் கண்டதும் மாளிகைக் காவலர்கள் பயபக்தியுடன் வந்து நின்றார்கள். மாளிகையின் கதவைத் திறக்கும்படிப் பணித்தான். காவலர்கள் கதவைத் திறந்தார்கள். பிறகு அவன் கட்டளைப்படி வெளிப்பக்கம் சாத்திப் பூட்டினார்கள். மாளிகையின் மூன்று கட்டுகளையும் கடந்து பின்புறத் தோட்டத்துக்கு வந்து சேர்ந்தான். அத்தோட்டத்திலிருந்து நெருக்கமான மரஞ் செடிகளைப் பிளந்துகொண்டு கொடி வழி ஒன்று சென்றது. திருமலை அதில் புகுந்து சென்று சிறிது நேரத்தில் குந்தவை தேவியின் மாளிகைத் தோட்டத்தை அடைந்தான். கொடி வீடு ஒன்றில் மறைவான இடத்தில் நின்று சுற்றுமுற்றும் பார்த்துக்கொண்டிருந்தான். இவ்வளவு சிரமம் அவன் எடுத்துக்கொண்டது வீண் போகவில்லை.

காளிதாஸன் முதலிய மகா கவிகள் வர்ணிக்க வேண்டிய நாடக நிகழ்ச்சி ஒன்று அங்கே நடந்தது.

நீரோடைக் கரையில் படகு வந்து நின்றது. அதிலிருந்து ஈசான பட்டரும் வந்தியத்தேவனும் இறங்கினார்கள். பிறகு நீர்த்துறையின் படிக்கட்டுகளின் வழியாக ஏறி வந்தார்கள்.

படிக்கட்டுகளுக்குச் சற்றுத் தூரத்தில் தோட்டத்தில் அமைந்திருந்த பளிங்குக்கல் மேடையில் இளையபிராட்டி குந்தவை அமர்ந்திருந்தாள்.

படகில் வந்தவர்கள் நீர்த்துறையில் படிக்கட்டுகளில் ஏறி மேற்படிக்கு வந்ததும் இளையபிராட்டி குந்தவை தேவி எழுந்து நின்றாள்.

வந்தியத்தேவன் அப்போதுதான் அப்பெண்ணரசியின் திருமுகத்தைக் கூர்ந்து பார்த்தான்.

பார்த்தது பார்த்தபடியே நின்றான்.

அவனுக்கும் இளையபிராட்டி குந்தவைக்கும் மத்தியில் ஒரு பூங்கொடி தன் இளந்தளிர்க்கரத்தை நீட்டி இடைமறித்து நின்றது.

அந்தக் கொடியில் ஓர் அழகிய பட்டுப் பூச்சி பல வர்ண இறகுகள் படைத்த பட்டுப் பூச்சி வந்து உட்கார்ந்தது. குந்தவை தன் பொன் முகத்தைச் சிறிது குனிந்து அந்தப் பட்டுப் பூச்சியைப் பார்த்துக்கொண்டிருந்தாள்.

வந்தியத்தேவனோ குந்தவையின் முக மலரையே கண்கொட்டாமல் பார்த்துக்கொண்டு நின்றான். ஓடையில் அலைகள் ஓய்ந்து அடங்கின.

பட்சி ஜாலங்கள் பாடுவதை நிறுத்தின. அண்ட பகிரண்டங்கள் அசையாது நின்றன.

பல யுகங்கள் சென்றன.

ஃஃ

48. நீர்ச் சுழலும் விழிச் சுழலும்

கடவுள் படைத்த ஆதி மனிதன் ஒரு மலையின் சாரலில் வசித்தான். மழைக்கும், காற்றுக்கும் அவனுக்கு மலைக்குகை அடைக்கலம் தந்தது. வன விருட்சங்கள் அவனுக்குத் தேவையான கனி வர்க்கங்களை உணவாக அளித்தன. காட்டு மிருகங்கள் அவனைக் கண்டு நடுநடுங்கின. வானத்துப் பறவைகளைப் போல் அவன் சுயேச்சையாக ஒரு குறையும் இல்லாமல் வாழ்ந்து வந்தான். ஆயினும் அவனுடைய உள்ளத்தின் உள்ளே ஏதோ ஒரு குறை, இனந்தெரியாத ஒரு வகைத் தாபம், இடைவிடாமல் குடிகொண்டிருந்தது. ஏதோ ஒரு காந்த சக்தி அவனைக் கவர்ந்து இழுத்துக் கொண்டிருந்தது. ஏதோ ஓர் அரிய பொருளை, இது வரை பார்த்தும் அனுபவித்தும் அறியாத இன்பத்தை, அவனுடைய இதயம் தேடிக்கொண்டிருந்தது. பகலில் அதைப் பற்றிக் கற்பனை செய்தான்; இரவில் அதைப் பற்றிக் கனவு கண்டான். "எனக்காகவே படைக்கப்பட்ட அந்த அற்புதப் பொருளை, கற்பகக் கனியை, என்னைக் கவர்ந்திழுக்கும் காந்தத்தை, எங்கே காண்பேன்? எப்போது காண்பேன்?" என்று அவன் இதயம் ஏங்கித் தவித்துக்கொண்டிருந்தது. ஆதி மனிதனைப் படைத்த அதே சமயத்தில் இறைவன் ஆதி ஸ்திரீயையும் படைத்தார். மலையின் மற்றொரு பக்கத்துச் சாரலில் அவள் வசித்து வந்தாள். பசிக்கு உணவும், தாகத்துக்குச் சுனை நீரும், தங்கியிருக்க மலைக்குகையும் அவளுக்கு இருந்தன. வெளிப்படையாகப் பார்த்தால் ஒரு குறையும் இல்லை.

ஆனால் உள்ளத்தினுள்ளே ஒரு தீப்பிழம்பு ஜூவாலை விட்டு அவளை எரித்துக்கொண்டிருந்தது. ஏதோ ஒரு சக்தி அவளைக் கவர்ந்து இழுத்துக் கொண்டிருந்தது. அச்சக்தி எங்கிருந்து அவளை இழுக்கிறது, எந்தத் திசையை நோக்கி இழுக்கிறது என்பது ஒன்றும் தெரியவில்லை.

ஆதி மனிதனுக்கும் ஆதி ஸ்திரீக்கும் இடையில் ஒரு பெரிய மலை ஓங்கி நின்று ஒருவரையொருவர் சந்திக்க முடியாமல் தடுத்துக் கொண்டிருந்தது.

வெயிற் காலத்தில் ஒருநாள் இயற்கை நியதி காரணமாகக் காட்டில் தீ மூண்டு நாலாபுறமும் பரவத் தொடங்கியது. மலையைச் சுற்றி நெருப்பு அதிவேகமாகப் பரவி வந்தது. மனிதனும் ஸ்திரீயும் காட்டுக்குள் போனால் ஆபத்துக்குள்ளாவோம் என்று உணர்ந்து மலை மேல் ஏறினார்கள். மலையின் உச்சியில் அவர்கள் ஒருவரையொருவர் பார்த்தார்கள். பார்த்த கண்கள் பார்த்தபடி கண் கொட்டாமல் நின்றார்கள். காட்டுத் தீயை மறந்தார்கள். எதற்காக மலை உச்சியில் ஏறினோம் என்பதையும் மறந்தார்கள். பசி தாகங்களை அடியோடு மறந்தார்கள். இத்தனை காலமும் தாங்கள் உயிர் வாழ்ந்ததெல்லாம் இந்த ஒரு சந்திப்புக்காகவே என்பதை உள்ளுணர்வினால் அறிந்தார்கள். தங்களைக் கவர்ந்திழுத்த இனந்தெரியாத சக்தி இதுதான் என்பதையும் தெரிந்து கொண்டார்கள். தங்களில் ஒருவரிடம் உள்ள குறையை இன்னொருவரால் இட்டு நிரப்பிப் பூர்த்தி செய்ய முடியும் என்பதை அறிந்தார்கள். இவ்விதம் ஒன்று சேர்ந்து விட்டவர்களை இனி பிரிக்கக்கூடிய சக்தி உலகில் வேறொன்றும் கிடையாது என்பதையும் உறுதியாக உணர்ந்தார்கள்.

இந்த அற்புதக் காட்சியைப் பார்த்துக்கொண்டிருந்த படைப்புக் கடவுளான பிரம்மதேவர் தாம் ஆரம்பித்த வேலை நல்ல முறையில் தொடங்கி விட்டது என்பதை அறிந்து பரிபூரணத் திருப்தி அடைந்தார்!

மேற்கூறிய ஆதி மனிதனையும் ஆதி ஸ்திரீயையும் ஒத்திருந்தார்கள் அந்த நேரத்தில் நம் வல்லவரையனும் குந்தவை தேவியும். இப்பூவுலகில் தாங்கள் பிறந்து வளர்ந்ததெல்லாம் இந்த நிமிஷத்துக்காகவே, இந்தச் சந்திப்புக்காகவே, என்பதை அவர்களுடைய உள்ளுணர்ச்சி உணர்த்தியது. ஆனால் ஆதி மனிதனையும் ஆதி ஸ்திரீயையும் போலின்றி இவர்கள்

நாகரிக வாழ்க்கையை மேற்கொண்டவர்கள் அல்லவா? ஆகையால் தங்களுடைய பரஸ்பர அந்தஸ்தில் இருந்த வேற்றுமையை அவர்களால் மறக்க முடியவில்லை. முழுதும் உணர்ச்சிவசப்பட்டு மனத்தைக் கட்டுக்கடங்காமல் அவர்கள் விட்டுவிடவில்லை. ஒரு கணம் ஒருவரையொருவர் பார்த்துக் கண்ணோடு கண் சேர்வதும், அடுத்த கணத்தில் தங்கள் கண்களைத் திருப்பி அக்கம் பக்கத்திலிருந்த பூ, மரம், பட்டுப் பூச்சி, ஓடை முதலியவற்றைப் பார்ப்பதுமாயிருந்தார்கள்.

ஈசான சிவபட்டர் தொண்டையைக் கனைத்த பிறகுதான் இருவரும் ஏதோ ஒரு முக்கியமான காரியம் பற்றி இங்கே சந்திக்கிறோம் என்பதை ஞாபகப்படுத்திக் கொண்டார்கள்.

"நீர் என்னைத் தனிமையில் பார்க்க வேண்டுமென்று ஈசான பட்டரிடம் தெரிவித்தது உண்மையா?" என்று குரலைக் கடுமைப்படுத்திக் கொண்டு இளையபிராட்டி வினவினாள்.

அந்தக் குரலின் கடுமையும் அதிகார தோரணையும் வந்தியத்தேவனை நிமிர்ந்து நிற்கச் செய்தன.

"தாங்கள் யார் என்று தெரிந்தால் அல்லவா தங்களது கேள்விக்கு விடை சொல்லலாம்? ஈசான பட்டர் என்னைத் தவறான இடத்துக்கு அழைத்து வந்து விட்டாரோ என்று ஐயுறுகிறேன்!" என்றான் அந்த வீர வாலிபன்.

"எனக்கும் அவ்வித சந்தேகம் உண்டாகிறது. நீர் யாரைப் பார்க்க விரும்பினீர்?"

"சோழர் தொல்குலத்தின் மங்காமணி விளக்கை, சுந்தர சோழ மன்னரின் செல்வத் திருமகளை, ஆதித்த கரிகாலருக்குப் பின் பிறந்த சகோதரியை, அருள்மொழிவர்மரின் அருமைத் தமக்கையை, இளையபிராட்டி குந்தவை தேவியைப் பார்க்க வேண்டுமென்று ஈசான சிவபட்டரிடம் சொன்னேன்..."

குந்தவைப் பிராட்டி புன்னகை பூத்து, "அவ்வளவு பெருமையையும் தாங்க முடியாமல் தாங்கிக் கொண்டிருப்பவள் நான்தான்!" என்றாள்.

"அப்படியானால் குடந்தை ஜோதிடர் வீட்டிலும் அரிசிலாற்றங்கரையிலும் நான் பார்த்த நாரீமணி தாங்கள் இல்லைதானே?" என்றான் வல்லவரையன்.

"ஆமாம், ஆமாம்! அந்த இரண்டு இடத்திலும் அவ்வளவு மரியாதைக் குறைவாகத் தங்களிடம் நடந்துகொண்டவளும் நானேதான். அந்த நாகரிகமில்லா மங்கையை மறுபடியும் இவ்வளவு சீக்கிரத்தில் சந்திப்போம் என்று எதிர்ப்பார்த்திருக்க மாட்டீர்!"

"மறுபடியும் சந்திப்பதாகச் சொல்வது பொருத்தமில்லை, தேவி!"

"ஏன்?"

"விட்டுப் பிரிந்திருந்தால் அல்லவா மறுபடியும் சந்திப்பதாகச் சொல்லலாம்? தாங்கள் என் மனத்தை விட்டு ஒரு கணமும் அகலவில்லை..."

"தொண்டை மண்டலத்தார் இவ்வளவு சமத்காரமாகப் பேசுவார்கள் என்று நான் எதிர்பார்க்கவில்லை."

"எல்லாப் பெருமையையும் சோழ நாட்டிற்கேதான் கொடுப்பீர்களாக்கும். வேறு நாடுகளுக்கு ஒரு பெருமையும் தர மாட்டீர்கள் போலிருக்கிறது."

"ஆம்; என்னிடம் அந்தக் குற்றம் இருப்பது உண்மைதான். உமக்கு எங்கள் சோழ நாட்டைப் பிடிக்கவில்லையாக்கும்!"

"பிடிக்காமல் என்ன? நன்றாய்ப் பிடித்திருக்கிறது. ஆனால் இச்சோழ நாட்டில் இரண்டு பெரும் அபாயங்கள் இருக்கின்றன. அவற்றை எண்ணினாலே எனக்குப் பயமாயிருக்கிறது...!"

"சோழ நாட்டு வீரர்களின் வாளும் வேலும் அபாயகரமான ஆயுதங்கள் தான்! அயல் நாட்டவர்கள் இங்கே ஜாக்கிரதையாகவே வர வேண்டும். முக்கியமாக, ஒற்றர் வேலை செய்வதற்கென்று வருவோர்..."

"இளவரசி! அந்த இரு அபாயங்களை நான் குறிப்பிடவில்லை. வாளும் வேலும் என்னிடமும் இருக்கின்றன. அவற்றை உபயோகிப்பதற்கும் நான் நன்கு அறிவேன்..."

"உமது வேலின் வன்மையைத்தான் அரிசிலாற்றங்கரையில் அன்று பார்த்தேனே? செத்துப் போன முதலையை உமது வேல் எத்தனை வேகமாய்த் தாக்கியது? ஒரே தாக்குதலில் உள்ளே அடைந்திருந்த பஞ்சையெல்லாம் வெளிக் கொண்டு வந்து விட்டதே?"

"அம்மணி! சோழ நாட்டு மாதரசிகள் செத்த முதலையைக் கண்டு பயந்து சாகும் வீர நாரீமணிகள் என்பதை நான் அறியேன். சோழ நாட்டு வீரர்கள் செத்த முதலையைத் தாக்கும் சுத்த வீரர்கள் என்றும் எனக்குத் தெரியாது. உயிருள்ள முதலையாக்கும் என்று எண்ணி வேலை எறிந்தேன். அது என் தவறும் அன்று; என் வேலின் தவறும் அன்று!..."

"அந்த அசட்டு முதலையின் தவறுதான்! வாணர் குலத்தில் பிறந்த வீர வந்தியத்தேவர் வேலோடு வரும் வரையில் காத்துக் கொண்டிராமல் முன்னதாகவே செத்துப் போய்விட்டதல்லவா? அதற்கு நன்றாய் வேணும் இந்த அவமானம்! வேறு எந்த இரு அபாயங்களைப் பற்றி சொன்னீர்?"

"இந்தச் சோழ நாட்டு நதிகளில் புது வெள்ளம் வரும்போது உண்டாகும் சுழல்கள் அபாயமானவை! அவற்றை ஒரு போதும் நம்பவே கூடாது. என்னைத் திண்டாடித் திணறும்படி செய்து விட்டன!"

"வெள்ளச் சூழலில் நீர் எப்படி அகப்பட்டுக் கொண்டீர்? தண்ணீரில் காலையே வைக்க மாட்டீர் என்றல்லவா உம்மைப் பார்த்தால் தோன்றுகிறது?"

"வேதாளத்துக்கு வாழ்க்கைப் பட்டு முருங்கை மரத்தில் ஏற மாட்டேன் என்றால், முடிகிற காரியமா? சோழ நாட்டுக்கு வந்த காரணத்தினால், நதி வெள்ளத்தில் முழுகிச் சுழலிலும் சிக்கும்படியாகி விட்டது! என்னோடு துணைக்கு வந்த ஒரு அசட்டுப் பிள்ளையின் பிடிவாதத்தினால் அப்படி நேர்ந்தது! கேளுங்கள், தேவி! அந்தப் பிள்ளை ஒரு சின்னஞ் சிறிய பொய் சொல்ல முடியாது என்றான். அதனால் வந்த வினை..."

"நீர் சொல்லுவது புதிராக இருக்கிறது. இன்னும் கொஞ்சம் விளக்கமாகச் சொன்னால் நல்லது."

"சொல்கிறேன். தங்களுடைய அருமைச் சகோதரரின் ஓலையுடன் தூதனாக வந்த என்னைத் தஞ்சைக் கோட்டைத் தலைவர் சிறிய பழுவேட்டரையர் 'ஒற்றன்' என்று குற்றஞ்சாட்டிப் பிடித்து வர ஆட்களை ஏவினார். வந்த காரியம் பூர்த்தியாவதற்குள் சிறைப்பட நான் விரும்பவில்லை. ஆகையால் நான் தஞ்சையில் தங்கியிருந்த வீட்டுச் சிறுவனை வழிகாட்ட அழைத்துக் கொண்டு கிளம்பினேன்..."

"தஞ்சை நகரில் யாருடைய வீட்டில் தங்கினீர்?"

"கோட்டைக்கு வெளியிலே பூக்காரப் பெண்மணி ஒருத்தியின் வீட்டில் தங்கினேன். அந்த அம்மாள் ஊமை."

"ஓகோ! அவளுடைய பெயர்?"

"அந்த அம்மாளின் பெயர் தெரியாது; ஆனால் அவளுடைய பிள்ளையின் பெயர் மட்டும் எனக்குத் தெரியும். அவன் பெயர் சேந்தன் அமுதன்..."

"நான் நினைத்தது சரிதான்; மேலே சொல்லுங்கள்!"

"என் குதிரை மேல் அச்சிறுவனையும் ஏற்றிக் கொண்டு இந்தப் பழையாறை நகரை நோக்கி வந்து கொண்டிருந்தேன். அதற்குள் பழுவேட்டரையரின் ஆட்கள் சிலர் எங்களை நெருங்கி வந்து விட்டார்கள். நான் வந்த காரியம் முடிவதற்குள் அவர்களிடம் பிடிபட விரும்பவில்லை. குடமுருட்டி ஆறு வந்ததும் அச்சிறுவனிடம், 'நான் இங்கே இறங்கிக் கொள்கிறேன், தம்பி! நீ பாட்டுக்குக் குதிரையை விட்டுக் கொண்டு போ! உன்னை நான்தான் என்று அவர்கள் தொடர்ந்து துரத்தி வருவார்கள். உன்னைப் பிடித்த பிறகு

ஏமாறுவார்கள்! நான் எங்கே என்று அவர்கள் கேட்டால் ஆற்றில் விழுந்து முழுகிப் போய் விட்டதாகச் சொல்!" என்றேன். அந்தப் பையனோ அரிச்சந்திரனுடைய சந்ததியில் வந்தவன் போலிருக்கிறது. 'நீங்கள் முழுகாத போது எப்படி முழுகி விட்டதாகப் பொய் சொல்லுவேன்?' என்றான். அந்தப் பிள்ளை பொய் சொல்ல வேண்டிய அவசியம் ஏற்படாமலிருக்கும் பொருட்டு, அவனைக் குதிரையில் சேர்த்துக் கட்டி விட்டு, நான் நதியில் குதித்து முழுகி விட்டேன். அம்மம்மா! இந்தச் சோழ நாட்டு நதிகளில், அதுவும் கரை ஓரங்களில், எப்பேர்ப்பட்ட நீர்ச் சுழல்கள்! அவற்றில் அகப்பட்டுக் கொண்டு நான் பெரிதும் திண்டாடிப் போனேன். கடைசியில், கரை ஓரத்தில் இருந்த மரத்தின் வேர் ஒன்றைப் பிடித்துக் கொண்டு கரையேறி உயிர் பிழைத்து வந்தேன். தேவி! நீர்ச் சுழலில் நான் அகப்பட்டுக் கொண்டு சுழன்று சுழன்று மதி மயங்கி மூச்சுத் திணறிக் கஷ்டப்பட்ட போது என்ன கண்டேன், எதை நினைத்துக் கொண்டேன் என்று எண்ணுகிறீர்கள்?'

"நான் எவ்விதம் அறிவேன்? ஒருவேளை கஜேந்திர மோட்சத்தை நினைத்துக் கொண்டிருக்கலாம்..."

"இல்லை, இல்லை; என்னைப் போலவே அந்த நீர்ச் சுழலில் அகப்பட்டுக் கொண்டு திண்டாடிய சில கயல் மீன்களைக் கண்டேன். அந்தக் கயல் மீன்கள் இந்தச் சோழ நாட்டுப் பெண்களின் கண்களை நினைவூட்டின. நதியின் நீர்ச் சுழலில் அகப்பட்டுக் கொண்டவனாவது எப்படியோ தப்பிப் பிழைக்கலாம்; ஆனால் இந்தச் சோழ நாட்டுப் பெண்களின் விழிச் சுழலில் அகப்பட்டுக் கொண்டவன் ஒருக்காலும் தப்பிப் பிழைக்க முடியாது என்று எண்ணிக் கொண்டேன்!..."

"இம்மாதிரி பெண்களைக் குற்றம் கூறி பழி சொல்வதில் சிலருக்கு ஒரு பெருமை; தாங்கள் செய்யும் தவறுக்குப் பெண்களின் மீது குற்றம் சொல்வது ஆண் பிள்ளைகளின் வழக்கம்..."

"அந்த வழக்கத்தைத்தான் நானும் கைப்பற்றினேன். அதில் என்ன தவறு?" என்றான் வந்தியத்தேவன்.

அச்சமயம் அரண்மனைக்குள்ளேயிருந்து இனிய குழலோசை கேட்டது. அதைத் தொடர்ந்து தண்டைச் சிலம்புகளின் கிண்கிணி ஒலியும், மத்தளத்தின் முழக்கமும் கலந்து வந்தன. பின்னர், இளம் பெண்களின் இனிய குரல்கள் பல சேர்ந்து ஒலித்தன. சிலப்பதிகாரக் காவியத்தில் உள்ள பின்வரும் ஆய்ச்சியர் குரவைப் பாடலைப் பாடினார்கள்:

"கன்று குணிலாக் கனி உதிர்த்த மாயவன்
இன்றுநம் ஆனுள்வருமேல் அவன் வாயில்
கொன்றையந் தீங்குழல் கேளாமோ தோழீ!
கொல்லையஞ் சாரற் குருந்தொசித்த மாயவன்
எல்லைநம் ஆனுள் வருமேல் அவன் வாயில்
முல்லையந் தீங்குழல் கேளாமோ தோழீ!

பாடல் முடியும் வரையில் குந்தவையும் வந்தியத்தேவனும் அதன் இனிமையில் ஈடுபட்டுத் தம் வசமிழந்து நின்றார்கள். மறுபடியும் வாத்திய முழக்கத்துடன் ஆடல் தொடங்கியதற்கு அறிகுறியாகத் தண்டைச் சதங்கைகளின் ஒலி எழுந்தது.

"அரண்மனையில் குரவைக் கூத்து நடக்கிறது போலும்! கடம்பூர் மாளிகையில் குரவைக் கூத்து ஒன்று பார்த்தேன். அது முற்றும் வேறுவிதமாயிருந்தது!" என்றான் வல்லவரையன்.

"ஆம்; என் தோழிகள் குரவைக் கூத்துப் பயில்கிறார்கள். சீக்கிரத்தில் என்னைக் காணாமல் தேடத் தொடங்கி விடுவார்கள். தாங்கள் வந்த காரியம் என்ன?" என்று இளைய பிராட்டி குந்தவை தேவி கேட்டாள்.

"இதோ நான் வந்த காரியம்; தங்கள் தமையனாரின் ஓலை; எத்தனையோ அபாயங்களுக்குத் தப்பி, நீர்ச் சுழல்கள் விழிச் சுழல்களிலிருந்து காப்பாற்றி, இதைக் கொண்டு வந்தேன்!" என்று வல்லவரையன் கூறி ஓலையை எடுத்து நீட்டினான்.

৯৯

49. விந்தையிலும் விந்தை!

குந்தவைப் பிராட்டி வந்தியத்தேவன் நீட்டிய ஓலையைப் பெற்றுக் கொண்டு படித்தாள். அதுவரையில் நெரிந்த புருவங்களுடன் சுருங்கியிருந்த அவள் முகம் இப்போது மலர்ந்து பிரகாசித்தது.

வல்லவரையனை நிமிர்ந்து நோக்கி, "ஓலையைக் கொடுத்து விட்டீர். இனி என்ன செய்வதாக உத்தேசம்?" என்று கேட்டாள் குந்தவை தேவி.

"தங்களிடம் ஓலையைக் கொடுத்ததுடன் என் வேலையும் முடிந்து விட்டது. இனி, நான் ஊருக்குத் திரும்ப வேண்டியதுதான்."

"உமது வேலை முடியவில்லை; இப்போதுதான் ஆரம்பமாகியிருக்கிறது!"

"தாங்கள் சொல்லுவது ஒன்றும் விளங்கவில்லை, தேவி!"

"உம்மிடம் அந்தரங்கமான வேலை எதையும் நம்பி ஒப்புவிக்கலாம் என்று இதில் இளவரசர் எழுதியிருக்கிறாரே? அதன்படி நீர் நடந்துகொள்ளப் போவதில்லையா?"

"இளவரசரிடம் அவ்விதம் ஒப்புக் கொண்டுதான் வந்தேன். ஆனால் என்னை நம்பி முக்கியமான வேலை எதுவும் ஒப்புவிக்க வேண்டாம். தங்களை ரொம்பவும் கேட்டுக் கொள்கிறேன்."

"உமது கோரிக்கை எனக்கு விளங்கவில்லை. ஒன்றை ஒப்புக் கொண்ட பிறகு பின்வாங்குவதுதான் வாணர் குலத்தின் மரபா?"

"பழம் பெருமை பேசுவது வாணர் குலத்தின் மரபு அன்று; ஒப்புக் கொண்டு பின்வாங்குவதும் வாணர் குலத்து மரபு அன்று."

"பின்னர், ஏன் தயக்கம்? பெண் குலத்தின் பேரில் கொண்ட வெறுப்பா? அல்லது என்னைக் கண்டால் பிடிக்கவில்லையா?" என்று இளவரசி கூறி இளநகை புரிந்தாள்.

ஆகா! இது என்ன கேள்வி? கடலுக்குச் சந்திரனைப் பிடிக்காமல் போகுமா? பிடிக்கவில்லையென்றால் ஆயிரம் அலை கைகளையும் நீட்டிப் பூரண சந்திரனை ஏன் தாவிப் பிடிக்க முயல்கிறது? நீல வானத்துக்குப் பூமாதேவியைப் பிடிக்கவில்லையென்று யார் சொல்லுவார்கள்? பிடிக்காது போனால், இரவெல்லாம் ஆயிரமாயிரம் நட்சத்திரக் கண்களினால் இந்தப் பூமியை உற்று உற்றுப் பார்த்து ஏன் பூரித்துக்கொண்டிருக்கிறது? மேகத்துக்கு மின்னலைப் பிடிக்காதிருக்குமா? பிடிக்கவில்லையென்றால், தன்னைப் பிளந்து கொண்டு பாய்ந்தோடும் மின்னலை அப்படி ஏன் இறுகத் தழுவி மார்போடு அணைத்துக் கொள்கிறது? வண்டுக்கு மலர் பிடிப்பதில்லையென்பது உண்டா? அங்ஙனமானால் ஏன் ஓயாமல் மலரைச் சுற்றி வட்டமிட்டு மதிமயங்கி விழுகிறது? விட்டில் பூச்சிக்கு விளக்கைப் பிடிக்கவில்லையென்றால் யாரேனும் நம்புவார்களா? அவ்வாறெனில், ஏன் அந்த விளக்கின் ஒளியில் விழுந்து உயிரை விடுகிறது? தேவி! நல்ல கேள்வி கேட்டீர்! தங்களை எனக்குப் பிடிக்கவில்லையென்றால், தங்களது கடைக்கண் பார்வை என்னை ஏன் இப்படித் திகைக்க வைக்கிறது? தங்களது இதழ்களின் ஓரத்தில் விளையாடும் இளநகை என்னை ஏன் இவ்விதம் சித்தப்பிரமை கொள்ளச் செய்கிறது?.... இவ்வளவு எண்ணங்களும் வந்தியத்தேவனுடைய உள்ளத்தில் தோன்றின. ஆனால் நாவினால் சொல்லக்கூடவில்லை.

"ஐயா! என்னுடைய கேள்விக்கு மறுமொழி சொல்லவில்லையே? வாணர் குலத்தில் பிறந்த வீர புருஷன் கேவலம் ஒரு பெண்ணின் ஏவலைச் செய்வதா என்று தயக்கமா? இளவரசர் உங்களிடம் இந்த ஓலையைக் கொடுத்தபோது இதில் எழுதியிருப்பதைப் பற்றிச் சொல்லவில்லையா?" என்று இளவரசி மீண்டும் வினவினாள்.

"தேவி! இளவரசர் விருப்பத்தை நன்கு தெரிந்து கொண்டுதான் புறப்பட்டு வந்தேன். ஆனால் நல்லவேளையில் என் யாத்திரையைத் தொடங்கவில்லையெனத் தோன்றுகிறது. ஆகையால் வழியெல்லாம் விரோதிகளைச் சம்பாதித்துக் கொண்டு வந்தேன். உற்ற நண்பனையும் பகைவன் ஆக்கிக் கொண்டேன். நாலாபுறத்திலும் பகைவர்கள் என்னைத் தேடிக் கொண்டிருக்கிறார்கள். இந்த நிலையில் தாங்கள் இடும் பணியை நான் நிறைவேற்றுவதாக எப்படி உறுதி சொல்ல முடியும்? இதனால்தான் தயங்குகிறேன். என்னால் தங்கள் காரியம் கெட்டுப் போகக் கூடாதல்லவா?" என்று சொன்னான் வல்லவரையன்.

"யார் யார் அந்தப் பகைவர்கள்? எனக்குத் தெரிவிக்கலாமா?" என்று குந்தவை கவலை தொனித்த குரலில் கேட்டாள்.

"பழுவேட்டரையர்கள் என்னை வேட்டையாடிப் பிடிக்க நாலாபுறமும் ஆட்களை ஏவியிருக்கிறார்கள். என் உயிர் நண்பனாயிருந்த கந்தமாறன் நான் அவனை முதுகில் குத்திக் கொல்ல முயன்றதாக எண்ணிக் கொண்டிருக்கிறான். ஆழ்வார்க்கடியான் என்னும் வீர வைஷ்ணவ வேஷதாரி ஒருவன் என்னைத் தொடர்ந்து கொண்டிருக்கிறான். பழுவூர் இளையராணி நந்தினிதேவி என் மீது ஒரு மந்திரவாதியை ஏவி விட்டிருக்கிறாள். எந்த நிமிஷத்தில் யாரிடம் நான் அகப்பட்டுக் கொள்வேனோ, தெரியாது..."

வெள்ளத்திலிருந்து கரையேறித் தப்பிய அன்றிரவு மந்திரவாதியுடன் நேர்ந்த அனுபவம் வந்தியத்தேவனுக்கு நினைவு வந்தது. பகலில் பிரயாணம் செய்வதன் அபாயத்தை எண்ணி மூங்கில் காடுகளிலும் வாழைத் தோப்புகளிலும் அவன் பொழுது போக்கினான். இரவில் நதிக் கரையோடு நடந்து சென்றான். வெகுதூரம் நடந்து களைத்து இரவு மூன்றாம் ஜாமத்தில் ஒரு பாழடைந்த பழைய மண்டபத்தை அடைந்தான். வெளியில் நிலா மதியம் பட்டப் பகல் போலப் பிரகாசித்துக்கொண்டிருந்தது. மண்டபத்துக்குள்ளேயும் சிறிது தூரம் நிலா வெளிச்சம் புகுந்து பிரகாசப்படுத்திக் கொண்டிருந்தது. வெளிச்சமாயிருந்த பகுதியைக் கடந்து இருளடைந்த பகுதிக்குச் சென்று வந்தியத்தேவன் படுத்துக் கொண்டான். கண்ணைச் சுற்றிக்கொண்டு தூக்கம் வந்த சமயத்தில் வெகு சமீபத்திலிருந்து ஆந்தையின் அகோரமான குரல் வந்தது. பழுவூர் இளையராணியுடன் லதா மண்டபத்தில் பேசிக்கொண்டிருந்தபோது அதே மாதிரி ஆந்தைக் குரல் கேட்டது அவனுக்கு நினைவு வந்து திடுக்கிட்டு எழுந்தான். உள்ளே இருட்டின பகுதியிலிருந்து இரு சிறிய ஒளிப் பொட்டுகள் அவனை உற்று நோக்கின.

வெளியிலே போய் விடலாம் என்று எண்ணி இரண்டு அடி நடந்தான். வெளியிலிருந்து யாரோ உள்ளே வரும் காலடிச் சத்தம் கேட்டது. இடிந்து விழுந்து கரடு முரடாயிருந்த தூண் ஒன்றைப் பிடித்துக் கொண்டு அதன் மறைவில் நின்றான். வெளியிலிருந்து வந்தவன் முகம் நிலா வெளிச்சத்தில் கொஞ்சம் தெரிந்தது.

பழுவூர் ராணியைப் பார்க்க வந்த மந்திரவாதிதான் அவன் என்பதைத் தெரிந்துகொண்டான். மந்திரவாதி அந்தத் தூணை நோக்கியே வந்தான். தான் அவ்விடம் மறைந்திருப்பது அவனுக்குத் தெரியாது என்றும், தன்னைக்கவனியாமல் மண்டபத்துக்குள்ளே போய் விடுவான் என்றும் வந்தியத்தேவன் நினைத்தான். ஆனால் தூணின் அருகில் வரும் வரையில் மெல்ல மெல்லப் பூனை போல நடந்து வந்த மந்திரவாதி திடீரென்று கோரமான குரலில் ஒரு கூச்சல் போட்டுக் கொண்டு வந்தியத்தேவனுடைய கழுத்தை ஒரு கையினால் பிடித்து நெரித்தான். "எடு! அந்தப் பனை இலச்சினை மோதிரத்தைக் கொடு! கொடுக்காவிட்டால் உன் கழுத்தை நெரித்துக் கொன்று விடுவேன்!" என்று கத்தினான்.

வந்தியத்தேவனுடைய கழுத்து முறிந்து விடும் போலிருந்தது; அவனுடைய விழிகள் பிதுங்கி வெளி வந்து விடும் போலிருந்தன. மூச்சுத் திணறியது. எனினும் மனத்தைத் திடப்படுத்திக் கொண்டான். அந்தப் பழைய தூணை ஒரு கையினால் அழுத்திக்கொண்டு ஒரு காலைத் தூக்கிப் பூரண பலத்தையும் பிரயோகித்து ஓர் உதை விட்டான். மந்திரவாதி ஓலமிட்டுக் கொண்டு கீழே விழுந்தான். அதே சமயத்தில் அந்தப் பழைய தூண் சரிந்து விழுந்தது. மேலே கூரையிலிருந்து பொல பொலவென்று கற்கள் விழுந்தன. வௌவால் ஒன்று படபடவென்று சிறகை அடித்துக் கொண்டு வெளியே சென்றது. அதைத் தொடர்ந்து வந்தியத்தேவனும் வெளியேறினான். ஓட்டம் பிடித்தவன் சிறிது தூரம் வரையில் திரும்பிப் பார்க்கவேயில்லை. பின்னால் யாரும் தொடர்ந்து வரவில்லையென்று நிச்சயமான பிறகுதான் நின்றான். அந்த இரவு அனுபவத்தை நினைத்ததும் வந்தியத்தேவனுடைய உடம்பெல்லாம் இப்போதுகூட கிடுகிடுவென்று நடுங்கியது.

அந்தப் பயங்கர நினைவுகளுக்கிடையில், "ஐயா! காஞ்சியிலிருந்து தாங்கள் புறப்பட்டு எத்தனை காலமாயிற்று?" என்று குந்தவை கேட்டது அவனுடைய காதில் விழுந்து அவனுக்கு மனத்தெளிவை அளித்தது.

"ஒரு வாரமும் ஒரு நாளும் ஆயிற்று, தேவி!" என்றான்.

"இதற்குள் இவ்வளவு பகைவர்களை நீர் சம்பாதித்துக் கொண்டது விந்தையிலும் விந்தைதான். இவ்வளவு அதிசயமான காரியத்தை எப்படிச் சாதித்தீர்?"

"அது பெரிய கதை, தேவி!"

"இருந்தால் பாதகமில்லை. சொல்லலாம். அந்த விவரங்களைத் தெரிந்து கொண்ட பிறகுதான் தங்களுக்கு நான் இட வேண்டிய பணியை இடக் கூடும்."

இவ்வாறு இளவரசி கூறிவிட்டு, ஈசான சிவபட்டரை அருகில் அழைத்து, "படகோட்டி எப்படிப்பட்டவன்?" என்று கேட்டாள்.

"இரண்டு காதும் நல்ல செவிடு; இடி இடித்தாலும் கேளாது, தாயே!"

"ரொம்ப நல்லது. படகிலேறிக் கொஞ்ச தூரம் ஓடையில் போய்விட்டு வரலாம், வாருங்கள்! இவருடைய கதையை முழுதும் நான் கேட்க வேண்டும்!" என்றாள்.

வல்லவரையன் புளகாங்கிதம் அடைந்தான். சோழர் குலத் திருமகளோடு ஒரே படகில் செல்லும் பாக்கியம் எளிதில் கிட்டுவதா? அதைப் பெறுவதற்கு ஏழு ஜன்மங்களில் தான் தவம் செய்திருக்க வேண்டாமா? படகில் ஏறிய பிறகு எவ்வளவு தூரம் முடியுமோ அவ்வளவு தூரம் கதையை நீட்டி வளர்த்தி சொல்ல வேண்டும்! சுருக்கமாக முடித்து விடக் கூடாது! அவசரம் என்ன? அரிதில் பெற்ற பாக்கியத்தை எளிதில் கை நழுவ விட்டு விடலாமா?

வந்தியத்தேவனுக்கு அவசரமில்லைதான். ஆனால் படகு ஓடையில் நகர்ந்து, அவன் கடம்பூர் சம்புவரையர் மாளிகையில் நடந்ததைச் சொல்லத் தொடங்கியது முதலாவது குந்தவைக்கு நிமிஷத்துக்கு நிமிஷம் அவசரமும் பரபரப்பும் அதிகமாகி வந்தன. "மேலே என்ன?" "அப்புறம் என்ன?" என்று கேட்டு துரிதப்படுத்தி வந்தாள். வந்தியத்தேவன் அவனுடைய தீர்மானத்தின்படி கூடிய வரையில் கதையை வளத்தினான். எவ்வளவு நீண்ட கதையாயினும் முடிவு ஒன்று வந்துதானே ஆக வேண்டும்? கதை முடிந்தபோது படகும் திரும்ப ஓடைப் படித்துறைக்கு வந்து சேர்ந்தது.

படகிலிருந்து அவர்கள் இறங்கிப் பூங்காவுக்குள் வந்தபோது, அரண்மனையில் இன்னும் குரவைக் கூத்து நடந்து வந்ததற்கு அறிகுறியாக இசைக்கருவிகளும் தண்டைச் சிலம்புகளும் ஒலித்தன. பின்வரும் சிலப்பதிகார வரிப் பாடலும் கேட்டது:

"பெரியவனை மாயவனைப் பேருலகமெல்லாம்
விரிகமல வுந்தியுடை விண்ணவனைக் கண்ணும்

திருவடியும் கையும் திருவாயும் செய்ய
கரியவனைக் காணாத கண்ணென்ன கண்ணே!
கண்ணிமைத்துக் காண்பார் தம் கண்ணென்ன கண்ணே!
மடந்தாழு நெஞ்சத்துக் கஞ்சனார் வஞ்சம்
கடந்தானை நூற்றுவர்பால் நாற்றிசையும் போற்றப்
படர்ந்தாரண முழங்கப் பஞ்சவர்க்குத் தூது
நடந்தானை ஏத்தாத நாவென்ன நாவே!
நாராயணா வென்னா நாவென்ன நாவே!

இதைக் கேட்ட வல்லவரையன் "கஞ்சனார் மிக்க வஞ்சனாராயிருக்கலாம்! ஆனால் எனக்கு நேற்று பேருதவி செய்தார்!" என்றான்.

"அது என்ன? கம்ஸன் உமக்கு என்ன உதவி செய்திருக்க முடியும்?" என்று இளையபிராட்டி கேட்டாள்.

"நான் இந்த நகரத்துக்குள் புகுவதற்குக் கம்ஸன்தான் உதவி செய்தான்!" என்றான் வந்தியத்தேவன். பிறகு, அந்த உதவியின் வரலாற்றையும் கூறினான்.

பழையாறைக்குத் தான் வந்து சேர்வதற்குள்ளாகவே பழுவேட்டரையரின் ஆட்கள் வந்திருப்பார்கள் என்று வந்தியத்தேவன் ஊகித்திருந்தான். நகரத்தின் நுழை வாசல்கள் தோறும் அவர்கள் காத்திருப்பார்கள். சந்தேகம் ஏதேனும் தோன்றினால் பிடித்துக் கொண்டு போய் விடுவார்கள். அவர்களிடம் சிக்காமல் பழையாறை நகருக்குள் பிரவேசிப்பது எப்படி? இந்தக் கவலையுடன் அந்த மாநகரின் பிரதான வாசலுக்குச் சற்றுத் தூரத்தில் அரிசிலாற்றங்கரையில் வந்தியத்தேவன் நின்றிருந்தபோது நாடக கோஷ்டி ஒன்று வந்தது. கண்ணன், பலதேவன், கம்ஸன் முதலிய வேஷக்காரர்கள் வந்தார்கள். அவர்களில் கம்ஸன் மட்டும் மரத்தினாலான முகத்தைத் தரித்திருந்தான். வந்தியத்தேவனுக்கு ஒரு யோசனை தோன்றியது. நாடக கோஷ்டியுடன் பேச்சுக் கொடுத்தான். கம்ஸன் வேஷம் போட்டவனுக்கு ஆட்டத் திறமை அவ்வளவு போதாது என்றான். கம்ஸ வேஷக்காரன் இவனுடன் சண்டைக்கு வந்தான். வந்த சண்டையை இலகுவில் வல்லவரையன் விடுவானா? "உன்னைவிட நான் நன்றாக ஆடுவேன். பார்க்கிறாயா?" என்று சொல்லி முகமூடியைப் பலவந்தமாகப் பிடுங்கி வைத்துக் கொண்டு ஆடினான். அச்சமயம் அவனுடைய ஆரவாரத் தடபுடலைப் பார்த்தவர்கள் அவனை மெச்சினார்கள். அவன் ஆடியது தான் அதிகப் பொருத்தமாயிருந்தது என்றும் சொன்னார்கள். கம்ஸ வேஷக்காரன் கோபித்துக் கொண்டு போய் விட்டான். "அவன் போனால் போகட்டும்; நானே உங்களுடன் நகரத்துக்குள் வந்து ஆடுகிறேன்" என்று வந்தியத்தேவன் ஒப்புக் கொண்டான். நாடக கோஷ்டியார் மகிழ்ச்சியுடன் அவனைத் தங்களுடன் சேர்த்துக் கொண்டு சென்றார்கள்.

பழையாறை வீதிகளில் ஆட்டம் பாட்டமெல்லாம் முடிந்த பிறகு வந்தியத்தேவன் ஆதித்த கரிகாலர் சொல்லி அனுப்பியபடி வடமேற்றளி ஆலயத்துக்குச் சென்று ஈசான பட்டரைச் சந்தித்துப் பேசினான். அவர் அவனைக் கோயிலைச் சுற்றியிருந்த சமணர் முழையில் இருக்கச் செய்து, இளவரசி குந்தவைப் பிராட்டியிடம் முன்னால் தெரிவித்து விட்டு ஓடை வழியாக அழைத்து வந்தார்.

இந்த விவரங்களைக் கேட்ட இளவரசி வந்தியத்தேவனை வியப்பினால் மலர்ந்த கண்களைக் கொண்டு பார்த்து, "வெற்றித் தெய்வமாகிய கொற்றவையின் கருணை இந்தச் சோழர் குலத்துக்குப் பரிபூரணமாக இருக்கிறது. ஆகையினாலேதான் இந்தச் சங்கடமான நிலைமையில் தங்களை எனக்கு உதவியாகத் தேவி அனுப்பி வைத்திருக்கிறாள்!" என்றாள்.

"அரசி! இன்னும் தாங்கள் எந்த விதப் பணியும் எனக்கு இடவில்லையே? என் பூரண ஆற்றலைக் காட்டக் கூடிய சமயம் இன்னும் கிட்டவில்லையே!" என்றான் வல்லவரையன்.

"அதைப் பற்றிக் கவலை வேண்டாம். இது காறும் தமக்கு நேர்ந்திருக்கும் அபாயங்கள் எல்லாம் ஒன்றுமில்லை என்று சொல்லக் கூடிய அளவு அபாயம் நிறைந்த வேலையைத் தரப் போகிறேன்!" என்றாள்.

வந்தியத்தேவன் உள்ளம் பொங்கி உடல் பூரித்து நின்றான். அந்தப் பெண்ணரசி இடும் பணியை நிறைவேற்றுவதற்காக ஏழு கடல்களைக் கடந்து செல்லவும், ஆயிரம் சிங்கங்களுடன் ஆயுதம் இன்றிப் போர் செய்யவும், மேரு பர்வதத்தின் உச்சியில் ஏறி விண்மீன்களைக் கையினால் பறித்து எடுத்துக்கொண்டு வரவும் அவன் சித்தமானான்.

அரண்மனை நந்தவனத்தின் மத்தியில் பளிங்கினால் ஆன வசந்த மண்டபம் ஒன்று இருந்தது. அதை நோக்கிக் குந்தவை நடந்தாள். பட்டரும் வந்தியத்தேவனும் இளவரசியைத் தொடர்ந்து சென்றார்கள்.

மண்டபத்துக்குள்ளிருந்த மணி மாடம் ஒன்றிலிருந்து குந்தவை ஒரு சிறிய பனை ஓலைத் துணுக்கையும் தங்கப் பிடி அமைத்த எழுத்தாணியையும் எடுத்தாள். ஓலைத் துணுக்கில் பின் வருமாறு எழுதினாள்:

"பொன்னியின் செல்வா! இந்த ஓலை கண்டதும் உடனே புறப்பட்டு வரவும். விவரங்கள் இது கொண்டு வருகிறவர் சொல்லுவார். இவரைப் பூரணமாக நம்பலாம்."

இவ்விதம் எழுதி அடியில் ஆத்தி இலை போன்ற சிறிய சித்திரம் ஒன்று வரைந்தாள். ஓலையை வந்தியத்தேவன் கையில் கொடுப்பதற்காக நீட்டியவாறு, "சிறிதும் தாமதியாமல் இந்த ஓலையை எடுத்துக் கொண்டு ஈழ நாட்டுக்குச் செல்ல வேண்டும். இளவரசர் அருள்மொழிவர்மரிடம் கொடுத்து அவரைக் கையோடு அழைத்து வர வேண்டும்!" என்றாள்.

வந்தியத்தேவன் ஆனந்தத்தின் அலைகளினால் மோதப்பட்டுத் தத்தளித்தான். நெடு நாளாக அவன் கொண்டிருந்த மனோரதங்கள் இரண்டில் ஒன்று நிறைவேறி விட்டது. சோழர் குல விளக்கான இளைய பிராட்டியைச் சந்தித்தாகிவிட்டது. அவர் மூலமாகவே இரண்டாவது மனோரதமும் நிறைவேறப் போகிறது. இளவரசர் அருள்மொழிவர்மரைச் சந்திக்கும் பேறு கிடைக்கப் போகிறது.

"தேவி! என் மனத்துக்குகந்த பணியையே தருகிறீர்கள். ஓலையை எடுத்துக்கொண்டு இப்போதே புறப்படுகிறேன்!" என்று சொல்லி ஓலையைப் பெற்றுக் கொள்வதற்காக வலக் கரத்தை நீட்டினான்.

குந்தவை ஓலையை அவனிடம் கொடுத்த போது காந்தள் மலரையொத்த அவளுடைய விரல்கள் வந்தியத்தேவனுடைய அதிர்ஷ்டக் கையைத் தொட்டன. அவனுடைய மெய் சிலிர்த்தது; நெஞ்சு வெடித்து விடும் போலிருந்தது. ஆயிரம் பதினாயிரம் பட்டுப் பூச்சிகள் அவன் முன்னால் இறகுகளை அடித்துக் கொண்டு பறந்தன. ஆயிரம் பதினாயிரம் குயில்கள் ஒன்று சேர்ந்து இன்னிசை பாடின. மலை, மலையான வண்ண மலர்க் குவியல்கள் அவன் மீது விழுந்து நாலா பக்கமும் சிதறின.

இந்த நிலையில் வந்தியத்தேவன் தலை நிமிர்ந்து குந்தவை தேவியைப் பார்த்தான். என்னவெல்லாமோ சொல்ல வேணும் என்று அவனுடைய உள்ளம் பொங்கியது. ஆனால் அதைச் சொல்லும் சக்தி உயிரற்ற வெறும் வார்த்தைகளுக்கு ஏது?

சொல்ல வேண்டியதையெல்லாம் அவனுடைய கண்களே சொல்லின. அச்சமயம் வந்தியத்தேவனுடைய கண்கள் புனைந்துரைத்த கவிதைகளுக்கிணையான காதற் கவிதைகளைக் காளிதாசனும் புனைந்ததில்லை, 'முத்தொள்ளாயிரம்' இயற்றிய பழந்தமிழ்க் கவிஞர்களும் இயற்றியதில்லையென்றால் வேறு என்ன சொல்ல வேண்டும்?

வசந்த மண்டபத்துக்கு வெளியில் எங்கேயோ சற்று தூரத்தில் காய்ந்த இலைச் சருகுகள் சலசலவென்று சப்தித்தன. ஈசான சிவபட்டர் தம் குரலைக் கனைத்துக் கொண்டார்.

வந்தியத்தேவன் இந்த உலகத்துக்கு வந்து சேர்ந்தான்!

50. பராந்தகர் ஆதுரசாலை

மறுநாள் காலையில் சூரிய பகவான் உதயமாகி உலகத்தை ஒளிமயமாக செய்துகொண்டிருந்தார். சூரியனுடைய செங்கிரணங்கள் பழையாறை அரண்மனைகளின் பொற்கலசங்களின் மீது விழுந்து தகதகா மயமாய்ச் செய்து கொண்டிருந்தன. குந்தவைப் பிராட்டியின் மாளிகை முன்றிலில் அம்பாரி வைத்து அலங்கரித்த மாபெரும் யானை ஒன்று வந்து நின்றது. குந்தவையும் வானதியும் மாளிகையின் உள்ளேயிருந்து வெளி வந்து மேடைப் படிகளின் மீது ஏறி யானையின் மேல் ஏறிக்கொண்டார்கள். படை வீடுகளுக்கு நடுவில் இருந்த பராந்தக சோழர் ஆதுரசாலையை நோக்கி யானைப் பூமி அதிரும்படி நடந்து சென்றது. யானைப் பாகன் அதனருகில் நடந்து, அதன் நடை வேகத்தைக் குறைத்து அழைத்துச் சென்றான். யானையின் மணி ஓசையைக் கேட்டு நகர மாந்தர் தத்தம் வீடுகளுக்குள்ளேயிருந்து விரைந்து வெளி வந்து பார்த்தார்கள். பெண்ணரசிகள் இருவரையும் கண்டதும் அவர்கள் முகமலர்ந்து கைகூப்பி நின்று முகமன் செலுத்தினார்கள்.

மற்ற வீதிகளைக் கடந்து, யானை, படை வீடுகள் இருந்த நகரத்தின் பகுதியை அடைந்தது. அந்த வீதிகளின் தோற்றமே ஒரு தனி மாதிரியாகத்தான் இருந்தது. கொழுத்த சேவற் கோழிகள் ஒன்றையொன்று சண்டைக்காகத் தேடிக் கொண்டு சென்றன. வளைந்து சுருண்ட கொம்புகளையுடைய ஆட்டுக் கடாக்கள் "போருக்கு வருவோர் யாரேனும் உண்டோ?" என்ற பாவனையுடன் அங்குமிங்கும் பார்த்துக்கொண்டு நின்றன.

ரோஸம் மிகுந்த வேட்டை நாய்களைத் தோல் வாரினாலும் மணிக் கயிறுகளினாலும் வீட்டு வாசல் தூண்களில் பிணைத்திருந்தார்கள். சின்னஞ்சிறு பிள்ளைகள் கைகளில் மூங்கில் கழி பிடித்து ஒருவரோடொருவர் சிலம்பம் விளையாடிக் கொண்டிருந்தார்கள். சிலம்பக் கழிகள் மோதிக் கொண்ட போது, 'சடசடா படபடா' என்ற ஓசைகள் எழுந்தன.

வீடுகளின் திண்ணைச் சுவர்களிலே காவிக் கட்டிகளினால் விதவிதமான சித்திரக் காட்சிகள் வரையப்பட்டிருந்தன. பெரும்பாலும் அவை முருகப் பெருமானுடைய லீலைகளையும், சோழ மன்னர்களின் வாழ்க்கை வரலாறுகளையும் சித்திரித்தன. அவற்றில் யுத்தக் காட்சிகளே அதிகமாயிருந்தன. முருகப்பெருமான் சூரபத்மாசுரனுடைய தலைகளை முளைக்க முளைக்க வெட்டித் தள்ளிய காட்சியும், துர்கா பரமேசுவரி மகிஷாசுரனை வதம் செய்த காட்சியும் மிகப் பயங்கரமாக எழுதப்பட்டிருந்தன. தெள்ளாறு, தஞ்சை, குடமூக்கு, அரிசிலாறு, திருப்புறம்பயம், வெள்ளூர், தக்கோலம், சேவூர் முதலிய போர்க்களங்களில் சோழ நாட்டு வீரர்கள் நிகழ்த்திய அற்புத பராக்கிரமச் செயல்கள் திண்ணைச் சுவர்களில் தத்ரூபமாகக் காட்சி அளித்தன.

இந்தப் படை வீட்டு வீதிகளில் இளவரசிகள் ஏறியிருந்த யானை வந்ததும் ஒரே அல்லோலகல்லோலமாயிற்று. சேவல்கள் இறகுகளைச் சடசடவென்று அடித்துக் கொண்டு பறந்து, கூரை மீது உட்கார்ந்து கூவின. பிள்ளைகள் ஒருவரையொருவர் கூச்சலிட்டு அழைத்துக் கொண்டு ஓடினார்கள். அவரவர்களின் வீட்டுக் கதவுகளைத் தட்டி உள்ளேயிருந்தவர்களுக்குச் செய்தி அறிவித்தார்கள்.

படை வீட்டு வீதிகள் வழியாக யானை சென்றபோது வீட்டு வாசல்தோறும் பெண்களும் குழந்தைகளும் முதியோர்களும் நின்று "இளையபிராட்டி குந்தவை தேவி வாழ்க!" "சுந்தர சோழரின் செல்வத்திருமகள் வாழ்க!" என்று வாழ்த்தி மகிழ்ந்தார்கள். அவர்களில் சிலர் யானையைத் தொடர்ந்து செல்லவும் ஆரம்பித்தார்கள். வரவர இக்கூட்டம் அதிகமாகி வந்தது. பலவித வாழ்த்தொலிகள் மூலமாகத் தங்கள் மகிழ்ச்சியை அவர்கள் வெளியிட்டுக் கொண்டு வந்தார்கள்.

அப்படை வீடுகளில், இலங்கைக்குப் போர் புரியச் சென்றிருந்த வீரர்களின் பெண்டு பிள்ளைகளும் பெற்றோர்களும் அச்சமயம் வசித்து வந்தார்கள் என்பதை முன்னமே குறிப்பிட்டிருக்கிறோம். அவர்களுடைய நலத்துக்காக ஒரு மருத்துவச் சாலையைக்

குந்தவை தன் சொந்த நில மான்யங்களின் வருமானத்தைக் கொண்டு ஸ்தாபித்திருந்தாள். சோழ குலத்தாரிடம் தம் முன்னோர்களைப் போற்றும் வழக்கம் சிறப்பாக இருந்து வந்தது. குந்தவையின் மூதாதைகளில் அவளுடைய பாட்டனாரின் தந்தையான முதல் பராந்தக சக்கரவர்த்தி மிகப் பிரசித்தி பெற்றவர். அவருடைய பெயர் விளங்கும்படி குந்தவை தேவி இந்தப் 'பராந்தகர் ஆதுரசாலை'யை ஸ்தாபித்து நடத்தி வந்தாள். அடிக்கடி அந்த வைத்திய சாலைக்கு வரும் வியாஜத்தை வைத்துக் கொண்டு போர் வீரர்களின் குடும்பத்தாருடைய க்ஷேமலாபங்களைப் பற்றி அவள் விசாரிப்பது வழக்கம்.

ஆதுரசாலைக்கு அருகில் வந்து சேர்ந்ததும் யானை நின்றது. முன்னங்கால்களை முதலில் மடித்துப் பிறகு பின்னங்கால்களையும் மடித்து அது தரையில் படுத்துக் கொண்டது. பெண்ணரசிகள் இருவரும் யானை மேலிருந்து பூமியில் இறங்கினார்கள்.

யானை சிறிது நகர்ந்து அப்பால் சென்றதும் ஜனக் கூட்டம், முக்கியமாகப் பெண்கள் குழந்தைகளின் கூட்டம் தேவிமார்களை நெருங்கிச் சூழ்ந்து கொண்டது.

"ஆதுர சாலை உங்களுக்கெல்லாம் உபயோகமாயிருக்கிறதல்லவா? வைத்தியர்கள் தினந்தோறும் வந்து தேவையானவர்களுக்கு மருந்து கொடுத்து வருகிறார்கள் அல்லவா?" என்று இளவரசி கேட்டாள்.

"ஆம், தாயே! ஆம்!" என்று பல குரல்கள் மறுமொழி கூறின.

"மூன்று மாதமாக இருமலினால் கஷ்டப்பட்டுக் கொண்டிருந்தேன். ஒரு வாரம் வைத்தியரிடம் மருந்து வாங்கிச் சாப்பிட்டதில் குணமாகி விட்டது!" என்றாள் ஒரு பெண்மணி.

"அம்மா! என் மகன் மரத்தின் மேல் ஏறி விழுந்து காலை ஒடித்துக் கொண்டான். வைத்தியர் கட்டுப் போட்டு விட்டுப் பதினைந்து நாள் மருந்து கொடுத்தார். சுகமாகிவிட்டது. இப்போது துள்ளி ஓடி விளையாடுகிறான். மறுபடி மரத்தின் மேல் ஏறவும் ஆரம்பித்துவிட்டான்!" என்றாள் இன்னொரு ஸ்திரீ.

"என் தாயாருக்குக் கொஞ்ச காலமாகக் கண் மங்கலடைந்து வந்தது. ஒரு மாதம் இந்த ஆதுரசாலைக்கு வந்து மருந்து போட்டுக்கொண்டு வந்தாள். இப்போது கண் அவளுக்கு நன்றாய்த் தெரிகிறது!" என்றாள் இளம் பெண் ஒருத்தி.

"பார்த்தாயா வானதி! நம் தமிழகத்தில் வாழ்ந்த முன்னோர்கள் எப்பேர்ப்பட்டவர்கள்? இன்ன வியாதியை இன்ன மூலிகையினால் தீர்க்கலாம் என்று அவர்கள் எப்படித் தான் கண்டுபிடித்தார்களோ தெரியவில்லை!" என்றாள் குந்தவைப்பிராட்டி.

"ஞானக்கண் கொண்டு பார்த்துத்தான் அவர்கள் இவ்வளவு அதிசயமான மருந்துகளைக் கண்டுபிடித்திருக்க வேண்டும். வேறு எப்படி முடியும்?" என்றாள் வானதி.

"எவ்வளவோ அதிசயமான மருந்துகளை அவர்கள் கண்டுபிடித்திருப்பது உண்மைதான். ஆனால் உன்னைப் போல் மனோவியாதியினால் வருந்துகிறவர்களுக்கு மருந்து ஒன்றும் கண்டுபிடிக்கவில்லையே? என்ன செய்வது?"

"அக்கா! எனக்கு ஒரு மனோவியாதியும் இல்லை. கருணை கூர்ந்து இவ்விதம் அடிக்கடி சொல்லாதிருங்கள்! என் தோழிகள் ஓயாது என்னைப் பரிகசித்து என் பிராணனை வாங்குகிறார்கள்!"

"நன்றாக வேண்டுமடி உனக்கு! உலகத்தில் ஒரு கவலையும் இல்லாமல் வாழ்ந்து வந்த என் தம்பியின் மனம் பேதலிக்கும்படி செய்து விட்டாய் அல்லவா? ஒவ்வொரு தடவையும் இலங்கையிலிருந்து ஆள் வரும்போதெல்லாம் உன் உடம்பு எப்படியிருக்கிறது என்று கேட்டு அனுப்புகிறானே!" என்றாள் இளையபிராட்டி.

இதற்குள் "வைத்தியருக்கு வழி விடுங்கள்! வைத்தியருக்கு வழி விடுங்கள்!" என்று கோஷம் கேட்டது. அங்கே சூழ்ந்து நின்றவர்களைக் காவலர்கள் விலக்கினார்கள். ஆதுர

சாலையின் வயது முதிர்ந்த தலைமை வைத்தியர் வந்து இளவரசிகளை வரவேற்று உபசரித்தார்.

"வைத்தியரே! கோடிக்கரைப் பக்கத்துக் காடுகளில் சில உயர்ந்த மூலிகைகள் இருக்கின்றனவென்று சொன்னீர் அல்லவா? அங்கே போய் வருவதற்காக ஒரு வாலிப வீரரை அனுப்பினேனே? அவர் வந்தாரா?" என்று குந்தவை கேட்டாள்.

"ஆம், தாயே! அந்தச் சூடிகையான இளம் பிள்ளை வந்தான். ஈசான சிவபட்டர் அழைத்துக்கொண்டு வந்தார். அவனுடன் என் மகன் ஒருவனை அனுப்பி வைக்கிறேன். என் மகன் கோடிக்கரையிலிருந்து திரும்பி வந்து விடுவான். தாங்கள் அனுப்பிய வீரன் இலங்கைத் தீவுக்கும் போய் வருவதாகச் சொல்கிறான்....."

"இலங்கையிலிருந்து கூடவா மூலிகை கொண்டு வர வேண்டும்!" என்று வானதி கேட்டாள்.

"ஆம் தாயே! லக்ஷ்மணருடைய உயிரைக் காப்பாற்று வதற்காக அனுமார் சஞ்சீவி பர்வதம் கொண்டு வந்த போது கோடிக்கரை வழியாகத்தான் கடலைத் தாண்டினாராம். அப்போது சஞ்சீவி மலையிலிருந்து சில மூலிகைகள் கோடிக்கரைக் காட்டில் விழுந்தபடியால் தான் அங்கே இன்றைக்கும் நல்ல மூலிகைகள் கிடைக்கின்றன. இலங்கையில் சஞ்சீவி பர்வதமே இருந்தபடியால் அங்கே இன்னும் அபூர்வமான மூலிகைகள் கிடைக்கும் அல்லவா? நான் எதிர்பார்க்கும் மூலிகைகள் மட்டும் கிடைத்து விட்டால், சக்கரவர்த்தியின் நோயை நானே கட்டாயம் குணப்படுத்தி விடுவேன்..."

"கடவுள் கிருபையினால் அப்படியே ஆகட்டும். இப்போது அந்த வாலிபர்கள் இருவரும் எங்கே?"

"உள்ளே இருக்கிறார்கள், அம்மா! பிரயாணத்துக்கு ஆயத்தமாகத் தங்களிடம் விடை பெற்றுக்கொண்டு புறப்படக் காத்திருக்கிறார்கள்!"

தலைமை மருத்துவர் அழைத்துச் செல்ல இளவரசிகள் இருவரும் ஆதுரசாலைக்குள் சென்றார்கள். அங்கே தாழ்வாரங்களில் மருந்து வாங்கிக்கொண்டு வந்தவர்களையும் மருந்துக்காகக் காத்திருப்பவர்களையும் பார்த்துக் கொண்டு நடந்தார்கள். அவர்கள் அனைவரும் குந்தவைப்பிராட்டியைப் பார்த்ததும் அகமும் முகமும் மலர்ந்து இவ்வளவு நல்ல மருத்துவ சாலையைத் தங்களுக்கு ஏற்படுத்திக் கொடுத்ததற்காக இளவரசியை வாழ்த்தினார்கள்.

தலைமை மருத்துவரின் அறையில் இருவர் காத்திருந்தனர். அவர்களில் நம் வந்தியத்தேவன் புதிய முறையில் உடை அணிந்திருந்ததைப் பார்த்து இளையப்பிராட்டி புன்னகை பூத்தாள். வானதிக்கும் அவ்வீரனை ஒருவாறு அடையாளம் தெரிந்துவிட்டது. குந்தவையின் காதோடு, "அக்கா! குடந்தை ஜோதிடரின் வீட்டில் பார்த்தவர் மாதிரி இருக்கிறதே!" என்றாள்.

"அவர் மாதிரிதான் எனக்கும் தோன்றுகிறது. ஜோதிடரைப் பார்த்த பிறகு வைத்தியரிடம் வந்திருக்கிறார். உன் மாதிரியே இவருக்கும் ஏதாவது சித்தக் கோளாறு போலிருக்கிறது!" என்று சொல்லிவிட்டு, வந்தியத்தேவனைப் பார்த்து, "ஏன் ஐயா! சக்கரவர்த்தியின் உடல் நலத்துக்காக மூலிகை கொண்டு வருவதற்கு இலங்கைக்குப் போக ஒப்புக் கொண்டவர் நீர்தானா?" என்று கேட்டாள்.

வந்தியத்தேவனுடைய கண்களும் கண்ணிமைகளும் வேறு ஏதோ இரகசிய பாஷையில் பேசின. அவன் வாயினால், "ஆம், இளவரசி! நான்தான் இலங்கைக்குப் போகிறேன். ஒருவேளை அங்கு இளவரசரைப் பார்த்தாலும் பார்ப்பேன். அவருக்கு ஏதாவது செய்தி சொல்ல வேண்டுமா?" என்று கேட்டான்.

"பார்த்தால் அவசியம் இந்தச் செய்தியைச் சொல்லுவீர். கொடும்பாளூர் இளவரசி வானதிக்கு உடம்பு சரியாகவே இல்லை. அடிக்கடி நினைவு இழந்து மூர்ச்சை போட்டு

விழுகிறாள். இளவரசியைச் சுயப் பிரக்ஞையோடு பார்க்க வேண்டுமானால் உடனே புறப்பட்டு வர வேண்டும் என்பதாகத் தெரிவிக்க வேண்டும்" என்றாள் இளையபிராட்டி.

"அப்படியே தெரிவிக்கிறேன், அம்மணி!" என்று கூறி வந்தியத்தேவன் வானதியை நோக்கினான்.

குந்தவையின் வார்த்தைகளைக் கேட்டதும் உண்டான நாணத்தினால் வானதியின் இனிய முகம் இன்னும் பன் மடங்கு அழகு பெற்றுப் பொலிந்தது. பொங்கி வந்த நாணத்தையும் கூச்சத்தையும் சமாளித்துக் கொண்டு வானதி தட்டுத்தடுமாறி, "ஐயா! அப்படியொன்றும் தாங்கள் சொல்லி விடவேண்டாம். ரொம்பவும் தங்களைக் கேட்டுக் கொள்கிறேன். கொடும்பாளூர் வானதி, இளையபிராட்டியின் போஷணையில் தினம் நாலு வேளை உண்டு உடுத்து சுகமாக இருப்பதாகத் தெரியப்படுத்துங்கள்" என்றாள்.

"அப்படியே தெரிவித்து விடுகிறேன், அம்மணி!" என்றான் வந்தியத்தேவன்.

"அழகாயிருக்கிறது! நான் கூறியதையும் 'அப்படியே தெரிவிக்கிறேன்' என்றீர். இவள் சொன்னதையும் 'அப்படியே தெரிவிக்கிறேன்' என்று ஒப்புக் கொள்கிறீரே? இரண்டில் ஏதாவது ஒன்றுதானே உண்மையாக இருக்க முடியும்?"

"அதனால் என்ன, அம்மணி! வாதி கூறியதையும் பிரதிவாதி சொன்னதையும் அப்படி அப்படியே நான் சொல்லி விடுகிறேன். எது உண்மை, எது இல்லை என்பதை இளவரசரே நீதிபதியாக இருந்து தீர்மானித்துக் கொள்ளட்டும்!" என்று சொன்னான் வந்தியத்தேவன்.

"ஆனால் ஒருவர் சொன்னதை இன்னொருவர் சொன்னதாக மட்டும் மாற்றிச் சொல்லி விடவேண்டாம்! உமக்குப் புண்ணியம் உண்டு!" என்றாள் வானதி.

குந்தவை இந்தப் பேச்சை அத்துடன் நிறுத்த விரும்பி, "வைத்தியரே! அரண்மனைத் திருமந்திர அதிகாரியிடமிருந்து இவர்களுக்குக் கொடுத்து அனுப்ப ஓலை கிடைத்ததா?" என்று கேட்டாள்.

"கிடைத்தது தாயே! 'சக்கரவர்த்திக்கு வைத்தியம் செய்வதற்காக இவர்கள் மூலிகை கொண்டு வரப்போவதால் வழியிலுள்ள அரசாங்க அதிகாரிகள் எல்லாரும் இவர்கள் கோரும் உதவி செய்ய வேண்டும்' என்று பொதுவாக ஓர் ஓலையும், கோடிக்கரைக் கலங்கரைவிளக்கக் காவலருக்குத் தனியாக ஓர் ஓலையும் கிடைத்தன. இவர்களிடம் கொடுத்து விட்டேன்!" என்றார் வைத்தியர்.

"அப்படியானால் ஏன் தாமதம்? உடனே புறப்பட வேண்டியதுதானே?" என்றாள் இளையபிராட்டி குந்தவை.

"ஆம்; புறப்பட வேண்டியதுதான்!" என்றான் வந்தியத்தேவன்.

ஆனால் உடனே புறப்பட்டு விடும் காரியம் அவ்வளவு சுலபமாக இல்லை.

மருத்துவ சாலையிலிருந்து அவர்கள் வெளியேறி வெளியில் வந்தார்கள். அரச குமாரிகளை ஏற்றிச் செல்ல அம்பாரி யானை காத்திருந்தது. வந்தியத்தேவனையும் அவனுடைய துணைவனையும் ஏற்றிக் கொண்டு காற்றாகப் பறந்து செல்வதற்கு அரண்மனைக் குதிரைகள் இரண்டு துடிதுடித்துக் கொண்டு நின்றன.

ஆனால் வந்தியத்தேவனுக்குத் திடீர் திடீர் என்று ஏதாவது சந்தேகம் ஏற்பட்டுக் கொண்டிருந்தது. குந்தவைக்கும் புதிது புதிதாக எச்சரிக்கை செய்வதற்கு ஏதேனும் விஷயம் தோன்றிக் கொண்டிருந்தது. போகும் வழியில் அவர்களுக்கு ஏற்படக் கூடிய அபாயங்களைப் பற்றிக் குந்தவை முக்கியமாக எச்சரிக்கை செய்தாள்.

அரசகுமாரிகள் அம்பாரி யானை மீது ஏறிக் கொண்டார்கள். பிறகு வந்தியத்தேவனும் அவனுடைய துணைவனும் குதிரைகள் மீது ஏறினார்கள்.

யானை புறப்படுகிற வழியாகத் தோன்றவில்லை. நெடுந்தூரம் பிரயாணம் போகிறவர்கள்தான் முதலில் புறப்பட வேண்டும் என்று குந்தவை குறிப்பினால் தெரியப்படுத்தினாள்.

வந்தியத்தேவன் மனமின்றித் தயக்கத்துடன் குதிரையைத் திருப்பினான். இன்னும் ஒருமுறை ஆவல் ததும்பிய கண்களுடன் இளவரசியைத் திரும்பிப் பார்த்தான். பிறகு குதிரையின் பேரில் கோபங்கொண்டவன் போல் சுளீர் என்று ஓர் அடி கொடுத்தான். ரோஸம் மிகுந்த அந்தக் குதிரை நாலு கால் பாய்ச்சலில் பிய்த்துக் கொண்டு பறந்து சென்றது. அவனைத் தொடர்ந்து போவதற்கு வைத்தியரின் புதல்வன் திணற வேண்டியிருந்தது.

யானை திரும்பிச் செல்லத் தொடங்கிய பிறகு குந்தவை சிந்தனையில் ஆழ்ந்தாள். இந்த மனதுதான் என்ன விசித்திரமான இயல்பை உடையது? மன்னாதி மன்னர்களையும் வீராதி வீரர்களையும் நிராகரித்த இந்த மனது வழிப்போக்கனாக வந்த இவ்வாலிபனிடம் ஏன் இவ்வளவு சிரத்தை கொள்கிறது? இவன் ஏற்றுக் கொண்ட காரியத்தை வெற்றியுடன் முடித்துக் கொண்டு பத்திரமாய்த் திரும்ப வேண்டுமே என்று ஏன் இவ்வளவு கவலைப்படுகிறது?.....

"அக்கா! என்ன யோசிக்கிறீர்கள்?" என்ற வானதியின் குரல் குந்தவையை இந்த உலகத்துக்குக் கொண்டு வந்தது.

"ஒன்றுமில்லை வானதி! அந்த வாலிபனுடைய அகம்பாவ சுபாவத்தைப் பற்றி யோசித்துக் கொண்டிருந்தேன். அவனிடம் என் தம்பிக்கு ஏன் செய்தி சொல்லி அனுப்பினோம் என்று இப்போது தோன்றுகிறது......"

"ஆம், அக்கா! அவன் ரொம்பப் பொல்லாதவன்தான்! பெரிய கொள்ளைக்காரன் என்றுகூடச் சொல்லத் தோன்றுகிறது......"

"அது என்ன? கொள்ளைக்காரன் என்று எதனால் சொல்கிறாய்?"

"சாதாரண கொள்ளைக்காரர்கள் பொன் வெள்ளி முதலிய பயனற்ற பொருள்களைக் கொள்ளையடிப்பார்கள். இந்த வாலிபன் சோழ வள நாட்டின் குல தெய்வத்தையே கொள்ளையடித்துக் கொண்டு போய் விடுவான் என்று எனக்குப் பயமாயிருக்கிறது. தாங்கள் அதற்கு இடங்கொடுக்க மாட்டீர்கள் அல்லவா?" என்று வானதி கூறினாள்.

"அடி கள்ளி! உன்னைப் போல் என்னையும் நினைத்து விட்டாயா? அப்படியெல்லாம் ஒருநாளும் நடவாது!" என்றாள் குந்தவை.

யானை திரும்பிச் சிறிது தூரம் சென்றபோது வீதியில் ஓரிடத்தில் பெண்கள் பலர் கூட்டம் கூடி நிற்பதை அரசிளங்குமரிகள் பார்த்தார்கள். யானையை நிறுத்தச் செய்து விட்டு, "ஏன் கூட்டம் கூடி நிற்கிறீர்கள்? ஏதாவது சொல்ல வேண்டுமா?" என்று இளையபிராட்டி குந்தவை கேட்டாள்.

அந்தப் பெண்களில் ஒருத்தி முன் வந்து, "தாயே! இலங்கையில் உள்ள எங்கள் புருஷர்களைப் பற்றி ஒரு செய்தியும் இல்லையே! அவர்களுக்கு இங்கிருந்து அரிசி அனுப்பக் கூடாதென்று தஞ்சாவூர்க்காரர்கள் தடுத்து விட்டார்களாமே? வயிற்றுக்குச் சாப்பாடு இல்லாமல் எப்படி அம்மா, அவர்கள் சண்டை போட முடியும்?" என்று கேட்டாள்.

"அதற்காக நீங்கள் கவலைப்படவேண்டாம். மாமல்லபுரம் துறைமுகத்திலிருந்து அவர்களுக்கு வேண்டிய தானியம் போய்க் கொண்டிருக்கிறது. தஞ்சாவூர்க்காரர்கள் என்ன செய்தாலும், உங்கள் இளவரசர் சும்மா விட்டு விடுவாரா? சோழ நாட்டு மகாவீரர்கள் பட்டினி கிடக்கும்படி பார்த்துக் கொண்டிருந்து விடுவாரா!" என்றாள் இளையபிராட்டி.

வேறொரு சந்தர்ப்பமாயிருந்தால், குந்தவை அங்கேயே இறங்கி அந்தப் பெண்களுக்கு மேலும் சமாதானம் சொல்லியிருப்பாள். இப்போது அவளுடைய மனம் வேறுவிதமான சஞ்சலத்துக்கு உள்ளாகியிருந்த படியால் தனிமையை விரும்பினாள். யானை அரண்மனையை நோக்கிச் சென்றது.

51. மாமல்லபுரம்

நேயர்கள் ஏற்கெனவே நன்கு அறிந்துள்ள மாமல்லபுரத்துக்கு இப்போது அவர்களை அழைத்துச் செல்ல விரும்புகிறோம்.

மகேந்திர பல்லவரும் மாமல்ல நரசிம்மரும் இத்துறைமுகப் பட்டினத்தை அற்புதச் சிற்ப வேலைகளின் மூலம் ஒரு சொப்பனபுரியாகச் செய்த காலத்திற்குப் பிறகு இப்போது முந்நூறு ஆண்டுகளுக்கு மேலேயே ஆகிவிட்டன.

நகரத்தின் தோற்றம் ஓரளவு மங்கியிருக்கிறது. மாறுதல் நம் மனத்துக்கு மகிழ்ச்சி தரவில்லை.

மாடமாளிகைகள் இடிந்து விழுந்து பாழடைந்து கிடக்கின்றன. வீதிகளிலும் துறைமுகத்திலும் முன்போல் அவ்வளவு ஜனக்கூட்டம் இல்லை. வர்த்தகப் பெருக்கமும் அவ்வளவாக இல்லை. பெரிய பெரிய பண்டக சாலைகள் இல்லை. வீதிகளிலெல்லாம் ஏற்றுமதி இறக்குமதிப் பண்டங்கள் மலை மலையாகக் குவிந்திருக்கவில்லை.

கடல் பூமிக்குள் புகுந்து ஆழம் மிகுந்த கால்வாயாக அமைந்து கப்பல்கள் வந்து பத்திரமாய் நிற்பதற்குரிய இயற்கைத் துறைமுகமாக இருந்ததை முன்னர் பார்த்தோம். இப்போது அந்தக் கால்வாயில் மணல் அடித்து அடித்துத் தூர்ந்து போய் ஆழம் வெகுவாகக் குறைந்து போயிருக்கிறது. ஆழமற்ற அக்கடற்கழியில் சிறிய படகுகளும் ஓடங்களும்தான் வரக்கூடும். நாவாய்களும் மரக்கலங்களும் சற்றுத் தூரத்தில் கடலிலேதான் நிற்க வேண்டும்.

படகுகளில் வர்த்தகப் பொருள்களை ஏற்றிச் சென்று அந்த மரக்கலங்களில் சேர்ப்பிக்க வேண்டும்.

மேலே கூறிய இடைக் காலத்தில் மாமல்லபுரம் சில புதிய சிறப்புகளையும் அடைந்திருந்ததைக் குறிப்பிட வேண்டும்.

முக்கியமாக கடற்கரையோரத்தில் விளங்கிய அழகிய கற்கோயில் நம் கண்களையும் கருத்தையும் கவர்கின்றது. அது மகேந்திரன் மாமல்லன் காலத்தில் அமைக்கப்பட்ட குன்றுகளைக் குடைந்தெடுத்த கோவில்களைப் போன்றதல்ல. குன்றுகளிலிருந்து கற்களைப் பெயர்த்துக் கொண்டு வந்து கட்டப்பட்ட கோயில். சமுத்திர ராஜனுடைய தலையில் சூட்டப்பட்ட அழகிய மணிமகுடத்தைப் போல் விளங்குகிறது. அடடா! அந்தக் கோயில் அமைப்பின் அழகை என்னவென்று சொல்வது?

இதைத் தவிர நகரத்தின் நடுவே மூவுலகும் அளந்த பெருமாள் சயனித்திருக்கும் விண்ணகரக் கோயில் ஒன்றும் காட்சி அளிக்கிறது. சைவத்தையும் வைஷ்ணவத்தையும் இரு கண்களைப் போல எண்ணிப் போற்றி வளர்த்த பரமேசுவர பல்லவன் திருப்பணி செய்த விண்ணகரம் அது. திருமங்கையாழ்வார் இந்தக் கோயிலுக்கு வந்து தலசயன பெருமாளைத் தரிசித்துப் பக்தி வெள்ளம் பெருக்கெடுத்து ஓடும் தமிழ்ப் பாடல்களைப் பாடியிருக்கிறார். அவருடைய காலத்திலேகூடப் பல்லவ சாம்ராஜ்யம் பெருகி வளர்ந்த சிறப்புடன் விளங்கியது என்பதையும் மாமல்லபுரம் செல்வம் கொழிக்கும் துறைமுகமாக விளங்கியது என்பதையும் பின்வரும் பாசுரத்தின் மூலம் நன்கு அறியலாம்:

"புலன்கொள் நிதிக்குவை யொடு
புழைக்கை மா களிற்றினமும்
நலங்கொள் நவமணிக் குவையும்
சுமந்தெங்கும் நான் றொசிந்து
கலங்கள் இயங்கும் மல்லைக்
கடல் மல்லைத் தலசயனம்

வலங்கொள் மனத்தாரவரை
வலங்கொள் என் மட நெஞ்சே!”

திருமங்கையாழ்வாரின் காலத்துக்குப் பிற்பட்ட நூறாண்டுக் காலத்தில் பல்லவ சாம்ராஜ்ய சூரியன் அஸ்தமித்துவிட்டது. ‘கல்வியில் இணையில்லாத காஞ்சி’ மாநகரின் சிறப்பும் குறைந்துவிட்டது. ‘கலங்கள் இயங்கும் கடல் மல்லை’யின் வர்த்தக வளமும் குன்றி வந்தது.

ஆனால் தமிழகத்துக்கு அழியாப் புகழ் அளிப்பதற்கென்று அமைந்த அந்த அமர நகரத்தின் அற்புதச் சிற்பக் கலைகளுக்கு மட்டும் எந்தவிதக் குறைவும் நேரவில்லை. பாறைச் சுவர்களில் செதுக்கப்பட்ட சித்திர விசித்திரமான சிற்பங்களும் குன்றுகளைக் குடைந்து எடுத்து அமைத்த விமான ரதங்களும் முந்நூறு ஆண்டுகளுக்கு முன்னால் அவற்றை அமைத்த காலத்தில் விளங்கியது போலவே இன்றைக்கும் புத்தம் புதியனவாக விளங்கின. பண்டங்களை ஏற்றுமதி செய்வதற்காக வந்த வர்த்தகர்களின் கூட்டத்தைக் காட்டிலும் சிற்பச் செல்வங்களைக் கண்டு களித்துப் போவதற்காக வந்த ஜனக் கூட்டம் அதிகமாயிருந்தது.

மாமல்லபுரத்து வீதிகளின் வழியாக இரட்டைக் குதிரைகள் பூட்டிய அழகிய விமான ரதம் ஒன்று சென்றது. குதிரைகளின் அலங்காரங்களும், ரதத்தின் வேலைப்பாடுகளும், பொன் தகடு வேய்ந்து மாலை வெயிலில் மற்றொரு சூரியனைப் போல் பிரகாசித்த ரதத்தின் மேல் விதானமும் அதில் இருந்தவர்கள் அரச குலத்தினராயிருக்க வேண்டும் என்பதை உணர்த்தின.

ஆம்; அந்தப் பொன் ரதத்தின் விசாலமான உட்புறத்தில் அரசகுலத்தினர் மூவர் அமர்ந்திருந்தார்கள். அவர்களில் ஒருவன்தான், வீராதி வீரனும் சுந்தர சோழரின் மூத்த குமாரனுமான ஆதித்த கரிகாலன். மிக இளம்பிராயத்திலேயே இவன் போர்க்களத்துக்குச் சென்று செயற்கரும் வீரச் செயல்கள் புரிந்தான். மதுரை வீரபாண்டியனை இறுதிப் போரில் கொன்று, “வீரபாண்டியன் தலை கொண்ட கோப்பரகேசரி” என்று பட்டப் பெயர் பெற்றான். வீரபாண்டியன் வீர சொர்க்கம் அடைந்து பாண்டிய நாடு சோழ சாம்ராஜ்யத்தின் கீழ் வந்த உடனடியாகத்தான் சுந்தரசோழர் நோய்வாய்ப்பட்டார். ஆதித்த கரிகாலனே அடுத்த பட்டத்துக்கு உரியவன் என்பதை ஐயமற நிலைநாட்ட அவனுக்கு யுவராஜ்ய பட்டாபிஷேகம் செய்வித்தார். அது முதலாவது கல்வெட்டுகளில் தன் பெயரைப் பொறித்துச் சாஸனம் அளிக்கும் உரிமையும் ஆதித்த கரிகாலன் பெற்றான்.

பின்னர், தொண்டை மண்டலத்தை இரட்டை மண்டலத்துக் கன்னர தேவனுடைய ஆதிக்கத்திலிருந்து முழுதும் விடுவிக்கும் பொருட்டு ஆதித்த கரிகாலன் வடநாட்டுக்குப் பிரயாணமானான். அங்கேயும் பல போர்க்களங்களில் செயற்கரும் வீரச் செயல்களைப் புரிந்தான். இரட்டை மண்டலத்துப் படைகளை வட பெண்ணைக்கு வடக்கே துரத்தியடித்தான். மேலும் வடதிசையில் படையெடுத்துச் செல்வதற்குப் படை பலத்தைப் பெருக்கிக் கொள்ளுதல் அவசியமாயிற்று. ஆதலின் காஞ்சியில் வந்து தங்கிப் படை திரட்டவும் மற்றும் படையெடுப்புக்கு அவசியமான ஆயுத தளவாட சாமக்ரியைகளைத் திரட்டவும் தொடங்கினான். இந்த நிலையில் பழுவேட்டரையர்கள் அவனுடைய முயற்சிக்குத் தடங்கல் செய்யத் தொடங்கினார்கள். இலங்கைப் போர் முடிந்த பிறகுதான் வடநாட்டுப் படையெடுப்புத் தொடங்கலாம் என்று சொன்னார்கள். இன்னும் பலவிதமான வதந்திகளும் காற்றிலே மிதந்து வரத் தொடங்கின. இலங்கையில் போர் செய்யச் சென்றுள்ள படைக்குச் சோழ நாட்டிலிருந்து வேண்டிய உணவுப் பொருள் போகவில்லையென்று தெரிந்தது. இதனாலெல்லாம் ஆதித்த கரிகாலனுடைய வீர உள்ளம் துடித்துக் கொந்தளித்துக்கொண்டிருந்தது.

நமது கதை நடந்த காலத்துக்கு முன்னும் பின்னும் சுமார் முந்நூறு ஆண்டு காலத்தில் தமிழ் அன்னையின் திருவயிற்றில் இதிகாச காவியங்களில் நாம் படிக்கும்

மகா வீரர்களையொத்த வீரப் புதல்வர்கள் தோன்றிக் கொண்டிருந்தார்கள். வீமனையும் அர்ச்சுனனையும் பீஷ்மரையும் துரோணரையும் கடோத்கஜனையும் அபிமன்யுவையும் ஒத்த வீரர்கள் தமிழகத்தில் அவதரித்தார்கள். உலகம் வியக்கும்படியான தீரச் செயல்களைப் புரிந்தார்கள். போரில் அடைந்த ஒவ்வொரு வெற்றியும் இவர்களுடைய தோள்களுக்கு மேலும் வலி அளித்தன. வயது முதிர்ந்த கிழவர்கள் மலையைப் பெயர்த்தெடுக்கும் வலிமை பெற்றிருந்தார்கள். பிராயம் ஆகாத இளம் வாலிபர்கள் காற்றில் ஏறிச் சென்று வான முகட்டை அடைந்து விண்மீன்களை உதிர்க்கும் ஆற்றல் பெற்றிருந்தார்கள்.

இப்படிப்பட்ட வீரர்கள் இருவர் அச்சமயம் ஆதித்த கரிகாலன் ஏறிச் சென்ற ரதத்தில் அவனுடன் சம ஆசனத்தில் உட்கார்ந்திருந்தார்கள்.

இவர்களில் ஒருவர் திருக்கோவலூர் மலையமான். இவர் ஆண்ட மலையமானாடு வழக்கத்தில் பெயர் சுருங்கி 'மலாடு' என்றும் 'மிலாடு' என்றும் வழங்கியது. ஆகையால் இவருக்கு 'மிலாடுடையார்' என்ற பட்டப் பெயர் ஏற்பட்டிருந்தது.

சுந்தர சோழ சக்கரவர்த்தியின் இரண்டாவது பத்தினியாகிய வானமாதேவி இவருடைய செல்வத் திருமகள்தான். எனவே, ஆதித்த கரிகாலனுடைய பாட்டனார் இவர். முதிர்ந்த பிராயத்திலும் நிறைந்த அறிவிலும் இவர் கௌரவர்களின் பாட்டனாரான பீஷ்மரை ஒத்திருந்தார். ஆதித்த கரிகாலன் இவரிடம் பெரும் பக்தி வைத்திருந்த போதிலும் இவருடைய புத்திமதி சில சமயம் அந்த வீர இளவரசனின் பொறுமையைச் சோதித்தது.

ரதத்தில் இருந்தவர்களில் இன்னொருவன் பார்த்திபேந்திரன். இவன் பழைய பல்லவர் குலத்திலிருந்து கிளை வழி ஒன்றில் தோன்றியவன். ஆதித்த கரிகாலனை விட வயதில் சிறிது மூத்தவன். அரசுரிமை அற்றவனாதலால் போர்க்களத்தில் தன் ஆற்றலைக் காட்டி வீரப் புகழை நிலை நாட்ட விரும்பினான். ஆதித்த கரிகாலனைச் சென்றடைந்தான். வீரபாண்டியனோடு நடத்திய போரில் ஆதித்த கரிகாலனுக்கு வலது கையைப் போல இருந்து உதவி புரிந்தான். இதனால் ஆதித்த கரிகாலனுடைய அந்தரங்க நட்புக்கு உரியவனானான். வீரபாண்டியன் விழுந்த நாளிலிருந்து இருவரும் இணை பிரியாத் தோழர்கள் ஆனார்கள்.

இந்த மூவரும் ரதத்தில் சென்றபோது தஞ்சாவூரிலிருந்து பராபரியாக வந்த செய்திகளைப் பற்றியே பேசிக் கொண்டிருந்தார்கள்.

"இந்தப் பழுவேட்டரையர்களின் அகம்பாவத்தை இனிமேல் என்னால் ஒரு கணமும் சகித்துக்கொண்டிருக்க முடியாது. நாளுக்கு நாள் அவர்கள் வரம்பு கடந்து போகிறார்கள். நான் அனுப்பிய தூதன் பேரில் 'ஒற்றன்' என்ற குற்றம் சுமத்துவதற்கு இவர்களுக்கு எத்தனை அகந்தை இருக்க வேண்டும்? அவனைப் பிடித்துக் கொடுப்பவர்களுக்கு ஆயிரம் பொன் வெகுமதி கொடுப்பதாகப் பறையறைவித்தார்களாமே? இதையெல்லாம் நான் எப்படிப் பொறுக்க முடியும்? என் உறையிலுள்ள வாள் அவமானத்தில் குன்றிப் போயிருக்கிறது. நீங்களோ பொறுமை உபதேசம் செய்கிறீர்கள்!" என்றான் ஆதித்த கரிகாலன்.

"பொறுமை உபதேசம் நான் செய்யவில்லை. ஆனால் இந்த மாதிரி முக்கியமான காரியத்துக்கு வந்தியத்தேவனை அனுப்ப வேண்டாம் என்று மட்டும் அப்போதே சொன்னேன். அந்தப் பதற்றக்காரன் காரியத்தைக் கெடுத்து விடுவான் என்று எனக்குத் தெரியும்! வாளை வீசவும் வேலை எறியவும் மட்டும் தெரிந்திருந்தால் போதுமா? இராஜ காரியமாகத் தூது செல்கிறவனுக்குப் புத்திக் கூர்மை இருக்க வேண்டும்..." என்று கூறினான் பார்த்திபேந்திரன்.

இளவரசன் கரிகாலன் வந்தியதேவனிடம் காட்டிய அபிமானம் பார்த்திபேந்திரனுக்குப் பிடிப்பதில்லை. எப்போதும் அவனைப் பற்றி ஏதாவது குறை சொல்லிக் கொண்டிருப்பான். அவன் செய்யும் எந்தக் காரியத்திலும் குற்றம் கண்டுபிடிப்பான். ஆகையால் இந்தச் சந்தர்ப்பத்திலும் அவ்வாறு குற்றம் சொன்னான்.

“ஆரம்பித்து விட்டாயா, உன் கதையை? வந்தியத்தேவன் பேரில் ஏதாவது சொல்லிக் கொண்டிராவிட்டால் உனக்குப் பொழுது போகாது. அவனுக்குப் புத்திக் கூர்மையில்லாவிட்டால் வேறு யாருக்கு இருக்கிறது? எந்த விதத்திலாவது, எப்படியாவது, சக்கரவர்த்தியிடம் நேரில் ஓலையைக் கொடுத்து விடவேண்டும் என்று நான் இட்ட கட்டளையை அவன் நிறைவேற்றி விட்டான். அதனால் பழுவேட்டரையர்கள் கோபங்கொண்டிருக்கிறார்கள். இதில் வந்தியத்தேவனின் தவறு என்ன?” என்று ஆதித்த கரிகாலன் கேட்டான்.

“தாங்கள் சொல்லி அனுப்பிய காரியத்தோடு அவன் நின்றிருக்க மாட்டான். வேறு வேண்டாத காரியங்களிலும் தலையிட்டிருப்பான்!” என்றான் பார்த்திபேந்திரன்.

“நீ சற்று சும்மாயிரு! தாத்தா! ஏன் இப்படி மௌனமாயிருக்கிறீர்கள்? தங்களுடைய கருத்து என்ன? ஒரு பெரும் படை திரட்டிக் கொண்டு சென்று தஞ்சாவூரிலிருந்து சக்கரவர்த்தியை மீட்டு காஞ்சிக்கு அழைத்து வந்துவிட்டால் என்ன? எத்தனை நாள் சக்கரவர்த்தியைப் பழுவேட்டரையர்கள் சிறையில் வைத்திருப்பது போல வைத்திருப்பதை நாம் பார்த்துக்கொண்டிருப்பது? எத்தனை நாள் பழுவேட்டரையர்களுக்குப் பயந்து காலம் கழிப்பது?” என்று பொங்கினான் ஆதித்த கரிகாலன்.

தம் வாழ்நாளில் அறுபத்தாறு போர்க்களங்களைக் கண்டு அனுபவம் பெற்றவரான திருக்கோவலூர் மலையமான் மிலாடுடையார் மறுமொழி சொல்லுவதற்காகத் தொண்டையைக் கனைத்துக் கொண்டார். இதற்குள் எதிரே கடல் அலைகள் தெரியவும், “முதலில் இந்த ரதத்திலிருந்து இறங்குவோம், தம்பி! வழக்கமான இடத்தில் போய் உட்கார்ந்து பேசுவோம். எனக்கு வயது ஆகிவிட்டதல்லவா? ஓடுகிற ரதத்தில் பேசுவது எளிதாக இல்லை” என்றார்.

ஃஃ

52. கிழவன் கல்யாணம்

மாமல்லபுரத்துக் கடற்கரையில் சிறிய சிறிய கற்பாறைகள் பல உண்டு. சில சமயம் கடல் பொங்கி வந்து அப்பாறைகளின் மீது அலைகள் மோதிக் கொண்டிருக்கும். சில சமயம் கடல் பின்வாங்கிச் சென்று அப்பாறைகள் உலருவதற்கு அவகாசம் அளிக்கும். அவற்றில் ஒரு சிறிய பாறையையேனும் மாமல்லபுரத்து மகா சிற்பிகள் சும்மா விட்டுவிடவில்லை. அந்தந்தப் பாறைக்குத் தகுந்தபடி பெரிதாகவும் சிறிதாகவும் காட்சிகளைக் கற்பனை செய்து அழியாச் சிற்ப உருவங்களை அமைத்து வைத்தார்கள்.

அவ்விதம் சிறிய பாறைகள் இரண்டு எதிரெதிராக அமைந்திருந்த இடத்தை ஆதித்த கரிகாலனும் மற்ற இருவரும் அணுகினார்கள். ரதத்திலிருந்து இறங்கிச் சென்றார்கள். இரண்டு பாறைகளையும் இரண்டு சிம்மாசனங்களாகக் கருதி, கரிகாலனும் மலையமானும் அமர்ந்தார்கள். பார்த்திபேந்திரன் அவர்களுக்குச் சற்று அப்பால் நின்றான். அடிக்கடி அலைகள் வந்து அவர்களுடைய முழங்கால் வரையில் நனைத்துக்கொண்டிருந்தன. அலைகள் பாறைகளில் மோதியபோது எழுந்த திவலைகள் சில சமயம் அவர்கள் மீது முத்து மழையாகப் பொழிந்து கொண்டிருந்தன. சற்றுத் தூரத்தில் படகுகள் வரிசை வரிசையாகப் பல்வகைப் பண்டங்களைச் சுமந்து கொண்டு கடலைக் கிழித்துக் கொண்டு சென்றன. அப்பண்டங்களைப் படகிலிருந்து இறக்கிப் பாய்மரம் விரித்து நின்ற பெரிய மரக் கலங்களில் ஏற்றிக் கொண்டிருந்தார்கள்.

“இரட்டை மண்டலப் படையெடுப்புக்காகச் சேகரித்து வைத்த பண்டங்களெல்லாம் இலங்கைக்குப் போக வேண்டியிருப்பதை நினைத்தால் என் நெஞ்சம் கொதிக்கிறது!” என்றான் பார்த்திபேந்திரன்.

"பின்னே என்ன செய்கிறது? சோழ நாட்டின் பொறுக்கி எடுத்த வீரர் படைகள் இலங்கையில் இருக்கின்றன. அவர்கள் போர்க்களங்களில் வெற்றி மேல் வெற்றி அடைந்து வருகிறார்கள். ஆயிரம் வருஷமாக இலங்கை அரசர்கள் வீற்றிருந்து அரசு புரிந்த அனுராதபுரத்தைக் கைப்பற்றி ஜயக்கொடி நாட்டியிருக்கிறார்கள். அப்படிப்பட்ட வீரர்கள் பட்டினி கிடந்து சாகும்படி விட்டுவிடுவதா?" என்றான் ஆதித்த கரிகாலன்.

"அப்படி விட வேண்டும் என்று யார் சொன்னார்கள்? உணவுப் பண்டங்கள் அனுப்ப வேண்டியதுதான். ஆனால் சோழ நாட்டிலிருந்து நாகப்பட்டினத் துறைமுகத்தில் ஏறிப் போக வேண்டும். அல்லது பாண்டிய நாட்டிலிருந்து சேதுக்கரையில் ஏற்றி அனுப்ப வேண்டும். இந்த வறண்ட தொண்டை மண்டலத்திலிருந்து போக வேண்டிய அவசியம் என்ன? அதிலும் நாம் வடக்கே படையெடுத்துச் செல்வதற்கு இதனால் தடை ஏற்படுமே என்பதை எண்ணிச் சொன்னேன்!" என்றான் பார்த்திபேந்திரன்.

"அதை நினைத்தால் எனக்கும் உள்ளம் கொதிக்கத்தான் கொதிக்கிறது. அந்தப் பாவி பழுவேட்டரையர்களின் நோக்கம் என்னதான் என்று தெரியவில்லை. எத்தனை நாள் இதையெல்லாம் சகித்துக்கொண்டிருப்பது? தாத்தா! ஏன் இன்னும் பேசாமல் வாயை மூடிக் கொண்டிருக்கிறீர்கள்? ஏதாவது வாயைத் திறந்து சொல்லுங்கள்!" என்றான் கரிகாலன்.

"குழந்தாய்! இந்தக் கடல் அலைகள் ஓயாமல் 'ஓ' வென்று சத்தமிடுகின்றன. கடல் அலைகளோடு போட்டி போட்டுக் கொண்டு உன் தோழன் பார்த்திபேந்திரனும் கூச்சலிடுகிறான். இதற்கு நடுவில் நான் என்னமாய்ப் பேசுவது? எனக்கோ வயதாகித் தள்ளாமை வந்து விட்டது...!" என்றார் மலையமான் மிலாடுடையார்.

"பார்த்திபேந்திரா! சற்று நேரம் நீ சும்மா இரு. தாத்தா அவருடைய கருத்தை சொல்லட்டும்!" என்றான் ஆதித்த கரிகாலன்.

"இதோ வாயை மூடிக்கொண்டு விட்டேன். பாவம்! தாத்தா தள்ளாத வயதில் மலைக் கோட்டையிலிருந்து கீழே இறங்கி இவ்வளவு தூரம் சிரமப்பட்டு வந்திருக்கிறார். அவர் முன்னால் நான் வாயைத் திறக்கலாமா? இந்தக் கடலுக்குத் தான் கொஞ்சமும் புத்தியில்லை! ஓயாமல் இரைந்து கொண்டிருக்கிறது! இதை அடக்குவார் ஒருவரும் இல்லை. நம் மலை அரசரிடம் சமுத்திர ராஜனுக்குக் கொஞ்சமும் பயமில்லை போலிருக்கிறது!" என்றான் பார்த்திபேந்திரன்.

"தம்பி! பார்த்திபேந்திரா! அப்படியும் ஒரு காலம் இருந்தது. திருக்கோவலூர் மலையமான் என்ற பெயரைக் கேட்டு இந்தக் காசினியில் உள்ள அரசர்களெல்லாம் நடுநடுங்குவார்கள். இரட்டை மண்டலத்து சளுக்கர்களும், வல்லத்து வாண கோவரையர்களும், வைதும்பராயர்களும், கங்கர்களும், கொங்கர்களும் மலையமான் பெயரைக் கேட்டதுமே இடி முழக்கம் கேட்ட சர்ப்பத்தைப் போல் பொந்தில் ஒளிந்து கொள்வார்கள். சமுத்திர ராஜனும் கொஞ்சம் அடக்க ஒடுக்கமாகத்தான் இருப்பான். இந்த உடம்பு கொஞ்சம் தளர்ச்சி அடைந்ததும் இப்போது எல்லாரும் துள்ள ஆரம்பித்திருக்கிறார்கள். ஆயிரம் வருஷத்துப் பழங்குடியைச் சேர்ந்த என்னை நேற்றைக்கு மேற்கேயிருந்து வந்த பழுவேட்டரையர்கள் ஒழித்துவிடப் பார்க்கிறார்கள்! அது ஒருநாளும் நடக்கப் போவதில்லை! கரிகாலா! பழுவேட்டரையர்களின் நோக்கம் இன்னதென்று தெரியவில்லை என்பதாகச் சற்று முன்னால் சொன்னாய் அல்லவா! அவர்களுடைய நோக்கம் இன்னதென்று நான் சொல்லுகிறேன், கேள்! உன்னையும் உன் சகோதரனையும் தனித் தனியே பலவீனப்படுத்துவதுதான் அவர்களுடைய நோக்கம். இலங்கையில் உன் தம்பி அருள்மொழி தோல்வி அடைய வேண்டும். அதனால் அவனுக்கு அவமானம் நேர வேண்டும். இங்கே உனக்கு உன் தம்பியின் பேரில் கோபம் ஏற்பட வேண்டும். நீங்கள் இரண்டு பேரும் சண்டை போட்டுக்கொள்ள வேண்டும். அதைப் பார்த்து இந்தக் கிழவன் வேதனைப் படவேண்டும்! இதுதான் அவர்களுடைய அந்தரங்க நோக்கம்....." என்று மிலாடுடையார் ஆத்திரத்துடன் சொல்லி வருகையில் கரிகாலன் குறுக்கிட்டான்.

“இந்த நோக்கத்தில் அவர்கள் ஒரு நாளும் வெற்றி அடையப் போவதில்லை, தாத்தா! என் தம்பியையும் என்னையும் யாராகிலும் பிரிக்க முடியாது. அருள்மொழிக்காக நான் உயிரையும் விடுவேன். எனக்கு ஒவ்வொரு சமயம் தோன்றுகிறது; கப்பல் ஏறி நானும் இலங்கைக்குப் போகலாமா என்று. அங்கே அவன் என்ன கஷ்டப்பட்டுக் கொண்டிருக்கிறானோ என்னமோ! நான் இங்கே சுகமாக உண்டு உடுத்து அரண்மனையில் தூங்கிக்கொண்டு காலங்கழிக்கிறேன். என் வாளும் வேலும் துருப்பிடித்துப் போகின்றன. ஒவ்வொரு கணமும் எனக்கு ஒரு யுகமாய்ப் போய்க்கொண்டிருக்கிறது. இங்கு இருக்கவே பிடிக்கவில்லை. தாத்தா! சொல்லுங்கள்! இந்தப் பண்டங்கள் ஏற்றும் கப்பல்களில் ஒன்றில் ஏறி நானும் இலங்கைக்குப் போகட்டுமா?” என்று கேட்டான் கரிகாலன்.

“அரசே! அருமையான யோசனை! பல நாளாக நான் நினைத்துக் கொண்டிருந்ததைத் தாங்களும் சொல்லுகிறீர்கள். புறப்படலாம், வாருங்கள்! இதற்குத் தாத்தாவை யோசனை கேட்பதில் பயனில்லை. இவரைக் கேட்டால் ‘வேண்டாம் பொறு!’ என்றுதான் புத்திமதி சொல்லுவார்! நாளைக்கே நாம் புறப்படலாம். தொண்டை மண்டலப் படையில் பாதியை அழைத்துக் கொண்டு போகலாம். இலங்கை யுத்தத்தை ஒரு வழியாக முடித்துக்கொண்டு நேரே நாகப்பட்டினத்தில் வந்து இறங்கலாம். இறங்கித் தஞ்சாவூருக்குச் சென்று அந்தப் பழுவேட்டரையர்களை ஒரு கை பார்த்து விடலாம்!” என்று பார்த்திபேந்திரன் பொரித்துக் கொட்டினான்.

“கரிகாலா! பார்த்தாயா? நான் முதலிலேயே என்ன சொன்னேன்? இவன் வாயை மூடிக்கொண்டிருந்தால் தான் நான் பேசுவேன் என்று சொல்லவில்லையா?”

“இதோ வாயை மூடிக் கொள்கிறேன், தாத்தா! நீங்கள் சொல்வதையெல்லாம் சொல்லி முடியுங்கள்!” என்று பார்த்திபேந்திரன் வாயைக் கையினால் பொத்திக் கொண்டான்.

“கரிகாலா! நீ வீராதி வீரன். உன்னைப் போன்ற பராக்கிரமசாலி இந்த வீரத் தமிழகத்திலே கூட அதிகம் பேர் பிறந்ததில்லை. என்னுடைய எண்பது பிராயத்துக்குள் நானும் எத்தனையோ பெரிய யுத்த களங்களைப் பார்த்திருக்கிறேன். ஆனால் எதிரிகளின் கூட்டத்தில் தன்னந்தனியே புகுந்து சென்று உன்னைப் போல் சண்டையிட்ட இன்னொரு வீரனைப் பார்த்ததில்லை. சேவூர்ப் பெரும்போர் நடந்தபோது உனக்குப் பிராயம் பதினாறு கூட ஆகவில்லை. அந்த வயதில் பகைவர்களின் கூட்டத்தில் நீ புகுந்து சென்ற வேகத்தையும், இடசாரி வலசாரியாக வாள் சுழன்ற வேகத்தையும், பகைவர்களின் தலைகள் உருண்ட வேகத்தையும் போல் நான் என்றும் பார்த்ததில்லை. இன்னும் என் கண் முன்னால் அந்தக் காட்சி நின்று கொண்டிருக்கிறது. உன்னைப் போலவே உன் சிநேகிதன் பார்த்திபேந்திரனும் வீராதி வீரன்தான். ஆனால் நீங்கள் இரண்டு பேரும் பதற்றக்காரர்கள்; முன்கோபம் உள்ளவர்கள். அதனால் உங்களுக்கு யோசிக்கும் சக்தி குறைந்து விடுகிறது. எது செய்ய வேண்டுமோ அதற்கு நேர்மாறான காரியத்தைச் செய்யத் தோன்றிவிடுகிறது.”

“தாத்தா! இம்மாதிரி உபதேசம் தாங்கள் இதற்கு முன் எத்தனையோ தடவை செய்திருக்கிறீர்கள்.”

“செய்திருக்கிறேன். ஆனால் ஒன்றும் பயன்படவில்லை என்கிறாயா? பேசாமல் என்னை ஊருக்குத் திரும்பிப் போகச் சொல்லுகிறாயா?”

“இல்லை, இல்லை! இப்போது நடக்க வேண்டிய காரியம் என்னவென்று சொல்லுங்கள்.”

“உன் சகோதரன் அருள்மொழியை உடனே இவ்விடத்துக்கு அழைத்துக்கொள்ள வேண்டும். நீயும் உன் சகோதரனும் பிரிந்திருக்கவே கூடாது.”

“தாத்தா! இது என்ன யோசனை? அருள்மொழி இங்கே வந்துவிட்டால் இலங்கை யுத்தம் என்ன ஆகிறது?”

“இலங்கை யுத்தம் இப்போது ஒரு கட்டத்திற்கு வந்திருக்கிறது, அனுராதபுரத்தைப் பிடித்தாகிவிட்டது. இனி அங்கே மழைக் காலம். இனி நாலு மாதத்திற்கு ஒன்றும் செய்ய முடியாது. பிடித்த இடத்தை விட்டுக் கொடாமல் பாதுகாத்து வர வேண்டியதுதான். இதை மற்ற தளபதிகள் செய்வார்கள். அருள்மொழி இச்சமயம் இங்கே இருக்க வேண்டியது மிகவும் அவசியம். கரிகாலா! உண்மையை மூடி மூடி வைப்பதில் பயன் என்ன? விஜயாலய சோழரின் குலத்துக்கும் அவர் அடிகோலிய சோழ சாம்ராஜ்யத்துக்கும் பேராபத்து வந்திருக்கிறது. நீயும் உன்னைச் சேர்ந்தவர்கள் எல்லாரும் இப்போது ஒரே இடத்தில் தங்கிச் சர்வ ஜாக்கிரதையாக இருக்க வேண்டும். நம்முடைய பலத்தையெல்லாம் திரட்டி வைத்துக் கொள்ளவும் வேண்டும். எப்போது என்ன விதமான அபாயம் வரும் என்று சொல்ல முடியாது.

“தாத்தா! இது என்ன இப்படி என்னைப் பயமுறுத்துகிறீர்கள்? என் கையில் வாள் இருக்கும் வரையில் எனக்கு என்ன பயம்? எப்படிப்பட்ட அபாயம் வந்தால்தான் என்ன? தன்னந்தனியாக நின்று சமாளிப்பேன். எத்தகைய அபாயத்துக்கும் நான் பயப்படுகிறவன் அல்ல..”

“பிள்ளாய்! நீ எப்படிப்பட்ட தைரியசாலி என்று எனக்குச் சொல்ல வேண்டுமா? ஆயினும், திருவள்ளுவர் பெருமான் சொல்லியிருப்பதையும் சில சமயம் எண்ணிப் பார்க்க வேண்டும்.

“அஞ்சுவது அஞ்சாமை பேதைமை அஞ்சுவது
அஞ்சல் அறிவார் தொழில்!”

என்று அந்த மகான் சொல்லியிருக்கிறார். போர்க்களத்தில் பகைவர்களுக்கு எதிரெதிரே நின்று போரிடும் போது அச்சம் கூடாது. அப்படிப் பயப்படுகிறவன் கோழை. அவ்விதம் பயப்படுகிற பிள்ளை என் வம்சத்தில் பிறந்தால் அவனை நானே இந்தக் கிழடாய்ப் போன வலுவிழந்த கையினால் வெட்டிப் போட்டு விடுவேன். ஆனால் மறைவில் நடக்கிற சதிகளுக்கும் சூழ்ச்சிகளுக்கும் கண்ணுக்குத் தெரியாத அபாயங்களுக்கும் பயப்பட்டேயாக வேண்டும். பயப்பட்டு, அந்தந்த நிலைமைக்குத் தகுந்த முன் ஜாக்கிரதையும் செய்து கொள்ள வேண்டும். அரச குலத்தில் பிறந்து சிம்மாசனத்துக்கு உரியவர்கள் இது விஷயத்தில் அஜாக்கிரதையாக இருக்கக் கூடாது. இருந்தால் நாட்டுக்கே நாசம் விளையும்.”

“தாத்தா! அப்படி என்ன இரகசிய அபாயங்களைத் தாங்கள் எதிர்பார்க்கிறீர்கள்? சற்று விளக்கமாகச் சொன்னால்தானே நாங்கள் ஜாக்கிரதையாயிருக்க முடியும்...?”

“சொல்லத்தான் வருகிறேன். சில நாளைக்கு முன்னால் கடம்பூர் சம்புவரையர் மாளிகையில் அர்த்த ராத்திரி வேளையில் ஒரு கூட்டம் நடந்தது. அதற்குப் பெரிய பழுவேட்டரையர் வந்திருந்தார். இன்னும் தென்னவன் மழவராயர், குன்றத்தூர்க் கிழார், வணங்காமுடி முனையரையர், அஞ்சாத சிங்க முத்தரையர், இரட்டைக் குடை ராஜாளியார் இவர்கள் எல்லாரும் வந்திருந்தார்களாம். என் காதுக்கு வந்தது இந்தப் பெயர்கள்தான். வேறு பலரும் வந்திருக்கலாம்...”

“வந்திருக்கட்டும்; அதனால் என்ன? எல்லாரும் நடுநிசி வரையில் கூத்தும் கேளிக்கையும் பார்த்துவிட்டு, வயிறு புடைக்கச் சாப்பிட்டு, அதற்குமேல் மிடாமிடாவாய்க் கள்ளைக் குடித்து விட்டுத் தூங்கப் போயிருப்பார்கள். அதைப் பற்றி நமக்கு என்ன. நீங்கள் சொன்ன தாடி மீசை நரைத்த கிழடுகள் எல்லாம் கூடிப் பேசி என்ன புரட்டி விடுவார்கள்?”

“கிழடுகளைப் பற்றி உனக்கு இவ்வளவு நல்ல அபிப்பிராயம் இருக்கும் பட்சத்தில் நான் என்ன சொல்லி என்ன பயன்? நானும் ஒரு கிழவன் தானே? அவர்கள் எல்லாரையும் விடத் தொண்டு கிழவன் நான்..!”

“தாத்தா! கோபம் வேண்டாம். அந்தக் கையினாலாகாத கிழங்களோடு தங்களை நான் சேர்த்து விடுவேனா? சரி, அப்புறம் என்ன நடந்தது, சொல்லுங்கள்!”

“கையினால் ஆகாக் கிழங்கள் என்று மறுபடியும் சொல்லுகிறாய்! அவர்களில் தலைமைப் பெரிய கிழவன் கொஞ்ச நாளைக்கு முன்புதான் கல்யாணம் செய்து

கொண்டான் என்பதை மறந்து விடாதே! இளம் பெண்ணை மணந்த கிழவனைப் போல் உலகில் அபாயகரமான இளைஞன் யாரும் இல்லை என்பதையும் தெரிந்து கொள்!"

கிழவனின் கல்யாணத்தைப் பற்றிய பேச்சுத் தொடங்கியதும் ஆதித்த கரிகாலனுடைய முகத்தில் ஒரு விசித்திர மாறுதல் உண்டாகியது. அவனுடைய கண்கள் திடீரென்று சிவந்து இரத்த பலி கேட்கும் க்ஷூத்ர தேவதையைப் போல் விழித்தன. உதடுகள் துடிதுடித்தன. பற்கள் நறநறவென்று கடித்துக் கொண்டன.

இதையெல்லாம் மலையமான் கவனிக்கவில்லை. ஆனால் பார்த்திபேந்திரன் கவனித்துக் கொண்டான்.

"அந்தக் கல்யாணப் பேச்சு இப்போது என்னத்துக்கு, ஐயா! சம்புவரையர் அரண்மனையில் அப்புறம் என்ன நடந்தது என்பதைச் சொல்லுங்கள்" என்றான் பல்லவ வீரன்.

"அதைத்தான் சொல்ல வந்தேன் ஆனால் வயதாகிவிட்டது அல்லவா? புத்தி தடுமாறி வேறு எங்கேயோ போய் விடுகிறேன். கேள் கரிகாலா! பார்த்திபேந்திரா! நீயும் கேட்டுக் கொள்! அந்த நள்ளிரவுக் கூட்டம் கிழவர்களின் கூட்டம் மட்டும் அல்ல. சில வாலிபர்களும் அதில் இருந்தார்கள். ஒருவன் சம்புவரையன் மகன் கந்தமாறன். இன்னொருவன்..." என்று தயங்கினதைப் பார்த்து, "யார், தாத்தா? இன்னொருவன் யார்?' என்று கரிகாலன் தூண்டிக் கேட்டான்.

"உன்னுடைய பெரிய பாட்டனார் கண்டராதித்தருடைய திருக்குமாரன், உன்னுடைய சித்தப்பன் மதுராந்தகத் தேவன்தான்!"

இதைக் கேட்டதும் ஆதித்த கரிகாலனும் பார்த்திபேந்திரனும் கலகலவென்று சிரித்தார்கள்.

"இது என்ன சிரிப்பு! இந்தச் சிரிப்புக்குப் பொருள் என்ன? மறுபடியும் என்னைப் பரிகசிக்கிறீர்களா?" என்று மிலாடுடையார் கேட்டார்.

"இல்லை, தாத்தா! இல்லை! மதுராந்தகனைத் தாங்கள் 'வாலிபன்' என்கிறீர்களே? அதற்காகத்தான் சிரிக்கிறோம். அவன் கிழங்களிலேயெல்லாம் தொண்டுக் கிழடு அல்லவா? பழுத்த சிவஞானக் கிழடு அல்லவா?" என்றான் ஆதித்த கரிகாலன்.

"கிழவனுக்குச் சில சமயம் யௌவனம் திரும்பும் என்று நீ கேள்விப்பட்டது இல்லையா? அதுபோல் மதுராந்தகனுக்கும் இளமை திரும்பியிருக்கிறது. சில நாள் முன்பு வரையில் 'துறவியாகப் போகிறேன்; சிவ கைங்கரியம் செய்யப் போகிறேன்' என்று சொல்லிக் கொண்டிருந்தவன், ஒன்று, இரண்டு, மூன்று என்று கல்யாணம் செய்து கொண்டு போகிறான் அல்லவா?....."

"செய்து கொள்ளட்டும். இன்னும் பல கல்யாணம் செய்து கொள்ளட்டும்; அதனால் என்ன?"

"தம்பி! மதுராந்தகனின் கல்யாணங்கள் சாதாரண கல்யாணங்கள் அல்ல. இராஜரீகக் கல்யாணங்கள். பழுவேட்டரையர்களின் அந்தரங்க சூழ்ச்சியைச் சேர்ந்த கல்யாணங்கள்...!"

"தாத்தா! இன்னும் எதற்காக மர்மமாகவே பேசிக் கொண்டிருக்கிறீர்கள்? விட்டுச் சொல்லுங்கள்! பழுவேட்டரையர்கள் என்னதான் விரும்புகிறார்கள்? ஊர் ஊராய்ச் சென்று அவர்கள் கூட்டம் போடுவதன் நோக்கம் என்ன? மதுராந்தகத் தேவனை வைத்துக் கொண்டு என்ன செய்யப் பார்க்கிறார்கள்?" என்று ஆதித்த கரிகாலன் கேட்டான்.

"வேறு ஒன்றும் இல்லை. உனக்கும் உன் தம்பிக்கும் இராஜ்ய உரிமை இல்லையென்று செய்துவிட்டு, மதுராந்தகனைச் சோழ நாட்டின் சிம்மாசனத்தில் ஏற்ற எண்ணியிருக்கிறார்கள். அதற்கு உன் தந்தையின் சம்மதத்தைப் பெறுவதற்காகவே அவரைத் தஞ்சைக் கோட்டையில் சிறையில் வைத்திருப்பது போல் வைத்திருக்கிறார்கள்!" என்றார் மிலாடுடையார்.

ௐ

53. மலையமான் ஆவேசம்

அறிவைப் போலவே ஆற்றலும் ஆற்றலைப் போல அனுபவமும் பெற்று முதிர்ச்சி அடைந்திருந்த திருக்கோவலூர் மலையமான் அரசர் கடைசியாகக் கூறிய வார்த்தைகளைக் கேட்டு, ஆதித்த கரிகாலன் மூர்ச்சையடைந்து விழுந்து விடவில்லைதான்! ஆயினும் சிறிது நேரம் செயல் இழந்து ஸ்தம்பித்து நின்று விட்டான். பார்த்திபேந்திரனும் வாயடைத்துப் போய் மௌனமாகி நின்றான். கடலும் ஓசை அடங்கி விட்டதாகத் தோன்றியது. தூரத்தில் படகிலிருந்து பண்டங்களை இறக்கி மரக்கலங்களில் ஏற்றுவோரின் 'ஏலேலோ' சத்தங்கூட அச்சமயம் அடங்கி நின்று போயிருந்தது.

வியப்புக்கு இடங்கொடுத்து விட்டதற்காக வெட்கப்பட்ட ஆதித்த கரிகாலன், சட்டென்று பாட்டனார் முகத்தை நிமிர்ந்து நோக்கி, "தாத்தா! இப்படியெல்லாம் நாடு நகரங்களில் சிலர் பேசி வருவதாக என் காதிலும் விழுந்தது. அது வெறும் பொய் வதந்தி என்று எண்ணியிருந்தேன். நீங்கள் இவ்வளவு நிச்சயமாகச் சொல்கிறீர்களே? தெரிந்து கொண்டுதான் சொல்கிறீர்களா? இப்படியும் நடக்கக்கூடுமா!" என்றான்.

"ஏன் நடக்க முடியாது? உன் பாட்டனாருக்கு முன்னால் உன் பெரிய பாட்டனார் கண்டராதித்த தேவர்தானே சோழ நாட்டை ஆண்டார்! அவருடைய குமாரனுக்கு உங்களைக் காட்டிலும் அதிக உரிமை இந்த ராஜ்யத்தில் உண்டல்லவா?" என்றார் மலையமான் மிலாடுடையார்.

"இல்லவே இல்லை! அந்த முழு அசடன், நாலு வார்த்தை பேசத் தெரியாதவன், கையில் வாள் எடுத்து அறியாதவன், பெண்ணாய்ப் பிறக்கத் தவறி ஆணாகப் பிறந்தவன் அவனுக்கு இந்த இராஜ்யம் உரிமையா? பால் மணம் மாறாத பன்னிரண்டாம் பிராயத்தில் போர்க்களம் புகுந்தவர், வீர பாண்டியன் தலை கொண்ட சிங்கம், தோல்வி என்பதையே அறியாத வீராதி வீரர், ஆதித்த கரிகாலருக்கு உரிமையா? ஐயா! மிலாடுடையாரே! வயதாகி விட்டபடியால், தங்களுடைய அறிவு கூட மழுங்கி விட்டதா?" என்று சீறினான் பார்த்திபேந்திரன்.

அவனைக் கரிகாலன் அதட்டி அடக்கிவிட்டு, "தாத்தா! எனக்கு இந்த இராஜ்யம் ஒரு பொருட்டு அல்ல. வேண்டுமானால் என் கை வாளின் உதவி கொண்டு இதைப் போன்ற பத்து இராஜ்யங்களை ஸ்தாபித்துக் கொள்வேன். ஆனால் இதில் நியாயம் எப்படி? முதலிலேயே மதுராந்தகனுக்குத்தான் இராஜ்யம் என்று சொல்லியிருந்தால் நான் குறுக்கே நின்றிருக்க மாட்டேன். நாடு அறிய, நகரம் அறிய மக்கள் எல்லாரும் அறிய எனக்குத் தான் அரசுரிமை என்று இளவரசப் பட்டாபிஷேகம் செய்துவிட்டு, இப்போது எப்படி மாறலாம்? உங்களுக்கு இது சம்மதமாயிருக்கிறதா?" என்று கேட்டான்.

"எனக்குச் சம்மதமாயில்லை, ஒரு நாளும் நான் சம்மதிக்கப் போவதுமில்லை. நீ சம்மதித்து இராஜ்யத்தை மதுராந்தகனுக்குக் கொடுப்பதாகச் சொன்னால், முதலில் உன்னை இந்த வாளால் கண்டதுண்டமாய் வெட்டிப் போடுவேன். பிறகு உன்னைப் பத்து மாதம் சுமந்து பெற்ற உன் தாயை வெட்டிப் போடுவேன். பிறகு உன் தாயைப் பெற்றவனாகிய நானும் என் கையினாலேயே வெட்டிக் கொண்டு சாவேன். என் உடம்பில் உயிர் இருக்கும் வரை இந்தச் சோழ ராஜ்யம் உன்னை விட்டுப் போக விடேன்!" என்று அந்த வயோதிகர் கர்ஜித்தபோது, அவருடைய மங்கிய கண்களில் மின்னொளி வீசியது. உணர்ச்சி ஆவேசத்தில் தளர்ந்து போயிருந்த அவர் உடம்பெல்லாம் நடுங்கியது.

பார்த்திபேந்திரன், "அப்படிச் சொல்லுங்கள், தாத்தா! அப்படிச் சொல்லுங்கள்!" என்று கூவிக் கொண்டே ஓடிவந்து மலையமானைத் தழுவி கொண்டான். அவனுடைய கண்களில் கண்ணீர் பெருகிற்று.

கரிகாலனும் சற்று நேரம் ஆழ்கடலை நோக்கியவாறு இருந்தான். பிறகு பாட்டனாரைப் பார்த்து, "தாத்தா! தங்களுடைய எண்ணம் அதுவானால் தயக்கம் ஏன்? உடனே படை திரட்டிக் கொண்டு தஞ்சைக்குப் புறப்படுவோம். பழுவேட்டரையர்களையும் மற்றும் அவர்களைச் சேர்ந்த மழுவரையர், சம்புவரையர், முத்தரையர், முனையரையர் எல்லோரையும் ஒரேயடியாக ஒழித்து விட்டுத் தஞ்சைக் கோட்டையைப் பிடிப்போம். மதுராந்தகனைச் சிறையில் அடைப்போம். சக்கரவர்த்தியை விடுதலை செய்வோம். தங்களுடைய ஆசி எங்களுக்கு இருந்தால் போதும், நானும் பார்த்திபேந்திரனும் சேர்ந்தால், எங்களை வெல்லக்கூடியவர்கள் இந்தப் பூவுலகில் யார்?" என்று பெருமிதத்துடன் கூறினான்.

"உங்களை போரில் வெல்ல முடியாது; உண்மைதான். ஆனால் சூழ்ச்சியும் சதியும் சேர்ந்து எதிர்த்தால் நீங்கள் என்ன செய்வீர்கள்? படையுடன் நீங்கள் தஞ்சையை நெருங்கும்போதே, பெற்ற தகப்பனுடன் மகன் யுத்தம் செய்ய வருவதாகக் கதை கட்டி விடுவார்கள்! அந்த அவமானத்தைத் தாங்காமல் சக்கரவர்த்தி உயிரை விட்டு விட்டார் என்றும் சொல்லி விடுவார்கள். அதை நம்புகிற ஜனங்களும் இருக்கக்கூடும் அல்லவா? அந்த நிலைமையில், நீதான் என்ன செய்வாய், குழந்தாய்! உன் மனமும் தளர்ச்சி அடைந்து விடும்! பெற்ற தகப்பனோடு யுத்தம் செய்ய வந்தவன் என்ற பழிச் சொல்லை உன்னால் தாங்க முடியுமா?"

ஆதித்த கரிகாலன் தன் செவிகளைப் பொத்திக் கொண்டு, "சிவ சிவா! கேட்கச் சகிக்கவில்லை!" என்றான்.

"அதனால்தான் முதலிலேயே நான் சொன்னேன்; பெரிய அபாயம் நம்மைச் சூழ்ந்திருக்கிறது என்று!"

"உபாயம் என்ன, தாத்தா! உபாயம் என்ன?"

"முதலில் இலங்கைக்கு நம்பிக்கையான ஆள் ஒருவனை அனுப்ப வேண்டும். அனுப்பி, அருள்மொழியை அழைத்து வரச் செய்ய வேண்டும். அவன் போர்க்களத்தை விட்டு, தன் கீழுள்ள போர் வீரர்களை விட்டு, இலேசில் வரமாட்டான். அவன் மனத்தைத் திருப்பி அழைத்து வரக்கூடிய ஆற்றல் உள்ளவன் ஒருவனை அனுப்ப வேண்டும்..."

பார்த்திபேந்திரன் முன் வந்து, "ஐயா! நீங்கள் சம்மதம் கொடுத்தால் நானே போய் அழைத்து வருகிறேன்!" என்றான்.

"அது கரிகாலன் இஷ்டம்; உன் இஷ்டம். ஆனால் போகிறவன் வந்தியத்தேவனைப் போல் சம்பந்தமில்லாத காரியங்களில் தலையிடக் கூடாது..."

"பார்த்தீர்களா? நான் சொன்னேனே?" என்றான் பார்த்திபேந்திரன்.

"வந்தியத்தேவனைப் பற்றித் தங்களுக்கு ஏதாவது தகவல் வந்திருக்கிறதா, தாத்தா?" என்று ஆதித்த கரிகாலன் கேட்டான்.

"அவனைப் பற்றி முதலில் எனக்குச் சந்தேகமாகக் கூட இருந்தது, அவனும் நம் எதிரிகளுடன் சேர்ந்து விட்டானோ என்று. அப்புறம் அந்தச் சந்தேகம் தெளிந்தது."

"பார்த்தாயா, பார்த்திபேந்திரா!" என்றான் கரிகாலன்.

"அவர் முழுவதும் சொல்லட்டும். அதற்குள் அவசரப்படுகிறீர்களே? ஐயா! வந்தியத்தேவன் பேரில் தங்களுக்கு என்ன சந்தேகம் வந்தது?"

"சம்புவரையர் மாளிகையில் கூட்டம் நடந்த அன்று அவனும் அங்கிருந்தான் என்று அறிந்தேன். ஆனால் சதியில் அவனுக்குச் சம்பந்தமில்லையென்று பிறகு தெரிந்து கொண்டேன்."

"தாத்தா! இதெல்லாம் எப்படித் தங்களுக்குத் தெரிந்தது?"

"கடம்பூர் மாளிகை விருந்துக்கு எனக்கு அழைப்பு வரவில்லை. அதிலேயே கொஞ்சம் சந்தேகம் உண்டாயிற்று. பிறகு, அங்கு வந்துவிட்டுத் திரும்பி ஊருக்குச் சென்ற குன்றத்தூர்க் கிழாரை வழியில் சிறைப்படுத்தி என் மலைக் கோட்டைச் சிறைக்குக் கொண்டு போனேன். அவரிடமிருந்து அங்கு நடந்தவைகளையெல்லாம் தெரிந்து கொண்டேன். வந்தியத்தேவன் சம்புவரையர் மகன் கந்தமாறனின் சிநேகிதனாம்....."

"ஆமாம்; நம்முடைய சைன்யத்திலே இருவரும் இருந்தவர்கள் தானே? வடபெண்ணைக் கரையில் இருவரும் காவல் புரிந்தார்கள். அதிலிருந்து அவர்களுக்குச் சிநேகிதம் ஏற்பட்டிருந்தது எனக்குத் தெரியும்..."

"எப்படியோ, வந்தியத்தேவன் அன்றைக்கு அம்மாளிகையில் இருந்தான். அவன் சதியில் சம்பந்தப்பட்டானா இல்லையா என்பதைத் தெரிந்துகொள்ள முடியாமலிருந்தது. பிறகு அதற்கு ஒரு வழி கிடைத்தது. தஞ்சைக் கோட்டைக்குள் கந்தமாறனுடைய முதுகில் வந்தியத்தேவன் குத்திவிட்டு தப்பித்துச் சென்று விட்டான் என்று தெரிந்ததும்..."

"தாத்தா! இதை ஒருநாளும் நான் நம்பமாட்டேன். வந்தியத்தேவன் வேறு எது செய்தாலும் செய்யாவிட்டாலும் ஒருவனுடைய முதுகில் குத்தக் கூடியவன் அல்ல. அதிலும் சிநேகிதனுடைய முதுகில் குத்தக் கூடிய சண்டாளன் அல்ல..."

"அந்தச் சிநேகிதன் தன் எஜமானுக்கு விரோதமான சதியில் ஈடுபட்டவன் என்று தெரிய வந்தால்? இவனையும் அந்தச் சதியில் சேர்ப்பதற்கு அந்தச் சிநேகிதன் ஒருவேளை முயற்சி செய்திருந்தால்?..."

"எப்படியிருந்தாலும் முகத்துக்கு முகம் நின்று சண்டையிட்டிருப்பானே தவிர ஒருநாளும் முதுகில் குத்தியிருக்க மாட்டான்!"

"உன் சிநேகிதனிடம் உன்னுடைய நம்பிக்கையை வியக்கிறேன், தம்பி! உண்மை எப்படியோ இருக்கட்டும். கந்தமாறனுடைய முதுகில் குத்தியதாக வந்தியத்தேவன் பேரில் பழுவேட்டரையர்கள் குற்றம் சுமத்தி அவனை வேட்டையாடி வருகிறார்கள். இவ்வளவுதான் எனக்குத் தெரியும். ஆகையால், வந்தியத்தேவனுக்கும் கந்தமாறனுக்கும் ஏதோ ஒரு விதத்தில் சண்டை வந்திருக்க வேண்டும். இதிலிருந்து அவன் உனக்கு எதிரான சதியில் சேர்ந்திருக்கவில்லை என்று நிச்சயமாகிறதல்லவா?"

"அதற்கு இவ்வளவு தூரம் சாட்சியம் வேண்டியதில்லை. வந்தியத்தேவன் நம் விரோதிகளுடன் சேர்வது என்றால், அப்போது இந்தப் பூமியே தலைகீழாகி விடும். அலை கடல் வறண்டு விடும். வானம் இடிந்து விழும். சூரியன் இராத்திரியில் உதிப்பான். சோழர் குலம் சர்வ நாசத்தை அடையும்..." என்று ஆதித்த கரிகாலன் பரபரப்போடு கூறினான்.

"இளவரசர் சொல்லுவதை நானும் ஒத்துக் கொள்வேன். வந்தியத்தேவன் ஒருநாளும் நமக்குத் துரோகம் செய்து எதிரிகளுடன் சேர மாட்டான். அவனிடம் நான் சொல்லும் குற்றம் ஒன்றே ஒன்றுதான். அழகான பெண் முகத்தைக் கண்டால் வந்தியத்தேவன் தலை கிறுகிறுத்து விடுவான். அவனுடைய மதி மயங்கிவிடும்!"

இதைக்கேட்ட ஆதித்த கரிகாலன் புன்னகை புரிந்தான். "அது தெரிந்திருந்தபடியால்தான் சக்கரவர்த்தியிடம் ஓலையைக் கொடுத்துவிட்டு, இளையபிராட்டியிடம் போகும்படி அவனை அனுப்பினேன். இளவரசியை ஒரு தடவை அவன் பார்த்து விட்டால், அப்புறம் தப்புவது ஏது? அவளுக்கு அடிமையாக இருக்க வேண்டியதுதானே?" என்றான்.

உடனே மலையமான் மிலாடுடையார், "ஓகோ! அப்படியா வந்தியத்தேவனுக்குச் சொல்லி அனுப்பியிருக்கிறாய்? எனக்கு தெரியாமல் போயிற்றே? தஞ்சாவூரை விட்டுக் கிளம்பிய பிறகு வந்தியத்தேவனிடமிருந்து ஏதாவது செய்தி வந்ததா? அல்லது இளையபிராட்டியிடமிருந்தாவது செய்தி வந்ததா?" என்றார்.

"ஒவ்வொரு நிமிஷமும் எதிர்பார்த்துக் கொண்டிருக்கிறேன். இதுவரை ஒன்றும் செய்தி வரவில்லை..."

"அருள்மொழி இவ்விடம் வந்த பிறகு உன் சகோதரியையும் இங்கே தருவித்து விட வேண்டியதுதான். அப்புறம் நமக்கு ஒரு கவலையும் இல்லை. இளையபிராட்டியிடம் எல்லா யோசனையையும் விட்டுவிட்டு அவள் சொல்கிறபடி நாம் கேட்டு நடந்து வந்தால் போதும்!..."

"தாத்தா! இது விஷயத்தில் வந்தியத்தேவனைக் காட்டிலும் தாங்கள் மோசமாயிருக்கிறீர்களே?"

"ஆம் கரிகாலா! உன் சகோதரி இரண்டு வயதுக் குழந்தையாயிருந்த போதே கொடுங்கோலைக் கையில் பிடித்து விட்டாள். என்னையும் உன் பாட்டியையும் தாய் தகப்பனையும் தன் இஷ்டப்படி ஆட்டி வந்தாள். இப்போதும் என் வரையில் அப்படித்தான். அவள் வைத்ததே எனக்குச் சட்டம். கரிகாலா! உன் சகோதரியைப் பற்றிச் சொன்னால் உனக்கு அது குறைவு என்று நினைக்காதே! உனக்கு அது பெருமையே தவிர வேறில்லை. இளையபிராட்டி குந்தவையைப் போன்ற அறிவுச் செல்வத்தைப் படைத்தவர் ஆண்களிலோ, பெண்களிலோ இதுவரையில் பிறந்ததில்லை. நமது முதன் மந்திரி அநிருத்தப் பிரம்மராயர் எப்படிப்பட்டவர் என்பது உனக்குத் தெரியுமில்லையா? அவரே இளையபிராட்டியிடம் யோசனை கேட்பார் என்றால், வேறு என்ன சொல்ல வேண்டும்?" என்று மிலாடுடையார் ஒரே பரவசமாகப் பேசினார்.

வந்தியத்தேவனிடம் அசூயை கொண்ட பார்த்திபேந்திரன், "அதெல்லாம் சரிதான்; யார் இல்லை என்றார்கள்? ஆனால் ஒருவேளை வந்தியத்தேவன் இளையபிராட்டியைப் பார்ப்பதற்கு முன்னால் வேறு ஒரு பெண் முகத்தைப் பார்த்து மயங்கியிருந்தால் என்ன செய்வது? உதாரணமாக, அந்தப் பழுவூர் இளையராணி என்கிற மோகினியைப் பார்த்திருந்தால்?..." என்றான்.

கடைசி வார்த்தைகளை அவன் சற்றுத் தாழ்ந்த குரலில் கூறியபடியால், கிழவரின் காதில் அது விழவில்லை. ஆனால் ஆதித்த கரிகாலன் காதில் விழுந்தது. அவன் சட்டென்று திரும்பிக் கண்களில் தீப்பொறி பறக்கப் பார்த்திபேந்திரனைப் பார்த்தான். அந்தப் பார்வை பல்லவ வீரனைக் கதிகலங்கச் செய்து விட்டது.

மலையமான் பாறையிலிருந்து எழுந்து நின்று, "பார்த்திபேந்திரா! நீ நாளைக்கே இலங்கைக்குப் புறப்படுகிறாய் அல்லவா? வாலிபர்களாகிய உங்களுக்குப் பேசுவதற்கு எவ்வளவோ இருக்கும். நான் கிழவன், மெல்ல மெல்ல அரண்மனைக்குப் போய்ச் சேர்கிறேன். நீங்கள் பேச வேண்டியதைப் பேசிவிட்டு சாவகாசமாக வந்து சேருங்கள்!" என்றார்.

அவர் சற்றுத் தூரம் சென்ற பிறகு பார்த்திபேந்திரன் ஆதித்த கரிகாலனைப் பார்த்து, "அரசே! என் தலைவா! தங்கள் மனத்தில் ஏதோ ஒரு சங்கடம் குடிகொண்டிருக்கிறது. ஏதோ ஒரு வேதனை தங்கள் உள்ளத்தை அரித்துக் கொண்டிருக்கிறது. அது பழுவூர் இளையராணி சம்பந்தமானது என்பதை நான் அறிவேன். பெரிய பழுவேட்டரையரின் கல்யாணத்தைப் பற்றிய பேச்சு வரும்போதெல்லாம் தங்கள் தோற்றமே மாறிவிடுகிறது. தங்கள் கண்கள் சிவந்து அனலைக் கக்குகின்றன. எத்தனை காலம் இந்த வேதனையைத் தங்கள் மனதிற்குள்ளேயே வைத்துக் கொண்டு புழுங்கப் போகிறீர்கள்? என்னைத் தங்கள் 'உயிருக்கு உயிரான சிநேகிதன்' என்று ஆயிரந்தடவை கூறியிருக்கிறீர்கள். அப்படிப்பட்ட சிநேகிதனிடம் தங்கள் உள்ளத்தைத் திறந்து காட்டக் கூடாதா? வேதனை இன்னதென்பதை எனக்குச் சொல்லக் கூடாதா? பரிகாரம் ஏதாவது கண்டுபிடித்துச் சொல்ல எனக்கு ஒரு சந்தர்ப்பம் அளிக்கக் கூடாதா? தாங்கள் மனத்திற்குள்ளே வேதனைப்பட்டுப் புழுங்குவதைப் பார்த்துக் கொண்டு எத்தனை நாள்தான் நான் சும்மா இருக்க முடியும்?" என்று அடங்கா ஆர்வத்தோடு கூறினான்.

ஆதித்த கரிகாலன் ஒரு நெடிய பெருமூச்சு விட்டு, "நண்பா! என் மன வேதனை என்றும் தீராத வேதனை. என் உயிரோடு மடிய வேண்டிய வேதனை. அதற்குப் பரிகாரமே கிடையாது. ஆயினும் உன்னிடம் சொல்லக் கூடாது என்பதில்லை. இன்றிரவு சொல்லுகிறேன். இப்போது கிழவருடன் அரண்மனைக்குப் போய்ச் சேர்வோம். அவரைத் தனியாக அனுப்புவது உசிதமில்லை!" என்று கூறிப் பாறையிலிருந்து எழுந்தான்.

54. "நஞ்சினும் கொடியாள்"

மாமல்லபுரத்தில் பழைய பல்லவ சக்கரவர்த்திகளின் மாளிகை ஒன்றில் அன்றிரவு அம்மூன்று வீரசிகாமணிகளும் தங்கினார்கள். இரவு உணவு அருந்தியானதும் மலையமான் அரசர் ஐந்து ரதங்களுக்கு அருகில் அரவான் கதை நடக்கிறது என்று கேள்விப்பட்டு அதைக் கேட்கப் போய் விட்டார். ஆதித்த கரிகாலனும் பார்த்திபேந்திரனும் அரண்மனை மேல் மாடத்துக்குச் சென்றார்கள்.

மேல்மாடத்திலிருந்து ஆதித்த கரிகாலன் மாமல்லபுரத்தின் இரவுத் தோற்றத்தைச் சிறிது நேரம் பார்த்துக்கொண்டிருந்தான். ஆங்காங்கு மினுக்கு மினுக்கு என்று சில தீபங்கள் மங்கலாகப் பிரகாசித்தன. வீதிகளில் பெரும்பாலும் நிசப்தம் குடிகொண்டிருந்தது. கோவில்களில் அர்த்தஜாம பூஜை முடிந்து வெளிக் கதவுகளைச் சாத்திக் கொண்டிருந்தார்கள். சமுத்திரத்தின் கோஷம் 'ஓ' வென்று சோகத் தொனியாகக் கேட்டது. ஐந்து ரதங்களுக்குப் பக்கத்தில் வில்லுப்பாட்டு வித்வானும் அவருடைய கோஷ்டியும் அரவான் கதை நடத்த, அவர்களைச் சூழ்ந்து கதை கேட்டுக் கொண்டிருந்த ஜனக் கூட்டம் தீவர்த்திகளின் ஒளியில் கரிய நிழல் உருவங்களாகத் தெரிந்தனர்.

"இந்த முதிர்ந்த வயதில் கிழவர் கதை கேட்கப் போய் விட்டார், பார்! என்ன இருந்தாலும் பழைய காலத்து மனிதர்கள்தான் மனிதர்கள்! அவர்களுடைய உடல் வலிமையும் மனோதிடமும் இந்த நாளில் யாருக்கு உண்டு?" என்றான் ஆதித்த கரிகாலன்.

"அரசே! தாங்களும் பழைய காலத்தின் பெருமையைப் பற்றிச் சொல்ல ஆரம்பித்துவிட்டீர்களா? பழைய கால மனிதர்கள் சாதித்த என்ன காரியத்தை நம் காலத்தில் நாம் சாதிக்கவில்லை? தங்களைப் போல் இளம் பருவத்தில் போர்க்களத்தில் வீரச் செயல் புரிந்தவர்களைப் பற்றிக் கதைகளிலும் காவியத்திலும் கூடக் கேட்டதில்லையே?" என்றான் பார்த்திபேந்திரன்.

"பார்த்திபா! நீ உண்மை உள்ளம் படைத்தவன். மனத்தில் ஒன்று வைத்துக்கொண்டு வாயினால் ஒன்று பேசாதவன் என்பதை நன்கு அறிந்திருக்கிறேன். இல்லாவிட்டால் நீ என்னுடைய நண்பன் அல்ல, இத சத்ரு என்றே சந்தேகிப்பேன். அவ்வளவு தூரம் என்னைக் குறித்து நீ முகஸ்துதி செய்கிறாய். முகஸ்துதியைப் போல் ஒருவனைப் பாதாளப் படுகுழியில் தள்ளக்கூடியது வேறொன்றுமில்லை!" என்றான் ஆதித்த கரிகாலன்.

"ஐயா! சுயநல நோக்கத்துடன் ஒருவனைப் பற்றி இல்லாத உயர்வைப் புனைந்து சொன்னால் அது முகஸ்துதியாகும். தஞ்சாவூரில் பழுவேட்டரையர்களின் அடிமையாக இருக்கிறானே மதுராந்தகன், அவனிடம் சென்று 'நீ வீராதி வீரன்' என்று நான் புகழ்ந்தால் அது முகஸ்துதியாகும். அப்படி நான் எப்போதாவது செய்ததாகத் தெரிந்தால் என்னை உடனே தங்கள் கையிலுள்ள வாளினால் கொன்று விடுங்கள். தங்களைப் பற்றி நான் சொன்னதில் ஒரு வார்த்தை கூட அதிகம் இல்லையே? பழைய காலத்தில் எந்த வீரன் இவ்வளவு இளம் வயதில் இத்தனை பெரிய காரியங்களைச் சாதித்திருக்கிறான்! தங்கள் பெரிய பாட்டனாராகிய யானை மேல் துஞ்சின இராஜாதித்தியரை ஒருவேளை

தங்களுக்குச் சமமாக வேணுமானால் சொல்லலாம்; தங்களை விட அதிகம் என்று அவரையும் சொல்ல முடியாது..."

"நிறுத்து, பார்த்திபா, நிறுத்து! இராஜாதித்யர் எங்கே? நான் எங்கே? மகா சமுத்திரம் போல் பொங்கி வந்த இராஷ்டிர கூடர்களின் மாபெரும் சைன்யத்தை ஒரு சின்னஞ் சிறு படையை வைத்துக் கொண்டு எதிர்த்து நிர்மூலமாக்கி வீர சொர்க்கம் அடைந்த இராஜாதித்தியரைப் பற்றிப் பேசுவதற்கே நாம் தகுதியற்றவர்கள். அவருடன் நம்மை ஒப்பிட்டுக் கொள்வதா? சோழ குலம் இருக்கட்டும்; நீ பிறந்த பல்லவ குலத்தில் முற்காலத்தில் எப்பேர்ப்பட்ட மகாபுருஷர்கள் இருந்தார்கள்! மகேந்திரவர்மரையும் மாமல்லரையும் இனி இந்த நாட்டில் எப்போதாவது காணப் போகிறோமா? தெற்கே துங்கபத்திரையிலிருந்து வடக்கே நர்மதை வரையில் ஒரு குடை நிழலில் ஆண்ட புலிகேசியை வென்று வாதாபியை அழித்து ஜயஸ்தம்பம் நாட்டிய நரசிம்மவர்மர் எங்கே? நீயும் நானும் எங்கே? இந்த மாமல்லபுரத்தைப் போல் ஒரு சொப்பனபுரியை நம்முடைய காலத்திலோ நமக்குப் பிற்காலத்திலோ யாராவது சிருஷ்டி செய்ய முடியுமா?.... அடடா! ஒரு தடவை நாலு புறமும் நன்றாய்ப் பார், பார்த்திபா! அதோ வில்லுப் பாட்டு நடக்கிறதே, அங்கே உற்றுப் பார்! அம்மாதிரி கற்பாறைகளைக் குடைந்து அற்புத ரதங்களின் வடிவங்களிலே அமைத்தவர்கள் சாதாரண மனிதர்களா? முந்நூற்றைம்பது ஆண்டுகளுக்கு முன்பு இந்த மாமல்லபுரம் எத்தகைய கோலாகலமான காட்சி அளித்திருக்க வேண்டுமென்று நினைக்கும்போதே எனக்கு உடம்பு சிலிர்க்கிறது! உனக்கு அத்தகைய உணர்ச்சி உண்டாகவில்லையா? உன் முன்னோர்களைப் பற்றி எண்ணும் போது உன் தோள்கள் பூரிக்கவில்லையா?"

"அரசே! சற்று முன்பு தங்களை முகஸ்துதி செய்வதாகச் சொன்னீர்களே? சில சமயம் தங்களிடமுள்ள குற்றங்குறைகளையும் நான் எடுத்துச் சொல்வதுண்டு என்பதை மறந்து விட்டீர்கள். சிற்பம், சித்திரம், கலை என்று வாழ்நாளை வீணாக அடிக்கும் பைத்தியம் தங்களையும் பிடித்துக் கொண்டிருக்கிறது. இந்தப் பைத்தியம் பிடித்ததினாலேதான் என் முன்னோர்கள் அடைந்த வெற்றியெல்லாம் வீணாக ஆயிற்று. வாதாபிக்குச் சென்று ஜயஸ்தம்பம் நாட்டி விட்டு மாமல்லர் திரும்பி வந்தாரே? பிறகு என்ன செய்தார்? கற்களைச் செதுக்கிக் கொண்டும் பாறைகளைக் குடைந்து கொண்டும் உட்கார்ந்திருந்தார்! அதன் பலன் என்ன? சில காலத்துக்கெல்லாம் மறுபடியும் சளுக்கர்கள் தழைத்தோங்கினார்கள். பெரும்படையுடன் மீண்டும் பழிவாங்குவதற்கு வந்தார்கள். காஞ்சியையும் உறையூரையும் அழித்தார்கள். மதுரை வரையில் சென்றார்கள். நெடுமாற பாண்டியன் மட்டும் நெல்வேலியில் சளுக்கர் படையைத் தடுத்து நிறுத்தித் தோற்கடித்திராவிட்டால் இன்று வரை இத்தென்னாடு முழுதும் சளுக்கர் ஆட்சியில் இருந்திருக்கும் அல்லவா?"

"இல்லை, பார்த்திபா, இல்லை! உலகில் எந்த அரச குலமும் என்றென்றைக்கும் நீடித்திருந்ததாக நாம் கேள்விப்பட்டதில்லை. இராமர் பிறந்த இக்ஷுவாகு குலத்துக்கும் ஒரு முடிவு ஏற்பட்டது. சளுக்கர்களை வீழ்த்த இரட்டை மண்டலத்தார் தோன்றினார்கள். இராஜ்யங்கள் சில சமயம் உன்னத நிலைமை அடைவதும் சில சமயம் தாழ்ச்சி உறுவதும் இயல்பு. சில இராஜ்யங்கள் சில காலம் எவ்வளவோ உன்னதமாக இருந்து விட்டு இருந்த இடம் தெரியாமல் போய் விடுகின்றன. என்னுடைய முன்னோர்களையே பார்! கரிகால்வளவன், கிள்ளிவளவன் முதலிய சோழ மன்னர்கள் எவ்வளவோ சீரும் சிறப்புமாயிருந்தார்கள். அவர்களையெல்லாம் பற்றி இப்போது நமக்கு என்ன தெரிந்திருக்கிறது? கவிஞர்கள் சிலர் அவர்களைப் புகழ்ந்து பாடியிருப்பதனால் அவர்கள் பேரையாவது தெரிந்து கொண்டிருக்கிறோம். கவி பாடிய பாணர்கள் உண்மையைத்தான் பாடினார்களோ, அல்லது நன்றாக மதுபானம் செய்துவிட்டு, மனம் போன போக்கில் பாடினார்களோ, நமக்குத் தெரியாது. ஆனால் மகேந்திர பல்லவரும் மாமல்லரும் இந்தச் சிற்பபுரியைச் சிருஷ்டித்தார்களே, இது ஆயிரமாயிரம் ஆண்டு காலம் அவர்களுடைய பெருமையை உலகத்துக்கு உணர்த்திக் கொண்டிருக்கும். அவர்கள் செய்த காரியத்துக்கு ஈடாக நீயும் நானும் என்ன செய்திருக்கிறோம்! போர்க்களத்திலே பல்லாயிரம்

மனிதர்களைக் கொன்று குவித்திருக்கிறோம்; இரத்த வெள்ளம் ஓடச் செய்திருக்கிறோம். உலகில் நம் பெயரை நிலைநிறுத்த வேறு என்ன செய்திருக்கிறோம்?"

இதைக் கேட்ட பார்த்திபேந்திரன் இவ்விதம் பேசுவது ஆதித்த கரிகாலன்தானா என்று ஐயுறும் பாவனையுடன் சிறிது நேரம் திகைத்திருந்தான். பிறகு ஒரு பெருமூச்சு விட்டு, "அரசே! போரையும் வீரத்தையும் குறித்துத் தாங்களே இவ்விதம் பேசுவது என்றால், நான் என்ன சொல்வதற்கு இருக்கிறது? தங்களுடைய மனம் இன்று சரியான நிலையில் இல்லை. ஆகையினாலேயே இப்படிப் பேசுகிறீர்கள்! ஐயா! தங்கள் மனத்திலுள்ள வேதனை இன்னதென்பதை எனக்குச் சொல்லலாகாதா? தங்களுடைய வயிர நெஞ்சத்தை சிறிது திறந்து காட்டக் கூடாதா?" என்று ஆவலோடு கேட்டான்.

"பார்த்திபா! என் நெஞ்சைப் பிளந்து காட்டினேனாயின், அதற்குள்ளே என்ன இருக்கும், எவர் இருப்பர் என்று நினைக்கிறாய்?"

"அதைத்தான் தெரிந்துகொள்ள விரும்புகிறேன், சுவாமி!"

"என்னைப் பெற்ற தாயும் தந்தையும் இருக்க மாட்டார்கள். என் உயிரினும் இனிய தங்கையும் தம்பியும் இருக்க மாட்டார்கள். என் உயிருக்குயிராகிய நண்பர்களாகிய நீயும் வந்தியத்தேவனும் இருக்க மாட்டீர்கள். வஞ்சகமே வடிவான ஒரு பெண் அதில் இருப்பாள். பாவமே உருவான பழுவூர் இளையராணி அதில் இருப்பாள். நஞ்சினும் கொடியவளான நந்தினி என் நெஞ்சுக்குள்ளே இருந்து என்னைப் படுத்தி வைக்கும் பாட்டை இன்று வரை வாயைத் திறந்து யாரிடமும் சொன்னதில்லை. உன்னிடந்தான் இன்று சொன்னேன்!" என்று ஆதித்த கரிகாலன் கூறிய வார்த்தைகளில் தணலின் ஜுவாலை வீசிற்று.

"அரசே! அதை ஒருவாறு நான் ஊகித்தேன். பழுவூர் இளையராணியின் பேச்சு வரும்போதெல்லாம் தங்கள் முகம் கறுத்துக் கண்கள் சிவந்து சொல்ல முடியாத மனவேதனையை வெளியிட்டதைக் கொண்டு அறிந்தேன். ஆனால் இந்தத் தகுதியில்லா மோகம் எப்படித் தங்கள் நெஞ்சில் இடம்பெற்றது? அன்னியப் பெண்களையெல்லாம் அன்னையெனக் கருதும் மரபில் தாங்கள் வந்தவராயிற்றே? பழுவேட்டரையர் தங்கள் குலத்துக்கு நெடுங்கால உறவினர்; பிராயம் முதிர்ந்தவர். இன்றைக்கு அவர்கள் நமக்குப் பகைவர்களானாலும் முன்னால் அப்படியில்லையே? தங்கள் தந்தையும் பாட்டனாரும் அவரை எவ்வளவு மதித்து மரியாதை செய்தார்கள்? அப்படிப்பட்டவர் அக்னி சாட்சியாக மணந்து கொண்ட பெண்ணை... அவள் எவ்வளவுதான் கெட்டவளானாலும்... தாங்கள் மனத்திலும் கருதலாமா?"

"கூடாது, பார்த்திபா, கூடாது! அது எனக்குத் தெரியாது என்றா நினைக்கிறாய்? தெரிந்திருப்பதனாலேதான் இந்த மனவேதனை. அவள் பழுவேட்டரையரை மணந்த பிறகு என் நெஞ்சில் இடம் பெறவில்லை. அதற்கு வெகு காலம் முன்பே என் உள்ளத்தில் அவளுடைய மோக விஷம் ஏறிவிட்டது. அதைக் களைந்தெறிய எவ்வளவோ முயன்றும் முடியவில்லை. குற்றம் எல்லாம் அவள் பேரில் என்று தோன்றும்படி நான் பேசுகிறேன். குற்றம் யாருடையது என்பதைக் கடவுளே அறிவார். பார்க்கப் போனால், பாவம் பழியெல்லாம் எங்களைப் படைத்த கடவுள் தலையிலேயே விழ வேண்டும். அல்லது எங்களைச் சந்திக்கப் பண்ணிப் பின்னர் பிரித்து வைத்த விதியின் பேரில் குற்றம் சொல்ல வேண்டும்!"

"அரசே! நந்தினி பழுவூர் ராணியாவதற்கு முன்னால் தாங்கள் அவளைச் சந்தித்ததுண்டா? எங்கே, எப்போது எப்படிச் சந்தித்தீர்கள்?"

"அது பெரிய கதை. இன்றைக்கு அதைக் கேட்க விரும்புகிறாயா?"

"கட்டாயம் கேட்க விரும்புகிறேன். அதைத் தெரிந்து கொள்ளாவிட்டால் எனக்கு மன நிம்மதியிராது. நாளைக்கு இலங்கை போகச் சொல்லுகிறீர்களே? அங்கே சென்று என் கடமையைச் சரிவரச் செய்ய முடியாது. நிலைமை இன்னதென்பதைத் தெரிந்துகொண்டு

தங்களுக்கு ஆறுதல் சொல்லிவிட்டுப் போனால்தான் என் உள்ளம் ஒருவாறு நிம்மதி அடையும்!"

"நண்பா! எனக்கு ஆறுதல் சொல்லப் போகிறாயா? இந்த ஜன்மத்தில் எனக்கு ஆறுதல் என்பது கிடையாது. அடுத்த பிறவியில் உண்டா என்பதும் சந்தேகம்தான். உன்னுடைய மன நிம்மதிக்காகச் சொல்கிறேன். உன்னிடம் சொல்லாமல் நான் எதையோ ஒளித்து வைத்திருப்பதாக எண்ணிக் கொண்டு நீ இலங்கை போக வேண்டியதில்லை!"

இவ்விதம் கூறி ஆதித்த கரிகாலன் சிறிது நிதானித்தான். பிறகு ஒரு நெடிய பெருமூச்சு விட்டு விட்டுச் சொல்லத் தொடங்கினான்.

55. நந்தினியின் காதலன்

"முதன் முதலாக என்னுடைய பன்னிரண்டாம் பிராயத்தில் நந்தினியை நான் சந்தித்தேன். ஒருநாள் பழையாறையில் எங்கள் அரண்மனையின் பின்புறத்திலுள்ள நீர் ஓடையில் நானும் என் தங்கையும் தம்பியும் ஓடம் விட்டு விளையாடிக் கொண்டிருந்தோம். விளையாட்டு முடிந்து ஓடத்திலிருந்து இறங்கிப் பூஞ்சோலை வழியாக அரண்மனைக்குச் சென்றோம். வழியில் எங்கள் பெரிய பாட்டி செம்பியன் மாதேவியின் குரல் கேட்டது. நாங்கள் மூன்று பேரும் பாட்டியிடம் செல்லமாக வளர்ந்தவர்கள். பாட்டியிடம் நாங்கள் ஓடம் விட்டதைப் பற்றிச் சொல்வதற்காக அவருடைய குரல் கேட்ட கொடி வீட்டுக்குள் புகுந்தோம். அங்கே பாட்டியைத் தவிர இன்னும் மூன்று பேர் இருந்தார்கள். மூன்று பேரில் ஒருத்தி எங்களையொத்த பிராயத்துச் சிறு பெண். மற்ற இருவரும் அவளுடைய பெற்றோர்கள் என்று தெரிந்தது. அந்தப் பெண்ணைப் பற்றி அவர்கள் ஏதோ மாதேவடிகளிடம் சொல்லிக்கொண்டிருந்தார்கள்.

நாங்கள் கொடி வீட்டுக்குள் புகுந்ததும் அங்கிருந்த எல்லாரும் எங்களைப் பார்த்தார்கள். ஆனால் அந்தச் சிறு பெண்ணின் வியப்பினால் விரிந்த நெடிய கண்கள் எங்களைப் பார்த்தது மட்டுமே என் கண்ணுக்குத் தெரிந்தது. அந்தக் காட்சி இன்றைக்கு நினைத்துப் பார்த்தாலும் என் மனக்கண் முன்னால் நிற்கிறது..."

இவ்விதம் கூறிக் கரிகாலன் வானத்தை அண்ணாந்து பார்த்துக்கொண்டு மௌனமாயிருந்தான். வானத்தில் அச்சமயம் உலாவிய மெல்லிய மேகத் திரைகளுக்குள்ளே அந்தச் சிறு பெண்ணின் முகத்தை அவன் பார்த்தானோ என்னமோ தெரியாது.

"ஐயா! அப்புறம் சொல்லுங்கள்!" என்று பார்த்திபேந்திரன் கேட்டதும், கரிகாலன் இந்த உலகத்துக்கு வந்து கதையைத் தொடர்ந்தான்:

"பாட்டியிடம் ஓடம் விட்டு விளையாடியதைப் பற்றி என் தங்கை குந்தவை தான் சொன்னாள். அதைக் கேட்ட பிறகு, மாதேவடிகள், "என் கண்ணே! இந்தப் பெண்ணைப் பார்த்தாயா? எவ்வளவு சூடிகையாயிருக்கிறாள்? இவர்கள் பாண்டிய தேசத்திலிருந்து நம்முடைய ஈசான சிவபட்டர் வீட்டுக்கு வந்திருக்கிறார்கள். கொஞ்ச நாளைக்கு இங்கே இருப்பார்கள். இந்தப் பெண்ணின் பெயர் நந்தினி, இவளையும் சில சமயம் உங்கள் விளையாட்டுகளில் சேர்த்துக் கொள்ளுங்கள். இவள் உனக்கு நல்ல தோழியாயிருப்பாள்!" என்றார். ஆனால் என் தங்கைக்கு இது பிடிக்கவில்லையென்பதை நான் அறிந்து கொண்டேன். நாங்கள் மூவரும் அங்கிருந்து அரண்மனைக்குச் சென்ற போது குந்தவை, 'அண்ணா! அங்கே ஒரு பெண் நின்றாளே? எவ்வளவு அவலட்சணமாயிருந்தாள் பார்த்தாயா? அவளுடைய முகம் ஏன் அப்படிக் கோட்டான் முகம் மாதிரி இருக்கிறது? அவளுடன் நான் விளையாட வேண்டும் என்கிறாரே, பாட்டி? அவள் முகத்தைப் பார்த்தால் என்னால் சிரிக்காமலிருக்கவே முடியாதே! என்ன செய்வது?" என்றாள். இதைக் கேட்டதும் எனக்கு ஒரு முக்கியமான உண்மை தெரிய வந்தது. அதாவது

பெண்கள் பிறக்கும்போதே பொறாமையுடன் பிறக்கிறார்கள் என்பதுதான். ஒரு பெண் எவ்வளவு அழகுடையவளாயிருந்தாலும் இன்னொரு பெண் அழகாயிருப்பதைக் காணச் சகிப்பதில்லை.

"எங்கள் குலத்தில் பிறந்த பெண்களுக்குள்ளே என் சகோதரி சௌந்தரியம் மிக்கவள் என்பது பிரசித்தமானது. அவளுக்கும் இன்னொரு பெண் அழகாயிருப்பதைக் கண்டு பொறுக்கவில்லை. இல்லாவிட்டால் அந்தப் பெண்ணைக் குறித்து ஏன் அப்படிச் சொல்ல வேண்டும்? நான் என் சகோதரியை இலேசில் விடவில்லை. அவளுக்குக் கோபம் உண்டாக்குவதற்காகவே அந்த இன்னொரு பெண் அழகாய்த் தான் இருக்கிறாள் என்று வற்புறுத்திச் சொன்னேன். இருவரும் அடிக்கடி இதைப் பற்றி விவாதம் செய்து சண்டை பிடித்தோம். எங்கள் சகோதரன் அருள்மொழியோ இந்தச் சண்டையின் காரணத்தை அறியாமல் திகைத்தான். பிறகு சில நாளைக்கெல்லாம் பாண்டிய நாட்டு யுத்தத்துக்குச் சென்ற என் தந்தையோடு நானும் புறப்பட்டுச் சென்றேன். பாண்டிய சைன்யத்தையும் பாண்டியர்களுக்கு உதவியாக இலங்கை அரசன் அனுப்பிய சைன்யத்தையும் பல இடங்களில் முறியடித்தோம். கடைசியில், வீரபாண்டியன் ஓடி ஒளிந்து கொண்டானா அல்லது போர்க்களத்தில் மடிந்தானா என்பது அச்சமயம் தெரியவில்லை. வீரபாண்டியன் மறைந்ததும் பாண்டிய சைன்யத்துக்கு உதவியாக வந்த இலங்கை வீரர்கள் பின்வாங்கி ஓடினார்கள். அவர்களைத் துரத்திக் கொண்டு நாங்கள் சேதுக்கரை வரையில் சென்றோம். இறந்தவர்கள் போக மற்றவர்கள் கப்பலேறித் தப்பித்து சென்றார்கள். அடிக்கடி பாண்டியர்களுக்கு உதவியாகப் படைகள் அனுப்பி தொல்லைப்படுத்தும் இலங்கை மன்னர்களுக்கு என் தந்தை புத்தி கற்பிக்க விரும்பினார். கொடும்பாளூர்ச் சிறிய வேளாரின் தலைமையில் ஒரு பெரிய படையை இலங்கைக்கு அனுப்புவதென்று தீர்மானித்தார். இதற்கு வேண்டிய கப்பல்களையும் தளவாடங்களையும் சேகரிக்கச் சிறிது காலமாயிற்று. ஆயினும் நாங்கள் அங்கேயே தாமதித்து, கப்பல்களில் படைகளை ஏற்றி அனுப்பினோம். மாதோட்டத்தில் நம் வீரர்கள் பத்திரமாய்ச் சென்று இறங்கினார்கள் என்று தெரிந்த பிறகே அங்கிருந்து சோழ நாட்டுக்குத் திரும்பினோம்.

"மீண்டும் நான் பழையாறைக்கு வந்து சேர்வதற்குள் இரண்டு வருஷத்துக்கு மேலாகிவிட்டது. மதுரைப் பக்கத்திலிருந்து வந்திருந்த அர்ச்சகர் பெண்ணை நான் அடியோடு மறந்து விட்டேன். பழையாறைக்கு வந்து பார்த்தபோது என் சகோதரியும் அப்பெண்ணும் அடையாளம் அறிய முடியாதபடி வளர்ந்திருக்கக் கண்டேன். அவர்களிருவரும் மிக சிநேகத்துடன் பழகுவதையும் கண்டேன். நந்தினி வளர்ந்திருந்தது மட்டுமல்ல, ஆடை ஆபரணங்களினாலும் ஜொலித்துக்கொண்டிருந்தாள். இது என் சகோதரியின் காரியம் என்று அறிந்தேன். முன் போலில்லாமல் நந்தினி இப்போது என்னைப் பார்க்கவும் பேசவும் கூச்சப்பட்டாள். அதை நான் போக்குவதற்குப் பாடுபட்டேன். வேறு எதிலும் காணாத இன்பம் அவளுடன் பேசிப் பழகுவதில் அடைந்தேன். இது எனக்கு அந்தச் சிறிய பிராயத்தில் எவ்வளவு வியப்பை அளித்தது என்பதைச் சொல்ல முடியாது. காவேரியில் பெருகி வரும் புது வெள்ளத்தைப் போல் என் உள்ளத்தில் ஏதோ ஒரு புதுமை உணர்ச்சி பொங்கி, வெள்ளமாய்ப் பெருகிக் கொண்டிருந்தது. ஆனால் இது என்னைச் சேர்ந்தவர்கள் யாருக்கும் பிடிக்கவில்லையென்பதை விரைவிலேயே கண்டு கொண்டேன். நான் வந்ததிலிருந்து குந்தவை அப்பெண்ணிடம் வெறுப்பைக் காட்டத் தொடங்கினாள். ஒருநாள் எங்கள் பாட்டியார் மாதேவடிகள் என்னை அழைத்து, 'நந்தினி அர்ச்சகர் வீட்டுப் பெண்; நீயோ சக்கரவர்த்தி குமாரன்; உங்கள் இரண்டு பேருக்கும் இப்போது பிராயமும் ஆகிவிட்டது. ஆகையால் நந்தினியிடம் நீ பழகுவது உசிதமல்ல' என்று புத்திமதி கூறினார். அதுவரை பாட்டியைத் தெய்வமென மதித்து வந்த நான் அப்போது அவரிடம் கோபமும் அவருடைய வார்த்தையில் அவமதிப்பும் கொண்டேன். அவருடைய புத்திமதியை மீறி நந்தினியைத் தேடிப் பிடித்துப் பேசிப் பழகினேன். இது நெடுங்காலம் நிலைத்திருக்கவில்லை. திடீரென்று ஒருநாள் நந்தினியும், அவளுடைய பெற்றோர்களும்

பாண்டிய நாட்டில் அவர்களுடைய ஊருக்குப் புறப்பட்டுச் சென்று விட்டார்கள் என்று தெரிந்தது. அப்போது எனக்குத் துக்கம் பொங்கி வந்தது; கோபம் என்னை மீறி வந்தது. துக்கத்தை என் மனதிற்குள் வைத்துக்கொண்டு கோபத்தை என் சகோதரியின் பேரில் காட்டினேன். நல்லவேளையாகச் சில நாளைக்கெல்லாம் நான் வடக்கே பிரயாணப்பட நேர்ந்தது. திருமுனைப்பாடியையும் தொண்டை மண்டலத்தையும் ஆக்கிரமித்திருந்த இராஷ்டிரகூடப் படைகளை விரட்டுவதற்காகப் புறப்பட்ட சோழ சைன்யத்துடன் நானும் புறப்பட்டு வந்தேன். அப்போதுதான் நீயும் நானும் சந்தித்தோம்; இணைபிரியா சிநேகிதர்களானோம்.

"மலையமான் அரசருடைய உதவியுடன் நீயும் நானும் இராஷ்டிரகூடப் படைகளுடன் போரிட்டோம். பாலாற்றுக்கு வடக்கே அவர்களைத் துரத்தி அடித்துக் காஞ்சி நகரையும் கைப்பற்றினோம். அச்சமயத்தில் இலங்கையிலிருந்து கெட்ட செய்தி வந்தது. நமது படை அங்கே முறியடிக்கப்பட்டதென்றும் கொடும்பாளூர் சிறிய வேளார் இறந்து விட்டார் என்றும் தெரிந்தன. இதைக் கேட்டுவிட்டு, அது வரையில் பாலைவனத்தின் மத்தியில் பாறைக் குகையில் ஒளிந்திருந்த வீரபாண்டியன், புற்றிலிருந்து பாம்பு புறப்படுவது போல் வெளிப்பட்டு வந்தான். மறுபடியும் சைன்யத்தைத் திரட்டிக் கொண்டு மதுரையைக் கைப்பற்றி மீனக் கொடியை ஏற்றினான். இதையெல்லாம் கேட்ட போது உனக்கும் எனக்கும் எப்படிப்பட்ட வீராவேசம் உண்டாயிற்று என்பது ஞாபகம் இருக்கிறதல்லவா? நாம் இருவரும் உடனே புறப்பட்டுப் பழையாறைக்குச் சென்றோம். என் தந்தை சக்கரவர்த்திக்கு அப்போதே உடல் நலம் கெடத் தொடங்கியிருந்தது. கால்களின் சுவாதீனம் குறைந்திருந்தது. ஆயினும் சக்கரவர்த்தி பாண்டிய நாட்டுப் போர்க்களம் புறப்படச் சித்தமாயிருந்தார். வேண்டாம் என்று நான் அவரைத் தடுத்தேன். பாண்டிய சைன்யத்தை முறியடித்து மதுரையை மீண்டும் கைப்பற்றி வீரபாண்டியனுடைய தலையையும் கொணராமல் சோழ நாட்டுக்குத் திரும்புவதில்லை என்று என் தந்தை முன்னால் பிரதிக்ஞை செய்தேன். அப்போது நீயும் என்னுடன் இருந்தாய். என் பிரதிக்ஞையை ஒப்புக் கொண்டு என் தந்தை நம்மைப் பாண்டிய நாட்டுப் போர்க்களத்துக்கு அனுப்பினார். ஏற்கெனவே படைத் தலைமை வகித்து சென்றிருந்த கொடும்பாளூர் பூதிவிக்கிரம கேசரியின் தலைமையில் நாம் போர் செய்ய வேண்டும் என்று பணித்தார். அதற்குச் சம்மதித்து நாம் சென்றோம். வழியில் பெரிய பழுவேட்டரையரைச் சந்தித்தோம். அவரைப் படைத் தலைவராக்காமல் கொடும்பாளூர் வேந்தரை நியமித்ததில் பழுவேட்டரையருக்கு அதிருப்தி உண்டாகியிருந்தது என்பதை அறிந்தோம்.

"நம்முடைய போர் ஆவேசத்தைக் கண்டு சேநாதிபதி பூதிவிக்கிரம கேசரி யுத்தம் நடத்தும் பொறுப்பை நம்மிடமே ஒப்புவித்துவிட்டார். நண்பா! அந்த யுத்தத்தில் நீயும் நானும் நம்ப முடியாத வீரச் செயல்களைப் புரிந்தோம் என்று பெருமை கொள்வதில் யாதொரு தவறும் இல்லை. பாண்டிய சைன்யத்தை முறியடித்து மதுரையைக் கைப்பற்றினோம். அத்துடன் நாம் திருப்தி அடைந்துவிடவில்லை. மறுபடியும் பாண்டிய சைன்யம் தலையெடுக்க முடியாதபடி அதை நிர்மூலம் செய்துவிட விரும்பினோம். சிதறி ஓடிய வீரர்களை நாலா பக்கத்திலும் துரத்திச் சென்று ஒருவர் மிச்சமில்லாமல் துவம்ஸம் செய்துவிடும்படி நம் படை வீரர்களுக்குக் கட்டளையிட்டோம். நாம் மட்டும் ஒரு வலிமையான படையுடன் பாண்டியனைத் துரத்திக் கொண்டு போனோம். உயரமாகப் பறந்த மீனக் கொடி பாண்டியன் எந்தத் திசையை நோக்கி ஓடுகிறான் என்பதை நமக்குக் காட்டியது. அந்தத் திசையை நோக்கி நாமும் சென்று அவனைப் பிடித்தோம். வீரபாண்டியனைச் சுற்றிலும் ஆபத்துதவிகள் மதில் சுவரைப் போல் பாதுகாத்து நின்றார்கள். சோழ நாட்டு வேளக்காரப் படையைக் காட்டிலும் பாண்டிய நாட்டு ஆபத்துதவிகள் ஒருபடி மேலான வீரர்கள். பின்வாங்கி ஓடுவதில்லையென்றும் தங்கள் உயிரை அளித்தாவது பாண்டிய மன்னனைக் காப்பாற்றுவோம் என்றும் சபதம் செய்தார்கள். அது சாத்தியப்படாமற் போய், பாண்டிய மன்னனுக்கு ஆபத்து வந்து

விட்டால், தங்கள் தலையைத் தாங்களே வெட்டிக் கொண்டு பலி கொடுப்போம் என்று சபதம் பூண்டவர்கள். அப்படிப்பட்ட வீரர்கள் தங்கள் கடனை நிறைவேற்றினார்கள். ஒருவர் மிச்சமின்றி அவர்களைக் கொன்று தீர்த்தோம். இறந்தவர்களின் சவங்கள் மலை மலையாய்க் குவிந்தன. ஆனால் அவர்களுக்கு நடுவில் வீரபாண்டியனை நாம் காணவில்லை. மீனக் கொடியைப் பார்த்து நாம் ஏமாந்து போனோம். மீனக் கொடியைத் தாங்கிக் கொண்டு யானை ஒன்று நின்றது. ஆனால் அதன் பேரிலோ, பக்கத்திலோ பாண்டிய மன்னனைக் காணவில்லை! வீரபாண்டியன் போர்க்களத்திலிருந்து தப்பி ஓடி ஒளிந்து கொள்ளுவதில் சமர்த்தன் அல்லவா? இப்போதும் அவன் ஓடியிருக்கலாம் என்று சந்தேகித்து, படைகளைப் பிரித்து நாலாபுறமும் அனுப்பினோம்.

"வைகை நதியின் இரு கரைகளோடு நீங்கள் எல்லோரும் விரைந்து சென்றீர்கள். நானும் சும்மா இருக்கவில்லை. வைகை நதியில் இறங்கி மணலில் நடந்து தெற்கே சென்றேன். ஒரு தனிக் குதிரையின் குளம்படி மணலில் சில இடங்களில் பதிந்திருந்தது. குதிரை போன வழியில் மணலில் இரத்தக் கறையும் காணப்பட்டது. அதைப் பிடித்துக்கொண்டு நான் போனேன். வைகையாற்றின் மத்தியில் ஒரு தீவு போல் அமைந்திருந்த சோலையை அடைந்தேன். அந்தச் சோலைக்குள்ளே திருமாலின் கோவில் ஒன்றிருந்தது. அதையொட்டி இரண்டொரு அர்ச்சகர் வீடுகள் இருந்தன. பெருமாள் பூஜைக்குரிய பூ மரங்கள் அச்சோலையில் ஏராளமாக இருந்தன. ஒரு சிறிய தாமரைக் குளம் பூத்துக் குலுங்கிக்கொண்டிருந்தது. நண்பா! உனக்கு ஒருவேளை ஞாபகம் இருக்கலாம். அந்தச் சோலையைச் சுட்டிக்காட்டி அதில் நம் வீரர்கள் யாரும் தப்பித் தவறிக் கூடப் பிரவேசிக்கக் கூடாது என்று நான் கண்டிப்பான கட்டளையிட்டிருந்தேன். இதற்குக் காரணம், அந்தப் பெருமாள் கோவிலின் பூஜைக்குப் பங்கம் எதுவும் வரக் கூடாது என்று நான் எண்ணியது மாத்திரம் அல்ல. அங்கே இருந்த பட்டரின் வீட்டில் என் உள்ளத்தைக் கவர்ந்து என் நெஞ்சில் கோவில் கொண்ட பெண்ணரசி இருந்ததுதான்."

"ஒருநாள் அந்தச் சோலைக்குள் நான் புகுந்த போது நந்தினியைப் பார்த்து விட்டேன். அவளுடைய கோலம் இப்போது சிறிது மாறிப் போயிருந்தது. தலைக் கூந்தலை ஆண்டாள் விக்கிரகத்தைப் போல் முன்னால் மகுடமாகக் கட்டி அதில் பூமாலை சுற்றியிருந்தாள். கழுத்திலும் பூமாலை தரித்திருந்தாள். 'இது என்ன கோலம்?' என்று நான் கேட்டேன். அவள் என்னைப் பிரிந்து வந்த பிறகு மானிடர் யாரையும் மணப்பதில்லை என்றும் ஆண்டாளைப் போல் கண்ணனையே மணப்பது என்றும் சங்கல்பம் செய்து கொண்டதாகக் கூறினாள். இது வெறும் பைத்தியக்காரத்தனமாக எனக்குத் தோன்றியது. மானிடப் பெண்ணாவது, கடவுளை மணப்பதாவது? ஆயினும் அதைப் பற்றி அச்சமயம் விவகாரம் செய்ய நான் விரும்பவில்லை. 'யுத்தம் முடியட்டும்; பிறகு பார்த்துக் கொள்ளலாம்' என்று எண்ணினேன். அவளுக்கு ஏதேனும் உதவி வேண்டுமா என்று கேட்டேன். 'உங்கள் போர் வீரர்கள் யாரும் இங்கு வராதபடி செய்யுங்கள். இங்கே என் வயதான தாய் தந்தையர் மட்டுந்தான் இருக்கிறார்கள். அவர்கள் கண் தெரியாதவர்கள். திடகாத்திரனான என் தமையன் ஒருவன் உண்டு. அவன் இப்போது திருப்பதி யாத்திரை போயிருக்கிறான்!' என்றாள். அவள் கேட்டபடி அங்கே நம் வீரர் யாரும் வராமல் பார்த்துக் கொள்வதாக நான் வாக்குறுதி கொடுத்துவிட்டுத் திரும்பினேன். அப்புறம் இரண்டு மூன்று தடவை அவளைப் போய்ப் பார்த்தேன். அவளிடத்தில் நான் கொண்ட பழைய மோகம் ஒன்றுக்குப் பத்து மடங்கு பெருகிக் கொழுந்துவிட்டெரிந்தது. எனினும் பொறுமையைக் கடைப்பிடித்தேன். வந்த காரியத்தை முதலில் முடிக்க வேண்டும். வீரபாண்டியனுடைய தலையுடன் பழையாறைக்குப் போக வேண்டும்; அதற்குப் பிரதியாக நந்தினியை மணந்து கொள்ளத் தந்தையிடம் அனுமதி கேட்பது என்று முடிவு செய்தேன்.

"இப்படி நான் தீர்மானித்திருந்த நிலையில், ஒற்றைக் குதிரையின் குளம்படி அந்தச் சோலைக்குள்ளே போயிருப்பதைக் கண்டதும் அளவிலாத வியப்பும் ஆத்திரமும்

கொண்டேன். மேலும் சென்று பார்த்தபோது, அடர்ந்த மரங்களின் மறைவில் குதிரை கட்டியிருப்பதைக் கண்டேன். எனவே தப்பி வந்தவன் அந்தக் குடிசை வீடுகளில் ஒன்றில்தான் இருக்க வேண்டும். நந்தினியின் வீட்டுக்குச் சென்று பலகணி வழியாகப் பார்த்தேன். நண்பா! அங்கே நான் கண்ட காட்சி பழுக்கக் காய்ச்சிய இரும்பினால் என் நெஞ்சில் தீட்டியது போலப் பதிந்திருக்கிறது. ஒரு பழைய கயிற்றுக் கட்டிலில் வீரபாண்டியன் படுத்துக் கிடந்தான். நந்தினி அவனுக்குத் தாகத்துக்குத் தண்ணீர் கொடுத்துக் குடிக்கச் செய்தாள். அவள் முகம் முன் எப்போதுமில்லாத காந்தியுடன் ஜொலித்தது. அவள் கண்களில் இரண்டு துளி கண்ணீர் ததும்பி நின்றது. என்னை மீறி வந்த ஆத்திரத்துடன் கதவைப் படார் என்று உதைத்துத் திறந்து கொண்டு உள்ளே போனேன். காயங்களைக் கட்டிக் கொண்டிருந்த நந்தினி என்னைக் கண்டதும் அதை நிறுத்தி விட்டு முன்னால் வந்தாள். சாஷ்டாங்கமாக என்னை நமஸ்கரித்து எழுந்தாள். கை கூப்பிய வண்ணம், 'ஐயா! நீங்கள் என் பேரில் ஒருநாள் வைத்திருந்த அன்பின் பேரில் ஆணையிட்டு வேண்டுகிறேன். இவரை ஒன்றும் செய்யாதீர்கள்! படுகாயப்பட்டுக் கிடக்கும் இவரை உங்கள் கையால் கொல்ல வேண்டாம்!' என்றாள்.

நான் தட்டுத்தடுமாறி, 'உனக்கும் இந்த மனிதனுக்கும் என்ன சம்பந்தம்? எதற்காக அவன் உயிரைக் காப்பாற்றும்படிக் கேட்கிறாய்?' என்றேன்.

'இவர் என் காதலர்; இவர் என் தெய்வம்; இவர் என்னை மணந்துகொள்ளச் சம்மதித்திருக்கும் தயாளன்!' என்றாள் நந்தினி.

"காயம் பட்டிருந்த வீரபாண்டியனைப் பார்த்துக் கொஞ்சம் உண்டாகியிருந்த இரக்கமும் என்னிடமிருந்து அகன்று விட்டது. இந்தப் பாதகன் சண்டாளன், எப்படி என்னைப் பழி வாங்கி விட்டான்! என் இராஜ்யத்தையே கைப்பற்றியிருந்தாலும் பாதகம் இல்லை; என் உள்ளத்தில் குடிகொண்டிருந்த பெண்ணரசியையல்லவா அபகரித்து விட்டான்? இவனிடம் எப்படி இரக்கம் காட்ட முடியும்? முடியவே முடியாது!

"நந்தினியை உதைத்துத் தள்ளி விட்டு அவளைத் தாண்டிக் கொண்டு சென்று வாளின் ஒரே வீச்சில் வீரபாண்டியனுடைய தலையை வெட்டி வீழ்த்தினேன். அந்த மூர்க்க பயங்கர செயலை இப்போது நினைத்துப் பார்த்தால் எனக்கு வெட்கமாயிருக்கிறது. ஆனால் அச்சமயம் யுத்த வெறியோடு கூடக் குரோத வெறியும் என்னைப் பீடித்திருந்தது. அந்த ஆவேசத்தில் வீரபாண்டியனைக் கொன்றுவிட்டு அந்த வீட்டின் வாசற்படியைத் தாண்டும் போது நந்தினியை ஒரு முறை திரும்பிப் பார்த்தேன். அவளும் என்னைக் கண்கொட்டாமல் பார்த்தாள். அதைப் போன்ற பார்வை இந்தப் பூவுலகில் நான் கண்டதில்லை. அதில் காமக் குரோத லோப மோக மத மாற்சரியம் என்னும் ஆறு வித உணர்ச்சிகளும் அத்தனை நெருப்பு ஜுவாலைகளாகக் கொழுந்து விட்டு எரிந்தன. அதன் பொருள் என்னவென்று எத்தனையோ தடவை எண்ணி எண்ணிப் பார்த்தும் எனக்கு இன்று வரை தெரியவில்லை!

"அதற்குள் என்னைத் தேடிக் கொண்டு நீயும் இன்னும் பலரும் வந்து விட்டீர்கள். வீரபாண்டியனுடைய தலையற்ற உடலையும் இரத்தம் சிந்திய தலையையும் பார்த்துவிட்டு எல்லோரும் ஜயகோஷம் செய்தீர்கள். ஆனால் என்னுடைய நெஞ்சில் விந்திய பர்வதத்தை வைத்ததுபோல் ஒரு பெரும் பாரம் அமுக்கிக்கொண்டிருந்தது!..."

56. அந்தப்புர சம்பவம்

பல நூற்றாண்டுகளுக்கு முன்னால் காஞ்சியில் மகேந்திர பல்லவ சக்கரவர்த்தி அரசு புரிந்த காலத்தில் நாடெங்கும் மகாபாரதக் கதையைப் படிப்பதற்கு ஏற்பாடு செய்திருந்தார். பௌத்த சமண மதங்களின் பிரசாரத்தினால் மக்கள் சாதுகளாகப் போயிருந்த தமிழ்நாட்டில்

மீண்டும் வீர உணர்ச்சி தளிர்த்துப் பரவ வேண்டும் என்பதற்காக அந்த ஏற்பாடு செய்தார். பாரதக் கதை படிப்பதற்கென்றே பல ஊர்களில் பாரத மண்டபங்கள் கட்டினார். அவர் தொடங்கிய ஏற்பாடு இன்னமும் தொண்டை மண்டலத்தில் தடைபடாமல் நடந்து வந்தது. இரவில் மக்கள் மண்டபங்களிலோ திறந்த வெளியிலோ கூடி பாரதக் கதை கேட்டார்கள். பாரதப் பெருங் கதையையும் பாரதத்திலுள்ள கிளைக் கதைகளையும் பாட்டிலும் பண்ணிலும் வசனத்திலும் அமைத்து வீராவேசத்துடன் சொல்லக் கூடிய பாடினிகள் பலர் தோன்றினார்கள்.

அர்ச்சுனன் தீர்த்த யாத்திரை சென்றிருந்தபோது மணிபுரியை அடுத்த வனத்தில் மணிபுரி ராஜகுமாரியான சித்ராங்கியைக் கண்டான். இருவரும் காதல் கொண்டார்கள். சித்ராங்கிக்கு அரவான் என்னும் அருமைப் புதல்வன் பிறந்தான். மலைநாட்டுக் கோமகளுக்கு அர்ச்சுனனால் பிறந்த மகனாதலால் அரவான் மகா வீரனாயிருந்தான். பாரத யுத்தம் நடக்கப் போகிறது என்று அறிந்து அவனும் பாண்டவர் படையில் சேர வந்து சேர்ந்தான்.

போர் தொடங்குவதற்கு முன்னால் சகல இலட்சணங்களும் பொருந்திய மகா வீரனான இளைஞன் ஒருவனைக் களபலி கொடுக்க வேண்டும் என்ற பேச்சு வந்த போது, "இதோ நான் இருக்கிறேன்; என்னைக் களபலியாகக் கொடுங்கள்!" என்று அரவான் முன் வந்தான். அவனைக் காட்டிலும் சிறந்த வீரன் யாரும் பாண்டவர் பக்கத்தில் இல்லாதபடியால், தானாக முன் வந்த அரவானையே பலி கொடுக்க வேண்டியதாயிற்று.

தன்னுடைய கட்சியின் வெற்றிக்காகத் தன் உயிரைத் தியாகம் செய்த வீர அரவானின் கதை தமிழ் மக்களின் உள்ளத்தைக் கொள்ளை கொண்டது. துரோபதை அம்மனுக்குக் கோயில் கட்டிய இடங்களிலெல்லாம் பக்கத்தில் அரவானுக்கும் கோயில் கட்டி திருவிழா நடத்தினார்கள்.

மாமல்லபுரத்து ஐந்து ரதங்களின் அருகில் அன்றிரவு நடந்த அரவான் கதை முடிவடைந்து விட்டதாகத் தோன்றியது. "மூன்று உலகமும் உடைய சுந்தர சோழ சக்கரவர்த்தி வாழ்க!" "கோப்பரகேசரி ஆதித்த கரிகாலர் வாழ்க!" என்று பல குரல்களில் எழுந்த கோஷங்கள் காற்றிலே மிதந்து வந்தன. கதை கேட்டுக்கொண்டிருந்தவர்கள் எழுந்து கலையத் தொடங்கினார்கள்.

"கதை முடிந்து விட்டது. மலையமான் சிறிது நேரத்தில் திரும்பி வந்து விடுவார்" என்றான் கரிகாலன்.

"அரவான் கதை முடிந்தது; ஆனால் தாங்கள் சொல்லி வந்த கதை இன்னும் முடியவில்லையே?" என்றான் பார்த்திபேந்திரன்.

"இந்தப் பிராயத்தில் மலையமானின் மனோதிடத்தைப் பார்! இன்னமும் நடுநிசி வரையில் கண் விழித்துக் கதை கேட்கப் போகிறார் பார்!" என்றான் கரிகாலன்.

"தொண்டு கிழமாகிற வரையில் உயிரோடிருப்பது அவ்வளவு அதிசயமான காரியமா! ஊரில் எத்தனையோ கிழவர்கள் இருக்கிறார்கள். இரவில் தூக்கம் பிடியாமல் கதை கேட்கப் போகிறார்கள்..."

"திருக்கோவலூர் மிலாடுடையாரை அப்படிச் சாதாரணக் கிழவர்களோடு சேர்த்து விடுகிறாயா? எத்தனை போர்க்களங்களைப் பார்த்தவர் அவர்? மலையமானின் வயதில் நாம் உயிரோடிருப்போமா என்பதே சந்தேகம். இருந்தாலும், அவரைப் போல் திடமாயிருக்க மாட்டோம்."

"அரசே! பழைய காலத்து மனிதர்கள் திடமாயிருப்பதற்குக் காரணம் இருக்கிறது.."

"அது என்ன காரணம்?"

"அவர்கள் பெண்களின் மோகவலையில் சிக்குவதில்லை. கேவலம் ஓர் அர்ச்சகரின் மகளிடம் மனத்தைப் பறி கொடுத்துவிட்டு அவளை நினைத்து உருகிக் கொண்டிருப்பதில்லை.

அப்படி எந்தப் பெண்ணிடமாவது மனம் சென்றால் அவள் கூந்தலைப் பற்றி இழுத்துக் கொண்டு வந்து அந்தப்புரத்தில் சேர்த்து விட்டு, வேறு வேலையைப் பார்ப்பார்கள்!..."

"பார்த்திபா! நந்தினி உண்மையில் அர்ச்சகர் வீட்டுப் பெண் அல்ல; அவளுடைய பிறப்பைக் குறித்து ஏதோ ஓர் இரகசியம் இருக்க வேண்டும்!..."

"நந்தினி யாருடைய மகளாயிருந்தால் என்ன? அர்ச்சகர் மகளாயிருந்தால் என்ன? அரசர் மகளாயிருந்தால் என்ன? அல்லது அனாதைப் பெண்ணாயிருந்தால் தான் என்ன? அந்த இன்னொரு கிழவர் பெரிய பழுவேட்டரையரைப் பாருங்கள்! எங்கேயோ வழியில் அவளைப் பார்த்தார்; உடனே இழுத்துக் கொண்டு வந்து எட்டோடு ஒன்பது என்று அந்தப்புரத்தில் அடைத்தார்..."

"நண்பா! அதை நினைத்தால் எனக்கு அதிசயமாகத்தான் இருக்கிறது!..."

"எதை நினைத்தால்? அந்தக் கிழவர் எப்படி இவளுடைய வலையில் சிக்கினார் என்பதைத்தானே?"

"இல்லை, இல்லை! ஒரு காலத்தில் என்னைக் காதலித்ததாகச் சொன்னவள், பிறகு வீரபாண்டியனைக் காதலித்து அவன் உயிரைக் காப்பாற்ற முயன்றவள், இந்தத் தொண்டு கிழவரை மணந்து கொள்ள எவ்வாறு சம்மதித்தாள்? அதை நினைத்தால்தான் அதிசயமாயிருக்கிறது."

"எனக்கு அது ஒன்றும் அதிசயமாகத் தோன்றவில்லை, ஐயா! தங்களுடைய செயலை நினைத்தால்தான் அதிசயமாயிருக்கிறது! சோழ குலத்தின் பரம வைரியான பாண்டியன், தோல்வியடைந்ததும் ஓடி ஒளியும் கோழையினும் கோழையானாலும் 'வீரபாண்டியன்' என்று பெயர் சூட்டிக் கொண்டவன், அவனுக்கு அடைக்கலம் கொடுத்து உயிர்ப்பிச்சை கேட்டவளைத் தாங்கள் சும்மா விட்டுவிட்டு வந்தீர்களே? அதை எண்ணினால்தான் அதிசயத்திலும் அதிசயமாயிருக்கிறது. ஒன்று அவளையும் அங்கேயே கத்தியால் வெட்டிப் போட்டிருக்க வேண்டும்; அதற்கு விருப்பமில்லாவிட்டால் காலையும் கையையும் சேர்த்துக் கட்டிச் சிறைப்படுத்தி வந்திருக்க வேண்டும்! இந்த இரண்டில் ஒன்று செய்யாமல் சும்மா விட்டு விட்டு வந்தீர்களே!...இப்போது எனக்குக் கூட ஞாபகம் வருகிறது, அரசே! அந்தக் குடிசையின் வாசலில் தாங்கள் வீரபாண்டியன் உடலைத் தூக்கிக் கொண்டு வந்து போட்டீர்கள். நாங்கள் அனைவரும் வெறிகொண்டவர்களைப் போல் வெற்றி முழக்கம் செய்தோம். அதற்கு நடுவில் குடிசைக்குள்ளேயிருந்து விம்மல் சத்தம் ஒன்று வந்தது. 'அது யார்?' என்று நான் கேட்டேன். 'யாரோ அர்ச்சகர் குடும்பத்துப் பெண்கள். ஏற்கெனவே அவர்கள் பீதியடைந்து கதிகலங்கிப் போயிருக்கிறார்கள். நீங்கள் யாரும் உள்ளே போக வேண்டாம்!" என்றீர்கள். வெற்றி வெறியில் இருந்த நாங்களும் அதைப் பொருட்படுத்தவில்லை. உடனே எல்லோருமாக வீரபாண்டியனுடைய தலையை எடுத்துக் கொண்டு கிளம்பினோம், தாங்களும் எங்களுடன் வந்தீர்கள். ஆனால் எங்கள் களிப்பிலும் கொண்டாட்டத்திலும் அவ்வளவாகத் தாங்கள் கலந்து கொள்ளவில்லை. உற்சாகம் குன்றிக் காணப்பட்டீர்கள். நான் காரணம் கேட்டேன். தாங்கள் ஏதோ சமாதானம் சொன்னீர்கள். தங்களுக்கு ஏதேனும் பலமான காயம் பட்டிருக்குமோ என்று நான் சந்தேகித்துக் கேட்டது கூட எனக்கு இப்போது ஞாபகம் வருகிறது!" என்றான் பார்த்திபேந்திரன்.

"என் உடம்பில் ஒன்றும் காயம் படவில்லை, பார்த்திபா! உள்ளத்தில் என்றும் ஆறாத காயம் பட்டு விட்டது. வீரபாண்டியன் படுத்துக் கிடந்த கட்டிலுக்கு முன்னால் வந்து அவள் கைகூப்பி என்னிடம் உயிர்ப் பிச்சை கேட்ட காட்சி என் மனத்தை விட்டு அகலவில்லை. 'ஐயோ! அவள் கேட்டதைக் கொடுக்காமல் போய் விட்டோமே! என்று என் மனம் பதைபதைத்தது. என் உயிரைக் கொடுப்பதன் மூலம் வீரபாண்டியனை உயிர்ப்பித்து அவளிடம் சேர்க்க முடியுமானால் அப்படியே நான் செய்திருப்பேன். இது முடியாதபடியால் என்னை நானே நொந்து கொண்டேன். பார்த்திபா! நம்முடைய வல்லமைகளைப் பற்றி நாம் எவ்வளவோ நினைத்துக் கொள்கிறோம். நம்மால் ஆகாத

காரியம் ஒன்றுமேயில்லை என்று கருதி இறுமாப்பு அடைகிறோம். 'அரசர்களிடம் மகா விஷ்ணுவின் அம்சம் இருக்கிறது' என்று ஓலைச் சுவடிகளில் எழுதி வைத்திருப்பதைக் கேட்டு விட்டு, அதைக் கூட உண்மையென்று நம்பி விடுகிறோம். ஆனால், உடலை விட்டுப் பிரிந்து போன ஆவியைத் திரும்பக் கொண்டு வரும் வல்லமை நமக்கு உண்டா? அரச குலத்தில் பிறந்த யாருக்காவது இருந்திருக்கிறதா? நம்மால் உயிரை வாங்கத்தான் முடியும்; ஆனால் உயிரைக் கொடுக்கும் சக்தி மனிதர்களாய்ப் பிறந்த யாருக்கும் இல்லை!..."

"அப்படி இல்லாமலிருப்பதே மிக நல்லது. அந்த வல்லமை தங்களுக்கு இருந்திருந்தால், எவ்வளவு தவறான காரியம் நடந்து போயிருக்கும்? பாண்டியனுக்கு மறுபடியும் உயிரைக் கொடுத்திருப்பீர்கள். அவன் மீண்டும் எங்கேயாவது மலைப் பொந்தில் போய் ஒளிந்திருப்பான். பாண்டிய நாட்டு யுத்தம் ஒருவேளை இன்னும் நடந்து கொண்டிருக்கும்! இவ்வளவும் ஒரு பெண்ணின் பொய்க் கண்ணீருக்காக!" என்றான் பார்த்திபேந்திரன்.

"பல்லவா! நீ பெண் குலத்தை வெறுக்கும் துர்ப்பாக்கியசாலி! காதல் என்றால் இன்னதென்று நீ அறிய மாட்டாய்! அதனாலேயே இவ்விதம் பேசுகிறாய்!"

"ஆம்; நான் எந்தப் பெண்ணுடைய கண் வலையிலும் சிக்கியதில்லைதான். ஆனால் தங்கள் அந்தரங்கத்துக்குரிய நணபன் வந்தியத்தேவன் மஞ்சள் பூசிய முகம் எதைக் கண்டாலும் மயங்கிப் பல்லை இளிப்பவன். ஆகையினாலேயே அவனைத் தங்களுக்கு என்னைக் காட்டிலும் பிடித்திருக்கிறது. இல்லையா, அரசே!"

"ஆகா! கடைசியில் வந்தியத்தேவனிடம் வந்து விட்டாய் அல்லவா? ஏது, இத்தனை நேரம் அவனை மறந்து விட்டாயே என்று பார்த்தேன்!"

"ஆம், அவனைப் பற்றி உண்மையைச் சொன்னால் தங்களுக்குக் கசப்பாகவே இருக்கும். அந்தப் பேச்சை விட்டு விடுகிறேன். பிறகு என்ன நடந்தது, அரசே! நந்தினியை மறுபடியும் தாங்கள் சந்திக்கவே இல்லையா? வீரபாண்டியனுக்காக உருகினவள் எப்படிக் கிழவர் பழுவேட்டரையரை மணந்தாள் என்று அவளைக் கேட்கவே இல்லையா?"

"வீரபாண்டியனைக் கொன்ற இரவில் வெற்றிக் கோலாகலங்களுக்குப் பிறகு நீங்கள் எல்லாரும் பாசறைகளில் படுத்துத் தூங்கினீர்கள். எனக்கோ தூக்கம் வரவேயில்லை. அவளை மறுபடியும் பார்க்க வேண்டும் என்று என் உடம்பிலுள்ள ஒவ்வொரு நரம்பும் துடித்தது. அவளைப் பார்த்து ஏதேனும் சமாதானம் சொல்ல வேண்டும், மன்னிப்புக் கேட்க வேண்டும் என்று விரும்பினேன். மற்றொரு சமயம் அவள் பேரில் எனக்குப் பொங்கி எழுந்த கோபத்தைக் கொட்ட வேண்டும் என்று ஆவேசம் உண்டாயிற்று. எப்படியாவது அவளைப் பார்த்தாலொழிய மனநிம்மதி ஏற்படாது, சோழ நாட்டுக்குத் திரும்பிப் போக முடியாது என்று தோன்றியது. ஆகையால், நள்ளிரவில் நீங்கள் யாரும் அறியாமல் பாசறையிலிருந்து புறப்பட்டுக் குதிரை ஏறிச் சென்றேன். வைகை நதியின் நடுவிலிருந்த தீவை அடைந்தேன். மனம் பதைபதைக்க, உடம்பெல்லாம் நடுங்க, கால்கள் தள்ளாட, குதிரையிலிருந்து இறங்கி, மெல்ல மெல்ல நடந்து பெருமாள் கோயிலுக்கு அருகில் சென்றேன். அங்கேயிருந்த குடிசைகள் எல்லாம் எரிந்து சாம்பலாகிக் கிடப்பதைக் கண்டேன். ஒரு வயோதிகரும் வயோதிக ஸ்திரீயும் எரிந்த குடிசைக்குப் பக்கத்தில் உட்கார்ந்து புலம்பிக் கொண்டிருந்தார்கள். இன்னும் கொஞ்சம் நெருங்கிச் சென்று பார்த்ததில் அவர்கள்தான் முன்னொரு தடவை நந்தினியைப் பழையாறை அரண்மனைத் தோட்டத்துக்கு அழைத்து வந்தவர்கள் என்று தெரிந்தது. என்னைப் பார்த்ததும் அவர்களுடைய துக்கமும் பீதியும் பன்மடங்கு ஆயின.

முதலில் அவர்களால் எதுவுமே பேச முடியவில்லை. கொஞ்சம் கொஞ்சமாக அவர்களைத் தைரியப்படுத்தி விசாரித்தேன். ஆற்றுக்கு அக்கரையில் இருந்த கிராமத்தில் அவர்களுடைய மூத்த குமாரி இருந்தாளாம். அவளுக்குப் பிரசவ காலம் என்று அறிந்து அவளைப் பார்த்து வரப் போயிருந்தார்களாம். நந்தினி அவர்களுடன் வர மறுத்து விட்டாளாம். மனம் போனபடி நடந்து பழக்கமுள்ள அந்தப் பிடிவாதக்காரப் பெண்ணை

ஒன்றும் செய்ய முடியாமல் அவர்கள் மட்டும் போய் விட்டுத் திரும்பி வந்தார்களாம். வழியில் யாரோ சில முரடர்கள் ஒரு பெண்ணைக் காலையும் கையையும் கட்டி, எரிந்து கொண்டிருந்த சிதையில் பலவந்தமாகப் போட முயன்றதை அவர்கள் பார்த்தார்களாம். யுத்த காலத்தில் இத்தகைய விபரீதங்கள் நடப்பது இயல்பு என்று எண்ணி அவர்களுக்கு அருகில் போகவும் பயந்து கொண்டு விரைவாக இங்கே வந்து சேர்ந்தார்களாம். வந்து பார்த்தால் குடிசைகள் பற்றி எரிந்து கிடந்தனவாம். நந்தினியையும் காணவில்லையாம். இந்த விவரத்தைச் சொல்லிவிட்டு அர்ச்சகரும் அவர் மனைவியும், 'இளவரசே! எங்கள் மகள் எங்கே? எங்கள் அருமைக் குமாரி எங்கே?' என்று கதறினார்கள். அவர்கள் நந்தினியின் உண்மைப் பெற்றோர்கள் அல்லவென்று எனக்கு முன்னமே தெரிந்திருந்தது. இப்போது அது சர்வ நிச்சயமாயிற்று. உண்மையில் பெற்றவர்களாயிருந்தால் இப்படித் தனியாக விட்டு விட்டுப் போயிருப்பார்களா? ஆகையால் அவர்கள் பேரில் எனக்கு இரக்கமோ அனுதாபமோ உண்டாகவில்லை. நந்தினியின் கதியைப் பற்றிச் சொல்ல முடியாத துக்கம் ஏற்பட்டு நெஞ்சை அடைத்தது. 'உங்கள் மகள் எரிந்த சிதையைத் தேடிப் போய் நீங்களும் எரிந்து செத்துப் போங்கள்!' என்று வயிற்றெரிச்சல் தீர அவர்களைச் சபித்து விட்டு, திரும்பிப் பொழுது விடிவதற்குள் பாசறைக்கு வந்து சேர்ந்தேன். நீங்கள் எல்லாரும் நன்றாகத் தூங்கிக் கொண்டிருந்தீர்கள். நான் போனது, திரும்பி வந்தது ஒன்றும் உங்களில் யாருக்கும் தெரியாது..."

"ஆம்; இளவரசே! தெரியாதுதான். அதற்குப் பிறகும் இத்தனை காலமாக இதையெல்லாம் தங்கள் மனத்திலேயே வைத்துக் கொண்டிருந்ததை நினைத்தால் வியப்பாயிருக்கிறது. சிநேக தர்மத்துக்கு இவ்வளவு மாறாகத் தாங்கள் நடந்து கொள்வீர்கள் என்று நான் கனவிலும் எண்ணவில்லை. தங்களுடைய நிலையில் நான் இருந்திருந்தால் தங்களிடம் சொல்லாமல் இருந்திருக்க மாட்டேன்" என்றான் பார்த்திபன்.

"ஆனால் நீ என்னுடைய நிலையில் இல்லையே, பார்த்திபா! இந்த உலகில் யாருமே என்னுடைய நிலையில் இருந்திருக்க முடியாது. என் நிலையில் இருந்திருந்தால், நீ எப்படி நடந்துகொண்டிருப்பாய் என்று யார் சொல்ல முடியும்?" என்றான் கரிகாலன்.

"அரசே! நடந்து போனதைப் பற்றி இப்போது நமக்குள் விவாதம் வேண்டாம். அப்புறம் என்ன நடந்தது? நந்தினியைப் பிறகு எப்போது பார்த்தீர்கள்? பழுவூர் இளையராணி ஆன பிறகா? அதற்கு முன்னமேயா?"

"அதற்கு முன்னால் நான் பார்த்திருந்தால், அவள் பழுவூர் ராணி ஆகியிருக்கமாட்டாள். பழுவேட்டரையரின் கல்யாணம் நடந்தபோது நானும் நீயும் ஊரில் இல்லை. அந்தச் செய்தி வந்தபோது நாம் இருவரும் அருவருப்போடு பேசிக் கொண்டது உனக்கு நினைவில் இருக்குமே? அதற்குச் சில நாளைக்குப் பிறகு எனக்கு யுவராஜ்ய பட்டாபிஷேகம் நடந்தது. அடுத்த பட்டம் யாருக்கு என்பதைப் பற்றி சந்தேகம் எதுவும் இருக்கக் கூடாது என்றுதான் என் தந்தையும் பாட்டியும் மற்ற பெரியோர்களும் சேர்ந்து அந்த ஏற்பாடு செய்தார்கள். மதுராந்தகனுக்கு யாராவது துர்ப்போதனை செய்து தூபம் போட்டு விடப் போகிறார்கள் என்ற பயம் அவர்களுக்கு இருந்ததோ என்னமோ? இளவரசுப் பட்டம் கட்டியதோடு, பரகேசரிப் பட்டம் அளித்து என் பெயராலேயே கல்வெட்டு சாஸனம் ஏற்படுத்தும் உரிமையையும் அளித்தார்கள். 'இனி இச்சோழ சாம்ராஜ்யத்தை ஆளும் பொறுப்பு முழுதும் உனக்கே' என்று என் அருமைத் தந்தை மனதார, வாயாரக் கூறினார். அதை நாட்டார், நகரத்தார், அமைச்சர்கள், தளபதிகள் அனைவரும் ஒப்புக் கொண்டு ஜயகோஷம் செய்தார்கள். இந்தக் கோலாகலத்தில் நான் நந்தினியை அடியோடு மறந்திருந்தேன். ஆனால் பட்டாபிஷேகச் சடங்கு நடந்து முடிந்த சிறிது நேரத்துக்கெல்லாம் அவளை நான் என்றும் மறக்க முடியாத சம்பவம் நேர்ந்தது.

"பழமையான சோழர் குலத்து மணிமகுடத்துடன் என்னைச் சக்கரவர்த்தி அந்தப்புரத்துக்கு அழைத்துப் போனார். என் அன்னையிடமும் பாட்டியிடமும் மற்ற

அந்தப்புர மாதரிடமும் ஆசி பெறுவதற்காக அழைத்துப் போனார். என்னைத் தொடர்ந்து என் சகோதரனும் முதன் மந்திரியும் பழுவேட்டரையர்களும் வந்தார்கள். அந்தப்புரத்தில் வயது மிகுந்த தாய்மார்களோடு, என் தங்கையும் அவளுடைய தோழிகளும் மற்றும் பல இளமங்கையரும் கூட்டமாக நின்றார்கள். எல்லாரும் ஆடை ஆபரணங்களினால் ஜொலித்துக் கொண்டு மகிழ்ச்சியினால் மலர்ந்த முகங்களோடு எங்கள் வரவை ஆவலுடன் எதிர்பார்த்துக் கொண்டு நின்றார்கள். ஆனால் அத்தனை முகங்களிலும் ஒரே ஒரு முகந்தான் என் கண்ணுக்குத் தெரிந்தது, அது நந்தினியின் முகந்தான். எரிந்து சாம்பலாய்ப் போனாள் என்று நான் எண்ணியிருந்த என் இதய தேவதைதான் அவள்! அந்த அரண்மனை அந்தப்புரத்துக்குள் அவள் எப்படி வந்தாள்? அவ்வளவு பிரமாதமான ஆடை அலங்காரங்களுடன் ராணிகளுக்குள் நடுநாயகமான மகாராணியாக அங்கே எப்படி நிற்கிறாள்? அவள் முகத்தில்தான் என்ன மந்தகாஸம்? அவளுடைய சௌந்தரியம் முன்னைக் காட்டிலும் பத்து மடங்கு அதிகமாயிருப்பது எப்படி? சில கண நேரத்திற்குள் என் உள்ளம் பற்பல ஆகாசக் கோட்டைகளைக் கட்டிவிட்டது! சோழ சாம்ராஜ்யத்திற்கு உரியவன் என்று நான் முடிசூட்டிக் கொண்ட அன்றைய தினம் உண்மையிலேயே என் வாழ்நாளில் அதிர்ஷ்ட தினம் ஆகப் போகிறதா? என் உள்ளத்தைக் கவர்ந்த ராணியை என் பட்ட மகிஷியாகவும் அடையப் போகிறேனா? ஏதோ, ஓர் அதிசயமான இந்திர ஜாலத்தினால், மந்திர சக்தியினால், அவ்விதம் நடக்கப் போகிறதா?... இப்படி நான் எண்ணிக்கொண்டிருக்கையில் என் அன்னை வானமாதேவி முன்னால் இரண்டு அடி நடந்து வந்து 'குழந்தாய்!' என்று சொல்லி என்னை ஆசீர்வதித்து உச்சி மோந்தாள்! அதே சமயத்தில் யாரும் எதிர்பாராத அச்சம்பவம் நடந்து விட்டது. என் தந்தை 'ஆ!' என்று ஒரு கூச்சலிட்டு விட்டுத் திடீரென்று தரையில் சுருண்டு விழுந்து மூர்ச்சை அடைந்தார். உடனே, அவ்விடத்தில் பெருங்குழப்பமாகிவிட்டது. நானும் மற்ற எல்லாரும் சக்கரவர்த்தியைத் தூக்கி உட்கார வைத்து மூர்ச்சை தெளிவிப்பதில் கவனம் செலுத்தினோம். என் அன்னையையும், பாட்டி செம்பியன் மாதேவியையும் தவிர மற்ற மாதர் அனைவரும் உள்ளே சென்று விட்டார்கள். தந்தைக்குச் சீக்கிரத்தில் மூர்ச்சை தெளிந்துவிட்டது.

"என் சகோதரி குந்தவையைத் தனி இடத்துக்கு நான் அழைத்துச் சென்று, 'நந்தினி அங்கே எப்படி வந்தாள்?' என்று கேட்டேன். நந்தினி பெரிய பழுவேட்டரையரை மணந்து கொண்டு இப்போது பழுவூர் இளையராணியாக விளங்குகிறாள் என்று குந்தவை சொன்னாள். என் நெஞ்சில் கூரிய ஈட்டி பாய்ந்தது. நண்பா! போர்க்களங்களில் எத்தனையோ முறை நான் காயம் பட்டதுண்டு. ஆனால், 'நந்தினிதான் பழுவூர் இளையராணி' என்று குந்தவை கூறியதனால் என் நெஞ்சில் ஏற்பட்ட காயம் இன்னும் ஆறவில்லை!' என்று ஆதித்த கரிகாலன் கூறித் தன்னுடைய நெஞ்சை அமுக்கிப் பிடித்துக் கொண்டான். நெஞ்சில் அவனுக்கு இன்னும் வலி இருந்து வந்தது என்பது நன்றாய்த் தெரிந்தது.

ஃஃ

57. மாய மோகினி

ஆரம்பத்திலிருந்து அவ்வளவாக அனுதாபம் இல்லாமலே கரிகாலன் கதையைக் கேட்டுக் கொண்டு வந்த பார்த்திபனுக்கும் இப்போது நெஞ்சு உருகி விட்டது. தன்னுடைய கண்களில் துளிர்த்த கண்ணீரைத் துடைத்துக் கொண்டான்.

"அரசே! ஒரு பெண்ணின் பேரில் ஏற்பட்ட காதலினால் இப்படிப்பட்ட துன்பம் உண்டாகக் கூடும் என்று நான் கனவிலும் கருதியதில்லை! இளவரசுப் பட்டாபிஷேகம் நடந்த அன்று இப்படி ஓர் அனுபவம் தங்களுக்கு நேர்ந்தது என்று எங்களுக்கெல்லாம் தெரியாது. ஆகையால், தாங்கள் மனச்சோர்வுடன் இருப்பதைப் பார்த்து ஆச்சரியப்பட்டோம். என்னவெல்லாமோ பரிகாசப் பேச்சுகள் பேசித் தங்களைச் சந்தோஷப்படுத்தப் பார்த்தோம். அதெல்லாம் இப்போது எனக்கு நினைவு வருகிறது!" என்றான்.

"ஆம்; நீங்கள் பரிகாசப் பேச்சுப் பேசினீர்கள். என்னை உற்சாகப்படுத்தப் பார்த்தீர்கள். என்னுடைய ஆட்சிக் காலத்தில் நான் செய்யப் போகும் மகத்தான காரியங்களைப் பற்றி பேசினீர்கள். இலங்கையிலிருந்து இமயம் வரையில் சோழ சாம்ராஜ்யத்தை அன்றைய தினமே விஸ்தரித்து விட்டீர்கள்! இன்னும், கடல் கடந்து சென்றும் இராஜ்யங்களைக் கைப்பற்றினீர்கள். அந்தப் பேச்செல்லாம் எனக்கு இன்னும் ஞாபகம் இருக்கிறது. அவ்வளவும் எனக்கு எவ்வளவு துன்பமளித்தது என்பதும் நினைவிருக்கிறது.

பிறகு ஒரு நாள் என்னை நந்தினி பழுவூர் அரண்மனைக்குக் கூப்பிட்டு அனுப்பினாள். போகலாமா, வேண்டாமா என்று என் மனத்தில் ஒரு போராட்டம் எழுந்தது. கடைசியில், போவதென்று முடிவு செய்தேன். பல விஷயங்களில் எனக்குத் தோன்றியிருந்த ஐயங்களை அவளைக் கேட்டுத் தெரிந்து கொள்ள விரும்பினேன். அவளுடைய பிறப்பின் உண்மையைத் தெரிந்துகொள்ள விரும்பினேன். அந்தப்புரத்தில் என் தந்தை அன்று மூர்ச்சை அடைந்து விழுந்ததற்கும் அங்கே நந்தினியை அவர் அகஸ்மாத்தாகக் கண்டதற்கும் ஏதேனும் சம்பந்தம் இருக்குமோ என்ற சந்தேகங்கூட என் மனத்தில் தோன்றியிருந்தது. அன்றைய தினம் சக்கரவர்த்திக்கு விரைவில் மூர்ச்சை தெளிந்து விட்டதாயினும் மறுபடி அவர் பழைய ஆரோக்கியத்தை அடையவேயில்லை என்பது உனக்கு நினைவிருக்கும்.

நந்தினியுடன் பேசுவதிலிருந்து எனக்கு அதுவரை விளங்காத மர்மம் ஏதேனும் வெளியாகலாம் என்று எண்ணினேன். இதையெல்லாம் ஒரு வியாஜமாக வைத்துக் கொண்டேனே தவிர, உண்மையில் நான் சென்ற காரணம், அவளிடமிருந்த காந்த சக்திதான். வேறு காரணங்களைக் கற்பித்து என்னை நானே ஏமாற்றிக் கொண்டு சென்றேன். பழுவேட்டரையர் ஊரில் இல்லை. அவருடைய அரண்மனையில் என்னைத் தடுப்பாரும் இல்லை; எனக்கும் நந்தினிக்கும் ஏற்பட்டிருந்த பழைய சிநேகிதத்தைப் பற்றி அங்கே அறிந்தவர்களும் இல்லை. இளவரசுப் பட்டம் கட்டிக் கொண்ட ராஜகுமாரன் பழுவூர் அரண்மனை ராணிமார்களிடம் ஆசி பெறுவதற்காக வருவதாகவே நினைத்தார்கள்.

அரண்மனைத் தோட்டத்தில் உள்ள லதா மண்டபத்தில் நந்தினியை நான் சந்தித்தேன். பார்த்திபா! கடற்பிரயாணம் செய்வோரின் அனுபவங்களை நீ கேட்டிருக்கிறாய் அல்லவா? சமுத்திரத்தில் சில இடங்களில் அளவில்லாத சக்தியுடனும் வேகத்துடனும் கூடிய நீரோட்டங்கள் இருக்குமாம். அந்த நீரோட்டங்களில் கப்பல்கள் அகப்பட்டுக் கொண்டால் சிறிது நேரத்தில் சுக்குச் சுக்காகப் போய்விடுமாம். நந்தினியின் முன்னிலையில் நான் இருந்தபோது, கடல் நீரோட்டத்தில் அகப்பட்டுக் கொண்ட கப்பலின் கதியை அடைந்தேன். என் உடல், உள்ளம், இருதயம் எல்லாம் ஆயிரம் சுக்கல்களாகி விட்டன. என்னுடைய நாவிலே வந்த வார்த்தைகள் எனக்கே வியப்பை அளித்தன! 'ஐயோ! இது என்ன இப்படிப் பேசுகிறோம்?' என்று நெஞ்சில் ஒரு பக்கம் தோன்றிக் கொண்டிருந்தபோது, வாய் ஏதேதோ உளறிக் கொண்டிருந்தது. எனக்கு இளவரசுப் பட்டம் சூட்டியதைப் பற்றி நந்தினி தன் மகிழ்ச்சியைத் தெரிவித்தாள்.

'எனக்கு அதில் ஒன்றும் மகிழ்ச்சி இல்லை!' என்றேன்.

'ஏன்?' என்று கேட்டாள்.

'இது என்ன கேள்வி கேட்கிறாய்? எனக்கு எவ்வாறு மகிழ்ச்சி இருக்கும்? நீதான் இப்படி அநியாயம் செய்து விட்டாயே?' என்றேன். நான் சொல்வது அவளுக்கு விளங்காதது போல நடித்தாள். இவ்விதம் பேச்சு வளர்ந்து கொண்டே போயிற்று. என் அன்பை நிராகரித்தது பற்றியும், வீரபாண்டியனைக் காதலித்தது பற்றியும் அவள் மீது நான் குற்றம் சாட்டினேன். கிழவர் பழுவேட்டரையரை மணந்தது பற்றியும் குத்தலாகப் பேசினேன்.

'இளவரசே! முதலில் தாங்கள் என் காதலைக் கொன்றீர்கள்; பிறகு என்னைக் காதலித்தவனை என் கண் முன்னால் கொன்றீர்கள்; என்னையும் கொன்றாலொழியத் தங்கள் மனம் திருப்தியடையாது போலிருக்கிறது. நான் உயிரோடிருப்பதே தங்களுக்குப் பிடிக்கவில்லை. நல்லது; என்னையும் கொன்று தங்கள் விருப்பத்தைப் பூர்த்தி செய்து

கொள்ளுங்கள்!' என்று சொல்லித் தன்னுடைய இடுப்பில் செருகியிருந்த சிறிய கத்தியை எடுத்து நீட்டினாள்.

'நான் ஏன் உன்னைக் கொல்கிறேன்? நீயல்லவா என்னை உயிரோடு வதைத்துக் கொண்டிருக்கிறாய்!' என்றேன்.

கடைசியில், இப்போது நினைத்துப் பார்த்தாலும் வெட்கம் தருகிற வார்த்தைகளை என் வாய் சொல்லிற்று. 'இன்னமுங்கூட மோசம் ஒன்றும் நேர்ந்துவிடவில்லை. ஒரு வார்த்தை சொல்லு! இந்த கிழவனை விட்டு விட்டு வந்துவிடுவதாகச் சொல்லு! உனக்காக நான் இந்த ராஜ்யத்தை விட்டு வந்துவிடுகிறேன். இருவரும் கப்பல் ஏறிக் கடல் கடந்து தூர தேசத்துக்குப் போய் விடுவோம்!' என்றேன்.

நந்தினி அதைக் கேட்டுப் பயங்கரமாகச் சிரித்தாள். அதை நினைத்தால் இப்போது கூட எனக்கு ரோமம் சிலிர்க்கிறது. 'கடல் கடந்து தூர தேசத்துக்குப் போய் நாம் என்ன செய்வது என்கிறீர்கள்? விறகு வெட்டிப் பிழைக்கவா? அல்லது வாழைத் தோட்டம் போட்டுப் பிழைக்கவா?' என்றாள்.

'அதெல்லாம் உனக்குப் பிடிக்காதுதான்! அர்ச்சகர் வீட்டில் வளர்ந்தவள் பழுவூர் ராணி ஆகிவிட்டாய் அல்லவா?' என்றேன்.

'இதோடு திருப்தியடைவதாக எண்ணம் இல்லை. சோழ சாம்ராஜ்யத்தின் சிம்மாசனத்தில் சக்கரவர்த்தினியாக வீற்றிருப்பதாக உத்தேசம். தங்களுக்கு இஷ்டமிருந்தால் சொல்லுங்கள், பழுவேட்டரையர் இருவரையும் கொன்றுவிட்டு, சுந்தர சோழரைச் சிறையில் அடைத்து விட்டு, சக்கரவர்த்தியாகி என்னைத் தங்கள் பட்டமகிஷியாக்கிக் கொள்கிறதாயிருந்தால் சொல்லுங்கள்!' என்றாள்.

'ஐயோ! என்ன பயங்கரமான வார்த்தைகளைச் சொல்கிறாய்?' என்றேன்.

'காயமடைந்து படுத்துக் கிடந்த பாண்டியனை என் கண் முன்னால் கொன்றது பயங்கரமான காரியமில்லையா?' என்று நந்தினி கேட்டாள்.

இதனால் என் குரோதம் கொழுந்து விடத் தொடங்கியது. ஏதேதோ வெறி கொண்ட வார்த்தைகளை உளறி அவளை நிந்தித்துவிட்டுக் கிளம்பினேன். அப்போதும் அவள் என்னை விடவில்லை.

'இளவரசே! எப்போதாவது தங்களுடைய மனத்தை மாற்றிக் கொண்டால் என்னிடம் திரும்பி வாருங்கள். என்னைச் சக்கரவர்த்தினியாக்கிக் கொள்ளத் தங்கள் மனம் இடம் கொடுக்கும் போது வாருங்கள்!' என்றாள்.

அன்று அவளை விட்டுப் பிரிந்தவன் பிறகு அவளைப் பார்க்கவே இல்லை!' என்றான் ஆதித்த கரிகாலன்.

இதையெல்லாம் கேட்டுப் பயங்கரமும் திகைப்பும் அடைந்த பார்த்திபேந்திரன், "அரசே! இப்படியும் ஒரு ராட்சஷி உலகில் இருக்க முடியுமா? அவளைத் தாங்கள் மறுபடி சந்திக்காததே நல்லதாய்ப் போயிற்று!" என்று கூறிப் பெருமூச்சு விட்டான்.

"அவளை நான் போய்ப் பார்க்கவில்லை என்பது சரிதான்! ஆனால் அவள் என்னை விட்டபாடில்லை. பல்லவா! இரவும் பகலும் என்னைச் சுற்றிச் சுற்றி வந்து என்னை வதைக்கிறாள். பகலில் நினைவிலே வருகிறாள். இரவில் கனவிலே வருகிறாள். ஒரு சமயம் முகத்தில் மோகனப் புன்னகையுடன் என்னைக் கட்டி அணைத்து முத்தம் கொடுக்க வருகிறாள். இன்னொரு சமயம் கையில் கூரிய கத்தியுடன் என்னைக் குத்திக் கொல்ல வருகிறாள். ஒரு சமயம் கண்களில் கண்ணீர் பெருக்கி விம்மிக் கொண்டு வருகிறாள். வேறொரு சமயம் தலைவிரி கோலமாய்க் கன்னங்களைக் கை விரல்களினால் பிறாண்டிக் கொண்டும் அலறி அழுது கொண்டும் வருகிறாள். ஒரு சமயம் பைத்தியம் பிடித்தவளைப் போல் பயங்கரமாய்ச் சிரித்துக் கொண்டும் வருகிறாள். இன்னொரு சமயம் அமைதியான முகத்துடன் ஆறுதல் சொல்ல வருகிறாள். கடவுளே! அந்தப் பாதகி என்னை

எப்படித்தான் வதைக்கிறாள் என்று சொல்லி முடியாது. இன்று மாலை பாட்டன் கூறியது நினைவிருக்கிறதா! நான் ஏன் தஞ்சை போகக் கூடாது என்பதற்கு ஏதேதோ காரணம் கூறினார். உண்மையில் நான் தஞ்சை போகாமலிருப்பதற்கும் என் தந்தையைக் காஞ்சிக்கு வரவழைக்க விரும்புவதற்கும் காரணம் நந்தினிதான்..."

"அரசே! கேவலம் ஒரு பெண்ணுக்குப் பயந்து கொண்டா தஞ்சைக்குப் போகாமலிருக்கிறீர்கள்? அப்படி அவள் என்ன தான் செய்து விடுவாள்? வஞ்சனையாக விஷம் வைத்துத் தங்களைக் கொன்று விடுவாள் என்று அஞ்சுகிறீர்களா?..."

"இல்லை, பார்த்திபா, இல்லை! இன்னமும் என்னை நீ நன்றாகப் புரிந்து கொள்ளவில்லை. அவள் என்னைக் கொன்று விடுவாள் என்பதற்காக நான் அஞ்சவில்லை. அவளுடைய இஷ்டப்படி என்னைச் செய்ய வைத்து விடுவாளோ என்றுதான் பயப்படுகிறேன். 'உன் தந்தையைச் சிறையில் போடு!' 'உன் தங்கையை நாட்டை விட்டுத் துரத்து!' 'இந்தக் கிழவனைக் கொன்று என்னைச் சிம்மாசனத்தில் ஏற்று!' என்று அந்த மாயமோகினி மறுமுறை சொன்னால், எனக்கு அப்படியெல்லாம் செய்யத் தோன்றிவிடுமோ என்று பயப்படுகிறேன். நண்பா! ஒன்று நந்தினி சாக வேண்டும்; அல்லது நான் சாக வேண்டும்; அல்லது இரண்டு பேரும் சாக வேண்டும். இல்லாவிடில் இந்த ஜன்மத்தில் எனக்கு மன அமைதி கிடையாது!" என்றான் கரிகாலன்.

"அரசே! இது என்ன பேச்சு? தாங்கள் ஏன் சாக வேண்டும்? எனக்கு அனுமதி கொடுங்கள்! இலங்கைக்கு அப்புறம் போகிறேன். உடனே தஞ்சாவூர் சென்று அவளைக் கொன்றுவிட்டு வருகிறேன். ஸ்திரீ ஹத்தி தோஷம் எனக்கு வந்தால் வரட்டும்.."

"அப்படி ஏதாவது செய்தால் உன்னை என் பரம வைரியாகக் கருதுவேன். நந்தினியைக் கொல்லத் தான் வேண்டுமென்றால், என்னுடைய இந்தக் கையினாலேயே அவளைக் கொல்லுவேன். கொன்றுவிட்டு என்னையும் கொன்று கொண்டு மாளுவேன்! வேறொருவர் அவளுடைய சுண்டு விரலின் நகத்துக்குக் கேடு செய்வதையும் என்னால் பொறுக்க முடியாது! நண்பா! நீ நந்தினியை மறந்துவிடு! அவளைப் பற்றி நான் சொன்னதெல்லாவற்றையும் மறந்துவிடு! பாட்டன் சொன்னபடி நீ நாளைக்கே புறப்பட்டு இலங்கைக்குப் போ! என் சகோதரன் அருள்மொழியை எப்படியாவது வற்புறுத்தி இங்கே அழைத்து வா! அவனை இங்கே இருக்கச் செய்வோம். பாட்டனும் பேரனும் யோசித்து என்ன வேணுமோ செய்து கொள்ளட்டும். நாம் இலங்கைக்குச் செல்வோம், மீண்டும் கப்பல் ஏறிப் பெரும் படையுடன் கீழைக் கடல்களில் செல்வோம். சாவகம், புஷ்பகம், கடாரம் முதலிய தேசங்களுக்குச் சென்று வெற்றிக் கொடி நாட்டுவோம். பிறகு மேற்கே திரும்புவோம். அரபு, பாரஸீகம், மிசிரம் முதலிய நாடுகளுக்குச் சென்று அங்கெல்லாம் தமிழர் வீரத்தையும் புலிக் கொடியையும் நிலைநாட்டுவோம். பார்த்திபா! அந்த நாடுகளில் எல்லாம் கற்பு என்னும் கட்டுப்பாடு இந்த நாட்டில் உள்ளது போல் கிடையாது என்பது உனக்குத் தெரியுமா? அரசர்கள் தங்கள் இஷ்டம்போல் அவர்களுடைய ஆட்சியின் கீழ் உள்ள எந்தப் பெண்ணையும் அழைத்துச் சென்று அந்தப்புரத்தில் சேர்த்துக் கொள்வார்களாம்!..." என்றான் கரிகாலன்.

பார்த்திபன் இதற்கு மறு மொழி சொல்லுவதற்குள் திருக்கோவலூர் மலையமான் அங்கு வந்து சேர்ந்தார். "அரவான் கதையைப் போல் அற்புதமான கதை இந்த உலகத்திலேயே கிடையாது. நீ இப்போது சொல்லிக்கொண்டிருந்த எந்த நாட்டிலும் கிடையாது. ஆனால் இன்னுமா நீங்கள் தூங்காமல் பேசிக்கொண்டிருக்கிறீர்கள்? பார்த்திபேந்திரா! நாளைக்கு இலங்கைக்குப் புறப்பட வேண்டும் என்பது உனக்கு நினைவிருக்கிறதல்லவா?" என்றார்.

"அதைப் பற்றித்தான் தூங்காமல் பேசிக்கொண்டிருக்கிறோம்!" என்றான் பார்த்திபேந்திரன்.

பாகம் – 2
சுழற்காற்று

1. பூங்குழலி

அந்தி நேரம் அமைதி பெற்று விளங்கியது. கோடிக்கரையின் ஓரத்தில் கடல் அலை அடங்கி ஓய்ந்திருந்தது. கட்டு மரங்களும், படகுகளும் கரையை நெருங்கிக்கொண்டிருந்தன. கடலில் இரை தேடச் சென்ற பறவைகள் திரும்பி வந்துகொண்டிருந்தன. கரையில் சிறிது தூரம் வெண் மணல் பரந்திருந்தது. அதற்கு அப்பால் வெகுதூரத்துக்கு வெகுதூரம் காடு படர்ந்திருந்தது. காட்டு மரங்களின் கிளை ஆடவில்லை; இலைகள் அசையவில்லை. நாலா பக்கமும் நிசப்தம் நிலவியது. செங்கதிர்த் தேவன் கடலும் வானும் கலக்கும் இடத்தை நோக்கி விரைந்து இறங்கிக்கொண்டிருந்தான். மேகத்திரள்கள் சில சூரியனுடைய செங்கதிர்களை மறைக்கப் பார்த்து தாங்களும் ஒளி பெற்றுத் திகழ்ந்தன.

கரை ஓரத்தில் கடலில் ஒரு சிறிய படகு மிதந்தது. கடலின் மெல்லிய அலைப் பூங்கரங்கள் அந்தப் படகைக் குழந்தையின் மணித் தொட்டிலை ஆட்டுவது போல மெல்ல மெல்ல அசைத்தன. அந்தப் படகில் ஓர் இளம் பெண் இருந்தாள். அவளைப் பார்த்ததும் சேந்தன் அமுதன் தன் மாமன் மகளைக் குறித்து வர்ணனை செய்தது நமக்கு நினைவு வருகிறது. ஆம்; அவள் பூங்குழலியாகத்தான் இருக்க வேண்டும். பெயருக்குத் தகுந்தாற் போல் இவள் கூந்தலில் ஒரு தாழம்பூவின் இதழ் அழகு பெற்றுத் திகழ்ந்தது. நீண்ட கரிய கூந்தல் சுருண்டு சுருண்டு விழுந்து அவளுடைய கடைந்தெடுத்த தோள்களை அலங்கரித்தன.

கடல் அலைகள் கரையில் ஒதுக்கும் சங்குகள், சிப்பிகள் முதலியவற்றை ஆரமாக்கி அவள் அணிந்து கொண்டிருந்தாள். ஆனால் இவையெல்லாம் அவளுடைய மேனியில் பட்டதனால் தாங்களும் அழகு பெற்றனவேயன்றி, அவளை அலங்கரித்ததாகச் சொல்ல முடியாது. அழகே ஒரு வடிவம் தாங்கி வந்தால், அதற்கு எந்த ஆபரணத்தைக் கொண்டு அழகு செய்ய முடியும்?

பூங்குழலி படகில் ஒய்யாரமாகச் சாய்ந்து கொண்டு பாடினாள். அவளுடைய கானத்தைக் கேட்பதற்காகவே கடலும் அலை அடங்கி ஓய்ந்திருந்தது போலும்! அதற்காகவே காற்றும் வீசி அடிக்காமல் மெல்ல மெல்லத் தவழ்ந்து வந்தது போலும்! தூரத்தில் தெரிந்த காட்டு மரங்களும் இலை அசையாமல் நின்று அவளுடைய கானத்தைக் கவனமாகக் கேட்டன போலும்! வானமும், பூமியும் அந்தக் கானத்தைக் கேட்டு மதிமயங்கி அசைவற்று நின்றன போலும்! கதிரவன் கூட அந்தக் கானத்தை முன்னிட்டே மூலைக் கடலை அடைந்து முழுகி மறையாமல் தயங்கி நிற்கின்றான் போலும்.

தேனில் குழைத்து, வானில் மிதந்து வந்த அப்பாடலைச் சற்று செவி கொடுத்து கேட்கலாம்.

"அலைகடலும் ஓய்ந்திருக்க
அகக் கடல்தான் பொங்குவதேன்?
நிலமகளும் துயிலுகையில்

நெஞ்சகந்தான் பதைப்பதுமேன்?
காட்டினில் வாழ் பறவைகளும்
கூடுகளைத் தேடினவே!
வேட்டுவரும் வில்லியரும்
வீடு நோக்கி ஏகுவரே
வானகமும் நானிலமும்
மோனமதில் ஆழ்ந்திருக்க
மான்விழியாள் பெண்ணொருத்தி
மனத்தில் புயல் அடிப்பதுமேன்?
வாரிதியும் அடங்கி நிற்கும்
மாருதமும் தவழ்ந்து வரும்
காரிகையாள் உளந்தனிலே
காற்றுச் சுழன் றடிப்பதுமேன்?

அந்த இளமங்கையின் உள்ளத்தில் அப்படி என்ன சோகம் குடி கொண்டிருக்குமோ, தெரியாது! அவளுடைய தீங்குரலில் அப்படி என்ன இன்ப வேதனை கலந்திருக்குமோ, தெரியாது! அல்லது அப்பாடலில் சொற்களோடு ஒருவேளை கண்ணீரைக் கலந்துதான் பாடலை அமைத்து விட்டார்களோ, அதுவும் நாம் அறியோம். ஆனால் அந்தப் பாடலை அவள் பாடுவதைக் கேட்கும்போது நமக்கு நெஞ்சம் விம்மி வெடித்து விடுவது போன்ற உணர்ச்சி ஏனோ உண்டாகிறது.

பூங்குழலி கானத்தை நிறுத்தினாள். படகின் துடுப்பை நாலு தடவை வலித்தாள். படகு கரை அருகில் வந்து சேர்ந்தது. பூங்குழலி படகிலிருந்து துள்ளிக் குதித்துக் கரையில் இறங்கினாள். படகைக் கரையில் இழுத்து போட்டாள். கரையில் சில கட்டு மரங்கள் கும்பலாகக் கிடந்தன. அவற்றின் மீது படகு சாய்ந்து நிற்கும்படி தூக்கி நிறுத்தினாள். சாய்ந்து நின்ற படகில் தானும் சாய்ந்துகொண்டு ஒருமுறை சுற்றுமுற்றும் பார்த்தாள்.

அதோ கலங்கரை விளக்கின் உச்சி மண்டபத்தில் தீ மூட்டியாகி விட்டது. தீ ஜுவாலை விட்டு எரிகிறது. இனி இரவெல்லாம் அந்த ஜோதி எரிந்துகொண்டிருக்கும். கடலில் செல்லும் மரக்கலங்களுக்கு அது 'அருகில் நெருங்க வேண்டாம்!' என்று எச்சரித்துக்கொண்டிருக்கும். கோடிக்கரை ஓரத்தில் கடலில் ஆழமே கிடையாது. கட்டு மரங்களும், சிறிய படகுகளும்தான் அந்தப் பகுதியில் கரை ஓரமாக அணுகி வரலாம். மரக்கலமும் நாவாயும் நெருங்கி வந்தால் தரைதட்டி மணலில் புதைந்து விடும். வேகமாகத் தரையில் மோதினால் கப்பல் பிளந்து உடைந்தும் போய்விடும். ஆதலின், கோடிக்கரையில் உள்ள கலங்கரை விளக்கம் கப்பல் ஓட்டிகளுக்கு மிகவும் அவசியமான உதவியைச் செய்து வந்தது. மற்றொரு பக்கத்தில் குட்டை மரங்கள் அடர்ந்த காட்டின் நடுவில் கோபுரம் ஒன்று தலை தூக்கி நின்றது. அதனடியில் கோடிக்கரைக் குழகர், கோயில் கொண்டிருந்தார். சுமார் இருநூறு ஆண்டுகளுக்கு முன்னால் ஸ்ரீசுந்தர மூர்த்தி நாயனார் இந்தக் கோடிக் கரைக்கு வந்தார். காட்டின் மத்தியில் தன்னந்தனியே கோயில் கொண்டிருந்த குழகரைத் தரிசித்தார்.

"அந்தோ! இறைவா! இப்படி இந்தக் கடற்கரைக் காட்டின் மத்தியில் துணையின்றி தனியே இருந்தீரே? இருக்க வேறு இடமாயில்லை? பக்தர்கள் கூட்டங் கூட்டமாக உமது புகழைப் பாடிக்கொண்டிருக்கும் ஸ்தலங்கள் எத்தனையோ இருக்க, இந்தக் கோடிக்கு வந்து பயங்கர காட்டிலே தனியே கோயில் கொண்டிருப்பதேன்? இக்கொடியேனுடைய கண்கள் இந்தக் காட்சியையும் காண நேர்ந்ததே!" என்று மனமுருகிப் பாடினார்.

"கதிதாய்க் கடற்காற்று வந்தெற்றக் கரைமேல்
குடிதானயலே இருந்தாற் குற்றமாமோ?
கொடியேன் கண்கள் கண்டன கோடிக் குழகீர்

அடிகேள் உமக்கார் துணையாக இருந்தீரே?
"மத்தம் மலிசூழ் மறைக்காடதன் றென்பால்
பத்தர் பலர் பாடவிருந்த பரமா!
கொத்தார் பொழில் சூழ்தருகோடிக் குழகா
எத்தாற் றனியே யிருந்தாய்? எம்பிரானே!

ஸ்ரீசுந்தரமூர்த்தி நாயனார் வந்து தரிசித்துவிட்டுப் போன இருநூறு ஆண்டுகளுக்குப் பிறகும் கோடிக்கரைக் குழகர் அதே நிலையில்தான் இருந்தார். (ஆயிரம் ஆண்டுகளுக்குப் பின்னர் இன்றைக்கும் கோடிக்கரைக் குழகர் அதே தனிமை நிலையில்தான் இருந்து வருகிறார்!) சுற்றிலும் இன்னும் கொஞ்சம் காடுகள் மண்டிப் போயிருந்தன. அக்காடுகளில் மரப் பொந்துகளில் ஆந்தைகளும் கூகைகளும் குழறின. பார்ப்பதற்குப் பயங்கரமான வேடுவர்கள் சிலர்தான் காட்டின் மத்தியில் ஆங்காங்கு குடிசை போட்டுக் கொண்டு வசித்தார்கள்.

ஆம்; ஒரே வித்தியாசம் இருந்தது. ஸ்ரீசுந்தரமூர்த்தி நாயனார் இங்கு வந்திருந்தபோது கலங்கரை விளக்கம் இல்லை. சில ஆண்டுகளுக்கு முன்பு, முதற் பராந்தகரின் காலத்திலேதான் அது கட்டப்பட்டது. கலங்கரை விளக்கத்தில் பணி செய்வோருக்கென்று சில ஓட்டு வீடுகள் அதைச் சுற்றிக் கட்டப்பட்டன. கோடிக்கரைக் குழகர் கோயிலில் பூஜை செய்யும் பட்டரும் அங்கே வந்து குடியேறினார்.

பூங்குழலி கடற்கரை ஓரத்தில் படகின் மீது சாய்ந்த வண்ணம் நாற்புறமும் பார்த்தாள். கலங்கரை விளக்கத்தைப் பார்த்து அந்தப் பக்கம் போகலாமா என்று யோசித்தாள். பிறகு குழகர் கோயிலின் கோபுரகலசத்தை நோக்கினாள். அச்சமயம் கோயிலில் சேமங்கலம் அடிக்கும் ஓசை கேட்கவே, பூங்குழலி ஒரு தீர்மானத்துக்கு வந்தாள். அதற்குள் வீட்டுக்குப் போய் என்ன செய்வது? கோவிலுக்குப் போகலாம்! பட்டரைத் தேவாரம் பாடச் சொல்லிக் கேட்கலாம். பிறகு பிரசாதமும் வாங்கிக்கொண்டு வரலாம்.

இப்படி முடிவு செய்து கொண்டு பூங்குழலி கோயில் இருந்த திசையை நோக்கி நடந்தாள். ஆடிக்கொண்டும், பாடிக்கொண்டும் துள்ளிக் குதித்துக்கொண்டும் நடந்தாள். வழியில் மான் கூட்டம் ஒன்றைக் கண்டாள். மான்கள் மணல் வெளியைத் தாண்டிக் காட்டை நோக்கிச் சென்று கொண்டிருந்தன. ஏழெட்டுப் பெரிய மான்களோடு ஒரு சிறிய மான் குட்டியும் பாய்ந்து ஓடிக்கொண்டிருந்தது. மான் கூட்டத்தைப் பார்த்ததும் பூங்குழலிக்கு உற்சாகம் உண்டாயிற்று. அவற்றைப் பிடிக்கப் போவதுபோல் தொடர்ந்து குதித்து ஓடினாள். ஆனால் என்னதான் விரைவாக ஓடினாலும் மான்களோடு போட்டியிட முடியுமா? மான் கூட்டம் பூங்குழலியை முந்திக் கொண்டது.

முன்னால் சென்ற மான்கள் ஓரிடத்தில் நாலு கால்களையும் தூக்கி வானத்தில் பறப்பது போல் நீண்ட தூரம் தாவிக் குதித்தன. அங்கே புதை சேற்றுக் குழி இருக்கிறதென்று பூங்குழலி ஊகித்துக் கொண்டாள். பெரிய மான்கள் எல்லாம் அக்குழியை ஒரே தாண்டலில் தாண்டி அப்பால் பத்திரமாய் இறங்கிவிட்டன. ஆனால் மான்குட்டியினால் முழுவதும் தாண்ட முடியவில்லை. அக்கரை ஓரமாக அதன் பின்னங்கால்கள் சேற்றுக் குழியில் அகப்பட்டுக் கொண்டன. முன்னங்கால்களைக் கரையில் ஊன்றி மான் குட்டி ஆன மட்டும் கரை ஏற முயன்றது. ஆனால் அதன் பின்னங்கால்கள் சேற்றில் மேலும் மேலும் புதைந்து கொண்டிருந்தன. தாய் மான் கரையில் நின்று குட்டியின் நிலையைக் கவலையுடன் நோக்கியது. அதனால் தன் குட்டிக்கு உதவி எதுவும் செய்ய முடியவில்லை.

இதையெல்லாம் ஒரு நொடியில் பார்த்து அறிந்து கொண்ட பூங்குழலி அந்தப் புதை சேற்றுக் குழி எங்கே முடிகிறது என்பதைக் கண்டு தெரிந்துகொண்டாள். புதைகுழி ஓரமாக ஓடிச் சென்று கெட்டியான இடத்தின் வழியாகக் கடந்து எதிர்ப்புறத்தில் மான் குட்டி சேற்றில் அகப்பட்டுக்கொண்டு தவித்த இடத்தை அணுகினாள். தாய் மான் முதலில் அவளைக் கண்டு மிரண்டது. பூங்குழலிக்கு மானின் பாஷை தெரியும் போலும்!

மிருதுவான குரலில் அவள் ஏதோ சொல்லவும் தாய் மான் பயம் நீங்கி நின்றது. பூங்குழலி புதை சேற்றுக் குழியின் கரை ஓரத்தில் முன்னங்கால்களை மடித்து உட்கார்ந்து, கைகளை நீட்டி மான் குட்டியைப் பற்றிப் பலமாக இழுத்துக் கரையேற்றினாள். சில விநாடி நேரம் அந்த மான்குட்டியின் உடம்பு வெடவெட வென்று நடுங்கிக்கொண்டிருந்தது. தாய் மான் அதனருகில் நின்று முகர்ந்து பார்த்துத் தைரியம் கூறியது போலும்! அவ்வளவுதான்! அடுத்த விநாடி தாயும், குட்டியும் மீண்டும் பாய்ந்தோடின.

“சீ! கொஞ்சமும் நன்றியில்லாத மிருக ஜன்மங்கள்!” என்று பூங்குழலி தனக்குத்தானே சொல்லிக் கொண்டாள். “ஆனால் மனிதர்களை விட இந்த மான்கள் மட்டமாய்ப் போய்விடவில்லை!” என்று அவளே தேறுதலும் சொல்லிக் கொண்டாள்.

பிறகு மறுபடியும் குழகர் ஆலயத்தை நோக்கி நடந்தாள்.

மணல் வெளியைத் தாண்டியதும் மரஞ்செடிகள் அடர்ந்த காட்டு வழியில் போக வேண்டியிருந்தது. மேட்டில் ஏறியும், பள்ளத்தில் இறங்கியும் போக வேண்டியிருந்தது. அந்தக் காட்டை இயற்கையின் விசித்திரங்களில் ஒன்று என்றே சொல்ல வேண்டும். அங்கே கற்பாறைகளினால் அமைந்த மலைகளோ, குன்றுகளோ இல்லை. ஒரே மணல் வெளிதான். ஆங்காங்கு மணல் மேடிட்டு, மணல் மேட்டின்மீது செடிகளும், மரங்களும் முளைத்ததனால் கெட்டிப்பட்டுக் குன்றுகளாகவே மாறிப் போயிருந்தன. குன்றுகளுக்குப் பக்கத்தில் பள்ளங்களும் இருந்தன. அத்தகைய காட்டில் வழி கண்டுபிடித்துப் போவது எளிய காரியமன்று. வெகுதூரம் நடந்துவிட்டது போலத் தோன்றும்; ஆனால் திரும்பத் திரும்பப் புறப்பட்ட இடத்துக்கே வந்துகொண்டிருப்போம்!

பூங்குழலி அந்தக் காட்டு வழியில் புகுந்து அதி விரைவாக நடந்து ஆலயத்தினருகே வந்து சேர்ந்தாள். கோவிலுக்கு வெளியிலும், உட்பிரகாரத்திலும் கொன்னை, பன்னீர் முதலிய மரங்கள் ஓங்கி வளர்ந்து மலர்ந்து குலுங்கிக்கொண்டிருந்தன.

பூங்குழலி ஆலயத்துக்குள் போனாள். பட்டர் அவளைப் பார்த்து முகமலர்ந்தார். அந்தக் கோயிலுக்குள் சாமி தரிசனம் செய்வதற்காக வருவோர் அருமை. ஆதலின் அருமையாக வருகிறவரைப் பார்த்துப் பட்டர் மகிழ்வது இயல்புதானே?

தேங்காய் மூடியும், பிரசாதமும் கொண்டு வந்து பட்டர் கொடுத்தார். “அம்மா கொஞ்சம் காத்திருக்கிறாயா? நானும் இதோ சந்நிதியைப் பூட்டிக்கொண்டு வீட்டுக்கு வருகிறேன்!” என்றார். இருட்டிய பிறகு அந்தக் காட்டு வழியில் செல்வது கொஞ்சம் சிரமமான காரியந்தான். ஆனால் வழிகாட்டுவதற்குப் பூங்குழலி இருந்தால் கவலையே கிடையாது.

“இருக்கிறேன், ஐயா! எனக்கு அவசரம் ஒன்றுமில்லை. மெதுவாகக் கோயில் கைங்கரியங்களை முடித்துக்கொண்டு புறப்படுங்கள்!” என்று பூங்குழலி கூறிவிட்டுக் கோயில் பிரகாரத்துக்கு வந்தாள். மரக்கிளை ஒன்றைப் பிடித்துக் கொண்டு பிரகாரத்தின் மதில் சுவரின் மேல் தாவி ஏறினாள். மதில் மூலையில் நந்தி பகவானுடைய பெரிய சிலை ஒன்று அமைக்கப்பட்டிருந்தது. அந்தச் சிலைமீது சிறிது சாய்ந்த வண்ணம் மதில் மீது காலை நீட்டிப் படுத்தாள். தேங்காய் மூடியைப் பல்லினால் சுரண்டிச் சாப்பிடத் தொடங்கினாள்.

நாலாபுறமும் இருள் சூழ்ந்து வரும் விசித்திரத்தைப் பூங்குழலி பார்த்துக் கொண்டேயிருக்கையில், குதிரையின் காலடிச் சத்தத்தைக் கேட்டாள். சத்தம் வந்த வழியே ஆவலுடன் பார்த்துக்கொண்டிருந்தாள். குதிரைக் காலடியின் சத்தம் அவளுடைய உள்ளத்தில் ஏதேதோ பழைய ஞாபகங்களை எழுப்பி அவளைக் கனவு லோகத்துக்குக் கொண்டு போயிற்று. எங்கிருந்தோ இனந்தெரியாத ஒரு துக்கம் வந்து நெஞ்சை அடைத்தது. வருகிறது யாராயிருக்கக்கூடும்? யாராயிருந்தால் நமக்கு என்ன கவலை? கொஞ்ச காலமாகப் புது ஆட்கள் வருகிறதும் போகிறதும் அதிகமாய்த் தானிருக்கிறது.

இராஜாங்க காரியமாக வருகிறார்களாம்; போகிறார்களாம். நேற்றைக்குக் கூட இரண்டு பேர் வந்திருந்தார்கள். அவர்களைப் பார்ப்பதற்கே அருவருப்பாயிருந்தது. அண்ணனைப் படகு வலிக்கச் சொல்லி ஈழத்துக்குச் சென்றார்கள். பணமும் நிறையக் கொடுத்தார்கள். அவர்களுடைய பணத்திலே இடி விழட்டும்! யாருக்குப் பணம் வேண்டும்! பணத்தை வைத்துக் கொண்டு இந்த நடுக் காட்டில் என்ன செய்வது? ஆனால் அண்ணனுக்கும் அண்ணிக்கும் பணம் என்றால் ஒரே ஆசை. எதற்கோ தெரியவில்லை! சேர்த்து சேர்த்துப் புதைத்து வைக்கிறார்கள்.

குதிரைக் காலடிச் சத்தம் இதோ அருகில் நெருங்கி வருகிறது. ஒரு குதிரை அல்ல; இரண்டு குதிரைகள் வருவதுபோலத் தோன்றுகிறது. இதோ அவை தென்படுகின்றன. பள்ளத்திலிருந்து மெல்ல மெல்ல மேட்டில் ஏறி வருகின்றன. நெடுந்தூரம் பிரயாணம் செய்து களைத்துப் போன குதிரைகள். ஒவ்வொரு குதிரை மீதும் ஒரு ஆள் வருகிறான்.

முதலில் வருகிற குதிரை மேல் வருகிறவன் வாலிபப் பிராயத்தவன். பார்க்க இலட்சணமாக இருக்கிறான்; வாட்டச்சாட்டமாகவும் இருக்கிறான் முகத்தில் கம்பீரம் இருக்கிறது. ஆனால் அவளுடைய இருதய அந்தரங்கத்தில் குடிகொண்டிருக்கும் அந்த இன்னொரு முகத்தின் அழகும், கம்பீரமும் எங்கே? இவனுடைய முகம் எங்கே? பார்க்கப் போனால் இவனுடைய முகம் மரப்பொந்தில் இருக்கும் ஆந்தை முகம் மாதிரியல்லவா சப்பட்டையாயிருக்கிறது?

குதிரைமேல் வந்த இருவரில் முதலில் வந்தவன் நமது பழைய நண்பனாகிய வல்லவரையன் வந்தியத்தேவன்தான். பின்னால் வந்தவன் வைத்தியருடைய மகன். இருவரும் பழையாறையிலிருந்து இங்கே வந்து சேர்வதற்குள் இளைத்துக் களைத்து சோர்வுற்றுப் போயிருக்கிறார்கள். ஆயினும் வந்தியத்தேவனுடைய முகம், கோயில் மதில் மேல் காலை நீட்டிச் சாய்ந்து கொண்டிருந்த பூங்குழலியைக் கண்டதும் சிறிது மலர்ந்தது. அவள் தன்னுடைய முகத்தை உற்றுப் பார்த்துக்கொண்டிருக்கிறாள் என்று தெரிந்ததும் அவனுக்கு இயற்கையான உற்சாகமே பிறந்து விட்டது. அவனும் குதிரையை நிறுத்தி விட்டு அவளுடைய முகத்தை ஆர்வத்துடன் உற்றுப் பார்க்கலானான்.

தன் முகத்தை மரப்பொந்திலுள்ள ஆந்தையின் முகத்தோடு அவள் ஒப்பிடுகிறாள் என்று மட்டும் அவன் அறிந்திருந்தால் அவ்வளவு உற்சாகப்பட்டிருக்க முடியாது தான். ஒரு மனத்திலுள்ளதை இன்னொருவர் முழுதும் அறிய முடியாமலிருப்பது எவ்வளவு அநுகூலமாயிருக்கிறது?

குதிரைமேல் வந்தவன் தன்னை உற்றுப் பார்த்துக் கொண்டிருக்கிறான் என்பதை பூங்குழலி அறிந்தாள். கையில் தான் தேங்காய் மூடிவைத்துக்கொண்டு பல்லினால் சுரண்டித் தின்று கொண்டிருப்பதையும் நினைத்தாள். உடனே எங்கிருந்தோ ஒரு நாண உணர்ச்சி வந்து அவளைப் பற்றிக் கொண்டது. பிரகார மதில் சுவரிலிருந்து வெளியே வெண் மணலில் குதித்தாள். மதில்சுவர் ஓரமாக ஓடத் தொடங்கினாள்.

அதைப் பார்த்த உடனே வந்தியத்தேவனுக்கும் குதிரை மேலிருந்து குதிக்கத் தோன்றியது. குதித்துப் பூங்குழலியைப் பின்தொடர்ந்து பிடிப்பதற்கு ஓட வேண்டும் என்று தோன்றியது. அவ்வாறே அவளைத் துரத்திக்கொண்டு ஓடினான். இந்த அர்த்தமற்ற செயலின் காரண காரியங்களை யார் கண்டுபிடித்து சொல்ல முடியும்? ஆயிரம் பதினாயிரம் ஆண்டுகளாகத் தொடர்ந்து வந்த மனித குலத்தின் பரம்பரை இயற்கைதான் பூங்குழலியை ஓடச் செய்தது என்றும், அதுவே வந்தியத்தேவனைத் துரத்திப் பிடிக்கச் செய்தது என்றும் சொல்ல வேண்டியதுதான்.

❖

2. சேற்றுப் பள்ளம்

காட்டிலும் மேட்டிலும், கல்லிலும் முள்ளிலும் அந்தப் பெண்ணைத் தொடர்ந்து வந்தியத்தேவன் ஓடினான். ஒருசமயம் அவள் கண்ணுக்குத் தெரிந்தாள். மறு கணத்தில் மறைந்தாள். இனி அவளைப் பிடிக்க முடியாது என்று தோன்றியபோது மறுபடியும் கண்ணுக்குப் புலப்பட்டாள். மாய மாரீசனைத் தொடர்ந்து இராமர் சென்ற கதை வந்தியத்தேவனுக்கு நினைவு வந்தது. ஆனால் இவள் மாயமும் அல்ல; மாரீசனும் அல்ல இவளுடைய கால்களிலே மானின் வேகம் இருக்கிறது என்பது மட்டும் நிச்சயம். அம்மம்மா! என்ன விரைவாக ஓடுகிறாள்? 'எதற்காக இவளைத் தொடர்ந்து ஓடுகிறோம், இது என்ன பைத்தியக்காரத்தனம்?' என்று எண்ணினான். உடனே அதற்கு ஒரு காரணமும் கற்பித்துக் கொண்டான். கோடிக்கரை நெருங்க நெருங்க, சேந்தன் அமுதன் வர்ணித்த மங்கையின் நினைவு அவனுக்கு அடிக்கடி வந்துகொண்டிருந்தது. இவள் அந்தப் பூங்குழலியாகத்தான் இருக்க வேண்டும். இவளுடன் சிநேகம் செய்துகொண்டால் வந்த காரியம் நிறைவேறுவதற்கு அநுகூலமாயிருக்கும். அத்துடன் கலங்கரை விளக்கத்துக்குப் போக வழி கேட்டும் தெரிந்துகொள்ளலாம். தொலைதூரத்தில் வரும்போதே அவர்களுக்குக் கலங்கரை விளக்கின் உச்சி தெரிந்தது. ஆனால் அதை நெருங்குவது எளிதாயில்லை. காட்டுக்குள் புகுந்ததும் கலங்கரை விளக்கு தெரியவேயில்லை. காட்டுக்குள்ளே சுற்றிச் சுற்றி வருவதாக ஏற்பட்டதே தவிர வழி அகப்படவில்லை.

இந்தச் சமயத்திலே தான் குழகர் கோயிலின் மதில் சுவரின் மேல் பூங்குழலியை வந்தியத்தேவன் கண்டான். அவளைப் பிடித்து வழி கேட்கலாம் என்று பார்த்தால், அவள் இப்படி மாய மானைப் போல் பிடிபடாமல் ஓடுகிறாளே? இவளை இப்படியே விட்டு விட்டுத் திரும்ப வேண்டியதுதான்? ஆனால் ஓட்டப் பந்தயத்தில் கூட ஒரு பெண்ணுக்குத் தோற்பது என்றால், அதுவும் மனத்துக்கு உகந்ததாயில்லை...

ஆ! அதோ திறந்தவெளி வந்துவிட்டது. சற்றுத் தூரத்தில் நீலக்கடல் தெரிகிறது. விரிந்து பரந்து அமைதி குடிகொண்ட அந்தக் கடலின் தோற்றம் என்ன அழகாயிருக்கிறது! அதோ கலங்கரை விளக்கமும் தெரிகிறது. அதன் உச்சியில் இப்போது ஜோதி கொழுந்துவிட்டு எரிகிறது. அதன் செந்நிறக் கதிர்கள் நாலா பக்கமும் பரவி விழுந்து விசித்திர ஜால வித்தைகள் புரிகின்றன.

இந்த இடத்தில் இந்தப் பெண்ணைப் பின்தொடர்வதை விட்டுவிட்டுக் கலங்கரை விளக்கை நோக்கிப் போகலாமா? கூடாது!கூடாது! இந்தத் திறந்த வெளியில் இவளை ஓடிப் பிடிப்பது சுலபம். இங்கே அவ்வளவு மணலாகக் கூட இல்லை. கால் மணலில் புதையவில்லை. பூமியில் புல் முளைத்துக் கெட்டிப் பட்டிருக்கிறது. சில இடங்களில் சேறு காய்ந்து பொறுக்குப் படர்ந்திருக்கிறது. இங்கேயெல்லாம் தடங்கலின்றி ஓடலாம். அந்தப் பெண்ணை இலகுவாய்ப் பிடித்துவிடலாம்! மேலும் அவள் கடலை நோக்கியல்லவா ஓடுகிறாள்? எவ்வளவு ஓடினாலும் முடிவில் கடலோரத்தில் சென்று அவள் நின்று தானே ஆக வேண்டும்! ஒருவேளை இந்த விந்தையான பெண் கடலிலேயே முழுகி மறைந்து விடுவாளோ! அடடா! குதிரையிலேயே ஏறி வராமற் போனோமே? அப்படி வந்திருந்தால் இந்தத் திறந்த வெளியில் ஒரு நொடியில் இவளைப் பிடித்து விடலாமே?

அதோ அவள் சற்றுத் தயங்கி நிற்கிறாள். நேரே கடலை நோக்கி ஓடாமல் வலதுபக்கமாகத் திரும்பி ஓடுகிறாள்! தன்னிடம் பிடிபடாமல் இருப்பதற்காக வலதுபுறத்தில் சற்றுத் தூரத்தில் தென்பட்ட காட்டை நோக்கி ஓடுகிறாள். காட்டுக்குள் அவள் புகுந்துவிட்டால் நிச்சயமாகப் பிடிக்க முடியாதுதான்! இத்தனை நேரம் ஓடியதும் வீண்! வந்தியத்தேவனுடைய கால்களும் அச்சமயம் கெஞ்ச ஆரம்பித்து விட்டது...

மீண்டும் அவளுடைய மனத்தை மாற்றிக்கொண்டு விட்டாள் போலும்! காட்டுக்குள் போகும் எண்ணத்தை விட்டு விட்டாள் போலும்! பம்பரத்தைப் போல் ஒரு சுற்றுச் சுற்றித்

திரும்பி ஓடி வருகிறாள். கலங்கரை விளக்கின் அடிக்குப் போக நினைத்தாள் போலும். ஒரு நாலு பாய்ச்சல் பாய்ந்தால் அவளைப் பிடித்து விடலாம். கைப்பிடியாக அவளைப் பிடித்து "பெண்ணே! ஏன் இப்படி என்னைக் கண்டு மிரண்டு ஓடுகிறாய்? உனக்கு உன் காதலனிடமிருந்து செய்தி கொண்டு வந்திருக்கிறேன்!" என்று சொன்னால், எத்தனை அதிசயம் அடைவாள்! சேந்தன் அமுதன் அவனிடம் ஒன்றும் சொல்லி அனுப்பவில்லை என்பது உண்மைதான். அதனால் என்ன? ஏதாவது சொந்தமாகக் கற்பனை செய்து சொன்னால் போகிறது!...

வந்தியத்தேவன் மனத்திற்குள் தீர்மானித்தபடி தன் தேகத்தில் மிச்சமிருந்த வலிமையையெல்லாம் உபயோகித்துப் பாய்ந்து ஓடினான். திரும்பி ஓடிவந்துகொண்டிருந்த அவளை நாலே பாய்ச்சலில் பிடித்துவிடலாம் என்பதுதான் அவனுடைய உத்தேசம். திடீரென்று "ஐயோ!" என்றான். தனக்கு என்ன நேர்ந்து விட்டது என்பது முதலில் அவனுக்கே தெரியவில்லை. பிறகு புலப்படத் தொடங்கியது. அவனுடைய கால்கள் இரண்டும் சேற்றில் புதைந்து கொண்டிருந்தன. முதலில் பாதங்கள் மட்டும் புதைந்தன. பிறகு கணுக்கால் புதைந்தது, முழங்கால் வரையில் சேறு மேலேறி விட்டது!

அடாடா! இந்த இடம் நம்மை எப்படி ஏமாற்றி விட்டது? மேலே பார்த்தால் நன்றாய்க் காய்ந்து பொறுக்குத் தட்டியிருக்கிறது. உள்ளே சேறு இன்னும் காயவில்லை. என்றுமே முழுமையும் காயமுடியாத புதை சேற்றுக் குழிகளைப் பற்றி வந்தியத்தேவன் கேள்விப்பட்டதுண்டு. ஆடுமாடுகள், குதிரைகள், யானைகள் கூட அப்பள்ளங்களில் அகப்பட்டுக் கொண்டால் சிறிது சிறிதாக உள்ளே அமுங்கிக் கொண்டே போய்க் கடைசியில் முழுதுமே முழுகி மறைந்து விடுமாம்! அத்தகைய புதைகுழிதானோ இது? அப்படித்தான் தோன்றுகிறது. முழங்காலும் மறைந்து விட்டதே! மேலும் உள்ளே இறங்கிக்கொண்டேயிருப்போமோ? விரைவில் தொடை வரைக்கும் புதைந்துவிடும் போலிருக்கிறதே! யானைகளையும் குதிரைகளையும் விழுங்கி ஏப்பம் விடும் புதை சேறு நம்மைச் சும்மா விட்டு விடுமா! ஐயோ! இதுவா நமது முடிவு? நாம் கண்ட எத்தனை எத்தனையோ பகற் கனவுகள் எல்லாம் இதிலேயே புதைந்து விட வேண்டியதுதானா? இந்த அபாய வேளையில் அந்த விசித்திரமான பெண் வந்து கை கொடுத்துக் காப்பாற்றினால்தான் உண்டு. தப்புவதற்கு வேறு வழியில்லை. ஒரு பெருங்கூச்சல் போட்டுப் பார்க்கலாம். இவ்விதம் எண்ணிய வந்தியதேவன், "ஐயோ! நான் செத்தேன்! சேற்றில் முழுகிச் சாகிறேன். எனக்குக் கைகொடுத்து உதவி செய்து காப்பாற்றுவார் யாரும் இல்லையா?" என்று கத்தினான்.

அந்தக் கூக்குரல் பூங்குழலியின் காதில் விழுந்தது. அவனுக்கு நேர் எதிரே சற்றுத் தூரத்தில் ஓடிக்கொண்டிருந்த பூங்குழலி நின்றாள். ஒருகணம் தயங்கினாள். வந்தியத்தேவனுடைய அபாயமான நிலையைப் பார்த்துத் தெரிந்துகொண்டாள்.

மறுகணம் அங்கே பாதி மணலிலும் பாதி சேற்றுக் குழியிலும் கிடந்த படகு ஒன்று அவள் கவனத்தைக் கவர்ந்தது. அக்குழியில் தண்ணீர் நிறைந்து ஆழமான நீரோடையாக இருந்த காலத்தில் அப்படகு உபயோகப்பட்டிருக்க வேண்டும். அதில் இப்போது லாகவமாகக் குதித்து ஏறினாள். துடுப்பை எடுத்து இரண்டு தடவை வலித்தாள். அடாடா! இது என்ன அதிசயம்? அந்தப் படகு நீரில் அன்னப்பறவை செல்வது போல் அல்லவா சேற்றின் மேலே விரைவாக மிதந்து செல்கிறது? மிதந்து சென்று புதை சேற்றுக் குழியின் அக்கரையையும் அடைந்துவிட்டது. பூங்குழலி கெட்டித்தரையில் குதித்தாள். கரையில் கால்களை நன்றாய் ஊன்றிக்கொண்டு வந்தியத்தேவனுடைய கைகளைப் பற்றிக் கரையில் இழுத்து விட்டாள். அம்மம்மா! அந்த மெல்லியலாளின் கைகளிலேதான் எவ்வளவு வலிமை! தஞ்சைபுரிக்கோட்டைத் தளபதி சின்னப் பழுவேட்டரையருடைய இரும்புக் கைகளைவிட இவளுடைய கரங்கள் அதிக உறுதியாயிருக்கின்றனவே!

கரை ஏறியதும் வந்தியத்தேவன் கலகலவென்று சிரித்தான். அவனுடைய கால்கள் மட்டும் கொஞ்சம் நடுங்கிக் கொண்டிருந்தன.

"என்னைக் காப்பாற்றி கரைசேர்த்து விட்டதாக உனக்கு எண்ணம் போலிருக்கிறது! நீ வந்திராவிட்டால் நான் கரையேறி இருக்க மாட்டேன் என்று நினைத்தாயோ?" என்றான்.

"பின் எதற்காக அப்படி 'ஐயோ! ஐயோ!' என்று கத்தினாய்?" என்று பூங்குழலி கேட்டாள்.

"உன்னை ஓடாமல் தடுத்து நிறுத்துவதற்காகத்தான்!"

"அப்படியானால் மறுபடியும் உன்னைக் குழியிலேயே தள்ளி விடுகிறேன். உன் சாமர்த்தியத்தினால் நீயே கரை ஏறிக்கொள்!" என்று பூங்குழலி சொல்லித் தள்ள யத்தனித்தாள்.

"ஐயையோ!" என்று வந்தியத்தேவன் விலகி நின்று கொண்டான்.

"எதற்காக அலறுகிறாய்?"

"உயிருக்காகப் பயப்படவில்லை; சேற்றுக்குத்தான் பயப்படுகிறேன்! ஏற்கெனவே தொடை வரைக்கும் சேறாகிவிட்டது!"

பூங்குழலியின் முகத்தில் புன்னகை மலர்ந்தது. வந்தியத்தேவனை ஏற இறங்கப் பார்த்தாள்.

"அதோ கடல் இருக்கிறது! போய் சேற்றை அலம்பிச் சுத்தம் செய்துகொள்!" என்றாள்.

"நீ கொஞ்சம் முன்னால் சென்று வழிகாட்ட வேண்டும்!" என்றான் வந்தியத்தேவன். இருவரும் கடற்கரையை நோக்கி நடந்தார்கள் சேற்றுப் பள்ளத்தை சுற்றிக்கொண்டு சென்றார்கள்.

"என்னைக் கண்டதும் எதற்காக அப்படி விழுந்தடித்து ஓடினாய்? என்னைப் பயங்கரப் பேய் பிசாசு என்று எண்ணி விட்டாயா?" என்று வல்லவரையன் கேட்டான்.

"இல்லை; பேய்பிசாசு என்று எண்ணவில்லை. ஆந்தை என்று எண்ணினேன். உன் மூஞ்சி ஆந்தை மூஞ்சி மாதிரியே இருக்கிறது!" என்று கூறிவிட்டுச் சிரித்தாள்.

வந்தியத்தேவனுக்குத் தன் தோற்றத்தைக் குறித்துக் கர்வம் அதிகம். ஆகையால் அவனை ஆந்தை மூஞ்சி என்று சொன்னது அவனுக்கு மிக்க கோபத்தை உண்டாக்கிற்று.

"உன்னுடைய குரங்கு முகத்துக்கு என்னுடைய ஆந்தை முகம் குறைந்து போய்விட்டதாக்கும்!" என்று முணு முணுத்தான்.

"என்ன சொன்னாய்?"

"ஒன்றுமில்லை. என்னைக் கண்டு எதற்காக அப்படி ஓடினாய் என்று கேட்டேன்."

"நீ எதற்காக அப்படி என்னைத் துரத்திக்கொண்டு வந்தாய்?"

"கலங்கரை விளக்கத்துக்கு வழி கேட்பதற்காக உன்னைத் துரத்திக் கொண்டு வந்தேன்..."

"அதோ தெரிகிறதே விளக்கு! என்னை வழி கேட்பானேன்?"

"காட்டுக்குள் புகுந்த பிறகு தெரியவில்லை. அதனாலே தான்! நீ எதற்காக என்னைக் கண்டதும் அப்படி ஓட்டம் எடுத்தாய்?"

"ஆண் பிள்ளைகள் மிகப் பொல்லாதவர்கள். ஆண் பிள்ளைகளைக் கண்டாலே எனக்குப் பிடிப்பத்தில்லை!"

"சேந்தன் அமுதனைக்கூடவா?" என்றான் வல்லவரையன் கொஞ்சம் மெல்லிய குரலில்.

"யாரைச் சொன்னாய்?"

"தஞ்சாவூர் சேந்தன் அமுதனைச் சொன்னேன்."

"அவனைப் பற்றி உனக்கு என்ன தெரியும்?"

"அவன் உன் அருமைக் காதலன் என்று தெரியும்."

"என்ன? என்ன?"

"உன் பெயர் பூங்குழலிதானே?"

"என் பெயர் பூங்குழலிதான். சேந்தன் அமுதனைப் பற்றி என்ன சொன்னாய்? அவன் என்..."

"அவன் உன் காதலன் என்றேன்."

பூங்குழலி கலீர் என்று நகைத்தாள். "அப்படி யார் உனக்குச் சொன்னது?" என்றாள்.

"வேறு யார் சொல்வார்கள்? சேந்தன் அமுதன்தான் சொன்னான்".

"தஞ்சாவூர் வெகு தூரத்தில் இருக்கிறது. அதனாலேதான் அப்படிச் சொல்லித் தப்பித்துக்கொண்டான்!"

"இல்லாவிட்டால்...?"

"இங்கே என் முன்னால் சொல்லியிருந்தால் அந்தச் சேற்றுக் குழியில் தூக்கிப் போட்டிருப்பேன்."

"அதனால் என்ன? சேற்றை அலம்பிக்கொள்ளக் கடலில் ஏராளமாய்த் தண்ணீர் இருக்கிறதே!"

"நீ விழுந்த புதை சேற்றுக்குழியில் மாடு, குதிரை எல்லாம் முழுகிச் செத்திருக்கின்றன. யானையைக் கூட அது விழுங்கி விடும்!"

வந்தியத்தேவனுடைய உடம்பு சிலிர்த்தது. அவனை அந்தப் படுகுழி கொஞ்சமாகக் கீழே இழுத்துக்கொண்டிருந்த போது ஏற்பட்ட உணர்ச்சியை நினைத்துக்கொண்டான். இவள் மட்டும் வந்து கரையேற்றியிராவிட்டால், இத்தனை நேரம்...அதை நினைத்தபோது அவன் உடம்பெல்லாம் நடுங்கிற்று.

"சேந்தன் அமுதன் என்னைப்பற்றி இன்னும் என்ன சொன்னான்?" என்று பூங்குழலி கேட்டாள்.

"நீ அவனுடைய மாமன் மகள் என்று சொன்னான். உன்னைப் போன்ற அழகி தேவலோகத்திலே கூடக் கிடையாது என்று சொன்னான்..."

"தேவலோகத்துக்கு அவன் நேரிலே போய்ப் பார்த்திருப்பான் போலிருக்கிறது இன்னும்?..."

"நீ நன்றாகப் பாடுவாய் என்று சொன்னான். நீ பாடினால் கடலுங்கூட இரைச்சல் போடுவதை நிறுத்தி விட்டுப்பாட்டைக் கேட்குமாம்! அது உண்மைதானா?"

"நீயே அதைத் தெரிந்துகொள்! இதோ! கடலும் வந்து விட்டது!..."

இருவரும் கடற்கரையோரமாக வந்து நின்றார்கள்.

❖

3. சித்தப் பிரமை

வானத்தில் விண்மீன்கள் கண்ணைச் சிமிட்டிக் கொண்டிருந்தன. பிறைச் சந்திரன் நீலக் கடலில் மிதக்கும் வெள்ளி ஓடத்தைப் போலப் பவனி வந்து கொண்டிருந்தான்.

காற்றின் வேகம் அதிகமாயிருந்தது. கடல் குமுறியது; வெள்ளலைக் கைகளை நீட்டிக் கரையில் நின்றவர்களைத் தன்பால் இழுக்க முயன்றது.

"ஏன் நிற்கிறாய்? சீக்கிரம் சேற்றைக் கழுவிக் கொள்! வீட்டுக்கு உடனே போக வேண்டும். இல்லாவிட்டால் இன்று எனக்குச் சோறு கிடைக்காது. அண்ணி சோற்றுப் பானையைக் கவிழ்த்து விடுவாள்!" என்றாள் பூங்குழலி.

"இங்கே கடலின் ஆழம் அதிகமா?" என்று வந்தியத்தேவன் கேட்டான்.

"உன்னைப்போல் பயங்கொள்ளியை நான் பார்த்ததேயில்லை. இங்கே வெகு தூரத்துக்கு ஆழமே கிடையாது. அரைக்காத தூரம் கடலில் போனாலும் இடுப்பளவு தண்ணீர்தான் இருக்கும். ஆகையினாலே தான் ஒவ்வொரு நாள் இரவும் கலங்கரை விளக்கு எரிய வேண்டியிருக்கிறது!"

வந்தியத்தேவன் தயங்கித் தயங்கி தண்ணீரில் இறங்கினான். சேற்றைக் கழுவிக் கைகால்களைச் சுத்தம் செய்துகொண்டு கரை ஏறினான். சற்றுத் தூரத்தில் வைத்தியருடைய மகன் குதிரை மேலேறி வருவதைக் கண்டான்.

வந்தியத்தேவனுடைய குதிரையும் பக்கத்தில் வந்தது. "ஐயையோ! குதிரை சேற்றில் இறங்கி விடப் போகிறதே!" என்றான் வந்தியத்தேவன்.

"இறங்காது; மனிதர்களைவிடக் குதிரைகளுக்கு விவேகம் அதிகம்!" என்றாள் பூங்குழலி.

"ஆனால் ஒரு குதிரையின் பேரில் மனிதன் இருக்கிறானே? அவன் என் குதிரையையும் பிடித்து இழுத்துக்கொண்டு வருகிறானே?"

"அது கொஞ்சம் அபாயந்தான்! ஓடிப்போய் எச்சரிக்கை செய்!"

"நில்லு! நில்லு!" என்று கூச்சலிட்டுக்கொண்டே வந்தியத்தேவன் ஓடிப்போய்த் தடுத்து நிறுத்தினான்.

பூங்குழலியும் சற்று நேரத்துக்கெல்லாம் அவர்களுடன் வந்து சேர்ந்து கொண்டாள். மூவரும் கலங்கரை விளக்கத்தை நோக்கி நடந்தார்கள்.

"நீ குதிரையில் ஏறிக்கொள்ளலாமே?" என்றாள் பூங்குழலி.

"இல்லை; உன்னுடன் நடந்தே வருகிறேன்."

பூங்குழலி குதிரையின் அருகில் சென்று அதன் முகத்தைத் தடவிக் கொடுத்தாள். அதனால் மகிழ்ச்சி அடைந்ததைப் போல் குதிரை உடம்பைச் சிலிர்த்துக் கொண்டு சற்று இலேசாகக் கனைத்தது.

"உன்னை என் குதிரைக்குப் பிடித்துவிட்டது! இது மிக்க நல்லது."

"என்ன விதத்தில் நல்லது?"

"நான் இலங்கைக்குப் போகவேண்டும். இந்தக் குதிரையை உன்னிடம் ஒப்புவித்து விட்டுப் போகலாம் என்று எண்ணுகிறேன். பார்த்துக் கொள்கிறாயா?"

"ஓ! பார்த்துக் கொள்கிறேன். எல்லா மிருகங்களும் என்னிடம் சீக்கிரம் சிநேகமாகிவிடும். மனிதர்களுக்கு மட்டுந்தான் என்னைக் கண்டால் பிடிக்காது."

"ஏன் அப்படிச் சொல்கிறாய்? சேந்தன் அமுதன் உன்பேரில்..."

"எனக்கும் மிருகங்களின் பேரில்தான் பிரியம்; மனிதர்களைக் கண்டால் எனக்குப் பிடிக்காது!"

"மனிதர்கள் அப்படி என்ன உனக்குச் செய்து விட்டார்கள்?"

"மனிதர்கள் பொல்லாதவர்கள். பொய்யும் புனை சுருட்டுமே அவர்களுக்கு வேலை!"

"எல்லோரையும் சேர்த்து அப்படிச் சொல்லிவிடக் கூடாது. சேந்தன் அமுதன் நல்லவன். இதோ வருகிறானே, வைத்தியர் மகன், இவன் ரொம்ப நல்லவன்..."

"நீ எப்படி?"

"நானும் நல்லவன்தான். என் பெருமையை நானே சொல்லிக்கொள்ளக் கூடாது அல்லவா?"

"நீங்கள் இருவரும் எதற்காக இங்கே வந்திருக்கிறீர்கள்?"

"சக்கரவர்த்திக்கு உடம்பு குணம் இல்லை அல்லவா? அவருடைய நோயைக் குணப்படுத்த சில மூலிகைகள் வேண்டியிருக்கின்றன. இந்தக் காட்டில் அபூர்வ மூலிகைகள் இருக்கின்றனவாமே? அதற்காகத்தான் வைத்தியர் மகனும், நானும் வந்திருக்கிறோம்..."

"சற்று முன் இலங்கைக்குப் போக வேண்டும் என்று சொன்னாயே?"

"இங்கே கிடைக்காத மூலிகைகளை இலங்கையிலிருந்து கொண்டுவர வேண்டும். இலங்கையில் அனுமார் கொண்டு வந்த சஞ்சீவி பர்வதம் இன்னமும் இருக்கிறதாமே?"

"ஆமாம், இருக்கிறது அதனாலேதான் அங்கே ஆயிரக்கணக்கான ஜனங்கள் விஷக்காய்ச்சலில் இப்போது செத்துப் போய்க்கொண்டிருக்கிறார்கள்..."

"அதுவும் அப்படியா? எனக்குத் தெரியாதே? எங்களை அனுப்பிய அரண்மனை வைத்தியருக்கும் அது தெரியாது..."

"ஆண்பிள்ளைகளைப் போல் பொய் சொல்லுகிறவர்களை நான் கண்டதேயில்லை. இரண்டு நாளைக்கு முன் இரண்டு பேர் இங்கே வந்தார்கள். அவர்களும் இப்படித்தான் ஏதோ பொய் சொன்னார்கள். ஆனால் அவர்கள் சொன்னது கொஞ்சம் நம்பக்கூடிய பொய்யாக இருந்தது."

"அவர்கள் யார்? என்ன பொய் சொன்னார்கள்?"

"அவர்கள் தங்களை யாரோ மந்திரவாதி அனுப்பியதாகச் சொல்லிக்கொண்டார்கள். சக்கரவர்த்திக்கு ரட்சை கட்டுவதற்காகப் புலி நகமும், யானை வால் ரோமமும் வேண்டும் என்றும், அதற்காக இலங்கை போவதாகவும் சொன்னார்கள். அவர்களை அழைத்துக்கொண்டு என் அண்ணன் படகோட்டிக்கொண்டு இலங்கைக்குப் போயிருக்கிறான்..."

"ஓ! ஓ! அதுவும் அப்படியா?" என்றான் வந்தியத்தேவன். அவனுக்கு ரவிதாஸன் என்னும் பயங்கர மந்திரவாதியின் நினைவு வந்தது. இரவில் படுத்திருந்த பாழும் மண்டபத்தில் அடைந்த பயங்கர அநுபவமும் நினைவுக்கு வந்தது.

"கடவுளே! இந்த மாதிரி காரியங்களிலெல்லாம் ஏன் சிக்கிக் கொண்டோம்? போர்க்களத்தில் நேருக்கு நேர் பகைவனுடன் நின்று போர் புரிய வேண்டும்! அப்போது நம் வீரத்தையும், தீரத்தையும் காட்ட வேண்டும். இந்த மாதிரி தந்திர மந்திர சூழ்ச்சிகளில் எதற்காக அகப்பட்டுக் கொண்டோம்?"

"நமக்கு முன்னாலேயே இலங்கைக்குப் படகில் சென்றிருப்பவர்கள் யாராயிருக்கக் கூடும்! இந்தப் பெண்ணை எவ்வளவு தூரம் நம்பலாம்? இவளும் ஒருவேளை அந்தச் சதிகாரக் கூட்டத்தில் சேர்ந்தவளாயிருக்கக் கூடுமோ!... இராது, இராது! இவள் கள்ளங்கபடம் அற்ற பெண். இவளை எப்படியாவது சிநேகிதம் செய்து வைத்துக்கொள்வது நல்லது."

"பூங்குழலி! உன்னிடம் உண்மையைச் சொல்லிவிடுகிறேன். சற்று முன் மூலிகை கொண்டு போக நான் வந்திருப்பதாகச் சொன்னேனே, அது பொய்தான்! மிக முக்கியமான இரகசியமான காரியத்துக்காக நான் இலங்கைக்குப் போகிறேன். அதை உன்னிடம் சொல்ல விரும்புகிறேன்."

"வேண்டாம்! முக்கியமான இரகசியமான காரியங்களைப் பெண்களிடம் சொல்லக்கூடாது என்று உனக்குத் தெரியாதா? என்னிடம் ஒன்றும் சொல்ல வேண்டாம்..."

"சாதாரணப் பெண்களைப் பற்றித்தான் அப்படிச் சொல்லுவார்கள். உன்னிடம் இரகசியத்தைக் கூறினால் அப்படி ஒன்றும் நேர்ந்துவிடாது."

"நான் சாதாரணப் பெண் இல்லையென்று உனக்கு எப்படித் தெரிந்தது? என்னை நீ பார்த்து ஒரு நாழிகைகூட ஆகவில்லையே."

"பூங்குழலி! உன்னை அந்தக் கோவிலில் மதிலின் மீது முதன் முதலில் பார்த்த உடனேயே எனக்குப் பிடித்துப் போய்விட்டது. உன்னை ஒன்று கேட்கிறேன். அதற்கு உண்மையாக மறுமொழி சொல்கிறாயா?"

"கேட்டுப் பார்!"

"சேந்தன் அமுதன் உன்னுடைய காதலன் அல்ல என்பது நிஜமா? அவனை நீ மணந்து கொள்ளப் போவதில்லையா?"

"எதற்காகக் கேட்கிறாய்?"

"சேந்தன் அமுதன் என் சிநேகிதன், அவனுக்கு எதிராக ஒன்றும் நான் செய்யக் கூடாது. ஆனால் அவன் உன் காதலன் இல்லையென்றால்..."

"சொல்லு! ஏன் தயங்குகிறாய்!"

"அந்த ஸ்தானத்துக்கு நான் விண்ணப்பம் போடலாம் என்று பார்க்கிறேன். பூங்குழலி! காதலைப்பற்றி நீ குறைவாகப் பேசுவது எனக்குப் பிடிக்கவில்லை. உலகத்தில் காதலைக் காட்டிலும் தெய்வீகமான சக்தி வேறு ஒன்றும் கிடையாது. அப்பர், சுந்தரர், சம்பந்தர் எல்லோரும் கடவுளைக் காதலனாகக் கொண்டு பாடியிருக்கிறார்கள். தொல்காப்பியரும், வள்ளுவரும், மற்றும் தமிழ்ப் பெரும் புலவர்களும் காதலைப் பற்றிப் பாடியிருக்கிறார்கள். காளிதாஸன் காதலைப் பற்றிப் பாடியிருக்கிறான். பிருந்தாவனத்தில் கண்ணன் கோபியரின் காதலுக்கு வசப்பட்டான்..."

"ஐயா! நான் ஒன்று சொல்கிறேன். அதை நன்றாய்க் கேட்டு மனத்தில் வாங்கிக் கொள்ளும்!"

"அது என்ன?"

"எனக்கும் உம்மைக் கண்டால் பிடித்துத்தான் இருக்கிறது. இரண்டு நாளைக்கு முன் வந்தவர்களைப் பார்த்ததும் உண்டான வெறுப்பு உம்மிடம் உண்டாகவில்லை..."

"ஓ! ஓ! நான் யோகசாலிதான்!"

"ஆனால் காதல், கீதல் என்ற பேச்சை மட்டும் எடுக்க வேண்டாம்!"

"ஏன்? ஏன்?"

"சேந்தன் அமுதன் என் காதலன் இல்லை. ஆனால் எனக்கு வேறு காதலர்கள் இருக்கிறார்கள்..."

"அடடா! அடடா! வேறு காதலர்களா? யார்? எத்தனை பேர்?"

"இரவு நடுநிசியில் நான் வீட்டிலிருந்து எழுந்து செல்வேன். என்னைப் பின்தொடர்ந்து வந்தால் அவர்களை உமக்குக் காட்டுவேன். நீரே பார்த்து தெரிந்துகொள்ளலாம்!"

இப்படிச் சொல்லிவிட்டுப் பூங்குழலி 'ஹாஹாஹா' என்று சிரித்தாள்.

அந்தச் சிரிப்பு வந்தியத்தேவனுடைய நெஞ்சை என்னமோ செய்தது.

'பாவம் இந்தப் பெண்ணுக்குச் சித்தப் பிரமை போலும்! நம்முடைய காரியத்துக்கு இவள் மூலமாக எந்தவித உதவியையும் எதிர்பார்ப்பது வீண்! இவளிடம் ஒன்றும் சொல்லாமலிருப்பதே நலம்."

கலங்கரை விளக்கின் அருகிலிருந்த வீட்டை அவர்கள் நெருங்கினார்கள். வீட்டுக்குள்ளிருந்த ஒரு பெரியவரும், வயது முதிர்ந்த ஸ்திரீயும் வெளியே வந்தனர். பூங்குழலியையும், மற்ற இருவரையும், குதிரைகளையும் பார்த்துவிட்டுப் பெரியவர் திகைத்து நின்றார்.

"பூங்குழலி! இவர்கள் யார்? எங்கே இவர்களைப் பிடித்தாய்?" என்று கேட்டார்.

"நான் இவர்களைப் பிடிக்கவில்லை, அப்பா! இவர்கள்தான் என்னைப் பிடித்தார்கள்!" என்றாள் பூங்குழலி.

"எல்லாம் ஒன்றுதான். 'பொழுது போவதற்கு முன்னால் வீட்டுக்கு வந்துவிடு' என்று சொன்னால் நீ கேட்பதில்லை. முந்தாநாள் இரண்டு பேரை அழைத்துக்கொண்டு வந்தாய்.

இன்றைக்கு இரண்டு பேரை அழைத்துக்கொண்டு வந்திருக்கிறாய். இவர்கள் எதற்காக வந்திருக்கிறார்கள்?"

"சக்கரவர்த்தியின் வைத்தியத்துக்காக மூலிகை கொண்டு போவதற்கு இவர்கள் வந்திருக்கிறார்கள், அப்பா!"

"ஏன் ஐயா, இந்தப் பெண் சொல்லுவது உண்மைதானா?" என்று அந்தப் பெரியவர் வந்தியத்தேவனைப் பார்த்துக் கேட்டார்.

"ஆம், பெரியவரே! இதோ சீட்டு!" என்று சொல்லி, வந்தியத்தேவன் இடையில் கட்டியிருந்த துணிச்சுருளிலிருந்து ஓலை ஒன்றை எடுத்துப் பெரியவரிடம் கொடுத்தான்.

அதே சமயத்தில் இன்னொரு ஓலை தரையில் விழுந்தது. அதை அவசரமாகக் குனிந்து எடுத்துப் பத்திரப்படுத்தி வைத்துக் கொண்டான்.

"பெரிய மூடன் நான்! ஒரு தடவை காரியம் கெட்டும் புத்தி வரவில்லை!" என்று வாய்க்குள் முணு முணுத்துக் கொண்டான்.

பெரியவர் அந்த ஓலையை வாங்கிக்கொண்டார். கலங்கரை விளக்கின் வெளிச்சத்தில் அதைக் கவனமாகப் பார்த்தார். அவர் முகம் மலர்ந்தது. தமது மனையாளை நோக்கி, "இளையபிராட்டி ஓலை கொடுத்து அனுப்பியிருக்கிறாள். இவர்களுக்கு உணவு அளிக்க வேண்டும். உள்ளே சென்று உன் மருமகளிடம் சொல்லு! சோற்றுப் பானையைக் கவிழ்த்து உருட்டிவிடப் போகிறாள்!" என்றார்.

❖

4. நள்ளிரவில்

இரவு போஜனம் ஆன பிறகு வந்தியத்தேவன், கலங்கரை விளக்கின் தலைவரைத் தனிப்படச் சந்தித்து இலங்கைக்குத்தான் அவசரமாகப் போக வேண்டும் என்பதைத் தெரிவித்தான். தியாகவிடங்கக் கரையர் என்னும் பெயருடைய அப்பெரியவர் தமது வருத்தத்தைத் தெரிவித்தார்.

"இந்தக் கரையோரத்தில் எத்தனையோ பெரிய படகுகளும், சிறிய படகுகளும் ஒரு காலத்தில் இருந்தன. அவையெல்லாம் இப்போது சேதுக்கரைக்குப் போய் விட்டன. இலங்கையில் உள்ள நமது சைன்யத்தின் உதவிக்காகத்தான் போயிருக்கின்றன. எனக்குச் சொந்தமாக இரண்டு படகுகள் உண்டு. அவற்றில் ஒன்றில் நேற்று வந்த இரண்டு மனிதர்களை ஏற்றிக் கொண்டு என் மகன் போயிருக்கிறான். அவன் எப்போது திரும்பி வருவான் என்று தெரியாது. என்ன செய்யட்டும்?" என்றார்.

"அந்த மனிதர்கள் யார்? அவர்கள் ஒரு மாதிரி ஆட்கள் என்று தங்கள் குமாரி கூறினாளே?"

"ஆமாம்; அவர்களைக் கண்டால் எனக்கும் பிடிக்கவில்லைதான். அவர்கள் யார் என்பதும் தெரியவில்லை; எதற்காகப் போகிறார்கள் என்பதும் தெரியவில்லை. பழுவேட்டரையரின் பனை இலச்சினை அவர்களிடம் இருந்தது. அப்படியும் நான் என் மகனைப் போகச் சொல்லியிருக்கமாட்டேன். ஆனால் என் மருமகள் மிகப் பணத்தாசை பிடித்தவள். பை நிறையப் பணம் கொடுப்பதாக அவர்கள் சொன்னதைக் கேட்டுவிட்டுப் புருஷனைப் போக வேண்டும் என்று வற்புறுத்தினாள்..."

"இது என்ன ஐயா, வேடிக்கை? வீட்டில் உலக அனுபவம் இல்லாத ஒரு சிறு பெண் சொன்னால், அதைத்தான் உங்கள் மகன் கேட்க வேண்டுமா?" என்றான் வந்தியத்தேவன். பிறகு சிறிது தயக்கத்துடன், "மன்னித்துக் கொள்ளுங்கள், அது தங்கள் குடும்ப விஷயம்!" என்றான்.

"அப்பனே! நீ கேட்பதில் தவறு ஒன்றும் இல்லை. என் குடும்பத்திற்குச் சாபக்கேடு ஒன்று உண்டு. என் மகன்..." என்று தயங்கினார்.

வந்தியத்தேவன் அப்போது சேந்தன் அமுதன் இக்குடும்பத்தைப் பற்றிக் கூறியது நினைவுக்கு வந்தது.

"தங்கள் மகனால் பேச முடியாதா?" என்றான்.

"ஆம்; உனக்கு எப்படித் தெரிந்தது?" என்றார் பெரியவர்.

சேந்தன் அமுதனையும், அவன் தாயாரையும், அவர்கள் வீட்டில்தான் தங்கியிருந்ததையும் பற்றி வந்தியத்தேவன் அவரிடம் கூறினான்.

"ஆகா! அந்த ஆள் நீதானா? உன்னைப் பற்றிச் செய்தி இங்கே முன்னமே வந்துவிட்டது. உன்னை நாடெங்கும் தேடுகிறார்களாமே?"

"இருக்கலாம்; அதைப்பற்றி எனக்குத் தெரியாது".

"நீ ஏன் இலங்கைக்கு அவசரமாகப் போக விரும்புகிறாய் என்று இப்போது எனக்குத் தெரிகிறது."

"பெரியவரே! தாங்கள் நினைப்பது சரியல்ல. என் உயிரைக் காப்பாற்றிக்கொள்வதற்காக மட்டும் நான் இலங்கைக்குப் போகவில்லை. அங்கேயுள்ள ஒருவருக்கு மிக முக்கியமான ஓலை ஒன்று கொண்டு போகிறேன். தாங்கள் வேண்டுமானால் அதைப் பார்க்கலாம்."

"தேவையில்லை. இளைய பிராட்டி உன்னைப் பற்றி எழுதியிருப்பதே எனக்குப் போதும். ஆனால் இச்சமயம் நீ கேட்கும் உதவி என்னால் செய்ய முடியவில்லையே!"

"இன்னொரு படகு இருப்பதாகச் சொன்னீர்களே?"

"படகு இருக்கிறது. தள்ளுவதற்கு ஆள் இல்லை. நீயும் உன்னுடைய சிநேகிதனும் தள்ளிக்கொண்டு போவதாயிருந்தால் தருகிறேன்..."

"எங்கள் இருவருக்கும் படகு ஓட்டத் தெரியாது. எனக்குத் தண்ணீர் என்றாலே கொஞ்சம் பயம். அதிலும் கடல் என்றால்..."

"படகு ஓட்டத் தெரிந்தாலும் அனுபவம் இல்லாதவர்கள் கடலில் படகு ஓட்ட முடியாது. கடலில் கொஞ்ச தூரம் போய்விட்டால் கரை மறைந்து விடும். அப்புறம் திசை தெரியாமல் திண்டாட வேண்டி வரும்."

"என்னுடன் வந்தவனை நான் அழைத்துப் போவதற்கும் இல்லை. அவனை மூலிகை சேகரிப்பதற்காக இங்கே விட்டுப் போகவேண்டும். ஏதாவது ஒரு வழி சொல்லி நீங்கள்தான் உதவி செய்யவேண்டும்."

"ஒரு வழி இருக்கிறது. அது எளிதில் நடக்கக் கூடியதன்று. நீயும் முயற்சி செய்து பார்! அதிர்ஷ்டம் உன் பக்கம் இருந்தால்..."

"நான் என்ன செய்ய வேண்டும்? பெரியவரே, சொன்னால் கட்டாயம் செய்கிறேன்" என்றான் வந்தியத்தேவன்.

"இந்தப் பகுதியிலேயே பூங்குழலியைப் போல் சாமர்த்தியமாகப் படகு தள்ளத் தெரிந்தவர்கள் வேறு யாரும் இல்லை. இலங்கைக்கு எத்தனையோ தடவை போய் வந்திருக்கிறாள். அவளிடம் நான் சொல்லுகிறேன்; நீயும் கேட்டுப்பார்!"

"இப்போதே கூப்பிடுங்களேன்; கேட்டுப் பார்க்கலாம்"

"வேண்டாம்; மிக பிடிவாதக்காரி. இப்போது உடனே கேட்டு 'முடியாது' என்று சொல்லிவிட்டால், அப்புறம் அவளுடைய மனத்தை மாற்ற முடியாது. நாளைக்கு நல்ல சமயம் நோக்கி அவளிடம் நான் சொல்லுகிறேன். நீயும் தனியே பார்த்துக் கேள்!"

இவ்விதம் தியாகவிடங்கக் கரையர் கூறிவிட்டுக் கலங்கரை விளக்கை நோக்கிச் சென்றார்.

அவருடைய வீட்டுத் திண்ணையில் வந்தியத்தேவன் படுத்தான். அவனுடன் வந்த வைத்தியர் மகன் முன்னமே தூங்கிப் போய்விட்டான். வந்தியத்தேவனுக்கு நீண்ட பிரயாணம் செய்த களைப்பினால் தூக்கம் கண்ணைச் சுற்றிக் கொண்டு வந்தது; விரைவில் தூங்கிப் போனான்.

திடீரென்று தூக்கம் கலைந்தது. கதவு திறக்கும் ஓசை கேட்டது. களைத்து மூடியிருந்த கண்ணிமைகளைக் கஷ்டப்பட்டு வந்தியத்தேவன் திறந்து பார்த்தான். ஓர் உருவம் வீட்டிற்குள்ளேயிருந்து வெளியேறிச் சென்றது தெரிந்தது. மேலும் கவனமாகப் பார்த்தான். அது ஒரு பெண்ணின் உருவம் என்று கண்டான். கலங்கரை விளக்கின் வெளிச்சம் அந்த உருவத்தின் மேல் விழுந்தது. ஆ! அவள் பூங்குழலிதான்! சந்தேகமில்லை. அவள் என்னமோ நம்மிடம் சொன்னாளே? "நடுநிசியில் என்னைத் தொடர்ந்து வா! என் காதலர்களைக் காட்டுகிறேன்!" என்றாள். அது ஏதோ விளையாட்டுப் பேச்சு என்றல்லவா அப்போது நினைத்தோம்? இப்போது இவள் உண்மையிலேயே நள்ளிரவில் எழுந்து போகிறாளே? எங்கே போகிறாள்? காதலனையோ, காதலர்களையோ பார்க்கப் போவதாயிருந்தால் அப்படி நம்மிடம் சொல்லுவாளா? 'பின் தொடர்ந்து வந்தால், காட்டுகிறேன்' என்பாளா? இதில் ஏதோ மர்மமான பொருள் இருக்க வேண்டும்! அல்லது ஒருவேளை... எப்படியிருந்தாலும், பின் தொடர்ந்து போய் ஏன் பார்க்கக் கூடாது? நாளைக்கு இவளிடம் நயமாக பேசி இலங்கைக்குப் படகு தள்ளிக்கொண்டு வரச் சம்மதிக்கப் பண்ண வேண்டும். அதற்கு இப்போது இவளைத் தொடர்ந்து போவது உதவியாயிருக்கலாம். ஏதாவது இவளுக்கு அபாயம் வரக்கூடும்! அதிலிருந்து இவளைக் காப்பாற்றினால் நாளைக்கு நாம் கேட்பதற்கு இணங்கக் கூடும் அல்லவா?

வந்தியத்தேவன் சத்தம் செய்யாமல் எழுந்தான். பூங்குழலி போகும் வழியைப் பிடித்துக்கொண்டே போனான். சாயங்காலம் சேற்றுப் பள்ளத்தில் விழுந்த போது அடைந்த அனுபவம் அவனுக்கு நன்றாய் ஞாபகம் இருந்தது. அம்மாதிரி மறுபடியும் நேர்வதை அவன் விரும்பவில்லை. ஆகையால் பூங்குழலியை அவன் பார்வையிலிருந்து தவற விட்டுவிடக் கூடாது.

கலங்கரை விளக்கிலிருந்து கொஞ்ச தூரம் வரை வெட்ட வெளியாக இருந்தது. ஆகையால் பூங்குழலியின் உருவமும் தெரிந்துகொண்டிருந்தது. அவள் போன வழியே போவதில் கஷ்டம் ஒன்றும் இல்லை. அவள் அருகில் போய் பிடித்துவிட வேண்டும் என்று எண்ணி விரைவாக நடந்தான். ஆனால் அது சாத்தியப்படவில்லை. இவன் வேகமாய் நடக்க நடக்க அவளுடைய நடை வேகமும் அதிகரித்துக் கொண்டே இருந்தது. இவன் பின் தொடர்ந்து வருவதை அவள் கவனித்ததாகவே தெரியவில்லை.

திறந்த வெளியைக் கடந்ததும் காடு அடர்ந்த மேட்டுப் பாங்கான பூமி வந்தது. நேரே அதன் பேரில் ஏறாமல் பூங்குழலி அந்த மேட்டைச் சுற்றிக்கொண்டே போனாள். மேடும் காடும் முடிந்த முனை வந்தது. அந்த முனையை வளைத்துக் கொண்டு சென்றாள். வந்தியத்தேவனும் விரைந்து சென்று அந்த முனை திரும்பியதும் சற்றுத் தூரத்தில் அவள் போய்க்கொண்டிருப்பதைப் பார்த்தான். "நல்லவேளை!" என்று தைரியம் கொண்டான். ஆனால் அடுத்த கணத்தில் திடீரென்று அவளைக் காணவில்லை.

எப்படித் திடீரென்று மறைந்திருப்பாள்? இது என்ன மாயமா, மந்திரமா? அங்கே ஏதாவது பள்ளம் இருந்திருக்குமோ? ஓட்டமும் நடையுமாகப் போய்ச் சுமாராகப் பூங்குழலி எங்கே நின்று மறைந்தாள் என்று தோன்றியதோ, அந்த இடத்துக்கு வந்தான் அங்கே நின்று நாலா பக்கமும் பார்த்தான். மூன்று பக்கங்களில் அவள் போயிருக்க முடியாது. போயிருந்தால் தன் கண்ணிலிருந்து மறைந்திருக்க முடியாது. அவ்விடத்தில் காலை ஜாக்கிரதையாக ஊன்றி வைத்துப் பார்த்து சேறு கிடையாது என்பதையும் நிச்சயப்படுத்திக்கொண்டான். ஆகையால், மேட்டின்மேல் ஏறிக் காட்டுக்குள்தான் போயிருக்கவேண்டும்.

இன்னும் கொஞ்சம் உற்றுப் பார்த்ததில், குத்துச் செடிகள் அடர்ந்த அந்த மேட்டில் ஏறுவதற்கு, ஒற்றையடிப்பாதை ஒன்று இருப்பது தெரிய வந்தது. வந்தியத்தேவன் அதில் ஏறினான். ஏறும்போது திக் திக் என்று அடித்துக் கொண்டது. அங்கே கலங்கரை விளக்கின் மங்கிய வெளிச்சமும் வரவில்லை. மாலைப் பிறை முன்னமேயே கடலில் மூழ்கி மறைந்துவிட்டது. மினு மினுத்த நட்சத்திரங்களின் வெளிச்சத்திலே வழியையும் கொஞ்ச தூரத்துக்கு அப்பால் காணவில்லை. குத்துச்செடிகளும் குட்டை மரங்களும் பயங்கர வடிவங்களைப் பெற்றன. அவற்றின் நிழல்கள் கரிய பேய்களாக மாறின. செடிகளின் இலைகள் ஆடியபோது நிழல்களும் அசைந்தன. ஒவ்வோர் அசைவும் வந்தியத்தேவனுடைய நெஞ்சை அசைத்தது. அந்தக் கரிய இருளிலும் நிழலிலும் எங்கே, என்ன அபாயம் காத்திருக்கிறதென்று யார் கண்டது? விஷ ஐந்துக்கள், கொடிய விலங்குகள் பதுங்கியிருந்து பாயலாம். அபாயம் மேலிருந்து வரலாம்; பக்கங்களிலிருந்தும் வரலாம்; பின்னாலிருந்தும் வரலாம். அடடா! இது என்ன, இங்கே வந்து அகப்பட்டுக் கொண்டோம்? கையில் வேலைக்கூட எடுத்து வரவில்லையே?

அது என்ன சலசலப்புச் சத்தம்? அந்த மரத்தின்மேல் தெரியும் அந்தக் கரிய உருவம் என்ன? அந்தப் புதரின் இருளில் இரண்டு சிறிய ஒளிப் பொட்டுகள் மின்னுகின்றனவே, அவை என்னவாயிருக்கும்?

வந்தியத்தேவனுடைய கால்கள் அவனை அறியாமல் நடுங்கின. சரி! சரி! இங்கே என்ன நமக்கு வேலை? எதற்காக இங்கு வந்தோம்? என்ன அறிவீனம்? உடனே இறங்கிப் போய்விட வேண்டியதுதான்!

இறங்கலாம் என்று எண்ணித் திரும்ப யத்தனித்த தருணத்தில் ஒரு குரல் கேட்டது. நெஞ்சைப் பிளக்கும் குரல்; பெண்ணின் குரல். ஒரு விம்மல் சத்தம். பிறகு இந்தப் பாடல்:

“அலை கடலும் ஓய்ந்திருக்க
அகக்கடல்தான் பொங்குவதேன்?
நிலமகளும் துயிலுகையில்
நெஞ்சகந்தான் விம்முவதேன்?

வந்தியத்தேவன் அம்மேட்டிலிருந்து கீழே இறங்கிச் செல்லும் யோசனையை விட்டுவிட்டான். குரல் வந்த இடம் நோக்கி மேலே ஏறினான். விரைவில் மேட்டின் உச்சி தெரிந்தது. அங்கே அவள் நின்றுகொண்டிருந்தாள். பூங்குழலிதான். பாடியது, அவள் தான். வானத்தில் சுடர்விட்ட நட்சத்திரங்களைப் பார்த்துக்கொண்டு பாடினாள். அந்த விண்மீன்களையே அவளுடைய பாட்டைக் கேட்கும் ரஸிக மகாசபையாக நினைத்துக்கொண்டு பாடினாள் போலும்!

நட்சத்திரங்களில் ஒன்று தூமகேது. அதிலிருந்து கிளம்பிய கதிரின் கத்தை நீண்டதூரம் விசிறி போல் விரிந்து படர்ந்திருந்தது. மேட்டின் உச்சியில் அப்பெண்ணின் நிழல் வடிவமும், அவளுடைய குரலும் கீதமும், வானத்தில் தூமகேதுவும் சேர்ந்து வந்தியத்தேவனைத் தன்வயமிழக்கச் செய்தன. அவனுடைய கால்கள் அவனை உச்சிமேட்டில் கொண்டு போய்ச் சேர்த்தன.

பூங்குழலிக்கு எதிரில் நேருக்கு நேராக அவன் நின்றான். அவளுக்குப் பின்னால், வெகு தொலைவு என்று காணப்பட்ட இடத்தில், கலங்கரை விளக்கின் சிவந்த ஒளி தோன்றியது. அதையொட்டி விரிந்த கடல் பரந்து கிடந்தது. கடலுக்கு எல்லையிட்டு வரையறுத்தது போல் வெள்ளிய அலைக்கோடு நீண்டு வளைந்து சென்றது.

“வந்து விட்டாயா? திண்ணையில் கும்பகர்ணனைப்போல் தூங்கினாயே என்று பார்த்தேன்...”

“வீட்டுக்கதவு திறந்த சத்தம் கேட்டு விழித்துக் கொண்டேன். நீ விடுவிடு என்று நடந்து வந்துவிட்டாய்! திரும்பியே பார்க்கவில்லை. அம்மம்மா! உன்னைத் தொடர்ந்து ஓடி வருவது எவ்வளவு கஷ்டமாய்ப் போய் விட்டது?”

"எதற்காகத் தொடர்ந்து வந்தாய்?"

"நல்ல கேள்வி! நீதானே வரச் சொன்னாய்? மறந்து விட்டாயா?"

"எதற்காக வரச் சொன்னேன்? உனக்கு நினைவு இருக்கிறதா?"

"நினைவு இல்லாமல் என்ன? உன் காதலர்களைக் காட்டுவதாகச் சொன்னாய்! எங்கே உன் காதலர்கள்? காட்டு, பார்க்கலாம்!"

"அதோ உனக்குப் பின்னால் திரும்பிப் பார்!" என்றாள் பூங்குழலி.

5. நடுக்கடலில்

வந்தியத்தேவன் திரும்பிப் பார்த்தான். அவனுடைய வயிற்றிலிருந்து குடல்கள் மேலெழும்பி அவன் மார்பை அடைத்தன. பிறகு இன்னும் மேலே கிளம்பி அவன் தொண்டையையும் அடைத்துக் கொண்டன.

அவனுடைய தேகத்தில் ஆயிரம் மின்னல்கள் பாய்ந்தன. பழுக்கக் காய்ந்த ஒரு லட்சம் ஊசி முனைகள் அவன் தேகமெல்லாம் துளைத்தன அத்தகைய பயங்கரக் காட்சி அவன் கண்முன்னே காணப்பட்டது.

முடிவில்லாது பரந்திருந்த இருளில் அங்கங்கே பத்து, இருபது, நூறு அக்கினி குண்டங்கள் தோன்றின. அவற்றிலிருந்து புகை இல்லை; வெளிச்சமும் இல்லை; கீழே விறகு போட்டு எரித்து உண்டாகும் தீப்பிழம்புகளும் அல்ல. வெறும் நெருப்புப் பிண்டங்கள். பூமியிலிருந்து எப்படியோ எழுந்து அவை நின்றன. திடீரென்று அவற்றில் சில பிண்டங்கள் மறைந்தன. வேறு சில தீப்பிண்டங்கள் புதிதாக எழுந்து நின்றன.

ஒரு பிரம்மாண்டமான கரிய இருள் நிறங்கொண்ட ராட்சதன், தனியாகத் தலை ஒன்று இல்லாமல் வயிற்றிலேயே வாய்கொண்ட கபந்தனைப் போன்ற ராட்சதன். ஆனால் அவன் வயிற்றில் ஒரு வாய் அல்ல; அநேக வாய்கள். அந்த வாய்களை அவன் அடிக்கடி திறந்து மூடினான். திறக்கும்போது வயிற்றிலிருந்து தீயின் ஜ்வாலை வாய்களின் வழியாக வெளியே வந்தது. மூடும் போது மறைந்தது.

இந்தக் காட்சியைக் கண்ட வந்தியத்தேவனுடைய ஒவ்வொரு ரோமக்கால் வழியாகவும் அவனுடைய உடம்பின் ரத்தம் கசிவது போலிருந்தது. அப்படிப்பட்ட பீதி அவனை என்றைக்கும் ஆட்கொண்டதில்லை. பெரிய பழுவேட்டரையரின் பாதாள நிலவறையிலே கூட இல்லை.

அவன் பின்னால் "ஹா ஹா ஹா!" என்ற ஒரு சிரிப்புக் கேட்டது திரும்பிப் பார்த்தான். பூங்குழலிதான்! வேறு ஒரு சந்தர்ப்பத்திலேயென்றால், அவளுடைய அந்தச் சிரிப்பே அவனுக்கு அளவிலாத பயங்கரத்தை உண்டாக்கியிருக்கும். இப்போது அதே சிரிப்பு தைரியத்தை அளித்தது. இரத்தமும், சதையும், உடலும், உயிரும், உள்ள பெண் ஒருத்தி அவன் பக்கத்தில் நிற்கிறாள் என்பது பெரும் அபாயத்தில் ஒரு பற்றுக்கோல் போல உதவியது.

"பார்த்தாயா என் காதலர்களை?" என்று பூங்குழலி கேட்டாள்.

"இந்தக் கொள்ளிவாய்ப் பிசாசுகள்தான் என் காதலர்கள். இவர்களைப் பார்த்துச் சல்லாபம் செய்வதற்குத்தான் நள்ளிரவில் இந்த இடத்துக்கு நான் வருகிறேன்," என்றாள்.

இந்தப் பெண்ணுக்கு நன்றாகப் பித்துப் பிடித்திருக்கிறது என்பதில் எள்ளளவும் சந்தேகமில்லை. இவளுடைய உதவியைக் கொண்டு இலங்கைக்குப் போகிறது நடக்கிற காரியமா? இவ்வாறு வந்தியத்தேவன் எண்ணினான். அவனுடைய உள் மனத்திலிருந்து வேறு ஏதோ ஒரு எண்ணம் வெளிவரப் போராடிக் கொண்டிருந்தது. அது என்ன? இந்தக்

கொள்ளிவாய்ப் பிசாசுகளைப் பற்றிய ஏதோ ஒரு விஷயந்தான்.

"உன்னுடைய சிநேகிதன் சேந்தன் அமுதனால் இத்தகைய காதலர்களோடு போட்டியிட முடியுமா?" என்று பூங்குழலி கூறியது கிணற்றுக்குள்ளேயிருந்து வரும் குரலைப் போல் கேட்டது. ஏனெனில் அவனுடைய உள்ளம் அப்போது எதையோ ஞாபகப்படுத்திக் கொள்ள முயன்றுகொண்டிருந்தது. ஆ! கடைசியில் ஒரு பெரிய போராட்டம்; மனதிற்குள்ளேதான் இதோ ஞாபகம் வந்துவிட்டது...

கந்தகம் கலந்த பூமிப் பிரதேசங்களில் தண்ணீர் வெகுகாலம் தேங்கி நின்று சதுப்பு நிலமானால், அத்தகைய இடங்களில் இரவில் இம்மாதிரி தோற்றங்கள் ஏற்படும். பூமிக்குள்ளேயிருந்து கந்தகம் கலந்த வாயு வெளியில் வரும் போது நெருப்புப் பிழம்பு வருவது போலிருக்கும். சில சமயம் நீடித்து நிற்கும். சில சமயம் குப்குப் என்று தோன்றி மறையும். இந்த இயற்கைத் தோற்றத்தைக் கண்டு, அறியாத மக்கள் பயப்படுவார்கள். கொள்ளிவாய்ப் பிசாசு என்று பயங்கரப் பெயர் கொடுத்துப் பீதி அடைவார்கள்...

இப்படிப் பெரியோர் சொல்லி அவன் கேள்விப்பட்டிருந்தது, ஞாபகத்துக்கு வந்தது. பிறகு அவனுடைய அறிவுக்கும் பயத்துக்கும் போர் நடந்தது. அறிவு வெற்றி பெற்றது. ஆனால் அதையெல்லாம் இச்சமயம் இந்தப் பிரமை பிடித்த பெண்ணிடம் சொல்லிப் பயனில்லை. எப்படியாவது அவளுக்கு நல்ல வார்த்தை சொல்லி அழைத்துக்கொண்டு போய்விடவேண்டியதுதான்.

"பெண்ணே! உன் காதலர்கள் எங்கும் போய்விட மாட்டார்கள் இங்கேதான் இருப்பார்கள். நாளைக்கும் அவர்களை வந்து பார்க்கலாம் அல்லவா? வீட்டுக்குப் போகலாம், வா!" என்றான்.

அதற்குப் பூங்குழலி மறுமொழி ஒன்றும் சொல்லவில்லை; விம்மி அழத் தொடங்கினாள்.

'இது என்ன தொல்லை?' என்று வந்தியத்தேவன் எண்ணினான். பின்னர் சற்று நேரம் சும்மா இருந்தான்.

"பெண்ணே! நாம் போகலாமா?" என்று மீண்டும் கேட்டான்.

விம்மல் நிற்கவில்லை.

வந்தியத்தேவனுக்கு அலுத்துப் போய்விட்டது.

"சரி; உன் இஷ்டம் போல் செய்! எனக்குத் தூக்கம் வருகிறது. நான் போகிறேன்" என்று சொல்லிவிட்டு இறங்கத் தொடங்கினான்.

பூங்குழலி உடனே விம்மலை நிறுத்தினாள். மேட்டிலிருந்து இறங்கத் தொடங்கினாள். நாலே பாய்ச்சலில் வந்தியத்தேவனுக்கு முன்னால் கீழே போய் நின்றாள்.

வந்தியத்தேவன் ஓடிப்போய் அவளைப் பிடித்தான்.

இருவரும் கலங்கரை விளக்கை நோக்கி நடக்கத் தொடங்கினார்கள்.

'இந்தப் பித்துப் பிடித்த பெண்ணை நம்பிப் படகில் ஏறுவதாவது? கடலைக் கடப்பதாவது? ஆயினும் வேறு வழி இல்லையென்று தெரிகிறதே? ஏதாவது நல்ல வார்த்தை சொல்லிச் சிநேகம் செய்து கொள்ளப் பார்க்கலாமா?'

"வானத்தில் வால் நட்சத்திரம் தோன்றுகிறதே! அதைப் பற்றி உன் கருத்து என்ன?" என்று பூங்குழலி கேட்டாள்.

"என் கருத்து ஒன்றுமில்லை. வால் நட்சத்திரம் தோன்றுகிறது; அவ்வளவுதான்!" என்றான் வந்தியத்தேவன்.

"வால் நட்சத்திரம் வானில் தோன்றினால் பூமியில் பெரிய கேடுகள் விளையும் என்று சொல்கிறார்களே!"

"அப்படித்தான் சிலர் சொல்கிறார்கள்."

"நீ என்ன சொல்லுகிறாய்?"

"நான் ஜோதிட சாஸ்திரம் படித்ததில்லை. ஜனங்கள் அப்படிச் சொல்லிக் கொள்வதுதான் எனக்குத் தெரியும்."

சற்று நேரம் மௌனமாக நடந்தார்கள்.

பிறகு பூங்குழலி, "சக்கரவர்த்திக்கு உடம்பு சுகமில்லை என்று சொல்கிறார்களே, அது உண்மைதானே?" என்றாள்.

'இவள் அவ்வளவு பித்துக்குளிப் பெண் அல்ல' என்று வந்தியத்தேவன் எண்ணிக்கொண்டான். கொஞ்சம் அவனுக்கு நம்பிக்கை பிறந்தது.

"நானே என் கண்ணால் பார்த்தேன். சக்கரவர்த்தி படுத்த படுக்கையாய்க் கிடக்கிறார். இரண்டு கால்களிலும் உணர்ச்சியே கிடையாது. ஓர் அடி கூட எடுத்து வைக்க முடியாது. அவரைக் குணப்படுத்த மூலிகை கொண்டு வரத்தானே நான் வந்திருக்கிறேன். பெண்ணே! எனக்கு நீ ஓர் உதவி செய்வாயா?" என்று கேட்டான். அதற்கு மறுமொழி சொல்லாமல், "சக்கரவர்த்தி அதிக நாள் உயிரோடிருக்க மாட்டார், சீக்கிரத்தில் இறந்துபோய் விடுவார் என்று சொல்கிறார்களே, அது உண்மையா?" என்று கேட்டாள் பூங்குழலி.

"நீ இச்சமயம் உதவி செய்யாவிட்டால் அப்படி நடந்தாலும் நடந்துவிடும். இலங்கையில் ஓர் அபூர்வ சஞ்சீவி மூலிகை இருக்கிறதாம். அதைக் கொண்டு வந்தால் சக்கரவர்த்தி பிழைத்துக் கொள்வாராம். நீ படகு தள்ளிக்கொண்டு இலங்கைக்கு வருவாயா?"

"சக்கரவர்த்தி ஒருவேளை இறந்து போனால் அடுத்தபடி யார் பட்டத்துக்கு வருவார்கள்?" என்று பூங்குழலி கேட்டது வந்தியத்தேவனைத் தூக்கி வாரிப் போட்டது.

"பெண்ணே! எனக்கும், உனக்கும் அதைப்பற்றி என்ன? யார் பட்டத்துக்கு வந்தால் நமக்கு என்ன கவலை?"

"ஏன் கவலை இல்லை? நீயும் நானும் இந்த ராஜ்யத்தின் பிரஜைகள் அல்லவா?"

'இந்தப் பெண் பித்துப் பிடித்தவளே அல்ல. இவளிடம் ஜாக்கிரதையாகவே நடந்துகொள்ள வேண்டும். இவளுடைய விசித்திரமான செயல்களுக்கு வேறு காரணம் இருக்க வேண்டும்.'

"ஏன் பேசாமலிருக்கிறாய்? அடுத்த பட்டத்துக்கு யார் வருவார்கள்?" என்று பூங்குழலி மீண்டும் கேட்டாள்.

"ஆதித்த கரிகாலருக்குத்தான் யுவராஜா பட்டம் கட்டியிருக்கிறது. அவர்தான் நியாயமாக அடுத்த பட்டத்துக்கு வர வேண்டும்."

"மதுராந்தகர், அவருக்கு உரிமை ஒன்றுமில்லையா?"

"அவர்தான் இராஜ்யம் வேண்டாம் என்று சொல்லி விட்டாரே?"

"முன்னே அப்படிச் சொன்னார்; இப்போது ராஜ்யம் வேண்டும் என்று சொல்கிறாராமே?"

"அவர் சொன்னால் போதுமா? பிரஜைகள் எல்லாரும் ஒப்புக்கொள்ள வேண்டாமா?"

"பெரிய மனிதர்கள் பலர் அவர் கட்சியில் இருக்கிறார்களாமே?"

"அப்படித்தான் நானும் கேள்விப்பட்டேன். இவ்வளவும் உன் காதுவரையில் வந்து எட்டியிருப்பதை நினைத்தால் எனக்கு மிகவும் ஆச்சரியமாயிருக்கிறது."

"சுந்தரசோழர் திடீரென்று இறந்துபோனால் என்ன ஆகும்?"

"தேசமெல்லாம் பெருங்குழப்பம் ஆகிவிடும். அதைத் தடுப்பதற்குத்தான் உன் உதவி இப்போது தேவையாயிருக்கிறது..."

"நான் என்ன உதவியைச் செய்ய முடியும்?"

"முன்னமேயே சொன்னேனே. நான் அவசரமாக மூலிகை கொண்டு வர இலங்கைத் தீவுக்குப் போக வேண்டும். அதற்கு நீ படகு வலித்துக் கொண்டு வரவேண்டும்."

"என்னை எதற்காக அழைக்கிறாய்? ஒரு பெண் பிள்ளையைப் படகு தள்ளும்படி கேட்க வெட்கமாயில்லையா?"

"வேறு யாரும் இல்லை என்று உன் தந்தை சொல்கிறார். உன் அண்ணன் கூட நேற்றுப் போய் விட்டானாமே?"

"அவன் போனால் என்ன? உனக்கு இரண்டு கைகள், உன்னோடு வந்தவனுக்கு இரண்டு கைகள் இல்லையா?"

"எங்களுக்குப் படகு வலிக்கத் தெரியாது..."

"படகு வலிப்பது என்ன மந்திர வித்தையா! துடுப்பைப் பிடித்து வலித்தால்தானே படகு போகிறது!"

"திசை தெரிய வேண்டும் அல்லவா? நடுக்கடலில் திசை தெரியாமல் போய்விட்டால்...?"

"நடுக்கடலில் திசை தெரியவிட்டால் முழுகிச் சாகுங்கள்! அதற்கு நான் என்ன செய்யட்டும்!"

கலங்கரை விளக்கின் அருகில் அவர்கள் வந்து விட்டார்கள். வந்தியத்தேவனும் அத்துடன் பேச்சை நிறுத்தி விட விரும்பினான். மேலும் பேச்சை வளர்த்துப் பூங்குழலியின் மறுப்பை உறுதிப்படுத்திவிட அவன் விரும்பவில்லை. அவள் அவ்வளவு கண்டிப்பாக மறுமொழி சொன்ன போதிலும், அவளுடைய குரலும் பேச்சின் தோரணையும் அவனுடைய உள்ளத்தில் சிறியதொரு நம்பிக்கைச் சுடரை உண்டாக்கியிருந்தன.

இரண்டாம் முறை படுத்த பிறகு வெகு நேரம் வந்தியத்தேவனுக்குத் தூக்கம் வரவில்லை. ஏதேதோ எண்ணங்களினால் அவனுடைய உள்ளம் வெகுவாகக் குழம்பிக் கொண்டிருந்தது. நாலாம் ஜாமத்தின் ஆரம்பத்திலேதான் தூங்கினான்.

தூக்கத்தில் வந்தியத்தேவன் கனவு கண்டான். பாய்மரம் விரித்த சிறிய படகில் பூங்குழலியும் அவனும் எதிரெதிராக அமர்ந்திருந்தார்கள். நாலாபுறமும் கடல்; எங்கு நோக்கினாலும் ஜலம். இனிய பூங்காற்று; படகு அக்காற்றில் மிதப்பது போலப் போய்க்கொண்டிருந்தது. பூங்குழலியின் முகம் அழகே வடிவமாகப் பொலிந்தது. சுருண்ட மயிர் நெற்றியில் ஊசலாடிக்கொண்டிருந்தது. சேலைத் தலைப்புப் பறந்தது. எங்கே போகிறோம், எதற்காகப் போகிறோம் என்பதெல்லாம் வந்தியத்தேவனுக்கு மறந்து போய்விட்டது. பூங்குழலியுடன் படகில் போவதற்காகவே இத்தனை நாள் பிரயாணம் செய்து வந்ததாகத் தோன்றியது. ஒன்றே ஒன்று குறைவாயிருந்தது. அது என்ன? அது என்ன? ஆ! பூங்குழலியின் பாட்டு! சேந்தன் அமுதன் சொல்லியிருந்தான் அல்லவா?

"பெண்ணே! உன் பவழ வாயைத் திறந்து ஒரு பாட்டுப் பாட மாட்டாயா?" என்றான் வந்தியத்தேவன்.

"என்ன சொன்னாய்?" என்று பூங்குழலி புன்னகையுடன் கேட்டாள். ஆகா! அந்தப் புன்னகை ஏழு உலகமும் பெறாதா?

"உன் கனிவாயைத் திறந்து ஒரு கீதம் இசைக்க மாட்டாயா என்றேன்."

"கீதம் இசைத்தால் எனக்கு என்ன தருவாய்?"

"உன் அருகில் வந்து உன் அழகிய கன்னத்தில்..."

பூங்குழலி உடனே தன் மடியிலிருந்து ஒரு கூரிய கத்தியை எடுத்துக்கொண்டாள். கத்தி பிடித்த கையை ஓங்கினாள்.

"இதோ பார்! அந்தப் பாய்மரத்துக்கு அப்பால் ஒரு அணுவளவு நீ வந்தாலும் உன்னை இந்தக் கத்தியால் குத்தி விடுவேன். கடல் மீன்கள் மிகப் பசியோடிருக்கின்றன!" என்றாள்.

❖

6. மறைந்த மண்டபம்

மறுநாள் காலையில் உதய சூரியனுடைய செங்கிரணங்கள் வந்தியத்தேவனைத் தட்டி எழுப்பின. உறக்கம் நீங்கிய பிறகும் சுய உணர்வு வருவதற்குச் சிறிது நேரம் பிடித்தது. அவன் மேல் விழுந்தது சூரிய வெளிச்சமா அல்லது கலங்கரை விளக்கின் ஒளியா என்று தெளிவதற்குச் சிறிது நேரம் பிடித்தது. முதல் நாள் இரவு அனுபவங்களில் எது உண்மை, எது கனவு என்று எண்ணிப் பார்த்தபோது அவனுக்கு ஒரே குழப்பமாயிருந்தது. வீட்டிலே பெரியவரின் மனைவியும், அவருடைய மருமகளும் மட்டுமே இருந்தார்கள். பெரியவர் குழகர் கோயிலுக்குப் புஷ்ப கைங்கரியம் செய்வதற்காகப் போயிருப்பதாக அவர்கள் சொன்னார்கள். பூங்குழலியைப் பற்றி அவர்களிடம் விசாரிக்க அவனுக்குத் தைரியம் வரவில்லை. அவர்கள் அளித்த காலை உணவை அருந்திவிட்டுச் சுற்றுமுற்றும் கண்களைச் செலுத்தித் தேடிப் பார்த்தான். பூங்குழலி எங்கும் அகப்படவில்லை. ஆலயத்துக்குப் போய்ப் பார்க்கலாம் என்று போனான். அங்கே அவள் தந்தை இருந்தார். கோயிலைச் சுற்றியிருந்த மரங்களிலிருந்து பூஜைக்குரிய புஷ்பங்களைக் கொய்து கொண்டிருந்தார். மலர்களைத் தொடுத்து மாலையாக்குவதற்குச் சில நாள் பூங்குழலி வருவதுண்டு என்றும், ஆனால் இன்றைக்கு வரவில்லையென்றும் கூறினார்.

"எங்கேயாவது காட்டில் மான்களைத் துரத்திக் கொண்டிருப்பாள். அல்லது கடற்கரையோடு திரிந்து கொண்டிருப்பாள். அவளைத் தேடிப் பிடித்துக் கேட்டுப் பார்!" என்றார்.

"தம்பி! ஒரு விஷயத்தில் ஜாக்கிரதையாக இரு. அவள் பொல்லாதவள், தப்பர்த்தம் செய்துகொள்ளும்படியாக அவளிடம் எதாவது சொல்லிவிடாதே. காவியங்களில் படித்திருப்பதை நினைத்துக்கொண்டு சிருங்கார ரஸத்தில் இறங்கிவிடாதே! உடனே பத்திரகாளியாக மாறி விடுவாள். அப்புறம் உன் உயிர் உன்னுடையது அல்ல!" என்று எச்சரிக்கை செய்தார் பெரியவர்.

முதல்நாள் கனவை நினைத்துக் கொண்டு வந்தியத்தேவன் உடல் சிலிர்த்தான். பிறகு காட்டிற்குள் பூங்குழலியைத் தேடிக்கொண்டு போனான். காட்டிலே எங்கே என்று தேடுவது? சிறிது நேரத்துக்கெல்லாம் அவனுக்கு அலுத்துப் போய்விட்டது. காட்டிலிருந்து வெளியேறினால் போதும் என்று ஆகிவிட்டது. வெளியேறிய பின்னர் கடற்கரையை நோக்கிச் சென்றான். கடற்கரையோடு நீண்ட தூரம் அலைந்தும் பலன் ஒன்றும் இல்லை. பூங்குழலியைக் காணவில்லை. "எப்படியும் மத்தியானச் சாப்பாட்டுக்கு வீட்டுக்கு வருவாள் அல்லவா? அங்குப் பார்த்துக் கொள்ளலாம்!" என்று திரும்பினான். திடீரென்று ஓர் எண்ணம் தோன்றியது. அலையும் ஆட்டமும் அதிகமில்லாமல் அமைதியாக இருந்த அந்தக் கடலில் இறங்கிக் குளிக்க வேண்டும் என்ற ஆசை உண்டாயிற்று. இந்தப் பக்கத்தில் கடலில் ஆழம் அதிகம் இல்லையென்று முன்னமே கேள்விப்பட்டதுண்டு. முதல்நாள் மாலையில் பூங்குழலியும் சொல்லியிருக்கிறாள். பின்னே, இறங்கிக் குளிப்பதற்கு என்ன தடை? கடல் விஷயத்தில் அவனுக்கிருந்த பயத்தைப் போக்கிக் கொள்வதும் அவசியம். படகிலும், கப்பலிலும் ஏறிப் பிரயாணம் செய்ய வேண்டிய அவசியம் நேர்ந்திருக்கிறது. கடலைக் கண்டு பயப்பட்டால் முடியுமா? அந்தப் பயத்தைப் போக்கிக்கொண்டே ஆகவேண்டும்.

இடுப்பைச் சுற்றிக் கட்டியிருந்த சுருள் துணியையும் கத்தியையும் எடுத்துக் கடற்கரையில் வைத்துவிட்டுக் கடலில் இறங்கினான். மெல்ல மெல்ல ஜாக்கிரதையாகக் காலை வைத்து நடந்தான். போகப் போக முழங்கால் அளவு ஜலத்துக்கு மேல் இல்லை. சிறிய அலைகள் வந்து மோதிய போது ஜலம் இடுப்பளவுக்கு வந்தது. அதற்கு மேலே இல்லை. "அழகான சமுத்திரம் இது! அமிழ்ந்து குளிப்பதற்குக் கூடத் தண்ணீர் இல்லையே?" என்று சொல்லிக்கொண்டே இன்னும் மேலே சென்றான்.

'அடேடே! ஆழம் இல்லை என்று எண்ணிக்கொண்டே கரையிலிருந்து வெகுதூரம் வந்துவிட்டோமே? திடீரென்று கடல் பொங்கினால்? அலைகள் பெரிதாகி மோதினால்?' இந்த எண்ணம் தோன்றி கரைப் பக்கம் திரும்பிப் பார்த்தான்.

'அதிக தூரம் கரையிலிருந்து வந்து விட்டது என்னமோ உண்மைதான்! ஆனால் அப்படியொன்றும் கடல் திடீரென்று பொங்கி விடாது!... ஓகோ! அதோ பூங்குழலி வருகிறாளே! கரையேறி அவளைப் பிடித்துக் கொள்ளவேண்டும். பிடித்துக் கொண்டு நயமான வார்த்தைகளினால் மறுபடி கேட்க வேண்டும். அவளும் நம்மைப் பார்த்து விட்டுத்தான் வருகிறாள் போலிருக்கிறது! நாம் இருக்கும் திசையை நோக்கியே வருகிறாள்! ஏதோ நம்மைப் பார்த்து சமிக்ஞைகூடச் செய்கிறாளே!...

'ஓ! ஓ! இது என்ன? கரையில் குனிந்து அவள் என்ன பார்க்கிறாள், என்னத்தை எடுக்கிறாள்? நம்முடைய இடுப்பில் சுற்றும் சுருள் துணியையல்லவா எடுக்கிறாள்? பெண்ணே! அதை எடுக்காதே! அது என்னுடையது... நாம் சொல்வது அவள் காதில் விழவேயில்லை! இந்தக் கடல் அலைகளின் இரைச்சல்!

'இதோ நம் குரல் அவளுக்குக் கேட்டுவிட்டது! நம்மைப் பார்த்து அவளும் ஏதோ சொல்கிறாள்! பூங்குழலி! அது என்னுடையது! எடுக்காதே!...'

'இந்தா! சொன்னால் கேட்க மாட்டாயா? உன் உடைமை போல் கையில் எடுத்துக் கொண்டு நீ பாட்டுக்குப் போகிறாயே, நில் நில்!...'

வந்தியத்தேவன் கரையை நோக்கி ஓட ஆரம்பித்தான்! ஒரு தடவை பூங்குழலி அவனைத் திரும்பிப் பார்த்தாள். பிறகு அவளும் ஓடத் தொடங்கினாள். வீடும் கலங்கரை விளக்கமும் இருந்த பக்கத்துக்கு எதிர்பக்கமாகக் காட்டை நோக்கி ஓடினாள்!

'ஆகா! இவள் துஷ்டப் பெண்! துஷ்டப் பெண்ணா? அல்லது வெறும் பைத்தியமா? இந்தப் பைத்தியத்தினிடமிருந்து நமது அரைச்சுருளை எப்படியும் வாங்கியாக வேண்டுமே...?'

இரண்டு தடவை கடலில் இடறி விழுந்து ஒருவாய் உப்புத் தண்ணீரும் குடித்துவிட்டு வந்தியத்தேவன் மெதுவாக கரையேறினான். பிறகு அந்தப் பெண்ணைத் தொடர்ந்து ஓடினான். ஓட ஓட, அவளுடைய ஓட்டத்தின் வேகம் அதிகமாயிற்று. சற்றுத் தூரத்தில் ஐம்பது அறுபது மான்களின் கூட்டம் ஒன்று ஓடியது.

'மான்கள் மிரண்டு, பாய்ந்து ஓடுவது தாவித் தாவிக் குதித்து ஓடுவது என்ன அழகான காட்சி! ஏன்? இதோ இந்தப் பெண் குதித்துக் குதித்து ஓடுகிறாளே? இதுவும் அந்த மான்களின் ஓட்டத்தைவிட அழகில் குறைவாயில்லை! இம்மாதிரி இயற்கையாகவும் யதேச்சையாகவும் வாழும் பெண்களின் அழகே அழகுதான்!... ஆனால் இதையெல்லாம் அவளிடம் சொல்லக் கூடாது. சொன்னால் காரியம் கெட்டுப் போய்விடும்! பெரியவர்தான் எச்சரித்திருக்கிறாரே?...இருந்தாலும்,

இவள் எதற்காக இப்படி வீம்பு பிடித்துக்கொண்டு ஓடுகிறாள்! காட்டில் புகுந்துவிட்டால் அப்புறம் அவளைக் கண்டுபிடிப்பது எப்படி?... இதோ காட்டிற்குள் புகுந்தே விட்டாள். காரியம் கெட்டுக் குட்டிச்சுவராகி விட்டது. நம்மைப் போன்ற மௌடீகன் உலகிலேயே வேறு யாரும் இருக்க முடியாது!... குரங்கின் கையில் அகப்பட்ட பூமாலை திரும்பி வருமா?'

வந்தியத்தேவனும் சிறிது நேரத்தில் காட்டிற்குள் புகுந்தான். அங்குமிங்கும் அலைந்தான். அவசரத்தினாலும் பரபரப்பினாலும் செடிகளைச் சரியாக விலக்கி விட்டுக் கொண்டு நடக்காமல் உடம்பெல்லாம் முட்களால் கீறிக் கொண்டான். "பூங்குழலி பூங்குழலி!" என்று கூச்சலிட்டான். பிறகு, "மரமே! பூங்குழலியைக் கண்டாயோ?" "காக்காய்! பூங்குழலியைக் கண்டாயோ?" என்றெல்லாம் கேட்க ஆரம்பித்தான்.

'இது எது? நமக்கே பைத்தியம் பிடித்துவிடும் போலிருக்கிறதே!' என்று அவன் நினைக்கத் தொடங்கிய சமயத்தில், திடீரென்று மரத்தின் மேலிருந்து ஏதோ விழுந்தது!

ஆ! அவனுடைய அரைத் துணிச் சுருள்தான்! மிக்க ஆவலுடன் அதை எடுத்துச் சுருளைப் பிரித்துப் பார்த்தான். ஓலை, பொற்காசுகள் எல்லாம் பத்திரமாயிருந்தன!

"பணம் பத்திரமாயிருக்கிறதா?" என்று ஒரு குரல் மேலேயிருந்து வந்தது. வந்தியத்தேவன் அண்ணாந்து பார்த்தான். பூங்குழலி மரக்கிளையில் உட்கார்ந்திருந்தாள்.

வியர்த்து விறுவிறுத்துப் போயிருந்த வந்தியத்தேவன் தன்னை மீறிய கோபத்தினால், "உன்னைப் போன்ற மந்தியை நான் பார்த்ததேயில்லை!" என்றான்.

"உன்னைப் போன்ற ஆந்தையை நான் பார்த்ததில்லை அம்மம்மா! என்ன முழிமுழித்தாய்?" என்றாள் பூங்குழலி.

"எதற்காக இப்படி என்னை அலைக்கழித்தாய்? உனக்குப் பணம் வேண்டுமென்றால்..."

"சீச்சீ! உன் பணம் இங்கே யாருக்கு வேண்டும்?"

"அப்படியானால், எதற்காக இதைத் தூக்கிக்கொண்டு ஓடி வந்தாய்?"

"அவ்விதம் நான் செய்திராவிட்டால் நீ காட்டுக்குள் வந்திருக்க மாட்டாய். எங்கள் வீட்டுக்கு திரும்பிப் போயிருப்பாய்!"

"போயிருந்தால் என்ன?"

"இந்த மரத்தின் மேல் ஏறிப் பார் தெரியும்!"

"என்ன தெரியும்?"

"பத்துப் பதினைந்து குதிரைகள் தெரியும்! வாள்களும், வேல்களும் மின்னுவது தெரியும்!"

அவளுடைய முகத் தோற்றத்திலிருந்து அவள் கூறுவது உண்மையாயிருக்கலாம் என்று தோன்றியது. ஆயினும் நிச்சயமாகத் தெரிந்துகொள்ள விரும்பி வந்தியத்தேவன் மரத்தின் மேல் ஏறினான். ஏறுவதற்கு முன் அரைச் சுற்றுச் சுருளைக் கெட்டியாகக் கட்டிக் கொண்டான். ஒருவேளை இவள் மரத்தின் மேலிருந்து அதைத் தவறிப் போட்டிருக்கலாம். இப்போது மறுபடியும் அதை அபகரிப்பதற்குச் சூழ்ச்சி செய்கிறாளோ, என்னமோ யார் கண்டது?

மரத்தின் மேலேறிக் கலங்கரை விளக்கின் பக்கம் நோக்கினான். 'ஆம் பூங்குழலி கூறியதும் உண்மைதான்' அங்கே பத்துப் பதினைந்து குதிரைகள் நின்றன. குதிரைகள் மீது வாள்களும், வேல்களும் பிடித்த வீரர்கள் இருந்தார்கள்.

'அவர்கள் யாராக இருக்கும்?... நம்மைப் பிடிப்பதற்கு வந்த பழுவேட்டரையரின் ஆட்கள்தான்! வேறு யாராயிருக்க முடியும்?'

பூங்குழலி தன்னைப் பெரும் அபாயத்திலிருந்து காப்பாற்றினாள். எதற்காக? என்ன நோக்கம் பற்றி? இன்னும் சில விஷயங்களும் தெளிவாகவில்லை!

இருவரும் மரத்திலிருந்து கீழே இறங்கினார்கள். "பூங்குழலி என்னைப் பேராபத்திலிருந்து காப்பாற்றினாய். உனக்கு மிக மிக நன்றி!" என்றான் வந்தியத்தேவன்.

"வெறும் பொய்! ஆண் பிள்ளைகளுக்கு நன்றிகூட உண்டா?" என்றாள் பூங்குழலி.

"எல்லா ஆண்பிள்ளைகளையும் போல் என்னையும் எண்ணி விடாதே!"

"நீ எல்லோரையும் போல் இல்லை; ஒரு தனி மாதிரிதான்?"

"பெண்ணே! உன்னை ஒரு கேள்வி கேட்கலாமா?"

"தாராளமாகக் கேட்கலாம்; மறுமொழி கூறுவது என் இஷ்டம்."

"என்னைக் காப்பாற்ற வேண்டும் என்று ஏன் எண்ணினாய்? என் பேரில் திடீரென்று தயவு பிறக்க காரணம் என்ன?"

பூங்குழலி சும்மா இருந்தாள். அவள் சிறிது திகைத்துப் போனாள் என்பது முகத்திலிருந்து தெரிந்தது.

அப்புறம் யோசித்துப் பார்த்து, "அசடுகளைக் கண்டால் எனக்கு எப்போதும் கொஞ்சம் பரிதாபம் உண்டு" என்றாள்.

"சந்தோஷம்; இந்த வீரர்கள் என்னைத் தேடி வந்திருக்கிறார்கள் என்பதை எப்படி அறிந்தாய்?"

"உன்னைப் பார்த்தால் தெரியவில்லையா? நீ தப்பி ஓடி ஒளிந்துகொள்ள வந்திருக்கிறவன் என்று நேற்றைக்கே ஊகித்தேன். இன்றைக்குக் காலையில் உன் சிநேகிதன், வைத்தியர் மகன் மூலமாக அது ஊர்ஜிதமாயிற்று."

"அவன் என்ன உளறினான்?"

"காலையில் எழுந்ததும் காட்டிலே மூலிகை தேட வேண்டும் என்றான். நான் அழைத்துப் போவதாகச் சொல்லி இங்கே அழைத்துக்கொண்டு வந்தேன். என்னிடத்தில் காதல் புரிய ஆரம்பித்தான். 'உன்னுடைய சிநேகிதன் உன்னை முந்திக் கொண்டு விட்டானே?' என்று சொன்னேன்..."

"என்ன சொன்னாய்?"

"கொஞ்சம் பொறு; கேட்டுக்கொண்டு வா! நீ என்னிடம் காதல் புரியத் தொடங்கி விட்டதாகச் சொன்னேன். அப்போது தான் உன் பேரில் அவனுடைய சந்தேகத்தை வெளியிட்டான். ஏதோ இராஜ தண்டனைக்குப் பயந்து நீ ஓடித் தப்பி வந்திருக்கிறாய் என்று அவனுக்கு வழியில் பல காரணங்களால் சந்தேகம் தோன்றியதாம்! 'அப்படிப்பட்டவனை நம்பி அநியாயமாய்க் கெட்டுப் போகாதே! என்னைக் கல்யாணம் செய்து கொள்!' என்றான். 'ரொம்ப அவசரப்படுகிறாயே? பெரியவர்களைக் கேட்க வேண்டாமா?' என்றேன். 'பழந்தமிழ் மரபையொட்டிக் களவு மணம் புரிந்து கொள்வோம்!' என்று உன் அழகான சிநேகிதன் சொன்னான். எப்படியிருக்கிறது கதை?"

"அட சண்டாளப் பாவி!" என்று கத்தினான் வந்தியத்தேவன்.

"இதற்குள்ளே குதிரைகள் வரும் சத்தம் கேட்டது. நான் மரத்தின் மேல் ஏறிப் பார்க்கச் சொன்னேன். மரத்தின் மேலே நின்று பார்த்தபோது அவனுடைய கால்கள் வெட வெட வென்று நடுங்கியதை நினைத்தால் இப்போதும் எனக்குச் சிரிப்பு வருகிறது" என்று சொல்லி விட்டுப் பூங்குழலி சிரித்தாள்.

"விளையாட்டு இருக்கட்டும்; அப்புறம் என்ன நடந்தது?"

"அவன் மரத்தின் மேலேயிருந்து இறங்கி வந்தான். 'பார்த்தாயா? நான் சொன்னது சரியாகப் போயிற்று. அவனைப் பிடிப்பதற்காக இராஜ சேவகர்கள் வந்திருக்கிறார்கள்!' என்றான். 'அப்படியானால் அவனுடன் வந்த உன்னையும் பிடிப்பார்கள் அல்லவா? நீ ஓடி எங்கேயாவது ஒளிந்து கொள்!' என்றேன். 'அப்படித்தான் செய்ய வேண்டும்' என்றான். என்னை விட்டுப் பிரிந்து சென்றான். நான் எதிர்பார்த்தபடியே நடந்தது..."

"என்ன? என்ன நடந்தது?"

"ஓடி ஒளிந்துகொள்வதாக என்னிடம் சொல்லிவிட்டு நேரே அந்தக் குதிரைக்காரர்கள் இருந்த திசையை நோக்கிப் போய் அவர்களிடம் அகப்பட்டுக் கொண்டான்..."

"ஐயோ! பாவம்!"

"அதிகமாகப் பரிதாபப்பட்டு விடாதே! கொஞ்சம் மிச்சம் வைத்துக்கொள்!"

"ஏன் அப்படிச் சொல்கிறாய்?"

"குறையும் கேள்! நீயே தெரிந்துகொள்வாய்! அவர்களிடம் நேரே போனான். அவர்கள் இவனை அதிசயத்துடன் பார்த்தார்கள். உற்று உற்றுப் பார்த்து ஒருவரோடொருவர் இரகசியமாகப் பேசிக்கொண்டார்கள். 'நீங்கள் யார்?' என்று இவன் கேட்டான். 'நாங்கள் வேட்டைக்காரர்கள்! மான் வேட்டையாட வந்திருக்கிறோம்' என்று அவர்களில்

ஒருவன் சொன்னான். 'இல்லை நீங்கள் என்ன வேட்டையாட வந்திருக்கிறீர்கள் என்று எனக்குத் தெரியும்' என்றான் இவன். அவர்கள் இன்னும் வியப்படைந்து இவனைத் தூண்டி விட்டார்கள். 'வந்தியத்தேவனைத் தேடிக்கொண்டு வந்திருக்கிறீர்கள். அவன் இருக்குமிடத்தைக் காட்டுகிறேன். என்னைச் சும்மா விட்டுவிடுவீர்களா?' என்று கேட்டான். அவர்களும் அதற்குச் சம்மதித்தார்கள். இவன் அவர்களை அழைத்துக்கொண்டு எங்கள் வீட்டுப் பக்கம் போனான்..."

"துரோகி, சண்டாளன்!..."

"அவர்கள் போன பிறகு நான் உன்னைத் தேடிக் கொண்டு வந்தேன். நீ கடலில் இறங்கிக் குளித்துக்கொண்டிருந்தாய்..."

"என்னிடம் அங்கேயே இதையெல்லாம் ஏன் சொல்லவில்லை! இந்தத் துணிச்சுருளை எடுத்துக்கொண்டு ஏன் ஓடி வந்தாய்?"

"இல்லாவிட்டால், நீ அவ்வளவு வேகமாக ஓடி வந்திருப்பாயா? அந்த வேட்டைக்காரர்களை ஒரு கை பார்க்கிறேன் என்று அவர்களைத் தேடிப் போயிருந்தாலும் போயிருப்பாய்! என் பேச்சையே ஒருவேளை நம்பியிருக்கமாட்டாய். இவ்வளவையும் சொல்லி உன்னை என்னுடன் வரும்படி செய்வதற்குள் அவர்கள் உன்னை ஒருவேளை பார்த்திருப்பார்கள்..."

'ஆகா! இந்தப் பெண்ணையா நாம் பைத்தியக்காரி என்று எண்ணினோம்' என்று வந்தியத்தேவன் நினைத்து வெட்கம் அடைந்தான்.

'இவளிடம் பூரண நம்பிக்கை வைத்தேயாக வேண்டும். இவளுடைய உதவி இல்லாவிட்டால் நாம் கடலைக் கடந்து இலங்கை செல்ல முடியாது. இவ்வளவு தூரம் வந்ததும் வீணாகும். பழுவேட்டரையர்களிடம் திரும்ப அகப்பட்டுக் கொள்ளவும் நேரலாம்.'

"பெண்ணே! நீ எனக்கு எவ்வளவு பெரிய உதவி செய்திருக்கிறாய் என்பதைச் சொல்லி முடியாது. மிச்ச உதவியையும் நீதான் செய்யவேண்டும்..."

"என்ன செய்யவேண்டும் என்கிறாய்?" என்று கேட்டாள்.

"என் சிநேகிதனுடைய இலட்சணத்தைப் பார்த்து விட்டாய் அல்லவா? அவனை நம்பிப் பயன் இல்லையென்று தெரிந்து கொண்டாய் அல்லவா? நீதான் படகு வலித்து வந்து என்னை இலங்கையில் சேர்ப்பிக்க வேண்டும்!"

பூங்குழலி மௌனமாயிருந்தாள்.

"நான் தப்புக் காரியம் எதுவும் செய்யக்கூடியவன் அல்ல என்று உனக்கு நம்பிக்கை ஏற்படுகிறதா? பெண்ணே! இலங்கைக்கு மிக முக்கியமான காரியமாக நான் உடனே போய்த்தீர வேண்டும். இந்த உதவி எனக்கு நீ அவசியம் செய்தேயாக வேண்டும்..."

"செய்தால் எனக்கு என்ன தருவாய்?" என்று பூங்குழலி கேட்டாள்.

அவளுடைய முகத்தில் முதன் முதலாக நாணத்தின் அறிகுறி தென்பட்டது. கன்னங்கள் குழிந்தன; அவளுடைய முகத்தின் அழகு பன்மடங்கு அதிகமாகிச் சுடர்விட்டு ஒளிர்ந்தது.

முதல் நாள் இரவு கண்ட கனவில் இதே மாதிரி அவள் கேட்டது வந்தியத்தேவனுக்கு நினைவு வந்தது. அதே வார்த்தைகள் மறுபடியும் அவன் நாவில் வருவதற்குத் துடித்தன. பல்லினால் நாவைக் கடித்துக்கொண்டு அந்த வார்த்தை வராமல் நிறுத்தினான்.

"பெண்ணே! இந்த உதவி நீ எனக்குச் செய்தால் உயிர் உள்ள அளவும் மறக்க மாட்டேன்; என்றென்றும் நன்றி செலுத்துவேன். உனக்கு நான் இதற்குப் பிரதியாகச் செய்யக்கூடியது எதுவும் இருப்பதாகத் தெரியவில்லை. நீ ஏதாவது செய்யும்படி சொன்னால், கட்டாயம் செய்வேன்!"

பூங்குழலி சிந்தனையில் ஆழ்ந்தாள். சொல்ல எண்ணியதைச் சொல்லலாமா, வேண்டாமா என்று தயங்கியதைப் போல் காணப்பட்டது.

"என்னால் உனக்கு ஆகக்கூடிய பிரதி உதவி ஏதேனும் இருந்தால் சொல்! நிச்சயம் செய்கிறேன்..."

"இது சத்தியமான வார்த்தைதானா?"

"சத்தியம்! சத்தியம்!"

"அப்படியானால், சமயம் வரும்போது சொல்லுகிறேன். அப்போது மறந்துவிட மாட்டாயே?"

"ஒருநாளும் மறக்கமாட்டேன். நீ எப்போது பிரதி உதவி கேட்பாய் என்று காத்திருப்பேன்."

பூங்குழலி மீண்டும் சிறிது நேரம் சிந்தனை வயப்பட்டிருந்தாள்.

"சரி, என்னுடன் வா! இந்தக் காட்டில் ஓரிடத்துக்கு உன்னை நான் அழைத்துப் போகிறேன். அங்கே இன்று பொழுது சாயும் வரையில் நீர் இருக்க வேண்டும். பட்டினியாகத்தான் இருக்க வேண்டும்..."

"அதைப் பற்றிக் கவலை இல்லை! காலையில் உன் அண்ணி பழைய சோறு போட்டாள். அவளுடைய வயிற்றெரிச்சலைக் கிளப்புவதற்காகவே அதிகமாகச் சாப்பிட்டேன். இனி இராத்திரி வரையில் சாப்பாடு தேவையில்லை..."

"இராத்திரி கூடச் சாப்பாடு கிடைக்கிறதோ, என்னமோ? கையில் கொஞ்சம் எடுத்துவரப் பார்க்கிறேன். நான் சொல்லும் இடத்தில் இருட்டும் வரை நீ இருக்க வேண்டும்! இருட்டிய பிறகு நான் திரும்ப வந்து ஒரு சத்தம் செய்வேன். குயில் 'குக்கூ குக்கூ' என்று கூவுவதைக் கேட்டிருக்கிறாயா?"

"நன்றாய்க் கேட்டிருக்கிறேன். அப்படிக் கேட்டிராவிட்டாலும் உன் குரலைத் தெரிந்து கொள்வேன்."

"நான் குரல் கொடுத்ததும் நீ அவ்விடத்திலிருந்து வெளி வர வேண்டும். இருட்டி ஒரு ஜாமத்திற்குள் படகில் ஏறி நாம் புறப்பட்டுவிட வேண்டும்."

"குயிலின் குரல் எப்போது வரும் என்று காத்திருப்பேன்."

காட்டின் மத்தியில் மணல்மேடு இட்டிருந்த ஓரிடத்துக்குப் பூங்குழலி வந்தியத்தேவனை அழைத்துப் போனாள். மேட்டின் மறு பக்கத்தில் மரஞ்செடி கொடிகள் மற்ற இடத்தைவிட அதிக நெருக்கமாயிருந்தன. அவற்றை லாகவமாகக் கையினால் விலக்கிக்கொண்டு ஒரு மரத்தின் வழியாகப் பள்ளத்தில் இறங்கினாள். வந்தியத்தேவனும் அவளைப் பின்பற்றி இறங்கினான். அங்கே ஒரு பழைய மண்டபத்தின் மேல் விளிம்பு காணப்பட்டது. இன்னும் உற்றுப் பார்த்ததில் இருளடைந்த மண்டபத்தின் இரு தூண்கள் தெரிந்தன. இவை எல்லாவற்றையும் மரங்களும் செடி கொடிகளும் மறைந்திருந்தன. எந்தப் பக்கமிருந்து பார்த்தாலும் அந்த மண்டபம் அங்கே இருப்பது தெரியவே தெரியாது.

"இந்த மண்டபத்தில் ஒரு சிறுத்தை குடியிருந்தது. அது போனபிறகு நான் இதில் இருக்கிறேன். என்னுடைய சொந்த தனி வீடாக வைத்துக்கொண்டிருக்கிறேன். மனிதர்களைக் காணப்பிடிக்காத போது இவ்விடத்துக்கு நான் வந்துவிடுவது வழக்கம். சட்டியில் தண்ணீர் இருக்கிறது. இன்று பகலெல்லாம் இங்கேயே இரு! நாலா புறமும் மனிதர்கள் குரல் கேட்டாலும் குதிரைகள் ஓடும் சப்தம் கேட்டாலும் வேறு என்ன தடபுடல் நடந்தாலும் நீ வெளியில் தலை காட்ட வேண்டாம். மேட்டில் மேல் ஏறிப் பார்க்க வேண்டாம்!" என்று பூங்குழலி கூறினாள்.

"இருட்டிய பிறகும் இங்கேயே இருக்கச் சொல்கிறாயா? காட்டுமிருகம், புலி, சிறுத்தை ஏதாவது வந்தால்?..." என்று வந்தியத்தேவன் கேட்டான்.

"புலி சிறுத்தை இங்கே ஒன்றும் இப்போது இல்லை. வந்தால் நரியும், காட்டுப் பன்றியும் வரும். நரிக்கும் பன்றிக்கும் பயப்படமாட்டாயே!"

"பயம் ஒன்றுமில்லை. இருட்டில் வந்து மேலே விழுந்தால் என்ன செய்வது? கையில் வேல்கூட இல்லை. வீட்டில் வைத்து விட்டேன்."

"இந்தா! இந்த ஆயுதத்தை வைத்துக்கொள்!" என்று பூங்குழலி மண்டபத்தில் கிடந்த ஓர் ஆயுதத்தை எடுத்துக் கொடுத்தாள். அது ஒரு விசித்திரமான ஆயுதம். இருபுறமும் வாள் போல் கூர் கூரான முட்கள் இருந்தன.

முட்கள் இரும்பைவிடக் கெட்டியாயிருந்தன. இந்திரனுடைய வஜ்ராயுதம் இப்படித்தான் இருக்கும் போலும்!

"இது என்ன ஆயுதம்? எதனால் செய்தது?" என்று வந்தியத்தேவன் கேட்டான்.

"இது ஒரு மீனின் வால்! இந்த மண்டபத்தில் குடியிருந்த சிறுத்தை என் மீது பாய வந்தபோது இதனால் அடித்துத்தான் அதைக் கொன்றேன்!" என்றாள் பூங்குழலி.

❖

7. "சமுத்திர குமாரி"

அன்று பகற்பொழுது வந்தியத்தேவனுக்கு எளிதில் போய்விட்டது. பாதி நேரத்துக்கு மேல் தூங்கிக் கழித்தான். விழித்திருந்த நேரமெல்லாம் பூங்குழலியின் விசித்திர சுபாவத்தைப் பற்றி எண்ணுவதில் சென்றது.

என்ன அதிசயமான பெண்? எவ்வளவு இனிய சரளமான பெயர்? ஆனால் சுபாவம் எவ்வளவு கடுமையானது? 'கடுமை' மட்டுந்தானா? அதில் இனிமையும் கலந்துதானிருந்தது! சிறுத்தையை அடித்துக் கொன்ற காரியத்தைப் பற்றி எவ்வளவு சர்வசாதாரணமாகக் கூறினாள்? இவ்வளவுடன் சில சமயம் உன்மத்தம் பிடித்தவள் மாதிரி நடந்து கொள்கிறாளே, அது ஏன்? இந்தப் பெண்ணின் வாழ்க்கையில் ஏதோ ஒரு கசப்பான சம்பவம் நடந்திருக்க வேண்டுமே! கசப்பான சம்பவமோ, அல்லது இனிப்பான சம்பவந்தானோ! இரண்டினாலும் இப்படி ஒரு பெண் உன்மத்தம் பிடித்தவள் ஆகியிருக்கக் கூடும்! அல்லது ஒன்றுமே காரணமில்லாமல், பிறவியிலேயே இத்தகைய இயற்கையுடன் பிறந்தவளோ? இவளுடைய பெற்றோர்களின் இயற்கையில் விசேஷம் ஒன்றையும் காணவில்லையே? இனிய, சாந்த சுபாவம் படைத்தவர்களாயிருக்கிறார்களே!... குணம் எப்படியாவது இருக்கட்டும். நம்மிடம் இவளுக்கு இவ்வளவு சிரத்தை ஏற்பட்டதன் காரணம் என்ன? பழுவூர் ஆட்களிடம் நாம் பிடிபடாமல் தப்புவிப்பதற்கு இவ்வளவு பிரயத்தனம் செய்திருக்கிறாளே? இலங்கைக்குப் படகு வலித்துக் கொண்டு வருவதாகவும் சொல்லியிருக்கிறாளே?

இதிலெல்லாம் ஏதாவது ஏமாற்றம் இருக்குமோ?... ஒருநாளும் இல்லை. ஆனாலும் இவள் மனம் மாறியதன் காரணம் என்ன? நம்மிடம் இவள் எந்தவித பிரதி உபகாரத்தை எதிர்பார்க்கிறாள்? பின்னால் கூறுவதாகக் கூறியிருக்கிறாளே? அது என்னவாயிருக்கும்?...'

இவ்வாறு வந்தியத்தேவன் சிந்தனை செய்துகொண்டிருந்த சமயங்களில், பூங்குழலி கூறியிருந்தது போலவே, அவனைச் சுற்றி நாலாபுறங்களிலும் அடிக்கடி அமளிதுமளிப்பட்டது. குதிரைகளின் ஓட்டம், மனிதர்களின் அட்டகாசம், சிறிய வன ஜந்துக்களின் பயம் நிறைந்த கூச்சல், பறவைகள் கிறீச்சிடுதல் இவ்வளவும் சேர்ந்து சில சமயம் ஒரே அமர்க்களமாயிருந்தது. அடுத்தாற்போல் அமைதி குடிகொண்டு நிசப்தமாயுமிருந்தது. அமர்க்களப்பட்டதெல்லாம் தன்னைத் தேடிப் பிடிப்பதற்காகத் தான் என்று வந்தியத்தேவன் உணர்ந்தான். வைத்தியரின் மகன் செய்த துரோகமும் அவனுடைய மனத்தில் அடிக்கடி வந்துகொண்டிருந்தது!

'நிர்மூடன்! பூங்குழலியிடம் அதற்குள் மையல் கொண்டு விட்டதாக அவனுக்கு எண்ணம் போலும்! சிறிய குட்டையில் உள்ள தண்ணீர் வடவா முகாக்கினியின் மீது காதல் கொண்டது போலத்தான்! பெண் சிங்கத்தை ஒரு சுண்டெலி கல்யாணம் செய்துகொள்ள

எண்ணிய கதைதான்! ஆனாலும் அவனுடைய அறிவீனத்தை இந்தப் பெண் எப்படிப் பயன்படுத்திக்கொண்டு விட்டாள்! அவனுடைய மனத்தில் எவ்விதம் பொறாமைக் கனலை மூட்டிவிட்டாள்?... அரை நாழிகை நேரத்தில் அவனைத் துரோகியாக்கி விட்டாளே! பெண்மையின் சக்தி அபாரமானதுதான்!'

'வந்தியத்தேவா! ஒன்று மட்டும் நீ ஒப்புக் கொள்ளத்தான் வேண்டும்! நீ உன்னை வெகு கெட்டிக்காரன் என்று எண்ணியிருந்தாய்! தந்திர மந்திர சாமர்த்தியங்களில் உனக்கு இணை யாரும் இல்லை என்று இறுமாந்திருந்தாய்! ஆனால் இந்த நாகரிகமறியாத காட்டுமிராண்டிப் பெண் உன்னைத் தோற்கடித்து விட்டாள்! கடலில் இறங்கிக் குளித்துக் கொண்டிருந்த உன்னை இந்த மறைந்த மண்டபத்தில் கொண்டு சேர்ப்பதற்கு அவள் கையாண்ட யுக்தியை என்னவென்று சொல்வது? அப்படி அவள் உன் அரைச் சுற்றுச் சுருளை எடுத்துக்கொண்டு ஓடியிராவிட்டால், இத்தனை நேரம் என்ன ஆகியிருக்கும்? பழுவூர் ஆட்களிடம் நீ சிக்கியிருப்பாய்! காரியம் அடியோடு கெட்டுப் போயிருக்கும்!... ஆம் இனி எப்போதும் இம்மாதிரி அஜாக்கிரதையாக இருந்துவிடக் கூடாது.'

மேற்குக் கடலில் சூரியன் அஸ்தமித்தது. கோடிக்கரையில் இது ஓர் அற்புதமான காட்சி. அதுவரை தெற்கு நோக்கி வரும் கடற்கரை அந்த முனையில் நேர்கோணமாக மேற்கு நோக்கித் திரும்பிச் செல்கிறது. ஆதலின் கோடிக்கரையில் மேடான இடத்திலிருந்து பார்த்தால் கிழக்கு மேற்கு தெற்கு ஆகிய மூன்று திசைகளிலும் கடல் பரந்திருக்கக் காணலாம். சிற்சில மாதங்களில் சூரிய சந்திரர்கள் கிழக்குக் கடலில் ஜோதிமயமாக உதயமாவதையும் பார்க்கலாம். மேற்கே கடலைத் தங்கமயமாகச் செய்து கொண்டு முழுகி மறைவதையும் காணலாம். வந்தியத்தேவனுக்கு மண்டபத்தை மூடியிருந்த மணல்திட்டின் மேல் ஏறிச் சூரியன் கடலில் மறையும் காட்சியைப் பார்க்க ஆவல் உண்டாயிற்று. அதைப் பிரயத்தனப்பட்டு அடக்கிக் கொண்டான்.

நாலாபுறமும் அந்தகாரம் சூழ்ந்து வந்தது. மறைந்த மண்டபத்தில் முன்னமே குடி கொண்டிருந்த இருள் பன்மடங்கு கரியதாயிற்று. வந்தியத்தேவனால் அங்கே மேலும் இருக்க முடியவில்லை வெளியேறி வந்தான். மண்டபத்தை மூடிய மணல் திட்டின் மீது நின்றான். வெகுதூரத்தில் கலங்கரை விளக்கின் ஒளி தெரிந்தது. வானத்தில் வைரமணிகள் சுடர்விட்டு ஜொலித்தன. காட்டில் பல விசித்திரமான ஒலிகள் உண்டாயின. பகலில் வனப்பிரதேசத்தில் கேட்கும் ஒலிகளுக்கும் இரவில் கேட்கும் ஒலிகளுக்கும் மிக்க வேற்றுமை இருந்தது. இரவில் கேட்கும் ஒலிகள் மர்மம் நிறைந்து உள்ளத்தில் பீதியையும் உடலிலே சிலிர்ப்பையும் உண்டாக்கின. பகலில் எதிரே புலியைப் பார்த்தாலும் மனம் பதறுவதில்லை; பயமும் உண்டாவதில்லை. இரவில் ஒரு புதரில் சின்னஞ்சிறு எலி ஓடினாலும் உள்ளம் திடுக்கிடுகிறது!

இதோ குயிலின் குரல்; 'குக்கூ!', 'குக்கூ!' அந்தக் குரல் தேவகானத்தைப் போல் வந்தியத்தேவன் காதில் ஒலித்தது. குரல் வந்த திக்கை நோக்கிச் சென்றான். பூங்குழலி அங்கு நின்றாள். 'சத்தம் செய்யாமல் என்னுடன் வா' என்று சமிக்ஞை செய்தாள். அங்கிருந்து கடற்கரை வெகு சமீபம் என்று தெரிய வந்தது.

கடற்கரையில் படகு ஆயத்தமாயிருந்தது. அதில் பாய் மரமும் பாயும் அதைக் கட்டும் கயிறும் சுருட்டி வைக்கப்பட்டிருந்தன. படகிலிருந்து இரண்டு கழிகள் நீட்டிக் கொண்டிருந்தன. அந்தக் கழிகளின் முனையில் ஒரு பெரிய மரக்கட்டை பொருத்திக் கட்டப்பட்டிருந்தது. படகைக் கடலில் இறக்குவதற்கு வந்தியத்தேவன் உதவி செய்யப்போனான்.

'நீ சும்மா இரு!' என்று பூங்குழலி சமிக்ஞை செய்தாள்.

படகை லாகவமாகத் தள்ளிக் கடலில் இறக்கினாள். சிறிதும் சத்தமின்றிக் கடலில் அப்படகு இறங்கியது.

வந்தியத்தேவன் படகில் ஏறிக்கொள்ள யத்தனித்தான். "உஷ்! சற்றுப் பொறு! கொஞ்ச தூரம் போன பிறகு நீ ஏறிக்கொள்ளலாம்!" என்று பூங்குழலி மெல்லிய குரலில் கூறிவிட்டுப் படகைப் பிடித்து இழுத்துக்கொண்டே போனாள்.

வந்தியத்தேவன் தானும் உதவி செய்ய எண்ணிப் படகைத் தள்ளினான். படகு நின்று விட்டது.

"நீ சும்மா வந்தால் போதும்!" என்றாள் பூங்குழலி.

கரை ஓரத்தில் அலை மோதும் இடத்தைத் தாண்டிய பிறகு "இனிமேல் படகில் ஏறிக்கொள்ளலாம்!" என்று சொல்லி, அவள் முதலில் ஏறிக்கொண்டாள். வந்தியத்தேவனும் தாவி ஏறினான். அப்போது படகு அதிகமாக ஆடியது. அந்த ஆட்டத்தில் வந்தியத்தேவன் கடலில் விழுந்து விடுவான் போலத் தோன்றியது; சமாளித்துக்கொண்டு உட்கார்ந்தான். ஆயினும் அவனுடைய நெஞ்சு படபடவென்று அடித்துக் கொண்டது.

"இனிமேல் ஏதாவது பேசலாம் அல்லவா?" என்று கேட்டான்.

"நன்றாகப் பேசலாம். உனக்கு நடுக்கம் நீங்கியிருந்தால் பேசலாம்!" என்றாள் பூங்குழலி.

"நடுக்கமா? யாருக்கு நடுக்கம்? அதெல்லாம் ஒன்றுமில்லை."

"ஒன்றுமில்லாவிட்டால் சரி!"

"பாய்மரம் கட்ட வேண்டாமா?"

"பாய்மரம் கட்டினால் கரையில் உள்ளவர்கள் ஒருவேளை நம்மைப் பார்த்துவிடுவார்கள். ஓடி வந்து பிடித்துக் கொள்வார்கள்."

"இனி அவர்கள் வந்தால் ஒரு கை பார்த்து விடுகிறேன். நீ கொஞ்சமும் பயப்பட வேண்டாம்!" என்று வந்தியத்தேவன் தன் வீரப்பிரதாபத்தை சொல்லத் தொடங்கினான்.

"இப்போது எதிர்க்காற்று அடிக்கிறது. பாய்மரம் விரித்தால் படகை மறுபடி கரையிலே கொண்டு போய் மோதும். நடுநிசிக்கு மேல் காற்றுத் திரும்பக்கூடும். அப்போது பாய்மரம் விரித்தால் பயன்படும்!" என்று பூங்குழலி கூறினாள்.

"ஓ உனக்கு இதெல்லாம் நன்றாய்த் தெரிந்திருக்கிறது; அதனாலேதான் உன்னை அழைத்துப் போகும்படி உன் தந்தை சொன்னார்."

"என் தந்தையா? யாரைச் சொல்லுகிறாய்?"

"உன் தகப்பனாரைத்தான் சொல்லுகிறேன். கலங்கரை விளக்கின் தியாகவிடங்கக் கரையரைச் சொல்லுகிறேன்."

"கரையில் இருக்கும்போதுதான் அவர் என்னுடைய தந்தை, கடலில் இறங்கிவிட்டால்..."

"தகப்பனார் கூட மாறிப் போய்விடுவாரா, என்ன?"

"ஆமாம்; இங்கே சமுத்திர ராஜன்தான் என் தகப்பனார். என்னுடைய இன்னொரு பெயர் சமுத்திரகுமாரி. உனக்கு யாரும் சொல்லவில்லையா?"

"சொல்லவில்லை! அது என்ன விசித்திரமான பெயர்?"

"சக்கரவர்த்தியின் இளைய குமாரனைப் 'பொன்னியின் செல்வன்' என்று சிலர் சொல்லுகிறார்கள் அல்லவா! அது போலத்தான்!"

இதைக் கேட்டதும் வந்தியத்தேவன் தனது அரைச் சுற்று சுருளைத் தடவிப் பார்த்துக் கொண்டான்.

அதைக் கவனித்த பூங்குழலி, "பத்திரமாக இருக்கிறதல்லவா?" என்று கேட்டாள்.

"எதைப் பற்றிக் கேட்கிறாய்?"

"உன் அரைச் சுருளில் வைத்திருக்கும் பொருளைப் பற்றித்தான்."

வந்தியத்தேவனுடைய மனத்தில் "சொரேல்" என்றது. ஒரு சிறிய சந்தேகம் ஜனித்தது.

அவனுடன் பேசிக்கொண்டே பூங்குழலி துடுப்பை வலித்துக்கொண்டிருந்தாள். படகு போய்க் கொண்டிருந்தது.

"இலங்கைத் தீவுக்கு நாம் எப்போது போய்ச் சேரலாம்?" என்று கேட்டான் வந்தியத்தேவன்.

"இரண்டு பேராகத் துடுப்பு வலித்தால் பொழுது விடியும் சமயம் போய்ச் சேரலாம், காற்று நமக்கு உதவியாக இருந்தால்!"

"நானும் துடுப்பு வலிக்கிறேன்; உன்னைத் தனியாக விட்டுவிடுவேனா?"

வந்தியத்தேவன் தன் அருகிலிருந்த துடுப்பைப் பிடித்து வலித்தான். ஆ! படகு வலிப்பது இலேசான வேலையன்று. மிகவும் கடினமான வேலை. படகு 'விர்' என்று சுழன்று அடியோடு நின்றுவிட்டது.

"இது என்ன? நீ துடுப்பை வலித்தால் படகு போகிறது; நான் தொட்டவுடனே நின்றுவிட்டதே!"

"நான் சமுத்திரகுமாரியல்லவா? அதனாலேதான்! நீ சும்மா இருந்தால் போதும்! உன்னை எப்படியாவது இலங்கையில் கொண்டு போய்ச் சேர்த்துவிடுகிறேன்; சரிதானே?"

வந்தியத்தேவன் சிறிது வெட்கமுற்றான். சற்று நேரம் சும்மா இருந்தான்! சுற்றுமுற்றும் பார்த்தபோது, படகிலிருந்து நீட்டிக்கொண்டிருந்த கழிகளும் கட்டைகளும் அவன் கண்களில் பட்டன.

"இந்தக் கட்டை என்னத்திற்கு?" என்று கேட்டான்.

"படகு அதிகம் ஆடாமல் இருப்பதற்காக."

"இதைக் காட்டிலும் படகு அதிகம் ஆடுமா என்ன? இப்போவேதான் வேண்டிய ஆட்டம் ஆடுகிறதே? எனக்குத் தலை சுற்றும் போலிருக்கிறது."

"இது ஒரு ஆட்டமா? ஐப்பசி, கார்த்திகையில் வாடைக் காற்று அடிக்கும் போதல்லவா பார்க்க வேண்டும்?"

கரையிலிருந்து பார்த்தால் கடல் அமைதியாகத் தகடு போல் இருப்பதாகத் தோன்றியது. ஆனால் உண்மையில் அவ்விதம் இல்லையென்பதை வந்தியத்தேவன் கண்டான். நுரையில்லாத அலைகள் எழும்பி விழுந்துகொண்டு தானிருந்தன. அவை அப்படகைத் தொட்டில் ஆட்டுவது போல் ஆட்டிக்கொண்டிருந்தன.

"பெருங்காற்று அடிக்கும்போது இந்தக் கட்டை என்ன ஆகும்?"

"எவ்வளவு பெரிய காற்று என்பதைப் பொறுத்தது. சாதாரணமாய்ப் பெருங்காற்று அடித்தாலும் இந்தக் கட்டை படகைக் கவிழாமல் நிறுத்தி வைக்கும். ஒருவேளை சுழிக்காற்று அடித்து, படகு கவிழ்ந்து விட்டால் இந்தக் கட்டையைப் படகிலிருந்து அவிழ்த்து விட்டுவிடாமல், அதைப் பிடித்துக் கொண்டு உயிர் தப்புவதற்குப் பார்க்கலாம்.

"ஐயோ! காற்றில் படகு கவிழ்ந்துவிடுமா, என்ன?"

"சுழிக்காற்று அடித்தால் பெரிய பெரிய மரக்கலங்கள் எல்லாம் சுக்கு நூறாகிவிடும். இந்தச் சிறிய படகு எம்மாத்திரம்?"

"சுழிக்காற்று என்றால் என்ன?"

"இதுகூடத் தெரியாதா? ஒரு பக்கமிருந்து அடிக்கும் காற்றும், இன்னொரு பக்கத்திலிருந்து அடிக்கும் காற்றும் மோதிக் கொண்டால் சுழிக்காற்று ஏற்படும். இங்கே தை, மாசி மாதங்களில் 'கொண்டல் காற்று' அடிக்கும். அப்போது அபாயமே இல்லை. சுலபமாகத் கோடிக்கரைக்கும் இலங்கைக்கும் போய் வரலாம். 'இரவுக்கிரவே போய்விட்டுத் திரும்பலாம். வைகாசியிலிருந்து 'சோழகக் காற்று' அடிக்கும். சோழகக் காற்றில் இங்கிருந்து இலங்கை போவது கொஞ்சம் சிரமம். இப்போது சோழகக் காற்றுக்கும் வாடைக்காற்றுக்கும்

இடையில் உள்ள காலம். கடலில் சில சமயம் காற்றும், காற்றும் மோதிக்கொள்ளும். மத்தினால் தயிர் கடைவது போல் காற்று கடலைக் கடையும். மலை போன்ற அலைகள் எழும்பி விழும். கடலில் பிரம்மாண்டமான பள்ளங்கள் தென்படும். அப்பள்ளங்களில் தண்ணீர் கரகரவென்று சுழலும். அந்தச் சுழலில் படகு அகப்பட்டுக்கொண்டால் அரோகராதான்."

வந்தியத்தேவனுக்குத் திடீரென்று மனத்தில் ஒரு திகில் உண்டாயிற்று. அத்துடன் ஒரு சந்தேகமும் உதித்தது.

"ஐயோ! நான் வரவில்லை! என்னைக் கரையிலே கொண்டு போய் விட்டுவிடு!" என்று கத்தினான்.

"என்ன உளறுகிறாய்? பேசாமலிரு! பயமாயிருந்தால் கண்ணை மூடிக்கொள் இல்லாவிட்டால் படுத்துதூங்கு!"

வந்தியத்தேவனுடைய சந்தேகம் இப்போது உறுதிப்பட்டது. "நீ பெரிய மோசக்காரி! என்னைக் கடலில் மூழ்க அடிப்பதற்காக அழைத்துப் போகிறாய். நான் தூங்கினால் உன் காரியம் மிகவும் சுலபமாகும் என்று பார்க்கிறாய்!"

"இது என்ன பைத்தியம்?"

"எனக்கு ஒன்றும் பைத்தியம் இல்லை! படகைத் திருப்புகிறாயா, இல்லையா? திருப்பாவிட்டால் கடலில் குதித்து விடுவேன்!"

"தாராளமாய்க் குதி! ஆனால் குதிப்பதற்கு முன்னால் பொன்னியின் செல்வனுக்கு நீ எடுத்துப் போகும் ஓலையை என்னிடம் கொடுத்துவிடு!"

"ஓ! அந்த ஓலையைப் பற்றி உனக்கு எப்படி தெரிந்தது?"

"உன் இடுப்பில் சுற்றியிருக்கும் சுருளை அவிழ்த்துப் பார்த்ததில் தெரிந்தது. நீ யார், எதற்காக இலங்கை போகிறாய் என்று தெரிந்து கொள்ளாமல் உனக்குப் படகு தள்ளச் சம்மதித்திருப்பேனா? காலையில் மரத்தின் மேல் உட்கார்ந்து உன் அரைச் சுருளை அவிழ்த்து ஓலையைப் பார்த்தேன்..."

"மோசக்காரி! உன்னை நம்பி வந்துவிட்டேனே! படகைத் திருப்புகிறாயா, மாட்டாயா?"

வந்தியத்தேவனுடைய திகிலும், வெறியும் பன்மடங்கு ஆயின. "படகைத் திருப்பு! படகைத் திருப்பு!" என்று அலறினான்.

"நான் மட்டும் இளைய பிராட்டி குந்தவையாக இருந்திருந்தால் இவ்வளவு முக்கியமான ஓலையை உன்னைப் போன்ற சஞ்சல புத்திக்காரனிடம் கொடுத்து அனுப்பியிருக்க மாட்டேன்!" என்றாள் பூங்குழலி.

"ஓகோ! ஓலை கொடுத்தது யார் என்று கூட உனக்குத் தெரிந்திருக்கிறதே! நீ வஞ்சகி என்பதில் சந்தேகமில்லை. படகைத் திருப்புகிறாயா? கடலில் குதிக்கட்டுமா?"

"குதி! தாராளமாய்க் குதி!" என்றாள் பூங்குழலி.

வெறி கொண்ட வந்தியத்தேவன் தொப்பென்று கடலில் குதித்தான். கரையோரத்தில் இருந்ததுபோல் தண்ணீர் கொஞ்சமாக இருக்குமென்று எண்ணிக் குதித்தான். அதற்குள்ளே படகு நீச்சுநிலை கொள்ளாத ஆழமான கடலுக்கு வந்துவிட்டது என்பதை அவன் அறியவில்லை. கடலில் குதித்த பிறகுதான் அதை அறிந்தான். அறிந்த பிறகு அலறித் தத்தளித்தான்.

இதற்குள் வந்தியத்தேவன் ஓரளவு நீந்தத் தெரிந்து கொண்டிருந்தான். ஆனால் தண்ணீரைக் கண்டால் அவனுக்கு இயற்கையாக ஏற்படும் பயம், கை கால்களின் தெம்பைக் குறைத்தது. ஆற்றிலே குளத்திலே என்றால், பக்கத்தில் உள்ள கரையைப் பார்த்து தைரியம் கொள்ள இடமிருந்தது; இதுவோ மாகடல். நாலாபுறமும் எங்கே பார்த்தாலும் ஒரே

தண்ணீர் மயம். கடலில் அங்கே இலேசான அலைதான். எனினும் ஒரு சமயம் அவனை மேலே கொண்டு வந்தது, இன்னொரு சமயம் பள்ளத்தில் தள்ளியது. மேலே வந்தபோது படகு கண்ணுக்குத் தெரிந்தது. 'ஓ' என்று கத்தினான். பள்ளத்தில் விழுந்த போது படகு கண்ணுக்குத் தெரியவில்லை. சுற்றிலும் இருண்ட தண்ணீரின் சுவர் மட்டுமே தெரிந்தது. 'ஓ' என்று அலறும் சக்தியைக் கூட அவனுடைய நா இழந்துவிட்டது. மூன்றாவது முறை கடல் அலை அவனை மேலே கொண்டு வந்தபோது படகு முன்னைவிடத் தூரத்துக்குப் போய்விட்டதாகத் தோன்றியது. 'அவ்வளவுதான் கடலில் முழுகிச் சாகப் போகிறோம்' என்ற எண்ணம் அவன் மனத்தில் உண்டாகிவிட்டது! நாம் முழுகுவது மட்டுமில்லை; நம்முடைய அரைக்கச்சும் அதில் உள்ள ஓலையும் முழுகப் போகின்றன! குந்தவை தேவியின் முகம் அவன் மனக் கண்ணின் முன்னால் வந்தது.

"இப்படி செய்து விட்டாயே?" என்று கேட்பது போல் இருந்தது.

"ஆகா! என்னவெல்லாம் கனவு கண்டோம்? என்னவெல்லாம் மனக் கோட்டை கட்டினோம்? வாணர் குலத்துப் பழைய அரசு திரும்ப வந்து, இரத்தின சகிதமான சிங்காதனத்தில் பக்கத்தில் இளைய பிராட்டியுடன் வீற்றிருக்கப் போவதாக எண்ணினோமே? அவ்வளவும் பாழாகிவிட்டது! இந்தப் பாவிப்பெண் கெடுத்துவிட்டாள்! இவள் ஒரு பெண் அல்ல; பெண் உருக்கொண்ட பேய்! பழுவேட்டரையர்களைச் சேர்ந்தவள். இல்லை, அந்த மோகினிப்பிசாசு நந்தினியைச் சேர்ந்தவள். நாம் கடலில் முழுகிச் செத்தாலும் பாதகமில்லை. இந்தப் பெண் பேய் மட்டும் இப்போது நம்மிடம் சிக்கினால் இவள் கழுத்தை நெரித்து... சீச்சீ! இது என்ன எண்ணம்! சாகும் போது நல்ல விஷயமாக எண்ணிக் கொள்வோம்! கடவுளை நினைப்போம்! உமாபதி! பரமேசுவரா! பழனி ஆண்டவா! பாற்கடலில் பள்ளிகொண்ட பெருமாளே!... குந்தவை தேவி! மன்னிக்கவும். ஒப்புக்கொண்ட காரியத்தை முடிக்காமல் போகிறேன்... அதோ படகு தெரிகிறது. அந்தப் பெண் மட்டும் இப்போது கையில் சிக்கினால்!'

வந்தியத்தேவன் கடலில் குதித்து சிறிது நேரம் வரையில் பூங்குழலி அலட்சியமாகவே இருந்தாள். தட்டுத்தடுமாறி நீந்தி வந்து படகில் தொத்திக்கொள்வான் என்று நினைத்தாள். 'கொஞ்சம் திண்டாடட்டும்' என்ற எண்ணத்துடனே படகுக்கும் அவனுக்கும் இருந்த தூரத்தை அதிகமாக்கினாள். விரைவில் அவள் எண்ணியது தவறு என்று தெரிந்து விட்டது. 'இவனுக்கு நன்றாக நீந்தத் தெரியவில்லை; அதோடு பீதியும் அடைந்துவிட்டான்; 'ஆ!,' 'ஓ!' என்று அவன் அலறுவது விளையாட்டுக்கு அன்று; உண்மையான பயத்தினாலேதான். இன்னும் சற்றுப் போனால் உப்புத்தண்ணீரைக் குடிக்கத் தொடங்கி விடுவான்! முழுகியும் போய்விடுவான். பிறகு அவனுடைய உடலைக் கண்டுபிடிக்கவும் முடியாது. சேச்சே! தவறு அல்லவா செய்துவிட்டோம்? விளையாட்டு விபரீதமாக முடிந்துவிடும் போலிருக்கிறதே! அக்கரை போகும் வரையில் நாம் வாயை மூடிக்கொண்டிருந்திருக்க வேண்டும். அவனுடைய இரகசியம் நமக்குத் தெரியும் என்று காட்டிக் கொண்டிருக்கக் கூடாது. அதற்குள்ளே அவசரப்பட்டு விட்டோம். ஆனாலும் இந்த முரடன் இப்படிச் செய்வான் என்று யாருக்குத் தெரியும்? தண்ணீரைக் கண்டு இவன் இப்படி பயப்படுவான் என்று யார் கண்டது?'

அலையின் உச்சியில் வந்தியத்தேவன் அடுத்த தடவை தெரிந்தபோது, பூங்குழலி படகை அவனை நோக்கிச் செலுத்தினாள். ஒரு நொடிப் பொழுதில் படகு அவனுக்கருகில் நெருங்கி விட்டது. "வா! வா! வந்து ஏறிக்கொள்!" என்றாள். ஆனால் அவன் காதில் விழுந்ததாகத் தெரியவில்லை. விழுந்தாலும் படகை பிடித்து ஏறிக்கொள்ளப் போகிறவனாகத் தெரியவில்லை. கேட்கும் சக்தியோடும் பார்க்கும் சக்தியையும் இழந்துவிட்டதாகத் தோன்றியது. ஆனால் அலறும் சக்தி மட்டும் இருந்தது. ஒரு கையை மேலே தூக்கி, தலையை மேலாக நிமிர்த்தி, 'ஓ' என்று ஒருகணம் அலறினான்.

சகல நம்பிக்கையையும் இழந்து முழுகிச் சாகப் போகிறவனுடைய ஓலக்குரல் அது என்பதை பூங்குழலி அறிந்தாள். அவன் தலையை நிமிர்த்தியபோது பிறைச் சந்திரனின் மங்கிய நிலா வெளிச்சத்தில் அவன் முகம் ஒருகணம் தெரிந்தது. வெறி முற்றிய பைத்தியக்காரனின் முகந்தான் அது! அவனாக வந்து படகில் ஏறிக்கொள்வான் என்று நினைப்பது வீண்!... நாம்தான் அவனைக் காப்பாற்றிப் படகில் ஏற்றியாக வேண்டும்! நல்ல சங்கடத்தை நாமாக வரவழைத்துக் கொண்டோம்! 'பெண்புத்தி பின்புத்தி' என்று சொல்லுகிறார்களே, அது சரிதான்!'

உடனே பூங்குழலி மிகப் பரபரப்புடன் சில காரியங்களைச் செய்தாள். படகில் கிடந்த பாய்மரம் கட்டுவதற்கான கயிற்றின் ஒரு முனையைப் படகிலிருந்து நீண்டிருந்த கட்டையில் சேர்த்துக் கட்டினாள். இன்னொரு முனையைத் தன் இடுப்போடு சேர்த்துக் கட்டிக்கொண்டாள்; கடலில் குதித்தாள். வெகு லாகவமாகக் கைகளை வீசிப்போட்டு நீந்திக்கொண்டு போனாள். வந்தியத்தேவன் அருகில் சென்றாள். கையினால் தாவிப் பிடிக்கக் கூடிய தூரத்தில் நின்று கொண்டாள்.

வந்தியத்தேவனும் அவளைப் பார்த்துவிட்டான். அவனுடைய முகத்திலும் கண்களிலும் பயங்கரமான கொலை வெறி தாண்டவமாடியது.

பூங்குழலியின் உள்ளம் அதிவேகமாக இயங்கியது. நீந்தத் தெரியாதவர்களும் கை சளைத்துத் தண்ணீரில் முழுகப் போகிறவர்களும் கடைசி நேரத்தில் என்ன செய்வார்கள் என்பது அவளுக்குத் தெரிந்திருந்தது. தங்களைக் காப்பாற்றுவதற்காக யாராவது வந்தால், அப்படி வருகிறவர்களின் தோளையோ கழுத்தையோ கெட்டியாகப் பிடித்துக்கொண்டு விடுவார்கள். காப்பாற்ற வருகிறவர்களும் நீந்த முடியாமல் செய்து விடுவார்கள்; உயிரின் மேலுள்ள ஆசையானது அச்சமயம் அவர்களுக்கு ஒரு யானையின் பலத்தை அளித்துவிடும். காப்பாற்ற வருகிறவர்களை இறுக்கிப் பிடித்துத் தண்ணீரில் அமுக்கப் பார்ப்பார்கள். அவர்களுடைய பயங்கர ராட்சதப் பிடியிலிருந்து விடுவித்துக்கொள்ளவும் முடியாது; நீந்தவும் முடியாது. இரண்டு பேருமாகச் சேர்ந்து கடலுக்கு அடியில் போகவேண்டியதுதான்!

இதையெல்லாம் நன்கு அறிந்திருந்த பூங்குழலி மின்னல் வேகத்தில் சிந்தனை செய்தாள்; ஒரு தீர்மானம் செய்துகொண்டாள். உயிருக்கு மன்றாடித் தத்தளித்துக் கொண்டிருந்த வந்தியத்தேவனை மேலும் சிறிது நெருங்கினாள். அவனுடைய தலைப்பக்கமாக வந்தாள். ஒரு கையினால் நீந்திக்கொண்டு இன்னொரு கையை இறுக மூடி ஓங்கினாள். வந்தியத்தேவனுடைய முகத்தை நோக்கிப் பலமாக ஒரு குத்துக் குத்தினாள். மூக்குக்கும் நெற்றிக்கும் நடுவில் அந்தக் குத்து விழுந்தது. படகு வலித்து வலித்துக் கெட்டிப்பட்டிருந்த அவளுடைய கையினால் குத்திய குத்து வஜ்ராயுதம் தாக்கியது போல் வந்தியத்தேவனைத் தாக்கியது. அவனுடைய தலை ஆயிரமாயிரம் சுக்கலாயிற்று. அவனுடைய கண்கள் பதினாயிரம் துணுக்குகள் ஆயின. ஒவ்வொரு கண் துணுக்கிற்கு முன்னாலும் ஒரு லட்சம் மின்பொறிகள் ஜொலித்துக்கொண்டு பறந்தன. ஒவ்வொரு மின்பொறியிலும் சமுத்திரகுமாரியின் முகம் தோன்றி 'ஹா ஹா ஹா ஹா' என்று பேய்ச்சிரிப்புச் சிரித்தது. ஆயிரம், பதினாயிரம், லட்சம் பேய்களின் அகோரமான சிரிப்பின் ஒலியில் அவன் காது செவிடுபட்டது. அப்புறம் அவனுக்குக் காதும் கேட்கவில்லை; கண்ணும் தெரியவில்லை! நினைவும் இல்லை! முடிவில்லாத இருள்! எல்லையில்லாத மௌனம்!

❖

8. பூதத் தீவு

வானமாதேவி இருக்கிறாளே, அவள் புத்தி விசாலத்தில் மனித குலத்தை ஒத்தவள்தான் போலும்! பரஞ்சோதியாகிய இறைவனை மனிதர்கள் தங்கள் இதய ஆகாசத்திலிருந்து நழுவிச் செல்ல விட்டு விடுகிறார்கள். பிறகு இருண்ட ஆலயங்களின் பிரகாரங்களிலும், கர்ப்பக்கிருஹங்களிலும் லட்சதீபம் ஏற்றி அந்தப் பரஞ்சோதியைத் தேடுகிறார்கள்.

வானமாதேவியும் அத்தகைய புத்திசாலித்தனமான காரியத்தைத் தினந்தோறும் செய்கிறாள்! ஜோதிமயமான சூரிய பகவானைத் தன் வசத்திலிருந்து கடலில் நழுவ விட்டு விடுகிறாள். பிறகு தன் நாதனைக் காணவில்லையே என்ற கவலை அவளுக்கு உண்டாகி விடுகிறது. லட்சதீபம் ஏற்றிச் சூரியனைத் தேடுகிறாள்! லட்ச தீபம் மட்டுமா ஏற்றுகிறாள்? கோடானு கோடி தூங்கா விளக்குகளை ஏற்றி இரவெல்லாம் அவளும் தூங்காமல் சூரியனைத் தேடிக் கொண்டிருக்கிறாள்!

வந்தியத்தேவன் தனக்கு உணர்வு வந்து கண்ணைத் திறந்து பார்த்தபோது, தன் கண்முன்னே பல்லாயிரம் தீபச் சுடர்கள் மின்னுவதைக் கண்டான்; எந்தக் கோவிலிலே இவ்வளவு அலங்காரமாக லட்சதீபம் ஏற்றியிருக்கிறார்கள் என்று வியந்தான். பின்னர், அவை தீபங்கள் அல்லவென்றும் வானத்தில் சுடர்விடும் நட்சத்திரங்கள் என்றும் உணர்ந்தான். படகில் தான் அண்ணாந்து படுத்திருப்பதையும் தன் இடுப்பைச் சுற்றி ஈரத்துணியின் மீது கயிறு ஒன்று கட்டியிருப்பதையும் அறிந்தான்.

ஜிலுஜிலுவென்று குளிர்ந்த காற்று அவன் உடல் மீது பட்டு அவனுக்கு எல்லையற்ற சுகத்தையும் அமைதியையும் அளித்தது. அமைதியான கடலில் எழுந்த ஓங்கார நாதம் அவன் உள்ளத்தில் அபூர்வமான சாந்தியை உண்டாக்கியது.

அந்த நாதத்தினிடையே ஒரு கீதமும் கேட்டது. அது என்ன கீதம்? அதை அவன் இதற்கு முன் எங்கே, எப்பொழுது கேட்டிருக்கிறான்?

"வாரிதியும் அடங்கி நிற்க
மாருதமும் தவழ்ந்து வர
காரிகையென் உள்ளந்தனிலே
காற்று சுழன் றடிப்பதுமேன்?
அலை கடலும் ஓய்ந்திருக்க
அகக்கடல்தான் பொங்குவதேன்?

ஆகா! அந்த விசித்திரமான பெண்! பூங்குழலி! சற்று நிமிர்ந்து உட்கார்ந்து எதிரே பார்த்தான். ஆம், அவள்தான்! படகு தள்ளிக் கொண்டிருக்கிறாள்! அந்தச் சோக கீதத்தைப் பாடிக்கொண்டு படகு வலிக்கிறாள்! காரிருளிலே ஒரு மின்னல் மின்னிப் பல பொருள்களை ஒருநொடிப் பொழுதில் காட்டிவிடுவது போல முன்னிரவில் நடந்ததெல்லாம் வந்தியத்தேவனுக்குப் பளிச்சென்று ஞாபகம் வந்தது. அதாவது, அவன் கடலில் தத்தளித்தபோது பூங்குழலியும் கடலில் குதித்து அவனை நோக்கி வந்தது வரையிலேதான். பிறகு நடந்தது ஒன்றும் அவனுக்கு நினைவில் இல்லை. தன்னை அந்தப் பெண் காப்பாற்றிப் படகில் ஏற்றியிருக்க வேண்டும். படகு அசையும் போதுதான் மீண்டும் கடலில் விழுந்து விடாமலிருப்பதற்காக இடுப்பில் கயிற்றைச் சுற்றிப் படகின் குறுக்குக் கட்டையில் சேர்த்துக் கட்டியிருக்கிறாள். கயிறு உடம்பின் தோலில் பட்டு வலிக்காதபடி அரை ஆடையின் மீது சுற்றிக் கட்டியிருக்கிறாள். இடுப்புத்துணியைச் சுற்றியிருந்த அரைச் சுருளை வந்தியத்தேவன் தொட்டுப் பார்த்துக் கொண்டான். பணமும் ஓலையும் பத்திரமாயிருக்கக் கண்டான்.

'ஆகா! இந்தப் பெண்மீது தான் சந்தேகங் கொண்டது எவ்வளவு பெரிய தவறு! வேறு விதமான துர்நோக்கம் இவளுக்கு இருந்தால் தன்னைக் காப்பாற்றியிருக்க வேண்டிய

அவசியமில்லையே? கை சளைத்து உணர்விழந்த தன்னைக் கடலிலிருந்து படகில் ஏற்றுவதற்கு இவள் எவ்வளவு கஷ்டப்பட்டிருக்க வேண்டும்? எப்படித்தான் தன்னந் தனியாகச் செய்தாளோ? அபூர்வமான நங்கை இவள்!"

"இதோ அவள் எழுந்திருக்கிறாளே, ஏன்? தான் விழித்து விட்டதைப் பார்த்து விட்டுத்தான் தன்னை நெருங்கி வருகிறாளோ? வந்து என்ன செய்யப் போகிறாள்? இல்லை! இல்லை! வேறு ஏதோ செய்கிறாள். ஆகா! பாய்மரத்தில் பாயைக் கட்டப் போகிறாள்! எவ்வளவு கடினமான வேலை! அதுவும் தன்னந்தனியாகச் செய்வது?"

"பூங்குழலி! பூங்குழலி!"

"ஓகோ! விழித்துக்கொண்டு விட்டாயா?"

"என் கட்டை அவிழ்த்து விடு! நானும் உனக்கு உதவி செய்கிறேன்."

"நீ சும்மா இருந்தால் போதும் அதுவே பெரிய உதவி. கயிற்றை அவிழ்க்க வேண்டுமென்றால் நீயே அவிழ்த்துக் கொள்ளலாம். ஆனால் மறுபடியும் கடலில் குதித்துவிடாதே!"

வந்தியத்தேவன் தன்னைக் கட்டியிருந்த கயிற்றை அவிழ்த்து விட்டுக்கொண்டான்.

பூங்குழலி பாய் மரத்தைத் தூக்கி நிறுத்தினாள். அதில் பாயை விரித்துப் பறக்க விட்டாள்! படகு இப்போது உல்லாசமாகச் சென்றது; விரைவாகவும் சென்றது.

"சமுத்திரகுமாரி!"

"ஏன்?"

"தாகமாயிருக்கிறது!"

"உப்புத்தண்ணீர் குடித்திருக்கிறாய் அல்லவா? தாகமெடுக்காமல் என்ன செய்யும்?"

சுரைக் குடுக்கை ஒன்றை எடுத்துக் கொண்டு சமுத்திரகுமாரி வந்தியத்தேவன் அருகில் வந்தாள்.

"உனக்குச் சாப்பாடு கூடக் கொண்டு வந்தேன். நீ கடலில் குதித்த போது அதுவும் விழுந்துவிட்டது! நல்ல வேளையாக இந்தச் சுரைக் குடுக்கை தப்பிப் பிழைத்தது."

இப்படிச் சொல்லிக்கொண்டே சுரைக் குடுக்கையை மூடியிருந்த தக்கையை எடுத்து விட்டுக் கொடுத்தாள். வந்தியத்தேவன் அதை வாங்கித் தண்ணீர் குடித்தான்.

தொண்டையைக் கனைத்துச் சரிப்படுத்திக்கொண்டு, "உன்னைப் பற்றித் தவறாக எண்ணிக் கொண்டு விட்டேன்; அதற்காக வருத்தப்படுகிறேன்" என்றான்.

"அது ஒன்றும் பாதமில்லை. நீ யாரோ? நான் யாரோ? பொழுது விடிந்தால் பிரிந்துவிடப் போகிறோம்."

"இப்போது நேரம் என்ன?"

"வானத்தைப் பார்த்துத் தெரிந்துகொள். சப்தரிஷி மண்டலத்தைப் பார்!" என்றாள் பூங்குழலி.

வந்தியத்தேவன் வடதிசையில் அடிவானத்தைப் பார்த்தான். அவன் படகு ஏறும்போது பார்த்ததற்கு இப்போது சப்த ரிஷிகள் இடம் மாறிப் பாதி வட்டம் வந்திருந்தார்கள். அந்த அருந்ததி நட்சத்திரம் வசிஷ்டருடன் எப்படி ஒட்டிக் கொண்டே வருகிறது! அதிசயந்தான்! துருவ நட்சத்திரம் மட்டும் இருந்த இடம் விட்டு அசையவில்லை. வானவெளியும் மூலைக் கடலும் சேரும் அந்த இடத்தில் துருவ நட்சத்திரம் யுக யுகமாக நிலைத்து நின்று வருகிறது! எத்தனை எத்தனையோ கப்பல் மாலுமிகளுக்கு வழியும் திசையும் காட்டிக்கொண்டு வருகிறது. துருவ நட்சத்திரம்! அதை யாருக்கோ உதாரணமாகச் சொன்னார்களே? யார் சொன்னது? யாரைச் சொன்னது? ஞாபகம் வருகிறது; குடந்தை சோதிடர் சொன்னார். இளவரசர் அருள்மொழிவர்மருக்கு வடதுருவத்தை உதாரணமாகச் சொன்னார். இளவரசரைப் பார்க்கும் பேறு நமக்கு உண்மையிலேயே கிடைக்கப் போகிறதா? இந்தப் பெண்ணின் உதவியினால் கிடைக்க போகிறதா?

பூங்குழலி தன் இடத்தில் போய் உட்கார்ந்து கொண்டாள்.

“நேரம் என்னவென்று தெரிந்ததா? மூன்றாம் ஜாமத்தில் பாதி நடக்கிறது. காற்றுத் திரும்பி விட்டது. பொழுது விடிய நாகத்தீவுக்குப் போய்விடுவோம்” என்றாள்.

“நாகத்தீவா?” என்று வந்தியத்தேவன் திடுக்கிட்டுக் கேட்டான்.

“ஆமாம்; இலங்கையின் வடபகுதி ஓரத்தில் பல தீவுகள் இருக்கின்றன. அவற்றில் ஒன்று நாகத் தீவு. அதில் இறங்கினால் மறுபடியும் கடலைக் கடக்கும் அவசியமில்லாமல் கரை வழியாகவே இலங்கைத் தீவை அடைந்து விடலாம்...”

“என்னை இறக்கிவிட்ட பிறகு நீ என்ன செய்வாய்?...”

“என்னை பற்றி உனக்கு என்ன கவலை?” என்றாள் பூங்குழலி.

“எனக்கு இவ்வளவு பெரிய உதவி செய்தாய் அல்லவா? உன்னிடம் நான் நன்றி செலுத்த வேண்டாமா? என்னிடம் ஏதோ பிரதி உபகாரம் கேட்கப் போவதாகச் சொன்னாயே, அது என்ன?” என்றான்.

“அந்த எண்ணத்தை நான் மாற்றிக்கொண்டு விட்டேன். உன்னிடம் ஒன்றும் நான் கேட்கப் போவதில்லை. நீ நன்றி இல்லாதவன்.”

அவள் அவ்விதம் குற்றம் சாட்டுவதற்குக் காரணம் உண்டு என்பதை வந்தியத்தேவன் உணர்ந்தான். மீண்டும் ஒரு தடவை அரைச்சுருளைத் தடவிப் பார்த்துக்கொண்டு ஓலை இருக்கிறது என்று உறுதி பெற்றான்.

“சமுத்திரகுமாரி! நேற்று முன் இரவில் உன்னைச் சந்தேகித்து நடந்து கொண்டதை நினைத்தால் எனக்கு வெட்கமாயிருக்கிறது. அதற்காக என்னை மன்னித்துவிடு!”

“ஆகட்டும்; நீயும் அதை மறந்துவிடு! நடக்க வேண்டியதைப் பற்றி யோசி! இலங்கையில் உன்னை நான் இறக்கிவிட்ட பிறகு என்ன செய்வாய்? இளவரசர் இருக்குமிடத்தை எப்படிக் கண்டுபிடிப்பாய்?”

“இந்தக் கடலைக் கடப்பதற்கு எனக்கு உதவி செய்த கடவுள் அதற்கும் உதவி செய்வார்!”

“கடவுளிடம் உனக்கு மிகவும் நம்பிக்கை போலிருக்கிறது. நம்மைப் போன்ற அற்ப மனிதர்களின் காரியங்களில் கடவுள் சிரத்தை கொள்கிறார் என்று நினைக்கிறாயா?”

“அவ்வளவு தூரம் நான் தத்துவ விசாரணை செய்ததில்லை. ஏதாவது கஷ்டமோ, அபாயமோ நேர்ந்தால் கடவுளைப் பிரார்த்திப்பேன். கடவுளும் சமயத்தில் உதவி செய்வார். இந்தக் கடலில் எனக்குப் படகு தள்ளுவதற்காகக் கடவுள் உன்னை அனுப்பி வைத்தார் அல்லவா?”

“அவ்வளவு கர்வம் உனக்கு வேண்டாம். நான் உனக்காகப் படகு தள்ள வரவில்லை. என்னை உனக்கு உதவி செய்யும்படி கடவுள் கனவிலே சொல்லி அனுப்பவும் இல்லை...”

“பின் எதற்காக நேற்று என்னைத் தப்புவித்தாய்? எதற்காக இப்போது படகு தள்ளிக்கொண்டு வருகிறாய்!”

“அதைப்பற்றி நீ கேட்க வேண்டாம். அது என் சொந்த விஷயம்.”

வந்தியத்தேவன் மௌன சிந்தனையில் ஆழ்ந்தான். அவனுடைய கர்வங் கொண்ட உள்ளத்தில் ஓர் எண்ணம் தோன்றியது. தன்னுடைய வீர சௌந்தரிய வடிவழகைக் கண்டு தன் பேரில் இப்பெண் மோகங்கொண்டு விட்டாளோ என்று நினைத்தான். உடனே அந்த எண்ணத்தை மாற்றிக் கொண்டான். இவளுடைய பேச்சும் நடவடிக்கைகளும் அம்மாதிரி எண்ண இடம் தரவில்லை. வேறு ஏதோ மர்மமான காரணம் இருக்கிறது. இவளுடைய வாயைப் பிடுங்கி அதைத் தெரிந்து கொள்ள வேண்டும்.

"ஒரு விஷயத்தை நினைத்தால் கொஞ்சம் எனக்குக் கவலையாகத்தான் இருக்கிறது..." என்றான்.

"அது என்ன? உனக்குக் கூடவா கவலையாயிருக்கிறது?"

"இலங்கையில் காடும் மலையும் அதிகம் என்று சொல்லுகிறார்கள்."

"இலங்கையில் பாதிக்கு மேலே காடும் மலையுந்தான்."

"காட்டு மிருகங்கள் அங்கே அதிகம் என்று சொல்கிறார்கள்".

"காட்டு யானைகள் மந்தை மந்தையாகச் சஞ்சரித்துக் கொண்டிருக்கும். சில சமயம் காடுகளுக்கு வெளியிலும் யானைக் கூட்டம் வந்துவிடும்."

"இலங்கையில் உள்ளவர்கள் காட்டுமிராண்டி மக்கள் என்று கேள்விப்பட்டிருக்கிறேன்."

"அது முழுப் பொய்."

"அப்படியானால் சரி; நீ சொன்னால் உண்மையாகத் தானிருக்கும். அப்படிப்பட்ட காட்டுப் பிரதேசத்தில் இளவரசர் அருள்மொழிவர்மர் எங்கே இருக்கிறார் என்று தேடிக்கண்டு பிடிக்கவேண்டும்."

"அது ஒன்றும் கஷ்டமில்லையென்று சற்று முன் சொன்னாயே?"

"ஆமாம்; சொன்னேன். சூரியன் இருக்குமிடத்தைக் கண்டுபிடிப்பதில் என்ன கஷ்டம் இருக்க முடியுமென்று முதலில் நினைத்தேன்."

"இப்போது ஏன் வேறு விதமாக நினைக்கிறாய்?"

"சூரியனை மேகங்கள் மறைத்திருக்கலாம்; அல்லது கடலுக்கடியில் சென்றிருக்கலாம்."

"இந்தச் சூரியனை எந்த மேகமும், கடலும் மறைத்து விட முடியாது. பொன்னியின் செல்வரை மறைக்க முயலும் மேகமும் ஒளி பெறும்; கடலும் ஜொலிக்கும்!"

இளவரசரைப் பற்றிப் பேசும்போது இவளுடைய உற்சாகம் எப்படிப் பொங்குகிறது? சோழநாட்டுப் பிரஜைகள் பலரையும் போல இந்தப் பெண்ணும் அவரைத் தெய்வமாகக் கருதுகிறாள்! அருள்மொழி வர்மரிடம் அப்படிப்பட்ட வசீகர சக்தி என்ன இருக்கும்? இவ்விதம் மனத்தில் எண்ணிக்கொண்டு," அப்படியானால் இலங்கையில் இளவரசரை கண்டுபிடிப்பது கஷ்டமில்லையென்றா சொல்கிறாய்?" என்றான்.

"சோழ சைன்யம் எங்கே இருக்கிறது என்று விசாரித்துக் கொண்டு போனால், இளவரசர் இருக்கும் இடம் தானே தெரிகிறது."

"அது எப்படி? இலங்கையில் பாதி அளவு சோழ சைன்யம் பரவி இருக்கிறது என்று கேள்விப்பட்டேனே?"

"ஆமாம்; மாதோட்டத்திலிருந்து புலஸ்திய நகரம் வரையில் சோழர் படை பரவியிருக்கிறது என்றுதான் நானும் கேள்விப்பட்டேன்..."

"பின்னே? அவ்வளவு பெரிய பிரதேசத்தில் இளவரசர் எங்கே இருக்கிறாரோ? காட்டு வழிகளில் தேடிச்சென்று அவரைக் கண்டுபிடிக்க அதிக நாள் ஆகலாம். இந்த ஓலையை உடனே அவரிடம் நான் சேர்ப்பித்தாக வேண்டும். நீதான் ஓலையைப் பார்த்துவிட்டாயே? எவ்வளவு அவசரம் என்று உனக்குத் தெரிந்திருக்குமே?"

சமுத்திரகுமாரி இதற்கு மறுமொழி எதுவும் சொல்லாமல் மௌனமாயிருந்தாள்.

"இளவரசர் இருக்குமிடம் நிச்சயமாகத் தெரிந்தால் வீண் அலைச்சல் அலையாமல் அவர் இருக்குமிடத்துக்கு நேரே போய்விடலாம்" என்றான் வந்தியத்தேவன்.

"அதற்கு ஒரு வழி இருக்கிறது" என்றாள் பூங்குழலி.

"இருக்கும் என்று நம்பித்தான் உன்னைக் கேட்டேன்."

"காலையில் நாகத் தீவில் உன்னை இறக்கி விடுவதாகச் சொன்னேன் அல்லவா?"

"ஆமாம்!"

"நாகத் தீவுக்குப் பக்கத்தில் பூதத் தீவு என்று ஒன்றிருக்கிறது."

"தீவின் பெயரே கேட்கப் பயங்கரமாயிருக்கிறதே!"

"பயப்படாதே! ஆதியில் அந்தத் தீவின் பெயர் போதத் தீவு. புத்த பகவான் ஆகாச மார்க்கமாக இலங்கைக்கு வந்த போது முதன் முதலில் அந்தத் தீவிலேதான் இறங்கினாராம். அங்கிருந்த அரசமரத்தினடியில் வீற்றிருந்து புத்த தர்மத்தைப் போதித்தாராம். அதனால் போதத் தீவு என்று பெயர் வந்தது."

"பின்னால் அது 'பூதத் தீவு' என்று ஆகி விட்டதாக்கும்."

"ஆமாம்! 'பூதத் தீவு' என்ற பெயரைக் கேட்டே உன்னைப்போல் பலர் பயங்கரமடைந்தார்கள். பிறகு அந்தத் தீவுக்குச் சாதாரணமாக யாரும் போவதில்லை. பூதத்துக்குப் பயப்படாதவர்கள்தான் போவார்கள்."

"அதாவது உன்னைப் போன்ற தைரியசாலிகள். கொள்ளிவாய்ப் பிசாசுக்குப் பயப்படாதவள் அல்லவா நீ? சரி; பூதத் தீவைப்பற்றி என்ன சொல்ல வந்தாய்?"

"பூதத் தீவின் கரையில் ஒரு நாழிகை நேரம் நீ தாமதித்தால் பொன்னியின் செல்வர் இப்போது இலங்கையில் எங்கே இருக்கிறார் என்று விசாரித்துச் சொல்வேன்..."

"பூதத் தீவில் யாரை விசாரிப்பாய்...?"

"பூதத் தீவில் ஒரு பூதம் இருக்கிறது. அதை விசாரிப்பேன்.."

"அந்தப் பூதத்தை எனக்கும் காட்டுவாயல்லவா?"

"அதுதான் முடியாது. நீ என்னைத் தொடர்ந்து தீவுக்குள் வரக்கூடாது. கரையில் படகைப் பார்த்துக்கொண்டு காத்திருப்பதாகச் சத்தியம் செய்து கொடுத்தால் நான் போய் விசாரித்துக்கொண்டு வந்து சொல்வேன்."

"சரி, அப்படியே ஆகட்டும்!" என்றான் வல்லவரையன்.

காற்று சுகமாக அடித்தது. பாய் மரத்தின் உதவியினால் படகு விர்ரென்று கடலைக் கிழித்துக்கொண்டு சென்றது. கடலின் ஓங்கார நாதம் கேட்டுக்கொண்டே இருந்தது.

வந்தியத்தேவனுடைய கண்களைச் சுழற்றிக்கொண்டு தூக்கம் வந்தது. விழிப்பு நிலையிலிருந்து உறக்க நிலைக்கு இலேசாக நழுவிச் சென்றான்.

❖

9. "இது இலங்கை!"

மறுபடியும் வந்தியத்தேவன் கண் விழித்தபோது, அவன் எதிரேயும் சுற்றிலும் தோன்றிய காட்சி அவனைப் பிரமிக்க செய்தது. கிழக்கே வான்முகட்டில் சூரியன் உதயமாகிக்கொண்டிருந்தான். அங்கே கடல் உருக்கிவிட்ட தங்கக் கடலாகித் தகதகவென்று திகழ்ந்தது. உதயகுமாரி தங்கப் பட்டாடை புனைந்து கொண்டு ஜொலித்தாள். அவனுக்கு எதிரே படகு போய்க்கொண்டிருந்த திசையில் ஒரு மரகதத் தீவு நீலக் கடலாடை போர்த்துக்கொண்டு விளங்கியது. வலப்புறத்தில் அதே மாதிரி இன்னொரு பச்சை வர்ண பூமிப் பிரதேசம் காணப்பட்டது. அது நாலு புறமும் கடல் சூழ்ந்த தீவா அல்லது நீண்டு பரந்து வியாபித்துள்ள பூமிப் பிரதேசமா என்று நன்றாகத் தெரியவில்லை. இரண்டு மரகதப் பிரதேசங்களுக்கும் ஊடே பார்த்தால் தூரத்தில் அத்தகைய இன்னும் பல தீவுகள் பச்சை நிறத்தின் பல்வேறு வகைக் கலவைகளுக்கு உதாரணமாகத் தோன்றிக்கொண்டிருந்தன. படகிலிருந்தபடியே நாலுபுறமும் சுற்றிப் பார்த்தால், வானவில்லின் ஏழுவித வர்ணங்களும் அதன் ஏழாயிரம் வகைக் கலவை நிறங்களும் திகழ்ந்தன. மொத்தத்தில் அந்தக் காட்சி கண்ணெதிரே காணும் உண்மைக் காட்சியாகவே தோன்றவில்லை. ஓவியக் கலையில்

தேர்ந்த அமர கலைஞன் ஒருவன், "இதோ சொர்க்கலோகம் எப்படியிருக்கும் என்று காட்டுகிறேன்!" என்று சபதம் பூண்டு தீட்டிய வர்ணச் சித்திர அற்புதம் போலவே தோன்றியது.

இந்தக் காட்சியைக் கண்டு மெய்மறந்து நினைவிழந்திருந்த வந்தியத்தேவனுடைய செவியில், "இது சொர்க்கம் அல்ல; இது இலங்கை!" என்ற வார்த்தைகள் விழுந்து அவனை விழிப்படையச் செய்தன.

"ஆம்! இது சொர்க்கமோ என்று நான் சந்தேகித்தது உண்மைதான்!" என்றான் வந்தியத்தேவன்.

"இது சொர்க்க பூமி அல்ல; ஆனால் சொர்க்கம் போன்று பூமி. இந்த சொர்க்கத்தை நரகமாக்குவதற்கு மனித உருக் கொண்ட அசுரர்கள் வெகு காலமாகப் பிரயத்தனப்பட்டு வருகிறார்கள்" என்றாள் பூங்குழலி.

"யாரை அசுரர்கள் என்று சொல்லுகிறாய்?" என்றான்.

"உன்னைப் போல் யுத்தமே தொழிலாகக் கொண்டவர் களைத்தான்."

"பொன்னியின் செல்வர் கூடவா?"

"அவரைப் பற்றி என்னை எதற்காகக் கேட்கிறாய்?"

"இளவரசரைப் பற்றி விசாரித்துச் சொல்வதாகக் கூறினாயே?"

"அவர் இருக்கக்கூடிய இடத்தை விசாரித்து சொல்வதாக கூறினேன். அவர் மனிதரா, அசுரரா, தேவரா என்று கண்டுபிடித்து கூறுவதாக சொல்லவில்லையே?"

படகு தீவுகளை நெருங்கிக் கொண்டிருந்தது. கடல் நடுவே கேட்கும் ஓங்காரத் தொனிக்குப் பதிலாகக் கடல் அலைகள் கரையிலே மோதும்போது உண்டாகும் சலசலப்புச் சத்தம் கேட்கத் தொடங்கியது.

"என்ன சொல்கிறாய்? எதிரே தெரிகிறதே, அதுதான் பூதத்தீவு, வலப்புறத்தில் உள்ளது நாகத்தீவு. எங்கே போகட்டும் நாகத் தீவிலேயே உன்னைக் கொண்டுபோய் இறக்கி விட்டு விடட்டுமா? விசாரித்துக்கொண்டு போகிறாயா?"

"இல்லை; பூதத் தீவுக்கே போகலாம். கொஞ்ச நேரம் தாமதமானாலும் இளவரசர் எங்கே இருக்கிறார் என்று தெரிந்துகொண்டு போவதுதான் நல்லது."

"அப்படியானால் சரி; நீ எனக்குக் கொடுத்த வாக்குறுதி ஞாபகம் இருக்கட்டும்!"

சிறிய தீவின் கரையில் வந்து படகு நின்றது. படகைப் பார்த்துக்கொள்ளும்படி வந்தியத்தேவனிடம் சொல்லிவிட்டுப் பூங்குழலி அந்த மரகதத் தீவிற்குள்ளே சென்றாள். வந்தியத்தேவன் அவள் சென்ற திக்கைப் பார்த்தான். பச்சை மரங்களுக்கிடையில் அவள் விரைவில் மறைந்து விட்டாள்.

போதத் தீவு, மக்களின் வாக்கில் மருவிப் பூதத்தீவாக மாறியது பற்றி வந்தியத்தேவன் முதலில் சிந்தித்தான். பிறகு அத்தீவுக்குள்ளே இப்போது குடியிருக்கும் பூதம் எப்படிப்பட்ட பூதமாயிருக்கும் என்று எண்ணமிட்டான். பின்னர் இந்த அதிசயமான பெண்ணின் உள்ளத்தில் மறைந்திருக்கும் மர்மம் என்னவாயிருக்கும் என்று வியந்தான்.

பூங்குழலி கூறியபடி ஒரு நாழிகைக்குள் திரும்பி வந்தாள். படகில் ஏறிக்கொண்டு வந்தியத்தேவனையும் ஏறிக்கொள்ளச் சொன்னாள். நாகத்தீவை நோக்கிப் படகு சென்றது.

"விசாரித்து விஷயத்தைத் தெரிந்துகொள்ள முடிந்ததா?" என்று வல்லவரையன் கேட்டான்.

"முதன் மந்திரி அநிருத்தப் பிரம்மராயர் பொன்னியின் செல்வரைப் பார்ப்பதற்காக மாதோட்டத்துக்கு வந்திருக்கிறாராம். நேற்றைக்கு இளவரசரும் மாதோட்டத்துக்கு வந்திருக்க வேண்டும். எத்தனை நாள் மாதோட்டத்தில் இருப்பார் என்று தெரியாது. நீ அங்கே போய்த் தெரிந்து கொள்ளலாம்" என்றாள் பூங்குழலி.

"மாதோட்டம் இங்கிருந்து எத்தனை தூரம் இருக்கும்?"

"ஐந்து, ஆறுகாத தூரம் இருக்கும். வழியெல்லாம் ஒரே காடு. கோடிக்கரைக் காடு மாதிரி இருக்கும் என்று நினைக்காதே. வானை எட்டும் மரங்கள் அடர்ந்த காடு. பட்டப்பகலில் சில இடங்களில் இருட்டாக இருக்கும். யானைக் கூட்டங்களும், வேறு துஷ்ட மிருகங்களும் உண்டு. நீ ஜாக்கிரதையாகப் போய்ச் சேரவேண்டும்."

"காட்டில்வழிகாட்டுவதற்கு உன்னைப்போல் ஒரு கெட்டிக்காரப் பெண்மட்டுமிருந்தால்...?" என்று வல்லவரையன் பெரு மூச்சு விட்டான்.

"அப்போது நீ ஒருவன் என்னத்திற்காக! ஓலையை என்னிடம் கொடுத்துவிடு! நானே கொண்டுபோய்க் கொடுக்கிறேன்... இல்லை முடியாது! ஏதோ பைத்தியக்காரியைப் போலப் பேசுகிறேன். என்னால் முடியவே முடியாது. இளைய பிராட்டியிடம் ஒப்புக்கொண்டு வந்தாயல்லவா? அதை நீதான் செய்து முடிக்கவேண்டும்!" என்றாள்.

"ஆகட்டும் பூங்குழலி! நான் செய்து முடிப்பேன். இன்னொருவர் கெஞ்சிக் கேட்டாலும் கொடுக்கமாட்டேன். நீ இவ்வளவு உதவி செய்தாயே? அதுவே போதும்!"

படகு நாகத்வீபத்தை நெருங்கிக்கொண்டிருந்தது. பூங்குழலியின் கைகள் துடுப்பை வழக்கம்போல் வலித்துக் கொண்டிருந்தன. ஆனால் அவளுடைய உள்ளம் வேறு எங்கேயோ கனவுலோகத்தில் சஞ்சரித்துக்கொண்டிருந்தது என்பது முகத்திலிருந்து தெரிந்தது.

"சமுத்திர குமாரி!" என்று வந்தியத்தேவன் அழைக்கவும், அவள் திடுக்கிட்டு இவ்வுலகத்துக்கு வந்தாள்.

"ஏன் கூப்பிட்டாய்?" என்று கேட்டாள்.

"ஏதோ என்னிடம் பிரதி உபகாரத்தை எதிர்பார்ப்பதாக சொன்னாயே? அதை இப்போது சொன்னால்தான் சொன்னது. இதோ கரை நெருங்கி வருகிறது."

பூங்குழலி உடனே மறுதலிக்கவில்லை; சிந்திப்பதாகத் தோன்றியது. ஆகையால் வந்தியத்தேவன் தைரியம் கொண்டு மேலும் கூறினான்.

"நீ எனக்குச் செய்த உதவி மிகப்பெரியது. எனக்கு மட்டும் நீ உதவவில்லை; சோழ சாம்ராஜ்யத்துக்கே உதவி புரிந்திருக்கிறாய். சோழ சக்கரவர்த்தியின் குலத்துக்கு மாபெரும் உதவி புரிந்திருக்கிறாய். இதற்குப் பிரதியாக நான் ஏதாவது செய்யாவிட்டால் என் மனம் நிம்மதியடையாது" என்றான்.

"இதையெல்லாம் நீ உண்மையாகச் சொல்லுகிறாயா? அல்லது உலகத்திலுள்ள மற்ற ஆண் மக்களைப்போல் வஞ்சகம் பேசுகிறாயா?"

"சமுத்திர ராஜன் அறியச் சத்தியமாகச் சொல்கிறேன்."

"அதாவது தண்ணீரில் எழுதி வைக்கிறேன் என்கிறாயா?"

"ஆகாச வாணியும், பூமாதேவியும், அஷ்ட திக்குப் பாலகர்களும், சூரிய சந்திரர்களும் அறிய ஆணையிட்டுச் சொல்லுகிறேன்."

"உன்னுடைய சத்தியத்தையும் ஆணையையும் நம்பி நான் சொல்லவில்லை. பொய் சொல்லும் வஞ்சகர்கள் சத்தியத்துக்கும் ஆணைக்கும் மட்டும் பயந்து விடுவார்களா? உன்னை முதன்முதல் பார்த்தவுடனேயே நீ நல்லவன் என்று எனக்குத் தோன்றியது ஆகையினால் சொல்லுகிறேன்..."

"முதலில் தோன்றிய எண்ணந்தான் எப்போதும் மேலானது. அதை நீ மாற்றிக்கொள்ள வேண்டாம்."

"பொன்னியின் செல்வரைப் பார்த்து அவரிடம் ஓலையைக் கொடுத்த பிறகு, சொல்ல வேண்டியதையெல்லாம் சொல்லிப் பேச வேண்டியதையெல்லாம் பேசிய பிறகு, அவர் அவகாசத்துடன் இருக்கும்போது 'சமுத்திர குமாரியை உங்களுக்கு ஞாபகம் இருக்கிறதா?' என்று கேள். 'ஞாபகம் இருக்கிறது' என்று அவர் சொன்னால், 'அவள்தான் எனக்குப் படகு வலித்துக்கொண்டு வந்து இலங்கையில் இறக்கி விட்டாள்' என்று கூறு!"

'பூங்குழலி! அவ்வளவு உயரத்திலேயா நீ பறக்கப் பார்க்கிறாய்? சிட்டுக் குருவி ஒன்று ககன ராஜாவாகிய கருடன் பறக்குமிடத்துக்கு நானும் போவேன் என்று பறக்கத் தொடங்கலாமா? இது உனக்கு நல்லதல்லவே?' இவ்வாறு வந்தியத்தேவன் மனத்தில் எண்ணிக் கொண்டான். வெளிப்படையாக, "இதைச் சொல்லத்தானா, இவ்வளவு தயங்கினாய்? என்னமோ பெரியதாகக் கேட்கப் போகிறாய் என்று நினைத்தேன். இளவரசரிடம் கட்டாயம் நான் சொல்லுகிறேன்! அவர் கேட்காமற் போனாலும் நானே சொல்லுகிறேன்!..." என்றான்.

"ஐயையோ! அவர் கேட்காவிட்டால் நீயாக ஒன்றும் சொல்லவேண்டாம்!"

"அதெல்லாம் முடியாது; சொல்லித்தான் தீருவேன்."

"என்ன சொல்லுவாய்?"

நடந்தது நடந்தபடிதான் சொல்லுவேன். 'இளவரசே! பொன்னியின் செல்வரே! சமுத்திர குமாரியை உங்களுக்கு ஞாபகம் இருக்கிறதல்லவா? ஞாபகம் இல்லாவிட்டால், இப்போது ஞாபகப்படுத்திக்கொள்ளுங்கள்! அவள்தான் என்னைப் பழுவேட்டரையரின் கொலைகார ஆட்களிடம் சிக்காமல் காப்பாற்றினாள். அவள்தான் தன்னந்தனியாகப் படகு தள்ளிக்கொண்டு வந்து என்னை இலங்கையில் சேர்த்தாள். கடலில் விழுந்து தத்தளித்த என்னை அவள்தான் காப்பாற்றிப் படகில் ஏற்றி விட்டாள். சமுத்திர குமாரியின் உதவியிராவிட்டால் நான் உயிருடன் வந்து உங்களைப் பார்த்திருக்க முடியாது. இந்த ஓலையும் உங்களுக்குக் கிடைத்திராது!' என்று சொல்லுவேன், சரிதானே?"

"இதுவரை சொன்னது சரிதான் மேலும் ஏதாவது சேர்த்துக் கொண்டுவிடாதே! இதையெல்லாம் நான் அவரிடம் சொல்லச் சொன்னதாகச் சொல்லிவிடாதே!"

"சேச்சே! என்னை முழுப் பைத்தியம் என்று நினைத்தாயா?"

"இளவரசர் அதற்கு ஏதேனும் மறுமொழி சொன்னால், அதை உள்ளது உள்ளபடி என்னிடம் சொல்லவேண்டும். கூட்டியோ, குறைத்தோ சொல்லக் கூடாது."

"உன்னைப் மறுபடி நான் எங்கே பார்ப்பது?"

"என்னை பார்ப்பதில் என்ன கஷ்டம்? கோடிக்கரையிலோ இந்தப் பூதத் தீவிலோ, அல்லது இரண்டுக்கும் மத்தியில் படகிலோ இருப்பேன்."

"ஊருக்குத் திரும்பும்போது இந்த வழியாக வந்தால் பூதத் தீவில் நீ இருக்கிறாயா என்று பார்க்கட்டுமா?"

"தீவுக்குள்ளே எந்தக் காரணத்தைக் கொண்டும் நீ வரக்கூடாது; வந்தால் விபரீதமாகும். இந்தப் படகு கடலோரத்தில் இருக்கிறதா என்று பார்! இருந்தால், ஏதாவது ஓர் அடையாளம் வைத்துக்கொண்டு சத்தம் செய்! நான் நேற்றுக் குயில் மாதிரி கூவினேனே, அந்த மாதிரி நீ கூவ முடியுமா?..."

"குயில் மாதிரி கூவ முடியாது? ஆனால் மயில் மாதிரி சத்தம் செய்வேன். இதைக்கேள்!"

வந்தியத்தேவன் வாயைக் கையினால் மூடிக்கொண்டு மயில் கத்துவது போன்ற அகோரமான குரலில் கத்திக் காட்டினான்.

அதைக் கேட்டுப் பூங்குழலி கலகலவென்று சிரித்தாள்.

படகு நாகத் தீவின் கரையை அணுகியது. இருவரும் படகிலிருந்து இறங்கினார்கள். வந்தியத்தேவன் கரையில் ஏறி விடைபெற்றுக்கொண்டான். பூங்குழலி படகைத் திருப்பினாள். வந்தியத்தேவன் சபலத்துடன் திரும்பிப் பார்த்தான். "உன்னுடன் வருகிறேன்" என்று சொல்லி, அவளும் வரமாட்டாளா? என்ற ஆசை அவன் மனத்தில் இன்னமும் கொஞ்சம் இருந்தது. ஆனால் பூங்குழலி அவனைக் கவனிக்கவேயில்லை. அதற்குள் அவள் கனவுலோகத்தில் சஞ்சரிக்கப் போய்விட்டாள் என்பதை அவள் முகம் எடுத்துக் காட்டியது.

❖

10. அநிருத்தப் பிரமராயர்

இந்தக் கதையின் ஆரம்ப காலத்திலேயே நமக்கு நெருங்கிப் பழக்கமான ஆழ்வார்க்கடியான் நம்பியைக் கொஞ்ச காலமாக நாம் கவனியாது விட்டு விட்டோம். அதற்காக நேயர்களிடமும், நம்பியிடமும் மன்னிப்புக் கோருகிறோம். முக்கியமாக நம்பியின் மன்னிப்பை இப்போது நாம் கோரியே தீரவேண்டும். ஏனெனில் ஆழ்வார்க்கடியான் இப்போது வெகு வெகு கோபமாயிருக்கிறான்! அவனுடைய முன் குடுமி இராமேசுவரக் கடற்கரையில் அடிக்கும் காற்றில் பறந்துகொண்டிருக்கிறது. அவனுடைய கைத்தடியோ தலைக்கு மேலே சுழன்றுகொண்டிருக்கிறது. அவனைச் சுற்றி ஆதி சைவர்களும், வீர சைவர்களும் பலர் சூழ்ந்துகொண்டிருக்கிறார்கள். அவர்களுடைய ஆர்ப்பாட்டம் பலமாக இருப்பதால், ஆழ்வார்க்கடியானுடைய கதி யாதாகுமோ என்று நமக்குக் கொஞ்சம் கவலையாகவுமிருக்கிறது. எனினும் நம்பியின் நரசிம்மாவதாரத் தோற்றமும், அவனுடைய கைத்தடி சுழலும் வேகமும் அந்தக் கவலையைப் போக்குகின்றன.

வந்தியத்தேவனும், இளையபிராட்டியும் பேசியதை ஒட்டுக் கேட்ட ஆழ்வார்க்கடியான் பழையாறையிலிருந்து அன்றைய தினமே புறப்பட்டான். வாயு வேக மனோ வேகமாகத் தென்திசையை நோக்கிச் சென்றான். வழியில் எங்கும் அவன் சைவ வைஷ்ணவ சண்டையில் இறங்கவில்லை.

காரியத்துக்குக் குந்தகம் வரக்கூடாதென்று மனத்தைக் கட்டுப்படுத்திக் கொண்டு வலுவில் வந்த சண்டைகளைக்கூட வேண்டாம் என்று ஒதுக்கித் தள்ளிவிட்டு நடந்தான்.

மதுரையில் சிறிது நேரம் தங்கினான். அங்கு அவன் அறிய விரும்பிய செய்தியை விசாரித்து அறிந்துகொண்டு இராமேசுவரத்துக்குப் புறப்பட்டான். வந்தியத்தேவன் பூங்குழலியின் படகில் சென்று இலங்கைத் தீவில் இறங்கிய அதே நாள் மாலையில் ஆழ்வார்க்கடியான் நம்பி இராமேசுவரம் வந்து சேர்ந்துவிட்டான்.

அந்தப் புண்ணிய பூமியை மிதித்த உடனே ஆழ்வார்க்கடியானுடைய மனத்தில் அத்தனை நாளும் அடங்கிக் கிடந்த வைஷ்ணவ ஆர்வம் கரையை உடைத்துக் கொண்டு பொங்கி விட்டது. இராமேசுவரத் தீவில் எங்கெங்கும் மொய்த்துக்கொண்டிருந்த வீர சைவ பட்டர்கள் அந்த ஆர்வத்துக்குத் தூபம் போட்டுவிட்டார்கள். அந்தப் புண்ணிய ஸ்தலத்துக்கு வரும் யாத்ரீகர்களுக்கு வழிகாட்டி அழைத்துச் சென்று பற்பல தீர்த்தங்களிலும் ஸ்நானம் பண்ணி வைப்பதும், ஆலயத்தில் மூர்த்தி தரிசனம் செய்து வைப்பதும், அந்தந்த தீர்த்தம் மூர்த்தி விசேஷங்களை எடுத்துச் சொல்வதுமே அவர்களுடைய அலுவல்கள். எனவே, புதிய யாத்ரீகர்களைக் கண்டதும் பட்டர்கள் பலர் சென்று சூழ்ந்து கொள்வார்கள். அவ்விதமே ஆழ்வார்க்கடியானையும் சுற்றி மொய்த்துக் கொண்டார்கள்.

"அப்பனே! வா! வா! இந்த ஸ்தலத்திலுள்ள அறுபத்து நான்கு தீர்த்தங்களில் ஸ்நானம் செய்து உன் தேகத்தில் தரித்திருக்கும் வைஷ்ணவப் பாஷாண்ட மதச் சின்னங்களைக் கழுவித் துடைத்துக் கொள்! இராமரின் பிரம்மஹத்தி தோஷத்தைப் போக்கிய ஸ்தலம் அல்லவா இது? வைஷ்ணவ பாஷாண்ட மதசின்னங்களை நீ அணிந்ததனால் ஏற்பட்ட பாவங்களையும் போக்கிக் கொள்ளலாம்!" என்று ஒரு பட்டர் வித்தியாசமாகப் பேசினார்.

இன்னொருவர் குறுக்கிட்டு, "இராம தீர்த்தம், லக்ஷ்மண தீர்த்தம் ஆஞ்சநேய தீர்த்தம், சுக்ரீவ தீர்த்தம் இப்படி அறுபத்து நாலு தீர்த்தங்கள் இருக்கின்றன. ஒவ்வொருவரும் அந்தந்த தீர்த்தத்தில் தலை மூழ்கி அவரவர்களுடைய தோஷத்தைப் போக்கிக் கொண்டார்கள். நீ என்னுடன் முதலில் ஆஞ்சநேய தீர்த்தத்துக்கு வா! வைஷ்ணவ சின்ன தோஷத்துக்குச் சரியான சங்கல்பம் பண்ணி வைக்கிறேன்!" என்றார்.

மற்றொரு பட்டர் "அப்பனே! இவர்கள் சொல்வதைக் கேளாதே! இராமர் இராவணனைக் கொன்ற பிரம்மஹத்தி தோஷத்தைப் போக்கிக் கொள்வதற்காகச் சமுத்திர

மணலைப் பிடித்து வைத்து சிவலிங்கமாக்கிப் பூஜித்த இடத்துக்கு உன்னை நேராக அழைத்துப் போகிறேன்" என்றார்.

ஆழ்வார்க்கடியான் கண்ணில் தீப்பொறி பறக்க எல்லாரையும் ஒரு தடவை விழித்துப் பார்த்து, "நிறுத்துங்கள் உங்கள் அபத்தப் பேச்சை! முதலில் நீங்கள் சொன்ன தீர்த்தங்களினால் உங்களுடைய நாவை அலம்பி உங்கள் பாவத்தைத் தீர்த்துக்கொள்ளுங்கள்!" என்றான்.

"ஓஹோ! இராமன், லக்ஷ்மணன் என்றெல்லாம் சொன்னதனால் எங்களுக்குப் பாவம் வந்திருக்கும் என்று நினைக்கிறாயா? அப்படி ஒன்றுமில்லை. இந்த க்ஷேத்திரத்துக்குப் பெயரே இராமேச்சுவரம்; இராமர் ஈசுவரனாகிய சிவபெருமானைப் பூஜை செய்து பாவத்தைப் போக்கிக் கொண்ட இடம். அத்துடன் இராமர் என்ற பெயரில் இருந்த தோஷமும் போய்விட்டது!" என்றார் ஒரு வீர சைவ பட்டர்.

"ஓ அஞ்ஞான சிரோன்மணிகளே! ஏன் இப்படித் தலைக்குத் தலை உளறுகிறீர்கள்? இந்த ஸ்தலப் பெயரின் அர்த்தம் இன்னதென்பதையே நீங்கள் தெரிந்துகொண்ட பாடில்லை!"

"நீதான் சொல்லேன், பார்ப்போம்!"

"பிரம்மாவினுடைய ஒரு தலையைப் பறித்ததனால் சிவனுக்குப் பிரம்மஹத்தி தோஷம் பிடித்துவிட்டது. திருமாலின் பூரண அவதாரமாகிய இராமபிரானுடைய பாதம் பட்டுப் புனிதமான இந்த இடத்துக்குச் சிவன் வந்து அந்தப் பிரம்மஹத்தி தோஷத்தைப் போக்கிக் கொண்டார். இராமரை ஈசுவரன் பூஜித்த இடமானபடியால் இராமேசுவரம் என்ற பெயர் ஏற்பட்டது! தெரிந்து கொண்டீர்களா, மூடசிகாமணி பட்டர்களே!" என்று ஆழ்வார்க்கடியான் கர்ஜித்தான்.

"யாரடா! அவன் எங்களை மூட சிகாமணிகள் என்பது? அடே தடியா! நீ என்ன தலையில் கொம்பு முளைத்தவனா?" என்று ஒரு பட்டர் சீறினார்.

"இல்லை, ஐயா, பட்டரே! என் தலையிலே கொம்பு முளைக்கவில்லை; கையிலேதான் இந்தக் கொம்பு இருக்கிறது! என்னை யார் என்று கேட்டீர் அல்லவா? சொல்லுகிறேன். திருக்குருகூரில் அவதரித்து, வேதம் தமிழ் செய்த நம்மாழ்வாரின் அடியார்க்கு அடியான்! மற்றவர்கள் மண்டையில் நையப்புடைக்கும் கைத்தடியான்!" என்று தடியைத் தூக்கிக் காட்டினான்.

"ஆழ்வார்க்கடியார்க் கடியானே! நீ ஏன் உன் தலையில் முன்புறத்தில் குடுமி வைத்திருக்கிறாய்? அதையும் மழுங்கச் சிரைத்து விட்டாயானால், உன் மண்டையில் உள்ளும், புறமும் ஒன்றாயிருக்கும்!" என்றார் ஒரு சைவர்.

"பட்டர்களே! இந்தப் புண்ணிய க்ஷேத்திரத்திலே வந்து என் முன் குடுமியை எடுத்து விடுவதாகவே எண்ணியிருந்தேன். அதற்குள் நீங்கள் ஞாபகப்படுத்தினீர்கள்!..."

"அடே! நாவிதர் தெருவுக்குச் சென்று ஒரு நாவிதனை அழைத்து வாருங்கடா! கத்தியை நன்றாய்த் தீட்டிக் கொண்டு வரச் சொல்லுங்கள்! இவனுடைய சிகையை ஆணி வேரோடு களைந்தெறியச் சொல்லலாம்!" என்றார் ஒரு பட்டர்.

"இதற்கு நாவிதனைக் கூப்பிடுவானேன்? நாமே அந்தக் கைங்கர்யம் செய்து விடலாமே? நல்ல கூர்மையான கத்தியாகக் கொண்டு வாருங்கள்!" என்றார் இன்னொரு சைவர்.

"கொஞ்சம் பொறுங்கள்; இன்னும் ஒரு விஷயம் பாக்கியிருக்கிறது. ஒரு காலத்தில் என் தலை முழுவதும் சிகை அடர்த்தியாக இருந்தது. ஒரு சைவனுடைய மண்டையை உடைத்து விட்டு என் சிகையிலிருந்து ஒரு ரோமத்தை வாங்கிவிடுவதென்று விரதம் எடுத்துக்கொண்டேன். அதன்படி முக்காலே அரைக்கால்வாசி சிகை தீர்ந்துவிட்டது. இந்த ஊரில் என் முழுவிரதத்தையும் நிறைவேற்றிக் கடலில் ஒரு முழுக்குப் போடப் போகிறேன். எங்கே, ஒவ்வொருவராக உங்களுடைய மண்டையைக் காட்டுங்கள் பார்க்கலாம்!" என்று ஆழ்வார்க்கடியான் கைத்தடியை ஓங்கினான்.

"அடடே! இந்த வைஷ்ணவன் என்ன துடுக்காகப் பேசுகிறான்?" என்று சொன்னார் ஒருவர்.

"எங்கள் எல்லாருடைய மண்டையையும் உடைத்து விடுவாயா? உன்னால் முடியுமா?" என்று கூறினார் இன்னொருவர்.

"முடியாமலா முக்காலே அரைக்கால் பங்கு சிகையை எடுத்து விட்டிருக்கிறேன்?" என்று கூறி ஆழ்வார்க்கடியான் தடியை வேகமாகச் சுழற்றத் தொடங்கினான்.

"அடியுங்கள்! பிடியுங்கள்! கட்டுங்கள்! வெட்டுங்கள்!" என்று தலைக்குத் தலை கத்தினார்களே தவிர, அக்கூட்டத்தில் யாரும் ஆழ்வார்க்கடியானுக்கு அருகில் நெருங்கவில்லை.

அச்சமயம் வெகு சமீபத்தில் எழுந்த ஒரு கோஷம் அவர்கள் எல்லாருடைய கவனத்தையும் கவர்ந்தது. "திரிபுவன சக்கரவர்த்தி சுந்தரசோழ பராந்தகரின் மகாமான்ய முதன் மந்திரி அநிருத்தப் பிரம்மாதி ராஜர் வருகிறார்! பராக்! பராக்!"

எல்லோரும் திகைத்துப் போய்க் கோஷம் வந்த திசையை நோக்கினார்கள். ஆழ்வார்க்கடியான் எல்லாரிலும் அதிகமாகத் திகைத்துத் தனது கைத் தடியைக் கக்கத்தில் வைத்துக்கொண்டு பார்த்தான். அவர்கள் நின்று சண்டையிட்ட இடம், இராமேசுவரக் கோயில் மதிலின் ஓரமான ஒரு முடுக்கு. அந்த முடுக்குத் திரும்பியதும் எதிரே விரிந்து பரந்தகடல். அக்கடலின் காட்சியோ கண்கொள்ளாத அற்புதக் காட்சியாயிருந்தது. பெரிய பெரிய மரக்கலங்கள், நாவாய்கள், சிறிய கப்பல்கள், படகுகள், ஓடங்கள், வள்ளங்கள், வத்தைகள், கட்டுமரங்கள் ஆகியவை நெடுகிலும் வரிசை வரிசையாகக் கண்ணுக்கெட்டிய தூரம் காணப்பட்டன. பாய்மரங்களிலிருந்து படபடவென்று காற்றில் அடித்துக்கொண்டு பறந்த வெண்ணிறப் பாய்கள், கடலையும் வானத்தையும் தூரத்திலே திட்டுத் திட்டாகத் தோன்றிய பல தீவுகளையும் பெரும்பாலும் மறைத்துக் கொண்டிருந்தன.

மேலே சொன்னவாறு கட்டியங் கூறிக்கொண்டு காவல் வீரர்கள் முன்னும் பின்னும் தொடர, சோழ சாம்ராஜ்யத்தின் புகழ் பெற்ற முதன் மந்திரி அன்பில் அநிருத்தப் பிரமராயர் ராஜ கம்பீரத்துடன் ஒரு படகில் வந்து கொண்டிருந்தார். கரையில், கோயில் மதில் ஓரமாக நடந்து கொண்டிருந்த சச்சரவை அவர் கவனித்தார். கூட்டத்தின் நடுவில் கக்கத்தில் தடியுடன் பரம சாதுவைப்போல் நின்ற ஆழ்வார்க்கடியானைக் கையினால் சமிக்ஞை செய்து அருகில் அழைத்தார். ஆழ்வார்க்கடியான் பயபக்தியுடன் கையைக் கட்டிக்கொண்டு கடற்கரையோரம் சென்று நின்றான்.

"திருமலை! இது என்ன தெருக்கூத்து?" என்றார் அநிருத்தர்.

"குருவே! எல்லாம் கபட நாடக சூத்திரதாரியான அந்தக் கண்ணனின் திருக்கூத்துத்தான்! என் கண்களில் காண்பதை நான் நம்புவதா, இல்லையா என்றே தெரியவில்லை. நான் காண்பது கனவா? அல்லது எல்லாம் வெறும் மாயையா?..."

"திருமலை! உன்னைப் பரம வைஷ்ணவன் என்று நினைத்தேன். எப்போது பிரபஞ்சத்தை மித்தை என்று சொல்லும் மாயாவாதியானாய்?"

"குருவே! பரம வைஷ்ணவ பரம்பரையில் அவதரித்த தாங்கள் சைவ சமயி ஆகும்போது நான் ஏன் மாயவாதி ஆகக் கூடாது? என்னுடைய பெயரை மாற்றிக்கொண்டு ஸ்ரீ சங்கர பகவத் பாதாச்சாரியாரின் அடியார்க்கடியான் ஆகிவிடுகிறேன்..."

"பொறு! பொறு! நான் சைவ சமயி ஆனதாக யார் சொன்னது?"

"தங்கள் திருமேனியில் உள்ள சின்னங்கள் சொல்லுகின்றன!"

"ஆகா! திருமலை! நீ இன்னும் முன்போலவே இருக்கிறாய் புறச்சின்னங்களுக்கே முக்கியம் கொடுக்கிறாய்! நெற்றியில் இடுகிற சந்தனத்தைச் சாய்த்து இட்டால் என்ன? நிமிர்ந்து இட்டால் என்ன?"

"குருவே! நான் ஒன்றும் அறியாதவன்; எது முக்கியம், எது அமுக்கியம் என்று தெரியாதவன். தாங்கள்தான் என்னைத் தெளிவித்து ஆட்கொள்ள வேண்டும்."

"எல்லாம் தெளிவிக்கிறேன். நான் தங்கும் இடத்துக்கு வந்து சேர்! அதோ! கடலில் ஒரு சிறிய தீவு தெரிகிறது பார்த்தாயா? அங்கேயுள்ள மண்டபத்துக்கு வா."

"குருவே! இதோ இந்தச் சண்டைக்காரச் சைவர்கள் என்னை வரவிடவேண்டுமே?" என்று ஆழ்வார்க்கடியான் சொல்லிக் கையினால் அவர்களைச் சுட்டிக் காட்டினான்.

அதுவரை சும்மாயிருந்த வீர சைவர்கள் உடனே நெருங்கி வந்தார்கள்.

"பிரம்மாதி ராஜரே! இந்த வைஷ்ணவன் எங்கள் மண்டைகளை உடைத்து விடுவானாம்! இவனை தக்கபடி தண்டிக்கவேண்டும்!" என்று ஒருவர் ஆரம்பித்தார். மற்றவர்கள் தலைக்குத் தலை பேசலானார்கள்.

"இவனுக்குத் தண்டனை நான் கொடுக்கிறேன். நீங்கள் போகலாம்" என்றார் அநிருத்தர். இதனால் அவர்கள் திருப்தி அடையவில்லை. "நாங்களே இவனுக்குத் தண்டனை கொடுக்கக் கூடாதா? இவனுடைய முன் குடுமியைச் சிரைத்து, இவனுடைய ஊர்த்வ சின்னங்களை யெல்லாம் அழித்து, இவனைக் கிணற்றில் போட்டு முழுக்காட்டி..." என்று அடுக்கினார் ஒருவர்.

"என்ன சொன்னீர்கள்?" என்று ஆழ்வார்க்கடியான் கண்களில் தீ எழத் திரும்பி நோக்கினான்.

அநிருத்தப் பிரம்மராயர் அப்போது, "பட்டர் மணிகளே! இவன் பெரிய முரடன். இவனைத் தண்டிக்க உங்களால் ஆகாது. நான் பார்த்துக்கொள்கிறேன்" என்றார்.

பிறகு தம்மைத் தொடர்ந்து வந்த படகில் இருந்த அகப் பரிவார வீரர்களைப் பார்த்து, "உங்களின் எட்டுப்பேர் இறங்கி இவனை நம் இடத்துக்குக் கொண்டு வாருங்கள்!" என்றார்.

அவ்வளவுதான். மறுகணம் வீரர்கள் எட்டுப் பேர் கரையில் குதித்தார்கள்; ஆழ்வார்க்கடியானைச் சூழ்ந்து கொண்டு நின்றார்கள்.

படகு மேலே சென்றது.

படை வீரர்கள் புடைசூழ ஆழ்வார்க்கடியானும் போனான்.

பட்டர்களும் மற்றவர்களும் அந்த வைஷ்ணவனுடைய முரட்டுத்தனத்தைக் குறித்துப் பலவாறு பேசிக்கொண்டு கலைந்து போனார்கள்.

❖

11. தெரிஞ்ச கைக்கோளப் படை

இராமேசுவரப் பெருந் தீவையடுத்த சிறிய தீவுகளில் ஒன்றில், ஒரு பழமையான மண்டபத்தில், அநிருத்தப் பிரம்மாதிராயர் கொலுவீற்றிருந்தார். அவருடைய அமைச்சர் வேலையை நடத்துவதற்குரிய சாதனங்கள் அவரைச் சூழ்ந்திருந்தன. கணக்கர்கள், ஓலை எழுதும் திருமந்திர நாயகர்கள், அகப்பரிவாரக் காவலர்கள் முதலியோர் அவரவர்களுடைய இடத்தில் ஆயத்தமாக இருந்தார்கள்.

அநிருத்தர் படகிலிருந்து இறங்கி வந்து அம்மண்டபத்தில் அமர்ந்து சிறிது நேரம் ஆனதும், தம்மைப் பார்க்க வந்திருந்தவர்களை அழைக்குமாறு கட்டளையிட்டார்.

ஐந்து பேர் முதலில் வந்தார்கள். அவர்களைப் பார்த்தால் செல்வச் செழிப்புள்ள வர்த்தகர்கள் என்று தோன்றியது. ஒரு தட்டில் நவரத்தின மாலை ஒன்றை வைத்துச் சமர்ப்பித்தார்கள். அதை அநிருத்தப் பிரம்மராயர் வாங்கிக் கணக்கரிடம் கொடுத்து, "செம்பியன் மகாதேவியின் ஆலயத் திருப்பணிக்கு என்று எழுதி வைத்துக் கொள்க!" என்றார்.

பிறகு வந்தவர்களைப் பார்த்து "நீங்கள் யார்?" என்று கேட்டார்.

(இந்த நீண்ட தொடர் பெயர் கொண்ட வர்த்தகக் கூட்டத்தார் சோழப் பேரரசின் கீழ், கடல் கடந்த நாடுகளுடன் வாணிபம் நடத்தி வந்தார்கள்.)

"நானா தேச திசையாயிரத்து ஐந்நூற்றுவர் சார்பில் நாங்கள் வந்திருக்கிறோம்" என்று அவர்களில் ஒருவர் கூறினார்.

"சந்தோஷம்; பாண்டிய நாட்டில் உங்களுடைய வாணிபம் செழிப்பாயிருக்கிறதல்லவா?"

"நாளுக்கு நாள் செழிப்படைந்து வருகிறது!"

"பாண்டிய நாட்டு மக்கள் என்ன பேசிக் கொள்கிறார்கள்?"

"பாண்டிய வம்ச ஆட்சியைக் காட்டிலும் சோழ குல ஆட்சியே மேலானது என்று பேசிக் கொள்கிறார்கள். முக்கியமாக, இளவரசர் அருள்மொழிவர்மரின் வீர தயாளங்களைக் குறித்து சிலாகிக்கிறார்கள். இலங்கையில் நடப்பதெல்லாம் இந்தப் பக்கத்து மக்களிடையில் பரவியிருக்கிறது..."

"கீழ்க்கடல் நாடுகளுடன் உங்கள் கப்பல் வாணிபம் இப்போது எப்படியிருக்கிறது?"

"சுந்தர சோழ சக்கரவர்த்தி ஆளுகையில் ஒரு குறைவும் இல்லை. சென்ற ஆண்டில் அனுப்பிய எங்கள் கப்பல்கள் எல்லாம் திரும்பி வந்து விட்டன; ஒன்றுகூடச் சேதமில்லை."

"கடல் கொள்ளைக்காரர்களினால் தொல்லை ஒன்று மில்லையே?"

"சென்ற ஆண்டில் இல்லை, மானக்கவாரத் தீவுக்கு அருகில் இருந்த கடற் கொள்ளைக்காரர்களை நம் சோழக் கப்பற் படை அழித்த பிறகு கீழைக்கடல்களில் கொள்ளை பயம் கிடையாது."

"நல்லது; நாம் கொடுத்தனுப்பிய ஓலை சம்பந்தமாக என்ன ஏற்பாடு செய்திருக்கிறீர்கள்?"

"கட்டளைப்படி செய்திருக்கிறோம். இலங்கைச் சைன்யத்துக்கு அனுப்ப ஆயிரம் மூட்டை அரிசியும், ஐந்தாறு மூட்டை சோளமும், நூறு மூட்டை துவரம்பருப்பும் இந்த இராமேசுவரத் தீவில் கொண்டு வந்திருக்கிறோம். இலங்கைக்கு அனுப்பி வைக்க ஏற்பாடு செய்யவேண்டும்."

"உங்களுடைய கப்பல்களிலேயே ஏற்றி அனுப்ப முடியுமா?"

"கட்டளையிட்டால் செய்கிறோம். இலங்கை யுத்தம் எப்போது முடியும் என்று தெரிந்துகொள்ள விரும்புகிறோம்."

"ஆ! அது யாருக்குத் தெரியும்? உங்களுடைய வர்த்தக சபைக்குச் சோதிடக்காரன் இருக்கிறான் அல்லவா? அவனைக் கேட்டு எனக்கும் சொல்லுங்கள்!"

"பிரம்ம ராஜரே! எங்கள் சோதிடக்காரன் சொல்வதையெல்லாம் எங்களாலேயே நம்ப முடியவில்லை."

"அப்படி அவன் என்ன சொல்லுகிறான்?"

"இளவரசர் அருள்மொழிவர்மர் போகுமிடமெல்லாம் வெற்றிதான் என்று சொல்லுகிறான். அவருடைய ஆட்சியில் சோழக் கப்பல் படை கடல் கடந்த தேசங்களுக்கெல்லாம் சென்று வெற்றி கொள்ளும் என்று சொல்லுகிறான். தூர தூரத்தில் உள்ள தேசங்கள் பலவற்றில் புலிக்கொடி பறக்கும் என்று சொல்லுகிறான்."

"அப்படியானால் உங்கள் பாடு கொண்டாட்டம்தான்!"

"ஆம்; எங்கள் கடல் வர்த்தகம் மேலும் செழித்து ஓங்கும் என்றும் சொல்லியிருக்கிறான்."

"மிகவும் சந்தோஷம் ஸ்ரீரங்கநாதருடைய அருள் இருந்தால் அப்படியே நடக்கும். இலங்கையில் யுத்தம் நடக்கும் வரையில் மாதம் ஒரு தடவை நீங்கள் இப்படியே அரிசி முதலியவை அனுப்பி வரவேண்டும். போய் வாருங்கள்."

"அப்படியே செய்கிறோம், போய் வருகிறோம்."

ஐந்நூற்றுவர் சபையின் பிரதிநிதிகள் போன பிறகு ஒரு காவலன் வந்து, "தெரிஞ்ச கைக்கோளப் படைச் சேனாதிபதிகள் காத்திருக்கிறார்கள், பார்க்க விரும்புகிறார்கள்" என்று சொன்னான்.

"வரச் சொல்லு!" என்றார் முதல் அமைச்சர் அநிருத்தர்.

மூன்று கம்பீர புருஷர்கள் பிரவேசித்தார்கள். அவர்களுடைய முகங்களிலும் தோற்றத்திலும் வீர லக்ஷ்மி வாசம் செய்தாள். அஞ்சா நெஞ்சம் படைத்த ஆண்மையாளர் என்று பார்த்தவுடனே தெரிந்தது.

(இன்று தமிழ்நாட்டில் கைத்தறி நெசவுத் தொழிலில் ஈடுபட்டு நூலின்றித் திண்டாடும் கைக்கோள வகுப்பார் சோழப் பேரரசின் காலத்தில் புகழ்பெற்ற வீர வகுப்பாராயிருந்தனர். அவர்களில் பொறுக்கி எடுத்த வீரர்களைக் கொண்டு சோழ சக்கரவர்த்திகள் 'அகப் பரிவாரப் படை'யை அமைத்துக் கொள்வது வழக்கம். அப்படிப் பொறுக்கி எடுக்கப்பட்ட படைக்குத் 'தெரிஞ்ச கைக்கோளர் படை' என்ற பெயர் வழங்கியது. அந்தந்தச் சக்கரவர்த்தி அல்லது அரசரின் பெயரையும் படைபெயருக்கு முன்னால் சேர்த்துக் கொள்வதுண்டு.)

"சுந்தர சோழ தெரிஞ்ச கைக்கோளப் படையார் தானே?" என்று அநிருத்தர் கேட்டார்.

"ஆம், ஐயா! ஆனால் அப்படிச் சொல்லிக் கொள்ளவும் எங்களுக்கு வெட்கமாயிருக்கிறது."

"அது ஏன்?"

"சக்கரவர்த்தியின் சோற்றைத் தின்றுகொண்டு ஆறு மாத காலமாக இங்கே வீணில் காலங்கழித்துக் கொண்டிருக்கிறோம்."

"உங்கள் படையில் எத்தனை கை? எத்தனை வீரர்கள்?"

"எங்கள் சேனை மூன்று கைமா சேனை, இவர் இடங்கை சேனைத் தலைவர்; இவர் வலங்கை சேனைத் தலைவர்; நான் நடுவிற்கைப் படைத்தலைவன். ஒவ்வொரு கையிலும் இரண்டாயிரம் வீரர்கள். எல்லோரும் சாப்பிட்டு தூங்கிக் கொண்டிருக்கிறோம். போர் தொழிலே எங்களுக்கு மறந்து விடும் போலிருக்கிறது."

"உங்களுடைய கோரிக்கை என்ன?"

"எங்களை இலங்கைக்கு அனுப்பி வைக்கக் கோருகிறோம். இளவரசர் அருள்மொழிவர்மர் மாதண்ட நாயகராயிருக்கும் சைன்யத்திலே சேர்ந்து யுத்தம் செய்ய விரும்புகிறோம்!"

"ஆகட்டும்; தஞ்சைக்குப் போனதும் சக்கரவர்த்தியின் சம்மதம் கேட்டுவிட்டு உங்களுக்கு அறிவிக்கிறேன்."

"பிரம்மராஜரே! அதற்குள்ளே இலங்கை யுத்தம் முடிந்து விட்டால்...?"

"அந்தப் பயம் உங்களுக்கு வேண்டாம், இலங்கை யுத்தம் இப்போதைக்கு முடியும் என்பதாகத் தோன்றவில்லை."

"ஈழத்துச் சேனாவீரர்கள் அவ்வளவு பொல்லாதவர்களா? எங்களை அங்கே அனுப்பி வையுங்கள். ஒரு கை பார்க்கிறோம்!..."

"ஒரு கை என்ன? நீங்கள் மூன்று கையும் பார்ப்பீர்கள், தெரிஞ்ச கைக்கோளரின் மூன்று கை மாசேனை யுத்தக்களத்தில் புகுந்துவிட்டால் பகைவர்களின் பாடு என்னவென்று சொல்ல வேண்டுமோ? நடுவிற்கை வீரர்கள் பகைவர் படையின் நடுவில் புகுந்து தாக்குவீர்கள். அதே சமயத்தில் இடங்கை வீரர்கள் இடப்புறத்திலும் வலங்கை வீரர்கள் வலப்புறத்திலும் சென்று இடி விழுவதுபோலப் பகைவர்கள்மீது விழுந்து தாக்குவீர்கள்..."

"அப்படித் தாக்கித்தான் பாண்டிய சைன்யத்தை நிர்மூலம் செய்தோம்; சேரர்களை முறியடித்தோம்."

“பாண்டியர்களும் சேரர்களும் போர்க்களத்தில் எதிர்த்து நின்றார்கள்; அதனால் அவர்களைத் தாக்கி முறியடித்தீர்கள். பகை வீரர்களை முதலில் கண்ணால் பார்த்தால்தானே அவர்களை நீங்கள் ஒரு கையும் பார்க்கலாம்; மூன்று கையும் பார்க்கலாம்?”

“இராவணர் காலத்து அசுரர்களைப்போல் இந்தக் காலத்து இலங்கை வீரர்களும் மாயாவிகளாகிவிட்டார்களா? மேக மண்டலத்தில் மறைந்து நின்று போரிடுகிறார்களா?”

“மாயாவிகளாய் மறைந்துதான் விட்டார்கள்; ஆனால் போர் செய்யவில்லை. போரிட்டால்தான் இருக்குமிடத்தைக் கண்டுபிடித்து விடலாமே? இலங்கை அரசன் மகிந்தனையும் காணவில்லை; அவனுடைய சேனா வீரர்களையும் காணவில்லை. காடுகளிலே, மலைகளிலே எங்கே போய் ஒளிந்துகொண்டார்களோ, தெரியவில்லை. ஆகையால் ஆறு மாதமாக இலங்கையில் யுத்தமே நடைபெறவில்லை. உங்களையும் அங்கே அனுப்பி என்ன செய்கிறது?”

“மகா மந்திரி! எங்களை அனுப்பிப் பாருங்கள்! மகிந்தனும், அவனுடைய வீரர்களும் காடு மலைகளிலே ஒளிந்திருக்கட்டும்; அல்லது மேக மண்டலத்திலே ஒளிந்திருக்கட்டும்; அவர்களைக் கைப்பிடியாகப் பிடித்துக்கொண்டு வந்து இளவரசரின் காலடியில் சேர்க்கிறோம். அப்படிச் சேர்க்காவிட்டால், ‘தெரிஞ்ச கைக்கோளர் படை’ என்ற பெயரை மாற்றிக்கொண்டு ‘வேளாளரின் அடிமைப்படை’ என்ற பட்டயத்தைப் பெற்றுக் கொள்கிறோம்!”

“வேண்டாம்; வேண்டாம்! அப்படி ஒன்றும் இப்போது சபதம் செய்ய வேண்டாம்! தெரிஞ்ச கைக்கோளர் படையின் வீர பராக்கிரமம் இந்த ஜம்புத்வீபத்தில் யாருக்குத் தெரியாது? தஞ்சாவூர் சென்றதும் சக்கரவர்த்தியைக் கேட்டுக் கொண்டு உங்களுக்குக் கட்டளை அனுப்புகிறேன். அதுவரை பொறுமையாக இருங்கள். பாண்டிய நாட்டில் பகைவர்களை அடக்கி அமைதியை நிலை நாட்டி வாருங்கள்!”

“மகா மந்திரி! பாண்டி நாட்டில் இனி அடக்குவதற்குப் பகைவர் யாரும் இல்லை. குடி மக்கள் யுத்தம் நின்றது பற்றி மகிழ்ச்சி அடைந்திருக்கிறார்கள். அவரவர்களும் விவசாயம், வாணிபம், கைத்தொழில்களில் ஈடுபட்டு அமைதியான வாழ்க்கை நடத்துகிறார்கள். பாண்டிய மன்னர் குலமோ நாசமாகி விட்டது...”

“அவ்விதம் எண்ண வேண்டாம்! வீர பாண்டியனோடு பாண்டிய வம்சம் அற்றுவிட்டதாக நினைக்கிறீர்கள். அது தவறு, பாண்டிய சிம்மாசனத்துக்கு உரிமை கோருவோர் இன்னும் இருக்கிறார்கள்...! அவர்களுக்காக சதிசெய்வோரும் இருக்கிறார்கள்...!”

“ஆகா! எங்கே அந்த சதிகாரர்? தெரியப்படுத்துங்கள்!”

“காலம் வரும்போது உங்களுக்கே தெரியும். பாண்டிய குலத்தின் பழைமையான மணிக் கிரீடமும், இந்திரன் அளித்த இரத்தின மாலையும், வைரமிழைத்த பட்டத்து உடைவாளும் இன்னும் இலங்கையில் இருந்து வருகின்றன. ரோஹண மலை நாட்டில் எங்கேயோ ஒளித்து வைக்கப்பட்டிருக்கின்றன. அவற்றை மீட்டுக்கொண்டு வரும் வரையில் பாண்டிய போர் முற்றுப் பெறாது.”

“ஆபரணங்களை மீட்டுக் கொண்டு வரவேண்டும்; இளவரசர் அருள்மொழிவர்மரை மதுரை சிம்மாசனத்தில் அமர்த்தி பாண்டிய மணி மகுடத்தையும், பட்டாக் கத்தியையும் அணிவிக்கும் நாளும் வரவேண்டும்!”

“ஆகா! இது என்ன வார்த்தை சொல்கிறீர்கள்?”

“குடிமக்களின் நாவிலும், போர் வீரர்களின் உள்ளத்திலும் இருப்பதைச் சொல்கிறோம்!”

“அதெல்லாம் பெரிய இராஜரீக விஷயங்கள், நாம் பேசவேண்டாம். உங்களுக்குச் சந்தோஷமளிக்கக்கூடிய வேறு ஒரு முக்கிய விஷயம் சொல்லப் போகிறேன்...”

“கவனமாய்க் கேட்டுக்கொள்கிறோம், மகா மந்திரி!”

"இலங்கை யுத்தத்தோடு யுத்தம் முடிந்துவிடும் என்று நினைக்க வேண்டாம். இளவரசர் அருள்மொழிவர்மர் இலங்கைப்போர் முடிந்த பிறகு நாலா திசைகளிலும் திக்விஜயம் செய்யப் புறப்படுவார். ஆயிரம் கப்பல்களில் வீரர்களை ஏற்றிக்கொண்டு கீழ்த்திசைக் கடல்களிலே செல்வார். மாநக்கவாரம், மாபப்பாளம், மாயிருடிங்கம், கடாரம், இலாமுரி தேசம், ஸ்ரீவிசயம், சாவகம், புட்பகம் ஆகிய நாடுகளை அந்த மகா வீரர் வெற்றி கொள்வார். தெற்கே முந்நீர்ப்பழந்திவு பன்னீராயிரமும் கைப்பற்றுவார். மேற்கே, கேரளம், குடமலை, கொல்லம் ஆகிய நாடுகள் அவருடைய காலடியில் வந்து பணியும். பிறகு வடதிசை நோக்கிப் புறப்படுவார். வேங்கி, கலிங்கம், இரட்டபாடி, சக்கரக்கோட்டம், அங்கம், வங்கம், கோசலம், விதேகம், கூர்ஜரம், பாஞ்சாலம் என்னும் நாடுகளுக்குப் படையெடுத்துச் செல்வார். காவியப் புகழ் பெற்ற கரிகால வளவனைப் போல் இமயமலைக்கும் சென்று புலிக்கொடியை நாட்டுவார். வீர சேனாதிபதிகளே! இப்படியெல்லாம் நமது தென்திசை மாதண்டநாயகர் திட்டம் இட்டிருக்கிறார். தமிழகத்தில் வீர ரத்தமும், வயிர நெஞ்சமும் படைத்த அனைவருக்கும் வேண்டிய வேலை இருக்கும்; தத்தம் வீர பராக்கிரமங்களை நிலை நாட்டச் சந்தர்ப்பம் கிடைக்கும். ஆகையால் நீங்களும் உங்கள் தெரிஞ்ச கைக்கோளப் படையும் பொறுமை இழக்க வேண்டாம்!"

சேனாதிபதிகள் மூவரும் ஏக காலத்தில் சுந்தர சோழ சக்கரவர்த்தி வாழ்க! இளவரசர் அருள்மொழிவர்மர் வாழ்க! மகா மந்திரி அநிருத்தர் வாழ்க!" என்று கோஷித்தார்கள்.

பிறகு அவர்களில் ஒரு படைத்தலைவன் கூறினான்; "மகாமந்திரி! இன்னும் ஒரே ஒரு விண்ணப்பம் செய்து கொள்ள விரும்புகிறோம். எங்கள் படையின் பெயர் 'சுந்தர சோழ தெரிஞ்ச கைக்கோளப் படை' என்பது தாங்கள் அறிந்ததே."

"தெரிந்த விஷயந்தான்."

"சுந்தர சோழ சக்கரவர்த்தியின் திருப்பணியில் உயிரையும் விடுவோம் என்று பகைவர்களின் இரத்தம் தோய்ந்த சிவந்த கையினால் அடித்துப் பிரமாணம் செய்து கொடுத்தவர்கள்."

"அதுவும் நான் அறிந்ததே."

"ஆகையால் சக்கரவர்த்தியைத் தவிர வேறு யாரையும் நாங்கள் சேரமாட்டோம்; வேறு யார் சொல்வதையும் கேட்கமாட்டோம்."

"உங்களிடம் நான் எதிர்பார்த்ததும் இதுவேதான்!"

"முன்னொரு காலத்தில் பழுவேட்டரையர்களின் மாபெரும் சேனையில் ஒரு பகுதியாக இருந்தோம். அது காரணம் பற்றி எங்கள் பேரில் யாருக்கும் யாதொரு சந்தேகமும் ஏற்படக் கூடாது..."

"ஆகா! இது என்ன வார்த்தை? யாருக்கு என்ன சந்தேகம்!"

"தஞ்சாவூரில் நடப்பது பற்றி ஏதேதோ வதந்திகள் காற்றிலே வருகின்றன."

"காற்றிலே வருகிறது காற்றோடு போகட்டும்! நீங்கள் அதையெல்லாம் நம்பவும் வேண்டாம்; திருப்பிச் சொல்லவும் வேண்டாம்."

"கொடும்பாளூர் வேளாளர்கள் ஏதாவது எங்களைப் பற்றி சந்தேகத்தை கிளப்பகூடும்..."

"கிளப்ப மாட்டார்கள்; கிளப்பினாலும் யாரும் கேட்க மாட்டார்கள்."

"மனித காயம் அநித்தியமானது..."

"அதனால் சுத்த வீரர்கள் உயிருக்குப் பயப்படமாட்டார்கள்."

"திரிபுவன சக்கரவர்த்தியானாலும் ஒருநாள்..."

"இறைவன் திருப்பாதங்களை அடைய வேண்டியதுதான்."

"சக்கரவர்த்திக்கோ உடல்நிலை சரியாக இல்லை..."

"வானத்தில் வால் நட்சத்திரம் பிரகாசிக்கிறது!"

"சக்கரவர்த்திக்கு அப்படி ஏதாவது நேர்ந்துவிட்டால், எங்கள் படை வீரர்கள் அருள்மொழிவர்மரின் அகப் பரிவாரமாக விரும்புகிறார்கள்!"

"சக்கரவர்த்தியின் ஆக்ஞையின்படி நடப்பது உங்கள் கடமை!"

"சக்கரவர்த்தியின் ஆக்ஞையை எங்களுக்குத் தெரிவிப்பது தங்களுடைய கடமை. தாங்கள் அந்தப் பொறுப்பை ஏற்றுக் கொள்ளுங்கள். அல்லது தஞ்சைக்குப் போய்ச் சக்கரவர்த்தியைத் தரிசிக்க எங்களுக்கு அநுமதி கொடுங்கள்...!"

"வேண்டாம்; நீங்கள் தஞ்சை போவது உசிதமல்ல; வீண் குழப்பம் ஏற்படும். சக்கரவர்த்தியைக் கண்டு உங்கள் விருப்பத்தைத் தெரியப்படுத்துவதை நானே ஏற்றுக் கொள்கிறேன். நீங்கள் நிம்மதியாக இருங்கள்!"

"தங்களிடம் தெரியப்படுத்தியதுமே எங்களுடைய மனத்திலிருந்த பாரம் நீங்கிவிட்டது! போய் வருகிறோம்!" தெரிஞ்ச கைக்கோளப் படைத் தலைவர்கள் மூவரும் அங்கிருந்து அகன்று சென்றார்கள்.

அநிருத்தப் பிரமராயர் "ஆகா! பொன்னியின் செல்வரிடம் அப்படி என்னதான் ஆகர்ஷண சக்தி இருக்குமோ, தெரியவில்லை! அவரை ஒருமுறை பார்த்தவர்கள்கூடப் பைத்தியமாகி விடுகிறார்களே!" என்று வாய்க்குள் முணுமுணுத்துக் கொண்டார்.

பிறகு, உரத்த குரலில், "எங்கே? அந்த முரட்டு வைஷ்ணவனை இங்கே வரச் சொல்லுங்கள்!" என்று கட்டளையிட்டார்.

❖

12. குருவும் சீடனும்

இந்தச் சந்தர்ப்பத்தில் தமிழ் நாட்டுச் சரித்திர ஆராய்ச்சி சம்பந்தமான ஒரு நிகழ்ச்சியை இக்கதையைப் படித்து வரும் நேயர்களுக்குத் தெரிவித்துக்கொள்ள விரும்புகிறோம். திருச்சிராப்பள்ளி ஜில்லா லால்குடி தாலுகாவில் அன்பில் என்ற பெயர் கொண்ட கிராமம் ஒன்று இருக்கிறது. இதை வடமொழியாளர் 'பிரேமபுரி' என்று மொழிபெயர்த்துக் கையாண்டிருக்கிறார்கள். (இந்த அத்தியாயம் எழுதப்பட்டது 1951 இல்) இன்றைக்குச் சுமார் நாற்பத்தைந்து ஆண்டுகளுக்கு முன்பு இந்தக் கிராமத்தில் ஒரு வேளாளர் தம்முடைய பழைய வீட்டை இடித்துப் புதுப்பித்துக் கட்டுவதற்காக அஸ்திவாரம் தோண்டினார். அப்போது ஓர் அதிசயமான வஸ்து பூமிக்கடியிலிருந்து அகப்பட்டது. பல செப்புத் தகடுகளை நுனியில் துவாரமிட்டு வளையத்தினால் கோத்திருந்தது. அந்தத் தகடுகளில் ஏதோ செதுக்கி எழுதப்பட்டிருந்தது. இரண்டு ஆள் தூக்க முடியாத கனமுள்ள அந்தத் தகடுகளை அவர் சில காலம் வைத்திருந்தார். பிறகு அந்தக் கிராமத்துக் கோயிலைப் புதுப்பித்து திருப்பணி செய்யலாம் என்று வந்த ஸ்ரீ ஆர்.எஸ்.எல். லக்ஷ்மண செட்டியார் என்பவரிடம் அத்தகடுகளைக் கொடுத்தார். ஸ்ரீ லக்ஷ்மண செட்டியார், அத்தகடுகளில் சரித்திர சம்பந்தமான விவரங்கள் இருக்கலாம் என்று ஊகித்து அவற்றை எடுத்துக்கொண்டுபோய் மகா மகோபாத்தியாய சுவாமிநாத ஐயர் அவர்களிடம் தந்தார்.

ஐயர் அவர்கள் அச்செப்பேடுகளில் மிக முக்கியமாக விவரங்கள் இருப்பதைக் கண்டு அந்த நாளில் சிலாசாஸன ஆராய்ச்சியில் ஈடுபட்டிருந்த ஸ்ரீ டி.ஏ. கோபிநாத ராவ், எம்.ஏ. என்பாரிடம் அத்தகடுகளைச் சேர்ப்பித்தார். ஸ்ரீகோபிநாதராவ் அச்செப்புத் தகடுகளைக் கண்டதும் அருமையான புதையலை எடுத்தவர் போல் அகமகிழ்ந்தார். ஏனென்றால், சோழ மன்னர்களின் வம்சத்தைப் பற்றிய அவ்வளவு முக்கியமான விவரங்கள் அச்செப்பேடுகளில் செதுக்கப்பட்டிருந்தன.

சுந்தரசோழ சக்கரவர்த்தியின் 'மான்ய மந்திரி'யான அன்பில் அநிருத்தப்பிரமராயருக்குச் சக்கரவர்த்தி பட்டத்துக்கு வந்த நாலாம் ஆண்டில் அளித்த பத்து வேலி நில சாஸனத்தைப் பற்றிய விவரங்கள் அந்தச் செப்பேடுகளில் செதுக்கப்பட்டிருந்தன. இந்த நில சாஸனத்தை எழுதிய மாதவ பட்டர் என்பவர் சுந்தர சோழர் வரைக்கும் வந்த சோழ வம்சாவளியை அதில் குறிப்பிட்டிருந்தார். அத்துடன் அநிருத்தப் பிரமராயரின் வைஷ்ணவ பரம்பரையைக் குறிப்பிட்டு, அவருடைய தந்தை, தாயார், பாட்டனார், கொள்ளுப்பாட்டனார் ஆகியவர்கள் ஸ்ரீரங்கநாதரின் ஆலயத்தில் செய்துவந்த சேவையைக் குறித்தும் எழுதியிருந்தார்.

இதற்கு முன்னால் அகப்பட்டிருந்த ஆனைமங்கலச் செப்பேடுகள், திருவாலங்காட்டுச் செப்பேடுகள், ஆகியவற்றில் கொடுத்திருந்த சோழ வம்சாவளியுடன் அன்பில் செப்பேடுகளில் கண்டது பெரும்பாலும் ஒத்திருந்தது. எனவே, அந்தச் செப்பேடுகளில் கண்டவை சரித்திர பூர்வமான உண்மை விவரங்கள் என்பது ஊர்ஜிதமாயிற்று. மற்ற இரண்டு செப்பேடுகளில் காணாத இன்னும் சில விவரங்களும் இருந்தபடியால் "அன்பிற் செப்பேடுகள்" தமிழ்நாட்டுச் சரித்திர ஆராய்ச்சித் துறையில் மிகப் பிரசித்தி அடைந்தன.

எனவே, அநிருத்த பிரமராயர் என்பவர் சரித்திரச் செப்பேடுகளில் புகழ் பெற்ற சோழ சாம்ராஜ்ய மந்திரி என்பதை மனத்தில் வைத்துக்கொண்டு மேலே கதையைத் தொடர்ந்து படிக்குபடி நேயர்களைக் கேட்டுக்கொள்கிறோம்.

*

மானிய முதன் மந்திரி அநிருத்தப் பிரம்மராயர் வீற்றிருந்த மண்டபத்துக்குள் ஆழ்வார்க்கடியான் பிரவேசித்தான். அவரை மூன்று தடவை சுற்றி வந்தான்! சாஷ்டாங்கமாக விழுந்து நமஸ்கரித்து எழுந்தான்!

"ஓம் ஹ்ராம் ஹ்ரீம் வஷட்டு" என்று நாலு தடவை உரத்த குரலில் உச்சரித்துவிட்டு, "குருதேவரே விடை கொடுங்கள்" என்றான்.

அநிருத்தர் புன்னகையுடனே, "திருமலை! என்ன இந்தப் போடு போடுகிறாய்? எதற்கு என்னிடத்தில் விடை கேட்கிறாய்?" என்றார்.

"தாஸன் அவலம்பித்த ஸ்ரீவைஷ்ணவ சம்பிரதாயத்தையும், 'ஆழ்வார்க்கடியான்' என்ற பெயரையும், தங்களுக்குக் கைங்கரியம் செய்யும் பாக்கியத்தையும் இந்த மாகடலில் அர்ப்பணம் செய்துவிட்டு வீர சைவ காளாமுக சம்பிரதாயத்தைச் சேர்ந்து விடப் போகிறேன். கையில் மண்டை ஓட்டை எடுத்துக்கொண்டு 'ஓம் ஹ்ராம் ஹ்ரீம் வஷட்டு' என்ற மகத்தான மந்திரத்தை உச்சரித்துக் கொண்டு ஊர் ஊராகப் போவேன்! தலையில் ஜடாமகுடமும், முகத்தில் நீண்ட தாடியும் வளர்த்துக் கொண்டு, எதிர்ப்படுகிற ஸ்ரீவைஷ்ணவர்களுடைய மண்டைகளையெல்லாம் இந்தத் தடியினால் அடித்துப் பிளப்பேன்..."

"அப்பனே! நில்! நில்! என்னுடைய மண்டைக்குக் கூட அந்தக் கதிதானோ?"

"குருவே! தாங்கள் ஸ்ரீவைஷ்ணவ சம்பிரதாயத்தை இன்னமும் அவலம்பிக்கிறவர்தானோ?"

"திருமலை! அதைப் பற்றி உனக்கு என்ன சந்தேகம்? என்னை யார் என்று நினைத்தாய்!"

"தாங்கள் யார்? அது விஷயத்திலேதான் எனக்கும் சந்தேகம் ஏற்பட்டுவிட்டது. இரண்டு நதிகளின் நடுவில் அறிதுயில் புரிந்து சகல புவனங்களையும் காக்கும் ஸ்ரீ ரங்கநாதருக்குப் பணி செய்வதையே வாழ்க்கை எடுத்த பயனாகக் கொண்டிருந்த அன்பில் அனந்தாழ்வார் சுவாமிகளின் கொள்ளுப்பேரர் தாங்கள்தானே?"

"ஆம் அப்பனே? நான்தான்!"

"ஸ்ரீமந் நாராயண நாமத்தின் மகிமையை நானிலத்துக்கெல்லாம் எடுத்துரைத்த அன்பில் அநிருத்தப் பட்டாச்சாரியின் திருப்பேரரும் தாங்கள்தானே?"

"ஆமாம்; நானேதான்! அந்த மகானுடைய திருநாமத்தைத் தான் எனக்கும் சூட்டினார்கள்?"

"ஆழ்வார்களுடைய அமுதொழுகும் மதுர கீதங்களைப் பாடிப் பக்த கோடிகளைப் பரவசப்படுத்தி வந்த நாராயண பட்டாச்சாரியின் சாக்ஷாத் சீமந்த புத்திரரும் தாங்களேயல்லவா?"

"ஆமாம் அப்பா; ஆமாம்!"

"ஸ்ரீ ரங்கநாதர் பள்ளிகொண்ட பொன்னரங்கக் கோயிலில் தினந்தினம் நந்தா விளக்கு ஏற்றி வைத்தும் யாத்ரீகர்களுக்கு வெள்ளித் தட்டில் அன்னமிட்டும் கைங்கரியம் புரிந்து வந்த மங்கையர் திலகத்தின் புதல்வரும் தாங்களே அல்லவா?"

"சந்தேகம் இல்லை!"

"அப்படியானால், என் கண்கள் என்னை மோசம் செய்கின்றனவா? என் கண் முன்னே நான் பார்ப்பது பொய்யா? என் இரு செவிகளால் நான் கேட்டதும் பொய்யா?"

"எதைச் சொல்கிறாய், அப்பனே? உன் கண்களின் மேலும் காதுகளின் பேரிலும் சந்தேகம் கொள்ளும்படி என்ன நேர்ந்து விட்டது?"

"தாங்கள் இந்த ஊர்ச் சிவன் கோயிலுக்குச் சென்று அபிஷேகம் அர்ச்சனை எல்லாம் நடத்திவைத்ததாக என் செவிகளால் கேட்டேன்."

"அது உண்மையேதான்; உன் செவிகள் உன்னை மோசம் செய்து விடவில்லை."

"தாங்கள் சிவன் கோவிலுக்குப் போய் வந்ததன் அடையாளங்கள் தங்கள் திருமேனியில் இருப்பதாக என் கண்கள் காண்பதும் உண்மைதான் போலும்!"

"அதுவும் உண்மையே!"

"இந்தக் கலியுகத்தில் ஸ்ரீமந் நாராயணனே தெய்வம் என்றும், ஆழ்வார்களின் பாசுரங்களே வேதம் என்றும், ஹரிநாம சங்கீர்த்தனமே மோட்சத்தை அடையும் மார்க்கம் என்றும் எனக்குக் கற்பித்த குருதேவர் தாங்களே அல்லவா?"

"ஆம்; அதனால் என்ன?"

"குருதேவராகிய தாங்களே சொல்வது ஒன்றும், செய்வது ஒன்றுமாக இருந்தால், சீடனாகிய நான் என்ன செய்யக் கிடக்கின்றது?"

"திருமலை! நான் சிவன் கோயிலுக்குப் போய்த் தரிசனம் செய்தது பற்றித்தானே சொல்லுகிறாய்?"

"குருதேவரே! அங்கே எந்தக் கடவுளைத் தரிசனம் செய்தீர்கள்?"

"சந்தேகம் என்ன? நாராயண மூர்த்தியைத்தான்!"

"இராமேஸ்வரக் கோயிலுக்குள் இலிங்க வடிவம் வைத்திருப்பதாக அல்லவோ கேள்விப்பட்டிருக்கிறேன்? அதனால்தானே இங்குள்ள வீர சைவ பட்டர்மார்கள் என்னைச் சூழ்ந்து கொண்டு அவ்வளவு கொக்கரித்தார்கள்?"

"பிள்ளாய்! நீ திருநகரியில் திரு அவதாரம் செய்த நம் சடகோபரின் அடியார்க்கடியான் என்று நாம் பூண்டிருப்பது சத்தியந்தானே?"

"அதில் என்ன சந்தேகம்?"

"நம்மாழ்வாரின் அருள்வாக்கைச் சற்று ஞாபகப்படுத்திக் கொள். நீ மறந்திருந்தால் நானே நினைவூட்டுகிறேன்; கேள்;

'இலிங்கத்திட்ட புராணத்தீரும்
சமணரும் சாக்கியரும்
வலிந்து வாது செய்வீர்களும் மற்று நுந்
தெய்வமுமாகி நின்றானே!

இவ்வாறு சடகோபரே சாதித்திருக்கும்போது சிவலிங்கத்தில் நான் நாராயணனைத் தரிசித்தது தவறா?"

"ஆகா! சடகோபரின் அருள்வாக்கே! வாக்கு! இலிங்கத்தை வழிபடுவோரைச் சமணரோடும் சாக்கியரோடும் கொண்டு போய்த் தள்ளினார் பாருங்கள்!"

"அப்பனே! உன் குதர்க்க புத்தி உன்னை விட்டு எப்போது நீங்குமோ, தெரியவில்லை. நம் சடகோபர் மேலும் சொல்லியிருப்பதைக் கேள்:

'நீராய் நிலனாய்த் தீயாய்க் காலாய்
நெடுவானாய்ச்
சீரார் சுடர்கள் இரண்டாய்ச் சிவனாய்
அயனாய்'

உள்ளவன் ஸ்ரீ நாராயண மூர்த்தியே என்று திருவாய் மலர்ந்திருக்கிறார். இன்னும் கேள், திருமலை! கேட்டு உன் மனமாசைத் துடைத்துக்கொள்!

'முனியே நான்முகனே முக்கண்ணப்பா!
என் பொல்லாக்
கனிவாய்த் தாமரைக்கண் கருமாணிக்கமே
என் கள்வா!
தனியே ஆருயிரே என்தலை மிசையாய்
வந்திட்டு"

கேட்டாயா, திருமலை 'முக்கண்ணப்பா!' என்று நம் சடகோபர் கூவி அழைத்துத் தம் தலைமீது வரும்படி பிரார்த்தித்திருக்கிறார்! நீயோ சிவன் கோயிலுக்கு நான் போனது பற்றி ஆட்சேபிக்கிறாய்!..."

"குருதேவரே! மன்னிக்க வேண்டும்; அபசாரத்தை க்ஷமிக்க வேண்டும்! நம்மாழ்வாரின் பாசுரங்கள் அனைத்தையும் தெரிந்து கொள்ளாமையினால் வீண் சண்டைகளில் காலங்கழித்தேன். தங்களையும் சந்தேகித்தேன். இனி எனக்கு ஒரு வரம் கொடுத்து அருள வேண்டும்."

"என்ன வரம் வேண்டும் என்று சொன்னாயானால், கொடுப்பதைப் பற்றி யோசிக்கலாம்."

"திருக்குருகூர் சென்று அங்கேயே தங்கிவிட ஆசைப்படுகிறேன். நம் சடகோபரின் ஆயிரம் பாடல்களையும் சேகரித்துக்கொண்டு பிறகு ஊர் ஊராகச் சென்று அந்தப் பாடல்களைக் கானம் செய்ய விரும்புகிறேன்..."

"இந்த ஆசை உனக்கு ஏன் வந்தது?"

"வடவேங்கடத்திலிருந்து வரும் வழியில் வீர நாராயணப் பெருமாள் சந்நிதியில் ஆழ்வார் பாசுரங்கள் சிலவற்றைப் பாடினேன். அந்தச் சந்நிதியில் கைங்கரியம் செய்யும் ஈசுவரப்பட்டர் என்னும் பெரியவர் கேட்டு ஆனந்தக் கண்ணீர் விட்டார்..."

"ஈசுவர பட்டர் மகா பக்திமான்; நல்ல சிஷ்டர்."

"அவருடைய இளம் புதல்வன் ஒருவனும் அவர் அருகில் நின்று கேட்டுக்கொண்டிருந்தான். அந்த இளம் பாலகனின் பால்வடியும் முகம் ஆழ்வார் பாசுரத்தை கேட்டுப் பூரண சந்திரனைப்போல் பிரகாசித்தது. 'மற்றப் பாடல்களும் தெரியுமா?' என்று அந்தச் சின்னஞ்சிறு பிள்ளை பால் மணம் மாறாத வாயினால் கேட்டான். 'தெரியாது' என்று சொல்ல எனக்கு வெட்கமாயிருந்தது. ஆழ்வார்களின் தொண்டுக்கே ஏன் இந்த நாயேனை அர்ப்பணம் செய்து விடக்கூடாது என்று அப்போதே தோன்றியது. இன்றைக்கு அந்த எண்ணம் உறுதிப்பட்டுவிட்டது..."

"திருமலை; அவரவர்களும் ஸ்வதர்மத்தைக் கடைப்பிடிக்க வேண்டும் என்று கீதாச்சாரியார் அருள்புரிந்திருக்கிறார் அல்லவா?"

"ஆம், குருவே!"

"ஆழ்வார்களின் பாசுரங்களைச் சேகரிப்பதற்கும் பரப்புவதற்கும் மகான்கள் அவதரிப்பார்கள். அதுபோலவே ஆழ்வார்களுடைய பாடல்களில் உள்ள வேத சாரமான

தத்துவங்களை நிரூபணம் செய்து, வடமொழியின் மூலம் பரத கண்டமெங்கும் நிலை நாட்டக்கூடிய அவதார மூர்த்திகளும் இந்நாட்டில் ஜனிப்பார்கள். நீயும் நானும் இராஜ்ய சேவையை நமது ஸ்வதர்மமாகக் கொண்டவர்கள். சோழ சக்கரவர்த்தியின் சேவையில் உடல் பொருள் ஆவியை அர்ப்பணம் செய்வதாக நாம் சபதம் செய்திருப்பதை மறந்தனையோ?.."

"மறக்கவில்லை, குருவே! ஆனால் அது உசிதமா என்ற சந்தேகம் தோன்றி என் உள்ளத்தை அரித்து வருகிறது. முக்கியமாக, தங்களைப் பற்றி சில இடங்களில் பேசிக் கொள்வதைக் கேட்டால்..."

"என்ன பேசிக்கொள்கிறார்கள்?"

"தங்களுக்குச் சக்கரவர்த்தி பத்து வேலி நிலம் மானியம் விட்டு அதைச் செப்பேட்டிலும் எழுதிக் கொடுத்திருப்பதால் தாங்கள் வைஷ்ணவ சம்பிரதாயத்தை விட்டுவிட்டதாகச் சிலர் சொல்கிறார்கள். ஜாதி தர்மத்தைப் புறக்கணித்துக் கப்பல் பிரயாணம் செய்ததாகவும் கூறுகிறார்கள்..."

"அந்தப் பொறாமைக்காரர்கள் சொல்வதை நீ பொருட்படுத்த வேண்டாம். நம்முடைய ஜாதி கிணற்றுத் தவளைகளாக இருக்க வேண்டுமென்று அவர்கள் நினைக்கிறார்கள். சக்கரவர்த்தி எனக்குப் பத்து வேலி நிலம் மானியம் கொடுத்திருப்பது உண்மைதான். அதைச் செப்பேட்டிலும் எழுதிக் கொடுத்திருக்கிறார். ஆனால் அதற்கு நாலு வருஷங்களுக்கு முன்பே சக்கரவர்த்திக்கு நான் மந்திரியானேன் என்பது உனக்குத் தெரியும் அல்லவா?"

ஆழ்வார்க்கடியான் மௌனமாயிருந்தான்.

"சக்கரவர்த்திக்கும் எனக்கும் எப்போது நட்பு ஏற்பட்டது என்றாவது உனக்குத் தெரியுமா? நாங்கள் இருவரும் இளம்பிராயத்தில் ஒரே ஆசிரியரிடம் பாடங்கற்றோம். செந்தமிழும் வடமொழியும் பயின்றோம். கணிதம், வான சாஸ்திரம், தர்க்கம், வியாகரணம் எல்லாம் படித்தோம். அப்போதெல்லாம் சுந்தர சோழர் சிம்மாசனம் ஏறப் போகிறார் என்று யாரும் கனவிலும் எண்ணியதில்லை. அவராவது, நானாவது அதைப் பற்றிச் சிந்தித்ததே கிடையாது. இராஜாதித்தரும் கண்டராதித்தரும் காலமாகி அரிஞ்சய சோழர் பட்டத்துக்கு வருவார் என்று யார் நினைத்தது? அரிஞ்சயருக்கு அவ்வளவு விரைவில் துர்மரணம் சம்பவித்து சுந்தர சோழர் பட்டத்துக்கு வரும்படியிருக்கும் என்றுதான் யார் நினைத்தார்கள்? சுந்தர சோழர் சிம்மாசனம் ஏறியபோது அதனால் பல சிக்கல்கள் விளையும் என்று எதிர்பார்த்தார். உடனிருந்து நான் உதவுவதாயிருந்தால் பட்டத்தை ஒப்புக்கொள்வதாகவும் இல்லாவிட்டால் மறுத்துவிடுவதாகவும் கூறினார். இராஜ்ய நிர்வாகத்தில் அவருக்கு உதவுவதாக அப்போது வாக்களித்தேன். அந்த வாக்குறுதியை இன்றளவும் நிறைவேற்றி வருகிறேன். இதெல்லாம் உனக்குத் தெரியாதா, திருமலை?"

"எனக்குத் தெரியும், குருதேவா! என் ஒருவனுக்கு மட்டும் தெரிந்து என்ன பயன்? ஜனங்களுக்குத் தெரியாது தானே? நாட்டிலும் நகரத்திலும் வம்பு பேசுகிறவர்களுக்குத் தெரியாதுதானே."

"வம்பு பேசுகிறவர்களைப் பற்றி நீ சிறிதும் கவலைப்பட வேண்டாம். பரம்பரையான ஆச்சாரியத் தொழிலை விட்டுவிட்டு நான் இராஜ சேவையில் இறங்கியது பற்றி இதற்கு முன்னால் நானே சில சமயம் குழப்பமடைந்ததுண்டு. ஆனால் சென்ற இரண்டு நாட்களாக அத்தகைய குழப்பம் எனக்குச் சிறிதும் இல்லை. திருமலை! நான் இராமேசுவர ஆலயத்தில் சுவாமி தரிசனத்துக்காக இங்கு வரவில்லை என்பதும் மாதோட்டம் போவதற்காகவே இங்கு வந்தேன் என்பதும் உனக்குத் தெரியும் அல்லவா?"

"அப்படித்தான் ஊகித்தேன், குருதேவரே!"

"நீ ஊகித்தது சரியே, அன்றைக்குச் சம்பந்தரும் சுந்தரமூர்த்தியும் பரவசமாக வர்ணித்தபடியேதான் இன்றைக்கும் பாலாவி நதிக்கரையில் மாதோட்டம் இருக்கிறது.

'வண்டுபண்செயும் மாமலர்ப் பொழில்
மஞ்ஞை நடமிடுமாதோட்டம்
தொண்டர் நாடொறுந் துதிசெய
அருள்செய் கேதீச்சுர மதுதானே!'

என்று சம்பந்தர் பாடியிருக்கிறாரே, அந்த மாதோட்டத்தை நேரில் பார்க்காமல் எழுதியிருக்க முடியுமா? இந்த இராமேசுவரத் தீவிலிருந்தபடியே மாதோட்டத்தை எட்டிப் பார்த்து விட்டு எழுதியதாகச் சொல்லுகிறார்கள், கிணற்றுத் தவளைப் பண்டிதர்கள் சிலர். அத்தகையோர் சொல்வதை நீ பொருட்படுத்த வேண்டாம்..."

"சுவாமி! மாதோட்டத்தின் இயற்கை வளங்களைக் கண்டு களிப்பதற்காகவா தாங்கள் அந்த க்ஷேத்திரத்துக்குச் சென்றிருந்தீர்கள்?"

"இல்லை; உன்னை அங்கே அனுப்ப எண்ணியிருப்பதால் அதைப் பற்றியும் சொன்னேன். நான் சென்றது இளவரசர் அருள்மொழிவர்மரைப் பார்ப்பதற்காக..."

"இளவரசரைப் பார்த்தீர்களா, குருதேவரே?" என்று ஆழ்வார்க்கடியான் கேட்டான். அவனுடைய பேச்சில் இப்போதுதான் சிறிது ஆர்வமும் பரபரப்பும் தொனித்தன.

"ஆகா! உனக்குக்கூட ஆவல் உண்டாகிவிட்டதல்லவா, இளவரசரைப் பற்றித் தெரிந்து கொள்வதற்கு? ஆம், திருமலை! இளவரசரைப் பார்த்தேன்; பேசினேன். இலங்கையிலிருந்து வந்து கொண்டிருந்த அதிசயமான செய்திகள் எவ்வளவு தூரம் உண்மை என்பதை நேரில் தெரிந்துகொண்டேன். கேள், அப்பனே! இலங்கை அரசன் மகிந்தனிடம் ஒரு மாபெரும் சைன்யம் இருந்தது. அந்தச் சைன்யம் இப்போது இல்லவே இல்லை! அது என்ன ஆயிற்று தெரியுமா? சூரியனைக் கண்ட பனிபோல் கரைந்து, மறைந்து போய்விட்டது! மகிந்தனுடைய சைன்யத்திலே பாண்டிய நாட்டிலிருந்தும், சேர நாட்டிலிருந்தும் சென்ற வீரர்கள் பலர் இருந்தார்கள். அவர்கள் எல்லாரும் நம் இளவரசர் படைத்தலைமை வகித்து வருகிறார் என்று அறிந்ததும் ஆயுதங்களைக் கீழே போட்டுவிட்டார்கள். ஒருவரைப் போல் அனைவரும் நம்முடைய கட்சிக்கே வந்து சேர்ந்து விட்டார்கள்! மகிந்தன் எப்படிப் போர் புரிவான்? போயே போய் விட்டான். மலைகள் சூழ்ந்த ரோஹண நாட்டிற்குச் சென்று ஒளிந்து கொண்டிருக்கிறான். ஆக, நமது சைன்யம் போர் செய்வதற்கு அங்கு இப்போது எதிரிகளே இல்லை!"

"அப்படியானால், குருதேவரே! இளவரசர் நம் சைனியத்துடன் திரும்பிவிட வேண்டியதுதானே? மேலும் அங்கே இருப்பானேன்? நம் வீரர்களுக்குத் தானியம் அனுப்புவது பற்றிய ரகளையெல்லாம் எதற்காக?"

"எதிரிகள் இல்லையென்று சொல்லி திரும்பிவந்து விடலாம். ஆனால் இளவரசருக்கு அதில் இஷ்டமில்லை. எனக்கும் அதில் சம்மதமில்லை. இளவரசரும், சைனியமும் இப்பால் வந்ததும், மகிந்தன் மலை நாட்டிலிருந்து வெளி வருவான். மறுபடியும் பழையபடி போர் தொடங்கும் அதில் என்ன பயன்? இலங்கை மன்னரும், மக்களும் ஒன்று நமக்குச் சிநேகிதர்களாக வேண்டும். அல்லது புலிக்கொடியின் ஆட்சியை அங்கே நிரந்தரமாக நிறுவுதல் வேண்டும். இந்த இரண்டு வகை முயற்சியிலும் இளவரசர் ஈடுபட்டிருக்கிறார். நமது போர் வீரர்கள் இப்போது இலங்கையில் என்ன செய்து கொண்டிருக்கிறார்கள் தெரியுமா? பழைய போர்களில் அநுராதபுர நகரமே நாசமாகிவிட்டது. அங்கிருந்த பழமையான புத்த விஹாரங்கள், கோயில்கள், தாது கர்ப்ப கோபுரங்கள் எல்லாம் இடிந்து பாழாய்க் கிடக்கின்றன. இளவரசரின் கட்டளையின் பேரில் இப்போது நம்வீரர்கள் இடிந்த அக்கட்டடங்களையெல்லாம் புதுப்பித்துக் கொண்டிருக்கிறார்கள்.!"

"அழகாய்த்தானிருக்கிறது சைவம், வைஷ்ணவம் இரண்டையும் கைவிட்டு இளவரசர் சாக்கிய மதத்திலேயே ஒருவேளை சேர்ந்து விடுவாரோ, என்னமோ? அதையும் தாங்கள் ஆமோதிப்பீர்களோ?"

"நானும் நீயும் ஆமோதித்தாலும் ஒன்றுதான்! ஆமோதிக்கா விட்டாலும் ஒன்றுதான். நம்மைப்போன்றவர்கள் நம்முடைய மதமே பெரிது என்று சண்டையிட்டுக்கொண்டிருக்கலாம்.

ஆனால் ஒரு நாட்டை ஆளும் அரசர் தம்முடைய பிரஜைகள் அனுசரிக்கும் சமயங்கள் எல்லாவற்றையும் ஆதரித்து பராமரிக்கவேண்டும். இந்த உண்மையை யாருடைய தூண்டுதலு மில்லாமல் இளவரசர் தாமே உணர்ந்திருக்கிறார். சந்தர்ப்பம் கிடைத்ததும் காரியத்திலும் செய்து காட்டுகிறார். திருமலை, இதைக் கேள்! நம் இளவரசர் அருள்மொழிவர்மருடைய கரங்களில் சங்கு சக்கர ரேகை இருப்பதாகச் சொல்லக் கேட்டிருக்கிறேன், நீயும் கேட்டிருப்பாய். ஆனால் அவருடைய கரங்களை நீட்டச் சொல்லி நான் பார்த்ததில்லை. அவர் கையில் சங்கு சக்கர ரேகை இருந்தாலும் சரி, இல்லாவிட்டாலும் சரி, ஒன்று நிச்சயமாக சொல்கிறேன். இந்தப் பூமண்டலத்தை ஏக சக்ராதிபதியாக ஆளத்தகுந்தவர் ஒருவர் உண்டு என்றால் அவர் இளவரசர் அருள்மொழிவர்மர் தாம். பிறவியிலேயே அத்தகைய தெய்வ கடாட்சத்துடன் சிலர் பிறக்கிறார்கள். சற்றுமுன் சில வர்த்தகத் தலைவர்களும் கைக்கோளப் படைச் சேனாதிபதிகளும் வந்துபேசிக் கொண்டிருந்தார்களே, அது உன் காதில் விழுந்ததா? இளவரசருக்கு என்றால் நம் வர்த்தகர்கள், காசிலேயே கருத்துள்ளவர்கள், எவ்வளவு தாராளமாகி விடுகிறார்கள் பார்த்தாயா?"

"சில நாளைக்கு முன்னால் பொதிகைமலைச் சிகரத்தில் ஒரு தவயோகியைப் பார்த்தேன்; அவர் ஞானக்கண் படைத்த மகான். அவர் என்ன சொன்னார் தெரியுமா? 'யானைக்கு ஒரு காலம் வந்தால், பூனைக்கு ஒரு காலம் வரும். இப்போது தென்னாடு மேம்பாடு அடையும் காலம் வந்திருக்கிறது. வெகுகாலமாக இப்புண்ணிய பாரத பூமியில் பெரிய பெரிய சக்கரவர்த்திகளும், வீராதி வீரர்களும், ஞானப் பெருஞ் செல்வர்களும், மகா கவிஞர்களும் வடநாட்டிலேயே அவதரித்து வந்தார்கள். ஆனால் வடநாட்டைச் சீக்கிரம் கிரகணம் பிடிக்கப் போகிறது. இமயமலைக்கு அப்பாலிருந்து ஒரு மகா முரட்டுச் சாதியார் வந்து வடநாட்டைச் சின்னா பின்னம் செய்வார்கள். கோயில்களையும், விக்கிரகங்களையும் உடைத்துப் போடுவார்கள். ஸநாதன தர்மம் பேராபத்துக்கும் உள்ளாகும். அப்போது நமது தர்மம், வேதசாஸ்திரம், கோயில், வழிபாடு ஆகியவற்றையெல்லாம் தென்னாடுதான் காப்பாற்றித் தரப்போகிறது. வீராதி வீரர்களான சக்கரவர்த்திகள் இத்தென்னாட்டில் தோன்றி, நாலு திசைகளிலும் ஆட்சி செலுத்துவார்கள். மகா ஞானிகளும், பண்டிதோத்தமர்களும், பக்த சிரோமணிகளும் இத்தென்னாட்டில் அவதரிப்பார்கள்!' என்று இவ்விதம் அந்தப் பொதிகை மலைச் சிவயோகி அருளினார். அந்த யோகியின் தீர்க்க தரிசனம் உண்மையாகும் என்ற நம்பிக்கை எனக்கு இப்போது பிறந்திருக்கிறது, திருமலை!"

"சுவாமி! தாங்கள் ஏதேதோ ஆகாசக் கோட்டைகள் கட்டிக் கொண்டிருக்கிறீர்கள். ஆனால் அங்கே இராஜ்யத்தின் அஸ்திவாரத்தையே தகர்த்தெறியப் பார்க்கிறார்கள் குரு தேவரே! நான் பார்த்ததையெல்லாம் தாங்கள் பார்த்து நான் கேட்டதையெல்லாம் தாங்களும் கேட்டிருந்தால் இவ்வளவு குதூகலமாயிருக்க மாட்டீர்கள். இந்தச் சோழ சாம்ராஜ்யத்துக்கு ஏற்படப்போகும் அபாயத்தை நினைத்துக் கதிகலங்குவீர்கள்..."

"திருமலை, ஆம், நான் மறந்துவிட்டேன். அதிக உற்சாகம் என் அறிவை மூடிவிட்டது. நீ உன் பிரயாணத்தில் தெரிந்து வந்த செய்திகளை இன்னும் நான் கேட்கவே இல்லை. சொல், கேட்கிறேன். எவ்வளவு பயங்கரமான செய்திகளாயிருந்தாலும் தயங்காமல் சொல்!"

"சுவாமி, இங்கேயே சொல்லும்படி ஆக்ஞாபிக்கிறீர்களா? நான் கொண்டுவந்த செய்திகளை வாயு பகவான் கேட்டால் நடுங்குவார்; சமுத்திர ராஜன் கேட்டால் ஸ்தம்பித்து நிற்பார்; பட்சிகள் கேட்டால் பறக்கும் சக்தியை இழந்து சுருண்டுவிடும்; ஆகாசவாணியும், பூமா தேவியுங்கூட அலறிவிடுவார்கள். அப்படிப்பட்ட செய்திகளை இங்கே பகிரங்கமாகச் சொல்லும்படியா பணிக்கிறீர்கள்?" என்றான் ஆழ்வார்க்கடியான்.

"அப்படியானால் வா! காற்றும், கனலும் புகாத பாதாளக் குகை ஒன்று இந்தத் தீவிலே இருக்கிறது. அங்கே வந்து விவரமாகச் சொல்லு!" என்றார் அநிருத்தப் பிரமராயர்.

❖

13. "பொன்னியின் செல்வன்"

வந்தியத்தேவன் நாகத்தீவின் முனையில் இறங்கி மாதோட்டத்தை நோக்கிப் போய்க்கொண்டிருந்த அதே சமயத்தில் அநிருத்தப் பிரமராயரும் ஆழ்வார்க்கடியானும் சாம்ராஜ்ய நிலைமையைப்பற்றி விவாதித்துக் கொண்டிருந்த அதே நேரத்தில் குந்தவை தேவியும் கொடும்பாளூர் இளவரசி வானதியும், அம்பாரி வைத்த ஆனைமீது ஏறித் தஞ்சை நகரை நெருங்கிக் கொண்டிருந்தார்கள்.

இளைய பிராட்டி சில காலமாகத் தஞ்சைக்குப் போவதில்லை என்று வைத்துக் கொண்டிருந்தாள். இதற்குப் பல காரணங்கள் இருந்தன. தஞ்சையில் அரண்மனைப் பெண்டிர் தனித்தனியாக வசிக்கும் படியாகப் போதிய அரண்மனைகள் இன்னும் உண்டாகவில்லை. சக்கரவர்த்தியின் பிரதான அரண்மனையிலேயே எல்லாப் பெண்டிரும் இருந்தாக வேண்டும். மற்ற அரண்மனைகளையெல்லாம் பழுவேட்டரையர்களும் மற்றும் பெருந்தரத்து அரசாங்க அதிகாரிகளும் ஆக்ரமித்துக் கொண்டிருந்தார்கள். பழையாறையில் அரண்மனைப் பெண்டிர் சுயேச்சையாக இருக்க முடிந்தது. விருப்பம் போல் வெளியில் போகலாம்; வரலாம். ஆனால் தஞ்சையில் வசித்தால் பழுவேட்டரையர்களின் கட்டுப்பாடுகளுக்கு உட்பட்டுத் தீரவேண்டும். கோட்டைக்குள்ளும், அரண்மனைக்குள்ளும் இஷ்டம் போல் வருவதும் போவதும் இயலாத காரியம். அம்மாதிரி கட்டுப்பாடுகளும், நிர்ப்பந்தங்களும் இளைய பிராட்டிக்குப் பிடிப்பதில்லை. அல்லாமலும் பழுவூர் இளையராணியின் செருக்கும், அவளுடைய அகம்பாவ நடத்தைகளும் குந்தவைப் பிராட்டிக்கு மிக்க வெறுப்பை அளித்தன. அரண்மனைப் பெண்டிர்கள் பழையாறையில் இருப்பதையே சக்கரவர்த்தியும் விரும்பினார். இந்தக் காரணங்களினால் குந்தவைப் பிராட்டி பழையாறையிலேயே வசித்து வந்தாள். உடம்பு குணமில்லாத தன் அருமைத் தந்தையைப் பார்க்கவேண்டும், அவருக்குப் பணிவிடை செய்ய வேண்டும் என்ற ஆர்வத்தையும் கட்டுப்படுத்திக் கொண்டிருந்தாள்.

ஆனால் வந்தியத்தேவன் வந்துவிட்டுப் போனதிலிருந்து இளைய பிராட்டியின் மனத்தில் ஒரு மாறுதல் ஏற்பட்டிருந்தது. இராஜரீகத்தில் பயங்கரமான சூழ்ச்சிகளும், சதிகளும் நடைபெற்றுக்கொண்டிருக்கும்போது நாம் பழையாறையில் உல்லாசமாக நதிகளில் ஓடம் விட்டுக்கொண்டும், பூங்காவனங்களில் ஆடிப்பாடிக் கொண்டும் காலங்கழிப்பது சரியா? தமையன் தொண்டை நாட்டில் இருக்கிறான்; தம்பியோ ஈழநாட்டில் இருக்கிறான்; அவர்கள் இருவரும் இல்லாத சமயத்தில் இராஜ்யத்தில் நடக்கும் விவகாரங்களை நாம் கவனித்தாக வேண்டும் அல்லவா? தலை நகரில் அவ்வப்போது நடக்கும் நிகழ்ச்சிகளை அந்தரங்கத் தூதர்கள் மூலம் அறிவிக்க வேண்டும் என்று தமையன் ஆதித்த கரிகாலன் கேட்டுக் கொண்டிருக்கிறானே? பழையாறையில் வசித்தால் தஞ்சையில் நடக்கும் காரியங்கள் எப்படித் தெரியவரும்?

வந்தியத்தேவன் அறிவித்த செய்திகளோ மிகப் பயங்கரமாயிருந்தன. பழுவேட்டரையர்கள் தங்கள் அந்தஸ்துக்கு மீறி அதிகாரம் செலுத்தி வந்தது மட்டுமே இதுவரையில் இளைய பிராட்டிக்குப் பிடிக்காமலிருந்தது. இப்போதோ சிம்மாசனத்தைப் பற்றியே சூழ்ச்சி செய்ய ஆரம்பித்துவிட்டார்கள். பாவம்! அந்தப் பரம சாது மதுராந்தகனையும் தங்கள் வலையில் போட்டுக் கொண்டார்கள். சோழ நாட்டுச் சிற்றரசர்களையும், பெருந்தரத்து அதிகாரிகள் பலரையும் தங்கள் வசப்படுத்திக் கொண்டார்கள். எந்த நேரத்தில் என்ன நடக்குமோ, தெரியாது. இவர்களுடைய சூழ்ச்சியும், வஞ்சனையும், துராசையும் எந்த வரையில் போகும் என்று யார் கண்டது? சுந்தர சோழரின் உயிருக்கு உலை வைத்தாலும் வைத்துவிடுவார்கள்! மாட்டார்கள் என்று எப்படிச் சொல்ல முடியும்? சக்கரவர்த்தியின் புதல்வர்கள் இருவரும் இல்லாத சமயத்தில் அவருக்கு எதாவது நேர்ந்துவிட்டால், மதுராந்தகனைச் சிம்மாசனத்தில் ஏற்றி வைத்துவிடுவது எளிதாயிருக்கும் அல்லவா? இதற்காக என்ன

செய்தாலும் செய்வார்கள்! அவர்களுக்கு யோசனை தெரியாவிட்டாலும் அந்த ராட்சஸி நந்தினி சொல்லிக் கொடுப்பாள். அவர்கள் தயங்கினாலும், இவள் துணிவூட்டுவாள். ஆகையால் தஞ்சாவூரில் நம் தந்தையின் அருகில் நாம் இனி இருப்பதே நல்லது. சூழ்ச்சியும் சதியும் எதுவரைக்கும் போகின்றன என்று கவனித்துக் கொண்டு வரலாம். அதோடு நம் அருமைத் தந்தைக்கும் ஆபத்து ஒன்றும் வராமல் பார்த்துக் கொள்ளலாம்.

சாதுவாகிய மதுராந்தகனை ஏன் இவர்கள் சிம்மாசனத்தில் ஏற்றப் பார்க்கிறார்கள்? தர்ம நியாய முறைக்காகவா? இல்லவே இல்லை. மதுராந்தகனுக்குப் பட்டம் கட்டினால் அவனைப் பொம்மையாக வைத்துக்கொண்டு தங்கள் இஷ்டம் போல் எல்லாக் காரியங்களையும் நடத்திக் கொள்ளலாம் என்பதற்காகத்தான். அப்புறம் நந்தினி வைத்ததுதான் சோழ சாம்ராஜ்யத்தில் சட்டமாகிவிடும்! அவளுடைய அதிகாரத்துக்குப் பயந்துதான் மற்றவர்கள் வாழ வேண்டும். அவளிடம் மற்ற அரண்மனை மாதர் கைகட்டி நிற்கவேண்டும். சீச்சீ! அத்தகைய நிலைமைக்கு இடம் கொடுக்க முடியுமா? நான் ஒருத்தி இருக்கும் வரையில் அது நடவாது. பார்க்கலாம் அவளுடைய சாமர்த்தியத்தை!

தஞ்சாவூரில் இருப்பது தனக்குப் பல வகையில் சிரமமாகவே இருக்கும். தாயும், தந்தையும், "இங்கு எதற்காக வந்தாய், பழையாறையில் சுகமாக இருப்பதை விட்டு?" என்று கேட்பார்கள். 'சுயேச்சை என்பதே இல்லாமற் போய்விடும். தன்னுடைய திருமணத்தைப் பற்றிய பேச்சை யாரேனும் எடுப்பார்கள். அதைக் கேட்கவே தனக்குப் பிடிக்காது. நந்தினியைச் சில சமயம் பார்க்கும்படியாக இருக்கும். அவளுடைய அதிகாரச் செருக்கைத் தன்னால் சகிக்க முடியாது. ஆனால் இதையெல்லாம் இந்தச் சமயத்தில் பார்த்தால் சரிப்படுமா? இராஜ்யத்துக்குப் பேரபாயம் வந்திருக்கிறது. தந்தையின் உயிருக்கு அபாயம் நேரலாம் என்ற பயமும் இருக்கிறது. இப்படிப்பட்ட சந்தர்ப்பத்தில் நாம் இருக்கவேண்டிய இடம் தஞ்சையேயல்லவா?'

இவ்வளவையும் தவிர, வேறொரு முக்கிய காரணமும் இருந்தது. அது வந்தியத்தேவனைப் பற்றி ஏதேனும் செய்தி உண்டா என்று தெரிந்துகொள்ளும் ஆசைதான். வந்தியத்தேவன் கோடிக்கரைப் பக்கம் போயிருக்கிறான் என்று தெரிந்து அவனைப் பிடித்து வரப் பழுவேட்டரையர்கள் ஆட்கள் அனுப்பியிருப்பதைப்பற்றி இளைய பிராட்டி கேள்விப்பட்டாள். 'புத்தி யுத்திகளில் தேர்ந்த அந்த இளைஞன் இவர்களிடம் அகப்பட்டுக்கொள்வானா? ஒருவேளை அகப்பட்டால் தஞ்சாவூருக்குத்தான் கொண்டு வருவார்கள். அச்சமயம் நாம் அங்கே இருப்பது மிகவும் அவசியமல்லவா? ஆதித்த கரிகாலன் அனுப்பிய தூதனை அவர்கள் அவ்வளவு எளிதில் ஒன்றும் செய்துவிட முடியாது. ஏதாவது குற்றம் சாட்டித்தான் தண்டிக்க வேண்டும். அதற்காகவே சம்புவரையர் மகனை முதுகில் குத்திக் கொல்ல முயன்றதாக குற்றம் சாட்டியிருக்கிறார்கள். அது பொய் என்பதில் சந்தேகமில்லை. ஆனால் அது பொய் என்பதை நிரூபிக்க வேண்டும். கந்தன் மாறனுடன் பேசி அவனுடைய வாய்ப் பொறுப்பை அறிந்து கொள்வது அதற்கு உபயோகமாயிருக்கலாம்...'

இவ்விதமெல்லாம் குந்தவையின் உள்ளம் பெரிய பெரிய சூழ்ச்சிகளிலும் சிக்கலான விவகாரங்களிலும் சஞ்சரித்துக் குழம்பிக்கொண்டிருக்கையில், அவளுடன் யானைமீது வந்த அவள் தோழி வானதியின் உள்ளம், பால் போன்ற தூய்மையுடனும், பளிங்கு போன்ற தெளிவுடனும் ஒரே விஷயத்தைப்பற்றியே சிந்தித்துக்கொண்டிருந்தது. அந்த ஒரு விஷயம் இளவரசர் அருள்மொழிவர்மர் எப்போது இலங்கையிலிருந்து திரும்பி வருவார் என்பது பற்றித்தான்.

"அக்கா! அவரை உடனே புறப்பட்டு வரும்படி ஓலை அனுப்பியிருப்பதாகச் சொன்னீர்கள் அல்லவா? வந்தால், எவ்விடம் வருவார்? பழையாறைக்கா? தஞ்சாவூருக்கா?" என்று வானதி கேட்டாள்.

தஞ்சாவூருக்கு இவர்கள் போயிருக்கும்போது இளவரசர் பழையாறைக்கு வந்து விட்டால் என்ன செய்கிறது என்பது வானதியின் கவலை.

வேறு யோசனைகளில் ஆழ்ந்திருந்த குந்தவைப் பிராட்டி வானதியைத் திரும்பிப் பார்த்து, "யாரைப்பற்றியடி கேட்கிறாய்? பொன்னியின் செல்வனைப் பற்றியோ?" என்றாள்.

"ஆமாம், அக்கா! அவரைப் பற்றித்தான். இளவரசரைப் 'பொன்னியின் செல்வன்' என்று நாலைந்து தடவை தாங்கள் குறிப்பிட்டு விட்டீர்கள், அதற்குக் காரணம் சொல்லவில்லை. பிற்பாடு சொல்வதாகத் தட்டிக் கழித்துக்கொண்டு வந்திருக்கிறீர்கள். இப்போதாவது சொல்லுங்களேன். தஞ்சாவூர்க் கோட்டை இன்னும் வெகுதூரத்தில் இருக்கிறது. இந்த யானையோ ஆமை நகர்வதுபோல் நகர்கிறது!" என்றாள் வானதி.

"இதற்குமேல் யானை வேகமாய்ப் போனால் நம்மால் இதன் முதுகில் இருக்க முடியாது. அம்பாரியோடு நாமும் கீழே விழவேண்டியதுதான்! அடியே! தக்கோலப் போரில் என்ன நடந்தது என்று உனக்குத் தெரியுமா?"

"அக்கா! 'பொன்னியின் செல்வன்' என்னும் பெயர் எப்படி வந்தது என்று சொல்லுங்கள்!"

"அடி கள்ளி! அதை நீ மறக்கமாட்டாய் போலிருக்கிறது; சொல்கிறேன், கேள்!" என்று குந்தவைப் பிராட்டி சொல்லத் தொடங்கினாள்.

சுந்தர சோழ சக்கரவர்த்தி பட்டத்துக்கு வந்த புதிதில் அவருடைய குடும்ப வாழ்க்கை ஆனந்த மயமாக இருந்தது. அரண்மனைப் படகில் குடும்பத்துடன் அமர்ந்து சக்கரவர்த்தி பொன்னி நதியில் உல்லாசமாக உலாவி வருவார். அத்தகைய சமயங்களில் படகில் ஒரே குதூகலமாயிருக்கும். வீணா கானமும் பாணர்களில் கீதமும் கலந்து காவேரி வெள்ளத்தோடு போட்டியிட்டுக் கொண்டு பெருகும். இடையிடையே யாரேனும் ஏதேனும் வேடிக்கை செய்வார்கள். உடனே கலகலவென்று சிரிப்பின் ஒலி கிளம்பிக் காவேரிப் பிரவாகத்தில் சலசலப்பு ஒலியுடன் ஒன்றாகும்.

சிலசமயம் பெரியவர்கள் தங்களுக்குள் பேசி மகிழ்வார்கள். படகில் ஒரு பக்கத்தில் குழந்தைகள் கும்மாளம் அடித்துக் கொண்டிருப்பார்கள். சில சமயம் எல்லோருமாகச் சேர்ந்து வேடிக்கை விநோதங்களில் ஈடுபட்டுத் தங்களை மறந்து களிப்பார்கள்.

ஒருநாள் அரண்மனைப் படகில் சக்கரவர்த்தியும் ராணிகளும் குழந்தைகளும் உட்கார்ந்து காவேரியில் உல்லாசப் பிரயாணம் செய்துகொண்டிருந்தபோது, திடீரென்று, "குழந்தை எங்கே? குழந்தை அருள்மொழி எங்கே?" என்று ஒரு குரல் எழுந்தது. இந்தக் குரல் குந்தவையின் குரல்தான். அருள்மொழிக்கு அப்போது வயது ஐந்து. குந்தவைக்கு வயது ஏழு. அரண்மனையில் அனைவருக்கும் கண்ணினும் இனிய செல்லக் குழந்தை அருள்மொழி. ஆனால் எல்லாரிலும் மேலாக அவனிடம் வாஞ்சை உடையவள் அவன் தமக்கை குந்தவை. படகில் குழந்தையைக் காணோம் என்பதைக் குந்தவைதான் முதலில் கவனித்தாள். உடனே மேற்கண்டவாறு கூச்சலிட்டாள். எல்லாரும் கதிகலங்கிப் போனார்கள். படகில் அங்குமிங்கும் தேடினார்கள். ஆனால் அரண்மனைப் படகில் அதிகமாகத் தேடுவதற்கு இடம் எங்கே? சுற்றிச் சுற்றித் தேடியும் குழந்தையைக் காணவில்லை. குந்தவையும், ஆதித்தனும் அலறினார்கள். ராணிகள் புலம்பினார்கள், தோழிமார்கள் அரற்றினார்கள். படகோட்டிகளில் சிலர் காவேரி வெள்ளத்தில் குதித்துத் தேடினார்கள். சுந்தர சோழரும் அவ்வாறே குதித்துத் தேடலுற்றார். ஆனால் எங்கே என்று தேடுவது? ஆற்று வெள்ளம் குழந்தையை எவ்வளவு தூரம் அடித்துக்கொண்டு போயிருக்கும் என்று யார் கண்டது? குழந்தை எப்போது வெள்ளத்தில் விழுந்தது என்பதுதான் யாருக்குத் தெரியும்? நோக்கம், குறி என்பது ஒன்றுமில்லாமல் காவேரியில் குதித்தவர்கள் நாலாபுறமும் பாய்ந்து துழாவினார்கள். குழந்தை அகப்படவில்லை. இதற்குள் படகில் இருந்த ராணிகள் தோழிமார்களில் சிலர் மூர்ச்சை போட்டு விழுந்துவிட்டார்கள். அவர்களைக் கவனிப்பார்

இல்லை. உணர்ச்சியோடு இருந்த மற்றவர்கள் 'ஐயோ!' என்று அழுது புலம்பிய சோகக் குரல் காவேரி நதியின் ஓங்காரக் குரலை அடக்கிக்கொண்டு மேலெழுந்தது. நதிக்கரை மரங்களில் வசித்த பறவைகள் அதைக் கேட்டுத் திகைத்து மோனத்தில் ஆழ்ந்தன.

சட்டென்று ஓர் அற்புதக் காட்சி தென்பட்டது. படகுக்குச் சற்றுத் தூரத்தில் ஆற்று வெள்ளத்தின் மத்தியில் அது தெரிந்தது. பெண் உருவம் ஒன்று இரண்டு கைகளிலும் குழந்தையைத் தூக்கிப் பிடித்துக்கொண்டு நின்றது. அந்த மங்கையின் வடிவம் இடுப்புவரையில் தண்ணீரில் மறைந்திருந்தது. அப்பெண்ணின் பொன் முகமும், மார்பகமும், தூக்கிய கரங்களும் மட்டுமே மேலே தெரிந்தன. அவற்றிலும் பெரும் பகுதியைக் குழந்தை மறைத்துக்கொண்டிருந்தது. எல்லாரையும் போல் சுந்தர சோழரும் அந்தக் காட்சியைப் பார்த்தார். உடனே பாய்ந்து நீந்தி அந்தத் திசையை நோக்கிச் சென்றார். கைகளை நீட்டிக் குழந்தையை வாங்கிக் கொண்டார். இதற்குள் படகும் அவர் அருகில் சென்றுவிட்டது. படகிலிருந்தவர்கள் குழந்தையைச் சுந்தர சோழரிடமிருந்து வாங்கிக் கொண்டார்கள். சக்கரவர்த்தியையும் கையைப் பிடித்து ஏற்றி விட்டார்கள். சக்கரவர்த்தி படகில் ஏறியதும் நினைவற்று விழுந்துவிட்டார். அவரையும், குழந்தையையும் கவனிப்பதில் அனைவரும் ஈடுபட்டார்கள். குழந்தையைக் காப்பாற்றிக் கொடுத்த மாதரசி என்னவானாள்? என்று யாரும் கவனிக்கவில்லை. அவளுடைய உருவம் எப்படியிருந்தது? என்று அடையாளம் சொல்லும்படி யாரும் கவனித்துப் பார்க்கவும் இல்லை. "குழந்தையைக் காப்பாற்றியவள் நான்!" என்று பரிசு கேட்பதற்கு அவள் வரவும் இல்லை. ஆகவே காவேரி நதியாகிய தெய்வந்தான் இளவரசர் அருள்மொழிவர்மரைக் காப்பாற்றி கொடுத்திருக்கவேண்டும் என்று அனைவரும் ஒரு முகமாக முடிவு கட்டினார்கள். ஆண்டுதோறும் அந்த நாளில் பொன்னி நதிக்குப் பூஜை போடவும் ஏற்பாடாயிற்று. அதுவரை அரண்மனைச் செல்வனாயிருந்த அருள்மொழிவர்மன் அன்று முதல் 'பொன்னியின் செல்வன்' ஆனான். அச்சம்பவத்தை அறிந்த அரச குடும்பத்தார் அனைவரும் பெரும்பாலும் 'பொன்னியின் செல்வன்' என்றே அருள்மொழிவர்மனை அழைத்து வந்தார்கள்.

❖

14. இரண்டு பூரண சந்திரர்கள்

அன்று தஞ்சை நகரம் அல்லோல கல்லோலப்பட்டது. பல காலமாகத் தலைநகருக்கு வராதிருந்த இளவரசி மனம் மாறி தஞ்சைக்கு வருகிறார் என்றால் அந்த நகர மாந்தர்களின் எக்களிப்புக்குக் கேட்பானேன்? சோழ நாட்டில் இளவரசி குந்தவையின் அழகு, அறிவு, தயாளம் முதலிய குணங்களைப் பற்றித் தெரியாதவர்கள் இல்லை. தினம் ஒரு தடவையாவது ஏதேனும் ஒரு வியாஜம் பற்றி அவருடைய பெயரைக் குறிப்பிட்டுப் பேசாதவர்களும் இல்லை. இந்த வருஷம் நவராத்திரி வைபவத்துக்கு இளவரசி தஞ்சை அரண்மனையில் வந்து இருப்பார் என்ற வதந்தி முன்னமே பரவி மக்களின் ஆவலை வளர்த்திருந்தது. எனவே, இன்றைக்கு வருகிறார் என்று தெரிந்ததும் தஞ்சைக் கோட்டை வாசலில் ஒரு ஜன சமுத்திரமே காத்துக்கொண்டிருந்தது. பூரண சந்திரனுடைய உதயத்தை எதிர்பார்த்து ஆஹ்லாத ஆரவாரம் செய்யும் ஜலசமுத்திரத்தைப் போல் இந்த ஜனசமுத்திரமும் ஆர்வம் மிகுந்து ஆரவாரம் செய்து கொண்டிருந்தது.

கடைசியில், பூரணசந்திரனும் உதயமாயிற்று. ஏன்? இரண்டு நிலாமதியங்கள் ஒரே சமயத்தில் உதயமாயின. தஞ்சைக் கோட்டை வாசலண்டை குந்தவை தேவி தன் பரிவாரத்துடன் வந்து சேர்ந்தபோது, கோட்டைக் கதவுகள் தடால் என்று திறந்தன. உள்ளேயிருந்து தேவியை வரவேற்று அழைத்துப் போவதற்காக அரண்மனைப் பரிவாரங்கள் வெளிவந்தன.

அந்தப் பரிவாரங்களின் முன்னிலையில் இரு பழுவேட்டரையர்களும் இருந்தார்கள். அது மட்டுமல்ல; அவர்களுக்குப் பின்னால், முத்துப்பதித்த தந்தப் பல்லக்கு ஒன்றும் வந்தது.

அதன் பட்டுத் திரைகள் விலகியதும் உள்ளே பழுவூர் இளைய ராணி நந்தினிதேவியின் சுந்தர மதிவதனம் தெரிந்தது.

குந்தவை யானையிலிருந்தும் நந்தினி பல்லக்கிலிருந்தும் இறங்கினார்கள். நந்தினி விரைந்து முன்னால் சென்று குந்தவைக்கு முகமன் கூறி வரவேற்றாள். அந்த வரவேற்பைக் குந்தவை புன்னகை புரிந்து அங்கீகரித்தாள்.

சோழ நாட்டின் அந்த இரு பேரழகிகளையும் அங்கு ஒருங்கே கண்ட ஜனத்திரளின் உற்சாகம் கரைபுரண்டு ஓடியது. நந்தினி பொன் வர்ணமேனியாள்; குந்தவை செந்தாமரை நிறத்தினாள். நந்தினியின் பொன்முகம் பூரணசந்திரனைப்போல் வட்ட வடிவமாயிருந்தது; குந்தவையின் திருமுகம் கைதேர்ந்த சிற்பிகள் வார்த்த சிலை வடிவத்தைப் போல் சிறிது நீள வாட்டமாயிருந்தது. நந்தினியின் செவ்வரியோடிய கருநிறக் கண்கள் இறகு விரித்த தேன் வண்டுகளைப்போல் அகன்று இருந்தன; குந்தவையின் கருநீல வர்ணக் கண்கள் நீலோத்பலத்தின் இதழைப்போல் காதளவு நீண்டு பொலிந்தன. நந்தினியின் மூக்கு தட்டையாக வழுவழுவென்று தந்தத்தினால் செய்ததுபோல் திகழ்ந்தது. குந்தவையின் மூக்கு சிறிது நீண்டு பன்னீர்ப்பூவின் மொட்டைப்போல் இருந்தது. நந்தினியின் சிறிது தடித்த இதழ்கள் அமுதம் ததும்பும் பவழச் செப்பைப் போல் தோன்றியது. குந்தவையின் மெல்லிய இதழ்களோ தேன் பிலிற்றும் மாதுளை மொட்டெனத் திகழ்ந்தது. நந்தினி தன் கூந்தலைக் கொண்டை போட்டு மலர்ச்செண்டுகளைப் போல் அலங்கரித்து இருந்தாள். குந்தவையின் கூந்தலோ "இவள் அழகின் அரசி" என்பதற்கு அடையாளமாகச் சூட்டிய மணி மகுடத்தைப்போல் அமைந்திருந்தது.

இப்படியெல்லாம் அந்த இரு வனிதா மணிகளின் அழகையும் அலங்காரத்தையும் தனித்தனியே பிரித்து ஒப்பிட்டுப் பார்த்து எல்லோரும் மகிழ்ந்தார்கள் என்று சொல்ல முடியாது தான். ஆயினும் பொதுப்படையாக இருவரும் நிகரில்லாச் சௌந்தரியவதிகள் என்பதையும், அங்க அமைப்பிலும் அலங்காரத்திலும் மாறுபட்டவர்கள் என்பதையும் அனைவருமே எளிதில் உணர்ந்தார்கள். நந்தினியின் பேரில் அதுவரையில் நகர மாந்தர்களுக்கு ஓரளவு அதிருப்தியும் அசூயையும் இருந்து வந்தன. குந்தவைப் பிராட்டியை ஒவ்வொருவரும் தங்கள் குல தெய்வமெனப் பக்தியுடன் பாராட்டினார்கள். ஆனால், இப்போது பழுவூர் இளைய ராணி கோட்டை வாசலுக்கு வந்து இளைய பிராட்டியை வரவேற்றது மக்களுக்கு மிகுந்த குதூகலத்தை விளைவித்தது.

மக்கள் இவ்விதம் மகிழ்ச்சியில் ஆழ்ந்திருக்கையில் நந்தினிக்கும், குந்தவைக்கும் நடந்த சம்பாஷணை, மின்னலை மின்னல் வெட்டும் தோரணையில் அமைந்தது.

"தேவி! வருக! வருக! எங்களை அடியோடு மறந்துவிட்டீர்களோ, என்று நினைத்தோம். இளைய பிராட்டியின் கருணை எல்லையற்றது என்பதை இன்று அறிந்தோம்" என்றாள் நந்தினி.

"அது எப்படி ராணி! தூரத்திலிருந்தால் மறந்து விட்டதாக அர்த்தமா? நீங்கள் பழையாறைக்கு வராதபடியால் என்னை மறந்துவிட்டதாக வைத்துக் கொள்ளலாமா?" என்றாள் குந்தவை.

"தேன் மலரை நோக்கி வண்டுகள் தாமே வரும்; அழைப்பு வேண்டியதில்லை. அழகிய பழையாறைக்கு யாரும் வருவார்கள். இந்த அவலட்சணமான தஞ்சைக் கோட்டைக்குத் தாங்கள் வந்தது தங்கள் கருணையின் பெருமையல்லவா?"

"அது என்ன அப்படிச் சொல்லிவிட்டீர்கள்? தஞ்சை புரியை அவலட்சண நகரமென்று சொல்லலாமா? இங்கே சௌந்தரியத்தையே சிறைப்படுத்தி வைத்திருக்கும்போது?" என்றாள் இளைய பிராட்டி.

"நானும் அப்படித்தான் கேள்வியுற்றேன், சக்கரவர்த்தியை இங்கே சிறைப்படுத்தி வைத்திருக்கிறார்கள் என்று. இனிமேல் கவலையில்லை; அவரை விடுவித்து செல்லத்

தாங்கள் வந்து விட்டீர்கள் அல்லவா?" என்று நந்தினி கூறிய போது அவளுடைய கண்களில் மின்வெட்டுத் தோன்றி மறைந்தது.

"அழகாயிருக்கிறது! சுந்தரசோழ சக்ரவர்த்தியைச் சிறை வைக்க இந்திராதி தேவர்களாலும் முடியாது. சிறிய மனிதர்களால் எப்படி முடியும்? நான் அதைப்பற்றி சொல்லவில்லை. சௌந்தர்ய தேவதையான நந்தினி தேவியைப் பற்றிச் சொன்னேன்..."

"நன்றாகச் சொல்லுங்கள், தேவி! அவர் காது பட இதைச் சொல்லுங்கள். என்னைச் சிறையில் வைத்திருப்பது போலத்தான் பழுவூர் அரசர் வைத்திருக்கிறார். தாங்கள் கொஞ்சம் சிபாரிசு செய்து..."

"என் சிபாரிசு என்னத்துக்கு ஆகும்? தங்களை வைத்திருப்பது சாதாரணச் சிறையல்லவே? காதல் என்னும் சிறையல்லவா! அதிலும்..."

"ஆம், தேவி! அதிலும் கிழவருடைய காதல் சிறையாயிருந்து விட்டால் விமோசனமே இல்லை! ஏதோ பாதாளச் சிறை என்கிறார்களே? அதில் அடைக்கப்பட்டவர்களாவது வெளி வரக்கூடும்! ஆனால்..."

"ஆமாம்! ராணி! அதிலும் நாமாகப் போட்டுக்கொண்ட விலங்காயிருந்தால், நாமாகத் தேடிச் சென்ற சிறையாயிருந்தால் விடுதலை கஷ்டமானதுதான்!... சீதை, கண்ணகி, நளாயினி, சாவித்திரி வழியில் வந்தவர்கள் விடுதலை தேடவும் மாட்டார்கள்!... அதோ, அங்கே என்ன அவ்வளவு கூச்சல்?" என்றாள் குந்தவைப் பிராட்டி.

உண்மையாகவே, கோட்டை வாசலுக்கு சற்றுத்தூரத்தில் திரளாக நின்றுகொண்டிருந்த பெண்களின் நடுவிலிருந்து அந்தப் பெருங்கூச்சல் எழுந்துகொண்டிருந்தது. குந்தவையும், நந்தினியும் அவ்விடத்தை நெருங்கிப் போனார்கள். பெண்கள் பலர் ஏக காலத்தில் கூச்சலிட்டபடியால் முதலில் இன்னதென்று புரியவில்லை. பிறகு கொஞ்சம் விளங்கியது. இளைய பிராட்டியை அடிக்கடி அரண்மனைக்கு வந்து பார்க்க அவர்கள் விரும்புவதாகவும், ஆகையால் நவராத்திரி ஒன்பது நாளும் கோட்டைக்குள் பிரவேசிப்பதில் உள்ள கட்டுக் காவல்களை நீக்கிவிட வேண்டும் என்றும் அவர்கள் கோருவதாகத் தெரிந்தது.

"ராணி! தங்கள் கணவரிடமாவது, மைத்துனரிடமாவது சொல்லி, இவர்களுடைய கோரிக்கையை நிறைவேற்ற சொல்லுங்கள். கேவலம் இந்த ஸ்திரீகளைக் கண்டு பயப்படுவானேன்? இவர்களால் சோழ சாம்ராஜ்யத்துக்கு என்ன ஆபத்து வந்து விடும்? பழுவூர் சகோதரர்களின் ஆணை நாலா திசையிலும், கடற்கரை வரையில் நீண்டு பரந்திருக்கிறது அல்லவா?" என்றாள் குந்தவை.

"அது என்ன, கடற்கரையோடு நிறுத்திவிட்டீர்கள்? கடல் கடந்து அப்பாலும் அவர்களுடைய ஆணையும் அதிகாரமும் போகின்றன. இதற்கு அடையாளம் சீக்கிரம் கிடைக்கும்!" என்று சொல்லி நந்தினி செய்த புன்னகை குந்தவையின் இருதயத்தைப் பிளந்தது. 'இந்தப் பாதகி வார்த்தையின் உட்கருத்து யாதாயிருக்கலாம்?' என்று சிந்தித்தாள்.

இதற்குள் நந்தினி பெரிய பழுவேட்டரையரைச் சமிக்ஞையால் அருகில் அழைத்து அப்பெண்களின் கோரிக்கையையும், இளையபிராட்டியின் விருப்பத்தையும் தெரிவித்தாள்.

"இளைய பிராட்டியின் வார்த்தைக்கு எதிர் வார்த்தை ஏது?" என்றார் பழுவேட்டரையர்.

பின்னர், ஜனத்திரளின் கோலாகல ஆரவாரத்தினிடையே அவர்கள் கோட்டைக்குள் பிரவேசித்தார்கள்.

அன்று முதல் சில தினங்கள் தஞ்சை நகரும், சுற்றுப்புறங்களும் அளவில்லாக் குதூகல ஆரவாரத்தில் திளைத்துக்கொண்டிருந்தன. குந்தவை தேவி தஞ்சைக்கு வந்த சமயத்தில் நவராத்திரி உற்சவம் சேர்ந்து கொண்டது. பழுவேட்டரையரும் தம்முடைய வாக்கை நிறைவேற்றினார். தங்கு தடையில்லாமல் அந்தப் பத்து நாட்களிலும் ஜனங்கள் கோட்டைக்குள் புகவும் வெளிவரவும் அனுமதித்தார். கோட்டை வாசற் கதவுகள் சதா

காலமும் அகலத் திறந்திருந்தன. கோட்டைக்குள்ளே அரண்மனைகளிலும், வெளியில் ஊர்ப் புறங்களிலும் பல கோலாகல நிகழ்ச்சிகள் நடந்து வந்தன. அவற்றைக் கண்டுகளிக்கப் பெருந்திரளாக மக்கள் குழுமிக் கொண்டிருந்தார்கள். அக்கூட்டங்களின் நடுவே அடிக்கடி இரண்டு பூரணசந்திரர்கள் சேர்ந்தாற்போல் உதயமாகிக் கொண்டிருந்தார்கள். அந்தக் காட்சியைக் கண்டு ஜனசமுத்திரம் பொங்கிப் பூரித்து ஆரவாரித்தது. ஆனால் வெளியில் இவ்வாறு ஒரே உற்சவ உற்சாகக் குதூகலமாயிருந்தபோது, அந்த இரண்டு பூரண சந்திரர்களுடைய இதயப் பிரதேசங்களிலும் எரிமலைகள் பொங்கி அக்கினிக் குழம்பைக் கக்கிக் கொண்டிருந்தன. பழுவூர் இளையராணிக்கும், பழையாறை இளையபிராட்டிக்கும் ஓயாமல் போராட்டம் நடந்து கொண்டிருந்தது. சொல்லம்புகளைக் கொண்டும் விழிகளாகிற வேல்களைக் கொண்டும், அவ்விரு அழகிகளும் துவந்த யுத்தம் நடத்திக்கொண்டிருந்தார்கள். அந்தப் போராட்டத்தில் இரு பக்கமும் கூருள்ள வாள்கள் ஒன்றோடொன்று உராய்ந்தபோது தீப்பொறிகள் பறந்தன. தீட்டிச் சாணை பிடித்த ஈட்டிகள் ஒன்றையொன்று தாக்கி ஜுவாலை வீசின. இருண்டவான வெளியில் இரண்டு மின்னல்கள் ஒன்றையொன்று வெட்ட, இரண்டும் சேர்ந்து துடி துடித்தன. கொடிய அழகு வாய்ந்த இரண்டு பெண் புலிகள் ஒன்றையொன்று கட்டித் தழுவிக் கால் நகங்களினால் பிறாண்டி இரத்தம் கசியச் செய்தன. பயங்கரச் சௌந்தரியம் பொருந்திய இரண்டு நாகசர்ப்பங்கள் படம் எடுத்து ஆடி அவற்றின் கூரிய மெல்லிய சிவந்த நாக்குகளை நீட்டி ஒன்றையொன்று விழுங்கி விடப்பார்த்தன.

இந்த அதிசயமான போராட்டத்தில் அவர்கள் உற்சாக வெறியும் அடைந்தார்கள்; வேதனைப்பட்டு உள்ளம் புழுங்கியும் துடித்தார்கள்.

நகர மாந்தர்களின் உற்சாகத்திலும் கலந்து கொள்ளாமல், இந்த இரு சந்திரமதிகளின் போராட்டத்தையும் புரிந்து கொள்ளாமல், ஒரே ஒரு ஆத்மா தவித்துக்கொண்டிருந்தது. கொடும்பாளூர் இளவரசி வானதிக்கு இப்போதெல்லாம் இளைய பிராட்டியுடன் பேசுவதற்கே அவகாசம் கிடைக்கவில்லை. அக்காளுடன் கூடக் கூடப் போனாளே தவிர வெளியில் நடப்பது ஒன்றிலும் அவள் மனம் ஈடுபடவில்லை. தனக்குள்ளே ஒரு தனிமை உலகைச் சிருஷ்டித்துக்கொண்டு அதிலேயே சஞ்சரித்து வந்தாள்.

❖

15. இரவில் ஒரு துயரக் குரல்

சோழ நாட்டில் அக்காலத்தில் ஆடல் பாடல் கலைகள் மிகச் செழிப்படைந்திருந்தன. நடனமும், நாடகமும் சேர்ந்து வளர்ந்திருந்தன. தஞ்சை நகர் சிறப்பாக நாடகக் கலைஞர்கள் பலரைத் தோற்றுவித்தது. அந்த நாளில் வாழ்ந்திருந்த கருவூர்த் தேவர் என்னும் சிவநேச செல்வர் 'இஞ்சி சூழ்' தஞ்சை நகரைப் பற்றிப் பாடல்களில் கூறியிருக்கிறார்.

"மின்னெடும் புருவத்து இளமயிலனையார்
   விலங்கல் செய நாடகசாலை
   இன்னடம் பயிலும் *இஞ்சி சூழ் தஞ்சை
     (*இஞ்சி கோட்டை மதில்)

என்று அவருடைய பாடல்களில் ஒன்று வர்ணிக்கிறது. தஞ்சை நகரில் நாடகக் கலை ஓங்கி வளர்ந்ததற்கு அறிகுறியாக நாடக சாலைகள் பல இருந்தன. அந்த நாடக சாலைகளில் எல்லாம் மிகச் சிறந்த நாடக சாலை சக்கரவர்த்தியின் அரண்மனைக்குள்ளேயே இருந்தது.

புதிய புதிய நாடகங்களைக் கற்பனை செய்து அமைக்கும் கலைஞர்கள் தஞ்சை நகரில் வாழ்ந்து வந்தனர். அதற்கு முன்னாலெல்லாம் புராண இதிகாச காவியங்களில் உள்ள கதைகளையே நாடகங்களாக அமைத்து நடிப்பது வழக்கம், சில காலமாகத் தஞ்சை நாடகக் கலைஞர்கள் வேறொரு துறையில் கவனம் செலுத்தி வெற்றி பெற்றிருந்தார்கள். சரித்திரப் புகழ் பெற்ற வீரர்களின் வரலாறுகளை அவர்கள் நாடகமாக அமைத்தார்கள்.

அவர்களுடைய காலத்துக்குச் சிறிது முற்பட்டவர்களின் வீரக் கதைகளையும் நாடகங்களாக்கி நடித்தார்கள். அப்படிப்பட்ட வீரர்கள் சோழ வம்சத்தில் பிறந்தவர்களைப் போல் வேறு எங்கே உண்டு? ஆகையினால், கரிகால் வளவர், விஜயாலய சோழர், பராந்தக தேவர் முதலிய சோழ வம்சத்து மன்னர்களின் சரித்திரங்களை நாடகங்களாக்கி நடித்தார்கள்.

நவராத்திரித் திருநாளில் சக்கரவர்த்தியின் அரண்மனையில் சோழ வம்சத்து மன்னர்களின் வீர சரித்திர நாடகம் மூன்று நாட்கள் நடைபெற்றன. சித்திர விசித்திரமாக அமைந்த நாடக சாலைக்கு எதிரே அரண்மனை நிலாமுற்றத்தில் ஆயிரக்கணக்கான ஜனங்கள் கூடியிருந்து நாடகங்களைக் கண்டுகளித்தார்கள். அரண்மனைப் பெண்டிர் அமர்வதற்கு ஒரு தனியான இடம், நீலப்பட்டு விதானத்தின் கீழ் முத்திழைத்த சித்திரத் தூண்களுடன் ஏற்பாடாகி இருந்தது. அதன் கீழ் மகாராணிகளும், இளவரசிகளும், அவர்களுடைய அந்தரங்கத் தோழிமார்களும் அமர்ந்து நாடகம் பார்த்தார்கள். அப்போதெல்லாம் குந்தவை தேவிக்கு அருகாமையிலேயே நந்தினி வந்து உட்கார்ந்தாள். இது மற்றப் பெண்களில் சிலருக்குப் பிடிக்கவில்லையென்றாலும் அதை அவர்கள் மனத்திலேயே வைத்துக்கொண்டு பொருமினார்களேயன்றி வேறெதுவும் செய்ய முடியவில்லை. பெரிய பழுவேட்டரையர் பழுவூர் இளையராணி இவர்களுடைய கோபத்துக்குப் பாத்திரமாக யாருக்குத்தான் துணிவு இருக்கும்? இளைய பிராட்டியே அந்தக் கர்வக்காரிக்கு அவ்வளவு மதிப்பளித்து மரியாதை செய்யும்போது மற்றவர்கள் எம்மாத்திரம்?

சோழ வம்ச மன்னர்களைப் பற்றிய மூன்று நாடகங்களில் மூன்றாவதான பராந்தக தேவர் நாடகம் மிகச் சிறந்து விளங்கியது. அன்றைக்குத்தான் நாடகம் பார்த்த ஜனங்களின் மத்தியில் ஒரு சலசலப்புத் தோன்றி வளர்ந்தது.

அதுவரை சோழ நாட்டை அரசு புரிந்த சோழ மன்னர் பரம்பரையில் சுந்தர சோழரின் பாட்டனாரான கோப் பரகேசரி பராந்தகர் வீரப்புகழில் சிறந்து விளங்கினார். சுமார் நாற்பத்தாறு ஆண்டுகள் இவர் ஆட்சி நடத்தினார். அவருடைய காலத்தில் சோழ சாம்ராஜ்யம் விரிந்து பரவியது. ஈழ நாட்டிலிருந்து துங்கபத்திரை நதி வரையில் அவருடைய ஆணை சென்றது. பல போர்கள் நடந்தன; மகத்தான வெற்றி கிடைத்தது. 'மதுரையும் ஈழமுங்கொண்ட கோப் பரகேசரி வர்மர்' என்ற பட்டம் பெற்றார். தில்லைச் சிதம்பரத்தில் சிற்றம்பலத்துக்குப் பொன் வேய்ந்து புகழ் பெற்றார். இவருடைய வாழ்க்கையின் இறுதியில் சில தோல்விகள் ஏற்பட்டு இராஜ்யம் சுருங்கியது. ஆனால் இவருடைய வீரப்புகழ் மட்டும் குன்றவில்லை. வடக்கே இரட்டை மண்டலத்திலிருந்து கடல் போன்ற மாபெரும் சைன்யத்துடன் படையெடுத்து வந்த கன்னரதேவன் என்னும் அரசனுடன் தக்கோலத்தில் இறுதிப் பெரும்போர் நடந்தது. இப்போரில் பராந்தகருடைய மூத்த புதல்வராகிய இராஜாதித்தர், இந்தப் பரத கண்டம் என்றும் கண்டிராத வீராதி வீரர், படைத்தலைமை வகித்தார். கன்னரதேவனுடைய சைன்யத்தை முறியடித்துவிட்டு, யானை மீதிருந்தபடி உயிர் துறந்து வீர சொர்க்கம் எய்தினார். அந்த வீரருடைய அம்பு பாய்ந்த சடலத்தை அப்படியே ஊருக்கு எடுத்து வந்தார்கள். அரண்மனையில் கொண்டு சேர்த்தார்கள். பராந்தக சக்கரவர்த்தியும் அவருடைய தேவிமார்களும் நாட்டைப் பாதுகாப்பதற்காக உயிர் துறந்த வீரப் பெருமகனின் உடலைத் தங்கள் மத்தியில் போட்டுக்கொண்டு கண்ணீர் பெருக்கினார்கள். திரைக்குப் பின்னாலிருந்து அசரீரி வாக்கு "வருந்தற்க! வருந்தற்க! இளவரசர் இராஜாதித்தர் இறக்கவில்லை; சோழ நாட்டு மக்கள் ஒவ்வொருவர் உள்ளத்திலும் கோயில் கொண்டு விளங்குகிறார்!" என்று முழங்கிற்று. இந்த இறுதிக் காட்சியுடன் நாடகம் முடிவடைந்தது.

அந்தத் தலைமுறைக்கு முந்திய தலைமுறையில் நடந்த வீர சம்பவங்கள் நிறைந்த இந்த நாடகத்தை ஜனங்கள் பிரமாதமாக ரசித்து மகிழ்ந்தார்கள். சபையோருக்குள்ளே சலசலப்பு ஏற்பட்டதன் காரணம் என்னவென்றால், பராந்தக தேவரது காலத்தில் நடந்த பெரும்

போர்களில் அவருக்கு இரண்டு சிற்றரசர்கள் அருந்துணையாக இருந்தார்கள். ஒருவர் கொடும்பாளூர் சிற்றரசர்; இன்னொருவர் பழுவூர்க் குறுநில மன்னர். இந்த இருவரும் சோழ வம்சத்தாருடன் உறவுத் தளையினால் பிணைக்கப்பட்டவர்கள். பெண் கொடுத்துப் பெண் வாங்கியவர்கள். இருவரும் இரண்டு கரங்களைப் போல் பராந்தகருக்கு உதவி வந்தார்கள். யார் வலக்கை, யார் இடக்கை என்று சொல்ல முடியாமலிருந்தது. இருவரையும் தம் இரண்டு கண்களைப் போல் பராந்தக சோழர் ஆதரித்து சன்மானித்து வந்தார். இரண்டு கண்களில் எது உயர்வு, எது தாழ்வு என்று சொல்ல முடியாதுதானே? இப்போது அதிகாரம் செலுத்தி வந்த பழுவேட்டரையர்களின் பெரிய தந்தை பராந்தகருக்கு உதவி செய்தவர். அவர் பெயர் பழுவேட்டரையர் கண்டன் அமுதனார். ஈழத்தில் உயிர் துறந்த கொடும்பாளூர்ச் சிறிய வேளாளரின் தந்தைதான் (அதாவது வானதியின் பாட்டனார்) பராந்தக தேவருக்குத் துணை புரிந்த கொடும்பாளூர் சிற்றரசர்.

பராந்தக தேவரின் நாடகம் நடத்தியவர்கள் மேற்கூறிய இரண்டு சிற்றரசர்களுக்குள்ளே எவ்வித உயர்வு தாழ்வும் வேற்றுமையும் கற்பியாமல் மிக ஜாக்கிரதையாகவே ஒத்திகை செய்திருந்தார்கள். இருவருடைய வீரப் புகழும் நன்கு வெளியாகும்படி நடித்தார்கள். பராந்தக தேவர் அந்த இரு வீரர்களையும் சமமாகச் சன்மானித்ததைக் குறிப்பாக எடுத்துக் காட்டினார்கள்.

ஆனபோதிலும் நாடகம் பார்த்த சபையோர் அத்தகைய சமபாவத்தைக் கொள்ளவில்லையென்பது சீக்கிரத்திலேயே வெளியாயிற்று. அவர்களில் சிலர் கொடும்பாளூர்க் கட்சி என்றும், வேறு சிலர் பழுவூர் கட்சி என்றும் தெரிய வந்தது. கொடும்பாளூர் தலைவன் வீரச் செயல் புரிந்ததை நாடக மேடையில் காட்டியபோது சபையில் ஒரு பகுதியார் ஆரவாரம் செய்தார்கள். பழுவூர் வீரன் மேடைக்கு வந்ததும் இன்னும் சிலர் ஆரவாரித்தார்கள். முதலில் இந்தப் போட்டி சிறிய அளவில் இருந்தது; வரவரப் பெரிதாகி வளர்ந்தது. நாடகத்தின் நடுநடுவே "நாவலோ* நாவல்!" என்னும் சபையோரின் கோஷம் எழுந்து நாலு திசைகளிலும் எதிரொலியைக் கிளப்பியது.

(*இந்த நாளில் உற்சாகத்தையும் ஆதரவையும் காட்டுவதற்கு ஜனங்கள் ஜயகோஷம் செய்வதுபோல் அக்காலத்தில் "நாவலோ நாவல்!" என்று சப்தமிடுவது வழக்கம்.)

சபையில் எழுந்த இந்தப் போட்டி கோஷங்கள் குந்தவை தேவிக்கு உற்சாகத்தை அளித்தன. கொடும்பாளூர்க் கட்சியின் கோஷம் வலுக்கும்போது பக்கத்திலிருந்த கொடும்பாளூர் இளவரசியைத் தூண்டி, "பார்த்தாயா, வானதி! உன் கட்சி இப்போது வலுத்து விட்டது!" என்பாள். கள்ளங்கபடமற்ற வானதியும் அதைக் குறித்து தன் மகிழ்ச்சியைப் புலப்படுத்துவாள். பழுவூர்க் கட்சியாரின் கோஷம் வலுக்குபோது இளைய பிராட்டி நந்தினியைப் பார்த்து, "ராணி! இப்போது உங்கள் கட்சி பலத்துவிட்டது!" என்பாள். ஆனால் இது நந்தினிக்கு உற்சாக மூட்டவில்லை என்பதை அவள் முகக்குறி புலப்படுத்தியது. இந்த மாதிரி ஒரு போட்டி ஏற்பட்டதும், அதிலே ஜனங்கள் பகிரங்கமாக ஈடுபட்டுக் கோஷமிடுவதும், இளைய பிராட்டி அதை மேலும் தூண்டி விட்டு வருவதும், அந்த அற்ப சிறுமி வானதியையும், தன்னையும் ஒரு நிறையில் சமமாக வைத்துப் பரிகசிப்பதும் நந்தினியின் உள்ளக் கனலைப் பன்மடங்கு வளர்த்து வந்தது. கோபித்துக்கொண்டு எழுந்து போய் விடலாமா என்று பல தடவை தோன்றியது. அப்படிச் செய்தால் அந்தப் போட்டியைப் பிரமாதப்படுத்தித் தன் தோல்வியை ஒப்புக்கொண்டதாகும் என்று எண்ணிப் பழுவூர் ராணி பல்லைக் கடித்துக்கொண்டிருந்தாள்.

இதையெல்லாம் குந்தவை கவனித்து வந்தாள். நந்தினியின் மனோநிலையைக் கண்ணாடியில் பார்ப்பதுபோல் அவளுடைய முகத் தோற்றத்திலிருந்து தெரிந்துகொண்டு வந்தாள். ஆனால் வேறொரு விஷயம் இளைய பிராட்டிக்குத் தெரியாத மர்மமாயிருந்தது. போரில் பாண்டிய மன்னன் தோல்வியடைந்தது, அவன் இலங்கை மன்னனிடம் சென்று சரணாகதி அடைந்தது, இலங்கை மன்னனிடம் உதவி பெறாமல் மணிமகுடத்தையும்,

இரத்தின ஆரத்தையும் அங்கேயே விட்டுவிட்டு சேர நாட்டுக்கு ஓடியது முதலியவற்றை நாடகத்தில் காட்டிய போது சபையோர் அனைவருமே அளவிலா உற்சாகத்தைக் காட்டினார்கள். ஆனால் நந்தினியின் முகம் மட்டும் அப்போதெல்லாம் மிக மன வேதனையைப் பிரதிபலித்தது. இதன் காரணம் என்னவென்பது பற்றி இளைய பிராட்டி வியப்புற்றாள். கொஞ்சம் பேச்சுக்கொடுத்துப் பார்க்கலாம் என்று எண்ணி, "சக்கரவர்த்தியும் நம்முடன் இருந்து இந்த அருமையான நாடகத்தைப் பார்க்க முடியாமற் போயிற்றே? பாட்டனார் சாதித்த இக்காரியங்களை இவரும் தம் காலத்தில் சாதித்திருக்கிறார் அல்லவா? அப்பாவுக்கு மட்டும் உடம்பு குணமானால்?..." என்றாள்.

"தானே உடம்பு குணமாகி விடுகிறது. அவருடைய செல்வப் புதல்வியும் இங்கு வந்து விட்டீர்கள். இலங்கையிலிருந்து மூலிகையும் சீக்கிரம் வந்துவிட்டால் சக்கரவர்த்திக்கு நிச்சயம் உடம்பு குணமாகிவிடும்" என்றாள் நந்தினி.

"இலங்கையிலிருந்து மூலிகை வருகிறதா? அது என்ன?" என்றாள் குந்தவை.

"தெரியாதவரைப் போல் கேட்கிறீர்களே! இலங்கையிலிருந்து மூலிகை கொண்டு வர பழையாறை வைத்தியர் ஆள் அனுப்பியிருக்கிறாராமே? தாங்கள்தான் ஆள் கொடுத்து உதவினீர்கள் என்று கேள்விப்பட்டேனே? அது பொய்யா?"

குந்தவைப் பல்லினால் உதட்டைக் கடித்துக் கொண்டாள். பார்ப்பதற்கு முல்லை மொக்கைப் போல் பல் வரிசை அழகாயிருந்தாலும் கடிக்கப்பட்ட உதடுகளுக்கு வலிக்கத்தான் செய்தது. நல்லவேளையாக "நாவலோ நாவல்!" என்னும் பெருங்கோஷம் அச்சமயம் எழுந்தபடியால் அந்தப் பேச்சு அத்துடன் தடைப்பட்டது.

*

சுந்தர சோழரின் வன்மையும் வனப்பும், ஆயுளும் அரசும் வாழ்கென வாழ்த்திவிட்டு நாடகம் முடிவடைந்தது. சபையோர் கலைந்து குதூகல ஆனந்தத்தினால் ஆடிக்கொண்டு தத்தம் வீடு சென்றார்கள். சிற்றரசர்களின் தேவிமார்களும், அவர்களுடைய பரிவாரங்களுடன் சென்றார்கள். பின்னர், சக்கரவர்த்தினி வானமாதேவியும், மற்றுமுள்ள அரண்மனைப் பெண்டிரும் சோழர்குல தெய்வமான துர்கையம்மன் ஆலயத்துக்குப் புறப்பட்டார்கள்.

சுந்தரசோழர் உடல் நலம் எய்தும்படி மலையமானின் புதல்வி பல நோன்புகள் நோற்று வந்தார். துர்கையம்மன் கோயிலுக்கு அடிக்கடி சென்று அவர் பிரார்த்தனை செலுத்துவது உண்டு. நவராத்திரி ஒன்பது நாள் ராத்திரியும் துர்கையம்மனுக்கு விசேஷ பூஜைகள் நடந்தன. சக்கரவர்த்தியின் சுகத்தைக் கோரிப் பலிகள் இடப்பட்டன. ஒவ்வொரு நாள் இரவும் மகாராணி கோயிலுக்குச் சென்று அர்த்தஜாம பூஜைக்குப் பிறகு திரும்புவது வழக்கம். அரண்மனையின் மூத்த பெண்டிர் பலரும் மகாராணியுடன் ஆலயத்துக்குச் செல்வார்கள்.

இளம் பெண்களைத் துர்கை சந்நிதிக்கு அழைத்துப் போகும் வழக்கமில்லை. பூசாரிகள் மீது சிலசமயம் சந்நதம் வந்து அகோரமாக ஆடுவார்கள். சாபம் விளைந்த வரலாறுகளைச் சொல்லுவார்கள். இளம் பெண்கள் பயப்படக்கூடும் என்று அழைத்துப் போவதில்லை. ஆனால் இளைய பிராட்டியிடம் "நீ பயந்து கொள்வாய்!" என்று சொல்லி நிறுத்த யாருக்குத் தைரியம் உண்டு? அந்த ஒன்பது தினமும் தாய்மார்களுடன் குந்தவையும் துர்கை கோயிலுக்குச் சென்று அம்மனுக்குப் பிரார்த்தனை செலுத்தி வந்தாள். இச்சமயங்களில் வானதி தனியாக அரண்மனையில் இருக்க வேண்டி நேர்ந்தது.

பராந்தகத் தேவர் நாடகம் நடந்த அன்று இரவு வானதியின் உள்ளம் உற்சாகத்தினால் பூரித்திருந்தது. தன் குலத்து முன்னோர்கள் செய்த வீரச் செயல்களை அரங்க மேடையில் பார்த்து அவளுக்குப் பெருமிதம் உண்டாகியிருந்தது. அத்துடன் இலங்கை நினைவும் சேர்ந்துகொண்டது. ஈழப் போரில் இறந்த தன் தந்தையின் நினைவும், தந்தையின் மரணத்துக்குப் பழிவாங்கி வரச்சென்றிருக்கும் இளவரசரின் நினைவும் இடைவிடாமல்

எழுந்தன. தூக்கம் சிறிதும் வரவில்லை. கண்ணிமைகள் மூடிக்கொள்ள மறுத்தன. இளையபிராட்டி ஆலயத்திலிருந்து திரும்பி வந்து அன்றைய நாடகத்தைப் பற்றி அவருடன் சிறிது நேரம் பேசிக்கொண்டிருந்தால் பிறகு தூக்கம் வரலாம்; அதற்கு முன் நிச்சயமாக இல்லை.

வெறுமனே படுத்துப் புரண்டுகொண்டிருப்பதைக் காட்டிலும் அரண்மனை மேன்மாடத்தில் சற்று உலாவி வரலாமே என்று தோன்றியது. மேன்மாடத்திலிருந்து பார்த்தால் தஞ்சை நகரின் காட்சி முழுவதும் தெரியும். துர்கை ஆலயத்தைக்கூடப் பார்த்தாலும் பார்க்கலாம். இவ்விதம் எண்ணிப் படுக்கையை விட்டு எழுந்து சென்றாள். அந்த அரண்மனைக்கு வானதி புதியவள்தான். ஆயினும் மேன்மாட நிலா முற்றத்தைக் கண்டுபிடிப்பது அவ்வளவு ஒன்றும் கஷ்டமாயிராது. நீள நெடுகப் பாதைகளும், இருபுறமும் தூண்களும், தூங்கா விளக்குகளும் இருக்கும்போது என்ன கஷ்டம்?

பாதைகள் சுற்றிச் சுற்றி சென்று கொண்டிருந்தன. முன்னிரவில் ஜகஜ் ஜோதியாகப் பிரகாசித்த விளக்குகள் பல அணைந்துவிட்டன. சில புகை சூழ்ந்து மங்கலான ஒளி தந்தன. ஆங்காங்கு பாதை முடுக்குகளில் தாதிமார்கள் படுத்தும் சாய்ந்தும் தூங்கி கொண்டிருந்தார்கள். அவர்களை எழுப்பி வழி கேட்க இஷ்டப்படாமல் வானதி மேலும் சென்று கொண்டிருந்தாள். அந்த அரண்மனைப் பாதைகளுக்கு ஒரு முடிவேயில்லை போலத் தோன்றியது.

திடீரென்று ஒரு குரல் கேட்டது. அது தீனமான துயரக் குரலாகத் தொனித்தது. வானதிக்கு ரோமாஞ்சனம் உண்டாயிற்று; உடம்பு நடுங்கியது. அவளுடைய கால்கள் நின்ற இடத்திலேயே நின்றன.

மறுபடியும் அந்த அபயக் குரல்:

"என்னைக் காப்பாற்றுவார் யாருமில்லையா?"

ஆகா! இது சக்கரவர்த்தியின் குரல் போல் அல்லவா இருக்கிறது! என்ன ஆபத்தோ தெரியவில்லையே! உடல் நோயின் கோளாறா? அல்லது வேறு ஏதாவது இருக்குமோ? சக்கரவர்த்தினி முதலிய மூத்த பெண்டிர் அனைவரும் கோயிலுக்குச் சென்று விட்டார்களே? சக்கரவர்த்திக்குப் பக்கத்தில் யாரும் இல்லாமலா இருப்பார்கள்? ஆயினும் போய்ப் பார்க்கலாம்.

நடுங்கிய கால்களை மெதுவாக எடுத்து வைத்து வானதி மேலும் சில அடி நடந்தாள். குரல் கீழேயிருந்து வருவதாகத் தோன்றியது. அந்த இடத்தில் பாதையும் முடிந்தது. குனிந்து பார்த்தால் கீழே ஒரு விசாலமான மண்டபம் தெரிந்தது. ஆகா! சக்கரவர்த்தியின் சயனக் கிரஹம் அல்லவா இது? ஆம்; அதோ சக்கரவர்த்திதான் படுத்திருக்கிறார்; தன்னந்தனியாகப் படுத்திருக்கிறார். மேலும் ஏதோ அவர் புலம்புகிறார்; என்னவென்று கேட்கலாம்.

"அடி பாவி! உண்மைதானடி! நான் உன்னைக் கொன்று விட்டது உண்மைதான்! வேண்டுமென்று கொல்லவில்லை, ஆனாலும் உன் சாவுக்கு நான்தான் காரணம். அதற்கு என்ன செய்ய சொல்கிறாய்? வருஷம் இருபத்தைந்து ஆகிறது. இன்னமும் என்னைவிடாமல் சுற்றுகிறாயே? உன் ஆத்மாவுக்குச் சாந்தி என்பதே கிடையாதா? எனக்கும் அமைதி தரமாட்டாயா? என்ன பிராயச்சித்தம் செய்ய வேண்டுமோ சொல்! அதன்படி செய்து விடுகிறேன். என்னை விட்டுவிடு!... ஐயோ! என்னை இவளுடைய கொடுமையிலிருந்து விடுவிப்பார் யாருமில்லையா? எல்லோரும் என் உடல் நோய்க்கு மருந்து தேடுகிறார்களே! என் மன நோயை தீர்த்துக் காப்பாற்றுவார் யாரும் இல்லையா?... போ! போ! போய்விடு! இல்லை, போகாதே! நில்! நான் என்ன செய்யவேண்டுமென்று சொல்லிவிட்டுப் போ! இப்படி மௌனம் சாதித்து என்னை வதைக்காதே! வாயைத் திறந்து ஏதாவது சொல்லிவிட்டுப் போ!"

இந்த வார்த்தைகள் வானதியின் காதில் இரும்பைக் காய்ச்சி விடுவதுபோல் விழுந்தன. அவளுடைய உச்சந்தலை முதல் உள்ளங்கால் வரையில் குலுங்கியது. தன்னையறியாமல்

கீழே குனிந்து பார்த்தாள். மண்டபத்தில் நாலாபுறமும் அவளுடைய பார்வை சென்ற வரையில் பார்த்தாள்.

சக்கரவர்த்திக்கு எதிரில் சற்றுத் தூரத்தில் ஓர் உருவம் நின்றுகொண்டிருந்தது. அது பெண்ணின் உருவம் பாதி உருவந்தான் தெரிந்தது. பாக்கி பாதி தூண் நிழலிலும் அகில் புகையிலும் மறைந்திருந்தது. தெரிந்த வரையில் அந்த உருவம்... ஆ! பழுவூர் இளையராணியைப்போல அல்லவா இருக்கிறது? இது என்ன கனவா! சித்த பிரமையா? இல்லை! உண்மையே தான்! அதோ அந்தத் தூண் மறைவில் ஒளிந்து நிற்பது யார்? பெரிய பழுவேட்டரையர் அல்லவா? சந்தேகமில்லை! அவர்கள்தான்! பழுவூர் இளையராணியைப் பார்த்துவிட்டா சக்கரவர்த்தி அப்படியெல்லாம் பேசுகிறார்? "உன்னைக் கொன்றது உண்மைதான்" என்று, அலறினாரே, அதன் பொருள் என்ன?

திடீரென்று வானதிக்கு மயக்கம் வரும் போலிருந்தது, தலை சுற்றத் தொடங்கியது. இல்லை, அந்த அரண்மனையே சுற்றத் தொடங்கியது. சீச்சீ! இங்கே மயக்கமடைந்து விடக்கூடாது. கூடவே கூடாது.

பல்லைக்கடித்துக் கொண்டு வானதி அங்கிருந்து சென்றாள். ஆனால் திரும்பச் செல்லும் பாதை தொலையாத பாதையாயிருந்தது. அவள் படுத்திருந்த அறை வரவே வராதுபோல் தோன்றியது. முடியாது இனிமேல் நடக்கமுடியாது; நிற்கவும் முடியாது.

குந்தவைப் பிராட்டி கோயிலிலிருந்து திரும்பி வந்தபோது வானதி அவள் அறைக்குச் சற்றுத் தூரத்தில் நடை பாதையில் உணர்வற்றுக் கட்டைபோல் கிடப்பதைக் கண்டாள்.

❖

16. சுந்தர சோழரின் பிரமை

மறுநாள் காலையில் சுந்தர சோழ சக்கரவர்த்தி தம் அருமைக் குமாரியை அழைத்துவரச் செய்தார். ஏவலாளர் தாதிமார், வைத்தியர் அனைவரையும் தூரமாகப் போயிருக்கும்படி கட்டளையிட்டார். குந்தவையைத் தம் அருகில் உட்கார வைத்துக்கொண்டு அன்புடன் முதுகைத் தடவிக் கொடுத்தார். அவர் சொல்ல விரும்பியதைச் சொல்ல முடியாமல் தத்தளிக்கிறார் என்பதைக் குந்தவை தெரிந்து கொண்டாள்.

"அப்பா! என்பேரில் கோபமா?" என்று கேட்டாள்.

சுந்தர சோழரின் கண்களில் கண்ணீர் துளித்தது.

"உன் பேரில் எதற்கு அம்மா, கோபம்?" என்றார்.

"தங்கள் கட்டளையை மீறி தஞ்சாவூருக்கு வந்ததற்காகத்தான்!"

"ஆமாம்; என் கட்டளையை மீறி நீ வந்திருக்கக் கூடாது; இந்தத் தஞ்சாவூர் அரண்மனை இளம் பெண்கள் வசிப்பதற்கு ஏற்றதல்ல. இது நேற்று இராத்திரி நடந்த சம்பவத்திலிருந்து உனக்கே தெரிந்திருக்கும்."

"எந்தச் சம்பவத்தைப் பற்றிச் சொல்கிறீர்கள், அப்பா?"

"அந்தக் கொடும்பாளூர்ப் பெண் மூர்ச்சையடைந்ததைப் பற்றித்தான் சொல்லுகிறேன் அந்தப் பெண்ணுக்கு இப்போது உடம்பு எப்படியிருக்கிறது?"

"அவளுக்கு இன்றைக்கு ஒன்றுமேயில்லை, அப்பா! பழையாறையிலும் அடிக்கடி இவள் இப்படிப் பிரக்ஞை இழப்பது உண்டு. கொஞ்ச நேரத்துக்கெல்லாம் சரியாகப் போய்விடும்."

"அவளைக் கேட்டாயா, அம்மா? இராத்திரி இந்த அரண்மனையில் அவள் ஏதேனும் கண்டதாகவோ, கேட்டதாகவோ சொல்லவில்லையா?"

குந்தவை சற்று யோசித்துவிட்டு, "ஆம், அப்பா! நாங்கள் எல்லோரும் துர்கை ஆலயத்துக்குச் சென்றிருந்தபோது, அவள் தனியாக மேல்மாடத்துக்குப் போகப்

பார்த்தாளாம். அப்போது யாரோ பரிதாபமாகப் புலம்புவது போலக் கேட்டதாம். அது அவளுக்குப் பயத்தை உண்டாக்கியதாகச் சொன்னாள்" என்றாள்.

"அப்படித்தான் நானும் நினைத்தேன். இப்போதேனும் அறிந்தாயா, குழந்தாய்? இந்த அரண்மனையில் பேய் உலாவுகிறது. நீங்கள் இங்கே இருக்க வேண்டாம். போய் விடுங்கள்!" என்று சுந்தர சோழர் கூறியபோது அவர் உடல் நடுங்குவதையும், அவருடைய கண்கள் வெறித்தபடி எங்கேயோ பார்ப்பதையும் குந்தவை கவனித்தாள்.

"அப்பா! அப்படியானால் தாங்கள்மட்டும் இங்கே எதற்காக இருக்க வேண்டும்? அம்மா இங்கே எதற்காக இருக்க வேண்டும்? எல்லோரும் பழையாறைக்கே போய் விடலாமே! இங்கே வந்ததினால் உங்கள் உடம்பு குணமாயிருப்பதாகவும் தெரியவில்லையே?" என்றாள்.

சக்கரவர்த்தி துயரம் தோய்ந்த புன்னகை புரிந்து, "என் உடம்பு இனிமேல் குணமாவது ஏது? அந்த ஆசை எனக்குக் கொஞ்சமும் கிடையாது", என்றார்.

"அப்படி ஏன் நிராசை அடையவேண்டும்? அப்பா! பழையாறை வைத்தியர் தங்கள் உடம்பைக் குணப்படுத்த முடியும் என்று சொல்கிறார்."

"அவர் சொல்வதை நம்பி நீயும் இலங்கையிலிருந்து மூலிகை கொண்டு வர ஆள் அனுப்பியிருக்கிறாயாம்! நான் கேள்விப்பட்டேன். மகளே! என் பேரில் உனக்குள்ள பாசத்தை அது காட்டுகிறது."

"தந்தையிடம் மகள் பாசம் கொண்டிருப்பது தவறா, அப்பா?"

"அதில் தவறு ஒன்றுமில்லை. இப்படிப்பட்ட வாஞ்சையுள்ள புதல்வியைப் பெற்றேனே, அது என் பாக்கியம். இலங்கையிலிருந்து மூலிகை கொண்டுவர நீ ஆள் அனுப்பியதிலும் தவறில்லை. ஆனால் இலங்கையிலிருந்து மூலிகை வந்தாலும் சரி, சாவகத் தீவிலிருந்து வந்தாலும் சரி, தேவலோகத்திலிருந்து அமுதமே வந்தாலும் சரி, எனக்கு உடம்பு இந்த ஜன்மத்தில் குணமாகப் போவதில்லை..."

"ஐயையோ! அப்படிச் சொல்லாதீர்கள்!" என்றாள் இளவரசி.

"என் கட்டளையையும் மீறி நீ இங்கு வந்தாயே, அம்மா! அதற்காக உண்மையில் மகிழ்ச்சி அடைகிறேன். ஒரு நாள் என் மனத்தைத் திறந்து உன்னிடம் உண்மையைச் சொல்லிவிட வேண்டும் என்று எண்ணியிருந்தேன். அதற்கு இப்போது சந்தர்ப்பம் கிடைத்தது. சொல்கிறேன், கேள்! உடம்பைப் பற்றிய வியாதியிருந்தால் மூலிகை மருந்துகளினால் தீரும். என்னுடைய நோய் உடம்பைப் பற்றியதல்ல; மனக் கவலைக்கு மருந்து ஏது?"

"தந்தையே, மூன்றுலகம் ஆளும் சக்கரவர்த்தியாகிய தங்களுக்கு அப்படி என்ன தீராத மனக்கவலை இருக்க முடியும்?"

"கவிகளுடைய அதிசயோக்தியான கற்பனையை நீயும் சொல்கிறாய், குழந்தாய்! நான் மூன்று உலகம் ஆளும் சக்கரவர்த்தியல்ல; ஒரு உலகம் முழுவதும் ஆளுகிறவனும் அல்ல. உலகத்தில் ஒரு மூலையில் சிறு பகுதி என் இராஜ்யம். இதன் பாரத்தையே என்னால் சுமக்க முடியவில்லை..."

"தாங்கள் ஏன் சுமக்க வேண்டும், அப்பா! இராஜ்ய பாரத்தைச் சுமப்பதற்குத் தகுந்தவர்கள் இல்லையா? மணி மணியாக இரண்டு புதல்வர்கள் தங்களுக்கு இருக்கிறார்கள். இருவரும் இரண்டு சிங்கக் குட்டிகள்; வீராதி வீரர்கள். எப்படிப்பட்ட பாரத்தையும் தாங்கக் கூடியவர்கள்..."

"மகளே! அதை நினைத்தால்தான் எனக்கு நெஞ்சு பகீர் என்கிறது. உன் சகோதரர்கள் இருவரும் இணையில்லா வீரர்கள்தான். உன்னைப் போலவே அவர்களையும் கண்ணுக்குக் கண்ணாக வளர்த்தேன். அவர்களுக்கு இந்த இராஜ்யத்தைக் கொடுத்தால் நன்மை செய்கிறவனாவேனா என்று சந்தேகப்படுகிறேன். இராஜ்யத்துடன் பெரியதொரு

சாபக்கேட்டையும் அவர்களிடம் ஒப்புவித்து விட்டுப் போவது நல்லதென்று சொல்வாயா?"

"அப்படி என்ன சாபக்கேடு இருக்க முடியும், இந்த ராஜ்யத்திற்கு? புறாவுக்காகச் சதையை அளித்த சிபியும், கன்றுக்குட்டிக்காக மகனை அளித்த மனுநீதிச் சோழரும் நம் குலத்து முன்னோர்கள். 'கரிகால் வளவரும், பெருநற்கிள்ளியும் இந்த ராஜ்யத்தை ஆண்டவர்கள். திருமேனியில் தொண்ணூறும் ஆறும் புண் சுமந்த வீர விஜயாலய சோழர் இந்தச் சிம்மாசனத்தில் வீற்றிருந்தார். காவேரி நதி தீரத்தில் நூற்றெட்டு ஆலயங்கள் எடுப்பித்த ஆதித்த சோழரும், சிற்றம்பலத்துக்குப் பொன் வேய்ந்து, பொன்னம்பலமாக்கிய பராந்தகரும் இந்த ராஜ்யத்தை விஸ்தரித்தார்கள். அன்பே சிவம் எனக்கண்டு, அன்பும் சிவமும் தாமாகவே வீற்றிருந்த கண்டராதித்தர் அரசு புரிந்த தர்ம மகாராஜ்யம் இது. இப்படிப்பட்ட ராஜ்யத்திற்குச் சாபக்கேடு என்ன இருக்க முடியும்? அப்பா! தாங்கள் ஏதோ மனப் பிரமையில் இருக்கிறீர்கள்! இந்தத் தஞ்சாவூர்க் கோட்டையை விட்டுத் தாங்கள் புறப்பட்டு வந்தால்..."

"நான் இவ்விடம் விட்டுப் புறப்பட்டால் அடுத்த கணம் என்ன ஆகும் என்று உனக்குத் தெரியாது! அழகிய பழையாறையை விட்டு இந்தத் தஞ்சைக் கோட்டையாகிய சிறையில் நான் சந்தோஷத்துக்காக இருக்கிறேன் என்று கருதுகிறாயா? குந்தவை, நான் இங்கே இருப்பதனால் இந்தப் பழம்பெரும் சோழ ராஜ்யம் சின்னாபின்னமாகாமல் காப்பாற்றி வருகிறேன். நேற்றிரவு நாடகம் ஆடிக்கொண்டிருந்தபோது என்ன நடந்தது என்பதை யோசித்துப் பார்! நிலா மாடத்தின் முகப்பிலிருந்து நான் எல்லாவற்றையும் கவனித்துக் கொண்டிருந்தேன். நாடகத்தை நடுவில் நிறுத்தி விடலாமா என்று கூடத் தோன்றியது..."

"தந்தையே! இது என்ன? நாடகம் மிக நன்றாக இருந்ததே! சோழ குலப் பெருமையை எண்ணி என் உள்ளம் பூரித்ததே! எதற்காக நிறுத்த விரும்பினீர்கள்? நாடகத்தில் எந்தப் பகுதி தங்களுக்குப் பிடிக்காமலிருந்தது?"

"நாடகம் நன்றாகத்தானிருந்தது, மகளே! அதில் ஒரு குற்றமும் நான் காணவில்லை. நாடகம் பார்த்தவர்களின் நடத்தையைப் பற்றியே சொல்கிறேன். கொடும்பாளூர்க் கட்சியும், பழுவேட்டரையர் கட்சியும் எழுப்பிய போட்டி கோஷங்களை நீ கவனிக்கவில்லையா?"

"கவனித்தேன், அப்பா!"

"நான் ஒருவன் இங்கு இருக்கும்போதே இவர்கள் இப்படி நடந்து கொள்ளுகிறார்களே! நான் இல்லாவிட்டால் என்ன ஆகும் என்று சிந்தித்துப் பார்! நான் தஞ்சாவூரை விட்டுக் கிளம்பிய தட்சணமே இரு கட்சியாருக்குள்ளும் சண்டை மூளும். கிருஷ்ண பரமாத்மாவின் சந்ததிகள் ஒருவரை ஒருவர் தாக்கிக்கொண்டு அழிந்ததுபோல், இவர்களும் அழியும்போது இந்த மகாசாம்ராஜ்யமும் அழிந்து விடும்..."

"அப்பா! தாங்கள் இந்தச் சோழ சாம்ராஜ்யத்தில் சர்வாதிகார சக்கரவர்த்தி. பழுவேட்டரையர்களும் சரி, கொடும்பாளூர் வேளிரும் சரி, தங்கள் காலால் இட்டதைத் தலையால் செய்யக்கடமைப்பட்டவர்கள். அவர்கள் அத்துமீறி நடந்தால் அவர்களுடைய அழிவை அவர்களே தேடிக் கொள்கிறார்கள். தாங்கள் ஏன் கவலைப்பட வேண்டும்?"

"மகளே! சென்ற நூறு வருஷமாக இந்த இரு குலத்தோரும் சோழ சாம்ராஜ்யத்துக்கு இணையில்லா ஊழியம் செய்திருக் கிறார்கள். அவர்களுடைய உதவியின்றிச் சோழ ராஜ்யம் இப்படிப் பல்கிப் பெருகியிருக்க முடியுமா? அவர்கள் அழிந்தால் இராஜ்யத்துக்கும் அது பலவீனந்தானே?"

"அப்பா! அந்த இரு கட்சியில் ஒரு கட்சிக்காரர்கள் தங்களுக்கு விரோதமாகச் சதி செய்யும் துரோகிகள் என்று தெரிந்தால்.."

சுந்தர சோழர் குந்தவையை வியப்போடு உற்றுப்பார்த்து, "என்ன மகளே, சொல்கிறாய்? எனக்கு விரோதமான சதியா? யார் செய்கிறார்கள்?" என்று கேட்டார்.

"அப்பா! தங்களுடைய உண்மையான ஊழியர்களாக நடித்து வருகிறவர்கள் சிலர், தங்களுக்கு எதிராக இரகசிய சதி செய்கிறார்கள். தங்களுடைய புதல்வர்களுக்குப் பட்டமில்லாமல் செய்துவிட்டு வேறொருவருக்குப் பட்டம் கட்ட சதி செய்து வருகிறார்கள்..."

"யாருக்கு? யாருக்கு மகளே? உன் சகோதரர்களுக்குப் பட்டம் இல்லையென்று செய்துவிட்டு வேறு யாருக்குப் பட்டம் கட்டப் பார்க்கிறார்கள்?" என்று சுந்தர சோழ சக்கரவர்த்தி பரபரப்புடன் கேட்டார்.

குந்தவை மெல்லிய குரலில், "சித்தப்பா மதுராந்தகனுக்கு, அப்பா! நீங்கள் நோய்ப்படுக்கையில் படுத்திருக்கையில் இவர்கள் இப்படிப் பயங்கரமான துரோகத்தைச் செய்கிறார்கள்..." என்றாள்.

உடனே சுந்தர சோழர் சற்று நிமிர்ந்து உட்கார்ந்து, "ஆகா அவர்களுடைய முயற்சி மட்டும் பலித்தால் எவ்வளவு நன்றாயிருக்கும்?" என்றார்.

குந்தவைக்குத் தூக்கி வாரிப்போட்டது.

"தந்தையே! இது என்ன, தாங்கள் பெற்ற புதல்வர்களுக்குத் தாங்களே சத்துரு ஆவீர்களா?" என்றாள்.

"இல்லை; என் புதல்வர்களுக்கு நான் சத்துரு இல்லை. அவர்களுக்கு நன்மை செய்யவே விரும்புகிறேன். இந்தச் சாபக்கேடு உள்ள ராஜ்யம் அவர்களுக்கு வேண்டியதில்லை. மதுராந்தகன் மட்டும் சம்மதித்தால்.."

"சித்தப்பா சம்மதிப்பதற்கு என்ன? திவ்யமாகச் சம்மதிக்கிறார். நாளைக்கே பட்டங் கட்டிக்கொள்ளச் சித்தமாயிருக்கிறார். அம்மாதிரி தாங்கள் செய்யப் போகிறீர்களா? என் தமையனின் சம்மதம் கேட்க வேண்டாமா?..."

"ஆம்; ஆதித்த கரிகாலனைக் கேட்க வேண்டியதுதான். அவனைக் கேட்டால் மட்டும் போதாது. உன் பெரிய பாட்டி சம்மதிக்க வேண்டும்.."

"பிள்ளைக்குப் பட்டம் கட்டினால் தாயார் வேண்டாம் என்று சொல்வாளா?"

"ஏன் சொல்ல மாட்டாள்? உன் பெரிய பாட்டியுடன் இத்தனை நாள் பழகியும் அவரை நீ அறிந்து கொள்ளவில்லையா? செம்பியன் மாதேவியின் வற்புறுத்தலினாலேயே நான் அன்று சிம்மாசனம் ஏறினேன். ஆதித்தனுக்கும் இளவரசுப் பட்டம் கட்டினேன். குந்தவை! உன் பெரியபாட்டிக்கு உன்பேரில் மிக்க அன்பு உண்டு. நீ அவரிடம் நயமாகச் சொல்லி மதுராந்தகனுக்குப் பட்டம் கட்டுவதற்குச் சம்மதம் வாங்கி விடு!..."

குந்தவை திகைத்துப் போய்ப் பேசாமலிருந்தாள்.

"பிறகு காஞ்சிக்குப் போ! அங்கே உன் அண்ணன் ஆதித்த கரிகாலனிடம் சொல்லி, 'இந்தச் சாபக்கேடு வாய்ந்த இராஜ்யம் எனக்கு வேண்டாம்' என்று சொல்லும்படி செய்துவிடு. மதுராந்தகனுக்கே பட்டம் கட்டிவிடுவோம். பிறகு நாம் எல்லாரும் சாபம் நீங்கி நிம்மதியாக இருக்கலாம்" என்றார் சக்கரவர்த்தி.

"அப்பா! அடிக்கடி சாபம் என்கிறீர்களே? எந்தச் சாபத்தைச் சொல்கிறீர்கள்?" என்று குந்தவை கேட்டாள்.

"மகளே! பூர்வ ஜன்மம் என்று சொல்லுகிறார்களே அதை நீ நம்புகிறாயா? பூர்வஜன்மத்தின் நினைவுகள் இந்த ஜன்மத்தில் சில சமயம் வரும் என்கிறார்களே, அதில் உனக்கு நம்பிக்கை உண்டா?"

"தந்தையே! அவையெல்லாம் பெரிய விஷயங்கள். எனக்கென்ன தெரியும், அந்த விஷயங்களைப் பற்றி?"

"மகாவிஷ்ணுவின் பத்து அவதாரங்களைப் பற்றி சொல்கிறார்களே! புத்தபகவான் கடைசி அவதாரத்திற்கு முன்னால் பல அவதாரங்கள் எடுத்ததாகச் சொல்கிறார்களே? அந்த அவதாரங்களைப் பற்றிய பல அழகான கதைகள் சொல்கிறார்களே?"

"கேட்டிருக்கிறேன், அப்பா!"

"கடவுளுக்கும் அவதார புருஷர்களுக்கும் அப்படியென்றால் சாதாரண மனிதர்களுக்கு மட்டும் முற்பிறவிகள் இல்லாமலிருக்குமா?"

"இருக்கலாம் அப்பா!"

"சில சமயம் எனக்குப் பூர்வஜன்ம நினைவுகள் வருகின்றன மகளே! அவற்றைக் குறித்து இதுவரையில் யாரிடமும் சொல்லவில்லை. சொன்னால் யாரும் நம்பவும் மாட்டார்கள்; புரிந்துகொள்ளவும் மாட்டார்கள். எனக்கு உடல் நோயுடன் சித்தப் பிரமையும் பிடித்திருப்பதாகச் சொல்வார்கள். வைத்தியர்களை அழைத்து வந்து தொந்தரவு கொடுப்பது போதாது என்று மாந்திரீகர்களையும் அழைத்துவரத் தொடங்குவார்கள்..."

"ஆம்; தந்தையே! இப்போதே சிலர் அப்படிச் சொல்கிறார்கள். தங்கள் நோய், மருத்துவத்தினால் தீராது; மாந்திரீகர்களை அழைக்க வேண்டும் என்கிறார்கள்..."

"பார்த்தாயா? நீ அப்படியெல்லாம் நினைக்க மாட்டாயே? நான் சொல்வதைக் கேட்டுவிட்டுச் சிரிக்க மாட்டாயே?" என்றார் சக்கரவர்த்தி.

"கேட்கவேண்டுமா, அப்பா! உங்களுடைய மனம் எவ்வளவு நொந்திருக்கிறது என்று எனக்குத் தெரியாதா? தங்களைப் பார்த்து நான் சிரிப்பேனா?" என்று குந்தவை கூறினாள். அவளுடைய கண்ணில் நீர் மல்கிற்று.

"எனக்குத் தெரியும், மகளே! அதனாலேதான் மற்ற யாரிடமும் சொல்லாததை உன்னிடம் சொல்கிறேன். என்னுடைய பூர்வ ஜன்ம நினைவுகளில் சிலவற்றை சொல்லுகிறேன் கேள்!" என்றார் சுந்தர சோழர்.

நாலுபுறமும் கடல் சூழ்ந்த ஓர் அழகிய தீவு. அத்தீவில் எங்கெங்கும் பச்சை மரங்கள் மண்டி வளர்ந்திருந்தன. மரங்கள் இல்லாத இடங்களில் நெருங்கிய புதர்களாயிருந்தன. கடற்கரையோரத்தில் ஒரு புதரில் வாலிபன் ஒருவன் ஒளிந்து கொண்டிருந்தான். சற்றுத் தூரத்தில் கடலில் பாய்மரம் விரித்து சென்ற கப்பல் ஒன்றை உற்றுப் பார்த்துக்கொண்டிருந்தான். அது மறையும் வரையில் பார்த்துக்கொண்டு நின்றான். பிறகு "அப்பா! பிழைத்தோம்!" என்று பெருமூச்சு விட்டான்.

அந்த வாலிபன் இராஜ குலத்தில் பிறந்தவன். ஆனால் இராஜ்யத்துக்கு உரிமையுள்ளவன் அல்ல; இராஜ்யம் ஆளும் ஆசையும் அவனுக்குக் கிடையாது. அவனுடைய தகப்பனாருக்கு முன்னால் பிறந்த மூன்று சகோதரர்கள் இருந்தார்கள். ஆகையால் இராஜ்யம் ஆளுவதைப் பற்றி அவன் கனவிலும் நினைக்கவில்லை; ஆசை கொள்ளவும் இல்லை. கடல் கடந்த நாட்டுக்குப் போருக்குச் சென்ற சைன்யத்தோடு அவனும் போனான். ஒரு சிறிய படையின் தலைமை அவனுக்கு அளிக்கப்பட்டிருந்தது. போரில் அவனுடைய சைன்யம் தோல்வியுற்றது. கணக்கற்றவர்கள் மாண்டார்கள். வாலிபன் தலைமை வகித்த படையிலும் எல்லாரும் மாண்டார்கள். அந்த வாலிபனும் போரில் உயிரைவிடத் துணிந்து எவ்வளவோ சாஹஸச் செயல்கள் புரிந்தான். ஆனாலும் அவனுக்குச் சாவு நேரவில்லை. தோற்று ஓடிய சைன்யத்தில் உயிரோடு தப்பிப் பிழைத்தவர்கள் துறைமுகத்துக்கு வந்து சேர்ந்தார்கள். திரும்பித் தாய்நாடு செல்லுவதற்கு அவர்கள் ஆயத்தமானார்கள். திரும்பிப் போவதற்கு அந்த வாலிபன் மட்டும் விரும்ப வில்லை. தன் கீழிருந்த படை வீரர்கள் அனைவரையும் பறிகொடுத்துவிட்டு அவன் தாய் நாட்டுக்குத் திரும்பிச் செல்ல விரும்பவில்லை. அவனுடைய குலத்தைச் சேர்ந்தவர்கள் மகாவீரர்கள் எனப் புகழ் பெற்றவர்கள். அந்தப் புகழுக்குத் தன்னால் அபகீர்த்தி நேருவதை அவன் விரும்பவில்லை. ஆகையால், கப்பல் போய்க்கொண்டிருந்தபோது, சற்றுத் தூரத்தில் அழகிய தீவு ஒன்று தெரிந்தபோது, வாலிபன் மற்ற யாரும் அறியாமல் கடலில் மெல்லக் குதித்தான். நீந்திக் கொண்டே போய்த் தீவில் கரை ஏறினான். கப்பல் கண்ணுக்கு மறையும் வரையில் காத்திருந்தான். பிறகு ஒரு மரத்தின்மேல் ஏறி அதன் அடிக்கிளையில் உட்கார்ந்துகொண்டு சுற்றும் முற்றும்

பார்த்தான். அந்தத் தீவின் அழகு அவன் மனத்தைக் கவர்ந்தது. ஆனால் அத்தீவில் மனித சஞ்சாரமே இல்லை என்று தோன்றியது. அச்சமயம் அது ஒரு குறையென்று அவனுக்குத் தோன்றவில்லை. அவனுடைய உற்சாகம் மிகுந்தது. மரக்கிளையில் சாய்ந்து உட்கார்ந்தபடி வருங்காலத்தைப் பற்றி பகற்கனவுகள் கண்டுகொண்டிருந்தான்.

திடீரென்று மனிதக் குரலில், அதுவும் பெண் குரலில், ஒரு கூச்சல் கேட்டது திரும்பிப் பார்த்தான். இளம் பெண் ஒருத்தி கூச்சலிட்ட வண்ணம் ஓடிக்கொண்டிருந்தாள். அவளைத் தொடர்ந்து பயங்கரமான கரடி ஒன்று ஓடியது. அவன் பார்த்துக்கொண்டிருக்கும்போதே கரடி மேலும் மேலும் அந்தப் பெண்ணை நெருங்கிக்கொண்டிருந்தது. இருவருக்கும் இடையேயிருந்த தூரம் குறுகிக்கொண்டிருந்தன. வேறு யோசனை ஒன்றும் செய்வதற்கு அப்போது நேரம் இருக்க வில்லை. வாலிபன் மரக்கிளையிலிருந்து பொத்தென்று கீழே குதித்தான். மரத்தில்தான் சாத்தியிருந்த வேலை எடுத்துக் கொண்டு ஓடினான். கரடி அந்தப் பெண்ணை நெருங்கி அதன் பயங்கரமான கால் நகங்களை அவள் கழுத்தில் வைப்பதற்கு இருந்தது. அச்சமயத்தில் குறி பார்த்து வேலை எறிந்தான். வேல் கரடியைத் தாக்கியது. கரடி வீல் என்று ஏழுலகமும் கேட்கும்படியான ஒரு சத்தம் போட்டு விட்டுத் திரும்பியது. பெண் பிழைத்தாள், ஆனால் வாலிபன் அபாயத்துக்குள்ளானான். காயம்பட்ட கரடி அவனை நோக்கிப் பாய்ந்தது. வாலிபனுக்கும் கரடிக்கும் துவந்த யுத்தம் நடந்தது. கடைசியில் அந்த வாலிபனே வெற்றி பெற்றான்.

வெற்றியடைந்த வாலிபனுடைய கண்கள் உடனே நாலாபுறமும் தேடின. எதைத் தேடின என்பது அவனுக்கே முதலில் தெரியவில்லை. அப்புறம் சட்டென்று தெரிந்தது. அவன் கண்கள் தேடிய பெண், சாய்ந்து வளைந்து குறுக்கே வளர்ந்திருந்த ஒரு தென்னை மரத்தின் பின்னால் அதன் பேரில் சாய்ந்துகொண்டு நின்றாள். அவள் கண்களில் வியப்பும் முகத்தில் மகிழ்ச்சியும் குடிகொண்டிருந்தன. அவள் காட்டில் வாழும் பெண். உலகத்து நாகரிக வாழ்க்கையை அறியாதவள் என்று அவளுடைய தோற்றமும் உடையும் தெரிவித்தன. ஆனால் அவளுடைய அழகுக்கு உவமை சொல்ல இந்த உலகத்தில் யாரும் இல்லையென்று சொல்லும்படியிருந்தாள். அந்தப் பெண் அங்கு நின்றிருந்த காட்சி ஒப்பற்ற ஆற்றல் படைத்த ஓவியக் கலைஞன் ஒருவன் தீட்டிய சித்திரக் காட்சியாகத் தோன்றியது. அவள் உண்மையில் ஒரு பெண்ணாயிருந்தாலும் இந்த உலகத்துப் பெண்ணாயிருக்க முடியாது என்று அந்த வாலிபன் கருதினான். அருகில் நெருங்கினான். ஆனால் அவன் எதிர்பார்த்தது போல் அவள் மாயமாய் மறைந்துவிடவில்லை. எதிர்பாராத விதமாக அவள் ஓட்டம் பிடித்து ஓடினாள். சற்று அவளைப் பின் தொடர்ந்து ஓடிப் பார்த்தான். பிறகு நின்று விட்டான். அவன் மிகக் களைப்புற்றிருந்த படியால் மானின் வேகத்துடன் ஓடிய அந்தப் பெண்ணைத் தொடர்ந்து அவனால் ஓடவும் முடியவில்லை. மேலும், ஒரு பெண்ணை தொடர்ந்து ஓடுவது அநாகரிகம் என்றும் அவன் எண்ணினான்.

"இந்தச் சிறிய தீவிலேதானே இவள் இருக்க வேண்டும்? மறுபடியும் பார்க்காமலா போகிறோம்!" என்று கருதி நின்றுவிட்டான். கடற்கரையோரமாகச் சென்று தெள்ளிய மணலில் படுத்துக்கொண்டு களைப்பாறினான். அவன் எதிர்பார்த்தது வீண்போகவில்லை. சற்று நேரத்துக்கெல்லாம் அந்தப் பெண் திரும்பி வந்தாள். தன்னுடன் ஒரு வயோதிகனான மனிதனையும் அழைத்து வந்தாள். வந்தவன் இலங்கைத் தீவில் கடற்கரையோரத்தில் வாழ்ந்து மீன் பிடித்துப் பிழைக்கும் 'கரையர்' என்னும் வகுப்பைச் சேர்ந்தவன் என்று தெரிந்தது. அவன் மூலமாக அவ்வாலிபன் ஒரு முக்கியமான உண்மையைத் தெரிந்து கொண்டான். அதாவது அந்தப் பெண் தக்க சமயத்தில் அவனுடைய உயிரைக் காப்பாற்றினாள் என்று அறிந்தான். அவன் மரக்கிளையின் மேல் உட்கார்ந்து கடலையே கூர்ந்து கவனித்துக்கொண்டிருந்தபோது கரடி ஒன்று அவன் பின் பக்கமாக வந்து அவனை உற்றுப் பார்த்தது. பிறகு மரத்தின் மேல் ஏறத் தொடங்கியது. இதையெல்லாம் அந்தப் பெண் பார்த்துக்கொண்டிருந்தாள். கரடியை வேறு திசையில் இழுப்பதற்கும் அந்த

வாலிபனை எச்சரிக்கை செய்வதற்கும் அவள் அவ்விதம் கூச்சலிட்டாள். கரடி மரத்தின் மேலே ஏறுவதை விட்டு அவளைத் தொடர்ந்து ஓடத் தொடங்கியது.

இதைக் கேட்டதும் அந்த வாலிபனுக்கு எப்படியிருந்திருக்கு மென்று சொல்லவும் வேண்டுமா? தன்னைக் காப்பாற்றிய பெண்ணுக்கு அவன் தன் நன்றியைத் தெரிவித்துக் கொண்டான். ஆனால் அவளோ ஒரு வார்த்தையும் மறுமொழியாகச் சொல்லவில்லை. அவளிடம் வாலிபன் கூறியதற்கெல்லாம் அவளுடன் வந்த மனிதனே மறுமொழி கூறினான். இது வாலிபனுக்கு முதலில் வியப்பாயிருந்தது. உண்மை இன்னதென்று அறிந்ததும், வியப்பு மறைந்தது. அந்தப் பெண் பேசத் தெரியாத ஊமை. அவளுக்குக் காதும் கேளாது என்று அறிந்து கொண்டதும், அவ்வாலிபனுடைய பாசம் பன்மடங்காகியது. பாசம் வளர்ந்து தழைப்பதற்குச் சூழ்நிலையும் சந்தர்ப்பமும் துணை செய்தன. காது கேளாததும், பேசத் தெரியாததும் ஒரு குறையாகவே அவ்வாலிபனுக்குத் தோன்றவில்லை. வாயினால் சொல்ல முடியாத அற்புதமான உண்மைகளையும், அந்தரங்க இரகசியங்களையும் அவளுடைய கண்களே தெரியப்படுத்தின. அந்த நயனபாஷைக்கு ஈடான பாஷை இந்த உலகத்தில் வேறு என்ன உண்டு? அதுபோலவே காதுகேளாததற்கு ஈடாக அவளுடைய நாசியின் உணர்ச்சி அதிசயமான சக்தி வாய்ந்ததாயிருந்தது. அடர்ந்த காட்டின் மத்தியில் வெகு தூரத்தில் மறைந்திருக்கும் காட்டு மிருகம் இன்னதென்பதை அவளுடைய முகர்தல் சக்தியைக் கொண்டே கண்டுபிடிக்க அவளால் முடிந்தது. ஆனால் இதெல்லாம் என்னத்திற்கு? இருதயங்கள் இரண்டு ஒன்று சேர்ந்து விட்டால், மற்ற புலன்களைப் பற்றி என்ன கவலை? அந்த வாலிபனுக்கு அத்தீவு சொர்க்க பூமியாகவே தோன்றியது. நாட்கள், மாதங்கள், வருஷங்கள், இவ்விதம் சென்றன. எத்தனை நாள் அல்லது வருஷம் ஆயிற்று என்பதைக் கணக்குப் பார்க்கவே அவன் மறந்துவிட்டான்.

வாலிபனுடைய இந்த சொர்க்க வாழ்வுக்குத் திடீரென்று ஒருநாள் முடிவு நேர்ந்தது. கப்பல் ஒன்று அந்தத் தீவின் அருகில் வந்து நின்றது. அதிலிருந்து படகிலும் கட்டு மரங்களிலும் பலர் இறங்கி வந்தார்கள். அவர்கள் யார் என்று பார்க்க வாலிபன் அருகில் சென்றான். தன்னைத் தேடிக் கொண்டுதான் அவர்கள் வந்திருக்கிறார்கள் என்று அறிந்தான். அவனுடைய நாட்டில் எதிர்பாராத நிகழ்ச்சிகள் பல நடந்து விட்டன. அவனுடைய தந்தைக்கு மூத்த சகோதரர்கள் இருவர் இறந்து போய்விட்டார்கள். இன்னொருவருக்குப் புத்திர சந்தானம் இல்லை. ஆகையால் ஒரு பெரிய சாம்ராஜ்யம் அவனுக்காகக் காத்திருக்கிறது என்று தெரிந்து கொண்டான். அவனுடைய உள்ளத்தில் ஒரு பெரிய பூசல் ஏற்பட்டது. அந்த அழகிய தீவையும் அதைச் சொர்க்க பூமியாக்கிய ஊமைப் பெண்ணையும் விட்டுப்போக அவனுக்கு மனமில்லை. அதே சமயத்தில் ஊரையும் உற்றார் உறவினரையும் பார்க்கும் ஆசை ஒரு பக்கத்தில் அவனைக் கவர்ந்து இழுத்தது. அவன் பிறந்த நாட்டை நாலாபுறமும் அபாயம் சூழ்ந்திருக்கிறதென்றும் அறிந்தான். யுத்த பேரிகையின் முழக்கம் மிக மிகத் தொலைவிலிருந்து அவன் காதில் வந்து கேட்டது. இது அவன் முடிவு செய்வதற்குத் துணை செய்தது.

"திரும்பி வருகிறேன்; என் கடமையை நிறைவேற்றிவிட்டு வருகிறேன்" என்று அப்பெண்ணிடம் ஆயிரம் முறை உறுதி மொழி கூறிவிட்டுப் புறப்பட்டான். காட்டில் பிறந்து வளர்ந்த அந்த ஊமைப் பெண் நாட்டிலிருந்து வந்திருந்த மனிதர்களுக்கு மத்தியில் வருவதற்கே விரும்பவில்லை. வாலிபன் படகில் ஏறியபோது அவள் சற்றுத் தூரத்தில் அந்தப் பழைய வளைந்த தென்னை மரத்தின் மேல் உட்கார்ந்து பார்த்துக் கொண்டிருந்தாள். அவளுடைய இரு கண்களும் அப்போது இரண்டு கண்ணீர்க் கடல்களாக வாலிபனுக்குத் தோன்றின. ஆயினும் அவன் தன் மனத்தைக் கல்லாகச் செய்துகொண்டு படகில் ஏறிச் சென்று கப்பலை அடைந்தான்...

"குந்தவை! அந்த வலைஞர் குலப் பெண் அப்படி நின்று பார்த்துக்கொண்டிருந்தாளே, அந்தக் காட்சியின் நினைவு அடிக்கடி என் மனக் கண் முன் தோன்றிக்கொண்டிருக்கிறது.

எவ்வளவு முயன்றாலும் மறக்கமுடியவில்லை. அதைக் காட்டிலும் சோகமான இன்னும் ஒரு காட்சி, நினைத்தாலும் குலை நடுங்கும் காட்சி அடிக்கடி தோன்றிக்கொண்டிருக்கிறது. இரவிலும் பகலிலும் உறங்கும்போது விழித்திருக்கையிலும் என்னை வருத்தி வேதனைப்படுத்திக்கொண்டிருக்கிறது. அதையும் சொல்லட்டுமா?" என்று சுந்தர சோழர் தம் அருமை மகளைப் பார்த்துக் கேட்டார்.

உருக்கத்தினால் தொண்டை அடைத்துத் தழதழத்த குரலில், சுந்தர சோழரின் அருமைக் குமாரி "சொல்லுங்கள், அப்பா" என்றாள்.

❖

17. மாண்டவர் மீள்வதுண்டோ?

இதுவரைக்கும் சுந்தர சோழர் வேறு யாரோ ஒரு மூன்றாம் மனிதனைப் பற்றி சொல்வது போலச் சொல்லிக் கொண்டு வந்தார். இப்போது தம்முடைய வாழ்க்கையில் நடந்த வரலாறாகவே சொல்லத் தொடங்கினார்:

"என் அருமை மகளே! சாதாரணமாக ஒரு தகப்பன் தன் மகளிடம் சொல்லக் கூடாத விஷயத்தை இன்று நான் உனக்குச் சொல்கிறேன். இதுவரை யாரிடமும் மனதைத் திறந்து சொல்லாத செய்தியை உன்னிடம் சொல்கிறேன். இந்த உலகத்திலேயே என் நண்பன் அநிருத்தன் ஒருவனுக்குதான் இது தெரியும்; அவனுக்கும் முழுவதும் தெரியாது. இப்போது என் மனத்தில் நடக்கும் போராட்டம் அவனுக்குத் தெரியாது. ஆனால் உன்னிடம் எல்லாவற்றையும் சொல்லப் போகிறேன்.

நம்முடைய குடும்பத்தில் யாராவது ஒருவருக்குத் தெரிந்திருக்க வேண்டும். உன் தாயாரிடம் சொல்ல முடியாது. உன்னிடந்தான் சொல்ல வேண்டுமென்று சில காலமாகவே எண்ணியிருந்தேன். அதற்குச் சந்தர்ப்பம் இன்றைக்கு வந்தது. நீ என் நிலையைக் கண்டு சிரிக்கமாட்டாய்; என் மனத்திலுள்ள புண்ணை ஆற்றுவதற்கு முயல்வாய்; என்னுடைய விருப்பம் நிறைவேறவும் உதவி செய்வாய்! இந்த நம்பிக்கையுடன் உன்னிடம் சொல்கிறேன்...

"அந்தத் தீவிலிருந்து மரக்கலத்தில் ஏறிப் புறப்பட்டேன் கோடிக்கரை சேர்ந்தேன். என் பாட்டனார் பராந்தக சக்கரவர்த்தி இந்தத் தஞ்சை அரண்மனையில் அப்போது தங்கியிருக்கிறார் என்று அறிந்து நேராக இங்கே வந்தேன்.

"நான் தஞ்சை வந்து சேர்ந்தபோது பராந்தக சக்கரவர்த்தி மரணத்தை எதிர்நோக்கிக்கொண்டிருந்தார். அவர் உள்ளம் நொந்து போயிருந்தது. நாற்பது ஆண்டு காலத்தில் அவர் நிர்மாணித்த மகாராஜ்யம் சின்னா பின்னம் அடைந்து கொண்டிருந்தது. அவருக்குப் பிறகு பட்டத்தை அடைய வேண்டியவரான இராஜாதித்தர் தக்கோலப் போரில் மாண்டார். அதே போர்க்களத்தில் படுகாயம் அடைந்த என் தந்தை அரிஞ்சயர் பிழைப்பாரோ, மாட்டாரோ என்ற நிலையில் இருந்தார். கன்னர தேவனுடைய படைகள் தொண்டை மண்டலத்தைக் கைப்பற்றி முன்னேறிக் கொண்டு வந்தன. தெற்கே பாண்டியர்கள் தலையெடுத்து வந்தார்கள். இலங்கையில் சோழ சைன்யம் தோல்வியுற்றுத் திரும்பி விட்டது. பல போர்க்களங்களிலும் சோழ நாட்டு வீராதி வீரர் பலர் உயிர் துறந்து விட்டார்கள். இந்தச் செய்திகள் எல்லாம் ஒருமிக்க வந்து முதிய பிராயத்துப் பராந்தக சக்கரவர்த்தியின் உள்ளத்தைப் புண்படுத்தித் துயரக் கடலில் ஆழ்த்தியிருந்தன. இந்த நிலையில் என்னைக் கண்டதும் அவருடைய முகம் மலர்ச்சி அடைந்தது. என் பாட்டனாருக்கு நான் குழந்தையாயிருந்த நாளிலிருந்து என் பேரில் மிக பிரியம். என்னை எங்கேயும் அனுப்பாமல் அரண்மனையில் தம்முடனேயே வெகுகாலம் வைத்திருந்தார். பிடிவாதம் பிடித்து அவரிடம் விடை பெற்றுக் கொண்டு நான் ஈழ நாட்டுக்குப் போனேன். அங்கிருந்து திரும்பி வந்தவர்களிலே நான் இல்லை என்று அறிந்ததும் என் பாட்டனாரின் மனம் உடைந்து போயிருந்தது. நான் இறந்து விட்டதாகவும் தெரியவில்லையாதலால்

என்னைத் தேடிவரக் கூட்டங் கூட்டமாக ஆட்களை அனுப்பிக்கொண்டிருந்தார்.

"கடைசியில் ஒரு கூட்டம் என்னைக் கண்டுபிடித்தது. நான் தஞ்சை வந்து சேர்ந்ததும், புண்பட்ட அவர் மனத்துக்குச் சிறிது சாந்தி ஏற்பட்டது. அவருடைய அந்தியகாலத்தில் வீழ்ச்சியடைந்து வந்த சோழ சாம்ராஜ்யம் மறுபடியும் என்னால் மேன்மையடையும் என்பதாக எப்படியோ அவர் மனத்தில் ஒரு நம்பிக்கை ஏற்பட்டிருந்தது. அந்த நம்பிக்கையைச் சோதிடர்கள் வளரச் செய்திருந்தார்கள். அதற்குத் தகுந்தாற்போல், அவருக்குப் புதல்வர்கள் நாலு பேர் இருந்தும், அவருடைய அந்திய காலத்தில் பேரன் நான் ஒருவனே இருந்தேன். சக்கரவர்த்தி இறக்கும் தறுவாயில் என்னை அருகில் அழைத்து உச்சி முகர்ந்து கண்ணீர் பெருக்கினார். 'அப்பனே! எனக்குப் பிறகு உன் பெரியப்பன் கண்டராதித்தன் சிம்மாசனம் ஏறுவான். அவனுக்குப் பிறகு இந்தச் சோழ ராஜ்யம் உன்னை அடையும். உன்னுடைய காலத்திலேதான் மறுபடி இந்தச் சோழ குலம் மேன்மையடையப் போகிறது' என்று பலமுறை அவர் கூறினார்.

"சோழ நாட்டின் மேன்மையை நிலை நாட்டுவதே என் வாழ்க்கையின் இலட்சியமாயிருக்க வேண்டுமென்று சொல்லி, அவ்வாறு என்னிடம் வாக்குறுதியும் பெற்றுக்கொண்டார்...

"என் பாட்டனார் என்னிடம் எவ்வளவு பிரியம் வைத்திருந்தாரோ, அவ்வளவு நான் அவரிடம் பக்தி வைத்திருந்தேன். ஆதலின் அவருடைய கட்டளையைச் சிரமேற்கொண்டு நடப்பதென்று உறுதி கொண்டேன். ஆனாலும் என் உள்ளத்தில் அமைதி இல்லை. கடல் சூழ்ந்த தீவில் கரடிக்கு இரையாகாமல் என்னைக் காப்பாற்றிய கரையர் குலமகளின் கதி என்ன? சோழ நாட்டுச் சிம்மாசனத்தில் கீழ்க்குலத்தில் பிறந்த ஊமைப் பெண் ஒருத்தி ராணியாக வீற்றிருக்க முடியுமா? அரண்மனை வாழ்வு அவளுக்குத்தான் சரிப்பட்டு வருமா? நாட்டார் நகரத்தார் என்னைப் பார்த்து சிரிக்க மாட்டார்களா?... இந்த எண்ணங்கள் அடிக்கடி தோன்றி என் மனத்தைச் சஞ்சலப்படுத்தின. இது மட்டுமன்று, என் பெரிய தகப்பனார் கண்டராதித்தர் சில காலத்திற்கு முன்புதான் இரண்டாவது கல்யாணம் செய்து கொண்டிருந்தார். அவரை மணந்த பாக்கியசாலி மழவரையர் குலமகள் என்பதை நீ அறிவாய். முதல் மனைவிக்குக் குழந்தை இல்லையென்றால், இரண்டாவது மனைவிக்கும் குழந்தை பிறவாது என்பது என்ன நிச்சயம். பெரியப்பாவுக்கு ஆண் குழந்தை பிறந்தால், இராஜ்யம் எனக்கு எப்படி வரும்? இதைப் பற்றி ராஜ்யத்தில் சிலர் அப்போதே பேசிக் கொண்டிருந்தது என் காதில் விழுந்தது. ஆனால் அத்தகைய சந்தேகம் யாருக்கும் உண்டாகக்கூடாது என்று மகாத்மாவாகிய என் பெரிய தகப்பனார் விரும்பினார் போலும். பராந்தக சக்கரவர்த்தி காலமான பிறகு கண்டராதித்தருக்கு இராஜ்ய பட்டாபிஷேகம் நடந்தது. அதே சமயத்தில் எனக்கும் யுவராஜ்ய பட்டாபிஷேகம் நடக்க வேண்டும் என்று என் பெரியப்பா புதிய சக்கரவர்த்தி ஏற்பாடு செய்துவிட்டார்...

"என் பிரிய மகளே! இன்றைக்கு உன் தம்பி அருள் மொழியின் பேரில் இந்நாட்டு மக்கள் எப்படிப் பிரியமாயிருக்கிறார்களோ, அப்படி அந்த நாளில் என்பேரில் அபிமானமாயிருந்தார்கள். அரண்மனைக்குள்ளே பட்டாபிஷேகம் நடந்து கொண்டிருந்த போது வெளியிலே ஆயிரக்கணக்கான ஜனங்கள் ஆவலுடன் காத்திருந்தார்கள். புதிதாக முடிசூடிய சக்கரவர்த்தியும், யுவராஜாவும் சேர்ந்தாற்போல் ஜனங்களுக்குக் காட்சி தரவேண்டும் என்று அனைவரும் விரும்பினார்கள். அவ்விதமே பெரியப்பாவும், நானும் இந்த அரண்மனை மேன்மாடத்தின் முன்றிலுக்கு வந்து நின்றோம். கீழே ஒரே ஜன சமுத்திரமாக இருந்தது. அவ்வளவு பேருடைய முகங்களும் மலர்ந்து விளங்கின. எங்களைக் கண்டதும் அவ்வளவு பேரும் குதூகலமடைந்து ஆரவாரித்தார்கள். நாம் இளவரசுப் பட்டம் சூட்டிக் கொண்டது பற்றி இவ்வளவு ஆயிரமாயிரம் மக்கள் குதூகலம் அடைந்திருக்கிறார்களே, அப்படியிருக்க, எங்கேயோ ஒரு கண் காணாத் தீவில் காட்டின் மத்தியில் வாழும் ஊமைப்

பெண்ணை பற்றி நாம் கவலைப்படுவது என்ன நியாயம்? இவ்வளவு பேருடைய மகிழ்ச்சி முக்கியமானதா? ஒரே ஒரு ஊமைப் பெண்ணின் வாழ்க்கை முக்கியமானதா?...

"இவ்வாறு எண்ணிக்கொண்டே எங்களை அண்ணாந்து பார்த்தபடி நின்ற மலர்ந்த முகங்களை ஒவ்வொன்றாகக் கவனித்துக் கொண்டு வந்தேன். அந்த ஜனங்களிலே ஆண்களும் பெண்களும், முதியவர்களும் இளைஞர்களும், சிறுவர் சிறுமிகளும் நின்றார்கள். எல்லோரும் ஒரே களிப்புடன் காணப்பட்டார்கள். ஆனால் திடீரென்று ஒரு முகம், ஒரு பெண்ணின் முகம், சோகம் ததும்பிய முகம், கண்ணீர் நிறைந்த கண்களினால் என்னைப் பரிதாபமாகப் பார்த்துக் கொண்டிருந்த முகம், தெரிந்தது. அத்தனைக் கூட்டத்துக்கு நடுவில், எப்படி அந்த ஒரு முகம், என் கண்ணையும் கவனத்தையும் கவர்ந்ததென்பதை நான் அறியேன். பிறகு அங்கிருந்து என் கண்களும் நகரவில்லை; கவனமும் பெயரவில்லை. அந்த முகம் வரவரப் பெரிதாகி வந்தது; என் அருகே வருவது போலிருந்தது. கடைசியில், அந்தப் பெரிய ஜனத்திரள் முழுவதும் மறைந்து, என் அருகில் நின்றவர்கள் எல்லாரும் மறைந்து, ஆசார வாசல் மறைந்து, தஞ்சை நகரின் கோட்டை கொத்தளம் மறைந்து, வானும் மண்ணும் மறைந்து, அந்த ஒரு முகம் மட்டும் தேவி பரமேசுவரியின் விசுவரூபத்தைப் போல் என் கண் முன்னால் தோன்றியது. என் தலை சுழன்றது; கால்கள் பலமிழந்தன; நினைவு தவறியது...

"அப்படியே நான் மயங்கி விழுந்து விட்டதாகவும் பக்கத்திலி ருந்தவர்கள் தாங்கிப் பிடித்துக்கொண்டதாகவும் பிற்பாடு அறிந்தேன். பட்டாபிஷேக வைபவச் சடங்குகளில் நான் அதிகம் களைத்துப்போய் விட்டதாக மற்றவர்கள் நினைத்தார்கள். ஜனங்களுக்குக் காட்சி அளித்தது போதும் என்று என்னை அரண்மனைக்குள்ளே அழைத்துச் சென்றார்கள். பிறகு எனக்கு நல்ல நினைவு வந்ததும் என் நண்பன் அநிருத்தனைத் தனியாக அழைத்து, நான் கண்ட காட்சியைக் கூறினேன். அந்த ஊமைப் பெண்ணின் அடையாளம் கூறி எப்படியாவது அவளைக் கண்டுபிடித்து அழைத்து வரவேண்டும் என்று கட்டளையிட்டேன். தஞ்சை நகரின் மூலை முடுக்கெல்லாம் தேடியும் அத்தகைய ஊமைப் பெண் யாரும் இல்லையென்று அநிருத்தன் வந்து சொன்னான். என்னுடைய உள்ளத்தின் பிரமையாக இருக்குமென்றும் கூறினான். நான் அவனைக் கோபித்துக்கொண்டு "இந்த உதவி கூடச் செய்யாவிட்டால் அப்புறம் நீ என்ன சிநேகிதன்?" என்றேன். தஞ்சைக் கோட்டைக்கு வெளியே கடற்கரையை நோக்கிச் செல்லும் பாதைகளில் ஆள் அனுப்பித் தேடும்படி சொன்னேன். அப்படியே பல வழிகளிலும் ஆட்கள் சென்றார்கள். கடற்கரை வரையில் போய்த் தேடினார்கள். கோடிக்கரைக்குப் போனவர்கள் அங்கேயுள்ள கலங்கரை விளக்கக் காவலன் வீட்டில் ஓர் ஊமைப் பெண் இருப்பதாகக் கண்டுபிடித்தார்கள். அவள் பித்துப் பிடித்தவள் போலத் தோன்றினாளாம். எவ்வளவோ ஜாடைமாடைகளினால் அவளுக்கு விஷயத்தை தெரிவிக்க முயன்றது பயன்படவில்லையாம். அவர்களுடன் தஞ்சைக்கு வருவதற்கு அடியோடு மறுத்து விட்டாளாம். இந்தச் செய்தியை அவர்கள் கொண்டுவந்தவுடன், இன்னது செய்வதென்று தெரியாமல் மனங் கலங்கினேன். இரண்டு நாள் அந்தக் கலக்கத்திலேயே இருந்தேன். ஆனமட்டும் அவளை மறந்துவிடப் பார்த்தும் இயலவில்லை. இரவும் பகலும் அதே நினைவாயிருந்தது. இரவில் ஒருகணங்கூடத் தூங்கவும் முடியவில்லை. பிறகு அநிருத்தனையும் அழைத்துக் கொண்டு கோடிக்கரைக்குப் புறப்பட்டேன். குதிரைகளை எவ்வளவு வேகமாகச் செலுத்தலாமோ அவ்வளவு வேகமாகச் செலுத்திக்கொண்டு போனேன். போகும்போது என் மனக்கலக்கம் இன்னும் அதிகமாயிற்று. அந்த ஊமைப் பெண்ணை அங்கே கண்டுபிடித்தால், அப்புறம் அவளை என்ன செய்வது என்று எண்ணியபோது மனம் குழம்பியது. தஞ்சைக்கோ பழையாறைக்கோ அழைத்துப் போய் 'இவள் என் ராணி!' என்று சொல்லுவதா? அவ்வாறு நினைத்தபோது என் உள்ளமும் உடலும் குன்றிப்போய் விட்டன.

"என் செல்வக் குமாரி! அந்த நாளில் நான் மேனி அழகில் நிகரற்றவன் என்று வேண்டாத பிரபலம் ஒன்று எனக்கு ஏற்பட்டிருந்தது. அதை ஒரு புகழாகவே நான் நினைக்கவில்லை. ஆயினும் மற்றவர்கள் அதைப்பற்றி ஓயாது பேசினார்கள். என் பாட்டனாரின் பெயராகிய 'பராந்தகன்' என்னும் பெயரை எனக்கு வைத்திருந்தும், அது அடியோடு மறையும்படி செய்து 'சுந்தர சோழன்' என்ற பெயரைப் பிரபலப்படுத்தி விட்டார்கள். அப்படி அனைவராலும் புகழப்பட்ட நான், நாகரிகம் இன்னதென்று தெரியாத ஓர் ஊமைப் பெண்ணை எப்படி அரண்மனைக்கு அழைத்துப் போவேன்? இல்லையென்றால் அவளை என்ன செய்வது இப்படிப் பலவாறு எண்ணிக் குழம்பிய மனத்துடன் கோடிக்கரை சேர்ந்தேன். அந்த மகராஜி எனக்குக் கஷ்டம் எதுவும் இல்லாமல் செய்துவிட்டாள். அங்கே நான் அறிந்த செய்தி என்னை அப்படியே ஸ்தம்பித்துப் போகும்படி செய்துவிட்டது. நாங்கள் அனுப்பிய ஆள்கள் திரும்பிச் சென்ற மறுநாள் அந்தப் பெண் கலங்கரை விளக்கின் உச்சியில் ஏறினாளாம். அன்று அமாவாசை; காற்று பலமாக அடித்தது. கடல் பொங்கிக் கொந்தளித்து வந்து கலங்கரை விளக்கைச் சூழ்ந்துகொண்டது. அந்தப் பெண் சிறிது நேரம் கொந்தளித்த அலை கடலைப் பார்த்துக்கொண்டே நின்றாளாம். அப்படி அவள் அடிக்கடி நிற்பது வழக்கமாததால் யாரும் அதைப் பொருட்படுத்தவில்லையாம்! திடீரென்று 'வீல்' என ஒரு சத்தம் அலைகடலின் முழக்கத்தையும் மீறிக்கொண்டு கேட்டதாம். பிறகு அவளைக் காணோம்! பெண் உருவம் ஒன்று விளக்கின் ஊச்சியிலிருந்து கடலில் தலைகீழாக விழுந்ததை இரண்டொருவர் பார்த்தார்களாம். படகுகளைக் கொண்டு வந்து ஆனமட்டும் தேடிப்பார்த்தும் பயன்படவில்லை. கொந்தளித்துப் பொங்கிய கடல் அந்தப் பெண்ணை விழுங்கிவிட்டது என்றே தீர்மானிக்க வேண்டியிருந்ததாம்.

"இந்தச் செய்தியைக் கேட்டதும் என் நெஞ்சில் ஈட்டியினால் குத்துவது போன்ற வலியும், வேதனையும் உண்டாயின. ஆனால் சற்று நேரத்துக்கெல்லாம் ஒருவித அமைதியும் உண்டாயிற்று. அவளை என்ன செய்வது என்ற கேள்வி இனி இல்லை. அதைப் பற்றி யோசித்து மனத்தைக் குழப்பிக்கொள்ள வேண்டியதுமில்லை!...

"துன்பமும், அமைதியும் கலந்த இந்த விசித்திர வேதனையுடன் தஞ்சைக்குத் திரும்பினேன். இராஜ்ய காரியங்களில் மனத்தைச் செலுத்தினேன். போர்க்களங்களுக்குச் சென்றேன். உன் தாயை மணந்துகொண்டேன். வீரப் புதல்வர்களைப் பெற்றேன். உன்னை என் மகளாக அடையும் பாக்கியத்தையும் பெற்றேன்...

"ஆனாலும், மகளே! செத்துப்போன அந்தப் பாவியை என்னால் அடியோடு மறக்க முடியவில்லை. சிற்சில சமயம் என் கனவிலே அந்தப் பயங்கரகாட்சி, நான் கண்ணால் பாராத அந்தக் காட்சி, தோன்றி என்னை வருத்திக் கொண்டிருந்தது. கலங்கரை விளக்கின் உச்சியிலிருந்து ஒரு பெண் உருவம் தலைகீழாகப் பாய்ந்து அலை கடலில் விழும் காட்சி என் கனவிலும் கற்பனையிலும் தோன்றிக் கொண்டிருந்தது. கனவில் அந்தப் பயங்கரக் காட்சியைக் காணும் போதெல்லாம் நான் அலறிப் புடைத்துக்கொண்டு எழுந்திருப்பேன். பக்கத்தில் படுத்திருப்பவர்கள் 'என்ன? என்ன?' என்று கேட்பார்கள். உன் தாயார் எத்தனையோ தடவை கேட்டதுண்டு. ஆனால் நான் உண்மையைக் கூறியதில்லை. 'ஒன்றுமில்லை' என்று சில சமயம் சொல்வேன். அல்லது போர்க்கள பயங்கரங்களைக் கற்பனை செய்து கூறுவேன். நாளடைவில் காலதேவனின் கருணையினால் அந்தப் பயங்கரக் காட்சி என் மனத்தை விட்டு அகன்றது; அவளும் என் நினைவிலிருந்து அகன்றாள்; அகன்று விட்டதாகத்தான் சமீப காலம் வரையில் நினைத்துக் கொண்டிருந்தேன். ஆனால் உயிரோடிருப்பவர்களைக் காட்டிலும் செத்துப் போனவர்கள் அதிகக் கொடுமைக்காரர்கள் என்று தோன்றுகிறது. மகளே! ஊமைச்சியின் ஆவி என்னை விட்டுவிடவில்லை. சில காலமாக அது மீண்டும் தோன்றி என்னை வதைக்க ஆரம்பித்திருக்கிறது! என் மகளே! மாண்டவர்கள் மீண்டு வருவார்கள் என்று நீ நம்புகிறாயா...?"

இவ்விதம் சொல்லிவிட்டுச் சுந்தரசோழர் தம் பார்வையை எங்கேயோ தூரத்தில் செலுத்தி வெறித்துப் பார்த்தார். அவர் பார்த்த திக்கில் ஒன்றுமே இல்லைதான்! ஆயினும் அவருடைய உடம்பு நடுங்குவதைக் குந்தவை கண்டாள். எல்லையற்ற இரக்கம் அவர் பேரில் அவளுக்கு உண்டாயிற்று. கண்களில் நீர் ததும்பியது. தந்தையின் மார்பில் தன் முகத்தைப் பதித்துக்கொண்டு கண்ணீர் விட்டாள். அதனால் அவருடைய நடுக்கமும் குறைந்ததாகத் தோன்றியது. பிறகு தந்தையை நிமிர்ந்து நோக்கி, "அப்பா! இந்தப் பயங்கரமான வேதனையைப் பல வருஷகாலம் தாங்கள் மனத்திலேயே வைத்துக்கொண்டு கஷ்டப்பட்டிருக்கிறீர்கள். அதனாலேதான் தங்கள் உடம்பும் சீர்குலைந்து விட்டது. இப்போது என்னிடம் சொல்லிவிட்டீர்கள் அல்லவா? இனிமேல் தங்கள் உடம்பு சரியாகப் போய்விடும்" என்றாள்.

சுந்தரசோழர் அதைக் கேட்டுச் சிரித்த சிரிப்பின் ஒலியில் வேதனையுடன் கூட அவநம்பிக்கையும் கலந்திருந்ததேன்? அவர் கூறினார்:

"குந்தவை! நீ நம்பவில்லை. மாண்டவர்கள் மீண்டும் வருவார்கள் என்று நீ நம்பவில்லை. ஆனாலும் அதோ அந்தத் தூணுக்குப் பக்கத்தில்; குத்து விளக்கின் பின்னால், அந்தப் பாவியின் ஆவி நேற்று நள்ளிரவில் நின்றது. என் கண்ணாலேயே பார்த்தேன். அதை எப்படி நம்பாமலிருக்க முடியும்? நான் கண்டது வெறும் பிரமை என்றால், உன் தோழியைப் பற்றி என்ன சொல்வாய்? அவள் எதையோ பார்த்துக் கேட்டதனால்தானே நினைவு தப்பி விழுந்தாள்! அவளை அழைத்து வா, குந்தவை! நானே நேரில் கேட்டுத் தெரிந்து கொள்கிறேன்!" என்று சுந்தர சோழர் பரபரப்புடன் கூறினார்.

"அப்பா! வானதி ஒரு பயங்கொள்ளிப் பெண்! கொடும்பாளூர் வீரவேளிர் குலத்தில் இவள் எப்படிப் பிறந்தாளோ, தெரியவில்லை. இருட்டில் தூணைப் பார்த்தாலும், அவள் அலறியடித்துக்கொண்டு மயக்கமாய் விழுவாள். அவளைக் கேட்பதில் யாதொரு பயனும் இல்லை. அவள் ஏதும் பார்த்திருக்கவும் மாட்டாள்; கேட்டிருக்கவும் மாட்டாள்."

"அப்படியா சொல்கிறாய்? அவள் போனால் போகட்டும். நான் சொல்ல வேண்டியது மிச்சத்தையும் கேள்! மாண்டவர்கள் மீண்டு வருவார்கள் என்பதில் எனக்கும் வெகுகாலம் நம்பிக்கை இல்லாமல் தானிருந்தது. அப்படிப்பட்ட தோற்றம் என்னுடைய வீண் மனப் பிரமை என்றே நானும் எண்ணியிருந்தேன். காவேரி நதியில் நாம் எல்லாருமாக ஓடத்தில் போய்க்கொண்டிருந்தபோது குழந்தை அருள்மொழிவர்மன் திடீரென்று காணாமற்போனது உனக்கு நினைவிருக்கிறதல்லவா? நாம் எல்லாரும் திகைத்தும் தவித்தும் நிற்கையில் ஒரு பெண்ணரசி பொன்னி நதி வெள்ளத்திலிருந்து குழந்தையை எடுத்து தூக்கிக் கொடுத்தாள். குழந்தையை மற்றவர்கள் வாங்கிக் கொண்டதும் அவள் மறைந்துவிட்டாள். இதைப் பற்றி நாம் எவ்வளவோ தடவை பேசியிருக்கிறோம். நீ மறந்திருக்க முடியாது. நீங்கள் எல்லாரும் காவேரியம்மன்தான் குழந்தையைக் காப்பாற்றியதாக முடிவு கட்டினீர்கள். ஆனால் என் கண்ணுக்கு என்ன தோன்றியது தெரியுமா? அந்த வலைஞர் குலமகள் ஊமைச்சி தான் குழந்தையை எடுத்துக் கொடுத்ததாகத் தோன்றியது. அன்றைய தினமும் நான் நினைவிழந்து விட்டேன் என்பது உனக்கு ஞாபகம் இருக்கிறதா? குழந்தைக்கு நேர்ந்த அபாயத்தை முன்னிட்டு நான் நினைவிழந்தேன் என்று எல்லாரும் எண்ணினார்கள். ஆனால் உண்மை அதுவன்று. இத்தனை நாள் கழித்து உனக்குச் சொல்கிறேன். குழந்தையை எடுத்துக் கொடுத்த பெண்ணுருவம் அவளுடைய ஆவி உருவம் என்று எனக்குத் தோன்றியபடியால்தான் அப்படி மூர்ச்சையடைந்தேன்...

"மகளே! உன் தமையனுக்கு இளவரசுப் பட்டம் சூட்டிய தினம் நினைவிருக்கிறதா? அன்று பட்டாபிஷேகம் நடந்த பிறகு ஆதித்த கரிகாலன் அந்தப்புரத்துக்குத் தாய்மார்களிடம் ஆசி பெறுவதற்காக வந்தான் அல்லவா? அவனுக்குப் பின்னால் நான் வந்தேன். அதே ஊமைச்சியின் ஆவி அங்கே பெண்களின் மத்தியில் நின்று கரிகாலனைக் கொடூரமாக உற்றுப் பார்த்ததைக் கண்டேன். மீண்டும் ஒரு தடவை பிரக்ஞை இழந்தேன். பிறகு

யோசித்தபோது அந்தச் சம்பவத்தைக் குறித்து எனக்குச் சந்தேகம் உண்டாயிற்று. அப்படி அவள் கரிகாலனைக் கொடூரமாகப் பார்க்க வேண்டிய அவசியம் என்ன என்று ஐயுற்றேன். அதுவும் என் சித்தப்பிரமையின் தோற்றமாயிருக்கலாம் என்று எண்ணினேன். ஆனால், மகளே! இந்தத் தடவை தஞ்சைக்கு வந்த பிறகு அந்தச் சந்தேகமெல்லாம் தீர்ந்துவிட்டது. ஒரு காலத்தில், அவள் உயிரோடிருந்த காலத்தில், அவள் முகத்தைப் பார்த்து அவள் மனத்திலுள்ளதைத் தெரிந்துகொள்வேன்; அவள் உதடு அசைவதைப் பார்த்து அவள் சொல்ல விரும்புவது இன்னதென்று தெரிந்துகொள்வேன்! அந்தச் சக்தியை மீண்டும் நான் பெற்றுவிட்டேன், குந்தவை! நாலைந்து முறை நள்ளிரவில் அவள் என் முன்னால் தோன்றி எனக்கு எச்சரிக்கை செய்துவிட்டாள்.

"என்னைக் கொன்றாயே! அதை நான் மன்னிக்கிறேன். ஆனால் மீண்டும் பாவம் செய்யாதே! ஒருவனுக்குச் சேர வேண்டிய இராஜ்யத்தை இன்னொருவனுக்குக் கொடுக்காதே!' என்று அவள் சொல்வதைப் புரிந்து கொண்டேன். அவளுக்குப் பேசும் சக்தி வந்து வாயினால் பேசினால் எப்படி தெரிந்து கொள்வேனோ அவ்வளவு தெளிவாகத் தெரிந்துகொண்டேன். மகளே! அதை நிறைவேற்றி வைக்க எனக்கு நீ உதவி செய்ய வேண்டும். சாபமுள்ள இந்த இராஜ்யம் இந்தச் சோழ சிம்மாசனம், என் புதல்வர்களுக்கு வேண்டாம்! இதை மதுராந்தகனுக்குக் கொடுத்துவிடலாம்..."

குந்தவை அப்போது குறுக்கிட்டு, "அப்பா! என்ன சொல்கிறீர்கள்? நாடுநகரமெல்லாம் ஒப்புக்கொண்டு முடிந்து போன காரியத்தை இப்போது மாற்ற வேண்டிய அவசியம் என்ன? தாங்கள் மாற்றினாலும் உலகம் ஒப்புக் கொள்ளுமா?" என்று கேட்டாள்.

"உலகம் ஒப்புக் கொண்டால் என்ன, ஒப்புக்கொள்ளா விட்டால் என்ன? தர்மம் இன்னதென்று தெரிந்து செய்ய வேண்டியது என் கடமை. நான் இந்தச் சோழ ராஜ்யத்துக்கு இளவரசனாகவும், பிறகு சக்கரவர்த்தியாகவும் முடிசூட்டிக் கொண்டபோதே என் மனம் நிம்மதியாயில்லை. என் மனசாட்சி என்னை உறுத்தியது. மூத்தவரின் மகன் உயிரோடிருக்கும்போது இளையவரின் மகனாகிய நான் பட்டத்துக்கு வந்ததே முறையன்று. அந்தப் பாவத்தின் பலனை இன்று நான் அனுபவிக்கிறேன். என் புதல்வர்களும் அத்தகைய பாவத்துக்கு ஏன் உள்ளாக வேண்டும்? ஆதித்தனுக்கு இந்த ராஜ்யம் வேண்டாம்; அருள் மொழிக்கும் வேண்டாம். இந்த ராஜ்யத்துடன் வரும் சாபமும் வேண்டாம். நான் உயிரோடிருக்கும் போதே, மதுராந்தகனுக்குப் பட்டம் கட்டிவிட வேண்டும். அதன் பிறகு ஆதித்தன் காஞ்சியில் கட்டியிருக்கும் பொன் மாளிகையில் சென்று நான் மன நிம்மதியோடு வசிப்பேன்..."

"அப்பா! பெரிய பிராட்டி இதற்குச் சம்மதிக்க வேண்டாமா?"

"மகளே! அதற்காகத்தான் உன் உதவியை நாடுகிறேன், எந்தக் காரணம் சொல்லியாவது என் பெரியம்மையை இங்கே வரும்படி செய். ஆகா! எவ்வளவோ தெரிந்த பரமஞானியான அந்த மூதாட்டிக்கு இந்தத் தர்ம நியாயம் ஏன் தெரியவில்லை? என்னை, ஏன் இந்தப் பாவம் செய்யும்படி ஏவினார்? அல்லது அவருடைய சொந்தப் பிள்ளையின் பேரிலேதான் அவருக்கு என்ன கோபம்? தாயின் இயற்கைக்கே மாறான இந்தக் காரியத்தில் அவருக்கு ஏன் இவ்வளவு பிடிவாதம்? மதுராந்தகன் ஏதோ சிவபக்தியில் ஈடுபட்டுச் சந்நியாசியாகப் போகிறேன் என்று சொல்லிக்கொண்டிருந்தபோது அதற்கு நியாயம் உண்டு. இப்போது அவனுக்கே இராஜ்யம் ஆளும் ஆசை வந்திருக்கும்போது இன்னொருவனுக்கு எப்படிப் பட்டம் கட்டலாம்!"

"அப்பா! இராஜ்யம் ஆள ஆசை இருக்கலாம்; அதற்குத் தகுதி இருக்க வேண்டாமா?"

"ஏன் தகுதி இல்லை? மகானாகிய கண்டராதித்தருக்கும், மகாஞானியான மழவைராய மகளுக்கும் பிறந்த மகனுக்கு எப்படித் தகுதி இல்லாமற் போகும்?"

"தகுதி இருக்கட்டும்; இராஜ்யத்தின் குடிகள் அதற்கு ஒப்புக்கொள்ள வேண்டாமா?"

"குடிகளுடைய அபிப்பிராயத்தைக் கேட்பதாயிருந்தால் அவர்கள் உன் தம்பிக்கு உடனே பட்டம் கட்டிவிட வேண்டும் என்பார்கள். அது நியாயமா? அருள்மொழிதான் அதை ஒப்புவானா?... அதெல்லாம் வீண் யோசனை, மகளே! எப்படியாவது உன் பெரிய பாட்டியை இங்கே சீக்கிரம் வரும்படி செய்! நான் யமனோடு போராடிக் கொண்டிருக்கிறேன் என்று எழுதி அனுப்பு; என்னை உயிரோடு பார்க்க வேண்டுமானால் உடனே புறப்பட்டு வரவேண்டுமென்று சொல்லி அனுப்பு..."

"அது ஒன்றும் அவசியமில்லை, அப்பா! தஞ்சைத் தளிக்குளத்தார் கோயிலுக்குத் திருப்பணி செய்யவேண்டுமென்ற விருப்பம் பெரிய பிராட்டிக்கு இருக்கிறது. அதைக் குறிப்பிட்டு இச்சமயம் வரும்படி எழுதி அனுப்புகிறேன். அதுவரை தாங்கள் அலட்டிக்கொள்ளாமல் பொறுமையாயிருங்கள், அப்பா!"

இவ்விதம் கூறித் தந்தையிடம் விடைபெற்றுக் கொண்டு குந்தவை தன் இருப்பிடத்துக்குச் சென்றாள். வழியில் அன்னை வானமாதேவியைச் சந்தித்தாள். "அம்மா! இனிமேல் என் தந்தையை ஒரு கண நேரம்கூட விட்டுப் பிரியாதீர்கள்! மற்றவர்கள் போய்ச் செய்ய வேண்டிய பூஜைகளைச் செய்யட்டும்!" என்றாள்.

குந்தவையின் உள்ளத்தில் சில காலமாக ஏற்பட்டிருந்த ஐயங்கள் இப்போது கொஞ்சம் தெளிவு பெறத் தொடங்கியிருந்தன. கண் இருட்டாயிருந்த இடங்களில் கொஞ்சம் வெளிச்சம் தெரிய ஆரம்பித்தது. தன் தந்தைக்கும் சகோதரர்களுக்கும் விரோதமாக ஏதோ ஒரு பயங்கரமான மந்திரதந்திரச் சூழ்ச்சி நடைபெற்று வருகிறது என்பதை அவள் அறிவு நன்கு உணர்த்தியது. ஆனால் அது எத்தகைய சூழ்ச்சி, எப்படி எப்படியெல்லாம் இயங்குகிறது என்பதை முழுவதும் அவளால் அறிந்துகொள்ள முடியவில்லை. சோழ மகாராஜ்யத்துக்கும், அந்த ராஜ்யத்துக்குத் தன் சகோதரர்கள் பெற்றுள்ள உரிமைக்கும் பேரபாயம் ஏற்பட்டிருக்கிறதென்பதை அவள் உணர்ந்தாள். அந்த அபாயத்திலிருந்து அவர்களைப் பாதுகாக்கும் பொறுப்பு பெண்பாலாகிய தன்மீது சுமந்திருக்கிறதாகவும் நம்பினாள்.

❖

18. துரோகத்தில் எது கொடியது?

பழந்தமிழ் நாட்டின் சரித்திரத்தைப் படித்தவர்கள் அந்நாளில் பெண்மணிகள் பலர் சமூக வாழ்வின் முன்னணியில் இருந்திருப்பதை அறிவார்கள். மன்னர் குலத்தில் பிறந்த மாதரசிகள் மிகவும் கௌரவிக்கப்பட்டார்கள். சோழ குலத்தில் பிறந்த பெண்மணிகளும் வாழ்க்கைப்பட்ட பெண்மணிகளும் சொந்தமாகச் சொத்துரிமை பெற்றிருந்தார்கள். ஒவ்வொருவருக்கும் தரவாரியாகக் கிராமங்களும், நன்செய் புன்செய் நிலங்களும், கால்நடைச் செல்வமும் இருந்தன. இந்த உடைமைகளை அவர்கள் எவ்வாறு உபயோகித்தார்கள் என்பதை முக்கியமாகக் கவனிக்க வேண்டும்.

பலர் ஆலயங்களில் தங்கள் பெயரால் பலவிதத் திருப்பணிகள் நடைபெறுவதற்குச் சொத்துகளை உபயோகப்படுத்தினார்கள். திருவிளக்கு ஏற்றுதல் திருமாலை புனைந்து சாற்றுதல், தேசாந்திரிகளுக்கும் சிவனடியார்களுக்கும் திரு அமுது செய்வித்தல் ஆகியவற்றுக்குப் பல அரசகுல மாதர்கள் நிவந்தங்கள் ஏற்படுத்திச் சிலாசாஸனம் அல்லது செப்புப் பட்டயத்தில் அவற்றைப் பொறிக்கும்படி செய்தார்கள்.

அரண்மனைப் பெண்டிர் ஆலயத் திருப்பணி செய்தல் அந்த நாளில் பொது வழக்காயிருந்திருக்க, சுந்தர சோழரின் அருமைப் புதல்வி குந்தவைப் பிராட்டி மட்டும் வேறொரு வகை அறத்துக்குத் தம் உடைமைகளைப் பயன்படுத்தினார்.

நோய்ப்பட்டிருந்த தம் தந்தையின் நிலையைக் கண்டு இரங்கியதனால்தானோ, என்னமோ, அவருக்கு நாடெங்கும் தர்ம வைத்திய சாலைகளை நிறுவ வேண்டும்

என்னும் ஆர்வம் உண்டாயிற்று. பழையாறையில் பராந்தக சக்கரவர்த்தியின் பெயரால் ஓர் ஆதுரசாலை ஏற்படுத்தியிருந்ததை முன்னமே பார்த்தோம். அதுபோலவே தஞ்சையில் தன் தந்தையின் பெயரால் ஆதுரசாலை அமைப்பதற்குக் குந்தவை தேவி ஏற்பாடு செய்திருந்தார். இந்த விஜயதசமி தினத்தில் அந்த ஆதுரசாலையை ஆரம்பிக்கவும் அதற்குரியதான சாஸனங்களை எழுதிக் கொடுக்கவும் ஏற்பாடாகியிருந்தது.

தஞ்சைக் கோட்டைக்கு வெளியேயுள்ள புறம்பாடியில், பெருமாள் கோயிலுக்கு எதிர்ப்பட்ட கருட மண்டபத்தில், சுந்தர சோழ ஆதுரசாலையின் ஆரம்ப வைபவம் நடந்தது. திருமால் காக்கும் தெய்வமாதலாலும், கருடாழ்வார் அமுதம் கொண்டு வந்தவராதலாலும், விஷ்ணு கோயிலையொட்டிய கருட மண்டபத்தில் குந்தவைப் பிராட்டி ஆதுரசாலையை ஏற்படுத்தி வந்தார். இந்த வைபவத்திற்காக, தஞ்சை நகர மாந்தரும் அக்கம் பக்கத்து கிராமவாசிகளும் கணக்கற்றவர்கள் கூடியிருந்தார்கள். ஆண்களும், பெண்களும், குழந்தைகளும் அலங்கார ஆடை ஆபரணங்கள் பூண்டு கோலாகலமாகத் திரண்டு வந்தார்கள். சோழ சக்கரவர்த்தியின் உடன் கூட்டத்து அமைச்சர்களும், பெருந்தர, சிறுதர அதிகாரிகளும், சிலாசாஸனம் பொறிக்கும் கல் தச்சர்களும், செப்புப் பட்டயம் எழுதும் விசுவகர்மர்களும் அரண்மனைப் பணியாளர்களும் ஏராளமாக வந்து கூடியிருந்தார்கள். தாரை, தப்பட்டை முதலிய வாத்தியங்களை எட்டுத் திசையும் நடுங்கும்படி முழங்கிக்கொண்டு வேளக்காரப் படையினர் வந்தார்கள். தஞ்சைக் கோட்டையின் காவல் படை வீரர்கள் வாள்களையும், வேல்களையும் சுழற்றி 'டணார், டணார்' என்று சத்தப்படுத்திக்கொண்டு வந்தார்கள். பழுவேட்டரையர்கள் இருவரும் யானை மீதேறிக் கம்பீரமாக வந்தார்கள். இளவரசர் மதுராந்தகத் தேவர் வெள்ளைப் புரவியின் மேல் ஏறி உட்காரத் தெரியாமல் உட்கார்ந்து தவித்துக்கொண்டு வந்து சேர்ந்தார். இளவரசி குந்தவைப் பிராட்டியும் அவருடைய தோழிகளும் முதிய அரண்மனை மாதர் சிலரும் பல்லக்கில் ஏறிப் பவனி வந்தார்கள். இன்னொரு பக்கமிருந்து பழுவூர் இளையராணி நந்தினியின் பனை இலச்சினை கொண்ட தந்தப் பல்லக்கும் வந்தது.

அரண்மனை மாதர்களுக்கென்று ஏற்படுத்தியிருந்த நீலப்பட்டு விதானமிட்ட இடத்தில் குந்தவை தேவியும், பழுவூர் ராணியும், மற்ற மாதர்களும் வந்து அமர்ந்தார்கள். பிறகு, பெரிய பழுவேட்டரையர் சமிக்ஞை செய்ததன் பேரில் வைபவம் ஆரம்பமாயிற்று. முதலில் ஓதுவாமூர்த்திகள் இருவர் "மந்திரமாவது நீறு" என்ற தேவாரப் பதிகத்தைப் பாடினார்கள். யாழ், மத்தளம் முதலிய இசைக் கருவிகளின் ஒத்துழைப்புடன் மிக இனிமையாகப் பாடப்பட்ட அந்தப் பாடலைக் கேட்டு மக்கள் மெய்மறந்திருந்தார்கள். அந்தப் பெரிய ஜனக்கூட்டத்தில் அப்போது நிசப்தம் நிலவியது.

ஆனால் அரண்மனைப் பெண்டிர் அமர்ந்திருந்த இடத்தில் மட்டும் மெல்லிய குரலில் இருவர் பேசும் சத்தம் எழுந்தது. பழுவூர் இளையராணி நந்தினி குந்தவையை நெருங்கி உட்கார்ந்து "தேவி! முன்னொரு காலத்தில் சம்பந்தப் பெருமான் இந்தப் பாடலைப் பாடித் திருநீறு இட்டுப் பாண்டிய மன்னரின் நோயைத் தீர்த்தாரல்லவா? இப்போது ஏன் இந்தப் பாடலுக்கு அந்தச் சக்தி இல்லை? பாடலுக்குச் சக்தியில்லா விட்டாலும் திருநீற்றுக்கும் சக்தி இல்லாமற் போய்விட்டதே? மருந்து, மூலிகை, மருத்துவர், மருத்துவசாலை, இவ்வளவும் இல்லாமல் இக்காலத்தில் முடியவில்லையே?" என்று கேட்டாள்.

"ஆம் ராணி! அந்த நாளில் உலகில் தர்மம் மேலோங்கியிருந்தது. அதனால் மந்திரத் திருநீற்றுக்கு அவ்வளவு சக்தியிருந்தது. இப்போது உலகில் பாவம் மலிந்துவிட்டது. அரசருக்கு விரோதமாகச் சதி செய்யும் துரோகிகள் நாட்டில் ஏற்பட்டிருக்கிறார்கள். இப்படியெல்லாம் முன்னே நாம் கேட்டதுண்டா? ஆகையால்தான் மந்திரத்தின் சக்தி குறைந்து மருந்து தேவையாகி விட்டது!" என்று இளைய பிராட்டி கூறிப் பழுவூர் இளைய ராணியின் முகத்தை உற்றுப் பார்த்தாள்.

நந்தினியின் முகத்தில் எவ்வித மாறுதலையும் காணவில்லை. "அப்படியா? அரசருக்கு விரோதமாகச் சதிசெய்யும் துரோகிகள் இந்த நாளில் இருக்கிறார்களா? அவர்கள் யார்?" என்று சாவதானமாகக் கேட்டாள்.

"அதுதான் எனக்கும் தெரியவில்லை. சிலர் ஒருவரைச் சொல்கிறார்கள்; சிலர் இன்னொருவரைச் சொல்கிறார்கள். எது உண்மை என்று கண்டுபிடிப்பதற்காக இன்னும் சில நாள் இங்கேயே இருக்கலாமென்று பார்க்கிறேன். பழையாறையில் இருந்தால் உலக நடப்பு என்ன தெரிகிறது?" என்றாள் குந்தவை.

"நல்ல தீர்மானம் செய்தீர்கள். என்னைக் கேட்டால் இங்கேயே நீங்கள் தங்கிவிடுவது நல்லது. இல்லாவிட்டால் இராஜ்யம் குட்டிச்சுவராய்ப் போய்விடும். நானும் உங்களுக்கு என்னால் முடிந்த உதவி செய்வேன். எங்கள் வீட்டில் விருந்தாளி வந்திருக்கிறான். அவனும் தங்களுக்கு உதவி செய்யக்கூடும்!" என்றாள்.

"அது யார் விருந்தாளி?" என்று குந்தவை கேட்டாள்.

"கடம்பூர் சம்புவரையர் மகன் கந்தன்மாறன். தாங்கள் அவனைப் பார்த்திருக்கிறீர்களா? தென்னைமர உயரமாய் வாட்டசாட்டமாய் இருக்கிறான். 'ஒற்றன்' என்றும், 'துரோகி' என்றும் ஓயாமல் பிதற்றிக்கொண்டிருக்கிறான். இராஜத் துரோகத்தைப் பற்றி சற்று முன் சொன்னீர்களே? இராஜத் துரோகத்தைக் காட்டிலும் பெரிய துரோகம் இன்னதென்று தங்களால் சொல்ல முடியுமா?"

"நன்றாய் சொல்ல முடியும். கைப்பிடித்த கணவனுக்குப் பெண்ணாய்ப் பிறந்த ஒருத்தி துரோகம் செய்தால் அது இராஜ துரோகத்தைக் காட்டிலும் கொடியதுதான்!"

இப்படிச் சொல்லிவிட்டுக் குந்தவை தேவி நந்தினியின் முகத்தை உற்றுப் பார்த்தாள். அவள் எதிர்பார்த்த மாறுதல் ஒன்றும் நிகழவில்லை. நந்தினியின் முகத்தில் முன்போலவே மோகனப் புன்னகை தவழ்ந்தது.

"தாங்கள் சொல்வது ரொம்ப சரி; ஆனால் கந்தன்மாறன் ஒப்புக் கொள்ளமாட்டான். 'எல்லாவற்றிலும் கொடிய துரோகம் சிநேகிதத் துரோகம்' என்று சொல்வான். அவனுடைய அருமை நண்பன் என்று கருதிய ஒருவன் ஒற்றனாக மாறிப் போனதுமல்லாமல் இவனுடைய முதுகில் குத்திப் போட்டு விட்டு ஓடிப்போய்விட்டானாம். அதுமுதல் கந்தன்மாறன் இவ்விதம் பிதற்றிக்கொண்டிருக்கிறான்!"

"யார் அவன்? அவ்வளவு நீசத்தனமாகக் காரியத்தை செய்தவன்?"

"யாரோ வந்தியத்தேவனாம்! தொண்டை நாட்டில் திருவல்லம் என்னும் ஊரில் முன்னம் அரசு புரிந்த வாணர் குலத்தைச் சேர்ந்தவனாம்! தாங்கள் கேள்விப்பட்டதுண்டோ?"

குந்தவை தன் முத்துப் போன்ற பற்களினால் பவழச் செவ்விதழ்களைக் கடித்துக் கொண்டாள்.

"எப்போதோ கேட்ட மாதிரி இருக்கிறது... பிற்பாடு என்ன நடந்தது?"

"பிற்பாடு என்ன? கந்தன்மாறனை முதுகில் குத்திப் போட்டு அவனுடைய சிநேகிதன் ஓடிவிட்டான். அந்த ஒற்றனைப் பிடித்து வருவதற்கு என் மைத்துனர் ஆள்கள் அனுப்பியிருப்பதாகக் கேள்வி!"

"அவன் ஒற்றன் என்பது எப்படி நிச்சயமாய்த் தெரியும்?"

"அவன் ஒற்றனோ இல்லையோ, எனக்கு என்ன தெரியும்? சம்புவரையர் மகன் சொல்லுவதைத்தான் சொல்கிறேன். தாங்கள் வேண்டுமானால் நேரில் அவனிடமே கேட்டு எல்லா விவரமும் தெரிந்து கொள்ளலாம்."

"ஆமாம்; சம்புவரையர் மகனை நானும் பார்க்க வேண்டியதுதான். அவன் பிழைத்ததே புனர்ஜன்மம் என்று கேள்விப்பட்டேன். அப்போது முதல் பழுவூர் அரண்மனையிலே தான் அவன் இருக்கிறானா?"

"ஆம்; காயம்பட்ட மறுநாள் காலையில் நம் அரண்மனையில் கொண்டு வந்து போட்டார்கள். காயத்துக்கு வைத்திய சிகிச்சை செய்யவேண்டிய பொறுப்பும் என்

தலையில் விழுந்தது. மெதுவாக உயிர் பிழைத்துக்கொண்டான்; காயம் இன்னும் முழுவதும் ஆறியபாடில்லை!"

"நீங்கள் பக்கத்திலிருந்து பராமரித்து இன்னும் முழுதும் குணமாகவில்லை என்பது ஆச்சரியமான விஷயந்தான். ஆகட்டும், ராணி! நான் அவசியம் வந்து அவனைப் பார்க்கிறேன். சம்புவரையர் குலம் நேற்று முந்தாநாள் ஏற்பட்டதா? பராந்தக் சக்கரவர்த்தியின் காலத்திலிருந்து வீரப்புகழ் பெற்ற குலம் அல்லவா?..."

"அதனாலேயே நானும் சொன்னேன். கந்தன் மாறனைப் பார்க்கும் வியாஜத்திலாவது எங்கள் ஏழை அரண்மனைக்கு எழுந்தருளுவீர்கள் அல்லவா?" என்றாள் நந்தினி.

இதற்குள் தேவாரப் பாடல் முடிந்தது தானசாஸன வாசிப்பு ஆரம்பமாகிவிட்டது. முதலில் சுந்தர சோழ சக்கரவர்த்தியின் திருமுகம் படிக்கப்பட்டது. "நமது திருமகளார் குந்தவைப் பிராட்டிக்கு நாம் சர்வமானியமாகக் கொடுத்திருந்த நல்லூர் மங்கலம் கிராமத்தின் வருமானம் முழுவதையும் இளைய பிராட்டியார் தஞ்சை புறம்பாடி ஆதுரசாலைக்கு அளிக்க உவந்திருப்பதால், அந்த ஊர் நன்செய் நிலங்கள் யாவற்றையும் 'இறையிலி' நிலமாகச் செய்திருக்கிறோம்" என்று அந்த ஓலையில் சக்கரவர்த்தி தெரியப்படுத்தியிருந்தார். திருமந்திர ஓலை நாயகர் அதைப் படித்தபின் தனாதிகாரி பெரிய பழுவேட்டரையரிடம் கொடுக்க, பழுவேட்டரையர் அதை இருகரங்களாலும் பெற்றுக் கண்களில் ஒற்றிக்கொண்டு கணக்காயரிடம் கொடுத்து கணக்கில் பதிய வைத்துக் கொள்ளும்படி சொன்னார்.

பிறகு குந்தவைப் பிராட்டியின் தான சிலா சாஸனம் படிக்கப்பட்டது. மேற்கூறிய கிராமத்து சர்வமானிய நிலங்களை அந்த ஊர் விவசாயிகளே சகல உரிமைகளுடன் அனுபவித்துக் கொண்டு தஞ்சாவூர் சுந்தர சோழ ஆதுரசாலை வைத்தியருக்கு ஆண்டு ஒன்றுக்கு இருநூறு கலம் நெல்லும் ஆதுர சாலையில் சிகிச்சை பெறும் நோயாளிக்காகத் தினந்தோறும் ஐம்பது படி பசும்பாலும், ஐந்து படி ஆட்டுப்பாலும், நூறு இளநீரும் அனுப்பவேண்டியது என்று கருங்கல்லில் செதுக்கப்பட்டிருந்ததுடன், எழுதியவன் பெயரும் எழுதியதை மேற்பார்வை செய்த அதிகாரிகளின் பெயர்களும் அதில் விவரமாகப் பொறிக்கப்பட்டிருந்தன.

அந்தச் சிலாசாஸனத்தைப் படித்தபிறகு, அங்கு இந்த வைபவத்துக்காக வந்திருந்த நல்லூர் மங்கல கிராமத் தலைவர்களிடம் ஒப்படைக்கப்பட்டது. கிராமத் தலைவர்கள் சாஸனக் கல்லைப் பயபக்தியுடன் வாங்கிக்கொண்டு அருகில் நின்ற யானை மீது ஏற்றினார்கள். அப்போது "மதுரைகொண்ட கோஇராஜகேசரி சுந்தர சோழ சக்கரவர்த்தி வாழ்க வாழ்க!" என்று ஆயிரமாயிரம் குரல்களில் எழுந்த ஒலி எட்டுத் திசையும் பரவியது. அந்தக் குரல் ஒலியுடன் போட்டியிட்டுக் கொண்டு நூறு அறப்பறைகளின் முழக்கம் எழுந்து வானை அளாவியது. பின்னர் வரிசைக்கிரமமாக "இளையபிராட்டி குந்தவை தேவி வாழ்க!" "வீரபாண்டியன் தலைகொண்ட வீராதி வீரர் ஆதித்த கரிகாலர் வாழ்க!" "ஈழங்கொண்ட இளவரசர் அருள்மொழிவர்மர் வாழ்க!" "சிவஞான கண்டராதித்தரின் தவப் புதல்வர் மதுராந்தகத் தேவர் வாழ்க!" என்றெல்லாம் கோஷங்களும் பிரதி கோஷங்களும் எழுந்தன. கடைசியில், "தனாதிகாரி, தானிய பண்டாரத் தலைவர், இறைவிதிக்கும் தேவர், பெரிய பழுவேட்டரையர் வாழ்க!" "தஞ்சைக் கோட்டைத் தலைவர் சின்னப் பழுவேட்டரையர் காலாந்தகண்டர் வாழ்க!" என்ற கோஷங்கள் எழுந்தபோது, ஒலியின் அளவு பெரிதும் குறைந்து விட்டது. பழுவூர் வீரர்கள் மட்டும் அக்கோஷங்களைச் செய்தார்களே தவிரக் கூடியிருந்த பொதுமக்கள் அதிகமாக அதில் சேர்ந்து கொள்ளவில்லை. அப்போது பழுவூர் இளையராணியின் முகத்தைப் பார்க்க வேண்டுமென்று குந்தவைப் பிராட்டி முயற்சி செய்தும் பலிக்கவில்லை. முக்கியமாக ஆதித்த கரிகாலரைப் பற்றி வாழ்த்தொலி எழுந்த சமயத்தில் நந்தினியின் முகத்தைப் பார்த்திருந்தால், இரும்பு நெஞ்சு படைத்த இளைய பிராட்டி கூடப் பெரிதும் திகில் கொண்டிருப்பாள் என்பதில் ஐயம் இல்லை.

❖

19. "ஒற்றன் பிடிபட்டான்!"

அன்று நடந்த சம்பவங்கள் பெரிய பழுவேட்டரையருக்கு மிக்க எரிச்சலை உண்டுபண்ணி யிருந்தன. சக்கரவர்த்தியிடமும் அவருடைய குடும்பத்தாரிடமும் மக்கள் கொண்டிருந்த விசுவாசத்தை வெளிப்படுத்திக் காட்டுவதற்கல்லவா அது ஒரு சந்தர்ப்பமாகப் போய்விட்டது? "ஜனங்களாம் ஜனங்கள்! அறிவற்ற ஆடுமாடுகள்! நாலு பேர் எந்த வழி போகிறார்களோ அதே வழியில் நாலாயிரம் பேரும் போவார்கள்! சுய அறிவைப் பயன்படுத்திக் கொள்ள எத்தனை பேருக்குத் தெரிகிறது?" என்று தமக்குள் அடிக்கடி சொல்லிக்கொண்டு பொருமினார். "சக்கரவர்த்தி சொர்க்கத்துக்குப் போவதற்குள்ளே சாம்ராஜ்யத்தைப் பாழாக்கி விட்டுத்தான் போவார் போலிருக்கிறது! 'இந்த ஊருக்கு வரியைத் தள்ளிவிடு!', 'அந்தக் கிராமத்தை இறையிலிக் கிராமமாகச் செய்துவிடு!' என்று கட்டளையிட்டுக் கொண்டே போகிறார்! கொஞ்ச காலத்துக்கெல்லாம் வரி கொடுக்கும் கிராமமே இல்லாமற் போய்விடும். ஆனால் போர்க்களத்துக்கு மட்டும் செலவுக்குப் பணமும் உணவுக்குத் தானியமும் அனுப்பிக்கொண்டேயிருக்க வேண்டும். எங்கிருந்து அனுப்புவது?" என்று அவர் இரைந்து கத்தியதைக் கேட்டு அவருடைய பணியாட்களே சிறிது பயப்பட்டார்கள்.

"அண்ணா! இப்படியெல்லாம் சத்தம் போடுவதில் என்ன பயன்? காலம் வரும் வரையில் காத்திருந்து காரியத்தில் காட்ட வேண்டும்!" என்று சின்னப் பழுவேட்டரையர் அவருக்குப் பொறுமை போதிக்க வேண்டியிருந்தது.

குந்தவை தம் அரண்மனைக்கு வரப் போகிறாள் என்று தெரிந்ததும் பெரியவரின் எரிச்சல் அளவு கடந்துவிட்டது. நந்தினியிடம் சென்று, "இது என்ன நான் கேள்விப்படுவது? அந்த அரக்கி இங்கு எதற்காக வரவேண்டும்? அவளை நீ அழைத்திருக்கிறாயாமே? அவள் உன்னை அவமானப் படுத்தியதையெல்லாம் மறந்துவிட்டாயா?" என்று கேட்டார்.

"ஒருவர் எனக்கு செய்த நன்மையையும், நான் மறக்க மாட்டேன்; இன்னொருவர் எனக்குச் செய்த தீமையையும் மறக்க மாட்டேன். இன்னமும் இந்த என் சுபாவம் தங்களுக்குத் தெரியவில்லையா?" என்றாள் நந்தினி.

"அப்படியானால் அவள் இங்கு எதற்காக வருகிறாள்?"

"அவள் இஷ்டம், வருகிறாள்! சக்கரவர்த்தியின் குமாரி என்ற இறுமாப்பினால் வருகிறாள்!"

"நீ எதற்காக அழைத்தாயாம்?"

"நான் அழைக்கவில்லை; அவளே அழைத்துக் கொண்டாள். 'சம்புவரையர் மகன் உங்கள் வீட்டில் இருக்கிறானாமே? அவனைப் பார்க்க வேண்டும்!' என்றாள், 'நீ வராதே!' என்று நான் சொல்ல முடியுமா? அப்படிச் சொல்லக் கூடிய காலம் வரும். அதுவரையில் எல்லா அவமானங்களையும் நான் பொறுத்துக்கொண்டிருக்க வேண்டியதுதான்."

"என்னால் பொறுத்துக்கொண்டிருக்க முடியாது. அவள் வரும் சமயம் நான் இந்த அரண்மனையில் இருக்க முடியாது. இந்த நகரிலேயே என்னால் இருக்க முடியாது. மழபாடியில் கொஞ்சம் அலுவல் இருக்கிறது. போய் வருகிறேன்."

"அப்படியே செய்யுங்கள், நாதா! நானே சொல்லலாம் என்று இருந்தேன். அந்த விஷப் பாம்பை என்னிடமே விட்டு விடுங்கள். அவளுடைய விஷத்தை இறக்குவது எப்படி என்று எனக்குத் தெரியும். தாங்கள் திரும்பி வரும்போது ஏதேனும் சில அதிசயமான செய்திகளைக் கேள்விப்பட்டால் அதற்காகத் தாங்கள் வியப்படைய வேண்டாம்..."

"என்ன மாதிரி அதிசயமான செய்திகள்?"

"குந்தவைப் பிராட்டி கந்தன் மாறனைத் திருமணம் செய்துகொள்ளப் போவதாகவோ, ஆதிக்க கரிகாலன் கந்தன் மாறனுடைய தங்கையை மணக்கப் போவதாகவோ கேள்விப்படலாம்..."

"ஐயையோ! இது என்ன சொல்கிறாய்? அப்படியெல்லாம் நடந்து விட்டால் நம்முடைய யோசனைகள் என்ன ஆகும்?"

"பேச்சு நடந்தால், காரியமே நடந்துவிடுமா, என்ன? மதுராந்தகத் தேவருக்கு அடுத்த பட்டம் என்று உங்கள் நண்பர்களிடமெல்லாம் சொல்லி வருகிறீர்களே? உண்மையில் அப்படி நடக்கப் போகிறதா? பெண்ணைப்போல் நாணிக்கோணி நடக்கும் மதுராந்தகனுக்குப் பட்டம் கட்டுவதற்காகவா நாம் இவ்வளவு பாடுபடுகிறோம்?" என்று கூறி நந்தினி தன் கரிய கண்களினால் பெரிய பழுவேட்டரையரை உற்று நோக்கினாள். அந்தப் பார்வையின் சக்தியைத் தாங்க முடியாத அக்கிழவர் தலை குனிந்து அவளுடைய கரத்தை எடுத்துக் கண்ணில் ஒற்றிக் கொண்டு, "என் கண்ணே! இந்தச் சோழ சாம்ராஜ்யத்தின் சிம்மாசனத்தில் நீ சக்கரவர்த்தினியாக வீற்றிருக்கும் நாள் சீக்கிரத்திலேயே வரும்!" என்றார்.

*

கந்தன்மாறன் தன்னைப் பார்க்கக் குந்தவை தேவி வரப்போகிறாள் என்று அறிந்தது முதல் பரபரப்பு அடைந்து தத்தளித்துக் கொண்டிருந்தான். குந்தவையின் அறிவும், அழகும் மற்ற உயர்வுகளும் நாடு அறிந்தவை அல்லவா? அப்படிப்பட்ட இளைய பிராட்டி தன்னைப் பார்ப்பதற்காக வருகிறாள் என்பது எவ்வளவு பெருமையான விஷயம்? இதற்காக உடம்பில் இன்னும் பல குத்துகள் பட்டு நோயாகவும் படுத்திருக்கலாமே? அடடா! இந்த மாதிரி காயம் போர்க்களத்தில் தன்னுடைய மார்பிலே பட்டுத்தான் படுத்திருக்கக் கூடாதா? அச்சமயம் குந்தவை தேவி வந்து தன்னைப் பார்த்தால் எவ்வளவு கௌரவமாயிருக்கும்? அப்படிக்கின்றி, இப்போது ஒரு சிநேகிதன் செய்த துரோகத்தைப் பற்றிப் பலரிடம் படித்த பாடத்தையேயல்லவா அவளிடமும் படித்தாக வேண்டும்?

இடையிடையே அந்தப் பெண்ணரசியின் குடும்பத்தினருக்கு விரோதமாக அவன் ஈடுபட்டிருக்கும் இரகசிய முயற்சியைக் குறித்து நினைவு வந்து கொஞ்சம் அவனை வருத்தியது. கந்தன்மாறன் யோக்கியமான பிள்ளை. தந்திர மந்திரங்களும், சூதுவாதுகளும் அறியாதவன். நந்தினியின் மோகன சௌந்தரியம் அவனைப் போதைக்குள்ளாக்கிய போதிலும் அவள் இன்னொருவரின் மனைவி என்ற நினைவினால் தன் மனத்துக்கு அரண் போட்டு வந்தான். ஆனால் குந்தவைப் பிராட்டியோ கல்யாணம் ஆகாதவள். அவளிடம் எப்படி நடந்துகொள்வது? எவ்வாறு பேசுவது? மனத்தில் வஞ்சம் வைத்துக் கொண்டு இனிமையாகப் பேச முடியுமா? அல்லது அவளுடைய அழகிலே மயங்கித் தன்னுடைய சபதத்தைக் கைவிடும்படியான மனத்தளர்ச்சி ஏற்பட்டு விடுமோ? அப்படி நேருவதற்கு ஒருநாளும் இடங் கொடுக்கக் கூடாது... ஆ! இளவரசி எதற்காக இங்கே நம்மைப் பார்க்க வரவேண்டும்? வரட்டும்; வரட்டும்! ஏதாவது மூர்க்கத்தனமாகப் பேசி மறுபடியும் வராதபடி அனுப்பிவிடலாம்.

இவ்விதம் கந்தன் மாறன் செய்திருந்த முடிவு குந்தவைப் பிராட்டியைக் கண்டதும் அடியோடு கரைந்து, மறைந்துவிட்டது. அவளுடைய மோகன வடிவும், முகப்பொலிவும், பெருந்தன்மையும், அடக்கமும், இனிமை ததும்பிய அனுதாப வார்த்தைகளும் கந்தன் மாறனைத் தன் வயம் இழக்கச் செய்துவிட்டன. அவனுடைய கற்பனா சக்தி பொங்கிப் பெருகியது. தன்னுடைய பெருமையைச் சொல்லிக்கொள்ள விரும்பாதவனைப் போல் நடித்து அதே சமயத்தில் அவளுடைய கட்டாயத்துக்காகச் சொல்கிறவனைப் போலத்தான் புரிந்த வீரச் செயல்களைச் சொல்லிக் கொண்டான். தோள்களிலும், மார்பிலும் இன்னும் தன் உடம்பெல்லாம் போர்க்களத்தில் தான் அடைந்த காயங்களைக் காட்ட விரும்பாதவனைப் போல் காட்டினான். "அந்த சிநேகத் துரோகி வந்தியத்தேவன் என்னை

மார்பிலே குத்திக் கொன்றிருந்தால்கூடக் கவலையில்லை. முதுகிலே குத்திவிட்டுப் போய் விட்டானே என்றுதான் வருத்தமாயிருக்கிறது. ஆகையினாலேதான் அவனுடைய துரோகத்தைப் பற்றி சொல்ல வேண்டியதாக இருக்கிறது. இல்லாவிடில், போரில் புறமுதுகிட்ட அபகீர்த்தியல்லவா ஏற்பட்டு விடும்? தோளிலோ, மார்பிலோ குத்திக் காயப்படுத்தியிருந்தால், அவனை மன்னித்து விட்டே இருப்பேன்!" என்று கந்தன் மாறன் உணர்ச்சி பொங்கக் கூறியது குந்தவைக்கு உண்மையாகவே தோன்றியது. வந்தியத்தேவன் இப்படிச் செய்திருப்பானோ, அவன் விஷயத்தில் நாம் ஏமாந்து போய் விட்டோமோ என்ற ஐயமும் உண்டாகி விட்டது. நடந்ததை விவரமாகச் சொல்லும்படி கேட்கவே, கந்தன்மாறன் கூறினான். அவனுடைய கற்பனா சக்தி அன்று உச்சத்தை அடைந்தது நந்தினிக்கே வியப்பை உண்டாக்கிவிட்டது.

"பாருங்கள், தேவி! கடம்பூரில் தங்கிய அன்றே அவன் என்னை ஏமாற்றிவிட்டான். தஞ்சாவூருக்குப் புறப்பட்ட காரியம் இன்னதென்று சொல்லவில்லை. இங்கு வந்து ஏதோ பொய் அடையாளத்தைக் காட்டி உள்ளே நுழைந்திருக்கிறான். சக்கரவர்த்தியையும் போய்ப் பார்த்திருக்கிறான். ஆதித்த கரிகாலரிடமிருந்து ஓலை கொண்டு வந்ததாகப் புளுகியிருக்கிறான். அத்துடன் விட்டானா? தங்கள் பெயரையும் சம்பந்தப்படுத்தி, தங்களுக்கும் ஓலை கொண்டு வந்திருப்பதாகச் சொல்லவே கோட்டைத் தலைவருக்குச் சந்தேகம் வந்துவிட்டது. அவன் ஒற்றனாயிருக்கலாம் என்று ஐயுற்று அவனைக் காவலில் வைக்கச் சொல்லியிருக்கிறார். எப்படியோ தப்பித்துப் போய்விட்டான்.

அது விஷயத்தில் அவனுடைய சமர்த்தை மெச்சத்தான் வேண்டும். நான் இந்தச் செய்திகளைக் கேட்ட போது என் சிநேகிதன் பகையாளியின் ஒற்றன் என்பதை மட்டும் நம்பவே இல்லை. அவனுடைய சுபாவத்திலேயே சில கோணல்கள் உண்டு. அப்படி ஏதோ அசட்டுத்தனம் செய்திருக்கிறான் என்று உறுதியாக நம்பினேன். 'எப்படியாவது அவனை நான் கண்டுபிடித்துத் திரும்ப அழைத்து வருகிறேன். அவனை மன்னித்து விடவேண்டும்' என்று கோட்டைத் தலைவரிடம் நிபந்தனை பேசிக்கொண்டு புறப்பட்டேன். கோட்டையைச் சுற்றியுள்ள வடவாற்றங்கரையோடு அந்த நள்ளிரவில் சென்றேன். யாரையும் பின்னோடு அழைத்துப் போய் என் நண்பனை அவமானப்படுத்த விரும்பவில்லை. கோட்டையிலிருந்து, தப்பியவன் எப்படியும் மதில் வழியாகத் தான் வெளியில் வரவேண்டுமல்லவா? முன்னமே வெளியே வந்திருந்தாலும் பக்கத்துக் காடுகளிலேதான் மறைந்திருக்க வேண்டும்.

ஆகையால் வடவாற்றங்கரையோடு போனேன். ஒருவன் செங்குத்தான கோட்டை மதில் சுவர் வழியாக இறங்கி வருவது மங்கிய நிலா வெளிச்சத்தில் தெரிந்தது. உடனே அங்கே போய் நின்றேன். அவன் இறங்கியதும், 'நண்பா! இது என்ன வேலை?' என்றேன். அந்தச் சண்டாளன் உடனே என் மார்பில் ஒரு குத்து விட்டான். யானைகள் இடித்தும் நலுங்காத என் மார்பை இவனுடைய குத்து என்ன செய்யும்? ஆயினும் நல்ல எண்ணத்துடன் அவனைத் தேடிப்போன என்னை அவன் குத்தியது பொறுக்கவில்லை. நானும் குத்திவிட்டேன். இருவரும் துவந்த யுத்தம் செய்தோம். அரை நாழிகையில் அவன் சக்தி இழந்து அடங்கிப் போனான். என்னிடம் 'நீ வந்த காரணத்தை உண்மையாகச் சொல்லிவிடு! நான் உன்னை மன்னித்து உனக்கு வேண்டிய உதவி செய்கிறேன்!' என்றேன்.

'களைப்பாயிருக்கிறது, எங்கேயாவது உட்கார்ந்து சொல்கிறேன்' என்றான். 'சரி' என்று சொல்லி அழைத்துச் சென்றேன். முன்னால் வழிகாட்டிக்கொண்டு போனேன். திடீரென்று அந்தப் பாவி முதுகில் கத்தியினால் குத்தி விட்டான். அரைச் சாண் நீளம் கத்தி உள்ளே போய்விட்டது. தலை சுற்றியது; கீழே விழுந்துவிட்டேன். அந்தச் சிநேகத்துரோகி தப்பி ஓடிவிட்டான்! மறுபடி நான் கண் விழித்து உணர்வு வந்து பார்த்தபோது ஓர் ஊமை ஸ்திரீயின் வீட்டில் இருந்ததைக் கண்டேன்..."

கந்தன்மாறனின் கற்பனைக் கதையைக் கேட்டு நந்தினி தன் மனத்திற்குள்ளே சிரித்தாள். குந்தவை தேவிக்கு அதை எவ்வளவு தூரம் நம்புவது என்று தீர்மானிக்க முடியவில்லை.

"ஊமை ஸ்திரீயின் வீட்டுக்கு எப்படி வந்து சேர்ந்தீர்கள்? யார் கொண்டு சேர்த்தது?" என்றாள்.

"அதுதான் எனக்கும் விளங்காத மர்மமாக இருக்கிறது. அந்த ஊமைக்கு ஒன்றுமே தெரியவில்லை. தெரிந்தாலும் சொல்ல முடியவில்லை. அவளுக்கு ஒரு புதல்வன் உண்டாம். அவனையும் அன்றிலிருந்து காணவே காணோம். எப்படி மாயமாய் மறைந்தான் என்று தெரியாது. அவன் திரும்பி வந்தால் ஒருவேளை கேட்கலாம். இல்லாவிடில் பழுவூர் வீரர்கள் என் நண்பனைப் பிடிக்கும் வரையில் காத்திருக்க வேண்டியதுதான்..."

"அவன் அகப்பட்டு விடுவான் என்று நினைக்கிறீர்களா?"

"அகப்படாமல் எப்படித் தப்ப முடியும்? சப்பட்டை கட்டிக் கொண்டு பறந்து விட முடியாதல்லவா? அதற்காகவே, அவனைப் பார்ப்பதற்காகவே, இங்கே காத்திருக்கிறேன். இல்லாவிடில் ஊர் சென்றிருப்பேன். இன்னமும் அவனுக்காகப் பழுவூர் அரசர்களிடம் மன்னிப்பு பெறலாம் என்று நம்பிக்கை எனக்கு இருக்கிறது."

"ஐயா! தங்களுடைய பெருந்தன்மையே பெருந்தன்மை!" என்றாள் இளைய பிராட்டி. அவளுடைய மனம் 'வந்தியத்தேவன் அகப்படக்கூடாது அவன் துரோகியாயிருந்தாலும் சரிதான்!' என்று எண்ணமிட்டது.

அச்சமயத்தில் அரண்மனைத் தாதி ஒருத்தி ஓடிவந்து, "அம்மா! ஒற்றன் அகப்பட்டுவிட்டான்! பிடித்து வருகிறார்கள்!" என்று கத்தினாள்.

நந்தினி, குந்தவை இருவருடைய முகத்திலும் துன்ப வேதனை காணப்பட்டது; நந்தினி விரைவில் அதை மாற்றிக் கொண்டாள். குந்தவையினால் அது முடியவில்லை.

❖

20. இரு பெண் புலிகள்

ஒற்றனைப் பிடித்துக் கட்டி வீதியில் கொண்டு வருகிறார்கள் என்ற செய்தியைத் தாதி ஓடிவந்து தெரிவித்ததும் அங்கிருந்த மூவரின் உள்ளங்களும் பரபரப்பை அடைந்தன. குந்தவையின் உள்ளம் அதிகமாகத் தத்தளித்தது.

"தேவி! நாம் போய் அந்தக் கெட்டிக்கார ஒற்றன் முகம் எப்படியிருக்கிறது என்று பார்க்கலாமா?" என்றாள் நந்தினி.

குந்தவை தயக்கத்துடன், "நமக்கென்ன அவனைப்பற்றி?" என்றாள்.

"அப்படியானால் சரி!" என்று நந்தினி அசட்டையாய்க் கூறினாள்.

"நான் போய்ப் பார்த்து வருகிறேன்" என்று கந்தன்மாறன் தட்டுத்தடுமாறி எழுந்தான்.

"வேண்டாம்; உம்மால் நடக்க முடியாது, விழுந்துவிடுவீர்!" என்றாள் நந்தினி.

குந்தவை மனத்தை மாற்றிக் கொண்டவள் போல், "இவருடைய அருமையான சிநேகிதன் எப்படியிருக்கிறான் என்று நாமும் பார்த்துத்தான் வைக்கலாமே! இந்த அரண்மனை மேன்மாடத்திலிருந்து பார்த்தால் தெரியுமல்லவா?" என்று கேட்டாள்.

"நன்றாய்த் தெரியும்; என்னுடன் வாருங்கள்!" என்று நந்தினி எழுந்து நடந்தாள்.

கந்தன்மாறன், "தேவி! அவன் என் சிநேகிதனாயிருந்தால், மாமாவிடம் சொல்லி, நான் அவனைச் சந்தித்துப் பேச ஏற்பாடு செய்ய வேண்டும்!" என்று சொன்னான்.

"அவன் உமது சிநேகிதன்தானா என்று எங்களுக்கு எப்படித் தெரியும்?" என்றாள் நந்தினி.

"அப்படியானால், நானும் வந்தே தீருவேன்!" என்று கந்தன்மாறன் தட்டுத்தடுமாறி நடந்தான்.

மூவரும் அரண்மனை மேன்மாடத்தின் முன் முகப்புக்குச் சென்றார்கள். சற்றுத் தூரத்தில் ஏழெட்டுக் குதிரைகள் வந்து கொண்டிருந்தன. அவற்றின் மீது வேல் பிடித்த வீரர்கள் வந்துகொண்டிருந்தார்கள். குதிரைகளுக்கு மத்தியில் ஒரு மனிதன் நடந்து வந்தான். அவன் கைகளை முதுகுடன் சேர்த்துக் கயிற்றினால் கட்டியிருந்தது. அந்தக் கயிற்றின் இரு முனைகளை இரு பக்கத்திலும் வந்த குதிரை வீரர்கள் பிடித்துக் கொண்டிருந்தார்கள்.

வீரர்களுக்குச் சற்றுத் தூரத்தில் வேடிக்கை பார்க்கும் கும்பல் வந்துகொண்டிருந்தது.

அரண்மனை மாடத்திலிருந்து பார்த்தவர்களுக்குக் குதிரைகளுக்கு நடுவில் நடந்து வந்த மனிதனின் முகம் முதலில் தெரியவில்லை.

ஊர்வலம் அருகில் வரும் வரையில் அந்த அரண்மனை மேன்மாடத்தில் மௌனம் குடி கொண்டிருந்தது.

குந்தவையின் ஆவலும், கவலையும், ததும்பிய கண்கள் நெருங்கி வந்த ஊர்வலத்தின்மீது லயித்திருந்தன.

நந்தினியோ வீதியில் எட்டிப்பார்ப்பதும் உடனே குந்தவையின் முகத்தைப் பார்ப்பதுமாயிருந்தாள்.

கந்தன்மாறன் அங்கே குடி கொண்டிருந்த மோனத்தைக் கலைத்தான்.

"இல்லை; இவன் வந்தியத்தேவன் இல்லை!" என்றான்.

குந்தவையின் முகம் மலர்ந்தது.

அச்சமயம் அந்த விநோதமான ஊர்வலம் அரண்மனை மாடத்தின் அடிப்பக்கம் வந்திருந்தது.

கயிற்றினால் கட்டுண்டு குதிரை வீரர்களின் மத்தியில் நடந்து வந்தவன் அண்ணாந்து பார்த்தான்.

வைத்தியர் மகன் அவன் என்பதைக் குந்தவை தெரிந்து கொண்டாள்.

குந்தவை தன் மகிழ்ச்சியை வெளியிட்டுக் கொள்ளாமல் "இது என்ன பைத்தியக்காரத்தனம்? இவனை எதற்காகப் பிடித்து இழுத்து வருகிறார்கள்? இவன் பழையாறை வைத்தியர் மகன் அல்லவா?" என்றாள்.

அண்ணாந்து பார்த்தவன் ஏதோ சொல்ல எண்ணியவனைப் போல் வாயைத் திறந்தான். அதற்குள் அவனை இருபுறமும் பிணைத்திருந்த கயிறு முன்னால் தள்ளிக் கொண்டு போய்விட்டது.

"ஓ! அப்படியா? என் மைத்துனரின் ஆட்கள் எப்போதும் இப்படித்தான். உண்மைக் குற்றவாளியை விட்டுவிட்டு யாரையாவது பிடித்துக்கொண்டு வந்து தொந்தரவு செய்வார்கள்!" என்றாள் நந்தினி.

இதற்குள் கந்தன்மாறன், "வந்தியத்தேவன் இவர்களிடம் அவ்வளவு இலகுவில் அகப்பட்டுக் கொள்வானா? என் சிநேகிதன் பெரிய இந்திரஜித்தனாயிற்றே? என்னையே ஏமாற்றியவன் இந்த ஆட்களிடமா சிக்கிக் கொள்வான்?" என்றான்.

"இன்னமும் அவனை உம்முடைய சிநேகிதன் என்று சொல்லிக் கொள்கிறீரே!" என்றாள் நந்தினி.

"துரோகியாய்ப் போய்விட்டான். ஆனாலும் என் மனத்தில் அவன் பேரில் உள்ள பிரியம் மாறவில்லை!" என்றான் கந்தன் மாறன்.

"ஒருவேளை உம்முடைய அழகான சிநேகிதனை இவர்கள் கொன்று போட்டிருக்கலாம். இரண்டு ஒற்றர்களைத் தொடர்ந்து கோடிக்கரைக்கு இந்த வீரர்கள் போனதாகக் கேள்விப்பட்டேன்" என்று நந்தினி சொல்லிவிட்டு, குந்தவையின் முகத்தைப் பார்த்தாள்.

"கொன்றிருக்கலாம்" என்ற வார்த்தை குந்தவையைத் துடிதுடிக்கச் செய்தது என்பதை அறிந்து கொண்டாள். அடி கர்வக்காரி! உன் பேரில் பழி வாங்க நல்ல ஆயுதம் கிடைத்தது!

அதைப் பூர்வமாக உபயோகப்படுத்தாமற் போனால் நான் பழுவூர் இளைய ராணி அல்ல! பொறு! பொறு!

குந்தவை தன் உள்ளக் கலக்கத்தைக் கோபமாக மாற்றிக் கொண்டு, "ஒற்றர்களாவது ஒற்றர்கள்! வெறும் அசட்டுத்தனம்! வர வர இந்தக் கிழவர்களுக்கு அறிவு மழுங்கிப் போய் விட்டது! யாரைக் கண்டாலும் சந்தேகம்! இந்த வைத்தியர் மகனை நான் அல்லவா கோடிக்கரைக்கு மூலிகை கொண்டு வருவதற்காக அனுப்பியிருந்தேன்? இவனை எதற்காகப் பிடித்து வந்திருக்கிறார்கள்? இப்போதே போய் உங்கள் மைத்துனரைக் கேட்கப் போகிறேன்!" என்றாள்.

"ஓகோ! தாங்கள் அனுப்பிய ஆளா இவன்? தேவி! சந்தேகம் என்று சொன்னீர்களே? எனக்குக்கூட இப்போது ஒரு சந்தேகம் தோன்றியிருக்கிறது. மூலிகை கொண்டு வருவதற்கு இவனை மட்டும் அனுப்பினீர்களா? இன்னொரு ஆளையும் சேர்த்து அனுப்பினீர்களா?" என்று நந்தினி கேட்டாள்.

"இவனோடு இன்னொருவனையுந்தான் அனுப்பினேன். இரண்டு பேரில் ஒருவனை இலங்கைத்தீவுக்குப் போகும்படி சொன்னேன்."

"ஆகா! இப்போது எனக்கு எல்லாம் புரிந்துவிட்டது! நான் சந்தேகித்தபடிதான் நடந்திருக்கிறது!"

"எனக்கு ஒன்றுமே புரியவில்லை. என்ன சந்தேகித்தீர்கள்? என்ன நடந்திருக்கிறது?"

"இனி சந்தேகமே இல்லை; உறுதிதான், தேவி! தாங்கள் இவனோடு சேர்த்து அனுப்பிய ஆள் ஏற்கெனவே உங்களுக்குத் தெரிந்தவனா? புதிய மனிதனா?"

குந்தவை சற்றுத் தயங்கி, "புது மனிதனாவது? பழைய மனிதனாவது? காஞ்சிபுரத்திலிருந்து ஓலை கொண்டு வந்தவன்; என் தமையனிடமிருந்து வந்தவன்" என்றாள்.

"அவனேதான்! அவனேதான்!"

"எவனேதான்?"

"அவன்தான் ஒற்றன்! சக்கரவர்த்திக்கு ஓலை கொண்டு வந்ததாகத்தான் இங்கேயும் அவன் சொன்னானாம்..."

"என்ன காரணத்தினால் அவனை ஒற்றன் என்று இவர்கள் சந்தேகித்தார்களாம்?"

"எனக்கென்ன தெரியும், அதைப்பற்றி? அதெல்லாம் புருஷர்கள் விஷயம்! பார்க்கப்போனால், அந்த ஒற்றனும் சந்தேகப்படும்படியாகத்தான் நடந்திருக்கிறான். இல்லாவிட்டால் இரகசியமாக இரவுக்கிரவே ஏன் தப்பி ஓட வேண்டும்? இந்தச் சாது மனிதருடைய முதுகிலே எதற்காகக் குத்திவிட்டுப் போக வேண்டும்?"

"இவருடைய முதுகில் அவன்தான் குத்தினான் என்பதையும் நான் நம்பவில்லை. குத்தியிருந்தால் இவரை மறுபடி தூக்கிக்கொண்டுபோய் அந்த ஊமையின் வீட்டில் ஏன் சேர்த்து விட்டுப் போகிறான்?"

"கூட இருந்து பார்த்ததுபோல் சொல்கிறீர்களே, தேவி! என்னமோ அந்த ஒற்றன் பேரில் உங்களுக்கு அவ்வளவு பரிவு தோன்றியிருக்கிறது. அவனிடம் ஏதோ மாய சக்தி இருக்க வேண்டும். இவர்கூட அவனை இன்னும் தம் சிநேகிதன் என்று சொல்லிக்கொள்கிறார் அல்லவா? எப்படியானால் என்ன? போன உயிர் திரும்பிவரப் போவதில்லை. அவனை இந்த வீரர்கள் கொன்றிருந்தால்..."

குந்தவையின் முகத்தில் வியர்வை துளித்தது. கண்கள் சிவந்தன. தொண்டை அடைத்தது, நெஞ்சு படபடவென்று அடித்துக்கொண்டது. "அப்படி நடந்திராது! ஒருநாளும் நடந்திராது" என்று தனக்குள்ளே சொல்லிக் கொண்டாள்.

"இவர் சொல்லுகிறபடி அந்த ஒற்றன் அவ்வளவு கெட்டிக்காரனாயிருந்தால்..." என்றாள்.

“ஆம், இளவரசி! வந்தியத்தேவன் இந்த ஆட்களிடம் ஒரு நாளும் அகப்பட்டுக்கொண்டிருக்க மாட்டான்!” என்றான் கந்தமாறன்.

“இப்போது அகப்பட்டிராவிட்டால் இன்னொரு நாள் அகப்பட்டுக் கொள்கிறான்!” என்றாள் நந்தினி.

குந்தவை பற்களைக் கடித்துக் கொண்டு, “நாளை நடக்கப் போவது யாருக்குத் தெரியும்?” என்றாள்.

பின்னர் ஆத்திரத்துடன், “சக்கரவர்த்தி நோயாகப் படுத்தாலும் படுத்தார்; இராஜ்யமே தலைகீழாகப் போய் விட்டது! மூலிகை கொண்டு வருவதற்கென்று நான் அனுப்பிய ஆட்களைப் பிடிப்பதற்கு இவர்களுக்கு என்ன அதிகாரம்? இதோ என் தந்தையிடம் போய்க் கேட்டு விடுகிறேன்” என்றாள்.

“தேவி! நோயினால் மெலிந்திருக்கும் சக்கரவர்த்தியை இது விஷயமாக ஏன் தொந்தரவு செய்யவேண்டும்? என் மைத்துனரையே கேட்டுவிடலாமே? தங்கள் விருப்பம் ஒரு வேளை அவருக்குத் தெரியாமலிருக்கலாம். தெரிவித்தால் அதன்படி நடந்து கொள்கிறார். இந்தச் சோழ ராஜ்யத்தில் இளைய பிராட்டியின் விருப்பத்துக்கு மாறாக நடக்க யார் துணிவார்கள்?” என்றாள் நந்தினி.

அந்த இரண்டு பெண் புலிகளுக்கும் அன்று நடந்த போராட்டத்தில் நந்தினியே வெற்றி பெற்றாள். குந்தவையின் நெஞ்சில் பல காயங்கள் ஏற்பட்டன. அவற்றை வெளிக்காட்டாமலிருக்க இளவரசி பெரு முயற்சி செய்ய வேண்டியிருந்தது.

❖

21. பாதாளச் சிறை

உலக வாழ்க்கையைப் போல் அறியமுடியாத விந்தை வேறொன்றுமில்லை. சுகம் எப்படி வருகிறது, துக்கம் எப்படி வருகிறது என்று யாரால் சொல்ல முடியும்? வானம் நெடுங்காலம் களங்கமற்று விளங்கி வருகிறது. திடீரென்று கருமேகங்கள் திரண்டு வந்து எட்டுத் திசைகளும் இருள் சூழ்ந்து இடி இடித்து மின்னல் மின்னி ‘கொட்டுகொட்டு’ என்று கொட்டுகிறது. உலகிலிருந்து காற்று என்பதே அற்றுப் போய்விட்டதாகச் சில சமயம் தோன்றுகிறது. மரங்களின் இலைகளும் அசையாமலிருக்கின்றன. திடீரென்று எங்கிருந்தோ ஒரு சூறைக்காற்று வந்து சுழன்று அடிக்கிறது. அதன் வேகத்தில் பெரிய பெரிய மரங்கள் வேருடன் பெயர்ந்து விழுகின்றன. சற்று முன்னால் நேத்ரானந்தமாக வானளாவி நின்று காட்சியளித்த பசுமரச் சோலைகள் இப்போது அனுமார் அழித்த அசோகவனமாக மாறி விடுகின்றன.

குந்தவையின் வாழ்க்கையில் அத்தகைய சூறைக் காற்று இப்போது சுழன்று அடித்துக்கொண்டிருந்தது. சில காலத்துக்கு முன்பு வரையில் அவள் கவலை என்பதை அறியாதவளாயிருந்தாள். வாழ்க்கை என்பது இடைவிடாத ஓர் ஆனந்த உற்சவமாக இருந்து வந்தது. அன்பும் ஆதரவும், ஆடலும் பாடலும், காவியமும் ஓவியமும், அணிமணியும் அலங்காரமும், உத்தியானவனமும் ஒய்யார ஓடமுமே வாழ்க்கை என்று எண்ணும்படியாக நாட்கள் சென்று கொண்டிருந்தன.

தந்தையும் தாய்மார்களும், அண்ணனும், தம்பியும், அமைச்சர்களும், ஆசிரியர்களும், தாதிமார்களும், தோழிமார்களும் இளைய பிராட்டியைத் தங்கள் கண்ணின் கருமணியாகப் பாவித்து நடத்திவந்தார்கள். துயரம் இன்னது என்பது காவியத்திலும் நாடகத்திலும் உள்ள கற்பனை மூலமாகவே அவளுக்குத் தெரிந்திருந்தது.

அத்தகைய பாக்கியசாலிக்குத் துன்பம் வரத் தொடங்கிய போது ஒன்றன் மேலொன்றாகத் தொடர்ந்து வந்து மோதியது. தந்தையின் நிலை கவலைக்கிடமாயிருந்தது.

இராஜ்யத்துக்குப் பெரிய சோதனை ஏற்பட்டிருந்தது. தமையனும் தம்பியும் தூர தேசங்களில் இருந்தார்கள். இன்னதென்று சொல்ல முடியாத ஒரு பெரும் விபத்து சோழர் குலத்துக்கு ஏற்படப் போவதாக சோதிடர்களும் நிமித்தக்காரர்களும் மர்மமாகச் சொல்லி வந்தார்கள். நாட்டில் இரகசிய சதிக்கூட்டங்கள் நடந்து வந்தன. நாட்டின் மக்கள் இனந்தெரியாத பீதியில் ஆழ்ந்திருந்தார்கள்.

வைர நெஞ்சு படைத்த வீரர்கள் வழி வழியாக வந்த குலத்தில் பிறந்த குந்தவை இவ்வளவையும் வீரத்துடன் சமாளிக்கக் கூடிய மனோதைரியம் பெற்றிருந்தாள். குலத்துக்கும் இராஜ்யத்துக்கும் ஏற்பட்டிருந்த எல்லா அபாயங்களையும் தன் கூரிய மதியின் துணையினால் போக்கிவிடலாம் என்ற திடமான நம்பிக்கை அவளுக்கு இருந்தது. ஆனால் அவளுடைய வாழ்க்கையில் ஒரு சிறிய சம்பவம். எதிர்பாராத ஒரு சந்திப்பு அவளுடைய வைர இதயம் இளகவும் மனோதைரியம் குலையவும் காரணமாகி விட்டது. வந்தியத்தேவனை குந்தவை சந்தித்தபோது, அது வரையில் மொட்டாக இருந்த அவளுடைய இருதய தாமரை, மடலவிழ்ந்து மலர்ந்தது.

ஆனால், என்ன துரதிருஷ்டம் அதே சமயத்தில் ஒரு கருவண்டு அந்த மலருக்குள் குடிபுகுந்து, தன் விஷக் கொடுக்கினால் அதன் மெல்லிய இதழ்களைக் கொட்டத் தொடங்கியது! அம்மம்மா! என்ன வேதனை! அந்த வாணர்குல வீரன் ஒரு வேளை சிறைப்பட்டிருக்கலாம் என்ற எண்ணம் எவ்வளவு வேதனையை அளித்தது? அவன் கொல்லப்பட்டிருக்கலாம் என்ற கொடிய வார்த்தை எப்படி அவள் நெஞ்சைப் பிளந்தது? அதை வெளிக்காட்டிக் கொள்ளாமலிருக்க அவள் எவ்வளவு கஷ்டப்பட வேண்டியிருந்தது? பெற்றவர்கள், உற்றார்கள், உடன் பிறந்தவர்கள், உயிருக்குயிரான தோழிகள் எவ்வளவோ பேர் இருக்க, எவனோ வழியோடு போகிறவனைப் பற்றி, அகஸ்மாத்தாக இரண்டு மூன்று தடவை சந்தித்தவனைப் பற்றி ஏன் இந்த இருதயம் இப்படித் துடிதுடிக்க வேண்டும்? இதையெல்லாவற்றையும் யோசிப்பதற்கும், காரண காரியங்களை ஆராய்ந்து முடிவு கட்டுவதற்கும், இப்போது நேரமில்லை. மீனமேஷம் பாராமல், சகுனமும் சகுனத்தடையும் பாராமல் விசாரிக்க வேண்டியதை உடனே விசாரித்து, செய்ய வேண்டியதை உடனே செய்ய வேண்டும்...

ஆகவே அன்று பிற்பகலிலேயே இளைய பிராட்டி சின்னப் பழுவேட்டரையரின் மாளிகைக்கு வருவதாகச் சொல்லி அனுப்பிவிட்டுச் சென்றாள். அந்த மாளிகையின் அந்தப்புர மாதர்கள் இளைய பிராட்டியை ஆர்வத்தோடு வரவேற்றார்கள், அன்பைச் சொரிந்து உபசரித்தார்கள். இளவரசி அவர்களுடன் அளவளாவிச் சிறிது நேரம் பேசிக் கொண்டிருந்த பிறகு சித்திர மண்டபத்துக்குச் சென்றாள். அங்கே சின்னப் பழுவேட்டரையர் காத்திருந்து இளைய பிராட்டியை வரவேற்று, மண்டபத்தில் தீட்டியிருந்த சித்திரங்களை விளக்கிக் கூற முற்பட்டார். குந்தவையும் பார்த்துக்கொண்டும் கேட்டுக்கொண்டும் வந்தாள்.

கடைசி சித்திரத்தண்டை வந்து நின்றதும், குந்தவை காலாந்தககண்டரை ஏறிட்டுப் பார்த்து, "ஐயா! பழுவேட்டரையர்கள் பரம்பரையாகச் சோழ குலத்துக்கு ஒப்பற்ற சேவை புரிந்து வந்திருக்கிறார்கள்!" என்றாள்.

"அம்மையே! அது எங்கள் பாக்கியம்" என்றார் காலாந்தக கண்டர்.

"அந்தச் சேவைக்கெல்லாம் ஈடாகக் கூடியது இந்தச் சோழ சாம்ராஜ்யந்தான் என்பதில் சந்தேகமில்லை..."

"தாயே! இது என்ன வார்த்தை?"

"ஆனாலும் சக்கரவர்த்தியின் ஆயுட்காலம் முடிந்து கைலாஸ பதவியை அடையும் வரையில் தாங்கள் காத்திருக்கலாம் அல்லவா? சாம்ராஜ்ய அதிகாரங்களைக் கைப்பற்றுவதற்கு இவ்வளவு அவசரப்பட வேண்டுமா?"

இந்த வார்த்தைகள் காலாந்தக கண்டரின் இருதயத்தில் கூரிய அம்புகளைப் போல் பாய்ந்தன என்பதை அவருடைய முகம் காட்டியது. அவரது நெற்றியில் வியர்வைத் துளிகள் துளித்து நின்றன. மீசை துடிதுடித்தது; கை கால்கள் வெடவெடத்து ஆடின.

காலாந்தக கண்டர் நெற்றி வியர்வையைத் துடைத்துக் கொண்டு குந்தவையைப் பார்த்து, "அம்மையே! இது என்ன இவ்வளவு உக்கிரம்? சொல்லம்பினாலேயே என்னை யமலோகத்துக்கு அனுப்பிவிடுவதென்று உத்தேசமா...?" என்றார்.

"ஐயா! அத்தகைய சக்தி என்னிடம் இல்லை என்பது தங்களுக்கே தெரியும். காலாந்தகரிடம் அணுக யமனே பயப்படுவானே? என் போன்ற பேதைப் பெண்ணால் அது முடியுமா?"

"அம்மணி! இத்தகைய கொடிய வார்த்தைகளைச் சொல்வதைக்காட்டிலும் பழுக்கக் காய்ச்சிய ஈயத்தை என் காதில் தாங்கள் ஊற்றலாம்! தேவி இவ்வளவு மறக்கருணை காட்டும்படி அடியேன் என்ன தவறு செய்தேன்?"

"தங்கள் தவறைப் பற்றிச் சொல்ல நான் யார்? என்னுடைய தவறு இன்னது என்பதைத்தான் தாங்கள் சொல்ல வேண்டும். என் தந்தையின் நோயைத் தீர்ப்பதற்கு மூலிகை கொண்டு வருவதற்காக ஆள் அனுப்பியது என் பேரில் தவறா?"

"இல்லை, அம்மணி, அது ஒருநாளும் தவறாகாது."

"பழையாறை வைத்தியர் மகனைக் கோடிக்கரைக்கு மூலிகை கொண்டு வருவதற்காக நான் அனுப்பினேன் என்பது தங்களுக்குத் தெரியுமா?"

"தெரியும், அம்மணி!"

"இன்றைய தினம் அந்த வைத்தியர் மகனைக் கயிற்றால் கட்டி வீதியில் உம் குதிரை வீரர்கள் இழுத்துக்கொண்டு வந்ததைப் பார்த்தேன். கட்டளையிட்டது தாங்கள்தானே? அவனை அனுப்பியவள் நான் என்று தெரிந்துதானே இந்த ஏற்பாடு செய்தீர்?"

"ஆம், பிராட்டி! ஆனால் அவன் ஒற்றன் என்பது தெரியாமல் தாங்கள் அனுப்பியிருக்கலாம் அல்லவா?"

"பழையாறை வைத்தியர் மகனாவது? ஒற்றனாவது? அந்தக் கதையை என்னை நம்பச் சொல்கிறீரா?"

"தாயே! அவனே ஒப்புக்கொண்டிருந்தால் நம்ப வேண்டியதுதானே?"

இளவரசி சிறிது திடுக்கிட்டு, "அவனே ஒப்புக்கொண்டானா? அது எப்படி? என்னத்தை ஒப்புக்கொண்டான்?" என்று கேட்டாள்.

"தன்னோடு வந்த இன்னொருவன் ஒற்றன் என்று இவன் ஒப்புக்கொண்டான். அந்த இன்னொருவன் மூலிகைக்காக உண்மையில் பிரயாணம் புறப்படவில்லையென்றும், இலங்கையில் யாருக்கோ கடிதம் கொண்டு சென்றதாகவும் இவன் ஒப்புக் கொண்டான்..."

"இவன் பெரிய மூடன்; ஏதாவது உளறியிருப்பான். இவனுடன் சென்ற இன்னொரு ஆளையும் அனுப்பியவள் நான்தான். அது தங்களுக்குத் தெரியும் அல்லவா?"

"தெரியும், தாயே! ஆனால் தங்களை அந்த மனிதன் ஏமாற்றிவிட்டான் என்பதும் தெரியும். வந்தியத்தேவன் என்னும் பெயருடைய அவ்வாலிபன் உண்மையில் ஓர் ஒற்றன்தான்..."

"இல்லவே இல்லை, அவன் காஞ்சிபுரத்திலிருந்து என் தமையன் எழுதிய ஓலையைக் கொண்டு வந்தவன்."

"இளவரசி! அவன் சக்கரவர்த்திக்கும், இளவரசரிடமிருந்து ஓலை கொண்டு வந்தான் அதனால் என்ன? ஒற்றர்கள் இப்படி ஏதாவது ஓர் உபாயத்தைக் கடைப்பிடித்துத் தானே தங்கள் வேலையைச் செய்யவேண்டும்?"

"ஐயா! வந்தியத்தேவன் ஒற்றன் என்பதற்கு ருசு என்ன?"

"அவன் ஒற்றன் இல்லாவிட்டால் இராஜபாட்டையில் நடப்பதை விட்டுக் குறுக்கு வழியில் நடப்பானேன்? குடந்தை சோதிடரிடம் போய்ச் சக்கரவர்த்தியின் ஜாதகப் பலனைப் பற்றிக் கேட்பானேன்?"

"சக்கரவர்த்தியின் ஜாதகத்தைப் பற்றி நான்கூட குடந்தை சோதிடரிடம் கேட்டேன். அதனால் என்ன?"

"சக்கரவர்த்தியின் செல்வப் புதல்வியாகிய தாங்கள் கேட்பது வேறு. சம்பந்தமில்லாத யாரோ வழிப்போக்கன் கேட்பது வேறு. பகையரசரின் ஒற்றனாயிருந்தால்தான் அப்படி விசாரிக்கத் தோன்றும்."

"இது தங்கள் ஊகம், வேறு காரணம் உண்டா?"

"பகிரங்கமாக என்னுடைய அனுமதி கேட்டுப் பெற்றுக் கொண்டு தஞ்சை கோட்டைக்குள் வந்திருக்கலாம். அப்படிச் செய்யாமல் பழுவூர் முத்திரை மோதிரத்தைக் காட்டிவிட்டு ஏன் நுழைய வேண்டும்? பெரிய பழுவேட்டரையர் கொடுத்தார் என்று ஏன் பொய் சொல்ல வேண்டும்?"

"முத்திரை மோதிரம் பின்னே யார் கொடுத்தார்களாம்!"

"அது இன்னும் தெரியவில்லை. கண்டுபிடிக்க வேண்டும்."

"அதைக் கண்டுபிடிக்க முடியாமல் உங்கள் ஆட்கள் என்ன செய்தார்கள்?"

"அம்மணி, என்னுடைய ஆட்கள் மந்திரவாதிகள் அல்ல ஒற்றனைக் கண்டுபிடித்துக் கேட்டுத்தானே முத்திரை மோதிரம் எப்படி அவனிடம் வந்தது என்று தெரிந்துகொள்ள முடியும்?"

"அவன் உண்மையைச் சொல்லுவான் என்பது என்ன நிச்சயம்?"

"உண்மையைச் சொல்லும்படி செய்வதற்கு வழிகள் இருக்கின்றன. தாயே! பாதாளச் சிறை இருக்கவே இருக்கிறது. ஒற்றனுக்கு இதுவும் தெரிந்திருக்கிறது. அதனால்தான் மறுபடியும் தலைமறைவாகி இரவுக்கிரவே கோட்டையிலிருந்து தப்பி ஓடிவிட்டான். சம்புவரையர் மகனையும் முதுகில் குத்தி விட்டு ஓடிவிட்டான்!"

"அவன்தான் குத்தியவன் என்பதற்கு என்ன அத்தாட்சி?"

"கந்தன்மாறன் கூறியதுதான்."

"அது போதாது! அவன் கந்தன்மாறனைக் குத்தவில்லையென்று நான் சொல்லுகிறேன்!"

"தாயே! தாங்கள் அருகில் இருந்து பார்த்தீர்களா?"

"பார்க்கவில்லை. ஆனால் ஒருவன் முகத்தைப் பார்த்து அவன் குற்றவாளியா, இல்லையா என்பதை என்னால் நிர்ணயிக்க முடியும்."

"அந்தப் பொல்லாத ஒற்றன் பாக்கியசாலி. தங்களுடைய நல்ல அபிப்பிராயத்தை எப்படியோ கவர்ந்துவிட்டான். அந்தப் பாக்கியம் எனக்குக் கிடைக்கவில்லையே?"

"ஐயா! அவனை மறுபடியும் ஒற்றன் என்று ஏன் சொல்கிறீர்?"

"தாயே! அவன் ஒற்றன் இல்லாவிட்டால் கூத்தாடிகளுடன் சேர்ந்து முகமூடி போட்டுக்கொண்டு ஏன் பழையாறையில் நுழைகிறான்? மாறுவேடம் போட்டுக்கொண்டு ஏன் கோடிக்கரை துறைமுகத்துக்குப் பிரயாணமாகிறான்? அவன் ஒற்றன் இல்லாவிட்டால் என் ஆட்களைக் கண்டதும் ஒருநாள் முழுதும் கோடிக்கரையில் ஒளிந்து திரிவானேன்? இரவானதும் படகில் ஏறி இலங்கைத் தீவுக்குப் போவானேன்?"

"ஓகோ! அவன் படகில் ஏறித் தப்பித்தும் போய் விட்டானா? உங்கள் ஆட்களால் அவனைப் பிடிக்க முடியவில்லையா?"

"ஆம், தாயே! அந்த மாயாவி ஒற்றன் என் ஆட்களை ஏமாற்றிவிட்டுப் போய்விட்டான். இந்த முட்டாள்கள் அவனை விட்டுவிட்டு வைத்தியர் மகனைப் பிடித்துக்கொண்டு வந்திருக்கிறார்கள்..."

"ஐயா! ஒற்றன் எப்படியாவது போகட்டும். வைத்தியர் மகனை நான் அனுப்பிவைத்தேன். அவன் குற்றமற்றவன் என்பது நிச்சயம். அவனை உடனே விடுவித்தே ஆக வேண்டும்."

"அம்மணி! இவன் ஒற்றனில்லாவிட்டாலும் ஒற்றனுக்கு உடந்தையாயிருந்திருக்கிறான். ஏதேதோ கட்டுக் கதைகளைச் சொல்லி என் ஆட்களை ஏமாற்றியிருக்கிறான். ஒற்றன் ஒளிந்திருப்பதற்கும், தப்பிப் படகிலேறிச் செல்வதற்கும் இவன் உதவி செய்திருக்கிறான்..."

"அதெல்லாம் எப்படியிருந்தாலும், வைத்தியர் மகனை விடுதலை செய்தேயாக வேண்டும்."

"அந்தப் பொறுப்பை நான் ஏற்றுக் கொள்ளச் சித்தமாயில்லை. நாட்டின் நாலு புறமும் அபாயங்கள் சூழ்ந்திருக்கின்றன. பகைவர்கள் படையெடுக்கக் காத்திருக்கிறார்கள். வீர பாண்டியனுடைய ஆபத்துதவி சேவகர்கள் சோழ குலத்தைக் கருவறுக்கச் சபதம் செய்திருக்கிறார்கள். நாடெங்கும் சதிகள் நடந்து வருகின்றன..."

"ஐயா! சதி செய்பவர்கள் எல்லோரையும் சிறையில் போடுவதாயிருந்தால் சிறையில் இடமே இராது!"

"இடம் இருக்கும் வரையில் போடலாம் அல்லவா?"

"உண்மைச் சதியாளரைப் போடுவதற்குக் கொஞ்சம் இடம் மிஞ்சட்டும். ஐயா! வைத்தியர் மகனை உடனே விடுதலை செய்யுங்கள்!"

"அந்தப் பொறுப்பை நான் ஏற்க முடியாது, தாயே!"

"சக்கரவர்த்தியின் கட்டளை வந்தால் செய்வீரா! அதையும் புறக்கணிப்பீரா?"

"அம்மணி, இதற்குச் சக்கரவர்த்தியின் கட்டளை தேவையில்லை. இளைய பிராட்டியின் விருப்பம் எதுவோ அதுவே சக்கரவர்த்திக்கு வேதக் கட்டளை என்பது உலகமறிந்த செய்தி. இதோ பாதாளச் சிறையின் சாவியைத் தங்கள் கையில் ஒப்புவித்து விடுகிறேன். தாங்களே சென்று கதவைத் திறந்து விடுதலை செய்யுங்கள். இன்னும் யாரையாவது விடுதலை செய்வதாயிருந்தாலும் தாராளமாய்ச் செய்யுங்கள். அதனால் வரும் லாப நஷ்டங்களுக்குப் பொறுப்புத் தங்களது!..."

இவ்வாறு சொல்லிக் காலாந்தககண்டர் ஒரு பெரிய சாவியை எடுத்துக் கொடுத்தார். குந்தவை பொங்கி வந்த தன் ஆத்திரத்தை அடக்கிக்கொண்டு, "ஆகட்டும், ஐயா! லாப நஷ்டங்களுக்குப் பொறுப்பு நானே ஏற்றுக் கொள்கிறேன்!" என்று சாவியைப் பெற்றுக் கொண்டாள்.

"இந்தச் சோழ சாம்ராஜ்யத்துக்கு ஏதாவது பெருந்தீங்கு நேர்ந்தால், அது இரண்டு பெண்களினால்தான் வந்ததாகும்" என்றார் தஞ்சைக் கோட்டைத் தலைவர்.

"நான் ஒருத்தி; அந்த இன்னொரு பெண்யாரோ?"

"பழுவூர் இளைய ராணி நந்தினி தேவிதான்!"

குந்தவை புன்னகை புரிந்து "சோழ சாம்ராஜ்யத்தின் சர்வாதிகாரியுடன் என்னைக் கொண்டு போய்ச் சேர்க்கிறீர்களே? இது காதில் விழுந்தால் பெரிய பழுவேட்டரையர் தங்களைத் தேசப் பிரஷ்டம் செய்துவிடுவார்!" என்று சொன்னாள்.

"ரொம்ப நல்லதாய்ப் போய்விடும்! அதற்கு நான் காத்திருக்கிறேன்" என்றார் சின்னப் பழுவேட்டரையர்.

❖

22. சிறையில் சேந்தன் அமுதன்

தஞ்சைக் கோட்டைக்குள் பொற்காசுகள் வார்ப்படம் செய்யும் தங்கசாலை, மற்றொரு சிறிய கோட்டை போல அமைந்திருந்தது. தங்கச்சாலைக்கு வெளிப்புறத்தில் கட்டுக் காவல் தஞ்சைக் கோட்டை வாசலில் உள்ளது போலவே வெகு பலமாயிருந்தது. அன்று மாலை குந்தவை தேவியும் வானதியும் தங்க சாலையைப் பார்வையிடச் சென்றபோது வேலை முடிந்து பொற்கொல்லர்கள் வெளியில் புறப்படும் சமயம். வாசற் காவலர்கள் பொற்கொல்லர்களைப் பரிசோதித்து வெளியில் அனுப்ப ஆயத்தமானார்கள். பொற்கொல்லர்கள் வாசலண்டை வந்து குவிந்திருந்தார்கள். அந்த நேரத்தில் அரண்மனை ரதம் வந்து தங்கசாலையின் வாசலில் நின்றது. குந்தவையும் வானதியும் இறங்கினார்கள். அவர்களைப் பார்த்ததும் காவலர்களும் பொற்கொல்லர்களும் மெய்மறந்து நின்று "வாழ்க இளைய பிராட்டி" என்று கோஷித்தார்கள். தங்கசாலையின் தலைவர் ஓடி வந்து அரசகுமாரிகளை ஆர்வத்துடன் வரவேற்றார். உள்ளே அழைத்துச் சென்று பொன்னைக் காய்ச்சும் அக்கினி குண்டம், நாணயவார்ப்படம் செய்யும் அச்சுக்கள், அச்சிட்ட நாணயங்கள் முதலியவற்றைக் காட்டினார். 'அன்றைய தினம் வார்ப்படமான தங்க நாணயங்கள் ஒரு பக்கத்தில் கும்பலாகக் கிடந்தன. அந்தப் பசும்பொன் நாணயங்களின் ஒளி கண்களைப் பறித்தது. ஒவ்வொரு நாணயத்திலும் ஒரு பக்கத்தில் புலியின் முத்திரையும் மற்றொரு பக்கம் கப்பல் முத்திரையும் பதித்திருந்தன.

"பார்த்தாயா, வானதி! எத்தனையோ காலமாக இந்தச் சோழ நாட்டுக்கு உலகமெங்குமிருந்து தங்கம் வந்துகொண்டிருந்தது. தரை வழியாகவும் வந்தது; கப்பல் வழியாகவும் வந்தது. இதுவரை அவ்வளவு தங்கத்தையும் சுமக்கும் பொறுப்பு சோழ நாட்டுப் பெண்குலத்துக்கே இருந்து வந்தது. ஆபரணங்களாகச் செய்து போட்டுக் கொண்டு தூக்கமுடியாமல் தூக்கி வந்தார்கள். கொஞ்ச காலமாகச் சோழ நாட்டுப் பெண்களுக்கு அந்தப் பாரம் குறைந்து வருகிறது. நம் தனாதிகாரி பழுவேட்டரையர் இம்மாதிரி கண்ணைப் பறிக்கும் தங்க நாணயங்களை வார்ப்படம் செய்ய ஏற்பாடு பண்ணிவிட்டார்!" என்று குந்தவை சொன்னாள்.

"அக்கா! இதனால் என்ன சௌகரியம்?" என்று வானதி கேட்டாள்.

"என்ன சௌகரியமா? நீ ஒன்றுமே தெரியாத பெண்ணடி! இம்மாதிரி பொன்னை நாணயங்களாகச் செய்துவிட்டால், 'இவ்வளவு பொன்' என்று நிறுத்துப் பாராமலே மதிப்பிடச் சௌகரியம். குடிகள் அரசாங்கத்துக்கு வரி கொடுக்க சௌகரியம். வர்த்தகர்கள் வெளிநாட்டாரோடு வியாபாரம் செய்வதில் பண்டத்துக்குப் பண்டம் மாற்றிக்கொண்டு கஷ்டப்பட வேண்டியதில்லை. பொன் நாணயங்களைக் கொடுத்துப் பொருள்களை வாங்கலாம்; பொன் நாணயங்களைப் பெற்றுக் கொண்டு பண்டங்களை விற்கலாம். ஆகையினாலேதான் சோழ நாட்டு வர்த்தகர்கள் நம் தனாதிகாரி பழுவேட்டரையரை வாழ்த்துகிறார்கள்... இன்னும் ஒன்று சொல்கிறேன். கேள்!" என்று கூறிக் குந்தவை தேவி குரலைத் தாழ்த்திக்கொண்டு சொன்னாள்: "சக்கரவர்த்திக்கும், சக்கரவர்த்தியின் குடும்பத்துக்கும் எதிராகச் சதி செய்பவர்களுக்கு இந்த நாணயங்களினால் அதிக சௌகரியம். எப்படிப்பட்ட உத்தமர்களையும் இந்தப் பொற்காசுகளின் மூலம் துரோகிகள் ஆக்கி விடலாம் அல்லவா?" என்றாள்.

அருகில் நின்ற தங்கசாலைத் தலைமை அதிகாரியின் காதில் குந்தவை கடைசியில் கூறிய வார்த்தைகள் இலேசாக விழுந்தன. அந்த அதிகாரி, "ஆம் தாயே! அம்மாதிரி பயங்கரமான வதந்திகள் எல்லாம் இக்காலத்தில் கேள்விப்படுகிறோம். ஆகையினாலேதான் இப்போது கொஞ்சநாளாக இந்தத் தங்க சாலைக்குக் கட்டுக்காவல் அதிகமாயிருக்கிறது. இதன் அடியில் உள்ள பாதாளச் சிறைக்கு வருவோர் போவோரும் அதிகமாகி விட்டார்கள்!" என்று சொன்னார்.

"வருகிறவர்கள் உண்டு; போகிறவர்கள் கூட உண்டா?" என்று குந்தவை கேட்டாள்.

"ஏன்? அதுவும் உண்டு. இன்று காலையில் ஒருவனைக் கொண்டு வந்தார்கள். ஒரு நாழிகைக்கு முன்னால் அவனைத் திரும்ப கொண்டு போய்விட்டார்கள்!" என்று அந்த அதிகாரி கூறினார்.

"அது யாராயிருக்கும்?" என்று குந்தவைக்குச் சிறிது வியப்பாயிருந்தது.

தங்கசாலைக்குள் பற்பல வேலைகள் நடக்கும் இடங்களைப் பார்த்துவிட்டுப் பின்புறமாகச் சென்றார்கள். பின் சுவரில் ஒரு சிறிய வாசல் இருந்தது. அதைத் திறந்துகொண்டு சென்றார்கள். சென்ற இடத்தில் வெளிச்சம் குறைவாக இருந்தது. கூரை தாழ்வாக இருந்தது. நாலுபுறமிருந்தும் கேட்டவர்கள் ரோமம் சிலிர்க்கும்படியான உறுமல் சத்தம் கேட்டது. ஒரு சேவகன் தீவர்த்தி பிடித்துக்கொண்டு நின்றான். அதன் வெளிச்சத்தில் நாலு புறமும் உற்றுப் பார்த்தபோது பல கூண்டுகளும் அவற்றுக்குள்ளே அடைபட்ட புலிகளும் இருப்பது தெரிந்தது. அவற்றில் சில வேங்கைப் புலிகள்; சில சிறுத்தைப் புலிகள். சில படுத்திருந்தன; சில கூண்டுக்குள் முன்னும் பின்னும் உலாவிக் கொண்டிருந்தன. அவற்றின் கண்கள் அந்த இடத்தின் மங்கலான வெளிச்சத்தில் நெருப்புத் தணல்களைப் போல் ஒளிர்ந்தன.

குந்தவை வானதியின் கரத்தைக் கெட்டியாகப் பிடித்துக் கொண்டு, "அடியே! பயமாயிருக்கிறதா? இங்கே மூர்ச்சை போட்டு விழுந்து வைக்காதே!" என்றாள்.

வானதி இலேசாகச் சிரித்துவிட்டு, "புலியைக் கண்டு என்ன பயம், அக்கா! புலி நம்முடைய குலத்தின் காவலன் அல்லவா?" என்றாள்.

"சில சமயம் காவலர்களே எதிரிகளுடன் சேர்த்து விடுவார்கள் அல்லவா? அப்போது அபாயம் அதிகம் ஆயிற்றே?"

"இல்லை. அக்கா! மனிதக் காவலர்கள் அப்படி ஒருவேளை துரோகம் செய்யலாம். இந்தப் புலிகள் அப்படிச் செய்யமாட்டா!"

"சொல்வதற்கில்லை இந்தப் புலிகள் எத்தனையோ இராஜாங்கத் துரோகிகளைச் சாப்பிட்டிருக்கின்றன. அவர்களுடைய இரத்தம் இந்தப் புலிகள் உடம்பில் கலந்திருக்கும் அல்லவா?"

"பயமேயில்லை" என்று சற்றுமுன் கூறிய வானதியின் உடம்பு இப்போது சிறிது நடுங்கத்தான் செய்தது.

"அக்கா! என்ன சொல்கிறீர்கள் உயிருள்ள மனிதர்களை இந்தப் புலிகளுக்கு இரையாகக் கொடுப்பார்களா, என்ன?" என்று கேட்டாள்.

"அப்படிச் செய்ய மாட்டார்கள். இந்தத் தங்கசாலைக்கு அடியில் பாதாளச் சிறை இருக்கிறது என்று சொன்னேன் அல்லவா? அதற்குள் போவதற்கும் வருவதற்கும் ஒரேவழிதான். அந்த வழி இந்தப் புலிமண்டபத்தில் இருக்கிறது. சிறைக்குள்ளிருந்து யாராவது தப்பித்து வரமுயன்றால் இந்த மண்டபத்துக்குள்ளேதான் வரவேண்டும். அப்போது புலிகளுக்கு இரையாவார்கள்!"

"சிவ சிவா! என்ன கொடூரம்?"

"இராஜாங்கம் என்றால் அப்படித்தான்! கருணையும் உண்டு; கொடூரமும் உண்டு. வானதி! ஒரு சமயத்தில் என்னையே இந்தப் பாதாளச் சிறையில் அடைத்தாலும் அடைத்து விடுவார்கள். சின்னப் பழுவேட்டரையர் இன்றைக்கு என்னுடன் பேசியதை நீ கேட்டிருந்தால்..."

"நன்றாயிருக்கிறது அக்கா! தங்களைப் பிடித்துச் சிறையிலடைக்கும் வல்லமையுள்ளவர்கள் ஈரேழு பதினாலு உலகத்திலும் இல்லை. அப்படி யாராவது செய்ய முயன்றால் பூமி பிளந்து இந்தத் தஞ்சை நகரத்தையே விழுங்கிவிடாதா? அதைப் பற்றி

எனக்குக் கவலையில்லை. நம்முடைய பழையாறை வைத்தியர் மகனைப் பற்றித்தான் கவலைப்படுகிறேன். அந்தச் சாதுப் பிள்ளை தப்ப முயன்றிருக்க மாட்டான் அல்லவா?"

"சாதுப்பிள்ளைதான்! ஆனால் யார் எப்போது எப்படி மாறுவார்கள் என்று சொல்ல முடிவதில்லையே?"

புலிகளின் உறுமல் கோஷம் இன்னும் அதிகமாயிற்று.

காவலனைப் பார்த்து, "புலிகளுக்கு ரொம்பக் கோபம் போலிருக்கிறதே!" என்றாள் குந்தவை.

"இல்லை தாயே! சக்கரவர்த்தியின் திருக்குமாரியை இவை வாழ்த்தி வரவேற்கின்றன!" என்று காவலன் சமத்காரமாய் மறுமொழி கூறினான்.

"நல்ல வரவேற்பு!" என்றாள் குந்தவை.

"அதோடு புலிகளுக்கு இரை போடும் சமயம் நெருங்கி விட்டது. இரையை நினைத்து உறுமுகின்றன!"

"அப்படியானால் நாம் சீக்கிரம் போய்விடலாம். சிறையின் வாசல் எங்கேயிருக்கிறது?"

மண்டபத்தின் ஒரு மூலைக்கு இதற்குள் அவர்கள் வந்திருந்தார்கள். அங்கிருந்த புலிக்கூண்டு ஒன்றைக் காவலர்கள் அப்பால் நகர்த்தினார்கள். அங்கே தரையில் பதித்திருந்த கதவு ஒன்று காணப்பட்டது. இரண்டு ஆட்கள் குனிந்து கதவை வெளிப்புறமாகத் திறந்தார்கள். உள்ளே சில படிக்கட்டுகள் காணப்பட்டன. அவற்றின் வழியாக ஒவ்வொருவராக இறங்கிச் சென்றார்கள். இருள் அதிகமாயிற்று. இரு சேவகர்கள் பிடித்திருந்த இரண்டு தீவர்த்திகளிலிருந்து புகையினால் மங்கிய வெளிச்சம் வந்து கொண்டிருந்தது. குறுக்கும் நெடுக்குமாகச் சென்ற குறுகிய பாதைகளின் வழியாக அவர்கள் ஒற்றை வரிசையில் போக வேண்டியிருந்தது.

அங்கே புலிகளின் பயங்கர உறுமல் ரோமம் சிலிர்க்கச் செய்தது என்றால், இங்கே நாலுபுறத்திலும் எழுந்த தீனமான, சோகமயமான மனிதக் குரல்கள் உள்ளம் பதறி உடல் நடுங்கச் செய்தன.

ஆனால் அந்தத் தீனக்குரல்களுக்கு மத்தியில், விந்தை! விந்தை! ஓர் இனிய குரல் இசைத்ததும் கேட்டது!

"பொன்னார் மேனியனே! புலித்தோலை அரைக்கசைத்து
    மின்னார் செஞ்சடைமேல் மிளிர்கொன்றை அணிந்தவனே!"

அந்தப் பாதாளச் சிறையில் இருந்த அறைகள் ஒரு வரிசையாக இல்லை. முன்னும் பின்னும் கோணலும் மாணலுமாக இருந்தன. ஒவ்வொரு அறை வாசலிலும் சென்று காவலன் தீவர்த்தியை உயர்த்திப் பிடித்தான். சில அறைகளில் உள்ளே ஒருவனே இருந்தான். சிலவற்றில் இருவர் இருந்தார்கள். சில அறைகளில் இருந்தவர்களைச் சுவரில் அடித்திருந்த ஆணி வளையத்தில் சேர்த்து சங்கிலியால் கட்டியிருந்தது. சில அறைகளில் அவ்விதம் கட்டாமல் சுயேச்சையாக விடப்பட்டிருந்தார்கள். ஒவ்வொரு அறையிலும் இருந்தவர்களின் முகம் தெரிந்ததும் குந்தவைதேவி தலையை அசைக்க எல்லோரும் மேலே சென்றார்கள்.

நடுவில் ஒரு சமயம் வானதி, "இது என்ன கொடுமை? இவர்களை எதற்காக இப்படி அடைத்திருக்கிறது? நீதி விசாரணை ஒன்றும் கிடையாதா?" என்று கேட்டாள்.

அதற்குக் குந்தவை, 'சாதாரண குற்றங்களுக்கு நீதி விசாரணை எல்லாம் உண்டு. ஆனால் இராஜாங்கத்துக்கு எதிராகச் சதி செய்தவர்கள், வெளிநாட்டு ஒற்றர்கள், ஒற்றர்களுக்கு உதவியவர்கள் இவர்களைத்தான் இங்கே போடுவார்கள். அவர்களிடமிருந்து தெரியவேண்டிய உண்மை தெரிந்து விட்டால் வெளியே விட்டுவிடுவார்கள்! ஆனால் சிலரிடமிருந்து உண்மை ஒன்றும் தெரிவதில்லை. ஏதாவது இருந்தால்தானே சொல்லுவார்கள்? அவர்கள் பாடு கஷ்டந்தான்!" என்றாள்.

இதற்குள்ளாக, "பொன்னார் மேனியனே!" பாட்டு மிகச் சமீபத்தில் கேட்கத் தொடங்கியிருந்தது. அந்த அறையில் சென்று தீவர்த்தியைத் தூக்கிப் பிடித்தபோது அங்கே ஒரு சிறுபிள்ளை இருப்பது தெரிந்தது. ஏற்கெனவே நமக்குத் தெரிந்த பிள்ளைதான் அவன்; சேந்தன் அமுதன்.

அவனுடைய குற்றமற்ற பால்வடியும் பச்சைப் பிள்ளை முகம் இளவரசிகளுடைய கவனத்தை கவர்ந்தது.

அவனைக் குந்தவை பார்த்து, "பாடிக்கொண்டிருந்தது நீதானா!" என்று கேட்டாள்.

"ஆம், தாயே!" என்றான்.

"உற்சாகமாயிருக்கிறாய் போலிருக்கிறது!"

"உற்சாகத்துக்கு என்ன குறைவு, அம்மா! எங்கும் நிறைந்த இறைவன் இங்கேயும் என்னுடன் இருக்கிறார்!"

"பெரிய ஞானி போலப் பேசுகிறாயே? நீ யார் அப்பா? வெளியில் என்ன செய்துகொண்டிருந்தாய்?"

"நான் பெரிய ஞானியுமில்லை; சின்ன ஞானியுமில்லை. அம்மா! வெளியில் இருக்கும்போது பூமாலை புனைந்து இறைவனுக்குச் சமர்ப்பித்துக் கொண்டிருந்தேன். இங்கே பாமாலை புனைந்து மனத்திருப்தியடைகிறேன்!"

"நீ ஞானி மட்டுமல்ல; புலவன் என்றும் தெரிகிறது. இந்த ஒரு பாடல்தான் உனக்குத் தெரியுமா? இன்னும் பலவும் தெரியுமா?"

"இன்னும் சில பாடல்களும் வரும், ஆனால் இங்கு வந்தது முதல் இதையே பாடிக்கொண்டிருக்கிறேன்."

"ஏன்?"

"இங்கு வரும்போது தங்கசாலையின் வழியாக வந்தேன். இதுவரை நான் பாத்திராத பத்தரை மாற்றுப் பசும்பொன் திரளைப் பார்த்தேன். அது 'பொன்னார் மேனியன்' திருஉருவத்தை எனக்கு நினைவூட்டியது..."

"அதிர்ஷ்டசாலி நீ! பொன்னைப் பார்த்தால் பலருக்குப் பலவித ஆசைகள் உண்டாகின்றன. உனக்கு இறைவனின் திருமேனியின் பேரில் நினைவு சென்றது. உனக்கு உற்றார் உறவினர் யாரும் இல்லையா, அப்பா?"

"தாயார் மட்டும் இருக்கிறாள். தஞ்சைக் கோட்டைக்கு வெளியில் தாமரைக் குளத்தருகில் இருக்கிறாள்."

"அந்த அம்மாள் பெயர்?"

"வாணி அம்மை."

"நான் அந்த அம்மாளைப் பார்த்து நீ இங்கே உற்சாகமாயிருக்கிறாய் என்று சொல்கிறேன்." "பயனில்லை, அம்மா! என் தாய்க்குக் காதும் கேளாது; பேசவும் முடியாது..."

"ஓகோ! உன் பெயர் சேந்தன் அமுதனா?" என்று இளைய பிராட்டி வியப்புடன் கேட்டாள்.

"ஆம், அம்மா! இந்த ஏழையின் பெயர் தங்களுக்குத் தெரிந்திருக்கிறதே?"

"என்ன குற்றத்துக்காக உன்னை இங்கே கொண்டு வந்து சிறைப்படுத்தியிருக்கிறார்கள்?"

"நேற்றுவரை நான் செய்த குற்றம் இன்னதென்று எனக்கும் தெரியாமலிருந்தது. இன்றைக்குத்தான் தெரிந்தது."

"என்னவென்று தெரிந்தது?"

"ஒற்றன் ஒருவனுக்கு உதவி செய்த குற்றத்துக்காக என்னைப் பிடித்து வந்து சிறைப்படுத்தியிருக்கிறார்கள் என்று தெரிந்தது."

"அது என்ன? எந்த ஒற்றனுக்கு நீ உதவி செய்தாய்?"

"தஞ்சைக்கோட்டை வாசலில் ஒருநாள் வெளியிலிருந்து வந்த பிரயாணி ஒருவனைச் சந்தித்தேன். அவன் இரவில் தங்க இடம் வேண்டும் என்று சொன்னான். என் வீட்டுக்கு அழைத்துப் போனேன். ஆனால் அவன் ஒற்றன் என்று நான் கனவிலும் நினைக்கவில்லை..."

"அவன் பெயர் என்னவென்று தெரியுமா?"

"தன் பெயர் வல்லவரையன் வந்தியத்தேவன் என்று அவன் சொன்னான். பழைய வாணர் குலத்தைச் சேர்ந்தவன் என்றும் கூறினான்..."

குந்தவையும் வானதியும் ஒருவரையொருவர் பார்த்துக் கொண்டார்கள். இருவருடைய உள்ளங்களும் ஒத்துப் பேசிக் கொண்டன.

வானதி, சேந்தன் அமுதனைப் பார்த்து, "எல்லாம் விவரமாகச் சொல், அப்பா!" என்றாள்.

சேந்தன் அமுதன் அவ்விதமே கூறினான். வந்தியத்தேவனைக் கோட்டைவாசலில் தான் சந்தித்ததிலிருந்து, பழுவூர் ஆட்கள் தன்னை ஆற்றங்கரையில் பார்த்துப் பிடித்துக்கொண்டது வரையில் சொன்னான்.

"யாரோ முன்பின் தெரியா ஒரு வழிப்போக்கனை நம்பி நீ எதற்காக அவ்வளவு தூரம் உதவி செய்தாய்?" என்று வானதி கேட்டாள்.

"தாயே! சிலரைப் பார்த்தால் உடனே நமக்குப் பிடித்துப் போகிறது. அவர்களுக்காக உயிரையும் கொடுக்கலாம் என்று தோன்றுகிறது. காரணம் என்னவென்று சொல்வது? இன்னும் சிலரைப் பார்த்தால் அவர்களைக் கொன்றுவிடலாம் என்று தோன்றுகிறது. இன்றைக்கு ஒரு மனிதனை என்னோடு கொஞ்சநேரம் அடைத்து வைத்திருந்தார்கள். அவன் பேரில் எனக்கு வந்த கோபத்துக்கு அளவில்லை. நல்ல வேளையாக சற்று நேரத்துக்கு முன்பு பழுவூர் இளைய ராணியின் ஆட்கள் வந்து அவனை விடுதலை செய்துகொண்டு போனார்கள்...!"

"அதுவும் அப்படியா?" என்று குந்தவை பற்களினால் தன் செவ்விதழ்களைக் கடித்துக் கொண்டாள். அவளுடைய புருவங்கள் நெரிந்தன. ஆத்திரப் பெருமூச்சு வந்தது.

"அவ்வளவு அவசரமாக விடுதலையான மனிதன் யார்? உனக்குத் தெரியுமா?" என்று கேட்டாள்.

"தெரியாமல் என்ன? யாரோ பழையாறை வைத்தியன் மகனாம்!"

"அப்படி என்ன அப்பா, அவன் தகாத வார்த்தைகளைச் சொன்னான்? அவனைக் கொன்றுவிடலாமா என்று அவ்வளவு கோபம் உனக்கு வந்ததாகச் சொன்னாயே?"

"கோடிக்கரையில் என் மாமன் மகள் பூங்குழலி இருக்கிறாள். அவளைப் பற்றி இவன் தகாத வார்த்தைகளைச் சொன்னான். அதனாலேதான் அவன் பேரில் எனக்கு அவ்வளவு கோபம் வந்தது. ஆனாலும் அவன் ஒரு நல்ல சமாசாரம் சொன்ன படியால் போனால் போகிறதென்று விட்டுவிட்டேன்."

"அது என்ன அவ்வளவு நல்ல சமாசாரம், அப்பா?"

"என்னுடைய நண்பன் வந்தியத்தேவனுடனேதான் இவன் கோடிக்கரைக்குப் போனான். அங்கே இந்தச் சண்டாளன் என் சிநேகிதனுக்குத் துரோகம் செய்து பழுவூர் ஆட்களிடம் பிடித்துக் கொடுத்துவிடப் பார்த்தான். அது முடியவில்லை..."

"முடியவில்லையா? அப்படியானால் அந்த ஒற்றன் தப்பித்துக் கொண்டு விட்டானா?" என்று வானதியும் குந்தவையும் ஒரே குரலில் ஆர்வத்துடன் கேட்டார்கள். இதைத் தெரிந்து கொள்ளத்தானே அவர்கள் இந்தப் பாதாளச் சிறைக்குள்ளே வந்தது!

"ஆம், அம்மணி! என் நண்பன் தப்பித்துக்கொண்டு போய்விட்டான். பூங்குழலி அவனை இரவில் படகில் ஏற்றிக்கொண்டு கடலில் இலங்கைத் தீவுக்குச் சென்றுவிட்டாளாம். தேடிப் போனவர்கள் ஏமாந்தார்கள். இந்தப் பாதகனும் ஏமாந்தான்!"

பெண்மணிகள் இருவரும் ஒருவரையொருவர் பார்த்துக் கொண்டார்கள். அவர்களுடைய உள்ளத்தில் ததும்பிய மகிழ்ச்சியை அவர்களுடைய முக மலர்கள் வெளியிட்டன.

குந்தவை சேந்தன் அமுதனைப்பார்த்து, "அப்பனே! ஒற்றன் ஒருவன் தப்பித்துக் கொண்டது பற்றி நீ இவ்வளவு சந்தோஷப்படுகிறாயே? உன்னைச் சிறையில் வைத்திருப்பது சரிதான்!" என்றாள்.

"தாயே! அந்தக் குற்றத்துக்காக என்னைச் சிறையில் போடுவது சரியானால், உங்கள் இருவரையும்கூட எனக்குப் பக்கத்து அறையில் போட வேண்டுமே!" என்றான்.

பெண்மணிகள் இருவரும் நகைத்தார்கள். இருளடைந்த அந்தப் பாதாளச் சிறையில், சேந்தன் அமுதனுடைய பாட்டு எவ்வளவு விசித்திரமாயிருந்ததோ, அப்படி அவர்களுடைய சிரிப்பும் அபூர்வமாக ஒலித்தது.

"நீ வெகு கெட்டிக்காரன்; மிகப் பொல்லாதவன். உன்னை இங்கே வைத்திருந்தால் நீ பாட்டுப் பாடியே இங்கேயுள்ள மற்றவர்களையும் கெடுத்துவிடுவாய். கோட்டைத் தலைவரிடம் சொல்லி உன்னை விடுதலை செய்யப் பண்ணிவிட்டு மறுகாரியம் பார்க்க வேண்டும்" என்றாள் குந்தவை.

"தாயே! அப்படிச் செய்ய வேண்டாம்! அடுத்த அறையில் ஒரு மனிதன் இருக்கிறான். அவன் என்னிடம் தினம் நூறு தடவை 'நீ எனக்கு ஒரு பாட்டுச் சொல்லிக் கொடு! சொல்லிக் கொடுத்தால் பாண்டிய குலத்து மணிமகுடத்தையும், மாலையையும் இலங்கையில் எங்கே ஒளித்து வைத்திருக்கிறேன், என்று தெரிவிக்கிறேன்' என்பதாகச் சொல்லிக்கொண்டிருக்கிறான். அந்த இரகசியத்தை நான் தெரிந்து கொள்ளும் வரையில் இங்கேயே விட்டு வைக்கச் சொல்லுங்கள்!" என்றான் சேந்தன் அமுதன்.

"பாவம்! அந்த மாதிரி உனக்கும் பைத்தியம் பிடிக்கும் வரையில் இங்கேயே இருப்பேன் என்கிறாயா? அப்புறம் உன் தாயார் வாணியம்மையின் கதி என்ன?" என்று கூறிவிட்டு இளைய பிராட்டி அங்கிருந்து புறப்பட, மற்றவர்களும் சென்றார்கள்.

அரை நாழிகை நேரத்துக்கெல்லாம் சில சேவகர்கள் வந்து சேந்தன் அமுதனைப் பாதாளச் சிறையிலிருந்து விடுதலை செய்து தஞ்சைக் கோட்டை வாசலில் கொண்டுபோய் விட்டார்கள்.

❖

23. நந்தினியின் நிருபம்

அன்று மாலை நந்தினி லதா மண்டபத்தில் ஹம்ஸதூளிகா மஞ்சத்தில் அமர்ந்து நிருபம் ஒன்று எழுதிக்கொண்டிருந்தாள். சில வரிகள்தான் எழுதினாள். எழுதும் போது சில சமயம் சுழற்காற்றில் இளங்கொடி நடுங்குவதுபோல் அவள் உடம்பு நடுங்கிற்று. அடிக்கடி நெடுமூச்சு விட்டாள். அந்தக் குளிர்ந்த வேளையில் பக்கத்தில் தாதிப் பெண் நின்று மயில் விசிறியால் விசிறிக்கொண்டிருந்தும் அவளுடைய பளிங்கு நெற்றியில் முத்து முத்தாக வியர்வை துளித்திருந்தது. அவள் எழுதிய நிருபமாவது:

"அரசிளங்குமரா! தயங்கித் தயங்கி, பயந்து பயந்து, இந்த நிருபம் எழுதத் துணிந்தேன். இராஜ்யத்தின் நிலைமையைப் பற்றிப் பலவிதமான செய்திகள் காதில் விழுகின்றன. தாங்கள் எதையும் கவனிப்பதில்லை. நோயினால் மெலிந்திருக்கும் தங்கள் தந்தை பலமுறை சொல்லி அனுப்பியும் தாங்கள் தஞ்சைக்கு வரவில்லை. இதற்குக் காரணம்

நான்தானோ என்ற எண்ணம் என்னை வதைக்கிறது. தங்களை ஒருமுறை சந்தித்தால் எல்லாச் சந்தேகங்களையும் போக்கி விடுவேன். அதற்குத் திருவுளம் இரங்குவீர்களா?

தஞ்சைக்கு வர விருப்பமில்லாவிட்டால், கடம்பூர் சம்புவரையர் மாளிகையில் சந்திக்கலாம். நான் இன்று தங்கள் பாட்டியின் ஸ்தானத்தில் இருக்கிறேன். நாம் சந்தித்துப் பேசுவதில் என்ன ஆட்சேபம் இருக்க முடியும்?

இதைக் கொண்டு வரும் வீர இளைஞர், சம்புவரையர் குமாரரைத் தாங்கள் பூரணமாக நம்பி அவரிடம் எந்தச் செய்தியும் சொல்லி அனுப்பலாம் இங்ஙனம், துரதிர்ஷ்டத்துடன் கூடப் பிறந்த அபாக்கியவதி நந்தினி."

உண்மையிலேயே தயங்கித் தயங்கி, யோசித்து யோசித்து, மேற்கூறிய நிருபத்தை எழுதிய பிறகு, விசிறிக் கொண்டிருந்த தாதிப் பெண்ணைப் பார்த்து, "போடி! போய்க் கடம்பூர் இளவரசரை உடனே அழைத்து வா!" என்றாள் நந்தினி.

தாதி சென்று கந்தன்மாறனை அழைத்து வந்து விட்டு விட்டுச் சற்று விலகிப் போய் நின்றாள்.

கந்தன்மாறனின் கண்கள் நந்தினியை ஏறிட்டுப் பார்ப்பதற்குக் கூசின. எங்கேயோ தோட்டத்தைப் பார்த்த வண்ணம் கந்தன்மாறன் நின்றான்.

"ஐயா! உட்காருங்கள்!" என்று கூறிய நந்தினியின் குரல் நடுக்கம் கந்தன்மாறனை அவளுடைய முகத்தை உற்றுப் பார்க்கும்படி செய்தது.

நந்தினி தொடர்ந்து, "குந்தவை தேவியைப் பார்த்த கண்களினால் என்னைப் பார்க்க முடியாமலிருப்பதில் வியப்பில்லை!" என்று கூறிப் புன்னகை புரிந்தாள்.

அந்தச் சொற்கள் கந்தன்மாறனுடைய நெஞ்சைப் பிளந்தன. அவளுடைய புன்னகையோ அவனுடைய தலையைக் கிறு கிறுக்கச் செய்தது.

தட்டுத்தடுமாறி, "ஆயிரம் குந்தவைகள் ஒரு நந்தினி தேவிக்கு இணையாக மாட்டார்கள்!" என்றான்.

"ஆயினும், இளையபிராட்டி விரலை அசைத்தால் வானுலகம் சென்று இந்திரனுடைய சிம்மாசனத்தைக் கொண்டு வந்து விடுவீர்கள். நான் வருந்தி வேண்டிக்கொண்டால், உட்காரகூடமாட்டீர்கள்!"

கந்தன்மாறன் உடனே எதிரிலிருந்த மேடையில் உட்கார்ந்து "தாங்கள் பணித்தால் பிரம்மலோகம் சென்று பிரம்மாவின் தலையைக் கொய்து கொண்டு வருவேன்!" என்றான்.

நந்தினி நடு நடுங்கினாள். கந்தன் மாறனைப் பாராமல் வேறு பக்கம் பார்த்துக்கொண்டு, "பரமசிவன் கொய்தது போகப் பிரம்மாவுக்கு மிச்சம் நாலு தலைகள் இருக்கின்றன. தாங்கள் இன்னொன்றைக் கொய்தாலும் பிரம்மா பிழைத்துப் போவார்!" என்றாள்.

"தேவி! வேறு எது வேண்டுமானாலும் சொல்லுங்கள். ஆனால் குந்தவை தேவியைப் பற்றி மட்டும் என்னிடம் புகழ்ந்து பேசவேண்டாம். சிநேகிதத் துரோகியான வந்தியத்தேவனுக்கு அவள் பரிந்து பேசியதை நினைத்தால் என்னுடைய இரத்தம் கொதிக்கிறது!" என்றான் கந்தன்மாறன்.

"ஆனாலும் இன்று காலையில் தங்களுடைய கற்பனாசக்தி அபாரமாயிருந்தது என்னவோ உண்மைதான்! தங்களுக்கும் தங்கள் நண்பனுக்கும் நடந்த துவந்த யுத்தம் பற்றி எவ்வளவு கற்பனையாகப் பேசினீர்கள்?" என்று நந்தினி கூறிய வார்த்தைகள் கந்தன்மாறனுக்குச் சிறிது வெட்கத்தை உண்டாக்கின.

"அவனைச் சந்தித்தது எப்படி என்பதற்கு ஏதாவது சொல்ல வேண்டும் அல்லவா? அதனால் சொன்னேன். அவன் என்னை முதுகில் குத்தியது என்னமோ உண்மைதானே!" என்றான்.

"ஐயா! அன்று நடந்ததையெல்லாம் தாங்கள் மறுபடியும் ஒரு தடவை ஞாபகப்படுத்திக்கொண்டு பார்ப்பது நல்லதல்லவா?" என்றாள் நந்தினி.

"தாங்கள்கூட என் வார்த்தையைச் சந்தேகிக்கிறீர்களா, என்ன?"

"சந்தேகிக்கவில்லை. ஆயினும் தாங்கள் சில விஷயங்களை மறந்து விட்டிருக்கிறீர்கள். வந்தியத்தேவனை என்றைக்காவது ஒரு நாள் சிறைப்படுத்திக் கொண்டு வருவார்கள். அப்போது தாங்கள் அவன்மீது சாட்டும் குற்றம் உண்மையென்று ருசுவாக வேண்டும் அல்லவா?"

"அதில் எனக்கு ஒன்றும் சிரத்தை இல்லை. அவனை இன்னமும் மன்னித்துவிடவே விரும்புகிறேன்."

"தங்களுடைய பெருந்தன்மையைப் பாராட்டுகிறேன். ஆயினும் நமக்குள் உண்மையை நிச்சயம் செய்துகொள்வது நல்லது. அன்றிரவு நடந்ததையெல்லாம் மீண்டும் ஒருமுறை ஞாபகப்படுத்திக் கொண்டு பாருங்கள். நிலவறையின் வழியாகத் தாங்கள் வந்தபோது பழுவேட்டரையரையும் என்னையும் வழியில் சந்தித்தீர்கள். தங்களுக்கு அது நினைவிருக்கிறதா?"

"நன்றாய் நினைவிருக்கிறது. என் உடம்பில் உயிர் உள்ளவரையில் அதை நான் மறக்க முடியாது."

"அப்போது தாங்கள் என்ன சொன்னீர்கள் என்பதும் நினைவிருக்கிறதல்லவா?"

"என்ன சொன்னேன் என்பது நினைவில்லை. தங்களைப் பார்த்தபோது மெய்மறந்து போனேன்."

"ஆனால் தாங்கள் சொன்னது எனக்கு நன்றாய் நினைவிருக்கிறது. 'ஐயா! தங்கள் குமாரியின் அழகைப்பற்றி எவ்வளவோ நான் கேள்விப்பட்டதுண்டு. ஆனால் அதெல்லாம் உண்மைக்கு உறைபோடக் காணாது' என்று சொன்னீர்கள்!.."

"ஐயையோ! அப்படியா சொன்னேன்? அதனால்தான் அவர் முகம் அப்படிச் சிவந்ததாக்கும்! இப்போதுகூட அவருக்கு என்னைக் கண்டால் அவ்வளவாகப் பிடிக்கவில்லை..."

நந்தினி சிரித்துவிட்டு, "உங்களை அவருக்குப் பிடிக்காவிட்டால் பாதகமில்லை; உங்களுக்கு அவரைப் பிடித்திருக்கிறதல்லவா? அதுவே போதும்!" என்றாள்.

"தேவி! உண்மையைச் சொல்லுகிறேன். தங்களிடம் மறைப்பதில் பயன் என்ன? எனக்கும் அவரைப் பிடிக்கவில்லை" என்றான் கந்தன்மாறன்.

"அதனாலும் பாதகமில்லை! எனக்கு அவரைப் பிடித்திருக்கிறது; அதுவே போதும். இப்படிப்பட்ட கணவனைப் பெறுவதற்கு நான் எவ்வளவு தவம் செய்தேனோ?" என்றாள்.

இதைக்கேட்டு கந்தன்மாறன் உள்ளம் குழம்பிற்று. ஒன்றும் சொல்லத் தெரியாமல் சும்மா இருந்தான்.

"அதுபோனால் போகட்டும்; நிலவறையில் எங்களைப் பார்த்த பிறகு என்ன செய்தீர்கள்?" என்று நந்தினி கேட்டாள்.

"தீவர்த்தி பிடித்து வந்த காவலன் வழிகாட்டிக்கொண்டு சென்றான். நான் தங்கள் நினைவாகவே கூடச் சென்றேன். இரகசிய மதில் சுவரைத் திறந்து விட்டுக் காவலன் நகர்ந்து கொண்டான். நான் அதில் நுழைந்தேன். உடனே முதுகில் யாரோ குத்தினார்கள், அவ்வளவுதான் நினைவிருக்கிறது. வந்தியத்தேவன் நான் அங்கு வருவேன் என்பதை எப்படியோ தெரிந்துகொண்டு வெளியில் காத்திருந்திருக்க வேண்டும்."

"இல்லை, ஐயா! தங்கள் ஊகம் மிகத்தவறானது. வெளியில் அவன் காத்திருக்கவே இல்லை."

"தாங்கள் கூட அவன் கட்சியில் சேர்ந்து விட்டீர்கள்?"

"நான் ஏன் அவன் கட்சியில் சேரவேண்டும்? எனக்கு என்ன லாபம்? அல்லது அவனுக்குத்தான் என்ன லாபம்? இப்படித்தான் நடந்திருக்கவேண்டும் என்று எனக்கு இப்போது நிச்சயமாய்த் தெரிகிறது."

"சொல்லுங்கள், தேவி! எப்படியென்று சொல்லுங்கள்!"

"வந்தியத்தேவன் வெளியே காத்திருக்கவில்லை!..."

"பின்னே யார் காத்திருந்தார்கள்?"

"வேறு யாரும் இல்லை; வந்தியத்தேவன் வெளியில் காத்திருக்கவில்லை யென்றுதானே சொன்னேன்? அவன் அந்த பொக்கிஷ நிலவறைக்குள்ளேயேதான் காத்திருக்கிறான்!"

"என்ன? என்ன? அது எப்படி சாத்தியமாக முடியும், தேவி!"

"அவன் அன்று திடீரென்று மாயமாய் மறைந்து விட்டான். எப்படி மறைந்திருப்பான்? நீங்களே யோசித்துப் பாருங்கள்! எப்படியோ அவன் பொக்கிஷ நிலவறைக்குள் புகுந்து அவ்விடத்து இரகசியங்களையெல்லாம் அறிந்து கொண்டான். பின்னர், உங்களைப் பின் தொடர்ந்து வந்திருக்கிறான். கதவைத் திறந்ததும் தங்களைப் பின்னாலிருந்து குத்தி தள்ளிவிட்டுத் தானும் வெளியேறியிருக்கிறான். அப்புறம் ஒருவேளை அவன் மனசாட்சியே அவனை உறுத்தியிருக்கலாம். தங்களை அந்த ஊமையின் வீட்டில் கொண்டு போய் போட்டு விட்டுப் போயிருக்கிறான்!..."

"தேவி! தாங்கள் சொல்கிறபடிதான் நடந்திருக்க வேண்டும்; சந்தேகமில்லை. இத்தனை நாளும் இது என் புத்திக்கும் எட்டவில்லை; மற்றவர்களுக்கும் புலப்படவில்லை! இந்தச் சோழ நாட்டிலேயே மதி நுட்பம் அதிகம் உள்ளவர் யார் என்று கேட்டால், தாங்கள்தான் என்று நான் சொல்வேன். இந்த உலகத்தில் அறிவு படைத்தவர்கள் உண்டு; அழகு படைத்தவர் உண்டு. இரண்டும் சேர்ந்துள்ளவர்களைப் பிரம்ம சிருஷ்டியில் காண்பது அபூர்வம். தங்களிடந்தான் அழகு, அறிவு, இரண்டும் பொருந்தியிருக்க காண்கிறேன்!" என்று பரவசமாகக் கூறினான் கந்தன்மாறன்.

"ஐயா! தாங்கள் இப்போது சொன்னது மனப்பூர்வமாகக் கூறின வார்த்தையா? அல்லது உலகத்தில் விட புருஷர்கள் பர ஸ்திரீகளிடம் சொல்லும் முகஸ்துதியா?"

"முகஸ்துதியல்ல; சத்தியமாக என் மனத்தில் இருப்பதையே சொன்னேன்."

"அப்படியானால் என்னைப் பூரணமாக நம்புவீர்களா? நம்பி எனக்காக ஓர் உதவி செய்வீர்களா?"

"என்னால் முடிகிற காரியம் எதுவாயிருந்தாலும் அதைச் செய்ய சித்தமாயிருக்கிறேன்."

"எனக்காக தாங்கள் காஞ்சிக்குப் போக வேண்டும்."

"காசிக்குப் போகச் சொன்னாலும் போகிறேன்."

"அவ்வளவு தூரம் போக வேண்டியதில்லை. காஞ்சியில் உள்ள இளவரசர் ஆதித்த கரிகாலருக்கு ஒரு நிருபம் கொடுப்பேன். அதை அவரிடம் சேர்ப்பிக்க வேண்டும். சேர்ப்பித்து விட்டு அவரைத் தங்கள் கடம்பூர் அரண்மனைக்கு விருந்தாளியாக அழைக்க வேண்டும்..."

"தேவி! இது என்ன வார்த்தை சொல்கிறீர்கள்? தங்கள் கணவரும், என் தந்தையும், மற்றும் பல சோழ நாட்டுப் பிரமுகர்களும் இராஜ்யத்தைப் பற்றி செய்து வரும் ஏற்பாடு தங்களுக்குத் தெரியாதா?"

"நன்றாய்த் தெரியும் அதைவிட இன்னும் சில செய்திகளும் தெரியும். ஐயா! தங்கள் குடும்பமும், என் குடும்பமும் மற்றும் பல பெரிய குடும்பங்களும் பெரும் அபாயத்தின் வாசலில் நின்று வருகின்றன. அதற்குக் காரணம் யார் தெரியுமா?"

"சொல்லுங்கள், தேவி!"

"இன்று மத்தியானம் இங்கு விருந்தாளியாக வந்திருந்தாளே அந்தப் பாதகிதான்!"

"ஐயையோ! இளைய பிராட்டியையா சொல்கிறீர்கள்?"

"அந்த நாகப் பாம்பைத்தான் சொல்கிறேன். பாம்பின் கால் பாம்பு அறியும். குந்தவையின் சூழ்ச்சி இந்த நந்தினிக்குத்தான் தெரியும். உம்முடைய சிநேகிதன் வந்தியத்தேவனை அவள் இலங்கைக்கு அனுப்பியிருக்கிறாள். எதற்காகத் தெரியுமா? மூலிகைகொண்டு வருவதற்கு என்பது பெரும் பொய்! சுந்தரசோழர் பிழைக்க வேண்டுமே என்று அவள் தவித்துக் கொண்டிருக்கவில்லை. அவருக்குப் பிறகு மதுராந்தகரும் பட்டத்துக்கு வரக்கூடாது. ஆதித்த கரிகாலரும் பட்டத்துக்கு வரக்கூடாது. அவளுடைய அருமைத்தம்பி அருள்மொழி வர்மன் வரவேண்டும் என்பது அவள் எண்ணம். அருள்மொழி வர்மன் பட்டத்துக்கு வந்தால் இவள் இஷ்டம்போல் ஆட்டி வைக்கலாம். அப்புறம் சோழ சாம்ராஜ்யத்தின் சக்கரவர்த்தினி குந்தவை தேவிதான்! சக்கரவர்த்தி யார் தெரியுமா? உங்கள் சிநேகிதன் வந்தியத்தேவன்!"

"ஆகா! அப்படியா? இதை எப்படியாவது தடுத்தே தீர வேண்டும். என் தந்தையிடமும், பழுவேட்டரையர்களிடமும் உடனே சொல்ல வேண்டும்..."

"அவர்களிடம் சொல்லிப் பயன் இல்லை. அவர்கள் நம்பமாட்டார்கள். குந்தவையின் தந்திரத்தை மாற்றுத் தந்திரத்தால் வெல்ல வேண்டும். நீர் உதவி செய்தால் வெல்லலாம்!"

"கட்டளையிடுங்கள், தேவி!"

"இதோ இந்த ஓலையைச் சர்வ ஜாக்கிரதையாகக் கொண்டுபோய்க் காஞ்சியில் ஆதித்த கரிகாலரிடம் கொடுக்க வேண்டும். கொடுப்பீர்களா?" என்று சொல்லிக் கொண்டே ஓலைச்சுருளையும் அதைப்போட வேண்டிய குழலையும் நீட்டினாள்.

மோக வெறியில் மூழ்கிப் போயிருந்த கந்தன்மாறன் ஓலைச் சுருளையும் குழலையும் வாங்கிக்கொள்வதற்குப் பதிலாக நந்தினியின் கரத்தைப்பிடித்துக் கொண்டு, "தங்களுக்காக எது வேண்டுமானாலும் செய்வேன்!" என்று உளறினான்.

அச்சமயம் சடசடவென்று ஒருசத்தம் கேட்டது. பழுவேட்டரையர் அரண்மனையிலிருந்து லதா மண்டபத்துக்கு வரும் பாதையில் விரைந்து வந்து கொண்டிருந்தார். திடீரென்று எதிர்பாராமல் வந்தவரைக் கண்டு, தாதிப் பெண் திடுக்கிட்டு விலகி நின்றாள். அங்கே மண்டபத்தின் விட்டத்திலிருந்து தொங்கி ஆடிய ஒரு முக்கோணத்தில் ஒரு பெரிய கிளி ஒன்று சங்கிலியால் பிணைத்து வைக்கப்பட்டிருந்தது. வந்த வேகத்தில் பழுவேட்டரையர் தம்மையறியாமல் அந்தக் கிளியைக் கையினால் பற்றினார். அவருடைய மனத்திலிருந்த வேகம் அவருடைய கையின் வழியாகப் பாய்ந்தது. கிளியின் சிறகுகள் சடசடவென்று அடித்துக் கொண்டன. பழுவேட்டரையரின் கொடூரமான பிடியைத் தாங்க முடியாமல் கிளி 'கிறீச்'சிட்டது.

❖

24. அனலில் இட்ட மெழுகு

கிளி 'கிறீச்'சிட்ட சத்தமும், தாதிப் பெண் பயத்துடன் கூவிய சத்தமும் கலந்து வந்து, நந்தினியையும் கந்தன் மாறனையும் திடுக்கிடச் செய்தன. கந்தன் மாறன் திரும்பிப் பார்த்துப் பழுவேட்டரையர் வருகிறார் என்று அறிந்ததும் கதி கலங்கிப் போனான். சற்றுமுன்னால் அவன் 'பழுவேட்டரையரை எனக்கும் பிடிக்கவில்லை' என்று சொன்னது அவர் காதில் விழுந்திருக்குமோ என்ற எண்ணம் உதயமாயிற்று. அதை விடப் பீதிகரமான எண்ணம், நந்தினியையும் தன்னையும் பற்றி அவர் ஏதேனும் தவறாக எண்ணிக் கொள்வாரோ என்ற நினைவு, அவனுக்குத் திகிலை உண்டாக்கிற்று. கிழப்பருவத்தில் கல்யாணம் செய்து

கொண்டவர்களின் போக்கே ஒரு தனி விதமாக இருக்குமல்லவா? ஆகையினாலேயே அவர் அவ்வளவு கோபமாக வந்துகொண்டிருக்க வேண்டும்? வந்து என்ன செய்யப் போகிறாரோ, தெரியவில்லை. எதற்கும் சித்தமாயிருக்க வேண்டியதுதான்.

இவ்வளவு ஒரு நொடிப் பொழுதில் கந்தன்மாறன் மனத்தில் அலை எறிந்த சிந்தனைகள். ஆனால் அவனுக்கு அன்று ஒரு பெரிய அதிசயத்தைக் காணும் வாய்ப்புக் கிடைத்தது. அவன் நினைத்ததற்கெல்லாம் மாறாக அந்த அதிசயம் நடந்தது. பழுவேட்டரையர் அருகில் நெருங்கியதும் நந்தினி முகமலர்ந்து அவரைத் தன் கரிய விழிகளால் பார்த்து, "நாதா! எங்கே தாங்கள் திரும்பி வருவதற்கு அதிக நாள் ஆகிவிடுமோ என்று பார்த்தேன். நல்லவேளையாக வந்துவிட்டீர்கள்!" என்றாள்.

அவளுடைய முகத்தைப் பார்த்து அந்தக் குரலையும் கேட்டதும் பழுவேட்டரையரின் கோபாவேசமெல்லாம் பறந்துவிட்டது. அனலில் இட்ட மெழுகைப்போல் உருகிப் போனார். அசட்டுச் சிரிப்பு ஒன்று சிரித்து, "ஆமாம்; போன காரியம் முடிந்து விட்டது; திரும்பி விட்டேன்" என்றார்.

பிறகு கந்தன்மாறனைப் பார்த்து, "இந்தப் பிள்ளை இங்கே என்ன செய்கிறான்? ஏதாவது காதற் கவிதை புனைந்து கொண்டு வந்து கொடுத்தானோ?" என்று கேட்டுவிட்டுத் தம்முடைய பரிகாசத்தைக் குறித்துத் தாமே சிரித்தார்.

கந்தன்மாறனுடைய முகம் சிவந்தது. ஆனால் நந்தினி பழுவேட்டரையரைவிட அதிகமாகச் சிரித்துவிட்டு "இவருக்குக் காதலும் தெரியாது; கவிதையும் தெரியாது சண்டை போட்டுக் காயமடையத்தான் தெரியும். நல்ல வேளையாகக் காயம் ஆறிவிட்டது. ஊருக்குப் போக வேண்டுமென்று சொல்லிக் கொண்டிருந்தார்!" என்றாள்.

"இந்தக் காலத்துப் பிள்ளைகளின் வீரத்தைத்தான் என்னவென்று சொல்லுவது? இருபத்துநாலு யுத்தகளங்களில் நான் அறுபத்துநாலு காயங்கள் அடைந்தவன். ஆனால் ஒரு தடவையாவது படுக்கையில் படுத்ததில்லை. இவனுக்குக் காயம் குணமாக ஒரு பட்சத்துக்கு மேலாகியிருக்கிறது. ஆனால் என் காயங்களெல்லாம் மார்பிலும் தோளிலும் தலையிலும் முகத்திலும் ஏற்பட்டவை. இந்தப் பிள்ளை முதுகிலே காயம் பட்டவன் அல்லவா? அதனால் இவ்வளவு நாள் ஆகிவிட்டது. நியாயந்தான்!" என்று கூறி பரிகாச சிரிப்புச் சிரித்தார்.

கந்தன்மாறன் கொதித்து எழுந்து, "ஐயா! தாங்கள் என் தந்தையின் ஸ்தானத்தில் உள்ளவர். அதனால் தங்களுடைய பரிகாசத்தைப் பொறுத்தேன்!" என்றான்.

"இல்லாவிட்டால், என்ன செய்திருப்பாயடா?" என்று பழுவேட்டரையர் கேட்டுத் தம் உறையிலிருந்த கத்தியில் கையை வைத்தார்.

நந்தினி இச்சமயம் குறுக்கிட்டாள். "நாதா! இவருக்கு முதுகில் மட்டும் காயமில்லை. நெஞ்சிலும் காயம் பட்டிருக்கிறது என்பது தங்களுக்குத் தெரிந்ததுதானே! இவர் தம்முடைய சிநேகிதன் என்று நினைத்துக்கொண்டிருந்தவன் இம்மாதிரி முதுகில் குத்திப் போட்டுவிட்டுப் போய்விட்டான் என்ற எண்ணம் இவர் நெஞ்சில் பெரிய புண்ணை உண்டாக்கியிருக்கிறது. முதுகில் காயம் ஆறியும், நெஞ்சில் புண் ஆறவில்லை. அந்தப் புண்ணில் கோல் இடுவதுபோல் நாம் பேசக்கூடாது தானே? அன்றிரவு, இவர் காயம்பட்ட அன்றிரவு, என்ன நடந்தது என்று தங்களுக்குத் தெரியாதா, என்ன?" என்று சொல்லிக்கொண்டே நந்தினி பழுவேட்டரையரைப் பார்த்த பார்வையில் மறை பொருள் ஏதோ இருந்திருக்க வேண்டும்! பழுவேட்டரையரின் முகத்தோற்றம் உடனே மாறிவிட்டது!

"ஆமாம்; நீ சொல்லுவது சரிதான்! பாவம், இவன் அறியாப் பிள்ளை. இவன் தந்தையோ என் பிராண சிநேகிதர். இவன் ஏதோ தெரியாத்தனமாகக் கூறியதை நான் பொருட்படுத்த கூடாதுதான். இது கிடக்கட்டும். நந்தினி! ஒரு முக்கியமான விஷயம் சொல்வதற்காக இப்போது வந்தேன். அது இவனுக்கும் தெரிந்திருக்க வேண்டியதுதான். இலங்கை மாதோட்டத்தில்

ஒருவனை ஒற்றன் என்று சந்தேகித்துப் பிடித்திருக்கிறார்களாம். அவனிடம் இளவரசன் அருள்மொழிவர்மனுக்கு ஓலை ஒன்றிருக்கிறதாம். அங்க அடையாளங்களிலிருந்து அவன் நம் கந்தன்மாறனுடைய அழகான சிநேகிதனாயிருக்கலாமென்று நினைக்கிறேன். அவன் பெரிய கைகாரனாய்த் தானிருக்க வேண்டும். நம் ஆட்களிடம் அகப்படாமல் தப்பி இலங்கைக்குச் சென்று விட்டான் பார்!" என்றார் பழுவேட்டரையர்.

நந்தினியின் முக பாவத்தில் அப்போது ஏற்பட்ட ஒரு கண நேரமாறுதலை மற்ற இருவரும் கவனிக்கவில்லை.

"அடே! தப்பிச்சென்று விட்டானா? இலங்கைக்கா போய்விட்டான்?" என்று கந்தன்மாறன் ஏமாற்றத்துடன் கூறினான்.

"நாதா! அவன் தப்பிச் சென்றது எனக்கு ஒன்றும் அதிசயமாய்த் தோன்றவில்லை. தங்கள் சகோதரர் இந்தக் கோட்டைக் காவலுக்குத் தகுதியற்றவர் என்றுதான் எத்தனையோ தடவை சொல்லியிருக்கிறேனே! அவர் அனுப்பிய ஆட்களும் அப்படித்தானே இருப்பார்கள்?" என்றாள் நந்தினி.

"முன்னெல்லாம் நீ அப்படிச் சொன்னபோது எனக்கு அது சரியாகப் படவில்லை. இப்போது எனக்குக்கூட அப்படித்தான் தோன்றுகிறது. இன்னும் ஒரு விந்தையைக் கேள்! மாதோட்டத்தில் அகப்பட்ட ஒற்றனிடம் நமது பழுவூர் இலச்சினை ஒன்று இருந்ததாம். அது அவனிடம் எப்படிக் கிடைத்தது என்று அவன் சொல்லவில்லையாம்!..."

நந்தினி இலேசாக ஒரு பெருமூச்சு விட்டுவிட்டு, "இது என்ன வேடிக்கை? பனை இலச்சினை அவனிடம் எப்படிக் கிடைத்ததாம்? தங்கள் சகோதரர் இதற்கு என்ன சொல்கிறார்?" என்றாள்.

"அவனா? அவன் சொல்லுவதைக் கேட்டால் உனக்குச் சிரிப்பு வரும்! அந்தப் பனை இலச்சினை உன்னிடமிருந்துதான் அவனிடம் போயிருக்க வேண்டுமென்கிறான் காலாந்தகன்!" என்று சொல்லிவிட்டுப் பழுவேட்டரையர் இடிஇடியென்று சிரித்தார். அந்தச் சிரிப்பினால் லதா மண்டபமே குலுங்கியது போலிருந்தது. அரண்மனை நந்தவனத்து மரங்கள் எல்லாம் சிலிர்த்து நடுநடுங்கின.

நந்தினியும் அவருடன் சேர்ந்து சிரித்துக்கொண்டே, "என் மைத்துனர் இருக்கிறாரே, அவருக்கு இணையான புத்திக் கூர்மை படைத்தவர் இந்த ஈரேழு பதினாலு உலகத்திலும் கிடையாது!" என்றாள்.

"இன்னும் உன் மைத்துனன் என்ன சொல்கிறான் தெரியுமா? நல்ல வேடிக்கை! அதை நினைக்க நினைக்க எனக்குச் சிரிப்பு வருகிறது! தஞ்சைக் கோட்டை வாசலில் நீ பல்லக்கில் வந்துகொண்டிருந்தபோது உன்னை அந்த இந்திரஜித்து சந்தித்துப் பேசினானாம். பிறகு இந்த அரண்மனைக்குள்ளும் அந்த மாயாவி வந்திருந்தானாம். ஆகையால் நீயே அவனிடம் பழுவூர் இலச்சினையைக் கொடுத்திருக்கவேணுமாம்! அப்படியில்லாவிட்டால், உன்னிடம் யாரோ ஒரு மந்திரவாதி அடிக்கடி வருகிறானே, அவன் மூலமாக போயிருக்க வேண்டுமாம்! தன்னுடைய முட்டாள் தனத்தை மறைப்பதற்காக அவன் இப்படியெல்லாம் கற்பனை செய்து உளறுகிறான்!" என்று கூறிப் பழுவேட்டரையர் தமது நீண்ட பற்கள் எல்லாம் தெரியும்படியாக மறுபடியும் 'ஹஹ்ஹஹ்ஹா' என்று சிரித்தார்.

"என் மைத்துனருடைய அறிவுக் கூர்மையைப் பற்றி நான் சந்தேகித்தது ரொம்பத் தவறு. அவருடைய அறிவு உலக்கைக் கொழுந்துதான்! சந்தேகமில்லை! ஆனால் இதையெல்லாம் நீங்கள் கேட்டுக்கொண்டு சும்மா இருந்ததை நினைத்தால்தான் எனக்கு வியப்பாயிருக்கிறது!" என்றாள் நந்தினி. அவளுடைய முகபாவம் மறுபடியும் மாறி, அதில் இப்போது எள்ளும் கொள்ளும் வெடித்தது. கண்ணில் தீப்பொறி பறந்தது.

வீராதி வீரரும் போர்க்களத்தில் எத்தனையோ வேல் வீச்சுகளை இறுமாந்து தாங்கியவருமான பெரிய பழுவேட்டரையர் நந்தினியின் சிறு கோபத்தைத் தாங்க

முடியாமல் தடுமாறினார். அவருடைய தோற்றத்திலும் பேச்சிலும் திடீரென்று ஒரு தளர்ச்சி காணப்பட்டது.

"தேவி! நான் அதையெல்லாம் சும்மா கேட்டுக் கொண்டிருந்தேன் என்றா நினைக்கிறாய்? அவனுடைய கையாலாகாத் தனத்தைப் பற்றி மிகக் கடுமையாகப் பேசி அவனை அழவைத்து விட்டேன். நீ பார்த்திருந்தால் அவன் பேரில் இரக்கம் அடைந்திருப்பாய்!" என்றார்.

இதையெல்லாம் கேட்டுக்கொண்டிருந்த கந்தன்மாறன் பாடு சங்கடமாகிவிட்டது. நந்தினியிடம் அவனுக்குச் சிறிது பயமும், பழுவேட்டரையரிடம் இரக்கமும், அவமதிப்பும் ஏற்பட்டன. இந்தச் சதிபதிகளின் தாம்பத்ய விவகாரத்தில் சிக்கிக்கொள்ளாமல் அங்கிருந்து போய்விட விரும்பினான். தொண்டையைக் கனைத்துக் கொண்டு "ஐயா!..." என்றான்.

நந்தினி குறுக்கிட்டு "என் மைத்துனர் சாமர்த்தியத்தைப் பற்றிப் பேசுகையில் இவரை நாம் மறந்துவிட்டோம். இவர் ஊருக்குப் போகிறேன் என்று சொல்கிறாரே, போகலாம் அல்லவா?" என்று கேட்டாள்.

"நன்றாய்ப் போகலாம். இத்தனை நாள் இங்கு இவன் தங்கியிருந்தது பற்றியே இவனுடைய தந்தை கவலைப்பட்டுக்கொண்டிருப்பார்!"

"இவரிடம் ஓலை ஒன்று கொடுத்தனுப்ப விரும்புகிறேன், கொடுக்கலாம் அல்லவா?"

"ஓலையா? யாருக்கு?"

"காஞ்சியிலுள்ள இளவரசருக்கு!"

பழுவேட்டரையர் நந்தினியையும் கந்தன் மாறனையும் சந்தேகக் கண்ணால் பார்த்து, "இளவரசருக்கு ஓலையா? நீயா எழுதுகிறாய்? எதற்கு?" என்று கேட்டார்.

"இளையபிராட்டி தம்பிக்கு ஓலை எழுதி இவர் சிநேகிதரிடம் அனுப்பியிருக்கிறார். பழுவூர் இளையராணி அண்ணனுக்கு ஏன் ஓலை எழுதக்கூடாது? எழுதி இவரிடம் ஏன் அனுப்பக்கூடாது?" என்றாள் நந்தினி.

"இவன் சிநேகிதன் கொண்டு போன ஓலை இளைய பிராட்டி குந்தவை எழுதிய ஓலையா? உனக்கு அந்த விஷயம் எப்படித் தெரிந்தது?" என்று பழுவேட்டரையர் கேட்டார்.

"பின்னே எதற்காக என்னிடம் மந்திரவாதி அடிக்கடி வருகிறானாம்? அவன் மந்திரத்தின் மூலமாகத் தெரிந்தது. என் மைத்துனர் ஆட்களின் இலட்சணம்தான் தெரிந்திருக்கிறதே! பழுவூர் பனை இலச்சினை அவனிடம் இருப்பதாக கண்டு பிடித்துக்கொண்டு வந்து சொன்னவர்கள் ஓலை குந்தவை அனுப்பியது என்று சொல்லவில்லை, பாருங்கள்!"

"இலச்சினையைப் பற்றி நம் ஆட்கள் சொல்லவில்லை; அன்பில் பிரமராயர் இராமேசுவரம் போய்விட்டுத் திரும்பி வந்திருக்கிறார். அவர் கொண்டுவந்த செய்தி..."

"அந்தப் பிராமணனாவது குந்தவை தேவியின் ஓலையைப் பற்றித் தங்களிடம் சொன்னாரா?"

"இல்லை."

"நாதா! நான் தங்களுக்கு எச்சரித்ததை எண்ணிப் பாருங்கள். இந்த இராஜ்யத்தில் உள்ள அவ்வளவு பேரும் சேர்ந்து தங்களை வஞ்சிக்கப் பார்க்கிறார்கள் என்று நான் சொல்லவில்லையா? இது உண்மை என்பது இப்போதாவது தங்களுக்குத் தெரிகிறதா? மந்திரவாதி சொன்னதை மட்டும் நான் நம்பிவிடவில்லை. கோடிக்கரையிலிருந்து சிறைப்படுத்திக் கொண்டு வந்த வைத்தியர் மகனையும் அழைத்து வரச் செய்து விசாரித்தேன். அவனும் அதை உறுதிப் படுத்தினான். இளைய பிராட்டி தன் தம்பிக்கு ஓலை அனுப்பியிருப்பதாகச் சொன்னான்!" என்றாள் நந்தினி.

பழுவேட்டரையருக்குக் கண்ணைக் கட்டிக் காட்டிலே விட்டது போலிருந்தது. கந்தன் மாறனை அவர் அருவருப்புடன் பார்த்தார். அந்தச் சிறு பிள்ளையைப் பக்கத்தில் வைத்துக் கொண்டு இப்படியெல்லாம் பேசுவது அவருக்குப் பிடிக்கவில்லை.

இதைக் குறிப்பினால் உணர்ந்த நந்தினி, "நம்முடைய கதை இருக்கவே இருக்கிறது. இவருடைய பிரயாணம் ஏன் தாமதிக்க வேண்டும்!" என்று கூறிவிட்டு கந்தன்மாறனைப் பார்த்து "ஐயா! காஞ்சி இளவரசரிடம் இந்த ஓலையை நேரே கொண்டு போய்க் கொடுக்கவேண்டும். கொடுத்துவிட்டு, அவர் மறு ஓலை கொடுத்தால் சர்வ ஜாக்கிரதையாக அனுப்பி வைக்க வேண்டும். தங்களுடைய கடம்பூர் மாளிகைக்கு இளவரசரை அழைப்பதற்கு மறந்துவிட வேண்டாம்!" என்றாள்.

"என் தந்தையிடம் என்ன சொல்ல? இது பழுவூர் மன்னரின் விருப்பம் என்று சொல்லலாம் அல்லவா?" கந்தன்மாறன் சற்றுத் தயக்கத்துடன் கேட்டான்.

"தாராளமாகச் சொல்லலாம். என்னுடைய விருப்பந்தான் பழுவூர் மன்னரின் விருப்பமும். நாதா! நான் சொல்வது சரிதானே!" என்றாள் நந்தினி.

"ஆமாம், ஆமாம்!" என்று பழுவேட்டரையர் தலையை அசைத்தார். அவருக்கு ஒன்றும் புரியவில்லை. தலை கிறுகிறுத்தது. நந்தினியை எதிர்த்துப் பேசவும் அவரால் இயலவில்லை.

கந்தன்மாறன் சென்ற பிறகு நந்தினி, பழுவேட்டரையர் மீது தன் காந்தக் கண்களைச் செலுத்தி, கொஞ்சம் கிளியின் குரலில், "நாதா; என்னிடம் தங்களுடைய நம்பிக்கை குன்றிவிட்டதாகத் தோன்றுகிறது! என் மைத்துனருடைய துர்ப்போதனை ஜயித்துவிட்டதுபோல் காண்கிறது!" என்றாள்.

"ஒருநாளுமில்லை நந்தினி! என் கையில் பிடித்த வேலிலும், அரையில் சொருகிய வாளிலும் எனக்கு நம்பிக்கை குறைந்தாலும் உன்னிடம் நம்பிக்கை குறையாது. வீர சொர்க்கத்தில் நான் நம்பிக்கை இழந்தாலும் உன் வார்த்தையில் நான் நம்பிக்கை இழக்கமாட்டேன்!" என்றார்.

"இது உண்மையானால் அந்தச் சிறு பிள்ளையை வைத்துக் கொண்டு என்னிடம் அவ்வளவு கேள்வி கேட்டீர்களே, ஏன்? எனக்கு அவமானமாயிருந்தது!" என்று நந்தினி கூறியபோது, அவள் கண்களில் கண்ணீர் பெருகத் தொடங்கியது.

பழுவேட்டரையர் துடிதுடித்துப் போனார். "வேண்டாம், என் கண்ணே! இப்படி! என்னைத் தண்டிக்கவேண்டாம்!" என்று கூறி, நந்தினியின் கண்களில் பெருகிய கண்ணீரைத் துடைத்து சமாதானம் செய்தார்.

"ஆயினும் உன்னுடைய காரியங்கள் சில எனக்கு அர்த்தமாகவில்லை. என்ன, ஏது, எதற்காக என்று கேட்க எனக்கு உரிமை இல்லையா?" என்றார்.

"கேட்பதற்குத் தங்களுக்கு உரிமை உண்டு. சொல்வதற்கும் எனக்கு உரிமையுண்டு. யார் இல்லை என்றார்கள்? அன்னியர்கள் முன்னால் கேட்க வேண்டாம் என்றுதான் சொன்னேன். என்ன வேண்டுமோ இப்போது கேளுங்கள்!" என்றாள்.

"ஆதித்த கரிகாலனுக்கு நீ எதற்காக ஓலை கொடுத்து அனுப்புகிறாய்? கடம்பூர் மாளிகைக்கு எதற்காக அவனை அழைக்கச் சொல்கிறாய்? அவன் அல்லவா நம்முடைய யோசனை நிறைவேறுவதற்கு முதல் விரோதி?" என்றார் பழுவேட்டரையர்.

"இல்லை, இல்லை! ஆதித்த கரிகாலர் நம் முதல் விரோதி இல்லை. அந்தப் பழையாறைப் பெண் பாம்புதான் நம் முதல் விரோதி. அவளை எதற்காக நம் அரண்மனைக்கு நான் அழைத்தேன்? அந்தக் காரணத்துக்காகவே தான் ஆதித்த கரிகாலனைக் கடம்பூருக்கு அழைக்கச் சொல்கிறேன். நாதா! நான் அடிக்கடி சொல்லி வந்திருப்பதை இப்போது ஞாபகப்படுத்திக்கொள்ளுங்கள். இளைய பிராட்டி குந்தவை தன் மனத்திற்குள் ஏதோ

ஒரு தனி யோசனை வைத்திருக்கிறாள் என்று சொல்லி வந்தேன் அல்லவா? அது என்னவென்று இப்போது கண்டுபிடித்து விட்டேன். மற்ற எல்லாரையும் விலக்கிவிட்டு, அவளுடைய இளைய சகோதரன் அருள்மொழிவர்மனைத் தஞ்சாவூர்ச் சிம்மாசனத்தில் ஏற்றி வைக்க அவள் தீர்மானித்திருக்கிறாள். அவளுடைய சூழ்ச்சிக்கு எதிர் சூழ்ச்சி செய்து அவளுடைய நோக்கம் நிறைவேறாமல் செய்ய வேண்டும். காஞ்சிக்கு நான் ஓலை அனுப்பியதன் காரணம் இப்போது தெரிகிறதல்லவா?" என்று நந்தினி கேட்டு விட்டுப் பழுவேட்டரையரைப் பார்த்த பார்வை அவருடைய நெஞ்சை ஊடுருவி, அவர் அறிவை நிலை குலையச் செய்தது.

ஒன்றும் தெரியாவிட்டாலும், "ஆம் தெரிகிறது!" என்று குழறினார் அந்த வீரக்கிழவர்.

"நாதா! தாங்களும் தங்கள் முன்னோர்களும் புரிந்த அரும்பெரும் வீரச் செயல்களினாலேயே இன்று இந்தச் சோழ சாம்ராஜ்யம் இவ்வளவு பல்கிப் பரவியிருக்கிறது. இந்தத் தஞ்சைபுரியின் தங்கச் சிம்மாசனத்தில் ஒரு நாளாவது தங்களை ஏற்றி வைத்துப் பார்க்கும் வரையில் இந்தப் பாவியின் கண்கள் இரவிலும், பகலிலும் தூங்கப் போவதில்லை! அதற்குள்ளே எந்த விதத்திலாவது தங்களுக்கு என் பேரில் சந்தேகம் ஏற்படும் பட்சத்தில் தங்கள் உடைவாளினால் என்னை ஒரே வெட்டாக வெட்டிக் கொன்று விடுங்கள்!" என்றாள் நந்தினி.

"என் கண்ணே! இத்தகைய கர்ண கடூரமான மொழிகளைச் சொல்லி என்னைச் சித்திரவதை செய்யாதே!" என்றார் பெரிய பழுவேட்டரையர்.

❖

25. மாதோட்ட மாநகரம்

நமது கதாநாயகன் வந்தியத்தேவனை நாம் விட்டுப்பிரிந்து நெடுங்காலம் ஆகிவிட்டது. தஞ்சையிலேயே அதிக நாள் தங்கி விட்டோம். சில நாள் தான் என்றாலும் நெடுங்காலமாகத் தோன்றுகிறது. இந்தச் சில நாளைக்குள் வந்தியத்தேவன் ஈழத்துக் கடற்கரையோடு நடந்து சென்று பாலாவி நதிக்கரையில் இருந்த மாதோட்ட மாநகரை அடைந்திருந்தான். இராமேசுவரக் கடலுக்கு அப்புறத்தில் ஈழ நாட்டுக் கடற்கரையில் இருந்த அம்மாநகரம், திருஞான சம்பந்தர் காலத்திலும், சுந்தரமூர்த்தியின் காலத்திலும் இருந்ததுபோலவே இப்போது பசுமையான மரங்கள் அடர்ந்த சோலைகளினால் சூழப்பட்டுக் கண்ணுக்கு இனிய காட்சி அளித்தது. மாவும், பலாவும், தென்னையும், கமுகும், கதலியும், கரும்பும் அந்தக் கரையைச் சுற்றிலும் செழித்து வளர்ந்திருந்தன. அந்த மரங்களில் வானரங்கள் ஊஞ்சலாடின. வரிவண்டுகள் பண்ணிசைத்தன; பைங்கிளிகள் மழலை பேசின.

அந்நகரின் கோட்டை மதில்களின் மேல் கடல் அலைகள் மோதிச் சலசலவென்று சப்தம் உண்டாக்கின. மாதோட்ட நகரின் துறைமுகத்தின் பெரிய மரக்கலங்கள் முதல் சிறிய படகுகள் வரையில் நெருங்கி நின்றன. அவற்றிலிருந்து இறக்கப்பட்ட பண்டங்கள் மலை மலையாகக் குவிந்துகிடந்தன. இவையெல்லாம் சம்பந்தர் சுந்தரர் காலத்தில் இருந்தது போலவே இருந்தாலும் வேறு சில மாறுதல்கள் காணப்பட்டன. மாதோட்ட நகரின் வீதிகளில் இப்போது கேதீசுவர ஆலயத்துக்குச் செல்லும் அடியார்களின் கூட்டத்தை அதிகம் காணவில்லை.

பக்தர்கள் இறைவனைப் பாடிப் பரவசமடைந்த இடங்களிலெல்லாம் இப்போது போர் வீரர்கள் காணப்பட்டனர். கத்தியும் கேடயமும், வாளும் வேலும், கையில் கொண்ட வீரர்கள் அங்குமிங்கும் திரிந்தார்கள்.

சென்ற நூறு ஆண்டுகளுக்கு அதிகமாக அந்த நகரம் ஒரு யுத்த கேந்திரஸ்தலமாக விளங்கி வந்தது. தமிழ்நாட்டிலிருந்து ஈழத்துப் போருக்கு வந்த படைகள் பெரும்பாலும்

அங்கேதான் இறங்கின. திரும்பிச் சென்ற படைகளும் அங்கேதான் கப்பல் ஏறின. நகரம் பல தடவை கைமாறிவிட்டது. சில சமயம் இலங்கை மன்னர்களிடமும், சில சமயம் பாண்டிய அரசர்களிடமும் அது இருந்தது. பராந்தக சக்கரவர்த்தியின் காலத்திலிருந்து சோழர்களின் ஆதிக்கத்தில் இருந்து வந்தது.

அத்தகைய யுத்த கேந்திர நகரத்தின் கோட்டை மதில் வாசலில் ஒரு நாள் வந்தியத்தேவன் வந்து நின்றான். நகருக்குள் போக வேண்டும் என்றான். சோழ சேனாதிபதியைப் பார்க்க வேண்டும் என்றான். காவலர்கள் அவனை உள்ளே விட மறுத்தார்கள். அதன் பேரில், முன்னர் கடம்பூரில் கையாண்ட யுக்தியை இங்கும் அவன் கையாண்டான். காவலர்களைப் பலவந்தமாகத் தள்ளிக்கொண்டு உள்ளே நுழையப் பிரயத்தனம் செய்தான்.

காவலர்கள் அவனைச் சிறைப் பிடித்துக் கோட்டைத் தலைவனிடம் கொண்டு போனார்கள். வந்தியத்தேவன் கோட்டைத் தலைவனிடம் இளவரசர் அருள்மொழிவர்மருக்கு முக்கியமான ஓலை கொண்டு வந்திருப்பதாகவும், அதைப்பற்றி சோழ சேனாதிபதியிடந்தான் விவரம் சொல்ல முடியும் என்று கூறினான். அவனைப் பரிசோதித்துப் பார்த்தார்கள். 'பொன்னியின் செல்வ'னுக்கு ஓர் ஓலையும், பழுவூர் பனை இலச்சினையும் அவனிடம் இருக்கக் கண்டார்கள்.

கொடும்பாளூர்ப் பெரிய வேளார் பூதி விக்கிரம கேசரி அச்சமயம் இலங்கைப் படையின் சேனாதிபதியாக இருந்தார். அவரிடம் போய்ச் சொன்னார்கள். பூதி விக்கிரம கேசரி அப்போது முதன் மந்திரி அநிருத்தப்பிரமராயருடன் பேசிக் கொண்டிருந்தார். அவருடன் இராமேசுவரம் வரையில் போவதற்கு ஆயத்தமாக இருந்தார். ஆகையால் திரும்பி வந்து விசாரிப்பதாகவும் அதுவரையில் அந்த வீரனைக் காவலில் வைத்திருக்கும்படியும் சொல்லிவிட்டுப் போனார்.

பிறகு வந்தியத்தேவனை அழைத்துப்போய் ஒரு பாழடைந்த மாளிகையில் ஓர் அறையில் தள்ளிப் பூட்டினார்கள். வாசலில் காவலும் போட்டார்கள். வந்தியத்தேவன் நீண்ட வழிப்பிரயாணத்தினால் களைப்படைந்திருந்தான் ஆகையால், தன்னைச் சிறைப்படுத்தியது குறித்து அவன் மகிழ்ந்தான். இரண்டொரு நாள் அலைச்சல் இன்றி ஓய்வு பெறலாம் அல்லவா?

முதல்நாள் அவனுக்கு அத்தகைய ஓய்வு கிடைத்தது. ஆனால் இரண்டாம் நாள் ஒரு தொல்லை ஏற்பட்டது.

அவன் இருந்த அறைக்கு அடுத்த அறையில் ஏதேதோ விசித்திரமான சப்தங்கள் கேட்கத் தொடங்கின. யாரோ ஒருவன் இன்னொருவனை அதட்டி மிரட்டினான். அவனுடைய வீரப்பேச்சுகள் பிரமாதமாயிருந்தன. "இந்தா!". "சீச்சீ!", "போ போ!", "கிட்ட வராதே!" "அருகில் வந்தாயோ கொன்று விடுவேன்!", "அடித்து நொறுக்கிவிடுவேன்!" "ஜாக்கிரதை!" "உன் உயிர் உன்னுடையதல்ல!" "யமலோகத்துக்கு அனுப்பி விடுவேன்!", "ஓரே உதையில் உன் உயிர் போய்விடும்!" என்று இப்படியெல்லாம் அடுத்த அறையில் ஒருவன் இரைந்து கொண்டிருந்தான். யாரைப் பார்த்து இப்படி அவன் வீர வாதமிடுகிறான் என்று தெரியவில்லை. ஒரே குரல்தான் கேட்டதே தவிர, அதற்கு எதிர்க்குரல் கேட்கவில்லை. ஒருவேளை யாராவது பைத்தியம் பிடித்த போர் வீரனாயிருக்குமோ என்ற சந்தேகம் ஏற்பட்டது. அப்படியென்றால், இரவெல்லாம் தூக்கமில்லாமல் செய்துவிடுவானே? கொஞ்சம் நிம்மதியாகத் தூங்கலாம் என்றால் அதற்கும் இடையூறு நேர்ந்து விட்டதே...!

"சொன்னால் கேட்கமாட்டாயா? சும்மா போகமாட்டாயா சரி, சரி! உன்னை என்ன செய்கிறேன், பார்!" இந்த வார்த்தைகளுக்குப் பிறகு தொப்பென்று அவனுடைய அறையில் வந்து ஏதோ விழுந்தது. படுத்திருந்த வந்தியத்தேவன் தூக்கிவாரிப்போட்டு எழுந்தான். விழுந்தது என்னவென்று உற்றுப் பார்த்தான். உடனே அவனையறியாமல் சிரிப்பு வந்தது. கலகலவென்று சிரித்தான் ஏனெனில், அடுத்த அறையிலிருந்து அப்படி வேகமாக வந்து விழுந்தது ஒரு பூனை என்று தெரிந்தது!

"ஓஹோ! உனக்குச் சிரிக்க வேறே தெரியுமா? சிரி! சிரி! மறுபடியும் இங்கே மட்டும் வராதே!" என்று அந்தக் குரல் சொல்லியது.

யாரோ பைத்தியக்காரன் என்பதில் சந்தேகமில்லை. இல்லாவிட்டால் பூனையுடன் இவ்வளவு வாதமிடுவானா? அல்லது பூனை மனிதரைப் போல் சிரிக்கும் என்று தான் எண்ணுவானா? ஆனால் அதிலும் ஓர் அதிசயம் என்னவென்றால் அப்படியெல்லாம் பேசிய குரல் அவனுக்குத் தெரிந்த குரலோ என்ற சந்தேகம் உண்டாயிற்று. எங்கேயோ, எப்போதோ கேட்ட குரலாகத் தோன்றியது. ஆனால் யாருடைய குரல்? எங்கே கேட்ட குரல்? நினைத்து நினைத்துப் பார்த்தும் ஞாபகம் வரவில்லை!

எப்படியாவது இருக்கட்டும், யாராவது இருக்கட்டும் என்று எண்ணி வந்தியத்தேவன் படுத்துக் கொண்டான். கண்ணைமூடித் தூங்கப் பார்த்தான், ஆனால் தூங்க முடியவில்லை. சற்று நேரத்தில் அவனுடைய உள்ளங்கால்களில் ஏதோ வழவழவென்று தட்டுப்பட்டது. கண்ணைத் திறந்து பார்த்தால் பூனை அங்கே படுத்திருந்தது. அட கடவுளே! இதைக் கால் மாட்டில் வைத்துக்கொண்டு எப்படித் தூங்குவது? உதைத்துத் தள்ளினான். பூனை நகர்ந்து சென்றது. கண்ணை மூடினான்; மறுபடி அவன் பக்கத்தில் கையில் ஏதோ மிருதுவாகத் தட்டுப்பட்டது. கண்ணைத் திறந்து பார்த்தால் பூனை அவன் பக்கத்தில் வந்து படுத்துக்கொண்டு செல்லம் கொஞ்சிக் கொண்டிருந்தது!

மறுபடியும் கையினால் பிடித்துத் தள்ளினான். பூனை தூரச் சென்றது. மீண்டும் கண்ணை மூடினான். தலைமாட்டில் வந்து பூனை படுத்துக்கொண்டு வாலினால் அவனுடைய நெற்றியைத் தடவத் தொடங்கியது.

வாளையும் வேலையும் அச்சமின்றித் தாங்கக்கூடிய அவ்வீரனுக்குப் பூனை தன் வாலினால் தடவும் அனுபவத்தைத் தாங்க முடியவில்லை. எழுந்து, பூனையை அதன் கழுத்தைப் பிடித்துத் தூக்கினான். அவனுடைய அறைக்கும் அடுத்த அறைக்கும் மத்தியில் இருந்த சுவரின் உச்சியில் கொஞ்சம் இடிந்து பொக்கை விழுந்திருந்தது. அதன் வழியாகப் பூனையைத் தூக்கி எறிந்தான்.

அடுத்த அறையில் சிறிது நேரம் ஒரே ரகளையாயிருந்தது. மனிதக் குரலின் கூப்பாட்டுடன் பூனையின் கரமுரா சத்தமும் சேர்ந்து கொண்டது. சற்று நேரத்துக்குப் பிறகு "போ! தொலை!" என்ற குரல் கேட்டது. பூனையின் 'மியாவ் மியாவ்' சத்தம் கொஞ்ச தூரம் வரையில் சென்று மறைந்தது. பிறகு நிசப்தம் நிலவியது.

வந்தியத்தேவன் கண்ணயர்ந்தான். அரைத்தூக்க நிலையில் ஒரு கனவு கண்டான். மிக இன்பமான கனவு. இளைய பிராட்டி குந்தவை அவன் அருகில் வந்து உட்கார்ந்து அவன் நெற்றியைத் தடவிக் கொடுத்தாள். ஆகா! பூனையின் வாலுக்கும் இளவரசியின் கைவிரலுக்கும் எத்தனை வித்தியாசம்!

சட்டென்று மறுபடி விழிப்பு வந்தது. கனவு கலைந்துவிட்டதே என்று வருத்தமாயிருந்தது.

அடுத்த அறையிலிருந்து யாரோ சுவரைத் தட்டினார்கள் அந்தப் பைத்தியமாகத்தான் இருக்க வேண்டும்.

"யார் அங்கே? பூனையை எடுத்து எறிந்தது யார்?"

வந்தியத்தேவன் மறுமொழி சொல்லவில்லை. மௌனமாயிருந்தான். ஆ! இது என்ன, பூனை பிறாண்டுவது போன்ற சப்தம் மறுபடியும்? இல்லை, இல்லை! யாரோ அப்புறத்தில் சுவரில் ஏறுவதற்கு முயல்கிறார்கள்!

வந்தியத்தேவன் எழுந்திருக்கவில்லை. படுத்தபடியே கவனமாய்க் காது கொடுத்துக் கேட்டுக்கொண்டிருந்தான். ஆனால் முன் ஜாக்கிரதையாகக் கைமட்டும் கத்திபிடியில் இருந்தது.

சுவரின் உச்சியிலிருந்து பொக்கையில் முதலில் இரு கைகள் தெரிந்தன. பிறகு ஒரு முண்டாசு தெரிந்தது. முண்டாசுக்கடியில் ஒரு முகம் மேலே வந்து குனிந்து பார்த்தது.

ஆ! இவன் ஆழ்வார்க்கடியான் அல்லவா? தலைப்பாகை கட்டியிருப்பதால் தோற்றத்தில் சிறிது மாறியிருக்கிறான்! ஆனால் ஆழ்வார்க்கடியான் என்பதில் சந்தேகமில்லை.

இவன் எதற்காக, எப்படி இங்கே வந்தான்? நாம் இருப்பது தெரிந்துதான் வந்திருக்கவேண்டும்! உதவி செய்ய வந்திருக்கிறானா? அல்லது இடையூறு செய்ய வந்திருக்கிறானா?

வந்தியத்தேவன் எழுந்து உட்கார்ந்து, "ஓ வீரவைஷ்ணவரே! வருக! வருக! சிவபுண்ணிய ஸ்தலமாகிய திருக்கேதீசுவரத்துக்கு வருக! வருக!" என்றான்.

"தம்பி! நீதானா? நினைத்தேன்! வேறு யார் இவ்வளவு அமுக்குப் பிள்ளையாராகக் குரல் காட்டாமல் உட்கார்ந்திருக்க முடியும்?" என்று ஆழ்வார்க்கடியான் சொல்லிக்கொண்டு அறையில் குதித்தான்.

❖

26. இரத்தம் கேட்ட கத்தி

அந்த வீர வைஷ்ணவர் எப்படி அங்கு வந்து சேர்ந்தார் எதற்காக வந்திருக்கிறார் என்பதைப்பற்றி வந்தியத்தேவனுடைய உள்ளம் கலக்கமடைந்திருந்தது. ஆயினும் அதை அவன் வெளியில் காட்டிக்கொள்ளவில்லை.

"என்ன வேடிக்கையைச் சொல்வது? சற்று முன்னால்தான் உங்களைப் பற்றி நினைத்துக்கொண்டேன். நிமிர்ந்து பார்த்தால் தாங்கள் சுவரேறிக் குதித்து வருகிறீர்கள். 'கொடுக்கிற தெய்வம் கூரையைப் பொத்துக்கொண்டு கொடுக்கும்' என்று சொல்கிறார்களே, அது சரிதான்!" என்றான்.

"அப்பனே! சற்று முன்னால் என்னைப் பற்றி நினைத்தாயா? எதற்காக இந்த நரமனுஷனைப் பற்றி நீ ஏன் நினைக்க வேண்டும்? சாக்ஷாத் இராமபிரானைப் பற்றி நினைத்தாலும் பயன் உண்டு..."

"தங்கள் வாய்க்குச் சர்க்கரைதான் போடவேண்டும். முதலில் நான் இராமபிரானைப் பற்றித்தான் நினைத்தேன். இங்கே வரும்போது கடலில் அக்கரையில் இராமேசுவரக் கோபுரம் தெரிந்தது. இராமர் அங்கேதானே சிவனைப் பூஜை செய்து இராவணனைக் கொன்ற பாவத்தைப் போக்கிக் கொண்டார் என்று எண்ணினேன்..."

"நில்லு, தம்பி! நில்லு!"

"நிற்க முடியாது, சுவாமிகளே! என்னால் நிற்க முடியாது. நடந்து நடந்து, நின்று நின்று, என் கால்கள் கெஞ்சுகின்றன. தாங்களும் கருணைபுரிந்து உட்காருங்கள். அப்புறம் இராமரைப் பற்றி நினைத்தேனா? உடனே இராம பக்தனாகிய அனுமாரைப் பற்றி நினைவு வந்தது. அனுமாரைப் பற்றி எண்ணியதும் தங்கள் நினைவு வந்தது. உடனே பார்த்தால், தாங்களே வந்து விட்டீர்கள். சுவரேறிக் குதித்து மட்டும் வந்தீர்களா, அல்லது அனுமாரைப்போல் கடலையே தாண்டிக் குதித்து வந்தீர்களா?"

"தம்பி மகா பக்த சிரோன்மணியான அனுமார் எங்கே? அடியேன் எங்கே? அனுமார் இந்த இலங்கைக்கு வந்து அக்ஷய குமாரன் முதலிய இராட்சதர்களை அதாஹதம் செய்தார். என்னால் கேவலம் ஒரு பூனைக்கு வழிசொல்ல முடியவில்லை. இதோபார்! எப்படி ஒரு பூனை என் கால்களைப் பிறாண்டி இரத்தக் காயம் செய்துவிட்டது!" என்று ஆழ்வார்க்கடியான் தன் கால்களில் ஏற்பட்டிருந்த காயங்களைச் சுட்டிக் காட்டினான்.

"அடடா! இப்படியா நேர்ந்துவிட்டது? ஆனால் கேவலம் ஒரு பூனையோடு தாங்கள் சண்டைக்குப் போன காரணம் என்ன...?"

"நான் சண்டைக்குப் போகவில்லை. அதுவேதான் என்னுடன் வலுச்சண்டைக்கு வந்தது..."

"அது எப்படி சுவாமிகளே!"

"உன்னைத் தேடிக்கொண்டு நான் வந்தேன். வாசற் காவலர்களை ஏமாற்றி கொல்லைப்புறச் சுவர் வழியாக ஏறிக் குதித்தேன். கீழே நான் கால்வைக்கிற இடத்தில் வேண்டுமென்று அந்தப் பூனை தன் வாலை நீட்டிக் கொண்டிருந்தது. என் கால் அதன் வாலை அப்படி இலேசாகத்தான் தொட்டது. இருந்தாலும் அந்தப் பொல்லாத பூனை தன் கால் நகங்களினால் என்னைத் தாக்கத் தொடங்கிவிட்டது. தம்பி! நான் சொல்வதைக் கேள்! புலியோடு சண்டை போட்டாலும் போடலாம்; ஆனையோடு சண்டை போட்டாலும் போடலாம்; பூனையோடு மட்டும் சண்டை போடக்கூடாது!"

"சுவாமிகளே! அந்த இரகசியம் எனக்கு இப்போது தெரிந்து போய்விட்டது..."

"எந்த இரகசியம்?"

"அந்தப் பூனை இங்கே என் அறைக்கும் வந்தது. என் நெற்றியில் வாலினால் தடவிக் கொடுத்தது. என்னோடு கொஞ்சி விளையாடியது. என்னை நகத்தினால் பிறாண்டவில்லை. உம்மை மட்டும் தாக்கிப் பிறாண்டியது! அதற்குக் காரணம் என்ன? வைஷ்ணவர்களைக் கண்டால் பிடிக்காத வீர சைவப் பூனை அது!..."

"ஓகோ! அப்படியோ? இந்த யோசனை எனக்குத் தோன்றாமல் போயிற்றே? வீர சைவப் பூனை என்று தெரிந்திருந்தால் தடியினால் நாலு திருச்சாத்து சாத்தியிருப்பேனே?"

"உம் கையில் தடி இல்லாததே நல்லது. ஏனென்றால், இந்த ஷேத்திரத்துக்கு வந்ததிலிருந்து என் உடம்பிலே கூட வீர சைவ இரத்தம் கொதிக்கத் தொடங்கியிருக்கிறது. என் உறையிலுள்ள கத்தி 'வீர வைஷ்ணவ இரத்தம் வேண்டும்' என்று அழுகிறது. நீர் எனக்குச் செய்த பேருதவியை நினைத்து அதை அடக்கி வைத்திருக்கிறேன்!"

"அப்பனே! உனக்கு நான் ஓர் உதவியும் செய்யவில்லையே!"

"வைஷ்ணவரே! தங்கள் சகோதரியாகிய பழுவூர் இளைய ராணியைப் பற்றி எனக்கு நீர் சொல்லவில்லையா?"

"ஆமாம்; சொன்னேன்."

"பழுவூர் இளையராணி கடம்பூருக்கு அருகில் மூடு பல்லக்கில் போனபோது, திரை விலகியதே, அப்போது அந்தத் தேவியை நீர் எனக்குச் சுட்டிக் காட்டவில்லையா?"

"ஆம், ஆம் அதனால் என்ன?"

"சொல்லுகிறேன், அதே பல்லக்கு தஞ்சைக் கோட்டைக்கருகில் சென்று கொண்டிருந்தபோது நான் பார்த்தேன். பல்லக்கு சுமப்பவர்கள் வேண்டுமென்று வந்து என் குதிரையின் மேல் இடித்தார்கள். நான் நியாயம் கோருவதற்காகப் பல்லக்கின் திரையை விலக்கிப் பார்த்தேன்..."

"உள்ளே இருந்தது யார்?"

"பழுவூர் இளையராணி சாக்ஷாத் நந்தினி தேவிதான்!"

"ஓஹோ! நீ அதிர்ஷ்டசாலி. நான் ஆனமட்டும் முயன்றும் நந்தினியைப் பார்க்க முடியவில்லை. உனக்கு அது கைகூடிவிட்டதே!"

"அதிர்ஷ்டம் வரும்போது அப்படித்தான் தானாகவே வரும்!"

"அப்புறம்?"

"நான் தங்கள் பெயரைச் சொன்னேன். தேவிக்கு முக்கியமான செய்தி தாங்கள் சொல்லி அனுப்பியதாகக் கூறினேன்..."

"நானும் பார்த்தாலும் பார்த்தேன். உன்னைப் போல் கூசாமல் பொய் சொல்லுகிறவனை இந்தப் பிரபஞ்சத்தில் எங்கும் பார்த்ததே கிடையாது..."

"வைஷ்ணவரே! என் மூதாதைகளுக்குக் கவிஞர்களின் பேரில் மிக பிரியம். அவர்களே கவிதைகளும் பாடியிருக்கிறார்கள்..."

"அதனால் என்ன?"

"கவி பரம்பரை இரத்தம் என் உடம்பிலும் ஓடுகிறது. அதனால் சில சமயம் கற்பனை பொங்கி வருகிறது. உம்மைப் போன்ற பாமரர்கள் அதைப் பொய் என்று சொல்லுவார்கள்..."

"நல்லது; அப்புறம் என்ன நடந்தது?"

"என் கற்பனையைக் கேட்டு வியந்து நந்தினிதேவி பழுவூர் முத்திரை மோதிரத்தைக் கொடுத்தார். அரண்மனையில் வந்து பார்க்க சொன்னார்."

"போய்ப் பார்த்தாயா?"

"பின்னே, பார்க்காமலிருப்பேனா? உடனே போய்ப் பார்த்தேன். என் வீரதீரபராக்கிரமங்களைப் பற்றி நானே சொல்லித் தெரிந்துகொண்ட நந்தினிதேவி, எனக்கு ஒரு முக்கியமான வேலை கொடுத்தார்."

"அது என்ன வேலை?"

"இந்த இலங்கையில் மதுரை பாண்டியவம்சத்து மணிமகுடமும் இந்திரமாலையும் இருக்கின்றனவாம். இலங்கை அரச குடும்பத்தார் மலைநாட்டில் ஒளித்து வைத்திருக்கிறார்களாம். 'அந்த, நகைகளை எப்படியாவது தேடிக்கொண்டு வந்துவிடு' என்று சொல்லி அனுப்பினார். அது இவ்வளவு கஷ்டமான வேலை என்று எனக்குத் தெரியாமல் போயிற்று..."

"பெரிய பழுவேட்டரையரின் பொக்கிஷத்தில் உள்ள ஆபரணங்கள் ஆயிரம் கழுதைப் பொதி கனமிருக்கும் என்கிறார்கள். அவ்வளவும் இளையராணிக்குப் போதவில்லையாக்கும். சரி கொண்டுவந்தால் உனக்கு என்ன தருவதாகச் சொன்னாள்?"

"தஞ்சைக் கோட்டைக் காவலை சின்னப் பழுவேட்டரையரிடமிருந்து பிடுங்கி எனக்குத் தந்து விடுவதாகச் சொன்னார்."

"தம்பி! தம்பி! தஞ்சைக் கோட்டைக் காவல் உனக்குக் கிடைத்தால், தட்டுத் தடங்கலில்லாமல் நான் கோட்டைக்குள் வரலாம் அல்லவா?"

"அழகாய்த்தானிருக்கிறது. எனக்குத் தஞ்சைக் கோட்டைக் காவல் கிடைக்கிற வழி என்ன? நான்தான் இந்த ஊரில் வந்து இப்படி அகப்பட்டுக் கொண்டேனே?" என்று வந்தியத்தேவன் மிகவும் சோகமான குரலில் கூறினான்.

"ஏன் அகப்பட்டுக் கொண்டாய்? எதற்காக உன்னைச் சிறைப்படுத்தியிருக்கிறார்கள், தெரியுமா?" என்று ஆழ்வார்க்கடியான் கேட்டான்.

"பழுவூர் ராணி கொடுத்த முத்திரை மோதிரத்தை என்னுடன் கொண்டுவந்தேன். இங்கேயும் அதற்குச் செல்வாக்கு இருக்கும் என்று எண்ணினேன். அதுதான் தவறாய்ப் போயிற்று?"

"அது தவறுதான், தம்பி, பெரிய தவறு! இங்கே சேனாதிபதி கொடும்பாளூர்ப் பெரிய வேளார் அல்லவா? பழுவூர் வம்சத்துக்கும் கொடும்பாளூர் வம்சத்துக்கும் பெரும்பகை என்பது உனக்குத் தெரியாதா?"

"தெரியாமல் வந்துதான் அகப்பட்டுக் கொண்டேன். என்ன செய்கிறதென்று தெரியவில்லை..."

"தம்பி! நீ கவலைப்பட வேண்டாம்!"

"கவலைப்படாமல்..."

"உன்னை விடுதலை செய்வதற்காகவே நான் இங்கு வந்திருக்கிறேன்..."

"ஓகோ!"

"உன்னை ஒரு சமயம் ஓர் உதவி கேட்டேன்; நீ மறுத்து விட்டாய். ஆயினும் நான் உனக்கு உதவி செய்ய வந்தேன். என்னுடன் எழுந்து வா! இந்தக் கணமே இச்சிறையிலிருந்து தப்பிவிடலாம்!"

"வைஷ்ணவரே! தாங்கள் சீக்கிரமே இங்கிருந்து போய்விடுங்கள்!"

"ஏன், அப்பனே!"

"என் உறையிலுள்ள கத்தி அதிகமாகப் புலம்பத் தொடங்கியிருக்கிறது. ஒரு 'வீர வைஷ்ணவனுடைய இரத்தம் வேண்டும் என்று கேட்கிறது."

"கேட்டால் கேட்கட்டுமே! என் உடம்பில் வேண்டிய இரத்தம் இருக்கிறது. உன் கத்திக்குத் தேவையானால் கொஞ்சம் சாப்பிட்டு விட்டுப் போகட்டும். நீ எழுந்து என்னுடன் வா!"

"இல்லை, நான் வர முடியாது!"

"காரணம் என்ன?"

"கண்ணைச் சுற்றிக்கொண்டு எனக்குத் தூக்கம் வருகிறது. எத்தனையோ நாளாக இரவில் நான் தூங்கவில்லை. இன்றைக்கு நன்றாய்த் தூங்குவது என்று தீர்மானித்திருக்கிறேன். அதனால்தான் பூனையைக் கூடத் தூக்கி எறிந்தேன்."

"தம்பி! இது என்ன இப்படிச் சொல்லுகிறாய்? இளைய பிராட்டி குந்தவை தேவியிடம் நீ ஒப்புக்கொண்ட காரியத்தை இப்படித்தானா நிறைவேற்றப் போகிறாய்? இந்த ஓலையைப் 'பொன்னியின் செல்வன்' கையில் சேர்ப்பிக்கும் வரையில் இரவென்றும் பகலென்றும் பார்க்காமல் பிரயாணம் செய்வேனென்று நீ ஒப்புக்கொள்ளவில்லையா!"... இவ்விதம் சொல்லி ஆழ்வார்க்கடியான் தன்னுடைய மடியிலிருந்து ஓலையை எடுத்து வந்தியத்தேவனிடம் கொடுத்தான்.

அதை ஆர்வத்துடன் வந்தியத்தேவன் வாங்கிக் கொண்டான். இதுவரையில் ஆழ்வார்க்கடியான் தன் வாயைப் பிடுங்கி வஞ்சித்து ஏமாற்றப் பார்க்கிறான் என்றே அவன் எண்ணியிருந்தான். இப்போது அந்த எண்ணம் மாறியது.

"இந்த ஓலை தங்களிடம் எப்படி வந்தது?" என்று கேட்டான்.

"சேனாதிபதி விக்கிரமகேசரிதான் கொடுத்தார். இதோ இந்தப் பழுவூர் பனை இலச்சினையையும் திருப்பிக் கொடுக்க சொன்னார். உனக்கு எப்போது இஷ்டமோ அப்போது பிரயாணம் புறப்படலாம் என்று சொன்னார்."

"வைஷ்ணவரே! தங்களுக்கு என் மனமார்ந்த நன்றி."

"நன்றியையெல்லாம் சேர்த்து வைத்துக்கொள். சமயம் வரும்போது கொடுக்கலாம்."

"ஐயா! இளவரசர் தற்சமயம் எங்கே இருக்கிறார் என்று தெரியுமா?"

"அது யாருக்கும் தெரியாது. அநுராதபுரத்திலிருந்து மலை நாட்டுக்குச் சென்றிருக்கிறார். தேடிக் கண்டுபிடித்தேயாக வேண்டும். உன்னோடு வழிகாட்டிப் போகும்படி சேனாதிபதி எனக்குக் கட்டளையிட்டிருக்கிறார். நீ விரும்பினால் வருகிறேன்."

வந்தியத்தேவனுக்கு மீண்டும் சிறிது சந்தேகம் உண்டாயிற்று.

"சுவாமிகளே! புறப்படுவதற்கு முன்பு சேனாதிபதியை நான் பார்க்கலாமா?" என்று கேட்டான்.

"அவசியம் பார்க்கலாம், பார்த்துவிட்டுத்தான் பிரயாணம் கிளம்ப வேண்டும். வானதி தேவியைப் பற்றிச் சேனாதிபதியிடம் தெரிவியாமல் போகலாமா!" என்றான் ஆழ்வார்க்கடியான்.

இதைக் கேட்ட வந்தியத்தேவன் இந்த வீர வைஷ்ணவனுக்கு உண்மையிலேயே மந்திர வித்தை கை வந்திருக்குமோ என்று வியப்படைந்தான்.

❖

27. காட்டுப் பாதை

கொடும்பாளூர்ப் பெரிய வேளராகிய சேனாதிபதி பூதி விக்கிரம கேசரி வயது முதிர்ந்த அநுபவசாலி; பல போர்க்களங்களில் பழந்தின்று கொட்டையும் போட்டவர். சோழ குலத்தாருடன் நெருங்கிய நட்பும் உறவும் பூண்டவர். அவருடைய சகோதரராகிய கொடும்பாளூர்ச் சிறிய வேளார் சில ஆண்டுகளுக்கு முன்னால் இலங்கைப் போர்க்களத்தில் வீர சொர்க்கம் அடைந்தார். அவருடன் சென்ற சைன்யமும் தோல்வியடைந்து திரும்ப நேர்ந்தது. அந்தப் பழியைத் துடைத்து கொடும்பாளூரின் வீரப் பிரதாபத்தை மீண்டும் நிலைநாட்டுவதில் அவர் பெரிதும் ஆத்திரம் கொண்டிருந்தார். ஆகையாலேயே சற்று வயதானவராயிருந்தும் இலங்கைப் படைக்குத் தலைமை வகித்து அங்கு வந்திருந்தார்.

இலங்கைப் போரை நன்கு நடத்த முடியாமல் பழுவேட்டரையர்களால் விளைந்த இடையூறுகளைப் பற்றி முன்னமே பார்த்தோமல்லவா? நெடுங்காலமாக அந்த இரண்டு சிற்றரசர் குலத்துக்கும் ஏற்பட்டிருந்த போட்டியும் பகைமையும் இதனால் இப்போது அதிகமாய் வளர்ந்திருந்தன. எனவே, பழுவூர் முத்திரையிட்ட இலச்சினையுடன் அகப்பட்டுக் கொண்ட வந்தியத்தேவன் பாடு சேனாதிபதி பெரிய வேளாரிடம் கஷ்டமாகத்தான் போயிருக்கும். அதிர்ஷ்டவசமாக அநிருத்தப் பிரமராயரிடம் இதைப்பற்றி அவர் பிரஸ்தாபிக்க நேர்ந்தது.

வந்தியத்தேவனைப் பற்றிய உண்மையை ஆழ்வார்க் கடியானிடமிருந்து தெரிந்துகொண்ட அநிருத்தர் அவனையே சேனாதிபதி பூதி விக்கிரம கேசரியிடம் சென்று உண்மையைத் தெரியப்படுத்தும்படி அவசரமாக அனுப்பி வைத்திருந்தார்.

வாணர் குலத்து வீரகுமாரனை மேலும் கீழும் உற்றுப் பார்த்த சேனாதிபதி பூதி விக்கிரம கேசரிக்கு அவனிடம் நல்ல அபிப்பிராயம் உண்டாகியிருக்க வேண்டும். அன்பான குரலில், "தம்பி! உன்னை இங்கே சரியாகக் கவனித்துக்கொண்டார்களா? தங்குவதற்கு இடம், உணவு எல்லாம் சரிவரக் கிடைத்ததா?" என்று கேட்டார்.

"ஆம் சேனாதிபதி! ஒரு குறைவும் இல்லாமல் பார்த்துக் கொண்டார்கள். கூறிய ஏவலைச் செய்வதற்கு வாசலில் ஐந்தாறு சேவகர்கள் எப்போதும் காத்திருந்தார்கள், தங்குவதற்கு இடம் தாராளமாய்க் கிடைத்தது. இராபோஜனத்துக்கு ஒரு பூனையை அனுப்பி வைத்தார்கள். அதை நான் சாப்பிட எண்ணியிருக்கையில் இந்த வீர வைஷ்ணவரைக் கண்டதும் கோபம் வந்துவிட்டது. இவரை நகத்தினால் பிறாண்டிவிட்டு அது ஓடிவிட்டது!" என்றான்.

சேனாதிபதி "ஓகோ! இந்தப் பிள்ளை ரொம்ப வேடிக்கைக்காரப் பையனாயிருக்கிறான்! திருமலை! இவன் சொல்வது உண்மையா?" என்று கேட்டார்.

"சேனாதிபதி! இவன் முன்னோர்கள் கவிஞர்களாம். ஆகையால் இவனிடமும் கற்பனா சக்தி அதிகம் இருக்கிறது. மற்றபடி இவன் சொல்வது உண்மைதான். இவனை நான் பார்க்கப்போன இடத்தில் ஒரு பூனை என் கை கால்களைப் பிறாண்டி விட்டது!" என்றான் ஆழ்வார்க்கடியான்.

அவனுடைய உடம்பில் ஏற்பட்டிருந்த இரத்தக் காயங்களைப் பார்த்து சேனாதிபதி பூதி விக்கிரம கேசரி விழுந்து விழுந்து சிரித்தார்.

"ஒரு பூனையா உன்னை இந்தப் பாடு படுத்திவிட்டது! நல்லவேளை! காட்டுப் பாதையில் போவதற்கு இந்த வீரன் உனக்கு வழித்துணையாகக் கிடைத்திருக்கிறான்..."

"சேனாதிபதி! எனக்கு வழித்துணை தேவையில்லை. என்னுடைய கைத்தடியே போதுமானது. அதை எடுத்துக் கொள்ளாமல் நான் இவனைப் பார்க்கப் போனதுதான் பிசகாய்ப் போய்விட்டது..."

“அப்படியானால் இவனுக்கு நீ வழித்துணையாக இரு! புறப்படுவதற்கு முன்னால் இவனுக்குச் சரியாகச் சாப்பாடு பண்ணி வைத்துவிட்டு அப்புறம் கிளம்பு! தம்பி! இப்போது இலங்கையில் சாப்பாட்டு வசதி கொஞ்சம் குறைவு. இங்கேயுள்ள ஏரி குளங்களையெல்லாம் மகிந்தனுடைய சேனா வீரர்கள் கரையை உடைத்துவிட்டுப் போய்விட்டார்கள். அதனால் விவசாயம் சரியாக நடப்பதில்லை. விவசாயம் செய்வதற்கு ஆட்களும் இல்லை. இந்த நாட்டு மக்களே பட்டினி கிடக்கிறார்கள். நம் வீரர்களுக்கு எப்படி உணவு கிடைக்கும்? நம்முடைய நாட்டிலிருந்தும் அரிசி போதிய அளவு அனுப்பி வைப்பதில்லை...”

“சேனாதிபதி! அது எனக்குத் தெரிந்த விஷயந்தான். பழையாறை வீரப் படைவீடுகளின் வழியாக இளைய பிராட்டி சென்றபோது பெண்டுகள் அவரிடம் முறையிட்டதைக் கேட்டுக் கொண்டிருந்தேன். ‘இலங்கையில் எங்கள் கணவன்மார்களும் பிள்ளைகளும் பட்டினி கிடக்கிறார்களாமே!’ என்று முறையிட்டார்கள்...”

“ஓகோ! இது அங்கேயும் தெரிந்து முறையிட்டார்களோ? நல்லது, நல்லது! அதற்கு இளைய பிராட்டி என்ன மறுமொழி சொன்னார்கள்?”

“சேனாதிபதி பெரிய வேளார் இலங்கையில் இருக்கும் வரையில் நம் வீரர்களைப் பட்டினியால் சாகவிட மாட்டார்; நீங்கள் கவலைப்பட வேண்டாம் என்று ஆறுதல் சொன்னார்...”

“ஆகா! இளைய பிராட்டி அவ்விதம் சொன்னாரா? உலகத்தில் எத்தனையோ இராஜ குலங்களில் எவ்வளவோ புகழ் பெற்ற கன்னிகைகள் பிறந்ததுண்டு. ஆனால் எங்கள் இளைய பிராட்டிக்கு இணையானவர் வேறு யாரும் இல்லை...”

“அடுத்தபடியாகச் சொல்லக் கூடிய இளவரசி ஒருவர் உண்டு, சேனாதிபதி!”

“அது யார், தம்பி?”

“கொடும்பாளூர் இளவரசி வானதி தேவிதான்!”

“ஆகா! இந்தப் பிள்ளை ரொம்பப் பொல்லாதவன். இவனுடைய கற்பனாசக்தி என்னையே மயக்கிவிடும் போலிருக்கிறது. தம்பி! பழையாறையில் எங்கள் குலவிளக்கை நீ பார்த்தாயா?”

“பார்த்தேன், ஐயா! இளைய பிராட்டியுடன் இணை பிரியாமல் இருந்து வருகிறவரை எப்படிப் பார்க்காமல் இருக்க முடியும்? வைத்தியர் வீட்டிலிருந்து வழி அனுப்ப இரண்டு பேருமாகத்தான் யானைமீது ஏறி வந்தார்கள். தீபத்தை ஒளியும், மலரை மணமும், உடம்பை நிழலும் பிரியாததுபோல் வானதி தேவியும் இளைய பிராட்டியைப் பிரிவது கிடையாது...”

“அடேடே! இந்தப் பிள்ளை வெகு புத்திசாலி! திருமலை! இவனை நம் பொக்கிஷ சாலைக்கு அழைத்துச் சென்று வேண்டிய ஆடை ஆபரணங்களைக் கொடுத்து அழைத்துப் போ!”

“ஐயா! எல்லாம் தற்சமயம் பொக்கிஷத்திலேயே இருக்கட்டும், திரும்பிப் போகும்போது நான் வாங்கிக்கொண்டு போகிறேன்.”

“தம்பி! எங்கள் வீட்டுப் பெண்ணைப்பற்றி, வானதியைப் பற்றி, இளைய பிராட்டி எனக்குச் செய்தி ஒன்றும் அனுப்ப வில்லையா?”

“சேனாதிபதி! தங்களிடம் நான் பொய் சொல்ல விரும்ப வில்லை.”

“யாரிடமும் எப்பொழுதும் பொய் சொல்ல வேண்டாம், தம்பி!”

“இந்த வீர வைஷ்ணவர் விஷயத்தில் மட்டும் தயவு செய்து விலக்கு அளிக்க வேண்டும். சேனாதிபதி; இவரிடம் உண்மை சொன்னால் என் தலை வெடித்துப் போய்விடும்...”

“வேண்டாம், வேண்டாம்!... இளைய பிராட்டி எனக்கு ஒன்றும் செய்தி அனுப்பவில்லையாக்கும்!”

"தங்களுக்குச் செய்தி அனுப்பவில்லை. ஆனால்..."

"ஆனால், என்ன?"

"யாருக்கு அனுப்ப வேண்டுமோ அவருக்கு அனுப்பியிருக்கிறார்கள். வானதி தேவியைப் பற்றி இளவரசரிடம் நேரில் சில செய்திகளைச் சொல்லும்படி பணித்திருக்கிறார்கள்..."

"உன்னைப் போன்ற புத்திசாலிப் பிள்ளையை நான் பார்த்ததேயில்லை!" என்று கூறிச் சேனாதிபதி பெரிய வேளார் வந்தியத்தேவனை மார்போடு அணைத்துக்கொண்டார். பின்னர், "சரி; இனி வீண் பொழுது போக்க வேண்டாம்; புறப்படுங்கள்!" என்று சொன்னார்.

"ஐயா! இந்த வீர வைஷ்ணவர் என்னோடு அவசியம் வரத்தான் வேணுமா? இவர் இல்லாமல் நான் தனியே போகக் கூடாதா?"

"இவர் வருவதில் உனக்கு என்ன ஆட்சேபம்?"

"எனக்கு ஆட்சேபம் இல்லை. என் இடையில் செருகியுள்ள கத்தி சுத்த வீரசைவக் கத்தி. அது 'வீர வைஷ்ணவ இரத்தம் வேண்டும்' என்று வெகு நாளாகக் கேட்டுக்கொண்டிருக்கிறது. என்னை மீறி அது வெளிக் கிளம்பிவிட்டால் இவர் பாடு ஆபத்தாய்ப் போய்விடும் என்று பார்க்கிறேன்."

"அப்படியானால் அந்தக் கத்தியை இங்கே விட்டுவிட்டு வேறு கத்தி எடுத்துக்கொண்டு போ! திருமலை உன்னோடு வராவிட்டால் நீ இளவரசரைக் கண்டுபிடிக்க முடியாது. அவர் இருக்குமிடமே யாருக்கும் தெரியாது. மேலும் இளவரசரிடம் கொடுப்பதற்கு இவனும் ஒரு முக்கியமான ஓலை கொண்டு வருகிறான். ஆகையால் இரண்டு பேருமாகச் சேர்ந்து போவதே நல்லது! வழியில் ஒருவரோடொருவர் சண்டை பிடித்துக் கொண்டு காரியத்தைக் கெடுத்து விடாதீர்கள்!"

இவ்விதம் சொல்லிவிட்டுப் பெரிய வேளார் மறுபடியும் வந்தியத்தேவனை அருகில் அழைத்து அவன் காதோடு இரகசியமாகச் சொன்னார்.

"தம்பி! இவனால் உன் காரியத்துக்கு இடைஞ்சல் ஒன்றும் நேராது. ஆனாலும் ஜாக்கிரதையாகவே இரு! இளவரசரிடம் இவன் என்ன செய்தி சொல்லுகிறான் என்பதைத் தெரிந்து வந்து என்னிடம் சொல்லு!"

ஆழ்வார்க்கடியானைத் தனக்கு ஒற்றனாகப் பின்னோடு அனுப்புகிறார்கள் என்று முதலில் வந்தியத்தேவன் எண்ணியிருந்தான். இப்போது அவனுக்குத்தான் ஒற்றன் என்று ஏற்பட்டது. இந்த நிலைமை வந்தியத்தேவனுக்கு மிகவும் பிடித்திருந்தது.

*

வந்தியத்தேவன் ஆழ்வார்க்கடியானும் இரண்டு வீரர்கள் துணையுடன் அன்றிரவே புறப்பட்டார்கள்.

பிரயாணம் தொடங்கி இரண்டு நாள் கிழக்கு நோக்கிச் சென்றார்கள். முதலில் கொஞ்சதூரம் ஊர்ப்புறங்களாக இருந்தன. ஓரளவு ஜன நடமாட்டமும் இருந்தது. வர வரக் காட்டுப் பிரதேசமாக மாறி வந்தது. முதலில் குட்டை மரங்கள் நிறைந்த காடாயிருந்தது. பின்னர் வானை அளாவிய பெரிய மரங்கள் அடர்ந்த அரண்யங்களாக மாறின. இடையிடையே ஏரிகள் தென்பட்டன. ஆனால் அவற்றின் கரைகள் பல இடங்களில் இடிந்து கிடந்தன. தண்ணீர் நாலாபுறமும் ஓடிப்போய் ஏரிகள் வறண்டு கிடந்தன. கழனியில் பயிர் செய்யப்படாமல் கிடந்தன. இன்னும் ஓரிடத்தில் விசாலமான பிரதேசத்தில் தண்ணீர் தேங்கியிருந்தது. பாலாவி நதியின் கரை வெட்டப்பட்டபடியால் அதன் தண்ணீர் நதியோடு போகாமல் வெளியில் கண்டபடி சிதறிச் சென்று அப்படித் தண்ணீர்த் தேக்கம் உண்டானதாகத் தெரிந்தது.

இந்தக் காட்சிகளையெல்லாம் பார்த்துக்கொண்டு அவர்கள் சென்றார்கள். நீடித்த யுத்தத்தினால் அந்தப் பிரதேசத்தில் ஏற்பட்டிருந்த அழிவுகளைப் பற்றி ஆழ்வார்க்கடியான்

வந்தியத்தேவனுக்கு எடுத்துச் சொல்லிக்கொண்டு போனான். யுத்தம் எவ்வளவு கொடுமையானது என்று அடிக்கடி அவன் கூறினான். அதைப்பற்றி இருவருக்கும் விவாதம் பலமாக நடந்தது.

இரண்டு தினங்களுக்குப் பிறகு பிரயாணத்திசை மாறியது. கிழக்குத் திசையில் சென்றவர்கள் இப்போது தெற்கு நோக்கித் திரும்பினார்கள். வர வரப் பிரதேசங்கள் அடர்த்தியாகிக் கொண்டு வந்தன. சமவெளிப் பிரதேசம் மாறிப் பாறைகளும் சிறிய குன்றுகளும் எதிர்ப்பட்டன. இன்னும் தூரத்தில் பெரிய மலைத் தொடர்கள் வானை அளாவிய சிகரங்களுடன் தென்பட்டன. காடுகளின் தோற்றம் பயங்கரமாகிக் கொண்டு வந்தது. பட்சிகளின் இனிய குரல்களோடு ஏதேதோ இனந் தெரியாத கோரமான சப்தங்கள் கலந்து எழுந்தன.

அத்தகைய காட்டு வழிகளில் கொடிய மிருகங்களினால் ஏற்படக் கூடிய அபாயங்களைப் பற்றிப் பேச்சு எழுந்தது. நரிகள், சிறுத்தைப் புலிகள், கரடிகள், யானைகள் ஆகிய மிருகங்கள் அக்காடுகளில் உண்டு என்று ஆழ்வார்க்கடியான் கூறினான்.

"நரிகள் கூட்டமாக வந்தால் அபாயம் அல்லவா?" என்று வந்தியத்தேவன் கேட்டான். கடம்பூர் மாளிகையில் அவன் கண்ட பயங்கரக் கனவு அவனுக்கு நினைவு வந்தது.

"நரிகள் கூட்டத்தைக் காட்டிலும் ஒற்றை நரியின் ஊளையினால் அபாயம் அதிகம்" என்று ஆழ்வார்க்கடியான் கூறினான்.

"அது எப்படி, சுவாமிகளே!"

"இந்தக் காடுகளில் நரியும் சிறுத்தையும் சேர்ந்து வேட்டைக்குப் போகும். சிறுத்தை அங்கங்கே பதுங்கிக் கொண்டிருக்கும். நரி அங்குமிங்கும் ஓடி இரை தேடும். மனிதனையோ மான் முதலிய சாது மிருகத்தையோ, கண்டால் ஒற்றைக் குரலில் ஊளையிடும். உடனே சிறுத்தை பாய்ந்து வந்து விழுந்து கொல்லும். இப்படிச் சிறுத்தைக்கு ஒற்றன் வேலை செய்யும் நரிக்கு 'ஓரி' என்று பெயர்..."

இப்படி இவர்கள் பேசிக்கொண்டு போனபோது சற்றுத் தூரத்தில் கடல் குமுறுவது போன்ற சப்தம் கேட்டது.

"கடற்கரையிலிருந்து வெகு தூரம் வந்துவிட்டோமே? இது என்ன சத்தம்?" என்று வந்தியத்தேவன் கேட்டான்.

"பக்கத்தில் எங்கேயோ ஏரி அல்லது குளம் இருக்க வேண்டும். அதில் தண்ணீர் குடிப்பதற்கு யானைமந்தை வருகிறதுபோல் தோன்றுகிறது!" என்றான் ஆழ்வார்க்கடியான்.

"ஐயையோ! யானை மந்தையில் நாம் அகப்பட்டுக் கொண்டால்...!"

"அதைப் பற்றிக் கொஞ்சமும் பயமில்லை. மந்தையில் வரும் யானைகள் நம்மை ஒன்றும் செய்துவிடமாட்டா. நாம் ஒதுங்கி நின்றால் அவை நம்மைத் திரும்பி கூடப் பாராமல் வழியோடு போய்விடும்!"

இதற்குள் அவர்களுடன் வந்த வீரர்களில் ஒருவன் ஒரு மரத்தின் மேல் ஏறி நாலு பக்கமும் பார்த்தான்.

"ஐயா! ஐயா! ஒற்றை யானை வருகிறது! மத யானை! மரங்களை முறித்து அதம் செய்துகொண்டு வருகிறது!" என்று கூவினான்.

"ஐயோ! இது என்ன சங்கடம்! எப்படித் தப்புகிறது!" என்று ஆழ்வார்க்கடியான் பீதியுடன் கூறி அங்குமிங்கும் பார்த்தான்.

"மந்தை யானைகளுக்குப் பயமில்லை என்றீர். ஒற்றை யானைக்கு ஏன் இவ்வளவு பயம்!" என்று வந்தியத்தேவன் கேட்டான்.

"அப்பனே! மதங்கொண்ட ஒற்றை யானை சாதாரண ஆயிரம் யானைகளுக்குச் சமமானது. அதன் மூர்க்கத்தனத்துக்கு முன்னால் யாரும் எதிர்த்து நிற்க முடியாது..."

"எங்கள் மூன்று பேர் கையில் வேல் இருக்கிறது. உம்முடைய கையில் ஒரு தடி இருக்கிறதே!"

"ஒரு மத யானையை ஆயிரம் வேல்களாலும் எதிர்க்க முடியாது அதோ ஒரு செங்குத்தான குன்று தெரிகிறதே! அதில் நாம் ஏறிக்கொண்டால் ஒருவேளை தப்பித்துக் கொள்ளலாம் ஓடிப்பாருங்கள்!"

இவ்வாறு சொல்லி ஆழ்வார்க்கடியான் குன்றை நோக்கி ஓடினான். மற்றவர்களும் பின் தொடர்ந்தார்கள். ஆனால் கொஞ்ச தூரம் ஓடியதும் எதிரில் ஓர் ஆழமான செங்குத்தான பள்ளத்தாக்கு இருப்பதைப் பார்த்தார்கள். அவர்கள் நின்ற இடத்துக்கும் சற்றுத் தூரத்தில் இருந்த குன்றுக்கும் மத்தியில் அந்தப் பள்ளத்தாக்கு இருந்தது. பள்ளத்தாக்கின் விளிம்பில் வந்து அவர்கள் நின்றார்கள். யானையோ அதி வேகமாக அவர்களை நெருங்கி வந்துகொண்டிருந்தது. மனிதர்களைப் பார்த்ததும் அதன் வெறி அதிகமாகியிருக்கவேண்டும். துதிக்கையைத் தூக்கிக்கொண்டு அந்த மத யானை பிளிறியபோது அதன் சப்தத்தில் அண்ட கடாகங்கள் வெடிக்காமலிருந்தது அதிசயந்தான். அதைக் கேட்ட மனிதர்கள் நாலு பேரும் காதைப் பொத்திக் கொண்டார்கள். தலைக்கு ஒரு பக்கம் சிதறி ஓடினார்கள்.

யானை மேலும் நெருங்கி வந்தது; மேலும் மேலும் நெருங்கி வந்தது. ஆழ்வார்க்கடியானைக் குறி வைத்துக்கொண்டு, அவன் நின்ற இடத்தை நோக்கி அது வருவது போலத் தோன்றியது. இன்னும் இரண்டு அடி அப்பால் எடுத்து வைத்தால் ஆழ்வார்க்கடியான் அதல பாதாளத்தில் விழும்படி நேரிடும். பக்கவாட்டில் ஓடுவதற்கும் வசதியாக இல்லை. செடி கொடிகள் அடர்ந்திருந்தன; ஓடித் தப்பிக்கத்தான் முடியுமா?

வந்தியத்தேவன் கையில் வேலை எடுத்தான். ஆனால் அந்த மதயானையின் வேகத்தை இந்திரனுடைய வஜ்ராயுதத்தினால் கூட அச்சமயம் தடுக்க முடியாது என்று அவனுக்குத் தோன்றியது. வேலைப் பிடித்த கை பலவீனமுற்றுத் தளர்ந்து சோர்ந்தது.

அந்நேரத்தில் ஆழ்வார்க்கடியானுடைய செய்கை வந்தியத்தேவனுக்கு ஒரு பக்கத்தில் சிரிப்பை உண்டாக்கிற்று. கையில் தடியை ஓங்கிய வண்ணம், "நில், நில்! அப்படியே நில்! மேலே வந்தாயோ தொலைந்தாய்! உன்னைக் கொன்று குழிவெட்டி மூடி விடுவேன்! ஜாக்கிரதை!" என்று ஆழ்வார்க்கடியான் மதயானையைப் பார்த்து இரைந்தான்!

❖

28. இராஜபாட்டை

மதங் கொண்ட யானை ஆழ்வார்க்கடியானுடைய கைத்தடிக்கும் அவனுடைய அதட்டலுக்கும் பயந்து நின்று விடுமா, என்ன? தும்பிக்கையை எடுப்பாகத் தூக்கிக்கொண்டு, வழியிலிருந்த செடி கொடிகளைச் சிதைத்துக் கொண்டு, மேலே மேலே வந்து கொண்டிருந்தது. அடுத்த விநாடி ஆழ்வார்க்கடியானுடைய கதி அதோ கதிதான் என்பதில் இனி சந்தேகமில்லை! துணைக்கு வந்த வீரர்கள் இருவரும் நின்ற இடத்தில் நின்றபடியே 'ஹாய்' என்று கூச்சலிட்டார்கள். வந்தியத்தேவன் தன் கையிலிருந்து நழுவித் தரையில் விழுந்த வேலைத் திரும்ப எடுத்துக்கொண்டு கடைசியாக ஒரு முயற்சி செய்து பார்க்க எண்ணினான். அதே சமயத்தில் ஆழ்வார்க்கடியான் தன் கையிலிருந்து தடியை வீசி மத யானை மீது எறிந்தான்.

மறு கணம் ஆழ்வார்க்கடியானைக் காணவில்லை. அவனுடைய தலைப்பாகை காற்றில் பறந்து சென்று ஒரு மரக்கிளையில் விழுந்தது. ஆழ்வார்க்கடியான் என்ன ஆகியிருப்பான் என்று சிந்திப்பதற்குள்ளே அதைக்காட்டிலும் முக்கியமான சம்பவம் ஒன்று நிகழ்ந்துவிட்டது. அவன் மறைந்த இடத்துக்கருகில் சென்ற யானை திடீரென்று

மண்டியிட்டது போல் முன் கால்களை மடக்கிக்கொண்டு முன்புறமாகச் சாய்ந்தது. அந்த வனப்பிரதேசம் முழுதிலும் எதிரொலி செய்த ஒரு பயங்கரமான பிளிறல் சத்தம் கேட்டது.

மறுகணத்தில் மலை போன்ற அந்த மத யானையின் உருவம் முழுவதும் மறைந்துவிட்டது. யானை அந்தப் படு பாதாளத்தில் உருண்டு உருண்டு விழுந்தபோது சரிந்து விழுந்த பாறைகளின் தூசிப் படலம் மேலே எழுந்து பரவியது. என்ன நடந்தது என்பதைச் சிந்தித்துத் தெரிந்து கொள்வதற்கு வந்தியத்தேவனுக்குச் சிறிது நேரம் ஆயிற்று.

ஆழ்வார்க்கடியானுக்குப் பின்னால் பெரும் பள்ளம் இருந்தபடியால் அவன் தடியை வீசி எறிந்த வேகத்தில் பின்புறம் சாய்ந்து விழுந்து விட்டான். அவனை நோக்கிச் சென்ற மதங்கொண்ட யானையும் முன்னங்கால் இரண்டையும் பள்ளத்தில் வைத்துவிட்டது. பிறகு சமாளிக்கப் பார்த்தும் முடியவில்லை. அதனுடைய குன்றொத்த உடலின் பெருங்கனமே அதற்குச் சத்துருவாகி அந்தப் பள்ளத்தில் கொண்டு தள்ளிவிட்டது! மத யானைக்கும், மதயானையை யொத்த ஆழ்வார்க்கடியானுக்கும் ஒரே நேரத்தில் ஒரே விதமான மரணம் சம்பவித்துவிட்டது!

இதை வந்தியத்தேவனுடைய உள்ளம் உணர்ந்ததும் அவனுடைய உடம்பு சிலிர்த்தது. அவனுடைய இதயத்தில் பெரும் வேதனை உண்டாயிற்று. அந்த ஸ்ரீ வைஷ்ணவன் மீது வந்தியத்தேவனுக்கு முதலில் ஏற்பட்டிருந்த சந்தேகங்களெல்லாம் மறைந்து பிரயாணத்தின் போது அவன் பேரில் ஒருவித வாஞ்சையே ஏற்பட்டிருந்தது. அப்படிப்பட்டவனுக்கு இத்தகைய கதியா நேர வேணும்? அவனுடைய உதவியும் வழித் துணையும் இல்லாமல் இனித்தான் ஏற்றுக்கொண்டு வந்த காரியத்தைத் தானாகவே செய்துமுடிக்க வேணுமே என்ற கவலையும் தோன்றியது. வைஷ்ணவனும் யானையும் பள்ளத்தில் விழுந்து மறைந்த இடத்துக்கு அருகில் வந்தியத்தேவன் வந்து நின்று கீழே உற்றுப் பார்த்தான்.

முதலில் ஒரே புழுதிப் படலமாக இருந்தது, ஒன்றுமே புலப்படவில்லை. கொஞ்சம் கொஞ்சமாகப் புழுதி அடங்க, யானை சென்ற வழியில் செடி கொடிகளும் பாறைகளும் ஹதமாகி விழுந்திருப்பது தெரிந்தது.

"என்ன, தம்பி! சும்மா வேடிக்கை பார்த்துக்கொண்டு நிற்கிறாய்! ஒரு கை கொடுக்கக் கூடாதா!" என்ற குரலைக் கேட்டதும் வந்தியத்தேவனுக்கு ஒரு தரம் தூக்கிவாரிப்போட்டது.

அதிசயத்தினால் தள்ளாடி விழாமல் குரல் வந்த இடத்தை நோக்கினான். யானை விழுந்த வழியை யொட்டினாற்போல் செங்குத்தான பாறையோரத்தில் ஒரு மரத்தின் ஆணி வேரைப் பிடித்துக்கொண்டு ஆழ்வார்க்கடியான் தொங்கிக் கொண்டிருந்தான். வந்தியத்தேவனுடைய குதூகலத்துக்குக் கேட்க வேணுமா? உடனே வேடிக்கைப் பேச்சும் வந்துவிட்டது.

"ஓஹோஹோ! வைஷ்ணவரே! கஜேந்திரனுக்கு மட்டும் மோட்சத்தை அளித்துவிட்டு நீர் திரிசங்கு சொர்க்கத்தில் தங்கிவிட்டீரே?" என்று சொல்லிக்கொண்டே, வீரர்களைக் கைதட்டி அழைத்தான்.

தன் அரையில் சுற்றியிருந்த துணிச்சுருளை அவிழ்த்து எடுத்து ஒரு முனையை இரு வீரர்களையும் கெட்டியாகப் பிடித்துக்கொள்ளச் செய்தான். இன்னொரு முனையைக் கீழே விட்டதும் ஆழ்வார்க்கடியான் மரத்தின் வேரை விட்டுவிட்டுத் துணிச்சுருளைப் பிடித்துக் கொண்டான். மூன்று பேருமாகப் பிடித்து இழுத்து உன்பாடு என்பாடு என்று அந்த வைஷ்ணவனை மெதுவாக மேலே கொண்டுவந்து சேர்த்தார்கள்.

சிறிது நேரம் வரையில் ஆழ்வார்க்கடியான் நெடிய பெரு மூச்சுவிட்டுக் கொண்டு பிரக்ஞையற்றவன் போலப் படுத்துக் கிடந்தான். மற்றவர்கள் அவனைச் சூழ்ந்து நின்று ஆசுவாசப் படுத்தினார்கள்.

சட்டென்று எழுந்து உட்கார்ந்து, "கிளம்புங்கள்! நன்றாய் இருட்டுவதற்குள் இராஜ பாட்டைக்குப் போய்ச் சேர்ந்துவிட வேண்டும். என் தலைக்குட்டை எங்கே? தடி எங்கே?" என்று கேட்டான்.

"ஒன்றும் அவசரமில்லை, நீர் இன்னும் சிறிது நேரம் ஆசுவாசப்படுத்திக்கொள்ளும். பிறகு நாம் புறப்படலாம்" என்று சொன்னான் வந்தியத்தேவன்.

அப்போது ஒரு நரி ஊளையிடும் சப்தம் கேட்டது. இன்னொரு பக்கத்தில் இன்னொரு நரி தன் இனிய கீதத்தை ஆரம்பித்தது. நூறு இருநூறு நரிகள் கோஷ்டி கானம் இசைத்தன. மேட்டுப் பிரதேசமாயிருந்த காட்டிலிருந்து கீழே பள்ளத்தை நோக்கிப் பல இடங்களில் சலசலப்புப் பிரயாணங்கள் ஏற்பட்டன. புதர்களில் மறைந்து செல்லும் சிறுத்தைகளே அச்சலசலப்புகளுக்குக் காரணம் என்று சொல்லித் தெரிய வேண்டிய அவசியமிருக்கவில்லை. பள்ளத்தில் மேலே கழுகுகளும் பருந்துகளும் வட்டமிடத் தொடங்கின.

"யானையின் மரணம் என்பது சாதாரண விஷயமல்ல. சுற்றுப் பக்கம் வெகுதூரத்திலிருந்தெல்லாம் ஊன் தின்னும் மிருகங்களும், பட்சிகளும் சற்று நேரத்துக்கெல்லாம் கஜேந்திரனுடைய உடலைப் பட்சிப்பதற்காக வந்துவிடும். நாமும் அவற்றுக்குப் பட்சணமாகி விடுவோம். புறப்படுங்கள் உடனே!" என்றான் ஆழ்வார்க்கடியான்.

அவன் கூறியதை வந்தியத்தேவன் இப்போது மறுத்துப் பேசவில்லை. நால்வரும் காட்டுவழியில் எவ்வளவு துரிதமாகப் போக முடியுமோ அவ்வளவு துரிதமாகச் சென்றார்கள். அஸ்தமிக்கும் சமயத்துக்கு இராஜபாட்டையை அடைந்தார்கள்.

இராஜபாட்டையில் வருவோரும் போவோரும், வண்டிகளும் வாகனங்களுமாக ஒரே கலகலப்பாக இருந்தது. யானைகளின் மீது சர்வசாதாரணமாக ஏறி வருகிறவர்களைப் பார்த்து வந்தியத்தேவன் வியப்புற்றான். 'இம்மாதிரி மிருகம் ஒன்றுதானா காட்டுப் பாதையில் அவ்வளவு பீதியை உண்டு பண்ணிவிட்டது?' என்று எண்ணி எண்ணி ஆச்சரியப்பட்டான்.

"இந்த இராஜபாட்டை எங்கிருந்து எங்கே போகிறது? நாம் எங்கே வந்திருக்கிறோம்? எங்கே போகிறோம்?" என்று கேட்டான்.

"அனுராதபுரத்திலிருந்து சிம்மகிரிக்குப் போகும் இராஜபாட்டையில் வந்து சேர்ந்திருக்கிறோம். தம்பள்ளை இன்னும் அரைக்காத தூரம் இருக்கிறது. இராத்திரி அங்கே போய்ச் சேர்ந்து விடலாம்" என்றான் ஆழ்வார்க்கடியான்.

"இராஜபாட்டை வழியாகச் சுகமாய் வந்திருக்கலாமே? எதற்காகக் காட்டு வழியாக வந்தோம்?"

"இராஜபாட்டையில் நாம் நெடுகிலும் வந்திருந்தால் நூறு இடத்தில் நம்மை நிறுத்திச் சோதனை செய்திருப்பார்கள். அநுராதபுரத்தில் அடியோடு நிறுத்திப் போட்டிருப்பார்கள். நாம் யாரைத் தேடி வந்திருக்கிறோமோ அவர் சிம்மகிரிக்குப் பக்கம் சென்றிருப்பதாக அறிந்தேன். அதனால்தான் குறுக்குவழியில் வந்தேன். இன்னமும் அவரை நாம் கண்டுபிடிக்கத்தான் போகிறோமோ, இல்லையோ? வேறு எங்கேயாவது போகாதிருக்க வேண்டும்!" என்றான் ஆழ்வார்க்கடியான்.

இராஜபாட்டையின் இரு பக்கத்திலும் ஏராளமான வீடுகளும், கிராமங்களும், கடைவீதிகளும், கொல்லர், தச்சர் பட்டறைகளும் இருந்தன. அவற்றில் வசித்தவர்களும் தொழில் செய்தவர்களும் பெரும்பாலும் சிங்களவர்களாகத் தோன்றினார்கள். இராஜபாட்டையில் தமிழ்நாட்டுப் போர் வீரர்கள் குறுக்கும் நெடுக்கும் போய்க் கொண்டிருந்தார்கள். ஆனால் இருபுறமும் வசித்த சிங்களவர்கள் எவ்வித தடையுமின்றி நிர்ப்பயமாய்த் தங்கள் தொழில்களைச் செய்து கொண்டிருந்தார்கள்.

"இந்தப் பகுதியெல்லாம் இப்போது யாருடைய வசத்தில் இருக்கிறது?" என்று வந்தியத்தேவன் கேட்டான்.

"சோழ சைன்யம் தம்பள்ளை வரையில் கைப்பற்றியிருக்கிறது. அப்பால் சிம்மகிரிக் குன்றும், கோட்டையும் மகிந்தன் வசம் இருக்கின்றன."

"இந்தப் பக்கங்களில் வசிக்கும் ஜனங்கள்?"

“பெரும்பாலும் சிங்களத்தார்கள். ‘பொன்னியின் செல்வர்’ இங்கே வந்தபிறகு யுத்தத்தின் போக்கே மாறிவிட்டது. சோழ வீரர்களுக்கும் மகிந்தனுடைய வீரர்களுக்குத்தான் சண்டை. அதாவது போர்க்களத்தில் எதிர்ப்படும்போது. மற்றபடி குடிகள் நிர்ப்பயமாய் வாழலாம். புத்த குருமார்களுக்கு ஒரே கொண்டாட்டம். அநுராதபுரத்தில் இடிந்துபோன புத்த விஹாரங்களையெல்லாம் நம் இளவரசர் திரும்பப் புதுப்பித்துக் கட்டும்படி கட்டளையிட்டிருக்கிறாராம்! கேட்டாயா கதையை? பௌத்த குருக்கள் ஏன் குதூகலமடைய மாட்டார்கள்? இளவரசரை நான் சந்திக்கும்போது, ‘நீங்கள் செய்யும் காரியம் எனக்குக் கொஞ்சமும் பிடிக்கவில்லை!’ என்று சொல்லிவிடப் போகிறேன்!”

“கட்டாயம் சொல்லிவிடும் உமக்குப் பிடிக்காத காரியத்தைச் செய்வதற்கு இந்த இளவரசர் யார்? அவருக்கு என்ன கொம்பு முளைத்திருக்கிறதா?” என்றான் வல்லவரையன்.

“அவருக்குக் கொம்பு முளைத்திருக்கவில்லை. தம்பி! அது உண்மையே! ஆனாலும் அவரிடம் ஏதோ ஒரு சக்தி இருக்கிறது. அவருக்குப் பின்னால் யார் என்ன குறை சொன்னாலும் எதிரில் அவரைப் பார்த்ததும் மயங்கிப்போய் நின்று விடுகிறார்கள். இளவரசரை எதிர்த்துப் பேசும் சக்தி யாருக்கும் இருப்பதில்லை. அத்தகைய சக்தி, இளவரசரைத் தம் இஷ்டப்படி நடக்கச் செய்யும் சக்தி, ஒரே ஒருவருக்குத்தான் உண்டு...”

“ஆம், ஆம்! வீர வைஷ்ணவ ஆழ்வார்க்கடியாரின் அற்புத சக்தியை அறியாதவர் யார்? அப்படிப்பட்ட பயங்கர மதயானையைக் கைத்தடியால் எதிர்த்து வென்றவருக்கு இளவரசர் எம்மாத்திரம்!”

“நான் கூறியதை நீ சரியாகத் தெரிந்துகொள்ளவில்லை தம்பி! பொன்னியின் செல்வர் எங்கே? இந்த ஏழை வைஷ்ணவன் எங்கே? மத யானையைக் கைத்தடிகொண்டு எதிர்ப்பேன்; புலியையும் கரடியையும் சிங்கத்தையும் வெறுங்கையோடு எதிர்ப்பேன். ஆனால் பொன்னியின் செல்வர் முன் நேருக்கு நேர் நிற்கும்போது என் தைரியமெல்லாம் எங்கேயோ போய்விடுகிறது. நெஞ்சு நெகிழ்ந்து விடுகிறது. தொண்டை அடைத்து விடுகிறது. வாயிலிருந்து ஒரு வார்த்தை வெளி வருவது பிரம்மபிரயத்தனமாகி விடுகிறது...”

“அவரை ஆளும் சக்தி படைத்தவர் என்று பின் யாரைச் சொன்னீர்!”

“உலகம் தெரிந்த விஷயமாயிற்றே; உனக்குத் தெரியாதா? இளைய பிராட்டியைப் பற்றித்தான் சொல்கிறேன். குந்தவை தேவியின் வாக்குத்தான் அவருக்கு வேத வாக்கு!”

“ஓஹோ! பழையாறை இளைய பிராட்டியைப் பற்றியா சொல்கிறீர்? உமது சகோதரி பழுவூர் இளைய ராணியைப் பற்றித்தான் சொல்கிறீரோ என்று பார்த்தேன்!”

“நந்தினியும் அபூர்வ சக்தி உடையவள்தான். ஆனால் அவளுடைய சக்தி வேறு விதமானது.”

“எப்படி? என்ன வித்தியாசம்?”

“ஒருவன் நரகத்தில் விழப் போகிறவனாயிருந்தால், அவனைத் தடுத்து நிறுத்திக் குந்தவை தேவி சொர்க்கத்துக்கு அவனைக் கொண்டு போய்ச் சேர்த்து விடுவார்; அது ஒருவித சக்தி. நந்தினி என்ன செய்வாள் தெரியுமா? அவளுடைய சக்தி இன்னும் ஒருபடி மேலானது என்றே சொல்ல வேண்டும். நரகத்தையே சொர்க்கம் என்று சொல்லிச் சாதித்து, அதை நம்பும்படியும் செய்து, நரகத்தில் சந்தோஷமாகக் குதிக்கும்படி செய்துவிடுவாள்!”

வந்தியத்தேவனுக்கு உடம்பு சிலிர்த்தது. நந்தினியின் குணாதிசயத்தையும் அவளுடைய பயங்கர மோகன சக்தியையும் இந்த வீர வைஷ்ணவன் எவ்வளவு சரியாக அளந்து மதிப்பிட்டு வைத்திருக்கிறான்! நந்தினி இவனுடைய சகோதரி என்று சொல்வது மெய்யாயிருக்க முடியுமா? இந்த யோசனையில் வந்தியத்தேவன் ஆழ்ந்துவிட்டபடியால் மேலே ஒன்றும் கேட்கவில்லை. சிறிது தூரம் மௌனமாக நடந்தார்கள்.

அந்த மோனத்தைக் கலைத்துச் சில குதிரைகளின் குளம்புச் சத்தம் கேட்டது. அவர்களுக்கு எதிர்ப்பக்கத்திலிருந்து அச்சப்தம் வந்தது. சில நிமிஷத்துக்கெல்லாம் நாலு

குதிரைகள் வெகுவேகமாக நாலுகால் பாய்ச்சலில் வந்தன. சூறாவளிக் காற்றைப் போல் புழுதியைக் கிளப்பிவிட்டுக் கொண்டு வந்த அக்குதிரைகள் மின்னல் மின்னும் நேரத்தில் நம் கால் நடைப் பிரயாணிகளைத் தாண்டிச் சென்றன. ஆயினும் அந்தச் சிறிய நேரத்திலேயே அக்குதிரைகளின் மேலிருந்தவர்களில் ஒருவருடைய முகத்தை வந்தியத்தேவன் பார்த்துத் தெரிந்து கொள்ள முடிந்தது! ஆகா! பார்த்திபேந்திர வர்மன் அல்லவா இவன்? காஞ் சியிலுள்ள இளவரசர் ஆதித்தரின் அந்தரங்க நண்பன் அல்லவா? நம்மை அவ்வளவாகப் பிடிக்காதவன் அல்லவா? இவன் எங்கே வந்துவிட்டு, எங்கே போகிறான்? எதற்காக இவன் இலங்கைக்கு வந்தான்? எப்போது வந்தான்?...பிரயாணிகளைத் தாண்டிச் சென்ற குதிரைகள் சற்றுத் தூரம் போனதும் கம்பீரமான ஒரு குரலில் "நில்லுங்கள்!" என்று கட்டளை பிறந்தது. குதிரைகள் நின்றன; பிறகு, இந்தப் பக்கமாகத் திரும்பின. அவர்களில் தலைவனாகக் காணப்பட்டவன் குதிரையைச் செலுத்திக்கொண்டு முன்னால் வந்தான். மற்றவர்கள் பின் தொடர்ந்து வந்தார்கள். முன்னால் வந்தவன், வல்லவரையன் எண்ணியது போலவே, நாம் முன்னம் மாமல்லபுரத்தில் பார்த்திருக்கும் பார்த்திரபேந்திர பல்லவன்தான்.

வந்தியத்தேவனை அவன் உற்றுப் பார்த்துவிட்டு, "இது என்ன அப்பா இது? நீ எப்படி இங்கே வந்து சேர்ந்தாய்? தஞ்சாவூரில் நீ திடீரென்று மாயமாய் மறைந்துவிட்டாய் என்று சொன்னார்களே? உன்னைப் பழுவேட்டரையர்கள் தீர்த்திருப்பார்கள் என்றல்லவா நினைத்தேன்!" என்றான்.

"பழுவேட்டரையர்களால் என்னை அவ்வளவு எளிதில் தீர்த்துக்கட்ட முடியுமா? நான் பழைய வாணர் குலத்தைச் சேர்ந்தவன் அல்லவா?"

"ஆம், ஆம்! எப்படியாவது உயிரைக் காப்பாற்றிக் கொண்டு தப்பிப் பிழைப்பதில் உனக்கு இணை வேறு யாரும் இல்லை..."

"ஐயா! உயிரைக் காப்பாற்றிக் கொள்வது அவசியமாயிருக்கும்போது காப்பாற்றிக்கொள்வேன். உயிரைக் கொடுக்க வேண்டிய சமயத்தில் கொடுக்கவும் அறிவேன். அப்படி நான் சாவதாயிருந்தால் தங்களைப் போன்ற பழைய பல்லவ குலத் தோன்றலுடன் சண்டை போட்டுச் சாவேனே தவிர, கேவலம் பழுவேட்டரையர்களின் கையினால் சாவேனா?" என்று சொல்லிக்கொண்டே வந்தியத்தேவன் உறையிலிருந்து வாளை உருவினான்.

"சேச்சே! உன்னோடு என்னைச் சண்டைபோடச் சொல்கிறாயா? அதுவும் இந்தத் தூரதேசத்திலே வந்து! வேண்டாம், தம்பி, வேண்டாம்! எனக்கு அவசர வேலை இருக்கிறது! உன்னிடம் இளவரசர் ஒப்புவித்த காரியம் என்ன ஆயிற்று?"

"செய்து முடித்துவிட்டேன், ஐயா! சக்கரவர்த்தியிடம் கொடுக்கும்படி பணித்த ஓலையைச் சக்கரவர்த்தியிடம் கொடுத்தேன். இளைய பிராட்டியிடம் கொடுக்கச் சொன்ன ஓலையை அவரிடம் கொடுத்தேன்!"

"இங்கே எதற்காக வந்தாய்?"

"இலங்கையைப் பார்க்க வேண்டுமென்ற ஆசை எனக்கு வெகு நாளாக இருந்தது. அதற்காக இந்த வைஷ்ணவரோடு புறப்பட்டு வந்தேன்..."

"ஆகா! இந்த ஆளைக்கூட நான் எங்கேயோ பார்த்திருக்கிறேன் போலிருக்கிறதே!"

"ஆம் மகாராஜா பார்த்திருக்கிறீர்கள். என் சகோதரியைப் பற்றி ஏதாவது தெரியுமா என்று விசாரிப்பதற்காக இளவரசர் ஆதித்தரிடம் வந்தேன். அப்போது தாங்களும் அவர் பக்கத்தில் இருந்தீர்கள்!..."

"அது யார் உன் சகோதரி?"

"இப்போது பழுவூர் இளைய ராணியாக விளங்கும் நந்தினி தேவி!"

"ஆகா! அந்த விஷப் பாம்பினால் நாட்டுக்கு நேர்ந்திருக்கும் தீங்குகளையெல்லாம் நினைத்தால்...அவளுடைய அண்ணனாயிருப்பதற்காக உன்னைக் கழுவில் ஏற்ற வேண்டும்!"

"மகாராஜா! ஒரு நாள் நான் கழுவில் ஏறிச் சாவதாகவே சபதம் செய்து கொண்டிருக்கிறேன். அன்றைக்குத் தாங்களே வந்து தங்கள் கையினாலேயே அந்தத் திருக்கைங்கரியத்தைச் செய்துவிட்டால்..."

"உன்னைக் கழுவில் தூக்கிப்போட என்னால் முடியுமா? அதற்கு நூறு ஆள் வேண்டும். இருக்கட்டும்; நீங்கள் வருகிற வழியில் இளவரசரைப் பற்றி ஏதாவது செய்தி கேள்விப்பட்டீர்களா? அநுராதபுரத்துக்கு அவர் வந்து விட்டாரா, தெரியுமா?" என்று பார்த்திபேந்திரன் கேட்டான்.

"அதைப் பற்றியெல்லாம் எங்களுக்கு என்ன தெரியும், மகாராஜா! நாங்கள் காட்டு வழியில் வந்தோம்! காட்டில் ஒரு மதயானை என்னைத் துரத்திக்கொண்டு வந்தது! அப்போது பாருங்கள்..."

"போதும் உன் கதை! யார் கண்டது? ஒருநாளைக்கு உன்னை நானே கழுவில் தூக்கிப் போட்டு உன்னுடைய ஆசையை நிறைவேற்றினாலும் நிறைவேற்றுவேன்!" என்று சொல்லிக்கொண்டே பார்த்திபேந்திரன் குதிரையைத் திருப்பினான்.

ஆழ்வார்க்கடியான் பார்த்திபேந்திரனுடன் பேசியபடியே அவனுடனிருந்த ஆட்களையெல்லாம் கூர்ந்து பார்த்துக் கொண்டிருந்தான்.

எல்லோரும் குதிரைகளைத் திருப்பிக்கொண்டு போனபிறகு ஆழ்வார்க்கடியான் வந்தியத்தேவனிடம், "தம்பி! அந்த மற்ற மூன்று ஆட்களையும் பார்த்தாயா? அவர்களில் யாரையாவது உனக்கு முன்னம் தெரியுமா?" என்று ஆவலோடு கேட்டான்.

"இல்லை, நான் பார்த்ததேயில்லை!" என்றான் வந்தியத்தேவன்.

"ஆம், நீ பார்த்திருக்க முடியாதுதான். அவர்களில் இரண்டு பேரை நான் பார்த்திருக்கிறேன். திருப்புறம்பயம் பள்ளிப்படையில் நள்ளிரவில் பார்த்தேன்! அப்பா! என்ன பயங்கரமான சபதம் எடுத்துக்கொண்டார்கள்!" என்று கூறியபோது ஆழ்வார்க்கடியானுடைய உடம்பு முழுவதும் நடுங்கிற்று.

"அப்படி என்ன பயங்கரமான சபதம் எடுத்துக் கொண்டார்கள்?"

"சோழர் குலப் பூண்டே இந்த உலகில் இல்லாமல் அழித்து விடுவதாகச் சபதம் எடுத்துக் கொண்டார்கள்!"

"ஐயையோ!"

"இவர்கள் எப்படி நமக்கு முன்னால் இங்கு வந்து சேர்ந்தார்களோ தெரியவில்லை! கெட்டிக்காரர்கள்! இந்த முரட்டுப் பல்லவனை எப்படியோ பிடித்துக் கொண்டார்கள், பார்!" என்று சொல்லிவிட்டு ஆழ்வார்க்கடியான் மௌனமானான்.

வந்தியத்தேவனுக்குக் கோடிக்கரையில் அவன் அறிந்த ஒரு விஷயம் நினைவுக்கு வந்தது. அவன் கோடிக்கரை வந்ததற்கு முதல்நாள்தான் இரண்டு பேர் அவசரமாக இலங்கைக்குப் போனார்கள் என்றும், பூங்குழலியின் தமையன் அவர்களைப் படகில் ஏற்றிச் சென்றான் என்றும் கேள்விப்பட்டான் அல்லவா. இவர்களில் அந்த இரண்டு பேரும் இருப்பார்களோ? அப்படியானால் பார்த்திபேந்திரனுக்கும் இவர்களுக்கும் என்ன சம்பந்தம் இருக்கமுடியும்?

நால்வரும் தம்பள்ளை என்னும் புத்த புண்ணிய க்ஷேத்திரத்தை நெருங்கிக் கொண்டிருந்தார்கள்.

❖

29. யானைப் பாகன்

இரண்டாயிரம் ஆண்டுகளுக்கு முன்னால் இந்தக் கதை நடந்த காலத்துக்கு ஆயிரம் ஆண்டுகளுக்கு முன்னால், வலஹம்பாஹு என்னும் சிங்கள அரசன் ஒருவன் இருந்தான். அவனுடைய காலத்திலும் தமிழர் படை இலங்கையின் மீது படையெடுத்துச் சென்றது. அப்போது வலஹம்பாஹு என்பான் தலைநகரிலிருந்து தப்பி ஓடித் தம்பள்ளை என்னுமிடத்திலிருந்த மலைக்குகையில் ஒளிந்து கொண்டிருந்தான். பிறகு அவன் மீண்டும் படை திரட்டிக்கொண்டு சென்று அநுராதபுரத்தைக் கைப்பற்றினான். அவனுக்கு அபயமளித்திருந்த மலைக் குகையை மேலும் குடைந்தெடுத்துக் கோயிலாக்கினான். புத்தர் பெருமானிடம் தன் நன்றியைத் தெரிவித்துக் கொள்வதற்காக அந்தக் குகைக்குள்ளே பெரிதும் சிறிதுமாய்ப் பல புத்தர் சிலைகளை நிர்மாணிக்கச் செய்தான். நூற்றுக்கணக்கான புத்தர் சிலைகளை நிர்மாணித்த சிற்பிகளுக்குத் தங்கள் சிற்பத்திறனை முழுதும் காட்டிவிட்டோம் என்று திருப்தி ஏற்படவில்லை. எனவே ஹிந்து தெய்வங்களின் படிமங்கள் சிலவற்றையும் புத்தர் சிலைகளுக்கு இடையில் நிர்மாணித்து வைத்தார்கள். அந்த அற்புதமான சிற்பக்கலை அதிசயங்களை இன்றைக்கும் தம்பளை என்னும் ஊரில் உள்ள குகைக்கோயிலில் காணலாம்.

வந்தியத்தேவன் அந்தப் புண்ணிய ஸ்தலத்துக்குள் பிரவேசித்தபோது ஒரு புது உலகத்துக்குள் வந்துவிட்டதாகவே அவனுக்குத் தோன்றியது.

புதுமலர்களின் நறுமணம் அவனுக்கு மயக்கத்தை அளித்தது. வீதி முனைகளில் தாமரை மொட்டுக்களும் செண்பக மலர்களும் குப்பல் குப்பலாகக் குவிக்கப்பட்டிருந்தன. பக்தர்கள் அம்மலர்களை வாங்கி அழகிய ஓலைக் கூடைகளில் எடுத்துக்கொண்டு கோயிலை நோக்கிச் சென்றார்கள். ஸ்திரீகளும், புருஷர்களும் அடங்கிய அந்தப் பக்தர் கூட்டங்கள் தெருக்களை அடைத்துக்கொண்டு சென்றன. காவித்துணி அணிந்த புத்த சந்நியாசிகளும் அங்கங்கே காணப்பட்டார்கள். "சாது, சாது" என்ற பெருங் கோஷம் பக்தர் கூட்டத்திலிருந்து எழுந்தது.

இவையெல்லாம் வந்தியத்தேவனுக்கு மிக வியப்பை அளித்தன. ஆழ்வார்க்கடியானைப் பார்த்து, "நாம் யுத்த கேந்திரத்துக்கு வருவதாக எண்ணினோம். இது புத்த க்ஷேத்திரமாக அல்லவா இருக்கிறது?" என்றான்.

"ஆம், அப்பா! ஆயிரம் வருஷமாக இது பிரசித்தி பெற்ற புத்த க்ஷேத்திரமாயிற்றே?" என்றான் ஆழ்வார்க்கடியான்.

"ஆனால் இது சோழ சைன்யத்தின் வசத்திலுள்ளது என்று சொன்னீரே?"

"ஆமாம்; இப்போதும் அப்படித்தான் சொல்கிறேன்."

"சோழ வீரர்கள் யாரையும் இங்கே காணோமே?"

"ஊருக்கு வெளியில் படைவீடுகளில் இருக்கிறார்கள். அப்படி இளவரசருடைய கட்டளை."

"எந்த இளவரசர்?"

"ஏன்? நாம் யாரைத் தேடிக்கொண்டு வந்திருக்கிறோமோ, அந்த இளவரசர்தான்!"

"அதைப்பற்றி உம்மைக் கேட்கவேண்டுமென்று இருந்தேன். இளவரசரை இங்கே தேடிவிட்டு 'இல்லை' என்று கண்டு, பார்த்திபேந்திரன் திரும்பிப் போய்க்கொண்டிருக்கிறானே? அவரை நாம் இங்கே மறுபடியும் தேடுவதில் என்ன பயன்?"

"அந்தப் பல்லவன் 'இல்லை' என்று சொன்னதனால் நான் நம்பி விடுவேனோ? நானே தேடிப் பார்த்துத்தான் தெரிந்து கொள்வேன். இரணியன் 'ஹரி' என்கிற தெய்வம் இல்லை என்று சொன்னான். அதைப் பிரஹலாதன் நம்பிவிட்டானா?"

"ஓ! வீர வைஷ்ணவரே! நம்முடைய நாட்டில் சைவர்களுடன் ஓயாமல் சண்டை பிடித்துக் கொண்டு வந்தீரே? இங்கே இத்தனை புத்த சந்நியாசிகள் போகிறார்கள். நீர் பாட்டுக்குச் சும்மா வருகிறீரே? என்ன காரணம்? எதிரிகள் கூட்டம் அதிகமாயிருப்பதைக் கண்டு பயந்து போய் விட்டீரா?"

"தம்பி! பயம் என்பது என்ன? அது எப்படியிருக்கும்?"

"கறுப்பாய், பூதாகரமாய் யானையவ்வளவு பெரிதாக இருக்கும். நீ பார்த்ததேயில்லையா?"

"இல்லை" என்று ஆழ்வார்க்கடியான் சொல்லிவிட்டு வீதி ஓரத்தில் நின்று வேடிக்கை பார்த்துக் கொண்டிருந்த இரண்டு மனிதர்களை அணுகினான். அவர்கள் தமிழர்கள்போல் தோன்றினார்கள். அவர்களிடம் சிறிது நேரம் ஏதோ பேசிவிட்டு ஆழ்வார்க்கடியான் திரும்பி வந்தான்.

"வைஷ்ணவரே! அவர்களிடம் என்ன கேட்டீர்? விஷ்ணு பெரியவரா, புத்தர் பெரியவரா என்று கேட்டீரா? இந்த ஊரில் யாரைக் கேட்டாலும், 'புத்தர் பெரியவர்' என்றுதான் சொல்வார்கள். ஒவ்வொரு புத்தர் சிலையும் எவ்வளவு பிரம்மாண்டமாய் இருக்கிறது பார்க்கவில்லையா?"

"தம்பி என்னுடைய வீர வைஷ்ணவத்தையெல்லாம் இராமேசுவரத்தில் மூட்டை கட்டி வைத்துவிட்டு இங்கே ராஜ காரியமாக வந்திருக்கிறேன், தெரிகிறதா?"

"பின்னே அந்த மனிதர்களிடம் என்ன கேட்டீர்? இளவரசரைப் பற்றி விசாரித்தீரா?"

"இல்லை; இந்த ஊரில் இன்றைக்கு என்ன விசேஷம் என்று கேட்டேன்."

"அவர்கள் என்ன சொன்னார்கள்?"

"இன்றைக்கு இங்கே சீன யாத்திரிகர்கள் இரண்டு பேர் வரப்போகிறார்களாம்; அதை முன்னிட்டுப் புத்த விஹாரத்தில் உற்சவம் நடக்கிறதாம்; அதனாலேதான் ஊரில் இந்தக் கோலாகலம் என்று தெரிவித்தார்கள்."

"சீன யாத்திரீகர்கள் எங்கிருந்து வருகிறார்களாம்?"

"நேற்று இங்கு வந்துவிட்டுச் சிம்மகிரிக்குப் போனார்களாம். சிம்மகிரியிலிருந்து இப்போது வந்துகொண்டிருக்கிறார்கள் என்றும் இன்னும் சற்று நேரத்தில் இங்கே வந்துவிடுவார்கள் என்றும் தெரிவித்தார்கள்."

"சிம்மகிரி எங்கே இருக்கிறது?"

"இங்கிருந்து காத தூரத்தில் இருக்கிறது. இன்னும் சிங்களவர் வசத்தில் இருக்கிறது. பகல் வேளையாயிருந்தால் இங்கிருந்தே பார்க்கலாம். சிம்மகிரி குன்றின் உச்சியில் ஒரு பலமான கோட்டை இருக்கிறது. அங்கேயுள்ள ஒரு குகையில் அற்புதமான அழியா வர்ணச் சித்திரங்கள் இருக்கின்றன. அந்தச் சித்திரங்களைப் பார்க்கத்தான் சீன யாத்திரிகர்கள் அங்கே போயிருக்க வேண்டும். குன்றில் ஏறி இறங்குவதற்குப் பெரிதும் கஷ்டப்பட்டிருப்பார்கள்... அதோ பார்!"

ஆழ்வார்க்கடியான் சுட்டிக்காட்டிய இடத்தில் அலங்கரித்த பெரிய யானை ஒன்று வந்துகொண்டிருந்தது. அதன் அம்பாரியில் இரண்டு பேர் உட்கார்ந்திருந்தார்கள். அவர்களுடைய தோற்றமும், உடையும் அவர்கள்தான் சீன யாத்திரிகர்கள் என்று புலப்படுத்தின. யானைப்பாகன் ஒருவன் கையில் அங்குசத்துடன் யானையின் கழுத்தின் மீது வீற்றிருந்தான். யானையைச் சுற்றிச் சூழ்ந்து வந்த ஜனங்கள் பலவித ஆரவார கோஷங்களைக் கிளப்பினார்கள்.

"பார்த்தாயா?" என்றான் ஆழ்வார்க்கடியான்.

"பார்த்தேன்; பார்த்தேன்! அம்மா! எவ்வளவு பெரிய யானை? பக்கத்திலே எங்கேயாவது பள்ளமிருக்கிறதா என்று பார்க்கலாமா?"

"வேண்டாம், வேண்டாம், வீதியில் சற்று ஒதுங்கி நின்றால் போதும்".

அவ்விதமே அவர்கள் யானை நெருங்கி வந்ததும் வீதி ஓரமாக ஒதுங்கி நின்றார்கள். யானை அவர்களைக் கடந்து சென்றது; ஜனக்கூட்டமும் யானையைத் தொடர்ந்து சென்றது.

வந்ியத்தேவன் அம்பாரியில் வீற்றிருந்த யாத்திரீகர் மீதே கண்ணாயிருந்தான். புத்தர்களின் புண்ணிய க்ஷேத்திரங்களைத் தரிசிப்பதற்காக எவ்வளவோ தூரம் பிரயாணம் செய்து எத்தனையோ கடல்களைக் கடந்து வந்த அந்தச் சீனர்களின் பக்தியை நினைத்து வியந்தான். அவர்களுக்கு இங்கே இவ்வளவு உபசாரங்கள் நடப்பது நியாயமான காரியந்தான். ஆனால் யுத்தம் நடந்துகொண்டிருக்கும் காலத்திலும் இவர்கள் யாத்திரைக்குப் பங்கமில்லாமல் நடப்பது எவ்வளவு அதிசயமானது? இளவரசர் அருள்மொழிவர்மரின் ஏற்பாடாகத்தானிருக்க வேண்டும். இவ்வளவு பெருந்தன்மையான காரியங்களைச் செய்யக் கூடியவர் அவர்தான். ஆனால் இப்போது அவர் எங்கே இருப்பார்? அவரைத் தேடிப் பிடிப்பது சாத்தியமா? இந்த வைஷ்ணவனோடு இவ்வளவு கஷ்டத்துடன் பிரயாணம் செய்து வந்தது வீணாகி விடுமோ?"

"தம்பி! பார்த்தாயா?" என்றான் ஆழ்வார்க்கடியான்.

"பார்த்தேன்."

"என்ன தெரிந்தது?"

"சீன யாத்திரீகர்களின் முகம் சப்பையாகத் தெரிந்தது அவர்களுடைய உடை விசித்திரமாயிருந்தது..."

"யாத்திரீகர்களைப் பற்றி நான் கேட்கவில்லை."

"பின்னே?"

"யானைப் பாகனைக் கவனித்துப் பார்த்தாயா?', என்று கேட்டேன்."

"யானைப் பாகனையா? நான் கவனிக்கவேயில்லையே?"

"அழகாயிருக்கிறது. அந்த யானைப் பாகனுடைய பார்வை தற்செயலாக நம் பேரில் விழுந்ததும், அவனுடைய கண்களில் ஜொலித்த ஒளியைக் கவனிக்கவில்லையா?"

"அது என்ன? யானைப் பாகனுடைய கண்களில் தீவர்த்தி போட்டிருக்கிறதா ஜொலிப்பதற்கு?"

"நல்ல ஆள் நீ! உன் அஜாக்கிரதையை நினைத்து ஆச்சரியப்படுவதா அல்லது இவ்வளவு முக்கியமான காரியத்தை உன்னை நம்பி ஒப்புவித்து அனுப்பினாளே, அந்த இளைய பிராட்டியின் காரியத்தைக் குறித்து ஆச்சரியப்படுவதா என்று தெரியவில்லை போனாற் போகட்டும். என்னோடு வா!"

யானைக்கும், யானையைச் சூழ்ந்து நின்ற கூட்டத்துக்கும் பின்னால் சற்றுத் தூரத்தில் இவர்களும் தொடர்ந்து போனார்கள்.

புத்த விஹாரத்தின் வாசலில் வந்ததும் யானை நின்றது. பிறகு யானைப் பாகன் ஏதோ சொல்லவும் யானை மண்டியிட்டுப்படுத்தது. யாத்திரீகர்கள் இறங்கினார்கள். புத்த விஹாரத்தின் வாசலில் கும்பலாக நின்ற புத்த பிக்ஷுக்கள் சீன யாத்திரீகர்களை வரவேற்றார்கள். சங்கங்கள் முழங்கின; ஆலாட்ச மணிகள் ஒலித்தன. விஹாரத்தின் மேன் மாடத்திலிருந்து மலர் மாரி பொழிந்தது. "புத்தம் சரணம் கச்சாமி" என்ற கோஷம் வானளாவியது. சீன யாத்திரீகர்கள் இருவரும் விஹாரத்துக்குள் சென்றார்கள். கூட வந்தவர்களிலும் பெரும்பாலோர் அவர்களைத் தொடர்ந்து விஹாரத்துக்குள்ளே சென்றார்கள்.

யாத்திரீகர்கள் இறங்குவதற்கு முன்பே யானையின் கழுத்திலிருந்து இறங்கிவிட்ட யானைப் பாகன் யானையை எழுப்பி நடத்திக்கொண்டு சென்றான். சற்றுத் தூரத்தில்

நின்றிருந்த நாலுபேரைப் பார்த்தான். அவர்களில் ஒருவனிடம் யானையை ஒப்புவித்தான். இன்னும் ஒருவனிடம் ஆழ்வார்க்கடியானைச் சுட்டிக் காட்டி ஏதோ சொன்னான். மற்ற இருவரையும் அழைத்துக்கொண்டு சிறிது நேரத்தில் வீதியின் ஒரு திருப்பத்தில் திரும்பி மறைந்தான்.

யானைப் பாகன் எந்த ஆளுக்கு ஆழ்வார்க்கடியானைச் சுட்டிக் காட்டினானோ அவன் இவர்கள் நின்ற இடத்தை நோக்கி வந்தான். ஆழ்வார்க்கடியானிடம் மெல்லிய குரலில், "ஐயா! என்னுடன் வருவதற்குச் சம்மதமா?" என்று கேட்டான்.

"அதற்காகவே காத்திருக்கிறோம்" என்றான் ஆழ்வார்க்கடியான்.

"அடையாளம் ஏதாவது உண்டா?"

சேனாதிபதி கொடுத்திருந்த கொடும்பாளூர் முத்திரை மோதிரத்தை ஆழ்வார்க்கடியான் காட்டினான்.

"சரி, என் பின்னால் வாருங்கள்" என்று சொல்லிவிட்டு அவன் முன்னால் செல்ல, இவர்கள் பின்தொடர்ந்து சென்றார்கள். ஊரைத்தாண்டி அப்பால் சென்றதும் குறுகிய காட்டுப் பாதை ஒன்று தென்பட்டது. அதன் வழியே சிறிது தூரம் சென்றதும் பாதையிலிருந்து சற்று விலகியிருந்த ஒரு பாழும் மண்டபத்தை அடைந்தார்கள். அதில் சிறிது நேரம் காத்திருக்கவேண்டும் என்று அவர்களை அழைத்து வந்தவன் தெரிவித்தான். பிறகு அவன் ஒரு மரத்தின் மேலேறி அவர்கள் வந்த வழியைக் கூர்ந்து கவனிக்கத் தொடங்கினான்.

"இதெல்லாம் என்ன மர்மம்? எனக்கு ஒன்றும் புரியவில்லையே?" என்று வந்தியத்தேவன் கேட்டான்.

"எல்லாம் சீக்கிரத்தில் புரிந்துவிடும். கொஞ்சம் பொறுத்திரு!" என்றான் ஆழ்வார்க்கடியான்.

அந்தப் பாழும் மண்டபத்தில் பின்னால் இரண்டு குதிரைகள் கட்டப்பட்டிருந்தன. குதிரைகள் இரண்டுதான் என்பது வந்தியத்தேவனுக்குக் கொஞ்சம் கவலையை உண்டாக்கியது.

யானைப் பாகனைப் பற்றிய மர்மம் என்னவாயிருக்கும்? அவனுடைய முகத்தை ஒரே கணம் வந்தியத்தேவன் கண்கள் ஏறிட்டுப் பார்த்திருந்தன. அப்புறம் சீன யாத்திரீகர்களிடம் அவன் கவனம் சென்றுவிட்டது. யானைப் பாகனுடைய முகத்தை நினைத்துப் பார்க்க ஆனமட்டும் முயன்றான். ஒன்றும் நினைவுக்கு வரவில்லை.

"வைஷ்ணவரே! அந்த யானைப் பாகன் யார்? எனக்குச் சொல்லக் கூடாதா?"

"யாராயிருக்கும்? நீயே ஊகித்துப் பார், தம்பி!"

"யானைப் பாகன்தான் பொன்னியின் செல்வரா?"

"அவருடைய கண்களில் ஒரு கணம் ஜொலித்த பிரகாசத்திலிருந்து அப்படித்தான் தோன்றியது."

"உம்மைப்போல் மற்றவர்களும் அவரைத் தெரிந்து கொண்டிருக்க மாட்டார்களா?"

"மாட்டார்கள், சீனத்திலிருந்து வந்த யாத்திரீகர்களுக்கு இளவரசர் யானைப் பாகராயிருப்பார் என்று யார் எதிர்பார்ப்பார்கள்? மேலும் இந்த ஊரிலுள்ள ஜனங்கள் இளவரசரைப் பார்த்ததும் இல்லை."

"சீன யாத்திரீகர்கள் சிம்மகிரியிலிருந்து வந்தார்கள் என்று சொன்னீர் அல்லவா?"

"ஆமாம்."

"சிம்மகிரி இன்னும் சிங்களவர் வசத்தில் இருக்கிறதென்று நீர் சொல்லவில்லையா?"

"சொன்னேன்."

"பின்னே, எதிரிகளுக்கு மத்தியில் போய்விட்டா இளவரசர் திரும்பி வருகிறார்?"

"சிம்மகிரி மட்டும் என்ன? பகைவருக்குட்பட்ட பிரதேசத்தின் மத்தியில் உள்ள மாஹியங்கானா, சமந்தகூடம் முதலிய ஷேத்திரங்களுக்கும் இளவரசர் சீன யாத்திரீகர்களுடன் போய்த் திரும்பியிருக்கிறார்."

"எதற்காக அவ்வளவு பெரிய அபாயத்துக்கு உட்பட்டார்?"

"அந்த க்ஷேத்திரங்களையும் அங்கேயுள்ள சிற்ப சித்திர அதிசயங்களையும் பார்ப்பதில் உள்ள அளவு கடந்த ஆசையினால்தான்!"

"நல்ல ஆசை! நல்ல இளவரசர்! இத்தகைய விளையாட்டுப் புத்தியுள்ளவரையா முடி மன்னர் வணங்கும் ஏகசக்ராதிபதியாவார் என்று அந்தக் குடந்தை சோதிடர் சொன்னார்?"

"அவ்வாறு குடந்தை சோதிடர் சொன்னாரா, தம்பி?"

"நீரும் அதை நம்புகிறீரா?"

"நான் ஜோசியத்தை நம்பவில்லை. ஜோசியம் பார்க்க வேண்டிய அவசியமும் எனக்கு இல்லை."

"பின்னே என்ன?"

"ஜோசியம் பார்க்காமலேயே எனக்கு நிச்சயமாய்த் தெரியும்..."

திடீரென்று குதிரைகளின் குளம்புச் சத்தம் கேட்டது. அவர்கள் இருந்த இடத்தை நோக்கிச் சப்தம் நெருங்கி வந்துகொண்டிருந்தது. மரத்தின் மேலிருந்து பார்த்துக்கொண்டிருந்தவன் அவசரமாகக் கீழே இறங்கினான். இரண்டு குதிரைகளையும் பிடித்துக்கொண்டு வந்தான். ஒன்றில் தான் ஏறிக்கொண்டான். ஆழ்வார்க்கடியானை இன்னொன்றின் மேல் ஏறிக் கொள்ளச் சொன்னான். "சற்று நேரத்தில் இந்தப் பாதையுடன் சில குதிரைகள் போகும். அவற்றின் பின்னோடு நாமும், தொடர்ந்து போகவேண்டும்" என்றான்.

வந்தியத்தேவன் "எனக்குக் குதிரை?" என்று கேட்டான்.

"இவரை மட்டுந்தான் அழைத்து வரும்படி எனக்குக் கட்டளை!"

"யாருடைய கட்டளை!"

"அதைச் சொல்ல எனக்கு அதிகாரம் இல்லை."

"இளவரசரை நான் உடனே பார்த்தாக வேண்டும். மிக முக்கியமான செய்தி கொண்டுவந்திருக்கிறேன்."

"அதைப்பற்றி எனக்கு ஒன்றும் தெரியாது, ஐயா!"

ஆழ்வார்க்கடியான், "தம்பி! கொஞ்சம் பொறுமையாயிரு! நான் போய் இளவரசரிடம் சொல்லி உன்னையும் அழைத்து வருவதற்கு ஏற்பாடு செய்கிறேன்" என்றான்.

"வைஷ்ணவரே! நான் கொண்டு வந்திருக்கும் செய்தி மிக முக்கியமானது, மிக அவசரமானது என்று உமக்குத் தெரியாதா?"

"அந்த ஓலையை என்னிடம் கொடு; நான் கொடுத்து விடுகிறேன்."

"அது முடியாது."

"அப்படியானால் கொஞ்சம் பொறுத்திரு, வேறு வழி இல்லை!"

"வேறு வழி இல்லையா?"

"இல்லவே இல்லை!"

வந்தியத்தேவனுடைய உள்ளம் குமுறியது. ஆழ்வார்க்கடியானை இளவரசரிடந்தான் அழைத்துப் போகிறார்கள் என்பதில் சந்தேகமில்லை. 'ஆழ்வார்க்கடியான் அவரிடம் என்ன சொல்கிறான்' என்பதைச் சேனாதிபதி கவனிக்கச் சொல்லியிருக்கிறார். அது

முடியாமற் போய்விடுமே? குதிரைகள் நெருங்கி வந்தன; அவர்கள் இருக்கும் இடத்தைக் கடந்து சென்றன; மின்னல் மின்னும் வேகத்தில் பறந்து சென்றன.

மண்டபத்தில் குதிரைகள் மீது ஆயத்தமாயிருந்த இருவரும் குதிரையின் முகக் கயிற்றை இழுத்துக் குலுக்கிப் புறப்படத் தூண்டினார்கள். அச்சமயத்தில் யாரும் எதிர்பாராத ஒரு சம்பவம் நிகழ்ந்தது. குதிரை மேலிருந்த மனிதனுடைய ஒரு காலை வந்தியத்தேவன் பிடித்து ஒரு எத்து எத்தித் தள்ளினான். அந்த மனிதன் தடால் என்று விழுந்தான். வந்தியத்தேவன் குதிரை மீது தாவி ஏறினான்; குதிரை பறந்தது. தொடர்ந்து ஆழ்வார்க்கடியானுடைய குதிரையும் பறந்தது. கீழே விழுந்த வீரன் கூச்சலிட்டு விட்டு உறையிலிருந்த கத்தியை எடுத்து எறிந்தான். வந்தியத்தேவன் தலை குனிந்து குதிரையின் முதுகோடு ஒட்டிப் படுத்துக்கொண்டான். வீரன் எறிந்த கத்தி வேகமாகச் சென்று ஒரு மரத்தில் ஆழமாய்ப் பாய்ந்தது. குதிரைகள் இரண்டும் காற்றாய்ப் பறந்து சென்றன.

முன்னால் சென்ற மூன்று குதிரைகளையும் பின்தொடர்ந்து ரொம்பவும் நெருங்காமலும், ரொம்பவும் பின் தங்காமலும் இந்த இரண்டு குதிரைகளும் சென்றன. "நல்ல வேலை செய்தாய், தம்பி!" என்று ஆழ்வார்க்கடியான் வந்தியத்தேவனை உற்சாகப்படுத்தினான். ஆனால் வந்தியத்தேவன் மறுமொழி ஒன்றும் கூறவில்லை. இதன் முடிவு என்ன ஆகப் போகிறதோ என்று அவன் உள்ளம் கவலையில் ஆழ்ந்திருந்தது. ஒரு பெண்ணின் வார்த்தையின் பொருட்டு எதற்காக கடல் கடந்து இந்தத் தூர தேசத்தில் வந்து, இத்தகைய சங்கடத்தில் அகப்பட்டுக்கொண்டோம் என்ற சிந்தனையும் உதித்தது. குதிரைகள் வாயு வேக, மனோ வேகமாய்க் குறுகிய காட்டுப் பாதையில் போய்க்கொண்டிருந்தன.

❖

30. துவந்த யுத்தம்

முடிவில்லாத வழியில் குதிரைகள் போய்க் கொண்டிருப்பதாக வந்தியத்தேவனுக்குத் தோன்றியது. இந்த வைஷ்ணவன் நம்மை உண்மையில் ஏமாற்றிவிட்டானா? சத்துருக்களிடம் நம்மைக் கொண்டு போய் ஒப்புவிக்கப் போகிறானா? இருபுறமும் காடுகள் அடர்ந்திருந்தன. அவற்றுக்குள் பார்த்தால் கன்னங்கரிய பயங்கரமான இருள். அந்த இருண்ட காட்டில் என்னென்ன அபாயங்கள், என்னென்ன விதத்தில் இருக்கின்றனவோ தெரியாது. சிறுத்தைகள், கரடிகள், யானைகள், விஷ ஜந்துக்கள், இவற்றுடன் பகைவர்களும் மறைந்திருக்கக் கூடும்; யார் கண்டது? தெற்குத் திசையில் சோழ சைன்யம் கடைசியாகப் பிடித்திருக்கும் இடம் தம்பளைதான் என்று சொன்னார்களே? இவன் நம்மை எங்கே அழைத்துப் போகிறான்?

நல்ல வேளையாக நிலா வெளிச்சம் கொஞ்சம் இருந்தது. சந்திர கிரணங்கள் வானுறவோங்கிய மரங்களின் உச்சியில் தவழ்ந்து விளையாடின. அதனால் ஏற்பட்ட சலன ஒளி சில சமயம் பாதையிலும் விழுந்து கொண்டிருந்தது. எதிரே மூன்று குதிரைகள் போவது சில சமயம் கண்ணுக்கு நிழல் உருவங்களாகத் தெரிந்தது. ஆனால் குதிரைகளின் குளம்புச் சத்தம் மட்டும் இடைவிடாமல் கேட்டுக்கொண்டிருந்தது.

திடீரென்று வேறு சில சப்தங்கள் கேட்டன. காட்டின் நடுவில் எதிர்பார்க்க முடியாத சப்தங்கள். பல மனிதக் குரல்களின் கோலாகல சப்தம்.

குதூகலமாக ஆடிப்பாடும் சப்தம். ஆ! அதோ மரங்களுக்கிடையில் வெளிச்சம் தென்படுகிறது. சுளுந்துகளின் வெளிச்சத்தோடு பெரிய காளவாய் போன்ற அடுப்புகள் எரியும் வெளிச்சமும் தெரிகிறது. ஆகா! இந்தக் காட்டின் நடுவே தாவடி போட்டுக்கொண்டு குதூகலமாயிருக்கும் வீரர்கள் யார்? சோழ நாட்டு வீரர்களா? அல்லது பகைவர் படையைச் சேர்ந்த வீரர்களா?

இதைப் பற்றி வந்தியத்தேவன் மிகச் சொற்ப நேரந்தான் சிந்தித்திருப்பான். அந்தச் சிறிய நேரத்தில் முன்னால் போன குதிரைகள் சட்டென்று நின்றதையும் ஒரு குதிரை பளீர் என்று திரும்பியதையும் வந்தியத்தேவன் கவனிக்கவில்லை. திரும்பிய குதிரை முன்னோக்கி வந்து வந்தியத்தேவன் குதிரையை அணுகியது. அதன்மேலிருந்தவன் வந்தியத்தேவன் பக்கம் சட்டென்று சாய்ந்து ஓங்கி ஒரு குத்து விட்டான். அந்தக் குத்தின் அதிர்ச்சியினால் வந்தியத்தேவன் கதி கலங்கித் தடுமாறியபோது அவனுடைய ஒரு முழங்காலைப் பிடித்து ஓங்கித் தள்ளினான். வந்தியத்தேவன் தடால் என்று தரையில் விழுந்தான். வந்த வேகத்தில் அவன் குதிரை அப்பால் சிறிது தூரம் பாய்ந்து சென்று அப்புறம் நின்றது.

இதற்குள் அவனைத் தள்ளிய வீரன் குதிரையிலிருந்து கீழே குதித்து வந்தியத்தேவன் அருகில் வந்தான். திக்பிரமை கொண்டவனாய்த் தள்ளாடி எழுந்திருக்க முயன்ற வந்தியத்தேவனுடைய இடையிலிருந்த கத்தியைப் பறித்துத் தூர வீசி எறிந்தான். உடனே வந்தியத்தேவனுக்குப் புத்துயிர் வந்தது. அத்துடன் ஆத்திரம் பொங்கிக்கொண்டு வந்தது. ஒரு குதி குதித்து எழுந்து நின்றான். இரண்டு கையையும் இறுக மூடிக் கொண்டு வஜ்ரம் போன்ற முஷ்டியினால் தன்னைத் தள்ளிய ஆளைக் குத்தினான். குத்து வாங்கிக் கொண்டவன் சும்மா இருப்பானா? அவனும் தன் கைவரிசையைக் காட்டினான். இருவருக்குள்ளும் பிரமாதமான துவந்த யுத்தம் நடந்தது. கடோத்கஜனும், இடும்பனும் சண்டை போடுவது போல் போட்டார்கள். வேடன் வேடந்தரித்த சிவபெருமானும் அர்ச்சுனனும் கட்டிப் புரண்டதைப் போல் புரண்டார்கள். திக் கஜங்களில் இரண்டு இடம் பெயர்ந்து ஒன்றோடொன்று மோதிக் கொள்வது போல் அவர்கள் மோதிக் கொண்டார்கள்.

வந்தியத்தேவனுடன் வந்த ஆழ்வார்க்கடியானும், அவர்களுக்கு முன்னால் வந்த வீரர்களும் விலகி நின்று ஆச்சரியத்துடன் பார்த்துக் கொண்டு நின்றார்கள். மரக் கிளைகளின் அசைவினால் அடிக்கடி சலித்த நிலாவெளிச்சத்தில் அவர்கள் அந்த அதிசயமான சண்டையைக் கண் கொட்டாமல் பார்த்துக் கொண்டிருந்தார்கள். சீக்கிரத்தில் காலடிச் சத்தங்கள் கேட்டன. கையில் கொளுத்தப்பட்ட சுளுந்துகளுடன் வீரர்கள் சிலர் மரக்கிளைகளை விலக்கிக்கொண்டு அவ்விடத்திற்கு வந்தார்கள். அப்படி வந்தவர்களும் அதிசயத்துடன் அந்தத் துவந்த யுத்தத்தைப் பார்த்துக் கொண்டு நிற்கலானார்கள். சிறிது நேரத்திற்கெல்லாம் சுற்றிலும் ஒரு பெரிய கூட்டம் கூடிவிட்டது.

கடைசியாக வந்தியத்தேவன் கீழே தள்ளப்பட்டான். அவனைத் தள்ளிய வீரன் அவன் மார்பின்மேல் ஏறி உட்கார்ந்து கொண்டு இடையில் சுற்றியிருந்த துணிச் சுருளை அவிழ்த்தான். அதற்குள்ளிருந்த ஓலையைக் கைப்பற்றினான். அதைத் தடுப்பதற்கு வந்தியத்தேவன் ஆனமட்டும் முயன்றும் அவன் முயற்சி பலிக்கவில்லை.

ஓலை அவ்வீரனுடைய கையில் சிக்கியதும் துள்ளிப் பாய்ந்து சுற்றிலும் நின்றவர்கள் பிடித்திருந்த சுளுந்து வெளிச்சத் தண்டை சென்றான். அவன் ஒரு சமிக்ஞை செய்யவும் மற்றும் இரு வீரர்கள் ஓடிவந்து வந்தியத்தேவன் தரையிலிருந்து எழுந்திருக்க முடியாமல் பிடித்துக் கொண்டார்கள்.

வந்தியத்தேவன் சொல்ல முடியாத ஆத்திரத்துடனும் தாபத்துடனும், "பாவி வைஷ்ணவனே! இப்படிப்பட்ட சிநேகத் துரோகம் செய்யலாமா! அவனிடமிருந்து அந்த ஓலையைப் பிடுங்கு!" என்று கத்தினான்.

"அப்பனே! என்னால் இது இயலாத காரியம் ஆயிற்றே!" என்றான் ஆழ்வார்க்கடியான்.

"சீச்சீ! உன்னைப்போன்ற கோழையை நான் பார்த்ததேயில்லை! உன்னை வழித்துணைக்கு நம்பி வந்தேனே?" என்றான் வந்தியத்தேவன்.

ஆழ்வார்க்கடியான் குதிரையிலிருந்து சாவதானமாக இறங்கி வந்தியத்தேவன் அருகில் சென்று, அவன் செவியில், "அடே அசடே! ஓலை நீ யாருக்குக் கொண்டுவந்தாயோ, அவரிடந்தான் போயிருக்கிறது! ஏன் வீணாகப் புலம்புகிறாய்?" என்றான்.

சுளுந்து வெளிச்சத்தில் ஓலையைப் படித்துக் கொண்டிருந்த வீரனுடைய முகத்தை மற்ற வீரர்கள் பார்த்துவிட்டார்கள். உடனே ஒரு மகத்தான குதூகல ஆரவாரம் அவர்களிடமிருந்து எழுந்தது.

"பொன்னியின் செல்வர் வாழ்க! வாழ்க!"

"அன்னிய மன்னரின் காலன் வாழ்க!"

"எங்கள் இளங்கோ வாழ்க!"

"சோழ குலத் தோன்றல் வாழ்க!" என்பன போன்ற கோஷங்கள் எழுந்து அந்த வனப்பிரதேசமெல்லாம் பரவின. அவர்களுடைய கோஷங்களின் எதிரொலியைப் போல் மரக்கிளையில் தூங்கிக்கொண்டிருந்த பட்சிகள் விழித்தெழுந்து இறகுகளைச் சடசடவென்று அடித்துக்கொண்டு பலவித ஒலிகளைச் செய்தன.

இதற்குமுன் வந்திருந்தவர்களைத் தவிர இன்னும் பல வீரர்களும் என்ன விசேஷம் என்று தெரிந்து கொள்வதற்காகத் திடுதிடுவென்ற சத்தத்துடனே மரஞ் செடி கொடிகளை விலக்கிக்கொண்டு ஓடிவந்தார்கள். கூட்டம் பெருகுவதை கண்ட வீரன் சுற்றிலும் ஒருமுறை திரும்பிப் பார்த்து, "நீங்கள் அனைவரும் பாசறைக்குச் செல்லுங்கள். விருந்துக்கு வேண்டிய ஏற்பாடு செய்யுங்கள். சற்று நேரத்துக்குள் நான் வந்து விடுகிறேன்" என்று சொல்லவே, அவர்கள் எல்லாரும் ஒரு மனிதனைப் போல் விரைந்து அவ்விடம் விட்டுப் போய் விட்டார்கள்.

நன்றாகக் குத்தும் அடியும் பட்ட வந்தியத்தேவன் தரையில் உட்கார்ந்தபடி இதையெல்லாம் பார்த்துக்கொண்டிருந்தான். உடம்பில் அடிபட்ட வலியெல்லாம் மறந்துவிடும் படியான அதிசயக் கடலில் அவன் மூழ்கியிருந்தான்.

'ஆகா! இவர்தானா இளவரசர் அருள்மொழிவர்மர்! இவர் கையிலேதான் எவ்வளவு வலிவு! என்ன விரைவு! குட்டுப் பட்டாலும் மோதிரக் கையால் குட்டுப் படவேண்டும் என்பார்களே! குத்துப் பட்டால் இவர் கையினால் அல்லவா குத்துப்பட வேண்டும். இவரிடம் அர்ச்சுனனுடைய அழகும், கம்பீரமும் இருக்கின்றன! பீமசேனனுடைய தேக பலம் இருக்கிறது! நாடு நகரமெல்லாம் இவரைப் போற்றிப் புகழ்வதில் ஆச்சரியம் ஒன்றுமில்லைதானே!' என்று எண்ணமிட்டுக் கொண்டிருந்தான்.

இந்தக் கதைக்குப் பெயர் அளித்த அரசிளங்குமாரரை, தமிழகத்தின் சரித்திரத்திலேயே இணை யாரும் சொல்ல முடியாத வீராதி வீரரை, சோழ மன்னர் குலத்தை அழியாப் புகழ் பெற்ற அமரர் குலமாக்கினவரை, பின்னால் இராஜராஜர் என்று பெயர் பெறப்போகும் அருள்மொழிவர்மரை, இவ்விதம் சமயமில்லாத சமயத்தில் அசந்தர்ப்பமான நிலைமையில், இராஜகுல சின்னம் எதுவும் இல்லாமல் நேயர்களுக்கு அறிமுகம் செய்துவைக்கும்படி நேர்ந்துவிட்டது. இது நேயர்களுக்குச் சிறிது மனக் குறை அளிக்கக் கூடியது இயற்கைதான்! ஆயினும் என்ன செய்யலாம்? நம் கதாநாயகனாகிய வந்தியத்தேவனே இப்போதுதான் அவரை முதன் முதலில் சந்தித்திருக்கிறான் என்றால், நாம் எப்படி அவரை முன்னதாகப் பார்த்திருக்க முடியும்!

அருள்மொழித்தேவர் வந்தியத்தேவனை நோக்கிச் சமீபத்தில் வந்தார். மீண்டும் அவருடைய கை முஷ்டியின் பலத்தைச் சோதிக்க வருகிறாரோ என்று வந்தியத்தேவன் ஒரு கணம் திடுக்கிட்டுப் போனான்.

ஆனால் அவருடைய புன்னகை ததும்பிய மலர்ந்த முகத்தைப் பார்த்து அந்தச் சந்தேகத்தை மாற்றிக் கொண்டான்.

"அன்பரே! வருக! வருக! அழகிய இலங்கைத் தீவுக்கு வருக! சோழ நாட்டு வீராதி வீரர்களுடனே சேர்வதற்கு இத்தனை தூரம் கடல் கடந்து வந்தீர் அல்லவா? அப்படி வந்த உமக்கு நான் அளித்த வீர வரவேற்பு திருப்தி அளித்திருக்கிறதா? அல்லது அது போதாது,

இன்னும் சிறிய படாடோபமான வரவேற்பு அளிக்க வேண்டும் என்று கருதுகிறீரா?" என்று இளவரசர் கூறிப் புன்னகை பூத்தார்.

வந்தியத்தேவன் குதித்து எழுந்து வணக்கத்துடன் நின்று, "இளவரசரே! தங்கள் தமக்கையார் அளித்த ஓலை தங்களிடம் சேர்ந்துவிட்டது என் கடமையும் தீர்ந்துவிட்டது. இனி இந்த உயிரைக் காப்பாற்றிக் கொள்ளவேண்டிய அவசியம் எனக்கில்லை. தங்களுக்கு விருப்பமானால் இன்னும் சிறிது நேரம் நாம் யுத்த காண்டம் படித்துப் பார்க்கலாம்!" என்றான்.

"ஆகா! உமக்கு என்ன சொல்வதற்கு? உம் உயிரைப் பற்றி இனி உமக்குக் கவலையில்லை. அந்தக் கவலை இனி என்னுடையது. இல்லாவிடில் நாளைக்கு இளைய பிராட்டிக்கு என்ன மறுமொழி சொல்வேன்? நண்பரே, இப்போது நான் படித்த ஓலை என் தமக்கையாரின் திருக்கரத்தினாலேயே எழுதப்பட்டதாகத் தெரிகிறது. அவர் உம்மிடம் அதை நேரில் கொடுத்தாரா?" என்று கேட்டார்.

"ஆம், இளவரசரே! இளைய பிராட்டியின் திருக்கரங்களிலிருந்து நேரில் இந்த ஓலையைப் பெறும் பாக்கியம் எனக்குக் கிடைத்தது. பின்னர் எங்கும் நிற்காமல் இரவு பகல் பாராமல் பிரயாணம் செய்து வந்தேன்" என்றான்.

"அது நன்றாய்த் தெரிகிறது. இல்லாவிடில் இவ்வளவு விரைவில் இங்கு வந்திருக்க முடியுமா? இப்படிப்பட்ட அரிய உதவி செய்தவருக்கு நான் என்ன கைம்மாறு செய்யப் போகிறேன்!" என்று சொல்லிவிட்டு, இளவரசர் வந்தியத்தேவனை மார்புற அணைத்துக்கொண்டார். அப்போது வந்தியத்தேவன் சொர்க்கலோகத்தில் தான் இருப்பதாகவே எண்ணினான். அவன் உடம்பிலிருந்து வலியெல்லாம் மாயமாய் மறைந்துவிட்டது.

❖

31. 'ஏலேல சிங்கன்' கூத்து

வனத்தின் மத்தியில் உலர்ந்த குளத்தைச் சுற்றி மரங்கள் வளைவு வரிசையாக வளர்ந்து அதனால் இடைவெளி ஏற்பட்டிருந்த இடத்தில் சுமார் ஆயிரம் சோழ வீரர்கள் தாவடி போட்டிருந்தார்கள். அவர்களுடைய சாப்பாட்டுக்காகப் பெரிய பெரிய கல்லடுப்புகளில் ஜுவாலை வீசிய நெருப்பின் பேரில் பிரம்மாண்டமான தவலைகளில் கூட்டாஞ் சோறு பொங்கிக் கொண்டிருந்தது. சட்டிகளிலும், அண்டாக்களிலும் வெஞ்சனங்கள் வெந்துகொண்டிருந்தன. இவற்றிலிருந்து எழுந்த நறுமணம் அந்த வீரர்கள் நாவில் ஜலம் சுரக்கச் செய்தது. சோறு பொங்கி முடியும் வரையில் பொழுது போவதற்காக அவர்கள் ஆடல் பாடல் களியாட்டங்களில் ஈடுபட்டிருந்தார்கள். இச்சமயத்தில் அவர்களுடைய உள்ளங்கவர்ந்த அரசிளங்குமாரரும் வந்து விடவே, அவ்வீரர்களின் குதூகலம் அளவு கடந்ததாயிற்று. அந்த எல்லைக் காவல் படையின் தளபதி மிகவும் சிரமப்பட்டு அவர்களுக்குள்ளே ஒழுங்கை நிலை நாட்டினார். எல்லோரையும் அமைதியுடன் பாதிமதியின் வடிவமான வட்டத்தில் வரிசையாக உட்காரும்படி செய்தார்.

பெரியதொரு ராட்சத மரத்தை வெட்டித் தள்ளி அதன் அடிப்பகுதியை மட்டும் பூமிக்கு மேலே சிறிது நீட்டிக்கொண்டிருக்கும்படி விட்டிருந்தார்கள். இளவரசர் வந்து அந்த அடிமரத்துச் சிம்மாசனத்தின்மீது அமர்ந்தார்.

இப்போது அவர் யானைப் பாகன்போல் உடை தரித்திருக்கவில்லை. தலையில் பொற்கிரீடமும், புஜங்களில் வாகு வலயங்களும், மார்பில் முத்து மாலைகளும் அணிந்து, அரையில் பட்டுப்பீதாம்பரம் தரித்து அமர்ந்திருந்தார். அவரைச்சுற்றி எல்லைக்காவல் தளபதியும், வந்தியத்தேவனும், ஆழ்வார்க்கடியானும் உட்கார்ந்திருந்தார்கள்.

இளவரசரை மகிழ்விப்பதற்காக ஏற்பாடு செய்திருந்த ஏலேல சிங்கன் சரித்திரக்கூத்து ஆரம்பமாயிற்று. இந்தச் சமயம் சோழ வீரர்கள் இலங்கையில் பெரும் பகுதியைப் பிடித்திருந்ததுபோல் ஆயிரம் ஆண்டுகளுக்கு முன்னால் ஒரு தடவை தமிழ் வீரர்கள் ஈழநாட்டைக் கைப்பற்றியிருந்தார்கள். அப்போது அத்தமிழ் வீரர்களின் தலைவனாக விளங்கியவன் ஏலேல சிங்கன். அவனால் துரத்தப்பட்டு இலங்கை அரசன் சில காலம் மலைநாட்டில் போய் ஒளிந்திருந்தான். அவனுடைய புதல்வனின் பெயர் துஷ்டகமனு. இவன் பொல்லாத வீரன். இலங்கையைத் திரும்பவும் ஏலேல சிங்கனிடமிருந்து கைப்பற்ற வேண்டுமென்று நெடுங்காலம் கனவு கண்டான்.

அவ்வீரன் சிறு பிள்ளையாயிருந்தபோது ஒருநாள் படுக்கையில் கையையும் காலையும் மடக்கி ஒடுக்கி வைத்துக் கொண்டு படுத்திருந்தான். அவனுடைய அன்னை, "குழந்தாய்! ஏன் இப்படி உன்னை நீயே குறுக்கிக் கொண்டு படுத்திருக்கிறாய்? தாராளமாய்க் காலையும் கையையும் நீட்டி விட்டுப் படுத்துக்கொள்வதுதானே!" என்றாள். அப்போது துஷ்டகமனு, "தாயே! என்னை ஒரு பக்கத்தில் தமிழ் வீரர்கள் நெருக்குகிறார்கள். மற்றொரு பக்கத்தில் கடல் நெருக்குகிறது நான் என்ன செய்வேன்? அதனாலேயே உடம்பைக் குறுக்கிக் கொண்டு படுத்திருக்கிறேன்!" என்றான். இத்தகைய வீரன் காளைப் பருவம் அடைந்தபோது படை திரட்டிக் கொண்டு போன படைகள் சின்னாபின்னமாகிச் சிதறி ஓடிவிட்டன.

அப்போது துஷ்டகமனு ஒரு யுக்தி செய்தான். ஏலேல சிங்கன் இருக்குமிடம் சென்று நேருக்கு நேர் நின்று, "அரசே! தங்களுடைய பெரிய சைன்யத்துக்கு முன்னால் என்னுடைய சிறிய படை சிதறி ஓடிவிட்டது. நான் ஒருவனே மிஞ்சியிருக்கிறேன். தாங்கள் சுத்த வீரர் குலத்தில் பிறந்தவர். ஆதலின் என்னுடன் தனித்து நின்று துவந்த யுத்தம் செய்யும்படி அழைக்கிறேன் நம்மில் வெற்றி அடைபவருக்கு இந்த இலங்கா ராஜ்யம் உரியதாகட்டும்; மற்றவருக்கு வீரசொர்க்கம் கிடைக்கட்டும்!" என்று சொன்னான்.

துஷ்டகமனுவின் அத்தகைய துணிச்சலையும் வீரத்தையும் ஏலேல சிங்கன் மிக வியந்தான். ஆகையால் அவனுடன் தனித்து நின்று போர் செய்ய ஒப்புக்கொண்டான். இடையில் வந்து குறுக்கிட வேண்டாம் என்று தன் வீரர்களுக்குக் கண்டிப்பாகக் கட்டளையிட்டான். துவந்த யுத்தம் ஆரம்பமாயிற்று. இந்தச் செய்தியை அறிந்து சிதறி ஓடிய துஷ்டகமனுவின் வீரர்களும் திரும்பி வந்து சேர்ந்தார்கள். எல்லோரும் கண்கொட்டாமல் பார்த்துக்கொண்டிருந்தார்கள். நெடுநேரம் போர் நடந்தது. துஷடகமனுவோ தன் பிறப்புரிமையைப் பெறும் பொருட்டு ஆத்திரத்துடன் சண்டையிட்டான். ஏலேல சிங்கன் அந்த இளைஞனிடம் அனுதாபம் கொண்டிருந்தபடியால் பூரண வலியையும் உபயோகித்துப் போர் செய்யவில்லை. ஆகையால் ஏலேல சிங்கன் இறந்தான். துஷ்டகமனு முடிசூடியதும், ஏலேல சிங்கன் இறந்த இடத்தில் அவனுக்குப் பள்ளிப்படைக் கோயில் எழுப்பி அவனது வீரத்தையும் தயாளத்தையும் போற்றினான்.

இந்த அரிய சரித்திர நிகழ்ச்சியைச் சோழ வீரர்கள் இளங்கோ அருள்மொழிவர்மரின் முன்னிலையில் நடனக் கூத்தாக நடித்துக்காட்டினார்கள். ஆடலும் பாடலும் அமர்க்களப்பட்டன. ஏலேல சிங்கன் உயிர் துறந்து விழுந்த இடத்தில் நடித்த வீரன் உண்மையிலேயே செத்து விழுந்து விட்டானா என்று தோன்றும்படி அவ்வளவு தத்ரூபமாக நடித்தான். பார்த்துக்கொண்டிருந்த இளவரசரும் மற்ற வீரர்களும் அடிக்கடி 'ஆஹா' காரம் செய்து குதூகலித்தார்கள்.

நாடகம் நடந்துகொண்டிருந்தபோது ஒருமுறை இளவரசர் ஆழ்வார்க்கடியானைப் பார்த்து, "திருமலை! தம்பளைக் குகைக் கோயிலில் துஷ்டகமனுவுக்கும், ஏலேல சிங்கனுக்கும் நடந்த போர்க் காட்சியை அழியாத வர்ணச் சித்திரமாக வரைந்திருக்கிறதே, அந்தச் சித்திரத்தை நீங்கள் பார்த்தீர்களா?" என்று கேட்டார்.

"இல்லை, ஐயா! தம்பளை வீதிகளில் நாங்கள் வந்து கொண்டிருந்தபோதே தங்களைப் பார்த்துவிட்டேன். குகைக் கோயிலுக்குள் போக நேரமில்லை" என்றான் ஆழ்வார்க்கடியான்.

"ஆகா! அந்தக் குகைக் கோயில்களிலே உள்ள சிற்பங்களையும் அவசியம் பார்க்க வேண்டும்! திருமலை நம் செந்தமிழ்நாட்டில் எவ்வளவோ சிற்ப சித்திரங்கள் இருக்கின்றன. அவற்றைக் காட்டிலும் மகத்தான அற்புதங்கள் இந்த இலங்கைத் தீவில் இருக்கின்றன" என்றார் இளவரசர்.

"இளவரசே! இந்த நாட்டிலுள்ள சிற்ப சித்திரங்கள் எங்கும் போய்விடமாட்டா! எப்போது வேணுமானாலும் பார்த்துக்கொள்ளலாம். ஆனால் தங்களைப் பார்ப்பது அப்படியல்லவே? நல்ல சமயத்தில் நாங்கள் வந்ததனால் அல்லவோ பார்க்க முடிந்தது? எங்களுக்கு முன்னாலேயே இங்கு வந்த பார்த்திபேந்திர பல்லவன், தங்களைத் தேடிவிட்டு 'இங்கே இல்லை' என்று திரும்பிப் போய்க்கொண்டிருந்தான். வழியில் அவனை நாங்கள் பார்த்தோம்" என்றான் ஆழ்வார்க்கடியான்.

"ஆம்; என் தமையனாரின் அருமை நண்பர் வந்து தேடிவிட்டுப் போனதாகத் தளபதிகூடச் சொன்னார். அவர் எதற்காக வந்திருப்பார் என்று உன்னால் ஊகித்துச் சொல்ல முடியுமா?"

"நிச்சயமாகவே சொல்ல முடியும். தங்களைக் காஞ்சிக்கு அழைத்து வரும்படியாக ஆதித்த கரிகாலர் அவரை அனுப்பி வைத்திருக்கிறார்."

"அடடே! உனக்குத் தெரிந்திருக்கிறதே! இதோ உன் சிநேகிதன் இவ்வளவு பத்திரமாக கொண்டுவந்து ஒப்புவித்தானே, இந்த ஓலையில் என்ன எழுதியிருக்கிறதென்றும் உனக்குத் தெரியும் போலிருக்கிறது?"

"தங்களை உடனே பழையாறைக்கு வந்து சேரும்படி தங்கள் தமக்கையார் எழுதியிருக்கிறார்கள். இளவரசே! குந்தவை தேவி அந்தரங்கமாக இந்த ஓலையை எழுதி நம் வாணர்குல வீரரிடம் கொடுத்தபோது பக்கத்திலிருந்த கொடி வீட்டில் மறைந்திருந்து நான் பார்த்துக்கொண்டிருந்தேன்..."

திருமலைக்குப் பின்னாலிருந்த வந்தியத்தேவன் அவனுடைய முதுகில் அழுத்தமாகக் கிள்ளினான்.

ஆழ்வார்க்கடியான் தன் முதுகில் ஓங்கி அறைந்து, "இது பொல்லாத காடு; இரவு நேரத்திலே கூட வண்டு கடிக்கிறது!" என்றான்.

இளவரசர் சற்றுக் கோபத்துடன், "சேச்சே! இது என்ன வேலை? என் அருமைத் தமக்கையார் பேரிலேயே நீ உன் திறமையைக் காட்டத் தொடங்கிவிட்டாயா?" என்றார்.

"அதை நான் பார்த்திருந்தபடியினால்தான் இவனை இவ்வளவு பத்திரமாக இங்கே கொண்டுவந்து சேர்த்தேன். இளவரசே! இவனை வழியிலெங்கும் சங்கடத்தில் மாட்டிக் கொள்ளாதபடி காப்பாற்றிக்கொண்டு வருவதற்கு நான் பட்ட பாட்டைப் புத்தபகவானே அறிவார். அநுராதபுரத்தின் வழியாக வந்திருந்தால் இவன் நிச்சயமாக இங்கு வந்து சேர்ந்திருக்க மாட்டான். வழியில் யாருடனாவது சண்டை பிடித்துச் செத்திருப்பான். அதனாலே காட்டு வழியாக அழைத்து வந்தேன். அங்கேயும் இவன் ஒரு மதயானையுடன் சண்டை பிடிக்கப் பார்த்தான். என்னுடைய கைத்தடியால் அந்த மதயானையைச் சம்ஹரித்து இவனைத் தங்களிடம் பத்திரமாய்க் கொண்டு வந்தேன்!" என்றான்.

"ஓஹோ! அப்படியானால் இவனைப் பத்திரமாகக் கொண்டு வந்து என்னிடம் சேர்ப்பதற்காகவே நீ இலங்கைக்கு வந்தாயா, என்ன?"

"இல்லை, ஐயா! என் பங்குக்கு நானும் தங்களுக்கு ஒரு செய்திகொண்டு வந்திருக்கிறேன்."

"அது என்ன? சீக்கிரம் சொல்!" என்றார் இளவரசர்.

"முதன் மந்திரி அநிருத்தர் தாங்கள் இலங்கையிலேயே இன்னும் சிறிது காலம் இருப்பது உசிதம் என்று சொல்லி அனுப்பியிருக்கிறார்."

"இப்படி மூன்று மூத்தவர்கள் மூன்று விதமாகச் செய்தி அனுப்பினால் நான் எதையென்று கேட்பது?" என்றார் அருள்மொழிவர்மர்.

இச்சமயத்தில் வந்தியத்தேவன் குறுக்கிட்டு, "இளவரசே! மன்னிக்கவேண்டும்! தாங்கள் கேட்க வேண்டியது தங்கள் தமக்கையாரின் வார்த்தையைத்தான்!" என்றான்.

"ஏன் அவ்விதம் சொல்லுகிறீர்?"

"ஏனெனில், தங்கள் தமக்கையின் வார்த்தைக்கே மதிப்புக் கொடுக்க வேண்டும் என்று தங்கள் இருதயம் தங்களுக்குச் சொல்கிறது. அப்படித் தாங்கள் அவர் வார்த்தையைக் கேட்காவிட்டாலும், நான் கேட்டே தீர வேண்டும். தங்களை எப்படியும் அழைத்துக் கொண்டு வரும்படியாக இளைய பிராட்டி எனக்குப் பணித்திருக்கிறார்!" என்றான் வந்தியத்தேவன்.

இளவரசர் வந்தியத்தேவனை ஏற இறங்கப் பார்த்துவிட்டு "இத்தகைய ஒரு வீரத்தோழன் கிடைக்க வேண்டுமேயென்று எத்தனையோ நாளாக நான் தவம் செய்துகொண்டிருந்தேன்!" என்றார்.

❖

32. கிள்ளி வளவன் யானை

கூத்து முடிவதற்கும் சமையல் ஆவதற்கும் சரியாயிருந்தது. கட்டுக்கட்டாகத் தாமரை இலைகளைக் கொண்டு வந்து அவ்வீரர்களின் முன்னால் போட்டார்கள். பிறகு பொங்கலும் கறியமுதும் கொண்டு வந்து பரிமாறினார்கள்.

வீரர்கள் சாப்பிடத் தொடங்கிய பிறகு இளவரசர் அவர்களிடையே பந்தி விசாரணை செய்துகொண்டு வலம் வந்தார். அங்கங்கே நின்று அவ்வீரர்களின் உடல் நலத்தைப் பற்றி விசாரித்தார். அப்படி விசாரிக்கப்பட்டவர்கள் ஆனந்தக் கடலில் ஆழ்ந்தார்கள். பக்கத்திலிருந்தவர்கள் அவர்களுடைய அதிர்ஷ்டத்தைப் பாராட்டினார்கள்.

ஏற்கெனவே சோழ நாட்டு வீரர்களுக்கெல்லாம் இளங்கோவின் பேரில் மிக்க அபிமானம் இருந்தது. சமீபத்தில் அந்த அபிமானம் பன்மடங்கு பெருகியிருந்தது. தாய் நாட்டிலிருந்து தங்களுக்கு வேண்டிய உணவுப் பொருள்களைத் தருவிப்பதற்கு இளவரசர் பெரும் பிரயத்தனம் செய்ததை அவர்கள் அறிந்திருந்தார்கள். அத்துடன் சாதாரணப் போர்வீரர்களுடனே இளவரசர் சம நிலையில் கலந்து பழகி க்ஷேமம் விசாரித்து, அவர்களுக்கு உற்சாகத்தை அளித்து வந்தார். இந்தக் குணாதிசயம் இளவரசரை அவ்வீரர்கள் தங்கள் கண்ணுக்குக் கண்ணாகக் கருதுமாறு செய்திருந்தது.

ஆகையால், வீரர்கள் அங்கங்கே இளவரசரை நிறுத்த முயன்றார்கள். துணிச்சலை வருவித்துக்கொண்டு அவரை ஏதேனும் கேள்வி கேட்பார்கள். முக்கியமாக, அவர்களில் பலரும் கேட்ட கேள்வி, "புலத்திய நகரத்தின் மீது படையெடுப்பு எப்போது?" என்பதுதான். இந்தக் கேள்விக்கு விடையாக இளவரசர், "புலத்திய நகரத்தின் மீது படையெடுத்து என்ன பயன்? மகிந்தன் ரோஹணத்துக்கல்லவா போயிருக்கிறான்?" என்று சிலருக்குச் சொன்னார். "கொஞ்சம் பொறுத்திருங்கள் மழைகாலம் போகட்டும்" என்று வேறு சிலரிடம் சொன்னார். யுத்தமின்றி சோம்பி இருப்பதில் சில வீரர்கள் தங்கள் அதிருப்தியை வெளியிட்டுக் கொண்டார்கள். வேறு சிலர், "தாங்கள் மாதமொரு முறையாவது இவ்விதம் வந்து எங்களைப் பார்த்துவிட்டுப் போனால் பொறுமையாயிருக்கிறோம்" என்றார்கள்.

பந்தி விசாரணை முடிந்ததும், இளவரசர் சற்று ஒதுக்குப்புறமாக அவருக்கென அமைந்திருந்த படைவீட்டுக்குச் சென்றார். வந்தியத்தேவனையும், ஆழ்வார்க்கடியானையும் அவர் தம்முடன் அழைத்துக்கொண்டு போனார்.

"இந்த வீரர்களின் உற்சாகத்தைப் பார்த்தீர்கள் அல்லவா? தஞ்சையிலிருந்து மட்டும் தகுந்த ஒத்துழைப்புக் கிடைத்திருந்தால், இதற்குள் இந்த இலங்கைத் தீவு முழுவதும் நம் வசமாயிருக்கும். அருமையான சந்தர்ப்பம் வீணாகிப் போய்விட்டது. இங்கே மழை

காலத்தில் யுத்தம் நடத்த முடியாது. இன்னும் மூன்று நாலு மாதம் நம் வீரர்கள் சும்மா இருக்கவேண்டியதுதான்!" என்று சொன்னார்.

இதைக் கேட்ட திருமலை, "இளவரசே! தாங்கள் இதைப்பற்றிக் கவலைப்படுவது வியப்பாயிருக்கிறது. அங்கேயோ சோழ சாம்ராஜ்யத்துக்கே பேரபாயம் நேர்ந்திருக்கிறது! விஜயாலய சோழர் ஸ்தாபித்த ராஜ்யம், பராந்தகராலும், சுந்தர சோழராலும் பல்கிப் பெருகிய மகாராஜ்யம், உள் அபாயங்களினால் சின்னா பின்னமாகிவிடும் போலிருக்கிறது!" என்றான்.

"ஆம், ஆம்! நீங்கள் இருவரும் முக்கியமான செய்தி கொண்டு வந்திருக்கிறீர்கள். நான் என்னுடைய அற்பக் கவலையை வெளியிட்டுக் கொண்டிருக்கிறேன். நல்லது; இப்போது நீங்கள் சொல்ல வேண்டியதையெல்லாம் விவரமாகச் சொல்லுங்கள். முதலில் இவர் ஆரம்பிக்கட்டும்!" என்று இளவரசர் வந்தியத்தேவனைச் சுட்டிக் காட்டினார்.

வந்தியத்தேவன் உடனே தன் கதையைத் தொடங்கினான். காஞ்சியிலிருந்து தான் புறப்பட்டது முதல் கண்டவை, கேட்டவை எல்லாவற்றையும் கூறினான். பற்பல அபாயங்களிலிருந்து தப்புவதற்குத்தான் புரிந்த சாகஸச் செயல்களைக் குறித்து அதிகமாக விஸ்தரிக்க விரும்பாதவன்போல் காட்டிக் கொண்டு, அதே சமயத்தில் தன் பிரதாபங்களை வெளியிட்டான். கடைசியில், "ஐயா! தங்கள் அருமைத் தந்தையாரைச் சிறையில் வைத்திருப்பதுபோல் வைத்திருக்கிறார்கள். நெருங்கிய பந்துக்களும் பெருந்தர அதிகாரிகளும், சிற்றரசர்களும் சேர்ந்து பயங்கரமான சதி செய்கிறார்கள். இதனாலெல்லாம் தங்கள் சகோதரி இளைய பிராட்டி பெருங்கவலையில் ஆழ்ந்திருக்கிறார். ஆகையால் தாங்கள் உடனே புறப்பட்டு, என்னுடன் பழையாறைக்கு வரவேண்டும். ஒரு கணமும் தாமதிக்கக் கூடாது!" என்று முடித்தான்.

பிறகு ஆழ்வார்க்கடியான் தனது வரலாற்றைக் கூறினான். வந்தியத்தேவன் கூறியவற்றையெல்லாம் அவனும் ஆமோதித்தான். அத்துடன் திருப்புறம்பியம் பள்ளிப்படையருகில், நள்ளிரவில் நடந்த கொலைகாரர்களின் சதியைப் பற்றியும் கூறினான். சோழநாட்டு நிலைமை இவ்வளவு அபாயகரமாயிருப்பதால் தற்சமயம் இளவரசர் அங்கு வராமலிருப்பதே நல்லது என்று முதன் மந்திரி சொல்லி அனுப்பிய செய்தியை மறுபடியும் வற்புறுத்திக் கூறினான்.

"தாங்கள் சோழ நாட்டுக்குத் தற்சமயம் வராமலிருப்பது மட்டுமல்ல; இங்கேயும் படையெடுப்பை மேலும் விஸ்தரித்துக் கொண்டு போக வேண்டாம் என்று முதன் மந்திரி கேட்டுக் கொள்கிறார். படைகளையெல்லாம் திரட்டி வட இலங்கையில் சேர்த்து வைக்க வேண்டும் என்றும் கேட்டுக் கொள்கிறார். சதிகாரர்கள் சீக்கிரத்தில் வெளிப்பட்டு வந்து தங்கள் உண்மைச் சொரூபத்தைக் காட்டுவார்கள். அச்சமயம் இப்போது இலங்கையிலுள்ள படைமிக்க உபயோகமாயிருக்கும் என்று முதன் மந்திரி அபிப்பிராயப்படுகிறார். பாண்டிய நாட்டில் தற்சமயம் உள்ள கைக்கோளர் படை, வன்னியர் படை, வேளாளர் படை மூன்றும் இளவரசருக்காக உடல் பொருள் ஆவியை அர்ப்பணம் செய்யக் காத்திருக்கின்றன. இதையும் தங்களுக்குத் தெரிவிக்கும்படி முதன் மந்திரி எனக்குக் கட்டளையிட்டார்!" என்றான் ஆழ்வார்க்கடியான்.

"திருமலை! உன் குருநாதர் என்ன நினைத்துக் கொண்டிருக்கிறார்? பாடலிபுரத்துச் சாணக்கியரைப் போல் இவர் அன்பில் சாணக்கியர் என்று தன்னை எண்ணிக் கொண்டிருக்கிறாரா? என் உற்றார் உறவினரோடு நான் சண்டை போடவேண்டும் என்கிறாரா?" என்று இளவரசர் ஆத்திரமாய்க் கேட்டார்.

"இல்லை! ஐயா! அநிருத்தர் அவ்விதம் சொல்லவில்லை. ஆனால் சக்கரவர்த்திக்கு விரோதமாகச் சதி செய்கிறவர்களை, சாம்ராஜ்யத்துக்குத் துரோகம் செய்ய முயற்சி தொடங்கியிருப்பவர்களை சமயம் பார்த்துத் தண்டிக்க வேண்டும் என்கிறார். அதற்கு உதவி புரிவது தங்கள் கடமையல்லவா?" என்றான் திருமலை.

"அதற்கு நான் எப்படி அதிகாரியாவேன்? சதி நடப்பது உண்மையானால், அதற்குத்தக்க நடவடிக்கை எடுக்க வேண்டியது சக்கரவர்த்தியல்லவா? என் தந்தையின் கட்டளையின்றி நான் எப்படி இந்தக் காரியத்தில் பிரவேசிக்க முடியும்!" என்றார் இளவரசர்.

வந்தியத்தேவன் இப்போது குறுக்கிட்டு "இளவரசே! தங்கள் தந்தை இப்போது சுவாதீனமாயில்லை! பழுவேட்டரையர்கள் அவரைச் சிறை வைத்திருப்பதுபோல் வைத்திருக்கிறார்கள். யாரும் நெருங்க முடியாதபடி அரண்மனைக்குள்ளே வைத்திருக்கிறார்கள். தங்கள் தமையனாரோ தஞ்சைக்கு வருவதில்லையென்று விரதம் வைத்துக்கொண்டிருக்கிறார். இந்த நிலைமையில் சாம்ராஜ்யத்தைப் பாதுகாப்பது தங்கள் பொறுப்பல்லவா? உடனே பழையாறைக்கு வரவேண்டியது தங்கள் கடமை அல்லவா?" என்றான்.

"இளவரசர் பழையாறைக்கு வரவேண்டிய அவசியம் என்ன? அதுதான் எனக்குத் தெரியவில்லை!' என்றான் ஆழ்வார்க்கடியான்.

இளவரசர் சற்றுச் சிந்தனையில் ஆழ்ந்திருந்துவிட்டு, "மண்ணாசை மிகப் பொல்லாதது. இராஜ்யத்தின் பேரில் உள்ள ஆசையினால் இவ்வுலகில் என்னென்ன பயங்கரமான பாவங்கள் நடந்திருக்கின்றன? இன்று சிம்மகிரிக் கோட்டைக்குப் போயிருந்தேன் அல்லவா? அந்தக் கோட்டையின் வரலாறு உங்களுக்குத் தெரியுமா?" என்றார்.

"நான் கேட்டதில்லை" என்றான் வந்தியத்தேவன்.

"சொல்கிறேன், கேளுங்கள்! சுமார் ஐந்நூறு வருஷங்களுக்கு முன்பு இந்த இலங்கைத் தீவைத் தாதுசேனன் என்ற அரசன் ஆண்டு வந்தான். அவனுக்கு இரண்டு புதல்வர்கள் இருந்தார்கள். ஒருவன் பெயர் காசியபன்; இன்னொருவன் மகல்லன். தாதுசேனனின் சேனாபதியும், காசியபனும் சேர்ந்து சதியாலோசனை செய்தார்கள். காசியபன் தன் சொந்தத் தந்தையைச் சிறையில் அடைத்துவிட்டுச் சிங்காதனம் ஏறினான். மகல்லன் கடல் கடந்து தமிழ்நாட்டுக்கு ஓடிப்போனான். சில நாளைக்குப் பிறகு தாதுசேனனின் சிறையைச் சுற்றிச் சுவர் எழுப்பி அடைத்து அவனைக் கொன்றுவிட்டார்கள். இந்தக் கொடூர பாவத்தைச் செய்த காசியபனுக்குத் தன் சகோதரன் மகல்லன் திரும்பி வந்து பழிக்குப் பழி வாங்குவான் என்ற பீதி உண்டாகி விட்டது. அதற்காக இந்த சிம்மகிரிக் குன்றுக்கு வந்தான். செங்குத்தான குன்றாகையால் பகைவர்கள் அதன் பேரில் ஏறிக் கோட்டையைப் பிடிப்பது இயலாத காரியம் என்று நினைத்தான். இம்மாதிரி பதினெட்டு வருஷம் ஒளிந்து வாழ்ந்திருந்தான்.

கடைசியில் ஒருநாள் மகல்லன் தன் உதவிக்குப் பாண்டிய ராஜாவின் சைன்யத்தையும் அழைத்துக் கொண்டு வந்து சேர்ந்தான். சிம்மகிரிக் கோட்டையை அணுகினான். அச்சமயத்தில் காசியபனின் புத்தி பேதலித்து விட்டது. அத்தனை வருஷம் கோட்டையில் ஒளிந்திருந்தவன் அசட்டுத் தைரியத்துடன் வெளிவந்து போராடி இறந்தான்! அப்பேர்ப்பட்ட பாதகன், தந்தையைக் கொன்ற பாவி, கட்டிய, கோட்டையில் சில அற்புதமான வர்ணச் சித்திரங்கள் இருக்கின்றன. இன்று சீன யாத்திரீகளுடன் போயிருந்த போது பார்த்தேன். அடடா! அந்தச் சித்திரங்களின் அழகை என்னவென்று சொல்வது? பல நூறு வருஷங்களுக்கு முன்பு எழுதியவை. ஆனால் இன்றைக்கும் சிறிதும் வர்ணம் மங்காமல் புத்தம் புதிய சித்திரங்கள் போல் இருக்கின்றன..."

"ஐயா! நான் ஒரு கேள்வி கேட்கலாமா?" என்றான் ஆழ்வார்க்கடியான்.

"தயக்கம் ஏன்? தாராளமாய்க் கேட்கலாம்."

"சிம்மகிரிக் கோட்டை இன்னும் பகைவர் படைகளின் வசத்திலே தானே இருக்கிறது?"

"ஆமாம்; அதைக் கைப்பற்றும் முயற்சியை இப்போது தொடங்கும் உத்தேசம் எனக்கு இல்லை. அதனால் வீணான உயிர்ச்சேதம் ஏற்படும்."

“அதைப்பற்றி நான் கேட்கவில்லை. ஐயா! பகைவர் கோட்டைக்குள் தாங்கள் பிரவேசித்தது உசிதமா என்று கேட்டேன். சீன யாத்திரீகர்களுக்கு யானைப் பாகனாகத் தாங்கள் போக வேண்டிய அவசியம் என்ன நேர்ந்தது? யானையின் கழுத்தில் தங்களைப் பார்த்ததும் என் கண்களை நம்புவதா இல்லையா என்ற சந்தேகம் எனக்கு ஏற்பட்டுவிட்டது. தங்களுடைய புருவத்தின் நெரிப்பைப் பார்த்துத்தான் சந்தேகம் தெளிந்து நிச்சயப்படுத்திக் கொண்டேன். இப்படித் தங்கள் உயிருக்கு அபாயத்தை ஏற்படுத்திக் கொள்ளலாமா?”

“என் உயிர் மட்டும் அவ்வளவு உயர்ந்ததா, திருமலை! எத்தனை சோழ நாட்டு வீரர்கள் இந்த இலங்கையில் வந்து உயிரை விட்டிருக்கிறார்கள்?...”

“அவர்கள் போர்க்களத்தில் உயிர் துறந்தார்கள். தாங்கள் அநாவசியமாகத் தங்களை அபாயத்துக்கு உள்ளாக்கிக் கொண்டீர்கள்!”

“அநாவசியமில்லை; இரண்டு காரணங்கள் உண்டு. சிம்மகிரி சித்திரங்களைப் பார்க்கவேண்டுமென்ற ஆசை எனக்கு வெகு நாளாக இருந்தது. அந்த ஆசையை இன்று பூர்த்தி செய்து கொண்டேன்...”

“இளவரசே! இன்னொரு காரணம்?”

“பார்த்திபப் பல்லவர் திரிகோண மலையில் வந்து இறங்கினவுடனே, எனக்குச் செய்தி கிடைத்தது. அவரை இன்று பார்க்க விரும்பவில்லை. ஏனெனில்...”

“ஏனெனில்...?”

“மாதோட்டத்துக்கு முதன் மந்திரி வந்திருக்கிறார் என்பதும் எனக்குத் தெரியும். அவரிடமிருந்து செய்திவரும் என்று எதிர்பார்த்தேன். இரண்டு மூத்தவர்களிடமிருந்து செய்தி வந்தால், முதலில் கிடைக்கிற செய்தியின்படிதானே நான் நடந்தாக வேண்டும்?”

வந்தியத்தேவன், ”ஆகா! அப்படிச் சொல்லுங்கள், என் கட்சிதானே ஜயித்தது?” என்று குதூகலித்தான்.

“அரசே! இவன் தங்களைத் தந்திரத்தினால் ஏமாற்றி விட்டான்...”

“அவன் ஏமாற்றவில்லை; நானாகவே ஏமாந்தேன். உன்னை அழைத்து வருவதற்கு வைத்திருந்த வீரனை இவன் குதிரை மேலிருந்து தள்ளிவிட்டு அக்குதிரை மீது தான் ஏறிக்கொண்டு வந்ததை நான் கவனித்துவிட்டேன். இவனுக்கு ஒரு பாடம் கற்பிக்க விரும்பினேன்...”

“நல்ல பாடம் கற்பித்தீர்கள்! ஒவ்வொரு பாடமும் ஒரு மணங்கு நிறையிருக்கும். இப்போது நினைத்தாலும் என் முதுகும் மார்பும் வலிக்கின்றன! ஓலை கொண்டுவந்த தூதனை இப்படித்தானா நடத்துவது? போனால் போகட்டும்; தாங்கள் மட்டும் என்னுடன் பழையாறைக்கு வருவதாயிருந்தால்...”

“எனக்கு ஒரு பழைய பாடல் ஞாபகம் வருகிறது! திருமலை! என் முன்னோர்களில் பெருங்கிள்ளி வளவன் என்று ஒரு மன்னர் இருந்தார். அவரிடம் ஓர் அதிசயமான யானை இருந்தது. அதன் ஒரு கால் காஞ்சியில் இருக்கும்; இன்னொரு காலினால் தஞ்சையை மிதிக்கும்; மற்றொரு கால் இந்த ஈழ நாட்டை மிதிக்கும் நாலாவது கால் உறையூரில் ஊன்றி நிலைத்திருக்கும்.

“கச்சி ஒரு கால் மிதியா ஒரு காலால்
தத்துநீர்த் தண்தஞ்சை தான்மிதியாப் பிற்றையும்
ஈழம் ஒரு கால் மிதியா வருமே நம்
கோழியர் கோக் கிள்ளி களிறு!”

என்று அற்புதமான கற்பனையுடன் ஒரு புலவர் பாடியிருக்கிறார். இந்த இலங்கையில் மந்தை மந்தையாக ஆயிரம் ஆயிரம் யானைகள் இருக்கின்றன. இருந்து என்ன பயன்?

புலவருடைய கற்பனை யானையைப்போல் ஒரு யானை இருந்தால் நானும் ஒரே சமயத்தில் காஞ்சியிலும், பழையாறையிலும், மதுரையிலும், இலங்கையிலும் இருக்கலாம் அல்லவா?"

புலவரின் யானையைப் பற்றிக் கேட்டதும் வந்தியத்தேவனும், ஆழ்வார்க்கடியானும் விழுந்து விழுந்து சிரித்தார்கள். "அப்படிப்பட்ட யானைதான் இல்லையே? தாங்கள் என்ன செய்யப்போகிறீர்கள்?" என்று திருமலை கேட்டான்.

"சந்தேகம் என்ன? பழையாறைக்கு வருவதென்றுதான் முடிவாகிவிட்டதே?" என்றான் வந்தியத்தேவன்.

"உங்கள் சண்டையைக் கொஞ்சம் நிறுத்தி வையுங்கள். நாளை அநுராதபுரம் போவோம். அங்கே பார்த்திப பல்லவரை நான் எப்படியும் சந்தித்தாக வேண்டும். அவர் சொல்வதையும் கேட்டுவிட்டுத்தான் முடிவுசெய்ய வேண்டும்" என்றார் இளவரசர்.

❖

33. சிலை சொன்ன செய்தி

மறுநாள் காலையில் சூரியன் உதயமாவதற்குள் அருள்மொழிவர்மர், ஆழ்வார்க்கடியான் வந்தியத்தேவன் ஆகிய மூவரும் அநுராதபுரத்துக்குப் புறப்பட்டார்கள். சிறிது தூரம் காட்டுப் பாதையில் வந்த பிறகு இராஜபாட்டையை அடைந்தார்கள். வேறு வீரர்கள் யாரையும் இளவரசர் தம்முடன் மெய்க்காவலுக்கு அழைத்து வராதது வந்தியத்தேவனுக்கு வியப்பை அளித்தது. ஆனால் அன்றைய பிரயாணத்தில் அவனுக்கிருந்த உற்சாகத்தைப் போல் அதற்குமுன் என்றுமிருந்ததில்லை. காலை நேரத்தில் இரு புறமும் மரங்களடர்ந்த அந்த இராஜபாட்டையில் பிரயாணம் செய்வதே ஓர் ஆனந்த அனுபவம். பழையாறை அரசிளங்குமரி தன்னிடம் ஒப்புவித்திருந்த வேலையைச் செய்து முடித்துவிட்டோம் என்ற பெருமித உணர்ச்சி அவன் உள்ளத்தில் பொங்கிக் கொண்டிருந்தது. அது மட்டுமா? பல வருஷங்களாக அவன் இதயத்தில் பொங்கிக்கொண்டிருந்த ஆசையும் நிறைவேறிவிட்டது. சோழவள நாட்டின் செல்லப்பிள்ளையைப் பார்த்தாகிவிட்டது. நாடு நகரமெல்லாம் மக்கள் எந்த வீர இளைஞரின் வீரப் பிரதாபங்களையும், குணாதிசயங்களையும் பாடிப் புகழ்ந்துகொண்டிருந்தார்களோ; அந்த அரசிளங்குமாரரைச் சந்தித்தாகிவிட்டது. அந்தச் சந்திப்புதான் எவ்வளவு அதிசயமான சந்திப்பு? அருள்மொழிவர்மர் ஒரு விசித்திரமான மனிதர் என்று, தான் கேள்விப்பட்டிருந்தது உண்மைதான்!

திடீரென்று குதிரையைத் திருப்பித் தன்னைத் தாக்கி திக்குமுக்காடச் செய்துவிட்டாரே? அவர் சேனைக்குத் தலைமை வகித்து செல்லுமிடங்களிலெல்லாம் வெற்றிமேல் வெற்றியாக இருந்து வருவதன் இரகசியமும் இதுதான் போலும்! பகைவர்கள் எதிர்பாராத சமயத்தில் எதிர்பாராத இடத்தில் தாக்குவதே இவருடைய போர்முறை போலும்? ஆனால் இவரது இடைவிடா வெற்றியின் இரகசியம் இது மட்டுந்தானா? சேனா வீரர்களுடன் எவ்வளவு பவ்யமாக இவர் பழகுகிறார்? எப்படி அவர்களைத் தம் அன்புக்கு வசப்படுத்தி வைத்திருக்கிறார்!

போர் வீரர்களை மட்டுந்தானா? தாம் வெற்றிகொண்ட நாட்டின் மக்களையும் எப்படி வசீகரப்படுத்தி வைத்திருக்கிறார்? சமீபத்தில் மாபெரும் போர் நடந்த நாடு என்று இதைச் சொல்ல முடியுமா? சாலைகளில் மக்கள் எவ்வளவு உல்லாசமாக நடந்து கொண்டிருக்கிறார்கள்! இரு பக்கங்களிலுமுள்ள கிராமங்களில் ஜனங்கள் எப்படி நிர்ப்பயமாகவும் கவலையின்றியும் தத்தம் காரியங்களைக் கவனித்துக்கொண்டிருக்கிறார்கள்? மக்களின் முகங்களில் பீதியின் அறிகுறியோ துயரத்தின் சின்னமோ சிறிதும் காணப்படவில்லையே? கலகலவென்று பெண்களும் குழந்தைகளும் சிரிக்கும் சப்தம்கூட அடிக்கடி காதில் விழுகிறதே! இது என்ன விந்தை! இவர் எத்தகைய விந்தையான மனிதர்! வெற்றி கொண்ட நாட்டு மக்களிடமிருந்து உணவுப் பொருளைக் கைப்பற்றக்கூடாது என்று

இளவரசர் பிடிவாதம் பிடித்து சோழ நாட்டிலிருந்து சைன்யத்துக்கு உணவுப் பொருள் வரவேண்டுமென்று வற்புறுத்தியதும், அதன் காரணமாகப் பழுவேட்டரையர்களுக்கு ஏற்பட்ட கோபமும், அவர்கள் சுந்தர சோழரிடம் புகார் கூறியதும், இவையெல்லாம் வந்தியத்தேவனுக்கு நினைவு வந்தன.

அன்றியும் ஆதித்த கரிகாலர் கையாளும் கொடூரமான போர் முறையையும், அருள்மொழிவர்மரின் தயாளம் பொருந்திய தர்ம யுத்த முறையையும் அவன் தன் மனத்திற்குள்ளே ஒப்பிட்டுப் பார்த்துக் கொண்டான். சில நாளைக்கு முன்பு வரையில் தன்னுடைய எஜமானராயிருந்த ஆதித்த கரிகாலரைப்பற்றி எவ்விதத்திலும் குறைவாக எண்ணுவது அவனுக்கே பிடிக்கவில்லை. ஆயினும் அந்த அநுராதபுரத்து இராஜபாட்டையில் இருபுறமும் வசித்த கிராம ஜனங்களின் மலர்ந்த முகங்களைப் பார்க்கும்போதெல்லாம் அவன் மேற்கண்டவாறு ஒப்பிட்டுப் பார்க்காமல் இருக்க முடியவில்லை. அம்மம்மா! ஆதித்த கரிகாலர் யுத்தம் செய்து திரும்பிய நாடுகளில் இத்தகைய காட்சிகளைக் காணமுடியுமா? எங்கெங்கும் ஒரே ஓலக்குரல் அல்லவா கேட்டுக்கொண்டிருக்கும்?

இத்தகைய அபூர்வ குணாதிசயம் படைத்த இளவரசருடன் எத்தனையோ விஷயங்களைப் பற்றி பேச வேண்டும், எவ்வளவோ காரியங்களைப் பற்றிக் கேட்க வேண்டும் என்று வந்தியத்தேவனுடைய உள்ளம் துடிதுடித்தது. ஆனால் புரவிகளின் பேரில் ஆரோகணித்து விரைவாகச் சென்று கொண்டிருக்கும் சமயத்தில் பேசுவதற்கும் இடம் எங்கே? ஆம் பேசுவதற்கு ஒரே ஒரு சந்தர்ப்பம் மட்டும் கிடைத்தது.

அநுராதபுரத்தைக் கிட்டத்தட்ட நெருங்கிக் கொண்டிருந்தபோது சாலை ஓரத்தில் பெரியதொரு புத்த பகவானின் சிலை நிற்பதை வந்தியத்தேவன் கண்டான். இம்மாதிரி சிலைகள் இலங்கையில் பற்பல இடங்களிலும் இருந்தபடியால் அதைப்பற்றி வந்தியத்தேவன் அதிகக் கவனம் செலுத்தவில்லை. ஆனால் பொன்னியின் செல்வர் அச்சிலையின் அருகில் குதிரையைச் சடாரென்று இழுத்துப் பிடித்து நிறுத்தியதும் இவனும் நிற்கவேண்டியதாயிற்று. சற்று முன்னாலேயே போய்க்கொண்டிருந்த ஆழ்வார்க்கடியானும் குதிரையை நிறுத்தி இவர்கள் பக்கம் திரும்பினான்! பொன்னியின் செல்வர் சற்றுநேரம் அந்தப் புத்த பகவானுடைய கம்பீரமான சிலையைக் கவனமாக உற்றுப் பார்த்துக்கொண்டிருந்தார்.

"அடடா! என்ன அற்புதக்கலை!" என்றார்.

"எனக்கு ஒரு அற்புதமும் தெரியவில்லை. இந்த நாட்டில் எங்கே பார்த்தாலும் இத்தகைய பிரம்மாண்டமான புத்தர் சிலைகளை வைத்திருக்கிறார்கள். எதற்காகவோ தெரியவில்லை?" என்றான் வந்தியத்தேவன்.

இளவரசர் வந்தியத்தேவனைப் பார்த்துப் புன்னகை செய்தார். "மனத்தில் உள்ளபடி பேசுகிறீர்; அதில் எனக்கு மகிழ்ச்சி" என்றார்.

"இளவரசே! வல்லவரையர் இன்றைக்குத்தான் உண்மை பேசுவதென்கிற வழக்கத்தைக் கைக்கொண்டிருக்கிறார்!" என்றான் திருமலை.

"வைஷ்ணவரே! எல்லாம் சகவாச தோஷந்தான். வீர நாராயணபுரத்தில் உம்மைப் பார்த்தது முதல் என் நாவில் கற்பனா சக்தி தாண்டவமாடி வந்தது. இளவரசரைப் பார்த்ததிலிருந்து உண்மை பேசும் வழக்கம் வந்துவிட்டது!" என்றான் வந்தியத்தேவன்.

அவர்களுடைய சொற்போரை இளவரசர் கவனிக்கவில்லை. சிலையின் தோற்றத்தில் ஆழ்ந்திருந்தார்.

"உலகத்திலேயே சிற்பக்கலையின் அற்புதம் பூரணமாக விளங்கும் வடிவங்கள் இரண்டுதான். ஒன்று நடராஜர்; இன்னொன்று புத்தர்" என்றார்.

"ஆனால் நடராஜ வடிவங்களை இம்மாதிரி பிரம்மாண்ட வடிவங்களாக நம் நாட்டில் செய்வதில்லையே?"

"இலங்கையில் முற்காலத்தில் இருந்த மன்னர்களில் சிலர் மகா புருஷர்கள். அவர்கள் ஆண்ட ராஜ்யம் சிறியது ஆனால் அவர்களுடைய இருதயம் பெரியது; அவர்களுடைய பக்தி மிகப்பெரியது. புத்த பகவானிடம் அவர்களுடைய பக்தியை இப்படிப் பெரிய வடிவங்களை அமைத்துக் காட்டினார்கள். புத்த சமயத்தில் அவர்களுடைய பக்தியைப் பெரிய பெரிய ஸ்தூபங்களை அமைத்துக் காட்டினார்கள். இந்த நாட்டில் உள்ள புத்தர் சிலைகளையும் விஹாரங்களையும் ஸ்தூபங்களையும் பார்த்துவிட்டு நம் சோழ நாட்டிலுள்ள சின்னஞ்சிறு சிவன் கோவில்களை நினைத்தால் எனக்கு அவமானமாயிருக்கிறது!" என்றார் பொன்னியின் செல்வர்.

இவ்விதம் சொல்லிவிட்டுக் குதிரையிலிருந்து இறங்கி இளவரசர் புத்தர் சிலையண்டைச் சென்றார். சிலையின் பத்ம பாதங்களையும், அந்தப் பாதங்களை அலங்கரித்த தாமரை மொட்டுகளையும் சிறிது நேரம் கவனமாகப் பார்த்தார். பின்னர் புத்தர் சிலையின் பாதங்களைத் தொட்டுக் கும்பிட்டு விட்டுத் திரும்பி வந்து பழையபடி குதிரையின் மீது ஏறினார்.

குதிரைகள் சற்று மெதுவாகவே சென்றன. "ஏதேது? இளவரசர் புத்த மதத்தில் சேர்ந்துவிடுவார் போலிருக்கிறதே?" என்று வந்தியத்தேவன் திருமலையிடம் சொன்னது இளவரசர் காதில் விழுந்தது.

அவர்கள் இருவரையும் பொன்னியின் செல்வர் பார்த்து, "புத்த பகவானிடம் என்னுடைய பக்தி காரணார்த்தமானது. அந்தப் புத்தர் சிலையின் பத்ம பாதங்கள் எனக்கு ஒரு முக்கியமான செய்தியை அறிவித்தன!" என்றார்.

"ஆகா! எங்கள் காதில் ஒன்றும் விழவில்லையே?"

"மௌன பாஷையில் அச்செய்தி எனக்குக் கிடைத்தது."

"அது என்ன செய்தி? எங்களுக்குத் தெரியலாமா?"

"இன்றிரவு பன்னிரண்டு நாழிகைக்கு அநுராதபுரத்தில் சிம்மதாரைத் தடாகத்துக்கு அருகில் நான் வரவேண்டுமென்று பகவானுடைய பாதமலர்கள் எனக்கு அறிவித்தன!" என்றார் பொன்னியின் செல்வர்.

❖

34. அநுராதபுரம்

சூரியன் அஸ்தமனமாகும் சமயத்தில் அவர்கள் அநுராதபுரத்தை அணுகினார்கள். இலங்கைத்தீவின் தொன்மை மிக்க அத்தலைநகரத்தைச் சற்றுத் தூரத்திலிருந்து பார்த்தபோதே வந்தியத்தேவன் அதிசயக் கடலில் மூழ்கிப் பேசும் சக்தியை இழந்தான். அநுராதபுரத்தைப் பற்றி அவன் பலர் சொல்லக் கேள்விப்பட்டதுண்டு. அந்நகரைப் பற்றி அவர்கள் செய்த வர்ணனைகளிலிருந்து அதன் தோற்றம் இப்படி இருக்குமென்று அவன் கற்பனை செய்து பார்த்ததும் உண்டு. ஆனால் அவனுடைய கற்பனைகளையெல்லாம் அந்த மாநகரம் விஞ்சியதாயிருந்தது. அம்மம்மா! இதன் மதில்சுவர் தான் எத்தனை பெரியது? எப்படி இருபுறமும் நீண்டு கொண்டே செல்கிறது? எந்த இடத்திலே அச்சுவர் வளைந்து திரும்புகிறது என்று தெரிந்து கொள்ளவும் முடியவில்லையே? மதில் சுவருக்கு உள்ளே எத்தனை எத்தனை கோபுரங்களும் ஸ்தூபங்களும் மண்டபச் சிகரங்களும் தலை தூக்கிக் கம்பீரமாக நிற்கின்றன! ஒன்றுக்கொன்று அவை எவ்வளவு தூரத்தில் நிற்கின்றன! இவ்வளவும் ஒரே நகரத்துக்குள்ளே, ஒரே மதில் சுவருக்குள்ளே அடங்கியிருக்க முடியுமா? காஞ்சி, பழையாறை, தஞ்சை முதலிய நகரங்களெல்லாம் இந்த மாநகரத்தின் முன்னே எம்மாத்திரம்? அசோக சக்கரவர்த்தியின் காலத்தில் பாடலிபுத்திரமும், விக்ரமாதித்தனின் ஆட்சியில் உஜ்ஜயினி நகரமும், கரிகால்வளவன் காலத்தில் காவேரிப்பட்டினமும் ஒருகால் இந்த நகரத்தைப் போல் இருந்திருக்கலாம்! தற்காலத்தில் உள்ள வேறு எந்தப் பட்டணத்தையும் இதற்கு இணை சொல்ல முடியாது!...

மதில் சுவரும் அதன் பிரதான வாசலும் நெருங்க நெருங்க, நகரை நோக்கிச் செல்வோரின் கூட்டம் அதிகமாகி வந்தது. தமிழர்களும், சிங்களவர்களும், பிக்ஷுக்களும் இல்லறத்தாரும், ஆண்களும், பெண்களும், சிறுவர் சிறுமிகளும் பெருங்கூட்டமாகச் சென்றார்கள். எல்லாரும் தேர் திருவிழாவுக்குச் செல்கிறவர்களைப் போல் குதூகலமாகச் சென்றார்கள். அவர்களில் ஒரு சிலர் நமது பிரயாணிகள் மூவரையும் கவனிக்கவும், சுட்டிக் காட்டவும் தொடங்கினார்கள். இதைக் கண்டதும் பொன்னியின் செல்வர் மற்ற இருவருக்கும் சமிக்ஞை செய்துவிட்டு, இராஜபாட்டையிலிருந்து விலகிக் குறுக்கு வழியில் சென்றார். மரங்களால் மறைக்கப்பட்டிருந்த ஒரு சிறிய செய் குன்றத்தின் அடிவாரத்தில் வந்து குதிரையை நிறுத்தினார். பின்தொடர்ந்து வந்த இருவரையும் பார்த்து, "குதிரைகள் வெகு தூரம் வந்திருக்கின்றன. சற்று நேரம் இளைப்பாறட்டும். நன்றாக இருட்டிய பிறகு நகருக்குள் போவோம்!" என்றார்.

குதிரைகள் மீதிருந்து மூவரும் இறங்கி ஒரு கற்பாறை மீது உட்கார்ந்தார்கள். "இவ்வளவு கூட்டமாக ஜனங்கள் போகிறார்களே? இன்றைக்கு இந்த நகரத்திலும் ஏதாவது உற்சவமோ?" என்று வந்தியத்தேவன் கேட்டான்.

"இந்த நாட்டில் நடக்கும் திருவிழாக்களுக்குள்ளே பெரிய திருவிழா இன்றைக்குத்தான்!" என்றார் இளவரசர்.

"ஈழ நாட்டில் ஏதோ யுத்தம் நடக்கிறது என்று கேள்விப்பட்டேன். இங்கே வந்து பார்த்தால் ஒரே உற்சவமாயிருக்கிறதே" என்றான் வந்தியத்தேவன்.

"பழையாறையில் ஸ்ரீ ஜயந்தி உற்சவம் நடந்தது என்று நீர் சொல்லவில்லையா?"

"ஆமாம், ஆனால் பழையாறை சோழ நாட்டில் இருக்கிறது..."

"அநுராதபுரம் ஈழ நாட்டில் இருக்கிறது. அதனால் என்ன? சோழ நாட்டிலும் சுந்தர சோழ சக்கரவர்த்தியின் ஆட்சிதான்; ஈழநாட்டிலும் அவருடைய செங்கோல் ஆட்சிதான்...!"

"ஆனால் இந்த நாட்டில் இன்னும் பகைவர்கள் இருக்கிறார்களாமே?..."

"பகைவர்கள் எங்கேயோ இருக்கிறார்கள். அதற்கு இங்குள்ள ஜனங்கள் என்ன செய்வார்கள்? போர்க்களத்தில போர் நடக்க வேண்டியதுதான்; ஊர்ப்புறத்தில் உற்சவமும் நடக்க வேண்டியதுதான்!.. திருமலை! நீ என்ன சொல்கிறாய்?" என்றார் இளவரசர்.

"இங்கே வெளிப் பகைவர்கள் இருந்தால் அங்கே உட்பகைவர்கள் இருக்கிறார்கள். வெளிப்பகைவர்களைக் காட்டிலும் உட்பகைவர்களே அபாயமானவர்கள். ஆகையால் இளவரசர் இந்த நாட்டிலேயே உற்சவமும், யுத்தமும் நடத்திக் கொண்டிருப்பது நல்லது என்று அடியேன் சொல்லுகிறேன்" என்றான் ஆழ்வார்க்கடியான்.

"அழகாய்த்தானிருக்கிறது. வெளிப்பகைவர்களைவிட உட்பகைவர்களே அபாயகரமானவர்கள் என்றால், அங்கே தானே நம் இளவரசர் இருக்கவேண்டும்? அபாயம் அதிக உள்ள இடமே வீர புருஷர்கள் இருக்கவேண்டிய இடம் அல்லவா?" என்றான் வந்தியத்தேவன்.

"வீரம் என்றால், அசட்டுத்தனமாகச் சதிகாரர்களிடமும், கொலைகாரர்களிடமும் போய் அகப்பட்டுக் கொள்ள வேண்டும் என்று அர்த்தமா? வீராதி வீரனாகிய நீ அங்கே போய் அகப்பட்டுக்கொள்வதுதானே? எதற்காகத் தப்பி ஓடி வந்தாய்?" என்றான் திருமலை.

"போதும்! போதும்! நீங்கள் ஒரு யுத்தம் இங்கே ஆரம்பித்து விடவேண்டாம்!" என்று அருள்மொழிவர்மர் சமாதானம் செய்வித்தார்.

இருட்டிய பிறகு மூன்று பேரும் அந்நகருக்குள் பிரவேசித்தார்கள். அன்று யாத்திரீகள் யாரையுமே கோட்டை வாசலில் தடுத்து நிறுத்தவில்லை. எல்லாரையும் தங்குதடையின்றி விட்டுக்கொண்டிருந்தார்கள். காவலர்கள் சும்மா நின்று பார்த்துக்கொண்டிருந்தார்கள்.

கூட்டத்தோடு கூட்டமாக நம் கதாபுருஷர்கள் மூவரும் நகருக்குள் பிரவேசித்துச் சென்றார்கள்.

அநுராதபுரத்தின் வீதிகளிலும் ஜனக்கூட்டம் அளவில்லாம லிருந்தது. 'சாது! சாது!' என்ற கோஷம் வானை அளாவியது. ஆங்காங்கு பல மாடமாளிகைகளும், விஹாரங்களும் இடிந்து கிடப்பதை வந்தியத்தேவன் கண்டான். இடிந்துபோன பல கட்டடங்கள் புதுப்பிக்கப்பட்டிருப்பதையும் பார்த்தான். புதுப்பிக்கும் திருப்பணி இளவரசர் கட்டளையின் பேரிலேதான் நடந்திருக்கவேண்டும் என்று தீர்மானித்துக் கொண்டான். இப்படியெல்லாம் இவர் செய்து வருவதன் நோக்கம்தான் என்ன? ஜயிக்கப்பட்ட நாட்டின் மக்களுக்கு இவர் ஏன் இவ்வளவு சலுகை காட்டுகிறார்? ஆயிரம் ஆண்டுகளாகத் தமிழகத்துடன் அடிக்கடி சண்டை போட்டு வருகிறார்கள் இந்தச் சிங்கள அரசர்கள். இத்தகைய நெடுங்காலப் பகைவர்களின் தலைநகரத்தை அழித்துக் கொளுத்தித் தரைமட்டமாக்குவதற்கு மாறாக, இடிந்து போன கட்டடங்களைப் புதுப்பித்துத் திருவிழாக்கள் நடத்த இவர் அனுமதித்து வருகிறாரே? இது என்ன அதிசயம்! இதில் ஏதோ மர்மம் இருக்கத்தான் வேண்டும்; அது என்னவாயிருக்கும்? வந்தியத்தேவனுடைய உள்ளத்தில் ஒரு விந்தையான எண்ணம் உதித்தது.

ஆம், ஆம்! அப்படித்தான் இருக்கவேண்டும். சோழ நாட்டில் இவருக்கு உரிமை எதுவும் இல்லை. பட்டத்து இளவரசர் ஆதித்த கரிகாலர் இருக்கிறார். அவருடன் போட்டியிட மதுராந்தகத்தேவர் இருக்கிறார். ஆகையால் இந்த மாஇலங்கைத் தீவில் இவர் ஒரு தனி ராஜ்யத்தை ஸ்தாபித்து சுதந்திர மன்னராக விரும்புகிறார் போலும்! யார் கண்டது? இவருடைய விருப்பம் நிறைவேறினாலும் நிறைவேறலாம்! குடந்தை சோதிடர் சொன்னார் அல்லவா? "அருள்மொழிவர்மர் துருவ நட்சத்திரம் போன்றவர்! அவரை நம்பினவர்களுக்கு ஒரு குறையும் இல்லை!" என்று அத்தகைய வீர புருஷரிடம் தான் வந்து சேர்ந்து விட்டதை நினைத்து அவனுடைய உள்ளம் மகிழ்ச்சியால் பூரித்தது.

வெளிப்புறங்கள் இடிந்து இருளடைந்திருந்த ஒரு பழைய மாளிகையின் வாசலில் வந்து அவர்கள் நின்றார்கள். குதிரைகளின் மீதிருந்து இறங்கினார்கள். அந்த இடம் முக்கியமான வீதிகளிலிருந்து சற்று ஒதுக்குப்புறமாக இருந்தது. ஆகையால் அங்கே ஜனக்கூட்டம் இல்லை. இளவரசர் மூன்று தடவை கையைத் தட்டினார். உடனே இந்திர ஜாலத்தினால் நடந்தது போல் அந்த மாளிகையின் ஒரு பக்கத்தில் கதவு திறந்து வழி உண்டாயிற்று. ஆட்கள் யாருமே இருந்ததாகத் தெரியவில்லை. இளவரசர் இருட்டிலேயே நுழைந்து மேலே சென்றார். வந்தியத்தேவன் பின்னால் திரும்பிக் குதிரைகளின் கதி என்னவென்று ஆவலுடன் பார்த்தான். இளவரசர், "குதிரைகளுக்கு வழி தெரியும்!" என்று கூறி வந்தியத்தேவனைக் கையைப்பிடித்து இழுத்துச் சென்றார். சற்றுத் தூரம் இருளிலேயே நடந்தார்கள். பிறகு 'மினுக் மினுக்'கென்று வெளிச்சம் தெரிந்தது. பின்னர் பிரகாசமான ஒளி தென்பட்டது. அது ஒரு பழையகாலத்து அரண்மனையின் உட்புறம் என்று வந்தியத்தேவன் கண்டான்.

"இங்கே கொஞ்சம் ஜாக்கிரதையாகவே இருக்கவேண்டும். மகாசேன சக்கரவர்த்தியின் அந்தப்புரம் இது. திடீரென்று சக்கரவர்த்தி விஜயம் செய்து நம்மைத் துரத்தப் பார்த்தாலும் பார்ப்பார்!" என்றார் இளவரசர்.

"மகாசேனர் என்பவர் யார்?" என்று வந்தியத்தேவன் கேட்டான்.

"மகாசேனர் அறுநூறு ஆண்டுகளுக்கு முன்னால் இந்த இலங்கா ராஜ்யத்தை ஆண்ட சக்கரவர்த்தி. அவர் பொது ஜனங்களுக்குப் பல நன்மைகளைச் செய்தார். ஆகையால் அவருடைய ஆவி இந்த நகரத்தில் இன்னமும் உலாவிக் கொண்டிருப்பதாக ஜனங்கள் நினைக்கிறார்கள். அவருடைய ஆவியானது துணியில்லாமல் குளிரில் கஷ்டப்படப் போகிறதே என்று மரக் கிளைகளில் துணிகளைக் கட்டித் தொங்க விடுகிறார்கள்! இந்த அரண்மனையிலும் அவருக்குப் பிறகு யாரும் வசிப்பதில்லை. வெறுமனேதான் விட்டு வைத்திருக்கிறார்கள்!" என்றார் இளவரசர்.

இளவரசருக்கும், அவருடன் வந்தவர்களுக்கும் பணிவிடை செய்ய அங்கு ஏவலாளர் இருந்தார்கள். குளித்து உணவருந்திய பிறகு மூவரும் அந்த அரண்மனையின் உச்சி மாடத்துக்குச் சென்றார்கள். அவர்கள் இருந்த இடத்திலிருந்து சுற்றுப்புறமெங்கும் பார்க்கலாம். ஆனால் அவர்களைக் கீழேயுள்ளவர்கள் பார்க்க முடியாது. அப்படிப்பட்ட இடத்தில் போய் அமர்ந்தார்கள்.

"ஐயா! பன்னிரண்டு நாழிகைக்கு எங்கேயோ வரும்படி புத்தர் சிலை, செய்தி சொன்னதாகக் கூறினீர்களே?" என்று வந்தியத்தேவன் கேட்டான்.

"இன்னும் நேரமிருக்கிறது. சந்திரன் இப்போதுதானே உதயமாயிருக்கிறான்? அதோ அந்தத் 'தாகபா'வின் உச்சிக்கு நேரே சந்திரன் வந்ததும் புறப்பட்டுவிடுவோம்!" என்றார் இளவரசர்.

அவர் சுட்டிக்காட்டிய இடத்தில் ஒரு பெரிய குன்று போன்ற தாகபா ஸ்தூபம் நின்றது. புத்தர் பெருமானுடைய திருமேனியின் துகளை அடியில் வைத்து எழுப்பிய ஸ்தூபங்களாதலால் அவை 'தாது கர்ப்பம்' என்று அழைக்கப்பட்டன. தாது கர்ப்பம் என்னும் பெயர்தான் பின்னர் 'தாகபா' ஆயிற்று.

"எதற்காக இவ்வளவு பெரிய கட்டடங்களைக் கட்டினார்கள்?" என்று வந்தியத்தேவன் கேட்டான்.

"முதன் முதலில், புத்தர் எவ்வளவு பெரியவர் என்பதை ஜனங்களுக்கு உணர்த்துவதற்காக இவ்வளவு பெரிய சின்னங்களை நிர்மாணித்தார்கள். பின்னால் வந்த அரசர்களோ தாங்கள் எவ்வளவு பெரியவர்கள் என்பதைக் காட்டுவதற்காக முன்னால் கட்டியிருந்த ஸ்தூபங்களைக் காட்டிலும் பெரிதாகக் கட்டினார்கள்!" என்றார் இளவரசர்.

சிறிது நேரத்துக்கெல்லாம் சமுத்திரத்தின் கொந்தளிப்பைப் போன்ற பேரிரைச்சல் ஒன்று கேட்டது. வந்தியத்தேவன் இரைச்சல் வந்த திக்கைத் திரும்பிப் பார்த்தான். தூரத்தில் ஒரு பெரிய சேனா சமுத்திரத்தைப் போன்ற பெருங்கூட்டம், வீதிகளில் முடிவில்லாது நீண்டு போய்க்கொண்டிருந்த ஜனக் கூட்டம் வருவது தெரிந்தது. அந்த ஜன சமுத்திரத்தின் நடுவே கரிய பெரிய திமிங்கலங்கள் போல் நூற்றுக்கணக்கில் யானைகள் காணப்பட்டன. கடல் நீரில் பிரதிபலிக்கும் விண்மீன்களைப் போல் ஆயிரம் ஆயிரம் தீவர்த்திகள் ஒளி வீசின. ஜனங்களோ லட்சக்கணக்கில் இருந்தார்கள்.

வந்தியத்தேவன், "இது என்ன? பகைவர்களின் படை எடுப்பைப்போல் அல்லவா இருக்கிறது?" என்றான்.

"இல்லை, இல்லை! இதுதான் இந்த இலங்கை நாட்டிலேயே மிகப்பெரிய உற்சவமாகிய பெரஹராத் திருவிழா!" என்றார் இளவரசர்.

ஊர்வலம் நெருங்கி வரவர வந்தியத்தேவனுடைய வியப்பு அதிகமாகிக் கொண்டிருந்தது. அந்த மாதிரி காட்சியை அவன் தன் வாழ்நாளில் பார்த்ததில்லை.

முதலில் சுமார் முப்பது யானைகள் அணிவகுத்து வந்தன. அவ்வளவும் தங்க முகபடாங்களினால் அலங்கரிக்கப்பட்ட யானைகள். அவற்றில் நடுநாயகமாக வந்த யானை எல்லாவற்றிலும் கம்பீரமாக இருந்ததுடன், அலங்காரத்திலும் சிறந்து விளங்கியது. அதன் முதுகில் நவரத்தினங்கள் இழைத்த தங்கப் பெட்டி ஒன்று இருந்தது. அதன்மேல் ஒரு தங்கக் குடை கவிந்திருந்தது. நடுநாயகமான இந்த யானையைச் சுற்றியிருந்த யானைகளின் மீது புத்த பிக்ஷுக்கள் பலர் அமர்ந்து வெள்ளிப் பிடிபோட்ட வெண் சாமரங்களை வீசிக்கொண்டிருந்தார்கள். யானைகளுக்கு இடையிடையே குத்து விளக்குகளையும், தீவர்த்திகளையும், இன்னும் பலவித வேலைப்பாடமைந்த தீவர்த்திகளையும், தீபங்களையும் ஏந்திக்கொண்டு பலர் வந்தார்கள். கரிய குன்றுகளை யொத்த யானைகளின் தங்க முகபடாங்களும் மற்ற ஆபரணங்களும் பிக்ஷுக்களின் கைகளில் இருந்த அந்த வெண் சாமரங்களும் பல தீபங்களின் ஒளியில் தகதகவென்று பிரகாசித்துக் கண்களைப் பறித்தன.

யானைகளுக்குப் பின்னால் ஒரு பெரும் ஜனக் கூட்டம். அந்தக் கூட்டத்தின் மத்தியில் சுமார் நூறு பேர் விசித்திரமான உடைகளையும், ஆபரணங்களையும் தரித்து நடனமாடிக் கொண்டு வந்தார்கள். அவர்களில் பலர் உடுக்கையைப் போன்ற வாத்தியங்களை தட்டிக்கொண்டு ஆடினார்கள். இன்னும் பலவகை வாத்தியங்களும் முழங்கின. அப்பப்பா! ஆட்டமாவது ஆட்டம்! கடம்பூர் அரண்மனையில் தேவராளனும், தேவராட்டியும் ஆடிய வெறியாட்டமெல்லாம் இதற்கு முன்னால் எங்கே நிற்கும்! சிற்சில சமயம் அந்த ஆட்டக்காரர்கள் விர்ரென்று வானில் எழும்பிச் சக்கராகாரமாக இரண்டு மூன்று தடவை சுழன்று விட்டுத் தரைக்கு வந்தார்கள்.

அப்படி அவர்கள் சுழன்றபோது அவர்கள் இடையில் குஞ்சம் குஞ்சமாகத் தொங்கிக்கொண்டிருந்த துணி மடிப்புகள் பூச்சக்கரக் குடைகளைப் போலச் சுழன்றன. இவ்விதம் நூறு பேர் சேர்ந்தாற்போல் எழும்பிச் சுழன்றுவிட்டுக் கீழே குதித்த காட்சியைக் காண்பதற்கு இரண்டு கண்கள் போதவில்லை தான்! இரண்டாயிரம் கண்களாவது குறைந்தபட்சம் வேண்டும். ஆனால் அத்தகைய சமயங்களில் எழுந்த வாத்திய முழக்கங்களைக் கேட்பதற்கோ இரண்டாயிரம் செவிகள் போதமாட்டா! நிச்சயமாக இரண்டு லட்சம் காதுகளேனும் வேண்டும். அப்படியாக உடுக்கைகள், துந்துபிகள், மத்தளங்கள், செப்புத் தாளங்கள், பறைகள், கொம்புகள் எல்லாம் சேர்ந்து முழங்கிக் கேட்போர் காதுகள் செவிடுபடச் செய்தன!

இந்த ஆட்டக்காரர்களும், அவர்களைச் சுற்றி நின்ற கூட்டமும் நகர்ந்ததும், மற்றும் முப்பது யானைகள் முன்போலவே ஜாஜ்வல்யமான ஆபரணங்களுடன் வந்தன. அவற்றில் நடுநாயகமான யானையின் மேலும் ஓர் அழகிய வேலைப்பாடு அமைந்த பெட்டி இருந்தது. அதன் மேல் தங்கக்குடை கவிந்திருந்தது. சுற்றி நின்ற யானை மீதிருந்தவர்கள் வெண் சாமரங்களை வீசினார்கள். இந்த யானைக் கூட்டத்துக்குப் பின்னாலும் ஆட்டக்காரர்கள் வந்தார்கள். இந்த ஆட்டக்காரர்களுக்கு நடுவில் ரதி, மன்மதன், முக்கண்ணையுடைய சிவபெருமான் வேடம் தரித்தவர்கள் நின்றார்கள். சுற்றி நின்றவர்கள் ஆடிக் குதித்தார்கள்.

"இது என்ன? சிவபெருமான் இங்கு எப்படி வந்தார்?" என்று வந்தியத்தேவன் கேட்டான்.

"கஜபாகு என்னும் இலங்கை அரசன் சிவபெருமானை அழைத்து வந்தான். அதற்குப் பிறகு இங்கேயே அவர் பிடிவாதமாக இருக்கிறார்!" என்றார் இளவரசர்.

"ஓ வீர வைஷ்ணவரே! பார்த்தீரா? யார் பெரிய தெய்வம் என்று இப்போது தெரிந்ததா?" என்று வந்தியத்தேவன் கேட்டு முடிவதற்குள் மற்றும் சில யானைகள் அதேமாதிரி அலங்காரங்களுடன் வந்துவிட்டன. அந்த யானைகளுக்குப் பின்னால் வந்த ஆட்டக்காரர்களுக்கு மத்தியில் கருடாழ்வாரைப் போல் மூக்கும் இறக்கைகளும் வைத்துக் கட்டிக்கொண்டிருந்த நடனக்காரர்கள் சுழன்றும், பறந்தும், குதித்தும் மூக்கை ஆட்டியும் ஆர்ப்பாட்டமாக ஆடினார்கள்.

"அப்பனே! பார்த்தாயா? இங்கே கருட வாகனத்தில் எங்கள் திருமாலும் எழுந்தருளியிருக்கிறார்!" என்றான் ஆழ்வார்க்கடியான்.

மீண்டும் ஒரு யானைக் கூட்டம் வந்தது. அதற்குப் பின்னால் வந்த ஆட்டக்காரர்களோ கைகளில் வாள்களும், வேல்களும் ஏந்திப் பயங்கரமான யுத்த நடனம் செய்து கொண்டு வந்தார்கள். தாளத்துக்கும், ஆட்டத்துக்கும் இசைய அவர்கள் கையில் பிடித்த வாள்களும், வேல்களும் ஒன்றோடொன்று 'டணார் டணார்' என்று மோதிச் சப்தித்தன.

இவ்வளவுக்கும் கடைசியாக வந்த யானைக் கூட்டத்துக்குப் பின்னால் ஆட்டக்காரர்கள் அவ்வளவு பேரும் இரண்டு கையிலும் இரண்டு சிலம்புகளை வைத்துக் கொண்டு ஆடினார்கள். அவர்கள் ஆடும்போது அத்தனை சிலம்புகளும் சேர்ந்து 'கலீர் கலீர்' என்று சப்தித்தன. ஒரு சமயம் அவர்கள் நடனம் வெகு உக்கிரமாயிருந்தது. இன்னொரு சமயம் அமைதி பொருந்திய லலித நடனக் கலையாக மாறியது.

இந்தக் காட்சிகளையெல்லாம் கண்டும், பலவித சப்த விசித்திரங்களைக் கேட்டும் பிரமித்து நின்ற வந்தியத்தேவனுக்கு இளவரசர் இந்த ஊர்வலத் திருவிழாவின் வரலாற்றையும் கருத்தையும் கூறினார்.

தமிழகத்து அரசர்களும் இலங்கை அரசர்களும் நட்புரிமை பாராட்டிய காலங்களும் உண்டு. கடல் சூழ் இலங்கைக் கஜபாகு மன்னனும், சேரன் செங்குட்டுவனும் அவ்விதம் சிநேகமாயிருந்தார்கள். சேரன் செங்குட்டுவன் கண்ணகி என்னும் பத்தினித் தெய்வத்துக்கு விழா நடத்தியபோது கஜபாகு அங்கே சென்றிருந்தான். அந்நாட்டில் நடந்த மற்றத் திருவிழாக்களையும் கண்டு களித்தான். பின்னர் ஒருசமயம் சேரன் செங்குட்டுவன் இலங்கைக்கு வந்திருந்தபோது கஜபாகு மன்னன் விழா நடத்தினான். தமிழகத்தின் தெய்வமாகிய சிவபெருமான், திருமால், கார்த்திகேயர், பத்தினித் தெய்வம் ஆகிய நாலு தெய்வங்களுக்கும் ஒரே சமயத்தில் திருவிழா நடத்தினான். இந்த விழாக்களில் மக்கள் அடைந்த குதூகலத்தைக் கண்டு, பின்னர் ஆண்டுதோறும் அந்த விழாக்களை நடத்தத் தீர்மானித்தான். புத்தர் பெருமானுக்கு அவ்விழாவில் முதல் இடம் கொடுத்து மற்ற நாலு தெய்வங்களையும் பின்னால் வரச்செய்து விழா நடத்தினான். அன்று முதல் அந்த விழா இலங்கையில் நிலைத்து நின்று மிகப்பெரிய திருவிழாவாக ஆண்டு தோறும் விடாமல் நடந்து வருகிறது.

"ஆனால் தெய்வங்களை எங்கும் காணவில்லையே?" என்றான் வல்லவரையன்.

"ஒவ்வொரு யானைக் கூட்டத்திலும் நடுநாயகமாக வந்த யானை மீது வைத்திருந்த பெட்டியைப் பார்த்தீரா?"

"பார்த்தேன்! அந்தப் பெட்டிக்குள் தெய்வங்களைப் பூட்டி வைத்திருக்கிறார்களா, தப்பித்துக்கொண்டு தமிழகத்துக்குப் போய்விடக் கூடாது என்று?"

இதைக் கேட்ட பொன்னியின் செல்வர் நகைத்து விட்டு, "அப்படியில்லை; முதலில் வந்த யானை மீதிருந்த பெட்டிக்குள்ளே புத்த பெருமானுடைய பல் ஒன்றைப் பத்திரமாய்ப் பூட்டி வைத்திருக்கிறார்கள். புத்த சமயத்தார் இந்நாட்டில் போற்றிக் காப்பாற்றும் செல்வங்களுக்குள்ளே விலை மதிப்பற்ற செல்வம் அது. ஆகையால் அந்த மனிதப் பொருளை அழகிய பெட்டியில் வைத்து யானை மீது ஏற்றி ஊர்வலமாய் எடுத்துச் சென்றார்கள்!" என்றார்.

"பின்னால் வரும் பெட்டிகளுக்குள்ளே என்ன இருக்கிறது?" என்று வந்தியத்தேவன் கேட்டான்.

"சிவன், விஷ்ணு, முருகன், கண்ணகி ஆகியவர்களின் பற்கள் கிடைக்கவில்லை! ஆகையால் அவற்றுக்குப் பதிலாக அந்தந்தத் தேவாலயத்தின் தெய்வங்கள் அணியும் திரு ஆபரணங்களை அந்தப் பெட்டிகளில் பத்திரமாய் வைத்துக் கொண்டு போகிறார்கள்" என்று இளவரசர் கூறினார்.

வந்தியத்தேவன் சிறிது சிந்தனையில் ஆழ்ந்திருந்துவிட்டு, "ஆகா! தங்களுக்குப் பதிலாகப் பெரிய பழுவேட்டரையர் மட்டும் இங்கே படையெடுத்து வந்திருந்தால்?..." என்றான்.

அச்சமயத்தில் திருவிழா ஊர்வலத்தின் கடைசிப் பகுதி அந்த வீதி முடுக்கில் திரும்பிச் சென்றது. வாத்திய முழக்கம், ஜனங்களின் ஆரவாரம்... இவற்றின் ஓசை குறையத் தொடங்கியது.

"குறிப்பிட்ட நேரத்துக்கு இன்னும் ஒரு நாழிகைதான் மிச்சமிருக்கிறது. வாருங்கள், போகலாம்!" என்று இளவரசர் மேடையிலிருந்து இறங்கினார். மூவரும் கீழே வீதிக்கு வந்தார்கள். ஊர்வலம் சென்றதற்கு நேர் எதிர்ப்பக்கம் நோக்கி நடந்தார்கள். நகர மக்கள் அனைவரும் பெரஹராத் திருவிழாவில் ஈடுபட்டிருந்தபடியால் இவர்கள் போன வீதிகளில் ஜன நடமாட்டமே இல்லை. சிறிது நேரத்துக்கெல்லாம் ஒரு விஸ்தாரமான ஏரியின் கரைக்கு வந்து சேர்ந்தார்கள். அந்த ஏரியில் தண்ணீர் ததும்பிக் கரையில் அலைமோதிக்

கொண்டிருந்தது. சந்திர கிரணங்கள் அந்த அலைகளில் தவழ்ந்து விளையாடி வெள்ளி அலைகளாகச் செய்து கொண்டிருந்தன.

ஏரிக்கரையிலிருந்து கீழே இறங்கிச் சென்றார்கள். அவ்விடத்தில் செண்பக மலர்களின் நறுமணம் பரவியிருந்தது. இன்னும் பலவகைப் புஷ்ப செடிகளில் வெள்ளை மலர்கள் கொத்துக் கொத்தாகப் பூத்துத் திகழ்ந்தன. ஆங்காங்கே சிறிய சிறிய செய்குன்றுகளும், படித்துறைத் தடாகங்களும் காணப்பட்டன. தடாகம் ஒன்றின் மேலே அமைந்திருந்த அத்தகைய சிங்க முகத்துவாரத்திலிருந்து நீர் அருவி பொழிந்து கொண்டிருந்தது. அந்தத் தடாகக் கரை அருகில் நெருங்கிச் சென்று மூவரும் நின்றார்கள்.

அநுராதபுரத்துக்கு வெளியே சாலை ஓரத்தில் நின்ற புத்தர் சிலையின் தோற்றம் வந்தியத்தேவனுடைய மனக் கண் முன்னால் வந்தது. 'சிலையின் அடிப்பீடத்தில் வரிசையாக வைத்திருந்த தாமரை மொட்டுகளை இளவரசர் எண்ணிப் பார்த்துப் பன்னிரண்டு என்று சொன்னார். அவை பன்னிரண்டு நாழிகையைக் குறித்தன போலும். தாமரை மலர்களாயிராமல் மொட்டுகளாயிருந்தபடியால் இரவைக் குறித்தன போலும்! அந்த மொட்டுகளுக்கு அருகில் இருந்த சிங்க முகத்துக் கிண்டியும் வந்தியத்தேவனுடைய நினைவில் இருந்தது. அந்தப் பாத்திரம் இந்தச் சிங்க முக அருவி விழும் தடாகத்தை குறிப்பிட்டது போலும்!'

'இதெல்லாம் சரிதான்! ஆனால் இங்கு எதற்காக, யார் இளவரசரை வரச் செய்திருக்கிறார்கள்? இதில் என்னென்ன அபாயங்கள் நேரிடுமோ, என்னமோ தெரியவில்லையே? ஆயுதம் ஒன்றும் கொண்டுவரக் கூடாது என்று இளவரசர் தடுத்ததன் கருத்து என்ன? ஒருவேளை இங்கு ஏதேனும் காதல் நிகழ்ச்சி நடைபெறப் போகிறதோ?'

இந்த நினைவு வந்ததும் வந்தியத்தேவனுடைய உள்ளம் கொந்தளித்தது. அவனுடைய மனம் கடல் கடந்து பழையாறைக்குப் பாய்ந்து சென்றது. இளைய பிராட்டியும், வானதி தேவியும் அவன் மனக்கண் முன் வந்தார்கள்.

இளவரசரின் வாயைப் பிடுங்கிப் பார்க்கலாம் என்று வந்தியத்தேவன் எண்ணினான். "ஐயா! இந்த இடத்தைப் பார்த்தால் பழைய காலத்து அரண்மனை நந்தவனம் மாதிரி அல்லவா தோன்றுகிறது!" என்றான்.

"ஆம்; இது அரண்மனை நந்தவனம் இருந்த இடந்தான். ஆயிரம் ஆண்டுகளுக்கு முன்னால் இந்த நந்தவனத்தை யொட்டி துஷ்டகமனுவின் அரண்மனை இருந்தது. அதோ பார்! இன்னமும் இந்த அரண்மனையில் சில பகுதிகள் அழியாமல் இருக்கின்றன!" என்றார்.

வந்தியத்தேவன் அங்கே சற்றுத் தூரத்தில் தெரிந்த பழைய அரண்மனை மாடங்களைப் பார்த்துவிட்டு, "அந்தக் கட்டடங்கள் அரண்மனை அந்தப்புரமாயிருந்திருக்கலாம். இந்தத் தடாகத்தில் அரசிளங்குமரிகள் இறங்கி ஜலக்கிரீடை செய்து மகிழ்ந்திருப்பார்கள்!" என்றான்.

"இந்த நந்தவனத்திலே நடந்த அதிசயமான சம்பவம் வேறு ஒன்று உண்டு. ஆயிரம் வருஷத்துக்கு முன்னால் நடந்தது. துஷ்டகமனு மன்னனின் புதல்வன் ஸாலி என்பவன் இங்கே ஒருநாள் உலாவிக்கொண்டிருந்தான். ஒரு பெண் இந்தத் தடாகத்தில் தண்ணீர் மொண்டு புஷ்பச் செடிகளுக்கு ஊற்றிக் கொண்டிருப்பதைக் கண்டான். அந்தப் பெண்ணிடம் காதல் கொண்டான். அவள் ஒரு சண்டாளப் பெண் என்றும், அவள் பெயர் அசோகமாலா என்றும் அறிந்தான். சண்டாளப் பெண்ணாயிருந்தாலும் அவளையே மணந்து கொள்வேன் என்று பிடிவாதம் பிடித்தான். 'அப்படியானால் நீ சிம்மாசனம் ஏற முடியாது!' என்று தந்தை கூறினார். 'சிம்மாசனம் வேண்டாம்; எனக்கு அசோகமாலா தான் வேண்டும்' என்று ஸாலிவாஹனன் பிடிவாதமாகக் கூறி விட்டான். இந்த உலகத்தில் இன்னொரு ராஜகுமாரனால் இப்படிக் கூற முடியும் என்று தோன்றுகிறதா?"

இவ்வாறு பொன்னியின் செல்வர் கூறியபோது, கோடிக்கரைக் கடலில் படகு செலுத்திய சமுத்திர குமாரியின் நினைவு வந்தியத்தேவனுக்கு வந்தது. ஆகா! ஒருவேளை இவரும் அந்தப் பெண்ணை நினைத்துக் கொண்டுதான் இந்தக் கதையைச் சொல்லுகிறாரா, என்ன?

பூங்குழலியின் பேச்சை எப்படி எடுக்கலாம் என்று அவன் எண்ணிக்கொண்டிருந்தபோது, அங்கே ஓர் அதிசயம் நிகழ்ந்தது. சிங்க தாரைத் தடாகத்தின் பின்புறச் சுவரில், உட்பக்கம் குழிவாக அமைந்து, அதற்குள்ளே இருவர் அமரும் படியான ஒரு கல் ஆசனம் இருந்தது. அப்படி அமைந்திருந்த அறையின் ஓர் ஓரத்தில் திடீரென்று விளக்கு வெளிச்சம் காணப்பட்டது. விளக்கைப் பிடித்துக்கொண்டிருந்தவரின் கரம் முதலில் வெளிவந்தது. பிறகு புத்த பிக்ஷு ஒருவரின் திருமுகமும் காணப்பட்டது.

வந்தியத்தேவன் அந்த இந்திரஜாலக் காட்சியை அடங்கா வியப்புடன் பார்த்துக்கொண்டு நின்றான். மேலே என்ன நடக்கப் போகிறது என்று தெரிந்துகொள்ளும் ஆர்வத்தினால் அவன் மூச்சும் சிறிது நேரம் நின்றிருந்தது.

❖

35. இலங்கைச் சிங்காதனம்

பிக்ஷு கையில் பிடித்த தீபத்தின் வெளிச்சத்தில் சுற்று முற்றும் பார்த்தார். இளவரசரும் அவருடைய தோழர்களும் நிற்பதைக் கண்டு கொண்டார் போலும். மறுகணம் விளக்கும் வெளிச்சமும் மறைந்தன. சிறிது நேரத்துக்கெல்லாம் பிக்ஷு தடாகத்தின் படிக்கட்டுகளின் வழியாக நடந்து வருவது தெரிந்தது. இளவரசர் நிற்குமிடத்துக்கு வந்தார். நிலா வெளிச்சத்தில் அவருடைய திருமுகத்தை ஏறிட்டுப் பார்த்தார்.

"தேவப்ரியா! வருக! வருக! தங்களை எதிர்நோக்கி வைதுல்ய பிக்ஷு சங்கம் காத்திருக்கிறது. மகா தேரோ குருவும் விஜயம் செய்திருக்கிறார். குறிப்பிட்ட நேரம் தவறாது தாங்கள் வந்து சேர்ந்தது பற்றி என் உள்ளம் உவகை கொண்டு நன்றி செலுத்துகிறது!" என்றார்.

"அடிகளே! இந்தச் சிறுவனிடம் பல குறைகள் குடிகொண்டிருப்பதை அறிந்துள்ளேன். எனினும், வாக்குத் தவறுவதில்லை என்ற ஒரு நல்விரதத்தை அனுசரித்து வருகிறேன். அந்த விரதத்தில் என்றும் தவறியதில்லை!" என்றார் பொன்னியின் செல்வர்.

"இன்று சூரியன் அஸ்தமிக்கும் நேரம் வரையில் தாங்கள் வந்து சேரவில்லை என்று அறிந்தேன். அதனால் சிறிது கவலை ஏற்பட்டது."

"முன்னதாக வந்திருந்தால், ஒருவேளை வாக்கை நிறைவேற்ற முடியாமல் போயிருக்கலாம். அதனாலேயே சமயத்திற்கு வந்து சேர்ந்தேன்."

"ஆம், ஆம்! வானில் ஜோதி மயமாக ஒளிரும் கதிரவனை மறைத்து விடுவதற்குப் பல மேகத்திரள்கள் சுற்றி வருகின்றன; நாங்களும் அறிந்துள்ளோம். ஆனால் அந்த மேகத்திரள்கள் எல்லாம் புத்த பகவானுடைய கருணையென்னும் பெருங்காற்றினால் சின்னா பின்னமாகிக் கலைந்துவிடும். போகட்டும்! இதோ நிற்பவர்கள் யார்? தாங்கள் நன்கு அறிந்தவர்கள்தானா? தங்களின் பூரண நம்பிக்கைக்கு உரியவர்களா? கொடுத்த வாக்கைத் தவறாது நிறைவேற்றக் கூடியவர்களா?" என்று பிக்ஷு கேட்டார்.

"அடிகளே! என்னுடைய கரங்கள் இரண்டையும் எப்படி நான் நம்புகிறேனோ, அப்படியே இந்த நண்பர்களையும் நம்புகிறேன். எனினும் தங்களுக்கு விருப்பமில்லையென்றால் இவர்களை இங்கேயே விட்டுவிட்டுத் தங்களுடன் தனித்து வரச் சித்தமாயிருக்கிறேன்!" என்றார் இளவரசர்.

"இல்லை, இல்லை! அவ்வளவு பெரிய பொறுப்பை ஏற்றுக்கொள்ள நான் சித்தமாயில்லை. தங்களை நான் அழைத்துப் போகும் இடம் மிகப் பத்திரமானதுதான். ஆயினும், நீண்ட வழியில் போக வேண்டும். எந்தத் தூணுக்குப் பின்னால் என்ன அபாயம் மறைந்திருக்கும் என்று யார் சொல்ல முடியும்? இவர்கள் இருவரும் அவசியம் வரட்டும்!" என்றார் பிக்ஷு.

இவற்றையெல்லாம் கேட்டுக்கொண்டிருந்த வந்தியத்தேவனுடைய உள்ளம் கொந்தளித்தது. முன்பின் அறியாத தன்னிடம் இளவரசர் இவ்வளவு பரிபூரண நம்பிக்கை காட்டி மிக அந்தரங்கமான காரியத்துக்கு அழைத்து வந்ததை நினைத்து பூரிப்பு உண்டாயிற்று.

'இன்றிரவு ஏதோ முக்கியமான நிகழ்ச்சி நடைபெறப்போகிறது, எது என்னவாயிருக்கும்?' என்ற நினைவு மிக்க பரபரப்பை அளித்தது.

பிக்ஷு முன்னால் சென்று வழிகாட்ட, மற்றவர்கள் பின் தொடர்ந்து சென்றார்கள். தடாகத்தின் படிக்கட்டுகளின் வழியாகச் சென்று பின்புறத்துக் கல் சுவரில் குடைந்து அமைந்திருந்த அறையில் புகுந்தார்கள். அதன் ஒரு பக்கம் சென்று இருட்டில் பிக்ஷு ஏதோ செய்தார். உடனே ஒரு வழி ஏற்பட்டது. உள்ளே வெளிச்சம் காணப்பட்டது. பிக்ஷு அங்கு வைத்திருந்த தீபத்தைக் கையில் ஏந்திக் கொண்டார். மற்ற மூவரும் உள்ளே வந்ததும் வழியும் அடைப்பட்டது. வெளியே தடாகத்தில் சிங்க முகத்திலிருந்து விழுந்த அருவியின் ஓசை மிக இலேசாகக் கேட்டது. இல்லாவிட்டால் ஒரு கணத்துக்கு முன்னால் அப்படித் தடாகக் கரையில் நின்று கொண்டிருந்தோம் என்பதையே அவர்களால் நம்பமுடியாமல் போயிருக்கும்.

குறுகலான சுரங்கப் பாதை வழியாக அவர்கள் சென்றார்கள். பாதை வளைந்து வளைந்து சென்றது. முடிவில்லாமல் சென்று கொண்டிருப்பதாகத் தோன்றியது. அவர்கள் காலடிச் சத்தமும், அதன் எதிரொலியும் பயங்கரத்தை உண்டாக்கின. வந்தியத்தேவனுக்கு நடு நடுவே இளவரசர் ஏமாந்து போய் ஏதோ ஒரு சூழ்ச்சியில் சிக்கிக் கொண்டாரோ என்ற ஐயம் உண்டாயிற்று.

பாதை அகன்று அகன்று வந்து கடைசியில் ஒரு மண்டபம் தெரிந்தது. எப்பேர்ப்பட்ட மண்டபம்? பிக்ஷு கையில் பிடித்து வந்த தீபத்தில் சிறிய பகுதிதான் மங்கலாகக் கண்ணுக்குப் புலனாயிற்று. ஆயினும் அதன் தூண்கள் பளிங்குக் கல்லினால் ஆன தூண்கள் என்பது தெரிந்தது. நாற்புறமும் புத்தர் சிலைகள் தரிசனம் தந்தன. நிற்கும் புத்தர்கள் படுத்திருக்கும் புத்தர்கள், போத நிலையில் அமர்ந்திருக்கும் புத்தர்கள், ஆசீர்வதிக்கும் புத்தர்கள், பிரார்த்தனை செய்யும் புத்தர்கள் இப்படிப் பல புத்தர் சிலைகள் தோன்றின.

பளிங்கு மண்டபத்தை தாண்டி அப்பால் சென்றார்கள். மறுபடி ஒரு குறுகிய பாதை, பின்னர் இன்னொரு மண்டபம் இதன் தூண்கள் தாமிரத் தகடுகளினால் ஆனவை. இரத்தினச் சிவப்பு நிறம் பெற்றுத் திகழ்ந்தன. இந்த மண்டபத்தின் மேற்கூரையிலும் செப்புத் தகடுகள். அவற்றில் பலவகைச் சித்திர வேலைப்பாடுகள். நாலாபுறமும் வித விதமான புத்தர் சிலைகள். இம்மாதிரியே அபூர்வமான மஞ்சள் நிற மரத்தூண்களை உடைய மண்டபம். யானைத் தந்தங்களால் இழைத்த தூண்களைக் கொண்ட மண்டபம்

இவற்றையெல்லாம் கடந்து சென்றார்கள். அதிவேகமாக நடந்து சென்ற போதிலும் வந்தியத்தேவன் அங்கங்கே தூண்களைத் தொட்டுப் பார்த்துக் கொண்டே போனான். இளவரசர் அவற்றைச் சிறிதும் பொருட்படுத்தாது முன்னோக்கிய பார்வையுடன் சென்றது அவனுக்கு அளவிலா வியப்பை அளித்தது.

உலோக மண்டபங்களையெல்லாம் தாண்டிக் கடைசியில் சாதாரண கருங்கல் மண்டபம் ஒன்றுக்கு வந்து சேர்ந்தார்கள். ஆனால் விசாலமான அம்மண்டபத்தில் அபூர்வமான காட்சி தென்பட்டது. முந்தைய மண்டபங்களில் புத்தர் பெருமானின்

சிலைகளைத் தவிர மனிதர் யாருமில்லை. இந்தக் கருங்கல் மண்டபத்தில் புத்த பிக்ஷுக்கள் பலர் கூடியிருந்தார்கள். அவர்களுடைய முக மண்டலங்கள் தேஜஸ் நிறைந்து திகழ்ந்தன. அவர்களுக்கு மத்தியில் மகா தேரோ குரு நடுநாயகமாக ஒரு பீடத்தில் வீற்றிருந்தார். அவருக்கு எதிரே நவரத்தின கசிதமான ஒரு தங்கச் சிங்காதனம் காணப்பட்டது. அதன் அருகில் ஒரு பீடத்தின் மேல் மணிமகுடம் ஒன்றும் உடைவாளும், செங்கோலும் இருந்தன. மண்டபத்தில் நாலாபுறமும் தீபங்கள் எரிந்தன. தீபச்சுடரின் ஒளியில் தங்கச் சிங்காதனமும், மணிமகுடமும், உடைவாளும் ஜொலித்துத் திகழ்ந்தன.

இளவரசர் முதலியோர் அந்த மண்டபத்துக்குள் நுழைந்ததும் பிக்ஷுக்கள் அனைவரும் எழுந்து நின்று "புத்தர் வாழ்க" "தர்மம் வாழ்க", "சங்கம் வாழ்க" என்று கோஷித்தார்கள்.

இளவரசர் மகா தேரோ குருவின் சமீபம் வந்து வணங்கி நின்றார்.

பிக்ஷுக்களின் அத்தியட்சகர் சிங்காதனத்துக்கு அருகில் கிடந்த ஒரு சாதாரண பீடத்தைச் சுட்டிக்காட்டி, அதில் அமரும்படி இளவரசரை வேண்டினார்.

"மகா குருவே! இச்சிறுவனுக்கு முன்னால் பிராயத்திலும், தர்மத்திலும் மூத்தவர்களாகிய தாங்கள் அமர வேண்டும்" என்று வேண்டினார் இளவரசர்.

அத்தியட்சக மகா குரு தமது பீடத்தில் அமர்ந்ததும் இளவரசரும் தமக்கென்று குறிப்பிட்ட ஆசனத்தில் பணிவுடன் உட்கார்ந்தார்.

"தேவர்களின் அன்புக்குரிய இளவரசரே! தங்கள் வருகையினால் இந்த மகாபோதி சங்கம் மிக்க மகிழ்ச்சி அடைந்திருக்கின்றது. நாங்கள் குறிப்பிட்ட நிபந்தனைகளை யெல்லாம் ஒப்புக்கொண்டு பல சிரமங்களுக்கு உட்பட்டு வந்திருக்கிறீர்கள். புத்த பகவானுடைய கருணை தங்களிடம் பூரணமாக இருப்பதற்கு வேறு அத்தாட்சி தேவையில்லை!" இவ்விதம் பாலி பாஷையில் பெரிய குரு கூற, இளவரசரை அழைத்து வந்த பிக்ஷு தமிழில் மொழி பெயர்த்துச் சொன்னார். மற்ற பிக்ஷுக்கள், "சாது! சாது!" என்று கோஷித்துத் தங்கள் சந்தோஷத்தை வெளியிட்டார்கள்.

மகா தேரோ மேலும் கூறலுற்றார்!" இலங்கைத் தீவுக்குப் புத்த தர்மத்தை அனுப்பிய பாரத வர்ஷத்துக்கு நாங்கள் பெரிதும் கடமைப்பட்டிருக்கிறோம். ஆனால் ஆதி நாளிலிருந்து உங்கள் நாட்டிலிருந்து படையெடுத்து வந்த சோழர்கள், பாண்டியர்கள், மலையாளத்தார், கலிங்கத்தார் எல்லாரும் இங்கே பல அட்டூழியங்களைச் செய்ததுண்டு. புத்தவிஹாரங்களையும் பிக்ஷுக்களின் மடாலயங்களையும், குருகுலங்களையும் அவர்கள் இடித்துத் தள்ளித் தேவர்களின் சாபத்துக்கு ஆளானார்கள். உங்கள் நாட்டவரைச் சொல்வானேன்? இந்த நாட்டின் மன்னர்களே அத்தகைய கோர கிருத்யங்களைச் செய்திருக்கிறார்கள். புத்த சங்கத்தில் பிரிவினையை ஏற்படுத்தினார்கள். தங்களுடைய தீய செயல்களை எதிர்த்த பிக்ஷுக்களின் விஹாரங்களை இடித்தார்கள்; அக்கினிக்கு இரையாக்கினார்கள். இரண்டு காத நீளமும் ஒரு காதம் அகலமும் உள்ள இந்த விசாலமான புண்ணிய நகரத்தில் ஒரு சமயம் பாதி விஸ்தீரணத்தில் புத்த விஹாரங்கள் இருந்தன. அவற்றில் பெரும் பகுதி இன்று இடிந்து பாழாய்க் கிடக்கின்றது. இடிந்த விஹாரங்களைப் பழுது பார்த்துச் செப்பனிட்டுக் கொடுக்க வேண்டும் என்று இதுவரை எந்த அரச குலத்தினரும் கட்டளையிட்டதில்லை. அத்தகைய ஆக்ஞை பிறப்பிக்கும் பாக்கியம் இளவரசர் அருள்மொழிவர்மருக்கே கிடைத்தது. தேவர்களுக்கு உகந்தவரே! தங்களுடைய இந்தச் செய்கையைப் புத்த மகா சங்கம் பெரிதும் பாராட்டுகிறது..."

இளவரசர் தலை வணங்கி மகா தேரோவின் வாழ்த்தை ஏற்றுக்கொண்டார். "இன்னும் இந்தப் புராதன புண்ணிய நகரத்தில் வெகுகாலமாகப் பெரஹரா உற்சவம் நடைபெறாமல் தடைப்பட்டிருந்தது. நூறு ஆண்டுகளுக்கு முன்னால் பாண்டியர்கள் ஒரு சமயம் இந்த மாநகரத்தைப் பிடித்தார்கள். அப்போது இலங்கை அரச குலத்தார் புலஸ்திய நகரம் சென்றார்கள். அதுமுதல் இங்கே பெரஹாரத் திருவிழா நடைபெற்றதில்லை.

இந்தப் புண்ணிய வருஷத்தில் தாங்கள் அவ்வுற்சவம் மீண்டும் நடைபெறலாம் என்று கட்டளையிட்டீர்கள். அதற்கு வேண்டிய வசதியும் அளித்தீர்கள். இது பற்றியும் புத்த சங்கத்தார் சந்தோஷமடைந்திருக்கிறார்கள்..."

இளவரசர் மீண்டும் சிரம் வணங்கி, "மகாகுருவே! அடியேன் புத்த சங்கத்தாருக்கு இன்னும் ஏதேனும் சேவை செய்யக்கூடியதாக இருந்தால் கருணைகூர்ந்து பணித்தருள்க!" என்றார்.

அத்தியட்சகர் புன்னகை புரிந்து, "ஆம், இளவரசே! புத்த சங்கம் மேலும் தங்களுடைய சேவையை நம்பிக்கையுடன் எதிர்பார்க்கிறது. அதற்கு முன்னதாக இன்னும் சில வார்த்தைகள் கூறவேண்டும். புத்த பகவான் கடைசித் திரு அவதாரத்துக்கு முன்னால் வேறு பல அவதாரங்களில் தோன்றியதாக அறிந்திருப்பீர்கள். ஒரு சமயம் சிபிச் சக்கரவர்த்தியாக அவதரித்துக் கொடுமை நிறைந்த இந்த உலகத்தில் ஜீவகாருண்யத்தின் பெருமையை உணர்த்தினார். ஒரு சிறிய புறாவின் உயிரைக் காப்பாற்றும் பொருட்டுத் தமது திருமேனியில் சதையைத் துண்டு துண்டாக அவர் அரிந்து துலாக்கோலில் இட்டார். அந்தச் சிபிச் சக்கரவர்த்தியின் வம்சத்திலே வந்தவர்கள் என்று சோழ குலத்தவராகிய நீங்கள் சொல்லிக்கொள்கிறீர்கள். சிபியின் வம்சத்திலே வந்த காரணம் பற்றிச் 'செம்பியன்' என்ற பட்டப்பெயரும் சூடிக் கொள்கிறீர்கள். ஆனால் இதுவரையில் புத்த சங்கத்தார் அதை நம்பவில்லை. சோழ குலத்துப் புரோகிதர்கள் கட்டிய கதை என்று தான் எண்ணியிருந்தார்கள். இன்று தங்களுடைய அரும் பெரும் செயல்களைப் பார்த்த பிறகு, சிபிச் சக்கரவர்த்தியின் பரம்பரையில் வந்தவர்கள் சோழர்கள் என்று ஒப்புக்கொள்ள வேண்டி வருகிறது. புத்த பகவானுடைய பெருங் கருணையை மாயை காரணமாக இதுகாறும் சோழ குலம் மறந்திருந்தது. அந்தக் கருணை இன்றைய தினம் தங்கள் மீது ஆவிர்ப்பவித்திருக்கிறது. அதற்கான தேவ சூசகமும் கிடைத்திருக்கிறது. இதோ!..." என்று கூறி அத்தியட்சக தேரோ பின்னால் திரும்பிப்பார்த்ததும், பிக்ஷுக்கள் சிலர் பீடம் ஒன்றில் சாய்ந்து படுத்திருந்த மற்றொரு பிக்ஷுவைப் பீடத்துடன் தூக்கிக்கொண்டு வந்தார்கள். அந்தப் பிக்ஷுவின் உடம்பெல்லாம் இடைவிடாமல் நடுங்கிக்கொண்டிருந்தது. கைகள் வெடவெடவென்று நடுங்கின; கால்கள் நடுங்கின; உடம்பு நடுங்கிற்று; தலை ஆடிற்று; பற்கள் கிட்டின; உதடுகள் துடித்தன; சிவந்த கண்களுக்கு மேலே புருவங்களும் அசைத்தன.

"இந்தப் பிக்ஷுவின் பேரில் முப்பத்து முக்கோடி தேவர்களும் ஆவிர்ப்பவித்திருக்கிறார்கள். தேவர்கள் கருணை கூர்ந்து சொல்வதைக் கேட்டுக்கொள்ளுங்கள்!" என்றார் மகாதேரோ.

ஆவேசங் கொண்டிருந்த புத்த பிக்ஷுவின் வாயிலிருந்து நடு நடுங்கிக் குளறிய குரலில் ஏதேதோ மொழிகள் அதிவிரைவில் வந்தன. அவர் பேசி நிறுத்தியதும் அத்தியட்சக குரு கூறினார். "முப்பத்து முக்கோடி தேவர்களும் தங்களை ஆசீர்வதிக்கிறார்கள். முற்காலத்தில் தேவானாம்பிரிய அசோகவர்த்தனர் பாரத பூமியை ஒரு குடையில் ஆண்டு, புத்த தர்மத்தை உலகமெல்லாம் பரப்பினார். அத்தகைய மகா சாம்ராஜ்யத்துக்குத் தாங்கள் அதிபதியாவீர்கள் என்று தேவர்கள் ஆசீர்வதிக்கிறார்கள். அசோகரைப் போல் தாங்களும் புத்த தர்மத்தை உலகில் பரப்ப வேண்டும் என்று விரும்புகிறார்கள். அசோகர் பாடலிபுத்திரச் சிம்மாசனத்தில் வீற்றிருந்து செய்த தர்மப் பெரும் பணிகளைத் தாங்கள் இந்தத் தொன்மை மிக்க அநுராதபுரத்தில் ஆரம்பித்து நடத்த வேண்டுமென்று கட்டளையிடுகிறார்கள். இளவரசே! தேவர்களுடைய கட்டளைக்குத் தங்கள் மறுமொழி என்ன?"

இதைக் கேட்டதும் இளவரசர், "மகா குரு! தேவர்கள் சக்தி வாய்ந்தவர்கள். அவர்கள் சித்தபடி நடத்திக் கொள்ளுவார்கள். ஆனால் அடியேனுக்கு இப்போது அவர்கள் இடும்பணி யாது என்று விளங்கவில்லையே?" என்றார்.

"அதை நானே தெரிவிக்கிறேன்" என்று அத்தியட்சக தேரோ கூறிச் சமிக்ஞை செய்ததும், ஆவேசம் வந்திருந்த பிக்ஷுவை அப்பால் எடுத்துச் சென்றார்கள். பின்னர் பிக்ஷுத்தலைவர் கூறினார்: "இளவரசே, இதோ உங்கள் முன்னால் உள்ள சிங்காதனத்தைப்

பாருங்கள், மணி மகுடத்தைப் பாருங்கள், செங்கோலையும் பாருங்கள். இலங்கை இராஜ வம்சத்தைச் சேர்ந்த மன்னர்கள் அனைவரும் இந்தச் சிங்கானத்தில் அமர்ந்து, இந்த மணி மகுடத்தை அணிந்து, இந்தச் செங்கோலைக் கையில் தரித்த பிறகே, புத்த சங்கத்தால் அங்கீகரிக்கப்பட்ட அரசர்களானார்கள். துஷ்டகமனு சக்கரவர்த்தியும், தேவானாம்பிய திஸ்ஸரும், மகாசேனரும் அமர்ந்து முடிசூடிய சிங்காதனம் இது! அவர்கள் சிரசில் தரித்த கிரீடம் இது. அவர்கள் கரத்தில் ஏந்திய செங்கோல் இது. இப்படிப்பட்ட புராதன சிங்காதனம் ஆயிரம் ஆண்டுகளாக அரசர்களைச் சிருஷ்டித்த சிங்காதனம் இதோ தங்களுக்காகக் காத்திருக்கிறது. இதில் அமரவும், இந்த மணி மகுடம் செங்கோலும் தரிக்கவும் தங்களுக்குச் சம்மதமா?"

இதையெல்லாம் கவனமாகக் கேட்டுக்கொண்டிருந்த வந்தியத்தேவன் மிக்க பரபரப்பை அடைந்தான். இளவரசரைத் தூக்கி அந்தக் கணமே உட்கார வைத்து விட்டால் என்ன என்று எண்ணினான். ஆனால் இளவரசருடைய முக பாவத்தில் எவ்வித மாறுதலும் ஏற்படவில்லை.

முன்போலவே அமைதியான குரலில், "அத்தியட்சகா! அது எப்படிச் சாத்தியம்? இந்தச் சிங்காதனத்தில் ஏறி முடிசூடிய மகிந்த மன்னர் இன்றும் ஜீவிய வந்தவராக இருக்கிறாரே? அவர் இருக்குமிடம் தெரியாவிட்டாலும்..." என்று கூறி நிறுத்தினார்.

"இளவரசே! இலங்கை இராஜ வம்சம் மாறவேண்டும் என்பது தேவர்களின் கட்டளை; அது நடந்தே தீரும். கங்கை பாயும் வங்க நாட்டிலிருந்து வந்த விஜயராஜன் ஸ்தாபித்த இந்த வம்சத்தில் எத்தனையோ மகா ராஜர்கள் தோன்றினார்கள்; தர்மத்தையும் பரிபாலித்தார்கள். ஆனால் பிற்காலத்தில் இந்த வம்சம் பல கொடிய கிருத்யங்களைச் செய்து தேவ சாபத்துக்கு ஆளாகிவிட்டது. இந்த வம்சத்தில் பிறந்தவர்களிலே தகப்பன் மகனைக் கொன்றான்; மகனைத் தகப்பன் கொன்றான்; அண்ணனைத் தம்பி கொன்றான்; தம்பியை அண்ணன் கொன்றான்; தாய் மகளைக் கொன்றாள்; மருமகள் மாமியாரைக் கொன்றாள். இத்தகைய மகா பாதகங்களைச் செய்த வம்சத்தவர்கள் புத்த தர்மத்தைப் பரிபாலிக்கத் தகுதி வாய்ந்தவர்கள் அல்ல என்று தேவர்கள் கட்டளையிடுகிறார்கள். கடைசியாக முடிசூடிய மகிந்தன் இலங்கைச் சிம்மாசனத்துக்கு உரிமையை இழந்து விட்டான். அப்படி இராஜ வம்சம் மாறும்போது புதிய வம்சத்தின் முதல்வனைத் தெரிந்தெடுக்கும் உரிமை இந்தச் சங்கத்துக்கு உண்டு. இந்தச் சங்கத்தாரும் தங்களைத் தேர்ந்தெடுக்க விரும்புகிறார்கள். தாங்கள் சம்மதம் கொடுத்தால் இன்று இரவே முடிசூட்டு விழா நடத்திவிடலாம்..."

அந்த மண்டபத்தில் சிறிது நேரம் பூகர்ப்பத்திலும், கடலின் ஆழத்திலும் குடிகொண்டிருப்பது போன்ற நிசப்தம் குடிகொண்டிருந்தது. வந்தியத்தேவனுடைய பரபரப்பு உச்சநிலையை அடைந்துவிட்டது. அச்சமயத்தில் பொன்னியின் செல்வர் தமது பீடத்திலிருந்து எழுந்து புத்த பிக்ஷுக்களின் சங்கத்துக்கு வணக்கம் செலுத்தினார். வந்தியத்தேவன் குதூகலத்தின் எல்லையை அடைந்தான். இளவரசர் சிம்மாசனத்தில் அமர்ந்ததும் மணி மகுடத்தை எடுத்துத் தானே சூட்டி விடலாம் என்று ஆத்திரப்பட்டான்.

இளவரசர் கூறினார்: "மகான்களே! உங்களை நமஸ்கரிக்கிறேன். இந்தச் சிறுவனிடம் எல்லையில்லா அன்பும், நம்பிக்கையும் வைத்து இந்தப் புராதன சிங்காதனத்தை அளிக்க முன்வந்த உங்கள் பெருந்தன்மையைப் போற்றி வணங்குகிறேன். ஆனால் தாங்கள் இப்போது இடும் பணி என் சக்திக்கு அப்பாற்பட்டது. நான் சோழ நாட்டில் பிறந்து வளர்ந்தவன். அந்த நாட்டு நிலங்கள் தந்த உணவு, நதிகள் அளித்த நீரும் இந்த உடலை ஆக்கின. என் தந்தை சுந்தரசோழ சக்கரவர்த்தியின் கட்டளைக்கு உட்பட்டு இங்கே வந்தேன். அவருடைய விருப்பத்தை அறியாமல் எதுவும் என்னால் செய்ய இயலாது..."

பிக்ஷு குறுக்கிட்டுக் கூறினார்: "இளவரசே! தங்கள் தந்தை சுந்தர சோழர் இன்று சுதந்திரமின்றிச் சிறையில் இருப்பதுபோல் இருப்பதை நீ அறியீரா?"

"ஆம்; என் தந்தை நோய்வாய்ப்பட்டுப் படுத்த படுக்கையில் இருக்கிறார். கால்களின் சுவாதீனத்தை இழந்திருக்கிறார். ஆயினும் அவருடைய பெயரால், அவரிடம் அதிகாரம் பெற்று, சோழ நாட்டை ஆளுவோரின் கட்டளைக்கு நான் உட்பட்டவன். அவர்களுடைய கட்டளையின்றி நான் இந்தச் சிங்காதனத்தை ஏற்றுக்கொண்டால் தேசத்துரோகியும், ராஜத்துரோகியும் ஆவேன்..."

"அவ்வாறு தாங்கள் கருதுவதாயிருந்தால் தஞ்சாவூருக்குத் தூது கோஷ்டி ஒன்று அனுப்பச் சித்தமாயிருக்கிறோம். தங்கள் தந்தையார் புத்த தர்மத்தில் மிகப் பற்றுக்கொண்டவர். எங்கள் வேண்டுகோளை நிராகரிக்க மாட்டார்."

"இந்த நாட்டின் பிரஜைகள் இருக்கிறார்கள். அவர்களுடைய சம்மதமின்றி இராஜ்யத்தை விநியோகிக்க யாருக்கு உரிமை உண்டு?"

"தங்களை அரசராகப் பெறுவதைப் பெறற்கரிய பேறாக இந்நாட்டுப் பிரஜைகள் கருதுவார்கள்..."

"எல்லாரும் சம்மதிக்கலாம்; மகிழ்ச்சியும் அடையலாம். இந்த உலகில் வேறு யாருடைய விருப்பத்தையும் காட்டிலும் நான் அதிகமாக மதிப்பது என் தமக்கையாரின் விருப்பத்தையே. என் அன்னை என்னைப் பெற்றாள்; பொன்னி நதி என் உயிரைக் காப்பாற்றி அளித்தாள். ஆனால் என் தமக்கை என் அறிவை வளர்த்து, அகக் கண்களைத் திறந்தார். அப்படிப்பட்டவருடைய விருப்பத்தைக் காட்டிலும் என் உள்ளத்திலே உள்ள ஒரு குரலின் கட்டளையே எனக்கு மேலானது. மகா புருஷர்களே! தாங்கள் இச்சிறுவனுக்கு மனமுவந்து அளிக்கும் மகா பாக்கியத்தை ஏற்றுக்கொள்ளும்படி என் உள்ளக் குரல் எனக்குச் சொல்லவில்லை! தயவு செய்து இச்சிறுவனை மன்னித்து அருளுங்கள்!..."

மறுபடியும் அந்த மகாசபையில் சிறிது நேரம் மௌனம் குடி கொண்டிருந்தது. வந்தியத்தேவனுடைய நாடி நரம்புகள் படபடவென்று துடித்த சத்தம் அவன் காதில் மட்டும் விழுந்தது.

சற்றுப்பொறுத்து, பிக்ஷு சங்கத்தின் அத்தியட்சகர் கூறினார்: "இளவரசே! தாங்கள் கூறிய மறுமொழி எனக்கு அதிக வியப்பை அளிக்கவில்லை ஒருவாறு எதிர்பார்த்தேன். இதனாலேயே இந்த இலங்கைச் சிங்காதனத்தில் ஏற எவரிலும் அதிகத் தகுதிவாய்த்தவர் தாங்கள் என்று ஏற்படுகின்றது. தர்ம சூக்ஷுமத்தை உணர்ந்த எங்களுக்கு இதைப் பற்றிச் சிறிதும் சந்தேகம் கிடையாது. ஆனால் தங்களை வற்புறுத்தவும் விரும்பவில்லை. யோசிப்பதற்கு அவகாசம் கொடுக்கிறோம். ஓராண்டுக்குப் பிறகு இதேமாதிரி ஒருநாள் தங்களுக்குச் சொல்லி அனுப்புகிறோம். அப்போது வந்து தங்கள் முடிவான கருத்தைத் தெரிவிப்பீராக!... ஒரு விஷயம் மட்டும் நினைவிருக்கட்டும். இந்தப் புராதன அநுராதபுரத்தில் பல புத்த விஹாரங்கள் மூர்க்கமான யுத்தக் கொடுமையினால் பாழாய்ப் போயிருக்கின்றன. ஆனால் இந்த மகா போதி விஹாரத்துக்கு மட்டும் எவ்விதச் சேதமும் இதுவரை ஏற்படவில்லை. ஏனெனில் இது பூமிக்குக் கீழே குடைந்து அமைத்த விஹாரம். இங்கே வரும் வழி இவ்விடத்தில் தற்சமயம் கூடியிருக்கும் புத்த சங்கத் தலைவர்களுக்கு மட்டுமே தெரியும். எங்களில் ஒருவர் வழி காட்டாமல் இங்கே யாரும் வரமுடியாது. இலங்கை மன்னர்கள் தங்கள் வாழ்க்கையில் ஒரு தடவை, புத்த சங்கத்தாரால் முடிசூடிக் கொள்வதற்கு மட்டுமே, இங்கு அழைக்கப்படுவார்கள். அத்தகைய புனிதமான இரகசியப் பாதையுள்ள விஹாரம் இது. இங்கே தாங்கள் வந்தது, போனது, இங்கே நடந்தது எதையும் பற்றி வெளியில் யாருக்கும் சொல்லக் கூடாது. தங்களுடைய நண்பர்களும் சொல்லக்கூடாது. சொன்னால் மிகக் கடுமையான தேவ சாபத்துக்கு உள்ளாகும்படி நேரிடும்!"

"அத்தியட்சக! சாபத்துக்குத் தேவையில்லை; வெளியில் யாருக்கும் சொல்வதில்லையென்று வாக்குக் கொடுத்து விட்டுத்தான் இங்கே என் நண்பர்களையும்

அழைத்துக்கொண்டு வந்தேன். கொடுத்த வாக்கை ஒருநாளும் மீறமாட்டேன்." என்றார் பொன்னியின் செல்வர்.

அரைநாழிகை நேரத்துக்குப் பிறகு இளவரசர் அருள்மொழிவர்மரும், ஆழ்வார்க்கடியானும், வந்தியத்தேவனும் அநுராதபுரத்தின் வீதியில் நிலா வெளிச்சத்தில் நடந்து கொண்டிருந்தார்கள். விஹாரத்துக்குள் இருந்தவரையில் வாயைக் கெட்டியாக மூடி வைத்துக்கொண்டிருந்த வந்தியத்தேவன் இப்போது அடக்கி வைத்திருந்த எண்ணங்களையெல்லாம் அவிழ்த்து விட்டான்.

"சோழ நாடு! நீர்வளம் நிலவளம் பொருந்தியதுதான். ஆனால் இந்த இலங்கைக்கு இணையாகாது. இப்படிப்பட்ட இரகசியத் தீவின் சிம்மாசனம் வலிய வந்ததை உதைத்துத் தள்ளிவிட்டீர்களே! இது என்ன பேதைமை? தங்களை அழைத்து மணிமகுடத்தை வழங்க வந்த பிக்ஷுக்களின் மதியை என்னவென்று சொல்ல? அடுத்தாற்போல், நானும் தூணோடு தூணாக நின்றுகொண்டிருந்தேனே? எனக்குக் கொடுத்திருக்கக் கூடாதா?" என்று இப்படியெல்லாம் பொருமிக் கொட்டிக் கொண்டிருந்தான்.

இளவரசர் அவனைச் சமாதானப்படுத்த முயன்றார். "துஷ்டகமனுவின் மகன் ஸாலி அசோகமாலா என்னும் பெண்ணின் காதலுக்காக இந்த இலங்கை ராஜ்யத்தைத் துறந்தானென்று சொன்னேனே? அது உமது காதில் ஏறவில்லையா?" என்றார்.

"எல்லாம் ஏறிற்று. அப்படித் தாங்கள் எந்தப் பெண்ணைக் காதலிக்கிறீர்கள்? அவ்விதம் தாங்கள் சிம்மாசனம் ஏறுவதற்குக் குறுக்கே நிற்கும் பெண் யார்?" என்று வந்தியத்தேவன் கேட்டான்.

"ஒரு பெண் அல்ல; இரண்டு பெண்கள். சத்தியம், தர்மம் என்னும் இரு பெண்களை நான் காதலிக்கிறேன். அவர்களுக்காகவே இலங்கை மணி மகுடத்தை வேண்டாம் என்றேன்."

"இளவரசே; தங்களைப் பார்த்தால் இளம் பிராயத்தினராக காணப்படுகிறது. பேச்சோ, வயதான கிழவரைப் போல் பேசுகிறீர்கள்."

"நம்மில் யார் வயதானவர், யாருடைய பிராயம் முடியப்போகிறது என்பது யாருக்குத் தெரியும்?"

இப்படி அவர்கள் பேசியபோது வீதியின் ஓரமாக ஒரு பழைய மாளிகையின் சமீபம் போய்க்கொண்டிருந்தார்கள்.

வீதிக்கு எதிர்ப்புறத்தில் யாரோ கையைத் தட்டும் சப்தம் கேட்டது. சப்தம் கேட்ட இடத்தில் ஓர் உருவம் நின்று கொண்டிருந்தது.

"இப்படி வாருங்கள்!" என்று கூறி, இளவரசர் அந்த உருவத்தை நோக்கி வீதியைக் கடந்து போனார்.

மற்றவர்களும் தொடர்ந்து போனார்கள்.

அவர்கள் பாதி வீதியைக் கடந்து கொண்டிருந்தபோது பின்னால் பெரிய தடபுடல் சத்தம் கேட்டது; திரும்பிப் பார்த்தார்கள். அவர்கள் எந்த வீட்டின் ஓரமாகப் போய்க் கொண்டிருந்தார்களோ அதன் மேல் மாடத்தின் முகப்பு இடிந்து விழுந்துகொண்டிருந்தது!

அவர்கள் அங்கே வீதியைக் கடக்கத் திரும்பியிராவிட்டால் அவர்கள் தலைமேலே விழுந்து கொன்றிருக்கும்!

ஒரு கண நேர வித்தியாசத்தில் மூன்று உயிர்கள் பிழைத்தன. அதுவும் எப்பேர்ப்பட்ட உயிர்கள்!

'நம்மில் யாருக்குப் பிராயம் முடியப் போகிறது என்று யாருக்குத் தெரியும்?' என்று பொன்னியின் செல்வர் கூறியது எவ்வளவு உண்மையான வார்த்தை?' இப்படி எண்ணி வந்தியத்தேவன் நடு வீதியில் நின்று பார்த்துக்கொண்டிருக்க, இருவரும் அப்பால் சென்றார்கள்.

வந்தியத்தேவன் அவர்களை மறுபடி அணுகியபோது அங்கே நின்ற உருவம் நிலா வெளிச்சத்தில் நன்கு தெரிந்தது. கண் முன்னே காண்பதை நம்புவதா இல்லையா என்ற சந்தேகம் அச்சமயம் அவனுக்கு உண்டாயிற்று.

'இது என்ன பைத்தியக்காரத்தனம்? இது எப்படிச் சாத்தியமாகும்?'

'தஞ்சையில் பழுவேட்டரையர் அரண்மனையில் பார்த்த நந்தினி இங்கே இந்த அநுராதபுரத்து வீதிக்கு எப்படி வந்திருக்க முடியும்? நள்ளிரவில் இங்கே வந்து எதற்காக நிற்கவேண்டும்!' மறுகணம் அந்த உருவம் மாயமாய் மறைந்தது. மற்ற இருவர் மட்டும் நின்றார்கள்.

❖

36. தகுதிக்கு மதிப்பு உண்டா?

இளவரசரும் 'நந்தினி'யும் நின்ற இடத்தை நோக்கி வந்தியத்தேவன் விரைவாகவே நடந்தான். அவன் அவ்விடத்தை அடைவதற்குள் கொஞ்சம் சந்தேகம் தோன்றிவிட்டது. இவள் நந்தினிதானா? பழுவூர் ராணிக்குரிய ஆடை ஆபரணங்கள் ஒன்றுமில்லையே! சந்நியாசினியைப் போல் அல்லவா எளிய உடை தரித்திருக்கிறாள்? முகம் நந்தினி முகம் மாதிரி தோன்றுகிறது. ஆனால் ஏதோ ஒரு வித்தியாசமும் இருக்கிறது. அது என்ன?

அவர்கள் நின்ற இடத்துக்கு வந்தியத்தேவன் சென்றதும் அந்த ஸ்திரீ நகர்ந்து வீதி ஓரத்து வீடுகளின் நிழலில் மறைந்தாள். வந்தியத்தேவன் பரபரப்புடன் அவளைத் தொடர்ந்து செல்லப் பார்த்தான். இளவரசர் அவனுடைய கையைப் பிடித்துத் தடுத்து நிறுத்தினார்.

"ஐயா! அந்த ஸ்திரீ யார்? பார்த்த முகமாகத் தோன்றியது!" என்றான்.

இதற்குள் அங்கு வந்து சேர்ந்த ஆழ்வார்க்கடியான், "அந்த ஸ்திரீ சோழநாட்டின் குல தெய்வமாகத்தான் இருக்கவேண்டும். அதோ பாருங்கள்! நாம் அச்சமயம் நகர்ந்திராவிட்டால் இத்தனை நேரம் புத்தர் பெருமானின் சரணங்களை அடைந்திருப்போம்" என்றான்.

திருமலை சுட்டிக்காட்டிய இடத்தைப் பார்த்தார்கள். அங்கே கட்டடத்தின் மேற்பகுதி இடிந்து விழுந்திருந்த இடம் ஒரு சிறிய குன்றைப்போல் இருந்தது. ஒரு சிறிய யானையைக் கூட அந்தக் குன்று வெளியில் வரமுடியாதபடி அமுக்கிக் கொன்றிருக்கும். மூன்று சிறிய மனிதர்கள் எம்மாத்திரம்?

"நல்ல சமயத்திலேதான் நம் குலதெய்வம் தோன்றி நம்மைக் கையைத் தட்டி அழைத்தது" என்றார் பொன்னியின் செல்வர்.

"இளவரசே! அந்த ஸ்திரீ யார் என்று சொன்னீர்கள்?" என்று வந்தியத்தேவன் வியப்புடன் கேட்டான்.

"உமக்கு யார் என்று தோன்றியது? அவளைத் தொடர்ந்து போக ஏன் யத்தனித்தீர்கள்?" என்று இளவரசர் கேட்டார்.

"சோழர்களின் குல தெய்வம் என்றல்லவா இந்த வைஷ்ணவர் சொன்னார்; சோழர் குலத்துக்குக் கேடாக வந்த தேவதையாக எனக்குத் தோன்றியது."

"அப்படியென்றால்...? யார் என்று எண்ணிச் சொல்கிறீர்?"

"என்னுடைய பிரமைதானோ என்னமோ? பழுவேட்டரையர் இளைய தாரமாக மணந்திருக்கும் நந்தினி தேவி என்று தோன்றியது. உங்கள் இருவருக்கும் அப்படிப் படவில்லையா?" என்றான் வந்தியத்தேவன்.

"நான் நன்றாய்ப் பார்க்கவில்லை. ஆனாலும் அது உன் சித்தப் பிரமையாகத்தான் இருக்கவேண்டும். பழுவூர் ராணி இங்கு எப்படி வந்திருக்க முடியும்?" என்றான் ஆழ்வார்க்கடியான்.

"இவர் சொல்வது முழுவதும் சித்தப் பிரமையன்று. கண்ணின் பிரமையும் அதில் சேர்ந்திருக்கிறது. அப்படி ஒரு அதிசயமான முக ஒற்றுமை இருப்பதாக எனக்குக் கூடச் சில சமயம் தோன்றியதுண்டு... வாருங்கள்! நடந்துகொண்டே பேசலாம்!" என்றார் இளவரசர்.

வீதி ஓரமாக வீடுகளின் நிழலில் நடப்பதற்குப் பதிலாக இப்போது மூவரும் நடுவீதியில் நிலா வெளிச்சத்தில் நடக்கத் தொடங்கினார்கள்.

சற்று நடந்ததும், "இளவரசே! தங்களைக் கையைத் தட்டி அழைத்து அந்த அம்மாள் என்ன சொன்னாள்?" என்று ஆழ்வார்க்கடியான் கேட்டான்.

"என்னைத் தேடிக்கொண்டு இரண்டு சத்துருக்கள் வந்திருக்கிறார்கள் என்று சொன்னார்கள். அவர்கள் என்னைக் கொல்வதற்குச் சமயத்தை எதிர்நோக்கிக் கொண்டிருப்பதாகவும் சொன்னாள்."

"அடிப்பாவி! ஒரு வேளை எங்களைப் பற்றித்தான் அப்படிச் சொன்னாளா என்ன?" என்று வந்தியத்தேவன் திடுக்கிட்டுக் கேட்டான்.

பொன்னியின் செல்வர் சிரித்துவிட்டு, "இல்லை, நீங்கள்தான் என்று குறிப்பிட்டுச் சொல்லவில்லை. அப்படி நீங்களாகவே இருந்தாலும் கவலையில்லை. என் உயிர் மிகக் கெட்டியானது என்று அந்தத் தேவி சொல்லியிருக்கிறாள்! முன்னம் பல தடவை என்னைக் காப்பாற்றியும் இருக்கிறாள்!" என்றார்.

"ஐயா! அந்த இரண்டு பகைவர்கள் யார் என்பது எனக்குத் தெரியும். அவர்கள் பார்த்திபேந்திர பல்லவருடன் தங்களை தேடி வந்தவர்கள். இடிந்து விழுந்த மாளிகையில் இரண்டு உருவங்கள் தெரிந்தன. அவர்களாகத்தான் இருக்க வேண்டும்!" என்றான் திருமலை.

"ஐயா! வைஷ்ணவரே! இதை முன்னமேயே ஏன் சொல்லவில்லை! நீங்கள் மேலே செல்லுங்கள். நான் போய் அந்த இடிந்த வீட்டைச் சோதனை போட்டுவிட்டு வருகிறேன்!" என்று வந்தியத்தேவன் திரும்ப யத்தனித்தான்.

இளவரசர் அவனை மறுபடியும் கையைப் பிடித்து நிறுத்தி, "அவசரம் ஒன்றுமில்லை. அந்தப் பாழடைந்த வீட்டில் அவர்களைக் கண்டுபிடிக்கவும் முடியாது. பிறகு பார்த்துக் கொள்ளலாம். நான் மறு உத்தரவு போடும் வரையில் நீர் என்னுடனேயே இருக்கவேண்டும், தெரிகிறதா? இந்தப் பாழடைந்த நகரத்தில் இன்னும் எந்த மூலை முடுக்குகளில் என்ன அபாயம் காத்திருக்கிறதோ, யார் கண்டது? வீர சிகாமணியே! உம்மை நம்பியல்லவா நான் வேறு யாரையும் மெய்க்காவலுக்கு அழைத்து வரவில்லை? இப்படி நடுவீதியில் என்னைக் கைவிட்டுப் போய்விட்டால் நான் என்ன செய்வேன்?" என்றார்.

இந்த வார்த்தைகள் வந்தியத்தேவனைப் போதை கொள்ளச் செய்தன. அவன் நாத் தழுதழுக்க, "ஐயா! உங்களை விட்டு இனி நான் ஒருகணமும் அகலமாட்டேன்!" என்றான்.

ஆழ்வார்க்கடியான், "உன்னை விட்டு நானும் அகலமாட்டேன். இளவரசருக்கு நீ காப்பு; உனக்கு நான் காப்பு" என்று சொன்னான்.

சிறிது நேரத்துக்கெல்லாம், மகாஸேன சக்கரவர்த்தியின் பாழடைந்த மாளிகையின் உட்புறத்தை மூவரும் அடைந்தார்கள். விசாலமான ஓர் அறையில் மூன்று பெருக்கும் பழைய காலத்துக்கட்டில்களில் படுக்கை விரித்திருந்தது. மூவரும் படுத்துக்கொண்டார்கள். அறையின் ஒரு பக்கத்துச் சுவரில் இருந்த பலகணியின் துவாரங்கள் வழியாக நிலா வெளிச்சம் உள்ளே எட்டிப்பார்த்துக் கொண்டிருந்தது.

"பல நூறு ஆண்டுகளுக்கு முன்னால் இந்த அரண்மனையில் இதே இடத்தில் இலங்கையின் சக்கரவர்த்திகளும், இளவரசர்களும் அவர்களுடைய அந்தப்புர மாதரசிகளும் படுத்திருப்பார்கள். அப்போதும் இதே மாதிரி நிலாவின் கிரணங்கள் இந்தப் பலகணியின் வழியாக எட்டிப் பார்த்திருக்கும். இப்போது அதே இடத்தில் நம்மைப் போன்ற சாதாரண

மனிதர்களைப் பார்த்துவிட்டு இந்த நிலாக் கிரணங்கள் ஏமாற்றமடையும், இல்லையா, வந்தியத்தேவரே!" என்றார் அருள்மொழிவர்மர்.

"ஐயா! தங்களையும், இந்த வைஷ்ணவரையும் பற்றி நீங்கள் எது வேணுமானாலும் சொல்லிக் கொள்ளுங்கள். என்னை மட்டும் சாதாரண மனிதன் என்று சொல்ல வேண்டாம்!" என்றான் வல்லவரையன்.

"மறந்து விட்டேன்; மன்னிக்க வேண்டும். தாங்கள் பூர்வீகமான வல்லத்தரசர்கள் குலத்தில் பிறந்த அரசிளங் குமரர் அல்லவா?..."

"ஆம், ஐயா, ஆம்! என் மூதாதை ஒருவரைப் பற்றி ஒரு புலவர் பாடியிருப்பதைக் கேட்டால் இந்த வீர வைஷ்ணவர் பொறாமையினால் புழுங்கிச் செத்துப் போனாலும் போய்விடுவார்."

"போனாலும் போகட்டும்! திருமலை நல்ல தமிழ் அபிமானி. பல்லவ குலத்து நந்திவர்மனைப் போல் தமிழ்ப் பாடலுக்காக உயிரைக் கொடுக்கவும் தயங்க மாட்டார். ஆகையால் பாடலைச் சொல்லுங்கள் கேட்கலாம்."

கொஞ்சம் தயக்கத்துடன் வல்லவரையன் பின்வரும் பாடலைக் கூறினான்:

"என் கவிகை என் சிவிகை
என் கவசம் என்துவசம்
என்கரி யீ(து) என்பரி யீது
என்பரே; மன்கவன
மாவேந்தன் வாணன்
வரிசைப் பரிசு பெற்ற
பாவேந்தரை, வேந்தர்
பார்த்து!

இதைக் கேட்ட பொன்னியின் செல்வர், "திருமலை, நீ தமிழ்ப் புலவனாயிற்றே! இந்தப் பாடலின் பொருள் என்ன, சொல்!" என்றார்.

"ஐயா! என்னைப் பரிசோதிக்கிறீர்கள் போலும். ஆகட்டும், இதோ சொல்லுகிறேன்: மாவேந்தர் வாணரின் அரண்மனை வாசலில் சிற்றரசர்கள் பலர் இராஜ தரிசனத்துக்காகக் காத்துக்கொண்டிருந்தார்கள். அவர்களுக்கு இலேசில் தரிசனம் கிட்டவில்லை. ஏனெனில், பாவேந்தர்களாகிய கவிராயர்கள் முன்னமே அரண்மனைக்குள் சென்றிருந்தார்கள். அவர்களுடைய பாடலைக் கேட்டுவிட்டு வாணப் பேரரசர் மனமகிழ்ந்தார். அவர்களுக்குப் பரிசில்கள் கொடுத்து அனுப்பினார். பூச்சக்கரக் குடைகள், தந்தப் பல்லக்குகள், முத்துக் கவசங்கள், ரத்தினத் துவஜங்கள், யானைகள், குதிரைகள் முதலிய பலவகைப் பரிசுகள் கொடுத்து அனுப்பினார். ஆசார வாசலில் காத்திருந்த சிற்றரசர்கள் அந்தப் பரிசில்களைப் பார்த்து வயிறெரிந்து, 'அடடா! இது என் குடை அல்லவா? என் பல்லக்கு அல்லவா? என் யானை அல்லவா? என் குதிரை அல்லவா? இந்தப் பாழும் புலவர்கள் கொண்டு போகிறார்களே!' என்று புலம்பினார்கள். அந்தச் சிற்றரசர்கள் மாவேந்தர் வாணருக்கு காணிக்கைகளாகக் கொண்டுவந்து கொடுத்திருந்த பொருள்களை வாண மன்னர் புலவர்களுக்கு வெகுமதியாகக் கொடுத்து அனுப்பிக்கொண்டிருந்தார். இளவரசே! பாடலுக்குப் பொருள் சரிதானே?"

"நீ சொல்லுவதில் தவறு இருக்குமா! அடாடா, என்ன அற்புதமான பாடல்! எவ்வளவு நயமான கற்பனை! இதைப் பாடிய மகாகவி யாரோ தெரியவில்லை! வாணர் குல திலகமே! வந்தியத்தேவரே! உமது மூதாதைகளின் ராஜ்யம் பெரிதோ சிறிதோ, அதைப்பற்றிக் கவலையில்லை. இந்த மாதிரி ஒரு பாடலைப் பெற்றார்களே, அதைக் காட்டிலும் அவர்களுக்குச் சிறப்பு என்ன வேண்டும். அவர்களுடைய குலத்திலே பிறந்த நீர் இந்த அரண்மனையில் படுக்கத் தகுந்தவர்தான்! மகாஸேனரின் கட்டில் மாத்திரம் என்ன?

சாக்ஷாத் துஷ்டகமனு சக்கரவர்த்தி படுத்திருந்த கட்டில் இப்போது கிடைக்குமானால் அதிலேயே நீர் படுக்கலாம். நீர் அதற்குத் தகுதி வாய்ந்தவர்தான்!"

"ஆமாம், ஐயா! ஆமாம்! நான் எதற்கும் தகுதி வாய்ந்தவன்தான். ஆனால் இந்த நாளில் தகுதிக்கு யார் மதிப்புக் கொடுக்கிறார்கள்? அந்த பிக்ஷுக்கள் இந்த இலங்கா ராஜ்யத்தின் கிரீடத்தை எனக்குக் கொடுத்தார்களா? வேண்டாம் என்று மறுதலிக்கக்கூடிய தங்களைப் பார்த்துத்தானே கொடுத்தார்கள்? அப்போது எனக்கு என்ன ஆத்திரம் வந்தது தெரியுமா? கிரீடத்தைத் தூக்கி என் தலையில் நானே சூட்டிக் கொண்டு விடலாமா என்று பார்த்தேன்! இந்த வீர வைஷ்ணவர் போட்டிக்கு வந்து விடுவாரே என்று சும்மா இருந்து விட்டேன்!"

இதைக் கேட்டதும் அருள்மொழிவர்மர் கலகலவென்று உரத்துச் சிரித்தார். அந்தச் சிரிப்பின் ஒலியைக் கேட்டு வந்தியத்தேவன் உள்ளம் மகிழ்ந்தது. வெளிப்படையில் மேலும் கோபத்தைக் காட்டி, "சிரித்தால் மட்டும் சரியாகப் போய் விட்டதா? செய்த தவறுக்குப் பரிகாரம் என்ன?" என்றான்.

"ஐயா! வாணர்குல திலகமே! சத்தியம், தர்மம் என்று சொன்னேனே! சிம்மாசனம் வேண்டாம் என்று மறுத்ததற்கு அவை சரியான காரணங்கள் என்று தங்களுக்குப் படவில்லையா?"

"சத்தியம், தர்மம் இவற்றின் பேரில் ஏற்கனவே எனக்குக் கொஞ்சம் சபலம் இருந்தது. இனிமேல் அவற்றின் முகத்திலேயே விழிப்பதில்லை, எவ்வித சம்பந்தமும் வைத்துக்கொள்வதில்லை என்று முடிவு செய்து விட்டேன்."

"அடாடா? ஏன்? எதற்காக அப்படிப்பட்ட முடிவு செய்தீர். அவற்றின் பேரில் என்ன கோபம்?"

"கோபம் ஒன்றுமில்லை சத்தியம், தர்மம் என்னும் கன்னியர் மீது தாங்கள் காதல் கொண்டுவிட்டதாகச் சொல்லவில்லையா? அதற்காக இந்த இலங்கா ராஜ்யத்தைத் தியாகம் செய்ததாகவும் சொல்லவில்லையா? வேறொருவர் காதலித்த பெண்களை நான் மனத்தினாலும் நினைப்பதில்லை!"

பொன்னியின் செல்வர் மறுபடியும் கடகடவென்று சிரித்தார். "உம்மைப்போல் வேடிக்கைக்காரரை நான் பார்த்ததே இல்லை!" என்றார்.

"ஆம், ஐயா! தங்களுக்கு வேடிக்கையாயிருக்கிறது. எனக்கு வயிறு எரிகிறது. இலங்கைச் சிம்மாதனம் தங்களுக்கு வேண்டாம் என்றால், பக்கத்தில் நான் நின்றேனே, என் பக்கம் கைகாட்டி 'இவனுக்குக் கொடுங்கள்!' என்று சொல்லியிருக்கக் கூடாதா?" என்றான் வந்தியத்தேவன்.

அருள்மொழிவர்மர் சிரித்து ஓய்ந்த பிறகு, "வந்தியத்தேவரே! இராஜ்யத்தை ஏற்றுக்கொள்வது அவ்வளவு எளிய காரியமா? அதிலும் புத்த பிக்ஷுக்கள் கொடுத்து ஏற்றுக்கொள்வது சிறிதும் முறையல்ல. பின்னால் பெரிய விபரீதங்களுக்கு இடமாகும். மதத்தலைவர்கள் மத விஷயங்களுடன் நிற்க வேண்டும். மதத் தலைவர்கள் இராஜரீக காரியங்களில் தலையிட்டால் மதத்துக்கும் கேடு; இராஜ்யத்துக்கும் கேடு. மேலும் இன்று எனக்குச் சிம்மாசனம் கொடுக்க வந்த புத்த பிக்ஷுக்கள் இந்த நாட்டிலுள்ள எல்லா புத்த மதத்தாருக்கும் தலைவர்கள் அல்ல. இவர்கள் ஒரு கூட்டத்துக்குத் தலைவர்கள். இவர்களுடைய சங்கத்தைப்போல் இன்னும் இரண்டு சங்கங்கள் இருக்கின்றன. இவர்களிடம் நாம் இராஜ்யத்தை ஒப்புக் கொண்டால் இவர்களுடைய இஷ்டப்படி இராஜ்யம் ஆளவேண்டும். மற்ற இரு சங்கத்தாரும் உடனே நம் விரோதிகள் ஆவார்கள்!" என்றார்.

"வல்லத்து இளவரசருக்கு இப்போது இவ்விடத்து நிலைமை புரிந்ததா?" என்றான் ஆழ்வார்க்கடியான்.

"புரிந்தது, புரிந்தது! அங்கே விஷ்ணு பெரியவரா, சிவன் பெரியவரா என்று சண்டை போடுகிற மூடர்களைப் போல் இங்கேயும் உண்டு என்று புரிந்தது!" என்றான் வந்தியத்தேவன்.

"நீங்கள் இங்கே சண்டை ஆரம்பித்து விடாதீர்கள். இரவு வெகுநேரம் ஆகிவிட்டது. அதோ பெரஹரா ஊர்வலத்திலிருந்து ஜனங்கள் கலைந்து வரும் சத்தமும் கேட்கிறது. இனிமேல் சற்றுத் தூங்கலாம்" என்றார் இளவரசர்.

"எனக்குத் தூக்கம் வராது. நடு வீதியில் கையைத் தட்டி அழைத்து, நம்மை உயிருடன் சமாதியாகாமல் காப்பாற்றிய அம்மாள் யார் என்று தெரிந்துகொண்டால்தான் தூக்கம் வரும்."

"அவள் யார் என்பது இன்னும் எனக்கும் தெரியாது. ஆனால் அவளைப் பற்றி எனக்குத் தெரிந்த செய்திகளை வேணுமானால் சொல்லுகிறேன். கேட்க விரும்பினால் என் அருகில் வந்து உட்காருங்கள்!" என்று சொன்னார் இளவரசர்.

❖

37. காவேரி அம்மன்

வந்தியத்தேவனும், ஆழ்வார்க்கடியானும் ஆர்வத்துடன் எழுந்துபோய் இளவரசரின் கட்டிலுக்குப் பக்கத்தில் கீழே உட்கார்ந்தார்கள். இளவரசர் பின்வருமாறு சொல்லத் தொடங்கினார்:

"நான் சிறு பையனாயிருந்தபோது ஒரு சமயம் காவேரி நதியில் என் பெற்றோர்களுடன் படகில் போய்க்கொண்டிருந்தேன். என் தமையனும் என் தமக்கையும் கூட அச்சமயம் படகில் இருந்தார்கள். அவர்கள் ஏதோ பேசிக்கொண்டிருந்தார்கள். நான் மட்டும் காவேரி நதியின் நீர் சுழித்து ஓடுவதையும், அந்த சுழிகளில் சில சமயம் கடம்ப மலர்கள் அகப்பட்டுக்கொண்டு சுழல்வதையும் கவனித்துகொண்டிருந்தேன். அந்தச் சின்னஞ் சிறிய பூக்கள் அப்படிச் சுழலில் அகப்பட்டுத் தவிப்பதைப் பார்த்து எனக்கு வேதனை உண்டாகும். சில சமயம் படகின் ஓரமாகக் குனிந்து தவிக்கும் கடம்ப மலர்களை நீர்ச் சுழல்களிலிருந்து எடுத்து விடுவேன். அப்படி எடுத்துவிட்ட ஒரு சமயத்தில் தவறித் தண்ணீரில் விழுந்துவிட்டேன். தலை குப்புற விழுந்தபடியால் திணறித் திண்டாடிப் போனேன்!

"காவேரியின் அடி மணலில் என் தலை இடித்த உணர்ச்சி இப்போதும் என் நினைவில் இருக்கிறது. பிறகு வேகமாக ஓடிய தண்ணீர் என்னை அடித்துத் தள்ளிக்கொண்டு போனதும் நினைவிருக்கிறது. எங்கேயோ வெகுதூரத்தில் பலருடைய கூக்குரல்களின் சத்தம் கேட்பது போலிருந்தது.

மூச்சுத்திணறத் தொடங்கியது. சரி, காவேரி நதி நம்மைக் கடலில் கொண்டு போய்த் தள்ளிவிடப் போகிறது என்று நினைத்துக்கொண்டேன். பெற்றோர்களும், தமக்கையும், தமையனும் நம்மைக் காணாமல் எவ்வளவு துன்பப்படுவார்கள் என்ற நினைவு உண்டாயிற்று. அந்தச் சமயத்தில் யாரோ என்னை இரு கைகளாலும் வாரி அணைத்து எடுத்தது போலிருந்தது. அடுத்த கணத்தில் தண்ணீருக்கு மேலே வந்துவிட்டேன். தலை, கண், மூக்கு, வாய் எல்லாவற்றிலிருந்தும் தண்ணீர் வழிந்து கொண்டிருந்தது. ஆயினும் என்னை வாரி எடுத்துக் காப்பாற்றிய கைகள் என் கண்ணுக்குத் தெரிந்தன. பிறகு அந்தக் கரங்களுக்குரியவரின் முகத்தையும் பார்த்தேன். சில கணநேரந்தான் என்றாலும் அந்த முகம் என் மனத்தில் பதிந்துவிட்டது. இதற்கு முன் எப்போதோ பார்த்த முகமாகவும் தோன்றியது. ஆனால் இன்னார் என்பதாகத் தெரியவில்லை.

"பின்னர் அந்தக் கைகள் வேறு யாரிடமோ என்னைக் கொடுத்தன. மறுகணம் நான் படகில் இருந்தேன். தாய், தந்தை, தமக்கை, தமையன் எல்லோரும் என்னைச் சுற்றிக் கொண்டார்கள். அவர்களுடைய துயரமும், பரிவும், அன்பும், ஆதரவும் என் கவனத்தை முழுவதும் கவர்ந்துவிட்டன. சிறிது நேரத்திற்குப் பிறகு என்னைத் தண்ணீரிலிருந்து எடுத்துக் காப்பாற்றியது யார் என்பதைப் பற்றிக் கேள்வி எழுந்தது. ஒருவரையொருவர் கேட்டுக் கொண்டார்கள்; என்னையும் கேட்டார்கள். நானும் சுற்றுமுற்றும் பார்த்தேன். அந்தத் தெய்வீகமான முகத்தை எங்கும் காணவில்லை. ஆகையால் கேள்விக்கு மறுமொழி சொல்ல முடியாமல் விழித்தேன். கடைசியில் எல்லாருமாகச் சேர்ந்து காவேரி அம்மன்தான் என்னைக் காப்பாற்றியிருக்க வேண்டும் என்று தீர்மானித்தார்கள்.

நான் நதியில் விழுந்து பிழைத்த தினத்தில் ஆண்டுதோறும் காவேரி அம்மனுக்குப் பூஜை போடவும் ஏற்பாடு செய்தார்கள். ஆனால் என் மனத்தில் மட்டும் திருப்தி ஏற்படவில்லை. என்னைக் காப்பாற்றியது காவேரி அம்மனாயிருந்தாலும் சரி, வேறு மானிட ஸ்திரீயாயிருந்தாலும் சரி என் மனத்தில் பதிந்திருந்த அவளுடைய திருமுகத்தை இன்னொரு தடவை தரிசிக்க வேண்டும் என்ற தாபம் என் மனத்தில் குடிகொண்டு விட்டது. காவேரி நதிப் பக்கம் போகும் போதெல்லாம் 'திடீரென்று அத்தேவி நீரிலிருந்து எழுந்து எனக்குத் தரிசனம் தரமாட்டாளா?' என்ற ஆசையுடன் அங்குமிங்கும் பார்ப்பேன். நாளாக ஆக, அவள் ஒரு மானிட ஸ்திரீயாகவே இருக்கலாம் என்ற எண்ணம் வலுப்பட்டது. ஆகையால் எந்தத் திருவிழாவுக்குப் போனாலும் அங்கே கூடியுள்ள மூதாட்டிகளின் முகங்களையெல்லாம் நான் ஆர்வத்தோடு உற்றுப் பார்ப்பது வழக்கம். சில காலத்துக்குப் பிறகு அப்படிப் பார்ப்பது அவ்வளவு நல்ல வழக்கமன்று என்பதை உணர்ந்தேன் வருஷம் ஆக ஆக மறுபடியும் அந்தத் தெய்வ முகத்தைத் தரிசிக்கலாம் என்ற ஆசையை இழந்து விட்டேன்.

"சுமார் ஒரு வருஷத்துக்கு முன்னால் நமது தென்திசைப் படைகளின் மாதண்ட நாயகனாகி நான் இங்கு வந்து சேர்ந்தேன். அதற்கு முன்பே சேநாபதி பூதி விக்கிரம கேசரி இலங்கையில் பல பகுதிகளைப் பிடித்திருந்தார். இந்த அநுராதபுரம் பல தடவை கைமாறி, அப்போது மறுபடியும் மகிந்தன் படைகளின் வசத்தில் இருந்தது. இந்நகரை நம் வீரர்கள் முற்றுகையிட்டிருந்தார்கள். முற்றுகை நடந்துகொண்டிருந்த சமயத்தில் நான் இலங்கையின் பல பகுதிகளையும் பார்த்துத் தெரிந்துகொள்ள விரும்பினேன். பொறுக்கி எடுத்த ஆயிரம் வீரர்களை என்னுடன் சேநாபதி அனுப்பி வைத்தார். நம் சைன்யத்தின் வசப்பட்டிருந்த எல்லாப் பகுதிகளுக்கும், காடு மேடு, மலை நதி ஒன்றும் விடாமல் போய், அந்தந்தப் பிரதேசங்களின் இயல்பை நன்கு தெரிந்துகொண்டு வந்தேன். இந்த இலங்கைத் தீவையொட்டிக் கடலில் பல சிறிய தீவுகள் உண்டு என்பது உங்களுக்குத் தெரிந்திருக்கும். அந்தத் தீவுகளுக்கும் போய்ப் பார்த்து வந்தேன்.

இப்படிச் சுற்றி வருகையில் ஒரு சமயம் இந்த நகரத்துக்கு வடக்கே சில காத தூரத்தில் காட்டின் மத்தியில் தாவடி போட்டுக்கொண்டு தங்கியிருந்தோம். நாங்கள் தங்கியிருந்த இடத்தின் பக்கத்தில் 'யானை இறவு'த் துறை இருந்தது. அங்கே இலங்கைக்குக் கிழக்கேயுள்ள கடலும் மேற்கேயுள்ள கடலும் மிக நெருங்கி வந்து ஒரு குறுகிய கால்வாயின் மூலம் ஒன்று சேருகின்றன. அந்தத் துறையின் வழியாகச் சில சமயம் யானைக் கூட்டங்கள் இலங்கையின் வடபகுதிக்குச் செல்லுவது வழக்கமாம். ஆகையால் அந்த இடத்துக்கு 'யானை இறவு' என்று பெயர் வந்ததாகச் சொல்லுகிறார்கள். நாங்கள் அங்கே தங்கியிருந்த சமயத்தில் ஒரு விசித்திரமான சம்பவம் நிகழ்ந்தது. இரவு நேரங்களில் தாவடிக்குச் சமீபத்தில் ஒரு புலம்பல் குரல் கேட்டது. அது மனிதக் குரலா, பட்சியின் குரலா, விலங்கின் குரலா என்று முதலில் தெரியவில்லை, கேட்பவர்கள் ரோமம் சிலிர்க்கும்படியான சோகம் அதில் தொனித்தது. முதலில், தாவடியின் ஓரத்தில் இருந்த வீரர்கள் காதில் விழுந்தது.

அதை அவர்கள் பொருட்படுத்தாமல் இருந்தார்கள். பிறகு, பாசறையைச் சுற்றிலும் பல இடங்களிலும் கேட்டது. என்னிடத்திலும் சிலர் வந்து சொன்னார்கள்.

நான் அதை இலட்சியம் செய்யவில்லை. 'பேய் பிசாசு என்று பயப்படுகிறீர்களா? அப்படியானால் ஊருக்குத் திரும்பிப் போய் அம்மா மடியில் பயமின்றிப் படுத்துத் தூங்குங்கள்!' என்றேன். இதனால் அவர்களுக்கு ரோஷம் வந்துவிட்டது. அப்படி ஓலமிடுகிற குரல் மனிதக் குரலா, விலங்கின் குரலா அல்லது பிசாசின் குரலா என்று தெரிந்து கொள்ளத் தீர்மானித்தார்கள். ஓலம் வந்த இடத்தை நோக்கி ஓடிப் போய் பார்த்தார்கள். அவர்கள் அருகில் நெருங்கியதும், அந்தக் குரலுக்குரிய உருவம் ஓடத் தொடங்கியது. அது ஒரு பெண்ணின் உருவம் போலத் தோன்றியது. ஆனால் அந்த உருவத்தை இவர்களால் பிடிக்க முடியவில்லை. அதற்குப் பிறகும் அந்த ஓலம் நிற்காமல் அடிக்கடி கேட்டுக்கொண்டிருந்தது.

"முதலில் அதை நான் லட்சியம் செய்யாமல்தானிருந்தேன். ஆனால் என்னுடைய வீரர்களுக்கு இதைத் தவிர வேறு பேச்சே இல்லாமற் போய்விட்டது. உண்மையிலேயே சிலர் பயப் பிராந்தி கொண்டு விட்டார்கள். அதன் பேரில் மர்மம் இன்னதென்பதைக் கண்டறியத் தீர்மானித்தேன். ஒருநாள் இரவு அந்த ஓலம் வந்த திசையை நோக்கி, நானும் சில வீரர்களும் சென்றோம். புதர் மறைவிலிருந்து ஒரு ஸ்திரீ உருவம் வெளிப்பட்டது. ஒரு கணநேரம் எங்களைப் பார்த்துவிட்டுத் திகைத்து நின்றது. மறுபடி ஓடத்தொடங்கியது. எல்லாருமாக துரத்திச் சென்றால் அந்த உருவத்தைப் பிடிக்க முடியாது என்று என் மனத்திற்குள் ஒரு குரல் கூறியது. எனவே, மற்றவர்களை 'நில்லுங்கள்' என்று சொல்லி நிறுத்திவிட்டு, நான் மட்டும் தொடர்ந்து ஓடினேன்.

ஒரு தடவை அந்த உருவம் திரும்பிப் பார்த்தது. தனி ஆளாக நான் வருவதைப் பார்த்து என்னை வரவேற்கும் பாவனையில் காத்துக்கொண்டிருந்தது. இப்போது எனக்கும் திகிலாகத்தான் போய்விட்டது. ஒரு வினாடி நேரம் தயங்கி நின்றேன். மறுபடி நெஞ்சை உறுதிப்படுத்திக்கொண்டு முன்னால் சென்று அந்தப் பெண் உருவத்தை நெருங்கினேன். நிலா வெளிச்சம் அவள் முகத்தில் நன்றாக விழுந்தது. தெய்வீகமான அம்முகத்தில் புன்னகை அரும்பியிருந்தது. அந்தக் கணத்தில் எனக்கு நினைவு வந்துவிட்டது. காவேரி அம்மன் இவள் தான்! என்னை வெள்ளம் அடித்துப் போகாமல் எடுத்துக் காப்பாற்றிய தெய்வ மங்கை இவள்தான்!... சற்று நேரம் பிரமை பிடித்தவன் போல் அவள் முகத்தைப் பார்த்துக் கொண்டிருந்தேன். பிறகு, "தாயே! நீ யார்! இங்கே எப்போது வந்தாய்? எதற்காக வந்தாய்? உன்னை எத்தனையோ காலமாக நான் தேடிக்கொண்டிருந்தேனே? என்னைப் பார்க்க விரும்பினால் நேரே என்னிடம் வருவதற்கென்ன? இந்தத் தாவடியைச் சுற்றி ஏன் வட்டமிடுகிறாய்? ஏன் புலம்புகிறாய்?" என்று அலறினேன். அந்த மாதரசி மறுமொழி சொல்லவில்லை. மீண்டும் மீண்டும் நான் கேட்டும் பயனில்லை.

சிறிது நேரத்துக்கெல்லாம் அவளுடைய கண்களில் கண்ணீர் பெருகத் தொடங்கியது. அந்தக் கண்ணீர் என் நெஞ்சைப் பிளந்தது. அவள் ஏதோ சொல்ல முயன்றாள் என்று தோன்றியது. ஆனால் வார்த்தை ஒன்றும் வெளிவரவில்லை. உருத்தெரியாத சப்தம் ஏதோ அவள் தொண்டையிலிருந்து வந்தது. அப்போது சட்டென்று எனக்குத் தெரிந்துவிட்டது. அவள் பேசும் சக்தியில்லாத ஊமை என்று. அப்போது நான் அடைந்த வேதனையைப் போல் என்றும் அடைந்ததில்லை. இன்னது செய்வதென்று தெரியாமல் நான் செயலற்று நின்றேன்.

அந்த ஸ்திரீ சட்டென்று என்னைக் கட்டித் தழுவி உச்சி மோந்தாள். அவள் கண்ணீர்த் துளிகள் என் தலையில் விழுந்தன. உடனே, அடுத்த கணத்திலேயே, என்னை விட்டுவிட்டு ஓடினாள். திரும்பிப் பார்க்கவும் இல்லை. நானும் அவளைத் தொடர்ந்து செல்ல முயலவில்லை. பாசறைக்குச் சென்றதும் என்னை ஆவலோடு சூழ்ந்துகொண்டு கேட்ட வீரர்களிடம், 'அவள் பேயும் அல்ல; பிசாசும் அல்ல; சாதாரண ஸ்திரீதான்!

வாழ்க்கையில் ஏதோ பெருந்துயரத்தினால் சித்த பிரமை கொண்டிருக்கிறாள். மறுபடியும் அவள் வந்தால் அவளைத் தொடர்ந்து போய்த் தொந்தரவு செய்யாதீர்கள்?' என்று கண்டிப்பாகக் கட்டளையிட்டேன்.

"மறுநாள் முழுதும் அங்கிருந்து தாவடியைக் கிளப்பிக் கொண்டு போய்விடலாமா என்ற யோசனை அடிக்கடி எனக்குத் தோன்றி வந்தது. ஆனாலும் முடிவு செய்யக்கூடவில்லை. ஒரு வேளை மறுபடியும் அந்த ஸ்திரீ வரக்கூடும் என்ற ஆசை மனத்திற்குள் இருந்தது. இத்தகைய யோசனையிலேயே பொழுதும் போய்விட்டது; இரவு வந்தது. நான் எதிர்பார்த்தது வீண் போகவில்லை. தாவடிக்கு அருகில் அந்த ஓலக் குரல் கேட்டது. நான் மற்ற வீரர்களிடம் என்னைப் பின்தொடர்ந்து வரவேண்டாம் என்று சொல்லிவிட்டுக் குரல் கேட்ட இடத்தை நோக்கிப் போனேன். அந்தப் பெண்ணரசி என்னை முதல் நாள் மாதிரியே புன்னகையுடன் வரவேற்றாள். சிறிது நேரம் என்னை உற்றுப் பார்த்துக்கொண்டிருந்தாள். ஏதோ சொல்ல முயன்றாள் எனக்கு விளங்கவில்லை.

"பிறகு என் கையைப் பிடித்து அழைத்துக்கொண்டு போனாள். அவளுடன் போவதற்கு எனக்குக் கொஞ்சம்கூடத் தயக்கம் உண்டாகவில்லை. காட்டு வழியில் போகும்போது முள் செடிகளின் கிளைகள் என் மீது படாதவண்ணம் அவள் விலக்கி விட்டுக்கொண்டு போனது என் நெஞ்சை உருக்கியது. கொஞ்ச தூரம் போனபிறகு ஒரு குடிசை தென்பட்டது. அந்தக் குடிசைக்குள் ஓர் அகல் விளக்கு மினுக்கு மினுக்கு என்று எரிந்தது. அந்த வெளிச்சத்தில் அங்கே படுத்திருந்த கிழவன் ஒருவனைக் கண்டேன். அவன் நோயாகப் படுத்திருந்தான் என்பதைத் தெரிந்துகொண்டேன். அவன் உடம்பெல்லாம் பொறுக்க முடியாத குளிரினால் நடுங்குவதுபோல் நடுங்கிக் கொண்டிருந்தது. அவன் உடம்பையே சில சமயம் தூக்கித் தூக்கிப் போட்டது. பற்கள் கிட்டிப் போயிருந்தன. கண்கள் சிவந்து தணல்களைப் போல் அனல் வீசின. ஏதேதோ உருத் தெரியாத வார்த்தைகளை அவன் பிதற்றிக் கொண்டிருந்தான்...

"உங்களுக்கு நினைவில் இருக்கிறதா? இன்று பாதாளக் குகையில் நாம் பார்த்த மஹா போதி விஹாரத்தில் ஒரு பிக்ஷு நடுங்கிக் கொண்டிருந்தாரல்லவா? அவர் பேரில் தேவர்கள் ஆவிர்ப்பவித்திருந்ததாகச் சொன்னார்கள் அல்லவா? அப்போது எனக்குக் காட்டின் மத்தியில் குடிசையில் பார்த்த கிழவன் ஞாபகம் வந்தது. அந்தப் பிக்ஷுவின் பேரில் தேவர்கள் ஆவிர்ப்பவித்திருக்கிறார்களா அல்லது நடுக்கு ஜுரம் என்ற கொடிய நோய் ஆவிர்ப்பவித்திருக்கிறதா என்ற சந்தேகம் ஏற்பட்டது. அதைப்பற்றி நான் பிரஸ்தாபிக்கவில்லை. ஏன் பிரஸ்தாபிக்க வேண்டும்? ஏன் அந்தப் பக்திமான்களின் நம்பிக்கையைக் கெடுக்கவேண்டும்? இந்த வருஷத்தில் இந்தப் பெரஹாரத் திருவிழா நடப்பதற்கு அனுமதி கொடுத்தேனே, ஒரு விதத்தில் பெரிய தவறு செய்துவிட்டேன் என்று தோன்றுகிறது. ஏற்கெனவே பாதிக்கு மேல் அழிந்து போயிருக்கும் இந்தப் புராதன நகரத்திற்குக் குளிர்காய்ச்சலும் வந்து விட்டால் என்ன கதி ஆவது? மிச்சமிருக்கும் ஜனங்களும் இங்கிருந்து ஓட வேண்டியதுதான்..."

இவ்வாறு சொல்லி அருள்மொழிவர்மர் ஏதோ யோசனையில் ஆழ்ந்தார். சற்றுப் பொறுத்துப் பார்த்துவிட்டு வந்தியத்தேவன் "ஐயா! இந்த நகரம் எப்படியாவது போகட்டும். குடிசையில் பிறகு என்ன நடந்தது? சொல்லுங்கள்!" என்றான்.

"குடிசையில் ஒன்றும் நடக்கவில்லை; அந்த மாதரசி நான் அதிக நேரம் அங்கு நிற்கக் கூடாது என்று கருதினாள் போலிருக்கிறது. உடனே என் கையைப் பிடித்து இழுத்துக் கொண்டு வெளியில் வந்து விட்டாள். பிறகு சில சமிக்ஞைகள் மூலம், தான் சொல்ல விரும்பியதைச் சொன்னாள். அவள் சொல்ல விரும்பியது என்னவென்பதை என் மனம் தெரிந்து கொண்டுவிட்டது. 'இந்தப் பிரதேசத்தில் இருக்கவேண்டாம். இங்கே இருந்தால் இந்தக் குளிர் காய்ச்சல் நோய் வந்துவிடும். உடனே இங்கிருந்து தாவடியைப் பெயர்த்துக்கொண்டு போய் விடு!' என்று அவள் சமிக்ஞைகளின் மூலமாகச்

சொல்லி என்னையும் தெரிந்துகொள்ளச் செய்துவிட்டாள். என் பேரில் அவளுக்குள்ள அளவில்லாத அன்பின் காரணமாகவே இந்த எச்சரிக்கை செய்ததாகவும் அறிந்து கொண்டேன். தெய்வத்தின் எச்சரிக்கையாகவே அதை எடுத்துக் கொண்டு அன்றிரவே தாவடியை அங்கிருந்து கிளப்பும்படி கட்டளையிட்டேன். என்னுடனிருந்த வீரர்களுக்கும் அது மகிழ்ச்சியை உண்டாக்கிற்று. அந்தப் பயங்கரமான ஓலக் குரலை இனிக் கேட்க வேண்டாம் என்று எண்ணி அவர்கள் உற்சாகமடைந்தார்கள்..."

❖

38. சித்திரங்கள் பேசின

இளவரசர் சட்டென்று கதையை நிறுத்திவிட்டு, "உங்களுக்கு ஏதாவது காலடிச் சப்தம் காதில் விழுந்ததா?" என்று கேட்டார்.

கதையில் முழுக் கவனம் செலுத்தியிருந்த தோழர்கள் இருவரும் தங்களுக்கு ஒன்றும் கேட்கவில்லை என்றார்கள்.

ஆழ்வார்க்கடியான் சற்று நிதானித்துவிட்டு "நாம் உட்கார்ந்திருக்குமிடம் முன்னைவிட இப்போது உஷ்ணமாயிருக்கிறதே!" என்றான்.

"ஏதோ புகை நாற்றங்கூட வருகிறது!" என்றான் வந்தியத்தேவன்.

"ஐயா! இந்த இடத்தில் அபாயம் ஒன்றுமில்லையே?" என்று ஆழ்வார்க்கடியான் கவலையுடன் கேட்டான்.

"அபாயம் ஏதாவது இருந்தால் காவேரியம்மன் கட்டாயம் வந்து எச்சரிப்பாள். கவலை வேண்டாம்!" என்று இளவரசர் கூறி மேலும் தொடர்ந்து சொன்னார்.

"அந்த இடத்தைவிட்டு உடனே தாவடியைக் கிளப்பிக் கொண்டு புறப்பட்டோம். அப்படியும் நமது வீரர்களில் பத்துப் பேருக்குக் குளிர் காய்ச்சல் வந்துவிட்டது. அம்மம்மா! அந்தக் காய்ச்சல் மிகப் பொல்லாதது. எப்பேர்ப்பட்ட வீரனையும் கோழையாக்கிவிடும். உடம்பெல்லாம் போரில் காயம் பட்டும் கலங்காதவர்கள் மூன்று நாள் காய்ச்சலில் மனம் தளர்ந்து 'ஊருக்குப் போக வேண்டும்' என்று சொல்ல ஆரம்பித்து விடுவார்கள்.

சோழர்களின் குலதெய்வமான துர்கா பரமேஸ்வரிதான் அந்த ஊமை ஸ்திரீயின் உருவத்தில் வந்து எங்களை அங்கிருந்து புறப்படச் செய்தாள் என்று கருதினேன். அதற்குப் பிறகும் தேவி என்னைக் கைவிட்டு விடவில்லை. நான் போகுமிடங்களுக்கெல்லாம் அவளும் தொடர்ந்து வந்து கொண்டிருந்தாள். வன விலங்குகள், மலைப் பாம்புகள், மறைந்திருந்த எதிரிகள் இத்தகைய பல ஆபத்துகளிலிருந்து என்னைக் காப்பாற்றினாள். திடீரென்று எப்படித் தோன்றுவாளோ, அப்படியே மறைந்து விடுவாள். சில நாளைக்குள் அந்தத் தேவியுடன் முகபாவத்தினாலும் சைகைகளினாலும் பேசும் சக்தியை நான் பெற்றுவிட்டேன். பெரும்பாலும் அவள் உள்ளத்தில் நினைப்பதெல்லாம் என் நெஞ்சம் தெரிந்துகொண்டு விடும். அது மட்டுமல்ல; அம்மாதரசியைக் கண்ணால் பார்க்காமலேயே அவள் பக்கத்தில் எங்கேயோ இருக்கிறாள் என்பதை நான் அறிந்து கொள்வேன். இப்போது கூட.... நல்லது; நீங்கள் உடனே சென்று உங்கள் படுக்கையில் படுத்துக் கொள்ளுங்கள். தூக்கம் வாராவிட்டாலும் தூங்குவதுபோல் இருங்கள்! சீக்கிரம்!" என்றார் இளவரசர்.

அவ்விதமே இருவரும் சென்று படுத்துக் கொண்டார்கள். கண்களை மூடிக்கொள்ளவும் முயன்றார்கள். ஆனால் அவர்களை மீறிய ஆவலினால் கண்ணிமைகள் மூடிக்கொள்ள மறுத்தன.

பார்த்துக்கொண்டிருக்கும்போதே நிலா வெளிச்சம் வந்த பலகணியின் அருகில் ஓர் உருவம் வந்து நின்றது. வீதியில் இடிந்து விழுந்த மாளிகைக்கு எதிரில் பார்த்த அதே ஸ்திரீயின் உருவந்தான். மிக மெல்லிய 'உஸ்' என்ற சத்தம் அங்கிருந்து வந்தது.

அருள்மொழிவர்மர் எழுந்து பலகணி ஓரமாகச் சென்றார். வெளியில் நின்ற உருவம் ஏதோ சமிக்ஞை செய்தது.

இளவரசர் அந்த அறையில் படுத்திருந்த தன் தோழர்களைச் சுட்டிக் காட்டினார். சமிக்ஞை பாஷையில் அதற்கும் ஏதோ மறுமொழி கிடைத்தது.

உடனே அருள்மொழிவர்மர் தோழர்கள் இருவரையும் தன்னை தொடர்ந்து வரும்படி சொல்லிவிட்டு அம்மாளிகையிலிருந்து வெளியேறினார். அந்த மூதாட்டி சென்ற வழியில் மூவரும் மௌனமாக நடந்தார்கள். இருபுறமும் மரங்கள் அடர்ந்து இருள் சூழ்ந்திருந்த பாதையில் அவர்கள் வெகுதூரம் சென்ற பிறகு திடீரென்று நிலா வெளிச்சத்தில் ஒரு அதிசயமான காட்சியைக் கண்டார்கள். கரிய பெரிய யானைகள் பலவரிசையாக நின்று, பிரமாண்டமான ஸ்தூபம் ஒன்றைக் காவல் புரிந்துகொண்டிருந்தன. அதைப் பார்த்ததும் வந்தியத்தேவனுடைய மூச்சு நின்றுவிடும் போலிருந்தது. அந்த மூதாட்டியோ சிறிது தயங்காமல் யானைக் கூட்டத்தை நோக்கி நடந்தாள். ஆழ்வார்க்கடியான், வந்தியத்தேவன் காதோடு, "அந்த யானைச் சிலைகள் எவ்வளவு தத்ரூபமாக இருக்கின்றன பார்த்தாயா?" என்று சொன்ன பிறகுதான், வந்தியத்தேவனுடைய திகைப்பு நீங்கியது. ஆயினும் அவனுடைய வியப்பு நீங்கியபாடில்லை.

ஒன்றோடொன்று நெருக்கி இடித்துக்கொண்டு நின்று, அந்த மலை போன்ற ஸ்தூபத்தைத் தாங்கிக் கொண்டிருப்பது போல் அமைக்கப்பட்டிருந்த யானைச் சிலை ஒவ்வொன்றுக்கும் இரண்டு நீண்ட தந்தங்கள் இருந்தன. அவ்விதம் வரிசையாக நின்ற நூற்றுக்கணக்கான யானைகளில் ஒன்றேயொன்றுக்கு மட்டும் ஒரு தந்தம் ஓடிந்து போயிருந்தது. அந்த யானை அருகில் அவள் சென்றாள். அதன் காலடியில் கிடந்த பெரிய கருங்கல்லை அகற்றினாள். அகற்றிய இடத்தில் ஒரு படிக்கட்டு காணப்பட்டது. அதன் வழியாக அவள் இறங்கிச் செல்ல, மற்றவர்களும் பின் தொடர்ந்தார்கள். படிக்கட்டில் இறங்கிச் சிறிது தூரம் குறுகலான வழியில் சென்றதும் ஒரு மண்டபம் காணப்பட்டது. அதில் இரண்டு பெரிய அகல் விளக்குகள் எரிந்து கொண்டிருந்தன.

விளக்குகளில் ஒன்றைத் தூண்டிவிட்டு அந்த மூதாட்டி கையில் எடுத்துக் கொண்டாள். இளவரசரை மட்டும் தன்னுடன் வரும்படி சமிக்ஞையினால் தெரிவித்தாள். மற்ற இருவரும் இதைப்பற்றி முதலில் சிறிது கவலை கொண்டார்கள். ஆனால் அந்த மூதாட்டி விளக்கைத் தூக்கிப் பிடித்து அந்த மண்டபச் சுவர்களில் உள்ள சித்திரங்களைத்தான் இளவரசருக்குக் காட்டுகிறாள் என்று தெரிந்ததும் அவர்களுடைய கவலை ஓரளவு நீங்கியது.

இளவரசர் அம்மண்டபச் சுவரில் பார்த்த சித்திரங்கள் ஏதோ ஒரு கதையில் நிகழ்ந்த சம்பவங்களை வரிசைக் கிரமமாகக் கூறும் தொடர் சித்திரங்களாகத் தோன்றின. புத்த பகவானின் பூர்வ அவதாரக் கதைகளைப் புத்த விஹாரங்களில் சித்திரித்திருக்கும் முறைப்படி இச்சித்திரங்களும் அமைந்திருந்தன. ஆனால் இவை புத்தரின் அவதார நிகழ்ச்சிகளைக் குறிப்பிடவில்லை. ஒரு மானிடப் பெண்ணின் கதையையே சித்திரித்திருந்தது அந்தச் சித்திரப் பெண்ணின் முகத்தோற்றம் ஏறக்குறைய இப்போது விளக்குப் பிடித்துக் காட்டிய மூதாட்டியின் முகத்தை ஒத்திருந்தது. ஆகவே இந்த ஊமை ஸ்திரீ தன்னுடைய வரலாற்றையே சித்திரங்களாக எழுதியிருக்கிறாள் என்று இளவரசர் இலகுவாகத் தெரிந்து கொண்டார்.

அவற்றில் முதல் சித்திரம் கடல் சூழ்ந்த தீவில் ஓர் இளம் பெண் தன்னந்தனியாக நிற்பதையும் அவளுடைய தகப்பனார் கட்டுமரம் ஏறி மீன் பிடித்துக்கொண்டு வருவதையும் காட்டியது. பின்னர், அந்தப் பெண் காட்டு வழியே சென்றாள். ஒரு மரத்தின் கிளைமீது ஓர் இளைஞன் உட்கார்ந்திருந்தான். அவன் இராஜ குமாரனைப் போலிருந்தான். அந்த மரத்தின்மீது ஒரு கரடி ஏறிக் கொண்டிருந்தது. இராஜகுமாரன் அதைக் கவனியாமல் வேறு திசையில் பார்த்துக்கொண்டிருந்தான். அந்தப் பெண் கூச்சலிட்டுவிட்டு ஓடினாள். கரடி

அப்பெண்ணைத் துரத்தியது. மரத்தின் மேலிருந்த இளைஞன் குதித்து வந்து கரடியின் மேல் வேலை எறிந்தான். கரடிக்கும் அவனுக்கும் துவந்த யுத்தம் நடந்தது. அந்தப் பெண் தென்னை மரம் ஒன்றின்மீது சாய்ந்து கொண்டு கரடிக்கும் இளைஞனுக்கும் நடந்த சண்டையைப் பார்த்துக்கொண்டிருந்தாள். கடைசியில் கரடி இறந்து விழுந்தது. இளைஞன் அந்தப் பெண்ணை நெருங்கி வந்தான். அவளுக்குத் தன் நன்றியைத் தெரிவித்தான். ஆனால் அவள் மறுமொழி சொல்லாமல் கண்ணீர் விட்டாள். பிறகு அவள் ஓடிப்போய்த் தன் தந்தையை அழைத்து வந்தாள். வந்த வலைஞன் தன் பெண் பேச முடியாத ஊமை என்பதைத் தெரிவித்தான். இராஜகுமாரன் முதலில் வருத்தப்பட்டான். பிறகு வருத்தம் நீங்கி அவளுடன் சிநேகம் செய்துகொண்டான். காட்டு மலர்களைக் கொய்து மாலை தொடுத்து அவள் கழுத்தில் போட்டான். இருவரும் கை கோத்துக்கொண்டு காட்டில் திரிந்தார்கள்.

ஒருநாள் பெரிய மரக்கலம் ஒன்று அந்தத் தீவின் சமீபம் வந்தது. அதிலிருந்து பல வீரர்கள் இறங்கி வந்தார்கள். இராஜ குமாரனைக் கண்டுபிடித்து அவனுக்கு வணக்கம் செலுத்தினார்கள். அவனை மரக்கலத்துக்கு வரும்படி வருந்தி அழைத்தார்கள். இராஜகுமாரன் அந்தப் பெண்ணுக்கு ஆறுதல் கூறி விடை பெற்றுக்கொண்டான். கப்பலில் ஏறிச்சென்றான். அந்தப் பெண் அவன் போனபிறகு ரொம்பவும் வருத்தப்பட்டுக் கண்ணீர் பெருக்கினாள். அதை அவள் தகப்பன் பார்த்தான். ஒரு படகில் அவளை ஏற்றிக்கொண்டு கடல் கடந்து சென்றான். கலங்கரை விளக்கம் ஒன்றை அடைந்து கரையில் இறங்கினான். அங்கே ஒரு குடும்பத்தார் தகப்பனையும் மகளையும் வரவேற்றார்கள். எல்லாருமாக மாட்டு வண்டியில் ஏறிப் பிரயாணம் போனார்கள். கோட்டை மதில் உள்ள ஒரு பட்டணத்தை அடைந்தார்கள். அங்கே அரண்மனை மேன்மாடத்தில் இராஜகுமாரன் தலையில் கிரீடத்துடன் நின்றான். அவனைச் சூழ்ந்து ஆடை அலங்காரங்கள் புனைந்த பலர் நின்றார்கள். அதைப் பார்த்த இந்த இளம் பெண்ணின் மனம் கலங்கியது. அவள் ஒரே ஓட்டமாக ஓடினாள். கடற்கரையை அடைந்தாள். கலங்கரை விளக்கத்தின் மேலேறிக் கீழே குதித்தாள். அலைகள் அவளைத் தாங்கிக் கொண்டன. படகில் வந்த ஒருவன் அவளைத் தூக்கிப் படகில் ஏற்றிக் காப்பாற்றினான். அவளைப் பேய் பிடித்திருக்கிறதென்று எண்ணி ஒரு கோயிலில் கொண்டு போய் விட்டான். கோயில் பூசாரி அவளுக்கு விபூதி போட்டு வேப்பிலை அடித்தான்.

யாரோ ஒரு பெரிய ராணி சுவாமி தரிசனம் செய்ய அந்தக் கோயிலுக்கு வந்தாள். பூசாரி அந்தப் பெண்ணைப்பற்றி ராணியிடம் சொன்னான். ராணி கர்ப்பந் தரித்திருந்தாள். அந்தப் பெண்ணும் தன்னைப்போலவே கர்ப்பவதி என்று அறிந்தாள். பல்லக்கில் ஏற்றிக்கொண்டு அரண்மனைக்கு அழைத்துப் போனாள். அரண்மனைத் தோட்டத்தில் அந்தப் பெண்ணுக்கு இரண்டு குழந்தைகள் பிறந்தன. ராணி வந்து இரண்டு குழந்தைகளில் ஒன்றைத் தான் வளர்ப்பதாகச் சொன்னாள். முதலில் வலைஞர் பெண் அதை மறுத்தாள். பிறகு யோசித்துப் பார்த்தாள். இரண்டு குழந்தைகளுமே அரண்மனையில் வளரட்டும் என்று தீர்மானித்தாள். குழந்தைகளை விட்டுவிட்டு நள்ளிரவில் ஒருவரிடமும் சொல்லிக் கொள்ளாமல் ஓடிப்போய் விட்டாள். வெகுகாலம் காட்டில் திரிந்துகொண்டிருந்தாள். ஆனால் குழந்தைகளைப் பார்க்க வேண்டும் என்ற ஆசை அடிக்கடி வந்துவிடும். ஆற்றங்கரை ஓரமாக வந்து மரங்களின் மறைவில் ஒளிந்திருப்பாள். படகில் ராஜாவும் ராணியும் குழந்தைகளும் வருவார்கள். தூரத்திலிருந்தபடியே பார்த்துவிட்டுப் போய்விடுவாள். ஒரு சமயம் ஒரு குழந்தை படகிலிருந்து தவறி விழுந்து விட்டது. அதை யாரும் கவனிக்கவில்லை. இவள் நீரில் மூழ்கிக் குழந்தையை எடுத்துக்கொடுத்தாள். உடனே மீண்டும் நதி வெள்ளத்தில் மூழ்கிச் சென்று அக்கரையை அடைந்து காட்டில் மறைந்து விட்டாள்.

இவ்வளவு நிகழ்ச்சிகளும் காவிக் கோட்டினால் தத்ரூப சித்திரங்களாக அச்சுவரில் வரையப்பட்டிருந்தன, இளவரசர் அருள்மொழிவர்மர் அளவில்லா ஆர்வத்துடனும் அதிசயத்துடனும் அச்சித்திரங்களைப் பார்த்துக்கொண்டு வந்தார். கடைசிச் சித்திரம் வந்ததும் இளவரசர், "நதியிலிருந்து காப்பாற்றப்பட்ட சிறுவன் நான்; காப்பாற்றியவள் நீ!" என்று சமிக்ஞையாகச் சுட்டிக்காட்டினார். அந்த மூதாட்டி இளவரசரைக்கட்டி அணைத்துக் கொண்டு உச்சி மோந்தாள்.

பின்னர் அந்த மண்டபத்தின் இன்னொரு மூலைக்கு இளவரசரை அழைத்துச் சென்றாள். அங்கே எழுதியிருந்த சில சித்திரங்களைக் காட்டினாள். அவை அவளுடைய வாழ்க்கை நிகழ்ச்சிகள் அல்ல. இளவரசருக்கு நேரக்கூடிய அபாயங்களைப் பற்றி அச்சித்திரங்களின் மூலமாகவும் சமிக்ஞைகளின் மூலமாகவும் எச்சரிக்கை செய்தாள்.

இவ்வளவையும் வந்தியத்தேவனும் ஆழ்வார்க்கடியானும் மண்டபத்தின் ஓரத்தில் நின்று பார்த்துக் கொண்டிருந்தார்கள். நந்தினியின் முகத்தையும் இந்த ஊமை ஸ்திரீயின் முகத்தையும் வந்தியத்தேவன் அடிக்கடி ஒப்பிட்டுப் பார்த்தான், அவன் மனத்தில் பற்பல எண்ணங்கள் உதித்தன; பற்பல சந்தேகங்கள் தோன்றின. அவற்றைக் குறித்துப் பேச அது சந்தர்ப்பம் அன்று எனப் பேசாதிருந்தான். யானைச் சிலைகள் பாதுகாத்த அந்தரங்க மண்டபத்திலிருந்து அவர்கள் வெளியேவந்தார்கள். மூதாட்டி அவர்களை அழைத்துக் கொண்டு அந்த ஸ்தூபத்தின் சிகரத்தை நோக்கி ஏறினாள். அவளுடைய தேக வலிமையைக் குறித்து மற்றவர்கள் அதிசயித்தார்கள். வந்தியத்தேவனுக்கு மிகவும் களைப்பாயிருந்தது. ஆயினும் வெளியில் சொல்லாமல் ஏறினான்.

பாதி ஸ்தூபம் ஏறியதும் நின்று பார்த்தார்கள். நகரத்தின் ஓரிடத்தில் தீயின் ஜுவாலை கொழுந்து விட்டு எரிந்து கொண்டிருந்தது.

"ஆகா! மகாஸேன சக்கரவர்த்தியின் புராதன மாளிகை தீப்பற்றி எரிகிறது!" என்றார் இளவரசர்.

"நாம் படுத்திருந்த இடமா?"

"அதுவேதான்!"

"அங்கே நாம் படுத்துத் தூங்கியிருந்தால்...?"

"நாமும் ஒரு வேளை அக்கினி பகவானுக்கு உணவாகியிருப்போம்!"

"அதுதான் நாம் படுத்திருந்த அரண்மனை என்று இத்தனை தூரத்திலிருந்தபடி எதனால் சொல்கிறீர்கள்?"

"மண்டபத்துக்குள்ளே நான் பார்த்த சித்திரங்கள் என்னுடன் பேசின."

"எங்களுக்குக் கேட்கவில்லையே?"

"அதில் ஒன்றும் அதிசயமில்லை சித்திரங்கள் ஒரு தனி பாஷையில் பேசும். அந்த பாஷை தெரிந்தவர்களுக்குத்தான் அவற்றின் பேச்சு விளங்கும்."

"அந்தச் சித்திரங்கள் தங்களுக்கு இன்னும் என்ன தெரிவித்தன?"

"என் குடும்ப சம்பந்தமான பல இரகசியங்களைச் சொல்லின. இந்த இலங்கைத் தீவை விட்டு உடனே போய் விடும்படியும் தெரிவித்தன!..."

"சித்திரங்களின் பாஷை வாழ்க! வைஷ்ணவரே! என் கட்சி ஜெயித்தது!" என்றான் வந்தியத்தேவன்.

"இளவரசே! சித்திரங்கள் அத்துடன் நிறுத்தவில்லை. 'இலங்கையில் உள்ளவரையில் கூரையின் கிழ்ப்படுக்க வேண்டாம். வீடுகளின் ஓரமாக நடக்க வேண்டாம். மரங்களின் அடியில் போகவேண்டாம்' என்றும் சொல்லவில்லையா?" என்றான் ஆழ்வார்க்கடியான்.

"சரியாகச் சொன்னீர்! உமக்கு எப்படித் தெரிந்தது?"

"தங்களுக்குச் சித்திரங்களின் பாஷை தெரியும். அடியேனுக்கு அபிநய பாஷை தெரியும். தங்கள் குல தெய்வம் தங்களிடம் பேசிக்கொண்டிருந்தபோது அத்தெய்வத்தின் அபிநய முகபாவங்களைக் கவனித்துக் கொண்டிருந்தேன்!" என்றான் ஆழ்வார்க்கடியான்.

"சந்தோஷம்; இரவு இன்னும் ஒரு ஜாமந்தான் மிச்சமிருக்கிறது. இந்த ஸ்தூபத்தின் உச்சியில் ஏறி சிறிது நேரமாவது படுத்துத் தூங்கிவிட்டுப் பொழுது விடிந்ததும் புறப்படுவோம்" என்றார் அருள்மொழிவர்மர்.

மறுநாள் உதயத்தில் சூரிய கிரணங்கள் சுளீர் என்று அடித்து வந்தியத்தேவனைத் தூக்கத்திலிருந்து எழுப்பின. முதல் நாளிரவு நடந்த உண்மையான நிகழ்ச்சிகள் போதாவென்று சதிகாரர்களும், தீ வைப்பவர்களும், ஊமைகளும், செவிடர்களும், மரத்தில் ஏறும் கரடிகளும், பேய் பிசாசுகளும், புத்த பிக்ஷுக்களும், மணி மகுடங்களும் ஒரே குழப்பமாக வந்தியத்தேவனுடைய கனவிலேயும் வந்து துன்புறுத்தினார்கள். சூரிய வெளிச்சத்தில் அவையெல்லாம் மாயக் கனவுகளாகி மறைந்தன. குழப்பமும் பீதியும் பறந்தன.

இளவரசரும், ஆழ்வார்க்கடியானும் முன்னதாக எழுந்து பிரயாணத்துக்கு ஆயத்தமாகியிருப்பதை வந்தியத்தேவன் கண்டான். அவனும் அவசரமாக ஆயத்தமானான். மூன்று பேரும் ஸ்தூப சிகரத்திலிருந்து இறங்கினார்கள். நடுவீதிகளின் வழியாகவே நடந்து சென்று மகாமேகவனத்தை நோக்கிச் சென்றார்கள். அந்த நந்தவனத்தின் மத்தியிலேதான் புராதனமாக ஆயிரத்தைந்நூறு வயதான, மிகவும் புனிதத்தன்மை வாய்ந்த போதி விருட்சம் இருந்தது.

பிக்ஷுக்களும், பிக்ஷுக்களல்லாத பக்தர்கள் பலரும் போதி விருட்சத்தை வலம் வந்தும், மலர்களைச் சொரிந்தும் வணங்கிக் கொண்டிருந்தார்கள். இளவரசர் அருள்மொழிவர்மரும் அந்தப் போதி விருட்சத்துக்கு வணக்கம் செலுத்தினார்.

"உலகத்தில் இராஜ்யங்களும், இராஜ்யங்களை ஆண்ட மன்னர்களும் மறைந்து போய் விடுவார்கள். ஆனால் தர்மம் என்றென்றைக்கும் நிலைத்து நிற்கும் என்பதற்கு இந்தப் போதி விருட்சம் நிதர்சனமாயிருக்கிறது!" என்று இளவரசர் மற்ற இருவரையும் பார்த்துக் கூறினார்.

இப்படிச் சொல்லிக்கொண்டே சுற்றுமுற்றும் பார்த்தார். ஒரு மூலையில் மூன்று குதிரைகள் பிரயாணத்துக்கு ஆயத்தமாக நின்றன. மூன்று குதிரைகளையும் பிடித்துக்கொண்டு மூன்று பேர் நின்று கொண்டிருந்தார்கள்.

இளவரசர் அங்கே சென்றதும் அவர்கள் மூவரும் முக மலர்ந்து மரியாதையுடன் வணங்கினார்கள். இளவரசர் அவர்களை ஏதோ கேட்டுத் தெரிந்துகொண்டார். வந்தியத்தேவனைப் பார்த்து "இராத்திரி எரிந்தது நாம் படுத்திருந்த மகாசேனரின் அரண்மனைதான்! நாமும் அதில் எரிந்து போய்விட்டோமோ என்று இவர்கள் பயந்துகொண்டிருந்தார்கள். நம்மை உயிரோடு பார்த்ததும் இவர்களுக்குச் சந்தோஷம் தாங்கமுடியவில்லை!"

"ஆயிரத்தைந்நூறு வயதான அரசமரம் இன்னும் நிற்பது என்னமோ உண்மைதான். ஆனால் தர்மம் செத்துப்போய் எத்தனையோ நாளாகிவிட்டது!" என்று சொன்னான் வந்தியத்தேவன்.

"இனி ஒரு தடவை அவ்விதம் சொல்லாதே! நான் ஒருவன் உயிரோடிருக்கும்போது தர்மம் எப்படிச் சாகும்?" என்றான் ஆழ்வார்க்கடியான்.

மூன்றுபேரும் குதிரைகள் மீது ஏறிக்கொண்டு புறப்பட்டார்கள். அநுராதபுர நகரத்தின் வடக்கு வாசல் வழியாக வெளியேறினார்கள். திருவிழாக் கூட்டம் இன்னமும் நகரிலிருந்து நாலாபுறமும் 'ஜேஜே' என்று சென்று கொண்டிருந்தபடியால் இவர்களை யாரும் கவனிக்கவில்லை.

அநுராதபுரத்துக்கு வட கிழக்கில் ஒரு காத தூரத்தில் மகிந்தலை என்னும் சிறிய பட்டணம் இருந்தது. "அசோக சக்கரவர்த்தியின் குமாரர் மகிந்தர் முதன்முதலில் இந்த ஊரிலேதான் வந்திறங்கிப் புத்த மதத்தை உபதேசிக்கத் தொடங்கினார்! எப்படிப்பட்ட பாக்கியசாலி அவர்! ஆயுதந் தாங்கிப் படைகளை அழைத்துக்கொண்டு நாடு கவர்வதற்கு அவர் போகவில்லை. கொலைகாரர்களிடம் சிக்காமல் ஒளிந்து மறைந்து திரிய வேண்டிய அவசியமும் அவருக்கு ஏற்படவில்லை!" என்றார் அருள்மொழிவர்மர்.

"அவருக்குக் கொடுத்து வைத்திருந்தது அவ்வளவுதான்!" என்று சொன்னான் வந்தியத்தேவன்.

இளவரசர் நகைத்தார்.

"நீர் எப்போதும் என்னைவிட்டுப் பிரியவே கூடாது. நீர் பக்கத்தில் இருந்தால் எப்படிப்பட்ட கஷ்டமும் சந்தோஷமாகி விடும்!" என்றார் இளவரசர்.

"அதேமாதிரி எப்படிப்பட்ட சந்தோஷமும் கஷ்டமாகி விடும்!" என்றான் ஆழ்வார்க்கடியான்.

இச்சமயத்தில் சாலையில் அவர்களுக்கு எதிர்ப்பக்கத்தில் ஒரு புழுதிப் படலம் தெரிந்தது. பல குதிரைகள் நாலு கால் பாய்ச்சலில் வரும் சத்தமும் கேட்டது. சிறிது நேரத்துக்கெல்லாம் சிறிய குதிரைப் படை ஒன்று கண்ணுக்குத் தெரிந்தது. குதிரை வீரர்கள் கையில் பிடித்திருந்த வேல் முனைகள் காலை வெயிலில் பளபளவென்று ஜொலித்தன.

"ஐயா! உறையிலிருந்து கத்தியை எடுங்கள்!" என்று எச்சரித்தான் வந்தியத்தேவன்.

❖

39. "இதோ யுத்தம்!"

வந்தியத்தேவன், "உறையிலிருந்து கத்தியை எடுங்கள்!" என்று சொன்ன உடனே, இளவரசர் "இதோ எடுத்துவிட்டேன்!" என்று பட்டாக் கத்தியை உருவி எடுத்தார். அதே சமயத்தில் வந்தியத்தேவனும் உறையிலிருந்து கத்தியை எடுத்தான். அவை பிரம்மாண்டமான ராட்சதக் கத்திகள். அநுராதபுரத்துப் போதி விருட்சத்தின் அருகில் குதிரைகளுடன் வந்து நின்றவர்கள் அந்தக் கத்திகளையும் கொடுத்துவிட்டுச் சென்றார்கள்.

இளவரசர் குதிரையிலிருந்து கீழே குதித்து, "வா இறங்கி! உன்னுடைய அதிகப் பிரசங்கத்தை என்னால் பொறுத்துக் கொண்டிருக்க முடியாது! இங்கேயே ஒரு கை பார்த்துவிட்டுத்தான் போகவேண்டும்!" என்று கடுமையாகக் கூறியதும், வந்தியத்தேவன் திகைத்துப் போனான். இது விளையாட்டா, வினையா என்று அவனுக்குத் தெரியவில்லை. எனினும் இளவரசர் குதிரையிலிருந்து பூமியில் இறங்கி விட்டபடியால் அவனும் இறங்க வேண்டியதாயிற்று.

"என்ன ஐயா! ஏன் தயங்குகிறீர்! நேற்றிரவு என்னை நீர் அவமானப்படுத்தப் பார்த்தீர் அல்லவா? உம்முடைய பாட்டன் வீட்டு அரண்மனை முற்றத்தில் என் பாட்டன்மார்கள் வந்து காத்திருந்தார்கள் என்று சொல்லவில்லையா? அவர்களுடைய குடை, சிவிகை ஆகியவற்றைப் புலவர்கள் தட்டிக்கொண்டு போவதைப் பார்த்துப் பொருமினார்கள் என்று கூறவில்லையா?

அதை நினைத்துப் பார்க்கப் பார்க்க எனக்குப் பொறுக்க முடியவில்லை இரண்டில் ஒன்று தீர்த்துக்கட்டிவிட்டுத்தான் இங்கிருந்து புறப்படவேண்டும்!" என்று சொல்லிக்கொண்டு இளவரசர் இரண்டு கையினாலும் தமது பட்டாக்கத்தியின் அடியைப் பிடித்து சுழற்றிக்கொண்டே வந்தியத்தேவனிடம் அணுகினார்.

ஆம்; அது சாதாரண கத்தி அன்று என்பதாகச் சொன்னோமே? எவ்வளவு பலசாலியானாலும் அதை ஒரு கையினால் தூக்கி நிறுத்துவதே பெரிய காரியம். இரண்டு

கையினாலும் பிடித்துக் கொண்டால்தான் கத்தியைச் சுழற்றவும் எதிரியைத் தாக்கவும் முடியும்.

இளவரசர் அவ்விதம் இரு கையினாலும் கத்தியைச் சுழற்றியபோது அவரைப் பார்த்தால் அரண்மனையில் சுகபோகங்களில் வளர்ந்த கோமள சுபாவம் படைத்த ராஜகுமாரனாகத் தோன்றவில்லை. பழைய காலத்து வீராதி வீரர்களான பீமனையும், அர்ச்சுனனையும், அபிமன்யுவையும் போல் விளங்கினார். இன்னும் திருமேனியில் தொண்ணூற்றாறு புண்சுமந்த விஜயாலய சோழரையும், யானை மேல் துஞ்சியவரான இராஜாதித்த தேவரையும் ஒத்து, அவர்களுடைய வழியில் வந்தவர்தாம் என்பதை ஞாபகப்படுத்துமாறு வீர கம்பீரத் தோற்றத்துடன் திகழ்ந்தார்.

வந்தியத்தேவனும் இரண்டு கையினாலும் கத்தியைப் பிடித்துச் சுழற்றத் தொடங்கினான். ஆரம்பத்தில் அவனுடைய மனத்தில் குழப்பமும் தயக்கமும் குடிகொண்டிருந்தன. போகப் போக, மனம் திடப்பட்டது. வீர வெறி மிகுந்தது. எதிரி தன் போற்றுதலுக்கு உரிய இளவரசர் என்பது மறந்தது. எதற்காக இந்தச் சண்டை என்னும் எண்ணமும் மறைந்தது. எதிரியின் கையில் சுழலும் கத்தி ஒன்றே அவனது கண்முன் நின்றது. அக்கத்தியினால் தாக்கப்படாமல் தான் தப்புவது எப்படி, அதைத் தட்டி எறிந்துவிட்டு எதிரியைக் காயப்படுத்துவது எப்படி என்ற ஒரே விஷயத்தில் அவன் கவனமெல்லாம் பதிந்திருந்தது.

கத்திகள் சுழலும் வேகமும் அவை ஒன்றின் மேல் ஒன்று மோதி 'டணார்', 'டணார்', என்ற ஒலியை எழுப்பும் வேகமும் முதலில் சவுக்ககாலத்தில் தொடங்கி, மத்திம காலத்தைத் தாண்டி, துரித காலத்துக்கு வந்தன. இளவரசருடைய காரியம் முதலில் ஆழ்வார்க்கடியானுக்கும் விளங்கவில்லை. ஆனாலும், அதில் ஏதோ ஒரு நோக்கம் இருக்கவேண்டும் என்று அவன் கருதினான். வருகிறவர்களைத் தடுத்து நிறுத்துவதற்கும், அவர்கள் இன்னார் என்று தெரிந்து கொண்டு அதற்கேற்ப நாம் செய்ய வேண்டியதை நிர்ணயிப்பதற்கும் அது ஓர் உபாயமாயிருக்கலாம். ஆகவே அந்த இரு வீரர்களுடைய குதிரைகளையும் சாலை மத்தியில் குறுக்கே நிற்கும்படி விட்டு, அவற்றின் தலைக் கயிறுகளைப் பிடித்துக்கொண்டு ஆழ்வார்க்கடியான் காத்திருந்தான்.

சாலையில் எதிர்ப்புறமிருந்து வந்து கொண்டிருந்த குதிரை வீரர்கள் நெருங்கி வந்தார்கள். அவர்களுக்கு மத்தியில் புலிக் கொடி பறந்துகொண்டிருந்ததைப் பார்த்ததும் ஆழ்வார்க்கடியானுடைய கவலை நீங்கியது. வருகிறவர்கள் நம்மவர்கள் தான் ஆனால் யாராயிருக்கும்?

அவர்களில் முன்னால் வந்த கட்டியக்காரர்கள் அந்த விஷயத்தைப் பறையறைந்து அறிவித்தார்கள்.

"ஈழத்துப் போரில் மகிந்தனைப் புறங்கண்ட இலங்கைப் படைகளின் சேனாதிபதி வைகையாற்றுப் போரில் வீர பாண்டியன் தலை கொண்ட கொடும்பாளூர்ப் பெரிய வேளார்பூதிவிக்கிரம கேசரி மகாராஜா விஜயமாகிறார்! பராக்!" என்று ஒரு இடி முழக்கக் குரல் ஒலித்தது.

"பல்லவ குலத் தோன்றல் வைகைப் போரில் வீர பாண்டியன் தலை கொண்ட வீராதி வீரர் வடபெண்ணைப் போரில் வேங்கிப் படையை முறியடித்த பராக்கிரம பூபதி பார்த்திபேந்திர வர்மர் விஜயமாகிறார்! பராக்" என்ற இன்னொரு இடி முழக்கக் குரல் ஒலித்தது.

இப்படிக் கட்டியம் கூறியவர்களுக்குப் பின்னால் சுமார் முப்பது குதிரை வீரர்கள் வந்தார்கள். அவர்களுள் நடுநாயகமாகக் கம்பீரமான வெள்ளைப் புரவிகளின் மீது சேனாதிபதி பெரிய வேளாரும், பார்த்திபேந்திரனும் வீற்றிருந்தார்கள். குதிரை வீரர்களைத் தொடர்ந்து அம்பாரியுடன் ஒரு பெரிய யானை வந்தது.

இன்னும் சிறிது தூரத்துக்குப் பின்னால் வந்த காலாட் படை புழுதிப் படலத்தின் மங்கலடைந்து காணப்பட்டது. முன்னால் வந்த குதிரை வீரர்கள் வழியில் ஏற்பட்ட தடையினால் அதிருப்தி அடைந்தவர்களாகத் தோன்றினார்கள்.

"யார் அது?", "விலகு!", "வழி விடு!" என்று சில குரல்களும் கேட்டன.

பின்னர் அக்கூட்டத்தின் 'கசமுச கசமுச' என்ற இரகசியப் பேச்சு வார்த்தைகளும் "ஓஹோ!" "ஆஹா!", என்ற வியப்பொலிகளும் எழுந்தன.

வீரர்கள் குதிரைகள் மீதிருந்து குதித்தார்கள். கத்திச் சண்டை போட்டவர்களைச் சூழ்ந்து கொண்டு நின்றார்கள்.

பூதி விக்கிரம கேசரியும், பார்த்திபேந்திரனுங்கூடக் குதிரை மீதிருந்து பூமியில் இறங்கிவிட்டார்கள். வீரர்களின் முன்னணியில் வந்து நின்றார்கள்.

பார்த்திபேந்திரன் படபடத்தான். விக்கிரம கேசரியிடம், "பார்த்தீர்களா? வல்லத்தானைப் பற்றி நான் சொன்னது உண்மையா, இல்லையா? சுத்த அதிகப் பிரசங்கி! இளவரசரிடமே தன் கைவரிசையைக் காட்டத் தொடங்கிவிட்டான். இதை நாம் பார்த்துக்கொண்டு சும்மா இருப்பதா?..." என்று தன் கையிலிருந்த கத்தியை ஓங்கினான்.

பூதி விக்கிரம கேசரி அவனுடைய கையைப் பிடித்துத் தடுத்தார். "கொஞ்சம் பொறுங்கள், பார்க்கலாம்! என்ன அற்புதமான கத்திப்போர்! இந்த மாதிரி பார்த்து எத்தனையோ நாள் ஆயிற்று" என்றார்.

சற்றுப் பின்னால் வந்த காலாள் வீரர்கள் சுமார் முந்நூறு பேர் அவர்களும் வந்து சேர்ந்தார்கள். வட்ட வடிவமாக நின்று வேடிக்கை பார்க்கலானார்கள்.

இதற்குள் யானை மேல் அம்பாரியிலிருந்து ஒரு பெண் கீழே இறங்கினாள். குதிரைகளுக்கும், வீரர்களுக்கும் இடையிடையே அவள் புகுந்து வந்து வேடிக்கை பார்த்த வட்டத்தின் முன்னணியில் நின்று கொண்டாள். அவளுடைய முகத்தில் அச்சமயம் குடிகொண்டிருந்த கிளர்ச்சியை இப்படியென்று சொல்ல முடியாது. கத்திகள் அங்குமிங்கும் பாய்ந்தபோது அவளுடைய கண் விழிகளும் பாய்ந்தன. போரிட்டவர்கள் அப்படியும் இப்படியும் குதித்தபோது அவளை அறியாமல் அவளுடைய இடை துவண்டு அப்படியும் இப்படியும் ஆடியது. சிறிது நேரத்துக்கெல்லாம் அவள் தன் கூந்தலில் செருகியிருந்த காம்புடன் கூடிய நீலோத்பல மலரை எடுத்துக்கொண்டாள். அதை இப்படியும் அப்படியும் சுற்றிச் சுழற்றத் தொடங்கினாள். கத்திகள் சுழன்ற தாளத்துக்கு இசைய அவளுடைய கையிலிருந்த பூவின் தண்டு சுழன்றது. இந்தப் பெண் யார் என்று வாசகர்களுக்கு நாம் சொல்ல வேண்டியதில்லை. ஆம்; பூங்குழலியை அவர்கள் மறந்திருக்க முடியாதல்லவா? சிறிது நேரம் வரையில் அவளுடைய முகத்துக்கும் எதிரே இளவரசர் முகம் தெரியும்படியாக அவ்வீரர்கள் நின்று போரிட்டனர். கொஞ்சம் கொஞ்சமாக நகர்ந்து பாதி வட்டம் சுற்றி வந்தனர். கடைசியில் வந்தியத்தேவனுடைய முகம் பூங்குழலியின் முகத்துக்கு எதிராக வந்தது. இடையிடையே வந்தியத்தேவனுடைய கண்கள் சுற்றிலும் பெருகி வந்த வீரர் கூட்டத்தைக் கவனித்து வந்தன. அப்போது பூங்குழலியையும் பார்த்து விட்டன. திடீரென்று அந்தப் பெண்ணைப் பார்த்த வியப்பினால் ஒரு கணம் அவன் கவனம் சிதறியது. அந்த ஒரு கண நேரமே இளவரசருக்குப் போதுமாயிருந்தது. வந்தியத்தேவனுடைய கத்தியின்மீது தேவேந்திரனுடைய வஜ்ராயுதத்தைப் போல் இளவரசரின் கத்தி தாக்கியது. வாணர்குல வீரன் தடுமாறினான். அவனுடைய கைப்பிடியிலிருந்து நழுவிப் பட்டாக் கத்தி கீழே விழுந்தது.

சுற்றிலும் கூடியிருந்தவர்கள் அச்சமயம் எழுப்பிய ஆரவாரம் அலை கடலின் ஓசையை ஒத்திருந்தது. அவ்வளவு ஆரவாரத்தையும் மீறிக்கொண்டு ஓர் இளம் பெண்ணின் உற்சாகமான சிரிப்பொலி கேட்டது. வந்தியத்தேவன் கீழே விழுந்த கத்தியை மீண்டும்

எடுப்பதற்குப் பிரயத்தனம் செய்தான். இதற்குள் இளவரசர் பாய்ந்து சென்று அவனைக் கட்டித் தழுவிக் கொண்டார்.

"நீர் என்னுடைய வாளுக்குத் தோற்கவில்லை. வாளுக்கு வாள் சமமான லாகவத்துடன் போரிட்டீர். ஆனால் ஒரு பெண்ணின் கண் வாளுக்குத் தோற்றீர்! இதில் அவமானம் ஒன்றுமில்லை. எல்லாருக்கும் நேரக்கூடியதுதான்!" என்றார்.

வந்தியத்தேவன் அதற்கு ஏதோ சமாதானம் சொல்ல ஆரம்பித்தான். அதற்குள் சேனாபதி பூதி விக்கிரம கேசரியும் பார்த்திபேந்திரனும் அவர்களை நெருங்கி வந்து விட்டார்கள்.

"இளவரசே! இந்தப் பிள்ளையை நான்தான் தங்களிடம் அனுப்பினேன்! இவன் ஏதாவது தவறாக நடந்து கொண்டு விட்டானா? கொஞ்ச நேரம் கதிகலங்கிப் போய்விட்டோம்!" என்றார்.

"ஆம், தளபதி! இவருடைய ஏச்சை என்னால் பொறுக்க முடியவில்லை.

'இலங்கையில் யுத்தம் நடக்கிறது என்றார்களே, யுத்தம் எங்கே? யுத்தம் எங்கே?' என்று கேட்டு, என்னைத் துளைத்துவிட்டார். 'இதோ யுத்தம்!' என்று காட்டினேன்!"

இவ்வாறு இளவரசர் கூறியதும் சுற்றியிருந்தவர்கள் அனைவரும் மறுபடியும் ஆரவாரம் செய்தார்கள்.

சேனாதிபதி வந்தியத்தேவனுடைய அருகில் வந்து அவன் முதுகில் தட்டிக்கொடுத்தார். "அப்பனே! இம்மாதிரி கத்திச் சண்டை பார்த்து எத்தனையோ நாள் ஆயிற்று! இளவரசருக்குச் சரியான துணைவன் நீ! சில சமயம் அவருக்கு இப்படித்தான் திடீர் திடீர் என்று தோள் தினவு எடுக்கும்! 'குஞ்சரமல்லன்' என்று பெயர் பெற்ற பராந்தக சக்கரவர்த்தியின் வம்சத்தில் பிறந்தவர் அல்லவா? அவருடன் நேருக்கு நேர் நின்று சண்டை பிடிக்க முடியாதவர்கள் அவருடன் நெடுநாள் சிநேகமாயிருக்க முடியாது!" என்றார்.

இதற்குள் இளவரசர் பார்த்திபேந்திர பல்லவரின் சமீபமாகச் சென்று, "ஐயா! தாங்கள் என்னைத் தேடி வந்திருக்கிறீர்கள் என்று கேள்விப்பட்டேன். தங்களைச் சந்திப்பதற்காகவே விரைந்து வந்தேன். காஞ்சியில் தமையனார் சௌக்கியமா? என் பாட்டனார் எப்படியிருக்கிறார்?" என்று கேட்டார்.

"தமையனாரும் பாட்டானாரும் தங்களுக்கு மிகவும் முக்கியமான செய்தி அனுப்பியிருக்கிறார்கள். இலங்கைக்கு வந்து தங்களைக் கண்டுபிடிப்பதற்கே நாலைந்து தினங்களாகிவிட்டன. இனி ஒரு கணமும் தாமதிப்பதற்கில்லை..." என்று பார்த்திபேந்திரன் கூறுவதற்குள் இளவரசர்.

"முக்கியக் காரியமாக இல்லாவிட்டால் தாங்களே புறப்பட்டு வருவீர்களா? இனி ஒரு கணமும் தாமதிக்க வேண்டியதில்லை. இப்போதே செய்தியைத் தெரிவிக்க வேணும்!" என்றார்.

இச்சமயம் அவர்கள் சமீபத்தில் வந்த சேனாதிபதி பெரிய வேளார், "நடுச்சாலையில் இத்தனை பேருக்கு நடுவிலே ஒன்றும் பேசமுடியாது. அதோ ஒரு பாழும் மண்டபம் தெரிகிறதே! அங்கே போகலாம்! நல்லவேளையாக இந்த இலங்கையில் பாழும் மண்டபத்துக்குக் குறைவு கிடையாது!" என்றார்.

சாலைக்கு அப்பால் கொஞ்ச தூரத்திலிருந்து பாழும் மண்டபத்தை நோக்கி அனைவரும் போனார்கள்.

❖

40. மந்திராலோசனை

போகும்போது வந்தியத்தேவன் ஆழ்வார்க்கடியானை நெருங்கி, "இது என்ன, இளவரசர் இப்படிச் செய்கிறார்? அன்று திடீரென்று குத்துச் சண்டை போட்டார்; இன்று கத்திச் சண்டையில் இறங்கினார். சொல்லிவிட்டாவது சண்டையை ஆரம்பிக்கக் கூடாதா? இளவரசருடைய சிநேகம் மிகவும் ஆபத்தாயிருக்கும் போலிருக்கிறதே!" என்றான்.

இளவரசர் இதைக் கேட்டுக் கொண்டே அவர்கள் பக்கத்தில், வந்து விட்டார்.

"ஆம், ஐயா! என்னுடைய சிநேகம் மிகவும் ஆபத்தானதுதான். நேற்றிரவே அது உமக்குத் தெரிந்திருக்குமே? ஆபத்துக்கு உள்ளாகாமல் இருக்க வேண்டுமானால் நான் இருக்குமிடத்திலிருந்து குறைந்தது பத்துக் காத தூரத்தில் இருக்கவேண்டும்!" என்றார்.

"இளவரசே அதற்காக நான் சொல்லவில்லை. தங்கள் பக்கத்திலிருந்து எந்தவித ஆபத்துக்கும் உட்படுவதற்கு நான் சித்தம். ஆனால் இப்படி நீங்கள் திடீர் திடீர் என்று..."

இப்போது வீர வைஷ்ணவன் குறுக்கிட்டு, "இது தெரியவில்லையா தம்பி உனக்கு? எதிரே வருகிறவர்கள் யார் என்று தெரிந்து, அதற்குத் தக்கபடி காரியம் செய்வதற்காக இளவரசர் இந்த உபாயத்தைக் கையாண்டார்!"

"வருகிறவர்கள் யாராயிருந்தாலும் கத்திச் சண்டையைக் கண்டால் கொஞ்சம் நின்று பார்ப்பார்கள் அல்லவா?" என்றான்.

இளவரசர், "திருமலை சொல்வதும் சரிதான். என்னுடைய ஜாதக விசேஷமும் ஒன்று இருக்கிறது. என்னுடன் யாராவது சிநேகமாயிருந்தால் அவர்களுக்கு மற்றவர்களின் அசூயையும், பகைமையும் நிச்சயம் சித்திக்கும். அதற்காக, நான் யாருடைய சிநேகிதத்தையாவது விரும்பினால் அவர்களுடன் அடிக்கடி சண்டை பிடிப்பது வழக்கம். இதைப் பொருட்படுத்தாதவர்கள்தான் என்னுடைய சிநேகிதர்களாயிருக்க முடியும்!" என்றார்.

"அப்படியானால் சரி! இனிமேல் தாங்கள் சண்டையை ஆரம்பிப்பதற்குக் காத்திராமல் நானே ஆரம்பித்துவிடுகிறேன். இளவரசே! தங்களுக்குச் செய்தி கொண்டு வந்த நான் ஒரு முக்கியமான செய்தியைச் சொல்ல மறந்துவிட்டேன். அதை இப்போது சொல்லிவிட விரும்புகிறேன்! சொல்லியே ஆகவேண்டும். தாங்கள் கேட்க விரும்பாவிட்டால், மறுபடியும் கத்தியை எடுங்கள்!" என்றான் வந்தியத்தேவன்.

"வேண்டாம்! செய்தியைச் சொல்லுங்கள், கேட்கிறேன்."

"நம்மைச் சுற்றி நின்ற கூட்டத்தில் ஒரு பெண் கையில் காம்புள்ள குமுத மலருடன் நின்றுகொண்டிருந்தாளே, அவளுடைய கண்வீச்சுக்கு நான் தோற்றுவிட்டேன் என்று கூடத் தாங்கள் சொல்லவில்லையா? அந்தப் பெண் யார் தெரியுமா?"

"தெரியாது; அவளை நான் நன்றாய்ப் பார்க்கவில்லை. பார்க்கும் வழக்கமும் எனக்குக் கிடையாது."

"இளவரசே! அவள்தான் தங்களுக்கு ஒரு செய்தி சொல்லி அனுப்பினாள்; சொல்லத் தவறிவிட்டேன். எப்படிச் சொல்வது; தங்களைச் சந்தித்ததிலிருந்து தங்களுடன் துவந்த யுத்தம் செய்வதற்கும், தலையில் வீடு இடிந்து விழாமல் தப்புவதற்கும் சரியாயிருக்கிறதே! ஆகையால் சொல்லச் சரியான சந்தர்ப்பம் கிடைக்கவில்லை. திடீரென்று அந்தப் பெண்ணைப் பார்த்தபோது அவள் கூறிய செய்தியைச் சொல்லவில்லை என்ற நினைவு வந்தது. அப்போது சிறிது அசந்துவிட்டேன். அந்தச் சமயம் பார்த்து என் கத்தியைத் தட்டிவிட்டீர்கள்..."

"போகட்டும்; அந்தப் பெண் யார்? அவள் எதற்காக எனக்குச் செய்தி அனுப்ப வேண்டும்?"

"ஐயா! அவள்தான் பூங்குழலி."

"அழகான பெயர். ஆனால் நான் கேள்விப்பட்டதில்லை."

"ஐயா! 'சமுத்திர குமாரி' என்ற பெயர் நினைவிருக்கிறதா?"

"சமுத்திரகுமாரி சமுத்திரகுமாரி அப்படி ஒரு பெயரும் எனக்கு நினைவில் இல்லையே! அவளைப் பார்த்ததாகக்கூட ஞாபகம் இல்லையே!"

"தயவு செய்து கொஞ்சம் ஞாபகப்படுத்திக் கொள்ளுங்கள். தங்களுக்கு நினைவில்லையென்றால் அந்தப் பெண்ணின் நெஞ்சு உடைந்துவிடும். கோடிக்கரையில் தாங்கள் மரக்கலம் சேருவதற்காகப் படகில் ஏறச் சித்தமாயிருந்தீர்கள். அச்சமயம் ஒரு பெண் தன்னந்தனியாகப் படகு விட்டுக் கொண்டு கடலிலிருந்து கரைக்கு வந்தாள். தாங்கள் வியப்புடன் பார்த்துக் கொண்டிருந்தீர்கள். அவளும் நீங்கள் எல்லாரும் யார் என்று தெரிந்து கொள்வதற்காக நீங்கள் நின்ற இடத்துக்குச் சமீபமாக வந்தாள். 'இந்தப் பெண் யார்?' என்று தாங்கள் கலங்கரை விளக்கத் தலைவரைக் கேட்டீர்கள். அவர் 'இவள் என் குமாரி' என்றார். தாங்கள் உடனே 'ஓகோ! இவள் உமது குமாரியா? சமுத்திர குமாரி என்றல்லவா நினைத்தேன்!' என்றீர்கள். அதை அந்தப் பெண் மறக்காமல் நினைவு வைத்துக் கொண்டிருக்கிறாள். அந்தப் பெண்ணின் உதவியினால்தான் நான் கடல் கடந்து இலங்கைக்கு வர முடிந்தது..."

"நீர் சொன்ன பிறகு எனக்கும் இலேசாகக் கொஞ்சம் நினைவுக்கு வருகிறது. ஆனால் கோடிக்கரை சமுத்திர குமாரிக்கு இங்கே அநுராதபுரத்துக்குச் சமீபத்தில் என்ன வேலை? இவர்களுடன் எதற்காக வந்திருக்கிறாள்? ஒருவேளை உம்மைத் தேடிக்கொண்டா?..."

"இல்லை; அப்படி ஒருநாளும் இராது. என்னைத் தேடிவர நியாயம் இல்லை. யாரையாவது தேடி வந்திருந்தால் அது தங்களைத் தேடித்தான் இருக்கவேண்டும். எதற்காக என்று எனக்குத் தெரியாது!"

இப்படிச் சொல்லிக்கொண்டே வந்தியத்தேவன் சற்றுத் தூரத்தில் சேனாதிபதியின் பக்கத்தில் வந்துகொண்டிருந்த பூங்குழலியைப் பார்த்தான். அவள் தலைகுனிந்த வண்ணம் நடந்தாள். ஆயினும் அவளுடைய கவனம், கருத்து எல்லாம் இளவரசரிடமே இருக்கின்றன என்பதை உணர்ந்துகொண்டான். சிறிது நேரத்துக்குக்கொரு தடவை அவளுடைய கடைக் கண் இளவரசரை நோக்குவதையும் அறிந்தான். அச்சமயம் அவளைப் பற்றித் தாங்கள் பேசுகிறோம் என்பதும் உள்ளுணர்வினால் அவளுக்குத் தெரிந்திருக்க வேண்டும். இல்லாவிடில் அப்படி அவள் குனிந்த தலை நிமிராமல் நடப்பதற்கு யாதொரு அவசியம் இல்லையே! அம்மம்மா! ஒரு கணமும் பார்த்த திசையைப் பாராமல் ஓயாமல் சலித்துக்கொண்டிருக்கும் கண்கள் அல்லவா அவளுடைய கண்கள்!

மேற்கூரையில்லாமல் வேலைப்பாடான கருங்கல் தூண்கள் மட்டும் நின்ற மண்டபத்தை அவர்கள் அடைந்தார்கள். சுற்றிலும் ஓங்கி வளர்ந்திருந்த மரங்கள் அந்த மண்டபத்துக்கு ஓரளவு நிழலை அளித்தன. மண்டபத்தின் மத்தியில் ஒரு மேடான பீடமும் இருந்தது. அங்கே சென்று இளவரசரும் சேனாதிபதியும், பார்த்திபேந்திரனும் அமர்ந்தார்கள். வந்தியத்தேவனும், ஆழ்வார்க்கடியானும் சற்றுத் தள்ளி நின்றார்கள்.

இன்னொரு பக்கத்தில் ஒரு தூணின் மறைவில் பூங்குழலி நின்று கொண்டிருந்தாள். அங்கிருந்தபடி அவள் இளவரசரையும் வந்தியத்தேவனையும், பார்க்கக் கூடியதாயிருந்தது.

அந்தக் கூரையில்லாத மண்டபத்தைச் சுற்றிலும் வீரர்கள் வியூகம் வகுத்ததுபோல் இரண்டு வரிசையாக நின்றார்கள். இன்னும் சற்றுத் தூரத்தில் குதிரைகளும், யானையும் நிறுத்தப்பட்டிருந்தன.

இளவரசர் பார்த்திபேந்திரனைப் பார்த்து, "என் தமையனாரும், பாட்டனாரும் என்ன செய்தி சொல்லி அனுப்பியிருக்கிறார்கள்? கேட்க ஆவலாயிருக்கிறேன்!" என்றார்.

"இளவரசே! சோழ ராஜ்யம் பெரிய அபாயத்துக்குள்ளாகியிருக்கிறது. இது தங்களுக்குத் தெரிந்திருக்கும்..."

"ஆம், ஐயா! சக்கரவர்த்தி நெடுநாளாக நோய்ப்பட்டிருக்கிறார்..."

"அபாயம் அது மட்டுமல்ல; சாம்ராஜ்யத்துக்கே பேரபாயம் நேர்ந்திருக்கிறது. பெரிய அதிகாரங்களில் உள்ளவர்கள் துரோகிகளாகி விட்டார்கள். சக்கரவர்த்திக்கும், பட்டத்து இளவரசருக்கும், தங்களுக்கும் விரோதமாகச் சதி செய்யத் தொடங்கி விட்டார்கள். தங்கள் தமையனாருக்குப் பட்டம் இல்லை என்று சொல்லிவிட்டுச் சிவபக்தி வேஷதாரியான உருத்திராட்சப் பூனை மதுராந்தகனுக்குப் பட்டம் கட்டுவது என்றும் தீர்மானித்திருக்கிறார்கள். பழுவேட்டரையர்களும், சம்புவரையர்களும், இரட்டைக் குடை இராஜாளியாரும்; மழபாடி மழவரையரும்; மற்றும் இவர்களைப் போன்ற வேறு பல துரோகிகளும் இந்தக் கூட்டுச் சதியில் சேர்ந்திருக்கிறார்கள். ஆனால் அவர்கள் முயற்சி பற்றி நாம் சிறிதும் கவலைப்பட வேண்டியதில்லை. வடதிசைச் சைன்யமும், தென்திசைச் சைன்யமும் நம் வசத்தில் இருக்கின்றன. திருக்கோவலூர் மிலாடுடையாரும், கொடும்பாளூர்ப் பெரிய வேளாரும் நம் பக்கம் இருக்கிறார்கள்.

இவர்களுடைய உதவிகளைக் கொண்டும் சைன்யத்தின் துணைகொண்டும் துரோகிகளின் சதியை ஒரு நொடியில் சின்னாபின்னப்படுத்தி விடலாம். ஆனால் எதிரிகளுக்கு அதிக காலம் இடங்கொடுத்து விடக் கூடாது. துரோகிகளின் சூழ்ச்சியை முளையிலேயே கிள்ளி எறிந்து விடவேண்டும். இப்படிப்பட்ட நிலைமை ஏற்பட்டிருப்பதை முன்னிட்டுத் தங்களை உடனே காஞ்சிக்கு அழைத்து வரும்படியாகத் தங்கள் தமையனாரும், பாட்டனாரும் என்னை அனுப்பி வைத்திருக்கிறார்கள். இச்சமயத்தில் நீங்கள் சகோதரர்கள் இருவரும் பிரிந்திருக்கலாகாது என்றும், ஒரே இடத்தில் இருப்பது மிக அவசியம் என்றும் தங்கள் பாட்டனார் கருதுகிறார். இன்னும், தங்கள் தமையனாரின் உள்ளத்தில் இருப்பதையும் சொல்லிவிட விரும்புகிறேன். அவருக்கு ஒரே இடத்தில் இருந்து இராஜ்யம் ஆளுவதில் விருப்பம் இல்லை. கடல் கடந்த நாடுகளுக்கெல்லாம் கப்பலேறிச் செல்ல வேண்டுமென்றும் அந்த நாடுகளையெல்லாம் வென்று சோழர் புலிக்கொடியைப் பறக்கவிட வேண்டுமென்றும் அவர் துடிதுடித்துக் கொண்டிருக்கிறார். வடநாட்டுப் படையெடுப்புக்குப் பழுவேட்டரையர்கள் முட்டுக்கட்டை போட்டதிலிருந்து அவருடைய போர் வெறி ஒன்றுக்குப் பத்து மடங்கு ஆகியிருக்கிறது. ஆகையால் தாங்கள் காஞ்சி வந்து சேர்ந்ததும் தஞ்சைக்குப் படையெடுத்துச் சென்று சதிகாரர்களையெல்லாம் அதம் செய்து ஒழித்துவிட்டுச் சோழ சிம்மாசனத்தில் தங்களை அமர்த்தி முடிசூட்டி விட்டு..."

இத்தனை நேரம் கவனத்துடனும் மரியாதையுடன் கேட்டு வந்த இளவரசர் இப்போது தம் செவிகளைக் கையினால் மூடிக் கொண்டு, "வேண்டாம்! அத்தகைய விபரீத வார்த்தைகளைச் சொல்லாதீர்கள். சோழ சிம்மாசனத்துக்கும் எனக்கும் வெகுதூரம்!" என்றார்.

"தங்களுக்குப் பிடிக்கவில்லையென்றால் நான் சொல்லவில்லை; அது தங்களுடைய தமையனார் இஷ்டம்; தங்கள் இஷ்டம். நீங்கள் சகோதரர்கள் விவாதித்துத் தீர்த்துக் கொள்ள வேண்டியது. ஆனால் சதிகாரர்களை ஒழிப்பதில் இரண்டு பேரும் ஒன்றுபட வேண்டியது அவசியம். உடனே தாங்கள் காஞ்சிக்குப் புறப்பட்டு வாருங்கள். பழுவேட்டரையர்களையும், சம்புவரையர்களையும் பூண்டோடு அழிப்போம். சிவபக்தி வேஷதாரியான மதுராந்தகனைச் சிவலோகத்துக்கே அனுப்பி வைப்போம். பிறகு தாங்களும் தங்கள் தமையனாரும் யோசித்து உசிதம்போல் முடிவு செய்யுங்கள்!" என்றான் பார்த்திபேந்திரன்.

"ஐயா! எல்லாம் நாமே முடிவு செய்ய வேண்டியதுதானா? என் தந்தை சக்கரவர்த்தி அவருடைய விருப்பம் இன்னதென்று நாம் தெரிந்துகொள்ள வேண்டாமா? ஒருவேளை தாங்கள் தெரிந்துகொண்டிருக்கிறீர்களா? என் தமையனாருக்குத் தந்தையிடமிருந்து ஏதேனும் அந்தரங்கச் செய்தி வந்ததா...?"

"இளவரசே! இந்தச் சந்தர்ப்பத்தில் உண்மையைச் சொல்ல வேண்டியது அவசியம். மூடி மறைப்பதில் பயனில்லை. தங்கள் தந்தையின் விருப்பத்தை இச்சமயம் அறிந்துகொள்வது இயலாத காரியம். சக்கரவர்த்தி இப்போது சுதந்திர புருஷராயில்லை. பழுவேட்டரையர்களின் சிறையில் இருக்கிறார். அவர்களுடைய அனுமதியின்றி யாரும் சக்கரவர்த்தியைப் பார்க்க முடியாது; பேசவும் முடியாது. அவருடைய விருப்பத்தைத் தெரிந்து கொள்வது எங்ஙனம்? தந்தையைக் காஞ்சிக்கு வரச் சொல்வதற்காகத் தங்கள் தமையனார் பெரு முயற்சி செய்தார். காஞ்சியில் பொன் மாளிகை கட்டினார். சக்கரவர்த்தி விஜயம் செய்து கிரஹப்பிரவேசம் செய்யவேண்டும் என்று அழைப்பு அனுப்பினார். ஆனால் சக்கரவர்த்தியிடமிருந்து மறு ஓலை வரவில்லை..."

"என் தந்தை நோய்ப்பட்டிருப்பது நடக்க முடியாதவராயிருப்பதும் தெரிந்த விஷயந்தானே?"

"இளவரசே! தங்கள் தந்தை மூன்று உலகங்களின் சக்கரவர்த்தி காஞ்சிக்குக் காலால் நடந்து வரவேண்டுமா? யானைகள் குதிரைகள் இல்லையா? வண்டி வாகனங்கள் இல்லையா? தங்க ரதங்களும் முத்துச் சிவிகைகளும் இல்லையா? தலையால் சுமந்து கொண்டு வருவதற்கு முடிசூடிய சிற்றரசர்கள் ஆயிரம் பதினாயிரம் பேர் போட்டி போட்டுக்கொண்டு வர மாட்டார்களா? காரணம் அதுவன்று; பழுவேட்டரையர்களின் துரோகந்தான் காரணம். தஞ்சை அரண்மனை இப்போது சக்கரவர்த்தியின் சிறையாக மாறிவிட்டது... இளவரசே! தங்கள் தந்தையின் உயிரைக் காப்பாற்ற விரும்பினால் உடனே புறப்பட்டு வாருங்கள்!"

இந்த வார்த்தைகள் இளவரசரின் உள்ளத்தைக் கலக்கி விட்டன என்பது நன்றாகத் தெரிந்தது. அவருடைய களை பொருந்திய முகத்தில் முதன்முதலாகக் கவலைக் குறி தென்பட்டது.

இளவரசர் சிறிது நேரம் சிந்தனையில் ஆழ்ந்திருந்துவிட்டுச் சேனாதிபதியின் முகத்தை ஏறிட்டுப் பார்த்தார்.

"தளபதி! தங்களுடைய யோசனை என்ன? சில நாளைக்கு முன்பு முதன் மந்திரி அநிருத்தப் பிரமராயர் வந்திருந்தார். அவர் என் தந்தையின் மதிப்புக்கும் அந்தரங்க அபிமானத்துக்கும் உரியவர். அவர் என்னை இலங்கையிலேயே சில காலம் இருக்கும்படி யோசனை சொன்னார். தாங்களும் அதை ஆமோதித்தீர்கள். 'இங்கே சண்டை ஒன்றும் நடக்கவில்லையே, நான் எதற்கு இருக்கவேண்டும்?' என்று கேட்டதற்குச் சமாதானம் சொன்னீர்கள். முதன் மந்திரி இதோ நிற்கும் வைஷ்ணவரிடம் அதே யோசனையைத் திரும்பச் சொல்லி அனுப்பியிருக்கிறார். என் தமக்கை இளைய பிராட்டியிடம் எனக்கு எவ்வளவு மதிப்பு உண்டு என்பது தங்களுக்குத் தெரியும். அவர் இட்ட கோட்டை நான் தாண்ட மாட்டேன். இலங்கைக்கு அவர் வரச் சொல்லித்தான் வந்தேன். இளைய பிராட்டி இதோ இந்த வாணர்குலத்து வீரனிடம் ஓலை அனுப்பியிருக்கிறார். ஒரு விதத்தில் என் தமக்கையின் செய்தியும் பார்த்திபேந்திரர் கூறியதை ஒட்டியிருந்தது. ஆனால் உடனே புறப்பட்டுப் பழையாறைக்கு வரும்படி எழுதி அனுப்பியிருக்கிறார். என் தமையனாரோ காஞ்சிக்கு வரும்படி இவரிடம் கூறி அனுப்பியுள்ளார். சேனாதிபதி! தங்களுடைய கருத்து என்ன?" என்றார்.

"இளவரசே! இன்று காலை வரையில் தாங்கள் இந்த இலங்கைத் தீவிலேயே இருக்கவேண்டும் என்ற கருத்துடனேயே நான் இருந்தேன். நேற்றிரவு கூட இவருடன் நெடுநேரம் விவாதித்துக் கொண்டிருந்தேன். இவர் வெகுநேரம் வாதித்தும் நான் ஒப்புக்கொள்ளவில்லை. ஆனால், இன்று அதிகாலையில், அதோ நிற்கிறாளே, அந்தப் பெண் வந்து ஒரு செய்தி சொன்னாள். அதைக் கேட்டது என் கருத்தை மாற்றிக் கொண்டேன். தாங்கள் உடனே காஞ்சிக்குப் போகவேண்டியது அவசியம் என்று இப்போது எனக்குத் தோன்றுகிறது!" என்றார் இலங்கைச் சேனாதிபதி.

தூண் மறைவிலே நின்று தன்னைக் கடைக்கண்ணால் பார்த்துக் கொண்டிருந்த பூங்குழலியின் மீது இளவரசர் தம் பார்வையைச் செலுத்தினார்.

"அபிமன்யுவை நாலாபுறமும் பகைவர்கள் தாக்கிக் கொன்றதாகக் கேள்விப்பட்டிருக்கிறேன். என்னை நாலாபுறமிருந்து வரும் செய்திகளே தாக்கிக் கொன்றுவிடும் போலிருக்கிறது!" என்று இளவரசர் சொல்லிக் கொண்டார்.

"அந்தப் பெண் என்னதான் செய்தி கொண்டு வந்திருக்கிறாள்?" என்றார்.

"அவளே சொல்லட்டும்!" என்றார் பெரிய வேளார்.

பூங்குழலி தயங்கித் தயங்கி நடந்து வந்தாள். இளவரசர் முன்னால் வந்து நின்றாள். நாலு பக்கமும் திரும்பிப் பார்த்தாள். சேனாதிபதியைப் பார்த்தாள் பார்த்திபேந்திரனைப் பார்த்தாள்; சற்றுத் தூரத்தில் நின்ற வந்தியத்தேவனையும் ஆழ்வார்க்கடியானையும் பார்த்தாள். இளவரசர் முகத்தை மட்டும் அவளால் ஏறிட்டுப் பார்க்க முடியவில்லை.

"பெண்ணே சொல், சீக்கிரம்!" என்றார் சேனாதிபதி.

பூங்குழலி ஏதோ சொல்ல முயன்றாள். ஆனால் வார்த்தைகள் ஒன்றும் வரவில்லை.

"ஆகா! இந்த உலகமே ஊமை மயமாகிவிட்டதுபோல் காண்கிறது" என்றார் அருள்மொழிவர்மர்.

அவ்வளவுதான் பூங்குழலி தன் கண்ணிமைகளை உயர்த்தி ஒருதடவை, ஒருகணத்திலும் சிறியநேரம் இளவரசரை நோக்கினாள். அதற்குள் அக்கண்களில் கண்ணீர் ததும்பி வழிய ஆரம்பித்து விட்டது. உடனே அங்கிருந்து ஓட்டம் பிடித்தாள். ஓடிப்போய்த் தூரத்தில் அடர்ந்து வளர்ந்திருந்த மரங்களுக்கிடையில் மறைந்தாள்.

எல்லாரும் வியப்புடன் அதைப்பார்த்துக் கொண்டு நின்றார்கள். வந்தியத்தேவன் முன்வந்து, "ஐயா! இவள் முன்னொரு தடவை இப்படித்தான் ஓடினாள். நான் தொடர்ந்து போய்ப் பிடித்துக்கொண்டு வருகிறேன்!" என்றான்.

"அப்படியே செய்! ஆனால் அதற்குள் அவள் கொண்டு வந்த செய்தி என்ன என்பதைச் சேனாதிபதி சொல்லட்டும்!" என்றார் இளவரசர்.

அதற்குச் சேனாதிபதி, "அதை இரண்டே வார்த்தைகளில் சொல்லி விடலாம். இளவரசே! தங்களைச் சிறைப்படுத்திக் கொண்டு வருவதற்காகப் பழுவேட்டரையர்கள் இரண்டு பெரிய மரக்கலங்களையும் அவை நிறையப் போர் வீரர்களையும் அனுப்பியிருக்கிறார்கள். மரக்கலங்கள் தொண்டைமான் ஆற்றுக் கால்வாயில் புகுந்து மறைவான இடத்திலே வந்து நிற்கின்றன!" என்றார்.

❖

41. "அதோ பாருங்கள்!"

சேனாபதி பூதிவிக்கரமகேசரி கூறிய செய்தியைக் கேட்டதும் இளவரசரின் முகத்தில் புன்னகை அரும்பியது.

"கடைசியாக என் உள்ளத்தின் போராட்டத்துக்கு ஒரு முடிவு வந்துவிட்டது போல் காண்கிறது" என்று மெல்லிய குரலில் தமக்குத்தாமே பேசிக்கொள்கிறவர் போலச் சொல்லிக் கொண்டார்.

பார்த்திபேந்திரன் கொதித்தெழுந்தான். "சேனாதிபதி! என்ன சொன்னீர்? இது உண்மைதானா? என்னிடம் ஏன் இது வரையில் சொல்லவில்லை? இந்தப் பித்துக்குளிப் பெண்ணை நீர் நம்முடன் கட்டி இழுத்து வந்ததற்குக் காரணம் இப்போதல்லவா தெரிகிறது? மறுபடியும் கேட்கிறேன்; பழுவேட்டரையர்கள் இளவரசரைச் சிறைப்படுத்தி வர கப்பல்களை அனுப்பியிருப்பது உண்மையா?" என்று கேட்டான்.

"ஆம், ஐயா! இந்தப் பெண் கண்ணால் பார்த்ததாகவும், காதால் கேட்டதாகவும் கூறுவதை நம்புவதாயிருந்தால் அது உண்மைதான்!"

"ஆகா! அந்தக் கிழவர், திருக்கோவலூர் மிலாடுடையார், கூறியது உண்மையாயிற்று. பழுவேட்டரையர்களை உள்ளபடி உணர்ந்தவர் அவர்தான்! சேனாதிபதி! இத்தகைய செய்தியை அறிந்த பிறகும் ஏன் சும்மா இருக்கிறீர்?

பராந்தக சக்கரவர்த்தியின் குலத்தோன்றலை, சுந்தரசோழரின் செல்வப் புதல்வரை, நாடு நகரமெல்லாம் போற்றும் இளவரசரை, தமிழகத்து மக்களெல்லாம் தங்கள் கண்ணினுள் மணியாகக் கருதும் செல்வரை, ஆதித்த கரிகாலருடன் பிறந்த அருள்மொழிவர்மரை, இந்த அற்பர்களாகிய பழுவேட்டரையர்கள் சிறைப்படுத்தி வர ஆட்களை அனுப்பும்படி ஆகிவிட்டதா? இனியும் என்ன யோசனை? உடனே படைகளுடன் புறப்பட்டுச் சென்று இளவரசரைச் சிறைப்படுத்த வந்தவர்களை அழித்து இந்த இலங்கைத் தீவிலேயே அவர்களுக்குச் சமாதியை எழுப்புவோம்!... பிறகு நாம் போட்ட திட்டத்தின்படி காரியத்தை நடத்துவோம்! கிளம்புங்கள்! இன்னும் ஏன் தயக்கம்?" என்று பார்த்திபேந்திரன் பொரி பொரித்துக் கொட்டினான்.

சேனாதிபதி பூதிவிக்கிரமகேசரி அவனைப் பார்த்து "பார்த்திபேந்திரா! நீ இப்படித் துடிப்பாய் என்று எண்ணித்தான் நான் முன்னமே இந்தப் பெண் கொண்டு வந்த சேதியை உன்னிடம் சொல்லவில்லை. நன்றாக யோசித்துச் செய்ய வேண்டிய காரியம். அவசரப்படுவதில் பயனில்லை!" என்றார்.

"யோசனை செய்ய வேண்டுமா? என்ன யோசனை? எதற்காக யோசனை? இளவரசே! நீங்கள் சொல்லுங்கள். இனி யோசிப்பதற்கு என்ன இருக்கிறது? இதற்கு முன் ஏதேனும் தங்களுக்குத் தயக்கமிருந்திருந்தாலும், இனி தயங்குவதற்கு இடமில்லையே? பழுவேட்டரையர்களைப் பூண்டோடு அழித்து விடவேண்டியதுதானே?"

அப்போது இளவரசர், "சேனாதிபதியின் மனத்தில் உள்ளதையும் தெரிந்து கொள்ளலாமே? ஐயா! தாங்கள் எதைப் பற்றி யோசிக்க வேண்டும் என்கிறீர்கள்?" என்று எவ்விதப் படபடப்புமின்றி நிதானமாகக் கேட்டார்.

"தங்களைச் சிறைப்படுத்துவதற்கு... இந்த வார்த்தைகளைச் சொல்லவும் என் வாய் கூசுகிறது... ஆனாலும் சொல்ல வேண்டியிருக்கிறது. தங்களைச் சிறைப்படுத்த வந்திருப்பவர்களின் சக்கரவர்த்தியின் கட்டளையோடு வந்திருந்தால் நாம் என்ன செய்வது? அப்போதும் அவர்களை எதிர்த்துப் போரிடுவதா?"

இதைக் கேட்ட பார்த்திபேந்திரன் கடகடவென்று சிரித்து விட்டு, "அழகாயிருக்கிறது, தங்கள் வார்த்தை! சக்கரவர்த்தி சொந்தமாகக் கட்டளை போடும் நிலையில் இருக்கிறாரா? அவரையேதான் பழுவேட்டரையர்கள் சிறையில் வைத்திருக்கிறார்களே!" என்றான்.

இச்சமயத்தில் வந்தியத்தேவன், குறுக்கிட்டு, "பல்லவ தளபதி கூறுவது முற்றும் உண்மை. நானே என் கண்களால் பார்த்தேன். சக்கரவர்த்தியைச் சிறையில் வைத்திருப்பது போலத்தான் பழுவேட்டரையர்கள் வைத்திருக்கிறார்கள். அவர்களுடைய விருப்பமின்றி யாரும் சக்கரவர்த்தியைப் பார்க்க முடியாது; பேசமுடியாது. நான் ஒரு வார்த்தை சொல்லத் துணிந்ததற்காக என்னை அவர்கள் படுத்திய பாட்டை நினைத்தால்... அப்பா! சின்னப் பழுவேட்டரையரின் இரும்புக்கை பற்றிய இடத்தில் இன்னும் எனக்கு வலிக்கிறது!" என்று கூறித் தன் மணிக்கட்டைத் தடவிக் கொண்டான்.

"அப்படிச் சொல், வல்லவரையா! உன்னை என்னமோ வென்று நினைத்தேன். இளவரசருக்கும், சேனாதிபதிக்கும் இன்னொரு முறை நன்றாக எடுத்துச் சொல்!" என்றான் பார்த்திபேந்திரன்.

இளவரசர், "வேண்டாம்; அவர் சொல்லவேண்டியதையெல்லாம் சொல்லிவிட்டார்!" என்று கூறி, வந்தியத்தேவனைப் பார்த்து, "ஐயா! நீர் அந்தப் பெண்ணைப் போய் அழைத்து வருவதாகச் சொன்னீரே! ஏன் இங்கேயே நின்று கொண்டிருக்கிறீர்? அவள் கொண்டு வந்த செய்தியை அவள் வாய்மொழியாகவே விவரமாகக் கேட்கலாம்! கொஞ்சம் கிறுக்குப்

பிடித்த பெண்போலத் தோன்றுகிறது. எப்படியாவது நல்ல வார்த்தை சொல்லி அவளை இங்கே அழைத்து வாருங்கள்!" என்றார்.

"போகிறேன், இளவரசே! போய் அழைத்து வருகிறேன். பழுவேட்டரையர்களிடம் தாங்கள் சிறைப்படுவது என்பதை மட்டும் என்னால் சகிக்க முடியாது. என் உடம்பில் உயிர் இருக்கும் வரையில் அது நடவாத காரியம்!" என்று சொல்லிக் கொண்டே வந்தியத்தேவன் சென்றான்.

"சேனாதிபதி தங்களுடைய கருத்து என்னவென்று சொல்லவில்லையே?" என்று அருள்மொழிவர்மர் கேட்டார்.

"என்னுடைய கருத்து இதுதான். பழுவேட்டரையர்கள் அனுப்பியிருக்கும் ஆட்களைத் தாங்கள் சந்திக்கக் கூடாது. பார்த்திபேந்திரன் கொண்டு வந்திருக்கும் கப்பலில் ஏறித் தாங்கள் உடனே காஞ்சிக்குப் போய் விடுங்கள். நான் தஞ்சாவூருக்குப் போகிறேன். அங்கே சக்கரவர்த்தியை நேரில் பார்த்து உண்மை நிலையைத் தெரிந்து கொள்கிறேன்..."

"தஞ்சாவூருக்குத் தாங்கள் போவது சிங்கத்தின் வாயில் தலையைக் கொடுப்பது போலத்தான். போனால் திரும்பி வரமாட்டீர்கள். அப்படியே அங்குள்ள பாதாளச் சிறையில் போய்விடுவீர்கள். சக்கரவர்த்தியைப் பார்க்கவும் தங்களால் முடியாது..."

"என்ன வார்த்தை சொல்கிறாய்? என்னைச் சிறையில் அடைக்கக் கூடிய வல்லமையுள்ளவன் சோழ நாட்டில் எவன் இருக்கிறான். சக்கரவர்த்தியை நான் சந்திக்கக் கூடாது என்று தடுக்கக் கூடிய ஆண்மை உள்ளவன் எவன் இருக்கிறான்? மேலும், அங்கே முதன் மந்திரி அநிருத்த பிரமராயர் இருக்கிறார்..."

"பிரமராயர் இருக்கிறார். இருந்து என்ன பயன்? அவருக்கே சக்கரவர்த்தியைப் பார்க்க முடியவில்லை. இதோ அவருடைய சிஷ்யன் நிற்கிறானே, அவன் என்ன சொல்கிறான் என்று கேட்டுப் பார்க்கலாமே?"

சேனாதிபதி ஆழ்வார்க்கடியான் பக்கம் திரும்பி, "ஆம்; இந்த வைஷ்ணவன் இங்கு நிற்பதையே மறந்துவிட்டேன். திருமலை! ஏன் இப்படி மௌனமாக நிற்கிறாய்? சற்று முன் இளவரசர் சொன்னதுபோல் நீயும் ஊமையாகி விட்டாயா?" என்றார்.

"சேனாதிபதி! கடவுள் நமக்கு இரண்டு காதுகளைக் கொடுத்திருக்கிறார்; வாய் ஒன்றைத்தான் கொடுத்திருக்கிறார். ஆகையால் 'செவிகளை நன்றாக உபயோகப்படுத்து; பேசுவதைக்கொஞ்சமாகவைத்துக்கொள்' என்று என் குருநாதர் எனக்குச்சொல்லியிருக்கிறார். முக்கியமாக, பெரிய ராஜாங்க விஷயங்களைப் பற்றிப் பேச்சுகள் நடக்கும் இடத்தில் அந்த விரதத்தைக் கண்டிப்பாகக் கடைப்பிடித்து வரச் சொல்லியிருக்கிறார்."

"குருவின் வாக்கை நன்றாக நிறைவேற்றுகிறாய். நாங்களே இப்போது கேட்பதனால் சொல். உன்னுடைய யோசனை என்ன?"

"எதைப் பற்றி என் யோசனையைக் கேட்கிறீர்கள், சேனாதிபதி?"

"இத்தனை நேரம் பேசிக்கொண்டிருந்த விஷயமாகத்தான். இளவரசர் இப்போது என்ன செய்வது உசிதம்? இலங்கையிலேயே இருக்கலாமா? அல்லது காஞ்சிக்குப் போகலாமா?"

"என்னுடைய உண்மையான கருத்தைச் சொல்லட்டுமா? இளவரசர் அநுமதித்தால் சொல்கிறேன்."

ஏதோ யோசனையில் ஆழ்ந்திருந்த அருள்மொழிவர்மர் ஆழ்வார்க்கடியானை ஏறிட்டுப் பார்த்து, "சொல் திருமலை, தாராளமாய் மனத்தை விட்டுச்சொல்!" என்று தைரியப்படுத்தினார்.

"இந்த இலங்கைத் தீவிலேயே மிகக் கடுமையான கட்டுக் காவல் உள்ள சிறைச்சாலை எது உண்டோ, அதைக் கண்டுபிடித்து அதற்குள்ளே இளவரசரை அடைத்துப் போடவேண்டும்! வெளியில் பலமான காவலும் போடவேண்டும்!"

"இது என்ன உளறல்?" என்றார் சேனாதிபதி.

"விளையாட இதுதானா சமயம்?" என்றான் பார்த்திபேந்திரன்.

"நான் உளறவும் இல்லை; விளையாடவும் இல்லை. மனத்தில் உள்ளதைச் சொன்னேன். நேற்று இரவு இளவரசர் அநுராதபுரத்து வீதிகளின் வழியாக வந்து கொண்டிருந்தார். அவர் தலைமீது ஒரு வீட்டின் முன் முகப்பு இடிந்து விழுந்தது. பிறகு ஒரு வீட்டில் நாங்கள் படுத்திருந்தோம். நல்ல வேளையாக ஒரு காரியத்தின் பொருட்டு எழுந்து போய் விட்டோம். சற்று நேரத்துக்கெல்லாம் அந்த வீடு தீப்பற்றி எரிந்தது. இவையெல்லாம் உண்மையா, இல்லையா என்று இளவரசரையே கேளுங்கள்!"

இருவரும் இளவரசரை நோக்கினார்கள். அவருடைய முகபாவம் ஆழ்வார்க்கடியானுடைய கூற்றை உறுதிப்படுத்தியது.

"இந்த அபாயங்கள் எல்லாம் யாருக்காக நேர்ந்தவையென்று கேளுங்கள். என்னையோ அல்லது வந்தியத்தேவனையோ கொல்லுவதற்காக யாராவது வீட்டைக் கொளுத்துவார்களா?"

பார்த்திபேந்திரன் உடனே துள்ளிக் குதித்து "இளவரசரைக் கொல்லுவதற்குத்தான் யாரோ முயற்சி செய்தார்கள். இதனால் இளவரசர் என்னுடன் காஞ்சிக்கு வரவேண்டிய அவசியம் உறுதிப்படுகிறது!" என்றான்.

"கூடவே கூடாது! தங்களுடன் இளவரசரை அனுப்புவதைக் காட்டிலும் பழுவேட்டரையர்களிடமே பிடித்துக் கொடுத்துவிடலாம்" என்றான் ஆழ்வார்க்கடியான்.

"வைஷ்ணவனே! என்ன சொன்னாய்!" என்று பார்த்திபேந்திரன் கத்தியை உருவினான்.

சேனாதிபதி அவனைக் கையமர்த்தி, "திருமலை! ஏன் அவ்விதம் சொல்லுகிறாய்? பார்த்திபேந்திர பல்லவர் சோழ குலத்தின் அருந்துணைவர் என்று உனக்குத் தெரியாதா?" என்று கேட்டார்.

"தெரியும், சேனாதிபதி, தெரியும்! சிநேகம் இருந்து விட்டால் மட்டும் போதுமா?"

"பார்த்திபேந்திரர் சிநேகத்துக்காகவே உயிரையும் கொடுக்கக் கூடியவர் என்பதை அறிவேன், திருமலை!"

"அதுவும் இருக்கலாம். ஆனால் நான் ஒரு கேள்வி கேட்கிறேன். அதற்கு மறுமொழி கூறச் சொல்லுங்கள். நாங்கள் முந்தா நாள் மாலை தம்பள்ளைக்கு அருகில் போய்க் கொண்டிருந்தபோது இவருடன் இரண்டு பேர் வருவதைப் பார்த்தோம்! அந்த மனிதர்கள் யார், இப்பொழுது அவர்கள் எங்கே என்று இவரைக் கேட்டுச் சொல்லுங்கள்."

பார்த்திபேந்திர பல்லவன் சிறிது திடுக்கிட்டுப் போனான். கொஞ்சம் தயக்கத்துடனே கூறினான்: "திரிகோண மலையில் அவர்களை நான் சந்தித்தேன். இளவரசர் இருக்குமிடத்தை எனக்குக் காட்டுவதாக அவர்கள் அழைத்து வந்தார்கள். அநுராதபுரத்தில் திடீரென்று மறைந்து விட்டார்கள். எதற்காகக் கேட்கிறாய், வைஷ்ணவனே! அவர்களைப் பற்றி உனக்கு ஏதாவது தெரியுமா?"

"தெரியும்! சோழ குலத்தை அடியோடு ஒழித்துவிடச் சபதம் செய்திருப்பவர்களில் அவர்கள் இருவர் என்று எனக்குத் தெரியும். நேற்று அநுராதபுரத்தில் அவர்கள்தான் இளவரசரை கொல்லப் பார்த்தார்கள் என்று ஊகிக்கிறேன்... ஆகா! அதோ பாருங்கள்" என்று ஆழ்வார்க்கடியான் சுட்டிக் காட்டினான்.

அவன் சுட்டிக் காட்டிய இடம் அம்மண்டபத்திலிருந்து சற்றுத் தூரத்திலிருந்தது. நெருங்கிப் படர்ந்திருந்த மரங்களுக்கு இடையில் ஒரு அழகிய யுவதியும், யௌவன வாலிபனும் நின்று பேசிக்கொண்டிருந்தார்கள். அவர்கள் வந்தியத்தேவனும் பூங்குழலியுந்தான் என்பது ஊகிக்கக் கூடியதாயிருந்தது. பேசிக் கொண்டேயிருந்த வந்தியத்தேவன் சட்டென்று ஒரு சிறிய கத்தியை சுழற்றி வீசி எறிந்தான். கத்தி ஒரு புதரில் போய் விழுந்தது. 'வீல்' என்று ஒரு குரல் கேட்டது.

❖

42. பூங்குழலியின் கத்தி

பாழடைந்த மண்டபத்திலிருந்து பூங்குழலியைத் தேடிக்கொண்டு சென்ற வந்தியத்தேவன், அவள் ஒரு மரத்தின் மேல் சாய்ந்து நின்றுகொண்டிருப்பதைக் கண்டான். இலேசான விம்மல் அவளிடமிருந்து வந்து கொண்டிருந்தது.

குரலை மிகவும் நயப்படுத்திக் கொண்டு, "பூங்குழலி!" என்றான்.

சத்தம் கேட்ட பூங்குழலி திடுக்கிட்டுத் திரும்பிப் பார்த்தாள்.

"நீ தானா?" என்று சொல்லி மறுபடியும் திரும்பிக் கொண்டாள்.

"நான்தான்! என்பேரில் உனக்கு என்ன கோபம்?"

"உன் பேரில் எனக்கு எந்தவிதக் கோபமும் இல்லை."

"பின்னே ஏன் உனக்கு இவ்வளவு சிடுசிடுப்பு?"

"எனக்கு ஆண் பிள்ளைகளைக் கண்டாலே பிடிக்கவில்லை."

"இளவரசரைக் கூடவா?"

பூங்குழலி திரும்பிக் கண்களில் கனல் எழும்படி வந்தியத்தேவனைப் பார்த்தாள்.

"ஆமாம்; அவரைத்தான் முக்கியமாகப் பிடிக்கவில்லை!" என்றாள்.

"அப்படி அவர் என்ன குற்றத்தைச் செய்துவிட்டார்?"

"என்னை அவருக்கு ஞாபகமேயில்லை. என்னை அவர் முகமெடுத்துக் கூடப் பார்க்கவில்லை."

"உன்னை அவருக்கு நன்றாய் ஞாபகம் இருக்கிறது. நான் உன்னைப் பற்றிக் கூறியதும், 'ஓ! சமுத்திர குமாரியை எனக்குத் தெரியாதா?' என்றார்.

"பொய் சொல்லுகிறாய்."

"நீயே நேரில் வந்து கேட்டுக்கொள்."

"என்னை நினைவிருந்தால், ஏன் என்னிடம் ஒரு வார்த்தை கூடப் பேசவில்லை?"

"அவர் பேசினார்; நீதான் மறுமொழி சொல்லாமல் ஓடி வந்துவிட்டாய்."

"அந்தமாதிரி பேச்சை நான் சொல்லவில்லை. தெரிந்தவர்களைப் பார்த்தால், 'என்ன? ஏது?' என்று விசாரிப்பது கிடையாதா? நீ சொல்வது பொய்! அவர் என்னை முகமெடுத்தே பார்க்கவில்லை."

"பூங்குழலி! அதற்கு ஒரு காரணம் இருக்கிறது."

"என்ன காரணம்?"

"இளவரசருக்கு இப்போது ரொம்ப கஷ்டகாலம்."

"யார் சொன்னது?"

"எல்லா ஜோசியர்களும் சொல்லியிருக்கிறார்கள். குடந்தை சோதிடர் என்னிடமே சொன்னார்."

"உன்னிடம் என்ன சொன்னார்?"

"இளவரசருக்குக் கொஞ்சநாள் வரையில் கஷ்டத்துக்கு மேல் கஷ்டமாக வந்துகொண்டிருக்கும் என்று சொன்னார். அவரைச் சேர்ந்தவர்களுக்கெல்லாம் கஷ்டங்கள் வரும் என்று சொன்னார். இது இளவரசருக்கும் தெரியும். ஆகையினால் அவர் யாரும் தம்மோடு சிநேகிதமாக இருப்பதை விரும்பவில்லை. தமக்கு வரும் கஷ்டம் தம்மோடு போகட்டும், என்று நினைக்கிறார்."

"நீ மட்டும் ஏன் அவரோடு சிநேகமாயிருக்கிறாய்?"

"நீ சற்று முன் பார்க்கவில்லையா? என்னையும் சண்டை பிடித்துத் துரத்த அவர் பிரயத்தனப்படுகிறார். நடுச் சாலையில் ஒரு காரணமும் இல்லாமல் அவர் என்னோடு கத்திச் சண்டை போட்டார். நீங்கள் வந்ததனால் சண்டை நின்றது."

"அவர் துரத்தினாலும் நீ அவரை விட்டுப் போக மாட்டாயா?"

"மாட்டவே மாட்டேன். அவருக்கு வரும் கஷ்டங்களையெல்லாம் நானும் பகிர்ந்து அநுபவிப்பேன்."

"அவரை உனக்கு அவ்வளவு பிடித்திருக்கிறதா?"

"ஆமாம்; ரொம்ப ரொம்ப பிடித்திருக்கிறது."

"எதனால் பிடித்திருக்கிறது?"

"காரணம் சொல்லத் தெரியாது. அவரைப் பார்த்தவுடனே அவர்மேல் பிரியம் ஏற்பட்டு விட்டது".

"எனக்கும் அப்படித்தான்!" என்றாள் பூங்குழலி. உடனே தான் அவ்விதம் மனம் திறந்து சொல்லிவிட்டதைப் பற்றி வருந்தி உதட்டைக் கடித்துக் கொண்டாள்.

"உனக்கு இளவரசரிடம் பிரியம் என்று எனக்குத் தெரியும். ஆகையினால்தான் உன்னை அழைத்துப் போக வந்தேன். என்னுடன் வா!"

"வரமாட்டேன்!" என்று பூங்குழலி அழுத்தம் திருத்தமாகச் சொன்னாள்.

"வராவிட்டால் பலவந்தமாக உன்னைப் பிடித்து இழுத்துக்கொண்டு போவேன்."

"அருகில் நெருங்கினால் இதோ கத்தி இருக்கிறது ஜாக்கிரதை!" என்று பூங்குழலி தன் இடுப்பில் செருகியிருந்த கத்தியை எடுத்துக் காட்டினாள்.

"பாவிப் பெண்ணே! எதற்காக என்னைக் குத்திக் கொல்ல வருகிறாய்? இளவரசரிடம் உன்னைப்பற்றி ஞாபகப்படுத்தினேனே, அதற்காகவா?"

"நீ பொய் சொல்லுகிறாய்; அவரிடம் என்னைப் பற்றி நீ ஒன்றுமே சொல்லவில்லை!"

"போனால் போகட்டும்; இளவரசரைப் பிடித்துக்கொண்டு போக இரண்டு கப்பல்கள் வந்திருப்பதாகச் சொன்னாய் அல்லவா அதை அவரிடம் வந்து சொல்லிவிட்டு அப்புறம் எப்படியாவது தொலைந்து போ!"

"எல்லா விவரங்களும் சேனாதிபதியிடம் சொல்லி விட்டேன்."

"இளவரசர் உன்னிடம் நேரில் கேட்டு அறிய விரும்புகிறார்".

"அவர் முன்னால் வந்தால் நான் ஊமையாகி விடுவேன்."

"ஊமைச்சிகளிடத்தில் இளவரசருக்கு ரொம்பப் பிரியம்!"

"சீச்சீ! நீ பரிகாசம் செய்கிறாய்!" என்று சொல்லிப் பூங்குழலி கத்தியை ஓங்கினாள்.

"அப்படியானால் நீ என்னுடன் வரப் போவதில்லையா?"

"இல்லை!"

"சரி; நான் போகிறேன்! என்று கூறிவிட்டு வந்தியத்தேவன் இரண்டு அடி எடுத்து வைத்தான். மறுபடியும் சட்டென்று திரும்பிப் பூங்குழலியின் கையிலிருந்து அவளுடைய கத்தியைப் பிடுங்கி வீசி எறிந்தான்!

வீசி எறிந்த கத்தி வெகுதூரம் சுழன்று சுழன்று சென்று ஓர் அடர்ந்த புதரில் விழுந்தது. கத்தி விழுந்த இடத்திலிருந்து 'வீல்' என்று குரல் கேட்டது.

அது மனிதக் குரலா, ஏதேனும் ஒரு விலங்கு அல்லது பட்சியின் குரலா என்று தெரிந்து கொள்ள முடியவில்லை.

கத்தியைப் பிடுங்கியதும் வந்தியத்தேவனைக் கடுங்கோபத்துடன் பார்த்த பூங்குழலி மேற்கூறிய சப்தத்தைக் கேட்டதும் கத்தி விழுந்த இடத்தை ஆர்வத்துடன் நோக்கினாள். பிறகு, இருவரும் வியப்புடன் ஒருவரையொருவர் பார்த்துக் கொண்டார்கள்.

மெல்ல மெல்ல நடந்து கத்தி விழுந்த இடத்துக்கருகிலிருந்து புதரை நெருங்கிப் பார்த்தார்கள்.

செடிகளிலும் தரையிலும் புது இரத்தம் சிந்தியிருந்தது.

மற்றபடி அங்கு மனிதரும் இல்லை; விலங்கும் இல்லை. பூங்குழலியின் கத்தியையும் காணவில்லை!

"பார்த்தாயா பூங்குழலி! நான் கூறியதன் உண்மை இப்போதாவது தெரிகிறதா? இளவரசரை நாலா பக்கமும் அபாயங்கள் சூழ்ந்திருக்கின்றன. எந்த நேரத்தில் எந்த இடத்திலிருந்து எப்படிப்பட்ட அபாயம் வருமென்று சொல்ல முடியாது. தற்செயலாக உன்னுடைய கத்தியைப் பிடுங்கி நான் விட்டெறிந்தேன். அதிலிருந்து இங்கே யாரோ பதுங்கிக் கொண்டிருந்தது தெரிய வந்தது. எதற்காக பதுங்கியிருக்க வேண்டும் என்று நீயே யோசித்துப் பார்! இளவரசரைச் சமயம் பார்த்துத் தீர்த்துக் கட்டுவதற்காகத்தான்! கோடிக்கரைக்கு நான் வந்ததற்கு முதல் நாள் இரண்டு பேரை உன் அண்ணன் படகேற்றி அழைத்துப் போனதாகவும், அவர்களைப் பற்றி உனக்குச் சந்தேகம் தோன்றியதாகவும் சொல்லவில்லையா? அதை ஞாபகப்படுத்திக் கொள்! இப்படிப்பட்ட சமயத்தில் இளவரசரிடம் பிரியம் உள்ளவர்கள் அவரை விட்டுப் போகலாமா?" என்று வந்தியத்தேவன் மூச்சு விடாமல் பேசி நிறுத்தினான்.

"அவர் என்னைப் போகச் சொன்னால் என்ன செய்வது?" என்று பூங்குழலி கேட்டாள்.

"அவர் போகச் சொன்னாலும் நாம் போகக்கூடாது!"

பூங்குழலி சற்று யோசித்துவிட்டு, "இங்கே பதுங்கியிருந்தது யார் என்று கண்டுபிடிக்க வேண்டாமா?" என்றாள்.

"அது நம்மால் முடியாத காரியம். இந்த அடர்ந்த காட்டில் எங்கேயென்று தேடிக் கண்டுபிடிப்பது? அதிக நேரம் தாமதித்தால் இளவரசருக்கு உண்மையாகக் கோபம் வந்துவிடும். நம்மை விட்டுவிட்டு எல்லாரும் போய்விடுவார்கள்! பேசாமல் என்னுடன் வா"

"சரி வருகிறேன்!" என்று பூங்குழலி கூறினாள்.

இருவரும் மற்றவர்கள் இருந்த மண்டபத்தை நோக்கி நடந்தார்கள்.

மண்டபத்திலிருந்தவர்கள், வந்தியத்தேவனும் பூங்குழலியும் அருகில் வந்ததும், மேற்படி சம்பவத்தைப்பற்றியே கேட்டார்கள்.

"எதற்காகக் கத்தியை எறிந்தாய்? 'வீல்' என்ற சத்தம் கேட்டதே, அது என்ன சத்தம்?" என்று வினவினார்கள்.

"புதரில் ஏதோ மிருகம், சிறுத்தையோ அல்லது நரியோ பதுங்கியிருந்ததுபோல் தோன்றியது. அதனால் இவளுடைய கத்தியைப் பிடுங்கி வீசி எறிந்தேன். கிட்டப் போய்ப் பார்த்தோம். ஒன்றும் இல்லை" என்றான் வந்தியத்தேவன்.

"அது போனால் போகட்டும்; இந்தப் பெண்ணிடம் கேட்க வேண்டியதைக் கேளுங்கள்!" என்றார் சேனாதிபதி.

பூங்குழலி வந்ததிலிருந்து இளவரசரையே பார்த்துக் கொண்டிருந்தாள். இளவரசர் அப்போது அவளை ஏறிட்டுப் பார்த்தார்.

'சீச்சீ! இந்த நெஞ்சு எதற்காக இப்படி அடித்துக் கொள்கிறது? தொண்டையில் வந்து ஏதோ அடைக்கிறதே, அது என்ன? கண்ணில் எதற்காகக் கண்ணீர் தளும்புகிறது! அசட்டுப் பெண்ணே! உன் தைரியம் எல்லாம் எங்கே போயிற்று? அலை கடலையும், பெரும் புயலையும் கண்டு கலங்காத உன் உள்ளம் ஏன் இப்போது இப்படித் தத்தளிக்கிறது? கொடிய பயங்கர வேங்கைப் புலியின் கொள்ளிக் கண்களை ஏறிட்டுப் பார்க்கும் துணிவு படைத்த உன் கண்கள் ஏன் இப்போது மங்கல் அடைகிறது! பெண்ணே! மறுபடியும்

பைத்தியக்காரி என்ற பட்டம் சூட்டிக் கொள்ளாதே! இளவரசரை நிமிர்ந்து பார்! அவர் கேட்கும் கேள்விகளுக்குக் கணீர் என்று மறுமொழி சொல்லு! உன்னை என்ன செய்துவிடுவார்? கருணை மிகுந்தவர், தயாளு என்று உலகமெல்லாம் சொல்கிறதே! பேதைப் பெண்ணாகிய உன்னை இளவரசர் என்ன செய்து விடுவார்?...'

"சமுத்திரகுமாரி! என்னை உனக்கு நினைவிருக்கிறதா?" என்று அவர் கேட்டது ஆழ்கடலின் அடியிலிருந்து வரும் குரல் போல் அவள் காதில் தொனித்தது.

❖

43. "நான் குற்றவாளி!"

"சமுத்திர குமாரி! உனக்கு என்னை நினைவிருக்கிறதா...?"

'பொன்னியின் செல்வ! இது என்ன கேள்வி! யாரைப் பார்த்து 'நினைவிருக்கிறதா?' என்று கேட்கிறீர்கள்? ஆயிரமாயிரம் ஆண்டுகள் கலந்து பழகிய பின்னர் 'நினைவிருக்கிறதா?' என்று கேட்பது தகுமா? அல்லது தங்களுக்குத்தான் நினைவில்லாமல் போய்விட்டதா? எத்தனை யுகம் என்னுடைய சின்னஞ்சிறு படகில் தாங்கள் ஏறி வந்திருக்கிறீர்கள்? கடலில், முடிவில்லாத கடலில், எல்லையில்லாத வெள்ள அலைகளுக்குகிடையில், நாம் இருவரும் என் சிறு படகில் ஏறிக்கொண்டு உல்லாச யாத்திரை செய்ததையெல்லாம் மறந்து விட்டீர்களா? திடீரென்று நாலாபுறமும் கரிய இருள் சூழ்ந்து வர, நாம் இருவரும் ஒருவருக்கொருவர் துணையாக, ஒருவர் கரத்தை ஒருவர் பற்றிக்கொண்டு நெடுங்காலம் நின்றதை மறந்து விட்டீர்களா? பயங்கரமான புயல்காற்று அடித்தபோது, மலைமலையாக எழுந்த பேரலைகள் நம்முடைய படகைத் தாக்கி, ஒரு கணம் நம்மை வான மண்டலத்துக்கு உயர்த்தி, மறுகணம் பாதாளத்தில் அழுத்தி, இப்படியெல்லாம் அல்லோலகல்லோலம் செய்த நாட்களில், நாம் இருவரும் ஒருவருக்கொருவர் ஆதாரமாக நின்று அக்கொடும்புயலை எதிர்த்து வென்றதை மறந்துவிட்டீர்களா? ஒருசமயம் வானவெளியில் நாம் பறந்து பறந்து பறந்து சென்று கொண்டிருந்தோமே, அதை மறந்துவிட்டீர்களா?

விண்மீன்களைத் தாங்கள் தாவிப் பிடித்து என் தலையில் ஆபரணங்களாகச் சூட்டினீர்களே, அதுவும் மறந்துவிட்டதா? பூரண சந்திரனை என் முகத்தருகிலே கொண்டு வந்து, 'இதோ இந்த வெள்ளித் தகட்டில் உன் பொன் முகத்தைப் பார்!' என்று சொல்லிக் காட்டினீர்களே, அதையும் மறந்துவிட்டீர்களா? மற்றொரு சமயம் ஆழ்கடலிலே தாங்கள் மூழ்கினீர்கள்; நான் உள்ளம் பதைபதைத்து நின்றேன்; சற்று நேரத்துக்கெல்லாம் இரண்டு கைகளிலும் முத்துக்களையும் பவழங்களையும் எடுத்துக்கொண்டு வெளிவந்து அவற்றை மாலையாகக் கோத்து என் கழுத்தில் சூட்டினீர்கள்! அதைத் தாங்கள் மறந்துவிட்டாலும் நான் மறக்க முடியுமா? அரசே! உச்சி வேளைகளில், நீலநிறம் ததும்பிய ஏரிக்கரைகளில், பூங்கொத்துகளின் பாரம் தாங்காமல் மரக்கிளைகள் வந்து வளைந்து அலங்காரப் பந்தல் போட்ட இடங்களில், பசும்புல் பாய்களில், நாம் ஒருவர் முகத்தை ஒருவர் பார்த்த வண்ணம் எத்தனை எத்தனை எத்தனையோ நாட்கள் கழித்தோமே, அதையெல்லாம் மறந்துவிட முடியுமா? அந்த நேரங்களில் மரக்கிளைகளில் நூறு ஜோடிக் குயில்கள் உட்கார்ந்து கீதமிசைத்ததையும், ஆயிரம் பதினாயிரம் வண்டுகள் சுற்றிச் சுற்றி வந்து ரீங்காரம் செய்ததையும், கோடிகோடி பட்டுப்பூச்சிகள் பல வர்ணச் சிறகுகளை அடித்துக்கொண்டு ஆனந்த நடனம் ஆடியதையும் நான் என்றேனும் மறக்க முடியுமா? எத்தனை ஜன்மங்களிலும் மறக்க முடியுமா? என்னைப் பார்த்து 'நினைவிருக்கிறதா?' என்று கேட்டீர்களே, அப்படிக் கேட்கலாமா? நினைவிருக்கிறது, ஐயா, நன்றாக நினைவிருக்கிறது!...'

இவ்வாறெல்லாம் சொல்ல வேண்டும் என்று அந்த பேதைப் பெண்ணின் உள்ளம் துள்ளித் துடித்தது.

ஆனால் அவளுடைய பவள இதழ்களோ, "நினைவிருக்கிறது!" என்ற இரு சொற்களை மட்டுமே முணு முணுத்தன.

"ஆகா! சமுத்திரகுமாரி, நீ வாய் திறந்து பேசுகிறாயே! இந்த அதிசயமான இலங்கைத் தீவிலே உள்ள எத்தனையோ மணிமாட மண்டபங்களின் தூண்களில் அழகிய தேவ கன்னிகைகளின் சிலைகளை அமைத்திருக்கிறார்கள்! ஒருவேளை அத்தகைய சிலை வடிவமோ நீ, என்று நினைத்தேன். நல்ல வேளையாக நீ வாய் திறந்து பேசுகிறாய். இன்னும் சில வார்த்தைகள் சொல்! உன் இனிய குரலைக் கேட்க எனக்கு எவ்வளவோ ஆசையாயிருக்கிறது. நம் சேனாபதியிடம் நீ சில விஷயங்களைச் சொன்னாயாம். தொண்டைமான் நதியில் இரண்டு பெரிய மரக்கலங்கள் வந்து மறைவான இடத்தில் ஒதுங்கியிருப்பதாயும் அவை நிறையப் போர்வீரர்கள் வந்திருப்பதாயும் சொன்னாயாம். அது உண்மைதானே, சமுத்திரகுமாரி? அந்தக் கப்பல்களை உன் கண்களினால் நீயே பார்த்தாயா?" என்று இளவரசர் கேட்டார்.

"ஆம், ஐயா, என் கண்களினால் பார்த்தேன்!" என்றாள் பூங்குழலி.

"ஆகா! இப்போது கொஞ்சம் உன் குரலைக் கேட்க முடிகிறது. என் செவிகள் இன்பமடைகின்றன. நல்லது; மரக்கலங்களைப் பார்த்ததும் நீ உன் படகை ஒரு குறுகிய கால்வாயில் விட்டுக் கொண்டு போனாய். கப்பல்கள் போகும் வரையில் காத்திருப்பதற்காக அடர்ந்த காட்டினுள் புகுந்து மறைவான இடத்தில் படுத்துக்கொண்டிருந்தாய். அச்சமயம் கப்பல்களிலிருந்து இறங்கிய வீரர்கள் சிலர் அங்கே வந்தார்கள். நீ படுத்திருந்த இடத்துக்குப் பக்கத்தில் அவர்கள் நின்று பேசிக் கொண்டார்கள். அவர்கள் பேச்சை ஒட்டுக் கேட்க வேண்டும் என்று நீ விரும்பவில்லை. உன் விருப்பமில்லாமலே அவர்கள் பேச்சு உன் காதில் விழுந்தது. நீ கேட்கும்படி நேர்ந்தது. இவையெல்லாம் நம் சேனாதிபதியிடம் நீ கூறியவைதானே?"

"நடந்ததை நடந்தபடியே கூறினேன்."

"அவர்களுடைய பேச்சைக் கேட்டது அதைப்பற்றி உடனே சேனாதிபதியிடம் எச்சரிக்கை செய்யவேண்டும் என்று உனக்குத் தோன்றியது. வீரர்கள் அப்பால் போன உடனே நீ புறப்பட்டாய். சேனாதிபதி இருக்குமிடத்தைத் தேடிக்கொண்டு விரைந்து வந்தாய்! எப்படி வந்தாய், சமுத்திரகுமாரி?"

"பாதி வழி படகில் வந்தேன்; பிறகு காட்டு வழியில் நடந்து வந்தேன்."

"எங்கே போகும் உத்தேசத்துடன் கிளம்பினாய், அம்மா?"

"சேனாதிபதி மாதோட்ட நகரில் இருப்பார் என்று எண்ணி அங்கே போகும் உத்தேசத்துடன் வந்தேன். வழியில் மகிந்தலையில் இருப்பதாக அறிந்தேன். சேனாதிபதியைப் பார்த்துச் சொல்வதற்குள் போதும் போதும் என்று ஆகிவிட்டது. எத்தனை பேர் குறுக்கே நின்று தடுப்பது?" என்று சொல்லிப் பூங்குழலி சேனாதிபதி நின்ற பக்கம் நோக்கினாள். அவளுடைய பார்வையில் கோடைகாலத்து இடிமுழக்கத்துக்கு முன்னால் தோன்றும் மின்வெட்டு ஜொலித்தது.

"சேனாதிபதியைப் பார்ப்பது என்றால் இலேசான காரியமா? இதோ நிற்கும் என் சிநேகிதர் உன்னைப்போலவே சேனாதிபதியைப் பார்க்க முயன்று அடைந்த கஷ்டத்தைக் கேட்டால் நீ ஆச்சரியப்பட்டுப் போவாய். தடைகளைப் பொருட்படுத்தாமல் நீ பிடிவாதம் பிடித்துச் சேனாதிபதியைப் பார்த்துச் சொன்னதே நல்லதாய்ப் போயிற்றுப் பூங்குழலி! சேனாதிபதியிடம் கூறியதை என்னிடமும் ஒருதடவை கூறுவாயா? மரத்தின் மறைவிலிருந்து நீ கேட்டாயே அப்போது அந்த வீரர்கள் எந்த விஷயத்தைப் பற்றிப் பேசினார்கள்?"

"அரசே! அதைச் சொல்வதற்கு என் நா கூசுகிறது."

"பெரிய மனது பண்ணி எனக்காக இன்னொரு தடவை சொல்!"

"தங்களை சிறைப்படுத்திக்கொண்டு போவதற்காக அவர்கள் வந்திருப்பதாகப் பேசிக்கொண்டார்கள்."

"யாருடைய கட்டளையின் பேரில் அவ்விதம் வந்தார்கள் என்பது பற்றி ஏதாவது பேசிக்கொண்டார்களா?"

"அதை நான் நம்பவில்லை, ஐயா! பழுவேட்டரையர்களின் சூழ்ச்சியாகத்தான் இருக்கவேண்டும் என்று நினைத்தேன்."

"உன்னுடைய கருத்தைப் பிறகு தெரிவிக்கலாம். அவர்கள் பேசிக்கொண்டதை மட்டும் சொல், சமுத்திரகுமாரி!"

"சக்கரவர்த்தியின் கட்டளை என்று பேசிக்கொண்டார்கள்."

"ரொம்ப நல்லது; அதற்குக் காரணம் ஏதாவது சொல்லிக் கொண்டார்களா?"

"சொல்லிக்கொண்டார்கள். தாங்கள் இந்த நாட்டிலுள்ள புத்த குருக்களுடன் சேர்ந்து கொண்டு இலங்கை ராஜ்யத்துக்கு மன்னராக முடிசூட்டிக் கொள்ளச் சூழ்ச்சி செய்தீர்களாம்...இவ்விதம் சொன்ன அந்தப் பாவிகளை அங்கேயே கொன்றுவிடவேண்டும் என்று எனக்குக் கோபமாக வந்தது."

"நல்ல காரியம் செய்ய எத்தனித்தாய்! சக்கரவர்த்தியின் தூதர்களை எந்த விதத்திலும் தடை செய்யக் கூடாது என்று உனக்குத் தெரியாதா...? நல்லது; இன்னும் அவர்கள் முக்கியமான விஷயம் ஏதேனும் சொன்னதாக உனக்கு ஞாபகம் இருக்கிறதா?"

"சேனாதிபதிக்கு அவர்கள் எதற்காக வந்திருக்கிறார்கள் என்கிற விஷயம் தெரியக் கூடாது என்றும், தெரிந்தால் தங்களைத் தப்புவிக்க அவர் பிரயத்தனம் செய்யலாம் என்றும் சொன்னார்கள். ஆகையால் தாங்கள் இருக்குமிடம் தெரிந்துகொண்டு நேரில் தங்களிடம் கட்டளையைக் கொடுத்துக் கையோடு அழைத்துப் போக வேண்டும் என்றும் சொன்னார்கள்..."

"ஆகையால் நீ உடனே சேனாதிபதியைத் தேடிக்கொண்டு புறப்பட்டாயாக்கும். எனக்குப் பெரிய உதவி செய்தாய். சமுத்திரகுமாரி! சற்று அப்பால் இரு. இவர்களிடம் ஒரு முக்கியமான விஷயத்தைப் பற்றி நான் கலந்து ஆலோசிக்க வேண்டியிருக்கிறது. ஆனால் முன் மாதிரி ரொம்ப தூரம் ஓடிப்போய் விடாதே. மறுபடியும் உன்னைப் பிடித்துக் கொண்டு வருவதற்கு வந்தியத்தேவரை அனுப்பும்படி செய்துவிடாதே!"

சமுத்திர குமாரி சற்று நகர்ந்து ஒரு தூணின் அருகில் நின்று கொண்டாள். இளவரசரின் முகத்தைப் பார்க்கக்கூடிய இடத்திலேதான் நின்றாள்.

தேன் குடத்தில் முழுகிய இரு வண்டுகள் மூச்சுத் திணறிக் கொண்டிருந்தன. மெதுவாகச் சமாளித்துக் கரைக்கு வந்து பிறகு தேனைச் சுவை பார்த்துக் களிக்கத் தொடங்கின. பூங்குழலியின் கண்களும் இப்போது அத்தகைய சௌகரியமான நிலையில் இருந்தன. இளவரசரின் முக சௌந்தரியமாகிய தேனை அவை பருகித் திளைத்தன. அவளுடைய உள்ளமோ நெஞ்சுக்குள் கட்டுப்பட்டு நிற்க மாட்டேன் என்று பிடிவாதம் பிடித்துக் கொண்டிருந்தது. நெஞ்சை வெடித்துக்கொண்டு வெளியேறி வானவெளியெங்கும் பொங்கி நிறைந்துவிட வேண்டும் என்று தவித்துக் கொண்டிருந்தது.

இளவரசர் சேனாதிபதி பூதி விக்கரம கேசரியைப் பார்த்து "ஐயா! பரம்பரையாக எங்கள் குடும்பத்துக்குச் சிநேகிதமான குலத்தின் தலைவர் தாங்கள். என் தந்தையின் உற்ற நண்பர். தங்களை நான் என் தந்தைக்கு இணையாகவே மதித்து வந்திருக்கிறேன். தாங்களும் என்னைத் தங்கள் சொந்தப் புதல்வனாகவே கருதிப் பாராட்டி வந்திருக்கிறீர்கள். ஆகையால் இச்சமயம் என்னுடைய கடமையைச் செய்வதற்குத் தாங்கள் உதவி செய்ய வேண்டும். அதற்குக் குறுக்கே நிற்கக் கூடாது!" என்றார்.

சேனாதிபதி மறுமொழி சொல்வதற்குள் பார்த்திபேந்திரனையும் திரும்பிப் பார்த்து, "ஐயா! தங்களையும் கேட்டுக் கொள்கிறேன். தாங்கள் என் அருமைத் தமையனாரின் உற்ற நண்பர். என் தமையனாரின் வாக்கைத் தெய்வத்தின் வாக்காக மதித்து நான் போற்றுகிறவன்.

ஆகையால் தங்களுடைய வார்த்தையையும் மதித்துப் போற்றக் கடமைப்பட்டவன். தங்களைப் பெரிதும் வேண்டிக் கொள்கிறேன். என் கடமையை நான் நிறைவேற்றுவதற்குத் தடை எதுவும் சொல்லக்கூடாது!" என்றார்.

சேனாதிபதியும், பார்த்திபேந்திரனும் ஒருவரையொருவர் பார்த்துக்கொண்டார்கள். அந்தப் பார்வையின் மூலம் ஒருவருடைய பயத்தை இன்னொருவருக்குத் தெரிவித்துக் கொண்டார்கள்.

சேனாதிபதி இளவரசரைப் பார்த்து, "இளவரசே! தாங்கள் கூறுவது ஒன்றும் எனக்கு விளங்கவில்லை. வாழ்நாளெல்லாம் நான் போர்க்களத்திலே கழித்தவன். மூடுமந்திரமாகப் பேசினால் தெரிந்துகொள்ள இயலாதவன். தங்களுடைய கடமையைச் செய்யப்போவதாகச் சொல்கிறீர்கள். அப்படியென்றால் என்ன? எந்தக் கடமையை, என்ன மாதிரி செய்யப் போவதாக உத்தேசித்திருக்கிறீர்கள்?" என்று கேட்டார்.

"இச்சமயம் என்னுடைய கடமை ஒன்றே ஒன்றுதான். என் தந்தையின் கட்டளையை நிறைவேற்றி வைக்க வேண்டியது தான். என்னைச் சிறைப்படுத்திக்கொண்டு வரும்படியான கட்டளையுடன் என் தந்தை ஆட்களை அனுப்பி வைத்திருக்கிறார். என்னை அவர்கள் தேடி அலையும்படியாக ஏன் வைத்துக்கொள்ள வேண்டும்? நானே அவர்கள் இருக்குமிடம் சென்று என்னை ஒப்புக் கொடுத்துவிடுவேன். அதுவே இப்போது நான் செய்ய வேண்டிய கடமை..."

"முடியவே முடியாத காரியம் என் உடம்பில் உயிருள்ள வரையில் அதை நான் அநுமதிக்க மாட்டேன் தடுத்தே தீருவேன்!" என்றான் பார்த்திபேந்திரன்.

சேனாதிபதி அவனைப் பார்த்து, "பதறவேண்டாம்; பொறுங்கள்!" என்றார். பின்னர் இளவரசரை நோக்கிக் கூறினார்.

"ஐயா! தங்களுடைய கடமையைப் பற்றிச் சொன்னீர்கள். எனக்கும் ஒரு கடமை இருக்கிறது. அருள் புரிந்து அதைக் கேட்கவேண்டும். கொடும்பாளூர் வேளார் பெருங்குடியில் இன்று உயிரோடிருக்கும் ஆண் மகன் நான் ஒருவன்தான். மற்றவர்கள் அனைவரும் சோழ சாம்ராஜ்யத்தின் சேவையில் இறந்து போனார்கள். அநேகமாக எல்லாரும் போர்க்களத்தில் மடிந்தார்கள். நானும் ஒருநாள் அவ்விதம் இறந்து போவேன். யார் கண்டது? ஆகையால் என் வார்த்தையைக் கொஞ்சம் பொறுமையுடன் கேட்கவேண்டும். அரண்மனை மாடங்களில் அருமையாக வளர்க்கப்பட்டு வந்த தங்களைச் சென்ற ஆண்டில் தென்திசைப் படைகளின் மாதண்ட நாயகராகச் சக்கரவர்த்தி நியமித்தார். அப்போது என்னைத் தனியாக அழைத்துச் சொன்னார்: 'இளவரசன் என்னை விட்டுப்பிரிவது என் உயிரே உடலிலிருந்து பிரிவது போலிருக்கிறது. ஆயினும் என்னுடைய ஆசைக்காக அவனை நான் அரண்மனைக்குள்ளேயே வைத்து வளர்க்கக் கூடாது.

அவன் வெளியேறிப் போக வேண்டியதுதான்; அண்ணனைப்போல் வீரன் என்று பெயர் எடுக்கவேண்டியதுதான். ஆனால் அவன் உயிருக்கு ஏதாவது ஆபத்து வந்தால் அதே கணத்தில் என் உயிரும் போய்விடும். அவனுக்கு எவ்வித அபாயமும் நேராமல் பாதுகாக்க வேண்டியது உன் பொறுப்பு...' இவ்வாறு சக்கரவர்த்தி எனக்குக் கட்டளையிட்டார். சென்ற ஆண்டில் அவ்வாறு கூறிய சக்கரவர்த்தி இப்போது தங்களைச் சிறைப்படுத்திக் கொண்டு வரும்படி கட்டளையிடுவாரா? அவ்வாறு கட்டளையிடும்படியாகத் தாங்கள் என்ன செய்துவிட்டீர்கள்? இலங்கைச் சிம்மாசனத்தைக் கைப்பற்றுவதற்குத் தாங்கள் சூழ்ச்சி செய்ததாகச் சொல்வது எவ்வளவு அபத்தம்? இந்த அபவாதத்தை யாராவது நம்ப முடியுமா?..."

கொடும்பாளூர்ப் பெரிய வேளார் கூறி வந்ததை இதுவரை பொறுமையுடன் கேட்டு வந்த இளவரசர் இப்போது குறுக்கிட்டார். "வேறு யாராவது நம்ப முடியாதோ, என்னமோ? ஆனால் என்னால் நம்ப முடியும்!" என்றார்.

"என்ன சொல்கிறீர்கள், இளவரசே!"

"இலங்கைச் சிம்மாசனத்தைக் கைப்பற்ற நான் சூழ்ச்சி செய்தது உண்மைதான் என்று சொல்கிறேன்?"

வந்தியத்தேவன் இப்போது முன்னால் வந்து, "இது என்ன ஐயா! சற்று முன் வரையில் சத்தியம் தர்மம் என்று சொல்லி வந்தீர்கள். இப்போது இப்படிப் பெரும் பொய் சொல்கிறீர்களே!... சேனாதிபதி! இவர் வார்த்தையை நீங்கள் நம்பவேண்டாம். நேற்றிரவு புத்த குருக்களின் மகாசபையார் இவருக்கு இலங்கைச் சிம்மாசனத்தையும் கிரீடத்தையும் அளித்தார்கள் இவர் வேண்டாம் என்று மறுதலித்தார். இதற்கு நானும் இதோ நிற்கும் இந்த வைஷ்ணவனும் சாட்சி!"என்றான்.

பொன்னியின் செல்வர் புன்னகை புரிந்து, "வந்தியத்தேவரே! ஒரு கேள்வி! சூழ்ச்சி செய்கிறவர்கள் சாட்சி வைத்துக்கொண்டு சூழ்ச்சி செய்வார்களா? நீங்கள் இருவரும் பக்கத்தில் இருந்ததனாலேயே நான் இலங்கைச் சிம்மாசனத்தையும் கிரீடத்தையும் மறுதலித்திருக்கலாம் அல்லவா?" என்றார்.

வந்தியத்தேவன் அசந்துபோனான்! இதற்கு எதிராக அவனால் ஒன்றும் சொல்ல முடியவில்லை.

இளவரசர் மேலும் கூறினார்: "வாணர்குல வீரரே! உமக்குச் சந்தேகம் இருந்தால் அதோ நிற்கும் வைஷ்ணவரைக் கேட்கலாம். முதன்மந்திரி அநிருத்தப் பிரமராயர் அவரிடம் என்ன சொல்லி அனுப்பினார் என்று கேட்டு அறிந்து கொள்ளலாம். 'புத்த குருமார்கள் தங்களுக்கு இலங்கைச் சிம்மாசனம் அளிக்க முன்வருவார்கள். சாட்சியம் வைத்துக்கொண்டு அதை மறுதலிக்கவும்' என்று சொல்லி அனுப்பினாரா, இல்லையா என்று விசாரித்துத் தெரிந்துகொள்ளலாம்!" இதைக்கேட்டு அங்கிருந்த எல்லாருமே திகைத்துப்போய் நின்றார்கள்.

இளவரசர் சேனாதிபதியைப் பார்த்துச் சொன்னார்: "ஐயா! இதைக்கேளுங்கள். இந்த இலங்கையைக் கவர்ந்து ஆளவேண்டும் என்று பேராசை என் மனத்தில் இருந்தது உண்மை. இந்தப் பேராசையை எனக்கு உண்டு பண்ணியவர் என் தமக்கையார். 'தம்பி! நீ நாடு ஆளப் பிறந்தவன். உன் கையில் சங்கு சக்கர ரேகை இருக்கிறது. இங்கே உனக்கு இடம் இல்லை. ஆகையால் இலங்கைக்குப் போ! இலங்கைச் சிம்மாசனத்தைக் கைப்பற்றிக் கொள்!' என்று இப்படியெல்லாம் இளையபிராட்டி அடிக்கடி சொல்லி என் மனத்தில் ஆசையை வளர்த்து விட்டார். ஆகையால் நான் குற்றவாளிதான், சக்கரவர்த்தி என்னைச் சிறைப்படுத்திக் கொண்டு வரும்படி கட்டளையிட்டதற்குக் காரணம் இருக்கிறது..."

"கொஞ்சம் பொறுங்கள், இளவரசே! அப்படித் தங்கள் மனத்தில் எண்ணம் உதித்திருந்தால் அது இந்த இலங்கைத் தீவின் பாக்கியம். அதற்குப் பொறுப்பாளியும் தாங்கள் அல்ல; தங்கள் தமக்கையார் இளைய பிராட்டியும் அல்ல. சுந்தர சோழ சக்கரவர்த்திதான் அதற்குப் பொறுப்பாளி அவரே என்னிடம் பலமுறை சொல்லியிருக்கிறார்; தங்களை இலங்கைச் சிம்மாசனத்தில் ஏற்றி வைத்துப்பார்க்க வேண்டும் என்று சொல்லியிருக்கிறார். குந்தவை தேவியிடம் இதைப் பற்றி முதன் முதலில் கூறியவரும் சக்கரவர்த்திதான். தங்கள் தந்தையின் விருப்பத்தையே தமக்கையார் தங்களிடம் தெரியப்படுத்தியிருக்கிறார். ஆகையால் தாங்கள் குற்றவாளி அல்ல..."

"சேனாதிபதி! அப்படியானால் என் தந்தையிடம் போவதற்கு நான் ஏன் தயங்கவேண்டும்? அவரிடம் நடந்தது நடந்தபடி சொல்கிறேன். இதோ இருக்கும் இந்த இரண்டு பேரும் எனக்காகச் சாட்சி சொல்லட்டும். பிறகு சக்கரவர்த்தி என்ன கட்டளை இடுகிறாரோ, அதன்படி நடந்துகொள்வது என் கடமை..."

பார்த்திபேந்திரன் இப்போது அனல் கக்கும் குரலில் கூறினான்: "சேனாதிபதி ஏதேதோ வெறும் பேச்சுப் பேசிக்கொண்டிருக்கிறோம். இனியும் மூடி மறைப்பதில்

பயன் ஒன்றுமில்லை. இளவரசரிடம் உண்மையைச் சொல்லியே தீரவேண்டும். தாங்கள் சொல்கிறீர்களா அல்லது நான் சொல்லட்டுமா!"

"நானே சொல்கிறேன்; பொறுங்கள்!" என்றார் சேனாதிபதி. அக்கம் பக்கம் பார்த்துவிட்டுக் கூறினார்: "இளவரசே! தங்களுடைய களங்கமற்ற உள்ளத்தை மாசுபடுத்த வேண்டாம் என்று எண்ணியது பயன்படவில்லை. ஒரு விரஸமான விஷயத்தைப் பற்றித் தங்களுக்குச் சொல்ல வேண்டியிருக்கிறது. பெரிய பழுவேட்டரையர் இந்த முதிய பிராயத்தில் நந்தினி என்னும் பெண்ணை மணம் புரிந்து கொண்டிருப்பது தங்களுக்குத் தெரிந்த விஷயமே. அவள் ஒரு சூனியக்காரி. பயங்கரமான மாய மந்திர வித்தைகள் அவளுக்குத் தெரிந்திருக்கின்றன. அவற்றின் உதவியால் பெரிய பழுவேட்டரையரை அவள் தன் காலடியில் போட்டு வைத்துக்கொண்டிருக்கிறாள். அவள் தன் காலால் இட்ட பணியை இவர் தலையில் ஏந்தி நிறைவேற்றி வைக்கிறார். பழங்குடியில் பிறந்து, பல வீரச் செயல்கள் புரிந்த அந்தப் பெரியவருக்கு விதி வசத்தால் இந்த மாதிரி துர்க்கதி சம்பவித்து விட்டது."

"சேனாதிபதி! இது நான் கேள்விப்படாதது அல்லவே? சோழ தேசத்தில் நாடு நகரமெல்லாம் பேசிக்கொள்ளும் விஷயந்தானே?" என்றார் இளவரசர்.

"அந்த மந்திரக்காரி நந்தினியின் சக்தி இதுவரையில் பழுவேட்டரையர்களை மட்டும் ஆட்டி வைத்துக் கொண்டிருந்தது. இளவரசே! மன்னிக்க வேண்டும்! இப்போது அவள் சக்கரவர்த்தியின் பேரிலும் தன்னுடைய மந்திரத்தைப் போட ஆரம்பித்து விட்டாள். அதனால்தான் இத்தகைய கட்டளையை, தங்களைச் சிறைப்படுத்தி வரும்படியான கட்டளையை, சக்கரவர்த்தி பிறப்பித்திருக்கிறார்!..."

"சேனாதிபதி! எச்சரிக்கை! சக்கரவர்த்தியைப் பற்றிக் கௌரவக் குறைவாக எதுவும் சொல்ல வேண்டாம். என் தந்தையின் உடம்பில் உயிர் உள்ளவரையில் அவர் இடும் கட்டளை எதுவானாலும், எந்தச் சந்தர்ப்பத்தில் இடப்பட்டாலும், அதுவே தெய்வத்தின் கட்டளையாகும்..."

"அதை நாங்கள் மறுக்கவில்லை, இளவரசே! சக்கரவர்த்தியின் சுதந்திரத்துக்கு மட்டுமின்றி அவருடைய உயிருக்கே அபாயம் வந்துவிடுமோ என்றுதான் அஞ்சுகிறோம். நந்தினியைப் பற்றிய முழு உண்மையை நேற்றுவரை நானே அறிந்துகொள்ளவில்லை. நேற்றிரவுதான் பார்த்திபேந்திரன் மூலமாகத் தெரிந்து கொண்டேன். அந்தப் பயங்கரமான விஷயத்தைத் தாங்களும் தெரிந்து கொள்வது அவசியம்."

"மூன்று வருஷத்துக்கு முன்னால் மதுரைக்கு அருகில் வீர பாண்டியனோடு இறுதி யுத்தம் நடந்தது அல்லவா? அப்போது தங்கள் தமையனார் கரிகாலரும் இதோ உள்ள பார்த்திபேந்திரரும் நானும் கலந்தாலோசித்து ஒவ்வொரு காரியத்தையும் செய்து வந்தோம். பாண்டியனுடைய சைனியங்கள் அடியோடு நிர்மூலமாயின. வீரபாண்டியன் முன்னொரு தடவை பாலைவனத்தில் ஓடி ஒளிந்ததுபோல் இப்போதும் ஓடித் தப்பிக்க முயன்றான். அதற்கு இடம் கொடுக்கக் கூடாதென்று நாங்கள் மூவரும் அவனை எப்படியாவது கைப்பற்றத் தீர்மானித்துப் பெரு முயற்சி செய்தோம். இந்தத் தடவை வீர பாண்டியனுடைய தலையைக் கொண்டு போகாமல் தஞ்சாவூருக்குத் திரும்புவதில்லை என்று நாங்கள் மூவரும் சபதம் செய்திருந்தோம். ஆகையால் வேறு யாரையும் நம்புவதில்லையென்று நாங்களே அவனைத் தொடர்ந்து சென்றோம். கடைசியாக ஒரு கோயிலுக்குப் பக்கத்தில் இருந்த குடிசையில் அவன் ஒளிந்திருப்பதைக் கண்டுபிடித்தோம். குடிசைக்கு வெளியில் எங்களைக் காவலுக்கு நிறுத்தி வைத்து விட்டுத் தங்கள் அண்ணன் கரிகாலர்தான் உள்ளே நுழைந்தார். வீர பாண்டியனைக் கொன்று அவன் தலையை எடுத்து வந்தார்.

நாங்களும் எங்கள் காரியம் முடிந்துவிட்டதென்று குதூகலமாகத் திரும்பிச் சென்றோம். ஆனால் அந்தக் குடிசைக்குள்ளே ஒரு சிறிய நாடகம் நடந்ததென்பது

எங்களுக்குத் தெரியாது. வீர பாண்டியனுக்கு அடைக்கலம் கொடுத்திருந்த பெண் ஒருத்தி குறுக்கே நின்று தடுத்துத் தன் காதலனுக்கு உயிர்ப்பிச்சை கேட்டாள். கரிகாலர் அவளை உதைத்துத் தள்ளிவிட்டு வீரபாண்டியனுடைய தலையைக் கொய்து வெளியே எடுத்து வந்தார். இளவரசே! அவ்விதம் சோழ குலத்தின் ஜன்ம சத்துருவான வீர பாண்டியனைக் காப்பாற்ற முயன்றவள்தான் நந்தினி! அவள்தான் பிற்பாடு எழுபது வயதுக் கிழவரை மணந்து தஞ்சாவூருக்கு வந்து, 'பழுவூர் இளைய ராணி'யாக விளங்குகிறாள்! அவள் எதற்காக, என்ன நோக்கத்துடன், வந்திருப்பாள் என்பதை நாம் ஊகிக்கலாம் அல்லவா? வீர பாண்டியனுக்காகப் பழிக்குப் பழி வாங்கத்தான் வந்திருக்கிறாள்.

சோழ குலத்தை அடியோடு நிர்மூலமாக்கி விடுவதற்காக வந்திருக்கிறாள். அவள் அருகில் சென்றவர் யாரும் அவளுடைய மோக வலையிலிருந்து தப்பித் திரும்புவது கடினம். அதோ நிற்கும் வந்தியத்தேவன் அதற்குச் சாட்சி சொல்லுவான். சோழ குலத்தைப் பூண்டோடு அழித்துவிடப் பயங்கர சபதம் எடுத்திருக்கும் கூட்டத்தைப்பற்றி அதோ நிற்கும் வைஷ்ணவன் சாட்சி சொல்வான். அவர்களுக்கு அவசியமான பணத்தையெல்லாம் நந்தினிதான் கொடுக்கிறாள். இளவரசே! துரதிஷ்டவசமாக நம் சக்கரவர்த்திப் பெருமானும் அந்தப் பாதகியின் வலையில் விழுந்துவிட்டதாகக் காண்கிறது. மதுராந்தகத் தேவனுக்குப் பட்டம் கட்டுவது பற்றிச் சக்கரவர்த்தியே யோசித்து வருவதாகத் தெரிகிறது. ஆகையால் சக்கரவர்த்தியின் கட்டளையென்று கருதித் தாங்கள் தஞ்சைக்குப் போவதற்கு இது தருணமல்ல..."

"சேனாதிபதி! தாங்கள் கூறிய செய்திகள் எனக்கு மிக்க வியப்பை உண்டு பண்ணியிருக்கின்றன. ஆயினும் அச்செய்திகளில் நான் செய்த முடிவுதான் உறுதிப்படுகிறது. என் தந்தையை அவ்வளவு பயங்கரமான அபாயங்கள் சூழ்ந்திருக்கும்போது நான் இருக்க வேண்டிய இடம் அவர் அருகிலேதான். இலங்கை அரசு எனக்கு என்னத்திற்கு? அல்லது இந்த உயிர்தான் என்னத்திற்கு? இனி யோசனை ஒன்றுமே தேவையில்லை. என்னைத் தடை செய்வதற்கு யாரும் முயலவேண்டாம்!" என்று இளவரசர் கம்பீரமாகக் கூறினார். பிறகு, சற்றுத் தூரத்தில் தூணில் சாய்ந்து கொண்டு தம்மைக் கண்கொட்டாமல் பார்த்துக்கொண்டிருந்த பூங்குழலியின் மீது அவர் கண்கள் சென்றன.

"சமுத்திர குமாரி! சற்று இப்படி அருகில் வா!" என்றார்.

பூங்குழலி நெருங்கி வந்தாள்.

"பெண்ணே! நீ கொண்டுவந்த செய்தியின் மூலம் எனக்குப் பெரிய உதவி செய்தாய். இன்னும் ஓர் உபகாரம் எனக்கு நீ செய்ய வேண்டும். செய்வாயா?" என்று கேட்டார்.

'அடடா! இது என்ன? இந்த ஏழைப் படகுக்காரியிடமா இவர் உதவி கோருகிறார்? இவருக்குக் குற்றேவல் செய்யும் பாக்கியத்தை நாடி வந்தேன்; இவர் என்னிடம் உதவி வேண்டும் என்று யாசிக்கிறாரே! கடவுளிடம் வரம் கேட்க வந்தேன்; கடவுள் தம் திருக்கரங்களை நீட்டி என்னிடம் 'பிச்சை போடு' என்று கேட்கிறாரே?' இவ்வாறு மனத்தில் எண்ணி, "இளவரசே! தாங்கள் இட்ட கட்டளையை நிறைவேற்றக் காத்திருக்கிறேன்!" என்றாள் பூங்குழலி.

"சமுத்திரகுமாரி! என்னைத் தேடிக்கொண்டு இரண்டு மரக்கலங்கள் தொண்டைமான் ஆற்று முகத்துவாரத்தின் அருகில் காத்திருக்கின்றன என்று சொன்னாய் அல்லவா? அந்த இடத்துக்கு நான் அதி சீக்கிரமாகப் போய்ச் சேரவேண்டும். எனக்கு வழிகாட்டி அழைத்துக்கொண்டு போவாயா?"

"பெண்ணே! 'முடியாது' என்று சொல்!" என்பதாக ஒரு குரல் கர்ஜித்தது. அது சேனாதிபதியின் குரல்தான் என்பதைப் பூங்குழலி உணர்ந்தாள்.

இத்தனை நேரமும் ஏதோ ஒரு சொப்பன லோகத்தில் சஞ்சரித்துக்கொண்டிருந்தவளுக்கு இப்போதுதான் தன் நெருக்கடியான நிலைமை தெரிந்தது. எந்த அபாயத்திலிருந்து

இளவரசரைத் தப்புவிக்கலாம் என்ற ஆசையுடன் இவள் அவசர அவசரமாக ஓடி வந்தாளோ, அந்த அபாயத்தின் வாயிலிலேயே கொண்டு சேர்க்கும்படி இளவரசர் இப்போது தன்னைக் கேட்டுக்கொள்கிறார்!

"பெண்ணே! 'முடியாது' என்று சொல்!" சேனாதிபதியின் இந்தக் கட்டளையின் பொருள் அவளுக்கு இப்போது புலனாயிற்று. நாலாபுறத்திலிருந்தும் ஆயிரம் குரல்கள் அதே கட்டளையை அவளுக்கு இட்டன. மரங்கள் அவ்வாறு முழங்கின; மண்டபத்தின் தூண்கள் அவ்விதம் அலறின; மரக்கிளைகளின் மேலிருந்து பறவைகள் கதறின.

ஆனால் அந்த பேதைப் பெண்ணின் இதயத்தின் உள்ளே மெல்லிய குரல் கேட்டது. 'பூங்குழலி! இதோ உன் அதிர்ஷ்டம்! இளவரசருக்கு வழிகாட்டி அழைத்துப் போவாயானால் அவருடன் இரண்டு தினங்கள் கழிக்கலாம். அவர் அருகில் நீ இருக்கலாம். அவர் உன்னைப் பாராதபோது அவரை நீ பார்க்கலாம். அவர் மீது பட்டு வரும் காற்று உன்மீதும் படும். அவருடைய குரல் உன் காதில் அடிக்கடி கேட்கும். அடி பெண்ணே! நீ கண்டு வந்த எட்டாத கனவில் ஒரு சிறிது நிறைவேறும். பிறகு அது எப்படியானால் என்ன? பூங்குழலி! ஒத்துக்கொள்!' என்று அந்த மெல்லிய குரல் அவள் மனக் காதில் கூறியது.

"சமுத்திரகுமாரி! ஏன் தயங்குகிறாய்? எனக்கு இந்த உதவி நீ செய்ய மாட்டாயா? நானே வழி கண்டுபிடித்துக் கொண்டு போக வேண்டியதுதானா?" என்று இளவரசர் கூறியது அவளுடைய மனம் திடமடையக் காரணமாயிற்று.

"இளவரசே! வழிகாட்ட நான் வருகிறேன்!" என்றாள்.

சேனாதிபதி பூதிவிக்கிரம கேசரி அப்போது தம் தொண்டையைக் கனைத்துக்கொண்ட சப்தம் பூகம்பம் ஏற்படுவதற்கு முன்னால் பூமியின் கர்ப்பத்திலிருந்து எழுகின்ற பயங்கரத் தொனியை நிகர்த்திருந்தது. அவர் ஓர் அடி முன்னால் வந்து கூறினார்:

"இளவரசே! தங்கள் விருப்பத்துக்குக் குறுக்கே நான் நிற்கமாட்டேன். ஆனாலும் என் வேண்டுகோள் ஒன்றுக்குச் செவி சாய்க்க வேணும். தங்களைச் சிறைப்படுத்த வந்திருப்பவர்களிடம் தங்களை ஒப்படைக்கும் வரையில் தங்களைப் பாதுகாப்பது என் பொறுப்பு. நேற்றிரவு தங்களைக் கொல்ல நடந்த முயற்சிகளைப் பற்றிச் சற்று முன்னால் தங்கள் தோழர்கள் சொன்னார்கள். அந்தக் கொலைகாரர்கள் இன்னும் பிடிபடவில்லை. அவர்கள் யாரென்று தெரியவும் இல்லை. என் மனத்தில் உள்ளதைச் சொல்வதற்காக மன்னியுங்கள். இந்தப் பெண்ணின் பேரிலேயே எனக்குக் கொஞ்சம் சந்தேகமுண்டு. அந்தக் கொலைகாரர்களுக்கு இவளும் ஒருவேளை உடந்தையாயிருக்கலாம் அல்லவா? மரக்கலங்களில் தங்களைச் சிறைப்படுத்தி அழைத்துப்போக வந்திருக்கிறார்கள் என்பதே இவளுடைய கற்பனையாயிருக்கலாம் அல்லவா? ஏன் இருக்கக் கூடாது? சற்றுமுன்னால் இவளுடைய கத்தியைத் தங்கள் தோழர் வந்தியத்தேவர் பிடுங்கி எறிந்தபோது, அது யார் பேரிலோ விழுந்து ஓலக்குரல் கேட்டதே? அது யாருடைய குரல்? இந்தப் பெண் தாராளமாக வழிகாட்டிக்கொண்டு வரட்டும். நம்முடைய யானை மேல் ஏறிக்கொண்டு முன்னால் செல்லட்டும். ஆனால் தங்களுடன் நானும் தொண்டைமான் ஆற்றில் உள்ள கப்பல்களைக் காணும் வரையில் வந்தே தீருவேன்! அது என்னுடைய கடமை!"

சேனாதிபதி இந்தப் பேச்சைப் புன்னகை பூத்த முகத்துடன் கேட்டுக்கொண்டு நின்ற இளவரசர், "அப்படியேயாகட்டும்! தங்களுடைய கடமையை நிறைவேற்றுவதற்கு நானும் குறுக்கே நிற்கவில்லை!" என்றார்.

❖

44. யானை மிரண்டது!

மேற்கண்டவாறு முடிவு ஏற்பட்டதும் சேனாதிபதி பூதி விக்கிரமகேசரி பார்த்திபேந்திரனைத் தனியாக அழைத்துச் சென்று சிறிது நேரம் அந்தரங்கமாகப் பேசினார். பின்னர், தம்முடன் வந்த படைவீரர்களுக்குத் தனித்தனியே சில கட்டளைகளைப் பிறப்பித்தார்.

பார்த்திபேந்திரன் இளவரசரிடம் விடைபெற்றுக் கொண்டான். "ஐயா! நான் வந்த காரியம் நிறைவேறாமல் வெறுங்கையோடு திரும்புகிறேன். இதற்காகக் கரிகாலர் என்னை மிகவும் கோபித்துக்கொள்ளப்போகிறார். ஆயினும் என்ன செய்வது? தாங்கள் பிடிவாதமாக இருக்கிறீர்கள்; என் பேரில் குற்றமில்லை. இதற்கு இங்குள்ளவர்கள் எல்லாரும் சாட்சி!" என்றான்.

இளவரசர், "அவ்வளவு அவசரமாகப் போகவேண்டுமா? தாங்களும் சேனாதிபதியோடு தொண்டைமானாறு வரை வந்து விட்டுப்போகக்கூடாதா?" என்று கேட்டார்.

"அந்தப்பாதகத்துக்கு நான் உடந்தையாயிருக்க மாட்டேன். நான் வந்த கப்பல் திரிகோணமலையில் நிற்கிறது. அங்கே போய்க் கப்பல் ஏறிக் கூடியசீக்கிரம் நான் காஞ்சிக்குப் போகவேண்டும். கரிகாலரிடம் நடந்ததைச் சொல்ல வேண்டும்!" என்றான் பார்த்திபேந்திரன்.

பின்னர் வந்தியத்தேவனைப் பார்த்து, "வல்லத்தரையனே! என்னுடன் நீ காஞ்சிக்கு வரவில்லையா?" என்று கேட்டான்.

வந்தியத்தேவன் சிறிது திடுக்கிட்டு நின்றுவிட்டு, "இல்லை; இளவரசருடன் போக விரும்புகிறேன்" என்றான்.

"நல்லது; என்னுடன் வராததற்காகப் பிறகு வருத்தப்படுவாய்!" என்று சொல்லிவிட்டுப் பார்த்திபேந்திரன் புறப்பட்டான். சேனாதிபதியின் கட்டளையின்படி அவனுடன் இன்னும் சில வீரர்களும் கிளம்பிச் சென்றார்கள்.

வந்தியத்தேவன் ஆழ்வார்க்கடியானிடம், "அந்தப் பல்லவன் கூறியதன் பொருள் என்ன? தன்னுடன் வராததற்காக நான் வருத்தப்படுவேன் என்று ஏன் கூறினான்? உமக்கு ஏதாவது தெரிகிறதா?" என்று கேட்டான்.

"சேனாதிபதியும் அவனும் கலந்து பேசி ஏதோ சூழ்ச்சி செய்திருக்கிறார்கள்! அதன் விவரம் இன்னதென்று தானே சீக்கிரத்தில் தெரியும். உண்மையில், இப்போது ஏற்பட்டிருக்கும் சங்கடத்துக்கு மூலகாரணம் இந்தக் கொடும்பாளூர் கிழவர்தான்!" என்றான்.

"அது எப்படி? சேனாதிபதி என்ன செய்திருக்க முடியும்?"

"எல்லாம் அவருடைய வேலைதான். அவருடைய குடும்பப்பெண் ஒருத்தி பழையாறையில் வளர்கிறாள் என்பது உனக்குத் தெரியும் அல்லவா?"

"நன்றாய்த் தெரியும் வானதி தேவியைத்தானே சொல்கிறீர்?"

"ஆமாம்; அந்தப் பெண்ணை இளவரசருக்குக் கலியாணம் பண்ணிக் கொடுத்து இலங்கை அரசராக இவருக்கு முடிசூட்டி விட வேண்டும் என்று சேனாதிபதிக்கு ஆசை. பத்த குருக்களைக் கொண்டு இலங்கைக் கிரீடத்தை அளிக்கும்படி ஏவியவர் இவர்தான். இவருடைய முயற்சியை இரகசியமாக வைத்திருக்கவாவது தெரிந்ததா? அதுவும் இல்லை. செய்தி தஞ்சைக்கு எட்டிவிட்டது. அதனால்தான் முதன் மந்திரி அநிருத்தர் இலங்கைக்கு வந்தார்; என்னையும் இளவரசரிடம் அனுப்பி வைத்தார். வந்தியத்தேவா! எது எப்படியானாலும் நம்முடைய உயிரை நாம் பத்திரமாகக் காப்பாற்றிக் கொள்ள

வேண்டும், இளவரசர் இலங்கைச் சிம்மாசனத்தை ஏற்க மறுத்தது பற்றி நீயும் நானும் தஞ்சையில் சாட்சி சொல்லும்படி நேரிடலாம்!"

இதற்குள் சேனாதிபதியின் காரியங்கள் முடிந்துவிட்டன. அவருடன் வந்திருந்த படை வீரர்களில் நாலுபேரைத் தவிர மற்றவர்கள் எல்லாரும் வெவ்வேறு திசையில் புறப்பட்டுச் சென்றார்கள்.

கடைசியாக இளவரசரின் கோஷ்டியும் புறப்பட்டது. இளவரசர், சேனாதிபதி, வந்தியத்தேவன், ஆழ்வார்க்கடியான் இவர்களுடனே மேற்கூறிய நாலு வீரர்களும் உயர்ந்த சாதிக் குதிரைகள் மீதேறி வடதிசை நோக்கிப் புறப்பட்டார்கள். இவர்களைப் பின்தொடர்ந்து பூங்குழலி ஏறியிருந்த யானை, ஜாம் ஜாம் என்று கம்பீரமாக நடந்து வந்தது. பூங்குழலியைத் தவிர அதன் மீது யானைப் பாகன் ஒருவன் மட்டுமே ஏறிக் கொண்டிருந்தான்.

கொஞ்ச தூரம் இராஜபாட்டை வழியாக அவர்கள் சென்றார்கள். ஆனால் இராஜபாட்டையில் பிரயாணம் செய்வது சுலபமாக இல்லை, வழியெங்கும் ஜனக் கூட்டமாயிருந்தது. இளவரசர் அவ்வழியில் வருகிறார் என்பதும் எப்படியோ ஜனங்களுக்குத் தெரிந்து போயிருந்தது. இலங்கைத் தீவின் வடபகுதியில் அப்போதெல்லாம் தமிழர்களே அதிகமாக வசித்து வந்தார்கள். அங்கங்கே ஜனங்கள் கும்பல் கும்பலாக நின்று, "இளவரசர் அருள்மொழிவர்மர் வாழ்க!" "சேனாதிபதி கொடும்பாளூர் வேளார் வாழ்க!" என்று கோஷித்தார்கள். சில இடங்களில் ஜனங்கள் குதிரைகளைச் சூழ்ந்துகொண்டு பின் தொடர்ந்து வந்தார்கள். வரவரப் பின் தொடர்ந்து வரும் கூட்டம் அதிகமாகிக் கொண்டு வந்தது. குதிரைகள் வேகமாகப் போக முடியவில்லை.

இளவரசர் சேனாதிபதியுடன் இதைப் பற்றி விவாதித்ததன்பேரில் இராஜபாட்டையிலிருந்து விலகிக் காட்டு வழியில் போவதென்று தீர்மானமாயிற்று. ஜனங்களை மெதுவாகக் கழித்துக்கட்டி விட்டு அவர்கள் காட்டு வழியில் பிரவேசித்தார்கள். காட்டு வழியில் இயற்கை இடையூறுகள் காரணமாக வேகமாகப் போக முடியவில்லை. கொஞ்ச தூரம் போனதும் தாமரைத் தடாகம் ஒன்று தென்பட்டது. அதன்கரைக்கு வந்ததும் எதிர்க்கரையில் ஒரு பெரிய ஜனக் கும்பல் நிற்பது தெரிந்தது. இவர்களைப் பார்த்தவுடனே அந்த ஜனக் கும்பலின் மத்தியிலிருந்து தாரை, தப்பட்டை, கொம்பு, பேரிகை முதலிய வாத்தியங்களின் பெருமுழக்கம் கிளம்பிற்று.

"கொஞ்சம் இருங்கள்; நான் போய் அவர்கள் யார் என்று பார்த்துவிட்டு வருகிறேன்!" என்று கூறிவிட்டுச் சேனாதிபதி குதிரையைத் தட்டிவிட்டுக் கொண்டு முன்னதாகச் சென்றார். சிறிது நேரத்துக்கெல்லாம் திரும்பி வந்து, "இளவரசர் இந்த வழி வருவது எப்படியோ பக்கத்துக் கிராமவாசிகளுக்குத் தெரிந்து போயிருக்கிறது. இளவரசருக்கு மரியாதை செய்யத்தான் அவர்கள் வந்திருக்கிறார்கள்!" என்றார்.

ஜனங்கள் நெருங்கி வந்தார்கள். இளவரசரைச் சுற்றிச் சுற்றி வந்து அடங்காத ஆர்வத்துடன் பார்த்தார்கள். பல வகை ஜய கோஷங்களையும் வாழ்த்தொலிகளையும் கிளப்பினார்கள். அவற்றில் "ஈழத்தரசர் அருள்மொழிவர்மர் வாழ்க!" என்ற கோஷம் மட்டும் பிரதானமாயிருந்தது.

இளவரசர் முகத்தில் புன்னகை மலர்ந்தது. அந்த ஜனக்கூட்டத்திற்குத் தலைவன் என்று தோன்றிய ஒருவனை அருகில் அழைத்தார். "இவர்கள் எதற்காக எனக்கு ஈழத்து அரசுப்பட்டம் கட்டுகிறார்கள்?" என்று கேட்டார்.

அவன் மிகப் பணிவுடன், "அரசே பன்னெடுங் காலமாக இந்த ஈழநாடு நிலையான அரசு இல்லாமல் அவதிப்பட்டு வருகிறது. பொன்னியின் செல்வர் ஈழ நாட்டின் மன்னர் ஆக வேண்டும் என்பது எங்கள் கோரிக்கை. இந்நாட்டில் வாழும் எல்லா ஜனங்களுடைய விருப்பமும் அதுதான். தமிழர்கள், சிங்களவர்கள், சைவர்கள், பௌத்தர்கள், துறவிகள் இல்லறத்தார் எல்லாரும் அதையே விரும்புகிறார்கள்" என்று கூறினான்.

இளவரசருக்கும் அவரைச் சேர்ந்தவர்களுக்கும் விருந்து அளிக்க அவர்கள் ஏற்பாடு செய்திருந்தார்கள். விருந்தை ஏற்றுக் கொள்ளாமல் போக முடியவில்லை. விருந்துண்ட பிறகு விடைபெற்றுப் புறப்படுவதற்கு வெகு நேரமாகிவிட்டது.

இளவரசருக்கு உபசாரங்கள் நடந்து கொண்டிருந்த சமயத்தில் வந்தியத்தேவனும், ஆழ்வார்க்கடியானும் தனித்துப் பேசிக்கொள்ளச் சந்தர்ப்பம் கிடைத்தது.

"தம்பி! பார்த்தாயா? இதெல்லாம் சேனாதிபதியின் சூழ்ச்சி என்று தெரியவில்லையா? முன்னாலேயே அவசரமாகச் செய்தி அனுப்பி இந்த உபசாரங்களையெல்லாம் ஏற்பாடு செய்திருக்கிறார்!" என்றான் ஆழ்வார்க்கடியான்.

"சேனாதிபதியின் ஏற்பாடுதான் என்று ஒருவாறு தெரிகிறது. ஆனால் இந்தச் சூழ்ச்சியின் நோக்கம் என்னவென்று தெரியவில்லையே? இப்படியெல்லாம் இந்தத் தீவில் வாழும் ஜனங்கள் சொல்வதைக் கேட்டு இளவரசர் நேற்று வேண்டாம் என்று மறுத்த சிம்மாசனத்தின் பேரில் இன்றைக்கு ஆசை கொண்டு விடுவார் என்ற எண்ணமா?" என்று வந்தியத்தேவன் கேட்டான்.

"அது ஒரு நோக்கமாயிருக்கலாம். அதைக்காட்டிலும் முக்கியமானது நம் பிரயாணத்தைத் தாமதப்படுத்துவதுதான்!" என்றான் ஆழ்வார்க்கடியான்.

"பிரயாணத்தைத் தாமதப்படுத்துவதினால் சேனாதிபதி என்ன பலனை எதிர்ப்பார்க்கிறார்?"

"அது எனக்கும் தெரியவில்லை; சீக்கிரத்தில் தெரிந்து தானே ஆகவேண்டும்? இளவரசருடைய முகத்தைப் பார்! அவருக்கு இவையெல்லாம் பிடிக்கவில்லையென்று தெரிகிறதல்லவா?"

வந்தியத்தேவன் இளவரசரின் முகத்தைப் பார்த்தான். ஆத்திரமான வார்த்தைகளைப் பேசும்போதுகூட மலர்ந்து விளங்கிய அவருடைய முகத்தில் இப்போது எள்ளும் கொள்ளும் வெடித்தன. புருவங்கள் நெரிந்திருந்தன. கண்கள் ஆழ்ந்த சிந்தனையைக் காட்டின.

அதே சமயத்தில் பூங்குழலி அத்தாமரைக் குளத்தின் இன்னொரு கரையில் தன்னந்தனியாக உட்கார்ந்து சிந்தனையில் ஆழ்ந்திருந்தாள். எதிர்பார்த்தபடி அவளுக்கு இந்தப் பிரயாணம் உற்சாகம் தருவதாக இல்லை.

பிரயாணத்தின்போது இளவரசருடன் தனித்திருக்கும் சந்தர்ப்பம் கிடைக்குமென்று நினைத்தாள். அவர் தன்னுடனே அளவளாவிப் பேசுவார் என்று எண்ணினாள். தன் மனத்தில் பொங்கும் உணர்ச்சியில் ஒரு சிறிதேனும் வெளியிடலாம் என்று ஆசைப்பட்டாள். அதற்கெல்லாம் சமயமே கிட்டாது போலிருக்கிறது. இளவரசரைச் சுற்றி ஒரே கூட்டமாகவே இருக்கிறது.

'அவரை எதிரிகளிடம் கொண்டுபோய் ஒப்புவித்த பழி ஒன்றுதான் மிஞ்சும்போலும். அந்தப் பழி தனக்கு எதற்காக ஏற்படவேண்டும்? ஏன் இங்கிருந்தபடி ஒருவருக்கும் தெரியாமல் ஓடி விடக்கூடாது? சேனாதிபதியின் கோபத்திலிருந்தாவது தப்பியதாக ஆகும்!'

'சே! சேனாதிபதி கோபம் என்னை என்ன செய்து விடும்? யாருடைய கோபந்தான் என்ன செய்துவிடும்? அதற்கெல்லாம் நான் பயப்படவில்லை. ஆனால் என்னுடைய எண்ணமெல்லாம் ஏன் மண்ணோடு மண்ணாக வேண்டும்? இந்த நெஞ்சில் உள்ள தீ எத்தனை நாள் இப்படி என்னைத் தகித்துக்கொண்டிருக்கும்? இந்த உடம்பில் உயிர் எதற்காக இருக்கிறது? திடீரென்று ஒரு இடி விழுந்து என்னைக் கொன்று விடக்கூடாதா? இப்படி எத்தனையோ ஆயிரம் தடவை ஆசைப்பட்டாகி விட்டது; பயன் ஒன்றுமில்லை. இந்த உயிர் தானாகப் போகப் போவதில்லை. நானாக ஏதேனும் செய்து கொண்டால்தான் இந்த உயிர் போகும்!...'

‘ஆ! இது என்ன? கனவு காண்கிறேனா? இல்லை, கனவு இல்லை! அங்கே அந்தப் பாழும் மண்டபத்துக்குப் பக்கத்தில் இளவரசருடைய சிநேகிதர் என்னிடமிருந்து பிடுங்கி எறிந்த கத்தி இதோ வந்து என்னருகில் விழுந்திருக்கிறதே? இதை யார் எறிந்திருப்பார்கள்? யாரோ இவருடைய பகைவர்தான் எறிந்திருப்பார்கள்! என்னைக் கொல்லுவதற்குத்தான் எறிந்திருப்பார்கள். என்ன துரதிஷ்டம்! என் மேலே விழாமல் சற்று நகர்ந்து விழுந்து விட்டதே? இதுவும் நல்லதற்காகத்தான். கையில் இந்தக் கத்தி இருக்கட்டும். அவருக்கு நான் கொடுத்த வாக்கை நிறைவேற்றிய பிறகு, அவரை அந்தப் பாதகர்களிடம் கொண்டுபோய் ஒப்புவித்த பிறகு, அவர் எதிரிலேயே இந்தக் கத்தியினால் குத்திக் கொண்டு இறந்து விடுகிறேன். சீச்சீ! எதற்காக அவர் மனத்தை அப்படிப் புண்படுத்த வேண்டும்? அவர் கப்பலில் ஏறிப்போன பிறகு படகில் ஏறி, நடுக்கடலில் சென்று அங்கே குத்திக்கொண்டு சாகலாம். என் அருமைக் கத்தியே நீ திரும்பி வந்தாயல்லவா? உன்னை அனுப்பியவர்களுக்கு வந்தனம்.’

‘ஒருவேளை இளவரசர் மேலே எறிய எண்ணி இதை எறிந்திருப்பார்களோ? ஆம்; அவருக்கு வழியில் எத்தனையோ அபாயங்கள் நேரலாம் என்று சேனாதிபதி கூடச் சொன்னாரே?... அப்படி ஒரு சந்தர்ப்பம் எனக்குக் கிடைக்கக் கூடாதா? அவர் பேரில் குறிபார்த்து எறிந்த கத்தி என் நெஞ்சில் விழக்கூடாதா? அப்படி விழுந்து அவருக்காக நான் உயிர் துறக்கும்படி நேரக் கூடாதா அவ்விதம் நேர்ந்தால், நான் இரத்தம் பெருக்கி உயிர்துறக்கும் சமயத்தில்...’

பூங்குழலியின் மனத்தில் ஒரு விசித்திரமான தோற்றம் ஏற்பட்டது. அவளுடைய மார்பில் கத்தி பாய்ந்திருந்தது. அதிலிருந்து இரத்தம் கொட்டிக்கொண்டிருந்தது. இளவரசர் ஓடி வந்தார். ‘ஐயோ! எனக்காக உயிர் துறக்கிறாயா?’ என்று கேட்டார். பூங்குழலியின் உள்ளம் பூரித்து நெஞ்சிலிருந்து இரத்தம் அதிகமாகப் பீறிட்டு வந்தது. இளவரசர் அவளை வாரி எடுத்துத் தம் மடியில் போட்டுக்கொண்டார். அவளுடைய நெஞ்சிலிருந்து பெருகிய இரத்தம் அவர் உடம்பையும் உடைகளையும் நனைத்தது. பூங்குழலி கலகல வென்று சிரித்தாள். ‘இளவரசே! இப்போதாவது என் நெஞ்சில் உள்ளது என்னவென்று தெரிந்து கொண்டீர்களா?’ என்று கேட்டாள். ‘அடிப்பாவி! அது எனக்கு முன்னமே தெரியும்? இதற்காகவா உயிரை விடுகிறாய்?’ என்று இளவரசர் அலறினார். பூங்குழலிக்கு ஆனந்தம் தாங்கவில்லை. உரத்த சத்தம் போட்டுச் சிரித்தாள்!...

“ஏ பைத்தியமே!” என்ற குரலைக் கேட்டுப் பூங்குழலி நிமிர்ந்து பார்த்தாள். எதிரில் வந்தியத்தேவன் நின்று கொண்டிருந்தான்.

“இளவரசர் ஏற்கெனவே கோபமாயிருக்கிறார்; பிரயாணம் தாமதப்படுகிறது என்று. உன்னால் வேறு தாமதம் வேண்டாம். சீக்கிரம் எழுந்து வா!” என்றான் வந்தியத்தேவன்.

பூங்குழலி சிரித்துக்கொண்டு எழுந்து ஓடிப்போய் யானையின் மீது ஏறிக்கொண்டாள். கத்தியை நெஞ்சுடன் அணைத்துக்கொண்டு கொஞ்சினாள்.

காட்டு வழியில் மேலும் கொஞ்ச தூரம் சென்ற பிறகு எதிர்பாராத ஒரு சம்பவம் நிகழ்ந்தது. பிரயாணிகள் வலது பக்கமிருந்த அடர்ந்த காட்டிலிருந்து ‘விர்’ என்ற சத்தத்துடன் ஓர் அம்பு பாய்ந்து வந்தது. இளவரசரைக் குறி பார்த்து அது எய்யப்பட்டிருக்க வேண்டும் என்பதில் ஐயமில்லை. ஆனால் அந்த அம்பைவிட வேகமாக இளவரசர் குதிரையின் கயிற்றை இழுத்துத் திருப்பினார். அம்பு அவருக்கு வெகு சமீபமாக சென்று, அவருக்கு அப்பால் வந்து கொண்டிருந்த ஆழ்வார்க்கடியானுடைய தலைப்பாகையில் பாய்ந்து அதைக் கொத்திக்கொண்டு சென்றது.

ஆழ்வார்க்கடியான் தலையைத் தடவிக்கொண்டு வியப்புடன் பார்த்தான்.

சேனாதிபதி பூதிவிக்கிரமகேசரி திடுக்கிட்டுப் போய் விட்டார். எல்லாருமே திகைத்து நின்றார்கள்.

பூங்குழலியோ அந்த அம்பு தன் பேரில் விழுந்து தன்னைக் கொன்று விடவில்லையே என்று வருத்தப்பட்டாள்.

சிறிது திகைப்பு நீங்கிய பிறகு சேனாதிபதி, "இளவரசே! பார்த்தீர்களா? தங்களைப் பாதுகாப்பின்றித் தனியே அனுப்பியிருந்தால் எவ்வளவு பிசகான காரியமாயிருக்கும்?" என்று சொல்லிவிட்டுக் காவலுக்கு வந்து வீரர்களைக் காட்டுக்குள் புகுந்து தேடச்சொன்னார். அவர்கள் சிறிது நேரம் தேடிவிட்டுத் திரும்பி வந்து, யாரும் அகப்படவில்லை" என்றார்கள்.

சேனாதிபதி மேலே பிரயாணத்தைப் பற்றி ஏற்பாடு செய்யத் தொடங்கினார். "இளவரசரை நடுவில் நிறுத்தி நாம் நாலு புறமும் சூழ்ந்து வரவேண்டும்" என்று கூறி, வியூகம் வகுக்க ஆரம்பித்தார்.

அப்போது இளவரசர், "சேனாதிபதி! ஒரு வேண்டுகோள்" என்றார்.

"இது என்ன வார்த்தை? கட்டளையிடுங்கள்!" என்றார் சேனாதிபதி.

"நான் உயிரோடு தஞ்சை செல்ல விரும்புகிறேன். நான் குற்றமற்றவன் என்பதை என் தந்தையிடம் மெய்ப்பிக்க விரும்புகிறேன்..."

"தங்கள் தந்தை ஒருநாளும் சந்தேகிக்கமாட்டார் இளவரசே?"

"தந்தை மட்டுமல்ல; மக்கள் எல்லாரும் ஒப்புக் கொள்ளும்படி நிரூபிக்க விரும்புகிறேன். அந்தக் காரியத்தை நிறைவேற்றிய பிறகு என் உயிரைப் பற்றிச் சிறிதும் கவலைப்படமாட்டேன். அதற்கு முன்னால் வழியிலேயே உயிர் துறக்க விரும்பவில்லை."

"ஐயா! தங்கள் உயிருக்கு ஆபத்து வருவதாயிருந்தால் அந்த க்ஷணமே இந்தக் கொடும்பாளூர் வாளை என் நெஞ்சிலே செலுத்திக் கொள்வேன்."

"அதில் ஒன்றும் பயனில்லை. சோழநாடு மகத்தான நஷ்டம் அடையும்."

"தங்களை இழப்பதைக் காட்டிலும் பெரிய நஷ்டம் சோழநாட்டுக்கு வேறு என்ன இருக்க முடியும்? தங்களுக்கு ஆபத்து வருவதற்குக் காரணமாயிருந்துவிட்டு அப்புறம் இந்தக் கொடும்பாளூர்க் கொடும்பாவி ஒரு கணமும் உயிரை வைத்துக் கொண்டிருப்பேனா?"

"அப்படியானால் என் உயிரை நான் காப்பாற்றிக் கொள்ளுவது இன்னும் முக்கியமாகிறது."

"அதைக்காட்டிலும் முக்கியமானது இந்த உலகத்தில் வேறு எதுவும் இல்லை."

"அதற்கு எனக்கு ஒரு யோசனை தோன்றுகிறது."

"சொல்லுங்கள் ஐயா!"

"குதிரை மேல் பிரயாணம் செய்யும் வரையில் சற்று முன் வந்த அம்பைப்போல் வேறு அபாயங்கள் ஏற்பட்டுக் கொண்டுதானிருக்கும்."

"நடந்து போகலாம் என்று சொல்லுகிறீர்கள்? அல்லது..."

"எனக்கு யானைகளின் பாஷை நன்றாய்த் தெரியும் யானைகள் நான் சொன்னபடி கேட்கும் என்று தாங்கள் அறிவீர்கள் அல்லவா?"

"ஆம், ஐயா! யானைப்பாகன் வேஷம் பூண்டு இந்த இலங்கைத் தீவின் பெரும்பகுதியைத் தாங்கள் சுற்றிப் பார்த்திருப்பதும் எனக்குத் தெரியும்."

"ஆகவே நான் சொல்லுகிறது என்னவென்றால், மறுபடியும் சிறிது நேரம் யானைப்பாகன் ஆகிறேன். இப்போது யானையை நடத்துகிறவன் கொஞ்சதூரம் என் குதிரை மேல் ஏறிக்கொண்டு வரட்டும்."

இதைக் கேட்ட சேனாதிபதி சிறிது மனத்தடுமாற்ற மடைந்ததாகத் தோன்றியது. இளவரசருடைய யோசனைக்கு யாராவது ஆட்சேபம் சொல்ல மாட்டார்களா என்று ஆவலுடன் சுற்று முற்றும் பார்த்தார். ஆனால் எல்லாரும் 'கம்'மென்று இருந்தார்கள்.

"ஐயா! யானைப் பாகனுக்குக் குதிரை ஏறத் தெரியுமோ, என்னமோ?"

"தெரியாவிட்டால், நடந்து திரும்பிப் போகட்டும்."

"அந்தப் பெண் பெரிய சங்கோசியாயிருக்கிறாளே? அவள் தங்களுக்குச் சரி சமமாக யானை மீது உட்கார மாட்டேன் என்று சொன்னால்...?"

"கீழே குதித்து நடந்து வரட்டும்"

"தங்கள் சித்தம், இளவரசே!"

இளவரசர் உடனே குதிரை மீதிருந்து குதித்தார். யானையின் அருகில் சென்றார். பூங்குழலியின் கரிய கண்கள் ஆர்வத்தினால் நீண்டு வியப்பினால் அகன்று அவரை நோக்கின. யானைப் பாகனை இறக்கிவிட்டுத் தாம் யானைமீது பாய்ந்து அதன் கழுத்தில் உட்கார்ந்து கொண்டார். தடைப்பட்ட பிரயாணம் மறுபடியும் ஆரம்பமாகியது.

பூங்குழலி புளகாங்கிதம் அடைந்தாள். யானையின் முதுகின் மேலிருந்து மேகங்களின் மீது பாய்ந்தாள். வானவெளியில் உலவினாள். சொர்க்கத்தை எட்டிப்பார்த்து அதன் விவரிக்க முடியாத இன்ப சுகத்தின் இயல்பு இதுவென்பதை ஒருவாறு உணர்ந்து அறிந்தாள்.

'ஆகா! இதுவென்ன தேவகானமா? இவ்வளவு இன்பமாயிருக்கிறதே! இல்லை, தேவகானத்துக்கு இவ்வளவு இனிமை ஏது? இளவரசர் அல்லவா பேசுகிறார்!'

"சமுத்திரகுமாரி! என்னுடன் இந்த யானை மீது தனியாக இருப்பது உனக்கு அருவருப்பாயிருக்கிறதா?"

"ஏழு ஜன்மங்களின் நான் செய்த தவத்தினால் இந்தப் பாக்கியம் எனக்குக் கிட்டியிருக்கிறது, பிரபு!"

"திடீரென்று இந்த யானைக்கு மதம் பிடித்து இது ஓட ஆரம்பித்தால், நீ பயப்படுவாயா?"

"தாங்கள் பக்கத்தில் இருக்கும்போது வானம் இடிந்து விழுந்தாலும் பயப்படமாட்டேன், ஐயா!"

"உன் படகை எங்கே விட்டுவிட்டு வந்திருக்கிறாய் பூங்குழலி?"

"யானை இறவுத் துறைக்குச் சமீபத்தில், ஐயா!"

"இக்கரையிலா, அக்கரையிலா?"

"அக்கரையிலே தான் படகை நிறுத்தத் தனி இடம் கிடைத்தது. அங்கேயே படகை நிறுத்திவிட்டு வந்தேன்."

"யானை இறவுத்துறையை எப்படி கடந்து வந்தாய்?"

"நான் வரும்போது கடல் நீர் மிகவும் குறைவாயிருந்தது. ஆகையால், பெரும்பாலும் நடந்து வந்தேன். கொஞ்சம் நீந்தியும் வந்தேன்."

"இப்போது இந்த யானை கடலில் இறங்கிச் சென்றால் பயப்படுவாயா?"

"கடலிலேயே என்னைத் தள்ளிவிட்டாலும் கவலையில்லை. நான்தான் சமுத்திரகுமாரி ஆயிற்றே? தாங்கள்தானே பெயர் கொடுத்தீர்கள்?"

"உன் படகு இருக்குமிடம் சென்றதும் அதில் நாம் ஏறிக்கொள்வோம். நீதான் படகு தள்ளிக்கொண்டு வர வேண்டும். இரண்டு பேரையும் வைத்துத் தள்ள முடியும் அல்லவா?"

"பத்து வயது முதல் துடுப்புப் பிடித்த கரங்கள் இவை. பிரபு! அரண்மனைப் பெண்களைப்போல் மலரினும் மிருதுவான கரங்கள் அல்ல. தங்கள் சிநேகிதர் வந்தியத்தேவரை வைத்துத் தள்ளி வந்ததை அவர் சொல்லவில்லையா?"

"சொன்னார்! ஆனால் இன்று அதைவிட வேகமாகத் தள்ள வேண்டும். தொண்டமான் ஆற்றின் முகத்துவாரத்துக்கு அதி சீக்கிரமாய்ப் போய்ச் சேரவேண்டும்?"

"இளவரசே! அவ்வளவு கொடூரமான காரியத்தை என்னை ஏன் செய்யப் பணிக்கிறீர்கள்? தங்களைச் சிறைப்படாமல் தப்புவிப்பதற்காக ஓடோடியும் வந்தேன். சிறைப்படுத்த வந்திருப்பவர்களிடம் தங்களைக் கொண்டுபோய் ஒப்புவிக்கும்படி பணிக்கிறீர்கள். இந்த ஏழையின்பேரில் ஏன் இவ்வளவு கொடூரம்?"

"பூங்குழலி! என் தந்தை சக்கரவர்த்தி நோய்ப்பட்டிருப்பது உனக்குத் தெரியும் அல்லவா?"

"தெரியும், ஐயா! வானத்தில் சில நாளாக வால் நட்சத்திரம் தோன்றுவது பற்றி ஜனங்கள் பேசிக்கொள்ளுவதும் எனக்குத் தெரியும்."

"எந்த நொடிப் போதிலும் என் தந்தையின் வாணாள் முடிவுறக் கூடும் அல்லவா?"

பூங்குழலி மௌனமாயிருந்தாள்.

"அவர் ஒரு வேளை இவ்வுலகை நீத்துச் செல்ல நேரிட்டால், அவருக்கு எதிராக நான் சதி செய்து இராஜ்யத்தைக் கைப்பற்ற முயன்றேன் என்ற எண்ணத்துடன் அவர் போவது நல்லதா?"

"சக்கரவர்த்தி தங்களைப் பற்றி ஒருநாளும் அப்படி நம்பமாட்டார். இது பழுவேட்டரையர்களின் சூழ்ச்சி!"

"அப்படிப்பட்ட பழுவேட்டரையர்களுக்கும் கூட நான் குற்றமற்றவன் என்பதை நிரூபிக்க விரும்புகிறேன்..."

"எதற்காக, ஐயா?"

"உண்மையிலேயே எனக்கு இராஜ்யம் ஆளுவதில் ஆசையில்லை, பூங்குழலி!"

"வேறு எதில் தங்களுக்கு ஆசை?"

"படகில் ஏறி முடிவில்லாத கடலில் என்றென்றும் போய்க் கொண்டிருக்க வேண்டும் என்று ஆசை! கடல்களுக்கு அப்பால் இழந்த ஈழ நாட்டைப் போல் எத்தனையோ நாடுகள் இருப்பதாகக் கேள்வி. அந்த நாடுகளுக்கெல்லாம் போக வேண்டும் என்று ஆசை. அந்தந்த நாட்டு மக்களைப் பார்த்துப் பேச வேண்டும் என்று ஆசை!"

"விந்தை! விந்தை!"

"எது விந்தை!"

"என் மனத்தில் குடிகொண்டுள்ள ஆசையே தங்கள் மனத்திலும் இருப்பதைக் குறித்து ஆச்சரியப்படுகிறேன். தாங்கள் அப்படிக் கடல் பிரயாணம் தொடங்கும்போது என்னையும் அழைத்துப் போவீர்களா?"

"முதலிலே, இப்போது நான் செய்ய வேண்டிய கடமையை நிறைவேற்றுகிறேன். அதற்கு நீ உதவி செய்வாய் அல்லவா?"

"தங்கள் சித்தம்!"

"நீ உட்கார்ந்திருக்கும் பீடத்திலிருந்து இரண்டு பக்கமும் கயிறுகள் தொங்குகின்றன அல்லவா? அவற்றை எடுத்து உன்னைக் கெட்டியாகக் கட்டிக்கொள்." "எதற்காக இளவரசே!"

"யானை இப்போது மதங்கொண்டு ஓடப் போகிறது ஜாக்கிரதை, பூங்குழலி!"

இவ்விதம் கூறிவிட்டு இளவரசர் யானையின் மத்தகத்தைக் கையினால் தடவிக் கொடுத்த வண்ணம் அதன் காதண்டை ஏதோ சொன்னார். யானையின் நடைவேகம் திடீரென்று அதிகமாயிற்று. இளவரசர் யானையின் செவியண்டையில் குனிந்து மேலும் ஏதோ சொன்னார். அவ்வளவுதான், நடை ஓட்டமாயிற்று. துதிக்கையைத் தூக்கிக்கொண்டு ஒரு தடவை பயங்கரமான பிளிறல் சத்தம் போட்டுவிட்டு ஓடத் தொடங்கியது. சூறாவளி சுழன்று அடிக்கும் போது காடுகளின் மரங்கள் படும்பாடு அந்த யானையின் வேகத்தினால் பட்டன. சடசடவென்று மரங்களும் மரக்கிளைகளும் சரிந்து விழுந்தன. பூமி அதிர்ந்தது,

எட்டுத் திக்குகளும் நடுநடுங்கின. மரங்களின் மீதிருந்த பறவை இனங்கள் சிறகுகளைச் சடசடவென்று அடித்துக்கொண்டும் பீதி கொண்ட குரலில் கூவிக்கொண்டும் பறந்தன. காட்டில் மறைந்து வாழ்ந்த மிருகங்கள் வெளிப் புறப்பட்டு நாலா புறமும் விழுந்தடித்து ஓடின.

"ஐயையோ! யானைக்கு மதம் பிடித்துவிட்டது போலிருக்கிறதே! இது என்ன விபரீதம்!" என்று சேனாதிபதி பூதிவிக்கிரமகேசரி கூவினார்.

இவ்வளவு தூரம் இளவரசர் சொல்லியிருந்ததும் பூங்குழலியின் உள்ளமும் திகில் அடைந்தது. அவள் முகத்தில் பயப்பிராந்தியின் அறிகுறி தோன்றியது.

பூங்குழலி ஒரு பெரிய பயங்கரமான பிரம்மாண்டமான கடல் சுழலில் அகப்பட்டுக்கொண்டாள். அதே சுழலில் அகப்பட்டுக் கொண்டு இளவரசரும் சுற்றிச் சுற்றி வந்தார். யானையும் அப்படியே சுழன்று சுழன்று வந்தது. பூங்குழலி கண்களை இறுக மூடிக் கொண்டாள். புயற்காற்றினால் தள்ளப்பட்டு ஓடும் கரிய மேகத்தைப் போல் யானை போய்க் கொண்டேயிருந்தது. கடைசியில் யானை இறவுத்துறையை அடைந்தது.

அங்கே இலங்கைத்தீவின் கீழ்ப்புறத்துக் கடலும் மேற்புறத்துக் கடலும் ஒன்றாய்ச் சேர்ந்தன. அந்த ஜலசந்தியின் மிகக் குறுகலாக இடத்துக்குதான் யானை இறவு என்று பெயர். இலங்கைத் தீவின் வடபகுதியையும் மத்தியப் பகுதியையும் ஒன்று சேர்ந்த அக்கடல் துறையில் யானை இறங்கியது. அனுமார் தூக்கி எறிந்த மலை கடலில் விழுந்தது போல விழுந்தது.

❖

45. சிறைக் கப்பல்

கண்மூடிக்கண் திறக்கும் நேரத்தில் 'யானை இறவு' என்னும் கடல் துறை பின்னுக்குச் சென்றது. பின்னர், கானகத்து மரங்கள் பின்னோக்கி ஓடின. வானத்துப் பறவைகள் பின் நோக்கிப் பறந்தன. ஓடைகள், குளங்கள், ஊர்ப்புறங்கள், கோயில்கள், மண்டபங்கள் எல்லாம் பின்னோக்கிப் பாய்ந்து மறைந்தன. மான் கூட்டம் ஒன்று அந்த யானையுடன் சிறிது தூரம் போட்டியிட்டு ஓடப் பார்த்தது. மான்களும் தோல்வியடைந்து பின்தங்கின. யானை மட்டும் முன்னால் முன்னால் முன்னால் போய்க் கொண்டிருந்தது. எத்தனை தூரம், எத்தனை நேரம் என்றெல்லாம் பூங்குழலிக்கு ஒன்றும் தெரியவில்லை. ஆனால் இன்னமும் ஈழ நாட்டிலேதான் இந்த யானை போய்க்கொண்டிருக்கிறதா என்று மட்டும் பூங்குழலிக்கு வியப்பாயிருந்தது.

இத்தனை நேரம் அந்தத் தீவை மூன்று தடவை கடந்து போயிருக்கலாமே? இல்லை, இல்லை! இந்த யானை ஈழ நாட்டைக் கடந்து செல்லவில்லை. பூலோகத்தைக் கடந்து போய்க்கொண்டிருந்தது. பூலோகத்தின் தென் முனையிலிருந்து வடமுனைக்குப் போய்க்கொண்டிருக்கிறது! இதன் முதுகில் ஏறிக்கொண்டு நானும் பூமியைப் பிரதட்சணம் செய்கிறேன். நான் மட்டுமா? இளவரசருந்தான்!

முதலில், யானை மதம் பிடித்து ஓடத் தொடங்கியதும், பூங்குழலிக்குக் கொஞ்சம் பயமாய்த்தானிருந்தது. பயத்துடன், என்ன நிகழ்கின்றது என்று தெரியாத தயக்கமும் இருந்தது.

இரண்டு மூன்று தடவை இளவரசர் அவளைத் திரும்பிப் பார்த்துப் புன்னகை புரிந்தார். பின்னர் அவளுடைய பயமும் தயக்கமும் மறைந்தன. எல்லையற்ற உற்சாகம் அவளை ஆட்கொண்டது. கொஞ்ச நேரம் வரை இப்பூவுலகில் ஒரு மத்தகஜத்தின் மீது ஏறிச் சென்றாள். திடீரென்று எப்படியோ சொர்க்கத்துக்குப் போய்விட்டாள். சொர்க்கத்தில் தேவேந்திரனுடைய ஐராவதத்தின் பேரில் அவள் வீற்றிருந்தாள். ஐராவதம்

வான வீதிகளில் ஊர்வலம் போய்க்கொண்டிருந்தது. கற்பக விருட்சங்கள் அவள் மீது சுகந்த மலர்களைப் பொழிந்தன. கந்தவர்கள் இன்னிசைக் கருவிகளிலிருந்து இனிய சுவரங்களை எழுப்பிக்கொண்டு அவள் பின்னோடு பறந்து வந்தார்கள். அப்ஸர ஸ்திரீகள் நடனமாடிக்கொண்டு வந்தார்கள். ஊர்வலம் சென்ற வான வீதியின் இருபுறமும் நட்சத்திர தீபங்கள் சுடர்விட்டு ஜகஜ் ஜோதியாகப் பிரகாசித்தன! இப்படிப் பல பல யுகங்கள் சென்றன!

இதோ, ஐராவதத்தின் வேகம் குறைகிறது. திடீரென்று அது பூலோகத்துக்கு வந்துவிட்டது. ஈழ நாட்டின் காடுகளுக்கே வந்துவிட்டது. யானைப்பாகன் குனிந்து அதன் மத்தகத்தைத் தட்டிக்கொடுக்கிறான். அதன் காதண்டை ஏதோ சொல்கிறான். சேச்சே! அவன் யானைப்பாகன் அல்ல; தேவேந்திரன் அல்லவா? இல்லை இளவரசர் அல்லவா இவர்?

நாலுபுறமும் மரங்கள் சூழ்ந்த ஒரு குளத்தின் கரையிலே வந்து யானை அமைதியாக நின்றது.

பூங்குழலி சிறிது கவலையுடன், இளவரசரை வரவேற்று உபசரிப்பதற்காக ஜனக்கூட்டம் வந்து அக்கரையில் நிற்கிறதோ என்று பார்த்தாள். இல்லை! பின்னால் குதிரைகள் தொடர்ந்து வருகின்றனவோ என்று பார்த்தாள் அதுவும் இல்லை! குளத்தைப் பார்த்தாள், அதில் பூத்திருந்த அல்லி மலர்களும் செங்கழுநீர்ப் பூக்களும் அப்படி அப்படியே கொடிகளுடன் பிய்த்துக்கொண்டு வந்தன. அவளை நாலு புறமும் சூழ்ந்து கொண்டன. கன்னங்களிலும் தோள்களிலும் உடம்பு முழுவதும் அந்த மலர்கள் அவளைத் தழுவிக்கொண்டு மகிழ்ந்தன. பின்னர் அப்பொல்லாத மலர்களின் கொடிகள் அவளை இறுக்கிப் பிடித்து அமுக்கி மூச்சுத் திணறச் செய்தன. உடம்பை ஒரு குலுக்குக் குலுக்கி அப்பூங்கொடிகளின் பிடியிலிருந்து பூமிக்குத் தலைகீழாய் வந்தது போலிருந்தது. யானை தன் பெரிய முன்னங்கால்களை மடித்துக் குனிந்தது. பிறகு பின்னங் கால்களையும் மடித்துக்கொண்டு தரையில் படுத்தது. இளவரசர் யானையின் கழுத்திலிருந்து கீழே குதித்தார்.

"பூங்குழலி! யானைமேலிருந்து இறங்குவதற்கு மனம் இல்லையா?" என்றார்.

பூங்குழலி உடம்பைச் சிலிர்த்துக்கொண்டு தன் நினைவை அடைந்தாள். "ஐயா! சொர்க்கத்திலிருந்து பூமிக்கு வருவது கஷ்டந்தானே?" என்று முணு முணுத்துக்கொண்டு இறங்கினாள்.

யானை மீண்டும் எழுந்து குளக்கரையிலிருந்த ஒரு பெரிய மரத்தின் கிளையை ஒடித்துத் தன் அகண்ட வாய்க்குள்ளே திணித்துக் கொண்டது.

அருள்மொழிவர்மர் குளத்தின் கரையோரமாகச் சென்று உட்கார்ந்தார். தயங்கி நின்ற பூங்குழலியையும் அருகில் வந்து உட்காரச் சொன்னார்.

தெளிந்த நீரில் பூங்குழலியின் முகம் பிரதிபலித்தது. யானையின் ஓட்டத்தினாலும் அச்சமயம் நேர்ந்த உள்ளக் கிளர்ச்சியினாலும் அவள் முகம் செக்கச் செவேலென்று ஆகிச் செங்கழுநீர்ப் பூவுடன் போட்டியிட்டது.

நீரில் தெரிந்த அவள் முகத்தைப் பார்த்த வண்ணம் இளவரசர், "சமுத்திர குமாரி! உன்னை எனக்கு ரொம்பப் பிடித்திருக்கிறது!" என்றார்.

அல்லி மலர்களும், செங்கழுநீர்ப் பூக்களும் மீண்டும் இடம்பெயர்ந்து வந்து பூங்குழலியின் உடல் முழுவதும் முத்தமிட்டன!

"உன்னை ஏன் எனக்குப் பிடித்திருக்கிறது தெரியுமா?" என்று இளவரசர் கேட்டார்.

பூங்குழலியின் கண் முன்னால் வானமும் வையமும் குளமும் அதிலுள்ள மலர்களும் குளக்கரையிலிருந்த மரங்களும் சுழன்று சுழன்று வந்தன.

“எனக்குத் தெரிந்த ஒவ்வொருவரும், நான் அவர்கள் இஷ்டம்போல் நடக்க வேண்டும் என்று ஆசைப்படுகிறார்கள். நீ ஒருத்தி மட்டும் என் விருப்பத்தின்படி நடக்கச் சந்தோஷத்துடன் சம்மதித்தாய்! இந்த உதவியை என்றும் மறக்க மாட்டேன் சுமுத்திர குமாரி!”

பூங்குழலியின் உடம்பு ஒரு யாழ் ஆயிற்று. அவளுடைய நரம்புகள் எல்லாம் யாழின் நரம்புகள் ஆயின. பொன் வண்ண விரல்கள் அந்த நரம்புகளை மீட்டித் தேவகானத்திலும் இனிய இசையை எழுப்பின.

“சேனாதிபதியும், பார்த்திபேந்திரனும் சேர்ந்து என் பிரயாணத்தை தடை செய்வதற்குச் சூழ்ச்சி செய்தார்கள்! சேனாதிபதி நாம் வரும் வழியில் பல இடையூறுகளை உண்டு பண்ணினார். நமக்கு முன் அவசரமாக ஆள் அனுப்பிக் கிராமவாசிகளை உபசாரம் நடத்துவதற்கு ஏற்பாடு செய்தார். பார்த்திபேந்திரர் விரைந்து திரிகோணமலைக்குப் போயிருக்கிறார். அங்கிருந்து கப்பல் ஏறி நமக்கு முன்னால் தொண்டைமானாற்றின் முகத்துவாரத்துக்கு வந்து விட வேண்டுமென்பது அவருடைய உத்தேசம். ஆகா! அவர்களுடைய சூழ்ச்சி எனக்குத் தெரியாது என்று நினைத்தார்கள்! உன் உதவியினால் அவர்களுடைய சூழ்ச்சியைத் தோற்கடித்தேன்...”

பூங்குழலிக்குச் சட்டென்று தான் செய்த காரியம் என்னவென்பது நினைவு வந்தது. அவளை நரகலோகத்தில் யம தூதர்கள் உயிரோடு செக்கிலே போட்டு ஆட்டுவது போலிருந்தது.

“ஐயா! அவர்கள் எல்லாரும் தங்களை எதிரிகளிடம் சிறைப்படாமல் தப்புவிக்க முயன்றார்கள். நான் பாவி! தங்களைச் சிறைப்படுத்த அழைத்துப் போகிறேன்!” என்று கூறிவிட்டு விம்மினாள் பூங்குழலி.

“அடேடே! இது என்ன? உன்னைப்பற்றி நான் எவ்வளவோ நல்ல அபிப்பிராயம் கொண்டிருந்தேன். நீயும் அவர்களைப் போல் ஆகிவிட்டாயே?”

“என் சுய புத்தியினால் இந்தப் பாதகத்தை நான் செய்யவில்லை. தங்களுடைய ஆசை வார்த்தையில் மயங்கிப் பைத்தியமாகி விட்டேன். இப்போது புத்தி தெளிந்தது. நான் போகிறேன்...” என்று சொல்லிவிட்டு பூங்குழலி குதித்து எழுந்தாள்.

அவள் ஓடிப் போகாமல் தடுப்பதற்கு இளவரசர் அவளுடைய கரத்தை இலேசாகத் தொட்டுப் பற்றினார்.

அச்சமயத்தில் தேவலோகத்துக் கன்னிகைகளுக்கு வேறு வேலை இருக்கவில்லை. அவர்கள் வெண்ணிலவின் சாற்றை சந்தனக் குழம்புடன் கலந்து பூங்குழலியின் மீது தெளித்தார்கள்.

அவள் முற்றும் சக்தி இழந்து, செயலிழந்து மீண்டும் கீழே உட்கார்ந்தாள். இரண்டு கரங்களிலும் முகத்தை மூடிக்கொண்டு விம்மத் தொடங்கினாள்.

“சமுத்திர குமாரி! உன்னிடம் ஒரு முக்கியமான விஷயம் சொல்ல எண்ணினேன். நீ இப்படி அழுவதாயிருந்தால் சொல்வதற்கில்லை. உடனே புறப்பட வேண்டியதுதான்.”

பூங்குழலி கண்ணீரைத் துடைத்துக்கொண்டு அவரை நிமிர்ந்து பார்த்தாள்.

“அதுதான் சரி, கேள்! இவர்கள் எல்லாரும் என்னைச் சிறைப்படாமல் காப்பாற்ற முயல்கிறார்கள் என்று சொன்னாயே? அது உண்மைதான். அது எதற்காகத் தெரியுமா?”

“தங்கள் பேரில் அவர்கள் வைத்திருக்கும் அன்பினால் தான். நான் ஒருத்தி மட்டுந்தான் பாதகி!...”

“பொறு, பொறு! என்பேரில் எல்லாருக்கும் அன்புதான்! எதற்காகத் தெரியுமா? யாரோ சோதிடர்களும் ரேகை சாஸ்திரிகளும் சொல்லியிருக்கிறார்களாம் நான் ஒரு காலத்தில் சக்கரவர்த்தி ஆகப் போகிறேன் என்று. ஆகையால் ஒவ்வொருவரும் என்னைச்

சிம்மாசனத்திலே தூக்கி வைத்து என் தலையிலே ஒரு கிரீடத்தையும் சுமத்திவிடப் பார்க்கிறார்கள். பேராசை பிடித்தவர்கள்!"

"ஐயா! அவர்கள் அப்படி ஆசைப்பட்டால் அதில் தவறு என்ன? இந்த லோகத்துக்கு மட்டுந்தானா, மூன்று உலகத்துக்கும் சக்கரவர்த்தியாகத் தாங்கள் தகுதி வாய்ந்தவர் அல்லவா?"

"ஆகா! நீயும் அவர்களைப் போலத்தான் பேசுகிறாய்! பெண்ணே! இவ்வுலகில் அரண்மனையைப் போன்ற சிறைக்கூடம் வேறில்லை; சிம்மாசனத்தைப் போன்ற பலிபீடமும் இல்லை; கிரீடம் அணிவது போன்ற தண்டனை வேறு கிடையவே கிடையாது. இதையெல்லாம் மற்றவர்களிடம் சொன்னால் ஒப்புக்கொள்ள மாட்டார்கள்; நீயாவது ஒப்புக் கொள்வாய் என்று நினைத்தேன்."

பூங்குழலியின் கண்ணிமைகள், பட்டுப் பூச்சியின் சிறகுகளைப்போல் அடித்துக் கொண்டன. அவள் ஆர்வம் ததும்பிய அகன்ற கண்களினால் அரசிளங்குமாரரை நோக்கினாள்.

"சமுத்திரகுமாரி! உண்மையாகச் சொல்! உன்னை வாழ்நாளெல்லாம் ஒரு சிம்மாசனத்தில் உட்கார்ந்திருக்கும்படி சொன்னால் உட்கார்ந்திருப்பாயா?" என்று இளவரசர் கேட்டார்.

பூங்குழலி சிறிது நேரம் யோசனை செய்தாள். பின்னர், "மாட்டேன்!" என்று தெளிவாகச் சொன்னாள்.

"பார்த்தாயா? பின்னே என்னை மட்டும் அந்தத் தண்டனைக்கு ஏன் உள்ளாக்க விரும்புகிறாய்?"

"தாங்கள் இராஜ குலத்தில் பிறந்தவர் அல்லவா?"

"இராஜ குலத்தில் பிறந்ததினால் என்ன? நல்லவேளையாகக் கடவுள் என்னை இந்த தண்டனைக்கு உள்ளாக்க விரும்பவில்லை. இராஜ்யம் ஆளுவதற்கு என் மூத்த சகோதரர் இருக்கிறார்; என் பெரிய பாட்டனாரின் மகன் ஒருவரும் இருக்கிறார். அவரும் இராஜ்யம் ஆள ஆசைப்படுகிறார்..."

"ஆகா! அது தங்கள் காதுக்கும் எட்டிவிட்டதா?" என்றாள் பூங்குழலி.

"நல்ல கதை! எனக்குத் தெரியாது என்று நினைத்தாயா என்ன? ஆகையால் தஞ்சாவூர்ச் சிம்மாசனம் அதன்பேரில் உட்காருவதற்கு ஆள் இல்லாமல் தவிக்கப் போவதில்லை. அத்துடன் எனக்குக் கிரீடம் சுமந்து ஆளும் இராஜ்ய ஆசையும் இல்லை!..."

"தங்களுக்கு எதிலேதான் ஆசை?" என்று கேட்டாள் பூங்குழலி.

"அப்படிக் கேள், சொல்லுகிறேன்! சற்றுமுன் இந்த மத்த கஜத்தின் மீது உட்கார்ந்து பிரயாணம் செய்தோமே? அம்மாதிரி வனங்கள் வனாந்தரங்கள் எல்லாம் புகுந்து சண்டமாருதம் போல் சுற்றி வருவதில் எனக்கு ஆசை. கப்பல்களில் ஏறிக் கடல்களைக் கடந்து செல்வதில் ஆசை. உயரமான மலைகளின் உச்சி சிகரங்களின் மேல் ஏறுவதில் ஆசை. கடல்களுக்கு அப்பால் இந்த இலங்கையைப் போல் எத்தனையோ இலங்கைகளும், பரதகண்டத்தைப்போல் எத்தனையோ பெரிய பெரிய கண்டங்களும் உண்டு என்று கேள்விப்பட்டிருக்கிறேன். அங்கேயெல்லாம் போய் அந்தந்த நாடுகளில் உள்ள அதிசயங்களைப் பார்க்க வேண்டும் என்று ஆசை!..."

இளவரசர் கூறும் மொழிகளை அப்படியே விழுங்குவாள் போல் பூங்குழலி வாயைத் திறந்தபடி கேட்டுக் கொண்டிருந்தாள். ஆர்வம் கட்டுக்கடங்காமல் போகவே, "ஐயா! அங்கேயெல்லாம் போகும்போது என்னையும் அழைத்துப் போவீர்களா?" என்று கேட்டாள்.

“நான் சொன்னவையெல்லாம் என் ஆசைகள். அவை நிறைவேறப் போகின்றன என்று யார் கண்டது?” என்றார் இளவரசர்.

பூங்குழலி கனவு லோகத்திலிருந்து பூலோகத்துக்கு வந்தாள். “ஐயா! அப்படியானால் தாங்கள் எதற்காக இப்போது தஞ்சாவூருக்குப் போக வேண்டும்?” என்றாள்.

“அதைச் சொல்லத்தான் ஆரம்பித்தேன். அதற்குள் நீ பேச்சை மாற்றி எங்கேயோ கொண்டுபோய்விட்டாய். சமுத்திரகுமாரி! இந்த இலங்கைத் தீவில் வாய்திறந்து பேசும் சக்தியற்ற ஊமை ஸ்திரீ ஒருத்தி அங்குமிங்கும் சித்தப்பிரமை கொண்டவள் போல் சுற்றிக் கொண்டிருக்கிறாளே? அவளை உனக்குத் தெரியுமா?” என்று கேட்டார் இளவரசர் அருள்மொழிவர்மர்.

பூங்குழலி அடங்கா வியப்புடன், “தெரியும், இளவரசே! எதற்காகக் கேட்கிறீர்கள்?” என்றாள்.

“காரணம் பிறகு சொல்லுகிறேன். அந்த ஸ்திரீயை உனக்கு எப்படித் தெரியும்? அவளைப் பற்றி என்ன தெரியும்?” என்று கேட்டார்.;

“ஐயா! நான் குழந்தை வயதில் என்னைப் பெற்ற தாயை இழந்தேன். பிறகு எனக்கு அன்னையின் அன்பை அளித்தவள் அந்த மூதாட்டிதான். அவள் என் குரு; என் தெய்வம், அவளைப் பற்றி வேறு என்ன கேட்கிறீர்கள்?”

“அந்த மூதாட்டிக்கு நிரந்தரமான வாசஸ்தலம் ஏதாவது உண்டா? எப்போதும் சுற்றித் திரிந்து கொண்டேயிருப்பவள் தானா?”

“கோடிக்கரையிலிருந்து இலங்கையை நெருங்கி வரும்போது பூதத்தீவு என்று ஒரு தீவு இருக்கிறது. அதில் ஒரு பாறைக்குகை இருக்கிறது. அங்கேதான் அந்த அம்மாள் பெரும்பாலும் இருப்பாள். அவ்விடத்தில்தான் தங்களை நான் முதன் முதலில் பார்த்தேன்.”

“என்னை அங்கே பார்த்தாயா?”

“ஆம்! அந்தப் பாறைக் குகையில் சில அழகான சித்திரங்களை அந்த அம்மாள் எழுதியிருக்கிறாள். அந்தச் சித்திரங்களில் தங்கள் உருவத்தையும் கண்டேன்! பிறகு ஒருநாள் கோடிக்கரையில் தங்களை நேரில் பார்த்தபோது, அதனால்தான் பிரமித்துப் போனேன்.”

“ஓ! இப்போது எல்லாம் எனக்குத் தெரிகிறது. விளங்காத விஷயமும் விளங்குகிறது. சமுத்திரகுமாரி! அந்த மூதாட்டிக்கும் எனக்கும் உள்ள உறவைப் பற்றியும் உனக்குத் தெரியுமா?”

“ஏதோ உறவு இருக்க வேண்டும் என்று ஊகித்தேன். ஆனால் இன்ன உறவு என்று தெரியாது!”

“பூங்குழலி! அந்த மூதாட்டி என் பெரியதாயார். நியாயமாகத் தஞ்சாவூர் சிங்காசனத்தில் வீற்றிருக்க வேண்டிய பெருமாட்டி அவள்!...”

“கடவுளே! அப்படியா?”

“ஆனால் விதியின் எழுத்து வேறு விதமாயிருந்தது யார் என்ன செய்யமுடியும்? என் தந்தையின் உள்ளத்தில் ஏதோ ஓர் இரகசியத் துன்பம் இருந்து வேதனைப்படுத்தி வருகிறது என்று சில சமயம் எனக்குத் தோன்றுவதுண்டு. அதன் உண்மையை இப்போது தான் கண்டுபிடித்தேன். என் பெரிய தாயார் இறந்து விட்டதாக என் தந்தை எண்ணிக் கொண்டிருக்கிறார். தம்மால் இறந்துவிட்டதாகவும் எண்ணிக்கொண்டிருக்கிறார். அவள் இறக்கவில்லை, உயிரோடிருக்கிறாள் என்பதை அவருக்கு நான் போய்ச்சொல்ல வேண்டும். சொன்னால் அவர் இருதயத்தின் தாபம் தணியும்! அவரை அரித்துக்கொண்டிருக்கும் மன வேதனை தீரும். சக்கரவர்த்தியின் உடல் நிலை சரியாக இல்லை என்றுதான் உனக்குத் தெரிந்திருக்குமே? மனித வாழ்க்கை அநித்தியமானது. எப்போது என்ன நேரிடும் என்று யாரும் சொல்வதற்கில்லை. வானத்தில் சில நாளாகத் தூமகேது ஒன்று தோன்றி வருகிறது.

அதைப்பற்றி ஜனங்கள் பலவாறு பேசிக்கொள்கிறார்கள். சக்கரவர்த்தியின் மனமும் அதனால் பாதிக்கப்பட்டிருக்கிறது என்று தெரிகிறது. இந்த நிலைமையில், விபரீதமாக எதுவும் நேர்வதற்கு முன்னால் நான் கண்டுபிடித்த விவரத்தை அவருக்குத் தெரிவித்துவிட வேண்டும். சமுத்திர குமாரி! அதற்காகவேதான் நான் அவசரமாகத் தஞ்சைக்குப் போக விரும்புகிறேன். நீ எனக்குச் செய்யும் உதவி எவ்வளவு முக்கியமானது என்று இப்போது தெரிகிறது அல்லவா?"

ஆர்வத்துடன் இளவரசரின் வார்த்தைகளைக் கேட்டுக் கொண்டிருந்த பூங்குழலி ஒரு பெருமூச்சு விட்டாள். "கடவுளே! மனித வாழ்க்கையில் ஏன் இத்தனை இன்பத்துடன் துன்பத்தையும் வைத்தாய்?" என்று முணுமுணுத்தாள்.

பிறகு இளவரசரைப் பார்த்து, "ஐயா! இந்தப் பேதையினால் தங்களுக்கு ஏதேனும் உதவி ஏற்பட்டால் அது என் பூர்வ ஜன்ம பாக்கியம். ஆனால் இதற்கு என் உதவி ஏன்? சேனாதிபதி முதலியவர்களிடம் சொல்லியிருந்தால் அவர்கள் தங்களை தஞ்சைக்கு அனுப்பியிருக்க மாட்டார்களா?" என்றாள்.

"இல்லை அவர்கள் யாரிடமும் சொல்ல நான் விரும்பவில்லை. என்னை எப்படியாவது சிம்மாசனம் ஏற்றுவதில் முனைந்திருக்கும் அவர்களுக்கு இது ஒன்றும் முக்கியமாகத் தோன்றாது. என் தந்தையின் அந்தரங்கத்தை அவர்களிடமெல்லாம் சொல்வதற்கும் நான் இஷ்டப்படவில்லை. சொன்னால் அவர்கள் புரிந்து கொண்டிருக்கவும் மாட்டார்கள். உன்னிடம் இன்னொரு உதவியும் கோருகிறேன். சமுத்திர குமாரி! அதற்காகவே முக்கியமாக இங்கே யானையை நிறுத்தினேன். எனக்குச் சக்கரவர்த்திப் பட்டமும் சாம்ராஜ்ய சிம்மாசனமும் அளித்த ஜோசியர்கள் என் வாழ்க்கையில் பல அபாயங்கள் பல கண்டங்கள் ஏற்படும் என்றும் சொல்லியிருக்கிறார்கள். இந்தப் பிரயாணத்தில் அப்படி ஏதாவது எனக்கு நேர்ந்துவிட்டால்... என் தந்தையை நான் சந்திக்க முடியாமல் போய்விட்டால் நீ சக்கரவர்த்தியிடம் போக வேண்டும். எப்படியாவது அவரைச் சந்தித்து என் பெரியம்மை உயிரோடிருக்கிறாள் என்பதை அவரிடம் சொல்ல வேண்டும். அவர் இஷ்டப்பட்டால் அந்த மூதாட்டியை அவரிடம் அழைத்துப் போக வேண்டும். இந்தக் காரியத்தையெல்லாம் செய்வாயா பூங்குழலி?"

"தங்களுக்கு ஒரு கண்டமும் நேராது; அபாயம் தங்களிடம் நெருங்கப் பயந்து ஓடும்; கட்டாயம் பத்திரமாய்த் தஞ்சாவூர் போய்ச் சேர்வீர்கள்..."

"ஒருவேளை எனக்கு ஏதாவது நேர்ந்தால் நான் கோரியபடி செய்வாய் அல்லவா?"

"கட்டாயம் செய்கிறேன், இளவரசே!"

"இந்த முக்கியமான காரியத்தை வேறு யாரிடம் நான் ஒப்புவிக்க முடியும்? நீயே சொல், பார்க்கலாம்."

"என்னிடம் ஒப்புவிக்க வேண்டிய காரியத்தை ஒப்புவித்தாகி விட்டது. இத்துடன் என் உபயோகம் தீர்ந்துவிட்டதல்லவா? நான் விடைபெற்றுக் கொள்ளலாமா?" என்றாள் பூங்குழலி. அவளுடைய குரல் கண்ணீரின் ஈரப்பசையோடு கலந்து வந்தது.

"ஆகா! அது எப்படி? தொண்டைமானாற்றின் முகத்துவாரத்தை இன்னும் நாம் அடையவில்லையே? சோழ நாட்டுப் போர்க்கப்பல்களை இன்னும் காணவில்லையே? அதற்குள் எப்படி விடை பெற்றுக் கொள்ளலாம்? கோபித்துக்கொள்ளாதே! இன்னும் சிறிது நேரம் பல்லைக் கடித்துக் கொண்டு என்னுடைய சகவாசத்தைப் பொறுத்துக் கொள். யானை மேல் மறுபடியும் ஏறி இன்னும் கொஞ்ச தூரம் என்னுடன் வா! புலிக்கொடி பறக்கும் கப்பலைத் தூரத்தில் கண்டதும் நீ என்னை விட்டுப் பிரிந்து செல்லலாம்!" என்றார் இளவரசர்.

மறுமொழி ஒன்றும் சொல்லாமல் பூங்குழலி யானை நின்ற இடத்தை நோக்கி நடந்தாள் இளவரசரும் சென்றார். அவருடைய வார்த்தைக்குப் படிந்து யானை மண்டியிட்டுப்

படுத்தது. இருவரும் அதன் முதுகில் ஏறிக்கொண்டார்கள். முன்போல் யானையை இளவரசர் விரட்டவில்லை. ஆயினும் விரைவாகவே நடந்து சென்றது.

"சமுத்திரகுமாரி! எனக்கு மிகவும் பிடித்த சில காரியங்களைப் பற்றிச் சொன்னேனே? உனக்குப் பிடித்தவை என்னவென்று சொல்ல வேண்டாமா?" என்றார் அருள்மொழிவர்மர்.

"எருமை வாகனத்தின் மீது வரும் எமனை எனக்கு ரொம்பவும் பிடிக்கும். நள்ளிரவில் பாறை உச்சியின் மீது நின்று கொண்டு கொள்ளிவாய்ப் பிசாசுகளை நேரம் போவதே தெரியாமல் பார்ப்பதற்கு ரொம்பவும் பிடிக்கும்..."

"நல்ல விசித்திரமான குணமுள்ள பெண் நீ!"

"தங்கள் சிநேகிதர் கூறுவதை போல் பைத்தியக்காரப் பெண் என்று சொல்லுங்கள். அதற்காக நான் வருத்தப்பட மாட்டேன். அப்புறம் சிறிய படகில் ஏறி அலைகடலின் நடுவில் போய்க்கொண்டே இருப்பதற்கும் பிடிக்கும். அதிலும் கடலில் சுழற்காற்று அடித்ததோ, என் உற்சாகம் எல்லை கடந்துவிடும். அப்போது படகு ஒருசமயம் அலை ஊச்சியில் ஏறி வானுலகத்தை எட்டிப் பிடிக்கும்; மறுகணம் பாதாளத்தில் தடாலென்று விழும். அதைப் போல் எனக்குப் பிடித்த காரியம் வேறொன்றுமில்லை. சற்று முன்னால் இந்த யானை வெறி கொண்டதுபோல் ஓடி வந்ததே, அப்போதும் எனக்கு அவ்வளவு உற்சாகமாகவே இருந்தது!"

"ஆ! பூங்குழலி! முருகப் பெருமான் உன்னுடைய புன்னகையை நாடி வந்திருந்தால் அடியோடு தோற்றிருப்பார்! யானை முகனை அனுப்பி குறமகள் வள்ளியைப் பயமுறுத்தினாரே, அந்த யுக்தி ஒன்றும் உன்னிடம் பலித்திராது!" என்றார் இளவரசர்.

அவர்கள் தொண்டைமான் நதியின் முகத்துவாரத்தை அணுகியபோது, "ஆ! இது என்ன?" என்று பூங்குழலி கூச்சலிட்டாள்.

"என்ன? என்ன?" என்று இளவரசர் ஆவலுடன் கேட்டார். "புலிக் கொடியுடன் கூடிய மரக்கலங்கள் நான் பார்த்த இடத்தில் இல்லையே? என்னைப் பற்றித் தாங்கள் என்ன நினைப்பீர்கள்? சேனாதிபதி என்மீது சந்தேகப் பட்டதுபோல் தங்களை ஏமாற்றி அழைத்து வந்தவள் ஆகி விட்டேனே!" என்றாள்.

"அப்படி நான் ஒரு நாளும் நினைக்க மாட்டேன். பூங்குழலி! நீ பொய் சொல்லி என்னை வஞ்சித்து அழைத்து வர எவ்வித முகாந்தரமும் இல்லை..."

"ஏன் இல்லை, இளவரசே, காதல் காரணமாக இருக்கலாம் அல்லவா? உலகமெல்லாம் அழகில் மன்மதனையும், வீரபராக்கிரமத்தில் அர்ச்சுனனையும் நிகர்த்தவர் என்று போற்றும் பொன்னியின் செல்வர் மீது மோகங் கொண்டு ஒரு பேதைப் பெண் இம்மாதிரி செய்திருக்கலாம் அல்லவா?"

"பெண்ணே! சேனாதிபதி இங்கே இச்சமயம் இருந்திருந்தால் ஒருவேளை அவ்வாறு சந்தேகப்பட்டிருக்கலாம். ஆனால் உன் மனத்திலும், என் மனத்திலும் அத்தகைய பைத்தியக்கார எண்ணங்களுக்கு இடமில்லை."

"ஐயா! பழையாறை அரண்மனையில் வானதி தேவி என்று வீரர்குலத்து இளவரசி ஒருத்தி இருக்கிறாளே, அவளைப் பற்றியும் அப்படித் தாங்கள் சொல்வீர்களா?"

"ஆம், ஆம்! அதை நான் மறந்துவிடவில்லை. இந்தச் சேனாதிபதியும் என் தமக்கையும் சேர்ந்து அந்தப் பெண்ணை என் கழுத்தில் கட்டிவிடப் பார்க்கிறார்கள். சோழ குலச் சிம்மாசனத்தில் அமரவேண்டும் என்ற ஆசையினால் அந்தப் பேதைப் பெண்ணுக்கும் அத்தகைய ஆசை ஒருவேளை இருக்கலாம். அதற்கு நான் பொறுப்பல்ல, பூங்குழலி! அது போகட்டும்! நீ பார்த்தபோது கப்பல்கள் எங்கே இருந்தன?" என்று இளவரசர் கேட்டார்.

"அதோ அந்த முனையில்தான் நின்றுகொண்டிருந்தன! எனக்கு மிக நன்றாக நினைவிருக்கிறது!" என்றாள் பூங்குழலி.

"அதனால் என்ன? கொஞ்சம் அப்பால் இப்பால் நகர்ந்து சென்று நிற்கக் கூடும் அல்லவா? எல்லாவற்றுக்கும் கடற்கரை வரையில் போய்ப் பார்த்துவிடுவோம்!" என்றார் இளவரசர்.

"கப்பல்கள் போயிருந்தால் நல்லதாய்ப் போயிற்று. இப்பொழுது எதற்காகப் போய்த் தேடவேண்டும்?" என்றாள் பூங்குழலி.

"ஆகா! நீ அப்படி நினைக்கலாம். ஆனால் எனக்கு அதைப் போல் ஏமாற்றம் தருவது வேறொன்றுமில்லை!" என்றார் இளவரசர்.

முந்நூறு வருஷத்துக்கு முன்னால் இலங்கை இளவரசனாகிய மானவன்மன் காஞ் சிபுரத்தில் வந்து சரண் புகுந்திருந்தான். அவனுக்கு இராஜ்யத்தை மீட்டுத் தருவதற்காக மாமல்ல சக்கரவர்த்தி ஒரு பெரும்படையை அனுப்பினார். அவர் அனுப்பிய படைகள் இந்தப் பிரதேசத்திலேதான் வந்து இறங்கின. அச்சமயம் தொண்டைமான் ஆறு உள்ள இடத்தில் ஒரு சிறிய ஓடைதான் இருந்தது. கப்பல்கள் வந்து நிற்பதற்கும் படைகள் இறங்குவதற்கும் சௌகரியமாவதற்கு அந்த ஓடையை வெட்டி ஆழமாகவும் பெரிதாகவும் ஆக்கினார்கள். பிறகு அந்த ஓடை தொண்டைமானாறு என்று பெயர் பெற்றது. முகத்துவாரத்தின் அருகில் அந்த நதி வளைந்து வளைந்து சென்றது. இருபுறமும் மரங்கள் அடர்ந்திருந்தன. இதனால் கடலிலிருந்து பார்ப்போருக்குத் தெரியாதபடி கப்பல்கள் நிற்பதற்கு வசதியாக இருந்தது.

அவ்வாறு பூமிக்குள் ஆறு புகுந்து தண்ணீர் நிறையத் தேங்கியிருந்த இடம் ஒன்றிலேதான் இளவரசரைச் சிறைப்பிடிக்க வந்த மரக்கலங்களைப் பூங்குழலி பார்த்திருந்தாள். முதலில் பார்த்த இடத்தில் அந்த மரக்கலங்கள் இப்போது காணப்படவில்லை. அதாவது பாய்மரங்கள், கொடிகள் முதலியவை தென்படவில்லை. அந்த இடத்தை மேலும் நெருங்கிப் பார்த்தபோது ஓர் அதிசயமான காட்சி புலப்பட்டது. கப்பல் ஒன்று வெள்ளத்தை விட்டு அதிக தூரம் பூமிக்குள்ளே சென்று சேற்றிலே புதைந்து போயிருந்தது. அதன் பாய் மரங்கள் கொடிகள் முதலியவை ஒடிந்ததும் சிதைந்தும் கிடந்தன. அதில் மனிதர்கள் யாரும் இருந்ததாகத் தெரியவில்லை. இரண்டு நாளைக்கு முன்னால் அவள் பார்த்த கப்பல்களிலே அது ஒன்று என்பது பூங்குழலிக்கு நன்கு தெரிந்தது.

இளவரசரைச் சிறைப் பிடித்துக்கொண்டு போவதற்கென்று வந்த கப்பல்களில் ஒன்று, அதுவே சேற்றிலே சிறைப்பட்டுக் கிடப்பதைக்கண்டு பூங்குழலி ஆச்சரியக் கடலில் மூழ்கினாள்!

❖

46. பொங்கிய உள்ளம்

இளவரசர் யானையின் காதில் மந்திரம் ஓதினார், யானை படுத்தது. இருவரும் அவசரமாக அதன் முதுகிலிருந்து இறங்கினார்கள். கரைதட்டி மணலில் புதைந்திருந்த மரக்கலத்தின் அருகில் சென்று பார்த்தார்கள். அந்தக் கப்பலின் கதி பார்க்கப் பரிதாபமாயிருந்தது. பாய் மரங்கள் தாறுமாறாக உடைந்து கிடந்தன. ஒருவேளை அந்த உடைந்த கப்பலுக்குள்ளேயோ அல்லது அக்கம் பக்கத்திலோ யாராவது இருக்கக் கூடும் என்று சந்தேகித்தார்கள். இளவரசர் கையைத் தட்டிச் சத்தம் செய்தார். பூங்குழலி வாயைக் குவித்துக்கொண்டு கூவிப் பார்த்தாள் ஒன்றுக்கும் பதில் இல்லை. இருவரும் தண்ணீரில் இறங்கிச் சென்று கப்பலின் விளிம்பைப் பிடித்துக்கொண்டு ஏறினார்கள். கப்பலின் அடிப் பலகைகள் பிளந்து தண்ணீரும் மணலும் ஏராளமாக உள்ளே வந்திருந்தன. ஒருவேளை அதை நீரிலே தள்ளி விட்டுக் கடலில் செலுத்தலாமோ என்ற ஆசை நிராசையாயிற்று. அந்தக் கப்பலை அங்கிருந்து தண்ணீரில் நகர்த்துவது இயலாத காரியம். கரையில் இழுத்துப்

போடுவதற்கு ஒரு யானை போதாது; பல யானைகளும் பல ஆட்களும் வேண்டும். அதைச் செப்பனிடப் பல மாதங்கள் மரக்கலத் தச்சர்கள் வேலை செய்தாக வேண்டும்.

சிதைந்து கிடந்த பாய்மரங்களிடையே சிக்கியிருந்த புலிக்கொடியை இளவரசர் எடுத்துப் பார்த்தார். அது அவருக்கு மிக மனவேதனையை அளித்தது என்று நன்றாய்த் தெரிந்தது.

"பூங்குழலி! நீ பார்த்த கப்பல்களில் ஒன்றுதானா இது?" என்று கேட்டார்.

"அப்படித்தான் தோன்றுகிறது. இன்னொரு கப்பல் அடியோடு முழுகித் தொலைந்து போய்விட்டது போலிருக்கிறது!" என்றாள் பூங்குழலி. அவளுடைய குரலில் குதூகலம் தொனித்தது.

"என்ன இவ்வளவு உற்சாகம்?" என்று இளவரசர் கேட்டார்.

"தங்களைச் சிறைப்படுத்திக் கொண்டு போவதற்கு வந்த கப்பல்கள் முழுகித் தொலைந்து போனால் எனக்கு உற்சாகமாக இராதா?" என்றாள் பூங்குழலி.

"நீ உற்சாகப்படுவது தவறு, சமுத்திர குமாரி! ஏதோ விபரீதமாக நடந்து போயிருக்கிறது. புலிக்கொடி தாங்கிய மரக்கலத்துக்கு இந்தக் கதி நேர்ந்தது எனக்கு வேதனை அளிக்கிறது. இது எப்படி நேர்ந்தது என்றும் தெரியவில்லை. இதில் இருந்த வீரர்களும் மாலுமிகளும் என்ன ஆனார்கள்? அதை நினைத்தால் என் மனம் மேலும் குழம்புகிறது. இன்னொரு கப்பல் முழுகிப் போய் இருக்கவேண்டும் என்றா சொல்லுகிறாய்?"

"முழுகிப் போயிருக்கலாம் என்று சொல்கிறேன். முழுகிப் போயிருந்தால் ரொம்ப நல்லது."

"நல்லதில்லவேயில்லை, அப்படி ஒருநாளும் இராது. இந்தக் கப்பலின் கதியைப் பார்த்துவிட்டு இன்னொரு கப்பல் அப்பால் நிறையத் தண்ணீர் உள்ள இடத்துக்குப் போயிருக்கலாம். இந்தக் கப்பல் ஏன் இவ்வளவு கரையருகில் வந்திருக்க வேண்டும் என்றும் தெரியவில்லை. சோழ நாட்டு மாலுமிகள் ஆயிரமாயிரம் ஆண்டுகளாகக் கப்பல் விட்டுப் பழக்கமுள்ள பரம்பரையில் வந்தவர்கள். அவர்கள் இத்தகைய தவறு ஏன் செய்தார்கள்? எப்படியும் இதிலிருந்தவர்கள் தப்பிப் பிழைத்திருக்க வேண்டும். ஒன்று மற்றக் கப்பலில் ஏறிப் போயிருக்க வேண்டும்! வா! போய்ப் பார்க்கலாம்!"

"எங்கே போய்ப் பார்ப்பது, இளவரசே! சூரியன் அஸ்தமித்து நாலாபுறமும் இருள் சூழ்ந்து வருகிறது!" என்றாள் பூங்குழலி.

"சமுத்திரகுமாரி! உன் படகை எங்கே விட்டு வந்தாய்?"

"என் படகு ஏறக்குறைய இந்த ஆற்றின் நடுமத்தியில் அல்லவா இருக்கிறது? யானை மீது வந்தபடியால், அதுவும் நீங்கள் யானையைச் செலுத்தியபடியால், இவ்வளவு சீக்கிரம் வந்து விட்டோம். படகில் ஏறியிருந்தால் நள்ளிரவுக்குத் தான் இங்கு வந்திருப்போம்."

"சரி! நன்றாக இருட்டுவதற்குள் இந்த நதிக்கரையோரமாகப் போய்ப் பார்க்கலாம் வா! இங்குள்ள மரங்கள் கடல் நன்றாய்த் தெரியாமல் மறைக்கின்றன. ஒருவேளை இன்னொரு கப்பலைக் கடலில் சற்றுத் தூரத்தில் கொண்டு போய் நிறுத்தியிருக்கலாம் அல்லவா?"

யானையை அங்கேயே விட்டு விட்டு இருவரும் நதிக்கரையோரமாகக் கடலை நோக்கிப் போனார்கள். சீக்கிரத்திலேயே கடற்கரை வந்துவிட்டது. கடலில் அமைதி குடிகொண்டிருந்தது. அலை என்பதற்கு அறிகுறியும் இல்லை. கண்ணுக்கெட்டிய தூரம் ஒரே பச்சை வர்ணத்தகடாகத் தோன்றியது. கடலின் பச்சை நிறமும் வானத்தின் மங்கிய நீல நிறமும் வெகுதூரத்திற்கு அப்பால் ஒன்றாய்க் கலந்தன.

மரக்கலமோ, படகோ ஒன்றும் தென்படவில்லை. ஒன்றிரண்டு பறவைகள் கடலிலிருந்து கரையை நோக்கிப் பறந்து வந்தன. அவ்வளவுதான்!

சிறிது நேரம் அங்கே நின்று நாலாபுறமும் சுற்றிச் சுற்றிப் பார்த்துவிட்டு "சரி! புகைந்த மரக்கலத்துக்குப் போகலாம்!" என்றார் இளவரசர்.

இருவரும் வந்த வழியே திரும்பி நடக்கத் தொடங்கினார்கள்.

"பூங்குழலி! நீ எனக்குச் செய்த உதவியை என்றும் மறக்கமாட்டேன். ஆனால் இங்கே நாம் பிரிந்து விடவேண்டியதுதான்" என்றார் இளவரசர்.

பூங்குழலி மௌனமாயிருந்தாள்.

"நான் சொல்கிறது காதில் விழுந்ததா? அந்தப் புதைந்த கப்பலிலேயே நான் காத்திருக்கத் தீர்மானித்து விட்டேன். சேனாதிபதி முதலியவர்கள் எப்படியும் இந்த இடத்தைத் தேடிக் கொண்டு வந்து சேர்வார்கள். அவர்களுடன் கலந்தாலோசித்து மேலே செய்ய வேண்டியதைப் பற்றி முடிவு செய்வேன். ஆனால் உனக்கு இனி இங்கே வேலை இல்லை. உன் படகைத் தேடிப் பிடித்துப் போய்விடு. என் தந்தையைப் பற்றி நான் கூறியதை நினைவில் வைத்துக்கொள்..."

பூங்குழலி தயங்கி நின்றாள் அங்கிருந்த மரம் ஒன்றின் மீது சாய்ந்தாள். அதன் தாழ்ந்த கிளை ஒன்றை அவள் பிடித்துக் கொண்டாள்.

"என்ன சமுத்திரகுமாரி? என்ன?"

"ஒன்றுமில்லை, இளவரசே! இங்கே தங்களிடம் விடை பெற்றுக் கொள்கிறேன், போய் வாருங்கள்!"

"கோபமா, பூங்குழலி!"

"கோபமா? தங்களிடம் கோபங்கொள்ள இந்தப் பேதைக்கு என்ன அதிகாரம்? அவ்வளவு அகம்பாவம் நான் அடைந்து விடவில்லை."

"பின்னர் ஏன் திடீரென்று இங்கே நின்று விட்டாய்?"

"கோபம் இல்லை, ஐயா! களைப்புத்தான்! நான் உறங்கி இரண்டு நாள் ஆகிறது. இங்கேயே சற்றுப் படுத்திருந்து விட்டு என் படகைத் தேடிக் கொண்டு போகிறேன்."

அது பௌர்ணமிக்கு மறுநாள். ஆகையால் அச்சமயம் கீழைக்கடலில் சந்திரன் உதயமாகிக் கொண்டிருந்தது. இரண்டொரு மங்கிய கிரணங்கள் பூங்குழலியின் முகத்திலும் விழுந்தன.

இளவரசர் அந்த முகத்தைப் பார்த்தார். அதில் குடிகொண்டிருந்த சோர்வையும் களைப்பையும் பார்த்தார். கண்கள் பஞ்சடைந்து இமைகள் தாமாக மூடிக்கொள்வதையும் பார்த்தார்.

சந்திரன் உதயமாகும்போது செந்தாமரை குவிதல் இயற்கைதான். ஆனால் பூங்குழலியின் முகத்தாமரை அப்போது குவிந்தது என்று மட்டும் சொல்வதற்கில்லை. அது வாடி வதங்கிச் சோர்ந்து போயிருந்தது.

"பெண்ணே! தூங்கி இரண்டு நாளாயிற்று என்றாயே? சாப்பிட்டு எத்தனை நாள் ஆயிற்று?" என்றார்..

"சாப்பிட்டும் இரண்டு நாளைக்கு மேல் ஆயிற்று தங்களுடன் இருந்த வரையில் பசியே தெரியவில்லை."

"என் மூடத்தனத்தை என்னவென்று சொல்வது? இன்று பகல் நாங்கள் எல்லாரும் வயிறு புடைக்க விருந்துண்டோம்.

'நீ சாப்பிட்டாயா?' என்று கூடக் கேட்கத் தவறிவிட்டேன்! வா! பூங்குழலி! என்னுடன் அந்தப் புதைந்த கப்பலுக்கு வா! அதில் தானியங்கள் சிதறிக் கிடந்ததைப் பார்த்த ஞாபகம் இருக்கிறது. அந்தத் தானியங்களைத் திரட்டி இன்று இரவு கூட்டாஞ்சோறு சமைத்து உண்போம். சாப்பிட்ட பிறகு நீ உன் வழியே போகலாம்..."

“ஐயா! சாப்பிட்டால் உடனே அங்கேயே படுத்துத் தூங்கி விடுவேன். இப்போதே கண்ணைச் சுற்றுகிறது.”

“அதனால் என்ன? நீ அந்தப் புதைந்த கப்பலில் நிம்மதியாகப் படுத்துத் தூங்கு! நானும் யானையும் கரையிலிருந்து காவல் காக்கிறோம். பொழுது விடிந்ததும் நீ உன் படகைத் தேடிப்போ!”

இவ்விதம் சொல்லி இளவரசர் பூங்குழலியின் கரத்தைப் பற்றி அவளைத் தாங்குவார் போல நடத்தி அழைத்துக் கொண்டு சென்றார். உண்மையிலேயே அவளுடைய கால்கள் தள்ளாடின என்பதைக் கண்டார். அந்தப் பெண்ணின் அன்புக்கு ஈரேழு உலகிலும் இணை ஏது என்று எண்ணியபோது அவருடைய கண்களில் கண்ணீர் துளித்தது.

புதைந்திருந்த கப்பலுக்கு அவர்கள் திரும்பி வந்து சேர்ந்த போது அக்கப்பலுக்குப் பின்னால் புகை கிளம்புவதைக் கண்டு திடுக்கிட்டார்கள். ஒருவேளை அந்தக் கப்பலைச் சேர்ந்தவர்கள் எங்கேயாவது போயிருந்து திரும்பி வந்திருக்கலாம் அல்லவா? திடீரென்று அவர்கள் முன்னால் தோன்றினால் ஏதாவது ஒன்று கிடக்க ஒன்று நேரிடக் கூடும். ஆகையால் மெல்ல மெல்லச் சத்தமிடாமல் சென்றார்கள். வெகு சமீபத்தில் அவர்கள் போன பிறகும் பேச்சுக்குரல் ஒன்றும் கேட்கவில்லை. மறைவில் இருப்பவர்கள் யார், அவர்கள் எத்தனை பேர் என்றும் தெரியவில்லை. வள்ளிக்கிழங்கு சுடும் மணம் மட்டும் கம்மென்று வந்தது. பூங்குழலியின் நிலையை இப்போது இளவரசர் நன்கு அறிந்திருந்தபடியால் அவளுடைய பசியைத் தீர்ப்பது முதல் காரியம் என்று கருதினார். ஆகையால் வந்தது வரட்டும் என்று கப்பலைச் சுற்றிக் கொண்டு அப்பால் சென்று பார்த்தார். அங்கே அடுப்பு மூட்டிச் சமைப்பதற்கு ஏற்பாடுகள் செய்துகொண்டிருந்தது ஒரு பெண்மணி என்று தெரிந்தது. யார் அந்தப் பெண்மணி என்பதும் அடுத்த கணத்திலேயே தெரிந்து போயிற்று. அந்த மூதாட்டி இவர்களைக் கண்டு ஆச்சரியப்பட்டதாகத் தெரியவில்லை. இவர்களை எதிர்பார்த்தவளாகவே தோன்றியது. வாய்ப் பேச்சின் உதவியின்றி இவர்களை அம்மூதாட்டி வரவேற்றாள். சற்று நேரத்துக்கெல்லாம் அமுதும் படைத்தாள். பழையாறை அரண்மனையில் அருந்திய இராஜ போகமான விருந்துகளையெல்லாம் காட்டிலும் இம்மூதாட்டி அளித்த வரகரிசிச் சோறும் வள்ளிக்கிழங்கும் சுவை மிகுந்ததாக இளவரசருக்குத் தோன்றியது.

சாப்பிட்ட பிறகு மூன்று பேரும் கப்பலின் தளத்துக்குப் போய்ச் சேர்ந்தார்கள். சந்திரன் இப்போது நன்றாக மேலே வந்திருந்தான். கப்பலின் தளத்திலிருந்து பார்த்தபோது கடலும் தொண்டைமானாறும் ஒன்றாகக் கலக்கும் இடமும் அதற்கு அப்பால் பரந்த கடலும் தெரிந்தன. முன்மாலை இருள்வேளையில் பச்சைத் தாமிரத் தகட்டைப்போல் தோன்றிய கடல் இப்போது பொன் வண்ண நிலாவின் கிரணங்களினால் ஒளி பெற்றுத் தங்கத் தகடாகத் திகழ்ந்தது.

அவர்கள் இரவில் திறந்த வெளியில் சுற்றிலும் நீர் சூழ்ந்த இடத்தில் இருந்த போதிலும் புழுக்கத்தினால் உடம்பு வியர்த்தது. காற்று என்பது லவலேசமும் இல்லை. இதைப்பற்றி இளவரசர் பூங்குழலியிடம் கூறியதை அந்த மூதாட்டி எப்படியோ தெரிந்துகொண்டாள். வானத்தில் சந்திரனைச் சுற்றி ஒரு சாம்பல் நிறவட்டம் ஏற்பட்டிருப்பதை சுட்டிக் காட்டினாள்.

“சந்திரனைச் சுற்றி வட்டமிட்டிருந்தால் புயலும் மழையும் வரும் என்பதற்கு அடையாளம்” என்று பூங்குழலி விளக்கிக் கூறினாள்.

“புயல் வருகிறபோது வரட்டும்; இப்போது கொஞ்சம் காற்று வந்தால் போதும்!” என்றார் இளவரசர். பிறகு அந்த மூதாட்டி எப்படி அவ்வளவு சீக்கிரத்தில் அங்கு வந்து சேர்ந்திருக்க முடியும் என்று தமது வியப்பைத் தெரிவித்தார்.

"என் அத்தைக்கு இது ஒரு பெரிய காரியம் அல்ல; இதைவிட அதிசயமான காரியங்களை அவர் செய்திருக்கிறார்!" என்றாள் பூங்குழலி.

"மேலும் தங்களிடம் அவருக்கு இருக்கும் அன்புக்கும் அளவே கிடையாது. அன்பின் சக்தியினால் எதைத்தான் சாதிக்க முடியாது?" என்றாள்.

இந்தப் பேச்சையும் அந்த மூதாட்டி எப்படியோ தெரிந்து கொண்டு பூங்குழலியின் முகத்தைத் திருப்பி ஒரு திக்கைச் சுட்டிக்காட்டினாள். அங்கே அவர்கள் ஏறிவந்த யானை நின்றுகொண்டிருந்தது. அதற்குப் பக்கத்தில் கம்பீரமான உயர்ந்த சாதிக்குதிரை ஒன்று நின்றதைக் கண்டு இருவரும் அதிசயித்தார்கள்.

"இந்தக் குதிரையின் மீது ஏறி இவர் வந்தாரா என்ன? இவருக்குக் குதிரை ஏறத்தெரியுமா?" என்று இளவரசர் வியப்புடன் கேட்டார்.

"அத்தைக்குத் தெரியாதது ஒன்றும் இல்லை. குதிரை ஏற்றம், யானை ஏற்றம் எல்லாம் தெரியும். படகு வலிக்கத் தெரியும். சில சமயம் காற்றில் ஏறிப் பிரயாணம் செய்வாரோ என்று நினைக்கத் தோன்றும். அவ்வளவு சீக்கிரம் ஓரிடத்திலிருந்து இன்னோரிடம் வந்து விடுவார். எப்படி வந்திருக்க முடியும் என்று நமக்கு ஆச்சரியமாயிருக்கும்."

இளவரசர் அப்போது வேறொரு ஆச்சரியத்தில் மூழ்கியிருந்தார். கரையில் மேய்ந்துகொண்டிருந்த குதிரையின் கம்பீரத் தோற்றந்தான் அவருக்கு அத்தகைய வியப்பை உண்டாக்கியது.

"அரபு நாட்டில் வளரும் உயர்ந்த சாதிக் குதிரைகளில் மிக உயர்ந்த குதிரையல்லவா இது? எப்படி இங்கே வந்தது? எப்படி இந்த மூதாட்டிக்குக் கிடைத்தது?" என்று தமக்குத்தாமே சொல்லிக் கொண்டார்.

பூங்குழலி சமிக்ஞை பாஷையினால் இதைப்பற்றி ஊமை ராணியிடம் கேட்டாள். (ஆம்; 'ஊமை ராணி' என்று இனி நாம் அந்த மூதாட்டியை அழைக்கலாம் அல்லவா?) 'யானை இறவு'த் துறைக்கு பக்கத்தில் இந்தக் குதிரை கடலிலிருந்து கரையேறியது என்றும், கரை ஏறியதும் தறிகெட்டுப் பிரமித்து நின்று கொண்டிருந்ததென்றும், ஊமைராணி அதை அன்புடன் தட்டிக் கொடுத்து வசப்படுத்தி அதன்மேல் ஏறிக்கொண்டு வந்ததாகவும் தெரியப்படுத்தினாள். இதைக்கேட்ட இளவரசரின் வியப்பு மேலும் அதிகமாயிற்று.

பேசிக் கொண்டிருக்கும்போதே பூங்குழலியின் கண்ணிமைகள் மூடிக்கொள்வதை இளவரசர் கவனித்தார். "முன்னமே தூக்கம் வருகிறது என்று சொன்னாய். நீ படுத்துக் கொள்!" என்றார். அப்படிச் சொன்னதுதான் தாமதம்; பூங்குழலி அவ்விடமிருந்து சற்று விலகிச் சென்று படுத்துப் பக்கத்தில் கிடந்த கப்பல் பாய் ஒன்றை எடுத்துப் போர்த்திக் கொண்டாள். படுத்த சிறிது நேரத்துக்கெல்லாம் தூங்கிப் போனாள். அவள் மூச்சுவிட்ட தோரணையிலிருந்து அவள் தூங்கி விட்டாள் என்று தெரிந்தது.

ஆனால் தூக்கத்திலேயே அவளுடைய வாய் மெல்லிய குரலில் பாட்டு ஒன்றை முணுமுணுத்தது.

"அலை கடலும் ஓய்ந்திருக்க
அகக்கடல் தான் பொங்குவதேன்?"

ஆகா! இதே பாட்டை வந்தியத்தேவன் நேற்று அடிக்கடி முனகிக் கொண்டிருந்தான்! இவளிடந்தான் கற்றுக் கொண்டான் போலும். மற்றொரு சமயம் சமுத்திரகுமாரி விழித்துக்கொண்டிருக்கும்போது பாட்டு முழுவதையும் பாடச் சொல்லிக் கேட்க வேண்டும் என்று இளவரசர் எண்ணினார். உடனே ஊமை ராணியிடம் அவர் கவனம் சென்றது. ஆகா! எல்லாருக்குந்தான் சில சமயம் அகக்கடல் பொங்குகிறது! நெஞ்சகம் விம்முகிறது! ஆனாலும் வாய்த்திறந்து தன் உணர்ச்சிகளை என்றும் வெளியிட முடியாத இந்த மூதாட்டியின் உள்ளக் கொந்தளிப்புக்கு உவமானம் ஏது? எத்தனை ஆசாபாசங்கள்,

எத்தனை மகிழ்ச்சிகள், எத்தனை துயரங்கள், எவ்வளவு கோபதாப ஆத்திரங்கள் எல்லாவற்றையும் இவள் தன் உள்ளத்திலேயே அடக்கி வைத்திருக்கிறாள்! எத்தனை காலமாக அடக்கி வைத்திருக்கிறாள்!

ஊமை ராணி இடம்பெயர்ந்து இளவரசரின் அருகில் வந்து அமர்ந்தாள். அவருடைய தலைமயிரை அன்புடன் கோதிவிட்டாள். அவருடைய இரண்டு கன்னங்களையும் பூவைத் தொடுவது போல் தன் வலிய வைரமேறிய கரங்களினால் மிருதுவாகத் தொட்டுப்பார்த்தாள். இளவரசருக்குச் சற்று நேரம் என்ன செய்வது என்றே தெரியவில்லை. பிறகு அந்த மூதாட்டியின் பாதங்களைத் தொட்டுத் தம் கண்ணில் ஒற்றிக் கொண்டார். அவள் அந்தக் கரங்களைப் பிடித்துத் தன் முகத்தில் வைத்துக்கொண்டாள். இளவரசருடைய கரங்கள் விரைவில் அந்தப் பெண்ணரசியின் கண்ணில் பெருகிய நீரால் நனைந்து ஈரமாயின.

ஊமை ராணி சமிக்ஞையினால் இளவரசரையும் படுத்து உறங்கச் சொன்னாள். தான் காவல் இருப்பதாகவும் கவலையின்றித் தூங்கும்படியும் சொன்னாள். இளவரசருக்குத் தூக்கம் வரும் என்று தோன்றவில்லை. ஆயினும் அவளைத் திருப்தி செய்வதற்காகப் படுத்தார். படுத்து வெகுநேரம் வரையில் அவர் உள்ளக் கடல் கொந்தளித்துக் கொண்டிருந்தது. பிறகு வெளியில் சிறிது குளிர்ந்த காற்று வந்தது. உடல் குளிரவே உள்ளம் குவிந்தது; இலேசாக உறக்கமும் வந்தது.

ஆனால் உறக்கத்திலும் இளவரசரின் மனம் அமைதியுறவில்லை. பற்பல விசித்திரமான கனவுகள் கண்டார். அரபு நாட்டுச் சிறந்த குதிரை ஒன்றின் மீது ஏறி வானவெளியில் பிரயாணம் செய்தார். மேகமண்டலங்களைக் கடந்து வானுலகில் புகுந்தார்.

அங்கே தேவேந்திரன் அவரை ஐராவதத்தில் ஏற்றி அழைத்துச் சென்றான். தன்னுடைய இரத்தினச் சிங்கானத்தில் அவரை உட்காரச் சொன்னான். "ஓ! இது எனக்கு வேண்டாம், இந்தச் சிங்காதனத்தில் என் பெரிய தாயார் ஊமை ராணியை ஏற்றி வைக்க விரும்புகிறேன்" என்று இளவரசர் சொன்னார்.

தேவேந்திரன் சிரித்து, "அவள் இங்கே வரட்டும் பிறகு பார்க்கலாம்" என்றான்.

தேவேந்திரன் இளவரசருக்குத் தேவாமிர்தத்தைக் கொடுத்துப் பருகச் சொன்னான்.

இளவரசர் அருந்திப் பார்த்துவிட்டு, "ஓ! இது காவேரித் தண்ணீர்போல் அவ்வளவு நன்றாயில்லையே?" என்றார்.

தேவேந்திரன் இளவரசரை அந்தப்புரத்துக்கு அழைத்துப் போனார். அங்கே தேவ மகளிர் பலர் இருந்தார்கள்.

இந்திராணி இளவரசரைப் பார்த்து, "இந்தப் பெண்களுக்குள்ளே அழகில் சிறந்தவள் யாரோ அவளை நீர் மணந்து கொள்ளலாம்" என்றாள்.

இளவரசர் பார்த்துவிட்டு, "இவர்களில் யாரும் பூங்குழலியின் அழகுக்கு அருகிலும் வரமாட்டார்கள்" என்றார்.

திடீரென்று இந்திராணி இளைய பிராட்டியாக மாறினாள். "அருள்மொழி! என் வானதியை மறந்துவிட்டாயா?" என்று கேட்டாள்.

இளவரசர், 'அக்கா! அக்கா! எத்தனை நாளைக்கு என்னை நீ அடிமையாக வைத்திருக்கப் போகிறாய்? உன்னுடைய அன்பின் சிறையைக் காட்டிலும் பழுவேட்டரையரின் பாதாளச் சிறைமேல்! என்னை விடுதலை செய்! இல்லாவிட்டால் விராட ராஜனுடைய புதல்வன் உத்தர குமாரனைப் போல் என்னை அரண்மனையிலேயே இருக்கச் செய்து விடு. ஆடல் பாடல்களில் காலங்கழித்துக் கொண்டிருக்கிறேன்" என்றார்.

இளைய பிராட்டி குந்தவை தன் பவழச் செவ்விதழ்களில் காந்தள் மலரையொத்த விரலை வைத்து அவரை வியப்புடன் நோக்கினாள். "அருள்மொழி! நீ ஏன் இப்படி மாறிப் போய்விட்டாய்? யார் உன் மனத்தைக் கெடுத்தார்கள்? ஆம், தம்பி! அன்பு என்பது ஓர்

அடிமைத்தனம்தான். அதற்கு நீ கட்டுப்பட்டுத்தான் ஆகவேண்டும்” என்றாள்.

“இல்லை அக்கா, இல்லை! நீ சொல்வது தவறு. அடிமைத்தனம் இல்லாத அன்பு உண்டு. உனக்கு அதைக் காட்டட்டுமா? இதோ கூப்பிடுகிறேன் பார்!... பூங்குழலி! பூங்குழலி! இங்கே வா!” என்று கூவினார்.

பலபலவென்று பொழுது விடியும் சமயத்தில் பூங்குழலி குதிரையின் காலடிச்சத்தம் கேட்டு விழித்துக் கொண்டாள். ஊமை ராணி குதிரை மேல் ஏறிப் புறப்படுவதைப் பார்த்தாள். அவளைத் தடுப்பதற்காக எழுந்து ஓடினாள். அவள் கப்பலிலிருந்து இறங்கிக் கரைக்குச் செல்வதற்கு முன்னால் குதிரை பறந்து சென்றுவிட்டது.

உதய நேரம் மிக்க மனோகரமாயிருந்தது. பூங்குழலியின் உள்ளத்தில் என்றுமில்லாத உற்சாகம் ததும்பியது. அங்கிருந்த படியே கப்பலின் மேல் தளத்தைப் பார்த்தாள். இளவரசர் தூங்கிக்கொண்டிருந்தார். பூங்குழலி நதிக்கரையோரமாகப் பறவைகளின் இனிய கானத்தை கேட்டுக்கொண்டு நடந்தாள். ஒரு மரத்தின் வளைந்த கிளையில் ஒரு பெரிய ராட்சசக் கிளி உட்கார்ந்திருந்தது. பூங்குழலியைக் கண்டு அது அஞ்சவில்லை. “எங்கே வந்தாய்?” என்று கேட்பதுபோல் அவளை உற்றுப் பார்த்தது.

“கிளிதோழி! இன்னும் சற்று நேரத்துக்கெல்லாம் இளவரசர் இங்கிருந்து போய்விடுவார். பிறகு எனக்கு நீதான் துணை. என்னோடு பேசுவாய் அல்லவா?” என்று பூங்குழலி கேட்டாள்.

அச்சமயம் “பூங்குழலி! பூங்குழலி!” என்ற குரல் கேட்டது முதலில் கிளிதான் பேசுகிறது என்று நினைத்தாள். இல்லை; குரல் கப்பலிலிருந்து வருகிறது என்று உணர்ந்தாள். இளவரசர் அழைக்கிறார் என்று அறிந்து குதித்தோடினாள். ஆனால் கப்பல் மேலேறிப் பார்த்தபோது இளவரசர் இன்னமும் தூங்கிக்கொண்டிருந்தார். பூங்குழலி அவர் அருகில் சென்ற போது அவருடைய வாய் மீண்டும் “பூங்குழலி!” என்று முணுமுணுத்தது. உடல் புளகாங்கிதம் கொண்ட அப்பெண் இளவரசரின் அருகில் சென்று அவருடைய நெற்றியைத் தொட்டு எழுப்பினாள்.

இளவரசர் உறக்கமும், கனவும் கலைந்து எழுந்தார். கீழ்த்திசையில் சூரியன் உதயமாகிக் கொண்டிருந்தான். பூங்குழலியின் முகம் மலர்ந்த செந்தாமரையைப் போல் பிரகாசித்தது. “என்னை அழைத்தீர்களே, எதற்கு?” என்று கேட்டாள்.

“உன் பெயரைச் சொல்லி அழைத்தேனா என்ன? தூக்கத்தில் ஏதோ பேசியிருப்பேன். நீ நேற்றிரவு தூங்கிக் கொண்டே பாடினாயே! நான் தூக்கத்தில் பேசக்கூடாதா?” என்றார்.

இளவரசர் குதித்து எழுந்தார். “ஓகோ! இத்தனை நேரமா தூங்கிவிட்டேன்! பெரியம்மா எங்கே?” என்று கேட்டுச் சுற்று முற்றும் பார்த்தார். அந்த மூதாட்டி அதிகாலையில் குதிரை ஏறிப் போய்விட்டதைச் சமுத்திரகுமாரி கூறினாள்.

“நல்ல காரியம் செய்தாள்! சமுத்திரகுமாரி! உன் களைப்புத் தீர்ந்து விட்டதாகக் காண்கிறது. நீயும் இனி விடை பெற்றுக் கொள்ளலாம். என் நண்பர்கள் வரும் வரையில் நான் இங்கேயே இருக்க வேண்டும். அதுவரை இந்தக் கப்பலைச் சோதித்துப் பார்க்கப் போகிறேன்” என்றார்.

பூங்குழலி, “அதோ! அதோ!” என்று சுட்டிக்காட்டினாள். அவள் காட்டிய திசையை இளவரசர் நோக்கினார். கடலில் வெகு தூரத்தில் ஒரு பெரிய மரக்கலம் தெரிந்தது. கடற்கரையோரமாக ஒரு சிறிய படகு வருவதும் தெரிந்தது. படகிலே ஐந்தாறு பேர் இருந்தார்கள்.

“ஆகா! இப்போது எல்லா விவரங்களும் தெரிந்து போய் விடும்!” என்றார் இளவரசர்.

தாம் அங்கிருப்பது தெரியாமல் ஒருவேளை படகு கடற்கரையோடு போய்விடலாம் என்று இளவரசர் அஞ்சினார். ஆகையால் உடனே புதைந்த கப்பலிலிருந்து கீழிறங்கி

நதிக்கரையோரமாகக் கடற்கரையை நோக்கிச் சென்றார். பூங்குழலி அவரைத் தொடர்ந்து சென்றாள். யானையும் அவர்களைப் பின் தொடர்ந்து அசைந்தாடிக் கொண்டு சென்றது.

கடற்கரையில் போய் நின்றார்கள். மரக்கலம் அவர்களை விட்டுத் தூரத் தூரப் போய்க்கொண்டிருந்தது. படகு அவர்களை நெருங்கி நெருங்கி வந்து கொண்டிருந்தது. முதலில் பின்னால் ஒதுங்கி நின்ற பூங்குழலி ஆர்வங்காரணமாகச் சிறிது நேரத்துக்குள் முன்னால் வந்து விட்டாள்.

இளவரசருடைய மனக் கவலைகளுக்கிடையே பூங்குழலியின் ஆர்வம் அவருக்குக் களிப்பை ஊட்டியது. அவர் முகத்தில் குறுநகை ததும்பியது.

அவர் மனக் கவலை கொள்ளக் காரணங்களும் நிறைய இருந்தன. தூரத்திலே போய்க்கொண்டிருந்த கப்பலில் தாமும் போயிருக்க வேண்டும் என்றும் அது தன்னை விட்டுவிட்டுத் தூரதூரப் போய்க் கொண்டிருந்ததாகவும் அவருக்குத் தோன்றியது. அதுமட்டும் அன்று; கிட்ட நெருங்கி வந்து கொண்டிருந்த படகிலே ஒரு ஆள் குறைவாயிருந்ததாகக் காணப்பட்டது. இருக்கவேண்டிய ஒருவர் அதில் இல்லை. ஆம்; அதோ சேனாதிபதி இருக்கிறார்; திருமலையப்பர் இருக்கிறார். உடன் வந்த வீரர்கள் இருக்கிறார்கள்; படகோட்டிகள் இருக்கிறார்கள். ஆனால் அந்த வாணர் குலத்து வாலிபனை மட்டும் காணோம். வல்லத்தரையன் எங்கே? அந்த உற்சாக புருஷன், அஸகாயசூரன், அஞ்சா நெஞ்சம் படைத்த தீரன், இளையபிராட்டி அனுப்பி வைத்த அந்தரங்கத் தூதன் எங்கே?...இரண்டு நாள்தான் பழகியிருந்த போதிலும் இளவரசருக்கு நெடுநாள் பழக்கப்பட்ட நண்பன் போல் அவன் ஆகியிருந்தான். அவனுடைய குணாதிசயங்கள் அவ்வளவாக இளவரசருடைய மனத்தைக் கவர்ந்திருந்தன. அவனைப் படகில் காணாததும் அரிதில் கிடைத்த பாக்கியத்தை இழந்ததுபோல் இளவரசருக்கு வேதனை உண்டாயிற்று.

படகு இன்னும் நெருங்கிக் கரையோரம் வந்ததும் சேனாதிபதி முதலியவர்கள் தாவிக் கரையில் குதித்தார்கள். சேனாதிபதி பூதி விக்கிரமகேசரி ஓடிவந்து இளவரசரைக் கட்டிக் கொண்டார்.

"ஐயா! நல்ல காரியம் செய்தீர்கள்; எங்களை இப்படிக் கதிகலங்க அடிக்கலாமா!... யானையின் மதம் எப்படி அடங்கிற்று? இந்தப் பொல்லாத யானை இப்போது எவ்வளவு சாதுவாக நின்று கொண்டிருக்கிறது!... இளவரசே! எப்போது இங்கே வந்து சேர்ந்தீர்கள்? பழுவேட்டரையர்களின் கப்பல்களைப் பார்த்தீர்களா? அவை எங்கே?" என்று கொடும்பாளூர் பெரிய வேளார் கேள்விமாரி பொழிந்தார்.

"சேனாதிபதி! எங்கள் கதையைப் பின்னால் சொல்கிறேன். வந்தியத்தேவர் எங்கே? சொல்லுங்கள்!" என்றார்.

"அந்தத் துடுக்குக்காரப் பிள்ளை அதோ போகிற கப்பலில் போகிறான்!" என்று சேனாதிபதி தூரத்தில் போய்க் கொண்டிருந்த கப்பலைக் காட்டினார்.

"ஏன்? ஏன்? அது யாருடைய கப்பல்? அதில் ஏன் வந்தியத்தேவர் போகிறார்?" இளவரசர் கேட்டார்.

"ஐயா! எனக்குப் புத்தி ஒரே கலக்கமாயிருக்கிறது. இந்த வைஷ்ணவனைக் கேளுங்கள்! இவனுக்கு உங்கள் சமாசாரத்துடன் அந்த வாலிபன் சுபாவமும் தெரிந்திருக்கிறது!" என்றார்.

இளவரசர் ஆழ்வார்க்கடியானைப் பார்த்து, "திருமலை! வந்தியத்தேவர் ஏன் அக்கப்பலில் போகிறார்? தெரிந்தால் சீக்கிரம் சொல்லுங்கள்!" என்றார்.

❖

47. பேய்ச் சிரிப்பு

இளவரசரும் பூங்குழலியும் யானை மீது ஏறிச் சென்ற பிறகு, பின் தங்கியவர்களுக்கு என்ன நேர்ந்தது என்பதை நாமும் நேயர்களுக்குச் சொல்லக் கடமைப்பட்டிருக்கிறோம்.

"யானைக்கு மதம் பிடித்துவிட்டது!" என்று சேனாதிபதி கூச்சலிட்டதைக் கேட்டு மற்றவர்களும் அப்படியே முதலில் நம்பினார்கள். யானையைப் பின் தொடர்ந்து குதிரைகளை வேகமாக விட்டுக்கொண்டு போகப் பார்த்தார்கள். ஆனால் அது இயலுகிற காரியமாயில்லை. "யானை இறவுத் துறையை அடைந்ததும் அவர்களுடைய பிரயாணம் தடைப்பட்டு விட்டது. வழக்கம் போல் எல்லாருக்கும் முதலில் சென்ற வந்தியத்தேவனுடைய குதிரை அக்கடல் துறையில் இறங்கிப் பாய்ந்து சேற்றில் அகப்பட்டுக் கொண்டது. மிக்க சிரமப்பட்டு அதை வெளியேற்றினார்கள். ஆனாலும் குதிரை இனி பிரயாணத்துக்குத் தகுதியில்லையென்று ஏற்பட்டது.

சேனாதிபதி பூதிவிக்கிரம கேசரி இன்னது செய்வதென்று தெரியாமல் தலையில் அடித்துக் கொண்டார். "என் வாழ்க்கையில் இம்மாதிரி தவறு செய்ததில்லை. எல்லாரும் சும்மா நிற்கிறீர்களே? என்ன செய்யலாம்? இளவரசரை எப்படிக் காப்பாற்றலாம்? யாருக்காவது யோசனை தோன்றினால் சொல்லுங்கள்!" என்றார்.

அப்போது ஆழ்வார்க்கடியான் முன் வந்து, "சேனாதிபதி! எனக்கு ஒன்று தோன்றுகிறது; சொல்லட்டுமா?" என்றான்.

"சொல்வதற்கு நல்ல வேளை பார்த்துக் கொண்டிருக்கிறாயா? சீக்கிரம் சொல்!" என்றார் சேனாதிபதி.

"இளவரசர் சென்ற யானைக்கு உண்மையில் மதம் பிடிக்கவில்லை..."

"என்ன உளறுகிறாய்? பின்னே யாருக்கு மதம் பிடித்தது? உனக்கா?"

"ஒருவருக்கும் மதம் பிடிக்கவில்லை. தாங்கள் வேண்டுமென்று பிரயாணத்தைத் தாமதப்படுத்துகிறீர்கள் என்ற சந்தேகம் இளவரசருக்கு உண்டாகி விட்டது. அதனால் நம்மை விட்டுப் பிரிந்து போவதற்காக யானையை அப்படித் தூண்டி விட்டு வேகமாய்ப் போய்விட்டார். யானையைப் பழக்கும் வித்தையின் சகல இரகசியங்களையும் அறிந்தவர் இளவரசர் என்பதுதான் நம் எல்லாருக்கும் தெரியுமே!"

இது உண்மையாயிருக்கும் என்று சேனாதிபதிக்கும் பட்டது அவர் உள்ளம் நிம்மதி அடைந்தது.

"சரி; அப்படியேயிருக்கட்டும். ஆனால் நாம் தொண்டைமானாற்றின் முகத்துவாரத்துக்குப் போய்ச் சேர வேண்டும் அல்லவா? அங்கே நடப்பது என்ன என்றாவது தெரிந்துகொள்ள வேண்டும் அல்லவா?"

"போக வேண்டியதுதான். கடற்கரையின் ஓரமாகச் சென்று எங்கேயாவது படகு கிடைத்தால் அதில் ஏறிக்கொண்டுதான் கடந்தாக வேண்டும் அல்லது பார்த்திபேந்திர பல்லவரின் கப்பல் வரும் வரையில் காத்திருக்கலாம்."

"வைஷ்ணவரே! நீர் பொல்லாதவர். இளவரசரிடம் இப்படி ஏதாவது சொல்லிவிட்டீர் போலிருக்கிறது."

"சேனாதிபதி! இந்தப் பிரயாணம் கிளம்பியதிலிருந்து நான் இளவரசருடன் பேசவே இல்லை."

இதன் பிறகு அவர்கள் அந்தக் கடற்கழியின் ஓரமாகக் கிழக்கு நோக்கிச் சென்றார்கள்.

நேயர்கள் இலங்கைத் தீவின் வட பகுதியின் இயல்பு எத்தகையது என ஒருவாறு அறிந்திருக்கலாம். இலங்கையின் வடக்கு முனைப் பகுதிக்கு அந்நாளில் நாகத்வீபம் என்று

பெயர் வழங்கியது. அந்தப் பகுதியையும் இலங்கையின் மற்றப் பெரும் பகுதியையும் இரு புறத்திலிருந்தும் கடல் உட்புகுந்து பிரித்தது. ஒரு பகுதியிலிருந்து இன்னொரு பகுதிக்குச் செல்லும் படியாகக் கடற்கழி மிகக் குறுகியிருந்த இடத்துக்கு 'யானை இறவு'த் துறை என்று பெயர். சில சமயம் இத்துறையில் தண்ணீர் குறைவாயிருக்கும். அப்போது சுலபமாக இறங்கிக் கடந்து செல்லலாம். மற்ற சமயங்களில் அதைக் கடப்பது எளிதன்று. படகுகளிலேதான் கடக்கவேண்டும். (யானை மந்தைகள் இந்த இடத்தில் கடலில் இறங்கி கடந்து செல்வது வழக்கமான படியால் 'யானை இறவு' என்ற பெயர் வந்தது. முற்காலத்தில் இவ்விடத்தில் யானைகளைக் கப்பலில் ஏற்றி வெளி நாடுகளுக்கு அனுப்பியதாகவும் சொல்லப்படுகிறது.)

அந்தச் சமயத்தில் இலங்கைக் கடற்கரையோரமாக இருந்த படகுகள் எல்லாம் பெரும்பாலும் மாதோட்டத்துக்கும் திரிகோண மலைக்கும் சென்றிருந்தன. என்றாலும், தப்பித் தவறி எங்கேயாவது ஒன்றிரண்டு படகுகள் இருக்கலாம் என்று எண்ணிச் சேனாதிபதி முதலியவர்கள் பார்த்துக்கொண்டே சென்றார்கள். கடைசியாக மீன் பிடிக்கும் வலைஞனுடைய சிறிய படகு ஒன்று சிக்கியது. அதில் படகோட்டி ஒருவனேயிருந்தான். கேட்கிறவர் சோழ நாட்டுச் சேனாதிபதி என்று தெரிந்துகொண்டு சம்மதித்தான்.

படகில் ஏறிக் கடல் கால்வாயைக் கடந்தார்கள். ஆனால் பிறகு எப்படித் தொண்டைமானாற்றின் முகத்துவாரத்தை அடைவது? காட்டு வழியில் நடந்து போய்ச்சேர்வது சுலபமன்று. அதிக நேரமும் ஆகும்; ஆகையால் அதே படகை உபயோகித்துக் கீழைக் கடற்கரையோரமாகவே சென்று தொண்டைமானாற்றின் சங்கமத்தை அடைவதென்று தீர்மானித்தார்கள்.

நள்ளிரவு வரையில் படகுக்காரன் கடலோரமாகப் படகு விட்டுக்கொண்டு சென்றான். அதற்குப் பிறகு அவன் களைத்து விட்டான். மற்றவர்கள் உதவிசெய்வதாகச் சொல்லியும் பயனில்லை. "இனி அடிக்கடி திசை திரும்பவேண்டும். மூலை முடுக்குகளும் கற்பாறைகளும் அதிகம். பாறையில் மோதினால் படகு உடைந்து சுக்குநூறாகிவிடும். இனி பொழுது விடிந்துதான் படகு செலுத்த முடியும்" என்றான். சேனாதிபதி முதலியவர்களும் களைப்படைந்து போயிருந்தார்கள். ஆகையால் கரையில் இறங்கித் தோப்பு ஒன்றில் படுத்தார்கள்.

வந்தியத்தேவனுக்கு இது ஒன்றும் பிடிக்கவில்லை. அவன் ஆழ்வார்க்கடியானோடு சண்டை பிடித்தான். "எல்லாம் உன்னாலே வந்தவினை!" என்றான்.

"என்னால் என்ன இப்போது வந்தது?" என்று ஆழ்வார்க்கடியான் கேட்டான்.

"நீ ஒன்றையும் மனம் விட்டுச் சொல்வதில்லை. கடம்பூரிலிருந்து நானும் பார்த்துக்கொண்டுதான் வருகிறேன். கொஞ்சம் சொல்வது போல் சொல்கிறாய்; பாதிச் செய்தியை இரகசியமாய் வைத்துக் கொள்கிறாய்; இளவரசர் யானை மேல் ஏறியதன் நோக்கம் உனக்குத் தெரிந்திருக்கிறதே? அதை என்னிடம் முன்னமே சொல்லியிருந்தால் நானும் அந்த யானையின் மேல் ஏறியிருப்பேன் அல்லவா? இவ்வளவு கஷ்டப்பட்டுத் தேடிப் பிடித்த இளவரசரை இப்போது கை நழுவவிட்டு விட்டோமே? பழையாறைக்குப் போய் இளைய பிராட்டியிடம் என்ன சொல்வது?" என்றான் வந்தியத்தேவன்.

"ஓலையைக் கொடுத்ததும் உன் கடமை தீர்ந்துவிட்டது. இன்னும் என்ன?" என்றான் ஆழ்வார்க்கடியான்.

"அதுதான் இல்லை, இளவரசரை இளைய பிராட்டியிடம் கொண்டு போய்ச் சேர்த்த பிறகுதான் என்னுடைய கடமை தீர்ந்ததாகும். நீயே அதற்குக் குறுக்கே நிற்பாய் போலிருக்கிறதே!"

"இல்லை, அப்பா, இல்லை! நான் குறுக்கே நிற்கவில்லை. நாளைக்கே நான் சேனாதிபதியிடம் விடைபெற்றுக் கொண்டு என் வழியே போகிறேன்."

"உன் காரியம் முடிந்துவிட்டது. இளவரசரைப் பிடித்துக் கொடுத்தாகிவிட்டது என்று போகப் பார்க்கிறாயாக்கும். உன் பேரில் எனக்கு எப்போதுமே கொஞ்சம் சந்தேகமிருந்தது. இப்போது அது உறுதியாகிறது."

இவ்விதம் அவர்கள் சிறிது நேரம் சண்டை பிடித்துக் கொண்டிருந்த பிறகு தூங்கிப் போனார்கள். நன்றாகக் களைத்திருந்த படியால் அடித்துப் போட்டவர்களைப் போல் தூங்கினார்கள்.

பலபலவென்று பொழுது விடியும் சமயத்தில் படகு வலிக்கும் சத்தம் கேட்டு ஆழ்வார்க்கடியான் முதலில் விழித்துக் கொண்டான். அவன் எதிரே தோன்றிய காட்சி அவனைத் திடுக்கிடச் செய்தது. கடலில் கொஞ்ச தூரத்துக்கப்பால் பாய் மரம் விரித்த மரக்கலம் ஒன்று நின்று கொண்டிருந்தது. அது பயணப்படுவதற்கு ஆயத்தமாக நின்றதாக நன்கு தெரிந்தது. அந்த மரக்கலத்தை நோக்கிக் கரையிலிருந்து ஒரு படகு போய்க்கொண்டிருந்தது. அதில் படகுக்காரனைத் தவிர மூன்று பேர் இருந்தார்கள். அந்தப் படகு முதல் நாள் மாலை தங்களை ஏற்றி வந்த படகுதான் என்று தெரிந்து கொள்ள ஆழ்வார்க்கடியானுக்கு அதிக நேரம் பிடிக்கவில்லை.

அந்த மரக்கலம் எங்கிருந்து திடீரென்று கிளம்பிற்று என்பதையும் அவன் விரைவிலே ஊகித்துக் கொண்டான். அவர்கள் படுத்திருந்த இடத்துக்குப்பக்கத்தில் கடல் பூமிக்குள் குடைந்து சென்றிருந்தது. மரங்கள் அந்த இடத்தை ஓரளவு மறைந்திருந்தன. அந்தக் குடாவிலேதான் அம்மரக்கலம் நின்றிருக்க வேண்டும் பொழுது விடிந்ததும் புறப்பட்டிருக்க வேண்டும்.

அந்த மரக்கலம் யாருடையது? எங்கிருந்து வந்தது? எங்கே போவது? படகு எதற்காகக் கப்பலை நோக்கிப் போகிறது? அதில் இருப்பவர்கள் யார்? இவ்வளவு கேள்விகளும் ஆழ்வார்க்கடியானுடைய மனத்தில் மின்னலைப் போல் தோன்றி மறைந்தன.

"சேனாதிபதி! சேனாதிபதி! எழுந்திருங்கள்!" என்று கூவினான்.

சேனாதிபதியும், வந்தியத்தேவனும், மற்ற இரு வீரர்களும் திடுக்கிட்டு விழித்தெழுந்தார்கள்.

முதலில் கடலில் நின்ற பாய்மரக் கப்பல் அவர்கள் கண்ணில் தென்பட்டது.

சேனாதிபதி, "ஓ! அது சோழ நாட்டுக் கப்பல்தான். பழுவேட்டரையர்கள் அனுப்பிய கப்பலாகவே இருக்கலாம்! இளவரசர் ஒருவேளை அதில் போகிறாரோ, என்னமோ? ஐயோ! தூங்கிப் போய்விட்டோமே! என்ன பிசகு செய்தோம்!" என்றார்.

பிறகு, "படகு எங்கே? போய்க்கப்பலைப் பிடிக்கமுடியுமா என்று பார்க்கலாம்!" என்றார்.

அதற்குள் படகு சென்றுகொண்டிருப்பதும் அவர் கண்ணில் படவே, "அடடே! அதோ போகிறது நாம் வந்த படகல்லவா? அதில் ஏறிப் போகிறவர்கள் யார்? அடே படகுக்காரா! நில் நில்!" என்று இரைந்தார்.

படகுக்காரனின் காதில் விழுந்ததோ என்னமோ தெரியாது. அவன் படகை நிறுத்தவில்லை. மேலே செலுத்திக் கொண்டு போனான்.

இதையெல்லாம் பார்த்துக் கொண்டும் கேட்டுக் கொண்டுமிருந்தான் வந்தியத்தேவன். "அந்தக் கப்பலில் இளவரசர் போகிறார்!" என்று சேனாதிபதி கூறியது அவன் செவி வழியாக புகுந்து மனத்தில் பதிந்தது. அதற்குப் பிறகு வேறு எந்த நினைவிற்கும் அவன் மனத்தில் இடமிருக்கவில்லை. அவன் செய்ய வேண்டியது என்னவென்பதைப் பற்றித்தான் ஏதேனும் சந்தேகமுண்டா? அவன் கால்களுக்குக் கட்டளையிட வேண்டிய அவசியந்தான் உண்டா? இல்லவே இல்லை! அடுத்த நிமிஷத்தில் அவன் கடலில் பாய்ந்து இறங்கினான். அலைகளைத் தள்ளிக்கொண்டு அதிவேகமாகச் சென்றான். நல்லவேளையாகக் கடலோரத்தில் அங்கே

தண்ணீர் அதிகம் இல்லை. ஆகையால் அதிசீக்கிரத்தில் வெகுதூரம் போய் விட்டான். படகின் அருகிலும் சென்று விட்டான். தண்ணீரின் ஆழம் திடீரென்று அதிகமாகி விட்டது. தத்தளிக்கும் நிலைமை ஏற்பட்டது. "ஐயோ! நான் முழுகிச் சாகப்போகிறேன்! என்னைக் காப்பாற்றுங்கள்!" என்று கத்தினான். படகில் யாரோ சிரிக்கும் சத்தம் கேட்டது. பிறகு சிலர் பேசும் குரல்கள் கேட்டன. படகு நின்றது; படகுக்காரன் குனிந்து கை கொடுத்தான். வந்தியத்தேவன் படகில் ஏறி உட்கார்ந்தான். படகு மேலே சென்றது.

படகில் இருந்தவர்களை வந்தியத்தேவன் ஆராய்ந்து பார்த்தான். ஒருவன் தமிழ்நாட்டானே அல்ல. அரபுநாட்டான் போலக் காணப்பட்டான். அவன் எப்படி இங்கு வந்தான் என்ற வியப்புடன் மற்ற இருவரையும் பார்த்தான். அவர்கள் முகத்தில் பாதியை மறைத்து முண்டாசு கட்டிக் கொண்டிருந்தார்கள். ஆனாலும் தமிழ்நாட்டவர்கள் என்று தெரிந்தது. அதுமட்டுமன்று, பார்த்த முகங்களாகவும் காணப்பட்டன. எங்கே, எங்கே பார்த்தோம் இவர்களை? ஆ! நினைவு வருகிறது! பார்த்திபேந்திர பல்லவனுடைய தம்பளையிலிருந்து திரும்பி வந்தவர்கள் அல்லவா இவர்கள்? ஆழ்வார்க்கடியான் இவர்களைத்தானே இளவரசரைக் கொல்ல வந்தவர்கள் என்று சொன்னான்? ஓகோ! இவர்களில் ஒருவனை வேறொரு இடத்தில் கூடப் பார்த்திருக்கிறோமே? மந்திரவாதி ரவிதாஸன் அல்லவா இவன்? ஆந்தை கத்துவதுபோல் கத்திவிட்டுப் பழுவூர் ராணியைப் பார்க்க வந்தான் அல்லவா இவன்? சரி, சரி இளவரசர் கப்பலில் இருப்பது தெரிந்துதான் இவர்கள் அதில் ஏறிக்கொள்ளப் போகிறார்கள்! ஆகா! இளவரசர் போகும் வழியில் இது ஓர் அபாயமா? நாம் அவசரமாய் ஓடி வந்து இந்தப் படகைப் பிடித்து ஏறியது எவ்வளவு நல்லதாய்ப் போயிற்று?...

படகு போய்க்கொண்டிருந்தது; மரக்கலத்தை நெருங்கிக் கொண்டிருந்தது. படகில் இருந்தவர்கள் மௌனம் சாதித்தார்கள். வந்தியத்தேவனால் மௌனத்தைப் பொறுக்க முடியவில்லை. பேச்சுக் கொடுத்துப் பார்க்க விரும்பினான்.

"நீங்கள் எங்கே போகிறீர்கள்?" என்று கேட்டான்.

"தெரியவில்லையா? அதோ நிற்கும் கப்பலுக்குப் போகிறோம்!" என்றான் மந்திரவாதி. பாதி மூடியிருந்த வாயினால் அவன் பேசிய குரல் பேயின் குரலைப் போலிருந்தது.

"கப்பல் எங்கே போகிறது?" என்று வந்தியத்தேவன் கேட்டான்.

"அது கப்பலுக்குப் போன பிறகு தெரியவேண்டும்" என்றான் ரவிதாஸன்.

மறுபடியும் படகில் மௌனம் குடிகொண்டது. வெளியில் கடலின் ஓங்கார நாதம் சூழ்ந்தது.

இப்போது மந்திரவாதி ரவிதாஸன் மௌனத்தைக் கலைத்தான். "நீ எங்கே அப்பா, போகிறாய்?" என்று கேட்டான்.

"நானும் கப்பலுக்குத்தான் போகிறேன்" என்றான் வந்தியத்தேவன்.

"கப்பலுக்குப்போய் பிறகு எங்கே போவாய்?"

"அது கப்பலில் ஏறிய பிறகுதான் தெரியவேண்டும்!" என்று பாடத்தைத் திருப்பிப் படித்தான் வந்தியத்தேவன்.

படகு கப்பல் அருகில் சென்றது. மேலேயிருந்து ஓர் ஏணி கீழே இறங்கியது. அதில் ஒவ்வொருவராக ஏறிச் சென்றார்கள். ஏணி மேலே போவதற்குள் வந்தியத்தேவன் அதில் தொத்திக் கொண்டான். கப்பலின் மேல் தளத்தில் ஏதோ பேச்சு நடந்தது. அவனுக்குப் புரியாத பாஷையாகத் தொனித்தது. வந்தியத்தேவன் இன்னும் துரிதமாக ஏணியின் மீது ஏறிக் கப்பலின் தளத்தில் குதித்தான். குதித்த உடனே, "எங்கே இளவரசர்?" என்று இரைந்துகொண்டு சுற்றுமுற்றும் பார்த்தான். சுற்றிலும் அவன் பார்த்த காட்சி அவனுடைய இரும்பு நெஞ்சத்தையும் சிறிது கலக்கிவிட்டது. அவனைச் சுற்றிலும் பயங்கர

ரூபமுள்ள அரபு நாட்டு மனிதர்கள் நின்றார்கள். ஒவ்வொருவனும் ஒரு ராட்சதனைப் போல் தோன்றினான். எல்லாரும் அவனை வெறித்துப் பார்த்துக்கொண்டு நின்றார்கள். அவனுடைய கேள்விக்கு யாரும் பதில் சொல்லவில்லை.

"ஏதோ பெரிய தவறு செய்துவிட்டோம்" என்ற உணர்ச்சி வந்தியத்தேவன் உள்ளத்தில் உதித்தது. இது சோழ நாட்டுக் கப்பல் அல்ல; இருக்க முடியாது. இதில் உள்ளவர்கள் தமிழ் மாலுமிகள் அல்ல. பெரிய பெரிய குதிரைகளை விற்பதற்காகக் கொண்டு வரும் அரபு நாட்டு மனிதர்கள்.

இந்தக் கப்பலில் இளவரசர் இருப்பது இயலாத காரியம். அவசரப்பட்டு வந்து ஏறிவிட்டோம். தப்பிச் செல்வது எப்படி? கடல் ஓரத்தில் நின்று குனிந்து பார்த்தான். படகு போய்க்கொண்டிருந்தது. "படகுக்காரா! நிறுத்து!" என்று கூவிக் கொண்டு கடலில் குதிக்கப் போனான். அச்சமயம் ஒரு வஜ்ரத்தை நிகர்த்த கை பின்னாலிருந்து அவனுடைய குரல் வளையைப் பிடித்து ஓர் இழுப்பு; ஒரு தள்ளு. வந்தியத்தேவன் கப்பல் தளத்தில் மத்தியில் வந்து விழுந்தான். அவனுக்கு உக்கிர ஆவேசம் வந்துவிட்டது. குதித்து எழுந்து அவனைத் தள்ளியவனது முகவாய்க் கட்டையில் ஓங்கி ஒரு குத்துவிட்டான். அந்த ஆறு அடி உயரமுள்ள அராபியன் தனக்குப் பின்னால் நின்றவனையும் தள்ளிக்கொண்டு படார் என்று விழுந்தான்.

வந்தியத்தேவனுக்குப் பின்னால் பயங்கரமான உறுமல் சத்தம் கேட்டது. நல்ல சமயத்தில் திரும்பிப் பார்த்தான். இல்லாவிட்டால் அவன் முதுகில் கத்தி பாய்ந்திருக்கும். திரும்பிய வேகத்தோடு கத்தியைத் தட்டி விட்டான். அது 'டணார்' என்ற சத்தத்துடன் கப்பலில் விழுந்து, அங்கிருந்து தெறித்துப் பாய்ந்து, கடலில் விழுந்து மறைந்தது.

மறுகணம் வந்தியத்தேவன் நாலாபுறத்திலிருந்தும் பலர் வந்து பிடித்தார்கள். பிடித்தவர்கள் புரியாத பாஷையில் ஏதேதோ பேசிக் கொண்டார்கள். அவர்களுடைய தலைவன் அதிகாரக் குரலில் கட்டளையிட்டான். உடனே மணிக்கயிறு கொண்டு வந்து வந்தியத்தேவனுடைய கால்களையும் கைகளையும் கட்டினார்கள். கைகளை உடம்போடு சேர்த்துப் பிணைத்தார்கள் பின்னர் நாலு பேராக அவனைத் தூக்கிக் கொண்டு கீழ்த் தளத்துக்குப் போனார்கள். போகும் போதெல்லாம் உதைத்துத் திமிறி விடுவித்துக் கொள்ள வந்தியத்தேவன் முயன்றான். அந்த முயற்சி பலிக்கவில்லை. கப்பலின் அடித்தளத்தில் கொண்டு போய் அங்கே அடுக்கியிருந்த மரக்கட்டைகளின் மீது அவனைப் படார் என்று போட்டார்கள். அந்தக் கட்டைகளில் ஒன்றோடு சேர்த்துக் கட்டிவிட்டு மேலே சென்றார்கள்.

கப்பல் அப்படியும் இப்படியும் அசைந்து ஆடிற்று. கப்பல் தன் பிரயாணத்தைத் தொடங்கி விட்டது என்று வந்தியத்தேவன் அறிந்தான். கப்பல் ஆடியபோது மரக் கட்டைகள் அவன்மீது உருண்டு விழுந்தன. அவற்றை விலக்கிக் கொள்ள முடியாமல் அவனுடைய கைகள் கட்டப்பட்டிருந்தன.

"இந்த முறை மட்டும் தப்பிப் பிழைத்தால் இனி அவசரப்பட்டு எந்தக் காரியமும் செய்வதில்லை. ஆழ்வார்க்கடியானைப் போல் ஆழ்ந்து யோசித்த பிறகே செய்ய வேண்டும்" என்று வந்தியத்தேவன் மனத்தில் எண்ணிக் கொண்டான்.

அச்சமயம் பேய் சிரிப்பது போன்ற சிரிப்புச் சத்தம் அருகில் கேட்டது. வந்தியத்தேவன் மிகச் சிரமத்துடன் சற்று முகத்தைத் திருப்பிப் பார்த்தான். அங்கே மந்திரவாதி ரவிதாஸன் நின்று கொண்டிருப்பதைக் கண்டான். இதுவரை மந்திரவாதியின் முகத்தில் பாதியை மறைத்துக் கொண்டிருந்த துணி இப்போது நீக்கப்பட்டிருந்தது.

"அப்பனே! அந்தச் சோழர் குலத்துப் புலியைத் தேடிக் கொண்டு வந்தேன்; புலி அகப்படவில்லை. ஆனால் வாணர் குலத்து நரியாகிய நீ அகப்பட்டுக்கொண்டாய்! அந்த வரைக்கும் அதிர்ஷ்டந்தான்!" என்றான்.

மேற்கூறிய நிகழ்ச்சிகளில் வந்தியத்தேவன் படகில் ஏறிச் சென்ற வரையில்தான் இருந்தவர்கள் பார்த்தார்கள். மரக்கலத்திற்குள்ளே நடந்தது இன்னவென்பது படகோட்டிச் சென்றவனுக்கே தெரியாது. அவன் உடனே திரும்பிக் கரைக்கு வந்து சேர்ந்தான்.

சேனாதிபதி முதலியவர்கள் படகில் ஏறிக் கொண்டார்கள். இனி அந்த மரக்கலத்தைத் தொடர்ந்து போய்ப் பிடிக்க முடியாது என்ற தீர்மானத்துக்கு அவர்கள் வந்திருந்தார்கள். ஆகையால் தொண்டைமானாற்றின் சங்கமத்துக்குப் போய்ப் பார்க்க அவர்கள் எண்ணினார்கள். இன்னொரு கப்பல் அங்கே இருக்கலாம். அதில் ஒரு வேளை இன்னும் இளவரசர் இருக்கலாம். எப்படியும் ஏதாவது செய்தியாவது கிடைக்கும் அல்லவா?

படகுக்காரனைக் கேட்டுப் பார்த்தார்கள். அவனிடமிருந்து ஒரு விவரமும் தெரியவில்லை. "படகில் படுத்துத் தூங்கிக் கொண்டிருந்தேன். அதிகாலையில் யாரோ வந்து தட்டி எழுப்பினார்கள். கப்பலில் கொண்டு விட்டால் நிறையப் பணம் தருவதாகச் சொன்னார்கள் நீங்கள் விழித்தெழுவதற்குள் திரும்பி வந்து விடலாம் என்று போனேன், வேறொன்றும் தெரியாது" என்றான்.

மேலே கண்ட வரலாறுகளில் ஆழ்வார்க்கடியான் தான் அறிந்த வரையில் ஒன்று விடாமல் இளவரசரிடம் கூறினான்.

பின்னர், "இளவரசே! வந்தியத்தேவன் கடலில் குதித்துப் பாய்ந்து சென்றபோது அவனைத் தொடர்ந்து நானும் போகலாமா என்று முதலில் நினைத்தேன். ஆனால் எனக்குக் கடல் என்றால் எப்போதுமே சிறிது தயக்கம் உண்டு; நன்றாக எனக்கு நீந்தத் தெரியாது. அத்துடன், அதோ போகிறதே அந்தக் கப்பலைப் பற்றியும் எனக்குச் சிறிது சந்தேகம் ஏற்பட்டது. அதில் தாங்கள் ஏறிப்போவது சாத்தியமில்லை என்று தோன்றியது. இன்னும், அந்தக் கப்பல் சோழநாட்டுக் கப்பலாயிருக்க முடியுமா என்ற ஐயமும் உண்டாயிற்று. இதைப்பற்றிச் சேனாதிபதியிடமும் கூறினேன். இருவரும் இங்கே வந்து பார்த்து முடிவு செய்வது என்று தீர்மானித்துக் கொண்டு வந்தோம். தங்களைப் பார்த்த பிறகுதான் எங்கள் மனம் நிம்மதி அடைந்தது"! என்றான்.

ஆழ்வார்க்கடியான் கூறியதையெல்லாம் கவனமாகக் கேட்டுக்கொண்டு வந்து அருள்மொழிவர்மர், "ஆனால் என் மனத்தில் நிம்மதி இல்லை, திருமலை! வந்தியத்தேவன் அந்தக் கப்பலில் போகிறான். அவனைப் பழுவேட்டரையர்கள் பிடித்துப் பாதாளச் சிறையில் தள்ளி விடுவார்கள்!" என்றார்.

அப்போது சேனாதிபதி, "இளவரசே! அந்தக் கொடியவர்களின் அதிகாரத்தை எதற்காகப் பொறுத்திருக்க வேண்டும்? தாங்கள் மட்டும் சம்மதம் கொடுங்கள். அடுத்த பௌர்ணமிக்குள் பழுவேட்டரையர்களின் அதிகாரத்தைத் தீர்த்துக் கட்டி அந்தப் பாதாளச் சிறையில் அவர்களையே அடைத்துவிட்டு மறுகாரியம் பார்க்கிறேன்" என்றார்.

"ஐயா! என் தந்தையின் விருப்பத்துக்கு விரோதமாக நான் அணுவளவும் நடந்து கொள்வேன் என்று தாங்கள் கனவிலும் எதிர்பார்க்க வேண்டாம்!" என்றார் இளவரசர்.

இந்தச் சமயத்தில் குதிரை ஒன்று வேகமாக வரும் சத்தம் கேட்டு எல்லாரும் திரும்பிப் பார்த்தார்கள். சற்றுத் தூரத்திலேயே அந்தக் குதிரை நின்றது. முகக்கயிறு, உட்கார ஆசனம் ஒன்றுமில்லாமல் அந்தக் குதிரை மேல் ஏறி வந்தவள் ஒரு ஸ்திரீ என்று அறிந்ததும் அனைவரும் வியப்படைந்தார்கள்.

❖

48. 'கலபதி'யின் மரணம்

குதிரை மீது வந்த பெண்மணி யார் என்பது இளவரசருக்கு உடனே தெரிந்து போயிற்று. குதிரை நின்ற இடத்தை நோக்கி அவர் விரைந்து சென்றார். அவருடன் பூங்குழலியும் போனாள். மற்றவர்களும் சற்று தூரத்தில் தயங்கித் தயங்கிப் போனார்கள்.

ஊமை ராணி அதற்குள் குதிரையிலிருந்து இறங்கிவிட்டாள். பின்னால் கூட்டமாக வந்தவர்களைச் சற்றுக் கவலையுடன் பார்த்து விட்டுப் பூங்குழலியிடம் சமிக்ஞை பாஷையில் ஏதோ சொன்னாள்.

"பெரியம்மா காட்டில் ஏதோ அதிசயத்தைப் பார்த்திருக்கிறாள். அந்த இடத்துக்கு நம்மை வரும்படி அழைக்கிறாள்!" என்றாள்.

இளவரசர் அக்கணமே போவதென்று தீர்மானித்துவிட்டார். மற்றவர்களும் தம்முடன் வரலாமா என்று கேட்கச் சொன்னார். ஊமை ராணி சிறிது யோசித்து விட்டு, சம்மதத்துக்கு அறிகுறியாகத் தலையை அசைத்தாள்.

போகும்போது எல்லோரும் அவள் ஏறி வந்த குதிரையைப் பற்றியே பேசிக்கொண்டு போனார்கள். அது அரபு நாட்டிலிருந்து வந்த அற்புதமான உயர் ஜாதிக் குதிரை இந்த மூதாட்டிக்கு எப்படிக் கிடைத்தது? சமீப காலத்தில் இந்தப் பிரதேசத்தில் சைன்யம் எதுவும் வந்து இறங்கவில்லை; போர் ஒன்றும் நடக்கவில்லை. அப்படியிருக்கும்போது இக்குதிரை இந்தப் பெண்மணிக்கு எப்படிக் கிடைத்திருக்க முடியும்?

தொண்டைமானாற்றின் முகத்துவாரத்தின் அருகில் சோழ நாட்டுக் கப்பல் ஒன்று கரைதட்டிப் புதைந்திருந்ததைப் பார்த்தோம். அங்கிருந்து சிறிது தூரம் வரையில் இலங்கைத் தீவின் கரை தென்கிழக்குத் திசையாக வளைந்து நெளிந்து சென்றது. அடிக்கடி கடல் நீர் பூமிக்குள் சிறிய நீர் நிலைகளையும் பெரிய நீர்நிலைகளையும் உண்டாக்கியிருந்தது. இத்தகைய வளைகுடா ஒன்றுக்குள்ளிருந்துதான் வந்தியத்தேவன் முதலியவர்கள் அன்று காலையில் பார்த்த கப்பல் வெளியே வந்து கடலில் சென்றது.

இப்போது ஊமை ராணி தென்கிழக்குத் திசையிலே அவர்களை அழைத்துக் கொண்டு சென்றாள். அடர்ந்த காட்டுக்குள்ளே புகுந்து சென்றாள். போகப் போக இளவரசரின் ஆர்வம் அதிகமாயிற்று ஏதோ ஒரு முக்கியமான சம்பவம் நடந்திருக்க வேண்டும்; இல்லாவிட்டால் இவ்வளவு தூரம் நம்மை இம்மூதாட்டி அழைத்துப் போகமாட்டாள் என்று எண்ணினார். திடீரென்று அச்சம்பவம் அவர்களுடைய கண் முன்னால் வந்து நின்றது!

காட்டில் சிறிது இடைவெளி ஏற்பட்டது. நீர் நிலை ஒன்று தெரிந்தது. அதன் கரையில் மனிதர்கள் சிலர் இறந்து கிடந்தார்கள். பிணங்களின் நாற்றத்தோடு காய்ந்துபோன மனித இரத்தத்தின் நாற்றமும் கலந்து வந்தது. எத்தனையோ போர்க்களங்களின் அனுபவம் பெற்ற அந்த மனிதர்களுக்கு உயிரில்லா மனித உடல்களும் காய்ந்த இரத்தமும் புதிய அநுபவங்கள் அல்ல. எனினும், ஏதோ அதிசயமான, மர்ம பயங்கரமான காரியம் இங்கே நடந்திருக்கிறது என்ற எண்ணம் எல்லாருடைய மனத்திலும் ஆர்வத்தோடு அருவருப்பையும் உண்டாக்கியது.

அருகிலே சென்று பார்த்தால் உயிரற்றுக் கிடந்த உடல்கள் எல்லாம் தமிழ்நாட்டு மாலுமிகள் உடல்கள் என்று தெரிய வந்தது.

"சீக்கிரம்! சீக்கிரம்; யாருக்காவது இன்னும் உயிர் இருக்கிறதா என்று பாருங்கள்!" என்று இளவரசர் கூவினார்.

அவருடன் வந்தவர்கள் ஒவ்வொரு உடலுக்கு அருகிலும் சென்று பரிசோதிக்கத் தொடங்கினார்கள்.

இளவரசரை ஊமை ராணி மறுபடியும் கையினால் சமிக்ஞை செய்து அழைத்துப் போனாள். உடல்கள் கிடந்த இடத்துக்குச் சிறிது தூரத்துக்கப்பால் இருந்த மரத்தடிக்கு அழைத்துப் போனாள். அந்த மரத்தடியில் ஒரு கோர ஸ்வரூபம் சாய்ந்து படுத்திருந்தது. படுத்திருந்தவன் மனிதன்தான். ஆனால் அதை நம்புவது கஷ்டமாயிருந்தது. உடம்பெல்லாம் காயங்கள். மண்டையில் பட்டிருந்த காயங்களிலிருந்து, இரத்தம் முகத்தில் வழிந்து மிகப் பயங்கரமாகச் செய்திருந்தது. ஒவ்வொரு கணமும் மரணத்தை எதிர்பார்த்துக்கொண்டிருந்த அம்மனிதனுடைய முகத்தில் இளவரசரைக் கண்டதும் மலர்ச்சியின் சிறிய அறிகுறி தோன்றியது. அவன் வாய் திறந்து ஏதோ பேச முயன்றான். ஆனால் அவன் வாயிலும் இரத்தமாயிருந்தபடியால் அவனுடைய முகத்தின் கோரம் அதிகம் ஆயிற்று.

இளவரசர் பரபரப்புடன் அவன் அருகில் போய் உட்கார்ந்தார். "சீக்கிரம் தண்ணீர் கொண்டு வாருங்கள்" என்று கத்தினார்.

அம்மனிதன், "வேண்டாம், இளவரசே! சற்று முன்னால் தான் இந்தப் பெண்மணி தண்ணீர் கொடுத்தாள். அவள் அச்சமயம் வராதிருந்தால் இதற்குள் என் உயிர் பிரிந்திருக்கும். ஐயா! தங்களுக்குத் துரோகம் செய்ய வந்ததன் பலனை இங்கேயே அனுபவித்துவிட்டேன். மறு உலகில் இதற்காக மறுபடியும் கடவுள் என்னைத் தண்டிக்கமாட்டார்" என்றான்.

இளவரசர் அவன் குரலைக் கேட்டதும் முகத்தை உற்றுப் பார்த்தார். "ஆ! கலபதி! (அந்நாளில் சேனைத் தலைவனைத் 'தளபதி' என்று அழைத்ததுபோல் மரக்கலத் தலைவனைக் 'கலபதி' என்று அழைத்தார்கள்.) இது என்ன பேச்சு! இதெல்லாம் எப்படி நடந்தது? எனக்கு நீர் என்ன துரோகம் செய்வதற்காக வந்தீர்? அதை நான் நம்பவே முடியாது!" என்றார்.

"ஐயா! தங்கள் உத்தம குணத்தினால் அப்படிச் சொல்கிறீர்கள். பழுவேட்டரையர்களின் சொற்படி தங்களைச் சிறைப்படுத்திக் கொண்டு போக வந்தேன். இதோ கட்டளை!" என்று சொல்லி, மடியிலிருந்து ஓலை ஒன்றை எடுத்துக் கொடுத்தான், சாகுந்தறுவாயில் இருந்த கலபதி.

ஓலையைக் கண்ணோட்டமாக இளவரசர் ஒரு வினாடியில் பார்வையிட்டார்.

"இதில் உமது துரோகம் என்ன? சக்கரவர்த்தியின் கட்டளையைத்தானே நிறைவேற்ற வந்தீர்? அதையறிந்து நானே விரைந்து ஓடி வந்தேன். அதற்குள் இந்த விபரீதங்கள் எப்படி நேர்ந்தன? சீக்கிரம் சொல்லுங்கள்" என்றார்.

"சீக்கிரம் சொல்லத்தான் வேண்டும் இல்லாவிட்டால் அப்புறம் சொல்லவே முடியாது!" என்றான் கலபதி.

பிறகு அவன் அடிக்கடி தட்டுத்தடுமாறிப் பின்வரும் வரலாற்றைக் கூறினான்.

சக்கரவர்த்தியின் கட்டளையைப் பெற்றுக்கொண்டு கலபதி இரண்டு கப்பல்களுடன் நாகப்பட்டினத்திலிருந்து கிளம்பினான். அந்த வேலை அவனுக்குப் பிடிக்கவில்லைதான். ஆயினும் சக்கரவர்த்தியின் கட்டளையை மீற முடியாமல் புறப்பட்டான். புறப்படும்போது பழுவேட்டரையர்கள் அவனிடம் கண்டிப்பாகச் சில கட்டளைகளை இட்டிருந்தார்கள். அதாவது இலங்கையை அடைந்ததும் தனியான இடத்தில் கப்பல்களை நிறுத்திக்கொண்டு, இளவரசர் எங்கே இருக்கிறார் என்று முதலில் தெரிந்துகொள்ள வேண்டும். பிறகு அவரை நேரில் சந்தித்து, சக்கரவர்த்தியின் ஓலையைக் கொடுக்க வேண்டும். அதற்கு முன்னால் சேனாதிபதி கொடும்பாளூர் வேளாருக்கு இந்தச் செய்தி தெரியக் கூடாது. இளவரசரிடம் கட்டளையைக் கொடுத்த பிறகு அவராக வந்தால் சரி, இல்லாவிட்டால் பலவந்தமாகச் சிறைப்படுத்தியாவது கொண்டு வரவேண்டும்... இவ்விதம் சொல்லித் தங்கள் அந்தரங்க ஆட்கள் சிலரையும் பழுவேட்டரையர்கள் கலபதியுடன் சேர்த்து அனுப்பினார்கள்.

கலபதி மனத்தில் பெரிய பாரத்துடனேயே புறப்பட்டு வந்தான். அவன் கீழிருந்த கப்பல் மாலுமிகளில் பலருக்கு எதற்காக இலங்கை போகிறோம் என்பது தெரிந்திருக்கவில்லை.

இதனால் அவனுடைய மனவேதனை அதிகமாயிருந்தது. அவர்களிடம் எப்படிச் சொல்வது என்று தயங்கினான். கப்பல்களைத் தொண்டைமானாற்றின் முகத்துவாரத்தில் கொண்டு போய் நிறுத்திய பிறகு கலபதி இன்னும் சில மாலுமிகளோடு காங்கேசன் துறைக்குப் போனான். இளவரசர் அப்போது எங்கே இருக்கிறார் என்று விசாரித்து வருவதற்காகத்தான். தென்னிலங்கையின் உட்பகுதியில் இளவரசர் பிரயாணம் செய்து கொண்டிருப்பதாகக் காங்கேசன் துறையில் தெரிந்து கொண்டு திரும்பி வந்தான்.

கலபதி திரும்பி வருவதற்குள்ளே மாலுமிகளுக்கு விஷயம் தெரிந்துவிட்டது. பழுவேட்டரையர்களின் அந்தரங்க ஆட்கள் சிலர் இருந்தார்கள் அல்லவா? அவர்கள் மூலம் பிரஸ்தாபம் ஆகிவிட்டது. கலபதி திரும்பி வந்ததும் மாலுமிகள் கூட்டமாகச் சேர்ந்துகொண்டு கலபதியிடம் கேட்டார்கள். 'பொன்னியின் செல்வரைச் சிறைப்படுத்திக்கொண்டு போகவா நாம் வந்திருக்கிறோம்?' என்று வினவினார்கள். கலபதி உண்மையைக் கூறினான். "நாம் இராஜாங்க சேவையில் இருப்பவர்கள். சக்கரவர்த்தியின் கட்டளையை நிறைவேற்ற வேண்டியவர்கள்" என்றான்.

"எங்களால் அது முடியாது இது சக்கரவர்த்தியின் கட்டளையும் அல்ல! பழுவேட்டரையர்களின் கட்டளை" என்றார்கள்.

"பின்னே நீங்கள் என்னதான் செய்யப் போகிறீர்கள்?" என்று கலபதி கேட்டான்.

"மாதோட்டம் சென்று இளவரசருடன் சேர்ந்து கொள்ளப்போகிறோம்."

"மாதோட்டத்தில் இளவரசர் இல்லையே!"

"இல்லாவிடில் சேனாதிபதி கொடும்பாளூர் வேளாரிடம் சரண் அடைவோம்."

கலபதி அவர்களுக்கு எவ்வளவோ சொல்லிப் பார்த்தும் பயனில்லை. கலபதியுடன் நிற்பதற்குப் பழுவேட்டரையர்களின் அந்தரங்க ஆட்கள் உள்படச் சுமார் பத்துப் பேர்தான் சம்மதித்தார்கள். பத்துப்பேரை வைத்துக்கொண்டு இருநூறு பேரை என்ன செய்ய முடியும்?

"சரி; அப்படியானால் இப்போதே போய்த் தொலையுங்கள்! பின்னால் வருகிறதையும் அநுபவித்துக் கொள்ளுங்கள்! என்னால் இயன்றவரையில் என் கடமையை நான் செய்வேன்!" என்றான் கலபதி.

மாலுமிகளில் பலர் இரண்டு கப்பல்களில் ஒன்றைச் செலுத்திக்கொண்டு மாதோட்டம் போகலாம் என்று உத்தேசித்தார்கள். மற்றும் சிலர் அதை ஆட்சேபித்தார்கள். ஆகவே கப்பலிலிருந்து இறங்கித் தரைமார்க்கமாகவே புறப்பட்டார்கள். புறப்படும் அவசரத்தில் அவர்கள் ஏறியிருந்த கப்பலுக்கு நங்கூரம் பாய்ச்சவில்லை. கப்பல் நகர்ந்து நகர்ந்து சென்று கரைதட்டி உடைந்து மண்ணில் புதைந்துவிட்டது.

இதற்குப் பிறகு கலபதி மற்றொரு கப்பலுடன் அங்கேயிருக்க விரும்பவில்லை. காங்கேசன் துறையில் அவன் ஒரு செய்தி கேள்விப்பட்டிருந்தான். சில நாளைக்கு முன்பு முல்லைத் தீவுக்குப் பக்கத்தில் அரபு நாட்டுக் கப்பல் ஒன்று உடைந்து முழுகிவிட்டதென்றும், அதிலிருந்து தப்பிப் பிழைத்த மூர்க்க அராபியர்கள் சிலர் அந்தப் பக்கத்தில் திரிந்து கொண்டிருந்ததாகவும் சொன்னார்கள். எனவே, கரைதட்டிப் புதைந்த கப்பலுக்குப் பக்கத்தில் இன்னொரு கப்பலையும் நிறுத்தி வைக்க அவன் விரும்பவில்லை. நன்றாயிருந்த கப்பலை அங்கிருந்து அப்புறப்படுத்திக் கொண்டு போனான். கடல் அடுத்தபடியாகப் பூமிக்குள் சென்றிருந்த குடாவில் கொண்டு போய் நங்கூரம் பாய்ச்சி நிறுத்தினான்.

பின்னர் கலபதி தன்னுடன் இருந்த மாலுமிகளுடன் கரையில் இறங்கி மேலே செய்ய வேண்டியதைப் பற்றி அவர்களிடம் கலந்து ஆலோசித்தான். அவன் மட்டும் தனியாகச் சென்று இளவரசரிடம் கட்டளையைச் சேர்ப்பிப்பதாகவும் அதுவரையில் மற்றவர்கள் கப்பலைப் பத்திரமாகப் பாதுகாத்து வரவேண்டும் என்றும் சொன்னான். மாலுமிகள்

தங்கள் கவலைகளைக் கலபதியிடம் தெரிவித்துக் கொண்டார்கள். அவர்களுக்குக் கலபதி தைரியம் கூறிக் கொண்டிருக்கும்போதே மயிர்க்கூச்சு எடுக்கும்படியான பயங்கரக் கூச்சல்களைப் போட்டுக்கொண்டு சில மனிதர்கள் அவர்களைச் சூழ்ந்து கொண்டு தாக்கினார்கள். அவர்கள் அரபு நாட்டார் என்பது தெரிந்தது. தமிழ் மாலுமிகள் அச்சமயம் இந்தத் தாக்குதலை எதிர்பார்க்கவில்லை. சண்டைக்கு ஆயத்தமாகவும் இருக்கவில்லை. கையில் கத்திகளும் வைத்திருக்கவில்லை. எனினும் தீரத்துடன் போராடினார்கள். போராடி எல்லாரும் உயிரை விட்டார்கள்.

"இளவரசே! நான் ஒருவன் மட்டும் மரண காயங்களுடன் ஓடி ஒளிந்து உயிரைக் காப்பாற்றிக் கொண்டேன் நடந்தது என்னவென்பதை யாருக்காவது சொல்லவேண்டும் என்பதற்காகவே இதுவரையில் உயிரை வைத்துக் கொண்டிருந்தேன். இளவரசே! தங்களையே நேரில் பார்த்துச் சொல்லும்படியான பாக்கியம் எனக்குக் கிட்டிவிட்டது. தங்களுக்கு நான் துரோகம் செய்ய எண்ணியதற்குப் பலனையும் அனுபவித்து விட்டேன். பொன்னியின் செல்வரே! என்னை மன்னித்து விடுங்கள்!" என்றான் கலபதி.

"கடமையை ஆற்றிய கலபதியே! உம்மை எதற்காக நான் மன்னிக்க வேண்டும்? போர்க்களத்தில் உயிரை விடும் வீரர்கள் அடையும் வீர சொர்க்கம் ஒன்று இருந்தால் அதற்கு நீரும் அவசியம் போய்ச் சேருவீர்! சந்தேகம் இல்லை!" என்று சொல்லி இளவரசர் அக்கலபதியின் தீயெனக் கொதித்த நெற்றியைத் தடவிக் கொடுத்தார்.

கலபதியின் கண்களிலிருந்து அப்போது பெருகிய கண்ணீர் அவன் முகத்தில் வழிந்திருந்த இரத்தத்தோடு கலந்தது. மிக சிரமத்துடன் அவன் தன் கைகளைத் தூக்கி இளவரசரின் கரத்தைப் பிடித்துக் கண்களில் ஒற்றிக் கொண்டான். இளவரசரின் கரம் கலபதியின் கண்ணீரால் நனைந்தது. அவருடைய கண்களிலும் கண்ணீர் துளித்தது. சிறிது நேரத்துக்கெல்லாம் கலபதியின் உயிர் அவன் உடலை விட்டுப் பிரிந்தது.

❖

49. கப்பல் வேட்டை

*க*லபதியின் உடலையும் மாண்டு போன மற்ற மாலுமிகளின் உடல்களையும் சேர்த்து உலர்ந்த மரக்கட்டைகளை அடுக்கித் தகனம் செய்தார்கள்.

தீ மூட்டி எரியத் தொடங்கிய போது இளவரசர் முகத்தில் கண்ணீர் பெருகிக் கொண்டிருப்பதைச் சேனாதிபதி பூதி விக்கிரம கேசரி கவனித்தார்.

"ஐயா! இந்தப் பாதகர்களின் சாவுக்காகவா கண்ணீர் விடுகிறீர்கள்? தங்களைச் சிறைப்படுத்த வந்த துரோகிகளுக்குக் கடவுளே தக்க தண்டனை அளித்து விட்டார். தாங்கள் ஏன் வருந்தவேண்டும்?" என்றார்.

"சேனாதிபதி! இவர்கள் துரோகிகள் அல்ல; இவர்களுடைய மரணத்துக்காகவும் நான் வருத்தப்படவில்லை. சோழ நாட்டுக்கு இவ்வளவு பொல்லாத காலம் வந்து விட்டதே என்று வருந்துகிறேன்" என்றார்.

"பொல்லாத காலம் பழுவேட்டரையர்களுடனேயே வந்து விட்டது. இப்போது புதிதாக ஒன்றும் வரவில்லையே!"

"புதிதாகத்தான் வந்திருக்கிறது. கலபதியின் கட்டளையைக் கப்பல் மாலுமிகள் மீறுவது என்று வந்து விட்டால் அதைக் காட்டிலும் ராஜ்யத்துக்கும் கேடு வேறு என்ன இருக்க முடியும்? சேனாதிபதி! இது ஒரு சிறிய அறிகுறிதான்!

இதைப் போலவே சோழ ராஜ்யம் எங்கும் பிளவுகள் ஏற்படுமோ என்று அஞ்சுகிறேன்! அப்படி ஏற்பட்டால் விஜயாலய சோழர் அஸ்திவாரமிட்ட இந்த மகாராஜ்யம் சின்னா பின்னமாகிவிடுமே! இந்தக் கேடு என்னாலேயா நேரவேண்டும்? மகாபாரதக் கதை

கேட்டிருக்கிறேன். துரியோதனன் பிறந்தபோது நரிகளும் ஓநாய்களும் பயங்கரமாக ஊளையிட்டன என்று பாரதம் சொல்லுகிறது. நான் பிறந்தபோதும் அப்படி நரிகளும், நாய்களும் பயங்கரமாக ஊளையிட்டிருக்க வேண்டும்!" என்றார் இளவரசர்.

"ஐயா! தாங்கள் இந்த உலகில் ஜனித்தபோது என்னென்ன நல்ல சகுனங்கள் ஏற்படலாமோ அவ்வளவு ஏற்பட்டன. தங்கள் ஜாதகத்தைக் கணித்த சோதிடர்கள்..."

"போதும், சேனாதிபதி! போதும்! இந்தப் பேச்சைக் கேட்டுக் கேட்டு என் காது புளித்துவிட்டது. என் ஜாதக விசேஷம் இருக்கட்டும். நாம் பிரிய வேண்டிய காலம் வந்துவிட்டது. சேனாதிபதி! தங்களைக் கேட்டுக் கொள்கிறேன். இந்தக் கப்பல்களிலிருந்து கலபதியின் கட்டளையை மீறிச் சென்ற மாலுமிகள் தங்களிடம் வந்தால் தாங்கள் அவர்களைச் சேர்த்துக் கொள்ளக்கூடாது. உடனே சிறைப்படுத்தி அவர்களைத் தஞ்சைக்கு அனுப்ப வேண்டும்."

"இளவரசே! கலபதி கூறியதை மட்டுமே நாம் கேட்டோம். மாலுமிகளின் கட்சி என்னவென்று நாம் கேட்கவில்லை. ஒரு பக்கத்துப் பேச்சை மட்டும் கேட்டு எப்படித் தீர்மானிக்க முடியும்? அது நீதிக்கும் தர்மத்துக்கும் உகந்ததா? தாங்கள் என்னுடன் வாருங்கள். அந்த மாலுமிகள் வந்ததும் அவர்கள் சொல்வதையும் கேட்டு முடிவு செய்யுங்கள்..."

"ஐயா! அது சாத்தியமில்லை. தங்கள் உசிதம் போல் செய்யுங்கள். நான் இனி ஒருகணமும் இங்கே தாமதிக்க முடியாது. உடனே புறப்பட வேண்டும். படகுக்காரன் எங்கே?" என்று கேட்டார்.

"எங்கே புறப்பட வேண்டும், இளவரசே! படகுக்காரன் எதற்கு?"

"இதைப் பற்றித் தாங்கள் கேட்கவும் வேண்டுமா? வந்தியத்தேவனை ஏற்றிச் செல்லும் கப்பலுக்குத்தான் நானும் போக வேண்டும். அந்த வீராதி வீரன் எனக்காகவல்லவோ அராபியர் வசப்பட்ட கப்பலில் ஏறிப் பயங்கரமான அபாயத்துக்கு உள்ளாகியிருக்கிறான்? அவனை நான் கை விட்டு விடக்கூடுமா? ஏற்கெனவே நான் செய்துள்ள பாவங்கள் போதாதென்று சிநேகத் துரோகம் வேறு செய்ய வேண்டுமா...?

"ஐயா! தாங்கள் ஒரு பாவமும் நான் அறிந்து செய்ததில்லை. தாங்கள் சொன்னாலும் உலகம் ஒப்புக் கொள்ளாது. வந்தியத்தேவன் வெறும் முரடன். முன் யோசனை சிறிதும் இல்லாதவன். அவனாக வருவித்துக் கொண்ட அபாயத்துக்குத் தாங்கள் எப்படிப் பொறுப்பாக முடியும்? இதில் சிநேகத்துரோகம் என்ன? இளவரசே! எங்கிருந்தோ தறிகெட்டு வந்த ஒரு வாலிபனைத் தங்கள் சினேகிதன் என்று கொண்டாடுவதே எனக்குப் பிடிக்கவில்லை. சம நிலையில் உள்ளவர்கள் அல்லவோ சிநேகிதர்கள் ஆக முடியும்?"

"சேனாதிபதி! வீண் பேச்சில் காலங்கடத்த நான் விரும்பவில்லை. அவன் என் சிநேகிதன் இல்லாவிட்டாலும் நன்றி என்பதாக ஒன்று இருக்கிறதல்லவா? வள்ளுவர் முதல் பெரியோர்கள் அனைவரும் சொல்லியிருக்கிறார்களே? 'சோழ குலத்தார் நன்றி மறவாதவர்கள்' என்ற புகழ் என்னால் கெட்டுப் போக விடமாட்டேன். இந்த விநாடியே புறப்பட்டுச் சென்று அந்தக் கப்பலைப் தேடிப்பிடிப்பேன்..."

"எப்படிப் புறப்படுவீர்கள், எங்கே தேடுவீர்கள் இளவரசே!"

"நீங்கள் வந்த படகில் ஏறிக்கொண்டு புறப்படுவேன்..."

"முயலை வைத்துக் கொண்டு புலி வேட்டையாட முடியுமா? ஆழ்கடலில் செல்லும் மரக்கலத்தை இச்சிறிய படகில் ஏறித் துரத்திப் பிடிக்க முடியுமா? பிடித்த பிறகுதான் என்ன செய்வீர்கள்?"

"படகில் ஏறிப்போவேன், படகு உடைந்தால் மரக்கட்டையைப் பிடித்து நீந்திக்கொண்டு போவேன். வந்தியத்தேவனை ஏற்றிச் செல்லும் கப்பல் ஏழு கடல்களுக்கு

அப்பால் சென்றாலும் அதைத் துரத்திக்கொண்டு போய்ப் பிடிப்பேன். பிடித்த பிறகு என் நண்பனைக் காப்பாற்ற முடியாவிட்டால் நானும் அவனோடு உயிரையாவது விடுவேன்... படகுக்காரன் எங்கே?"

இவ்விதம் சொல்லிக்கொண்டே இளவரசர் நாலாபுறமும் திரும்பிப் பார்த்தார். படகுக்காரனுடன் ஒரு பக்கமாக நின்று பூங்குழலி பேசிக்கொண்டிருந்ததைக் கவனித்தார். அருகில் ஊமை மூதாட்டியும் நின்றாள். அவர்கள் இருந்த இடத்தை நோக்கி விரைந்து போனார்.

சமீபத்தில் சென்றதும் பூங்குழலி கண்ணில் நீர் ததும்ப அப்படகுக்காரனுடன் ஆத்திரமாக ஏதோ பேசிக் கொண்டிருந்தாள் என்று தெரிந்தது.

"ஆகா! இது என்ன? இன்னொரு உட்கலகமா?" என்றார் இளவரசர்.

படகுக்காரன் திடீர் என்று இளவரசர் காலில் விழுந்தான். "இளவரசே! தெரியாமல் பாதகம் செய்துவிட்டேன். பணத்தாசையால் செய்துவிட்டேன்; மன்னிக்க வேண்டும்!" என்று கதறினான்.

"இது என்ன?... பூங்குழலி! எல்லாருமாகச் சேர்ந்து என்னைப் பைத்தியமாக்கி விடுவார்கள் போலிருக்கிறதே? நீயாவது விஷயம் என்னவென்று சொல்லக்கூடாதா?"

"இளவரசே! இத்தனை நேரம் சொல்ல வெட்கப்பட்டுக் கொண்டு சொல்லவில்லை. இவன் என் தமையன், தங்களைக் கொல்லுவதற்காக வந்த இரண்டு பாவிகளையும் இவன்தான் கோடிக்கரையிலிருந்து படகில் ஏற்றிக் கொண்டு வந்தான். அவர்கள் சொற்படியேதான் இவன் இதுவரை இங்கே காத்துக்கொண்டிருந்தான். அவர்களை இன்று காலையில் மறுபடியும் படகில் ஏற்றி நாம் பார்த்த கப்பலில் கொண்டு போய் விட்டானாம்! தங்கள் நண்பரும் அதிலேதான் ஏறியிருக்கிறார்..." என்றாள்.

"பிரபு! என்னை வெட்டிக்கொன்று விடுங்கள்! அவர்கள் அத்தகைய துஷ்டர்கள் என்று எனக்குத் தெரியாது. தெரிந்திருந்தால் செய்திருக்க மாட்டேன். என்னைத் தங்கள் கையாலேயே கொன்று விடுங்கள்!" என்றான் படகுக்காரன்.

"அப்பனே! இச்சமயம் உன் உயிர் எனக்கு விலை மதிப்பில்லாத பொருள். வா, போகலாம்! அந்தக் கப்பலிலேயே என்னையும் கொண்டுபோய் ஏற்றிவிடு. எனக்கு நீ செய்த கெடுதலுக்கு அதுதான் பரிகாரம். புறப்படு, போகலாம்!" என்றார் இளவரசர்.

கடற்கரையோரத்தில் சென்றதும் கரையில் கிடந்த படகைப் படகோட்டி தண்ணீரில் இழுத்து விட்டான். இளவரசர் கடலைக் கூர்ந்து பார்த்துக் கொண்டிருந்தார்.

"அதோ கப்பல் இன்னும் தெரிகிறது! பிடித்து விடலாம்!" என்றார்.

சேனாதிபதியும் தூரத்தில் தெரிந்த கப்பலைக் கூர்ந்து பார்த்தார்.

"இளவரசே! பழம் நழுவிப்பாலில் விழுந்தது போலாயிற்று!" என்றார்.

"என்ன என்ன? தங்களிடமிருந்து கூட நல்ல வார்த்தை வருகிறதே!"

"நம் கண்ணுக்குத் தென்படுவது தாங்கள் நினைக்கிறபடி வந்தியத்தேவனை ஏற்றிச் செல்லும் கப்பல் அல்ல. பார்த்திபேந்திரனுடைய கப்பல். திரிகோண மலைப்பக்கமிருந்து வருகிறது. நாம் இருக்கும் திசையை நோக்கி வருகிறது. தெரியவில்லையா?"

"ஆம், ஆம்! அப்படியானால் மிகவும் நல்லதாய்ப் போயிற்று. பார்த்திபேந்திரர் வேறு ஏதோ நோக்கத்துடன் வருகிறார். ஆயினும் நல்ல சமயத்தில் வருகிறார். சிங்கத்தைக் கொண்டே சிறுத்தையை வேட்டையாடலாம்!... ஆனால் அந்தக் கப்பல் இங்கே வரும் வரையில் நான் காத்திருக்கப் போவதில்லை. படகில் சிறிது தூரம் சென்று எதிர் கொள்கிறேன்..."

"இளவரசே! தங்களுடன் படகில் வருவதற்கு..."

"ஐயா நீங்கள் ஒருவரும் என்னுடன் வரவேண்டியதில்லை. இங்கேயே நின்றால் எனக்குப் பெரிய உதவிசெய்ததாக எண்ணிக் கொள்வேன்... திருமலை! உனக்குங்கூடத்தான் சொல்கிறேன். உனக்குத்தான் கடல் என்றால் தயக்கமாயிற்றே?"

"ஆம், ஐயா! நானும் பின் தங்குவதாகவே இருந்தேன். இலங்கைத் தீவில் இருக்கும் வரையில் தங்களைப் பார்த்துக் கொள்ளும்படிதான் எனக்குக் கட்டளை. முதன் மந்திரி மதுரையில் இருக்கிறார். அவரிடம் போய் இங்கு நடந்தவற்றைச் சொல்ல வேண்டும்..."

"அப்படியே செய்! பூங்குழலி! நீயும் இங்கே நிற்க வேண்டியதுதான். உன் தமையனைப் பற்றிக் கவலைப்படாதே. நான் பார்த்துக்கொள்கிறேன். நீ வந்த படகை எங்கேயோ விட்டிருப்பதாகச் சொன்னாயல்லவா? அதில் ஏறி இனி உன் வழியில் போகலாம். நீ எனக்குச் செய்த உதவியை என்றும் மறக்கமாட்டேன்... சேச்சே! கண்ணீரைத் துடைத்துக் கொள்! பார்க்கிறவர்கள் என்ன நினைத்துக் கொள்வார்கள்?"

இவ்வாறு கூறிவிட்டு இளவரசர் ஊமை ராணியின் அருகில் சென்று அவளுடைய பாதத்தைத் தொட்டு வணங்கப் போனார். அந்த மூதாட்டி அவரை தடுத்து நிறுத்தி உச்சி முகர்ந்து ஆசீர்வதித்தாள்.

அடுத்த நிமிஷம் இளவரசர் கடலில் ஆயத்தமாக நின்ற படகில் பாய்ந்து ஏறிக் கொண்டார்.

கரையில் இருந்தவர்கள் படகைப் பார்த்துக்கொண்டே நின்றார்கள்.

இளவரசரும் போகின்ற படகிலிருந்து அவர்களைப் பார்த்துக் கொண்டிருந்தார்.

எல்லோரையும் பொதுவாகப் பார்த்தாலும் அவருடைய கண்கள் பூங்குழலியின் கண்ணீர் வழிந்த முகத்திலேயே நிலைத்து நின்றது. அதிசயம்! அதிசயம்! தூர விலகிப் போகப் போக, உருவங்கள் சிறியனவாக வேண்டுமல்லவா? கரையில் இருந்த மற்றவர்களின் உருவங்கள் சிறியனவாகித்தான் வந்தன. ஆனால் பூங்குழலியின் முகம் மட்டும் வரவரப் பெரிதாகிக் கொண்டேயிருந்தது. இளவரசரின் அருகில் நெருங்கி வந்து கொண்டேயிருந்தது.

இளவரசர் உடம்பைச் சிலிர்த்துக் கொண்டார். கண்களை வேறுபக்கம் திருப்பினார். முதல் நாள் இரவு கண்ட கனவில் ஒரு நிகழ்ச்சி அவர் மனக்கண் முன்வந்தது. இளைய பிராட்டி குந்தவை, "தம்பி! உனக்காக இங்கே வானதி காத்திருக்கிறாள் என்பதை மறந்து விடாதே!" என்று கூறிய மொழிகள் கடல் அலைகளின் இரைச்சலுக்கிடையில் தெளிவாக அவருடைய காதில் கேட்டன.

❖

50. "ஆபத்துதவிகள்"

இளவரசரைப் படகிலே பார்த்ததும் பார்த்திபேந்திரனுக்கு உண்டான ஆச்சரியம் சொல்லத் தரமன்று. கும்பிடப்போன தெய்வம் குறுக்கே வந்து தரிசனம் தந்ததுமல்லாமல் 'வேண்டிய வரங்களைக் கேள்' என்று சொன்னது போலல்லவா இருக்கிறது? எனினும், இப்படி அவர் தனியாகப் படகில் வருவதன் காரணம் என்ன? பழுவேட்டரையர்களின் கப்பல்கள் என்ன ஆயின?... தன்னுடைய கப்பல் இது என்று தெரியாமல், ஒருவேளை இதுதான் அவரைச் சிறைப்படுத்த வந்த கப்பல் என்று எண்ணிக் கொண்டு வருகிறாரோ?

அப்படியெல்லாம் தவறான எண்ணத்துடன் வரவில்லையென்று விரைவிலேயே தெரிந்து போயிற்று. படகிலிருந்து கப்பலில் இளவரசர் ஏறியதும் பார்த்திபேந்திரன் கேட்கும் வரையில் காத்திராமல் நடந்த சம்பவங்களைச் சுருக்கமாகக் கூறிவிட்டார்.

"அராபியர் வசப்பட்ட கப்பலில் வந்தியத்தேவன் இருக்கிறான். அவனை எப்படியாவது தப்புவித்தாக வேண்டும்" என்றார்.

இளவரசர் கூறிய செய்திகள் பார்த்திபேந்திரனுக்கு மிகக் குதூகலத்தை உண்டாக்கின. "எல்லாம் நன்றாகத் தான் முடிந்திருக்கின்றன. அந்த முரட்டுப் பிள்ளை இவ்வளவு பதற்றமாகக் காரியம் செய்யாதிருந்தால் இன்னும் நன்றாயிருக்கும். ஆயினும் அவனை அயல்நாட்டாரிடம் காட்டிக் கொடுத்துவிடக்கூடாது. அந்தக் கப்பல் வெகுதூரம் போயிருக்க முடியாது; எப்படியும் துரத்திப் பிடித்து விடலாம்" என்றான். பிறகு கலபதியைக் கூப்பிட்டு விவரத்தைக் கூறினான்.

"அதைப் பற்றி என்ன கவலை? காற்று இப்படியே அநுகூலமாக அடித்துக் கொண்டிருந்தால் சாயங்காலத்துக்குள் பிடித்துவிடலாம்! நம்மை மீறி அந்தக் கப்பல் எங்கே போய்விடப் போகிறது! கோடிக்கரை சென்று, பிறகு கடற்கரையோரமாகத் தானே போகவேண்டும்?" என்றான் கலபதி.

ஆனால் வாயுபகவானுடைய திருவுள்ளம் வேறுவிதமா யிருந்தது. வரவரக் காற்றின் வேகம் குறைந்து வந்தது. உச்சி வேளை ஆனதும் காற்று அடியோடு நின்றுவிட்டது. கடல், அலை என்பதே இன்றி அமைதியடைந்திருந்தது. சொல்ல முடியாத புழுக்கம் சூழ்ந்தது. சூரியபகவான் வானத்தில் ஜோதிப் பிழம்பாக விளங்கிக் கடல் மீது தீயைப் பொழிந்தார்! கடல் நீர் தொட்டுப் பார்த்தால் சுட்டிராதுதான். ஆயினும் கடலைப் பார்க்கும்போது தண்ணீர்க் கடலாகத் தோன்றவில்லை; நன்றாகக் காய்ச்சிக் கொதித்துப் புகை எழும்பும் எண்ணெய்க் கடல் போலத் தோன்றியது. சூரிய கிரணங்கள் நேரே பிரதிபலித்த இடங்களில் உருக்கிய அக்கினிக் கடலாகவும் காணப்பட்டது.

கப்பல் அசையவில்லை; பாய்மரங்களிலிருந்து எல்லாப் பாய்களும் நன்றாக விரிக்கப்பட்டிருந்தன. பயன் என்ன? அலை ஓசை நின்றது போல் பாய்மரங்கள் சடபடவென்று அடித்துக் கொள்ளும் ஓசையும் நின்றுவிட்டது. பாய்மரங்களும் தூண்களும் குறுக்கு விட்டங்களும் அசையும்போது ஏற்படும் கறமுற சப்தமும் இல்லை. கப்பல் கடலைக் கிழித்துச் செல்லும் ஓசையும் இல்லை. உண்மையில் அந்த நிசப்தம் சகிக்க முடியாத வேதனையை அளித்தது.

அத்துடன் இளவரசரின் உள்ளத்தில் வந்தியத்தேவனைப் பற்றிய வேதனையும் மிகுந்தது.

"இப்படிக் காற்று நின்று கப்பலும் அடியோடு நின்று விட்டதே! இப்படியே எத்தனை நேரம் இருக்கும்! காற்று எப்போது மறுபடி வரும்? அந்தக் கப்பல் தப்பித்துக்கொண்டு போய் விடாதா?" என்று கவலையுடன் கேட்டார்.

பார்த்திபேந்திரன் நாவாயின் நாயகனை நோக்கினான்.

அப்போது கலபதி, "அதிக நேரம் இப்படியே காற்று அடியோடு ஓய்ந்து இருக்க முடியாது. சுழிக்காற்று எங்கேயோ உருவாகிக்கொண்டிருக்கிறது. சீக்கிரத்தில் அதுவந்து நம்மைத் தாக்கினாலும் தாக்கும்; அல்லது நம்மை ஒதுக்கி விட்டுவிட்டு அப்பால் போனாலும் போய்விடும். நம்மைச் சுழிக்காற்றுத் தாக்கினாலும், தாக்காவிட்டாலும் கடல் சீக்கிரத்தில் கொந்தளிக்கப் போவது நிச்சயம். இப்போது இவ்வளவு அமைதி குடி கொண்டிருக்கிறதல்லவா? இன்று இரவுக்குள் மலை போன்ற அலைகள் எழுந்து மோதுவதைப் பார்ப்போம், மலைகளையும் பார்ப்போம்; அதல பாதாளத்தையும் பார்ப்போம்!" என்றான்.

"சுழிக்காற்று கப்பலைத் தாக்கினால் அபாயந்தான் அல்லவா?"

"சாதாரண அபாயமா? கடவுள் காப்பாற்றினால்தான் உண்டு!"

"அப்படியானால் அந்தக் கப்பலை நாம் பிடிப்பது துர்லபம்."

"இளவரசே! கடலும் காற்றும் பட்சபாதம் காட்டுவதில்லை. நமக்கு ஏற்பட்டிருக்கும் நிலைமைதான் அந்தக் கப்பலுக்கு ஏற்பட்டிருக்கும். தற்சமயம் அதுவும் அசையாமல்தான் நிற்கும்..."

"ஒருவேளை கரையோரம் சென்றிருந்தால்..." என்று இளவரசர் கேட்டார்.

"கரையோரம் போயிருந்தால் அதில் உள்ளவர்கள் இறங்கிக் கரைசேர்ந்து தப்பிக்கலாம்! ஆனால் கப்பல் போனதுதான்!" என்று சொன்னான் கலபதி.

"எவ்வளவு பெரிய அபாயமாயிருந்தாலும் நமக்கு வேண்டியவர்கள் நம் பக்கத்திலிருந்தால் கவலையில்லை!" என்றார் இளவரசர். அவருடைய மனக்கண் முன்னால் வந்தியத்தேவனுடைய குதூகலம் ததும்பும் முகமும், பூங்குழலியின் மிரண்ட பார்வையுடைய முகமும் அடிக்கடி வந்துகொண்டிருந்தன. அவர்கள் இச்சமயம் எங்கே இருப்பார்கள்? என்ன செய்து கொண்டிருப்பார்கள்? என்ன எண்ணிக்கொண்டிருப்பார்கள்?

உண்மையிலேயே அபாயம் சூழ்ந்த நிலையில் நாம் விட்டுவிட்டு வந்த வந்தியத்தேவனிடம் இப்போது நாம் செல்வோம். இளவரசரைச் சிறைப்பிடித்துக்கொண்டு போவதற்காக வந்த பெரிய மரக்கலத்தின் அடித்தட்டில், தட்டு முட்டுச் சாமான்களும், மரக்கட்டைகளும், மூட்டை முடிச்சுகளும், போட்டிருந்த இருண்ட அறையில், அவன் ஒரு கட்டையுடன் சேர்த்துக் கட்டப்பட்டுக் கிடந்தான். வெகு நேரம் வரையில் அவன் பிரமை பிடித்தவன் போலிருந்தான். அவசர புத்தியினால் இத்தகைய இக்கட்டில் அகப்பட்டுக் கொண்டோமே என்ற எண்ணம் அவனை வதைத்தது. இது என்ன கப்பல், யாருடைய கப்பல், இதில் சில முரட்டு அராபியர்களும் மந்திரவாதி ரவிதாஸனும் சேர்ந்திருப்பது எப்படி, இந்தக் கப்பல் எங்கே போகிறது, தன்னை என்னதான் செய்வார்கள் என்று யோசித்துப் பார்த்ததும் அவனுக்கு ஒன்றும் புரியவில்லை. அவன் தன் வருங்காலத்தைப் பற்றிக் கண்டு வந்த கனவெல்லாம் உண்மையில் கனவுதான் போலும்! இதைவிடப் பெரிய கஷ்டங்களிலிருந்தெல்லாம் தான் தப்பித்திருக்கும்போது, இதிலிருந்து தப்பிக்கவும் ஒருவழி கிடைக்காமலா போகும் என்ற சபலமும் சில சமயம் ஏற்பட்டது. பார்க்கலாம்; உடம்பில் உயிர் இருக்கும் வரையில், அறிவும் ஆலோசனைத் திறனும் இருக்கும் வரையில், அடியோடு நம்பிக்கை இழக்க வேண்டியதில்லை.

இந்த ஆசை தோன்றிய பிறகு சுற்றுமுற்றும் பார்த்தான். இருட்டில் முதலில் கண் தெரியவில்லை. வரவரத் தெரியலாயிற்று. அவனுக்குச் சமீபத்திலேயே பலவகை ஆயுதங்கள் குவிந்து கிடப்பதைக் கண்டான். அவனுடைய உடம்பு இறுக்கிக் கட்டப்பட்டிருந்ததே தவிர, கைகள் இறுக்கிக் கட்டப்படவில்லை. கைக்கட்டைத் தளர்த்திக்கொண்டு ஒரு கையை நீட்டி அங்கே கிடந்த கத்திகளில் ஒன்றை எடுக்கலாம்; உடம்பையும் கால்களையும் பிணைந்திருந்த கயிறுகளையும் அறுத்துவிடலாம். ஆனால் பிறகு என்ன செய்வது? இந்த அறைக் கதவோ சாத்தப்பட்டிருக்கிறது. இதிலிருந்து வெளியில் போவது எப்படி? போன பிறகு அவ்வளவு அராபியர்களுடன் மந்திரவாதியுடனும், அவன் தோழனுடனும் சேர்ந்தாற்போல் சண்டை போடமுடியுமா? அப்படிச் சண்டை போட்டு எல்லாரையும் கொன்றுவிட்டாலும் அப்புறம் என்ன பண்ணுவது? கப்பலைத் தன்னந்தனியாகத் தன்னால் செலுத்த முடியுமா? கப்பலைப் பற்றிய சமாசாரம் ஒன்றுமே தனக்குத் தெரியாதே!

ஆம்; மறுபடியும் அவசரப் படக்கூடாது; பொறுத்திருந்து பார்க்கவேண்டும். தன்னை உடனே கொல்ல முயலாமல் அவர்கள் கட்டிப் போட்டிருப்பதே கொஞ்சம் நம்பிக்கை இடமளிக்கிறதல்லவா? என்னதான் செய்யப் போகிறார்கள், பார்க்கலாமே?

ஆனால் நேரமாக ஆக வந்தியத்தேவனுடைய பொறுமை பெரிதும் சோதனைக்கிடமாயிற்று. அடுப்புக்குள்போட்டு அவனை வேகவைப்பது போல் அந்த அறை அவ்வளவு புழுக்கமாயிருந்தது. உடம்பில் வியர்வை வியர்த்துக் கொட்டியது. கடற்பிரயாணம் இவ்வளவு வெதுப்புவதாயிருக்கும் என்று அவன் கனவிலும் எண்ணியதில்லை. பூங்குழலியுடன் அன்றிரவு படகில் சென்றதை நினைத்துக் கொண்டான். அப்போது எப்படிக் குளிர் காற்று வீசிற்று? உடம்புக்கு எவ்வளவு இதமாயிருந்தது. அதற்கும் இதற்கும் எத்தனை வித்தியாசம்? சுண்ணாம்புக் காளவாயில் போடுவது என்பார்களே, அதுபோல அல்லவா இருக்கிறது?

திடீரென்று ஏதோ ஒரு மாறுதலை அவன் உணர்ந்தான். ஆம், கப்பலில் ஆட்டம் நின்றுவிட்டது. கப்பல் நகராமல் நின்ற நிலையில் நிற்பதாகத் தோன்றியது. புழுக்கம் இன்னும் அதிகமாயிற்று. தாகம் மிகுந்து நாவும் தொண்டையும் வறண்டன. ஏது? இனி வெகு நேரம் பொறுக்க முடியாது. கத்தியை எட்டி எடுத்து, கட்டுகளை அறுத்துகொண்டு, புறப்பட்டுப் போய்ப் பார்க்க வேண்டியதுதான். கப்பலில் எங்கேயாவது குடிதண்ணீர் வைத்திராமலா இருப்பார்கள்?

வந்தியத்தேவன் சுற்று முற்றும் பார்த்தான். ஒரு மூலையில் சில தேங்காய்கள் கிடந்தன. ஆகா! வெண்ணெய் இருக்க நெய்க்கு அழுவானேன்? அந்தத் தேங்காய்களைக் கொண்டு பசி, தாகம் இரண்டையும் தீர்த்துக் கொள்ளலாமே? கையின் கட்டுகளை வந்தியத்தேவன் நன்றாய்த் தளர்த்தி விட்டுக்கொண்டான். கத்தியை எட்டி எடுக்கக் கையை நீட்டியும் விட்டான். அச்சமயம் காலடிச் சத்தம் கேட்டது. கதவு திறக்கும் சத்தமும் கேட்டது. நீட்டிய கையை மடக்கிக் கொண்டான்.

முன்னொரு தடவை வந்துவிட்டுப் போன மந்திரவாதி ரவிதாஸனும் அவனுடைய தோழனும் உள்ளே வந்தார்கள். இருவரும் வந்தியத்தேவனுக்கு இரு புறத்திலும் நின்று கொண்டார்கள்.

"கப்பல் பிரயாணம் எப்படி, அப்பா! சுகமாயிருக்கிறதா?" என்று ரவிதாஸன் கேட்டான்.

வந்தியத்தேவன், "தாகம் கொல்லுகிறது; கொஞ்சம் தண்ணீர்!" என்று பேச முடியாமல் பேசினான்.

"ஆ! எங்களுக்கும் தாகந்தான். அந்தப் பாவிகள் கப்பலில் தண்ணீர் வைக்கவில்லையே?" என்றான் ரவிதாஸன்.

"காளிக்கு எல்லாரையும்விட அதிக தாகமாயிருக்கிறது. இரத்த தாகம்!" என்றான் இன்னொருவன்.

வந்தியத்தேவன், திரும்பி அவனை உற்றுப் பார்த்தான். "என்னை ஞாபகமில்லையா, தம்பி! மறந்துவிட்டாயா? கடம்பூர் அரண்மனையில் குரவைக் கூத்துக்குப் பிறகு தேவராளன் வந்து வெறியாட்டம் ஆடினானே? 'காளித்தாய் பலி கேட்கிறாள்; ஆயிரம் வருஷத்து அரச குல இரத்தம் கேட்கிறாள்' என்று ஆவேசம் வந்து சொன்னானே?..."

"ஆ! இப்போது ஞாபகம் வருகிறது! நீதான் அந்தத் தேவராளன்!" என்று வந்தியத்தேவன் முணுமுணுத்தான்.

"ஆமாம்; நான்தான்! ஆயிரம் வருஷத்து அரசகுமாரனைக் காளிக்குப் பலி கொடுக்கலாம் என்றுதான் இலங்கைக்கு வந்தோம் அது சாத்தியப்படவில்லை. அந்த வீரவைஷ்ணவனை வைகுண்டத்துக்கு அனுப்பப் பார்த்தோம் அதுவும் முடியவில்லை. நீயாவது வலுவில் வந்து சேர்ந்தாயே? மிக்க சந்தோஷம். இப்போதைக்குக் குறுநில மன்னர் குலத்து இரத்தத்தோடு காளி திருப்தியடைய வேண்டியதுதான்!" என்றான் தேவராளன்.

"அப்படியானால் ஏன் தாமதிக்கிறீர்கள்?" என்று வந்தியத்தேவன் கேட்டான்.

"வீர வாலிபனாகிய உன்னைக் கண்ட இடத்தில் பலி கொடுத்து விடலாமா! கரை சேர்ந்த பிறகு எல்லாப் பூசாரிகளையும் அழைத்து உற்சவம் கொண்டாடியல்லவா பலி கொடுக்கவேண்டும்? முக்கியமாகப் பூசாரிணி வரவேண்டுமே?"

"பூசாரிணி யார்?"

"யார் என்று உனக்குத் தெரியாதா? பழுவூர் இளையராணி தான்."

வந்தியத்தேவன் சிறிது யோசித்துவிட்டு, "உங்களுக்கு உண்மையில் அத்தகைய எண்ணம் இருந்தால் உடனே கொஞ்சம் தண்ணீர் கொடுங்கள். இல்லாவிடில் இங்கேயே தாகத்தினால் செத்துப்போவேன்!" என்றான்.

"தண்ணீர் இல்லையே, தம்பி!"

"நீதான் மந்திரவாதியாயிற்றே?"

"நன்றாகச் சொன்னாய்? மந்திரம் போட்டிருக்கிறேன் பார்! இப்போது கப்பல் அசையாமல் நிற்கிறது தெரிகிறதல்லவா? இரவுக்குள் சுழற்காற்று அடிக்கப் போகிறது. மழையும் வரும்!"

"மழை வந்தால் எனக்கு என்ன பயன்? நீங்கள் மேல்தட்டில் இருப்பீர்கள்! நான் இங்கே..."

"நீயும் மேல் தட்டுக்கு வரலாம். நாக்கை நீட்டி நீர் அருந்தி தாகத்தைப் போக்கிக்கொள்ளலாம். நாங்கள் சொல்கிறபடி கேட்பதாயிருந்தால்..."

"என்ன சொல்லுகிறீர்கள்?"

"அந்த அராபியப் பிசாசுகளைச் சமுத்திர ராஜனுக்குப் பலி கொடுக்க வேண்டுமென்று சொல்லுகிறோம்."

"ஏன்?"

"அவர்கள் கலிங்க நாட்டுக்கு இந்தக் கப்பலைக் கொண்டு போக வேண்டும் என்கிறார்கள். நாங்கள் கோடிக்கரையிலாவது நாகப்பட்டினத்திலாவது இறங்க வேண்டும் என்கிறோம்..."

"அவர்கள் ஆறு பேர், அதோடு பெரும் முரடர்களாயிருக்கிறார்களே?"

"அவர்களில் மூன்று பேர் தூங்குகிறார்கள்; மற்ற மூன்று பேர் உறங்கி வழிகிறார்கள். நாம் மூன்று பேரும் தூங்குகிற மூன்று பேரையும் வேலை தீர்த்துவிட்டால், அப்புறம் மூன்று பேருக்கு மூன்று பேர் சமாளிக்கலாமே?" வந்தியத்தேவன் சும்மாயிருந்தான்.

"என்ன, தம்பி சொல்கிறாய்? எங்கள் யோசனைக்குச் சம்மதித்தால் உன் கட்டை அவிழ்த்து விடுகிறோம்."

இளவரசரின் முகம் வந்தியத்தேவன் மனக் கண் முன்னால் வந்து நின்றது. ஆம்; அவர் இதை ஒப்புக்கொள்ள மாட்டார். தூங்குகிறவர்களைக் கொல்லுவதற்கு ஒரு நாளும் உடன்படமாட்டார்.

"என்னால் முடியாது; தூங்குகிறவர்களைத் தாக்கிக் கொல்வது நீசத்தனம்."

"முட்டாளே! சோழ நாட்டு மாலுமிகள் தூங்கிக் கொண்டிருந்த போதுதான் இந்த அராபியர்கள் அவர்களைத் தாக்கிக் கொன்றார்கள்."

"மற்றவர்கள் இழிவான செயல் புரிந்தால் நானும் அவ்வாறு ஏன் செய்யவேண்டும்?"

"சரி; உன் இஷ்டம்!" என்றான் ரவிதாஸன். அருகில் கிடந்த ஆயுதக் கும்பலிலிருந்து ஒரு கூரிய பட்டாக் கத்தியை அவன் எடுத்துக்கொண்டான். தேவராளனோ, நுனியில் இரும்புப் பூண் கட்டியிருந்த சிறிய உலக்கை போன்ற தடியை எடுத்துக்கொண்டான்.

இருவரும் அங்கிருந்து சென்றார்கள். ஆனால் அறையின் கதவைச் சாத்தி வெளியில் தாழ் போடவில்லை. அவர்கள் போன உடனே வந்தியத்தேவன் கையை நீட்டிக் கத்தி ஒன்றை எடுத்துத் தன்னைக் கட்டியிருந்த கயிறுகளை அறுத்துக்கொண்டான். குதித்து எழுந்து சென்று, மூலையில் கிடந்த தேங்காய் ஒன்றை எடுத்து உடைத்தான். இளநீரை வாயில் விட்டுக்கொண்டான். மிச்சமிருந்த தேங்காய்களை ஒரு சாக்கைப் போட்டு மூடினான்.

பிறகு, போருக்குத் தகுதியான நல்ல வாள் ஒன்றைக் கையில் எடுத்துக்கொண்டான். எந்த நிமிஷத்திலும் வெளியில் பாய்ந்து செல்வதற்கு ஆயத்தமாயிருந்தான். கொஞ்சம் நேரத்துக்கெல்லாம் 'தட்', 'தட்' என்று இரு முறை சத்தம் கேட்டது. இரு உடல்கள் கடலில் எறியப்பட்டன என்று அறிந்து கொண்டான். உடனே பயங்கரமான பெருங்கூச்சல், கை கலப்பு, கத்திகள் மோதும் சப்தம் எல்லாம் மேல் தட்டிலிருந்து வந்தன.

வந்தியத்தேவன் கையில் பிடித்த கத்தியுடன் பாய்ந்தோடினான். ரவிதாஸனையும் தேவராளனையும் மற்ற நாலு அராபியர்களும் தாக்கி நெருக்கிக்கொண்டிருந்தார்கள். நெருக்கப்பட்டவர்களின் நிலை நெருக்கடியான கட்டத்தை அடைந்திருந்தது. வந்தியத்தேவன் பெருங்கூச்சல் போட்டுக் கொண்டு ஓடினான். அராபியர்களில் ஒருவன் திரும்பி அவனைத் தாக்க வந்தான். வந்தியத்தேவனுடைய கத்தி அராபியனுடைய கத்தியைத் தாக்கி அது கடலில் போய் விழச் செய்தது; அராபியனுடைய முகத்தில் ஒரு வெட்டுக் காயத்தையும் உண்டாக்கிற்று. இரத்தம் வழிந்த பயங்கர முகத்தையுடைய அராபியன் கை முட்டியை ஓங்கிக்கொண்டு வந்தியத்தேவனுடைய மார்பில் குத்த வந்தான். வந்தியத்தேவன் சிறிது நகர்ந்து கொண்டான். அராபியன் தடாலென்று விழுந்தான். அவன் விழுந்த வேகத்தினால் இடம் பெயர்ந்த பாய்மரக் குறுக்குக் கட்டை ஒன்று அவன் தலையில் படார் என்று விழுந்தது. இன்னொரு அராபியனோடு வந்தியத்தேவன் சிறிது நேரம் துவந்த யுத்தம் செய்து அவனைக் கடலில் தள்ளினான்.

மந்திரவாதி ரவிதாஸனும், தேவராளனும், போர்த்திறமை வாய்ந்தவர்கள் அல்ல. ஆகையால் அராபியர் இருவருடன் தனித்தனி சண்டை போடுவதே அவர்களுக்குக் கஷ்டமாயிருந்தது. நேரமாக ஆகக் களைப்படைந்து வந்தார்கள். அச்சமயம் கடலில் ஏதோ விழுந்த சப்தம் கேட்டு அராபியர் இருவரும் தங்கள் தோழர்களின் கதி என்னவோ என்று திரும்பிப் பார்த்தார்கள். அதுதான் சமயம் என்று ரவிதாஸனும் தேவராளனும் அவர்களைத் தீர்த்துக் கட்டினார்கள்.

எல்லாம் முடிந்ததும் வெற்றி பெற்ற மூவரும் இளைப்பாற உட்கார்ந்தார்கள். "அப்பனே! நல்ல சமயத்தில் வந்தாய்! எப்படி வந்தாய்?" என்று கேட்டான் ரவிதாஸன்.

"நீ ஏதோ மந்திரம் போட்டாய் போலிருக்கிறது. என்னைக் கட்டியிருந்த கட்டுகள் தாமாகவே அவிழ்ந்து கொண்டன. கையில் இந்தக் கத்தி வந்து ஏறியது!" என்றான் வந்தியத்தேவன்.

"உன் தாகம் என்ன ஆயிற்று?"

"தேங்காய் ஒன்று என் தலைக்கு மேலாக வந்தது. அதுவாக உடைத்துக்கொண்டு என் வாயில் கொஞ்சம் இளநீரை ஊற்றியது!"

"ஓகோ! நீ வெகு பொல்லாதவன்!" என்றான் தேவராளன். இருவரும் விழுந்து விழுந்து சிரித்தார்கள்.

"தம்பி! உன்னைப் பரிசோதித்தோம், வேண்டுமென்றே உன் கட்டுகளைத் தளர்த்தி விட்டிருந்தோம். ஆயுதங்களைப் பக்கத்தில் வைத்திருந்தோம், தேங்காய்களை உனக்குத் தெரியும்படி போட்டிருந்தோம்!" என்றான் ரவிதாஸன்.

இவையெல்லாம் பொய்யா, உண்மையா என்று வந்தியத்தேவனால் தெரிந்து கொள்ள முடியவில்லை. சற்று மௌனமாகயிருந்தான்.

"அப்பனே! யோசித்துச் சொல்! நீ உயிர் பிழைக்க வேண்டுமா? பிழைத்துக் கரை சேர்ந்து உன் உற்றார் உறவினர் முகத்தைப் பார்க்கவேண்டுமா? பொருளும் போகமும், பதவியும் பட்டமும் பெற்று வாழ வேண்டுமா? விருப்பமிருந்தால் சொல்; எங்களுடன் சேர்ந்துவிடு! இவ்வளவு நலங்களையும் அடையலாம்!" என்றான் ரவிதாஸன்.

"தூங்கிக்கொண்டிருந்த மனிதர்களைக் கொன்றீர்கள் அல்லவா?" என்று வந்தியத்தேவன் கேட்டான்.

"இரண்டு பேரைத்தான் கொல்ல முடிந்தது. மற்றவன் விழித்துக்கொண்டான். நீ முன்னமே எங்களுடன் சேர்ந்திருந்தால், இன்னும் சிறிது சுலபமாய்ப் போயிருக்கும்."

"தூங்கிக்கொண்டிருப்பவர்களைக் கொல்லுகிறது எந்த தர்மத்தில் சேர்ந்தது? அவ்விதம் செய்ய எப்படி உங்களுக்கு மனம் வந்தது?"

“இந்தக் கடுகுக்கு நீ பயப்பட்டால் பெரிய பெரிய பூசணிக் காய்களை எப்படி விழுங்குவாய்? எங்களுடன் நீ சேர்வதாயிருந்தால்...”

“உங்களுடன், உங்களுடன் என்கிறீர்கள்? நீங்கள் யார்?”

ரவிதாஸன் தேவராளனைப் பார்த்து, “இனி இவனிடம் இரகசியம் தேவை இல்லை. ஒன்று, இவன் நம்முடன் சேரவேண்டும். அல்லது கடலுக்குப் பலியாக வேண்டும். ஆகையால் இவனிடம் எல்லாம் சொல்லி விடலாமே!” என்றான்.

“எல்லாவற்றையும் நன்றாய்ச் சொல்லு!” என்றான் தேவராளன்.

“கேள், தம்பி! நாங்கள் வீர பாண்டிய மன்னருடைய ஆபத்துதவிகள், ‘அவரைக் காத்து நிற்பதாக ஆணையிட்டுச் சபதம் செய்தவர்கள்...”

“உங்களால் அது முடியவில்லை! ஆதித்த கரிகாலர் வெற்றி பெற்றார்...”

“எப்படி வெற்றி பெற்றார்? ஒரு பெண் பிள்ளையின் மூடத்தனத்தினால் வெற்றி பெற்றார். அவள் தன் மோகவலையின் சக்தியில் அதிக நம்பிக்கை வைத்திருந்தாள். அந்தச் சோழ குல நாகப் பாம்பைத் தன்னால் படம் எடுத்து ஆடச் செய்ய முடியும் என்று நம்பினாள். பாம்பு படம் எடுத்து ஆடத்தான் ஆடியது. ஆனால், அதன் விஷப் பல்லின் சக்தியை நடுவில் காட்டி விட்டது. எங்கள் மன்னரின் தலை புழுதியில் உருண்டது. தஞ் சாவூர் வரையில் கொண்டு போனார்கள். தலையைப் பல்லக்கில் வைத்து ஊர்வலம் விட்டார்கள். ஆகா! தஞ்சாவூர்! தஞ்சாவூர்! அந்த நகரம் அடையப் போகிற கதியைப் பார்த்துக்கொண்டிரு தம்பி!”

இவ்விதம் கூறியபோது ரவிதாஸனுடைய சிவந்த அகன்ற கண்கள் மேலும் அகன்று அனலைக் கக்கின. அவனுடைய உடல் நடுங்கியது. பல் வரிசைகள் ஒன்றோடு ஒன்று உராயும் சப்தம் நறநறவென்று பயங்கரமாய்க் கேட்டது. தேவராளனுடைய தோற்றமும் அவ்விதமே கோரமாக மாறியது.

“போனது போயிற்று அதற்காக இனிமேல் என்ன செய்யப் போகிறீர்கள்? இறந்துபோன வீர பாண்டியனை உயிர்ப்பிக்க முடியுமா?”

“வீரபாண்டியரை உயிர்ப்பிக்க முடியாது. அவ்வளவு சக்தி என்னுடைய மந்திரத்துக்கு கூடக் கிடையாது. ஆனால், அவரைக் கொன்றவனையும், அவனைச் சேர்ந்தவர்களையும் பூண்டோடு அழித்துப் பழிக்குப் பழி வாங்குவோம். சோழகுலப் பாம்பு வர்க்கத்தைக் குஞ்சு குழந்தைகள் உள்பட நாசம் செய்வோம். எங்களுடன் நீ சேர்க்கிறாயா? சொல்!”

“சோழ குலத்தை நாசம் செய்த பிறகு? அப்புறம் என்ன செய்வீர்கள்?”

“எங்கள் மகாராணி யாருக்குப் பட்டம் சூட்டச் சொல்கிறாளோ, அவனுக்குச் சூட்டுவோம்...”

“மகாராணி யார்?”

“தெரியாதா, தம்பி! பழுவூர் இளையராணியாக இப்போது நடிப்பவள்தான்!”

“அப்படியானால் மதுராந்தகருக்கு...”

“அவனும் ஒரு பாம்புக் குட்டிதானே?”

“பழுவேட்டரையர்?...”

“ஆ! அந்தக் கிழவனை எங்கள் அரசனாக்குவோம் என்றா நினைக்கிறாய்? அவனுடைய செல்வாக்கையும் பணத்தையும் உபயோகப்படுத்துவதற்காக...”

“உங்கள் மகாராணி அவன் வீட்டில் இருக்கிறாளாக்கும்!”

“நன்றாகத் தெரிந்துகொண்டாயே? நல்ல யூகசாலி நீ!”

“வீரபாண்டியனுடைய மரணத்துக்குக் காரணம் ஒரு பெண்பிள்ளை என்று சொன்னீர்களே?”

"அதுவும் பழுவூர் ராணிதான்! போரில் காயம் பட்டுக் கிடந்த வீரபாண்டியரைத்தான் காப்பாற்றுவதாக அவள் வாக்களித்தாள். அதை நிறைவேற்றவில்லை. அவளே துரோகம் செய்து விட்டாள் என்று நினைத்து அவளை உயிருடன் கொளுத்த நினைத்தோம். பழிக்குப் பழி வாங்குவதாக எங்களுடன் சேர்ந்து அவளும் சபதம் செய்தபடியால் அவளை உயிரோடு விட்டோம். இன்று வரையில் அவள் வாக்கை நிறைவேற்றி வருகிறாள். ஓ! அவளுடைய உதவி மட்டும் இல்லாவிட்டால் நாங்கள் இவ்வளவு செய்திருக்க முடியாது."

"இன்னும் நீங்கள் ஒன்றும் சாதித்து விடவில்லையே?"

"கொஞ்சம் பொறு, அப்பனே! பார்த்துக்கொண்டேயிரு!" என்றான் ரவிதாஸன்.

"நம்மிடமிருந்து இவன் எல்லாம் தெரிந்துகொண்டான். நாம் கேட்டதற்கு மறுமொழி ஒன்றும் சொல்லவில்லையே?" என்றான் தேவராளன்.

"தம்பி! என்ன சொல்கிறாய்? எங்களுடன் சேர்கிறாயா? யார் கண்டது? உனக்கே ஒருவேளை அதிர்ஷ்டம் அடிக்கலாம். நீயே ஒருவேளை தென் தமிழகத்தின் வீர சிம்மாசனத்தில் ஏறினாலும் ஏறலாம். என்ன சொல்கிறாய்?

சில காலத்துக்கு முன்னேயென்றால் வந்தியத்தேவன், "ஆஹா! உங்களுடன் சேர்கிறேன்!" என்று சொல்லியிருப்பான். ஆனால் இளவரசருடன் மூன்று நாள் பழகியது அவனுடைய மனப்போக்கில் ஒரு பெரிய மாறுதலை உண்டு பண்ணியிருந்தது. பொய் புனை சுருட்டுகள், சமயோசித தந்திரங்கள் இவற்றில் அவனுக்குப் பற்று விட்டுப்போயிருந்தது. ஆகையால் பேச்சை மாற்ற விரும்பி, "இந்தக் கப்பலை எப்படிப் பிடித்தீர்கள்? சற்று முன் யமனுலகுக்கு அனுப்பிய அரபு நாட்டாருடன் எப்படிச் சினேகமானீர்கள்!" என்று கேட்டான்.

"எல்லாம் என்னுடைய மந்திரசக்தி, அப்பனே! திரிகோணமலையில் இவர்களிடமிருந்துதான் நாங்கள் குதிரைகளை விலைக்கு வாங்கினோம். அந்தக் குதிரைகளைக் கொண்டு உங்களைத் தொடர்ந்து முன்னும் பின்னுமாக வந்து கொண்டிருந்தோம். 'யானை இறவு'த் துறையில் இளவரசர் இறங்கி ஓடியதைப் பார்த்தோம். அவருக்கு முன்னால் இங்கு வந்துவிடத் தீர்மானித்துக் குறுக்கு வழியில் வந்து சேர்ந்தோம். இங்கே வந்து பார்த்தால், எங்கள் பழைய சிநேகிதர்கள் இந்தக் கப்பலைக் கைப்பற்றியிருந்தார்கள். அவர்கள் ஏறி வந்த கப்பல் முல்லைத் தீவுக்கு அருகில் கரைதட்டி உடைந்து போய் விட்டதாம். இங்கே ஒளிந்திருந்து இந்தக் கப்பலைக் கைப்பற்றிக் கொண்டார்கள். கடலோரத்தில் வழிகாட்டுவதற்கு எங்களையும் வருகிறீர்களா என்று கேட்டார்கள். பழம் நழுவிப் பாலில் விழுந்தது போலாயிற்று."

"அது எப்படி?"

"அந்தச் சோழகுலத்து இளநாகம் சோழ சேனாதிபதியுடன் பேசிக்கொண்டிருந்ததைக் கேட்டோம். எப்படியும் சோழ நாட்டுக்கு அவன் திரும்பி வந்து சேர்வான் என்று அறிந்து கொண்டோம். அது மட்டுமல்ல, தம்பி! இலங்கையில் ஊமைப் பெண் பூதம் ஒன்று இருக்கிறது. அந்தப் பூதம் எங்கள் மந்திரத்துக்குப் பதில் மந்திரம் போட்டு அருள்மொழிவர்மனைக் காப்பாற்றிக்கொண்டிருந்தது. ஆனால் சோழ நாட்டுக்கு அது வராது.."

வந்தியத்தேவன் அன்றிரவு அனுராதபுரத்தில் நடந்ததை யெல்லாம் நினைத்துக் கொண்டான்.

ரவிதாஸன் திடீரென்று சிரித்தான்.

"இது என்ன சிரிப்பு? எதைக் கண்டு?" என்றான் வந்தியத்தேவன்.

"ஒன்றுமில்லை தம்பி! இந்த அரபு நாட்டாரின் சுபாவத்தை எண்ணினேன்; சிரிப்பு வந்தது. இவர்கள் இவ்வளவு முரட்டு மனிதர்கள் அல்லவா? மனிதர்களைக் கொல்வது

இவர்களுக்கு வாழைக்காயை அரிவது போன்றது. ஆனால் குதிரைகளிடம் இவர்களுக்கு அளவில்லாத அபிமானம். குதிரைகளின் கால் குளம்பில் இரும்புப்பூண் அடித்துத்தான் அவர்கள் நாட்டில் குதிரைகளை ஓட்டுவார்களாம். நாம் குதிரைகளை வெறுங்காலுடன் ஓடச் செய்கிறோமாம். அதனால் நாம் கருணையற்ற, அநாகரிக மிருகங்களுக்கும் கேடான மனிதர்களாம்! நம்மிடம் குதிரைகளை விற்பதே பாவமாம்!... இன்று காலையில் என்ன நடந்தது தெரியுமா?..."

"சொல்லுங்கள்!"

"கப்பலில் எல்லோரும் ஏறிக்கொண்டோம். பாய்மரங்கள் விரித்தோம் கப்பல் கிளம்பிவிட்டது. அப்போது கரையில் ஒரு குதிரையின் காலடிச் சத்தம் கேட்டது. அவ்வளவுதான், முல்லைத் தீவில் உடைந்த கப்பலிலிருந்து தப்பிக் கரையேறிய அவர்களுடைய குதிரைகளில் ஒன்றாயிருக்கலாம் என்று சந்தேகித்தார்கள். அவர்களில் ஒருவன் கப்பலிலிருந்து இறங்கிப் பார்த்து விட்டுத்தான் வருவேன் என்றான். எங்களையும் அவனுடன் சேர்த்து அனுப்பினார்கள்..."

"பிறகு?"

"குதிரை அகப்படவில்லை. தம்பி! நீ அகப்பட்டாய்! எவ்வளவு நல்லதாய்ப் போயிற்று, பார்! இந்தக் குதிரைப் பிரியர்களை வேலை தீர்ப்பதற்கு எவ்வளவு சௌகரியமாய்ப் போயிற்று."

"எல்லாம் சரிதான்; இந்தப் பிள்ளை நம்முடைய கேள்விக்கு இன்னும் விடை சொல்லவில்லை" என்று ஞாபகப் படுத்தினான் தேவராளன்.

"சொல்லுகிறேன், ஐயா! சொல்லுகிறேன், நான் சோழகுலத்திற்கு ஊழியம் செய்ய ஏற்றுக்கொண்டவன். ஒரு நாளும் உங்களுடன் சேரமாட்டேன்..."

"வேளக்காரப் படையைச் சேர்ந்திருக்கிறாயா? சத்தியம் செய்து கொடுத்திருக்கிறாயா!"

"அதெல்லாம் இல்லை."

"பின்னே என்ன தயக்கம்? நீ போர் வீரன். எந்தக் கட்சியில் அதிக அநுகூலம் இருக்கிறதோ, அதில் சேரவேண்டியது தானே!"

சோழ குலத்தாருடன் உறவு பூணுவதற்கு எல்லாச் சபதங்களைக் காட்டிலும் பலம் அதிகம் கொண்ட காரணம் தனக்கு இருக்கிறது என்பதை வந்தியத்தேவன் அவர்களிடம் சொல்லவில்லை. இளையபிராட்டியின் கடைக்கண் பார்வையையும், முல்லை நிகர்ப் புன்னகையையும் காட்டிலும் சோழ குலத்தாருக்கு உயிரைக் கொடுக்க வேறு காரணம் தனக்கு வேண்டுமா? அப்புறம் இளவரசரின் இணையில்லா சிநேகம் இருக்கிறது! அவருடன் ஒரு தடவை சிநேகமானவன் மறுபடி மாற முடியுமா?

"எது எப்படியிருந்தாலும், உங்களுடைய கொலைகாரக் கூட்டத்தில் நான் சேரமாட்டேன்!" என்றான் வந்தியத்தேவன்.

"அப்படியானால் உன் உயிரைச் சமுத்திரராஜனுக்குப் பலியிட ஆயத்தப்படு!" என்றான் ரவிதாஸன்.

❖

51. சுழிக் காற்று

காற்று அசையவில்லை; கடல் ஆடவில்லை; கப்பலும் நகரவில்லை.

அலையற்ற அமைதியான ஏரியைப்போல் காணப்பட்ட கடலை நோக்கியவண்ணம் வந்தியத்தேவன் சிறிது நேரம் சும்மாயிருந்தான். அவன் உள்ளத்தில் மட்டும் பேரலைகள் எழுந்து விழுந்தன.

திடீரென்று இரு கரங்களையும் கடலை நோக்கி நீட்டிக்கொண்டு, 'ஓம் ஹ்ரீம் ஹ்ராம் வஷட்!' என்று கூவினான். மறுகணத்தில் கையில் கத்தியை எடுத்துக்கொண்டான். சக்கராகாரமாக இரண்டு தடவை சுழற்றினான்.

"ஆம்! ஆம்! சமுத்திர ராஜன் பலி கேட்கிறான்! இரட்டைப் பலி கேட்கிறான். தூங்குகிறவர்களைத் தாக்கிக் கொல்லும் இரண்டு சூரர்களைப் பலியாகக் கொடு என்று கேட்கிறான்! பலி கொடுத்தால் தான் மேலே இந்த மரக்கலத்தைப் போக விடுவேன் என்கிறான். எங்கே! உடனே அப்படி இரண்டு பேரும் வந்து தலையை நீட்டுங்கள்! சீக்கிரம்!" என்று ஆர்ப்பரித்தான்.

ரவிதாஸன் வந்தியத்தேவனை வியப்புடன் உற்றுப் பார்த்தான். "ஹா! ஹா! ஹா!" என்று மறுபடியும் பேய் சிரிப்பது போல் சிரித்தான்.

"தம்பி! இது என்ன விளையாட்டு?" என்றான்.

"அண்ணன்மார்களே! இது விளையாட்டு அல்ல; வினை! சற்று முன் நான் கீழே கட்டப்பட்டுக் கிடந்தபோது சிறிது தூங்கிப் போனேன். அப்போது கனவு கண்டேன். கடலையும் வானத்தையும் ஒன்றுசேர்த்த பூதம் போன்ற நீல நிற உருவம் ஒன்று என் முன்னால் நின்றது. ஏதோ சொல்லியது, அது என்னவென்று அப்போது புரியவில்லை; இப்போது புரிந்தது! மந்திர தந்திரங்களில் தேர்ந்த காளி பக்தர்கள் இரண்டு பேருடைய உயிர்ப் பலி வேண்டும் என்று சமுத்திர ராஜன் கோருகிறான். கொடுக்காவிட்டால் இந்தக் கப்பலை மேலே போக விடமுடியாது என்றும் சொல்லுகிறான். ஆறு முரட்டு அராபியர்களின் உயிர்ப் பலியினால் அவன் திருப்தி அடையவில்லை. வாருங்கள்! சீக்கிரம்!" என்று கூறி, வந்தியத்தேவன் கையில் பிடித்த கத்தியை வானை நோக்கி உயர்த்தினான்.

ரவிதாஸனும், தேவராளனும் ஒருவர் முகத்தை ஒருவர் பார்த்துக் கொண்டார்கள்.

ரவிதாஸனும், "தம்பி! கதை கட்டுவதில் உன்னைப் போன்ற கெட்டிக்காரனை நான் பார்த்ததேயில்லை!" என்றான்.

வந்தியத்தேவன், "ஓ! நான் சொல்லுவதில் உங்களுக்கு நம்பிக்கை இல்லையா? கதை கட்டுகிறேனா? சமுத்திர ராஜனே இந்த மூடர்களுக்கு நீயே மறுமொழி சொல்!" என்று கூவினான்.

அவன் அவ்வாறு கூவிய குரல் சமுத்திர ராஜனுடைய காதிலே கேட்பது போலும். அதற்கு மறுமொழி கூறவும் சமுத்திர ராஜன் விரும்பினான் போலும்!

கடலில் அப்போது ஒரு விந்தையான காட்சி தென்பட்டது. கண்ணுக்கெட்டிய தூரம் நாலு திசைகளிலும் கடல் ஒரு சிலிர்ப்புச் சிலிர்த்தது. சிறிய சிறிய சின்னஞ் சிறிய அலைகள் ஆயிரமாயிரம் எழுந்து விழுந்தன. இது ஒரு நிமிஷ நேரந்தான். அடுத்த நிமிஷத்தில் அவ்வளவு அலைகளும் வெள்ளிய நுரையின் நுண் துளிகளாக மாறின. விரிந்து பரந்த கடற்பிரதேசமெங்கும் அந்த வெண் நுரைத் துளிகள் துள்ளி விளையாடின. விசாலமான பசும்புல் தரையில் கோடி கோடி கோடித் தும்பை மலர்களை இளங்காற்றில் உருண்டு உருண்டு உருண்டு போய்க்கொண்டிருந்தால் எப்படி இருக்கும்! அவ்வாறு இருந்தது அச்சமயம் கடலின் காட்சி!

ஆம்; இலேசான இளங்காற்று, இனிய குளிர்ந்த காற்று அந்த மரக்கலத்தையும் ஒருகணம் தழுவிக்கொண்டு அப்பால் சென்றது. கப்பலில் ஒரு சிலிர்ப்புச் சிலிர்த்தது. வெப்பத்தினால் வறண்டிருந்த வந்தியத்தேவனுடைய உடலும் சிலிர்த்தது.

ரவிதாஸனும், தேவராளனும் 'ஹா ஹா ஹா!' என்று சிரித்தார்கள்!

"தம்பி! சமுத்திர ராஜனே உன் கேள்விக்கு மறுமொழி சொல்லிவிட்டான்! நாங்கள் எங்களைப் பலி கொடுக்க ஆயத்தமாக வேண்டியதுதான்!" என்றான் ரவிதாஸன்.

வந்தியத்தேவன் உள்ளம் கலக்கமுற்று. கடலிலே ஏற்பட்ட அந்தச் சிலு சிலுப்பும் உடனே ஏற்பட்ட மாறுதலும் அவனைத் திகைக்கச் செய்திருந்தன.

ஆகா! இது என்ன? அவ்வளவு ஆயிரமாயிரம் சிறிய அலைகளும் கோடானு கோடி வெண் நுரைத்துளிகளும் எங்கே போயின? மாயமாய்ப் போய் விட்டனவே? மறுபடியும் கடல் அமைதியுற்றுப் பச்சை நிறத்தகடு போல் காணப்படுகின்றதே! சற்று முன் கண்ட காட்சி உண்மையாக நிகழ்ந்ததா? அல்லது வெறும் பிரமையா? ஒருவேளை இந்த மந்திரவாதி ரவிதாஸனின் மந்திர சக்தியாகத்தான் இருக்குமோ!

"அதோ பார்த்தாயா? தம்பி! கடல் கூறியதை வானமும் ஆமோதிக்கிறது!" என்று ரவிதாஸன் தென்மேற்குத் திசையைச் சுட்டிக் காட்டினான்.

அவன் காட்டிய திசையில் பச்சைக் கடலும் நீல வானமும் ஒன்று சேரும் மூலையில், ஒரு சின்னஞ் சிறு கரியமேகத் துணுக்கு ஒரு சாண் உயரம் எழுந்து நின்றது. அந்தக் கரிய மேகத் துணுக்கின் உச்சிப் பகுதி செக்கச் செவேலென்று இரத்தச் சிவப்பு வர்ணத்துடன் திகழ்ந்தது. சாதாரண நாட்களில் இந்தத் தோற்றத்தை வந்தியத்தேவன் கவனித்திருக்கவே மாட்டான். கடலும் வானும் சேரும் மூலையில் மேகத்திரள் காணப்படுவது ஓர் ஆச்சரியமா, என்ன? இல்லைதான்! ஆயினும் அந்தச் சிறிய தோற்றமும் அந்த வேளையில் நம் க்தாநாயகனுடைய மனத்தைச் சிறிது கலக்கிவிட்டது.

மறு கணத்தில் வந்தியத்தேவன் சமாளித்துக் கொண்டான். இந்த மந்திரவாதியின் வலையில் நாம் விழுந்து விடக்கூடாது. என்று மனத்திற்குள் உறுதி செய்துகொண்டான்.

ரவிதாஸனை ஒரு தடவையும் தேவராளனை ஒரு தடவையும் விழித்துப் பார்த்து, "அப்படியானால் ஏன் தாமதம்? வாருங்கள்!" என்று சொல்லிக் கத்தியை வீசினான்.

"அப்பனே! நாங்கள் பலியாவதற்கு முன்னால் எங்கள் குலதெய்வத்தைப் பிரார்த்தனை செய்ய விரும்புகிறோம். அரை நாழிகை அவகாசம் கொடு!" என்றான் ரவிதாஸன்.

"சரி! பிரார்த்தனையைச் சொல்லிவிட்டு உடனே வாருங்கள். உங்கள் தந்திர மந்திரம் ஒன்றையும் என்னிடம் காட்டவேண்டாம். காட்டினாலும் பலிக்காது!" என்றான் வந்தியத்தேவன்.

"இதோ வந்துவிடுகிறோம் எங்களுடைய ஆயுதத்தையும் இங்கேயே போட்டுவிட்டுப் போகிறோம், பார்!" என்றான் ரவிதாஸன்.

அப்படியே இருவரும் ஆயுதங்களைக் கீழே போட்டுவிட்டு அம்மரக்கலத்தின் இன்னொரு புறத்துக்குச் சென்றார்கள்.

அந்த அரை நாழிகை, அச்சமயம் வந்தியத்தேவனுக்கும் தேவையாயிருந்தது. கடலிலும் வானிலும் ஏற்பட்ட தோற்றங்களினால் விளக்கமில்லாத கலக்கம் அவனுடைய உள்ளத்தில் எழுந்து அவன் உடம்பையும் சிறிது தளரச் செய்திருந்தது. அவசியம் நேர்ந்தால் ஒரே கத்தி வீச்சில் அந்த கிராதகர்கள் இருவரையும் தீர்த்துக்கட்ட அவன் முடிவு செய்திருந்தான். ஆனால் அதற்கு வேண்டிய பலம் தன் கையில் அச்சமயம் இருக்குமா என்ற ஐயம் ஏற்பட்டிருந்தது. ஆகையால் மனத்தைத் திடப்படுத்திக்கொண்டு கையிலும் பூரண பலத்தை வருவித்துக்கொள்ளச் சிறிது அவகாசம் அவனுக்கு வேண்டியிருந்தது.

தென்மேற்கு மூலையில் கவனம் மறுபடியும் தற்செயலாகச் சென்றது. சற்றுமுன்னால் சாண் உயரம் தோன்றிய மேகத்திரள் இப்போது முழு உயரமாக வளர்ந்திருந்தது. உச்சியில் இரத்தச் சிவப்பு நிறம் சிறிது மங்கியிருந்தது. மேகத்திரள் மேலும் மேலும் உயர்ந்து வருவதாகத் தோன்றியது.

முதல் சிலுசிலுப்புடன் நின்று விட்டிருந்த காற்று மறுபடியும் நிதானமாக வரத்தொடங்கியது. கடலிலும் கலக்கம் காணப்பட்டது. சிறிய சிறிய அலைகள் நடனமாடத் தொடங்கியிருந்தன. மேகத்திரள் மேலும் மேலும் வானில் உயர்ந்து வந்து கொண்டிருந்தது. காற்றின் வேகமும் அதிகரித்து வருவதாகத் தோன்றியது. கப்பல் இலேசாக அசைய ஆரம்பித்தது.

காற்றின் ரீங்காரத்துக்கும் அலைகளின் சலசலப்புக்கும் இடையில், அது என்ன சத்தம்? கடலில் ஏதோ விழுந்தது போல் சத்தம் கேட்டதே!

வந்தியத்தேவன் பின்பக்கம் திரும்பிப் பார்த்தான். ரவிதாஸனையும் தேவராளனையும் காணவில்லை. அதில் அதிசயமும் இல்லை. கப்பலின் மறுபக்கத்திலே அவர்கள் இருப்பார்கள். பாய்மரங்களும் கப்பலின் மையமேடையும் அவர்களை மறைத்திருக்கின்றன.

ஆ! இது என்ன? துடுப்புகளினால் படகு தள்ளும் சத்தம் அல்லவா கேட்கிறது?.. வந்தியத்தேவன் உடனே ஓடிச் சென்று கப்பலின் மறுபக்கத்தை அடைந்தான். அவன் அங்கே கண்ட காட்சி உண்மையில் அவனைத் திடுக்கிடச் செய்தது. அப்படி நடக்கக் கூடும் என்று அவன் சிறிதும் எதிர்பார்க்கவில்லை. தன்னைச் சமரசப்படுத்துவதற்காக அவர்கள் கலந்து யோசனை செய்யப் போயிருக்கிறார்கள் என்றே நினைத்தான். ஆனால் அவர்கள் கப்பலின் மறுபக்கத்தில் சேர்த்துக் கட்டியிருந்த சிறு படகை அறுத்துவிட்டுக் கடலிலே, இறங்கி அதில் ஏறிக்கொண்டிருந்தார்கள்! துடுப்பு வலித்துப் படகைத் தள்ளவும் ஆரம்பித்து விட்டார்கள்!

வந்தியத்தேவனைப் பார்த்ததும் ரவிதாஸன் சிரித்தான். "தம்பி! சமுத்திர ராஜனுக்குப் பலியாக எங்களுக்கு விருப்பம் இல்லை தெரிகிறதா?" என்றான்.

வந்தியத்தேவன் ஒரு நொடியில் தன் நிலையை உணர்ந்தான் அந்தப் பெரிய மரக்கலத்தில் தன்னைத் தனியாக விட்டுவிட்டு, அவர்கள் போகிறார்கள். கப்பல் ஓட்டும் கலையைப் பற்றி அவனுக்கு ஒன்றுமே தெரியாது. கடலில் எந்த இடத்தில் கப்பல் நிற்கிறது, எந்தத் திசையாகப் போனால் எங்கே போய்ச்சேரலாம் என்பதொன்றும் அவனுக்குத் தெரியாது. அப்படிப்பட்ட அநாதரவான நிலையில் அவனை விட்டுவிட்டு அவர்கள் போகிறார்கள்.

"பாவிகளே! என்னையும் அழைத்துக்கொண்டு போகக் கூடாதா?" என்று கேட்டான்.

"தம்பி! சமுத்திர ராஜனுக்கு ஒரு பலிகூட இல்லாமற் போகலாமா?" என்றான் ரவிதாஸன். படகு கப்பலை விட்டு அகன்று போய்க்கொண்டேயிருந்தது.

'கடலில் குதித்துப் படகைப் போய்ப் பிடிக்கலாமா?' என்று வந்தியத்தேவன் ஒருகணம் நினைத்தான். உடனே அந்த எண்ணத்தைக் கைவிட்டான். அவனுக்கோ நன்றாக நீந்தத் தெரியாது. கப்பலிலிருந்து குதிப்பதற்கே மனம் திடப்படாது. அப்படிக் குதித்துத் தட்டுத்தடுமாறிச் சென்று படகைப் பிடித்தாலும் அந்தக் கிராதகர்கள் என்ன செய்வார்களோ, என்னமோ? தன்னிடம் அவர்களுடைய இரகசியத்தை வெளியிட்டு விட்டார்கள்! தான் அவர்களுடன் ஒருநாளும் சேரப் போவதில்லையென்பதையும் தெரிந்துகொண்டார்கள். படகைப் பிடிக்கப் போகும் சமயத்தில் அவர்கள் தன்னைத் துடுப்பினால் அடித்துக் கொல்லப் பார்க்கலாம். தான் தண்ணீரில் தத்தளித்துக்கொண்டே படகில் உள்ளவர்களுடன் சண்டை போட முடியாதல்லவா?

'போகட்டும்! போய்த் தொலையட்டும்! அந்தச் சண்டாளக் கொலைகாரர்களுடன் ஒரு படகிலே இருப்பதைக் காட்டிலும் இந்தப் பெரிய கப்பலில் தன்னந்தனியாக இருப்பதே

மேல்! இதற்கு முன்னால் எத்தனையோ சங்கடங்களிலிருந்து கடவுளின் கிருபையினால் தான் தப்பிப் பிழைக்கவில்லையா? இந்த அபாயத்திலிருந்து தப்புவதற்கும் கடவுள் ஏதேனும் வழி காட்டுவார்! பாவிகள் போகட்டும்...

ஆனால் அவர்களை உயிருடன் போகவிட்டது சரியா? அவர்கள் எங்கே போய்க் கரை ஏறுவார்களோ? இன்னும் என்னென்ன சூழ்ச்சிகளையும் கோர கிருத்யங்களையும் செய்வார்களோ? கடவுள் இருக்கிறார், நாம் என்ன செய்ய முடியும்? எப்படியாவது இளவரசருடன் மறுமுறை சேர்ந்து விட்டால் போதும்! இருந்தாலும் அவர் இப்படி என்னைக் கைவிட்டிருக்கக்கூடாது! பூங்குழலியுடன் என்னையும் யானை மீது ஏற்றி அழைத்துப் போயிருக்கலாம். மறுபடியும் அவரைச் சந்திக்க நேர்ந்தால், கட்டாயம் பலமாகச் சண்டை பிடிக்க வேண்டும். "உங்கள் பழமையான சோழ குலத்தின் சிநேகதர்மம் இதுதானா?" என்று கேட்க வேண்டும். ஆனால் அப்படிக் கேட்கும் சந்தர்ப்பம் வரப்போகிறதா?.. இளவரசரை மீண்டும் பார்க்கப் போகிறோமா?... ஏன் பார்க்க முடியாது? நான் இந்தச் சங்கடத்தில் அகப்பட்டுக்கொண்டதைச் சேனாதிபதியும் ஆழ்வார்க்கடியானும் பார்த்திருக்கிறார்கள். அவர்கள் ஏதாவது செய்யாமலா இருப்பார்கள்? இளவரசரை அவர்கள் சந்தித்திருந்தால் கட்டாயம் சொல்லியிருப்பார்கள் அல்லவா?'

இப்படி வந்தியத்தேவன் யோசித்துக்கொண்டு நின்ற நேரத்தில் படகு கடலில் வெகுதூரம் போய்விட்டது என்பதைக் கவனித்தான். படகு அவ்வளவு வேகமாகச் சென்றது எப்படி? படகு மட்டும் போகவில்லை; தான் ஏறியிருந்த கப்பலும் இலேசாக அசைந்து நகர்ந்து கொண்டிருக்கிறது. அதனாலேதான் கப்பலுக்கும் படகுக்கும் அவ்வளவு சீக்கிரத்தில் அவ்வளவு தூரம் ஏற்பட்டுவிட்டது! கடலில் அலைகள் பெரிதாகிக் கொண்டு வருவதையும் வந்தியத்தேவன் பார்த்தான். அது மட்டுந்தானா? இது என்ன? பட்டப்பகலில் திடீரென்று ஒரு பக்கம் இருண்டு வருகிறதே!

தென்மேற்குத் திசையை வந்தியத்தேவன் நோக்கினான். சற்று முன்னால் முழ உயரம் தெரிந்த மேகம் அதற்குள் பிரம்மாண்டமாக வளர்ந்து படர்ந்து மேற்கு வானத்தைப் பெரும்பாலும் மறைத்து விட்டதைக் கண்டான். இன்னும் அம்மேகங்கள் திட்டுத்திட்டாகத் திரண்டு புரண்டு வானத்தில் வெகு வேகமாக மேலேறி வந்தன. அவன் பார்த்துக் கொண்டிருக்கும் போதே மேற்கு வானத்தில் பாதி தூரம் இறங்கியிருந்த சூரியனை மறைத்து விட்டன. பிறகு மேற்குத் திசையும் தெற்குத்திசையும் மேலும் இருண்டு வந்தன. வானத்தின் கரிய மேகங்கள் கடலிலும் பிரதிபலித்துக் கடல்நீரையும் கரிய மை நிறமாகச் செய்தன. கடல் எங்கே முடிகிறது, வானம் எங்கே தொடங்குகிறது என்று கண்டுபிடிக்க முடியாமல் கடலும் வானமும் ஒரே கன்னங்கரிய இருள் நிறம் பெற்றிருந்தன.

மேகத்திரள்கள் மேலும் புரண்டு உருண்டு வந்தியத்தேவனுடைய தலைக்கு மேலே வந்தன. பிறகு கீழ்த் திசையிலும் இறங்கத் தொடங்கின.

படகு சென்ற திசையை வந்தியத்தேவன் நோக்கினான். படகு இருந்த இடமே தெரியவில்லை. அவனுடைய பார்வையின் எல்லைக்கு அப்பால் போய்விட்டது போலும்!

காற்றின் மெல்லிய ரீங்காரம் 'ஹோ' என்ற பெரும் இரைச்சலாக மாறிவிட்டது.

அத்துடன், நிமிஷத்துக்கு நிமிஷம் பெரிதாகி வந்த அலைகளின் இரைச்சலும் சேர்ந்தது.

கப்பலில் விரித்திருந்த பாய்கள் சடபடவென்று அடித்துக் கொண்டன.

மரங்களும் கட்டைகளும் ஒன்றோடொன்று உராய்ந்து ஆயிரம் குடுமிக் கதவுகளைத் திறந்து மூடும் சத்தத்தை உண்டாக்கின.

பாய்மரங்களை வந்தியத்தேவன் அண்ணாந்து பார்த்தான். அவற்றின் நிலையிலிருந்து கப்பல் ஒரு திசையாகப் போகாமல் சுழன்று சுழன்று வருகிறது என்று தெரிந்து கொண்டான்.

'சுழிக்காற்று' என்று அடிக்கடி சொன்னார்களே! அந்தச் சுழிக்காற்றுதான் அடிக்கப்போகிறது போலும்!

சுழிக்காற்று அடிக்கும்போது பாய் மரங்களிலிருந்து பாய்களைச் சுழற்றிச் சுற்றி வைக்க வேண்டும் என்று வந்தியத்தேவனுடைய அறிவுக்குப் புலப்பட்டது. ஆனால் அவன் ஒருவனால் அது எப்படி முடியும்? பத்துப் பேர் சேர்ந்து செய்ய வேண்டிய காரியம் அல்லவா? பத்துப் பேர் இல்லாவிட்டாலும் நாலு பேராவது வேண்டும். ஒருவன் தனியாக என்ன செய்வது? கடவுள் விட்டவழி விடுகிறார். கப்பல் அடைந்த கதியை அடைகிறது என்று சும்மா இருக்க வேண்டியதுதான்!

கப்பல் அடையப்போகிற கதி என்னவென்று அவனுக்குச் சீக்கிரத்திலேயே தெரிந்து போயிற்று. அப்படியும் இப்படியும் சிறிது நேரம் அலைப்புண்டிருந்து பிறகு கடலில் முழுகிப்போக வேண்டியதுதான்! முழுகுவதற்கு முன்னால் சுக்குச் சுக்காக உடைந்து போனாலும் போகும்! கப்பலின் கதி எப்படியானாலும், தன்னுடைய கதியைப் பற்றிச் சந்தேகமில்லை!

நடுக்கடலில் மரணம்! அந்தக் கும்பகோணத்துச் சோதிடன் இதைப்பற்றி ஒரு வார்த்தையும் சொல்லவில்லை. பார்! சோதிடனாம் சோதிடன்! அவனை மறுபடி பார்க்க நேர்ந்தால்... பைத்தியக்காரத்தனம்! அவனை மறுபடி பார்ப்பது ஏது?

திடீரென்று வந்தியத்தேவன் தோளில் கெட்டியான பொருள் ஏதோ விழுந்தது. சடபடவென்று கப்பல் முழுவதும் சிறிய சிறிய கூழாங்கற்கள் விழுந்தன. அந்தக் கூழாங்கற்கள் எப்படிப் பளிங்குபோல் பிரகாசிக்கின்றன! வானத்திலிருந்து இவை எப்படி விழுகின்றன!

இன்னும் இரண்டு மூன்று கற்கள் அவன் தலையிலும் முதுகிலும் தோள்களிலும் விழுந்தன. அவை விழுந்த இடத்தில் முதலில் வலி; பிறகு ஒரு குளிர்ச்சி. கப்பலில் விழுந்த கற்களைப் பார்த்தால், ஆ! அவை உருகிக் கரைந்து போய்க் கொண்டிருக்கின்றனவே? ஆம்; இது பனிக்கட்டி மழை; அதுவரை வந்தியத்தேவன் அத்தகைய மழையைப் பார்த்தது மில்லை; அனுபவித்ததுமில்லை. மடிவதற்கு முன்னால் இந்த அற்புதத்தைப் பார்க்க முடிந்ததே என்ற குதூகலம் அவன் உள்ளத்தில் தோன்றியது.

கப்பல் தளத்தில் உட்கார்ந்து, கரைந்துகொண்டிருந்த பனிக்கட்டிக் கற்களைத் தொட்டுப் பார்த்து மகிழ்ந்தான். அப்பா என்ன சிலிர்ப்பு! தொடும்போது தீயைத் தொடுவதுபோல் அல்லவா இருக்கிறது? ஆனால் தீ தோலைச் சுட்டுத் தீய்ப்பது போல் அது செய்யவில்லை. விரைவில் சூடு குளிர்ச்சியாகி விடுகிறது. கல் மழை எதிர்பாராமல் வந்தது போலவே சட்டென்று நின்றது. பெய்த நேரம் அரைக்கால் நாழிகை கூட இராது.

பிறகு சாதாரண மழை பெய்யத் தொடங்கியது. மழை ஜலம் கப்பலில் விழுந்து சிதறி ஓடிக் கடலில் விழுந்துவிடுவதை வந்தியத்தேவன் கவனித்தான். சோழ நாட்டு மரக்கலத் தச்சர்களின் கெட்டிக்காரத்தனத்தை வியந்தான். எத்தனை மழை பெய்தாலும் எத்தனை பெரிய அலைகள் மோதிக் கடல் ஜலம் கப்பலில் வந்தாலும், மீண்டும் கடலிலேயே தண்ணீர் போய் விழும்படியாக அக்கப்பல் அமைக்கப்பட்டிருந்தது. கப்பலின் கீழ்ப்பகுதி உடைந்து கடல்நீர் உள்ளே புகுந்தாலன்றி அதை மூழ்கடிக்க முடியாது!

இதைப் பார்த்ததும் அவனுக்குச் சிறிது தைரியம் உண்டாயிற்று. உடனே ஒரு நினைவு வந்தது. தன்னைக் கட்டிப் போட்டிருந்த அறைக்கதவு திறந்திருந்தால் அதன் வழியாகத் தண்ணீர் உள்ளே புகுந்துவிடலாம். ஓடிப் போய்ப் பார்த்தான். அவன் நினைத்தபடி கதவு திறந்து காற்றில் அடித்துக் கொண்டிருந்தது. கதவை இறுக்கிச் சாத்தித் தாழிட்டான்.

மேலே காற்றும் மழையும் பொறுக்க முடியாமற் போனால் அந்த அறைக்குள்ளே புகுந்துகூடத் தான் கதவைத் தாழிட்டுக் கொள்ளலாம். பிறகு கடவுள் விட்ட வழி

விடுகிறார் என்று நிம்மதியாக இருக்கலாம். இவ்வளவு பத்திரமான கப்பலை விட்டு அந்த முட்டாள்கள் இருவரும் படகில் ஏறிப்போய் விட்டதை நினைத்து வந்தியத்தேவன் அநுதாபப்பட்டான். ஆனால் அந்தப் படகில் அமைப்பும் விசித்திரமானதுதான். எவ்வளவு காற்று அடித்தாலும் மழை பெய்தாலும் அதை மூழ்கடிக்க முடியாது. அப்படிப் படகு உடைந்து முழுகினாலும் பக்கத்தில் அதனோடு சேர்த்துக் கட்டியுள்ள கட்டை ஒன்று இருக்கிறது. அதைப் பிடித்துக்கொண்டு அந்தக் கொலை பாதகர்கள் தப்பிக் கரைசேர்ந்து விடுவார்கள்! அநேகமாகக் கோடிக்கரைக்குச் சமீபமாகப் போய்க் கரை ஏறுவார்கள்.

கோடிக்கரையிலிருந்து வந்தியத்தேவனுடைய உள்ளம் பழையாறைக்குத் தாவியது. சக்கரவர்த்தி திருக்குமாரிக்குத் தனக்கு நேர்ந்த கதி எப்படித் தெரியப்போகிறது? அவள் இட்ட பணியை நிறைவேற்றும் முயற்சியிலேதான் நடுக்கடலில் முழுகியதை யார் அவளுக்குத் தெரிவிக்கப் போகிறார்கள்? கடல் தெரிவிக்குமா? காற்று சென்று சொல்லுமா? கடவுளே! அந்த மாதரசியைச் சந்திப்பதற்கு முன்னாலேயே நான் இறந்து போயிருக்கக்கூடாதா? போர்க்களத்தில் வீரமரணம் எய்தியிருக்கக் கூடாதா? சொர்க்க பூமியைக் கண்ணால் பார்க்கச் செய்துவிட்டு உடனே அதல பாதாளத்தில் தள்ளுவது போல் அல்லவா இருக்கிறது!

காற்றின் வேகம் அதிகமாகிக்கொண்டிருந்தது. கடலின் கொந்தளிப்பு மிகுதியாகிக்கொண்டிருந்தது. கப்பலின் பாய்மரங்கள் பேய் பிசாசுகளைப் போல் பயங்கரமான சப்தமிட்டுக்கொண்டு ஆடின.

இருள் மேலும் மேலும் கரியதாகிக்கொண்டு வந்தது. இருட்டை விடக் கரியதான இருட்டு எப்படி இருக்க முடியும்? அப்படியும் இருக்க முடியும் என்று தோன்றுகிறது.

திடீரென்று வானத்தில் ஒரு மின்னல் தோன்றி ஒரு மூலையிலிருந்து ஒரு மூலை வரை பாய்ந்தது. அதற்குப் பிறகு தோன்றிய இருட்டு இருளைவிடக் கரியதாயிருந்தது.

மின்னலைத் தொடர்ந்து இடிமுழக்கம் கேட்டது; கப்பல் அதிர்ந்தது; கடல் அதிர்ந்தது; திசைகள் அதிர்ந்தன.

இன்னொரு மின்னல் அடிவானத்தில் இருளைக் கிழித்துக்கொண்டு புறப்பட்டது. அது மேலும் மேலும் நீண்டு, கப்பும் கிளையும் விட்டுப் படர்ந்து, பற்பல ஒளிக்கோலங்கள் ஆகாசமெங்கும் போட்டு வானையும் கடலையும் ஜோதி மயமாகச் செய்துவிட்டு, அடுத்த கணத்தில் அடியோடு மறைந்தது.

இடிமுழக்கம் தொடர்ந்தது. அம்மம்மா! அண்டகடாகங்கள் வெடித்து விழுகின்றன என்பதில் சந்தேகமில்லை.

மேலும் மின்னல்கள்; இடி முழக்கங்கள். 'இன்னும் வானம் பிளக்கவில்லையே; இது என்ன அதிசயம்!" என்று வந்தியத்தேவன் எண்ணமிட்டானோ, இல்லையோ, அந்தக் கணமே ஆகாசம் வெடித்துப் பிளந்தது. வெடித்த பிளப்பின் வழியாகப் பிரளய வெள்ளம் பொழிந்தது.

ஆம்; அதை மழை என்றே சொல்வதற்கில்லை. வான வெளியில் ஒரு கடல் குமுறிக்கொண்டிருந்தது. அது திடீரென்று தோன்றிய பிளவின் வழியாகக் கொட்டுவது போலவே இருந்தது.

கடல் அலைகள் ஆவேச தாண்டவமாடின. மின்னல் வெளிச்சத்தில் கண்ணுக்கெட்டிய தூரம் ஆடும் மலைச் சிகரங்கள் காட்சி அளித்தன.

காற்றின் கும்மாளம் உச்சத்தை அடைந்தது. ஆடும் மலைச் சிகரங்களை அப்படியே பெயர்த்து எடுத்து வாயு பகவான் வான வெளியில் விசிறி எறிந்து விளையாடினார்.

வந்தியத்தேவனுடைய கப்பல்மீதும் அந்த நீர்மலைகளில் சில வந்து மோதின.

மேலேயிருந்து மழை வெள்ளம் தொபு தொபுவென்று கொட்டியது; நாலா பக்கமிருந்தும் அலைமலைகள் வந்து மோதித் தாக்கின. விரித்த பாய்மரங்கள் மீது சுழற்காற்று தாக்கிப்படுத்திய பாட்டைச் சொல்லி முடியாது.

இவ்வளவையும் பொறுத்துக்கொண்டு அந்தச் சோழ நாட்டுத் தச்சர்கள் கட்டிய அதிசய மரக்கலம் சுழன்று சுழன்று வந்துகொண்டிருந்தது.

ஆனால் எவ்வளவு நேரந்தான் சுழன்றுகொண்டிருக்க முடியும்? எவ்வளவு நேரம் அந்த மாபெரும் பூதங்களின் தாக்குதலைக் கப்பலினால் சமாளிக்க முடியும்? முடியாது, இந்த வினாடியோ, அடுத்த வினாடியோ, கப்பல் முழுக வேண்டியதுதான். அத்துடன் வந்தியத்தேவனும் முழுக வேண்டியதுதான்!

எனினும், அந்த எண்ணம் அவனுக்கு இப்போது சோர்வை அளிக்கவில்லை. அப்படித் தனக்கு நேரப்போகும் மரணம் ஓர் அற்புதமான மரணம் என்று கருதினான்.

எழும்பிக் குதித்த அலைகளைப்போல் அவன் உள்ளமும் குதூகலத் தாண்டவம் ஆடத் தொடங்கியது.

காற்றின் பேரிரைச்சல், அலைகளின் பேரொலி, இடிகளின் பெருமுழக்கம் இவற்றுடனே, வந்தியத்தேவனுடைய குரலும் சேர்ந்தது. "ஹா! ஹா ஹா!" என்று வாய்விட்டுச் சிரித்தான்.

அந்தக் காட்சியையெல்லாம் நன்றாய்ப் பார்க்க வேண்டும் என்பதற்காகவே அவன் முன் ஜாக்கிரதையுடன் பாய்மரத்தின் அடித்தண்டுடன் சேர்த்துத் தன்னைக் கட்டிக் கொண்டிருந்தான். கப்பல் சுழன்றபோது பாய்மரமும் சுழன்றது; வந்தியத்தேவனும் சுழன்றான். இப்படி எத்தனை நேரம் கப்பலும் பாய்மரமும் வந்தியத்தேவனும் சுழன்று கொண்டிருந்தார்கள் என்று தெரியாது. பல யுகங்களாகவும் இருக்கலாம், சில வினாடிகளாகவும் இருக்கலாம். காலதேச வர்த்தமான உணர்ச்சிகளையெல்லாம் கடந்த அமரநிலையை வந்தியத்தேவன் அப்போது அடைந்திருந்தான்.

காற்றின் வேகம் சிறிது குறைவதுபோலத் தோன்றியது. பிரளயமாகக் கொட்டிய மழை நின்று விட்டது. சிறு தூறல்கள் போட்டுக் கொண்டிருந்தன. மின்னலும் இடியும் நின்றுவிட்டது போலத் தோன்றியது. கடல் கன்னங்கரிய இருள் பிழம்பாகத் தோன்றியது. வந்தியத்தேவன் சிறிது நேரத்துக்கு முன்னால் மின்னல்களின் ஒளி வீச்சைத் தாங்க முடியாமல் கண்களை மூடிக்கொண்டிருந்தான். இடிகளின் பெரு முழக்கத்தைக் கேட்க முடியாமல் காதுகளைத் தன் கைகளினால் இறுக்கிப் பொத்திக்கொண்டிருந்தான். இப்போது கண்ணைத் திறந்து பார்த்தான்; கைகளை அகற்றிக் காதுகளையும் திறந்துவிட்டான். 'ஆகா! இவ்வளவு பெரிய சுழிக்காற்று விபத்திலிருந்து நான் தப்பித்துக்கொண்டேனா! கடவுள் காப்பாற்றி விட்டாரா? மீண்டும் பழையாறை அரசிளங்குமரியை இந்த ஜன்மத்தில் காணப்போகிறேனா? இளவரசரைச் சந்தித்து அளவளாவப் போகிறேனா?...'

'அதற்குள் அவசரப்படக்கூடாது. இந்தக் கப்பல் இப்போது எங்கே இருக்கிறதோ, யார் கண்டது? இது பத்திரமாய்க் கரைசேரும் என்று எப்படிச் சொல்ல முடியும்? கப்பல் தப்பினாலும், நான் உயிரோடு தப்பிக் கரையேறுவேன் என்பது என்ன நிச்சயம்?'

'இன்னும் எத்தனை எத்தனை அபாயங்கள் இருக்கின்றனவோ...?'

வந்தியத்தேவனுடைய மனத்தில் இந்தக் கேள்வி எழுந்ததும் அதற்குப் பதில் சொல்வதுபோல் வானத்தைக் கீறிக் கொண்டு ஒரு மின்னல் மின்னியது. அதன் பிரகாசம் அவன் கண்ணெதிரே நூறு சூரியனைக் கொண்டுவந்து நிறுத்தியது போலிருந்தது. இருட்டிலாவது கொஞ்சம் பார்க்கலாம்; அந்தப் பயங்கரப் பிரகாசத்தில் ஒன்றுமே பார்க்க முடியவில்லை. தன் கண்களையே அம்மின்னல் பறித்துவிட்டதோ என்று வந்தியத்தேவன் அஞ்சினான். எரிச்சல் எடுத்த கணத்திலேயே அவன் செவிகளுக்கும் ஆபத்து வந்துவிட்டது. எத்தனையோ இடி முழக்கங்களை வந்தியத்தேவன் முன்னம்

கேட்டிருக்கிறான்; இன்றைக்கும் எத்தனையோ கேட்டான். ஆனால் இப்போது இடித்த இடியைப் போல் சே! அது இடியா? இந்திரனுடைய வஜ்ராயுதம் அவனுடைய காதின் வழியாகப் பிரவேசித்து மண்டைக்குள்ளேயே நுழைந்து தாக்கியது போலிருந்தது.

சற்று நேரம் வந்தியத்தேவன் கண்களையும் திறக்க முடியவில்லை; காதிலோ 'ஓய்' என்ற சப்தம் கேட்டுக் கொண்டிருந்தது.

மூடியிருந்த கண்கள் ஏதோ சமீபத்தில் தலைக்கு மேலே புதிய வெளிச்சம் பரவியிருப்பதை உணர்ந்தான். காதிலும் 'ஓய்' சத்தத்துக்கு மத்தியில் வேறொரு விநோத சப்தம் கேட்டது. காட்டில் தீப்பற்றி எரியும்போது, மரங்களில் தீப்பிடிக்கும்போது, உண்டாகும் சப்தத்தைப் போல் தொனித்தது.

வந்தியத்தேவன் கண்ணைத் திறந்து பார்த்தான். அவன் இருந்த கப்பலின் பாய்மரம் உச்சியில் தீப்பற்றி எரிவதைக் கண்டான்.

ஆகா! இப்போது புரிகிறது! அந்த மின்னல் ஏன் அவ்வளவு பிரகாசமாயிருந்தது. அந்த இடி ஏன் அவ்வளவு சத்தமாக ஒலித்தது என்று இப்போது விளங்குகிறது.

அந்தக் கப்பல் மேலேயோ அல்லது, வெகு சமீபத்திலோ இடி விழுந்திருக்கிறது! அதனால் பாய்மரத்தில் தீப்பிடித்திருக்கிறது! பஞ்ச பூதங்களில் இரண்டு பூதங்கள் அந்தச் சோழ நாட்டு மரக்கலத்தைத் தாக்கி அழிக்கப் பார்த்தன. நீரும், காற்றும் தோல்வியுற்றன. வருணனும், வாயுவும் சாதிக்க, முடியா காரியத்தை சாதிக்க இப்போது அக்கினி பகவான் தோன்றியிருக்கிறார்!

❖

52. உடைந்த படகு

இடி விழுந்ததினால் பாய்மரத்தின் உச்சியில் தீப்பிடித்து எரிவதைப் பார்த்ததும் இனி அம்மரக்கலம் தப்பிக்க முடியாது என்று வந்தியத்தேவன் நிச்சயமடைந்தான். எனவே, தானும் உயிரோடு தப்பிக்க முடியாது.

வந்தியத்தேவனுக்கு அப்போதும் சிறிதும் மனக்கிலேசம் உண்டாகவில்லை. உற்சாகந்தான் மிகுந்தது கலகலவென்று சிரித்தான். பாய்மரத்தோடு தன்னைக் கட்டியிருந்த கயிற்றை அவிழ்த்து விட்டான். நடுக்கடலில் தீயில் வெந்து சாகவேண்டிய தில்லையல்லவா? அதைக் காட்டிலும் குளிர்ந்த நீரில் முழுகிக் கடலின் அடியில் சென்று அமைதியாக உயிர் விடுவது மேல் அல்லவா?

ஆயுளில் மிச்சமுள்ள சிறிது நேரத்தை வீணாக்க வந்தியத்தேவன் விரும்பவில்லை. தீப்பற்றி எரிந்த கப்பலின் வெளிச்சத்தில் சுற்றுமுற்றும் நன்றாகப் பார்த்து கொந்தளித்த கடலின் சௌந்தரியத்தை அனுபவிக்க விரும்பினான். தன் உடல் சமாதி அடையப்போகும் இடத்தை நன்றாகப் பார்த்துக் கொள்வது நல்லதல்லவா? இம்மாதிரி அகால மரணமடைந்தவர்கள், ஆவி உருவத்தில் இறந்த இடத்தைச்சுற்றி வந்துகொண்டிருப்பார்கள் என்று சொல்வார்களே? அம்மாதிரி தன் ஆவியும் இந்தக் கடலின் மேலேயே வட்டமிட்டுக்கொண்டிருக்குமோ! காற்றில் மிதக்குமோ? அலைகளின் மேலே உலாவுமோ? சுழற்காற்று அடிக்கும்போது தன் ஆவியும் சுற்றிச் சுற்றி வருமோ?

'ஆகா! எப்போதாவது ஒருநாள் இந்தக் கடலில் அரசிளங்குமரி, கப்பல் ஏறிப்போனாலும் போவாள். கப்பலை ஓட்டும் மாலுமிகள் "வந்தியத்தேவன் கப்பலோடு முழுகிய இடம் இதுதான்!" என்று காட்டுவார்கள். அவளுடைய வேல் விழிகளில் கண்ணீர் துளித்து அவளது முழுமதி முகத்தில் முத்து முத்தாகச் சிந்தும், ஆவி வடிவத்திலே அதை

அருகிலிருந்து தான் பார்க்கும்படி நேர்ந்தால், அவளுடைய கண்ணீரைத் தன்னால் துடைக்க முடியுமா?...'

கப்பல் ஒரு பேரலையின் சிகரத்தின் மேலே ஏறியது. பாய்மரத் தீவர்த்தி போட்ட வெளிச்சத்தில் சுற்றிலும் வெகுதூரம் தெரிந்தது. கரும் பளிங்கு நிறம் பெற்றுத் திகழ்ந்த கடல் நீரில் பாய்மரத் தீயின் ஒளி விழுந்த இடம் மட்டும் பொன் வெள்ளமாகத் திகழ்ந்தது. இந்த அழகின் அற்புதத்தை வந்தியத்தேவன் பார்த்து மகிழ்ந்து முடிவதற்குள் அவனுடைய கண்ணையும் கவனத்தையும் வேறொன்று கவர்ந்தது.

சற்றுத்தூரத்தில் அவன் ஒரு மரக்கலத்தைப் பார்த்தான். அதில் புலிக்கொடி பறக்கக் கண்டான். 'கடவுளே! உன் விந்தைகளுக்கு எல்லையே இல்லை போலும்! அந்த மரக்கலத்திலே வருகிறவர் இளவரசர் அருள்மொழி வர்மராகத்தான் இருக்கவேண்டும். தன்னைத் தேடிக் கொண்டுதான் அவர் வருகிறார்' என்று அவனுடைய உள்ளுணர்ச்சி கூறியது!

வந்தியத்தேவன் ஏறியிருந்த கப்பல் சிக்கிக்கொண்டு தத்தளித்த அதே சுழிக் காற்றில் பார்த்திபேந்திரனுடைய கப்பலும் அகப்பட்டுக் கொண்டது. ஆனால் இந்தக் கப்பலில் அச்சுழிக் காற்றின் தன்மையை அறிந்தவர்களும் கப்பலோட்டும் கலையில் வல்லவர்களுமான மாலுமிகள் இருந்தார்கள். பாய்மரங்களில் விரித்திருந்த பாய்களை அவர்கள் இறக்கிச் சுற்றி வைத்தார்கள். காற்றின் வேகம் முழுவதையும் கப்பல் எதிர்த்து நிற்பது அவசியமில்லாத வண்ணமாகக் கப்பலின் சுக்கானைப் பிடித்து இயக்கி வந்தார்கள். ஒரு நிமிஷம் கப்பல் அடியோடு சாய்ந்து, 'இதோ கவிழ்ந்து விட்டது' என்று தோன்றும்; மறு நிமிஷம் சமாளித்துக் கொண்டு நிமிர்ந்து நிற்கும். மலை போன்ற அலைகள் அந்தக் கப்பலை எத்தனைதான் தாக்கியும் அதில் இணைக்கப்பட்டிருந்த மரங்களும் பலகைகளும் சிறிதேனும் பிளந்து கொடுக்க வேண்டுமே! கிடையவே கிடையாது! சமுத்திரராஜன் அந்தக் கப்பலைப் பந்து ஆடுவதுபோல் தூக்கி எறிந்து விளையாடினான். சுழிக்காற்று அக்கப்பலைப் பம்பரம் சுற்றுவதுபோலச் சுழற்றிச் சுழற்றி அலைத்தது. வானத்திலிருந்து வெள்ளம் பொழிந்து அந்தக் கப்பலைக் கடலில் அமுக்கி அழித்துவிடப் பார்த்தது. சோழநாட்டுத் தச்சுவேலை நிபுணர்கள் கட்டிய அக்கப்பலை, தமிழகத்தின் புகழ்பெற்ற மாலுமிகள் செலுத்திய அக்கப்பலை கடலும் மழையும் காற்றும் சேர்ந்து தாக்கியும் ஒன்றும் செய்யமுடியவில்லை.

"இதைக் காட்டிலும் கொடிய சுழிக்காற்றுகளையும் சண்ட மாருதங்களையும் நான் பார்த்திருக்கிறேன்; சமாளித்திருக்கிறேன். ஆகையால் கவலைப்படத் தேவையில்லை!" என்று கலபதி கூறினான். ஆனால் அவன் பார்த்திபேந்திரனிடம் இளவரசரிடமும் வேறோர் அபாயத்தைப் பற்றித் தன் பயத்தை வெளியிட்டான்.

'கரிய மேகங்கள் திரண்டு வந்த வானை மூடி நாலாபுறமும் இருள் சூழச் செய்துவிட்டன. போதாதற்குச் சோனாமாரியாக மழையும் பெய்தது. கடலில் எழுந்த அலைகளோ வரிசை வரிசையான மலைத் தொடர்களைப்போல் கப்பலைச் சுற்றித் திரையிட்டு மறைத்தன. இந்த நிலையில் அவர்கள் எந்தக் கப்பலைத் தேடிச் சென்றார்களோ அது வெகு சமீபத்தில் வந்தாலும் பார்க்க முடியாது அந்தக் கப்பலும் இதைப் போலத்தான் சுற்றிச் சுழன்று தத்தளித்துக் கொண்டிருக்கும். கப்பல்கள் ஒன்றோடொன்று மோதினால் இரண்டும் சுக்கல் சுக்கலாகிப் போய்விடும். கப்பலில் உள்ளவர்களின் கதி அதோகதிதான்!"

"ஆகவே சுழிக்காற்றின் அபாயத்தைக் காட்டிலும் சுற்றிலும் ஒன்றும் பார்க்க முடியாமலிருப்பதுதான் அதிக அபாயம்" என்று அம்மரக்கலத் தலைவன் கூறினான்.

இது இளவரசருக்குத் தெரிந்த விஷயந்தான். ஆகவே அவர் அத்தனைக் காற்றிலும் மழையிலும் கப்பலின் ஓரமாக நின்றுகொண்டு தன் கூரிய கண்களின் பார்வையை நாலாபுறமும் செலுத்திக் கொண்டிருந்தார். மின்னல் மின்னிய போதெல்லாம் அவருடைய

கண்கள் அதிவேகமாகச் சுழன்று சுற்றுப்புறமெங்கும் உற்றுப் பார்த்தன. அவருடைய உள்ளம் எப்படித் தத்தளித்துக்கொண்டிருந்தது என்பதைச் சொல்லி முடியாது. தன் அருமைத் தமக்கை அனுப்பிய தூதன் முரட்டு அராபியர்களிடமும், கொலைகார மந்திரவாதிகளிடமும் அகப்பட்டுக்கொண்டிருக்கிறான். அது போதாது என்று இந்தச் சுழிக்காற்று வேறு வந்து சேர்ந்தது. ஒருவேளை அவ்வீர வாலிபன் ஏறியுள்ள கப்பலைக் கண்டுபிடிக்க முடியாமலே போய்விடுமோ? கண்டுபிடித்தாலும், அவனை உயிரோடு காண்பது சாத்தியமா? கலபதி அஞ்சுவதுபோல் அவன் ஏறியிருக்கும் கப்பல் மேல் நம் கப்பல் மோதி இரண்டும் கடலில் மூழ்கினால் வேடிக்கையாகத்தானிருக்கும்! ஆனால் தந்தையிடம் சொல்லவேண்டிய செய்தியைச் சொல்லுவது யார்? பார்த்திபேந்திரனிடம் அந்தக் குடும்ப இரகசியத்தைக் கூறுவது இயலாத காரியம். கூறினால் அந்தப் பல்லவனுக்கு அது கேலியாயிருக்கும்; அதன் முக்கியத்துவத்தை அவன் உணரமாட்டான்.

இதுகாறும் இளவரசர் செய்ய எண்ணிய காரியம் எதிலும் தோல்வியடைந்ததில்லை. இப்போது தோல்வி ஏற்பட்டுவிடுமோ? இல்லை, ஒருநாளும் இல்லை. பொன்னியின் செல்வனுக்குத் தீங்கு நேருவதையோ, தோல்வி ஏற்படுவதையோ சமுத்திர ராஜன் பார்த்துக் கொண்டிருக்கமாட்டான்!

இருளையும் மழையையும் கிழித்துக்கொண்டு எல்லாத் திசைகளையும் பார்த்துக்கொண்டிருந்த இளவரசரும் அந்தப் பேரிடி முழக்கத்தைக் கேட்டார். அப்போது மின்னிய மின்னலுக்கு அவரும் கண்களைச் சிறிது மூடிக்கொள்ள வேண்டியதாயிற்று. கண்ணைத் திறந்து பார்த்தபோது மின்னல் வெளிச்சமில்லாத வேறொரு வெளிச்சத்தைக் கண்டார். சற்றுத் தூரத்தில் ஒரு கப்பல் விரித்த பாய்மரங்களுடன் பேயாடுவது போல் ஆடிக்கொண்டிருந்தது! அதன் பாய்மரத்தின் உச்சியில் தீப்பற்றி எரிந்தது! அந்தத் தீயின் வெளிச்சத்தில் இளவரசர் அதில் ஒரு மனிதன் பாய்மரத்தோடு சேர்த்து நிற்பதைக் கண்டார்! கடவுளே! இத்தகைய அற்புதமும் நடக்கக் கூடுமா? அவன் அந்த வீர இளைஞனாகிய வந்தியத்தேவன்தான்! அவன் மட்டும் ஏன் தனியாக நிற்கிறான்? மற்றவர்கள் என்ன ஆனார்கள்? அதைப் பற்றியெல்லாம் யோசிப்பதற்கு இப்போது நேரமில்லை. செய்யவேண்டியது இன்னதென்பதை ஒரு நொடிப் பொழுதில் இளவரசர் தீர்மானித்துக் கொண்டார்.

அவர் பார்த்த காட்சியைக் கப்பலில் இருந்த மற்றவர்கள் பலரும் பார்த்தார்கள். "அதோ!" என்று அவர்கள் ஏககாலத்தில் எழுப்பிய பெரிய கூச்சல் காற்றின் பயங்கரச் சப்தத்தையும் மீறிக்கொண்டு எழுந்தது.

கப்பலோடு சேர்த்துக் கட்டியிருந்த படகண்டை போய் இளவரசர் நின்றுகொண்டு, அருகில் நின்ற மாலுமிகளைப் பார்த்து, "உங்களில் யார் என்னுடன் வருவீர்கள்?" என்று உரத்த குரலில் கேட்டார். அவர் செய்ய உத்தேசித்த காரியம் இன்னதென்று ஊகித்தறிந்து மாலுமிகள் திகைத்தார்கள். ஆயினும் பலர் போட்டியிட்டு முன்வந்தார்கள்.

பார்த்திபேந்திரனும், கலபதியும் வந்து தடுக்கப் பார்த்தார்கள்.

"இளவரசே! இது என்ன காரியம்! இந்தக் கொந்தளிக்கும் கடலில் படகு எப்படிச் செலுத்த முடியும்? எரிகின்ற கப்பலில் உள்ளவனை எப்படிக் காப்பாற்ற முடியும்? ஆனாலும் முயற்சி செய்து பார்க்கலாம் தாங்கள் போகவேண்டாம். போவதற்கு எங்களில் எத்தனையோ பேர் இருக்கிறார்கள்" என்றான் பார்த்திபேந்திரன்.

"ஜாக்கிரதை! இச்சமயம் என்னைத் தடுக்கப் பார்க்கிறவர்களை நான் ஒரு நாளும் மன்னிக்க முடியாது" என்று இராஜகம்பீரமான அதிகார தோரணையில் கூறினார் இளவரசர். அதே சமயத்தில் படகை அவிழ்த்து விட்டார். "உங்களில் இரண்டு பேர் போதும்; வாருங்கள்!" என்றார்.

படகு கடலில் இறங்கியது. இளவரசர், அவர் குறிப்பிட்ட இருவரும் அதில் குதித்தார்கள். மறு கணமே படகு கப்பலை விட்டு அகன்று சென்றது. அலைகளின் மேல் ஆவேசக்கூத்து ஆடியது. இளவரசரும் மற்ற இருவரும் துடுப்புகளைப் பலங்கொண்ட மட்டும் வலித்தார்கள். சிறிது சிறிதாகப் படகு எரிகின்ற கப்பலை அணுகியது. இதற்குள் தீ உச்சியிலிருந்து பாதி பாய்மரம் வரையில் இறங்கிவிட்டிருந்தது. ஆனால் வந்தியத்தேவனோ அங்கே நின்றுகொண்டிருந்தான். அவன் தீயின் வெளிச்சத்தில் கப்பலைப் பார்த்தான்; கப்பலிலிருந்து இறக்கப்பட்டு வந்த படகையும் பார்த்தான். அந்த அதிசயத்தில் தன்னை மறந்திருந்தான். தான் ஏதேனும் செய்ய வேண்டும் என்றே அவனுக்குத் தோன்றவில்லை.

"குதி கடலில் குதி!" என்று கத்தினார் இளவரசர். அவன் காதில் அது விழவில்லை. செயலற்ற பதுமையைப்போல் நின்றுகொண்டிருந்தான்.

ஆயிற்று; இன்னும் சிறிது நேரம் தாமதித்தால் கப்பல் அடித்தளத்திற்கு நெருப்பு வந்துவிடும்; கப்பல் முழுகிவிடும். அப்புறம் அவனைக் காப்பாற்றுவது இயலாத காரியமாகி விடும்.

என்ன செய்யவேண்டும் என்பதை மறுபடியும் இளவரசர் ஒரு நொடியில் முடிவு செய்தார். இத்தகைய சந்தர்ப்பங்களுக் கென்று அந்த அபாயப் படகில் சேர்த்துக் கட்டியிருந்த நீளக்கயிற்றின் இன்னொரு நுனியைத் தமது இடுப்பில் சுற்றி இறுக்கிக் கட்டிக் கொண்டார். மாலுமிகள் இருவருக்கும் எச்சரிக்கை செய்துவிட்டுக் கடலில் குதித்தார்.

இத்தனை நேரம் படகுடன் விளையாடிய அலைகள் இப்போது இளவரசருடன் விளையாடின. ஒரு கணம் அவரை வானத்துக்கு உயர்த்தின; மறுகணம் பாதாளத்தில் தள்ளின. எனினும் இளவரசர் திசையும் குறியும் தவறாமல் எரிகின்ற கப்பலை நோக்கி வேகமாகப் போய்க்கொண்டிருந்தார்.

ஒரு பெரிய, மிகப் பெரிய அலை வந்தது! இளவரசர் மேலே அது விழுந்திருந்தால் அவரை அமுக்கிக் கடலின் அடியில் கொண்டு போயிருக்கக் கூடும்! ஆனால் அது நல்ல அலை; இளவரசருக்கு ஏவல் செய்ய வந்தது. அவரைத் தன் உச்சியில் வைத்து தூக்கிக்கொண்டு போய் எரிகின்ற கப்பலின் மேல் தளத்தில் எறிந்தது.

ஏற்கெனவே கட்டு அவிழ்த்துக் கொண்டிருந்த வந்தியத்தேவன் இளவரசரைப் பார்த்ததும், 'ஆ' என்று அலறி அவரை எடுப்பதற்காகத் தாவிக் குனிந்தான். இளவரசர் அவனுடைய கழுத்தை அப்படியே இறுக்கிக் கட்டிக் கொண்டார். அவன் காதுக்குள் "என்னைப் பிடித்துக்கொண்டு வா! விட்டு விடாதே!" என்றார். சொல்லி முடிந்த தட்சணமே இருவரும் மறுபடியும் கடலில் மிதந்து அலைகளினால் மொத்துண்டார்கள்.

மாலுமிகள் துடுப்புத் தள்ளுவதை நிறுத்திக் கயிற்றைப் பிடித்து இழுக்கலானார்கள்.

இளவரசரும் அவரை உடும்புப் பிடியாகப் பிடித்துக் கொண்டிருந்த வந்தியத்தேவனும் படகை அணுகினார்கள்.

படகைப் பிடித்து அதில் ஏறுவது எளிய காரியமில்லை. அலைகளுடன் போராடிக்கொண்டு வந்தியத்தேவனையும் தாங்கிக்கொண்டு படகில் ஏறுவதற்கு முயன்ற ஒவ்வொரு கணமும் ஒரு யுகமாக இருந்தது.

இதோ படகு கைக்கு அகப்படுவது போலிருக்கும்; அடுத்த கணம் எட்டாத தூரத்தில் போய்விடும். கடைசியாக, அதற்கும் ஒரு பெரிய அலை உதவி செய்தது. படகின் அருகில் உயரமாக எழுந்த அந்தப் பேரலையோடு அவர்களும் எழுந்தார்கள். மாலுமிகளின் உதவியுடன் படகில் குதித்தார்கள்.

"துடுப்பை வலியுங்கள்! வேகமாய் வலியுங்கள்!" என்றார் இளவரசர்.

ஏனெனில், எரிகின்ற கப்பல் கடலில் முழுகும் நேரம் நெருங்கிக்கொண்டிருந்தது. அப்படி முழுகும்போது ஏற்படும் கொந்தளிப்பில் படகு கவிழ்ந்தாலும் கவிழ்ந்துவிடும். அது மட்டுமன்று; கப்பல் முழுகித் தீ அணைந்து விட்டால் பிறகு மற்றொரு கப்பலை அவர்கள் பிடிப்பது அசாத்தியமாகி விடலாம்.

ஆகா! அதோ கப்பல் முழுகத் தொடங்கிவிட்டது. கொழுந்துவிட்டு எரிந்த பாய்மரங்களுடனே அது கடலில் முழுகிய காட்சிதான் என்ன பயங்கர சௌந்தர்யமாயிருந்தது!

அதை அவர்களால் அதிகநேரம் அனுபவிக்க முடியவில்லை. இளவரசர் எதிர்பார்த்தது போலவே கடலில் ஒரு பெரிய கொந்தளிப்பு. வானளாவி மேலெழுந்த அலைகள்.

படகு என்னமோ அலைகளைச் சமாளித்துக் கொண்டது. ஆனால் எரிந்த கப்பல் மூழ்கியதும் சுற்றிலும் சூழ்ந்த இருளில் மற்றொரு கப்பல் இருந்த இடமே தெரியாமல் போயிற்று. திக்குத்திசை ஒன்றுமே தெரியவில்லை.

படகும், கப்பலும் ஒன்றையொன்று நெருங்கிக்கொண்டிருக்கின்றனவோ, அகன்றுபோய் கொண்டிருக்கின்றனவோ, அதைத் தெரிந்து கொள்ளவும் வழியில்லை. இரண்டிலும் அபாயம் உண்டு.

இருட்டில் கப்பல் இருக்குமிடம் தெரியாமல் அதை நெருங்கிச் சென்று முட்டிக்கொண்டால், படகு துகள் துகளாகும்.

விலகிப் போய்விட்டால், கேட்பானேன்? நடுக்கடலில், காரிருளில் அந்தச் சின்னஞ் சிறு படகினால் என்ன செய்ய முடியும்?

சமுத்திரராஜனே! உன் காதலி பொன்னி நதி தந்த அருமைச் செல்வனை நீதான் காப்பாற்றவேண்டும்!

வாயு பகவானுடைய லீலைகள் வெகுவெகு அதிசயமானவை. அந்தப் பெரும் சுழிக்காற்று எவ்வளவு அவசரமாக வந்ததோ அவ்வளவு அவசரமாகவே போய்விட்டது. போகும் வழியிலெல்லாம் கடலைப் படாதபாடு படுத்திவிட்டுப் போய் விட்டது.

சுழிக்காற்று போய்விட்டது சரிதான்; ஆனால் அதனால் கடலில் ஏற்பட்ட கொந்தளிப்பு இலேசில் அடங்கிவிடாது. ஒரு இரவும், ஒரு பகலும் நீடித்திருந்தாலும் இருக்கும். அந்தக் கொந்தளிப்பின் வேகம் நெடுந்தூரம் பிரயாணம் செய்யும் கோடிக்கரையில் விஸ்தாரமான மணற் பிரதேசத்தையெல்லாம் கடல் ஏறிமூடிவிடும். நாகப்பட்டினத்தின் கடற்கரைமீது பேரலைகள் மோதி இடித்துக் தகர்க்கப் பார்க்கும். இன்னும் அக்கொந்தளிப்பு காங்கேசன்துறை திரிகோண மலை வரையில் பரவும். மாதோட்டத்தையும், இராமேசுரத்தையும் கூட ஒரு கை பார்த்துவிடும்.

இளவரசர் முதலியோர் ஏறியிருந்த படகு அலைகளால் மொத்துண்டு மிதந்துகொண்டேயிருந்தது. சிறிது நேரத்துக் கெல்லாம் துடுப்பு வலிப்பதையும் நிறுத்தி விட்டார்கள். திக்கும் திசையும் தெரியாதபோது, கப்பல் எங்கே இருக்கிறதென்றும் தெரியாத போது, துடுப்பு வலித்து ஆவது என்ன? காற்று ஓய்ந்துவிட்டது; மழை ஓய்ந்துவிட்டது; இடியும் மின்னலும் நின்றுவிட்டன. ஆனால் அலைகளின் ஆங்காரம் மட்டும் சிறிதளவும் குன்றவில்லை.

படகு அந்த அலைகளில் தத்தளித்துக் கொண்டேயிருந்தது.

சற்றும் எதிர்பாராத ஓர் அபாயம் அதை நெருங்கி நெருங்கி வந்துகொண்டிருந்தது. இதோ வந்துவிட்டது!

எரிந்த கப்பல் முழுகிற்றல்லவா! அப்போது முழுதும் எரியாத ஒரு பாய்மரம் அதிலிருந்து பிரிந்தது. கடலில் அது மிதந்து மிதந்து படகுக்கு அருகில் வந்தது. இருட்டின் காரணமாக வெகு சமீபத்தில் வரும்வரையில் அதை ஒருவரும் பார்க்கவில்லை.

பார்த்தவுடனே, "துடுப்பு வலியுங்கள்! துடுப்பு வலியுங்கள்!" என்று இளவரசர் கூவினார்.

அவர் கூவி வாய் மூடுவதற்குள் அந்தப் பாய்மரம் படகின் அடிப்பகுதியில் இடித்தது. இடித்த வேகத்தில் படகு 'படார்' என்று பிளந்தது. முதலில் இரண்டு பகுதிகளாகப் பிரிந்தது. பிறகு சிறிய சிறிய பலகைத் துண்டுகளாகப் பிளந்து சிதறியது.

"நண்பா! பயப்படாதே! இந்தப் படகைக் காட்டிலும் அந்தப் பாய்மரம் பத்திரமானது. தாவி அதைப் பற்றிக்கொள்!" என்றார் இளவரசர்.

❖

53. அபய கீதம்

இளவரசர் அருள்மொழிவர்மர் பார்த்திபேந்திரனுடைய கப்பலுக்குப் போய்ச்சேரும் வரையில், தொண்டைமான் நதியின் முகத்துவாரத்தில் நின்றவர்கள் பார்த்துக் கொண்டிருந்தார்கள்.

கப்பலில் இளவரசர் ஏறிக்கொண்ட உடனே அவரை ஏற்றிச் சென்ற படகு திரும்பியது. சேனாதிபதி பூதி விக்கிரமகேசரி குதூகலம் அடைந்திருந்தார் என்று அவருடைய முகக்குறி காட்டியது.

"ஆண்டவன் நம் கட்சியில் இருக்கிறார்; சந்தேகமில்லை. இளவரசரின் திருமேனியில் உள்ள சங்குசக்கரச் சின்னங்கள் பழுதாகப் போய்விடுமா? பார்த்திபேந்திரன் அவரைப் பத்திரமாகக் காஞ்சி கொண்டுபோய்ச் சேர்த்துவிடுவான். நாமும் நம் படைகளுடன் தஞ்சையை நோக்கிப் புறப்பட வேண்டியதுதான்!" என்று தமக்குத்தாமே சொல்லுகிறவர் போல் கொடும்பாளூர் வேளார் உரத்துச் சொல்லிக் கொண்டார்.

உடனே பக்கத்திலிருந்த ஆழ்வார்க்கடியானைப் பார்த்தார்.

"வைஷ்ணவனே! நீ இங்கு நிற்கிறாயா? அதனால் பாதகம் இல்லை. முதன் மந்திரியின் அந்தரங்க ஒற்றனுக்குத் தெரியாதது என்ன இருக்கிறது? சரி, நீ என்ன செய்யப் போகிறாய்? மாதோட்டத்துக்கு என்னுடன் வரப் போகிறாயா?" என்று கேட்டார்.

"இல்லை, ஐயா! முதன் மந்திரி எனக்கு இட்ட இன்னும் ஒரு வேலை நான் செய்யவேண்டியிருக்கிறது..."

"அது என்ன, அப்பா?"

ஆழ்வார்க்கடியான் சற்றுத் தூரத்தில் ஊமை ராணியும் பூங்குழலியும் நின்ற இடத்தை நோக்கினான்.

"அந்தப் பெண்களைப் பற்றிய விஷயமா?" என்றார் சேனாதிபதி.

"அவர்களில் ஒருவரைப் பற்றியதுதான்; இலங்கையில் இத்தகைய ஊமை ஸ்திரீ ஒருத்தியைப் பார்க்க நேர்ந்தால் அவளை எப்படியாவது தஞ்சாவூருக்கு அழைத்து வரும்படி முதன் மந்திரி கட்டளையிட்டிருக்கிறார்."

"நல்ல வேலை உனக்குக் கொடுத்தார். அதைக் காட்டிலும் இலங்கைக் கடல்களில் அடிக்கும் புயற்காற்றுகளில் ஒன்றைப் பிடித்துக்கொண்டு வரும்படி உனக்குச் சொல்லியிருக்கலாம். அந்த ஊமை ஸ்திரீயைப் பிடித்துக்கொண்டு போவது அவ்வளவு சுலபமாயிருக்கும். அவள் யாரோ தெரியவில்லை. நம் இளவரசரிடம் மிக அபிமானம் வைத்திருக்கிறாள். உனக்கு ஏதாவது அவளைப்பற்றித் தெரியுமா?"

"அவள் ஊமை என்பதும், பிறவிச் செவிடு என்பதும் தெரியும். அவளை அழைத்துச் செல்வதைக் காட்டிலும் புயற்காற்றைக் கூண்டில் அடைத்துக்கொண்டு போவது சுலபம்

என்றும் தெரியும். ஆயினும் என் எஜமானர் சொல்லியிருக்கிற படியால் ஒரு பிரயத்தனம் செய்து பார்ப்பேன்."

"இந்த ஓடக்காரப் பெண்ணுக்கும் அவளுக்கும் கூடச் சிநேகம் போலிருக்கிறது. இரண்டு பேரும் ஜாடைகளினால் பேசிக்கொள்வதைப் பார்! அந்தப் பெண்ணை இங்கே கூப்பிடு! அவளுக்கு ஓர் எச்சரிக்கை செய்ய வேண்டும்!..."

ஆழ்வார்க்கடியான் அந்தப் பெண்களின் அருகில் சென்று பூங்குழலியிடம் சேனாதிபதி அழைப்பதைக் கூறினான்.

பூங்குழலி ஊமை ராணியை விட்டுப் பிரிந்து சேனாதிபதியை அணுகினாள்.

"இதோ பார், பெண்ணே! நீ வெகு புத்திசாலி! நல்ல சமயத்தில் வந்து, முக்கியமான செய்தி சொன்னாய். சோழகுலத்துக்குப் பெரிய உதவி செய்தாய். இதை நான் என்றும் மறக்க மாட்டேன். தக்க சமயத்தில் தகுந்த பரிசில் கொடுப்பேன்" என்றார்.

பூங்குழலி, "வந்தனம், ஐயா! எனக்குப் பரிசில் எதுவும் தேவையில்லை" என்று பணிவுடன் சொன்னாள்.

"தேவையில்லை என்றால் யார் விடுகிறார்கள்? இந்தக் குழப்பமெல்லாம் கொஞ்சம் அடங்கட்டும். பிறகு... பிறகு சோழ நாட்டுச் சைன்யத்தில் வீராதி வீரனாகப் பார்த்து உனக்குத் திருமணம் செய்து வைக்கிறேன். உனக்கு வாய்க்கின்ற கணவன் அற்ப சொற்பமானவனாய் இருந்தால் போதாது. பீமசேனனாக இருக்கவேண்டும். இல்லாவிட்டால் அவனைக் கண்ணிலே விரலைக் கொடுத்து ஆட்டி வைத்துவிட மாட்டாயா?" என்று சேனாதிபதி கூறிப் புன்னகை புரிந்தார்.

பூங்குழலி தரையைப் பார்த்தபடி நின்றாள். அவள் உள்ளத்தில் கோபம் பொங்கியது. ஆனால் அதை அச்சமயம் காட்டிக்கொள்ள விரும்பவில்லை. இந்த முரட்டுக் கிழவரிடம் சண்டை பிடிப்பதில் பயன் என்ன? கோபத்தை அடக்கிக் கொள்ள முயன்றாள்.

"ஆனால் ஒரு விஷயத்தை மட்டும் ஞாபகம் வைத்துக் கொள், இளவரசருக்கு ஏதோ உதவி செய்துவிட்டபடியால், அவர் பேரில் பாத்தியதை கொண்டாடலாம் என்று எண்ணாதே! கடலில் வலை போட்டு மீன் பிடிப்பதோடு நிறுத்திக்கொள்! இளவரசரை வலை போட்டுப் பிடிக்கலாம் என்று ஆசைப்படாதே! ஜாக்கிரதை, பெண்ணே! இனி அவர் அருகில் நெருங்கினாலும் உனக்கு ஆபத்து வரும்!" என்றார் சேனாதிபதி. அவருடைய குரல் அப்போது மிகக் கடுமையாக இருந்தது. அவருடைய ஒவ்வொரு வார்த்தையும் காய்ச்சிய ஈயத்துளியை விடுவது போல் பூங்குழலியின் காதில் விழுந்தது.

அந்தக் கிழவனாருக்குப் பதிலுக்குப் பதில் காரசாரமான வார்த்தைகளைச் சொல்ல வேண்டும் என்று பூங்குழலி விரும்பினாள். ஆனால் பேச இயலவில்லை தொண்டையை அடைத்தது. காதில் விழுந்த காய்ச்சிய ஈயத் துளிகள் கண் வழியாக வெளி வந்தன போல் வெப்பமான கண்ணீர்த் துளிகள் தோன்றிக் கண்களை எரியச்செய்தன.

குனிந்த தலை நிமிராமல் பூங்குழலி திரும்பினாள். கடற்கரைக்கு எதிர்ப்பக்கம் நோக்கி நடந்தாள். நடை மெதுவாக ஆரம்பமாயிற்று. வரவரவேகம் அதிகரித்தது. ஊமை ராணி இருந்த திசையை ஒருகணம் கடைக்கண்ணால் பார்த்தாள். அவள் அருகில் ஆழ்வார்க்கடியான் நின்று ஏதோ அவளிடம் தெரிவிக்க முயன்று கொண்டிருப்பதைக் கண்டாள். மனிதர்கள் உள்ள இடத்திலேயே தான் இருக்கக்கூடாது என்ற எண்ணம் அவளுக்குத் தோன்றியது. மனிதக் குரலையே கேட்கப் பிடிக்கவில்லை. ஆ! மனிதர்கள் எத்தனை கொடூரமானவர்கள்? எதற்காக இவ்வளவு குரூரமான சொற்களைப் பேசுகிறார்கள்! எல்லாரும் ஊமைகளாகவே இருந்துவிட்டால் எவ்வளவு நன்றாயிருக்கும்?

சிறிது தூரம் காட்டில் புகுந்து சென்ற பிறகு, தொண்டைமானாற்றின் கரையை அடைந்தாள். அந்தக் கரையோடு உள்நாட்டை நோக்கி நடந்தாள். அவளுடைய படகை

விட்டிருந்த இடத்தைக் குறி வைத்து நடந்தாள். ஆம், சீக்கிரம் அந்தப் படகைப்போய்ச் சேரவேண்டும். படகில் ஏறிக் கொள்ளவேண்டும். தன்னந்தனியாகக் கடலில் செல்ல வேண்டும். மனிதர்களுடைய குரல் காதில் விழ முடியாத நடுக்கடலுக்கே போய்விட வேண்டும். துடுப்பைச் சும்மா வைத்துவிடவேண்டும். அலைகளில் மொத்துண்டு படகு மிதந்து மிதந்து போகவேண்டும். தானும் அதில் போய்க் கொண்டிருக்க வேண்டும். எல்லையில்லாத கடலில் முடிவில்லாமல் போய்க் கொண்டிருக்க வேண்டும். அப்போதுதான் அலைபட்ட தன் உள்ளம் அமைதி பெறும். சேனாதிபதியின் வார்த்தைகளினால் நொந்த உள்ளத்தின் வேதனை தீரும். ஆத்திரம் தணிந்து ஆறுதல் உண்டாகும்.

அந்தப் பொல்லாத கிழவன் என்ன சொன்னான்! “வலை போட்டுக் கடலில் மீன் பிடிப்பதோடு நிறுத்திக் கொள்! இளவரசருக்கு வலை போடாதே!” என்றான்.

நானா இளவரசருக்கு வலை போடுகிறேன்! சீச்சீ! அந்தக் கிழவனின் புத்தி போன போக்கைப் பார்!... ஆம்; தரையில் வாழும் மனிதர்களைக் காட்டிலும் கடலில் வாழும் மீன்கள் எவ்வளவோ நல்ல ஜந்துக்கள். அவை இப்படியெல்லாம் கொடூரமாகப் பேசுவதில்லை. ஆழ்கடலில் நீந்தியும் மிதந்தும் எவ்வளவு ஆனந்தமாகக் காலங்கழிக்கின்றன! அவற்றுக்குக் கவலை ஏது? துயரம் ஏது? ஆகா! நான் கடலில் வாழும் மீனாகப் பிறந்திருக்கக்கூடாதா? அப்படிப் பிறந்திருந்தால், இந்த உலகத்தின் துயரங்கள், துவேஷங்கள், ஆசாபாசங்கள், கோபதாபங்கள், இவற்றில் அகப்பட்டுக் கொள்ளாமல் சதா சர்வ காலமும் ஆழ்கடலில் நீந்தி நீந்திப் போய்க் கொண்டிருக்கலாம் அல்லவா? அப்போது தன்னையும் இளவரசரையும் பிரிப்பதற்கோ வஞ்சகம் செய்வதற்கோ விஷமமாகப் பேசுவதற்கோ யாரும் இருக்க மாட்டார்கள் அல்லவா?... இல்லை, இல்லை! அதுவும் நிச்சயமில்லை. அங்கேயும் இந்தப் பொல்லாத மனிதர்கள் வந்து வலை போட்டுப் பிடித்துக் கொண்டு போகப் பார்ப்பார்கள்! இரண்டு மீன்களில் ஒன்றை மட்டும் கொண்டு போனாலும் போவார்கள்! பாதகர்கள்!...

பூங்குழலியின் மனத்தில் பொங்கிய ஆத்திரம் அவளுடைய கால்களுக்கு அளவில்லாத விரைவைக் கொடுத்தது. சூரியன் உச்சிவானுக்கு வந்த சமயம் அவள் படகை விட்டிருந்த இடத்தை அடைந்துவிட்டாள். நல்லவேளை; படகு விட்டிருந்த இடத்தில் கட்டிப் போட்டபடியே இருந்தது. அவளுடைய ஆருயிர்த்தோழி அந்தப் படகுதான். அவளுடைய அடைக்கல ஸ்தானம் அந்தப் படகுதான். துன்பமும், துரோகமும் சூழ்ந்த இந்தப் பொல்லாத உலகத்தில் தனக்கு அமைதியும் ஆனந்தமும் அளிப்பது அந்தச் சாண் அகலத்துப் படகுதான். அதை யாரும் அடித்துக்கொண்டு போகாமல் விட்டு வைத்தது பெரிய காரியம்.

‘இனி எது எப்படியாவது போகட்டும். இளவரசரை அந்தக் கிழச் சேனாதிபதி காவல் புரியட்டும். கொடும்பாளூர் வீட்டுப் பெண்ணையே அவர் கழுத்தில் கட்டிவிடட்டும். அதனால் எனக்கு என்ன? என் படகு இருக்கிறது; துடுப்பு இருக்கிறது; கையில் வலிவு இருக்கிறது; விசாலமான கடலும் இருக்கிறது. சமுத்திர ராஜனே! உன் அருமைப் புதல்வியை வேறு யார் கைவிட்டாலும் நீ கைவிட மாட்டாய் அல்லவா?

“சமுத்திரகுமாரி” என்று இளவரசர் திருவாயினால் கூறியதைப் பொய்யாக்க மாட்டாய் அல்லவா?

பூங்குழலி படகில் ஏறிக்கொண்டாள். கடலை நோக்கிப் படகைச் செலுத்தினாள். நதியின் ஓட்டத்தோடு சென்றபடியால் சீக்கிரத்திலேயே தொண்டைமானாற்றின் முகத்துவாரத்தை அடைந்துவிட்டாள். பின்னர் கடலில் படகைச் செலுத்தினாள். சிறிது நேரத்துக்கெல்லாம் சுழிக்காற்று அடிக்கப் போகிறது என்று அவளுக்குத் தெரிந்து போயிற்று. சுழிக்காற்றின் முன் அறிகுறிகளை அவள் நன்கு அறிந்திருந்தாள். முதல் நாள் இரவு சந்திரனைச் சுற்றிச் சாம்பல் நிற வட்டம் காணப்பட்டது. இன்றைக்குப் பகலெல்லாம் ஒரே புழுக்கமாயிருந்தது. மரங்களில் இலை அசையவில்லை. அதோ தென்மேற்கு மூலையில்

கரிய மேகத்திட்டுகள் கிளம்பிவிட்டன. சீக்கிரத்தில் சுழிக்காற்று அடிக்கப்போவது நிச்சயம். கடலின் கொந்தளிப்பு அற்புதக் காட்சியிருக்கும். கடலில் அகப்பட்டுக் கொள்ளக் கூடாது. பூதத் தீவுக்குப் போய்த் தங்கியிருப்பது நல்லது. அங்கே தங்கியிருந்தால் சுழிக்காற்றினால் கடலிலே உண்டாகும் அல்லோலகல்லோலத்தை நன்றாகப் பார்த்துக் களிக்கலாம். காற்று அடித்துவிட்டுப் போன பிறகு, கடலிலும் கொந்தளிப்புச் சிறிது அடங்கிய பிறகு, படகைக் கடலில் செலுத்திக்கொண்டு கோடிக்கரைக்குப் போகலாம். இப்போது என்ன அவசரம்? கோடிக்கரைக்கு இப்போது அந்த மரக்கலம் அநேகமாகப் போயிருக்கும். நல்லவேளை சுழிக்காற்றில் அது அகப்பட்டுக்கொண்டிராது. இளவரசர் இத்தனை நேரம் பத்திரமாகப் போய் அங்கே இறங்கியிருப்பார். அல்லது ஒருவேளை மாமல்லபுரத்துக்கே போயிருந்தாலும் போயிருப்பார். எங்கே போயிருந்தால் நமக்கு என்ன? சுழிக்காற்றில் அகப்பட்டுக்கொண்டிருக்கமாட்டார்; அந்த வரைக்கும் திருப்தி அடையலாம்.

சுழிக்காற்றுத் தொடங்குவதற்கு முன்னால் அடியோடு காற்று நின்றுபோயிருந்தபடியால் மரக்கலங்கள் பாய் விரித்திருந்தும் கடலில் போக முடியவில்லை என்பது பூங்குழலிக்குத் தெரியாது. ஆகையால் இத்தனை நேரம் அக்கரை போய்ச் சேர்ந்திருக்கும் என்றே நினைத்தாள்.

சேனாதிபதி, "இளவரசருக்கு வலை போடாதே!" என்று சொன்னது அடிக்கடி அவளுடைய மனத்தில் தோன்றி துன்புறுத்திக்கொண்டிருந்தது. ஆகையால், கோடிக்கரைக்குத் தானும் உடனே போகவேண்டாம் என்று எண்ணினாள். பூதத் தீவிலே தங்கியிருந்து சுழிக்காற்றின் அட்டகாசங்களை வேடிக்கைப் பார்த்துக்கொண்டிருந்துவிட்டுப் பிறகு சாவகாசமாகப் புறப்படத் தீர்மானித்தாள்.

தொண்டைமானாற்றின் முகத்துவாரத்திலிருந்து பூதத்தீவு அதிக தூரத்தில் இல்லை, ஆகையால் புறப்பட்ட ஒரு நாழிகை நேரத்துக்குள் அங்கே போய்ச் சேர்ந்துவிட்டாள்.

பூங்குழலி பூதத்தீவைச் சேர்ந்ததற்கும் சுழிக்காற்று அடிக்கத் தொடங்கியதற்கும் சரியாயிருந்தது.

படகைக் கரையில் ஏற்றிக் குப்புறக் கவிழ்த்துப் பத்திரமாய்க் கட்டிப் போட்டுவிட்டு, பூங்குழலி அத்தீவில் இருந்த ஒரு சிறிய புத்த ஸ்தூபத்தை அடைந்தாள். முதலில் சற்று நேரம் அதன் அடிவாரத்துக் குகை அறையில் காற்றிலும் மழையிலும் அடிபடாதிருந்து பார்த்தாள். அதிக நேரம் அவளால் அப்படி இருக்க முடியவில்லை. வாயு பகவானின் கோலாகலத் திருவிளையாடல்களைப் பார்க்கும் ஆசை உண்டாயிற்று. குகையிலிருந்து வெளிவந்து படிக்கட்டில் ஏறி ஸ்தூபத்தின் உச்சியை அடைந்தாள். அப்போது சுற்றுப்புறத்துச் சூழ்நிலை அவள் உள்ளத்தின் நிலைக்கு ஒத்ததாக இருந்தது. பூதத்தீவில் ஓங்கி வளர்ந்திருந்த நூற்றுக்கணக்கான தென்னை மரங்கள் தலைவிரி கோலமாக ஊழிக் காலத்தில் சம்ஹார மூர்த்தியைச் சுற்றி நின்று பூதகணங்கள் ஆடுவது போல் ஆடின. கடல் அலைகள் அத்தென்னை மரங்களின் உயரம் சில சமயம் எழும்பி இமயமலையின் பனிச் சிகரங்களைப்போல் ஒரு வினாடி காட்சி அளித்து, மறு வினாடி நூறு கோடி நுரைத் துளிகளாகச் சிதறி விழுந்தன. சுழன்று சுழன்று அடித்த காற்றின் சப்தமும் அலைகளின் பேரொலியும் இடையிடையே கேட்ட இடி முழக்கமும் சேர்ந்து திக்குத் திகாந்தங்கள் எல்லாம் இடிந்து தகர்ந்து விழுகின்றன என்று எண்ணச் செய்தன. வானத்தை வெட்டிப் பிளப்பதுபோல் அவ்வப்போது தோன்றிக் கப்பும் கிளையும் விட்டுப் படர்ந்து ஓடி மறைந்த மின்னல்கள் ஒரு வினாடி நேரம் கொந்தளித்த அலை கடலையும், பேயாட்டம் ஆடிய மரங்களையும், வெளிச்சம் போட்டுக் காட்டிவிட்டு மறுவினாடி கன்னங்கரிய காரிருளில் ஆழச் செய்தன.

இவ்வளவு அல்லோலகல்லோலங்களையும் பார்த்துக் கொண்டு பூங்குழலி வெகுநேரம் நின்றாள். அவள் உடம்பு காற்றில் ஆடிய மரங்களைப் போல் ஆடியது. அவள் கூந்தல் அவிழ்ந்து காற்றில் பறந்தது. மழை அவள் உடலை நனைத்தது. இடி முழக்கம் அவள்

செவிகளைப் பிளந்தது. மின்வெட்டு அவள் கண்களைப் பறித்தது. இதையெல்லாம் அவள் பொருட்படுத்தவேயில்லை. வெகு நேரம் அக்காற்றிலும் மழையிலும் அவள் நின்றாள். அவள் உள்ளம் வெறி கொண்டு கொந்தளித்தது. தன்னைச் சுற்றிலும் நடைபெறும் அற்புத கோலாகலமெல்லாம் தான் பார்த்துக் களிப்பதற்காகவே நடப்பதாக எண்ணிப் பெருமிதத்துடன் அனுபவித்துக் கொண்டிருந்தாள்.

இடையிடையே அவளுக்கு இளவரசர் அருள்மொழிவர்மரின் நினைவு வந்துகொண்டிருந்தது. அச்சமயம் அவர் கோடிக்கரை சேர்ந்து பத்திரமான இடத்தில் தங்கியிருப்பார் என்று எண்ணினாள். ஒருவேளை தன் பெற்றோர் வீட்டிலே கூடத் தங்கியிருக்கலாம்; அல்லது நாகப்பட்டினம் சென்று அங்கே இராஜ மாளிகையில் தங்கியிருக்கலாம். ஒருவேளை கடலில் கப்பலிலேயே இருந்திருப்பாரோ? இருந்தால் என்ன? அவர் ஏறிச் சென்ற பெரிய மரக்கலத்தை எந்தச் சுழிக்காற்றுதான் என்ன செய்துவிடும்? அவரைப் பாதுகாக்க எத்தனையோ பேர் சுற்றிலும் சூழ்ந்திருப்பார்கள். தன்னைப் பற்றி அவர் ஞாபகப்படுத்திக் கொள்ளுவாரா? 'அந்தப் பேதை பூங்குழலி இச்சமயம் எங்கிருக்கிறாளோ?' என்று எண்ணிக் கொள்வாரா? ஒருநாளும் மாட்டார். அவளுடைய சகோதரி அனுப்பிய வந்தியத்தேவனைப் பற்றி நினைத்துக் கொள்வார். கொடும்பாளூர்க் கோமகளைப்பற்றியும் நினைத்துக் கொள்ளலாம். இந்த ஏழைக் கரையர் குலப் பெண்ணை அவருக்கு எங்கே நினைவிருக்கப்போகிறது?

இரவு வெகு நேரம் சுழிக்காற்றின் கோலாகலத்தை அனுபவித்துவிட்டுப் பூங்குழலி ஸ்தூபத்தின் அடிவாரக் குகைக்குச் சென்று கண்ணயர்ந்தாள். தூக்கத்தில் அவள் அமைதியடையவில்லை. ஏதேதோ கனவுகள் கண்டு கொண்டிருந்தாள். கடலில் படகில் சென்று வலை வீசுவது போலவும், அதில் இளவரசர் அகப்படுவது போலவும் ஒரு தடவை கனவு கண்டாள். மற்றொரு சமயம் அவளும் இளவரசரும் மீன்களாக மாறிக் கடலில் அருகருகே நீந்திப் போவதாகக் கனவு கண்டாள். ஒவ்வொரு கனவின் போதும் நடுவில் விழித்தெழுந்து, "இது என்ன பைத்தியக்காரத்தனம்?" என்று எண்ணி மனத்தைத் தெளிவாக்கிக்கொள்ள முயன்று மறுபடியும் உறங்கினாள்.

பொழுது விடிந்து அவள் நன்றாய் விழித்தெழுந்த போது சுழிக்காற்றின் கோலாகலம் ஒருவாறு அடங்கிவிட்டிருந்தது. இடியில்லை; மின்னல் இல்லை; மழையும் நின்று போயிருந்தது. எழுந்து கடற்கரைக்குச் சென்றாள். நேற்றிரவு போல் அவ்வளவு பெரிய அலைகள் இப்போது கடலில் அடிக்கவில்லை. ஆயினும் கடல் இன்னும் கொந்தளிப்பாகவே இருந்தது. முன்னாளிரவு சுழிக்காற்று அத்தீவை என்ன பாடுபடுத்திவிட்டது என்பதற்கு அறிகுறியான காட்சிகள் நாலாபக்கமும் காணப்பட்டன. வேருடன் பெயர்ந்து தரையில் விழுந்து கிடந்த மரங்களும், முடிகள் வளைந்து தாழ்ந்திருந்த நெடிய பெரிய மரங்களும் காட்சி அளித்துக்கொண்டிருந்தன.

பூங்குழலி அக்காட்சிகளையெல்லாம் பார்த்துக் கொண்டிருந்தபோது கடலில் சற்றுத் தூரத்தில் ஒரு கட்டுமரம் மிதப்பது போல் தெரிந்தது. அது கடற்கரையோரத்து அலைகளினால் பல தடவை அப்படியும் இப்படியும் அலைப்புண்ட பிறகு கடைசியாகக் கரையில் வந்து ஒதுங்கியது. அப்போதுதான் அதிலே ஒரு மனிதன் இருப்பதைப் பூங்குழலி கவனித்தாள். ஓடிப் போய்ப் பார்த்தாள். கட்டுமரத்தில் கட்டப்பட்டிருந்த அந்த மனிதன் குற்றுயிராயிருந்தான். அவனைக் கட்டு அவிழ்த்து விட்டு ஆசுவாசப்படுத்தினாள். அவன் ஈழத்துக் கடற்கரைக் கிராமம் ஒன்றைச் சேர்ந்த வலைஞன். மீன் பிடிக்க போன இடத்தில் சுழிக்காற்றில் அகப்பட்டுக்கொண்டதாகக் கூறினான். தன்னுடன் இருந்த தோழனைக் கடல் இரையாக்கிக்கொண்டதாகவும் தான் பிழைத்தது புனர்ஜன்மம் என்றும் தெரிவித்தான். இன்னும் முக்கியமான ஒரு செய்தியையும் அவன் கூறினான்.

"முன்னிரவு நேரத்தில், கடுமையான சுழிக்காற்று அடித்துக் கொஞ்சம் நின்றது போலிருந்தது. எங்களைச் சுற்றிலும் காரிருள் சூழ்ந்திருந்தது. திடீரென்று ஒரு பேரிடி

இடித்தது. அப்போது தோன்றிய மின்னல் வெளிச்சத்தில் இரண்டு மரக்கலங்கள் தெரிந்தன. ஒரு மரக்கலம் தீப்பிடித்து எரியத் தொடங்கியது. அந்தப் பயங்கரமான காட்சியைச் சிறிதுநேரம் பார்த்துக் கொண்டிருந்தோம். அதில் மனிதர்கள் அவசர நடமாட்டமும் தெரிந்தது. பிறகு தீப்பிடித்த கப்பல் கடலில் முழுகிவிட்டது. மற்றொரு மரக்கலம் இருட்டில் மறைந்து விட்டது!" என்று அம்மனிதன் தட்டுத்தடுமாறிக் கூறினான்.

இதைக் கேட்டவுடனே பூங்குழலிக்கு இளவரசரை ஏற்றிச் சென்ற கப்பல் அவற்றில் ஒன்றாயிருக்குமோ என்ற ஐயம் உதித்தது. அப்படி இருக்க முடியாது என்று நிச்சயம் அடைந்தாள். கடலில் எத்தனையோ கப்பல்கள் வந்து கொண்டும் போய்க்கொண்டும் இருக்கும். அதைப்பற்றி நமக்கு என்ன கவலை? ஆனாலும் தீப்பிடித்த கப்பலில் இருந்தவர்களில் சிலர் கடலில் விழுந்திருக்கக் கூடும். இந்தக் கட்டுமரத்து வலைஞனைப் போல் அவர்களில் யாராவது கையில் அகப்பட்டதைப் பிடித்துக்கொண்டு தத்தளிக்கக் கூடும். அவர்களுக்கு ஏன் நாம் உதவி செய்யக்கூடாது? படகில் ஏறிச் சென்று அப்படித் தத்தளிக்கிறவர்களை ஏற்றிக்கொண்டு வந்து ஏன் கரை சேர்க்கக் கூடாது? பின்னே, இந்த ஜன்மம் எதற்காகத்தான் இருக்கிறது?...

அவ்வளவுதான்; இந்த எண்ணம் தோன்றியதோ இல்லையோ, பூங்குழலி படகைக் கட்டவிழ்த்து நிமிர்த்திக் கடலில் தள்ளி விட்டாள்; தானும் ஏறிக்கொண்டாள். அவளுடைய இரும்புக் கரங்களின் பலம் முழுவதையும் உபயோகித்துத் துடுப்பை வலித்தாள். கரையில் வந்து மோதிய அலைகளைத் தாண்டி அப்பால் போகும் வரையில் மிகக் கடினமான வேலையாயிருந்தது. அப்புறம் அவ்வளவு கஷ்டமாக இல்லை வழக்கம்போல் சர்வசாதாரணமாக அவளுடைய கரங்கள் துடுப்பை வலித்தன. படகு உல்லாசமாக ஆடிக் கொண்டு மெல்ல மெல்ல நகர்ந்து சென்றது.

பூங்குழலியின் உள்ளத்தில் குதூகலமும் பொங்கியது. அவள் படகிலே வழக்கமாகப் பாடும் பழைய கீதம் தானாகவே புதிய உருவம் கொண்டது. அலைகளின் இரைச்சலை அடக்கிக் கொண்டு அந்தக் கீதம் அவளுடைய கம்பீரமான இனிய குரல் வழியாக வெளிவந்து நாற்றிசையும் பரவியது:

"அலைகடல் கொந் தளிக்கையிலே
அகக்கடல்தான் களிப்பதுமேன்?
நிலமகளும் துடிக்கையிலே
நெஞ்சகந்தான் துள்ளுவதேன்?
இடி இடித்து எண்திசையும்
வெடிபடும் அவ்வேளையிலே
நடனக் கலைவல்லவர்போல்
நாட்டியந்தான் ஆடுவதேன்?

பாய்மரக் கட்டையைப் பிடித்துக்கொண்ட இளவரசரும், வந்தியத்தேவனும் அலைகடலில் மொத்துண்டு மொத்துண்டு மிதந்துகொண்டிருந்தார்கள். அன்று ஓர் இரவுதான் அவர்கள் அவ்வாறு கடலில் மிதந்தார்கள். ஆனால் வந்தியத்தேவனுக்கு அது எத்தனையோ யுகங்கள் எனத் தோன்றியது. அவன் சீக்கிரத்திலேயே நிராசை அடைந்து விட்டான்; பிழைத்துக் கரையேறுவோம் என்ற நம்பிக்கையை அடியோடு இழந்து விட்டான்.

ஒவ்வொரு தடவை அலை உச்சிக்கு அவன் போய்க் கீழே வந்த போதும், "இத்துடன் செத்தேன்" என்று எண்ணிக் கொண்டான். மறுபடியும் உயிரும் உணர்வும் இருப்பதைக் கண்டு வியந்தான்.

அடிக்கடி இளவரசரைப் பார்த்து, "என்னுடைய அவசர புத்தியினால் தங்களையும் இந்த ஆபத்துக்கு உள்ளாக்கினேனே" என்று புலம்பினான்.

இளவரசர் அவனுக்கு ஆறுதல் கூறித் தைரியம் ஊட்டி வந்தார். "மூன்று நாள், நாலு நாள் வரையில் கடலில் இம்மாதிரி மிதந்து பிழைத்து வந்தவர்கள் உண்டு" என்று அடிக்கடி சொல்லி வந்தார்.

"நாம் கடலில் விழுந்து எத்தனை நாள் ஆயின?" என்று வந்தியத்தேவன் கேட்டான்.

"இன்னும் ஒரு ராத்திரிகூட ஆகவில்லையே?" என்றார் இளவரசர்.

"பொய்! பொய்! பல நாட்கள் ஆகியிருக்க வேண்டும்" என்றான் வந்தியத்தேவன்.

கொஞ்ச நேரத்துக்கெல்லாம் அவனுக்கு இன்னொரு கஷ்டம் ஏற்பட்டது. தொண்டை வறண்டுபோய்த் தாகம் எடுத்தது. தண்ணீரிலேயே மிதந்து கொண்டிருந்தான்; ஆனால் தாகத்துக்குக் குடிக்கத் தண்ணீர் இல்லை. இது பெரிய சித்திரவதையாயிருந்தது. இளவரசரிடம் கூறினான்.

"கொஞ்சம் பொறுமையாயிரு! சீக்கிரம் பொழுது விடியும்! எங்கேயாவது கரையிலே போய் ஒதுங்குவோம்" என்றார் இளவரசர்.

சிறிது நேரம் பொறுத்துப் பார்த்தான்; முடியவில்லை. "ஐயா! என்னால் இந்தச் சித்திரவதையைப் பொறுக்க முடியாது. கட்டை அவிழ்த்து விடுங்கள்! கடலில் முழுகிச் சாகிறேன்!" என்றான்.

இளவரசர் மீண்டும் தைரியம் கூற முயன்றார் ஆனால் பலிக்கவில்லை. வந்தியத்தேவனுக்கு வெறி மூண்டது. தன்னுடைய கட்டுக்களைத் தானே அவிழ்த்துக்கொள்ள முயன்றான். இளவரசர் அதைப் பார்த்தார். அருகில் நெருங்கிச் சென்று அவனுடைய தலையில் ஓங்கி இரண்டு அறை அறைந்தார். வந்தியத்தேவன் உணர்வை இழந்தான்!

அவன் மறுபடி உணர்வு பெற்றபோது பொழுது விடிந்து வெளிச்சமாயிருப்பதைக் கண்டான். அலைகளின் ஆரவாரமும் சிறிது அடங்கியிருந்தது. சூரியன் எங்கேயோ உதயமாகியிருக்க வேண்டும். ஆனால் எங்கே உதயமாகியிருக்கிறது என்று பார்க்க முடியவில்லை. இளவரசர் அவனை அன்புடன் நோக்கி, "தோழா! சமீபத்தில் எங்கேயோ கரை இருக்கவேண்டும். தென்னை மரம் ஒன்றின் உச்சியைச் சற்று முன் பார்த்தேன். இன்னும் கொஞ்சம் பொறுமையாயிரு!" என்று சொன்னார்.

"இளவரசே! என்னைக் கைவிட்டுவிடுங்கள்! தாங்கள் எப்படியாவது தப்பிப் பிழையுங்கள்!" என்றான் வந்தியத்தேவன்.

"வேண்டாம்! அதைரியப்படாதே! உன்னை அப்படி நான் விட்டுவிடமாட்டேன்! ஆகா! அது என்ன! யாரோ பாடுகிற குரல்போல் தொனிக்கிறதே!" என்றார் இளவரசர்.

ஆம்; அப்போது அவர்களுடைய காதில் பூங்குழலி படகிலிருந்து பாடிய பாட்டுத்தான் கேட்டது.

"அலைகடல் கொந்தளிக்கையிலே
அகக்கடல்தான் களிப்பதுமேன்?

என்ற கீதம் அவர்களுடைய காதில் அபய கீதமாகத் தொனித்தது. உடற்சோர்வும் மனச்சோர்வும் உற்று, முக்கால் பிராணனை இழந்திருந்த வந்தியத்தேவனுக்குக்கூட அந்தக் கீதம் புத்துயிர் அளித்து உற்சாகம் ஊட்டியது.

"இளவரசே! பூங்குழலியின் குரல்தான் அது! படகு ஓட்டிக்கொண்டு வருகிறாள். நாம் பிழைத்துப் போனோம்!" என்று சொன்னான்.

சிறிது நேரத்துக்கெல்லாம் படகு அவர்கள் கண்ணுக்குத் தென்பட்டது. நெருங்கி நெருங்கி அருகில் வந்தது. பூங்குழலி, "இது உண்மையில் நடப்பதுதானா?" என்று சந்தேகித்து செயலிழந்து நின்றாள். இளவரசர், வந்தியத்தேவனைக் கட்டு அவிழ்த்து விட்டார். முதலில் தாம் படகிலே தாவி ஏறிக்கொண்டார். பின்னர் வந்தியத்தேவனையும் ஏற்றி விட்டார். பூங்குழலி கையில் பிடித்த துடுப்புடனே சித்திரபாவையைப் போல் செயலற்று நின்றாள்.

❖

பாகம் - 3
கொலை வாள்

1. கோடிக்கரையில்

கடலில் அடித்த சுழிக்காற்றுச் சோழ நாட்டுக் கடற்கரையோரத்தில் புகுந்து, தன் துரிதப் பிரயாணத்தைச் செய்து கொண்டு போயிற்று. "கல்லுளிமங்கன் போன வழி, காடு மலையெல்லாம் தவிடுபொடி" என்பது போல, அந்தச் சுழிக்காற்றுப் போன வழியெங்கும் பற்பல பயங்கர நாசவேலைகளைக் காணும்படி இருந்தது. கோடிக்கரையிலிருந்து காவேரிப் பூம்பட்டினம் வரையில் சோழ நாட்டுக் கடற்கரையோரங்களில் வாயு பகவானின் லீலை செய்த வேலைகளை நன்கு பார்க்கும்படியிருந்தது. எத்தனையோ மரங்கள் வேரோடு பெயர்ந்தும், கிளைகள் முறிந்தும் கிடந்தன. வீடுகளின் கூரைகளைச் சுழிக்காற்று அப்படியே தூக்கி எடுத்துக்கொண்டு போய்த் தூர தூரங்களில் தூள் தூளாக்கி எறிந்து விட்டிருந்தது. குடிசைகள் குட்டிச் சுவர்களாயிருந்தன. கோடிக்கரைப் பகுதியில் எங்கே பார்த்தாலும் வெள்ளக் காடாயிருந்தது. கடல் பொங்கி வந்து பூமிக்குள் புகுந்து விட்டதோ என்று தோன்றியது. ஆனால் பூமிக்கும் கடலுக்கும் மத்தியில் இருந்த வெண்மணல் பிரதேசம் அந்தக் கொள்கையைப் பொய்ப்படுத்தியது. அந்த வெண்மணல் பிரதேசத்தில் ஆங்காங்குப் புதைசேறு இருந்த இடங்களில் மட்டும் இப்போது அதிகமாகத் தண்ணீர் தேங்கியிருந்தது. அப்படிப்பட்ட இடங்களில் இப்போது மனிதனோ மிருகமோ இறங்கி விட்டால், உயிரோடு சமாதிதான்! யானைகளைக் கூட அப்புதை சேற்றுக் குழிகள் இப்போது விழுங்கி ஏப்பம் விட்டு விடும்!

சுழிக்காற்று அடித்த இரண்டு நாளைக்குப் பிறகு கோடிக்கரைக்குப் பெரிய பழுவேட்டரையரும் அவருடைய பரிவாரங்களும் வந்து சேர்ந்தார்கள். பல்லக்கும் பின்தொடர்ந்து வந்தது. ஆனால் இம்முறை அந்தப் பல்லக்கில் அமர்ந்து இளையராணி நந்தினிதேவியே பிரயாணம் செய்தாள். "மதுராந்தகத் தேவரை அந்தரங்கமாக அழைத்துப்போக வேண்டிய அவசியம் இப்போது இல்லை. மேலும் சில சமயம் இளைய ராணியையும் உடன் அழைத்துப் போனால்தானே மறுபடி அவசியம் நேரும்போது மதுராந்தகரை அழைத்துப்போக அந்தப் பல்லக்கு வாகனம் உபயோகமாயிருக்கும்?" இவ்வாறு நந்தினி கூறியதைப் பழுவேட்டரையர் உற்சாகமாக ஒப்புக்கொண்டார். காமாந்தகாரத்தில் மூழ்கியிருந்த அக்கிழவருக்குத் தம்முடன் அந்தப் புவனசுந்தரியை அழைத்துப் போவதில் ஆர்வம் இருப்பது இயல்புதானே?

சுழிக்காற்றுக்கு முன்னால் அவர்கள் நாகைப்பட்டினத்துக்கு வந்திருந்தார்கள். அங்கே தனாதிகாரி தமது உத்தியோகக் கடமைகளை முதலில் நிறைவேற்றினார்.

நாகைப்பட்டினம் அப்போது தமிழகத்தின் முக்கியத் துறைமுகப்பட்டினங்களில் ஒன்றாயிருந்தது. வெளிநாடுகளிலிருந்து எத்தனை எத்தனையோ பொருள்கள் பெரிய பெரிய மரக்கலங்களில் வந்து அத்துறைமுகத்தில் இறங்கிக் கொண்டிருந்தன. அப்பொருள்களை ஆயிரக்கணக்கான சிறிய படகுகள் ஏற்றிக்கொண்டு வந்து கரையில் சேர்த்தன. கரையிலிருந்து மாற்றுப் பண்டங்களை ஏற்றிக்கொண்டு போய் மரக்கலங்களில் சேர்த்தன. இவற்றுக்கெல்லாம் சுங்க திறை விதித்து வசூலிக்கும் அதிகாரிகள் பலர் இருந்தனர். அவர்கள் சரிவர வேலை செய்கிறார்களா என்பதை மேற்பார்வை பார்ப்பது சோழ நாட்டுத் தனாதிகாரி பெரிய பழுவேட்டரையரின் உரிமையும், கடமையும் அல்லவா?

அந்த வேலை பூர்த்தியான பிறகு பெரிய பழுவேட்டரையர் நாகைப்பட்டினத்தில் புகழ் பெற்றிருந்த சூடாமணி புத்த விஹாரத்துக்கும் விஜயம் செய்தார். பிக்ஷுக்கள் அவரைத் தக்கபடி வரவேற்று உபசரித்தனர். புத்தவிஹாரத்துக்குத் தேவை ஏதேனும் உண்டா, பிக்ஷுகளுக்குக் குறைகள் ஏதேனும் உண்டா என்று தனாதிகாரி விசாரித்தார். ஒன்றும் இல்லையென்று பிக்ஷுக்கள் கூறி, சுந்தர சோழ மன்னருக்குத் தங்கள் நன்றியையும் தெரிவித்தார்கள்.

சில நாளைக்கு முன் இந்த விஹாரத்தைச் சேர்ந்த பிக்ஷுக்கள் இருவர் தஞ்சைக்குச் சக்கரவர்த்தியைப் பார்க்க வந்திருந்தார்கள். புத்த சங்கத்தின் சார்பாகச் சுந்தரசோழர் விரைவில் நோய் நீங்கிக் குணம் அடையவேண்டும் என்ற வாழ்த்துகளைத் தெரிவித்தார்கள். அப்போது அவர்கள் இளவரசர் அருள்மொழிவர்மர் இலங்கையில் புத்த தர்மத்துக்குச் செய்துவரும் தொண்டுகளைக் குறித்துத் தங்கள் பாராட்டுதலைத் தெரிவித்தார்கள். இடிந்து போன புத்த விஹாரங்களைப் புதுப்பித்துக் கொடுக்கும்படியாக இளவரசர் கட்டளையிட்டு நிறைவேற்றியும் வருவது இலங்கையில் உள்ள புத்த பிக்ஷுக்களின் மகா சங்கத்துக்கு அளவற்ற மகிழ்ச்சியை அளித்து வருவதாகவும் அவர்கள் கூறினார்கள். "சக்கரவர்த்திப் பெருமானே! இன்னும் ஒரு மகிழ்ச்சிகரமான செய்தியும் நாங்கள் கேள்விப்படுகிறோம். இலங்கையின் பழமையான சிம்மாசனத்தைத் தங்களுடைய இளைய திருக்குமாரருக்கே அளித்து இலங்கை அரசராக முடி சூட்டி விடலாம் என்று பிக்ஷுக்களில் ஒரு பெரும் பகுதியார் கருதுகிறார்களாம்! அவ்விதம் தங்களுக்குள் பேசிக்கொண்டிருக்கிறார்களாம்! இதைக் காட்டிலும் நம் இளவரசரின் பெருமைக்கு வேறு என்ன சான்று வேண்டும்!" என்றார்கள்.

இதைக் கேட்டுக்கொண்டிருந்த பெரிய பழுவேட்டரையரின் உள்ளத்தில் ஓர் அபூர்வமான யோசனை உதயமாயிற்று. பிக்ஷுகள் சென்ற பிறகு அதைச் சுந்தர சோழச் சக்கரவர்த்தியிடமும் தெரிவித்தார்.

"மூன்று உலகும் ஆளும் இறைவா! தங்கள் அதிகாரம் எட்டுத் திசையிலும் பரவி நிலைபெற்றிருக்கிறது. இந்தப் பரந்த பூமண்டலத்தில் தங்கள் ஆணைக்குக் கீழ்ப்படியாதவர்கள் யாரும் இல்லை. ஆனால் தங்கள் திருப்புதல்வர்கள் இருவர் மட்டும் இதற்கு விலக்காயிருக்கின்றனர். அவர்களுக்குத் துர்புத்தி புகட்டும் சிலர் சோழ மகாராஜ்யத்தில் பெரிய பதவிகள் வகிக்கிறார்கள். ஆதித்த கரிகாலர் தங்கள் விருப்பத்தின்படி இங்கு வருவதற்கு மறுத்து தங்களைக் காஞ்சிக்கு வரும்படி ஓலை அனுப்புகிறார். அவருக்கு இவ்வாறு துர்புத்தி புகட்டுகிறவர் வேறு யாரும் இல்லை; தங்கள் மாமனாரான திருக்கோவலூர் மலையமான்தான். அவ்வாறே ஈழ நாட்டிலிருந்து தங்கள் இளம் புதல்வரைத் தருவிக்கும்படியாகத் தாங்கள் பன்முறை சொல்லிவிட்டீர்கள். நானும் ஆள் அனுப்பி அலுத்து விட்டேன். நமது ஆட்கள் இளவரசரைச் சந்திக்காத படியும் நம் ஓலை இளவரசரைச் சேராதபடியும் அந்தக் கொடும்பாளூர்ப் பெரிய வேளான் செய்துகொண்டு வருகிறான். இல்லாவிடில், தங்கள் அருமைப் புதல்வர் தங்கள் விருப்பந் தெரிந்த பிறகும் இத்தனை காலம் வராமல் தாமதிப்பாரா? இந்நிலைமையில் எனக்கு ஒரு யோசனை தோன்றுகிறது. தாங்கள் கட்டளையிட்டால் அதைத் தெரிவிக்கிறேன்" என்றார் பழுவேட்டரையர்.

சக்கரவர்த்தி சம்மதம் கொடுத்ததன்பேரில் தனாதிகாரி தெரிவித்தார். "இலங்கைச் சிம்மாதனத்தைக் கவர்ந்து முடி சூட்டிக்கொள்ளச் சதி செய்ததாகக் குற்றம் சாட்டி இளவரசரைச் சிறைப்படுத்திக்கொண்டு வரும்படி கட்டளை பிறப்பித்து அனுப்புவோம். அத்தகைய கட்டளையைப் பூதிவிக்கிரமகேசரி தடை செய்ய முடியாது. அன்றியும், இளவரசரிடம் நேரில் எப்படியேனும் கட்டளையைச் சேர்ப்பிக்கச் செய்துவிட்டால் இளவரசர் கட்டாயம் வந்தே தீருவார்!"

இதைக் கேட்ட சுந்தர சோழர் புன்னகை புரிந்தார். விசித்திரமான யோசனைதான்; ஆயினும் ஏன் கையாண்டு பார்க்கக் கூடாது? பொன்னியின் செல்வனைப் பார்க்க வேண்டும் என்ற ஆர்வம் சக்கரவர்த்தியின் மனதில் பொங்கிக் கொண்டிருந்தது. தம்முடைய அந்திய காலம் நெருங்கிக் கொண்டிருப்பதாக அவர் உணர்ந்தார். ஆகையால் தம் அந்தரங்க அன்புக்குரிய இளங்கோவிடம் இராஜ்யத்தைப் பற்றித் தம் மனோரதத்தை வெளியிட விரும்பினார். மதுராந்தகனுக்கே தஞ்சாவூர் இராஜ்யத்தை அளிக்க வேண்டும் என்ற தம் விருப்பத்தை அறிந்தால் அருள்மொழிவர்மன் மறுவார்த்தையே பேசாமல் அதை ஒப்புக்கொள்வான். பின்னர் அவன் மூலமாக ஆதித்த கரிகாலனுடைய மனத்தை மாற்றுவதும் எளிதாயிருக்கும்.

இவ்வாறு சிந்தித்துத் தனாதிகாரியின் யோசனையைச் சக்கரவர்த்தி ஆமோதித்தார். அதன் பேரில்தான் அருள்மொழிவர்மரைச் சிறைப்படுத்தி வரும்படி கட்டளை அனுப்பப்பட்டது. இளவரசருக்கு எவ்விதத் தீங்கும் ஏற்படக்கூடாது என்ற கண்டிப்பான கட்டளையும் மரக்கலத் தலைவனுக்குப் பிறப்பிக்கப்பட்டது.

மேற்கூறிய கட்டளையுடன் இருமரக்கலங்கள் ஈழநாட்டுக்குச் சென்ற பிறகு, பெரிய பழுவேட்டரையர் சிறிது மனக்கவலை கொண்டார். இளவரசருக்கு ஏதேனும் நேர்ந்து விட்டால் தனக்குப் பெரும் பழி ஏற்படும் என்பதை உணர்ந்தார். ஆகையால் தாமே நாகைப்பட்டினம் துறைமுகத்துக்கு நேரே சென்றிருந்து, இளவரசரைத் தக்கபடி வரவேற்றுத் தமது சொந்தப் பொறுப்பில் அவரைத் தஞ்சாவூருக்கு அழைத்துக் கொண்டு வர விரும்பினார்.

இந்த யோசனைக்கு இன்னும் சில உபகாரணங்களும் இருந்தன. இளவரசர் தஞ்சைக்கு வந்து சக்கரவர்த்தியைப் பார்ப்பதற்கு முன்னால் செம்பியன்மாதேவியோ, குந்தவையோ அவரைப் பார்க்கும்படி விடக்கூடாது. அந்தப் பெண்கள் இருவரும் இளவரசர் மீது மிக்க செல்வாக்கு உள்ளவர்கள்; பழுவேட்டரையரை வெறுப்பவர்கள். ஆகையால் இளவரசரிடம் ஏதாவது சொல்லி அவர் மனத்தைக் கெடுத்து விடுவார்கள். தக்க சமயம் வருவதற்குள், அதாவது சுந்தரசோழர் மரணம் அடைவதற்குள், ஏடாகூடமாக ஏதேனும் நடந்து, காரியங்கள் கெட்டுப் போகலாம்.

அன்றியும், பொக்கிஷ நிலவறையில் சுரங்க வழிக்காவலன் பின்னாலிருந்து தாக்கி வீழ்த்தப்பட்டதிலிருந்து தனாதிகாரியின் மனத்தில் ஏதேதோ விபரீத சந்தேகங்கள் உதித்திருந்தன. பொக்கிஷ சாலையில் யாராவது ஒளிந்திருக்கக்கூடுமா? அப்படியானால் அது யாராயிருக்கும்? தஞ்சைக் கோட்டைக் காவலர்களிடம் அகப்படாமல் தப்பிச் சென்ற வாணர்குல வீரனாயிருக்குமா? அங்ஙனமானால் அவன் இன்னும் பல இரகசியங்களை அறிந்திருக்கக்கூடும் அல்லவா?

சின்னப் பழுவேட்டரையர் கூறுகிறபடி நந்தினியைப் பார்க்க அடிக்கடி வரும் மந்திரவாதிக்கு இதில் ஏதேனும் சம்பந்தம் இருக்குமா? அதையும் தெரிந்து கொள்ளத்தான் வேண்டும்.

இளைய பிராட்டி குந்தவை தேவிதான் வந்தியதேவனை ஓலையுடன் இளவரசர் அருள்மொழிவர்மரிடம் அனுப்பியிருக்கிறாள் என்னும் செய்தியும் தனாதிகாரியின் மனத்தைக் கலங்கச் செய்திருந்தது. வந்தியத்தேவன் மூலம் என்ன செய்தி அனுப்பியிருப்பாள்?

தாமும் சம்புவரையர் முதலியவர்களும் சோழ சிம்மாசனத்தைப் பற்றி முடிவு செய்துள்ள யோசனையைப் பற்றி அந்தப் பெண் பாம்புக்குச் செய்தி எட்டியிருக்குமோ? அதைப்பற்றி ஏதேனும் அவள் எழுதி அனுப்பியிருப்பாளோ?

எப்படியிருந்த போதிலும் இளவரசர் சோழநாட்டின் கரையில் இறங்கியதும், தாம் அவரை முதலில் சந்திப்பதுதான் நல்லது. வந்தியத்தேவனையும் இளவரசருடன் சிறைபடுத்திக் கொண்டுவரக் கட்டளையிட்டிருப்பதால் அவனையும் முதலில் தாம் பார்த்தாக வேண்டும். அவனுக்கு என்னென்ன தெரியும், எவ்வளவு தூரம் தெரியும் என்பதையும் கண்டுபிடித்தாக வேண்டும்.

இப்படியெல்லாம் யோசித்துப் பெரிய பழுவேட்டரையர் நாகைப்பட்டினத்துக்குப் போய்க் காத்திருக்கத் தீர்மானித்தார். அவருக்கு இருந்த காரணங்களைக் காட்டிலும் அதிகமாகவே நந்தினிதேவிக்கு இருந்தன. வந்தியத்தேவனை மறுபடி பார்க்கவும் குந்தவை அவனிடம் என்ன ஓலை கொடுத்து அனுப்பினாள் என்பதை அறிந்து கொள்ளவும் நந்தினி மிக்க ஆவலாயிருந்தாள். மந்திரவாதி ரவிதாஸன் போன காரியம் எவ்வளவு தூரம் வெற்றியடைந்தது என்று அறியவும் ஆர்வம் கொண்டிருந்தாள். ஆகையால் நாகைப்பட்டினத்துக்குத் தானும் வருவதாகக் கூறினாள். கரும்பு தின்னக் கூலி வேண்டுமா? கிழவர் உடனே அதற்கு இசைந்தார். கடலில் கரையோரமாக உல்லாசப் படகில் ஏறி நந்தினியுடன் ஆனந்தப் பிரயாணம் செய்வது பற்றி அவர் மனோராஜ்யம் செய்யலானார். அவர் உள்ளத்தையும் உடலையும் எரித்துக் கொண்டிருந்த தாபம் அதன்மூலம் தீர்வதற்கு வழி ஏற்படலாம் என்றும் ஆசை கொண்டார்.

பழுவேட்டரையரும், நந்தினியும் நாகைப்பட்டினத்திலிருந்த போதுதான் சுழற்காற்று அடித்தது. காற்றின் உக்கிர லீலைகளை நந்தினி வெகுவாக அநுபவித்தாள். கடற்கரையோரத்தில் தென்னை மர உயரத்துக்கு அலைகள் எழும்பி விழுவதைப் பார்த்துக் களித்தாள். ஆனால் கடலில் உல்லாசப் படகில் ஆனந்த யாத்திரை செய்யலாம் என்னும் பழுவேட்டரையரின் மனோராஜ்யம் நிறைவேறவில்லை.

சுழிக்காற்று அல்லோலகல்லோலப்படுத்தி விட்டுப்போன பிறகு, கடலிலே கப்பல்களுக்கும் படகுகளுக்கும் சேதம் உண்டா என்பதைப் பற்றிப் பழுவேட்டரையர் விசாரித்து அறிந்தார். கரையோரத்தில் அனைவரும் சுழிக்காற்று வரப்போவதை அறிந்து ஜாக்கிரதையாயிருந்தபடியால் அதிகச் சேதம் ஏற்படவில்லையென்று தெரிந்தது. ஆனால் நடுக்கடலில், ஈழத்துக்கும் கோடிக்கரைக்கும் நடுவில், இரு கப்பல்கள் தத்தளித்ததாகவும், அவற்றில் ஒன்று தீப்பற்றி எரிந்து முழுகியதாகவும் கட்டு மரங்களில் மீன் பிடிக்கச் சென்றிருந்த வலைஞர்கள் சிலர் கூறினார்கள். இது பழுவேட்டரையருக்கு மிக கவலையை உண்டாக்கிற்று. அந்த இரண்டு மரக்கலங்களும் இளவரசரைச் சிறைப்பிடித்து வந்த கப்பல்களாயிருக்கலாம் அல்லவா? அப்படியானால் இளவரசரின் கதி யாதாகியிருக்குமோ? இளவரசருக்கு ஏதேனும் நேர்ந்திருந்தால் தனக்குப் பெரும் பழி ஏற்படுமே? சோழ நாட்டு மக்களின் எல்லையற்ற அன்பைக் கவர்ந்தவராயிற்றே, அருள்மொழிவர்மர். மக்களுக்கு அவரைப் பற்றி என்ன சொல்வது? சக்கரவர்த்திக்குத்தான் என்ன சமாதானத்தை சொல்வது? – நிச்சயமான செய்தி தெரிந்து கொள்ள வேண்டும் என்னும் பேராவல் அவருக்கு உண்டாயிற்று. கோடிக்கரைக்குப் போனால் ஒருவேளை விவரம் தெரியலாம். மூழ்கிய கப்பலை நன்றாய்ப் பார்த்தவர்கள் அங்கே இருக்கக்கூடும். மூழ்கிய கப்பலிலிருந்து தப்பியவர்கள் யாரேனும் கரை சேர்ந்திருக்கவும் கூடும். ஆம்; உடனே கோடிக்கரைக்குப் போக வேண்டியதுதான்!

இந்த எண்ணத்தை நந்தினியிடம் வெளியிட்டதும் அவள் ஆர்வத்துடன் அதை ஒப்புக்கொண்டாள். "கோடிக்கரையை நான் இதுவரையில் பார்த்ததில்லை. அந்தப் பிரதேசம் மிக அழகாயிருக்கும் என்று கேள்விப்பட்டிருக்கிறேன். இச்சந்தர்ப்பத்தில் அதையும் பார்த்துவிடலாம்" என்றாள் நந்தினி.

நாகைப்பட்டினத்திலிருந்து கோடிக்கரைக்கு இரண்டு வழிகள் உண்டு. கடற்கரையோரமாகச் சென்ற கால்வாய் வழியாகப் படகில் ஏறிப் போகலாம். அல்லது சாலை வழியாகவும் போகலாம். பழுவேட்டரையரின் பரிவாரங்கள் அதிகமாயிருந்தபடியால் சாலை வழியாகவே போனார்கள். மேலும் நந்தினி கால்வாய் வழியை விரும்பவும் இல்லை. கால்வாயில் படகில் போனால் பழுவேட்டரையர் தம் காதல் புராணத்தைத் தொடங்கிவிடுவார் என்று நந்தினி அஞ்சியது ஒரு காரணம். அது மட்டும் அன்று, சாலை வழியாகச் சென்றால் கடற்கரையோரத்தில் வந்து ஒதுங்கும் கட்டுமரக்காரர்களையும் படகோட்டிகளையும் விசாரித்துக்கொண்டு போகலாம் அல்லவா?

வழியில் அப்படி விசாரித்ததில் புதிய செய்தி ஒன்றும் தெரியவில்லை. நடுக்கடலில் சுழிக்காற்றுப் பலமாக அடித்த சமயம் கப்பல் ஒன்று தீப்பட்டு எரிந்ததைப் பார்த்ததாக மட்டும் இன்னும் சிலரும் கூறினார்கள்.

கோடிக்கரையை அடைந்ததும் கலங்கரை விளக்கத்தின் காவலர் தியாக விடங்கர் தமது எளிய வீட்டைப் பழுவேட்டரையர் தம்பதிகளுக்காக ஒழித்துக் கொடுப்பதாகச் சொன்னார். அதை ஏற்கும்படி மன்றாடிக் கேட்டுக்கொண்டார். கோடிக்கரையில் தங்குவதற்கு வேறு மாட மாளிகை கிடையாது. எனினும் நந்தினி அதை மறுத்துவிட்டாள். கலங்கரை விளக்கிற்கு அருகில் கூடாரம் போட்டுக்கொண்டு தங்க விரும்புவதாகக் கூறினாள்.

அவ்வாறே கூடாரங்கள் அடிக்கப்பட்டன. சற்றுத் தூரத்தில் ஆங்காங்கு பழுவூர்ப் பரிவாரங்களுக்கும் கூடாரங்கள் போடப்பட்டன.

கூடாரங்கள் அடித்து முடித்தவுடனே கடலில் ஒரு பெரிய மரக்கலம் காணப்பட்டது. அது கரையோரமாக எவ்வளவு தூரம் வரலாமோ அவ்வளவு தூரத்தில் வந்து நின்றது.

அதைக் கண்டதும், பழுவேட்டரையரின் பரபரப்பு மிகுந்தது. கப்பலின் பாய்மரங்கள் சின்னாபின்னமாகியிருந்ததிலிருந்து அது சுழிக்காற்றில் அகப்பட்டிருக்க வேண்டுமென்று தெளிவாயிற்று. அதில் இருப்பவர்கள் யார்? ஒரு வேளை இளவரசராயிருக்கலாமோ? புலிக்கொடி காணப்படாததில் வியப்பில்லை. சுழிக்காற்றில் அது பிய்த்து எறியப்பட்டிருக்கலாம் அல்லவா?

கப்பலண்டை போய்த் தகவல் தெரிந்துகொண்டு வருவதற்காகப் பழுவேட்டரையர் அங்கிருந்து ஒரு படகை அனுப்பி வைத்தார். கப்பலிலிருந்தவர்கள் படகுக்காகக் காத்திருந்ததாகத் தோன்றியது. உடனே இருவர் கப்பலிலிருந்து படகில் இறங்கினார்கள். அவர்களில் ஒருவன் பார்த்திபேந்திர பல்லவன்.

வந்தியத்தேவனைக் காப்பாற்றுவதற்காக மரக்கலத்திலிருந்து படகில் இறங்கிச் சென்ற இளவரசர் அருள்மொழிவர்மர் திரும்பக் கப்பலுக்கு வரவேயில்லை அல்லவா?

இதனால் பார்த்திபேந்திரன் எல்லையற்ற கவலைக்கு உள்ளாகித் தத்தளித்தான். காற்று அடங்கிப் பொழுது விடிந்தபிறகு அங்குமிங்கும் கப்பலைச் செலுத்தித் தேடினான். படகில் இளவரசருடன் இறங்கியவர்களில் ஒருவன் மட்டும் குற்றுயிராக அகப்பட்டான். அவன் வந்தியத்தேவனை இளவரசர் மிக்க தீரத்துடன் காப்பாற்றிய பிறகு படகுக்கு நேர்ந்த கதியைச் சொன்னான். இதனால் பார்த்திபேந்திரனுடைய துயரம் பன்மடங்கு ஆயிற்று. ஒருவேளை கோடிக்கரை சென்று உயிருடன் ஒதுங்கியிருக்கக் கூடாதா என்ற ஆசை ஒரு பக்கத்தில் கிடந்து அடித்துக்கொண்டது.

ஆகவே கோடிக்கரை சென்று விசாரிப்பதென்று தீர்மானித்தான். அதற்காகவே கப்பலை அங்கே கொண்டுவந்து நிறுத்தச் செய்தான். படகில் இறங்கிய பிறகு கரையை நோக்கிப் போக ஆரம்பித்ததும் பெரிய பழுவேட்டரையர் தம் இளைய ராணி சகிதமாக அங்கு வந்திருப்பதை அறிந்துகொண்டான். இது அவனுக்கு மிக்க எரிச்சலை மூட்டியது.

பழுவூர் இளையராணி நந்தினியைப்பற்றி ஆதித்தகரிகாலர் கூறியவையும் நினைவுக்கு வந்தன. அவ்விதம் அந்த மகாவீரரின் உள்ளத்தைக் கொள்ளைகொண்டு அவரைப் பித்துப் பிடிக்க அடித்த மோகனாங்கி எப்படியிருப்பாள் என்று பார்க்கும் சபலமும் அவன் உள்ளத்தின் அடிவாரத்தில் ஒரு மூலையில் எழுந்தது. அந்த விருப்பம் விரைவில் வளர்ந்து கொழுந்துவிடத் தொடங்கியது. ஒருவேளை அவளைப் பார்க்க முடியாமற் போய் விடுமோ என்ற கவலையும் உண்டாகிவிட்டது.

ஆனால் அந்தக் கவலை நீடித்திருக்கவில்லை. படகிலிருந்து கரையில் இறங்கியதும் நேரே பழுவேட்டரையரின் கூடாரத்துக்குப் பார்த்திபேந்திரனை அழைத்துப் போனார்கள். கூடாரத்தின் வாசலில் பழுவேட்டரையர் கம்பீரமான தோற்றத்துடன் நின்றுகொண்டிருந்தார். ஆஜானுபாகுவான அந்த வீராதி வீரரைக் 'கிழவர்' என்று சொல்லுவது எவ்வளவு பெரிய தவறு என்று பார்த்திபேந்திரன் எண்ணினான். அவன் பார்த்திருக்கும் எத்தனையோ இளம் பிராய வாலிபர்களைக் காட்டிலும் அவர் தேகக்கட்டும், மனோதிடமும் வாய்ந்த புருஷ சிங்கமாகக் காட்சி அளித்தார்.

இவ்விதம் அவன் எண்ணிக்கொண்டிருக்கும்போதே கூடாரத்துக்கு உள்ளேயிருந்து மங்கை ஒருத்தி வெளிவந்தாள். மேகங்களுக்குப் பின்னாலிருந்து மின்னல் தோன்றுவதுபோல அந்தப் பொன் வண்ணப் பூவை கண்ணைப் பறிக்கும் ஒளியுடன் திகழ்ந்தாள். நெடிது வளர்ந்து உரம்பெற்ற தேக்கு மரத்தின் பேரில் படர்ந்திருக்கும் அழகிய பூங்கொடியைப் போல் அவள் பழுவேட்டரையருக்கு முன்னால் வந்து நின்றாள். அந்தப் புவன மோகினியைக் கண்டு திகைத்து நின்ற பார்த்திபேந்திரன் பேரில் தனது வேல் விழிகளைச் செலுத்திய வண்ணமாக அவள், "நாதா! இந்த வீர புருஷர் யார்? இவரை நான் இதுவரையில் பார்த்ததில்லையே?" என்று சொன்னாள். பொற் கிண்ணத்திலிருந்து அருந்திய மதுபானத்தைப் போல் அவளுடைய கிளி மொழிகள் பார்த்திபேந்திரனைப் போதை கொள்ளச் செய்தன.

⊙

2. மோக வலை

வயது முதிர்ந்த பிறகு இளம் பெண்ணை மணந்து கொள்வோர் எப்போதும் சந்தேகம் என்னும் மாயா உலகத்தில் வாழ்கிறார்கள். அவர்களுக்கு அன்னியர்கள் யாரைக் கண்டாலும் இயற்கையான அருவருப்பு ஏற்படுகிறது. பழுவேட்டரையருக்கு இத்தகைய அருவருப்பு ஏற்பட அதிகக் காரணம் இருந்தது. நந்தினி தமக்கு முன்னால் வந்து நின்று பேசத் தொடங்கியதை அவர் சிறிதும் விரும்பவில்லை. அதே சமயத்தில் நந்தினியைக் கடிந்து கொள்ளவும் அவரால் முடியவில்லை.

எனவே நந்தினி கேட்ட கேள்விக்கு மறுமொழியாக, "ராணி! இந்த உலகத்தில் நமக்குத் தெரியாதவர்கள் எத்தனையோ பேர் இருக்கிறார்கள். எல்லாரையும் நாம் பார்த்து அறிந்திருக்க முடியாதல்லவா? அதனால் நமக்கு நஷ்டமும் இல்லை!" என்றார்.

இதைக்கேட்ட பார்த்திபேந்திரன், "ஐயா! சோழநாட்டின் பொக்கிஷ மன்னரின் பட்டமகிஷிக்கு என்னைத் தெரியாததனால் நஷ்டம் ஒன்றுமில்லை; நஷ்டம் எனக்குத்தான். ஆகையால் என்னை நானே தெரிவித்துக்கொள்கிறேன், அம்மணி! என்னைப் பார்த்திபேந்திரப் பல்லவன் என்று அழைப்பார்கள்!" என்று சொன்னான்.

"ஓ! அப்படியா? தங்கள் பெயரை நான் கேள்விப்பட்டிருக்கிறேன்!" என்றாள் நந்தினி.

"பார்த்திபேந்திரா! ஏன் விருதுகளை விட்டுவிட்டுப் பெயரை மட்டும் சொல்லிக் கொண்டாய்? இவ்வளவு தன்னடக்கமும், பணிவும் எப்போது ஏற்பட்டன? நந்தினி! இவன் வெறும் பார்த்திபேந்திரன் அல்ல. வேங்கியும் கலிங்கமும் வென்று வீரபாண்டியன்

தலைகொண்ட பார்த்திபேந்திரப் பல்லவன்!" என்று பழுவேட்டரையர் பரிகாசக் குரலில் கூறினார்.

நந்தினியின் முகம் ஒரு கண நேரம் புயல் குமுறும் வானத்தைப்போல் இருண்டது. அவளுடைய இரு கண்களிலிருந்தும் இரு மின்னல்கள் தோன்றி ஒளி வீசி உடனே மறைந்தன. அடுத்த கணம் அவள் கலகலவென்று சிரித்தாள்.

"ஐயா! வீரபாண்டியன் தலைகொண்ட பெருமையான பட்டத்தை எத்தனை பேர் சூட்டிக் கொள்கிறார்கள்! அதற்கு ஏதேனும் கணக்கு உண்டா?" என்று கேட்டாள்.

"அம்மணி! தனாதிகாரி என் பேரில் உள்ள அபிமானத்தினால் அவ்விதம் கூறினார். உண்மையில் அந்த விருதுக்கு நான் உரியவன் அல்ல. வீரபாண்டியன் தலைகொண்ட பெருமை ஆதித்த கரிகாலர் ஒருவருக்கே உரியது!"

"அது ஏன் அப்பா, அவ்விதம் சொல்கிறாய்? செத்த பாம்பை அடித்த பெருமையில் உனக்குக் கொஞ்சமும் பங்கு வேண்டாமா!" என்று பழுவேட்டரையர் பரிகாசக் குரலில் கேட்டுவிட்டுக் குறுஞ்சிரிப்புச் சிரித்தார்.

"இல்லை, அரசே! இல்லை! ஆதித்த கரிகாலர் செத்த பாம்பைக் கொல்லவில்லை. அவர் வாளை ஓங்கியபோது வீரபாண்டியன் முழு உயிர் உள்ள பாம்பாகத்தான் இருந்தான். அவன் உயிரைக் காப்பாற்றுவதற்காகத் தேவலோகத்து மோகினியை ஒத்த ஒரு மங்கை முன்னால் வந்து நின்று கை கூப்பிக் கெஞ்சினாள். வாளை ஓங்கியவன் நானாக இருந்தால், உடனே அவ்வாளை தூரவீசி எறிந்திருப்பேன். வீரபாண்டியன் பிழைத்துப் போயிருப்பான்!" என்று பார்த்திபேந்திரன் பழுவேட்டரையருக்குப் பதில் சொன்னான். ஆனால் அவனுடைய கண்களோ நந்தினியின் முகத்தை கூர்ந்து நோக்கின.

நந்தினி, பேச்சு அபாயகரமாகப் போய்க்கொண்டிருப்பதை உணர்ந்தாள். பழுவேட்டரையரைத் திரும்பிப் பார்த்து, "நாதா! அந்தப் பழைய கதை இப்போது எதற்கு? இவர் இங்கு வந்த காரியம் என்னவென்று விசாரிக்கலாமே!" என்றாள்.

உடனே பழுவேட்டரையரும், "ஆம் தம்பி! பழைய கதை வேண்டாம்! உன் கதையைச் சொல்! காஞ்சியிலிருந்து எப்போது புறப்பட்டாய்? எங்கே பிரயாணம்? இங்கு இறங்கி வந்த காரணம் என்ன?" என்று கேட்டார்.

நந்தினியைப் பார்த்ததால் மதிமயங்கிப் போயிருந்த பார்த்திபேந்திரனும் தான் வந்த காரியத்தை நினைவு கூர்ந்தான்.

"ஐயா! என்னை மன்னிக்க வேண்டும்! ஏதேதோ பேசிக் கொண்டிருந்து விட்டேன். மிக முக்கியமான செய்தியுடன் வந்திருக்கிறேன். சோழ நாட்டையே துயரக் கடலில் மூழ்கச் செய்யக்கூடிய பயங்கரமான செய்தி – ஈழத்திலிருந்து என்னுடன் இந்தக் கப்பலில் புறப்பட்டு வந்த இளவரசர் அருள் மொழிவர்மர், சுழற்காற்று அடித்த சமயம் கடலில் குதித்து விட்டார். அவருடைய கதி என்ன ஆயிற்று என்று தெரியவில்லை. ஒருவேளை இங்கே வந்து ஒதுங்கினாரோ என்று பார்ப்பதற்கு வந்தேன்!" என்றான் பார்த்திபேந்திரன்.

அவன் கூறி முடிப்பதற்குள், "ஆகா! என்ன சொன்னாய்?" என்று பழுவேட்டரையர் அலறினார். சுழற் காற்றினால் வேருடன் பறிக்கப்பட்ட நெடுமரத்தைப் போல் தரையில் வீழ்ந்தார்.

அவரைத் தாங்கி எடுப்பதற்காகப் பார்த்திபேந்திரன் பாய்ந்து சென்றான். நந்தினி குறுக்கே நின்று அவன் நீட்டிய கையைப் பற்றி அகற்றினாள். பழுவேட்டரையரின் அருகில் தான் உட்கார்ந்து அவருடைய தலையைத் தன் மடியின் மீது எடுத்து வைத்துக் கொண்டாள்.

"தண்ணீர்! தண்ணீர்!" என்று கத்தினாள்.

கூடாரத்திலிருந்து சேடிப்பெண் தண்ணீர் எடுத்துக்கொண்டு வந்தாள். இன்னும் சில வீரர்களும், கலங்கரை விளக்கக் காவலரும், அவர் குடும்பத்தாரும் ஓடி வந்தார்கள்.

நந்தினி மிக கம்பீரத்துடன் அவர்களையெல்லாம் அப்பால் நிற்கும்படி ஏவினாள். பழுவேட்டரையரின் முகத்தில் தண்ணீர் தெளித்தாள். "நாதா! நாதா!" என்று கொஞ்சும் குரலில் அழைத்தாள். சில நிமிடங்களுக்கெல்லாம் கிழவரின் கண்கள் திறந்தன. உடனே நினைவும் வந்தது. சட்டென்று எழுந்து உட்கார்ந்தார்.

"நந்தினி! சற்று முன் என் காதில் விழுந்தது உண்மையா? இந்தப் பல்லவன் என்ன சொன்னான்? பொன்னியின் செல்வனைக் கடல் கொண்டு விட்டதாகச் சொன்னான் அல்லவா? அந்த வீரகுமாரன் சின்னஞ்சிறு குழந்தையாயிருந்தபோது இந்தக் கைகளால் அவனைத் தூக்கித் தோளில் வைத்துக்கொண்டு மகிழ்ந்தேன். இதே கைகளினால்தான் அவனைச் சிறைப்பிடித்துக் கொண்டு வரும்படியான கட்டளையில் முத்திரை வைத்தேன். ஐயோ! சோழ நாடு என்னைப் பற்றி என்ன நினைக்கும்?" என்று பழுவேட்டரையர் தலையில் அடித்துக் கொண்டார். வயிரம் பாய்ந்த அந்த வீரக் கிழவர் அவ்விதம் மனம் கலங்கிப் புலம்பியதை அதுவரையில் நந்தினி பார்த்ததில்லை; யாருமே கண்டதில்லை.

"நாதா! பதறாதீர்கள்! இவர் இன்னும் செய்தி முழுதும் சொல்லவில்லையே? முழுதும் கேட்டுவிட்டு மேலே செய்ய வேண்டியதைப் பற்றி யோசிப்பது நலம் அல்லவா?" என்றாள் நந்தினி.

"ஆமாம், நீ சொல்வது சரிதான். பார்த்திபேந்திரா! சீக்கிரம் சொல்! பொன்னியின் செல்வர் கடலில் முழுகி இறந்து விட்டார் என்று சொன்னாய் அல்லவா? அது உண்மையா? அல்லது ஏதோ துர்நோக்கத்துடன் கற்பனை செய்து சொல்கிறாயா? பசித்திருக்கும் புலியுடன் விளையாடாதே? ஜாக்கிரதை!" என்று அக்கிழவர் கண்களில் கனல் எழும்படி நோக்கிக் கர்ஜித்தார்.

"ஐயா! மன்னிக்க வேண்டும்! இளவரசர் இறந்து விட்டார் என்று நான் சொல்லவில்லை. அவ்வளவு பயங்கரமான நஷ்டம் இத்தமிழகத்துக்கு ஏற்பட்டிருக்கும் என்று என்னாலும் நம்ப முடியவில்லை. சுழற்காற்று உக்கிர நிலையை அடைந்திருந்தபோது அவர் என் கப்பலிலிருந்து கடலில் குதித்தார் என்றுதான் சொன்னேன். கடவுள் அருளால் ஒருவேளை பிழைத்திருக்கலாம். இந்தக் கடற்கரையிலே வந்து ஒதுங்கியிருக்கலாம். அந்த ஆசையுடனே பார்ப்பதற்கு இங்கே வந்தேன்..."

"சுழற்காற்று அடித்தபோது கடலில் குதித்தாரா! எதற்காக? ஏன் குதித்தார்? உன்னுடைய கப்பலில் அவர் ஏன் ஏறினார்? அவர் குதித்தபோது, நீ என்ன செய்து கொண்டிருந்தாய்?" என்று பழுவூர் அரசர் படபடப்புடன் கேட்டார்.

நந்தினி குறுக்கிட்டு, "ஐயா! இவர் இலங்கைக்கு எதற்குப் போனார் என்பதிலிருந்து விவரமாகச் சொல்லட்டும்!" என்றாள்.

"ஆமாம்! உள்ளது உள்ளபடியே சொல்லு! உண்மையைச் சொல்லாவிட்டால் நீ உயிருடன் தப்பமுடியாது! உன்னை..." என்று பழுவேட்டரையர் பற்களை நற நறவென்று கடித்தார்.

"அரசே! உண்மையைத் தவிர வேறு எதுவும் சொல்லி எனக்குப் பழக்கம் இல்லை. நான் பொய் சொல்ல நினைத்தாலும் என் நாக்குச் சொல்லாது. கேளுங்கள்! தாங்களும், கடம்பூர் சம்புவரையரும், மற்றும் பலரும் சோழகுலத்துக்கு விரோதமாகச் சதி செய்கிறீர்கள் என்று காஞ்சி நகருக்குச் செய்தி எட்டியது."

"பொய்! பொய்! முற்றிலும் பொய்!"

"செய்தி பொய்யாக இருக்கட்டும்! அதுவே நான் வேண்டுவது. காஞ்சிக்கு எட்டிய செய்தியையே நான் கூறினேன். அதன் பேரில் திருக்கோவலூர் மலையமானும், ஆதித்த கரிகாலரும் என்னை ஈழத்துக்கு அனுப்பினார்கள். அருள்மொழிவர்மரைக் கையோடு அழைத்து வரும்படி அனுப்பினார்கள்..."

இவ்வாறு ஆரம்பித்துப் பார்த்திபேந்திரன், தான் இலங்கை சேர்ந்தது முதல் நடந்ததையெல்லாம், தான் அறிந்த வரையில் விவரமாகக் கூறினான்.

கதை முடிந்ததும் பழுவேட்டரையர், "கடவுளே! சோழ நாட்டுக்குப் பெருங்கேடு வந்துவிட்டது! இந்தப் பாவியினால் தான் வந்தது! இளவரசரைச் சிறைப்படுத்திக்கொண்டு வரும்படி நான் அல்லவோ கட்டளை போட்டேன்? நான் அல்லவோ மரக்கலங்களை அனுப்பினேன்?" என்று கதறினார்.

"அரசே! தங்கள் குற்றம் ஒன்றும் இல்லை; தாங்கள் கட்டளை பிறப்பித்திராவிட்டாலும், இந்த மனிதருடைய கப்பலில் இளவரசர் ஏறிக் காஞ்சிக்குப் பயணமாகியிருப்பார் அல்லவா? வீணாக நொந்து கொள்ள வேண்டாம். நம்முடைய செயல்களுக்கு மேலே விதியின் செயல் ஒன்று இருக்கிறது. மேலும்..." நந்தினி இவ்விடத்தில் உரத்துப் பேசுவதைச் சட்டென்று நிறுத்திப் பழுவேட்டரையரின் காதோடு ஏதோ சொன்னாள்: பழுவேட்டரையரின் முகம் சிறிது மலர்ச்சி அடைந்தது.

"ஆமாம் – ஆமாம்! அது எனக்குத் தோன்றாமல் போயிற்று!" என்றார்.

பிறகு பார்த்திபேந்திரனைப் பார்த்து, "பல்லவா! உன் கப்பலுக்குப் போய் நான் பரிசோதித்துவிட்டு வரப்போகிறேன். அதுவரை நீ இங்கேயே இருக்கவேண்டும்! தப்பிச் செல்ல முயல வேண்டாம். ஓட முயற்சி செய்தால் உடனே வேல் எறிந்து கொல்லும்படி என் வீரர்களுக்குக் கட்டளையிட்டுவிட்டுப் போகப்போகிறேன். ஜாக்கிரதை! முதுகிலே காயத்துடன் சாகாதே! உன் பரம்பரை, வீரபரம்பரை!" என்றார்.

"வந்தனம், ஐயா! தப்பித்து ஓடும் எண்ணமே எனக்குக் கிடையாது. அத்தகைய எண்ணமிருந்தால் உங்கள் வீரர்கள் யாராலும் தடுக்கவும் முடியாது. முதுகிலே காயம்படும் உத்தேசமும் எனக்கு இல்லை!" என்றான் பல்லவன்.

"அரசே! இவரைப்பற்றி தாங்கள் கவலைப்பட வேண்டாம். நானே பார்த்துக் கொள்ளுகிறேன். தப்பியோடப் பார்த்தால், இதோ இந்தக் கத்தி உடனே இவர் மார்பில் பாயும்! நீங்கள் நிம்மதியாகப் போய்க் கப்பலைச் சோதித்துவிட்டு வாருங்கள். மாலுமிகளையும் விசாரியுங்கள், இவர் கூறியதெல்லாம் உண்மைதானா என்று" – இவ்விதம் நந்தினி கூறிக்கொண்டே இடுப்பிலிருந்து ஒரு சிறிய கத்தியை எடுத்தாள்.

"ராணி! உனக்கு ஏன் இந்தப் பொறுப்பு? நீ கூடாரத்துக்குள் போயிரு! அல்லது தியாகவிடங்கரின் வீட்டில் போய் இரு. இவனை நம் வீரர்களே கவனித்துக் கொள்வார்கள். அல்லது இவனையும் நான் என்னோடு கப்பலுக்கு அழைத்துப் போகிறேன்..."

"நான் வரவில்லை ஐயா! நான் தங்களுடன் வந்தால் தங்களுக்கு மறுபடியும் சந்தேகமாகத்தானிருக்கும். மாலுமிகள் எனக்காகச் சாட்சி சொல்லிவிட்டதாய் நினைப்பீர்கள். நான் இவ்விடத்தைவிட்டு நகரமாட்டேன். தாங்கள் கவலையின்றிப் போய்வாருங்கள்!"

"நாதா! தாங்கள் கப்பலிலிருந்து திரும்பி வரும் வரையில் நானும் இங்கேயேதான் இருக்கப் போகிறேன். இங்கிருந்தபடி தங்களைப் பார்த்துக்கொண்டே இருப்பேன்!" என்றாள் நந்தினி.

பிறகு பழுவேட்டரையரின் காதோடு, "இவன் இங்கே ஏதேனும் துப்பறிய வந்திருக்கிறானோ, என்னமோ, யார் கண்டது? மேலும் இளவரசரைப்பற்றிய செய்தி தாங்கள் திரும்பி வரும் வரையில் யாருக்கும் தெரியக்கூடாது" என்றாள்.

பழுவேட்டரையர் தலையை அசைத்துவிட்டுப் படகில் ஏறினார். படகு மரக்கலத்தை நோக்கிச் சென்றது.

படகு சிறிது தூரம் போகும்வரையில் நந்தினி படகையே பார்த்துக்கொண்டிருந்தாள். அதே சமயத்தில் பார்த்திபேந்திரன் கண்கொட்டாமல் தன் முகத்தையே பார்த்துக்

கொண்டிருந்ததை அவள் உணர்ந்தாள். சட்டென்று அவன் பக்கம் திரும்பினாள். பார்த்திபேந்திரன் வெட்கித் தலைகுனிவான் என்று எதிர்பார்த்தாள். ஆனால் தேன் மலரைப் பார்த்து விட்ட வண்டு அப்பால் திரும்புமா?

நந்தினி கூரிய சிறிய கத்தியை எடுத்து மறுபடி காட்டி, "ஜாக்கிரதை! தப்பி ஓடப் பார்க்கவேண்டாம்!" என்றாள்.

"தேவி! கத்தியைக் காட்டி பயமுறுத்துவானேன்? தப்பியாவது ஓடவாவது! வலையில் அகப்பட்ட மீன் எவ்விதம் தப்பி ஓடும்? தாங்கள் விரித்த வலையில் அகப்பட்டு..."

"என்ன, ஐயா, சொல்கிறீர்? என்னை வலைஞர் குலப்பெண் என்று சொல்கிறீரா? இது பழுவூர் அரசர் காதில் விழுந்தால்..."

"அதைப்பற்றி நான் கவலைப்படவில்லை தேவி! ஆனால் மீன் பிடிக்கும் வலையை நான் குறிப்பிடவும் இல்லை. தங்களுடைய வேல்விழிகள் விரிக்கும் மோக வலையைச் சொல்கிறேன்..."

"சீச்சீ! என்ன தைரியம் உமக்கு? வலைஞர் குலப்பெண் என்றாலும் பாதகமில்லை. ஆடவர்களுக்கு மோகவலை விரிக்கும் கணிகை என்றா என்னைச் சொல்கிறீர்?"

"மன்னிக்கவேண்டும்! அப்படிப்பட்ட அபவாதத்தையும் நான் சொல்லவில்லை. தாங்கள் வேண்டுமென்று வலை விரிக்க வேண்டுமா, என்ன? சிலந்திப்பூச்சி வலை நெய்வது ஈக்களைப் பிடிப்பதற்காகவா? அது தான் வசிப்பதற்காக வலை பின்னுகிறது. ஈக்கள் தாமாகப்போய் அவ்வலையில் விழுகின்றன..."

"என்னைச் சிலந்திப் பூச்சி என்றா சொல்கிறீர்? அவ்வளவு பயங்கரமாக இருக்கிறேனா நான்?"

"தவறு! தவறு! நான் தீபத்தைச் சொல்லியிருக்க வேண்டும். தீபம் எரிவது விட்டில் பூச்சிகளுக்காக அல்ல. தீபம் எரிந்து தன்னைச் சுற்றிலும் ஒளி வீசி ஜோதி மயமாகச் செய்கிறது! அசட்டு விட்டில் பூச்சிகள் அதைக் கனி என்று நினைத்துக் கொண்டு சென்று விழுந்து மாய்கின்றன..."

"ஒரு சிறிய காற்று குப் என்று அடித்தால் தீபம் அணைந்து விடுகிறது. வாயினால் ஊதிக்கூட அணைத்துவிடலாம். தீபத்தின் சக்தி அவ்வளவுதான்!"

"தீபம் அணைந்துவிடும்; ஆனால் பூரணசந்திரனை யார் அணைக்க முடியும்? பூரணசந்திரன் சமுத்திர ராஜனுக்காக உதயமாகவில்லை. இயற்கை நியதியின்படி சந்திரன் உதயமாகிறது. அதன் குளிர்ந்த நிலா ஒளியை வானமும் பூமியும் மகிழும்படி பரப்புகிறது. ஆனால் பேதைக் கடலைப் பாருங்கள்! பூரண சந்திரனைக் கண்டு கடல் எதற்காக அப்படிக் கொந்தளிக்க வேண்டும்? எட்டாத பழத்துக்கு ஏன் கொட்டாவி விட்டுத் தவிக்க வேண்டும்?"

"பல்லவ குல மன்னர்களின் கவிதா ரசனையைப் பற்றியும் கற்பனைத் திறனைப்பற்றியும் ரொம்பவும் கேள்விப் பட்டிருக்கிறேன். அவையெல்லாம் உண்மையென்பதாக இப்போதுதான் உணர்கிறேன்."

"புராணங்களிலும், காவியங்களிலும் நான் படித்ததையும் கேட்டதையும் நேற்றுவரை நம்பவில்லை; இன்றைக்குத்தான் எனக்கு நம்பிக்கை பிறக்கிறது."

"எதைப்பற்றிச் சொல்கிறீர்கள்?"

"பெண் உருவங் கொண்டவர்கள் சிலர் வானத்தையும் பூமியையும் தங்கள் காலடியில் போட்டுக்கொள்ளும் சக்தி பெற்றவர்கள் என்று கேட்டிருக்கிறேன். பாற்கடலைக் கடைந்து அமுதம் எடுத்த அசுரர்கள், அமுதபானம் செய்ய வேண்டிய சமயத்தில் மோகினியினால் ஏமாந்து போனார்கள். சுந்தோப சுந்தர்கள் ஒரு பெண் நிமித்தமாக அடித்துக்கொண்டு செத்தார்கள். மேனகையினால் விசுவாமித்திரர் தவங் கெட்டது. கோவலன் மாதவியின்

மோக வலையில் விழுந்து கிடந்தான். தசரதர் கைகேயிக்காக ராமனைக் காட்டுக்கு அனுப்பினார். எகிப்து நாட்டு ராணியின் காரணமாக மகத்தான ரோம சாம்ராஜ்யம் அழியத் தொடங்கியது..."

"போதும் ஐயா! போதும்! இந்த உதாரணங்களையெல்லாம் எதற்காகச் சொல்கிறீர்கள்?"

"தெரியவில்லையா, தேவி! யாருக்கு உதாரணமாகச் சொல்கிறேன் என்று உண்மையாகத் தெரியவில்லையா?"

"எனக்கு உதாரணமாகச் சொல்கிறதாயிருந்தால், அதைப் போல் பெரிய தவறு நீ வேறு செய்ய முடியாது."

"தவறு ஒன்றுமில்லை. அவர்களுடைய சக்தியைக் காட்டிலும் தங்கள் சக்தி குறைந்தது அன்று."

"உம்முடைய வாய்மொழியே உமக்கு விரோதமாயிருக்கிறது."

"எப்படி, தேவி?"

"பழுவூர் அரசரை நான் வேண்டுமென்றுதான் கப்பலுக்கு அனுப்பினேன், உம்மிடம் ஒரு விஷயத்தைப் பற்றிக் கேட்பதற்காக."

"தங்கள் நோக்கத்தைப் புரிந்துகொண்டுதான் நானும் அவருடன் போகாமல் இங்கேயே தங்கினேன்."

"வீரபாண்டியனை ஒரு பெண் காப்பாற்ற முயன்றாள் என்றும் ஆதித்த கரிகாலன் அதைப் பொருட்படுத்தவில்லையென்றும் நீர் சொன்னீர் அல்லவா?"

"ஆம் சொன்னேன்."

"காப்பாற்ற முயன்ற பேதைப்பெண் யார் என்று தெரியுமா?"

"இப்போது பழுவூர் அரண்மனையின் ஜோதியாக விளங்கும் இளைய ராணி நந்தினி தேவிதான்."

"நீர் சற்றுமுன் வர்ணித்தபடி எனக்கு அவ்வளவு சக்தி இருந்திருந்தால் நான் காப்பாற்ற விரும்பிய மனிதரின் உயிரைக் காப்பாற்றி இருக்க மாட்டேனா? அது ஏன் என்னால் முடியாமல் போயிற்று?"

"இரத்த வெறிகொண்டிருந்த ஆதித்த கரிகாலன் அச்சமயம் தங்கள் விருப்பத்தை நிறைவேற்றி வைக்கவில்லைதான். ஆனால் அதற்குப் பிறகு மூன்று வருஷமாக அவர் எத்தகைய சித்திரவதையை அநுபவித்து வருகிறார் என்பதை நான் அறிவேன்."

"உமக்கு எப்படித் தெரியும், ஐயா? உம்மிடம் சொன்னாரா?"

"மூன்று வருஷமாய் மனத்திலே வைத்துக்கொண்டு கஷ்டப்பட்டுக் கொண்டிருந்தார். அவருடைய உள்ளத்தை ஏதோ ஒரு துன்பம் அரித்துக்கொண்டிருக்கிறது என்பதை மட்டும் அறிந்திருந்தேன். பத்து நாளைக்கு முன்பு, நான் ஈழத்துக்குப் புறப்பட்டதற்கு முதல் நாள்தான், மனத்தைத் திறந்து என்னிடம் சொன்னார் அது முதல்..."

"அது முதல் என்ன?"

"பழுவூர் இளைய ராணியைப் பார்க்க வேண்டும் என்ற ஆசை என் மனத்திலும் குடிகொண்டு விட்டது!"

"ஆதித்த கரிகாலரின் நிலையில் நீர் இருந்திருந்தால் நான் கேட்டுக் கொண்டதற்காக வீரபாண்டியரை உயிரோடு விட்டிருப்பீர் என்று சொன்னது நினைவிருக்கிறதா?"

"நன்றாக நினைவிருக்கிறது."

"அது உண்மைதானா?"

"சத்தியம், தேவி! தாங்கள் சோதித்துப் பார்க்கலாம்."

"ஐயா! என் மனத்தில் ஒரு சந்தேகம் இருக்கிறது. அதைச் சொல்லட்டுமா?"

"தங்கள் தங்கக் குரலில் எதைச் சொன்னாலும் என் செவிகள் இன்பம் அடையும்; உள்ளம் பூரிக்கும்."

"நீர் என்னைச் சோதிப்பதற்காகவே இப்படிப் பேசுகிறீர் என்று சந்தேகிக்கிறேன். நான் விரிக்கும் மோக வலையைப்பற்றிப் பேசி, நீர் எனக்கு வலை விரிக்கப் பார்க்கிறீர். என்னுடைய அந்தரங்கத்தை அறிந்துகொள்ள முயல்கிறீர்."

பார்த்திபேந்திரன் திடுக்கிட்டுப் போனான். ஆரம்பத்தில் அவன் பேச ஆரம்பித்தபோது அந்த எண்ணத்தோடுதான் ஆரம்பித்தான். பிறகு அதை மறந்துவிட்டான். கபடமாக ஆரம்பித்த பேச்சு அவனை மோகக்கடலில் உண்மையாகவே தள்ளிவிட்டது. முதலில் அப்படி எண்ணியது குறித்து அவன் வெட்கப்பட்டான். அதை வெளியில் காட்டிக்கொள்ளாமல், "தேவி! அவ்விதம் தங்களை சோதித்து ஒற்றன் வேலை செய்ய நான் பிரயத்தனப்படும் பட்சத்தில் என் தலையில் இடி விழட்டும்!" என்றான்.

"ஐயோ! அப்படி சொல்லாதீர்" என்று நந்தினி அலறினாள்.

"ஏன், தேவி! ஏன்?"

"உங்கள் பெரிய இளவரசரிடமிருந்து வந்தானே, இன்னொருவன், அவன் பெயர் என்ன?..."

"வந்தியத்தேவனா!"

"ஆம் அவன்தான்! என்னிடம் மிகத் தந்திரமாக ஒற்று அறிந்து போக முயன்றான். தாங்கள் சொல்வதைப் பார்த்தால் அவன் தலையில் இடி விழுந்தே விட்டது போலிருக்கிறதே!"

"துரதிர்ஷ்டவசமாக அவன் தலையில் இடி விழவில்லையே! அவன் நின்ற கப்பலில் அல்லவா விழுந்தது? அதனால் அவனுக்கு வந்த ஆபத்து, சின்ன இளவரசரையும் அல்லவா பீடித்து விட்டது?"

"பாவம்! பழையாறை இளைய பிராட்டியை நினைத்தால் எனக்குப் பரிதாபமாயிருக்கிறது. அவள் இந்த உலகில் மிகவும் பிரியம் வைத்திருந்த இருவர் ஏககாலத்தில் மாண்டு போனார்கள்! என்ன துரதிர்ஷ்டம்!"

"தேவி! இரண்டு பேர்கள் யார்?"

"நீர் சொன்ன இரண்டு பேருந்தான்! இளையபிராட்டிக்குத் தம்பியின் மீது தனி வாஞ்சை உண்டு அல்லவா?"

"அது உலகம் அறிந்தது. அவருடைய பிரியத்துக்குப் பாத்திரமான இன்னொருவர்...?"

"ஏன் உங்கள் பெரிய இளவரசர் அனுப்பிய தூதன் தான்."

"வந்தியத்தேவனையா சொல்கிறீர்கள்?"

"அவனைத்தான்!"

"சீச்சீ! சோழ சாம்ராஜ்யத்தையே ஆட்டுவிக்கும் சக்தி வாய்ந்த பழையாறை இளையபிராட்டி அற்பனும், தற்பெருமைக்காரனும், அதிகப்பிரசங்கியுமான அந்த வாலிபன் மீது..."

"ஆம்; அந்த வாலிபன் மீது மோகம் கொண்டாள். அதனாலே தான் அவனைப் பழுவேட்டரையரின் தண்டனையிலிருந்து தப்புவிப்பதற்காக ஓலை கொடுத்து இலங்கைக்கு அனுப்பினாள். பாவம்! இந்தக் கிழவர் இளவரசரின் துர்க்கதிக்குத் தாமே காரணம் என்று துடியாய்த் துடிக்கிறார், உண்மையில் அதற்கு இளையபிராட்டிதான் காரணம். அவள் ஓலை கொடுத்து அனுப்பாதிருந்தால்..."

"உண்மை, உண்மை! இந்த விபரீதம் எல்லாம் ஏற்பட்டிராது."

"என் கணவர் கப்பலிலிருந்து திரும்பி வந்ததும் இந்த உண்மையை அவருக்கு நீர் எடுத்துச் சொல்லவேண்டும். சொன்னால், என்னுடைய நன்றிக்குப் பாத்திரமாவீர்!"

"அம்மணி தங்களுடைய நன்றிக்குப் பாத்திரமாக இது ஒன்றுதானா வழி? வேறு எனக்குத் தாங்கள் இடக்கூடிய பணிகள் இல்லையா?"

"ஐயா! ஒரு பேதைப் பெண்ணின் நன்றிக்குப் பாத்திரமாக எத்தனையோ நூறு வழிகள் உண்டு."

"அவற்றில் இன்னும் இரண்டொன்றைச் சொல்லுங்கள். ஆதித்த கரிகாலருக்கு அப்படிப்பட்ட சந்தர்ப்பம் ஒன்று கிடைத்தது. அதை அவர் கைசோர விட்டுவிட்டார். விட்டு விட்டு அப்புறம் இரவு பகலாகத் துடிதுடிக்கிறார். நான் ஒரு நாளும் அத்தகைய தவற்றைச் செய்யமாட்டேன்!"

"இது சத்தியமா, ஐயா? ஒரு பெண்ணின் விருப்பத்தை நிறைவேற்றுவதற்காக, அவள் எது சொன்னாலும் செய்யக்கூடிய மனிதரா நீங்கள்?"

"எந்தப் பெண் என்பதைப் பொறுத்தது, தேவி! நேற்றுவரைக்கும் நான் பார்த்திருக்கும் எந்தப் பெண்ணின் விருப்பத்துக்காகவும் எதுவும் செய்திருக்கமாட்டேன்! சொன்னால் சிரித்திருப்பேன். இன்று அப்படியல்ல! தாங்கள் சொல்லிப் பாருங்கள். எனக்கு நூறு உயிர்கள் இருந்தால் அவ்வளவையும் தங்களுடைய விருப்பத்தை நிறைவேற்றுவதற்கு அர்ப்பணம் செய்வேன். ஆயிரம் சாம்ராஜயங்கள் என் வசம் இருந்தால் அவ்வளவையும் தங்கள் விருப்பத்திற்காகத் தியாகம் செய்வேன். இகத்தையும் பரத்தையும் என்றென்றைக்கும் இழக்கும்படி சொன்னால் அதற்கும் சித்தமாயிருப்பேன். கொடிய பகைவர்களை மன்னிக்கச் சொன்னால் மன்னிப்பேன். அத்தியந்த நண்பர்களின் தலையைக் கொண்டு வந்து தங்கள் காலடியில் போடச் சொன்னால், போட்டுவிட்டு மறுகாரியம் பார்ப்பேன்...!"

இவ்விதம் பார்த்திபேந்திரன் வெறி கொண்டவனைப்போல் கூறியபோது அவனுடைய உடம்பு தலையிலிருந்து கால்வரையில் நடுநடுங்கியது. அவனுடைய வாயிலிருந்து வந்த சொற்கள் குழறின; உதடுகள் துடித்தன; பற்கள் கடித்தன; ரோமங்கள் குத்திட்டு நின்றன; மூச்சு விடும் சத்தம் கொல்லன் உலைச் சத்தத்தைப் போலக் கேட்டது.

பார்த்திபேந்திரனுடைய இந்த மாறுதல் நேயர்களுக்கு வியப்பை அளிக்கும். ஏன்! அவனிடமே, "நீ இப்படி ஆவாய்" என்று முதல் நாள் யாராவது சொல்லியிருந்தால் அவன் நம்பியிருக்கமாட்டான். பிற்காலத்தில் நினைத்துப் பார்த்தால் அவனுக்கேகூட வியப்பளிக்கக்கூடிய காரியந்தான்.

ஆனால் இது பார்த்திபேந்திரனைப் பற்றிய அதிசயம் மட்டும் அல்ல; மனித இயற்கையைப் பற்றிய இரகசியம்.

எத்தனையோ மேதாவிகள் காலமெல்லாம் ஆராய்ச்சி செய்த பின்னரும், மனித உடம்பின் அமைப்பு இரகசியத்தை நம்மால் முழுதும் அறிந்துகொள்ள முடியவில்லை. மனித இதயத்தின் அமைப்பு இரகசியத்தை நாம் எவ்வாறு அறிந்து கொள்ள முடியும்? வாழ்நாளெல்லாம் பழி பாவங்களில் முழுகிக் கிடந்தவர்கள் திடீரென்று ஒருநாள் வைராக்கிய சீலர்களாகிறார்கள்; பக்தி பரவசமடைந்து ஆடிப்பாடுகிறார்கள்; இறைவன் கருணைக்குப் பாத்திரமாகிறார்கள்; மனித சமூகத்துக்கு ஒப்பற்ற தொண்டுகளும் புரிகிறார்கள்.

இதற்கு மாறாக, நெடுங்காலமாய்த் தூய்மையான களங்கமற்ற வாழ்க்கை நடத்தியவர்கள் திடீரென்று ஒருநாள் வழுக்கி விழுகிறார்கள்! அப்படி விழும்போது அதல பாதாளத்திலேயே விழுந்துவிடுகிறார்கள்.

பார்த்திபேந்திரனுடைய ஆவேச மொழிகளைக் கேட்டுவந்த நந்தினி, "போதும் ஐயா! போதும்! நிறுத்துங்கள்! அவ்வளவு பயங்கரமான காரியம் எதையும் செய்யும்படி தங்களை ஒருநாளும் நான் வற்புறுத்தப் போவதில்லை. தங்களுக்கும் எனக்கும் உகந்த சந்தோஷமான ஒரு காரியத்தைத் தான் சொல்லப் போகிறேன்" என்றாள்.

⊙

3. ஆந்தையின் குரல்

நந்தினி கடலை நோக்கினாள். பழுவேட்டரையர் ஏறிச் சென்ற படகு பார்த்திபேந்திரனுடைய கப்பலை நெருங்கிக்கொண்டிருந்தது.

நந்தினி பெருமூச்சு விட்டாள். அது பார்த்திபேந்திரனுடைய நெஞ்சில் புயலாக அடித்தது. "தேவி! சொல்லுங்கள். நான் செய்யவேண்டியது இன்னதென்று சொல்லுங்கள். தங்களுக்கும் எனக்கும் உகந்தது என்று பிரித்துச் சொல்ல வேண்டிய அவசியமில்லை. தங்களுக்கு எது உகந்ததோ அதுதான் எனக்கும் உகந்தது!" என்றான் பல்லவ வீரன்.

அவன் மனத்தில் விசித்திரமான எண்ணங்கள் எல்லாம் அந்நேரத்தில் உதித்தன. இந்தப் பெண் அந்தக் கொடிய கிழவனிடம் அகப்பட்டுக்கொண்டு கூண்டுக் கிளியைப்போல் தவித்துக் கொண்டிருக்கிறாள் என்பதில் சந்தேகமில்லை. அந்தக் காட்டுப் பூனையிடமிருந்து இவளை ஏன் விடுதலை செய்யக்கூடாது? இவள் மட்டும் தன் விருப்பத்தைத் தெரிவிக்கட்டும்! அவனை அக்கப்பலிலேயே சிறைப்படுத்திக் கண்காணாத தேசத்துக்குக் கொண்டு போய்விட்டுவிடச் செய்யலாம்! சண்டாளன்! புதல்வியும், பேத்தியுமாக இருப்பதற்குரிய இளம் பிராயமுடைய பெண்ணை மனைவியாக்கிக் கொள்ள எப்படி இவன் மனந் துணிந்தது?...

நந்தினி இன்னமும் படகையும், கப்பலையும் பார்த்துக் கொண்டிருந்தாள். படகிலிருந்து பழுவேட்டரையர் கப்பலில் ஏறுவதைப் பார்த்தாள்.

"நல்லவேளை! பத்திரமாக ஏறிவிட்டார்! எவ்வளவு வீரராயிருந்தாலும் வயதாகிவிட்டதல்லவா? படகிலிருந்து கப்பலில் ஏறும்போது தடுமாறாமல் இருக்க வேண்டுமே என்று எனக்குக் கவலையாயிருந்தது!" என்றாள்.

பல்லவன் ஏமாற்றமடைந்தான்! 'கிழவனிடம் இவளுக்கு இவ்வளவு பரிவு ஏன்? படகிலிருந்து அவன் கடலில் விழுந்து இறந்தால்தான் என்ன? நாட்டுக்கும் க்ஷேமம்; இவளுக்கும் விடுதலை! எதற்காக இவ்வளவு பரிவு காட்டுகிறாள்?'

"கிழவருக்குச் சோழ குலத்தாரிடம் எவ்வளவு அபிமானம் என்பது இன்றைக்குத்தான் எனக்குத் தெரிந்தது. இளவரசருக்கு ஆபத்து என்றதும் எப்படித் துடிதுடித்துப் போய் விட்டார்? ஐயா! இளவரசர் தப்பிப் பிழைத்திருக்கக்கூடும் அல்லவா? இறந்துதான் போயிருக்கவேண்டும் என்பது நிச்சயம் இல்லையே?" என்றாள் நந்தினி.

"நிச்சயம் இல்லை; ஆனால் அப்பேர்ப்பட்ட சுழற்காற்றில் கடலில் குதித்தவர் பிழைத்திருப்பது அசாத்தியம்! விதியின் போக்குக்கு நாம் என்ன செய்யமுடியும்?" என்றான் பல்லவன்.

"இதற்கு விதி காரணம் இல்லை; அந்தப் பழையாறை ராட்சஸியின் பேராசைதான் காரணம். தங்களுக்குத் தெரியுமா, ஐயா? குந்தவை தேவிக்குச் சோதிடத்திலும் ரேகை சாஸ்திரத்திலும் அபார நம்பிக்கை. தம்பியின் ஜாதகத்தையும், கைரேகையையும் பார்த்து வைத்துக்கொண்டு அவன் மூன்று உலகையும் ஆளும் சக்கரவர்த்தியாகப் போகிறான் என்று நம்பிக்கை வைத்திருந்தாள். ஐயோ! பாவம்! அந்த அருமைத் தம்பிக்கு இந்த கதி நேர்ந்தது என்று அறியும் போது அவள் எவ்வளவு கஷ்டம் அடைவாள்? அச்சமயம் நான் அவள்கூட இருந்து ஆறுதல் சொல்ல வேண்டும் போலிருக்கிறது!"

இவ்விதம் கூறிய நந்தினியின் குரலில் குதூகலம் தொனித்தது. பல்லவன் ஒருகணம் ஆச்சரியப்பட்டுப் போனான். பிறகு தன் செவிகளில்தான் கோளாறு என்று தீர்மானித்துக் கொண்டான்.

"ராணி தாங்கள் எதற்காக ஆறுதல் சொல்லவேண்டும்? அவளுடைய பேராசையினால் நேர்ந்துவிட்ட விபரீதம்தானே இது? அதற்காக அவள் கஷ்டப்பட வேண்டியதுதான்..."

"அது எப்படி ஐயா? அவள் கண்ணில் ஒரு சொட்டுக் கண்ணீர் துளித்தால், நெஞ்சு பதறுகிறவர்கள் சோழ நாட்டில் ஆயிரம் பதினாயிரம் பேர் இருக்கிறார்கள். அவள் சக்கரவர்த்தியின் செல்வப் புதல்வி மூன்று உலகிலும் ஈடு இணையற்ற அழகி!"

"நானும் ஒரு சமயம் அவ்வாறுதான் நினைத்திருந்தேன்! அதாவது, தங்களைப் பார்ப்பதற்கு முன்னால்!"

"என்னைப் பார்த்த பிறகு என்ன நினைக்கிறீர்கள்?"

"குந்தவை தேவியின் அழகு தங்கள் பாதச் சுண்டு விரலின் அழகுக்கு இணையாகாது என்றுதான்."

"இப்போது இப்படித்தான் சொல்வீர்கள். நாளைக்கு அவளைப் பார்த்தால் நான் ஒருத்தி இவ்வுலகில் இருக்கிறேன் என்பதையே மறந்துவிடுவீர்கள்!"

"ஒருநாளும் மாட்டேன். தேவி! என்னைச் சோதனை செய்து பாருங்கள் என்றுதான் சொல்லுகிறேனே? தங்கள் கட்டளை இன்னதென்று இக்கணமே தெரிவியுங்கள்."

"கட்டளையிடும் பாத்தியதை எனக்குக் கிடையாது. ஐயா! விண்ணப்பம் செய்து கொள்கிறேன். பெரிய பழுவேட்டரையரை நான் மணந்த பிறகு சோழ நாட்டில் பிளவும், குழப்பமும் ஏற்பட்டிருப்பதாகச் சிலர் அவதூறு சொல்கிறார்கள். அது பொய் என்பதை நிரூபிக்க விரும்புகிறேன். அதற்குத்தான் தங்கள் உதவியை நாடுகிறேன்."

பார்த்திபேந்திரன் சிறிது ஏமாற்றம் அடைந்தான். நந்தினி, அவளுக்காக ஏதோ ஒரு கஷ்டமான காரியத்தில் தன்னை ஏவுவாள் என்று எண்ணியிருந்தான். அதை நிறைவேற்றி அவளை மகிழ்விக்க ஆர்வம் கொண்டிருந்தான். ஆனால் அவள் இராஜ்ய காரியத்தைப் பற்றி எதுவோ சொல்லுகிறாள்!

"சொல்லுங்கள் ராணி! தங்கள் விருப்பம் எதுவாயிருந்தாலும் சொல்லுங்கள்!" என்றான்.

"ஐயா! சோழநாட்டில் அமைதி ஏற்படாமல் தடுத்து வந்தவள் இளைய பிராட்டி. அவளுடைய அகம்பாவத்தினால் சோழ நாட்டுச் சிற்றரசர்களையும், பெருந்தர அதிகாரிகளையும் கோபங்கொள்ளச் செய்தாள். தம்பி அருள்மொழிவர்மனை எப்படியாவது இந்தச் சோழநாட்டுச் சிம்மாசனத்தில் ஏற்றி விடவேண்டும் என்று அவளுக்கு ஆசை. இதனால் சமரசம் ஏற்படாமல் தடுத்து வந்தாள். இப்போது அந்தக் காரணம் போய்விட்டது. இனிமேல் சமரசம் செய்து வைப்பது சுலபம். கேளுங்கள், ஐயா! தாங்கள்தான் சொன்னீர்களே! மந்திரிகளும், மற்றப் பெருந்தர அதிகாரிகளும் சுந்தர சோழருக்குப் பிறகு மதுராந்தகருக்குப் பட்டம் கட்ட விரும்புகிறார்கள். சக்கரவர்த்தியும் அதற்கு இணங்கிவிட்டார்."

"அப்படியா, தேவி!"

"ஆம், ஐயா! இல்லாவிடில் இளவரசரைச் சிறைப்படுத்திக் கொண்டுவரக் கட்டளையிட்டிருப்பாரா? ஆனாலும் அது சரியல்ல என்பது என் கருத்து. சமரசமாகத் தீர்த்துக் கொள்வதற்கு இடம் இருக்கிறது. வெள்ளாற்றுக்கு வடக்கேயுள்ள ராஜ்யத்தை ஆதித்த கரிகாலருக்கு என்றும், தெற்கேயுள்ள பகுதியை மதுராந்தகருக்கு என்றும் பிரித்துக் கொள்ளலாமே? தங்கள் முன்னோர்கள், பல்லவ மகாசக்கரவர்த்திகள் 'தொண்டை மண்டலத்தை ஆள்வதுடன் திருப்தி அடையவில்லையா? பூர்வீகச் சோழ மன்னர்கள் இரண்டு வெள்ளாற்றுக்கும் இடையே உள்ள ராஜ்யத்துடன் திருப்தி அடையவில்லையா?"

"தேவி இதையெல்லாம் எதற்காக என்னிடம் சொல்லுகிறீர்கள் எந்தச் சாம்ராஜ்யம் எப்படிப் போனால் எனக்கு என்ன? யார் எந்த ராஜ்யத்தை ஆண்டால் எனக்கு என்ன?.."

"ஐயா! தாங்கள் ஆதித்த கரிகாலரிடம் உண்மை விசுவாசம் உள்ள சிநேகிதர் என்று எண்ணினேன்."

"பிறருக்கு விசுவாசமாயிருந்து, பிறருடைய புகழுக்காகப் போராடி, பிறருடைய நன்மைக்காக உழைத்து, – இத்தனை நாளும் கழித்தாகிவிட்டது. இனிமேல் எனக்காக நான் வாழ விரும்புகிறேன். ராணி! இதைக் கேளுங்கள்! நான் எதற்காக இவ்வுலகில் பிறந்தேன். எதற்காக உயிரோடிருக்கிறேன் என்று பலதடவை நான் சிந்தித்ததுண்டு. என் முன்னோர்களாகிய பல்லவ சக்கரவர்த்திகள் பெரிய சாம்ராஜ்யங்களை ஆண்டார்கள். மாமல்லபுரத்தைப் போன்ற சொப்பன உலகங்களைச் சிருஷ்டித்தார்கள். அவர்களுடைய பெருமையை என் காலத்தில் மீண்டும் நிலைநாட்டப் பிறந்திருக்கிறேனோ என்று நான் எண்ணியதுண்டு.

ஆனால் அதில் என் மனம் ஈடுபடவில்லை. ராஜ்யங்களைச் சிருஷ்டிப்பதில் உற்சாகம் கொள்ளவில்லை. சோழ குலத்தின் பெருமைக்கு உழைப்பதிலேயே திருப்தி அடைந்தேன். ஆதித்த கரிகாலரின் சிநேகத்தில் மகிழ்ந்தேன். இப்படியே என் வாழ்நாளைக் கழித்துவிடுவது என்றுதான் எண்ணியிருந்தேன். இன்றைக்குத்தான் என் கண்கள் திறந்தன; சற்று முன்னாலேதான் நான் பிறந்தது எதற்காக என்று தெரிந்தது. அதோ கேளுங்கள்! அந்தக் கடல் அலைகளின் குரல் என் உள்ளத்தின் குரலை 'ஆம் ஆம்' என்று ஆமோதிக்கிறது. அதோ காட்டில் வாழும் பறவைகள் எல்லாம் 'சரி, சரி' என்று கூவுகின்றன. தேவி! சோழ சாம்ராஜ்யத்தைப் பங்கு போடுவது பற்றி என்னிடம் சொல்லவேண்டாம். வேறு ஏதாவது சொல்லுங்கள்! கடல்களுக்கப்பால் உள்ள பவழத் தீவிலிருந்து விலை மதிக்க முடியாத பவழங்களைக் கொண்டுவரச் சொல்லுங்கள்.

ஆழ்கடலின் அடியிலிருந்து முத்துகளைக் கொண்டுவரச் சொல்லுங்கள். மேருமலையின் உச்சி சிகரத்திலே ஏறிச் சஞ்சீவி மூலிகையைக் கொண்டு வரச் சொல்லுங்கள். மேகமண்டலத்துக்கு மேலே பறந்து நட்சத்திரங்களைப் பறித்துக்கொண்டு வந்து ஆரம் தொடுத்துத் தங்கள் கழுத்தில் போடச் சொல்லுங்கள். பூரணச் சந்திரனைக் கொண்டு வந்து தங்களுடைய முகம் பார்க்கும் கண்ணாடியாக்கித் தரும்படி சொல்லுங்கள்!"

"போதும், ஐயா, போதும்! என்னை ஏற்கனவே அந்தப் பழையாறைப் பிராட்டி 'பைத்தியம்' என்று சொல்லிக் கொண்டிருக்கிறாள். உண்மையாகவே எனக்குப் பைத்தியம் பிடிக்கச் செய்து விடாதீர்கள்!" என்றாள் நந்தினி.

பார்த்திபேந்திரன் சிறிது வெட்கம் அடைந்தான். "பைத்தியம் பிடித்திருப்பது எனக்குத்தான்; மன்னியுங்கள். தங்களுடைய விருப்பத்தை முதலில் தெரிவியுங்கள்!" என்றான்.

"சோழ நாடெங்கும் – தமிழகமெங்கும் – எனக்கு ஏற்பட்டிருக்கும் கெட்ட பெயரைப் போக்கிக்கொள்ள விரும்புகிறேன். அதற்குத்தான் தங்கள் உதவியை நாடுகிறேன். நான் இந்தக் கிழவரை மணந்ததன் காரணமாகச் சோழ குலத்துக்கே கேடு வந்துவிட்டதென்று ஜனங்கள் பேசிக் கொள்கிறார்களாம். மதுராந்தகத்தேவரை இராஜ்ய ஆசை கொள்ளச் செய்தது நான்தான் என்று சொல்லுகிறார்களாம். சோழ நாட்டுச் சிற்றரசர்களை அவர் பக்கம் திருப்பியதும் நான்தான் என்றும் சொல்கிறார்களாம். இந்த அவப்பெயருடன் இறந்து போவதற்கு நான் விரும்பவில்லை...!"

"இறந்து போவதைப்பற்றி ஏன் பேசுகிறீர்கள்? என்னைத் துன்புறுத்துவதற்காகவா?"

"பல்லவ குமாரா! தங்களுக்கு ரேகை சாஸ்திரம் தெரியுமா? ரேகை சாஸ்திரத்தில் தங்களுக்கு நம்பிக்கை உண்டா?" என்று நந்தினி சம்பந்தமில்லாத ஒரு கேள்வியைக் கேட்டாள்.

பார்த்திபேந்திரன் அதற்கு நேர் மறுமொழி சொல்லாமல் "எங்கே? கையைக் காட்டுங்கள்!" என்றான்.

நந்தினி வலது கையை நீட்டினாள். அதைப் பார்த்திபேந்திரன் சிறிது நேரம் உற்றுப் பார்த்துவிட்டு, "ஆச்சரியமான ரேகைகள். இம்மாதிரி காண்பதே அபூர்வம்! அந்தக் கையையும் சிறிது காட்டுங்கள்!" என்றார்.

நந்தினி இன்னொரு கையையும் நீட்டினாள். பல்லவன் அதையும் பார்த்துவிட்டு, "தேவி! இதற்கு முன் யாராவது தங்கள் கரங்களின் அதிசயமான ரேகைகளைப் பார்த்துவிட்டு ஏதாவது சொல்லியிருக்கிறார்களா?" என்று கேட்டான்.

"ஆம்! பழையாறை இளைய பிராட்டி ஒரு தடவை என் கையைப் பார்த்துவிட்டுச் சொன்னாள்..."

"என்ன சொன்னாள்?"

"நான் அற்பாயுளில் சாவேன் என்று சொன்னாள்."

"அது உண்மைதான்!" என்றான் பார்த்திபேந்திரன்.

"ஐயா! நீங்களுமா அப்படிச் சொல்லுகிறீர்கள்?"

"ஆனால் அவள் அரைகுறையாக சாஸ்திரம் படித்தவள் என்று தெரிகிறது. இந்தக் கைரேகையில் ஒன்று அற்பாயுளைக் குறிப்பது உண்மைதான்; ஆனால் மற்றொரு ரேகை அந்தக் கண்டத்தைக் கடந்து புனர் ஜன்மம் ஏற்படும் என்றும் கூறுகிறது. அந்தப் புனர்ஜன்மத்துக்குப் பிறகு கடல் கடந்த பல நாடுகளுக்குப் பிரயாணம் செய்யும் பாக்கியம் உண்டு என்றும் மன்னாதி மன்னர்களுக்குக் கிட்டாத ஆனந்த வாழ்க்கை வெகுகாலம் உண்டு என்றும் கூறுகிறது. இவ்வளவும் தற்செயலாகக் கடற்கரையில் சந்தித்த ஒரு யௌவன புருஷனுடைய உண்மை அன்பினால் கிடைக்கும் என்று தெரிகிறது தங்களுடைய சின்னஞ் சிறு விருப்பத்தை நிறைவேற்றுவதற்காக அவன் தன் உயிரையே அர்ப்பணம் செய்வான் என்று ரேகைகள் மிகத்தெளிவாகச் சொல்லுகின்றன..."

இவ்விதம் கூறிக்கொண்டே பார்த்திபேந்திரன் சட்டென்று நந்தினியின் விரிந்த இரு கரங்களையும் பற்றித் தன் கண்களில் ஒற்றிக் கொண்டான்.

நந்தினி கைகளை உதறி விடுவித்துக்கொண்டு, "சீச்சீ! இது என்ன காரியம் செய்தீர்?" என்றாள்.

"மன்னியுங்கள்! இவை தங்கள் கரங்கள் என்பதை மறந்து விட்டேன். இரண்டு செந்தாமரை மலர்கள் என்று எண்ணிக் கொண்டேன்" என்றான்.

"பழுவேட்டரையர் பார்த்திருந்தால் உம்மை ஈட்டி முனையில் கழுவேற்றிருப்பார்!"

"தேவி! தங்களுக்காகக் கொடுப்பதற்கு எனக்கு இருப்பது ஓர் உயிர்தானே என்று கவலைப்படுகிறேன்..."

"அந்த ஓர் உயிரையும் இப்படிக் கொடுப்பானேன்? இந்த அநாதைப் பெண்ணுக்கு உதவி செய்வதற்காகக் காப்பாற்றி வைத்துக் கொண்டிருங்கள்!"

"என்ன செய்யவேண்டும் என்று சொல்லுங்கள்!"

"சோழ சாம்ராஜ்யம் தாயாதிக் கலகத்தினால் பாழாகி விடாமல் காப்பாற்றப்பட வேண்டும். அதற்குத் தங்களுடைய உதவி வேண்டும்."

"எப்படி?"

"தங்கள் சிநேகிதர் கரிகாலரைக் கடம்பூர் சம்புவரையர் வீட்டுக்கு அழைத்து வாருங்கள். சம்புவரையருக்கு ஒரு பெண் இருக்கிறாள். அவளை ஆதித்த கரிகாலருக்கு மணம் செய்து விட்டால் என் மனோரதம் பூர்த்தியாகும்."

"இந்த அற்பக் காரியத்துக்குத்தானா இவ்வளவு பீடிகை? ஆதித்த கரிகாலரை அவசியம் கடம்பூருக்குக் கொண்டு வந்து சேர்க்கிறேன். அப்புறம்?"

"ஆதித்த கரிகாலருக்குச் சம்புவரையர் மகளைக் கல்யாணம் செய்து வைத்துவிட்டால் கலகம் பாதி தீர்ந்து விட்டதாகும். சோழ சாம்ராஜ்யத்தில் மதுராந்தகருக்குத் தென்பாதியும் கரிகாலருக்கு வடபாதியும் என்று பிரித்துக் கொடுத்துவிட்டால் கலகம் முழுதும் தீர்ந்ததாகும்."

"பின்னர்?..."

"எனக்கு ஏற்பட்டிருக்கும் கெட்ட பெயர் போய்விடும். பிறகு என் தலைவிதியை நானே நிறைவேற்றிக் கொள்வேன். நடுக்கடலில் விழுந்து உயிரை விடுவேன்..."

"நான் பின் தொடர்ந்து வந்து தங்களைக் காப்பாற்றுவேன். நம் இருவருடைய புனர் ஜன்மம் ஆரம்பமாகும். கடல்களைக் கடந்து தூரதேசங்களுக்குச் செல்வோம். அங்கே தங்களுக்காக ஒரு மாபெரும் ராஜ்யத்தை ஸ்தாபிப்பேன்."

"ஐயா! இப்படியெல்லாம் பேசவேண்டாம். தென் தமிழ் நாட்டுப் பத்தினிப் பெண்களின் மரபில் வந்தவள் நான். பழுவேட்டரையரின் தர்மபத்தினி..."

"தேவி! என்னிடம் உண்மையைச் சொல்லுங்கள். இந்தக் கிழவரை எதற்காக மணந்து கொண்டீர்கள்? இவர் பேரில் காதல் உண்டா? அல்லது இவருடைய பலாத்காரத்திற்காகவா?"

நந்தினி பெருமூச்சு விட்டாள். அவளுடைய கண் விழிகள் மேல் நோக்கிச் சென்றன. ஏதோ, பழைய துயரமான ஞாபகங்களில் சிறிது நேரம் ஆழ்ந்திருந்தாள் என்று தோன்றியது.

"பாவம்! கிழவர் பேரில் பழி சொல்ல வேண்டாம். மனதார இஷ்டப்பட்டுத்தான் இவரை மணந்தேன்."

"ஏன்? எதற்காக? இவரிடம் அப்படி என்ன கண்டீர்கள்?"

"இவரிடம் ஒன்றும் காணவில்லை. அரண்மனை வாழ்வுக்கும், அதிகாரத்துக்கும் ஆசைப்பட்டு நானாகவே இவரை மணந்தேன்."

"என்னால் நம்பமுடியவில்லை!"

"நம்ப முடியாதுதான், ஆனாலும் அது உண்மை. சின்ன... சிறு பிராயத்திலிருந்து என்னை ஒருத்தி ஏழை என்றும், அநாதையென்றும் ஏளனம் செய்து வந்தாள். அரச குலத்துப் பிள்ளைகளுடன் விளையாடும் உரிமைகூடக் கிடையாது என்று சொல்லி வந்தாள். அந்த அவமதிப்பைப் பொறுக்க முடியாமல் இந்தத் தவறைச் செய்தேன்."

"தேவி! அப்படித் தங்களை அவமதித்த பெண் பேய் யார்?"

"தெரியவில்லையா, ஊகிக்க முடியவில்லையா?"

"இளைய பிராட்டி குந்தவைதானே?"

"ஆமாம்."

"அவளுக்கு ஒருநாள் நான் புத்தி புகட்டியே தீர்வேன்."

"கடவுளே அவளுக்குத் தண்டனை அளித்துவிட்டார்! அருமைத் தம்பியும், ஆருயிர் காதலனும் ஒரே போக்கில் போய் விட்டார்கள். இப்போது அவளுடைய நிலைமை நினைத்தால் எனக்கு அனுதாபமாயிருக்கிறது."

"இந்தத் தண்டனை அந்த அகம்பாவக்காரிக்குப் போதவே போதாது."

"சற்று முன் நான் தங்களை வேண்டிக்கொண்ட காரியத்துக்கு உதவி செய்தால் அவளுடைய தண்டனை பூர்த்தியாகும். சோழ சாம்ராஜ்யத்திற்குத் தனி நாயகியாக இருக்க வேண்டும் என்ற அவள் ஆசை மண்ணோடு மண்ணாகும்."

"தங்கள் விருப்பத்தை நிறைவேற்றுகிறேன். பரிசு என்ன தருவீர்கள்?"

"எது கேட்டாலும் தருவேன். தமிழ்ப் பெண்குலத்தின் மரபுக்கு மாறுபடாத எதைக் கேட்டாலும் தருகிறேன்..."

"ராணி மேலை நாடுகளில் ஒரு புதிய சமயம் தோன்றியிருக்கிறதாம். அரபுதேசம், பாத்தாத் தேசம், பாரஸீகம் முதலிய தேசங்களில் அது பரவியிருக்கிறதாம். அந்தச் சமயக் கோட்பாட்டின்படி கல்யாணமான தம்பதிகள் விரும்பினால் பிரிந்து விடலாம். அதற்குச் சடங்கு உண்டாம். ஸ்திரீகள்கூட வேறு கல்யாணம் செய்து கொள்ளலாமாம்."

"ஆம், நானும் அவ்வாறு கேள்விப்பட்டிருக்கிறேன்."

"நாம் அந்த நாடுகளுக்குப் போய்விடுவோம். அந்தச் சமயக் கோட்பாட்டில் சேர்ந்துவிடுவோம்..."

"அப்படியெல்லாம் சில சமயம் நானும் பகற்கனவு காண்பதுண்டு. ஆனால் நடக்கக்கூடிய காரியமா?"

"தேவி! ஏன் நடக்காது? அவசியம் நடக்கும். தாங்கள் மட்டும் சம்மதித்தால் நடக்கும். தங்களுடன் கப்பல் ஏறிக் கடல் கடந்து செல்வேன். தூரதேசங்களில் இறங்குவேன். இந்தக் கையில் பிடித்த கத்தியின் வலிமையினால் பெரியதொரு ராஜ்யத்தை ஸ்தாபிப்பேன். நவரத்தின கசிதமான சிங்காதனத்தில் தங்களை ஏற்றி வைப்பேன்! தங்களுடைய சிரஸில் பார்த்தோர் கண் கூசும்படியான மணிமகுடத்தைச் சூட்டுவேன். இதற்காகவே நான் பிறந்திருக்கிறேன்; இதற்காகவே இவ்வளவு போர்க்களங்களிலும் சாகாமல் உயிரோடு இருந்து வருகிறேன்..."

"ஐயா! அதோ என் கணவர் திரும்பி வந்து கொண்டிருக்கிறார். படகு கரையை நெருங்கிவிட்டது. அமைதி அடையுங்கள், மற்ற விஷயங்களைப் பிறகு பேசிக் கொள்ளலாம்..."

"பிறகு எப்போது தேவி?"

"எங்களுடன் தஞ்சாவூருக்கு வாருங்கள்! விருந்தாளியாக வர அழைப்புக் கிடைக்காவிட்டால் சிறையாளியாகவாவது வாருங்கள்!"

"தங்களுடைய அழைப்பே எனக்குப் போதும்" என்றான் பார்த்திபேந்திரன்.

பழுவேட்டரையர் ஏறி வந்த படகு கரையை அடைந்தது. கிழவர் படகிலிருந்து இறங்கி ஆங்காரமே உருவெடுத்தவர் போல் வந்தார்.

நந்தினியும், பார்த்திபேந்திரனும் எழுந்து நின்றார்கள். அவர்களைப் பழுவேட்டரையர் பார்த்த பார்வையில் அனல் பொறி கிளம்பிற்று. பாவம்! அத்தனை நேரம் அவர்கள் சேர்ந்து உட்கார்ந்து பேசிக்கொண்டிருந்ததை நினைத்தாலே கிழவருக்குக் கோபமாயிருந்தது. அதை வெளியிடுவதற்கும் வழியில்லை. ஆகையால் உள்ளத்தில் கோபம் மேலும் கொதித்துப் பொங்கியது.

"நாதா! கப்பலை நன்கு சோதித்தீர்களா? மாலுமிகளை நன்றாய் விசாரித்தீர்களா? இவர் கூறியதெல்லாம் உண்மைதானா?" என்று நந்தினி கொஞ்சம் குதலை மொழியில் கேட்டாள்.

அந்தக் குரல் பழுவூர் அரசரைக் கொஞ்சம் சாந்தப்படுத்தியது.

"ஆம், ராணி! இவன் கூறியதெல்லாம் உண்மையென்று தெரிந்தது? சோழ நாட்டின் தவப்புதல்வன், சோழகுலத்தின் செல்வக்குமரன், – தமிழகத்தின் கண்ணின் மணியான இளவரசன், – போய்விட்டான்!" என்று கூறிப் பல்லவனைத் திரும்பிப் பார்த்து, "அதற்குக் காரணமானவன் இதோ நிற்கும் கொலை பாதக சண்டாளன்தான்!" என்று கர்ஜித்தார்.

"ஐயா! அதற்குக் காரணம் நான் அல்ல; என் பேரில் பழி போடாதீர்கள்! இளவரசரைக் கடல் கொண்டதற்குக் காரணம் சோழ நாட்டையே ஆட்டுவிக்கும் பெண் உருக் கொண்ட மோகினிப் பிசாசு!" என்றான் பார்த்திபேந்திரன்.

கிழவரின் கோபம் இப்போது அணை கடந்த வெள்ளமாயிற்று. நந்தினியைப் பற்றித்தான் அவன் அவ்வாறு சொன்னதாக எண்ணினார்.

"அடபாவி! என்ன சொன்னாய்?" என்று கூறிக்கொண்டு தரையில் கிடந்த ஈட்டியைச் சட்டென்று குனிந்து எடுத்தார். பார்த்திபேந்திரனைக் குறி வைத்து ஓங்கினார்.

நந்தினி அவருடைய கையைப் பிடித்துத் தடுத்தாள். "நாதா! இது என்ன காரியம்! எத்தனையோ பகைவர்களைக் கொன்ற தங்கள் வெற்றிவேல் இந்த விருந்தாளியின் இரத்தத்தினால் கறைபடலாமா?" என்றாள்.

"ராணி! இவனா விருந்தாளி! சற்று முன்னால் உன்னைப்பற்றி இவன் கூறியதை நீ கேட்கவில்லையா?" என்றார் கிழவர். கோபத்தினால் அவர் குரல் குழறிச் சொற்கள் தடுமாறின.

"அவர் என்னைப்பற்றியா சொன்னார்? நன்றாகக் கேட்டுத் தெரிந்து கொள்ளுங்கள். அப்படியானால் என் கையிலுள்ள கத்தியினாலேயே பழி வாங்குவேன். தங்களுக்குச் சிரமம் தரமாட்டேன்!" என்றாள் நந்தினி.

"ஐயா! நான் என்ன பைத்தியமா, பழுவூர் இளையராணியைப் பற்றி அவ்விதம் சொல்வதற்கு? பழையாறையில் உள்ள மோகினிப் பிசாசைப் பற்றியல்லவா சொன்னேன்? இளைய பிராட்டி குந்தவை வந்தியத்தேவன் என்ற வாலிபனிடம் இரகசிய ஓலை கொடுத்து இளவரசருக்கு அனுப்பினாள். அந்த முரட்டு வாலிபனைக் காப்பாற்றுவதற்காக அல்லவோ நான் எவ்வளவோ தடுத்தும் கேளாமல் இளவரசர் அலைகடலில் குதித்தார்? ஆகையால் இளவரசரின் மரணத்துக்குக் குந்தவை காரணம் என்று சொன்னேன்" என்றான் பார்த்திபேந்திரன்.

பழுவேட்டரையர் தம் அவசர புத்தியைக் குறித்துச் சிறிது வெட்கம் அடைந்தார். அதை வெளியில் காட்டிக் கொள்ளாமல் "வெறுமனே மூடி மறைக்கப் பார்க்காதே! இளவரசரின் அகால மரணத்துக்கு நீயும் பொறுப்பாளிதான். அத்தகைய சுழல் காற்று அடித்த சமயத்தில் அவர் கப்பலிலிருந்து படகில் இறங்குவதற்கு நீ எப்படிச் சம்மதித்தாய்? தொலைந்து போ! என் கண் முன்னால் நிற்காதே!" என்றார்.

நந்தினி குறுக்கிட்டு, "நாதா! இவரையும் தஞ்சாவூர் அழைத்துப் போவது நல்லதல்லவா? நடந்தது நடந்தபடி இவரே சக்கரவர்த்தியிடம் தெரிவிப்பது நலம் அல்லவா? இல்லாவிட்டால், ஏற்கனவே நம் பேரில் குற்றம் சொல்லக் காத்திருப்பவர்கள் இதையும் சேர்த்துக் கொள்வார்களே? நாம்தான் இளவரசரைக் கடலில் மூழ்கடித்து விட்டோம் என்று கூடக் கூசாமல் பழி சொல்வார்களே!" என்றாள்.

"சொன்னால் சொல்லட்டும்! அதற்கெல்லாம் நான் அஞ்சியவன் அல்ல. சொல்கிறவன் நாக்கைத் துண்டிக்கச் செய்வேன். ஆனால் இவன் நம்மோடு வருவதும் ஒரு காரியத்துக்கு நல்லது தான். பார்த்திபேந்திரா! ஏன் அங்குமிங்கும் பார்த்து விழிக்கிறாய்? தப்பி ஓடலாம் என்று பார்க்கிறாயா?" என்று கூறிச் சற்றுத் தூரத்தில் நின்ற வீரர்களைக் கைகாட்டி அழைத்தார். நாலு பேர் விரைந்து வந்தார்கள்.

"இவனைப் பிடித்துக் கட்டுங்கள்!" என்று கட்டளையிட்டார்.

வீரர்கள் நாலுபேரும் பார்த்திபேந்திரனை நெருங்கினார்கள். அருகில் நெருங்கி வரும் வரையில் அவன் சும்மாயிருந்தான். பிறகு ஒரு நொடிப்பொழுதில் தன் கைவரிசையைக் காண்பித்தான். நாலு வீரர்களும் நாலு பக்கம் போய் விழுந்தார்கள்.

"ஐயா! என்னைக் கட்டித் தளையிடுவதாயிருந்தால் மற்றவர்களை அனுப்ப வேண்டாம். வீராதி வீரரும் முப்பத்தாறு போர்க்களங்களில் அறுபத்து நாலு காயங்களை அடைந்தவருமான பெரிய பழுவேட்டரையர் கையினால் கட்டுப்படுவதற்கு நான் சித்தமாயிருக்கிறேன். மற்றவர்களை என் அருகிலும் நெருங்க விடமாட்டேன்!" என்றான்.

பழுவேட்டரையர் முகத்தில் சிறிது மலர்ச்சி காணப்பட்டது. "நீ வீர பல்லவ குலத்தில் பிறந்த வீரன், சந்தேகமில்லை. எங்களுடன் தஞ்சாவூருக்கு வந்துவிட்டுப் போகச் சம்மதம் என்றால் சொல், உன்னைக் கட்ட வேண்டிய அவசியமில்லை" என்றார்.

"அதுதான் என் விருப்பம்; சக்கரவர்த்தியை நேரில் பார்த்து, நடந்தது நடந்தபடி சொல்ல விரும்புகிறேன். என் பேரிலும் வீண் பழி ஏற்படக் கூடாதல்லவா?" என்றான் பார்த்திபேந்திரன்.

"அப்படியானால், உடனே புறப்படுவோம்" என்றார் பழுவேட்டரையர்.

அச்சமயம் அவர்கள் இருந்த இடத்துக்குச் சற்றுத் தூரத்திலிருந்த காட்டிலிருந்த ஆந்தை ஒன்று கூவும் சப்தம் கேட்டது.

நந்தினி சப்தம் வந்த திக்கை நோக்கினாள். அதனால் அவள் முகத்தில் ஏற்பட்ட மாறுதலை மற்ற இருவரும் கவனிக்கவில்லை.

"இந்தக் கோடிக்கரைக் காடு மிக விசித்திரமானது. இங்கே பட்டப்பகலிலேயே கோட்டான் கூவுகிறதே!" என்றான் பார்த்திபேந்திரன். இன்னும் இரண்டு தடவை அதே மாதிரி ஆந்தையின் குரல் கேட்டது.

நந்தினி திரும்பிப் பார்த்து, "உடனே புறப்பட வேண்டியது தானா? இன்னும் ஒருநாள் இங்கே இருந்து பார்ப்பது நல்லதல்லவா? இளவரசர் ஏதாவது கட்டையைப் பிடித்துக் கொண்டு கரையில் வந்து ஒதுங்கக் கூடும் அல்லவா?" என்றாள்.

"பார்த்திபேந்திரா! இளையராணியின் மதிநுட்பத்தைப் பார்த்தாயா? நமக்கு இது தோன்றாமல் போயிற்றே? ஆம்; இன்னும் ஒருநாள் இங்கே இருக்க வேண்டியதுதான்; இருப்பது மட்டும் போதாது. கடற்கரை நெடுகிலும் ஆட்களை நிறுத்தி வைக்கவேண்டும்; தேடிப் பார்க்கவும் சொல்ல வேண்டும்!" என்றார் பழுவேட்டரையர்.

"எனக்கு ஆட்சேபமில்லை, ஐயா! ஆனால் இளவரசர் இனி அகப்படுவார் என்ற நம்பிக்கை எனக்கில்லை. சுழற்காற்று அடித்தபோது கடலின் கொந்தளிப்பைப் பார்த்திருந்தால் தாங்களும் என்னைப் போலவே நிராசை கொள்வீர்கள்" என்றான் பார்த்திபேந்திரன்.

எனினும் கிழவர் கேட்கவில்லை. கடற்கரை நெடுகிலும் ஒரு காத தூரத்துக்குத் தம் ஆட்களைப் பரவலாக நிறுத்தி வைத்தார். அவரும் அமைதியின்றிக் கடற்கரை ஓரமாக அலைந்து திரிந்தார்.

⊙

4. தாழைப் புதர்

நடுக்கடலில் படகு தொட்டில் ஆடுவது போல் உல்லாசமாக ஆடிக்கொண்டு சென்றது. இரண்டு நாளைக்கு முன்னால் அங்கே தென்னைமர உயரம் அலைகள் எழும்பி விழுந்தன என்று கற்பனை செய்வதே கடினமான காரியம்.

படகில் இளவரசர் பொன்னியின் செல்வரும், வந்தியத்தேவனும், பூங்குழலியும் இருந்தனர். பூங்குழலியின் கையில் துடுப்பு இருந்தது. ஆனால் அதை அவள் விசையாகப் போடவில்லை. வந்தியத்தேவனுக்கும் இளவரசருக்கும் நடந்த சம்பாஷணையை உற்றுக் கேட்டுக்கொண்டிருந்தாள்.

அவர்களும் பேச்சில் கவனமாக இருந்தார்கள். படகு விரைவாகப் போக வேண்டுமென்று ஆவல் கொண்டவர்களாகத் தோன்றவில்லை.

படகு, கோடிக்கரை சேர்ந்த பிறகு என்ன செய்யவேண்டும் என்பது பற்றித்தான் அவர்கள் பேசிக் கொண்டிருந்தார்கள். இளவரசர் தஞ்சாவூருக்குப் போகக்கூடாது என்றும், பழையாறைக்கு வரவேண்டும் என்றும் வந்தியத்தேவன் வாதிட்டுக்கொண்டிருந்தான். அதற்குப் பல காரணங்களை அவன் எடுத்துச் சொன்னான்.

"தங்கள் சகோதரி தங்களை மிக அவசர காரியமாகப் பார்க்க விரும்புகிறார். தங்களைக் கையோடு அழைத்துக் கொண்டு வருவதாக வாக்களித்து வந்திருக்கிறேன். அதை நிறைவேற்றி வைக்க வேண்டும்" என்று மன்றாடினான்.

"உன் வாக்கை நிறைவேற்றுவதற்காக என் தந்தையின் கட்டளையை மீறச் சொல்கிறாயா?" என்று இளவரசர் கோபமாகக் கேட்டார்.

"அது தங்கள் தந்தையின் கட்டளையில்லை; பழுவேட்டரையரின் கட்டளையல்லவா?" என்றான் வந்தியத்தேவன்.

அதோடு இன்னொன்றும் சொன்னான். "சக்கரவர்த்தியைத் தாங்கள் பார்க்கப் போவதாயிருந்தாலும் சுதந்திரமாகப் பார்க்கப் போவது நல்லதா, பழுவேட்டரையர்களின் சிறையாளியாகப் பார்க்கப் போவது நல்லதா? நான் சொல்கிறேன், கேளுங்கள். தங்களைப் பழுவேட்டரையர்கள் சிறைப்படுத்தியிருக்கிறார்கள் என்ற செய்தி பரவ வேண்டியதுதான். சோழ நாட்டு மக்கள் எல்லோரும் திரண்டு எழுந்து வந்துவிடுவார்கள். தங்களுடைய அருமைத் தாய்நாடு ஒரு பயங்கர ரணகளமாகி விடும். அது நல்லதா என்று எண்ணிப் பாருங்கள்! அப்படிப்பட்ட கேடு சோழ நாட்டுக்கு ஏற்படக் கூடாது என்றுதான் கடவுளே அந்தச் சுழற்காற்றை ஏவி விட்டிருக்க வேண்டும். கடவுளின் விருப்பத்துக்கு விரோதமாகத் தாங்கள் சோழ நாட்டில் கலவரத்தை உண்டாக்க விரும்புகிறீர்களா?" என்று கேட்டான் வந்தியத்தேவன்.

அவ்வளவு நேரமும் அவன் சொல்லி வந்த வாதங்களுக்குள் இது இளவரசரின் மனத்தை ஓரளவு மாற்றியது. தம்மைப் பழுவேட்டரையர்கள் சிறைப்படுத்தியிருக்கிறார்கள் என்று தெரிந்தால், சோழநாட்டில் கலவரம் உண்டாவது சாத்தியந்தான். மக்களுக்குத் தம்மிடம் உள்ள அபிமானம் எவ்வளவு மகத்தானது என்பது அவருக்கு ஒருவாறு தெரிந்துதானிருந்தது. ஆகையால், இளவரசர் சிந்தனையில் ஆழ்ந்தார்.

சிறிது நேரத்துக்குப் பிறகு, "அப்படியே உன் விருப்பத்தை நிறைவேற்ற நான் முடிவு செய்தாலும் அது எப்படிச் சாத்தியம்? கோடிக்கரையில் பழுவேட்டரையர்களின் ஆட்கள் எனக்காகக் காத்துக்கொண்டிருக்க மாட்டார்களா?" என்று கேட்டார்.

"அதற்கு உதவி செய்ய இந்த ஓடக்காரப் பெண் இருக்கிறாள். கரையில் எத்தனை பேர் காத்திருந்தாலும் அவர்கள் கண்களில் படாமல் கோடிக்கரைக் காட்டுக்குள் நம்மைக் கொண்டு போய்ச் சேர்த்து விடுவாள். பூங்குழலி! நான் கூறியது காதில் விழுந்ததா? அவ்விதம் செய்ய முடியுமா?" என்று வந்தியத்தேவன் கேட்டான்.

பூங்குழலி அப்போது ஏழாவது சொர்க்கலோகத்தில் இருந்தாள். இளவரசரைக் கடலிலிருந்து காப்பாற்றிப் படகிலேற்றி அழைத்துக்கொண்டு வந்தது அவளுக்கு எல்லையில்லாத உள்ளக் களிப்பை அளித்திருந்தது.

கோடிக்கரை சேர்ந்ததும் அவரைப் பிரியவேண்டுமே என்ற எண்ணம் இடையிடையே வந்து துன்புறுத்திக் கொண்டிருந்தது. மேலும் அவருக்கு எந்த விதத்திலாவது உதவி செய்ய முடியுமானால் அதைக் காட்டிலும் அவள் பெறக்கூடிய பேறு வேறு என்ன இருக்க முடியும்?

"கோடிக்கரைக்குக் கொஞ்சம் மேற்கே தள்ளிப் படகைக் கொண்டுபோனால் இருபுறமும் காடு அடர்ந்த கால்வாய் ஒன்று இருக்கிறது. அதன் வழியாகப் படகைவிட்டுக் கொண்டு போகலாம். இருபுறமும் அங்கே சதுப்புநிலம். சுலபமாக யாரும் வரமுடியாது!" என்று பூங்குழலி சொன்னாள்.

"எங்களை அங்கே விட்டுவிட்டு நீ கோடிக்கரை போய்த் தகவல் விசாரித்துக் கொண்டு வர முடியும் அல்லவா?"

"முடியும்; படகை ஒருவரும் பார்க்கமுடியாதபடி நிறுத்துவதற்கு எத்தனையோ இடம் இருக்கிறது."

"இளவரசே! கேட்டீர்களா!" என்றான் வந்தியத்தேவன்.

"கேட்டேன், அப்பா! என்னுடைய தாய் நாட்டில் என்னைத் திருடனைப் போல் பிரவேசிக்கச் சொல்லுகிறாய். திருடனைப்போல் ஒளிந்திருக்கச் சொல்லுகிறாய்." என்றார்.

படகில் சற்று நேரம் மௌனம் குடிகொண்டிருந்தது. பிறகு இளவரசர், "சமுத்திரகுமாரி! ஏன் படகை அடியோடு நிறுத்தி விட்டாய்?" என்று கேட்டார்.

பூங்குழலி வந்தியத்தேவனைப் பார்த்து விட்டுத் துடுப்பை வலிக்க ஆரம்பித்தாள்.

"பாவம்! இந்தப் பெண் எத்தனை நேரம் தனியாகத் துடுப்பு வலிப்பாள்? நான் கொஞ்சம் தள்ளிப் பார்க்கிறேன். இங்கே கொடு, அம்மா, துடுப்பை!" என்றான் வந்தியத்தேவன்.

அவனுடைய எண்ணத்தை அறிந்த இளவரசர் புன்னகை புரிந்தார்.

"நண்பனே! உன்னுடைய சூழ்ச்சிகள் எல்லாம் வீண்தான். நான் பழையாறைக்கும் போகப் போகிறதில்லை. தஞ்சாவூரையும் பார்க்கப் போகிறதில்லை. கடவுள் என்னைக் கைலாசத்துக்கே அழைத்துக்கொண்டு போய் விடுவார் போலிருக்கிறது!" என்றார்.

வந்தியத்தேவனும் பூங்குழலியும் பீதியடைந்து இளவரசரை உற்றுப் பார்த்தார்கள். அவர் உடம்பு நடுங்கத் தொடங்கியிருப்பதைக் கண்டார்கள்.

வந்தியத்தேவன் அவர் அருகில் சென்று, "ஐயா! இது என்ன? தங்கள் உடம்பு ஏன் நடுங்குகிறது?" என்று கேட்டான்.

"இது குளிர் காய்ச்சல், அப்பனே! இலங்கையில் இந்தக் காய்ச்சல் அதிகம் பரவியிருக்கிறது என்று சொன்னேனே, ஞாபகம் இல்லையா? இந்தச் சுரம் வந்தவர்கள் பிழைப்பது அரிது!" என்று சொன்னார் இளவரசர்.

கடல் நடுவில் கப்பலின் பாய்மரம் இடிவிழுந்து பற்றிக் கொண்ட போதுகூட, வந்தியத்தேவன் அவ்வளவு கலக்கம் அடையவில்லை. இளவரசரின் வார்த்தைகள் அவ்வளவாக அவனை இப்போது கதிகலங்கச் செய்துவிட்டன.

பூங்குழலியின் கையிலிருந்து துடுப்புத் தானாக நழுவிட்டது. உடம்பில் ஜீவசக்தி அடியோடு மங்கிவிட்டது. கண்களில் மட்டுமே உயிரின் ஒளி தோன்றியது. அந்தக் கண்களினால் இளவரசரை வெறித்துப் பார்த்துக் கொண்டு நின்றாள்.

இளவரசரின் உடல் நடுக்கம் அதிகமாகிக் கொண்டே யிருந்தது. சிறிது நேரத்துக்கெல்லாம் தூக்கித் தூக்கிப்போட ஆரம்பித்தது.

"ஐயா! நான் என்ன செய்யட்டும்? சொல்லுங்கள்! ஒன்றும் புரியவில்லையே? படகை எங்கே கொண்டு போகட்டும்? பூங்குழலி! கோடிக்கரையில் வைத்தியர் இருக்கிறார் அல்லவா?" என்று வந்தியத்தேவன் பதறினான்.

பூங்குழலியோ பேசாமடந்தை ஆகியிருந்தாள்.

இளவரசர் திடீரென்று குதித்து எழுந்தார். நடுங்கிக் கொண்டிருந்த அவர் உடம்பு இப்பொழுது நிற்க முடியாமல் தள்ளாடியது.

"என்னை என் தமக்கையிடம் கொண்டு போங்கள்! என்னை உடனே இளைய பிராட்டியிடம் கொண்டு போங்கள்!" என்ற வார்த்தைகள் அவருடைய வாயிலிருந்து குழறலாக வெளிவந்தன.

இதைக்கேட்ட வந்தியத்தேவன் குதூகலம் அடைந்தான். அந்தக் குதூகலத்தில் இன்னது செய்வது என்று தெரியாமல் திகைத்து நின்றான்.

நடுக்கத்துடன் ஆடிக்கொண்டு நின்ற இளவரசர் அடுத்த கணத்தில், "அக்கா! இதோ வருகிறேன்! உன்னைப் பார்க்க இதோ வருகிறேன்! யார் தடுத்தாலும் இனிமேல் கேட்கமாட்டேன்" என்று சொல்லிக்கொண்டே படகிலிருந்து கடலில் பாயப் போனார்.

நல்லவேளையாக வந்தியத்தேவன் அப்போது நிலைமை இன்னதென்பதை உணர்ந்தான். இளவரசர் சுரத்தின் வேகத்தினால் சுய உணர்வு இழந்து விட்டார் என்பதை அறிந்து கொண்டான். கடலில் பாயப் போனவரைச் சட்டென்று பிடித்து நிறுத்தினான்.

ஏற்கெனவே மிக்க பலசாலியான இளவரசர், இப்போது சுரத்தின் வேகத்தினால் பன்மடங்கு அதிக பலம் பெற்றிருந்தார். வந்தியத்தேவனுடைய பிடியிலிருந்து திமிறிக் கொள்ள முயன்றார். தன்னால் மட்டும் அவரைத் தடுக்க முடியாது என்பதை வந்தியத்தேவன் கண்டு, "பூங்குழலி! பூங்குழலி! சீக்கிரம் ஓடி வா!" என்று அலறினான்.

செயலற்று நின்ற பூங்குழலி உயிர் பெற்றாள். ஒரு பாய்ச்சல் பாய்ந்து இளவரசர் அருகில் வந்து அவரைக் கடலில் விழாமல் தடுப்பதற்காக ஒரு கரத்தைப் பற்றினாள். சுர வேகத்தினால் இளவரசர் பெற்றிருந்த மதயானையின் பலம் உடனே மாயமாய்ப் போய்விட்டது. சின்னஞ்சிறு குழந்தையைப் போல் ஆனார்.

"அக்கா! நீ சொல்கிறபடியே பேசாமல் படுத்திருக்கிறேன். என் பேரில் வருத்தப்படாதே அக்கா! நீ ஒருத்தி இல்லாவிடில் என்னுடைய கதி என்ன?" என்று இளவரசர் கூறிவிட்டு விம்மினார்.

வந்தியத்தேவனும், பூங்குழலியும் இளவரசரை மெதுவாகப் படகில் படுக்க வைத்தார்கள்.

அதன் பிறகு பொன்னியின் செல்வர் சும்மா படுத்திருந்தார். அவருடைய கண்கள் எங்கேயோ வெறித்துப் பார்த்துக் கொண்டிருந்தன. அவருடைய வாயிலிருந்து ஏதேதோ வார்த்தைகள் குழறிக் குழறி வந்து கொண்டிருந்தன. சிலவற்றுக்குப் பொருள் விளங்கின. பெரும்பாலும் சம்பந்தமற்ற வார்த்தைகளாகத் தோன்றின.

இளவரசரிடம் ஆலோசனை கேட்பதில் பயனில்லை என்பதை வந்தியத்தேவன் உணர்ந்தான். இந்த மிகப் பயங்கரமான ஆபத்திலிருந்து பொன்னியின் செல்வரைக் காப்பாற்ற வேண்டிய பொறுப்புத் தன் தலையில் சுமந்திருக்கிறது என்பதையும் அறிந்தான். ஆனால் புத்திசாலியான இந்தப் பெண் ஒருத்தி இருக்கிறாள். இளவரசரைப் பாதுகாப்பதில் தன்னைப் போலவே இவளும் கவலை கொண்டவள்தான். பின்னர், எத்தனையோ அபாயங்களிலிருந்து தன்னைத் தப்புவித்த கடவுளின் கருணையும் இருக்கவே இருக்கிறது.

"பூங்குழலி! படகை இனிமேல் வேகமாகச் செலுத்திக் கொண்டு போக வேண்டியது தானே?" என்றான் வந்தியத்தேவன்.

பூங்குழலியின் கரங்கள் இழந்திருந்த வலிமையை மீண்டும் பெற்றன. படகு துரிதமாகச் சென்றது.

வந்தியத்தேவன் இளவரசரின் அருகிலேயே உட்கார்ந்திருந்தான். மறுபடியும் அவர் சுர வேகத்தில் கடலில் குதித்து விட்டால் என்ன செய்வது என்பதனை நினைத்தபோதே அவன் கதி கலங்கியது. ஆகையால் சர்வ ஜாக்கிரதையாக அவரைப் பார்த்துக்கொண்டேயிருந்தான். அதே சமயத்தில் மேலே செய்ய வேண்டியது என்னவென்பதைப் பற்றியும் அவன் உள்ளம் தீவிரமாகச் சிந்தனை செய்தது.

"பெண்ணே! உனக்கு என்ன தோன்றுகிறது! நாம் துணிந்து கோடிக்கரைக்கே போய் விடலாமா? இளவரசரைப் பாதுகாப்பதற்கு உன் குடும்பத்தார் உதவி செய்வார்கள் அல்லவா?" என்று கேட்டான்.

"ஐயா! இந்தக் காலத்தில் யாரை நம்பலாம், யாரை நம்பக்கூடாது என்று எப்படிச் சொல்ல முடியும்? என் தமையன் மனைவி ஒருத்தி இருக்கிறாள். அவள் பணத்தாசை பிடித்தவள். என் தந்தைக்குப் படி அளப்பவர்கள் பழுவேட்டரையர்கள்!" என்றாள் பூங்குழலி.

"மேலும், தங்களைப் பிடிக்க வந்த பழுவூர் ஆட்கள் இன்னும் கோடிக்கரையில் தங்கியிருக்கலாம். இளவரசரின் வரவை எதிர்பார்த்து மேலும் புதிய ஆட்களும் வந்திருக்கலாம்!" என்று தொடர்ந்து கூறினாள்.

அவளுடைய முன் யோசனையைக் குறித்து வந்தியத்தேவன் வியப்படைந்தான். இந்த இக்கட்டான சமயத்தில் தனக்கு அவளுடைய உதவி கிடைத்ததை எண்ணி மகிழ்ந்தான்.

"அப்படியானால், நேரே கோடிக்கரைக்குப் போவது அபாயம் என்று நீயும் எண்ணுகிறாயா?" என்றான்.

"அதோ பாருங்கள்!" என்று சுட்டிக் காட்டினாள் பூங்குழலி.

அவள் சுட்டிக்காட்டிய திசையில் கப்பல் ஒன்று நின்று கொண்டிருந்தது அதற்கு அப்பால் கோடிக்கரைக் கலங்கரை விளக்கின் உச்சியும் தெரிந்தது.

"ஆகா! பெரிய மரக்கலம் ஒன்று நிற்கிறதே! அது யாருடைய கப்பலோ என்னமோ! ஒருவேளை பார்த்திபேந்திரனுடைய கப்பலாயிருக்கலாம். அப்படியிருக்குமானால், இந்த நிலையில் இளவரசரைக் காஞ்சிக்கு அழைத்துப் போவதே நல்லதல்லவா?"

"பழுவேட்டரையரின் கப்பலாகவும் இருக்கலாம், ஐயா! கப்பலுக்குப் பின்னால் ஏதாவது தெரிகிறதா!"

"கோடிக்கரைக் கலங்கரை விளக்கின் உச்சி தெரிகிறது!"

"அதில் ஏதாவது வித்தியாசமாய்க் காணப்படுகிறதா?"

"எனக்கு ஒன்றும் வித்தியாசமாய்த் தெரியவில்லையே."

"எனக்குத் தெரிகிறது; அதன் உச்சியில் கூட்டமாக மனிதர்கள் நின்று கடலை உற்றுப் பார்த்துக் கொண்டிருப்பதாகத் தோன்றுகிறது."

"அங்கிருந்து பார்ப்பவர்களுக்கு இந்தப் படகு தெரியுமா?"

"தெரியாது. இன்னும் கொஞ்சம் கரையை நெருங்கினால் தெரியும்."

"எல்லாவற்றுக்கும் நாம் முன் ஜாக்கிரதையாக இருப்பதே நல்லது. நீ முன்னம் சொன்னாயே, கோடிக்கரைக்கு மேற்கே கால்வாய் ஒன்று இருக்கிறதென்று? அங்கேயே படகை விடலாமா?"

"அப்படித்தான் செய்ய வேண்டும். இருட்டுகிற சமயத்துக்கு அங்கே போய்ச் சேரலாம். ஐயா! நீங்கள் ஒரு நாள் இருண்ட மண்டபத்தில் ஒளிந்திருந்தீர்களே? அதற்கு வெகு சமீபம் வரையில் அந்தக் கால்வாய் வருகிறது. இளவரசருடன் தாங்கள் சற்று நேரம் அங்கே தாமதித்தால் நான் போய் எல்லாவற்றையும் விசாரித்துக்கொண்டு விரைவில் வந்து சேருகிறேன்."

"கால்வாய் அங்கேயே நின்று விடுகிறதா, பூங்குழலி! மேலும் எங்கேயாவது போகிறதா?"

"கோடிக்கரையிலிருந்து நாகைப்பட்டினம் வரையில் அந்தக் கால்வாய் போகிறது" என்றாள் பூங்குழலி.

இந்தச் சமயத்தில் பொன்னியின் செல்வர் சுரவேகத்தில் தனக்குத்தானே பேசிக்கொண்டது கொஞ்சம் உரத்த சப்தத்துடன் கேட்டது.

"ஆமாம். அக்கா, ஆமாம்! நாகைப்பட்டினத்துப் புத்த பிக்ஷுக்கள் சொன்னதாகக் கூறினாயே? அதன்படியே நடந்தது. அநுராதபுரத்தில் புத்த பிக்ஷுக்களின் மகா சங்கத்தார் எனக்கு இலங்கைச் சிங்காதனத்தையும், கிரீடத்தையும் அளிக்க முன் வந்தார்கள். நான்தான் மறுத்து விட்டேன், அக்கா! இராஜ்யத்தில் எனக்கு ஆசையில்லாதபடியால்தான் மறுதலித்தேன். நீ வேறு எது சொன்னாலும் கேட்கிறேன். இராஜ்யம் ஆளும் தொல்லை மட்டும் எனக்கு வேண்டாம்! அதைக் காட்டிலும் கடலில் படகு விட்டுக்கொண்டு எவ்வளவோ ஆனந்தமாயிருக்கலாம். கேள், அக்கா! கோடிக்கரையில் ஓடக்காரப் பெண் ஒருத்தி இருக்கிறாள்..."

இதைக் கேட்ட பூங்குழலியின் உடம்பெல்லாம் புளகாங்கிதமடைந்தது. வந்தியத்தேவனுக்கோ ஆத்திரம் வந்தது. மேலே என்ன சொல்லப் போகிறாரோ என்று கேட்க இருவரும் அடங்கா ஆர்வம் கொண்டிருந்தனர். ஆனால் திடீரென்று இந்த இடத்தில் இளவரசருக்குச் சுய உணர்வு கொஞ்சம் வந்ததாகத் தோன்றியது.

சுற்று முற்றும் விழித்துப் பார்த்துவிட்டு, "இன்னும் கோடிக்கரை வரவில்லையா?" என்று ஈன சுரத்தில் கேட்டார் இளவரசர்.

வந்தியத்தேவன், "அதோ கரை தெரிகிறது!" என்றான். இளவரசரிடம் யோசனை கேட்கலாமா, வேண்டாமா என்று அவன் யோசிப்பதற்குள் மீண்டும் இளவரசர் நினைவை இழந்து சுரப்பிராந்தி உலகத்துக்குப் போய்விட்டார்.

இளவரசர், கடைசியாக ‘ஓடக்காரப்பெண்’ணைப் பற்றிக் கூறிய வார்த்தைகள் பூங்குழலியின் மனத்தில் எண்ண அலைகளை எழுப்பி விட்டிருந்தன. வந்தியத்தேவனையும், இளவரசரையும் பார்ப்பதற்கே அவளுக்குக் கூச்சமாயிருந்தது. ஆகையால் படகு சென்ற திசையையே பார்த்த வண்ணம் துடுப்பைப் போட்டுக்கொண்டிருந்தாள். அதுகாறும் கப்பல் நின்ற இடத்தை நோக்கிச் சென்ற படகு இப்போது திசை திரும்பித் தென் மேற்குப் பக்கமாகச் சென்றுகொண்டிருந்தது.

இருட்டுகிற நேரத்தில் கடலிலிருந்து பூமிக்குள் குடைந்து சென்ற கால்வாயின் உள்ளே பிரவேசித்தது. பூங்குழலி கூறியது போலவே அங்கே இருபுறமும் கரைகள் உயர்ந்த மேடாக இருந்தன. அந்த மேட்டுக் கரைகளில் மரங்கள் அடர்த்தியாகவும், உயரமாகவும் வளர்ந்திருந்தன.

படகைக் கரையோரமாக நிறுத்திவிட்டுப் பூங்குழலி மெல்லிய குரலில், “ஐயா சற்றுப் படகைப் பார்த்துக் கொள்ளுங்கள்” என்று சொல்லிவிட்டுக் கரையில் இறங்கினாள். கரையில் வளர்ந்திருந்த உயரமான ஒரு மரத்தின் மேல் ஏறிச் சுற்றுமுற்றும் பார்த்தாள். பிறகு அவசரமாக இறங்கி வந்தாள். “நல்லவேளை! இங்கே வந்தோம். கடற்கரையோரமாகச் சுமார் ஒரு காத தூரத்துக்கு ஆட்கள் நின்று காவல் புரிகிறார்கள். கலங்கரை விளக்கின் அருகில் ஒரே கூட்டமும் கோஷமுமாக இருக்கிறது!” என்றாள்.

“யாராயிருக்கும் என்று ஏதாவது தெரிகிறதா?” என்று வந்தியத்தேவன் ஆவலுடன் கேட்டான்.

“நன்றாய்த் தெரியவில்லை, ஆனால் பழுவேட்டரையரின் ஆட்களாய்த்தான் இருக்க வேண்டும். வேறு யாராயிருக்க முடியும்? எப்படியிருந்தாலும், நான் சொன்ன இடத்துக்கு முதலில் போய்ச் சேருவோம். இரவு இரண்டாம் ஜாமத்துக்குள் நான் என் வீட்டுக்குப் போய் எல்லாவற்றையும் நிச்சயமாய்த் தெரிந்துகொண்டு வருகிறேன்” என்றாள்.

“பெண்ணே! உன்னை யாராவது பார்த்து விட்டால், என்ன செய்கிறது? உனக்கு ஏதேனும் இச்சமயம் நேர்ந்துவிட்டால், எங்கள் கதி அதோகதிதான்!” என்றான் வந்தியத்தேவன்.

“ஐயா! என் உயிரைப் பற்றி இத்தனை நாளும் நான் இலட்சியம் செய்ததில்லை. இன்றைக்குத்தான் கவலை பிறந்திருக்கிறது. இளவரசருக்கு அபாயம் நீங்கும் வரையில் என் உயிருக்கு ஒன்றும் வராது!” என்றாள் பூங்குழலி.

படகு கால்வாய்க்குள் மெல்ல மெல்லச் சென்றது. சப்தம் சிறிதும் வெளியில் கேளாதபடி மிக மெதுவாகப் பூங்குழலி துடுப்பு வலித்தாள்.

கால்வாயின் இருபுறமும் இருள் சூழ்ந்திருந்தது கரை ஓரமாக உயர்ந்து வளர்ந்திருந்த மரங்களின் கரிய நிழல்கள் கால்வாயில் விழுந்து அதன் கரிய நீரை மேலும் கரியதாக்கின. வானத்திலிருந்து விண்மீன்கள் எட்டிப் பார்த்தன. வந்தியத்தேவனைப் போலவே நட்சத்திரங்களும் மிகுந்த கவலையுடன் அப்படகின் போக்கைக் கவனித்ததாகத் தோன்றியது. நீரில் பிரதிபலித்த நட்சத்திரங்கள், கரையிலிருந்த மரங்கள் காற்றில் ஆடியபோது அவற்றின் நிழலும் ஆடியபடியால், அடிக்கடி சலனமடைந்து கொண்டிருந்தன. வந்தியத்தேவனுடைய உள்ளத்தின் சஞ்சலத்தை அவை சரியாகவே பிரதிபலித்தன.

ஒரு யுகம்போலத் தோன்றிய ஒரு நாழிகை நேரம் படகு கால்வாயில் சென்ற பிறகு, பூங்குழலி படகைக் கரையோரமாக நிறுத்தினாள்.

பூங்குழலி கால்வாயின் கரைமீதேறிக் காட்டு வழியில் புகுந்து சென்றாள். அதாவது அவளுடைய உடம்பு சென்று கொண்டிருந்தது; அவளுடைய உயிர் கால்வாயில் விட்டிருந்த படகிலேயே வட்டமிட்டுக்கொண்டிருந்தது.

அந்த முன்னிருட்டு நேரத்தில் முட்செடிகள், மேடு பள்ளங்கள், காட்டு ஜந்துக்கள் ஒன்றையும் இலட்சியம் செய்யாமல் அதிவிரைவாக நடந்து சென்றாள். தடைகள்

இல்லாத இடங்களில் ஓடவும் செய்தாள். நேரே கோடிக்கரைக் குழகர் கோயிலைக் குறி வைத்துக்கொண்டு போனாள். அவள் கோயில் வாசலை அடைந்ததற்கும், குருக்கள் சுவாமி சந்நிதியின் கதவைப் பூட்டுவதற்கும் சரியாக இருந்தது.

அக்கம் பக்கம் பார்த்து, வேறு யாரும் இல்லை என்று தெரிந்துகொண்டாள். கதவைப் பூட்டிவிட்டுத் திரும்பிய குருக்கள் எதிரில் போய் நின்றாள்.

குருக்கள் அவளை அந்த நேரத்தில் பார்த்துச் சிறிது வியப்படைந்தார். அவளுடைய சுபாவத்தை நன்கு அறிந்தவராயிருந்தும் கூடக் கொஞ்சம் திடுக்கிட்டுத் திகைத்துப் போய் விட்டார்.

"நீயா, பூங்குழலி! வேறு யாரோ என்று பார்த்தேன். கோடிக்கரை முழுதும்தான் ஒரே அமர்க்களப்படுகிறதே; எங்கே அம்மா, உன்னைக் கொஞ்ச நாளாகக் காணோம்? இவ்வளவு தடபுடலிலும் உன்னைப்பற்றித் தகவல் இல்லையே என்று இன்று சாயங்காலம் கூட யோசித்தேன்" என்றார்.

"வெளியூருக்குப் போயிருந்தேன். சுவாமி! ஏதோ அமர்க்களமாயிருக்கிறதே யென்றுதான் உங்களிடம் விசாரிக்கலாம் என்று வந்தேன். கடற்கரையெல்லாம் நிற்பவர்கள் யார்?" என்று பூங்குழலி கேட்டாள்.

"உனக்கு ஒன்றுமே தெரியாதா? வீட்டுப் பக்கம் போக வில்லையா?"

"வீட்டுப் பக்கம் போனேன். அங்கே யார் யாரோ கூட்டமாயிருக்கவே திரும்பி விட்டேன். புது மனிதர்களைக் கண்டால் எனக்குப் பிடிக்காது என்றுதான் உங்களுக்குத் தெரியுமே? வந்திருப்பவர்கள் யார்?"

"பெரிய பழுவேட்டரையர் வந்திருக்கிறார். அவருடைய இளையராணி வந்திருக்கிறாள். அவர்களுடைய பரிவாரங்கள் வந்திருக்கிறார்கள். இன்னும் காஞ்சிபுரத்துப் பார்த்திபேந்திர பல்லவனாம்! அவனும் வந்திருக்கிறான். வெறுமனே வரவில்லை, பயங்கரமான செய்தியுடன் வந்திருக்கிறான். உனக்கு அதுகூடத் தெரியாதா, பூங்குழலி?"

"அது என்ன பயங்கரமான செய்தி? எனக்கு ஒன்றுமே தெரியாதே?"

"அந்தப் பாவியினுடைய கப்பலில் இளவரசர் பொன்னியின் செல்வரும் வந்தாராம். வழியில் சுழற்காற்று அடித்ததாம். யாரையோ காப்பாற்றுவதற்காக இளவரசர் கடலில் குதித்து விட்டாராம்! பிறகு அகப்படவேயில்லையாம்! ஒருவேளை இந்தக் கடற்கரையில் வந்து ஒதுங்குவாரோ என்று பார்ப்பதற்காகத்தான் பழுவேட்டரையரின் ஆட்கள் கோடிக்கரையெங்கும் அலைகிறார்கள். ஏன் அவருடைய இளையராணி கூட அலைகிறாள். சற்று முன்னால் இங்கேகூட அந்த அம்மாள் வந்திருந்தாள். பூங்குழலி! பழுவூர் இளையராணியைப் பற்றி ஜனங்கள் என்னவெல்லாமோ பேசிக்கொள்கிறார்கள். அதெல்லாம் சுத்தத் தவறு! நம் இளவரசருக்கு நேர்ந்த கதியைக் குறித்து அந்த அம்மாள் எப்படித் துடிதுடிக்கிறாள் தெரியுமா?"

"அப்படியா குருக்களய்யா? பழுவூர் ராணியின் நல்ல குணத்தைப் பற்றித் தாங்கள் சொல்வது எனக்குச் சந்தோஷமாயிருக்கிறது. ஆனால் இங்கே எதற்காக அந்த ராணி வந்தாளாம்?"

"இளவரசர் எப்படியாவது உயிரோடு அகப்படவேண்டும் என்று குழகரைப் பிரார்த்தித்துக் கொள்வதற்காக வந்தாளாம். உன்னைப் போல் எல்லோரும் கல்நெஞ்சு படைத்தவர்களாயிருக்கிறார்களா? இளவரசரைப் பற்றிய பயங்கரச் செய்தி கேட்டுக்கூட நீ துளிக்கூடக் கலங்கவில்லையே?"

"நாம் கலங்கி என்ன பயன் சுவாமி? எல்லாம் விதியின்படி நடக்கும் என்று நீங்களே எத்தனையோ தடவை சொல்லியிருக்கிறீர்களே. அது போனால் போகட்டும். அவ்வளவு பெரிய மனிதர்கள் வந்திருக்கும்போது நான் என் வீட்டுக்குப் போக விரும்பவில்லை.

கையிலே வைத்திருக்கும் பிரசாதத்தை என்னிடம் கொடுத்துவிட்டுப் போங்கள். நான் இங்கேயே சாப்பிட்டுவிட்டுக் கோவிலிலேயே இருந்து விடுகிறேன்."

"நீ ஒரு தனிப்பிறவிதான், பூங்குழலி! பெரிய மனிதர்கள் வந்தால் எல்லோரும் அவர்களைப் போய்ப் பார்க்கவும், பழக்கம் செய்து கொள்ளவும் விரும்புவார்கள். உனக்கு வேற்று மனிதர்களையே பிடிப்பதில்லை. அதிலும் பெரிய மனிதர்கள் என்றால் ஒரே பயம். பெரிய மனிதர்கள் என்றால் உன்னைக் கடித்து விழுங்கி விடுவார்களா? எதற்காக இந்தக் காட்டில் தனியாக இருக்க வேண்டும்?"

"குருக்களய்யா! பிரசாதத்தைக் கொடுக்க உங்களுக்கு இஷ்டமில்லாவிடில் வேண்டாம். என்னை வீணில் திட்டாதீர்கள்!"

"சிவ சிவா! உன்னை ஏன் நான் திட்டுகிறேன்? இந்தப் பிரஸாதம் உன் பசிக்குப் போதாதே என்று பார்த்தேன். தாராளமாய் வாங்கிக்கொள்!" என்று அர்ச்சகர் துணியில் கட்டிவைத்திருந்த சுவாமிப் பிரஸாதத்தைக் கொடுத்தார்.

மூட்டையை வாங்கிப் பூங்குழலி பிரித்துப் பார்த்துவிட்டு, "என் பசிக்கு இது போதாதுதான்! அவ்வளவு பெரிய சுவாமிக்கு இவ்வளவு குறைவாக நைவேத்தியம் வைக்கிறீர்களே! இது நியாயமா, சுவாமி! போனால் போகட்டும்; அந்தக் கெண்டியில் என்ன இருக்கிறது? குடிக்கிற ஜலமா?"

"இல்லை, சுவாமிக்கு அபிஷேகம் செய்த பால்! குழந்தைக்காக எடுத்துக்கொண்டு போகிறேன்."

"இன்றைக்கு நானே உங்கள் குழந்தையாயிருக்கிறேன். அதையும் கொடுத்துவிட்டுப் போங்கள் உங்களுக்குப் புண்ணியம் உண்டு."

"நல்ல பெண் அம்மா, நீ! போகட்டும், கெண்டியையாவது பத்திரமாய் வைத்திரு!"

இவ்விதம் சொல்லிக் குருக்கள் கெண்டியையும் பூங்குழலியிடம் கொடுத்தார்.

அச்சமயம் தூரத்தில் எங்கிருந்தோ ஆந்தையின் குரல் கேட்டது.

பூங்குழலி சிறிது திகைத்து, "ஐயா! அது என்ன சப்தம்?" என்று கேட்டாள்.

"தெரியவில்லையா, அம்மா! கோட்டான் கூவுகிறது. இந்தக் கோடிக்கரைக் காட்டில் கோட்டானுக்கா பஞ்சம்!" என்று சொன்னார் குருக்கள். மறுபடியும் அந்தக் குரல் கேட்டது.

"ஆமாம்; கோட்டான் குரல் மாதிரிதான் இருக்கிறது!" என்றாள் பூங்குழலி.

"உன்னை ஒரு கோட்டானும் ஒன்றும் செய்யாது. கோயில் பிரகாரக் கதவைத் தாளிட்டுக் கொண்டு படுத்துக்கொள், அம்மா!" என்று சொல்லிவிட்டுக் குருக்கள் நடையைக் கட்டினார்.

குருக்கள் மறைந்ததும், பூங்குழலியும் புறப்பட்டாள். பிரஸாதத்தை மடியில் கட்டிக்கொண்டு, கெண்டியைக் கையில் எடுத்துக்கொண்டு கிளம்பினாள்.

கோட்டானின் குரல் கேட்ட திசையை நோக்கிச் சென்றாள். கொஞ்ச தூரம் போனதும், ஒரு குறுகிய வாய்க்கால் குறுக்கிட்டது. அதன் இருபுறமும் தாழம்பூப் புதர்கள் காடாக மண்டி வளர்ந்திருந்தன.

அந்த வாய்க்காலின் கரையைப் பிடித்துக்கொண்டே பூங்குழலி நடந்தாள். தாழம்பூச் செடிகளின் முட்கள் சில சமயம் குத்தின. அதை அவள் பொருட்படுத்தவில்லை. தாழம்பூக்கள் வெடித்து மலர்ந்து நறுமணத்தைப் பரப்பின. அந்த மணம் மற்றவர்களைப் போதை கொள்ளச் செய்திருக்கும். ஆனால் பூங்குழலிக்கு அந்த ஞாபகம் கூட வரவில்லை.

கரையோடு காலடிச் சப்தம் கேளாதபடி மெல்ல மெல்ல நடந்து போனாள். அவள் செவிகள் வெகு கவனமாக உற்றுக் கேட்டுக் கொண்டிருந்தன. காட்டுப் பிரதேசத்தில்

இரவில் எத்தனையோ விதவிதமான சப்தங்கள் கேட்கும் அல்லவா? அவையெல்லாம் அவளுடைய கவனத்தைக் கவரவில்லை.

பின்னர், அவள் என்ன சப்தத்தைத்தான் எதிர் பார்த்தாள். இதோ!...

இருவர் மெல்லிய குரலில் பேசும் சப்தம் கேட்டது. ஒன்று ஆண்குரல், இன்னொன்று பெண்ணின் குரல்.

பூங்குழலி நன்றாக மறைந்து நின்று கொண்டாள். அவர்கள் பேசுவது இன்னதென்பதைக் கவனமாக உற்றுக் காதுகொடுத்துக் கேட்டாள்.

"மந்திரவாதி! இளவரசர் கடலில் விழுந்து இறந்து விட்டதாகத்தான் உன்னைப்போல் எல்லாரும் நம்புகிறார்கள். பழுவேட்டரையரும் உருகி மாய்கிறார். ஆனால் நான் நம்பவில்லை!" என்று அந்தப் பெண் குரல் கூறியது.

⊙

5. ராக்கம்மாள்

பழுவேட்டரையரும், பார்த்திபேந்திரனும் சேர்ந்து கடற்கரையோரமாக உலாவச் சென்ற பிறகு, நந்தினி சிறிது நேரம் தனியாக இருந்தாள். கடல் அலைகளைப் பார்த்த வண்ணம் சிந்தனையில் ஆழ்ந்திருந்தாள்.

"ராணி அம்மா!" என்ற குரலைக் கேட்டுத் திரும்பிப் பார்த்தாள்.

கலங்கரை விளக்கின் காவலர் தியாக விடங்கரின் மருமகள் அங்கே நின்றாள்.

"நீ யார்?" என்று நந்தினி கேட்டாள்.

"என் பெயர் ராக்கம்மாள்!"

"எங்கே வந்தாய்?"

இதற்கு மறுமொழி சொல்லாமல் ராக்கம்மாள் நந்தினியின் முகத்தை உற்றுப் பார்த்துக்கொண்டு நின்றாள்.

"என்னடி பார்க்கிறாய்? என் முகத்தில் அப்படி என்ன இருக்கிறது?"

ராக்கம்மாள் திடுக்கிட்டு, "மன்னிக்க வேண்டும், அம்மா தங்களை பார்த்ததும் இன்னொரு முகம் எனக்கு ஞாபகம் வந்தது. ஆனால், அப்படி ஒரு நாளும் இருக்க முடியாது" என்றாள்.

"என்னடி உளறுகிறாய்? எது எப்படி இருக்க முடியாது?"

"அந்த ஊமை வெறியளுக்கும் தங்களுக்கும் யாதொரு சம்பந்தமும் இருக்க முடியாது."

"அவள் யார் ஊமை?"

"ஈழத்தில் ஒருத்தி இருக்கிறாள்! என் மாமனாருக்குப் பெரியப்பன் மகள். சில சமயம் இங்கேயும் வருவாள்."

"அவளுக்கும் எனக்கும் என்ன?"

"அதுதான் சொன்னேனே, உறவு ஒன்றும் இருக்க முடியாது என்று."

"பின் ஏன் என்னைப் பார்த்ததும் அவளுடைய ஞாபகம் வந்தது?"

"என் கண்களின் கோளாறுதான். தங்கள் முகம்..."

"அவள் முகம் மாதிரி இருந்ததா?"

"முதலில் அப்படித் தோன்றியது."

"ராக்கம்மா! இப்போது அந்த ஊமை இங்கே இருக்கிறாளா?"

"இல்லை, அம்மா! அபூர்வமாக எப்போதாவது வருவாள்."

"மறுபடியும் வரும்போது என்னிடம் அழைத்து வருகிறாயா?"

"எதற்காக, ராணி அம்மா?"

"என் முகம் மாதிரி முகமுடையவளைப் பார்க்க விரும்புகிறேன்."

"அதுதான் என் கண்களின் பிரமை என்று சொன்னேனே?"

"எதனால் அப்படி நிச்சயமாகச் சொல்கிறாய்?"

"ராணி! தாங்கள் பாண்டிய நாட்டைச் சேர்ந்தவர்தானே?"

"ஆமாம்; நீ?"

"நானும் பாண்டிய நாட்டாள். சற்று முன் நான் சொன்ன ஊமை, சோழ நாட்டவள். ஆகையால்.."

"இருந்தாலும் பாதகமில்லை; உன்னைப் போல் இன்னும் சிலரும் அவளைப் பற்றி எனக்குச் சொல்லியிருக்கிறார்கள். அவளை என்னிடம் அழைத்து வருகிறாயா? அழைத்து வந்தால் உனக்கு வேண்டிய பொருள் தருவேன்."

"ராணி! அவளை அழைத்து வருவது சுழற்காற்றை அழைத்து வருவது போலத்தான். இருந்த இடத்தில் அவள் இருக்கமாட்டாள். பிறர் சொல்லுவதையும் கேட்கமாட்டாள். வெறிபிடித்தவள் என்று சொன்னேனே?"

"சரி! நீ எதற்காக இப்போது வந்தாய்? அதையாவது சொல்!"

"ராணி! சில நாளைக்கு முன்பு இரண்டு பேர் இங்கே வந்தார்கள். தங்கள் பெயரைச் சொன்னார்கள்."

"என் பெயரை ஏன் சொன்னார்கள்?"

"தங்கள் காரியத்துக்காக அவசரமாக இலங்கைக்குப் போக வேண்டும் என்றார்கள். என் புருஷனை அவர்களுக்குப் படகோட்ட அனுப்பி வைத்தேன்."

"திரும்பி வந்து விட்டானா?"

"வரவில்லை. அதுதான் கவலையாயிருக்கிறது, அவருக்கு ஏதாவது நேர்ந்திருந்தால்..."

"ஒன்றும் நேராது கவலைப்படாதே! அப்படி ஏதாவது நேரிட்டிருந்தால் உன்னை நான் பார்த்துக் கொள்கிறேன். படகிலே போன மனிதர்களைப் பற்றி ஏதாவது தெரியுமா?"

"அவர்கள் திரும்பி வந்துவிட்டார்கள். சற்றுமுன் ஆந்தையின் குரல் கேட்டதே! அதைக் கவனிக்கவில்லையா?"

"கவனித்தேன். அதனால் என்ன?"

"அது மந்திரவாதியின் குரல் என்று தெரிந்து கொள்ளவில்லையா?"

"உனக்கு எப்படி அது தெரியும், நீ மந்திரவாதியைச் சேர்ந்தவளா?"

"ஆமாம், ராணி!" என்று சொல்லிவிட்டு, ராக்கம்மாள் கையினால் கோலம் போட்டுக் காட்டினாள்.

நந்தினி அவளை வியப்புடன் உற்றுப் பார்த்துவிட்டு "இப்போது அவர்கள் எங்கே இருக்கிறார்கள்? உனக்குத் தெரியுமா?" என்று கேட்டாள்.

"மந்திரவாதி தங்களைப் பார்ப்பதற்காகக் காத்திருக்கிறார்."

"என்னை வந்து பார்ப்பதுதானே? எதற்காக காத்திருக்க வேண்டும்?"

"இப்போது இங்கு வந்த பல்லவனை மந்திரவாதி சந்திக்க விரும்பவில்லை. ஈழத்தில் அவனைப் பார்த்தாராம். தங்கள் கணவரைப் பார்க்கவும் விரும்பவில்லை."

"மந்திரவாதியை நீ பார்த்தாயா?"

"சற்றுமுன் ஆந்தைக் குரல் கேட்டுப் போயிருந்தேன். தங்களை அழைத்து வரும்படி சொன்னார். குழகர் கோயிலுக்கருகில் ஓடைக் கரையில் ஒளிந்திருப்பதாகச் சொன்னார். வருகிறீர்களா ராணி?"

"அது எப்படி நான் போக முடியும்?"

"குழகர் கோவிலுக்குப் போவதாகச் சொல்லிவிட்டுப் போகலாம்."

"நல்ல யோசனைதான்; வேறு துணை வேண்டாமா?"

"அவசியமில்லை! வேண்டுமானால் சேந்தன் அமுதனைத் துணைக்கு அழைத்துப் போகலாம்."

"அவன் யார்?"

"தஞ்சாவூர் ஊமையின் மகன்!"

"சிவ சிவா! எத்தனை ஊமைகள்?"

"இந்த குடும்பம் சாபக்கேடு அடைந்த குடும்பம். சிலர் பிறவி ஊமைகள். சிலர் வாயிருந்தும் ஊமைகள். என் புருஷன் அப்படி அருமையாகத்தான் பேசுவார். நான்தான் பேசவேண்டாம் என்று திட்டம் செய்திருக்கிறேன்."

"இலங்கை ஊமைக்கு மக்கள் உண்டா? உனக்குத் தெரியுமா?"

"ஒரு தடவை இரட்டைக் குழந்தைகள் பெற்றாளாம். குழந்தைகள் என்ன ஆயின என்று ஒருவருக்கும் தெரியவில்லை. நானும் அந்த இரகசியத்தைத் தெரிந்துகொள்ள எத்தனையோ நாளாக முயன்று வருகிறேன். இதுவரை பலிக்கவில்லை."

"தஞ்சாவூர்க்காரன் இங்கே எதற்காக வந்திருக்கிறான்?"

"அவனுடைய மாமன் மகள் பூங்குழலியைத் தேடிக்கொண்டு வந்தான். அவள் இல்லை, அதனால் காத்திருக்கிறான்."

"அவள் எங்கே போய் விட்டாள்?"

"நானே சொல்ல வேண்டும் என்றிருந்தேன். மந்திரவாதியை என் புருஷன் படகில் ஏற்றிக்கொண்டு போனதற்கு மறுநாள் இன்னும் இரண்டு பேர் வந்தார்கள். அவர்களைப் பிடிப்பதற்காகப் பழுவூர் ஆட்களும் தொடர்ந்து வந்தார்கள். அவர்களில் ஒருவனை என் நாத்தி படகில் ஏற்றிக்கொண்டு இரவுக்கிரவே இலங்கைக்குப் போனாள்."

"அவளுக்குப் படகுவிடத் தெரியுமா?"

"படகு விடுவதே அவளுக்கு வேலை. படகு விடாத நேரங்களில் கோடிக்கரைக் காடுகளில் சுற்றி அலைவாள். இந்தக் காட்டில் அவளுக்குத் தெரியாத மூலைமுடுக்கு ஒன்றும் கிடையாது."

"அவள் இன்னும் திரும்பி வரவில்லையென்றால், அதைக் கொண்டு நீ என்ன ஊகிக்கிறாய்?"

"யாரோ கடலில் முழுகிப் போய் விட்டதாக இவர்கள் அலறி அடித்துக்கொள்கிறார்களே, அது நிச்சயமல்லவென்று சொல்கிறேன். பூங்குழலி வந்த பிறகு அது நிச்சயமாகும்."

"அந்தப் பெண்ணும் முழுகியிருக்கலாம் அல்லவா?"

"அவள் முழுகமாட்டாள். கடல் அவளுக்குத் தொட்டில். மேலும்..."

"மேலும், என்ன?"

"சற்று முன்னால் கலங்கரை விளக்கின் உச்சியில் ஏறிப் பார்த்துக்கொண்டிருந்தேன். வெகு தூரத்தில் ஒரு படகு வருவதுபோல் தோன்றியது..."

"அப்புறம்?"

"அப்புறம் அது கரைக்கு வரவில்லை."

"என்ன ஆகியிருக்கும்?"

"இங்கே கடற்கரை ஓரத்தில் கூட்டமாயிருப்பதைப் பார்த்து விட்டு வேறு சதுப்பு நிலக் கால்வாயில் படகு விட்டுக் கொண்டு போயிருக்கக்கூடும்."

"அது கூடச் சாத்தியமா?"

"பூங்குழலிக்குச் சாத்தியமில்லாதது ஒன்றுமில்லை. தஞ்சாவூர்க்காரனும் என்னுடன் உச்சிக்கு வந்து பார்த்துக் கொண்டிருந்தான். அவனுக்கும் அப்படியே தோன்றியதாம்."

"சரி; எப்படியாவது இருக்கட்டும்; நாம் இப்போது குழகர் கோவிலுக்குப் போகலாம், வா!"

"துணைக்குச் சேந்தன் அமுதனைக் கூப்பிடட்டுமா?"

"வேண்டாம்! அவன் அவனுடைய மாமன் மகளைத் தேடட்டும். நாம் அதற்குக் குறுக்கே நிற்க வேண்டாம்."

இருவரும் குழகர் கோவிலை நோக்கிப் புறப்பட்டார்கள். பூங்குழலியைப் போலவே ராக்கம்மாளுக்கும் கோடிக்கரையின் புதைசேற்றுக் குழிகளைப் பற்றி நன்கு தெரிந்திருந்தது. நந்தினிக்கு ஜாக்கிரதையாக வழிகாட்டி அழைத்துக்கொண்டு போனாள்.

இருவரும் குழகர் ஆலயத்தை அடைந்தார்கள். கோவில் பட்டர் அவர்களைக் கண்டு வியப்படைந்தார்.

"ராணி! இது என்ன, இந்த நேரத்தில் தனியாக வந்தீர்கள்? பரிவாரங்கள் இல்லாமல்? முன்னாலேயே எனக்குச் சொல்லியனுப்பி இருக்கக்கூடாதா? தங்களை வரவேற்க ஆயத்தமாக இருந்திருப்பேன்?" என்றார்.

"அதற்கெல்லாம் இதுதானா சமயம்? பட்டரே! சோழ நாட்டுக்குப் பெரும் விபத்து நேர்ந்திருக்கிறதே! சோழ நாட்டு மக்களின் கண்ணின் மணியான இளவரசரைக் கடல் கொண்டு விட்டதாகச் சொல்கிறார்களே? இளவரசரைக் காப்பாற்றி அருளும்படி குழகரிடம் முறையிட்டுக் கொள்வதற்காக வந்தேன்." என்றாள் நந்தினி.

"அப்படியெல்லாம் ஒன்றும் நேராது. தாயே! தாங்கள் கவலைப்பட வேண்டாம். நம் பொன்னியின் செல்வருக்குச் சமுத்திர ராஜனால் ஆபத்து ஒன்றும் நேராது!" என்றார் குருக்கள்.

"எதனால் அவ்வளவு உறுதியாகச் சொல்லுகிறீர்கள், பட்டரே?"

"இளவரசர் பிறந்த நட்சத்திரமும், லக்கினமும் அப்படி, அம்மா! உலகமாளப் பிறந்தவரைக் கடல் கொண்டு விடுமா? தாங்கள் வருத்தப்படாதீர்கள்! குழகரைப் பிரார்த்தித்துக் கொள்ளுங்கள். அவசியம் இளவரசரைக் காப்பாற்றுவார்" என்றார் பட்டர்.

இவ்வாறு கூறிவிட்டு சுவாமிக்குத் தீபாராதனை செய்து, திருநீறும் கொடுத்தார். "அம்மணி! தாங்கள் இவ்வளவு மேலான நிலைமையில் இருப்பது குறித்து மிக்க சந்தோஷம்!" என்றார்.

"என்னை உங்களுக்கு முன்னமே தெரியுமா, பட்டரே?"

"தெரியும் ராணி! பழையாறையில் பார்த்திருக்கிறேன். வைகைக் கரைக்கோவிலிலும் பார்த்திருக்கிறேன். தங்கள் தமையன், திருமலை, இப்போது என்ன செய்து கொண்டிருக்கிறான்?"

"ஆழ்வார்களின் பிரபந்தங்களைப் பாடிக் கொண்டு ஊர் ஊராய்த் திரிந்து கொண்டிருக்கிறான். அவனை நான் பார்த்து வெகு காலமாயிற்று."

"அவனுக்குக்கூட அதைப்பற்றிக் குறைதான், அம்மா! தாங்கள் பழுவூர் ராணியான பிறகு அவனைப் பார்க்கவேயில்லையென்று வருத்தப்பட்டான்."

"அதற்கென்ன செய்யலாம், ஐயா! நான் புகுந்த இடத்தில் எல்லாம் பரம சைவர்கள். அவனோ வீர வைஷ்ணவன். 'ஆழ்வார்க்கடியான்' என்று பட்டப் பெயர் வைத்துக்கொண்டு, சைவர்களோடு சண்டை போட்டுக்கொண்டு திரிகிறான். அவனை எப்படி நான் சேர்ப்பது? புகுந்த வீட்டாரின் மனங்கோணாமல் நான் நடந்து கொள்ள வேண்டாமா?"

"உண்மை தாயே, உண்மை! தங்கள் பதியின் மனங்கோணாமல் நடப்பதுதான் முக்கியமானது. ஆழ்வார்க்கடியான் எப்படியாவது போகட்டும்!"

பட்டரிடம் விடைபெற்றுக்கொண்டு இருவரும் கிளம்பினார்கள்.

"தனியாகப் போகிறீர்களே? சற்றுப் பொறுத்தால் நானும் வந்துவிடுவேன்."

"வேண்டாம் ஐயா! எங்களுக்காக அவசரப்பட வேண்டாம். இந்தப் பெண்ணுக்கு இந்தப் பக்கமெல்லாம் நன்றாய்த் தெரிகிறது. அதோடு இன்றைக்குத்தான் கோடிக்கரை முழுதும் அமளிதுமளிப்படுகிறதே! பயம் ஒன்றுமில்லை. நாங்கள் போகிறோம்" என்றாள் நந்தினி.

இரு பெண்களும் ஆலயத்துக்கு வெளியில் வந்தார்கள். பட்டர் கண் பார்வையிலிருந்து மறைந்ததும், ராக்கம்மாள் நந்தினியின் கையைப் பிடித்து ஆலயத்துக்குப் பின்புறமாக அழைத்துச் சென்றாள். சிறிது நேரத்துக்கெல்லாம் தாழைப் புதர்கள் செறிந்த ஓடைக்கரையை அடைந்தார்கள். நட்சத்திர ஒளியின் உதவியைக் கொண்டு ஓடைக் கரையோடு நடந்தார்கள்.

⊙

6. பூங்குழலியின் திகில்

தாழைப் புதரின் மறைவில் பூங்குழலி மூச்சைப் பிடித்துக் கொண்டு நின்றாள். மந்திரவாதியும், நந்தினியும் மெல்லிய குரலில் பேசிய போதிலும், அவர்களுடைய பேச்சு பெரும்பாலும் அவள் காதில் விழுந்தது.

இளவரசரைக் கடல் கொண்டது என்பதில் தனக்கு நம்பிக்கையில்லை என்று நந்தினி கூறியதற்கு மந்திரவாதி, "ராணி! என் பேச்சில் உங்களுக்கு எப்போதுமே நம்பிக்கையிருப்பதில்லை. எதனால் இப்போது அவநம்பிக்கைப் படுகிறீர்கள்?" என்று கேட்டான்.

"இளவரசரின் ஜாதக பலத்தைப் பற்றி நீ கேட்டதில்லையா? சற்று முன்னால்கூடக் குழகர் கோவில் பட்டர் அதைப் பற்றிச் சொன்னார்."

"பைத்தியக்காரத்தனம். கிரஹங்கள், நட்சத்திரங்களின் சக்தியைக் காட்டிலும் என்னுடைய மந்திரசக்தி வலியது. அமைதி குடிகொண்டிருந்த கடலில் நான் மந்திரம் ஜபித்துச் சுழற்காற்றை வருவித்தேன் என்பது தங்களுக்குத் தெரியுமா? முதலில் அந்தக் காஞ்சிநகர் ஒற்றனும் அதை நம்பவில்லை. பிற்பாடு கடலில் முழுகி உயிரை விடும்போது, கட்டாயம் நம்பியிருப்பான்!"

"அவன் கடலில் மூழ்கி இறந்ததை நீ பார்த்தாயா?"

"நான் பார்க்காவிட்டால் என்ன? அவன் இருந்த கப்பல் தீப்பிடித்து எரிந்ததைப் பார்த்தேன்."

"தீப்பிடித்தக் கப்பலிலிருந்து அவனைத் தப்புவிக்க இளவரசர் கடலில் குதித்துப் போனாராமே?"

"போனவர் திரும்பி வந்தாரா?"

"திரும்பிப் பல்லவனுடைய கப்பலுக்கு வரவில்லை..."

"பின்னே என்ன? இரண்டு பகைவர்களும் ஒரே நாளில் பலியாவதற்காகவே வந்தியத்தேவனை உயிரோடு விட்டுவிட்டு வந்தேன்."

"நீ என்னதான் சொன்னாலும், என் மனம் நம்பவில்லை. அவர்கள் இருவரும் இன்னும் உயிரோடிருப்பதாக என் மனத்திற்குள் ஏதோ சொல்லுகிறது. பூங்குழலியை உனக்குத் தெரியுமா?"

"நன்றாய்த் தெரியும். இலங்கையில் அவள் எங்களுக்குத் தொல்லையாயிருந்தாள். அவளும் சுழற்காற்றில் போயிருக்கலாம்."

"அதுதான் இல்லை. சிறிது நேரத்துக்கு முன்பு ஒரு படகு தூரத்தில் வந்தது. கலங்கரை விளக்கின் உச்சியிலிருந்து ராக்கம்மாள் பார்த்தாளாம். திடீரென்று அது மறைந்து விட்டதாம். படகில் இரண்டு மூன்று பேர் இருந்ததாகத் தோன்றியதாம்."

"அப்படியானால் தாங்கள் கிழவரை அழைத்துக் கொண்டு உடனே நடையைக் கட்டுங்கள். நான் இருந்து பார்த்துக் கொண்டு வருகிறேன்."

"நாங்கள் இருந்தால் என்ன?"

"கிழவர் இருந்தால் இளவரசருக்கு இராஜ மரியாதைகள் செய்து அழைத்துக்கொண்டு போகப் பார்ப்பார், காரியமெல்லாம் கெட்டுப் போகும்."

"மந்திரவாதி! நானும்தான் கேட்கிறேன். அவர்கள் இறக்க வேண்டிய அவசியம் என்ன? மதுராந்தகனுக்குப் பட்டம் கட்டிவிட எல்லாரும் சம்மதித்து விட்டால்..."

"அம்மணி! பெண்புத்தியைக் காட்டிவிட வேண்டாம். காஞ்சி ஒற்றனுக்கு நம் இரகசியம் எல்லாம் தெரியும். அவன் இளவரசரிடமும், சொல்லியிருப்பான். பொழுது விடிவதற்குள் நீங்கள் புறப்பட்டுச் செல்லுங்கள். ராக்கம்மா! பூங்குழலி அவர்களை அழைத்து வந்தால் காட்டில் எங்கே வைத்திருப்பாள்?"

"மறைந்த மண்டபம் ஒன்று இருக்கிறது. அதுதான் அவளுடைய அந்தரங்க வாசஸ்தலம். காஞ்சி ஒற்றனை அதிலேதான் ஒரு பகல் முழுவதும் மறைத்து வைத்திருந்தாள். பிறகு அதை நான் கண்டுபிடித்தேன்."

"நல்லது; அந்த மறைந்த மண்டபம் இருக்குமிடம் எனக்கும் தெரியும். அங்கே போய்க் காத்திருக்கிறேன். ராணி! சக்கரவர்த்தி எப்படியிருக்கிறார்? ஏதாவது செய்தி உண்டா?"

"எந்தச் சக்கரவர்த்தியைப் பற்றிக் கேட்கிறாய்?"

"நோயாளி சுந்தர சோழனைச் 'சக்கரவர்த்தி' என்று இந்த வாய் ஒரு நாளும் சொல்லாது. நமது சக்கரவர்த்தியைப் பற்றித் தான் கேட்கிறேன்."

"சௌக்கியமாயிருப்பதாகப் பத்து நாளைக்கு முன்பு செய்தி கிடைத்தது. ஆகா! எத்தனை நாள் ஆயிற்றுப் பார்த்து...?"

"சரி,சரி! சீக்கிரம் புறப்படுங்கள். அந்த முட்டாள் பல்லவன் என்ன செய்யப் போகிறானாம்."

"அவனையும் தஞ்சைக்கு அழைத்துப் போகிறோம்."

"அவனிடம் ஜாக்கிரதையாயிருங்கள்."

"அவனைப் பற்றிக் கவலையில்லை. நான் காலால் இட்டதை அவன் தலையால் செய்யக் காத்திருக்கிறான்!"

"இருந்தாலும், ஜாக்கிரதையாயிருப்பது நல்லது. காஞ்சி ஒற்றன் வந்தியத்தேவனிடம் தாங்கள் கொஞ்சம் ஏமாந்து போனீர்கள் அல்லவா?"

"அது உண்மைதான்; அதனாலேயே அவனை உயிரோடு மறுபடியும் பார்க்க விரும்புகிறேன்."

"அந்த ஆசையை அடியோடு விட்டுவிடுங்கள், ராணி!"

இவ்வாறு பேசிக்கொண்டே, அவர்கள் அங்கிருந்து நகரத் தொடங்கினார்கள் என்று தெரிந்தது. பூங்குழலி தன்னை அவர்கள் பார்க்காத வண்ணம் இன்னும் நன்றாய்ப் புதரில் மறைந்து கொண்டாள். நல்ல வேளையாக, அவள் இருந்த பக்கம் அவர்கள் வரவில்லை. வேறு திசையாகச் சென்று விட்டார்கள்.

பூங்குழலி தற்செயலாக ஒட்டுக்கேட்ட விஷயங்கள் அவளுக்குப் பெருந்திகிலை உண்டு பண்ணிவிட்டன. பொன்னியின் செல்வரை எத்தனைவித அபாயங்கள் சூழ்ந்திருக்கின்றன

என்பதை எண்ணிய போது அவளுடைய கைகால்கள் நடுங்கின; கண்கள் இருண்டன; தொண்டை வறண்டது; உள்ளம் குழம்பியது. தான் விட்டுவிட்டு வந்த படகை உடனே போய்ச் சேர வேண்டும் என்ற எண்ணம் மட்டும் வலியதாக முன் நின்றது; படகை விட்டு வந்த திசையை நோக்கி விரைந்து சென்றாள்.

இளவரசர் கொடிய விஷ சுரத்தினால் பீடிக்கப்பட்டிருந்தார். அவரைச் சிறைப்படுத்திப் போவதற்குப் பழுவேட்டரையர் காத்திருந்தார். அவரைக் கொன்று விடுவதற்குக் கொலையாளிகள் காத்திருந்தனர். அவர்களுக்குத் துணையாக இந்தப் பெண்ணுருக் கொண்ட மோகினிப் பிசாசு இருந்தது. பார்த்திபேந்திரனும் அவளுடைய மாய வலையில் விழுந்து விட்டான். இளவரசரைத் தான் அழைத்துச் சென்று பத்திரமாய் வைத்திருக்கலாம் என்று எண்ணிய மறைந்த மண்டபம் கூட இவர்களுக்குத் தெரிந்திருக்கிறது.

இவ்வளவு அபாயங்களிலிருந்தும் இளவரசரைப் பாதுகாக்கும் பொறுப்புத் தன் தலையில் சுமந்திருப்பதாகப் பூங்குழலி உணர்ந்தாள். ஆகையினாலேயே அவளுடைய மூளை குழம்பிற்று. இதுகாறும் அவளுடைய வாழ்நாளில் என்றுமில்லாத ஓர் அனுபவம் நேர்ந்தது. அதாவது காட்டில் வழி தவறி விட்டோமோ என்ற பீதி உண்டாயிற்று.

'சுற்றிச் சுற்றிப் புறப்பட்ட இடத்துக்கே வந்து கொண்டிருக்கிறோமோ' என்ற எண்ணம் தோன்றியது. அப்படிச் சுற்றிவரும்போது இளவரசரின் எதிரிகள் யாரேனும் எதிர்ப்பட்டு விட்டால் என்ன செய்வது? அவர்களுக்கு என்ன சமாதானம் சொல்வது? எப்படி அவர்களிடமிருந்து தப்பித்துச் செல்வது?...

'இல்லை, இல்லை! சரியான வழியிலேதான் வந்திருக்கிறோம். இதோ கால்வாய் தெரிகிறது. படகை விட்டு வந்த இடம் அதோ அந்த மூலையில் இருக்கிறது.' பூங்குழலி அவ்விடத்தை நோக்கிப் பாய்ந்து ஓடினாள். அவளுடைய நெஞ்சு அடித்துக் கொள்ளாமல் நின்று விட்டது. ஏனெனில், அவள் விட்டிருந்த இடத்தில் படகைக் காணவில்லை! 'ஐயோ! படகு எங்கே போயிருக்கும்?'

'ஒருவேளை தான் இல்லாத சமயத்தில் பழுவேட்டரையரின் ஆட்கள் இங்கேயே வந்திருப்பார்களோ? வந்து இளவரசரையும் வந்தியத்தேவனையும் சிறைப்படுத்திக் கொண்டு போயிருப்பார்களோ? அப்படி நடந்திருந்தால் கூடப் பாதகமில்லை. அதை விடப் பயங்கரமான சம்பவம் நிகழ்ந்திருக்குமோ? வந்தியத்தேவன் இளவரசரைத் தூக்கிக் கொண்டு மறைந்த மண்டபத்தைத் தேடிப் போயிருப்பானோ? அப்படியானால் அங்கே கொலைஞர்கள் காத்திருப்பார்களே? அடடா! என்ன தவறு செய்து விட்டோம்?...'

அந்த மறைந்த மண்டபத்துக்கு உடனே போய்ப் பார்க்க வேண்டுமென்ற பரபரப்பு பூங்குழலியின் மனத்தில் குடி கொண்டது. காட்டு வழியில் ஓட்டம் பிடித்து ஓடினாள். மறுபடியும் அந்தப் பழைய சந்தேகம்; 'வழி தவறி விட்டோமோ என்ற சந்தேகம். சுற்றிச் சுற்றி வருகிறோமோ என்ற மயக்கம்.'

'அது என்ன? ஐயோ! அது என்ன? ஏதோ காலடிச் சத்தம் போலிருக்கிறதே? யாரோ நம்மைத் தொடர்ந்து வருவது போலிருக்கிறதே? யாராயிருக்கும்? எதற்காக இருக்கும்? ஒரு வேளை அந்தப் பயங்கர மந்திரவாதிதானா? அப்படியானால் ஏன் பயப்படவேண்டும்? இடுப்பில் செருகியுள்ள கத்தியை எடுத்துக்கொண்டால் போயிற்று! யாராயிருந்தால்தான் என்ன? எதற்காக ஓட வேண்டும்?...'

'இல்லை, இல்லை! ஓட வேண்டியதுதான். இச்சமயம் யாருடனும் சண்டை பிடிக்கும் சமயம் அன்று. கையில் வலிவு இல்லை; கத்தியும் குறி தவறிப் போகும். உயிரை எப்பாடு பட்டாவது காப்பாற்றிக் கொள்ள வேண்டும். நமக்கு இத்தருணம் ஏதேனும் நேர்ந்தால் இளவரசருடைய கதியாதாகும்? முன்னமே அந்த வந்தியத்தேவன் எச்சரித்தானே? உயிரைப் பத்திரமாய்க் காப்பாற்றிக்கொண்டு வருவதாகச் சொன்னோமே? அதை நிறைவேற்ற வேண்டியதுதான்?'

பூங்குழலி மேலும் மேலும் நெருக்கமான காட்டில் புகுந்து ஓடினாள். ஆனால் துரத்தி வந்தவன் மேலும் பின் தொடர்ந்து வந்து கொண்டிருந்தான். பூங்குழலி போன வழியில் மரங்களிலிருந்த பட்சிகள் அலறிப் புடைத்துக்கொண்டு ஓடின. வளைகளிலிருந்து நரிகள் கிளம்பி ஓடின. தூங்கிய காட்டுப் பன்றிகள் விழித்தெழுந்து விழுந்தடித்து ஓடின. மான் ஒன்று விர்ரென்று பாய்ந்து வந்து அவள் மேலேயே இடித்துப் புடைத்துக்கொண்டு ஓடியது. இவ்வளவுக்கும் மத்தியில் பின்னால் தொடர்ந்து வந்தவன் விட்டபாடாக இல்லை. அவனுடைய காலடிச் சத்தமும் அவன் ஓடியதால் பெருமூச்சு விடும் சத்தமும் கேட்டுக்கொண்டேயிருந்தன.

பூங்குழலி ஓடிஓடிச் சலித்துப் போனாள். அந்தச் சலிப்பு அளவில்லாத கோபமாக மாறியது. வருகிறவன் யாராயிருந்தாலும் அவனை ஒரு கை பார்த்துவிடுவது என்று முடிவு செய்தாள்.

⊙

7. காட்டில் எழுந்த கீதம்

பூங்குழலி கோபத்துடன் ஓடுவதை நிறுத்தித் திரும்பி நின்ற அதே சமயத்தில், இருள் சூழ்ந்த அக்காட்டகத்தே, ஓர் இனிய கீதம் எழுந்தது.

"பொன்னார் மேனியனே புலித்தோலை அரைக்கசைத்து
மின்னார் செஞ்சடைமேல் மிளிர்கொன்றை அணிந்தவனே!"

அந்தக் குரல் சேந்தன் அமுதனுடைய குரல் என்பதைப் பூங்குழலி உடனே அறிந்துகொண்டாள். கலகலவென்று சிரித்தாள். காலடிச் சத்தம் வந்த திசை வேறு என்பதைக்கூட அச்சமயம் அவள் மறந்து போனாள்.

"அத்தான்! நீதானா?"

"ஆமாம்! பூங்குழலி!"

"எங்கே இருக்கிறாய்? இப்படி வா!"

"இதோ வந்துவிட்டேன்!" என்று சொல்லிக்கொண்டே சேந்தன் அமுதன் அவள் முன்னால் வந்தான்.

"நன்றாய் என்னைப் பயமுறுத்தி விட்டாய்! எதற்காக இப்படி என்னைத் தொடர்ந்து வந்தாய்?"

"பூங்குழலி! உன்னைப் பார்ப்பதற்காகவும், உன் இனிய கானத்தைக் கேட்பதற்காகவும் தஞ்சையிலிருந்து பலநாள் பிரயாணம் செய்து வந்தேன். இங்கே வந்த பிறகும் உன்னைக் காணாமல் இத்தனை நாள் காத்துக்கொண்டிருந்தேன்! தற்செயலாக உன்னைப் பார்த்துவிட்டுத் தொடர்ந்து ஓடிவந்தேன். ஏன் அப்படி ஓடினாய்? எங்கே, ஒரு கீதம் பாடு கேட்கலாம்!!"

"பாடுவதற்கு நல்ல இடம்; அதைவிட நல்ல சந்தர்ப்பம்!"

"நீ பாடாவிட்டால் நானே இன்னொரு பாட்டுப் பாடுகிறேன். இந்தக் காட்டில் தூங்கிக்கொண்டிருக்கும் மிருகங்களையெல்லாம் விழித்தெழுந்து ஓடச் செய்கிறேன், பார்!"

"பித்தா! பிறைசூடி
பெருமானே அருளாளா!"

"போதும், அத்தான்! கொஞ்சம் பாட்டை நிறுத்து!"

"அப்படியானால் நீ பாடுகிறாயா?" இவ்விதம் இரைந்து கேட்டுவிட்டுச் சேந்தன் அமுதன் உடனே மெல்லிய குரலில், "பூங்குழலி! உன்னைத் தொடர்ந்து இன்னொருவன் வந்து கொண்டிருந்தான். உனக்கு எச்சரிக்கை செய்வதற்காகவே சத்தம் போட்டுப்

பாடினேன். அவனுக்கும் உன் அண்ணன் மனைவிக்கும் இன்று சாயங்காலம் ஏதோ இரகசிய சம்பாஷணை நடந்தது. அவன் யார் என்று உனக்குத் தெரியுமா?" என்றான்.

பிறகு மீண்டும், உரத்த குரலில், "என்ன சொல்லுகிறாய்! நீ பாடுகிறாயா? நான் பாடட்டுமா? சிவபெருமான் சுடுகாட்டில் ஆடினார்; நீ வெறுங்காட்டில் பாடக்கூடாதா?" என்று இரைந்தான்.

"இதோ பாடுகிறேன்; கோபித்துக் கொள்ளாதே!" என்று சொல்லிவிட்டுப் பூங்குழலி பின்வருமாறு பாடினாள்:

"பறக்கும் எம் கிள்ளைகாள்! பாடும் எம் பூவைகாள்!
அறக்கண் எனத்தகும் அடிகள் ஆரூரரை
மறக்க கில்லாமையும் வளைகள் நில்லாமையும்
உறக்க மில்லாமையும் உணர்த்த வல்லீர்களே!"

இவ்விதம் பாடிவிட்டு மெல்லிய குரலில், "அமுதா! நான் வந்தது உனக்கு எப்படித் தெரியும்?" என்று கேட்டாள்.

"பூங்குழலி! கலங்கரை விளக்கின் உச்சியிலிருந்து படகு வருவதைப் பார்த்தேன். நீயாக இருக்கலாம் என்று உத்தேசமாக எண்ணி இங்கே உன்னைத் தேடி வந்தேன். அதே சமயத்தில் பழுவூர் ஆட்கள் சிலரும் இந்தப் பக்கம் வந்தார்கள். படகில் உன்னைக் காணவில்லை. ஆனால் என் நண்பன் வல்லவரையனையும் இளவரசரையும் பார்த்தேன். வல்லவரையனிடம் பழுவூர் ஆட்கள் வருவது பற்றிக் கூறினேன். பிறகு இளவரசரை நாங்கள் இருவருமாகத் தூக்கிக்கொண்டு போய் மறைந்த மண்டபத்தில் சேர்த்தோம்."

"ஐயோ! என்ன தவறு செய்துவிட்டீர்கள்! படகு என்ன ஆயிற்று!"

"படகை யாராவது பார்த்தால் சந்தேகம் ஏற்படும் என்று ஓடை நீரில் கவிழ்த்து விட்டோம்! ஏன் பூங்குழலி! பாட்டை ஏன் நிறுத்திவிட்டாய்! மிச்சத்தையும் பாடு!" என்று பிற்பகுதியை உரத்த குரலில் கூறினான் சேந்தன் அமுதன்.

"மறந்துவிட்டது அமுதா இந்தக் கோடிக்கரைக் குழகரைப் பற்றி ஒரு பாடல் உண்டே! உனக்கு அது நினைவிருக்கிறதா?– நினைவிருந்தால் பாடு!"

"ஓ! நினைவிருக்கிறது!" என்று சேந்தன் அமுதன் இரைந்து சொல்லிவிட்டுப் பாடினான்:

"கடிதாய்க் காற்று வந்தெற்றக் கரைமேல்
குடிதானயலே இருந்தால் குற்றமாமோ?
கொடியேன் கண்கள் கண்டன கோடிக்குழகீர்
அடிகேள் உமக்கார் துணையாக இருந்தீரே!"

பாட்டு முடிந்தவுடனே பூங்குழலி, "அத்தான்! என்னைத் தொடர்ந்து வந்தவன் போய்விட்டானா? பக்கத்தில் மறைந்து நின்றுகொண்டிருக்கிறானா?" என்று மெல்லிய குரலில் கேட்டாள்.

"நாம் இங்கே நின்ற பிறகு காலடி சத்தம் கேட்கவில்லை. அவன் இங்கேதான் பக்கத்தில் எங்கேயோ மறைந்து நிற்க வேண்டும். அவன் யார் என்று உனக்குத் தெரியுமா?"

பூங்குழலி இரைந்து, "தெரியாமல் என்ன? நன்றாய்த் தெரியும். கோடிக்கரை ஆந்தைகளைப் பற்றிச் சுந்தரர் பாடியிருப்பதுதானே? இதோ கேள்!

காடேன் மிகவால் இது காரிகை யஞ்சக்
கூடிப் பொந்தில் ஆந்தைகள் கூகை குழற
வேடித் தொண்டர் சாலவுந் தீயர் சழக்கர்
கோடிக் குழகா விடங்கோயில் கொண்டாயே!

பார்த்தாயா! அமுதா! சுந்தரமூர்த்தியின் காலத்தில் ஆந்தைகளும் கூகைகளும் இன்று போலவே இக்காட்டில் கத்தியிருக்கின்றன. ஆனால் இப்போது இக்காட்டில் மனிதர்கள் கூட ஆந்தைபோலச் சத்தமிடுகிறார்கள். சற்றுமுன் அத்தகைய குரல் ஒன்று கேட்டேன். அந்தத் தீய சழக்கர் யாராயிருக்கும் என்று உனக்கு ஏதாவது தெரியுமா?" இப்படி உரத்த குரலிலேயே பூங்குழலி கேட்டாள். கேட்டுவிட்டு, "எனக்கு அம்மாதிரி கத்த வருகிறதா என்று பார்க்கிறேன். ஆந்தைக் குரல் மாதிரி இருக்கிறதா, கேட்டுச் சொல்லு!" என்றாள்.

பின்னர், ஆந்தை மாதிரியே மூன்று தடவை குரல் கொடுத்தாள். "அப்படியே ஆந்தைக் குரல் மாதிரியே இருக்கிறது! தேனினும் இனிய குரலில் தெய்வீகக் கீதங்களைப் பாடுவாயே? இதை எங்கே கற்றுக் கொண்டாய்?" என்று அமுதன் கேட்டான்.

"மந்திரவாதி ஒருவனிடம் கற்றுக்கொண்டேன். மந்திரம் பலிப்பதற்கு இப்படி ஆந்தை போலக் கத்தத் தெரிந்திருக்க வேண்டுமா!"

"உனக்கு மந்திரவித்தைகூடத் தெரியுமா, என்ன?"

"ஏதோ கொஞ்சம் தெரியும். என்னுடைய மந்திரசக்தியைப் பரீட்சித்துப் பார்க்கிறாயா?"

"எப்படிப் பரீட்சிக்கிறது?"

"இப்பொழுது நாம் பேசுவதையெல்லாம் நமக்குப் பக்கத்தில் ஒருவன் மறைந்திருந்து கேட்டுக்கொண்டிருக்கிறான். நீ வேண்டுமானால் தேடிப் பார்!"

இவ்விதம் பூங்குழலி கூறி வாய் மூடுவதற்குள்ளே காட்டில் சலசலப்புச் சத்தம் கேட்டது. மந்திரவாதி ரவிதாஸன் மறைவிலிருந்து வெளியே வந்தான். "ஹா ஹா ஹா!" என்று சிரித்துக்கொண்டே வந்தான்.

"பெண்ணே! அப்படியா சமாசாரம்? உனக்குத் தந்திரம் தான் தெரியும் என்று நினைத்தேன்; மந்திரம்கூடத் தெரியுமா?" என்று கேட்டான்.

"அட பாதகா! நீதானா?"

"பெண்ணே! நான் யார், என்று உனக்குத் தெரியுமா?"

"இலங்கையில் இளவரசரைக் கொல்லப் பார்த்தவன் நீ! அது உன்னால் முடியவில்லை. ஆகையால் நடுக்கடலில் மந்திரம் போட்டுச் சுழற்காற்றை வரவழைத்து இளவரசரையும் அவருடைய சிநேகிதனையும் மூழ்க அடித்து விட்டாய்!"

"அவர்கள் மூழ்கியது உனக்கு எப்படி நிச்சயமாகத் தெரியும்? நீ பார்த்தாயா?"

"இரண்டு பேருடைய உடல்களும் கரையில் வந்து ஒதுங்கின. பூதத் தீவிலே குழி தோண்டி அவர்களைப் புதைத்து விட்டு வந்தேன். துரோகி! உன் மந்திரத்தில் இடி விழ!"

"பெண்ணே! என்னை ஏமாற்றப் பார்க்காதே! என்னுடைய மந்திரத்திற்குப் பதில் மந்திரம் போட்டு நீ அவர்களை உயிர் பிழைக்கச் செய்யவில்லையா?"

"ஐயோ! அது எப்படி உனக்குத் தெரிந்தது?"

"இந்த ரவிதாஸனுக்குப் புறக் கண்ணைத் தவிர அகக் கண்ணும் உண்டு. நூறு காத தூரத்தில் நடப்பதையும் என்னுடைய மந்திரசக்தியினால் தெரிந்து கொள்வேன்."

"அப்படியானால் என்னை எதற்காகக் கேட்கிறாய்?"

"உன்னைப் பரிசோதிப்பதற்காகக் கேட்கிறேன்! அவர்களை எங்கே ஒளித்து வைத்திருக்கிறாய் என்பதைச் சொல்லிவிடு! இல்லாவிட்டால் உங்கள் இருவரையும் இங்கேயே எரித்துச் சாம்பலாக்கி விடுவேன்!" என்றான் ரவிதாஸன்.

அவனுடைய கண்கள் நெருப்புத் தணல்களைப்போல் அனல்வீசி ஜொலித்தன.

"என்ன? உண்மையைச் சொல்கிறாயா, மாட்டாயா! ஓம் ஹ்ரீம் ஹ்ராம் வஷட்!– இதோ என் மந்திரத்தின் சக்தியைக் காட்டப் போகிறேன்."

பூங்குழலி பயத்தினால் நடுநடுங்கிச் சேந்தன் அமுதனைக் கெட்டியாகப் பிடித்துக்கொண்டாள். அவனிடம் மெல்லிய குரலில், "நான் இப்போது ஓடப் போகிறேன். நீ அவனைத் தடுத்து நிறுத்தப் பார்!" என்றாள்.

மந்திரவாதியைப் பார்த்து உரத்த குரலில், "என்னை ஒன்றும் செய்ய வேண்டாம். அவர்கள் இருக்குமிடத்தைக் காட்டி விடுகிறேன்!" என்று கூறினாள்.

"என்னுடன் வா! காட்டுகிறேன்!" என்று சொல்லி விட்டுப் பாழடைந்த மண்டபத்துக்கு நேர்மாறான திசையை நோக்கி நடந்தாள்.

மந்திரவாதி அவளைப் பின் தொடரப் பார்த்தான். சேந்தன் அமுதன் பின்னாலிருந்து அவனைப் பிடித்து நிறுத்த முயன்றான்.

பூங்குழலி ஓடத் தொடங்கினாள். மந்திரவாதி சேந்தன் அமுதனை ஒரே தள்ளாகத் தலைகுப்புறத் தள்ளிவிட்டுப் பூங்குழலியைத் தொடர்ந்து ஓடினான்.

பூங்குழலி மானைப்போல் விரைந்து பாய்ந்து ஓடினாள்.

மந்திரவாதி மானைத் துரத்தும் வேடனைப்போல் அவளைப் பிடிக்க ஓடினான். ஆனால் அவளைப் பிடிப்பது எளிதில் முடிகிற காரியமாயில்லை.

மந்திரவாதி அவளைத் துரத்துவதை விட்டு நின்று விடலாமா என்று எண்ணியபோது பூங்குழலியும் களைத்துப் போனவளைப் போல் நின்றாள். மந்திரவாதி மறுபடியும் அவளைத் துரத்தினான். இருவருக்கும் பின்னால் சேந்தன் அமுதனும் தட்டுத் தடுமாறி விழுந்தடித்து ஓடிவந்து கொண்டிருந்தான். ஓடும்போது மறைந்த மண்டபத்துக்குப் போய் அங்குள்ளவர்களுக்கு எச்சரிக்கை செய்யலாமா என்று அவன் அடிக்கடி நினைத்தான். அதே சமயத்தில் பூங்குழலியை மந்திரவாதியிடம் தனியாக விட்டு விட்டுப் போகவும் அவனுக்கு மனம் வரவில்லை.

பூங்குழலி ஒரு மேட்டின் மீது ஏறி நின்றாள். அங்கே சற்றுக் காத்திருந்ததோடு அல்லாமல், திரும்பிப் பார்த்து மந்திரவாதியைக் கைதட்டி அழைத்தாள். மந்திரவாதி மேல்மூச்சு கீழ்மூச்சு வாங்க அவள் அருகில் போய் நின்றான். அவளைக் கெட்டியாகப் பிடித்துக்கொண்டு அவள் கன்னத்தில் நாலு அறை கொடுக்க வேண்டும் என்று அவன் எண்ணிய சமயத்தில் பூங்குழலி, "அதோ பார் என் காதலர்களை!" என்றாள்.

அவள் சுட்டிக்காட்டிய திசையை மந்திரவாதி பார்த்தான்.

முன்னொரு தடவை வந்தியத்தேவன் கண்ட காட்சியை அவனும் கண்டான்.

சதுப்பு நிலத்தில் ஆங்காங்கு தீப் பிழம்புகள் குப் குப் என்று தோன்றுவதும் கப் கப் என்று மறைவதுமாயிருந்தன. ரவிதாஸனுக்கு அந்தப் பயங்கரத் தோற்றத்தின் காரணம் என்னவென்று தெரியுமென்றாலும் அச்சமயம் அவனுக்கு ரோமம் சிலிர்த்தது.

"மந்திரவாதி! உனக்கு மந்திரம் தெரியுமென்றால், இந்தக் கொள்ளிவாய்ப் பிசாசுகளை ஓட்டுவதற்கு ஒரு மந்திரம் போடு பார்க்கலாம்! இவை என்னைப் பாடாய்ப் படுத்தி வைக்கின்றன!" என்றாள்.

ரவிதாஸனுக்கு அளவில்லாத கோபம் பொங்கிக் கொண்டு வந்தது.

"பெண்ணே! என்னை ஏமாற்றலாம் என்று பார்க்கிறாயா!" என்று கர்ஜித்தான்.

"உன்னை எதற்காக நான் ஏமாற்ற வேண்டும்?"

"இளவரசரும் வல்லவரையனும் இருக்குமிடத்தைக் காட்டுகிறேன் என்று சொல்லி நீ என்னை இழுத்து அடிக்க வில்லையா?"

"அவர்கள் இறந்து விட்டார்கள் என்று நான் சொன்னதை நீ நம்பவில்லை. வேறு என்ன செய்யட்டும்?"

"இளவரசர் இறந்தது உண்மைதானா? ஆணையிட்டுச் சொல்வாயா?"

"ஆணை எதற்கு! அதோ ஆகாசத்தைப் பார்!"

ரவிதாஸன் வானத்தை நோக்கினான். வால் நட்சத்திரம் தெரிந்தது.

"வால் நட்சத்திரம் தோன்றினால் அரச குலத்தில் மரணம் என்று உனக்குத் தெரியாதா? அப்படியே நடந்துவிட்டது!" என்றாள் பூங்குழலி.

"பெண்ணே! அப்படியானால் உன் கையில் உள்ள கெண்டியை இப்படிக் கொடு; அதில் ஏதாவது மிச்சம் இருக்கிறதா உன்னோடு ஓடி வந்ததில் எனக்குத் தாகம் எடுத்து விட்டது!..."

பூங்குழலி திடீரென்று மறுபடி ஓட்டம் பிடித்தாள். மேட்டிலிருந்து தாவிக் குதித்து இறங்கிக் கொள்ளிவாய்ப் பிசாசுகள் தோன்றி மறைந்த சதுப்பு நிலப்பரப்பை நோக்கி ஓடினாள்.

ரவிதாஸன் ஆத்திரத்தினால் அறிவை இழந்தான். பூங்குழலியைப் பிடித்து அவளுடைய கழுத்தை நெரித்துக் கொன்று விடவேண்டும் என்று வெறியை அடைந்தான். தலைகால் தெரியாமல் அவளைப் பின்தொடர்ந்து ஓடினான்.

சிறிது தூரம் ஓடிய பிறகு பூங்குழலி சட்டென்று கொஞ்சம் குனிந்து நாலைந்தடி ஒரு புறமாக நகர்ந்து கொண்டாள். அதிக வேகமாக அவளைத் துரத்தி வந்த ரவிதாஸனால் அவள் நின்ற இடத்தில் நிற்க முடியவில்லை. அவளுக்கு அப்பால் சில அடிதூரம் வரையில் சென்று நின்றான். திரும்பி அவளைப் பிடிப்பதற்காகப் பாயப் பார்த்தான்; ஆனால் முடியவில்லை. கால்களுக்குத் திடீரென்று என்ன நேர்ந்து விட்டது? அவை ஏன் இப்பொழுது நகரவில்லை? அவை ஏன் சில்லிட்டிருக்கின்றன?

இது என்ன? உள்ளங்காலிலிருந்து சில்லிப்பு மேலே மேலே வந்து கொண்டிருக்கிறதே? இல்லை, இல்லை! கால்கள் அல்லவா கீழே கீழே போய்க் கொண்டிருக்கின்றன! ரவிதாஸன் குனிந்து பார்த்தான். ஆம், அவனுடைய கால்கள் கீழே புதை சேற்றில் அமிழ்ந்து கொண்டிருப்பதைக் கண்டான். ஒவ்வொரு அணுவாக, ஒவ்வொரு அங்குலமாக, அவன் கால்கள் கீழே சேற்றில் மெதுவாகப் புதைந்து கொண்டிருந்தன.

ரவிதாஸன் தன்னுடைய அபாய நிலையை உணர்ந்தான் சேற்றிலிருந்து வெளிவர முயன்றான். கால்களை உதறி எடுக்கப் பிரயத்தனம் செய்தான். அவனுடைய பிரயத்தனம் பலன் தரவில்லை.

கீழே சேற்றுக்கடியில் ஏதோ ஒரு பூதம் இருந்து அவனைப் பற்றி இழுப்பது போலத் தோன்றியது. பூங்குழலி கலகலவென்று சிரித்தாள்.

"மந்திரவாதி! என்ன விழிக்கிறாய்? பூதத்தின் வாயில் அகப்பட்டுக்கொண்டாயா? மந்திரம் போட்டுப் பார்ப்பது தானே?" என்றாள்.

மந்திரவாதி ஒரு பக்கம் பீதியினாலும் மறுபக்கம் கோபத்தினாலும் நடு நடுங்கினான். "அடி பாவி! உன் வேலையா இது?" என்று கையை நெரித்தான்.

"என் கழுத்தைப் பிடித்து நெரிக்க வேண்டுமென்று நீ ஆசைப்பட்டாயல்லவா? அதற்குப் பதிலாக கையை நெரித்துக் கொள்!" என்றாள்.

ரவிதாஸன் கோபத்தை அடக்கிக்கொண்டு, "பெண்ணே! சத்தியமாகச் சொல்கிறேன். உன்னை நான் ஒன்றும் செய்யவில்லை, சற்றுக் கைகொடுத்து என்னைக் கரையிலே தூக்கிவிடு!" என்றான்.

பூங்குழலி 'ஹா ஹா ஹா' என்று சிரித்தாள். "உன்னைக் கரையேற்றிவிட என்னால் ஆகாது! உன் மந்திரத்துக்குக் கட்டுப்பட்ட பேய் பிசாசுகளையெல்லாம் கூப்பிடு!" என்றாள்.

ரவிதாஸன் இதற்குள் தொடை வரையில் சேற்றில் புதைந்து போயிருந்தான். அவன் முகத்தைப் பார்க்கப் பயங்கரமாயிருந்தது. அவனுடைய கண்கள் கொள்ளிக் கட்டைகள் போலச் சிவப்புத் தணல் ஒளியை வீசின.

கைகளை நீட்டிப் புதை சேற்றுக்கு அப்பால் இருந்த கரையைப் பற்றினான். அங்கே நீண்டு வளர்ந்திருந்த கோரைப் புற்களின் அடிப்பகுதியைப் பிடித்துக் கொண்டான். மறுபடியும் சேற்றில் இருந்து வெளிவரப் பிரயத்தனம் செய்தான். ஆனால் புதைந்திருந்த கால்களை அசைக்கவும் முடியவில்லை.

"பெண்ணே, உனக்குப் புண்ணியம் உண்டு! என்னைக் காப்பாற்று!" என்று ஓலமிட்டான்.

இதற்குள்ளே அங்கே சேந்தன் அமுதன் வந்து சேர்ந்தான். ரவிதாஸனுடைய நிலைமை இன்னதென்பதை அவன் ஒரு நொடியில் அறிந்துகொண்டான். அவனுடைய கண்களில் இரக்கத்தின் அறிகுறி புலப்பட்டது.

பூங்குழலி அவனைப் பார்த்து, "வா, போகலாம்!" என்றாள்.

"ஐயோ! இவனை இப்படியே விட்டுவிட்டா போகிறது!"

"ஏன் சேற்றில் இவன் முழுவதும் புதைகிற வரையில் இருந்து பார்க்க வேண்டுமென்கிறாயா!"

"இல்லை, இல்லை! இவனை இப்படியே விட்டுவிட்டுப் போனால் வாழ்நாளெல்லாம் கனவு காணுவேன். இவனைக் கரையேற்றி விட்டுப் போகலாம்."

"அத்தான்! இவன் என்னைக் கழுத்தை நெரித்துக் கொல்ல நினைத்தான்."

"அவனுடைய பாவத்துக்குக் கடவுள் அவனைத் தண்டிப்பார். நாம் காப்பாற்றிவிட்டுப் போகலாம்."

"அப்படியானால் உனது மேல் துண்டைக் கொடு" என்றாள் பூங்குழலி.

அமுதன் தன் மேல் துண்டைக் கொடுத்தான். அதன் ஒரு முனையைப் புதைசேற்றுக் குழிக்கு அருகில் இருந்த ஒரு புதரின் அடிப்பகுதியில் பூங்குழலி கட்டினாள். இன்னொரு முனையை ரவிதாஸனிடம் கொடுத்தாள்.

"மந்திரவாதி! இதோ பார்! இந்தத் துண்டின் முனையைப் பிடித்துக் கொண்டிரு! அதிகம் பலங்கொண்டு இழுத்தால் புதர் வேரோடு வந்துவிடும். ஆகையால் மெல்ல பிடித்துக் கொண்டிரு. நீயாகக் கரையேற முயலாதே! பொழுது விடிந்ததும் யாராவது இந்தப் பக்கம் வருவார்கள். அவர்கள் உன்னைக் கரையேற்றுவார்கள்!' என்றாள்.

"ஐயோ! இரவெல்லாம் இப்படியே கழிக்க வேண்டுமா? என்னால் முடியாது அதைக்காட்டிலும் என்னைக் கொன்று விட்டுப் போய் விடு!"

பூங்குழலி அவன் கூக்குரலைப் பொருட்படுத்தவில்லை. சேந்தன் அமுதனைக் கையைப்பிடித்து இழுத்துக் கொண்டு வந்த வழியே திரும்ப ஓடத் தொடங்கினாள். அவர்கள் மேட்டின் மேல் ஏறி அப்பால் காட்டில் இறங்கும் வரையில் மந்திரவாதியின் ஓலக் குரல் கேட்டுக் கொண்டிருந்தது.

அந்தக் குரல் மறைந்த பிறகு, "அத்தான்; நல்ல சமயத்தில் வந்து சேர்ந்தாய்! நீ எப்படி இங்கு வந்தாய்? எதற்காக?" என்று பூங்குழலி கேட்டாள்.

"பாதாளச் சிறை அனுபவத்துக்குப் பிறகு தஞ்சாவூரில் இருக்க எனக்குப் பிடிக்கவில்லை. அடிக்கடி பழுவூர் வீரர்களும், ஒற்றர்களும் வந்து தொல்லை கொடுத்துக் கொண்டிருந்தார்கள். ஆகையால் பழையாறைக்குப் போனேன். குந்தவை தேவி என்னை இவ்விடம் அனுப்பினார். இளவரசருக்கு அபாயம் அதிகமாயிருப்பதாகவும், ஆகையால் அவரை நாகைப்பட்டினம் சூடாமணி விஹாரத்தில் கொண்டு சேர்த்து விட்டு வரும்படியும் வந்தியத்தேவனிடம் சொல்லும்படி கூறினார். எனக்கும் உன்னைப் பார்த்து உன் பாட்டைக் கேட்க வேண்டும் என்று ஆசையாயிருந்தது..."

"பாட்டுக் கேட்பதற்கு நல்ல சமயம் பார்த்தாய்! இளையபிராட்டி கூறியது உண்மைதான். இளவரசருக்கு ஏற்பட்டிருக்கும் கண்டங்கள் இப்படி அப்படியல்ல. பகைவர்களின் சூழ்ச்சிகளோடு குளிர் காய்ச்சல் வந்து விட்டது."

“ஆமாம், நானுந்தான் பார்த்தேன். நாங்கள் இரண்டு பேருமாக அவரைத் தூக்கிக் கொண்டு போய் மறைந்த மண்டபத்தில் சேர்த்தோம். அதற்கு ரொம்பக் கஷ்டப்பட்டுப் போனோம். பூங்குழலி! நாகைப்பட்டினம் சூடாமணி விஹாரத்துக்குப் புத்த பிக்ஷுக்கள் வைத்திய சாஸ்திரம் நன்கு அறிந்தவர்கள். இளவரசரைக் குணப்படுத்தி விடுவார்கள்.”

“நாகைப்பட்டினத்துக்கு எப்படி கொண்டு போய்ச் சேர்ப்பது?”

“கால்வாய் வழியாகத்தான்!”

“கால்வாய் வழியாக எப்படிப் போவது? படகைத் தொலைத்து விட்டீர்களே?”

“படகு தண்ணீரில் முழுகித்தானே இருக்கிறது? திரும்ப எடுத்து விட்டால் போகிறது!”

“அப்படியானால் இன்று இராத்திரியே கிளம்பிவிட வேண்டியதுதான். அந்தச் சிறிய படகில் நாம் எல்லோரும் போக முடியாதே!”

“வேண்டியதில்லை, பூங்குழலி! அதெல்லாம் நாங்கள் பேசி முடிவு செய்துவிட்டோம். வல்லவரையன் இங்கிருந்து நேரே பழையாறைக்குப் போவான். நானும் நீயும் இளவரசரைப் படகில் ஏற்றி நாகைப்பட்டினம் கொண்டு போய்ச் சேர்க்க வேண்டியது.”

பூங்குழலிக்குப் புல்லரித்தது. மீண்டும் இளவரசருடன் பிரயாணம்! கால்வாயில், படகில் நாகைப்பட்டினம் வரையில்! வழியில் அபாயம் ஒன்றும் ஏற்படாமல் இருக்கவேண்டும்.

இருவரும் மறைந்த மண்டபத்தை அடைந்தார்கள். மண்டபத்தை நெருங்கியதும் சேந்தன் அமுதன் பலமாகக் கையைத் தட்டினான்.

“யார் அங்கே?” என்று வந்தியத்தேவனுடைய கடுமையான குரல் கேட்டது.

“நான்தான் சேந்தன்!”

“இன்னும் யார்?”

“என் மாமன் மகள்!”

வந்தியத்தேவன் மண்டபத்தின் வாசலில் வந்து எட்டிப் பார்த்தான்.

“வேறு யாரும் இல்லையே?”

“இல்லை, ஏன் சந்தேகம்?”

“மெல்லப் பேசுங்கள்; இளவரசர் தூங்குகிறார். கொஞ்ச நேரத்துக்கு முன்னால் இங்கே யாரோ ஒருவன் வந்தான். நீதானாக்கும் என்று நினைத்து வெளியில் வந்தேன். நீ இல்லை. மந்திரவாதியைப் போல் தோன்றியது.”

“அப்புறம்?”

“அச்சமயம் உன் பாட்டின் குரல் கிளம்பியது. பாடுவதற்கு நல்ல நேரம் பார்த்தாய் என்று எண்ணிக் கொண்டேன். நல்ல வேளையாக அதை மந்திரவாதியும் கேட்டுவிட்டுத் திரும்பிப் போனான். அவனை நீங்கள் பார்த்தீர்கள்?”

“பார்த்தோம்.”

“அவனை என்ன செய்தீர்கள்?”

“நான் ஒன்றும் செய்யவில்லை. இவள்தான் அவனைப் புதைசேற்றுக் குழியில் இடுப்புவரையில் இறக்கி நிறுத்திவிட்டு வந்திருக்கிறாள்!”

“இவளுடைய குரல் கூடக் கொஞ்சம் கேட்டதே!”

“ஆம், பூங்குழலியும் ஒரு பாட்டுப் பாடினாள்.”

“அதைக் கேட்டதும் இளவசருக்கு சுய உணர்வு வந்தது போலத் தோன்றியது. ‘யார் பாடுகிறது?’ என்று கேட்டார். ‘ஓடக்காரப் பெண்’ என்றேன். பாட்டைக் கேட்டுக்கொண்டே தூங்கிவிட்டார்.”

பூங்குழலிக்கு மீண்டும் மெய்சிலிர்த்தது.

"இவள் பாட்டு மட்டுந்தானா பாடினாள்? ஆந்தை போலவும் கத்தினாளே!"

"அதுவும் என் காதில் விழுந்தது. காட்டில் ஏதோ அதிசயம் நடைபெறுகிறதென்று நினைத்துக் கொண்டேன். நீங்கள் – அத்தானும், மாமன் மகளும் – வசந்தோத்ஸவம் கொண்டாடுகிறீர்களோ என்று நினைத்தேன்..."

"இது என்ன வீண் பேச்சு?" என்றாள் பூங்குழலி.

"வேறு என்ன செய்வது? இரவை எப்படியேனும் கழித்தாக வேண்டும்!" என்றான் வந்தியத்தேவன்.

"இல்லை; பொழுது விடிந்து இங்கே இருந்தால் தப்பிப் பிழைக்க முடியாது. இராத்திரியே புறப்பட்டாக வேண்டும்."

அச்சமயம் எங்கேயோ வெகு தூரத்தில் நரிகள் ஊளையிடத் தொடங்கின. அந்த ஊளைச் சப்தத்துக்கு இடையில் ஆந்தைக் குரல் ஒன்றும் கேட்டது.

சேந்தன் அமுதன் நடுங்கினான். அவன் மனக் கண்ணின் முன்னால் மந்திரவாதி சேற்றில் புதைந்திருப்பதும், அவனைச் சுற்றி நரிகள் ஊளையிட்டுக் கொண்டு நெருங்கி நெருங்கி வருவதும், மந்திரவாதி ஆந்தையைப்போல் கத்தி நரிகளை விரட்டப் பார்ப்பதும் தென்பட்டன.

வந்தியத்தேவனும் சேந்தன் அமுதனும் இளவரசரின் தூக்கம் கலையாமல் தூக்கிக் கொண்டார்கள். பூங்குழலி பின் தொடர்ந்து சென்றாள்.

கால்வாயின் கரையை அவர்கள் அடைந்தபோது சந்திரன் உதயமாகியிருந்தது.

கரையில் இளவரசரை ஒரு மரத்தின் பேரில் சாய்த்து படுக்க வைத்தார்கள். பூங்குழலியை அவர் பக்கத்தில் இருக்கச் செய்து விட்டு வந்தியத்தேவனும், சேந்தன் அமுதனும் தண்ணீரில் இறங்கினார்கள். முழுகிப் போயிருந்த படகை மிகப் பிரயாசையுடன் மேலே எடுத்துக் கரையோரமாகக் கொண்டு வந்தார்கள்.

இளவரசர் கண் விழித்தார். மிக மெல்லிய குரலில் "தாகமாயிருக்கிறது!" என்றார்.

பக்கத்தில் இருந்து அவரைப் பார்த்துக்கொண்டிருந்த பூங்குழலி கெண்டியிலிருந்த பாலை அவருடைய வாயில் ஊற்றினாள்.

சிறிதளவு பால் அருந்திய பிறகு இளவரசர், "பூங்குழலி, நீ தானா? சொர்க்கலோகத்தில் யாரோ ஒரு தேவ கன்னிகை என் வாயில் அமுதத்தை ஊற்றுவது போலத் தோன்றியது" என்றார்.

◉

8. "ஐயோ! பிசாசு!"

*க*ற்பக விருட்சம் பூங்குழலியின் மீது வர்ண மலர்களைச் சொரிந்தது. தேவலோகத்துக் கின்னரி வாத்தியங்கள் இன்ப கீதங்களைப் பொழிந்தன. ஏன்? பூங்குழலியின் மேனி நரம்புகளே யாழின் நரம்புகளாகித் தெய்வ கானம் இசைத்தன. இளவரசரின் கனிவு செறிந்த மொழிகள் அவளுக்கு அத்தகைய போதையை அளித்தன.

"இளவரசே! நான் தேவலோக கன்னிகை அல்ல; ஏழை ஓடக்காரப் பெண். தாங்கள் அருந்தியதும் தேவலோகத்து அமுதம் அல்ல. குழகர் கோயிலில் கிடைத்த பாலமுதம்!" என்றாள்.

"நீ தேவலோக கன்னிகையில்லையென்றால், நான் நம்பி விடுவேனோ? வருணனின் திருப்புதல்வி அல்லவா நீ? சமுத்திரகுமாரி! எத்தனை தடவை எனக்கு நீ உயிர் அளித்திருக்கிறாய்? உனக்கு நான் என்ன கைம்மாறு செய்யப் போகிறேன்?" என்றார் இளவரசர்.

"ஐயா! இன்னும் ஒரு பகலும், ஒரு இரவும் தங்களுடன் இருக்க இந்த ஏழையை அனுமதிக்க வேண்டும்" என்றாள் பூங்குழலி.

"அது எப்படி முடியும்? உடனே நான் பழையாறைக்குப் புறப்பட வேண்டுமே" என்றார் இளவரசர்.

"இல்லை, தங்களை நாகைப்பட்டினத்துக்கு அழைத்துச் செல்லும்படி செய்தி வந்திருக்கிறது."

"யாரிடமிருந்து?"

"இளைய பிராட்டியிடமிருந்துதான்!"

"அது யார் அங்கே, இன்னொருவன்? வந்தியத்தேவனுடன் படகை இழுத்து வருகிறவன்?"

"என் அத்தான் சேந்தன் அமுதன். இளையபிராட்டி அவனிடந்தான் செய்தி அனுப்பியிருக்கிறார். தங்களை நாகைப்பட்டினத்தில் உள்ள சூடாமணி விஹாரத்திற்கு அழைத்துச் செல்லும்படி."

"ஆஹா! என் தமக்கையின் மனம் மாறிவிட்டதா? எனக்கு முடிசூட்டும் ஆசை அகன்று விட்டதா? வெகு காலமாக எனக்குப் புத்த சங்கத்தில் சேரவேண்டும் என்ற ஆசை உண்டு. புத்த சங்கத்தில் சேர்ந்து பிக்ஷு ஆவேன். தூர தூர தேசங்களுக்கு யாத்திரை செய்வேன்; சாவகம் – கடாரம் – மாயிருடிங்கம் – மாபப்பாளம் – சீனம்! ஆஹா என்னுடைய பாக்கியமே பாக்கியம்; பூங்குழலி! வா, போகலாம்!" என்று கூறி இளவரசர் எழுந்து நின்றார்.

அவருக்கு இன்னும் முழுநினைவு வரவில்லை, சுரவேகத்திலேயே பேசுகிறார் என்று பூங்குழலி சந்தேகித்தாள்.

அதே சமயத்தில் தூரத்தில் ஓலமிடும் குரல் ஒன்று கேட்டது.

இளவரசர் திடுக்கிட்டு நின்று, "பூங்குழலி! அது என்ன?" என்றார்.

"ஆந்தை கத்துகிறது ஐயா!" என்றாள்.

"இல்லை! அது மனிதக் குரல்! ஏதோ பெரும் அபாயத்தில் சிக்கியவனின் அபயக்குரல்! அவனைக் காப்பாற்றிவிட்டுப் போகலாம். புத்த சங்கத்தில் சேருவதற்கு முன்னால் ஒரு புண்ணிய காரியம் செய்யலாம்!" என்று இவ்விதம் கூறிவிட்டு இளவரசர் பாய்ந்து ஓட முயன்றார். அந்த முயற்சியில் திடீரென்று கீழே விழுந்தார். பூங்குழலி அவரைத் தாங்கிக் கொண்டாள்.

படகைக் கரை சேர்ந்தவர்கள் இருவரும் ஓடி வந்தார்கள். மீண்டும் உணர்ச்சியை இழந்துவிட்ட இளவரசரை அவர்கள் மெதுவாகத் தூக்கிக்கொண்டு போய்ப் படகில் பத்திரமாய்ச் சேர்த்துப் படுக்க வைத்தார்கள்.

கால்வாயில் படகு போக ஆரம்பித்தது. இளவரசரைத் தவிர்த்து, மற்ற மூவரும் இட நெருக்கடியுடன் அதில் உட்கார்ந்திருந்தார்கள்.

வந்தியத்தேவன், "பூங்குழலி! நாலுபேரை இந்தப் படகு தாங்குவது கடினம். எப்படியும் நான் உங்களிடம் விடை பெற்றுக்கொள்ள வேண்டியவன். இங்கேயே இறங்கிக் கொள்கிறேன். இளவரசரைப் பத்திரமாய்க் கொண்டு போய்ச் சேர்ப்பது உங்கள் பொறுப்பு. உங்களுக்கு அதிகம் நான் சொல்ல வேண்டியதில்லை!" என்று சொன்னான்.

அவனுடைய குரல் தழுதழுத்தது. நிலாக் கிரணம் அவன் முகத்தில் விழுந்தபோது கண்களில் முத்துத் துளிகள் ஒளிவீசித் திகழ்ந்தன.

"கோடிக்கரைக் காடு தாண்டிய பிறகு இறங்கிச் செல்லலாமே? என் குதிரையையும் அங்கேதான் நிறுத்தி வைத்திருக்கிறேன். அடையாளம் நினைவிருக்கிறதல்லவா?" என்றான் சேந்தன் அமுதன்.

"வேண்டாம். நான் இங்கேயே இறங்கிக்கொள்கிறேன். குழகர் கோயில் பிராகாரத்தில் சற்று நேரம் படுத்துத் தூங்கிவிட்டுப் பொழுது விடிவதற்குள் எழுந்து புறப்படுகிறேன். இல்லாவிடில் நாளைக்குப் பிரயாணம் செய்ய முடியாது! வழியில் எவ்வளவு தடங்கல்களோ!" என்றான் வந்தியத்தேவன்.

பூங்குழலி அத்தனை நேரமும் தன் மடியில் பத்திரப்படுத்தி வைத்திருந்த பொட்டணத்தை எடுத்து அவனிடம் கொடுத்தாள். "இந்தா! குழகர் கோயில் பிரசாதம். இதை சாப்பிட்டு விட்டுத் தூங்கு!" என்றாள்.

"நீங்களும் ஒன்றும் சாப்பிடவில்லையே, உங்களுக்கு வேண்டாமா?"

"கோடிக்கரையிலிருந்து காத தூரம் கால்வாயில் போய் விட்டால் எத்தனையோ கிராமங்கள். நானாவது சேந்தனாவது போய் உணவு சம்பாதித்துக் கொண்டு வருவோம். உன் விஷயம் அப்படியல்ல. நீ ஒருவர் கண்ணிலும் படாமல் பழையாறை போய்ச் சேர வேண்டும் அல்லவா?"

"படகில் இளவரசர் இருக்கிறார் என்பதை நீங்களும் மறந்து விடக்கூடாது."

"இந்தப் படகில் இருப்பவர் இளவரசர் என்று யார் நம்புவார்கள்? அதைப்பற்றிக் கவலைப்படாதே! எங்கள் பொறுப்பு. இந்த ஓட்டைப் படகை யாரும் கவனிக்க மாட்டார்கள்."

"சரி, அப்படியானால் இங்கேயே நான் இறங்கிக் கொள்கிறேன்."

அச்சமயம் மறுபடியும் அந்த ஓலக்குரல் கேட்டது. "ஆ! அது என்ன?" என்று இளவரசர் கேட்டுவிட்டு மறுபடியும் உணர்வை இழந்தார்.

பூங்குழலி எழுந்து நின்றாள்.

"முடியாது; என்னால் முடியாது, இளவரசருக்குத் தெரிந்தால் என்னை மன்னிக்க மாட்டார். இன்னும் கொஞ்ச நேரம் படகில் இரு. அந்த மந்திரவாதியைச் சேற்றிலிருந்து எடுத்து விட்டுவிட்டு வருகிறேன். இங்கிருந்து அந்த இடம் கிட்டத்தான் இருக்கிறது!" என்று சொல்லிக்கொண்டே படகிலிருந்து கால்வாயின் கரையில் குதித்தாள்.

"அப்படியானால் நானும் உன்னோடு வருகிறேன். அந்தப் பாதகனிடம் உன்னைத் தனியாக விடமாட்டேன்" என்றான் சேந்தன் அமுதன்.

"இல்லை, அமுதா! நீ படகில் இரு! இளவரசரைப் ஜாக்கிரதையாகப் பார்த்துக்கொள். நான் பூங்குழலியுடன் போய் வருகிறேன். எனக்கும் அந்த மந்திரவாதியைப் பார்க்க வேண்டிய காரியம் இருக்கிறது!" என்று சொல்லிவிட்டுப் பூங்குழலியைப் பின் தொடர்ந்து வேகமாக ஓடினான் வந்தியத்தேவன்.

பூங்குழலியின் மனக்கண் முன்னால் மந்திரவாதி மார்பளவு சேற்றில் புதைந்திருக்க, அவனைச் சுற்றி நரிகள் நின்று அவனைப் பிடுங்கித் தின்னப் பார்க்கும் பயங்கரக் காட்சி தோன்றிக்கொண்டிருந்தது. அதற்கிடையே இளவரசர் அவளைப் பார்த்து "பெண்ணே நீ கொலை பாதகி!" என்று குற்றம் சாட்டும் காட்சியும் தோன்றியது! இந்தக் காட்சிகள் அவளுடைய கால்களுக்கு மிக்க விரைவைக் கொடுத்தன. மந்திரவாதியை அமிழ்த்திய சேற்றுப் பள்ளத்தை அதி விரைவில் நெருங்கினாள். அங்கே மந்திரவாதியைக் காணாமல் பெரும் ஏமாற்றம் அடைந்தாள்.

பின் தொடர்ந்து வந்த வந்தியத்தேவன், அவள் பக்கம் நெருங்கியதும் அவள் தயங்கி நிற்பதன் காரணத்தைக் கேட்டுத் தெரிந்து கொண்டான்.

"வேறு ஒரு சேற்றுப் பள்ளமாயிருக்கலாம். கோடிக்கரையில் எத்தனையோ பள்ளங்கள் உண்டு அல்லவா? நீ மறந்து போயிருப்பாய்!" என்றான்.

புதரில் ஒரு முனை கட்டியிருந்த சேந்தன் அமுதனின் மேல் துண்டைப் பூங்குழலி சுட்டிக் காட்டினாள். பாவம்! அவளால் பேச முடியவில்லை.

"சேற்றில் அமிழ்ந்திருப்பான் என்று நினைக்கிறாயா? இல்லை, இல்லை! ரவிதாஸனை அப்படியெல்லாம் கொன்று விட முடியுமா? அவனுக்கு நூறு உயிர் ஆயிற்றே? தப்பிப் போயிருப்பான்!" என்று சொல்லிக்கொண்டே வந்தியத்தேவன் புதரில் கட்டப்பட்டிருந்த துண்டை அவிழ்த்து எடுத்துக் கொண்டான். பூங்குழலிக்கு ஆறுதலாக அவ்விதம் சொன்னானே தவிர, அவன் மனத்திற்குள், 'ரவிதாஸன் மாண்டுதான் போயிருப்பான்; அவனுக்கு இந்தக் கோர மரணம் வேண்டியதுதான்!' என்ற எண்ணமும் தோன்றியது.

இருவரும் அங்கே மேலும் நிற்பதில் பயனில்லை என்பதை ஒருங்கே உணர்ந்தார்கள். மீண்டும் கால்வாயை நோக்கி நடந்தார்கள்.

கால்வாயின் கரைகளை அங்கே இருபுறமும் மரங்கள் மறைத்துக்கொண்டிருந்தன. ஒரு மரக்கிளையைப் பிடித்துக் கொண்டு நின்று இரு உருவங்கள் எட்டிப் பார்த்தது தெரிந்தது.

அவற்றில் ஒன்று ஆண் உருவம்; இன்னொன்று பெண் உருவம்.

"அதோ!" என்று பூங்குழலி சுட்டிக் காட்டினாள்."

"ஆமாம்; அவர்கள் யார் என்று தெரிகிறதா?"

"மந்திரவாதி ஒருவன்! இன்னொருத்தி என் அண்ணன் மனைவி எனக்கு முன்னால் அவள் வந்து மந்திரவாதியை விடுவித்திருக்கிறாள்."

"நல்லதாய்ப் போயிற்று."

"நல்லது ஒன்றுமில்லை. கால்வாயில் படகு வருவதை அவர்கள் உற்றுப் பார்க்கிறார்களே?"

அச்சமயம் இரண்டு உருவங்களில் ஒன்று திரும்பி இவர்கள் வரும் திசையைப் பார்த்தது. உடனே இரண்டு உருவங்களும் புதர்களும் அடியில் மறைந்துவிட்டன. "ஐயோ! அவர்கள் நம்மையும் பார்த்து விட்டார்கள்!"

"பேசாமல் என்னுடன் வா! நான் ஒரு யுக்தி செய்கிறேன். நான் என்ன சொன்னாலும் ஆச்சரியப்படாதே! என்னை ஒட்டியே பேசு!" என்றான் வந்தியத்தேவன்.

இருவரும் மேற்கூறிய உருவங்கள் நின்ற இடத்துக்குச் சமீபமாகப் போனார்கள். அந்த இடத்தைக் கடந்து சிறிது அப்பால் சென்று கால்வாயின் ஓரமாக உட்கார்ந்து கொண்டார்கள். பின்னால் புதரில் மறைந்திருந்தவர்களுக்குத் தங்கள் பேச்சு நன்றாய்க் கேட்கும் என்று வந்தியத்தேவன் நிச்சயப்படுத்திக் கொண்டான்.

"பூங்குழலி! இதோ பார்! ஏன் கவலைப்படுகிறாய்? மந்திரவாதி செத்து ஒழிந்து போனான். போனதே க்ஷேமம்" என்றான் வந்தியத்தேவன்.

"ஐயோ! என்ன பயங்கரமான சாவு!" என்றாள் பூங்குழலி.

"கொலை செய்தது செய்துவிட்டு, இது என்ன பரிதாபம்?"

"ஐயோ! நானா கொலை செய்தேன்?"

"பின்னே அவன் சேற்றில் விழச் செய்தது யார்? நீ தானே? திடீரென்று அப்புறம் உனக்குப் பச்சாத்தாபம் வந்துவிட்டது. தப்புவிக்கலாம் என்று வந்தாய்! அதற்குள் அவனை சேறு விழுங்கிவிட்டது. தப்புவிக்கத்தான் வந்தாயோ, அல்லது செத்துப் போய் விட்டானா என்று பார்ப்பதற்குத்தான் வந்தாயோ. யார் கண்டது?"

"உன்னை யார் என்னைத் தொடர்ந்து வரச் சொன்னது?"

"வந்ததினால்தானே நீ செய்த கொலையைப் பற்றித் தெரிந்துகொள்ள முடிந்தது? அடி கொலை பாதகி!"

"நானா கொலை பாதகி!"

"ஆம், நீ கொலை பாதகிதான்! நான் மட்டும் யோக்கியன் என்று சொல்கிறேனா? அதுவும் இல்லை. நான் இளவரசரைக் கடலில் முழுக அடித்துக் கொன்றேன். நீ

மந்திரவாதியைச் சேற்றில் அமுக்கிக் கொன்றாய். அதற்கும் இதற்கும் சரியாகப் போய் விட்டது. நான் செய்த கொலையைப் பற்றி நீ வெளியில் சொல்லாமலிருந்தால், நீ செய்த கொலையைப் பற்றி நானும் யாரிடத்திலும் சொல்லவில்லை!"

"இளவரசரைக் கொன்றவன் நீதானா? சற்றுமுன் அவரைப் பார்க்கவேயில்லை என்று சொன்னாயே?"

"வேண்டுமென்றுதான் அப்படிச் சொன்னேன். இனிமேல் அப்படி உன்னிடம் சொல்லவேண்டிய அவசியம் இல்லை. நான் கூறியதை ஒப்புக் கொள்வாயா, மாட்டாயா?"

"மாட்டேன் என்று மறுத்தால்..?"

"உடனே நந்தினி தேவியிடம் போய் நீ மந்திரவாதியைச் சேற்றில் அமுக்கிக் கொன்றதைக் கூறுவேன். நான் செய்த கொலைக்குச் சாட்சியம் இல்லை; உன் கொலைக்குச் சாட்சியம் உண்டு..."

"நந்தினி என்னை என்ன செய்துவிடுவாள்?"

"வேறொன்றும் செய்யமாட்டாள். உன்னைப் பூமியில் கழுத்து வரையில் புதைத்து யானையின் காலினால் இடறும்படி செய்வாள்!"

"ஐயோ! என்ன பயங்கரம்!"

"வேண்டாம் என்றால், நான் கூறுகிறபடி செய்வதாக ஒப்புக்கொள்."

"என்ன செய்ய வேண்டும்?"

"அதோ உன் அத்தான் கொண்டு வருகிறானே, அந்தப் படகில் ஏறிக்கொள். இரண்டு பேரும் நேரே இலங்கைக்குப் போய்விட வேண்டும். அங்கே போய் உன் இளவரசரை நினைத்து அழுதுகொண்டிரு!"

"எதற்காக நான் இலங்கை போகவேண்டும்? இங்கேயே இருந்தால் உனக்கு என்ன?"

"ஆ! நீ போய் பழுவேட்டரையரிடம் என்னைப் பற்றிச் சொல்லிவிட்டால்! அவருக்கு என்ன இருந்தாலும் இளவரசர் பேரில் அபிமானம் உண்டு. என்னைப் பழி வாங்கப் பார்ப்பார்; எனக்கு இந்த உலகில் இன்னும் கொஞ்சம் வேலை இருக்கிறது."

"அடப்பாவி! இளவரசரை நீ ஏன் கொன்றாய்! அதையாவது சொல்லிவிடு!"

"சொன்னால் என்ன? நன்றாகச் சொல்லுகிறேன். இளவரசரும் அவருடைய தமக்கையும் சேர்ந்து, ஆதித்த கரிகாலரின் இராஜ்யத்தைப் பறிப்பதற்குச் சதி செய்தார்கள். ஆதித்த கரிகாலர் என்னுடைய எஜமானர். அவருடைய விரோதி என்னுடைய விரோதி. அதனால்தான் இளவரசரைக் கொன்றேன். தெரிந்ததா?"

"இந்த மகாபாவத்துக்கு நீ தண்டனை அனுபவிப்பாய்."

"அதைப்பற்றி நீ கவலைப்படாதே! நான் சொன்னபடி நீ செய்யப்போகிறாயா, இல்லையா?"

"செய்யாவிட்டால் வேறு வழி என்ன? அதோ படகு வருகிறது, போய் ஏறிக் கொள்கிறேன்."

"இதோ பார்! நன்றாய்க் கேட்டுக் கொள். படகில் ஏறியதும் நேரே கடலை நோக்கிச் செல்ல வேண்டும். கோடிக்கரைப் பக்கம் திரும்பினாயோ, உன் கதி அதோ கதிதான்! இங்கேயே இருந்து நான் உங்கள் படகைப் பார்த்துக் கொண்டிருப்பேன். படகு கடலை அடைந்த பிறகுதான் இங்கிருந்து நகருவேன்."

"சரி சரி! இங்கேயே இரு! உன்னை நூறு நரிகள் பிடுங்கித் தின்னட்டும்!"

வந்தியத்தேவன் செய்த சமிக்ஞையைப் பார்த்து விட்டுப் பூங்குழலி அங்கிருந்து விரைந்து போய்ப் படகில் ஏறிக் கொண்டாள். படகு மேலே சென்றது.

வந்தியத்தேவன் அவளிடம் கூறியபடி அங்கேயே உட்கார்ந்திருந்தான். அரை நாழிகை சென்றது. படகு கால்வாயில் வெகு தூரம் வரை சென்று மறைந்தது.

திடீரென்று வந்தியத்தேவனுக்குப் பின்னால் 'ஹா ஹா ஹா' என்ற ஒரு பயங்கரச் சிரிப்பு கேட்டது. வந்தியத்தேவன் திடுக்கிட்டவன் போலப் பாசாங்கு செய்து, சட்டென்று எழுந்து நின்று பார்த்தான்.

மந்திரவாதி புதர்களுக்கு மத்தியில் எழுந்து நின்று பேய் சிரிப்பது போலப் பயங்கரமாய்ச் சிரித்தான்.

"ஐயோ! பிசாசு" என்று அலறிக்கொண்டு வந்தியத்தேவன் அங்கிருந்து ஓட்டம் பிடித்தான்.

⊙

9. ஓடத்தில் மூவர்

பொழுது புலர்ந்தது, கருநிற அழகியான இரவெனும் தேவி உலக நாயகனை விட்டுப் பிரிய மனமின்றிப் பிரிந்து செல்ல நேர்ந்தது. நாயகனைத் தழுவியிருந்த அவளுடைய கரங்கள் இலேசாகக் கழன்று விழுந்தன. வாழ்க்கையிலே கடைசி முத்தம் கொடுப்பவளைப் போல் கொடுத்து விட்டு இரவெனும் தேவி இன்னும் தயங்கி நின்றாள். "மாலையில் மறுபடியும் சந்திப்போம். நாலு ஜாம நேரந்தானே இந்தப் பிரிவு? சந்தோஷமாகப் போய்வா!" என்றது உலகம். இரவு தயங்கித் தயங்கி உலகத்தைத் திரும்பித் திரும்பிப் பார்த்துக்கொண்டு சென்றது.

உள்ளத்திலே அன்பில்லாத கள்ளக் காதலனைப் போல் இரவு பிரிந்து சென்றதும் உலகம் மகிழ்ச்சியினால் சிலிர்த்தது. "ஆகா; விடுதலை!" என்று ஆயிரமாயிரம் பறவை இனங்கள் பாடிக் களித்தன. மரங்களிலும், செடிகளிலும் மொட்டுக்கள் வெடித்து மலர்ந்தன. எங்கிருந்தோ வண்டுகள் மந்தை மந்தையாக வந்து இதழ் விரிந்த மலர்களைச் சூழ்ந்து கொண்டு இன்னிசை பாடிக் களித்தன. விதவிதமான வர்ணச் சிறகுகள் உள்ள தட்டாரப் பூச்சிகள் நாலா பக்கங்களிலும் ஆனந்தக் கூத்தாடின.

கீழ்வானத்தில் பொன்னிறம் கண்டது. வானச் சுடர்கள் ஒவ்வொன்றாக ஒளி மங்கி மறைந்தன. இதுவரையில் வானவீதியில் பவனி வந்து கொண்டிருந்த பிறைச் சந்திரன் "நிற்கட்டுமா? போகட்டுமா?" என்று கேட்டுக்கொண்டிருந்தான்.

ஓடையில் படகு மெல்ல மெல்லச் சென்று கொண்டிருந்தது. பட்சிகளின் கோஷ்டி கானத்தோடு துடுப்பு தண்ணீரைத் தள்ளும் சலசல சப்தமும் பூங்குழலியின் செவிகளில் விழுந்தது. திடுக்கிட்டுக் கண் விழித்தாள். ஒரு கிளையில் வெடித்த இரண்டு அழகிய நீலநிற மொட்டுக்கள் ஒருங்கே மலர்ந்தது போல் அவளுடைய கண்ணிமைகள் திறந்தன. எதிரே இளவரசரின் பொன்முகம் தோன்றியது. இன்னும் அவர் தூங்கிக்கொண்டிருந்தார். தூக்கந்தானா? அல்லது சுரவேகத்தில் இன்னமும் உணர்ச்சியற்றிருக்கிறாரா? தெரியவில்லை. எனினும் அவருடைய திருமுகம் எவ்வளவு பிரகாசமாயிருக்கிறது!

அப்பால் சேந்தன் அமுதன் துடுப்புத் தள்ளிக் கொண்டிருந்தான்.

"பூங்குழலி! ஏன் அதற்குள் விழித்துக் கொண்டாய்? இன்னும் சற்று நேரம் தூங்குவதுதானே?" என்றான்.

பூங்குழலி புன்னகை பூத்தாள். முகத்திலிருந்த இதழ்களிலே மட்டும் அவள் புன்னகை செய்யவில்லை. அவளுடைய திருமேனி முழுதும் குறுநகை பூத்தது.

காட்டிலே பிறந்து வளர்ந்து வாழ்ந்தவள் பூங்குழலி. ஆயினும் பட்சிகளின் கானமும், வண்டுகளின் கீதமும் இவ்வளவு இனிமையாக அவளுடைய செவிகளில் என்றைக்கும் தொனித்ததில்லை.

"அத்தான்! உதய ராகத்தில் ஒரு பாட்டுப்பாடு!" என்றாள் பூங்குழலி.

"நீ இருக்குமிடத்தில் நான் வாயைத் திறப்பேனா? நீ தான் பாடு!" என்றான் சேந்தன் அமுதன்.

"இராத்திரி இருளடர்ந்த காட்டில் பாடினாயே?"

"காரிய நிமித்தமாகப் பாடினேன். இப்போது நீ பாடு!"

"எனக்கும் பாட வேண்டுமென்று ஆசையாயிருக்கிறது. ஆனால் இளவரசருக்குத் தொந்தரவாயிருக்குமல்லவா?"

"எனக்குத் தொந்தரவு ஒன்றுமில்லை. இரண்டு பேரும் சேர்ந்து பாடுங்கள்!" என்றார் அருள்மொழிவர்மர்.

பூங்குழலி வெட்கத்தினால் தலை குனிந்து கொண்டாள்.

"படகு எங்கே போகிறது?" என்று இளவரசர் கேட்டார்.

"நாகைப்பட்டினம் சூடாமணி விஹாரத்திற்கு" என்றாள் பூங்குழலி.

"அப்படியானால் இராத்திரி நான் கண்டது கேட்டதெல்லாம் கனவல்லவா? உண்மைதானா?"

"ஆம், ஐயா! இதோ இவர்தான் தங்கள் தமக்கையாரிடமிருந்து செய்தி கொண்டு வந்தவர்."

"இளையபிராட்டி கூறியதையெல்லாம் விவரமாகச் சொல்லு, அமுதா! என்னைப் புத்த சங்கத்தில் சேர்த்து விடும்படிதானே என் தமக்கை சொல்லி அனுப்பினார்?"

இதற்கு என்ன விடை சொல்வதென்று அமுதன் தயங்கிய போது, குதிரையின் காலடிச் சத்தம் கேட்டது. பூங்குழலியும் சேந்தன் அமுதனும் திடுக்கிட்டார்கள்.

இளவரசரின் முகத்தில் ஒரு மாறுதலும் இல்லை.

"என் நண்பன் எங்கே? வாணர் குலத்து வீரன்?" என்று இளவரசர் கேட்டார். கேட்டுவிட்டுக் கண்கள் மூடிக் கொண்டார்.

சிறிது நேரத்துக்குள் குதிரைமீது வந்தியத்தேவன் தோன்றினான். படகு நின்றது, வந்தியத்தேவன் குதிரைமீதிருந்து இறங்கி வந்தான்.

"ஒன்றும் விசேஷமில்லை. நீங்கள் பத்திரமாயிருக்கிறீர்களா என்று பார்த்துவிட்டுப் போக வந்தேன். இனி அபாயம் ஒன்றுமில்லை" என்றான் வந்தியத்தேவன்.

"மந்திரவாதி?" என்று பூங்குழலி கேட்டாள்.

"இந்தப் படகில் இளவரசர் இருக்கிறார் என்ற சந்தேகமே அவனுக்கில்லை. நான் கூறியதை அவன் அப்படியே நம்பி விட்டான்!"

"அவனைப் பார்த்தாயா?"

"பார்த்தேன், ஆனால் அவனுடைய பிசாசைப் பார்த்ததாகப் பயந்து பாசாங்கு செய்தேன்."

"உன்னைப் போல பொய் சொல்லக் கூடியவனை நான் பார்த்ததேயில்லை."

"பொய் என்று சொல்லாதே! கற்பனா சக்தி என்று சொல்லு. இளவரசர் எப்படியிருக்கிறார்?"

"நடுநடுவே விழித்துக்கொண்டு இரண்டு வார்த்தை சொல்கிறார்; அப்புறம் நினைவு இழந்து விடுகிறார்."

"இந்தச் சுரமே அப்படித்தான்."

"எத்தனை நாளைக்கு இருக்கும்?"

"சில சமயம் ஒரு மாதம்கூட இருக்கும். சூடாமணி விஹாரத்தில் பத்திரமாகக் கொண்டுபோய்ச் சேர்த்து விடுங்கள். பிக்ஷுக்கள் வைத்தியம் செய்தால், இரண்டு வாரத்தில் குணப்படுத்தி விடுவார்கள். ஜாக்கிரதை, பூங்குழலி! உன்னை நம்பித்தான் இளவரசரை

ஒப்படைத்து விட்டுப் போகிறேன். உன் அத்தான் எங்கேயாவது கோவில் கோபுரத்தைக் கண்டால், தேவாரம் பாடிக்கொண்டு சுவாமி தரிசனத்துக்குப் போய் விடுவான்!"

சேந்தன் அமுதன், "உன்னோடு பழகிய பிறகு அப்படி யெல்லாம் செய்ய மாட்டேன். சிவ கைங்கரியம் செய்யும் ஆசைகூட எனக்குக் குறைந்துவிட்டது!" என்றான்.

"என்னால் குறைந்துவிட்டதா? அல்லது இந்தப் பெண்ணினாலா? உண்மையைச் சொல்!"

சேந்தன் அமுதன் அதைக் காதில் போட்டுக் கொள்ளாமல் "குதிரையை நான் சொன்ன இடத்தில் கண்டுபிடித்தாயா?" என்று கேட்டான்.

"குதிரை என்னைக் கண்டுபிடித்தது. இது நான் உன்னிடம் தஞ்சையில் விட்டு வந்த குதிரை அல்லவா?"

"ஆமாம்."

"இருட்டில் இது அடர்ந்த காட்டுக்குள்ளே என்னைப் பார்த்துவிட்டுக் கனைத்தது. அராபியர்களிடம் நான் அகப்பட்டுக் கொண்டதில் ஒரு விஷயம் தெரிந்து கொண்டேன், அமுதா! குதிரைகளை வெறுங்காலோடு ஓடச்செய்வது பாவம். குளம்புக்கு அடியில் இரும்புக் கவசம் அடித்து ஓட்டவேண்டும். முதன் முதலில் நான் பார்க்கும் கொல்லுப்பட்டறையில் இதன் குளம்புக்குக் கவசம் அடிக்கச் சொல்லப்போகிறேன். சரி, சரி! அதையெல்லாம் பற்றிப் பேச நேரமில்லை. மறுபடியும் உங்களையும் இளவரசரையும் பார்ப்பேனோ என்னமோ, தெரியாது. இளவரசர் மறுபடி விழித்தால் நான் பழையாறைக்குப் போகிறேன் என்று சொல்லுங்கள். அங்கிருந்து விரைவில் செய்தி அனுப்புவதாகவும் சொல்லுங்கள். அப்போதுதான் நிம்மதியாக இருப்பார்."

வந்தியத்தேவன் குதிரையைத் திருப்பிவிட்டுக் கொண்டு போனான். விரைவில் இவர்களுடைய பார்வையிலிருந்து அவன் மறைந்தான்.

இருபுறமும் தாழம் புதர்கள் அடர்ந்திருந்த ஓடைக் காலின் வழியாகப் படகு போய்க் கொண்டிருந்தது. பொன்னிறத் தாழம்பூக்களும், தந்த வர்ண வெண் தாழம்பூக்களும் இருபக்கமும் செறிந்து கிடந்தன. அவற்றின் நறுமணம் போதையை உண்டாக்கிற்று. சில இடங்களில் ஓடைக் கரையில் புன்னை மரங்கள் வளர்ந்திருந்தன. சில இடங்களில் கடம்ப மரங்களும் இருந்தன. முத்துநிறப் புன்னை மலர்களும், குங்கும வர்ணக் கடம்ப மலர்களும் ஓடைக் கரைகளில் சொரிந்து கிடந்தன.

பூலோகத்திலிருந்து புண்ணியசாலிகள் சொர்க்கத்திற்குப் போகும் பாதை ஒன்று இருந்தால், அது இப்படித்தான் இருக்கும் என்று பூங்குழலிக்குத் தோன்றியது.

இடையிடையே கிராமம் தென்பட்ட இடத்தில் சேந்தன் அமுதன் சென்று இளவரசருக்குப் பாலும், பூங்குழலிக்கு உணவும் வாங்கிக்கொண்டு வந்தான்.

இளவரசர் கண்விழித்த போதெல்லாம் பூங்குழலி சற்று விலகி நின்றாள். நேருக்கு நேர் அவரைப் பார்க்க முடியாமல் அங்குமிங்கும் பார்த்தாள். அவர் உணர்விழந்திருந்த நேரங்களில் அவர் முகத்தையே பார்த்துக் கொண்டிருந்தாள். சேந்தனுடன் பல விஷயங்களைப் பற்றிப் பேசிக்கொண்டுமிருந்தாள். சில சமயம் இரண்டு பேரும் சேர்ந்து பாடிக் களித்தார்கள்.

சேந்தன் அமுதன் உணவு தேடிக் கிராமங்களுக்குச் சென்ற சமயங்களில் பூங்குழலி இளவரசரின் நெற்றியைத் தடவிக் கொடுத்தும், தலையைக் கோதிவிட்டும் பணிவிடை செய்தாள். அப்போதெல்லாம் அவள் உள்ளம் பொங்கி, உடல் சிலிர்த்து, பரவச நிலையிலிருந்தாள். இம்மாதிரி அவள் எத்தனை எத்தனையோ பூர்வ ஜன்மங்களில் அவருக்குப் பணிவிடை செய்தது போன்ற உணர்வு தோன்றியது. உருவமில்லாத ஆயிரமாயிரம் நினைவுகள் இறகுகளைச் சடசடவென்று அடித்துக்கொண்டு அவளுடைய உள்ளத்தில் கும்பல் கும்பலாகப் புகுந்து வெளியேறிக்கொண்டிருந்தன.

ஒரு பகலும் ஓர் இரவும் அவர்கள் அந்த ஓடைக்கால் வழியாகப் படகில் சென்றார்கள். பூங்குழலியும், சேந்தனும் முறை போட்டுக்கொண்டு அவ்வப்போது சிறிது நேரம் கண்ணயர்ந்தார்கள். கண்ணயர்ந்த நேரத்தில் உருவந் தெரியாத இன்பக் கனவுகள் பலவற்றைப் பூங்குழலி கண்டாள்.

மறுநாள் சூரியோதய நேரத்தில் உலகமே பொன்னிறமாக ஜொலித்த வேளையில், படகு நாகைப்பட்டினத்தை அடைந்தது. நாகைப்பட்டினத்தின் அருகில் அந்த ஓடையிலிருந்து ஒரு கிளை பிரிந்து சூடாமணி விஹாரத்திற்கே நேராகச் சென்றது. அந்தக் கிளை வழியில் படகைக் கொண்டு போனார்கள். புத்த விஹாரத்தின் பின்புறத்தில் கொண்டு போய் நிறுத்தினார்கள்.

அச்சமயம் அந்தப் புகழ்பெற்ற சூடாமணி விஹாரத்தில் ஏதோ குழப்பம் நேர்ந்துகொண்டிருந்ததாகத் தோன்றியது. விஹாரத்தின் வாசலில் ஜனக்கூட்டத்தின் இரைச்சல் கேட்டுக்கொண்டிருந்தது. பிக்ஷுக்கள் அங்குமிங்கும் ஓடிக் கொண்டிருந்தார்கள்.

படகிலிருந்து மூவரும் கரையில் இறங்கினார்கள். சேந்தன் அமுதன் தான் விஹாரத்துக்குச் சென்று, குழப்பத்தின் காரணம் என்னவென்று தெரிந்து வருவதாகச் சொல்லிவிட்டுப் போனான்.

⊙

10. சூடாமணி விஹாரம்

பூம்புகார் என்னும் காவிரிப் பட்டினத்தைக் கடல் கொள்ளை கொண்டு போய்விட்டது அல்லவா? அதற்குப் பிறகு சோழ வளநாட்டின் முக்கியத் துறைமுகப்பட்டினம் என்ற அந்தஸ்தை நாகைப்பட்டினம் நாளடைவில் அடைந்தது. பொன்னி நதி பாய்ந்த இயற்கை வளம் செறிந்திருந்த சோழ நாட்டுடன் வர்த்தகத் தொடர்பு கொள்ள எத்தனையோ அயல்நாட்டார் ஆவல் கொண்டிருந்தனர். பெரிய பெரிய மரக்கலங்களிலே வர்த்தகப் பண்டங்கள் வந்து இறங்கியபடி இருந்தன. முத்தும், மணியும், வைரமும், வாசனைத் திரவியங்களும் கப்பல்களில் வந்து இறங்கியதோடு அரபு நாட்டுக் குதிரைகளும் விற்பனைக்காக வந்து இறங்கின.

ஸ்ரீ சுந்தர மூர்த்தி நாயனாரின் காலத்தில் நாகை சிறந்த மணிமாட நகரமாயிருந்தது. அந்த நகரத்தைக் கண்ட நம்பி ஆரூரர்,

"காண்பினிய மணிமாடம் நிறைந்த நெடு வீதிக்
கடல் நாகைக் காரோணம் மேவியிருந்தீரே!"

என்று வர்ணித்தார். கடல் நாகைக் காரோணத்தில் மேவியிருந்த காயாரோகணப் பெருமானிடம் ஸ்ரீ சுந்தர மூர்த்தி நாயனார் என்னென்ன பொருள்கள் வேண்டுமென்று கேட்டார் தெரியுமா? மற்ற ஊர்களிலே போலப் பொன்னும், மணியும், ஆடை ஆபரணங்களும் கேட்டதோடு, நாகைப்பட்டினத்திலே ஓர் உயர்ந்த சாதிக் குதிரையும் கேட்டுப் பெற்றுக் கொண்டார்.

"நம்பிதாமும் அந்நாட் போய்நாகைக் காரோணம்பாடி
அம்பொன்மணிப்பூண் நவமணிகள் ஆடைசாந்தம் அடற்பரிமா"

ஆகியவை பெற்றுக்கொண்டு திருவாரூர் திரும்பிச் சென்றதாகப் பெரியபுராணம் கூறுகிறது.

நாகைப்பட்டினத் துறைமுகத்தில் வந்து இறங்கிய அரபு நாட்டுக் குதிரைகளைப் பார்த்ததும் நாயனாருக்கும் குதிரை ஏறிச் சவாரி செய்யவேண்டும் என்று தோன்றி விட்டது போலும்!

நாகைப்பட்டினத்தைப் பற்றிப் புராணம் வர்ணிப்பது ஒருபுறமிருக்க, சரித்திர பூர்வமான கல்வெட்டுகளும் செப்பேடுகளும் அந்நகரைப் பற்றிச் சொல்லியிருக்கின்றன.

"பல கோவில்களும், சத்திரங்களும், நீர் நிலைகளும், சோலைகளும், மாட மாளிகைகளும் நிறைந்த வீதிகளையுடைய நாகைப்பட்டினம்" என்று ஆனைமங்கலச் செப்பேடுகள் அந்நகரை வர்ணிக்கின்றன.

அதே ஆனைமங்கலச் செப்பேடுகள், அந்நாளில் நாகைப்பட்டினத்தில் புகழ்பெற்று விளங்கிய சூடாமணி விஹாரம் என்னும் பௌத்த ஆலயத்தைப் பற்றியும், அதன் வரலாற்றையும் கூறுகின்றன.

மலாய் நாடு என்று இந்நாளில் நாம் குறிப்பிடும் தீபகற்பம் அக்காலத்தில் ஸ்ரீ விஜய நாடு என்னும் பெயரால் பிரசித்தி பெற்றிருந்தது. அந்த நாட்டில் ஒரு முக்கிய நகரம் கடாரம். அந்த மாநகரைத் தலைநகராக வைத்துக்கொண்டு நாலா திசையிலும் பரவியிருந்த மாபெரும் ஸ்ரீ விஜய சாம்ராஜ்யத்தை நெடுங்காலம் ஆண்டு வந்தவர்கள் சைலேந்திர வம்சத்தார். அந்த வம்சத்தில் மகரத்துவஜன் சூடாமணிவர்மன் என்னும் மன்னன் மிகவும் கீர்த்தி பெற்று விளங்கினான். அவ்வரசன் "இராஜ தந்திரங்களில் நிபுணன்; ஞானத்தில் ஸுரகுருவான பிரகஸ்பதியை ஒத்தவன்; அறிவாளிகளான தாமரை மலர்களுக்குச் சூரியன் போன்றவன்; இரவலருக்குக் கற்பகத் தருவாய் விளங்கினான்" என்று ஆனை மங்கலச் செப்பேடுகள் வியந்து புகழ்ந்து கூறுகின்றன.

அத்தகைய பேரரசனின் மகன் மாறவிஜயோத்துங்க வர்மன் என்பவன் தன் தந்தையின் திருநாமம் நின்று நிலவும் படியாக "மேரு மலையை யொத்த சூடாமணி விஹாரத்தை நாகைப்பட்டினத்தில் கட்டினான்" என்று அச்செப்பேடுகள் கூறுகின்றன.

கடாரத்து அரசனாகிய மற விஜயோத்துங்கன் நாகைப்பட்டினத்துக்கு வந்து புத்த விஹாரத்தைக் கட்டுவானேன் என்று வாசகர்கள் கேட்கலாம். சோழ வளநாட்டுடன் நீடித்த வர்த்தகத் தொடர்பு கொண்டிருந்த அயல் நாடுகளில் ஒன்று ஸ்ரீ விஜய நாடு. அந்நாட்டுப் பிரஜைகள் பலர் நாகைப்பட்டினத்துக்கு வந்து நிரந்தரமாகவே குடியேறி இருந்தனர். வேறு பலர் அடிக்கடி வந்து திரும்பினர். கடாரத்து அரசனும், அவனுடைய குடிகளும் புத்த மதத்தைச் சார்ந்தவர்கள். அவர்கள் புத்தரை வழிபடுவதற்கு வசதியாயிருக்கட்டும் என்று தான் அம்மன்னன் நாகைப்பட்டினத்தில் சூடாமணி விஹாரத்தைக் கட்டினான். புத்த மதத்தின் தாயகம் பாரத தேசமாயிற்றே என்ற காரணமும் அவன் மனத்தில் இருந்திருக்கலாம்.

தமிழகத்து மன்னர்கள் எக்காலத்திலும் சமய சமரசத்தில் நம்பிக்கை கொண்டவர்கள், ஆகையால் அவர்கள் நாகைப்பட்டினத்தில் சூடாமணி விஹாரம் கட்டுவதற்கு அனுமதி கொடுத்தார்கள். அனுமதி கொடுத்தது மட்டுமா? அவ்வப்போது அந்தப் புத்தர் கோயிலுக்கு நிவந்தங்களும், இறையிலி நிலங்களும் அளித்து உதவினார்கள்.

(இந்தக் கதை நடந்த காலத்திற்குப் பிற்காலத்தில் இராஜ ராஜ சோழன் நாகைப்பட்டினம் சூடாமணி விஹாரத்துக்கு ஆனைமங்கலம் கிராமத்தையும் அதைச் சார்ந்த பல ஊர்களையும் முற்றூட்டாக அதாவது எந்தவிதமான வரியும் விதிக்கப்படாத இறையிலி நிலமாகத் தானம் அளித்தான்; இந்த நில தானத்தை இராஜராஜனுடைய குமாரன், சரித்திரப் புகழ் பெற்ற இராஜேந்திர சோழன் - செப்பேடுகளில் எழுதுவித்து உறுதிப்படுத்தினான். இவை தாம் ஆனைமங்கலச் செப்பேடுகள் என்று கூறப்படுகின்றன. மொத்தம் இருபத்தொரு செப்பேட்டு இதழ்கள். ஒவ்வொன்றும் 14 அங்குல நீளமும் 5 அங்குல அகலமும் உள்ளனவாய் ஒரு பெரிய செப்பு வளையத்தில் சேர்க்கப்பட்டிருக்கின்றன. இச்செப்பேடுகள் சமீப காலத்தில் கப்பல் ஏறிக் கடல் கடந்து ஐரோப்பாவில் ஹாலந்து தேசத்தில் உள்ள லெயிடன் என்னும் நகரத்தின் காட்சி சாலையில் வைக்கப்பட்டிருக்கின்றன. ஆகையினால் இச்செப்பேடுகளை 'லெயிடன் சாஸனம்' என்றும் சில சரித்திர ஆராய்ச்சியாளர் குறிப்பிடுவதுண்டு.)

விஜயாலய சோழரின் காலத்திலிருந்து சோழ மன்னர்கள் சிவபக்தியில் திளைத்தவர்களாயிருந்தனர். ஆதித்த சோழரும், பராந்தக சோழரும், கண்டராதித்தரும்

சைவப் பற்று மிக்கவர்கள். பற்பல சிவலாயத் திருப்பணிகள் செய்வித்தார்கள். எனினும் அவர்கள் பிற மதங்களைத் துவேஷிக்கவில்லை. தங்கள் இராஜ்யத்தில் வாழும் பிரஜைகள் எந்தெந்த மத்தைச் சேர்ந்தவர்களாயினும் அவர்களையும் அவர்களுடைய மதங்களையும் நடுநிலைமை தவறாமல் பராமரித்தார்கள். சுந்தர சோழ சக்கரவர்த்தி தமது முன்னோர்களைக் காட்டிலும் சில படிகள் முன் சென்றார். புத்தப் பள்ளிகளுக்கு விசேஷச் சலுகைகள் அளித்தார். இதனால் சோழ சாம்ராஜ்யத்தில் அச்சமயம் வாழ்ந்திருந்த பௌத்தர்கள் அனைவரும் மிக்க உற்சாகம் கொண்டிருந்தார்கள். இலங்கையில் அருள்மொழிவர்மர் இடிந்து போன புத்த விஹாரங்களைப் புதுப்பிக்கும்படி ஏற்பாடு செய்தது அவர்களுடைய உற்சாகத்தை மேலும் அதிகமாக்கியிருந்தது.

அப்படியெல்லாமிருக்க, இன்று அந்தப் பெயர் பெற்ற சூடாமணி விஹாரத்தில் நேர்ந்த குழப்பத்துக்குக் காரணம் என்ன? பிக்ஷுக்கள் நிலை கொள்ளாமல் அங்குமிங்கும் பரபரப்பாக ஏன் ஓடிக்கொண்டிருக்கிறார்கள்? சூடாமணி விஹாரத்தின் வாசற்புரத்தில் என்ன அவ்வளவு இரைச்சலும் கூச்சலும்? - நல்லது நாமும் சேந்தன் அமுதனைப் பின்பற்றிச் சென்று பார்ப்போம்.

சேந்தன் அமுதனும், மற்ற இருவரும் கால்வாயின் வழியாகப் படகைச் செலுத்திக் கொண்டு சூடாமணி விஹாரத்தின் உட்பகுதிக்கே வந்துவிட்டதாகச் சொன்னோம். அங்கே ஒருவரையும் காணாமையால் சேந்தன் அமுதன் தட்டுத்தடுமாறி வழி தேடிக்கொண்டு, விஹாரத்தின் வாசற்பக்கம் போய்ச் சேர்ந்தான். அங்கேதான் பொதுமக்கள் வந்து வழி படுவதற்குரிய புத்தர் பெருமானின் சைத்யம் என்னும் கோயில் இருந்தது. பக்தர்கள் பலர் அந்தக் காலை நேரத்தில் தாமரை மலர்களும் செண்பகப் பூக்களும், மற்ற பூஜைத் திரவியங்களும் நிறைந்த தட்டுகளை ஏந்திக்கொண்டு வந்திருந்தார்கள். ஆனால் வந்த காரியத்தை அவர்கள் மறந்துவிட்டதாகத் தோன்றியது. சைத்யத்தில் ஏறுவதற்குரிய படிகளில் புத்த பிக்ஷுக்கள் நின்றுகொண்டிருந்தார்கள். அவர்களை நோக்கிக் கீழே நின்றவன் ஒருவன் ஏதோ சொல்லிக்கொண்டிருப்பதைச் சேந்தன் அமுதன் கண்டான். பிக்ஷுக்கள் சிலருடைய கண்களில் கண்ணீர் ததும்பி நிற்பதையும் பார்த்தான். கீழே நின்ற பக்தர்களில் பலர் வழக்கப்படி "சாது! சாது!" என்று கோஷிப்பதற்குப் பதிலாக, "ஆஹா!", "அடாடா!" "ஐயோ!" என்று அங்கலாய்த்துக் கொண்டிருப்பதையும் கவனித்தான்.

அருகில் நெருங்கிச் சென்று சிறிது நேரம் கேட்ட பின்னர் விஷயம் இன்னதென்று தெரிந்தது. பிக்ஷுக்களிடம் பேசிக்கொண்டிருந்தவன் பார்த்திபேந்திரனுடைய கப்பலிலே இருந்த மாலுமிகளில் ஒருவன். கப்பல் முதல் நாள் இரவு நாகைப்பட்டினத்துக்கு வந்துவிட்டது. மாலுமிகள் கரையில் இறங்கியதுமே இளவரசரைக் கடல் கொண்டு விட்டது என்ற செய்தியைச் சிலரிடம் சொல்ல, அது நகரமெல்லாம் பரவி விட்டது. அச்செய்தி உண்மைதானா என்று அறிய அதிகாலையில் அம்மாலுமிகளில் ஒருவனைச் சூடாமணி விஹாரத்தின் பிரதம பிக்ஷு அழைத்து வரச் செய்தார். அவன் தான் அறிந்ததை அறிந்தபடி கூறினான், "சுழற்காற்று அடித்த போது இளவரசர் கடலிலே குதித்தவர் திரும்பி வரவேயில்லை" என்று துயரக் குரலிலே சொன்னான்.

அப்போது அக்கூட்டத்திலே விம்மி அழும் குரல்கள் பல எழுந்தன. பிரதம பிக்ஷுவின் கண்களிலிருந்து கண்ணீர் அருவியாகப் பெருகித் தாரை தாரையாக வழிந்தது.

அவர் குனிந்த தலை நிமிராமல் படிகளில் ஏறிச் சென்று சைத்தியத்தைத் தாண்டி விஹாரத்துக்குள் பிரவேசித்தார். மற்ற பிக்ஷுக்களும் அவரைத் தொடர்ந்து சென்றார்கள். சேந்தன் அமுதனும் அவர்களோடு வந்ததை ஒருவரும் கவனிக்கவில்லை.

பிரதம பிக்ஷு மற்றவர்களைப் பார்த்துச் சொன்னார்:- "புத்த பகவானின் கருணை இப்படியா இருந்தது? பற்பல மனக் கோட்டைகள் கட்டிக் கொண்டிருந்தேனே? சக்கரவர்த்தியைப் பார்க்கச் சமீபத்திலே தஞ்சாவூருக்குப் போயிருந்தேன் பாருங்கள்! அச்சமயம் இலங்கையில் அருள்மொழிவர்மரின் அற்புதச் செயல்களைப்பற்றிக் கூறினேன்.

அதையெல்லாம் இளைய பிராட்டி குந்தவை தேவியும் கேட்டுக் கொண்டிருந்தார். பிறகு என்னைத் தனியாக வரவழைத்து இந்த விஹாரத்தையொட்டி ஆதுரசாலை ஒன்று ஏற்படுத்த வேண்டும் என்று அதற்குத் தேவையான நிபந்தங்கள் அளிப்பதாகவும் கூறினார். அது மட்டுமா? 'ஆச்சாரியாரே! நாட்டில் பலவாறு பேச்சுகள் நடந்துகொண்டிருப்பதைக் கேட்டிருப்பீர்கள். ஒருவேளை இளவரசர் சூடாமணி விஹாரத்தில் சில நாள் விருந்தாளியாக இருக்கும்படி நேரும். அவரை வைத்துப் பாதுகாக்க முடியுமா?' என்று குந்தவை பிராட்டி கேட்டார். 'தேவி! அத்தகைய பேறு எங்களுக்குக் கிடைத்தால் கண்ணை இமை காப்பதுபோல் வைத்துப் பாதுகாப்போம்' என்று கூறினேன். என்ன பயன்! இளவரசரா கடலில் முழுகினார்? இந்த நாட்டிலுள்ள நல்லவர்களின் மனோரதமெல்லாம் முழுகிவிட்டது! சோழ சாம்ராஜ்யமே முழுகிவிட்டது. சமுத்திர ராஜன் இவ்வளவு பெருங்கொடுமையைச் செய்ய எப்படித் துணிந்தான்? அக்கொடியவனைக் கேட்பார் இல்லையா?"

மற்ற பிக்ஷுக்கள் அனைவரும் மௌனமாகக் கண்ணீர் பெருக்கினார்கள். தலைமைப் பிக்ஷு பேசி நிறுத்தியதும் சிறிது நேரம் அங்கே மௌனம் குடி கொண்டிருந்தது.

சேந்தன் அமுதன் அதுதான் சமயம் என்று புத்த பிக்ஷுக்களிடையே புகுந்து ஆச்சாரியரை அணுக யத்தனித்தான்.

உடனே அவனைப் பலர் தடுத்தார்கள். "இவன் யார்? இங்கே எப்படி வந்தான்?" என்று ஒருவரையொருவர் கேட்டுக் கொண்டார்கள்.

"ஐயா அடியேன் பெயர் சேந்தன் அமுதன்! தஞ்சையைச் சேர்ந்தவன். உங்கள் தலைவரிடம் ஒரு விஷயம் சொல்ல வேண்டும்!" என்றான்.

"சொல், சொல்!" என்றார்கள் பலர்.

அவனுடைய தயக்கத்தைப் பார்த்துவிட்டு ஆச்சாரியர், "இவர்களுக்குத் தெரியக்கூடாத ரகசியம் ஒன்றுமில்லை; சொல்" என்றார்.

"ஐயா! நோயாளி ஒருவரை அழைத்து வந்திருக்கிறேன்!"

"அது யார் நோயாளி? என்ன நோய்? எங்கே விட்டிருக்கிறாய்?"

"விஹாரத்தில் நடுமுற்றத்தில் விட்டிருக்கிறேன்..."

"எப்படி அங்கே வந்தாய்?"

"கால்வாய் வழியாக, நோயாளியைப் படகில் கொண்டு வந்தேன். நடுக்கும் குளிர்க்காய்ச்சல் – தாங்கள் உடனே..."

"பகவானே! நடுக்கும் சுரம் தொற்றும் நோய் ஆயிற்றே! இங்கே ஏன் அந்த நோயாளியை அழைத்து வந்தாய்? அதிலும் நல்ல சமயம் பார்த்து..."

"ஆச்சாரிய! அசோக சக்கரவர்த்தி புத்த மதத்தினர் என்று இதுகாறும் நினைத்திருந்தேன். இப்போது இல்லை என்று தெரிகிறது..."

"அது ஏன் அப்படிக் கூறுகிறாய்?"

"அசோக ஸ்தம்பம் ஒன்றை நான் காஞ்சிக்கு அருகில் பார்த்தேன். அதில் நோயாளிக்குச் சிகிச்சை செய்வதை முதன்மையான தர்மமாகச் சொல்லியிருக்கிறது. நீங்களோ இப்படி விரட்டி அடிக்கிறீர்கள்!" என்றான் அமுதன்.

ஆச்சாரிய பிக்ஷு மற்றவர்களைப் பார்த்து "கொஞ்சம் பொறுங்கள்; நான் போய்ப் பார்த்து விட்டு வந்து சொல்லுகிறேன்" என்று கூறிவிட்டு, "வா! அப்பனே" என்று அமுதனை அழைத்துக் கொண்டு சென்றார்.

விஹாரத்தின் நடு முற்றத்தில் கால்வாய்க்கு அருகில் ஒரு யுவனும், யுவதியும் இருப்பதைப் பார்த்துப் பிக்ஷு திடுக்கிட்டார். "இது என்ன காரியம் செய்யத் துணிந்தீர்கள்?

இந்த விஹாரத்துக்குள் ஸ்திரீகளே வரக்கூடாதே! பிக்ஷுணிகளுக்குக் கூட வேறு தனி மடம் அல்லவா கட்டியிருக்கிறது?"

அருகில் போய் அந்த இளைஞர் யார் என்பதை உற்றுப் பார்த்ததும், பிக்ஷு திகைத்துப் போனார் என்று சொன்னால் போதாது! வியப்பினாலும் களிப்பினாலும் அவரால் சிறிது நேரம் பேச முடியவில்லை.

சந்தேக நிவர்த்திக்காக, "இளவரசர் அருள்மொழிவர்மர் தானா?" என்று சேந்தன் அமுதனைக் கேட்டார்.

இது இளவரசர் காதில் விழுந்தது. "இல்லை, ஆச்சாரியரே இல்லை. நான் இளவரசனுமில்லை ஒன்றுமில்லை. இந்தப் பெண்ணும் இந்த பிள்ளையுமாகச் சேர்ந்து என்னைப் பைத்தியமாக அடிக்கப் பார்க்கிறார்கள். நான் ஒரு ஓடக்காரன். சற்றுமுன் இந்தப் பெண்ணைப் பார்த்து, 'பெண்ணே! என்னை மணம் புரிந்து கொள்வாயா? இருவரும் படகில் ஏறித் தூரதேசங்களுக்குப் போகலாம்' என்றேன். இவள் ஏதேதோ பிதற்றினாள். நான் உலகத்தை ஒரு குடை நிழலில் ஆளப்பிறந்தவனாம்! ஏழை வலைஞர் குலப் பெண்ணாகிய இவள் என்னை மணந்து கொள்ள மாட்டாளாம். நான் சுகமாயிருந்தால் இவளுக்குப் போதுமாம். வருங்காலத்தில் என்னுடைய மகத்தான வெற்றிகளைக் கேட்டு இவள் மகிழப் போகிறாளாம். எப்படியிருக்கிறது கதை? உண்மையில் எனக்குச் சித்தப்பிரமையா? இவளுக்கா?"

சேந்தன்அமுதன் ஆச்சாரிய பிக்ஷுவின் காதோடு ஏதோ கூறினான். அதற்கு முன்னாலேயே இளவரசர், சுரவேகத்தினால் நினைவிழந்த நிலையில் பேசுகிறார் என்பதை பிக்ஷு உணர்ந்திருந்தார். குந்தவை தேவி தம்மிடம் இளவரசருக்கு அடைக்கலம் தரும்படி கேட்டிருந்ததும், அவருக்கு நினைவு வந்தது.

மற்ற பிக்ஷுக்களைப் பார்த்து அவர், "இந்தப் பிள்ளைக்கு விஷ சுரம்தான் வந்திருக்கிறது. இவனை வெளியில் அனுப்பினால் இன்னும் ஆயிரக்கணக்கானவர்களுக்கு வந்துவிடும். இலங்கையில் எத்தனையோ ஆயிரம் பேர் சுரத்தினால் இறந்து போனார்கள். ஆகையால் இந்த இளைஞனை என் அறைக்கு அழைத்துப் போய், நானே பணிவிடையும் செய்யப்போகிறேன், இடையில் சுர வேகத்தினால் இவன் ஏதாவது பிதற்றினால் அதை நீங்கள் பொருட்படுத்த வேண்டாம்!" என்றார்.

உடனே தலைமைப் பிக்ஷு இளவரசர் அருகிலே நெருங்கி ஒரு கையினால் அவரை அணைத்துத் தூக்கினார். சேந்தன் அமுதன் இன்னொரு பக்கத்தில் இளவரசரைப் பிடித்துக் கொண்டு உதவினான். எல்லாரும் படிகளில் ஏறிச் சென்றார்கள்.

'இதோ, இன்னும் சில விநாடி நேரத்தில் படிக்கட்டு முழுவதும் ஏறிவிடுவார்கள். கதவைத் திறந்து கொண்டு உள்ளே பிரவேசிப்பார்கள். பிறகு கதவு சாத்தியாகிவிடும். சாத்தினால் சாத்தியதுதான். அப்புறம் அவரைப் பார்க்க முடியாது.'

பூங்குழலி எதிர்பார்த்தபடியே நடந்தது. மாடிப்படி ஏறியதும் கதவு திறந்தது. சேந்தன் அமுதனை மட்டும் வெளியில் நிறுத்தித் தலைமைப் பிக்ஷு ஏதோ கூறினார். பிறகு திறந்த கதவு வழியாக எல்லாரும் பிரவேசித்தார்கள்.

கதவு படார் என்று சாத்திக்கொண்டது. அது பூங்குழலியின் இதயமாகிய கதவையே அடைப்பது போலிருந்தது.

"இனி இந்தப் பிறவியில் இளவரசரைப் பார்க்கலாம் என்ற நிச்சயமில்லை. அடுத்த ஜன்மத்திலாவது அத்தகைய பாக்கியம் தனக்குக் கிடைக்குமா?" இவ்வாறு எண்ணமிட்டுக் கொண்டே இளவரசர் மறைவதைப் பார்த்துக்கொண்டு நின்றாள் பூங்குழலி.

⊙

11. கொல்லுப்பட்டறை

வந்தியத்தேவன் குதிரையைத் தட்டி விட்டான். பழையாறையைக் குறியாக வைத்துக்கொண்டு போய்க் கொண்டிருந்தான். பழையாறையிலிருந்து வந்த பாதை ஒருவாறு ஞாபகம் இருந்தபடியால் யாரையும் வழிகூடக் கேளாமல் உத்தேசமாகத் திசை பார்த்துக் கொண்டு சென்றான். முதலில் கொஞ்ச தூரம் காட்டுப் பாதை வழியே சென்றான். குதிரை இதனால் மிகவும் கஷ்டப்பட்டுப் போனதை அறிந்தான். வல்லவரையனுக்கும் களைப்பு அதிகமாகவே இருந்தது. அவன் சிறிது நேரமாவது அயர்ந்து தூங்கிப் பல தினங்கள் ஆகிவிட்டன. அவ்வப்போது கண்ணை மூடிக்கொண்டு ஆடி விழுந்ததைத் தவிர நிம்மதியாக ஓரிடத்தில் படுத்துத் தூங்கினோம் என்பது கிடையாது. பழையாறைக்குப் போய் இளவரசியிடம் செய்தியைச் சொல்லிவிட்டால், அப்புறம் அவனுடைய பொறுப்புத் தீர்ந்தது; நிம்மதியாகத் தூங்கலாம். வெகு நேரம் தூங்கலாம்; ஏன், சென்று போன தினங்களுக்கும் சேர்த்து நாள் கணக்கில் தூங்க வேண்டும் என்று திட்டமிட்டான்.

இளவரசி குந்தவையிடம், "தாங்கள் கூறிய பணியை நிறைவேற்றிவிட்டேன்" என்று சொல்லும் போது தனக்கு ஏற்படக் கூடிய மகிழ்ச்சியை அவன் எண்ணிப் பார்த்தான். தேவியின் முகம் அதைக்கேட்டு எவ்வண்ணம் மலர்ந்து பொலியும் என்பதையும் நினைத்தான். அந்த நினைவு அவனுக்கு ரோமாஞ்சனம் உண்டு பண்ணியது.

இன்னொரு விஷயமும் அவனுக்கு நினைவு வந்தது. காஞ்சியிலிருந்து புறப்பட்டதிலிருந்து எத்தனை பொய்யும் புனைசுருட்டும் அவன் சொல்லியிருக்கிறான்? அவசியம் நேரிட்டதனால் தான் கூறினான். ஆயினும் அதையெல்லாம் நினைக்கும்போது அவனுக்கு உள்ளமும் உடலும் குன்றிப் போயின. இளவரசர் அருள்மொழிவர்மரோடு சிறிது காலம் பழகியதனால் அவனுடைய மனப்போக்கே மாறிப் போயிருந்தது. இராஜரீக காரியங்களில் ஈடுபடுகிறவர்களுக்குச் சாணக்கிய தந்திரங்கள் தெரிந்திருக்க வேண்டும் என்று அவன் கருதியிருந்தான். அத்தகைய இராஜரீக தந்திரங்களின் மூலமாக அவனுடைய முன்னோர்கள் இழந்துவிட்ட ராஜ்யத்தைத் திரும்பிப் பெறலாம் என்ற ஆசையும் அவனுக்கு இருந்தது. அந்த எண்ணமெல்லாம் இப்போது மாறிவிட்டது. இளவரசர் அருள்மொழிவர்மரின் நேர்மையையும், சத்திய தீரத்தையும் பார்த்த பிறகு அவனுக்குப் பொய் புனை சுருட்டுகளில் வெறுப்பே உண்டாகிவிட்டது. அவரைக் காப்பாற்றுவதாக எண்ணிக்கொண்டு மந்திரவாதியின் காது கேட்க நேற்றிரவு அவன் கூறிய பொய்யையும் எண்ணிக் கொண்டான். அதனால் ஏதாவது விபரீதம் நேராமல் இருக்க வேண்டுமே என்று நினைத்தபோது அவன் நெஞ்சு துணுக்கமுற்றது. அதை வேறு யாராவது கேட்டிருந்தால்? ஒருவேளை குந்தவை தேவியிடமே யாரேனும் சொல்லி வைத்தால்? இளைய பிராட்டி நம்பிவிட மாட்டாள்! ஆயினும் எவ்வளவு பெரிய ஆபத்து?

இனி, இவ்வாறெல்லாம் இல்லாததைப் புனைந்து கூறுவதையே விட்டுவிடவேண்டும். உண்மையைச் சொல்ல வேண்டும்; அதனால் கஷ்டம் வந்தால் சமாளிக்க வேண்டும். அந்த வீர வைஷ்ணவனைப் போன்றவர்களும், ரவிதாசனைப் போன்றவர்களும் ஒற்றர் வேலை செய்யட்டும். நமக்கு என்னத்திற்கு அந்தத் தொல்லை? வாளின் துணை கொண்டு நமக்குக் கிடைக்கும் வெற்றி கிடைக்கட்டும். அதுவே போதும், அதனால் உயிரை இழந்தாலும் சரிதான். தந்திர மந்திரங்களையெல்லாம் இனி விட்டுவிட வேண்டியதுதான்.

இவ்வாறு எண்ணமிட்டுக் கொண்டே சென்றதில் குதிரையின் வேகம் தடைப்பட்டதை அவன் சிறிது நேரம் கவனிக்கவில்லை. ஏன், குதிரை மீதிலிருந்து சிந்தனை செய்து கொண்டே போனதில் கொஞ்சம் கண்ணயர்ந்தும் விட்டான். குதிரை ஓரிடத்தில் தடுமாறிக் குனிந்தபோது அவன் திடுக்கிட்டு விழித்துக்கொண்டான். குதிரை தனது முன்னங்கால் ஒன்றைத் தரையில் ஊன்றி வைக்க முடியாமல் தத்தளித்தது தெரிந்தது. உடனே கீழே இறங்கினான், குதிரையைத் தட்டிக் கொடுத்து விட்டு ஊனமடைந்ததாகத்

தோன்றிய முன்னங்காலை எடுத்துப் பார்த்தான். அதன் அடிப்புறத்தில் ஒரு சிறிய கூரிய கல் பொத்துக்கொண்டிருந்தது. அதை லாகவமாக எடுத்து எறிந்தான். நல்லவேளை; பெரிய காயம் ஒன்றும் படவில்லை. மறுபடியும் குதிரையைத் தட்டிக் கொடுத்து உற்சாகப்படுத்தி விட்டு அதன் முதுகின்மீது ஏறிக்கொண்டான். கப்பலில் அரபு நாட்டார் பேசிக்கொண்டது நினைவு வந்தது:

"தமிழ் நாட்டார் கொடூரமானவர்கள்; அறிவும் இல்லாதவர்கள்! குதிரைகளின் குளம்புக்குக் கவசம் அடிக்காமல் வெறுங்காலினால் ஓடச் செய்கிறார்கள். அப்படி ஓடும் குதிரைகள் எத்தனை நாள் உயிரோடிருக்கும்?"

இதை நினைத்துக்கொண்டே வந்தியத்தேவன் குதிரையை ஓட்டினான். வீரர்கள் போர்க்களத்துக்குப் போகும்போது மார்பிலே கவசம் தரிப்பார்கள். குதிரைக் குளம்புக்கு இரும்புக் கவசம் போடுவது அதிசயமான காரியந்தான். ஆயினும் அம்மாதிரி வேறு தேசங்களில் செய்வதுண்டு என்று முன்னமே கேள்விப்பட்டிருந்தான். முதன்முதலாக எதிர்ப்படும் கொல்லுப்பட்டறையில் இதைப்பற்றிக் கேட்க வேண்டியதுதான். முடியுமானால் இந்தக் குதிரையின் குளம்புக்கே கவசம் அடித்துப் பார்க்கலாம். இல்லாவிடில், இது பழையாறை வரை போய்ச் சேர்வதே கடினம். நடுவில் இது விழுந்துவிட்டால் வேறு குதிரை சம்பாதிக்க வேண்டும். எப்படிச் சம்பாதிப்பது? யாரிடமாவது திருடத்தான் வேண்டும்! சீச்சீ! அந்த நினைவே வந்தியத்தேவனுக்கு வெட்கத்தை உண்டாக்கியது.

காட்டுப் பாதையிலிருந்து உத்தேசமாகக் குதிரையைத் திசை மாற்றிவிட்டுக் கொண்டு போய் வந்தியத்தேவன் இராஜபாட்டையை அடைந்தான். வந்தது வரட்டும்; இனிமேல் இராஜபாட்டை வழியாகத்தான் போகவேண்டும். தன்னைத் தெரிந்தவர்கள் யாரும் இந்தப் பக்கத்தில் இருக்க முடியாது. பழுவேட்டரையர் பரிவாரங்கள் பின்னாலேதான் வரும். மந்திரவாதியும் அப்படித்தான். ஆகையால் அபாயம் ஒன்றுமில்லை. மேலும், இராஜபாட்டையோடு போனால் கொல்லுப் பட்டறை எங்கேயாவது இருக்கும். அதில் குதிரைக் குளம்புக்கு இரும்புக் கவசம் போட முடியுமா என்று பார்க்கலாம்.

வந்தியத்தேவன் எதிர்பார்த்தது வீண் போகவில்லை. சிறிது தூரம் சென்றதும், ஒரு கிராமம் தென்பட்டது. கிராமத்தில் ஏதோ ஒருவிதக் கிளர்ச்சி ஏற்பட்டிருந்ததாகத் தோன்றியது. ஒரு பக்கத்தில் வீதிகளிலும், வீடுகளிலும் தோரணங்கள் கட்டி அலங்கரித்திருந்தார்கள். ஒருவேளை பெரிய பழுவேட்டரையர் இந்தப் பக்கமாய் வரப்போகிறார் என்று அறிந்து இப்படி ஊரை அலங்காரம் செய்திருக்கலாம். பழுவேட்டரையரும், அவர் பரிவாரமும் வருவதற்குள் தான் வெகுதூரம் போய்விடலாம் என்பது நிச்சயம்.

மற்றொரு பக்கத்தில் கிராமத்து ஜனங்கள் - ஸ்திரீகள், புருஷர்கள், வயோதிகர்கள், சிறுவர் சிறுமிகள் அனைவரும் அங்கங்கே கும்பல் கும்பலாக நின்று கவலையுடன் பேசிக் கொண்டிருந்தார்கள். விஷயம் என்னவாயிருக்குமென்று அவனால் ஊகிக்க முடியவில்லை. அவர்களில் சிலர் குதிரையில் வருகிறவனைக் கண்டதும் அவனை நிறுத்தும் எண்ணத்தோடு அருகில் வந்தார்கள். வந்தியத்தேவன் அதற்கு இடங்கொடாமல் குதிரையைத் தட்டி விட்டுக்கொண்டு மேலே போனான். வீண் வம்புகளில் அகப்பட்டுக்கொள்ள அவன் இஷ்டப்படவில்லை.

கிராமத்தைத் தாண்டியதும் சாலை ஓரத்தில் கொல்லுப் பட்டறை ஒன்று இருக்கக் கண்டான். அதைக் கடந்து மேலே செல்ல அவனுக்கு மனம் வரவில்லை. குதிரையை நிறுத்திவிட்டுப் பட்டறைக்குள் சென்றான்.

பட்டறைக்குள் கொல்லன் ஒருவன் வேலை செய்து கொண்டிருக்கக் கண்டான். ஒரு சிறுவன் துருத்து ஊதிக் கொண்டிருந்தான். வந்தியத்தேவன் உள்ளே பிரவேசித்த அதே சமயத்தில் இன்னொரு மனிதன் பின்பக்கமாக மறைந்ததாகவும் அவனுக்குத் தோன்றியது. ஆனால் இதிலெல்லாம் அவன் கவனம் சொல்லவில்லை. கொல்லன்

கையில் வைத்துக் கொண்டிருந்த வாள் அவனுடைய கண்ணையும் கருத்தையும் ஒருங்கே கவர்ந்தது. அது ஓர் அபூர்வமான வாள். பட்டறையில் வைத்துக் கொல்லன் அதைச் செப்பனிட்டுக் கொண்டிருந்ததாகத் தோன்றியது. அதன் ஒரு பகுதி பளபளவென்று வெள்ளியைப் போலப் பிரகாசித்தது. இன்னொரு பகுதி நெருப்பிலிருந்து அப்போதுதான் எடுக்கப்பட்டிருந்தபடியால் தங்க நிறச் செந்தழல் பிழம்பைப்போல் ஜொலித்தது.

"வாள் என்றால் இதுவல்லவா வாள்!" என்று வந்தியத்தேவன் தன் மனத்திற்குள் எண்ணி வியந்தான்.

⊙

12. "தீயிலே தள்ளு!"

கொல்லன் சிறிது நேரம் தன் வேலையிலேயே கவனமாயிருந்தான். வந்தியத்தேவன் இரண்டு மூன்று தடவை கனைத்த பிறகு நிமிர்ந்து பார்த்தான்.

"யார், அப்பனே, நீ! உனக்கு என்ன செய்ய வேண்டும்? வாள், வேல் ஏதாவது வேண்டுமா? வாளுக்கும் வேலுக்குந்தான் இப்போதெல்லாம் தேவையில்லாமல் போய்விட்டதே? நீ வாளுக்கு எங்கே வந்திருக்கப் போகிறாய்?" என்றான் கொல்லன்.

"என்ன ஐயா, இவ்வாறு சொல்கிறீர்? உம்முடைய கையில் வாளை வைத்து வேலை செய்துகொண்டே வாளுக்குத் தேவையில்லையென்கிறீரே?" என்றான் வந்தியத்தேவன்.

"இது ஏதோ அபூர்வமாக வந்த வேலை; பழைய வாளைச் செப்பனிடுவதற்காகக் கொண்டு வந்தார்கள். சில வருஷங்களுக்கு முன்னால் பாண்டிய நாட்டுப் போரும், வட பெண்ணைப் போரும் நடந்து கொண்டிருந்தபோது இந்தப் பட்டறையில் மலை மலையாக வேலும் வாளும் குவிந்திருக்கும். இலங்கை யுத்தம் ஆரம்பமான புதிதில் கூட ஆயுதங்களுக்குக் கிராக்கியிருந்தது. இப்போது வாளையும் வேலையும் கேட்பாரில்லை. பழைய வாள்களையும் வேல்களையும், என்னிடம் கொண்டு வந்து விற்பதற்காக வருகிறார்கள். நீ கூட அதற்காகத்தான் ஒருவேளை வந்தாயா என்ன?"

"இல்லை, இல்லை! இன்னும் சில காலத்துக்கு எனக்கு வாள் தேவையாயிருக்கிறது. ஒப்புக்கொண்ட வேலையை முடித்து விட்டால், அப்புறம் கையில் தாளத்தை எடுத்துக் கொண்டு தேவாரம் பாடிக்கொண்டு சிவ ஸ்தலயாத்திரை புறப்படுவேன். அப்போது வேணுமானால் என் ஆயுதங்களை உம்மிடமே கொண்டு வந்து கொடுத்து விடுகிறேன்."

"பின்னே, இப்போது எதற்காக என்னைத் தேடி வந்தாய்?"

"என்னுடைய குதிரையைக் காட்டிலும் மேட்டிலும் விட்டுக் கொண்டு வந்தேன். இன்னும் வெகுதூரம் போயாக வேண்டும். குதிரைகளின் கால் குளம்புக்கு இரும்புக் கவசம் போடுவதாமே! அது உம்மால் முடியுமா?"

"ஆம், அரேபியா தேசத்தில் அப்படித்தான் வழக்கம். இங்கேயும் சிலர் இப்போது குதிரைக் குளம்புக்கு இரும்பு லாடம் அடிக்கத் தொடங்கியிருக்கிறார்கள். எனக்கும் கொஞ்சம் அந்த வேலையில் பழக்கம் உண்டு."

"என் குதிரைக்கு லாடம் போட்டுத் தருவீரா?"

"அதற்கு நேரம் அதிகம் பிடிக்கும். கையில் உள்ள வேலையை முடித்துவிட்டுத்தான் உன் வேலையை எடுத்துக் கொள்ள முடியும்."

வந்தியத்தேவன் யோசித்தான், அவனுக்கும் களைப்பாயிருந்தது. குதிரையும் கஷ்டப்பட்டுப் போயிருந்தது. சிறிது நேரம் காத்திருந்து, அதன் குளம்புகளுக்குக் கவசம் போட்டுக்கொண்டே போவது என்று முடிவு செய்தான்.

"கைவேலை முடியும் வரையில் காத்திருக்கிறேன், அப்புறமாவது உடனே செய்து தருவீர் அல்லவா?"

"அதற்கென்ன, ஆகட்டும்!"

வந்தியத்தேவன் சற்றுநேரம் கொல்லன் காய்ச்சிச் செப்பனிட்ட வாளையே பார்த்துக்கொண்டிருந்தான்.

"இந்த வாள் அபூர்வமான வேலைப்பாடு அமைந்ததா யிருக்கிறதே? இராஜகுலத்து வாள் மாதிரி அல்லவா இருக்கிறது? இது யாருடைய வாள்?" என்றான்.

"அப்பனே! இங்கிருந்து கொஞ்ச தூரத்தில் அரிச்சந்திர நதி என்று ஓர் ஆறு ஓடுகிறது."

"நானும் கேள்விப்பட்டிருந்தேன். அதனால் என்ன?"

"நான் அரிச்சந்திர நதிக்குச் சென்று அடிக்கடி தலை முழுகி வருவது வழக்கம்."

"மிக்க நல்ல காரியம். போகும் இடத்துக்குப் புண்ணியம்."

"ஆகையால் கூடிய வரையில் மெய்யே சொல்லுவதென்றும், பொய் சொல்லுவதில்லையென்றும் வைத்துக் கொண்டிருக்கிறேன்."

"அதற்கு என்ன ஆட்சேபம்? உம்மை யார் பொய் சொல்லச் சொன்னது? நான் சொல்லவில்லையே?"

"நீ என்னை இந்த வாளைப் பற்றி ஒன்றும் கேள்வி கேட்காமலிருந்தால், நானும் பொய் சொல்லாமலிருக்கலாம்!"

"ஓஹோ! அப்படியா சமாசாரம்?" என்று வந்தியத்தேவன் மனத்திற்குள் எண்ணிக் கொண்டான்.

"நான் கேள்வியும் கேட்கவில்லை. நீர் விரத பங்கமும் செய்ய வேண்டாம். கைவேலையைச் சீக்கிரம் முடித்துவிட்டு, என் வேலையை எடுத்துக்கொண்டு செய்து கொடுத்தால் போதும்!"

கொல்லன் மௌனமாகத் தன் வேலையில் கவனம் செலுத்தினான்.

வந்தியத்தேவன் வாளைச் சிறிது நேரம் உற்றுப் பார்த்துக் கொண்டிருந்தான். அதன் அடிப்பகுதியில், பிடியின் பக்கத்தில் மீன் உருவம் பொறிக்கப்பட்டிருப்பதைப் பார்த்து வியந்தான். மீன் உருவம் எதற்காக? அதற்கு ஏதேனும் பொருள் உண்டா? வெறும் அலங்காரத்துக்குத்தானா?

கொல்லன் அந்த மீன் உருவம் உள்ள இடத்தை மறுபடியும் தீயில் காட்டிக் காய்ச்சி அதன் பேரில் சுத்தியால் அடித்தான் மீன் உருவம் தெரியாமல் மறைப்பதுதான் அவனுடைய நோக்கம் என்று தோன்றியது. எதற்காக இக்காரியம் என்று வல்லவரையன் யோசனை செய்தான். யோசனை செய்துகொண்டிருக்கும்போதே, அவன் கண்கள் சுழலத் தொடங்கின. பல நாளாக அவனால் விரட்டியடிக்கப்பட்டு வந்த நித்திராதேவி இப்போது தன் மோக மாயவலையை அவன் பேரில் பலமாக வீச ஆரம்பித்தாள். வந்தியத்தேவன் அதிலிருந்து தப்ப முடியவில்லை. சிறிது நேரம் உட்கார்ந்தபடியே ஆடி விழுந்தான். பிறகு அப்படியே கொல்லன் உலைக்குப் பக்கத்தில், படுத்துத் தூங்கிப் போனான்.

தூக்கத்தில் வல்லவரையன் பல பயங்கரக் கனவுகள் கண்டான். கத்தியைப் பற்றியே ஒரு கனவு. ஒருவன் வந்து கொல்லனிடம் கத்தியைத் திரும்பக் கேட்டான். கொல்லன் கொடுத்தான். "என்ன கூலி வேண்டும்?" என்று அவன் கேட்டான். "கூலி ஒன்றும் வேண்டாம். பழுவூர் இளையராணிக்கு நான் அளிக்கும் காணிக்கையாயிருக்கட்டும்" என்றான் கொல்லன்.

"ஜாக்கிரதை! இந்த விஷயம் யாருக்கும் தெரியக்கூடாது. முக்கியமாக, பழுவூர் இளைய ராணியின் பெயரைச் சொல்லவே சொல்லாதே! சொன்னால் என்ன செய்வோம் தெரியுமா?..."

"நான் எதற்காக ஐயா, பழுவூர் ராணியின் பெயரைச் சொல்லப் போகிறேன்? ஒருவரிடமும் சொல்ல மாட்டேன்."

"இதோ இங்கே யாரோ ஒரு வாலிபன் படுத்திருக்கிறானே! சப்தம் போட்டுப் பேசுகிறாயே?"

"அவன் ஆழ்ந்த நித்திரையில் இருக்கிறான். இடிஇடித்தாலும் அவனுக்குக் காது கேட்காது."

"ஒருவேளை அவனுக்குத் தெரிந்துவிட்டது என்று தோன்றினால் இந்த உலைக் களத்தின் நெருப்பில் அவனைத் தூக்கிப் போட்டு வேலை தீர்த்துவிடு!"

இந்தச் சம்பாஷணையின் முடிவில் கொல்லனும், கத்திக்கு உடையவனும் வந்தியத்தேவனை இழுத்துப் போய் உலைக் களத்தில் போடப் போவதாக வந்தியத்தேவன் கனவு கண்டான். பிறகு அந்தக் கனவு மாறியது.

வந்தியத்தேவனை யம தூதர்கள் நரகத்துக்கு அழைத்துச் சென்றார்கள். யம தர்மராஜன் பூலோகத்தில் வந்தியத்தேவனுடைய நடவடிக்கைகளைப் பற்றி விசாரித்தான். "பொய் சொல்வதில் இவன் நிபுணன். எத்தனை பொய்தான் சொல்லியிருக்கிறான் என்பதற்கு அளவே கிடையாது" என்றான் சித்திரகுப்தன் கையிலிருந்த ஓலையைப் பார்த்துவிட்டு.

"இல்லை, இல்லை! எல்லாம் சக்கரவர்த்தி குடும்பத்தாரின் சேவையிலேதான் சொன்னேன். எடுத்த காரியத்தைச் செய்து முடிப்பதற்காகச் சில பொய்களைச் சொன்னேன்."

"எதற்காகச் சொல்லியிருந்தாலும் பொய் பொய்தான். தள்ளுங்கள் இவனை நரகத்தின் பெரிய நெருப்புக் குழியில்!" என்றான் யமன். உடனே நரகத்தின் உட்புறத்திலிருந்து நூறாயிரம் குரல்கள் பயங்கரமாக ஊளையிட்டன.

யம தூதர்கள் அவனை அழைத்துப் போனார்கள். பயங்கரமாகக் கொழுந்து விட்டெரிந்த பெரு நெருப்பில் அவனைத் தள்ளுவதற்கு ஆயத்தம் செய்தார்கள். அந்த யம தூதர்கள் இருவரையும் பார்த்தால், முகங்கள் பழுவேட்டரையர்களின் முகங்களைப் போலிருந்தன. அதைப் பற்றி அவன் திடுக்கிட்டு நிற்கையில் குந்தவைதேவி அங்கே வந்தாள். "என்னுடைய கட்டளையை நிறைவேற்றுவதற்காகவே அவர் பொய் சொன்னார். ஆகையால், அவருக்குப் பதிலாக என்னை நெருப்பில் போடுங்கள்!" என்று கூறினாள்.

இந்தச் சமயத்தில் நந்தினி தேவியும் அங்கு எப்படியோ வந்து சேர்ந்தாள். "இரண்டு பேரையுமே சேர்த்து நெருப்பிலே போட்டு விடுங்கள்!" என்றாள் அந்தப் புண்ணியவதி. யம தூதர்கள் அவர்கள் இருவரையும் பிடித்து நெருப்பில் தள்ளப் போனார்கள். "ஐயோ வேண்டாம்" என்று வந்தியத்தேவன் அலறிக்கொண்டு திமிறினான்; கண் விழித்து எழுந்து உட்கார்ந்தான். கண்டது கனவு என்ற எண்ணம் ஆறுதல் கொடுத்தது. ஆனால் எல்லாம் உண்மையாக நடந்தது போலவே தோன்றியபடியால் அவன் உடம்பு இன்னும் நடுங்கிக்கொண்டிருந்தது.

'சேச்சே! இனிமேல் எக்காரணத்திற்காகவும் பொய் சொல்லக்கூடாது' என்று தீர்மானித்துக் கொண்டான்.

"ரொம்ப நேரம் தூங்கிப்போய் விட்டேனா!" என்று கொல்லனைப் பார்த்துக் கேட்டான்.

"அப்படி ரொம்ப நேரம் ஆகிவிடவில்லை, இரண்டு ஜாமந்தான். அப்பனே! நீ கும்பகர்ணன் வம்சத்தில் வந்தவனோ? பட்டப்பகலில் இப்படித் தூங்குகிறாயே? இரவிலே எப்படித் தூங்கமாட்டாய்?" என்றான் கொல்லன்.

"கடவுளே! இரண்டு ஜாம நேரமா தூங்கி விட்டேன்? குதிரைக் குளம்புக்குக் கவசம் செய்தாகிவிட்டதா?"

"இனிமேல்தான் செய்யவேண்டும். ஆனால் உன்னைப் போன்ற தூங்கு மூஞ்சிக்கு அதனால் என்ன பயன்? நீ குதிரையையே பறிகொடுத்து விடுவாய்! இன்னும் உன்னையே கூடப் பறிகொடுத்து விடுவாய்!"

வந்தியத்தேவனுக்குத் தூக்கி வாரிப் போட்டது. அவன் மனத்தில் ஒரு சந்தேகம் உதித்தது. எழுந்து ஓடிப் போய் வாசற்பக்கம் பார்த்தான். குதிரையை நிறுத்திய இடத்தில் அதைக் காணோம்!

"ஐயோ! குதிரை எங்கே?" என்று இரைச்சல் போட்டுக் கொண்டே உடைவாளின் பிடியில் கை வைத்தான்.

"பயப்படாதே! உன் குதிரை பத்திரமாயிருக்கிறது. கொல்லைப்புறத்தில் போய்ப் பார்!"

வந்தியத்தேவன் கொல்லைப்புறம் சென்று பார்த்தான். அங்கே மூன்று பக்கம் அடைக்கப்பட்ட கீத்துக் கொட்டகையில் அவனுடைய குதிரை நின்றுகொண்டிருந்தது. கொல்லன் உலைக்களம் ஊதிய சிறுபிள்ளை அதன் வாயில் புல் கொடுத்துக் கொண்டிருந்தான். வந்தியத்தேவனைப் பார்த்ததும் குதிரை உடலைச் சிலிர்த்துக் கொண்டு கனைத்தது.

"ஐயா! இங்கே வந்து கொஞ்சம் உங்கள் குதிரையைப் பார்த்துக் கொள்ளுங்கள். இதன் குளம்புகளுக்கு அளவு எடுக்க வேண்டும்!" என்றான் பையன்.

வந்தியத்தேவன் குதிரை அருகில் சென்று அதைத் தடவிக் கொடுத்துக் கொண்டு நின்றான். பையன் குதிரையின் குளம்புக்கு அளவு எடுத்தான்.

"இதை யார் இங்கே கொண்டு வந்து கட்டினார்கள்?" என்று வந்தியத்தேவன் கேட்டான்.

"நான்தான் கட்டினேன்."

"எதற்காக?"

"அப்பா கட்டச் சொன்னார்."

"அது எதற்காக?"

"இந்த ஊர் வழியாகச் சற்று முன்னால் பெரிய பழுவேட்டரையரும், அவர் பரிவாரங்களும் போனார்கள். குதிரையை வாசலில் பார்த்திருந்தால் கட்டாயம் கொண்டு போயிருப்பார்கள்."

வந்தியத்தேவனுக்குப் பழைய ஞாபகம் – திருநாராயணபுரத்து ஞாபகம் – வந்தது. தான் செய்த தவறை எண்ணி வெட்கம் அடைந்தான். கொல்லனிடமும், அவன் மகனிடமும் மனத்திற்குள் நன்றி உணர்ச்சி கொண்டான்.

குதிரையின் குளம்புக்கு அளவு எடுத்துக் கொண்டதும் இருவரும் உலைக் களத்துக்குள் வந்தார்கள். கொல்லன் இரும்புத்துண்டை எடுத்துக் குளம்பைப் போல் வளைத்து வேலை செய்யத் தொடங்கினான்.

"என் குதிரையைக் காப்பாற்றிக் கொடுத்தீரே? அதற்காக மிக்க வந்தனம்" என்றான் வல்லவரையன்.

"என்னைத் தேடி வருகிறவர்களுடைய உடைமையை நான் காப்பாற்றிக் கொடுக்க வேண்டுமல்லவா? அது என் கடமை."

"பழுவேட்டரையர் பரிவாரம் இந்தப் பக்கம் போய் எத்தனை நேரம் இருக்கும்?"

"இரண்டு நாழிகைக்கு மேலேயிருக்கும். அவ்வளவு ஆர்ப்பாட்டத்துக்கும் நீ தூங்கிக்கொண்டிருந்தாயே, அதை நினைத்தால்தான் எனக்கு வியப்பாக இருக்கிறது."

"நான்தான் தூங்கிப் போய் விட்டேன். இத்தனை நேரம் நீர் வீணாக்கி விட்டீரே? அவர்கள் போன பிற்பாடாவது வேலையை உடனே ஆரம்பித்திருக்கலாமே?"

"எப்படி ஆரம்பிப்பது? அவர்கள் கொண்டு வந்த செய்தியைக் கேட்ட பிறகு, யாருக்கு வேலை செய்ய மனம் வரும்? உனக்காக மனத்தைத் திடப்படுத்திக் கொண்டு இதை நான் செய்கிறேன். எங்கிருந்து அப்பனே நீ வருகிறாய்?"

அவர்கள் கொண்டு வந்த செய்தி என்னவாயிருக்கும் என்று யோசித்துக்கொண்டே வந்தியத்தேவன், "இலங்கையிலிருந்து வருகிறேன்" என்றான்.

கொல்லன் அவனுடைய முகத்தை ஏற இறங்கப் பார்த்தான். பிறகு குரலைத் தாழ்த்திக்கொண்டு, "இலங்கையில் இருந்தபோது இளவரசர் அருள்மொழிவர்மரைப் பார்த்தாயா?" என்றான்.

உண்மையே சொல்லுவதென்று சற்றுமுன் சங்கல்பம் செய்து கொண்டிருந்த வந்தியத்தேவன், "பார்த்தேன்" என்றான்.

"கடைசியாக அவரை நீ எப்போது பார்த்தாய்?"

"இன்று காலையில் பார்த்தேன்."

கொல்லன் வந்தியத்தேவனைக் கோபமாய் நோக்கினான்.

"விளையாடுகிறாயா தம்பி?"

"இல்லை ஐயா! உண்மையைத்தான் சொன்னேன்."

"இளவரசர் இப்போது எங்கேயிருக்கிறார் என்று கூடச் சொல்வாய் போலிருக்கிறதே?"

"ஓ! கேட்டால் சொல்லுவேன்!"

"இளவரசர் எங்கே இருக்கிறார், சொல் பார்க்கலாம்."

"நாகைப்பட்டினம், சூடாமணி விஹாரத்தில் இருக்கிறார்!"

"அப்பனே நானும் எத்தனையோ பொய்யர்களைப் பார்த்திருக்கிறேன். உன்னைப் போல் கட்டுக்கதை புனைந்துரைக்கக் கூடியவர்களைப் பார்த்ததேயில்லை."

வந்தியத்தேவன் தன் மனத்திற்குள் சிரித்துக் கொண்டான். புனைந்து கூறும் பொய்யை நம்புவதற்கு எல்லாரும் ஆயத்தமாயிருக்கிறார்கள். உண்மையைச் சொன்னால் நம்ப மறுக்கிறார்கள். இது நமது ஜாதக விசேஷம் போலும்!

"தம்பி! நீ இலங்கையிலிருந்து எப்போது புறப்பட்டாய்?"

"நாலு நாளைக்கு முன்னால்!"

"அதனாலேதான் உனக்குச் செய்தி தெரியவில்லை."

"என்ன செய்தி ஐயா?"

"பொன்னியின் செல்வரைக் கடல் கொண்டுவிட்டது என்ற செய்திதான்!"

வந்தியத்தேவன் கஷ்டப்பட்டுத் திடுக்கிடுவதுபோல் பாசாங்கு செய்தான்.

"ஐயோ, அப்படியா! யார் சொன்னார்கள்?"

"நேற்று முதல் இங்கெல்லாம் அப்படிப் பேச்சாயிருந்தது. இன்றைக்குப் பழுவேட்டரையர் இவ்வழியாகப் போனபோது ஊர்த்தலைவர்கள் அவரைக் கேட்டார்கள். அந்தச் செய்தி உண்மைதான் என்று பழுவேட்டரையர் கூறினார். அந்தச் சண்டாளப் பாவியின் தலையில் இடி விழவில்லையே!"

"ஏன் அந்தக் கிழவரை வைகிறாய்?"

"அவராலேதான் இது நடந்திருக்கிறது. ஏதோ சூழ்ச்சி செய்து இளவரசரை அவரே கடலில் மூழ்க அடித்து விட்டார் என்று ஊரார் சொல்கிறார்கள். அதனால் அவருக்காக ஏற்பாடு செய்திருந்த உபசாரங்களையும் நிறுத்திவிட்டார்கள்."

"இளவரசர் மீது இந்த ஊராருக்கு அவ்வளவு பிரியமா?"

"கேட்க வேண்டுமா? ஊர் மக்கள் அவ்வளவு பேரும் இப்போது கண்ணீரும் கம்பலையுமாயிருக்கிறார்கள். இந்த ஊரார் மட்டும் என்ன? சோழநாடு முழுவதும் ஓலமிட்டு அழப் போகிறது. பழுவேட்டரையர்களைச் சபிக்கப் போகிறது. ஏற்கெனவே, சக்கரவர்த்தி நோய்வாய்ப்பட்டிருக்கிறார். இந்தச் செய்தி கேட்டு என்ன பாடு படுவாரோ, தெரியாது. இன்னும் என்னவெல்லாம் விபரீதங்கள் நடக்குமோ? சில நாளாக வானத்தில் தூமகேது தோன்றி வருகிறதே? அதற்கு ஏதேனும் நடந்துதானே தீரவேண்டும்?"

நடக்ககூடிய விபரீதங்கள் என்னவாயிருக்கக் கூடும் என்று வந்தியத்தேவன் எண்ணிப் பார்த்தான். தான் கூறியதை இந்தக் கொல்லன் நம்பாமலிருந்ததே நல்லதாய்ப் போயிற்று. தான் இனிமேல் பொய் சொல்லாவிட்டாலும், இளவரசரைப் பற்றிய உண்மையைச் சொல்ல வேண்டிய அவசியமும் இல்லை. இளையபிராட்டி ஏதோ முக்கிய காரணத்திற்காகத் தானே அவரைச் சூடாமணி விஹாரத்தில் இருக்கச் சொல்லியிருக்கிறார்! இளவரசியைக் கண்டு பேசிய பிறகு, அவர் சொல்லும் யோசனைப்படி நடந்துகொள்ள வேண்டும்.

"தம்பி! என்ன யோசிக்கிறாய்?" என்றான் கொல்லன்.

"நடுக்கடலில் சுழற்காற்றில் நானும் அகப்பட்டுக் கொண்டேன். கடவுள் அருளால் நான் தப்பிப் பிழைத்ததை நினைத்துப் பார்த்துக் கடவுளுக்கு நன்றி செலுத்துகிறேன்."

"கடவுள் அருள் என்பது ஒன்று இருக்கிறதா, என்ன?"

"பெரியவரே! அது என்ன அப்படிச் சொல்கிறீர்?"

"கடவுள் அருள் என்பதாக ஒன்று இருந்தால் பழுவேட்டரையர்களின் அக்கிரமங்கள் இன்னும் நடந்து கொண்டிருக்குமா! பொன்னியின் செல்வர் கடலில் மூழ்கியிருப்பாரா?"

"பெரியவரே! பழுவேட்டரையர் அதிகாரத்தில் உள்ளவர்கள். அவர்களைப் பற்றி இப்படியெல்லாம் பேசலாமா? யார் காதிலாவது விழுந்தால்? கொஞ்சம் ஜாக்கிரதையாயிருங்கள்."

"என்னைவிட நீதான் ஜாக்கிரதையாகயிருக்க வேண்டும். நானாவது விழித்துக்கொண்டிருக்கும் போது பேசுகிறேன். நீ தூக்கத்தில் உளறுகிறாய்!"

"ஐயையோ? என்ன உளறினேன்?"

"பழுவேட்டரையர்களை யம தூதர்கள் என்று சொன்னாய். பழுவூர் இளைய ராணியைப் பெண் பேய் என்று சொன்னாய். நீ சொன்னது என்னமோ உண்மைதான். ஆனால் என்னைத் தவிர வேறு யார் காதிலாவது விழுந்தால் உன் கதி என்ன? நீ அப்படிப் பிதற்றிக்கொண்டிருக்கிற சமயத்திலேதான் அந்தச் சாலை வழியாகப் பழுவேட்டரையர்களின் பரிவாரங்கள் போயின. எனக்கு ரொம்பத் திகிலாய்ப் போய்விட்டது."

"நீர் என்ன செய்தீர்?"

"வாசற் பக்கம் போய் நின்று இந்த உலைக் களத்தின் கதவையும் சாத்திக் கொண்டேன். அதற்கு முன்னால் உன் குதிரையைக் கொல்லைப்புறம் கொண்டு போய்க் கட்டியாயிற்று."

"தூக்கத்தில் நான் இன்னும் ஏதாவது உளறினேனா?"

"உளறலுக்குக் குறைவேயில்லை."

"ஐயோ! என்ன உளறினேன்?"

"நீ இளவரசரைப் பழையாறைக்கு வரும்படி வற்புறுத்தினாய். அவர் பழுவேட்டரையர் கட்டளைப்படி சிறைப்படுவேன் என்றார். இன்னும் என்னவெல்லாமோ சொன்னாய். தம்பி! பழையாறை இளைய பிராட்டியைக் குறித்துக் கூட ஏதேதோ சொன்னாய். ஜாக்கிரதை, அப்பனே! ஜாக்கிரதை!"

வந்தியத்தேவன் வெட்கித் தலை குனிந்தான். இளையபிராட்டியைக் குறித்து அனுசிதமாக ஏதாவது பேசி விட்டோமோ என்று பீதி அடைந்தான். இனிமேல் தூங்குவதாயிருந்தால் தனி அறையில் கதவைத் தாழிட்டுக் கொண்டு தூங்க வேண்டும். அல்லது மனித சஞ்சாரம் இல்லாத காட்டிலோ, பாலைவனத்திலோ, மலைக் குகையிலோ தூங்க வேண்டும்.

"தம்பி! சுழற்காற்றில் நீ எப்படி அகப்பட்டுக் கொண்டாய்? எப்படி தப்பிப் பிழைத்தாய்?"

"நான் ஏறி வந்த கப்பல் இடி விழுந்து கடலில் முழுகி விட்டது. முறிந்த பாய்மரத்தைப் பிடித்துக்கொண்டு வெகு நேரம் மிதந்தேன். பிறகு ஓடக்காரப் பெண் ஒருத்தியின் உதவியால் தப்பிக் கரையேறினேன்."

"இளவரசரும் ஒருவேளை அவ்விதம் தப்பிப் பிழைத்திருக்கலாம் அல்லவா?"

"கடவுள் சித்தமாயிருந்தால் தப்பிப் பிழைத்திருக்கலாம்."

"நேற்றிரவு நீ எங்கே தங்கினாய்?"

"கோடிக்கரையிலேதான் கடற்கரையோரத்தில் பழுவேட்டரையர் பரிவாரங்கள் ஒரே கூட்டமாயிருந்தன. ஆகையால் குழகர் கோவிலில் சிறிது நேரம் படுத்துத் தூங்கினேன். பொழுது விடிவதற்குள் புறப்பட்டு விட்டேன்."

"அதனால்தான் உனக்கு இளவரசர் பற்றிய செய்தி தெரியவில்லை போலிருக்கிறது."

"நீர் தெரியப்படுத்தியதற்காக வந்தனம், ஐயா! நான் பழையாறைக்குக் கூடிய சீக்கிரம் போக வேண்டும் பழுவேட்டரையரின் பரிவாரத்திடம் சிக்காமல் போக வேண்டும். எந்த வழியாகப் போவது நல்லது?"

"பழுவேட்டரையர் தஞ்சாவூர் இராஜபாட்டையில் போகிறார். நீ முல்லையாற்றங்கரையோடு போனால் பழையாறையை அடையலாம்."

"நீங்கள் கொஞ்சம் சீக்கிரமாகவே குதிரைக் குளம்புக்குக் கவசம் அடித்துக் கொடுத்தால் நல்லது."

"இதோ!" என்றான் கொல்லன். வளைத்துக் காய்ச்சியிருந்த இரும்பைச் சுத்தியினால் அடிக்கத் தொடங்கினான்.

"இது பெரிய பழுவேட்டரையருக்கு! இது சின்னப் பழுவேட்டரையருக்கு! இந்த அடி சம்புவரையருக்கு! இது மழவரையருக்கு!" என்று சொல்லிக்கொண்டே அடித்தான். இதிலிருந்து அந்தச் சிற்றரசர்கள் பேரில் நாட்டு மக்கள் எவ்வளவு கோபம் கொண்டிருக்கிறார்கள் என்பதை ஒருவாறு வந்தியத்தேவன் தெரிந்து கொண்டான்.

குதிரைக் குளம்புக்கு லாடம் அடித்து முடிந்தது. செய்து கொடுத்த வேலைக்காகக் கொல்லனுக்குக் காசு தர வந்தியத்தேவன் யத்தனித்தான். கொல்லன் அதைப் பெற்றுக் கொள்வதற்கு மறுத்து விட்டான்.

"நீ நல்ல பிள்ளை என்பதற்காகச் செய்து கொடுத்தேன். காசுக்காகச் செய்து தரவில்லை" என்றான்.

வந்தியத்தேவன் மறுபடியும் கொல்லனுக்கு நன்றி கூறி விட்டு விடைபெற்றுக் கொண்டு புறப்பட்டான்.

புறப்படும் சமயத்தில் கொல்லன், "தம்பி! பழையாறைக்கு நீ எதற்காகப் போகிறாய்?" என்று கேட்டான்.

"ஐயா! நீங்கள் என்னை அதைப் பற்றி ஒன்றும் கேட்காமலிருந்தால், நான் பொய் சொல்ல வேண்டிய அவசியம் ஏற்படாது" என்றான் வல்லவரையன்.

கொல்லன் சிரித்துவிட்டு, "அப்பனே! நீ துரிதமாகக் கெட்டிக்காரன் ஆகி வருகிறாய்! தூங்குகிறபோதும் இவ்வளவு ஜாக்கிரதையாயிரு!" என்று சொல்லி, விடை கொடுத்து அனுப்பினான்.

வந்தியத்தேவன் மறுபடியும் பிரயாணம் தொடங்கிய போது சூரியன் அஸ்தமிக்கும் நேரமாகிவிட்டது. சிறிது நேரத்துக்கெல்லாம் அந்தி மயங்கி இருள் சூழ்ந்து வந்தது. இதற்குள் முல்லையாற்றங்கரையை வல்லவரையன் பிடித்து விட்டான். அதற்கு மேல் ஆற்றங்கரையோடு போக வேண்டியதுதான். வழி விசாரிக்க வேண்டிய அவசியம் கூடக் கிடையாது.

முன்னிருட்டு வேளைதான். ஆனால் வானத்தில் ஆயிரங்கோடி நட்சத்திரங்கள் ஒளிச்சுடர்களாக விளங்கின. முல்லை நதியின் கரைகளில் மரங்கள் அதிகம் இல்லை. சிறிய சிறிய புதர்கள்தான் இருந்தன. ஆகையால் வழி கண்டுபிடித்துப் போவதற்கு வேண்டிய வெளிச்சம் விண்மீன்கள் தந்தன.

வானத்தில் ஜொலித்த நட்சத்திரங்களோடு போட்டியிடுவது போல ஆயிரக்கணக்கான மின்மினிப் பூச்சிகள் நதிக் கரைப்புதர்களைச் சுற்றி வட்டமிட்டு விளையாடிக் கொண்டிருந்தன.

வந்தியத்தேவனுடைய உள்ளத்தில் உற்சாகம் ததும்பியது. அதற்குப் பல காரணங்கள் இருந்தன. நாடெல்லாம் இளவரசரைப் பற்றிய கவலையில் ஆழ்ந்திருக்கும்போது அவனுக்கு மட்டும் அவர் பத்திரமாயிருக்கிறார் என்ற செய்தி தெரிந்திருந்தது. இளவரசரிடம் சோழ நாட்டு மக்கள் எவ்வளவு பிரியம் வைத்திருக்கிறார்கள் என்பதை ஓரளவு தெரிந்து கொள்ள முடிந்தது. மந்திரவாதி ரவிதாஸனை அவன் மறுபடியும் ஏமாற்ற முடிந்ததை நினைக்கக் குதூகலமாயிருந்தது. இதையெல்லாம் விடக் குந்தவை தேவியைச் சீக்கிரத்தில் பார்க்கப் போகிறோம் என்ற எண்ணம் அவனுக்கு எல்லையில்லாத மனக் கிளர்ச்சியை அளித்தது.

வெறுமனேயா பார்க்கப் போகிறான்? இளைய பிராட்டி கூறிய காரியத்தைச் செய்து முடித்து விட்டுப் பார்க்கப் போகிறான்! அந்தக் காரியத்துக்கு ஏற்பட்ட தடங்கல்களையெல்லாம் நினைத்து, அவற்றையெல்லாம் தான் எதிர்த்து வெற்றி கொண்டதையும் எண்ணி அவன் பெருமிதம் அடைந்தான். நாளை மாலை இந்த நேரத்துக்குள் இளையபிராட்டியைச் சந்தித்து விடுவோம் என்பதில் சந்தேகமில்லை. ஆகா! அந்தச் சந்திப்பைக் குறித்து எண்ணும்போதே அவனுக்கு மெய்சிலிர்த்தது.

நட்சத்திரச் சுடர்களால் விளங்கிய வானமும், மின்மினி பறந்த பூமியும், சலசலவென்ற சப்தத்துடன் ஓடிய முல்லையாற்று வெள்ளமும், மந்த மந்தமாக வந்த குளிர்ப் பூங்காற்றும் வந்தியத்தேவனைப் பரவசமடையச் செய்தன. வானமும் பூமியும் ஒரே ஆனந்த மயமாக அவனுக்கு அச்சமயம் தோன்றின. பழைய காதல் பாட்டு ஒன்று அவனுக்கு நினைவு வந்தது. தான் வாய்விட்டு உற்சாகமாகப் பாடுவதற்குத் தகுந்த இடந்தான் இது. சுற்றுப்புறமெங்கும் மனித சஞ்சாரமே கிடையாது. ஏன் பட்சிகள் கூடக் கூடுகளிலே சென்று அடங்கிவிட்டன. அவன் பாடுவதற்குத் தடை என்ன இருக்கிறது? இதோ அவன் பாடிய பாட்டு. யாரை மனத்தில் நினைத்துக்கொண்டு பாடினான் என்று சொல்ல வேண்டியதில்லை அல்லவா?

“வானச் சுடர்க ளெல்லாம்
மானே உந்தனைக் கண்டு
மேனி சிலிர்க்குதடி அங்கே
மெய்மறந்து நிற்குதடி!
தேனோ உந்தன் குரல்தான்
தென்ற லோஉன் வாய் மொழிகள்
மீனொத்த விழி மலர்கள் கண்டால்
வெறி மயக்கம் தருவதேனோ?”

வந்தியத்தேவன் இப்படிப் பாடி முடித்தானோ இல்லையோ, அவனுடன் போட்டி போடுவது போலத் தூரத்தில் நரிகள் ஊளையிடத் தொடங்கின.

அதே சமயத்தில் மனிதக் குரலில் கலகலவென்று சிரிக்கும் சத்தம் கேட்டது.

வந்தியத்தேவன் சிறிது மிரண்டு சுற்றும் முற்றும் பார்த்தான். அவனுடைய கை உடைவாளில் சென்றது.

புன்னைமரம் ஒன்றின் கரிய நிழலிலிருந்து ஓர் உருவம் வெளிப்பட்டது.

“தம்பி உன் பாட்டு பிரமாதம்! நரிகளின் போட்டி கானம் அதைவிடப் பிரமாதம்!” என்று கூறிவிட்டுத் தேவராளன் மீண்டும் சிரித்தான்.

⊙

13. விஷ பாணம்

அந்த இடத்தில், அந்த நேரத்தில், தேவராளனைப் பார்த்ததும், வந்தியத்தேவனுடைய உள்ளம் சிறிது துணுக்குற்றது. கடம்பூர் அரண்மனையில் தேவராளன் வெறியாட்டம் ஆடியதும், அப்போது அவன் கூறிய மொழிகளும் நினைவுக்கு வந்தன. நடுக்கடலில் சுழற்காற்றுக் குமுறிக்கொண்டிருந்த வேளையில் ரவிதாஸனும், தேவராளனும் சொன்ன செய்திகளும் ஞாபகத்துக்கு வந்தன. அவற்றில் எவ்வளவு உண்மை, எவ்வளவு கற்பனை என்று கண்டுபிடிப்பது கடினம். ஆனாலும் அவர்கள் ஏதோ ஒரு மர்மமான பயங்கரமான சதிச் செயலில் ஈடுபட்டவர்கள் என்பது நிச்சயம். அவர்களில் ஒருவனிடம் இச்சமயம், அதுவும் இந்த நிர்மானுஷ்யமான இடத்தில் அகப்பட்டுக் கொண்டோமே என்று நினைத்தான். அவனிடமிருந்து தப்பி, குதிரையை வேகமாகத் தட்டி விட்டுக் கொண்டு போய்விடலாமா என்று ஒரு கணம் எண்ணினான். அந்த எண்ணத்துடன் சுற்றும் முற்றும் பார்த்தான்! தூரத்தில் தீயின் வெளிச்சம் தெரிந்தது. அது சுடுகாடாய்த்தான் இருக்கவேண்டும்.'

'ஏதோ ஒரு மண்ணுடல் தீக்கிரையாகிக் கொண்டிருக்கிறது. அந்த மண்ணுடலில் உயிர் இருந்த காலத்தில் எத்தனை எத்தனை ஆசாபாசங்களால் அலைப்புண்டிருக்கும்? எத்தனை இன்ப துன்பங்களை அது அனுபவித்திருக்கும்! அரை நாழிகை நேரத்தில் மிச்சம் இருக்கப் போவது ஒரு பிடி சாம்பல்தான்! உலகில் பிறந்தவர்கள் எல்லாரும் ஒருநாள் அடைய வேண்டிய கதி அதுவேதான்; மன்னாதி மன்னர்களும் சரி, ஏழைப் பிச்சைக்காரனும் சரி, ஒரு நாள் அக்கினிக்கு இரையாகிப் பிடி சாம்பலாகப் போக வேண்டியவர்களே!'

திகில் வந்தது போலவே திடீரென்று விட்டுப் போய் விட்டது. இந்த வேஷ வஞ் சகக்காரனுக்குப் பயந்து எதற்கு ஓட வேண்டும்? ஏதோ இவன் சொல்லுவதற்குத்தான் வந்திருக்கிறான். அதைக் கேட்டு வைக்கலாமே? ஒருவேளை கொல்லன் உலைக்களத்தில் தான் நுழைந்த போது அங்கிருந்து பின்பக்கம் சென்று மறைந்து கொண்டவன் இவன்தான் போலும்! அந்த அதிசயமான வாள் கூட இவனுடையதாக இருக்கலாம். அதன் கைப்பிடியில் அருகில் மீனின் சித்திரம் இருந்ததல்லவா? இவனுடன் கொஞ்சம் பேச்சுக் கொடுத்தால் புதிய செய்தி ஏதேனும் தெரிய வரக்கூடும்.

ஆகையால் குதிரையை மெதுவாகவே செலுத்தினான் வல்லவரையன். முதன் முதலில் புதிது புதிதாக லாடம் அடிக்கப் பெற்ற அந்தக் குதிரையும் நடப்பதற்குக் கொஞ்சம் கஷ்டப்பட்டதாகத் தோன்றியது. அதை விரட்டியடிக்க மனம் வரவில்லை.

"இங்கே எப்படி அப்பா, திடு திப்பென்று வந்து முளைத்தாய்!" என்று கேட்டான் வல்லவரையன்.

"நான் அல்லவா அந்தக் கேள்வியைக் கேட்க வேண்டும்? உன்னை நடுக்கடலில் கப்பல் பாய்மரத்தோடு கட்டிவிட்டு வந்தோமே. எப்படி நீ தப்பி வந்தாய்?" என்றான் தேவராளன்.

"உனக்கு மட்டும் தான் மந்திரம் தெரியும் என்று நினைத்தாயோ? எனக்கும் கொஞ்சம் தெரியும்!"

"மந்திரத்தில் உனக்கு நம்பிக்கை ஏற்பட்டது பற்றி எனக்கு மகிழ்ச்சி. என்னுடைய மந்திர சக்தியினால் நீ இங்கே தனியாகப் போய்க்கொண்டிருப்பாய் என்று நானும் அறிந்து கொண்டேன். அதனால்தான் நான் முன்னால் வந்து காத்திருந்தேன்."

"ஏன் காத்திருந்தாய்? என்னிடம் உனக்கு என்ன காரியம்?"

"நீயே யோசித்துப் பார்! அல்லது மந்திர சக்தியினால் கண்டுபிடி!"

"உங்களுடைய இரகசியங்களை நடுக்கடலில் என்னிடம் நீங்கள் சொல்லியிருக்கிறீர்கள். அவற்றில் எவ்வளவு உண்மை, எவ்வளவு கற்பனை என்பது எனக்குத் தெரியாது. ஆனாலும்

அந்த இரகசியங்களை நான் மறந்துவிடத் தீர்மானித்து விட்டேன். யாரிடமும் சொல்லப் போவதில்லை...”

“அதைப்பற்றி நானும் கவலைப்படவில்லை. எப்போது நீ அந்த இரகசியங்களை யாரிடமாவது சொல்லலாம் என்று நினைக்கிறாயோ அப்போது உன் நாக்கு துண்டிக்கப்படும். நீ ஊமையாவாய்!”

வந்தியத்தேவனுக்கு உடல் சிலிர்த்தது. தஞ்சையிலும் இலங்கையிலும் அவன் சந்தித்த ஊமைப் பெண்களைப் பற்றிய நினைவுவந்தது. சற்றுத் தூரம் சும்மா நடந்தான். இந்தப் பாவி எதற்காக நம்மைத் தொடர்ந்து வருகிறான்? இவனிடமிருந்து தப்பிச் செல்வதற்கு என்ன வழி? கோடிக்கரையிலிருந்தது போல் இங்கேயும் சேற்றுப் பள்ளம் இருந்தால் எவ்வளவு உபயோகமாயிருக்கும்? அல்லது ஆற்றில் பிடித்துத் தள்ளிவிட்டுப் போகலாமா? அதில் பயனில்லை. ஆற்றில் தண்ணீர் அதிகம் கிடையாது. வேறு வழி ஒன்றும் இல்லாவிட்டால் இருக்கவே இருக்கிறது உடைவாள். அதை எடுக்க வேண்டியதுதான்.

“தம்பி, நீ என்ன நினைக்கிறாய் என்பது எனக்குத் தெரியும். ஆனால் அது கைகூடாது. வீண் முயற்சியில் இறங்காதே!”

வந்தியத்தேவன் பேச்சை மாற்ற விரும்பினான். அவனிடமிருந்து தப்புவதற்குச் சிறிது சாவகாசம் வேண்டும். அதுவரை ஏதேனும் பேச்சுக் கொடுத்து வரவேண்டும்.

“உன் கூட்டாளி ரவிதாஸன் எங்கே?”

தேவராளன் ஒரு பேய்ச் சிரிப்புச் சிரித்துவிட்டு, “அது உனக்கல்லவா தெரியவேண்டும்? ரவிதாஸன் எங்கே?” என்று கேட்டான்.

வந்தியத்தேவன் திடுக்கிட்டான். ரவிதாஸனைப் பற்றிய பேச்சைத் தான் எடுத்திருக்கக்கூடாது; எடுத்தது தவறு. ரவிதாஸனை இவன் பார்த்துப் பேசிவிட்டு நம்மை ஆழம் பார்க்கிறானா? அல்லது...

“என்ன, தம்பி சும்மா இருக்கிறாய்? ரவிதாஸன் எங்கேயென்று சொல்லமாட்டாயா? போனால் போகட்டும்! அந்த ஓடக்காரப் பெண் பூங்குழலி எங்கே? அதையாவது சொல்!”

வந்தியத்தேவன் பாம்பை மிதித்தவன் போல் பதறினான். மேலே பேசுவதற்கே அவனுக்குத் தயக்கமாயிருந்தது.

“அவளைப்பற்றியும் நீ ஒன்றும் சொல்லமாட்டாயாக்கும்; போனால் போகட்டும். அவளை நீ காப்பாற்ற நினைப்பதற்குத் தக்க காரணம் இருக்கலாம். தம்பி! சற்று முன்னால் ஒரு காதல் பாட்டுப் பாடினாயே? அவளை நினைத்துப் பாடினாயா?”

“இல்லை, சத்தியமாய் இல்லை!” என்று வல்லவரையன் பரபரப்போடு கூறினான்.

“ஏன் உனக்கு இவ்வளவு பரபரப்பு? ஏன் இவ்வளவு ஆத்திரம்?”

“சரி, சரி! அதைப்பற்றியெல்லாம் பேசிக்கொண்டிருக்க இப்போது அவகாசம் இல்லை. ஏன் என் குதிரையின் முகக் கயிற்றைப் பிடித்துக்கொண்டிருக்கிறாய்? விட்டுவிடு! நான் போகிறேன், அவசர காரியம் இருக்கிறது.”

“நான் வந்த காரியத்தை நீ இன்னும் கேட்கவில்லையே?”

“சொன்னால்தானே கேட்கலாம்?”

“இந்த முல்லையாற்றங்கரைக்கு ஓர் அதிசய சக்தி உண்டு. இங்கே யார் எதை விரும்புகிறார்களோ, அது உடனே அவர்களுக்குச் சித்திக்கும்.”

“நான் ஒன்றும் விரும்பவில்லையே.”

“அது பொய்! நீ யாரை நினைத்துக் கொண்டு உன் காதல் பாட்டைப் பாடினாயோ அவள் உன்னைப் பார்க்க விரும்புகிறாள்! நீ இஷ்டப்பட்டால் பார்க்கலாம்.”

“எப்போது?”

"இன்றிரவே பார்க்கலாம்."

"இது என்ன கதை?"

"கதையல்ல தம்பி! அதோ பார்!" என்று தேவராளன் சுட்டிக்காட்டினான். அவர்கள் சென்ற வழியில் சற்றுத் தூரத்தில் ஏதோ ஒரு பொருள் மங்கலாகத் தெரிந்தது. வந்தியத்தேவன் உற்றுப் பார்த்தான். அது ஒரு பல்லக்கு – மூடு பல்லக்கு என்று அறிந்தான்.

ஆகா! அந்தப் பல்லக்கு! எங்கே பார்த்திருக்கிறோம்? ஏன், பழுவூர் இளையராணியின் பல்லக்கு அல்லவா அது? ஒரு வேளை அதற்குள்ளே நந்தினி இருக்கிறாளா, என்ன? அதைத் தெரிந்துகொள்ளும் ஆவலை அவனால் கட்டுப்படுத்திக் கொள்ள முடியவில்லை.

குதிரையை அந்தப் பல்லக்கின் அருகில் கொண்டு போய் நிறுத்தினான். பனைச் சித்திரம் போட்ட பல்லக்கில் மூடுதிரை தெரிந்தது. திரை அசைவது போலவும் இருந்தது.

உடனே வந்தியத்தேவன் குதிரை மீதிருந்து கீழே குதித்தான்.

அதே கணத்தில் தேவராளன் தொண்டையிலிருந்து ஒரு விசித்திரமான சப்தம் வெளிவந்தது.

அக்கம் பக்கத்திலிருந்து புதர்களின் மறைவிலிருந்து ஏழெட்டுப் பேர் திடும் திடும் என்று எழுந்து பாய்ந்து வந்தார்கள் வந்தியத்தேவன் மீது விழுந்தார்கள். அவனால் மீறி அசையவும் முடியாதபடி பிடித்துக்கொண்டார்கள். கால்களையும், கைகளையும் துணியினால் கட்டினார்கள். கண்ணையும் ஒருவன் கட்டினான் உடைவாளை ஒருவன் பலவந்தமாக எடுத்துக் கொண்டான். பிறகு வந்தியத்தேவனை அந்தப் பல்லக்கினுள்ளே தூக்கிப் போட்டார்கள். சிலர் உடனே பல்லக்கைத் தூக்கிக் கொண்டு விரைந்து நடந்தார்கள். மற்றவர்கள் முன்னும் பின்னும் சென்றார்கள். தேவராளன் முன்னால் வழிகாட்டிக்கொண்டு சென்றான். ஒருவன் குதிரையைப் பிடித்துக்கொண்டு நடந்தான்.

இவ்வளவும் அதிவிரைவில் நடந்து விட்டன. 'கண் மூடித் திறக்கும் நேரத்தில்' என்று சொல்வதும் மிகையாகாது. வந்தியத்தேவன் தன்னைப் பலர் வந்து ஏககாலத்தில் தாக்கியதும் திகைத்துப் போய்விட்டான். அத்தகைய தாக்குதலை அவன் எதிர்பார்க்கவேயில்லை. பல்லக்கில் அவனைத் தூக்கிப் போட்டுப் பல்லக்கு நகர ஆரம்பித்தவரையில் அவனால் எதுவும் சிந்திக்கவும் முடியவில்லை. என்ன நடக்கிறதென்று தெரிந்துகொள்ளவும் முடியவில்லை.

ஆனால் பல்லக்கு நகர ஆரம்பித்ததும் சிறிது சிறிதாக மனம் தெளிவடைந்தது. கண்ணின் கட்டுச் சுலபமாக நழுவிவிட்டது. கட்டியிருந்த கைகளினால் பல்லக்கின் திரையை விலக்கிக்கொண்டு பார்த்தான். நதிக்கரையிலிருந்து குறுக்கே இறங்கிப் பல்லக்கு எங்கேயோ போகிறது என்பதை அறிந்து கொண்டான்.

அவனுடைய கையின் கட்டுக்களையும், காலின் கட்டுக்களையும் அவிழ்த்துக்கொண்டு விடுதலை பெறுவது அவ்வளவு கஷ்டமான காரியம் அன்று. பல்லக்கிலிருந்து குதிப்பதும் எளிதாகத்தான் இருக்கும். குதிரையோ பின்னால் வந்துகொண்டிருந்தது. அந்த ஏழெட்டுப் பேரையும் உதறித் தள்ளி விட்டுக் குதிரையின் மீது பாய்ந்தேறிச் செல்வதும் அவனுக்கு முடியாத காரியமாகாது. அவ்விதம் செய்யலாமா என்று யோசித்தான். ஆனால் ஏதோ ஒன்று குறுக்கே நின்று தடை செய்தது. அந்தப் பல்லக்கினுள்ளே ஓர் அபூர்வமான மணம் சூழ்ந்திருந்தது. அது முதலில் அவனுக்கே உற்சாகத்தை அளித்தது. அதன் கவர்ச்சியிலிருந்து விடுவித்துக் கொண்டு போக எளிதில் மனம் வரவில்லை. இந்தப் பல்லக்குத் தன்னை எங்கே கொண்டு போய்ச் சேர்க்கப் போகிறது? நந்தினியிடந்தான் சேர்க்கும் என்று ஊகிப்பதற்குக் காரணங்கள் இருந்தன.

அவளைப் பார்க்க வேண்டும் என்ற ஆசை அவன் உள்ளத்தின் அடிவாரத்தில் இலேசாகத் தலைகாட்டியது. வரவர அது பெரும் ஆர்வமாக வளர்ந்தது. அதற்கு எவ்வளவோ ஆட்சேபங்கள் தோன்றின. ஆட்சேபங்களையெல்லாம் மீறி ஆசை விசுவரூபம் கொண்டது. என்னதான் செய்து விடுவாள் நம்மை? என்னத்துக்காகத்தான் அழைக்கிறாள்

என்று பார்த்து விடலாமே? ஏதாவது தெரிந்துகொள்ள முடிந்தால் தெரிந்துகொள்ளலாமே? சூழ்ச்சிக்குச் சூழ்ச்சி செய்யத் தன்னால் முடியாமலா போய்விடும்? மறுபடியும் அவளைப் பார்க்கும்படியான சந்தர்ப்பம் கிடைக்குமா என்பது சந்தேகந்தான். தஞ்சாவூருக்குப் போக வேண்டிய அவசியம் இனி ஏற்படப் போவதில்லை. அங்கே போவது அபாயகரம். அதைக் காட்டிலும் வழியிலேயே பார்த்து விடுவது எளிதான காரியம். இன்னும் ஒரு தடவை அவளையும் பார்த்துத்தான் வைக்கலாமே?...

ஆம்; ஆம்! நந்தினியைப் பார்க்க வேண்டும் என்பதற்கு இன்னொரு அவசியமான காரணமும் இருந்தது.

இலங்கையில் அவன் பார்த்த அந்த ஊமை அரசி! அவள் நந்தினி போலிருப்பதாகத் தான் எண்ணியது சரியா? அதைத் தெரிந்துகொள்ள வேண்டாமா?

இவ்விதம் வந்தியத்தேவன் யோசித்துக் கொண்டிருக்கும் போதே அவன் தலை சுழன்றது. தூக்கம் வருவது போலத் தோன்றியது. இல்லை, இல்லை! இது தூக்கம் இல்லை! பகலிலேதான் அவ்வளவு நேரம் தூங்கியாகி விட்டதே! இது ஏதோ மயக்கம். இந்தப் பல்லக்கில் சூழ்ந்துள்ள மணந்தான் நம்மை இப்படி மயக்குகிறது. ஐயோ! இது என்ன பயங்கர அபாயம்! பல்லக்கிலிருந்து குதித்து விட வேண்டியதுதான்.

வந்தியத்தேவன் கைக்கட்டை அவிழ்த்துக் கொள்ள முயன்றான்; முடியவில்லை, கைகள் அசையவேயில்லை. எழுந்து உட்கார முயன்றான்; அதுவும் முடியவில்லை. கால்களை அடித்துக் கொள்ளப் பார்த்தான்; கால்களும் அசைய மறுத்தன. அவ்வளவுதான்! கண்ணிமைகள் மூடிக்கொண்டன; அறிவு விரைவாக மங்கியது, மயக்கம் அவனை முழுவதும் ஆட்கொண்டது.

வந்தியத்தேவன் மயக்கம் தெளிந்து கண் விழித்தபோது பழைய நினைவுகள் வந்து பல்லக்கிலிருந்து குதிக்க முயன்றான். ஆனால் விந்தை! விந்தை! அவன் இப்போது பல்லக்கில் இல்லை! விசாலமான ஓர் அறையில் இருந்தான். அந்த அறை தீபங்களினால் பிரகாசமாக விளங்கிற்று. இங்கேயும் ஏதோ மணம் சூழ்ந்திருந்தது! ஆனால் பழைய மாதிரி மணம் இல்லை, அகிற் புகையின் மணம் போலத் தோன்றியது; முன்னே அவன் அனுபவித்தது அறிவை மயக்கிய மணம், இது அறிவைத் தெளிவு செய்த மணம். படுத்திருந்த ஆசனத்திலேயே எழுந்து உட்கார்ந்தான்! சுற்று முற்றும் பார்த்தான். கதவு ஒன்று திறந்திருந்தது. வந்தியத்தேவன் ஆவலுடன் பார்த்தான்.

திறந்த கதவின் வழியாக நந்தினி வந்தாள். வந்தவளைக் கண்கொட்டாமல் அவன் பார்த்துக்கொண்டிருந்தான். அவனுடைய வியப்புக்கும், திகைப்புக்கும் பல காரணங்கள் இருந்தன. வர்ணனைக் கெட்டாத அவளுடைய சௌந்தரியம் ஒரு காரணம். எதிர்பாராத முறையில் அவளைச் சந்திக்கும்படி நேர்ந்தது இன்னொரு காரணம். இலங்கையில் அவன் பார்த்திருந்த மூதாட்டியின் உருவத்தோடு இந்த யுவதியின் உருவம் எவ்வளவு ஒத்திருக்கிறது என்ற எண்ணம் மற்றொரு காரணம். உருவங்கள் ஒத்திருக்கின்றனவா? அல்லது அந்த மூதாட்டி தான் உயரிய ஆடை ஆபரணங்களை அணிந்தபடியினால் இப்படித் தோற்றமளிக்கிறாளா?

இனிய கிண்கிணி நாதக்குரலில், "ஐயா! நீர் மிகவும் நல்லவர்!" என்று கூறினாள் நந்தினி.

வந்தியத்தேவன் "வந்தனம்!" என்றான்.

"நல்லவருக்கு அடையாளம் சொல்லாமற் போவதுதானே? தஞ்சை அரண்மனையிலிருந்து என்னிடம் சொல்லிக் கொள்ளாமலே போய் விட்டீர்கள் அல்லவா!"

வந்தியத்தேவன் நகைத்தான்.

"தஞ்சைக் கோட்டைக்குள் வருவதற்கு உமக்கு நான் உதவி செய்தேன். என் கைவிரலிலிருந்து பனை முத்திரை மோதிரத்தை எடுத்துக் கொடுத்தேன். அதை என்னிடம் திருப்பிக் கொடுத்து விட்டாவது போயிருக்க வேண்டாமா?"

வந்தியத்தேவன் வெட்கித்து மௌனமாக நின்றான்.

"எங்கே? இப்போதாவது அதைத் திருப்பிக் கொடுக்கலாம் அல்லவா! அதன் உபயோகம் தீர்ந்து போயிருக்குமே? மறுபடியும் தஞ்சைக்கோட்டைக்கு வரும் எண்ணம் உமக்கு இல்லைதானே?" என்று கூறி, நந்தினி தன் அழகிய மலர்க் கரத்தை நீட்டினாள்.

"தேவி! அந்த முத்திரை மோதிரத்தை இலங்கைத் தளபதி பூதி விக்கிரம கேசரி கைப்பற்றிக் கொண்டு விட்டார். ஆகையால் அதைத்திருப்பிக் கொடுக்க இயலவில்லை, மன்னிக்க வேண்டும்" என்றான் வந்தியத்தேவன்.

"என்னுடைய ஜன்ம சத்துருவிடம் நான் உமக்குக் கொடுத்த மோதிரத்தைக் கொடுத்து விட்டீர் அல்லவா? மிகவும் நன்றியுள்ள மனிதர் நீர்."

"நானாகக் கொடுத்து விடவில்லை. பலவந்தமாக எடுத்துக் கொண்டார்கள்."

"வாணாதி ராயர் குலத்தில் உதித்த வீராதிவீரர் பலவந்தத்துக்கு உட்பட்டு ஒரு காரியம் செய்தீரா? என்னால் நம்பமுடியவில்லை!"

"அம்மணி! இங்கே இச்சமயம் நான் வந்திருப்பதும் பலவந்தம் காரணமாகத்தானே? தங்களுடைய ஆட்கள்..."

"உண்மையாகச் சொல்லும், ஐயா! நன்றாய் நினைத்துப் பார்த்துச்சொல்லும்! பலவந்தத்தினால் மட்டும் நீர் இங்கே வந்தீரா? இஷ்டப்பட்டு வரவில்லையா? பல்லக்கில் ஏற்றப்பட்ட பிறகு கீழே குதித்து ஓடுவதற்கு உமக்குச் சந்தர்ப்பம் இல்லையா?" என்று நந்தினி கேட்ட கேள்விகள் கூரிய அம்புகளைப் போல் வந்தியத்தேவன் நெஞ்சைத் துளைத்தன. "ஆம்? இஷ்டப்பட்டுத்தான் வந்தேன்" என்றான்.

"எதற்காக வந்தீர்?"

"தாங்கள் எதற்காக என்னை அழைத்துவரச் செய்தீர்கள்?"

"என் முத்திரை மோதிரத்தைத் திருப்பிக்கேட்பதற்காக."

"அது மட்டும்தானா?"

"இன்னும் ஒரு காரணம் இருக்கிறது. என் கணவரின் பாதுகாப்புக்கு உட்பட்ட பொக்கிஷ நிலவறையில் நீர் அன்றிரவு இருந்தீர் அல்லவா?"

வந்தியத்தேவன் திடுக்கிட்டான்.

"எனக்குத் தெரியாது என்றா எண்ணினீர்? அழகுதான்! எனக்குத் தெரிந்திராவிட்டால் அன்றிரவு நீர் தப்பிச் சென்றிருக்க முடியுமா?"

"தேவி..."

"ஆம்! எனக்குத் தெரியும், பெரிய பழுவேட்டரையருக்கும் தெரியும். உம்மை அங்கேயே கொன்று போட்டுவிடும்படி பழுவேட்டரையர் சுரங்க வழிக்காவலனுக்குக் கட்டளையிட்டார். அவர் அப்பால் சென்றதும் நான் அந்தக் கட்டளையை மாற்றிவிட்டேன் அதனால் நீர் பிழைத்தீர். உம்முடைய அழகான நண்பன் ஆபத்துக்கு உள்ளானான். இல்லாவிடில், அந்தப் பொக்கிஷ நிலவறையில் முத்துக் குவியல்களுக்குப் பக்கத்தில் உம்முடைய எலும்புகள் இப்போது கிடைக்கும்!"

வந்தியத்தேவன் வியப்புக்கடலில் மூழ்கினான். அவள் கூறியவையெல்லாம் உண்மையென்று அவனால் நம்பமுடியவில்லை. உண்மையில்லாவிட்டால் தான் அன்று அங்கு ஒளிந்திருந்தது எப்படி தெரிந்தது? சம்பிரதாயத்துக்காகவாவது நன்றி கூறவேண்டியது அவசியம் என்று கருதி, "அம்மணி...!" என்று ஏதோ சொல்ல ஆரம்பித்தான்.

"வேண்டாம்! மனத்தில் இல்லாததை வெளியில் எதற்காகச் சொல்லப் பார்க்கிறீர்? எனக்கு நன்றி செலுத்த முயல வேண்டாம்!"

"இல்லை தேவி..."

"உம்முடைய உயிரை அன்று காப்பாற்றியதைப் பற்றி எதற்காகச் சொன்னேன் தெரியுமா? உம்முடைய நன்றியை எதிர்பார்த்தல்ல. மறுபடியும் அந்தச் சுரங்க வழியை உபயோகிக்கப் பார்க்க வேண்டாம் என்று எச்சரிப்பதற்காகத்தான். அங்கே இப்போது மிகவும் வலுவான காவல் போடப்பட்டிருக்கிறது. தெரிகிறதா?"

"மறுபடியும் அந்தப் பக்கம் போகும் உத்தேசமே எனக்கு இல்லை."

"அது ஏன் இருக்கப் போகிறது? உதவி செய்தவர்களை நினைக்கும் வழக்கமேதான் உமக்கு இல்லையே? உம்மால் உம்முடைய சிநேகிதன் ஆபத்துக்கு உள்ளானான். அவனை என்னுடைய அரண்மனைக்கே எடுத்துவரச் செய்து அவனுக்கு வைத்தியம் பண்ணுவித்துக் குணப்படுத்தி, அனுப்பினேன். அதில் உமக்குத் திருப்திதானே? அல்லது நம்பிக்கைத் துரோகத்தைப்போல் சிநேகத் துரோகமும் உம்முடன் பிறந்ததா?"

நந்தினியின் வார்த்தை ஒவ்வொன்றும் விஷபாணத்தைப் போல் வந்தியத்தேவனுடைய உள்ளத்தில் ஊடுருவிச் சென்றது. அவன் துடிதுடித்து மௌனமாயிருந்தான்.

"உம்முடன் கோடிக்கரைக்கு வந்த வைத்தியர் மகனைத் தான் உமக்குப் பதிலாகப் பிடித்துக் கொடுத்து அனுப்பினீர்; அவன் என்ன ஆனான் என்று விசாரித்தீரா?"

"தங்களைக் கேட்க எண்ணினேன்."

"சொல்கிறேன்; ஆனால் உம்முடன் இலங்கையிலிருந்து புறப்பட்ட இளவரசர் அருள்மொழிவர்மர் என்ன ஆனார்? அதைச் சொன்னால் நான் வைத்தியர் மகனைப் பற்றிச் சொல்லுவேன்."

வந்தியத்தேவனுக்கு உடம்பை ஒரு உலுக்கி உலுக்கிப் போட்டது. இளவரசரைப் பற்றி அறிவதற்காகத்தான் தன்னை இவள் இப்படிப் பாடாய்ப் படுத்தினாளோ என்று தோன்றியது. ஏமாந்துபோகக்கூடாது என்று தீர்மானித்துக் கொண்டான்.

"அரசி! அதைப்பற்றி மட்டும் என்னைக் கேட்கவேண்டாம்" என்றான்.

"ஆம்! அதைப்பற்றி மட்டும் கேட்கக் கூடாதுதான்! கேட்டாலும் உம்மிடமிருந்து மறுமொழி வராது என்று எனக்குத் தெரியும். உம்முடைய காதலி எப்படியிருக்கிறாள்? அதைப் பற்றியாவது எனக்குச் செல்லலாமா?"

வந்தியத்தேவனுடைய கண்களில் தீப்பொறி பறந்தது. "யாரைச் சொல்லுகிறீர்கள்? ஜாக்கிரதை!" என்றான்.

"ஆகா! நான் ஜாக்கிரதையாகத்தான் இருக்கிறேன். அந்தப் பழையாறை மகாராணியைச் சொல்வதாக எண்ண வேண்டாம். அவள் உம்மைக் கண்ணெடுத்தும் பார்க்க மாட்டாள். தன் காலில் ஒட்டிய தூசிக்குச் சமானமாக உம்மை மதிப்பாள். உம்மை இலங்கையில் கொண்டு சேர்த்துத் திரும்பியும் அழைத்து வந்தாளே, அந்த ஓடக்காரப் பெண்ணைப்பற்றிக் கேட்கிறேன். பூங்குழலி உமது காதலி அல்லவா?"

"இல்லை, இல்லவே இல்லை! அவளுடைய காதலர்களை அவளே எனக்குக் காட்டினாள். நள்ளிரவில் கோடிக்கரைச் சதுப்பு நிலத்தில் கிளம்பும் கொள்ளிவாய்ப் பிசாசுகளை எனக்குக் காட்டினாள். அவர்கள்தான் தன்னுடைய காதலர்கள் என்று சொன்னாள்."

"அவள் பாக்கியசாலி! ஏனெனில் அவளுடைய காதலர்கள் ஒளிவடிவம் பெற்றிருக்கிறார்கள். பிரகாசமாகக் கண்முன் தோன்றுகிறார்கள். என்னுடைய காதலர்களோ இருள் வடிவமானவர்கள்! உருவம் அறிய முடியாதவர்கள். இருள் அடைந்த பாழும் மண்டபத்தில் நீர் எப்போதாவது நள்ளிரவு நேரத்தில் படுத்திருந்ததுண்டா? வௌவால்களும், ஆந்தைகளும் இறகுகளைச் சடபடவென்று அடித்துக்கொண்டு அந்த இருண்ட மண்டபங்களில் உருத்தெரியாத வடிவங்களாகப் பறந்து திரிவதைப்

பார்த்ததுண்டா? அம்மாதிரி வடிவங்கள் என் உள்ளமாகிய மண்டபத்தில் ஓயாமல் பறந்து அலைகின்றன. இறகுகளை அடித்துக் கொள்கின்றன. என் நெஞ்சைத் தாக்குகின்றன. என் கன்னத்தை இறகுகளால் தேய்த்துக் கொண்டு செல்கின்றன! அந்த இருள் வடிவங்கள் எங்கிருந்து வருகின்றன? எங்கே போகின்றன? ஏன் என்னைச் சுற்றிச்சுற்றி வட்டமிடுகின்றன? ஐயோ! உமக்குத் தெரியுமா?" – இவ்விதம் கூறிவிட்டு நந்தினி வெறிகொண்ட கண்களால் அங்குமிங்கும் பார்த்தாள்.

வந்தியத்தேவனுடைய வயிர நெஞ்சமும் கலங்கிப் போயிற்று. ஒரு பக்கம் இரக்கமும், இன்னொரு பக்கம் இன்னதென்று தெரியாத பயமும் அவன் மனத்தில் குடிகொண்டன.

"தேவி! வேண்டாம்! கொஞ்சம் சாந்தி அடையுங்கள்!" என்றான்.

"என்னைச் சாந்தி அடையும்படி சொல்வதற்கு நீர் யார்?" என்று கேட்டாள் நந்தினி.

"நான் வாணர் குலத்தில் வந்த ஏழை வாலிபன். தாங்கள் யார் தேவி!"

"நான் யார் என்றா கேட்கிறீர்? அதுதான் எனக்கும் தெரியவில்லை. அதைக் கண்டுபிடிக்கத்தான் முயன்று கொண்டிருக்கிறேன். நான் யார்; மானிடப் பெண்ணா? அல்லது பேயா, பிசாசா என்று கேட்கிறீரா?"

"இல்லை, இல்லை! தெய்வ லோகத்திலிருந்து தவறி விழுந்த தேவப் பெண்ணாகவும் இருக்கலாம் அல்லவா? தெய்வ சாபத்தினால்..."

"ஆம்! தெய்வ சாபம் என் பேரில் ஏதோ இருக்கிறது. அது என்னவென்று மட்டும் தெரியவில்லை. நான் யார், எதற்காகப் பிறந்தேன் என்பதை அறிவேன். இதுவரையில் ஒரே ஒரு சூசகத்தை மட்டும் தெய்வம் எனக்கு அளித்திருக்கிறது. இதோ பாரும்!" என்று கூறி நந்தினி அவள் அருகில் இருந்த வாளை எடுத்துக் காட்டினாள், புதிதாகச் செப்பனிடப்பட்ட அந்தக் கூரிய வாள் தீப வெளிச்சத்தில் பளபளவென்று ஜொலித்துக் கண்ணைப் பறித்தது.

வந்தியத்தேவன் அந்த வாளைப் பார்த்தான். பார்த்த உடனே அது கொல்லன் பட்டறையில் தான் பார்த்த வாள் என்பதைத் தெரிந்துகொண்டான். இதுவரையில் நந்தினியின் வார்த்தைகளாகிற விஷபாணங்களினால் அவன் துடிதுடித்துக் கொண்டிருந்தான். இப்போது இரும்பினால் செய்த வாளாயுதத்தைப் பார்த்ததும் அவனுடைய மனம் திடப்பட்டது. ஏனெனில் வாள், வேல் முதலிய ஆயுதங்கள் அவனுக்குப் பழக்கப்பட்டவை. பிறந்தது முதல் அவனுடன் உறவு பூண்டவை, ஆகையால் பயமில்லை. நந்தினி அந்த வாளைத் தன் பேரில் பிரயோகிப்பதாயிருந்தாலும் பயம் கிடையாது!

"தேவி! பார்த்தேன்! வாளைப் பார்த்தேன். வேலைப்பாடு அமைந்த வாள்! அரச குலத்துக்கு உரிய வாள். வீராதி வீரர்களின் கைக்கு உகந்த வாள். அது மெல்லியல் கொண்ட தங்கள் அழகிய கையில் எப்படி வந்தது? அதன் மூலம் தெய்வம் தங்களுக்கு அளித்திருக்கும் சூசகந்தான் என்ன?" என்று கேட்டான்.

⊙

14. பறக்கும் குதிரை

நந்தினி ஒளி வீசிய அந்த வாளை எடுத்து ஆசையுடன் தன் மார்போடு அணைத்துக் கொண்டாள். பிறகு முகத்துடன் சேர்த்து வைத்துக் கொண்டு தன் செவ்விதழ்களினால் முத்தமிட்டாள். ஒருகணம் அக்கினிக் கொழுந்தைச் செந்தாமரை மலர் முத்தமிடுவது போலிருந்தது. அடுத்த கணத்தில் இரத்த வர்ம மேகம் பூரண சந்திரனைக் குறுக்கே நின்று தடுக்கப் பார்ப்பது போலிருந்தது. நந்தினியின் முகம் அப்போது காபாலிகர்கள் பூசித்த இரத்த பலி கேட்கும் காளியின் கோர சௌந்தரிய முகம் போலாயிற்று. கத்தியை எடுத்து முன்போல் பக்கத்தில் வைத்ததும் அவளுடைய முகம் பழைய வசீகரத்தை அடைந்தது.

"ஆம், தெய்வம் எனக்கு அளித்திருக்கும் சூசகம் இந்த வாள். ஆனால், அந்தச் சூசகத்தின் பொருள் இன்னதென்பதை நான் இன்னும் அறியவில்லை. இந்த வாளை நான்

அடிக்கடி கொல்லன் உலைக்கு அனுப்பித் துருநீக்கிப் பதப்படுத்திக் கூராக்கி வைத்துக் கொண்டு வருகிறேன். தாய்ப்புலி தான் பெற்ற குட்டிப் புலியைப் பாதுகாப்பதுபோல் இதை நான் பாதுகாத்து வருகிறேன். உரிய பிராயம் வருவதற்குள் புலிக்குட்டி நீண்ட கொம்புகள் படைத்த காட்டு மாடுகளிடம் அகப்பட்டுக் கொள்ளக் கூடாது அல்லவா? அராபிய நாட்டார் தங்கள் குதிரையை எவ்வளவு அன்புடன் பேணுகிறார்களோ அப்படி இதை நான் பாதுகாத்து வருகிறேன். நோய்ப்பட்ட சுந்தரசோழ சக்கரவர்த்திக்கு வானமாதேவி பணிவிடை செய்வதுபோல் நானும் இந்த வாளுக்குச் செய்து வருகிறேன்.

இதைக் கொண்டு நான் என்ன செய்ய வேண்டும் என்பதைத் தெய்வம் இன்னும் எனக்கு அறிவிக்கவில்லை. மலர்மாலை தொடுத்துப் பழகிய இந்தக் கைகளினால் இந்த வாளை எந்தக் கொடியவனுடைய விஷ நெஞ்சத்திலாவது செலுத்த வேண்டுமென்பது தெய்வத்தின் ஆக்ஞையோ அல்லது என்னுடைய மார்பில் என்னுடைய கையினாலேயே இதைச் செலுத்திக் குபுகுபுவென்று பெருகும் இரத்தத்தை ஆடை ஆபரணங்களால் அலங்கரித்த இந்த உடம்பில் பூசிக்கொண்டு நான் சாகவேண்டும் என்பது தெய்வத்தின் சித்தமோ, இன்னும் அது எனக்குத் தெரியவில்லை. இந்த வாளை எனக்கு அளித்திருக்கும் தெய்வம், சமயம் வரும்போது அதையும் எனக்குத் தெரியப்படுத்தும். அந்தச் சமயம் எப்போது வரும் என்று தெரியாத படியால் இரவும், பகலும் எந்த நேரத்திலும் ஆயத்தமாயிருக்கிறேன். ஆம்; அழகிற்குப் பெயர்போன பழுவூர் இளைய ராணிக்கு ஆடை ஆபரண, அலங்காரங்களில் மிகவும் பிரியம் என்பது நாடறிந்த செய்தி. இரவு பகல் அறுபது நாழிகையும் நான் இந்த என் மேனியை அலங்கரித்து அழகு படுத்தி வைத்துக் கொண்டிருக்கிறேன். பாவம்! பெரிய பழுவேட்டரையர் அவருக்காகவும், அவருடைய கௌரவத்தை முன்னிட்டும் நான் இப்படி சதா சர்வகாலமும், சர்வாலங்காரத்துடன் விளங்குவதாக நினைத்துச் சந்தோஷப்பட்டுக்கொண்டிருக்கிறார்! என் நெஞ்சத்தில் கொழுந்துவிட்டெரியும் தீயை அவர் அறியார்!"

இதையெல்லாம் பிரமை பிடித்தவன் போலக்கேட்டுக் கொண்டிருந்த வல்லவரையன் சுய உணர்ச்சியை வருவித்துக் கொண்டு, "அம்மணி! பெரிய பழுவேட்டரையர் எங்கே!" என்று கேட்டான்.

"ஏன்? அந்தக் கிழவரைப் பார்ப்பதற்கு உமக்குப் பயமாயிருக்கிறதா?" என்றாள் நந்தினி.

"இல்லை, அம்மணி! தங்களைப் பார்க்கவே நான் பயப்படவில்லையே, பழுவேட்டரையரிடம் எனக்கு என்ன பயம்?" என்றான் வந்தியத்தேவன்.

"ஆகா! உம்மை எனக்குப் பிடித்திருப்பதன் காரணம் அதுதான். எதனாலோ, என்னைக் கண்டு எல்லோரும் பயப்படுகிறார்கள். வீராதி வீரரும் எத்தனையோ போர்க்களங்களில் போரிட்டு உடம்பில் அறுபத்துநாலு புண் சுமந்தவருமான பெரிய பழுவேட்டரையர் என்னைக் கண்டு பயப்படுகிறார். சின்னப் பழுவேட்டரையர் – காலனையும் கதிகலங்க அடிக்கக்கூடிய காலாந்தக கண்டர், – என்னிடம் வரும்போது பயந்து நடுங்குகிறார். இந்தச் சோழ ராஜ்யத்தை ஏகசக்ராதிபதியாக ஆளவிரும்பும் மதுராந்தகத் தேவர் என்னிடம் வரும்போதும் பயபக்தியுடன் வருகிறார். யம லோகத்தை எட்டிப் பார்த்துக்கொண்டிருக்கும் சுந்தர சோழச் சக்கரவர்த்திகூட நான் அருகில் சென்றால் நடுங்குகிறார். ஒவ்வொரு தடவை அவர் என்னைக் கண்டு மூர்ச்சையே அடைந்து விடுகிறார். இன்றைக்கு வந்தானே பார்த்திபேந்திர பல்லவன்! அவனுடைய அஞ்சா நெஞ்சத்தையும், வீரத்தைப் பற்றியும் வெகுவாகக் கேள்விப்பட்டிருக்கிறேன். ஆதித்தகரிகாலரின் உயிர்த்தோழன் என்றும் அறிந்திருக்கிறேன்.

ஆனால் என் அருகில் வந்த அரை நாழிகைக்கெல்லாம் அவன் எப்படி அடங்கி ஒடுங்கிப் போய்விட்டான்! ஆதித்த கரிகாலரிடம் உடனே போக வேண்டிய கடமையையும் மறந்து, என்னைத் தொடர்ந்து வருகிறான். நான் காலால் இட்ட பணியைத் தலையால் நிறைவேற்றி வைக்க ஆயத்தமாயிருக்கிறான். அதே சமயத்தில் என்னருகில் நெருங்கும்போது

அவன் நடுங்குகிறான். அதைப் பார்க்கும்போது எனக்கு ஒன்று நினைவுக்கு வருகிறது. சிறு குழந்தையாயிருந்த போது எரியும் நெருப்பைக் காண எனக்கு ஆசையாயிருக்கும். நெருப்பின் அருகில் செல்வேன். தீயின் கொழுந்தைத் தொடுவதற்கு ஆசையுடன் கை விரலை நீட்டுவேன். ஆனால் அதற்குத் தைரியம் வராது. சட்டென்று விரலை எடுத்துக்கொண்டு விடுவேன். இம்மாதிரி எத்தனையோ தடவை செய்திருக்கிறேன்.

பார்த்திபேந்திரன் என் பக்கத்தில் நெருங்கி வருவதையும், பயந்து விலகுவதையும் பார்க்கும்போது அந்தப் பழைய ஞாபகம் எனக்கு வந்தது. பல்லவன் மட்டும் என்ன? நீர் யாருடைய தூதராக ஓலை எடுத்துக்கொண்டு காஞ்சியை விட்டுக் கிளம்பினீரோ, அந்த ஆதித்தகரிகாலரும் அப்படித்தான். நாங்கள் குழந்தைகளாயிருந்த நாளிலிருந்து அவருக்கு என்பேரில் அளவில்லாத வாஞ்சை; கூடவே ஒரு பயம். அதனால் என் வாழ்க்கை எப்படியெல்லாம் மாறி விட்டது! ஐயா! உமது எஜமானரை நீர் மறுபடியும் சந்திக்கும் போது எனக்காக ஒரு செய்தி சொல்வீரா? 'சென்றதையெல்லாம் நான் மறந்து விட்டேன். நான் இப்போது அவருக்குப் பாட்டி உறவு பூண்ட பழுவூர் ராணி. என்னைப் பார்ப்பதற்குச் சிறிதும் பயப்பட வேண்டாம். அவரை நான் கடித்துத்தின்று விழுங்கி விட மாட்டேன்!' என்று சொல்லுவீரா?"

"தேவி! நான் உயிரோடு திரும்பிபோய் ஆதித்த கரிகாலரைப் பார்ப்பேன் என்பது நிச்சயமில்லை, அப்படிப் பார்த்தால் அவரிடம் நான் சொல்லுவதற்கு எத்தனையோ செய்திகள் இருக்கின்றன. தங்களுடைய செய்தியைச் சொல்லுவதாக என்னால் உறுதி கூற முடியாது. தயவுசெய்து மன்னிக்க வேணும்!"

"ஆம்! நான் பார்த்திருப்பவர்களுக்குள்ளே நீர் ஒருவர்தான் தைரியசாலி. மனத்தில் உள்ளதை ஒளியாமல் பேசுகிறீர். ஆகையால்தான் உம்மை எனக்குப் பிடித்திருக்கிறது. வாணர்குல வீரரே! நான் அதிகம் பேரைப் பார்ப்பது கிடையாது. பழையாறை இளைய பிராட்டியைப் போல் ரதத்தில் ஏறிப் பிரயாணம் செய்வதில்லை. எங்கேயாவது போகவேண்டி நேர்ந்தால் மூடுபல்லக்கில் போகிறேன். எனக்கு யார் மூலமாகவாவது ஏதேனும் காரியம் ஆகவேண்டியிருந்தால் அவர்களை மட்டுந்தான் பார்க்கிறேன். அவர்கள் பெரும்பாலும் கோழைகளாயிருக்கிறார்கள். மனத்தில் உள்ளதைச் சொல்வதற்குத் துணிவதில்லை. நீர் மனத்தில் தோன்றுவதை ஒளிக்காமல் சொல்கிறீர்..."

"ஒளிப்பதில் பயனில்லை என்று நான் அறிந்திருக்கிறேன், ராணி! தங்களுடைய கண்கள் ஊடுருவிச் சென்று அறிய முடியாத இரகசியம் எந்த மனிதனுடைய நெஞ்சிலும் இருக்க முடியாது!"

"அது உண்மையாக இருக்கலாம். ஆனால் உம்முடைய நெஞ்சில் உள்ளதைத்தான் நான் இன்னும் அறிந்து கொள்ள முடியவில்லை. போனால் போகட்டும், பழுவேட்டரையரைப் பற்றிக் கேட்டீர். என் கணவரும், பார்த்திபேந்திரனும் பரிவாரங்களுடன் பக்கத்து கிராமத்துக்குச் சென்றிருக்கிறார்கள். அங்கே கண்ணகிக் கூத்தும், வேலனாட்டமும் நடைபெறுகின்றன. சின்ன இளவரசரைப் பற்றி வெறியாட்டக்காரனிடம் ஏதாவது தெரிந்து கொள்ள முடியுமா என்று பார்ப்பதற்காகப் போயிருக்கிறார்கள், பைத்தியக்காரர்கள்! யாரைக் கேட்க வேண்டுமோ அவரைப் பிடித்துக் கேட்காமல் ஜோசியக்காரனிடம் சென்றிருக்கிறார்கள். திரும்பி வருவதற்கு வெகுநேரம் ஆகும். ஆகையால் உம்மை நான் அழைத்துவரச் செய்தேன். ஐயா! மறுபடியும் கேட்கிறேன். இளவரசரைப் பற்றிய உண்மை உமக்குத் தெரியும் அல்லவா? அதை நீர் எனக்குச் சொல்லமாட்டீர் அல்லவா?"

"இல்லை தேவி! சொல்வதற்கில்லை! இனிமேல் எந்தக் காரியத்திற்கும் புனைந்துரைப்பதில்லையென்றும், உண்மையே சொல்வதென்றும் இன்றைக்குத்தான் தீர்மானம் செய்து கொண்டேன். ஆகையால் இளவரசரைப் பற்றிச் சொல்ல முடியாது. சற்று முன்னால் கூட என் தீர்மானத்தை மறந்து விட்டேன். மன்னிக்க வேணும்!" என்று சொல்லிக் கொண்டே வந்தியத்தேவன் தன்னுடைய இடைக் கச்சின் சுருளை அவிழ்த்து அதற்குள்ளேயிருந்த பனை இலச்சினை மோதிரத்தை எடுத்தான்.

"அம்மணி! இதோ தாங்கள் அளித்த பனை முத்திரை மோதிரம். இலங்கையில் பூதிவிக்கிரம கேசரியின் ஆட்கள் இதை என்னிடமிருந்து பலவந்தமாகக் கவர்ந்து கொண்டது உண்மைதான். ஆனால் சேனாதிபதி திருப்பிக் கொடுத்து விட்டார். இதோ தங்களிடம் சேர்ப்பித்துவிடுகிறேன்; பெற்றுக் கொண்டு அருள் புரியவேணும்!" என்று கூறி முத்திரை மோதிரத்தை நீட்டினான்.

நந்தினி அதை உற்றுப்பார்த்துத் தான் கொடுத்த முத்திரை மோதிரம் அதுதான் என்று தெரிந்துகொண்டாள். "ஐயா! நான் கொடுத்ததை திரும்பி வாங்கிக்கொள்ளும் வழக்கமில்லை. உம்முடைய நேர்மையைச் சோதித்து அறிவதற்காகவே கேட்டேன். சோதனையில் நீர் தேறி விட்டீர். என்னுடைய ஆட்களைக் கொண்டு உம்மைச் சோதனை போடும் படியான அவசியத்தை எனக்கு ஏற்படுத்தவில்லை. மோதிரத்தை என்னுடைய ஞாபகத்துக்காக நீரே வைத்துக் கொள்ளலாம்!" என்றாள்.

"அம்மணி! யோசித்துச் சொல்லுங்கள். இது என்னிடமிருந்தால் மீண்டும் அவசியம் நேரும்போது உபயோகப்படுத்த வேண்டியிருக்கும்..."

"அதைப்பற்றிக் கவலை இல்லை. எப்படி வேணுமானாலும் உபயோகப்படுத்திக் கொள்ளலாம். உம்மை இப்போது மறுபடியும் கண்ணைக் கட்டிப் பல்லக்கிலே ஏற்றிக்கொண்டு போகச்சொல்லப் போகிறேன். உம்மைப்பிடித்த இடத்திலேயே திரும்பவிட்டு விடுவார்கள்..."

"நான் அதற்கு மறுத்தால்?"

"இந்த பாழடைந்த அரண்மனையிலிருந்தும் கோட்டையிலிருந்தும் உம்மால் திரும்பிப் போக முடியாது. திரும்பத் திரும்பப் புறப்பட்ட இடத்துக்குத்தான் வந்து கொண்டிருப்பீர்."

"தேவி! இந்தக் கோட்டை? இந்தப் பாழடைந்த அரண்மனை?..."

"ஆம்; ஒரு காலத்தில் இந்தச் சோழநாடு பல்லவர் ஆட்சியில் வெகுகாலம் இருந்தது. அப்போது பல்லவ சக்கரவர்த்திகள் இங்கே கோட்டையும், அரண்மனையும் கட்டியிருந்தார்கள். பிறகு சோழநாடு பாண்டியர்கள் வசப்பட்டது. பாண்டிய மன்னர்கள் சில சமயம் இந்த அரண்மனையில் வசித்தார்கள். விஜயாலய சோழர் காலத்தில் இங்கே ஒரு பெரிய யுத்தம் நடந்தது. கோட்டை இடிந்து தகர்ந்தது. அரண்மனையிலும் பாதி அழிந்தது. மிச்சம் அழியாமலிருந்த பகுதியில் இப்போது நாம் இருக்கிறோம். இந்தக் கோட்டையைச் சிலர் பல்லவராயன் கோட்டை என்றும், இன்னும் சிலர் பாண்டியராயன் கோட்டை என்றும் சொல்வார்கள். இரண்டிலும் உண்மை உண்டு. ஆனால் நன்றாக வழி தெரிந்தவர்களாலேதான் இதற்குள்ளே வந்துவிட்டு வெளியேற முடியும்! என்ன சொல்கிறீர்? என் ஆட்களை அழைத்துக்கொண்டு போய்விடச் சொல்லட்டுமா? அல்லது நீரே வழி கண்டுபிடித்து..."

"இல்லை, தேவி! வழி கண்டுபிடித்துச் செல்ல எனக்கு நேரம் இல்லை. என்னை அழைத்து வந்தவர்களே திரும்ப அழைத்துச் செல்லட்டும். ஆனால்... நான் போவதற்கு முன்னால்ஞ் என்னைத் தாங்கள் அழைத்து வரும்படி சொன்ன காரணம் வேறொன்றும் இல்லையா? நான் தங்களுக்குச் செய்யக்கூடிய உதவி வேறொன்றும் இல்லையா? அப்படி ஏதாவது இருந்தால், சொல்லுங்கள்!"

"நல்லது; நீர் கேட்கிறபடியால் சொல்கிறேன். பறக்கும் குதிரை ஒன்று எனக்கு வேண்டும். உம்மால் முடிந்தால் சம்பாதித்து வந்து கொடுக்கலாம்."

"என்ன? பறக்கும் குதிரை என்றா சொன்னீர்கள்?"

"ஆம்; பறக்கும் குதிரைதான்!"

"பறப்பதுபோல் அதிகவேகமாய் ஓடக்கூடிய அரபு நாட்டுக் குதிரையைச் சொல்கிறீர்களா?"

"இல்லை; இல்லை! என்னால் அத்தகைய குதிரை மேல் ஏறவே முடியாது. பூமியில் கால் வைத்து ஓடும் குதிரையை நான் சொல்லவில்லை. பறவைகளைப்போல் இறகுகளை விரித்து வானத்தில் பறந்து செல்லும் குதிரையைச் சொல்கிறேன். அம்மாதிரி அதிசயக் குதிரைகள் இந்தப் பூவுலகில் எங்கேயோ இருப்பதாகக் கதைகளில் கேட்டிருக்கிறேன். அத்தகைய இறகுள்ள பறக்கும் குதிரைதான் எனக்கு வேண்டும்!"

"எதற்காக? சொர்க்க லோகத்துக்குப் பறந்து போவதற்காகவா?"

"என்னைப் பார்த்தால் சொர்க்கத்துக்குப் போகக் கூடியவளாகத் தோன்றுகிறதா? அத்தகைய புண்ணியம் செய்தவள் அல்ல நான். கொடிய பாவங்கள் பல செய்தவள்."

"சொர்க்கத்தில் உள்ளவர்கள் புண்ணியம் மட்டுந்தானா செய்கிறார்கள்? அங்கேயும் பாவங்கள் செய்கிறார்கள். அதற்குப் பரிகாரம் தேடப் பூவுலகத்துக்கு வருகிறார்கள். வந்த காரியம் ஆனதும் சொர்க்கத்துக்குப் போகிறார்கள்."

"இல்லை எனக்குச் சொர்க்கத்துக்குப் போக விருப்பம் இல்லை. பாண்டிய நாட்டில் ஒரு பாலைவனம் இருக்கிறது. அதன் நடுவில் சில மொட்டைப் பாறைகள் இருக்கின்றன. புல், பூண்டு முளைக்காத பாறைகள். அவற்றில் சில முழைகள் இருக்கின்றன. ஒரு காலத்தில் அந்த முழைகளில் திகம்பர ஜைனர்கள் இருந்து தவம் செய்தார்கள். இப்போது பாம்புகளும் நரிகளும் அவற்றில் வசிக்கின்றன. தேவலோகத்து அமராவதி நகரைக் காட்டிலும் அந்தப் பாண்டிய நாட்டுப் பாலைவனப் பாறைகளே எனக்கு அதிகம் பிடித்தமானவை."

"தேவி! தங்களுடைய ஆசை அதிசயமானதுதான்."

"பறக்கும் குதிரை கிடைத்தால் நான் அந்தப் பாலைவனத்துக்குப் போவேன். பிறகு அங்கிருந்து இலங்கைத் தீவுக்குப் பறந்து செல்வேன். இலங்கையில் வானை முட்டும் மலைகளும், அம்மலைகளை மறைக்கும்படி உயர்ந்த மரங்கள் அடர்ந்த காடுகளும் இருக்கின்றனவாம். இந்தச் சோழ நாட்டில் காணப்படும் எருமை மந்தைகளைப் போல் இலங்கைக் காடுகளில் யானை மந்தைகள் திரியுமாம்; அவற்றையெல்லாம் பார்ப்பேன். இன்னும் இந்தப் பூவுலகத்தின் மத்தியில் உலகம் தோன்றின நாள் தொட்டுப் பனிக்கட்டியால் மூடப்பட்ட சிகரங்களையுடைய மலைகள் இருக்கின்றனவாம். சூரியன் உதயமாகும் சமயத்தில் அவை வெள்ளி மலைகளைப் போல் ஜொலிக்கும். பறக்கும் குதிரை மேல் ஏறிச் சென்று அம்மலைச் சிகரங்களைப் பார்க்க விரும்புகிறேன். இன்னும் அப்பால் பாண்டிய நாட்டுப் பாலைவனத்தைப்போல பதினாயிரம் மடங்கு விஸ்தாரமான பாலைவனங்கள் ஒரே வெண்மணல் காடாக இருக்குமாம். பகல்வேளையில் அங்கே எரியும் தீயின் மத்தியில் இருப்பது போலவே தோன்றுமாம். அங்கேயெல்லாம் போக விரும்புகிறேன். இன்னும் அப்பால் போனால் கடுங்குளிர் காரணமாகக் கடல்நீர் உறைந்து கெட்டிப்பட்டு மனிதர்களும் மிருகங்களும் நடந்து போகும்படியிருக்குமாம். பறக்கும் குதிரை மேல் ஏறிச்சென்று அந்த இடங்களைப் பார்க்க விரும்புகிறேன்..."

"தேவி! என்னால் அத்தகைய பறக்கும் குதிரையைத் தங்களுக்கு கொண்டு வந்து தர முடியாது. ஆனால் தாங்கள் கூறிய சில இடங்களுக்குப் போகச் சுலபமான வழி இருக்கிறது. ஒரு நல்ல படகிலே ஏறினால் அரை நாளில் இலங்கைக்குப் போகலாம். கப்பல் ஏறிச் சென்றால்..."

"ஐயா! அந்த வழி எனக்குத் தெரியாத வழி அல்ல. ஆனால் எனக்குக் கடலைக் கண்டால் பயம். கப்பலிலே ஏறுவதென்றால் பயம். நதியைப் படகில் ஏறிக்கடக்கும்போது படகு அசைந்தால் கூடப் பயம். ஆகையால் உம்முடைய யோசனை எனக்குச் சிறிதும் பயன்படாது. நீர் போய் வரலாம்!" என்று கூறி நந்தினி எழுந்தாள்.

"தேவி! வேறொன்றும் தாங்கள் என்னிடம் சொல்வதற்கு இல்லையா?"

"இல்லை! நீர் ஏதோ சொல்ல விரும்புவது போல் காண்கிறது."

"ஒரு கேள்வி கேட்க விரும்புகிறேன். அதற்கு மட்டும் விடை சொல்ல வேண்டும். சில நாளைக்கு முன்பு தாங்கள் இலங்கைக்கு வந்திருக்கவில்லையா? அநுராதபுரத்தின் வீதிகளில் இருண்ட நிழலில் தனியாக நின்றிருக்கவில்லையா?"

"இல்லவே இல்லை. பழுவேட்டரையரின் அரண்மனையையும் காவலையும் தாண்டி நான் ஒரு பொழுதும் அப்பால் சென்றதே இல்லை. உமக்கு ஏன் அத்தகைய சந்தேகம் உதித்தது?"

"அம்மணி! இலங்கையில் சில தினங்களுக்கு முன்பு தங்களைப் பார்த்தேன். 'பறக்கும் குதிரை' என்றெல்லாம் சொல்லுகிறீர்களே? ஒருவேளை உண்மையில் அத்தகைய குதிரை தங்களிடம் இருக்கிறதோ, அதில் ஏறி அங்கு வந்தீர்களோ என்று நினைத்தேன். ஆனால் இப்போதுபோல் ஆடை ஆபரணங்கள் புனைந்து அலங்காரமாக இருக்கவில்லை. சாதாரண சேலை ஒன்று மட்டும் உடுத்தி ஒருவித ஆபரணமும் புனையாமல் கூந்தலை விரித்துப் போட்டுக்கொண்டு நின்றீர்கள். அந்த ஸ்திரீ தாங்கள் அல்லவா?"

"இல்லை; நான் இல்லை ஐயா! நீர் கூறும் அந்த ஸ்திரீ வாய் திறந்து ஏதாவது பேசினாளா?"

"இல்லை; ஜாடையினாலேதான் பேசினாள். ஆனால் தங்களுக்கு மந்திரவாதிகளுடன் பழக்கம் இருக்கிறது. ஒருவேளை அத்தகைய மந்திர சக்தியினால் தங்களுடைய சூக்ஷும வடிவம் அங்கே வந்திருக்கலாம் அல்லவா?"

"நானோ, என்னுடைய சூக்ஷும சரீரமோ இல்லை என்றால்?..."

"தங்களை வடிவத்தில் மிகவும் ஒத்தவளாய், பேச முடியாத ஸ்திரீயாக அவள் இருக்க வேண்டும்."

நந்தினியின் பார்வை எங்கேயோ வெகு தூரத்தில் சென்றிருந்தது. ஒரு நெடிய பெருமூச்சு விட்டாள்.

"ஐயா! சற்று முன்னால் எனக்கு ஏதேனும் உதவி செய்யவிரும்புவதாகச் சொன்னீர் அல்லவா?"

"ஆம்!"

"அது தாங்கள் உண்மையாகச் சொன்ன வார்த்தைதானே?"

"சந்தேகமில்லை."

"அப்படியானால் இதைக் கேளும். எப்போதாவது ஒரு சமயம் மறுபடியும் அந்த ஸ்திரீயைப் பார்க்க நேர்ந்தால் அவளை எப்படியாவது பிடித்துக்கொண்டு வந்து என்னிடம் சேர்ப்பியும். அது முடியாவிட்டால் என்னையாவது அவளிடம் அழைத்துக்கொண்டு செல்லும்!" என்றாள் நந்தினி.

அரை நாழிகைக்கெல்லாம் வந்தியத்தேவன் மறுபடியும் முல்லையாற்றங்கரையில் நின்றான். அவனுடைய குதிரையும் பக்கத்தில் நின்றது. அவனை அங்கே அழைத்து வந்தவர்கள் ஒரு நொடியில் மறைந்துவிட்டார்கள். தேவராளனைக்கூடக் காணவே இல்லை.

முல்லையாற்றங்கரையோரமாகக் குதிரையை மெதுவாகவே செலுத்திக்கொண்டு வந்தியத்தேவன் இரவெல்லாம் பிரயாணம் செய்தான். மூன்றாம் ஜாமத்தில் வால் நட்சத்திரம் அதன் பூரண வளர்ச்சியை அடைந்து வானத்தில் ஒரு நெடிய பகுதியை அடைத்துக்கொண்டு காணப்பட்டது. மக்கள் உள்ளத்தில் பீதியை விளைவித்த அந்தத் தூமகேதுவின் காரணமாக உண்மையிலேயே ஏதேனும் விபரீதம் ஏற்படப் போகிறதா அல்லது இதெல்லாம் வெறும் குருட்டு நம்பிக்கைதானா என்று அடிக்கடி அவன் சிந்தனை செய்தான். நந்தினியின் நினைவும் இடையிடையே வந்து கொண்டிருந்தது. அவள் கூறிய வார்த்தைகள் எல்லாம் அவன் மனத்தில் நன்கு பதிந்திருந்தன. முதல் தடவை தஞ்சை அரண்மனையில் அவளைப் பார்த்தபோது ஏற்பட்ட அருவருப்பு உணர்ச்சி இப்போது மறைந்துவிட்டது. ஏதோ பயங்கரமான துன்பங்களில் அடிபட்டவள் இவள் என்ற

எண்ணத்தினால் ஒருவித அநுதாபமே உண்டாகியிருந்தது. ஆயினும் அவளுடைய நோக்கம் என்ன, அவள் செய்ய விரும்பும் காரியம் என்ன, அவளுடைய உண்மையான வாழ்க்கை வரலாறு என்ன என்பவை மர்மமாக இருந்தபடியால் ஒரு பக்கத்தில் கோபமும் இருந்தது. ஒப்பில்லாத சௌந்தரியத்தோடு, ஏதோ ஒருவித மாயாசக்தி உடையவள் அவள் என்றும் தோன்றியது. ஆதலின் அவளுடன் இனி எவ்வித சம்பந்தமும் வைத்துக்கொள்ளாமலிருப்பதே நல்லது. பனை இலச்சினை உள்ள மோதிரத்தை அவள் திருப்பி வாங்கிக்கொண்டிருந்தால் எவ்வளவோ நன்றாயிருக்கும். அதை வாங்கிக்கொள்ள மறுத்துவிட்டாளே? நதியிலே எறிந்துவிடலாம்; அதற்கும் மனம் வரவில்லை. இந்த அபாயகரமான காலத்தில் அது மீண்டும் சமயத்துக்கு உபயோகப்படலாம்; எதற்காக எறிய வேண்டும்?

பழையாறைக்குச் சென்று இளைய பிராட்டியைப் பார்த்துச் சொல்லவேண்டிய செய்தியையும் சொல்லிவிட்டால், அப்புறம் அதை எறிந்தே விடலாம். இம்மாதிரி தொல்லையான காரியங்களில் பின்னர் பிரவேசிக்கவே கூடாது. இரவு நாலாம் ஜாமத்தில் கிழக்குத் திசையில் வெள்ளி முளைத்தது. சுக்கிரனை எதிரிட்டுக் கொண்டு போகக்கூடாது என்று வந்தியத்தேவன் கேள்விப்பட்டிருந்தான். குதிரையை நிறுத்தி ஒரு மரத்தில் கட்டிவிட்டுத் தானும் தரையில் படுத்துச் சிறிது உறங்கினான்.

◉

15. காலாமுகர்கள்

உதய சூரியனுடைய செங்கதிர்கள் வந்தியத்தேவனுடைய முகத்தில் சுளீர் என்று பட்டு அவனைத் துயிலெழுப்பி விட்டன. உறக்கம் தெளிந்ததும் எழுந்திருக்க அவனுக்கும் மனம் வரவில்லை, கண்ணை விரித்துப் பார்த்தான். சற்றுத் தூரத்தில் பயங்கர ரூபமுள்ள இரண்டு சாமியார்கள் வந்து கொண்டிருந்தார்கள். அவர்களுடைய திரித்துவிட்ட சடை, ஒரு கையில் திரிசூலம், இன்னொரு கையில் அக்கினி குண்டம் இவற்றிலிருந்து அவ்விருவரும் காலாமுக வீர சைவர்கள் என்பதை வந்தியத்தேவன் அறிந்து கொண்டான். இவர்களுடன் வாதப் போர் செய்வதற்கு ஆழ்வார்க்கடியான் இங்கு இல்லையே என்று எண்ணம் உண்டாயிற்று. அந்தக் காலாமுகச் சாமியார்கள் போகும் வரையில் கண்ணை மூடிக்கொண்டு தூங்குவதுபோல் பாசாங்கு செய்வதென்று தீர்மானித்தான்.

அவர்கள் அவன் பக்கத்தில் வந்து நிற்பதாக அவன் உணர்ந்தபோது கண்களைத் திறக்கவில்லை. அவர்களில் ஒருவர் அருகில் வந்து கனைத்தபோது, அவன் கண்ணை விழித்துப் பார்க்கவில்லை.

"சிவோஹம்! பையன் நல்ல கும்பகர்ணனாயிருக்கிறான்" என்றார் ஒருவர்.

"சிவோஹம்! இவனைப்போல் ஒரு வாலிபப் பிள்ளை நமக்குக் கிடைத்தால், எவ்வளவு நன்றாயிருக்கும்?" என்று சொன்னார், இன்னொரு சாமியார்.

"சிவோஹம்! ஆளைப்பார்த்து, முகம் களையாயிருக்கிறதே என்று சொல்லுகிறாய்! இவனால் நமக்குப் பயன் ஒன்றுமில்லை. வெகுசீக்கிரத்தில் இவனுக்கு ஒரு பெரிய ஆபத்து வரப் போகிறது!" என்றார் முதல் வீர சைவர்.

மேலும் தூங்குவதுபோல் பாசாங்கு செய்வது மூச்சுவிட முடியாமல் திணறும் உணர்ச்சியை வந்தியத்தேவனுக்கு உண்டாக்கிற்று. எனினும் அச்சமயம் விழித்தெழுந்தால் தன் பாசாங்கு வெளியாகிவிடும். மேலே அவர்கள் ஏதாவது பேசுவதைக் கேட்க முடியாமலும் போய்விடும். தனக்கு என்ன பெரிய ஆபத்து வரப் போகிறது என்பதையும் இவர்கள் ஒரு வேளை சொல்லலாம் அல்லவா?...

ஆனால் அவன் எண்ணிய எண்ணம் நிறைவேறவில்லை.

"சிவோஹம்! அவனவனுடைய தலையெழுத்து! நீ வா போகலாம்!" என்று ஒரு வீரசைவர் கூற, இருவரும் அங்கிருந்து நகர்ந்து சென்றார்கள்.

அவர்கள் சற்றுத் தூரம் போவதற்கு அவகாசம் கொடுத்து விட்டு வந்தியத்தேவன் எழுந்தான். "சீக்கிரத்தில் இவனுக்கு பெரிய ஆபத்து வரப்போகிறது!" என்ற வார்த்தைகள் அவன் காதில் ஒலித்துக் கொண்டிருந்தன.

பழைய காபாலிகர்களின் பரம்பரையில் வந்தவர்கள் காலாமுகர்கள். காபாலிகர்களைப் போல் அவர்கள் நரபலி கொடுப்பதில்லை. மற்றபடி காபாலிகர்களின் பழக்க வழக்கங்களை அவர்கள் பின்பற்றி வந்தார்கள். அவர்கள் மயானத்தில் அமர்ந்து கோரமான தவங்களைச் செய்து வருங்கால நிகழ்ச்சிகளை அறியும் சக்தி பெற்றிருந்ததாகப் பலர் நம்பினார்கள். சாபங்கொடுக்கும் சக்தி அவர்களுக்கு உண்டு என்றும் பாமர ஜனங்கள் எண்ணினார்கள். ஆகையால் காலாமுக சைவர்களின் கோபத்துக்கு ஆளாகாத வண்ணம் அவர்களுக்கு வேண்டிய உபசாரங்களைச் செய்ய, பலர் ஆயத்தமாயிருந்தனர். சிற்றரசர்கள் பலர் ஆலயங்களில் காலாமுகர்களுக்கு வழக்கமாக அன்னமளிப்பதற்கு நிவந்தங்கள் விட்டிருந்தனர். இதுவரையில் சோழ மன்னர் பரம்பரையைச் சேர்ந்த அரசர்கள் மட்டும் காலாமுகர்களுக்கு எவ்வித ஆதரவும் காட்டவில்லை.

இந்த விவரங்களையெல்லாம் அறிந்திருக்க வந்தியத்தேவன், "அவர்கள் ஏதாவது உளறிவிட்டுப் போகட்டும்; இதுவரையில் நேராத ஆபத்து நமக்குப் புதிதாக என்ன வந்துவிடப் போகிறது?" என்று எண்ணித் தன்னைத்தானே தைரியப்படுத்திக் கொண்டான். ஆயினும் வருங்காலத்தைப் பற்றி அறிந்து கொள்ளும் ஆசை அவன் மனத்தைவிட்டு அடியோடு அகன்று விடவில்லை.

வந்தியத்தேவன் எழுந்து நின்று பார்த்தபோது அந்தக் காலாமுகர்கள் சற்றுத் தூரத்தில் ஒரு பழைய மண்டபத்தின் அருகில் போய்க் கொண்டிருப்பதைக் கண்டான். மண்டபத்துக்கு அருகில் செயற்கைக் குன்றம் ஒன்று காணப்பட்டது. அதில் ஒரு குகை, சிங்க முகத்துடன் வாயைப் பிளந்து கொண்டிருந்தது. பழைய நாள்களில் திகம்பர ஜைனர்கள் கட்டிக்கொண்டிருந்த அந்தக் குகைகளைக் காலாமுகர்கள் பிடித்துக் கொண்டிருந்தார்கள்.

அங்கே சென்று அவர்களுடன் சிறிது பேச்சுக் கொடுத்துப் பார்க்க வேண்டும் என்ற ஆவல் வந்தியத்தேவனுக்கு உண்டாயிற்று. குதிரையைக் கட்டியிருந்த இடத்திலேயே விட்டுவிட்டுச் செய்குன்றை நோக்கிப் போனான். மண்டபத்தை நெருங்கியபோது காலாமுகர்கள் குகையின் மறுபக்கத்தில் நின்று பேசியது அவன் காதில் இலேசாக விழுந்தது.

"அந்தப் பையன் பொய்த் தூக்கம் தூங்கவில்லை. உண்மையாகவேதான் தூங்கியிருக்க வேண்டும்" என்று சொன்னார் ஒருவர்."

"அது எப்படி நிச்சயமாய்ச் சொல்கிறாய்?" என்றார் இன்னொருவர்.

"'அபாயம் வரப்போகிறது' என்ற வார்த்தைகளைக் கேட்ட பிறகு, அதைப்பற்றித் தெரிந்து கொள்ளவேண்டும் என்று விரும்பாத மனிதர் யாரையும் நான் இதுவரையில் கண்டதில்லை."

"பையன் நல்ல தீரனாகத் தோன்றுகிறான். அவனை நம்மோடு சேர்த்துக்கொண்டால் நன்றாய்த்தான் இருக்கும் நீ என்ன சொல்லுகிறாய்?"

"இவனைப் போன்ற வாலிபர்கள் எதற்காக? இன்னும் கொஞ்ச நாளில் இந்தச் சோழ நாட்டின் சிம்மாதனம் ஏறப்போகிறவனே காலாமுகத்தைச் சேரப் போகிறான்..."

"யாரைச் சொல்கிறாய்?"

"வேறு யாரை? மதுராந்தகத் தேவனைத்தான் சொல்கிறேன்! இது கூட உனக்குத் தெரியவில்லையா?"

"அது எப்படி? மற்ற இரண்டு பேர்?"

"ஒருவன் தான் கடலில் முழுகி இறந்துவிட்டானாம். இன்னொருவனுடைய காலம் குறுகிக்கொண்டிருக்கிறது..."

வந்தியத்தேவன் அதற்கு மேல் அந்தக் காலாமுகச் சாமியார்களின் பேச்சைக் கேட்கச் சிறிதும் விரும்பவில்லை. அவர்களுடன் பேச்சுக் கொடுக்கவும் எண்ணவில்லை.

விரைவிலே பழையாறை அடைந்து இளவரசியிடம் செய்தியைச் சொல்லிவிட்டுக் காஞ்சிக்குப் போக விரும்பினான். எல்லாருக்கும் மேலாகத் தான் அதிகம் கடமைப்பட்டிருப்பது ஆதித்த கரிகாலருக்கு அல்லவா? அவரை எத்தனையோ வித அபாயங்கள் சூழ்ந்திருப்பது உண்மை. பார்த்திபேந்திரன் கூடப் பழுவூர் ராணியின் மாய வலையில் விழுந்து விட்டான். எந்தக் காரியத்திலும் படபடப்புடன் இறங்கக் கூடியவரான ஆதித்த கரிகாலர் எப்போது எந்தவித அபாயத்துக்கு உள்ளவாரோ தெரியாது. அவரிடம் சென்று அவரைக் காத்து நிற்பது தன் முதன்மையான கடமை. வழியில் வீண்பொழுது போக்குவது பெருங்குற்றம். இந்தக் கணமே சென்றுவிட வேண்டும்.

வந்தியத்தேவன் சப்தமில்லாமல் திரும்பிச் சென்று குதிரை மீது ஏறிக்கொண்டான். குதிரையை வேகமாகத் தட்டிவிட்டான். காலாமுகர்களின் குகையோரமாகச் சென்றபோது அவர்கள் தன்னை வெறித்து நோக்குவதைக் கண்டான். ஒரு முகம் அவன் எப்போதோ பார்த்த முகம் போலத் தோன்றியது. ஆனால் நின்று பார்க்க விருப்பமின்றி மேலே சென்றான்.

வழியில் ஜன நெருக்கமான பல கிராமங்களை அவன் பார்த்தான். அங்கேயெல்லாம் இளவரசர் கடலில் மூழ்கியது பற்றிய செய்தி இன்னும் பரவவில்லையென்று தெரிந்தது. ஏனெனில் ஜனங்கள் சாவதானமாக அவரவர்கள் வேலையில் ஈடுபட்டிருந்தார்கள். அதுவரையில் நல்லதுதான். இளவரசரைப் பற்றிய செய்தி பழையாறையை அடைவதற்குள் தான் அங்கே போய்ச் சேர்த்துவிட வேண்டும். இளைய பிராட்டியிடம் உண்மையை அறிவித்து விடவேண்டும். குந்தவை தேவியின் காதில் வேறுவிதமான செய்தி விழுந்தால் ஏதாவது விபரீதம் நேரிட்டு விடலாம் அல்லவா? இளைய பிராட்டியாவது நம்புவதற்குத் தயங்கலாம். அந்தக் கொடும்பாளூர் இளவரசி உயிரையே விட்டாலும் விட்டுவிடுவாள்!... இந்த எண்ணம் வந்தியத்தேவனுக்கு மிகவும் பரபரப்பை உண்டாக்கிற்று. ஆனால் அவனுடைய அவசரம் குதிரைக்குத் தெரியவில்லை. கால்களில் புதிதாக லாடம் அடிக்கப்பட்டிருந்த அக்குதிரை வழக்கமான வேகத்துடன் கூட ஓட முடியாமல் தத்தளித்தது. கடைசியாகப் பிற்பகலில் சூரியன் அஸ்தமிப்பதற்கு இரண்டு நாழிகை இருந்தபோதுதான் பழையாறைக் கோட்டையின் பெரிய சுவர் அவனுக்குப் புலப்பட்டது.

அதோ, கோட்டை வாசலில் துர்கையின் கோவில் தெரிகிறது. கோட்டைக்குள் எப்படிப் பிரவேசிக்கிறது என்பதைப் பற்றி எத்தனையோ யோசனைகள் அவன் உள்ளத்தில் மின்னல் வேகத்தில் படையெடுத்து வந்தன. ஆனால் ஒன்றும் காரிய சாத்தியமாகத் தோன்றவில்லை. பனைமுத்திரை மோதிரமோ இங்கே பயன்படாது. ஏனெனில் அந்த மோதிரத்துடன் வருவான் என்பது முன்னமே கோட்டைக் காவலர்களுக்கு எச்சரிக்கை செய்யப்பட்டிருக்கும். இப்போது மோதிரத்தைப் பார்த்ததும் வேறு விசாரணையின்றிச் சிறைப்படுத்தி விடுவார்கள். சின்ன பழுவேட்டரையரிடம் அவனை அனுப்பி விடுவார்கள். இளைய பிராட்டி குந்தவை தேவியைப் பார்ப்பதற்கு முன்னால் அவ்விதம் அகப்பட்டுக் கொள்ள அவன் சிறிதும் விரும்பவில்லை.

யோசனை செய்த வண்ணம் குதிரையின் வேகத்தை அவன் குறைத்துக்கொண்டு கோட்டை வாசலை நெருங்கியபோது மற்றொரு திசையிலிருந்து ஒரு கூட்டம் வருவதைக் கண்டான். வேல் பிடித்த வீரர்கள், விருதுகளைச் சுமந்தவர்கள், குதிரைகள் ஏறி வந்தவர்கள் – இவ்வளவு பேருக்கும் நடுவில் தாமரைப் பூ வடிவமாக அமைந்த ஒரு தங்க ரதம். ஆஹா! அந்த ரதத்தில் வீற்றிருப்பது யார்? இளவரசர் மதுராந்தகத் தேவர் அல்லவா? கடம்பூர் அரண்மனையிலும் தஞ்சாவூர் பொக்கிஷ நிலவறையிலும் பார்த்த அதே இளவரசர்தான்! – கோட்டைக்குள் பிரவேசிப்பதற்கு யுக்தி என்னவென்பது உடனே வந்தியத்தேவன் மனத்தில் தோன்றி அவனுக்கு உணர்ச்சியூட்டிவிட்டது.

"ஆபத்து வரப்போகிறது என்ற வார்த்தை காதில் விழுந்தால் அதைப்பற்றி அறிந்துகொள்ள விரும்பாதவனை இதுவரை நான் பார்த்ததில்லை."- இவ்விதம் காலாமுகர்களில் ஒருவர் கூறிய வார்த்தைகள் அவன் மனத்தில் பதிந்திருந்தன. அவனே அந்த ஆவலுக்கு இடங்கொடுத்து விட்டான் அல்லவா? அந்தக் காலாமுகரின் யுக்தியை இங்கே கையாண்டு பார்க்க வேண்டியதுதான்.

தாமரை மலரின் வடிவமான தங்க ரதத்தை நோக்கி வந்தியத்தேவன் களைப்படைத்திருந்த தன் குதிரையை வேகமாகச் செலுத்தினான். மதுராந்தகத்தேவருடைய பரிவாரங்களில் யாரும் அவ்விதம் ஒருவன் செய்யக்கூடும் என்று எதிர்பார்க்கவில்லை. ஆகையால் அவனை யாரும் தடுக்க முன்வருவதற்குள் குதிரை ரதத்தின் சமீபத்தை அடைந்துவிட்டது. அந்தச் சமயத்தில் வந்தியத்தேவன் குதிரைமீது எழுந்து நின்றான். ரதத்தில் வீற்றிருந்த மதுராந்தகரை உற்றுப் பார்த்தான். பார்த்துவிட்டு, "ஓ! அபாயம்!" என்று ஒரு குரலைக் கிளப்பினான். உடனே தடால் என்று குதிரை மீதிருந்து தரையில் விழுந்து உருண்டான். குதிரை சில அடிதூரம் அப்பால் சென்று நின்றது.

இவ்வளவும் சில வினாடி நேரத்தில் நடந்துவிட்டது. மதுராந்தகத்தேவரின் பரிவாரத்தைச் சேர்ந்த சிலர் அவனுடைய குதிரை ரதத்தை நோக்கிப் போவதை கண்டு அவசரமாகக் கத்தியை உறையிலிருந்து எடுத்தார்கள். சிலர் வேலை எறிவதற்குக் குறிபார்த்தார்கள். அதற்குள் அவன் குதிரைமேல் நிற்கமுயன்று கீழேயும் விழுந்து விட்டபடியால் அவர்களுடைய கவலை நீங்கியது.

பிறகு கீழே விழுந்தவனைப் பார்த்து எல்லாரும் சிரித்தார்கள்; மதுராந்தகரும் சிரித்தார். அதற்குள் ரதம் நிறுத்தப்பட்டிருந்தது. அவர் கையைக் காட்டி சமிக்ஞை செய்யவே, வீரர்கள் இருவர் வந்தியத்தேவன் அருகில் சென்று அவனைத் தூக்குவதற்கு முயன்றார்கள். அதற்குள் அவனே எழுந்து உட்கார்ந்திருந்தான். வீரர்களுடைய உதவியில்லாமல் குதித்து எழுந்து நின்றான். தான் விழுந்தது பற்றிச் சிறிதும் கவனியாதது போல் இளவரசர் மதுராந்தகரையே உற்றுப் பார்த்துக்கொண்டிருந்தான்.

"அவனை இப்படி அருகில் கொண்டு வாருங்கள்!" என்றார் இளவரசர். வீரர் இருவரும் வந்தியத்தேவனை கையைப் பிடித்து அழைத்துச்சென்று ரதத்தின் பக்கத்தில் நிறுத்தினார்கள். இன்னமும் அவனுடைய கண்கள் மதுராந்தகர் முகத்தின் பேரிலேயே இருந்தன.

"அப்பனே! நீ யார்?" என்று இளவரசர் கேட்டார்.

"நான்... நான்தான்! சக்கரவர்த்திப் பெருமானே! என்னைத் தெரியவில்லையா?" என்றான் வந்தியத்தேவன்.

"என்ன உளறுகிறாய்?.. அடே! நீங்கள் சற்று விலகி நில்லுங்கள்" என்றார் மதுராந்தகர். மற்ற வீரர்களைப் பார்த்து, வீரர்கள் விலகினார்கள்.

"என்னை யார் என்று எண்ணிக் கொண்டாய்?" என்று மறுபடியும் மதுராந்தகர் கேட்டார்.

"மன்னிக்க வேண்டும் இளவரசே! தவறாகச் சொல்லி விட்டேன். தாங்கள் இன்னும்... இன்னும்" என்று தட்டுத் தடுமாறிப் பேசினான்.

"இதற்கு முன் எப்பொழுதாவது என்னை நீ பார்த்திருக்கிறாயா?"

"பார்த்திருக்கிறேன்... இல்லை; பார்த்ததில்லை..."

"என்னைப் பார்த்திருக்கிறாயா? இல்லையா? உண்மையைச் சொல்!"

"நேற்றிலிருந்து நான் உண்மையைச் சொல்வதென்று வைத்திருக்கிறேன். அதனால்தான் நிச்சயமாக சொல்ல முடியவில்லை!"

"ஓகோ! நேற்று முதல் நீ உண்மை பேசுகிறவனா? நல்ல வேடிக்கை" என்று மதுராந்தகர் சிரித்தார்.

"அதனால் நிச்சயமாய்ச் சொல்ல முடியாமற் போவானேன்?" என்று மறுபடியும் கேட்டார் மதுராந்தகர்.

"இந்தக் காலத்தில் எதைத்தான் நிச்சயமாகச் சொல்ல முடிகிறது? ஒருவரைப் போல் இன்னொருவர் இருக்கிறார். ஒரு நாள் மூடு பல்லக்கில் இருந்தவர், இன்னொரு நாள் ரதத்தில் இருக்கிறார்..."

"என்ன சொன்னாய்?" என்று மதுராந்தகர் சிறிது திடுக்கிட்ட குரலில் வினவினார்."

"ஒருவரைப்போல் இன்னொருவர் இருப்பதால் நிச்சயமாய்ச் சொல்ல முடியவில்லை என்றேன்!"

"நான் யாரைப் போல இருக்கிறேன்?"

"இரண்டு தடவை தங்களை நான் பார்த்திருக்கிறேன். அல்லது தங்களைப் போன்றவரைப் பார்த்திருக்கிறேன். தாங்கள்தானா அதாவது நான் பார்த்தவர்தானா, என்று சந்தேகமாயிருந்தது. அதைத் தெரிந்து கொள்வதற்காகத்தான்... சற்று முன்..."

"குதிரைமேல் ஏறி நின்று அப்படி உற்றுப் பார்த்தாயா?"

"ஆம், ஐயா!"

"என்ன தெரிந்து கொண்டாய்?"

"தாங்கள் நான் பார்த்தவராகவும் இருக்கலாம், இல்லாமலுமிருக்கலாம் என்று தெரிந்து கொண்டேன்."

மதுராந்தகருக்குக் கோபம் உண்டாகத் தொடங்கியதென்பது அவருடைய முகத்திலிருந்தும், குரலின் தொனியிலிருந்தும் தெரிந்தது. "நீ சுத்தப் போக்கிரி. உன்னை..."

"இளவரசரே கோபிக்க வேண்டாம். நான் தாங்களையோ, தங்களைப் போன்றவரையோ பார்த்தது எங்கே என்று சொல்கிறேன். பிறகு தாங்களே தீர்மானித்துக் கொள்ளலாம்."

"அப்படியானால் சொல், சீக்கிரம்!"

"ஒரு பெரிய கோட்டை, நாலாபுறமும் நெடிய மதில்சுவர். வீராதி வீரர்கள் பலர் அங்கே கூடியிருந்தார்கள். நடுராத்திரி, சுவரில் மாட்டிய பெரிய அகல் விளக்கிலிருந்து புகையினால் மங்கிய வெளிச்சத்தில் அவர்கள் ஆத்திரமாகப் பேசிக்கொண்டிருந்தார்கள். சுவர் ஓரமாக ஒரு பல்லக்கு இருந்தது. அந்த வீரர்களின் தலைவரை மற்றவர்கள் ஏதோ கேள்விமேல் கேள்வியாகக் கேட்டார்கள். அவருக்குக் கோபம் வந்துவிட்டது. வேகமாக எழுந்துபோய் பல்லக்கின் அருகில் நின்றார். பல்லக்கை மூடியிருந்த பட்டுத்திரையை விலக்கினார். பல்லக்கின் உள்ளேயிருந்து ஒரு சுந்தரபுருஷர் வெளியே வந்தார். அவரைப் பார்த்ததும் அங்கே கூடியிருந்த வீரர்கள் அனைவரும் 'வாழ்க! வாழ்க!' என்று கோஷித்தார்கள். 'பட்டத்து இளவரசர் வாழ்க!' என்றும் சிலர் கூவினார்கள். 'சக்கரவர்த்திக்கு ஜே!' என்று கோஷித்ததாகவும் ஞாபகம்! ஐயா, அப்போது பல்லக்கிலிருந்து வெளி வந்தவருடைய முகம் தங்கள் முகம் போலத்தான் இருந்தது. ஏதாவது நான் தவறாகச் சொல்லியிருந்தால் தயவு செய்து மன்னிக்கவேண்டும்."

நடுவில் குறுக்கிடாமல் இத்தனை நேரம் கேட்டுக் கொண்டிருந்த மதுராந்தகத் தேவருடைய நெற்றியில் வியர்வை துளிர்க்கலாயிற்று. அவருடைய முகத்தில் பயத்தின் சாயை படர்ந்தது.

"நேற்று முதல் உண்மையைச் சொல்லுகிறவனே! அந்த வீரர்களின் கூட்டத்தில் நீ இருந்தாயா?" என்று கேட்டார்.

"இல்லை, ஐயா! சத்தியமாக இல்லை!"

"பின் எப்படிக் கூடயிருந்து பார்த்தது போலச் சொல்கிறாய்?"

"நான் கண்ட காட்சி உண்மையாக நடந்ததா அல்லது கனவிலே கண்டதா என்று எனக்கே நிச்சயமாகத் தெரியவில்லை. இன்னொரு காட்சியையும் கேளுங்கள். இருளடர்ந்த

ஒரு நிலவறை, அதில் ஒரு சுரங்கப் பாதை. வளைந்து வளைந்து கீழே இறங்கி மேலே ஏறிப் போகவேண்டிய பாதை. அதன் வழியாக மூன்று பேர் வந்துகொண்டிருந்தார்கள். முன்னால் ஒருவன் தீவர்த்திப் பிடித்துக்கொண்டு போனான். பின்னால் ஒருவன் காவல் புரிந்துகொண்டு வந்தான். நடுவில் ஒரு சுந்தர புருஷர் - வடிவத்தில் மன்மதனையொத்த ராஜகுமாரர் வந்து கொண்டிருந்தார். தீவர்த்தியின் வெளிச்சம் அந்த நிலவறையின் மூலை முடுக்குகளில் பரவியபோது அங்கேயெல்லாம் பொன்னும், மணியும், வைடூரியங்களும் ஜொலிப்பதுபோலத் தோன்றியது. அது மன்னாதி மன்னர்களில் இரகசியப் பொக்கிஷங்களை வைக்கும் நிலவறையாக இருக்கலாம் என்று தோன்றியது. தூண்களில் கோரமான பூத வடிவங்கள் செதுக்கப்பட்டிருந்தன. அத்தகைய சுரங்க வழியில் வந்துகொண்டிருந்த மூன்று பேரில் நடுவில் வந்த சுந்தர புருஷரின் முகம் தங்கள் திருமுகம் போலிருந்தது. அது உண்மையா, இல்லையா என்பதைத் தாங்கள்தான் சொல்ல வேண்டும்..."

இளவரசர் மதுராந்தகர், "போதும் நிறுத்து!" என்றார். அவருடைய குரலில் பீதி தொனித்தது.

வந்தியத்தேவன் சும்மா இருந்தான்.

"நீ நிமித்தக்காரனா?"

"இல்லை ஐயா! அது என் தொழில் இல்லை. ஆனால் நடந்ததையும் சொல்லுவேன்; இனிமேல் நடக்கப் போவதையும் சொல்லுவேன்."

மதுராந்தகர் சிறிது யோசித்துவிட்டு, "குதிரை மேல் நின்றபோது ஏதோ கத்தினாயே, அது என்ன?" என்று கேட்டார்.

"அபாயம் என்று கத்தினேன்."

"யாருக்கு அபாயம்?"

"தங்களுக்குத்தான்!"

"என்ன அபாயம்?"

"பல அபாயங்கள் தங்களைச் சூழ்ந்திருக்கின்றன. அது போலவே பெரும் பதவிகளும் காத்திருக்கின்றன. அவற்றைக் குறித்துச் சாவகாசமாகச் சொல்லவேண்டும். என்னுடைய கத்தியைக்கூடத்தான் தங்கள் வீரர்கள் பிடுங்கிக்கொண்டு விட்டார்களே? தங்களுடன் என்னைக் கோட்டைக்குள் அழைத்துக்கொண்டு போனால்..."

"ஆகட்டும்; என்னுடன் வா! சாவகாசமாகப் பேசிக்கொள்ளலாம்!"

மதுராந்தகத் தேவர் தம்முடன் வந்த வீரர்களின் தலைவனைக் கைகாட்டி அருகில் அழைத்தார். வந்தியத்தேவனைச் சுட்டிக்காட்டி அவனை அவர்களுடன் கோட்டைக்குள் அழைத்து வரும்படி கட்டளையிட்டார். அந்தக் கட்டளை அவ்வீரர் தலைவனுக்கு அவ்வளவு உற்சாகம் அளிக்கவில்லை. ஆயினும் கட்டளைக்குக் கீழ்ப்படிந்து வந்தியத்தேவனையும் தன்னுடன் அழைத்துச் சென்றான்.

சற்று நேரத்துக்கெல்லாம் பழையாறைக் கோட்டைக் கதவு திறந்தது. மதுராந்தகத்தேவரும் அவருடைய பரிவாரங்களும் வந்தியத்தேவனும் கோட்டைக்குள் பிரவேசித்தார்கள்.

16. மதுராந்தகத் தேவர்

இந்தக் கதையில் ஒரு முக்கிய பாத்திரமாகிய மதுராந்தகத் தேவரைக் கதை ஆரம்பத்தில் கடம்பூர் மாளிகையிலேயே நாம் சந்தித்தோம். இன்னொரு முறை பழுவேட்டரையரின் பாதாள நிலவறைப் பாதை வழியாக நள்ளிரவில் அவர் அரண்மனைக்குச் சென்றபோது பார்த்தோம். அப்பொழுதெல்லாம் அந்தப் பிரசித்திபெற்ற இளவரசரை, - பின்னால் பரகேசரி உத்தம சோழர் என்னும் பட்டப் பெயருடன் தஞ்சைச் சிம்மாசனத்தில் வீற்றிருக்கப் போகிறவரை - நல்லமுறையில் வாசகர்களுக்கு அறிமுகம் செய்து வைக்கவில்லை. அந்தக் குறையை இப்போது நிவர்த்தி செய்து வைக்க விரும்புகிறோம்.

மதுராந்தகரைப்பற்றிச் சொல்லுவதற்கு முன்னால் அவருடைய பரம்பரையைக் குறித்தும் வாசகர்களுக்குச் சிறிது ஞாபகப்படுத்த வேண்டும்.

சுந்தரசோழ சக்கரவர்த்திக்கு முன்னால் சோழ நாட்டில் நீண்ட காலம் அரசு செலுத்தியவர் அவருடைய பெரிய தந்தை கண்டராதித்த சோழர். அவரும், அவருடைய தர்மபத்தினியான மழவரையர் மகள் செம்பியன்மாதேவியும் சிவபக்த சிகாமணிகள். சிவாலயத் திருப்பணிகளிலேயே தங்கள் வாழ்க்கையை அவர்கள் முழுவதும் ஈடுபடுத்தியவர்கள்.

தமிழ்நாடெங்கும் சிதறிக்கிடந்த தேவாரத் திருப்பதிகங்களைத் தொகுத்துச் சேர்க்கக் கண்டராதித்தர் ஆசை கொண்டிருந்தார்.

அந்த ஆசை அவர் ஆயுள் காலத்தில் நிறைவேறவில்லை. ஆயினும் சில பாடல்களைச் சேகரித்தார். தேவாரப் பதிகங்களின் முறையில் தாமும் சில பாடல்களைப் பாடினார். அவற்றில் சிதம்பரத்தைப் பற்றி அவர் பாடிய பதிகம் திருவிசைப்பா என்ற தொகுதியில் இன்றும் வழங்கி வருகிறது.

கண்டராதித்தர் தமது அரும் பெரும் தந்தையாகிய பராந்தக சக்கரவர்த்தி தில்லையம்பலத்துக்குப் பொன் வேய்ந்தது பற்றித் தாம் பாடிய பதிகத்தில் குறிப்பிட்டிருக்கிறார்:-

"வெங்கோல் வேந்தன் தென்னன்நாடும்
ஈழமும் கொண்ட திறல்
செங்கோற்சோழன் கோழிவேந்தன்
செம்பியன் பொன்னணிந்த
அங்கோல்வளையார் பாடியாடும்
மணி தில்லையம்பலத்துள்
எங்கோல் ஈசன் எம்பிறையை
என்றுகொல் எய்துவதே!"

என்ற பாடலில் தம் தந்தை பாண்டிய நாடும், ஈழமும் வென்றவர் என்பதைக் குறிப்பிட்டிருக்கிறார். பதிகத்தின் கடைசிப் பாடலில் தமது பெயரை அவர் குறித்திருப்பதுடன், தம்முடைய காலத்தில் சோழரின் தலைநகரம் தஞ்சையானதையும் குறிப்பிட்டிருக்கிறார்.

"சீரான்மல்கு தில்லைச்
செம்பொன்னம்பலத்தாடி தன்னைக்
காரார் சோலைக் கோழிவேந்தன்
தஞ்சையர்கோன் கலந்த
ஆராவின் சொல் கண்டராதித்தன்
அருந் தமிழ் மாலைவல்லார்
பேராவுலகிற் பெருமையோடும்
பேரின்பம் எய்துவரே!"

கண்டராதித்தருக்குப் போர் செய்து இராஜ்யத்தை விஸ்தரிப்பதில் நம்பிக்கை இருக்கவில்லை போர்களினால் மனிதர்கள் அடையும் துன்பங்களைக் கண்டு வருந்தியவரான படியால் கூடிய வரையில் சண்டைகளை விலக்க முயன்றார்; சமாதானத்தையே நாடினார். இதன் காரணமாக இவர் ஆட்சிக் காலத்தில் சோழ சாம்ராஜ்யம் மிகச் சுருங்கலாயிற்று. கண்டராதித்தர் தம் முதிர்ந்த வயதில் மழவரையர் மகளை மணந்து கொண்டார். அவர்களுடைய புதல்வன் மதுராந்தகன், கண்டராதித்தரின் அந்திம காலத்தில் சின்னஞ் சிறு குழந்தை. இராஜ்யத்தைச் சுற்றிலும் எதிரிகள் தலையெடுத்துக் கொண்டிருந்தனர். அதே சமயத்தில் கண்டராதித்தரின் தம்பி அரிஞ்சயன் போரில் காயம்பட்டு மரணத்தை

எதிர்நோக்கிக் கொண்டிருந்தான். அரிஞ்சயனுடைய குமாரன் சுந்தரசோழன் அதற்குள் காளைப் பருவத்தைக் கடந்து, பல போர்களிலே வெற்றிமுரசு கொட்டி, மகா வீரன் என்று பெயர் பெற்றிருந்தான். ஆதலின் கண்டராதித்தர் தமக்குப் பின்னர் சுந்தரசோழனே பட்டத்துக்கு உரியவன் என்று முடிவுகட்டிக் குடிமக்களுக்கும் அறிவித்து விட்டார். தன்னால் சிம்மாதனம் சம்பந்தமான குடும்பச் சண்டைகள் உண்டாகாதிருக்கும் பொருட்டுச் சுந்தர சோழருடைய சந்ததிகளே பட்டத்துக்கு உரியவர்கள் என்றும் சொல்லி விட்டார்.

தமது குமாரன் மதுராந்தகனைச் சிவ பக்தனாக வளர்த்துச் சிவ கைங்கரியத்தில் ஈடுபடுத்த வேண்டும் என்று தம் மனைவியிடமும் அவர் சொல்லியிருந்தார். இவையெல்லாம் அந்நாளில் நாடறிந்த விஷயங்களாயிருந்தன.

செம்பியன் மாதேவி தன் கணவருக்கு அளித்த வாக்கை நிறைவேற்றி வந்தாள். மதுராந்தகனுடைய சிறு பிராயத்திலேயே அவன் உள்ளத்தில் சிவபக்தியையும் உலக வாழ்வில் வைராக்கியத்தையும் உண்டாக்கி வளர்த்து வந்தாள்.

ஏறக்குறைய இருபது பிராயம் வரையில் மதுராந்தகன் அன்னையின் வாக்கையே வேத வாக்காகக் கொண்டு நடந்து வந்தான். இராஜ்ய விவகாரங்களில் அவனுக்குச் சிறிதும் பற்று ஏற்படவில்லை; சோழ சிங்காதனம் தனக்கு உரியது என்ற எண்ணமே அவன் உள்ளத்தில் உதயமாகாமல் இருந்தது.

இரண்டு வருஷங்களுக்கு முன்னால் சின்னப் பழுவேட்டரையரின் மகளை மணந்ததிலிருந்து அவன் மனம் மாறத் தொடங்கியது. ஆரம்பத்தில் இலேசாகத் தலைகாட்டிய ஆசைக்குப் பழுவூர் இளைய ராணி நந்தினி தூபம் போட்டுப் பெரிதாக்கி வந்தாள். சிறிய தீப்பொறி அதிவிரைவில் பெரிய காட்டுத் தீ ஆகிவிட்டது. பல்வேறு காரணங்களினால் சோழநாட்டுச் சிற்றரசர்கள் பலரும் பெருந்தர அதிகாரிகளும் மதுராந்தகனை ஆதரித்துச் சதிசெய்ய முற்பட்டதையும் பார்த்தோம். மதுராந்தகனைச் சிம்மாசனத்தில் ஏற்றுவதற்குச் சுந்தர சோழர் கண் மூடும் சந்தர்ப்பத்தை அவர்கள் எதிர்நோக்கியிருந்தார்கள். ஆனால் மதுராந்தகனோ அவ்வளவு காலம் காத்திருப்பதற்கே விரும்பவில்லை. சுந்தரசோழருக்குச் சிம்மாசனத்தில் பாத்தியதை இல்லையென்றும், தனக்கே சோழ சாம்ராஜ்யம் வந்திருக்க வேண்டும் என்றும் அவன் எண்ணத் தொடங்கினான். அதிலும் இப்போது சுந்தர சோழர் நோய்ப்பட்டுப் படுத்த படுக்கையாகி இராஜ்யத்தைக் கவனிக்க முடியாத நிலைமையில் இருந்தார் அல்லவா? ஆதலின் ஏன் தான் உடனடியாகத் தஞ்சாவூர் சிங்காசனமேறி இராஜ்ய பாரத்தை ஏற்றுக் கொள்ளக்கூடாது?

இவ்விதம் மதுராந்தகனுக்கு ஏற்பட்டிருந்த அரசுரிமை வெறியைக் கட்டுக்குள் அடக்கி வைப்பது இப்போது பழுவேட்டரையர்களின் பொறுப்பாயிருந்தது. அவசரப்பட்டுக் காரியத்தைக் கெடுத்துவிட அவர்கள் விரும்பவில்லை. சுந்தர சோழரின் இரு புதல்வர்களும் வீராதிவீரர்கள். அவர்களுடைய வீரச் செயல்களினாலும் பிற குணாதிசயங்களினாலும் குடி மக்களின் உள்ளங்களில் அவர்கள் இடம்பெற்றிருந்தனர். கொடும்பாளூர் வேளார், திருக்கோவலூர் மலையமான் என்னும் இரு பெரும் தலைவர்கள் சுந்தர சோழரின் புதல்வர்களை ஆதரித்து நின்றார்கள். சைன்யத்திலேயும் ஒரு பெரும் பகுதி வீரர்கள் சுந்தர சோழரின் புத்திரர்களையே விரும்பினார்கள். ஆகையால் சக்கரவர்த்தி உயிரோடிருக்கும் வரையில் பழுவேட்டரையர்கள் பொறுமையுடனிருக்கத் தீர்மானித்தார்கள்.

இதற்கிடையில், சக்கரவர்த்தியின் மனமும் சிறிதளவு மாறியிருந்ததை அவர்கள் அறிந்து கொண்டார்கள். தமக்குப் பிறகு இளவரசர் மதுராந்தகருக்குத்தான் பட்டம் என்று சுந்தர சோழரே சொல்லிவிட்டால், ஒரு தொல்லையும் இல்லை. இதற்குக் குறுக்கே நின்று தடை செய்யக்கூடியவர்கள் இளைய பிராட்டியும், செம்பியன் மாதேவியுந்தான். இளைய பிராட்டியின் சூழ்ச்சிகளை மாற்றுச் சூழ்ச்சிகளினால் வென்றுவிடலாம். ஆனால் தமிழ்நாடெங்கும் தெய்வாம்சம் பெற்றவராகப் போற்றப்பட்டு வரும் செம்பியன் மாதேவி தடுத்து நின்றால், அந்தத் தடையைக் கடப்பது எளிதன்று. அந்தப் பெருமாட்டி தாம்பெற்ற புதல்வன் சிம்மாசனம் ஏறுவதை விரும்பவில்லை என்பது எங்கும் பரவியிருந்தது.

அன்னையின் வார்த்தையை மீறி மகன் சிங்காதனம் ஏறுவதைக் குடிமக்கள் எப்படி ஏற்றுக்கொள்வார்கள்? ஒன்று, அந்த அம்மாளும் தமது கணவரைப் பின்பற்றிக் கைலாச பதவிக்குச் செல்லவேண்டும். அல்லது அவருடைய மனம் மாறச் செய்யவேண்டும். தாயின் மனத்தை மாற்றக்கூடிய சக்தி, பெற்ற பிள்ளையைத் தவிர வேறு யாருக்கு இருக்கக்கூடும்?

ஆதலின் அன்னையிடம் சொல்லி அவர் மனத்தை மாற்றும்படி மதுராந்தகத் தேவரை அடிக்கடி பழுவேட்டரையர்கள் தூண்டிக்கொண்டிருந்தார்கள். மதுராந்தகர் இந்தக் காரியத்தில் மட்டும் உற்சாகம் காட்டவில்லை. இராஜ்யம் ஆளும் ஆசை அவர் உள்ளத்தில் வெறியாக மூண்டிருந்தது. ஆனால், அன்னையிடம் அதைப் பற்றிப் பேச மட்டும் அவர் தயங்கினார். ஏன் அந்த மூதாட்டியைச் சந்தித்துப் பேசுவதற்கே அவர் அவ்வளவாக விரும்பவில்லை.

இப்போது, செம்பியன் மாதேவியே தஞ்சைக்குச் செய்தி சொல்லி அனுப்பியிருந்தார். தமது கணவருடைய விருப்பங்களில் முக்கியமானதொரு விருப்பத்தை நிறைவேற்றத் திட்டமிட்டிருப்பதாகவும், அந்தச் சந்தர்ப்பத்தில் தம் குமாரன் தம்முடன் இருக்கவேண்டும் என்றும் தெரியப்படுத்தியிருந்தார். அதன்படியே சின்னப் பழுவேட்டரையர் மதுராந்தகரைப் பழையாறைக்குப் போய்வரும்படி கூறினார். இச்சந்தர்ப்பத்தில் தஞ்சை சிங்காதனத்துக்குத் தமக்குள்ள உரிமைபற்றித் தாயிடம் வாதாடி அவருடைய மனத்தை மாற்ற முயலும் படியும் சொல்லி அனுப்பினார்.

⊙

17. திருநாரையூர் நம்பி

மதுராந்தகத் தேவர் தமது பரிவாரங்களுடனும் வந்தியத்தேவனுடனும் பழையாறை நகருக்குள் பிரவேசித்தார். ஆரியப் படை வீடு, பம்பைப்படை வீடு, புதுப்படை வீடு, மணப்படை வீடு முதலான, வீரர்கள் வாழும் பகுதிகளின் வழியாக ஊர்வலம் சென்றது. பிறகு கடை வீதிகள், குடிமக்கள் வாழும் பகுதிகள், ஆலயங்கள், ஆலயங்களைச் சூழ்ந்திருந்த சந்நிதித் தெருக்கள் முதலியவற்றின் வழியாகச் சென்றது. ஆங்காங்கு ஒரு சிலர் வீட்டு வாசல்களில் நின்று பார்த்தார்கள். ஆனால் மக்களிடையே எவ்வித உற்சாகமும் இல்லையென்பதை வந்தியத்தேவன் கண்டான். முதன்முறை அவன் இந்நகருக்குள் வந்திருந்த போது நகரம் கோலாகலத்தில் மூழ்கியிருந்தது. இப்போது வீதிகள் ஜன சூனியமாயிருந்தன. பழையாறை பாழடைந்த நகரமோ என்று சொல்லும்படி இருந்தது. மதுராந்தகத் தேவர் மீது பழையாறை மக்கள் அவ்வளவாக விசுவாசம் கொண்டிருக்கவில்லை என்பது வெட்ட வெளிச்சமாகத் தெரிந்தது. வந்தியத்தேவனுக்கு இது ஒரு விதத்தில் சௌகரியமாயிருந்தது. தன் முகம் தெரிந்தவர்கள் யாரேனும் தன்னைப் பார்க்கும்படி நேரவும் அதனால் தொல்லை ஏற்படவும் இடமில்லையல்லவா?

இவர்கள் சோழ மன்னர்களின் புராதன அரண்மனை வீதியை நெருங்கிக் கொண்டிருந்த சமயத்தில் இன்னொரு பக்கமிருந்து பெரியதோர் ஊர்வலம் வந்துகொண்டிருந்ததைக் கண்டார்கள்.

அந்த ஊர்வலத்தின் மத்தியில் திறந்த பல்லக்கு ஒன்று வந்துகொண்டிருந்தது. அதில் இருந்தவர் யாரென்பது நன்கு தெரியவில்லையாயினும் யாரோ சிவனடியார் என்றும் இளம் பிராயத்தினர் என்றும் தோன்றியது. சிவிகைக்கு முன்னும் பின்னும் ஜனக்கூட்டம் அதிகமாயிருந்தது. கையில் தாளங்களை வைத்து இனிய ஜங்கார ஓசையை எழுப்பிக் கொண்டு சிலர் பல்லக்கின் முன்னாலும் பின்னாலும் பாடிக்கொண்டு வந்தார்கள்.

இடையிடையே "திருச்சிற்றம்பலம்" "ஹரஹரமகாதேவா!" என்ற கோஷங்களுடன் "திருநாரையூர் நம்பி வாழ்க!" "பொல்லாப் பிள்ளையாரின் அருட்செல்வர் வாழ்க!" என்ற கோஷங்களும் எழுந்து வானை அளாவின.

மதுராந்தகர் அந்த ஊர்வலத்தை அசூயை கொண்ட கண்களினாலேயே பார்த்தார். பக்கத்திலிருந்து வீரனைப் பார்த்து ஏதோ கேட்டார். "ஆம்; பல்லக்கிலே வருகிறவர்தான் திருநாரையூர் நம்பி!" என்று அவன் மறுமொழி கூறினான்.

"இருந்தாலும் என்ன தடபுடல்! இந்த ஊரில் நம்மை யாரும் கேட்பாரைக் காணோம்! இந்த நம்பியைச் சூழ்ந்து கொண்டு ஜனங்கள் இவ்வளவு ஆர்ப்பாட்டம் செய்கிறார்களே?" என்றார் மதுராந்தகத் தேவர்.

அந்த ஊர்வலம் இவர்கள் இருந்த இடத்திலிருந்து சற்று தூரத்திலேயே சென்றது. ஆயினும் பல்லக்கின் அருகில் வந்தவர்களில் ஒருவர், முன்னொரு சமயம் கொள்ளிட நதியைப் படகிலே தாண்டியபோது ஆழ்வார்க்கடியானோடு சண்டையிட்ட வீரசைவர் என்று வந்தியத்தேவனுக்குத் தோன்றியது.

மதுராந்தகத்தேவரும் அவருடைய பரிவாரங்களும் அரண்மனை வீதியை அடைந்து, செம்பியன் மாதேவியின் மாளிகையை அடைந்தார்கள். அரண்மனை வாசலிலேயே பெரிய பிராட்டி நின்றுகொண்டிருந்தார். யாரையோ வரவேற்பதற்கு ஆயத்தமாக அவர் காத்திருந்ததாய்த் தோன்றியது. மதுராந்தகர் ரதத்திலிருந்து இறங்கி அன்னையின் அருகில் சென்று வணங்கினார். வணங்கிய மதுராந்தகரை உச்சி முகந்து அன்னை ஆசி கூறினார். "மகனே! நல்ல தருணத்தில் வந்து விட்டாய்! திருநாரையூர் நம்பி வந்துகொண்டிருக்கிறார். அவசியமானால் சற்றுச் சிரம பரிகாரம் செய்து கொண்டு விரைவில் சபாமண்டபத்துக்கு வந்து சேர்!" என்று கூறினார்.

மதுராந்தகரின் முகம் பொலிவு இழந்ததை வந்தியத்தேவன் கவனித்துக் கொண்டான். பாவம்! தம்மை வரவேற்பதற்காகவே பெரிய பிராட்டி அரண்மனை வாசலில் காத்திருந்ததாக மதுராந்தகர் எண்ணியிருந்தார் போலும். என்ன ஏமாற்றம்? பல்லக்கிலே பின்னால் ஊர்வலமாக வரும் சிவனடியாரை வரவேற்பதற்குத்தான் அவர் காத்திருந்தார் என்று தெரிந்ததும் மதுராந்தகருக்கு, நாளைக்குச் சோழ சிம்மாசனத்தில் ஏறலாம் என்று ஆசைப்பட்டுக்கொண்டிருப்பவருக்கு, மிகவும் ஏமாற்றமாயிருப்பது இயல்புதானே?

அரண்மனையில் மதுராந்தகருக்கு என்று ஒதுக்கப்பட்டிருந்த பகுதிக்கு எல்லாம் சென்றார்கள். மதுராந்தகர் உடை மாற்றுதல் முதலிய காரியங்களைச் சாவகாசமாகவே செய்து கொண்டிருந்தார். சபாமண்டபத்துக்குப் போக அவ்வளவாக ஆர்வம் கொண்டிருந்ததாய்த் தெரியவில்லை. அன்னையிடமிருந்து ஆள் மேல் ஆள் வந்து கொண்டிருந்தனர். கடைசியாக மதுராந்தகர் புறப்பட்டார். புறப்பட்டபோது, "அந்த நிமித்தக்காரன் எங்கே?" என்று வினவினார். அவருடன் சபாமண்டபத்துக்குப் போகத் துடிதுடித்துக்கொண்டிருந்த வந்தியத்தேவன், "இதோ ஆயத்தமாயிருக்கிறேன்" என்றான். அவனையும் இன்னும் சிலரையும் அழைத்துக்கொண்டு மதுராந்தகர் சபாமண்டபம் போய்ச் சேர்ந்தார்.

மண்டபத்தில் ஏற்கனவே சபை கூடியிருந்தது. ஒரு பக்கத்தில் செம்பியன் மாதேவியும், குந்தவைப் பிராட்டியும், மற்றும் சில அரண்மனைப் பெண்களும் வீற்றிருந்தார்கள். சபையில் நடுநாயகமாகப் போட்டிருந்த பீடத்தில் ஒரு வாலிபர் அமர்ந்திருந்தார். அவர் இளம் பிராயத்தவர். விபூதி ருத்ராட்சதாரி, அவருடைய திருமுகம் களையுடன் பொலிந்தது. அவர் எதிரில் ஓலைச் சுவடிகள் சில கிடந்தன. கையிலும் ஓர் ஓலைச் சுவடியை அவர் வைத்துக்கொண்டிருந்தார். அவர் அருகில் விபூதி ருத்ராட்சதாரியான பெரியவர் ஒருவர் பரவசமாக நின்றார். இன்னும் சபாமண்டபத்தில் ஜனங்கள் நிறைந்திருந்தார்கள். இளைஞர் பல்லக்கில் வந்தவர்தான் என்பதையும், பக்கத்திலே நின்றவர் முன்னொரு தடவை தான் கொள்ளிடத்துப் படகில் பார்த்தவர் என்பதையும் வந்தியத்தேவன் கண்டு கொண்டான். அவனுடைய கண்கள் சபா மண்டபத்தில் அங்குமிங்கும் சுற்றிச் சுழன்றாலும், கடைசியில் பெரிய பிராட்டிக்கு அருகில் வீற்றிருந்த குந்தவையின் திருமுகத்திலேயே வந்து நின்றன. குந்தவை தேவியின் கண்களோ முதல் முறை அவனைப் பார்த்ததும் வியப்புக்கு

அறிகுறியைக் காட்டின. பிறகு அவன் பக்கம் இளவரசியின் கண்கள் திரும்பியதாகவே தெரியவில்லை. தன்னை ஒருவேளை தெரிந்து கொள்ளவில்லையோ என்று கூட அவனுக்கு ஐயம் உண்டாயிற்று.

மதுராந்தகர் சபா மண்டபத்தில் பிரவேசித்ததும் பெண்மணிகளை தவிர மற்றவர்கள் எழுந்து மரியாதை செய்தார்கள். மதுராந்தகர் தம் பீடத்தில் அமர்ந்ததும் மற்றவர்களும் அவரவர்களுடைய இடத்தில் உட்கார்ந்தார்கள். செம்பியன் மாதேவி மதுராந்தகரைப் பார்த்து, "குமாரா! இந்த இளம்நம்பி திருநாரையூரைச் சேர்ந்தவர். அவ்வூரிலுள்ள பொல்லாப் பிள்ளையாரின் பூரண அருளைப் பெற்றவர். இதுவரையில் யாருக்கும் கிடைக்காத தேவாரப் பதிகங்கள் சில இவருக்குக் கிடைத்திருக்கின்றன. முன்னொரு காலத்தில் நமது சோழ குலத்தில் உதித்த மங்கையர்க்கரசியர் பாண்டிமா நாட்டின் மகாராணியாக விளங்கினார். அவருடைய அழைப்புக்கிணங்கி ஆளுடைய பிள்ளையார் ஞானசம்பந்தர் மதுரைமா நகருக்குச் சென்றார். அங்கே சமணர்களை வாதப் போரில் வென்றார். அச்சமயம் மதுரைமாநகரில் சம்பந்த சுவாமி பாடிய பதிகங்கள் சில இவருக்குக் கிடைத்திருக்கின்றன. அந்தப் பதிகங்களில் நமது சோழகுலத்து மாதரசியைப் பற்றியும் சம்பந்தர் பாடியிருக்கிறார். அந்தப் பாடல்களைக் கேட்கும் போது எனக்கு உடல் பூரித்துப் பரவசமாகிறது. உன் தந்தை இருந்து கேட்டிருந்தால் எவ்வளவோ மகிழ்ச்சியடைந்திருப்பார், நீயாவது கேள்!" என்று சொன்னார்.

மதுராந்தகர், "கேட்கிறேன், தாயே! பதிகத்தை ஆரம்பிக்கட்டும்" என்றார். ஆனால் அவருடைய முகம் அவ்வளவாக மலர்ந்திருக்கவில்லை. அவருடைய உள்ளம் வேறு எங்கேயோ இருந்தது. திருநீறு, ருத்ராட்சம் அணிந்த சாதாரணச் சிறுவன் ஒருவனைப் பெரியதொரு பீடத்தில் நடுநாயகமாக அமர்த்தித் தடபுடல் செய்வது அவருக்குப் பிடிக்கவில்லை. அன்னையைத் திருப்தி செய்வதற்காகப் பொறுமையுடன் உட்கார்ந்திருந்தார்.

பொல்லாப் பிள்ளையார் அருள் பெற்ற திருநாரையூர் நம்பியாண்டார் நம்பி தம் கையிலிருந்த ஓலைச் சுவடியிலிருந்து படிக்கத் தொடங்கினார். ஞானசம்பந்தர் மதுரை மாநகரைப் பார்த்ததும், "சிவபக்திச் செல்வத்திற் சிறந்த மங்கையர்க்கரசியார் வாழும் பதி அல்லவா இது?" என்று வியந்து பாடிய பதிகங்களை முதலில் அவர் பாடினார்.

"மங்கையர்க்கரசி வளவர் கோன் பாவை
வரிவளைக் கைம் மடமானிப்
பங்கயச் செல்வி பாண்டிமா தேவி
பணிசெய்து நாடொறும் பரவப்
பொங்கழலுருவன் பூத நாயகனால்
வேதமும் பொருள்களும் அருளி
அங்கயர்க்கண்ணி தன்னோடும் அமர்ந்த
ஆலவாயாவதும் இதுவே!
மண்ணெலாம் நிகழ மன்னனால் மன்னும்
மணிமுடிச் சோழன்றன் மகளாம்
பண்ணினேர் மொழியாள் பாண்டிமா தேவி
பாங்கினாற் பணி செய்து பரவ
விண்ணுளோர் இருவர் கீழொடுமேலும்
அளப்பரிதாம் வகை நின்ற
அண்ணலார் உமையோடு இன்புறுகின்ற
ஆலவாயாவதும் இதுவே!"

என்னும் பாடல்களைக் கேட்டபோது செம்பியன் மாதேவியின் கண்களிலிருந்து முத்து முத்தாக ஆனந்தக் கண்ணீர் சொரிந்தது. அத்தகைய மங்கையர்க்கரசியைப் பெற்ற குலத்தில் தாமும் வாழ்க்கைப்பட்டு, மகாராணியாக வாழ்ந்திருக்கக் கொடுத்து வைத்திருந்த பூர்வ ஜன்ம பாக்கியத்தை எண்ணி எண்ணி மனம் பூரித்து மகிழ்ந்தார்.

மதுராந்தகருக்கோ மேற்கூறிய பாடல்களில் 'மண்ணெலாம் நிகழ மன்னனால் மன்னும் மணி முடிச் சோழன்' என்னும் வரி மட்டுமே மனத்தில் பதிந்தது. அத்தகையப் புராதனப் பெருமை வாய்ந்த சோழர் குலத்து மணிமகுடம் தன் சிரசை அலங்கரிக்க வேண்டியதிருக்க, இன்னொருவர் அதை அபகரித்துக்கொண்டிருப்பதை நினைத்தபோது அவருக்கு ஆத்திரம் உண்டாயிற்று.

சம்பந்தர் மங்கையர்க்கரசியாரைப் போய்ப் பார்க்கிறார். பாண்டிமாதேவி அந்தப் பாலகரைப் பார்த்து, "ஐயோ! இந்த இளம் பிள்ளை எங்கே? பிரம்ம ராட்சதர்கள் போன்ற சமணர்கள் எங்கே? இந்தப் பிள்ளை அவர்களுடன் எப்படி வாதப்போரிட்டு வெல்ல முடியும்?" என்று கவலையுறுகிறார். அதையறிந்த சம்பந்தர் பாண்டிமாதேவியைப் பார்த்துச் சொல்லுகிறார்.

"மானினேர் விழி மாதராய் வழுதிக்கு
மாபெருந்தேவி கேள்!
பானல்வாயொரு பாலன் ஈங்கிவன்
என்று நீ பரிவெய் திடேல்!
ஆனை மாமலை யாதியாய
இடங்களிற் பல அல்லல் சேர்
ஈனர்கட் கெளியேன் அலேன்திரு
ஆலவாயரன் நிற்கவே!"

என்ற பதிகத்தைத் திருநாரையூர் நம்பியாண்டார் நம்பி பாடியபோது செம்பியன் மாதேவி தம்மையே மங்கையர்க்கரசியாகவும், பதிகம் பாடிய நம்பியையே ஞான சம்பந்தராகவும் பாவனை செய்துகொண்டு இந்த உலக நினைவையே மறந்து மனம் பூரித்தார்.

மதுராந்தகத் தேவரோ, "ஆம் நான் இளம் பிராயத்துச் சிறுபிள்ளைதான்! ஆனால் திருக்கோவலூர் மலையமானுக்கும், கொடும்பாளூர் பூதி விக்கிரம கேசரிக்கும், அவர்களுடைய ஆதரவைப் பெற்ற சுந்தர சோழரின் புதல்வர்களுக்கும் அஞ்சி விட மாட்டேன். சம்பந்தருக்கு ஆலவாயரன் அருள் இருந்தது போல் எனக்கும் பழுவேட்டரையர் உதவி இருந்தது!" என்று எண்ணிக் கொண்டார்.

வந்தியத்தேவனுடைய செவிகளில் பாடல் ஒன்றும் புகவேயில்லை. அவனுடைய கண்களும் கருத்தும் குந்தவை தேவியிடமே முழுவதும் ஈடுபட்டிருந்தன. இளைய பிராட்டி ஒருகால் தன்னைத் தெரிந்து கொள்ளவேயில்லையா, தெரிந்து கொண்டும் பாராமுகமா, அல்லது தன்னிடம் ஒப்புவித்த காரியத்தை நிறைவேற்றி விட்டு வந்து உடனே சொல்லவில்லை என்ற கோபமா? என்று இப்படி அவன் மனம் சிந்தித்துக் கொண்டிருந்தது. அத்துடன் இளையபிராட்டியைத் தனிமையில் எப்படிச் சந்திப்பது, சந்தித்துச் செய்தியை எப்படிச் சொல்லுவது என்றும் அவன் யோசனை செய்து கொண்டிருந்தான்.

பாடல்கள் முடிவடைந்ததும் செம்பியன் மாதேவி நம்பியாண்டாருடன் வந்திருந்த பெரியவரைப் பார்த்து, "ஐயா இந்த இளம்பிள்ளையைப் பார்த்தால் ஞானசம்பந்தரே மீண்டும் வந்து அவதரித்திருப்பது போலத் தோன்றுகிறது. இவரை அழைத்துக்கொண்டு தமிழகமெங்கும் ஊர் ஊராகச் செல்லுங்கள். அங்கங்கே கிடைக்கும் தெய்வீகமான தேவாரப் பதிகங்களைச் சேகரித்துக்கொண்டு வாருங்கள். அப்பர் பதிகங்களையும், சம்பந்தர் பதிகங்களையும், சுந்தர மூர்த்தியின் பாடல்களையும் தனித்தனியாகத் தொகுக்க வேண்டும். சிவாலயங்கள் எல்லாவற்றிலும் தினந்தோறும் பாடச் செய்ய வேண்டும். இது என் கணவருடைய விருப்பம். அதை என் வாழ்நாளில் நிறைவேற்றிப் பார்க்க ஆசைப்படுகிறேன். நீங்கள் ஊர் ஊராய்ப் போவதற்கு வேண்டிய சிவிகைகள், ஆட்கள், பரிவார சாதனங்கள், எல்லாம் அளிப்பதற்கு ஏற்பாடு செய்கிறேன். சக்கரவர்த்தியின் அநுமதியைக் கோரி என் குமாரனிடமே செய்தி சொல்லி அனுப்புகிறேன்!" என்றார். அச்சபையில் அப்போது எழுந்த கோலாகலமான கோஷங்கள் மதுராந்தகரின் செவிகளுக்கு நாராசமாயிருந்தன.

⊙

18. நிமித்தக்காரன்

நம்பியாண்டார் நம்பியை வரவேற்பதற்காகக் கூடியிருந்த சபை கலையும் சமயத்தில் பெரிய மகாராணி தம் செல்வக் குமாரனிடம், "மகனே! நான் இவர்களை அரண்மனை வாசல் வரையில் சென்று வழியனுப்பி விட்டு வருகிறேன். அதற்குள் நீ உன் இருப்பிடம் சென்று சிரமபரிகாரம் செய்துகொண்டு திரும்பி வா! உன்னிடம் ஒரு முக்கியமான விஷயம் பேச வேண்டும்!" என்றார்.

"ஆகட்டும், தாயே" என்று சொல்லிவிட்டு மதுராந்தகர் புறப்பட்டார். அரண்மனையில் அவர் தங்கியிருந்த பகுதிக்குப் போனார். அவருடைய உள்ளத்தில் ஆத்திரமும், அசூயையும் கொழுந்து விட்டு எரிந்தன. யாரோ வழியோடு போகிற ஆண்டிப் பண்டாரத்துக்கு எவ்வளவு தடபுடலான மரியாதைகள்! இராஜகுலத்தின் கௌரவத்துக்கே தம் தாயினால் பங்கம் நேர்ந்துவிடும் போலல்லவா இருக்கிறது! பழுவேட்டரையர்கள் தம் அன்னையைப் பற்றி அடிக்கடி குறை சொல்லுவதில் வியப்பு ஒன்றுமில்லை. உடம்பில் சாம்பலைப் பூசிக்கொண்டு ருத்திராட்ச மாலைகளை அணிந்துகொண்டு யார் வந்தாலும் பெரிய மகாராணிக்குப் போதும்! பதிகம் ஒன்றும், அவன் பாடிக்கொண்டு வந்துவிடவேண்டும்; அல்லது கோயில், குளம், திருப்பணி என்று சொல்லிக்கொண்டு வந்துவிட வேண்டும். இப்படிப்பட்டவர்களுக்கு அள்ளிக் கொடுத்து இராஜாங்க பொக்கிஷத்தையே இவர் சூனியமாக்கி விடுவார் போலிருக்கிறது!

போதாதற்கு இளவரசி குந்தவை ஒருத்தி எப்போதும் அருகில் இருக்கிறாள். கோவில் திருப்பணி செய்து மிச்சம் ஏதேனும் இருந்தால், அதை மருத்துவச் சாலை ஏற்படுத்துவதற்காகச் செலவிட்டு விடுகிறாள். இப்படியெல்லாம் இவர்கள் செய்வதற்கு இடம் கொடுத்து வந்தால் நாளை நம்முடைய மனோரதம் எப்படி நிறைவேறும்? சோழ சிங்காதனத்தில் ஏறி நாலா திசைகளிலும் சோழ சைன்யங்களை அனுப்பி இந்த நில உலகம் முழுவதையும் வென்று ஒரு குடை நிழலில் ஆளுவது எவ்விதம் நடைபெறும்?

மறுபடியும் பெரிய மகாராணிக்கு மகனிடம் ஏதோ அந்தரங்கம் பேசவேண்டுமாம்! என்ன அந்தரங்கத்தைச் சொல்லப் போகிறாரோ, தெரியவில்லை! அஷ்டாங்க யோகம், இயம, நியம நிதித்தியாசனம் ஆகியவற்றைக் குறித்து ஒருவேளை பேச ஆரம்பித்து விடுவார். கண்களின் பார்வையை மூக்கு நுனியில் செலுத்திக் குண்டலினியை மேல் நோக்கிக் கொண்டு வருவதனால் அறுபத்து நாலு கலைகளையும் கல்லாமல் கற்கும் முறையைப் பற்றி ஒருவேளை உபதேசிக்க ஆரம்பித்து விடுவார்! அல்லது நடராஜருடைய ஆனந்தக் கூத்தின் உட்பொருளைக் குறித்தும் அவருடைய சடா மகுடம் எதைக் குறிக்கிறது, அவர் அணிந்திருக்கும் பிறை எதைக் குறிக்கிறது என்பவை குறித்தும் சொல்ல ஆரம்பித்துவிடுவார் இப்படியெல்லாம் சொல்லிச் சொல்லித்தான் நம்மை உலகம் அரைப்பைத்தியம் என்று பரிகசிக்கும்படியான நிலைக்குக் கொண்டு வந்துவிட்டார். அம்மாதிரிப் பேச்சுகளுக்கு இனிமேல் இடம் கொடுக்கக்கூடாது. அவர் பேசித்தான் தீருவேன் என்றாலும், நாம் காதிலே வாங்கிக் கொள்ளக்கூடாது...

இருக்கட்டும்! அன்னை மீண்டும் கூப்பிட்டு அனுப்புவதற்குள் அந்த நிமித்தக்காரனிடம் பேசியாக வேண்டும். யாருமே அறிந்திருக்க முடியாத இரண்டு மர்மமான செய்திகளை அவன் எப்படி அறிந்துகொண்டான்? அதை நினைத்துப் பார்த்தால் ஒரே வியப்பாக அல்லவா இருக்கிறது! அதிசயமான சக்தி அவனிடம் ஏதோ இருக்கவேண்டும். சென்று போன நிகழ்ச்சிகளை அறிந்து கூறியது போல் வருங்காலத்தில் நடக்கப் போவதைப் பற்றியும் அவனால் கூற முடியுமா? – அவனையே கேட்டுப் பார்த்து விடலாம்.

சபையிலிருந்து தாம் புறப்படும் சமயத்தில் நிமித்தக்காரன் அங்குமிங்கும் பார்த்துக்கொண்டு தயங்கித் தயங்கி நிற்பதை மதுராந்தகர் கவனித்தார். அவனைத்

தம்முடன் வரும்படி சமிக்ஞையினால் கட்டளையிட்டார். வந்தியத்தேவனுடைய கண்கள் இளவரசியின் முகத்தைப் பார்க்கவும், நயன பாஷையினால் செய்தி உணர்த்தவும் ஆர்வம் கொண்டிருந்தன. ஆனால், இளவரசி மீண்டும் அவனைத் திரும்பிக்கூடப் பாராமல் பெரிய மகாராணியுடன் போய்விட்டாள்.

இது என்ன? தன்னை இளவரசி அடியோடு மறந்து விட்டாரா? அப்படித்தான் இருக்க வேண்டும். எத்தனையோ ஆயிரமாயிரம் பேரை அவர் தினம் தினம் பார்த்து வருகிறார். ஒரு தடவை – இரண்டு தடவை பார்த்த தன்னுடைய முகம் அவர் மனத்தில் எவ்விதம் நினைவிருக்கும்? நான் பைத்தியக்காரன்; இரவும் பகலும் எத்தனை எத்தனையோ விபரீத சம்பவங்கள், அபாயங்களிடையிலும் இளவரசியின் திருமுகத்தையே நினைத்துக் கொண்டிருந்தேன். இளவரசி எதற்காக என்னை நினைத்திருக்க வேண்டும்? தேனீ தேனை விரும்பி மலரைச் சுற்றிச் சுற்றி வருகிறது. மலருக்குத் தேனீயைப் பற்றி என்ன கவலை? மலர் சூரியனைப் பார்த்துப் புன்னகை புரிந்து கொண்டிருக்கிறது. குந்தவையின் முகமலரை விரியச்செய்யும் சூரியதேவன் யாரோ?

ஆயினும் தன்னை எதற்காக அனுப்பினாரோ, அந்தச் செய்தியைத் தெரிந்துகொள்வதிலேகூட அவருக்கு ஆர்வம் இல்லாமலா போய்விடும்? தனக்கு முன்னாலே யாராவது வந்து சொல்லியிருப்பார்களோ? அது எப்படி முடியும்? இல்லை, இல்லை! அவர் ஏதோ கவலையில் ஆழ்ந்திருக்கிறார் என்பதையும் அவர் முகம் நன்றாகக் காட்டியது. தன்னை அடையாளம் கண்டு கொள்ளாததுதான் காரணமாயிருக்க வேண்டும். அந்தரங்க ஓலை எடுத்துக்கொண்டு இலங்கை சென்ற தூதன், மதுராந்தகத் தேவரின் பரிவாரங்களில் ஒருவனாகச் சபைக்கு வந்தால் எப்படி அடையாளம் கண்டுபிடித்துத் தெரிந்துகொள்ள முடியும்? ஆகா! இளவரசியைச் சந்தித்து அந்நகரில் நுழைவதற்குத் தான் கையாண்ட யுத்திகளைப்பற்றிச் சொல்லும்போது அவர் எவ்வளவு ஆச்சரியம் அடைவார்? ஆனால் சந்திப்பது எப்படி? செய்தி சொல்லி அனுப்புவது எப்படி?...

"நிமித்தக்காரா! என்ன யோசனையில் ஆழ்ந்திருக்கிறாய்?" என்ற மதுராந்தகரின் குரலைக் கேட்டு வந்தியத்தேவன் திடுக்கிட்டான். அதற்குள்ளே அவர்கள் அரண்மனையில் மதுராந்தகத் தேவருடைய தனி அறைக்கு வந்திருந்தார்கள்.

அந்த நாளில் சோதிடர்கள், ஆரூடக்காரர்கள், ரேகை பார்த்துக் குறி சொல்வோர், நிமித்தக்காரர் என்று வருங்காலத்தைப் பற்றிச் சொல்வோர், பலர் இருந்தனர். சோதிடர்கள் ஜாதகம் பார்த்தும், கிரகங்கள் நட்சத்திரங்களின் சஞ்சாரத்தைக் கணித்தும், ஜோதிடம் சொல்வார்கள். ஆரூடக்காரர்கள் தங்களிடம் வருவோர் பேசும் சொற்களைக் கொண்டும், ஆரூடம் கேட்கும் வேளையைக் கொண்டும், நூற்றெட்டில் ஓர் இலக்கம் சொல்லும்படி கேட்டும் சுபா சுபங்களைப் பற்றிப் பொதுப்படையாகச் சொல்லுவார்கள். ரேகை சாஸ்திரமோ அன்றைக்கு இருந்தபடியே இன்றைக்கும் இருந்து வருகிறது.

நிமித்தக்காரர்கள் என்பவர்கள் ஞான திருஷ்டி படைத்த முனிபுங்கவர்களைப் போல் அகக் கண்ணினால் பார்க்கும் ஆற்றல் உடையவர்கள். அவர்கள் மனத்தை ஒருமுகப்படுத்தி வைத்துக் கொண்டு, அகக் கண்ணின் உதவியினால் முக்கால நிகழ்ச்சிகளையும் நேரில் பார்ப்பது போல் பார்த்து உரைப்பார்கள். சிலர் புறக் கண்களை மூடிக்கொண்டு தியானத்தில் அமர்ந்து சொல்வார்கள்; இன்னும் சிலர் தீபப்பிழம்பை உற்று நோக்கிய வண்ணம் மனத்தை ஒருமுகப்படுத்திக்கொண்டு, நடந்துபோன, நடக்கப்போகிற நிகழ்ச்சிகளை அந்தத் தீபப் பிழம்பில் பார்த்து சொல்வார்கள். இன்னும் சிலருக்கு எதிர்ப்பட்டவர்களின் முகத்தைப் பார்க்கும்போதே அவர்களுடைய சென்றகால வரலாறும், வருங்கால வரலாறும் மனத்தில் தோன்றிவிடும் இத்தகைய அதிசய சக்திகள் படைத்தவர்களைத் தவிர காக்கை இடம் போயிற்றா வலம் போயிற்றா, என்பது முதலான வெளி நிகழ்ச்சிகளைக் கொண்டு சகுன பலன்களை உரைக்கும் சாதாரண நிமித்தக்காரர்களும் உண்டு.

வந்தியத்தேவன் தன்னை "நிமித்தக்காரா!" என்று மதுராந்தகர் அழைத்ததும் திடுக்கிட்டான். இளவரசர் மேலும் தன்னை என்னென்ன கேள்விகள் கேட்பாரோ தெரியவில்லை. அவற்றுக்கெல்லாம் சாமர்த்தியமாகத் தக்க விடை கூறிச்

சமாளித்துக்கொள்ளவேண்டும். கடவுளே! இங்கிருந்து, இவரிடமிருந்து தப்பித்துச் செல்வது எப்படி? இளவரசியைத் தனியாகச் சந்தித்துப் பேசுவது எப்படி?...

"வேறு யோசனை ஒன்றுமில்லை, ஐயா! நான் நிமித்தக்காரனாயிருப்பதைக் காட்டிலும் இப்போது சபையில் பார்த்த பிள்ளையைப்போல் நாலு பதிகங்களைக் கற்றிருந்தால் எவ்வளவு நன்றாயிருக்கும்! எனக்கும் எவ்வளவு உபசார மரியாதையெல்லாம் நடக்கும் என்றுதான் சிந்தித்துக் கொண்டிருந்தேன்!" என்றான்.

"யார் வேண்டாம் என்றார்கள்! நீயும் தேவாரத் திருப்பதிகம் கற்றுக் கொண்டு பாடுவதுதானே!"

"இன்னாருக்கு இன்னபடி என்று எழுதியிருப்பது போலத் தானே நடக்கும் இளவரசே! வீண் ஆசைப்பட்டு என்ன பயன்?"

"பதிகம் பாடிய அந்தப் பிள்ளையைப்பற்றி உனக்கு என்ன தோன்றுகிறது? அவனுடைய யோகம்..."

"மிக உயர்ந்த யோகம். சிவ யோகமும், இராஜயோகமும் கலந்தது. மன்னர்களும், மகாராணிகளும் அந்தப் பிள்ளைக்கு மரியாதை செய்வார்கள். மகான்களுடைய பெயருடனே அவருடைய பெயரும் சேர்ந்து இப்பூவுலகத்தில் நெடுங்காலம் விளங்கும்".

வல்லவரையன் ஏதோ குருட்டாம் போக்காக இவ்விதம் கூறினான். ஆனால் மதுராந்தகருடைய மனத்தில் அவனுடைய வார்த்தைகள் பெருங்கிளர்ச்சியை உண்டாக்கி விட்டன.

"என்னுடைய யோகம் எப்படி என்று சொல், பார்க்கலாம்!"

"அவனுடைய யோகத்தைப் போலவே தங்கள் யோகமும் சிவயோகமும் இராஜ யோகமும் கலந்தது. ஆனால் இன்னும் மேன்மையானது!"

"அப்பனே! கொஞ்சம் விவரமாகச் சொல், பார்க்கலாம்."

வல்லவரையன் என்ன சொல்வது என்று யோசிக்க அவகாசம் வேண்டினான். ஆகையால், "இப்படியெல்லாம் அவசரப்பட்டால் முடியுமா? விவரமாகச் சொல்ல வேண்டுமானால், தீபம் ஏற்றி, வைத்து அகிற்புகை போடச் சொல்லவேணும், தாங்களும் தீபத்துக்குப் பின்னால் உட்கார்ந்து கொள்ளவேணும் அப்போது வருங்கால நிகழ்ச்சிகளை நடக்கப் போகிறபடியே பார்த்துச் சொல்வேன்."

மதுராந்தகர் பரபரப்பு அடைந்து தீபம் ஏற்றி வைக்கும்படியும் அகிற்புகை போடும்படியும் கட்டளையிட்டார். தீபத்துக்கு முன்னாலும் பின்னாலும் இரண்டு மணைகளும் போடப்பட்டன. மதுராந்தகர் ஒரு மணையில் உட்கார்ந்த பின்னர் அவருக்கெதிரே வந்தியத்தேவனும் உட்கார்ந்தான்.

கண்ணை மூடிக்கொண்டு சிறிது நேரம் தியானத்தில் ஆழ்ந்திருந்தான். அவனுடைய வாய் ஏதோ மந்திரங்களை முணுமுணுத்துக் கொண்டிருந்தது. பிறகு அவன் உடம்பை ஒரு குலுக்கு குலுக்கிக்கொண்டு ஆவேசம் வந்தவனைப் போல் நடித்தான். வெறியாட்டக்காரனைப் போல் அவன் உடல் நடுங்கிற்று.

பின்னர், கண்களை அகலத் திறந்தான். எதிரில் இருந்த தீபத்தின் பிழம்பை உற்றுப் பார்க்கலானான். சற்று நேரம் பார்த்துவிட்டு மதுராந்தகத் தேவரை நோக்கி, "ஐயா! தங்களைப்பற்றி அலட்சியமாக நான் ஏதாவது சொல்லியிருந்தால் மன்னிக்கவேண்டும். தங்களுடைய யோகம் சாதாரண யோகம் அல்ல. அங்கே சபையில் உட்கார்ந்து பாட்டுப் படித்த பிள்ளையின் யோகத்துக்கும், தங்கள் யோகத்துக்கும் யாதொரு சம்பந்தம் இல்லை. அந்தப் பிள்ளையின் யோகம் அரசர்களின் ஆதரவினால் ஏற்படும் ராஜயோகம்; தங்களுடைய யோகத்தைப் பற்றி இந்தத் தீபத்திலே நான் காண்பது - ஆகா என்னையே பிரமிக்கச் செய்கிறது!" என்றான்.

"அப்படி என்ன காண்கிறாய்? சொல்! சொல்!" என்றார் மதுராந்தகர்.

"ஆகா! எப்படிச் சொல்வேன்? சொல்வதற்கு வார்த்தைகள் எனக்குக் கிடைக்கவில்லை! கண்ணுக்கெட்டிய தூரம் மணிமுடி தரித்த மன்னர்கள் அணி வகுத்து நிற்கிறார்கள். மந்திரிகளும், சாமந்தர்களும், அதிகாரிகளும் வரிசை வரிசையாக நிற்கிறார்கள். அவர்களுக்கு அப்பால், முடிவில்லாத கடலைப்போல், சேனா வீரர்கள் அலைமோதிக் கொண்டு நிற்கிறார்கள். அவர்கள் கையில் பிடித்த வேல்களும், வாள்களும் மார்பில் தரித்த கவசங்களும் ஒளி வீசிக் கண்ணைப் பறிக்கின்றன. தூரத்திலுள்ள மாட மாளிகைகளின் மேல் ஜனங்கள் நின்று ஆர்ப்பரிக்கிறார்கள். கோட்டை கொத்தளங்கள் மீதெல்லாம் மக்கள் கூட்டம் கூட்டமாய் நிற்கின்றனர். அவர்கள்... அவர்கள்... ஏதேதோ கோஷம் செய்கிறார்கள்!"

"சொல், சொல்! மக்கள் என்ன கோஷமிடுகிறார்கள்?"

"இளவரசே! பல்லாயிரம் மக்களின் கோஷமாகையால் நன்றாகக் கேட்கவில்லை. 'சோழக் குலத் தோன்றல் வாழ்க! திரிபுவன சக்கரவர்த்தி வாழ்க! மன்னாதி மன்னர் வாழ்க!' என்றெல்லாம் கோஷிப்பது போலத் தோன்றுகிறது."

"அப்புறம் என்ன?"

"மக்கள் திரண்டு கூட்டம் கூட்டமாக முன்னேறி வருகிறார்கள். வேலும் வாளும் பிடித்த வீரர்கள் அவர்களைத் தடுத்து நிறுத்துகிறார்கள். சிறிது நேரம் அங்கே ஒரே கூச்சலும் குழப்பமுமாக இருக்கிறது."

"சரி, சரி! கூட்டம் எதற்காகக் கூடியிருக்கிறது? அதைச் சொல்!"

"அதைத்தான் நானும் இப்போது பார்க்கப் போகிறேன். கூட்டத்தின் மத்தியில் புலிக்கொடி வானளாவிப் பறக்கிறது. அதற்குக் கீழே மீன் கொடி, விற்கொடி, பனைக்கொடி சிங்கக்கொடி, ரிஷபக்கொடி, பன்றிக்கொடி ஆகியவை தாழ்வாகப் பறக்கின்றன. மயன் மாளிகையைப் போன்ற சபாமண்டபத்தின் நடுவிலே நவரத்தின கசிதமான தங்கச் சிங்காதனம் போட்டிருக்கிறது. அருகில் ஒரு பீடத்தில் கோடி சூரியப் பிரகாசமான வைர வைடூரியங்கள் பதித்த மணிமகுடம் ஒன்று வைத்திருக்கிறது. சிங்காதனத்துக்கு மேலே தண் மதியின் வெண்ணிலாவையொத்த குளிர்ச்சி பொருந்திய வெண் கொற்றக்குடை விரிந்து கவிந்திருக்கின்றன. தேவ கன்னியரைப் போன்ற பெண்கள் கைகளில் வெண்சாமரங்களை வைத்துக்கொண்டு காத்திருக்கிறார்கள். பற்பல புண்ணிய தீர்த்தங்களிலிருந்து கொண்டு வந்த தண்ணீருடன் பொற்குடங்கள் வரிசையாக வைத்திருக்கின்றன. இளவரசே! பட்டாபிஷேகத்திற்கு எல்லாம் ஆயத்தமாகி விட்டன!..."

"யாருக்குப் பட்டாபிஷேகம்? அதைச் சொல், அப்பனே" என்றார் மதுராந்தகர்.

"இதோ அதுவும் தெரிந்துவிடும். சபாமண்டபத்தின் பிரதான வாசற்கதவு திறக்கிறது. பலவகைக் கட்டியம் கூறிக்கொண்டு சிலர் உள்ளே வருகிறார்கள். வீரகம்பீரத் தோற்றமுடைய கிழவர் ஒருவர் வருகிறார். அவருடைய சகோதரர் போலக் காணப்படும் இன்னொருவர் வருகிறார். அவர்களுக்குப் பின்னால் மன்மதனையொத்த சுந்தர ரூபமுடைய இராஜ குமாரர் ஒருவர் இதோ வருகிறார்.

"அது யார்? யார்?"

வந்தியத்தேவன் மதுராந்தகரை மறுமுறை உற்றுப் பார்த்துவிட்டு மீண்டும் தீபத்தை நோக்கினான்.

"ஐயா! தங்களைப் போலவே அவர் இருக்கிறார்! தங்களைப் போல என்ன? தாங்களேதான்! முன்னால் வந்த இருவரும் தங்களைச் சிம்மாசனத்தை நோக்கி அழைத்துச் செல்கிறார்கள். 'ஜய விஜயீபவா!' என்ற கோஷம் சமுத்திர கோஷத்தைப் போல் எழுகிறது. தங்கள் மீது நூறு நூறு கரங்கள் மலர்களையும், மணிகளையும், மஞ்சள் நிறத் தானியங்களையும் தூவுகின்றன. இதோ, தாங்கள் சிங்காதனத்தை நெருங்கி

விட்டீர்கள்! அடாடா! இது என்ன? சகுனத் தடை போல் யார் குறுக்கே வருகிறது? தலைவிரி கோலமாக ஒரு ஸ்திரீ குறுக்கே வந்து, தங்களுக்கும் சிம்மாசனத்துக்கும் நடுவில் நிற்கிறாள். 'வேண்டாம்!' என்று தங்களைத் தடை செய்கிறாள் தாங்கள் அந்த ஸ்திரீயைத் தள்ளுகிறீர்கள்!... அடாடா! இது என்ன, நல்ல சமயத்தில் இப்படிப் புகை வந்து மூடிக்கொள்கிறது? ஒன்றும் தெரியவில்லையே?..."

"பார்! பார்! நன்றாக உற்றுப் பார்! அப்புறம் என்ன நடக்கிறது?"

"இளவரசே! மன்னிக்க வேண்டும்! பெரும் புகைப் படலம் வந்து எல்லாவற்றையும் மறைத்து விட்டது!..."

"பார், அப்பனே பார்! அந்த ஸ்திரீ யார் என்றாவது பார்! அவளை நீ முன்னம் பார்த்திருக்கிறாயா?"

"இளவரசே! அந்த மாதரசியும் மறைந்துவிட்டாள், தாங்களும் மறைந்து விட்டீர்கள். சபை, சிம்மாசனம், கிரீடம், எல்லாம் மறைந்துவிட்டன. இந்த அரண்மனையில் மந்திர சக்தி உள்ளவர்கள் யாரோ இருக்கவேண்டும்! வேண்டுமென்றே மந்திரம் போட்டுத் தடுத்துவிட்டதாகக் காண்கிறது. ஐயோ! என் முகமெல்லாம் பற்றி எரிவது போல் தகிக்கிறது!..."

இவ்விதம் கூறி வந்தியத்தேவன் தன் கரங்களினால் முகத்தை மூடிக்கொண்டான். அப்படியே சிறிது நேரம் இருந்துவிட்டு கண்களைத் திறந்து பார்த்தான்.

மதுராந்தகத் தேவருடைய உடம்பின் நரம்புகள் எல்லாம் புடைத்துக்கொண்டிருந்தன. அவருடைய முகத்தில் கோபம் கொதித்துக்கொண்டிருந்தது. கண்கள், எரியும் தணல்களைப் போலப் பிரகாசித்தன. வந்தியத்தேவனுக்குச் சிறிது பயமாகவே போய்விட்டது. இளவரசருடைய ஆசை வெறியை அளவுக்கு அதிகமாகக் கிளப்பிவிட்டு விட்டோமோ என்று பயந்து போனான்.

"மறுபடியும் பார்! நன்றாகப் பார்த்துச் சொல்!" என்றார் மதுராந்தகர்.

"இளவரசே! அதில் பயனில்லை! ஒரு தடவை மறைந்த காட்சி மறுபடியும் உடனே வராது. சில நாள் கழிந்த பிறகுதான் வரும். தீபத்தைப் பார்த்து, வேண்டுமானால் வேறு ஏதாவது காட்சி தெரிந்தால் சொல்லுகிறேன்."

"சொல், சொல்! என்ன காட்சி புலப்பட்டாலும் சொல்!"

"ஜனங்கள் ஒரே குழப்பமாயிருக்கிறார்கள். துக்கமாயும், கோபமாயும் இருக்கிறார்கள். தூதன் ஒருவன் வந்து அவர்களிடம் ஏதோ செய்தி சொல்கிறான். இராஜ குடும்பத்தைச் சேர்ந்த யாரோ ஒருவர் கடலில் முழுகிவிட்டதாகச் சொல்லுகிறான்."

"ஐயோ! பாவம்! அந்தத் தூதனை ஜனங்கள் அடிக்கப் போகிறார்கள். இளவரசே! அம்மாதிரி ஏதாவது நேர்ந்தால் தாங்கள் அந்தச் சந்தர்ப்பத்தில் ஜனங்கள் மத்தியில் செல்ல வேண்டாம்! சென்றாலும் ஜாக்கிரதையாகச் செல்லுங்கள்!"

"கடலில் முழுகியது யார் என்று பெயர் சொல்லவில்லையா?"

"கூச்சலிலும் குழப்பத்திலும் பெயர் காதில் விழவில்லை. அந்தக் காட்சி மறைந்துவிட்டது."

"இப்போது, கழுத்தில் மண்டை ஓடு மாலைகளை அணிந்த ஒரு பயங்கரமான கூட்டம் என் கண்முன் தெரிகிறது. காபாலிகர்கள் காலாமுகர்கள் போல் தோன்றுகிறார்கள். அவர்களில் ஒருவன், கையில் ஒரு பயங்கரமான அரிவாளை வைத்துக்கொண்டிருக்கிறான். அவனுக்கு எதிரில் பலி பீடம் ஒன்று இருக்கிறது. இளவரசே! இங்கேயும் இராஜகுமாரர் ஒருவர் வருகிறார். காலாமுகர்கள் அவரைச் சூழ்ந்துகொண்டு கும்மாளம் அடிக்கிறார்கள். ஐயோ! தப்பித் தவறிக்கூடத் தாங்கள் அப்படிப்பட்ட கூட்டத்தின் மத்தியில் போகவேண்டாம்!..."

இதைக் கேட்டதும் மதுராந்தகருடைய முகத்தில் வியர்வை துளித்தது; அவர் உடம்பு நடுங்கியது.

வந்தியத்தேவன் அதைக் கவனித்துக் கொண்டான். பின்னர், 'இளவரசே! மேலே ஒன்றும் எனக்குத் தெரியவில்லை, மன்னிக்க வேண்டும். என் தலை சுற்றுகிறது; கண் இருளுகிறது. யாரோ மந்திரம் போட்டுத் தடை செய்கிறார்கள். இன்னொரு சமயம் இன்னொரு இடத்தில் பார்த்துச் சொல்கிறேன்!" என்று கூறித் தன் தலையைக் கையால் பிடித்துக் கொண்டான்.

அச்சமயத்தில் அரண்மனைச் சேவகன் ஒருவன் வந்து, பெரிய மகாராணி செம்பியன் மாதேவி இளவரசரை அழைத்து வரச் சொன்னதாகக் கூறினான். மதுராந்தகர் தம் உள்ளத்தில் பொங்கிய ஆத்திரத்தையெல்லாம் அன்னையின்மீது கொட்டிவிடுவது என்று தீர்மானித்துக் கொண்டு புறப்பட்டார்.

"ஐயா! தலைவலி பொறுக்க முடியவில்லை. அரண்மனைக்கு வெளியே சென்று இந்த நகரைக் கொஞ்சம் சுற்றிப் பார்த்து விட்டு வருகிறேன்!" என்று வந்தியத்தேவன் அவரிடம் கூறி அனுமதி பெற்றுக் கொண்டான்.

பழையாறை மருத்துவர் மகன், பினாகபாணி பண்டிதனுக்கு வாழ்க்கையில் ஒரு புதிய ரஸம் ஏற்பட்டிருந்தது. சில நாளைக்கு முன்பு வரையில் அவன் தந்தையிடம் மருந்து சாஸ்திரம் கற்றுக் கொள்வதுடன் திருப்தியடைந்தான். கோடிக்கரைப் பிரயாணத்தின்போது, வந்தியத்தேவன் வெளி உலகத்தைப் பற்றிப் பல விஷயங்களை அவனுக்குக் கூறினான். அத்துடன் மட்டும் அவன் நிறுத்தவில்லை. புதிதாகக் காதல் வலையில் விழுந்தவர்களுக்கு அதைப் பற்றி யாரிடமாவது பேசத் தோன்றுவது இயல்பு. வைத்தியர் மகன் முதல் தர அசடு என்று தெரிந்து கொண்ட வந்தியத்தேவன் அவனிடம் பெண்களிடம் காதல் கொள்வதைப் பற்றிய அபாயங்களைப் பற்றிப் பேசலானான். நான், ஒரு பெண்ணிடம் காதல் கொண்டு, அதன் பயனாக அனுபவித்துவரும் இன்ப துன்பங்களைப் பற்றியும் கூறினான்.

வைத்தியர் மகன் பினாகபாணி இந்தப் பேச்சுகளை முதலில் அவ்வளவாக ரஸிக்கவில்லை. சிறிது சிறிது சிறிதாக அவன் மனம் மாறியது. வந்தியத்தேவனிடம் விவரமில்லாத அசூயையும், ஆத்திரமும் ஏற்பட்டன. அவனுடைய மனத்தைக் கவர்ந்த மங்கையின் ஊர், பெயர் என்ன என்று கேட்டான். வந்தியத்தேவன் சொல்ல மறுத்துவிட்டான். அதனால் பினாகபாணியின் கோபம் அதிகமாயிற்று. கோடிக்கரை போய்ச் சேருவதற்குள் வந்தியத்தேவனை வைத்தியரின் மகன் தன்னுடைய சத்துருவாகவே கருதத் தொடங்கிவிட்டான்.

அவன் மனத்திற்குள் புதைத்துக் கொண்டிருந்த தீ பூங்குழலியைப் பார்த்ததும் கொழுந்துவிடத் தொடங்கியது. பூங்குழலி அவனை மறுதலித்ததுடன் பரிகாசமும் செய்தாள். அவள் தன்னைக் காட்டிலும் வந்தியத்தேவனை அதிகம் மதிக்கிறாள் என்று தெரிய வந்ததும் பினாகபாணியின் பைத்தியம் முற்றி விட்டது. வந்தியத்தேவனைத் தொடர்ந்து வந்த வீரர்களிடம் அவனைக் காட்டிக்கொடுக்கவும் துணிந்தான்.

பழுவேட்டரையரின் ஆட்கள் வந்தியத்தேவனைப் பிடிக்க முடியாமல் பினாகபாணியைப் பிடித்துக்கொண்டு தஞ்சை சென்றார்கள். சிறிது நேரம் அவன் பாதாளச் சிறையில் வசிக்கும்படி நேர்ந்தது. இதனாலெல்லாம் அவனுக்கு முன்னமே வந்தியத்தேவனிடம் உண்டாகியிருந்த கோபம் மேலும் வளர்ந்தது.

இளவரசி குந்தவை அவனைப் பார்த்துப் பேசி விடுதலை செய்வதற்காகப் பாதாளச் சிறைக்குப் போவதற்கு முன்னாலேயே அவன் விடுதலையாகியிருந்ததைக் கண்டோம். விடுதலை செய்தவள் பழுவூர் இளையராணி நந்தினிதான். தன்னிடம் சொல்லிக் கொள்ளாமல் வந்தியத்தேவன் தஞ்சை அரண்மனையிலிருந்து தப்பிச் சென்றது பற்றி நந்தினி கோபமும், சந்தேகமும் கொண்டிருந்தாள். அவன் பழையாறை சென்று, பிறகு ஈழநாட்டுக்குத் தப்பிச் சென்றதை அறிந்த பிறகு அவளுடைய சந்தேகம் அதிகமாயிற்று.

எப்படியும் ஒருநாள் பழையாறைக்குத் திரும்பி வந்து, இளவரசி குந்தவையைப் பார்க்க முயல்வான் என்று ஊகித்தாள். அப்போது அவனைக் கண்டுபிடித்துச் செய்தி அனுப்பப் பழையாறையில் தனக்கு நம்பகமான ஆள் ஒருவன் வேண்டும் என்று தீவிரமாக எண்ணினாள்.

வைத்தியர் மகன் பினாகபாணியைப் பார்த்துப் பேசிய பிறகு அவன் அந்த வேலைக்குச் சரியான ஆள் என்று முடிவு செய்தாள். அவனிடம் அந்தப் பெரிய பொறுப்பை ஒப்புவித்தாள்.

"உனக்குத் துரோகம் செய்துவிட்டுத் தப்பிச் சென்றவன் சீக்கிரத்தில் ஒருநாள் பழையாறைக்குத் திரும்பி வருவான். நீ கண்ணும் கருத்துமாகப் பார்த்திருந்து, அவன் எங்கெங்கே போகிறான், என்னென்ன செய்கிறான், என்பதைக் கவனித்து எனக்கு உடனே சொல்லி அனுப்ப வேண்டும். அவ்விதம் செய்தால் உனக்கு வேண்டிய வெகுமதிகளை அளிப்பேன்" என்றாள்.

பின்னர் சின்னப் பழுவேட்டரையரும் அவனை அழைத்து வந்தியத்தேவனைப் பற்றிக் கட்டளை இட்டார். "அந்த இராஜத்துரோகி திரும்பி வரும்போது, அவனைப் பிடித்துக் கொடுத்தால் உன்னை நமது ஒற்றர் படையில் சேர்த்துப் பெரிய அதிகாரியாக்கி விடுவேன்" என்று அவனுக்கு ஆசை காட்டியிருந்தார்.

அது முதல் பினாகபாணி மருத்துவத் தொழிலில் பற்றை இழந்துவிட்டான். ஏதேதோ ஆகாசக் கோட்டைகள் கட்டிக் கொண்டே பழையாறை நகரின் வீதிகளில் ஓயாமல் அலைந்து கொண்டிருந்தான். திடீர் திடீரென்று அவனுக்குச் சந்தேகம் உதித்துவிடும். வீதியில் போகிறவர்களின் அருகில் ஓடிச்சென்று முகத்தை உற்றுப் பார்ப்பான். "இவன் இல்லை!" என்று முணுமுணுத்துக் கொண்டே அப்பால் செல்வான். இதைப் பார்த்த பலரும் வைத்தியர் மகனுக்கு சித்தப்பிரமை பிடித்து விட்டதென்று எண்ணத் தொடங்கினார்கள்.

ஆயினும், பினாகபாணி தன்னுடைய முயற்சியைக் கைவிடவில்லை.

மதுராந்தகத்தேவரும், அவருடைய பரிவாரங்களும் பழையாறைக்குள் பிரவேசித்தபோது பினாகபாணி அவர்களை அவ்வளவு நன்றாகக் கவனிக்கவில்லை. அவர்களில் வந்தியத்தேவன் இருக்கக்கூடுமென்று அவன் எதிர்பார்க்கவில்லை. திருநாரையூர் நம்பியின் பல்லக்கைச் சூழ்ந்திருந்த பெருங்கூட்டத்திலே அவன் சுற்றிச் சுற்றி வந்து பார்த்துக் கொண்டிருந்தான். அப்போது, சற்றுத்தூரத்தில் மதுராந்தகருடைய பரிவாரம் போவது தெரிந்தது. மதுராந்தகருக்கு அருகில் குதிரை மேலிருந்தவன் ஒரு தடவை திரும்பிப் பார்த்தபோது பினாகபாணிக்கு ஐயம் உதித்தது. ஆனால் அவன் விரைவாகச் சென்று அரண்மனையில் புகுந்துவிட்டபடியால் சந்தேகத்தை தீர்த்துக் கொள்ள முடியவில்லை.

⊙

19. சமயசஞ்சீவி

நம்பியாண்டார் நம்பிக்கு நடந்த உபசாரத்தின் போது பினாகபாணி அந்தச் சபா மண்டபத்துக்குள் பிரவேசிக்க முடியவில்லை. வாசற்படிக்கு அப்பால் நின்ற கூட்டத்தில் நின்று உள்ளே பார்த்துக் கொண்டிருந்தான். வந்தியத்தேவனுடைய கவனம் வேறு இடத்தில் இருந்தது என்பதை முன்னமே பார்த்தோம். பினாகபாணியோ வந்தியத்தேவன் முகத்தையே உற்று நோக்கிக் கொண்டிருந்தான். இவ்வளவையும் பார்த்தும், பார்க்காததுபோல் கவனித்துக் கொண்டிருந்தான் இன்னொருவன். அவன் தான் நம் பழைய தோழனாகிய ஆழ்வார்க்கடியான்.

இளவரசர் மதுராந்தகருக்கு நிமித்தம் பார்த்து சொல்லி அவர் மனத்தைக் கலக்கிவிட்டு வந்தியத்தேவன் அரண்மனைக்கு வெளியில் வந்தான். அங்கே சற்றுத் தூரத்தில் நின்று

காத்துக் கொண்டிருந்த வைத்தியர் மகன் அவனை நெருங்கி வந்து, "அப்பனே! நீ யார்?" என்று கேட்டான்.

வந்தியத்தேவன் பினாகபாணியைப் பார்த்துத் திடுக்கிட்டான். அதை வெளியில் காட்டிக் கொள்ளாமல், "என்ன கேட்டாய்?"

"நீ யார் என்று கேட்டேன்" என்றான்.

"நான் யார் என்றா கேட்கிறாய்? எந்த நானைக் கேட்கிறாய்? மண், நீர், தேயு, வாயு, ஆகாசம் என்கிற பஞ்ச பூதங்களினாலான இந்த உடம்பைக் கேட்கிறாயா? உயிருக்கு ஆதாரமான ஆத்மாவைக் கேட்கிறாயா?

ஆத்மாவுக்கும் அடிப்படையான பரமாத்மாவைக் கேட்கிறாயா? அப்பனே! இது என்ன கேள்வி? நீயும் இல்லை, நானும் இல்லை. எல்லாம் இறைவன் மயம்! உலகம் என்பது மாயை; பசு, பதி, பாசத்தின் உண்மையை திருநாறையூர் நம்பியைப் போன்ற பெரியோர்களைக் கேட்டுத் தெரிந்துகொள்!" என்று கூறிவிட்டு வந்தியத்தேவன் அரண்மனை வாசலில் நின்ற தன் குதிரை மேல் தாவி ஏறினான். குதிரையைச் சிறிது நேரம் வேகமாகச் செலுத்திய பிறகு வைத்தியர் மகன் தன்னைப் பின் தொடரவில்லை என்று தெரிந்துகொண்டு மெல்ல மெல்ல விட்டுக்கொண்டு போனான்.

ஆனால் வைத்தியர் மகன் அவ்வளவு எளிதில் ஏமாந்து போகிறவனா? அவனது சந்தேகம் இப்போது நிச்சயமாகி விட்டது. நகர்க் காவல் அதிகாரியிடம் சென்று செய்தியைத் தெரிவித்தான். அதிகாரி அனுப்பிய இரண்டு காவல் வீரர்களை அழைத்துக்கொண்டு அவனும் ஊரைச் சுற்றி வந்தான். அவன் எதிர்பார்த்தது போலவே வந்தியத்தேவனை ஒரு நாற்சந்தியில் சந்தித்தான்.

"இவன்தான் ஒற்றன்! இவனைச் சிறைப்பிடியுங்கள்!" என்று கூவினான்.

"என்னடா, அப்பா! உனக்குப் பைத்தியமா?" என்றான் வல்லவரையன்.

"யாரைப் பைத்தியமா, என்று கேட்கிறாய்? இந்த உடம்பையா, இதற்குள் இருக்கும் உயிரையா, ஆத்மாவையா! பரமாத்மாவையா! அல்லது பசு, பதி, பாசத்தையா?" என்று கூறினான் வைத்தியர் மகன் பினாகபாணி.

"நீ இப்பொழுது உளறுவதிலிருந்தே நீ பைத்தியம் என்று தெரிகிறதே!"

"நான் பைத்தியம் இல்லை; உன்னோடு கோடிக்கரை வரையில் வந்த வைத்தியன்! காவலர்களே! தஞ்சாவூர்க் கோட்டையிலிருந்து தப்பி, இலங்கைக்கு ஓடிய ஒற்றன் இவன்தான்! உடனே இவனைச் சிறைப் பிடியுங்கள்!"

காவலர்கள் வல்லவரையனை நோக்கி நெருங்கினார்கள்.

"ஜாக்கிரதை! இவன் சொல்வதைக் கேட்டுத் தவறு செய்யாதீர்கள்! நான் இளவரசர் மதுராந்தகத் தேவரோடு வந்த நிமித்தக்காரன்!" என்று கூறினான் வந்தியத்தேவன்.

"இல்லை இல்லை! இவன் பெரும் பொய்யன். இவனை உடனே சிறைப்படுத்துங்கள்!" என்று வைத்தியர் மகன் வாய்விட்டுக் கூவினான்.

இதற்குள் அவர்களைச் சுற்றிலும் ஒரு பெருங்கூட்டம் கூடிவிட்டது. கூட்டத்தில் சிலர் வந்தியத்தேவனுடைய கட்சி பேசினார்கள்; சில வைத்தியர் மகனின் கட்சி பேசினார்கள்.

"இவனைப் பார்த்தால் நிமித்தக்காரனாகத் தோன்றவில்லை" என்றான் ஒருவன்.

"ஒற்றனாகவும் தோன்றவில்லையே" என்றான் இன்னொருவன்.

"நிமித்தக்காரன் இவ்வளவு சிறு பிராயத்தனாயிருக்க முடியுமா?"

"ஏன் முடியாது? ஒற்றன் குதிரை மேலேறி வீதியில் பகிரங்கமாகப் போவானா?"

"நிமித்தக்காரன் எதற்காக உடைவாள் தரித்திருக்கிறான்?"

"ஒற்றன் என்றால் யாருடைய ஒற்றன் பழையாறையில் என்ன வேவு பார்ப்பதற்காக வருகிறான்?"

இதற்கிடையில் பினாகபாணி, "அவனைச் சிறைப்பிடியுங்கள்! உடனே சிறைப்பிடியுங்கள்! பழுவேட்டரையருடைய கட்டளை!" என்று கத்தினான்.

பழுவேட்டரையர் என்ற பெயரைக் கேட்டது, அங்கே கூடியிருந்தவர்கள் பலருக்கு வந்தியத்தேவன் மேல் அனுதாபம் உண்டாகிவிட்டது. அவனை எப்படியாவது தப்புவிக்க வழி உண்டா என்று பார்த்தார்கள்.

இதற்கிடையில் ஆழ்வார்க்கடியான் அந்தக் கூட்டத்தின் ஓரத்தில் வந்து சேர்ந்தான்.

"இளவரசோடு வந்த நிமித்தக்காரன் இங்கே இருக்கிறானா?" என்று கூவினான்.

"இல்லை; இவன் ஒற்றன்" என்று பினாகபாணி கூச்சலிட்டான்.

"இதென்ன வம்பு? நீ மதுராந்தகத் தேவருடன் வந்த நிமித்தக்காரனாயிருந்தால் என்னுடன் வா! உன்னை இளவரசி அழைத்து வரச் சொன்னார்!" என்றான் ஆழ்வார்க்கடியான்.

வந்தியத்தேவனின் உள்ளம் துள்ளிக் குதித்தது. "அந்த நிமித்தக்காரன் நான்தான்! இதோ வருகிறேன்" என்றான்.

"விடாதீர்கள்! ஒற்றனை விட்டு விடாதீர்கள்!" என்று வைத்தியர் மகன் பினாகபாணி கத்தினான்."

ஆழ்வார்க்கடியான், "நீ நிமித்தக்காரன்தானா என்பதை நிருபித்து விடு! அப்படியானால்தான் என்னுடன் வரலாம்!" என்று கூறிக்கொண்டே கண்ணால் சமிக்ஞை செய்தான்.

"என்னவிதமாக நிருபிக்கச் சொல்கிறாய்?" என்று வந்தியத்தேவன் அவசரத்துடன் கேட்டான்.

"அதோ இரண்டு குதிரைகள் வேகமாக வருகின்றனவல்லவா? அவற்றின் மீது வருகிறவர்கள் ஏதோ அவசரச் செய்தி கொண்டு வருவதாகத் தோன்றுகிறது. அது உண்மையாயிருந்தால், அவர்கள் என்ன செய்தி கொண்டு வருகிறார்கள், சொல்!"

குதிரைகளின் பேரில் வந்தவர்களை வந்தியத்தேவன் உற்றுப் பார்த்துவிட்டு, "ஓ சொல்கிறேன், இராஜ குடும்பத்தைச் சேர்ந்த ஒருவருக்கு ஜலகண்ட விபத்து நேர்ந்திருக்கிறது! அந்த துக்கச் செய்தியைத்தான் அவர்கள் கொண்டு வருகிறார்கள்!" என்றான் வந்தியத்தேவன்.

இப்படிச் சொல்லி வாய் மூடுவதற்குள் குதிரைகள் ஜனக்கூட்டத்தை நெருங்கிவிட்டன. ஜனங்கள் மேலே போக வழிவிடாதபடியால் குதிரைகள் நின்றன.

"நீங்கள் தூதர்கள் போலிருக்கிறது, என்ன செய்தி கொண்டு வருகிறீர்கள்?" என்று ஆழ்வார்க்கடியான் கேட்டான்.

"ஆம் நாங்கள் தூதர்கள்தான்! துக்கச் செய்தி கொண்டு வருகிறோம். இளவரசர் அருள்மொழிவர்மர் ஏறி வந்த கப்பல் சுழற்காற்றில் அகப்பட்டுக் கொண்டதாம். இளவரசர் யாரையோ காப்பாற்றுவதற்காகக் கடலில் குதித்து மூழ்கிப் போய்விட்டாராம்!"

குதிரை மீது வந்தவர்களில் ஒருவன் இவ்வாறு கூறியதும் அந்த ஜனக்கூட்டத்தில் "ஐயோ! ஐயகோ!" என்ற பரிதாபக் குரல்கள் நெஞ்சைப் பிளக்கும்படியான சோகத் தொனியில் எழுந்தன. எங்கிருந்துதான் அவ்வளவு ஜனங்களும் வந்தார்களோ, தெரியாது. அவ்வளவு சீக்கிரத்தில் அவர்கள் எப்படி வந்து சேர்ந்தார்கள் என்றும் சொல்ல முடியாது. ஆண்களும், பெண்களும், வயோதிகளும், சிறுவர் சிறுமிகளும் .அந்தத் தூதர்களைப் பெருங்கூட்டமாகச் சூழ்ந்து கொண்டார்கள். பலர், அவர்களைப் பல கேள்விகள் கேட்டார்கள்; பலர் அழுது புலம்பினார்கள்.

பழுவேட்டரையர்கள் அருள்மொழிவர்மரை விரும்பவில்லையென்பது அந்நகர மக்களில் பலருக்கு ஏற்கனவே தெரியும். இளவரசரைச் சிறைப்படுத்திக் கொண்டு வருவதற்காகப் பழுவேட்டரையர்கள் ஈழத்துக்குள் ஆள் அனுப்பியிருக்கிறார்கள் என்ற பிரஸ்தாபமும் அவர்கள் காதுக்கு எட்டியிருந்தது எனவே, கூட்டத்தில் பலர் பழுவேட்டரையர்களைப் பற்றி முதலில் முணுமுணுக்கத் தொடங்கினார்கள். பிறகு உரத்த குரலில் சபிக்கவும் தொடங்கினார்கள். "பழுவேட்டரையர்கள் வேண்டுமென்றே இளவரசரைக் கடலில் மூழ்கடித்துக் கொன்றிருக்க வேண்டும்!" என்றும் ஒருவருக்கொருவர் பேசிக்கொண்டார்கள். அந்த ஜனக் கூட்டத்தார் பேசிக்கொண்ட சத்தமும், அவர்கள் புலம்பிய சத்தமும், பழுவேட்டரையர்களைச் சபித்த சத்தமும் சேர்த்து சமுத்திரத்தின் பேரிரைச்சலைப் போல் எழுந்தது.

இந்தக் கூட்டத்துக்கு மத்தியில் அகப்பட்டுக் கொண்ட தஞ்சாவூர்த் தூதர்கள், மேலே அரண்மனைக்குப் போக முடியாமல் தவித்தார்கள். ஜனங்களை விலக்கிக் கொண்டு போக அவர்கள் முயன்றும் பலிக்கவில்லை. "எப்படி?" "எங்கே?" "என்றைக்கு?" "நிச்சயமாகவா?" என்றெல்லாம் ஜனங்கள் அத்தூதர்களைக் கேட்ட வண்ணம் மேலே போக முடியாதபடி தடை செய்தார்கள்.

வைத்தியர் மகனுடன் வந்திருந்த காவலர்களைப் பார்த்து ஆழ்வார்க்கடியான், "நீங்கள் ஏன் சும்மா நிற்கிறீர்கள்? கூட்டத்தை விலக்கித் தூதர்களை அரண்மனைக்கு அழைத்துச் செல்லுங்கள்!" என்றான். காவலர்களும் மேற்படி செய்தி கேட்டுக் கதி கலங்கிப் போயிருந்தார்கள். அவர்கள் இப்போது முன்வந்து தூதர்களுக்கு வழி விலக்கிக் கொடுக்க முயன்றார்கள். தூதர்கள் சிறிது சிறிதாக அரண்மனையை நோக்கி முன்னேறினார்கள். ஜனக் கூட்டமும் அவர்களை விடாமல் தொடர்ந்து சென்றது. மேலும் மேலும் ஜனங்களின் கூட்டம் பெருகிக்கொண்டும் வந்தது.

அவ்வளவு பெரிய ஜனக்கூட்டத்தில், ஒரே மனதாக இளவரசர் அருள்மொழிவர்மரின் கதியை நினைத்துக் கலங்கிப் புலம்பிக்கொண்டிருந்த அக்கூட்டத்தில், ஒரே ஒரு பிராணி மட்டும், "ஐயோ! இது ஏதோ சூழ்ச்சி! ஒற்றனைத் தப்பித்துவிடச் சூழ்ச்சி!" என்று அலறிக்கொண்டிருந்தது. அவ்வாறு அலறிய வைத்தியர் மகனை யாரும் பொருட்படுத்தவில்லை. அவனுடைய கூக்குரல் யாருடைய செவியிலும் ஏறவில்லை. மாநதியின் பெருவெள்ளம் அதில் விழுந்து விட்ட சிறு துரும்பை அடித்துக் கொண்டு போவதுபோல் அந்தப் பெரும் ஜனக் கூட்டம் வைத்தியர் மகனையும் தள்ளிக்கொண்டு முன்னே சென்றது.

ஜனக்கூட்டம் சேரத் தொடங்கியபோதே வந்தியத்தேவன் குதிரை மேலிருந்து இறங்கிவிட்டான். கூட்டம் நகரத் தொடங்கியபோது, ஆழ்வார்க்கடியான் அவன் அருகில் வந்து அவன் கையைப் பற்றிக்கொண்டான். "குதிரையை விட்டுவிடு! பிறகு அதைத் தேடிப்பிடித்துக் கொள்ளலாம். உடனே என்னுடன் வா!" என்று அவன் காதோடு சொன்னான்.

"அப்பனே! சமய சஞ்சீவியாக வந்து சேர்ந்தாய்! இல்லாவிடில் என் நிலைமை என்ன ஆகியிருக்குமோ, தெரியாது!" என்றான் வல்லவரையன்.

"இதுதான் உன் தொழில் ஆயிற்றே? நீ சங்கடத்தில் அகப்பட்டுக் கொள்ள வேண்டியது; யாராவது வந்து உன்னை அந்த நெருக்கடியிலிருந்து விடுவிக்க வேண்டியது!" என்று எகத்தாளம் செய்தான் ஆழ்வார்க்கடியான்.

இருவரும் ஜனக்கூட்டம் அவர்களைத் தள்ளிக்கொண்டு போகாத வண்ணம் வீதி ஓரமாக ஒதுங்கி நின்றார்கள். கூட்டம் போனபிறகு வந்தியத்தேவனுடைய கையை ஆழ்வார்க்கடியான் பற்றிக்கொண்டு வேறு திசையாக அவனை அழைத்துச் சென்றான்.

அரண்மனைகள் இருந்த வீதியில் முன்னொரு தடவை நாம் பார்த்திருக்கும் பூட்டிக் கிடந்த கோடி வீட்டில் அவர்கள் புகுந்தார்கள். கொல்லைப்புறத்தில் இருந்த நந்தவனத்தில்

பிரவேசித்துக் கொடி வழிகளில் நடந்தார்கள். சிறிது நேரத்துக்கெல்லாம் நீல நிற ஓடை தெரிந்தது? அதில் ஒரு ஓடம் மிதந்தது. ஓடத்தில் ஒரு மாதரசி இருந்தாள். அவளைக் கண்டதும் வந்தியத்தேவனுடைய உள்ளம் துள்ளிக் குதித்தது.

⊙

20. தாயும் மகனும்

அன்னை அழைத்துவரச் சொன்னதாகச் சேவகன் வந்து கூறியதன் பேரில் மதுராந்தகன் செம்பியன் மாதேவியைப் பார்க்கச் சென்றான் சிவபக்தியிற் சிறந்த அந்த மூதாட்டியின் புகழ் நாடெங்கும் பரவியிருந்தது. ஒரு காலத்தில் மதுராந்தகனும் அன்னையிடம் அளவிலாத பக்தி கொண்டிருந்தான். இப்போது அந்தப் பக்தி, கோப வெறியாக மாறிப் போயிருந்தது. பெற்ற மகனுக்குத் துரோகம் செய்து, தாயாதிகளின் கட்சி பேசிய தாயைப்பற்றிக் கதைகளிலே கூடக் கேட்டதில்லையே! தனக்கு இப்படிப்பட்ட அன்னையா வந்து வாய்க்கவேண்டும்?... இதை நினைக்க நினைக்க அவன் உள்ளத்திலிருந்த அன்பு அத்தனையும் துவேஷமாகவே மாறி நாளடைவில் கொழுந்துவிட்டு வளர்ந்திருந்தது.

அபூர்வமான சாந்தம் குடிகொண்ட அன்னையின் முகத்தைப் பார்த்ததும் கொஞ்சம் அவனுடைய கோபம் தணிந்தது. பழைய வழக்கத்தை அனுசரித்து நமஸ்கரித்து எழுந்து நின்றான். "சிவபக்திச் செல்வம் பெருகி வளரட்டும்!" என்று மகாராணி ஆசி கூறி, அவனை ஆசனத்தில் உட்காரச் செய்தார். அந்த ஆசீர்வாதம் மதுராந்தகனுடைய மனத்தில் அம்பைப் போல் தைத்தது.

"மதுராந்தகா! என் மருமகள் சுகமா? உன் மாமனார் வீட்டிலும், தனாதிகாரியின் வீட்டிலும் எல்லோரும் சௌக்கியமா?" என்று அன்னை கேட்டார்.

"எல்லாரும் சௌக்கியமாகவே இருக்கிறார்கள். அதைப் பற்றித் தங்களுக்கு என்ன கவலை?" என்று குமாரன் முணுமுணுத்தான்.

"தஞ்சையிலிருந்து புறப்படுவதற்கு முன்னால் நீ சக்கரவர்த்தியைப் பார்த்தாயா? அவருடைய உடல் நலம் தற்சமயம் எப்படியிருக்கிறது?" என்று மகாராணி கேட்டார்.

"பார்த்து விடைபெற்றுக்கொண்டுதான் புறப்பட்டேன். சக்கரவர்த்தியின் உடம்பு நாளுக்கு நாள் நலிந்துதான் வருகிறது. உடல் வேதனையைக் காட்டிலும் மனவேதனை அவருக்கு அதிகமாயிருக்கிறது" என்றான் மதுராந்தகன்.

"அது என்ன, குழந்தாய்? சக்கரவர்த்தி மன வேதனைப்படும்படியாக என்ன நேர்ந்தது?"

"குற்றம் செய்தவர்கள், – அநீதி செய்தவர்கள்... பிறர் உடைமையைப் பறித்து அனுபவிக்கிறவர்கள் – மனவேதனை கொள்வது இயல்புதானே?"

"இது என்ன சொல்கிறாய்? சக்கரவர்த்தி அவ்வாறு என்ன குற்றம் – அநீதி – செய்துவிட்டார்?"

"வேறு என்ன செய்யவேண்டும்? நான் இருக்க வேண்டிய சிம்மாசனத்தில் அவர் இத்தனை வருஷங்களாக அமர்ந்திருப்பது போதாதா? அது குற்றம் இல்லையா? அநீதி இல்லையா?"

"குழந்தாய்! பால்போலத் தூய்மையாக இருந்த உன் உள்ளத்தில் இந்த விஷம் எப்படி வந்தது? யார் உனக்குத் துர்ப்போதனை செய்து கெடுத்துவிட்டார்கள்?" என்று இரக்கமான குரலில் அன்னை கேட்டார்.

"எனக்கு ஒருவரும் துர்ப்போதனை செய்து கெடுக்கவில்லை. தங்கள் மகனை அவ்வளவு நிர்மூடனாக ஏன் கருதுகிறீர்கள்? எனக்குச் சுய அறிவே கிடையாது என்பது தங்கள் எண்ணமா?"

"எத்தனை அறிவாளிகளாயிருந்தாலும், துர்ப்போதனை யினால் மனம் கெடுவது உண்டு. கரைப்பவர்கள் கரைத்தால் கல்லுங்கரையும் அல்லவா? கூனியின் துர்ப்போதனையினால் கைகேயியின் மனம் கெட்டுப் போகவில்லையா?"

"பெண்களின் மனத்தை அப்படித் துர்ப்போதனையினால் கெடுத்துவிடலாம் என்பதை நானும் தெரிந்து கொண்டுதானிருக்கிறேன்!"

"மதுராந்தகா! யாரைக் குறிப்பிட்டுச் சொல்கிறாய்?"

"தாயே! என்னை, எதற்காக அழைத்தீர்கள். அதைச் சொல்லுங்கள்!"

"சற்றுமுன் நடந்த வைபவத்தில் நீ பிரசன்னமாய் இருந்தாய் அல்லவா?"

"இருந்தேன், யாரோ வழியோடு போகிற சிறுவனைப் பல்லக்கிலேற்றி அழைத்து வரச்செய்தீர்கள். சிம்மாசனத்தில் ஏற்றி வைத்து உபசரித்தீர்கள். அவன் தலை கால் தெரியாத கர்வம் கொண்டிருப்பான்..."

"ஐயோ! அப்படி அபசாரமாய்ப் பேசாதே, குழந்தாய். வந்திருந்தவர் வயதில் வாலிபரானாலும், சிவஞான பரிபக்குவம் அடைந்த மகான்..."

"அவர் மகானாகவேயிருக்கட்டும், நான் குறைத்துப் பேசினால் அவருடைய பெருமை குறைந்துவிடாதல்லவா? அந்த மகானுக்குத் தாங்கள் இராஜரீக மரியாதைகள் செய்ததையும் நான் ஆட்சேபிக்கவில்லை. என்னை எதற்காக அழைத்தீர்கள் என்று சொல்லுங்கள்!"

செம்பியன் மாதேவி ஒரு நெடிய பெருமூச்சு விட்டார். பிறகு கூறினார்:– "உன்னுடைய குணத்தில் ஏற்பட்டிருக்கும் மாறுதல் எனக்குப் பிரமிப்பை உண்டாக்குகிறது. பழுவேட்டரையர் மாளிகையில் இரண்டு வருஷ வாசம் இப்படி உன்னை மாற்றிவிடும் என்று நான் கனவிலும் நினைக்கவில்லை. போனால் போகட்டும், என்னுடைய கடமையை நான் செய்ய வேண்டும். உன் தந்தைக்கு நான் அளித்த வாக்குறுதியை நிறைவேற்ற என்னாலியன்ற வரையில் முயலவேண்டும் மகனே! உன்னை அழைத்த காரியத்தைச் சொல்வதற்கு முன்னால், என்னுடைய கதையை, – நான் உன் தந்தையை மணந்த வரலாற்றைக் கூறவேண்டும். சற்றுப் பொறுமையாகக் கேட்டுக் கொண்டிரு!"

மதுராந்தகன் பொறுமையுடன் கேட்டுக்கொண்டிருக்கப் போவதற்கு அறிகுறியாகக் கால்களை மண்டி போட்டுக் கொண்டு, கைகளைப் பீடத்தில் நன்றாய் ஊன்றிக்கொண்டு உட்கார்ந்தான்.

"நான் பிறந்த ஊராகிய மழபாடிக்கு நீ குழந்தையாயிருந்த போது இரண்டொரு தடவை வந்திருக்கிறாய்; அந்த ஊரில் உள்ள சிவபெருமான் ஆலயத்தையும் பார்த்திருக்கிறாய். கோச்செங்கட் சோழ மன்னர் சிவாலயம் எடுப்பித்த அறுபத்து நாலு ஸ்தலங்களில் அதுவும் ஒன்று எனப் பெரியோர்கள் சொல்லக் கேட்டிருக்கிறேன். உன்னுடைய பாட்டனார், என்னுடைய தந்தை, மழபாடியில் பெரிய குடித்தனக்காரர். எங்கள் குலம் தொன்மையானது. ஒரு காலத்தில் மழவரையர்கள் செல்வாக்குப் பெற்ற சிற்றரசர்களாயிருந்தார்கள். விஜயாலய சோழர் காலத்தில் நடந்த யுத்தங்களில் பாண்டியர்களோடு சேர்ந்திருந்தார்கள். அதனால் சோழர்கள் வெற்றி பெற்ற பிறகு மழவரையர்களின் செல்வாக்குக் குன்றியிருந்தது. சிறு பெண்ணாயிருந்தபோது அதைப்பற்றியெல்லாம் நான் குறைப்படவில்லை. என் உள்ளம் மழபாடி ஆலயத்தில் உள்ள நடராஜப் பெருமான் மீது சென்றிருந்தது. மழபாடியின் சரித்திரத்தில் நிகழ்ந்த ஒரு வரலாற்றை ஒரு பெரியவர் நான் குழந்தையாயிருந்தபோது எனக்குச் சொன்னார்.

சுந்தரமூர்த்தி சுவாமிகள் தமது சீடர்களுடனே எங்களூர்ப் பக்கமாகப் போய்க்கொண்டிருந்தார். மழபாடி சிவாலயத்தைச் சுற்றிச் செழித்து வளர்ந்து கொத்துக் கொத்தாகப் பூத்துக்குலுங்கிய கொன்னை மரங்கள் ஆலயத்தை மறைத்திருந்தனவாம். ஆகையால் கோயிலைக் கவனியாமல் சுந்தரர் சென்றாராம். 'சுந்தரம், என்னை மறந்தாயோ!'–

என்ற குரல் அவர் காதில் கேட்டதாம். சுந்தரர் சுற்றும் முற்றும் பார்த்து 'யாராவது ஏதேனும் சொன்னீர்களா?' என்று கேட்டாராம். சீடர்கள், 'இல்லை' என்றார்களாம். தங்கள் காதில் குரல் எதுவும் கேட்கவில்லை என்றும் சொன்னார்களாம். சுந்தரர் உடனே அருகில் ஏதாவது ஆலயம் மறைந்திருக்கிறதா என்று விசாரித்தாராம். கொன்னை மரங்களுக்கிடையில் மறைந்திருந்த மழபாடித் திருக்கோயிலைக் கண்டுபிடித்து, ஓடி வந்து இறைவன் சன்னதியில் "பொன்னார் மேனியனே!" என்ற பதிகத்தைப் பாடினாராம். இந்த வரலாற்றைக் கேட்டது முதற்கொண்டு,

மன்னே! மாமணியே!
மழபாடியுள் மாணிக்கமே!
அன்னே உன்னையல்லால்
இனி யாரை நினைக்கேனே!

என்ற வரிகள் என் மனத்தில் பதிந்துவிட்டன. கோவிலுக்கு அடிக்கடி போவேன். நடராஜ மூர்த்தியின் முன்னால் நின்று அந்த வரிகளை ஓயாது சொல்லுவேன். நாளாக ஆக, என் உள்ளத்தில் மழபாடி இறைவர் குடிகொண்டுவிட்டார். சிவபெருமானையே நான் மணந்துகொள்ளப் போவதாக மனக்கோட்டை கட்டினேன். என்னை நான் உமையாகவும், பார்வதியாகவும், தாட்சாயணியாகவும் எண்ணிக்கொள்வேன். அவர்கள் சிவபெருமானைப் பதியாக அடைவதற்குத் தவம் செய்ததுபோல நானும் கண்ணை மூடிக்கொண்டு தவம் செய்வேன். யாராவது என் கலியாணத்தைப் பற்றிய பேச்சு எடுத்தால் வெறுப்பு அடைவேன். இவ்விதம் என் குழந்தைப் பருவம் சென்றது. மங்கைப் பருவத்தை அடைந்தபோது என் உள்ளம் சிவபெருமானுடைய பக்தியில் முன்னைவிட அதிகமாக ஈடுபட்டது. வீட்டாரும், ஊராரும் என்னைப் 'பிச்சி' என்று சொல்ல ஆரம்பித்தார்கள்.

அதையெல்லாம் நான் பொருட்படுத்தவேயில்லை. வீட்டில் உண்டு உறங்கிய நேரம் போக மிச்சப் பொழுதையெல்லாம் கோவிலிலேயே கழித்தேன். பூஜைக்குரிய மலர்களைப் பறித்து விதம்விதமான மாலைகளைத் தொடுத்து, நடராஜப் பெருமானுக்கு அணியசெய்து பார்த்து மகிழ்வேன்! நெடுநேரம் கண்ணை மூடிக்கொண்டு தியானத்தில் ஆழ்ந்திருப்பேன். இவ்விதம் ஒரு நாள் கண்ணை மூடிக்கொண்டு மனத்தில் இறைவனையே தியானித்துக்கொண்டிருந்தபோது திடீரென்று கலகலவென்று சத்தம் கேட்டுக் கண் விழித்துப் பார்த்தேன். என் எதிரே ஐந்தாறு பேர் நின்று கொண்டிருந்தார்கள். அவர்களில் முன்னால் நின்ற ஒருவர் மீதுதான் என் கண்களும் கருத்தும் சென்றன. நான் மனத்தில் தியானித்துக் கொண்டிருந்த சிவபெருமான், தாமே தம் பரிவாரங்களுடன் என்னை ஆட்கொள்ள வந்துவிட்டார் என்று எண்ணிக்கொண்டேன். எழுந்து நின்று தலைகுனிந்து வணங்கி நின்றேன். என் கண்களிலிருந்து தாரை தாரையாக கண்ணீர் பொழிந்தது. இதை அவர் கவனித்து இருக்கவேண்டும்.

'இந்தப் பெண் யார்? இவள் ஏன் கண்ணீர்விட்டு அழுகிறாள்?' என்று ஒரு குரல் கேட்டது.

அதற்கு என் தந்தையின் குரல், 'இவள் என் மகள். பிஞ்சிலே பழுத்தவளைப் போல் இவளுக்கு இப்போது சிவபக்தி வந்துவிட்டது. ஓயாமல் இப்படிக் கோவிலில் வந்து உட்கார்ந்து, கண்ணை மூடிக்கொண்டு தியானம் செய்வதும், பதிகம் பாடுவதும், கண்ணீர் விடுவதுமாயிருக்கிறாள்!' என்று கூறிய மறுமொழி என் காதில் விழுந்தது.

மறுபடி நான் நிமிர்ந்து பார்த்தபோது, முன்னால் நின்றவர் சிவபெருமான் இல்லையென்றும், யாரோ அரச குலத்தவர் என்றும் தெரிந்து கொண்டேன். எனக்கு அவமானம் தாங்கவில்லை. அங்கிருந்து ஒரே ஓட்டமாக ஓடிப்போய் வீட்டை அடைந்தேன். ஆனால் என்னை ஆட்கொண்டவர் என்னை விடவில்லை. என் தந்தையுடன் எங்கள் வீட்டுக்கே வந்து விட்டார். மகனே! அவர்தான் என் கணவரும், உன் அருமைத் தந்தையுமாகிய கண்டராதித்த தேவர்!"

இவ்விதம் கூறிவிட்டுப் பெரிய மகாராணி சிறிது நிறுத்தினார். பழைய நினைவுகள் அவருடைய கண்களில் மீண்டும் கண்ணீர்த் துளிகளை வருவித்தன. கண்ணைத் துடைத்துக்கொண்டு மறுபடியும் கூறினார்:–

"பிறகு உன் தந்தையைப் பற்றிய விவரங்களைத் தெரிந்து கொண்டேன். அவர் சிறிது காலத்துக்கு முன்புதான் சோழநாட்டின் சிம்மாசனத்தில் அமர்ந்தார். அதுமுதல் பற்பல சிவஸ்தலங்களுக்குச் சென்று ஆலய தரிசனம் செய்து வந்தார். அவருக்குப் பிராயம் அப்போது நாற்பதாகியிருந்தது. இளம் வயதில் அவர் மணந்துகொண்டிருந்த மாதரசி காலமாகி விட்டார். மறுபடி கலியாணம் செய்துகொள்ளும் எண்ணமே அவருக்கு இருக்கவில்லை. மீண்டும் மணம்புரிந்து கொள்வதில்லையென்று விரதம் கொண்டிருந்தார். ஆனால் அவருடைய புனித உள்ளம் இந்தப் பேதையைக் கண்டதனால் சலனமடைந்தது. என் தந்தையின் முன்னிலையில் என் விருப்பத்தை அவர் கேட்டார். நானோ சிவபெருமானே மனித உருவங்கொண்டு என்னை ஆட்கொள்ள வந்திருப்பதாக எண்ணிப் பரவசம் கொண்டிருந்தேன். அவரை மணந்துகொள்ளப் பூரண சம்மதம் என்பதைத் தெரிவித்தேன். எங்களுக்கு விரைவில் திருமணம் நடந்தது. அதன் பயனாக உன் பாட்டனார் இழந்திருந்த செல்வாக்கை மீண்டும் அடைந்து 'மழவரையர்' என்ற பட்டப் பெயரையும் பெற்றார்..."

"மகனே! எனக்கும், உன் தந்தைக்கும் திருமணம் நடந்த பிறகு நாங்கள் இருவரும் மனம்விட்டுப் பேசி ஒரு முடிவுக்கு வந்தோம். சிவபெருமானுடைய திருப்பணிக்கே எங்கள் வாழ்க்கையை அர்ப்பணம் செய்வது என்றும், இருவரும் மகப்பேற்றை விரும்புவதில்லை என்றும் தீர்மானித்திருந்தோம். அதற்கு ஓர் முக்கிய காரணம் இருந்தது. குழந்தாய்! இதையெல்லாம் உன்னிடம் சொல்லவேண்டிய அவசியம் ஏற்படும் என்று நான் கனவிலும் கருதவில்லை. ஆயினும், அத்தகைய அவசியம் நேர்ந்துவிட்டதனால் சொல்லுகிறேன். கொஞ்சம் செவி கொடுத்துக் கவனமாகக் கேள்!"

இவ்விதம் செம்பியன்மாதேவி கூறி மீண்டும் ஒரு நெடுமூச்சு விட்டார். மதுராந்தகனும் முன்னைக்காட்டிலும் அதிகச் சிரத்தையுடன் காது கொடுத்துக் கேட்கத் தொடங்கினான்.

⊙

21. "நீயும் ஒரு தாயா?"

சிவபக்தியே உருவெடுத்தாற்போல் விளங்கிய மாதரசி செம்பியன் தேவி தொடர்ந்து கூறினார்:

"மகனே! உன் தந்தை கண்டராதித்த தேவர் சிம்மாசனம் ஏறியபொழுது, சோழ ராஜ்யத்தில் ஒரு சங்கடமான நிலைமை ஏற்பட்டிருந்தது. உன் பாட்டனார் பராந்தகச் சக்கரவர்த்தியின் பெருமையை நீ அறிந்திருக்கிறாய். அவருடைய ஆட்சிக்காலத்தில் சோழ ராஜ்யம் தெற்கே ஈழ நாடு வரையிலும், வடக்கே கிருஷ்ணை நதி வரையிலும் பரவியது. ஆனால், அவருடைய அந்திம காலத்தில் இராஜ்யத்துக்கும், இராஜ குலத்துக்கும் பல விபத்துகள் ஏற்பட்டன. இராவணேசுவரனுடைய மூல பல சைன்யத்தைப் போல் இரட்டை மண்டலத்துப் படைகள் படை எடுத்து வந்தன. பராந்தகச் சக்கரவர்த்தியின் மூத்த புதல்வரும், ஒப்புவமையில்லாத வீராதி வீரரும், உன் பெரிய தகப்பனாருமான இராஜாதித்த தேவர் இரட்டை மண்டலத்து மாபெரும் சைன்யத்தை எதிர்க்கப் புறப்பட்டார். வடக்கே தக்கோலம் என்னுமிடத்தில் குருக்ஷேத்திர யுத்தத்தைப் போன்ற மாபெரும் போர் நடந்தது, லட்சக்கணக்கான வீரர்கள் மாண்டனர். இரத்த வெள்ளம் பெருக்கெடுத்தோடியது. இரட்டை மண்டலத்தாரின் சைன்யம் சிதறி ஓடியது ஆனால் அந்தப் போரில் இராஜாதித்த தேவர் பலியாகிவிட்டார். உன்னுடைய சித்தப்பா அரிஞ்சயத் தேவரும் அந்தப் போரில் ஈடுபட்டுப் படுகாயம் அடைந்தார்.

ஆனால் அவரைப் பற்றி யாதொரு விவரமும் அப்போது தெரியவில்லை. அரிஞ் சய தேவரின் மூத்த புதல்வர் சுந்தர சோழர், – சின்னஞ்சிறு பிராயத்துப் பிள்ளை –

ஈழத்துப் போருக்குச் சென்றிருந்தார். அவரைப் பற்றியும் செய்தி கிட்டவில்லை. இராஜ குலத்தில் பிறந்து அச்சமயம் தஞ்சை அரண்மனையில் பராந்தகச் சக்கரவர்த்தியின் அருகில் இருந்தவர் உன் தந்தைதான்.

ஆனால் உன் தந்தையோ இளம் பிராயத்திலேயே இராஜ்ய விவகாரங்களை வெறுத்து சிவபெருமானிடம் மனத்தைச் செலுத்தி வந்தவர். அவருக்கு யுத்தம் என்றால் பிடிப்பதில்லை. மன்னர்களின் மண்ணாசை காரணமாக மக்கள் போரிட்டு மடிவானேன் என்று அவர் வருந்தினார். தந்தையிடமும் சகோதரர்களிடமும் அதைக் குறித்து வாதித்தார். சிவஞானச் செல்வர்களான பெரியோர்களின் சகவாசத்திலும், புண்ணிய ஸ்தல யாத்திரையிலும், ஆலய வழிபாட்டிலும் காலத்தைச் செலவிட்டார். வாள், வேல் முதலிய ஆயுதங்களைக் கையினால் தொடவும் அவர் விரும்பவில்லை. யுத்த தந்திரங்களிலும் போர் முறைகளிலும் அவர் பயிற்சி பெறவில்லை. பொய்யும் புனை சுருட்டும், வஞ்சகமும், வேஷமும் சூழ்ச்சிகளும் மறு சூழ்ச்சிகளும், கொலை முதலிய பாவங்களும் நிறைந்தது இராஜரீகம் என்று அவர் நம்பினார். 'திருடன் பிறர் பொருளைத் திருடுவதற்கும், ஒரு நாட்டு அரசன் இன்னொரு நாட்டைக் கவர்வதற்கும் என்ன வித்தியாசம்?' என்று அவர் கேட்டார்.

மகனே! விதிவசத்தால் அப்படிப்பட்ட கொள்கையுடைய உன் தந்தை இந்தச் சோழ நாட்டின் பாரத்தை வகிக்கும்படியாக நேர்ந்துவிட்டது.

பராந்தகச்சக்கரவர்த்தி, இராஜ்யத்துக்கு நேர்ந்த பல விபத்துகளினாலும், இராஜாதித்தரின் மரணத்தினாலும் மனம் நொந்து மரணத்தை எதிர்பார்த்திருக்கும் வேளையில் உன் தந்தையை அழைத்து, 'இராஜ்ய பாரத்தை நீதான் ஏற்றுக்கொள்ள வேண்டும்' என்றார். உன் தந்தை மரணத்தறுவாயிலிருந்த உன் பாட்டனாரின் மனத்தை மேலும் புண்படுத்த விரும்பாமல் ஒப்புக்கொண்டார். உன் தந்தையை எனக்கு முன்னால் மணந்திருந்த பாக்கியவதியான வீரநாராயணி தேவி அதற்கு முன்னரே சிவபதம் அடைந்து விட்டார். நானோ அப்போது உன் தந்தையைப் பார்த்ததே இல்லை. ஆகையால் உன் தந்தையின் காலத்துக்குப் பிற்பாடு சோழ மகாராஜ்யம் என்ன ஆவது என்ற கவலை உன் பாட்டனாருக்கு ஏற்பட்டது. அதிர்ஷ்டவசமாக அச்சமயத்தில் உன் சிறிய தந்தையின் குமாரரைத் தேடுவதற்காக ஈழத்திற்குப் போனவர்கள், அங்கே ஒரு தீவிலிருந்த சுந்தர சோழரைக் கண்டுபிடித்து, அவரை அழைத்துக்கொண்டு வந்தார்கள்.

பராந்தகச் சக்கரவர்த்தி சுந்தர சோழரிடம் அளவிலாத பிரியம் வைத்திருந்தார். குழந்தையாயிருந்த நாளிலிருந்து, மடியில் வைத்துத் தாலாட்டிப் பாராட்டி வளர்த்து வந்தார். பெரியோர்கள் பலர், சுந்தரசோழரின் மூலமாய்ச் சோழகுலம் மகோன்னதம் அடையப் போகிறது என்று சொல்லியிருந்தார்கள்.

இத்தகைய காரணங்களினால் உன் பாட்டனாருக்குச் சுந்தர சோழர் மீது அபாரமான பிரேமை. ஆகையால், உன் தந்தை சிம்மாசனம் ஏறும்போது, சுந்தர சோழருக்கு இளவரசுப் பட்டம் கட்டிவிடவேண்டும் என்றும், அவருடைய சந்ததியர்கள்தான் சோழ நாட்டை ஆண்டு வரவேண்டும் என்றும் சொல்லிவிட்டுச் சிவபதம் அடைந்தார். இந்த விவரங்களையெல்லாம் உன் தந்தை என்னிடம் கூறினார். பராந்தகச் சக்கரவர்த்தி மரணத் தறுவாயில் வெளியிட்ட விருப்பத்தை நிறைவேற்ற அவர் உறுதிகொண்டிருந்தார். சுந்தர சோழரும் அவருடைய சந்ததியாரும் பட்டத்துக்கு வருவதில் எவ்வித இடையூறும் நேரிடக் கூடாதென்று எண்ணினார். உன் தந்தைக்கு இராஜ்யம் ஆளும் ஆசை இல்லை; இராஜரீக காரியங்களில் பற்றுதலும் இல்லை. அவர் புண்ணிய புருஷர்.

அவருடைய உள்ளம் சதாசர்வ காலமும் நடராஜப் பெருமானின் இணையடித் தாமரைகளில் சஞ்சரித்துக்கொண்டிருந்தது. ஆகவே, தமது தம்பியாகிய அரிஞ்சயரிடமும், அவருடைய புதல்வர் சுந்தர சோழரிடமும் இராஜ்ய காரியங்கள் முழுவதையும் ஒப்படைத்திருந்தார். தாம் சிவபெருமானுடைய கைங்கரியத்தில் ஈடுபட்டிருந்தார். முன்னமே சொன்னேனே, அது போல் அவருக்கு மறுபடியும் மணம் செய்துகொள்ளும்

எண்ணமே இருக்கவில்லை. ஆனால் அவருடைய மன உறுதியைக் கலைக்க நான் ஒருத்தி வந்து சேர்ந்தேன். நானும் சிவபக்தியில் ஈடுபட்ட 'பிச்சி' என்று அறிந்ததனாலேயே அவர் என்மீது பிரியங் கொண்டு என்னைத் திருமணம் புரிந்தார். அவரைப் பதியாக அடைந்த நான் பாக்கியசாலி. எத்தனையோ ஜன்மங்களில் அவரை அடைய நான் தவம் செய்திருக்க வேண்டும். அவரைத் தந்தையாகப் பெற்ற நீயும் பாக்கியசாலி. இந்த உலகில் இறைவனைக் கண்ணாரக் கண்டு மகிழ்ந்த மகான்கள் வெகு சிலர்தான். சிவபெருமான் ரிஷபாரூடராய் வந்து, உன் தந்தைக்குக் காட்சி தந்து, அவரை இம்மண்ணுலகிலிருந்து அழைத்துப் போனார், நான் இப்போது உன்னை என் ஊனக்கண்களால் பார்ப்பதுபோல உன் தந்தை பரமசிவனைத் தரிசித்தார். அப்படிப்பட்ட புண்ணிய புருஷருடைய விருப்பத்தை நிறைவேற்ற நானும் நீயும் கடமைப்பட்டவர்கள்...!"

அன்னை இவ்விதம் கூறி நிறுத்தியபோது, கேட்டுக் கொண்டிருந்த மகனுடைய உடல் பதறிக்கொண்டிருந்தது. அவனுடைய உள்ளம் கொதித்துக்கொண்டிருந்தது.

"அது எப்படி, தாயே! என் தந்தை என்னிடம் ஒன்றும் தெரிவிக்கவில்லையே? நான் என்ன கடமைப்பட்டிருக்கிறேன்? எந்த விதத்தில் கடமைப்பட்டிருக்கிறேன்?" என்றான் மதுராந்தகன்.

"மகனே! கேள்! உன் தந்தை சிவபெருமானுடைய பாத மலர்களை அடைந்தபோது நீ சின்னஞ்சிறு பிள்ளை. ஆகையால், உன்னிடம் அவர் ஒன்றும் தெரியப்படுத்த முடியவில்லை. ஆனால் என்னிடம் சொல்லிவிட்டுப் போனார்; நாங்கள் மணம் புரிந்த புதிதில் மக்கள் பேற்றை விரும்புவதில்லையென்று முடிவு செய்திருந்தோம். ஆனால் பேதையாகிய என்னால் அந்த மன உறுதியை நிறைவேற்ற முடியவில்லை. கன்னிப் பருவத்தில் சிவபெருமானிடம் நான் கொண்டிருந்த பக்தி உன் தந்தையிடம் கொண்டிருந்த பிரேமையாக மாறியது. நாளடைவில், என் கையில் ஏந்தி, மார்போடு அணைத்து, மடியில் வைத்துத் தாலாட்டிப் பாராட்டிக் கொஞ்சுவதற்குக் குழந்தை வேண்டும் என்று என் இருதயம் தாபம் கொண்டது. மற்றப் பெண்களின் கையிலும் மடியிலும் குழந்தையைக் கண்டால் என் உடம்பெல்லாம் துடித்து; உள்ளம் பற்றி எரிந்தது. குழந்தைப் பருவத்தில் என்னை ஆட்கொண்ட இறைவனிடம் வரம் கோரினேன். இறைவனும் இந்தப் பேதையின் கோரிக்கையை நிறைவேற்றினார். உன்னை எனக்கு அளித்தார். ஒரு பக்கத்தில் உன்னைப் பெற்றதனால் நான் உள்ளமும் உடலும் பூரித்தேன்; மற்றொரு பக்கத்தில் உன் தந்தையின் கோபத்துக்கு ஆளாகி விட்டேனோ என்று பயந்தேன். அந்த மகா புருஷர் என் மீது கோபிக்கவில்லை. ஆனால் அவருடைய வாக்கை நிறைவேற்ற வேண்டிய பொறுப்பை மட்டும் என்மீது சுமத்திவிட்டுப் போனார்."

"மகனே! உன்னை இந்த மண்ணுலக வாழ்க்கையில் பற்றுதல் கொள்ளாமல், சிவபக்த சிகாமணியாகும்படி வளர்ப்பேன் என்று உன் தந்தைக்கு வாக்கு கொடுத்தேன். அதை நிறைவேற்றிவிட்டதாகவே சில காலத்துக்கு முன்பு வரையில் எண்ணி இறுமாந்திருந்தேன்."

"ஆனால், என் உயிருக்குயிரான மகனே! என் கண்ணுக்குக் கண்ணான செல்வப் புதல்வனே! சில நாளாக நான் ஏதேதோ கேள்விப்படுகிறேன். அப்படிப்பட்ட பேச்சைக் கேட்கும் போதெல்லாம் என் நெஞ்சு புண்ணாகிறது. நான் கேள்விப்படுவதெல்லாம் பொய்யென்று நீ உறுதி சொல்லி, என் நெஞ்சில் உள்ள புண்ணை ஆற்றமாட்டாயா?" என்று அன்னை செம்பியன்மாதேவி கெஞ்சினாள்.

"தாயே! தங்களுடைய மர்மமான வார்த்தைகள் என்னுடைய நெஞ்சையும் புண்ணாக்குகின்றன. தாங்கள் என்ன கேள்விப்படுகிறீர்கள், என்னிடம் என்ன எதிர்பார்க்கிறீர்கள்; என்னிடம் என்ன உறுதி கேட்கிறீர்கள்?" என்று மதுராந்தகன் சீறினான்.

"குழந்தாய்! என் மனத்திலுள்ளதை அறிந்துகொள்ளும் சக்தியை நீ இழந்துவிட்டாய் போலும்! வெளியிட்டுச் சொல்லத்தான் வேண்டும் என்கிறாய்; நல்லது, சொல்லுகிறேன்.

உன் மனம் சிவபக்தியாகிய கங்கை நதியிலிருந்து மண்ணாசையாகிய குட்டையில் விழுந்துவிட்டது என்று கேள்விப்படுகிறேன். சோழ குலத்துச் சிம்மாசனத்தில் ஏற, நீ ஆசை கொண்டிருக்கிறாய் என்று கேள்விப்படுகிறேன். உன் புனிதமான உள்ளத்தை நம் விரோதிகள் அவ்விதம் கெடுத்துவிட்டார்கள் என்று அறிகிறேன். நான் இவ்வாறு கேள்விப்பட்டது உண்மையல்ல என்று நீ கூறினால், என் மனம் நிம்மதி அடையும்!" என்றாள் மூதாட்டி.

மதுராந்தகன் இதுவரை உட்கார்ந்திருந்த பீடத்திலிருந்து எழுந்து நின்றான். அவனுடைய படபடப்பை பார்த்துத் தாயும் எழுந்தாள்.

"என்னுடைய மனத்தை விரோதிகள் யாரும் கெடுக்கவில்லை. என்னைச் சிம்மாசனம் ஏற்ற விரும்புகிறவர்கள் என் விரோதிகளா? எனக்காகத் தங்கள் உயிரையும் கொடுக்க முன் வந்திருப்பவர்கள் என் விரோதிகளா? ஒரு நாளும் இல்லை. உண்மையில் என் ஜன்ம விரோதி யார்? என்னைப் பெற்றவளாகிய நீதான்!..." என்று மதுராந்தகன் கூவினான்.

ஆத்திர மிகுதியால் அச்சமயம் அவன் மரியாதையை மறந்தான்; சின்னப் பழுவேட்டரையர் நல்ல வார்த்தைகளினால் அன்னையின் மனத்தை மாற்றும்படி சொல்லியிருந்ததை மறந்து வசைமாரி பொழிந்தான்.

"ஆம்; நீதான் என்ஜன்ம சத்துரு; வேறு யாரும் இல்லை. நீயும் ஒரு தாயா? நீயும் ஒரு ஸ்திரீயா? உலகத்தில் தாய்மார்கள் தங்கள் பிள்ளைகளின் உரிமைக்காகப் படாதபாடு படுவார்கள். கதைகளிலும், காவியங்களிலும் கேட்டிருக்கிறேன், வாழ்க்கையிலும் பார்த்திருக்கிறேன். அன்னையின் இயல்புக்கே மாறான இயல்புடைய நீ மானிட ஸ்திரீதானா? அல்லது மனிதப்பெண் உருக்கொண்ட அரக்கியா? நான் உனக்கு என்ன துரோகம் செய்தேன்? நீ எதற்காக இந்தப் பெரும் துரோகத்தை எனக்குச் செய்கிறாய்? எல்லாவித நியாயங்களினாலும் எனக்குச் சேர வேண்டிய இராஜ்யத்தைப் பிடுங்கி இன்னொருவனுக்குக் கொடுப்பதில் உனக்கு என்ன சிரத்தை! என் தந்தையின் விருப்பம் என்று சொல்லுகிறாய்.

அவருக்கு நீ வாக்குக் கொடுத்ததாகச் சொல்லுகிறாய். அதற்கெல்லாம் அத்தாட்சி என்ன? நான் நம்பவில்லை. எனக்கு யாரோ துர்ப்போதனை செய்துவிட்டதாகச் சொல்கிறாய். இல்லவே இல்லை, உனக்குத்தான் யாரோ துர்ப்போதனை செய்து, உன் மனத்தைத்தான் கெடுத்து விட்டிருக்கிறார்கள். தாயை மகனுக்கு விரோதியாக்கியிருக்கிறார்கள். நியாயமாக எனக்கு உரிய சோழ சிங்காசனத்தை நான் ஒருநாளும் கை விடமாட்டேன். நீ சொன்னாலும் விடமாட்டேன். சிவபதம் அடைந்த என் தந்தையே திரும்பி வந்து சொன்னாலும் கேட்க மாட்டேன். இந்தச் சோழ சாம்ராஜ்யம் என்னுடையது; இந்தப் பழமையான சிங்காசனம் எனக்குரியது; கரிகால் பெருவளத்தான் அணிந்திருந்த மணிமகுடம் எனக்கு உரியது; அவற்றை நான் அடைந்தே தீருவேன். இதோ என் கழுத்தில் போட்டிருக்கும் ருத்திராட்சை மாலை நீ எனக்கு அளித்தது. தாய் என்ற மரியாதைக்காக இத்தனை நாளும் இதைத் தரித்திருந்தேன்; என்னைப் பேடியாக்கி, நாடு நகரமெல்லாம் நகைக்கும்படி செய்த இந்த ருத்திராட்ச மாலையை இதோ இந்தக் கணமே கழற்றி எறிகிறேன்; நீயே அதை வைத்துக்கொள்ளலாம்!"

இவ்விதம் பித்தம் பிடித்தவனைப்போல் பிதற்றிவிட்டு மதுராந்தகன் தன் கழுத்திலிருந்த ருத்திராட்ச மாலையை அவசரமாகக் கழற்ற முயன்றான். கழற்ற முடியாமல் அதை அறுக்க முயன்றான்; ஆனால் கழுத்து நெரிந்ததே தவிர, மாலை அப்படியே இருந்தது.

மதுராந்தகன் அழகிய தோற்றமுடையவன். சுந்தரசோழரின் புதல்வர்களைக் காட்டிலும் அழகன் என்று சொல்லலாம். அவர்களிடம் இல்லாத பெண் தன்மையின், வசீகரமான சாயல் அவன் முகத்தில் பொலிந்தது. அத்தகைய களை பொருந்திய அவன் முகம் கோபத்தினாலும் ஆத்திரத்தினாலும் இப்போது விகாரமடைந்து காட்டியது. அதைக் காணச் சகியாமல் செம்பியன் மாதேவி கண்களை மூடிக்கொண்டாள்.

அவன் சத்தமிட்டு ஓய்ந்த பிறகு தன் கண்களைத் திறந்து பார்த்தாள். குரலின் சாந்தத்தில் சிறிதும் மாறுதல் இல்லாமல், "மகனே! சற்று அமைதியாயிரு. நான் வஞ்சக அரக்கியாகவே இருந்தாலும், என் வார்த்தைகளைச் சற்று செவிசாய்த்துக் கேள்!" என்றாள்.

மதுராந்தகன் அந்தக் குரலைக் கேட்டுச் சிறிது அடங்கினான். "நன்றாய்க் கேட்கிறேன், கேட்கமாட்டேன் என்று மறுக்கவில்லையே!" என்றான்.

"தாயின் இயல்பைக் குறித்து நீ குறிப்பிட்டாய், பொல்லாத அரக்கியாயிருந்தாலும் தன் குழந்தைக்குத் துரோகம் செய்யமாட்டாள். துஷ்ட மிருகங்களும், தங்கள் குட்டிகளை மற்ற துஷ்ட மிருகங்களிடமிருந்து காப்பாற்ற முயலுகின்றன. அதுபோலவேதான் நானும் உன்னைக் காப்பாற்ற முயல்கிறேன். நீ இராஜ்யத்துக்கு ஆசைப்படவேண்டாம் என்று நான் சொல்லுவதற்கு, முன்னே கூறியதைத் தவிர வேறு காரணமும் இருக்கிறது. இராஜ்ய ஆசையினால் உன் உயிருக்கே ஆபத்து வரும். பெற்று வளர்த்த தாய் தன் மகன் உயிரோடிருக்க வேண்டும் என்று ஆசைப்படுவதில் குற்றம் உண்டா? நீ இராஜ்யத்துக்கு ஆசைப்பட்டால், சுந்தர சோழரின் புதல்வர்களுக்கு எதிரியாவாய். ஆதித்த கரிகாலனும், அருள்மொழிவர்மனும் வீராதி வீரர்கள். நீயோ ஆயுதம் எடுத்து அறியாதவன். சோழ நாட்டுச் சைன்யம் முழுதும் சுந்தர சோழருடைய புதல்வர்களின் கட்சியிலேயே இருக்கும். படைத்தலைவர்களும் அவர்களுக்குச் சார்பாக இருப்பார்கள். அக்கம் பக்கத்து நாடுகளிலும் அவர்களுக்கு நண்பர்கள் இருக்கிறார்கள். உனக்குத் துணைவர்கள் யார்? யாரை நம்பி நீ அவர்களுடன் போர் தொடங்குவாய்? மகனே! சில நாளாக வானத்தில் தூமகேது தோன்றியிருப்பதை நீ அறிவாய். வால் நட்சத்திரம் வானில் தோன்றினால் அரச குலத்தினர் உயிருக்கு அபாயம் என்பது உலகம் கண்ட உண்மை. அப்படி நேரும் விபத்து உனக்கு நேராமலிருக்க வேண்டுமே என்றுதான் நான் கவலைப்படுகிறேன். குழந்தாய்! என் ஏக புதல்வன் உயிரோடிருக்க வேண்டும் என்று நான் ஆசைப்படுவது தவறா? அது உனக்கு நான் இழைக்கும் துரோகமா?"

இவ்வார்த்தைகளினால் மதுராந்தகனுடைய ஆத்திரம் சிறிது தணிந்தது. அவன் உள்ளம் கனிவடைந்தது.

"அன்னையே! மன்னியுங்கள்! தங்களுடைய கவலை இதுதான் என்று முன்னமே சொல்லியிருக்கலாமே? ஒரு நொடியில் தங்கள் கவலையைத் தீர்த்திருப்பேனே! நான் அப்படியொன்றும் துணைவர்கள் இல்லாத அநாதையல்ல. சோழ சாம்ராஜ்யத்தில் மிகச் செல்வாக்கு வாய்ந்த சிற்றரசர்களும், பெருந்தரத்து அதிகாரிகளும் என் பக்கம் இருக்கிறார்கள். பழுவேட்டரையர்கள் என் கட்சியில் இருக்கிறார்கள். கடம்பூர்ச் சம்புவரையர் என் பக்கம் இருக்கிறார். தங்கள் சகோதரரும் என் மாமனுமான மழவரையரும் என் கட்சியில் இருக்கிறார். மற்றும் நீல தங்கரையாரும், இரட்டைக்குடை இராஜாளியாரும், குன்றத்தூர்ப் பெருங்கிழாரும் பூரண பலத்துடன் என்னை ஆதரிக்கிறார்கள். என்னை ஆதரித்து நிற்பதாகச் சத்தியம் செய்து கொடுத்திருக்கிறார்கள்..."

"மகனே! இவர்கள் செய்து கொடுக்கும் சத்தியத்தில் எனக்கு நம்பிக்கையில்லை. சுந்தர சோழச் சக்கரவர்த்திக்கும், அவருடைய சந்ததிகளுக்கும் உண்மையுடன் நடப்பதாக இவர்கள் ஒரு காலத்தில் சத்தியம் செய்து கொடுத்தார்கள். அவர்கள் உனக்கு உண்மையாக நடப்பார்கள் என்றே வைத்துக்கொள்ளலாம். இவர்களிடம் உள்ள சைன்யம் வெகு சொற்பம் என்பது உனக்குத் தெரியாதா? வடக்கேயுள்ள சைன்யம் ஆதித்த கரிகாலனுடைய தலைமையில் இருக்கிறது. தென்திசைச் சேனையோ கொடும்பாளூர் வேளாரின் தலைமையில் இருக்கிறது..."

"தாயே! என் கட்சியை ஆதரிக்கும் சிற்றரசர்கள் எந்த நேரத்திலும் தலைக்குப் பதினாயிரம் வீரர்களைச் சேர்த்துக் கொண்டு வரக்கூடியவர்கள்."

"சைன்யம் ஒரு பக்கம் இருக்கட்டும். மக்களைப் பற்றி என்ன? சோழநாட்டு மக்கள் சுந்தர சோழரின் புதல்வர்களிடம் எவ்வளவு அபிமானம் கொண்டவர்கள் என்பது

உனக்குத் தெரியாதா! இன்றைக்கு நீயே பார்த்தாய். இந்தப் பழையாறை நகருக்கு இன்று அருள்மொழிவர்மனோ, ஆதித்த கரிகாலனோ வந்திருந்தால் மக்கள் எப்படித் திரண்டு கூடி வரவேற்றிருப்பார்கள்? இந்த ஊர் மக்கள் ஒரு காலத்தில் உன்னிடமும் அன்புடனேதான் இருந்தார்கள். பழுவேட்டரையர்களுடன் நீ உறவு பூண்டதிலிருந்து உன்னை மக்கள் வெறுக்கவே தொடங்கி விட்டார்கள்..."

"தாயே! மக்களின் அபிமானத்தைப் பற்றி நான் சிறிதும் கவலைப்படவில்லை. மக்களின் அபிமானம் என்னத்துக்கு ஆகும்? மக்கள் ஆளப்படவேண்டியவர்கள், சிம்மாசனத்தில் யார் வீற்றிருந்து அரசு செலுத்துகிறார்களோ, அவர்களிடம் மக்கள் பக்தி செலுத்த வேண்டியவர்கள்!"

"மகனே! உனக்குப் போதனை செய்திருப்பவர்கள் அரசியல் நீதியின் ஆரம்பத் தத்துவத்தைக்கூட உனக்கு உணர்த்தவில்லை. மக்களின் அபிமானம் இல்லாமல் எந்த அரசனும் நீடித்து அரசு செலுத்த முடியாது. அப்படி அரசு புரிவதில் புண்ணியமும் இல்லை!..."

இவ்வாறு அந்தப் பெருமுதாட்டி சொல்லிக் கொண்டிருந்தபோது, அரண்மனை வாசலில் ஒரு பெரும் ஆரவாரம் கேட்டது. ஓலக்குரலும், சாபக்குரலும், கோபக் குரலும், கேள்விக் குரலும் ஆயிரக்கணக்கான மனித கண்டங்களிலிருந்து எழுந்து, பெருங்காற்று அடிக்கும்போது சமுத்திரத்தில் உண்டாகும் பயங்கரப் பேரொலியாகக் கேட்டது.

"மகனே! சோழ சாம்ராஜ்யத்துக்கு ஏதோ பெரும் விபத்து நெருங்கிக்கொண்டிருக்கிறது. அதன் முதல் அறிகுறிதான் இது. நான் அரண்மனைக்கு வெளியே சென்று, என்ன விஷயம் என்றும் தெரிந்து வருகிறேன். அதுவரையில் நீ இங்கேயே இரு!" என்றாள் அன்னை.

◎

22. "அது என்ன சத்தம்?"

ஓடையருகில் வந்ததும், படகில் வீற்றிருந்த அரசிளங்குமரி குந்தவைதான் என்பதை வந்தியத்தேவன் நன்கு தெரிந்து கொண்டான். ஆழ்வார்க்கடியான் அவ்விடத்தில் நிற்கவே, வந்தியத்தேவனும் தயங்கி நின்றான்.

"அப்பனே! ஏன் நிற்கிறாய்! இளைய பிராட்டி வெகு நேரமாய் உனக்காகக் காத்திருக்கிறார். படகில் ஏறியதும் 'இளவரசர் வந்து விட்டார்; பத்திரமாய் இருக்கிறார்' என்ற நல்ல சமாசாரத்தை முதலில் சொல்! உன்னுடைய வீரப் பிரதாபங்களை அளந்து கொண்டு வீண்பொழுது போக்காதே! நான் திரும்பிப் போகிறேன். பழையாறையில் இன்றைக்கு நாம் கலவரப் பிசாசை அவிழ்த்து விட்டுவிட்டோம்.

அதை மறுபடியும் பிடித்துக் கூண்டில் அடைக்க முடியுமா என்று பார்க்கிறேன். உன்னுடைய தடபுடல் சாகஸங்களினால் எத்தனை தொந்தரவுகள் நேரிடுகின்றன?" என்று ஆழ்வார்க்கடியான் சொல்லிவிட்டு, வந்த வழியாக விரைந்து திரும்பிச் சென்றான்.

வந்தியத்தேவன் மனத்தில் ஒரு பெரும் வியப்பு ஏற்பட்டது. இவன் எப்படி எல்லா விவரங்களையும் தெரிந்துகொண்டிருக்கிறான்! இத்தனைக்கும் நம்மை ஒரு விவரமும் கேட்கவில்லை! வெறும் ஊகமா? அல்லது எல்லாம் அறிவானா? ஆண்டிகளில் பரம்பரை ஆண்டி என்றும், பஞ்சத்துக்கு ஆண்டி என்றும் இரண்டு வகை உண்டு;

ஒற்றர்களிலும் அப்படி இருவகை உண்டு போலும். நான் அவசரத்துக்கு ஒற்றன் ஆனேன்; ஆகையால் அடிக்கடி சங்கடத்தை வருவித்துக் கொள்கிறேன். இந்த வைஷ்ணவன், பரம்பரை ஒற்றன்போலும்; அதனால் ஒரு விதப் பரபரப்புமில்லாமல் சாவதானமாகத் தன் வேலையைச் செய்துவருகிறான். ஆனால் யாருக்காக இவன் வேலை செய்கிறான்? இவன் தன்னைப் பற்றிக் கூறியதெல்லாம் உண்மைதானா?

இவ்விதம் யோசித்துக்கொண்டே ஓடை நீர்க் கரைக்கு வந்த வந்தியத்தேவன், ஓடத்திலிருந்த இளவரசியின் முகத்தைப் பார்த்தான். ஆழ்வார்க்கடியானை மறந்தான். தான் போய்வந்த காரியத்தை மறந்தான். உலகத்தை மறந்தான் தன்னையுமே மறந்தான்.

ஆகா, இந்தப் பெண்ணின் முகம் தன்னைவிட்டுச் சிறிது நேரம் கூடப் பிரிந்திருக்கவில்லை. கனவிலும் நனவிலும், புயலிலும் மலையிலும், காட்டிலும் கடல் நடுவிலும் தன்னுடன் தொடர்ந்து வந்தது. ஆயினும் என்ன விந்தை! நேரில் பார்க்கும்போது இந்தப் பெண் முகத்தின் அழகு எதனால் அதிகப்பட்டுக் காண்கிறது! ஏன் தொண்டையை வந்து அடைக்கிறது! நெஞ்சில் ஏன் இந்தப் படபடப்பு?

சுய நினைவு இல்லாமலே வந்தியத்தேவன் தண்ணீரில் சில அடிகள் இறங்கிச் சென்று, ஓடத்தில் ஏறிக்கொண்டான். இளவரசி ஓடக்காரனைப் பார்த்துச் சமிக்ஞை செய்தாள், ஓடம் நகரத் தொடங்கியது. வந்தியத்தேவனுடைய உள்ளமும் ஊஞ்சலாடத் தொடங்கியது.

"நிமித்தக்காரா! இளவரசர்களுக்கு மட்டுந்தான் நீ நிமித்தம் சொல்வாயா? எனக்கும் சொல்வாயா? நிமித்தம் எப்படிச் சொல்வாய்? வானத்துக் கிரஹங்களையும், நட்சத்திரங்களையும் பார்த்துச் சொல்வாயா? அல்லது காக்கை, குருவிகளைப் பார்த்துச் சொல்வாயா? கை ரேகை பார்த்துச் சொல்வாயா?.. முகக்குறி பார்த்துத்தான் சொல்வாய் போலிருக்கிறது. இல்லாவிட்டால், ஏன் என் முகத்தையே வெறித்துப் பார்த்துக் கொண்டிருக்கிறாய்? இப்படிச் செய்தாயானால் உயர்குலத்துப் பெண்கள் யாரும் உன்னிடம் நிமித்தம் கேட்க முன்வர மாட்டார்கள்!" என்று அரசிளங்குமரி கூறியது வந்தியத்தேவன் செவிகளில் இனிய கிண்கிணி நாதமாகக் கேட்டது.

"அம்மணி! நிமித்தம் பார்ப்பதற்காகத் தங்கள் முகத்தைப் பார்க்கவில்லை. எங்கேயோ, எப்போதோ பார்த்த முகம்போல் இருக்கிறதே என்று ஞாபகப்படுத்திக்கொள்ள முயன்றேன்..."

"தெரியும், தெரியும்! நீ மிக்க மறதிக்காரர் என்று எனக்குத் தெரியும். நான் ஞாபகப்படுத்துகிறேன். ஏறக்குறைய நாற்பது நாளைக்கு முன்னால், குடந்தை ஜோதிடர் வீட்டில் முதன் முதலாகப் பார்த்தீர். பிறகு, அன்றைக்கே அரசலாற்றங்கரையில் பார்த்தீர்."

"அம்மணி! நிறுத்துங்கள்! தங்கள் வார்த்தையை நான் நம்ப முடியவில்லை. நாற்பது நாளைக்கு முன்புதானா தங்களை முதன்முதலாகப் பார்த்தேன்! நாற்பதினாயிரம் ஆண்டுகளுக்கு முன்னால் பார்க்கவில்லை? நூறு நூறு ஜென்மங்களில் நூறாயிரம் தடவை தங்களைப் பார்க்கவில்லையா? மலை அடிவாரத்தில் பார்க்கவில்லையா? குன்றின் உச்சியிலே பார்க்கவில்லையா? நீர்ச்சுனையின் ஓரத்தில் பார்க்கவில்லையா? அடர்ந்த காட்டின் மத்தியில் கொடும் புலியினால் துரத்தப்பட்டு ஓடி வந்த தங்களை நான் காப்பாற்றவில்லையா? வேல் எறிந்து அந்தப் புலியைக் கொல்லவில்லையா? அப்போது நான் காட்டில் வேட்டையாடித் திரிந்த வேடுவனாயிருந்தேன்! விதவிதமான வர்ணச் சிறகுகள் உள்ள அழகழகான கிளிகளை வலை போட்டுப் பிடித்துக் கொண்டுவந்து கொடுத்தேன்.

தாங்கள் அந்தக் கிளிகளை என்னிடமிருந்து வாங்கிக்கொண்டு வானத்தில் பறக்க விட்டு விட்டுக் கலகலவென்று சிரித்தீர்கள். ஒரு சமயம் நான் மீன் பிடிக்கும் வலைஞனாயிருந்தேன். தூரதூரங்களிலுள்ள ஏரிகளுக்கும் ஆறுகளுக்கும் சென்று, வெள்ளி மீன்கள், தங்க மீன்கள், மரகத மீன்களைப் பிடித்துக்கொண்டு வந்து கொடுத்தேன். அவற்றைத் தாங்கள் வாங்கிகொண்டு மறுபடியும் ஓடும் தண்ணீரில் விட்டு, அவை துள்ளி நீந்திச் செல்வதைப் பார்த்து மகிழ்ந்தீர்கள். தொலை தூரங்களிலுள்ள கடல்களுக்குச் சென்று கடலின் ஆழத்தில் மூச்சுப்பிடித்து முழுகி முத்துக்களையும், பவழங்களையும் சேகரித்துக்கொண்டு வந்து கொடுத்தேன். தாங்கள் அவற்றைக் கையினால் அளந்து பார்த்துவிட்டு, ஊரிலுள்ள சிறுவர் சிறுமிகளை அழைத்து அவர்களுடைய சின்னஞ் சிறு கைகளிலே முத்துக்களையும், பவழங்களையும் சொரிந்து அனுப்பினீர்கள். முந்நூறு

வருஷங்கள் வளர்ந்த இலந்தை மரத்திலிருந்து முப்பது ஆண்டுகளுக்கு ஒருமுறை விளையும் இலந்தைக் கனியைக் காத்திருந்து பறித்து வந்து, தங்களிடம் சமர்ப்பித்தேன். அதைத் தாங்கள் வளர்த்த நாகணவாய்ப் பறவைக்குக் கொடுத்து, அது கனியைக் கொத்திக் கொத்தித் தின்னுவதைப் பார்த்துக் களித்தீர்கள். தேவலோகத்துக்குப் போய் அங்குள்ள மந்தார மலர்களையும், முன் பொழிந்தேன். 'எங்கள் கொல்லை வேலியில் பூக்கும் முல்லை மலரின் அழகுக்கும் மணத்துக்கும் இவை ஈடாகுமா?' என்று சொல்லிவிட்டீர்கள். தேவேந்திரனிடமிருந்து அவன் அணியும் ஒப்பில்லா ரத்தின ஹாரத்தை வாங்கிக் கொண்டு வந்து கொடுத்தேன். 'ஒழுக்க மற்ற இந்திரன் அணிந்த மாலையை நான் கையினாலும் தொடுவேனா?' என்று சொல்லிவிட்டீர்கள். கைலாசத்துக்குச் சென்று, பார்வதி தேவியின் முன்னால் தவங்கிடந்து, தேவி பாதத்தில் அணியும் சிலம்பை வாங்கிக் கொண்டுவந்தேன். தங்கள் பாதங்களில் சூட்டி விடுவதாகச் சொன்னேன்.

'ஐயையோ! ஜகன் மாதாவின் பொற்பாதச் சிலம்பு என் காலிலே படலாமா? என்ன அபசாரம்? திரும்பக் கொண்டுபோய்க் கொடுத்துவிட்டு வா!' என்றீர்கள் போர்க்களத்துக்குச் சென்று அறுபத்துநாலு தேசங்களின் அரசர்களையும் வென்று, அவர்களுடைய மணிமகுடங்களையெல்லாம் சேகரித்துக் கொண்டு வந்து தங்கள் முன் காணிக்கை செலுத்தினேன். தாங்கள், அந்த மணிமகுடங்களைக் கால்களால் உதைத்துத் தள்ளினீர்கள். 'ஐயோ! தங்கள் மெல்லிய மலர்ப் பாதங்கள் நோகுமே?' என்று கவலைப்பட்டேன். இளவரசி! இவையெல்லாம் உண்மையா இல்லையா? அல்லது நாற்பது நாளைக்கு முன்பு முதன்முதலாகத் தங்களை நான் பார்த்தது தான் உண்மையா?" என்றான் வந்தியத்தேவன். அப்படியும் அவன் பேசி முடித்துவிட்டதாகக் காணப்படவில்லை.

"தேவி! இன்னொரு ஞாபகம் வருகிறது. ஒரு சமயம் வெள்ளி ஓடத்தில் நாம் ஏறி, தங்கப் பிடிப்போட்ட தந்தத் துடுப்புகளைப் பிடித்துக்கொண்டு, வானக் கடலில் வெண்ணிலா அலைகளைத் தள்ளிக்கொண்டு, பிரயாணம் செய்தோம்..." என்று ஆரம்பித்தான்.

"ஐயையோ! இந்த நிமித்தக்காரனுக்கு நன்றாய்ப் பைத்தியம் பிடித்துவிட்டது போலிருக்கிறது படகைத் திருப்பிக் கரைக்குக் கொண்டு போகவேண்டியதுதான்!" என்றாள் இளவரசி.

"இல்லை, தேவி, இல்லை! சற்று முன்னால் இந்த ஓடைக் கரைக்கு வந்துசேரும் வரையில் என் அறிவு தெளிவாகத்தானிருந்தது. இல்லாவிட்டால், இந்தப் பழையாறை நகருக்குள் பிரவேசிப்பதற்கு நான் உபாயம் கண்டுபிடித்திருக்க முடியுமா? மதுராந்தகத் தேவரிடம் நிமித்தக்காரன் என்று சொல்லி, அதை நம்பும்படியும் செய்து, அரண்மனைக்கு வந்திருக்க முடியுமா? வைத்தியர் மகனிடமிருந்துதான் அவ்வளவு எளிதில் தப்பி வந்திருக்க முடியுமா? இந்தப் படகில் ஏறித் தங்கள் திருமுகத்தைப் பார்த்தவுடனேதான், மது உண்டவனைப்போல் மதிமயங்கிப் போய்விட்டேன்!" என்று சொன்னான் வந்தியத்தேவன்.

"ஐயா, அப்படியானால் என் முகத்தைத் தாங்கள் பார்க்க வேண்டாம். இந்த ஓடையின் தெளிந்த நீரைப் பாரும். நீல வானத்தைப்பாரும், ஓடைக்கரையில் வானளாவி வளர்ந்திருக்கும் மரங்களைப் பாரும், அரண்மனை மாடங்களைப் பாரும், பளிங்குக்கல் படித்துறைகளைப் பாரும், இந்த ஓடையில் பூத்திருக்கும் ஆம்பல் மலர்களையும், செங்கழுநீர்ப் பூக்களையும் பாரும், அல்லது இந்தச் செவிட்டு ஓடக்காரனின் முகத்தையாவது சற்றே பாரும். அவ்விதம் பார்த்துக்கொண்டே தாங்கள் போன காரியம் என்ன ஆயிற்று; காயா, பழமா என்று சொல்லும். இளவரசரை அழைத்து வந்தீரா, சௌக்கியமா இருக்கிறாரா. எங்கே விட்டு வந்தீர், யாரிடம் விட்டு வந்தீர் என்று முதலில் தெரியப்படுத்தும், பிறகு, இங்கிருந்து புறப்பட்டு முதல் நடந்தவை எல்லாவற்றையும் சொல்லும்!" என்று இளவரசி கூறினாள்.

அதற்கு வந்தியத்தேவன், "தேவி! தங்களிடம் ஒப்புக் கொண்டு போன காரியத்தை வெற்றிகரமாக முடித்திரா விட்டால், தங்களிடம் திரும்பி வந்து என் முகத்தைக்

காட்டியிருப்பேனா? இளவரசரை இலங்கையிலிருந்து அழைத்துக் கொண்டு வந்தேன். அதற்கேற்பட்ட ஆயிரம் இடையூறுகளையும் வெற்றிகொண்டு அழைத்து வந்தேன். இளவரசர் சுகமாயிருக்கிறார் என்று நான் சொல்லமுடியாது. நான் அவரை விட்டுப் பிரியும்போது அவருக்குக் கடுமையான சுரம். ஆனால் பத்திரமான கைகளில் அவரை ஒப்படைத்து வந்திருக்கிறேன். ஓடக்காரப் பெண் பூங்குழலியிடமும், பூக்காரச் சிறுவன் சேந்தன் அமுதனிடமும் இளவரசரை விட்டு வந்திருக்கிறேன். அவர்கள் இளவரசரைக் காப்பாற்றுவதற்காக நூறாயிரம் தடவை வேண்டுமென்றாலும் தங்கள் உயிரைக் கொடுக்கக்கூடியவர்கள்!" என்றான்.

அச்சமயம் தூரத்தில் பயங்கரமான, குழப்பமான, அநேகாயிரம் குரல்களின் ஒருமித்த ஓலம்போன்ற சத்தம் எழுந்தது. சத்தம் வந்த திசையை அரசிளங்குமரியும், வந்தியத்தேவனும் பயத்தோடும் கவலையோடும் நோக்கினார்கள்.

"அது என்ன ஆரவாரம்? கோபங்கொண்ட ஜனத்திரளின் கூக்குரல் போல் அல்லவா இருக்கிறது?"

"ஆம்; அப்படித்தான் தோன்றுகிறது!" என்றான் வந்தியத்தேவன்.

⊙

23. வானதி

கொடும்பாளூர் இளவரசியின் அழகை வர்ணிக்கும்படி கவிஞர்களைக் கேட்டால் அவர்கள் அந்த மங்கை நல்லாளின் அழகை அந்தி மாலையின் சௌந்தரியத்துக்கு ஒப்பிடுவார்கள். பகற்பொழுது சென்று மாலை மங்கிவரும் போது மனதில் ஒரு சோகமும் ஏற்படுகிறது; கூடவே ஓர் அமைதியான இன்பமும் தோன்றுகிறது. ஆதவனின் இறுதிக் கிரணங்கள் மெலிந்து மறைந்த பிறகு, இரவின் இருள் நாலாபுறமும் கவிந்து வருகிறது. இதனால் மனத்தில் தோன்றும் சோர்வைப் போக்கிக் கொள்வதற்கு வானத்தை நோக்கினால் போதும், கண்ணிமைக்கும் நேரத்தில் வானமாதேவி ஏற்றிவைக்கும் கோடானுகோடிச் சுடர் விளக்குகள் எவ்வளவு ஆனந்தத்தை அளிக்கின்றன!

சூரியனுடைய தகிக்கும் ஜோதியைப்போல் அவை கண்களைக் கூசச் செய்வதில்லையே? கண்களால் அவற்றைப் பார்த்து இன்புறலாமே? சந்திரனும் உதயமாகிவிட்டாலோ, கேட்கவேண்டியதில்லையே. முத்துச் சுடர்போன்ற முழுமதியின் நிலவில் உலகம் பூரிக்கிறது; உள்ளமும் உடலும் பூரிக்கின்றன. மாலை வந்ததும் தாமரைகள் கூம்புவது என்னவோ உண்மைதான். ஆனால் விண்மீன்களுடன் போட்டியிடுவதுபோல் மல்லிகை மொட்டுக்கள் வெடித்து மலர்ந்து அவற்றின் நறுமணத்தினால் வானமும் பூமியும் போதை கொள்கின்றன அல்லவா?

அஸ்தமித்ததும் பட்சிகளின் குதூகலத்வனிகள் ஓய்ந்து விடுகின்றன என்பது உண்மைதான். ஆனால், அதோ தேவாலயத்திலிருந்து வரும் சேமக்கலச் சத்தமும், நாதஸ்வர வாத்தியத்தின் இன்னிசையும், இப்போது எவ்வளவு மதுரமாயிருக்கின்றன! மணிமாடங்களின் மீதிருந்து மென்மையான விரல்கள் மீட்டும் வீணையும், யாழும் எத்தகைய இன்ப கீதத்தை எழுப்புகின்றன!

கொடும்பாளூர் இளவரசி வானதியின் அழகில் இப்படியே சோகத்தின் சாயலும், களிப்பின் மெருகும் இனம் தெரியாதபடி கலந்து போயிருந்தன. அழகுக்கு ஒத்தபடி அவளுடைய சுபாவமும் இரு வகைப்பட்டிருந்தது. ஒரு சமயம் அவளைப் பார்த்தால் துயரமே உருக்கொண்ட சந்திரமதியையும், சாவித்திரியையும் போல் இருக்கும். இன்னொரு சமயம் பார்த்தால் அரம்பையும், ஊர்வசியும் தேவருலகில் இப்படித்தான் ஆடிப்பாடிக்கொண்டு காதலில் களித்த மாதவியைப் போல் ஒரு சமயம் அவள் இன்ப

உயிர்ச் சிலையாக விளங்குவாள். மற்றொரு சமயம் கணவனைப் பறிகொடுத்த கண்ணகியின் சோகவடிவம் இதுதானோ என்று கருதும்படி இருக்கும். ஒரு சமயம் மாலை வடிவேலரின் மையலுக்கு உள்ளாகி இதயம் கலந்து நின்ற வள்ளியைப்போல் தோன்றுவாள். இன்னொரு சமயம் தேவலோகமெல்லாம் களிக் கூத்தாடும்படி கார்த்திகேயருக்கு மாலையிட்டு மகிழ்ந்த தெய்வயானை இவளேதான் என்று எண்ணி மகிழும்படி ஆனந்த உருவாகி விளங்குவாள்.

சேர்ந்தாற்போல் பல தினங்கள் வானதியின் முகத்தில் ஒரு சிறு புன்னகையைக்கூடக் காணமுடியாது. வேறு சில நாட்களில் அவள் ஓயாது சிரித்துக்கொண்டேயிருப்பாள். அந்தச் சிரிப்பின் ஒலி கோடானு கோடி நுண் துளிகளாகிக் காற்று வெளியில் கலந்து உலகத்தையே ஆனந்தப் பரவசப்படுத்தும்.

வானதியின் இத்தகைய இருவகைச் சுபாவத்துக்குக் காரணம் அவளுடைய பிறந்த வேளையும் வளர்ந்த காலமும் என்று ஊகிக்கலாம். அன்னையின் கர்ப்பத்தில் அவள் இருந்தபோது, கொடும்பாளூர் சிறிய வேளார், கொடிய போர்களில் ஈடுபட்டிருந்தார். வெற்றிச் செய்தியும், தோல்விச் செய்தியும் மாறி மாறி வந்துகொண்டிருந்தன. இவை அவளுடைய அன்னையின் உள்ளத்தில் களிப்பையும், துயரத்தையும் மாற்றி மாற்றி உண்டாக்கின. வானதி பிறந்த சில காலத்துக்குப் பிறகு அவளுடைய அன்னை காலமானாள். பிறகு வானதியை அவளுடைய தந்தை கண்ணுக்குக் கண்ணாக வளர்த்து வந்தார். ஆனால் இதுவும் நீடித்திருக்கவில்லை. வீராதி வீரராகிய வானதியின் தந்தை அருமை மகளை முன்னிட்டுக்கூட அரண்மனையிலேயே உட்கார்ந்திருக்க விரும்பவில்லை. வீரபாண்டியன் ஓடி ஒளிந்த பிறகு, அவனுக்குத் துணைவந்த ஈழத்துப் படைகளைத் துரத்திக் கொண்டு இலங்கை சென்றார். அங்கே போர்க்களத்தில் உயிர் நீத்து, சரித்திரத்தில் 'ஈழத்துப் பட்ட சிறிய வேளார்' என்ற பட்டப்பெயர் பெற்றார்.

பின்னர், வானதியின் வாழ்க்கை சிலகாலம் ஒரே துயரமாயிருந்தது. தாயை இழந்து, தகப்பனாரால் வளர்க்கப்பட்ட பெண்கள்தான் அந்தச் சோக உணர்ச்சி எத்தகையது என்பதை அறிய முடியும். பெற்றோரில்லாப் பெண் கொடும்பாளூர் அரண்மனையில் சீராட்டி வளர்க்கப்பட்டாலும், அவளுடைய உள்ளத்தில் தந்தை பெற்றிருந்த இடத்தை யாரும் பெற முடியவில்லை. அதற்குப் பலரும் பலவிதமாக ஆறுதல் கூறினார்கள். "வருந்தாதே குழந்தை! உன் தந்தை உன் வயிற்றில் வந்து மீண்டும் வீரமகனாகப் பிறப்பார்; உலகம் வியக்கும்படியான அற்புத வீரச்செயல்களைப் புரிவார்" என்று ஒருவர் கூறினார்.

இவ்வார்த்தைகள் வானதியின் உள்ளத்தில் ஆழ்ந்து பதிந்து வேரூன்றின. அருமைத் தந்தையைப் பிரிந்ததனால் ஏற்பட்ட துயரத்தையும், சோர்வையும் கற்பனை மகனைப் பற்றி எண்ணுவதிலே போக்கிக்கொள்ள முயன்றாள். அதில் ஓரளவு வெற்றியும் அடைந்தாள்.

தனக்குப் பிறக்கும் குமரன் எப்படி எப்படி இருப்பான். எந்தெந்த மாதிரி நடப்பான், எத்தகைய வீரச்செயல்களைப் புரிவான் என்ற மனோராஜ்யத்தில் நாள் கணக்காக மூழ்கி விடுவாள். கற்பனைக் கண்ணின் மூலமாக, அந்த வீரமகன் தூர தூர தேசங்களுக்குச் சென்று மாபெரும் யுத்தங்களில் வெற்றி பெறுவதைப் பார்த்தாள். வேகமாகத் திரும்பி வந்து அவன் அடைந்த வெற்றியின் காணிக்கைகளை எல்லாம் தன்னுடைய காலடியில் சமர்ப்பிப்பதைப் பார்த்தாள். அவன் மணிமுடி தரித்து வீர சிம்மாசனத்தில் அமர்ந்திருப்பதைப் பார்த்தாள். ராஜாதி ராஜாக்கள் வந்து அவனுக்குக் கப்பம் கட்டி அடிபணிவதைப் பார்த்தாள். அவனுடைய திருமுகத்தைக் கண்டதும் ஜனத்திரள்கள் பூரண சந்திரனைக் கண்ட மாகடலைப் போல் பொங்கி எழுந்து, அலைமோதி ஆரவாரிப்பதைப் பார்த்தாள். நூறு நூறு கப்பல்களின் வீரர்களை ஏற்றிக் கொண்டு அவன் கடல்களைக் கடந்து சென்று அப்பாலுள்ள நாடுகளிலே வெற்றிக்கொடி நாட்டுவதைப் பார்த்தாள். "அன்னையே! நான் அடைந்துள்ள இத்தனை பெருமைக்கும் காரணம் நீயே அல்லவோ!" என்று தன்னிடம் அடிக்கடி அவ்வீரமகன் வந்து கூறுவதையும் கேட்டாள்.

அந்த அறியாத பேதைப் பெண் சில சமயம் தன் ஆலிலை வயிற்றைத் தொட்டுத் தடவிப் பார்த்துக் கொள்வாள். தன் கற்பனை மகன் ஒருவேளை வயிற்றில் வந்துவிட்டானோ என்றுதான். பழந்தமிழ் நாட்டில் ஆண்கள், பெண்கள் அனைவரும் பாரதக் கதையைக் கேட்டு அறிந்திருக்கிறார்கள். குந்திதேவி குழந்தை பெற்ற விதத்தைப் பற்றியும் கேட்டிருந்தார்கள். அதுபோல் எந்தத் தெய்வம் வந்து தனக்குக் குழந்தை வரம் கொடுக்கப் போகிறது என்று எண்ணி எண்ணி அவள் வியப்பதுண்டு. அப்போதெல்லாம் யாரையும் மணந்து கொள்வதைப் பற்றியே அவள் எண்ணவில்லை. வயது வந்த பிறகு, உலகம் ஓரளவு தெரிந்த பிறகு, கணவன் ஒருவனை மணந்தேயாக வேண்டும் என்றும், அவன் மூலமாகவே குழந்தைப் பேற்றை அடைய வேண்டும் என்றும் அறிந்தாள். அப்போதும் கணவனைப்பற்றி அதிகமாக மனோராஜ்யம் செய்யவில்லை.

பழையாறை அரண்மனைக்குப் போனபிறகு அவளுடைய வாழ்க்கையிலும், மனப்போக்கிலும் மாறுதல் ஏற்பட்டது. குந்தவைதேவியின் பெருமிதம் கலந்த அன்பு அவளுக்கு ஆறுதலும், குதூகலமும் அளித்தன. குந்தவையின் நாகரிக நடை உடை பாவனைகளும் சாதுர்யப் பேச்சுகளும் வானதியை அவள் இதுவரை அறியாத வேறொரு உலகத்துக்குக் கொண்டு போயின. அவளைப் போலவே பழையாறை அரண்மனைக்கு வந்திருந்த மற்ற அரச குலப்பெண்களின் அசூயை அவளுக்கு வாழ்க்கையில் ஒரு புதிய ஆர்வத்தை உண்டாக்கியது. அவர்கள் அசூயைப் படும்படியாகத் தன்னிடம் ஏதோ மகிமை இருக்கவேண்டும் என்று அவளுடைய உள்மனம் உணர்த்தியது. அதே சமயத்தில் அவளுடைய இயற்கையாகப் பிறந்த இனிய சுபாவமும் பெருந்தன்மையும் எல்லோருடனும் நல்லபடியாக நடந்துகொள்ள அவளைத் தூண்டின. இத்தனைக்கும் நடுவில், வானதி தனக்குப் பிறக்கப்போகும் வீர மகனைப் பற்றி இன்பக் கனவு காண்பதை மட்டும் விட்டுவிடவில்லை.

இதற்கிடையிலேதான் அவள் பொன்னியின் செல்வரைப் பார்க்கும்படி நேர்ந்தது. அதன் பலனாக அவளுடைய மனக்கோட்டைகள் எல்லாம் பொலபொல என்று தகர்ந்து விழுந்தன. கணவனை அடைந்த பின்னர்தான் மகனைப் பெற முடியும் என்று அவள் அறிந்திருந்தாள். கணவன் யாராயிருந்தாலும், எப்படிப்பட்டவனாயிருந்தாலும் சரிதான் என்ற அலட்சியப்பான்மை அதற்கு முன்பு அவள் அடி உள்ளத்தில் இருந்தது. ஆனால், இந்தப் பொல்லாத மனத்தை என்ன செய்வது? இது சோழநாட்டு மக்களின் கண்ணுக்குக் கண்ணான இளவரசரிடமல்லவா போய்விட்டது! ஐம்பத்தாறு தேசத்து மன்னர்களும் 'என் பெண்ணை மணந்து கொள்!' என்று கெஞ்சிக் கூத்தாடக்கூடிய பெருமை வாய்ந்தவர் அல்லவா அவர்! அத்தகையவர் தன்னைத் திரும்பியும் பார்ப்பாரா? அவரை மணந்துகொள்ளும் பாக்கியத்தைப் பற்றி அவளால் கனவுகூடக் காணமுடியாதே? இளவரசரிடம் இந்தப் பேதை மனம் சென்றபிறகு, இன்னொருவரை மணந்து கொள்வதுதான் எப்படிச் சாத்தியம்! ஆகையால், தன் வயிற்றில் பிறக்கபோகிற வீரகுமாரனைப் பற்றி இத்தனைக் காலமும் அவள் கட்டி வந்த மனக்கோட்டைகள் எல்லாம் சிதறிப் போகத்தானே வேண்டும்? இதையெல்லாம் நினைக்க நினைக்க, அவளுடைய உள்ளம் வெடித்துவிடும் போலிருந்தது. மறுபடியும் பழையபடி சோக வடிவானாள். அவளுடைய மனத்தை அறிந்து கொண்ட இளைய பிராட்டி அவளிடம் விசேஷ அன்பும் ஆதரவும் காட்டினாள். தன்னாலியன்றவரையில் வானதியை உற்சாகப்படுத்த முயன்றாள். பொன்னியின் செல்வரிடம் அவளுடைய உள்ளம் சென்றது அப்படியொன்றும் பிசகான விஷயமில்லையென்றும், நடக்கமுடியாத காரியமும் அல்லவென்றும் குறிப்பாக உணர்த்தி வந்தாள். குடந்தை ஜோதிடர் வானதிக்குப் பிறக்கப்போகும் மகனைப் பற்றிக் கூறியது, அவளுடைய உள்ளக் கனலுக்குத் தூபம் போட்டு வளர்த்தது; அவளுடைய மனோராஜ்யம் மேலும் விரிவடைந்துகொண்டே வந்தது. மனச்சோர்வும் குதூகலமும் மேலும் துரிதமாக மாறி மாறி ஏற்பட்டன. ஏக்கத்தினால் ஏற்பட்ட மனவேதனை பொறுக்க முடியாமலிருந்தது போல், மகிழ்ச்சியினால் ஏற்பட்ட கிளர்ச்சியையும் அவளால்

சகித்துக்கொள்ள முடியவில்லை. இரண்டும் மிதமிஞ்சிப் போன போது மயக்கம் போட்டு விழுந்தாள்; இயற்கையருளிய இந்த மயக்கமருந்து சாதனத்தினால் அவள் தன் உயிரைக் காப்பாற்றிக்கொண்டு வந்தாள்.

தஞ்சைக்குச் சென்றிருந்தபோது வானதி பார்த்த பராந்தகச் சக்கரவர்த்தி நாடகமும், அன்றிரவு அவள் கேட்ட அபயக் குரலும், கண்ட பயங்கரக் காட்சியும் அவளுடைய மனக்குழப்பத்தை அதிகமாக்கின. கொடும்பாளூர் வம்சத்துக்கும், பழுவூர் சிற்றரசர் குலத்துக்கும் ஏற்பட்டிருந்த தீராத பகையின் அளவை அவள் அன்று நன்கு அறிந்து கொண்டாள். பழுவூர்க்காரர்கள் சோழ நாட்டில் அப்போது அடைந்திருந்த செல்வாக்கின் அளவையும் தெரிந்து கொண்டாள். இளவரசர் அருள் மொழிவர்மர் விஷயத்தில் தன் மனோரதம் ஈடேறப் பழுவேட்டரையர்கள் அனுமதிப்பார்களா? அவர்கள் அனுமதித்தாலும் அவர்கள் வீட்டுப் பெண்கள் சும்மாயிருப்பார்களா? பழுவூர் இளையராணி சம்மதிப்பாளா? அவளுடைய செல்வாக்கும் சக்தியும் உலகம் அறிந்தவை.

நந்தினியை நினைக்கும்போதெல்லாம் அழகிய நாகபாம்பின் நினைவு வானதிக்கு வந்தது. இளையபிராட்டியின் பேரில் அவளுடைய பகைமையைப்பற்றி அறிந்துகொண்டிருந்தாள். அது தன் பேரிலும் பாயும் அல்லவா? ஏன், பொன்னியின் செல்வரையே அந்த விஷநாகம் தீண்டினாலும் தீண்டக்கூடும்! நள்ளிரவில் நோயாகப் படுத்திருக்கும் சக்கரவர்த்தியின் முன்னால் நந்தினியையொத்த வடிவம் ஒன்று நின்றதே! அது உண்மையில் நந்தினிதானா? சக்கரவர்த்தி அப்படியெல்லாம் பீதி நிறைந்த குரலில் ஓலமிட்ட காரணம் என்ன? இளையபிராட்டி இதைப்பற்றியெல்லாம் ஏன் தன்னிடம் எதுவும் பேசுவதற்கு மறுக்கிறாள்! ஆமாம்! இளையபிராட்டியின் மனமும் மாறிப்போயிருக்கிறது. தன்னிடம் முன்பெல்லாம் போல் அவ்வளவு கலகலப்பாகப் பேசுவதில்லை. அடிக்கடி தன்னை விட்டு விட்டுத் தனிமையை நாடிப் போய்விடுகிறார். அவரை ஏதோ பெருங்கவலை பீடித்திருக்கிறது. ஒருவேளை பொன்னியின் செல்வரைப் பற்றிய கவலைதானோ என்னவோ? அதனாலேதான் தன்னிடம் அதைப்பற்றிச் சொல்வதற்கு மறுக்கிறார் போலும்!

இன்றைக்குக்கூடத் திடீரென்று இளையபிராட்டி காணாமல் போய்விட்டார். அவர் இல்லாத சமயங்களில் இந்தப் பெண்கள் என்ன பாடுபடுத்துகிறார்கள்? என்ன கொட்டம் அடிக்கிறார்கள்? கவலையென்பதை அறியாதவர்கள். எது எப்படிப் போனாலும் அவர்களுடைய கும்மாளத்துக்குக் குறைவு ஒன்றும் கிடையாது. அவர்களுடைய கேலிப் பேச்சுகளை வானதியினால் எப்போதுமே சகித்துக்கொள்ள முடிவதில்லை. அதுவும் இந்த இரண்டு மூன்று தினங்களாக ஒரே சோகக் கடலில் வானதி ஆழ்ந்திருந்தபடியால் அவர்களுடைய வீண் பேச்சுகள் அவளுடைய காதில் நாராசமாக விழுந்தன. இளையபிராட்டி எங்கேதான் போயிருப்பார் என்று தேடிக்கொண்டு புறப்பட்டாள். மூத்த மகாராணியின் அரண்மனையில் ஏதோ சபை கூடியிருக்கிறதென்றும், அங்கே போயிருக்கிறார் என்றும் தெரிந்துகொண்டாள். ஆகையால் அந்த அரண்மனைக்குச் சென்றாள். வானதி போவதற்குள், அங்கே சபை கலைந்துவிட்டது. பெரிய மகாராணியும் அவருடைய செல்வப் புதல்வர் மதுராந்தகரும் அந்தரங்கமாகப் பேசிக்கொண்டிருக்கிறார்கள் என்று அறிந்தாள். எதனாலோ இந்தச் செய்தி வானதிக்கு மேலும் கவலை உண்டாக்கியது. அங்கிருந்து மறுபடியும் புறப்பட்டாள்.

அரண்மனை வாசலில் ஜனத்திரளின் பெரும் இரைச்சல் கேட்டது. விஷயம் இன்னதென்று தெரியவில்லை. இளையபிராட்டியை உடனே பார்க்க வேண்டும் என்ற ஆர்வம் மிகுந்தது. அரண்மனையில் சேடிப் பெண்களை ஒவ்வொருத்தியாக விசாரித்தாள். சற்று முன்னால் ஆழ்வார்க்கடியான் என்னும் வீர வைஷ்ணவனுடன் இளைய பிராட்டி அந்தரங்கமாகப் பேசிக்கொண்டிருந்ததாகவும், பிறகு அரண்மனைத் தோட்டத்து ஓடையை நோக்கிச் சென்றதாகவும், ஒரு சேடி கூறினாள். இளைய பிராட்டி தனிமையை நாடிச் செல்லும் சமயங்களில் யாரும் வந்து தொந்தரவு செய்வதை இப்போதெல்லாம் அவர்

விரும்புவதில்லை. ஆகையால் ஓடைப் பக்கம் இளையபிராட்டியைத் தேடிக்கொண்டு, போகலாமா வேண்டாமா என்று வானதி தயங்கினாள். அச்சமயம் வாரிணி என்னும் மங்கை ஓட்டமாக ஓடிவந்தாள்.

"பொன்னியின் செல்வர் கடலில் மூழ்கிவிட்டாராம்!" என்ற பயங்கரச் செய்தியைச் சொல்லிவிட்டு அலறி அழுதாள். மற்றப் பெண்களும் இதைக் கேட்டு 'ஓ' வென்று கதற தொடங்கினார்கள். வானதிக்கோ முதலில் எவ்வித உணர்ச்சியும் உண்டாகவில்லை. சும்மா நின்றவளை மற்றப் பெண்கள் உற்று நோக்கினார்கள்.

"அடிப்பாவி! உன்னுடைய துரதிஷ்டத்தினால் தான் இளவரசர் கடலில் மூழ்கினார்!" என்று அவ்வளவு கண்களும் அவளை நோக்கி இடித்துச் சொல்வதுபோல் காணப்பட்டன. வானதியினால் அதற்குமேல் பொறுக்க முடியவில்லை. அங்கு நிற்கவும் முடியவில்லை. அரண்மனைத் தோட்டத்து ஓடையை நோக்கி ஓடினாள்.

ஓடையை நோக்கி ஓடிக்கொண்டிருந்தபோது வானதியின் உள்ளமும் ஓடிக்கொண்டிருந்தது. "இளவரசர் கடலில் மூழ்கிவிட்டார்" என்ற வார்த்தைகளின் பொருள் அவளுக்கு விளங்கியது. அதனால் ஏற்பட்ட அதிர்ச்சியை மீறிக்கொண்டு மற்றோர் எண்ணம் மேலெழுந்தது. சென்ற சில தினங்களாத் தண்ணீரைப் பார்க்கும் போதெல்லாம் அதில் இளவரசரின் முகம் பிரதிபலித்துக் கொண்டிருந்தது. கரையில் நின்று பார்க்கும்போதெல்லாம் அவருடைய முகம் தத்ரூபமாகத் தண்ணீரில் தோன்றும். தொடுவதற்குப் போனால் மறைந்து விடும். அதன் காரணம் என்னவென்பது வானதிக்குப் புலனாயிற்று.

இளவரசர் கடலில் மூழ்கியபோது என்னை நினைத்துக் கொண்டிருக்கிறார்; என்னை அழைத்துமிருக்கிறார். அதை அறியாமல் பாவி நான் கரையிலேயே நின்று வேடிக்கை பார்த்துக்கொண்டிருந்தேன்! ஆஹா! என்ன தவறு செய்து விட்டேன்! போனதை நினைப்பதில் இனி பயனில்லை. இனி செய்யவேண்டியது என்ன?

பேதைப் பெண்ணே! இனி செய்யவேண்டியதைப் பற்றி யோசிக்கவும் வேண்டுமா! யோசிப்பதற்கு என்ன இருக்கிறது? அரண்மனைத் தோட்டத்தை யடுத்துள்ள ஓடை அரசலாற்றில் கலக்கிறது. அரசலாறு கடலில் போய்ச் சங்கமமாகிறது. கடலின் அடியில் காத்திருக்கிறார் இளவரசர். எனக்காகத்தான் காத்துக் கொண்டிருக்கிறார். கடலின் அடியில் முத்துக்களாலும், பவழங்காலும் ஆன அற்புத மாளிகையில் எனக்காகக் காத்துக் கொண்டிருக்கிறார். அவரைச் சந்திக்கப் போகாமல் இந்த உலகத்தில் எனக்கு வேறென்ன வேலை?... யாருக்காக இங்கே நான் இருக்க வேண்டும்?..."

இவ்வாறு வானதி தீர்மானம் செய்ததும் வானதியின் உள்ளத்தில் ஒருவித அமைதியே உண்டாகிவிட்டது; அவளது பரபரப்பு அடங்கிவிட்டது; துயரம் நீங்கிவிட்டது; கவலை தீர்ந்துவிட்டது.

நேரே ஓடைக் கரைக்குச் சென்றாள். பளிங்குக் கல்லினாலான படிக்கட்டுகளில் இறங்கி நின்றாள்; சுற்று முற்றும் பார்த்தாள். அதோ தூரத்தில் படகு ஒன்று வருவது தெரிந்தது. அதில் இருப்பவர் இளையபிராட்டிதான். அவருடன் இருக்கும் ஆடவன் யார்? குடந்தை சோதிடர் வீட்டில் முதலில் சந்தித்து, இலங்கைக்கு ஓலை எடுத்துச் சென்ற வாலிபன் போலத் தோன்றுகிறது. இளவரசரைப் பற்றிய செய்தியைக் கொண்டு வந்தவன் அவன்தான் போலும்! அதனாலேதான் அவனை இளையபிராட்டி தனியாக அழைத்துப் போகிறார்; விவரங்களைக் கேட்டு, அறிந்திருக்கிறார். எனக்குத் தெரிந்தால் கஷ்டப்படுவேன் என்று என்னை விட்டுவிட்டுப் போய் இருக்கிறார். அவர் வந்துவிட்டால் என் இஷ்டப்படி செய்ய முடியாது. ஏதாவது சமாதானம் சொல்லப் பார்ப்பார்; ஆறுதல் கூறப் பார்ப்பார், நான் இளவரசரைப் போய்ச் சேர்வதைக் கட்டாயம் தடுத்துவிடுவார். ஆனாலும், அவரிடம் சொல்லாமல், கடைசியாக ஒரு தடவை விடை பெற்றுக்கொள்ளாமல்

போவது நியாயமா? தாய் தந்தையற்ற இந்த அனாதைப் பெண்ணிடம் இத்தனை அன்பாக இருந்தாரே! அவருக்கு ஒரு நன்றி வார்த்தையாவது சொல்ல வேண்டாமா?... முடியாது! இனி ஒரு கணமும் காத்திருக்க முடியாது! இதோ தண்ணீரில் அவர் முகம் தெரிகிறது. இதோ அவருடைய முழு உருவமும் பொலிகிறது. என்னை அவர் அழைக்கிறார்; புன்னகை செய்து கூப்பிடுகிறார். "உன்னை நான் மணம் புரிந்து கொள்வதற்கு எல்லாத் தடைகளும் நீங்கி விட்டன, வா!" என்று அழைக்கிறார். இன்னும் ஏன் தாமதம்?.. ஆகா! தலை ஏன் இப்படிச் சுற்றுகிறது? பாழும் மயக்கம் வருகிறதா, என்ன? மயக்கம் வந்தால் பாதகமில்லை. கரையில் விழாமல் இந்த ஓடைத் தண்ணீரில் விழுந்தால் போதும்!...

வானதியின் மனோரதம் நிறைவேறியது. அவள் தண்ணீரிலேதான் விழுந்தாள். கொதித்துக்கொண்டிருந்த உடம்பு இனிதாகக் குளிர்ந்தது, இதயம் குளிர்ந்தது. கீழே கீழே கீழே போய்க்கொண்டிருந்தாள். எத்தனை தூரம், எத்தனை காலம் போனாள் என்று சொல்லமுடியாது. சில வினாடி நேரமாகவும் இருக்கலாம்; நீண்ட பல யுகங்களாகவும் இருக்கலாம்.

ஆம், கடலின் அடியிலுள்ள அற்புத லோகத்துக்கு அவள் வந்து விட்டாள். நாகலோகம் என்பது இதுதான் போலும்! ஆகா எத்தகைய அழகிய மாளிகைகள்! எத்தனை அடுக்கு மெத்தைகள் முடிவில்லாமல், சிகரம் எங்கே இருக்கிறதென்று தெரியாமல் அல்லவா, இம்மாளிகைகள் உயர்ந்து விளங்குகின்றன! இங்கு உள்ள வெளிச்சம் எதனால் இவ்வளவு குளிர்ந்து மனோரம்மியமாக இருக்கிறது? தண்ணீருக்குள் புகுந்து வருவதால் ஒளிக்கிரணங்களும் குளிர்ந்திருக்கின்றன போலும்! ஒளி எங்கிருந்து வருகிறது? மாளிகைச் சுவர்களிலிருந்தே வருகிறது போலிருக்கிறது! ஆம். அதில் வியப்பில்லைதான்! தங்கத்தினாலும், முத்துக்களாலும், வைர வைடூரியங்களாலும், நாக சர்ப்பங்களின் சிரோரத்தினங்களாலும் ஆன விசித்திர மாட மாளிகைகள் குளிர்ந்த வெளிச்சத்தைப் பரப்புவது இயல்புதானே?

அதோ கூட்டமாக வருகிறவர்கள் யார்? அவர்களுடைய தேகங்கள் எப்படிக் காந்தி மயமாயிருக்கின்றன? முகங்களிலே தான் என்ன தேஜஸ்? இவர்களெல்லாம் தேவலோகத்து ஸ்திரீ புருஷர்களைப் போல் அல்லவா தோற்றமளிக்கிறார்கள்? நாம் வந்திருப்பது ஒருவேளை நாகலோகமில்லையோ? தேவலோகத்துக்கு வந்துவிட்டோமோ!...

பிறகு, கனவுக்குள் ஒரு கனவைப்போல சில நிகழ்ச்சிகள் அதிவேகமாக நடந்தேறின. சிங்கார அலங்காரங்கள் செய்யப்பட்டிருந்த மணிமண்டபம் ஒன்றுக்கு வானதியை அவர்கள் அழைத்துச் சென்றார்கள். மண்டபத்தின் மத்தியில் பொன்னியின் செல்வர் தமது பொன் முகத்தில் புன்னகை பொலிய நின்று வானதியை வரவேற்றார். தேவ துந்துபிகள் முழங்க, மணிகளும் மலர்களும் பொழிய, மங்கள கோஷங்கள் ஒலிக்க, இளவரசரும் வானதியும் மாலை மாற்றித் திருமணம் புரிந்து கொண்டார்கள். அந்த ஆனந்தத்தின் மிகுதியைத் தாங்க முடியாமல் வானதி மூர்ச்சையாகி விழுந்தாள். வெகுநேரம் நினைவின்றிக் கிடந்த பிறகு இருகரங்கள் அவளைத் தூக்கி எடுத்தன. அக்கரங்கள் பொன்னியின் செல்வருடைய திருக்கரங்கள் என்று முதலில் வானதி கருதினாள். அவர்தான் தன்னைத் தூக்கியெடுத்து, வாரி அணைத்து மடியில் போட்டுக் கொண்டு மூர்ச்சைத் தெளிவிக்கிறார் என்று எண்ணினாள். ஆனால், கைகளிலே வளையல் தட்டுப் பட்டதும் சிறிது ஐயம் உதித்தது. "வானதி! வானதி! இப்படிச் செய்துவிட்டாயே!" என்ற குரலும் பெண்குரலாக ஒலித்தது. மிகமிகப் பிரயத்தனம் செய்து வானதி சிறிதளவு கண்ணிமைகளைத் திறந்து பார்த்தாள். குந்தவையின் முகம் அவள் கண்ணில் பட்டது.

"அக்கா! அக்கா! என் கலியாணத்துக்கு நீங்கள் வந்திருந்தீர்களா? தங்களைக் காணவில்லையே?" என்று வானதியின் வாய் முணுமுணுத்தது.

⊙

24. நினைவு வந்தது

வானதி மீண்டும் ஒரு முறை நினைவற்ற நிலையை அடைந்தாள். அவளுடைய கண்களும் மூடிக்கொண்டன. கொஞ்சம் கொஞ்சமாகச் சுய நினைவு வரத் தொடங்கியது. நாகலோகத்திலோ, தேவலோகத்திலோ, தான் இளவரசரை மணந்தது வெறும் பிரமை என்பதை உணர்ந்தாள். இளவரசரைப் பற்றிய துயரமான செய்தி கேட்டதையும், அதன் பேரில்தான் ஓடைக் கரையில் வந்து நின்றதையும், தலை சுற்றி நீரில் விழுந்ததையும் நினைவுபடுத்திக் கொண்டாள். இந்த நினைவுகள் அவளுக்கு எல்லையற்ற ஏமாற்றத்தை அளித்தன; நெஞ்சில் சுருக்கென்று ஈட்டி பாய்வது போன்ற வலியையும் அளித்தன. கண்களைத் திறக்க முயன்றாள், ஆனால் முடியவில்லை. தன்னைத் தண்ணீரிலிருந்து தூக்கிக் கரை சேர்த்தது யாராயிருக்கும்? இளைய பிராட்டியாகத்தான் இருக்க வேண்டும். சற்றுத் தூரத்தில் படகில் வந்து கொண்டிருந்த குந்தவை தேவியாகத்தான் இருக்க வேண்டும். தன்னை எதற்காக அவர் காப்பாற்றி இருக்க வேண்டும்? ஒரேயடியாக முழுகித் தொலைந்து போகும்படி விட்டிருக்கக் கூடாதா? கண்களைத் திறந்து பேசுவதற்கு முடிந்தவுடனே, "ஏன் என்னைக் காப்பாற்றினீர்கள்?" என்று இளைய பிராட்டியுடன் சண்டை பிடிக்க வேண்டும்! தம்முடைய அருமைத் தம்பியிடம் அவருடைய அன்பு இவ்வளவுதானா?...

இதோ இளையபிராட்டி பேசுகிறார். என்ன சொல்கிறார்? யாரிடம் சொல்கிறார்? கேட்கலாம்.

"மயக்கத்தில் ஏதேதோ பிதற்றுகிறாள்! இந்த மட்டும் உயிர் பிழைத்ததே பெரிய காரியம்! நம்முடைய படகு மட்டும் இன்னும் சற்றுத் தூரத்தில் இருந்திருந்தால்? இவள் ஓடையில் விழுந்தது நம் கண்ணில் படாமற் போயிருந்தால்? அதை நினைத்தாலே எனக்குக் கதி கலங்குகிறது!"

"நாம் பாராமல் விட்டிருந்தால், ஒரு விதத்தில் நல்லதாய்ப் போயிருக்கும் இந்தப் பெண்ணின் வாழ்க்கை இனிதாக முடிந்திருக்கும். தங்களால் உயிர் பிழைத்த கொடும்பாளூர் இளவரசி வாழ்க்கையில் எவ்வளவோ மனவேதனைப்பட வேண்டியிருக்கும்..."

'ஆகா! இது யார்? நம்மிடம் இவ்வளவு அனுதாபத்துடன் பேசுகிறது? ஆம், அந்த வாலிபர்தான்; குடந்தை ஜோதிடர் வீட்டிலும் அரசலாற்றங்கரையிலும் பார்த்த அந்த வீர வாலிபர் தான்! இளவரசர் கடலில் முழுகிய செய்தியையும் அவரே கொண்டு வந்திருக்க வேண்டும். இன்னும் இவர்கள் என்ன பேசிக்கொள்ளப் போகிறார்கள்? கேட்கலாம், கண்ணைத் திறக்க முடியாவிட்டாலும் காது நன்றாய்க் கேட்கிறதல்லவா!'

"இது என்ன, இவ்வளவு நெஞ்சிரக்கம் இல்லாமல் பேசுகிறீர்? ஆண்பிள்ளைகளின் மனதே கல் மனதாகத்தான் இருக்குமோ?" என்றது இளையபிராட்டியின் குரல்.

"அப்படிக் கல் நெஞ்சன் என்று தீர்ப்புக் கூறும்படியாக இப்போது நான் என்ன சொல்லி விட்டேன்?"

"இந்தப் பெண் இறந்திருந்தால் நல்லது என்று சொன்னீரே, அது போதாதா? எவ்வளவு சிரமம் எடுத்து இவளை நான் வளர்த்து வருகிறேன் தெரியுமா?..."

"இவள் பிதற்றிய வார்த்தைகளைத் தாங்கள் கேட்டீர்களா?"

"உம்முடைய செவிகளில் என்ன விழுந்தது?"

"இளவரசரை மணந்து கொள்வது பற்றி ஏதோ சொன்னதாகக் காதில் விழுந்தது..."

"ஆம், நினைவு தெரியாத மயக்கத்திலே கூட அவளுடைய வாய் அப்படி முணுமுணுத்தது. இளவரசர் மீது ஆசை அவள் உள்ளத்தில் அப்படி வேரூன்றியிருக்கிறது."

"அந்த ஆசை இந்தப் பெண்ணுக்கு நல்லதல்ல! அதனால் துன்பமும், ஏமாற்றமுந்தான் ஏற்படும்."

"ஏன் அவ்வாறு சொல்கிறீர்? இவளைக் காட்டிலும் இளவரசருக்கு ஏற்ற உயர்குலப் பெண் வேறு யார்? புராதனமான கொடும்பாளூர் வீரவம்சத்தைப் பற்றி உமக்குத் தெரியாதா?"

"நன்றாய்த் தெரியும். நான் நினைப்பது ஒன்று; தாங்கள் சொல்வது இன்னொன்று. இந்தப் பெண் எவ்வளவு உயர்குலமாயிருந்தால் என்ன? இவள் மனத்திலுள்ள சபலம் நிறைவேறப் போவதில்லை..."

"கட்டாயம் நிறைவேறியே தீரும். அது இவள் மனத்தில் உள்ள சபலம் அன்று. என்னுடைய மனோரதம்; நான் செய்து இருக்கும் தீர்மானம்."

"தங்கள் தீர்மானமாயினும், இந்த விஷயத்தில் நிறைவேறாது."

"ஏன் மீண்டும் அவ்விதம் சொல்கிறீர்? இளவரசர் நாகைப்பட்டினம் சூடாமணி விஹாரத்தில் பத்திரமாயிருக்கிறார் என்று சற்றுமுன் நீ கூறியது உண்மைதானே?"

'ஆகா! இது என்ன இன்பமான செய்தி? இளவரசர் பத்திரமாயிருக்கிறாரா? நாகைப்பட்டினம் சூடாமணி விஹாரத்தில் இருக்கிறாரா? இந்தச் செய்தியைக் கேட்க இந்தச் செவிகள் கொடுத்து வைத்திருந்தனவே? ஓடை நீரில் முழுகிச் சாகாமல் நான் உயிர் பிழைத்தது எவ்வளவு நல்லதாய்ப் போயிற்று! இளையபிராட்டிக்கு எத்தனையோ விதத்தில் நான் நன்றிக்கடன் பட்டிருக்கிறேன். இதுவும் ஒன்று இப்போது சேர்ந்தது.'

'ஆனால் ஐயோ! இது என்ன மேலே இவர் சொல்லும் செய்தி? செவியில் ஈயத்தைக் காய்ச்சி ஊற்றுவது போலிருக்கிறதே!'

"அம்மணி! இளவரசர் பத்திரமாயிருக்கிறார் என்பது உண்மைதான். அதனால் இவளுடைய ஆசை நிறைவேறும் என்பது என்ன நிச்சயம்? இளவரசர் இந்தப் பெண்ணை மணந்து கொள்ளமாட்டார் என்று நான் நினைக்கிறேன்..."

"நீர் எதை வேணுமானாலும் நினைக்கலாம். இந்த உலகில் நான் இட்ட கோட்டைத் தாண்டாமல், என் பேச்சைத் தட்டாமல் நிறைவேற்றக்கூடிய ஓர் ஆண்மகன் இருக்கிறான். அவன்தான் என் தம்பி அருள்மொழிவர்மன்!"

"இளவரசி! அத்தகையவன் நானும் ஒருவன் இருக்கிறேன்..."

"பின்னர் என்ன எனக்குக் குறைவு? என்னுடைய எண்ணம் நிறைவேறுவதற்கு என்ன தடை? பழுவேட்டரையர்கள் இதற்குக்கூட குறுக்கே வருவார்களா, என்ன...?"

"அது எனக்குத் தெரியாது. தங்களிடம் இளவரசருக்கு எல்லையற்ற அன்பு உண்டு என்பதை நான் அறிந்திருக்கிறேன். வேறு எந்தக் காரியத்திலும் தங்கள் வார்த்தையைக் கேட்பார். அவருக்கு இராஜ்யம் ஆளுவதில் சிறிதும் இஷ்டமில்லை. என் கண் முன்னால் இலங்கை மணி மகுடத்தை வேண்டாம் என்று மறுத்தார். ஆயினும் தாங்கள் வற்புறுத்தினால் இராஜ்யம் ஆளுவதற்குக்கூட சம்மதிப்பார். ஆனால் இந்தப் பெண்ணை மணப்பதற்கு..."

"சம்மதிக்க மாட்டான் என்றா சொல்கிறீர்? அவ்விதம் என் அருமை தோழியை நிராகரிப்பதற்கு அவன் இவளிடம் என்ன குறையைக் கண்டான்? நீர்தான் என்ன கண்டீர்?"

"அம்மணி! நான் இந்தப் பெண்ணிடம் ஒரு குறையும் காணவில்லை; கண்டாலும் நம்ப மாட்டேன். இளைய பிராட்டி அரண்மனையில் பணி செய்யும் எல்லாரிலும் கீழான சேடிப் பெண்ணும் எனக்குத் தேவ கன்னிகைதான். இளைய பிராட்டியின் தோட்டத்தில் வாழும் முயல்குட்டி என் கண்களுக்குத் தேவேந்திரனுடைய ஐராவதத்துக்கும் மேலானதாகத் தோன்றும். இளவரசரும் இந்தப் பெண்ணிடம் குறை ஒன்றையும் காணவில்லை. ஆனால் அவருடைய மனது வேறொரு பெண்ணிடம் சென்றிருக்கலாம் அல்லவா?..."

'ஐயோ! எவ்வளவு கொடுமையான வார்த்தைகள்! இந்த வாலிபர் எதற்காக இவ்விதம் நம்முடைய புண்பட்ட உள்ளத்தில் வேலை எடுத்துக் குத்துகிறார்?'

"வாணர் குலத்து வீரரே! தாங்கள் கூறுவது எனக்கு விளங்கவில்லை. என் தம்பியைப் பற்றி ஏன் இப்பேர்ப்பட்ட அவதூறு கூறுகிறீர்?"

"அவதூறு ஒன்றுமில்லை, அம்மணி! உண்மையைத்தான் கூறுகிறேன் கண்ணால் கண்டு, காதினால் கேட்டதைச் சொல்கிறேன்."

"மேலே சொல்லுங்கள்! எவ்வளவு கஷ்டமான விஷயத்தைக் கேட்கவும் இப்பொழுது நான் சித்தமாயிருக்கிறேன்."

"ஓடக்காரப் பெண் பூங்குழலி என்பவளைப்பற்றி சொன்னேன் அல்லவா? இலங்கைக்கு என்னைக் கொண்டு போய்ச் சேர்த்தவளும் அவள்தான். இளவரசரையும் என்னையும் கடலிலிருந்து காப்பாற்றியவளும் அவள்தான். சூடாமணி விஹாரத்துக்கு இளவரசரைப் படகில் ஏற்றிக் கொண்டு போயிருப்பவளும் அவள்தான். சேந்தன் அமுதனை மட்டும் நம்பி இளவரசரை நான் ஒப்புவித்து வந்திருக்க மாட்டேன். பூங்குழலியை நம்பித்தான் ஒப்புவித்திருக்கிறேன். அந்தப் பெண்ணுக்கு ஆயிரம் உயிர் இருந்தால் அவ்வளவையும் இளவரசருக்கு அர்ப்பணம் செய்வாள்..."

"அதனால் என்ன? ஓடக்காரப் பெண் ஓடக்காரிதானே? உலகமாளப் பிறந்தவனை மணப்பது பற்றி அவள் கனவு காணமுடியுமா? தரையில் தத்திக் குதிக்கும் சிட்டுக் குருவி வானத்தில் உயரப்பறந்து, வட்டமிடும் கருடனைப் பார்க்க முடியுமா?"

"ஏன் முடியாது? சிட்டுக் குருவியும் கருடனை அண்ணாந்து பார்க்கலாம்; கருடனும் சிட்டுக்குருவியைக் குனிந்து பார்த்து ஆசைப்படலாம்."

"என் தம்பியின் மனத்தில் அப்படி ஏதேனும் எண்ணம் உதித்திருந்தால், அதைப் போக்குவதற்கு நான் ஆயிற்று. கூடவே கூடாது! எத்தனையோ அபாயங்களிலிருந்து அருள்மொழிவர்மனை நான் தப்புவித்திருக்கிறேன். இந்த ஓடக்காரியின் மோக வலையிலிருந்தும் நான் தப்புவிப்பேன்..."

"ஓடக்காரியென்றால் அவ்வளவு தள்ளுபடியா? குலமும் கோத்திரமும் அவ்வளவு முக்கியமா? ஓடக்காரியின் உடம்பில் ஓடுவதும் சிவப்பு இரத்தந்தானே? அவளுடைய நெஞ்சும் அரண்மனையில் பிறந்த இளவரசிகளின் நெஞ்சைப்போல் துடிப்பதில்லையா? பார்க்கப் போனால் இளவரசிகளின் அன்பில் இராஜ்ய ஆசை முதலியவை கலந்திருக்கலாம். ஆனால், அந்த ஓடக்காரப் பெண்ணின் அன்பு மாசற்றது; புனிதமானது. இளவரசரும் அவ்வாறுதான் நம்புகிறார். மற்றவர்கள் ஏன் குறுக்கே வந்து தடை செய்யவேண்டும்? இப்போது வந்து, ஊஹூம் – என் விஷயத்தையே எடுத்துக் கொள்ளுங்கள். என்னுடைய நெஞ்சைப் பிளந்து அதனுள் இருப்பதைத் தங்களுக்கு நான் வெளியிட்டுக் காட்டமுடியுமானால்..."

"வேண்டாம், வேண்டாம். உம்முடைய நெஞ்சில் இருப்பது அப்படியே பத்திரமாயிருக்கட்டும். அதுதான் நல்லது. அன்பு, ஆசை, காதல் என்பவையெல்லாம் உலகில் பிறந்த மற்றவர்களுக்குச் சரிதான். ஆனால் இராஜ்யம் ஆளப்பிறந்தவர்களின் விஷயம் வேறு. அவர்கள் இராஜ குலத்திலேயே கலியாணம் செய்து கொள்ள வேண்டும். மனத்தைச் சிதறவிடக்கூடாது. தவறினால் அதன்மூலம் பல தொல்லைகள் ஏற்படும். எங்கள் குடும்பத்திலேயே அதற்குத் தகுந்த உதாரணம் இருக்கிறது. என் தந்தையின் இளம்பிராயத்தில் – இராஜ்யம் அவருக்கு வரும் என்ற உத்தேசமே இல்லாதபோது – இப்படித்தான் காட்டில் வளர்ந்த ஒரு பெண்ணை...! ஆனால் இதையெல்லாம் இப்போது உமக்கு நான் எதற்காகச் சொல்லவேண்டும்? இந்தப் பெண்ணுக்கும் மூர்ச்சை தெளிந்து சுயநினைவு வந்து கொண்டிருக்கிறது கண்ணிமைகள் அசைகின்றன. வேறு

ஏதேனும் சொல்வதற்கு இல்லையா? ஈழநாட்டில் இன்னும் பல அபாயங்களுக்கு நீங்கள் உள்ளானதாகச் சொன்னீர் அல்லவா! அதைச் சொல்லுங்கள்".

"ஆம்! இளவரசி! இலங்கைச் சிம்மாசனத்தையும் மணி மகுடத்தையும் இளவரசர் மறுத்துவிட்டு வந்த அன்று நாங்கள் அநுராதபுரத்தின் வீதிகளில் வந்து கொண்டிருந்தபோது, திடீரென்று ஒரு கட்டடத்தின் முன்பகுதி இடிந்து விழுந்தது. ஒரு கணநேரம் நாங்கள் அங்கே தாமதித்திருந்தால் எங்கள் தலையில் விழுந்திருக்கும். உயிரோடு சமாதி ஆகியிருப்போம். அச்சமயத்தில் ஒரு பெண்மணி திடீரென்று அங்கே தோன்றினாள். சமிக்ஞை செய்து இளவரசரை அழைத்தாள்..."

"அவள் யாரோ எனக்குத் தெரியாது. ஆனால் இளவரசருக்கு முன்னால் பழக்கமுள்ளவளாகத் தோன்றியது... வீண் சந்தேகத்துக்கு ஆளாக வேண்டாம். அம்மணி! அந்த அம்மாள் பிராயம் முதிர்ந்தவள்..."

"எவ்வளவு பிராயம் இருக்கும்?"

"இளவரசரின் அன்னையாக இருக்கக் கூடியவள். அதோடு காது செவிடு, வாயும் ஊமை!"

"என்ன? என்ன இன்னொருதரம் சொல்லுங்கள்!"

"பிறவிச் செவிடும் ஊமையுமான ஒரு மூதாட்டி... அவள் பிராயம் நாற்பத்தைந்துக்கு மேல் இருக்கும்..."

"ஐயா! அப்படி ஒரு மூதாட்டியை ஈழநாட்டில் பார்த்தீரா? அவளைப் பற்றி மேலும் சொல்லுங்கள். அவளுடைய பிறப்பு வளர்ப்பைப் பற்றி ஒன்றும் தெரியாதா? அவள் எங்கே பிறந்தவள்".

"ஈழநாட்டை அடுத்துக் கடலில் ஒரு தீவில் பிறந்தவள்..."

இளவரசி குந்தவைதேவி அளவில்லாத பரபரப்பை அடைந்து "ஐயா! இன்னும் சொல்லுங்கள்! பார்ப்பதற்கு அவள் எப்படியிருக்கிறாள்?" என்றாள்.

"அம்மணி! அவளுடைய தோற்றத்தில் ஓர் அதிசயத்தைக் கண்டேன். அதைச் சொல்வதற்கே எனக்குத் தயக்கமாயிருக்கிறது."

"தயக்கம் வேண்டாம்! சீக்கிரம் சொல்லுங்கள்."

"சோழ நாட்டில் நான் பார்த்த ஒரு பெண்ணைப் போலவே அவள் இருந்தாள்; வயது மட்டுந்தான் அதிகம். ஆடை ஆபரணங்கள் பூணாமல் தலைவிரிகோலமாயிருந்தாள். மற்றபடி அதே முகம்! அதே தோற்றம். உண்மையில் நான் ஒரு நிமிஷம் ஏமாந்து போய்விட்டேன்."

"ஐயா, அப்படிப்பட்ட பெண் - இங்கே உள்ளவள் யார்?"

"இளவரசி! தங்களால் ஊகித்துத் தெரிந்து கொள்ள முடியவில்லையா?"

"நானா? இந்தப் பெண் வானதியா? தஞ்சை அரண்மனையில் உள்ள என்னுடைய அன்னையரா?"

"நீங்கள் குறிப்பிட்ட யாரும் இல்லை."

"பழுவூர் இளையராணி நந்தினியா?"

"ஆம், நந்தினிதான்!"

"கடவுளே! அப்படியானால், நான் சந்தேகித்தது உண்மை தான்." "என்ன சந்தேகித்தீர்கள்?"

"விஷ நாகத்தைவிடக் கொடியவள் என்று எண்ணி நான் வெறுத்தவள் உண்மையில் என் தமக்கையாக இருக்கலாமோ என்று சந்தேகித்தேன். அது நிஜமென்று தாங்கள் சொல்வதிலிருந்து தெரிந்தது. விதியின் கொடுமையே கொடுமை. இதிலிருந்து குலம், கோத்திரம் தெரியாத ஒரு பெண்ணை அரச குலத்தைச் சேர்ந்தவர் மணப்பது எவ்வளவு பிசகு என்று தெரிகிறது."

"அம்மணி! நான் அவ்விதம் குலம் கோத்திரம் தெரியாதவன் அல்ல. எங்கள் மூதாதையர் முந்நூறு வருஷங்களாகச் செந்தமிழ்நாட்டை ஆண்டு வந்தார்கள். சேர, சோழ, பாண்டியர்களைச் சிறையில் அடைத்தார்கள். இன்றைக்கு எனக்கு இராஜ்யமில்லாத போதிலும் என் கையில் வாள் இருக்கிறது; என் தோளில் வலிமை இருக்கிறது; என் நெஞ்சில் தைரியமிருக்கிறது..."

"ஐயா! தங்கள் பெருமைகளைக் கொஞ்சம் பின்னால் கேட்டுக் கொள்கிறேன். உடனே செய்வதற்குப் பல காரியங்கள் இருக்கின்றன. உம்முடைய உதவி இன்னமும் எனக்குத் தேவை. அளிப்பீர் அல்லவா?"

"எனக்கு ஆயிரம் உயிர் இருந்தால் அவ்வளவையும் தங்களுக்குக் கொடுக்கச் சித்தமாயிருப்பேன்."

"ஓடக்காரப் பெண் பூங்குழலிக்கு நீர் உடன் பிறந்தவர் போலிருக்கிறது. நல்லது; அந்தப் பேச்சு இப்போது வேண்டாம். இதோ, இந்தப் பெண் கண்ணைத் திறக்கப்போகிறாள்..."

ஆம்; இதற்குள் வானதிக்குப் பூரண நினைவு வந்துவிட்டது. உடம்பிலும் சக்தி பிறந்துவிட்டது. மனத்தில் பலப்பல யோசனைகள் உதித்தன. இளவரசரிடம் அந்த ஓடக்காரப் பெண்ணின் அன்பைவிடத் தன்னுடைய அன்பு அதிகமானது என்பதை நிரூபிக்கும் வரையில், தான் உயிரோடிருக்க வேண்டும் என்று தீர்மானித்தாள். அத்துடன் தஞ்சை அரண்மனையில் சக்கரவர்த்தி படுத்திருந்த அறையில் அன்றொரு நாள் இரவு, தான் கண்ட காட்சியும், கேட்ட புலம்பலும் நினைவுக்கு வந்தன! அவற்றின் பொருளும் ஒருவாறு விளங்கத் தொடங்கிவிட்டது.

வானதி கண் விழித்ததும் இளையபிராட்டி, "என் கண்ணே! உனக்கு இப்போது எப்படியிருக்கிறது?" என்று அன்போடு கேட்டாள்.

"எனக்கு ஒன்றுமில்லை. அக்கா! தங்களுக்குத் தொந்தரவு கொடுத்துவிட்டேனே என்பதை நினைத்தால்தான் சங்கடமாயிருக்கிறது" என்றாள்.

அச்சமயத்தில் ஆழ்வார்க்கடியான் பிரவேசித்து, "நானும் தொந்தரவு கொடுக்கத்தான் வந்திருக்கிறேன். தேவி! அரண்மனை வாசலில் ஒரே ஜனக்கூட்டமும் குழப்பமாயிருக்கிறது! இளவரசர் கடலில் முழுகிவிட்டது பற்றி ஜனங்கள் ஒரே ஆத்திரமாயிருக்கிறார்கள். தாங்கள் உடனே வந்து சமாதானம் சொல்லாவிட்டால் விபரீதம் நேரலாம்" என்றான்.

⊙

25. முதன்மந்திரி வந்தார்!

பழையாறை நகரின் வீதிகள் அன்று வரை என்றும் கண்டிராதபடி அல்லோலகல்லோலமாயிருந்தன. அத்தென்னகரில் இராஜ மாளிகைகள் இருந்த பகுதியை நோக்கி ஜனங்கள் திரள் திரளாகப் போய்க்கொண்டிருந்தார்கள். ஆண்களும், பெண்களும், வயோதிகர்களும், வாலிபர்களும், சிறுவர்களும் கூட்டம் கூட்டமாகச் சென்றார்கள். சைவர்களும் வைஷ்ணவர்களும்; பௌத்தர்களும், சமணர்களும் அக்கூட்டத்தில் கலந்திருந்தார்கள். கடும் விரதங்கள் கொண்ட காலாமுகர்கள் சிலரும் அக்கூட்டத்தில் ஆங்காங்குக் காணப்பட்டார்கள். மக்களில் அநேகர் அழுது புலம்பிக்கொண்டு

சென்றார்கள். பலர் பழுவேட்டரையர்களை வாயாரச் சபித்துக் கொண்டு சென்றார்கள்.

வாலிபர்கள் சிலர் ஆங்காங்கே கையில் கழிகளுடன் காணப்பட்டார்கள். அவர்கள் அவ்வப்போது ஒருவருடைய கழியை இன்னொருவர் தட்டி ஓசைப் படுத்திக்கொண்டு சென்றார்கள். கழி அடிபடும் ஓசை கேட்டதும், "பழுவேட்டரையர்களின் தலையில் அப்படிப் போடு!" என்று சிலர் மெதுவாகச் சொன்னார்கள்; சிலர் அவ்வாறு சத்தம் போட்டும் கத்தினார்கள். சத்தம் போட்டுக் கத்தியவர்களில் காலாமுகர்கள் முக்கியமாயிருந்தார்கள்.

பழையாறையிலிருந்த முக்கியமான இராஜ மாளிகைகளின் முன் முகப்புகள் பிறைச்சந்திரன் வடிவமாக அமைந்திருந்தன.

எல்லா மாளிகைகளுக்கும் சேர்ந்து முன் பக்கத்தில் விசாலமான நிலாமுற்றம் இருந்தது. விசேஷமான சந்தர்ப்பங்களில் பதினாயிரக்கணக்கான மக்கள் கூடி நிற்கும்படியாக அந்த நிலா முற்றம் விசாலமாய் இருந்தது. முற்றத்தைச் சூழ்ந்து வெளிப்புறத்தில் உயரமான மதில் சுவர் இருந்தது. அந்த மதில் சுவருக்கு மூன்று வாசல்கள் இருந்தன. ஒவ்வொரு வாசலிலும் சில அரண்மனைச் சேவகர்கள் காவல் புரிந்தார்கள்.

திரள் திரளாக வந்து கொண்டிருந்த கூட்டம் நிலாமுற்றத்தின் மூன்று வாசல்களின் அருகிலும் வந்து சேரத்தொடங்கியது. வினாடிக்கு வினாடி கூட்டம் அதிகமாகிக்கொண்டிருந்தது. செய்தி கொண்டு வந்திருந்த இருவரையும் அவர்களை அழைத்து வந்த ஊர் சேவகர்களையும் மட்டும் அரண்மனைக் காவலர்கள் உள்ளே விட்டார்கள். மற்றவர்களைத் தடுத்து நிறுத்தினார்கள். ஆனால் வெகுநேரம் தடுத்து நிறுத்த முடியவில்லை. கூட்டத்தில் எங்கிருந்து கிளம்புகின்றன என்று தெரியாதபடி, சில குரல்கள் உள்ளே போங்கள்! உள்ளே போங்கள்! என்று கூவின. பின்னாலிருந்தவர்கள் முன்னாலிருந்தவர்களைத் தள்ளினார்கள். கடலின் அலைகள் ஒன்றையொன்று தள்ளிக்கொண்டு வந்து கடைசியில் பேரலையைக் கரையிலேயே போய் மோதும்படி செய்கின்றனவல்லவா? அது போலவே இந்த ஜனசமுத்திரத்திலும் நடந்தது.

முன்னாலிருந்தவர்கள் பின்னால் வந்தவர்களால் மோதப்பட்டு வாசற் காவல் புரிந்த சேவகர்களைத் தள்ளிக் கொண்டு உள்ளே புகுந்தார்கள். அவ்வளவுதான்! காவேரிக்கரையில் சிறிய உடைப்பு எடுத்தாலும் வரவரப் பெரிதாகி வெள்ளம் குபுகுபுவென்று பாய்வது போல், ஜனங்கள் நிலா முற்றத்தில் தடதடவென்று பிரவேசித்தனர். சிறிது நேரத்திற்குள் நிலா முற்றம் நிறைந்து விட்டது. ஆயிரக்கணக்கான மக்கள் அங்கே சேர்ந்துவிட்டார்கள்.

இப்படி ஜனங்கள் கட்டுக்காவல்களை மீறி நிலா முற்றத்தில் புகுந்து கொண்டிருந்த போது ஏற்பட்ட ஆரவாரத்தைத்தான் செம்பியன் மாதேவி மதுராந்தகனோடு பேசிக்கொண்டிருக்கையில் கேட்டார். குமாரனுடன் வாதாடுவதை அத்துடன் நிறுத்திவிட்டு அரண்மனை மேல் மாடத்தில் முன் முகப்புக்கு வந்து சேர்ந்தார். தெய்வீகக்களை பொருந்திய அப்பெரு மூதாட்டியின் திருமுகத்தையும், கூப்பிய கைகளுடன் அவர் நின்ற சாந்தமான தோற்றத்தையும் பார்த்ததும் அந்த ஜனசமுத்திரத்தின் ஆரவாரம் அடங்கியது. சில வினாடி நேரம் அங்கே நிசப்தம் குடி கொண்டிருந்தது.

"தாயே! எங்கள் இளவரசர் எங்கே? பொன்னியின் செல்வர் எங்கே? தங்கள் கண்ணுக்குக் கண்ணான அருள்மொழி வர்மர் எங்கே?" என்று அக்கூட்டத்தில் சில குரல்கள் எழுந்தன. அவ்வளவுதான்; அந்த ஜன சமுத்திரத்தில் முன்னை விடப் பன்மடங்கு ஆரவாரம் கிளம்பிவிட்டது.

செம்பியன் மாதேவி ஒன்றும் புரியாதவராகத் திகைத்து நின்றார். 'பழையாறை மக்களின் இதயங்களைக் கொள்ளை கொண்டிருந்த பொன்னியின் செல்வனுக்கு ஏதோ ஆபத்து நேர்ந்துவிட்டது' என்பதை மட்டும் அறிந்தாள். அது என்ன ஆபத்து? எப்படி நேர்ந்தது? பழுவேட்டரையர்களே ஏதேனும் விபரீதமான காரியம் செய்து சோழ குலத்துக்கும், மதுராந்தகனுக்கும் அழியாத பழியை உண்டாக்கி விட்டார்களோ?

இச்சமயத்தில் தஞ்சாவூர் தூதர்கள் இடித்துப் பிடித்து ஜனங்களைத் தள்ளிக்கொண்டு முன்னால் வந்து சேர்ந்தார்கள். அவர்களை அழைத்துக் கொண்டு வந்த சேவகர்களில் ஒருவன், "பெருமாட்டி! இவர்கள் தஞ்சாவூரிலிருந்து முக்கியமான செய்தி கொண்டு வந்திருக்கிறார்கள்!" என்றான்.

செம்பியன் மாதேவி ஜனக் கூட்டத்தைப் பார்த்து கை அமர்த்திவிட்டுத் தூதர்களை நோக்கி, "என்ன செய்தி கொண்டு வந்தீர்கள்?" என்று கேட்டார்.

"தாயே! மிகத் துயரமான செய்தி கொண்டு வந்திருக்கும் அபாக்கியசாலிகள் நாங்கள். சக்கரவர்த்தியின் கட்டளையின் பேரில் இளவரசர் அருள்மொழிவர்மர் இலங்கையிலிருந்து கோடிக்கரைக்குக் கப்பலில் வந்துகொண்டிருந்தார்; வரும் வழியில் சுழிக்காற்றில் கப்பல் அகப்பட்டுக் கொண்டுவிட்டது. துணையாக வந்த கப்பல் உடைந்து முழுகிவிட்டது. அதிலிருந்தவர்களைக் காப்பாற்றுவதற்காக இளவரசர் கடலில் குதித்தார். பிறகு அகப்படவில்லை. கடலிலும் கடற்கரையெங்கும் தேடுவதற்கு ஏற்பாடு செய்திருக்கிறது. சக்கரவர்த்தியும், மலையமான் மகளாரும் இச்செய்தியைக் கேட்டுப் பெருந்துயரில் ஆழ்ந்திருக்கிறார்கள். தங்களையும் மதுராந்தகத் தேவரையும், இளைய பிராட்டியையும் உடனே புறப்பட்டு தஞ்சைக்கு வரும்படி சக்கரவர்த்தி எங்கள் மூலம் செய்தி அனுப்பி இருக்கிறார்!"

இவ்வாறு தூதர்கள் கூறியது செம்பியன் மாதேவியின் காதிலும் விழுந்தது. அதே சமயத்தில் ஜனக் கூட்டத்தின் செவிகளிலும் விழுந்தது. செம்பியன் மாதேவியின் கண்களில் நீர் தாரை தாரையாகப் பெருகியது. அதைப் பார்த்த ஜனங்கள் மேலும் 'ஓ' என்று கதறினார்கள்.

கூட்டத்தில் முன்புறம் இருந்தவர்களில் ஒருவர், "தாயே! தாங்கள் தஞ்சை போகக்கூடாது; இளையபிராட்டியும் தஞ்சைக்குப் போகக் கூடாது! சக்கரவர்த்தியை இங்கே வரும்படி செய்ய வேண்டும்" என்று கூவினார்.

"பொன்னியின் செல்வர் கடலில் முழுகிவிட்டார் என்பது பொய்; பழுவேட்டரையர்கள்தான் அவரைக் கொன்றிருப்பார்கள்!" என்றார் இன்னொருவர்.

"மதுராந்தகரும் இனி தஞ்சைக்குப் போகக் கூடாது. இங்கேயே இருக்கவேண்டும்" என்று இன்னொரு குரல் கேட்டது.

"இளைய பிராட்டி எங்கே? அவரை நாங்கள் பார்க்க வேண்டும்!" என்று குரல்கள் கூவின.

செம்பியன் மாதேவி தம் அருகிலிருந்த சேடிகளில் ஒருத்தியைப் பார்த்து இளவரசியை அழைத்து வரச் சொன்னார்.

கீழே கூட்டத்தில் கலந்து நின்றுகொண்டிருந்த ஆழ்வார்க்கடியானும் அதே சமயத்தில் அங்கிருந்து நகர்ந்து சென்றான். பழையபடி குறுக்கு வழியில் விரைவாகச் சென்று குந்தவை தேவி வானதியை மூர்ச்சை தெளிவித்துக் கொண்டிருந்த கொடி வீட்டைக் கண்டுபிடித்தான். வந்தியத்தேவனிடம் இளையபிராட்டி கூறிய கடைசி வார்த்தைகளைக் கேட்டுக்கொண்டே சென்று அரண்மனை முற்றத்தில் நடக்கும் அமர்க்களத்தைப் பற்றி அறிவித்தான்.

இளைய பிராட்டி வானதிக்கு சைத்யோபசாரம் செய்யும் வேலையைப் பணிப்பெண்களிடம் ஒப்புவித்துவிட்டு, அவசரமாகக் கிளம்பினாள்.

இளையபிராட்டி குந்தவை தேவி அரண்மனை மேல் மாட முகப்பில் செம்பியன் மாதேவியின் அருகில் நெருங்கியபோது அந்த மூதாட்டியின் கண்களிலிருந்து கண்ணீர் பெருகுவதைக் கவனித்தாள். அந்தக் காட்சி குந்தவையின் கண்களிலும் கண்ணீர் பெருகச் செய்தது. இதைக் கண்ட ஜனசமூகம் மேலும் துயர சாகரத்தில் மூழ்கியது.

"பொன்னியின் செல்வர் கடலில் மூழ்கவில்லை. பழுவேட்டரையர்கள் கொன்று விட்டார்கள். அவர்களைப் பழிக்குப் பழி வாங்க வேண்டும்!"

"சக்கரவர்த்தியைப் பழுவேட்டரையர்கள் சிறையில் வைத்திருக்கிறார்கள். அவரை விடுவித்து அழைத்து வர வேண்டும். இளவரசி கட்டளையிட்டால் இந்தக் கணமே நாங்கள் புறப்படச் சித்தமாயிருக்கிறோம்."

இவ்வாறெல்லாம் அந்தக் கூட்டத்திலிருந்தவர்கள் இளைய பிராட்டியைப் பார்த்துக் கூறினார்கள்.

குந்தவையின் மனம் தீவிரமாகச் சிந்தித்தது. இளவரசர் உயிரோடிருக்கிறார் என்ற உண்மையை இப்பொழுது வெளியிடக் கூடாது. ஆனால் ஜனங்களையும் சமாதானப்படுத்தி அனுப்ப வேண்டும். அதற்கு ஒரு வழி தோன்றியது.

கண்ணில் பெருகிய கண்ணீரைத் துடைத்துக்கொண்டு, ஜனக் கூட்டத்தின் முன்வரிசையில் நின்றவர்களை இளவரசி நோக்கினாள். அதற்குள் ஆழ்வார்க்கடியானும், வந்தியத்தேவனும் அங்கே வந்து நின்று கொண்டிருந்தார்கள். ஆழ்வார்க்கடியானைப் பார்த்து இளையபிராட்டி மேலே வரும்படி சமிக்ஞை செய்தாள். ஆழ்வார்க்கடியான் அவ்விதமே மேலே ஏறிச் சென்றான். அவனிடம் குந்தவை மெல்லிய குரலில் ஏதோ கூறினாள்.

ஆழ்வார்க்கடியான் ஜனங்களைப் பார்த்துக் கையமர்த்தினான். இடி முழக்கம் போன்ற பெரிய குரலில் கூறினான்:

"பொன்னியின் செல்வர் இறந்திருப்பார் என்று இளைய பிராட்டியினால் நம்ப முடியவில்லை. முன்னொரு சமயம் காவேரித்தாய் இளவரசரை ஏந்திக் காப்பாற்றியதுபோல் சமுத்திர ராஜனும் அவரைக் காப்பாற்றியிருப்பான் என்று நம்புகிறார். நிமித்தக்காரனைக் கேட்டதில் அவனும் அப்படியே சொல்கிறானாம். இளவரசரைத் தேடிக் கண்டுபிடிக்க இளைய பிராட்டி தக்க ஏற்பாடு செய்வார். உங்களையெல்லாம் நிம்மதியாக வீட்டுக்குத் திரும்பிப் போகும்படி கேட்டுக் கொள்கிறார்!"

இதைக் கேட்டதும் அந்த ஜனக் கூட்டத்தில் ஒரு பெரிய ஆசுவாச நெடுமூச்சைப் போன்ற சத்தம் எழுந்தது.

"நிமித்தக்காரன் எங்கே? அவன் வாயினால் நாங்களும் அந்த நல்ல செய்தியைக் கேட்கிறோம்" என்றார் ஒருவர்.

இதுதான் சமயம் என்று வந்தியத்தேவன் தாவிக் குதித்து மேல் மாடத்துக்குச் சென்றான். ஆழ்வார்க்கடியான் அருகில் போய் நின்றுகொண்டு "இளவரசருக்குப் பெரிய கண்டம் நேர்ந்தது உண்மைதான். ஆனால் அவருடைய உயிருக்கு அபாயம் ஒன்றும் நேரவில்லை; விரைவில் கிடைத்து விடுவார்!" என்றான்.

"உனக்கு எப்படி தெரியும்?" என்றது ஒரு குரல்.

"நான் நிமித்தக்காரன்; கிரகங்களையும் நட்சத்திரங்களையும் பார்த்து அறிந்துகொண்டேன்; நிமித்தங்களைப் பார்த்துத் தெரிந்து கொண்டேன்."

"பொய்! நீ சொல்வது பொய்! நீ நிமித்தக்காரன் அல்ல! நீ ஒற்றன்!" என்றது அதே குரல்.

வந்தியத்தேவன் அந்தக் குரலுக்கு உரியவனைக் கவனித்துப் பார்த்தான். அவன் வைத்தியர் மகன் என்பதை அறிந்து கொண்டான்.

"பைத்தியக்காரா! என்னையா ஒற்றன் என்று சொல்லுகிறாய்? நான் ஒற்றனாயிருந்தால், யாருடைய ஒற்றன்?" என்று கேட்டான்.

"பழுவேட்டரையர்களுடைய ஒற்றன்" என்று வைத்தியர் மகன் பளிச்சென்று மறுமொழி கூறினான்.

"என்ன சொன்னாய்?" என்று வந்தியத்தேவன் கர்ஜித்தான்.

ஜனங்கள் கீழே நின்ற நிலா முற்றத்திலிருந்த வந்தியத்தேவன் நின்ற மேல் மாடம் பன்னிரண்டு அடி உயரத்தில் இருந்தது. அதை அவன் பொருட்படுத்தாமல் மேல் மாடத்திலிருந்து வைத்தியர் மகன் பேரில் பாய்ந்தான். இருவருக்கும் துவந்த யுத்தம் ஆரம்பமாயிற்று. சண்டை என்றால் எல்லாருக்கும், எல்லாக் காலத்திலும் வேடிக்கை பார்ப்பதில் பிரியம் உண்டு அல்லவா?

வந்தியத்தேவனுக்கும், வைத்தியர் மகனுக்கும் சண்டை நடந்த இடத்தைச் சுற்றி இடைவெளி விட்டு ஜனங்கள் வட்டவடிவமாக நின்று வேடிக்கை பார்க்கத் தொடங்கினார்கள். மேல் மாடத்தில் இருந்தவர்கள் கவலையுடன் அதை நோக்கினார்கள். ஜனக்கூட்டதில் பெரும்பாலோர் விஷயம் இன்னதென்று தெரிந்து கொள்ளாமலே முன்னைவிட அதிகக் கூச்சல் போடத் தொடங்கினார்கள்.

இச்சமயத்தில் வாசற் பக்கத்திலிருந்து சங்கநாதமும் கொம்புகளின் முழக்கமும் கேட்டன.

"முதன் மந்திரி அநிருத்தப் பிரம்மராயர் வருகிறார் வழிவிடுங்கள்!" என்ற குரல் முழக்கமும் கேட்டது.

அந்தப் பெருங்கூட்டத்தில் முதன் மந்திரிக்குத் தானாகவே வழி ஏற்பட்டது.

⊙

26. அநிருத்தரின் பிரார்த்தனை

முதன் மந்திரி அநிருத்தப் பிரம்மராயர் வீற்றிருந்த பல்லக்கு நிலாமுற்றத்தில் கூடியிருந்த ஜனக்கூட்டத்தைப் பிளந்து வழி ஏற்படுத்திக் கொண்டு வந்தது. இருபக்கமும் விலகி நின்ற மக்கள் முதன் மந்திரியிடம் தங்களுடைய மரியாதையைத் தெரிவித்துக் கொண்டார்கள். பலர் இளவரசரைப் பற்றிய தங்கள் கவலையையும் வெளியிட்டார்கள். முதன் மந்திரியும் கவலை தேங்கிய முகத்துடனேதான் தோன்றினார். ஆனாலும் இரு கைகளையும் தூக்கி ஜனங்களுக்கு ஆறுதலும் ஆசியும் கூறும் பாவனையில் சமிக்ஞை செய்துகொண்டு சென்றார். அரண்மனைக் கட்டடத்தின் முகப்பை அடைந்ததும் பல்லக்கு கீழே இறக்கப்பட்டது. முதன் மந்திரி வெளி வந்து முதலில் மேலே நோக்கினார். பெரிய ராணியும் இளவரசியும் அங்கே நிற்பதைப் பார்த்து, வணக்கம் செலுத்தினார். பிறகு, துவந்த யுத்தம் நடந்த இடத்தை நோக்கினார். இவ்வளவு நேரம் தங்களைச் சுற்றி நடப்பது ஒன்றையும் தெரிந்து கொள்ளாமல் வந்தியத்தேவனும், பினாகபாணியும் சண்டை போட்டுக்கொண்டிருந்தார்கள். ஆழ்வார்க்கடியான் இதற்குள் இறங்கிவந்து முதன் மந்திரியின் காதருகில் ஏதோ சொன்னான். அவர் தம்முடன் வந்த சேவகர்களைப் பார்த்து, "அரண்மனை முற்றத்தில் கலகம் செய்யும் இந்த முரடர்களை உடனே சிறைப்படுத்துங்கள்!" என்று கட்டளையிட்டார்; சேவகர்களுடன் ஆழ்வார்க்கடியானும் கூட்டத்தைப் பிளந்துகொண்டு சென்றான்.

சண்டை போட்ட இருவரையும் சேவகர்கள் கைப்பற்றி அவர்களுடைய கைகளை வாரினால் பிணைத்தார்கள். ஆழ்வார்க்கடியான் வந்தியத்தேவனை நோக்கி ஜாடை செய்யவே, அவன் தன்னைச் சிறைப்படுத்தும்போது சும்மாயிருந்தான்.

அநிருத்தர் மேல்மாடத்துக்குச் சென்றார். அங்கு நின்றபடி ஜனங்களைப்பார்த்து, "உங்களுடைய கவலையையும் கோபத்தையும் நான் அறிவேன். சக்கரவர்த்தியும், ராணிமார்களும் உங்களைப் போலவே துயரத்தில் ஆழ்ந்திருந்தார்கள். அவர்களுடைய கவலையை அதிகப்படுத்தும்படியான காரியம் எதுவும் நீங்கள் செய்யவேண்டாம். இளவரசரைத் தேடுவதற்கு வேண்டிய ஏற்பாடு செய்திருக்கிறது. நீங்கள் எல்லோரும் அமைதியாக வீடு திரும்புங்கள்" என்று கூறினார்.

"சக்கரவர்த்தியை நாங்கள் பார்க்கவேண்டும். சக்கரவர்த்தி பழையாறைக்குத் திரும்பி வரவேண்டும்" என்று கூட்டத்தில் ஒருவரும் கூறினார்.

"இலங்கையில் உள்ள எங்கள் ஊர் வீரர்கள் கதி என்ன?" என்று இன்னொருவர் கேட்டார்.

"சக்கரவர்த்தி தஞ்சை அரண்மனையில் பத்திரமாயிருக்கிறார். அவர் தங்கியுள்ள அரண்மனையை இப்போது வேளக்காரப்படையினர் இரவு பகல் என்று காவல் புரிகின்றனர். கூடிய சீக்கிரத்தில் சக்கரவர்த்தியை இந்த நகருக்கு நானே அழைத்து வருகிறேன். இலங்கையில் உள்ள நம் வீரர்களைப் பற்றியும் உங்களுக்கு கவலை வேண்டாம்; ஈழத்துப் போர் நமக்குப் பூரண வெற்றியுடன் முடிந்து விட்டது. நம் வீரர்கள் விரைவில் திரும்பி வந்து சேருவார்கள்!" என்று முதன் மந்திரி அறிவித்ததும் கூட்டத்தில் பெரும் உற்சாக ஆரவாரம் ஏற்பட்டது. சுந்தரசோழரையும், அன்பில் அநிருத்தரையும் வாழ்த்திக் கொண்டு ஜனங்கள் திரும்பலானார்கள்.

முதன் மந்திரி பெரிய மகாராணியைப் பார்த்து, "தேவி, தங்களிடம் மிக முக்கியமான விஷயங்களைப் பற்றிப் பேச வேண்டும்! அரண்மனைக்குள் போகலாமா?" என்றார். இளவரசியைத் திரும்பி பார்த்து, "அம்மா! உன்னிடம் பிற்பாடு வருகிறேன்" என்று கூறியதும், குந்தவை தன்னுடைய இருப்பிடத்துக்குப் புறப்பட்டாள்.

அவளுடைய மனத்தில் இப்போது பல கவலைகள் குடிகொண்டன. சோழ சாம்ராஜ்யத்தில் யாராவது ஒருவரிடம் குந்தவை பயம் கொண்டிருந்தாள் என்றால், அவர் முதன் மந்திரி அநிருத்தர்தான். கழுகுப் பார்வையுள்ள மனிதர் அவர். புறக்கண்களினால் பார்ப்பதைத் தவிர எதிரேயுள்ளவர்களின் நெஞ்சிலும் ஊடுருவிப் பார்த்து, அவர்களுடைய அந்தரங்க எண்ணங்களை அறியும் ஆற்றல் படைத்தவர். அவருக்கு எவ்வளவு தெரியும் – எவ்வளவு தெரியாது; அவரிடம் எதைச் சொல்லலாம் எதைச் சொல்லாமல் விடலாம் என்பதைப்பற்றி இளைய பிராட்டிக்கு ஒரே குழப்பமாயிருந்தது. வாணர் குல வீரரையும், பினாகபாணியையும் சேர்த்து அவர் சிறைப்படுத்தும்படி கட்டளையிட்டது இளவரசிக்கு ஆத்திரத்தை உண்டு பண்ணியது. அதை வெளிக் காட்டிக் கொள்ளவும் முடியவில்லை. அந்த மாபெரும் ஜனக்கூட்டத்தின் முன்னால் வந்தியத்தேவனுக்குப் பரிந்து பேசவும் முடியவில்லை. "என்னிடம் பிற்பாடு வரப்போகிறாராமே? வரட்டும்; ஒரு கை பார்த்து விடுகிறேன்!" என்று மனத்தில் கறுவிக்கொண்டே தன் அந்தப்புரத்தை நோக்கி விரைந்து சென்றாள்.

செம்பியன் மாதேவி சோழ சாம்ராஜ்யத்தில் அனைவருடைய பயபக்தி மரியாதைக்கும் உரியவராயிருந்தவர். முதன் மந்திரி அநிருத்தப் பிரம்மராயரும் அதற்கு விலக்கானவர் அல்ல. ஆனாலும், அம்மூதாட்டி இச்சமயம் ஏதோ ஒருவித பயத்துடனேயே நடந்து கொண்டார். அநிருத்தர் ஆசனத்தில் அமர்ந்த பிறகே தாம் அமர்ந்தார்.

"ஐயா! சில காலமாக என் தலையில் இடிமேல் இடியாக விழுந்து கொண்டிருக்கிறது. நீரும் அத்தகைய செய்தி ஏதேனும் கொண்டு வந்தீரா? அல்லது ஆறுதலான வார்த்தை சொல்லப் போகிறீரா?" என்று வினவினார்.

"அம்மணி! மன்னியுங்கள்! தங்கள் கேள்விக்கு என்னால் விடை சொல்ல முடியவில்லை. நான் கொண்டு வந்திருக்கும் செய்தியைத் தாங்கள் ஏற்றுக்கொள்ளும் விதத்தைப் பொறுத்திருக்கிறது!" என்றார் தந்திரத்திலே தேர்ந்த மாதிரி.

"பொன்னியின் செல்வனைப் பற்றிய செய்தி உண்மைதானா, ஐயா! என்னால் நம்பவே முடியவில்லையே? அருள் மொழிவர்மனைப் பற்றி நாம் என்னவெல்லாம் நம்பிக் கொண்டிருந்தோம்? இந்த உலகத்தையே ஒரு குடை நிழலில் ஆளப்பிறந்தவன் என்று நாம் எத்தனை தடவை பேசியிருக்கிறோம்?..."

"பெருமாட்டி! ஜோசியர்கள் அவ்விதம் சொல்வதாகத் தாங்கள் என்னிடம் கூறியது உண்மைதான். அடியேன் தங்களை மறுத்தும் பேசியதில்லை; ஒத்துக்கொண்டும் பேசியதில்லை!"

"அது போகட்டும்; இப்போது சொல்லுங்கள். பொன்னியின் செல்வனைச் சமுத்திர ராஜன் கொள்ளை கொண்டு விட்டது நிச்சயந்தானா?"

"நிச்சயம் என்று யார் சொல்ல முடியும், தாயே! அம்மாதிரி செய்தி நாடு நகரமெங்கும் பரவியிருப்பது நிச்சயம்."

"அது உண்மை என்று ஏற்பட்டால், இந்தச் சோழ நாட்டின் கதி என்ன? எத்தகைய விபரீதங்கள் ஏற்படும்?"

"விபரீதங்கள் அது உண்மை என்று ஏற்படும் வரையில் காத்திருக்கப் போவதில்லையென்று தோன்றுகிறது..."

"ஆம், ஆம்! விபரீதம் நேரிடுவதற்கு வதந்தியே போதுமானதுதான். இந்தப் பழையாறை நகரமக்கள் இவ்வளவு ஆத்திரங்கொண்டு திரளாக அரண்மனைக்குள் பிரவேசித்ததை இதுவரையில் நான் பார்த்ததில்லை..."

"பழையாறையில் மட்டுந்தான் இப்படி நடந்ததென்று கருத வேண்டாம்; தஞ் சாவூர் நகரம் நேற்று முதல் அல்லோலகல்லோலமாயிருக்கிறது. வேளக்காரப் படையினர் சக்கரவர்த்தியின் அரண்மனையைவிட்டு நகர மறுத்து விட்டார்கள். மக்கள் கோட்டைக்குள் திரள் திரளாகப் புகுந்து பழுவேட்டரையர்களின் மாளிகைகளைச் சூழ்ந்து கொண்டார்கள். மதங் கொண்ட யானைகளை ஜனங்கள் பேரில் ஏவி விட்டு அவர்களைக் கலைந்து போகும்படி செய்ய வேண்டியதாயிற்று..."

"ஐயோ! இது என்ன விபரீதம்! எத்தகைய பயங்கரமான செய்தி!"

"மதுராந்தகர் பழையாறைக்கு வந்துவிட்டதே நல்லதாய்ப் போயிற்று. இல்லாவிடில் அந்தப் பயங்கரமான பழி அவரையும் சேர்ந்திருக்கும்..."

"ஐயா! மதுராந்தகன் எப்படி மாறிப் போயிருக்கிறான் என்று தெரிந்தால் ஆச்சரியப்பட்டுப் போவீர்கள்."

"ஆச்சரியப்பட மாட்டேன், தாயே! அவை எல்லாம் எனக்குச் சில காலமாகத் தெரிந்த விஷயந்தான்."

"தெரிந்திருந்தும் அவனுடைய மனத்தை மாற்ற தாங்கள் ஒரு முயற்சியும் செய்யவில்லை. இப்போதாவது யோசனை சொல்லி உதவுங்கள்."

"அம்மா! மதுராந்தகருடைய மனத்தை மாற்ற வேண்டிய அவசியம் இருப்பதாக எனக்குத் தோன்றவில்லை. அவருடைய கட்சியை ஆதரித்துப் பேசவே நான் வந்திருக்கிறேன்..."

"அப்படியென்றால்? எனக்கு விளங்கவில்லை, ஐயா!"

"அம்மணி! மதுராந்தகர் இந்தச் சோழ சிங்காதனம் தமக்கு உரியது என்று கருதுகிறார். சக்கரவர்த்திக்குப் பிறகு தாம் இந்த இராஜ்யத்தை ஆளவேண்டுமென்று ஆசைப்படுகிறார். அது நியாயமான ஆசை, நன்றாக அவர் மனத்தில் வேரூன்றி விட்ட ஆசை. அதைத் தடுக்க முயல்வதனால் சோழ ராஜ்யத்துக்கு நன்மை ஏற்படாது. அதை நிறைவேற்றி வைப்பதுதான் உசிதம்..."

"ஐயோ! இது என்ன வார்த்தை? தாங்கள் கூடவா சோழ சக்கரவர்த்திக்குத் துரோகம் செய்யத் துணிந்துவிட்டீர்கள்? இது என்ன விபரீத காலம்?"

"பெருமாட்டி! சக்கரவர்த்திக்குத் துரோகம் செய்ய நான் கனவிலும் கருதியதில்லை. சக்கரவர்த்தியின் கட்டளையின் பேரிலேயே வந்தேன். அவர் தங்களிடம் விண்ணப்பித்துக் கொள்ளச் சொன்னதைத்தான் சொல்கிறேன், சக்கரவர்த்தியின் காலத்துக்குப் பிறகு மதுராந்தகர் சிங்காதனம் ஏற விரும்புகிறார். பழுவேட்டரையர்கள் அதற்காகச் சதி செய்கிறார்கள். ஆனால் சக்கரவர்த்தி இப்போது மதுராந்தகருக்கு முடிசூட்டி விட்டுச் சிங்காசனத்திலிருந்து விலகிக் கொள்ள விரும்புகிறார். இதற்குத் தங்கள் சம்மதத்தைப் பெற்று வரும்படி என்னை அனுப்பியிருக்கிறார்..."

"சக்கரவர்த்தி அவ்விதம் செய்ய விரும்பலாம். ஆனால் அதற்கு என்னுடைய சம்மதம் ஒருநாளும் கிட்டாது. என் பதியின் விருப்பத்துக்கு விரோதமான இந்தக் காரியத்தை நான் ஒப்புக்கொள்ள மாட்டேன். கல்விக் கடலின் கரை கண்ட முதல் அமைச்சரே! சக்கரவர்த்தியே சொன்னாலும் தாங்கள் இந்த முறைதவறான காரியத்தை என்னிடம் சொல்ல எப்படி வந்தீர்? சோழ சிங்காசன உரிமையைப் பற்றித் தங்களுக்கும் எனக்கும் மட்டும் தெரிந்த சில உண்மைகள் இருக்கின்றனவென்பதைத் தாங்கள் அடியோடு மறந்துவிட்டீர்களா...?"

"அம்மணி! நான் எதையும் மறக்கவில்லை. தங்களுக்குத் தெரியாத சில உண்மைகளும் எனக்குத் தெரியும். ஆகையினாலேயே சக்கரவர்த்தியின் தூதனாகத் தங்களிடம் வந்தேன்..."

"ஐயா! தங்களுடைய மதி நுட்பமும், இராஜ தந்திரமும் உலகம் அறிந்தவை. அவற்றைப் பெண்பாலாகிய என்னிடம் காட்ட வேண்டாம்..."

"பெருமாட்டி! தங்களிடம் நான் வாதாட வரவில்லை. என் சாமர்த்தியத்தைக் காட்டுவதற்கும் வரவில்லை. இந்தச் சோழநாட்டைப் பேரபாயத்திலிருந்து காப்பாற்றி அருளும்படி மன்றாடிப் பிரார்த்தனை செய்ய வந்தேன்."

"தங்கள் பிரார்த்தனையைப் பிறைசூடும் பெருமானிடம் செலுத்திக் கொள்ளுங்கள், அல்லது தங்கள் இஷ்ட தெய்வமான விஷ்ணு மூர்த்தியிடம் பிரார்த்தனை செய்யுங்கள்..."

"ஆம், தாயே! தாங்கள் பெரிய மனது செய்யாமற் போனால் அம்பலத்தானும், அரங்கத்தானும்தான் இந்த நாட்டைக் காப்பாற்ற வேண்டும்."

"அப்படி என்ன ஆபத்து, இந்த நாட்டுக்கு வந்துவிட்டது? மதுராந்தகன் சிங்காதனம் ஏறுவதால் அதை எப்படித் தடுக்க முடியும்?"

"கேளுங்கள், பெருமாட்டி! இன்றைக்கு இந்நகர மாந்தர் கொதித்தெழுந்தது போல், காஞ்சிபுரத்திலிருந்து இராமேசுவரம் வரை உள்ள மக்கள் இன்னும் இரண்டு மூன்று நாளைக்குள் ஆத்திரமடைந்து கொதித்தெழுவார்கள். அத்துடன் முடிந்து விடாது, இலங்கையிலிருந்து பூதிவிக்கிரமகேசரி ஏற்கனவே, படை திரட்டிக்கொண்டு புறப்பட்டு விட்டார் என்று அறிகிறேன். ஆதித்த கரிகாலனுக்குச் செய்தி எட்டும்போது அவனும் பொறுக்கமாட்டான். வடதிசை சைன்யத்துடன் தஞ்சையை நோக்கிக் கிளம்புவான். பழுவேட்டரையர்களும், மற்ற சிற்றரசர்களும் ஏற்கெனவே படை திரட்டிக் கொண்டிருக்கிறார்கள். கௌரவர்களுக்கும் பாண்டவர்களுக்கும் நடந்த யுத்தத்தைப் போன்ற பயங்கரமான தாயாதிச் சண்டை இந்த நாட்டில் நடைபெறும். தங்களுடைய உற்றார் உறவினர் எல்லாரும் அழிந்துவிடுவார்கள். இதையெல்லாம் தாங்கள் பார்த்துக்கொண்டிருக்கப் போகிறீர்களா...?"

"ஐயா! மதிநுட்பம் மிகுந்த முதல் மந்திரியே! எனக்கு உற்றார் உறவினர் என்று யாரும் இல்லை. மேற்கே மலை நாட்டில் அவதரித்த சங்கரர் என்ற மகாபுருஷனைப் பற்றித் தாங்கள் கேள்விப்பட்டிருப்பீர். அந்த மகான்,

'மாதாச பார்வதி தேவி
பிதா தேவோ மகேச்வர
பாந்தவா: சிவபக்தாஸ்ச'

என்று அருளியிருக்கிறார். என்னுடைய அன்னை பார்வதி தேவி. என்தந்தை பரமசிவன்; என் உற்றார் உறவினர் சிவ பக்தர்கள், இந்த உலகில் வேறு பந்துக்கள் எனக்கு இல்லை..."

"அம்மணி! அதே சுலோகத்தில் சங்கரர் அருளியுள்ள நாலாவது வாக்கியத்தைத் தங்களுக்கு நினைவூட்டுகிறேன்.

'ஸ்வதேசோ புவனத்ரய'

என்றும் அவர்தான் சொல்லியிருக்கிறார். நாம் பிறந்த தேசந்தான் நமக்கு மூன்று உலகமும், தங்களுடைய சொந்த நாடு உள்நாட்டுச் சண்டையினால் அழிந்து போவதைத்

தாங்கள் பார்த்துக்கொண்டிருப்பீர்களா?"

"என்னுடைய சொந்த தேசம் எனக்கு மூன்று உலகத்தையும் விட அருமையானதுதான். ஆனால் இந்தச் சாண் அகலத்துச் சோழநாடுதான் நம்முடைய சொந்த நாடா? ஒரு நாளுமில்லை. வடக்கே கைலையங்கிரி வரையில் உள்ள நாடு என்னுடைய நாடு. சோழ நாட்டில் இடமில்லாவிட்டால் நான் காசி க்ஷேத்திரத்துக்குப் போவேன்; காஷ்மீரத்துக்கும் கைலாசத்துக்கும் போவேன். அப்படி யாத்திரை கிளம்பும் யோசனை எனக்கு வெகு நாளாக உண்டு, அதற்கு உதவி செய்யுங்கள்..."

"தாயே! தெற்கே திரிகோண மலையிலிருந்து வடக்கே இமோத்கிரி வரையில் உள்ள தேசம் நமது ஸ்வதேசம் என்று ஒத்துக்கொள்கிறேன். இப்படிப் பரந்துள்ள பாரத புண்ணிய பூமிக்குத் தற்போது பேரபாயம் நேர்ந்திருக்கிறது. பட்டாணியர்கள், துருக்கர்கள், மொகலாயர்கள், அராபியர்கள் என்னும் சாதியினர் பொங்கிக் கிளம்பி எந்தப் புது நாட்டைக் கைப்பற்றலாம் என்று புறப்பட்டிருக்கிறார்கள். ஆயிரம் வருஷங்களுக்கு முன்பு யவனர்களும், ஹுணர்களும் படையெடுத்து வந்ததுபோல் இந்தப் புதிய மதத்தினர் இப்போது அணிஅணியாக இந்நாட்டின் மீது படையெடுக்கப் புறப்பட்டிருக்கிறார்கள். இவர்களுடைய மதம் விசித்திரமான மதம். கோவில்களை இடிப்பதும் விக்கிரகங்களை உடைப்பதும் புண்ணியம் என்று நம்புகிறவர்கள். அம்மணி! இவர்களைத் தடுத்து நிறுத்தக்கூடிய பேரரசர்கள் யாரும் இப்போது வடநாட்டில் இல்லை. சோழநாட்டு வீரர்கள் கங்கை நதி வரையில், அப்பால் இமயமலை வரையில் சென்று பெரிய பாரத சாம்ராஜ்யத்தை ஸ்தாபிக்கப் போகிறார்கள் என்றும், கோயில்களை இடிக்கும் கூட்டங்களைத் தடுத்து நிறுத்தப் போகிறார்கள் என்றும், அடியேன் கனவு கண்டு வந்தேன். அந்தக் கனவை நனவாக்கத் தாங்கள் உதவி செய்யுங்கள். மதுராந்தகருக்குப் பட்டம் கட்டச் சம்மதித்து சோழநாட்டில் தாயாதிச் சண்டை ஏற்படாமலிருக்க உதவி புரியுங்கள்!"

இதைக்கேட்ட செம்பியன் மாதேவி சிறிது நேரம் சிந்தனையில் ஆழ்ந்திருந்தார். பின்னர், "ஐயா! ஏதேதோ இந்தப் பேதைப் பெண்ணுக்கு விளங்காத விஷயங்களைச் சொல்லி என்னைக் கலங்க அடித்து விட்டீர்கள். இந்தப் புண்ணிய பாரத பூமிக்கு அப்படிப்பட்ட ஆபத்து நேரிடுவதாயிருந்தால், அதை சர்வேசுவரன் பார்த்துத் தடுக்க வேண்டுமே தவிர, இந்த அபலையினால் என்ன செய்ய முடியும்? என்னுடைய கணவர் இறைவனடியைச் சேரும் சமயத்தில் எனக்குச் சொல்லிவிட்டுப் போனதை ஒருநாளும் நான் மறக்க மாட்டேன். அதற்கு விரோதமான காரியம் எதுவும் நான் செய்ய மாட்டேன்!" என்றார்.

"அப்படியானால் இதுவரையில் தாங்கள் அறியாத ஓர் உண்மையை இப்போது நான் தெரியப்படுத்தியாக வேண்டும்!" என்றார் அநிருத்தர்.

இச்சமயத்தில் மதுராந்தகன் அங்கே தடபுடலாகப் பிரவேசித்து, "அம்மா! இது என்ன நான் கேள்விப்படுவது? அருள்மொழிவர்மனைக் கடல் கொண்டு விட்டதா?" என்று கேட்டான்.

"பெருமாட்டி! தங்கள் செல்வக் குமாரருக்கு ஆறுதல் சொல்லுங்கள். நான் சொல்ல விரும்பியதை இன்னொரு சமயம் சொல்லிக் கொள்கிறேன்" என்று முதன் மந்திரி கூறி விட்டுக் கிளம்பினார்.

அவர் வாசற்படி தாண்டியதும், "இதோ போகிறாரே, இவர்தான் என்னுடைய முதன்மையான சத்துரு. நான் இங்கிருக்கும் போதே தங்களுக்குத் துர்போதனை செய்ய வந்துவிட்டார் அல்லவா?" என்று இளவரசர் மதுராந்தகன் கூறியது அநிருத்தரின் காதிலும் விழுந்தது.

⊙

27. குந்தவையின் திகைப்பு

முதன் மந்திரி அநிருத்தர் குந்தவையின் அரண்மனையை அடைந்தார். இளவரசி அவரைப் பார்த்ததும் எழுந்து நின்று நமஸ்கரித்தாள்.

"வீரத்திலும் குணத்திலும் சிறந்த கணவனை அடைந்து நீடூழி வாழ்வாயாக!" என்று முதன் மந்திரி அநிருத்தர் ஆசீர்வதித்தார்.

"ஐயா! இந்தச் சமயத்தில் இத்தகைய ஆசீர்வாதத்தைத் தானா செய்வது?" என்றாள் இளவரசி.

"ஏதோ இக்கிழவனுக்குத் தெரிந்த ஆசியைக் கூறினேன். வேறு எந்த ஆசியைக் கோருகிறாய், அம்மா?"

"என் அருமைத் தந்தையின் உடல் நிலையைப்பற்றி எல்லாரும் கவலைப்பட்டுக் கொண்டிருக்கிறோம். அருள்மொழிவர்மரைப் பற்றி நாடெல்லாம் கவலையில் ஆழ்ந்திருக்கிறது..."

"ஆனால் உன்னுடைய திரு முகத்தில் அதைப்பற்றிய கவலை எதையும் நான் காணவில்லையே, தாயே!"

"வீர மறக்குலத்தில் பிறந்தவள் நான். எல்லோரையும் போல் அபாயம் என்றதும் அழுதுகொண்டிருக்கச் சொல்கிறீர்களா?..."

"ஒரு நாளும் அவ்விதம் சொல்லமாட்டேன். என்னைப் போன்ற வீரமற்ற ஜனங்களுக்கு இளவரசி ஆறுதல் கூறும்படிதான் சொல்லுகிறேன்."

"ஆச்சாரியரே! தங்களுக்கா நான் ஆறுதல் கூறவேண்டும்? உலகமே புரண்டாலும், நிலை கலங்காத வயிர நெஞ்சம் படைத்தவராயிற்றே தாங்கள்!"

"அப்படிப்பட்ட என்னையும் கலக்கி விடுகிறாய், அம்மா! அந்தப்புரத்துப் பெண்கள் ஆடல் பாடல்களில் ஆனந்தமாகக் காலங்கழித்து வரவேண்டும் அதைவிட்டு இராஜாங்க விஷயங்களில் நீ தலையிட்டதனால் எத்தகைய விபரீதம் நேர்ந்தது பார்த்தாயா!"

"ஐயோ! இது என்ன பழி? நான் எந்த இராஜாங்க விஷயத்தில் தலையிட்டேன்? என்னால் என்ன விபரீதம் நடந்தது?"

"இன்னும் சில காலத்துக்குப் பொன்னியின் செல்வன் இலங்கையிலேயே இருக்கவேண்டும் என்று நான் சொல்லிவிட்டு வந்தேன். அதற்கு விரோதமாக நீ உடனே புறப்பட்டு வரும்படி உன் தம்பிக்கு ஓலை அனுப்பினாய். உன் விருப்பத்துக்கு மாறாக இந்தக் கிழவன் பேச்சை யார் மதிப்பார்கள்? அதனால் நேர்ந்துவிட்ட விபத்தைப் பார்த்தாயா? சோழநாட்டு மக்களின் கண்ணுக்குக் கண்ணான இளவரசரைக் கடல் கொண்டு விட்டது. சற்றுமுன் இந்த அரண்மனை வாசலில் ஜனத்திரள் கூடி ஆர்ப்பாட்டம் செய்ததைப் பார்த்தாய். இம்மாதிரி நாடெங்கும் இன்று குழப்பம் நடந்து வருகிறது. இந்த அல்லோலகல்லோலத்துக்குக் காரணம் நீயல்லவா தாயே!"

"என்னுடைய ஓலையைப் பார்த்துவிட்ட அருள்மொழிவர்மன் இலங்கையிலிருந்து புறப்பட்டான் என்று ஏன் சொல்கிறீர்கள்? பழுவேட்டரையர் இரண்டு கப்பல் நிறைய வீரர்களை அனுப்பி இளவரசனைச் சிறைப் பிடித்துக்கொண்டு வரச்செய்தது உமக்குத் தெரியாதா?"

"தெரியும் அம்மா! தெரியும்! அத்துடனிருந்தால், இப்பொழுது பொன்னியின் செல்வனுக்கு நேர்ந்துவிட்ட கதிக்குப் பழுவேட்டரையர்களைப் பொறுப்பாளிகளாக்கலாம். அவர்கள் அனுப்பிய கப்பல்கள் இரண்டும் நாசமாகிவிட்டன. உன்னுடைய ஓலைக்காகத்தான் இளவரசன் புறப்பட்டான் என்று அவர்கள் சொன்னால், யார் அதை மறுக்க முடியும்?"

"ஐயா! நான் ஓலை அனுப்பியது தங்களுக்கு எப்படித் தெரியும்? பழுவேட்டரையர்களுக்கு எப்படித் தெரியும்?"

"நல்ல கேள்வி கேட்டாய், அம்மா! எங்களுக்கு மட்டுந்தானா தெரியும்? உலகத்துக்கெல்லாம் தெரியும். நீ அனுப்பிய தூதன் இலங்கையில் முதலில் நம் வீரர்களால் சிறைப்படுத்தப்பட்டான். அதனால் இலங்கையில் உள்ளவர்களுக்கெல்லாம் தெரியும். அவனோடு கோடிக்கரை வரை சென்ற வைத்தியர் மகன் மூலமாக இந்த நாட்டில் உள்ளவர்களுக்கெல்லாம் தெரியும். நீ அந்தரங்கமாகச் செய்த காரியம் இவ்வளவு தூரம் அம்பலமாகியிருக்கிறது! ஆகையினாலேதான் ஸ்திரீகள் இராஜாங்கக் காரியங்களில் தலையிடக் கூடாது என்று நம் பெரியோர்கள் சொல்லியிருக்கிறார்கள்."

குந்தவை சிறிது நேரம் திகைத்துப் போய் நின்றாள். மறுமொழி என்ன சொல்வது என்று அவளுக்குத் தெரியவில்லை. முதல்மந்திரி நன்றாகத் தன்னை மடக்கிவிட்டார். அவர் சொல்வதில் உண்மை இருக்கத்தான் இருக்கிறது. இந்த எண்ணம் தோன்றியதும் வாணர்குல வீரன் மீது அவளுக்குக் கோபம் எழுந்தது. வீர சாகஸச் செயல்கள் அவன் செய்யக்கூடியவன்தான். ஆனால் காரியத்தைப் பகிரங்கப்படுத்திக் கெடுத்து விட்டானே? அவனைப் பார்த்து நன்றாகக் கண்டிக்க வேண்டும். இவ்வாறு எண்ணியதும் முதல் மந்திரியின் கட்டளையின்படி அவன் சிறைப்படுத்தப்பட்டது நினைவு வந்தது. என்னவெல்லாம் தொந்தரவுக்கு ஆளாகிக் கொண்டு எனக்கும் தொந்தரவு அளிக்கிறான்! சற்றுநேரம் சும்மா இருந்திருக்கக் கூடாதா? வைத்தியர் மகன் ஏதாவது உளறினால் அதற்காக அவர் பேரில் மேல் மாடத்திலிருந்து பாய்ந்து சண்டை துவக்கியிருக்க வேண்டுமா?

"ஐயா! ஒரு கோரிக்கை செய்து கொள்கிறேன். பெரிய மனது செய்து நிறைவேற்றித் தரவேண்டும்."

"தேவி! கட்டளை இடு! இந்த இராஜ்யத்தில் உன்னுடைய வார்த்தைக்கு மறு வார்த்தை ஏது?"

"தாங்கள் அரண்மனை வாசலுக்கு வரும் சமயத்தில் இரண்டு பேர்சண்டை போட்டுக்கொண்டிருந்தார்கள். அவர்களைச் சிறைப்படுத்தத் தாங்கள் கட்டளையிட்டீர்கள்."

"அவர்கள் செய்தது பெருங்குற்றம். அரண்மனையில் மகாராணியின் கண் முன்னால் அவர்கள் சண்டை தொடங்கியது பெரும் பிசகு! அதுவும் எப்பேர்ப்பட்ட சமயத்தில்? பெரும் ஜனக்கூட்டம் கொதிப்புடனிருந்த நேரத்தில்! காரணம் தெரியாத ஜனங்கள் தாங்களும் சண்டையில் கலந்து கொண்டிருந்தால் எத்தகைய விபத்து நேர்ந்திருக்கும்? சிறு நெருப்புப்பொறி பெருங்காட்டையே அழிப்பது போல் நாடு நகரமெல்லாம் கலகமும் குழப்பமும் விளைந்திருக்குமே!"

"ஆம், ஐயா! அவர்கள் செய்தது பெரும் குற்றம்தான். ஆயினும் அவர்களில் ஒருவனை மன்னித்து விடுதலை செய்யும்படி தங்களை மன்றாடி வேண்டிக் கொள்கிறேன்."

"இளவரசியின் அருளுக்குப்பாத்திரமான அந்தப் பாக்கியசாலி யார்?"

"நான் இலங்கைத் தீவுக்கு அனுப்பிய தூதன் அவன்தான்."

"பழம் நழுவிப் பாலில் விழுந்தது போலாயிற்று!"

"எதனால் இவ்வாறு சொல்கிறீர்கள்?"

"அந்தத் தூதனை நானே சிறைப் படுத்த வேண்டும் என்றிருந்தேன். இங்கே அவனாகவே எளிதில் அகப்பட்டுக் கொண்டான்."

"எதற்காக? என்ன குற்றத்திற்காக?"

"தாயே! அவன் பேரில் பயங்கரமான குற்றம் சாட்டப்பட்டிருக்கிறது."

"அது என்ன?"

"பொன்னியின் செல்வனை அவன்தான் கடலில் தள்ளி மூழ்கடித்து விட்டான் என்று."

"என்ன நாராசமான வார்த்தைகள்! அப்படிக் குற்றம்சாட்டுவது யார்?"

"பலரும் அவ்வாறு குற்றம் சாட்டுகிறார்கள். இளவரசரைக் கப்பலில் ஏற்றிக்கொண்டு வந்த பார்த்திபேந்திரன் சொல்கிறான்; பழுவேட்டரையர்கள் 'இருக்கலாம்' என்கிறார்கள். நானும் சந்தேகிக்கிறேன்."

"ஆச்சாரியரே! ஜாக்கிரதை! நான் ஒரு கொலைகாரனைப் பிடித்து அனுப்பி என் தம்பியைக் கொன்று விட்டு வரச் சொன்னதாகவா சந்தேகிக்கிறீர்!"

"ஒருநாளும் இல்லை, தாயே! அவனை உனது நம்பிக்கைக்குரிய தூதன் என்று நினைத்துக்கொண்டு நீ அனுப்பினாய். அது தவறாயிருக்கலாம் அல்லவா? அவன் மாற்றார்களின் ஒற்றனாயிருக்கலாம் அல்லவா?"

"இல்லவே இல்லை, ஆதித்த கரிகாலன் அவனை என்னுடைய உதவிக்கு அனுப்பினான். அவனைப் பூரணமாக நம்பலாம் என்று எழுதி அனுப்பினான்..."

"ஆதித்த கரிகாலனும் ஏமாந்திருக்கலாம் அல்லவா இளவரசி? வழியில் அவன் மாற்றப்பட்டும் இருக்கலாம் அல்லவா? நான் இங்கே வரும்போது 'ஒற்றன்' என்ற குற்றச்சாட்டு என் காதில் விழுந்தது. மேலே இருந்தவனைப் பார்த்துக் கீழே நின்றவன் குற்றம் சாட்டினான். அது என்ன, அம்மா?"

"மேலே நின்றவன்தான் என் தமையன் அனுப்பிய தூதன். வாணர் குலத்தில் வந்த வல்லவரையன் வந்தியத்தேவன். கீழே நின்றவர் வைத்தியர் மகன் பினாகபாணி. வந்தியத்தேவனைப் பழுவேட்டரையர்களின் ஒற்றன் என்று வைத்தியர் மகன் குற்றம் சாட்டினான், என்ன அறிவீனம்?"

"ஏன் இருக்கக் கூடாது, தாயே!"

"ஒருநாளும் இருக்கமுடியாது, பழுவேட்டரையர் காவலிலிருந்து அவன் தப்பி வந்தவன். அவனைத் திரும்பக் கைப்பற்றப் பழுவேட்டரையர்கள் எத்தனையோ ஆட்களை அனுப்பி பிரம்மப் பிரயத்தனம் செய்தார்கள்..."

"அவனிடம் பழுவூர் முத்திரை மோதிரம் எவ்விதம் வந்தது தாயே?"

"அந்த வஞ்சக அரக்கி, - மாயமோகினி - விஷ நாகம் - தயவு செய்து மன்னித்துக்கொள்ளுங்கள், - பழுவூர் இளையராணி கொடுத்துத்தான் அவனுக்கு அம்மோதிரம் கிடைத்தது."

"அது உனக்குத் தெரிந்திருப்பது பற்றிச் சந்தோஷப்படுகிறேன். நான் சொன்னால் நீ நம்பியிருக்கமாட்டாய். அந்த வல்லத்து வீரன் பழுவேட்டரையர்களின் ஒற்றன் அல்ல என்பது சரி. ஆனால் பழுவூர் ராணியின் ஒற்றனாயிருக்கலாம் அல்லவா!"

"அது எப்படி முடியும்?"

"எப்படி முடியும் என்று சொல்கிறேன். வந்தியத்தேவன், - நீ இலங்கைக்கு அனுப்பிய அந்தரங்கத் தூதன், - தஞ்சைக் கோட்டைக்கு வெளியில் பழுவூர் ராணியைப் பல்லக்கில் சந்தித்தான். அப்போது முத்திரை மோதிரத்தைப் பெற்றுக் கொண்டான். பிறகு, கோட்டைக்குள் பழுவூர் அரண்மனையின் அந்தப்புரத்தில் அவளைச் சந்தித்தான். அவனைப் பழுவூர் இளைய ராணி பொக்கிஷ நிலவறையில் ஒளித்து வைத்திருந்து வெளியே அனுப்பினாள். உன்னிடம் ஓலை கொண்டு வரப் போகிறான் என்று அவளுக்குத் தெரியும். இலங்கையிலிருந்து அவன் திரும்பி வரும்போது அரிச்சந்திர நதிக்கரையில் பாழடைந்த பாண்டியன் அரண்மனையில் நள்ளிரவில் அவர்கள் இருவரும் சந்தித்துப் பேசினார்கள். அதற்குப் பிறகும் பழுவூர் முத்திரை மோதிரம் வந்தியத்தேவனிடம் இருக்கிறது. இதையெல்லாம் பற்றி நீ என்ன நினைக்கிறாய், அம்மா! உன் தூதனிடம் இன்னமும் பரிபூரண நம்பிக்கை வைத்திருக்கிறாயா?"

குந்தவையின் உள்ளம் இப்போது உண்மையாகவே குழப்பத்தில் ஆழ்ந்தது.

28. ஒற்றனுக்கு ஒற்றன்

மௌனமாயிருந்த அரசிளங்குமரியைப் பார்த்து முதன் மந்திரி அநிருத்தர், "தாயே! ஏன் பேசாமலிருக்கிறாய்? வந்தியத்தேவனை இன்னமும் நீ நம்புகிறாயா?" என்று கேட்டார்.

"ஐயா! அமைச்சர் திலகமே! நான் என்ன சொல்லட்டும்? இன்னும் சற்று நேரம் தாங்கள் பேசிக்கொண்டே போனால் என்னை நானே சந்தேகிக்கும்படி செய்து விடுவீர்கள் போலிருக்கிறதே!" என்றாள் இளவரசி.

"காலம் அப்படி இருக்கிறது, அம்மா! யாரை நம்பலாம், யாரை நம்பக் கூடாது என்று தீர்மானிப்பது இந்த நாளில் அவ்வளவு சுலபமில்லைதான். நாலாபுறமும் அவ்வளவு விரோதிகள் சூழ்ந்திருக்கிறார்கள்; அவ்வளவு மர்மமான சூழ்ச்சிகள் நடந்து வருகின்றன!" என்றார் முதன் மந்திரி அநிருத்தர்.

"ஆனாலும் தங்களுக்குத் தெரியாத மர்மமும், தாங்கள் அறியாத சூழ்ச்சியும் இராது என்று தோன்றுகிறது. நான் அனுப்பிய தூதனைப் பற்றி அவ்வளவு விவரங்களையும் எப்படித் தெரிந்து கொண்டீர்கள்?" என்று கேட்டாள் குந்தவை தேவி.

"அம்மணி! நான் ஆயிரம் கண்களும், இரண்டாயிரம் செவிகளும் படைத்தவன். நாடெங்கும் அவை பரவியிருக்கின்றன. பழுவூர் அரண்மனையில் என் ஆட்கள் இருக்கிறார்கள். பழுவூர் இளையராணியின் மெய்க்காவலர்களிலே எனக்குச் செய்தி அனுப்புகிறவன் ஒருவன் இருக்கிறான்.

ஆழ்வார்க்கடியானைப் போல் ஊர் ஊராக அலைந்து திரிந்து செய்தி கொண்டு வருகிறவர்கள் பலர் இருக்கிறார்கள். சுற்றுப்புற நாடுகளிலோ நான் அறியாமல் எந்தக் காரியமும் நடைபெற முடியாது என்றுதான் எண்ணிக் கொண்டிருக்கிறேன். ஆயினும், யார் கண்டது? என்னையும் ஏமாற்றக் கூடியவர்கள் இருக்கலாம். நான் அறியாத மர்மங்களும் நடைபெறலாம்!"

இவ்வாறு முதல் மந்திரி சொன்னபோது, பொன்னியின் செல்வன் இப்போது சூடாமணி விஹாரத்தில் இருப்பதும் இந்தப் பொல்லாத மனிதருக்குத் தெரியுமோ என்ற எண்ணம் குந்தவைக்கு உண்டாயிற்று. அதை அவள் வெளியிடாமல் மிகுந்த சிரமத்துடன் அடக்கிக் கொண்டாள்.

"ஐயா! நீங்கள் சொல்வதெல்லாம் உண்மையாக இருக்கலாம்; ஆனால் அந்த வாணர் குல வீரன் பழுவூர் ராணியின் ஒற்றனாயிருப்பான் என்று மட்டும் என்னால் நம்பமுடியவில்லை. அவனைத் தயவு செய்து விடுதலை செய்து விடுங்கள்!" என்றாள்.

"நன்றாக யோசித்துப் பார், அம்மா! அந்தப் பெண் நந்தினியிடம் மாயமந்திர சக்தி ஏதோ இருக்கிறது! சிவபக்தன் மதுராந்தகன் அவளுடைய வலையில் விழுந்து இராஜ்யத்தில் ஆசை கொண்டான். சம்புவரையரின் மகன் கந்தமாறன் அவளுடைய ஓலையை எடுத்துக்கொண்டு ஆதித்த கரிகாலனிடம் போயிருக்கிறான். பழுவேட்டரையர்களின் பரம விரோதியாயிருந்த பார்த்திபேந்திரன் இன்று பழுவூர் ராணியின் அடிமையாகிவிட்டான். சோழ இராஜ்யத்தை இரண்டாகப் பிரித்து மதுராந்தகனுக்கு ஒரு பகுதியும், ஆதித்த கரிகாலனுக்கு ஒரு பகுதியும் கொடுத்து ராஜி செய்து வைக்கவும் அவன் முன் வந்திருக்கிறான்..."

"இது என்ன அக்கிரமம்! இராஜ்யத்தை இரண்டாகப் பிரிக்கவாவது? எங்கள் குலத்து முன்னோர்கள் எவ்வளவு கஷ்டப்பட்டு ஒன்று சேர்த்துப் பெரிதாக்கிய மகா இராஜ்யம் இது!"

"இராஜ்யத்தைப் பிரிப்பதை நீ விரும்பமாட்டாய்; நானும் விரும்பவில்லை, தாயே! பத்து நாட்களுக்கு முன் இந்த யோசனையைச் சொல்லியிருந்தால் பார்த்திபேந்திரனும் பொங்கி எழுந்திருந்திருப்பான். இப்போது அவனே இந்த ஏற்பாட்டுக்கு முதன்மையாக நிற்கிறான்..."

"இது என்ன விந்தை! அந்த பழுவூர் ராணியிடம் அப்படிப்பட்ட மாய சக்தி என்னதான் இருக்கும்?"

"இளவரசி! அதை நான் உன்னிடம் கேட்க வேண்டும் என்றிருந்தேன். நீ என்னைக் கேட்கிறாய். போகட்டும்; வந்தியத்தேவன் மட்டும் அவளுடைய மாய சக்திக்கு உட்படமாட்டான் என்று எதனால் நீ அவ்வளவு நிச்சயமாகச் சொல்கிறாய்?"

"ஐயா! காரணங் கேட்டால் எனக்குச் சொல்லத் தெரியாது. மனதுக்கு மனதே சாட்சி என்பார்கள். வாணர்குல வீரன் அத்தகைய துரோகம் செய்ய மாட்டான் என்று என் மனத்தில் ஏனோ நிச்சயமாகத் தோன்றுகிறது."

"அப்படியானால், அதை பரீட்சித்துப் பார்த்துவிடலாம், அம்மா!"

"அப்படி என்ன பரீட்சை?"

"காஞ்சிக்கு ஒரு தூதனை நாம் உடனே அனுப்பியாக வேண்டும். ஆதித்த கரிகாலனுக்கு மிக நம்பிக்கையான ஆளிடம் அவசரமாக ஓலை கொடுத்து அனுப்ப வேண்டும்."

"என்ன விஷயம் பற்றி?"

"சற்று முன்னால், நந்தினியை விஷநாகம் என்று நீ சொல்லிவிட்டு அதற்காக மன்னிப்புக் கேட்டுக் கொண்டாய். உண்மையில் விஷநாகத்தைவிட அவள் பன்மடங்கு கொடியவள். இந்தச் சோழ குலத்தை அடியோடு நாசம் செய்து பூண்டோடு ஒழித்து விட அவள் திட்டமிட்டிருக்கிறாள்."

"கடவுளே! என்ன பயங்கரம்!" என்று குந்தவை கூறியபோது அவளுடைய உள்ளக் கடல் பற்பல எண்ண அலைகளினால் கொந்தளித்தது.

"உன் தமையன் ஆதித்த கரிகாலனைக் கடம்பூர் அரண்மனைக்கு அழைக்கும்படி அவள் சம்புவரையரைத் தூண்டியிருக்கிறாள். சம்புவரையர் மகள் ஒருத்தியையும், பழுவேட்டரையர் குமாரி ஒருத்தியையும் கரிகாலனுக்கு மணம் செய்விப்பது பற்றிப் பேசிவருகிறாள். இராஜ்யத்தை இரண்டாகப் பிரித்து ராஜிசெய்விக்கும் விஷயத்தையும் அங்கே முடிவு செய்யப் போகிறாளாம். இவையெல்லாம் வெளிப்படையான பேச்சு. ஆனால் அவளுடைய அந்தரங்கத்தில் என்ன நோக்கம் வைத்திருக்கிறாளோ அது யாருக்கும் தெரியாது. எல்லாம் அறிந்தவன் என்று கர்வம் கொண்டிருக்கும் என்னால்கூட அவள் நோக்கத்தை அறிய முடியவில்லை."

"அதைப்பற்றி நாம் என்ன செய்யவேண்டும், ஐயா?"

"ஆதித்த கரிகாலன் கடம்பூர் மாளிகைக்குப் போகாமல் எப்படியாவது தடை செய்யவேண்டும். அதற்குத்தான் நீயும் நானும் ஓலை கொடுத்து வந்தியத்தேவனிடம் அனுப்ப வேண்டும். நம்முடைய விருப்பத்தை மீறிக் கரிகாலன் கடம்பூர் மாளிகைக்குப் புறப்படும் பட்சத்தில் வந்தியத்தேவனும் அவனுடன் போக வேண்டும். உடம்பைப் பிரியாத நிழலைப் போல் அவன் உன் தமையனைத் தொடர்ந்து காவல் புரிய வேண்டும். நந்தினியைத் தனியாகச் சந்திப்பதற்குக்கூட அவன் இடந்தரக் கூடாது..."

குந்தவை பெருமூச்சுவிட்டாள்; முதன் மந்திரி கூறுவது எவ்வளவு முக்கியமான காரியம் என்பதை அவள் உணர்ந்தாள். எல்லா விவரங்களும் அறிந்து அவர் சொல்கிறாரா, அல்லது இராஜாங்க நோக்கத்தை மட்டும் வைத்துக் கொண்டு சொல்கிறாரா என்று அவளால் ஊகிக்க முடியவில்லை.

"ஐயா! அவர்களுடைய சந்திப்பைத் தடுப்பது அவ்வளவு முக்கியமான காரியம் என்று ஏன் கருதுகிறீர்கள்!" என்று கேட்டாள்.

"அம்மணி! வீரபாண்டியனுடைய ஆபத்துதவிகள் சிலர் சோழகுலத்தைப் பூண்டோடு அழிக்கச் சபதம் செய்திருக்கிறார்கள். அவர்களுக்குப் பெரிய பழுவேட்டரையருடைய பொக்கிஷத்திலிருந்து புதிய தங்கக்காசுகள் போய்க்கொண்டிருக்கின்றன. இதைக் காட்டிலும் இன்னும் ஏதேனும் நான் இதைப்பற்றிச் சொல்ல வேண்டுமா?"

"வேண்டாம்" என்று முணுமுணுத்தாள் குந்தவை. சூடாமணி விஹாரத்தில் சுரத்துடன் படுத்திருக்கும் இளவரசனின் நினைவு அவளுக்கு வந்தது. பொன்னியின் செல்வனையும் அபாயங்கள் சூழ்ந்திருக்கலாம் அல்லவா?

"ஐயா! சோழநாட்டுக்கு விபத்துக்கு மேல் விபத்தாக வந்து கொண்டிருக்கும் இச்சந்தர்ப்பத்தில் தாங்கள் முதன் மந்திரியாயிருப்பது அதிர்ஷ்டவசந்தான்! என் தம்பியின் விஷயமாக என்ன ஏற்பாடு செய்தீர்கள்?" என்று கேட்டாள்.

"சோழ நாட்டிலுள்ள எல்லாச் சிவாலயங்களிலும், விஷ்ணு, ஆலயங்களிலும் இளவரசருடைய சுகக்ஷேமத்தைக் கோரிப் பிரார்த்தனை செய்து அர்ச்சனை அபிஷேகம் நடத்தச் சொல்லியிருக்கிறேன். அப்படியே புத்த விஹாரங்களிலும், சமணப் பள்ளிகளிலும் பிரார்த்தனை செய்யப் போகிறார்கள். நாகைப்பட்டினம் சூடாமணி விஹாரத்தில் புத்த பிக்ஷுக்கள் ஒரு மண்டலம் விசேஷப் பிரார்த்தனை நடத்தப் போகிறார்கள். வேறு என்ன செய்யலாம் என்று நீ சொல்கிறாய்?"

சூடாமணி விஹாரத்தைப் பற்றிச் சொல்லும் போது முதன் மந்திரியின் முகத்தில் ஏதேனும் மாறுதல் ஏற்படுகிறதா என்று குந்தவை கவனித்தாள், ஒன்றுமே தெரியவில்லை.

"ஐயா! சூடாமணி விஹாரம் என்றதும் ஒரு விஷயம் ஞாபகம் வருகிறது. சூடாமணி விஹாரத்தின்மீது பெரிய பழுவேட்டரையர் ஏதோ கோபம் கொண்டிருக்கிறாராம். இலங்கையில் பிக்ஷுக்கள் இளவரசருக்கு முடிசூட்டுவதாகச் சொன்ன செய்தி வந்ததிலிருந்து அந்தக் கோபம் முற்றியிருக்கிறதாம். இளவரசர் காணாமற் போனதற்குப் பழியைச் சூடாமணி விஹாரத்திலுள்ள பிக்ஷுக்களின் மீது சுமத்தினாலும் சுமத்துவார்கள். அதற்குத் தக்க பாதுகாப்பு, தாங்கள்தான் செய்யவேண்டும்" என்று சொன்னாள்.

"உடனே செய்கிறேன், அம்மா! சக்கரவர்த்தியின் கட்டளையுடன் சூடாமணி விஹாரத்தைப் பாதுகாக்க ஒரு சிறிய சைன்யத்தையே வேணுமானாலும் அனுப்பி வைக்கிறேன். வந்தியத்தேவனைக் காஞ்சிக்கு அனுப்புவது பற்றி என்ன சொல்கிறாய்?"

"ஐயா! அவ்வளவு முக்கியமான காரியத்துக்கு வேறு யாரையாவது அனுப்புவது நல்லதல்லவா?"

"உனக்கு மட்டும் அவனிடம் நம்பிக்கையிருந்தால் அவனையே அனுப்ப விரும்புகிறேன். அவனுடைய வீர சாகஸச் செயல்களைப் பற்றியும் தெரிந்து கொண்டிருக்கிறேன். எதற்கும் அஞ்சாத அஸகாய சூரனையே இந்தக் காரியத்துக்கு நாம் அனுப்ப வேண்டும். இன்றைக்கு நான் அரண்மனை முற்றத்துக்கு வந்து கொண்டிருந்தபோது என் கண்ணாலேயே பார்த்தேனே! அந்த வைத்தியனை என்ன பாடுபடுத்திவிட்டான். நான் குறுக்கிட்டுத் தடுத்திராவிட்டால் வைத்தியர் மகன் யமனுக்கு வைத்தியம் செய்யப் போயிருப்பான்"

இளைய பிராட்டி இதைக் கேட்டுப் பூரிப்பு அடைந்தாள். ஆயினும் சிறிய தயக்கத்துடன், "வீரனாயிருந்தால் மட்டும் போதுமா? படபடப்புக்காரனாயிருக்கிறானே? எவ்வளவு விரைவில் சண்டை தொடங்கிவிட்டான்!"

"அதற்கு வேணுமானால் பின்னோடு என்னுடைய சீடன் திருமலையையும் அனுப்பி வைக்கிறேன். நிதானமான யோசனைக்குப் பெயர்போனவன் ஆழ்வார்க்கடியான்!" என்றார் அநிருத்தர்.

இளையபிராட்டி தன் மனத்திற்குள், இவருடைய உள்ளத்தில் இருப்பதைக் கடவுளும் அறிவாரோ, என்னமோ தெரியவில்லை; ஒற்றனுக்குத் துணையாக ஒற்றன் ஒருவனையே அனுப்பி வைக்க விரும்புகிறார் போலும்!" என்று எண்ணிக் கொண்டாள்.

⊙

29. வானதியின் மாறுதல்

குந்தவை வந்தியத்தேவனைச் சிறையிலிருந்து மீட்டு மறுபடியும் பிரயாணம் அனுப்புவதற்காகப் புறப்பட்டபோது, வானதி எதிரே வந்தாள். இளைய பிராட்டியிடம் அடிபணிந்து நின்றாள்.

"என் கண்ணே! உன்னை விட்டுவிட்டு வந்து விட்டேன். இன்னும் கொஞ்சம் முக்கியமான அலுவல் இருக்கிறது. அதை முடித்துவிட்டு வந்துவிடுகிறேன். சற்று நேரம் தோட்டத்தில் சென்றிரு! ஓடைப்பக்கம் மட்டும் போகாதே" என்றாள்.

"அக்கா! தங்களுக்கு இனி தொந்தரவு கொடுக்கமாட்டேன். கொடும்பாளூருக்குப் போக விரும்புகிறேன், அனுமதி கொடுங்கள்!" என்றாள் வானதி.

"இது என்ன, என் தலையில் நீயுமா இடியைப் போடுகிறாய்? உனக்கு என் பேரில் என்ன கோபம்? உன் பிறந்தகத்தின் மீது திடீரென்று என்ன பாசம்?"

"உங்கள் பேரில் நான் கோபங்கொண்டால் என்னைப் போல் நன்றி கெட்டவள் யாரும் இல்லை. என் பிறந்தகத்தின் பேரில் புதிதாகப் பாசம் ஒன்றும் பிறந்துவிடவும் இல்லை. தாயும் தந்தையும் இல்லாத எனக்குப் பிறந்தகம் என்ன வந்தது? எங்கள் ஊருக்குப் பக்கத்தில் உள்ள காளி கோவிலுக்குப் பூசைபோடுவதாக என் தாயார் ஒருமுறை வேண்டிக்கொண்டாளாம். அதை நிறைவேற்றுவதற்கு முன் அவள் கண்ணை மூடிவிட்டாள்.

எனக்கு அடிக்கடி மயக்கம் வருகிறதல்லவா? ஒருவேளை அந்த வேண்டுதலை நிறைவேற்றாததால்தான் இப்படி என்னைப் படுத்துகிறதோ என்னமோ?"

"அதற்காக நீ அவ்வளவு தூரம் போக வேண்டியதில்லை; நானே சொல்லி அனுப்பி அந்த வேண்டுதலை நிறைவேற்றச் சொல்கிறேன்."

"அது மட்டுமல்ல அக்கா! என் பெரிய தகப்பனார் இலங்கையிலிருந்து திரும்பி வந்து கொண்டிருக்கிறார். அவர் தஞ்சையைத் தாண்டிப் பழையாறைக்கு வரமாட்டார். அவர் வரும்போது நான் கொடும்பாளூரிலிருக்க விரும்புகிறேன். அவரிடம் இலங்கையில் நடந்தவற்றையெல்லாம் நேரில் கேட்க ஆசைப்படுகிறேன்!"

"இலங்கையில் நடந்தவற்றைப் பற்றித் தெரிந்து கொள்வதில் உனக்கு என்ன அவ்வளவு ஆசை?"

"அது என்ன அப்படிக் கேட்கிறீர்கள்? என் தந்தை இலங்கைப் போரில் வீர சொர்க்கம் அடைந்ததை மறந்து விட்டீர்களா...?"

"மறக்கவில்லை. அந்தப் பழி இப்போது நீங்கிவிட்டது..."

"முழுவதும் நீங்கியதாக எனக்குத் தோன்றவில்லை. யுத்தம் முடிவதற்குள்ளே அவசரப் பட்டுக்கொண்டு பெரிய வேளார் திரும்புகிறார்."

"அவரை மறுபடி இலங்கைக்குப் போய்ப் போர் நடத்தும்படி சொல்லப் போகிறாயா? அதற்காகவா கொடும்பாளூர் போக வேண்டும் என்கிறாய்?"

"அவ்வளவு பெரிய விஷயங்களைப் பற்றிச் சொல்வதற்கு நான் யார்? நடந்ததைப் பற்றிக் கேட்டுத் தெரிந்து கொள்ளவே விரும்புகிறேன்..."

"ஆகா! உன் மனது இப்போது எனக்குத் தெரிகிறது. பொன்னியின் செல்வன் இலங்கைப் போரில் புரிந்த வீரச் செயல்களைப்பற்றி உன் பெரிய தகப்பனாரிடம் கேட்க விரும்புகிறாய், இல்லையா?"

"அது ஒரு தவறா, அக்கா?"

"அது தவறில்லை, ஆனால் இத்தகைய சமயத்தில் என்னைத் தனியே விட்டுவிட்டுப் போகிறேன் என்கிறாயே, அதுதான் பெரிய தவறு!"

"அக்கா! நானா தங்களைத் தனியே விட்டுவிட்டுப் போகிறேன்? என்னைப்போல் தங்களுக்கு எத்தனையோ தோழிகள், தங்கள் கருத்தை அறிந்து காரியத்தில் நிறைவேற்ற எத்தனையோ பேர் காத்துக் கொண்டிருக்கிறார்கள்..."

"நீ கூட இப்படிப் பேச ஆரம்பித்து விட்டாயா, வானதி? என் தம்பியைப் பற்றி செய்தி கேட்டு உன்மனம் பேதலித்து விட்டது போலிருக்கிறது. அந்தச் செய்தியைப் பற்றி நீ அதிகமாய்க் கவலைப்பட வேண்டாம்..."

"தங்கள் தம்பியைப் பற்றி தங்களுக்கு இல்லாத கவலை எனக்கு என்ன இருக்க முடியும், அக்கா!"

"உண்மையைச் சொல்! ஓடையில் நீயாக வேண்டுமென்று விழுந்தாயா? மயக்கம் வந்து விழுந்தாயா?"

"வேண்டுமென்று எதற்காக விழ வேண்டும்? மயக்கம் வந்துதான் விழுந்தேன் தாங்களும் அந்த வாணர் குலத்து வீரருமாக என்னைக் காப்பாற்றினீர்கள்."

"காப்பாற்றியதற்கு நன்றி உள்ளவளாகத் தோன்ற வில்லையே?"

"இந்த ஜன்மத்தில் மட்டுமல்ல; ஏழேழு ஜன்மத்திலும் நன்றியுள்ளவளாயிருப்பேன்."

"இந்த ஜனமம் இத்துடன் முடிந்து போய்விட்டது போல் பேசுகிறாயே? நான் சொல்கிறேன் கேள், வானதி! வீணாக மனதை வருத்தப்படுத்திக் கொள்ளாதே! அருள்மொழி வர்மனுக்கு அபாயம் எதுவும் வந்திருக்கும் என்று எனக்குத் தோன்றவில்லை. சற்றுமுன் அரண்மனை முற்றத்தில் கூடியிருந்த ஜனங்களுக்குச் சொன்னதையே உனக்கும் சொல்லுகிறேன். அன்றொரு நாள் காவிரித்தாய் என் தம்பியைக் காப்பாற்றினாள். அதுபோல் சமுத்திரராஜனும் அவனைக் காப்பாற்றியிருக்க வேண்டும். சீக்கிரத்தில் நல்ல செய்தியை நாம் கேள்விப்படுவோம்."

"எந்த ஆதாரத்தைக் கொண்டு இவ்வளவு உறுதியாகத் தைரியம் சொல்கிறீர்கள் அக்கா?"

"என் மனத்திற்குள் ஏதோ ஒன்று சொல்கிறது. என் அருமைத் தம்பிக்கு ஏதேனும் நேர்ந்திருந்தால் அது என் உள்மனத்திற்குத் தெரிந்திருக்கும். நான் இப்படிச் சாதாரணமாகப் பேசிக்கொண்டிருக்க மாட்டேன்..."

"மனது சொல்வதில் எனக்கு அவ்வளவு நம்பிக்கை இல்லை அக்கா! உள் மனத்திலும் நம்பிக்கை இல்லை! வெளி மனத்திலும் நம்பிக்கை இல்லை!"

"அது எப்படி நீ மட்டும் அவ்வளவு தீர்மானமாகச் சொல்லுகிறாய்?"

"என் உள் மனத்திலும், வெளி மனத்திலும் சில நாளாக ஒரு பிரமை தோன்றிக் கொண்டிருந்தது. தூக்கத்தில், கனவிலும் தோன்றியது. விழித்துக் கொண்டிருக்கும் போதும் சில சமயம் அப்படிப் பிரமை உண்டாயிற்று."

"அது என்ன வானதி?"

"தண்ணீரில் தங்கள் தம்பியின் முகம் அடிக்கடி தோன்றிக் கொண்டிருந்தது. என்னை அழைப்பது போலவும் இருந்தது. கனவிலும் இந்தப் பிரமை அடிக்கடி ஏற்பட்டு வந்தது."

"அதை ஏன் பிரமை என்று சொல்லுகிறாய்? நமக்கு வந்திருக்கும் செய்திக்கும்

உன்னுடைய மனத்தோற்றத்துக்கும் பொருத்தமாக இருக்கிறதே?"

"இன்னும் முழுவதும் கேட்டால் அது எவ்வளவு பைத்தியக்காரப் பிரமை என்பதை அறிவீர்கள். ஓடையில் மயக்கம் போட்டு விழுந்தேனல்லவா? அப்போது நான் நாகலோகத்துக்கே போய் விட்டேன். அங்கே ஒரு திருமண வைபவம் நடந்தது..."

"யாருக்கும் யாருக்கும் திருமணம்?"

"அதைச் சொல்ல விருப்பமில்லை, அக்கா! மொத்தத்தில் மனத்தில் தோன்றுவதிலும், கனவில் தோன்றுவதிலும் எனக்கு நம்பிக்கை இல்லை. கண்ணால் காண்பதையும், காதால் கேட்பதையும்தான் இனிமேல் நம்புவது என்று தீர்மானித்திருக்கிறேன்..."

"வானதி! நீ சொல்வது முற்றும் தவறு. கண்ணால் காண்பதும், காதினால் கேட்பதும் சில சமயம் பொய்யாக இருக்கும். மனத்திற்குள் தோன்றுவதுதான் நிச்சயம் உண்மையாயிருக்கும். கதைகள், காவியங்களிலிருந்து இதற்கு எத்தனையோ உதாரணங்கள் நான் உனக்குச் சொல்லுவேன்..."

"பிறகு ஒரு சமயம் கேட்டுக் கொள்கிறேன், அக்கா! இப்போது எனக்கு விடை கொடுங்கள்!" என்றாள் வானதி.

இளவரசி குந்தவைக்கு ஒரே வியப்பாய்ப் போய்விட்டது இந்தப் பெண்ணுக்கு இவ்வளவு தைரியமும், திடீரென்று எப்படி ஏற்பட்டன என்று ஆச்சரியப்பட்டாள்.

"வானதி! இது என்ன அவசரம்? அப்படியே நீ கட்டாயம் ஊருக்குப் போக வேண்டுமென்றாலும், சிலநாள் கழித்துப் புறப்படக்கூடாதா? இப்போது நாடெங்கும் ஒரே குழப்பமாய் இருக்குமே? உன்னைத் தக்க பாதுகாப்புடன் அனுப்பி வைக்க வேண்டாமா?"

"எனக்கு என்ன பயம், அக்கா! கொடும்பாளூரிலிருந்து என்னை அழைத்து வந்த பல்லக்குத் தூக்கிகளும் காவல் வீரர் நால்வரும் ஒரு வேலையுமின்றி இத்தனை காலம் இங்கே தூங்கிக் கொண்டிருக்கிறார்கள். அவர்களே என்னைத் திரும்ப அழைத்துக்கொண்டு போய்விடுவார்கள்..."

"அழகாயிருக்கிறது! உன்னை அப்படி நான் அனுப்பி விடுவேன் என்றா நினைக்கிறாய்?"

"உங்களை நான் ரொம்பவும் கேட்டுக் கொள்கிறேன் அக்கா! எனக்குப் பயம் ஒன்றுமில்லை. கொடும்பாளூர் வானதியை இந்த நாட்டில் யாரும் எதுவும் செய்யத் துணிய மாட்டார்கள். அதிலும் இளையபிராட்டியின் அன்புக்குகந்த தோழி நான் என்பது யாருக்குத் தெரியாது? ஒரே ஒரு காரியத்துக்கு மட்டும் அனுமதி கொடுங்கள். போகும்போது அந்தக் குடந்தை ஜோதிடரின் வீட்டுக்கு இன்னொரு தடவை போய் அவரைச் சில விஷயங்கள் கேட்க விரும்புகிறேன். அவ்விதம் செய்யலாமா?"

"அவரிடம் எனக்குக்கூட வரவேண்டும் என்று ஆசைதான். ஆனால் நீ இவ்வளவு அவசரப்படுகிறாயே?"

"இல்லை, அக்கா! இந்தத் தடவை அவரை நான் தனியாகப் பார்த்து ஜோதிடம் பார்க்க விரும்புகிறேன்..."

குந்தவை மூக்கின்மீது விரலை வைத்து அதிசயப்பட்டாள்.

இந்தப் பெண் ஒரு நாளில், ஒரு ஜாம நேரத்தில், இவ்வளவு பிடிவாதக்காரியாக மாறிவிட்டது எப்படி என்று இளவரசிக்குப் புரியவேயில்லை. அவள் பிரயாணத்தைத் தடுத்து நிறுத்த முடியாது என்ற முடிவுக்கு வந்தாள்.

"சரி, வானதி! உன் விருப்பம் போலச் செய்யலாம். நீ பிரயாணத்துக்கு வேண்டிய ஆயத்தம் செய். அதற்குள் சிறையிலிருக்கும் அந்த வாணர் குலத்து வீரகுமாரனை விடுதலை செய்துவிட்டு வருகிறேன்" என்றாள்.

●

30. இரு சிறைகள்

வானதியை விட்டுப் பிரிந்ததும் அரசிளங்குமரி நேரே பழையாறைச் சிறைச்சாலைக்குச் சென்றாள். காவலர்களை வெளியிலேயே நிறுத்திவிட்டுத் தான் மட்டும் வந்தியத்தேவன் அடைபட்டிருந்த இடத்துக்குப் போனாள். அவன் தனி அறையில் பூட்டப் பட்டிருந்தான். சிறையின் உச்சியைப் பார்த்துக்கொண்டு உற்சாகமாகத் தெம்மாங்கு பாடிக் கொண்டிருந்தான்.

"வானச் சுடர்கள் எல்லாம்
மானே உந்தனைக்கண்டு
மேனி சிலிர்க்குதடி -
மெய்மறந்து நிற்குதடி!"

குந்தவை அருகில் வந்து நின்று தொண்டையைக் கனைத்த பிறகுதான் அவளைத் திரும்பி பார்த்தான். உடனே எழுந்து நின்று, "வருக! வருக! இளவரசியாரே! வருக! ஆசனத்தில் அமருக!" என்று உபசரித்தான்.

"எந்த ஆசனத்தில் அமரட்டும்?" என்று இளவரசி கேட்டாள்.

"இது தங்கள் அரண்மனை. இங்கு நடப்பது தங்கள் ஆட்சி, தங்கள் ஆணை. இங்குள்ள சிம்மாசனம் எதில் வேண்டுமானாலும் தங்கள் விருப்பம் போல் அமரலாம்" என்றான் வல்லவரையன்.

"ஐயா! உமது முன்னோர்கள் ஆணை செலுத்தி மூவுலகையும் ஆண்டபோது வல்லத்து அரண்மனை இவ்விதந்தான் இருந்தது போலும்! எங்கள் நகரில் இந்த இடத்தைச் சிறைச்சாலை என்று சொல்லுவார்கள்" என்றாள் இளவரசி.

"அம்மணி! எங்கள் ஊரில் இப்போது அரண்மனையும் இல்லை; சிறைச்சாலையும் இல்லை. பல தேசத்து அரசர்களுமாகச் சேர்ந்து அரண்மனை, சிறைச்சாலை எல்லாவற்றையும் இடித்துத் தரைமட்டமாக்கி விட்டார்கள், நூறு வருஷங்களுக்கு முன்பு..."

"ஏன்? ஏன்? வல்லத்து அரண்மனை மீதும் சிறையின் பேரிலும் அவர்களுக்கு என்ன அவ்வளவு கோபம்?"

"எல்லாம் ஒரு கவிஞரால் வந்த வினை!"

"ஆ! அது எப்படி?"

"என் குலத்து முன்னோர்கள் தென் நாட்டின் பேரரசர்களாக அரசு புரிந்த நாளில், காலாகாலத்தில் கப்பம் செலுத்தாத அரசர்களை அதிகாரிகள் சிறைப்பிடித்துக் கொண்டு வருவார்கள். அரண்மனை முற்றத்தின் இருபுறத்திலும் அரசர்களை அடைத்து வைக்கும் சிறைகள் இருந்தன. சக்கரவர்த்தி கருணை புரிந்து எப்போது தங்களை வரும்படி சொல்லி அனுப்புவார், மன்னிப்புக் கேட்டுக்கொண்டு ஊருக்குத் திரும்பலாம் என்று அச்சிற்றரசர்கள் காத்திருப்பார்கள். பேரரசரைக் காணும் பேறு அவர்களுக்கு எளிதிலே கிட்டாது. அவர்கள் பார்த்துக்கொண்டிருக்கும் போதே கவிஞர்களும் புலவர்களும் சக்கரவர்த்தியின் ஆஸ்தான மண்டபத்துக்குப் போவார்கள். சக்கரவர்த்தி முன்னிலையில் பாடல்களைச் சொல்லிப் பரிசுகள் பெற்றுக் கொண்டு திரும்பிச் செல்லுவார்கள்.

அப்போது சிறையில் காத்திருக்கும் சிற்றரசர்கள் 'அடாடா! இந்தப் புலவர்களுக்கு வந்த யோகத்தைப் பார்! இவர்கள் கொண்டு போகும் பரிசுகளைப் பார்!' என்று சொல்லி வியப்பார்கள். 'ஓகோ! இந்தப் புலவன் கொண்டு போவது என் வெண் கொற்றக் குடையல்லவா?' என்பான் ஓர் அரசன். 'அடடே! இந்தக் கவிஞன் என் சிவிகையில் அமர்ந்து போகிறானே!' என்பான் இன்னொரு வேந்தன். 'ஐயோ! என் பட்டத்து யானையை இவன் கொண்டு போகிறானே!' என்பான் இன்னொரு மன்னன். 'இது

என் குதிரை! இந்தக் கவிராயனை என் குதிரை கட்டாயம் ஒருநாள் கீழே தள்ளிவிடும்!' என்று சொல்லி மகிழ்வான் வேறொரு சிற்றரசன். எல்லாப் புலவர்களுக்கும் கடைசியில் இன்னொரு புலவர் வந்தார். அவர் சிறையிலிருந்த சிற்றரசர்கள் பேசிக்கொண்டிருந்ததைக் கேட்டார். கேட்டுக் கொண்டே சக்கரவர்த்தியின் சந்நிதானத்துக்குச் சென்று இந்தப் பாடலைச் சொன்னார்:

'என் கவிகை என் சிவிகை
என் கவசம் என் துவசம்
என் கரியீது என் பரியீது
என்பரால் - பன்கவள
மாவேந்தன் வாணன்
வரிசைப் பரிசு பெற்ற
பாவேந்தரை வேந்தர்
பார்த்து!'

"இவ்விதம் அந்தப் புலவர்கள் பாடிய பாடல் தமிழ் நாடெங்கும் அப்பாலும் பரவிவிட்டது. மக்கள் அடிக்கடி பாடியும் கேட்டும் மகிழ்ந்தார்கள். இதனால் எங்கள் இராஜ்யத்துக்கே ஆபத்து வந்துவிட்டது. எல்லா அரசர்களுமாகச் சேர்ந்து வந்து படையெடுத்து எங்கள் ஊரையும் அரண்மனையையும், சிறைச்சாலையையும் எல்லாவற்றையும் அழித்துவிட்டார்கள்..."

"எல்லாவற்றையும் அழித்தாலும் அந்தக் கவியின் பாடலை அழிக்க முடியவில்லையல்லவா? உங்கள் குலம் பாக்கியம் செய்த குலந்தான்! அதன் புகழ் என்றும் நிலைத்து நிற்கும்!"

"வாணர் குலத்தின் வீரப் புகழைக் கெடுக்க நான் ஒருவன் இப்போது ஏற்பட்டிருக்கிறேன்..."

"ஆகா! அந்த உண்மையை நீரே ஒப்புக் கொள்கின்றீர் அன்றோ?"

"ஒப்புக் கொள்ளாமல் வேறு என்ன செய்வது? அடிமைத் தனங்களுக்குள்ளே பெண்ணடிமை மிகப் பொல்லாதது. ஒரு பெண்மணியின் வார்த்தையைக் கேட்கப் போய், என் முன்னோர்களில் குலப்புகழுக்கு நான் மாசு தேடிக்கொள்ள நேர்ந்தது. ஓடி ஒளிந்து, மறைந்து திரிந்து உயிர் வாழ நேர்ந்தது. என் கோபத்தையெல்லாம் அந்த வைத்தியர் மகனைக் கொன்று தீர்த்துக்கொள்ளலாம் என்று பார்த்தேன். அதற்கும் ஒரு தடை வந்து குறுக்கிட்டு விட்டது..."

"ஐயா! வைத்தியர் மகன் பினாகபாணி மீது உமக்கு ஏன் அவ்வளவு கோபம்?"

"கோபத்துக்கு வேண்டிய காரணம் இருக்கிறது. நல்ல ஆளைப் பிடித்து என்னோடு கோடிக்கரைக்கு அனுப்பினீர்கள். அவன் என் காரியத்தையே கெடுத்துவிட இருந்தான். அது போகிறதென்றால், சற்று முன் இந்த ஊர் வீதியில் அவன் என்னைப் பகைவர்களின் ஒற்றன் என்று சொல்லிப் பழுவேட்டரையர்களிடம் பிடித்துக்கொடுக்கப் பார்த்தான். அங்கிருந்து தப்பி வந்தால், அரண்மனை முற்றத்தில் ஆயிரம் பதினாயிரம் பேருக்கு எதிரில் என்னைப் 'பழுவூர் ராணியின் ஒற்றன்' என்று குற்றம் சாட்டினான்..."

"வல்லத்து இளவரசரே! அது உண்மையல்லவா?"

"எது உண்மையல்லவா?"

"நீர் பழுவூர் ராணி நந்தினி தேவியின் ஒற்றன் என்று பினாகபாணி குற்றம் சாட்டியதைக் கேட்கிறேன். உண்மையைச் சொல்வீரா?"

"நான் உண்மை சொல்லுவதில்லையென்று விரதம் வைத்துக் கொண்டிருக்கிறேன், தேவி!"

"ஆகா! அது என்ன விரதம்? அரிச்சந்திர நதிக்கரையில் பழுவூர் ராணியைப் பார்த்ததிலிருந்து அப்படிப்பட்ட விரதம் எடுத்துக் கொண்டீரா?"

"இல்லை, இல்லை! அதற்கு முன்னாலேயே அந்த முடிவுக்கு வந்து விட்டேன். நான் உண்மைக்கு மாறானதைச் சொல்லிக்கொண்டிருந்த வரையில் எல்லாரும் நம்பிக் கொண்டிருந்தார்கள். ஓரிடத்தில் வாய் தவறி 'இளவரசர் நாகைப்பட்டினத்தில் பத்திரமாயிருக்கிறார்' என்று சொன்னேன். ஒருவரும் நம்பவில்லை கேட்டவர்கள் எல்லாரும் சிரித்தார்கள்..."

"எவ்வளவு தவறான காரியத்தைச் செய்தீர்! உம்முடைய வார்த்தையை அவர்கள் நம்பாததே நல்லதாய்ப் போயிற்று! நம்பியிருந்தால் எவ்வளவு பிசகாகப் போயிருக்கும்?"

"இனிமேல் எப்போதும் இத்தகைய தவறுகள் நேரவே நேராது..."

"உமது வாக்குறுதிக்கு மிக்க நன்றி!"

"என்ன வாக்குறுதி கொடுத்தேன்?"

"இனிமேல் தவறு எதுவும் நேராமல் நான் இட்ட காரியத்தைச் செய்வதாக..."

"கடவுளே! அப்படி நான் ஒன்றும் வாக்குறுதி கொடுக்கவில்லை. போதும்! என்னைச் சிறையிலிருந்து விடுதலை செய்து விடுங்கள்! என் வழியே போகிறேன்..."

"அப்படியானால் உமக்கு விடுதலை கிடையாது! இந்தச் சிறையிலேயே நீர் இருந்து வரவேண்டியதுதான்" என்றாள்.

வந்தியத்தேவன் கலகலவென்று சிரித்தான்.

"நீர் எதற்காகச் சிரிக்கிறீர்? நான் சொல்வது வேடிக்கை என்றா?"

"இல்லை, தேவி! இந்தச் சிறையிலிருந்து தாங்கள் என்னை விடுதலை செய்யாவிட்டால், நான் இதிலிருந்து தப்பிச் செல்ல முடியாதா?"

இளவரசி ஒரு கணம் வந்தியத்தேவனைத் தன் மலர்ந்த கண்களினால் உற்றுப் பார்த்துவிட்டு,

"ஐயா, நீர் கெட்டிக்காரர்; அதிலும் சிறையிலிருந்து தப்பிச் செல்வதில் மிகக் கெட்டிக்காரர். பழுவேட்டரையரின் பொக்கிஷ நிலவறையிலிருந்து தப்பிச் சென்றவருக்கு இது ஒரு பிரமாதமா?" என்றாள்.

"அப்படியானால், நீங்களே கதவைத் திறந்து என்னை விடுதலை செய்யுங்கள்."

"நானே இந்தச் சிறையைத் திறந்து விடலாம். அல்லது நீரும் தப்பிச் செல்லலாம். ஆனால் இன்னொரு சிறைச்சாலையிலிருந்து நீர்தப்ப முடியாது..."

"சின்னப் பழுவேட்டரையரின் பாதாளச் சிறையைச் சொல்கிறீர்களா?"

"இல்லை; அதுவும் உமக்கு இலட்சியமில்லை; பாதாளச் சிறைவாசலில் காத்திருக்கும் புலிகளையும் வென்றுவிட்டுத் தப்பிச் சென்று விடுவீர்..."

"பின்னே, எந்தச் சிறையைச் சொல்கிறீர்கள்?"

"என்னுடைய இதயமாகிற சிறைச் சாலையைத்தான் சொல்கிறேன்."

"தேவி! நான் வீடு வாசல் அற்ற அநாதை. என்னுடைய குலப் பெருமையெல்லாம் பழைய கதை, கவிஞர் கற்பனை. தாங்களோ, மூன்று உலகையும் ஒரு குடை நிழலில் ஆளும் சக்கரவர்த்தியின் செல்வக்குமாரி..."

"யார் கண்டது? இந்தச் சோழ குலத்தின் பெருமையும் ஒருநாள் பழைய கதை ஆகலாம்."

"ஆயினும், இன்றைக்குத் தாங்கள் இந்நாட்டில் இணையற்ற, அதிகாரம் படைத்தவர். சக்கரவர்த்தியும், பழுவேட்டரையர்களும், முதல் மந்திரியும், தங்கள் விருப்பத்துக்கு மாறாக நடக்கத் துணியமாட்டார்கள்..."

"இதெல்லாம் உண்மையாயிருந்தால், நீர்மட்டும் எவ்விதம் என் அதிகாரத்தை மீற முடியும்?"

"அரசாங்க அதிகாரம் வேறு விஷயம். தாங்கள் நெஞ்சின் அதிகாரத்தையல்லவா குறிப்பிட்டீர்கள்."

"அதிலேதான் என்ன தவறு?"

"நம் இருவருக்கும் அந்தஸ்திலே உள்ள வித்தியாசம்தான் தவறு..."

"'அன்பிற்கும் உண்டோ, அடைக்கும் தாழ்' என்ற முதுமொழியைக் கேட்டதில்லையா?"

"அந்த முதுமொழி பொன்னியின் செல்வருக்கும் படகுக்காரி பூங்குழலிக்கும் கூடப் பொருந்துமல்லவோ?"

"ஆம்! பொருந்தும்தான்! என் தம்பி உலகமாளப் பிறந்தவன் என்று நினைத்தேன். அதனால் அவர்களுடைய நெஞ்சுக்கும் தாழிட விரும்பினேன்..."

"நானும் இளவரசரைப் பற்றி எவ்வளவோ கேள்விப்பட்டு விட்டுத்தான் ஆவலுடன் வந்தேன். அவரோடு எட்டுத் திசைகளுக்கும் சென்று போர்க்களங்களில் வீரச் செயல்கள் புரிந்து பெயரும் புகழும் அடைய விரும்பினேன்..."

"இப்போது அந்த ஆசை போய்விட்டதல்லவா?"

"ஆம்; பொன்னியின் செல்வர் அரசுரிமையைக் காட்டிலும் அமைதியான வாழ்க்கையை அதிகம் விரும்புகிறார். போர்க்களத்தில் வாளேந்தி வீசுவதைக் காட்டிலும் ஆலயத் திருப்பணியில் கல்லுளி கொண்டு வேலை செய்வதற்கு அதிகம் ஆசைப்படுகிறார்!..."

"மதுராந்தகனோ இராஜ்யம் ஆளுவதில் தீவிர நோக்கம் கொண்டிருக்கிறான். ஆடு புலியாக மாறுகிறது; புலி ஆடாகிறது. ஆலவாய் இறைவன் நரியைப் பரியாக்கிப் பரியை நரியாக்கியதாகச் சிவபக்தரின் வரலாறு கூறுகிறது. அதுபோல்..."

"தேவி தங்களுடைய கருணையினால் நானும் ஒரு நரியானேன். ஒளிந்து மறைந்தும், தந்திர மந்திரம் செய்தும், இல்லாதது பொல்லாததைச் சொல்லியும் பகைவர்களிடமிருந்து தப்பிவரவேண்டியதாயிற்று. அரசிளங்குமரி! இந்த வேலை இனி செய்ய என்னால் முடியாது! விடை கொடுங்கள்..."

"ஐயோ! என் பிராண சிநேகிதி என்று எண்ணியிருந்த வானதி என்னை கைவிட்டுப் போகப் பார்க்கிறாள். நீருமா என்னைக் கைவிட்டுப் போய்விட எண்ணுகிறீர்?"

"தேவி! கொடும்பாளூர் இளவரசிக்கும் தங்களுக்கும் உள்ள விவகாரத்தைப் பற்றி நான் அறியேன். ஆனால் நான் எப்படித் தங்களைக் கைவிட முடியும்? இராஜாதிராஜாக்கள் தங்களுடைய மணிப் பொற்கரத்தைக் கைப்பற்றத் தவம் கிடக்கிறார்கள். நானோ குற்றேவல் செய்ய வந்தவன்..."

இளையபிராட்டி அப்போது தன்னுடைய திருக்கரத்தை நீட்டினாள். இது கனவா, நனவா என்ற தயக்கத்துடன் வந்தியத்தேவன் அந்த மலர்க்கரத்தைத் தன் இரு கைகளாலும் பற்றிக் கண்களில் ஒற்றிக் கொண்டான். அவனுடைய உள்ளமும் உடம்பும் பரவசமடைந்தன.

"வாணர் குலத்து வீரரே! கற்பென்னும் திண்மையைக் குலதனமாகப் பெற்ற பழந்தமிழ் மன்னர் வம்சத்தில் வந்தவள் நான். எங்கள் குலத்து மாநகரில் சிலர் கணவனுடன் உடன் கட்டை ஏறியதுண்டு. பதியின் உடலை எரித்த தீயைக்குளிர்ந்த நிலவென்று அவர்கள் கருதி அக்கினியில் குதித்தார்கள்.!"

"கேள்விப்பட்டிருக்கிறேன், தேவி!"

"உமது கரத்தைப் பற்றிய இந்த என் கரம் இன்னொரு ஆடவனுடைய கையை ஒருநாளும் பற்றாது..."

வல்லவரையன் சொல்லிழந்து செயலிழந்து குந்தவையின் கண்ணீர் ததும்பிய கண்களைப் பார்த்த வண்ணம் மதியும் இழந்து நின்றான்.

"ஐயா! உம்முடைய பதற்றமான காரியங்களினால் உமது உயிருக்கு ஏதேனும் அபாயம் நேர்ந்தால், என்னுடைய கதி என்ன ஆகும் என்பதைச் சிறிது எண்ணிப் பாரும்."

"தேவி! தங்களுடைய இதய சிங்காசனத்தில் இடம் பெற்ற இந்தப் பாக்கியசாலி உயிருக்குப் பயந்த கோழையாயிருக்க முடியுமா?"

"கோழைத்தனம் வேறு, ஜாக்கிரதை வேறு, ஐயா! முதன் மந்திரி அநிருத்தருக்குக்கூடத் தங்கள் வீரத்தைப் பற்றி ஐயம் கிடையாது."

"பின்னர், எதைப்பற்றி அவர் ஐயப்படுகிறார்..."

"நீர் பழுவூர் ராணியின் ஒற்றனாயிருக்கலாம் என்று ஐயுறுகிறார்.."

"அப்படியானால், வைத்தியர் மகன் பினாகபாணிக்கு அளித்த மறுமொழியை அவருக்கும் அளிக்கச் சித்தமாயிருக்கிறேன். சிறைக்கதவைத் திறந்து விடுங்கள்! அந்த மனிதர் எங்கே இருக்கிறார் என்று சொல்லுங்கள்!"

"வைத்தியர் மகனாவது மற்போரில் சிறிது பழக்கமுள்ளவன். அநிருத்தர் சொற்போர் அறிவாரேயன்றி மற்போர் அறியார். அறிவின் கூர்மையே அவருடைய ஆயுதம். வாளின் கூர்மையை அவர் என்றும் துணை கொண்டதில்லை..."

"அப்படியானால், என்னுடைய வாளின் கூர்மையைத்தான் முதன் முதலில் பரீட்சை பார்க்கட்டுமே?"

"ஐயா! இந்த நாட்டில் சக்கரவர்த்திக்கு அடுத்த மரியாதைக்குரியவர் முதன் மந்திரி அநிருத்தர். அவருடன் பகிரங்கமாக முரண்படப் பழுவேட்டரையர்களும் தயங்குகிறார்கள்..."

"பழுவேட்டரையர்கள் குற்றம் உள்ள நெஞ்சினர். அவர்கள் பயப்படுவார்கள்; நான் ஏன் பயப்பட வேண்டும்?"

"இளம் பிராயத்திலிருந்து என் தந்தையின் உற்ற தோழர் அவர். முதன் மந்திரிக்குச் செய்த அவமரியாதை சக்கரவர்த்திக்கும், எனக்கும் செய்த அவமரியாதையாகும்."

"அப்படியானால், அவருடைய நம்பிக்கையை நான் பெறுவதற்கு வழியையேனும் சொல்லுங்கள்."

"முதன் மந்திரி, காஞ்சிக்கு மிகவும் நம்பிக்கையான ஒருவரை அனுப்ப விரும்புகிறார். உம்மை அனுப்பலாம், நம்பி அனுப்பலாம் என்று நான் உறுதி அளித்திருக்கிறேன்."

"தேவி! காஞ்சிக்கு என்னை அனுப்பாதீர்கள்! என் மனத்திற்குள் ஏதோ ஒரு குரல், 'காஞ்சிக்குப் போகாதே!' என்று சொல்லிக் கொண்டிருக்கிறது."

"அது ஒருவேளை பழுவூர் இளைய ராணியின் குரலாயிருக்கலாம் அல்லவா?"

"இல்லவே இல்லை! தங்களுடைய சொல்லுக்கு மாறாக அந்த விஷ நாகத்தின் குரலை நான் கேட்பேனா?"

"ஐயா! பழுவூர் இளைய ராணியைப் பற்றி இனி எந்தச் சமயத்திலும் அப்படியெல்லாம் பேசாதீர்கள்!"

"இது என்ன? ஏன் இந்தத் திடீர் மாறுதல்?"

"ஆம்; என் மனம் அவள் விஷயத்தில் அடியோடு மாறிவிட்டது. நீர் இலங்கையிலிருந்து கொண்டு வந்த செய்தியைக் கேட்ட பிறகு."

"அப்படியானால் இனி நான் பழுவூர் இளைய ராணியிடமும் பயபக்தியுடன் நடந்து கொள்ள வேண்டியதுதானோ?"

"ஆம்!"

"அவள் பயபக்தியுடன் பூஜை செய்யும் கொலை வாளை என்னிடம் கொடுத்து, 'இன்னாருடைய தலையைக் கொண்டு வா!' என்று சொன்னாலும் கொண்டுவர வேண்டியதுதானோ?"

குந்தவை தேவியின் உடம்பு நடுங்கிற்று. மறுமொழி கூறியபோது அவளுடைய குரலும் நடுங்கிற்று.

"பழுவூர் ராணியிடம் மரியாதையுடன் நடந்து கொள்ள வேண்டியதுதான். ஆனால் அவள் பேச்சைக் கேட்க வேண்டிய அவசியமில்லை. அவள் எத்தகைய காரியத்தில் ஈடுபட்டிருக்கிறாள் என்பது அவளுக்கே தெரியாமலிருக்கலாம் அல்லவா?"

"அப்படித்தான் அவளும் கூறினாள். 'நான் எதற்காக இந்தக் கத்தியைப் பூஜை செய்து கொண்டிருக்கிறேன் என்பது எனக்கே தெரியவில்லை' என்றாள்."

இதைக் கேட்ட இளவரசி இன்னும் அதிகமாக நடுங்கிய குரலில் "இந்தச் சோழர் தொல்குடியைத் தெய்வந்தான் காப்பாற்ற வேண்டும்" என்றாள்.

"காப்பாற்றுகிற தெய்வம் இந்த ஏழையைச் சாதனமாக வைத்துக்கொண்டு காப்பாற்றட்டும்" என்றான் வந்தியத்தேவன்.

"ஐயா! நானும் அவ்வாறுதான் நம்பியிருக்கிறேன். நீர் காஞ்சியிலிருந்து திரும்பி வந்ததும் மறுபடி ஒருதடவை இலங்கைக்குப் போக வேண்டும். அந்த ஊமைத்தாயை எப்படியாவது இங்கே அழைத்து வரவேண்டும்..."

"அவளை அழைத்து வருவது சுழிக்காற்றைக் குடத்தில் அடைத்துக் கொண்டு வருவது போலத்தான். இப்படி ஒரு முறை யாரோ சொன்னார்கள், ஆம். அந்த வீர வைஷ்ணவன் தான். ஒருவேளை அவனே அழைத்து வந்திருக்கலாம்."

"இல்லை; அவனால் அந்தக் காரியம் முடியவில்லை. உம்மாலேதான் அந்தக் காரியம் ஆக வேண்டும்."

"அப்படியானால் என்னைக் காஞ்சிக்கு அனுப்பாதீர்கள், தேவி!"

"ஏன்?"

"அங்கே என் எஜமானர் இருக்கிறார். அவர் கேட்டால் நான் எல்லா விவரங்களையும் சொல்லித்தான் ஆகவேண்டும். பழுவேட்டரையர்களும், மற்ற சிற்றரசர்களும் செய்யும் சதியைப்பற்றி அறிந்தால் உடனே வெகுண்டு எழுவார். சக்கரவர்த்தியைச் சிறைவைப்பது போல் வைத்திருக்கிறார்கள் என்று அறிந்தால் உடனே படை எடுத்துக் கிளம்புவார். பொன்னியின் செல்வரைப் பற்றிய செய்தி அவர் காதில் எட்டியிருந்தால் இதற்குள்ளேயே ஒருவேளை புறப்பட்டிருந்தாலும் புறப்பட்டிருப்பார்..."

"அதற்காகவேதான் – உம்மை அனுப்ப விரும்புகிறேன். அவர் காஞ்சியைவிட்டுப் புறப்படாமல் எப்படியாவது தடுத்து விடவேண்டும்."

"நான் காஞ்சியை அடைவதற்குள் அவர் புறப்பட்டிருந்தால்?"

"வழியில் அவர் எங்கே இருந்தாலும் அங்கே போய்ச் சேர்ந்து கொள்ளுங்கள். எல்லாவற்றையும் விட முக்கியமாக நீர் அவசியம் செய்ய வேண்டிய காரியம் ஒன்று இருக்கிறது..."

"சொல்லுங்கள்!"

"பெரிய பழுவேட்டரையர் இளையராணியுடன் கடம்பூர் மாளிகைக்குப் புறப்பட்டுவிட்டார் என்ற செய்தி கிடைத்திருக்கிறது..."

"உண்மையில் இளைய ராணிதான் போகிறாளா! அல்லது இளைய ராணியின் பல்லக்கில்..."

"இல்லை; இளைய ராணிதான் போகிறாள். என் சித்தப்பாதான் இன்னும் இங்கே இருக்கிறாரே!"

"எதற்காகப் போகிறார்களாம்?"

"ஆதித்த கரிகாலனையும் கடம்பூருக்கு வரும்படி அழைத்திருக்கிறார்கள். கல்யாணப் பேச்சு என்பது வெளிப்படையான காரணம். இராஜ்யத்தை இரண்டாகப் பிரித்துக் கொடுத்து சமாதானம் செய்து வைக்கப் போவதாகவும் ஒரு பேச்சு நடந்து வருகிறது."

"என் எஜமானர் அதற்கு ஒருநாளும் சம்மதிக்க மாட்டார்."

"அதைப் பற்றியெல்லாம் இப்போது எனக்குக் கவலை இல்லை."

"பின்னே என்ன கவலை தேவி!"

"இன்னதென்று சொல்லமுடியாத பயம் என் மனத்தில் குடி கொண்டிருக்கிறது நெஞ்சு 'திக் திக்' என்று அடித்துக் கொள்கிறது. அரைத் தூக்கத்தில் விவரமில்லாத பயங்கரங்கள் என்னைச் சூழ்ந்து கொள்கின்றன. நல்ல தூக்கத்தில் அகோரமான கனவுகள் கண்டு விழித்துக் கொள்கிறேன். அப்புறம் வெகு நேரம் வரையில் என் உடம்பு நடுங்கிக் கொண்டிருக்கிறது."

"இந்த நிலையில் தங்களைப் பிரிந்து என்னை ஏன் போகச் சொல்லுகிறீர்கள்? தங்களுக்கு எத்தகைய அபாயம் வந்தாலும் என் உயிரைக் கொடுத்து..."

"ஐயா! என்னுடைய பயம் என்னைப் பற்றியதே அன்று. என் தமையனைப் பற்றியது; பழுவூர் ராணியைப் பற்றியது. அவர்கள் சந்தித்தால் என்ன நேரிடுமோ என்று எண்ணி என் உள்ளம் கலங்குகிறது. அவர்கள் தனியாகச் சந்திக்க முடியாதபடி நீர் தடை செய்ய வேண்டும்..."

"தேவி! அவர் ஒன்றும் செய்வதற்கு நினைத்தால் அதை யார் தடுக்க முடியும்?"

"ஐயா! என் தமையனைக் காப்பாற்றும் இரும்புக் கவசம் போல் நீர் உதவவேண்டும். அவசியமானால் நந்தினி யார் என்பதை என் சகோதரனிடம் சொல்லிவிட வேண்டும்..."

"அதை அவர் நம்ப வேண்டுமே?"

"நம்பும்படியாகச் சொல்வது உமது பொறுப்பு. எப்படிச் செய்வீர் என்று எனக்குத் தெரியாது. அவர்களை எப்படியேனும் சந்திக்க முடியாதபடி செய்தால் மிகவும் நலமாயிருக்கும்."

"தேவி! என்னாலியன்ற முயற்சிகளைச் செய்து பார்க்கிறேன். தோல்வி அடைந்தால் என்னைக் குற்றம் சொல்ல வேண்டாம்" என்றான் வந்தியத்தேவன்.

"ஐயா! தாங்கள் தோல்வி அடைந்தாலும், வெற்றி அடைந்தாலும் என் இதயச் சிறையிலிருந்து இந்த ஜன்மத்தில் தங்களுக்கு விடுதலை கிடையாது!" என்றாள் அரசிளங்குமரி.

⊙

31. பசும் பட்டாடை

மறுநாள் காலையில் வந்தியத்தேவன் முதல் மந்திரி அநிருத்தரின் ஓலையுடன் அரிசிலாற்றங்கரையோடு குடந்தை நகரை நோக்கிப் போய்க் கொண்டிருந்தான். குதிரையை விரட்டாமல் மெல்லச் செலுத்திக் கொண்டு இருபுறமும் தோன்றிய இனிய காட்சிகளைப் பார்த்துக்கொண்டு போனான். ஐப்பசி மாதத்தின் ஆரம்பத்தில் சோழவளநாடு பூரணப் பொலிவுடன் விளங்கிற்று. இயற்கை அரசி பச்சைப் பட்டாடை உடுத்தி நவயௌவன சௌந்தரியத்துடன் திகழ்ந்தாள். அந்தப் பச்சைப் பட்டாடையில்தான் எத்தனை விதவிதமான பசுமைச் சாயங்கள்! கழனிகளில் கதிர்விடுவதற்குத் தயாராயிருந்த நெற்பயிர்கள் ஒரு சாயல்; நடவு நட்டுச் சில காலமாகியிருந்த இளம் பயிர்கள் இன்னொரு சாயல்; அப்போதுதான் நடவாகியிருந்த பசும் பொன்னிறப் பயிர்கள் வேறொரு சாயல்!

ஆலமரத்தில் தழைத்திருந்த இலைகள் ஒரு பசுமை; அரச மரத்தில் குலுங்கிய இலைகள் இன்னொருவிதப் பசுமை; தடாகங்களில் கொழு கொழுவென்று படர்ந்திருந்த தாமரை

இலைகளில் மோகனப் பசுமை; வாழை இலைகளின் கண்கவரும் பசுமை; தென்னங் குருத்துகளின் தந்தவர்ணப் பசுமை; பூமியில் இளம் புல்லின் பசுமை; ஓடைகளில் தெளிந்த நீரின் பசுமை; நீரில் அங்குமிங்கும் தத்திப் பாய்ந்த தவளைகளின் பசுமை.

இவ்வளவு விதவிதமான சாயல்கள் வாய்ந்த பச்சைப் பட்டாடையின் அழகைத் தூக்கிக்காட்டுவதற்கென்று நட்சத்திரப் பொட்டுகள் பதித்ததுபோல் குவளைகளும், குமுதங்களும், செந்தாமரை செங்கழுநீர்ப் பூக்களும் ஆங்காங்கு ஜொலித்துக் கொண்டிருந்தன. இந்த அழகையெல்லாம் வந்தியத்தேவன் இரு கண்களாலும் பருகிக்கொண்டு பிரயாணம் செய்தான். ஆடிமாதத்தில் அந்த வழியாக அவன் சென்ற போது பார்த்த காட்சிகளுக்கும், இப்போது காணும் காட்சிகளுக்கும் உள்ள வேற்றுமையை அவன் உணர்ந்திருந்தான். ஆடிமாதத்தில் ஆற்றில் புதுவெள்ளம் நொங்கும் நுரையுமாகப் பொங்கிப் பெருகிக்கொண்டிருந்தது. இப்போதோ பிரவாகத்தின் வேகமும் கோபமும் தணிந்து, செந்நிறம் மாறி, பளிங்கு போல் தெளிந்து, உல்லாஸமாகப் பவனி சென்றது. புது வெள்ளத்தின் 'ஹோ' என்ற இரைச்சலும் மேலக் காற்று மரக்கிளைகளைத் தாக்கியபோது உண்டான பேரோசையும், ஆயிரமாயிரம் புள்ளினங்களின் கோலாகலத் தொனிகளும் அப்போது ஒரு மாபெருந் திருவிழாவின் ஆரவாரத்தைப் போல் கேட்டன. இன்றைக்கோ குளிர்ந்த வாடைக் காற்றில் இலைகள் அசைந்த மாமரச் சத்தமும், மடைகளில் தண்ணீர் பாய்ந்த சலசலப்பு ஓசையும், மழையை எதிர்பார்த்த மண்டூகங்களின் சுருதி பேதக் குரல்களும், பலவகைச் சில்வண்டுகளின் ஸ்வர பேத ரீங்காரங்களும் சேர்ந்து இயற்கை மாதரசியின் சோக சங்கீத கோஷ்டிகானத்தைப் போல் ஒலித்துக் கொண்டிருந்தன.

வந்தியத்தேவனுடைய உள்ளத்திலும் அப்போது ஏதோ ஒரு வகையான இனந்தெரியாத சோகம் குடி கொண்டிருந்தது. இதன் காரணம் என்னவென்று யோசித்து யோசித்துப் பார்த்தும் புலப்படவில்லை. உண்மையில் அவன் அபரிமிதமான உற்சாகம் கொள்வதற்கு வேண்டிய காரணங்கள் இருந்தன. இந்த வழியாக இரண்டு மாதங்களுக்கு முன்னால் போனபோது என்னென்ன மனோராஜ்யங்கள் செய்தானோ அவ்வளவும் நிறைவேறிவிட்டன. அவன் கனவிலும் நடக்கும் என்று கருதாத காரியங்களும் நடந்தேறிவிட்டன. சுந்தர சோழ சக்கரவர்த்தியைத் தரிசித்தாகி விட்டது! தஞ்சாவூர், பழையாறை, மாதோட்டம், அநுராதபுரம் முதலிய மாபெரும் நகரங்களைப் பார்த்தாகி விட்டது. சோழநாட்டின் கண்ணுக்குக் கண்ணாக விளங்கிய பொன்னியின் செல்வனுடைய சிநேகிதம் கிடைத்துவிட்டது; அந்த வீர இளவரசனுக்கு உதவி புரியும் பேறும் கிடைத்து விட்டது; தமிழகத்தின் அழகுத் தெய்வமும், சோழர் குலவிளக்குமான அரசிளங்குமரி குந்தவையை ஒருமுறை பார்ப்பதற்கே எத்தனையோ தவம் செய்திருக்க வேண்டும். இப்படியிருக்க அவளுடைய தூய இதயத்தின் நேயத்தைப் பெறுவதென்பது எத்தகைய பெறற்கரும் பாக்கியம்? அதை எண்ணியபோது அவன் உள்ளம் பெருமிதத்தினால் பொங்கியது. ஆனால் அந்தப் பெருமிதக் குதூகலத்துடனே ஏதோ ஒரு வேதனையும் தொடர்ந்து வந்தது. அவ்வளவு பெரிய பாக்கியத்துக்கு நான் உண்மையில் உரியவன்தானா? அது நிலைத்து நிற்குமா? கைக்கு எட்டியது வாய்க்கெட்டுவதற்குள் எவ்வளவோ தடங்கல்கள் ஏற்படக்கூடுமல்லவா?

"ஆகா! தடங்கல்களுக்கும் என்ன குறைவு? உலகமே தடங்கல் மயம்தான்! ரவிதாஸனைப் போன்ற மாயமந்திரவாதிகளும், நந்தினியைப் போன்ற மாய மோகினிகளும், பழுவேட்டரையர்களைப் போன்ற சதிகாரர்களும், கந்தமாறனையும் பார்த்திபேந்திரனையும் போன்ற சிநேகத் துரோகிகளும், பூங்குழலியையும், வானதியையும் போன்ற பித்துக்கொள்ளிப் பெண்களும், வீரவைஷ்ணவ ஒற்றர்களும், காலாமுக சைவர்களும், கொள்ளிவாய்ப் பேய்களும், ஆழந்தெரியாத புதைசேற்றுக் குழிகளும் நிறைந்த உலகமல்லவா இது? கடவுளே மேற்கூறிய அபாயம் ஒவ்வொன்றிலிருந்தும் எப்படியோ இதுவரை தப்பித்து விட்டேன்! அவை எல்லாவற்றையும் விடப் பெரும் அபாயகரமான காரியத்தில் இப்போது முதன் மந்திரி அநிருத்தர் என்னை ஏவியிருக்கிறார்! ஒரு பக்கத்தில், எளிதில் மூர்க்காவேசம்

கொள்ளக்கூடிய ஆதித்த கரிகாலர்; மற்றொரு பக்கத்தில் பெரிய பழுவேட்டரையரைப் பொம்மையைப் போல் ஆட்டி வைக்கும் மாயசக்தி வாய்ந்த மோகினி! இவர்களுடைய நோக்கத்துக்கு குறுக்கே நின்று நான் தடை செய்து வெற்றி பெற வேண்டுமாம்! இது நடக்கக்கூடிய காரியமா? அந்தப் பிரம்மராயர் தமது மனத்தில் என்னதான் உண்மையில் எண்ணியிருக்கிறாரோ தெரியாது! அரசிளங்குமரியிடமிருந்து என்னைப் பிரித்து விடுவதே அவருடைய நோக்கமாயிருக்கலாம் அல்லவா? ஆழ்வார்க்கடியான் வந்து சேர்ந்து கொள்வான் என்று இருவரும் சொன்னார்கள்! அவனையும் இதுவரையில் காணோம்! அந்த வீர வைஷ்ணவன் எப்பேர்ப்பட்டவனாயிருந்தாலும், இதுவரையில் எனக்கு ஒரு கெடுதலும் செய்ததில்லை; பலமுறை உதவிதான் புரிந்திருக்கிறான். அவனுடன் சேர்ந்து பிரயாணம் செய்தால், ஏதாவது உற்சாகமாகப் பேசிக்கொண்டிருப்பான். பிரயாணத்தில் அலுப்புத் தட்டாமல் இருக்கும். இனி எங்கே வந்து அவன் நம்முடன் சேர்ந்து கொள்ள முடியும்? அவனுக்காக எத்தனை நேரந்தான் இந்தக் குதிரையை இழுத்துப் பிடித்து மெல்லச் செலுத்திக்கொண்டு போவது?...”

“ஆகா! அதோ கும்பலாயிருக்கும் மரங்கள்! நதி வெள்ளத்தில் முதலைகளைப் போல் கிடக்கும் அந்த வேர்கள்! இங்கேதான் பொம்மை முதலைமீது வேல் எறிந்த படலம் நடை பெற்றது! வாரிணியும் தாரகையும், செந்திருவும் மந்தாகினியும் நம்முடைய வீரச்செயலைப் பார்த்துக் கலகலவென்று சிரித்தது இவ்விடத்தில்தான்! அரசிளங்குமரி நமக்குப் பரிந்து அந்தப் பெண்களை அதட்டியதும் இதே இடத்தில்தான்! சற்று இங்கே நின்று பார்க்கலாம்.”

வந்தியத்தேவன் குதிரை மீதிருந்து இறங்கி நதிக்கரையில் ஓரமாகச் சென்று நின்றான். மரத்தின் வேர்களைச் சுற்றிச் சுற்றி சுழலிட்டுக்கொண்டு ஓடிய தெளிந்த நீர்ப்பிரவாகத்தைச் சிறிதுநேரம் உற்று பார்த்துக் கொண்டிருந்தான்... ஆகா! அந்தச் சுழலில் ஒரு முகம் தெரிகிறது! அது யாருடைய முகம்? சொல்லவேண்டுமா? அரசிளங்குமரி குந்தவைப் பிராட்டியின் இன்பப் பொன்முகந்தான்!

“கண்டேன் கண்டேன் கண்டேன்
கண்ணுக்கினியன கண்டேன்!”

என்று பாடிய குரலைக்கேட்டு வந்தியத்தேவன் திடுக்கிட்டு அண்ணாந்து பார்த்தான். உன்னதமான மரத்தின் உச்சாணிக் கிளை ஒன்றில் ஆழ்வார்க்கடியான் அமர்ந்திருப்பது தெரிந்தது!

“ஓகோ! வீரவைஷ்ணவரே! நான் உம்முடைய திருக்கண்களுக்கு அவ்வளவு இனியவனாக இருக்கிறேனா! நான் உம்மைச் சிறிது நன்றாகப் பார்க்கிறேன். கீழே இறங்கி வருக!” என்று சொன்னான் வந்தியத்தேவன்.

வீரவைஷ்ணவன் – மரத்திலிருந்து இறங்கிய வண்ணம், “நான் உன்னை சொல்லவில்லை, அப்பனே! உடையில் வாளும், கையில் வேலும் ஏந்திய நீ என் கண்ணுக்குப் பயங்கரமாகவல்லவோ புலப்படுகிறாய்?” என்றான்.

“பிறகு, யாரைப் பற்றிச் சொன்னீர், வைஷ்ணவரே?”

“முழு முதற் கடவுளாகிய திருமால் வாமனாவதாரம் எடுத்து வானத்தை அளப்பதற்காக ஒரு பாதத்தைத் தூக்கிய போது, உங்கள் சிவபெருமானுடைய கண்களுக்கு...”

“வைஷ்ணவரே! நிறுத்தும்! இம்மாதிரியெல்லாம் சிவனைத் தாழ்த்திக் கூறுவதை நிறுத்தி விடும். இல்லாவிடில் பெரிய அபாயத்துக்கு உள்ளாவீர்!”

“என்ன அபாயம், அப்பனே! முதலையைக் கொன்று யானையைக் காத்த பெருமானின் சக்கரம் இருக்கும்போது என்னை யார் என்ன செய்ய முடியும்?”

“நான் சொல்வதைச் சொல்லிவிட்டேன். அப்புறம் உமது இஷ்டம்.”

“எனக்கு என்ன அபாயம் வருகிறது என்று சொல், தம்பி!”

“பழையாறையில் ஜனங்கள் கொந்தளித்து அரண்மனை வாசலுக்கு வந்தார்கள் அல்லவா? அப்போது சில காலாமுகர்கள் பேசிக்கொண்டிருப்பதைக் கேட்டேன்.”

"என்ன பேசிக் கொண்டார்கள்?"

"சோழ நாட்டில் பெருகிவரும் வீரவைஷ்ணவர்களை மகாகாளிக்குப் பலி கொடுத்து, அவர்களுடைய மண்டை ஓடுகளைக் குவித்து அடுக்கி, அவற்றின் பேரில் நின்று ஆனந்தத் தாண்டவம் ஆட வேண்டும் என்று சொன்னார்கள்!"

ஆழ்வார்க்கடியான் தன் மண்டையைத் தொட்டுப் பார்த்துக்கொண்டு, "இது கெட்டியாகத்தானிருக்கிறது! காலாமுக தாண்டவத்தைத் தாங்கக்கூடியதுதான்" என்றான்.

"நான் கேள்விப்பட்டதற்குத் தகுந்தாற்போல் இன்றைக்கு நான் வரும் வழியெல்லாம் காலாமுகர்கள் மண்டை ஓடுகளையும் சூலாயுதங்களையும் தாங்கிக் கொண்டு அலைகிறார்கள். நீர் சிவனே என்று இந்த முன் குடுமி வேஷத்தை மாற்றிக் கொண்டு..."

"முடியாது, அப்பா, முடியாது!"

"என்ன முடியாது?"

"நீ சொன்னாயே அந்தப் பெயரைச் சொல்ல முடியாது. 'விஷ்ணுவே' என்று சொல்லி, எனது வேஷத்தை மாற்றிக் கொண்டாலும் மாற்றிக்கொள்வேன்... அதோ பார்!"

ஆற்றங்கரைச் சாலையில் அப்போது ஒரு பல்லக்கு போய்க்கொண்டிருந்தது. அதற்குள் ஒரு பெண்மணி இருப்பது தெரிந்தது. ஆனால் யார் என்று தெரியவில்லை யாரோ ராஜகுலத்துக்குப் பெண்ணாகத்தானிருக்க வேண்டும், யாராயிருக்கும்? பல்லக்குச் சுமப்பவர்களைத் தவிர ஒரு தாதிப் பெண் பக்கத்தில் போய்க்கொண்டிருந்தாள். ஒருவேளை அரசிளங்குமரியாயிருக்கலாமோ! அப்படி இருக்க முடியாது.

"வைஷ்ணவரே! அந்தப் பல்லக்கில் இருப்பது யார், தெரியுமா?" என்று வந்தியத்தேவன் கேட்டான்.

"தம்பி! நான் சொல்வதைக் கேள். உனக்குச் சம்பந்தமில்லாத காரியங்களில் தலையிட்டுக் கொள்ளாதே! அதனால் பல தொல்லைகளை நீ ஏற்கனவே அனுபவித்திருக்கிறாய் அல்லவா! வழியோடு எத்தனையோ பேர் போவார்கள்; உனக்கு என்ன அதைப்பற்றி? குதிரை மேலேறிக் கொள்; தட்டிவிடு!" என்றான்.

"ஓகோ! அப்படியா சமாசாரம்? வீரவைஷ்ணவர் இப்போது பெரிய வைராக்கியசாலி ஆகிவிட்டதாகத் தோன்றுகிறது. வீரநாராயணபுரத்தில் நடந்ததை மறந்துவிட்டீரா? அங்கே மூடுபல்லக்கில் சென்ற பெண்ணுக்கு ஓலை ஒன்றைச் சேர்ப்பிக்கும்படி நீர் எனக்குச் சொல்லவில்லையா?"

"அதெல்லாம் பழைய கதை! இப்போது எதற்கு எடுக்கிறாய்."

"போனால் போகட்டும். நீர் என்னோடு வழியில் வந்து சேர்ந்து கொள்வீர் என்று சொன்னார்கள். உமக்காகவே இத்தனை நேரம் மெல்ல மெல்லக் குதிரையைச் செலுத்திக் கொண்டு வந்தேன். இனியாவது என்னோடு வரப்போகிறீரா, இல்லையா?"

"நீ குதிரையில் போகிறாய்! நான் கால்நடையாக வருகிறேன். நாம் எப்படிச் சேர்ந்து பிரயாணம் செல்ல முடியும்? நீ கொள்ளிடக்கரையில் போயிரு. அங்கே நாளைக் காலையில் உன்னுடன் வந்து சேர்ந்து கொள்கிறேன்."

ஆழ்வார்க்கடியான் வேறொரு இரகசிய வேலையில் ஈடுபட்டிருக்கிறான் என்றும், தன்னுடன் வரமாட்டான் என்றும் வந்தியத்தேவன் நிச்சயமடைந்தான்.

"சரி உமது இஷ்டம்!" என்று கூறிக் குதிரைமீது தாவி ஏறிக்கொண்டான். தான் போக வேண்டிய திசையை நோக்கினான். வடகிழக்குத் திசையின் அடிவாரத்தில் கரியமேகங்கள் திரள்வதைக் கண்டான்.

"வைஷ்ணவரே! இன்று மழை பெய்யுமா?" என்று கேட்டான்.

"அப்பனே! எனக்கு என்ன ஜோசியமா தெரியும்? ஐப்பசி பிறந்து விட்டதல்லவா? மழை பெய்தாலும் பெய்யும். எல்லாவற்றுக்கும் சீக்கிரமாகக் குதிரையைத் தட்டிவிட்டுக்

கொண்டுபோ! இராத்திரி தங்குவதற்கு ஏதேனும் ஒரு சத்திரம் சாவடியைப் பார்த்துக்கொள்!" என்றான் ஆழ்வார்க்கடியான்.

வந்தியத்தேவன் அவ்விதமே குதிரையைத் தட்டிவிட்டான். "எனக்கு என்ன ஜோசியமா தெரியும்?" என்று ஆழ்வார்க்கடியான் கேட்டது அவனுடைய மனத்தில் பதிந்திருந்தது. இதிலிருந்து குடந்தை சோதிடரின் நினைவு வந்தது. போகும் வழியிலேதான் அந்தச் சோதிடரின் வீடு இருக்கிறது அவரைப் பார்த்துவிட்டுப் போனால் என்ன? சோழ சிங்காதனம் ஏற ஆசைப்படுகிறவர்களுக்குள்ளே யாருக்கு இந்த அதிர்ஷ்டம் கிடைக்கப்போகிறது? பொன்னியின் செல்வரைத் துருவ நட்சத்திரத்துக்குச் சமமானவர் என்று குடந்தை சோதிடர் சொன்னாரல்லவா? அவரோ இராஜ்யம் ஆளுவதில் மனதை செலுத்தவே மறுக்கிறார்! இலங்கைச் சிம்மாசனத்தையும் மணிமகுடத்தையும் எவ்வளவு அநாயாசமாக மறுதலித்தார்?

அவருக்குப் பல கண்டங்கள் நேரிடுமென்று சோதிடர் கூறியது ஓரளவு பலித்துத்தானிருக்கிறது. அது போலவே வருங்காலத்தில் அவர் மகோந்நதம் பெற்று விளங்குவார் என்பதும் பலிக்குமா? அது எப்படிச் சாத்தியமாகக் கூடும்? என்னுடைய வாழ்க்கைக் கனவுகள்தான் எவ்வளவு தூரம் பலிக்கப் போகின்றன? என் முன்னோர்கள் காலத்தில் இழந்து விட்ட இராஜ்யம் திரும்பக் கிடைக்குமா? நான் இப்போது எதற்காகப் புறப்பட்டிருக்கிறேனோ அது எவ்வளவு தூரம் நிறைவேறும்? ஆதித்த கரிகாலர், நந்தினி இவர்களுக்குக் குறுக்கே நின்றுதான் எந்தக் காரியத்தையும் சாதிக்க முடியுமா? இதுவரையில் இரண்டு மூன்று தடவை நந்தினியிடம் சிக்கிக்கொண்டு தப்பிப் பிழைத்தோம்! மறுபடியும் அது முடியுமா? பழுவூர் இளைய ராணியை எண்ணியபோது வந்தியத்தேவனுடைய மனத்தில் ஒரு திகில் உண்டாயிற்று. அவள் அவனிடம் மிகவும் பிரியமும் மரியாதையும் காட்டிப் பேசியதென்னவோ உண்மைதான்! ஆனால் அவள் உள்ளத்தை அவனால் அறிய முடியவில்லை. ஏதோ ஒரு முக்கிய காரிய நிமித்தமாக அவனை அவள் விட்டு வைத்திருப்பதாகவே தோன்றியது. அதனாலேயே வந்தியத்தேவனிடம் அவள் அவ்வளவு பொறுமையாக இருந்திருக்கிறாள். அது என்ன காரியமாக இருக்கும்?

வந்தியத்தேவனுடைய குதிரை சற்றுமுன் அந்த வழியே சென்ற பல்லக்கைத் தாண்டிச் சென்றது. இம்முறை அவன் பல்லக்கை மோதவும் விரும்பவில்லை. பல்லக்கு அவனை மோதவும் இஷ்டப்படவில்லை. ஆனால் குதிரை பல்லக்கைத் தாண்டியபோது பல்லக்கின் திரை சிறிது விலகியது. உள்ளே வீற்றிருந்த பெண் கொடும்பாளூர் இளவரசி வானதி என்பதை அறிந்து கொண்டான். குதிரையை நிறுத்தலாமா என்று ஒரு கணம் யோசித்தான். பிறகு அதை மாற்றிக்கொண்டு மேலே சென்றான். வானதியைப் பற்றி இளைய பிராட்டி கூறியது நினைவு வந்தது. நாலுபுறமும் அபாயங்கள் சூழ்ந்த இக்காலத்தில் கொடும்பாளூர் இளவரசி தனியாக எங்கே புறப்பட்டாள்? தகுந்த பாதுகாப்புக்கூட இல்லையே? அதோடு இன்னொரு விசித்திரத்தையும் அவன் கண்டான். சற்றுத் தூரத்திலிருந்து பயங்கரத்தோற்றமுடைய இரண்டு காலாமுக சைவர்கள் வானதியின் பல்லக்கை உற்றுப் பார்த்துக்கொண்டிருந்தார்கள். இவர்கள் எதற்கு அப்படிப் பார்க்கிறார்கள்? அவர்கள் இரண்டு பேரும் யார்? அரிச்சந்திர நதிக்கரையில்தான் படுத்துறங்கிய போது தன் பக்கத்தில் வந்து நின்று பேசியவர்கள் அல்லவா?

வானதியிடம் வந்தியத்தேவனுக்கு அவ்வளவு அனுதாபம் இல்லையென்பது உண்மையே. பொன்னியின் செல்வருடைய உள்ளத்தில் பூங்குழலி பெறவேண்டிய இடத்தை வானதி அபகரிக்க விரும்புவதாகவே அவன் எண்ணினான். இதனால் அவள் பேரில் கோபங் கொண்டிருந்தான். ஆனாலும் இளைய பிராட்டி அவளிடம் அளவற்ற அன்பு வைத்திருந்தாள் என்பதை அவனால் மறக்க முடியவில்லை. எனவே வானதிக்கு ஏதேனும் அபாயம் நேர்ந்தால் இளைய பிராட்டி அதனால் அளவில்லாத துன்பம் அடைவாள். ஆனால் அபாயம் எதற்காக நேரவேண்டும்? "சம்பந்தமில்லாத காரியங்களில் தலையிட்டுக் கொள்ளாதே; உன் காரியத்தைப் பார்த்துக்கொண்டு போ!' என்று ஆழ்வார்க்கடியான்

கூறிய புத்திமதி நியாயமானதுதான். ஆயினும் வானதியின் பல்லக்குச் சென்றதைக் காலாமுகர்கள் இருவர் மறைவான இடத்திலிருந்து பார்த்துக் கொண்டு நின்ற காட்சி திரும்பத் திரும்ப அவன் ஞாபகத்திற்கு வந்து கொண்டிருந்தது.

இதோ குடந்தை சோதிடரின் வீடு வந்துவிட்டது! எல்லாவற்றுக்கும் அவரைக் கேட்டுப் பார்க்கலாம்... அடேடே! இத்தனை நேரம் அந்த விஷயம் மூளைக்கு எட்டவில்லையே! வானதி தேவியும் குடந்தைச் சோதிடரின் வீட்டுக்குத்தான் வருகிறாள் போலும். பழம் நழுவிப் பாலில் விழுந்தது. வானதி வந்து சேர்வதற்குள் நம்முடைய காரியத்தையும் நாம் பார்த்துக் கொள்ளலாம். இவ்வாறு எண்ணிச் சோதிடர் வீட்டு வாசலில் குதிரையை நிறுத்தி விட்டு வந்தியத்தேவன் அந்தச் சிறிய வீட்டுக்குள் நுழைந்தான்.

○

32. பிரம்மாவின் தலை

வந்தியத்தேவன் குடந்தை சோதிடரின் வீட்டிற்குள் இரண்டாம் முறையாகப் பிரவேசித்தபோது அவனுடைய உள்ளத்தில் ஓர் அதிசயமான இன்ப உணர்ச்சி உண்டாயிற்று. அந்தச் சிறிய வீட்டுக்குள்ளேதான் முதன் முதலாக அவன் இளையபிராட்டி குந்தவையைப் பார்த்தான். அவளுடைய செந்தாமரை வதனத்தையும், வியப்பினால் விரிந்த கரிய பெரிய கண்களையும் பார்த்துத் திகைத்து நின்றான். அவளுடைய தேனினுமினிய தீங்குரல் அவன் செவியில் விழுந்ததும் அங்கேதான். இந்த நினைவுகள் எல்லாம் அலைமோதிக்கொண்டு அவன் உள்ளத்தில் பொங்கி வந்தன. அவற்றினால் அவன் செவிகள் இனித்தன; உள்ளம் இனித்தது; உடல் முழுவதுமே இனித்து சிலிர்த்தது!

சோதிடர் அப்போதுதான் மாலைவேளைப் பூஜைக்கு ஆயத்தம் செய்து கொண்டிருந்தார். இவனைப் பார்த்ததும் "வா, அப்பனே, வா! வாணர்குலத்து வல்லத்தரையன்தானே?" என்றார்.

"ஆம், சோதிடரே! உம் ஜோசியம் முன் பின்னாக இருந்தாலும் உம்முடைய ஞாபக சக்தி பிரமாதம்!" என்றான் வந்தியத்தேவன்.

"தம்பி சோதிட சாஸ்திரம் பயில்வதற்கு ஞாபக சக்தி மிக அவசியம். கிரகங்கள், நட்சத்திரங்கள், தசைகள், புக்திகள், யோகங்கள் – இவை லட்சம் விதமான சேர்க்கை உள்ளவை.

அவ்வளவையும் மனத்தில் வைத்துக்கொண்டு வருஷம், மாதம் நாள், நாழிகை, வினாடி, ஒரு வினாடியில் நூற்றில் ஒரு பங்கு நேரம் – இவ்வளவையும் கணக்கிட்டுப் பார்த்தல்லவா சொல்ல வேண்டும்? போகட்டும்; என் ஜோசியம் முன் பின்னாக இருந்தாலும் என்றாயே? அதன் பொருள் என்ன? நான் உனக்குச் சொன்னது ஒன்றும் பலிக்கவில்லையா?"

"அதையும் உங்கள் ஜோசியத்திலேயே கண்டுபிடித்துக் கொள்ள வழியில்லையா?"

"உண்டு, உண்டு! ஜோசியத்தினாலும் கண்டுபிடிக்கலாம்; ஊகத்தினாலும் கண்டுபிடிக்கலாம். உனக்கு நான் கூறியவை பலித்துத்தான் இருக்க வேண்டும். இல்லாவிடில் நீ திரும்பவும் இந்தக் குடிசைக்குள் வருவாயா?"

"ஆமாம், ஆமாம். உம்முடைய சோதிடம் பலிக்கத்தான் செய்தது."

"அப்படிச் சொல்லு! எந்த விதத்தில் பலித்தது, அப்பனே?"

"நீர் எனக்குச் சொன்னது அப்படியே பலித்தது. நீ போகிற காரியம் நடந்தால் நடக்கும்; நடக்காவிட்டால் நடக்காது' என்றீர், அந்தப்படியே நடந்தது. 'நடந்தது' என்று நான் சொல்வதுகூடப் பிசகு. என்னைக் கண்டவுடனேயே ஓட்டம் பிடித்து ஓடிற்று!"

"தம்பி! நீ பெரிய வேடிக்கைக்காரனாயிருக்கிறாய்!"

"உண்மையான வார்த்தை, நான் வேடிக்கைக்காரன்தான்! அத்துடன் கொஞ்சம் கோபக்காரன்!"

"இந்தக் குடிசைக்குள் வரும்போது கோபத்தை வெளியில் மூட்டை கட்டி வைத்துவிட்டு வரவேண்டும்."

"அப்படிச் செய்யலாம் என்றுதான் பார்த்தேன். ஆனால் உம்முடைய சீடனை வீட்டு வாசலில் காணவில்லை. கோபமூட்டையைத் திண்ணையில் வைத்தால் யாராவது அடித்துக்கொண்டு போய் விட்டால் என்ன செய்கிறது என்று உள்ளே கொண்டு வந்துவிட்டேன். உம்முடைய சீடன் எங்கே சோதிடரே? போன தடவை அவன் என்னை வாசலில் தடுத்து நிறுத்தப் பார்த்தது அப்படியே என் நினைவில் இருக்கிறது!"

"இன்றைக்கு ஐப்பசி அமாவாசை அல்லவா? அதற்காக அவன் கொள்ளிடக்கரைக்குப் போயிருப்பான்."

"அமாவாசைக்கும், கொள்ளிடக் கரைக்கும் என்ன சம்பந்தம்?"

"கொள்ளிடக்கரையில் காலாமுகர்களின் மகா சங்கம் இன்று நடைபெறுகிறது. என் சீடன் காலாமுகத்தைச் சேர்ந்தவன்."

"சோதிடரே! நான் சைவ மதத்தையே விட்டு விடலாம் என்று யோசித்துக்கொண்டிருக்கிறேன்."

"விட்டுவிட்டு..."

"உமது சிநேகிதர் ஆழ்வார்க்கடியார் நம்பி இருக்கிறாரே..."

"திருமலையைச் சொல்கிறாயாக்கும்!"

"ஆம்; அவரிடம் தீட்சை பெற்று உடம்பெல்லாம் நாமத்தைப் போட்டுக்கொண்டு, வீர வைஷ்ணவனாகி விடலாம் என்று உத்தேசிக்கிறேன்."

"அது ஏன் அப்படி?"

"காலாமுகச் சைவர்கள் சிலரைப் பார்த்தேன். இங்கே வருகிற வழியிலே கூடப் பார்த்தேன். அவர்களையும் அவர்கள் வைத்திருக்கும் மண்டை ஓடுகளையும் பார்த்த பிறகு சைவத்தை விட்டு விடலாம் என்று தோன்றுகிறது."

"தம்பி! எத்தனையோ போர்க்களங்களைப் பார்த்திருக்கும் உனக்கு மண்டை ஓடுகளைக் கண்டு என்ன பயம்?"

"பயம் ஒன்றுமில்லை; அருவருப்புதான். போர்க்களத்தில் பகைவர்களைக் கொல்வதற்கும் மண்டை ஓடுகளை மாலையாகப் போட்டுக் கொள்வதற்கும் என்ன சம்பந்தம்?"

"உன்னுடைய எஜமானர் ஆதித்த கரிகாலர், வீர பாண்டியனுடைய தலையை வெட்டி எடுத்துக்கொண்டு வந்து ஊர்வலம் விடவில்லையா?"

"அவர் ஏதோ சபதம் செய்திருந்தபடியால் அவ்விதம் செய்தார். அதற்காகப் பிறகு எவ்வளவோ வருத்தப்பட்டார். அவர் கூட மண்டை ஓட்டை மாலையாகப் போட்டுக் கொள்ளவில்லை; கையிலும் எடுத்துக்கொண்டு திரியவில்லையே? காலாமுகர்கள் எதற்காக அப்படிச் செய்கிறார்கள்?"

"வாழ்க்கை அநித்தியம் என்பதே மறந்து விடாமலிருப்பதற்காக அவர்கள் அவ்வாறு செய்கிறார்கள். நீயும் நானும் திருநீறு பூசிக்கொள்கிறோமே, அது மட்டும் என்ன? இந்த மனித உடம்பு நிலையானது அல்ல. ஒரு நாள் சாம்பலாகப் போகிறதென்பதை மறந்துவிடாமலிருப்பதற்குத்தானே திருநீறு பூசிக்கொள்கிறோம்!"

"மனித தேகம் அநித்தியம் என்பது சரிதான்; இது எரிந்து சாம்பலாகும்; அல்லது மண்ணோடு மண்ணாகும், சிவபெருமானுடைய திருமேனி அப்படியல்லவே! பரமசிவன் ஏன் கையில் மண்டை ஓட்டை வைத்திருக்கிறார்?"

"தம்பி! சிவபெருமானுடைய கையில் உள்ள மண்டை ஓடு ஆணவத்தைக் குறிக்கிறது. ஆணவத்தை வென்றால் ஆனந்த நிலை ஏற்படும் என்பதைக் காட்டுகிறது. சிவபெருமான் கையில் மண்டை ஓட்டுடன் ஆனந்த நடனம் செய்கிறார் அல்லவா?"

"மண்டை ஓடு எப்படி ஆணவத்தைக் குறிக்கும்? எனக்குத் தெரியவில்லையே?"

"உனக்குத் தெரியாதது இன்னும் எவ்வளவோ இருக்கிறது. தம்பி! மண்டை ஓடு ஆணவத்தைக் குறிப்பது எப்படி என்பதை மட்டும் இப்போது தெரிந்துகொள். பிரம்மதேவனும், திருமாலும் ஒருசமயம் கர்வம் கொண்டார்கள். 'நான் பெரியவன்; நான்தான் பெரியவன்' என்று சண்டையிட்டார்கள். சிவன் அவர்களுக்கு நடுவில் வந்தார். 'என்னுடைய சிரசை ஒருவரும் என்னுடைய பாதத்தை ஒருவரும் கண்டுபிடித்துக் கொண்டு வாருங்கள்; யார் பார்த்துவிட்டு முதலில் வருகிறாரோ, அவர்தான் உங்களில் பெரியவர்' என்றார். மகாவிஷ்ணு வராக உருவங்கொண்டு சிவனுடைய பாதங்களைப் பார்ப்பதற்குப் பூமியைக் குடைந்து கொண்டு சென்றார். பிரம்மா அன்னப் பறவையின் உருக்கொண்டு வானத்தில் பறந்து சென்றார். திருமால் திரும்பி வந்து சிவனுடைய அடியைக் காண முடியவில்லை என்று உண்மையை ஒப்புக்கொண்டார். பிரம்மா திரும்பி வந்து சிவனுடைய முடியைப் பார்த்து விட்டதாகப் பொய் சொன்னார்! அப்போது சிவன் பிரம்மாவுக்கிருந்த ஐந்து தலைகளில் ஒன்றை கிள்ளி எடுத்து அவரைத் தண்டித்தார். ஆணவம் காரணமாகப் பிரம்மா சண்டையிட்டுப் பொய் சொன்னபடியால், அவருடைய தலை ஆணவத்துக்குச் சின்னமாயிற்று..."

வந்தியத்தேவன் எதையோ நினைத்துக் கொண்டவன் போல் இடிஇடி என்று சிரித்தான்.

"என்னத்தைக் கண்டு இப்படி சிரிக்கிறாய், தம்பி!"

"ஒன்றையும் கண்டு சிரிக்கவில்லை. ஒரு விஷயம் நினைவுக்கு வந்தது; அதனால் சிரித்தேன்."

"அது என்ன விஷயம்? இரகசியம் ஒன்றுமில்லையே?"

"இரகசியம் என்ன? பிரம்மாவைத் தண்டித்ததுபோல் என்னையும் தண்டிப்பதாயிருந்தால், குறைந்த பட்சம், பதினாயிரம் தலையாவது எனக்கு இருந்தால்தான் சரிக்கட்டி வரும்! அதை எண்ணித்தான் சிரித்தேன்."

"அத்தனை பொய்கள் சொல்லியிருக்கிறாயாக்கும்!"

"ஆம், சோதிடரே! அது என் ஜாதக விசேஷம் போலிருக்கிறது. பொன்னியின் செல்வரைச் சந்தித்த பிறகு உண்மையே சொல்வதென்று தீர்மானித்திருந்தேன். ஒரு தடவை ஒரு முக்கியமான உண்மையையும் சொன்னேன். அதைக் கேட்டவர்கள் நகைத்தார்கள்; ஒருவரும் நம்பவில்லை!"

"ஆம்; தம்பி! காலம் அப்படிக் கெட்டுப் போய்விட்டது. இந்த நாளில் பொய்யையே ஜனங்கள் நம்புவதில்லை; உண்மையை எப்படி நம்பப் போகிறார்கள்?"

"உம்முடைய ஜோதிடத்தின் கதியும் அப்படித் தானாக்கும்! சோதிடரே! இளவரசர் அருள்மொழிவர்மரைப் பற்றி நீர் கூறியது நினைவிருக்கிறதா! வானத்திலே வடதிசை அடிவாரத்தில் நிலைத்து நின்று ஒளிரும் துருவ நட்சத்திரம் போன்றவர் பொன்னியின் செல்வர் என்று நீர் சொல்லவில்லையா?"

"சொன்னேன்; அதனால் என்ன?"

"அவரைப் பற்றிய செய்தியை நீர் கேள்விப்படவில்லையா?"

"கேள்விப்படாமல் எப்படி இருக்க முடியும்? நாடு நகரமெல்லாம் அதே பேச்சாகத்தானே இருக்கிறது?"

"துருவ நட்சத்திரம் கடலில் மூழ்கிவிட்டதென்று நீர் கேள்விப்பட்டதுண்டா?"

"துருவ நட்சத்திரம் கடலில் மூழ்காது. ஆனால் அந்த நிலைகுலையா நட்சத்திரத்தையும் மேகங்கள் சில சமயம் மறைக்கலாம், அல்லவா? இன்றைக்குக்கூட வட திசையில் மேகங்கள் குமுறுகின்றன இன்று இரவு நீ எவ்வளவு முயன்றாலும் துருவ நட்சத்திரத்தைக் காண முடியாது. அதனால் அந்த நட்சத்திரம் இல்லாமற் போய்விடுமா?"

"அப்படியா சொல்கிறீர்? பொன்னியின் செல்வரைப் பற்றிய உண்மையான செய்தி ஏதாவது உமக்குத் தெரியுமா?"

"எனக்கு எப்படித் தெரியும்? நீதான் அவருடன் கடைசியாகக் கடலில் குதித்தாய் என்று பேச்சாயிருக்கிறது. தெரிந்திருந்தால், உனக்கு அல்லவா தெரிந்திருக்கவேண்டும். உன்னைக் கேட்கலாம் என்று எண்ணியிருந்தேன்."

வந்தியத்தேவன் பேச்சை மாற்ற விரும்பி, "சோதிடரே! வால் நட்சத்திரம் எப்படி இருக்கிறது?" என்று வினவினான்.

"மிகமிக நீளமாகப் பின்னிரவு நேரங்களில் தெரிகிறது. இனிமேல் நீளம் குறைய வேண்டியதுதான். தூமகேதுவினால் விபத்து ஏதேனும் ஏற்படுவதாயிருந்தால், அதிசீக்கிரத்தில் அது ஏற்பட்டாக வேண்டும். கடவுளே! இராஜகுலத்தில் யாருக்கு என்ன நேரிடுமோ என்னமோ!" என்றார் சோதிடர்.

வந்தியத்தேவனுடைய உள்ளம் அதிவேகமாக அங்குமிங்கும் பாய்ந்தது. தஞ்சையில் பாரிச வாயு பீடித்துப் படுத்த படுக்கையாயிருக்கும் சுந்தர சோழரும், நாகைப்பட்டினத்தில் நடுக்குசுரம் வந்து கிடக்கும் பொன்னியின் செல்வரும், கடம்பூர் மாளிகையில் நந்தினியைச் சந்திக்கப் போகும் ஆதித்த கரிகாலரும், இராஜ்யத்துக்கு ஆசைப்பட்டு மக்களின் கோபத்துக்குப் பாத்திரமாகியிருக்கும் மதுராந்தகரும், கையில் கொலை வாளை வைத்துக்கொண்டு கொஞ்சும் நந்தினியும் அவனுடைய உள்ளத்தில் வரிசையாகப் பவனி வந்தார்கள்.

"அதெல்லாம் போகட்டும், சோதிடரே! இராஜ குலத்தாரின் விஷயம் நமக்கு என்னத்திற்கு? நான் இப்போது மேற்கொண்டு போகும் காரியம் எப்படி முடியும், சொல்லுங்கள்!"

"முன்னே உனக்குச் சொன்னதைத்தான் இப்போதும் சொல்ல வேண்டியிருக்கிறது அப்பனே! எத்தனையோ விபத்துகள் உனக்கு வரும்; அவற்றையெல்லாம் வெற்றி கொள்வதற்கு எதிர்பாராத உதவி கிடைக்கும்!" என்றார் சோதிடர்.

இப்போது வாசலில் வந்து கொண்டிருப்பது விபத்தா, உதவியா என்று வந்தியத்தேவன் எண்ணமிட்டான். ஏனெனில் அச்சமயம் வாசலில் ஆடவர்களின் குரல்களுடன், பெண்களின் குரல்களும் கேட்டன. இருவரும் வாசற்புறத்தை நோக்கினார்கள்.

மறுநிமிடம் வானதி தேவியும் அவளுடைய பாங்கியும் உள்ளே வந்தார்கள்.

வந்தியத்தேவன் எழுந்து நின்று மரியாதையுடன் "தேவி! மன்னிக்க வேண்டும்! தாங்கள் இங்கே வரப்போகிறீர்கள் என்று தெரிந்திருந்தால், நான் வந்திருக்கமாட்டேன்!..." என்றான்.

⊙

33. வானதி கேட்ட உதவி

"ஐயா, என்னிடம் ஏன் அவ்வளவு கோபம்? தங்களுக்கு நான் என்ன தீங்கு செய்தேன்?" என்ற கொடும்பாளூர் இளவரசியின் தீனமான குரல் வந்தியத்தேவனை உருக்கி விட்டது. இந்தப் பெண்ணிடம்தான் உண்மையில் எதற்காகக் கோபம் கொள்ள வேண்டும் என்ற எண்ணம் தோன்றியது. பூங்குழலி ஒரு கணம் அவன் மனக்கண் முன் வந்து மறைந்தாள். அவளுக்காக இந்தப் பெண்ணிடம் கோபங்கொள்ளுவது என்ன நியாயம்?

"அம்மணி! மன்னிக்கவேண்டும். அந்தமாதிரி ஒன்றும் நான் சொல்லவில்லை. தாங்கள் சோதிடரைப் பார்த்துவிட்டுப் போகும் வரையில் நான் வெளியில் காத்திருப்பேன் என்றுதான் சொன்னேன். எனக்கு ஒன்றும் அவசரமில்லை. இப்போதுகூட..."

"தாங்கள் வெளியேறவேண்டிய அவசியம் ஒன்றுமில்லை. தங்களுக்கு அவசரமில்லை என்று அறிந்து மகிழ்ச்சி அடைகிறேன். உண்மையில் நான் இங்கே சோதிடரைப் பார்க்க வரவில்லை. இவருடைய சோதிடத்தில் எனக்குக் கொஞ்சங்கூட நம்பிக்கை இல்லாமற் போய் விட்டது..."

"தேவி! தங்கள் சித்தம் என் பாக்கியம்! ஒரு காலத்தில் என் சோதிடம் பொய்யாகவில்லை என்பதை தாங்களே உணர்வீர்கள். உணர்ந்து, இந்த ஏழையைப் பாராட்டுவீர்கள்!" என்றார் சோதிடர்.

"அப்போது பார்த்துக்கொள்ளலாம்!" என்று வானதி கூறிவிட்டு வந்தியத்தேவனைப் பார்த்து, "ஐயா! நான் தங்களைப் பார்க்கத்தான் இங்கே வந்தேன். வழியில் தாங்கள் குதிரை மீது சென்றதைப் பார்த்தேன். நின்று விசாரிப்பீர்கள் என்று நினைத்தேன். பாராமுகமாகப் போய்விட்டீர்கள்! அதைப் பற்றி நான் அதிகமாக ஆச்சரியப்படவில்லை. இந்த அநாதைப் பெண்ணிடம் அவ்வளவு அக்கறை எதற்காக இருக்க வேண்டும்?" என்றாள்.

வந்தியத்தேவனுடைய கண்ணில் கண்ணீர் வந்துவிடும் போலிருந்தது.

"தேவி இது என்ன வார்த்தை? கொடும்பாளூர் பராந்தக சிறிய வேளாரின் செல்வப் புதல்வி, தென்திசைச் சேனாதிபதி பூதிவிக்கிரம கேசரியின் வளர்ப்புக் குமாரி, பழையாறை இளையபிராட்டியின் அந்தரங்கத்துக்கு உகந்த தோழி, இத்தகைய தங்களை அநாதைப் பெண் என்று யார் ஒப்புக் கொள்வார்கள்? பாதையில் நின்று விசாரிப்பது மரியாதைக் குறைவாயிருக்குமென்று வந்து விட்டேன். வேறொன்றுமில்லை, என்னால் ஏதாவது ஆகவேண்டிய காரியம் இருந்தால்..."

"ஆம், ஐயா! தங்களால் ஆகவேண்டிய காரியம் அவசியம் இருக்கிறது. தங்களிடம் ஒரு முக்கியமான உதவி கோருவதற்காகத்தான் இந்த வீட்டுக்குள் நான் வந்தேன்..."

"சொல்லுங்கள்; என்னால் முடியக்கூடிய காரியமா யிருந்தால்..."

"தங்களால் முடியாத காரியம்கூட ஒன்று இருக்கமுடியுமா, என்ன? இலங்கைப் பிரயாணத்தின் போது தங்களுக்கு நேர்ந்தவற்றையெல்லாம் ஓரளவு நானும் கேட்டறிந்திருக்கிறேன். நான் கோரும் உதவியை அளிப்பதாக முதலில் வாக்குத்தர முடியுமா?"

வந்தியத்தேவன் தயக்கத்துடன் "தேவி! உதவி எத்தகையது என்று சொன்னால் நல்லது!" என்றான்.

"ஆம்; தங்களை ஏமாற்றி நான் வாக்குறுதி பெறக்கூடாது தான். ஆகையால் காரியத்தைச் சொல்லி விடுகிறேன். சோதிடருக்கும் தெரியலாம்; அதனால் பாதகம் இல்லை. நான் புத்த தர்மத்தை மேற்கொண்டு பிக்ஷுணி ஆகிவிடுகிறது என்று தீர்மானித்திருக்கிறேன்..."

"என்ன? என்ன?"

"இது என்ன வார்த்தை?"

"கூடவே கூடாது!"

"உலகம் பொறுக்காது!"

"நடவாத காரியம்!"

இவ்வாறெல்லாம் சோதிடரும், வந்தியத்தேவனும் மாற்றி மாற்றி சொன்னதைக் கேட்டுக்கொண்டிருந்துவிட்டு, வானதி, "ஆம்; புத்த சந்நியாசினி ஆவதென்று முடிவு செய்துவிட்டேன். அதில் ஏன் உங்களுக்கு அவ்வளவு ஆட்சேபம்? தவறு என்ன? பழந்தமிழ் நாட்டில் எத்தனையோ பெண்கள் துறவறம் மேற்கொண்டதில்லையா? மாதவியின் புதல்வி மணிமேகலை துறவறம் நடத்தித் தெய்வத்தன்மை பெறவில்லையா? 'மணி மேகலா தெய்வம்' என்று அவளை நாம் இன்று போற்றவில்லையா? அவ்வளவு பெரிய ஆசையெல்லாம் எனக்குக் கிடையாது. இந்தப் பயனற்ற வாழ்க்கையை முடித்துக்கொள்ள முயன்றேன். அதில் தவறி விட்டேன். கடவுளுடைய விருப்பம் நான் உயிரோடு இன்னும் சில காலம் இருக்கவேண்டும் என்பது போலும். அப்படி இருக்கக்கூடிய காலத்தைப் புத்த மடம் ஒன்றில் சேர்ந்து ஜீவகாருண்யத் தொண்டு புரிந்து கழிக்க விரும்புகிறேன். இதற்குத் தாங்கள் எனக்கு உதவி செய்யத் தயங்கமாட்டீர்கள் அல்லவா?" என்றாள்.

வந்தியத்தேவன் மனத்தில் ஒரு சிறிய சந்தேகம் உதித்தது. அது அவனைத் திடுக்கிடச் செய்தது.

"தேவி! தங்கள் தீர்மானம் நியாயமன்று எனினும் அதைச் சொல்லும் உரிமை எனக்குக் கிடையாது. தங்கள் குடும்பத்தைச் சேர்ந்த பெரியவர்கள் தங்களுக்கு அதைப்பற்றி யோசனை சொல்ல வேண்டும். தங்கள் பெரிய தந்தை சேனாதிபதி பூதிவிக்கிரம கேசரி கூடிய சீக்கிரம் திரும்பி வரப்போகிறார் என்று தெரிகிறது..."

"ஐயா! நான் யாருக்காகவும் காத்திருக்கப் போவதில்லை; யாருடைய யோசனையையும் கேட்கப் போவதில்லை. தீர்மானமாக முடிவு செய்துவிட்டேன். தங்களுடைய உதவியைக் கோருகிறேன்..."

"இது விஷயத்தில் நான் என்ன உதவி செய்யக்கூடும், தேவி!"

"சொல்லுகிறேன், நாகைப்பட்டினம் சூடாமணி விஹாரத்துக்குப் போவதற்காக நான் புறப்பட்டேன். அங்கே சென்று புத்த குருமார்களை அடுத்துத் தீட்சை பெற்றுக் கொள்ள எண்ணிக் கிளம்பினேன். வழித் துணைக்குத் தாங்கள் என்னுடன் நாகைப்பட்டினம் வரையில் வரவேண்டும். அதுவே நான் கோரும் உதவி!"

வந்தியத்தேவனுக்குத் தூக்கி வாரிப்போட்டது. கொடும்பாளூர் இளவரசி இலேசுப்பட்டவள் அல்ல. நாமும் இளைய பிராட்டியும் பேசிக் கொண்டது அரைகுறையாக இவள் காதில் விழுந்திருக்க வேண்டும். தன்னிடம் முழு விவரங்களையும் தெரிந்து கொள்ளப் பார்க்கிறாள். நாகைப்பட்டினம் சூடாமணி விஹாரத்துக்குப் போகப் புறப்பட்டது, இளவரசரை அங்கே சந்திக்கும் நோக்கத்துடனேதான்! அதற்கு ஒருநாளும் தான் உடந்தையாயிருக்க முடியாது.

"அம்மணி! ரொம்பவும் மன்னிக்க வேண்டும். தாங்கள் கோரும் உதவி என்னுடைய சக்திக்கு அப்பாற்பட்டது."

"இது என்ன விந்தை? ஈழநாட்டுக்குச் சென்று எத்தனை எத்தனையோ அற்புதங்களைச் சாதித்து வந்தவருக்கு இந்த அநாதைப் பெண்ணை நாகைப்பட்டினத்தில் கொண்டு போய்ச் சேர்ப்பது முடியாத காரியமாகுமா?"

"தேவி! முடியாத காரியம் ஒன்றுமில்லை. ஆனால் நான் இச்சமயம் மேற்கொள்ள இயலாது. முதன் மந்திரியும், இளைய பிராட்டியும் என்னை அவசரமாகக் காஞ்சிக்குப் போகும்படி கட்டளையிட்டிருக்கிறார்கள். அவர்கள் கொடுத்த ஓலையுடன் போகிறேன். ஆகையினால்தான் முடியாது என்று சொன்னேன். வேறொரு சந்தர்ப்பமாயிருந்தால்..."

"ஆம், ஆம்! விருப்பமில்லாவிட்டால் எத்தனையோ காரணங்கள் சொல்லலாம். அதனால் பாதகம் இல்லை. தனியாகப் பிரயாணம் செய்வது என்ற எண்ணத்துடனேதான் கிளம்பினேன். வழியில் சிற்சில இடங்களில் காலாமுகர்களின் கூட்டங்களைப் பார்த்ததும் கொஞ்சம் பயம் உண்டாயிற்று. சகல ஜீவர்களையும் காப்பாற்ற கடமைப்பட்ட கடவுள் இருக்கிறார். அவரிடம் பாரத்தைப் போட்டு விட்டுப் புறப்படுகிறேன்? உலகத்தைத் துறந்து சந்நியாசினியாக முடிவு செய்த ஒரு பேதைப் பெண்ணை யார் என்ன செய்து விடுவார்கள்? போய் வருகிறேன். சோதிடரே!" என்று கூறிவிட்டு வானதி புறப்பட்டாள்.

அவளைப் பின் தொடர்ந்து போய்க்கொண்டே சோதிடர், "தேவி! தேவி! இருட்டும் சமயமாகி விட்டதே! அமாவாசைக் கங்குல். அதோடு வட கிழக்கில் மேகங்கள் குமுறுகின்றன. இரவு இந்த ஏழையின் குடிசையில் தங்கிவிட்டுக் காலையில் போகலாமே!" என்றார்.

"இல்லை சோதிடரே! மன்னிக்க வேண்டும். இரவு திருவாரூர் போய்த் தங்குவதாக எண்ணம். இந்த மனிதர்தான் துணைக்கு வர மறுத்துவிட்டார். திருவாரூரில் யாராவது கிடைக்காமலா போவார்கள்? அப்படி நான் என் உயிரைப் பற்றிக் கவலைப்படவும்

இல்லை. இதனால் யாருக்கு என்ன உபயோகம்?..."

சோதிடர் காதிலும், வந்தியத்தேவன் காதிலும் கடைசியாக விழுந்த வார்த்தைகள் இவைதான். வாசலில் காத்திருந்த பல்லக்கில் வானதி ஏறிக்கொண்டாள், பல்லக்கு மேலே சென்றது.

பல்லக்குக் கண்ணுக்கு மறையும் வரையில் வந்தியத்தேவனும் சோதிடரும் அதைப் பார்த்த வண்ணம் நின்றார்கள்.

பிறகு வந்தியத்தேவன் "கொடும்பாளூர் இளவரசி சில காலத்துக்கு முன்பு வரையில் பெரும் பயங்கொள்ளியாயிருந்தாள். இளைய பிராட்டியின் மற்றத் தோழிகள் இவளை அதற்காகப் பரிகசித்துக் கொண்டிருந்தார்கள். பொம்மை முதலையை நதியில் மிதக்க விட்டு இவளைப் பயமுறுத்திப் பார்த்தார்கள்; நான் கூட அதில் ஏமாந்து போனேன். இப்போது திடீரென்று இந்தப் பெண்ணுக்கு இவ்வளவு தைரியம் எப்படி வந்தது? இவள் தனியே பிரயாணம் செய்யக் கிளம்பியது என்ன விந்தை? இளையபிராட்டி இதற்குச் சம்மதித்ததுதான் எப்படி?" என்றான்.

"எனக்கும் அது ஆச்சரியத்தையே அளிக்கிறது. சென்ற முறை இப்பெண் இந்தக் குடிசைக்கு வந்திருந்த போது திடீரென்று மயக்கம் போட்டு விழுந்து விட்டாள்; தயங்கித் தயங்கி ஈனஸ்வரத்தில் பேசினாள். அந்தக் கொடும்பாளூர் இளவரசிதானா இவள் என்றே சந்தேகமாயிருக்கிறது. இன்று எவ்வளவு படபடப்பாகவும் துணிச்சலாகவும் பேசினாள்?"

"இப்படிப்பட்ட திடீர் மன மாறுதலுக்கு என்ன காரணமாயிருக்கும் என்று நினைக்கிறீர்கள்?" என்று கேட்டான்.

"ஏதோ முக்கியமான செய்தி இவளுடைய மனத்தில் ஒரு பெரும் அதிர்ச்சியை உண்டு பண்ணியிருக்க வேண்டும்."

"அப்படி என்ன முக்கியமான செய்தி இருக்க முடியும்?"

"ஏன்? பொன்னியின் செல்வரைக் கடல் கொண்டு விட்ட செய்தியே போதாதா? இந்தப் பெண்ணுக்கும் இளவரசருக்கும் திருமணம் நடக்கக் கூடும் என்று பேச்சாயிருந்ததே!"

இவ்விதம் சோதிடர் கூறியபோது, வந்தியத்தேவன், 'பொன்னியின் செல்வரைக் கடல் கொண்டுவிட்ட செய்தியா, அல்லது அவர் பிழைத்து நாகைப்பட்டினத்தில் இருக்கிறார் என்ற செய்தியா அல்லது பூங்குழலியைப் பற்றி நான் கூறிய செய்தியா, எது இவளுக்கு இத்தகைய அதிர்ச்சியை அளித்திருக்கக் கூடும்?' என்று சிந்தனை செய்தான்.

"ஆம்; சோதிடரே! கொடும்பாளூர் வம்சத்தார் பரம்பரையான வீரசைவர்களாயிற்றே! இந்தப் பெண்ணுக்குத் திடீர் என்று புத்த மதத்தில் பற்று உண்டாவானேன்?" என்றான்.

"பூர்வஜன்ம வாசனையாயிருக்கலாம்" என்றார் சோதிடர்.

"நாகைப்பட்டினம் சூடாமணி விஹாரத்துக்குப் புறப்படுவானேன்?"

"அதுதான் எனக்கும் வியப்பை அளிக்கிறது!"

"உம்முடைய சோதிட சாஸ்திரத்தில் பார்த்துச் சொல்ல முடியாதா?"

"தம்பி! சோதிட சாஸ்திரத்தின் மூலம் இதை எப்படி அறியலாம்? இது ஒற்றாடல் சாஸ்திரத்தைச் சேர்ந்தது."

"ஒற்றாடல் என்று ஒரு சாஸ்திரமா?"

"ஏன் இல்லை? பொய்யாமொழிப் புலவரின் திருக்குறளைப் பற்றி நீ கேட்டதில்லையா?"

"அப்படி ஒரு நூல் உண்டு என்று கேட்ட ஞாபகமிருக்கிறது."

"அந்த நூலில் 'ஒற்றாடல்' என்று ஓர் அதிகாரம் இருக்கிறது. அதில் பத்துப் பாடல்கள் இருக்கின்றன."

"அப்படியா? அவற்றில் இரண்டொரு நல்ல பாடல்கள் சொல்லுங்கள்!"

"எல்லாம் நல்ல பாடல்கள்தான். இதைக்கேள்:–

'வினைசெய்வார் தஞ்சுற்றம் வேண்டாதார் என்றாங்கு
அனைவரையும் ஆராய்வது ஒற்று.'

அரசன் தன்கீழ் ஊழியம் செய்வோரையும், தன்னுடைய சொந்த உறவினரையும், அவ்வாறே தன் பகைவர்களையும் ஒற்றர்கள் வைத்து ஆராய்ந்து கொள்ளவேண்டும் என்கிறார் வள்ளுவர். இன்னும் கேள்:–

'துறந்தார் படிவத்த ராகி இறந்தாராய்ந்து
என்செயினும் சோர்வில தொற்று.'

துறவிகளைப் போல் வேடம் பூண்டும், செத்தவர்களைப் போல் பாசாங்கு செய்தும், எதிரிகள் எவ்வளவு துன்புறுத்தினாலும் இரகசியத்தை வெளியிடாமலும், சோர்வில்லாமல் உழைப்பவன் ஒற்றன் என்று வள்ளுவர் கூறுகிறார். அரசர்கள் ஒரு ஒற்றனுடைய காரியத்தை இன்னொரு ஒற்றனைக் கொண்டு ஒற்றறிய வேண்டும் என்றும் அவர் சொல்லியிருக்கிறார்.

'ஒற்றொற்றித் தந்த பொருளையும் மற்றுமோர்
ஒற்றினால் ஒற்றிக் கொளல்'.

இந்தப் பாடல்களையெல்லாம் நீ கேட்டதில்லை யென்றா சொல்கிறாய்?"

வந்தியத்தேவனுக்கும் ஒரே வியப்பாய்ப் போய் விட்டது. இனி அவகாசம் கிடைத்ததும், திருக்குறளைப் படித்துவிட்டுத் தான் வேறு காரியம் பார்ப்பது என்று தீர்மானித்துக் கொண்டான். ஆயிரம் ஆண்டுகளுக்கு முன்னால் இப்படி யெல்லாம் இராஜரீக முறைகளைப் பற்றி எழுதியவர் எத்தகைய அறிவாளியாயிருக்க வேண்டும்?

இன்னும் சற்றுப் பேசிக் கொண்டிருந்துவிட்டு வந்தியத்தேவன் புறப்பட்டான். "இன்றிரவு இங்கே தாமதித்து விட்டுக் காலையில் போகலாமே!" என்று சோதிடர் கூறியதை அவன் கேட்கவில்லை.

"இன்னொரு சமயம் வருகிறேன்; அப்போது தங்கள் விருந்தாளியாயிருக்கிறேன்" என்றான்.

"இன்னொரு சமயம் நீ இங்கு வரும்போது என்னுடைய சோதிடங்கள் பலித்திருப்பதைக் காண்பாய்!" என்றார் சோதிடர்.

"ஐயா, சோதிடரே! நீர் சோதிடம் ஒன்றுமே சொல்லவில்லையே? சொல்லியிருந்தால் அல்லவா அவை பலிக்க முடியும்?" என்று கூறி நகைத்துக்கொண்டே வந்தியத்தேவன் குதிரைமீது ஏறிப் புறப்பட்டான்.

சோதிடர் வீட்டிலிருந்து சற்றுத்தூரம் வரையில் ஒரே பாதைதான் இருந்தது. பல்லக்குச் சென்ற பாதையிலேயே அவனும் போக வேண்டியிருந்தது. பின்னர் பாதைகள் இரண்டாகப் பிரிந்தன. ஒரு பாதை வடக்கு நோக்கிக் கொள்ளிடக் கரைக்குச் சென்றது. இன்னொன்று, தென்கிழக்காகத் திருவாரூர் நோக்கிச் சென்றது. திருவாரூர்ச் சாலையில் வெகு தூரத்தில் பல்லக்குப் போய்க்கொண்டிருப்பதை வந்தியத்தேவன் பார்த்தான். ஒரு கணம் அவனுடைய உள்ளம் தத்தளித்தது.

கொடும்பாளூர் இளவரசி கேட்ட உதவியை மறுக்க வேண்டி வந்து விட்டதே! உண்மையிலேயே அவளுக்கு உதவி தேவையிருக்குமானால்... வழியில் அபாயம் ஏதேனும் ஏற்படுமானால் – பின்னால் அந்தச் செய்தி தெரியும்போது என்னை நானே மன்னித்துக் கொள்ள முடியுமா? வழித்துணை போக மறுத்தது பற்றி நெடுங்காலம் வருந்த வேண்டியிராதா? ஆயினும் என்ன செய்வது? முதன் மந்திரியும் இளைய பிராட்டியும் இட்ட கட்டளை மிகக் கண்டிப்பானது. வேறு காரியங்களில் நான் இப்போது தலையிட

முடியாது. முன்னர் சில முறை அப்படிச் சம்பந்தமில்லாத காரியங்களில் தலையிட்டுத் தொல்லைப்பட்டதெல்லாம் போதும். ஆழ்வார்க்கடியான் வேறு எச்சரித்திருக்கிறான். அன்றியும் வானதி தேவியைத் தான் நாகைப்பட்டினம் சூடாமணி விஹாரத்துக்கு அழைத்துச் செல்வதென்பது கனவிலும் நினைக்க முடியாத காரியம்...

இவ்வாறு முடிவு செய்த வந்தியத்தேவன் குதிரையைக் கொள்ளிடக்கரைப் பாதையில் திருப்பினான். அதே சமயத்தில் 'வீர்' என்ற ஓர் அபயக்குரல், மிக மிக இலேசான பெண் குரல், ஒலித்ததாகத் தோன்றியது, திடுக்கிட்டுத் திரும்பிப் பார்த்தான், பல்லக்கைக் காணவில்லை. அங்கேயிருந்த சாலை முடுக்கில் திரும்பியிருக்கக்கூடும். ஆயினும் போய்ப்பார்த்து விட வேண்டும் என்ற முடிவுக்கு ஒரு கணத்தில் வந்து விட்டான் வந்தியத்தேவன். அதனால் அப்படியொன்றும் தாமதம் ஏற்பட்டுவிடப் போவதில்லை. குதிரை பாய்ந்து சென்றது. வெகுசீக்கிரத்தில் சாலை முடுக்கின் அருகில் வந்துவிட்டது. அங்கே அவன் கண்ட காட்சி வந்தியத்தேவனுடைய இதயமே நின்றுவிடும்படி செய்தது. பெண் ஒருத்தி ஓரத்து மரம் ஒன்றில் கட்டப்பட்டிருந்தாள். அவளுடைய வாயில் துணி அடைக்கப்பட்டிருந்தது. இருட்டும் நேரமாதலால் யார் என்று முதலில் தெரியவில்லை. அருகில் சென்று பார்த்தான். வானதியின் பல்லக்குடன் நடந்து சென்றது சேடிப் பெண் என்று தெரிந்தது. அவள் முனகிக்கொண்டே தன் கட்டுகளை அவிழ்த்துக் கொள்ள முயன்று கொண்டிருந்தாள். வந்தியத்தேவன் குதிரையிலிருந்து பாய்ந்து இறங்கி, முதலில் வாயில் அடைத்திருந்த துணியை எடுத்து விட்டு, கட்டுகளையும் அவிழ்த்து விட்டான். அவ்வளவு பலமாகக் கட்டப்படவில்லை என்பது அவன் உள்மனத்தில் பதிந்தது.

"பெண்ணே என்ன நடந்தது? சீக்கிரம் சொல்! பல்லக்கு எங்கே? உன் எஜமானி எங்கே?" என்று பதறிக் கொண்டே கேட்டான்.

சேடிப் பெண் உளறிக் குளறி மறுமொழி கூறினாள். அந்தச் சாலை முடுக்கில் பல்லக்குத் திரும்பியபோது திடீரென்று ஏழெட்டு மனிதர்கள் பக்கத்து மரங்களின் மறைவிலிருந்து பாய்ந்து வந்தார்கள். அவர்கள் சிலருடைய கைகளில் மண்டை ஓடுகளும் சூலாயுதங்களும் காணப்பட்டன. அவர்களில் இரண்டு பேர் சேடிப் பெண்ணை மண்டையில் அடித்துக் கீழே தள்ளினார்கள். வாயில் துணியை அடைத்தார்கள். இதற்குள் மற்றவர்கள் பல்லக்குச் சுமந்தவர்களிடம் ஏதோ பயங்கரமான குரலில் சொல்லவே, அவர்கள் பாதையை விட்டு விலகிக் குறுக்கு வழியில் பல்லக்குடன் ஓடினார்கள்... மற்றவர்களும் தொடர்ந்து போனார்கள், வானதி தேவியின் குரலே கேட்கவில்லை. இவ்விதம் கூறிவிட்டு, பல்லக்குச் சென்ற குறுக்குப் பாதையையும் அச்சேடிப்பெண் சுட்டிக் காட்டினாள்.

"பெண்ணே! நீ அந்தக் குடந்தை சோதிடர் வீட்டிற்குப் போயிரு! நான் உன் எஜமானியைக் கண்டுபிடிக்கப்பார்க்கிறேன்" என்று சொல்லிக்கொண்டே வந்தியத்தேவன் குதிரை மீது பாய்ந்து ஏறினான். குதிரை இராஜபாட்டையிலிருந்து திரும்பிக் குறுக்கு வழியில் சென்றது. மேடு, பள்ளம், காடு, செடி என்று பாராமல் அதிவேகமாய்ச் சென்றது.

⊙

34. தீவர்த்தி அணைந்தது!

அமாவாசை முன்னிரவு, நன்றாக இருள் சூழ்ந்து விட்டது. வடதிசையில் தோன்றி மேலே வந்து கரிய மேகங்கள் இப்போது வானவெளி முழுதும் பரவி மறைத்து விட்டன. ஆகாசத்தில் ஒரு நட்சத்திரம் கூடக் கண் சிமிட்டவில்லை. மரங்களின் மீதும் புதர்களின் மீதும் பறந்த மின்மினிப் பூச்சிகள் சிறிது வெளிச்சம் அளித்தன. அதன் உதவிகொண்டு வந்தியத்தேவன் குதிரையைச் செலுத்திக்கொண்டு போனான். எங்கே போகிறோம், எதற்காகப் போகிறோம், போவதனால் பயன் ஏதேனும் ஏற்படுமா என்பதும் ஒன்றும்

தெளிவாகவில்லை. குந்தவைப் பிராட்டியின் அருமைத் தோழிக்கு ஆபத்து வந்திருக்கிறது. அவளைக் காப்பாற்ற முயலுவது தன் கடமை. அப்புறம் கடவுள் இருக்கிறார்!

ஒரு நாழிகை நேரம் குதிரை ஓடிய பிறகும் பல்லக்கைக் கண்டுபிடிக்க முடியவில்லை. வெறும் பைத்தியக்கார வேலையில் இறங்கிவிட்டோமோ என்ற யோசனை வந்தியத்தேவன் மனதில் உதித்தது, குதிரையை நிறுத்தினான். அச்சமயம் சற்றுத் தூரத்தில் ஏதோ சத்தம் கேட்டது. கூர்ந்து கவனித்தான்! குதிரைக் காலடிச் சத்தம் போலிருந்தது. ஆம், குதிரைதான்! ஒரு குதிரையா, பல குதிரைகளா என்று தெரியவில்லை. பல்லக்கைக் காவல் புரிந்து கொண்டு போகும் குதிரை வீரர்களாயிருக்கலாம். இனி ஜாக்கிரதையாகப் போக வேண்டும். திடீரென்று பெருங்கூட்டத்தின் நடுவில் அகப்பட்டுக்கொள்ளக் கூடாது. அதனால் வானதி தேவிக்கும் பயன் இல்லை; தன் காரியமும் கெட்டுப் போகும்....

மெல்ல மெல்ல நின்று நின்று, குதிரையை விட்டுக் கொண்டு போனான். முன்னால் போவது ஒரே குதிரைதான் என்று ஒருவாறு நிச்சயித்துக் கொண்டான். சற்று நேரத்துக்கெல்லாம் அந்தக் குதிரை ஒரு மேட்டுப் பாங்கான கரையின் மீது ஏறுவது போலத் தோன்றியது. தான் பின் தொடர்வது தெரியாமல் மறைந்து நிற்க விரும்பினான் சுற்றும் முற்றும் கூர்ந்து பார்த்தான். பாழடைந்த மண்டபம் ஒன்று இடிந்த சுவர்களுடன் பக்கத்தில் காணப்பட்டது. அதன் அருகே சென்று மொட்டைச் சுவர் ஒன்றின் மறைவில் குதிரையை நிறுத்திக்கொண்டான். முன்னால் சென்று மேட்டில் ஏறிய குதிரையைக் கண்கள் வலிக்கும் படியாக இருட்டில் உற்றுப் பார்த்துக்கொண்டிருந்தான்.

"யார் அங்கே?" என்ற குரல் வந்தியத்தேவனைத் திடுக்கிடச் செய்தது.

அது அவனுக்குப் பழக்கப்பட்ட மனிதரின் குரலாகத் தோன்றியது.

"மகாராஜா! அடிமை, நான்தான்!" என்ற மறுகுரலும் கேட்டது.

ஒரு நிமிட நேரத்துக்கெல்லாம் குரல்கள் கேட்ட இடத்தில் ஒரு தீவர்த்தி வெளிச்சம் தோன்றியது. மரத்தின் மறைவிலிருந்து கையில் தீவர்த்தியுடன் ஒருவன் வெளி வந்தான். அதன் வெளிச்சத்தில் குதிரை தெரிந்தது. குதிரையின் மேல் ஓர் ஆள் வீற்றிருப்பது தெரிந்தது. குதிரை மேலிருந்தவர் மதுராந்தகர் தான் என்பது உறுதியாயிற்று.

தரையில் நின்றவன் தீவர்த்தியைத் தூக்கிப் பிடித்தபோது இளவரசர் ஏறியிருந்த குதிரை மிரண்டது. முன்னங்கால்களை அதுமேலே தூக்கி ஒரு தடவை சுழன்றது. பின்னர் சடால் என்று பாய்ந்து ஓடத் தொடங்கியது.

அந்தக் குதிரை நின்ற இடம் ஒரு அகன்ற வாய்க்காலின் கரை. அந்த மேட்டுக்கரையிலிருந்து குதிரை வாய்க்காலின் வெள்ளத்தில் பாய்ந்தது. தீவர்த்தி பிடித்த மனிதன் "மகாராஜா! மகாராஜா!" என்று கூறிக்கொண்டே குதிரையைப் பின் தொடர்ந்து வாய்க்காலில் குதித்தான். குதித்தவன் இடறி விழுந்தான். தீவர்த்தி வாய்க்காலின் வெள்ளத்தில் அமிழ்ந்தது.

மறுகணம் முன்னைவிடப் பன் மடங்கு கனாந்தகாரம் சூழ்ந்தது.

அதேசமயத்தில் இலேசாகத் தூற்றல் போடத் தொடங்கியது.

காற்றினால் மரங்கள் ஆடிய சத்தத்துக்கும், மழைத் தூறலின் சத்தத்துக்கும், மண்டூகளின் வறட்டுக் கத்தல்களுக்கும் இடையே மனிதர்களின் அபயக் குரல்களும், குதிரைகளின் காலடிச் சத்தமும் குழப்பமாகக் கேட்டன. இளவரசர் மதுராந்தகர் அவ்வளவாகத் தைரியத்துக்குப் பெயர் போன மனிதர் அல்ல என்பதை வந்தியத்தேவன் அறிந்திருந்தான்.

மிரண்ட குதிரையின் மேலிருந்த மதுராந்தகருக்கு என்ன ஆபத்து விளையுமோ என்று அவன் உள்ளம் திடுக்கிட்டது. குதிரை அவரைச் சுமந்துகொண்டே தெறிகெட்டு ஓடினாலும் ஓடலாம். அல்லது அவரை வாய்க்கால் வெள்ளத்திலேயே தள்ளியிருந்தாலும் தள்ளியிருக்கலாம் அல்லது சற்றுத் தூரம் அவரைச் சுமந்துகொண்டு சென்று, வேறு எங்காவது தள்ளிவிட்டுப் போயிருக்கவும் கூடும்.

தீவர்த்தியுடன் வந்த மனிதனால் குதிரையைத் தொடர்ந்து போய் அவரைக் காப்பாற்ற முடியுமா? அவனேதான் வாய்க்கால் வெள்ளத்தில் தடுமாறி விழுந்து விட்டானே?

அச்சமயம் தான் செய்ய வேண்டியது என்ன? வானதியைத் தேடிப் போவதா? மதுராந்தகரின் உதவிக்குச் செல்லுவதா என்ற போராட்டம் ஒரு நிமிடம் அவன் உள்ளத்தில் நிகழ்ந்தது.

வானதி தேவி போன இடமே தெரியவில்லை. ஆனால் மதுராந்தகர் தன் கண் முன்னால் ஆபத்துக்கு உள்ளானார். அவருக்கு உதவி செய்வது எளிது; அவரைத் தேடிப் பிடித்து அபாயம் ஒன்றுமில்லை என்று கண்டார். பிறகு வானதியைத் தேடிப் போவது இருக்கவே இருக்கிறது! கடவுளே! சம்பந்தமில்லாத வேறு எந்தக் காரியத்திலும் தலையிடுவதில்லை என்றுதான் சற்று முன்னால் தீர்மானித்துக்கொண்டு கிளம்பியது என்ன? இப்போது நடப்பது என்ன?

மண்டப சுவரின் மறைவிலிருந்து குதிரையை வெளியில் கொண்டு வந்தான் வந்தியத்தேவன். இருட்டிலும் தூறலிலும் உள்ளுணர்ச்சியினால் வழி கண்டுபிடித்து வாய்க்காலில் இளவரசரின் குதிரை இறங்கிய இடத்தை நோக்கிச் சென்றான். வாய்க்காலில் அவனும் இறங்கினான் சுற்றும் முற்றும் நன்றாகப் பார்த்தான், ஒன்றும் தென்படவில்லை. எங்கேயோ தூரத்தில், "ஆ ஆ ஆ!" "ஓஓஓ!" "ஈஈஈ!" "டடபடா டடபடா" "கடகட கடகடா!" என்பவை போன்ற விவரம் தெரியாத சத்தங்கள் கேட்டன.

வாய்க்காலின் அக்கரையில் ஏறினான். கரை மேட்டுக்கு அப்பால் உற்றுப் பார்த்தான். நெடுகிலும் நெல் வயல்களாகக் காணப்பட்டன. வயல்களில் சேற்றிலும் பச்சைப் பயிரிலும் குதிரையை நடத்திச் செல்வது இயலாத காரியம். கரையோடு போய்த்தான் தேடிப் பார்க்க வேண்டும்.

வாய்க்காலின் கரையிலோ, செடி கொடிகளும் முட்புதர்களும் அடர்ந்திருந்தன. அவற்றின் நடுவே சென்ற குறுகிய ஒற்றையடிப் பாதை வழியாகக் குதிரையைச் செலுத்திக் கொண்டு சென்றான். மேலே மழை; கீழே சறுக்கும் சேற்றுத் தரை; ஒரு பக்கத்தில் வாய்க்கால்; இன்னொரு பக்கத்தில் நெல் வயல்கள்; சுற்றிலும் முட்புதர்கள்.

குதிரை மெல்ல மெல்லச் சென்றது.

நேரமோ, ஒரு நிமிஷம் ஒரு யுகமாகச் சென்றது!

தூறல் மழையாக வலுத்துக்கொண்டிருந்தது!

இருட்டு மேலும் இருண்டு கொண்டிருந்தது!

வந்தியத்தேவனுடைய உள்ளம் சிந்தனையில் ஆழ்ந்தது!

மதுராந்தகத் தேவர் தனியாகக் குதிரைமீது ஏன் வந்தார்? எங்கே செல்வதற்காகப் புறப்பட்டு வந்தார்? அவரை எதிர்கொண்டு வந்த மனிதன் யார்?

வானதியைச் சிலர் பிடித்துக்கொண்டு சென்றதற்கும் இதற்கும் ஏதேனும் சம்பந்தம் உண்டா?

வானதியின் கதி இப்போது என்ன ஆகியிருக்கும்?

நாம் எதற்காக இந்தச் சங்கடத்தில் அகப்பட்டுக்கொண்டு விழிக்க வேண்டும்? நம்முடைய காரியத்தை நாம் பார்க்கலாமே? இராஜபாட்டையைத் தேடிப் பிடித்து அடைந்து, காஞ்சியை நோக்கிப் போகலாமே!

அதுதான் இந்த மழைக்கால இருட்டில் எப்படிச் சாத்தியமாகும்?

இந்தக் காரியங்கள் எல்லாம் நமக்குச் சம்பந்தம் இல்லையென்று எப்படித் தீர்மானிக்க முடியும்?

கடம்பூர் சம்புவரையர் அரண்மனையில் நமக்குச் சம்பந்தமில்லாத காரியத்தைக் கவனித்ததனால் பிற்பாடு எவ்வளவு உபயோகம் ஏற்பட்டது? ஆனாலும் இன்றிரவு இந்த இருட்டில் இந்த வாய்க்காலின் கரையோடு போய்க்கொண்டிருப்பதனால் ஒரு - பயனும் ஏற்படப்போவதில்லை. சொட்ட நனைவது தான் பயன்! குதிரை எங்கேயாவது இடறி விழுந்து காலை ஒடித்துக் கொண்டால், பிரயாணமே தடைப்பட்டுவிடும்.

திரும்பிச் சென்று அந்தப் பாழும் மண்டபத்தை அடைய வேண்டியதுதான். மழைவிட்ட பிறகுதான் மறுபடியும் புறப்பட வேண்டும்.

பளிச்சென்று ஒரு மின்னல், அதன் நேர் வெளிச்சத்தில், சிறிது தூரத்தில், களத்துமேடு ஒன்றில், ஒரு குதிரை நின்றது போலத் தெரிந்தது. வந்ததுதான் வந்தோம்; இன்னும் கொஞ் சதூரம் சென்று, அதையும் பார்த்துவிட்டுத்தான் போகலாமே! இளவரசர் மதுராந்தகருக்கு ஆபத்து சமயத்தில் கை கொடுத்து உதவினால், அதன் மூலம் பிற்பாடு எவ்வளவோ காரியங்களுக்குச் சாதகம் ஏற்படலாம்.

குதிரையை வாய்க்காலின் கரையிலிருந்து பக்கத்து வயல் வரப்பில் வந்தியத்தேவன் இறக்கினான். குதிரை நின்றதாகத் தோன்றிய களத்துமேட்டை நோக்கிச் செலுத்தினான்.

களத்துமேட்டின் சமீபத்தை அடைந்தபோது அது ஒரு பெரிய கரிய பூதத்தைப் போல் காட்சி அளித்தது.

இன்னொரு மின்னல், மேட்டின்மீது குதிரை நின்றது ஒரு கணம் தெரிந்தது. குதிரையின் பேரில் ஆள் இல்லை என்பதை வந்தியத்தேவன் கவனித்துக் கொண்டான்.

இடி இடித்தது!

இடிக்கும் மின்னலுக்கும் பயந்துதானோ என்னவோ அந்தக் குதிரை மறுபடியும் தெறிகெட்டுப் பயந்து ஓடத் தொடங்கியது. அதைத் தொடர்ந்து போவதில் இனி ஒரு பயனுமில்லை.

பக்கத்தில் எங்கேயாவது குதிரைமேலிருந்து விழுந்த மதுராந்தகத் தேவர் ஒரு வேளை இருக்கக்கூடும்.

ஆகையால் வந்தியத்தேவன் பலமுறை குரல் கொடுத்துப் பார்த்தான். "ஜிம் ஜிம்" "ரிம் ரிம்" என்னும் மழை இரைச்சலை மீறி அவனுடைய இடி முழக்கக் குரல் "அங்கே யார்?" "அங்கே யார்?" என்று எழுந்தது. நாலாபுறத்திலிருந்தும் "அங்கே யார்?" "அங்கே யார்?" என்ற எதிரொலிதான் கேட்டது.

மழை மேலும் வலுத்துக் கொண்டிருந்தது. வாடைக்காற்று 'விர்' என்று அடித்தது. காற்றின் வேகத்தினால் மழைத் தாரைகள் பக்கவாட்டில் திரும்பித் தாக்கின. குதிரை உடம்பைச் சிலிர்த்துக்கொண்டது. வந்தியத்தேவனுடைய உடம்பும் மழையினால் தாக்கப்பட்டுக் குளிரினால் நடுங்கத் தொடங்கியது.

இனி அங்கே நிற்பதில் ஒரு பயனுமில்லை வந்தியத்தேவன் குதிரையை வந்த வழியே திரும்பினான். தன்னுடைய அறிவீனத்தை எண்ணி வருத்தப்பட்டுக்கொண்டே வந்தான். இனி மேலாவது இத்தகைய அசட்டுக் காரியங்களில் இறங்காமலிருக்க வேண்டும். நம்முடைய காரியம் உண்டு நாம் உண்டு என்று பார்த்துக்கொண்டு போக வேண்டும்...

குதிரை தன்னுடைய உள்ளுணர்ச்சியைக் கொண்டு வழி கண்டுபிடித்து இடிந்த மண்டபத்துக்கு அருகில் வந்து நின்று ஒரு கனைப்புக் கனைத்தது. அப்போதுதான் வந்தியத்தேவன் சிந்தனா உலகத்திலிருந்து இந்த உலகத்துக்கு வந்தான். குதிரை மீதிருந்து இறங்கினான். அவன் உடுத்தியிருந்த துணிகள் சொட்ட நனைந்து போயிருந்தன. அவற்றை உலர்த்தியாக வேண்டும். அன்றிரவு அந்த இடிந்த மண்டபத்தில் தானும் குதிரையும் தங்கியிருப்பதற்கு இடியாத பகுதி ஏதேனும் இருக்கிறதா என்று சுற்று முற்றும் பார்த்தான்.

வெட்ட வெளியில் கொட்டுகின்ற மழையில் காலிலே நெருப்புச் சுட்டால் எப்படியிருக்கும்? அவ்வாறு வந்தியத்தேவன் துள்ளிக் குதிக்க நேர்ந்தது. அதற்குக் காரணம் வேறொன்றுமில்லை; பேயில்லை பிசாசில்லை; ஒரு சின்னஞ் சிறு குழந்தையின் குரல்தான்!

"அம்மா! அம்மா!"

பேயில்லை, பிசாசில்லை என்று எப்படிச் சொல்ல முடியும்? அந்த வேளையின் அந்த மண்டபத்தில், குழந்தைக் குரல் எப்படிக் கேட்க முடியும்?

அது பேய் பிசாசின் குரல் இல்லை என்று எப்படிச் சொல்ல முடியும்?

சீச்சி! பேயும் இல்லை! பிசாசும் இல்லை! பேயும் பிசாசும் பயப்பிராந்தி கொண்ட பேதைகளின் கற்பனை!

"அம்மா! அம்மா! ஊம்! ஊம்!" இது மனிதக் குழந்தையின் குரல்தான்! தாயைப் பிரிந்த சேயின் பயங்கலந்த அழுகைக் குரல்தான்!

இடிந்த மண்டபத்தின் இருளடைந்த பகுதியிலிருந்து வருகிறது.

குழந்தை மட்டுந்தான் இருக்கிறதா?

வேறு யாரும் இல்லையா?

"அம்மா! அம்மா! ஊம்! ஊம்!"

குரல் வந்த இடத்துக்குச் சமீபத்தில் சென்று வந்தியத்தேவன் "யார் அங்கே"? என்றான்.

"யார் அங்கே?" என்று குழந்தையின் குரல் எதிரொலித்தது.

"நான்தான்! நீயார்? இருட்டில் என்ன செய்கிறாய்? வெளியே வா!"

"வெளியில் மழை பெய்கிறதே!"

"மழை நின்று விட்டது; வா!"

"என் அம்மா எங்கே?"

"அம்மா உனக்குப் பால்வாங்கிக் கொண்டுவரப் போயிருக்கிறாள்."

"இல்லை; நீ பொய் சொல்கிறாய்!"

"நீ வெளியில் வருகிறாயா; நான் உள்ளே வரட்டுமா?"

"உள்ளே வந்தால் என் கையிலே கத்தியிருக்கிறது! குத்தி விடுவேன்!"

"அடே அப்பா! பெரிய வீரனாயிருக்கிறாயே? வெளியில் வந்துதான் குத்தேன்!"

"நீ யார்? புலி இல்லையே?"

"நான் புலி இல்லை; குதிரை!" என்றான் வந்தியத்தேவன்.

"நீ பொய் சொல்கிறாய்; குதிரை பேசுமா?"

"புலியாயிருந்தால் பேசுமா?"

"வெளியில் வந்தால் புலி இருக்கும். ஒருவேளை மேலே பாய்ந்துவிடும் என்று அம்மா சொன்னாள்."

"நான் புலி இல்லை; உன் பேரில் பாயவும் மாட்டேன்; பயப்படாமல் வெளியே வா!"

"பயமா? எனக்கு என்ன பயம்?" என்று சொல்லிக் கொண்டே ஒரு சின்னஞ்சிறு குழந்தை இருண்ட மண்டபத்திலிருந்து வெளியே வந்தது.

இதற்குள் மழை நன்றாக விட்டுப் போயிருந்தது. மேகங்கள் சிறிது விலகி நட்சத்திரங்களும் தெரிந்தன.

நட்சத்திர வெளிச்சத்தில் அக்குழந்தையை வந்தியத்தேவன் பார்த்தான். சுமார் நாலு வயதிருக்கும்.

தெரிந்த வெளிச்சத்தைக் கொண்டு வெகு இலட்சணமான குழந்தை என்று தெரிந்து கொண்டான்.

இடுப்பில் ஒரு சிறிய பட்டுத் துணி உடுத்தியிருந்தது. கழுத்தில் ஒரு ரத்தினமாலை அணிந்திருந்தது.

பெரிய குலத்துக்குக் குழந்தையாக இருக்க வேண்டும். இதை இங்கே தனியாக விட்டுவிட்டுப் போன தாய் யார்? இங்கே எதற்காக வந்தாள்? ஏன் குழந்தையை விட்டுவிட்டுப் போனாள்?

இதற்குள் குழந்தையும் வந்தியத்தேவனை உற்றுப் பார்த்து விட்டு, "நீ குதிரை இல்லை, மனிதனைப் போல்தான் இருக்கிறாய்" என்றது.

"அதோ குதிரையும் இருக்கிறது, பார்!" என்றான் வந்தியத்தேவன்.

குழந்தை குதிரையைப் பார்த்தது.

"ஓகோ! எனக்காகத்தான் கொண்டு வந்திருக்கிறாயா? பல்லக்கு வரும் என்றல்லவா சொன்னார்கள்?"

சிறுவனின் மறுமொழி வந்தியத்தேவனுடைய மனத்தில் பற்பல முரண்பட்ட எண்ணங்களை உண்டாக்கின. இந்தக் குழந்தை யார்? இவன் ஏன் இங்கே தனியாயிருக்கிறான்? இவ்வளவு சின்னஞ்சிறு பிள்ளை இப்படிச் சற்றும் பயப்படாமல் இருக்கிறானே, அது ஆச்சரியமல்லவா? இவனுக்காக யார் பல்லக்கு அனுப்புவதாகச் சொல்லியிருந்தார்கள்? அது ஏன் வரவில்லை? இவனை விட்டு விட்டுப் போன இவன் அம்மா யார்? அவள் எங்கே போயிருக்கிறாள்?

"குழந்தை! உன்னை ஏன் உன் அம்மா விட்டுவிட்டுப் போய் விட்டாள்?" என்று கேட்டான்.

"அம்மா என்னை விட்டு விட்டுப் போகவில்லை; நான்தான் அவளை விட்டுவிட்டு வந்துவிட்டேன்!" என்றான் அந்தச் சிறுவன்.

"ஏன் விட்டுவிட்டு வந்தாய்?"

"குதிரை ஒன்று ஓடி வந்தது. அதைப் பிடித்து அதன் மேல் ஏறிக்கொண்டு வரலாம் என்று நான் சொன்னேன் அம்மா கூடாது என்றாள். நான் அவளுக்குத் தெரியாமல் குதிரையைப் பிடிக்க ஓடி வந்தேன் அந்தக் குதிரை தானா இது?"

"இல்லை; இது வேறு குதிரை. அப்புறம், எப்படி இங்கே வந்தாய்?"

"குதிரை அகப்படவில்லை. அம்மாவையும் காணவில்லை. மழை அதிகமாக வந்தது. அதற்காக இந்த மண்டபத்துக்குள் வந்தேன்."

"இருட்டில் தனியாக இருக்க உனக்குப் பயமாயில்லையா?"

"பயம் என்ன? தினம் இந்த மாதிரிதானே இருக்கிறேன்!"

"புலிக்குக் கூடப் பயமில்லையா?"

"அம்மாவுக்குத்தான் பயம், எனக்குப் பயம் இல்லை. நான் மீன், புலியை விழுங்கி விடுவேன்!"

"அடே! மீன் புலியை விழுங்குமா?"

"நான் சாதாரண சின்ன மீன் இல்லை! பெரிய மகர மீன்; திமிங்கலம்! புலி, சிங்கம் யானை எல்லாவற்றையும் விழுங்கி விடுவேன்..."

வந்தியத்தேவன் மனத்தில் என்னவெல்லாமோ எண்ணங்கள் தோன்ற ஆரம்பித்தன. புலியை விழுங்கும் மீன் அதிசய மீன் அல்லவா! இப்படி யார் இந்தப் பிள்ளைக்குச் சொல்லிக் கொடுத்திருப்பார்கள்?

"அதோ அங்கே என்ன சத்தம்?" என்று கேட்டான் சிறுவன்.

வந்தியத்தேவன் பார்த்தான், தூரத்தில் ஒரு கூட்டம் வந்து கொண்டிருந்தது. கூட்டதில் சிலர் தீவர்த்திப் பந்தங்களை வைத்துக் கொண்டிருந்தார்கள். அவர்களுக்கு நடுவில் ஒரு பல்லக்கும் தெரிந்தது. எல்லாரும் பரபரப்புடன் ஓடி வந்து கொண்டிருந்தார்கள். அவர்களில் ஒரு பெண் பிள்ளையும் இருந்ததாகத் தோன்றியது. "அங்கே!" "இங்கே" "அதோ!" "இதோ!" என்ற கலவரமான குரல்கள் கேட்டன.

இடிந்த மண்டபத்தைக் கூட்டத்தில் ஒருவன் பார்த்து சுட்டிக் காட்டினான். அவ்வளவுதான்! எல்லோரும் அம்மண்டபத்தை நோக்கி ஓட்டம் பிடித்து ஓடி வந்தார்கள்.

"அதோ வருகிறார்கள், பல்லக்கும் வருகிறது. எனக்குப் பல்லக்கில் ஏறப் பிடிக்கவில்லை. என்னை உன் குதிரையின் மேல் ஏற்றிக்கொண்டு போகிறாயா?" என்று சிறுவன் கேட்டான்.

அந்தக் குழந்தையின் முகமும், தோற்றமும், பேச்சுகளும் வந்தியத்தேவனுடைய மனத்தைக் கவர்ந்தன. அவனைக் கட்டி அணைத்து தூக்கிக் கொள்ளலாம் என்று தோன்றியது. ஆனால் மனத்திற்குள் ஏதோ ஒரு தடங்கலும் கூடவே ஏற்பட்டது.

"எனக்கு வேறு அவசர வேலை இருக்கிறதே?" என்றான் வந்தியத்தேவன்.

"நீ எங்கே போகப் போகிறாய்?"

"காஞ்சிக்கு!"

"காஞ்சிக்கா! அங்கேதான் என்னுடைய முக்கியமான சத்துரு இருக்கிறான்!"

வந்தியத்தேவனுக்குத் தூக்கி வாரிப்போட்டது. அவ்விதம் அந்தப் பிள்ளையின் அருகில் தான் நிற்பது கூடப் பிசகு என்று எண்ணினான். ஆனால் குதிரையின் மேல் ஏறிப் போவதற்கும் அவகாசம் இல்லை. கூட்டம் வெகு அருகில் வந்துவிட்டது. ஓடினால் சந்தேகத்துக்கு இடமாகும். இவ்வளவுடன் என்னதான் நடக்கப் போகிறது என்று தெரிந்து கொள்ளும் ஆவலும் வந்தியத்தேவனைப் பற்றியிருந்தது. ஆகையால் சற்று ஒதுங்கிச் சென்று இடிந்த சுவர் ஓரமாக இருட்டில் நின்றான்.

"இதோ நான் இருக்கிறேன்" என்று முன்னால் போய் நின்றான் சிறுவன். வந்தவர்களிலெல்லாம் முதலில் வந்தவள் ஒரு பெண்பிள்ளை. அவளுக்கு ஓடிவந்ததனால் இரைத்துக் கொண்டிருந்தது. அதை அவள் பொருட்படுத்தாமல் தாவி வந்து குழந்தையை எடுத்து வாரி அணைத்துக் கொண்டு, "பாண்டியா இப்படிச் செய்து விட்டாயா?" என்றாள்.

அவளுக்கு அடுத்தபடியே வந்தவன் ரவிதாஸன். அவன் சிறுவனின் பக்கத்தில் வந்து நின்று, "சக்கரவர்த்தி! இப்படி எங்களைப் பயமுறுத்தி விட்டீர்களே?" என்றான்.

சிறுவன் சிரித்தான், "அப்படித்தான் பயமுறுத்துவேன். நான் குதிரை வேண்டும் என்று கேட்டேன். பல்லக்கு கொண்டு வந்திருக்கிறீர்களே!" என்றான்.

நாம் முன்னம் பார்த்திருக்கும் சோமன் சாம்பவன், இடும்பன்காரி, தேவராளன் முதலியவர்கள் சிறுவனை வந்து சூழ்ந்து கொண்டார்கள். "சக்கரவர்த்தி! ஒரு குதிரை என்ன? ஆயிரம் குதிரை, பதினாயிரம் குதிரை கொண்டு வருகிறோம், இன்றைக்கு இப்பல்லக்கில் ஏறிக் கொள்ளுங்கள்!" என்றான் சோமன் சாம்பவன்.

"மாட்டேன்; நான் அந்தக் குதிரை மேலேதான் ஏறி வருவேன்" என்று சிறுவன் கூறிச் சுவர் மறைவில் நின்ற குதிரையைச் சுட்டிக் காட்டினான்.

அப்போதுதான் குதிரையையும், அதன் அருகில் நின்ற வந்தியத்தேவனையும் அவர்கள் கவனித்தார்கள்.

ரவிதாஸன் முகத்தில் வியப்பும் திகிலும் குரோதமும் கொழுந்து விட்டு எரிந்தன. இரண்டு அடி முன்னால் சென்று, "அடப் பாவி! நீ எப்படி இங்கே வந்தாய்?" என்று கேட்டான்.

"அட பிசாசே! கோடிக்கரையிலிருந்து நீ எப்படி இங்கே வந்தாய்?" என்று கேட்டான் வந்தியத்தேவன்.

ரவிதாஸன் 'ஹா ஹா ஹா' என்று சிரித்தான்.

"நீ என்னை உண்மையாகவே பிசாசு என்று நினைத்துக் கொண்டாயா?" என்று கேட்டான்.

"சிலர் செத்துப்போன பிறகு பிசாசு ஆவார்கள். நீ உயிரோடிருக்கும் பிசாசு!" என்றான் வந்தியத்தேவன்.

இதற்குள் சிறுவன், "அவனோடு சண்டை போடாதே! அவனை எனக்கு ரொம்பப் பிடித்திருக்கிறது. இருட்டில் எனக்குத் துணையாயிருந்தான். புலி வந்தால் கொன்று விடுவதாகச் சொன்னான். அவனும் நம்மோடு வரட்டும்" என்றான்.

ரவிதாஸன் சிறுவன் அருகில் சென்று, "சக்கரவர்த்தி! அவசியம் அவனையும் அழைத்துப் போகலாம். தாங்கள் இன்றைக்கு ஒருநாள் பல்லக்கில் ஏறிக் கொள்ளுங்கள்!" என்றான்.

சிறுவன் அவ்வாறே பல்லக்கை நோக்கிச் சென்றான்.

ரவிதாஸன் வந்தியத்தேவனை மறுபடியும் நெருங்கி, "இப்போது என்ன செய்யப் போகிறாய்?" என்று கேட்டான்.

"நீயல்லவா சொல்ல வேண்டும்?"

"எங்களுடன் வந்து விடு! எங்களுடைய இரகசியம் உனக்கு முன்னமே அதிகம் தெரியும். இப்போது இன்னும் அதிகமாகத் தெரியும். உன்னை விட்டுவிட்டு நாங்கள் போக முடியாது. வந்துவிடு!"

"உங்களுடன் நான் வர மறுத்தால்?..."

"முடியாத காரியம், நீ பெரிய சூரன் என்பதை அறிவேன். ஆயினும் நாங்கள் இருபது பேர் இருக்கிறோம் எங்களிடமிருந்து தப்பி நீ போக முடியாது."

"உயிரோடு தப்ப முடியாது என்றுதானே சொல்கிறாய்?"

"நீ இளம் பிராயத்தவன். உலகத்தின் சுகங்கள் ஒன்றையும் அனுபவியாதவன். எதற்காக வீணுக்கு உயிரை விட வேண்டும்?"

"வீணுக்கு யார்தான் உயிரை விடுவார்கள்? உங்களுடன் வரச் சொல்லுகிறாயே, எங்கே கூப்பிடுகிறாய்? நீங்கள் எங்கே போகிறீர்கள்?"

"அப்படி கேள் சொல்லுகிறேன். பழுவூர் இளைய ராணியிடந்தான்!"

"ஓகோ! அப்படித்தான் நினைத்தேன். இளையராணி இன்று எங்கே இருக்கிறாள்?"

"இளைய ராணி இத்தனை நேரம் திருப்புறம்பயத்துக்கு வந்திருப்பாள் நீ வருவாயா, மாட்டாயா?"

"நானும் அந்தப் பக்கந்தான் போக வேண்டும். வழிகாட்ட யாருமே இல்லையே என்று பார்த்தேன். நல்லவேளையாக நீ வந்து சேர்ந்தாய்! போகலாம், வா!" என்றான் வந்தியத்தேவன்.

இதற்குள் சிறுவன் பல்லக்கில் ஏறிக்கொண்டான், பல்லக்கு நகர்ந்தது. அதைச் சுற்றிலும் தீப்பந்தங்களைப் பிடித்துக்கொண்டு பல வித கோஷங்களை எழுப்பிக் கொண்டும் ரவிதாஸனுடைய கோஷ்டியார் சென்றார்கள். வந்தியத்தேவனும் அவர்களைத் தொடர்ந்து சென்றான். அவன் உள்ளத்தில் பல்வேறு எண்ணங்கள் அலை பாய்ந்தன.

வானதியின் கதி என்ன? தெரியவில்லை. மதுராந்தகர் என்ன ஆனார்? தெரியவில்லை. தன்னுடைய கதி இன்றிரவு என்ன ஆகப் போகிறது? அதுவும் தெரியவில்லை.

கடம்பூர் மாளிகையில் அன்று கண்டறிந்த சதிசெயலை விட பன்மடங்கு சதி செயலைப் பற்றி இன்று நேர்முகமாக அறிந்துகொள்ளப் போகிறோம் என்பதில் சந்தேகமில்லை. அந்த

வரையில் பிரயோஜனகரமானதுதான். ஆனால் அதற்குப் பிறகு என்ன நடக்கும்? தன்னை உயிரோடு தப்பிச் செல்ல இவர்கள் விடுவார்களா? இவர்களோடு சேர்ந்து விடும்படி தன்னையும் கட்டாயப்படுத்துவார்கள். மாட்டேன் என்று சொன்னால் பலியிடத்தான் பார்ப்பார்கள்! ஒருவேளை மறுபடியும் நந்தினியின் தயவினால்...

பழுவூர் இளைய ராணியின் பெயரை ரவிதாஸன் கூறியதும் அவர்களுடன் போகத்தான் இணங்கிவிட்டதை வந்தியத்தேவன் நினைத்துப் பார்த்தான். அது அவனுக்கே வியப்பை அளித்தது. 'மாயை' என்றும் 'மோகம்' என்றும் பெரியோர்கள் சொல்வது இதைத்தான் போலும். 'அவள்' எவ்வளவு பயங்கரமான சதிசெயல்களில் ஈடுபட்டிருக்கிறாள் என்பது அவனுக்குத் தெரிந்துதானிருந்தது. ஆயினும் அவளைச் சந்திப்பதற்கு ஒரு சந்தர்ப்பம் கிடைத்தது என்றால், அதைப் பயன்படுத்திக்கொள்ள அவன் மனத்தில் ஓர் ஆர்வம் எழுந்தது. அடக்க முடியாமல் தன்னை மீறி எழுந்தது. யோசித்துப் பார்ப்பதற்கு முன்னால் அவன் வாய் "வருகிறேன்" என்று பதில் சொல்லி விட்டது... ஆனால் வேறு வழிதான் என்ன? ரவிதாஸன் கூறியதுபோல் இத்தனை பேருடன் தன்னந்தனியாகச் சண்டையிடுவது சாத்தியமில்லை. சிறிது அவகாசம் கிடைத்தால், தப்பிச் செல்வதற்கு ஏதேனும் ஓர் உபாயம் தென்பட்டாலும் தென்படலாம். அத்துடன் இந்தச் சதிகாரக் கூட்டத்தைப் பற்றியும் இவர்களுடைய நோக்கங்களைப் பற்றியும் இன்னும் தெளிவாக அறிந்து கொள்ளலாம்.

"காஞ்சிக்கா போகிறாய்? அங்கேதான் என்னுடைய முக்கிய சத்துரு இருக்கிறான்!" என்று அந்தச் சின்னஞ்சிறு குழந்தை மழலை மொழியில் கூறியது அடிக்கடி வந்தியத்தேவனுக்கு நினைவு வந்துகொண்டிருந்தது. அந்தச் சிறுவன் யார்? அவனைச் "சக்கரவர்த்தி" என்று இவர்கள் அழைப்பதேன்? "முக்கிய சத்துரு" என்று அச்சிறுவன் யாரைக் குறிப்பிட்டான்? இந்தக் கேள்விகளுக்கெல்லாம் அவனுடைய மனத்தில் பதில்களும் தோன்றிக்கொண்டிருந்தன. நினைக்க நினைக்க பயங்கரம் அதிகமாகிக்கொண்டிருந்தது. கடவுளே! இவற்றுக்கெல்லாம் முடிவு எப்போது? "வெகு சீக்கிரத்தில்" என்று அவனுக்குள் ஒரு குரல் சொல்லிற்று.

அந்த அதிசய ஊர்வலம் போய்க்கொண்டேயிருந்தது. வயல்கள், வாய்க்கால்கள், வரப்புகள், காடுமேடுகளைத் தாண்டி ஒரு கணமும் நிற்காமல் போய்க்கொண்டு இருந்தது. கடைசியாக வெள்ளப் பெருக்கெடுத்து ஓடிய மண்ணி நதியையும் தாண்டி அப்பால் திருப்புறம்பயம் எல்லையை அடைந்தது. பள்ளிப் பனையைச் சுற்றிலும் மண்டியிருந்த காட்டுக்குள்ளும் பிரவேசித்தது.

⊙

35. "வேளை நெருங்கிவிட்டது!"

நூறு வருஷங்களுக்கு முன்பு கட்டப்பட்டு இப்போது பாழடைந்த காடு அடர்ந்திருந்த பள்ளிப்படைக் கோவிலை முன்னொரு தடவை நாம் பார்த்திருக்கிறோம். ஆழ்வார்க்கடியான் இங்கே ஒளிந்திருந்துதான் ரவிதாஸன் முதலியவர்களின் சதியைப் பற்றி ஓரளவு தெரிந்து கொண்டான். அதே இடத்துக்கு இப்போது வந்தியத்தேவனும் மற்றவர்களும் வந்து சேர்ந்தார்கள்.

பாழடைந்த பள்ளிப்படையின் ஒரு பக்கத்து சுவர் ஓரமாக வந்தியத்தேவனையும், அவன் குதிரையையும் அழைத்து வந்தார்கள்.

"அப்பனே! சற்று நீ இங்கேயே இரு! உன்னைக் கூப்பிட வேண்டிய சமயத்தில் கூப்பிடுகிறோம். தப்பித்துச் செல்லலாம் என்று கனவு காணாதே! பழக்கப்பட்டவர்களைத் தவிர, வேறு யாரும் இக்காட்டுக்குள் வரவும் முடியாது; வெளியேறவும் முடியாது; அப்படி வெளியேற முயன்றால், நிச்சயம் உயிரை இழப்பாய்!" என்றான் ரவிதாஸன்.

"அப்படி நான் வழி கண்டுபிடித்துப் போக பார்த்தால் நீ மந்திரம் போட்டு கொன்று விடுவாய்! இல்லையா, மந்திரவாதி!" என்று கூறி வந்தியத்தேவன் நகைத்தான்.

"சிரி, சிரி! நன்றாய்ச் சிரி!" என்று சொல்லி, ரவிதாஸனும் சிரித்தான்.

அச்சமயம் பார்த்து எங்கேயோ தூரத்தில் நரி ஒன்று ஊளையிடத் தொடங்கியது, அதைக் கேட்டுப் பக்கத்தில் எங்கேயோ கோட்டான் ஒன்று முனகியது.

வந்தியத்தேவனுடைய உடல் சிலிர்த்தது, குளிரினால் அல்ல. அடர்ந்த அந்தக் காட்டின் மத்தியில் வாடைக் காற்றுப் பிரவேசிக்கவும் பயந்ததாகக் காணப்பட்டது; ஏன்? அங்கே மழைகூட அவ்வளவாகப் பெய்ததாகத் தெரியவில்லை. தரையில் சில இடங்களில் மட்டும் மழைத்துளிகள் சொட்டி ஈரமாயிருந்தது. காற்று இல்லாதபடியால் இறுக்கமாக இருந்தது. அங்கே வந்து சேர்வதற்குள் வந்தியத்தேவனுடைய அரைத்துணி உலர்ந்து போயிருந்தது. சுற்றிக் கட்டியிருந்த துணிச் சுருள் மட்டும் ஈரமாயிருந்தது அதை எடுத்து விரித்துப் பக்கத்தில் கிடந்த பாறாங்கல்லின் மீது உலர்த்தினான். அதே கல்லின் ஒரு மூலையில் வந்தியத்தேவன் உட்கார்ந்து பள்ளிப்படைச் சுவரின் மீது சாய்ந்து கொண்டான். அவனுக்குக் காவலாக அருகில் ஒருவன் மட்டும் இருந்தான்.

சற்றுத் தூரத்தில் காட்டின் மத்தியில் ஏற்பட்டிருந்த இடைவெளியில் அவனுடன் மற்றவர்கள் வட்ட வடிவமாக உட்கார்ந்தார்கள். பள்ளிப்படைக்கு உள்ளேயிருந்து ஒருவன் பழைய சிம்மாசனம் ஒன்றை எடுத்துக்கொண்டு வந்து போட்டான். அதில், 'சக்கரவர்த்தி' என்று அழைக்கப்பட்ட சிறுவனை உட்காரச் செய்தார்கள். தீவர்த்திகளில் இரண்டை மட்டும் வைத்துக்கொண்டு மற்றவற்றை அணைத்து விட்டார்கள். அவ்விதம் தீவர்த்திகளை அணைத்தபோது எழுந்த புகை நாலாபுறமும் சூழ்ந்தது.

"ராணி இன்னும் வரவில்லையே?" என்றான் ஒருவன்.

"சமயம் பார்த்துத்தானே வரவேண்டும்? இரண்டாவது ஜாமத்திலேதான் நானும் வரச் சொல்லியிருக்கிறேன். அதுவரையில் வழுதி குலத்துப் புகழ்மாலையை யாராவது பாடுங்கள்!" என்றான் சோமன் சாம்பவன்.

இடும்பன்காரி உடுக்கு ஒன்றை எடுத்து இலேசாக அதைத் தட்டினான். தேவராளன் ஏதோ ஒரு பாட்டுப் பாடத் தொடங்கினான்.

வந்தியத்தேவன் தான் உட்கார்ந்திருந்த இடத்திலிருந்து இதையெல்லாம் பார்த்துக்கொண்டிருந்தான்; கேட்டுக் கொண்டுமிருந்தான். 'வழுதிகுலம்' என்பது பாண்டியகுலம் என்று அவன் அறிந்திருக்கிறான். பாடல் ஏதோ ஒரு சோகப் பிரலாபமாக அவன் காதில் தொனித்து. உடுக்கின் நாதமும், சோகப் பாடலின் இசையும் அவன் உள்ளத்தில் ஒரு நெகிழ்ச்சியை உண்டாக்கின. பாடலில் சிற்சில வார்த்தைகள் அவன் காதில் விழுந்தன. அவற்றிலிருந்து அந்த இடத்தில் நூறு வருஷங்களுக்கு முன்னால் நடந்த மாபெரும் போரைப் பற்றிய வரலாறு அவன் நினைவுக்கு வந்தது.

ஆம்; அங்கேதான் வரகுண பாண்டியனுக்கும், அபராஜித பல்லவனுக்கும் மூன்று நாட்கள் கொடிய யுத்தம் நடந்தது. பல்லவனுக்குத் துணையாகக் கங்க மன்னன் பிருதிவீபதி வந்தான். அப்போரில் மாண்ட லட்சக்கணக்கான வீரர்களைப் போல் அம்மகாவீரனும் இறந்து விழுந்தான். அவனுடைய ஞாபகமாகக் கட்டிய பள்ளிப்படைக் கோவில்தான் இப்போது சதிகாரர்கள் கூடும் இடமாக அமைந்திருக்கிறது.

கங்க மன்னன் இறந்ததும், பல்லவர் படைகள் சிதறி ஓடத் தொடங்கின. பாண்டிய சைன்யத்தின் வெற்றி நிச்சயம் என்று தோன்றியது. இச்சமயத்தில் சோழர் படைகள் பல்லவர்களின் உதவிக்கு வந்தன. அப்படைக்கு தலைமை வகித்துத் திருமேனியில் தொண்ணூற்றாறு புண் சுமந்த விஜயாலய சோழன் வந்தான். இரண்டு கால்களையும் முன்னமே இழந்திருந்த அவ்வீரப் பெருங்கிழவனை நாலு பேர் தூக்கிக் கொண்டு வந்தார்கள். இரண்டு கைகளிலும் இரண்டு நெடிய வாள்களை ஏந்திக் கொண்டு அவன் பாண்டியர்

சைன்யத்தில் புகுந்தான். இரண்டு வாள்களையும் சக்கராகாரமாகச் சுழற்றிக் கொண்டே போனான். அவன் சென்ற இடங்களிலெல்லாம் இருபுறமும் பாண்டிய வீரர்களின் உயிரற்ற உடல்கள் மலைமலையாகக் குவிந்தன.

சிதறி ஓடிய பல்லவ சேனா வீரர்கள் திரும்பி வரத் தொடங்கினார்கள்.

ஜண ஜண ஜண ஜணார்! – பதினாயிரம் வாள்கள் மாலைச் சூரியனின் மஞ்சள் வெயிலில் மின்னிக்கொண்டு வந்தன!

டண டண டண டணார்– பதினாயிரம் வேல்கள் இன்னொரு பக்கமிருந்து ஒளி வீசிப் பாய்ந்து வந்தன!

வாள்களும் வேல்களும் மோதின!

ஆயிரம் பதினாயிரம் தலைகள் நாலாபுறமும் உருண்டன. ஆயிரம் பதினாயிரம் உயிரற்ற உடல்கள் விழுந்தன!

ஈ ஈ ஈ ஈ!– குதிரைகள் கனைத்துக்கொண்டே செத்து விழுந்தன!

ப்ளீ ளீ ளீ ளீ!– யானைகள் பிளிறிக்கொண்டே மாண்டு விழுந்தன!

இரத்த வெள்ளத்தில் செத்த மனிதர்கள் – மிருகங்கள் உடல்கள் மிதந்தன.

இருபதினாயிரம் கொட்டைப் பருந்துகள் வட்டமிட்டுப் பறந்து வானத்தை மூடி மறைத்தன! முப்பதினாயிரம் நரிகள் ஊளையிட்டுக்கொண்டு ஓடிவந்து போர்க்களத்தை சூழ்ந்து கொண்டன!

"ஐயோ! ஓ ஓ ஓ!" என்ற ஐம்பதினாயிரம் ஓலக் குரல்கள் ஒன்றாய்ச் சேர்ந்து எழுந்தன!

"விடாதே! பிடி! துரத்து! வெட்டு! குத்து!"

இவ்விதம் நூறு ஆயிரம் குரல்கள் முழங்கின.

பதினாயிரம் ஜயபேரிகைகள் "அதம்! அதம்! அதம்!..." என்று சப்தித்தன.

இருபதினாயிரம் வெற்றிச் சங்கங்கள் "பூம்! பூம்! பூம்!" என்று ஒலித்தன.

"ஹா! ஹா! ஹா! ஹா!" என்று அறுபதினாயிரம் பேய்கள் சிரித்தன.

வந்தியத்தேவன் திடுக்கிட்டு கண் விழித்தான். நாலாபுறமும் பார்த்து விழித்தான். பள்ளிப்படைச் சுவரில் சாய்ந்தபடியே சிறிது நேரம் தான் கண்ணயர்ந்துவிட்டதாக அறிந்துகொண்டான். அந்த அரைத்தூக்கத்தில் கண்ட பயங்கரமான கனவை மறுபடி நினைத்துப் பார்த்தான். கனவுதானா அது! இல்லை! உடுக்கின் முழக்கத்துக்கு இணங்கத் தேவராளன் பாடிய பாடலில் போர்க்களத்தைப் பற்றி செய்த வர்ணனைதான் அப்படி அவன் மனக்கண் முன் தோன்றியிருக்க வேண்டும்.

அச்சமயம் தேவராளன் பாண்டியர் படைக்கு முன்னால் பல்லவரும், கங்கரும் தோற்று ஓடியதைப் பற்றிப் பாடிக் கொண்டிருந்தான். அதைக் கேட்டுக்கொண்டிருந்தவர்கள் சிரித்த களிச் சிரிப்புத்தான் அப்படி அநேகாயிரம் பேய்களின் சிரிப்பைப் போல் ஒலித்து, வந்தியத்தேவனைத் திடுக்கிட்டுக் கண் விழிக்கச் செய்திருக்க வேண்டும்.

உடுக்கு முழக்கம் திடீர் என்று நின்றது. தேவராளனும் பாட்டை உடனே நிறுத்தினான்.

சற்றுத் தூரத்தில் ஒரு தீவர்த்தி வெளிச்சம் தெரிந்தது. அது நெருங்கி நெருங்கி வந்தது. தீவர்த்தி வெளிச்சத்தைத் தொடர்ந்து ஒரு பல்லக்கு வந்தது. பல்லக்கைச் சுமந்து வந்தவர்கள் அதைக் கீழே இறக்கி வைத்தார்கள். பல்லக்கின் திரைகள் விலகின. உள்ளேயிருந்து ஒரு ஸ்திரீ வெளியில் வந்தாள். ஆம்; அவள் பழுவூர் ராணி நந்தினிதான். ஆனால் முன் தடவைகளில் வந்தியத்தேவன் பார்த்தபோது அவள் சர்வாலங்கார பூஷிதையான மோகினியாக விளங்கினாள். இப்போது தலைவிரி கோலமான உக்கிரதுர்க்கா தேவியாகக் காட்சி தந்தாள்.

அவளை இந்தத் தோற்றத்தில் பார்த்த வந்தியத்தேவனுடைய உள்ளத்தில் ஒரு திகில் தோன்றியது; அவன் உடம்பில் ஒரு நடுக்கம் ஏற்பட்டது.

நந்தினி பல்லக்கிலிருந்து இறங்கியதும் சிம்மாசனத்தில் வீற்றிருந்த சிறுவனைப் பார்த்தாள். அவனையே பார்த்த வண்ணம் நடந்து வந்தாள்.

சிறுவனும் அவளையே பார்த்துக் கொண்டிருந்தான். மற்ற அனைவரும் அவர்கள் இருவரையும் பார்த்துக் கொண்டிருந்தார்கள்.

சிறுவனைப் பாழும் மண்டபத்துக்குத் தேடி ஓடி வந்த ஸ்திரீ – அவனால் "அம்மா" என்று அழைக்கப்பட்டவள், சிம்மாசனத்துக்குப் பின்னால் நின்று கொண்டிருந்தாள்.

நந்தினி சிறுவன் அருகில் வந்ததும் தன் இரு கரங்களையும் நீட்டினாள். சிறுவன் அவளையும் தனக்குப் பின்னால் நின்ற ஸ்திரீயையும் மாறி மாறிப் பார்த்தான்.

"நீதானே என் அம்மா? இவள் இல்லையே" என்று கேட்டான்.

"ஆம், கண்மணி!"

"இவள் ஏன் என்னுடைய அம்மா என்று சொல்லிக் கொள்கிறாள்?"

"அவள் உன்னை வளர்த்த தாய்!"

"நீ ஏன் என்னை வளர்க்கவில்லை? ஏன் உன்னுடன் என்னை வைத்துக் கொள்ளவில்லை? இவள் எதற்காக என்னை எங்கேயோ மலைக் குகையில் ஒளித்து வைத்துக் கொண்டிருக்கிறாள்?"

"கண்மணி! உன் தந்தையின் விருப்பத்தை நிறைவேற்றுவதற்காகத்தான். உன் தந்தையைக் கொன்றவர்களைப் பழிக்குப் பழி வாங்குவதற்காகத்தான்!"

"ஆமாம்; அது எனக்குத் தெரியும்!" என்று சிறுவன் எழுந்து நந்தினியை அணுகினான்.

நந்தினி அவனைத் தன் இரு கரங்களாலும் அணைத்துக் கொண்டாள், உச்சி முகந்தாள். சிறுவனும் அவளைக் கெட்டியாகப் பிடித்துக் கட்டிக் கொண்டான். மறுபடியும் அவள் தன்னைவிட்டுப் போகாமலிருக்கும் பொருட்டு அவன் அப்படிப் பிடித்துக் கொண்டான் போலும்!

ஆயினும் இந்தக் காட்சி நீடித்திருக்கவில்லை. அவனுடைய பிஞ்சுக்கரங்களை நந்தினி பலவந்தமாக எடுத்துத் தன்னை விடுவித்துக் கொண்டாள். சிறுவனைச் சிம்மாசனத்தில் உட்கார வைத்தாள். மீண்டும் பல்லக்கின் அருகில் சென்றாள். அதனுள்ளிருந்து நாம் முன்பார்த்திருக்கும் வாளை எடுத்துக் கொண்டாள். பல்லக்குத் தூக்கி வந்தவர்களைப் பார்த்து ஏதோ சமிக்ஞை செய்தாள். அவர்கள் பல்லக்கைத் தூக்கிக் கொண்டு சற்றுத் தூரத்தில் போய் மறைவாக உட்கார்ந்து கொண்டார்கள்.

நந்தினி மீண்டும் சிம்மாசனத்தின் அருகில் வந்தாள். கத்தியை அச்சிம்மாசனத்தின் மீது குறுக்காக வைத்தாள்.

சிறுவன் அதை அடங்கா ஆர்வத்துடன் பார்த்துக் கொண்டே, "நான் இதைக் கையில் எடுக்கலாமா?" என்று கேட்டான்.

"சற்றுப் பொறு, என் கண்மணி!" என்றாள் நந்தினி.

பிறகு, ரவிதாஸன் முதலியவர்களையும் வரிசைக் கிரமமாக உற்றுப் பார்த்தாள். "சபதம் எடுத்துக் கொண்டவர்களைத் தவிர இங்கு வேறு யாரும் இல்லையே?" என்று கேட்டாள்.

"இல்லை, தேவி!" என்றான் சோமன் சாம்பவன்.

ரவிதாஸனைப் பார்த்து நந்தினி "சேனாதிபதி!..." என்று ஆரம்பித்தாள். ரவிதாஸன் சிரித்தான்.

"இன்றைக்கு உமக்குச் சிரிப்பாயிருக்கிறது. அடுத்த மாதம் இந்த நாளில் எப்படியிருக்குமோ, யார் கண்டது!"

"தேவி! அந்த நல்ல நாள் எப்போது வரப்போகிறது என்று எத்தனையோ காலமாக நாங்கள் காத்துக் கொண்டிருக்கிறோம்."

"ஐயா! நாமோ ஒரு சிலர். நம் சக்கரவர்த்தி சின்னஞ்சிறு குழந்தை. சோழ ராஜ்யம் மகத்தானது, சோழர்களின் சேனாபலம் அளவற்றது. நாம் அவசரப்பட்டிருந்தோமானால் அடியோடு காரியம் கெட்டுப் போயிருக்கும். பொறுமையாக இருந்ததனால் இப்போது காரிய சித்தி அடையும் வேளை நெருங்கியிருக்கிறது. ரவிதாஸரே! நீர் ஏதாவது சொல்ல வேண்டியிருக்கிறதா; இங்குள்ள வேறு யாரேனும் ஏதாவது சொல்ல வேண்டியிருக்கிறதா!"

ரவிதாஸன் அங்கே இருந்தவர்களின் முகங்களை வரிசையாகப் பார்த்துக்கொண்டு வந்தான். அனைவரும் மௌனவிரதம் கொண்டவர்களாய்க் காணப்பட்டார்கள்.

"தேவி! நாங்கள் சொல்ல வேண்டியது எதுவும் இல்லை. தாங்கள்தான் சொல்ல வேண்டும். சபதம் நிறைவேறும் வேளை நெருங்கி விட்டது என்றீர்கள். எங்கே, எப்படி, யார் மூலமாக நிறைவேறப் போகிறது என்று சொல்லி அருள வேண்டும்" என்றான்.

"ஆகட்டும்; அதைச் சொல்வதற்காகவே இங்கு வந்தேன். அதற்காகவே உங்கள் எல்லாரையும் இங்கே தவறாமல் வரச் சொன்னேன். நம்முடைய சக்கரவர்த்தியையும் அழைத்து வரச் செய்தேன்" என்றாள் நந்தினி.

சிம்மாசனத்தில் வீற்றிருந்த சிறுவன் உள்பட அனைவரும் நந்தினியின் முகத்தையே உற்று நோக்கிக்கொண்டிருந்தார்கள். அவள் மேலும் கூறினாள்:

"உங்களில் சிலர் அவசரப்பட்டீர்கள். நாம் எடுத்துக் கொண்ட சபதத்தை மறந்துவிட்டேனோ என்றும் சிலர் சந்தேகப்பட்டீர்கள். அந்தச் சந்தேகம் அடாதது. மறவாமல் நினைவு வைத்துக் கொள்ள, உங்கள் எல்லோரைக் காட்டிலும் எனக்குத்தான் காரணம் அதிகம் உண்டு. இல்லை; நான் மறக்கவில்லை. சென்ற மூன்று ஆண்டுகளாக அல்லும் பகலும் அனவரதமும் நான் வேறு எதைப் பற்றியும் சிந்தித்ததில்லை. நாம் எடுத்துக்கொண்ட சபதத்தின்படி பழி வாங்குவதற்குச் சமய சந்தர்ப்பங்களையும், தந்திர உபாயங்களையும் தவிர வேறு எதையும் பற்றி நான் எண்ணியதில்லை. எங்கே சென்றாலும், என்ன காரியம் செய்தாலும், யாரிடம் பேசினாலும் நமது நோக்கம் நிறைவேறுவதற்கு அதனால் உபயோகம் உண்டா என்பதைத் தவிர வேறு நினைவு எனக்கில்லை. சமய சந்தர்ப்பங்கள் இப்போது கூடியிருக்கின்றன. சோழ நாட்டுச் சிற்றரசர்களும் பெருந்தர அதிகாரிகளும் இரு பிரிவாகப் பிரிந்திருக்கிறார்கள். பழுவேட்டரையர், சம்புவரையர் முதலானோர் மதுராந்தகனுக்குப் பட்டம் கட்ட முடிவு செய்து விட்டார்கள். கொடும்பாளூர் பூதி விக்கிரம கேசரியும், திருக்கோவலூர் மலையமானும் அதற்கு விரோதமாயிருக்கிறார்கள். பூதி விக்கிரமகேசரி தென் திசை சைன்யத்துடன் தஞ்சை நோக்கி வருவதாகக் கேள்விப்படுகிறேன். திருக்கோவலூர் மலையமான் படை திரட்டி வருவதாகவும் அறிகிறேன். இருதரப்பாருக்கும் எந்த நிமிஷமும் யுத்தம் மூளலாம்.

"தேவி! அப்படி யுத்தம் மூளாதிருப்பதற்குத் தாங்கள் பெரு முயற்சி செய்து வருவதாகக் கேள்வியுறுகிறோம். கடம்பூர் சம்புவரையன் மாளிகையில் சமரசப் பேச்சு நடக்கப் போவதாக அறிகிறோம்."

"ஆமாம்; அந்த ஏற்பாடு செய்திருப்பது நானேதான். ஆனால் என்ன காரணத்திற்காகவென்று உங்களால் ஊகிக்க முடியவில்லையா?"

"முடியவில்லை. ராணி! ஒரு பெண் உள்ளத்தின் ஆழத்தைக் கண்டுபிடிக்க சர்வேசுவரனால் கூட முடியாது என்று பெரியோர்கள் சொல்லியிருக்கிறார்கள். எங்களால் எப்படி முடியும்?"

"அது உங்களால் முடியாத காரியந்தான். நான் சொல்கிறேன், தெரிந்துகொள்ளுங்கள். நம்முடைய சபதம் நிறைவேறுவதற்கு முன்னால் சோழ ராஜ்யத்தில் இந்த உள்நாட்டுச் சண்டை மூண்டால், அதன் விளைவு என்ன ஆகும் என்று சொல்ல முடியாது சுந்தர சோழன்

இன்னும் உயிரோடிருக்கிறான்; அன்பில் பிரம்மராயன் ஒருவனும் இருக்கிறான்; இவர்கள் தலையிட்டு இரு கட்சிக்காரர்களையும் அடக்கி விடுவார்கள். அல்லது ஒரு கட்சி தோற்று, இன்னொரு கட்சி வலுத்துவிட்டாலும் நமது நோக்கம் நிறைவேறுவது அசாத்தியமாகிவிடும். அதற்காகவே இந்தச் சமாதானப் பேச்சை இப்போது தொடங்கியிருக்கிறேன். சண்டை உண்மையாக மூளுவதற்குள்ளே நம் நோக்கத்தை நிறைவேற்றிவிட வேண்டும். அப்படி நிறைவேற்றிய பிறகு சோழ ராஜ்யத்து சிற்றரசர்களுக்குள் மூளும் சண்டைக்கு முடிவேயிராது. ஒரு கட்சியாரும் சர்வநாசம் அடையும் வரையில் சண்டை நடந்து கொண்டேயிருக்கும். இப்போது தெரிகிறதா... சமாதானப் பேச்சு தொடங்கியதன் காரணம்?"

இதைக் கேட்டதும் அங்கே சூழ்ந்து நின்றவர்கள் எல்லாருடைய முகங்களிலும் வியப்புக்கும், உற்சாகத்துக்கும் அறிகுறிகள் காணப்பட்டன. பழுவூர் இளைய ராணியின் மதிநுட்பத்தை வியந்து அவர்கள் ஒருவருக்கொருவர் மெல்லிய குரலில் பேசிக்கொண்டார்கள். ரவிதாஸனுக்கும் ஆச்சரியப்படாமலிருக்க முடியவில்லை.

"தேவி! தங்களுடைய அபூர்வமான முன் யோசனைத் திறனை வியக்கிறோம். சமாதானப் பேச்சின் கருத்தை அறிந்து கொண்டோம். ஆனால் சபதம் நிறைவேறும் நாள் நெருங்கி விட்டது என்கிறீர்கள். அதை நடத்துவது யார்? எப்படி? எப்போது?" என்றான்.

"அதற்கும் சேர்த்துத்தான் இந்த யுக்தி செய்திருக்கிறேன். சமாதானப் பேச்சு என்ற வியாஜத்தின் பேரில் நமது முதற் பகைவனைக் கடம்பூர் சம்புவரையர் மாளிகைக்கு வரும்படி அழைப்பு அனுப்பியிருக்கிறது; அவன் அங்கே கட்டாயம் வந்து சேருவான். நம்முடைய சபதத்தை அங்கேதான் நிறைவேற்றியாக வேண்டும். வீரபாண்டிய சக்கரவர்த்தியின் ஆபத்துதவிகளே! உங்களுடைய பழி தீரும் வேளை நெருங்கி விட்டது. இன்றைக்கு சனிக்கிழமையல்லவா? அடுத்த சனிக் கிழமைக்குள் நம்முடைய சபதம் நிறைவேறிவிடும்!..."

அங்கே இருந்த இருபது பேர்களும் ஏக காலத்தில் 'ஆஹா' காரம் செய்தார்கள்.

சிலர் துள்ளிக் குதித்தார்கள்.

உடுக்கு வைத்திருந்தவன் உற்சாக மிகுதியினால் அதை இரண்டு தடவை தட்டினான். மரக்கிளைகளில் தூங்கிக்கொண்டிருந்த ஆந்தைகள் விழித்து உறுமிக்கொண்டு வேறு கிளைகளுக்குத் தாவின.

வௌவால்கள் சடசடவென்று சிறகுகளை அடித்துக் கொண்டு ஓடின. வந்தியத்தேவனுடைய குதிரை உடம்பைச் சிலிர்த்துக் கொண்டது.

வந்தியத்தேவனும் நிமிர்ந்து பார்த்தான். நந்தினி தன்னைச் சுற்றியிருந்தவர்களிடம் ஏதோ பரபரப்புத் தரும் விஷயத்தைச் சொல்லிக்கொண்டிருந்தாள் என்பது மட்டுந்தான் தெரிந்தது. அவளுடைய பேச்சு ஒன்றும் அவன் காதில் விழவில்லை.

ரவிதாஸன் மற்றவர்களுடைய உற்சாகத்தைக் கையமர்த்தி அடக்கினான்.

"தேவி! தங்களுடைய கடைசி வார்த்தை எங்களுக்கு அளவிலாத குதூகலத்தை அளித்திருக்கிறது. நமது முதற் பகைவனைக் கொன்று பழி முடிக்கும் காலம் இவ்வளவு அண்மையில் வந்திருப்பதை எண்ணிக் களிக்கிறோம்! ஆனால், பழிமுடிக்கும் பாக்கியம் யாருக்கு?" என்று கேட்டான்.

"அதற்கு நமக்குள் போட்டி ஏற்படுவது இயற்கைதான். அதை யாருக்கும் மனத்தாங்கல் இல்லாத முறையில் முடிவு செய்வதற்காகவே வீரபாண்டியரின் திருக்குமாரச் சக்கரவர்த்தியை இங்கு அழைத்து வரச் செய்தேன். வீரபாண்டியரின் கத்தியும் இதோ இருக்கிறது. இந்தச் சின்னஞ்சிறு குழந்தை தந்தையின் கத்தியைத் தொட்டு நம்மில் எவர் கையில் கொடுக்கிறதோ, அவர் பழி முடிக்க வேண்டும். மற்றவர்கள் அக்கம் பக்கத்தில் உதவிக்குச் சித்தமாக நிற்க வேண்டும். ஏற்றுக்கொண்டவர் தவறிவிட்டால் மற்றவர்கள் முன் வந்து முடிக்கவேண்டும். கடம்பூர் மாளிகைக்குள்ளேயே நான் இருப்பேன். இடும்பன்காரி கோட்டைக் காவலர்களில் ஒருவனாக இருப்பான். பழிமுடிக்கும் பொறுப்பு

ஏற்றுக் கொண்டவர் மாளிகைக்குள் பிரவேசிப்பதற்கு நாங்கள் உதவி செய்வோம். இந்த ஏற்பாடுகளுக்கெல்லாம் சம்மதந்தானே?"

ஆபத்துதவிகள் ஒருவரையொருவர் ஆர்வத்துடன் பார்த்துக்கொண்டார்கள். எல்லோருக்கும் அந்த ஏற்பாடு சம்மதமாகவே தோன்றியது.

ரவிதாஸன் கூறினான்: "தாங்கள் சொன்னது சரியான ஏற்பாடுதான். அதற்கு நாங்கள் எல்லோரும் சம்மதிக்கிறோம். ஆனால் இன்னும் ஒரு விஷயம். பழிமுடிக்கும் பொறுப்பு யாருக்குக் கிடைக்கிறதோ, அவர் சொல்கிறபடி மற்றவர்கள் கண்டிப்பாகக் கேட்கிறதென்று வைத்துக் கொள்ள வேண்டும். சக்கரவர்த்திக்குப் பிராயம் வருகிறவரையில் பழி முடித்தவன் இட்டதே சட்டமென்று மற்ற அனைவரும் நடந்து கொள்ள வேண்டும்."

இதைக் கேட்ட நந்தினியின் முகத்தில் புன்னகை அரும்பியது.

"என்னையும் உட்படுத்திதானே சொல்கிறீர்?" என்று கேட்டாள்.

"ஆம் தேவி! விதிவிலக்குச் செய்யமுடியாது!" என்றான் ரவிதாஸன்.

"சந்தோஷம், இப்போது ரவிதாஸன் கூறியதும் உங்கள் எல்லோருக்கும் சம்மதந்தானே!" என்று நந்தினி மற்றவர்களை நோக்கி வினவினாள்.

எல்லாரும் ஒருவரையொருவர் பார்த்தார்கள்; மறுமொழி சொல்வதற்குத் தயங்கினார்கள். சிலருக்கு அந்த ஏற்பாடு சம்மதமில்லையென்று தோன்றியது.

சோமன் சாம்பவன், "அது எப்படி நியாயமாகும்? நமக்கு எல்லா உதவியும் அளித்துவரும் தேவியை எப்படிப் பொது விதிக்கு உட்படுத்த முடியும்?" என்று கேட்டான்.

"என்னைப் பற்றிக் கவலை வேண்டாம். நான் உயிர் வாழ்ந்திருப்பதே வீரபாண்டிய சக்கரவர்த்தியின் கொடூரக் கொலைக்குப் பழி வாங்குவதற்காகத்தான். அந்தப் பழியை முடித்துக் கொடுக்கிறவர் யாராயிருந்தாலும், அவருக்கு நான் என்றென்றும் அடிமையாக இருக்கச் சித்தம்!" என்றாள் நந்தினி.

பின்னர், இந்தப் பேச்சுகளையெல்லாம் புரிந்தும் புரியாமலும் கேட்டுக் கொண்டிருந்த சிறுவனை நந்தினி தேவி பார்த்து "என் கண்மணி! இந்த வீரவாள் உன் தந்தையினுடையது. இதை உன் பிஞ்சுக் கையினால் எடுத்து இங்கே உள்ளவர்களில் உனக்கு யாரை அதிகமாய்ப் பிடித்திருக்கிறதோ, அவர்களிடம் கொடு!" என்றாள்.

ரவிதாஸன் சற்று அருகில் வந்து "சக்கரவர்த்தி, எங்களையெல்லாம் நன்றாய்ப் பாருங்கள்! எங்களில் யார் வீரன் என்றும் தைரியசாலி என்றும் தங்களுக்குத் தோன்றுகிறதோ, அவனிடம் இந்தப் பாண்டிய குலத்து வீரவாளைத் தொட்டுக் கொடுங்கள்!" என்றான்.

சிம்மாசனத்தில் வீற்றிருந்த சிசு சக்கரவர்த்தி சுற்று முற்றும் பார்த்தார்.

எல்லாரும் அடங்காத ஆவலுடனும் பரபரப்புடனும் சக்கரவர்த்தியின் முகத்தைப் பார்த்துக்கொண்டிருந்தார்கள். ஒவ்வொருவருடைய கண்களும் "என்னிடம் கொடுங்கள்! என்னிடம் கொடுங்கள்!" என்று கெஞ்சும் பாவத்தைக் காட்டின.

ரவிதாஸனுடைய முகமும் கண்களும் மட்டும் "என்னிடம் கொடுங்கள்!" என்று அதிகாரபூர்வமாகப் பயமுறுத்திக் கட்டளையிட்டன.

சிறுவன் இரண்டு மூன்று தடவை எல்லாரையும் திருப்பித் திருப்பிப் பார்த்த பின்னர், கத்தியைக் கையில் எடுத்தான். அதைத் தூக்க முடியாமல் தூக்கினான்.

அனைவருடைய பரபரப்பும் சிகரத்தை அடைந்தது.

சிறுவன் பளிச்சென்றும் நந்தினி நின்ற பக்கம் திரும்பினான். "அம்மா! எனக்கு உன்னைத்தான் எல்லாரைக் காட்டிலும் அதிகமாகப் பிடித்திருக்கிறது. நான் பெரியவனாகும் வரையில் நீதான் எனக்காக இராஜ்யத்தை ஆளவேண்டும்" என்று சொல்லிக்கொண்டே வாளை அவளிடம் கொடுத்தான்.

⊙

36. இருளில் ஓர் உருவம்

சக்கரவர்த்தி என்று அழைக்கப்பட்ட சிறுவன் கொடுத்த வாளை நந்தினி வாங்கிக் கொண்டாள். அதை மார்போடு அணைத்துத் தழுவிக் கொண்டாள். பின்னர் அச்சிறுவனையும் தூக்கி எடுத்து அவனையும் சேர்த்து மார்புடன் அணைத்துத் தழுவிக் கொண்டாள். அவளுடைய கண்களிலிருந்து தாரை தாரையாகக் கண்ணீர் பொழிந்தது.

மற்றவர்கள் சற்று நேரம் வரை இந்தக் காட்சியைப் பார்த்துக்கொண்டு திகைத்து நின்றார்கள். ரவிதாஸன் முதலில் திகைப்பு நீங்கப்பெற்றுக் கூறினான்.

"தேவி! சக்கரவர்த்தி நம்முடைய கோரிக்கையை நன்றாகப் புரிந்துகொள்ளவில்லை. புரிந்துகொள்ளாமல் தங்களிடம் வாளைக் கொடுத்து விட்டார். மறுபடியும் விளக்கமாகச் சொல்லி..."

நந்தினி அவனைத் தடுத்து நிறுத்தினாள்; தழுதழுத்த குரலில் கூறினாள். "இல்லை, ஐயா இல்லை! சக்கரவர்த்தி நன்றாய்ப் புரிந்து கொண்டுதான் வாளை என்னிடம் கொடுத்தார். என் கண்ணீரைப் பார்த்து நீங்கள் கலங்க வேண்டாம். வீரபாண்டிய சக்கரவர்த்தியின் படுகொலைக்குப் பழி வாங்கும் பாக்கியம் எனக்குக் கிடைத்ததை நினைத்துக் களிப்பு மிகுதியினால் கண்ணீர் விடுகிறேன்!"

"தேவி! யோசித்துப் பாருங்கள்! நாங்கள், இத்தனை பேர் ஆபத்துதவிப் படையினர் உயிரோடிருக்கும்போது..." என்று சோமன் சாம்பவன் தொடங்கியதை நந்தினி தடுத்து நிறுத்தினாள்.

"யோசிக்க வேண்டியதே இல்லை, அந்தப் பொறுப்பு என்னுடையதுதான். உங்களுக்கும் வேலையில்லாமற் போகவில்லை. உங்களில் பாதி பேர் சக்கரவர்த்தியைப் பத்திரமாகப் பஞ்ச பாண்டவர் மலைக்குக் கொண்டு போய்ச் சேருங்கள். மற்றவர்கள் கடம்பூருக்கு வாருங்கள். சம்புவரையன் மாளிகைக்குள் வரக்கூடியவர்கள் வாருங்கள் மற்றவர்கள் வெளியில் சித்தமாகக் காத்திருங்கள். வேகமாகச் செல்லக்கூடிய குதிரைகளுடன் காத்திருங்கள். காரியம் வெற்றிகரமாக முடிந்த பின் கூடுமானால் எல்லாரும் உயிருடன் தப்பித்துச் செல்ல வேண்டும் அல்லவா?" என்றாள் நந்தினி.

ரவிதாஸன் முன் வந்து, "அம்மணி! ஒரு விஷயம் சொல்ல மறந்து போய்விட்டது; அதைச் சொல்ல அனுமதிக்க வேண்டும்" என்றான்.

"சொல்லுங்கள், ஐயா! சீக்கிரம் சொல்லுங்கள்! பழுவேட்டரையர் கொள்ளிடக்கரையில் நடக்கும் காலாமுகர்களின் மகா சங்கத்துக்குப் போயிருக்கிறார். அவர் திரும்பி வந்து விடுவதற்குள்ளே நான் அரண்மனை போய்ச் சேரவேண்டும்!" என்றாள் நந்தினி.

"நமது முதற் பகைவன் ஆதித்த கரிகாலன் கடம்பூர் சம்புவரையன் மாளிகைக்கு வந்து சேருவான் என்று சொன்னீர்கள் அல்லவா? அது அவ்வளவு நிச்சயமில்லை" என்றான்.

"எந்தக் காரணத்தைக் கொண்டு அவ்விதம் சொல்கிறீர்?"

"தகுந்த காரணத்தைக் கொண்டுதான் சொல்கிறேன் கடம்பூர் மாளிகைக்கு எக்காரணத்தைக் கொண்டும் வரவேண்டாம் என்று ஆதித்த கரிகாலனுக்கு ஓலை போகிறது. பழையாறை இளைய பிராட்டியும், முதன் மந்திரி அநிருத்தரும் அவ்விதம் செய்தி அனுப்பியிருக்கிறார்கள்..."

"அந்த விவரம் எனக்குத் தெரியாது என்றா நினைத்தீர்?"

"தெரிந்திருந்தும் அவன் கடம்பூருக்கு வருவான் என்று எதிர்பார்க்கிறீர்களா?"

"ஆம்; அவசியம் எதிர்பார்க்கிறேன். ஆதித்த கரிகாலருடைய இயல்பு அந்தப் பழையாறைப் பெண் பாம்புக்குத் தெரியாது; அன்பில் பிரம்மராட்சதனுக்கும் தெரியாது; மாய மந்திர வித்தைகளில் தேர்ந்த உமக்குங்கூடத் தெரியவில்லை. எந்தக் காரியத்தையாவது

செய்யவேண்டாம் என்று யாரேனும் தடுத்தால், அதைத்தான் ஆதித்த கரிகாலர் கட்டாயமாகச் செய்வார். அது எனக்குத் தெரியும்; நிச்சயமாகத் தெரியும். ஆதித்த கரிகாலர் அருள்மொழிவர்மனைப் போன்ற எடுப்பார் கைப்பிள்ளை அல்ல. மதுராந்தகனைப் போன்ற பயங்கொள்ளிப் பேதை அல்ல. கடம்பூருக்கு வரவேண்டாமென்று தமக்கையும் முதன் மந்திரியும் செய்தி அனுப்பியிருப்பதனாலேயே கட்டாயம் ஆதித்த கரிகாலர் கடம்பூருக்கு வந்து சேருவார்!" என்றாள் நந்தினி.

"தேவி! அதையும் தாங்கள் பூரணமாக நம்பியிருக்க வேண்டாம். அவர்கள் அனுப்பிய செய்தி காஞ்சிக்குப் போய்ச் சேராது!" என்றான் ரவிதாஸன்.

"என்ன சொல்கிறீர், ஐயா! சற்று விளக்கமாகச் சொல்லும்!" என்றாள் நந்தினி. அவளுடைய குரலில் இப்போது பரபரப்புத் தொனித்தது.

"தேவி! ஆதித்த கரிகாலனுக்குச் செய்தி யார் மூலமாக அனுப்பப்பட்டிருக்கிறது என்பதும் தங்களுக்குத் தெரியுமா?" என்று ரவிதாஸன் கேட்டான்.

"நிச்சயமாகத் தெரியாது; ஆனால் ஊகிக்க முடியும்."

"நல்லது! ஊகிக்க வேண்டிய அவசியமில்லை. அவனை நாங்கள் பிடித்துக்கொண்டே வந்திருக்கிறோம். சக்கரவர்த்தி மழைக்கு ஒதுங்கியிருந்த மண்டபத்தில் அவனும் இருந்தான். நம்முடைய இரகசியங்கள் எல்லாம் அவனுக்குத் தெரியும். அவனை மேலே உயிருடன் போக விடுவது நமக்கு நாமே சர்வ நாசத்தைத் தேடிக் கொள்வதாகும். இடும்பன்காரி! எங்கே அந்த ஒற்றனை இங்கே அழைத்துக்கொண்டு வா!" என்றான் ரவிதாஸன்.

இடும்பன்காரி பள்ளிப்படைக் கோவிலை நோக்கிப் போனான். அவனுடன் இன்னும் இரண்டு பேரும் போனார்கள். நந்தினி அந்தத் திசையை உற்று நோக்கத் தொடங்கினாள். இத்தனை நேரமும் கடுகடுவென்று இருந்த அவளுடைய முகத்தில் இப்போது மறுபடியும் மோகனப் புன்னகை தவழ்ந்தது.

இடும்பன்காரியும், இன்னும் இரண்டு பேரும் வந்தியத்தேவனை நெருங்கினார்கள். அலுத்துச் சலித்துப் போய் அரைத் தூக்கமாக உட்கார்ந்திருந்த அந்த வீரன் மீது திடீரென்று பாய்ந்தார்கள். வந்தியத்தேவன் அவர்களோடு மல்யுத்தம் செய்யலாமா என்று ஒருகணம் உத்தேசித்தான். பிறகு அந்த எண்ணத்தை மாற்றிக் கொண்டான். என்னதான் செய்கிறார்களோ பார்க்கலாம் என்று சும்மா இருந்தான். ஒரு பெரிய கயிற்றினால் அவனுடைய கைகளைச் சேர்த்து உடம்போடு கட்டினார்கள். பிறகு அவனுடைய இரு தோள்களையும் இரண்டு பேர் பிடித்து நடத்தி அழைத்துக் கொண்டு வந்து நந்தினியின் முன்னால் நிறுத்தினார்கள்.

வந்தியத்தேவன் நந்தினியைப் பார்த்துப் புன்னகை புரிந்தான். நந்தினியின் முகத்தில் எவ்வித மாறுதலும் இப்போது தெரியவில்லை; அமைதி குடிகொண்டிருந்தது.

"ஐயா! மறுபடியும்..." என்று ஆரம்பித்தாள்.

"ஆம், தேவி, மறுபடியும் வந்துவிட்டேன்! ஆனால் நானாக வரவில்லை!" என்று சொல்லிச் சுற்றிலுமுள்ளவர்களை நோக்கினான்.

நந்தினியின் அருகில் இருந்த சிறுவன், "அம்மா! இவன்தான் என்னை இருட்டில் பிசாசு விழுங்காமல் காப்பாற்றியவன். இவனை ஏன் கட்டிப் போட்டிருக்கிறது?" என்று கேட்டான்.

வந்தியத்தேவன் சிறுவனைப் பார்த்து "குழந்தை! சும்மா இரு! பெரியவர்கள் பேசிக்கொண்டிருக்கும்போது குறுக்கே பேசக்கூடாது. பேசினால் உன்னைப் புலி விழுங்கிவிடும்!" என்றான்.

"புலியை நான் விழுங்கிவிடுவேன்!" என்றான் சிறுவன்.

"மீனால் புலியை விழுங்கமுடியுமா?" என்று வந்தியத்தேவன் கேட்டான்.

அவனைச் சுற்றிலும் இருந்தவர்களின் கண்டங்களிலிருந்து ஒரு பயங்கரமான உறுமல் சத்தம் வெளிவந்தது. அது வந்தியத்தேவனைக் கூட ஒரு கணம் மெய்சிலிர்க்கச் செய்தது.

ரவிதாஸன் உரத்த குரலில் "தேவி கேட்டீர்களா? இவனை இனி உயிருடன் தப்பிச் செல்ல விட முடியாது. முன் இரண்டு தடவைகளில் தங்கள் விருப்பத்துக்காக இவனை உயிருடன் தப்பிச் செல்ல விட்டோம். இனிமேல் அப்படி இவனை விட முடியாது" என்றான்.

வந்தியத்தேவன், "மந்திரவாதி! இது என்ன இப்படிப் பெரிய பொய்யாகச் சொல்லுகிறாய்? நீயா என்னை உயிருடன் விட்டாய்? நான் அல்லவா உன்னைத் தப்பிப் போகவிட்டேன்? தேவி! இந்த மந்திரவாதியைக் கொஞ்சம் கவனித்துப் பார்த்துச் சொல்லுங்கள்! இவன் உண்மையில் ரவிதாஸன்தானா? அல்லது ரவிதாஸனுடைய பிசாசா!" என்று கேட்டான்.

ரவிதாஸன் பயங்கரமாகச் சிரித்தான். "ஆம்! நான் பிசாசுதான்! உன்னுடைய இரத்தத்தை இன்று குடிக்கப் போகிறேன்," என்றான்.

மீண்டும் அங்கிருந்தவர்களின் தொண்டைகளிலிருந்து பயங்கர உறுமல் குரல் வெளியாயிற்று.

இதற்குள் சிறுவன், "அம்மா! இவனிடம் ஒரு நல்ல குதிரை இருக்கிறது. அதை எனக்குக் கொடுக்கச் சொல்லுங்கள்!" என்றான்.

"குழந்தை! நீ என்னுடன் வந்துவிடு! உன்னை என் குதிரையின் மேல் ஏற்றி அழைத்துக்கொண்டு போகிறேன்" என்றான் வந்தியத்தேவன்.

ரவிதாஸன் வந்தியத்தேவனை நோக்கிக் கோரமாக விழித்து "அடே! வாயை மூடிக்கொண்டிரு!" என்று சொல்லி விட்டு, நந்தினியைப் பார்த்து, "தேவி! சீக்கிரம் கட்டளையிடுங்கள்!" என்றான்.

நந்தினி நிதானமாக, "இவர் எப்படி இங்கு வந்தார்? எப்போது வந்தார்?" என்று கேட்டாள்.

"சக்கரவர்த்தி மழைக்கு ஒதுங்கியிருந்த மண்டபத்திலிருந்து அவரை இந்த ஒற்றன் எடுத்துக் கொண்டு ஓடிவிடப் பார்த்தான். நல்ல சமயத்தில் போய் நாங்கள் தடுத்துப் பிடித்துக் கொண்டோம். ஒரு கணம் தாமதித்திருந்தால் விபரீதமாகப் போயிருக்கும்" என்றான் ரவிதாஸன்.

"ஐயா! இவர்கள் சொல்வது உண்மையா?" என்று நந்தினி கேட்டாள்.

"தங்களைச் சேர்ந்தவர்கள் உண்மை சொல்லக்கூடியவர்களா என்பது தங்களுக்குத்தானே தெரியும்? எனக்கு எப்படித் தெரியும் தேவி?" என்றான் வந்தியத்தேவன்.

நந்தினியின் முகத்தில் தோன்றிய புன்னகை மின்னலைப் போல் மறைந்தது. அவள் ரவிதாஸனைப் பார்த்து, "ஐயா! நீங்கள் எல்லாரும் சற்று அப்பால் சென்றிருங்கள் நான் இவரிடம் சில விஷயங்கள் தனியாகக் கேட்டு அறிய வேண்டும்" என்றாள்.

"தேவி! நேரம் ஆகிறது, அபாயம் நெருங்குகிறது. இந்த வேளையில்..." என்று ரவிதாஸன் கூறுவதற்குள், நந்தினி கடுமையான குரலில், "சற்றுமுன் நாம் செய்துகொண்ட நிபந்தனையை நினைவுபடுத்திக் கொள்ளுங்கள். மறுவார்த்தை சொல்லாமல் உடனே அகன்று செல்லுங்கள். சக்கரவர்த்தியையும் அப்பால் அழைத்துப் போங்கள்!" என்று கூறி, சிறுவனுடைய காதில் "குமாரா! சற்று அவர்களுடன் நகர்ந்து போ! உனக்கு இவரிடமிருந்து குதிரை வாங்கித்தருகிறேன்" என்றாள்.

ரவிதாஸன் முதலியவர்கள் பின்னர் மறு வார்த்தை பேசாமல் அந்தச் சிறுவனையும் அழைத்துக்கொண்டு அவசரமாக அப்பால் போனார்கள்.

நந்தினி, வந்தியத்தேவனை இலேசான தீவர்த்தி வெளிச்சத்தில் ஊடுருவிப் பார்த்து, "ஐயா! உமக்கும் எனக்கும் ஏதோ ஒரு துவந்தம் இருப்பதாகக் தோன்றுகிறது" என்றாள்.

"அம்மணி! அந்தத் துவந்தம் மிகப் பொல்லாததாயிருக்கிறது; மிகக் கெட்டியாகவும் இருக்கிறது. என் உடம்பையும் கைகளையும் சேர்த்து இறுக்கிக் கட்டியிருக்கிறது!" என்றான் வந்தியத்தேவன்.

"உம்முடைய விளையாட்டுப் பேச்சைக் கொஞ்சம் நிறுத்தி வைத்துக் கொள்ளுங்கள். வேண்டுமென்று இங்கு வந்தீரா! தற்செயலாக வந்தீரா?"

"வேண்டுமென்று வரவில்லை! தற்செயலாகவும் வரவில்லை. தங்களுடைய ஆட்கள்தான் பலவந்தமாக என்னை இங்கே கொண்டு வந்து சேர்த்தார்கள். இல்லாவிடில், இத்தனை நேரம் கொள்ளிடக்கரையை அடைந்திருப்பேன்."

"என்னைப் பார்க்கும்படி நேர்ந்ததில் உமக்கு அவ்வளவு கஷ்டம் என்று தெரிகிறது. என்னைப் பிரிந்து போவதற்கு அவ்வளவு ஆவல் என்றும் தெரிகிறது."

"தங்களைப் பார்க்க நேர்ந்ததில் எனக்குக் கஷ்டம் இல்லை, தவிர தங்களைப் பிரிந்து போவதற்குத்தான் உண்மையில் வருத்தமாயிருக்கிறது. தாங்கள் மட்டும் அனுமதி கொடுங்கள்; ஒரு பக்கத்தில் அந்தக் கிழட்டுப் பழுவேட்டரையரிடமும் இன்னொரு பக்கத்தில் இந்தப் பயங்கர மந்திரவாதிகளிடமும் அகப்பட்டுக் கொண்டு தாங்கள் திண்டாடுகிறீர்கள். ஒரு வார்த்தை சொல்லுங்கள். இவர்களிடமிருந்தெல்லாம் தங்களை விடுதலை செய்து அழைத்துப் போகிறேன்..."

"எங்கே அழைத்துப் போவீர்கள்?"

"இலங்கைத் தீவின் காடுகளின் அநாதையைப் போல் அலைந்து கொண்டிருக்கும் தங்கள் அன்னையிடம் அழைத்துப் போய் விடுகிறேன்" என்றான் வந்தியத்தேவன்.

நந்தினி ஏமாற்றம் தொனிக்க ஒரு நெடிய பெருமூச்சு விட்டாள்.

"நானும் அப்படி அநாதையாக அலைய வேண்டும் என்று விரும்புகிறீரா? ஒருவேளை அத்தகைய காலம் வந்தாலும் வரலாம். அப்போது அன்னையிடம் அழைத்துப் போக, உம்முடைய உதவியை அவசியம் நாடுவேன். அதற்கு முன்னால், என்னுடைய எண்ணம் நிறைவேற வேண்டும். அது நிறைவேறுவதற்கு உதவி செய்வீரா?" என்று கேட்டாள்.

"அம்மணி! தங்கள் மனதிற்கொண்ட எண்ணம் என்னவென்று தெரிந்தால் அதற்கு உதவி செய்வதைப் பற்றி நான் சொல்ல முடியும்?" என்றான் வந்தியத்தேவன்.

"உண்மையான பிரியம் உள்ளவர்கள் இப்படிச் சொல்லமாட்டார்கள். எண்ணம் என்னவென்பதைத் தெரிந்து கொள்ளாமலே அதை நிறைவேற்றுவதற்கு உதவி செய்ய முன் வருவார்கள்."

"பிரியமுள்ளவர்கள் சமயத்தில் எச்சரிக்கை செய்து ஆபத்திலிருந்து காப்பாற்ற முயல்வார்கள் அம்மணி. தங்களை இந்தக் கிராதகர்கள் ஏதோ சூழ்ச்சி செய்து, பெரிய அபாயத்தில் சிக்க வைத்திருக்கிறார்கள். அவர்களுடைய காரியத்துக்கு உங்களை உபயோகப்படுத்திக்கொள்ளப் போகிறார்கள்..."

"நீர் கூறுவது தவறு! நான்தான் இவர்களை என்னுடைய காரியத்துக்கு உபயோகப்படுத்திக்கொள்ளப் பார்க்கிறேன்! இதை நீர் நிச்சயமாகத் தெரிந்து கொள்ளும்."

"ஒரு சிறு குழந்தையை எந்தக் காட்டிலிருந்தோ பிடித்துக் கொண்டு வந்து தங்களை ஏமாற்றுகிறார்கள்..."

"குழந்தை எதற்காக என்று உமக்குத் தெரியுமா?"

"பாண்டியன் சிம்மாசனத்தில் ஏற்றி வைத்துப் பட்டம் கட்டுவதற்காக..." என்றான்.

"மறுபடியும் தவறாகச் சொல்கிறீர். பாண்டியன் சிம்மாசனத்தில் ஏற்றி வைக்க

மட்டும் அல்ல; துங்கபத்திரையிலிருந்து இலங்கை வரையில் பரந்து கிடக்கும் சோழ சாம்ராஜ்யத்தின் சிம்மாசனத்தில் அமர்த்தி முடி சூட்டுவதற்காக!"

"அம்மம்மா! யாருடைய உதவியைக் கொண்டு இந்த மகத்தான காரியத்தைச் சாதிக்கப் போகிறீர்கள்? இதோ சுற்றிலும் நிற்கிறார்களே - இந்த நரிக்கூட்டத்தின் உதவியைக் கொண்டா? சோழ சாம்ராஜ்யத்தின் இருபது லட்சம் வீராதி வீரர்கள் கொண்ட மாபெருஞ்சேனையை, பகலில் வளைகளில் ஒளிந்திருந்து, இரவு நேரத்தில் வெளிப்பட்டு வரும் இந்தப் பத்து இருபது நரிகளின் துணை கொண்டு வென்று விடுவீர்களா?"

"நான் இவர்களை மட்டும் நம்பியிருக்கவில்லை. இதோ என் கையில் உள்ள வாளை நம்பியிருக்கிறேன். இதன் உதவியினால் என் மனத்தில் கொண்ட எண்ணத்தை நிறைவேற்றுவேன்."

"அம்மணி! அந்த வாளைத் தாங்கள் ஒருநாளும் உபயோகப்படுத்தப் போவதில்லை. அதற்கு வேண்டிய பலம் தங்கள் கையிலும் இல்லை; தங்கள் நெஞ்சிலும் இல்லை!"

"ஏன் அப்படிச் சொல்கிறீர்கள்?"

"ஏதோ என் மனத்தில் தோன்றியதைக் கூறினேன்."

"நீர் சொல்வது முற்றும் தவறு என்று இந்த இடத்திலேயே என்னால் நிரூபித்துக் காட்ட முடியும்!"

"அப்படியானால் நான் பாக்கியசாலிதான். தங்கள் திருக்கரத்தினால் வெட்டுப்பட்டுச் சாவதற்குக் கொடுத்து வைக்க வேண்டாமா?" என்று கூறி வந்தியத்தேவன் வெட்டுப்படுவதற்கு ஆயத்தமாவதுபோல் கழுத்தை வளைத்துத் தரையைப் பார்த்துக்கொண்டு நின்றான்.

"என் திருக்கரத்தினால் வெட்டுப் படுவதற்குத்தானா ஆசைப்படுகிறீர்? கிரீடம் சூட்டப்படுவதற்கு விரும்ப வில்லையா?" என்றாள் நந்தினி.

வந்தியத்தேவன் நிமிர்ந்து பார்த்து, "தாங்கள் வசமுள்ள கிரீடத்தை எத்தனை பேருக்குத்தான் சூட்டுவீர்கள்?" என்று வினவினான்.

"அது என்னுடைய இஷ்டம். முடிவாக யாருக்குச் சூட்ட வேண்டுமென்று பிரியப்படுகிறேனோ, அவருடைய சிரசில் சூட்டுவேன்."

"அப்படியானால் இந்தச் சிறுபிள்ளையின் கதி என்ன ஆவது?

"அவனுக்கு முடிசூட்டுவதும், சூட்டாததும் என் இஷ்டந்தானே?"

"தேவி, தங்களுக்கு யாருக்கு இஷ்டமோ அவருக்கு முடிசூட்டுங்கள். எனக்கு வேண்டியதில்லை."

"ஏன்?"

"என்னுடைய சிரசிலுள்ள சுருட்டை மயிரின் அழகைப் பற்றிப் பலரும் சொல்லியிருக்கிறார்கள். கிரீடம் வைத்துக் கொண்டு அந்த அழகைக் கெடுத்துக்கொள்ள நான் விரும்பவில்லை."

"உமது வேடிக்கைப் பேச்சை நீர் விடமாட்டீர். நல்லது ஐயா! பொன்னியின் செல்வன் கடலில் விழுந்து இறந்த செய்தியைக் கேட்டதும் இளையபிராட்டி என்ன செய்தாள்? ரொம்ப துக்கப்பட்டாளா?" என்று நந்தினி திடீரென்று பேச்சை மாற்றிக் கேட்டாள்.

வந்தியத்தேவன் சிறிது திகைத்துவிட்டு, "பின்னே துக்கமில்லாமல் இருக்குமா? ஸ்திரீகள் எல்லாருமே இதயமற்றவர்களாக இருப்பார்களா?" என்றான்.

"அந்தக் கொடும்பாளூர் பெண் ஓடையில் விழுந்து உயிரை விடப் பார்த்தாளாமே? அது உண்மையா? அவளை யார் எடுத்துக் காப்பாற்றினார்கள்?" என்று கேட்டாள்.

உடனே வானதிக்கு நேர்ந்த ஆபத்தைக் குறித்து வந்தியத்தேவனுக்கு ஞாபகம் வந்தது. அவளுடைய கதி என்ன ஆயிற்றோ என்ற நினைவில் மூழ்கி வந்தியத்தேவன் கேள்விக்குப் பதில் சொல்லாமலிருந்தான்.

நந்தினி குரலைக் கடுமைப் படுத்திக்கொண்டு, "சரி; அதையெல்லாம் பற்றி நீர் ஒன்றும் சொல்லமாட்டீர் எனக்குத் தெரியும். ஆதித்த கரிகாலர் கடம்பூர் மாளிகைக்கு வராதபடி நீர் தடுக்கப் போகிறீரா?" என்று கேட்டாள்.

"தடுப்பதற்குப் பிரயத்தனம் செய்வேன்" என்றான் வந்தியத்தேவன்.

"உம்மால் அது முடியாது என்று நான் சொல்லுகிறேன்."

"என்னால் முடியும் என்று நானும் சொல்லவில்லை. தேவி! பிரயத்தனம் செய்வேன் என்று தான் சொன்னேன். இளவரசர் ஒன்று செய்ய நினைத்துவிட்டால், அதை மாற்றுவது எளிதன்று!"

"ஆதித்த கரிகாலரின் இயல்பை நீர் நன்றாய் அறிந்து கொண்டிருக்கிறீர்."

"என்னைவிட அதிகமாகத் தாங்கள் அறிந்திருக்கிறீர்கள்."

"நல்லது; நான் எவ்வளவுதான் சொன்னாலும் நீர் என் கட்சியில் சேரமாட்டீர். என் எதிரியின் கட்சியில்தான் இருப்பீர். அப்படித்தானே?"

"அம்மணி! தங்கள் எதிரி யார்?"

"என் எதிரி யார்? பழையாறை இளவரசிதான்! வேறு யார்?"

"அது தங்கள் மனோ கற்பனை, தேவி! தங்களுக்கு ஓர் உண்மையை முக்கியமான உண்மையை, தெரிவிக்க விரும்புகிறேன்..."

"போதும், போதும்! நீர் உண்மை என்று சொல்ல ஆரம்பித்தால் அது வடிகட்டின கோட்டைப் பொய்யாயிருக்கும். எனக்குத் தெரியாதா? உமது உண்மையை நீரே வைத்துக் கொள்ளும்!" என்று நந்தினி குரோதத்துடன் கூறிவிட்டுக் கையைத் தட்டினாள். ரவிதாஸன் முதலியவர்கள் உடனே நெருங்கி வர ஆரம்பித்தார்கள்.

வந்தியத்தேவன் தனக்குக் கிடைத்த சந்தர்ப்பத்தைத் தான் சரியாக உபயோகப்படுத்திக் கொள்ளவில்லை என்பதை உணர்ந்தான். இந்த ராட்சஸி என்னைக் கொன்று விடும்படி தான் இவர்களுக்குக் கட்டளையிடப் போகிறாள். கடவுளே! எத்தகைய சாவு! போர்க்களத்தில் எதிரிகளுடன் போராடி வீர மரணம் அடையக் கூடாதா? இப்படியா என் தலையில் எழுதியிருந்தது?

ரவிதாஸன் கோஷ்டியார் அருகில் வந்து சூழ்ந்து கொண்டார்கள்.

இரையை நெருங்கிய ஓநாய்க் கூட்டம் உறுமுவது போல் அவர்கள் உறுமிக்கொண்டிருந்தார்கள்.

"ராணி! தாங்கள் என்னதான் சொன்னாலும் இவன் வழிக்கு வரமாட்டான் என்று எனக்குத் தெரியும். தாங்கள் உடனே புறப்படுங்கள். இவனை நாங்கள் இந்தப் புண்ணிய ஸ்தலத்தில் பலி கொடுத்து விட்டுக் கிளம்புகிறோம்" என்றான் ரவிதாஸன்.

"மந்திரவாதி! ஜாக்கிரதை! என்னுடைய விருப்பம் அதுவன்று. இவரை உங்களில் யாரும் எதுவும் செய்யக்கூடாது. இவரை எவனாது தொட்டால் அவனை நானே இந்தக் கத்தியினால் வெட்டிக் கொன்று பழி வாங்குவேன்!" என்று நந்தினி கர்ஜித்தாள்.

ரவிதாஸன் முதலியோர் திகைத்து நின்றார்கள்.

"இவரால் எனக்கு இன்னும் பல காரியம் ஆகவேண்டியிருக்கிறது. தெரிகிறதா? நான் இதோ புறப்படுகிறேன்; நீங்களும் புறப்படுங்கள். இவர் அவருக்கு விருப்பமான வழியில் போகட்டும். யாரும் இவரைத் தடை செய்ய வேண்டாம்!" என்றாள் நந்தினி.

ரவிதாஸன், "தேவி! ஒரு விண்ணப்பம்! தங்கள் சித்தப்படி செய்யக் காத்திருக்கிறோம். ஆனால் இவனிடம் குதிரை இருக்கிறது. இவனை முதலில் போக விடுவது நல்லதா? கொஞ்சம் யோசித்து சொல்லுங்கள்!" என்றான்.

"நல்லது; இவரை அந்தப் பள்ளிப்படைக் கோவில் தூணுடன் சேர்த்துக் கட்டிவிடுங்கள். கட்டை அவிழ்த்துக் கொண்டு புறப்பட இவருக்குச் சிறிது நேரம் ஆகும். அதற்குள் இந்தப்

பள்ளிப்படைக் காட்டை நீங்கள் தாண்டிப் போய் விடலாம்" என்றாள்.

வந்தியத்தேவன் பள்ளிப்படைத் தூணுடன் சேர்த்துக் கட்டப்பட்டிருந்தான். சற்றுத் தூரத்தில் அவன் குதிரை ஒரு மரத்தில் கட்டப்பட்டிருந்தது.

நந்தினி பல்லக்கில் ஏறிக்கொண்டு போய் விட்டாள்.

சிம்மாசனத்தை இரண்டு ஆட்கள் தூக்கிச் சென்றார்கள்.

ரவிதாஸன் கோஷ்டியார் சிறுவனை அழைத்துக் கொண்டு விரைந்து போய் விட்டார்கள்.

அவர்களுடன் சென்ற தீவர்த்தியின் வெளிச்சமும் சிறிது சிறிதாக மங்கி மறைந்து விட்டது.

வந்தியத்தேவனைச் சுற்றிலும் கன்னங்கரிய காரிருள் சூழ்ந்தது.

சிறிது நேரத்துக்கு முன்னால் அங்குப் பார்த்த காட்சிகள், நடந்த நிகழ்ச்சிகள் எல்லாம் கனவோ எனத் தோன்றியது.

இருட்டில் ராட்சத வௌவால்கள் சடபடவென்று தங்கள் அகன்ற சிறகுகளை அடித்துக் கொண்டன.

ஊமைக் கோட்டான்கள் உறுமின.

நரிகள் அகோரமான குரலில் முறைவைத்து ஊளையிட்டன.

ஊளையிட்டுக்கொண்டே அவை நெருங்கி வருவதுபோல் வந்தியத்தேவனுக்கு உணர்ச்சி ஏற்பட்டது.

காட்டில் இனந் தெரியாத உருவங்கள் பல நடமாடின.

கடம்பூர் மாளிகையில் அவன் கண்ட கனவு நினைக்கு வந்தது.

ஆயிரம் நரிகள் வந்து தன்னைச் சூழ்ந்து கொண்டு பிடுங்கித் தின்னப் போவதாக எண்ணி நடுங்கினான்.

அவசர அவசரமாகக் கட்டுகளை அவிழ்த்துக்கொள்ளப் பார்த்தான். இலேசில் அக்கட்டுகள் அவிழ்கிற விதமாகத் தெரியவில்லை.

வெளிச்சம் இருந்தால் கட்டுகளை அவிழ்ப்பது சிறிது சுலபமாயிருக்கும்.

ஆனால் வெளிச்சம் என்று அறிகுறியே அங்கு இல்லை.

மின்னல் வெளிச்சமும் இல்லை; மின்மினி வெளிச்சங்கூட இல்லை.

வானத்தில் ஒரு வேளை மேகங்கள் அகன்று நட்சத்திரங்கள் தோன்றியிருந்தாலும் அவற்றின் வெளிச்சம் அந்தக் காட்டுக்குள் நுழைய இடமில்லை.

ஆகா! அது என்ன சத்தம்?

காட்டில் எத்தனையோ ஜந்துகள் நடமாடும்; அதில் என்ன அதிசயம்?

இல்லை; இது மனிதனுடைய காலடிச் சத்தம் மாதிரி இருக்கிறதே! குதிரை இலேசாகக் கனைத்தது.

கால்களை மாற்றி மாற்றி வைத்து அவஸ்தைப்பட்டது. ஒருவேளை புலி, கிலி வருகிறதா என்ன? வந்தியத்தேவன் கட்டை அவிழ்க்க அவசரப்பட்டான்; பயனில்லை.

அதோ ஒரு உருவம். அந்தக் காரிருளில் ஒரு கரிய நிழல் போன்ற உருவம். மனித உருவமா? அல்லது... வேறு என்னவாயிருக்க முடியும்?

அது நெருங்கி நெருங்கி வந்தது.

வந்தியத்தேவன் தன்னுடைய மனோதைரியம் முழுவதையும் சேகரித்துக் கொண்டான்.

தன்னுடைய தேகத்தின் பலம் முழுவதையும் காலில் சேர்த்துக் கொண்டான்.

ஓங்கி ஒரு உதை விட்டான்! "வீல்" என்ற சத்தமிட்டுக் கொண்டு அந்த உருவம்

பின்னால் தாவிச் சென்றது.

சிறிது தூரம் பின்னால் சென்றதும் "டணார்" என்று ஒரு சத்தம். பள்ளிப்படைச் சுவரில் அது மோதிக்கொண்டது போலும்!

பின்னர் அங்கேயே அந்த உருவம் சிறிது நேரம் நின்றது. பள்ளிப்படைச் சுவரில் சாய்ந்துகொண்டு நிற்பதாகத் தோன்றியது.

இருட்டில் விவரம் தெரியாவிட்டாலும் அந்த உருவம் தன்னையே உற்றுப் பார்த்துக்கொண்டிருப்பது போல் வந்தியத்தேவனுக்கு உணர்ச்சி ஏற்பட்டது.

கட்டுகளை அவிழ்த்துக் கொள்வதற்கு மேலும் அவசரமாக அவன் முயன்றான். அந்த மந்திரவாதிப் பிசாசுகள் இவ்வளவு பலமாக முடிச்சுக்களைப் போட்டுவிட்டன! ஆகட்டும்; மறு தடவை அந்த ரவிதாஸனைப் பார்க்கும்போது சொல்லிக் கொடுக்கலாம்!

அந்த உருவம் இடம் விட்டுப் பெயர்ந்தது. பள்ளிப்படைக்குள்ளே போவது போலத் தோன்றியது. சிறிது நேரத்துக்கெல்லாம் பள்ளிப்படைக் கோவிலுக்குள் கூழாங்கற்கள் மோதுவது போன்ற 'டண்', 'டண்' சத்தம் சில முறை கேட்டது.

கோவில் வாசலில் வெளிச்சம்.

அதோ அந்த உருவம் கையில் ஒரு சுளுந்தைப் பிடித்துக் கொண்டு கோவிலுக்கு வெளியே வருகிறது.

தன்னை நோக்கி வருகிறது.

அது ஒரு காளாமுக வீர சைவனின் உருவம். நீண்ட தாடியும், சடைமுடியும், மண்டை ஓட்டு மாலையும் அணிந்த பயங்கரமான உருவம்.

வந்தியத்தேவன் அருகில் வந்து வெளிச்சத்தை தூக்கிப் பிடித்து அவனை உற்றுப் பார்த்துக்கொண்டு நின்றது.

⊙

37. வேஷம் வெளிப்பட்டது

பயங்கரத் தோற்றம் கொண்டிருந்த அந்தக் காளாமுக சைவரை அந்த நேரத்தில் அந்த இடத்தில் பார்க்கும் வந்தியத்தேவன் ஒருகணம் திகிலடைந்தான். பிறகு அவனுக்கு இயற்கையான துணிச்சல் திகிலை விரட்டியடித்தது. "இவனை எங்கேயோ பார்த்திருக்கிறேனே? எங்கே?" என்று சிந்தித்தான். ஆம், ஆம்; அரிச்சந்திர நதிக்கரையில் மரத்தடியில் படுத்திருந்தபோது இரண்டு பேர் வந்து உற்றுப் பார்த்துவிட்டுப் போகவில்லையா? அவர்களில் ஒருவன் இவன்! அவ்வளவுதானா? ஒரு தடவை மட்டும் பார்த்த முகமா இது? அந்தக் கூரிய பார்வையுள்ள கணகளை வேறு எங்கேயும் பார்த்ததில்லையா?

இதற்குள் காளாமுக சைவன் அவனை உற்றுப் பார்த்து விட்டு, "ஹா! ஹா! ஹா!" என்று சிரித்தான். அந்தக் குரல் அடிக்கடி கேட்ட குரல்போல் இருக்கிறதே?

"அட சே! நீ தானா? உனக்காகவா இந்த நள்ளிரவில் இவ்வளவு கஷ்டப்பட்டு வந்தேன்?" என்று காளாமுக சைவன் கூறியபோது, அவன் வேண்டுமென்று சிறிது குரலை மாற்றிக்கொண்டு பேசியதாகத் தோன்றியது.

"பின்னே, யாருக்காக வந்தாய்?" என்று வந்தியத்தேவன் கேட்டான்.

"இளவரசரைத் தேடிக்கொண்டு வந்தேன்!" என்றான் காளாமுகன்.

"எந்த இளவரசரை?"

"உனக்கென்ன அதைப்பற்றி? நீ ஏன் கேட்கிறாய்?"

"நானும் ஒரு இளவரசன்தான்; அதனால் தான் கேட்டேன்."

"இளவரசனுடைய முக லட்சணத்தைப் பார்...!"

"என் முகலட்சணத்துக்கு என்ன ஐயா, குறைவு? உம்மைப் போல் தாடி மீசையும், சடைமுடியும், எலும்பு மாலையும் அணிந்தால் என் முகம் இலட்சணமாகி விடுமா?"

"அணிந்து பாரேன்! அப்போது தெரியும்."

"தாடி மீசையும் ஜடைமுடியும் எத்தனைநாளில் வளரும்?"

"அது என்ன பிரமாதம்? ஒரு நாளில் வளர்ந்து விடும். வேண்டுமென்றால் ஒரு நாழிகையில் கூட...."

"அப்படித்தான் இருக்குமென்று நானும் நினைத்தேன்..."

"என்ன நினைத்தாய்?"

"ஒன்றுமில்லை. என்னைக் கட்டியிருக்கும் கட்டுகளை அவிழ்த்துவிடு. நானும் உங்கள் கோஷ்டியில் சேர்ந்து விடுகிறேன்."

"போதும் போதும்! உன்னைப் போன்ற ஒற்றர்கள் இன்னும் யாரோ எங்கள் கூட்டத்தில் இருக்கிறார்கள். அதனால்தான் எங்கள் மகாசங்கம் இன்று அப்படி முடிந்தது."

"எப்படி முடிந்தது?"

"மகா சங்கத்துக்கு இளவரசர் வரப்போகிறார்; அவர் சிம்மாசனம் ஏறியதும், எங்கள் மகாகுருவை இராஜ குருவாக ஏற்றுக்கொள்வதாய் வாக்களிக்கப் போகிறார் என்று காத்திருந்தோம்! இளவரசர் வரவேயில்லை."

"என்னைக் கட்டு அவிழ்த்துவிடு; இளவரசர் ஏன் வரவில்லையென்று நான் தெரியப்படுத்துகிறேன்."

"எந்த இளவரசர்?"

"வேறு யார்? கண்டராதித்தரின் குமாரர் மதுராந்தகர் தான்!"

"நான் ஊகித்தது சரி!"

"என்ன ஊகித்தாய்?"

"நீ ஒற்றன் என்று ஊகித்ததைத்தான் சொல்கிறேன்."

"எதைக் கொண்டு ஊகித்தாய்?"

"இளவரசரைத் தேடிக்கொண்டு வந்தபோது, இந்தக் காட்டுக்குள்ளிருந்து சிலர் வெளியேறுவதைப் பார்த்தேன். அவர்கள் இன்னார் என்று எனக்குத் தெரியும். நீ ஒற்றன் என்று சந்தேகித்துத்தான் அவர்கள் உன்னைக் கட்டிப் போட்டிருக்க வேண்டும். ஆனால் உன்னை உயிரோடு ஏன் விட்டுவிட்டுப் போனார்கள் என்றுதான் தெரியவில்லை."

"அதை நான் சொல்லுகிறேன்; என்னைக் கட்டு அவிழ்த்து விடு!"

"நீ ஒன்றும் சொல்ல வேண்டாம். உன்னைக் கட்டு அவிழ்த்து விடவும் முடியாது. நான் சொல்கிறபடி செய்கிறதாக ஒப்புக் கொண்டால்..."

"நீ சொல்கிறபடி என்ன செய்ய வேண்டும்?"

"உனக்குச் சம்பந்தமில்லாத விஷயங்களில் தலையிடுவதில்லையென்று ஒப்புக்கொண்டு நூற்றெட்டுத் தோப்புக்கரணம் போட வேண்டும்!"

"அப்படியா சமாசாரம்?" என்றான் வந்தியத்தேவன்.

இந்தப் பேச்சு நடந்துகொண்டிருந்த போதெல்லாம் அவனுடைய கைகள் சும்மா இருக்கவில்லை. மெல்ல மெல்ல கட்டுகளை அவிழ்த்துக்கொண்டேயிருந்தன. "நூற்றெட்டுத் தோப்புக்கரணம் போட வேண்டும்" என்று காளாமுகன் கூறியபோது எல்லாக் கட்டுகளும் அவிழ்ந்துவிட்டன. அவ்வளவுதான்; ஒரே பாய்ச்சலாகக் காளாமுகன் மீது பாய்ந்தான் வந்தியத்தேவன், அவனைக் கீழே தள்ளினான். காளாமுகன் கையில் ஏந்தியிருந்த சுளுந்து

பக்கத்தில் விழுந்தது; ஆனால் அடியோடு அணைந்து விடாமல் சிறிது வெளிச்சம் கொடுத்துக் கொண்டிருந்தது.

கீழே விழுந்த காளாமுகன் மார்பின்மீது வந்தியத்தேவன் ஏறி உட்கார்ந்துகொண்டு அவன் முக தாடியைப் பிடித்துக் குலுக்கினான். தாடி வந்தியத்தேவனுடைய கையோடு வந்து விட்டது. அதே சமயத்தில் காளாமுகன் வந்தியத்தேவனை உதறித் தள்ளிவிட்டு எழுந்து நின்றான்.

தரையில் கிடந்த அணைந்து போகும் தறுவாயிலிருந்த சுளுந்தை வந்தியத்தேவன் எடுத்துத் தூக்கிப் பிடித்தான். தாடியும் சடையும் இழந்த காளாமுகனுடைய முகம் சாக்ஷாத் வீரவைஷ்ணவ ஆழ்வார்க்கடியானுடைய முகமாகக் காட்சி அளித்தது. இருவரும் ஒருவர் முகத்தை ஒருவர் பார்த்துச் சிறிது நேரம் சிரித்துக்கொண்டிருந்தார்கள்.

"வைஷ்ணவரே! சம்பந்தமில்லாத விஷயங்களில் தலையிடக்கூடாது என்று எனக்குச் சொன்னீரே? நீர் மட்டும் என்ன செய்தீராம்?" என்று வந்தியத்தேவன் கேட்டான்.

"உன்னைப்போல் நான் அபாயத்தில் அகப்பட்டுக் கொள்ளவில்லையே, அப்பனே! நான் மட்டும் இப்போது வந்திராவிட்டால்..."

"நீர்தான் என் கட்டுகளை அவிழ்த்துவிட்டதாக எண்ணமா?"

"நீயே கட்டு அவிழ்த்துக் கொண்டிருந்தாலும் இந்த காட்டிலிருந்து என் உதவியில்லாமல் வெளியே போக முடியாது. நரிகளுக்கு இரையாக வேண்டியதுதான்."

"நரிகள் கிடக்கட்டும். இங்கே சற்றுமுன் வந்து கூடியிருந்த மந்திரவாதி நரிகளை நீர் பார்த்திருந்தால்... அந்த நரிகளிடமிருந்து நான் தப்பியதுதான் பெரிய காரியம்!"

"அந்த மந்திரவாதிகளை எனக்கும் தெரியும். மந்திரவாதிகள் மட்டுந்தான் வந்திருந்தார்களா? இன்னும் யாராவது வந்திருந்தார்களா?"

"சிறிய மீன் ஒன்று வந்திருந்தது. புலியை விழுங்க ஆசைப்படும் அதிசயமான மீன் அது!"

"ஆகா! சொல்! சொல்! யார் யார் வந்திருந்தார்கள். என்னென்ன நடந்தது? விவரமாகச் சொல்!"

"நீர் எதற்காக இந்த வேஷம் தரித்தீர்? சாயங்காலம் எங்கே போயிருந்தீர்? போயிருந்த இடத்தில் என்ன நடந்தது?– அதையெல்லாம் சொன்னால் இங்கே நடந்ததை நான் சொல்கிறேன்!"

"நான் சொல்வதற்கு அதிகமாக ஒன்றுமில்லை. இன்று முன்னிரவில் கொள்ளிடக்கரையில் காளாமுகர் மகாசங்கம் கூடும் என்று தெரிந்தது. அங்கே என்ன நடக்கிறது என்று பார்ப்பதற்காகத்தான் இந்த வேஷம் போட்டுக் கொண்டு போனேன். பார்த்துவிட்டுக் கொள்ளிடக்கரைத் தோணித்துறையில் உன்னை வந்து சந்திக்கலாம் என்று எண்ணினேன். மகாசங்கமும் கூடிற்று; பெரிய பழுவேட்டரையர் வந்திருந்தார். காளாமுகர்களின் பெரிய குருவும் வந்திருந்தார். ஆனால் முக்கியமாக யார் வருவார் என்று எதிர்பார்த்துக் கொண்டிருந்தார்களோ, அவர் வரவேயில்லை!"

"இளவரசர் மதுராந்தகரைத்தானே எதிர்பார்த்தார்கள்?"

"ஆம்; அது எப்படி உனக்குத் தெரிந்தது?"

"மதுராந்தகர் தஞ்சை சிம்மாசனத்தில் ஏறினால் இராஜ்ய பாரம் அழகாகத்தான் நடைபெறும்!"

"ஏன் அவ்விதம் சொல்கிறாய்?"

"ஒரு முரட்டுக் குதிரையை அடக்கி ஆள அவரால் முடியவில்லையே? பழுவேட்டரையர் போன்ற சிற்றரசர்களையும், கலகமூட்டும் காளாமுக சைவர்களையும், சண்டைக்கார வீர வைஷ்ணவர்களையும் அவரால் எப்படி அடக்கி ஆள முடியும்?"

ஆழ்வார்க்கடியான், நகைத்துவிட்டு, "நீ வரும் வழியில் மதுராந்தகரைப் பார்த்தாயா? அவருக்கு என்ன நேர்ந்தது தெரியுமா?" என்று கேட்டான்.

வந்தியத்தேவன் தான் மதுராந்தகரைத் தொடர்ந்து வந்ததையும், திடீரென்று தீவர்த்தியைக் கண்டு அவருடைய குதிரை தறிகெட்டு ஓடியதையும், தான் அவரைச் சிறிது தூரம் தேடிப் போனதையும், கடைசியில் களத்துமேட்டில் குதிரையை மட்டும் பார்த்ததையும் கூறினான்.

பிறகு, "ஐயோ! பாவம்! குதிரை அவரை எங்கே தள்ளிற்றோ, என்னவோ? அவருடைய உயிருக்கே ஆபத்து நேர்ந்தாலும் நேர்ந்திருக்கலாம். அதனால்தான் அவர் உங்கள் மகாசங்கத்துக்கு வரவில்லை; நாம் மறுபடியும் போய் அவரைத் தேடிப் பார்க்கலாமா?" என்று கேட்டான்.

"அழகுதான்! அதைப்பற்றி நமக்கு என்ன? நம்முடைய வேலையை நாம் பார்க்கலாம் வா! புறப்படு உடனே! பொழுது விடிவதற்குள் நாம் கொள்ளிட நதியின் தோணித்துறையில் இருக்க வேண்டும்" என்றான் ஆழ்வார்க்கடியான்.

"மதுராந்தகர் வாய்க்காலிலோ, வயல் வரப்பிலோ விழுந்து செத்துக் கிடந்தாரானால்? அப்போதுகூட நமக்கு என்ன கவலை என்று சொல்வீரா?"

"அப்படியெல்லாம் நேர்ந்திராது. அநிருத்தர் அதற்கு முன் ஜாக்கிரதை ஏற்பாடு செய்திருப்பார்."

"முதன் மந்திரி அநிருத்தரா? அவருக்கு என்ன இதைப் பற்றித் தெரியும்?"

"ஆகா! அது என்ன அப்படிக் கேட்கிறாய்? அன்பில் அநிருத்தருக்குத் தெரியாமல் இந்த இராஜ்யத்தில் எந்த இடத்திலும் எதுவுமே நடக்க முடியாது."

"ஓகோ! கடம்பூர் மாளிகையில் நடந்த சதிக்கூட்டத்தைப் பற்றிய விஷயமும் அவருக்குத் தெரியுமா?"

"ஒரு விஷயத்தை ஞாபகப்படுத்திக் கொள். வீர நாராயணபுரத்துத் திருவிழாவின் போது பழுவூர் ராணியின் பல்லக்குப் போனதை நாம் இருவர் ஒரு மரத்தடியில் நின்று பார்த்தோம் அல்லவா!"

"ஆம்; பல்லக்கின் திரை விலகியதும் நீர் அடைந்த பரபரப்பு இன்னும் என் ஞாபகத்தில் இருக்கிறது. 'பழுவூர் ராணியிடம் ஒரு ஓலை கொடுக்க முடியுமா' என்று நீர் என்னைக் கேட்டீர்?"

"நீ அதற்குச் 'சீச்சீ! அது என்ன வேலை' என்றாய். நான் ஏதோ? காதல் ஓலை கொடுக்க விரும்பியதாகவே எண்ணினாய். 'சதிகாரர்களின் பேச்சை நம்பி மோசம் போகவேண்டாம்' என்று மதுராந்தகருக்கு எச்சரிக்கை செய்யவே நான் விரும்பினேன், முதன் மந்திரியின் கட்டளைப்படி!"

"பல்லக்கில் இருந்தது மதுராந்தகர் என்று உமக்குத் தெரியுமா?"

"முதலில் சந்தேகித்தேன் திரைவிலகியதும் அந்த இரகசியம் தெரிந்தது. நீ நல்ல அழுத்தக்காரன். நான் எவ்வளவோ பிரயத்தனம் செய்தும் நீ பல்லக்கில் இருந்தது பழுவூர் ராணி அல்ல மதுராந்தகர் என்று சொல்ல மறுத்து விட்டாய் அல்லவா?"

"நீர் மாத்திரம் அழுத்தக்காரர் இல்லையா? இன்று சாயங்காலம் நீர் எங்கே போகப் போகிறீர் என்று கூடச்சொல்ல மறுத்து விட்டீரே."

"சொன்னால் நீ அதிலும் தலையிட வேண்டும் என்று பிடிவாதம் பிடித்திருப்பாய். இப்போதே எவ்வளவு சங்கடத்தில் அகப்பட்டுக் கொண்டாய், பார்! இனிமேலாவது..."

"காளாமுகர் கூட்டத்தைப் பற்றியும் மதுராந்தகர் அங்கே போக உத்தேசித்திருப்பது பற்றியும், முதன் மந்திரிக்குத் தெரியுமா?"

"தெரியாமலா என்னை அனுப்பினார்? அதே சமயத்தில் மதுராந்தகர் அங்கே போய்ச் சேராதிருப்பதற்கும் ஏற்பாடு செய்திருக்கிறார். யாரோ தீவர்த்தியைத் தூக்கிப் பிடித்தான் என்று சொன்னாயே, அவனும் அநிருத்தரின் ஆளாகத்தான் இருந்திருப்பான். வேண்டுமென்றே குதிரையை மிரட்டித் தறிகெட்டு ஓடும்படி செய்திருப்பான். தரையில் விழுந்த இளவரசரை யாராவது எடுத்துக் காப்பாற்றியிருப்பார்கள். இத்தனை நேரம் அநேகமாக அவர் ரதத்திலோ, பல்லக்கிலோ ஏறித் தஞ்சையை நோக்கிப் போய்க் கொண்டிருப்பார். வா! நாமும் நம் வழியே போகலாம்."

"வைஷ்ணவரே! நான் வர முடியாது."

"இது என்ன, நீ ஒப்புக்கொண்ட காரியம் என்ன ஆயிற்று? காஞ்சியிலிருந்து ஆதித்த கரிகாலர் புறப்பட்டு விட்டதாகக் கேள்விப்படுகிறேன். நாம் உடனே வாயுவேக மனோவேகமாகப் போனால்தான்..."

"ஆதித்த கரிகாலரிடம் கொடுக்க வேண்டிய ஓலையை நீரே கொடுத்துவிடலாமே? அவர் மதுராந்தகரைப் போல் ஸ்திரீ வேஷத்திலும் வர மாட்டார்; இரவில் ஒளிந்தும் பிரயாணம் செய்ய மாட்டார்..."

"நீ என்ன செய்யப்போகிறாய்?"

"உண்மையில் நான் மதுராந்தகரைப் பின் தொடர்ந்து இன்று சாயங்காலம் புறப்படவில்லை. வேறொருவரைத் தொடர்ந்து போக ஆரம்பித்ததில் மதுராந்தகரை வழியில் தற்செயலாகப் பார்க்க நேர்ந்தது."

"நான் ஒரு ஜோசியம் சொல்லுகிறேன். நீ தொடர்ந்து போக ஆரம்பித்தது ஒரு பெண்மணியாக இருக்கும்."

"நீர் பொல்லாத வைஷ்ணவர்! ஒரு நாள் உம்முடைய மண்டையை உடைத்துவிட்டு மறுகாரியம் பார்க்கப் போகிறேன்."

"இது உன்னால் முடியாத காரியம். ஏற்கெனவே என் மண்டையை ஒரு காளாமுகனுக்கு அடகு வைத்திருக்கிறேன். அது போனால் போகட்டும், நீ குடந்தையிலிருந்து யாரைத் தொடர்ந்து புறப்பட்டாய்? அந்தப் பெண் யார்?"

"கொடும்பாளூர் இளவரசி குடந்தை சோதிடர் வீட்டுக்கு வந்திருந்தாள். பல்லக்கில் ஏறிக்கொண்டு தனியாகப் புறப்பட்டுப் போனாள். உண்மையில் அந்தச் சித்தப் பிரமை கொண்ட பெண்ணைத் தொடர்ந்து நான் கிளம்பவில்லை. அவளுடைய பல்லக்கு நான் போக வேண்டிய பாதையில் கொஞ்சதூரம் போயிற்று. திடீரென்று அந்தப் பல்லக்கைச் சில மனிதர்கள் வந்து தாக்கினார்கள். கூடப்போன தாதிப் பெண்ணை மரத்தில் கட்டிப் போட்டுவிட்டு வானதியை மட்டும் கொண்டு போனார்கள். வைஷ்ணவரே! அந்தப் பெண்ணின் கதி என்ன ஆயிற்று என்று தெரிந்துகொள்ளாமல் உம்மோடு வர எனக்கு இஷ்டமில்லை."

"அந்தப் பெண்ணைப் பற்றி உனக்கு என்ன அவ்வளவு கவலை?"

"அது என்ன அப்படிச் சொல்கிறீர்? ஈழத்துப் பட்டமகாவீரர் சிறிய வேளாரின் புதல்வியல்லவா? பழையாறை இளைய பிராட்டியின் மனத்திற்குகந்த தோழியல்லவா? இன்னும், பொன்னியின் செல்வருக்கு வானதி தேவியை மணம் செய்விக்கப் போவதாகவும் ஒரு பிரஸ்தாபம் இருந்ததல்லவா?"

"அப்பனே! பொன்னியின் செல்வர்தான் கடலில் முழுகி இறந்துவிட்டாரே? அவருடைய திருமணத்தைப் பற்றி இப்போது என்ன கவலை?"

"அவர் இறந்துவிட்டார் என்பது என்ன நிச்சயம்? ஊகந்தானே?"

"அப்படியானால் அவர் உயிரோடிருக்கலாம் என்று நீ நினைக்கிறாயா?"

"வைஷ்ணவரே! என்னுடைய வாயைப் பிடுங்கி ஏதேனும் இரகசியத்தைத் தெரிந்துகொள்ளலாம் என்பது உங்கள் உத்தேசமாயிருந்தால், அதை மறந்துவிடும்!"

"சரி! சரி! நீ பெரிய அழுத்தக்காரன் என்பது எனக்குத் தெரியும் ஆனால் வானதி தேவியைப் பற்றி நீ கவலைப்பட வேண்டாம். இளைய பிராட்டிக்கு அவள் பேரில் உயிர் என்பதுதான் உனக்கு நன்றாகத் தெரியுமே?"

"அதனாலேதான் நானும் கவலைப்படுகிறேன். வானதி தேவிக்கு இந்த ஆபத்து வந்தது இளைய பிராட்டிக்குத் தெரியாமல் இருக்கலாம் அல்லவா?"

"இன்றைக்குத் தெரியாவிட்டால் நாளைக்குத் தெரிந்து விடுகிறது."

"நாளைக்குத் தெரிந்து என்ன பயன்? காலாமுகர்கள் அந்தக் கன்னிப் பெண்ணை இன்றிரவு பலி கொடுத்து விட்டால்..."

"வானதியைக் காளாமுகர்கள் தாக்கிப் பிடித்துக் கொண்டு போனதாகவா சொல்லுகிறாய்?" அப்படித்தான் எனக்குத் தோன்றியது. வானதியின் தோழியும் அப்படித்தான் என்னிடம் கூறினாள்."

"அது உண்மையானால், நீ கொஞ்சம் கூடக் கவலைப்பட வேண்டியதில்லை. கொடும்பாளூர் வம்சத்தார் காளாமுகத்தைச் சேர்ந்தவர்கள். வானதி தேவி கொடும்பாளூர்ப் பெண் என்று தெரிந்தால், அவளுக்குக் காளாமுகர்கள் இராஜோபசாரம் செய்வார்கள்!"

"ஓகோ! இது எனக்குத் தெரியாமல் போயிற்றே?"

"ஆகையால்தான் காளாமுகர்கள் மதுராந்தகத் தேவருக்கு எதிராக இருக்கிறார்கள்..."

"இந்த மண்டை ஓட்டுச் சாமியார்கள் எதிராக இருந்தால், என்ன வந்துவிடப் போகிறது?"

"உனக்குத் தெரியாது. இந்த நாட்டின் மிகப் பெரிய குடும்பங்கள் காளாமுகத்தைச் சேர்ந்தவை. சைன்யத்திலும் அத்தகைய பலர் இருக்கிறார்கள் அதனாலேயே பழுவேட்டரையர் இன்றைக்கு இந்த ஏற்பாடு செய்திருந்தார். மதுராந்தகருக்குக் காளாமுகர்களின் ஆதரவைத் தேட முயன்றார். அது ஒரு குதிரை செய்த கோளாறினால் பலிக்காமற் போயிற்று. நீ புறப்பட்டு, என்னுடன் வருகிறாயா அல்லது நான் கிளம்பட்டுமா?"

வந்தியத்தேவன் வேண்டா வெறுப்பாக எழுந்து குதிரையையும் கையில் பிடித்துக்கொண்டான். அடர்ந்த காடுகளின் ஊடே ஆள் நுழையக்கூடிய வழியைக் கண்டுபிடித்து அவர்கள் வெளியே வந்தார்கள்.

"அதோ பார்!" என்று ஆழ்வார்க்கடியான் வானத்தைச் சுட்டிக் காட்டினான்.

முன் எப்போதையும் விடத் தூமகேதுவின் வால் நீண்டு வானத்தின் ஒரு பாதி முழுவதிலும் வியாபித்திருப்பதை வந்தியத்தேவன் பார்த்தான்.

குளிர்ந்த வாடைக்காற்று வீசிற்று. வந்தியத்தேவனுடைய உடம்பு சிலிர்த்தது.

தூரத்தில் கிராமத்து நாய் ஒன்று தீனமான சோகக் குரலில் அழுதது.

◉

38. வானதிக்கு நேர்ந்தது

சூரியன் மறைந்து நாலுதிக்கிலும் இருள் சூழ்ந்து வந்த நேரத்தில், வானதி குடந்தை - திருவாரூர் சாலையில் பல்லக்கில் போய்க்கொண்டிருந்தாள். அவளுடைய உள்ளம் குழம்பியிருந்தது. நாகைப்பட்டினம் சூடாமணி விஹாரத்துக்குப் போக வேண்டும் என்றும், அங்கே காய்ச்சல் வந்து படுத்திருக்கும் இளவரசருக்குப் பணிவிடை செய்ய வேண்டும் என்றும் அவள் மனம் துடித்தது. ஆனால் அது எப்படி சாத்தியமாகும்? புத்த பிக்ஷுக்களின் விஹாரத்துக்குள் தன்னை அனுமதிப்பார்களா, அங்கே இளவரசரைத் தான்

பார்க்க இயலுமா, பார்த்தாலும் பணிவிடை செய்ய முடியுமா – என்பதை யெல்லாம் எண்ணியபோது ஒரே மலைப்பாயிருந்தது. நாகைப்பட்டினத்துக்குத் தனியாகப் பிரயாணம் செய்ய வேண்டியிருப்பதை எண்ணியபோது அதைரியம் உண்டாயிற்று. அதைரியத்தைப் போக்கி மனதில் உறுதி உண்டுபண்ணிக் கொள்ள முயன்றாள். உலகில் பெரிய காரியம் எதுதான் எளிதில் சாத்தியமாகும்? ஒவ்வொருவர் எடுத்த காரியத்தைச் சாதிப்பதற்கு எவ்வளவு கஷ்டப்படுகிறார்கள்? அந்த ஓடக்காரப் பெண் கடலில் தனியாகப் படகு செலுத்திக்கொண்டு போக எவ்வளவு நெஞ்சுத் துணிவு உள்ளவளாயிருக்க வேண்டும்? புயலிலும், மழையிலும் மலை போன்ற அலைகளுக்கு மத்தியில் படகு விட்டுக்கொண்டு போய் இளவரசரைக் காப்பாற்றியதற்கு எவ்வளவு நெஞ்சுத் துணிவு அவளுக்கு இருக்க வேண்டும்?

தான் இந்த சிறிய பிரயாணத்தைக் குறித்துப் பயப்படுவது எவ்வளவு பேதமை? சூடாமணி விஹாரத்துக்குள் உடனே போக முடியாவிட்டால் பாதகமில்லை. அக்கம் பக்கத்தில் இருந்து இளவரசரைப் பற்றிய செய்தி தெரிந்துகொண்டிருந்தாலும் போதும். இளவரசரைப் பார்க்க முடியாவிட்டாலும் பாதகமில்லை; அந்த ஓடக்காரப் பெண்ணையாவது பார்க்க முடிந்தால் போதும். ஆம், அதுதான் சரி, அவளை எப்படியாவது தெரிந்து கொண்டால், அவள் மூலமாக இளவரசரைப் பார்க்க முடிந்தாலும் முடியலாம். அவரிடம் தனக்குள்ள அன்பு ஏதோ ஒரு பிரயோஜனத்தை காட்டிவிட வேண்டும். அதற்குப் பிறகு இந்த உயிரை விட்டாலும் விட்டுவிடலாம். அல்லது புத்த சங்கத்தில் சேர்ந்து பிக்ஷுணி ஆனாலும் ஆகிவிடலாம்...

மறுநாள் எந்த நேரத்துக்கு நாகைப்பட்டினம் போய்ச் சேரலாம் என்று பல்லக்குச் சுமப்பவர்களை விசாரிப்பதற்காக வானதி பல்லக்கின் திரையை விலக்கி வெளியில் பார்த்தாள். சாலை ஓரத்தில் ஓங்கி வளர்ந்திருந்த மரங்களுக்குப் பின்னால் சில உருவங்கள் மறைந்து நிற்பதுபோல் அவளுக்குத் தோன்றியது. இன்னும் சிறிது கவனமாக உற்றுப் பார்த்தாள். மறைந்து நின்றவர்கள் வீர சைவ காளாமுகர்கள் என்று தெரிந்தது. இதைக் குறித்து வானதிக்குச் சிறிதும் கவலை உண்டாகவில்லை. அவள் கொடும்பாளூர் அரண்மனையில் வளர்ந்த காலத்தில் அடிக்கடி காளாமுகர்கள் அங்கே வருவதுண்டு. அவளுடைய பெரிய தந்தையிடம் பேசி, தங்களுக்கு வேண்டிய பொருள்களைப் பெற்றுப் போவதுண்டு. காளாமுகர்களின் பெரிய குருவே ஒரு சமயம் கொடும்பாளூர் வந்திருக்கிறார். அவருக்கு உபசாரங்கள், பூஜைகள் எல்லாம் நடந்தன. அவளுடைய பெரிய தகப்பனார் பூதி விக்கிரம கேசரி பல திருக்கோயில்களில் காளாமுகர்களுக்கு அன்னம் படைப்பதற்கென்று நிவந்தங்கள் ஏற்படுத்தியிருக்கிறார். ஆகையால் காளாமுகர்கள் தனக்குக் கெடுதல் ஒன்றும் செய்ய மாட்டார்கள். ஒருவேளை உதவி செய்தாலும் செய்வார்கள். இன்றைக்கு அவர்களுடைய மகாசங்கம் கூடுகிறதென்பதும் வானதிக்குத் தெரிந்திருந்தது. ஆகையால் அன்று பழையாறையிலிருந்து குடந்தைக்கு வந்தபோது கூடச் சாலையில் காளாமுகர் கூட்டங்களை அவள் பார்க்கும்படி நேர்ந்தது. ஆனாலும், இவர்கள் எதற்காக மரத்தின் பின்னால் ஒளிந்து நிற்கிறார்கள்? தன்னை ஒருவேளை வேறு யாரோ என்று அவர்கள் எண்ணிக் கொண்டு ஏதாவது தீங்கு செய்யலாம் அல்லவா?...

இப்படி அவள் எண்ணிக் கொண்டிருந்தபோதே, மறைந்திருந்தவர்கள் திடு திடு வென்று ஓடி வந்தார்கள். பல்லக்கைச் சூழ்ந்துகொண்டார்கள். அப்போதும் அவள் பயப்படவில்லை. தான் யார் என்பதை அவர்களுக்குத் தெரிவிக்க எண்ணினாள். எப்படி அதைச் சொல்வது என்று யோசிப்பதற்குள், பல்லக்குடன் வந்த பணிப்பெண்ணை இரண்டு பேர் பிடித்து மரத்தோடு கட்டுவதைப் பார்த்தாள். உடனே அவளையறியாமல் பீதியுடன் கூடிய கூச்சல் ஒன்று அவள் வாயிலிருந்து வந்தது. பல்லக்கைச் சூழ்ந்திருந்த காளாமுகர்களில் ஒருவன் ஒரு திரிசூலத்தை எடுத்து அவள் முகத்துக்கு நேரே காட்டி, “பெண்ணே, கூச்சல் போடாதே!

கூச்சல் போடாதிருந்தால், உன்னை ஒன்றும் செய்யமாட்டோம். இல்லாவிட்டால் இந்தச் சூலத்தினால் குத்திக்கொன்று விடுவோம்" என்றான்.

வானதிக்குச் சிறிது தைரியம் வந்தது கம்பீரமாகப் பேச எண்ணிக்கொண்டு, "நான் யார் தெரியுமா? கொடும்பாளூர் வேளார் மகள், என்னைத் தொட்டீர்களானால் நீங்கள் நிர்மூலமாவீர்கள்" என்றாள். அவளுடைய மனத்தில் தைரியம் இருந்ததே தவிர, பேசும்போது குரல் நடுங்கிற்று.

அதைக் கேட்ட காளாமுகன் "எல்லாம் எங்களுக்குத் தெரியும். தெரிந்துதான் உனக்காகக் காத்திருந்தோம் சற்று நேரம் சத்தமிடாமலிரு! இல்லாவிட்டால்..." என்று மறுபடியும் திரிசூலத்தை எடுத்து நீட்டினான்.

அதே சமயத்தில் சாட்டையினால் 'சுளீர்' 'சுளீர்' என்று அடிக்கும் சத்தமும், 'ஐயோ' என்ற குரலும் கேட்டது. அப்படி அடிபட்டு அலறியவர்கள் சிவிகை தூக்குவோர் என்பதை வானதி அறிந்தாள். அவர்களைச் சில காளாமுகர்கள் சாட்டையினால் அடித்திருக்க வேண்டும்!

அதைப்பற்றி வானதி ஆத்திரப்பட்டுப் பல்லக்கிலிருந்து கீழே இறங்கிவிட எண்ணினாள். அதற்குச் சந்தர்ப்பம் வாய்க்கவில்லை. ஏனெனில் சிவிகை தூக்கிகள் பல்லக்கைச் சுமந்து கொண்டு ஓடத் தொடங்கினார்கள். காளாமுகர்களும் பல்லக்கைச் சூழ்ந்த வண்ணம் ஓடிவந்தார்கள். ஓடும்போது அவர்கள் பயங்கரமாகக் கூச்சல் போட்டுக் கொண்டு ஓடினார்கள். ஆகையால் வானதி தான் கூச்சல் போடுவதில் பயனில்லை என்பதை உணர்ந்தாள். ஓடும் பல்லக்கிலிருந்து கீழே குதிப்பதும் இயலாத காரியம். அப்படிக் குதித்தாலும் இந்தப் பயங்கர மனிதர்களுக்கு மத்தியில் தானே குதிக்க வேண்டும்? இவர்கள் எங்கேதான் தன்னைக்கொண்டு போகிறார்கள், எதற்காகக் கொண்டு போகிறார்கள் பார்க்கலாம் என்ற எண்ணமும் இடை இடையே தோன்றியது.

சுமார் அரை நாழிகை நேரம் ஓடியபிறகு மரங்களின் மறைவிலிருந்து ஒரு பழைய துர்கைக் கோயிலுக்கு அருகில் வந்து நின்றார்கள். இதற்குள் நன்றாக இருள் சூழ்ந்து விட்டது. ஒருவன் கோயிலுக்குள் சென்று அங்கே எரிந்து கொண்டிருந்த தீபத்தை எடுத்துக்கொண்டு வந்து வானதியின் முகத்துக்கு எதிரே காட்டினான், காளாமுகர்களில் ஒருவன் வானதியை உற்றுப்பார்த்து "பெண்ணே! நாங்கள் கேட்கும் விவரத்தைச் சொல்லி விடு! உன்னை ஒன்றும் செய்யாமல் விட்டு விடுகிறோம். அல்லது நீ எங்கே போக விரும்புகிறாயோ, அங்கே கொண்டு போய்ப் பத்திரமாய்ச் சேர்த்து விடுகிறோம்" என்றான்.

வானதியின் மனத்தில் இதுவரை தோன்றாத சந்தேகம் உதித்தது. "எனக்கு என்ன விவரம் தெரியும்? என்னை என்ன கேட்கப் போகிறீர்கள்?" என்றாள்.

"பெண்ணே! நீ யாரோ ஒருவரை அந்தரங்கமாகச் சந்திப்பதற்கே இப்படித் தனியாகப் பிரயாணம் தொடங்கினாய் அல்லவா? அவர் யார்? யாரைச் சந்திப்பதற்காகப் புறப்பட்டாய்?"

வானதியின் சந்தேகம் உறுதிப்பட்டது. ஒரு கண நேரத்தில் அவளுடைய உள்ளத்தில் ஒரு பெரிய மாறுதல் உண்டாயிற்று. ஒரு சிறிய சத்தத்தைக் கேட்டாலும் பயந்து மிரண்டு கொண்டிருந்த பெண்மான்... உலகில் எதற்கும் அஞ்சாத பெண் சிங்கமாக மாறியது.

"நான் யாரைச் சந்திக்கப் புறப்பட்டால் உங்களுக்கு என்ன? நீங்கள் யார் அதைப் பற்றிக் கேட்பதற்கு? சொல்ல முடியாது!" என்றாள் வானதி.

காளாமுகன் சிரித்தான். "அதை நீ சொல்ல வேண்டாம்; எங்களுக்கே தெரியும். இளவரசன் அருள்மொழிவர்மனைச் சந்திப்பதற்குத்தான் நீ புறப்பட்டாய்! அவன் எங்கே ஒளிந்திருக்கிறான் என்று சொல்லி விடு. உன்னை ஒன்றும் செய்யாமல் விட்டுவிடுகிறோம்" என்றான்.

"நீங்கள் என்ன வேண்டுமானாலும் செய்து கொள்ளுங்கள். என்னிடமிருந்து எந்த விவரமும் நீங்கள் தெரிந்துகொள்ள முடியாது" என்று வானதி அழுத்தம் திருத்தமாய்க் கூறினாள்.

"உன்னை என்ன வேணுமானாலும் செய்து கொள்ளலாம் என்றா சொல்கிறாய்? நாங்கள் செய்யப் போவதும் என்ன வென்று அறிந்தால் இப்படிச் சொல்லத் துணியமாட்டாய்!"

"என்ன செய்யப்போகிறீர்கள்? அதையும் சொல்லிப் பார்த்து விடுங்கள்!"

"முதலில் உன் அழகான பூப் போன்ற கரங்களில் ஒன்றை இந்தத் தீவர்த்திப் பிழம்பில் வைத்துக் கொளுத்துவோம். பிறகு இன்னொரு கையையும் கொளுத்துவோம். பின்னர், உன் கரிய கூந்தலில் தீவர்த்தியைக் காட்டி எரிப்போம்..."

"நன்றாகச் செய்துகொள்ளுங்கள். இதோ என் கை! தீவர்த்தியை அருகில் கொண்டு வாருங்கள்!" என்றாள் வானதி.

இராஜ்யத்தில் நடந்து வந்த சூழ்ச்சிகள், சதிகள் எல்லாம் வானதிக்குத் தெரிந்துதானிருந்தன.

'இந்தத் துஷ்டர்கள், சதிகாரர்களின் ஆட்களாயிருக்க வேண்டும். இளவரசர் இருக்குமிடத்தைக் கண்டுபிடிக்கப் பார்க்கிறார்கள். அவருக்குக் கெடுதி செய்யும் நோக்கத்துடனே தான் இருக்க வேண்டும். இளவரசருக்காக, அவருடைய பாதுகாப்புக்காக நான் இத்தகைய கொடூரங்களை அனுபவிக்கும்படி நேர்ந்தால், அதைக் காட்டிலும் பெரிய பாக்கியம் என்ன இருக்கிறது?' இவ்வாறு எண்ணினாள், கொடும்பாளூர் இளவரசி வானதி. அந்த எண்ணந்தான் அவளுக்கு அத்தகைய மனோதைரியத்தை அளித்தது.

"பெண்ணே! யோசித்துச் சொல்! வீண் பிடிவாதம் வேண்டாம். பிறகு வருத்தப்படுவாய்! உன் ஆயுள் உள்ள வரையில் கண் தெரியாத குரூபியாயிருப்பாய்!" என்றான் காளாமுகன்.

"என்னை நீங்கள் அணு அணுவாகக் கொளுத்துங்கள்; என் சதையைத் துண்டு துண்டாக வெட்டுங்கள். ஆனாலும் என்னிடமிருந்து ஒரு விவரமும் அறிய மாட்டீர்கள்?" என்றாள்.

"அப்படியானால் எங்களுடைய காரியத்தைப் பார்க்க வேண்டியதுதான்! சீடா! கொண்டுவா அந்தத் தீவர்த்தியை இங்கே!" என்றான் காளாமுகன்.

அச்சமயம் வானதியின் கவனம் சற்றுத் தூரத்தில் சென்றது. யானைகள், குதிரைகள், காலாட்படைகள், பல்லக்குகள் முதலியன அடங்கிய நீண்ட ஊர்வலம் ஒன்று அவர்கள் இருந்த இடத்தை நெருங்கி வந்துகொண்டிருப்பதைப் பார்த்தாள். தெய்வத்தின் அருளால் தனக்கு ஏதோ எதிர்பாராத உதவி வருகிறது என்று எண்ணினாள்.

"ஜாக்கிரதை! அதோ பாருங்கள்!" என்று சுட்டிக் காட்டினாள்.

காளாமுகன் மறுபடியும் சிரித்தான்.

"வருகிறது யார் என்று உனக்குத் தெரியுமா?" என்று கேட்டான்.

"முதன்மந்திரி அநிருத்தர் மாதிரி இருக்கிறது. நான் இப்போது கூச்சல் போட்டால் அவர்களுக்குக் காது கேட்கும். ஜாக்கிரதை! என்னை விட்டுவிட்டு ஓடிப்போய் விடுங்கள்! இல்லாவிட்டால்..." என்றாள் வானதி.

"ஆம், பெண்ணே! வருகிறவர் முதன் மந்திரி அன்பில் அநிருத்தர்தான். அவருடைய கட்டளையின் பேரில்தான் உன்னை நாங்கள் பிடித்துக்கொண்டு வந்தோம்" என்றான் காளாமுகன்.

இப்போது வானதியை மறுபடியும் திகில் பற்றிக் கொண்டது. அவளை அறியாமல் பீதி நிறைந்த கூச்சல் அவள் தொண்டையிலிருந்து வந்தது. இதை அடக்கிக் கொள்வதற்காகத் தன்னுடைய வாயைத் தானே பொத்திக்கொள்ள முயன்றாள்.

⊙

39. கஜேந்திர மோட்சம்

இத்தனை நேரமும் வானதி சிவிகையிலேயே இருந்தாள். சிவிகையை இப்போது இறக்கிப் பூமியில் வைத்தார்கள். வானதி பல்லக்கிலிருந்து வெளியே வந்து நின்றாள். நெருங்கி வந்த ஊர்வலத்தைப் பார்த்துக் கொண்டே நின்றாள். காளாமுகர்களும் அதே திசையைப் பார்த்துக் கொண்டு மௌனமாயிருந்தார்கள். தண்ணீர் ததும்பிய கழனிகளில் தவளைகள் இட்ட சத்தமும், வாடைக்காற்றில் மரக்கிளைகள் அசைந்த சத்தமும் மட்டுமே கேட்டன.

ஓடித் தப்பிக்கலாம் என்ற எண்ணமே வானதிக்குத் தோன்றவில்லை. அது இயலாத காரியமென்று அவளுக்குத் தெரிந்திருந்தது. இந்தக் காளாமுகர்களிடமிருந்து ஏதேனும் யுக்தி செய்து தப்பினாலும் தப்பலாம், அன்பில் அநிருத்தரிடமிருந்து தப்புவது கனவிலும் நினைக்க முடியாத காரியம். அவருடைய அறிவாற்றலும், இராஜ தந்திரமும், சூழ்ச்சித் திறனும் உலகப் பிரசித்தமானது. அதோடு சக்கரவர்த்தியிடம் அவர் மிகச் செல்வாக்கு உடையவர் என்பதும் உலகம் அறிந்தது. பழையாறையிலிருந்து அரண்மனைப் பெண்டிர் சோழ சாம்ராஜ்யத்தின் மற்ற அதிகாரிகளையும், சிற்றரசர்களையும் பற்றி வம்பு பேசுவார்கள், ஆனால் அநிருத்தரைப் பற்றி எதுவுமே பேச மாட்டார்கள். அந்தப்புரத்தின் உள் அறைகளிலே மிகமிக அந்தரங்கமாகப் பேசினாலும் அவருடைய காதுக்கு எட்டிவிடும் என்று பயப்படுவார்கள்.

சக்கரவர்த்தி வேறு எதைப் பொறுத்தாலும் தன் அந்தரங்கப் பிரியத்துக்கும் மரியாதைக்கும் உரிய முதன் மந்திரியைப்பற்றி யாரும் அவதூறு பேசுவதைப் பொறுக்க மாட்டார் என்று அனைவரும் அறிந்திருந்தார்கள்.

இவையெல்லாம் வானதிக்கும் தெரிந்திருந்தன. இளவரசி குந்தவையும் அவரிடம் பெரும் மதிப்பு வைத்திருந்ததை அவள் அறிந்திருந்தாள். ஆகையால் அவரிடமிருந்து தனக்கு உதவியும் பாதுகாப்பும் கிடைக்கும் என்று எதிர்பார்த்தாள். இந்தக் காளாமுகர்கள் வேறுவிதமாகச் சொன்னதும் அவளுடைய மனோதிடம் குலைந்தது. அவர் எதற்காக இந்த அனாதைப் பெண்ணைக் கைப்பற்றச் சொல்லியிருக்க வேண்டும்? ஒருவேளை இவர்கள் பொய் சொல்லுகிறார்களோ என்னமோ! வருவது ஒருவேளை பழுவேட்டரையர்களாக இருக்கலாம். அல்லது மதுராந்தகரும் அவருடைய பரிவாரங்களாகவும் இருக்கலாம்... யாராயிருந்தாலும் ஒன்று நிச்சயம், இளவரசரைப் பற்றித் தனக்குத் தெரிந்த செய்தியை எவரிடமும் சொல்லக் கூடாது. அதனால் தனக்கு என்ன நேர்ந்தாலும் சரிதான்! தன் உயிரே போவதாயிருந்தாலும் சரிதான்!... இதைப் பற்றி எண்ணியதும் வானதி குலைந்த மனோதிடத்தை மீண்டும் பெற்றாள். வரட்டும் யாராயிருந்தாலும் வரட்டும். நான் கொடும்பாளூர் வேளார் வீர பரம்பரையில் வந்தவள் என்பதை நிலை நாட்டுகிறேன். குந்தவைப் பிராட்டியின் அந்தரங்கத் தோழி என்பதையும் காட்டிக் கொடுக்கிறேன்.

ஊர்வலத்தில் ஒரு பல்லக்கு மட்டும் பிரிந்து முன்னால் வந்தது. மற்ற யானை, குதிரை பரிவாரங்கள் எல்லாம் சற்று பின்னால் நின்றன. முன்னால் வந்த பல்லக்கு வானதியின் அருகில் வந்ததும் பூமியில் இறக்கப்பட்டது. அதனுள்ளிருந்து முதன் மந்திரி அநிருத்தர் வெளியே வந்து நின்றார்.

அவர் சமிக்ஞை காட்டவே, சிவிகை சுமந்தவர்களும் காளாமுகர்களும் அப்பால் நகர்ந்து சென்றார்கள்.

அநிருத்தர் வானதியை மேலும் கீழும் உற்றுப் பார்த்து, "இது என்ன விந்தை! நான் காண்பது கனவு அல்லவே? என் முன்னால் நிற்பது கொடும்பாளூர் இளவரசிதானே! ஈழத்துப் போரில் வீரசொர்க்கம் எய்திய பராந்தகன் சிறிய வேளாரின் செல்வப் புதல்வி வானதிதானே?" என்று கேட்டார்.

"ஆம், ஐயா! நான் காண்பதும் கனவு அல்லவே? என் முன்னால் நிற்பது சோழ சாம்ராஜ்ய மக்களின் பயபக்தி மரியாதைக்குரிய அன்பில் அநிருத்தப் பிரம்மராயர்தானே? சக்கரவர்த்தியின் அந்தரங்க அபிமானத்தைப் பெற்ற முதன் மந்திரியார்தானே?" என்றாள் வானதி.

"தாயே! நான் யார் என்பதை நீ அறிந்திருப்பது பற்றி சந்தோஷப்படுகிறேன். இதனால், என்னுடைய வேலை எளிதாகும். உனக்கும் அதிகக் கஷ்டம் கொடுக்க வேண்டி ஏற்படாது."

"ஆகா! அதைப்பற்றித் தங்களுக்குக் கவலை வேண்டாம். தங்களைப் போன்ற அமைச்சர் திலகத்தினால் எனக்குக் கஷ்டம் நேர்ந்தால் அதை நான் பொருட்படுத்த மாட்டேன். அதைக் கஷ்டமாகவே கருதமாட்டேன்."

"உன்வார்த்தைகள் மேலும் எனக்குத் திருப்தி அளிக்கின்றன. உன்னை அதிகமாகக் கஷ்டப்படுத்தும் உத்தேசமும் எனக்கு இல்லை. இரண்டொரு கேள்விகள் உன்னிடம் கேட்கப் போகிறேன். அவற்றுக்கு மறுமொழி சொல்லிவிட்டால் போதும் பிறகு..."

"ஐயா! நீங்கள் என்னைக் கேள்வி கேட்பதற்கு முன்னால் நான் கேட்பதற்குச் சில கேள்விகள் இருக்கின்றன..."

"கேள், அம்மா! தயக்கமில்லாமல் கேள். நான் உன் தந்தையை யொத்தவன். உன்னை என் மகளாகவே கருதுகிறேன். சில நாளைக்கு முன்பு உன் பெரிய தகப்பனார் சேனாதிபதி பூதிவிக்கிரம கேசரியை மாதோட்டத்தில் சந்தித்தேன். உன்னை என்னுடைய மகளைப் போல் பாவித்துக் கவனித்துக் கொள்ள வேண்டும் என்று சொன்னார். அப்படியே வாக்களித்தேன்..."

"வந்தனம் என் தந்தையே! குழந்தைப் பிராயத்தில் தகப்பனை இழந்த எனக்குத் தந்தையாயிருப்பதாக முன்னொரு தடவை சக்கரவர்த்தி வாக்களித்தார்; இப்போது தாங்கள் ஒரு தந்தை தோன்றியிருக்கிறீர்கள். இனி எனக்கு என்ன குறை?"

"நீ என்னிடம் கேட்க விரும்பியதைச் சீக்கிரம் கேள், அம்மா! வானம் கருத்து இருள் சூழ்கிறது. மழை வரும்போலத் தோன்றுகிறது."

"தந்தையே! சாலையோடு பல்லக்கில் பிரயாணம் செய்துகொண்டிருந்த தங்கள் அருமை மகளை இந்தக் காளாமுகர்களை விட்டு வழிமறித்து, இவ்விடம் பலவந்தமாகக் கொண்டு சேர்க்கும்படி செய்தது தாங்கள்தானா? இந்த அபலைப் பெண்ணின் கையைத் தீவர்த்திப் பிழம்பில் காட்டி எரிக்கும்படி சொன்னதும் தாங்கள்தானா? இந்தப் பயங்கரமான மனிதர்கள் அவ்வாறு தங்கள்மீது குற்றம் சாட்டினார்கள். நான் அதை நம்பவில்லை..."

"குழந்தாய்! இவர்கள் கூறியது உண்மையே, நான்தான் இவர்களுக்கு அவ்விதம் கட்டளையிட்டேன். அது குற்றமாயிருந்தால் அதற்குப் பொறுப்பாளி நானே..."

"மூன்று உலகமும் புகழ்பெற்ற சோழநாட்டு முதன் மந்திரியே! தங்கள் பேச்சு எனக்கு வியப்பளிக்கிறது. 'குற்றமாயிருந்தால்' என்றீர்களே! தாங்கள் சகல தர்ம சாஸ்திரங்களையும், நீதி சாஸ்திரங்களையும் கற்றுணர்ந்தவர். சோழ சாம்ராஜ்யத்தின் சட்ட திட்டங்களையெல்லாம் நடத்தி வைக்கும் பொறுப்பு வாய்ந்தவர்; நீதிக்கு மாறாகச் சக்கரவர்த்தியே காரியம் செய்தாலும், அதைக் கண்டித்து நியாயமாக நடக்கச் செய்யும் உரிமை வாய்ந்தவர். ஒரு காரியம் குற்றமா இல்லையா என்பது தங்களுக்குத் தெரியாவிட்டால், வேறு யாருக்குத் தெரியும்? சாலையோடு பிரயாணம் செய்யும் அபலைப் பெண் ஒருத்தியைப் பலவந்தமாக வழிமறித்து தனி இடத்துக்குக் கொண்டு சேர்ப்பதும், அந்தப் பெண்ணைச் சித்திரவதை செய்வதாகப் பயமுறுத்துவதும் குற்றமா, இல்லையா? என்று தங்களுக்குத் தெரியாமற் போனால் வேறு யாரைக் கேட்டுத் தெரிந்துகொள்வீர்கள்? சுந்தரசோழ சக்கரவர்த்தியின் இராஜ்யத்தில் வழிப் பிரயாணத்தில் எவ்விதப் பயமும் கிடையாது என்று கேள்விப்பட்டிருந்தேன். அதிலும் பெண்களைத் துன்புறுத்தும் துஷ்டர்களுக்குக் கடும் தண்டனை உண்டு என்றும் கேள்விப்பட்டிருந்தேன். அது குற்றமா,

இல்லையா என்றே தங்களுக்குச் சந்தேகம் தோன்றியிருப்பது மிக வியப்பான காரியம் அல்லவா?"

முதன் மந்திரி அநிருத்தர் திணறிப்போனார். இடையில் குறுக்கிட்டுப் பேச அவர் இரண்டு தடவை முயன்றும் பயன்படவில்லை. இப்போது அவர் குரலைக் கடுமைப்படுத்திக் கொண்டு, "பெண்ணே! கொஞ்சம், பொறு! உன் பேச்சுத் திறமை முழுவதையும் காட்டிவிடாதே! 'குற்றமா, இல்லையா?' என்று நான் சந்தேகப்படுவதற்குக் காரணம் இல்லாமற் போகவில்லை. அது நான் கேட்கும் கேள்விக்கு நீ சொல்லும் விடையைப் பொறுத்திருக்கிறது. முக்கியமான இராஜாங்க இரகசியம் ஒன்றை அறிந்த பெண் ஒருத்தி நாகைப்பட்டினம் சாலையில் போவதாக நான் கேள்விப்பட்டேன். அந்தப் பெண்ணைத் தடுத்து நிறுத்தும்படி என் மனிதர்களுக்குக் கட்டளையிட்டேன். அவர்கள் என்னுடைய கட்டளையை நிறைவேற்றுவதாக எண்ணிக் கொண்டு செய்திருக்கிறார்கள். ஒருவேளை அவர்கள் தவறு செய்திருக்கலாம். இராஜாங்க சதி வேலையில் ஈடுபட்ட பெண்ணுக்குப் பதிலாகக் குடந்தை ஜோதிடரிடம் ஜோதிடம் கேட்டுவிட்டுத் திரும்பிய உன்னைக் கைப்பற்றியிருக்கக் கூடும். மகளே! நீ சொல், குடந்தையிலிருந்து பழையாறைக்குத் திரும்புவதுதான் உன் நோக்கமா? சிவிகை தூக்கிகள் தவறாக உன்னை நாகைப்பட்டினம் சாலையில் கொண்டு போனார்களா? இராஜாங்கத்துக்கு விரோதமாகச் சதி செய்த ஒருவனை அந்தரங்கமாகப் பார்க்கும் நோக்கத்துடன் நீ நாகைப்பட்டினத்துக்குப் புறப்படவில்லை?... இல்லையென்று நீ சொல்லி நிரூபித்தாயானால் இவர்கள் செய்தது குற்றமாகும்; அதில் எனக்கும் பங்கு உண்டுதான்! என்ன சொல்கிறாய், பெண்ணே? இன்னும் தெளிவாகவே கேட்டு விடுகிறேன். இளவரசன் அருள்மொழிவர்மனை இரகசியமாகச் சந்திப்பதற்காக நீ நாகைப்பட்டினத்துக்குப் புறப்படவில்லையே?..."

இளவரசி இப்போது கதிகலங்கிப் போனாள். முதன் மந்திரி அநிருத்தரை எரித்துவிடலாமா என்று அவளுக்கு அவ்வளவு ஆத்திரம் வந்தது. ஆனால் ஆத்திரத்தை வெளியில் காட்டுவதில் பயனில்லை என்று உணர்ந்தாள். கள்ளங்கபடம் அறியாதிருந்த அந்தச் சாதுப் பெண்ணுக்கு அப்போது எங்கிருந்தோ ஆழ்ந்து சிந்திக்கும் சக்தியும், சூழ்ச்சித் திறனும் ஏற்பட்டிருந்தன. ஆகையால், முதன் மந்திரியின் கேள்விக்கு நேரடியாகப் பதில் சொல்லாமல், "ஐயா! இது என்ன வார்த்தை? இளவரசர் அருள்மொழிவர்மரையா இராஜாங்கத்துக்கு விரோதமாகச் சதி செய்தார் என்று சொல்கிறீர்கள்? சக்கரவர்த்தியின் அருமைக் குமாரரைப் பற்றி நீர் இவ்விதம் பேசுவது குற்றம் அல்லவா? சோழ குலத்துக்கு எதிரான சதி அல்லவா? ஆகா! இதைப்பற்றி நான் உடனே குந்தவைப் பிராட்டியிடம் சொல்லியாக வேண்டும்!" என்றாள்.

"பேஷாகச் சொல், தாயே! என்னுடைய கேள்விக்குப் பதில் சொல்லிவிட்டால், பிறகு ஒருகணங்கூட இங்கே தாமதிக்க வேண்டிய அவசியமில்லை. நானே உன்னை இளைய பிராட்டியிடம் பத்திரமாய்க் கொண்டு போய்ச் சேர்ப்பிக்கிறேன்..."

"தங்களுடைய கேள்விக்குப் பதில் சொல்லாவிட்டால்?..."

"சொல்லாவிட்டால் என்பதே கிடையாது, தாயே! இந்தக் கிழவனிடமிருந்து அவ்வளவு சுலபமாகத் தப்ப முடியாது, என் கேள்விக்குப் பதில் சொல்லியே தீரவேண்டும்" என்றார் அமைச்சர்.

"ஐயா! சர்வ வல்லமை படைத்த முதன்மந்திரி அநிருத்தப் பிரம்மராயரே! ஒரு சக்தியும் இல்லாத இந்த ஏழை அபலைப் பெண்ணிடமிருந்து தாங்கள் இளவரசரைப்பற்றி எதுவும் அறிய முடியாது. இந்த யமகிங்கரர்கள் சற்றுமுன் பயமுறுத்தியது போல் என் கையைத் தீயிலிட்டு எரித்த போதிலும், நான் ஒன்றும் சொல்லப் போவதில்லை."

"கொடும்பாளூர் வீர வேளிர் குலத்துதித்த கோமகளே! உன்னுடைய மன உறுதியைக் கண்டு மெச்சுகிறேன். ஆனால் இளவரசரைப் பற்றி ஒரு விவரமும் சொல்ல மாட்டேன் என்று நீ கூறினாயே, அது அவ்வளவு சரியன்று. ஏற்கெனவே, சில விவரங்கள் நீ சொல்லி

விட்டாய். இன்னும் ஒரு விவரத்தையும் சொல்லிவிட்டால், அதிக நஷ்டம் ஒன்றும் நேர்ந்து விடாது. என் வேலையும் எளிதாய்ப் போய் விடும்..."

வானதி மறுபடியும் திடுக்குற்றாள், 'வாய் தவறி ஏதாவது சொல்லி விட்டோமோ' என்று நினைத்தபோது அவளுடைய நெஞ்சை யாரோ இறுக்கிப் பிடிப்பது போலிருந்தது உடம்பெல்லாம் பதறியது. 'இல்லை, நான் ஒன்றும் சொல்லி விடவில்லை; இந்தக் கிழவர் என்னை ஏமாற்றப் பார்க்கிறார்' என்று எண்ணிச் சிறிது தைரியம் அடைந்தாள்.

"ஐயா! வேதம் சொல்லும் உம்முடைய வாயிலிருந்து பொய் வரலாமா? சுந்தரசோழரின் முதல் அமைச்சர் இல்லாததைக் கற்பித்துச் சொல்லலாமா? நான் இளவரசரைப் பற்றி எதுவும் கூறவில்லையே? நான் ஏதோ கூறியதாகச் சொல்கிறீரே?" என்றாள்.

"யோசித்துப் பார், தாயே! நன்றாக எண்ணிப்பார்! ஒரு விஷயத்தைப் பற்றிப் பேசாமலேயே, அதைப் பற்றிய விவரத்தைத் தெரிவிக்க முடியாது என்று நீ கருதினால், அது பெரிய தவறு. நீ சொல்லாமற் சொன்ன விவரத்தைக் குறிப்பிடுகிறேன்; கேள்! இளவரசர் அருள்மொழிவர்மர் கடலில் மூழ்கி இறந்து விட்டதாக உலகமெல்லாம் பேச்சாக இருக்கிறது. குடிமக்கள், அதிகாரிகள் அனைவரும் சோகக்கடலில் ஆழ்ந்திருக்கிறார்கள். உனக்கும் அந்தச் செய்தி தெரியும். அப்படியிருக்கும்போது, நீ இளவரசரைப் பற்றி ஒரு விவரமும் சொல்லமாட்டேன் என்று கூறினாய். அதிலிருந்து வெளியாவது என்ன?

இளவரசர் இறக்கவில்லையென்பது உனக்குத் தெரியும் என்று ஏற்படுகிறது. அவரைப் பார்ப்பதற்கு நீ நாகைப்பட்டினம் போகிறாய் என்று நான் சொன்னதையும் நீ மறுக்கவில்லை. 'இறந்துபோன இளவரசரை நான் எப்படிப் பார்க்க முடியும்?' என்று நீ திருப்பிக் கேட்கவில்லை. 'நாகைப்பட்டினம் போகவில்லை, வேறு இடத்துக்குப் போகிறேன்' என்றும் நீ சொல்லவில்லை. ஆகையால் நாகைப்பட்டினத்தில் இளவரசர் உயிரோடு இருக்கிறார் என்பதையும், அவரைப் பார்க்கப் போகிறாய் என்பதையும், ஒப்புக்கொண்டு விட்டாய். மிச்சம் நீ சொல்ல வேண்டிய விவரங்கள் இரண்டே இரண்டுதான்! நாகைப்பட்டினத்தில் இளவரசர் எங்கே இருக்கிறார் என்று சொல்ல வேண்டும்; அந்தச் செய்தி உனக்கு எப்படித் தெரிந்தது என்றும் கூற வேண்டும். இந்த இரண்டு விவரங்களையும் நீ கூறிவிட்டால், அப்புறம் ஒருகணங்கூட இங்கே தாமதித்து இந்தக் கிழவனோடு பேசிக்கொண்டிருக்க வேண்டிய அவசியமில்லை. உனக்கு எங்கே போக விருப்பமோ அங்கே போகலாம்."

வானதியின் உள்ளம் இப்போது அடியோடு கலங்கிப் போய் விட்டது. முதன் மந்திரி கூறியது உண்மை என்றும், தன்னுடைய அறியாமையினால் இளவரசரைக் காட்டிக்கொடுத்து விட்டதாகவும் உணர்ந்தாள். தான் செய்துவிட்ட குற்றத்துக்குப் பிராயச்சித்தம் உண்டா? கிடையவே கிடையாது! உயிரை விடுவதைத் தவிர வேறு ஒன்றுமில்லை.

"ஐயா! தாங்கள் என் பெரிய தந்தையின் ஆப்த நண்பர் என்று சொன்னீர்கள். என்னைத் தங்கள் மகள் என்றும் உரிமை கொண்டாடினீர்கள். தங்களை ஒன்று கேட்டுக்கொள்கிறேன். நான் நாகைப்பட்டினம் போகவும் விரும்பவில்லை; பழையாறைக்குப் போகவும் விரும்பவில்லை..."

"கொடும்பாளூருக்குப் போக விரும்புகிறாயாக்கும், அது நியாயந்தான். அங்கேயே உன்னைக் கொண்டு போய்ச் சேர்ப்பிக்கிறேன்."

"இல்லை, ஐயா! கொடும்பாளூர் போகவும் நான் விரும்பவில்லை... இந்த உலகத்தைவிட்டு மறு உலகத்துக்குப் போக விரும்புகிறேன். தங்களுடைய ஆட்களிடம் சொல்லி அதோ தெரியும் பலி பீடத்தில் என்னைப் பலி கொடுத்துவிடச் சொல்லுங்கள்! நான் தயாராக இருக்கிறேன்!" என்று சொன்னாள்.

"தாயே! உன்னுடைய விருப்பம் எதுவோ அதை நிறைவேற்றி வைப்பதாகச் சொன்னேன். ஆகையால் மறு உலகத்துக்குத்தான் நீ போகவேண்டுமென்றால் அங்கேயே

அனுப்பி வைக்கிறேன். ஆனால் அதற்கு முன்னால் என்னுடைய கேள்விகளுக்கு விடை சொல்லியாக வேண்டும்!”

“ஐயா! என்னை வீணில் துன்புறுத்த வேண்டாம். நான் எந்தக் கேள்விக்கும் பதில் சொல்லப் போவதில்லை. என்னைத் தங்கள் மகளாகக் கருதுவதாய்ச் சற்றுமுன் தாங்கள் சொன்னது உண்மையாயிருந்தால்...”

“மகளே! அதில் யாதொரு சந்தேகமுமில்லை. உன்னை நான் பெற்ற மகளாகவே கருதுகிறேன். உன் குடும்பத்தார் எனக்கு எவ்வளவு வேண்டியவர்கள் என்பது ஒருவேளை உனக்குத் தெரிந்திராது! உன் பெரிய தந்தையும், நானும் நாற்பது ஆண்டுகளாகத் தோழர்கள். ஆனால் இராஜாங்க காரியங்களில் சிநேகிதம், உறவு என்றெல்லாம் பார்ப்பதற்கில்லை. பெற்ற தந்தை என்றும் பார்க்க முடியாது. அருமைக் குமாரி என்றும் பார்க்க முடியாது. ஏன்? சக்கரவர்த்தியின் காரியத்தையே பார்! தமது சொந்த குமாரன் இராஜாங்கத்துக்கு விரோதமாகச் சதி செய்தபடியால், அவனைச் சிறைப்படுத்திக் கொண்டு வரும்படி கட்டளையிடவில்லையா?”

“ஐயா! பொன்னியின் செல்வரைப் பற்றியா இவ்வாறெல்லாம் பேசுகிறீர்கள்? அவர் இராஜாங்கத்துக்கு விரோதமாக என்ன சதி செய்தார்?”

“ஓகோ! உனக்கு அது தெரியாது போலிருக்கிறது. இலங்கைக்குப் போர் செய்யப் போவதாகச் சொல்லி விட்டுப் பொன்னியின் செல்வர் போனார். அங்கே நமது வீரப் படைகள் இலங்கைப் படைகளை முறியடித்தன. அந்தச் சந்தர்ப்பத்தை உபயோகித்துக்கொண்டு இளவரசர் அருள்மொழிவர்மர் இலங்கைச் சிம்மாசனத்தைக் கைப்பற்றிக்கொள்ளப் பார்த்தார். இது இராஜாங்கத்துக்கு விரோதமான சதியல்லவா? இதை அறிந்ததும் சக்கரவர்த்தி தமது திருக்குமாரரைச் சிறைப்படுத்திக் கொண்டு வருவதற்குக் கட்டளை அனுப்பினார். இளவரசர் அக்கட்டளையை மீறிக் கடலில் வேண்டுமென்று குதித்துத்தான் இறந்து விட்டதாகப் பொய்ச் செய்தியைப் பரப்பச் செய்தார். பிறகு கரையேறி எங்கேயோ ஒளிந்து, மறைந்திருக்கிறார். இந்த விவரங்கள் உனக்குத் தெரியாதபடியால் அவர் இருக்குமிடத்தை நீ சொல்ல மறுத்தாய் போலும். அப்படிப்பட்ட இராஜாங்க விரோதியை நீ மறைத்து வைக்க முயன்றால், அதுவும் பெரிய குற்றமாகும் ஆகையால், சொல்லிவிடு அம்மா!” என்றார் முதன் மந்திரி.

வானதி இதுவரை அடக்கி வைத்திருந்த ஆத்திரமெல்லாம் இப்போது பொங்கிப் பீறிக்கொண்டு வெளிவந்தது. பொன்னியின் செல்வரைக் குறித்து முதன் மந்திரி கூறிய தூஷணைகளை எல்லாம் அவளால் பொறுக்க முடியவில்லை. அந்தச் சாதுப் பெண வீராவேசமே உருவெடுத்தவள் போலாகிக் கூறினாள்:–

“ஐயா! தாங்கள் கூறியது ஒன்றும் உண்மையில்லை. இளவரசர் மீது வீண் அபாண்டம் கூறினீர்கள். இலங்கையில் நமது படைகள் சோர்வடைந்திருந்த காலத்தில் இளவரசர் அங்கே சென்றதனாலேயே உற்சாகங்கொண்டு போராடினார்கள். பொன்னியின் செல்வர்தான் இலங்கையில் நம் வெற்றிக்குக் காரணமானவர் என்பது உலகமறிந்த உண்மை. அவருடைய வீரத்தையும், மற்ற குணாதிசயங்களையும் பார்த்து இலங்கை மக்கள் அவர் மீது அன்பு கொண்டார்கள். போரில் புறமுதுகிட்டோடி ஒளிந்துகொண்ட தங்கள் அரசனுக்குப் பதிலாக இளவரசரைத் தங்கள் அரசனாக்கிக் கொள்ள விரும்பினார்கள். புத்த குருமார்கள் இலங்கைச் சிம்மாசனத்தைப் பொன்னியின் செல்வருக்கு அளித்தார்கள். பொன்னியின் செல்வர் சிம்மாசனம் தமக்கு வேண்டாம் என்று மறுதலித்தார். அத்தகைய நேர்மையானவரைக் குறித்துத் தாங்கள் இவ்வளவு அவதூறு சொல்லியிருக்கிறீர்கள். இளவரசர் தந்தையின் கட்டளை என்று அறிந்ததும் தாமே சிறைப்பட்டு நேரே தஞ்சைக்குப் புறப்பட்டு வந்தார். அவர் கடலில் வேண்டுமென்று குதிக்கவில்லை. தம் அருமை சிநேகிதரின் உயிரைக் காப்பாற்றுவதற்காகவே குதித்தார். சக்கரவர்த்திக்கு விரோதமாக

அவர் சதி செய்யவும் இல்லை. இந்த அபாண்டங்களையெல்லாம் கேட்க என் செவிகள் என்ன துர்பாக்கியம் செய்தனவோ தெரியவில்லை!..."

அநிருத்தர் இலேசாகச் சிரித்துக்கொண்டே, "பெண்ணே! அருள்மொழிவர்மருக்காக நீ இவ்வளவு ஆத்திரமாகப் பரிந்து பேசுவதைக் கேட்பவர்கள் என்ன நினைப்பார்கள் தெரியுமா? நீங்கள் இருவரும் காதலர்கள் என்று நினைப்பார்கள்!" என்றார்.

"ஐயா! தாங்கள் இப்போது கூறியதில் பாதி மட்டும் உண்மை. நான் அவருக்கு என் உள்ளத்தைப் பறிகொடுத்திருப்பது மெய்தான். இதைத் தங்களிடமிருந்து நான் மறைக்க விரும்பவில்லை. ஆனால் அவர் இந்த அநாதைப் பெண்ணுக்குத் தன் உள்ளத்தில் இடங்கொடுத்திருப்பதற்கு நியாயம் இல்லை. வானத்தில் ஜொலிக்கும் சந்திரன் மீது அன்றில் பறவை காதல் கொள்ளலாம். ஆனால் சந்திரனுக்கு அன்றில் பறவை ஒன்று இருப்பதே தெரிந்திராது."

"ஆஹா! என் அருமைச் சிநேகிதரின் மகள் இவ்வளவு சிறந்த கவிதாரசிகை என்பது இதுவரை எனக்குத் தெரியாமற் போயிற்று. இளைய பிராட்டி குந்தவையின் அந்தரங்கத் தோழி அல்லவா நீ" என்றார் முதன் மந்திரி.

"போதும் போதும்! தங்கள் புகழ்ச்சியைக் கேட்க நான் விரும்பவில்லை. ஒன்று என்னை என் வழியே போவதற்கு விடுங்கள். இல்லாவிடில் உங்கள் ஆட்களை அழைத்துக் கட்டளையிடுங்கள்."

"பெண்ணே! கொஞ்சம் பொறு! பொன்னியின் செல்வரைப் பற்றி உனக்கு எவ்வளவோ விவரங்கள் தெரிந்திருக்கின்றன. ஆகையால் அவர் இப்போது இருக்குமிடமும் உனக்கு அவசியம் தெரிந்திருக்க வேண்டும். அதை மட்டும் சொல்லிவிடு. உன்னை உடனே உன் பெரிய தந்தையிடம் அனுப்பி வைக்கிறேன். அவர் இலங்கையிலிருந்து திரும்பி வந்துகொண்டிருக்கிறார். இத்தனை நேரம் மதுரைக்கு வந்திருப்பார்...."

"ஐயா! தங்களைப் போன்ற வஞ்சம் நிறைந்த மனிதருடன் சிநேகமாயிருப்பவர், என்னுடைய பெரிய தந்தை அல்ல. எனக்கு உற்றார் உறவினர் யாருமில்லை. இளவரசரைப் பற்றி எல்லாரும் அறிந்திருப்பதையே நான் சொன்னேன். வேறு எதுவும் என்னிடமிருந்து தாங்கள் தெரிந்துகொள்ள முடியாது. வீண் தாமதம் செய்ய வேண்டாம்..."

"தாமதம் செய்யக்கூடாதுதான். பலமாக மழை வரும் போலிருக்கிறது..."

"மழை மட்டுந்தானா வரும்? தங்களைப் போன்றவர்கள் உள்ள இடத்தில் இடி, மின்னல், பிரளயம் எல்லாம் வரும்!"

வானதியின் கூற்றை ஆமோதிப்பது போல் அச்சமயம் ஒரு நெடிய மின்னல் வானத்தின் ஒரு முனையிலிருந்து இன்னொரு முனை வரையில் பாய்ந்தோடி ஜொலித்துவிட்டு மறைந்தது. மின்னல் மறைந்து இருள் சூழ்ந்ததும் அண்டகடாகங்கள் அதிரும்படியான பேரிடி ஒன்று இடித்தது.

"பெண்ணே! இளவரசன் அருள்மொழிவர்மன் எங்கே இருக்கிறான் என்று சொல்லமாட்டாயா?"

"சொல்லமாட்டேன்!"

"நான் ஊகித்தது ஊர்ஜிதமாகிறது. இளவரசன் மறைந்திருக்கும் இடத்துக்கு நீ ஏதோ இரகசியச் செய்தி கொண்டு போவதற்காகப் புறப்பட்டாய், இது உண்மையா, இல்லையா?"

"ஐயா! வீண் வேலை, தங்கள் கேள்வி எதற்கும் இனி நான் மறுமொழி சொல்ல முடியாது."

"அப்படியானால், இராஜாங்கத்துக்கு துரோகமாகச் சதி செய்பவர்களுக்கு அளிக்கவேண்டிய கடுந் தண்டனையை உனக்கும் அளிக்க வேண்டியதுதான் வேறு வழி இல்லை."

"தண்டனையை ஏற்பதற்குக் காத்திருக்கிறேன், ஐயா! பலிபீடத்தில் என் தலையை வைக்கவேண்டும் என்றால் அப்படியே செய்கிறேன்."

"சேச்சே! நீ கொடும்பாளூர் வேளிர்மகள்! உனக்கு அவ்வளவு அற்பமான தண்டனை கொடுக்கலாமா? அதோ பார் அந்த யானையை!"

வானதி, அவர் காட்டிய திசையைப் பார்த்தாள் கன்னங்கரிய குன்றினைப் போல் யானை ஒன்று நின்று கொண்டிருந்தது. கருங்கல்லினால் செய்த கரிய மை பூசப்பட்ட உருவத்தைப் போல் அது தோன்றியது. அதன் கருமையை நன்கு எடுத்துக் காட்டிக்கொண்டு இரண்டு வெள்ளைத் தந்தங்கள் நீண்டு வளைந்து திகழ்ந்தன.

"பெண்ணே! கஜேந்திர மோட்சம் என்று கேள்விப்பட்டிருக்கிறாய் அல்லவா? யானையின் அபயக்குரல் கேட்டுத் திருமால் ஓடி வந்து முதலையைக் கொன்று கஜேந்திரனை மோக்ஷத்துக்கு அனுப்பினார். அதற்குப் பதிலாக இந்தக் கஜேந்திரன் எத்தனை எத்தனையோ பேரை அந்தத் திருமால் வாசம் செய்யும் மோட்ச உலகத்துக்கு அனுப்பியிருக்கிறது. நீ இந்த உலகத்தைவிட்டு மறு உலகத்துக்குப் போக வேண்டும் என்று சொன்னாய் அல்லவா? உன் விருப்பத்தை இந்த யானை கண்மூடித் திறக்கும் நேரத்தில் நிறைவேற்றி வைக்கும். அது தன் துதிக்கையினால் உன்னைச் சுற்றி எடுத்து வீசி எறிந்தால் நீ நேரே மோட்ச உலகத்திலேயே போய் விழுவாய்!"

இவ்விதம் கூறிவிட்டு முதன் மந்திரி அநிருத்தர் சிரித்தார். அந்தச் சிரிப்பு வானதிக்கு ரோமஞ்சனத்தை உண்டாக்கிற்று. இந்த மந்திரி, மனிதர் அல்ல, மனித உருக்கொண்ட அரக்கன் என்று எண்ணினாள்.

"கோமகளே! முடிவாகக் கேட்கிறேன், பொன்னியின் செல்வன் இருக்குமிடத்தைச் சொல்கிறாயா? அல்லது இந்தக் கஜேந்திரனுடைய துதிக்கை வழியாக மோட்சத்துக்குப் போகிறாயா?" என்ற வார்த்தைகளைக் கேட்டதும், வானதி மீண்டும் மனோதிடம் பெற்றாள்.

"ஐயா! கஜேந்திரனை என்னிடம் வரச் சொல்கிறீர்களா? அல்லது நானே கஜேந்திரனிடம் போகட்டுமா?" என்று கம்பீரமாகக் கேட்டாள்.

அநிருத்தர் கையினால் சமிக்ஞை செய்தார். அத்துடன் அவர் வானதிக்கு விளங்காத பாஷையில் ஏதோ சொன்னார். யானை பூமி அதிரும்படி நடந்து வந்தது. வானதியின் அருகில் வந்தது. தன்னுடைய நீண்ட துதிக்கையினால் வானதியின் மலரினும் மிருதுவான தேகத்தைச் சுற்றி வளைத்தது. அவளைப் பூமியிலிருந்து தூக்கியது.

அந்தச் சில கணநேரத்தில் வானதியின் உள்ளத்தில் பற்பல எண்ணங்கள் அலை அலையாகப் பாய்ந்து மறைந்தன. தான் அச்சமயம் அவ்வளவு தைரியத்துடன் இருப்பதை நினைத்து அவளுக்கே வியப்பாயிருந்தது. இளையபிராட்டி குந்தவை தேவி என்னைப் பயங்கொள்ளி என்றும், கோழை என்றும் அடிக்கடி சொல்லுவாரே? அவர் இச்சமயம் இங்கிருந்து என்னுடைய தைரியத்தைப் பார்த்திருந்தால் எத்தனை ஆச்சரியப்படுவார்? அவருக்கு என்றாவது ஒருநாள் இச்சம்பவத்தைப் பற்றித் தெரியாமலிராது; பொன்னியின் செல்வருக்காக நான் தீரத்துடன் உயிரை விட்டது பற்றி அறிந்து கொள்வார். அதை இளவரசரிடமும் சொல்லியே தீருவார். அப்போது இளவரசர் என்னைப் பற்றி என்ன நினைப்பார்? அந்த ஓடக்காரப் பெண்ணைக் காட்டிலும் கொடும்பாளூர் வேளார் மகள் தைரியசாலி என்று அப்போதாவது அறிந்து கொள்வார் அல்லவா?

யானையின் துதிக்கை மெல்ல மெல்ல மேலே எழுந்தது. அத்துடன் வானதியும் மேலே ஏறினாள். 'ஆம், ஆம்! அந்தப் பிரம்மராட்சதர் கூறியது உண்மைதான். இந்தக் கஜேந்திரன் என்னை நேரே மோட்சத்திற்கே அனுப்பிவிடப் போகிறது! அடுத்த கணம் என்னை வீசி எறிய போகிறது! எத்தனை தூரத்தில் போய் விழுவேனோ தெரியவில்லை ஆனால் விழும்போது எனக்குப் பிரக்ஞை இராது. அதற்குள் உயிர் போய்விடும்!'

வானதி இப்போது யானையின் மத்தகத்துக்கு மேலேயே போய் விட்டாள். கண்களை மூடிக் கொண்டாள். யானை தன் துதிக்கையைச் சுழற்றியது. வானதியை விசிறி எறிவதற்குச் சித்தமாயிற்று. அந்தச் சமயத்தில் கடவுள் அருளால் வானதி தன் சுய நினைவு இழந்து விட்டாள்.

⊙

40. ஆனைமங்கலம்

நம் கதாநாயகிகளில் ஒருத்தியான வானதி அடிக்கடி நினைவு இழக்கும் வழக்கம் வைத்துக் கொண்டிருக்கிறாள் அல்லவா? இந்த ஒரு தடவை மட்டும் நேயர்கள் அதைப் பொறுக்கும்படி வேண்டுகிறோம். ஏனெனில், அவளுடைய நோய் நீங்கும் காலம் நெருங்கி விட்டது.

வானதிக்கு நினைவு சிறிது வந்தபோது முதலில் அவள் ஊசலாடுவது போலத் தோன்றியது. பின்னர் அவள் தான் வானவெளியில் பிரயாணம் செய்து கொண்டிருப்பதாக எண்ணினாள். "ரிம் ரிம்", "ஜிம் ஜிம்" என்று மழைத்தூறலின் சத்தம் கேட்டது. குளிர்ந்த காற்று "குப் குப்" என்று உடம்பின்மீது வீசிற்று. அதனால் தேகம் சிலிர்த்தது. சரி சரி, மேக மண்டலங்களின் வழியாக வானுலகிற்குப் போய்க்கொண்டிருக்கிறோம் என்று எண்ணினாள். சுற்றிலும் இருள் சூழ்ந்திருந்தது, இடையிடையே மின்னல் வெளிச்சம் பளிச்சிட்டு மறைந்தது.

முதன் மந்திரி கடைசியாகக் கஜேந்திர மோட்சத்தைப் பற்றிக் கூறியதும், யானை அதன் துதிக்கையினால் தன்னைச் சுற்றி வளைத்துத் தூக்கியதும் இலேசாக நினைவு வந்தன. முதன் மந்திரி அநிருத்தர் கூறியபடியே நடந்து விட்டது. 'மண்ணுலகில் என் ஆயுள் முடிந்து இப்போது மோட்சத்துக்குப் போய்க்கொண்டிருக்கிறேன். மோட்ச உலகில் தேவர்களையும், தேவிகளையும் பார்ப்பேன்.'

'ஆனால் எல்லாத் தேவர்களிலும் என் மனத்துக்குகந்த தெய்வமாகிய அவரை அங்கே நான் பார்க்க முடியாது. மனத்துக்கு இன்பமில்லாத அத்தகைய மோட்ச உலகத்துக்குப் போவதில் என்ன பயன்?'

அடடே! இது என்ன ஊசலாட்டம்! உடம்பை இப்படித் தூக்கித் தூக்கிப் போடுகிறதே! ஆனால் தலைவைத்திருக்கும் இடம் மெத்தென்று சுகமாயிருக்கிறது. தாயின் மடியைப் போல் இருக்கிறது. ஏன்! தாயைக் காட்டிலும் என்னிடம் பிரியம் வாய்ந்த இளைய பிராட்டியின் மடியைப் போலவும் இருக்கிறது!... ஆ! குந்தவைதேவி இப்போது பழையாறையில் என்ன செய்துகொண்டிருக்கிறாரோ? என்னைப் பற்றி செய்தி அவருக்கு இதற்குள் எட்டியிருக்குமோ?

'மோட்ச உலகத்துக்கு வானவெளியில் மேக மண்டலங்களின் வழியாகப் பிரயாணம் செய்வது சரிதான். ஆனால் என்ன வாகனத்தில் பிரயாணம் செய்கிறேன்? சொர்க்கலோகத்துப் புஷ்பக விமானமா இது? அல்லது தேவேந்திரனுடைய ஐராவதம் என்ற யானையா? அப்பா! யானை என்றாலே சிறிது பயமாகத்தானிருக்கிறது! யானையும் அதன் துவண்டு, வளையும் துதிக்கையும்! – அப்படித் துவளும் துதிக்கையில் தான் எவ்வளவு பலம் அதற்கு?– போனது போயிற்று! இனி அதைப் பற்றிப் பயம் என்ன? கவலை என்ன?'

'ஆனால் தலை வைத்திருக்கும் இடம் அவ்வளவு பட்டுப்போல் மிருதுவாயிருக்கும் காரணம் யாது? சுற்றிலும் இருளாயிருப்பதால் ஒன்றும் தெரியவில்லை. கையினால் துழாவிப் பார்க்கலாம். உண்மையில், பட்டுத் திரைச் சீலை மாதிரிதான் தோன்றுகிறது. கொஞ்சம் ஈரமாயும் இருக்கிறது.'

'ஆகா! இது என்ன? என் கன்னங்களை யார் தொடுகிறது? மல்லிகைப் பூவைப் போன்ற மிருதுவான கரம் அல்லவா தொடுகிறது?'

"வானதி! வானதி!"

"அக்கா! நீங்கள்தானா?"

"நான்தான். வேறு யார்?"

"நீங்கள் கூட என்னுடன் மோட்ச உலகத்துக்கு வருகிறீர்களா?"

"மோட்ச உலகத்துக்குப் போக அதற்குள் உனக்கு என்னடி அவசரம்? இந்த உலகம் அதற்குள்ளே வெறுத்துப் போய் விட்டதா?"

"பின்னே, நாம் எங்கே போகிறோம்?"

"என்னடி அதுகூட மறந்து போய்விட்டதா? ஆனை மங்கலத்துக்குப் போகிறோம் என்று தெரியாதா?"

"என்ன ஊர்? இன்னொருதடவை சொல்லுங்கள்!"

"சரியாய்ப் போச்சு! ஆனைமங்கலத்துக்குப் போகிறோம்! ஆனையின் முதுகில் ஏறிக்கொண்டு போகிறோம்!"

"ஐயோ! யானையா?"

"அடி பைத்தியமே! உன் உடம்பு ஏனடி நடுங்குகிறது! யானை என்ற பெயரைக் கேட்டாலே பயப்படத் தொடங்கிவிட்டாயா?"

"அக்கா! சற்று முன்தூங்கிப் போய்விட்டேனா?"

"ஆமாம், ஆமாம்! யானையின் மேல் அம்பாரியில் பிரயாணம் செய்கிற சொகுசில் ஆனந்தமாய்த் தூங்கி விட்டாய்!"

"ஆனந்தம் ஒன்றுமில்லை, அக்கா! பயங்கரமான கனவுகள் கண்டேன்!"

"அப்படித்தான் தோன்றியது! ஏதேதோ பிதற்றினாய்!"

"என்ன அக்கா பிதற்றினேன்!"

"காளாமுகர் என்றாய்! பலி என்றாய்! கஜேந்திர மோட்சம் என்றாய்! யானைத் துதிக்கை என்றாய். அப்புறம் முதன் மந்திரி அநிருத்தரைப் "பாவி, பழிகாரன்" என்று திட்டினாய். அந்தப் பிரம்மராயருக்கு நன்றாய் வேண்டும்! நீ தூக்கத்தில் அவரைப் பற்றித் திட்டியதையெல்லாம் அவர் கேட்டிருந்தால், பல நாள் தூங்கவே மாட்டார்!"

"அதெல்லாம் நடந்தது நிஜமாகக் கனவுதானா, அக்கா!"

"நிஜமாகக் கனவா? பொய்யாகக் கனவா? எனக்கு என்ன தெரியும்? நீ என்ன சொப்பனம் கண்டாய் என்பதே எனக்குத் தெரியாது."

"காளாமுகர்கள் என்னைப் பிடித்துக்கொண்டு போனார்கள். முதன் மந்திரி என்னிடம் இளவரசரைப்பற்றி இரகசியத்தைக் கேட்டார். நான் சொல்ல மறுத்துவிட்டேன். உடனே யானையை அழைத்து என்னைத் தூக்கி எறிந்து கொல்லும்படி கட்டளையிட்டார். அப்போது நான் கொஞ்சங் கூடக் கலங்காமல் தைரியமாக இருந்தேன். அக்கா! அப்போது உங்கள் ஞாபகமும் வந்தது. நீங்கள் அங்கே இல்லையே, என்னுடைய தைரியத்தைப் பார்ப்பதற்கு என்று."

"போகட்டும்; சொப்பனத்திலாவது அவ்வளவு தைரியமாக நடந்து கொண்டாயே? அதன் பொருட்டுச் சந்தோஷம்!"

வானதி சற்றுச் சும்மா இருந்துவிட்டு, "என்னால் நம்பமுடியவில்லை!" என்றாள்.

"உன்னால் என்னத்தை நம்ப முடியவில்லையடி?"

"நான் கண்டதெல்லாம் கனவு என்று நம்பமுடியவில்லை."

"சில சமயம் சொப்பனங்கள் அப்படித்தான் இருக்கும். நிஜமாக நடந்தது போலவே தோன்றும். நான்கூட அப்படிப்பட்ட சொப்பனங்கள் பலமுறை கண்டிருக்கிறேன்."

"அப்படி என்ன சொப்பனம் கண்டிருக்கிறீர்கள்? சொல்லுங்களேன்?"

"ஏன்? என் தம்பிகூடத்தான் அடிக்கடி என் கனவில் வருகிறான். இலங்கைக்கு அவன் போய் எத்தனை மாதம் ஆயிற்று? ஆனால் இரவில் கண்ணை மூடினால் அவன் தத்ரூபமாக என் முன்னால் வந்து நிற்கிறான்..."

"நீங்கள் அதிர்ஷ்டசாலி, அக்கா!"

"என் அதிர்ஷ்டத்தை நீதான் மெச்சிக் கொள்ள வேண்டும். அவன் கடலில் குதித்த செய்தி வந்ததிலிருந்து என் மனம் எப்படித் துடித்துக்கொண்டிருக்கிறது என்று உனக்குத் தெரியாது."

"அப்படியானால் அதுவும் ஒரு பயங்கர சொப்பனம் அல்லவா? அவர் கடலில் முழுகியது மட்டும் நிஜமான செய்திதானா!"

"அதுவும் ஒரு துர்ச் சொப்பனமாயிருந்தால் எவ்வளவோ நன்றாயிருக்குமே? அது மட்டும் நிஜந்தானடி வானதி! இளவரசன் கடலில் குதித்ததை நேரில் பார்த்தவர் வந்து சொன்னாரே! அதை நம்பாமல் என்ன செய்வது?"

"வாணர்குல வீரரைத்தானே சொல்கிறீர்கள்? அவரே இளவரசரைப்பற்றி வேறு ஏதோ சொல்லவில்லையா? ஓடக்காரப் பெண்ணைப் பற்றியும் நாகைப்பட்டினம் சூடாமணி விஹாரத்தைப் பற்றியும் ஏதோ சொல்லவில்லையா?"

"இதெல்லாம் உன் சொப்பனமாயிருக்க வேண்டும். ஆம், ஓடக்காரி பூங்குழலியைப் பற்றியும், நாகைப்பட்டினம் சூடாமணி விஹாரத்தைப் பற்றியும் நீ தூக்கத்தில் பிதற்றினாய்! புத்த பிக்ஷுணி ஆகப் போவதாகக் கூட உளறினாய்! அதற்குள் உனக்கு என்னடி இந்த உலக வாழ்க்கையின் மீது அவ்வளவு வெறுப்பு? எதற்காக நீ புத்த பிக்ஷுணி ஆகவேண்டும்?"

"அக்கா! என் மனது உங்களுக்குத் தெரியாதா? அவரைக் கடல் கொண்டுவிட்டது என்று கேட்ட பிறகு, எனக்கு இந்த உலகில் என்ன வாழ்வு வைத்திருக்கிறது! சொப்பனத்தில் கண்டபடியே யானை என்னைத் துதிக்கையால் தூக்கி எறிந்து கொன்றிருக்கக்கூடாதா என்று தோன்றுகிறது!"

"அடி பாவி! நீயும் போய் விட்டால் என் கதி என்னடி ஆகிறது?"

"உங்கள் விஷயம் வேறு, அக்கா! நீங்கள்..."

"ஆமாம், ஆமாம்! அருள்மொழியிடம் என்னைக் காட்டிலும் உனக்கு அதிக ஆசை! இல்லையா?"

"அக்கா! அப்படி ஒன்றும் நான் சொல்லவில்லை. தங்களைப் போல் நான் மனோதைரியம் உள்ளவள் அல்ல. அவர் இறந்து விட்ட பிறகு..."

"சீச்சீ! என்ன வார்த்தை சொல்லுகிறாய்? அவன் இறந்தான் என்று ஏன் சொல்ல வேண்டும்? உனக்கு நிச்சயமாய்த் தெரியுமா? பழுவேட்டரையர்களும், பழுவூர் ராணியும், பேதை மதுராந்தகனும் அப்படிச் சொல்லிக் கொம்மாளம் அடிப்பார்கள். நீயும், நானும், அப்படி ஏன் சொல்ல வேண்டும்? அல்லது ஏன் நினைக்கத்தான் வேண்டும்?"

"பின்னே, என்ன சொல்கிறீர்கள்? அவர் சுழிக் காற்றில் கடலிலே குதித்தபிறகு... வேறு என்ன ஆகியிருக்க முடியும்? பிழைத்திருந்தால் இத்தனை நாள் வந்திருக்க மாட்டாரா?"

"அடி பைத்தியமே! கடலில் குதித்தால், அவனைக் கடல் கொண்டு விட்டது என்று அர்த்தமா?"

"கரை ஏறியிருந்தால் இத்தனை நாள் தெரியாமலா இருக்கும்?"

"என் தகப்பனாரின் கதை உனக்கு தெரியுமா? அவர் இளம்பிராயத்தில் பல மாத காலம் இருக்குமிடமே தெரியாமலிருந்தது. தேடிப்பிடித்துக் கொண்டு வந்து

இளவரசுப் பட்டம் கட்டினார்கள். என் பாட்டனார் அரிஞ்சய சோழர் தக்கோலம் யுத்தத்திற்குப் பிறகு அடியோடு மறைந்து விட்டார். பல வருஷங்களுக்குப் பிறகுதான் அவர் இருக்குமிடம் தெரிந்தது. நான் சொல்லுகிறேன் கேள், வானதி! காவேரித்தாய் ஒரு சமயம் என் தம்பியைக் காப்பாற்றிக் கரை சேர்த்தாள். அது மாதிரியே சமுத்திர ராஜனும் பொன்னியின் செல்வனைக் கரை சேர்த்திருப்பார். நமது கடற்கரைக்கும் இலங்கைத் தீவுக்கும் மத்தியில் எத்தனையோ சிறிய சிறிய தீவுகள் இருக்கின்றன. அத்தீவுகளில் ஒன்றில் அருள்மொழி ஒதுங்கியிருக்கக் கூடும் அல்லவா? அவனைத் தேடும் வேலையை நன்றாகச் செய்யும்படி தூண்டுவதற்காகவே நான் இந்தப் பிரயாணம் புறப்பட்டேன், உன்னையும் அழைத்துக்கொண்டு, உனக்கு இதெல்லாம் ஞாபகமே இல்லை போலிருக்கிறது. உன் பேரில் தப்பு இல்லை. இளவரசரைப் பற்றிய செய்தி வந்ததிலிருந்து உன் புத்தியே பேதலித்து விட்டது. இப்போதுதான் கொஞ்சம் தெளிவாகப் பேச ஆரம்பித்திருக்கிறாய்!"

வானதி சிறிது நேரம் மௌனமாயிருந்துவிட்டு, "அக்கா! நாம் எந்த ஊருக்குப் போகிறோம் என்று சொன்னீர்கள்?" என்றாள்.

"ஆனைமங்கலத்துக்கு."

"அது எங்கே இருக்கிறது?"

"நாகைப்பட்டினத்துக்கு அருகில் கடற்கரை ஓரத்தில் இருக்கிறது. நீ ஏதோ சொப்பனம் கண்டு உளறினாயே, அந்தச் சூடாமணி விஹாரத்துக்கும் ஆனைமங்கலத்துக்கும் கொஞ்ச தூரந்தான். நீ புத்த பிக்ஷுணியாவதாயிருந்தால் கூட, அதற்கும் சௌகரியமாகவேயிருக்கும். ஆனால் நீ மணிமேகலையாவதற்கு அவசரப்பட வேண்டாம். பொன்னியின் செல்வனைப் பற்றித் திடமான செய்தி கிடைத்த பிறகு முடிவு செய்து கொள்ளலாம்!" என்று குந்தவை கூறி விட்டு இலேசாகச் சிரித்தாள்.

"அக்கா! இது என்ன நீங்கள் சிரிக்கிறீர்கள்! சிரிப்பதற்கு எப்படி உங்களுக்கு மனம் வருகிறது? இளவரசர் பிழைத்திருப்பார் என்று உங்களுக்கு அவ்வளவு நம்பிக்கை இருக்கிறதா?"

"நம்பிக்கை இல்லாவிட்டால், நான் இப்படி இருப்பேனா வானதி! நான் பார்த்து வைத்திருக்கும் ஜோசியங்கள் எல்லாம் பொய்யாகப் போவதில்லை. என் தம்பியின் கையில் உள்ள சங்கு சக்கர ரேகைகளும் பொய்யாகப் போவதில்லை. இது வரையில் எல்லாம் சரியாகத்தான் நடந்து வருகிறது."

"என்ன சரியாக நடந்து வருகிறது? எனக்கு ஒன்றும் தெரியவில்லையே?" என்றாள் வானதி.

"உனக்கு ஏன் தெரியப் போகிறது? நீ தான் சித்தப் பிரமை பிடித்து அலைகிறாயே? அருள்மொழிக்கு இளம் வயதில் பல கண்டங்கள் நேரும் என்று சொன்னார்கள். அதன்படி நேர்ந்து வந்திருக்கின்றன. பின்னே மற்றவையும் நடந்துதானே ஆக வேண்டும்?"

"மற்றவை என்றால்?"

"எத்தனையோ தடவை நான் சொல்லியாகிவிட்டது. நீயும் கேட்டிருக்கிறாய், மறுபடி எதற்காகச் சொல்லச் சொல்லுகிறாய்? பேசாமல் தூங்கு! பொழுது விடிந்து பார்த்துக் கொள்ளலாம்."

வானதி மீண்டும் சிறிது நேரம் சிந்தனையில் ஆழ்ந்திருந்து விட்டு, "இராத்திரியெல்லாம் யானை மீது பிரயாணம் செய்யப் போகிறோமா அக்கா! எதற்காக?" என்று கேட்டாள்.

"அதுகூடவா உனக்கு ஞாபகம் இல்லை? பகலில் நாம் பிரயாணம் செய்தால் வழியில் உள்ள ஊர்களிலெல்லாம் ஜனங்கள் நம்மைச் சூழ்ந்து கொள்வார்கள். "பொன்னியின் செல்வன் எங்கே?" "சோழ நாட்டின் தவப்புதல்வன் எங்கே?" என்று கேட்பார்கள்.

பழுவேட்டரையர் மீது குற்றம் சுமத்துவார்கள். பழுவூர் இளைய ராணியைச் சபிப்பார்கள். சக்கரவர்த்தியைக் கூட நிந்தித்தாலும் நிந்திப்பார்கள். அதையெல்லாம் நாம் எதற்காகக் காதினால் கேட்க வேண்டும்? நான்தான் ஜனங்களை அப்படியெல்லாம் தூண்டி விட்டதாகப் பழுவேட்டரையர்கள் சொன்னாலும் சொல்லுவார்கள்! எதற்காக இந்த வம்பு என்றுதான் இராத்திரியில் புறப்பட்டேன். இதையெல்லாம் பழையாறையிலிருந்து புறப்படும்போதே உனக்குச் சொன்னேன்; மறுபடியும் கேட்கிறாய். நல்ல சித்தப்பிரமை பிடித்து உன்னை ஆட்டுகிறது! சூடாமணி விஹாரத்துப் புத்த பிக்ஷுக்களிடம் சொல்லித்தான் உன் சித்தப்பிரமையைப் போக்க வழி தேட வேண்டும்! போனால் போகட்டும்; நீ இப்போது தூங்கு! எனக்கும் தூக்கம் வருகிறது இந்த ஆடும் குன்றின் மீது உட்கார்ந்தபடியேதான் இன்று இரவு நாம் தூங்கியாக வேண்டும்" என்றாள் இளையபிராட்டி.

வானதி இனி ஒன்றும் பேசக்கூடாது என்று தீர்மானித்து மௌனமானாள். அவளுடைய உள்ளம் ஒரே குழப்பமாயிருந்தது. அன்று நடந்ததையெல்லாம் ஒவ்வொன்றாக நினைத்துப் பார்த்துக் கொண்டாள். எல்லாம் உண்மையாக நிகழ்ந்த சம்பவங்களாகவே தோன்றின. 'எனக்குச் சித்தப் பிரமை ஒன்றுமில்லை; அக்காதான் என்னைப் பைத்தியமாக அடிக்கப் பார்க்கிறாள்' என்று சில சமயம் எண்ணினாள். யானை தன்னைத் துதிக்கையினால் சுற்றித் தூக்கிய பிறகு என்ன நடந்தது என்பதை எண்ணி எண்ணிப் பார்த்தாள். ஒன்றும் நினைவுக்கு வரவில்லை. என்னதான் நடந்திருக்கும்? தன் உயிருக்கே ஆபத்தான அந்த வேளைக்கு அக்கா சரியாக அங்கே வந்து தன்னைக் காப்பாற்றியிருக்க வேண்டும். அக்காவைப் பார்த்ததும், முதன் மந்திரி நடுநடுங்கிப் போயிருக்க வேண்டும்.

ஆயினும் யானைத் துதிக்கையின் பிடியிலிருந்து காப்பாற்றுவது என்பது அவ்வளவு சுலபமான காரியமா?... ஒருவேளை இவ்வாறு இருக்குமோ?.. தன்னைத் துதிக்கையால் கட்டித்தூக்கிய யானைதானா இது? மேலே அம்பாரி இருந்தது. அந்த இருட்டிலும் சிறிது தெரிந்தது. இளையபிராட்டி அந்த அம்பாரியிலேயே இருந்திருக்கலாம். யானை துதிக்கையினால் தூக்கித் தன்னைத் தூர எறிவதற்குப் பதிலாக மேலே அம்பாரியில் விட்டிருக்கக் கூடும். அந்த மாதிரி செய்ய யானைகள் பழக்கப்பட்டிருப்பதை வானதி பலமுறை பார்த்ததுண்டு. முதன் மந்திரியும், இளையபிராட்டியும் சேர்ந்து இம்மாதிரி சூழ்ச்சி செய்திருக்கிறார்களோ? எதற்காக? நான் தனியாகப் பிரயாணம் செய்வதைத் தடுக்கும் பொருட்டுத்தான். என்னுடைய தைரியத்தைச் சோதிப்பதற்காகவும் இளைய பிராட்டி இம்மாதிரி செய்திருக்கலாம். பொம்மை முதலையை என் அருகிலே விட்டு ஒரு சமயம் சோதனை செய்யவில்லையா?.. எப்படியாவது இருக்கட்டும்; நான் இன்று தனி வழியே புறப்பட்டது பெருந்தவறு. இப்போது அக்காவின் மடியில் தலையை வைத்துப் படுத்திருப்பது எவ்வளவு நிம்மதியாயிருக்கிறது. அக்காவின் வார்த்தைகள் எவ்வளவு தைரியமும் உற்சாகமும் அளிக்கின்றன! பொன்னியின் செல்வன் எங்கேயோ பத்திரமாகயிருக்கிறார் என்பதில் சந்தேகமில்லை. ஒருவேளை இந்தப் பிரயாணத்தின் முடிவில் அவரைச் சந்திப்போமா?.. இவ்வாறு எண்ணியபோது வானதியின் உள்ளத்தில் அளவில்லாத கிளர்ச்சி ஏற்பட்டது. மனச்சோர்வுக்கு நேர்மாறான உற்சாக இயல்பு இப்போது அவளை ஆட்கொண்டது.

யானை கம்பீரமாக நடந்து சென்றுகொண்டிருந்தது.

யானைமேல் அம்பாரி ஆடி அசைந்துகொண்டிருந்தது.

முன்னும் பின்னும் காவற்படைகள் போய்க்கொண்டிருந்தன.

மழை சிறு தூறலாயிற்று, பிறகு தூறலும் நின்றது.

வானத்தில் மேகக் கூட்டங்கள் சிதறிக் கலைந்தன.

நட்சத்திரங்கள் எட்டிப் பார்த்தன.

வானதி யானையின் அம்பாரிக் கூரை வழியாக மேலே வானத்தில் தெரிந்த நட்சத்திரங்களைப் பார்த்தாள்.

வானவெளியில் சஞ்சரிக்கும் நட்சத்திரங்களுக்கும், பூலோகத்தில் வாழும் மனிதர்களின் வாழ்க்கைக்கும் ஏதேனும் சம்பந்தம் இருக்க முடியுமா என்று அதிசயப்பட்டாள்.

பொன்னியின் செல்வர் உதித்த நட்சத்திரத்துக்கும், தான் பிறந்த நட்சத்திரத்துக்கும் உள்ள பொருத்தத்தை பற்றி ஜோதிடர்கள் சொல்வதில் ஏதேனும் உண்மையிருக்குமா?

தன் வயிற்றில் பிறக்கும் மகன் மூன்று உலகத்தையும் ஆளப் போகிறான் என்று ஜோதிடர்களுடன் சேர்ந்து அக்காவும் சொல்வது உண்மையாகுமா?

வால் நட்சத்திரம் தோன்றுவது ஏதோ உற்பாதத்துக்கு அறிகுறி என்று ஜனங்கள் பேசிக்கொள்கிறார்களே, அது எவ்வளவு தூரம் நிஜமாயிருக்கும்?

அப்படி என்ன உற்பாதம் நடக்கும்?

பொன்னியின் செல்வர் கடலில் முழுகியதுதான் அந்த உற்பாதமா?

அக்கா கொண்டுள்ள நம்பிக்கையின்படி அவர் திரும்பி வருவாரா?

அப்படியானால், வேறு என்ன உற்பாதம் நடக்கக் கூடும்!...

இம்மாதிரியெல்லாம் வெகு நேரம் சிந்தனை செய்து கொண்டிருந்த பிறகு வானதி இலேசாகக் கண்ணயர்ந்தாள்.

அவள் கண்விழித்துப் பார்த்தபோது, பொழுது புலர்ந்திருந்தது.

புள்ளினங்கள் உதய கீதம் பாடின.

இளைய பிராட்டியும் விழித்துக் கொண்டிருந்தாள். அம்பாரியின் பட்டுத் திரையை விலக்கி கொண்டு வெளியே பார்த்து, "இதோ ஆனைமங்கலம் வந்துவிட்டோம். சோழ மாளிகையின் வாசலுக்கே வந்துவிட்டோம்" என்றாள்.

இரு இளவரசிகளும் யானை மீதிருந்து இறங்கினார்கள்.

மாளிகைக்குள்ளே பிரவேசித்தார்கள். அங்கே ஆயத்தமாயிருந்த அரண்மனைத் தாதிமார்கள் இளவரசிகள் இருவரையும் மாளிகையின் எல்லாப் பகுதிகளுக்கும் அழைத்துச் சென்று காட்டினார்கள். கடைசியில், மாளிகையின் கீழ்ப்புறத்துக்கு வந்து, அங்கிருந்த அலங்கார முன்றின் முகப்பில் நின்றபடி கடலுடன் கலந்த கால்வாயைப் பார்த்துக்கொண்டு நின்றார்கள்.

"அக்கா! இளவரசரைத் தேடுவதற்கு ஏற்பாடு செய்யப் போவதாகச் சொன்னீர்களே? என்ன செய்திருக்கிறீர்கள்?" என்றாள் கொடும்பாளூர் இளவரசி.

"ஆமாடி வானதி! தேடுவதற்கு ஏற்பாடு ஆரம்பமாகி விட்டது. அதோ பார், ஒரு படகு வருகிறது! அதில் வருகிறவர்கள் ஒருவேளை ஏதேனும் செய்தி கொண்டு வந்தாலும் கொண்டு வருவார்கள்!" என்றாள் குந்தவை.

வானதி திரும்பிப் பார்த்தாள். சற்றுத் தூரத்தில் மரக்கிளைகளின் இடைவெளியில் ஒரு சிறிய படகு வருவது தெரிந்தது. அதில் இருவர் இருந்தார்கள்.

"அக்கா! அந்தப் படகில் வருவது யார்?" என்று வானதி கேட்டாள்.

"படகு தள்ளுகிறவன் சேந்தன் அமுதன். தஞ்சாவூர்ப் பாதாளச் சிறையிலிருந்து நாம் அன்றொரு நாள் விடுதலை செய்தோமே, அவன். உட்கார்ந்திருப்பவள் பூங்குழலி!"

வானதிக்கு உடம்பு சிலிர்த்தது.

"அக்கா! நான் அந்தப் பெண்ணைப் பார்க்க விரும்பவில்லை, உள்ளே போகிறேன்!" என்றாள்.

"என்னடி அவளைக் கண்டு அவ்வளவு பயம்! உன்னை அவள் விழுங்கி விடுவாளா, என்ன? நான் பார்த்துக் கொள்கிறேன். நீ பயப்படாமல் சும்மா இரு!" என்றாள் குந்தவை. படகு நெருங்கி வந்துகொண்டிருந்தது.

யானைத் துதிக்கையில் அகப்பட்ட வானதி எப்படி உயிர் பிழைத்தாள்? இதைக் குறித்து, அவள் இரண்டாவதாகச் செய்த ஊகந்தான் சரியானது. யானை துதிக்கையைச் சுழற்றி அவளைத் தூர எறியவில்லை. மேலே தூக்கி அம்பாரியின் அருகில் இலேசாக வைத்தது. அங்கே திரை மறைவில் ஆயத்தமாயிருந்த குந்தவை அவளை வாரி அணைத்து மடியில் போட்டுக் கொண்டாள்.

பிறகு முதன் மந்திரியும் பல்லக்கில் ஏறினார். "தேவி போய் வரட்டுமா? உன் பிரயாணம் இனிதாயிருக்கட்டும். அதன் முடிவும் இனிதாயிருக்கட்டும்!" என்று சொன்னார்.

"ஐயா! தங்கள் உதவிக்கு மிக்க நன்றி!" என்றாள் இளைய பிராட்டி.

"கொடும்பாளூர்ச் கோமகளைக் கோழை என்றாயே? அவளைப்போல் நெஞ் சழுத்தக்காரப் பெண்ணை நான் பார்த்ததேயில்லை."

"முன்னேயெல்லாம் அவள் கோழையாகத்தானிருந்தாள். கொஞ்ச நாளாகத்தான் அவளுக்கு இவ்வளவு தைரியம் வந்திருக்கிறது" என்றாள் குந்தவை.

"எல்லாம் உன்னுடைய பயிற்சிதான். அந்தப் பெண் என்னைப் பயங்கர ராட்சதன் என்று எண்ணியிருப்பாள்; போனால் போகட்டும். என்னைப் பற்றி எவ்வளவோ பேர் எத்தனையோ விதமாக எண்ணிக்கொண்டிருப்பார்கள். நான் அதற்காகவெல்லாம் கவலைப்படுவதில்லை போய் வாருங்கள், அம்மா!"

இவ்விதம் முதன் மந்திரி கூறியதும், அவருடைய பல்லக்கும் நாலு வீரர்களும் மட்டும் மேற்குத் திசையில் செல்ல, யானை, குதிரை பரிவாரங்கள் எல்லாம் கிழக்கு நோக்கிச் சென்றன.

முதன் மந்திரி பல்லக்குப் புறப்பட்ட சிறிது நேரத்துக்கெல்லாம் மழை பிடித்துக்கொண்டது. மழையைப் பொருட்படுத்தாமல் சிவிகை தூக்கிய ஆட்களும், சிவிகையைக் காத்த வீரர்களும் சென்று கொண்டிருந்தார்கள். மழை குறைந்து தூறல் நிற்கும் சமயத்தில் திடீரென்று பல்லக்கு நின்றது.

"ஏன் நிற்கிறீர்கள்?" என்று முதன் மந்திரி கேட்டார்.

"சுவாமி, அந்த மரத்தடியில் யாரோ கிடப்பது போலத் தெரிந்தது!" என்றான் முன்னால் சென்ற காவலர்களில் ஒருவன்.

முதன் மந்திரி அவன் சுட்டிக்காட்டிய திசையை உற்றுப் பார்த்தார். பளிச்சென்று ஒரு மின்னல் மின்னியது.

"ஆமாம், யாரோ கிடக்கிறதாகத்தான் தெரிகிறது, இறங்கிப் பார்க்கிறேன்" என்றான் முதன் மந்திரி.

சிவிகையிலிருந்து இறங்கி அருகில் சென்றபோது மரத்தடியில் கிடந்த மனிதன் முனகும் சத்தம் கேட்டது.

"யார் இங்கே!" என்றார் அநிருத்தர்.

அதற்குப் பதிலாக, "முதன் மந்திரி போலிருக்கிறதே!" என்ற தீனமான குரல் கேட்டது.

"ஆம்;" கேட்டது முதன் மந்திரிதான்!

"இங்கே கிடப்பது யார்?"

"ஐயா! தெரியவில்லையா? நான்தான் மதுராந்தகன்!"

"இளவரசே! இது என்ன கோலம்? இங்கே எப்படி வந்தீர்கள்? என்ன நேர்ந்தது?" என்று பரபரப்புடன் கேட்டுக் கொண்டே முதன் மந்திரி மதுராந்தகரைத் தூக்கி நிறுத்த முயன்றார்.

⊙

41. மதுராந்தகன் நன்றி

முதன் மந்திரியின் கரம் மதுராந்தகன் மேல் பட்டதும் அவன் அலறினான். "ஐயோ! அப்பா! செத்தேன்! என்னைத் தொட வேண்டாம். என் கால்கள்! போச்சு! போச்சு!"

அநிருத்தர் அவனைத் தூக்குவதை நிறுத்தி விட்டு, "இளவரசே! தங்களுக்கு என்ன நேர்ந்தது? தங்கள் கால்களுக்கு என்ன நேரிட்டது?" என்று கவலையுடன் கேட்டார்.

"என் கால்கள் முறிந்தே போய்விட்டன; நடக்க முடியவில்லை, நிற்கவும் முடியவில்லை!"

முதன் மந்திரி திரும்பிப் பார்த்து, "அடே! பல்லக்கை இவ்விடம் கொண்டு வாருங்கள்!" என்று தம் ஆட்களுக்குக் கட்டளையிட்டார்.

பின்னர், "ஐயா! இந்த விபத்து எப்படி நேர்ந்தது? தாங்கள் மழையில் தனியாகக் கிடக்கும் காரணம் என்ன? தங்களோடு வந்த பரிவாரங்கள் எங்கே? தங்களை இவ்விதம் விட்டு விட்டு அவர்கள் எப்படிப் போகத் துணிந்தார்கள்! அவர்களுக்கு என்ன தண்டனை விதித்தாலும் போதாதே?" என்றார்.

"முதன் மந்திரி! யாரையும் தண்டிக்க வேண்டாம்! யார் பேரிலும் குற்றம் இல்லை. மாலை நேரத்தில் குதிரைமேல் ஏறிக்கொண்டு நான்தான் தனியாகக் கிளம்பினேன். நதிக்கரையோரமாகப் போய்க் கொண்டிருந்தேன்.

திடீரென்று மழை பிடித்துக்கொண்டது. ஒரு பெரிய மின்னல் மின்னி இடி இடித்தது. குதிரை மிரண்டு ஓடியது. நான் இந்த மரத்தின் கிளையில் சிக்கிக்கொண்டு கீழே விழுந்து விட்டேன். குதிரை எங்கேயோ போய்விட்டது. விழுந்த வேகத்தில் கால் முறிந்து விட்டதோ அல்லது சுளுக்கிக்கொண்டு விட்டதோ தெரியவில்லை. எழுந்து நிற்கவும் முடியவில்லை, நல்ல வேளையாகத் தாங்கள் இச்சமயம் இங்கு வந்தீர்கள்!"

"ஏதோ தங்களுடைய தந்தை, மகானாகிய கண்டராதித்த தேவர் செய்த புண்ணியந்தான், இந்த மட்டும் நான் இங்கே வரும்படி நேர்ந்தது! கொஞ்சம் பல்லைக் கடித்துக்கொண்டு பொறுத்திருங்கள். பல்லக்கில் தங்களை ஏற்றி விடுகிறேன். மற்ற விவரங்கள் எல்லாம், நாதன்கோவிலில் அடியேனின் இல்லத்துக்குப் போன பிறகு கேட்டுத் தெரிந்து கொள்கிறேன்" என்றார் அநிருத்தர்.

பல்லக்கு அருகில் கொண்டு வந்து இறக்கப்பட்டதும், முதன் மந்திரி இளவரசரை மெதுவாகப் பிடித்துத் தூக்கி பல்லக்கினுள் கிடத்தினார்.

ஆட்களிடம், பல்லக்கைத் தூக்கிக்கொண்டு மெல்ல, மெல்ல அசங்காமல் போகவேண்டும் என்று கட்டளையிட்டார். தாமும் பல்லக்கின் அருகிலேயே தொடர்ந்தாற்போல் நடந்து சென்றார்.

சிறிது நேரத்துக்கெல்லாம் நாதன் கோவில் என்று வழங்கிய சுந்தர சோழ விண்ணகரத்துக்கு அவர்கள் வந்து சேர்ந்தார்கள். அந்த ஊர்ப்பெருமாள் கோயிலுக்கு அருகில் முதன் மந்திரி அநிருத்தரின் மாளிகை ஒன்று இருந்தது. அதற்குள் இளவரசர் மதுராந்தகரைத் தூக்கிச் சென்று அங்கிருந்த கட்டிலில் கிடத்தினார்கள்.

விளக்கு வெளிச்சம் கொண்டுவரச் சொல்லிப் பார்த்ததில் கால் முறியவில்லையென்றும் வெறும் சுளுக்குத்தான் என்றும் தெரிந்தது.

இளவரசர் கொண்டிருந்த பீதியும் சிறிது தெளிந்தது. பெருமாள் கோவிலிலிருந்து வந்த பிரசாதங்களை, இருவரும் அருந்தினார்கள்.

பின்னர் முதன் மந்திரி, "இளவரசே! இனி இரவு நிம்மதியாகத் தூங்குங்கள்! பொழுது விடிந்ததும் தங்கள் உசிதம் எப்படியோ அப்படிச் செய்யலாம். நான் தஞ்சைக்குத்தான் போகிறேன். என்னுடன் வருவதாயிருந்தால், தங்களைப் பத்திரமாய்க் கொண்டு போய்ச்

சேர்ப்பிக்கிறேன்!" என்றார்.

"ஐயா! தாங்கள் எனக்கு எவ்வளவோ தீங்கு செய்திருக்கிறீர்கள். அதற்கெல்லாம் பரிகாரம் இன்று செய்து விட்டீர்கள். இன்று எனக்குச் செய்த உதவியை என்றும் மறக்க மாட்டேன். அதற்கு எப்போதும் நன்றி செலுத்துவேன். ஒருவேளை இந்தச் சோழ சாம்ராஜ்யத்தின் சிம்மாசனத்தில் நான் அமரும்படி நேர்ந்தால் தங்களையே முதன் மந்திரியாக வைத்துக்கொள்வேன்!" என்றான் மதுராந்தகன்.

அநிருத்தர் அதிசயக்கடலில் முழுகிப் போனதாகப் பாவனை செய்து, "இளவரசே! சோழகுலத்துக்கு நான் கடமைப்பட்டவன். இந்தக் குலத்தைச் சேர்ந்தவர்களுக்கெல்லாம் ஆலோசனை சொல்வதும் இயன்ற உதவி செய்வதும் என் கடமை. ஆகையால் தாங்கள் தனிப்பட எனக்கு நன்றி செலுத்த அவசியமில்லை. ஆனால் தங்களுக்கு நான் ஏதோ தீங்கு செய்திருப்பதாகச் சொன்னீர்களே அதுதான் எனக்கு விளங்கவில்லை. நான் தங்களுக்கு மனமறிந்து எந்தத் தீங்கும் செய்ததாக ஞாபகமில்லை. தாங்கள் சற்றுப் பெரிய மனது செய்து தெரியப்படுத்தினால் அதற்குப் பிராயச்சித்தம் என்ன உண்டோ அதைச் செய்து விடலாம்!" என்றார்.

"ஐயா அநிருத்தரே! தாங்கள் மகா கெட்டிக்காரர், அறிவாளி, இராஜதந்திர நிபுணர் என்பதெல்லாம் உலகமறிந்த விஷயம். ஆனால் தங்கள் கெட்டிக்காரத்தனத்தை என்னிடம் காட்ட வேண்டாம். தாங்கள் எனக்குச் செய்திருக்கும் தீங்கு எவ்வளவு கொடுமையானது என்பது எனக்குத் தெரியாது என்றும் எண்ண வேண்டாம். ஆனாலும் இன்று தாங்கள் எனக்குச் செய்த உதவியை முன்னிட்டு அதையெல்லாம் மறந்து விடப்போகிறேன். என்னுடைய நன்றியைத் தங்களுக்கு எந்த விதத்தில் தெரியப்படுத்தலாம் என்று சொல்லுங்கள். ஏதாவது பிரதி உபகாரம் செய்யக் கூடியது இருந்தால் கூறுங்கள்."

அநிருத்தர் புன்னகை புரிந்து, "ஆம், இளவரசே! தாங்கள் நன்றியைச் செலுத்த வழி ஒன்று இருக்கிறது. தங்களிடம் இந்தக் கிழவன் கோர வேண்டிய வரம் ஒன்றும் இருக்கிறது. இனி இம்மாதிரி குதிரை ஏறித் தனிவழியே கிளம்ப வேண்டாம். முன்னும் பின்னும் பரிவாரங்கள் சூழ ரதத்தில் பிரயாணம் செய்யுங்கள். அதைவிடப் பல்லக்கில் பிரயாணம் செய்வது நலம், காலம் கெட்டிருக்கிறது. பல காரணங்களினால் மக்கள் மனக்கொதிப்பு அடைந்திருக்கிறார்கள். இன்றைக்குப் பழையாறையில் பார்த்தீர்களே! ஆகையால் திறந்த பல்லக்கில் பிரயாணம் செய்வதைக் காட்டிலும், மூடு பல்லக்கில் பிரயாணம் செய்வது நல்லது. பழுவூர் இளைய ராணியின் பல்லக்காக இருந்தால் ரொம்ப விசேஷமாயிருக்கும். யாரும் சந்தேகிக்கவே மாட்டார்கள்!" என்றார்.

மதுராந்தகன் அசந்து போனான். அவன் முகத்தில் மறுபடியும் பயத்தின் அறிகுறி காணப்பட்டது. சற்றுப் பொறுத்துச் சமாளித்துக்கொண்டு, "முதன் மந்திரி! என்ன வார்த்தை சொன்னீர்! பழுவூர் இளையராணியின் மூடு பல்லக்கில் என்னைப் பிரயாணம் செய்யச் சொல்வதன் கருத்து என்ன? என்னை அவமானப்படுத்துவது உமது நோக்கமா?..." என்றான்.

"இளவரசே! பழுவூர் ராணியின் பல்லக்கில் பிரயாணம் செய்வதைத் தாங்கள் அவமானமாகக் கருதுவதை நான் அறியேன். எப்போதிருந்து இந்த எண்ணம் தங்களுக்கு உண்டாயிற்று? முன்னேயெல்லாம் அடிக்கடி தாங்கள் அவ்விதம் போய்க்கொண்டிருப்பது வழக்கமாயிருந்ததே? கடைசியாக, கடம்பூர் சம்புவரையர் மாளிகைக்குப் போய்த் திரும்பிய பிறகு இந்த நல்ல முடிவுக்குத் தாங்கள் வந்திருக்க வேண்டும்..."

மதுராந்தகன் மேலும் திகில் கொண்டான். அவன் முகத்தில் பயப்பிராந்தியின் சாயல் பரவிற்று.

"முதல் மந்திரி! கடம்பூர் மாளிகைக்கு நான்... நான்..." என்று தடுமாற்றத்துடன் ஏதோ சொல்வதற்கு ஆரம்பித்தான்.

"இளவரசே! கடம்பூர் மாளிகைக்குத் தாங்கள் ஆடி மாதம் பதினெட்டாம் பெருக்கு அன்று தனாதிகாரி பெரிய பழுவேட்டரையருடன் போயிருந்தீர்கள் அல்லவா? அதைத் தான் சொல்கிறேன். அப்போது தாங்கள் இளைய ராணியின் பல்லக்கிலே போய்விட்டுத் திரும்பினீர்கள். அது எனக்கு அவ்வளவாகப் பிடிக்கவில்லைதான். பல்லக்குப் பிரயாணம் என்னைப் போன்ற கிழவர்களுக்கு உகந்தது. உங்களைப் போன்ற இளைஞர்கள் யானை மீதோ, குதிரை மீதோ பிரயாணம் செய்வதுதான் உசிதம். ஆனால் குதிரைப் பிரயாணத்துக்குத் தகுந்த பயிற்சி வேண்டும். தங்களுக்கு உடம்பு சரியானதும் நானே அதற்கு வேண்டிய ஏற்பாடு செய்கிறேன்..."

"அன்பில் அநிருத்தரே! ஜாக்கிரதை! மேலும் மேலும் என்னை அவமானப்படுத்தும் வார்த்தைகளைச் சொல்கிறீர். இன்றைக்கு ஏதோ இந்த அசந்தர்ப்பம் நேரிட்டு விட்டபடியால் எனக்குக் குதிரை ஏற்றமே தெரியாது என்று முடிவு கட்டி விட்டீர். ஏதோ ஒரு சமயம் பல்லக்கில் சென்றபடியால் எப்போதும் பழுவூர் ராணியின் மூடு பல்லக்கில் நான் போவதாகச் சொல்லுகிறீர். உம்முடைய பிராயத்தையும் இன்றைக்கு நீ எனக்குச் செய்த உதவியையும் நினைத்துப் பொறுத்தேன்..."

"இளவரசே! தங்களுடைய பொறுமை எனக்கு மிக மகிழ்ச்சி தருகிறது. 'பொறுத்தார் பூமி ஆள்வார்' என்பது முதுமொழி. தமிழகத்தின் மாபெரும் புலவர் என்ன கூறுகிறார்?

'அகழ்வாரைத் தாங்கும் நிலம் போலத் தம்மை
இகழ்வார்ப் பொறுத்தல் தலை'

நிலம் தன்னைத் தோண்டுகிறவர்களைப் பொறுத்துக் கொண்டிருக்கிறது. பொறுத்துக்கொள்வது மட்டுமா? தோண்டுகிறவர்களுக்குத் தூய தண்ணீரையும் அளித்து உதவுகிறது. பூமிக்கு உள்ள இந்தக் குணம் பூமியை ஆள நினைப்பவர்களுக்கும் இருக்க வேண்டும். என்னைப் போன்ற கிழவன் ஏதாவது அனுசிதமாகச் சொன்னாலும் பூமி ஆள விரும்பும் தாங்கள், பொறுத்துக்கொள்ளுவது தான் உசிதம்."

"ஐயா! என்ன சொல்லுகிறீர்! நான் இந்தச் சோழ சாம்ராஜ்யத்தை ஆள விரும்புவதாகக் குற்றம் சாட்டுகிறீரா?" என்று கேட்டான் மதுராந்தகன். அவனுடைய உதடுகள் துடித்தன; புருவங்கள் நெரிந்தன. பயம் கோபமாகவும் ஆத்திரமாகவும் மாறி வந்ததென்பதற்கு அறிகுறிகள் தென்பட்டன.

ஆனால் முதல் மந்திரியோ சிறிதும் பதற்றமில்லாமல், "இளவரசே! குற்றம் சாட்டுகிறேன் என்று ஏன் சொல்லுகிறீர்கள்? தாங்கள் இந்தச் சோழ சாம்ராஜ்யத்தை ஆள விரும்பினால், அது எப்படிக் குற்றமாகும்? வீராதி வீரரான விஜயாலய சோழரின் குலத்தில் உதித்தவர் தாங்கள். மகானாகிய சிவஞான கண்டராதித்தரின் திருப்புதல்வர். இந்தச் சோழ சிம்மாசனம் ஏறுவதற்குத் தங்களுக்குப் பூரண உரிமை உண்டு. அதைத் தாங்கள் விரும்புவது குற்றம் எப்படி ஆகும்? அது குற்றம் என்றும் ஆகையால் அதற்காக இரகசியமான சதி முயற்சிகளில் ஈடுபடவேண்டும் என்றும் யாராவது தங்களுக்கு யோசனை சொன்னால் அதைத் தாங்கள் நம்ப வேண்டாம். இளவரசே! இந்தக் கிழவனுடைய வார்த்தையைக் கொஞ்சம் செவி சாய்த்துக் கேளுங்கள். தங்களுடைய பெற்றோர்களின் விருப்பம் ஒரு விதமாயிருந்தது. தாங்களும் அதற்கு இணங்கிச் சிவபக்தியில் ஈடுபட்டிருந்தீர்கள். இப்போது தங்கள் மனம் மாறியிருக்கிறது. அதைப் பற்றிக் குற்றம் கூற யாருக்கும் பாத்தியதை இல்லை.

தங்களுடைய உரிமையைத் தாங்கள் பகிரங்கமாகக் கோரலாம். சக்கரவர்த்தியிடமே தங்கள் விருப்பத்தைத் தெரியப்படுத்தலாம். அதை விடுத்துக் கேவலம் காளாமுகக் கூட்டத்தாரின் ஆதரவைக் கோருவதற்காக அமாவாசை இருட்டில் தன்னந்தனியாகக் கொள்ளிடக் கரைக்குப் போக வேண்டிய அவசியமில்லை. அல்லது சம்புவரையர் மாளிகையில் அர்த்த ராத்திரியில் திருடர் கூட்டத்தைப் போல் கூட்டம் போட்டுச் சதிப் பேச்சுப் பேச வேண்டிய அவசியமும் இல்லை. இந்த மாதிரியெல்லாம் தங்களுக்கு யோசனை கூறுகிறவர்கள் தங்களுடைய பரம விரோதிகள் என்று வைத்துக் கொள்ளுங்கள்!"

மதுராந்தகன் பெருங்குழப்பத்துக்கு உள்ளானான். முதன் மந்திரிக்கு இவ்வளவு விஷயங்களும் தெரிந்திருக்கின்றன என்று எண்ணியபோது அவனுக்கு உண்டான

வியப்புக்கு அளவில்லை. அதே சமயத்தில் பீதி ஒரு பக்கமும், பீதி காரணமாக ஆத்திரம் ஒரு பக்கமும் பெருகிக் கொண்டிருந்தன.

"ஐயா தங்களுக்கு இவையெல்லாம் எப்படித் தெரிந்தது? எந்தத் துரோகி என்னுடன் சிநேகமாயிருப்பது போல் நடித்துக் கொண்டு தங்களிடமும் வந்து சொல்லிக்கொண்டிருக்கிறான்?" என்று கேட்டான்.

"தாங்கள் அதை அறிய முயல்வதில் பயனில்லை. இந்தப் பரந்த இராஜ்யமெங்கும் எனக்குக் கண்கள் இருக்கின்றன! காதுகளுமிருக்கின்றன! நான் அறியாமல் எதுவும் இந்த நாட்டில் நடைபெற முடியாது..."

"அப்படியானால், சக்கரவர்த்திக்கும் இவையெல்லாம் தெரியுமா?" என்று மதுராந்தகன் கேட்டான்.

"இல்லை; அவருக்குத் தெரியாது, என் கண்களும், காதுகளும் தெரிவிக்கும் எத்தனையோ இரகசியங்கள் என் நெஞ்சகத்தில் பதிந்து கிடக்கின்றன. அவசியமும் அவசரமும் நேர்ந்தால் ஒழிய அவை வெளியில் வரவே வரா..."

"ஆம், ஆம்; தங்களுடைய நெஞ்சகத்தில் எவ்வளவோ பயங்கரமான இரகசியங்கள் புதைந்து கிடக்கின்றன. அவை மட்டும் வெளியில் வந்தால், இந்தச் சோழ சாம்ராஜ்யமே நடு நடுங்கிப் போகாதா?" என்றான் மதுராந்தகன். அவனுடைய குரலில் இப்போது இதற்கு முன் இல்லாத கபடமும், வஞ்சகமும் தொனித்தன.

முதன் மந்திரி அதைக் கவனித்தும் கவனியாதவர் போல் கூறினார் "சக்கரவர்த்தி என்னுடைய ஆப்த நண்பர். ஆனால் அவர் அறியாத இரகசியங்களும் என் நெஞ்சில் இருக்கின்றன. சுந்தர சோழர் கொடிய நோய் வாய்ப்பட்டிருக்கிறார். பல காரணங்களினால் அவர் மனம் ஏற்கனவே, புண்ணாகியிருக்கிறது. சிற்றரசர்களின் சதிச் செயலைப் பற்றி அவரிடம் சொல்லி மேலும் அவர் நெஞ்சைப் புண்படுத்த நான் விரும்பவில்லை. அதற்கு அவசியமும் ஏற்படவில்லை. இளவரசே! தங்களுடைய காரியங்களைப் பற்றிய வரையில் நான் சக்கரவர்த்தியிடம் ஒருநாளும் சொல்ல மாட்டேன் தாங்கள் நம்பியிருக்கலாம்."

"ஐயா! அன்பில் அநிருத்தரே! இந்தப் பேதை மதுராந்தகன் பேரில் தங்களுக்குத் திடீரென்று இவ்வளவு அபிமானம் தோன்றக் காரணம் என்ன?" என்று மதுராந்தகன் கேட்டு விட்டு ஏளனச் சிரிப்புச் சிரித்தான்.

"இளவரசே! தங்களிடம் திடீரென்று எனக்கு அபிமானம் பிறந்துவிடவில்லை. சுந்தர சோழரின் புதல்வர்களைப் போலவேதான் தங்களிடமும் நான் எப்போதும் அபிமானம் வைத்து வந்திருக்கிறேன். அதைக் காட்டிக் கொள்வதற்கு இதற்கு முன்னால் சந்தர்ப்பம் ஏற்படவில்லை..."

"இன்றைக்கு அச்சந்தர்ப்பம் கிடைத்தது! நான் குதிரை மேலிருந்து விழுந்து காலை ஒடித்துக் கொண்டதால் ஏற்பட்டது. ஆனாலும் சில நாளைக்கு முன்னாலேயென்றால், என்னை அந்த மரத்தடியிலேயே கழுத்தை நெரித்துக் கொன்றுவிட்டு வந்திருப்பீர்..."

"நாராயணா; நாராயணா! இது என்ன வார்த்தை, இளவரசே!"

"ஐயா! எனக்கு ஒன்றும் தெரியாது என்று எண்ண வேண்டாம். எதைச் சொன்னாலும் நம்பக்கூடிய அப்பாவி என்று நினைக்க வேண்டாம். நான் என் தாயாரின் கர்ப்பத்தில் இருந்தபோதே எனக்கு எதிராக நீர் சதி செய்யத் தொடங்கினீர். நான் இந்தப் பூமியில் பிறந்ததும் என்னைக் கொன்று விடுவதற்கு ஏற்பாடு செய்திருந்தீர்... அதோ, உம்முடைய முகத்தில் ஆச்சரியத்தின் அறிகுறியைக் காண்கிறேன். அதெல்லாம் எனக்கு எப்படித் தெரிந்தது என்று வியப்படைகிறீர், இல்லையா? இந்தச் சோழ நாட்டில் பயங்கர இரகசியங்கள் பலவற்றை அறிந்தவர் நீர் ஒருவர்தான் என்று எண்ண வேண்டாம்!"

அநிருத்தரின் முகம் இப்போது உண்மையாகவே அதிசயமான காட்சி அளித்தது. அதில் கணத்துக்கு ஒரு சாயல் தோன்றி மறைந்தது. கடைசியில் வருந்தி வருவித்துக் கொண்ட புன்னகையுடன் முதன் மந்திரி "ஆம், இளவரசே! நான் அவ்விதம் இறுமாந்திருந்தது

உண்மைதான். இன்றைக்குக் கர்வபங்கமாயிற்று. தாங்கள் பிறந்தவுடனே சிசுஹத்தி செய்ய ஏற்பாடு நடந்திருக்கும் பட்சத்தில் தாங்கள் எப்படி பிழைத்தீர்கள்? அந்த இரகசியத்தையும் கூறிவிட்டால் கிருதார்த்தனாவேன்!" என்றார்.

"எனக்கு எவ்வளவுதான் தெரியும் என்று சோதிக்கிறீர் போலும்! நல்லது; சொல்கிறேன். சிசுஹத்தி செய்வதற்கு தாங்கள் ஏற்பாடு செய்திருந்தவர்கள் குழந்தை பிறந்ததும் ஆணா பெண்ணா என்று கூடப் பாராமல் அவசரப்பட்டு எடுத்துக் கொண்டு போனார்கள் பெண் குழந்தை என்று தெரிந்ததும் தங்களிடம் வந்து சொன்னார்கள். பிழைத்துப் போகட்டும் என்று அக்குழந்தையைக் கோயில் பட்டர் ஒருவரிடம் ஒப்புவித்து வளர்க்கச் சொன்னீர்கள். பெண் குழந்தை பிறந்த அரை நாழிகை நேரத்தில் நான் பிறந்தேன். அதை நீங்கள் எதிர்பார்க்கவேயில்லை. என்னுடைய ஜாதக பலமும் சரியாயிருந்தது. அதனால் நான் உயிர் பிழைத்தேன். தங்களுடைய திட்டம் தவறிப் போனது பற்றி அறிந்த பிறகும், என்னைச் சிம்மாசனம் ஏறவிடாமல் தடுப்பதற்குப் பல சூழ்ச்சிகள் செய்தீர்கள். என்னைச் சிவபக்தனாக, அதாவது பைத்தியக்காரனாக வளர்ப்பதற்கு ஏற்பாடு செய்தீர்கள். அதிலும் தவறிப் போனீர்கள். நான் தாங்கள் விரும்பியது போல் அவ்வளவு முழுப் பைத்தியக்காரனாகி விடவில்லை. ஐயா! முதன் மந்திரியே! ஏன் இப்படி ஸ்தம்பித்துப் போய் உட்கார்ந்திருக்கிறீர்? இவையெல்லாம் உண்மையில்லை யென்று ஒரேயடியாகச் சாதிப்பதுதானே?"

முதன் மந்திரி உண்மையில் ஸ்தம்பித்துப் போய்த்தான் உட்கார்ந்திருந்தார். ஒருவாறு பேசும் சக்தியை வருவித்துக் கொண்டு "இளவரசே! தங்களுக்கு இவ்வளவெல்லாம் விவரங்கள் தெரிந்திருக்கும்போது நான் இல்லையென்று சாதிக்கப் பார்ப்பதில் என்ன பயன்?" என்றார்.

"ஆமாம்; பயனில்லைதான்! என்னிடம் திடீரென்று நீர் பரிவு கொண்டதன் காரணமும் எனக்குத் தெரியும். ஆதித்த கரிகாலனை உமக்குப் பிடிக்காது. அருள்மொழிவர்மனைச் சோழ நாட்டின் சிம்மாசனத்தில் ஏற்றி வைக்க எண்ணியிருந்தீர். அவனைக் கடல் கொண்டு விட்டதனால் இப்போது என்னிடம் பரிவு கொண்டிருக்கிறீர்! ஆனாலும் ஒன்று சொல்லுகிறேன். முன்னர் நீர் எனக்குச் செய்த தீங்குகளையெல்லாம் மறந்துவிடப் போகிறேன். இன்று நீர் எனக்குச் செய்த உதவிக்கு நன்றியும் செலுத்துவேன். இன்று முதல் நீர் என் கட்சியில் இருப்பதாகச் சொல்லும் பட்சத்தில் நான் சிம்மாசனம் ஏறியதும் உம்மையே முதன் மந்திரியாக வைத்துக் கொள்ளவும் விரும்புகிறேன்!" என்றான் மதுராந்தகன்.

"இளவரசே! தங்களுடைய வார்த்தைகள் என்னைப் புளகாங்கிதம் அடையச் செய்கின்றன!" என்றார் அன்பில் அநிருத்தப் பிரம்மராயர்.

⊙

42. சுரம் தெளிந்தது

நாகைப்பட்டினம் சூடாமணி விஹாரத்தில் ஆச்சாரிய பிக்ஷுவின் அறைக்குப் பக்கத்து அறையில் பொன்னியின் செல்வன் மரக்கட்டிலில் படுத்துக் கொண்டிருந்தான். மூன்று நாள் அவனுக்குக் கடும் சுரம் அடித்துக் கொண்டிருந்தது; பெரும்பாலும் சுயப் பிரக்ஞையே இல்லாமலிருந்தது. இந்த நாட்களில் பிக்ஷுக்கள் அவனைக் கண்ணும் கருத்துமாகக் கவனித்துக் கொண்டு வந்தார்கள். வேளைக்கு வேளை மருந்து கொடுத்து வந்தார்கள். அடிக்கடி வாயில் தண்ணீர் ஊற்றிக் கொண்டு ஜாக்கிரதையாகப் பார்த்து வந்தார்கள்.

இடையிடையே எப்போதாவது சுயநினைவு தோன்றியபோது, தான் இருக்குமிடத்தைப் பற்றி அவன் எண்ணிப் பார்க்க முயன்றான். அவனுக்கு எதிரில் சுவரில் எழுதியிருந்த சித்திரக் காட்சி அவனுடைய கவனத்தைக் கவர்ந்தது. அந்தச் சித்திரத்தில் தேவர்கள்,

கந்தர்வர்கள், யக்ஷர்கள் காணப்பட்டார்கள். அவர்களில் சிலர் பலவித இன்னிசைக் கருவிகளை வைத்துக்கொண்டிருந்தார்கள். சிலர் வெண்சாமரங்களையும், வெண்கொற்ற குடைகளையும் ஏந்திக் கொண்டிருந்தார்கள். மற்றும் சிலர் கரங்களில் பல வர்ணமலர்கள் உள்ள தட்டுகளை ஏந்திக் கொண்டிருந்தார்கள். இந்தக் காட்சி தத்ரூபமாக இருந்தது. தேவர்களின் உருவங்கள் எல்லாம் உயிர் உள்ள உருவங்களாகத் தோன்றின.

அடிக்கடி அக்காட்சிகளைப் பார்த்த பிறகு பொன்னியின் செல்வன் வானவரின் நாட்டுக்குத் தான் வந்து விட்டதாகவே எண்ணினான். அந்தத் தேவ யட்ச கின்னரர்கள் எல்லாரும் தன்னை வரவேற்க வருவதாகவும் எண்ணினான். சொர்க்க லோகத்துக்குத் தான் வந்து சேர்ந்தது எப்படி என்று யோசித்தான். அடர்த்தியான தாழைப் புதர்களும், அத்தாழைப் புதர்களில் பூத்திருந்த தங்கநிறத் தாழம்பூக்களும் இருபுறமும் நிறைந்திருந்த ஓடையின் வழியாக வான நாட்டுக்குத்தான் வந்திருக்க வேண்டும் என்று தோன்றியது. அந்த ஓடை வழி நினைவு வந்தபோது தாழம்பூக்களிலிருந்து வந்த நறுமணத்தையும் அவன் நுகர்வதாகத் தோன்றியது. ஓடையில் ஒரு படகில் ஏற்றித் தன்னை ஒரு தேவகுமாரனும் தேவகுமாரியும் அழைத்து வந்ததும் இலேசாக நினைவு வந்தது. தேவகுமாரன் சிவபக்தன் போலிருக்கிறது. இனிமையான தேவாரப்பாடல்களை அவன் அடிக்கடி பாடினான். தேவகுமாரி என்ன செய்தாள்? அவள் பாடவில்லை. அவள் அவ்வப்போது இரண்டொரு வார்த்தைகள் மட்டுமே கூறினாள். அதுவே தேவகானம் போலிருந்தது. ஆர்வமும் அன்பும் நிறைந்த கண்களால் தன்னை அடிக்கடி பார்த்துக்கொண்டிருந்தாள். அவ்விருவரும் இப்போது எங்கே?

வானவர் நாட்டில் தேவர்கள் யக்ஷர்கள், கின்னரர்களைத் தவிர புத்த பிக்ஷுக்களுக்கும் முக்கியமான இடம் உண்டு போலும்! அவர்கள்தான் தேவலோகத்து அமுத கலசத்தைப் பாதுகாக்கிறவர்கள் போலும்! அடிக்கடி புத்த பிக்ஷு ஒருவர் அவனை நெருங்கி வருகிறார். அவனுடைய வாயில் சிறிது அமுதத்தை ஊற்றி விட்டுப் போகிறார். தேவலோகத்தில் மற்ற வசதிகள் எவ்வளவு இருந்தாலும், தாகம் மட்டும் அதிகமாகவே இருக்கிறது. இன்னும் கொஞ்சம் அதிகமாகவே இந்தப் புத்த பிக்ஷு தன் வாயில் அமுதத்தை ஊற்றிவிட்டுப் போகக் கூடாதோ? தேவலோகத்தில் கூட ஏன் இந்தத் தரித்திர புத்தி!

ஒருவேளை அமுதத்தை ஒரேயடியாக அதிகமாய் அருந்தக் கூடாது போலும்! இது அமுதமா? அல்லது ஒருவேளை ஏதேனும் மதுபானமா? - சீச்சீ பிக்ஷுக்கள் கேவலம் மதுவைக் கையினாலும் தொடுவார்களா? தன் வாயிலேதான் கொண்டு வந்து ஊற்றுவார்களா? இல்லையென்றால், ஏன் இப்படித் தனக்கு மயக்கம் வருகிறது? அமுத பானம் செய்த சிறிது நேரத்துக்கெல்லாம் ஏன் நினைவு குன்றுகிறது?...

மூன்று தினங்கள் இவ்வாறு பொன்னியின் செல்வன் வானவர் உலகத்திலும் நினைவேயில்லாத சூனிய உலகத்திலும் மாறி மாறிக் காலம் கழித்த பிறகு, நாலாம் நாள் காலையில் தூக்கத்திலிருந்து விழித்தெழுவது போல எழுந்து, பூரண சுய நினைவு பெற்றான். உடம்பு பலவீனமாய்த்தானிருந்தது; ஆனால் உள்ளம் தெளிவாக இருந்தது. எதிரே சுவரில் இருந்த உருவங்கள் சித்திர உருவங்கள் என்பதை அறிந்தான். அந்தத் தேவயக்ஷ கின்னரர்கள் தன்னை வரவேற்பதற்காக அங்கே நிற்கவில்லையென்றும், தேவலோகத்துக்கு விஜயம் செய்த பகவான் புத்தரை வரவேற்கிறார்கள் என்றும் அறிந்தான். மற்றொரு சுவரில் மேகங்கள் சூழ்ந்த வானவெளியில் புத்த பகவான் ஏறிவருவது போன்ற சித்திரம் எழுதியிருந்ததையும் கண்டான். புத்த விஹாரம் ஒன்றில் தான் படுத்திருப்பதை அறிந்து கொண்டான். எங்கே, எந்தப் புத்த விஹாரத்தில் என்று சிந்தித்த போது, இலங்கையிலிருந்துதான் பிரயாணம் தொடங்கியதிலிருந்து நிகழ்ந்த சம்பவங்கள் எல்லாம் ஒவ்வொன்றாக நினைவு வந்தன. வந்தியத்தேவனும் தானும் அலைமோதிய கடலில் அலைப்புண்டு அலைப்புண்டு கை சளைத்துப் போனது வரையில் ஞாபகம் வந்தது. அப்புறம் ஒரே குழப்பமாக இருந்தது.

அச்சமயம் புத்த பிக்ஷு ஒருவர் அந்த அறைக்குள் வந்தார். வழக்கம்போல் கையில் அமிர்த கிண்ணத்துடன் வந்தார்! இளவரசன் அருகில் வந்ததும் பிக்ஷு அவனை உற்றுப் பார்த்தார்! இளவரசன் கையை நீட்டிக் கிண்ணத்தை வாங்கி அதில் இருப்பது என்னவென்று பார்த்தான். அது தேவலோகத்து அமுதம் இல்லையென்று உறுதிப்படுத்திக் கொண்டான். மருந்து அல்லது மருந்து கலந்த பால் என்று தெரிந்து கொண்டான். பிக்ஷுவை நோக்கி, "சுவாமி! இது என்ன இடம்? தாங்கள் யார்? எத்தனை நாளாக நான் இங்கே இப்படிப் படுத்திருக்கிறேன்?" என்று கேட்டான்.

பிக்ஷு அதற்கு ஒன்றும் மறுமொழி சொல்லாமல் திரும்பிச் சென்றார். அடுத்த அறைக்கு அவர் சென்று, "ஆச்சாரியாரே! சுரம் நன்றாய்த் தெளிந்துவிட்டது. நினைவு பூரணமாக வந்து விட்டது!" என்று கூறியது இளவரசன் காதில் விழுந்தது.

சிறிது நேரத்துக்கெல்லாம் வயது முதிர்ந்த பிக்ஷு ஒருவர் பொன்னியின் செல்வன் இருந்த அறைக்குள் வந்தார். கட்டிலின் அருகில் வந்து அவரும் இளவரசனை உற்றுப் பார்த்தார். பிறகு மலர்ந்த முகத்துடன், "பொன்னியின் செல்வ! தாங்கள் இருக்குமிடம் நாகைப்பட்டினம் சூடாமணி விஹாரம். கடுமையான தாபஜ் ஜுரத்துடன் தாங்கள் இங்கே வந்து மூன்று தினங்கள் ஆயின. தங்களுக்கு இந்தச் சேவை செய்வதற்குக் கொடுத்து வைத்திருந்தோம். நாங்கள் பாக்கியசாலிகள்!" என்றார்.

"நானும் பாக்கியசாலிதான், இந்தச் சூடாமணி விஹாரத்துக்கு வந்து பார்க்க வேண்டுமென்று ஆவல் கொண்டிருந்தேன். எப்போதோ ஒருசமயம் இந்த நகரின் துறைமுகத்துக்குப் போகும் போது வெளியிலிருந்து பார்த்திருக்கிறேன். தெய்வாதீனமாக இங்கேயே நான் வந்து தங்கியிருக்கும்படி நேர்ந்தது. சுவாமி எப்படி நான் இங்கு வந்து சேர்ந்தேன்? சொல்ல முடியுமா?" என்று அருள்மொழி வர்மன் கேட்டான்.

"இளவரசே! முதலில் தங்களுடைய கையில் உள்ள மருந்தைச் சாப்பிடுங்கள் எனக்குத் தெரிந்த விவரங்களைச் சொல்லுகிறேன்" என்றார் பிக்ஷு.

இளவரசன் மருந்தைச் சாப்பிட்டுவிட்டு, "ஐயா! இது மருந்து அல்ல; தேவாமிர்தம். என் விஷயத்தில் தாங்கள் எவ்வளவோ சிரத்தை எடுத்துச் சிகிச்சை செய்வித்திருக்கிறீர்கள். ஆனால் இதற்காகத் தங்களுக்கு நான் நன்றி செலுத்தப் போவதில்லை" என்றான்.

ஆச்சாரிய பிக்ஷு புன்னகை புரிந்து, "இளவரசே தாங்கள் நன்றி செலுத்த வேண்டிய அவசியமும் இல்லை. நோயாளிகளுக்குச் சிகிச்சை செய்வது பரமோத்தம தர்மம் என்று புத்த பகவான் அருளியிருக்கிறார். நோய்ப்பட்ட பிராணிகளுக்குக் கூடச் சிகிச்சை செய்யும்படி புத்த தர்மம் கட்டளையிடுகிறது. தங்களுக்குச் சிகிச்சை செய்ததில் அதிக விசேஷம் ஒன்றுமில்லை. சோழகுலத்துக்கு நாங்கள் மிகவும் கடமைப்பட்டவர்கள். தங்கள் தந்தையார் சுந்தர சோழ சக்கரவர்த்தியும், தங்கள் திருத்தமக்கையார் இளைய பிராட்டியும் புத்த தர்மத்துக்கு எவ்வளவோ ஆதரவு அளித்திருக்கிறார்கள். இலங்கை அநுராதபுரத்தில் புத்த விஹாரங்களைப் புதுப்பித்துக் கட்ட நீங்கள் ஏற்பாடு செய்ததும் எங்களுக்குத் தெரிந்ததே. அப்படியிருக்கும்போது, நாங்கள் செய்த இந்தச் சிறிய உதவிக்காகத் தங்களிடம் நன்றி எதிர்பார்க்கவில்லை..."

"ஆச்சாரியரே! நன்றி செலுத்துவது பற்றி அந்த முறையில் நான் கூறவில்லை. எனக்கு எப்பேர்ப்பட்ட கடும் ஜுரம் வந்திருக்க வேண்டும், என்பதை நான் உணர்ந்திருக்கிறேன். இலங்கையில் இந்த ஜுரத்தினால் பீடிக்கப்பட்டவர்களின் கதியை நான் பார்த்திருக்கிறேன். நியாயமாக இதற்குள் நான் வானவர் உலகத்துக்குப் போயிருக்க வேண்டும். அங்கே தேவர்கள், யக்ஷர்கள், கின்னரர்கள் என்னை வரவேற்று உபசரித்திருக்கக்கூடும் அல்லவா? இன்று தேவர் – தேவியர்களுக்கு மத்தியில் உண்மையாகவே அமிர்த பானம் செய்து கொண்டு ஆனந்த மயமாய் இருப்பேன் அல்லவா? அதைத் தாங்கள் கெடுத்து விட்டீர்கள்! வானுலகத்தில் வாசல் வரையில் சென்ற என்னைத் திரும்ப இந்தத் துன்பம் நிறைந்த

மண்ணுலகத்துக்குக் கொண்டு வந்து விட்டீர்கள். ஆதலின் எனக்குத் தாங்கள் நன்மை செய்ததாகவே நான் எண்ணவில்லை. ஆகையால்தான் தங்களுக்கு நன்றி செலுத்தப் போவதில்லை என்று கூறினேன்!"

ஆச்சாரிய பிக்ஷுவின் முகம் ஆனந்தப் பூரிப்பினால் மலர்ந்தது.

"பொன்னியின் செல்வ! தாங்கள் வானுலகத்துக்குப் போக வேண்டிய காலம் வரும்போது தேவேந்திரனும் பிற தேவர்களும் விமானங்களில் வந்து தேவ துந்துபிகள் முழங்க மலர்மாரி பொழிந்து தங்களை அழைத்துச் செல்வார்கள். ஆனால் அந்தக் காலம் இன்னும் நெடுந்தூரத்தில் இருக்கிறது. இந்த மண்ணுலகில் தாங்கள் செய்ய வேண்டிய அரும்பெரும் காரியங்கள் எத்தனையோ இருக்கின்றன! அவற்றை முடித்து விட்டல்லவா வானுலகம் செல்வது பற்றி யோசிக்க வேண்டும்?" என்றார்.

இதுகாறும் சாய்ந்து படுத்திருந்த பொன்னியின் செல்வன் நிமிர்ந்து உட்கார்ந்தான். அவனுடைய திருமுகத்தில் அபூர்வமான களை பொலிந்தது. அவனுடைய விசாலமான நயனங்களிலிருந்து மின் வெட்டுப் போன்ற ஒளிக் கிரணங்கள் அலை அலையாகக் கிளம்பி அந்த அறையையே ஜோதி மயமாகச் செய்தன.

"ஆச்சாரியரே! தாங்கள் கூறுவது உண்மை. இந்த மண்ணுலகில் நான் சில காரியங்களைச் சாதிக்க விரும்புகிறேன். அரும்பெரும் பணிகள் பல செய்து முடிக்க விரும்புகிறேன். இந்தச் சூடாமணி விஹாரத்தை ஒரு சமயம் வெளியிலிருந்து பார்த்தேன். அநுராதபுரத்திலுள்ள ஸ்தூபங்களையும் விஹாரங்களையும் பார்த்தேன். அங்கேயுள்ள அபயங்கிரி விஹாரத்தைப் போலப் பெரிதாக இந்தச் சூடாமணி விஹாரத்தைப் புனர் நிர்மாணம் செய்யப் போகிறேன். அநுராதபுரத்தில் உள்ள பெரிய பெரிய புத்தர் சிலைகளைப் போன்ற சிலைகளை இந்த விஹாரத்திலும் அமைத்துப் பார்க்கப் போகிறேன், இன்னும் இந்தச் சோழ நாட்டிலுள்ள சிவாலயங்களை அம்மாதிரி புதுப்பித்துக் கட்டப் போகிறேன். இலங்கையிலுள்ள ஸ்தூபங்களையும் விஹாரங்களையும் பார்த்து விட்டு இச்சோழ நாட்டிலுள்ள ஆலயங்களையும் நினைத்துப் பார்த்தால் எனக்கு உடலும் உள்ளமும் குன்றுகின்றன. வானளாவும் கோபுரத்தை உடைய மாபெரும் ஆலயத்தைத் தஞ்சாவூரில் நிர்மாணிக்கப் போகிறேன். அதற்குத் தகுந்த அளவில் மகாதேவருடைய சிலையைச் செய்து நிர்மாணிக்கப் போகிறேன். ஆச்சாரியரே! இந்தச் சோழ நன்னாட்டில் புத்த ஸ்தூபங்களும், சிவாலயங்களின் கோபுரங்களும் ஒன்றோடொன்று போட்டியிட்டு மேக மண்டலத்தை எட்டப் போகின்றன. ஆயிரமாயிரம் வருஷங்களுக்குப் பிறகு இந்தத் தெய்வத் தமிழ்நாட்டில் பிறக்கும் சந்ததிகள் அவற்றைக் கண்டு பிரமித்து நிற்கப் போகிறார்கள்..."

இவ்வாறு ஆவேசம் கொண்டவன்போல் பேசி வந்த இளவரசன் உடலில் போதிய பலமில்லாமையால் கட்டிலில் சாய்ந்தான். உடனே ஆச்சாரிய பிக்ஷு அவனுடைய தோள்களைப் பிடித்துக்கொண்டு, கட்டிலில் தலை அடிபடாமல் மெல்ல மெல்ல அவனைப் படுக்க வைத்தார். நெற்றியில் கையினால் தடவிக் கொடுத்து, "இளவரசே! தாங்கள் உத்தேசித்த அரும்பெரும் காரியங்களையெல்லாம் காலா காலத்தில் செய்து முடிப்பீர்கள். முதலில், உடம்பு பூரணமாய்க் குணமடைய வேண்டும். சற்று அமைதியாயிருங்கள்!" என்றார்.

⊙

43. நந்தி மண்டபம்

மறுநாள் பிற்பகல் மீண்டும் பெரிய பிக்ஷு பொன்னியின் செல்வனைப் பார்ப்பதற்கு வந்தார். அவரிடம் பல கேள்விகள் கேட்பதற்கு இளவரசன் துடித்துக்கொண்டிருந்தான். சின்ன பிக்ஷுவிடம் அவன் கேள்வி கேட்டு விவரம் அறிந்துகொள்ளச் செய்த முயற்சிகள்

பலிக்கவில்லை. "ஐயா! எல்லாம் குருதேவர் தெரிவிப்பார்" என்று ஒரேவித மறுமொழிதான் திரும்பத் திரும்ப வந்தது.

குருதேவர் வந்ததும், "இளவரசே! இப்போது உடம்பு எப்படி இருக்கிறது?" என்று கேட்டார்.

"ஐயா உடம்பு என்னை மிகவும் தொந்தரவு படுத்துகிறது. 'எதற்காக சோம்பிப் படுத்திருக்கிறாய்? எழுந்து ஓடு! குதிரை மேல் ஏறு! நதியில் குதித்து நீந்து! யானையுடன் சண்டைபோடு! வெறுமனே படுத்திராதே!' என்கிறது. வயிறும் வெகு சுறுசுறுப்பாயிருக்கிறது. சின்ன பிக்ஷு கொண்டு வந்து கொடுத்த உணவெல்லாம் போதவில்லை. ஆச்சாரியரே! இத்தனை நாள் நான் கடும் சுரம் நீடித்து நினைவு தவறியிருந்தேன் என்பதையே நம்ப முடியவில்லை. தங்களுடைய மருந்து அவ்வளவு அற்புதமான வேலை செய்திருக்கிறது!" என்று சொன்னான் பொன்னியின் செல்வன்.

"ஐயா! உடம்பின் பேச்சை ரொம்பவும் நம்பிவிடக் கூடாது. சுரம் தெளிந்ததும் அப்படித்தான் இருக்கும்; கொஞ்சம் அசட்டையாயிருந்தது, இரண்டாந் தடவை சுரம் வந்துவிட்டால் உயிருக்கே ஆபத்தாகப் போய்விடும்!"

"குருதேவரே! என்னுடைய உயிருக்கு வரக்கூடிய ஆபத்தைப் பற்றி நான் அவ்வளவாகப் பயப்படவில்லை..."

"தாங்கள் கவலைப்படவில்லை; சரிதான்! ஆனால் இந்தச் சோழ நாட்டில் உள்ள கோடி மக்கள் சென்ற நாலைந்து தினங்களாக எவ்வளவு கவலைப்பட்டுக் கொண்டிருக்கிறார்கள், தெரியுமா? நாடு நகரங்களெல்லாம் அல்லோலகல்லோலப்படுகின்றன. சின்னஞ்சிறு குழந்தைகள் முதல் வயோதிகர்கள் வரையில் கண்ணீர் விடுகிறார்கள்..."

"ஐயா! தாங்கள் சொல்லுவது ஒன்றும் எனக்கு விளங்கவில்லை. ஜனங்கள் எதற்காக அவ்வளவு வருத்தப்பட வேண்டும்? ஒருவேளை நான் இந்தச் சுரம் குணமாகிப் பிழைக்க மாட்டேன் என்ற எண்ணத்தினாலா? சூடாமணி விஹாரத்தில் தாங்கள் எனக்குச் சிகிச்சை செய்து வருகிறீர்கள் என்று தெரிந்திருக்கும் போது ஜனங்கள் ஏன் கவலைப்பட வேண்டும்?"

"இளவரசே! தங்களுக்குச் சுரம் என்பதும், தாங்கள் சூடாமணி விஹாரத்தில் இருந்து வருவதும் ஜனங்களுக்குத் தெரியாது. இந்த நகரத்தின் மாந்தர்களுக்கு அது தெரிந்திருந்தால், இந்த விஹாரத்தில் இவ்வளவு அமைதி குடி கொண்டிருக்குமா? மதில் சுவர்களையெல்லாம் இடித்துத் தகர்த்துக்கொண்டு அத்தனை ஜனங்களும் தங்களைப் பார்க்க இங்கு வந்திருக்க மாட்டார்களா? அன்று காலையில் தாங்கள் கடலில் மூழ்கிவிட்டதாகச் செய்தி வந்தபோது இந்த நகரின் மாந்தர் எழுப்பிய ஓலத்தையும் பிரலாபத்தையும் தாங்கள் கேட்டிருந்தால்... ஏன் இந்த விஹாரத்துக்குள்ளேயே அன்று காலை கண்ணீர்விட்டுக் கதறாதவர் யாரும் இல்லையே?"

பொன்னியின் செல்வன் கட்டிலில் எழுந்து உட்கார்ந்து, "குருதேவரே! இது என்ன சொல்கிறீர்கள்? எனக்கு ஒன்றும் விளங்கவில்லையே? நான் கடலில் முழுகிவிட்டதாகச் செய்தி வந்ததா? எப்போது வந்தது? யார் அத்தகைய பயங்கரச் செய்தியைக் கொண்டு வந்தது? எதற்காக?" என்று கேட்டான்.

"யார் கொண்டு வந்தார்களோ, தெரியாது! ஒருநாள் காலையில் அந்தச் செய்தி இந்த நகரமெங்கும் பரவிவிட்டது. தங்களை இலங்கையிலிருந்து கோடிக்கரைக்கு ஏற்றி வந்த கப்பல் சுழல் காற்றில் அகப்பட்டு மூழ்கி விட்டதாக ஜனங்கள் பேசிக்கொண்டார்கள். கோடிக்கரையோரமாக தனாதிகாரி பழுவேட்டரையர் தங்களை எவ்வளவோ தேடியும் தங்கள் உடல்கூட அகப்படவில்லையென்றும், ஆகையால் கடலில் முழுகிப் போயிருக்க வேண்டும் என்றும் பராபரியாகச் செய்தி பரவிவிட்டது. அதைக் கேட்டு விட்டு நான்கூட இந்த விஹாரத்தின் வாசலில் நின்று வருத்தப்பட்டுக் கொண்டிருந்தேன். அப்போது

இன்னொரு பிக்ஷு வந்து, நோயாளியை ஏற்றிக்கொண்டு ஒரு படகு விஹாரத்தின் பின்புறத்துக் கால்வாயில் வந்திருப்பதாகத் தெரிவித்தார். நான் உடனே வந்து பார்த்த போது படகில் உள்ள நோயாளி தாங்கள்தான் என்பதைக் கண்டேன். பிறகு மூன்று நாட்களாகச் சிகிச்சை செய்து வந்தோம். நேற்றுதான் தங்களுக்கு நினைவு வந்தது."

"ஆச்சாரியரே! என்னைப் படகில் ஏற்றிக்கொண்டு வந்தது யார்? சொல்ல முடியுமா?"

"ஒரு இளைஞனும், ஒரு யுவதியும் படகு தள்ளிக்கொண்டு வந்தார்கள்."

"ஆம், ஆம்; எனக்குக்கூட கனவில் கண்டது போல் நினைவுக்கு வருகிறது. அந்த இளைஞனும் யுவதியும் யார் என்று தெரியுமா? இளைஞன் வாணர் குலத்து வந்தியத்தேவனா?"

"இல்லை, ஐயா! அவன் பெயர் சேந்தன் அமுதன் என்று சொன்னான். சிவ பக்தி மிக்கவன் என்று தோன்றியது. பெண்ணின் பெயரை நான் அறிந்து கொள்ளவில்லை. தேக திடமும் மனோவலியும் வாய்ந்தவள்..."

"அவள் யார் என்று நான் ஊகிக்க முடியும். ஓடக்காரப் பூங்குழலி; தியாக விடங்கரின் மகள். அவர்கள் என்னை எதற்காக இங்கே அழைத்து வந்தார்கள் என்று சொல்லவில்லையா?"

"இல்லை! இளவரசே! நான் அவர்களிடம் அதைப் பற்றிக் கேட்கவும் இல்லை."

"நான் இங்குப் பத்திரமாயிருக்கிறேன் என்று தாங்கள் யாருக்கும் தெரியப்படுத்தவில்லையா?"

"இல்லை, ஐயா! யாருக்கும் சொல்ல வேண்டாம் என்று தங்களை அழைத்து வந்தவர்கள் சொன்னார்கள். தங்கள் உடல் நிலையை முன்னிட்டுச் சொல்லாமலிருப்பதே நல்லது என்று நானும் எண்ணினேன்."

"ஆச்சாரியரே! இதில் ஏதோ சூழ்ச்சி நடந்திருக்கிறது. என்னைச் சிறைப்படுத்திக் கொண்டு வரும்படி என் தந்தை மும்முடிச்சோழ மகாராஜா கட்டளையிட்டிருந்தார். அதற்கிணங்கவே நான் இலங்கையிலிருந்து புறப்பட்டேன். நடுவில் ஏதேதோ சம்பவங்கள் நிகழ்ந்துவிட்டன. சக்கரவர்த்தியின் கட்டளைக்கு விரோதமாக நான் நடந்தேன் என்று குற்றம் சாட்டுவதற்காக இந்தச் சூழ்ச்சி நடந்திருப்பதாகத் தோன்றுகிறது. நான் கடலில் மூழ்கி இறந்து விட்டதாகவும் கதை கட்டி விட்டிருக்கிறார்கள். குருதேவரே! என்னைத் தாங்கள் இந்தச் சூடாமணி விஹாரத்தில் ஏற்றுக்கொண்டதே இராஜத் துரோகமான காரியம். மேலும் வைத்திருப்பது பெருங்குற்றமாகும். உடனே என்னைத் தஞ்சாவூருக்கு அனுப்பி விடுங்கள்..."

"இளவரசே! தங்களுக்கு இடங்கொடுத்ததற்காக எனக்கு இராஜ தண்டனை கிடைப்பதாயிருந்தால் அதைக் குதூகலத்துடன் வரவேற்பேன். அதன் பொருட்டு இந்தப் புராதனமான சூடாமணி விஹாரத்தை இடித்துத் தள்ளி மண்ணோடு மண்ணாக்கி விடுவதாயிருந்தாலும் பாதகம் இல்லை..."

"தங்களுடைய பரிவைக் குறித்து மகிழ்கிறேன், குருதேவரே! ஆனாலும், என்னை கொண்டு வந்தவர்களிடம் ஒன்றும் விசாரியாமல் எப்படி என்னை ஏற்றுக் கொண்டீர்கள்?"

"விசாரிப்பதற்கு அவசியம் என்ன? கடும் சுரத்தோடு வந்த தங்களை வரவேற்றுச் சிகிச்சை செய்வதைக் காட்டிலும் என்னைப் போன்ற பிக்ஷுக்களுக்கு வேறு என்ன உயர்ந்த கடமை இருக்க முடியும்? மேலும் தங்களுடைய திருத்தமக்கையார், குந்தவை தேவியார், தாங்கள் இங்கு வந்து சிலநாள் தங்கக்கூடும் என்று முன்னமே எனக்குத் தெரிவித்திருக்கிறார்கள்."

"ஓ! அப்படியா! இளைய பிராட்டியா அவ்விதம் சொல்லி அனுப்பியிருந்தார்? எப்போது?"

"தாங்கள் இங்கு வருவதற்கு சில நாளைக்கு முன்பு. தங்களைக் கொண்டு வந்த சேந்தன் அமுதனும், 'இளைய பிராட்டியின் விருப்பம்' என்றுதான் கூறினான்."

"குருதேவா! என்னை அழைத்து வந்தவர்கள் இருவரும் உடனே திரும்பி போய்விட்டார்களா? அவர்களைக் கண்டுபிடிக்க முடியுமா? அவர்களைப் பார்த்தாவது, சில விவரங்கள் எனக்குத் தெரிந்து கொள்ள வேண்டும்."

"ஐயா! பதற்றம் வேண்டாம். அவர்கள் இருவரும் இந்த நகரத்திலேதான் இருக்கிறார்கள். தினம் ஒருமுறை வந்து தங்கள் உடல் நிலையைப் பற்றி விசாரித்துப் போகிறார்கள். இன்றைக்கு ஏனோ இதுவரையில் வரக் காணோம்..."

அச்சமயத்தில் சின்ன பிக்ஷு வந்து குருதேவரைப் பார்த்து ஏதோ சமிக்ஞை செய்தார். ஆச்சாரிய பிக்ஷு, "இதோ வந்து விட்டேன், ஐயா!" என்று கூறிவிட்டு வெளியே சென்றார். சற்று நேரத்துக்கெல்லாம் அவர் திரும்பி வந்தபோது இளவரசன் அருள்மொழிவர்மனுடைய பரபரப்பு மேலும் அதிகமாகியிருப்பதைக் கண்டார்.

"ஆச்சாரியரே! இனி ஒரு கணமும் நான் இங்கே தங்கியிருக்க முடியாது. சக்கரவர்த்தியின் கட்டளையை மீறி நான் இங்கே வந்து ஒளிந்திருந்தேன் என்ற பழியை ஏற்க நான் விரும்பவில்லை. என்னால் இந்தப் புராதனமான சூடாமணி விஹாரத்துக்கு எந்த விதமான தீங்கு நேரிடுவதையும் விரும்பவில்லை" என்றான் இளவரசன்.

பெரிய பிக்ஷு மலர்ந்த முகத்துடன், "உண்மையில் அத்தகைய பெரும் பொறுப்பை நானும் இனி வகிக்க முடியாது. தங்களுடைய விருப்பத்துக்கு விரோதமாக ஒரு கணமும் தங்களை நான் இங்கு வைத்திருக்க விரும்பவில்லை இந்தக் கணமே தாங்கள் புறப்படலாம். கால்வாயில் படகு ஆயத்தமாய்க் காத்திருக்கிறது!" என்றார்.

"எங்கே போவதற்கு?"

"அது தாங்கள் தீர்மானிக்க வேண்டிய காரியம். தங்களை இங்கே கொண்டு வந்து சேர்த்த இருவரும் படகுடன் தங்களை அழைத்துப் போக வந்திருக்கிறார்கள்."

இளவரசன் சிறிது தயங்கினான். ஆச்சாரிய பிக்ஷுவின் முகத்தில் மர்மமான புன்னகை பொலிவதைக் கண்டு, "இதில் இன்னும் ஏதேனும் சூழ்ச்சி இருக்கக்கூடுமோ?" என்று வியந்தான்.

"அவர்கள் இருவருமே திரும்ப வந்திருக்கிறார்களா? எதற்காக என்று சொல்லவில்லையா?"

"சொன்னார்கள். இந்த விஹாரத்திலிருந்து ஒரு நாழிகை தூரத்தில், கால்வாயின் கரையில் நந்தி மண்டபம் ஒன்று இருக்கிறது. அதில் தங்களைப் பார்ப்பதற்காக இரண்டு பெண்மணிகள் வந்து காத்திருக்கிறார்களாம்."

இளவரசன் அவசரமாகக் கட்டிலிலிருந்து இறங்கினான். "ஆச்சாரியரே! உடனே படகுக்கு என்னை அழைத்துச் செல்லுங்கள்! இவ்வளவு தாமதம் ஆகிவிட்டதே" என்றான்.

பிக்ஷு இளவரசனைக் கையினால் தாங்கிக் கொண்டு கால்வாய்க்கரை வரையில் சென்றார். ஆனால் இளவரசனுடைய நடையில், நாலு நாளைக்கு மேலாகக் கடுஞ் சுரத்தினால் பீடிக்கப்பட்டிருந்ததன் அறிகுறி ஒன்றும் தென்படவில்லை. ஏறுபோல் நடந்து பொன்னியின் செல்வன் கம்பீரமாக வருவதைக் கண்டு சேந்தன் அமுதன், பூங்குழலி இருவருடைய முகங்களும் மலர்ந்தன.

அருள்மொழிவர்மன் படகில் ஏறி உட்கார்ந்ததும் பிக்ஷு அவனைப் பார்த்து, "ஐயா! தங்களுக்கு ஏதேனும் சேவை செய்ய வாய்ப்புக் கிடைத்தால் அதை இந்தச் சூடாமணி விஹாரத்துப் பிக்ஷுக்கள் அனைவரும் பெரும் பாக்கியமாகக் கருதுவோம். தாங்கள் திரும்பவும் இங்கு வந்து ஒருவாரம் தங்கி உடல் வலிவு பெற்றுப் போவது நலம்!" என்றார்.

"குருதேவரே! நான் திரும்பி வருவேன் என்றுதான் எனக்கும் தோன்றுகிறது. இல்லாவிடில் இவ்வாறு மற்ற பிக்ஷுக்களிடம் சொல்லிக் கொள்ளாமல் அவசரமாகப்

புறப்பட்டிருக்க மாட்டேன்!" என்றான் இளவரசன்.

படகு நகரத் தொடங்கியதும் சேந்தன், பூங்குழலி இருவரையும் மாறி மாறிப் பார்த்து, "இக்கால்வாயின் வழியாக நீங்கள் என்னை அழைத்துக்கொண்டு வந்தபோது நீங்கள் தேவலோகத்தவர்கள் என்றும், சொர்க்கத்துக்கு என்னை அழைத்துப் போகிறீர்கள் என்றும் எண்ணியிருந்தேன். என்னை ஏமாற்றி விட்டீர்கள். சந்நியாசி மடத்துக்குக் கொண்டு போய்ச் சேர்த்தீர்கள்! போனால் போகட்டும்; கடலில் நீந்திக் கை சளைத்து நினைவிழந்து போனதிலிருந்து நடந்ததையெல்லாம் உங்களிடம் கேட்க வேண்டும். அதற்கு முன்னால், நந்தி மண்டபத்தில் எனக்காகக் காத்திருப்பவர்கள் யார் என்று சொல்லுங்கள்" என்றான் இளவரசன்.

இருவரையும் பார்த்து அருள்மொழிவர்மன் கேட்ட போதிலும், பூங்குழலி வாய் திறக்கவில்லை. சேந்தன் அமுதன்தான் மறுமொழி கூறினான். குந்தவைப் பிராட்டியும் கொடும்பாளூர் இளவரசியும் ஆனைமங்கலத்துக்கு வந்திருப்பதையும், அங்கிருந்த நந்திமண்டபத்துக்கு வந்து காத்திருப்பதையும் தெரிவித்தான்.

"ஆகா! எடுத்ததற்கெல்லாம் மூர்ச்சை போட்டு விழும் அந்தப் பெண்ணை எதற்காக இளையபிராட்டி இங்கேயும் அழைத்து வந்திருக்கிறார்?"

சேந்தன் அமுதன், "ஐயா! தமிழ்நாட்டுப் பெண்களிடையே இப்போது ஒரு சுரம் பரவிக் கொண்டிருக்கிறது. புனிதமான சைவ சமயத்தை விட்டுவிட்டுப் புத்த மதத்தைச் சேர்ந்து பிக்ஷுணிகள் ஆகப் போவதாகச் சொல்லிக் கொண்டிருக்கிறார்கள்" என்றான்.

"அப்படி யார், யார் சொல்லிக் கொண்டிருக்கிறார்கள்?"

"கொடும்பாளூர் இளவரசி அவ்விதம் சொல்லிக் கொண்டிருக்கிறாராம். இதோ இந்தப் பெண்ணரசியும் அவ்வாறு சொல்லிக்கொண்டிருக்கிறாள்!"

"இரண்டு பேர்தானே, அமுதா! அதனால் சைவ சமயத்துக்கு நஷ்டம் வந்துவிடாது! இலங்கையில் பிக்ஷுணிகள் தவ வாழ்க்கை நடத்தும் மடங்கள் பலவற்றை நான் அறிவேன். வேண்டுமானால் நானே இவர்களை அழைத்துப் போய்ச் சேர்த்து விடுகிறேன்!" என்று பொன்னியின் செல்வன் கூறவும் சேந்தன் அமுதன் நகைத்தான்.

பின்னர் கடலிலிருந்து இளவரசனும், வந்தியத்தேவனும் கரையேறியதிலிருந்து நிகழ்ந்தவற்றையெல்லாம் சேந்தன் அமுதன் தான் அறிந்தவரையில் கூறினான். பொன்னியின் செல்வன் ஆர்வத்துடன் கேட்டுக்கொண்டு வந்ததுடன், தன்னுடைய ஞாபகங்களையும் ஒத்துப் பார்த்துக்கொண்டு வந்தான்.

"அதோ நந்தி மண்டபம்!" என்று பூங்குழலி கூறியதும், இளவரசன் அவள் சுட்டிக் காட்டிய திசையை நோக்கினான்.

⊙

44. நந்தி வளர்ந்தது!

படகு அப்போது சென்று கொண்டிருந்த இடத்தில் கால்வாயின் கரைகள் இருபுறமும் ஓங்கி உயர்ந்திருந்தன. பூங்குழலி சுட்டிக் காட்டிய இடத்தில் கால்வாயின் ஓரமாகப் படித்துறை மண்டபம் ஒன்று காணப்பட்டது. படிகள் முடிந்து மண்டபம் தொடங்கும் இடத்தில் இரண்டு ஓரங்களிலும் இரண்டு நந்தி விக்கிரகங்கள் அமைக்கப்பட்டிருந்தன. சிறந்த வேலைப்பாட்டுடனும் ஜீவகளையுடனும் விளங்கிய அந்த நந்திபகவானுடைய சிலைகளை இன்றைக்கெல்லாம் பார்த்துக்கொண்டேயிருக்கலாம். இந்தச் சிலைகளின் முக்கியம் பற்றியே அம்மண்டபத்துக்கு 'நந்தி மண்டபம்' என்ற பெயர் ஏற்பட்டிருந்தது. வருஷத்துக்கு ஒருமுறை வஸந்த உற்சவத்தின் போது திருநாகைக்காரோணத்துக் காயாரோகண சுவாமியும் நீலாய தாட்சி அம்மனும் அந்த மண்டபத்திற்கு விஜயம்

செய்து கொலு வீற்றிருப்பது வழக்கம். அப்போது மக்கள் திரள் திரளாக அங்கே வந்து சேர்வார்கள். உற்சவம் பார்த்துவிட்டு நிலா விருந்தும் அருந்தி விட்டுத் திரும்பிச் செல்வார்கள். நகரத்திலிருந்து சற்றுத் தூரத்திலிருந்தபடியால், மற்ற சாதாரண நாட்களில் இங்கே ஜனங்கள் அதிகமாக வருவதில்லை.

படகு, மண்டபத்தை நெருங்கியது. மண்டபத்தில் இருந்த இரு பெண்மணிகளையும் பார்த்த பிறகு இளவரசனுக்கு வேறு எதிலும் பார்வையும் செல்லவில்லை; கவனமும் செல்லவில்லை.

படகு நெருங்கி வந்தபோது, இளையபிராட்டி குந்தவை படிகளில் இறங்கிக் கீழ்ப்படிக்கு வந்தாள். வானதியோ மண்டபத்திலேயே தூண் ஒன்றின் பின்னால் பாதி மறைந்தும் மறையாமலும் நின்றுகொண்டிருந்தாள்.

படித்துறை அருகில் வந்து படகு நின்றது. இளவரசன் இறங்குவதற்குப் படகிலிருந்தபடி சேந்தன் அமுதனும், படியில் நின்றபடி இளைய பிராட்டியும் உதவி செய்தார்கள்.

சேந்தன் அமுதனும், பூங்குழலியும் படகைப் பின்னோக்கிச் செலுத்திக் கொண்டு போய்ச் சிறிது தூரத்தில் நிறுத்தினார்கள்.

"தம்பி! எப்படி மெலிந்து விட்டாய்!" என்று குந்தவை கூறியபோது, அவளுடைய கனிந்த குரலிலே கண்ணீர் கலந்து தொனித்தது.

பொன்னியின் செல்வன் "என் உடம்பு மெலிவு இருக்கட்டும், அக்கா! உன் முகம் ஏன் இப்படி வாடியிருக்கிறது? என்னைக் கண்டதும் உன் முகம் தாமரைபோல் மலருவது வழக்கமாயிற்றே? இன்றைக்கு ஏன் உன் முக சந்திரனை மேகம் மறைத்திருக்கிறது? உன் கண்கள் ஏன் கலங்கியிருக்கின்றன? ஆகா! உன் உள்ளத்தைப் புண்படுத்தி வேதனையளித்த எத்தனையோ காரியங்கள் நிகழ்ந்திருக்க வேண்டும். இல்லாவிடில் எனக்கு அவ்வளவு அவசரமான ஓலை அனுப்பியிருக்கமாட்டாய்!" என்றான்.

"ஆம், தம்பி! எத்தனையோ அவசரமான விஷயங்கள் சொல்ல வேண்டும்; கேட்க வேண்டும். இலங்கையின் தங்கச் சிம்மாசனத்தை வேண்டாமென்று தள்ளிய வள்ளலே! இந்தக் கருங்கல் சிம்மாசனத்தில் சிறிது நேரம் உட்கார்ந்து கொள்!" என்றாள்.

பொன்னியின் செல்வன் உட்காரும் போது தமக்கையின் பாதங்களைத் தொட்டுக் கண்ணில் ஒத்திக் கொண்டான். குந்தவை அவனுடைய தலையைக் கரத்தினால் தொட்டு, உச்சி முகர்ந்தாள். அவளுடைய கண்ணில் மேலும் கண்ணீர் ததும்பியது.

இருவரும் உட்கார்ந்த பிறகு குந்தவை, "தம்பி! உன்னை இன்றைக்கு நான் இங்கு வருவித்திருக்கவே கூடாது. சூடாமணி விஹாரத்தின் தலைவர் உனக்கு உடம்பு நன்றாகக் குணமாகி விட்டது என்று செய்தி அனுப்பினார். அது சரியல்ல; சுரம் உன்னை வாட்டி எடுத்திருக்கிறது. ஆனால் உன்னைப் பார்க்காமலிருக்கவும் என்னால் முடியவில்லை. ஆனைமங்கலம் வந்த பிறகு ஒவ்வொரு கணமும் ஒரு யுகமாகச் சென்று கொண்டிருந்தது!" என்றாள்.

"அக்கா! என்னை இங்கு வருவித்தது பற்றி நீ கவலைப்பட வேண்டாம். நீ மட்டும் படகு அனுப்பாமலிருந்தால் நான் இத்தனை நேரம் பழையாறைக்கே புறப்பட்டிருப்பேன். கடுமையான சுரத்திலேயுங்கூட உன்னுடைய ஓலைதான் என் மனதை வருத்திக் கொண்டிருந்தது. அந்த ஓலையை ஒருவரிடம் அனுப்பியிருந்தாயே? அந்த வாணர் குலத்து வந்தியத்தேவரைப் போன்ற தீரரை நான் பார்த்ததேயில்லை. எத்தனையோ விதமாக அவரைச் சோதித்தேன்; எல்லாவற்றிலும் தேறிவிட்டார். அவர் இப்போது எங்கே அக்கா?"

குந்தவையின் முக சந்திரனை மறைந்திருந்த மேகத்திரை சிறிது அகன்றது. பவள இதழ்கள் திறந்து முத்துப் பற்கள் தெரியும்படி புன்னகை பூத்து, "தம்பி! அவரைப் பற்றி இப்போது என்ன கவலை? வேறு எவ்வளவோ விஷயங்கள் இருக்கின்றன!" என்றாள்.

"என்ன அப்படிப் பேசுகிறாய், அக்கா! உனக்கு அதிருப்தி அளிக்கும்படி நடந்து கொண்டாரா?"

"இல்லை, இல்லை! நான் ஏன் அதிருப்தி அடைய வேண்டும்? உன்னை அழைத்துக் கொண்டு வந்து சேர்ப்பதாக வாக்களித்தார். அந்த வாக்கை அவர் நிறைவேற்றி விட்டார்...!"

"அதற்காக அவர் செய்த தந்திர மந்திரங்களையும், கைக்கொண்ட சூழ்ச்சி வித்தைகளையும் நினைக்க நினைக்க எனக்கு ஆச்சரியமாயிருக்கிறது, அவர் எங்கே, அக்கா! நீ இங்கு வந்திருக்கிறாய் என்று தெரிந்ததும், வந்தியத்தேவரும் உன்னுடன் வந்திருப்பார் என்று எண்ணினேன். எடுத்ததற்கெல்லாம் மூர்ச்சை போட்டு விழும் இந்த பெண்ணரசி அல்லவா வந்திருக்கிறாள்?"

"இவள் எவ்வளவு தைரியசாலி ஆகிவிட்டாள் என்பது உனக்குத் தெரியாது, தம்பி! நேற்று நமது முதன் மந்திரியின் யானை இவளைத் தன் துதிக்கையால் தூக்கி எறிந்தது. மேலே அம்பாரியில் இருந்த என் மடியிலேதான் எறிந்தது. ஆனால் அது அவளுக்குத் தெரியாது! அப்போது எவ்வளவு தைரியமாக இருந்தாள் என்பதை நீ பார்த்திருந்தால்..."

"போதும், உன்னுடைய தோழியின் புகழை நிறுத்திக் கொள்! என் நண்பரைப் பற்றிச் சொல்!"

"அவரைப் பற்றி என்ன சொல்வது? அவர் வந்த காரியம் ஆகிவிட்டது. திரும்பி அவருடைய எஜமானன் ஆதித்த கரிகாலனிடம் போய்விட்டார்."

"அப்படியானால், அவர் வாக்குத் தவறிவிட்டார். தாம் காஞ்சிக்குப் போகப் போவதில்லையென்றும், சோழ நாட்டிலேயே இருந்துவிடப் போவதாகவும் கூறினாரே?"

"அது எப்படிச் சாத்தியம்? சோழ நாட்டில் இருந்து அவர் என்ன செய்வது? இங்கே உள்ளவர்களின் கதியே நாளைக்கு என்ன ஆகும் என்று தெரியாமலிருக்கிறது. அவர் பேரில் உனக்கு அவ்வளவு பிரியமாயிருந்தால், சக்கரவர்த்தியிடம் தெரிவித்து அவருடைய முன்னோர்கள் ஆண்ட சிற்றரசை அவருக்குத் திருப்பிக் கொடுக்கும்படி செய்துவிட்டால் போகிறது!"

"சிற்றரசை வைத்துக்கொண்டு அந்த மகாவீரர் என்ன செய்வார், அக்கா?"

"எல்லாச் சிற்றரசர்களும் என்ன செய்கிறார்களோ, அதை அவரும் செய்கிறார்! நீதான் இலங்கா ராஜ்யம் வேண்டாம் என்று மறுத்தாய்; அதுபோல் அவரும் வேண்டாம் எனச் சொல்லுவார் என நினைக்கிறாயா?"

இளவரசன் இளநகை புரிந்த வண்ணம், "அக்கா! இலங்கை இராஜ்யம் வேண்டாம் என்று நான் சாட்சிகள் வைத்துக்கொண்டு மறுத்திருக்கிறேன். அப்படியிருந்தும் என்மீது குற்றம் சாட்டிச் சிறைப்படுத்திக் கொண்டு வரத் தந்தை கட்டளையிட்டிருக்கிறார்..."

"தம்பி! நீ இராஜ்யத்தை ஒப்புக்கொண்டிருந்தால் உன்னைச் சிறைப்படுத்திக் கொண்டு வரக் கட்டளை பிறந்திருக்காது! நீ சுதந்திர மன்னன் ஆகியிருப்பாய்! அப்போது உன்னை யார் சிறைப்படுத்த முடியும்?"

"தந்தையின் விருப்பத்துக்கு விரோதமாக அவ்விதம் நான் நடந்துகொண்டிருக்க வேண்டுமா?"

"பொன்னியின் செல்வா! நீ இலங்கை இராஜ்யத்தை ஒப்புக்கொண்டிருந்தால் தந்தை மகிழ்ச்சி அடைந்திருப்பார்! மிச்சமுள்ள சோழ சாம்ராஜ்யத்தை உன் தமையனுக்கும், மதுராந்தகனுக்கும் பிரித்துக் கொடுத்து மன நிம்மதி அடைந்திருப்பார். இப்போதும் அதற்குத்தான் முயற்சி நடக்கிறது. தம்பி! கொள்ளிடத்துக்கு வடக்கே ஒரு ராஜ்யமாகவும், தெற்கே ஒரு இராஜ்யமாகவும் பிரித்து விடப் பிரயத்தனம் நடக்கிறது. நீ வந்தால் இது விஷயத்தில் தந்தைக்கு உதவியாயிருப்பாய் என்று அவருக்கு நம்பிக்கை. முன்னால் உனக்குச் சொல்லி அனுப்பி நீ வராதபடியால் இப்போது சிறைப்படுத்திக் கொண்டுவரச்

சொன்னார். இலங்கை இராஜ்யத்தை நீ மறுத்துவிட்டாய் என்பது சக்கரவர்த்திக்கு நன்றாய்த் தெரியும்."

"இராஜ்யத்தைப் பிரிப்பதற்கு நான் ஒருநாளும் உதவியாயிருக்கமாட்டேன். அதைப்போல் பெரிய குற்றம் வேறொன்றுமில்லை. அதைவிடச் சித்தப்பா மதுராந்தகருக்கே முழுராஜ்யத்தையும் கொடுத்து விடலாம்."

"அப்படியானால் முதன் மந்திரியும் நீயும் ஒரே மாதிரி அபிப்பிராயம் கொண்டிருக்கிறீர்கள்!"

"ஆம்; முதன் மந்திரியும் அப்படித்தான் கருதுகிறார். இலங்கைக்கு அவர் வந்ததே இதைப்பற்றி என்னுடன் கலந்து பேசுவதற்காகத்தான். அக்கா! இலங்கை இராஜ்யத்தை நான் வேண்டாம் என்று மறுத்ததன் உண்மைக் காரணத்தைச் சொல்லட்டுமா?"

"என்னிடம் சொல்லாமல் வேறு யாரிடம் சொல்வாய் தம்பி!"

"ஆம்; என் அந்தரங்கத்தைச் சொல்வதற்கு வேறு யாரும் இல்லைதான். இலங்கைக்குப் போவதற்கு முன்னால் அந்நாட்டைப் பற்றிப் பிரமாதமாக எண்ணியிருந்தேன். போன பிறகுதான் அது எவ்வளவு சிறியநாடு என்று தெரிந்தது. குதிரையில் அல்லது யானையில் ஏறிப் புறப்பட்டால் ஒரே நாளில் அந்நாட்டின் மேற்குக் கடற்கரையிலிருந்து, கிழக்கு கடற்கரைக்குப் போய்விடலாம்."

"சோழநாடு மட்டும் அதைவிடப் பெரிதா, தம்பி? இந்த நாட்டையும் அப்படி ஒரேநாளில் குதிரை ஏறிக் கடந்துவிட முடியாதா?"

"சோழநாடும் சிறியதுதான், ஆகையினால் சோழநாட்டுக் கிரீடத்தை எனக்கு யாரேனும் அளித்தாலும், வேண்டாம் என்றுதான் சொல்வேன். இந்தத் தெய்வத் தமிழகத்தைச் சோழநாடு, பாண்டிய நாடு, சேரநாடு என்று பிரித்தார்களே! அவர்கள் பெரிய குற்றம் செய்தார்கள். அதனாலேதான் தமிழகத்தில் வீராதி வீரர்கள் பிறந்தும், இந்த நாடு சோபிப்பதில்லை. வட நாட்டிலே சந்திரகுப்தர் என்ன, அசோகர் என்ன, சமுத்திர குப்தர் என்ன, விக்கிரமாதித்தியர் என்ன, ஹர்ஷவர்த்தனர் என்ன! இப்படி மகா சக்கரவர்த்திகள் தோன்றி, மகா சாம்ராஜ்யங்களை ஆண்டிருக்கிறார்கள். தமிழ்நாட்டில் அவ்விதம் யாரேனும் பெரிய சாம்ராஜ்யத்தை ஸ்தாபித்து ஆண்டது உண்டா? காஞ்சி பல்லவர் குலத்தில் மகேந்திர சக்கரவர்த்தியும், மாமல்லரும் இருந்தார்கள். பிறகு அந்தக் குலமும் க்ஷீணித்துவிட்டது. அக்கா, நான் இராஜ்யம் ஆளுவதாயிருந்தால், இந்த மாதிரி சின்னஞ் சிறு இராஜ்யத்தை ஆளமாட்டேன். இலங்கை முதல் கங்கை வரையில் பரவி நிலைபெற்ற இராஜ்யத்தை ஆளுவேன். மாலத் தீவிலிருந்து சாவகத் தீவு வரையில் தூர தூர தேசங்களில் புலிக்கொடி பறக்கும் மகா சோழ சாம்ராஜ்யத்தின் சிம்மாசனத்தில் வீற்றிருப்பேன்!... என்னைப் பைத்தியக்காரன் என்றுதானே எண்ணுகிறாய்!"

"இல்லை, அருள்வர்மா! என்னைப்போல் ஆகாசக் கோட்டைகள் கட்டுவதற்கும் கற்பனைக் கனவுகள் காண்பதற்கும் நீயும் ஒருவன் இருக்கிறாயே என்று எண்ணி மகிழ்கிறேன். நீ பைத்தியக்காரனாயிருந்தால், நான் உன்னைவிடப் பெரிய பைத்தியக்காரி. நம்முடைய தந்தையின் பாட்டனார் பராந்தக சக்கரவர்த்தி அப்படியெல்லாம் மனோராஜ்யம் செய்திருந்தார் என்பதை நான் அறிவேன். அவர் காலத்தில் அது பூரணமாய் நிறைவேறவில்லை. ஆனால் என்னுடைய ஆயுட்காலத்தில் நான் அதைப் பார்க்கப் போகிறேன். சோழ சாம்ராஜ்யம் இலங்கை முதல் கங்கை வரையிலும் மாலத்தீவு முதல் சாவகம் வரையிலும் பரந்து விஸ்தரிப்பதைப் பார்த்து விட்டுத்தான் நான் சாகப் போகிறேன். இந்த என் எண்ணம் நம் தமையன் ஆதித்த கரிகாலனால் நிறைவேறும் என்று ஒரு காலத்தில் நம்பினேன். அந்த நம்பிக்கை எனக்கு இப்போது போய் விட்டது. ஆதித்த கரிகாலன் மகாவீரன்; ஆனால் மனத்தைக் கட்டுப்படுத்தும் ஆற்றல் அவனிடம் இல்லை. அதனால் அவன் பெரிய காரியங்களைச் சாதிக்க முடியாது. என் மனோரதம் உன்னால்

நிறைவேறும் என்ற ஆசை எனக்கு இன்னும் இருக்கிறது. ஒருவேளை அதுவும் கைகூடாமல் போகலாம். அதனாலும் நான் நிராசை அடைய மாட்டேன். உன்னால் கை கூடாவிட்டால் உனக்குப் பிறக்கும் பிள்ளையினால் கைகூடும் என்று உறுதி கொண்டிருக்கிறேன். உனக்குப் பிறக்கும் புதல்வனை, பிறந்த நாளிலிருந்து நானே எடுத்து வளர்ப்பேன். அவனை இந்த உலகம் கண்டறியாத மகாவீரன் ஆக்குவேன். அற்ப ஆசைகளில் அவன் மனத்தைச் செலுத்தவிடாமல் அற்புதங்களைச் சாதிக்கக்கூடிய புருஷ சிங்கமாக்குவேன்."

"அக்கா! நீ என்னைவிடப் பெரிய பைத்தியம் என்பது நிச்சயம். எனக்குக் கலியாணம் செய்து கொள்ளும் எண்ணமே இல்லை. எனக்குப் பிறக்கப் போகும் புதல்வனைப் பற்றி நீ பேச ஆரம்பித்து விட்டாய். நீ செல்லம் கொடுத்து வளர்க்கும் தோழிகளில் யாருக்காவது அத்தகைய எண்ணமிருந்தால், என்னை மணந்து கொண்டு மணிமகுடம் சூடி சிம்மாசனத்தில் வீற்றிருக்கலாம் என்ற ஆசை இருந்தால், அது ஒருநாளும் நிறைவேறப் போவதில்லை. இதை நிச்சயமாய் அவர்களுக்குச் சொல்லி விடு!" என்று பொன்னியின் செல்வன் கூறியபோது அவனுடைய பார்வை ஒரு கணம், மண்டபத்தின் தூணுக்குப் பின்னால் நின்றிருந்த வானதியின் பால் சென்றது. மறுகணம் அவன் திரும்பியபோது, அவனுக்கெதிரே இருந்த படித்துறை நந்தி விக்கிரகத்தைப் பார்த்தான்.

"அக்கா! ஒரு செய்தி! இலங்கை சிறிய இராஜ்யமாயிருந்தாலும் அந்த இராஜ்யத்தை முற்காலத்தில் ஆண்ட மன்னர்கள் மகாபுருஷர்கள்; பெரிய உள்ளங்களைப் படைத்தவர்கள். அவர்கள் பெரிய பெரிய திட்டங்களைப் போட்டுப் பெரிய பெரிய காரியங்களைச் சாதித்தார்கள். செங்கல்களைக் கொண்டு மலை போன்ற மேக மண்டலத்தை அளாவிய புத்த ஸ்தூபங்களை நிர்மாணித்தார்கள். ஆயிரம் இரண்டாயிரம் அறைகள் உள்ள புத்த விஹாரங்களைக் கட்டினார்கள். பதினாயிரம் தூண்கள் உள்ள மண்டபங்களை எழுப்பினார்கள். புத்த பகவான் எவ்வளவு பெரியவர் என்பதைப் பார்த்தவுடன் தெரிந்து கொள்ளும் படியாக, அதோ அந்தத் தென்னை மர உயரமுள்ள புத்தர் சிலைகளை அமைத்தார்கள். அக்கா! இதோ நமக்கு முன்னாலிருக்கும் நந்தி விக்கிரகத்தைப் பார்! எவ்வளவு சின்னஞ்சிறியதாயிருக்கிறது! அடியும் முடியும் காண முடியாத மகாதேவரின் வாகனமாகிய நந்தி இவ்வளவு சிறியதாகவா இருக்கும்? கைலாசத்தில் பரமசிவனுடைய பரிவாரங்களோ பூதகணங்கள். அந்தப் பூதகணங்கள் அடிக்கடி வந்து தொந்தரவு செய்யாமல் கைலாசத்தின் வாசலில் நின்று காவல் புரிகிறவர் நந்திதேவர். அவர் இவ்வளவு சிறிய உருவத்துடன் இருந்தால் பூத கணங்களை எப்படித் தடுத்து நிறுத்த முடியும்? அதோ பார் அக்கா! என் கண் முன்னால் இதோ இந்த நந்தி வளர்கிறது. வளர்ந்து, வளர்ந்து, வளர்ந்து பெரிதாகிறது. பிரம்மாண்ட வடிவம் பெற்று இம்மண்டபத்தின் மேற்கூரையை முட்டுகிறது. மேற்கூரை இப்போது போய்விட்டது.

நந்தி பகவான் வானமளாவி நிற்கிறார்; பூத கணகங்கள் வருகிறார்கள்! நந்தி பகவானைப் பார்த்துப் பயபக்தியுடன் நின்று சிவனைத் தரிசிக்க அனுமதி கேட்கிறார்கள்; நந்தி பகவான் அவ்வளவு பெரியவராயிருந்தால் சிவபெருமான் வீற்றிருக்கும் ஆலயம் எப்படியிருக்க வேண்டும்? தக்ஷிண மேரு என்று சொல்லும்படி வானை அளாவிய கோபுரம் அமைக்க வேண்டாமா? அதற்குத் தக்கபடி பிரகாரங்கள் இருக்க வேண்டாமா? இப்போது சோழ நாட்டில் உள்ள கோயில்கள் அகஸ்திய முனிவர் கோயில் கொள்வதற்குத்தான் ஏற்றவை. சிவபெருமானுக்கு உகந்தவை அல்ல. எனக்கு இராஜ்யமும் வேண்டாம், ஒன்றும் வேண்டாம். சோழ சிம்மாசனத்தில் யார் அமர்ந்தாலும் ஆலயத் திருப்பணி அதிகாரியாக என்னை நியமிக்கும்படி கேட்டுக் கொள்வேன்..."

"தம்பி! நம் இரண்டு பேரில் பைத்தியம் யாருக்கு அதிகம் என்று போட்டிப் போட வேண்டியதுதான். தற்சமயம் இந்தச் சோழ நாட்டைப் பேரபாயம் சூழ்ந்திருக்கிறது. உட்பகைவர்களாலும் வெளிப்பகைவர்களாலும், சிநேகிதர்கள் போல் நடிக்கும் பகைவர்களாலும் அபாயம் ஏற்பட்டிருக்கிறது. சில காலமாக நான் அடிக்கடி ஒரு

பயங்கரமான கனவு காண்கிறேன். மின்னலென ஒளிவீசும் கூரிய கொலைவாள் ஒன்று என் அகக்கண் முன்னால் தோன்றுகிறது. அது யார் மேலேயோ விழப்போகிறது. அது யார் என்பது எனக்குத் தெரியவில்லை. சோழ குலத்தைச் சேர்ந்த யாராவது அந்தக் கொலை வாளுக்கு இரையாகப் போகிறார்களா அல்லது இந்தச் சோழ இராஜ்யத்தை இரண்டாகத் துண்டு செய்து நாசமாக்கப் போகும் கொலைவாளா அது என்று தெரியவில்லை. நீயும் நானும் யோசித்து முயற்சி செய்துதான் அத்தகைய அபாயம் இந்நாட்டுக்கு ஏற்படாமல் தடுக்க வேண்டும்!" என்றாள் இளைய பிராட்டி.

"ஆம், அக்கா! வல்லவரையர் கூறிய விவரங்களிலிருந்து எனக்கும் அவ்வாறுதான் தோன்றுகிறது. முக்கியமான அபாயம், சோழ குலத்துக்கு யாரிடமிருந்து வரப் போகிறது என்பதை அறிவாய் அல்லவா?" என்றான் இளவரசன்.

"பழுவூர் இளையராணி நந்தினியைத்தானே குறிப்பிடுகிறாய், தம்பி?"

"ஆம், அக்கா! அவள் யார் என்பதையும் அறிவாய் அல்லவா?"

"வந்தியத்தேவர் கூறிய விவரங்களிலிருந்து அதையும் அறிந்துகொண்டேன். ஆகையினாலேயே இவ்வளவு அவசரமாக உன்னைப் பார்க்க வந்தேன்!" என்றாள் குந்தவை.

⊙

45. வானதிக்கு அபாயம்

"அக்கா! ஐந்து வயதில் நான் காவேரி வெள்ளத்தில் மூழ்கியது நினைவிருக்கிறதா? காவேரித் தாய் என்னை எடுத்துக் காப்பாற்றிப் படகிலே விட்டு விட்டு மறைந்தது நினைவிருக்கிறதா?" என்று அருள்மொழிவர்மன் கேட்டான்.

"இது என்ன கேள்வி, தம்பி! எப்படி அதை நான் மறந்து விடமுடியும்? 'பொன்னியின் செல்வன்' என்று உன்னை அழைத்து வருவதே அந்தச் சம்பவத்தின் காரணமாகத்தானே?" என்றாள் குந்தவை.

"என்னைக் காப்பாற்றிய காவேரித் தாயை இலங்கையில் நான் கண்டேன், அக்கா!.. என்ன, பேசாதிருக்கிறாயே? உனக்கு ஆச்சரியமாயில்லை?"

"ஆச்சரியமில்லை, தம்பி. ஆனால் ஆர்வம் நிறைய இருக்கிறது. அவளைப் பற்றி எல்லா விவரங்களையும் சொல்!"

"ஒரு நாளில், ஒரு தடவையில், சொல்ல முடியாது. முக்கியமானதை மட்டும் சொல்லுகிறேன். காவேரி வெள்ளத்திலிருந்து என்னை அவள் காப்பாற்றியது மட்டுமல்ல; இலங்கையில் பல தடவை என் உயிரைக் காப்பாற்றியிருக்கிறாள். உயிரைக் காப்பாற்றியது பெரிதல்ல, அக்கா! எத்தனையோ பேர் தற்செயலாகப் பிறர் உயிரைக் காப்பாற்றுகிறார்கள். அவள் என்னிடத்தில் வைத்துள்ள அன்பு இருக்கிறதே, அதற்கு இந்த ஈரேழு பதினாலு உலகங்களும் இணையாகாது... ஏன்?

நீ என்னிடம் வைத்துள்ள அன்பைக் கூட, அடுத்தபடியாகத் தான் சொல்ல வேண்டும்!"

"அதைச் சொல்வதற்கு நீ தயங்க வேண்டாம். உன்னிடம் என் அன்பு அவ்வளவு ஒன்றும் உயர்ந்தது அல்ல; சுயநலம் கலந்தது. உண்மையைச் சொல்கிறேன், தம்பி! எனக்கு இந்தச் சோழ சாம்ராஜ்யத்தின் மேன்மைதான் முதன்மையானது. அதற்கு நீ பயன்படுவாய் என்றுதான் உன்பேரில் அன்பு வைத்திருக்கிறேன். அந்த நோக்கத்துக்கு நீ தடையாயிருப்பாய் என்று தெரிந்தால், என் அன்பு வெறுப்பாக மாறினாலும் மாறிவிடும். ஆனால் அந்த ஊமைச் செவிட்டு ஸ்திரீயின் அன்பு அத்தகையதல்ல. நம்முடைய

தந்தையிடம் இருபது வருஷங்களுக்கு மேலாக அவள் உள்ளத்தில் பொங்கித் ததும்பிக் கொண்டிருந்த அத்தனை அன்பையும் உன் பேரிலே சொரிந்திருக்கிறாள். அதற்குப் பதினாலு உலகமும் இணையில்லைதான்!"

"உனக்கு அது எப்படி தெரிந்தது, அக்கா?"

"எதைச் சொல்கிறாய், தம்பி!"

"அவள் நம்முடைய பெரிய தாயார் என்பது?"

"தந்தை சொன்னதிலிருந்தும், வந்தியத்தேவர் சொன்னதிலிருந்து ஊகித்துக் கொண்டேன், தம்பி! அவள் உன்னைத் தன் சொந்த மகன் என்று எண்ணியிருக்கிறாளா? அல்லது சக்களத்தியின் மகன் என்று எண்ணியிருக்கிறாளா?"

"அந்த மாதிரி வேற்றுமையான எண்ணம் என் மனத்திலும் உதிக்கவில்லை; அவள் மனதில் எள்ளளவும் இருப்பதாகத் தெரியவில்லை. நீ ஏன் அம்மாதிரி வேற்றுமைப்படுத்திப் பேசுகிறாய்?"

"தம்பீ, அந்த ஊமை ஸ்திரீ வீற்றிருக்க வேண்டிய சிங்காசனத்தில் நம் தாயார் வீற்றிருக்கிறாள். அது தெரிந்திருந்தும் அவள் உன்னிடம் அத்தனை அன்பு வைத்திருந்தால், அது மிகவும் விசேஷமல்லவா?"

"நான் அவள் வயிற்றில் பிறந்த மகனல்ல என்பது அவளுக்குத் தெரிந்து தானிருக்க வேண்டும். வயது வித்தியாசம் தெரியாமலா போகும்? அவளால் பேச முடியாது; மனதில் உள்ளதைச் சொல்ல முடியாது. ஏதோ சித்திரங்கள் எழுதிக் காட்டியதைக் கொண்டு எவ்வளவு தெரிந்துகொள்ளலாமோ, அவ்வளவு தெரிந்து கொண்டேன். என்னிடம் அவளுடைய அன்பு இருக்கட்டும்; நம் தந்தையிடம் அவள் எத்தகைய அன்பு வைத்திருக்க வேண்டும் என்பதை நினைத்தால் என் நெஞ்சு உடனே உருகிவிடுகிறது. அக்கா! என்னுடைய பிராயத்தில் அப்பா என்னைப் போல இருப்பாரா?"

"இல்லை, தம்பி, இல்லை! உன்னுடைய பிராயத்தில் நம் தந்தை மன்மதனைத் தோற்கடிக்கும் அழகுடன் விளங்கினார். நம்முடைய சோழ குலம் வீரத்துக்குப் பெயர் போனதே தவிர அழகுக்குப் பெயர் போனதல்ல. நம் பாட்டனார் அரிஞ்சய தேவர் அழகில் நிகரற்ற வைதும்பராயன் குலத்தில் பிறந்த கல்யாணியை மணந்தார். கல்யாணியை அரிஞ்சயர் மணந்த போது அவள் பத்தரை மாற்றுப் பசும் பொன்னொத்த மேனியும், பூரண சந்திரனை யொத்த முகமும் கொண்ட புவன மோஹினியாக விளங்கினாள். தற்சமயம் இத்தனை வயதான பிறகும் கல்யாணிப்பாட்டி எவ்வளவு அழகாயிருக்கிறாள் என்பதை நீயே பார்த்திருக்கிறாய். அதனால் நமது தந்தையும் அவ்வளவு அழகுடன் இருந்தார். 'சுந்தரசோழர்' என்ற பட்டப் பெயரும் பெற்றார். நாம் நம்முடைய தாயாரைக் கொண்டு பிறந்திருக்கிறோம். திருக்கோவலூர் மலையமான் வம்சத்தில் பிறந்தவர்கள் அழகை வெறுப்பவர்கள்; அழகு வீரத்துக்குச் சத்துரு என்று நினைப்பவர்கள்..."

"அழகுக்கும், வீரத்துக்கும் என்ன சம்பந்தம் உண்டோ என்னமோ, எனக்குத் தெரியாது. ஆனால் அழகுக்கும், அன்புக்கும் சம்பந்தமில்லை என்பதை அறிவேன். இல்லாவிடில்..."

"இல்லாவிடில் இந்தப் பெண் வானதி எதற்காக உன்னைத் தூண் மறைவிலிருந்து கண் கொட்டாமல் பார்த்துக் கொண்டிருக்கிறாள்? அதோ அந்தப் படகில் சேந்தன்அமுதன் பூங்குழலியை ஏன் கண் கொட்டாமல் பார்த்துப் பரவசமடைந்து கொண்டிருக்கிறான்?"

இளவரசன் புன்னகை புரிந்து, "அக்கா! நீ எதிலிருந்தோ எதற்கோ போய்விட்டாய்! என் பெரியன்னை என்னிடம் வைத்துள்ள அன்பைக் குறித்துச் சொன்னேன். அது போனால் போகட்டும்; இவ்வுலகில் ஒருவரைப்போல் இன்னொருவர் தத்ரூபமாக இருப்பதென்பது சாத்தியமா, அக்கா?"

"ஏன் சாத்தியமில்லை? இரட்டைப் பிள்ளைகளாயிருந்தால் அது சாத்தியம், அல்லது தாயும் மகளும் ஒரு பிராயத்தில் ஒரே மாதிரி இருப்பது சாத்தியம்தான். இதைத் தவிர பிரம்ம சிருஷ்டியில் ஒருவருக்கொருவர் சம்பந்தமேயில்லாதவர்கள், அபூர்வமாகச் சில சமயம் ஒரே மாதிரி இருப்பதும் உண்டு."

"பழுவூர் இளையராணியும், இலங்கையில் நான் பார்த்த நம் பெரியன்னையும் ஒரே மாதிரி இருப்பதாக வந்தியத்தேவர் சொல்வது உண்மையாயிருக்க முடியுமா? நந்தினி சிறு பெண்ணாயிருந்த போதுதான் நான் பார்த்திருக்கிறேன். பழுவூர் இளையராணியான பிறகு நன்றாய்ப் பார்த்ததில்லை. உனக்கு என்ன தோன்றுகிறது?"

"நான் பழுவூர் ராணியைப் பார்த்திருக்கிறேனே தவிர, நம் பெரியம்மாவைப் பார்த்ததில்லை. ஆனால் வந்தியத்தேவர் கூறியது உண்மையாகத்தான் இருக்கவேண்டும். நம் தந்தை கூறிய வரலாற்றிலிருந்து அதைத் தெரிந்துகொண்டேன், தம்பி!"

"தந்தையே கூறினாரா, உன்னிடம்? என்ன கூறினார்? எப்போது கூறினார்?"

"சில நாளுக்கு முன்பு நானும் வானதியும் தஞ்சைக்குப் போயிருந்தோம். அப்போது தம் இளம் பிராயத்தில் நடந்த சம்பவத்தைக் கூறினார். இலங்கைக்கு அருகில் உள்ள ஒரு தீவில் தாம் தனியாக ஒதுக்கப்பட்டதையும், அத்தீவில் ஒரு ஊமைப் பெண் தம்மிடம் காட்டிய அன்பைப் பற்றியும் கூறினார். பராந்தகர் அனுப்பிய ஆட்கள் தம்மை அத்தீவில் கண்டுபிடித்து அழைத்து வந்ததைப் பற்றிச் சொன்னார். தமக்கு இளவரசுப் பட்டம் சூட்டிய அன்று அரண்மனையின் வாசலில் நின்ற கூட்டத்தில் அவளைப் பார்த்தாராம். அடுத்த கணம் அவள் மறைந்து விட்டாளாம். அவளைத் தேடி அழைத்துவர முதன் மந்திரி அநிருத்தரையே அனுப்பினாராம்.

ஆனால் அந்தப் பெண் கலங்கரை விளக்கத்தின் உச்சியிலிருந்து கடலில் குதித்து இறந்து விட்டாள் என்று அநிருத்தர் வந்து கூறினாராம். இந்தச் சம்பவம் நம் தந்தையின் உள்ளத்தில் இருபத்து நாலு வருஷங்களாக இருந்து அல்லும் பகலும் வேதனை அளித்துக்கொண்டிருக்கிறது என்பதை அறிந்தேன். அவள் இறந்துவிட்டதாகவே தந்தை நினைத்துக்கொண்டிருக்கிறார். தம்மால், தமது குற்றத்தால், அவள் மனம் புண்பட்டு உயிரை விட்டுவிட்டதாகவே எண்ணிக் கொண்டிருக்கிறார். தம்பி! சோழ சாம்ராஜ்யத்தைப் பற்றி நம் மனக்கோட்டையெல்லாம் ஒருபுறம் இருக்கட்டும். நீயும், நானுமாக முயன்று நம் தந்தைக்குச் செய்ய வேண்டிய கடமை ஒன்று இருக்கிறது. நீ எப்படியாவது இலங்கையிலிருந்து அந்த மாதரசியைத் தஞ்சைக்கு அழைத்து வர வேண்டும். தந்தையிடம் அவள் இறந்துவிடவில்லை; உயிரோடிருக்கிறாள் என்பதை நேரில் நிரூபித்துக் காட்ட வேண்டும். இல்லாவிட்டால், நம் தந்தைக்கு இந்த ஜன்மத்திலும் மனச்சாந்தி இல்லை, மறு ஜன்மத்திலும் அவருக்கு நிம்மதியிருக்க முடியாது!"

"அக்கா! சமீபத்தில் நான் இரண்டு மூன்று தடவை மரணத்தின் வாசல் வரையில் சென்று திரும்பினேன். அப்போதெல்லாம் என் மனத்தில் தோன்றிய எண்ணம் என்ன தெரியுமா? பெரியம்மாவைத் தந்தையிடம் அழைத்துப் போய் விடாமல் செத்துப் போகிறோமே என்ற ஏக்கந்தான். அக்கா! அந்த மாதரசியை நினைத்தாலும் என் உள்ளம் குமுறுகிறது. வாயிருந்தால் மனதிலுள்ள குறைகளையும் வேதனைகளையும் வெளியிட்டுச் சொல்லி ஆறுதல் அடையலாம். காது இருந்தால் பிறர் கூறும் ஆறுதல் மொழிகளை கேட்டுத் துக்கம் தீரலாம். வாயும் செவியும் இல்லாத ஒருத்தியினுடைய நிலையை எண்ணிப் பார்! உள்ளத்தில் குமுறும் அன்பையும், ஆர்வத்தையும், துன்பத்தையும், வேதனையையும், கோபத்தையும், தாபத்தையும் எல்லாவற்றையும் மனத்திற்குள்ளே அடக்கி வைத்திருக்கவேண்டும். அதிலும் நம் பெரியன்னையைப்போல் ஆசாபங்கம் அடைந்தவளின் மனோநிலையைப்பற்றிச் சொல்ல வேண்டுமா? அவள் பைத்தியக்காரியைப் போல் இலங்கைத் தீவின் காடுகளில் சுற்றித் திரிந்து கொண்டிருப்பதில் வியப்பென்ன?

அதையெல்லாம் நினைக்க நினைக்க, என் நெஞ்சு வெடித்துவிடும் போலிருக்கிறது. அவளை எப்படியாவது அழைத்து வந்து தந்தையிடம் சேர்ப்பிக்க வேண்டும் என்ற ஆர்வம் உண்டாகிறது. ஆனால் நம் தந்தை அதை விரும்புவார் என்று நினைக்கிறாயா, அக்கா?"

"தந்தை விரும்பினாலும் சரி, விரும்பாவிட்டாலும் சரி, நம்முடைய கடமை அது, தம்பி! இறந்து போனவளின் ஆவி வந்து அவரைத் துன்புறுத்துவதாக எண்ணி இரவு நேரங்களில் நம் தந்தை அலறுகிறார். இதனாலேயே அவர் உடம்பும் குணமடைவதில்லை."

"இது எப்படி உனக்குத் தெரிந்தது, அக்கா! இதுவும் தந்தை சொன்னாரா?"

"தந்தையும் சொன்னார்; என் தோழி வானதியும் சொன்னாள்."

"வானதி சொன்னாளா? அவளுக்கும், இதற்கும் என்ன சம்பந்தம் அக்கா! நீ அவளிடம் சொன்னாயா, என்ன?"

"இல்லை, இல்லை! தஞ்சை அரண்மனையில் ஒருநாள் நிகழ்ந்ததை அவள் வாய் மொழியாகவே சொல்லச் சொல்கிறேன். இருந்தாலும், நீ ரொம்பப் பொல்லாதவன், தம்பி! சோழர்குலத்தின் பண்பாட்டையே மறந்துவிட்டாய்! கொடும்பாளூர் இளவரசியிடம் ஒரு வார்த்தை பேசவும் இல்லை! சௌக்கியமாக இருக்கிறாயா என்று கேட்கக்கூட இல்லையே? மகாவீரரான சிறிய வேளாரின் புதல்விக்கு நீ செய்யும் மரியாதை இதுதானா? அழகாயிருக்கிறது!"

"அக்கா! வானதியைக் கவனித்துக் கொள்ள நீ இருக்கும் போது கவலை என்ன? சௌக்கியமா என்று நான் விசாரிப்பது தான் என்ன?"

"ரொம்ப சரி, சற்று வாயை மூடிக்கொண்டிரு! வானதி! இங்கே வா! உன்னை இளவரசன் நன்றாய்ப் பார்க்க வேண்டுமாம்!" என்றாள் குந்தவை.

வானதி அருகில் வந்தாள். இளவரசனைப் பார்த்தும் பாராமலும் நின்றுகொண்டு, "அக்கா! எதற்காகக் கற்பனை செய்து கூறுகிறீர்கள்! தங்கள் தம்பி என்னைப் பார்க்க விரும்பவில்லை. அவர் பார்வையெல்லாம் அதோ ஓடையில் இருக்கும் ஓடத்தின் மேலேயே இருக்கிறது. அவசரமாகத் திரும்பிப் போக வேண்டும் போலிருக்கிறதே!" என்று பட்டுப் போன்ற மிருதுவான குரலில் கூறினாள். ஓடத்தில் இருந்த பூங்குழலியை நினைத்துக்கொண்டு ஓடத்தைக் குறிப்பிட்டாள் போலும்!

இளவரசன் நகைத்துக்கொண்டே, "அக்கா! உன் தோழிக்குப் பேசத் தெரிகிறதே; நம் குடும்பத்தைச் சேர்ந்த ஊமைகளுடன் இவளும் ஒரு ஊமையோ என்று பயந்து போனேன்!" என்றான்.

"அக்கா! இவரைப் பார்த்தால் எனக்குப் பேச வருகிறதில்லை. எனக்கே நான் ஊமையாய்ப் போய்விட்டேனோ என்று பயம் உண்டாகிறது" என்றாள் வானதி.

"அது ரொம்ப நல்லது. கோடிக்கரையில் ஒருவன் இருக்கிறான்; பூங்குழலியின் தமையன். அவன் மற்றவர்களிடம் ஒருவாறு தெத்தித் தெத்திப் பேசுகிறான். ஆனால் அவன் மனைவியைக் கண்டால் ஊமையாகி விடுகிறான். அதனால் அவனை அவன் வீட்டார் ஊமை என்றே வைத்து விட்டார்கள்" என்றான் இளவரசன்.

"இந்தக் கொடும்பாளூர்ப் பெண் கொஞ்சம் அந்த மாதிரி தான். முன்னேயெல்லாம் இவளைச் சற்று நேரம் பேசாமல் சும்மா இருக்கச் சொன்னால் இவளால் முடியவே முடியாது. பேச ஆரம்பித்தால் நிறுத்தவே மாட்டாள். நீ முதன் முதலில் இலங்கைக்குப் போனாயே, அது முதல் இவளுடைய பேச்சுக் குறைந்துவிட்டது. தனியாகத் தனியாகப் போய் உட்கார்ந்து கொண்டு எதையோ எண்ணிக் கொண்டிருக்கிறாள். அது போனால் போகட்டும், வானதி! அன்று இரவு தஞ்சை அரண்மனையில் நடந்ததையெல்லாம் இளவரசனுக்கு விவரமாகச் சொல்லு" என்றாள் குந்தவை.

"கொடும்பாளூர் இளவரசி உட்கார்ந்து கொண்டு சொல்லட்டும் அக்கா! இவள் இத்தனை நேரம் நிற்பதைப் பார்த்தால் இவளுடைய பெரிய தந்தை உருகிப் போய் விடுவார். தென்திசைச் சேனாதிபதி என்னைப் பார்க்கும் போதெல்லாம் இவளைப் பற்றி விசாரிப்பார். நீயோ இவளைப் பற்றி ஒன்றுமே சொல்லி அனுப்புவதில்லை. ஆகையால், நான் அவருக்குப் பதில் சொல்ல முடியாமல் திண்டாடுவேன்" என்றான் இளவரசன்.

"வாணர் குலத்து வீரரிடம் இவளைப்பற்றி விவரமாய்ச் சொல்லி அனுப்பினேனே, அவர் ஒன்றும் உன்னிடம் சொல்லவில்லையா?"

"அவர் சொல்லித்தான் இருப்பார், அக்கா! இவர் காதில் ஒன்றும் விழுந்திராது. இவருக்கு எத்தனையோ ஞாபகம்!" என்றாள் வானதி.

"அதுவும் உண்மைதான், உன்னுடைய ஓலையைப் பார்த்த பிறகு வேறு ஒன்றிலும் என் மனது செல்லவில்லை. இந்தச் சுரத்திற்குப் பிறகு என் காது கூடக் கொஞ்சம் மந்தமாயிருக்கிறது. உன் தோழியை உரக்கப் பேசச் சொல்லு!" என்றான் அருள்வர்மன்.

பிறகு, வானதி தஞ்சை அரண்மனையில் குந்தவை துர்கை கோயிலுக்குப் போன பிறகு தான் தனியே மேன் மாடத்தில் உலாவச் சென்றதையும், சக்கரவர்த்தியின் அபயக்குரல் கேட்டதையும், அந்த இடத்துக்குத் தான் சென்று கீழே எட்டிப் பார்த்ததையும், அங்கே தான் கண்ட காட்சியையும் கூறினாள். இடையிடையே வானதி இளவரசனின் முகத்தை ஏறிட்டுப் பார்க்க நேர்ந்தபோதெல்லாம் மெய்மறந்து நின்று விட்டாள். இளையபிராட்டி அவளை ஒவ்வொரு தடவையும் தூண்டிப் பேசும்படி செய்வது அவசியமாயிருந்தது.

எல்லாவற்றையும் ஆர்வத்துடன் கேட்டுக்கொண்டிருந்த இளவரசன், கடைசியாகத் தமக்கையை நோக்கி, "அக்கா! உன் தோழி முக்கியமான ஒரு சம்பவத்தை விட்டுவிட்டாள் போலிருக்கிறதே! இவ்வளவையும் பார்த்துக்கேட்ட பிறகு இவள் மூர்ச்சை அடைந்து விழுந்திருக்க வேண்டுமே?" என்றான்.

குந்தவை சிரித்தாள்; வானதி நாணத்துடன் தலை குனிந்து நின்றாள்.

குந்தவை அவளை அன்பு ததும்பிய கண்களினால் பார்த்து "வானதி! சற்று நேரம் ஓடைக் கரையோடு உலாவிவிட்டு வா, இல்லாவிட்டாலும் நம் பரிவாரங்கள் இருக்குமிடத்துக்குப் போயிரு. அருள்வர்மன் இன்னும் சில நாள் இங்கேயே தான் இருப்பான்; மறுபடியும் சந்திக்கலாம்!" என்றாள்.

"ஆகட்டும் அக்கா! உலாவிவிட்டு வருகிறேன்!" என்று சொல்லிக் கொண்டு வானதி துள்ளிக் குதித்துச் சென்றாள். திடீரென்று அவ்வளவு குதூகலம் அவளுக்கு எப்படி ஏற்பட்டதோ, தெரியாது.

மலர்ந்த முகத்தோடும், விரிந்த கண்களோடும் அவள் போவதைப் பார்த்துக்கொண்டிருந்த அருள்வர்மன், அவள் மறைந்ததும், தமக்கையை நோக்கினான்.

"அக்கா! தந்தையின் புலம்பலின் காரணம் எனக்குத் தெரிகிறது. ஆனால் அவர் கண்ட காட்சியைப் பற்றி உன் கருத்து என்ன? அவர் முன்னால் காணப்பட்ட தோற்றம் என்னவாயிருக்கக்கூடும்? தந்தையின் மனப் பிரமையை? அப்படியானால் உன் தோழிக்கும் பிரமை எப்படி ஏற்பட்டிருக்கும்?"

"தந்தை கண்டதும் பிரமை அல்ல; வானதி கண்டதும் மாயத்தோற்றம் அல்ல; தந்தை முன் நடந்தது நள்ளிரவு நாடகம். அதில் முக்கிய பாத்திரமாக நடித்தவள் பழுவூர் இளையராணி நந்தினி. இதை அப்போதே நான் ஊகித்துத் தெரிந்துகொண்டேன். வந்தியத்தேவரும் நீயும் சொன்ன விவரங்களுக்குப் பிறகு அது உறுதியாயிற்று...!"

"அந்த நாடகத்திற்குக் காரணம் என்ன? பழுவூர் ராணி எதற்காக அப்படிச் செய்ய வேணும், அக்கா?"

"நந்தினிக்குத் தன் பிறப்பைக் குறித்துச் சந்தேகம் உண்டு. சக்கரவர்த்தி தன்னைப் பார்த்து, முன்னொரு தடவை நினைவிழந்ததை அவள் அறிவாள். அதற்குப் பிறகு அவள் தந்தை முன்னால் வருவதே இல்லை. இப்படி ஒரு நாடகம் நடத்தினால் ஏதாவது உண்மை கண்டறியலாம் என்று செய்திருக்கிறாள்..."

"தெரிந்திருக்குமா, அக்கா?"

"அதை நான் அறியேன்! நந்தினியின் உள்ளத்தை அவளைப் படைத்த பிரம்மதேவனாலும் கண்டறிய முடியாது. பழுவேட்டரையர் அவளிடம் படும்பாட்டை நினைத்தால் எனக்குப் பரிதாபமாயிருக்கிறது; தம்பி! சற்று முன் அழகைப் பற்றிப் பேசினோம் அல்லவா? பெண்களில் அழகி என்றால் நந்தினிதான் அழகி. நாங்கள் எல்லாரும் அவள் கால் தூசி பெற மாட்டோம். நந்தினி முன்னால் எதிர்ப்பட்ட புருஷர்களும் அவளுக்கு அக்கணமே அடிமையாகி விடுகிறார்கள். பழுவேட்டரையர், மதுராந்தகர், திருமலையப்பன், கந்தன்மாறன், கடைசியாக பார்த்திபேந்திரன்! அவளுடைய அழகுக்குப் பயந்துகொண்டு முதன் மந்திரி அநிருத்தர் அவள் பக்கத்திலேயே போவதில்லை. ஆதித்த கரிகாலன் அதனாலேயே தஞ்சைக்கு வருவதில்லை. தம்பி! நந்தினியின் சௌந்திரயத்துக்கு அஞ் சாமல், அவளிடம் தோற்றுப் போகாமல் மிஞ்சி வந்தவர், ஒரே ஒருவர் தான்..."

"வாணர் குலத்து வீரரைத்தானே சொல்லுகிறாய்?"

"ஆம்! அவர்தான்! அதனாலேயே அவரைக் காஞ்சிக்கு ஆதித்த கரிகாலனிடம் அனுப்பியிருக்கிறேன்."

"எதற்காக?"

"பழுவூர் ராணி கடம்பூர் சம்புவரையர் மாளிகைக்கு வரும்படி நம் தமையனுக்குச் சொல்லியனுப்பியிருக்கிறாள். அவர்களுடைய சந்திப்பைத் தடுப்பதற்காக அனுப்பியிருக்கிறேன். அப்படிச் சந்தித்தாலும், விபரீதம் எதுவும் நேராமல் பாதுகாப்பதற்கு அனுப்பியிருக்கிறேன். கரிகாலனுக்கு நந்தினி தம் தமக்கை என்று தெரியாது. நந்தினி நம் உறவைக் கண்டு கொண்டாளா என்பதையும் நான் அறியேன்."

"அவள் நம் தமக்கை என்பது நிச்சயந்தானா, அக்கா?"

"அதில் என்ன சந்தேகம்? தம்பி! அதை நான் அறிந்ததிலிருந்து என்னுடைய மனத்தை அடியோடு மாற்றிக் கொண்டு விட்டேன். நாம் குழந்தைகளாயிருந்த போது நந்தினியை நான் வெறுத்தேன், அவமதித்தேன். அவள் அழகைக் கண்டு பொறாமைப்பட்டேன். நீயும், கரிகாலனும் அவளோடு பேசவுங்கூடாது என்று திட்டம் செய்தேன். அவள் பாண்டியநாட்டுக்குப் போன பிறகும் அவளிடம் நான் கொண்டிருந்த அசூயையும் வெறுப்பும் அப்படியே இருந்தன. பழுவூர்க் கிழாரை மணம் செய்து கொண்டு திரும்பி வந்த பிறகு எத்தனையோ தடவை அவளைப் பரிகசித்து அவமானப்படுத்தினேன். அதற்கெல்லாம் பிராயச்சித்தம் செய்து கொள்ளத் தீர்மானித்திருக்கிறேன்.."

"எப்படி, அக்கா! என்ன மாதிரிப் பிராயச்சித்தம்?"

"அடுத்த தடவை அவளைச் சந்திக்கும்போது அவள் காலில் விழுந்து என்னுடைய குற்றங்களையெல்லாம் மன்னிக்கும்படி கேட்டுக்கொள்வேன். அதற்காக என்ன தண்டனை விதித்தாலும் ஏற்றுக் கொள்வேன்..."

"அதை நான் தடுப்பேன். நீ ஒரு குற்றமும் செய்யவில்லை நீ யாரிடமும் மன்னிப்புக் கேட்கவேண்டிய அவசியமும் இல்லை. இந்த ஈரேழு பதினாலு உலகத்தில் உனக்குத் தண்டனை கொடுக்கக் கூடியவர்கள் யாரும் இல்லை. நீ பழுவூர் இளைய ராணி நந்தினியைப் பார்த்து அசூயைப்படவில்லை. அவள்தான் உன்னைப் பார்த்துப் பொறாமைப்பட்டாள். அவள்தான் உன்னை வெறுத்தாள்..."

"தம்பி! இலங்கையில் பைத்தியக்காரியைப்போல் திரியும் நம் பெரியம்மாவை நினைத்து நீ நெஞ்சம் குமுறுவதாகச் சொன்னாய். அரண்மனையில் சகல சுக போகங்களுடன் வாழ்ந்திருக்க வேண்டிய நந்தினி எப்படியெல்லாம் வாழ்க்கையில் கஷ்டப்பட்டாள் என்பதை நினைக்கும்போது என் இதயம் பிளந்து போகும் போலிருக்கிறது. யாரோ, எப்பொழுதோ செய்த தவறுகளின் காரணமாக, எனக்கு முன் பிறந்த தமக்கை இந்தக் கிழவர் பழுவேட்டரையரை மணக்க நேர்ந்துவிட்டது..."

"அக்கா! இதெல்லாம் எப்படி நேர்ந்திருக்கும் என்று உனக்கு ஏதாவது தெரிகிறதா? நம் பெரியம்மா இறந்து விட்டதாகத் தந்தை எண்ணுவதற்குக் காரணம் என்ன? நந்தினி அநாதையைப் போல எங்கேயோ, யார் வீட்டிலோ வளர்ந்து, இந்த நிலைமைக்கு வருவதற்குக் காரணம் என்ன...?"

"அதைப்பற்றியெல்லாம் நான் இரவும், பகலும் யோசித்து வருகிறேன். ஆனால் இன்னமும் நிச்சயமாய்க் கண்டுபிடிக்க முடியவில்லை. அந்த இரகசியங்களை அறிந்தவர்கள் இப்போது இரண்டு பேர் நமக்குத் தெரிந்தவர்கள் இருக்கிறார்கள். நம்முடைய பாட்டி செம்பியன்மாதேவிக்கு ஏதோ விஷயமும் தெரிந்திருக்கிறது. முதல் மந்திரி அநிருத்தருக்கு எல்லா விஷயம் தெரிந்திருக்கும் எனத் தோன்றுகிறது. ஆனால் அவர்கள் இரண்டு பேரிடமிருந்தும் நாம் எதுவும் தெரிந்துகொள்ள முடியாது. அநிருத்தருடைய சீடன் ஆழ்வார்க்கடியானுக்கும் ஓரளவேனும் தெரிந்திருக்க வேண்டும். அவன் குருவை மிஞ் சியவன்! வாயை திறக்கமாட்டான். தம்பி! அதையெல்லாம் கண்டுபிடிப்பதற்கு இப்போது அவசரமும் இல்லை. நந்தினியினால் நம் குலத்துக்கு விபரீதமான அபாயமும், அபகீர்த்தியும் ஏற்படாமல் தடுப்பதுதான் இப்போது முக்கியம். வந்தியத்தேவர் சொன்னார், 'பழுவூர் ராணி மீன் சின்னம் பொறித்த, மின்னலைப்போல் ஒளிரும் வாள் ஒன்றை வைத்துப் பூஜை செய்து கொண்டிருக்கிறாள்' என்று. அதைக் கேட்டதிலிருந்து என் நெஞ்சு பதைத்துக் கொண்டேயிருக்கிறது. தான் பிறந்த குலம் சோழ குலம் என்பதை அறியாமல் பழுவூர் ராணி ஏதாவது செய்துவிடப் போகிறாளோ என்று கவலையாயிருக்கிறது."

"பழுவூர் ராணியிடம் எல்லாவற்றையும் சொல்லிவிட்டால் என்ன?"

"சொன்னாலும் என்ன பயன் ஏற்படுமோ, தெரியாது. நம்மிடமெல்லாம் அவளுடைய கோபம் அதிகமானாலும் ஆகும். ஆனால் நமது கடமையை நாம் செய்துவிட வேண்டியதுதான்!"

"அதற்காக வந்தியத்தேவரை நீ அனுப்பியிருப்பது சரிதான். ஆனால் தந்தையிடமும் தெரிவிக்க வேண்டாமா? அவர் எதற்காக உடல் வேதனை போதாதென்று, மனவேதனையும் பட்டுக் கொண்டிருக்க வேண்டும்? நாம் உடனே, தஞ்சைக்குப் புறப்படலாம் அல்லவா?"

"கூடவே கூடாது, தம்பி! இரண்டு நாளில் தஞ்சைக்கு நான் புறப்படுகிறேன். ஆனால் இந்தச் சூடாமணி விஹாரத்தில்தான் நீ இன்னும் சில காலம் இருக்கவேண்டும்."

"ஏன் அப்படிச் சொல்லுகிறாய்? தந்தையின் கட்டளையை மீறி என்னை இங்கே இன்னமும் ஒளிந்து, மறைந்து வாழச் சொல்கிறாயா?"

"ஆம்! நீ இப்போது தஞ்சைக்கு வந்தால் நாடெங்கும் ஒரே குழப்பமாகிவிடும். மக்கள் மதுராந்தகர் மீதும், பழுவேட்டரையர்கள் மீதும் ஒரே கோபமாயிருக்கிறார்கள். உன்னைச் சிறைப்படுத்திக் கொண்டுவரச் சொன்னதற்காகச் சக்கரவர்த்தி மீதுகூட ஜனங்கள் கோபமாயிருக்கிறார்கள். உன்னை இப்போது கண்டால் மக்களின் உணர்ச்சி வெள்ளம் பொங்கிப் பெருகும். அதன் விளைவுகள் என்ன ஆகுமோ தெரியாது. உடனே உனக்குப் பட்டம் கட்டவேண்டும் என்று ஜனங்கள் கூச்சல் போட்டாலும் போடுவார்கள். தஞ்சைக் கோட்டையையும், அரண்மனையையும் முற்றுகை போடுவார்கள். ஏற்கெனவே மனம் புண்பட்டிருக்கும் தந்தையின் உள்ளம் மேலும் புண்ணாகும். தம்பி! இராஜ்யத்துக்கு ஆபத்து வந்திருக்கிறது என்று உன்னை நான் வரச்சொல்லி ஓலை எழுதினேன். அதே

காரணத்துக்காக இப்போது நீ திரும்பி இலங்கைக்குப் போய்விட்டால் நல்லது என்று நினைக்கிறேன்..."

"அக்கா! அது ஒருநாளும் இயலாத காரியம். நம் தந்தையைப் பார்க்காமல் நான் திரும்பிப் போகமாட்டேன். தஞ்சைக்கு நான் இரகசியமாக வருவது நல்லது என்று நினைத்தால் அப்படியே செய்கிறேன். ஆனால் சக்கரவர்த்தியை நான் பார்த்தேயாக வேண்டும். அவரிடம் என்னைக் காப்பாற்றிய காவேரி அம்மன் யார் என்பதைச் சொல்லவேண்டும்."

"அதையெல்லாம் நானே சமயம் பார்த்துச் சொல்லி விடுகிறேன். நீ வந்துதான் தீரவேண்டுமா?"

"நேரில் பார்த்த நானே சொன்னால், தந்தைக்குப் பூரண நம்பிக்கை ஏற்படும்! என் மனமும் ஆறுதல் அடையும். பெரியம்மாவை அழைத்துக்கொண்டு வருவதற்கு அவருடைய அனுமதியையும் பெற்றுக் கொள்வேன்..."

"அருள்வர்மா! உன் இஷ்டத்துக்கு நான் குறுக்கே நிற்கவில்லை. ஆனால் இன்னும் ஒரு வாரகாலம் சூடாமணி விஹாரத்தில் இரு. நான் முன்னதாகத் தஞ்சைக்குப் போகிறேன். நீ வந்திருப்பதாகத் தந்தையிடம் அறிவித்துவிட்டுச் செய்தி அனுப்புகிறேன். தம்பி! நான் இங்கே உன்னைத் தேடி வந்தது உன்னைப் பார்ப்பதற்காக மட்டுமல்ல; உன்னிடம் ஒரு வரம் கோரிப் பெறுவதற்காக வந்தேன். அதை நிறைவேற்றி வைத்து விட்டால், பின்னர் உன்னைத் தொந்தரவு செய்யமாட்டேன். ஆண்பிள்ளைகள் அபாயத்துக்கு உட்படவேண்டியவர்கள்தான். வீர சௌரிய பராக்கிரமங்களின் இணையில்லாதவன் என நீ புகழ் பெற வேண்டும் என்பதுதான் என் ஆசை. ஆனால் மறுபடி நீ உன்னை அபாயத்துக்கு உட்படுத்திக் கொள்வதற்கு முன்னால் என்னுடைய கோரிக்கையை நிறைவேற்றிக் கொடுக்க வேண்டும்..."

"இவ்வளவு பெரிய பீடிகை எதற்கு, அக்கா! நீ சொல்லுவதை என்றைக்காவது நான் மறுத்ததுண்டா?"

"மறுத்ததில்லை; அந்த நம்பிக்கையோடுதான் இப்போதும் கேட்கிறேன். ஆதித்த கரிகாலன் கல்யாணம் செய்து கொள்ளவில்லை; கல்யாணம் செய்து கொள்வான் என்றும் தோன்றவில்லை; சுந்தர சோழரின் குலம் உன்னால்தான் விளங்க வேண்டும். என் விருப்பத்தை இந்த விஷயத்தில் நீ நிறைவேற்றி வைக்க வேண்டும்..."

"உன் விருப்பத்தை நிறைவேற்ற நான் சம்மதித்தால், எனக்குப் பிரியமான பெண்ணை மணந்துகொள்ள நீ சம்மதம் கொடுப்பாய் அல்லவா?"

"இது என்ன இப்படிக் கேட்கிறாய்? இருபது ஆண்டுகளாக நம் விருப்பங்கள் மாறுபட்டதில்லை. இதிலே மட்டும் தனியாக எதற்குச் சம்மதம் கேட்கிறாய்?"

"அக்கா அதற்குக் காரணம் இருக்கிறது. நான் மணந்து கொள்ளும் பெண், நான் காணும் பகற் கனவுகளை நிறைவேற்றுவதற்கு ஒத்தாசையாயிருக்க வேண்டும் அல்லவா?"

"தம்பி! உன் பகற்கனவுகளை ஒரு பெண்ணின் ஒத்தாசை கொண்டு நிறைவேற்றிக் கொள்ளவா ஆசைப்படுகிறாய்?" என்றாள் குந்தவை.

அச்சமயத்தில், "ஐயோ! ஐயோ! அக்கா! அக்கா!" என்ற அபயக்குரல் கேட்டது. குரல் வானதியின் குரல் தான்.

46. வானதி சிரித்தாள்

நந்தி மண்டபத்தில் அமர்ந்து இளவரசனும், குந்தவை தேவியும் பேசிக்கொண்டிருந்தபோது - வானதி தூண் ஓரமாக நின்று கேட்டுக்கொண்டிருந்தபோது, - கால்வாயில் படகில் காத்துக் கொண்டிருந்த பூங்குழலிக்கும், சேந்தன்அமுதனுக்கும் முக்கியமான சம்பாஷணை நடந்துகொண்டிருந்தது.

"அமுதா! ஒன்று உன்னை நான் கேட்கப் போகிறேன். உண்மையாகப் பதில் சொல்வாயா?" என்றாள் பூங்குழலி.

"உண்மையைத் தவிர என் வாயில் வேறு ஒன்றும் வராது பூங்குழலி! அதனாலேதான் நாலு நாளாக நான் யாரையும் பார்க்காமலும், பேசாமலும் இருக்கிறேன்" என்றான் அமுதன்.

"சில பேருக்கு உண்மை என்பதே வாயில் வருவதில்லை. இளவரசருக்கு ஓலை எடுத்துக்கொண்டு இலங்கைக்குப் போனானே, அந்த வந்தியத்தேவன் அப்படிப்பட்டவன்."

"ஆனாலும் அவன் ரொம்ப நல்லவன். அவன் யாரையும் கெடுப்பதற்காகப் பொய் சொன்னதில்லை."

"உன்னைப் பற்றி அவன் ஒன்று சொன்னான். அது உண்மையா, பொய்யா என்று தெரிந்துகொள்ள விரும்புகிறேன்..."

"என்னைப் பற்றி அவன் உண்மையில்லாததைச் சொல்வதற்குக் காரணம் எதுவும் இல்லை. இருந்தாலும், அவன் சொன்னது என்னவென்று சொல்!"

"நீ என்னைப் பற்றி மிகவும் புகழ்ந்து பேசியதாகச் சொன்னான்."

"அது முற்றும் உண்மை."

"நீ என்னிடம் ஆசை வைத்திருப்பதாகச் சொன்னான், என்னை நீ மணந்து கொள்ள விரும்புவதாகச் சொன்னான்..."

"அவ்விதம் உண்மையில் அவன் சொன்னானா?"

"ஆம், அமுதா!"

"அவனுக்கு என் நன்றியைத் தெரிவிக்க வேண்டும்."

"எதற்காக?"

"நானே உன்னிடம் என் மனதைத் திறந்து தெரிவித்திருக்க மாட்டேன்; அவ்வளவு தைரியம் எனக்கு வந்திராது. எனக்காக உன்னிடம் தூது சொன்னான் அல்லவா? அதற்காக அவனுக்கு நன்றி செலுத்த வேண்டும்."

"அப்படியானால் அவன் சொன்னது உண்மைதானா?"

"உண்மைதான் பூங்குழலி! அதில் சந்தேகமில்லை."

"உனக்கு ஏன் என்னிடம் ஆசை உண்டாயிற்று, அமுதா?"

"அன்பு உண்டாவதற்குக் காரணம் சொல்ல முடியுமா?"

"யோசித்துப் பார்த்துச் சொல்லேன். ஏதாவது ஒரு காரணம் இல்லாமலா இருக்கும்?"

"அன்பு ஏன் ஏற்படுகிறது, எவ்வாறு ஏற்படுகிறது என்று இதுவரை உலகில் யாரும் கண்டுபிடித்துச் சொன்னதில்லை, பூங்குழலி!"

"ஒருவருக்கொருவர் அழகைப் பார்த்து ஆசை கொள்வதில்லையா?"

"அழகைப் பார்த்து ஆசை கொள்வதுண்டு; மோகம் கொள்வதும் உண்டு. ஆனால் அதை உண்மையான அன்பு என்று சொல்ல முடியாது அது நிலைத்திருப்பதும் இல்லை. சற்று முன் வந்தியத்தேவன் என்று சொன்னாயே, அவன் என்னைப் பார்த்தவுடன்

என்னிடம் சிநேகம் கொண்டு விட்டான். அவனுக்காக நான் என் உயிரையும் கொடுக்கச் சித்தமாயிருந்தேன். என் அழகைப் பார்த்தா, என்னிடம் அவன் சிநேகமானான்?"

"ஆனால் உன் சினேகிதன் என் அழகைப் பற்றி ரொம்ப, ரொம்ப வர்ணித்தான் இல்லையா?"

"உன் அழகைப் பற்றி வர்ணித்தான். ஆனால் உன்னிடம் ஆசை கொள்ளவில்லை. பழுவூர்ராணியின் அழகைப்பற்றி நூறு பங்கு அதிகம் வர்ணித்தான், அவளிடம் அன்பு கொள்ளவில்லை."

"அதன் காரணம் எனக்குத் தெரியும்."

"அது என்ன?"

"அதோ இளவரசருடன் பேசிக்கொண்டிருக்கும் இளைய பிராட்டியிடம் அந்த வீரனின் மனம் சென்றுவிட்டதுதான் காரணம்."

"இதிலிருந்தே அழகுக்கும் அன்புக்கும் சம்பந்தமில்லையென்று ஏற்படவில்லையா?"

"அது எப்படி ஏற்படுகிறது? இளையபிராட்டியைவிட நான் அழகி என்றா சொல்லுகிறாய்?"

"அதில் என்ன சந்தேகம், பூங்குழலி! பழையாறை இளையபிராட்டியைக் காட்டிலும், அதோ தூண் மறைவில் நிற்கும் கொடும்பாளூர் இளவரசியைக் காட்டிலும், நீ எத்தனையோ மடங்கு அழகி. மோகினியின் அவதாரம் என்று பலரும் புகழும் பழுவூர் இளையராணியின் அழகும் உன் அழகுக்கு இணையாகாது. இப்படிப்பட்ட தெய்வீகமான அழகுதான் எனக்குச் சத்துருவாயிருக்கிறது. அதனாலேயே என் மனத்தில் பொங்கிக் குமுறும் அன்பை என்னால் உன்னிடம் வெளியிடவும் முடியவில்லை. வானுலகத் தேவர்களும் மண்ணுலகத்தின் மன்னாதி மன்னர்களும் விரும்பக்கூடிய அழகியாகிய நீ, எனக்கு எங்கே கிட்டப்போகிறாய் என்ற பீதி என் மனத்தில் குடி கொண்டிருக்கிறது!"

பூங்குழலி சற்று யோசனையில் ஆழ்ந்திருந்துவிட்டு "அமுதா! உன் பேரில் எனக்கு ஆசை இல்லை என்று நான் சொல்லிவிட்டால், நீ என்ன செய்வாய்?" என்று கேட்டாள்.

"சில நாட்கள் பொறுமையுடன் இருப்பேன். உன் மனம் மாறுகிறதா என்று பார்ப்பேன்."

"அது எப்படி மாறும்?"

"மனிதர்கள் மனது விசித்திரமானது. சிலசமயம் நம் மனத்தின் அந்தரங்கம் நமக்கே தெரியாது. புறம்பான காரணங்களினால் மனம் பிரமையில் ஆழ்ந்திருக்கும். பிரமை நீங்கியதும் உண்மை மனம் தெரிய வரும்..."

"சரி பொறுத்திருந்து பார்ப்பாய், அப்படியும் என் மனதில் மாறுதல் ஒன்றும் ஏற்படாவிட்டால்..."

"உன்னிடம் வைத்த ஆசையை நான் போக்கிக்கொள்ள முயல்வேன்..."

"அது முடியுமா?..."

"முயன்றால் முடியும்; கடவுளிடம் மனத்தைச் செலுத்தினால் முடியும். நம் பெரியோர் பகவானிடம் பக்தி செலுத்தித்தான் மனத்தைக் கட்டுப்படுத்திக் கொண்டார்கள்..."

"அமுதா! நீ என்னிடம் வைத்திருக்கும் அன்பு உண்மையான அன்பு என்று எனக்குத் தோன்றவில்லை."

"ஏன் அப்படிச் சொல்கிறாய்? உண்மை அன்பின் அடையாளம் என்ன?"

"என்னிடம் உனக்கு உண்மை அன்பு இருந்தால், நான் உன்னை மறுதலித்ததும் என்னைக் கொன்று விட வேண்டும் என்று உனக்குத் தோன்றும். உனக்குப் பதிலாக நான் வேறு யாரிடமாவது அன்பு வைப்பதாகத் தெரிந்தால் அவரையும் கொன்றுவிட

வேண்டுமென்று நீ கொதித்து எழுவாய்...”

“பூங்குழலி! நான் கூறியது தெய்வீகமான, ஸத்வ குணத்தைச் சேர்ந்த அன்பு. நீ சொல்வது அசுர குணத்துக்குரிய ஆசை; பைசாச குணத்துக்குரியது என்று சொல்லலாம்...”

“தெய்வீகத்தையும் நான் அறியேன்; பைசாச இயல்பையும் நான் அறியேன். மனித இயற்கைதான் தெரியும். அன்பு காரணமாக இன்பம் உண்டாக வேண்டும். அதற்குப் பதிலாகத் துன்பம் உண்டானால் எதற்காக அதைச் சகித்திருப்பது? நாம் ஒருவரிடம் அன்பு செய்ய, அவர் பதிலுக்கு நம்மிடம் அன்பு செய்யாமல் துரோகம் செய்தால் எதற்காக நாம் பொறுத்திருக்க வேண்டும்? பழிவாங்குவது தானே மனித இயல்பு?”

“இல்லை, பூங்குழலி! பழிவாங்குவது மனித இயல்பு அல்ல, அது ராட்சஸ இயல்பு. ஒருவரிடம் நாம் அன்பு வைத்திருப்பது உண்மையானால் அவருடைய சந்தோஷம் நமக்கும் சந்தோஷம் தர வேண்டும். அவர் நம்மை நிராகரிப்பது முதலில் கொஞ்சம் வேதனையாயிருந்தாலும் பொறுத்துக்கொண்டு பதிலுக்கு நன்மையே செய்தோமானால் பின்னால் நமக்கு ஏற்படும் இன்பம், ஒன்றுக்குப் பத்து மடங்காகப் பெருகியிருக்கும்...”

“நீ சொல்வது மனித இயல்பேயல்ல; மனிதர்களால் ஆகக் கூடிய காரியமும் அல்ல. வந்தியத்தேவனுடன் வைத்தியர் மகன் ஒருவன் வந்தான். அவன் என்னைப் பார்த்ததும் ஆசை கொண்டான். அது நிறைவேறாது என்று அறிந்ததும், அவனுடைய ஆசைக்கு குறுக்கே நிற்பதாக அவன் எண்ணி வந்தியத்தேவனைப் பழுவேட்டரையர் ஆட்களிடம் காட்டிக் கொடுக்க முயன்றான். என்னையும் அவன் கொன்றுவிட முயன்றிருப்பான்.”

“அப்படியானால் அவன் மனித குலத்தைச் சேர்ந்தவன் அல்ல; கொடிய அசுர குலத்தைச் சேர்ந்தவன்.”

“அதோ கொடும்பாளூர் இளவரசி நிற்கிறாள். அவள் பொன்னியின் செல்வருக்குத் தன் உள்ளத்தைப் பறிகொடுத்திருக்கிறாள். பொன்னியின் செல்வர் அவளை ஏற்றுக்கொள்ளாவிட்டால், அவள் என்ன செய்வாள்? நிச்சயமாகப் பொன்னியின் செல்வருக்கு விஷம் வைத்துக் கொல்ல முயல்வாள். அவருடைய மனத்தை வேறு எந்தப் பெண்ணாவது கவர்ந்து விட்டதாக அறிந்தால் அவளையும் கொல்ல முயல்வாள்.”

“ஒருநாளும் நான் அப்படி நினைக்கவில்லை பூங்குழலி; சாத்வீகமே உருக்கொண்ட வானதி அப்படி ஒருநாளும் செய்ய முயல மாட்டாள்.”

“இருக்கலாம்; நானாயிருந்தால் அப்படித்தான் செய்ய முயலுவேன்.”

“உன்னைக் கடவுள் மன்னித்துக் காப்பாற்ற நான் பிரார்த்தித்து வருவேன்...”

“கடவுள் என்ன என்னை மன்னிப்பது! நான் கடவுளை மன்னிக்க வேண்டும்!”

“நீ தெய்வ அபசாரம் செய்வதையும் கடவுள் மன்னிப்பார்!”

“அமுதா! நீ உத்தமன், என் பெரிய அத்தையின் குணத்தைக் கொண்டு பிறந்திருக்கிறாய்...”

“அது என்ன விஷயம்? திடீரென்று புதிதாக ஏதோ சொல்கிறாயே?”

“என் பெரிய அத்தை இறந்துபோய் விட்டதாக நம் குடும்பத்தார் சொல்லிக் கொண்டிருக்கிறார்கள் அல்லவா?”

“யாரைச் சொல்கிறாய்? என் தாய்க்கும், உன் தந்தைக்கும் உடன் பிறந்த மூத்த சகோதரியைத் தானே”.

“ஆம்! அவள் உண்மையில் இறந்து விடவில்லை.”

“நானும் அப்படித்தான் பராபரியாகக் கேள்விப்பட்டேன்.”

“அவள் இலங்கைத் தீவில் இன்றைக்கும் பைத்தியக்காரியைப் போல அலைந்துகொண்டிருக்கிறாள்...”

"குடும்பச் சாபக்கேட்டுக்கு யார் என்ன செய்ய முடியும்?"

"அவள் இன்று பைத்தியக்காரியைப் போல் அலைவதற்குக் குடும்பச் சாபம் மட்டும் காரணம் அல்ல. சோழகுலத்தைச் சேர்ந்த ஒருவனின் நம்பிக்கைத் துரோகம்தான் அதற்குக் காரணம்."

"என்ன? என்ன?"

"இளம்பிராயத்தில், என் அத்தை இலங்கைக்கு அருகில் ஒரு தீவில் வசித்து வந்தாள். அவளைச் சோழ ராஜகுமாரன் ஒருவன் காதலிப்பதாகப் பாசாங்கு செய்தான், அவள் நம்பிவிட்டாள். பிறகு அந்த இராஜகுமாரன் இளவரசுப் பட்டம் சூட்டிக் கொண்டதும் அவளை நிராகரித்து விட்டான்..."

"இதெல்லாம் உனக்கு எப்படித் தெரிந்தது, பூங்குழலி?"

"என் ஊமை அத்தையின் சமிக்ஞை பாஷை மூலமாகவே தெரிந்துகொண்டேன். இன்னொன்று சொல்கிறேன் கேள்! சில காலத்துக்கு முன்பு பாண்டிய நாட்டார் சிலர் இங்கே வந்திருந்தார்கள். என் அத்தையை வஞ்சித்த இராஜ குலத்தினரை பழிக்குப்பழி வாங்குவதற்கு என் உதவியைக் கோரினார்கள். அப்போதுதான் என் அத்தையின் கதையை அறிந்திருந்த எனக்கு இரத்தம் கொதித்துக் கொண்டிருந்தது. அவர்களுடன் சேருவதென்றே முடிவு செய்துவிட்டேன். அச்சமயம் என் பெரிய அத்தையின் மனப்போக்கை அறிந்து கொண்டேன். அவள், தனக்குத் துரோகம் செய்தவனை மன்னித்ததுமில்லாமல், அவனுக்கு இன்னொரு மனைவி மூலம் பிறந்த பிள்ளையைப் பல தடவை காப்பாற்றினாள் என்று அறிந்தேன். பிறகு பாண்டிய நாட்டாருடன் சேரும் எண்ணத்தை விட்டுவிட்டேன். நீ சொல்கிறபடி, என் அத்தையின் அன்பு தெய்வீகமான அன்புதான். ஆனால் என் அத்தையைப் போல் நான் இருக்க மாட்டேன்."

"பின்னே என் செய்வாய்?"

"என்னை எந்த இராஜகுமாரனாவது வஞ்சித்து மோசம் செய்தால், பழிக்குப்பழி வாங்குவேன். அவனையும் கொல்வேன்; அவனுடைய மனத்தை என்னிடமிருந்து அபகரித்தவளையும் கொல்லுவேன். பிறகு நானும் கத்தியால் குத்திக் கொண்டு செத்துப் போவேன்!"

"கடவுளே! என்ன பயங்கரமான பேச்சுப் பேசுகிறாய்?"

"அமுதா! இரண்டு வருஷமாக என் மனத்திலுள்ள கொதிப்பை நீ அறிய மாட்டாய். அதனால் இப்படிச் சாத்வீக உபதேசம் செய்கிறாய்!"

"உன் அத்தைக்கு இல்லாத கொதிப்பு உனக்கு என்ன வந்தது!"

"அது என் அத்தையின் சமாசாரம்; இது என் சமாசாரம்!"

"உன்னுடைய சமாசாரமா? உண்மைதானா, பூங்குழலி! நிதானித்துச் சொல்!"

"ஆம், அமுதா! என் உடம்பிலிருந்து கொஞ்சம் இரத்தத்தையும், அந்த வானதியின் உடம்பிலிருந்து கொஞ்சம் இரத்தத்தையும் எடுத்து ஒப்பிட்டுப் பார்த்தால், ஏதாவது வித்தியாசம் இருக்குமா?"

"ஒரு வித்தியாசமும் இராது."

"அவள் எந்த விதத்திலாவது என்னைவிட உயர்ந்தவளா? அறிவிலோ, அழகிலோ, ஆற்றலிலோ?"

"ஒன்றிலும் உன்னைவிட உயர்ந்தவள் அல்ல. நீ அலை கடலில் வளர்ந்தவள். அவள் அரண்மனையில் வளர்ந்தவள். நீ காட்டு மிருகங்களைக் கையினால் அடித்துக்கொல்லுவாய்! கடும் புயற்காற்றில் கடலில் ஓடம் செலுத்துவாய்! கடலில் கை சளைத்துத் தத்தளிக்கிறவர்களைக் காப்பாற்றுவாய்! வானதியோ கடல் அலையைக்கண்டே

பயப்படுவாள்! வீட்டுப் பூனையைக் கண்டு பீதிகொண்டு அலறுவாள்! ஏதாவது கெட்ட செய்தி கேட்டால் மூர்ச்சையடைந்து விழுவாள்!"

"அப்படியிருக்கும்போது இளையபிராட்டி என்னைத் துச்சமாகக் கருதக் காரணம் என்ன? வானதியைச் சீராட்டித் தாலாட்டுவதன் காரணம் என்ன?"

"பூங்குழலி! இளையபிராட்டியின் மீது நீ வீண்பழி சொல்லுகிறாய். அவருக்கு வானதி நெடுநாளையத் தோழி. உன்னை இப்போதுதான் இளைய பிராட்டிக்குத் தெரியும். இளவரசரைக் கடலிலிருந்து காப்பாற்றி இங்கே கொண்டு வந்து சேர்த்ததற்காக உனக்கு எவ்வளவோ அவர் நன்றி செலுத்தவில்லையா?"

"ஆம்! அந்த அரண்மனைச் சீமாட்டியின் நன்றி இங்கே யாருக்கு வேணும்? அவளே வைத்துக் கொள்ளட்டும். அமுதா! இளவரசரைப் படகில் ஏற்றிக்கொண்டு திரும்ப புத்த விஹாரத்துக்குப் போக வேண்டுமாயிருந்தால், நீ மட்டும் படகைச் செலுத்திக் கொண்டுபோ! நான் வந்தால், ஒரு வேளை வேண்டுமென்றே படகைக் கவிழ்த்தாலும் கவிழ்த்து விடுவேன்..."

"ஒருநாளும் நீ அப்படிச் செய்யமாட்டாய், பூங்குழலி! இளவரசர் என்ன குற்றம் செய்தார், அவர் ஏறியுள்ள படகை நீ கவிழ்ப்பதற்கு?"

"அமுதா! எனக்குப் பைத்தியம் பிடித்திருக்கிறது. என் சித்தம் என் சுவாதீனத்தில் இல்லை. என் அத்தைக்கு இவர் தந்தை செய்த துரோகத்தை நினைத்துப் படகைக் கவிழ்த்தாலும் கவிழ்த்து விடுவேன். நீயே படகை விட்டுக் கொண்டுபோ!"

"அப்படியே ஆகட்டும்; நானே இளவரசரைக் கொண்டு போய் விட்டு வருகிறேன். நீ என்ன செய்வாய்?"

"நான் வானதியைப் பின் தொடர்ந்து சென்று, அவள் தலையில் ஒரு கல்லைத் தூக்கிப் போடுவேன்!" இவ்விதம் கூறிக்கொண்டே பூங்குழலி குனிந்து கால்வாயின் கரையில் கிடந்த ஒரு கூழாங்கல்லை எடுத்தாள். அச்சமயம் கால்வாயின் கரையில் இருந்த அடர்த்தியான தென்னந் தோப்புக்குள்ளிருந்து கம்பீரமான ராஜ ரிஷபம் ஒன்று வெளியேறி வந்தது. அதைப் பார்த்த பூங்குழலி தன் கோபத்தை அக்காளையின் மேல் காட்ட எண்ணிக் கூழாங்கல்லை அதன் பேரில் விட்டெறிந்தாள்.

அந்தக் கூழாங்கல் ரிஷபராஜனின் மண்டைமீது விழுந்தது. காளை ஒரு தடவை உடம்பைச் சிலிர்த்துக் கொண்டது. கல் வந்த திசையை உற்றுப் பார்த்தது.

"ஐயோ பூங்குழலி! இது என்ன காரியம்? மாட்டின் மீது கல்லை விட்டெறியலாமா?" என்றான் அமுதன்.

"எறிந்தால் என்ன?"

"வாயில்லாத ஜீவன் ஆயிற்றே! அதற்குத் தன்னைப் பாதுகாத்துக் கொள்ளவும் தெரியாதே?"

"என் குலத்தில் வாயில்லாத ஊமைப் பெண் ஒருத்தி இருந்தாள்! அவளுடைய மனத்தைப் புண்படுத்தியவர்களை என்ன செய்வது? அவள் தன்னைத்தானே பாதுகாத்துக் கொள்ள முடியாமையால்தானே, அவளை அரசகுமாரன் ஒருவன் வஞ்சித்து அவளுடைய வாழ்க்கையைப் பாழாக்கினான்?"

"உன் அத்தைக்கு யாரோ செய்த அநீதிக்கு இந்த மாடு என்ன செய்யும்?"

"இந்த மாடு அப்படியொன்றும் நிராதரவான பிராணி அல்ல. இதற்குக் கூரிய கொம்புகள் இருக்கின்றன. தன்னைத் தாக்க வருபவர்களை இது முட்டித் தள்ளலாம். காது கேளாத பேச முடியாத உலகமறியாத ஏழைப் பெண்ணால் என்ன செய்ய முடியும்? என்னிடம் அப்படி ஒரு இராஜகுமாரன் நடந்து கொண்டால் நான் அவனை இலேசில் விடமாட்டேன்!"

"இலேசில் விடமாட்டாய்! காளைமாட்டின் மேல் கல்லை எடுத்தெறிவாய்! அதுவும் கால்வாயில் படகில் இருந்துகொண்டு மாடு உன்கிட்டே வந்து உன்னைமுட்ட முடியாதல்லவா?"

"என்னை முட்ட முடியாவிட்டால் வேறு யாரையாவது அந்தக் காளை முட்டித் தள்ளட்டுமே!"

"உனக்கு யார்மேலோ உள்ள கோபத்தை இந்தக் காளையின் பேரில் காட்டியதுபோல்; அல்லவா?"

இவர்களுடைய சம்பாஷணையை என்னவோ அந்த ரிஷபத்தினால் அறிந்துகொள்ள முடியவில்லை. ஆனால், பூங்குழலி கூறியது போலவே கிட்டத்தட்ட அது செய்துவிட்டது. கால்வாயில் இறங்கிப் படகிலிருந்து பூங்குழலியின் மீது அது தன் கோபத்தைக் காட்ட முடியவில்லை. திரும்பித் துள்ளிக் குதித்துக் கொண்டு சென்றது. அச்சமயம் வானதி தென்னந்தோப்பின் மறுபுறத்தில் இருந்த பல்லக்கை நோக்கித் தனியாகப் போய் கொண்டிருந்தாள். அவளுடைய உள்ளம் குதூகலத்தினால் துள்ளிக் குதித்துக்கொண்டிருந்தது. எதிரில் துள்ளிக் குதித்துக் கொண்டு வந்த ரிஷபராஜனைப் பார்த்ததும் முதலில் அவள் குதூகலம் அதிகமாயிற்று. ஆனால் ரிஷபராஜன் தலையைக் குனிந்து கொண்டு, கொம்பை நீட்டிக்கொண்டு, வாலைத் தூக்கிக்கொண்டு தன்னை நோக்கி வருவதைக் கண்டதும் பயந்து போனாள். கால்வாய்க் கரையை நோக்கித் திரும்பி ஓடிவருவதைத் தவிர வேறு வழியில்லை. நந்தி மண்டபத்துக்கு வெகு சமீபத்தில் கால்வாய்க் கரைக்கு அவள் வந்து விட்டாள். அப்புறம் மேலே செல்லமுடியவில்லை. ஏனெனில், கரையிலிருந்து கால்வாய் ஒரே கிடுகிடு பள்ளமாயிருந்தது. கரையோரமாக நந்தி மண்டபத்துக்கு வரலாம் என்று திரும்பினாள். அச்சமயம் ரிஷபம் அவளுக்கு வெகு சமீபத்தில் வந்திருந்தது. பின்புறமாக நகர்ந்து கால்வாயில் விழுவதைத் தவிர வேறு மார்க்கம் ஒன்றும் இல்லை. அப்போதுதான், "ஐயோ! ஐயோ! அக்கா! அக்கா!" என்று அவள் கத்தினாள்.

வானதியின் அந்த அபயக் குரல் பொன்னியின் செல்வன், குந்தவை இவர்களின் காதில் வந்து விழுந்தது.

வானதியின் அபயக் குரல் வந்த திசையைப் பொன்னியின் செல்வனும் குந்தவையும் திடுக்கிட்டு நோக்கினார்கள். அவர்கள் இருந்த நந்தி மண்டபத்துக்குச் சற்றுத் தூரத்தில், கால்வாயின் உயரமான கரையில் வானதி தோன்றினாள். கால்வாயின் பக்கம் அவள் முதுகு இருந்தது. அவள் தனக்கு எதிரே ஒரு பயங்கரமான பொருளைப் பார்ப்பவள் போலக் காணப்பட்டாள். அவளை அவ்விதம் பயங்கரப்படுத்தியது என்னவென்பது மறுகணமே தெரிந்து விட்டது "அம்ம்ம்மா!" என்ற கம்பீரமான குரல் கொடுத்துக் கொண்டு, அவளுக்கு எதிரில் ரிஷபராஜன் தோன்றினான்.

இன்னும் ஒரு அடி வானதி பின்னால் எடுத்து வைத்தால் அவள் கால்வாயில் விழ வேண்டியதுதான். பின்னால் நகருவதைத் தவிர அவளுக்கு வேறு வழியும் இல்லை. இதையெல்லாம் அருள்வர்மன் பார்த்த தட்சணமே அறிந்து கொண்டான். உடனே நந்தி மண்டபத்தின் படிக்கட்டிலிருந்து கால்வாயில் குதித்து மின்னலைப் போல் பாய்ந்து ஓடினான். வானதி கால்வாயின் கரையிலிருந்து விழுவதற்கும், அருள்வர்மன் கீழே ஓடிப் போய்ச் சேர்வதற்கும் சரியாக இருந்தது. கால்வாயின் தண்ணீரில் வானதி தலைகுப்புற விழுந்து விடாமல், இரு கரங்களாலும் அவளைத் தாங்கிப் பிடித்துக் கொண்டான்.

வானதிக்கு நேருவதற்கு இருந்த அபாயத்தை அறிந்து ஒரு கணம் குந்தவை உள்ளம் பதைத்துத் துடிதுடித்தாள். மறுகணம் அருள்மொழிவர்மன் அவளைத் தாங்கிக்கொண்டதைப் பார்த்து மகிழ்ச்சிக் கடலில் ஆழ்ந்தாள்.

வேலும் வாளும் வீசி, வஜ்ராயுதம் போல் வலுப்பெற்றிருந்த கைகளில் துவண்ட கொடியைப் போல் கிடந்த வானதியைத் தூக்கிக்கொண்டு அருள்வர்மன் குந்தவையின் அருகில் வந்தான்.

"அக்கா! இதோ உன் தோழியை வாங்கிக்கொள்! கொடும்பாளூர் வீரவேளிர் குலத்தில் இந்தப் பெண் எப்படித் தான் பிறந்தாளோ, தெரியவில்லை!" என்றான்.

"தம்பி! இது என்ன காரியம் செய்தாய்? கல்யாணம் ஆகாத கன்னிப்பெண்ணை நீ இப்படிக் கையினால் தொடலாமா?" என்றாள் குந்தவை.

"கடவுளே! அது ஒரு குற்றமா? பின்னே, இவள் தண்ணீரில் தலைகீழாக விழுந்து முழுகியிருக்க வேண்டும் என்கிறாயா? நல்ல வேளை! இவளை நான் தாங்கிப் பிடித்தது இவளுக்குத் தெரியாது. விழும்போதே மூர்ச்சையாகி விட்டாள்! இந்தா, பிடித்துக்கொள்!" என்றான் அருள்வர்மன்.

வானதி கலகலவென்று சிரித்தாள். சிரித்துக்கொண்டே அவன் கரங்களிலிருந்து தன்னை விடுவித்துக்கொண்டு கரையில் குதித்தாள்.

"அடி கள்ளி! நீ நல்ல நினைவோடுதான் இருந்தாயா?" என்றாள் குந்தவை.

"கண்ணை மூடிக்கொண்டு மூர்ச்சையடைந்ததுபோல் ஏன் பாசாங்கு செய்தாள் என்று கேள், அக்கா!" என்றான் பொன்னியின் செல்வன்.

"நான் ஒன்றும் பாசாங்கு செய்யவில்லை, அக்கா! இவர் என்னைத் தொட்டதும் எனக்குக் கூச்சமாய்ப் போய்விட்டது. வெட்கம் தாங்காமல் கண்களை மூடிக்கொண்டேன்!"

"அது எனக்கு எப்படித் தெரியும்? மூர்ச்சை போட்டு விழுவது உன் தோழிக்கு வழக்கமாயிற்றே என்று பார்த்தேன்."

"இனிமேல் நான் மூர்ச்சை போட்டு விழமாட்டேன். அப்படி விழுந்தாலும் இவர் இருக்குமிடத்தில் விழமாட்டேன். அக்கா! இன்று இவருக்கு நான் செய்த உதவியை மட்டும் இவர் என்றைக்கும் மறவாமலிருக்கட்டும்!" என்றாள் வானதி.

"என்ன? என்ன? இவள் எனக்கு உதவி செய்தாளா? அழகாயிருக்கிறதே?" என்றான் அருள்வர்மன்.

குந்தவையும் சிறிது திகைப்புடன் வானதியை நோக்கி "என்னடி சொல்கிறாய்? என் தம்பி உனக்குச் செய்த உதவியை என்றும் மறக்கமாட்டேன் என்று சொல்கிறாயா?" என்றாள்.

"இல்லவே இல்லை. அக்கா! நான்தான் உங்கள் தம்பிக்குப் பெரிய உதவி செய்தேன். இவர் அதற்காக என்னிடம் என்றைக்கும் நன்றி செலுத்தியே தீரவேண்டும்!"

"நான் இவளைக் கால்வாயில் விழாமல் காப்பாற்றியதற்காக இவளுக்கு நான் நன்றி செலுத்த வேண்டுமா? உன் தோழிக்கு ஏதாவது சித்தக் கோளாறு உண்டா அக்கா?" என்றான் பொன்னியின் செல்வன்.

"என் சித்தம் சரியாகத்தான் இருக்கிறது! இவருக்குத்தான் மனம் குழம்பியிருக்கிறது. புரியும்படி சொல்லுகிறேன், இவர் சிறு வயதில் ஒரு சமயம் காவேரியில் விழுந்தார் என்றும், ஒரு பெண் இவரை எடுத்துக் காப்பாற்றினாள் என்றும் சொன்னீர்கள். மறுபடி இவர் கடலில் விழுந்து தத்தளித்தார்! அங்கேயும் ஒரு ஓடக்காரப் பெண் வந்து இவரைக் காப்பாற்றினாள். இப்படிப் பெண்களால் காப்பாற்றப்படுவதே இவருக்கு வழக்கமாகப் போய்விட்டது. அந்த அபகீர்த்தி மறைவதற்கு நான் இவருக்கு உதவி செய்தேன். கால்வாயில் விழப்போன ஒரு பெண்ணை இவர் தடுத்து காப்பாற்றினார் என்ற புகழை அளித்தேன் அல்லவா! அதற்காக இவர் என்னிடம் நன்றி செலுத்த வேண்டாமா?"

இவ்விதம் கூறிவிட்டு வானதி சிரித்தாள். அதைக் கேட்ட குந்தவையும் சிரித்தாள். பொன்னியின் செல்வனும் சிரிப்பை அடக்கப் பார்த்து முடியாமல் 'குபீர்' என்று வாய்விட்டுச் சிரித்தான்.

அவர்கள் மூன்று பேரும் சேர்ந்து சிரித்த சிரிப்பின் ஒலி நந்தி மண்டபத்தைக் கடந்து, வான முகடு வரையில் சென்று எதிரொலி செய்தது.

படகில் இருந்தவர்களின் காதிலும் அந்தச் சிரிப்பின் ஒலி கேட்டது. "அமுதா! அந்த மூன்று பைத்தியங்களும் சிரிப்பதைக் கேட்டாயா?" என்று சொல்லிவிட்டுப் பூங்குழலியும் சிரித்தாள். அமுதனும் அவளுடன் கூடச் சிரித்தான். தென்னந்தோப்பில் வாசம் செய்த பட்சிகள் 'கிளுகிளு கிளுகிளு' என்று ஒலி செய்து சிரித்தன.

இத்தனை நேரமும் கால்வாயின் கரைமீது கம்பீரமாய் நின்ற காளையும் ஒரு ஹுங்காரம் செய்து சிரித்து விட்டுச் சென்றது.

கடல் அலைகள் கம்பீரமாகச் சிரித்தன.

கடலிலிருந்து வந்த குளிர்ந்த காற்றும் மிருதுவான குரலில் சிரித்து மகிழ்ந்தது.

⊙

பாகம் – 4
மணிமகுடம்

1. கெடிலக் கரையில்

திருமுனைப்பாடி நாட்டை வளப்படுத்திய இனிய நீர்ப்பெருக்குடைய நதிகளில் கெடிலம் நதியும் ஒன்று. அப்பர் பெருமானை ஆட்கொண்ட இறைவன் எழுந்தருளியிருந்த திருவதிகை வீரட்டானம் இந்த நதிக் கரையில் இருக்கிறது. சுந்தரமூர்த்தியைத் தடுத்தாட்கொண்ட பெருமான் வாழும் திருநாவலூர் இந்நதியின் அருகிலேதான் இருக்கிறது. இந்த இரண்டு க்ஷேத்திரங்களுக்கும் மத்தியில் தொண்டை நாட்டிலிருந்து நடு நாட்டுக்கும் சோழ நாட்டுக்கும் செல்லும் இராஜபாட்டை அந்த நாளில் அமைந்திருந்தது. இராஜபாட்டை கெடில நதியைக் கடக்கும் துறை எப்போதும் கலகலவென்று இருக்கும். நதிக் கரையில் உள்ள மரங்களில் பறவைகளின் குரல்களும், அவை இறகை அடித்துக்கொள்ளும் சத்தமும் கேட்டுக் கொண்டிருக்கும். பிரயாணிகள் அங்கே வண்டிகளிலிருந்து மாட்டை அவிழ்த்துவிட்டுக் கட்டுச் சாதம் உண்பார்கள். உண்ணும்போது அவர்கள் விளையாட்டாக வானில் எறியும் சோற்றைக் காக்கைகள் வந்து அப்படியே கொத்திக் கொண்டு போகும். இவற்றையெல்லாம் பார்க்கும் இளம் சிறார்கள் கை தட்டி ஆரவாரித்தும், 'ஆஹா' என்று வியப்பொலிகள் செய்தும், கலகலவென்று சிரித்தும், தங்கள் குதூகலத்தை வெளியிடுவார்கள்.

ஐப்பசி மாதம் ஆரம்பத்தில் கெடில நதியில் வழக்கத்தைவிட அதிகமாகவே வெள்ளம் போய்க்கொண்டிருந்தது.

இதனால் உச்சி வேளையில் அங்கே கட்டுச் சாதம் அருந்துவதற்காகத் தங்கிய பிரயாணிகளின் ஆரவார ஒலிகளும் அதிகமாயிருந்தன. அந்த ஒலிகளெல்லாம் அமுங்கிப் போகும்படியான ஒரு பெரும் ஆரவாரம் திடீரென்று சற்றுத் தூரத்தில் சாலையில் எழுந்தது கேட்டுப் பிரயாணிகள் வியப்புற்றார்கள். அவர்களில் சிலர் கரையேறிப் பார்த்தார்கள். முதலில் புழுதிப் படலம் மட்டுமே தெரிந்தது. பிறகு யானை, குதிரை, பல்லக்கு, பரிவட்டம் ஏந்துவோர் முதலிய இராஜ பரிவாரங்கள் வருவது தெரிந்தது. சிறிது அருகில் அப்பரிவாரங்கள் நெருங்கி வந்ததும் கட்டியக்காரர்களின் முழக்கம் தெளிவாகக் கேட்டது.

"பன்னிரண்டாம் பிராயத்தில் போர்க்களம் புகுந்த வீராதி வீரர், வீரபாண்டியன் தலைகொண்ட கோப்பரகேசரி, இரட்டை மண்டலத்தார் சொப்பனத்தில் கண்டு அஞ்சும் சிங்கம், தொண்டை மண்டலாதிபதி, வடதிசை மாதண்ட நாயகர், மூன்று உலகமுடைய சுந்தரசோழ சக்கரவர்த்தியின் திருமகனார், ஆதித்த கரிகால சோழ மகாராஜா வருகிறார்! பராக்!"

இடி முழக்கக் குரலில் எட்டுத் திசையும் எதிரொலி செய்யும்படி எழுந்த இந்தக் கோஷத்தைக் கேட்டதும் கெடில நதித்துறையில் இருந்தவர் அனைவரும் அவசர அவசரமாகக் கரையேறினார்கள். அத்தகைய வீராதி வீரனைக் காண வேண்டுமென்ற ஆவலுடன் நதித்துறையில் நடுவில் வழி விட்டுவிட்டு இருபுறமும் அவர்கள் ஒதுங்கி நின்றார்கள்.

கட்டியக்காரர்கள், எக்காளம் ஊதுவோர், பரிச்சின்னம் ஏந்துவோர் ஆகியவர்கள் முதலில் வந்து தண்ணீர்த் துறையை அடைந்தார்கள்.

பரிவாரங்களுக்குப் பின்னால் மூன்று குதிரைகள் ஒன்றின் பக்கம், ஒன்றாக வந்தன, மூன்று குதிரைகள் மீதும் மூன்று இளம் வீரர்கள் வீற்றிருந்தார்கள். அவர்களைத் தூரத்தில் பார்த்த போதே ஜனங்கள் அவர்களைச் சுட்டிக் காட்டி இன்னார் இன்னவர் என்று பேசத் தொடங்கினார்கள். "நடுவில் உள்ள குதிரை மீது வருகிறவர்தான் ஆதித்த கரிகாலர்! பொற்கிரீடத்தைப் பார்த்தவுடனே தெரியவில்லையா? வெய்யில் படும்போது எப்படி கிரீடம் ஜொலிக்கிறது!" என்றான் ஒருவன்.

"இந்தக் கிரீடத்தைப் போய்ச் சொல்லப் போகிறாயே? கரிகால்வளவன் அணிந்திருந்த மணி மகுடத்தை இவர் சிரசில் தாங்கும் போதல்லவா பார்க்க வேண்டும்? அது கோடி சூரியப் பிரகாசமாகக் கண்கள் கூசும்படி ஜொலிக்குமாம்!" என்றான் இன்னொருவன்.

"அது கரிகால்வளவன் கிரீடம் அல்ல தம்பி! அப்படிச் சம்பிரதாயமாகச் சொல்வதுதான். பராந்தக சக்கரவர்த்தியின் காலத்தில் செய்த மணிமகுடத்தைத்தான் இப்போது சுந்தர சோழர் அணிந்திருக்கிறார். இன்னும் எத்தனை நாளைக்கோ, தெரியவில்லை!" என்றான் மற்றொருவன்.

"சுந்தர சோழரின் வாழ்நாளை இப்படித்தான் சில காலமாக எண்ணிக் கொண்டிருக்கிறார்கள். அவர் சிரஞ்சீவியாயிருப்பார் என்று தோன்றுகிறது!" என்றான் முதலில் பேசியவன்.

"நன்றாயிருக்கட்டும். அவர் உயிரோடிருக்கும் வரையில் நாடு நகரமெல்லாம் குழப்பமில்லாமலிருக்கும்!"

"அப்படியும் சொல்வதற்கில்லை; பொன்னியின் செல்வனைக் கடல் கொண்டு விட்டதாகச் செய்தி வந்ததிலிருந்து, சோழ நாடெங்கும் ஒரே அல்லோல கல்லோலமாயிருக்கிறதாம். எப்போது சண்டை மூளுமோ என்று அங்கிருந்து வந்தவர்கள் எல்லாம் சொல்லி வருகிறார்கள்."

"யாருக்கும் யாருக்கும் சண்டை? எதற்காகச் சண்டை?"

"பழுவேட்டரையர்களுக்கும், கொடும்பாளூர் வேளாளருக்கும் சண்டை மூளும் என்று சொல்கிறார்கள். அப்படியொன்றும் ஏற்படாமல் தடுப்பதற்காகத்தான் கடம்பூர் சம்புவரையர் மாளிகையில் சிற்றரசர்கள் கூடுகிறார்களாம். ஆதித்த கரிகாலரும் அங்கேதான் போகிறாராம்."

"குதிரைகள் நெருங்கி வந்துவிட்டன; இரைந்து பேசாதீர்கள்!" என்று ஒருவன் எச்சரித்துவிட்டு, "இளவரசர் ஆதித்த கரிகாலரின் முகம் எவ்வளவு வாட்டமடைந்திருக்கிறது பார்த்தாயா?" என்று கேட்டான்.

"அவர் முகம் வாட்டமடைந்தில்லாமல் எப்படியிருக்கும்? ஆதித்த கரிகாலருக்குத் தம்பியின்பேரில் பிராணன். அப்படிப்பட்ட தம்பியைப் பற்றித் தகவல் தெரியவில்லையென்றால் தமையனுக்கு வருத்தமாயிராதா? தந்தையோ நடமாட்டமில்லாமலிருக்கிறார்!"

"இதெல்லாம் உலகத்தில் இயற்கை, தம்பி! இளவரசருடைய முகவாட்டத்துக்குக் காரணம் இவையெல்லாம் அல்ல. இரட்டை மண்டலத்தார் மீது படையெடுத்துப் போக வேண்டும் என்று கரிகாலருக்கு ஆசை; அது கைகூடவில்லையே என்றுதான் கவலை!"

"அது ஏன் கைகூடவில்லை? யார் இவரைப் படையெடுத்துப் போக வேண்டாம் என்று தடுக்கிறார்கள்?"

"வேறு யார்? பழுவேட்டரையர்கள் தான்! படையெடுப்புக்கு வேண்டிய தளவாட சாமக்கிரியைகள் கொடுக்க மறுக்கிறார்களாம்!"

"ஏதேதோ இல்லாத காரணங்களையெல்லாம் கற்பித்துச் சொல்லுகிறார்கள். உண்மைக் காரணம் உங்கள் ஒருவருக்கும் தெரியவில்லை" என்றான் ஒருவன்.

"எல்லாம் தெரிந்தவனே! உண்மைக் காரணத்தை நீதான் சொல்லேன்!" என்று இன்னொருவன் கேட்டான்.

"ஆதித்த கரிகாலர் யாரோ ஒரு பாண்டிய நாட்டுப் பெண் மீது காதல் கொண்டிருந்தாராம். இளவரசர் வடபெண்ணைப் போருக்குச் சென்றிருந்த போது, பெரிய பழுவேட்டரையர் அப்பெண்ணை மணந்து கொண்டுவிட்டாராம். அவள்தான் இப்போது பழுவூர் இளையராணியாக விளங்கிச் சோழநாட்டில் சர்வாதிகாரம் செலுத்துகிறாள். அதிலிருந்து ஆதித்த கரிகாலரின் மனமே பேதலித்துப் போய்விட்டதாம்!"

"இருக்கலாம்; இருக்கலாம்? உலகத்தில் எல்லாச் சண்டைகளுக்கும் யாராவது ஒரு பெண்தான் காரணமாயிருப்பாள் என்று பெரியவர்கள் சொல்லியிருக்கிறார்கள் அல்லவா?"

"எந்தப் பெரியவர்கள், தம்பி, அப்படிச் சொல்லியிருக்கிறார்கள்? சுத்தப் பைத்தியக்காரத்தனம்! இளவரசர் ஒரு பெண்ணை விரும்பினார் என்றால், அவள் போய் ஒரு அறுபது வயதுக் கிழவனை மணந்து கொள்ளுவாளா? சொல்லுகிறவர்கள் சொன்னால் கேட்பவர்களுக்கு மதி இல்லையா?"

"அப்படியானால் ஆதித்த கரிகாலருக்கு இன்னும் கல்யாணமாகா மலிப்பானேன்? நீர்தான் சொல்லுமே?"

"சும்மா இருங்கள்! இதோ நெருங்கி வந்துவிட்டார்கள். இளவரசருக்கு வலது புறத்தில் வருகின்றவன்தான் பார்த்திபேந்திர பல்லவன் போலிருக்கிறது. இடது புறத்தில் வருகின்றவன் யார்? வாணர் குலத்து வந்தியத்தேவனா?"

"இல்லை; இல்லை! கடம்பூர் சம்புவரையர் மகன் கந்தமாறன். ஓலை கொடுத்து அனுப்பினால் இளவரசர் ஒருவேளை வரமாட்டார் என்று சம்புவரையர் தம் மகனையே அவரை அழைத்துவர அனுப்பியிருக்கிறார்."

"இதிலிருந்து ஏதோ விஷயம் மிக முக்கியமானது என்று தெரிகிறது."

"அந்த முக்கியமான விஷயம் இராஜரீக சம்பந்தமானதாகவும் இருக்கலாம். ஆதித்த கரிகாலருக்குத் திருமணம் ஆகாதிருக்கும் வரையில் சிற்றரசர்கள் அவரை வலை போட்டுப் பிடிக்க முயன்று கொண்டுதானிருப்பார்கள். முதன் முதலில் அவரை மணந்து கொள்ளும் பெண் சோழ சாம்ராஜ்யத்தின் சிங்காதனத்தில் அமரும் பாக்கியம் பெறுவாள் அல்லவா?"

மேற்கண்டவாறெல்லாம் கெடில நதிக்கரையில் வேடிக்கை பார்த்துக் கொண்டு நின்றிருந்த ஜனங்கள் பலவிதமாகப் பேசிக் கொண்டிருந்தார்கள்.

மூன்று குதிரைகளும் வந்து தண்ணீர்க் கரையோரம் நின்றன. குதிரைகளுக்குப் பின்னால் வந்த ரதம் சற்று அப்பால், அரச மரத்தடியில் நின்றது. அந்த ரதத்தில் எண்பது பிராயமான வீரக் கிழவர் திருக்கோவலூர் மலையமான் இருந்தார்.

தண்ணீர்க் கரை ஓரத்தில் குதிரை மேலிருந்த வண்ணம் ஆதித்த கரிகாலன் திரும்பி அவரைப் பார்த்தான்.

2. பாட்டனும், பேரனும்

பின்னால் ரதத்தில் வந்த கிழவர் சமிக்ஞை செய்யவே, ஆதித்த கரிகாலன் குதிரையைத் திருப்பிக் கொண்டு அவர் வீற்றிருந்த ரதத்தின் அருகில் சென்றான்.

"குழந்தாய்! கரிகாலா! நான் இவ்விடத்தில் உங்களிடம் விடை பெற்றுக் கொண்டு திருக்கோவலூர் போக எண்ணுகிறேன். போவதற்கு முன்னால் உன்னிடம் சில

முக்கிய விஷயங்கள் சொல்ல வேண்டும். சற்றுக் குதிரையிலிருந்து இறங்கி அந்த அரச மரத்தடியிலுள்ள மேடைக்கு வா!" என்றார்.

"அப்படியே ஆகட்டும், தாத்தா!" என்று ஆதித்த கரிகாலன் குதிரையிலிருந்து கீழே குதித்தான். கிழவரும் ரதத்திலிருந்து இறங்கினார். இருவரும் அரசமரத்தடி மேடைக்குச் சென்றார்கள்.

அப்போது பார்த்திபேந்திரன், கந்தமாறனைப் பார்த்து, "நல்ல வேளையாய்ப் போயிற்று. இந்தக் கிழவர் 'விடேன் தொடேன்' என்று நம்முடன் நெடுகிலும் வந்து விடுவாரோ எனப் பயந்து கொண்டிருந்தேன்" என்றான்.

"அப்படித் தொடர்ந்து வந்தால் இவரை வெள்ளாற்றின் பிரவாகத்தில் தள்ளி முழுக அடித்து விடுவது என்று நான் எண்ணியிருந்தேன்!" என்றான் கந்தமாறன். இருவரும் தங்கள் பேச்சில் தாங்களே சிரித்து மகிழ்ந்தார்கள்.

ஆதித்த கரிகாலனைப் பார்த்து மலைநாடு உடையாராகிய திருக்கோவலூர் மலையமான் சொல்லலுற்றார்:

"ஆதித்தா! இன்றைக்கு இருபத்து நான்கு ஆண்டுகளுக்கு முன்னால் நீ பிறந்தாய்! திருக்கோவலூரில் என்னுடைய அரண்மனையிலேதான் பிறந்தாய்! அச்சமயம் நடந்த கொண்டாட்டங்கள் நேற்று நடந்தது போல் எனக்கு ஞாபகமிருக்கின்றன. உன்னுடைய குலத்தைச் சேர்ந்தவர்களும், என்னுடைய குடியைச் சேர்ந்தவர்களும், சோழ நாட்டையும் தொண்டை நாட்டையும் சேர்ந்த சிற்றரசர்கள் பலரும் வந்திருந்தார்கள். இவர்கள் எல்லோரையும் சேர்ந்த வீரர்கள் முப்பதினாயிரம் பேர் வந்திருந்தார்கள். அவர்களுக்கெல்லாம் நடந்த விருந்தின் விமரிசையைச் சொல்லி முடியாது. உன் தந்தையின் பட்டாபிஷேக வைபவத்தின்போது கூட அத்தகைய விருந்துகளும் கோலாகலங்களும் நடைபெறவில்லை. என் பொக்கிஷத்தில் என் முன்னோர்கள் காலத்திலிருந்து நூறு வருஷங்களாகச் சேர்த்து வைத்திருந்த பொருள் அவ்வளவும் அந்த மூன்று நாள் கொண்டாட்டத்தில் தீர்ந்து போய் விட்டது!"

"அச்சமயம் உன்னுடைய கொள்ளுப் பாட்டனாராகிய பராந்தக சக்கரவர்த்தியே திருக்கோவலூருக்கு வந்திருந்தார். உன் பெரிய பாட்டனார் கண்டராதித்தரும், உன் தந்தை சுந்தர சோழரும் வந்திருந்தார்கள். ஆண் குழந்தை பிறந்த செய்தி அறிந்ததும் அவர்கள் அனைவரும் அடைந்த ஆனந்தத்துக்கு அளவேயில்லை. சோழ குலத்தை விளங்க வைப்பதற்கு நீ பிறந்து விட்டாய் என்று குதூகலம் அடைந்தார்கள். உன் பாட்டனின் மூத்த தமையன்மார்களுக்கு அதுவரையில் சந்ததியில்லை. அரிஞ்சயனுக்கும் உன் தகப்பன் ஒரே மகனாக விளங்கினான். அவன் உன் பிராயத்தில் மன்மதனையொத்த அழகுடன் விளங்கினான், சோழ குலத்திலோ அல்லது தமிழகத்துச் சிற்றரசர் வம்சத்திலோ அவ்வளவு அழகுடைய பிள்ளையை யாரும் அதற்கு முன் கண்டதில்லை. இதனால் உன் தந்தைக்குச் சில சங்கடங்களும் நேர்ந்தன. குடும்பத்தார் அனைவருக்கும் அவன் செல்லப் பிள்ளையாக இருந்தான். அரண்மனைப் பெண்டிர்கள் அவனுக்குப் பெண் வேடம் போட்டுப் பார்த்து மகிழ்ந்தார்கள். 'இவன் மட்டும் பெண்ணாய்ப் பிறந்திருந்தால்?' என்று பேசிப்பேசிப் பூரித்தார்கள். உன் தந்தைக்குத் தங்கள் பெண்ணைக் கொடுப்பதற்கு இலங்கை முதல் விந்திய பர்வதம் வரையில் உள்ள மன்னாதி மன்னர்களும், சிற்றரசர்களும் தவம் கிடந்தார்கள். அர்ச்சுனனையும் மன்மதனையும் நிகர்த்த அழகன் அவன் என்பதுடன் சோழ சிங்காதனத்துக்கு உரியவன் என்ற எண்ணத்தினாலும் அவ்வளவு ஆர்வத்துடன் இருந்தார்கள். உன் தந்தையை மருமகனாகப் பெறும்பேறு கடைசியில் எனக்குக் கிடைத்தது."

"எங்கள் வம்சத்தில் நாங்கள் ஆண் ஆகட்டும், பெண் ஆகட்டும் மேனி அழகுக்குப் பெயர் போனவர்கள் அல்ல. ஆண் பிள்ளைகள் உடம்பில் எத்தனைகெத்தனை போர்க் காயங்களைப் பெறுகிறோமோ அவ்வளவுக்கு அழகுடையவர்களாக எண்ணிக் கொள்வோம். எங்கள் குலத்துப் பெண்களுக்குக் கற்பும், குணமும் தான் அழகும், ஆபரணமும். உன்

தந்தைக்கு என் மகளைக் கல்யாணம் செய்வதென்று தீர்மானித்தபோது, மலையமானாடு முழுதும் அல்லோல கல்லோலப்பட்டது. அவ்வளவுக்குத் தமிழகத்துச் சிற்றரசர்கள் எல்லாரும் அசூயை கொண்டார்கள்; அதை நான் பொருட்படுத்தவில்லை. மூன்று உலகம் பிரமிக்கும்படியாக உன் பெற்றோர்களின் திருமணம் தஞ்சையில் நடந்தது. என்றாலும் அப்போது நடந்த கொண்டாட்டத்தைக் காட்டிலும் நீ பிறந்த போது திருக்கோவலூரில் நடந்த கொண்டாட்டந்தான் அதிகக் குதூகலமாயிருந்தது. உனக்கு என்ன பெயர் வைப்பது என்பது பற்றிக் குதூகலமான சர்ச்சை நடந்தது. சிலர் உன் குலத்து முன்னோரில் மிகப் புகழ் பெற்ற கரிகால் வளவன் பெயரை இடவேண்டும் என்றார்கள். நானும் இன்னும் சிலரும் உன் பெரிய பாட்டனார் இராஜாதித்தியர் பெயரைத்தான் வைக்க வேண்டும் என்று வற்புறுத்தினோம். கடைசியில் இரண்டையும் சேர்த்து 'ஆதித்த கரிகாலன்' என்று உனக்கு நாமகரணம் செய்தார்கள்."

"அதோ பார்! ஆதித்தா! திருநாவலூரின் கோவில் சிகரம் தெரிகிறது. நம்பி ஆரூரர் சுந்தரமூர்த்தி அடிகள் பிறந்த ஸ்தலம் அது. அங்கே, இன்றைக்கு இருபத்தைந்து ஆண்டுகளுக்கு முன்னால் உன் பெரிய பாட்டனார் இராஜாதித்ய சோழர் முகாம் செய்திருந்தார். கதைகளிலும், காவியங்களிலும் வரும் எத்தனையோ வீரர்களைப் பற்றிக் கேட்டறிந்திருக்கிறேன். இந்த வீரத் தமிழகத்தில் எவ்வளவோ வீரர்களைப் பார்த்துமிருக்கிறேன். ஆனால் இராஜாதித்யரைப் போன்ற இன்னொரு வீரரைப் பார்த்ததுமில்லை; கேட்டதுமில்லை. போர்க்களத்தில் அவர் போர் செய்வதைப் பார்த்தவர்கள் யாராயிருந்தாலும், அப்படித்தான் சொல்லுவார்கள்."

"ஒரு மாபெரும் சைன்யத்தைத் திரட்டிக் கொண்டு வடநாட்டின் மீது படையெடுத்துச் செல்ல அவர் இங்கே ஆயத்தம் செய்து கொண்டிருந்தார். இரட்டை மண்டலத்து அரசனாகிய கன்னரதேவனை முறியடித்து, மானியகேடம் என்னும் அவனுடைய தலைநகரைத் தரைமட்டமாக்க வேண்டும் என்று அவர் உறுதி கொண்டிருந்தார். முன்னொரு காலத்தில் பல்லவ குலத்து மாமல்ல சக்கரவர்த்தி வாதாபி நகரை அழித்தது போல், மானியகேட நகரை அடியோடு அழித்தால்தான் இரட்டை மண்டலத்தாரின் கொட்டம் அடங்கும், என்றும், தானும் மாமல்லரைப்போல் புகழ் பெறலாம் என்றும் இராஜாதித்யர் எண்ணினார். அதற்கு வேண்டிய மாபெரும் சைன்யத்தைத் திரட்டுவதென்றால் இலேசான காரியமா? மாமல்லர் ஏழு வருஷ காலம் படை திரட்டியதாகச் சொல்லுவார்கள். அவ்வளவு காலம் தனக்கு வேண்டியதில்லையென்றும் மூன்று அல்லது நாலு ஆண்டுகள் போதும் என்றும் இராஜாதித்யர் கூறினார். படை திரட்டிச் சேர்ப்பதற்கும், திரட்டிய படைகளுக்குப் போர்ப் பயிற்சி தருவதற்கும், தகுந்த பிரதேசம் இந்தக் கெடிலம் ஆற்றுக்கும் தென்பெண்ணை நதிக்கும் இடைப்பட்ட நாடுதான் என்று தேர்ந்தெடுத்தார்."

"ஆதித்தா! அந்த நாளில் இந்த இரு நதிகளுக்கும் இடையிலுள்ள பிரதேசத்தை நீ பார்க்கக் கொடுத்து வைக்கவில்லை. அந்தக் காட்சிகளைப் பார்த்தவர்களோ, உயிர் உள்ள வரையில் அதை மறக்க மாட்டார்கள். திருநாவலூரில் இராஜாதித்யர் முப்பதினாயிரம் வீரர்களுடன் தங்கியிருந்தார். பெண்ணை ஆற்றங்கரையில் முடியூரில் சேர நாட்டுச் சிற்றரசன் வெள்ளன் குமரன் இருபதினாயிரம் வீரர்களுடன் முகாம் செய்திருந்தான். உன் பாட்டன் அரிஞ்சயன் என்னுடன் திருக்கோவலூரில் இருந்தான். நானும், அரிஞ்சயனும் ஐம்பதினாயிரம் வீரர்களை ஆயத்தம் செய்தோம். இன்னும் கொடும்பாளூர்ப் பெரிய வேளான், இன்று சோழ நாட்டுக்குச் சனியனாக முளைத்திருக்கும் பழுவேட்டரையன், கடம்பூர் சம்புவரையன், இந்தத் திருமுனைப்பாடி நாட்டின் சிற்றரசனாக முனையதரையன், மழநாட்டு மழவரையன், குன்றத்தூர்க் கிழான், வைதும்பராயன் முதலியவர்கள் தத்தம் படைகளுடன் இந்த இரண்டு நதிகளுக்கும் இடையில் தங்கியிருந்தார்கள். யானைப் படைகளும், குதிரைப் படைகளும் தெரிந்த கைக்கோளரின் மூன்று கைப் படைகளும் இங்கே முகாம் போட்டிருந்தன. இப்படித் தங்கியிருந்த படைகளுக்குள்ளே

அடிக்கடி பயிற்சிப் போர்கள் நடக்கும். யானைகளோடு யானைகள் மோதும்போது பூகம்பம் வந்து விட்டதாகத் தோன்றும். குதிரைப் படைகளின் அணிவகுப்புகள் வேல் பிடித்த வீரர்களுடன் பாய்ந்து செல்லுங்கால் எழும் சத்தம் பிரளய கால சமுத்திரம் பொங்கிவருவது போலிருக்கும். வீரர்கள் வில்லுகளிலிருந்து அம்புகள் விட்டுப் பழகிக் கொள்ளும்போது அந்தச் சரமாரியினால் வானமே மறைந்துவிடும். எதிரிப் படைகளைத் தாக்குவதற்காக ஆயிரமாயிரம் வீரர்கள் 'நாவலோ நாவல்' என்று ஏககாலத்தில் கர்ஜித்துக் கொண்டு கிளம்பிப் பாயும் போது உலகத்தின் முடிவு நெருங்கி விட்டதாகவே தோன்றும். இதையெல்லாம் வேடிக்கை பார்ப்பதற்குத் திரள் திரளாக ஜனங்கள் வருவார்கள்."

இந்தத் திருமுனைப்பாடி நாட்டிலும் நடு நாட்டிலும் உள்ள ஜனங்கள் மிக நல்லவர்கள் அதோடு வீரம் மிகுந்தவர்கள். இங்கே படை திரண்டிருந்தபோது அவர்களுடைய விவசாயத்துக்குப் பெரும் குந்தகங்கள் நேர்ந்தன. அதையெல்லாம் அவர்கள் பொருட்படுத்தவில்லை. இத்தகைய மக்களுக்கு நன்றி தெரிவித்துக் கொள்வதற்காகவே இராஜாதித்யர் இந்த இரண்டு நாட்டிலும் பல ஏரிகள் தோண்டுவித்தார். கொள்ளிடத்திலிருந்து புதிய ஆறு வெட்டிக் கொண்டு வந்து வீர நாராயணபுரத்து ஏரியில் நிரப்புவதற்கும் ஏற்பாடு செய்தார். ஆதித்தா! அந்த ஏரியின் வளத்தினால் பெருநன்மை அடைந்தவன் கடம்பூர் சம்புவரையன். அவன் அன்றைக்கு இராஜாதித்யரின் அடிபணிந்து நின்ற நிலையையும் இன்று அடைந்திருக்கும் செல்வச் செருக்கையும் ஒப்பிட்டுப் பார்த்தால் எனக்குப் பெரு வியப்பு உண்டாகிறது!.."

ஆதித்த கரிகாலன் குறுக்கிட்டு, "தாத்தா! சம்புவரையர் செருக்கைப் பற்றித் தங்களுக்கு என்ன கவலை? தக்கோலத்தில் நடந்த யுத்தத்தைப் பற்றிச் சொல்லுங்கள். இந்தக் கெடிலக் கரையில் திரட்டிய மாபெரும் சைனியம் எப்போது இங்கிருந்து புறப்பட்டது? அவ்வளவு முன்னேற்பாடுகள் செய்திருந்தும், என் பெரிய பாட்டனார் அவ்வளவு பெரிய மகா வீரராயிருந்தும், ஏன் நம் படைகள் தக்கோலத்தில் தோல்வியுற்றன? தாங்களும் அந்தப் போரில் கலந்து போரிட்டவர் அல்லவா? ஆகையால் நேரில் பார்த்துத் தெரிந்து கொண்டிருப்பீர்களே?" என்றான்.

"ஆம், நானும் அந்தப் போர்க்களத்தில் இருந்தேன். அதைப் பற்றித்தான் உனக்குச் சொல்லப் போகிறேன்."

"இராஜாதித்யர் இங்கே பல வகைப் படைகள் திரட்டித் தூர தேசங்களுக்குச் சென்று போர் செய்வதற்குப் பயிற்சி அளித்துக் கொண்டிருந்தார் அல்லவா? சில காரணங்களினால் உத்தேசித்திருந்த காலத்துக்குள் அவர் புறப்பட முடியவில்லை. இலங்கையில் மறுபடியும் போர் மூண்டதாகச் செய்தி வந்தது. அதை வெற்றிகரமாக முடிப்பதற்கு மேலும் படைகள் அனுப்ப வேண்டியிருந்தது. தெற்கே ஒரு பகைவனை வைத்துக் கொண்டு வடக்கே நெடுந்தூரம் சோழ நாட்டின் முக்கிய சேனா வீரர்களும், தளபதிகளும் போவதைச் சக்கரவர்த்தி விரும்பவில்லை. 'இலங்கைப் போர் முடிந்ததாகச் செய்தி வந்த பிறகு புறப்படலாம்' என்று கூறி வந்தார். இராஜாதித்யரும் தந்தையின் வார்த்தையைத் தட்ட முடியாமல் பொறுமையுடன் காத்திருந்தார். ஆனால் பகைவர்கள் அவ்விதம் காத்திருக்க இணங்கவில்லை. இரட்டை மண்டலச் சக்கரவர்த்தி கன்னரதேவனும் அதே சமயத்தில் சோழ நாட்டின் மீது படை எடுப்பதற்காகப் பெரிய சைன்யம் சேர்த்துக் கொண்டு வந்தான். அந்த மாபெரும் சைன்யத்துடன் அவன் தெற்கு நோக்கிப் புறப்பட்டு விட்டான். கங்க நாட்டு மன்னன் பூதுகனும், தன் பெரும் படையுடன் கன்னரதேவனோடு சேர்ந்து கொண்டான். வட கடலும் தென் கடலும் ஒன்று சேர்ந்தாற்போல் இரட்டை மண்டல சைன்யமும், கங்க நாட்டுப் பூதுகன் சைன்யமும் சேர்ந்து ஒரு மகா சமுத்திரமாகி முன்னேறி வந்தது. அந்தச் சமுத்திரத்தில் யானைகளாகிய திமிங்கிலங்கள் ஆயிரக்கணக்கிலும் குதிரைகளாகிய மகர மீன்கள் பதினாயிரக்கணக்கிலும் இருந்தன. பிரளய காலத்தில் ஏழு கடலும் சேர்ந்து பொங்குவது போல் பொங்கி முன்னேறி வந்த அந்தச் சேனா சமுத்திரம்

தென்னாட்டை அடியோடு மூழ்க அடித்துவிடும் என்று தோன்றியது. அந்தச் சைன்யத்தைப் பற்றிய விவரங்களைத் தெரிந்து கொண்டு முன்னால் வாயுவேக மனோவேகமாக ஓடிவந்து அறிவித்த நம் ஒற்றர்கள் அவ்வாறு சொன்னார்கள்."

"ஆனால் இதுவும் ஒரு விதத்தில் நல்லதே என்று பராந்தக சக்கரவர்த்தி கூறினார். நம்முடைய சைன்யங்களைத் தொலைதூரம் பிரயாணம் செய்யப் பண்ணி, பிரயாணக் களைப்புடன் பகைவர்களின் நாட்டில் எதிரி சைன்யத்துடன் போர் புரியச் செய்வதைக் காட்டிலும் எதிரி சைன்யங்களை நமது நாட்டுக்குச் சமீபமாக இழுத்து அவர்களை நாலாபுறமும் மடக்கி, அதம் செய்வதுதான் நல்ல போர் முறை என்று சக்கரவர்த்தி கூறினார். எதிரி சைன்யம் வடவேங்கடம் வரை நெருங்கி விட்டதென்று தெரிந்த பிறகுதான் பிரயாணப்படுவதற்கு அனுமதி கொடுத்தார்."

"அனுமதி கிடைத்ததோ, இல்லையோ, இராஜாதித்யர் புறப்பட்டு விட்டார். மூன்று லட்சம் காலாள் வீரர்களும், ஐம்பதினாயிரம் குதிரை வீரர்களும், பதினாயிரம் போர் யானைகளும், இரண்டாயிரம் ரதங்களும், முந்நூற்றிருபது தளபதிகளும், முப்பத்திரண்டு சிற்றரசர்களும் அப்பெரும் சைன்யத்தில் சேர்ந்து சென்றார்கள். அவர்களில் ஒருவனாகச் செல்லும் பாக்கியம் எனக்கும் கிடைத்தது. ஆனால் உயிர் பிழைத்துத் திரும்பி வந்த துர்பாக்கியசாலியும் ஆனேன்."

"மூன்று நாள் பிரயாணத்துக்குப் பிறகு காஞ்சிக்கு வடக்கே இரண்டு காத தூரத்தில் தக்கோலம் என்னும் இடத்தில் நம் படைகளும் எதிரி படைகளும் போர்க்களத்தில் சந்தித்தன!"

"ஆதித்தா! புராணங்களில் தேவேந்திரனுக்கும் விருத்திராசுரனுக்கும் நடந்த யுத்தம் பற்றிக் கேட்டிருக்கிறோம். இராமராவண யுத்தம், பாண்டவர் கௌரவர் யுத்தம் பற்றியும் அறிந்திருக்கிறோம். தக்கோலத்தில் நடந்த கோரயுத்தத்தை நேரில் பார்த்தவர்கள் அந்த யுத்தங்கள் எல்லாம் அற்பமானவை என்றே சொல்லுவார்கள். நம்முடைய படைகளைக் காட்டிலும் எதிரிகளின் படைகள் சுமார் இரண்டு மடங்கு அதிகமாயிருந்தன. ஐந்து லட்சம் வீரர்களும் முப்பதினாயிரம் போர் யானைகளும் அச்சைன்யத்தில் இருந்ததாகத் தெரிகிறது. இருந்தால் என்ன? உன்னுடைய பெரிய பாட்டனார் இராஜாதித்யரைப் போன்ற சேனாதிபதி அந்தச் சைன்யத்தில் இல்லை. ஆகையால் வீர லக்ஷ்மியும் ஜயலக்ஷ்மியும் நம்முடைய பக்கத்திலேயே இருந்து வருவதாகத் தோன்றியது."

"பத்து நாள் வரையில் யுத்தம் நடந்தது. இரு பக்கத்திலும் இறந்து போன வீரர்களைக் கணக்கு எடுப்பது அசாத்தியமாயிற்று. போர்க்களங்களில் கரிய குன்றுகளைப் போல் யானைகள் இறந்து விழுந்து கிடந்தன. இரு பக்கத்திலும் சேதம் அதிகமாயிருந்தாலும், எதிரிகளின் கட்சியே விரைவில் பலவீனமடைந்தது. இதற்குக் காரணம் என்னவென்பதை எதிரிகள் கண்டு கொண்டார்கள். புலிக் கொடியைக் கம்பீரமாகப் பறக்க விட்டுக் கொண்டு இராஜாதித்யரின் யானை போகுமிடமெல்லாம் ஜயலக்ஷ்மியும் தொடர்ந்து போகிறாள் என்பதை அறிந்து கொண்டார்கள். எங்கெங்கே நமது படையில் சோர்வு ஏற்படுகிறதாகத் தென்பட்டதோ, அங்கங்கே இராஜாதித்யரின் யானை போய்ச் சேர்ந்தது. அந்த யானையையும் அதன் மீது வீற்றிருந்த வீர புருஷரையும் பார்த்ததும் நம் வீரர்கள் சோர்வு நீங்கி மும்மடங்கு பலம் பெற்று எதிரிகளைத் தாக்கினார்கள். இதையெல்லாம் பத்து நாளும் கவனித்து வந்த பகைவர்கள் ஒரு படுபாதகமான சூழ்ச்சி செய்தார்கள். அது சூழ்ச்சி என்று பின்னால்தான் தெரியவந்தது. சூழ்ச்சி செய்தவனும் அதை நிறைவேற்றி வைத்தவனும் கங்க மன்னன் பூதுகன் தான். திடீரென்று அந்தப் பாதகன் தன் யானையின் மீது சமாதானக் கொடியைப் பறக்க விட்டுக் கொண்டு இரண்டு கைகளையும் தலைக்கு மேல் தூக்கிக் கொண்டு `சரணம் சரணம்!' என்று கூறிக் கொண்டு வந்தான். அச்சமயம் இராஜாதித்யரே சமீபத்தில் இருந்தார். புலிக் கொடி பறந்த அவருடைய யானையின் அம்பாரியைப் பார்த்த பின்னரே பூதுகன் அவ்வாறு செய்திருக்க வேண்டும். மகாவீரராகிய

இராஜாதித்யர் இவ்வாறு ஒரு பகை மன்னன் 'சரணாகதி' என்று சொல்லிக் கொண்டு வருவதைப் பார்த்ததும் மனம் இளகி விட்டார். இரட்டை மண்டலச் சக்கரவர்த்தியே போரை நிறுத்த, சமாதானம் கோருகிறாரா அல்லது அவரைப் பிரிந்து பூதுகன் மட்டும் நம்முடன் சேர வருகிறானா என்று தெரிந்து கொள்ள விரும்பினார். ஆகையால் சங்கநாதம் செய்து தன்னைச் சுற்றி நின்ற மெய்க்காப்பாளரை விலகச் செய்தார். பூதுகன் ஏறியிருந்த யானையைத் தாம் ஏறியிருந்த யானைக்கு அருகில் வரும்படி சமிக்ஞை செய்தார். பூதுகன் இராஜாதித்யரின் அருகில் வரும் வரையில் கைகூப்பிய வண்ணம் வந்தான். அவனுடைய கண்களிலிருந்து கண்ணீர் பெருகியதையும் இராஜாதித்யர் பார்த்தார். இதனால் அவருடைய மனம் இன்னும் இளகிவிட்டது.

"தொழுகை யுள்ளும் படையொடுங்கும் ஒன்னார்
அழுதகண்ணீரும் அனைத்து"

என்னும் தமிழ்நாட்டுப் பெரும் புலவரின் வாக்கு அச்சமயம் இராஜாதித்யரின் ஞாபகத்தில் இருக்கவில்லை. கண்ணீரைக் கண்டு கரைந்து விட்டார். இன்னும் சமீபமாகப் பூதுகனை வரவிட்டு, 'என்ன சேதி?' என்று கேட்டார். அதற்கு அவன் கூறிய மறுமொழி இராஜாதித்யரை அருவருப்புக் கொள்ளும்படி செய்தது. இரட்டை மண்டலப் படைகளுக்குத் தோல்வி நிச்சயம் என்று தெரிந்து விட்டால் சரணாகதி அடைந்துவிடும்படி கன்னர தேவனிடம் தான் கூறியதாயும், அவன் அதை மறுத்து விட்டபடியால் தான் மட்டும் தனியே பிரிந்து வந்து சரணாகதி அடையத் தீர்மானித்ததாகவும் பூதுகன் கூறினான். இதைக் கேட்டதும் இராஜாதித்யர் அவனைக் கடுமையாக நிந்தித்தார்."

அத்தகைய நீசனைத் தாம் தம் கட்சியில் சேர்த்துக் கொள்ள முடியாது என்றும், திரும்பிப் போகும்படியும் கூறிக் கொண்டிருக்கும்போதே, பூதுகன் கண்மூடிக் கண் திறக்கும் நேரத்தில் அந்தப் பயங்கரமான வஞ்சகச் செயலைப் புரிந்து விட்டான். மறைவாய் வைத்திருந்த வில்லையும், அம்பையும் எடுத்து வில்லில் நாணேற்றி அம்பைப் பூட்டி எய்து விட்டான். அந்தக் கொடிய விஷம் தோய்ந்த அம்பு எதிர்பாராத சமயத்தில் இராஜாதித்யரின் மார்பில் பாய்ந்ததும் அவர் சாய்ந்தார். இப்படிப்பட்ட வஞ்சனையை யாரும் எதிர்பார்க்கவில்லையாதலால் சுற்றிலும் நின்ற வீரர்கள் என்ன நேர்ந்தது என்பதையே சிறிது நேரம் தெரிந்து கொள்ளவில்லை. இராஜாதித்யர் பூதுகனைத் திரும்பிப் போகும்படி கட்டளையிட்டது மட்டும் அவர்கள் காதில் விழுந்தது. உடனே பூதுகன் தன் யானையை விரட்டி அடித்துக் கொண்டு ஓடிப் போனான்!"

"இராஜாதித்யர் யானை மேலிருந்தபடியே மரணமடைந்தார் என்ற செய்தி பரவியதும் நமது படையைச் சேர்ந்தவர்கள் அனைவருக்கும் தனித்தனியே தலையில் இடி விழுந்ததுபோல் ஆகிவிட்டது. அந்த மாபெரும் துயரத்தினால் யுத்தத்தையே மறந்து விட்டார்கள். சிற்றரசர்கள், தளபதிகள், படை வீரர்கள் எல்லாருமே செயல் இழந்து புலம்பத் தொடங்கி விட்டார்கள். அந்த நிலைமையில் பகைவர்களின் கை ஓங்கி விட்டதில் ஆச்சரியம் இல்லையல்லவா? சிறிது நேரத்துக்கெல்லாம் நமது சைனியம் பின் வாங்க வேண்டிய அவசியம் ஏற்பட்டு விட்டது. ஓடுகிறவர்களைத் துரத்துவது எல்லாருக்குமே எளிதுதானே? அப்படி ஓடி வந்தவர்களில் நானும் ஒருவன்தான்! இந்தக் கெடில நதிக்கரை வரையிலே கூடப் பகைவர்களின் சைனியம் வந்து விட்டது. இங்கே வந்த பிறகுதான் நாங்கள் சுய உணர்வு பெற்றுத் திரும்பி நின்றோம். பகைவர்களைத் தடுத்து நிறுத்தினோம். நான் திருக்கோவலூரிலிருந்து என் குடும்பத்தாரை அழைத்துக் கொண்டு போய் மேற்கே மலை நாட்டில் இருக்கும் என்னுடைய கோட்டையில் விட்டேன். அந்த மலைச்சாரலிலேயே படைகளைத் திரட்டினேன். இந்தக் கெடில நதி வரையில் வந்து விட்ட பகைவர்களை அவ்வப்போது தாக்கிக் கொண்டு வந்தேன். ஆயினும் அப்போது வந்த பகைவர்கள் பல வருஷ காலம் இந்தப் பகுதியை விட்டுப் போகவில்லை. அங்குமிங்கும் தங்கித் தொல்லை கொடுத்துக் கொண்டுதானிருந்தார்கள். காஞ்சி நகர் அவர்கள் வசத்திலே தான் இருந்தது.

மூன்று ஆண்டுகளுக்கு முன்னால் நீ வீரபாண்டியனை முறியடித்த பிறகு இந்தப் பக்கம் வந்துதான் காஞ்சி நகரை மீட்டாய்..."

ஆதித்த கரிகாலன் மீண்டும் குறுக்கிட்டு, "தாத்தா! இதெல்லாம் எனக்கு முன்னமே தெரிந்ததுதான்! ஆனால் தக்கோலப் போரைப் பற்றியும் இராஜாதித்யர் வரலாற்றையும் எத்தனை தடவை கேட்டாலும் எனக்கு அலுப்பதில்லை. இப்போது இராஜாதித்யரைப் பற்றி எனக்கு எதற்காக நினைப்பூட்டினீர்கள்? அதைச் சொல்லுங்கள்!" என்றான்.

"குழந்தாய்! உன் பெரிய பாட்டனார் இராஜாதித்யர் சோழ சாம்ராஜ்யத்தை இலங்கை முதல் கங்கை நதி வரையில் விஸ்தரிக்க ஆசை கொண்டிருந்தார். அந்த ஆசை நிறைவேறாமலே உயிர் நீத்தார். அவரைப் போன்ற மகாவீரன் என் பேரன் ஆதித்த கரிகாலன் என்று நாடு நகரமெல்லாம் பேச்சாயிருக்கிறது. அவர் சாதிக்க நினைத்த காரியத்தை நீ சாதிக்கப் போகிறாய் என்று இத்தமிழகமெங்கும் ஜனங்கள் பேசிக் கொண்டிருக்கிறார்கள். ஆனால் இராஜாதித்யரைப் போல் நீயும் வஞ்சத்திற்கு ஏமாந்து போகக்கூடாது என்பதற்காகவே அவருடைய வரலாற்றை உனக்கு நினைவூட்டினேன்..."

"தாத்தா! என் பெரிய பாட்டனார் போர்க்களத்தில் பகைவர்களின் வஞ் சனையினால் உயிரை இழந்தார். அதை இப்போது எனக்கு எதற்காக நினைவூட்டுகிறீர்கள்? நான் போர்க்களத்துக்குப் போகவில்லையே? என்னை வஞ்சிக்கக் கூடிய பகைவர்களின் மத்தியிலும் போகவில்லையே? என் தந்தையின் அத்யந்த நண்பர்களையல்லவா பார்க்கப் போகிறேன்? அவர்கள் என்னை எந்த விதத்தில், எதற்காக வஞ்சிக்கப் போகிறார்கள்?" என்றான் ஆதித்த கரிகாலன்.

"கேள், கரிகாலா! எதிரிகள் தொழுத கையிலும் அழுத கண்ணீரிலும் கொடிய ஆயுதம் இருக்கக்கூடும் என்று கூறிய திருவள்ளுவர் பெருமான், வெளிப்பகையைக் காட்டிலும் உட்பகை கொடியது என்றும் கூறியிருக்கிறார்.

'வாள்போல் பகைவரை அஞ்சற்க அஞ்சுக
கேள்போல் பகைவர் தொடர்பு'

வாளைப் போல் வெளிப்படையாக எதிர்த்து நிற்கும் பகைவர்களிடம் பயம் வேண்டியதில்லை. சிநேகிதர்களைப் போல் நடிக்கும் பகைவர்களிடமே பயப்பட வேண்டும் என்று சொல்லியிருக்கிறார். குழந்தாய்! கேளிரைப் போல் நடிக்கும் பகைவர்களின் மத்தியில் இப்போது போகிறாய். நான் வேண்டாம் என்று தடுத்தும் கேளாமல் நீ போகிறாய். ஏதோ ராஜ்யம் சம்பந்தமாகத் தகராறு நேர்ந்து விட்டதாகவும் அதைத் தீர்த்து வைக்கப் போவதாகவும் உன்னை அழைத்திருக்கிறார்கள். சம்புவரையன் மகள் ஒருத்தியை உன் கழுத்தில் கட்டிவிட உத்தேசித்து உன்னை அழைத்திருப்பதாகவும் அறிகிறேன். ஆனால் அவர்களுடைய உண்மையான நோக்கம் இன்னதென்பது எனக்கும் தெரியாது; நீயும் அறிந்திருக்க முடியாது. உனக்குப் பெண் கொடுப்பதற்கு இந்தப் பாரத தேசத்தில் மன்னர்கள் பலர் காத்திருக்கிறார்கள். இந்தச் சம்புவரையன் மகள் தான் வேண்டுமென்பதில்லை. இராஜ்யத்தை உனக்குப் பாதி என்றும் மதுராந்தகனுக்குப் பாதி என்றும் பிரித்துக் கொடுத்துச் சமாதானம் செய்விக்கப் போகிறார்கள் என்றும் கேள்விப்படுகிறேன். அதில் என்ன சூது இருக்குமோ, சூழ்ச்சி இருக்குமோ, எனக்குத் தெரியாது. எது எப்படியானாலும், நான் உடனே திருக்கோவலூருக்குச் சென்று என்னுடைய பாதுகாப்புப் படைகளையெல்லாம் திரட்டிக் கொண்டு வந்து வெள்ளாற்றங்கரையில் தங்கியிருப்பேன். சம்புவரையர் அரண்மனையில் இருக்கும்போது உனக்கு ஏதேனும் சந்தேகம் தோன்றினால் எனக்கு உடனே சொல்லி அனுப்பு!..."

இச்சமயம் ஆதித்த கரிகாலனுடைய கவனம் தன் பக்கம் இல்லை என்பதையும் வேறு பக்கம் திரும்பியிருக்கிறதென்பதையும் மலையமான் கண்டார்.

"தாத்தா! அதோ பாருங்கள்!" என்று ஆதித்த கரிகாலன் கலக்கத்துடன் கூறிய வார்த்தைகளை அந்த வீரக் கிழவர் கேட்டு, அந்தத் திசையை உற்று நோக்கினார்.

ஃஃ

3. பருந்தும், புறாவும்

ஆதித்த கரிகாலன் சுட்டிக்காட்டிய திசையில் ஆற்றங்கரை மண்டபம் ஒன்று இருந்தது. அது கல் வேலையினால் ஆன மண்டபம். வழிப்போக்கர்கள் வெய்யிலிலும் மழையிலும் தங்குவதற்காக யாரோ தர்மவான் அதைக் கட்டியிருக்க வேண்டும். அந்த மண்டபம் வெய்யிலிலும் மழையிலும் வெகு காலம் அடிப்பட்டு முதுமையின் அறிகுறிகளை காட்டிக் கொண்டிருந்தது. மண்டபத்தின் முனைகளில் சிற்ப வேலைப்பாடு உடைய உருவங்கள் சில காணப்பட்டன. அவை இன்னவை என்று கிழவராகிய மலையமானுக்குத் தெரியவில்லை.

"பார்த்தீர்களா, தாத்தா!" என்றான் ஆதித்த கரிகாலன்.

"குழந்தாய்! அந்த மண்டபத்தைத்தானே சொல்லுகிறாய்? அதில் வேறு ஒன்றும் எனக்குத் தெரியவில்லையே? மண்டபமும் வெறுமையாகத்தான் இருக்கிறது, அதில் யாரும் இருப்பதாகக் காணவில்லையே!" என்றார்.

"தாத்தா! உங்களுக்கு வயதாகிவிட்டது என்று இப்போது தான் எனக்கு நன்றாய்த் தெரிகிறது. அதனால் கண் பார்வை குன்றியிருக்கிறது. அதோ பாருங்கள்! ஒரு பெரிய இராஜாளி! எத்தனை பெரியது? அதன் சிறகுகள் எவ்வளவு விசாலம்? கொடுமை! கொடுமை! அது தன் கால்களில் ஒரு சின்னஞ்சிறு புறாவைப் பிடித்துக் கொண்டிருக்கிறதே; தெரியவில்லையா?

இராஜாளியின் கூரிய நகங்கள் கிழித்துப் புறாவின் இரத்தம் சிந்துகிறதே, தெரியவில்லையா? கடவுளே, இது என்ன விந்தை! அதோ இன்னொரு புறாவைப் பாருங்கள், தாத்தா! அந்தப் பயங்கரமான இராஜாளியின் அருகில் வட்டமிடுகிறது! அது இராஜாளியிடம் எப்படிக் கெஞ்சுகிறது? இராஜாளியின் கால்களில் அகப்பட்டுக் கொண்டிருக்கும் புறா அதனுடைய காதலனாக இருக்க வேண்டும்! காதலனுக்கு உயிர்ப்பிச்சை கொடுக்கும்படி அது கெஞ்சுகிறது! தாத்தா! அந்தப் புறா கெஞ்சுகிறதா? அல்லது இராஜாளியிடம் சண்டைக்குப் போகிறதா? இறகை அடித்துக் கொள்வதைப் பார்த்தால் சண்டைக்குப் போவதாகவே தோன்றுகிறது. கடவுளே! அந்தப் பெண் புறாவுக்கு என்ன தைரியம் பாருங்கள்! இராஜாளியுடன் சண்டைக்குப் போகிறது! காதலனுடைய உயிரைக் காப்பாற்றுவதற்காக அந்தப் பயங்கர ராட்சதனுடன் போராடப் போகிறது! தாத்தா! இராஜாளி மனம் இரங்கும் என்று நினைக்கிறீர்களா? இரங்காது! இரங்காது! ஒருநாளும் இரங்காது! இம்மாதிரி எத்தனையோ புறாக்களை அது கொன்று தின்று கொழுத்துக் கிடக்கிறது! சண்டாள இராஜாளியே! இதோ உன்னைக் கொன்று போடுகிறேன்!" என்று கூறிக் கொண்டே ஆதித்த கரிகாலன் பக்கத்தில் கிடந்த ஒரு கூழாங்கல்லை எடுத்து வீசி எறிந்தான். அந்தக் கூழாங்கல் மண்டபத்தை நோக்கிச் சென்று அதன் ஒரு முனையில் பட்டுவிட்டுக் கீழே விழுந்தது.

ஆதித்த கரிகாலன், "ராட்சதனே! உனக்கு நன்றாய் வேண்டும்!" என்று சொல்லிவிட்டு, இடி இடி என்று பயங்கரமாகச் சிரித்தான்.

பேரப் பிள்ளையின் சித்த சுவாதீனத்தைப் பற்றி ஏற்கனவே கிழவருக்குச் சிறிது சந்தேகம் இருந்தது. அது இப்போது இன்னும் அதிகமாயிற்று.

"தாத்தா! ஏன் என்னை இப்படி வெறித்துப் பார்க்கிறீர்கள்? மண்டபத்தின் அருகில் போய்ப் பாருங்கள்" என்றான் கரிகாலன்.

அவ்விதமே மலையமான் மண்டபத்தைச் சற்று நெருங்கிச் சென்று கரிகாலனின் கல் விழுந்த இடத்தை உற்றுப் பார்த்தார். அங்கே ஒரு சிற்பம் காணப்பட்டது. அந்தச் சிற்பத்தில் இராஜாளி ஒன்று தன் கால் நகங்களில் ஒரு புறாவைக் கொத்தித் தூக்கிக் கொண்டிருப்பது போலவும், இன்னொரு புறா அந்த இராஜாளியுடன் பாயப் போவது போலவும் தத்ரூபமாக அமைக்கப்பட்டிருந்தது.

மலையமான் திரும்பி வந்து, "குழந்தாய்! எனக்கு வயதாகி விட்டது என்பது உண்மைதான்! கண் பார்வை முன் போல் துல்லியமாக இல்லை. அருகில் சென்று உற்றுப் பார்த்த பிறகு தான் தெரிந்தது நல்ல சிற்ப வேலை!" என்றார்.

"நல்ல சிற்ப வேலையா? சிற்ப அற்புதம் என்று சொல்லுங்கள் தாத்தா! மகேந்திரவர்மர் மாமல்லர் காலத்துச் சிற்ப சக்கரவர்த்தி யாரோ ஒருவன் இதையும் செய்திருக்க வேண்டும். முதலில் பார்த்ததும் உண்மையாகவே நடப்பது போலவே எனக்குத் தோன்றிவிட்டது!" என்றான் கரிகாலன்.

"ஆதித்தா! அற்புதம் அந்தக் கல்லிலே மட்டும் இல்லை! உன் கண்ணிலும் இருக்கிறது; உன் மனத்திற்குள்ளேயும் இருக்கிறது. இந்த வழியாக எவ்வளவோ பிரயாணிகள் தினந்தோறும் போகிறார்கள். அவர்களில் முக்கால்வாசிப் பேர் இந்தச் சிற்ப அற்புதத்தைக் கவனித்துக் கூட இருக்க மாட்டார்கள். மற்றும் பலர் பார்த்தும் பார்க்காதது போலவே போய்விடுவார்கள். உன்னைப் போல் ஒரு சிலர் தான் ஒரு சிற்பத்தைப் பார்த்து இவ்வளவு ஆச்சரியப்படுவார்கள்!..."

"நான் ஆச்சரியப்படவில்லை, தாத்தா! கோபப்படுகிறேன். அந்த சிற்பத்தை இப்போதே இடித்துத் தள்ளிவிட வேண்டுமென்று எனக்கு ஆத்திரம் உண்டாகிறது. இவ்வளவு கொடூரமான சிற்பத்தை அமைத்தவனை அதிகமாகப் புகழ்ந்து பாராட்டுவது கூட எனக்குப் பிடிக்கவில்லை!"

"கரிகாலா! இது என்ன விந்தை? உன்னுடைய வைர நெஞ்சு எப்போது இவ்வளவு இளக்கம் கொடுத்தது? இராஜாளி புறாவைக் கொன்று தின்பது அதனுடைய இயற்கை. சிங்கராஜா ஆட்டினிடம் இரக்கம் கொள்ள ஆரம்பித்தால் அது சிங்கராஜா அல்ல; அதுவும் ஆடாகத்தான் போய்விடும். சிம்மாசனத்தில் வீற்றிருந்து அரசு புரிய ஆசைப்படுகிறவர்கள் பகைவர்களையும் சதிகாரர்களையும் கொன்றுதான் ஆக வேண்டும். சக்கரவர்த்தியாயிருந்து உலகை ஒரு குடை நிழலில் ஆளப்பிறந்தவர்கள் பகையரசர்களைக் கொன்றுதான் தீரவேண்டும். இராஜாளி புறாவைக் கொல்லாவிட்டால், அது இராஜாளியாயிருக்க முடியுமா? இதைப் பற்றி ஏன் உனக்கு இவ்வளவு கலக்கம்?" என்றார் மலையமான்.

"தாத்தா! நீங்கள் சொல்வதெல்லாம் சரிதான் ஆனால் அந்தப் பெண் புறா அப்படித் தவிப்பதைப் பார்த்த பிறகு இராஜாளிக்கு இரக்கம் வர வேண்டாமா? பெண்ணுக்கு இரங்கி ஆணை விடுதலை செய்ய வேண்டாமா? ஐயா! நீங்களே சொல்லுங்கள், உங்கள் பகைவன் ஒருவனை நீங்கள் கொல்லப் போகும் சமயத்தில் அவனுடைய காதலி குறுக்கே வந்து புருஷனுக்கு உயிர்ப்பிச்சை கேட்டால் என்ன செய்வீர்கள்? அப்போது உங்கள் மனம் இரங்காமலிருக்குமா..?" என்று கரிகாலன் கேட்டான்.

"அப்படி ஒரு பெண் குறுக்கே வந்தால் அவளை என் இடது காலினால் உதைத்துவிட்டு என் பகைவனைக் கொல்லுவேன். கரிகாலா! அதைப் பற்றிச் சந்தேகமே இல்லை. பகைவர்கள் 'தொழுத கையினில்' ஆயுதம் வைத்திருப்பார்கள் என்றும், அவர்கள் 'அழுத கண்ணீரிலும்' ஆயுதம் மறைந்திருக்கும் என்றும் வள்ளுவர் கூறியிருக்கிறார். ஆண்களின் கண்ணீரைக் காட்டிலும் பெண்களின் கண்ணீர் அபாயமானது. ஏனெனில், பெண்களின் கண்ணீருக்கு இளகச் செய்யும் சக்தி அதிகம் உண்டு. அப்படி மனத்தை இளகவிட்டு விடுகிறவனால் இவ்வுலகில் பெரிய காரியம் எதையும் செய்ய முடியாது அவன் பெண்களிலும் கேடு கெட்டவனாவான்!"

"தாத்தா! இது என்ன? பெண்களைப் பற்றி ஏன் நீங்கள் இவ்வளவு குறைவாகப் பேசுகிறீர்கள்? பெண்களைப் பற்றிக் குறைவாய்ப் பேசுவது என் தாயாரையும் குறைவுபடுத்துவதாகாதா?"

"குழந்தாய்! கேள்! உன் தாயாரிடம் நான் வைத்திருந்த அன்புக்கு இந்த உலகத்தில் இணை ஒன்றுமே இல்லை. எனக்கு ஆறு பிள்ளைகள் பிறந்தார்கள். பீமனையும்,

அர்ச்சுனனையும் ஒத்த வீரர்களாய் வளர்ந்தார்கள். அவ்வளவு பேரையும் யுத்தகளத்தில் பலி கொடுத்துவிட்டேன். அவர்கள் இறந்த செய்தி வந்தபோதெல்லாம் நான் வருத்தப்படவில்லை. ஆனால் உன் தாயாரை மணம் செய்து கொடுத்து அனுப்பி வைத்தபோது அவள் சாம்ராஜ்ய சிங்காதனத்தில் அமரப் போகிறாள் என்று தெரிந்திருந்தும் என் மனம் அடைந்த வேதனையைச் சொல்லி முடியாது. ஆனால் அந்த வேதனையை வெளிப்படையாகக் காட்டிக் கொண்டேனா? இல்லை! அவளிடந்தான் வெளியிட்டேனா? அதுவும் இல்லை. உன் தாயை மணம் செய்து கொடுப்பதற்கு முதல் நாள் அவளைத் தனியாக அழைத்து என்ன சொன்னேன்? கேள், கரிகாலா! 'மகளே! மாநிலம் புரக்கப் போகும் மன்னனை நீ மணந்து கொள்ளப் போகிறாய்! அதற்காகவும் நீ கர்வம் அடையாதே! அவ்வளவு புகழ் வாய்ந்த கணவனை மணந்து கொள்வதினால் உனக்குக் கஷ்டந்தான் அதிகமாயிருக்கும். உன் அரண்மனையில் பணி செய்யும் பணிப் பெண்கள் பலரும் உன்னைக் காட்டிலும் சந்தோஷமாயிருப்பார்கள். துக்கப்படுவதற்கும் வேதனைப்படுவதற்கும் உன்னை நீ ஆயத்தம் செய்து கொள். உனக்குக் குழந்தைகள் பிறக்காவிட்டால் உன் புருஷன் வேறு ஸ்திரீகளை கட்டாயம் மணந்து கொள்வான். அதை நினைத்து நீ வேதனைப்படக் கூடாது. உனக்கு மக்கள் பிறந்தால் அவர்களை வீர மக்களாய் நீ வளர்க்க வேண்டும். அவர்கள் போர்க்களத்தில் உயிர் விட்டதாகச் செய்தி வந்தால் ஒரு சொட்டுக் கண்ணீர் கூட விடக்கூடாது. உன் கணவன் சந்தோஷமாயிருந்தால் நீயும் சந்தோஷமாயிரு! உன் புருஷன் துக்கப்பட்டால் நீ அவனைச் சந்தோஷப்படுத்தப் பார்! உன் பதி நோய்ப்பட்டால் நீ அவனுக்குப் பணிவிடை செய்! உன் கணவன் இறந்தால் நீயும் உடன்கட்டை ஏறிவிடு! உன் நெஞ்சில் உதிரம் கொட்டினாலும் உன் கண்களில் மட்டும் கண்ணீர் சொட்டக் கூடாது! மலையமான் வம்சத்தில் பெண்களுடைய குலாச்சாரம் இது!' என்று இவ்விதம் உன் அன்னைக்குப் புத்திமதி கூறினேன். அம்மாதிரியே உன் அன்னை இன்று வரை நடந்து வருகிறாள்; நடத்தி வருகிறாள். கரிகாலா! உன்னையும் உன் சகோதரனையும் இணையில்லாத வீரர்களாக வளர்த்து வந்திருக்கிறாள். உன் தந்தை நோய்ப்பட்ட பின்னர் இரவு பகல் அவர் பக்கத்திலிருந்து அவளே எல்லாப் பணிவிடைகளையும் செய்து வருகிறாள். உன் அன்னையை என் மகளாகப் பெற்றதை நினைக்கும்போதெல்லாம் என் தோள்கள் பூரிக்கின்றன!" என்றார் மலையமான்.

"தாத்தா! என் தாயை நினைக்கும்போதெல்லாம் நான் அடையும் பெருமிதத்துக்கும் அளவில்லை. ஆனால் ஒன்று கேட்கிறேன் சொல்லுங்கள்! என் தந்தையின் கொடிய பகைவன் ஒருவன் அவரைக் கொல்லுவதற்குக் கத்தியை ஓங்கிக் கொண்டு வருவதாக வைத்துக் கொள்ளுங்கள். என் தாயார் அப்பொழுது என்ன செய்வாள்? முன்னால் நின்று கண்ணீர் பெருக்கிக் கணவனைக் காப்பாற்றும்படி அப்பகைவனை வேண்டிக் கொள்வாளா? முக்கியமாக, அப்படி வருகிற பகைவன் என் அன்னைக்குத் தெரிந்தவனாகவும் இருந்து விட்டால்..."

"குழந்தாய்! உன் தாயார் ஒரு நாளும் அப்படிப் பகைவனிடம் உயிர்ப்பிச்சை கேட்கமாட்டாள். மலையமான் மகள் அவ்விதம் ஒருகாலும் தான் பிறந்த குலத்தையும், புகுந்த குலத்தையும் அவமானப்படுத்தமாட்டாள். அவளுடைய புருஷனுடைய பகைவனைத் தனக்கும் கொடிய பகைவனாகவே கருதுவாள். பகைவன் முன்னால் கைகூப்பமாட்டாள்; கண்ணீரும் விடமாட்டாள், கணவன் உயிர் துறந்தால் உடனே அவன் மீது விழுந்து தானும் உயிரை விடுவாள்! அல்லது மனத்தைக் கல்லாகச் செய்து கொண்டு உயிரோடிருப்பாள்; பகைவனைப் பழிக்குப் பழி வாங்குவதற்காக மட்டுமே உயிரை வைத்துக் கொண்டிருப்பாள்!"

இதைக் கேட்ட ஆதித்த கரிகாலன் ஒரு நெடிய பெருமூச்சு விட்டு, "தாத்தா! நான் போய் வரவா?" என்றான்.

"அவசியம் போகத்தான் வேண்டுமா?"

"அதைப்பற்றி இன்னும் என்ன சந்தேகம், தாத்தா! பாதி வழிக்கு மேலே வந்தாகிவிட்டதே?"

"ஆம், பாதி வழிக்கு மேல் வந்தாகிவிட்டது நானும் முதலில் உன்னைப் போக வேண்டாம் என்றேன்; அப்புறம் போகும்படி சொன்னேன். உன் தம்பியைப் பற்றிய செய்தி கேட்ட பிறகு நீ போவதே நல்லது என்று தீர்மானித்தேன். அருள்மொழிவர்மன் இறந்திருப்பான் என்று நான் நம்பவில்லை..."

"நானும் நம்பவில்லை..."

"உன் தந்தையின் இளம் பிராயத்தில் சில காலம் அவர் இருக்குமிடம் தெரியாமலிருந்தது. அதுபோல் அருள்மொழியும் ஏதேனும் ஒரு தீவில் ஒதுங்கியிருப்பான். சில நாளைக்கெல்லாம் வந்து சேர்வான் என்றே நம்புகிறேன்! ஆனாலும் அச்செய்தி சோழ நாடெங்கும் கொந்தளிப்பை உண்டாக்கி விட்டிருக்கிறது என்று அறிகிறேன். உன் பெற்றோர்களும் கவலையில் ஆழ்ந்திருப்பார்கள். இச்சமயம் அவர்கள் பக்கத்தில் இருந்து நீ ஆறுதல் சொல்லுவது அவசியம். அப்படிப் போகும்போது பழுவேட்டரையர்களின் விரோதியாகப் போவதைக் காட்டிலும், சிநேகமாய்ப் போவது நல்லது. ஆகையினால்தான் நீ சம்புவரையர் அழைப்புக்கு இணங்கிப் போவதற்குச் சம்மதித்தேன். அவன் வேண்டுமென்றே என்னை அழைக்கவில்லை அழைத்திருந்தால் நானும் வந்திருப்பேன்.

"தாத்தா! எனக்காக அவ்வளவு தூரம் நீங்கள் பயப்படுகிறீர்களா? என்னை அவ்வளவு கையினாலாகாதவன் என்று எண்ணி விட்டீர்களா?" என்று கேட்டான் கரிகாலன்.

"இல்லை, தம்பி! இல்லை! நீ எத்தகைய வீராதி வீரன் என்பது எனக்குத் தெரியாதா? கொடிய ஆயுதங்களைத் தரித்த பதினாயிரம் பகைவர்களின் நடுவில் நான் உன்னைத் தன்னந்தனியாக நம்பி அனுப்புவேன். ஆனால் கண்ணீர் பெருக்கி உன் மனத்தைக் கலங்கச் செய்யக்கூடிய ஒரு பெண்ணின் முன்னால் உன்னைத் தனியாக அனுப்புவதற்கு மட்டும் பயப்படுகிறேன்."

"சம்புவரையர் மகள் அப்படியெல்லாம் ஜாலவித்தையில் தேர்ந்தவள் என்று நான் கேள்விப்படவில்லை, தாத்தா! ஆண் மக்கள் முன்னால் வருவதற்கே அஞ்சக்கூடிய பெண்ணாம் அவள்; கந்தமாறன் சொல்லியிருக்கிறான். நானும் அப்படியெல்லாம் அவசரப்பட்டுத் தாய் தந்தையர் சம்மதம் இல்லாமல் ஒரு காரியத்தை செய்துவிடமாட்டேன். உங்களுடைய பழங்குடியில் பிறந்த இரண்டு பெண்கள் இன்னும் மணமாகாமல் இருக்கிறார்கள் என்பதும் எனக்கு நன்றாகத் தெரியும்.."

"ஆதித்தா, அதைப் பற்றிச் சிந்தனையே எனக்கு இல்லை. என் முத்த மகனுடைய பெண்கள் இரண்டு பேர் திருமணப் பிராயம் வந்தவர்கள் இருக்கிறார்கள்தான். ஆனால் அவர்களை உன் கழுத்தில் கட்டும் எண்ணம் எனக்குச் சிறிதும் இல்லை. ஏற்கெனவே சோழ நாட்டுச் சிற்றரசர்கள் பலரும் என் மீது பொறாமையும், பகைமையும் கொண்டிருக்கிறார்கள். இதுவும் வேறு சேர்ந்துவிட்டால் கேட்க வேண்டியதில்லை. அதற்குப் பதிலாகச் சம்புவரையர் மகளையே நீ கட்டிக் கொண்டால் நான் ஒருவாறு திருப்தி அடைவேன். எனக்கோ வயது அதிகமாகி விட்டது; உடல் தளர்ந்துவிட்டது. சில சமயம் உள்ளமும் நெகிழ்ந்துவிடுகிறது. மறுபடியும் என் அருமைப் பேரனைக் காணமாட்டேனோ, இதுதான் உன்னை நான் பார்ப்பது கடைசி முறையோ என்றெல்லாம் சில சமயம் எண்ணிக் கொள்கிறேன். இனிமேல் என்னால் உனக்கு உதவி எதுவும் இல்லை. புதிய சிநேகிதர்கள் சிலர் உனக்கு அவசியம் வேண்டும். உன் விஷயத்தில் சிரத்தை கொள்ளக் கூடியவர்கள் வேண்டும். ஆகையால் சம்புவரையர் மகளை நீ மணந்து கொண்டால் நான் உண்மையில் மகிழ்ச்சியே அடைவேன்."

"தாத்தா! உங்கள் மகிழ்ச்சிக்காகக் கூட அதை நான் செய்ய முடியாது. சம்புவரையர் மாளிகைக்கு நான் விருந்தாளியாகப் போவது அவருடைய சிநேகத்தை விரும்பியும் அல்ல; அவர் மகளை மணம் புரியவும் அல்ல. நீங்கள் அதுபற்றி நிம்மதியாயிருக்கலாம்."

"அப்படியானால் எதற்காகப் போகிறாய், குழந்தாய்! என்னிடம் உண்மையைச் சொல்லக் கூடாதா? உன்னுடைய நண்பர்கள் இருவரும் பேசிக் கொண்டிருந்ததில் சில வார்த்தைகள் அவ்வப்போது என் காதில் விழுந்தன. பெரிய பழுவேட்டரையன் அறுபது வயதுக்கு மேல் கல்யாணம் செய்து கொண்டானே, அந்த மோகினிப் பிசாசு உனக்கு ஓலை அனுப்பியிருக்கிறாள் என்றும், அதனாலேதான் நீ கடம்பூர் வரச் சம்மதித்தாய் என்றும் அவர்கள் பேசிக் கொண்டார்கள் அது உண்மையா?"

"ஆம் தாத்தா! அது உண்மைதான்!" என்றான் ஆதித்த கரிகாலன்.

"கடவுளே! இது என்ன காலம்? கரிகாலா! நான் சொல்வதைக் கேள். நீ பிறந்த சோழ குலம் இரண்டாயிரம் ஆண்டுகளாக வாழையடி வாழையாக வந்த பெருமை பெற்ற குலம். உன்னுடைய மூதாதைகள் சிலர் உலகத்தை ஒரு குடையில் ஆண்ட சக்கரவர்த்திகளாயிருந்திருக்கிறார்கள். சில சமயம் உறையூரையும் அதன் சுற்றுப்புறத்தையும் மட்டும் ஆண்ட குறுநில மன்னர்களாயிருந்திருக்கிறார்கள். சிலர் ஏகபத்தினி விரதம் கொண்டு இராமபிரானைப் போல இருந்ததுண்டு. சிலர் பல தாரங்களை மணம் செய்து கொண்டு வீரப் புதல்வர்கள் பலரை ஈன்றதுண்டு. சிலர் சிவபக்தர்கள், சிலர் திருமாலின் பக்தர்கள்; சிலர் 'சாமியுமில்லை; பூதமுமில்லை' என்று சொல்லி வந்தார்கள். ஆனால் அவர்களில் யாரும் தங்கள் நடத்தையில் களங்கமுண்டாகுமாறு நடந்ததில்லை. பிறன் மனை விழைந்ததில்லை. குழந்தாய்! கன்னிப் பெண்களாயிருப்பவர்கள் எத்தனை பேரை வேண்டுமானாலும் மணந்து கொள். உன் பாட்டனின் தந்தை புகழ் பெற்ற பராந்தகச் சக்கரவர்த்தி, ஏழு பெண்களை மணந்து கொண்டார், அவரைப் போல் நீயும் மணந்துகொள். ஆனால் பெரிய பழுவேட்டரையனை மணந்து கொண்ட மாயமோகினியைக் கண்ணெடுத்தும் பாராதே!"

"மன்னிக்க வேண்டும் தாத்தா! அந்த மாதிரி குற்றம் ஒன்றும் நான் செய்யமாட்டேன். சோழ குலத்துக்கும் மலையமான் குலத்துக்கும் களங்கம் உண்டு பண்ண மாட்டேன்!"

"அப்படியானால் அவள் அழைப்புக்காக ஏன் போகிறாய்? குழந்தாய்?"

"உண்மையை உங்களிடம் சொல்லிவிட்டே போகிறேன். அவளுக்கு ஒரு சமயம் நான் ஒரு பெரிய தீங்கு செய்தேன். அதற்காக அவளிடம் மன்னிப்புக் கேட்டுக் கொள்ளப் போகிறேன்" என்றான் கரிகாலன்.

"இது என்ன வார்த்தை? ஒரு பெண்ணிடம் நீ மன்னிப்புக் கேட்டுக் கொள்வதாவது? என் காதினால் கேட்கச் சகிக்க வில்லையே?" என்றார் மலையமான்.

ஆதித்த கரிகாலன் சிறிது நேரம் தலைகுனிந்த வண்ணமாக இருந்தான். பிறகு மனத்தைத் திடப்படுத்திக் கொண்டு, பாட்டனாரிடம் பழைய வரலாற்றை ஒருவாறு கூறினான். வீரபாண்டியனைத் தான் தேடிச் சென்று அவன் ஒளிந்திருந்த இடத்தைக் கண்டுபிடித்ததையும், நந்தினி குறுக்கிட்டு உயிர்ப்பிச்சை கேட்டதையும், தான் அதைக் கேட்காமல் ஆத்திரப்பட்டு அவனைக் கொன்றதையும் அதுமுதல் தன் மனம் நிம்மதியில்லாமல் அலைப்புறுவதையும் பற்றி விவரமாகக் கூறினான்.

"அந்த ஞாபகம் என்னை ஓயாமல் கஷ்டப்படுத்திக் கொண்டிருக்கிறது. தாத்தா! அவளை ஒரு தடவை பார்த்து மன்னிப்புக் கேட்டுக் கொண்டால்தான் என் மனம் நிம்மதி அடையும். அவளும் போனதையெல்லாம் மறந்துவிடத் தயாராகியிருப்பதாகக் காண்கிறது. இராஜ்யத்தில் குழப்பம் விளையாமல் பார்த்துக் கொள்வதிலும் சிரத்தைக் கொண்டிருக்கிறாள். அதற்காகவே என்னை அழைத்திருக்கிறாள். போகும் காரியத்தை முடித்துக் கொண்டு வெகு சீக்கிரமாகவே காஞ்சிக்குத் திரும்பி விடுவேன், தாத்தா! திரும்பி வந்ததும் என் தம்பியைக் கண்டு பிடித்துக் கொண்டு வருவதற்காகக் கப்பல் ஏறிப் புறப்படுவேன்" என்றான் ஆதித்த கரிகாலன்.

கிழவர் மலையமான் ஒரு பெருமூச்சுவிட்டு, "இதுவரையில் விளங்காமலிருந்த பல விஷயங்கள் இப்போது எனக்கு விளங்குகின்றன. இன்று வரை மர்மமாக இருந்த பல காரியங்கள் அர்த்தமாகின்றன. விதியை வெல்ல யாராலும் முடியாது என்பது நிச்சயந்தான்!" என்றார்.

4. ஐயனார் கோவில்

கெடில நதிக் கரையில் பாட்டனும் பேரனும் பேசிக் கொண்டிருந்த அதே சமயத்தில் கொள்ளிடத்தின் வடகரையில் உள்ள திருக்கானாட்டுமுள்ளூர் என்னும் ஊரில் பழைய நண்பர்களான ஆழ்வார்க்கடியானும், வந்தியத்தேவனும் ஒரு விநோதமான காரியத்தில் ஈடுபட்டிருந்தார்கள். அக்காலத்தில் வட காவேரியாகிய கொள்ளிடமும் தென் காவேரியைப் போலவே புண்ணிய நதியாகக் கருதப்பட்டு வந்தது. துலாமாதத்தில் தினந்தோறும் கானாட்டுமுள்ளூர் ஆலயத்தில் கோயில் கொண்டுள்ள சிவபெருமான் இடபாருடராகக் கொள்ளிடக் கரைக்கு எழுந்தருளி ஸ்நானத்துக்கு வந்துள்ள பக்தர்களுக்குச் சேவை தருவது வழக்கம். மத்தியான வேளையில் ஒவ்வொரு நாளும் உற்சவமாகவே இருக்கும். அக்கம் பக்கத்து கிராமங்களிலிருந்து பக்தர்கள் திரண்டு வருவார்கள். விஷ்ணு கோயில் அந்த ஊரில் சிறிதாக இருப்பினும் அந்தக் கோயிலிலிருந்தும் பகவான் கருட வாகனத்தில் ஆரோகணித்துக் கொள்ளிடக் கரைக்கு எழுந்தருளுவார்.

இவ்விதம் துலா மாதத்தில் வட காவேரியில் ஸ்நானம் செய்வதற்காக வந்து கூடியிருந்த ஜனக்கூட்டத்தினிடையே ஆழ்வார்க்கடியான் ஒரு நாவல் கிளையை மண்ணில் நட்டு வைத்து கொண்டு, "நாவலோ நாவல்! நாவலோ நாவல்! இந்த நாவலந் தீவில் வைஷ்ணவ சமயமே மேலான சமயம் என்று நிலைநாட்டுவதற்கு வாதப் போர் புரிய வந்துள்ளேன்.

சைவர்கள், சாக்தர்கள், அத்வைதிகள், காபாலிகர்கள், காலாமுகர்கள், புத்தர்கள், சமணர்கள் யார் வேணுமானாலும் வாதப் போர் புரிய வரலாம். அவர்கள் வெற்றி பெற்றால் அவர்களை என் தோள் மீது தூக்கி வைத்துக் கொண்டு ஊரைச் சுற்றி வலம் வருவேன், அவர்கள் தோற்றால் இடுப்புத் துணியைத் தவிர மற்றதையெல்லாம் இங்கே கொடுத்து விட்டுப் போக வேணும்! நாவலோ நாவல்" என்று கத்திக் கொண்டிருந்தான். அவனுக்கு முன்னால் ருத்திராட்ச மாலைகள், மகர கண்டிகள், கமண்டலங்கள், குண்டலங்கள், பட்டுப் பீதாம்பரங்கள், பொற்காசுகள் ஆகியவை குவிந்து கிடந்தன. இவற்றிலிருந்து வெகு நேரம் வாதமிட்டுப் பலரை வாதப் போரில் வென்றிருக்க வேண்டும் என்பது தெளிவாயிருந்தது. அவனுக்குப் பக்கத்தில் கடம்பமரம் ஒன்றில் சாய்ந்து கொண்டு வந்தியத்தேவன் கையில் உருவிய கத்தியுடன் நின்று கொண்டிருந்தான். இப்போது அவனுடைய அரையில் உடுத்திய ஒரு துணியும், கையில் ஒரு கத்தியும் மட்டும் தான் இருந்தன. அவனுடைய தோற்றத்திலிருந்து ஆழ்வார்கடியான் மீது பலாத்காரத்தைப் பிரயோகிக்கப் பார்த்தவர்களை அவன் கத்தியை வீசிப் பயமுறுத்தி அனுப்பியிருக்க வேண்டும் என்று தோன்றியது. அந்தச் சமயத்தில் கூட்டமாகவும், கோஷித்துக் கொண்டும் வந்த சைவர் கூட்டம் ஒன்றைப் பார்த்து அவன் கூறிய மொழிகளிலிருந்தும் அது வெளியாயிற்று.

"எச்சரிக்கை! நியாயமாக வாதப் போர் செய்வோர் செய்யலாம். அத்துமீறி இந்த வைஷ்ணவன் மீது யாராவது கையை வைத்தால் இந்த வாளுக்கு இரையாவார்கள்!" என்று கூறியதுடன், கத்தியையும் இரு முறை சுழற்றினான். கோபத்துடன் வந்த சைவர்கள் சாந்தமடைந்தார்கள். அவர்களில் ஒருவர், "ஓ வைஷ்ணவனே! ஏதோ நீ இன்றைக்கு வாதத்தில் ஜெயித்து விட்டதாக எண்ணிக் கர்வம் கொள்ளாதே! திருநாரையூருக்குப் போ! அங்கே உன்னை வாதில் வென்று புறமுதுகிட்டு ஓடச் செய்யக்கூடிய நம்பியாண்டார் நம்பி இருக்கிறார்!" என்றார்.

"உங்கள் திருநாரையூர் நம்பியைத் திருநாராயணபுரத்து அனந்த பட்டாரிடம் வந்து வாதமிடச் சொல்லுங்கள்! அங்கே நானும் ஒருவேளை இருந்தாலும் இருப்பேன்!" என்று கூறினான் ஆழ்வார்க்கடியான்.

பலமுறை அவன் "நாவலோ நாவல்!" என்று கூவியும் யாரும் புதிதாக வாதமிட வரவில்லை. எனவே, நாவல் கிளையை எடுத்துவிட்டுச் சங்கு சக்கரம் பொறித்த வெற்றிக் கொடியை ஆழ்வார்க்கடியான் நட்டான். பக்கத்தில் நின்று எல்லாவற்றையும் பார்த்துக் கொண்டிருந்த வைஷ்ணவர்கள் சிலர் உடனே அருகில் வந்து அவனைத் தூக்கித் தோளில் வைத்துக்கொண்டு,

"நாராயணனே நம் தெய்வம்!
நாமெல்லாரும் துதி செய்வம்!"

என்று பாடிக் கொண்டு கூத்தாடினார்கள். பிறகு அவர்கள், "வீர வைஷ்ணவனே! எங்கள் இல்லத்துக்கு வந்து அமுது செய்து அருள வேண்டும்!" என்று பிரார்த்தித்தார்கள். "அங்ஙனமே ஆகுக!" என்று ஆழ்வார்க்கடியான் கம்பீரமாகக் கூறிவிட்டு வந்தியத்தேவனையும் அழைத்துக் கொண்டு சென்றான். இருவரும் புளியோரை, திருக்கண்ணமுது, ததியோன்னம் ஆகியவற்றை வயிறு முட்டும்படி ஒரு கை பார்த்தார்கள். ஆழ்வார்க்கடியான் தான் வாதப் பேரில் சம்பாதித்த பொருள்களில் அங்கவஸ்திரமாக அணியக்கூடிய பீதாம்பரம் ஒன்றை மட்டும் வந்தியத்தேவனிடம் கொடுத்து விட்டு மற்றவற்றை ஸ்ரீ வைஷ்ணவர்களிடம் கொடுத்து அவற்றின் பெறுமானத்துக்குப் பொற்கழஞ்சுகள் பெற்றுக் கொண்டான். வைஷ்ணவ சமயத்தின் மேன்மையை நிலைநாட்டிக் கொண்டு வடக்கே ஹரித்வாரம் வரையில் போக வேண்டியிருப்பதால் தனக்குப் பொற்காசுகள் தேவை என்பதாக அவன் தெரிவித்துக் கொண்டான். ஸ்ரீ வைஷ்ணவர்களும் மனமுவந்து பொருள்களின் பெறுமானத்துக்கு அதிகமாகவே பொற்காசுகள் கொடுத்தார்கள். பெற்றுக் கொண்டு ஆழ்வார்க்கடியானும் வந்தியத்தேவனும் பிற்பகலில் கடம்பூரை நோக்கிப் பிரயாணமானார்கள்.

கொள்ளிடத்தில் அப்போது பெருவெள்ளம் போய்க் கொண்டிருந்தபடியால் அவர்கள் ஏறிவந்த குதிரைகளைக் கொண்டு வரமுடியவில்லை. அவர்கள் நதியைக் கடந்த ஓடத்தில் ஜனங்கள் அதிகமாக ஏறியிருந்தபடியால், படகு கரையை அடையும் சமயத்தில் கவிழ்ந்துவிட்டது. மற்றவர்களைப் போல் வந்தியத்தேவனும் ஆற்று வெள்ளத்தில் விழுந்து நீந்திக் கரை சேர வேண்டியதாயிற்று. அச்சமயம் அத்தனை காலமாக எத்தனையோ நெருக்கடியான நிகழ்ச்சிகளிலும் வந்தியத்தேவன் காப்பாற்றிக் கொண்டு வந்த அவனுடைய அரைக்கச்சச் சுருளும் அதில் அவன் பத்திரப்படுத்தி வைத்திருந்த இலச்சினைகளும், இளையபிராட்டி தந்த ஓலையுங்கூட நதி வெள்ளத்தில் போய்விட்டன. அவற்றுடன் இருந்த பொன் நாணயங்களும் போய்விட்டன. புதிய குதிரைகள் வாங்குவதற்குப் பணம் சேகரிப்பதற்காவே மேற்கூறிய யுக்தியை அவர்கள் கையாண்டார்கள். யுக்தி பலித்துக் கொஞ்சம் பணமும் கிடைத்தது. ஆனால் அந்த கிராமாந்தரப் பகுதிகளில் குதிரை எங்கும் விலைக்குக் கிடைக்காது என்றும் தெரிந்தது. கடம்பூர் கிராமத்தில் வாரம் ஒருநாள் நடைபெறும் சந்தையில் ஒருவேளை குதிரைகள் விற்பனைக்கு வரலாம்; இல்லாவிடில் திருப்பாதிரிப்புலியூர் சென்று வாங்க வேண்டும்.

கடம்பூருக்குப் போவதா, வேண்டாமா என்பது பற்றி அந்த நண்பர்களுக்குள் விவாதம் நடந்தது. அதில் உள்ள சாதக பாதகங்களைப் பற்றி விவாதித்தார்கள். கடம்பூரில் ஆதித்த கரிகாலரின் வருகையைப் பற்றி ஏதேனும் செய்தி கிடைத்தாலும் கிடைக்கலாம். காஞ்சியிலிருந்து புறப்பட்டு விட்டாரா, எந்த வழியாக வருகிறார் என்று ஏதேனும் தகவல் தெரிந்தால் நல்லது அல்லவா? ஆனால் கடம்பூரில் தெரிந்தவர்களின் கண்ணில் படக் கூடாது. கந்தமாறனைச் சந்திக்க நேர்ந்து விட்டால் ஆபத்தாய்ப் போய்விடும். ஒருவேளை பழுவேட்டரையரின் பரிவாரங்கள் இதற்குள் வந்திருந்தால், அதுவும் தொல்லைத்தான்!

“வைஷ்ணவனே! உனக்குத்தான் இரவில் சுவர் ஏறிக் குதிக்கத் தெரியுமே? சம்புவரையர் குதிரை லாயத்திலிருந்து இரண்டு குதிரைகளைக் கொண்டு வந்து விடலாமே?” என்றான் வந்தியத்தேவன்.

“நான் சுவர் ஏறிக் குதிப்பேன். ஆனால் குதிரைகளுக்குச் சுவர் ஏறிக் குதிக்கத் தெரிய வேண்டுமே?” என்றான் வைஷ்ணவன்.

“பழுவூர்ப் பரிவாரங்கள் அங்கே வந்திருந்தால், இரண்டு குதிரைகளை அடித்துக் கொண்டு போகலாம். அவர்கள் முன்னொரு சமயம் கடம்பூரில் என்னுடைய குதிரையை விரட்டியடித்தார்கள் அல்லவா? அதற்குப் பழிக்குப் பழி வாங்க வேண்டும்” என்றான் வாணர் குல வீரன்.

சில மாதங்களுக்கு முன்பு கடம்பூரில் அவர்கள் சந்தித்தது பற்றியும் அன்று இரவு நடந்த அபூர்வ சம்பவங்களைப் பற்றியும் வழி நெடுகப் பேசிக் கொண்டு வந்தார்கள். இருவரும் சூரியன் அஸ்தமிக்கும் சமயத்துக்குக் கடம்பூரை அடைந்தார்கள்.

கடம்பூர் அவர்கள் எதிர்பார்த்ததுபோல் அமர்க்களப்பட்டுக் கொண்டுதானிருந்தது. அரண்மனையும் கோட்டை வாசலும் கொடிகளாலும் தோரணங்களாலும் தொங்கல் மாலைகளாலும் அலங்கரிக்கப்பட்டு விளங்கின. கோட்டை வாசலிலும் சரி, மதில் சுவரைச் சுற்றியும் சரி, முன்னைவிடக் காவல் பலமாக இருந்தது. பட்டத்து இளவரசர் ஆதித்த கரிகாலர் வருகிறார் என்றால் கேட்க வேண்டுமா? அதே சமயத்தில் தனாதிகாரி பெரிய பழுவேட்டரையரும் ராணியுடன் வரப் போகிறார். இரண்டு பேருடைய பரிவாரங்களும் வருவார்கள். சில நாளைக்கு ஊர் தடபுடல் பட்டுக்கொண்டுதானிருக்கும்.

இதையெல்லாம் பற்றிக் கடம்பூர்க் கடைத்தெருவில் ஜனங்கள் பேசிக் கொண்டிருந்ததை இரு நண்பர்களும் கேட்டார்கள். ஜனங்கள் பேச்சிலிருந்து இரு சாராரும் இன்னும் வந்து சேரவில்லை என்று தெரிந்தது. சம்புவரையர் மகன் கந்தமாறன் ஆதித்த கரிகாலரை அழைத்து வரக் காஞ்சிக்கே புறப்பட்டுப் போயிருக்கிறான் என்றும் தெரிந்தது. இந்தப் பரபரப்பான பேச்சுக்களுக்கிடையில் சிலர் ‘கடல் கொண்டு விட்ட’ இளவரசன் அருள்மொழிவர்மனைப் பற்றியும் மெல்லிய குரலில் பேசினார்கள். அவ்வளவு பெரிய துக்க சம்பவம் நடந்திருக்கும் போது இங்கே விருந்துகளுக்கும் களியாட்டங்களுக்கும் ஏற்பாடு நடந்து வருவது பலருக்குப் பிடிக்கவில்லை என்பது ஜாடைமாடையாக அவர்கள் பேசிக் கொண்டதிலிருந்து தெரிந்தது.

ஆழ்வார்க்கடியானும், வந்தியத்தேவனும் இந்தப் பேச்சுகளையெல்லாம் காது கொடுத்துக் கேளாதவர்கள் போல் கேட்டுக் கொண்டு ஊரைத் தாண்டிப் போனார்கள். ஊருக்குள் எங்கேயும் இரவு தங்க அவர்கள் விரும்பவில்லை. ஊருக்கு அப்பால் சமீபத்தில் எங்கேயாவது பாழடைந்த மண்டபம் அல்லது சத்திரம் சாவடி இல்லாமலா போகும்? அப்படியில்லாவிட்டால், இரவு வீரநாராயணபுரத்துக்குப் போய்த் தங்கி விடுவது நல்லது. அங்கேயுள்ள பெரிய பெருமாள் கோயிலின் நூற்றுக்கால் மண்டபத்தில் நிம்மதியாகப் படுத்து உறங்கலாம். முதன் நாள் இரவு நிகழ்ச்சிகளுக்குப் பிறகு ஓர் இரவு நல்ல தூக்கம் அவர்களுக்கு அவசியமாயிருந்தது.

கடம்பூரைத் தாண்டிச் சாலையோடு சிறிது தூரம் சென்றதும் அடர்த்தியான மூங்கில் காடு ஒன்றும் அதற்குள் ஐயனார் கோவில் ஒன்றும் தெரிந்தன.

“வைஷ்ணவரே! இனிமேல் என்னால் நடக்க முடியாது. இரவு இந்தக் கோயிலில் படுத்திருக்கலாம். யார் கண்ணிலும் படாமலிருப்பதற்கு இது நல்ல இடம்!” என்றான் வந்தியத்தேவன்.

“அப்பனே! நீ சொல்வது தவறு. இம்மாதிரி இடங்களுக்கு நம்மைப்போல் இன்னும் யாராவது வந்து சேர மாட்டார்கள் என்பது என்ன நிச்சயம்?” என்றான் ஆழ்வார்க்கடியான்.

"அப்படி வருகிறவர்கள் குதிரைகளுடன் வந்தவர்களானால் ரொம்ப நல்லது" என்றான் வந்தியத்தேவன்.

"இந்த மூங்கில் காட்டுக்குள் எந்தக் குதிரையும் நுழைய முடியாது. மனிதர்கள் நுழைந்து செல்வதே கடினமான காரியம் ஆயிற்றே!"

"எங்கேயாவது ஒற்றையடிப் பாதை ஒன்று இல்லாமற் போகாது. கோயில் பூசாரி வரக்கூடிய வழியேனும் இருந்துதானே ஆகவேண்டும்?"

இருவரும் அடர்த்தியாக மண்டிக் கிடந்த மூங்கில் புதர்களைச் சுற்றிச் சுற்றி வந்து, கடைசியாகக் குறுகலான ஒற்றையடிப் பாதை ஒன்றைக் கண்டுபிடித்தார்கள். அதன் வழியாக உடம்பில் முட்கள் கீறாமல் நடந்து போவது மிகவும் பிரயாசையாக இருந்தது. இவ்விதம் சிறிது தூரம் சென்ற பிறகு கொஞ்சம் இடைவெளி காணப்பட்டது. அதில் சிறிய ஐயனார் கோவில் இருந்தது. கோவிலுக்கு எதிரே பலி பீடமும் அதையொட்டி மண்ணினால் செய்து காளவாயில் சுடப்பட்ட யானைகளும் குதிரைகளும் வரிசையாக வைக்கப்பட்டிருந்தன. ஐயனாருக்கு வேண்டுதல் செய்து கொள்ளும் பக்தர்கள் இவ்விதம் மண்ணினால் செய்த குதிரைகளும் யானைகளும் கொண்டு வந்து வைப்பது வழக்கம்.

அவற்றை பார்த்ததும் வந்தியத்தேவன், "குதிரைகளைப் பற்றி இவ்வளவு கவலைப்படுகிறோமே? ஐயனாரைக் கேட்டு இரண்டு குதிரைகள் வாங்கிக் கொள்ளலாமே?" என்றான்.

"மண் குதிரையை நம்பி ஆற்றில் இறங்கக் கூடாது என்ற பழமொழி தெரியாதா!" என்றான் ஆழ்வார்க்கடியான்.

"வைஷ்ணவனே! எங்கள் ஐயனார் மிகவும் சக்தி வாய்ந்த தெய்வம். கேட்ட வரத்தை உடனே கொடுக்கக்கூடியவர், உங்கள் விஷ்ணுவைப் போல் பக்தர்களைத் தவிக்கவிட்டுப் பட்டப் பகலில் தூங்கிக் கொண்டிருப்பவர் அல்ல!" என்றான் வந்தியத்தேவன்.

"அப்படியானால் இந்த மண் குதிரைகளுக்கு உயிர் கொடுத்தாலும் கொடுப்பார் என்று சொல்லு! ரொம்ப நல்லதாய்ப் போயிற்று பணம் மிச்சம்!"

"உண்மையான பக்தி இருந்தால், மண் குதிரைகளும் உயிர் பெறும்! பார்க்கப் போனால் நம்முடைய உடம்புகள் மட்டும் என்ன? பிரம்மதேவன் மண்ணினால் செய்து உயிர் கொடுத்ததுதானே?"

"நன்கு சொன்னாய், தம்பி! இந்த உடம்பு மண்ணினால் செய்த உடம்பு என்பதை மறந்துவிடுகிறோம். அதை அடிக்கடி ஞாபகப்படுத்திக் கொள்வதற்காகத் திருமண்ணைக் குழைத்து நெற்றியிலும், உடம்பிலும் இட்டுக் கொள்ளும்படி வைஷ்ணவ ஆச்சாரிய புருஷர்கள் கட்டளையிட்டிருக்கிறார்கள்!"

வந்தியத்தேவன் "உஷ்!" என்று சொல்லி, ஆழ்வார்க்கடியானுடைய கையைப் பிடித்துக்கொண்டு, இன்னொரு கையினால் எதிரே சுட்டிக் காட்டினான். சூரியன் அஸ்தமித்துச் சிறிது நேரம் ஆகிவிட்டது. நாலாபுறமும் இருண்ட மூங்கில் தோப்புக்குள் சூழ்ந்திருந்த அச்சிறிய இடைவெளியில் மிக மங்கலாகத் தெரிந்த வெளிச்சத்தில் ஐயனாருடைய வாகனங்கள் உயிர் பெற்று அசைவதாகத் தோன்றின. ஒரு யானையும், ஒரு குதிரையும் இடம் பெயர்ந்து நகர்ந்தன. கண்ணால் கண்ட இந்த அற்புதத்தை நம்புவதா, இல்லையா என்று தெரியாமல் வந்தியத்தேவன் சிறிது நேரம் திகைத்து நின்றான். ஆனாலும் ஐயனாருடைய அற்புத சக்தியை ஆழ்வார்க்கடியானுக்கு உடனே உணர்த்திவிடக் கூடிய சந்தர்ப்பத்தை இழக்கவும் அவனுக்கு மனம் வரவில்லை. "வைஷ்ணவரே! பார்த்தீரா?" என்று அவன் சொல்வதற்குள், ஆழ்வார்க்கடியான் அவனுடைய கையை இறுக்கிப் பிடித்து, உதட்டில் விரல் வைத்துச் சமிக்ஞை காட்டி, பேச்சை நிறுத்தினான். பின்னர், இறுக்கிப் பிடித்த கையினால் வந்தியத்தேவனைப் பற்றியவாறு அவனை இழுத்துக் கொண்டு அந்த மூங்கில் புதருக்குப் பின்னால் சென்று நன்றாக மறைந்து நின்றான்.

குதிரையும் யானையும் அசைந்து சிறிது விலகிக் கொடுத்தன அல்லவா? அப்படி விலகிக் கொடுத்து இடைவெளி ஏற்பட்ட இடத்தில் ஒரு மனிதனுடைய தலை மட்டும் தெரிந்தது. அந்தத் தலை அப்பாலும் இப்பாலும் திரும்பி நாலுபுறமும் பார்த்தது. ஐயனாருடைய பலிபீடத்துக்கு பக்கத்தில் இம்மாதிரி ஒரு தலை மட்டும் தோன்றி நாலா புறமும் சுழன்று விழித்த காட்சி மிகப் பயங்கரமாயிருந்தது. எவ்வளவோ பயங்கரங்களைப் பார்த்திருந்த வந்தியத்தேவனுடைய மெய் சிலிர்த்தது; ஆனால் தன்னைப் பிடித்திருந்த ஆழ்வார்க்கடியான் கை சிறிதும் நடுக்கமுறாமலும் தளராமலும் இருந்ததை அறிந்து வந்தியத்தேவன் நெஞ்சுறுதி கொண்டான்.

இவர்கள் பார்த்துக் கொண்டிருக்கும் போதே அந்தத் தலை எழும்பி மேலே வந்தது. ஒரு மனிதனுடைய மார்பு வரையில் தெரிந்தது. பிறகு அம்மனிதன் முழுமையான உருவத்துடன் கிளம்பி மேலே வந்தான். அம்மனிதன் வெளி வந்த இடத்தில் ஒரு சிறிய பிளவு, கரிய, இருள் சூழ்ந்த பாதாள பிலத்துவாரத்தைப் போல, பயங்கரமாக வாயைத் திறந்து கொண்டிருந்தது. சற்று உற்றுப் பார்த்த பின்னர் அந்த மனிதன் யார் என்பதும் அவர்களுக்குத் தெரிந்துவிட்டது. கடம்பூர் மாளிகையில் பணியாளனாக இருந்துகொண்டே ரவிதாஸனுடைய சதிக் கும்பலிலும் சேர்ந்திருந்த இடும்பன்காரிதான் அவன்.

இதை இருவரும் ஏக காலத்தில் அறிந்து கொண்டதும் ஒருவரையொருவர் பார்த்துத் தங்கள் வியப்பைச் சமிக்ஞையினாலேயே தெரிவித்துக் கொண்டார்கள்.

இடும்பன்காரி திறந்திருந்த துவாரத்தை அப்படியே விட்டு விட்டு, மறுபடியும் ஒரு தடவை சுற்று முற்றும் பார்த்துவிட்டு ஐயனார் கோவிலை நோக்கி நடந்தான். கோவில் கதவைத் திறந்து கொண்டு உள்ளே போனான். சிறிது நேரத்துக்கெல்லாம் கோயிலுக்குள்ளேயிருந்து முணுக்கு முணுக்கு என்று வெளிச்சம் தெரிந்தது. கோயிலுக்குள் விளக்கேற்றப்பட்டிருக்கிறது என்பதை அறிந்து கொண்டார்கள்.

"தம்பி! இதைப் பற்றி என்ன நினைக்கிறாய்?" என்று முணுமுணுக்கும் குரலில் அடியான் கேட்டான்.

"ஐயனார் சக்தியுள்ள தெய்வம் என்று நினைக்கிறேன்; குதிரைக்கு உயிர் வந்ததைப் பார்க்கவில்லையா?" என்றான் வந்தியத்தேவன்.

"அது சரி! இப்போது வந்தானே, அவனைப் பற்றி என்ன நினைக்கிறாய்?"

"அவன் ஐயனார் கோவில் பூசாரி போலிருக்கிறது. நாமும் போய்ச் சுவாமி தரிசனம் செய்யலாமா?"

"கொஞ்சம் பொறு! இன்னும் யாராவது சுவாமி தரிசனத்துக்கு வருகிறார்களா என்று பார்த்துக் கொள்ளலாம்."

"இன்னும் யாரேனும் வருவார்கள் என்று நினைக்கிறீர்களா?"

"பின் எதற்காக இவன் விளக்குப் போடுகிறான்?"

"பூசாரி கோவிலுக்கு விளக்குப் போடுவதில் ஆச்சரியம் என்ன?"

"தம்பி! அவன் யார் என்று தெரியவில்லையா?"

"நன்றாய்த் தெரிகிறது, கொள்ளிடத்தின் தென் கரையில் எனக்குக் குதிரை வாங்கிக் கொண்டு வந்து கொடுத்தானே? அந்த இடும்பன்காரி இவன்தான்! இப்போதும் இவனிடம் குதிரை கேட்கலாம் என்று பார்க்கிறேன்.."

"நல்ல யோசனை செய்தாய்."

"உமக்குப் பிடிக்கவில்லையா?"

"இடும்பன்காரி உனக்குக் குதிரை வாங்கிக் கொடுத்தவன் மட்டும் அல்ல; ரவிதாஸன் கூட்டத்தைச் சேர்ந்தவன்."

"அப்படியானால் இன்னொரு நல்ல யோசனை தோன்றுகிறது." "என்ன? என்ன?"

"இடும்பன்காரி ஐயனார் கைங்கரியத்தில் ஈடுபட்டிருக்கும் போது, அவன் எங்கிருந்து வந்து முளைத்தான் என்பதைப் பார்த்துத் தெரிந்து கொண்டு வரலாம் என்று எண்ணுகிறேன்."

"அது எப்படி முடியும்?"

"அவன் வெளியே வந்த துவாரத்தில் நான் உள்ளே போக முடியாதா?"

"முடியலாம், ஆனால் அதில் உள்ள அபாயங்கள்..."

"அபாயம் இல்லாத காரியம் எது?"

"அப்புறம் உன் இஷ்டம்?"

"வைஷ்ணவரே! நீங்கள் இங்கேயிருந்து என்ன நடக்கிறதென்று பார்த்துக் கொண்டிருங்கள்..."

"அதற்கென்ன கஷ்டம்? நான் இருந்து பார்த்துக் கொண்டிருக்கிறேன். சுரங்க வழி எங்கே போகும் என்று உனக்கு ஏதாவது தோன்றுகிறதா?"

"தோன்றுகிறது சுவாமி, தோன்றுகிறது! அது சரிதானா என்று தெரிந்து கொள்ள விரும்புகிறேன்."

"அதை நீ எதற்காகத் தெரிந்து கொள்ள வேணும்?"

"ஏதேனும் ஒரு சமயத்தில் உபயோகப்படலாம் யார் கண்டது?"

அச்சமயம் சற்றுத் தூரத்தில் வேறு பேச்சுக் குரல்கள் கேட்டன. "தாமதிப்பதற்கு நேரமில்லை வைஷ்ணவரே! நான் திரும்பி வருகிற வரையில் இங்கேயே இருப்பீர் அல்லவா? அல்லது சுக்கிரீவன் வாலிக்குச் செய்தது போல் செய்துவிடுவீரா!"

"உயிர் உள்ள வரையில் இங்கேயே இருக்கிறேன் ஆனால் நீ திரும்பி வருவது என்ன நிச்சயம்?"

"உயிர் இருந்தால் நானும் திரும்பி வருவேன்..."

இவ்விதம் சொல்லிக் கொண்டே வந்தியத்தேவன் நாலே பாய்ச்சலில் துவாரம் தெரிந்த இடத்தை நோக்கி ஓடினான். அதற்குள் இறங்கினான், மறு கணமே அந்த இருண்ட பள்ளத்தில் மறைந்தான். பிலத்துவாரம் அவனை அப்படியே விழுங்கி விட்டதாகத் தோன்றியது. கோயிலுக்குள் சென்றிருந்த இடும்பன்காரி வெளியே வந்து சுற்று முற்றும் பார்த்தான், திறந்திருந்த துவாரம் கண்ணில் பட்டது. உடனே அவ்விடம் சென்று பலி பீடத்துக்குப் பக்கத்தில் நாட்டப்பட்டிருந்த சூலாயுதத்தைச் சுழற்றித் திருகினான்.

இடம் பெயர்ந்து அகன்றிருந்த யானையும் குதிரையும் மறுபடியும் நெருங்கி வந்தன. துவாரம் அடைப்பட்டு இருந்த இடம் தெரியாமல் மறைந்துவிட்டது!

இந்தக் காரியத்தைச் செய்துவிட்டு இடும்பன்காரி மறுபடியும் வாசற்படியண்டை வந்தான். அதே சமயத்தில் ரவிதாஸன், சோமன் சாம்பவன் முதலியவர்களும் வேறு திசையிலிருந்து வந்து சேர்ந்தார்கள்.

ஆழ்வார்க்கடியான் மூங்கில் காட்டுக்குப் பின்னால் இன்னும் நன்றாக மறைந்து கொண்டான்.

கோவில் வாசற்படி மேல் ரவிதாஸன் உட்கார்ந்து கொண்டான் மற்றவர்கள் அவன் எதிரே தரையில் அமர்ந்தார்கள்.

"தோழர்களே! நாம் கைக் கொண்ட விரதம் நிறைவேறும் சமயம் நெருங்கிவிட்டது!" என்றான் ரவிதாஸன்.

"இவ்வாறுதான் ஆறு மாதமாக 'நெருங்கிவிட்டது' 'நெருங்கிவிட்டது' என்று சொல்லிக் கொண்டிருக்கிறோம்" என்றான் ஒருவன்.

"ஆம், அதில் தவறு ஒன்றுமில்லை; ஆறு மாதமாகவே அந்த நாள் நெருங்கி வந்து கொண்டிருந்தது. விரல்விட்டு எண்ணக் கூடிய நாள் கணக்கில் நெருங்கி விட்டது. ஆதித்த கரிகாலன் காஞ்சியை விட்டுக் கிளம்பிவிட்டான் என்ற செய்தி வந்திருக்கிறது. திருகோவலூர்க் கிழவன் அவனைத் தடுத்து நிறுத்தச் செய்த பிரயத்தனம் பலிக்கவில்லையாம்!"

"வழியில் வேறு யாராவது தடுத்து நிறுத்த மாட்டார்கள் என்பது என்ன நிச்சயம்?"

"ஆதித்த கரிகாலன் முன் வைத்த காலைப் பின் வைக்கிறவன் அல்ல, இனி யார் தடுத்தாலும் கேட்க மாட்டான்..."

"அவனுடைய சகோதரி சொல்லி அனுப்பிய செய்தி போய்ச் சேர்ந்தால்..."

"அது எப்படிப் போய்ச் சேரமுடியும்? செய்தி கொண்டு போன வாலிபனைத்தான் காட்டில் கட்டிப் போட்டு விட்டு வந்தோமே?"

"அழகுதான்! அவனை இன்று காலையில் கொள்ளிடத்தின் வடகரையிலே பார்த்தேன். அவனோடு நமது இன்னொரு பகைவனும் சேர்ந்திருக்கிறான்."

"அது யார்?"

"போலி வைஷ்ணவ வேஷதாரி!"

"அப்படியானால் நாம் ஜாக்கிரதையாயிருக்க வேண்டியது தான். அவர்கள் ஆதித்த கரிகாலனைச் சந்திக்காமல் தடுக்கப் பார்க்க வேண்டும்."

"தும்பை விட்டு வாலைப் பிடிக்கிற கதையாக இருக்கிறது. கையில் அகப்பட்டவனை அங்கே ஒரு வழியாகத் தீர்த்திருக்கலாம். ராணி எதற்காக அவனை உயிரோடு விடச் சொன்னாள் என்று தெரியவில்லை..."

"தோழர்களே! எனக்கும் அது அப்போது புரியாமல்தான் இருந்தது. அப்புறம் தெரிந்து கொண்டேன்; ராணி என்னையும் மிஞ்சிவிட்டாள் என்பதை ஒத்துக்கொள்கிறேன். மிக முக்கியமான ஒரு நோக்கத்துடன் தான் வந்தியத்தேவனை உயிரோடு விடச் சொன்னாள் ராணி. அதை நீங்கள் இப்போது தெரிந்து கொள்ள வேண்டிய அவசியமில்லை. வந்தியத்தேவனைப் பற்றிக் கவலை வேண்டாம். ஆனால் அந்த வைஷ்ணவனைக் கண்டால் சிறிதும் தயங்காமல் உயிரை வாங்கிவிட்டு மறு காரியம் பாருங்கள்..." என்றான் ரவிதாஸன்.

5. பயங்கர நிலவறை

பிலத்துவாரத்துக்குள் நுழைந்த வந்தியத்தேவன் சில படிகள் இறங்கிச் சென்றான். பிறகு சம தரையாக இருந்தது; மிக மிக இலேசாக வெளிச்சம் தெரிந்தது. பத்துப் பதினைந்து அடி சென்றான். ஏதோ வண்டிச் சக்கரம் சுற்றுவது போல் ஒரு சத்தம் கேட்டது. திடீரென்று இருள் வந்து கவிந்து அவனை விழுங்கி கொண்டது. சம்பந்தமில்லாத காரியத்தில் தலையிடக் கூடாது என்று பல முறை தீர்மானித்துக் கொண்டதை எண்ணினான்.

'நாம் புறப்பட்ட காரியம் என்ன? எவ்வளவு முக்கியமானது? அதை விடுத்து இப்போது இந்தப் பாதாளச் சுரங்க வழியில் பிரவேசித்தோமே? இது எங்கே கொண்டு போய்ச் சேர்க்குமோ? என்னமோ! அங்கே என்னென்ன வகை அபாயங்கள் காத்திருக்குமோ? என்ன அறிவீனமான காரியத்தில் இறங்கினோம். நம்முடைய அவசர புத்தி நம்மை விட்டு எப்போது போகப் போகிறது?'

இந்த எண்ணங்கள் அவன் கால்களின் வேகத்தைக் குறைத்தன. திரும்பிப் போய்விடலாம் என்று எண்ணி, வந்த வழியே திரும்பினான்; படிகள் தட்டுப்பட்டன. ஆனால் மேலே துவாரத்தைக் காணவில்லை; தடவித் தடவிப் பார்த்தான் பயனில்லை.

யாரோ மேலிருந்து துவாரத்தை மூடியிருக்க வேண்டும். வந்தியத்தேவனுக்கு வியர்த்து விறுவிறுத்து விட்டது. மேலும் பரபரப்புடன், மூடப்பட்ட துவாரத்தைத் திறப்பதற்கு முயன்றான்.

இதற்குள், எங்கேயோ வெகு வெகு தூரத்தில், யாரோ பேசும் குரல் கேட்பது போலிருந்தது; வேறு வேறு குரல்கள் கேட்டன. ஒரு வேளை அவன் எங்கிருந்து பிலத்துவாரத்தில் பிரவேசித்தானோ, அந்த ஐயனார் கோவில் வாசலில் மனிதர்கள் பேசும் குரலாகவும் இருக்கலாம். இடும்பன்காரி யாரையோ எதிர்பார்த்துத்தானே விளக்குப் போட்டான்? அவர்கள் வந்திருக்கலாம், இது உண்மையாகுமானால் அவன் அச்சமயம் பிலத்துவாரத்தைத் திறக்க வழி கண்டுபிடித்து வெளியேறுதல் பெருந்தவறாக முடியலாம். அவர்கள் எத்தனை நேரம் அங்கு உட்கார்ந்து பேசிக் கொண்டிருப்பார்களோ தெரியாது. இடும்பன்காரியின் கூட்டாளிகளான ரவிதாஸன் முதலிய சதிகாரர்களானால் நெடுநேரம் பேசிக் கொண்டிருக்க கூடும். அவர்கள் எதற்காக இங்கே கூடியிருக்கிறார்கள்? என்ன பேசுகிறார்கள்? என்ன சதி செய்கிறார்கள்? இதையெல்லாம் அந்த வீரவைஷ்ணவன் கவனித்துக் கொண்டிருப்பான். நாம் இங்கே மூச்சு முட்டும்படி, உடம்பில் வியர்த்துக் கொட்டும்படி நின்று காத்திருப்பதைக் காட்டிலும், மேலே கொஞ்ச தூரம் போய்ப் பார்ப்பதே நல்லது. துணிந்து இறங்கியது இறங்கியாகிவிட்டது, இந்தச் சுரங்க வழி எங்கேதான் போகிறது என்பதைக் கண்டுபிடிப்பது மேல் அல்லவா?..."

இவ்வாறு முடிவு கட்டிக்கொண்டு வந்தியத்தேவன் பின் வைத்த காலை மறுபடி முன் வைத்து நடந்து செல்லத் தொடங்கினான். கீழே சமதரை என்றாலும் முண்டும் முரடுமாக இருந்தது. பாறையைக் குடைந்து எடுத்து அந்தப் பாதாள வழியை அமைத்திருக்க வேண்டும். அந்த வழி எங்கே போய்ச் சேரும் என்பது அவன் மனத்தில் ஓர் உத்தேசம் தோன்றியிருந்தது. அநேகமாக அது கடம்பூர் சம்புவரையர் மாளிகைக்குள் போய் முடிய வேண்டும். அந்த மாளிகையில் எங்கே போய் முடிகிறதோ என்னமோ! ஒருவேளை பொக்கிஷ அறையில் முடியலாம் அல்லது அரண்மனைப் பெண்டிர்கள் வாசம் செய்யும் அந்தப்புரத்தில் முடியலாம். அரசர்களும் சிற்றரசர்களும் வசிக்கும் அரண்மனைகளிலிருந்து அத்தகைய சுரங்கப்பாதைகள் இருக்கும் என்பது அவன் அறிந்த விஷயந்தான். ஏதாவது பேரபாயம் நேரும் காலங்களில் அரண்மனையிலிருந்து ஓடித் தப்பிக்க வேண்டிய சந்தர்ப்பம் நேர்ந்தால், அத்தகைய பாதைகளை உபயோகிப்பார்கள். அரண்மனைப் பெண்டிரை அப்புறப்படுத்துவது அவசியமாதலால் அத்தகைய பாதைகள் அந்தப்புரத்தில் சாதாரணமாக முடிவதுண்டு. முக்கியமான பொக்கிஷங்களை எடுத்துக் கொண்டு போவதும் அவசியமாதலால், பொக்கிஷ நிலவறை மூலமாகவும் அந்த வழிகள் போவது வழக்கம். இந்த வழி எங்கே போய் முடிகிறதோ, என்னமோ? இடும்பன்காரி இவ்வழியாக வந்து வெளியேறியிருப்பதால், அநேகமாகப் பொக்கிஷ அறையில் தான் போய் முடியும். பெரிய பழுவேட்டரையரின் பொக்கிஷங்களை அவர் அறியாமல் இளைய ராணி மூலம் இச்சதிகாரர்கள் சூறையிடுவது போல், சம்புவரையரின் பொக்கிஷத்தையும் கொள்ளையிடத் திட்டம் போட்டிருக்கிறார்கள் போலும்! ஆதித்த கரிகாலரும் மற்றவர்களும் விருந்தாளிகளாக வரவிருக்கும் இந்தச் சந்தர்ப்பத்தில் இவர்கள் இம்மாதிரி காரியத்தில் பிரவேசிப்பதன் காரணம் என்ன? ஒருவேளை வேறு நோக்கம் ஏதேனும் இருக்க முடியுமா? திருப்புறம்பயம் பள்ளிப்படைக் காட்டில் பார்த்ததும் கேட்டதும் வந்தியத்தேவனுக்கு நினைவு வந்தன. பழுவூர் ராணியிடம் இருந்த மீன் அடையாளம் பொறித்த நீண்ட வாள் அவன் மனக்கண் முன்னே வந்து ஒரு கணம் ஜொலித்தது. வந்தியத்தேவனுக்கு உடம்பு சிலிர்த்தது. பொக்கிஷத்தைக் கொள்ளையிடுவதைக் காட்டிலும் இன்னும் பயங்கரமான நோக்கம் இவர்கள் வைத்திருந்தாலும் வைத்திருக்கலாம். இந்த வழி எங்கே போகிறதென்பதை நிச்சயமாகத் தெரிந்து கொண்டால் அவர்களுடைய கொடிய நோக்கம் நிறைவேறாமல் தடுப்பதற்குப் பயன்பட்டாலும் படலாம்.

சுரங்க வழியில் நடக்க ஆரம்பித்துச் சில நிமிஷ நேரந்தான் உண்மையில் ஆயிற்று; ஆனாலும் இருண்ட வழியாயிருந்தபடியால் நெடுநேரமாகத் தோன்றியது. காற்றுப் போக்கு இல்லாதபடியால் மூச்சுத் திணறியது; மேலும் வியர்த்துக் கொட்டியது. ஐயனார் கோவிலிலிருந்து கடம்பூர் மாளிகை எவ்வளவு தூரம் என்று எண்ணியபோது அவனுக்கு முதலில் மலைப்பாயிருந்தது ஆனால் மறுபடியும் யோசித்தான். மாளிகையின் முன் வாசலிலிருந்து வளைந்தும் சுற்றியும் சென்ற தெருக்களின் வழியாகவும், பின்னர் காட்டுப் பாதைகளின் வழியாகவும் வந்தபடியால் அவ்வளவு தூரமாகத் தெரிந்தது. அரண்மனையின் பின் பகுதியிலிருந்து நேர்வழியாக வந்தால் ஐயனார் கோவில் அவ்வளவு தூரத்தில் இராது. வில்லிலிருந்து அம்பு விட்டால் போய் விழக் கூடிய தூரந்தான் இருக்கும். அது உண்மையானால், இதற்குள் அரண்மனை வெளி மதிலை அவன் நெருங்கி வந்திருக்க வேண்டுமே....

ஆம்; அப்படித்தான், மேலே எங்கிருந்தோ திடீரென்று வந்தியத்தேவன் மேல் குளிர்ந்த காற்று குப்பென்று அடித்தது. வியர்த்து விறுவிறுத்து மூர்ச்சையடையும் நிலைக்கு வந்திருந்த வந்தியத்தேவனுக்கு அந்தக் காற்று புத்துயிர் தந்தது. அண்ணாந்து பார்த்தான்; உயரத்தில் வெகு தூரத்தில் சிறிது வெளிச்சம் தெரிந்தது. பேச்சுக் குரல்களும் கேட்டன. மதில்சுவரின் மேல் ஆங்காங்கு வீரர்கள் இருந்து காவல் புரிவதற்காக அமைத்த கொத்தளங்களில் அது ஒன்றாக இருக்க வேண்டும். அதன் வழியாகச் சுரங்கப் பாதையில் காற்றுப் புகுவதற்கு ஏற்பாடு செய்திருக்க வேண்டும். ஆனால் காற்றுத்தான் புகலாமே தவிர, மனிதர்கள் கீழே இறங்குவதற்கோ மேலே ஏறுவதற்கோ அங்கே வசதி ஒன்றுமில்லையென்பதையும் வந்தியத்தேவன் கண்டான்.

கடம்பூர் அரண்மனைக்குள் புகுந்தாகிவிட்டதென்ற எண்ணமும் மேலிருந்து வந்து அவன் மீது அடித்த குளிர்ந்த காற்றும் அவனுக்குப் புத்துயிரை அளித்துப் புதிய உற்சாகத்தை உண்டு பண்ணின. சுரங்கப்பாதை போய்ச் சேரும் இடம் இனி சமீபத்திலே தான் இருக்கும். அது பொக்கிஷ நிலவறையாயிருக்குமா? பெரிய பழுவேட்டரையரைப் போல் சம்புவரையரும் ஏராளமான முத்தும், பவளமும், ரத்தினமும், வைரமும், தங்க நாணயங்களும் சேர்த்து வைத்திருப்பாரா? அங்கே பார்த்தது போல் இங்கேயும் அந்த ஐசுவரியக் குவியல்களுக்கிடையில் செத்த மனிதனின் எலும்புக்கூடு கிடக்குமா? தங்க நாணயங்களின் பேரில் சிலந்தி வலை கட்டியிருக்குமா?

இம்மாதிரி எண்ணிக் கொண்டே போன வந்தியத்தேவன் காலில் ஏதோ தட்டுப்பட்டுத் திடுக்கிட்டான். அப்புறம் அது படிக்கட்டு என்று தெரிந்து தைரியம் அடைந்தான். ஆம்; அந்தப் படிக்கட்டில் ஏறியானதும் பொக்கிஷ நிலவறையைக் காணப் போவது நிச்சயம். இல்லாவிட்டால், பெண்கள் வசிக்கும் அந்தப்புரமாயிருக்கலாம், அப்படியானால் தன் பாடு ஆபத்து தான்! ஆ! கந்தமாறன் தங்கை மணிமேகலை! அந்த கருநிறத்து அழகி அங்கே இருப்பாள்! ஒரு சமயம் அவளை மணந்து கொள்ளும் யோசனை தனக்கு இருந்ததை நினைத்தபோது வந்தியத்தேவன் புன்னகை பூத்தான். அந்தப் புன்னகையைப் பார்த்து மகிழ அங்கு யாரும் இல்லைதான்! ஒருவேளை அந்தப்புரத்து மாதர் அலங்கோலமாக இருக்கும் சமயத்தில் திடீரென்று அவர்களிடையே தான் தோன்றினால்! இதை நினைக்க அவனுக்குச் சிரிப்பே வந்துவிட்டது.

சிரித்த மறுகணமே, அவனுடைய உடம்பின் ரத்தம் உறைந்து இதயத்துடிப்பு நின்று, கண் விழிகள் பிதுங்கும்படியான பயங்கரத் தோற்றத்தை அவன் கண்டான். படிக்கட்டில் ஏறினான் அல்லவா? மேல் படியில் கால் வைத்ததும், இனி ஏறுவதற்குப் படியில்லையென்று உணர்ந்து நாம் எங்கே வந்திருக்கிறோம் என்பதை அறிந்து கொள்ளச் சுற்றுமுற்றும் பார்த்தான். நூறு நூறு கொள்ளிக் கண்கள் அவனை உற்றுப் பார்த்தன. அந்தக் கண்கள் எல்லாம் பயங்கரமான காட்டு மிருகங்களின் கண்கள்! முதலில் ஏற்பட்ட பீதியில், வந்த வழியே திரும்பிவிட யத்தனித்தான். ஆனால் பின்னால் வழியைக் காணோம். மேற்படியில்

அவன் கால் வைத்ததும் பின்னால் ஏதோ சத்தம் கேட்டது. சுரங்க வழி தானாக மூடிக் கொண்டு விட்டது போலும்! ஆனால் இது என்ன கோர பயங்கரம்? இவ்வளவு காட்டு மிருகங்களும் தனக்காக இங்கே காத்திருக்கின்றனவே! வேங்கைப் புலிகள், சிறுத்தைகள், சிங்கங்கள், கரடிகள், காட்டு எருமைகள், ஓநாய்கள், நரிகள், காண்டாமிருகங்கள்! அதோ இரண்டு யானைகள்! எல்லாம் தன் மீது பாய்வதற்கல்லவா ஆயத்தமாக இருக்கின்றன? ஏன் இன்னும் பாயவில்லை? அதோ, அவ்வளவு பிரம்மாண்டமான பருந்து! ஐயோ! அந்த ராட்சத ஆந்தை! ஆள் விழுங்கி வௌவால்! தான் காண்பது கனவா? அல்லது.. இது என்ன? இங்கே ஒரு முதலை கிடக்கிறதே? வாயைப் பிளந்து கொண்டு கோரமான பற்களைக் காட்டிக் கொண்டு கிடக்கிறதே? முதலை தண்ணீரில் அல்லவா இருக்கும்? இது வெறுந்தரையல்லவா? காட்டு மிருகங்களுக்கு மத்தியில் இந்த முதலை எப்படி வந்தது?...

"அம்மா! பிழைத்தேன்!" என்று வாய்விட்டுக் கூறினான் வந்தியத்தேவன். தன்னைச் சூழ்ந்திருந்த அந்த மிருகங்கள் எல்லாம் உயிர் உள்ள மிருகங்கள் அல்லவென்பதை உணர்ந்தான். சம்புவரையர் குலத்தார் வேட்டைப் பிரியர்கள் என்று கந்தமாறன் கூறியிருந்தது நினைவு வந்தது. அந்த வம்சத்தினர் வேட்டையாடிக் கொன்ற மிருகங்களில் சிலவற்றின் தோலைப் பதன்படுத்தி, உள்ளே பஞ்சும் வைக்கோலும் அடைத்து உயிர் விலங்குகளைப் போல் வைத்திருக்கும் வேட்டை மண்டபம் ஒன்று அந்த மாளிகையில் உண்டு என்று கந்தமாறன் கூறியதும் நினைவு வந்தது. அந்த வேட்டை மண்டபத்துள் இப்போது தான் வந்திருப்பதை வந்தியத்தேவன் அறிந்து கொண்டான். ஆயினும் முதலில் ஏற்பட்ட பீதியினால் உண்டான உடம்பு நடுக்கம் நிற்பதற்கு சிறிது நேரம் ஆயிற்று.

பின்னர் ஒவ்வொரு மிருகமாக அருகில் சென்று பார்த்தான். தொட்டுப் பார்த்தான், அசைத்துப் பார்த்தான், மிதித்தும் பார்த்தான். அந்த மிருகங்களுக்கு உயிர் இல்லை என்பதை நிச்சயமாகத் தெரிந்து கொண்டான். பின்னர், என்ன செய்வதென்று யோசித்தான். வந்த வழி தானாக மூடிக் கொண்டு விட்டது. அதை மறுபடியும் கண்டுபிடித்துக் கொண்டு வந்த வழியே செல்வதா? அல்லது இந்த பயங்கர மண்டபம் கடம்பூர் மாளிகையில் எந்தப் பகுதியில் இருக்கிறது என்று கண்டுபிடிப்பதா? வேறு எந்த அறைக்குள்ளேனும் இங்கிருந்து வழி போகிறதா என்று கண்டுபிடிக்கும் முயற்சியில் இறங்குவதா? சுவர்களில் எங்கேயாவது கதவு இருக்கிறதா என்று பார்த்துக் கொண்டு சுற்றிச் சுற்றி வந்தான். வெளிப்படையாகத் தெரியும் கதவு ஒன்றும் இல்லை. சுவர்களையெல்லாம் தொட்டுப் பார்த்துக் கொண்டும் தட்டிப் பார்த்துக் கொண்டும் வந்தான் ஒன்றும் பயன்படவில்லை. நேரமாக ஆக வந்தியத்தேவனுக்குக் கோபம் அதிகமாகி வந்தது. 'இந்த அநாவசியமான காரியத்தில் பிரவேசித்து இப்படி வந்து மாட்டிக் கொண்டோமே' என்று ஆத்திரம் ஆத்திரமாக வந்தது. சுவர்களின் ஓரமாகச் சுற்றி வந்து கொண்டிருந்தபோது ஓரிடத்தில் ஒரு யானையின் முகம் துதிக்கையுடனும் தந்தங்களுடனும் சுவரோடு சேர்த்துப் பொருத்தப்பட்டிருப்பதைப் பார்த்தான்.

"நாசமாய்ப் போன யானையே! நீ நகர்ந்து கொடுத்தல்லவா என்னை இந்தச் சிறைச்சாலைக்குள் கொண்டு சேர்த்தாய்?" என்று அந்த யானையை நோக்கித் திட்டினான். யானை பேசாதிருந்தது உயிர் உள்ள யானையே பேசாது. உயிரில்லாத நாரும் உமியும் அடைத்த யானை என்ன செய்யும்? துதிக்கையைக் கூட ஆட்டாமல் சும்மா இருந்தது.

"என்ன நான் கேட்கிறேன், பேசாமல் இருக்கிறாய்?" என்று சொல்லிக்கொண்டே வந்தியத்தேவன் யானையின் தந்தங்களைப் பிடித்துக் கொண்டு ஒரு திருகு திருகினான். அடுத்த வினாடியில் அந்த மாயாஜாலம் நடந்தது.

தந்தத்தைத் திருகியதும், சுவரோடு ஒட்டியிருந்த யானையின் காது அசைந்தது. அசைந்தது மட்டுமல்ல மடங்கி நகர்ந்து கொடுத்தது. அங்கே சுவரில் ஒரு பெரிய துவாரம் தெரிந்தது. அடங்கா வியப்புடன் வந்தியத்தேவன் அந்தத் துவாரத்துக்கு அருகில் முகத்தை நீட்டி எட்டிப் பார்த்தான்.

பார்த்த இடத்தில் ஒரு பெண்ணின் முகம் தெரிந்தது. அது ஓர் இளம் பெண்ணின் முகம்; கரிய நிறத்து அழகிய பெண்ணின் முகம். அந்த முகத்திலிருந்த பெரிய கண்கள் இரண்டும் விரிந்து விழித்துக்கொண்டிருந்தன, ஆச்சரியம்! ஆச்சரியம்! அந்தப் பெண்ணின் முகத்துக்கு அருகில் வந்தியத்தேவன் தன்னுடைய முகத்தையும் கண்டான். ஒரு பெண்ணுக்கு அவள் காதலன் முத்தம் கொடுக்க எத்தனித்தால் எப்படி முகத்தை அருகில் கொண்டு போவானோ அந்த நிலையில் வந்தியத்தேவன் தன் முகத்தையும் அந்தப் பெண்ணின் முகத்தையும் பார்த்தான். ஏற்கெனவே அகன்று விழித்துக் கொண்டிருந்த அப்பெண்ணின் கண்கள் இப்போது இன்னும் அகலமாக விரிந்து, சொல்ல முடியாத வியப்பைக் காட்டின. வியப்புடன் சிறிது பயமும் அப்பார்வையில் பிரதிபலித்தது. ஒரு கணம் அந்தப் பெண் முகம் அப்படிப் பார்த்துக் கொண்டிருந்தது. அடுத்த கணம் அவள் தன் செக்கச் சிவந்த இதழ்களைக் குவித்துக் "கூ....!" என்று சத்தமிட்டாள்.

வந்தியத்தேவனைத் திடீரென்று திகில் பற்றிக் கொண்டது. அந்தத் திகிலில் யானைத் தந்தத்திலிருந்து தன்னுடைய கைகளை எடுத்தான். அடுத்த கணத்தில் யானை யானையாகவும், சுவர் சுவராகவும் நின்றது. தூவாரத்தையும் காணோம், பெண்ணையும் காணோம். சில் வண்டுகள் ரீங்காரம் போல் காதைத் துளைத்த 'கூ' என்ற அந்தப் பெண்ணின் குரலும் கேட்கவில்லை. வந்தியத்தேவனுடைய நெஞ்சு படபடப்பு அடங்கச் சிறிது நேரம் ஆயிற்று. தான் கண்ட தோற்றத்தைப் பற்றி அவன் சிந்தனையில் ஆழ்ந்தான்.

ஃஃ

6. மணிமேகலை

சம்புவரையரின் செல்வப் புதல்வியான மணிமேகலை குதூகலம் நிறைந்த பெண், தந்தையும் தாயும் தமையன் கந்தமாறனும் அவளைக் குழந்தைப் பிராயம் முதல் அன்பும் ஆதரவுமாய்ப் பேணி வளர்த்து வந்தார்கள். சம்புவரையரின் அரண்மனையில் அவள் கொடுங்கோல் அரசியாக விளங்கி வந்தாள். அவள் இட்டதே மாளிகைக்குள் சட்டமாக நடந்து வந்தது. சில காலத்துக்கு முன்பு வரையில் மணிமேகலையின் வாழ்க்கை ஆட்டமும் பாட்டமும் களியாட்டமுமாகக் கழிந்து வந்தது. நாலைந்து மாதத்துக்கு முன்னால் அவளுடைய வாழ்க்கையில் முதன் முதலாக ஒரு தடங்கல் ஏற்பட்டது. அவளது விருப்பத்துக்கு விரோதமான காரியத்தை அவள் செய்ய வேண்டும் என்று வீட்டுப் பெரியவர்கள் பிடிவாதம் பிடிக்க ஆரம்பித்தார்கள். 'பிடிவாதம் உதவாது' என்ற பாடத்தை வீட்டுப் பெரியவர்களுக்கு மணிமேகலை எவ்வளவுதான் உபதேசித்தும் பயன் தராது போலிருந்தது.

இரண்டு மூன்று வருஷமாகக் கந்தமாறன் போர்க்களங்களிலிருந்து திரும்பி வீட்டுக்கு வரும்போதெல்லாம் அவனுடைய சிநேகிதன் வல்லவரையனைப் பற்றி அவளிடம் கூறுவான். அவனுடைய வீர தீர சாமர்த்தியங்களைப் பற்றியும், புத்தி சாதுர்யத்தைப் பற்றியும் வானளாவப் புகழ்வான். அழகில் மன்மதன் என்றும், வீரத்தில் அர்ச்சுனன் என்றும், யுக்தியில் கிருஷ்ண பகவான் என்றும் வியந்து வர்ணிப்பான்.

"அவன் தான் உனக்குச் சரியான கணவன். துஷ்டத்தனத்தை அடக்கி உன்னைக் கட்டுக்குள் வைத்திருக்கக் கூடியவன்" என்பான். இதையெல்லாம் அடிக்கடி கேட்க வேண்டுமென்று மணிமேகலைக்கு ஆசையாயிருக்கும். அதே சமயத்தில் வெளிப்படையாகக் கந்தமாறன் மீது அவள் எரிந்து விழுவாள்; அவனுடன் சண்டை பிடிப்பாள்.

"இப்படி வெறுமனே சொல்லிக் கொண்டேயிருக்கிறாயே? ஒருநாள் அழைத்துக் கொண்டு தான் வாயேன்! அவன் சாமர்த்தியத்தைப் பார்த்துவிடுகிறேன்" என்பாள்.

"ஆகட்டும்; ஆகட்டும்!" என்று கந்தமாறன் கறுவிக் கொண்டிருப்பான்.

மணிமேகலையும் ஒருவாறு வல்லவரையன் வந்தியத்தேவனைக் கற்பனைக் கண்ணால் கண்டு, மானஸ உலகில் அவனோடு பேசிப் பழகி, சிரித்து விளையாடி, சண்டை போட்டுச் சமாதானம் செய்து, இப்படியெல்லாம் பகற்கனவு காண்பதில் காலம் போக்கி வந்தாள். அவளுடைய அந்தரங்கத் தோழிகளிடம் சில சமயம் தன் தமையனுடைய சிநேகிதனான வாணர் குல வீரனைப் பற்றிப் பேசி மகிழ்ந்தும் வந்தாள்.

இத்தகைய இனிய பகற்கனவுகளுக்கு நாலு மாதங்களுக்கு முன்னால் எதிர்பாராத ஓர் இடையூறு நேர்ந்தது.

கந்தமாறன் வேறு ஸ்வரத்தில் பேச ஆரம்பித்தான். "வீடு வாசலும் பதவியும் அந்தஸ்தும் அற்ற அந்த அநாதைப் பையனை மறந்து விடு!" என்று கூறலானான். தஞ் சாவூர்ச் சிம்மாசனத்தில் அவளை ஏற்றி வைக்கத் தீர்மானித்திருப்பதாக ஆசை காட்டினான். பின்னர் ஒருநாள், தெளிவாகவே விஷயத்தைச் சொல்லி விட்டான். ஏற்கனவே சின்னப் பழுவேட்டரையரின் மகளை மணந்தவனான மதுராந்தகனுக்கு இவளையும் மணம் புரிந்து கொடுக்கப் போவதாகவும் கூறினான். மதுராந்தகன் தான் அடுத்த சக்கரவர்த்தியாகப் போகிறான் என்று ஜாடைமாடையாகச் சொன்னான். மதுராந்தகனை மணந்தால் மூன்று உலகங்களுக்கும் மணிமேகலை சக்கரவர்த்தினியாக விளங்குவாள் என்றும், அவள் வயிற்றில் பிறக்கும் பிள்ளையும் ஒருவேளை சாம்ராஜ்யம் ஆளும் பேறு பெறுவான் என்றும் கூறினான். இதற்கெல்லாம் அவளுடைய பெற்றோர்களும் ஒத்துப் பாடினார்கள்.

ஆனால் மணிமேகலைக்கு இந்தப் பேச்சு ஒன்றும் பிடிக்கவில்லை, வந்தியத்தேவனைப் பற்றிக் கேட்டுக் கேட்டு அவள் மனம் அவனிடம் ஈடுபட்டிருந்தது. அதுமட்டுமல்ல மதுராந்தகன் வீரமற்றவன் என்றும், போர்க்களத்தையே பார்த்து அறியாதவன் என்றும், நேற்று வரை உடம்பெல்லாம் விபூதி பூசி ருத்திராட்சம் அணிந்து சாமியார் ஆகப் போவதாகச் சொல்லி வந்தவன் என்றும் அறிந்திருந்தாள். போதாதற்கு ஏற்கெனவே அவனுக்கு ஒரு கல்யாணம் ஆகியிருந்தது. தஞ்சாவூர் அரண்மனைப் பெண்களோ மிகவும் கர்வக்காரிகள். தங்களுக்குத்தான் நாகரிகம் தெரியும் என்று எண்ணி மற்ற ஊர்க்காரர்களை அலட்சியம் செய்கிறவர்கள். இதையெல்லாம் எண்ணி மணிமேகலை மிக்க எரிச்சல் கொண்டாள். தஞ்சாவூர்ச் சிம்மாசனம் கிடைப்பதாயிருந்தாலும் சரி, தேவலோகத்துத் தேவேந்திரனுடைய சிம்மாசனமே கிடைப்பதாயிருந்தாலும் சரி, மதுராந்தகனை மணந்து கொள்ள முடியாது என்று அடம்பிடித்தாள்.

அப்புறம் இன்னொரு செய்தி தெரிய வந்தபோது அவளுடைய மன உறுதி வலுவடைந்தது. பெரிய பழுவேட்டரையர் கடம்பூருக்கு வந்திருந்தபோது பின்னோடு இளையராணி நந்தினியும் வந்திருந்ததாகச் சொன்னார்கள். ஆனால் அவள் அந்தப்புரத்துக்குள்ளேயே வரவில்லை. கடம்பூர் அரண்மனைப் பெண்களைப் பார்க்கவும் இல்லை. இது முதலில் வியப்பை அளித்தது. அரண்மனைப் பெண்டிர் அதைப் பற்றி பரிகாசமாகவும் நிந்தனையாகவும் பேசிக் கொண்டார்கள். பிறகு கொஞ்சம் கொஞ்சமாக உண்மை தெரிந்தது. மூடுபல்லக்கில் இளையராணி வரவில்லையென்றும் மதுராந்தகன் வந்திருந்தான் என்றும் அறிந்தபோது மணிமேகலையின் அருவருப்பு அதிகமாயிற்று. "சீச்சீ! இப்படிப் பயந்து கொண்டு மூடுபல்லக்கில் பெண் வேஷம் தரித்துக் கொண்டு வருகிறவனையா நான் மணவாளனாக வரிப்பேன்? ஒருநாளும் இல்லை!" என்று மணிமேகலை உறுதியடைந்தாள்.

மதுராந்தகன் மூடுபல்லக்கில் அரண்மனைக்கு வந்திருந்த அதே சமயம் கந்தமாறனின் சிநேகிதன் வந்தியத்தேவனும் வந்திருந்தான். அவன் அந்தப்புரத்துக்கு வந்து சற்று நேரம்தான் இருந்தான். எங்கிருந்தோ அப்போது மணிமேகலைக்கு அளவிலாத நாணம் வந்து பற்றிக் கொண்டது. மற்றப் பெண்களின் பின்னாலேயே நின்றாள். வந்தியத்தேவனை நேருக்கு நேர், முகத்துக்கு முகம், நன்றாகப் பார்க்கக் கூடவில்லை. ஆயினும் மற்றவர்களுக்குப்

பின்னால் அரை குறையாகப் பார்த்த அவனுடைய களை பொருந்திய, புன்னகை ததும்பிய முகம் அவள் உள்ளத்தில் பதிந்து விட்டது. அவனுடைய குரலும் அவன் பேசிய சில வார்த்தைகளும் அவளுடைய ஞாபகத்தில் நிலைத்துவிட்டன.

ஆகையால் மறுபடியும் தமையன் கந்தமாறனுடன் மணிமேகலை முடிவில்லா விவாதம் தொடங்கினாள். முக்கண் படைத்த சிவபெருமானே வந்து சொன்னாலும் தான் மதுராந்தகனை ஒரு காலும் மணக்க முடியாது என்றாள்.

வந்தியத்தேவனைச் சிறிது நேரமே பார்த்திருந்த போதிலும் அவனிடம் தன் அந்தரங்கம் சென்று விட்டதையும் அவள் குறிப்பாக உணர்த்தினாள்.

கந்தமாறனுக்கு இது அளவில்லாத கோபத்தை உண்டாக்கிற்று. முதலில் நல்ல வார்த்தையாகச் சொல்லிப் பார்த்தான் பயன்படவில்லை. பின்னர், "வந்தியத்தேவன் என் சிநேகிதன் அல்ல; என் பரம விரோதி. என்னைப் பின்னாலிருந்து முதுகில் குத்திக் கொல்லப் பார்த்தவன்; அவனை நீ மணந்து கொள்வதாயிருந்தால் உன்னையும் அவனையும் சேர்த்துக் கொன்று விடுவேன்!" என்றான். முதுகில் ஏற்பட்டிருந்த கத்திக் காயத்தைக் காட்டினான். பழுவூர் இளையராணியின் பரிவான சிகிச்சையினால் உயிர் பிழைத்து எழுந்ததையும் கூறினான்.

"என் பேரில் உனக்கு எள்ளத்தனை விசுவாசமாவது இருந்தால், வந்தியத்தேவனை மறந்து விடு!"

இதைக் கேட்டப் பிறகு மணிமேகலையின் மனம் உண்மையில் மாறிவிட்டது. கந்தமாறனிடம் அவள் மிக்க பிரியம் வைத்திருந்தாள். அவனைக் கொல்ல முயற்சி செய்த பகைவனைத் தான் மணந்து கொள்வது இயலாத காரியந்தான். ஆகையால் வந்தியத்தேவனை மறக்க முயன்றாள். ஆயினும் இலேசில் முடிகிற காரியமாயில்லை, அடிக்கடி, எதிர்பாராத சமயங்களில், அவனுடைய புன்னகை ததும்பிய முகம் அவள் மனக்கண்ணின் முன்பு வந்து கொண்டிருந்தது. பகற் கனவுகளிலும் வந்தது, இராத்திரியில் கண்ட கனவுகளிலும் வந்தது!

இதனாலெல்லாம் சில மாத காலமாக மணிமேகலை அவளுக்கு இயற்கையான குதூகலத்தை இழந்திருந்தாள். சோகமும் சோர்வும் அவளைப் பீடித்தன. கல்யாணப் பருவம் வந்துவிட்டது தான் இதற்குக் காரணம் என்று முதியோர் நினைத்தார்கள். பிராய மொத்த தோழிகள் அவளை அது குறித்துப் பரிகாசம் செய்தார்கள். வேடிக்கை விளையாட்டுகள் மூலம் அவளை உற்சாகப்படுத்த தோழிமார்கள் முயன்றார்கள் அது ஒன்றும் பலிக்கவில்லை.

மறுபடியும் சென்ற சில நாளாக மணிமேகலை சிறிது உற்சாகம் கொள்ளத் தொடங்கியிருந்தாள். மதுராந்தகனுக்கு அவளை மணம் செய்து கொடுக்கும் எண்ணத்தை அவள் பெற்றோர்களும் தமையன் கந்தமாறனும் கைவிட்டதை அறிந்ததில் சிறிது உற்சாகம் உண்டாயிற்று. சக்கரவர்த்தியின் மூத்த புதல்வரும் பட்டத்து இளவரசருமான ஆதித்த கரிகாலருக்கு மணிமேகலையைக் கொடுப்பது பற்றி அவர்கள் ஜாடைமாடையாகப் பேசியது அவள் காதில் விழுந்தது.

ஆதித்த கரிகாலரின் வீர, தீர பராக்கிரமங்களைப் பற்றி அறியாதவர்கள், ஆண்களிலோ, பெண்களிலோ தமிழகத்தில் யாரும் இல்லை. அவர் ஏதோ காரணத்தினால் மணம் புரிந்து கொள்ள மறுத்து வருகிறார் என்பதையும் அறிந்திருந்தார்கள். அப்படிப்பட்டவரை மணந்து கொள்வது என்றால், அது கனவிலும் கருத முடியாத பாக்கியம் அல்லவா? இந்தப் பரந்த பரத கண்டம் முழுவதிலும் எத்தனை ராஜகுலப் பெண்கள் அந்தப் பேறு பெறுவதற்காகத் தவம் கிடக்கிறார்கள்; இதையெல்லாம் எண்ணி மணிமேகலை ஒருவாறு உற்சாகம் கொண்டாள்.

காஞ்சியிலிருந்து ஆதித்த கரிகாலரும், தஞ்சாவூரிலிருந்து பெரிய பழுவேட்டரையரும் கடம்பூர் மாளிகைக்கு விருந்தாளிகளாக வரப்போகும் செய்தி அவளுக்கு மீண்டும் பழைய

மாதிரி குதூகலத்தை அளித்தது. இந்தத் தடவை பழுவேட்டரையர் தம் இளையராணியையும் அழைத்து வருகிறார். நந்தினிதேவி தன் தமையன் உயிரைக் காப்பாற்றியவள். அவளுடைய அழகையும் குணத்தையும் அறிவாற்றலையும் பற்றி மணிமேகலை கந்தமாறனிடமிருந்து ரொம்பவும் கேள்விப்பட்டிருந்தாள். இந்தப் புதிய கல்யாணப் பேச்சுக்குக் காரணமானவளே பழுவூர் இளையராணிதான் என்றும் கந்தமாறன் சொல்லியிருந்தான். அவள் கடம்பூர் அரண்மனையில் இருக்கும்போது அவளைத் தக்கபடி உபசரிப்பதில் மணிமேகலை முன்னால் நிற்க வேண்டும் என்றும் சொல்லியிருந்தான். மணிமேகலையின் உள்ளமும் அதற்குத்தக்க பரிபக்குவம் அடைந்திருந்தது. பழுவூர் ராணியிடம் நல்லபடியாக சிநேகம் செய்து கொண்டு அவளுடைய பழக்கத்தினால் தஞ்சாவூர் அரண்மனைப் பெண்களை நாகரிகத்தில் தோற்கடிக்கக் கூடியவளாகத் தான் ஆகிவிட வேண்டும் என்று ஆசைப்பட்டாள்.

ஆதலின் ஒருவார காலமாக மணிமேகலை ஒரே உற்சாகத்தில் மூழ்கியிருந்ததுடன், பரபரப்புடன் அரண்மனையில் அங்குமிங்கும் ஓடி விருந்தாளிகளுக்கு வேண்டிய வசதிகளை மேற்பார்வை செய்வதில் ஈடுபட்டிருந்தாள். முக்கியமாகப் பழுவூர் இளையராணிக்கென்று ஒதுக்கப்பட்டிருந்த அரண்மனைப் பகுதியில் சகல வசதிகளும் ஏற்படுத்தி வைப்பதில் அவள் கவனம் செலுத்தினாள். தமையன் வேறு சொல்லியிருந்தான் அல்லவா? ஆகையால் அரண்மனைப் பணியாளர்களை வறுத்து எடுத்து விட்டாள். அவளுடைய தோழிகளையும் வதைத்து விட்டாள். பழுவூர் ராணி தங்கப் போகும் அறையில் ஒவ்வொரு பொருளையும் முப்பது தடவை பெயர்த்து எடுத்து வெவ்வேறு இடத்தில் வைக்கும்படி வற்புறுத்தினாள்.

இளவரசர் ஆதித்த கரிகாலர் தம்முடைய சிநேகிதர்களுடன் தங்கப் போகும் அறைகளையும் அடிக்கடிப் போய்ப் பார்த்து வந்தாள். யாரோ பார்த்திபேந்திரன் என்பவன் அவருடன் வரப் போகிறானாம். அவன் எப்படிப்பட்டவனோ, என்னமோ? இந்தக் காலத்தில் யார் எவ்விதம் மாறுவார்கள் என்று யார் கண்டது? தன் தமையனுடைய சிநேகிதனாயிருந்த வந்தியத்தேவன் ஆதித்த கரிகாலரின் பரிவாரத்தைச் சேர்ந்தவன்தான்! அவன் மட்டும் இத்தகைய சிநேகத் துரோகியாக மாறாதிருந்தால், இப்போது அவனும் வந்து கலந்து கொள்வான் அல்லவா? ஆம்! எவ்வளவுதான் மணிமேகலை வேறு பரபரப்பான காரியங்களில் ஈடுபட்டிருந்தாலும், அந்தச் சிநேகத் துரோகியை அடியோடு மறக்க முடியவில்லை!

பழுவூர் ராணி அன்று இரவே அநேகமாக வந்து விடுவாள் என்று சொன்னார்கள். ஆகையால் கடைசியாக நந்தினியின் அறை அலங்காரத்தை மணிமேகலை மேற்பார்வை செய்து கொண்டிருந்தாள். அப்போது பழுவூர் ராணிக்காகச் சுவர் ஓரமாகப் பொருத்தி வைக்கப்பட்டிருந்த முகம் பார்க்கும் கண்ணாடியின் எதிரில் வந்தாள். தன்னுடைய முகத்தை அதில் பார்த்துக் கொண்டாள். சிறிது நேரம் நிதானமாகவே பார்த்தாள். அப்படியொன்றும் தன் முகம் அழகில் குறைந்ததல்ல என்று தனக்குத்தானே முடிவு செய்து திருப்தி அடைந்தாள். கண்ணாடியை விட்டுப் போக எண்ணிய போது, அதில் இன்னொரு முகமும் தெரிந்தது. அது தன் முகத்தின் வெகு அருகில் வந்து கன்னத்தோடு கன்னம் ஒட்டும் நிலைக்கு வந்து விட்டது. அவள் கனவில் அடிக்கடி தோன்றித் தொல்லை செய்து கொண்டிருந்த வாணர் குல வீரனின் முகந்தான் அது. அவளை அறியாமல் அவளுடைய வாய் குவிந்து, 'கூ!' என்று சத்தமிட்டது. அடுத்த கணம் கண்ணாடியில் அவள் முகம் மட்டுந்தான் தெரிந்தது மற்றொரு முகம் மறைந்துவிட்டது.

ஃஃஃ

7. வாயில்லாக் குரங்கு

மணிமேகலை சிறிது நேரம் யோசனையில் ஆழ்ந்தாள். தான் சற்று முன் கண்ட தோற்றம் வெறும் பிரமைதானா? அல்லது கனவில் கண்ட தோற்றமா? கனவாக இருந்தால் தான் தூங்கிக் கொண்டல்லவா இருக்க வேண்டும்? தன்னைத் தானே தொட்டுப்

பார்த்துக் கொண்டாள்; இல்லை, தான் தூங்கவில்லை. பழுவூர் இளையராணிக்காக ஆயத்தமாயிருக்கும் அந்தப்புர அறை அல்லவா இது? பளிங்குக் கண்ணாடியில் தன் முகம் இதோ நன்றாகத் தெரிகிறது. அதோ குத்துவிளக்கு எரிந்து கொண்டிருக்கிறது. கண்ணாடிக்கு எதிரே சுவரை உற்றுப் பார்த்தாள். அங்கே ஓர் இரகசிய வாசல் இருப்பது அவளுக்குத் தெரியும். அதை வெளியிலிருந்தும் திறக்கலாம்; உள்ளிருந்தும் திறக்கலாம். மணிமேகலை அந்த இடத்தில் சுவர் ஓரமாக நின்று காதைச் சுவரோடு ஒட்டி வைத்து உற்றுக் கேட்டாள். அவ்விடத்தில் சுவரோடு சுவராக இருந்த இரகசியக் கதவு மரத்தினால் ஆனதுதான். ஆகையால் உள்ளே வேட்டை மண்டபத்தில் ஏதோ ஓசைப் பட்டது போல் கேட்டது.

மணிமேகலை மெதுவாக இரகசியக் கதவை திறந்தாள். வேட்டை மண்டபத்தில் எட்டிப் பார்த்தாள். அந்த மண்டபத்தின் பெரும் பகுதியில் இருள் சூழ்ந்திருந்தது. ஒரு மூலையில் சிறிய அகல் விளக்கு எரிந்து கொண்டிருந்தது. திடீரென்று அச்சிறிய விளக்கின் ஒளி மங்கிற்று, அடுத்த கணம் முன் போல் பிரகாசித்தது.

ஏதோ ஓர் உருவம் அவ்விளக்கின் முன்புறமாகக் குறுக்கே சென்றது போலிருந்தது. அக்காரணத்தினால்தான் விளக்கு ஒரு கணம் மறைந்து அடுத்த கணம் பிரகாசித்திருக்க வேண்டும். அப்படி விளக்கை ஒரு கணம் மறைத்த உருவம் அதன் முகம் தான் சற்று முன் கண்ணாடியில் கண்ட முகம்தானா? அல்லது இதுவும் தன் சித்தக் கோளாறுதானா?

மணிமேகலை எட்டிப் பார்த்தபடியே கையைத் தட்டினாள், "யார் அங்கே?" என்று மெல்லிய குரலில் கேட்டாள். பதிலுக்கு ஒரு கனைப்புக் குரல் கேட்டது. வௌவால் ஒன்று தான் மேல் கூரையில் தொங்கிய இடத்திலிருந்து கிளம்பி 'ஜிவ்'வென்று பறந்து போய், கூரையில் இன்னொரு இடத்தைப் பற்றிக் கொண்டு தொங்கிற்று. மறுபடியும் மிக மிக இலேசான இருமல் சத்தம்.

மணிமேகலை அவ்வாசற்படியில் நின்றபடியே, "அடியே சந்திரமதி!" என்று உரத்த குரலில் கூறினாள்.

"ஏன் அம்மா!" என்று பதில் வந்தது.

"கை விளக்கை எடுத்துக் கொண்டு உடனே இங்கு வா!" என்றாள் மணிமேகலை.

சற்று நேரத்துக்கெல்லாம் ஒரு பணிப்பெண் கையில் விளக்குடன் வந்தாள். "இங்கேதான் விளக்கு நன்றாக எரிகிறதே? எதற்கு அம்மா, விளக்கு?"

"வேட்டை மண்டபத்துக்குள்ளே போய்ப் பார்க்க வேண்டும் ஏதோ ஓசை கேட்டது."

"வௌவால் இறகை அடித்துக் கொண்டிருக்கும், அம்மா! வேறு என்ன இருக்கப் போகிறது?"

"இல்லையடி! சற்று முன் இந்தப் பளிங்குக் கண்ணாடியில் பார்த்துக் கொண்டிருந்தேன். திடீரென்று என் முகத்துக்குப் பக்கத்தில் இன்னொரு முகம் தெரிந்ததடி!"

"அந்த முகம் எப்படி இருந்தது? மன்மதன் முகம் போல் இருந்ததா? அர்ச்சுனன் முகம் போல் இருந்ததா?" என்று கூறிவிட்டுப் பணிப்பெண் சிரித்தாள்.

"என்னடி, சந்திரமதி! பரிகாசமா செய்கிறாய்?"

"இல்லை, அம்மா இல்லை! நீங்கள் அடிக்கடி கனவில் காண்பதாகச் சொன்னீர்களே? அவர்தான் இப்போது கண்ணாடியில் தோன்றினாரோ?"

"ஆமாண்டி, சந்திரமதி! ஆனால் ரொம்ப ரொம்ப நிஜம் போலிருந்தது."

"எல்லாப் பெண்களுக்கும் இப்படித்தான் ஒரு சமயம் சித்தப்பிரமை பிடிக்கும். உங்களுக்கும் இன்னும் இரண்டொரு நாள் தான் அப்படி இருக்கும். நாளைக்குக் காஞ்

சியிலிருந்து வரும் இளவரசரைப் பார்த்து விட்டீர்களானால், அந்தப் பழைய முகம் அடியோடு மறந்து போய்விடும்."

"அது இருக்கட்டுமடி! இப்போது இந்த வேட்டை மண்டபத்துக்குள் போய்ப் பார்க்கலாம், வா!"

"வீண் வேலை, அம்மா! வேட்டை மண்டபத்தில் ஒரே தூசியும் தும்புமாக இருக்கும் சேலை வீணாய்ப் போய்விடும்!"

"போனால் போகட்டுமடி!"

"இருமலும் தும்மலும் வரும் நாளைக்கு எல்லோரும் வரும் சமயத்தில்..."

"சும்மா வரட்டும், வேட்டை மண்டபத்தை இப்போது சோதித்துப் பார்த்தேயாக வேண்டும்; விளக்கை அசைத்து அணைத்து விடாமல் எடுத்து வா!"

இவ்விதம் கூறிக்கொண்டே மணிமேகலை வேட்டை மண்டபத்துக்குள் பிரவேசித்தாள். தோழியும் விளக்குடன் அவளைத் தொடர்ந்து வந்தாள். இருவரும் சுற்றிப் பார்த்துக் கொண்டே வந்தார்கள். சந்திரமதி கையிலிருந்த தீபத்துக்கு மேலாக நோக்கி உயிர் அற்ற மிருகங்களை மட்டும் பார்த்துக் கொண்டே வந்தாள். மணிமேகலையோ சில சமயம் தரையிலும் பார்த்தாள். தரையில் படிந்திருந்த புழுதியில் அங்குமிங்கும் கால் சுவடுகள் இருந்ததைக் கவனித்துக் கொண்டாள்.

"அம்மா, அதோ!" என்றாள் சந்திரமதி.

"என்னடி இப்படிப் பதறுகிறாய்?"

"அதோ அந்த வாலில்லாக் குரங்கு அசைந்தது போலிருந்தது!"

"உன்னைப் பார்த்து அது தன் சந்தோஷத்தைத் தெரியப்படுத்தியதாக்கும்?"

"என்ன அம்மா, என்னைக் கேலி செய்கிறீர்களே?"

"நான் பிரமைபிடித்து அலைகிறேன் என்று நீ மட்டும் என்னைப் பரிகாசம் செய்யவில்லையா?"

"ஒருவேளை உங்கள் கண்ணாடியில் தெரிந்த முகம் அந்தக் குரங்கின் முகம்தானோ என்னமோ! நாம் வந்த வாசலுக்கு நேரே இருக்கிறது, பாருங்கள்! குரங்கு மறுபடியும் அசைகிறது!"

"சீச்சீ! உன் விளக்கின் நிழலடி! விளக்கின் நிழல் அசையும் போது அப்படிக் குரங்கு அசைவது போலத் தெரிகிறது வா போகலாம்! இங்கே ஒருவரையும் காணோம்!"

"அப்படியானால் அந்தக் குரங்கு முகம்தான் கண்ணாடியில் தெரிந்திருக்க வேண்டும். இல்லாவிடில் அதோ மேலே உட்கார்ந்திருக்கிறதே, அந்த ஆந்தையின் முகமாக இருக்கலாம். அது நம்மைப் பார்த்து எப்படி விழிக்கிறது பாருங்கள்!"

"என்னை ஏன் சேர்த்துக்கொள்கிறாய்? உன் அழகைப் பார்த்துச் சொக்கிப் போய்த்தான் அந்த ஆந்தை அப்படிக் கண்கொட்டாமல் பார்க்கிறது!"

"பின்னே, தங்களைக் கண்ணாடியில் எட்டிப் பார்த்த முகம் யாருடைய முகமாயிருக்கும்?"

"அடியே! எனக்குத் தான் சித்தப்பிரமை என்று நீ முடிவு கட்டிவிட்டாயே? என் கனவில் அடிக்கடி தோன்றும் முகம் கண்ணாடியிலும் தோன்றியிருக்கலாம். அந்தச் சுந்தர முகத்தைப் பார்த்த கண்ணால் இந்தக் குரங்கையும் ஆந்தையையும் பார்க்க வேண்டி வந்ததே என்று எனக்குக் கஷ்டமாயிருக்கிறது, வாடி, போகலாம்! கண்ணாடியில் இன்னொரு தடவை அந்த முகம் தெரியுமா என்று பார்க்கிறேன்!"

இரண்டு பெண்களும் மறுபடியும் வந்த வழியே புகுந்து அந்தப்புர அறைக்குள்ளே போனார்கள்.

வாலில்லாக் குரங்குக்குப் பின்னாலிருந்து வந்தியத்தேவன் வெளியில் வந்தான். இரண்டு மூன்று தடவை தும்மி மூக்கில் புகுந்திருந்த தூசி துப்பைகளைப் போக்கிக் கொண்டான். தன்னை அவ்வளவு நன்றாக மறைத்திருந்த வாலில்லாக் குரங்குக்குத் தனது நன்றியைச் செலுத்தினான்.

"ஏ குரங்கே! நீ வாழ்க! அந்தப் பணிப்பெண் என் முகத்தை உன் முகத்தோடு ஒப்பிட்டாள். அப்போது எனக்குக் கோபமாய்த்தான் இருந்தது. வெளியில் வந்து விடலாமா என்று கூட எண்ணினேன், நல்ல வேளையாய்ப் போயிற்று மனத்தை அடக்கிக் கொண்டேன். நீ மட்டும் இங்கே ஆள் உயரத்துக்கு நின்றிராவிட்டால் என் கதி என்ன ஆயிருக்கும்? அந்தப் பெண்களிடம் அகப்பட்டுக் கொண்டிருப்பேன்! குரங்கே! நீ நன்றாயிருக்க வேணும்!"

இப்படிச் சொல்லி முடிக்கும்போதே, அந்தப் பெண்களிடம் அகப்பட்டுக் கொண்டிருந்தாலும் அப்படி ஒன்றும் விபரீதமாகப் போயிராது என்ற எண்ணம் அவன் மனத்தில் தோன்றியது. அவர்கள் யார் என்பதை முன்னமே ஊகித்துக் கொண்டிருந்தான். அவர்கள் பேசிய வார்த்தைகள் யாவும் அவன் காதில் நன்றாய் விழுந்தன. அதிலும் மணிமேகலை உரத்த குரலில் கணீர் என்று பேசினாள். கனவில் கண்ட முகத்தைப் பற்றியும் கண்ணாடியில் பார்த்த முகத்தைப் பற்றியும் அவள் ஏதோ பேசினாளே, அது என்ன? பழைய சம்பவங்கள் அவனுக்கு நினைவு வந்தன. கந்தமாறன் அடிக்கடி இவளிடம் தன்னைப் பற்றி பேசியிருப்பதாகச் சொல்லியிருக்கிறான். முன் தடவை இந்த மாளிகைக்கு வந்திருந்தபோது அவளை அரைகுறையாகப் பார்த்துச் சென்றதும், கந்தமாறன் அவளை வேறு பெரிய இடத்தில் மணம் செய்து கொடுக்கப் போவதாகச் சொன்னதும் ஞாபகத்துக்கு வந்தன. இந்தப் பேதைப் பெண் ஒருவேளை அவளுடைய மனத்தை மாற்றிக் கொள்ளாமல் இருக்கிறாளா, என்ன...?

அதைப்பற்றி யோசிப்பதற்கு இப்போது நேரம் இல்லை; வெளியேறும் வழியைப் பார்க்க வேண்டும். யானைத் தந்தப் பிடியுள்ள வழி அந்தப்புரத்துக்குள் போகிறது. ஆகையால் அது தனக்குப் பயன்படாது. தான் வந்த வழியைத்தான் தேடிப் பிடிக்க வேண்டும். இரகசிய வழிகளின் கதவுகளை உள்ளேயிருந்து திறப்பதற்கும் வெளியிலிருந்து திறப்பதற்கும் வெவ்வேறு முறைகள் உண்டு என்பது அவனுக்குத் தெரிந்ததே. திறப்பது எப்படி என்று கஷ்டப்பட்டுக் கண்டுபிடிக்கலாம். ஆனால் இரகசிய வழி எங்கே இருக்கிறது என்று தெரிந்தால் அல்லவா திறப்பதற்கு வழி கண்டுபிடிக்கலாம்? சுவரை எவ்வளவு உற்று உற்றுப் பார்த்தாலும் ஒன்றும் தெரியவில்லை; வெளிச்சமும் போதவில்லை. தான் புகுந்த இடத்துக்குப் பக்கத்தில் முதலை ஒன்று கிடந்தது என்பது அவன் நினைவுக்கு வந்தது. அங்கே போய் அருகிலுள்ள சுவர்ப் பகுதியையெல்லாம் தடவிப் பார்த்தால், ஒருவேளை வெளியேறும் வழி புலப்படலாம்.

இவ்வாறு நினைத்து முதலைக்கு அருகில் சென்று சுற்றுப் பக்கத்துச் சுவரையெல்லாம் தடவி தடவிப் பார்த்தான் ஒன்றும் பயன்படவில்லை. நேரமாக ஆகக் கவலை அதிகரித்து வந்தது. இது என்ன தொல்லை? நன்றாக இந்தச் சிறைச்சாலையில் அகப்பட்டுக் கொண்டோமே? கடவுளே! அந்தப்புரத்துக்குள் புகுவதைத் தவிர வேறு வழி இல்லை போலிருக்கிறதே! அப்படி அந்தப்புரத்துக்குள் புகுந்தால் அதில் எத்தனை அபாயங்கள்! ஒருவேளை மணிமேகலை தன்னிடம் அனுதாபம் காட்டலாம். ஆயினும் தான் அவளிடம் இங்கே இப்படி இரகசியமாக வந்ததற்கு என்ன காரணம் சொல்வது? "உன்னிடம் கொண்ட காதலினால் வந்தேன்!" என்று சொல்லலாமா? அது எவ்வளவு கொடூரமான பொய்யாயிருக்கும்? துணிந்து அத்தகைய பொய் சொன்னாலும் அவள் நம்புவாளா? மணிமேகலை மட்டும் தனியாய் இருப்பாள் என்பது என்ன நிச்சயம்? மற்றப் பெண் பிள்ளைகளுக்கிடையில் அகப்பட்டுக் கொண்டால்? சம்புவரையர் அறிந்தால் கட்டாயம் தன்னைக் கொன்றே போடுவார்?

மறுபடியும் வந்தியத்தேவனுடைய கவனம் தரையில் கிடந்த முதலையின் மீது சென்றது. அதன் பேரில் அவனுக்குக் கோபமும் வந்தது. "முதலையே! எதற்காக இப்படி வாயைப் பிளந்து கொண்டே இருக்கிறாய்!" என்று சொல்லிக் கொண்டே அதை ஓங்கி ஒரு உதை உதைத்தான். உதைத்த போது முதலை கொஞ்சம் நகர்ந்தது. அதே சமயத்தில் சுவர் ஓரமாகத் தரையில் ஒரு சிறிய பிளவு தெரிந்தது!

"ஆகா! நீதானா வழியை அடைத்துக் கொண்டிருக்கிறாய்? முட்டாள் முதலையே! முன்னாலேயே சொல்வதற்கு என்ன?" என்று சொல்லிக் கொண்டே வந்தியத்தேவன் குனிந்து முதலையைப் பிடித்து நகர்த்தினான். முதலை நகர நகரச் சுவர் ஓரத்தில் துவாரம் பெரிதாகி வந்தது கீழே படிகளும் தெரிந்தன.

8. இருட்டில் இரு கரங்கள்

கடம்பூர் அரண்மனையில் இரகசிய வழிகளின் வாசல்கள் எவ்வளவு சாமர்த்தியமாக அமைக்கப்பட்டிருக்கின்றன என்பதை எண்ணி வந்தியத்தேவன் வியந்தான். அரை குறையாக அவற்றைக் குறித்து அறிந்தவன், அவசரமாக இறங்கவோ ஏறவோ முயற்சித்தால் அபாயம் நேரலாம். பாதிப் படிகளில் இறங்கும்போது முதலை நகர்ந்து விட்டால் சுவர் இடுக்கில் அகப்பட்டுக் கொண்டு திண்டாட வேண்டியதாகும்.

முதலை அசையாமல் நிற்கிறதா என்று நிதானித்துப் பார்த்துவிட்டு, வந்தியத்தேவன் துவாரத்தண்டை வந்து கீழே கால் வைக்கப் போனான். ஆ! அது என்ன? பிற வழியில் காலடி சத்தம் கேட்கிறதே! வருகிறது யார்? ஒருவேளை ஆழ்வார்க்கடியானாயிருக்குமோ? தன்னைத் தேடி வருகிறானோ? அவன் இங்கு வந்து சேராமல் தடுத்து விடுவதே நல்லது. இல்லை இல்லை, வருகிறவன் ஒருவன் இல்லை. ஐந்தாறு பேர் வருவது போல காலடிச் சத்தம் கேட்கிறது. அப்படியானால் இடும்பன்காரியும் அவனுடைய கூட்டாளிகளுமாயிருக்கலாம். வந்தியத்தேவன் ஒரே பாய்ச்சலாகப் பாய்ந்து சென்று மறுபடியும் வாலில்லாக் குரங்கின் பின்னால் மறைந்து கொண்டான். ஆகா! இரகசிய வழியைத் திறந்து வைத்து விட்டு வந்து விட்டோமே? அதனால் ஏதேனும் சந்தேகம் ஏற்படுமா? இல்லை, இல்லை! நாம் வரும்போது அந்த வழி திறந்துதானிருந்தது.

நாம் மேற்படியில் ஏறிய பிறகு தான் வழி மூடிக் கொண்டது! ஆகையால் திறந்திருப்பதே நல்லதாய்ப் போயிற்று. அதோ துவாரத்தின் வழியாகத் தலை ஒன்று தெரிகிறது. இடும்பன்காரியின் தலைதான்! இதோ மேற்படியில் ஒரு காலை வைத்து நின்று சுற்று முற்றும் அவன் பார்க்கிறான். ஒரு கால் மட்டும் கீழே இருக்கிறது. துவாரம் தானாக மூடிக் கொள்ளாமல் இருக்கும் பொருட்டு அப்படி அவன் ஒரு காலைக் கீழ்ப் படியில் வைத்துக் கொண்டிருக்கிறான் போலும்!

அடேடே! இந்தப் பக்கத்தில் என்ன வெளிச்சம்! சுவரில் யானை முகம் இருந்த இடத்தை விட்டுப் பெயர்கிறதே! அந்தப்புர வழி புலப்படுகிறதே! அந்த வாசல் வழியாக வருகிறது யார்? அதோ மணிமேகலையல்லவா தானே கையில் விளக்கு ஏந்திக் கொண்டு வருகிறாள்!

இடும்பன்காரி ஒரே பாய்ச்சலில் மேலேறி வருகிறான்; அவன் வந்த வழி மூடிக்கொள்கிறது. இடும்பன்காரி தன் தலைப்பாகைத் துணியை எடுத்துக் கொண்டு அருகிலேயிருந்த புலியின் மேலுள்ள தூசை அவசரமாகத் தட்டத் தொடங்குகிறான்! இந்நாடகத்தின் முடிவுதான் என்ன?

மணிமேகலை கை விளக்கைத் தூக்கிப் பிடித்து நாலு புறமும் பார்த்தாள். இடும்பன்காரியின் மீது அவள் பார்வை விழுந்ததும் அவனை அதிசயத்துடன் நோக்கினாள்.

இடும்பன்காரி தூசி தட்டுவதை நிறுத்திவிட்டுப் பதிலுக்கு மணிமேகலையை வியப்புடன் பார்த்தான்.

"தாயே! இது என்ன? இந்த வேளையில் இங்கு எதற்காக வந்தது?" என்றான்.

"இடும்பா; நீதானா? என்ன செய்து கொண்டிருக்கிறாய்?" என்று மணிமேகலை வினவினாள்.

"அம்மா! நாளை வருகிற விருந்தாளிகளை இந்த வேட்டை மண்டபத்துக்கு அழைத்து வந்து காட்ட வேண்டியிருக்குமல்லவா? அதற்காகச் சுத்தம் செய்து கொண்டிருக்கிறேன். சின்ன எஜமான் காஞ்சிக்குப் போகும்போது அவ்விதம் கட்டளை இட்டுச் சென்றார்கள்."

"ஆம், இடும்பா! இந்த அரண்மனையிலேயே சின்ன எஜமானுக்கு உன்னிடமும், என்னிடமுந்தான் நம்பிக்கை. பழுவூர் ராணியம்மாள் தங்கப்போகிற அறையில் ஏற்பாடு சரியாயிருக்கிறதா என்று பார்த்துக் கொண்டிருந்தேன். அப்போது இங்கே என்னமோ சத்தம் கேட்டது. நீயாகத்தான் இருக்கும் என்று நினைத்தேன், வேறு யாருக்கு இந்த அரண்மனையின் இரகசிய வழிகள் தெரியும்? எத்தனை நேரமாக நீ இங்கே வேலை செய்து கொண்டிருக்கிறாய்?"

"ஒரு நாழிகைக்கு மேலே இருக்கும், தாயே! இன்னும் ஒரு நாழிகை வேலை இருக்கிறது. தாங்கள் தனியாகவா இங்கே வந்தீர்கள் அந்த வாயாடிப் பெண் சந்திரமதி எங்கே?"

"ஏதோ சத்தம் கேட்கிறது என்று நான் அவளைப் போய்த் தந்தையை அழைத்து வரச் சொன்னேன். நீதானே இங்கு இருக்கிறாய்? நான் போய் அவளைத் தடுத்து நிறுத்தி விடுகிறேன்."

இவ்விதம் சொல்லிக் கொண்டே மணிமேகலை விளக்கைத் தூக்கிப் பிடித்து இடும்பன்காரியின் முக மாறுதலைக் கவனித்தாள். அடுத்தாற் போல், வாலில்லாக் குரங்கை நோக்கினாள். முன்னொரு தடவை அசைந்தது போல், அது அசைந்ததையும் பார்த்துக் கொண்டாள்.

"ஆம், தாயே! எஜமானுக்கு இன்று எவ்வளவோ அலுவல், தாங்கள் போய் அவரைக் கூப்பிட வேண்டாம் என்று சொல்லிவிட்டு நிம்மதியாகப் படுத்துக் கொள்ளுங்கள். எல்லா வேலைகளையும் நானே பார்த்துக் கொள்கிறேன்" என்றான் இடும்பன்காரி. மணிமேகலை மறுபடியும் வந்த வழியே உள்ளே போனாள் இரகசியக் கதவு மூடிக் கொண்டது.

இடும்பன்காரி யானை முகத்தினருகில் சென்று சற்று நேரம் சுவரண்டை காது கொடுத்து உற்றுக் கேட்டான். அடுத்த அறையில் சத்தம் ஒன்றும் இல்லை என்று நிச்சயம் அடைந்த பிறகு திரும்பி வந்தான். பிலத்துவாரத்தைத் திறந்து வைத்துக் கொண்டு இடுப்பு வரை கீழே படிகளில் இறங்கி நின்று கொண்டான்.

பிலத்துவாரத்தின் உட்புறமிருந்து ஆந்தையின் குரல் கேட்டது. பதிலுக்கு இடும்பன்காரி ஆந்தைக் குரல் ஒன்று கொடுத்தான்.

பில வழியில் ஆட்கள் நடந்து வரும் சத்தம் கேட்டது.

பின்னர் காரியங்கள் வெகு துரிதமாக நடைபெற்றன.

வௌவால் ஒன்று சடசடவென்று சிறகை அடித்துக் கொண்டு பறந்தது. இடும்பன்காரி அதைப் பார்த்தான்.

பின்னாலிருந்து அவன் பேரில் வாலில்லாக் குரங்கு தடால் என்று விழுந்தது. அது திடீரென்று விழுந்த வேகத்தினால் இடும்பன்காரியின் முழங்கால்கள் மடிந்து அவன் தடுமாறினான். அதனால் இன்னும் இரண்டு படிகள் அவன் கீழே இறங்க வேண்டியதாயிற்று.

தன் பேரில் விழுந்தது இன்னதென்று முதலில் இடும்பன்காரிக்குத் தெரியாமையால் அவன் உளறி அடித்துக் கொண்டு கைகளை வீசி உதறினான்.

பிறகு, உயிரற்ற வாலில்லாக் குரங்கு எப்படியோ தவறித் தன் பேரில் விழுந்திருக்கிறது என்று தெரிந்தது. மனத்தைத் தைரியப்படுத்திக் கொண்டு அதைத் தூக்கி நிறுத்தப் பார்த்தான்.

இதற்குள் உயிருள்ள மனிதனுடைய கரங்கள் போன்ற இரண்டு கரங்கள் மேலேயிருந்தது துவாரத்துக்குள் வந்து அவனை இன்னும் கீழே தள்ளி அமுக்கின.

இடும்பன்காரியினால் அதை நம்பவே முடியவில்லை. ஒரு கணம் அவனைப் பெரும் பீதி பிடித்துக் கொண்டது.

மறுபடியும் மேலும் கீழும் பார்த்தான். வாலில்லாக் குரங்கு தலை கீழாகத் துவார வழியில் இறங்கியிருப்பதையும், அதன் பாதி உடம்பு வரையில் கீழே வந்த பிறகு துவாரக் கதவு நெருங்கி வந்திருப்பதையும் கவனித்தான்.

இரண்டு மனிதக் கரங்களாகத் தோன்றியவை தன்னுடைய மனப் பிராந்தியாகத்தான் இருக்கவேண்டும் என்று நிச்சயம் செய்து கொண்டான்.

இதற்குள் பிலத்துவாரத்தில் வந்தவர்கள் நெருங்கி வந்து விட்டார்கள். முன்னால் வந்த ரவிதாஸன், "அப்பனே! என்ன இது, எதற்காக இப்படி உளறி அடித்துக் கொண்டு அலறினாய்? அபாயம் ஏதேனும் உண்டா? நாங்கள் திரும்பிப் போகவா?" என்று கேட்டான்.

"வேண்டாம், வேண்டாம்! அபாயம் ஒன்றுமில்லை. பிலத்துவாரக் கதவை திறக்கும்போது, இந்த ராட்சதக் குரங்கு எப்படியோ இடம் பெயர்ந்து என் தலையில் விழுந்து விட்டது! ஒரு கணம் நானும் பீதி அடைந்து விட்டேன். இப்போது இந்தக் குரங்கு மேலேயும் போகாமல் கீழேயும் வராமல் வழியை அடைத்துக் கொண்டிருக்கிறது. கொஞ்சம் பொறுங்கள்; இந்தக் குரங்கை அகற்றி வழியைச் சரிப்படுத்திவிடுகிறேன்" என்றான் இடும்பன்காரி.

தடுமாறி விழுந்த இடும்பன்காரியை மேலேயிருந்து அமுக்கித் தள்ளிய கரங்கள் யாருடைய கரங்கள் என்பதை நேயர்கள் ஊகித்திருப்பார்கள். வந்தியத்தேவனுடைய அதிர்ஷ்டம் இச்சந்தர்ப்பத்திலும் அவன் பக்கம் இருந்தது. சரியான சமயத்தில் அவனுக்குச் சரியான யுக்தி தோன்றியது. இடும்பன்காரி பிலத்துவராத்தின் படிகளில் நின்றபடி வௌவாலைப் பார்த்த தருணத்தில் அவன் தலை மீது வாலில்லாக் குரங்கைத் தள்ளினான். பிறகு அவன் தன்னுடைய முகத்தைப் பார்க்க முடியாதபடி நின்று கொண்டு கைகளினால் அவனைப் பிடித்துக் கீழே அமுக்கினான். அதன் பின்னர் வாலில்லாக் குரங்கையும் தலைகீழாகத் துவாரத்தினுள் தள்ளினான். கடைசியாக, முதலையையும் நகர்த்தி விட்டான்.

இவ்வளவையும் சில கண நேரத்தில் செய்து முடித்துவிட்டு வந்தியத்தேவன் யானை முகத்தண்டை ஓடினான். யானைத் தந்தங்களைப் பிடித்துத் தன் பலம் கொண்ட மட்டும் அழுத்தித் திருப்பினான்.

சுவரில் வழி உண்டாயிற்று ஆனால் மணிமேகலை உள்ளிருந்து வந்தது போன்ற விசாலமான வழி அல்ல. வட்ட வடிவமான குறுகலான வழி; அது கதவுக்குள் கதவாயிருக்கலாம். முழுக் கதவையும் திறப்பது எப்படி என்று யோசிக்க அது சமயம் அல்ல. அதற்குள் சதிகாரக் கூட்டம் வேட்டை மண்டபத்துக்குள் புகுந்துவிடலாம் பிறகு தான் தப்புவது துர்லபமாகிவிடும்.

ஆகவே, திறந்த வழி குறுகலான வழியாக இருந்தாலும் அதற்குள் புகுந்து விடவேண்டியதுதான்.

தீர்மானித்தபடியே காரியத்தில் நிறைவேற்றத் துணிந்து, அந்த வட்ட வடிவமான துவாரத்தில் வந்தியத்தேவன் புகுந்தான். அவனுடைய தலையும் கைகளும் பாதி உடம்பும் உள்ளே வந்து விட்டன. மிச்சம் பாதி உடம்பு உள்ளே புகுந்து பிரயாசையாயிருந்தது.

கைகளினால் தாவிப் பிடித்துக் கொள்ள ஒன்றும் அகப்படவில்லை. இச்சமயத்தில் உள்ளேயிருந்த தீபம் அணைந்து இருள் சூழ்ந்தது.

வந்தியத்தேவன் அபயம் கேட்கும் குரலில், "சந்திரமதி! சந்திரமதி! என்னைக் காப்பாற்று!" என்றான்.

கலகலவென்று சிரிக்கும் பெண்ணின் குரல் கேட்டது.

"சந்திரமதி! நீ இங்கே இருந்து கொண்டுதானா வேடிக்கை பார்க்கிறாய்? இது நன்றாயிருக்கிறதா?"

அதற்கு பதிலாக மறுபடியும் சிரிப்பு; அதைத் தொடர்ந்து "நீ இப்படி அந்தப்புரத்தில் திருட்டுத்தனமாக நுழைவது மட்டும் நன்றாயிருக்கிறதா?" என்று ஒரு பெண்ணின் குரல் கேட்டது.

அது மணிமேகலையின் குரல் என்று வந்தியத்தேவன் தெரிந்து கொண்டான். ஆயினும் வேண்டுமென்றே "சந்திரமதி! நீ வரச் சொன்னதினால்தானே வந்தேன்! பின்னால் ஆட்கள் வருகிறார்கள் சீக்கிரம் என்னை எடுத்து விடு இல்லாவிட்டால் விபரீதம் வரும்!" என்றான்.

"சந்திரமதி இவ்வளவு கொட்டிக்காரியா? இருக்கட்டும் உனக்கும் அவளுக்கு சேர்த்துப் புத்தி கற்பிக்கிறேன்!"

"ஓஹோ! தாங்கள் இளவரசி மணிமேகலையா? அம்மணி! இந்த ஒரு தடவை மட்டும் என்னை மன்னித்துக் காப்பாற்றி விடுங்கள்! இனி மேல் இம்மாதிரி தப்புக் காரியம் செய்ய மாட்டேன்! உங்களுக்குக் கோடி புண்ணியம் உண்டு!" என்று கெஞ்சினான் வந்தியத்தேவன்.

இருளில் இரு மெல்லிய கரங்கள் வந்தியத்தேவனுடைய தோள்களைப் பிடித்துத் தாங்கி மெல்லக் கீழே தரையில் இறக்கிவிட்டன. சுவரில் தோன்றிய துவாரம் மூடிக் கொண்டது.

"இளவரசி! உங்களுக்கு அனந்த கோடி வந்தனம்!" என்றான்.

"கொஞ்சம் பொறு! நான் உன்னை என்ன செய்யப் போகிறேன் என்று தெரிந்து கொண்டு வந்தனம் செலுத்து!"

"தாங்கள் என்னை என்ன செய்தாலும் சரிதான்! கொலைக்காரர்களிடமிருந்து என்னைத் தப்புவித்தீர்களே! அதுவே போதும்! அந்த அரக்கர் கைகளினால் சாவதைக் காட்டிலும் தங்களுடைய மணிக்கரத்தினால் சாகும்படி நேர்ந்தால் அது என்னுடைய பாக்கியம்தான்!

"அடே அப்பா! பெரிய வீராதி வீரனாயிருக்கிறாயே? அப்படி உன்னைத் தேடி வரும் கொலைக்காரர்கள் யார்? கொஞ்சம் பொறு முதலில் விளக்கு ஏற்றி உன் முகம் எப்படியிருக்கிறது என்று பார்க்கிறேன்!"

"அம்மணி! என் முகத்தை மறுபடியும் பார்க்க வேண்டுமா? தாங்கள் கண்ணாடியில் பார்த்துக் கொண்டபோது பின்னால் நின்று பார்த்த குரங்கு முகந்தான் என் முகம்! சந்திரமதி வர்ணித்தாளே?" என்றான் வந்தியத்தேவன்.

இருட்டில் சிரிப்பின் ஒலியும், கை வளைகள் குலுங்கும் ஓசையும் கேட்டன. வந்தியத்தேவன் அந்த அறைக்குள் தலையை நீட்டியபோது அந்த அறையில் எரிந்து கொண்டிருந்த விளக்கை மணிமேகலை மூடிவிட்டாள். அதனால் இருட்டாயிற்று; இப்போது அதன் மூடியை அகற்றியதும் தீபம் சுடர்விட்டு ஒளிர்ந்தது. அதன் ஒளியில் வந்தியத்தேவனுடைய முகத்தைப் பார்த்த வண்ணம் மணிமேகலை மெய்மறந்து நின்றாள்.

பக்கத்து வேட்டை மண்டபத்திற்குள் தடதடவென்று பலர் பிரவேசிக்கும் சத்தம் அச்சமயம் கேட்டது.

9. நாய் குரைத்தது!

மணிமேகலை வந்தியத்தேவனுடைய முகத்தைப் பார்த்த வண்ணம் நின்றாள். வந்தியத்தேவனும் புன்னகை புரிந்தவண்ணம் நின்றான். இந்தப் பெண்ணிடம் என்ன சொல்லி விட்டு எப்படி தப்பிச் செல்வது என்று அவன் மனம் சிந்தித்துக் கொண்டிருந்தது.

இச்சமயம் எங்கேயோ தூரத்திலிருந்து ஒரு குரல் "அம்மா! என்னை அழைத்தீர்களா?" என்று கேட்டது.

"இல்லையடி உன் வேலையைப் பார்!" என்றாள் மணிமேகலை. உடனே அவளுடைய திகைப்பு நீங்கியது.

சற்று முன் வந்தியத்தேவன் புகுந்து வந்த துவாரத்தின் அருகில் சென்று உட்பக்கத்துத் தாளையிட்டாள். பின்னர் வந்தியத்தேவனுக்குச் சமிக்ஞை காட்டி அந்த அறையிலேயே சற்றுத் தூரமாக அழைத்துச் சென்றாள். சட்டென்று திரும்பி நின்று "ஐயா! உண்மையைச் சொல்லும்! சந்திரமதி உம்மை அழைத்ததாகக் கூறினீரே, அது நிஜமா?" என்று கேட்டாள்.

"ஆம், அம்மணி!"

"எப்போது, எங்கே பார்த்து உம்மை அழைத்தாள்?"

"சற்று முன்னால்தான்! அடுத்த அறையில் நான் குரங்கின் பின்னால் மறைந்து நின்றபோது நீங்கள் இருவரும் வந்து பார்த்துவிட்டுத் திரும்பினீர்கள்.

நீங்கள் திரும்பிய பிறகு அவள் என்னைப் பார்த்து, 'குரங்கே! நீ என்னுடைய அறைக்கு வந்து இருக்கிறாயா? வேண்டாத சமயத்தில் வருகிறவர்களைப் பயமுறுத்தி அனுப்பச் சௌகரியமாயிருக்கும்!' என்றாள். அது தங்கள் காதில் விழவில்லை போலிருக்கிறது!"

மணிமேகலை இளநகை புரிந்தவண்ணமாக "காதில் விழுந்திருந்தால் அவளைச் சும்மா விட்டிருப்பேனா?" என்றாள்.

"இளவரசி! தங்கள் தோழி பேரில் கோபிப்பதில் பயன் என்ன? என் முகமும் வாலில்லாக் குரங்கின் முகமும் ஒன்று போலிருந்தால் அதற்குச் சந்திரமதி என்ன செய்வாள்?"

"உமது முகத்துக்கும் வாலில்லாக் குரங்கின் முகத்துக்கும் வெகு தூரம்!"

"குரங்கின் முகத்துக்கும் அதற்கு மேலே தொங்கிய ஆந்தையின் முகத்துக்கும் உள்ள தூரம் போலிருக்கிறது."

"உமது முகம் குரங்கு முகமும் அல்ல; ஆந்தை முகமும் அல்ல. ஆனால், குரங்கின் சேஷ்டையெல்லாம் உம்மிடம் இருக்கிறது. சில சமயம் ஆந்தையைப் போலவும் விழிக்கிறீர்! சற்று முன்னால் இதோ இந்தக் கண்ணாடியில் எட்டிப் பார்த்து விழித்தது நீர் தானே?"

"ஆம், இளவரசி, நான்தான்!"

"எதற்காக, உடனே பின்வாங்கிக் கதவைச் சாத்திக் கொண்டீர்?"

"இந்தக் கண்ணாடியில் என் முகத்துக்கு அருகில் ஒரு தேவ கன்னிகையின் முகம் போலத் தெரிந்தது. அந்த தேவ கன்னிகை என் முகத்தைப் பார்த்துப் பயந்து கொள்ளப் போகிறாளே என்று நான் பிடித்திருந்த யானைத் தந்தத்திலிருந்து கையை எடுத்தேன் கதவு தானாகச் சாத்திக் கொண்டது."

"அந்தத் தேவ கன்னிகை யார் என்பது உங்களுக்கு தெரியுமா?"

"அந்த க்ஷணம் எனக்குத் தெரியவில்லை பிறகு நினைத்துப் பார்த்துத் தெரிந்து கொண்டேன்."

"என்ன தெரிந்து கொண்டீர்?"

"நான் பார்த்தது தேவ கன்னிகை அல்ல; தேவ கன்னிகைகள் ஓடி வந்து அடிபணிவதற்குரிய மணிமேகலாதேவி! கடம்பூர் சம்புவரையரின் செல்வக் குமாரி என்று தெரிந்து கொண்டேன். என்னுடைய ஆருயிர் நண்பன் கந்தமாறனுடைய அருமைத் தங்கை என்பதும் நினைவுக்கு வந்தது."

மணிமேகலையின் புருவங்கள் நெறித்தன ஏளனமும் கோபமும் கலந்த புன்சிரிப்புடன், "அப்படியா? என் தமையன் கந்தமாறன் தங்களுடைய ஆருயிர் நண்பனா?" என்றாள்.

"அதில் என்ன சந்தேகம், இளவரசி! நாலு மாதங்களுக்கு முன்னால் நான் இங்கு ஒருநாள் வந்திருந்தது நினைவில்லையா? அந்தப்புரத்துக்குகூட வந்து தாய்மார்களுக்கு வணக்கம் செலுத்தினேனே! அது ஞாபகம் இல்லையா!"

"நன்றாய் ஞாபகம் இருக்கிறது அதற்குள் மறந்து விடுமா? அந்த வல்லவரையர் வந்தியத்தேவர் என்னும் வாணர் குலத்து இளவரசர் தாங்கள்தானா?"

"ஆம் இளவரசி! தங்குவதற்கு அரண்மனையும் ஆளுவதற்கு இராஜ்யமும் இல்லாமல் 'அரையன்' என்ற குலப்பெயரை மட்டும் தாங்கிக் கொண்டிருக்கும் அந்த ஏழை நான்தான்! ஒரு காலத்தில் தங்கள் தமையன் என்னிடம் தங்களைப் பற்றி எவ்வளவோ சொல்லியதுண்டு. ஒரு காலத்தில் நானும் கந்தமாறனும் வடபெண்ணை நதிக்கரையில் காவல் செய்து கொண்டிருந்தபோது, தங்களைப் பற்றி அடிக்கடி சொல்லுவான். நானும் ஏதேதோ கனவு கண்டு கொண்டிருந்தேன். பிறகு அந்த எண்ணத்தை மறந்து விட்டேன்."

மணிமேகலையின் உள்ளத்தில் ஓர் அதிசயமான எண்ணம் தோன்றியது. இவன் தன்னைக் குத்திக் கொல்ல முயன்றதாகக் கந்தமாறன் கூறினான். அது எதற்காக இருக்கும்? ஒருவேளை தன்னைப் பற்றியதாகவே இருக்குமோ? தன்னை இவனுக்கு மணம் செய்து கொடுக்க போவதில்லை என்று சொன்னதற்காகக் கந்தமாறனுடன் சண்டையிட்டிருப்பானோ? இந்த எண்ணம் அவள் உள்ளத்தில் இன்பப் புயலை உண்டாக்கியது. அதை அவள் கோபப் புயலாக மாற்றிக் கொண்டாள்.

"ஐயா! பழைய கதையெல்லாம் இப்போது வேண்டாம். இந்த அரண்மனையில் நீர் கள்ளத்தனமாகப் புகுந்ததின் காரணத்தைச் சொல்லும்; இல்லாவிடில் உடனே என் தோழியை அழைத்துத் தந்தைக்குச் சொல்லி அனுப்பவேணும்" என்றாள்.

"இளவரசி! நான் இங்கு வந்த காரணத்தை முன்பே சொன்னேனே! சில கொலைகாரர்கள் என்னைக் கொல்லுவதற்காகத் துரத்திக் கொண்டு வந்தார்கள். அவர்களிடமிருந்து தப்பி ஓடிவந்தபோது பூமியில் ஒரு துவாரம் தெரிந்தது. அது ஏதோ இரகசியப் பாதை என்று அறிந்து கொண்டேன். அதன் வழியாக ஓடித் தப்பிக்கலாம் என்று வந்தபோது, அந்த வழி இங்கே கொண்டு வந்து சேர்த்தது!"

"ஐயா! சுத்த வீரர் என்றால் உமக்கே தகும் நானும் எத்தனையோ அஸகாய சூரர்களைப் பற்றிக் கேட்டிருக்கிறேன். ஆனால் உம்மைப்போல் ஓட்டத்தில் சூரனைப் பற்றிக் கேட்டதில்லை. உத்தரகுமாரன் உம்மிடம் பிச்சை வாங்க வேண்டியது தான்!"

வந்தியத்தேவன் மனத்தில் சுரீர் என்றது தான் அசட்டுப் பெண் என்று நினைத்த மணிமேகலை இப்படித் தன்னைக் குத்திக் காட்டும்படி ஆகிவிட்டதல்லவா? "தேவி! அவர்கள் ஏழெட்டுப் பேர்! நான் ஒருவன். அவர்கள் ஆயுதபாணிகள் என்னிடம் ஆயுதமே இல்லை. என்னுடைய அருமை வேல் கொள்ளிடத்து வெள்ளத்தில் போய் விட்டது."

"ரொம்ப நல்லது! அந்தப் படுபாதக வேல், சிநேகிதனைப் பின்னாலிருந்து குத்திக் கொல்லும் வேல் ஆற்றோடு போனதே நல்லது!"

வந்தியத்தேவனுக்குத் தூக்கி வாரிப்போட்டது. அவன் பதில் சொல்ல வாயெடுப்பதற்குள் மணிமேகலை, "உண்மையைக் கூறிவிடும் கொலைக்காரர்களிடம் தப்புவதற்காக ஓடிவந்தீரா? கொலை செய்வதற்காக இங்கு வந்தீரா?" என்று கேட்டாள்.

வந்தியத்தேவன் தீயில் காலை வைத்தவனைப் போல் துடித்து "சிவசிவா! நாராயணா! நான் யாரை கொலை செய்வதற்காக இங்கே வரவேணும்? என் ஆருயிர் சிநேகிதரின் அருமைத் தங்கையையா? எதற்காக?" என்றான்.

"நான் என்ன கண்டேன்? 'அருமை சிநேகிதன்' என்று வாய்கூசாமல் பொய் சொல்கிறீரே? அப்பேர்ப்பட்ட அருமை சிநேகிதனின் பின்னாலிருந்து முதுகிலே குத்திக் கொல்லுவதற்கு நீர் முயலவில்லையா? அது எதற்காகவோ, அதே காரணத்துக்காக, இங்கே யாரையேனும் கொலை செய்வதற்கு நீர் வந்திருக்கலாம்."

"கடவுளே! இது என்ன வீண் பழி? நானா கந்தமாறனின் முதுகில் குத்தினேன்? அப்படிப்பட்ட காரியத்தைச் செய்வதற்கு முன்னால் என் கையை வெட்டிக் கொண்டிருப்பேனே? இளவரசி! இத்தகைய படுபாதகமான பொய்யைத் தங்களிடம் யார் கூறினார்கள்?"

"என் அண்ணனே கூறினான் வேறு யாராவது கூறியிருந்தால் நான் நம்பியே இருக்க மாட்டேன்."

"கந்தமாறனா இப்படிக் கூறினான்? அப்படியானால் நான் உண்மையில் துர்ப்பாக்கியசாலிதான்! யாரோ அவனை முதுகிலே குத்தித் தஞ்சாவூர் மதில் சுவருக்கு அருகில் போட்டிருந்தார்கள். மூர்ச்சையாகிக் கிடந்த அவனை நான் தூக்கிக் கொண்டு போய்ச் சேந்தன் அமுதன் குடிசையில் சேர்த்துக் காப்பாற்றினேன். அதற்கு எனக்குக் கிடைத்த வெகுமதியா இது? இளவரசி! எதற்காக அவனை நான் கொல்ல முயன்றேனாம்? ஏதாவது காரணம் சொன்னானா?"

"சொன்னான், சொன்னான்! நீர் என் அழகைப் பழித்து, அவலட்சணம் பிடித்தவள் என்று இகழ்ந்தீராம். தஞ்சாவூர்ப் பெண்கள் என்னைவிட அழகிகள் என்று சொன்னீராம். அதனால் கந்தமாறன் கோபங்கொண்டு உம்மை நன்றாய்ப் புடைத்தானாம். நேருக்கு நேர் சண்டையிடக் கையினாலாகாமல் பின்னாலிருந்து குத்தி விட்டீராம்! இதெல்லாம் உண்மையா, இல்லையா?"

"பொய்! பொய்! பயங்கரமான பொய்; தங்களை அவலட்சணம் என்று சொல்வதற்கு முன்னால், என் நாக்கையே துண்டித்துக் கொண்டிருப்பேனே! கந்தமாறன் அல்லவா அவனுடைய சகோதரியை நான் மறந்து விடவேண்டும் என்று வற்புறுத்தினான்?"

"எதற்காக?"

"இராஜ்யம் ஆளும் பேரரசர்கள் தங்களை மணந்து கொள்ளக் காத்திருப்பதால் தங்களை நான் மறந்துவிட வேண்டுமென்று வற்புறுத்தினான்."

"நீரும் அடியோடு என்னை மறந்து விட்டீராக்கும்!"

"என்னால் அடியோடு மறக்க முடியவில்லை ஆனால் அது முதல் தங்களை என் அருமைச் சகோதரியாகக் கருதத் தொடங்கினேன். இளவரசி! உடனே கந்தமாறனிடம் என்னை அழைத்துப் போங்கள்! அல்லது அவனை இங்கே அழையுங்கள். ஏன் இத்தகைய பெரும் பொய்யை அவன் சொன்னான் என்றாவது தெரிந்து கொள்கிறேன், அல்லது உண்மையிலேயே அவன் அப்படி எண்ணிக் கொண்டிருந்தால், அந்தத் தப்பெண்ணத்தைப் போக்குகிறேன்."

"தஞ்சாவூரில் ஆரம்பித்த காரியத்தை இங்கே பூர்த்தி செய்து விடலாம் என்று வந்தீராக்கும்..."

"அப்படி என்றால்..."

"அங்கே அவனைக் கொல்ல முயன்றீர் அந்த முயற்சி பலிக்கவில்லை..."

"கடவுளே! கந்தமாறனைக் கொல்லுவதற்கு அவனுடைய அரண்மனையைத் தேடியா வருவேன்!"

"இரகசிய வழியாக வந்தது வேறு எதற்காக?"

"அதோ, உற்றுக் கேளுங்கள்! என்னைக் கொல்ல வந்தவர்கள் அடுத்த அறையில் இன்னும் இருக்கிறார்கள். அவர்கள் நடமாடும் சத்தமும் பேசும் குரல்களும் கேட்கவில்லையா?"

"அவர்கள் எதற்காக உம்மைக் கொல்ல வரவேணும்?"

"அவர்களைப் பார்த்தால் மந்திரவாதிகள் போலிருக்கிறது. ஒருவேளை நரபலி கொடுக்கும் கூட்டமாயிருக்கலாம்."

"சகல இலட்சணங்களும் பொருந்திய ராஜகுமாரனாகிய உம்மை அதற்காகப் பிடித்தார்கள் போலிருக்கிறது.." என்று கூறி மணிமேகலை சிரித்தாள்.

"அதுதான் எனக்கும் அதிசயமாயிருக்கிறது; இந்த ஆந்தை விழி விழிக்கும் குரங்கு மூஞ்சிக்காரனை அவர்கள் எதற்காகப் பிடிக்க வந்தார்கள் என்று தெரியவில்லை. உங்கள் பேச்சைக் கேட்ட பிறகு ஒரு சந்தேகம் உதிக்கிறது. ஒருவேளை என் நண்பன் கந்தமாறனே இப்படிப்பட்ட ஏற்பாடு செய்திருப்பானோ என்று. அவனிடம் உடனே என்னை அழைத்துச் செல்லுங்கள்! ஒன்று அவனுடைய தப்பபிப்பிராயத்தைப் போக்கிக் கொள்ளட்டும்; இல்லாவிட்டால் என்னை அவன் கையினாலேயே கொன்று விடட்டும். கொலைக்காரர்களை எதற்காக ஏவ வேண்டும்? அம்மணி! உடனே கந்தமாறனை அழைத்து விடுங்கள்!"

"ஐயா! அவ்வளவு அவசரப்பட வேண்டாம் கந்தமாறன் ஊரில் இல்லை."

"எங்கே போயிருக்கிறான்?"

"காஞ்சிக்குக் கரிகாலரை அழைத்து வரப் போயிருக்கிறான். நாளை இரவு எல்லாரும் இங்கு வந்து விடுவார்கள்; அதுவரையில் நீர்..."

"அதுவரையில் என்னை இங்கேயே இருக்கச் சொல்கிறீர்களா? அது நியாயமல்ல!"

"இங்கே இருக்கச் சொல்லவில்லை இன்னும் சற்று ,நேரத்துக்கெல்லாம் இங்கே பழுவூர் இளையராணி வந்து விடுவாள். பிறகு ஈ காக்காய் இங்கே வர முடியாது. பழுவேட்டரையர் எப்பேர்ப்பட்டவர் என்பது உமக்குத் தெரிந்திருக்கும். அவர் உம்மை இங்கே கண்டால் உடனே கண்டதுண்டமாய் வெட்டிப் போட்டுவிடச் செய்வார்! ஆ! அக்கிழவருக்குத்தான் பெண்டாட்டியின் பேரில் எவ்வளவு ஆசை!" என்று சொல்லி மணிமேகலை சிரித்தாள்.

வந்தியத்தேவன் முன் தடவை பழுவேட்டரையர் வந்த போது நடந்ததையெல்லாம் நினைத்துக் கொண்டான்.

"அப்படியா? பழுவேட்டரையருக்குப் பழுவூர் ராணி பேரில் ரொம்ப ரொம்ப ஆசையா?" என்று கேட்டான்.

"அது நாடு நகரம் எல்லாம் தெரிந்த விஷயம் ஆயிற்றே! போன தடவை, எட்டு மாதங்களுக்கு முன்னால் இங்கே ஒரு தடவை அவர்கள் வந்திருந்தார்கள். பழுவூர் ராணி அந்தப்புரத்துக்கு வரக் கூடக் கிழவர் விடவில்லை! அப்படிக் கண்ணும் கருத்துமாய்ப் பாதுகாக்கிறார். இந்தத் தடவை சில நாள் இங்கே இருக்கப் போகிறார்களாம். பழுவூர் ராணிக்குத் தனி அந்தப்புரம் வேண்டுமென்று ஒரே தடபுடல். இந்தத் தடவையாவது எங்களையெல்லாம் பார்க்கப் போகிறாளோ பார்ப்பதற்குக் கிழவர் விடப் போகிறாரோ, தெரியவில்லை."

"அப்படியானால் நான் இப்பொழுது என்ன செய்யட்டும்?"

"அதுதான் நானும் யோசித்துக் கொண்டிருக்கிறேன் ஆ! ஒரு யோசனை தோன்றுகிறது. என் தமையன் கந்தமாறனுடைய தனி ஆயுத அறை ஒன்று இந்த மாளிகையில் இருக்கிறது. அதில் உம்மைக் கொண்டு விடுகிறேன். நாளை சாயங்காலம் கந்தமாறன் வந்து விடுவான் அதுவரையில் அங்கேயே இரும். நீர் சொல்வதின் உண்மை, பொய்யைக் கந்தமாறனிடம் நேரில் நிரூபித்து விடலாம்..."

"இளவரசி! அது முறையன்று! மிகவும் ஆபத்தான காரியம்!"

"என்ன ஆபத்து?"

"அங்கே நான் எப்படி வந்து சேர்ந்தேன் என்று கந்தமாறன் கேட்டால் என்ன பதில் சொல்லுவது?"

"உள்ளது உள்ளபடி சொல்லுகிறது."

"உள்ளது உள்ளபடி நான் இப்போது சொன்னதை நீங்களே நம்பவில்லையே? அடுத்த அறையில் என்னைத் தேடி வந்த ஆட்கள் இருக்கும் போதே?"

"ஐயா! அதை இப்போதே சோதித்து விடுகிறேன்."

"என்ன சோதிக்கப் போகிறீர்கள்?"

"அடுத்த அறைக்குள் சென்று அந்த மனிதர்களைப் பார்த்து விசாரிக்கப் போகிறேன். அவர்கள் உம்மைக் கொல்ல வந்தவர்களா? அல்லது நீர் அழைத்து வந்தவர்களா என்று தெரிந்து கொண்டு வருகிறேன்."

"ஐயோ! அவர்கள் பொல்லாத துஷ்டர்கள் தாங்கள் அவர்களிடம் தனியாக அகப்பட்டுக் கொண்டால்..."

"என் அரண்மனையில் யார் என்னை என்ன செய்ய முடியும்? இதோ பாருங்கள்!" என்று கூறி மணிமேகலை யாருக்கும் தெரியாமல் தன் இடுப்பில் செருகியிருந்த சிறிய மடக்குக் கத்தியை எடுத்துக் காட்டினாள்.

"யாரும் என்கிட்ட வரமுடியாது அப்படி ஏதாவது ஆபத்து வருவதாயிருந்தால் நீர்தான் சூராதி சூரர் இங்கே இருக்கிறீரே!"

"அம்மணி! என்னிடம் தற்சமயம் ஆயுதம் ஒன்றுமில்லை."

"வல்லவனுக்குப் புல்லும் ஆயுதம் என்று நீர் கேட்டதில்லையா? உமது பெயரே வல்லவரையர் ஆயிற்றே? ஆயுதம் கையில் இருந்தால் பெண்பிள்ளைகள் கூடச் சண்டை போடுவார்கள். ஆண்பிள்ளைகள் எதற்கு? உமக்கு வீண் கவலை வேண்டாம். அங்கே ஒரு அறையில் தூசு தட்டிக் கொண்டிருந்தவன் எங்கள் அரண்மனை வேலைக்காரன்தான். மற்றவர்களை அவன்தான் இட்டு வந்திருக்க வேண்டும். அவர்களும் எனக்குத் தெரிந்தவர்கள் என்றே தோன்றுகிறது. அவர்கள் எதற்காக இங்கே வந்திருக்கிறார்கள் என்பதைத் தெரிந்துகொண்டு வருகிறேன். கதவுக்கு அருகில் நிற்க வேண்டாம். அதோ அந்த மரக்களஞ்சியத்துக்கு அருகில் போய் சிறிது மறைந்து நில்லுங்கள்!"

இவ்விதம் சொல்லிக் கொண்டே மணிமேகலை வேட்டை அறைக்குப் போகும் வாசற் பக்கம் சென்று அதன் கதவைத் திறக்க முயன்றாள்.

வந்தியத்தேவன் அவசரமாக நடந்து மரக்களஞ்சியத்தின் அருகில் சென்று மறைந்து நின்றான்.

மரக்களஞ்சியத்தின் கதவுகள் திறந்திருந்தன அதற்குள்ளே தற்செயலாகப் பார்த்தான். அது தானியம் கொட்டும் களஞ்சியம் அல்லவென்று தெரிந்தது. அறைக்குள்ளே படிப்படியாக அமைந்திருந்தது. ஒவ்வொரு படியிலும் யாழ், வீணை, மத்தளம், தாளம் முதலிய இசைக்கருவிகள் அடுக்கி வைக்கப்பட்டிருந்தன. மேலே சிறிது அண்ணாந்து பார்த்தான் படிகள் மேற்கூரை வரையில் போவதாகத் தெரிந்தது.

இதற்குள் மணிமேகலை வேட்டை மண்டபத்தின் கதவைத் திறந்து கொண்டு உள்ளே பிரவேசித்தாள்.

அவளுடைய தைரியத்தை வந்தியத்தேவன் வியந்தான். அதே சமயத்தில் மணிமேகலைக்கு ஆபத்து ஒன்றும் நேருவதற்கில்லை என்று மனத்தைத் திடப்படுத்திக் கொண்டான்.

இதற்குள் அந்த அறையின் இன்னொரு பக்கத்திலிருந்து கதவு திறந்தது. "அம்மா! அம்மா!" என்று கூவிக்கொண்டே சந்திரமதி உள்ளே வந்தாள்.

வந்தியத்தேவன் திடுக்கிட்டான் அவள் தன்னைப் பார்த்து விடாமலிருப்பதற்காக இசைக்கருவி களஞ்சியத்துக்குள் நுழைந்தான்.

"அம்மா! அம்மா! தஞ்சாவூர்க்காரர்கள் கோட்டை வாசலில் வந்து விட்டார்களாம். மகாராணி உடனே தங்களை அழைத்து வரச் சொன்னார்கள்!" என்று கத்திக் கொண்டே சுற்றுமுற்றும் பார்த்தாள். அவள் எதிரில் திறந்திருந்த வேட்டை மண்டபக் கதவை நோக்கிப் போனாள்.

கதவின் அருகில் நின்று பார்த்தால் வந்தியத்தேவன் களஞ்சியத்துக்குள் இருப்பது தெரிந்து போய்விடும். ஆகையால் அவன் விரைவாகச் சில படிகள் மேலே ஏறினான். ஒரு வீணையின் மீது அவன் முழங்கால் இடித்து அது சப்தித்தது. வந்தியத்தேவன் பீதி அடைந்து மேலும் சில படிகள் ஏறினான். அவன் தலை களஞ்சியத்தின் மேற்பலகையில் முட்டியது. என்ன விந்தை? அந்த மேற்பலகை வந்தியத்தேவனுடைய மண்டை முட்டியபோது சிறிது மேலே சென்றது. ஏதோ சந்தேகம் தோன்றி வந்தியத்தேவன் அப்பலகையைக் கைகளினால் நெம்பித் தூக்கினான். அது நன்றாய் மேலே போனதுடன், திறந்த இடத்தின் மூலமாக வெளிச்சம் வந்தது. தூரத்தில் சலசலவென்று சத்தம் கேட்டுக் கொண்டிருந்தது. ஒரு பக்கத்தில் வானத்தில் மின்னும் நட்சத்திரங்களும் தெரிந்தன. வந்தியத்தேவனுடைய உள்ளம் உற்சாகத்தினால் துள்ளியது.

பலகையை நன்றாக நகர்த்திவிட்டு மேலே ஏறினான். மாளிகையின் மேல் மச்சில் ஒரு பகுதிக்குத் தான் வந்திருப்பதைக் கண்டான். அதிலும் அந்தப் பகுதி முன்னொரு நாள் அவன் சுகமாகக் காற்று வாங்கிக் கொண்டு படுத்திருந்த பகுதிதான். பெரிய தூண்களின் மறைவில் நின்று சிற்றரசர்களின் கொடிய சதியாலோசனையைப் பற்றித் தெரிந்து கொண்ட அதே இடந்தான். பலகையைத் தள்ளி முன்போல் மூடினான். மூடிய பிறகு, கூரையிலிருந்து அப்படி ஒரு வழி இருக்கிறதென்று கண்டுபிடிப்பது சுலபமல்லவென்பதை உணர்ந்தான். அதைப் பற்றி இப்போது யோசிக்கவும் அதிசயப்படவும் அவகாசம் இல்லை. அங்கிருந்து தப்பிச் செல்லும் வழியைப் பார்க்க வேணும். இத்தனை நேரமும் தனக்கு உதவி செய்த அதிர்ஷ்ட தேவதை இனியும் உதவி செய்யாமலா இருக்கப் போகிறது?

வந்தியத்தேவன் நாலா புறமும் சுற்றிப் பார்த்தான். எங்கு நோக்கினாலும் கொடிகளும் தோரணங்களும் பறந்து அந்த அரண்மனைப் பிரதேசம் முழுவதும் கண்கொள்ளாக் காட்சியாயிருந்தது. அடடா! இராஜோபசாரம் என்பது இதுதான் போலும்.

வந்தியத்தேவன் அடிமேல் அடி வைத்து மெல்ல மெல்ல நடந்தான், சுற்று முற்றும் பார்த்துக் கொண்டு நடந்தான். மேல் மச்சில் எங்கும் மனித சஞ்சாரமே இல்லை. அந்த வரையில் நம் அதிர்ஷ்டந்தான் பிறகு கொஞ்சம் விரைவாகவே நடந்தான்.

முன்னொரு தடவை அவன் படுத்திருந்த நிலா மாடத்துக்கு வந்து சேர்ந்தான். அங்கிருந்து பார்த்தபோது அரண்மனையின் வெளிமதிலும், மதில்களுக்கும் மாளிகைக்கும் நடுவிலிருந்த முற்றமும், குரவைக் கூத்து நடந்த இடமும், சதியாலோசனை நடந்த இடமும் காணப்பட்டன. ஆனால் அந்த இடங்களில் மனிதர்கள் யாரும் காணப்படவில்லை. அதற்குக் காரணம் கண்டுபிடிப்பது அவ்வளவு கடினமான காரியமாயில்லை. அரண்மனையின் முன் வாசலில் ஒரே அல்லோல கல்லோலமாயிருந்தது. நூற்றுக்கணக்கான தீவர்த்திகள் வெளிச்சம் தந்தன. மேள தாளங்கள் பேரிகை முழக்கங்களுடன் மனிதர்களின் வாழ்த்தொலிகளும் கலந்து பேரொலியாகக் கிளம்பியது. பழுவேட்டரையரின் பரிவாரங்கள் அரண்மனை வாசலை நெருங்கி வந்துவிட்டபடியால், அவர்களை வரவேற்பதற்காக எல்லாரும் அங்கே போயிருக்கிறார்கள். அதனாலேதான் இங்கேயெல்லாம் ஜனசஞ்சாரம் இல்லை. ஆகா! உண்மையில் அதிர்ஷ்ட தேவதை வந்தியத்தேவன் பக்கத்தில் இருந்தாள்

என்பதில் சந்தேகமில்லை. தப்பிச் செல்வதற்கு எவ்வளவு அருமையான சந்தர்ப்பம்; அரை நாழிகைக்கு முன்னாலும் இத்தகைய சமயம் கிடைத்திராது. அரை நாழிகை பின்னால் வந்தாலும் இம்மாதிரி வசதி கிட்டியிராது.

சதியாலோசனை நடந்த இடத்துக்குச் சமீபமாக வந்து, வந்தியத்தேவன் இன்னொரு தடவை சுற்று முற்றும் பார்த்தான்; ஒருவருமில்லை. கீழே குனிந்து பார்த்தான் அங்கேயும் யாரும் இல்லை. எதிரில் மதில் சுவரைப் பார்த்தான் அங்கேயும் யாரும்... ஆ! இது என்ன? மதில் மேல் கிளைகளுக்கு நடுவில் ஒரு முகம்! ஆழ்வார்க்கடியானுடைய முகம் போல் தெரிகிறதே!... சீச்சீ! வீண்பிரமை! முன்னொரு தடவை ஆழ்வார்க்கடியானுடைய முகம் போல் தெரிந்த இடம் அது! ஆகையால் அவன் மனம் அவனை அப்படி ஏமாற்றிவிட்டது! அதுவும் ஒரு நல்லதற்குத்தான். மதில் மேல் ஏறிக் குதித்துத் தாண்டுவதற்கு அதுதான் சரியான இடம். அதை அவனுடைய உள் மனம் சுட்டிக்காட்டி ஞாபகப்படுத்தியிருக்கிறது. வரவேற்பு முடிந்து வாசலில் நிற்கும் கூட்டம் உள்ளே வருவதற்குள் அவன் தப்பித்துச் செல்லவேண்டும். முற்றத்தில் எப்படி இறங்குவது? ஆ! இதோ ஒரு வழி! இங்கே முற்றத்தில் ஒரு கொட்டகை போட்டிருக்கிறது. குரவைக்கூத்துக்காகப் போட்டிருக்கும் கொட்டகை போலும். கொட்டகைக்காகப் புதைத்திருந்த மூங்கில் மரம் ஒன்று நெடிதுயர்ந்து மேல் மச்சு வரையில் வந்திருந்தது. வந்தியத்தேவன் அதைத் தாவிப் பிடித்துக் கொண்டு சரசரவென்று கீழே இறங்கினான். மீண்டும் சுற்று முற்றும் பார்த்தான் ஒருவரும் இல்லை. மச்சின் மேலே, தான் சற்று முன் நின்ற இடத்தில் கிண்கிணிச் சத்தம் கேட்டது. ஆகா! மணிமேகலை தன்னைத் தேடி வந்தாள் போலும்! பொல்லாத பெண்! இச்சமயம் அவளிடம் அகப்பட்டுக் கொண்டால் நம்பாடு தீர்ந்தது.

முற்றத்தின் திறந்த வெளியை ஒரே ஓட்டமாக ஓடி வந்தியத்தேவன் கடந்தான், மதில் சுவர் ஓரமாக நின்று திரும்பிப் பார்த்தான், மச்சின் மீது ஒரு பெண் உருவம் தெரிந்தது. மணிமேகலையோ, சந்திரமதியோ தெரியவில்லை. யாராயிருந்தாலும் தான் முற்றத்தை ஓடிக் கடந்ததைப் பார்த்திருக்க வேண்டும் நல்லவேளையாகக் கூச்சல் போடவில்லை. அவள் யாராயிருந்தாலும் நன்றாயிருக்கட்டும்! மகராசியா இருக்கட்டும்!

இவ்விதம் மனதிற்குள் வாழ்த்திக் கொண்டே மதில் சுவர் ஓரமாக வந்தியத்தேவன் விரைந்து நடந்தான். மதில் மேல் ஆழ்வார்க்கடியானுடைய முகம் தெரிந்த இடம் வந்துவிட்டது. அங்கே சுவரில் ஏறுவது எப்படி? இவ்வளவு உயரமாயிருக்கிறதே! சுவரில் பிடித்துக் கொள்வதற்கு மேடு பள்ளம் ஒன்றுமே இல்லையே? கடவுளே!.. இதோ ஒரு உபாயம்! குரவைக்கூத்துக் கொட்டகைக்காகக் கொணர்ந்த மூங்கில் கழிகள் சில சற்றுத் தூரத்தில் கிடந்தன; அவை மிஞ்சிப் போனவை போலும். ஒரே பாய்ச்சலாகப் பாய்ந்து அந்தக் கழிகளில் ஒன்றை எடுத்து வந்தான். மதிலின் பேரில் சாய்த்து வைத்தான். கழியின் உயரத்துக்கும் மதிலின் உயரத்துக்கும் சரியாக இருந்தது. ஆனால் கழி சுவரில் நிலைத்து நிற்க வேண்டுமே? ஏறும்போது நழுவி விட்டால்?.. நழுவி விட்டால் கீழே விழ வேண்டியதுதான்! அதற்காகக் கையைக் கட்டிக் கொண்டு சும்மா இருந்து என்ன பயன்?

கழியை இரண்டொரு தடவை அழுத்திப் பார்த்துவிட்டு, அதன் வழியாக ஏறத் தொடங்கினான். பாதி சுவர் ஏறியபோது கழி நழுவத் தொடங்கியது. 'தொலைந்தோம்! கீழே விழுந்தால் எலும்பு நொறுங்கிவிடும்!' என்று எண்ணுவதற்குள், கழி, மறுபடியும் உறுதியாக நின்றது. மேலேயிருந்து ஒரு கரம் அதைப் பிடித்துக் கொண்டது போல் தோன்றியது! 'நமக்குப் பைத்தியம் பிடிப்பதுதான் பாக்கி!' என்று எண்ணிக் கொண்டு வந்தியத்தேவன் மேலே ஏறினான். மதில் சுவரின் மேல் முனையை அவன் பிடித்துக் கொண்டதும் கழி நழுவிக் கீழே விழுந்தது. அது விழுந்த சத்தம் இடி முழக்கம் போல் அவன் காதில் விழுந்தது. நல்ல வேளை! கோட்டை வாசலில் ஆரவாரம் இப்போது இன்னும் அதிகமாயிருந்தது. ஆகையால் யார் காதிலும் விழுந்திராது! ஆனால், எதிரே அந்தப்புர மேல் மாடத்தில் நின்ற பெண்! அவள் காதில் விழுந்திருக்கும். மதில் மேல்

தாவி ஏறி நின்றபடி மறுபடி ஒரு தடவை வந்தியத்தேவன் அந்தப் பக்கம் திரும்பிப் பார்த்தான். இன்னமும் அப்பெண் அங்கேயே நின்று கொண்டிருந்தாள்!

வந்தியத்தேவனுடைய கிறுக்குக் குணம் அவனை விட்டுப் போகவில்லை! 'போய் வருகிறேன்!' என்று சொல்கிற பாவனையாகக் கையை ஆட்டிவிட்டு, மதிலின் அப்புறத்தில் இறங்கத் தொடங்கினான். இறங்குவதில் அவ்வளவு கஷ்டம் இல்லை. ஏனெனில் மதில் சுவரின் வெளிப்புறம் உட்புறத்தைப் போல் மட்டமாக இல்லை. சில மேடு பள்ளங்கள் இருந்தன. பக்கத்திலிருந்த மரங்களின் கிளைகள் சில சுவரின் மீது மோதி உராய்ந்து கொண்டிருந்தன. அவற்றின் உதவி கொண்டு சரசரவெனக் கீழே இறங்கினான். மணிமேகலையைத் தான் ஏமாற்றி விட்டு வந்தது பற்றி நினைத்தபோது அவனுக்குச் சிரிப்பு வந்தது. அந்தச் சிரிப்பின் எதிரொலியைப் போல் இன்னொரு சிரிப்பு எங்கிருந்தோ வந்தது. வந்தியத்தேவனுடைய இரத்தம் அவனுடைய உடம்பில் உறைந்து போயிற்று. கைகள் நடுங்கின கீழே குதிப்பதற்காகப் பார்த்தான். நாய் ஒன்று அவன் மீது பாயக் காத்துக் கொண்டிருப்பதைக் கண்டான். மேலே ஏறுவதைப் பற்றி இனி யோசிப்பதற்கே இல்லை? கீழே குதித்துத்தான் ஆகவேண்டும். குதித்தால், இந்த நாயின் வாயில் ஒரு பிடி சதையையாவது கொடுத்துத் தீரவேண்டும். சற்று முன் கேட்டது சிரிப்புச் சத்தமா? அல்லது நாய் குரைத்த சத்தமா? பக்கத்தில் யாராவது மறைந்து நின்று நாயை ஏவி விட்டிருக்கிறார்களா?.. மேலே ஏறுவதில் அபாயம் அதிகமா? கீழே குதிப்பதில் அபாயம் அதிகமா? வந்தியத்தேவனுடைய உள்ளம் ஊசலாடியது! அவனுடைய கால்களும், எழும்பி எழும்பிக் குதித்த நாயின் வாயில் அகப்படாமல் இருப்பதற்காக ஊசலாடின.

ஃஃ

10. மனித வேட்டை

வந்தியத்தேவன் நாயின் வாயில் அகப்படாமல் தரையில் குதிக்கப் பார்ப்பதா, அல்லது மறுபடியும் மதில் சுவரின் மேல் ஏறுவதா என்று தீவிரமாகச் சிந்தித்துக் கொண்டிருந்தான். அதே சமயத்தில் பக்கத்திலிருந்த மரங்களின் மறைவில் யாராவது ஒளிந்திருக்கிறார்களா என்றும் கூர்மையாகக் கவனித்தான். ஒரு மரத்தின் மறைவில் வெள்ளைத் துணி தெரிவது போலிருந்தது. சற்று முன் நாயின் குரைப்புச் சத்தத்தோடு மனிதனின் சிரிப்புக் குரல் கலந்து கேட்டது நினைவுக்கு வந்தது. மனிதர் யாராவது உண்மையில் மறைந்திருந்தால்? ஒரு மனிதனோ? பல மனிதர்களோ? அதைத் தெரிந்து கொள்ளாமல் குதிப்பது பெருந்தவறாக முடியும். நாயின் வாயிலிருந்து தப்பினாலும் மனிதர்களின் கையில் அகப்படும்படி நேரிடலாம். அரண்மனையின் மேல் மாடத்திலிருந்து பார்க்கும் போது ஆழ்வார்க்கடியானுடைய முகம் மதில் சுவர் மேல் தெரிவது போலத் தோன்றியது. அந்த வைஷ்ணவன்தான் ஐயனார் கோவிலில் காத்துக் காத்துப் பார்த்து அலுத்துப் போய் இங்கு வந்து நாயை ஏவிவிட்டு வேடிக்கை செய்கிறானா, என்ன? எல்லாவற்றுக்கும் கூப்பிட்டுப் பார்த்தால் போகிறது, "வைஷ்ணவரே! வைஷ்ணவரே! இது என்ன வேடிக்கை?" என்றான். மறுபடியும் ஒரு சிரிப்புச் சத்தம் கேட்டது; அது ஆழ்வார்க்கடியான் குரல் அல்ல. ஆகையால் திரும்ப மதில் மேல் ஏறி அரண்மனைக்குள் இறங்குவதுதான் சரி.

பெரிய பழுவேட்டரையரின் வரவேற்பு தடபுடல்களில் எப்படியாவது தப்பித்துக் கொள்ளலாம் அல்லது சுரங்கவழி இருக்கவே இருக்கிறது. மணிமேகலையிடம் மீண்டும் கொஞ்சம் கெஞ்சு மணியம் செய்தாற் போகிறது. இல்லாவிடில் பழுவூர் இளைய ராணியின் தயவையே சம்பாதித்துக் கொள்ள வேண்டியதுதான். இதுவரை தன்னைக் காட்டிக் கொடுக்காதவள் இப்போது மட்டும் காட்டிக் கொடுத்து விடுவாளா?...

வந்தியத்தேவன் இறங்கிய வழியில் மறுபடி மேலே ஏறத் தொடங்கினான். நாய் இன்னும் உயரமாக எழும்பிக் குதித்துக் குரைத்தது. மீண்டும் சிரிப்புச் சத்தம் கேட்டது.

மரத்தின் மறைவிலிருந்து ஒரு உருவம் வெளியே வந்தது அதன் கையில் ஒரு வேல் இருந்தது. அவன் தேவராளான் என்பதை வந்தியத்தேவன் தெரிந்து கொண்டான். தேவராளான் வந்தியத்தேவன் சுவரில் தொங்கிய இடத்திற்கு அருகில் வந்தான்.

"அப்பனே! உன் உயிர் வெகு கெட்டி!" என்றான்.

"அதுதான் தெரிந்திருக்கிறதே! ஏன் மறுபடியும் என்னிடம் வருகிறாய்?" என்று வந்தியத்தேவன் கேட்டான்.

"இந்தத் தடவை நீ தப்ப முடியாது!" என்று கூறித் தேவராளன் தன் கையிலிருந்த வேலை வந்தியத்தேவனை நோக்கிக் குறி பார்த்தான்.

வந்தியத்தேவன் தன்னுடைய ஆபத்தான நிலையை உணர்ந்து கொண்டான். பாதிச் சுவரில் தொங்கிக் கொண்டிருப்பவன் கீழேயிருந்து வேலினால் குத்தப் பார்ப்பவனுடன் எப்படிச் சண்டையிட முடியும்? குதித்துத் தப்பப் பார்க்கலாம் என்றால், வேட்டை நாய் ஒன்று மேலே பாயக் காத்துக் கொண்டிருக்கிறது.

"தேவராளா, ஜாக்கிரதை! உங்கள் எஜமானி பழுவூர் ராணியின் கட்டளையை ஞாபகப்படுத்திக் கொள்! என்னை ஒன்றும் செய்யவேண்டாம் என்று உங்களுக்கு ராணி சொல்லி இருக்கவில்லையா!"

தேவராளன் ஒரு பேய்ச் சிரிப்புச் சிரித்துவிட்டு, "பழுவூர் ராணி என் எஜமானி அல்ல! எந்த ஊர் ராணியும் என் எஜமானி அல்ல. பத்திரகாளி துர்க்கா பரமேசுவரிதான் என்னுடைய எஜமானி!" என்றான்.

"என் குலதெய்வமும் துர்க்காபரமேசுவரிதான்! அவளுடைய அருளினால்தான் நடுக்கடலில் எரிகிற கப்பலிலிருந்து தப்பித்து வந்தேன். என்னைத் தொட்டாயானால் துர்க்கை உன்னை அதம் செய்து விடுவாள்!" என்றான் வந்தியத்தேவன்.

"நீ துர்க்கையின் பக்தன் என்பது உண்மையானால், இப்பொழுது எனக்கு ஒரு காரியம் செய்ய வேண்டும். அப்போதுதான் உன்னைக் கொல்லாமல் விடுவேன்!" என்றான் தேவராளன்.

"என்ன செய்ய வேண்டும்? முதலில் உன்னுடைய நாயை அப்பால் போகச் சொல்லு!"

"இந்தப் பக்கம் ஒரு வீர வைஷ்ணவன் வந்தான். அவனைத் தேடிப் பிடிப்பதற்கு நீ ஒத்தாசை செய்தால் உன்னைச் சும்மா விட்டு விடுகிறேன்."

"எதற்காக அவனைப் பிடிக்க வேண்டும்?" என்றான் வந்தியத்தேவன்.

"துர்க்காதேவிக்கு ஒரு வீர வைஷ்ணவனைப் பலி கொடுப்பதாக நான் சபதம் செய்திருக்கிறேன் அதற்காகத்தான்!" என்றான் தேவராளன்.

இந்தச் சமயத்தில் வந்தியத்தேவன் மதில் சுவரில் பிடித்துத் தொங்கிக் கொண்டிருந்த சிறிய செடி வேரோடு பெயர்ந்து வர ஆரம்பித்தது.

வேலின் முனையில் சிக்காமல் எப்படி தேவராளன் கழுத்தின் மேல் குதிப்பது என்று வந்தியத்தேவன் யோசித்துக் கொண்டே "அந்த வீர வைஷ்ணவன் என் அருமைச் சிநேகிதன். அவனுக்கு ஒரு போதும் நான் துரோகம் செய்யமாட்டேன். அவனுக்குப் பதிலாக என்னையே பலி கொடுத்து விடு!" என்றான்.

"அப்படியானால் இந்த வேலுக்கு இப்போதே இரையாகி விடு!" என்று தேவராளன் வேலைத் தூக்கி வந்தியத்தேவன் மீது குறி பார்த்தான்.

வந்தியத்தேவன் செடியை விட்டுவிட்டு வேலின் முனைக்கு அடியில் அதைத் தாவிப் பிடித்துக் கொண்டு கீழே குதித்தான். குதித்த வேகத்தில் தரையில் மல்லாந்து விழுந்தான். தேவராளன் அந்த அதிர்ச்சியைச் சமாளித்துக் கொண்டு வேலைத் தூக்கினான். அந்தச் சமயத்தில் பின்னாலிருந்து ஓர் உருவம் ஓடிவந்து தன் கையிலிருந்த தடியினால் தேவராளன் தலையில் ஓங்கி ஒரு போடு போட்டது. தேவராளன் வந்தியத்தேவன் பேரில் பொத்தென்று விழுந்தான்.

நாய் தன் எஜமானைத் தாக்கியவன் பேரில் பாய்ந்தது. ஆழ்வார்க்கடியான் அதற்கும் சித்தமாயிருந்தான். தன்னுடைய மேல் துணியை விரித்து நாயின் தலை மீது போட்டான். நாய் சில வினாடி நேரத்துக்குக் கண் தெரியாத குருடாயிருந்தது. அச்சமயம் சுருக்குப் போட்டுத் தயாராக வைத்திருந்த காட்டுக் கொடியை அதன் கழுத்தில் எறிந்து வைஷ்ணவன் நாயை ஒரு மரத்தோடு சேர்த்துப் பலமாகக் கட்டினான்.

இதற்குள் வந்தியத்தேவன் தேவராளனைத் தன் மேலிருந்து தூக்கித் தள்ளிவிட்டு எழுந்தான்.

தேவராளன் வைஷ்ணவனுடைய ஒரே அடியில் நினைவு இழந்து மூர்ச்சையாகிக் கிடந்தான். இருவரும் இன்னும் சில காட்டுக் கொடிகளைப் பிடுங்கி அவனுடைய கால்களையும் கைகளையும் கட்டிப் போட்டார்கள்.

பிறகு வந்தியத்தேவன் வேலையும், ஆழ்வார்க்கடியான் கைத் தடியையும் எடுத்துக் கொண்டு கிளம்பினார்கள்.

சம்புவரையர் மாளிகையின் வாசற் பக்கத்தைத் தவிர மற்ற மூன்று பக்கங்களிலும் நெடுந்தூரத்துக்குக் காடு மண்டிக் கிடந்தது. அதற்குள்ளே புகுந்து விட்டால் வெளியில் வருவது கஷ்டம். ஆகையால் வந்தியத்தேவனும் ஆழ்வார்க்கடியானும் மதில் சுவர் ஓரமாகவே விரைந்து சென்றார்கள்.

விரைந்து நடக்கும்போதே ஆழ்வார்க்கடியான் "நீ புத்திசாலி என்று நினைத்தேன். நான் நினைத்தது தவறு என்று இப்போதே தெரிந்தது" என்றான்.

"அவசரப்பட்டுச் சுரங்க வழியில் புகுந்ததைச் சொல்கிறீரா? அதன் மூலமாக எவ்வளவு பயங்கரமான மர்மங்களைக் கண்டுபிடித்திருக்கிறேன் தெரியுமா?" என்றான் வந்தியத்தேவன்.

"அது ஒரு புறம் இருக்கட்டும் 'வைஷ்ணவனைக் கண்டுபிடிப்பதற்கு ஒத்தாசை செய்கிறாயா?' என்று தேவராளன் கேட்டதும் 'ஆகட்டும்' என்று சொல்லித் தொலைப்பதற்கு என்ன? வீணாக ஏன் அபாயத்துக்கு உள்ளாக வேண்டும்?" என்றான் வைஷ்ணவன்.

"எல்லாம் சகவாச தோஷந்தான்!" என்றான் வந்தியத்தேவன்.

"யாருடைய சகவாசத்தைச் சொல்கிறாய்? இத்தனை தவறு செய்யும்படி நான் உனக்கு ஒருநாளும் சொன்னதாக நினைக்கவில்லையே?"

"உம்மைச் சொல்லவில்லை ஐயா! பொன்னியின் செல்வரைச் சொல்லுகிறேன். அவரைப் பார்த்துப் பழகிய பிறகு, பொய் சொல்லுவதற்கு உள்ளம் இடம் கொடுக்கவில்லை..."

"உயிர் தப்புவதற்காகக் கூடவா? அவ்வளவு சத்திய சந்தனாகி விட்டாயா?"

"அது மட்டுமல்ல, நீ எங்கேயோ பக்கத்தில் மறைந்திருக்கிறீர் என்று எனக்குத் தெரியும். நான் உம்மைப் பிடித்துக் கொடுக்கிறேன் என்று தேவராளனிடம் சொல்வதை நீர் கேட்டுக் கொண்டிருந்தது உண்மை என்று நம்பி விட்டால்! இந்த ஆபத்துச் சமயத்தில் எனக்கு உதவி செய்ய வந்திருப்பீரா?"

"அப்பனே! உன் அறிவுக் கூர்மை அபாரம்! சந்தேகமில்லை. உண்மையில், தேவராளன் கேட்ட கேள்விக்கு நீ என்ன பதில் சொல்லப் போகிறாய் என்று கேட்க நான் மிகுந்த ஆவலாய்த் தான் இருந்தேன்!"

"பார்த்தீரா? நீர் ஒரு சந்தேகப் பிராணி என்று நான் கருதியது சரியாய்ப் போயிற்று. அதைத் தவிர, எப்பேர்ப்பட்ட நன்மை வருவதாயிருந்தாலும் வாய் வார்த்தைக்குக்கூடச் சிநேகத் துரோகமாக எதுவும் நான் சொல்லும் வழக்கமில்லை. ஆனால் நீர் 'அய்யனார் கோவிலில் காத்திருக்கிறேன்' என்று சொல்லிவிட்டு இங்கு வந்தது எப்படி? சுரங்க வழியில் நான் திரும்பி வந்திருந்தால் உம்மைக் காணாமல் திண்டாடியிருப்பேனே?" என்றான் வந்தியத்தேவன்.

"சுரங்க வழியில் நீ திரும்பி வந்திருந்தால் உயிரோடு வந்திருப்பது சந்தேகந்தான். நீ சுரங்க வழியில் புகுந்து சிறிது நேரத்துக்கெல்லாம் சதிகாரர்கள் அதில் புகுந்தார்கள். நீ புத்திசாலியாகையால் நிச்சயம் வேறு வழியாகத்தான் வருவாய், அநேகமாக இங்கே சுவர் ஏறிக் குதித்து வரக்கூடும் என்று எண்ணினேன்."

"அவ்வாறு எண்ணிக் கொண்டா இவ்விடத்துக்கு வந்தீர்?"

"அது மட்டுமல்ல சுரங்கப் பாதையில் புகுந்த சதிகாரர்கள் தேவராளனை மட்டும் வெளியில் காவலுக்கு வைத்து விட்டுச் சென்றார்கள். அவர்கள் திரும்பி வரும்போது அய்யனார் கோவிலில் யாரும் இல்லாமலிருக்க வேண்டாமா? அதற்காக ஏதோ சமிக்ஞை சொல்லிவிட்டுப் புகுந்தார்கள் போலிருக்கிறது. ஆனால் அது எனக்குத் தெரியாது; எல்லாரும் சுரங்கத்துக்குள் புகுந்துவிட்டார்கள் என்று நினைத்தேன். நீ உள்ளே போய் அகப்பட்டுக் கொண்டிருக்கிறாயே என்று வேறு கவலையாயிருந்தது. சுரங்கப் பாதையை வெளியிலிருந்து திறப்பதற்கு என்ன உபாயம் என்று தெரிந்து கொள்ளவும் விரும்பினேன். ஆகையால் பலி பீடத்தின் அருகில் சென்று அதைத் திருப்ப முயன்று கொண்டிருந்தேன். காலடிச் சத்தம் கேட்டுத் திடுக்கிட்டுத் திரும்பிப் பார்த்தேன். தேவராளன் கையில் வேலுடன் வந்து கொண்டிருந்தான். என்னைக் கண்ட இடத்தில் கொன்று விடச் சதிகாரக் கூட்டத்தார் வெகு நாளைக்கு முன்பே தீர்மானித்திருந்தார்கள்; அது எனக்குத் தெரியும். என் கையிலோ ஆயுதம் இல்லை, ஆகையால் ஓட்டம் பிடிப்பதைத் தவிர வேறு வழி இல்லை. தேவராளனும் தொடர்ந்து ஓடி வந்து கொண்டிருந்தான். அடர்ந்த காடாக இருந்தபடியால் அவனால் என்னைப் பிடிக்க முடியவில்லை. கொஞ்ச நேரத்துக்குப் பிறகு என்னை அவன் தொடர்ந்து வரவில்லை என்று தோன்றியது.

வேட்டையைக் கைவிட்டுவிட்டான் என்று எண்ணிக் காட்டிலிருந்து இனி ராஜபாட்டைக்குப் போய் விடலாம் என்று உத்தேசித்தேன். சற்றுத் தூரத்தில் ஒரு குடிசை தெரிந்தது. அதில் ஒரு சிறிய விளக்கு மினுக்கு மினுக்கு என்று பிரகாசித்துக் கொண்டிருந்தது. அந்தக் குடிசையில் இராஜபாட்டைக்கு வழி கேட்கலாம் என்று நினைத்து அதை அணுகினேன். சற்றுத் தூரத்திலிருந்து உற்றுப் பார்த்தேன்; நல்ல வேளையாய்ப் போயிற்று. குடிசை வாசலில் தேவராளன் நின்று கொண்டிருந்தான். ஒரு பெண் பிள்ளையும், ஒரு நாயும் அவன் அருகில் நின்றார்கள். தேவராளன் பெண் பிள்ளையிடம் ஏதோ சொல்லிவிட்டு நாயை அழைத்துக் கொண்டு மறுபடியும் புறப்பட்டான். நாய் நான் நின்ற திசையை நோக்கிக் குரைத்தது. ஆகவே அபாயம் இன்னும் அதிகமாயிற்று. இராஜபாட்டைக்குப் போகும் உத்தேசத்தைக் கைவிட்டு காட்டு வழியிலேயே புகுந்து ஓடி வந்தேன். நாய் அடிக்கடி குரைத்துக் கொண்டு வந்தபடியால் அவர்கள் எங்கே வருகிறார்கள் என்பதை நான் ஊகிக்க முடிந்தது. ஓடி வந்து கொண்டிருக்கும்போதே மூளையும் வேலை செய்து கொண்டிருந்தது. இரவு முழுவதும் காட்டில் சுற்றிக் கொண்டிருப்பது அசாத்தியம். எப்படியும் அவர்கள் வந்து பிடித்து விடுவார்கள். கையில் வேலுடன் கூடிய தேவராளனையும் வாயில் பல்லுடன் கூடிய வேட்டை நாயையும் ஏக காலத்தில் சமாளிப்பது சுலபம் அல்ல. அச்சமயத்தில் இப்பெரிய மாளிகையின் மதில் சுவர் தெரிந்தது. மதிலில் ஏறி உள்ளே குதித்துவிட்டால் எப்படியாவது சமாளித்துக் கொள்ளலாம் என்று எண்ணினேன், அப்படியே ஏறிவிட்டேன். அச்சமயம் நீ அரண்மனை மேல் மாடத்தில் ஓடி வந்து கொண்டிருப்பதைப் பார்த்தேன், நீ மதில் ஏறி வெளியே குதிப்பதற்குத்தான் ஓடி வருகிறாய் என்று தெரிந்து கொண்டு மறுபடியும் கீழே குதித்தேன். நாம் இரண்டு பேருமாகச் சேர்ந்து தேவராளனையும் அவனுடைய நாயையும் சமாளித்து விடலாம் என்ற நம்பிக்கை ஏற்பட்டது. இதற்குள் நாய் குரைக்கும் சத்தம் கேட்கவே பக்கத்திலிருந்த மரத்தின் மேலே ஏறிக் கொண்டேன். நாயும் தேவராளனும் நான் ஏறி இருந்த மரத்தை அணுகித்தான் வந்தார்கள். அதற்குள் நீ மதில் சுவரிலிருந்து இறங்கியது தேவராளரின் கண்ணில் பட்டது போலும். நாயையும் அழைத்துக் கொண்டு நீ இறங்குமிடத்தை நெருங்கினான். பிறகு நடந்ததெல்லாம் உனக்குத் தெரியும்..."

"வைஷ்ணவரே! விதியின் வலிமையைப் பற்றி உமது அபிப்ராயம் என்ன?" என்று வந்தியத்தேவன் கேட்டான்.

"இது என்ன கேள்வி? திடீரென்று விதியின் பேரில் உன்னுடைய எண்ணம் போனது, ஏன்?"

"ஒவ்வொருவனும் பிறக்கும் போதே 'இன்னாருக்கு இன்னபடி' என்று பிரம்மதேவன் தலையில் எழுதி விடுவதாகச் சொல்கிறார்களே, அதை நீர் நம்புகிறீரா, இல்லையா?"

"இல்லை! எனக்கு விதியில் நம்பிக்கையில்லை. விதியை முழுதும் நம்புவதாயிருந்தால், பரந்தாமனிடம் பக்தி செய்து உய்யலாம் என்பதற்குப் பொருள் இல்லாமற் போய்விடும் அல்லவா? ஆழ்வார்கள் என்ன சொல்லியிருக்கிறார்கள் என்றால்..."

"ஆழ்வார்கள் எதையாவது சொல்லியிருக்கட்டும். எனக்கு விதியில் பூரண நம்பிக்கை உண்டாகியிருக்கிறது. விதியின்படியே தான் எல்லாம் நடக்கும் என்று கருதுகிறேன். இல்லாமற் போனால் இன்றைக்கு நான் தப்பித்துக் கொண்டு வந்திருக்க முடியாது..."

"அப்பனே! விதியினால் நீ தப்பித்து வரவில்லை மதியின் உதவியினால் தப்பித்து வந்தாய்.."

"இல்லவே இல்லை; என் மதி என்னை ஆழம் தெரியாத அபாயத்தில் கொண்டு போய்ச் சேர்த்தது; விதி என்னை அதிலிருந்து கரையேற்றியது!"

இப்படி அவர்கள் பேசிக் கொண்டிருக்கும் போதே காட்டைக் கடந்து வந்துவிட்டார்கள். கடம்பூர் அரண்மனையின் முன் வாசல் அங்கிருந்து தெரிந்தது. அங்கு ஒரே அல்லோலகல்லோலமாக இருந்ததும் தெரிந்தது. பழுவேட்டரையரின் யானை, குதிரை, பரிவாரங்கள் வெளியிலிருந்து வாசலை நெருங்கி வந்து கொண்டிருந்தன. அமோகமாக அலங்கரிக்கப்பட்டிருந்த அரண்மனை வாசலில் சம்புவரையரும் அவருடைய பரிவாரங்களும் வரவேற்பதற்குக் காத்திருந்தார்கள். நூற்றுக்கணக்கான தீவர்த்திகள் இரவைப் பகலாக்கிக் கொண்டிருந்தன. பேரிகைகள், முரசுகள், கொம்புகள், தாரைகள், தப்பட்டைகள் ஒன்று சேர்ந்து முழங்கின.

ஆழ்வார்க்கடியான் வந்தியத்தேவனுடைய கையைப் பிடித்து இழுத்து, "வா! போகலாம்; யாராவது நம்மைப் பார்த்து விடப் போகிறார்கள்!" என்றான்.

"இந்தப் பக்கம் ஒருவரும் பார்க்கமாட்டார்கள்; பார்த்தாலும் என்னுடைய விதி என்னைக் காப்பாற்றும். பெரிய பழுவேட்டரையர் யானை மீது வந்து இறங்கும் காட்சியைப் பார்க்க வேண்டாமா?"

"அது மட்டுந்தானா?"

"பழுவூர் ராணி நந்தினி அவருடன் யானை மீதில் வந்து இறங்குகிறாளா, அல்லது மூடுபல்லக்கில் வருகிறாளா என்று பார்க்கவும் விரும்புகிறேன்"

"தம்பி! விதி எப்போதும் உனக்கு அனுகூலமாக இருக்கும் என்று எண்ணாதே. ஒரு மாயமோகினியின் உருவத்தில் வந்து உன்னைக் குடை கவிழ்த்தாலும் கவிழ்த்துவிடும்."

"அப்படியெல்லாம் மயங்கி விடுகிறவன் நான் அல்ல வைஷ்ணவரே! அதற்கு வேறு ஆட்கள் இருக்கிறார்கள்!"

கம்பீரமான யானை வந்து அரண்மனை வாசலில் நின்றது. அதன் மேலிருந்து பெரிய பழுவேட்டரையர் இறங்கினார். அவரைத் தொடர்ந்து பழுவூர் இளையராணியும் இறங்கினாள். "ஓ! இந்தத் தடவை இளையராணி மூடுபல்லக்கில் வரவில்லை. பகிரங்கமாகவே அழைத்து வந்திருக்கிறார்!" என்றான் ஆழ்வார்க்கடியான்.

"அதைத் தெரிந்து கொள்ளத் தான் விரும்பினேன் இனி போகலாம்" என்று வந்தியத்தேவன் பின்னால் சென்றான்.

ஆனால் இப்போது ஆழ்வார்க்கடியான் பின் செல்வதற்கு அவ்வளவு அவசரப்படவில்லை, மேலும் அந்த இடத்திலேயே நின்று கொண்டிருந்தான்.

பழுவூர் இளையராணி நந்தினியைக் கண்கொட்டாமல் பார்த்துக் கொண்டிருந்தான். தற்செயலாகவோ, அல்லது அவனுடைய மனோ சக்தியினால் இழுக்கப்பட்டுத்தானோ என்னவோ நந்தினி அந்தப் பக்கம் திரும்பிப் பார்த்தாள்.

ஆழ்வார்க்கடியானுடைய முகம் இருண்ட மரங்களின் மத்தியிலிருந்து எட்டிப் பார்த்துக் கொண்டிருந்ததைக் கூர்ந்து கவனித்தாள். அவள் முகத்தில் உடனே பீதியின் சாயல் பரவிற்று.

இளையராணியின் முக மாறுதலைப் பெரிய பழுவேட்டரையர் கவனித்தார். அவள் பார்த்த திசையை அவரும் ஒரு தடவை கூர்ந்து நோக்கினார். இரண்டு உருவங்கள் நெருங்கி வளர்ந்திருந்த மரங்களின் இருண்ட நிழலில் மறைந்து கொண்டிருந்தன. உடனே சம்புவரையரின் காதோடு ஏதோ சொன்னார். சம்புவரையர் தம்முடைய வீரர்களில் இருவருக்கு ஏதோ கட்டளையிட்டார்.

பழுவேட்டரையரும் இளையராணியும் அமோகமான வாத்திய கோஷங்களுக்கிடையில் அரண்மனை வாசல் வழியாக உள்ளே பிரவேசித்தார்கள்.

அதே சமயத்தில் இரண்டு குதிரை வீரர்கள் அரண்மனை மதிலைச் சுற்றியிருந்த காட்டிற்குள் பிரவேசித்தார்கள். குதிரைகளைக் காட்டுக்குள் அவர்கள் கஷ்டத்துடன் செலுத்திக் கொண்டு போனார்கள். வெகு தூரம் சென்று யாரும் இருப்பதாகத் தெரியவில்லை. கிட்டத்தட்டக் காட்டைக் கடந்து அப்புறத்தில் சமவெளியாக இருந்த திறந்த மைதானத்தண்டை வந்து விட்டார்கள்.

"அண்ணே! காட்டில் ஒருவரும் இல்லை. கிழவரின் மனப்பிராந்திதான்!" என்றான் அவர்களில் ஒருவன்.

அச்சமயம் நாய் ஒன்று அவர்களுக்கெதிரே ஊளையிட்டுக் கொண்டு வந்தது.

"தம்பி! நாய் எப்போது ஊளையிடும் தெரியுமா?" என்று மற்றவன் கேட்டான்.

"யாராவது செத்துப் போனால் ஊளையிடும்!" என்றான் முதலில் பேசியவன்.

"பேய் பிசாசு வேதாளம் முதலியவைகளைக் கண்டாலும் ஊளையிடும்!" என்றான் இன்னொருவன்.

"உன்னைப் பார்த்துத்தான் பிசாசு என்று நினைத்துக் கொண்டுவிட்டதோ, என்னமோ?"

"இல்லை, தம்பி! உன்னை வேதாளம் என்று எண்ணிக் கொண்டு விட்டது!"

இச்சமயத்தில் அவர்களுடைய தலைக்கு மேலே பயங்கரமான பேய்ச் சிரிப்பைக் கேட்டு இருவரும் திடுக்கிட்டு அண்ணாந்து பார்த்தார்கள்.

இரண்டு பேரின் தலைக்கு மேலேயும் இரண்டு மரக்கிளைகளில் இரண்டு வேதாளங்கள் உட்கார்ந்திருந்தன!

இரண்டு வேதாளங்களும் அந்த இரண்டு வீரர்களின் கன்னத்திலும் பளீர் என்று அறைந்து, கழுத்தைப் பிடித்து நெட்டிக் கீழே தள்ளின!

பிறகு, அந்தப் பொல்லாத வேதாளங்கள் குதிரைகளின் மீது ஏறிக் கொண்டு காட்டைக் கடந்து மைதானத்தில் விரைந்து சென்றன!

৩৩

11. தோழனா? துரோகியா?

மணிமுத்தா நதி வெள்ளாற்றில் கலக்கும் வனப்பு வாய்ந்த இடத்தைத் தாண்டி ஆதித்த கரிகாலனும் அவனுடைய தோழர்களும் பரிவாரங்களும் வந்து கொண்டிருந்தார்கள்.

முதல் நாள் இரவு திருமுதுகுன்றத்தில் இளவரசருக்கு நடந்த உபசாரங்களைப் பற்றியும், அந்த க்ஷேத்திரத்தில் நடந்து கொண்டிருந்த ஆலயத் திருப்பணியைப் பற்றியும் அவர்கள் பேசிக் கொண்டு வந்தார்கள்.

"திருமுதுகுன்றத்தில் சுந்தரமூர்த்தி நாயனார் செய்த காரியம் எனக்கு ரொம்பப் பிடித்திருக்கிறது!" என்றான் பார்த்திபேந்திரன்.

"எதைப் பற்றிச் சொல்லுகிறாய்?" என்று ஆதித்த கரிகாலன் கேட்டான்.

"கிழவியைப் பாடமாட்டேன் என்று சொன்னதைத் தான்!"

"அது என்ன எனக்குத் தெரியாதே? விவரமாகச் சொல்" என்றான் ஆதித்த கரிகாலன்.

சுந்தரமூர்த்தி நாயனார் க்ஷேத்திர யாத்திரை செய்து கொண்டு வந்த பொழுது திருமுதுகுன்றம் என்னும் விருத்தாச்சலத்துக்கு வந்தார். வழக்கம் போல் அந்த ஊர் சிவாலயத்துக்குச் சென்றார். பட்டர்கள் நாயனாருக்கு சுவாமி தரிசனம் பண்ணுவித்து, "எங்கள் ஊர் இறைவன் பேரிலும் பதிகம் பாடி அருள வேண்டும்!" என்று கேட்டுக் கொண்டார்கள்.

"பார்ப்போம், இந்த ஆலயத்திலுள்ள சுவாமியின் பெயர் என்ன?" என்று சுந்தரர் கேட்டார். திருமுதுகுன்றம் என்ற பெயரைக் கொண்டு அந்தச் சிவாலயத்திலுள்ள சுவாமிக்கு விருத்தகிரீசுவர் என்று பெயர் சூட்டியிருந்தார்கள் பட்டர்கள். அந்தப் பெயரைச் சொன்னார்கள்.

நாயனாரின் முகம் சுருங்கிற்று; போயும் போயும் கிழவரையா பாட வேண்டும் என்று மனத்தில் எண்ணிக் கொண்டு, "போகட்டும், அம்மன் பெயர் என்ன?" என்று வினவினார்.

"விருத்தகிரீசுவரி" என்றார்கள் கோவில் பட்டர்கள்.

"சுவாமிக்குத்தான் கிழவர் என்று பட்டம் கட்டினீர்கள். அம்மனையும் கிழவியாக்கி விட்டீர்களே? கிழவனையும் கிழவியையும் என்னால் பாட முடியாது போங்கள்!" என்று சொல்லி விட்டுச் சுந்தரமூர்த்தி நாயனார் கோபமாகக் கோவிலை விட்டுக் கிளம்பி விட்டார்.

சுந்தரமூர்த்தி நாயனரால் பதிகம் பாடப் பெறாவிட்டால் தங்கள் ஊர் ஆலயத்துக்கு மகிமை ஏற்படாது என்று பட்டர்கள் கருதினார்கள். ஆகையால் ஆலயத்தில் இன்னொரு அம்மனைப் பிரதிஷ்டை செய்து "பாலாம்பிகை" என்று பெயர் சூட்டினார்கள்.

மறுபடியும் சுந்தரமூர்த்தி நாயனார் இருந்த இடத்துக்குப் போய் அவரிடம் மேற்படி விவரத்தைச் சொல்லித் திரும்பவும் திருமுதுகுன்றம் ஆலயத்துக்கு விஜயம் செய்யவேண்டுமென்று கேட்டுக் கொண்டார்கள். சுந்தரமூர்த்தி நாயனார் பெரிய மனது செய்து மீண்டும் அந்த ஊருக்குச் சென்று பாலாம்பிகை சமேத விருத்தகிரீசுவரர் மீது பதிகம் பாடித் துதித்தார்.

இந்தக் கதையைக் கேட்டுவிட்டு ஆதித்த கரிகாலன் உடல் குலுங்கக் குலுங்கச் சிரித்தான்.

"பெரிய பழுவேட்டரையரிடம் வந்த கவிஞன் யாராவது ஒருவேளை சுந்தரமூர்த்தியைப் போல் சொல்லியிருப்பான். கிழவனையும் கிழவியையும் பாடமாட்டேன் என்று கூறியிருப்பான் அதற்காகத்தான் அவர் நந்தினியை மணந்து கொண்டாரோ, என்னமோ?" என்றான்.

இதைக் கேட்டுப் பார்த்திபேந்திரனும், கந்தமாறனும் விழுந்து விழுந்து சிரித்தார்கள். அப்படி அவர்கள் சிரித்த சிரிப்பில் குதிரை மேலிருந்து கீழே விழுந்து விடுவார்கள் போலிருந்தது!

சிரித்து ஓய்ந்த பிறகு பார்த்திபேந்திரன், "கடவுள் முதுமை என்பதாக ஒன்றை, எதற்காக ஏற்படுத்தியிருக்கிறாரோ தெரியவில்லை. அவரவர்களுக்கு விதிக்கப்பட்ட வயது வரையில் ஒரே மாதிரி இருந்துவிட்டுச் சாவது என்று ஏற்படுத்தியிருக்கக் கூடாதோ?" என்றான்.

"கடவுள் என்ன ஏற்படுத்தினால் என்ன? முதுமை அடைவதும் அடையாததும் தம்முடைய கையிலே தானே இருக்கிறது?" என்றான் கரிகாலன்.

"அது எப்படி முடியும்?" என்று கந்தமாறன் கேட்டான்.

"அபிமன்யுவையும், அரவானையும் கிழவர்கள் என்று நாம் எண்ணுவதுண்டா?" மற்ற இருவரும் ஒன்றும் கூறாமல் மௌனமாயிருந்தார்கள்.

"தஞ்சாவூர் அரண்மனைச் சித்திர மண்டபத்தில் என் மூதாதையர்களின் சித்திரங்கள் எல்லாம் எழுதியிருக்கின்றன. விஜயாலயச் சோழர், ஆதித்த சோழர், பராந்தக சக்கரவர்த்தி எல்லோரும் முதிய பிராயத்தவராகக் காட்சி அளிக்கிறார்கள். ஆனால் என் பெரிய பாட்டனார் இராஜாதித்யர் எப்படி இருக்கிறார்? நவயௌவன வீர புருஷராக விளங்குகிறார்! இராஜாதித்தர் இளம் வயதில் இறந்து போனார். அதனால் என்றைக்கும் அவர் யௌவனம் நீங்காத பாக்கியசாலி ஆனார்! நம்மில் யாருக்கு அத்தகைய பாக்கியம் கிட்டுகிறதோ, தெரியவில்லை!"

மற்ற இருவருக்கும் இந்தப் பேச்சு அவ்வளவாகப் பிடிக்கவில்லை. அவர்கள் மௌனமாகவே இருந்தார்கள்.

"ஏன் திடீரென்று மௌனமாகிவிட்டீர்கள்? சாவு என்றால் உங்களுக்கு ஏன் இவ்வளவு பயம்? இந்த உடம்பு போனால் இன்னொரு புத்தம் புதிய உடம்பு கிடைக்கிறது. எதற்காக மரணத்துக்கு அஞ்ச வேண்டும்? என்னுடைய நண்பன் வந்தியத்தேவன் இங்கே இருந்தால் என்னை ஆமோதிப்பான். அவனைப் போன்ற உற்சாக புருஷனைக் காண்பது அரிது. யமலோகத்தின் வாசலில் கொண்டு போய் விட்டாலும் அவன் குதூகலமாய் சிரிப்பான்!" என்றான் இளவரசன் கரிகாலன்.

அச்சமயத்தில் அவர்களுக்கு எதிராக சாலையில் இரண்டு குதிரைகள் புழுதியைக் கிளப்பிக் கொண்டு வெகு வேகமாக வருவதை அவர்கள் பார்த்தார்கள். கண்மூடித் திறக்கும் நேரத்தில் அக்குதிரைகள் அவர்களை நெருங்கி வந்து விட்டன. அவை வந்த வேகத்தைப் பார்த்தால் இளவரசர் கோஷ்டி எதிரில் வருவதைக் கூடக் கவனியாமல் தாண்டிப் போய்விடும் எனத் தோன்றியது.

அவ்வளவு அகம்பாவம் பிடித்தவர்கள் யார் என்று பார்ப்பதற்காகக் கந்தமாறனும், பார்த்திபேந்திரனும் வேல்களை நீட்டிச் சாலையின் குறுக்கே வழி மறிக்க ஆயத்தமானார்கள். ஆனால் வந்த குதிரைகள் அவர்களுக்குச் சிறிது தூரத்தில் தடால் என்று பிடித்து இழுத்து நிறுத்தப்பட்டன.

வந்தியத்தேவனும் ஆழ்வார்க்கடியானும் குதிரைகள் மீதிருந்து கீழே குதித்தார்கள். வந்தியத்தேவனைக் கண்டதும் இளவரசன் ஆதித்த கரிகாலனுக்குக் குதூகலம் தாங்கவில்லை. அவனும் குதிரை மீதிருந்து கீழே குதித்து முன்னேறிச் சென்று வந்தியத்தேவனைக் கட்டித் தழுவிக் கொண்டான்.

"தம்பி! உனக்கு நூறு வயது. இப்போது தான் உன் பெயரைச் சொல்லி ஒரு கண நேரங்கூட ஆகவில்லை!" என்றான் கரிகாலன்.

கந்தமாறனும், பார்த்திபேந்திரனும் இந்தக் காட்சியைப் பார்த்து அடைந்த அசூயை அவர்கள் முகத்தில் தெரிந்தது. அவர்கள் சற்று முன்னால் குதிரையைச் செலுத்திக் கொண்டு போய் நின்றார்கள்.

சிறிது தூரத்தில் இன்னும் சில குதிரைகள் வருவதை அவர்கள் கண்டார்கள். சில நிமிஷத்துக்கெல்லாம் அந்தக் குதிரைகளும் வந்து நின்றன. அந்தக் குதிரைகளின் மீது வந்தவர்கள் கடம்பூர் ஆள்கள் என்பதைக் கந்தமாறன் கவனித்தான். அவர்களிடம் நெருங்கிச் சென்று விவரம் கேட்டான்.

பின்னர், இளவரசன் ஆதித்த கரிகாலனிடம் வந்தான். "கோமகனே! இந்த வந்தியத்தேவன் தங்களுக்கும் நண்பன்; எனக்கும் சிநேகிதனாகத்தான் இருந்தான். ஆனால் இவன் மீது குற்றம் சுமத்த வேண்டியதாயிருக்கிறது. இவன் சிநேகிதத் துரோகி! இவன் என்னை முதுகில் குத்திப் படுகாயம் படுத்தினான். ஆகையால் இவன் விஷயத்தில் தாங்கள்

ஜாக்கிரதையாயிருக்க வேண்டும் என்று எச்சரிப்பது என் கடமையாகிறது!" என்றான் கந்தமாறன்.

12. வேல் முறிந்தது!

கந்தமாறன் அவனுடைய அருமை நண்பனாயிருந்த வந்தியத்தேவன் மீது கூறிய குற்றச்சாட்டைக் கேட்டு ஆதித்த கரிகாலன் இடி இடி என்று உடல் குலுங்கச் சிரித்தான்.

"கந்தமாறா! வந்தியத்தேவன் உன் முதுகில் குத்திவிட்டான் என்றா சொல்லுகிறாய்? நீ என்னத்திற்காக அவனுக்கு முதுகு காட்டினாய்?" என்று கேட்டுவிட்டு மறுபடியும் குலுங்கக் குலுங்கச் சிரிக்கத் தொடங்கினான்.

கந்தமாறனுடைய கரிய முகம் சிவந்தது; கண்கள் கோவைப் பழம் போலாயின உதடுகள் துடித்தன.

"ஐயா! தாங்கள் இதைச் சிரிக்கக் கூடிய விஷயமாகக் கருதுகிறீர்களா?" என்று கேட்டான்.

"கந்தமாறா! நான் சிரிக்கக் கூடாது என்று சொல்கிறாயா? சிரிப்பு என்பது மனிதர்களுக்குத் தெய்வம் கொடுத்திருக்கும் ஒரு வரப் பிரஸாதம். மாடு சிரிக்காது; ஆடு சிரிக்காது; குதிரை சிரிக்காது; சிங்கம் சிரிக்காது; வேடிக்கை விளையாட்டுகளில் மிக்க பிரியம் உள்ள குரங்குகள் கூடச் சிரிப்பதில்லை. மனித ஜன்மம் எடுத்தவர்கள் மட்டுந்தான் சிரிக்க முடியும். அப்படி இருக்க, நீ என்னைச் சிரிக்கக் கூடாது என்கிறாயே? நான் கூடச் சிரித்து ரொம்ப காலமாயிற்று. நண்பா! இப்போது நான் சிரிக்கும் சத்தத்தைக் கேட்டு, எனக்கே ஆச்சரியமாயிருக்கிறது. நீ என்னைப் பார்த்துச் சிரிக்கக் கூடாது என்கிறாயே?" என்றான் ஆதித்த கரிகாலன்.

"ஐயா! தாங்கள் சிரித்து மகிழ்வது பற்றி எனக்கும் சந்தோஷந்தான். ஆனால் நான் இந்தச் சூராதி சூரனுக்கு முதுகு காட்டியதாக எண்ணிக் கொண்டு சிரிக்க வேண்டாம். நான் எதிர்பாராத சமயத்தில், பின்னால் மறைந்திருந்து இவன் என்னைக் குத்தினான். துர்க்காதேவியின் அருளாலும், நந்தினி தேவியின் அன்பான சிகிச்சையினாலுமே நான் பிழைத்து எழுந்து வந்தேன். இவன் செய்த அந்தத் துரோகச் செயலைக் குறித்துத் தாங்கள் விசாரித்து நியாயம் செய்யுங்கள். அல்லது நானே இவனைத் தண்டிப்பதற்கு எனக்கு உடனே அதிகாரம் கொடுங்கள்!" என்றான் கந்தமாறன்.

"நண்பனே! நானே அவசியம் விசாரித்து நியாயம் வழங்குகிறேன், செம்பியன் குலத்து மன்னர்களிடம் ஒருவன் நியாயம் கேட்டு அவனுக்கு நியாயம் கிட்டவில்லை என்ற பேச்சு இது வரையிலே கிடையாது. எங்கள் பரம்பரையின் ஆதி மன்னனாகிய சிபி, புறாவுக்கு நியாயம் வழங்குவதற்காகத் தன் சதையைத் துண்டு துண்டாக வெட்டிக் கொடுக்கவில்லையா? எங்கள் குலத்தைச் சேர்ந்த மனுநீதிச் சோழன் பசுவுக்கு நியாயம் வழங்குவதற்காக தன் குமாரனையே பலி கொடுக்கவில்லையா! நீ புறாவை விட, பசுவைவிட மட்டமானவன் அல்ல. உனக்கு நான் நியாயம் வழங்க மறுக்கமாட்டேன். இவனை நான் விசாரிக்கும் வரையில் பொறுமையாயிரு! வல்லவரையா! உன் பிரயாணத்தைப் பற்றிய மற்ற விவரங்களைச் சொல்லுவதற்கு முன்னால், கந்தமாறனுடைய குற்றச்சாட்டுக்கு நீ மறு மொழி சொல்லிவிடுவது நல்லது. என்ன சொல்லுகிறாய்? இவனை நீ பின்னாலிருந்து முதுகில் குத்தியது உண்மையா? அப்படியானால், அத்தகைய வீர லட்சணமில்லாத, நீசத்தனமான காரியத்தை ஏன் செய்தாய்? எதற்காகச் செய்தாய்?" என்று கேட்டான்.

"இளவரசே! நான் இந்த வீராதி வீரனைக் குத்தவும் இல்லை; முதுகில் குத்தவும் இல்லை; அதுவும் பின்னால் மறைந்து நின்று முதுகில் குத்தவே இல்லை. முதுகில்

குத்தப்பட்டு நினைவிழந்து இரத்த வெள்ளத்தில் கிடந்தவனைத் தோளில் தூக்கிக் கொண்டு போய்ச் சேந்தன் அமுதன் வீட்டில் போட்டுக் காப்பாற்றினேன். ஆனால் அப்படி இவன் உயிரைக் காப்பாற்றியதற்காக நான் இப்போது வருத்தப்படுகிறேன். இவனை மார்பிலே குத்திக் கொல்லாமற் போனோமே என்று பச்சாத்தாபப்படுகிறேன். சிநேக தர்மத்தை முன்னிட்டு என் அரசருக்குச் செய்ய வேண்டிய கடமையைப் புறக்கணித்து விட்டேன். ஐயா! இவன் என்னைச் சிநேகத்துரோகி என்று சொன்னான். ஆனால் இவன் சிநேகத்துரோகி மட்டுமல்ல; எஜமானத் துரோகி. இவன் முதுகில் குத்தப்பட்டது எங்கே, எந்தச் சந்தர்ப்பத்தில் என்று கேளுங்கள்! தஞ்சாவூர்க் கோட்டையின் இரகசிய சுரங்க வழியாக இவன் யாரைப் பழுவேட்டரையர் அரண்மனையில் கொண்டு போய்விட்டுத் திரும்பினான் என்று கேளுங்கள், பெரிய பழுவேட்டரையரின் பொக்கிஷ நிலவறையில் இவன் அன்றிரவு யாரைப் பார்த்தான் என்று கேளுங்கள். ஆடி மாதம் பதினெட்டாம் பெருக்கு தினத்தில் இவனுடைய கடம்பூர் மாளிகையில் என்ன நடந்தது என்று கேளுங்கள். அன்றைக்கு அங்கே மூடுபல்லக்கில் மறைந்து கொண்டு வந்தது யார் என்று கேளுங்கள்!

இந்தச் சமயத்தில் கந்தமாறன், உடல் நடுங்க, நாக்குழற, "அடே! அற்பப் பயலே! நிறுத்து உன் அபத்தப் பேச்சை! இல்லாவிட்டால் இதோ இந்த வேலுக்கு இரையாவாய்!" என்று கூறி வேலைக் கையில் எடுத்தான்.

ஆதித்த கரிகாலன் அவனுடைய படபடப்பைக் கண்டு சிறிது வியப்படைந்தான். கந்தமாறனுடைய கையிலிருந்த வேலைப் பிடுங்கித் தனது இரும்பையொத்த கரங்களினால் அதன் அடிக்காம்பை வளைத்தான். வேல் படார் என்று முறிந்தது. அதன் இரு பகுதிகளையும் ஆதித்த கரிகாலன் வீசித் தூர எறிந்து விட்டு, "ஜாக்கிரதை! என் சிநேகிதர்கள் என் முன்னாலேயே சண்டையிடுவதை நான் சும்மா பார்த்துக் கொண்டிருக்க முடியாது... பார்த்திபேந்திரா! இவர்களில் யாராவது இனி வேலையோ, வாளையோ கையில் எடுத்தால் உடனே அவனைச் சிறைப்படுத்துவது உன் பொறுப்பு!" என்றான்.

உடனே வந்தியத்தேவன் தன்னிடமிருந்த வாளை எடுத்துப் பார்த்திபேந்திரனிடம் கொடுத்தான். பார்த்திபேந்திரனும் வேண்டாவெறுப்பாக அந்த வாளைப் பெற்றுக் கொண்டான். "கந்தமாறா! உன்னுடைய குற்றச்சாட்டுக்கு வல்லவரையன் மறுமொழி கூறினான். அதன் உண்மையைக் குறித்து நானே சாவகாசமாக விசாரித்துத் தீர்ப்பு கூறுகிறேன். அவன் கேட்ட கேள்விகளுக்கு நீ விடை சொல்லப் போகிறாயா?" என்று கரிகாலன் கேட்டான்.

கந்தமாறன் தட்டுத்தடுமாறி மென்று விழுங்கிக் கொண்டு, "ஐயா! அந்த விஷயங்களைப்பற்றி நான் யாரிடமும் சொல்லுவதில்லை என்று சத்தியம் செய்திருக்கிறேன்" என்றான்.

பார்த்திபேந்திரன் இப்போது தலையிட்டு, "அரசே! இவர்கள் ஒருவரையொருவர் குற்றம் சாட்டுவது ஏதோ பெண்ணை பற்றிய விஷயமாகக் காண்கிறது. ஆகையால் இவர்களைத் தனித் தனியாகக் கேட்டுத் தெரிந்து கொள்வது நலம்!" என்றான்.

"ஆம், பார்த்திபா! நானும் அப்படித்தான் கருதுகிறேன். நீங்கள் மூன்று பேரும் தனித்தனியாகப் பழுவூர் இளையராணியைப் பார்த்து அவளுடைய மோக வலையில் விழுந்திருக்கிறீர்கள். ஆகையினால் தான் ஒருவரை ஒருவர் விழுங்கிவிடப் பார்க்கிறீர்கள்!" என்று கரிகாலர் கூறிவிட்டு மறுபடியும் சிரித்தார்.

பார்த்திபேந்திரனுடைய முகம் சிணுங்கியது; அவன் "பிரபு! தாங்கள் இன்றைக்கு எந்த முக்கிய விஷயத்தையும் இலேசாகக் கருதிச் சிரிக்கத் தீர்மானித்திருப்பதாகத் தெரிகிறது. நல்லது நானும் சொல்ல வேண்டியதைச் சொல்லி விடுகிறேன். இந்த வந்தியத்தேவன் பேரில் எனக்கும் பல சந்தேகங்கள் இருக்கின்றன. முக்கியமானதை மட்டும் இப்போது சொல்லுகிறேன். இவனைத் தீப்பிடித்த கப்பலிலிருந்து காப்பாற்றுவதற்காகவே தங்கள்

அருமைச் சகோதரர் நடுக்கடலில் கடும் புயலில் குதித்தார். பிறகு பொன்னியின் செல்வரைக் காணவே இல்லை. இவன் மட்டும் அன்றிருந்த மேனிக்கு அழிவில்லாமல் கொட்டாப் புளியைப் போல் இங்கே வந்து முளைத்திருக்கிறான். தங்கள் சகோதரர் என்ன ஆனார் என்று இவனைக் கேளுங்கள். அவரைக் கடல் கொண்டிருந்தால் அதற்கு இந்தப் பாதகனே காரணமாவான்!" என்றான்.

கரிகாலர் வந்தியத்தேவனைப் பார்த்து "இதற்கு என்ன மறுமொழி சொல்லுகிறாய்?" என்று கேட்டார்.

"ஐயா! நான் இவருடைய கேள்விக்கு மறுமொழி சொல்லுவதற்கு முன்னால், இவர் ஒரு கேள்விக்கு விடை சொல்லட்டும். பொன்னியின் செல்வரை இலங்கையிலிருந்து இவர்தான் தம்முடைய கப்பலில் அழைத்துக் கொண்டு புறப்பட்டார். முதன் மந்திரி அநிருத்தரும், சேனாதிபதி பூதிவிக்கிரம கேசரியும் இலங்கையிலேயே இருக்கும்படி பொன்னியின் செல்வரைக் கேட்டுக் கொண்டார்கள். ஆயினும் தமையன் கட்டளையைப் பெரிதாய் மதித்து இளவரசர் இவருடைய கப்பலில் ஏறிக் கிளம்பினார், அவரை ஏன் இவர் பத்திரமாகத் தங்களிடம் கொண்டு வந்து சேர்க்கவில்லை? நடுக்கடலில் பொன்னியின் செல்வர் குதித்த போது இவர் ஏன் பார்த்துக் கொண்டு நின்றார்? ஏன் இளவரசரைத் தடுக்கவில்லை? ஏழையும் அநாதையுமான என்னைக் காப்பாற்றுவதற்காகப் பொன்னியின் செல்வர் தம் உயிருக்குத் துணிந்து இறங்கினாரே! வீர பல்லவ குலத்தின் தோன்றலாகிய இவரும், இவருடைய ஆட்களும் இளவரசரைப் பாதுகாப்பதற்காக ஏன் கடலில் குதிக்கவில்லை? அவரைக் கடல் கொண்டுபோவதை வேடிக்கை என்று எண்ணிப் பார்த்துக் கொண்டு நின்றார்களா...?"

பார்த்திபேந்திரனுடைய முகத்தில் எள்ளும் கொள்ளும் வெடித்தது. அவனுடைய கைகள் துடித்தன; உதடுகளும் துடித்தன; உடல் ஆடியது. "ஐயா! இந்த மூடன் என் மீது குற்றம் சுமத்துகிறான் என்று தோன்றுகிறது. இளவரசரை நானே கொன்று விட்டேன் என்று கூடச் சொல்லுவான் போலிருக்கிறது. இதை நான் ஒரு கணமும் பொறுத்துக் கொண்டிருக்க முடியாது!" என்றான்.

கரிகாலன் அவனை உற்று நோக்கி, "பார்த்திபா! நான் தான் சொன்னேனே? என் அருமைத் தோழர்களாகிய நீங்கள் மூன்று பேரும் ஒருவரையொருவர் கடித்துத் தின்றுவிடும் நிலைக்கு வந்துவிட்டீர்கள். இதற்கெல்லாம் நான் உங்கள் பேரில் குற்றம் சொல்லவில்லை. அந்தப் பழுவூர் ராணியின் சக்தி அப்படிப்பட்டது என்பதை நானே உணர்ந்திருக்கிறேன். நீயும் கந்தமாறனும் குதிரை மீது ஏறிச் சற்று முன்னால் மெதுவாகப் போய்க் கொண்டிருங்கள். இவனுடைய பிரயாண விவரங்களைக் கேட்டுக் கொண்டு நான் சற்றுப் பின்னால் வருகிறேன். உங்கள் குற்றச்சாட்டுகளைப் பற்றி விசாரித்து உண்மையைக் கண்டுபிடிக்கிறேன். ஆனால் ஒன்று நிச்சயமாய் வைத்துக் கொள்ளுங்கள். நீங்கள் மூன்று பேரும் சிநேகமாக இருந்தே தீரவேண்டும். ஒருவருக்கொருவர் சண்டை போட்டுக் கொண்டீர்களானால், அதைக் காட்டிலும் எனக்கு அதிருப்தி உண்டாக்குவது வேறொன்றுமிராது!"

பார்த்திபேந்திரனும், கந்தமாறனும் வேறு வழியின்றித் தத்தம் குதிரை மீது ஏறி முன்னால் சென்றார்கள்.

அப்போது ஆழ்வார்க்கடியான் வந்தியத்தேவன் அருகில் வந்து அவன் காதோடு, "அப்பனே! நீ வெகு கெட்டிக்காரனாகி விட்டாய்! பொய்யும் சொல்லாமல் உண்மையையும் வெளியிடாமல் வெகு சாமர்த்தியமாகப் பேசித் தப்பித்துக் கொண்டாய்!" என்றான்.

அப்போதுதான் ஆதித்த கரிகாலன் பார்வை அங்கு வந்த ஆழ்வார்க்கடியான் மீது விழுந்தது.

"ஓகோ! இவன் யார்? எப்போதோ, எங்கேயோ பார்த்த முகமாக இருக்கிறதே!" என்று கேட்டான்.

"ஆம், அரசே! சில ஆண்டுகளுக்கு முன்பு என்னைப் பார்த்திருக்கிறீர்கள்!"

"உன் குரல் கூடக் கேட்ட குரலாகத்தானிருக்கிறது."

"ஆம் ஐயா! மூன்று ஆண்டுகளுக்கு முன்பு மிக முக்கியமான ஒரு தருணத்தில் என் குரலைக் கேட்டீர்கள்..."

ஆதித்த கரிகாலரின் முகத்தில் திடீரென்று ஒரு கரிய நிழல் வேகமாகப் படர்வது போலிருந்தது.

"மூன்று ஆண்டுகளுக்கு முன்னால்... முக்கியமான தருணம்.. அது என்ன?.. வைகை நதித் தீவில் பகைவனைத் தேடி அலைந்த போது நான் கேட்ட குரலா? அப்படியும் இருக்க முடியுமா?"

"அந்தக் குரல் என் குரல்தான் அரசே! பகைவன் ஒளிந்திருந்த இடத்தைத் தங்களுக்கு மரத்தின் மறைவிலிருந்து சொன்னவன் நான்தான்!"

"ஆகா! என்ன பயங்கரமான தினம் அது? அன்றைக்கு எனக்குப் பிடித்திருந்த வெறியை நினைத்தால் இன்றுகூட உடல் நடுங்குகிறது. வைஷ்ணவனே! நீ ஏன் அன்று காட்டில் மறைந்திருந்தாய்? எதற்காக உன்னை அசரீரியாக மாற்றிக் கொண்டாய்?"

"அரசே! சற்று முன் தாங்களே சொன்னீர்களே! தங்களுக்கு அன்று பிடித்திருந்த வெறியைப் பற்றி! எதிரில் கண்டவர்களையெல்லாம் வெட்டி வீழ்த்திக் கொண்டு போனீர்கள் சில காலம் நான் உயிர் வாழ விரும்பினேன்..."

"அது மட்டுந்தானா காரணம்? 'அசரீரி வெளி வந்து எனக்கு வழிகாட்டட்டும்' என்று எவ்வளவோ முறை தொண்டை வலிக்கக் கூவினேனே? அப்போதும் நீ ஏன் வெளி வரவில்லை?"

"நான் வளர்த்த சகோதரி இப்பொழுது பழுவூர் இளையராணி அவளுடைய தீராத கோபத்திற்கு ஆளாக நான் விரும்பவில்லை..."

"அவளுடைய தீராத கோபத்திற்கு நான் மட்டும் ஆளாகலாம் என்று எண்ணினாயாக்கும்! அட சண்டாளா!" என்று கூறி கரிகாலர் இடையிலிருந்த கத்தியை உருவினார்.

வந்தியத்தேவன் பயந்து போனான். ஆழ்வார்க்கடியானுடைய வாழ்வு அன்றோடு முடிந்தது என்றே எண்ணினான். மிக்க நயத்துடன் "ஐயா! இந்த வைஷ்ணவன் முதன் மந்திரியிடமிருந்து வந்திருக்கிறான். இவன் கொண்டு வந்த செய்தியைக் கேட்டுக் கொண்டு தண்டியுங்கள்!" என்றான்.

"ஆகா! இவனைத் தண்டித்து என்ன பிரயோஜனம்? இனி யாரைத் தண்டித்து என்ன பயன்?" என்று கூறிக் கரிகாலன் கத்தியை உறையில் போட்டான்.

கரிகாலன் கோபத்தைக் கண்டு வந்தியத்தேவன் பயந்தது போல் ஆழ்வார்க்கடியான் பயந்ததாகத் தெரியவில்லை. முகத்தில் விசித்திரமான புன்னகையுடன், "அரசே! தங்கள் கோபத்தை என் பேரில் திருப்புவீர்கள் என்று எண்ணித்தான் இத்தனை நாளும் தங்களை நான் நேரில் சந்திக்காமலிருந்தேன். என் பேரில் என் சகோதரி கொண்ட கோபமும் இன்னும் தீரவில்லை. இன்று வரையில் என்னைப் பார்ப்பதற்குப் பிடிவாதமாக மறுத்துக் கொண்டிருக்கிறாள். ஆனால் தங்கள் பேரில் அவளுடைய கோபம் தீர்ந்து விட்டதாகக் காண்கிறது. நந்தினி தேவியின் அன்பான திருமுக ஓலையைப் பார்த்து விட்டுத்தானே தாங்கள் கடம்பூர் அரண்மனைக்கு விருந்துக்குப் புறப்பட்டீர்கள்?" என்றான்.

"ஆகா! துஷ்ட வைஷ்ணவனே! அது உனக்கு எப்படித் தெரிந்தது?" என்று கரிகாலன் கேட்டான்.

"ஐயா! முதன் மந்திரி அநிருத்தன் பணியாளன் நான். முதன் மந்திரிக்குத் தெரியாமல் இந்தச் சோழ ராஜ்யத்தில் எந்தச் சிறிய காரியமும் நடக்க முடியாது!" என்றான் ஆழ்வார்க்கடியான்.

"பார்த்துக் கொண்டே இரு! ஒருநாள் அந்த அன்பில் அநிருத்தனையும் உன்னையும் சேர்த்துத் தேசப் பிரஷ்டம் செய்து விடுகிறேன்!... இப்போது இருவரும் குதிரை மீது ஏறிக் கொள்ளுங்கள்! என் இரு பக்கத்திலும் வந்து கொண்டிருங்கள் பேசிக் கொண்டே போகலாம்" என்றான் ஆதித்த கரிகாலன்.

ஃஃ

13. மணிமேகலையின் அந்தரங்கம்

கடம்பூர் மாளிகையின் விருந்தினர் பகுதியில், விசேஷமாக அலங்கரிக்கப்பட்டிருந்த அந்தப்புரத்து அறையில், சப்ரமஞ்சக் கட்டிலில் நந்தினி சாய்ந்து கொண்டிருந்தாள். அவளும் அன்றைக்கு மிக நன்றாக அலங்கரித்துக் கொண்டு விளங்கினாள். அவளுடைய முகம் என்றுமில்லாத எழிலுடன் அன்று திகழ்ந்தது. அவள் பகற்கனவு கண்டு கொண்டிருக்கிறாள் என்பது அவளுடைய பாதி மூடிய கண்களிலிருந்து தெரிந்தது. கண்களின் கரிய இமைகள் மூடித்திறக்கும் போதெல்லாம் விழிகளிலிருந்து மின்னலைப் போன்ற காந்த ஒளிக்கிரணங்கள் தோன்றி மறைந்து கொண்டிருந்தன. இதிலிருந்து அவள் பார்ப்பதற்கு அரைத் தூக்கத்தில் இருப்பதாகத் தோன்றினாலும் அவளுடைய உள்ளம் உத்வேகத்துடன் சிந்தித்துக் கொண்டிருந்தது என்பது நன்றாகப் புலனாயிற்று.

இன்னும் சிறிது கூர்ந்து கவனித்துப் பார்த்தால், அவளுடைய பாதி மூடிய கண்களின் பார்வை அந்த அறையின் ஒரு பக்கத்தில் அகிற் குண்டத்திலிருந்து கிளம்பிக் கொண்டிருந்த புகைத் திரளின் மீது சென்றிருந்தது என்பதை அறியலாம். குண்டத்திலிருந்து புகை திரளாகக் கிளம்பிச் சுழிசுழியாக வட்டமிட்டுக் கொண்டு மேலே போய்ச் சிதறிப் பரவிக் கண்ணுக்குத் தெரியாமல் மறைந்து போய்க் கொண்டிருந்தது. அந்த அகிற் புகைச் சுழிகளிலே நந்தினி என்னென்ன காட்சிகளைக் கண்டாளோ, தெரியாது. திடீரென்று அவள் ஒரு பெருமூச்சு விட்டாள்.

அவளுடைய பவள இதழ்கள், "ஆம், ஆம்! நான் கண்ட கனவுகள் எல்லாம் இந்தப் புகைத் திரளில் தோன்றும் சுழிகளைப் போலவே ஒன்றுமில்லாமல் போயின. இந்தப் புகைத் திரளாவது அருமையான நறுமணத்தைத் தனக்குப் பின்னால் விட்டு விட்டு மறைகிறது. என் கனவுகள் பின்னால் விட்டுப் போனவையெல்லாம் வேதனையும் துன்பமும் அவதூறும் அபகீர்த்தியுந்தான்!" என்று முணுமுணுத்தாள்.

அச்சமயம் "தேவி! தேவி! உள்ளே வரலாமா!" என்று மணிமேகலையின் மெல்லிய குரல் கேட்டது.

"வா, அம்மா, வா! உன்னுடைய வீட்டில் நீ வருவதற்கு என்னைக் கேட்பானேன்?" என்றாள் நந்தினி.

மணிமேகலை அந்தக் கதவைத் திறந்து கொண்டு மெல்ல நடந்துதான் வந்தாள். ஆனால் அவளுடைய முகத்தோற்றத்திலும் நடக்கும் நடையிலும் கையின் வீச்சிலும் உற்சாகம் ததும்பியபடியால் அவள் துள்ளிக் குதித்து ஆடிப்பாடிக் கொண்டு வருவதாகத் தோன்றியது.

நந்தினி சிறிது நிமிர்ந்து உட்கார்ந்து, கட்டிலுக்குப் பக்கத்திலிருந்த தந்தப் பீடத்தைக் காட்டி, அதில் மணிமேகலையை உட்காரச் சொன்னாள்.

மணிமேகலை உட்கார்ந்து கொண்டு, "தேவி! தங்களிடம் நான் எப்படி எப்படி நடந்து கொள்ள வேண்டுமென்று என் தமையன் எனக்குச் சொல்லிக் கொடுத்திருக்கிறான். தென் தேசத்தாரின் நாகரிகத்தைப் பற்றி ரொம்பவும் சொல்லியிருக்கிறான். கேட்காமல் கொள்ளாமல் திடீரென்று இன்னொருவர் அறைக்குள் நுழையக் கூடாது என்று தெரிவித்திருக்கிறான்!" என்றாள்.

"தென் தேசத்தாரும் அவர்களுடைய நாகரிகமும் நாசமாய்ப் போகட்டும். உன் அண்ணன் உனக்குச் சொல்லிக் கொடுத்ததையெல்லாம் உடனே மறந்து விடு! என்னைத் 'தேவி' என்றோ, 'மகாராணி' என்றோ ஒரு போதும் கூப்பிடாதே! 'அக்கா' என்று அழை!"

"அக்கா! அக்கா! அடிக்கடி உங்களிடம் நான் வந்து தொந்தரவு செய்வது உங்களுக்குக் கஷ்டமாயிராதல்லவா?"

"நீ அடிக்கடி வந்து தொந்தரவு செய்வது எனக்குக் கஷ்டமாய்த்தானிருக்கும்; என்னை விட்டுப் போகாமல் இங்கேயே இருந்து விட்டாயானால் ஒரு தொந்தரவும் இராது!" என்று கூறி நந்தினி புன்னகை புரிந்தாள்.

அந்தப் புன்னகையில் சொக்கிப் போன மணிமேகலை, சற்று நேரம் நந்தினியின் முகத்தையே பார்த்துக் கொண்டிருந்து விட்டு, "தங்களைப் போன்ற அழகியை நான் பார்த்ததே இல்லை. சித்திரங்களிலேகூட பார்த்ததில்லை" என்று சொன்னாள்.

"பெண்ணே! நீ வேறு என் மீது மோகம் கொண்டு விடாதே! ஏற்கெனவே நான் ஒரு 'மாய மோகினி' என்பதாக ஊரெல்லாம் பேச்சாயிருக்கிறது. என் பக்கத்தில் வரும் ஆண்பிள்ளைகளை மயக்கிவிடுகிறேன் என்று என்னைப் பற்றி அவதூறு பேசுகிறார்கள்!"

"அக்கா! அப்படி யாராவது அவதூறு பேசுவது என் காதில் மட்டும் விழுந்தால், அவர்களுடைய நாக்கை ஒட்ட அறுத்து விட்டுத்தான் மறு காரியம் பார்ப்பேன்!" என்றாள் மணிமேகலை.

"ஊராரைக் குற்றம் சொல்லுவதில் பயனில்லை மணிமேகலை! நான் கிழவரைக் கல்யாணம் செய்து கொண்டிருக்கிறேன் அல்லவா அதனால் அப்படித்தான் பேசுவார்கள்!"

மணிமேகலையின் முகம் சுருங்கிற்று.

"ஆம், ஆம்! அதை நினைத்தால் எனக்குக் கூட வருத்தமாகத்தானிருக்கிறது. என் தமையனும் சொல்லிச் சொல்லி வருத்தப்பட்டான். அதற்காக ஒருவரைப் பற்றி கண்டபடி அவதூறு பேசலாமா, என்ன...?"

"பேசினால் பேசிக் கொண்டு போகிறார்கள்; மணிமேகலை! அப்பேர்ப்பட்ட சீதா தேவியைப் பற்றிக் கூடத்தான் ஊரில் அவதூறு பேசினார்கள். அதனால் சீதைக்கு என்ன நஷ்டம் வந்து விட்டது? என் விஷயம் இருக்கட்டும் உன்னைப் பற்றிச் சொல்லு!"

"என்னைப் பற்றி சொல்லுவதற்கு என்ன இருக்கிறது அக்கா!"

"அடி, கள்ளி! இன்று மாலையில் வந்து உன் மனத்தில் உள்ள அந்தரங்கத்தைச் சொல்லுகிறேன் என்று நீ கூறிவிட்டு போகவில்லையா? இப்போது என்ன சொல்லுவதற்கு இருக்கிறது என்கிறாயே?" என்று கூறிவிட்டு நந்தினி மணிமேகலையின் அழகிய கன்னத்தை இலேசாகக் கிள்ளினாள்.

"அக்கா! எப்போதும் எனக்கு இப்படியே தங்களுடன் இருந்துவிட வேண்டும் என்று ஆசையாயிருக்கிறது. எனக்கு சுயம்வரம் வைத்து, பெண்கள் பெண்களையே கல்யாணம் செய்து கொள்ளலாம் என்று ஏற்படுத்தினால் நான் தங்களுக்குத் தான் மாலையிடுவேன்!" என்றாள் மணிமேகலை.

"என்னை நீ பார்த்து முழுமையாக ஒரு நாள் கூட ஆகவில்லை! அதற்குள் இப்படி மாய்மால வார்த்தைகள் பேசுகிறாயே? அதைப் பற்றி எனக்குச் சந்தோஷம்தான். எனக்குப் பிரியமான தோழி உன்னைப் போல் ஒருத்தி இல்லையே என்று எவ்வளவோ தாபப்பட்டுக் கொண்டிருந்தேன். சோழ நாட்டின் சிற்றரசர் வீட்டுப் பெண்கள் எல்லாரும் அந்தப் பழையாறைப் பிசாசைத்தான் தேடிக் கொண்டு போவார்கள், நீ ஒருத்தியாவது எனக்கு மிச்சமிருக்கிறாயே? ஆனால் நீ சற்று முன் கூறியது நடவாத காரியம். பெண்ணுக்குப் பெண் மாலையிடுவது என்பது உலகில் என்றும் நடந்ததில்லை. யாராவது ஓர் ஆண்பிள்ளையைத்தான் நீ மணந்து கொண்டு தீர வேண்டும்..."

"கன்னிப் பெண்ணாகவே இருந்துவிட்டால் என்ன, அக்கா?"

"முடியாது, கண்ணே! முடியாது! கன்னிப் பெண்ணாயிருக்க இந்த உலகம் உன்னை விடவே விடாது. உன் அம்மாவும் அப்பாவும் விடமாட்டார்கள்; உன் தமையனும் விட மாட்டான். யாராவது ஓர் ஆண்பிள்ளையின் கழுத்தில் உன்னைக் கட்டி விட்டால்தான் அவர்களது மனது நிம்மதி அடையும். அப்படி நீ கல்யாணம் செய்துகொள்வது என்று ஏற்பட்டால் யாரை மணந்து கொள்ளப் பிரியப்படுகிறாய், சொல்லு!"

"பெயரைக் குறிப்பிட்டுக் கேளுங்கள், அக்கா! சொல்லுகிறேன்!"

"சரி சரி, அப்படியே கேட்கிறேன் சிவபக்தியில் சிறந்த மதுராந்தகத் தேவரை மணந்துகொள்ள விரும்புகிறாயா? அல்லது வீரதீர பராக்கிரமங்கள் மிகுந்த ஆதித்த கரிகாலருக்கு மாலையிடப் பிரியப்படுகிறாயா?"

திடீரென்று மணிமேகலை எதையோ நினைத்துக் கொண்டவள் போல் கலகலவென்று வாய்விட்டுச் சிரித்தாள்.

"ஏன் சிரிக்கிறாய், மணிமேகலை? நான் பரிகாசம் செய்கிறேன் என்று எண்ணிக் கொண்டாயா? இந்த விஷயத்தை முடிவு செய்வதற்காகவே என்னை உன் தமையன் இங்கே முக்கியமாக வரச் சொன்னான். இன்னும் சற்று நேரத்தில் கரிகாலர் இங்கே வந்துவிடக் கூடும். உன் தமையனும் வந்து விடுவான். உன் அந்தரங்கத்தை அறிந்து சொல்லுவதாக அவனுக்கு நான் வாக்குக் கொடுத்திருக்கிறேன்" என்றாள் நந்தினி.

"என் அந்தரங்கம் இன்னதென்று எனக்கே தெரியவில்லையே, அக்கா! நான் என்ன செய்யட்டும்!"

"எதற்காகச் சிரித்தாய், அதையாவது சொல்!" என்று கேட்டாள் நந்தினி.

"மதுராந்தகர் பெயரைச் சொன்னதும் ஒரு விஷயம் ஞாபகத்துக்கு வந்தது. நாலு மாதத்துக்கு முன்பு அவர் இந்த வீட்டுக்கு ஒரு தடவை வந்திருந்தார். தாங்கள் வழக்கமாக வரும் மூடுபல்லக்கில் ஏறிக் கொண்டு ஒருவரும் பார்க்காமல் திரை போட்டுக் கொண்டு வந்தார். அந்தப்புரத்தில் எங்களுக்கு அந்த இரகசியம் தெரியாது. தாங்கள்தான் வந்திருக்கிறீர்கள் என்று எண்ணிக் கொண்டிருந்தோம். 'பழுவூர் ராணி ஏன் அந்தப்புரத்துக்கு வரவில்லை?' என்று ஒருவரையொருவர் கேட்டுக் கொண்டிருந்தோம். அக்கா! பெண்களைப் பெண்கள் கல்யாணம் செய்து கொள்ள முடியாது என்று சற்று முன் சொன்னீர்கள் அல்லவா? மதுராந்தகரை நான் மணந்து கொள்வது ஒரு பெண்ணை மணம் புரிந்து கொள்ளுவது போலத்தான்!..."

நந்தினி புன்னகை புரிந்து, "ஆம்! மதுராந்தகரை நீ விரும்பமாட்டாய் என்றுதான் நானும் நினைத்தேன். உன் அண்ணனிடமும் சொன்னேன். மதுராந்தகத்தேவர் முன்னமே என் மைத்துனர் மகளை மணந்து கொண்டிருக்கிறார். அவள் ரொம்ப அகம்பாவக்காரி; அவளுடன் உன்னால் ஒரு நாள் கூட வாழ்க்கை நடத்த முடியாது. அப்படியானால் இளவரசர் கரிகாலரிடம் நீ மனத்தைச் செலுத்தி விட்டாய் என்று சொல்லு!" என்றாள் நந்தினி.

"அப்படியும் சொல்லமாட்டேன், அக்கா! அவரை நான் பார்த்ததே இல்லை, எப்படி என் மனம் அவரிடம் சென்றிருக்க முடியும்?"

"அடியே! இராஜகுலத்துக்குப் பெண்கள் பார்த்து விட்டுத்தான் மனத்தைச் செலுத்துவது என்பது உண்டா? கதைகளிலும் காவியங்களிலும் சித்திரங்களைப் பார்த்துவிட்டும் கீர்த்தியைக் கேட்டுவிட்டும் காதல் கொண்ட பெண்களைப் பற்றி நீ அறிந்ததில்லையா?"

"ஆம், ஆம்! அறிந்திருக்கிறேன் ஆதித்த கரிகாலர் வீராதி வீரர் என்றும் உலகமெல்லாம் அவர் புகழ் பரவியிருக்கிறதென்றும் அறிந்திருக்கிறேன். அக்கா! வீரபாண்டியனுடைய

தலையை ஆதித்த கரிகாலர் ஒரே வெட்டில் வெட்டி விட்டாராமே? அது உண்மையா?"

நந்தினியின் முகம் அச்சமயம் எவ்வளவு பயங்கரமாக மாறியது என்பதை மணிமேகலை கவனிக்கவில்லை. நந்தினி சில வினாடி நேரம் வேறு பக்கம் பார்த்துக் கொண்டிருந்து விட்டுத் திரும்பினாள். அதற்குள் அவள் முகம் பழையபடி பார்ப்போரை மயக்கும் மோகன வசீகரத்துடன் விளங்கியது.

"மணிமேகலை! ஒருவருடைய தலையை ஒரே வெட்டில் வெட்டிவிடுவது பெரிய வீரம் என்று கருதுகிறாயா? அது பயங்கர அசுரத்தனம் அல்லவா?" என்றாள்.

"நீங்கள் சொல்லுவது எனக்கு விளங்கவில்லை அக்கா! பகைவனின் தலையை வெட்டுவது வீரம் இல்லையா? அது எப்படி அசுரத்தனமாகும்!"

"இந்த மாதிரி யோசனை செய்து பார்! உனக்கு ரொம்ப வேண்டியவன் ஒருவனை அவனுடைய பகைவன் தலையை வெட்ட வருகிறான் என்று வைத்துக்கொள். உன் தமையனை எண்ணிக் கொள் அல்லது நீ மணம் செய்து கொள்ள உத்தேசித்திருக்கும் காதலன் ஒருவன் இருப்பதாக நினைத்துக் கொள். அவன் காயம்பட்டு படுத்த படுக்கையாகக் கிடக்கும் போது இன்னொருவன் அவனுடைய பகைவன் கத்தியை ஓங்கிக் கொண்டு தலையை வெட்ட வருகிறான் என்று எண்ணிக்கொள். அப்படி வெட்ட வருகிறவனுடைய வீரத்தை நீ மெச்சிப் பாராட்டுவாயா?" என்று கேட்டாள் பழுவூர் ராணி.

மணிமேகலை சற்று யோசித்து விட்டு, "அக்கா! மிக விசித்திரமான கேள்வி நீங்கள் கேட்கிறீர்கள். ஆயினும் எனக்குத் தோன்றும் மறுமொழியைச் சொல்லுகிறேன். அத்தகைய நிலைமை எனக்கு ஏற்பட்டால், நான் சும்மா பார்த்துக் கொண்டிருக்க மாட்டேன். கொல்ல வருகிறவனுடைய கையிலிருந்து கத்தியைப் பிடுங்கி அவனை நான் குத்திக் கொன்று விடுவேன்!" என்றாள்.

நந்தினி மணிமேகலையை ஆர்வத்துடன் கட்டித் தழுவிக் கொண்டாள். "என் கண்ணே! நல்ல மறுமொழி சொன்னாய்! இவ்வளவு புத்திசாலியாகிய உனக்கு நல்ல கணவன் வாய்க்க வேண்டும் என்று கவலையாயிருக்கிறது. ஆதித்த கரிகாலர் கூட உனக்குத் தக்க மணவாளர் ஆவாரா என்பது சந்தேகந்தான்" என்றாள் நந்தினி.

"நானும் அப்படித்தான் எண்ணுகிறேன் கரிகாலருடைய குணாதிசயங்களைப் பற்றிக் கேட்ட பிறகு அவரை நினைத்தால் எனக்குச் சற்று பயமாகவே இருக்கிறது. என்னுடைய அந்தரங்கத்தை, என் மனத்திலுள்ளதை உள்ளபடி சொல்லட்டுமா அக்கா?" என்று கேட்டாள் மணிமேகலை.

ஃஃ

14. கனவு பலிக்குமா?

நந்தினி மணிமேகலையின் முகவாயைச் சற்று நிமிர்த்திப் பிடித்துக் கொண்டு அவளுடைய மலர்ந்த கண்களை ஊடுருவி நோக்கினாள்.

"என் கண்மணி! உன் அந்தரங்கத்தை நீ என்னிடம் சொல்லாமல் வைத்துக் கொள்வதே நல்லது. பார்க்கப்போனால் உனக்கு நான் பழக்கமாகி முழுமையாக ஒருநாள் கூட ஆகவில்லை. நெடுநாள் பழகிய தோழிகளிடம் தான் அந்தரங்கத்தைச் சொல்ல வேண்டும்" என்றாள்.

"இல்லை அக்கா! உங்களைப் பார்த்தால் எனக்கு வெகு நாள் பழக்கமான தோழி மாதிரியே தோன்றுகிறது. யாரிடமும் சொல்லாத விஷயத்தைத் தங்களிடமும் சொல்லும்படி என் உள்ளம் தூண்டுகிறது. யாரிடமும் கேட்கக் கூடாத காரியத்தைத் தங்களிடம் கேட்கும் தைரியமும் உண்டாகிறது..."

"அப்படியானால் கேளடி, கண்ணே!"

"உருவெளித் தோற்றம் என்று கதைகளில் சொல்லுகிறார்களே, அது உண்மையாக ஏற்படக் கூடுமா, அக்கா? நம் எதிரில் ஒருவர் இல்லாதபோது அவர் இருப்பது போலவே தோன்றுமா?"

"சில சமயங்களில் அப்படித் தோன்றும்; ஒருவரிடம் நாம் அதிகமான ஆசை வைத்திருந்தால், அவருடைய உருவம் எதிரில் இல்லாவிட்டாலும் இருப்பது போலத் தோன்றும்.

ஒருவரிடம் அதிகமான துவேஷம் வைத்திருந்தால் அவருடைய உருவமும் தோற்றம் அளிக்கும், மாயக் கண்ணனுடைய கதை நீ கேட்டதில்லையா, மணிமேகலை? ஏன்? நாடகம்கூடப் பார்த்திருப்பாயே? கம்ஸனுக்குக் கிருஷ்ணன் பேரில் ரொம்பத் துவேஷம். ஆகையால் கண்ட இடமெல்லாம் கிருஷ்ணனாகத் தோன்றியது. கத்தியை வீசி வீசி ஏமாந்து போனான். நப்பின்னை என்னும் கோபிகைக்குக் கண்ணன் மீது ரொம்ப ஆசை. அவளுக்கும் கண்ணன் உருவம் இல்லாத இடத்திலெல்லாம் தோன்றுமாம். தூணையும், மரத்தையும், நதியின் வெள்ளத்தையும் கண்ணன் என்று கட்டித் தழுவிக் கொள்ளப் போய் ஏமாற்றமடைவாளாம்! அடியே, மணிமேகலை, உன்னை அந்த மாதிரி மயக்கிவிட்ட மாயக் கண்ணன் யாரடி?"

"அக்கா! முதன் முதலாக நாலு மாதத்துக்கு முன்னால் தான் அவரை நான் நேரில் பார்த்தேன். அதற்கு முன்னால் என் தமையன் கந்தமாறன் அவரைப் பற்றி அடிக்கடி சொல்லி இருந்தான். அப்போதெல்லாம் அவர் உருவம் என் கண் முன் தோன்றுவதில்லை. ஒரு தடவை பார்த்த பிறகு அடிக்கடி என் கனவில் தோன்றி வந்தார். பகலிலும் சில சமயம் எதிரில் அவருடைய உருவம் நிற்பது போலிருக்கும்..."

"நேற்றுக்கூட அந்த மாயாவியின் உருவெளித் தோற்றத்தை நீ கண்டாய் அல்லவா?"

"ஆம், அக்கா! உங்களுக்கு எப்படித் தெரிந்தது?"

"என்னிடம் மந்திர சக்தி உண்டு என்பதைப் பற்றி உனக்கு யாராவது சொல்லவில்லையா?"

"ஆம்; சொன்னார்கள் அது உண்மைதானா, அக்கா?"

"நீயே பரீட்சித்துத் தெரிந்துகொள்; உன் உள்ளத்தைக் கொள்ளை கொண்ட அந்த யௌவன சுந்தர புருஷனை யார் என்று வேண்டுமானால், என் மந்திர சக்தியினால் கண்டு சொல்லட்டுமா!"

"சொல்லுங்கள், பார்க்கலாம் எனக்கும் அவர் பெயரைச் சொல்லக் கூச்சமாயிருக்கிறது."

நந்தினி சிறிது நேரம் கண்ணிமைகளை மூடிக் கொண்டிருந்துவிட்டுத் திறந்து "உன் உள்ளத்தைக் கொள்ளை கொண்ட ஆசைக் காதலன் வாணர் குலத்தில் வந்த வல்லவரையன் வந்தியத்தேவன்! இல்லையா?" என்றாள்.

"அக்கா! உங்களிடம் மந்திர சக்தி இருப்பது உண்மைதான்!" என்றாள் மணிமேகலை.

"அடி பெண்ணே! எப்போது உன் உள்ளத்தை அவ்வளவு தூரம் ஒருவருக்குப் பறிகொடுத்துவிட்டாயோ, அப்போது ஏன் உன் தமையனிடம் அதைப் பற்றிச் சொல்லவில்லை? மதுராந்தகருக்கு ஆசை காட்டுவானேன்? கரிகாலரை இங்கே தருவித்து வீண் பிரயத்தனம் செய்வானேன்? என்னை அநாவசியமாக இங்கே வரவழைப்பானேன்?"

"அக்கா! என் தமையன் கந்தமாறனுக்கு அவரைப் பிடிக்கவில்லை.."

"அழகாயிருக்கிறது! உன் தமையனா கல்யாணம் செய்து கொள்ளப் போகிறான்? ஆனால் கந்தமாறன் தானே வந்தியத்தேவனைப் பற்றி உனக்குச் சொன்னான் என்றாய்? இங்கே அவனைக் கூட்டிக் கொண்டு வந்ததும் உன் தமையன் தானே?"

"ஆமாம், கந்தமாறன் தான் அவரைப் பற்றிச் சொன்னான். அந்தப்புரத்துக்கு ஒரு நாளைக்கு அழைத்துக் கொண்டும் வந்தான். ஆனால் பிற்பாடு அவன் மனம் மாறிவிட்டது; அதற்குக் காரணமும் இருக்கிறது. தஞ்சாவூரில் என் தமையனை அவர் கத்தியால் குத்திவிட்டாராம், அக்கா! உங்கள் அரண்மனையிலே என் தமையன் காயத்தோடு படுத்துக் கிடந்தானாமே? உங்கள் அன்பான பராமரிப்பினால்தான் அவன் உயிர் பிழைத்து எழுந்தானே?"

"நான் செய்ததை உன் தமையன் அதிகப்படுத்திக் கூறுகிறான். அது போனால் போகட்டும் இப்போது நீ என்ன செய்வாய்? உன் மனத்தைக் கவர்ந்தவன் இப்படி உன் தமையனுக்கு விரோதியாகி விட்டானே?"

"ஆனால் இவர் என்ன சொல்கிறார், தெரியுமா?..."

"இவர் என்றால், யார்?"

"அவர்தான்! நீங்கள் சற்று முன் பெயர் சொன்னீர்களே, அவர் தான்! கந்தமாறனை அவர் குத்தவேயில்லையென்று ஆணையிடுகிறார். வேறு யாரோ குத்தித் தஞ்சாவூர்க் கோட்டை மதிள் ஓரத்தில் போட்டிருந்தார்கள் என்றும், அவர் எடுத்துக் கொண்டு போய்க் காப்பாற்றியதாகவும் சொல்கிறார்."

"இதை எப்போதடி அவர் உனக்குச் சொன்னார்?"

"நேற்றுத்தான்.."

"நேற்று அந்த வந்தியத்தேவனை நீ நேரில் பார்த்தாயா, என்ன? அவனுடைய உருவெளித் தோற்றத்தைக் கண்டதாக அல்லவா கூறினாய்?"

"அதுதான் அக்கா எனக்கு ஒரே மனக் குழப்பமாயிருக்கிறது. நேற்று நான் பார்த்தது அவரா, அல்லது அவருடைய உருவெளித் தோற்றமா என்று தெரியவில்லை. நேற்று நடந்தவற்றை எண்ணினால், எல்லாம் ஒரு கனவு மாதிரி இருக்கிறது. அக்கா! சில சமயம் மனிதர்கள் செத்துப் போனால் அவர்களுடைய ஆவி வந்து பேசும் என்று சொல்கிறார்களே, அது உண்மையா?"

இந்தக் கேள்வியைக் கேட்ட போது மணிமேகலையின் குரலில் அளவிலாத பீதி தொனித்தது.

நந்தினியின் உடலும் நடுங்கிற்று எங்கேயோ உச்சி முகட்டைப் பார்த்த வண்ணம் "ஆம்; உண்மைதான்! அற்பாயுளில் மாண்டவர்கள் ஆவி அப்படி உயிரோடிருப்பவர்களை வந்து சுற்றும். ஒருவருடைய தலையை வெட்டிக் கொன்று விட்டவர்கள் என்றால், சில சமயம் தலை மட்டும் வரும். சில சமயம் உடம்பு மட்டும் தனியாக வரும். இன்னும் சில சமயம் இரண்டும் தனித்தனியாக வந்து, 'பழி வாங்கினாயா?' என்று கேட்கும்!" என்றாள்.

பிறகு மணிமேகலையைப் பார்த்து உரத்த குரலில், "அடி பெண்ணே! நீ எதற்காக இந்தக் கேள்வி கேட்டாய்! உன் காதலனுக்கு அப்படி ஏதாவது நேர்ந்திருக்கும் என்று பயப்படுகிறாயா? உன் மனதில் இந்தச் சந்தேகத்தை யார் கிளப்பி விட்டார்கள்?" என்றாள்.

"இந்த அரண்மனையின் ஆவேசக்காரன் ஒருவன் இருக்கிறான். அவனைக் கூப்பிட்டு அனுப்பினேன் அவனை யாரோ நேற்றிரவு அடித்துப் போட்டு விட்டார்களாம். அவனுக்குப் பதிலாக அவன் பெண்டாட்டி தேவராட்டி வந்தாள் அவள் தான் சொன்னாள்!"

"சீச்சீ! அதையெல்லாம் நீ நம்பாதே!"

"எனக்கும் நம்பிக்கைப்படவில்லை. வெறும் ஆவி வடிவமாயிருந்தால், தொட முடியாதல்லவா, அக்கா!"

"ஆவியையும் தொட முடியாது; உருவெளித் தோற்றத்தையும் தொட முடியாது. நீ ஏன் கேட்கிறாய்! உன் உள்ளத்தைக் கவர்ந்தவனை நீ நேற்றுத் தொட்டுப் பார்த்தாயா, என்ன?"

"அதுதான் ஒரே குழப்பமாயிருக்கிறது தொட்டுப் பார்த்தது போலவும் இருக்கிறது; ஆனால் வேறு சில விஷயங்களை நினைத்துப் பார்த்தால் சந்தேகமாகவும் இருக்கிறது."

"நேற்று நடந்ததையெல்லாம் விவரமாகச் சொல்லடி, பெண்ணே! நான் உன் சந்தேகத்தை நிவர்த்தி செய்கிறேன்!"

"ஆகட்டும் அக்கா! நான் ஏதாவது முன் பின்னாக உளறினால் கேள்வி கேட்டுத் தெரிந்து கொள்ளுங்கள்!" என்றாள் மணிமேகலை. பிறகு அவள் கூறினாள்; "நேற்று நான் கிட்டத்தட்ட இதே நேரத்தில் இங்கே இருந்தேன். என் தமையன் சொல்லிப் போயிருந்தபடி தங்களுக்கு இங்கே வேண்டிய சௌகரியம் எல்லாம் பணிப்பெண்கள் சரியாகச் செய்திருக்கிறார்களா என்று கவனிப்பதற்காக வந்தேன். ஒரு முறை, இதோ இருக்கும் கண்ணாடியில் என் முகத்தைப் பார்த்துக் கொண்டிருந்தேன்!"

"உன் அழகை நீயே பார்த்துக் கொண்டிருந்தாயாக்கும்..."

"அப்படியொன்றும் இல்லை, அக்கா! என் முக இலட்சணம் எனக்குத் தெரியாதா, என்ன?"

"உன் முக லட்சணத்துக்கு என்ன குறைவு வந்தது? ரதியும் இந்திராணியும் மேனகையும் ஊர்வசியும், உன்னைப் பார்த்துப் பொறாமைப்பட மாட்டார்களா?"

"அவர்கள் எல்லாரும் உங்கள் கால் தூசி பெறமாட்டார்கள் அக்கா!"

"சரி, சரி! மேலே சொல்! கண்ணாடியில் உன் முகத்தைப் பார்த்துக் கொண்டிருந்தாய்..."

"அப்போது திடீரென்று இன்னொரு முகம் கண்ணாடியில் தெரிந்தது; என் முகத்துக்கு அருகில் தெரிந்தது."

"அது உன் காதலன் முகந்தானே!"

"ஆமாம்; எனக்குத் தூக்கி வாரிப் போட்டது..."

"எதற்காகத் தூக்கி வாரி போட வேண்டும்? நீ தான் அடிக்கடி அவனுடைய முகத்தைக் கனவில் பார்ப்பதுண்டு என்று சொன்னாயே?"

"அதற்கும் இதற்கும் கொஞ்சம் வித்தியாசம் இருந்தது. கனவில் வரும்போது எதிரே சற்றுத் தூரத்தில் தெரியும். உருவெளித் தோற்றத்திலும் அப்படித்தான். ஆனால் இங்கே பின்னாலிருந்து சொல்லக் கூச்சமாயிருக்கிறது..."

"பாதகமில்லை, சொல்லடி கள்ளி!"

"பின்னாலிருந்து கன்னத்தில் முத்தமிட வருவதைப் போல் இருந்தது. திடுக்கிட்டுத் திரும்பிப் பார்த்தேன் ஒருவரும் இல்லை. பிறகு கண்ணாடியிலும் அந்த முகம் தெரியவில்லை. எனக்கு ஒரு சந்தேகம் உண்டாயிற்று. இந்த அறைக்குப் பக்கத்தில் உள்ள வேட்டை மண்டபத்தின் இரகசியக் கதவைத் திறந்து காட்டினேன் அல்லவா? நேற்று கண்ணாடி அந்தக் கதவுக்கு நேரே வைத்திருந்தது. ஆகையால் அந்தக் கதவைத் திறந்து வேட்டை மண்டபத்திலிருந்து யாராவது எட்டிப் பார்ப்பார்களோ என்று தோன்றியது. அப்படி இருக்க முடியாது என்றும் எண்ணினேன். அன்னிய புருஷன் ஒருவன் அந்த வேட்டை மண்டபத்தில் எப்படி வந்திருக்க முடியும்? ஆயினும் சந்தேகத்தைத் தீர்த்துக் கொள்வதற்காகக் கதவைத் திறந்து வேட்டை மண்டபத்துக்குள் போய்ப் பார்த்தேன்.."

நந்தினி இதற்குள் ஆர்வத்துடன் கேட்கத் தொடங்கியிருந்தாள். "வேட்டை மண்டபத்தில் அந்தத் திருடன் ஒளிந்திருந்தானா? அகப்பட்டுக் கொண்டானா?" என்று கேட்டாள்.

"என்ன அக்கா, அவரைத் 'திருடன்' என்கிறீர்களே?"

"திருடன் என்றால், நிஜத் திருடனா? உன் மனத்தைக் கவர்ந்த திருடனைச் சொன்னேன் அடி! அவன் வேட்டை மண்டபத்தில் இருந்தானா?"

"அதுதானே அதிசயம்! அவர் அங்கே இல்லை. அதற்குப் பதிலாக எங்கள் அரண்மனைப் பணியாள் இடும்பன்காரி அந்த அறையைச் சுத்தம் செய்து கொண்டிருந்தான். அவனுடைய முகம் அய்யனார் கோவில் வாசலில் உள்ள காடுவெட்டிக் கருப்பன் முகம் மாதிரி இருக்கும். 'இங்கே வேறு யாராவது வந்ததுண்டா?' என்று கேட்டேன்; 'இல்லை' என்று சாதித்து விட்டான்..."

"அவன் பொய் சொல்லியிருப்பான் என்று கருதுகிறாயா?"

"அது என்னமோ எனக்கு தெரியாது ஆனால் இன்னொரு ஆள் அந்த மண்டபத்தில் ஒளிந்திருப்பதாகத் தோன்றியது. 'திருட்டு தானே வெளியாகட்டும்' என்று நான் இந்த அறைக்குத் திரும்பி வந்துவிட்டேன்..."

"திருட்டு வெளியாயிற்றா?"

"கேளுங்கள்! நான் இந்த அறைக்குள் வந்து வேட்டை மண்டபத்துக்குள் ஏதாவது பேச்சுக் குரல் கேட்கிறதா என்று கவனித்துக் கொண்டிருந்தேன். பேச்சுக் குரல் கேட்டது! தடபுடலாக ஏதோ விழுகிற சத்தமும் கேட்டது. நான் என்ன செய்யலாம் என்று யோசித்துக் கொண்டிருக்கும் போதே இந்தக் கதவு அசைந்தது. நான் விளக்கை மறைத்து வைத்து விட்டுக் காத்துக் கொண்டிருந்தேன். இந்தக் கதவிலேயே வட்டமான ஒரு சிறிய உட்கதவு இருக்கிறது. அதைத் திறந்து கொண்டு ஓர் உருவம் இங்கே வரப் பார்த்தது. 'அபயம் அபயம்! என்னைக் காப்பாற்று!' என்ற குரல் கேட்டது. குரலும் உருவமும் அவரைப் போல் தோன்றியபடியால் அவர் இந்த அறையில் வருவதற்கு உதவி செய்துவிட்டு விளக்கைத் தூண்டினேன் பார்த்தால் அவரேதான்!"

"மணிமேகலை! இது என்ன அதிசயமடி! விக்கிரமாதித்யன் கதையைப் போல அல்லவா இருக்கிறது?"

"இன்னும் கேளுங்கள்! நாலு மாதமாகக் கனவில் கண்டுவந்தவரை நேரில் பார்த்ததும் என் உள்ளம் பூரித்தது; உடம்பு சிலிர்த்தது. ஆனால் கள்ளக் கோபத்துடன் அவரிடம் பேசினேன். 'பெண்கள் வசிக்கும் அந்தப்புரத்தில் எப்படி அவர் திருட்டுத்தனமாகப் பிரவேசிக்கலாம்?' என்று கேட்டேன். அவரைக் கொல்லுவதற்காக யாரோ சிலர் துரத்திக் கொண்டு வருவதாகக் கூறினார். 'உயிருக்குப் பயந்தோடும் பயங்கொள்ளி' என்று பரிகசித்தேன். அதற்குத் தம்மிடம் ஆயுதம் இல்லை என்று சமாதானம் கூறினார். பிறகு தான் என் தமையனை அவர் முதுகில் குத்தியதைப் பற்றிப் பிரஸ்தாபித்தேன். 'இல்லவே இல்லை' என்று சத்தியம் செய்தார், அக்கா!"

"நீயும் நம்பிவிட்டாயாக்கும்!"

"அப்போது நம்பும்படியாகத்தான் இருந்தது ஆனால் பிறகு நடந்ததையெல்லாம் யோசிக்கும் போது எதை நம்புவது, எதை நம்பாமலிருப்பது என்றே தெரியவில்லை..."

"பிறகு இன்னும் என்ன அதிசயம் நடந்தது?"

"அவருடன் பேசிக் கொண்டிருக்கும் போதே என் ஒரு காதினால் அடுத்த அறையில் ஏதாவது சத்தம் கேட்கிறதா என்று கவனித்துக் கொண்டிருந்தேன். பல பேர் நடமாடும் சத்தமும் பேச்சுக் குரல்களும் கேட்டன. ஆகையால் அவரைக் கொல்லுவதற்கு யாரோ தொடர்ந்து வருகிறார்கள் என்பது உண்மையாகவே இருக்கும் என்று எண்ணிக் கொண்டேன். கேளுங்கள் அக்கா! அந்தச் சமயத்தில் இந்தப் பேதை மனம் எப்படியாவது அவரைக் காப்பாற்ற வேண்டும் என்று உறுதி கொண்டது. அவரைக் கொல்ல வருகிறவர்கள் யார் என்றும் தெரிந்து கொள்ள விரும்பினேன். இடும்பன்காரி இதற்கெல்லாம் உட்கையாக இருப்பானா? அப்படியானால் அவன் இவருக்கு உட்கையா? இவரைக் கொல்ல வருகிறவர்களுக்கு உட்கையா என்றும் அறிய விரும்பினேன். வேட்டை மண்டபத்துக்குள் வரும் இரகசியச் சுரங்க வழி இவ்வளவு பேருக்குத் தெரிந்திருப்பதை நினைத்துத் திகில் உண்டாயிற்று. அதிலும் நீங்கள் இங்கே தங்கப் போகிறீர்கள் என்பதை

எண்ணியபோது கவலை அதிகமாயிற்று. தகப்பனாரைக் கூப்பிட்டனுப்பலாம் என்று நினைத்தால், அதற்கும் தைரியம் வரவில்லை. இவர் அந்தப்புரத்துக்குள் வந்திருப்பதைத் தகப்பனார் பார்த்தால், உடனே இவர் உயிருக்கே ஆபத்து வந்துவிடும். ஆகையால் இவரை இங்கேயே சற்று இருக்கும்படி சொல்லிவிட்டு, வேட்டை மண்டபத்திற்குள் இருப்பவர்கள் யார் என்று பார்த்துவிட்டு வருவதற்காகக் கதவைத் திறந்து கொண்டு போனேன். உள்ளே ஐந்தாறு ஆட்கள் மூலைக்கு மூலை சுவர் ஓரமாக இருந்தார்கள். என்னைப் பார்த்துவிட்டு அவர்கள் பிரமித்து நின்றதாகத் தோன்றியது. அவர்களை அவ்விதம் பார்த்ததில் என் மனத்திலும் சிறிது பயம் உண்டாயிற்று. அந்தப் பயத்தைப் போக்கிக் கொண்டு கடுங்கோபத்தை வரவழைத்துக் கொண்டு அவர்கள் யார் என்று கேட்பதற்காக வாய் எடுத்தேன். இதற்குள், இந்த அறையில் என் தோழி சந்திரமதி மற்றொரு கதவு வழியாக 'அம்மா! அம்மா!' என்று கூப்பிட்டுக் கொண்டு வந்தாள். இவர் இங்கே இருப்பது எனக்கு உடனே நினைவு வந்தது. சந்திரமதி இவரைப் பார்த்துவிட்டுக் கூச்சல் போடப் போகிறாளே என்று பயந்து போனேன். வேட்டை மண்டபத்துக்குள் இருப்பவர்களை மறுபடி பார்த்துக் கொள்ளலாம் என்று திரும்பினேன். சந்திரமதியையும் வழி மறித்து அழைத்துக் கொண்டு இந்த அறைக்குள் வந்து பார்த்தேன். இங்கே அவரைக் காணவில்லை; மாயமாய் மறைந்து போய்விட்டார். 'யாராவது இங்கே இருந்தார்களா?' என்று சந்திரமதியைக் கேட்டேன், தான் பார்க்கவில்லை என்றாள். இன்னும் சிறிது தேடிப் பார்த்துவிட்டு மறுபடி வேட்டை மண்டபத்துக்குள் போனேன். அங்கேயும் நான் சற்று முன் பார்த்தவர்கள் யாரும் இல்லை. இடும்பன்காரி மாத்திரம் முன் போலவே அறையைச் சுத்தம் செய்து கொண்டிருந்தான். 'சற்று முன்னால் இங்கே வந்திருந்தவர்கள் யார்? அவர்கள் இப்போது எங்கே?' என்று கேட்டேன். இடும்பன்காரி 'இங்கே ஒருவரும் வரவில்லையே, அம்மா!' என்று ஒரே சாதிப்பாகச் சாதித்தான். அவன் வார்த்தையை என்னால் நம்ப முடியவில்லை. என் தோழி சந்திரமதியோ என்னைப் பரிகாசம் பண்ண ஆரம்பித்து விட்டாள். 'அக்கா! இன்றைக்கு உங்களுக்கு ஏதோ சித்தப்பிரமை தான் பிடித்திருக்கிறது! ஆள் இல்லாத இடங்களிலெல்லாம் ஆள் இருப்பதாகத் தோன்றுகிறது!' என்றாள். பிறகு நீங்கள் எல்லாரும் கோட்டை வாசலை நெருங்கி வந்து கொண்டிருப்பதாகத் தெரிவித்தாள். தங்களை வரவேற்பதற்காக என்னை என் தந்தை உடனே அழைத்து வரச் சொன்னதாகவும் கூறினாள். உடனே நான் அரண்மனை வாசலுக்குப் புறப்பட்டேன். சீக்கிரம் அங்கே வந்து விடுவதற்காகச் சந்திரமதி வந்த நடையில் சென்று இரண்டு கட்டுகளைத் தாண்டி மச்சுப்படி வழியாக ஏறி மேல் மாடத்தில் நடந்து போனேன். அப்போது மறுபடியும் ஓர் அதிசயத்தைப் பார்க்க நேர்ந்தது. அந்த வாணர் குலத்து வீரர் நிலா முற்றத்தைக் கடந்து மதில் சுவர் ஓரமாகப் போய்க் கொண்டிருந்தார். சுவரில் ஒரு மூங்கில் கழியை வைத்து ஏறி மதில் சுவரைத் தாண்டிக் குதிப்பதையும் பார்த்தேன். என் கண்களுக்கு அவ்வாறு தோன்றியது. அவையெல்லாம் உண்மையாக நடந்தவையா அல்லது என் சித்தப்பிரமையா என்று இன்னமும் எனக்கு நிச்சயமாகவில்லை..."

நந்தினி சிந்தனையில் ஆழ்ந்திருந்தாள். அந்த மாளிகை வாசலுக்குச் சற்றுத் தூரத்தில் அடர்ந்த மரங்களிடையே நேற்று மாலை அவள் பார்த்த இரு முகங்கள் அவள் மனக்கண் முன் தோன்றின. அவர்களைப் பிடிப்பதற்குக் குதிரை ஆட்கள் ஏவப்பட்டிருக்கிறார்கள் என்பதையும் அவள் அறிந்திருந்தாள். அவர்கள் ஒருவேளை இதற்குள் பிடிபட்டிருப்பார்களா? பிடிபட்டிருந்தால் இங்கே கொண்டு வரப்படுவார்களா?...

"அக்கா! உங்களுக்கு என்ன தோன்றுகிறது?" என்று கேட்டு, நந்தினியின் சிந்தனையைத் தடை செய்தாள் மணிமேகலை.

"எனக்கா! எனக்குத் தோன்றுகிறதையா கேட்கிறாய்? உனக்கு மோகப்பித்தம் நன்றாகத் தலைக்கு ஏறியிருக்கிறது என்று தோன்றுகிறது" என்றாள் நந்தினி.

"சந்திரமதியைப் போல் நீங்களும் பரிகாசம் செய்கிறீர்களா?"

"நான் பரிகாசம் செய்யவில்லையடி! நேரில் பார்த்துப் பேசிய உனக்கே உண்மையா, கனவா, சித்தப்பிரமையா என்று தெரியவில்லையே! நான் எப்படிச் சொல்ல முடியும்? இந்த அறையிலிருந்து வெளியேறிப் போவதற்கு வேறு ஏதேனும் இரகசிய வழி இருக்கிறதா?"

"எனக்குத் தெரிந்த வரையில் வேறு இரகசிய வழி இல்லை, அக்கா!"

"நீயும் சந்திரமதியும் போன வழியில் அவனும் போய் மச்சுப்படி ஏறிப் போயிருக்கலாம் அல்லவா?"

"அங்கே வழியில் பல பணிப்பெண்கள் இருந்தார்கள்; அக்கா! அவர்களுக்குத் தெரியாமல் போயிருக்க முடியாது."

"அதிசயமாகத்தானிருக்கிறது... இதையெல்லாம் பற்றி உன் தகப்பனாரிடம் நீ தெரிவிக்கவில்லையா?"

"தெரிவிக்கவில்லை அக்கா! தகப்பனாரிடம் சொல்லக் கூச்சமாகவும் இருக்கிறது; பயமாகவும் இருக்கிறது. ஒருவேளை அவர் இங்கே வந்திருந்ததெல்லாம் உண்மையாக இருந்தால்..."

"ஆமாம், புருஷர்களிடம் இதைப் பற்றியெல்லாம் சொல்லாமலிருப்பதே நல்லது அவர்களுக்குச் சொன்னாலும் புரியாது..."

"என் தமையனிடம் சொல்லலாமா, வேண்டாமா என்று யோசித்துக் கொண்டிருக்கிறேன்.."

"அவனிடம் சொன்னால் கட்டாயம் ரகளையாக முடியும். உன் தமையனுக்கு இப்போது எப்படியாவது உன்னைக் கரிகாலனுக்குக் கல்யாணம் பண்ணி வைத்துவிட வேண்டும் என்றிருக்கிறது!"

"அக்கா! நீங்கள்தான் எனக்கு உதவி செய்ய வேண்டும். கந்தமாறனுக்கு உங்களிடம் ரொம்ப விசுவாசம். நீங்கள் சொன்னால் கேட்பான்..."

"அடி பெண்ணே! நான் எந்த நோக்கத்துடன் இங்கே வந்தேனோ, அதற்கு விரோதமாக என்னுடைய உதவியையே கேட்கிறாயே? வெகு கெட்டிக்காரி நீ! அப்படியே கரிகாலருக்கு உன்னை மணம் செய்து கொடுக்கும் யோசனையைக் கைவிட்டாலும், மற்றவனைப் பற்றி உனக்கு ஒன்றும் தெரியாதே? அவன் உன்னை விரும்புவான் என்பது என்ன நிச்சயம்!"

"அதைப் பற்றி நான் கவலைப்படவில்லை; அக்கா! அவர் என்னை விரும்பினாலும் விரும்பாவிட்டாலும்..."

"பெண்களின் தலையெழுத்தே இப்படித்தான் போலும்! புருஷர் எப்படி நடந்து கொண்டாலும், பெண்கள் அவர்களுக்காக உயிரை விட வேண்டியதென்று ஏற்பட்டிருக்கிறது! ஏதோ உன் அதிர்ஷ்டம் எப்படி இருக்கிறதென்று பார்க்கலாம். மறுபடியும் நேற்று மாதிரி ஏதேனும் நேர்ந்தால் என்னிடம் சொல்வாய் அல்லவா?"

"உங்களிடம் சொல்லாமல் வேறு யாரிடம் சொல்வது அக்கா! நேற்றிரவு ஒரு கனவு கண்டேன் அதையும் சொல்லிவிட விரும்புகிறேன்..."

"பகற் கனவு கண்டது போதாது என்று, இரவிலும் வேறு கனவு கண்டாயா? அது என்ன? மறுபடியும் அவன் கனவில் வந்து உன்னை ஏமாற்றிவிட்டுப் போனானா?"

"இல்லை, இல்லை! இது வேறு விஷயம் நினைக்கவே பயங்கரமாயிருக்கிறது. காலை நேரத்தில் காணும் கனவு பலிக்கும் என்கிறார்களே? அது உண்மைதானா, அக்கா!"

"கனவைச் சொல் கேட்கலாம்! வேறு விஷயம் என்றால்... இன்னும் யாரையேனும் பற்றிக் கனவு கண்டாயா?"

"இவரைப் பற்றித்தான்! இவரை யாரோ ஒருவன் கத்தியால் குத்த வருகிறது போல் இருந்தது. இவர் கையில் ஆயுதம் ஒன்றும் இல்லை. ஆனால் தரையிலே ஒரு

கத்தி பளபளவென்று மின்னிக் கொண்டு கிடந்தது. நான் அதைத் தாவி எடுத்துக் கொண்டு பாய்ந்தேன். இவரைக் குத்த வருகிறவனை முதலில் நான் குத்தி விடுவது என்ற எண்ணத்துடன் ஓடினேன். அருகில் சென்றதும் அவனுடைய முகம் தெரிந்தது. அவன் என் தமையன் கந்தமாறன்!... 'ஓ' என்று அலறிக் கொண்டு விழித்தெழுந்தேன். என் உடம்பெல்லாம் வியர்வையினால் சொட்ட நனைந்திருந்தது. வெகு நேரம் என் கை கால்கள் நடுங்கிக் கொண்டிருந்தன. கனவு அவ்வளவு நிஜம் போல இருந்தது. இது ஒருவேளை பலித்து விடுமா, அக்கா!"

"அடி பெண்ணே! உன் மனம் உண்மையிலேயே குழம்பிப் போயிருக்கிறது. நிஜமாக நடந்தது பிரமைபோலத் தோன்றுகிறது. கனவிலே கண்டது நிஜம்போலத் தோன்றுகிறது! நல்ல தோழி எனக்குக் கிடைத்தாய்! நான்தான் பைத்தியக்காரி என்றால், நீ என்னைவிட ஒருபடி மேலே போய்விட்டாய்!" என்றாள் நந்தினி.

இந்தச் சமயத்தில் சந்திரமதி உள்ளே வந்தாள். "அவர்கள் வந்து கொண்டிருக்கிறார்களாம்! வீரநாராயண ஏரியைத் தாண்டி வந்து விட்டார்களாம்" என்று தெரிவித்தாள்.

ஃஃஃ

அத்தியாயம் 15
இராஜோபசாரம்

கடம்பூர் சம்புவரையர் மாளிகையின் முன் வாசல் அன்று மாலை, கண்டறியாத அற்புதக் காட்சிகளைக் கண்டது. கண்ணுக்கெட்டிய தூரம் ஜனங்கள் திரள் திரளாக நெருக்கியடித்துக் கொண்டு நின்றார்கள். ஆண்களும், பெண்களும், சிறுவர்களும், சிறுமிகளும், வயோதிகர்களும் அக்கூட்டத்தில் இருந்தார்கள்.

திடமாகக் காலூன்றி நிற்கவும் முடியாத கிழவர்களும் கிழவிகளும் கோலூன்றி நின்றார்கள். தாங்கள் பிறரால் அங்குமிங்கும் தள்ளப்படுவதைப் பொருட்படுத்தாமல் அவர்கள் ஆதித்த கரிகாலரின் வீரத் திருமுகத்தைப் பார்க்கும் ஆர்வத்தினால் தள்ளாடிக் கொண்டு நின்றார்கள். சிறுவர் சிறுமியர் தாங்கள் ஜனக்கூட்டத்தின் நடுவே நசுக்கப்படுவதைப் பொருட்படுத்தாமல் முண்டியடித்துக் கொண்டு முன்னால் வர முயன்று கொண்டிருந்தார்கள். யௌவனப் பெண்கள் தங்களுக்கு இயற்கையான கூச்சத்தை அடியோடு கைவிட்டு அன்னிய புருஷர்களின் கூட்டத்தினிடையே இடித்துப் பிடித்துக் கொண்டு முன்னால் வரப் பிரயத்தனம் செய்தார்கள். யௌவன புருஷர்களோ, அத்தகைய இளம் பெண்களைச் சிறிதும் இலட்சியம் செய்யாமல், அவர்களின் மீது கடைக்கண் பார்வையைக் கூடச் செலுத்தாமல், இளவரசரை நன்றாகப் பார்க்கக் கூடிய இடங்களைப் பிடிப்பதிலேயே கவனம் செலுத்தினார்கள். அவர்களில் பலர் கடம்பூர் மாளிகைக்கு எதிரிலும் பக்கங்களிலும் உள்ள மரங்களின் மீதெல்லாம் ஏறிக் கொண்டிருந்தார்கள்.

இன்னும் அநேகர் அந்த மாளிகையில் வெளி மதில் சுவரின் பேரிலும் ஏற முயன்று, அரண்மனைக் காவலர்களால் கீழே இழுத்துத் தள்ளப்பட்டார்கள்.

பச்சைக் குழந்தைகளை இடுப்பில் வைத்துக் கொண்டு இளம் பெண்கள் எத்தனையோ பேர் அக்கூட்டத்தில் பல இன்னல்களை அனுபவித்துக் கொண்டு நின்றார்கள். அழுத குழந்தைகளிடம் அவற்றின் தாய்மார்கள், "கண்ணே! அழாதே! வீரத் தமிழகத்தின் மகாவீராதி வீரர் 'வீரபாண்டியன் தலை கொண்ட' ஆதித்த கரிகால சோழர் வரப் போகிறார்! அவரைப் பார்க்கும் பேறு பெற்றால் நீயும் ஒருநாள் அவரைப் போல் வீரனாவாய்!" என்று சொல்லிச் சமாதானப்படுத்த முயன்றார்கள். இம்மாதிரியே காதலர்கள் தங்கள் காதலிகளிடமும், தாய்மார்கள் தங்கள் புதல்வர்களிடமும், ஆதித்த கரிகாலரைப் பற்றிச் சொல்லிக் கொண்டிருந்தார்கள்.

அந்த விதமாக ஆதித்த கரிகாலரின் வீரப் புகழ் நாடெங்கும் அக்காலத்தில் பரவியிருந்தது. பன்னிரண்டாவது பிராயத்தில் போர்க்களம் புகுந்து கையில் கத்தி

எடுத்துப் பகைவர் பலரை வெட்டி வீழ்த்தியவரும், சேவூர்ப் போர்க்களத்தில் பாண்டிய சைன்யத்தை முறியடித்து, வீரபாண்டியன் பாலைவனத்துக்கு ஓடிப் பாறைக் குகையில் ஒளிந்துகொள்ளும்படி செய்தவரும், பத்தொன்பதாவது பிராயத்தில் வீரபாண்டியனுடைய ஆபத்துதவிப் படையைச் சின்னாபின்னம் செய்து அவன் ஒளிந்திருந்த இடத்தைக் கண்டுபிடித்து அவன் தலையை வெட்டிக் கொண்டு வந்தவருமான இளவரசரைப் பார்ப்பதற்கு யார்தான் ஆர்வம் கொள்ளாமலிருக்க முடியும்?

இத்தகைய வீர புருஷரைப் பற்றிச் சென்ற மூன்று நாலு வருஷ காலமாகப் பற்பல வதந்திகள் உலாவி வந்தன. ஆதித்த கரிகாலருக்கு யுவராஜ பட்டாபிஷேகம் ஆன பிறகு சுந்தர சோழ சக்கரவர்த்திக்கும் அவருக்கும் மனத்தாங்கல் வந்துவிட்டது என்றும், ஆதித்த கரிகாலர் தமக்குப் பின் பட்டத்துக்கு வருவதைச் சக்கரவர்த்தி விரும்பவில்லையென்றும் சிலர் சொன்னார்கள். முன்னொரு காலத்தில் காஞ்சியில் தனி ராஜ்யம் ஸ்தாபித்துப் பல்லவர் பெருங்குலத்தைத் தொடங்கி வைத்தது போல் ஆதித்த கரிகாலரும் காஞ்சியில் தனி அரசை ஏற்படுத்த விரும்புகிறார் என்றார்கள் சிலர். அவருடைய தம்பியாகிய அருள்மொழிவர்மனிடம் சக்கரவர்த்தி அதிக அன்பு காட்டிப் பட்சபாதமாக நடந்து கொள்வதால் ஆதித்த கரிகாலருக்குக் கோபம் என்றார்கள், வேறு சிலர். இன்னும் சிலர் இதை அடியோடு மறுத்து கரிகாலனையும், அருள்மொழியையும் போல் நேய பாவமுள்ள சகோதரர்கள் இருக்க முடியாது என்று சாதித்தார்கள். இளவரசருக்கு இன்னும் திருமணம் ஆகாமலிருந்தது பற்றியும் பலர் பலவாறு பேசினார்கள். அரசகுலத்து மங்கை யாரையும் கரிகாலர் மணப்பதற்கு மறுதளித்து ஆலய பட்டர் மகளை மணந்து அரியாசனம் ஏற்றுவிக்க எண்ணியது தான், தந்தைக்கும் மகனுக்கும் வேற்றுமை நேர்ந்த காரணம் என்றும் சிலர் சொன்னார்கள். ஆதித்த கரிகாலருக்குச் சித்தப்பிரமை என்றும், பாண்டிய நாட்டு மந்திரவாதிகள் சூனிய வித்தையினால் அவரைப் பைத்தியமாக்கி விட்டார்கள் என்றும் அதனாலேயே சக்கரவர்த்திக்குப் பிறகு அவர் சோழ சிங்காதனம் ஏறுவதைச் சிற்றரசர்கள் விரும்பவில்லையென்றும் சிலர் பேசிக் கொண்டார்கள்.

எது எப்படியிருந்தாலும் அந்த மகா வீரரைப் பார்ப்பதற்கு ஜனங்கள் அளவில்லாத ஆர்வம் கொண்டிருந்தார்கள். கடம்பூர் மாளிகைக்கு இளவரசர் கரிகாலர் விஜயம் செய்யப் போகிறார் என்ற செய்தி பரவியதிலிருந்தே சுற்றுப் பக்கங்களில் பெருங் கிளர்ச்சி உண்டாகியிருந்தது. அன்று மாலை வரப்போகிறார் என்று தெரிந்த பிறகு அக்கம் பக்கத்தில் இரண்டு காத தூரம் வரையில் இருந்த எல்லா ஊர்களிலிருந்தும் மக்கள் வந்து திரண்டு விட்டார்கள்.

அந்தக் கூட்டத்தை ஜன சமுத்திரம் என்று சொல்வது மிகப் பொருத்தமாயிருந்தது. ஆயிரமாயிரம் ஜனங்களின் கண்டங்களிலிருந்து எழுந்த பேச்சுக் குரல்கள் உருத்தெரியாத ஒரே இரைச்சலாகி சமுத்திர கோஷத்தைப் போலவே கேட்டுக் கொண்டிருந்தது. மாளிகையின் முன் வாசலுக்கு எதிரே இளவரசரும் அவருடைய பரிவாரங்களும் வருவதற்கு அரண்மனைக் காவலர்கள் வழி வகுத்து நின்றார்கள். பின்னாலிருந்த ஜனங்கள் வந்து மோதியபடியால் முன்னாலிருந்தவர்கள் தள்ளப்பட்டு அவ்வழியை அடைக்கப் பார்த்ததும், காவலர்களால் தள்ளப்பட்டு அவர்கள் மீண்டும் பின்னால் சென்றதுமான காட்சி, சமுத்திரக் கரையில் அலைகள் வந்து மோதிவிட்டுப் பின்வாங்குவதை ஒத்திருந்தது.

மரத்தின் மேல் இருந்த ஒருவன் திடீரென்று, "அதோ வருகிறார்கள்!" என்று கூவினான். "எங்கே? எங்கே?" என்று ஆயிரம் குரல்கள் எழுந்தன. ஒரு குதிரை அதிவேகமாக வந்தது. கூட்டத்தைச் சிறிதும் பொருட்படுத்தாமல் புகுந்து பாய்ந்து வந்தது. குதிரையின் காலடியில் சிக்கிக் கொள்ளாமலிருக்கும்படி ஜனங்கள் இருபுறமும் நெருக்கியடித்துக் கொண்டு நகர்ந்து கொண்டு வழிவிட்டார்கள். "இளஞ் சம்புவரையன்!" என்று கத்தினார்கள். ஆம், வந்தவன் கந்தமாறன் தான்!

கூட்டத்திலிருந்தவர்கள் கேட்ட கேள்விகளுக்குப் பதில் சொல்லாமல் கந்தமாறன் வேகமாகக் குதிரையைச் செலுத்திக் கொண்டு போய்க் கோட்டை வாசல் அருகில்

நிறுத்திவிட்டுக் கீழே குதித்தான். அங்கே நின்று கொண்டிருந்த சம்புவரையரையும் பழுவேட்டரையரையும் பார்த்து வணங்கிவிட்டு, "இளவரசர் வருகிறார்; ஆனால் சித்தம் அவ்வளவு சுவாதீனத்தில் இல்லை. திடீர் திடீர் என்று கோபம் வருகிறது. முன்னெச்சரிக்கை செய்வதற்காகவே வந்தேன். நல்லபடியாக இராஜோபசாரம் செய்து வரவேற்க வேண்டும். அவர் ஏதாவது தாறுமாறாகப் பேசினாலும் பதில் சொல்லாமலிருப்பது நல்லது!" என்றான். இவ்விதம் கூறிவிட்டு அங்கே நிற்காமல் மேலே அண்ணாந்து பார்த்தான். முன் வாசல் கோபுரத்தின் மேல் மாடியில் அரண்மனைப் பெண்கள் காத்திருப்பது தெரிந்தது. உடனே கோட்டை வாசலில் புகுந்து உள்ளே சென்று, அங்கே ஒரு பக்கம் இருந்த மச்சுப் படிகளின் வழியாக மேலே ஏறிச் சென்றான்.

பெண்கள் இருக்குமிடத்தை அடைந்ததும் கந்தமாறனுடைய கண்கள் மற்றவர்களைப் பொருட்படுத்தாமல் நந்தினி தேவி இருக்குமிடத்தைத் தேடிக் கண்டுபிடித்தன. அவள் அருகில் சென்று, "தேவி! தங்கள் விருப்பத்தை நிறைவேற்றினேன். இளவரசரை அழைத்து வந்தேன், அதோ வந்து கொண்டிருக்கிறார். ஆனால் மதம் பிடித்த யானையைப் போல் இருக்கிறார். அவரை எப்படிச் சமாளிக்கப் போகிறோமோ, தெரியவில்லை!" என்றான்.

"ஐயா! அதைப்பற்றி என்ன கவலை? மதம் பிடித்த யானையை அடக்கி ஆள்வதற்குத் தங்கள் சகோதரியின் இரு கண்களாகிய அங்குசங்கள் இருக்கின்றன!" என்றாள் நந்தினி.

மணிமேகலை, "அக்கா! இது என்ன பேச்சு!" என்றாள்.

கந்தமாறன், "மணிமேகலை! பழுவூர் ராணி கூறுவதில் தவறு ஒன்றுமில்லையே! ஆதித்த கரிகாலரைப் போன்ற வீராதி வீரரைப் பதியாகப் பெறத் தவம் செய்ய வேண்டாமா?" என்றான்.

மணிமேகலை பதில் சொல்வதற்குள் நந்தினி குறுகிட்டு, "ஐயா! இளவரசருடன் இன்னும் யாரேனும் வருகிறார்களா?" என்று கேட்டாள்.

"ஆம், ஆம்! பார்த்திபேந்திர பல்லவனும், வந்தியத்தேவனும் வருகிறார்கள்.."

நந்தினி மணிமேகலையைக் குறிப்பாகப் பார்த்துவிட்டு "எந்த வந்தியத்தேவன்? தங்களுடைய சிநேகிதன் என்று சொன்னீர்கள், அவனா?" என்றாள்.

"ஆம், என்னைப் பின்னாலிருந்து குத்திக் கொல்லப் பார்த்த அந்தப் பரம சிநேகிதன்தான். அவன் எங்கிருந்தோ, எப்படியோ வந்து குதித்து வெள்ளாற்றங்கரையில் எங்களோடு சேர்ந்து கொண்டான். இளவரசருடைய தாட்சண்யத்துக்காகப் பார்த்தேன்; இல்லாவிடில் அங்கேயே அவனை என் கத்திக்கு இரையாக்கியிருப்பேன்!" என்றான்.

மணிமேகலையின் முகம் சுருங்கிப் புருவங்கள் நெரிந்தன. "அண்ணா! அவர் உங்கள் முதுகில் குத்தியது உண்மையாக இருக்கும் பட்சத்தில் அவரை எதற்காக இந்த மாளிகைக்குள் வர விடவேண்டும்?" என்றாள்.

"கண்ணே! நீ பேசாமலிரு! அதெல்லாம் புருஷர்களின் விஷயம். நேற்றைக்குச் சண்டை போட்டுக் கொள்வார்கள்; இன்றைக்கு கட்டிப் புரளுவார்கள்!" என்றாள் நந்தினி.

கந்தமாறன் புன்னகை புரிந்து, "அப்படியெல்லாம் ஒன்றுமில்லை. இளவரசரின் முகத்துக்காகப் பார்க்க வேண்டியதாயிற்று. ஓகோ! கூடை கூடையாகப் புஷ்பம் கொண்டு வந்து வைத்திருக்கிறீர்களே! நீங்கள் இங்கிருந்து பொழிகிற மலர் மழையினால் இளவரசரின் கோபம் தணிந்து அவர் சாந்தம் அடைந்து விடுவார்! அதோ வந்து விட்டார்கள்! நான் கீழே போகிறேன்!" என்று சொல்லிவிட்டு, விடுவிடுவென்று மச்சுப் படிகளில் இறங்கிப் போனான்.

அந்த முன் வாசலின் மேன்மாடத்திலிருந்து பார்க்கும் போது கண்ணுக்கெட்டிய தூரம் பரந்திருந்த ஜன சமுத்திரத்தின் நடுவே, சுழிக் காற்றினால் ஏற்படும் நீர்ச் சுழலைப் போல ஓரிடத்தில் தோன்றிக் கொண்டிருந்தது. அந்தச் சுழலின் மத்தியில் அகப்பட்டுக்

கொண்ட நாவாயைப் போல் மூன்று குதிரைகளும் அவற்றின் மேல் வந்த வீரர்களும் சில சமயம் தோன்றினார்கள். மறு கணம் ஜன சமுத்திரத்தின் பேரலைகளினால் அவர்கள் மறைக்கப்பட்டார்கள்.

அவ்விதம் ஏற்பட்ட சுழல் மேலும் மேலும் பிரயாணம் செய்து கோட்டையின் முன் வாசலை நெருங்கிக் கொண்டிருந்தது. கடைசியில், கோட்டை வாசலுக்கே வந்து விட்டது.

கோட்டை வாசலை அடைந்த மூன்று குதிரைகள் மீதும் வீற்றிருந்தவர்கள் ஆதித்த கரிகாலரும், பார்த்திபேந்திரனும் வந்தியத்தேவனுந்தான்.

அவர்களைத் தொடர்ந்து வந்த யானை குதிரை பரிவாரங்கள் எல்லாம் வெகு தூரம் பின்னாலேயே அந்தப் பெரிய ஜன சமுத்திரத்தினால் தடை செய்யப்பட்டு நின்றுவிட்டன. குதிரைகள் வந்து மாளிகை வாசலில் நின்றது, ஒரு பெரிய முழக்கம் எழுந்தது. இருபது பேரிகைகள், இருநூறு கொம்புகள், முந்நூறு தாரைகள், ஐந்நூறு தம்பட்டங்களிலிருந்து எழுந்த அந்தப் பெருமுழக்கத்தைக் கேட்டு அந்த மாபெரும் ஜன சமுத்திரத்தின் பேரிரைச்சலும் ஒருவாறு அடங்கியது.

வாத்தியங்களின் பெருமுழக்கம் சிறிது நேரம் ஒலித்துவிட்டுச் சட்டென்று அடங்கி நின்றது.

அப்போது ஏற்பட்ட நிசப்தத்தில் கட்டியங் கூறுவோன் மேன்மாடத்தை அடுத்திருந்த ஒரு மேடை மீது நின்று இடி முழக்கக் குரலில் கூவினான்:

"சூரிய வம்சத்திலே பிறந்த மனுமாந்தாதா. அந்த வம்சத்திலே புறாவுக்காக உடலை அறுத்துக் கொடுத்த சிபிச் சக்கரவர்த்தி, சிபிச் சக்கரவர்த்திக்குப் பின் தோன்றிய இராஜ கேசரி, அவருடைய புதல்வர் பரகேசரி, பசுவுக்கு நியாயம் வழங்குவதற்காகப் புதல்வனைப் பலி கொடுத்த மனுநீதிச் சோழன், இமயமலையில் புலி இலச்சினை பொறித்த கரிகால் பெருவளத்தான், நலங்கிள்ளி, நெடுங்கிள்ளி, பெருநற்கிள்ளி குளமுற்றத்துத் துஞ்சிய கிள்ளி வளவன், குராப்பள்ளி துஞ்சிய கிள்ளிவளவன், எழுபத்திரண்டு சிவாலயம் எடுப்பித்த கோப்பெருஞ்சோழர், இவர்கள் வழிவழித் தோன்றிய தொண்ணூறும் ஆறும் புண் சுமந்த பழையாறை விஜயாலயச் சோழர், அவருடைய குமாரர் ஸஸ்யமலையிலிருந்து புகார் நகரம் வரையில் காவேரி நதி தீரத்தில் எண்பத்திரண்டு சிவாலயம் எடுப்பித்த ஆதித்த சோழர், அவருடைய குமாரர் மதுரையும் ஈழமும் கொண்டு தில்லைச் சிதம்பரத்தில் பொன் மண்டபம் கட்டிய பராந்தகச் சோழ சக்கரவர்த்தி, அவருடைய குமாரர் இரட்டை மண்டலத்துக் கன்னர தேவன் படைகளை முறியடித்து ஆற்றூர்த் துஞ்சிய வீராதி வீரராகிய அரிஞ் சய தேவர், அவருடைய குமாரர் ஈழம் முதல் சீட்புலி நாடு வரை ஒரு குடை நிழலில் ஆளும் பழையாறைப் பராந்தக சுந்தர சோழ சக்கரவர்த்தி, அவருடைய மூத்த குமாரர் கோப்பெரு மகனார் வடதிசை மாதண்ட நாயகர் யுவராஜ சக்கரவர்த்தி வீரபாண்டியன் தலை கொண்ட ஆதித்த கரிகால சோழர் விஜயம் செய்திருக்கிறார்! பராக்! பராக்!" என்று அக்கட்டியங் கூறுவோன் கூறி முடித்ததும் மழை பெய்து இடி இடித்து ஓய்ந்தது போலிருந்தது.

உடனே அவன் அருகிலிருந்த இன்னொரு கட்டியங்காரன் "கொல்லி மலை மன்னன் ஒரே அம்பில் சிங்கத்தையும் கரடியையும் மானையும் பன்றியையும் சேர்த்துத் தொளைத்த வீரன் வல்வில் ஓரி அவனுடைய பரம்பரையில் வழி வழித் தோன்றிய ராஜாதி ராஜ ராஜமார்த்தாண்ட வீர கம்பீர சம்புவரையன் சோழ சக்கரவர்த்தி குலத்திற்கு என்றும் துணைவன் வீரநாராயண ஏரியின் காவலன் ஐயாயிரம் வீரப் படையின் தண்டநாயகன் தனது சிறு அரண்மனையில் எழுந்தருளியிருக்குமாறு கோப்பெருமகனார் ஆதித்த கரிகால சோழரை மனமொழி மெய்களால் உவந்து வரவேற்கிறான்! சோழ குலத்தோன்றலின் வரவு நல்வரவு ஆகுக!" என்று கூவினான்.

அவன் அவ்விதம் பேரிடி போன்ற குரலில் கூறி முடித்ததும் மேல் மாடியிலிருந்து மலர் மாரி பொழிந்தது. ஆதித்த கரிகாலனும், வந்தியத்தேவனும் அண்ணாந்து பார்த்தார்கள். அங்கே இருந்த பல பெண்களின் சுந்தர முகங்களுக்கு நடுவில் வந்தியத்தேவனுக்கு மணிமேகலையின் மலர்ந்த புன்னகையுடன் கூடிய முகம் மட்டும் தெரிந்தது. வந்தியத்தேவனும் ஒரு கணம் புன்முறுவல் செய்தான். உடனே தன் காரியம் எவ்வளவு தவறானது என்பதை உணர்ந்தவன் போல் வேறு திசையை நோக்கினான்.

அதே சமயத்தில் மேலே நோக்கிய ஆதித்த கரிகாலனின் முகத்தில் முன்னை விடக் கடுகடுப்பு அதிகமாயிற்று; அவன் குதிரை மீதிருந்து கீழே குதித்தான்.

மற்ற இருவரும் குதிரை மீதிருந்து இறங்கினார்கள்.

இதற்குள் மறுபடியும் வாத்தியங்களின் கோஷம் முழங்கத் தொடங்கி விட்டது. சற்று அடங்கியிருந்த ஜன சமுத்திரத்தின் ஆரவாரப் பேரொலியும் மீண்டும் பொங்கி எழுந்து விட்டது.

விருந்தாளிகளும், அவர்களை வரவேற்பதற்கு வாசலில் நின்றவர்களும் கோட்டை வாசலுக்குள் புகுந்தார்கள். உடனே கோட்டை வாசலின் கதவுகள் படார், படார் என்று சாத்தப்பட்டன.

ஆதித்த கரிகாலன் திரும்பிப் பார்த்துவிட்டு, "ஏன் இவ்வளவு அவசரமாகக் கதவைச் சாத்துகிறார்கள்? தஞ்சைக் கோட்டையில் என் தந்தையைச் சிறை வைத்திருப்பது போல் என்னையும் இங்கே சிறை வைக்கப் போகிறார்களா, என்ன? என்னுடன் வந்த பரிவாரங்கள் என்ன ஆவது?" என்று கேட்டான்.

இரு கிழவர்களும் சில கணநேரம் திகைத்துப் போய் நின்றார்கள்.

பழுவேட்டரையர் முதலில் சமாளித்துக் கொண்டு, "கோமகனே! இந்த சோழ சாம்ராஜ்யத்திலுள்ள லட்சோப லட்சம் ஜனங்களின் அன்பு நிறைந்த உள்ளங்களே தங்களையும், தங்கள் தந்தையையும் சிறைப்படுத்தியிருக்கின்றன; தனியாகச் சிறை வைப்பது எதற்கு?" என்றார்.

"இளவரசே! தங்களுடைய தரிசனத்துக்காக வந்திருக்கும் பெருந்திரளான மக்கள் இந்தச் சிறிய குடிசைக்குள் புகுந்தால் என்ன ஆவது? அவர்கள் வெளியில் நிற்கும்போது அக்கம் பக்கமுள்ள தோப்புகள் எல்லாம் குரங்குகள் அழித்த மதுவனம் போல் ஆகிவிட்டன. ஜனக் கூட்டம் கலைந்ததும் தங்களுடன் வந்த பரிவாரங்களை உள்ளே அழைத்து வருகிறோம். அது வரையில் தங்களுக்கு வேண்டிய பணிவிடைகளைச் செய்ய இங்கே பணியாளர் பலர் இருக்கிறார்கள்..." என்றார் சம்புவரையர்.

இச்சமயம் கோட்டை வெளி வாசலில் ஜனங்களின் ஆரவாரம் அதிகமானது போலக் கேட்டது. கரிகாலன் கந்தமாறனிடம், "முன் வாசல் மேன்மாடிக்குப் போக வழி எங்கே?" என்று கேட்டான்.

கந்தமாறன் மாடிப்படிகள் இருந்த இடத்தைச் சுட்டிக் காட்டியதும் கரிகாலன் அந்தப் பக்கம் நோக்கி விடுவிடுவென்று நடந்து சென்றான், கந்தமாறனும், வந்தியத்தேவனும், பார்த்திபேந்திரனும் உடன் சென்றார்கள்.

சம்புவரையர், பழுவேட்டரையரைப் பார்த்து, "இது என்ன? வழியோடுபோகிற சனியனை விலைக்கு வாங்கியது போல் வாங்கிக் கொண்டோமே? இவனுடைய மூளை சரியாயிருப்பதாகவே தோன்றவில்லையே? சின்னப்பிள்ளைகளின் பேச்சைக் கேட்டு இந்தக் காரியத்தில் தலையிட்டோம்!" என்றார்.

"அப்படி என்ன மோசம் வந்துவிட போகிறது? காரியம் நடந்தால் நடக்கட்டும்; நடக்காவிட்டால் போகட்டும்" என்றார் பழுவேட்டரையர்.

"காரியத்தைப் பற்றி நான் சொல்லவில்லை. நம் வீட்டில் இருக்கும்போது ஏதாவது ஏடாகூடமாக நடக்கக் கூடாது அல்லவா? நிமித்தம் ஒன்றும் சரியாக இல்லை. அவனோ மதம் பிடித்த யானையைப் போல் இருக்கிறான். முகத்தின் கடுகடுப்பையும், நாக்கில் விஷத்தையும் பார்த்தீர்கள் அல்லவா?"

"சில நாள் பல்லைக் கடித்துக் கொண்டு பொறுமையாக இருக்க வேண்டியதுதான். அந்தப் பல்லவன் பார்த்திபேந்திரன் அவனைக் கட்டுக்குள் வைத்திருக்க உதவியாயிருப்பான். இன்னொரு துஷ்டச் சிறுவன் பின்னோடு வந்திருக்கிறானே, அவனைத்தான் எனக்குப் பிடிக்கவில்லை. அவன் ஒற்றன் என்று கூட எனக்குச் சந்தேகம். முன்னால் நாம் கூட்டம் போட்ட அன்றைக்குகூட அவன் இங்கு வந்திருந்தான் அல்லவா? நேற்று மாலை இந்தக் கோட்டைக்கு வெளியில் மரத்தின் மறைவில் நின்றிருந்தவனும் அவன்தான்!"

"அவன் என் மகனுடைய சிநேகிதன் அல்லவா? ஆகையால் அவனைப் பற்றிப் பயமில்லை. இப்போது எதற்காகப் பெண்கள் இருக்கும் இடத்துக்கு அவசரமாக போகிறார்கள்? நாமும் போவோமா?"

இச்சமயம், மச்சுப்படி வரையில் போன பார்த்திபேந்திரன் திரும்பி வந்து, இரு பெரும் குறுநில மன்னர்கள் பேசிக் கொண்டிருந்த இடத்தை அணுகினான். சம்புவரையர் கடைசியாகக் கூறிய வார்த்தைகள் அவன் காதில் விழுந்தன.

"ஐயா! இளவரசர் விஷயத்தில் உங்களுக்கு வேறு என்ன சந்தேகம் இருந்தாலும், பெண்கள் சம்பந்தமான சந்தேகம் மட்டும் வேண்டியதில்லை. பெண்களை அவர் கண்ணெடுத்தும் பார்ப்பதில்லை.." என்று சொன்னான்.

பழுவேட்டரையர் புன்னகையுடன், "அப்படியானால் அவரை நாம் இங்கே அழைத்ததின் நோக்கம் எப்படி நிறைவேறும்?" என்று கேட்டார்.

"அது சம்புவரையர் திருமகளின் அதிர்ஷ்டத்தையும் சோழ சாம்ராஜ்யத்தின் அதிர்ஷ்டத்தையும் பொறுத்தது."

"பார்த்திபேந்திரா! மணிமேகலையின் அதிர்ஷ்டம் ஒருபுறம் இருக்கட்டும்! வரும்போதே எதற்காக இளவரசர் இவ்வளவு கடுகடுத்த முகத்துடன் வருகிறார்? எதற்காக இப்படி விஷமமாகப் பேசுகிறார்? அவரை நீ எப்படியாவது இங்கிருந்து சமாதானமாக அழைத்துப் போனால் போதும் என்று தோன்றுகிறது!" என்றார் சம்புவரையர்.

"வெள்ளாற்றங்கரை வரையில் இளவரசர் சுமுகமாகவும் குதூகலமாகவும் வந்தார். பின்னர் இந்த வந்தியத்தேவனும் வைஷ்ணவன் ஒருவனும் வந்து சேர்ந்தார்கள். அவர்கள் ஏதோ சொல்லியிருக்க வேண்டும். அது முதல் இளவரசரின் குணம் மாறியிருக்கிறது..."

"நாங்களும் அப்படித்தான் நினைத்தோம் இப்போது என்ன செய்யலாம்? அந்தத் துஷ்டப் பையனும் உங்களோடு வந்திருக்கிறானே?"

"நீங்கள் கொஞ்சம் பொறுமையாயிருங்கள்; நான் எல்லாம் சரிப்படுத்தியிருக்கிறேன். அந்தப் பையனுடன் எனக்கும் ஒரு சண்டை இருக்கிறது. அதை நான் சமயம் பார்த்துத் தீர்த்துக் கொள்கிறேன்" என்றான் பார்த்திபேந்திரன்.

கரிகாலனும் மற்ற இருவரும் முன் வாசல் மேன்மாடத்துக்குச் சென்றபோது அங்கிருந்த பெண்கள் திரும்பிப் படியில் இறங்கி வரும் சமயமாயிருந்தது.

கரிகாலன் கந்தமாறனைப் பார்த்து, "நண்பனே! தாய்மார்களையெல்லாம் நமக்காக இங்கு வந்து காத்திருக்கும்படி செய்யலாமா? அது பெருந்தவறு. நாம் அல்லவா இவர்கள் இருக்குமிடம் சென்று நமது வணக்கத்தைச் செலுத்த வேண்டும்?" என்று கூறிவிட்டுப் பெண்மணிகளுக்கு வணங்கி வழி விட்டு நின்றான். ஒவ்வொருவராக இறங்கிய போது கந்தமாறனிடம் யார் யார் என்று கேட்டுத் தெரிந்து கொண்டான். நந்தினியைப் பார்த்ததும், "ஓ! பழுவூர் இளைய பாட்டி அல்லவா? உண்மையாகவே வந்திருக்கிறார்களா? மிகவும்

சந்தோஷம்!" என்றான். நந்தினி ஒன்றும் சொல்லாமல் அவனைத் தன் கூரிய கண்களால் பார்த்துவிட்டுச் சென்றாள். அப்பார்வையின் தீட்சண்யத்தினால் கரிகாலனுடைய உடம்பு சிறிது நடுங்கிற்று. மறுகணமே அவன் சமாளித்துக் கொண்டு, பின்னால் வந்த மணிமேகலையைப் பார்த்து, "ஓகோ! இவள் உன் தங்கை மணிமேகலையாக இருக்க வேண்டும். சித்திரத்தில் எழுதிய கந்தர்வ கன்னிகையைப் போல் இருக்கிறாள். இவளுக்கு விரைவில் ஒரு நல்ல மாப்பிள்ளையைப் பார்த்துக் கல்யாணம் பண்ணி வைக்க வேண்டும்!" என்றான். மணிமேகலை வெட்கத்தினால் குழிந்த கன்னங்களுடன் வந்தியத்தேவனைக் கடைக் கண்ணால் பார்த்துவிட்டு மடமடவென்று கீழே இறங்கினாள்.

பெண்கள் எல்லாருமே சென்ற பிறகு, கரிகாலன் அந்த மேல் மாடத்தின் முகப்புக்குச் சென்று நின்றான். வாசலில் அப்போது தான் கலையத் தொடங்கியிருந்த ஜனக் கூட்டத்தினிடையே மறுபடியும் பேராரவாரம் எழுந்தது. ஜனங்கள் திரும்பிக் கோட்டை வாசலண்டை வரத் தொடங்கினார்கள்.

அந்த மேல் மாடத்தையொட்டித் தனியாக நீண்டு அமைந்திருந்த மேடையில் கட்டியங் கூறுவோன் நிற்பதைக் கரிகாலன் கவனித்தான். அவனைச் சமிக்ஞையினால் அருகே வரும்படி அழைத்தான். வந்தவுடன் ஜனங்களுக்குச் சில விஷயங்களை அறிவிக்கும்படி கூறினான். கட்டியங் கூறுவோன் திரும்பிச் சென்று பேரிகையைச் சில தடவை முழக்கினான். பின்னர், ஜனங்களைச் சமிக்ஞையினால் பேசாதிருக்கும்படி கேட்டுக் கொண்டான். ஆதித்த கரிகாலரின் விருதுகளில் சிலவற்றை விடுத்துச் சிலவற்றை மீண்டும் கூறிவிட்டு, "அத்தகைய சோழர் குலக் கோமகனார் இந்தக் கடம்பூர் மாளிகையில் ஒரு வாரம் பத்து நாட்கள் வரை தங்கியிருப்பார். சுற்றுப்புறமுள்ள ஊர்களுக்கெல்லாம் விஜயம் செய்வார். அப்போது அந்தந்த ஊர் மக்களை நேரில் கண்டு அவரவர்களுடைய குறைகளையெல்லாம் கேட்டு அறிந்து கொள்வார்!" என்று கூவினான்.

அவ்வளவுதான்! இதுவரையில் அந்த ஜனக் கூட்டத்தில் எழுந்த ஆரவாரமெல்லாம் நிசப்தம் என்று சொல்லும்படியாக அவ்வளவு பெரிய பேரிரைச்சல் கிளம்பியது. குதூகலக் குரல்களும் வாழ்த்தொலிகளும் கரகோஷ ஓசையும் சேர்ந்து கலந்து எழுந்து சுற்றுப் பக்கம் வெகு தூரம் சென்று வீர நாராயண ஏரியிலிருந்து எழுபத்து நாலு கணமாய்களின் வழியாகப் பாய்ந்த தண்ணீர் வெள்ளத்தின் ஓசையையும் அமுங்கி விடும்படி செய்தன.

சம்புவரையரும் பழுவேட்டரையரும் பார்த்திபேந்திரனும் அவர்கள் முன்னால் நின்ற இடத்திலேயே நின்று கொண்டிருந்தார்கள். ஆதித்த கரிகாலன் அவர்கள் நின்ற இடத்தை நெருங்கியதும், "பார்த்திபேந்திரா! ஏது நீ இங்கேயே நின்றுவிட்டாய்? இந்தக் கிழவர்களுடன் சேர்ந்து நீயும் சதியாலோசனை செய்யத் தொடங்கி விட்டாயா?" என்று கேட்டான்.

கிழவர்கள் இருவரும் திடுக்கிட்டுக் கரிகாலனுடைய முகத்தைப் பார்த்தார்கள். அவன் முகத்தில் புன்னகை தவழ்ந்து கொண்டிருந்தது.

சம்புவரையர் சிறிது சமாளித்துக் கொண்டு, "கோமகனே! சற்று முன் சிறை என்கிறீர்கள்; இப்போது சதி என்கிறீர்கள். இந்தக் குடிசையில் தாங்கள் விருந்தாளியாகத் தங்கியிருக்கும் போது தங்களுக்கு அணுவளவேனும் தீங்கு நேராது என்று ஆணையிட்டுக் கூறுகிறேன். அவ்விதம் நேர்வதற்கு முன்னால் என் உடலிலிருந்து உயிர் பிரிந்து போயிருக்கும்!" என்றார்.

"ஐயா! எனக்குத் தீங்கு நேரும் என்று நான் அஞ்சுவதாக எண்ணினீர்களா? ஒரு லட்சம் பாண்டிய நாட்டுப் பகைவர்களின் மத்தியில் இருக்கும்போதே எனக்குத் தீங்கு நேரும் என்று நான் அஞ்சியதில்லை. என் அருமைச் சிநேகிதர்களின் மத்தியில் இருக்கும்போது அஞ்சுவானேன்? ஆனால் தங்களுடைய இந்த மாளிகையைக் குடிசை என்று மட்டும் கூற வேண்டாம்; ஆகா! இதைச் சுற்றியுள்ள மதில் சுவர்கள் எவ்வளவு உயரம்? எவ்வளவு கனம்? தஞ்சாவூர்க் கோட்டை மதிலை விடப் பெரியதாக அல்லவா இருக்கிறது? எந்தப்

பகைவர்களை முன்னிட்டு இவ்வளவு பந்தோபஸ்தாகக் கோட்டை கட்டியிருக்கிறீர்கள்?" என்றான் கரிகாலன்.

"இளவரசே! எங்களுக்கென்று தனிப் பகைவர்கள் யாரும் இல்லை. சோழ குலத்தின் பகைவர்கள் எங்கள் பகைவர்கள்; சோழ குலத்தின் நண்பர்கள் எங்களுக்கும் நண்பர்கள்".

"தங்கள் வாக்குறுதி எனக்கு மிக்க மகிழ்ச்சி அளிக்கிறது. இதைத் தங்கள் குமாரன் கந்தமாறனிடம் சொல்லி வையுங்கள். என்னுடைய நண்பனாகிய வாணர் குலத்து இளவரசனைக் கந்தமாறன் தன்னுடைய பகைவன் என்று கருதி வருகிறான். இது பெரும் பிழையல்லவா?" என்று ஆதித்த கரிகாலன் கூறிய போது கந்தமாறன் தலையைக் குனிந்து கொண்டான்.

16. "மலையமானின் கவலை"

மாளிகைக்கும் மதில் சுவருக்கும் இடையிலிருந்த நிலாமுற்றப் பகுதியில் கந்தமாறன் வழி காட்டிக் கொண்டு செல்ல, கரிகாலன் சுற்றுமுற்றும் பார்த்துக் கொண்டு நடந்தான். மற்ற நால்வரும் பின்தொடர்ந்து சென்றார்கள்.

குரவைக்கூத்துக்காக மேடையும், கொட்டகையும் போட்டிருந்த இடத்தை அடைந்ததும் கரிகாலன் நின்றான்.

"ஓகோ! இது என்ன? இங்கே என்ன நடக்கப் போகிறது?" என்று கேட்டான்.

"கோமகனே! தங்களுக்கு விருப்பமாயிருந்தால், இங்கே குரவைக்கூத்து வைக்கலாம் என்று உத்தேசம்..."

"ஆகா! ரொம்ப நல்லது! குரவைக்கூத்து வையுங்கள்; வில்லுப்பாட்டு வையுங்கள். கரிகால் வளவர் நாடகம், விஜயாலயச் சோழர் நாடகம் எல்லாம் வையுங்கள். பகலெல்லாம் காட்டில் வேட்டையாடுவதில் கழிப்போம். இரவெல்லாம் பாட்டிலும், கூத்திலும் கழிப்போம். சம்புவரையரே! என் பாட்டன் மலையமான் எனக்கு என்ன சொல்லி அனுப்பினான், தெரியுமா! கடம்பூர் சம்புவரையன் மாளிகையில் இருக்கும் போது, 'இரவில் தூங்காதே!' என்று எச்சரிக்கை செய்தான். நான் என் பாட்டனுக்கு என்ன மறுமொழி சொன்னேன் தெரியுமா? 'பாட்டா! நான் பகலில் தூங்குவதில்லை; இரவிலும் தூங்குவதில்லை. நான் தூங்கி மூன்று வருஷம் ஆகிறது.

ஆகையால் நான் தூங்கும்போது விரோதிகள் எனக்கு ஏதேனும் தீங்கு செய்து விடுவார்கள் என்று பயப்பட வேண்டாம். நான் விழித்துக் கொண்டிருக்கும் போதே யாராவது தீங்கு செய்தால்தான் செய்யலாம். அவ்வளவு துணிச்சலுள்ள ஆண் மகன் யார் இருக்கிறான்?' என்று மலையமானுக்குத் தைரியம் சொல்லி விட்டு வந்தேன்!" என்று கூறிவிட்டுக் கரிகாலன் கடகடவென்று சிரித்தான்.

சம்புவரையர் கோபத்தினால் நடுங்கிய குரலில், "ஐயா! தாங்கள் தூங்கினாலும் சரி, விழித்துக் கொண்டிருந்தாலும் சரி... தங்களுக்கு எவனும்.. இந்த மாளிகையில் இருக்கும் போது தீங்கு செய்யத் துணிய மாட்டான்!" என்றார்.

"ஆம், ஆம்! கடம்பூர் சம்புவரையர் மாளிகைக்குள் எனக்குத் தீங்கு செய்யக் கூடியவன் யார் இருக்க முடியும்? அல்லது வெளியிலிருந்து இவ்வளவு பெரிய மதில் சுவர்களைத் தாண்டி யார் வர முடியும்? யமன் கூட வர முடியாது. கடம்பூர் சம்புவரையர் என்றால் யமன் கூடப் பயப்படுவானே? அந்தத் திருக்கோவலூர்க் கிழவனாரின் வீண் கவலையைப்பற்றி உங்களுக்குச் சொன்னேன். வயதாகிவிட்டதல்லவா? சில பேருக்கு வயதானால் மனோதைரியம் குறைந்து விடுகிறது. அடுத்தாற்போல், என் பழுவூர்ப் பாட்டனைப் பாருங்கள்! எவ்வளவு மிடுக்காக நடந்து வருகிறார்? அறுபது பிராயத்தைக்

கடந்தவர் என்று யாராவது சொல்ல முடியுமா?" என்று கூறிச் சிறுநகை செய்தான் கரிகாலன்.

பழுவேட்டரையர் இதற்கு மறுமொழி ஏதேனும் சொல்ல வேண்டும் என்று எண்ணித் தமது தொண்டையைக் கனைத்துக் கொண்டார். அது சிங்க கர்ஜனையைப் போல் முழங்கிற்று.

"பாருங்கள்! பெரிய பழுவேட்டரையர் தொண்டையைக் கனைத்தால், பாரெங்கும் நடுங்கும் என்று சொல்வது எவ்வளவு சரியாயிருக்கிறது. கந்தமாறா! வந்தியத்தேவா! பார்த்திபேந்திரா! நீங்கள் எல்லாம் பழுவூர்ப் பாட்டன் வயதில் இவ்வளவு திடமாக இருப்பீர்களா என்று யோசித்துப் பாருங்கள். ஒருவேளை அவரைப் போல் தொண்டையைக் கனைப்பீர்கள். ஆனால் அவர் வயதில் அந்தப்புரத்துக்குப் புதிய பெண்ணைக் கொண்டு வரமாட்டீர்கள். தாத்தா! தங்களுடன் இளைய ராணியையும் அழைத்து வந்திருக்கிறீர்கள் போலிருக்கிறதே! முன் வாசல் மாடத்தில் பார்த்தேன்! இளைய ராணி எப்படிப் பிரயாணம் செய்து வந்தார்கள்? மூடுபல்லக்கிலா? ரதத்திலா? அல்லது வண்டியிலா?"

பழுவேட்டரையர் அப்போது குறுக்கிட்டு, "யானை மீது அம்பாரியில் வைத்து நாடு நகரமெல்லாம் அறிய அழைத்து வந்தேன்!" என்று பெருமிதத்துடன் கூறினார்.

"அப்படித்தான் செய்ய வேண்டும், தாத்தா! இனிமேல் எப்போதும் அப்படியே செய்யுங்கள்! மூடுபல்லக்கில் மட்டும் அழைத்துவர வேண்டாம். அதனால் பல விரஸமான வதந்திகள் ஏற்படுகின்றன. ஒரு வேடிக்கையைக் கேளுங்கள்; பழுவூர் இளையராணியின் மூடுபல்லக்கில் சில சமயம் என் சித்தப்பன் மதுராந்தகன் இரகசியமாக ஏறிக் கொண்டு ஊர் ஊராகப் போய் வருகிறானாம்! இப்படி ஒரு வதந்தி நாடெங்கும் பரவியிருக்கிறது!" என்று கரிகாலன் கூறி இடி இடி என்று சிரித்தான்.

ஆனால் அங்கிருந்த மற்றவர்கள் யாரும் சிரிக்கவில்லை. ஒவ்வொருவர் மனத்திலும் ஒவ்வொரு விதக் கலக்கம் ஏற்பட்டது.

வந்தியத்தேவன் தன் மனத்திற்குள் "ஐயோ! எப்பேர்ப்பட்ட தவறு செய்து விட்டோம்! இந்த வெறி பிடித்த மனிதரிடம் எல்லாவற்றையும் சொல்லி விட்டோமே! ஒன்றையும் மிச்சம் வைத்துக் கொள்ளாமல் பகிரங்கப்படுத்தி விடுவார் போலிருக்கிறதே!" என்று எண்ணிக் கலங்கினான்.

பெரிய பழுவேட்டரையரின் உள்ளம் எரிமலையின் உட்பிரதேசத்தைப் போல, தீயும் புகையுமாகக் குழம்பிக் கொதித்துக் கனன்றது. தீயும் புகையும் எரிமலை வாயின் வழியாக வருவதற்கு முன்னால் உண்டாகும் பயங்கர உறுமலைப் போல் அவர் மீண்டும் தொண்டையைக் கனைத்துக் கொண்டார்.

அவர் பேசுவதற்கு முன் பார்த்திபேந்திரன் ஓர் அடி முன்னால் பெயர்ந்து வந்து, "கோமகனே! பழுவூர் இளையராணியை நான் வெகு சிறிய காலந்தான் பார்த்துப் பழக நேர்ந்தது. அதற்குள்ளேயே அவர் எத்தகைய பத்தினித் தெய்வம் என்பதை அறிந்து கொண்டேன். பழுவூர் ராணியைப் பற்றி யாரேனும் அவதூறு கூற முற்பட்டால், அவனை அந்தக் கணமே என் வாளுக்கு இரையாக்குவேன்! இது சத்தியம்!" என்று சொன்னான்.

கந்தமாறன் பின்னால் ஓர் அடி வந்து நின்று, "என் கையில் கத்தி எடுக்க வேண்டிய அவசியமே இல்லை, பழுவூர் இளையராணியைப் பற்றி அவதூறு கூறுகிறவனை என் கையினாலேயே கழுத்தை நெறித்துக் கொன்று விடுவேன் இது சத்தியம்!" என்றான்.

இதைக் கேட்ட வந்தியத்தேவனும் ஒரு அடி முன் வந்து "நானும் அப்படித்தான்! பழுவூர் ராணியைப் பற்றி யாரேனும் தவறாகப் பேசினால், என் கண்பார்வையினாலேயே அவனைச் சுட்டெரித்து விடுவேன்!" என்றான்.

"ஆஹாஹா! கொஞ்சம் பொறுங்கள்; நண்பர்களே! என்னிடமே சண்டைக்கு வந்துவிடுவீர்கள் போலிருக்கிறதே! பார்த்தீர்களா, தாத்தா! தமிழ்ப் பெண் குலத்தின் கௌரவத்தைக் காப்பாற்றுவதில் இவர்கள் எவ்வளவு துடிப்புடன் இருக்கிறார்கள்! ஆனால் பழுவூர் இளையராணியைப்பற்றி யாரும் அவதூறு சொல்லவில்லை. சொன்னால், நானும் கேட்டுக் கொண்டு சும்மா இருக்க மாட்டேன். இந்த வீராதி வீரர்கள் வரும் வரையில் அப்படி அவதூறு சொன்னவனை நான் உயிரோடு வைத்திருக்க மாட்டேன். பழுவூர் இளையராணியின் மூடுபல்லக்கைப் பற்றித்தான் குறை சொல்லுகிறார்கள்! அந்தக் கோழை மதுராந்தகன் பழுவூர் ராணியின் மூடுபல்லக்கில் ஊர் ஊராக இரகசியப் பிரயாணம் செய்கிறானாம்! எப்போது ஆண் மகன் ஒருவன் மூடுபல்லக்கில் இரண்டு பக்கத்திலும் திரைவிட்டுக் கொண்டு பிரயாணம் செய்கிறானோ, அப்போது இளையராணியும் அப்படி பிரயாணம் செய்தால், சில அனர்த்தங்கள் விளையக் கூடும் அல்லவா?"

"கோமகனே! பராந்தக சக்கரவர்த்தியின் பேரனும் கண்டராதித்தருடைய திருமகனுமான மதுராந்தகத் தேவர் எதற்காக மூடுபல்லக்கில் பிரயாணம் செய்ய வேண்டுமாம்? எனக்கு ஒன்றும் விளங்கவில்லையே?" என்றான் பார்த்திபேந்திர பல்லவன்.

"அதன் காரணமும் ஒரு வேடிக்கையான காரணந்தான்! மதுராந்தகன் மூடுபல்லக்கில் ஏறிக் கொண்டு ஊர் ஊராகப் போய்த் தன் கட்சிக்குப் பலம் திரட்டிக் கொண்டு வருகிறானாம்!"

"எதற்காகப் பலம் திரட்டுகிறது?"

"எதற்காகவா? என் தகப்பனாருக்குப் பிறகு சோழ ராஜ்ய சிம்மாசனத்தில் அவன் ஏறுவதற்காகத்தான்! எப்படியிருக்கிறது கதை? சில மாதங்களுக்கு முன்பு ஒரு நாள் இந்தக் கடம்பூர் மாளிகைக்குக் கூட அவன் அப்படி மூடுபல்லக்கில் இரகசியமாக வந்திருந்தானாம். நள்ளிரவில் சதியாலோசனைக் கூட்டம் ஒன்று இங்கே நடந்ததாம். பார்த்திபேந்திரா! திருக்கோவலூர்க் கிழவனார் நீயும் என்னுடன் இருந்தபோதுதானே இதை யெல்லாம் சொன்னார்? மதுராந்தகனுக்குச் சிம்மாதனம் ஏறுவதற்கு உள்ள ஆர்வத்தினால் அவசரப்பட்டு என் தந்தையைக் கொஞ்சம் சீக்கிரமாகவே சொர்க்கத்துக்கு அனுப்பினாலும் அனுப்பிவிடுவான் என்று சொன்னாரே? அதெல்லாம் உனக்கு நினைவில்லையா?"

"நினைவுக்கு வருகிறது, இளவரசே! அதையெல்லாம் அப்போதும் நான் நம்பவில்லை; இப்போதோ, சிறிதுகூட நம்பவில்லை. தஞ்சாவூருக்குப் போய் தங்கள் தந்தையை நேரில் தரிசித்துவிட்டு வந்த பிறகு..."

"நீ மட்டும் என்ன? நானுங்கூடத்தான் நம்பவில்லை. நம்பியிருந்தால் இந்தக் கடம்பூர் மாளிகைக்கு விருந்தாளியாக வந்திருப்பேனா?" என்று கூறிக் கரிகாலன் மீண்டும் எதையோ நினைத்துக் கொண்டவன் போல் சிரித்தான்.

கடம்பூர் சம்புவரையர் தொண்டையைக் கனைத்துக் கொண்டு, "கோமகனே! திருக்கோவலூர் மலையமான் குலத்துக்கும் எங்கள் குலத்துக்கும் நீண்ட கால விரோதம் என்பது தங்களுக்குத் தெரிந்திருக்கும்!" என்றார்.

"தெரியாமல் என்ன? அந்த விரோதத்தைப் பற்றி சங்கப் புலவர்கள் பாடியிருக்கிறார்களே? கொல்லி மலை வல்வில் ஓரியை மலையமான் திருமுடிக்காரி சண்டையில் கொன்றான். வல்வில் ஓரியின் வம்சத்தில் நீங்கள் வந்தவர்கள் ஆகையால் அந்த விரோதத்தை இன்னமும் வைத்துக் கொண்டிருக்கிறீர்கள்..."

"கோமகனே! வல்வில் ஓரியின் சாவுக்கு உடனே பழி வாங்கப்பட்டது. வல்வில் ஓரியின் உறவினனாகிய அதியமான் நெடுமானஞ்சி திருக்கோவலூர் மீது படையெடுத்துச் சென்று அந்த ஊரையும் அழித்தான்; மலையமானுடைய முள்ளூர் மலைக் கோட்டையையும் தரைமட்டமாக்கினான்..."

"சம்புவரையரே! அதியமான் மட்டும் தனியாக அந்தக் காரியத்தைச் செய்து விடவில்லை. என் முன்னோனாகிய சோழன் கிள்ளி வளவனுடைய உதவியைக் கொண்டு தான் மலையமான் மீது அதியமான் வெற்றி அடைந்தான். அந்தப் பழைய கதையெல்லாம் இப்போது எதற்கு?"

"நாங்கள் மறந்து விட்டாலும், மலையமான் மறப்பதில்லை. ஏதாவது எங்கள் பேரில் அவன் குற்றம் சாட்டிக் கொண்டிருக்கிறான்..."

"நான்தான் சொன்னேனே? கிழவருக்கு வயதாகி விட்டது. ஆகையால் புத்தியும் தடுமாறுகிறது. நான் இங்கே இருக்கும்போது எனக்கு ஆபத்து ஒன்றும் வராமல் பாதுகாப்பதற்காக அவர் ஒரு பெரும் சைன்யத்தைத் திரட்டிக் கொண்டு வராமல் இருக்க வேண்டுமே என்று கூட எனக்குக் கொஞ்சம் கவலையாயிருக்கிறது..."

"இளவரசே! அப்படி ஏதேனும் தங்களுக்குச் சந்தேகம் இருந்தால்..." என்று சம்புவரையர் தடுமாறினார்.

"எனக்குச் சந்தேகமா? இல்லவே இல்லை. மலையமானோடு எங்கள் உறவு இரண்டு தலைமுறையாகத்தான். பழுவேட்டரையரோடு எங்கள் உறவு ஆறு தலைமுறையாகத் தொடர்ந்து வந்திருக்கிறது. பழுவூர் அரசரே இங்கே வந்திருக்கிறார். அவர் சோழ குலத்துக்கு விரோதமாக ஏதும் செய்வார் என்று நினைக்க எனக்குப் பைத்தியம் பிடித்திருக்கிறதா?" என்று கரிகாலன் கூறிப் பைத்தியச் சிரிப்புச் சிரித்தான்.

பழுவேட்டரையர் கம்பீரமான குரலில், "இளவரசே! சோழ குலத்துக்கு விரோதமாக நான் எதுவும் செய்ய மாட்டேன் இது சத்தியம். தர்ம நியாயத்துக்கும் விரோதமாகவும் எதுவும் எப்பொழுதும் செய்ய மாட்டேன் இது இரு மடங்கு சத்தியம்" என்றார்.

"ஆமாம், ஆமாம்! தர்ம நியாயம் என்பதாக ஒன்று இருக்கத்தான் இருக்கிறது. அதைப் பற்றித் தங்களிடம் பேசித் தெரிந்து கொள்ளத்தான் வந்தேன். வேட்டையாடும் நேரமும், கூத்துப் பார்க்கும் நேரமும் போக ஒழிந்த நேரத்தில் சற்று தர்ம நியாயத்தையும் பற்றிப் பேசலாம்! சம்புவரையரே! இந்த பிரம்மாண்டமான அரண்மனையில் நானும் என் சிநேகிதர்களும் தங்குவதற்கு எந்த இடத்தை ஏற்படுத்தியிருக்கிறீர்கள்?" என்று கேட்டான் கரிகாலன்.

"ஐயா! தங்களுக்கும் பழுவூர் மன்னருக்கும் பின்கட்டில் விருந்தினர் விடுதி முழுவதையும் ஒதுக்கி விட்டிருக்கிறோம். மற்றப்படி வரக்கூடிய சிற்றரசர்களை எல்லாம் என்னோடு முன் கட்டிலேயே வைத்துக் கொள்வேன்..."

"ஓகோ! இன்னும் சிற்றரசர்களும் வரப் போகிறார்களா?"

"ஆம், இளவரசே! தங்களை இங்கே சந்திப்பதற்குச் சுற்றுப்புறமுள்ள குறுநில மன்னர்கள் எல்லாரும் ஆவலாயிருக்கிறார்கள், பலரும் வருவார்கள்."

"வரட்டும், வரட்டும்! எல்லாரும் வரட்டும்! ரொம்ப நல்லது. யோசித்து முடிவு செய்ய வேண்டியதை ஒரு வழியாக முடிவு செய்து விடலாம். மதுராந்தகனுடைய சதியாலோசனை ஒருபுறம் இருக்கட்டும். நானே உங்களுடன் சேர்ந்து ஒரு சதியாலோசனை செய்ய விரும்புகிறேன். அதற்கு இந்த மாளிகையைக் காட்டிலும் தகுந்த இடம் கிடைக்காது!" என்றான் கரிகாலன்.

17. பூங்குழலியின் ஆசை

நாகைப்பட்டினத்திலிருந்து கோடிக்கரை வரையில் சென்ற ஓடையில் பூங்குழலியின் படகு போய்க் கொண்டிருந்தது. பூங்குழலியோடு சேந்தன் அமுதனும் அப்படகில் இருந்தான். படகு கோடிக்கரையை நெருங்கிக் கொண்டிருந்தது.

ஓடைக் கரையில் தங்க நிறத் தாழம்பூக்கள் மடல் விரித்து மணத்தை அள்ளி எங்கும் வீசிக் கொண்டிருந்தன. ஒரு தாழம் பூவின் மீது பச்சைக்கிளி பறந்து வந்து உட்கார்ந்தது. அது உட்கார்ந்த வேகத்தில், தாழம்பூ ஊஞ்சல் ஆடுவது போல் ஆடியது. பச்சைக்கிளியும் அத்துடன் ஆடி விட்டுப் பிறகு அதன் தங்க நிற மடலைத் தன் பவள நிற மூக்கினால் கொத்தியது.

படகு நெருங்கியதும், பச்சைக்கிளி, 'கிக்கி, கிக்கி' என்று கத்திக் கொண்டு பறந்தோடி விட்டது.

"பிறந்தால் பச்சைக் கிளியாகப் பிறக்க வேண்டும்!" என்றாள் பூங்குழலி.

"நீ அவ்விதம் எண்ணுகிறாய்! அதற்கு எத்தனை கவலையோ, எவ்வளவு கஷ்டமோ, யார் கண்டது?" என்றான் சேந்தன் அமுதன்.

"என்ன கவலை, கஷ்டம் இருந்தாலும் இஷ்டம் போல் எல்லையற்ற வானத்தில் பறந்து செல்ல முடிகிறதல்லவா? அதைக் காட்டிலும் இன்பம் வேறு உண்டா?" என்றாள் பூங்குழலி.

"அப்படிப் பறந்து திரியும் பச்சைக்கிளியைச் சிலர் பிடித்துக் கூண்டில் அடைத்து விடுகிறார்களே!" என்றான் சேந்தன் அமுதன்.

"ஆமாம், ஆமாம்! அரண்மனைகளில் வாழும் இராஜகுமாரிகள் பச்சைக்கிளிகளைக் கூண்டுக்குள் அடைத்து வைக்கிறார்கள்! குரூர ராட்சஸிகள்! கிளிகளைக் கூண்டில் அடைத்துவிட்டு அவற்றுடன் கொஞ்சி விளையாடுகிறார்கள். நான் மட்டும் ஏதேனும் ஓர் அரண்மனைகளில் சேடிப் பெண்ணாயிருந்தால், கூண்டில் அடைபட்ட கிளிகளுக்கு விஷம் வைத்துக் கொன்று விடுவேன். கிளிகளைப் பிடித்துக் கூண்டில் அடைக்கும் இராஜகுமாரிகளுக்கும் விஷத்தைக் கொடுத்து விடுவேன்..."

"நீ இப்போது பேசுவதைக் கேட்டால், உன்னையும் குரூர ராட்சஸி என்று தான் சொல்லுவார்கள்!"

"சொன்னால் சொல்லட்டும்! நான் ராட்சஸியாயிருந்தாலும் இருப்பேன்; இராஜகுமாரியாயிருக்க மாட்டேன்."

"இராஜகுமாரிகளின் மீது உனக்கு ஏன் இத்தனை கோபம் பூங்குழலி! பார்க்கப் போனால் அவர்கள் பேரிலும் பரிதாபப்பட வேண்டியதல்லவா? கூண்டில் அடைபட்ட பச்சைக்கிளிகளைப் போலத்தான் அவர்களும் அரண்மனைக்குள் அடைபட்டுக் காலம் கழிக்க வேண்டியிருக்கிறது. தப்பித் தவறி அவர்கள் வெளியில் புறப்பட்டால், எத்தனைக் கட்டுக்காவல்! எத்தனை இரகசியம்? எத்தனை ஜாக்கிரதை! உன்னைப் போல் அவர்கள் படகில் ஏறிக் கொண்டு, தன்னந் தனியாக ஓடையிலும் கடலிலும் போக முடியுமா? இஷ்டப்படி துள்ளித் திரியும் மானைப் போல் காட்டில் சுற்றி அலைய முடியுமா?"

"அவர்களை யார் அடைந்து கிடக்கச் சொல்கிறார்கள்? நான் சொல்லவில்லையே? இஷ்டமிருந்தால் அவர்களும் காட்டில் அலைந்து திரிவதுதானே?"

"இஷ்டம் மட்டும் போதாது; அவரவர்களுடைய பிறப்பு வளர்ப்பையும் பொறுத்தது. கிளியைப் போல நீயும் வானத்தில் பறக்க விரும்புகிறாய் அது முடிகிற காரியமா? கடற்கரையில் நீ பிறந்து வளர்ந்தாய். அதனால் இவ்வளவு சுயேச்சையாக இருக்க முடிகிறது. அரண்மனையில் பிறந்து வளர்ந்தவர்களால் அது முடியாது. இன்னும் ஒரு விசித்திரத்தைக் கேள். சில நாள் கூண்டில் அடைபட்டு இராஜகுமாரிகளின் கையினால் உணவு அருந்தி பழக்கப்பட்ட கிளிகள் பிறகு கூண்டைத் திறந்து விட்டாலும் ஓடிப் போகவே விரும்புவதில்லை. சிறிது தூரம் பறந்து வட்டமிட்டு விட்டு, 'கிறீச், கிறீச்' என்று கத்திக் கொண்டு கூண்டுக்குள் திரும்பி வந்து விடும். தஞ்சையிலும் பழையாறையிலும் உள்ள அரண்மனைகளில் இதை நானே நேரில் பார்த்திருக்கிறேன்..."

"அவ்விதம் கூண்டில் அடைபடுவதற்கு நான் ஒரு நாளும் சம்மதிக்க மாட்டேன். நான் கிளியாயிருந்தால் சொல்கிறேன், என்னைக் கூண்டில் அடைத்து வைத்து அமுதூட்ட வரும் இராஜகுமாரியின் கையை வெடுக்கென்று கடித்து விடுவேன்..."

"கூண்டில் அடைபட்ட கிளியாயிருக்கவும் நீ விரும்பமாட்டாய். அரண்மனையில் அடைபட்ட அரசிளங் குமரியாயிருக்கவும் நீ விரும்ப மாட்டாயல்லவா?"

"மாட்டவே மாட்டேன் அதைக் காட்டிலும் விஷந்தின்று உயிரை விட்டுவிடுவேன்!"

"அதுதான் சரி; அப்படியானால் அரண்மனையில் வாழும் இராஜகுமாரனைக் கல்யாணம் செய்து கொள்ளவும் நீ ஆசைப்படக் கூடாது?"

கீழ்வானத்தில் கருமேகங்கள் திரண்டு கொண்டிருந்தன. அவ்வப்போது பளீர் பளீர் என்று மின்னல்கள் மின்னிக் கொண்டிருந்தன. இடியின் குமுறல் இலேசாகக் கேட்டுக் கொண்டிருந்தது.

சேந்தன் அமுதன் கடைசியாகச் சொன்னதைக் கேட்டதும் பூங்குழலியின் கண்களிலிருந்தும் பளீர் என்று மின்னல் கற்றைகள் புறப்பட்டன.

"நான் இராஜகுமாரனைக் கல்யாணம் செய்து கொள்ள ஆசைப்படுவதாக உனக்கு யார் சொன்னது?" என்று கோபமாகக் கேட்டாள்.

"எனக்கு யாரும் சொல்லவில்லை; நானாகத்தான் சொன்னேன். உன் மனதில் அத்தகைய ஆசை இல்லாவிட்டால் நல்லதாய்ப் போயிற்று. நான் சொன்னதை மறந்துவிடு!" என்றான் சேந்தன் அமுதன்.

சற்று நேரம் அந்தப் படகில் மௌனம் குடி கொண்டிருந்தது. சேந்தன் அமுதன் துடுப்பினால் படகு தள்ளும் சத்தமும், வறட்டுத் தவளைகளின் குரலும், கடல் பறவைகளின் ஒலியும் கடல் அலைகளின் ஓசையும் அவ்வப்போது கீழ்த் திசைகளில் இடி முழக்கமும் கேட்டுக் கொண்டிருந்தன.

சேந்தன் அமுதன் தொண்டையைக் கனைத்துக் கொண்டு மனத்தையும் தைரியப்படுத்திக் கொண்டு "பூங்குழலி! என் அந்தரங்கத்தை வந்தியத்தேவன் உன்னிடம் வெளியிட்டதாகக் கூறினாய் அல்லவா? அதைப் பற்றி உன் கருத்தைத் தெரிவித்தால் நல்லது. அதோ கோடிக்கரையின் கலங்கரை விளக்கம் தெரிகிறது. இனி உன்னோடு தனியாகப் பேசும் சந்தர்ப்பம் கிட்டாமற் போகலாம். நாளை நானும் புறப்பட்டுச் செல்ல வேண்டும். தஞ்சையில் என் தாயாரைத் தனியாக விட்டு வந்து வெகு நாளாகிறது!" என்றான்.

"வந்தியத்தேவன் உனக்காக ஏன் தூது செல்ல வேண்டும்? உனக்கு வாய் இல்லையா? கேட்க வேண்டியதை நேரில் கேட்டு விடேன்!" என்றாள் பூங்குழலி.

"சரி! கேட்கிறேன்; நீ என்னைக் கல்யாணம் செய்து கொள்வாயா?" என்று சேந்தன் அமுதன் கேட்டான்.

"எதற்காக என்னைக் கல்யாணம் செய்து கொள்ளும்படி கேட்கிறாய்?" என்றாள் பூங்குழலி.

"உன் பேரில் எனக்கு அந்தரங்கமான ஆசை இருக்கிறது; அதனாலேதான்!"

"அந்தரங்கமான ஆசையிருந்தால் கல்யாணம் செய்து கொண்டுதான் தீர வேண்டுமா?"

"அப்படியொன்றும் தீர வேண்டும் என்பதில்லை உலக வழக்கம் அப்படி இருந்து வருகிறது.."

"உன்னைக் கல்யாணம் செய்து கொண்டால் எனக்கு நீ என்ன தருவாய்? நான் வேண்டும் அரண்மனை வாழ்வும், ஆடை ஆபரணங்களும், யானை குதிரைகளும், பல்லக்கும் பணிப்பெண்களும் உன்னால் தர முடியுமா?"

"முடியாது; அவற்றுக்கெல்லாம் மேலான அமைதியுள்ள வாழ்க்கையைத் தருவேன். கேள், பூங்குழலி! தஞ்சை நகர்ப்புறத்திலுள்ள அழகான பூந்தோட்டத்தின் மத்தியில் என் குடிசை இருக்கிறது. அதில் என் அன்னையும் நானுந்தான் வசிக்கிறோம். நீ அங்கு வந்துவிட்டாயானால், உன் வாழ்க்கையே மாறுதல் அடைந்து விடும் என் அன்னை உன்னை அன்போடு வைத்து ஆதரித்துப் பாதுகாப்பாள். பொழுது விடிந்ததும் எழுந்திருந்து, நம் வீட்டைச் சுற்றியுள்ள கொடிகளிலும், மரங்களிலும் குலுங்கும் மலர்களை இருவரும் சேர்ந்து சித்திர விசித்திரமான மாலைகளாகக் கட்டலாம். மாலைகளை நான் தஞ்சைத் தளிக்குளத்தார் ஆலயத்துக்கும், துர்க்கா பரமேசுவரியின் ஆலயத்துக்கும் கொண்டு போய்க் கொடுத்துவிட்டு வருவேன். அதற்குள் நீ எங்கள் தோட்டத்திலுள்ள தாமரைக் குளத்தில் குளித்துவிட்டு என் அன்னைக்கு வீட்டு வேலைகளில் உதவி செய்யலாம். மாலை நேரங்களில் நாம் மூவரும் தாமரைக் குளத்தில் தண்ணீர் மொண்டு கொண்டு போய்ப் பூச்செடிகளுக்கு ஊற்றலாம். மாலை ஆனதும் நான் உனக்கு அமுதினும் இனிய தெய்வத் தமிழ்ப் பதிகங்களைச் சொல்லிக் கொடுப்பேன். உன்னுடைய மதுரமான குரலில் அவற்றைப் பாடினால், பாடிய உன் நாவும் இனிக்கும்; கேட்கும் என் காதும் இனிக்கும். நமக்கு விருப்பம் இருந்தால் ஆலயங்களுக்குச் சென்று இறைவனைத் தரிசித்து விட்டு அத்தெய்வப் பாடல்களைப் பாடிவிட்டு வரலாம். கோயிலுக்கு வரும் பக்தர்களும் கேட்டு மகிழ்வார்கள். பூங்குழலி! இதைக் காட்டிலும் இனிய வாழ்க்கை மகிழ்ச்சி அளிக்கும் வாழ்க்கை உலகில் வேறு என்ன இருக்க முடியும்? யோசித்துப் பார்த்துச் சொல்லு!"

இவ்விதம் சேந்தன் அமுதன் கூறியதையெல்லாம் கேட்டு விட்டுப் பூங்குழலி கலகலவென்று சிரித்தாள்.

"அமுதா! நீ இனியதென்று கருதும் வாழ்க்கையைப் பற்றிச் சொன்னாய்! ஆனால் நான் எத்தகைய வாழ்க்கை வேண்டுமென்று ஆசைப்படுகிறேன், தெரியுமா, வானுலகத்துக்குச் சென்று தேவேந்திரனை மணந்து கொள்ள ஆசைப்படுகிறேன். தேவேந்திரனுடன் ஐராவதத்தில் ஏறி வானத்தில் மேக மண்டலங்களுக்கு மத்தியில் பிரயாணம் செய்ய விரும்புகிறேன். தேவேந்திரனுடைய கையிலிருந்த வஜ்ராயுதத்தைப் பிடுங்கி மேகக் கூட்டங்களின் மீது பிரயோகிக்க ஆசைப்படுகிறேன். வஜ்ராயுதத்தினால் தாக்கப்படும்போது அந்தக் கரிய மேகங்களிலிருந்து ஆயிரம் பதினாயிரம் மின்னல்கள் கற்றைக் கற்றையாகக் கிளம்பி வான மண்டலத்தைச் சுக்கு நூறாகப் பிளப்பதைப் பார்க்க ஆசைப்படுகிறேன். இப்போதெல்லாம் வானத்திலிருந்து இடி விழுந்தால் எங்கேயோ கடலில் அல்லது காட்டில் விழுந்து விடுகிறதல்லவா? நான் அப்படி இடிகளை வீணாக்க மாட்டேன். அரசர்களும் அரசிகளும், இராஜகுமாரர்களும் இராஜகுமாரிகளும், வாழும் அரண்மனைகளாகப் பார்த்து அவற்றின் மேல் இடிகளைப் போடுவேன். அந்த அரண்மனைகள் இடிந்து விழுந்து மண்ணோடு மண்ணாவதைப் பார்த்துக் களிப்பேன். தேவேந்திரன் ஒருவேளை மணந்து கொள்ள இஷ்டப்படாவிட்டால் வாயு தேவனிடம் செல்வேன். அவனுக்கு ஏற்கெனவே பல மனைவிகள் இருந்தாலும் பாதகம் இல்லையென்று என்னை மணந்து கொள்ளச் சொல்லுவேன். அவ்வளவுதான், பிறகு இந்த உலகத்தில் எப்போதும் புயற்காற்றும் சுழிக் காற்றும் சண்ட மாருதமும் அடித்துக் கொண்டேயிருக்கும். பெரிய பெரிய மரங்கள் பெயர்ந்து மாடமாளிகையின் மீது விழுந்து அவற்றை அழிக்கும். கடலில் போகும் மரக்கலன்கள் சண்ட மாருதத்தினால் தாக்குண்டு துகள் துகளாகச் சிதறிப் போகும். அந்தக் கப்பல்களில் பிரயாணம் செய்வோர் கொந்தளிக்கும் கடலில் விழுந்து தவிப்பார்கள். அவர்களில் இராஜகுமாரர்களும் இராஜகுமாரிகளும் இருந்தால் அவர்கள் ஆழ் கடலின் அடிவாரத்துக்குப் போகட்டும் என்று விட்டுவிட்டு, மற்றவர்களை மட்டும் போனால் போகிறதென்று தப்ப வைப்பேன், வாயுதேவனும் ஒருவேளை என்னை மணந்து கொள்ள மறுத்தால், அக்கினி தேவனிடம் செல்வேன். அப்புறம் கேட்க வேண்டுமா? இந்த உலகமே தீப்பற்றி எரிய வேண்டியதுதான்...!"

"பூங்குழலி, போதும்! நிறுத்து! ஏதோ ஒரு மனக் கசப்பினால் இவ்விதமெல்லாம் நீ பேசுகிறாய்; மனமறிந்து யோசித்துப் பேசவில்லை. உன் மன நிலையை அறிந்து கொள்ளாமல் உன்னிடம் நான் கல்யாணப் பேச்சை எடுத்ததே என் தவறு தான், அதற்காக என்னை மன்னித்துவிடு! கடவுள் தான் உன்னுடைய மனக் கசப்பைப் போக்கி அமைதி அளித்து அருள வேண்டும். அதற்காக நான் அல்லும் பகலும் பிரார்த்தனை செய்து வருவேன்!" என்றான்.

உட்கார்ந்திருந்த பூங்குழலி திடீரென்று எழுந்து நின்றாள். ஓடைக் கரையில் இருந்த ஒரு மரத்தின் பக்கமாக உற்றுப் பார்த்தாள். சேந்தன் அமுதனும் அந்தத் திசையை நோக்கினான். மரக்கிளைகளின் மத்தியில் ஒரு பெண்மணியின் முகம் தெரிந்தது. சேந்தன் அமுதன் ஒரு கணம் அங்கே நின்றவளின் முகத்தில் தன் அன்னையின் முகச் சாயலைக் கண்டு திகைத்துப் போனான். பின்னர், அவள் தன் அன்னை இல்லையென்பதை அறிந்து கொண்டான். பூதத் தீவில் வசிப்பதாகப் பூங்குழலி கூறிய தன் பெரியம்மாவாக இருக்க வேண்டும் என்று ஊகித்துக் கொண்டான். பூங்குழலி படகிலிருந்து தாவி ஓடைக் கரையில் குதித்து அந்தப் பெண்மணியை நோக்கி விரைந்து ஓடினாள்.

18. அம்பு பாய்ந்தது!

ஓடைக் கரையில் ஒரு மரத்தின் பின்னால் மறைந்தும் மறையாமலும் நின்ற ஊமை ராணியைப் பூங்குழலி பார்த்தாள். எதிர்பாராத சமயத்தில் எதிர்பாராத இடத்தில் அவளைக் கண்டதினால் பூங்குழலிக்குச் சிறிது திகைப்பு உண்டாயிற்று. அயல் மனிதர்களைப் பார்ப்பதில் ஊமை ராணிக்குப் பிரியம் இல்லை என்பது அவளுக்குத் தெரிந்திருந்தது. 'படகில் சேந்தன் அமுதன் இருக்கிறானே, அவனைக் கண்டு ஒருவேளை அத்தை ஓடிவிடுவாளோ?' என்ற எண்ணம் அவள் மனத்தில் தோன்றிய அந்தக் கணமே அவளுடைய அத்தை ஓடத் தொடங்கி விட்டாள். பூங்குழலி சட்டென்று ஓடத்திலிருந்து ஓடைக் கரையில் குதித்து மேட்டில் ஏறிப் பார்த்தாள். அத்தை சற்றுத் தூரத்தில் அடர்ந்த காட்டுக்குள் மறைந்ததைக் கவனித்தாள்.

இதற்குள் சேந்தன் அமுதனும் கரையில் குதித்து மேட்டில் ஏறிப் பூங்குழலி நின்ற இடத்துக்கு வந்து சேர்ந்தான்.

"பூங்குழலி! பூங்குழலி! சற்று முன் இங்கே நின்றது யார்?" என்று கேட்டான்.

"உனக்குத் தெரியவில்லையா, அமுதா?"

"நிச்சயமாகச் சொல்லத் தெரியவில்லை! ஒருவேளை..."

"ஆமாம், என் அத்தைத்தான்! செத்துப் போனதாக நீ நினைத்துக் கொண்டிருந்த உன் பெரியம்மாதான்!"

"ஆமாம்; அம்மாவின் ஜாடை கொஞ்சம் இருந்தது போல் தோன்றியது"

"வெறுமனே ஏதாவது சொல்லாதே! சின்ன அத்தைக்கும் பெரிய அத்தைக்கும் உருவ ஒற்றுமை ஒன்றுமில்லை; குணத்தில் ஒற்றுமையும் இல்லை. வீட்டில் கட்டிப் போட்டிருக்கும் பசு எங்கே? எதேச்சையாகத் திரியும் சிங்க ராணி எங்கே?"

"சரி, அப்படியே இருக்கட்டும், ஏன் உன்னைப் பார்த்ததும் சிங்க ராணி ஓடிப் போய்விட்டாள்?"

பூங்குழலி சிரித்துவிட்டு, "உன்னைப் பார்த்து விட்டுத் தான் ஓடினாள். அயல் மனிதர்களைப் பார்ப்பதற்கு அவளுக்குப் பிரியமிருப்பதில்லை" என்றாள்.

"நான் அயல் மனிதன் அல்லவே?"

"அத்தைக்கு அது தெரியாதல்லவா? தெரிந்து கொண்டால் உன்னைப் பார்த்துவிட்டு ஓடமாட்டாள். ஆனால் தெரிந்து கொள்வதற்கு முன்னால் ரொம்பவும் தயங்குவாள்."

"பூங்குழலி! இப்போது என்ன செய்யப் போகிறாய்?"

"அத்தையைத் தேடிப் பிடிக்கப் போகிறேன்."

"நானும் வரட்டுமா?"

"எதற்காக?"

"பெரியம்மாவை நேரில் பார்த்துத் தெரிந்து கொள்வதற்காகத்தான்."

"எதற்காகப் பெரியம்மாவை நீ தெரிந்து கொள்ள வேண்டும்?"

சேந்தன் அமுதன் தன் பெரியம்மாவின் பழைய வரலாற்றைச் சிறிது பூங்குழலியிடம் அறிந்து கொண்டிருந்தபடியால் அவளைப் பார்க்க ஆவலாயிருந்தான். அத்துடன் பெரியம்மா தன் கட்சியிலிருந்து பூங்குழலியின் மனத்தை மாற்றுவதற்கு உதவி செய்யக் கூடும் என்ற ஆசையும் அவனுக்கு இருந்தது.

"எத்தனையோ காரணங்கள் இருக்கின்றன; ஆனால் பெரியம்மாவைத் தெரிந்து கொள்ள விரும்புவதற்குக் காரணம் வேண்டுமா, என்ன?" என்றான்.

பூங்குழலி சற்று யோசித்துவிட்டு, "சரி வா! போகலாம். உன்னையும் அழைத்துச் சென்றால் பெரியம்மாவைப் பிடிப்பது சற்றுப் பிரயாசையாக இருக்கும். ஆனாலும் யார் விடுகிறார்கள்? படகை இங்கேயே கட்டிப் போட்டு விட்டுப் போகலாம்!" என்றாள்.

அவ்விதமே படகை ஒரு தாழம்பூப் புதரின் அடியில் மறைவாக விட்டுக் கட்டியும் போட்டுவிட்டு இருவரும் கோடிக்கரைக் காட்டை நோக்கிச் சென்றார்கள்.

நடந்து கொண்டே சேந்தன் அமுதன், "பூங்குழலி! பெரியம்மா இலங்கைத் தீவிலோ பூதத் தீவிலோ இருக்கிறாள் என்று சொன்னாயல்லவா?" என்றான்.

"ஆமாம், சில சமயம் இலங்கைத் தீவிலும், சில சமயம் பூதத் தீவிலும் இருப்பாள்."

"இங்கே அடிக்கடி வருவதுண்டா?"

"இல்லை; அபூர்வமாகத்தான் வருவாள். நான் வெகுநாள் அவளைப் போய்ப் பார்க்காமலிருந்தால் வருவாள்."

"இப்போது உன்னைப் பார்க்கத்தான் வந்திருக்கிறாளா?"

"இந்தத் தடவை வேறு காரியமாக வந்திருக்கிறாள் என்று தோன்றுகிறது."

"வேறு என்ன காரியம்?"

"அவளுடைய சுவீகாரப் புதல்வன் கடலில் முழுகிப் போய் விட்டானா, தப்பிப் பிழைத்துக் கரை சேர்ந்தானா என்று தெரிந்து கொள்வதற்கு வந்திருக்கலாம். இளவரசர் கப்பலேறிப் புறப்பட்ட பிறகு கடலில் சுழிக் காற்று அடித்தது அத்தைக்குத் தெரியும் அல்லவா?"

"அருள்மொழிவர்மர் இவளுடைய சுவீகாரப் புதல்வரா? அப்படியானால் பெரியம்மாவின் சொந்த மகன் யார்?"

"அதுதான் எனக்குத் தெரியவில்லை ஒருநாள் இல்லாவிட்டால் ஒரு நாள் அந்த இரகசியத்தை நான் கண்டுபிடித்துத் தெரிந்து கொள்ளப் போகிறேன்."

"சொந்த மகன் உயிரோடிருக்கிறானா, அல்லது இறந்து போய் விட்டானா?"

"ஆம், அவன் இறந்து போயிருக்கவுங்கூடும் யாருக்குத் தெரியும்?" என்று சொன்னாள் பூங்குழலி.

சற்றுப் பொறுத்து, "அமுதா! அத்தையைப் பார்த்தாயே! உன் அன்னையின் முக ஜாடையாயிருப்பதாகச் சொன்னாய்; வேறு யாருடைய முகமாவது ஞாபகத்துக்கு வந்ததா?" என்று கேட்டாள்.

"ஏதோ ஞாபகம் வருவதுபோலத் தோன்றுகிறது. தெளிவாகத் தெரியவில்லை. மேகத்திரை போட்டு மறைத்தது போலிருக்கிறது."

"பழுவூர் இளையராணியை நீ அடிக்கடி பார்த்ததுண்டா?"

"சில சமயம் பார்த்ததுண்டு ஆமாம்! நீ சொன்ன பிறகு யாருடைய முக ஜாடை என்று தெரிகிறது. நந்தினி தேவியின் முகத் தோற்றமேதான்! ஆச்சரியமா இருக்கிறதே! அது எப்படி ஏற்பட்டிருக்கும். பூங்குழலி! நீ எப்படி அந்த ஒற்றுமையை கண்டுபிடித்தாய்?"

"அத்தையை அடிக்கடி நான் பார்த்துக் கொண்டிருக்கிறேன். பழுவூர் இளையராணியைச் சில தினங்களுக்கு முன்னாலேதான் இதே கோடிக்கரையில் பார்த்தேன். முகத்தோற்றத்தின் ஒற்றுமை உடனே எனக்குத் தெரிந்து போய் விட்டது."

"காரணம் என்னவாயிருக்கும்?"

"அதையுந்தான் ஒரு நாள் கண்டுபிடிக்கப் போகிறேன். இன்றைக்கு அத்தையைப் பார்த்ததும் அதைப்பற்றிக் கேட்கலாமென்றிருக்கிறேன்."

"அத்தைத்தான் ஊமையாயிற்றே? எப்படி அவளுடன் பேசுவாய்?"

"நீ உன் தாயாரோடு பேசுவதில்லையா? அமுதா!"

"ஜாடையினால் பேசுவேன் பிறந்தது முதல் பழக்கம். அப்படியும் புதிய விஷயம் ஒன்றைப் பற்றிச் சொல்வதாகயிருந்தால் கஷ்டந்தான்!"

"பெரிய அத்தையும் நானும் அப்படித்தான் ஜாடையினால் பேசிக் கொள்வோம். ஜாடையினால் பேச முடியாததைச் சித்திரம் எழுதிக் காட்டிக் கொள்வோம்."

"ஒரே குடும்பத்தில் அக்கா, தங்கை இருவரும் ஊமையாகப் பிறந்தது எவ்வளவு கஷ்டமான விஷயம்? அவர்களைப் பெற்றவர்களுக்கு அதனால் எவ்வளவு துன்பமாயிருந்திருக்கும்?"

"அது மட்டுமல்ல சிறு வயதில் அக்காவும், தங்கையும் ஓயாமல் சண்டை போட்டுக் கொள்வார்களாம். அதனால்தான் பாட்டனார் பெரிய அத்தையை மட்டும் அழைத்துக் கொண்டு போய்த் பூதத் தீவில் குடியேறி வசித்து வந்தாராம். பெரிய அத்தையின் பேரில் தாத்தாவுக்கு ரொம்ப ஆசையாம். குழந்தை பிறந்தவுடன் இராணியாகும் யோகம் இருக்கிறது என்று யாரோ ஜோசியன் ஒருவன் சொன்னானாம். அதனால் குழந்தை ஊமை என்று தெரிந்ததும் அவருடைய மன வேதனை ரொம்ப அதிகமாயிருந்ததாம்..."

இப்படிப் பேசிக் கொண்டே அவர்கள் காட்டில் புகுந்தார்கள். வெகு நேரம் அலைந்தும் ஊமை ராணியைக் கண்டுபிடிக்க முடியவில்லை.

"அமுதா! நீ என்னுடனிருப்பதனால்தான் அத்தையைக் கண்டுபிடிக்க முடியவில்லை. உன்னைக் கண்டு வேண்டுமென்றே மறைந்து கொள்கிறாள்."

"என் அதிர்ஷ்டம் அவ்வளவுதான் நான் நினைத்தது எதுவும் நடைபெறுவதில்லை நான் போகட்டுமா?"

"எப்படிப் போவாய்? இந்தக் காட்டிலிருந்து உன்னை நான் தான் வெளியிலே கொண்டு போய் விட வேண்டும்."

இந்தச் சமயத்தில் ஓர் அதிசயமான குரல் ஒலி காட்டுக்குள்ளேயிருந்து வந்தது, அது மனிதக் குரலாகவும் தோன்றவில்லை; மிருகங்களின் குரலாகவும் தோன்றவில்லை. இரண்டு மூன்று தடவை அந்த ஒலி கேட்டது. ஒலி வந்த திசையை நோக்கிச் சில மான்கள் பாய்ந்து ஓடின.

பூங்குழலி சற்று நின்று யோசித்தாள். "அமுதா! சத்தம் செய்யாமல் என்னைத் தொடர்ந்து வா!" என்று கூறினாள்.

குரல் வந்த திக்கை நோக்கி இருவரும் மெல்ல நடந்து சென்றார்கள். சற்று நேரத்துக்கெல்லாம் அதிசயமான காட்சி ஒன்றைக் கண்டார்கள்.

ஊமை ராணி ஒரு மரத்தின் அடிப்பகுதியில் சாய்ந்து நின்று கொண்டிருந்தாள். அவளுடைய கையில் இளந்தளிர்கள் சில வைத்துக் கொண்டிருந்தாள். அவளைச் சுற்றிலும் ஏழெட்டு அழகிய மான்கள் நின்று கொண்டிருந்தன. அவள் கையிலிருந்த தளிர்களைத் தின்பதற்கு அவை போட்டியிட்டன. அவளுடைய தோளின் மீது ஒரு சிறிய மான் குட்டி உட்கார்ந்து தன் சின்னஞ்சிறிய அழகிய கண்களால் அவளுடைய முகத்தைப் பார்த்துக் கொண்டிருந்தது.

இந்த அபூர்வமான தோற்றத்தைக் கண்டு பூங்குழலியும் அமுதனும் சிறிது நேரம் அசையாமல் நின்றார்கள். முதலில் ஊமை ராணியின் தோள் மேலிருந்த மான் குட்டிதான் அவர்களைப் பார்த்தது. பார்த்ததும் தோள் மீதிருந்து துள்ளிக் கீழே குதித்தது. மற்ற மான்களும் அவர்களைப் பார்த்துவிட்டன. எல்லா மான்களும் அவர்கள் நெருங்கி வந்தால் பாய்ந்து ஓடுவதற்கு ஆயத்தமாக நின்றன. பின்னர் ஊமை ராணியும் அவர்களைப் பார்த்தாள். அவள் தொண்டையிலிருந்து இன்னொரு விசித்திரமான ஒலி வந்தது.

அதைக் கேட்டதும் மான்கள் எல்லாம் துள்ளிப் பாய்ந்து ஓடிப் போய் விட்டன. "அத்தைக்கு மனிதர்களின் பாஷை மட்டுந்தான் தெரியாது. மிருகங்களின் பாஷை நன்றாய்த் தெரியும்" என்று பூங்குழலி சொல்லிக் கொண்டே ஊமை ராணியிடம் சமிக்ஞை செய்தாள்.

ஊமை ராணி இம்முறை ஓடவில்லை; பூங்குழலியைப் பார்த்துப் பதில் சமிக்ஞை செய்தாள். பூங்குழலி நெருங்கி வந்ததும் ஊமை ராணி அவளைக் கட்டி அணைத்துக் கொண்டு உச்சி முகந்தாள்.

சேந்தன் அமுதன் சற்றுத் தூரத்திலேயே நின்று கொண்டிருந்தான்.

அத்தையும் மருமகளும் சிறிது நேரம் மௌன பாஷையில் பேசினார்கள். பின்னர் பூங்குழலி அமுதனை அருகில் வரும்படி அழைத்தாள்.

ஊமை ராணி அவனை மேலும் கீழும் சில தடவை உற்றுப் பார்த்துவிட்டு அவன் தலை மீது கை வைத்து ஆசி கூறும் பாவனையில் சிறிது நேரம் இருந்தாள். பின்னர் கையை அவன் தலையிலிருந்து எடுத்து விட்டுப் பூங்குழலியைக் கையைப் பிடித்து இழுத்துக் கொண்டு போனாள்.

மூன்று பேரும் ஓடைக் கரைக்கு வந்தார்கள். ஊமை ராணி அங்கேயே உட்கார்ந்து கொண்டு பூங்குழலிக்குப் போய் வரும்படி சமிக்ஞை காட்டினாள்.

பூங்குழலி "வா! அமுதா! வீட்டுக்குப் போகலாம், அத்தை வரமாட்டாளாம். இங்கே சாப்பாடு கொண்டு வர வேண்டுமாம்" என்றாள்.

இருவரும் கலங்கரை விளக்கை நோக்கிப் போனார்கள்.

"பூங்குழலி! எனக்கு என்ன சொல்கிறாய்?" என்று அமுதன் கேட்டான்.

"உன்னோடு தஞ்சைக்கு வரலாம் என்ற எண்ணம் எனக்கு இருந்தது. அது இப்போது சாத்தியமில்லை; அத்தைக்கு அவருடைய செல்வச் சுவீகாரப்பிள்ளையைப் பார்க்க வேண்டுமாம். ஆகையால் மறுபடியும் நாகைப்பட்டினப் பிரயாணம் எனக்கு இருக்கிறது. நீயும் உடன் வந்தால் அத்தை உடனே ஓடி மறைந்தாலும் மறைந்து விடுவாள். அவளிடம் நான் தெரிந்து கொள்ள வேண்டிய விவரங்களையும் தெரிந்து கொள்ள முடியாது"

சேந்தன் அமுதன் பெருமூச்சுவிட்டு "நான் கொடுத்து வைத்தது அவ்வளவுதான், அப்படியானால், இப்போதே உன்னிடம் விடைபெற்றுக் கொள்கிறேன்!" என்றான்.

"இல்லை, இல்லை! வீட்டுக்கு வந்து சாப்பிட்டு விட்டு உன் மாமன் முதலியவர்களிடம் விடை பெற்றுக் கொண்டு போ! இல்லாவிட்டால் என்னிடம் எல்லாரும் சண்டைக்கு வருவார்கள்!"

வழியில் இன்னொரு இடத்தில் ஒரு புதரின் மறைவில் நின்று ஒரு பெண்ணும் ஆணும் பேசிக் கொண்டிருப்பதை அவர்கள் பார்த்தார்கள்.

"ஆகா! அண்ணி ராக்கம்மாள் போலிருக்கிறது. இன்னமும் இரகசியப் பேச்சு முடிந்தபாடாக இல்லை. இப்போது வந்திருப்பவர்கள் யார்? அந்தப் பாண்டிய நாட்டு ஒற்றர்கள்தானா? வேறு யாராவதா?" என்று பூங்குழலி தனக்குத்தானே சொல்லிக் கொண்டாள்.

ராக்கம்மாள் புதர் மறைவிலிருந்து வெளிப்பட்டு வந்தாள். பூங்குழலியைப் பார்த்ததும் சிறிது திடுக்கிட்டாள். ஆனால் அதை உடனே மறைத்துக் கொண்டு வேகமாக அவர்களண்டை நெருங்கி வந்தாள்.

"பூங்குழலி! இத்தனை நாள் எங்கே தொலைந்து போயிருந்தாய்? உன் அப்பாவும் அண்ணனும் ரொம்பக் கவலைப்பட்டுப் போனார்களே!" என்றாள்.

"எதற்காகக் கவலைப்பட வேண்டும்? நான் வீட்டை விட்டுப் போவது இதுதான் முதல் தடவையா!"

"இந்தத் தடவை உன் அத்தை மகனையும் அழைத்துக் கொண்டு போய் விட்டாயல்லவா? ஒருவருக்கும் சொல்லாமல் நீங்கள் கல்யாணம் செய்து கொண்டு விடுவீர்களோ என்று கவலை!"

"அண்ணி! இந்த மாதிரி அசட்டுப் பேச்செல்லாம் என்னிடம் பேச வேண்டாம் என்று எத்தனை தடவை சொல்லியிருக்கிறேன்? இன்னொரு தடவை இவ்வாறு பேசினாயோ...?"

"இல்லையடி பெண்ணே! இல்லை! நீ உன் அத்தை மகனைக் கல்யாணம் செய்து கொண்டால் எனக்கு என்ன? அரச குமாரனைக் கல்யாணம் செய்து கொண்டால் எனக்கென்ன? இலங்கையிலிருந்து உன் பெரிய அத்தை வந்து உன்னை தேடிக் கொண்டிருந்தாள். அவளை நீ பார்த்து விட்டாயா?" என்றாள்.

"இல்லை, இன்னும் பார்க்கவில்லை" என்று சொன்னாள் பூங்குழலி.

வீடு சேர்வதற்குள் சேந்தன் அமுதனிடம் தனியாகப் பேசும் சந்தர்ப்பம் கிடைத்தபோது, "அமுதா! ஜாக்கிரதை! அண்ணி பாண்டிய நாட்டுச் சதிகாரர்களோடு சேர்ந்தவள். அவள் உன் வாயைப் பிடுங்கப் பார்ப்பாள் ஒன்றுக்கும் பதில் சொல்லாதே!" என்றாள்.

"இங்கே நான் இருக்கும் இன்னும் சிறிது நேரமும் ஊமையாகவே இருந்து விடுகிறேன்" என்றான் சேந்தன் அமுதன்.

அன்று பிற்பகலில் பூங்குழலி மறுபடியும் நாகைப்பட்டினத்தை நோக்கித் தன் ஓடத்தைச் செலுத்தினாள். படகில் ஊமை ராணி வீற்றிருந்தாள். ஊமை ராணியின் அருகில் இருக்கும் போது பூங்குழலி எப்போதும் மன நிம்மதி அடைவது வழக்கம். ஒத்த உணர்ச்சியுள்ள அவர்களுடைய உள்ளங்கள் ஒன்றுக்கொன்று அவ்விதம் அமைதியை அளிப்பதுண்டு. ஆனால் இம்முறை பூங்குழலியின் மனத்தில் அத்தகைய நிம்மதி ஏற்படவில்லை.

சில நாளைக்கு முன்பு அதே இடத்தில் பொன்னியின் செல்வனை உணர்வு இழந்திருந்த நிலையில் அழைத்து போனது அவளுக்கு அடிக்கடி நினைவு வந்தது. அந்த இராஜகுமாரனை இன்னொரு இராஜகுமாரியிடம் சேர்ப்பிப்பதற்காகவே தான் அத்தனை கஷ்டத்திற்கு உள்ளானதை எண்ணியபோது அவளுடைய இதயத்தில் 'சுருக்'கென்ற வேதனை ஏற்பட்டது.

சேந்தன் அமுதனை "ஊருக்குப் போ" என்று பிடித்துத் தள்ளியது போல் அனுப்பிவிட்டதை எண்ணிய போது அவள் உள்ளம் இரங்கியது.

இந்த எண்ணங்களைத் தவிர, அன்று அவளுடைய தந்தை தியாக விடங்கக்கரையர் செய்த எச்சரிக்கை அடிக்கடி நினைவுக்கு வந்து கொண்டிருந்தது.

"குழந்தாய்! உன்னுடைய போக்குவரத்துக்களைக் கொஞ்சம் கட்டுப்படுத்திக் கொண்டால் நன்றாயிருக்கும். யார் யாரோ புதுப் புது மனிதர்கள் இங்கே வந்து கொண்டிருக்கிறார்கள். எதற்காக வருகிறார்கள் என்று தெரியவில்லை. இராஜ்யத்தில் ஏதேதோ சதிகள் நடந்து கொண்டிருக்கின்றன. அவற்றில் நீ அகப்பட்டுக் கொள்ளாதே! நம்முடைய குடும்பம் என்றென்றைக்கும் சோழ குலத்து மன்னர் குடும்பத்துக்குக் கடமைப்பட்டது! இதை மறந்து விடாதே!" என்று அவளுடைய தந்தை கூறினார்.

தந்தையின் எச்சரிக்கையோடு அண்ணியின் இரகசிய நடவடிக்கைகளையும் சேர்த்து எண்ணியபோது பூங்குழலிக்கு என்றுமில்லாத திகில் உண்டாயிற்று. 'ஒருவேளை அந்தப் புது மனிதர்கள் தன்னைத் தேடிக் கொண்டுதான் வந்திருப்பார்களோ? தன்னைத் தொடர்வதின் மூலம் பொன்னியின் செல்வன் இருக்குமிடத்தைக் கண்டுபிடிக்க முயல்வார்களோ? தன் மூலமாக அது வெளிப்பட்டால் எவ்வளவு பெரிய குற்றமாக முடியும்?...'

பூங்குழலியின் மனக் கலக்கத்தை அதிகமாக்கக் கூடிய விதமாக ஓடையின் கரையோரமாகக் காடுகளில் சலசலப்புச் சத்தங்கள் கேட்டுக் கொண்டிருந்தன. அப்போது காற்றே அடிக்கவில்லை; எட்டுத் திசைகளும் சதி செய்து கொண்டு காற்றைப் பிடித்துத் தடுத்து வைத்திருப்பது போல் இருந்தது. அப்படியிருக்கும் போது ஓடைக்கரைக் காடுகளில் சலசலப்பு ஏற்படக் காரணம் என்ன? ஊமை ராணிக்கு இந்தத் தொந்தரவு ஒன்றுமில்லை. அவளுக்குக் காது கேட்காது ஆகையால் சலசலப்புச் சத்தமும் காதில் விழாது. அவளிடம் அதைப்பற்றி யோசனை கேட்கவும் முடியாது.

ஆனால் ஊமை ராணிக்கு அதிகமான வேறு சில சக்திகள் உண்டு. கண்ணால் பார்த்தும், காதால் கேட்டு தெரிந்து கொள்ள முடியாத விஷயங்களை ஆறாவது புலனின் உதவியைக் கொண்டு அவள் கண்டுகொள்வாள். அவள் அறியாத அபாயம் ஒன்றும் தன்னை நெருங்க முடியாதல்லவா?

இது என்ன? அத்தையும் கவலையோடு அடிக்கடி ஓடைக்கரையை அண்ணாந்து பார்த்துக் கொண்டு வருகிறாளே? உண்மையிலேயே அபாயம் ஏதேனும் தொடர்ந்து வருகிறதோ?...

அத்தை ஓடைக்கரையை அடிக்கடி பார்ப்பதின் காரணம் சீக்கிரம் தெளிவாகிவிட்டது. பூங்குழலியின் கவலையை அது போக்குவதாயிருந்தது.

ஓரிடத்தில் ஐந்தாறு மான்கள் ஓடைக்கரைப் புதர்களின் இடையில் தெரிந்தும் தெரியாமலும் நின்று படகை எட்டிப் பார்த்தன! இல்லை; படகைப் பார்க்கவில்லை! ஊமை ராணியைப் பார்த்தன! ஆகா! மான்களைப் போன்ற அழகான பிராணிகள் உலகில் வேறு எதுவும் இல்லை! மான்களைப் படைத்த கடவுள் எதற்காக மனிதர்களையும் படைத்தாரோ, தெரியவில்லை! சண்டாள மனிதர்கள்! இவ்வளவு அழகான பிராணிகளை வேட்டையாடிக் கொல்லுகிறவர்களும் இருக்கிறார்கள் அல்லவா?...

மான்களைப் பார்த்து, அவற்றின் அழகை நினைத்து, அதிசயித்த பூங்குழலியின் கரங்கள் துடுப்புப் போடுவதை நிறுத்தின; படகு நின்றது.

ஊமை ராணியின் தொண்டையிலிருந்து ஒரு விசித்திரமான ஒலி கிளம்பிற்று. அது அன்று காலையில் கேட்ட குரல் போல் இல்லை. இதில் திகிலும் எச்சரிக்கையும் கலந்திருந்தன. அதைக் கேட்ட மான்களும் திகில் அடைந்து திரும்பி ஓடத்தொடங்கின. அதே கணத்தில் எங்கேயோ மறைவான இடத்திலிருந்து ஓர் அம்பு விர் என்று ஒரு மானின் மீது தைத்தது. அம்பு தைத்த மான் சோகம் நிறைந்த ஓலமிட்டது. ஊமை ராணி படகிலிருந்து கரையில் தாவிக் குதித்துக் காயமடைந்த மானை நோக்கி ஓடினாள்.

அவள் மானின் சமீபத்தை அடைந்த அதே சமயத்தில் நாலாபுறத்துப் புதர்களிலும் சலசலப்புச் சத்தம் உண்டாயிற்று. அடுத்த வினாடிகளில் ஏழெட்டுப் பேர் வந்து அவளைச் சூழ்ந்து கொண்டார்கள். அவர்களில் பலர் கையில் வேலாயுதங்கள் இருந்தன.

சற்றுத் தூரத்தில் அவர்களுக்கு வழிகாட்டி அழைத்து வந்த ராக்கம்மாளும் காணப்பட்டாள்.

ஊமை ராணி தப்பி ஓட முயன்றாள்; முடியவில்லை. தப்பி ஓடுவது இயலாத காரியம் என்று அறிந்ததும் ஊமை ராணி சும்மா நின்று விட்டாள்.

இரண்டு பேர் நெருங்கி வந்து அவளுடைய கைகளைக் கயிற்றினால் பிணித்துக் கட்டினார்கள்.

இவ்வளவும் பூங்குழலி பார்த்துக் கொண்டிருக்கும் போதே சில வினாடி நேரத்தில் நிகழ்ந்து விட்டன.

ஊமை ராணியின் கரங்களைக் கயிற்றினால் கட்டுகிறார்கள் என்பதை அறிந்ததும் பூங்குழலி படகிலிருந்து பாய்ந்து கூச்சலிட்டுக் கொண்டு ஓடி வந்தாள். கையிலிருந்த துடுப்பை ஓங்கிக் கொண்டு வந்தாள்.

ஊமை ராணியைச் சுற்றி நின்றவர்களில் ஐந்தாறு பேர் பூங்குழலியை நோக்கி ஓடிவந்தார்கள். அவளைப் பிடித்து இழுத்துக் கொண்டு போய்ப் படகில் தூக்கிப் போட்டுக் கயிற்றினால் இறுக்கிக் கட்டிவிட்டார்கள். பிறகு திரும்பிச் சென்றார்கள்; அவர்களுடன் சாவதானமாக வந்த ஊமை ராணியையும் அழைத்துக் கொண்டு சில வினாடி நேரத்தில் மறைந்து விட்டார்கள்.

ೞ

19. சிரிப்பும் நெருப்பும்

பூங்குழலி தன்னைப் படகுடன் சேர்த்துக் கட்டியிருந்த கட்டுகளை அவிழ்க்க அவசர அவசரமாக முயன்றாள். அது அவ்வளவு இலகுவான காரியமாக இல்லை. சண்டாளப் பாவிகள்! கயிற்றைத் தாறுமாறாக விட்டு முடிச்சுக்கு மேல் முடிச்சாகப் போட்டிருந்தார்கள். பூங்குழலியின் சிறிய கத்தி படகின் அடியில் கிடந்தது. ஒரு கரத்துக்காவது விடுதலை கிடைத்தால் கத்தியை எடுத்துக் கட்டுக்களை அறுத்து எரியலாம். ஆனால் பாவிகள் மணிக்கட்டுகளைச் சேர்த்துத்தான் பலமாகப் பின் புறத்தில் கட்டியிருந்தார்கள். பூங்குழலி மிகவும் கஷ்டப்பட்டுக் குனிந்து பற்களினால் கத்தியின் பிடியைக் கவ்வி எடுத்துக் கொண்டாள். பற்களினால் கவ்விய வண்ணமே கத்தியைப் பிடித்துக் கொண்டு கயிற்றை ஓரிடத்தில் அறுத்தாள். கைகளின் கட்டுச் சிறிது தளர்ந்தது. ஒரு கையை மிகவும் பிரயாசையின் பேரில் கட்டிலிருந்து விடுதலை செய்து கொண்டாள். பிறகு கயிறுகளை அறுப்பது சிறிது எளிதாயிற்று.

கட்டுகளிலிருந்து முழுதும் விடுவித்துக் கொள்வதற்கு ஏறக்குறைய ஒரு நாழிகை நேரம் ஆகி விட்டது.

இந்தச் சமயத்தில் ஓடைக்கரை மீது காலடிச் சத்தம் கேட்டது. பிறகு ஒரு நிழல் தெரிந்தது. தன்னைக் கட்டிப் போட்டவர்களில் ஒருவன்தான் திரும்பி வருகிறான் போலும்!

அல்லதுதான் கட்டுகளை அவிழ்த்துக்கொண்டு தப்பிவிடாமல் பார்த்துக்கொள்வதற்காக ஒருவனைப் பின்னால் விட்டு வைத்துச் சென்றிருக்கிறார்கள் போலும்! அவன் தன் கண் முன்னால் தெரிந்ததும் கையிலிருந்து கத்தியை அவன் மீது எறிந்து கொன்று விடுவது என்று பூங்குழலி தீர்மானித்துக் கொண்டு அதற்கு ஆயத்தமாகக் கத்தியைப் பிடித்துக் கொண்டிருந்தாள்.

ஆனால் எத்தகைய ஏமாற்றம்?

"பூங்குழலி! பூங்குழலி!" என்று சேந்தன் அமுதனுடைய குரல் கேட்டது.

அடுத்த வினாடி அமுதனுடைய பயப் பிராந்தியுற்ற முகம் ஓடைக் கரையின் மேலிருந்து எட்டிப் பார்த்தது.

பூங்குழலி கத்தியை இடுப்பில் செருகிக் கொண்டாள். அமுதனும் அவளைப் பார்த்துவிட்டான்.

"பூங்குழலி! நீ உயிரோடு இருக்கிறாயா?" என்று சொல்லிக் கொண்டே பாய்ந்து ஓடி வந்தான்.

"நான் உயிரோடிருப்பது உனக்கு கஷ்டமாயிருக்கிறதாக்கும்! வேண்டுமானால் உன் கையாலேயே கொன்று விட்டுப் போய்விடு! ஆனால் அவ்வளவு தைரியம் உனக்கு எங்கிருந்து வரப் போகிறது?" என்றாள் பூங்குழலி.

"சிவ! சிவா! எவ்வளவு கொடூரமான வார்த்தைகளைக் கூறுகிறாய்? நான் எதற்காக உன்னைக் கொல்லப் போகிறேன்? நீ தான் உன் வார்த்தைகளினால் என்னைக் கொல்லுகிறாய்!" என்றான் அமுதன்.

"பின்னே, சற்று முன்னாலேயே ஏன் வந்திருக்கக் கூடாது? கட்டுக்களை நானாக அறுத்து விடுவித்துக் கொள்ளுவதற்கு எவ்வளவு கஷ்டப்பட்டுப் போனேன், தெரியுமா?" என்று சொல்லிக் கொண்டே பூங்குழலி எழுந்து நிற்க முயன்றாள். கால்கள் கயிறுகளில் தாறுமாறாகச் சிக்கிக் கொண்டிருந்தபடியால் தடுமாறி விழப் பார்த்தாள்.

அமுதன் அலறிப் புடைத்துக் கொண்டு அவளைப் பிடித்து விழாமல் தடுத்தான்.

"ஐயையோ! இப்படியா பாவிகள் உன்னைக் கட்டிப் போட்டு விட்டுப் போனார்கள்? உடம்பெல்லாம் தடித்துப் போயிருக்கிறதே!" என்றான்.

"இப்போது இவ்வளவு கரிசனப்படுகிறாயே? சற்று முன்னாலேயே வருவதற்கு என்ன?"

"மறுபடியும் அப்படியே கேட்கிறாயே? உனக்கு இப்பேர்ப்பட்ட ஆபத்து வந்திருக்கிறது என்று நான் என்ன கண்டேன்! நீ என்னைப் 'போ, போ' என்று விரட்டினாய் நான் போய்க் கொண்டிருந்தேன்..."

"பின் எதற்காகத் திரும்பி வந்தாய்? ஒருவேளை நான் செத்துப்போயிருந்தால் என் உடலைத் தகனம் செய்து விட்டுப் போகலாம் என்பதற்காகவா?"

"சிவபெருமான் தொண்டையில் விஷத்தை வைத்துக் கொண்டார். நீ நாக்கிலேயே வைத்துக் கொண்டிருக்கிறாய். உனக்கு ஏதாவது ஆபத்து நேர்ந்திருக்கலாம் என்று உன் அண்ணி சொன்னதைக் கேட்டு ஓடோடியும் வந்தேன் அதற்கு நல்ல பரிசு கிடைத்தது!"

இதற்குள் படகிலிருந்து ஓடைக்கரையில் இறங்கியிருந்தாள் பூங்குழலி.

"இந்தக் கத்தியை உன் மீது எறியலாம் என்றிருந்தேன். நீ தப்பித்தாய்; இதே கத்தியினால் என் அண்ணியை முதலில் குத்திக் கொன்று விட்டுத்தான் மறு காரியம் பார்க்கப் போகிறேன் அந்தச் சண்டாளி எங்கே இருக்கிறாள்?"

"என்னை விட்டுவிட்டு உன் அண்ணியின் பேரில் எதற்காகப் பாய்கிறாய்? அவள் பேரில் எதற்காக இத்தனைக் கோபம்? உன்னைப்பற்றி எனக்கு அவள் சொன்னது குற்றமா?..."

"அவள் தான் என் அத்தையைக் காட்டிக் கொடுத்தவள். புதர் மறைவில் அவள் யாருடனோ இரகசியமாகப் பேசிக் கொண்டிருந்ததை நீ கூடத்தான் பார்த்தாயே?" என்றாள் பூங்குழலி.

"நீ நினைப்பது தவறு! உன் அண்ணி, யாருடன் என்ன இரகசியம் பேசிக் கொண்டிருந்தாளோ, என்னமோ? உன் அத்தையை அவள் காட்டிக் கொடுக்கவில்லை என்பது நிச்சயம். உன் அத்தையைப் பலாத்காரமாகப் பிடித்துக் கொண்டு போனவர்கள் உன் அண்ணியையும் மரத்தோடு சேர்த்துக் கட்டிப் போய் விட்டார்கள். அவளுடைய தலையில் அடித்துக் காயப்படுத்தி விட்டும் போய்விட்டார்கள்."

"இது என்ன வேடிக்கை! நம்புவதற்கு முடியவில்லையே? உன்னை அவள் ஏமாற்றி விட்டிருக்கிறாள்! நல்லது; நீ ஏன் திரும்பி வந்தாய், அண்ணியை எவ்விடத்தில் பார்த்தாய், எல்லாம் விவரமாகச் சொல்லு!" என்று பரபரப்புடன் பூங்குழலி கேட்டாள்.

சேந்தன் அமுதன் அவ்வாறே விவரமாகக் கூறினான். அவன் தஞ்சாவூர்ச் செல்லும் சாலையில் போய்க் கொண்டிருந்தான். பூங்குழலியைப் பிரிந்து போக மனமின்றித் தயக்கத்துடனே தான் போய்க் கொண்டிருந்தான். அப்போது பக்கத்துக் காட்டிலிருந்து ஏதோ கூச்சலும் அலறும் குரலும் கேட்டன. பலர் விரைந்து நடந்து வரும் சத்தமும் கேட்டது. சேந்தன் அமுதன் சாலை ஓரத்து மரம் ஒன்றின் பின்னால் மறைந்து கொண்டான். கையில் வேல் பிடித்த வீரர்கள் ஏழெட்டுப் பேர் காட்டு வழியாகத் திடுதிடுவென்று நடந்து வந்து இராஜபாட்டையில் பிரவேசித்தார்கள். அவர்களுக்கு மத்தியில் ஒரு பெண் பிள்ளை இருப்பது போலத் தோன்றியது. மனிதர்களிடையில் சற்று இடைவெளி தெரிந்த போது மத்தியில் இருந்தவள் பூங்குழலியின் அத்தை மாதிரி தோன்றினாள். அவள் அத்தையாக இருக்க முடியாது, அது தன்னுடைய மனப் பிரமை என்று சேந்தன் அமுதன் எண்ணிக் கொண்டான்.

அந்த வீரர் கூட்டம் சென்ற பிறகும் காட்டிற்குள்ளேயிருந்து ஒரு பெண் பிள்ளையின் கூக்குரல் கேட்டுக் கொண்டிருந்தது. சேந்தன் அமுதன் முதலில் 'நமக்கு என்னத்திற்கு வம்பு? நம் வழியே நாம் போய் விடலாமா?' என்று நினைத்தான். ஆனாலும் மனது கேட்கவில்லை. யார் அலறுவது என்று பார்த்து, தன்னால் ஏதேனும் உதவி செய்யக் கூடுமானால் செய்யலாம் என்று எண்ணிக் கூக்குரல் வந்த திசையை நோக்கிப் போனான். அங்கே ராக்கம்மாள் மரத்தில் கட்டப்பட்டிருந்ததைக் கண்டான். அவள் தலையிலிருந்து இரத்தம் வழிந்து முகமெல்லாம் ஒரே கோரமாயிருந்தது. அமுதனுக்கு அருகில் நெருங்கவே பயமாயிருந்தது. மனதைத் திடப்படுத்திக் கொண்டு சென்று கட்டுக்களை அவிழ்த்து விட்டான்.

அவிழ்க்கும் போதே 'இந்த அக்கிரமம் யார் செய்தது? எதற்காகச் செய்தார்கள்? சற்று முன் சாலையில் வந்து ஏறின மனிதர் யார்? அவர்கள் மத்தியில் ஒரு பெண் பிள்ளையும் போனது போலிருந்ததே! அவள் யார்?' என்றெல்லாம் கேட்டான்.

'ஆம், தம்பி, அவர்கள் உன் பெரியம்மாவைக் கட்டி இழுத்துக் கொண்டு போகிறார்கள். அதைத் தடுப்பதற்கு நான் முயன்றேன். அதற்காகத்தான் என்னை இப்படி அடித்துக் கட்டி விட்டுப் போனார்கள். உன் மாமன் மகளும், பெரியம்மாவும் படகிலேறிப் போய்க் கொண்டிருந்தார்கள். படகிலிருந்துதான் பெரியம்மாவைக் கட்டி இழுத்து வந்தார்கள். பூங்குழலியின் கதி என்ன ஆயிற்றோ தெரியவில்லை ஓடிப்போய்ப் பார்!' என்றாள்.

சேந்தன் அமுதன் திடுக்கிட்டுப் பூங்குழலியைத் தேடிக் கொண்டு புறப்பட்டான். அச்சமயம் ராக்கம்மாள், 'கொஞ்சம் பொறு தம்பி! பூங்குழலியும் அந்த ஊமைப்பிசாசும் படகில் ஏறி எங்கே புறப்பட்டார்கள்? உனக்கு தெரியுமா? உன்னை ஏன் விட்டு விட்டுப் போனார்கள்? நீ எங்கே தனியாகக் கிளம்பினாய்?' என்று கேட்டாள்.

இப்படி அவள் கேட்டது, முக்கியமாக 'ஊமைப் பிசாசு' என்று சொன்னது சேந்தன் அமுதனுக்குப் பிடிக்கவில்லை. 'எல்லாம் அப்புறம் சொல்லுகிறேன்' என்று கூறி விட்டு, கால்வாயை நோக்கி ஓடிவந்தான். பூங்குழலியையும் அந்த மனிதர்கள் அடித்துப் போட்டிருப்பார்களோ, ஒருவேளை கொன்றே இருப்பார்களோ என்ற பதைபதைப்புடனே வந்தான். பூங்குழலி உயிரோடிருப்பதையும் இரத்தக் காயமில்லாமலிருப்பதையும் பார்த்ததும் அவனுக்கு ஆறுதல் உண்டாயிற்று...

இந்த விவரங்களைக் கூறிவிட்டு, "பூங்குழலி! இப்போது என்ன சொல்லுகிறாய்? உன் அண்ணியின் பேரில் நீ கோபித்துக் கொண்டது தவறுதான் அல்லவா?" என்று சேந்தன் அமுதன் கேட்டான்.

"நீ சொல்லுவதைக் கேட்டால், அப்படித்தான் தோன்றுகிறது. அவளை எந்த இடத்தில் விட்டுவிட்டு வந்தாய்? அங்கே போய்ப் பார்க்கலாம், வா!" என்றாள் பூங்குழலி.

"அவள் அங்கேயே இருப்பாள் என்பது என்ன நிச்சயம்?"

"அங்கே இல்லாவிட்டால் அக்கம்பக்கத்தில் இருப்பாள். இல்லாவிடில் நம்மை தேடிக் கொண்டு வருவாள். அமுதா! நானும் என் அத்தையும் படகில் ஏறி எங்கே புறப்பட்டோம் என்று அண்ணி கேட்டாள் அல்லவா?"

"ஆம், கேட்டாள்."

"நீ அதற்கு மறுமொழி சொல்லவில்லையே? நிச்சயந்தானே?"

"நிச்சயந்தான். 'ஊமைப் பிசாசு' என்று அவள் சொன்னதும் எனக்கு உண்டான அருவருப்பினால் மறுமொழி சொல்லாமலே வந்துவிட்டேன்."

"இனிமேல் நல்ல வார்த்தையாக கேட்டாலும் சொல்லாதே! நாங்கள் எங்கே புறப்பட்டோம் என்பதை அவள் ஏன் தெரிந்து கொள்ள விரும்புகிறாள்? அதற்கு ஏதோ காரணம் இருக்கவேண்டும் அல்லவா? அமுதா! அத்தையைப் பிடித்துக் கொண்டு போனவர்களுக்கும் அண்ணிக்கும் தொடர்பு இல்லை என்று நிச்சயமாகச் சொல்ல முடியாது. அண்ணியின் மூலமாக அவர்கள் உளவறிந்து கொண்டு, தங்கள் காரியம் முடிந்ததும், அவளை அடித்துக் கட்டிப் போட்டு விட்டுப் போயிருக்கலாம். அப்படியில்லா விட்டாலும், அண்ணி வேறு ஏதோ துர்நோக்கத்துடனே தான் எங்களைத் தொடர்ந்து வந்திருக்க வேண்டும். ஆகையால் அவளுடன் ஜாக்கிரதையாகவே நடந்துகொள்! முழுவதும் அவளை நம்பி மோசம் போய் விடாதே!..."

"பூங்குழலி! உன் அண்ணியின் சந்நிதானத்தில் உன் அண்ணன் ஊமையாக இருந்து விடுவான் என்று சொல்லியிருக்கிறாய் அல்லவா? அதுபோலவே நானும் இருந்து விடுகிறேன், பேச வேண்டியதையெல்லாம் நீயே பேசிக்கொள்..."

இதைக் கேட்ட பூங்குழலி சிரித்தாள். "உன் சிரிப்பு என் செவிகளுக்கு இன்னமுதாயிருக்கிறது. திருநாவுக்கரசரின் தேவாரப் பதிகத்தைப் போல் இனிக்கிறது." என்றான் அமுதன்.

"ஏதோ தவறிச் சிரித்துவிட்டேன்; அதைக் கேட்டு ஏமாந்து விடாதே! என் உள்ளத்தில் அனல் பொங்குகிறது, நெஞ்சில் நெருப்புப் பற்றி எரிகிறது."

"நெஞ்சின் தாபத்தைத் தணிப்பதற்கு இறைவனுடைய கருணை வெள்ளத்தைக் காட்டிலும் சிறந்த உபாயம் வேறு இல்லை!" என்றான் சேந்தன் அமுதன்.

ஃஃ

20. மீண்டும் வைத்தியர் மகன்

சிறிது நேரம் பூங்குழலியும் அவளுடைய அத்தை மகனும் காட்டு வழியில் மௌனமாக நடந்து சென்றார்கள்.

பூங்குழலி ஒரு நெடு மூச்சு விட்டு, "அமுதா! உனக்கும் எனக்கும் ஏதோ ஜன்மாந்தரத் தொடர்பு இருக்குமென்று தோன்றுகிறது" என்றாள்.

"பூர்வ ஜென்மங்களைப் பற்றி இப்போது யாருக்கு என்ன கவலை? இந்த ஜன்மத்தைப் பற்றி ஏதாவது நல்ல செய்தி இருந்தால் சொல்லு!" என்றான் சேந்தன் அமுதன்.

"முந்தைப் பிறவிகளின் சொந்தம் இந்தப் பிறவியிலும் தொடரும் என்று சொல்லுகிறார்கள் அல்லவா? அது உண்மையாகத்தான் இருக்க வேண்டும்; இன்று உச்சி வேளையில் உன்னைப் பிரிந்த போது இனி உன்னைப் பார்க்கப் போவதே இல்லை என்று எண்ணினேன். இரண்டு நாழிகைக்குள்ளாக உன்னை மறுபடி பார்க்கும்படி நேர்ந்தது..."

"அதற்காக வருத்தப்பட வேண்டாம்; இந்தக் காட்டு வழியைக் கடந்து தஞ்சாவூர்ச் சாலையை அடைந்ததும் நான் என் வழியே செல்வேன், நீ உன்னிஷ்டம் போல் போகலாம்..."

"உன்னை நான் அப்படித் தனியே விட்டுவிடப் போவதில்லை. அண்ணியைக் கண்டு பேசிய பிறகு உன்னுடன் நான் தஞ்சாவூருக்கு வரப்போகிறேன்.

என் அத்தைக்கு நேர்ந்த துன்பத்துக்கு பரிகாரம் தேடப் போகிறேன். சோழ சக்கரவர்த்தியின் சந்நிதானத்தில் சென்று முறையிடப் போகிறேன்..."

"பூங்குழலி சக்கரவர்த்தியின் சந்நிதானத்தை அடைவது அவ்வளவு எளிது என்று கருதுகிறாயா? நம் போன்றவர்கள் தஞ்சாவூர்க் கோட்டைக்குள்ளேயே பிரவேசிக்க முடியாதே?"

"ஏன் முடியாது? கோட்டைக் கதவு திறக்காவிட்டால் கதவை உடைத்துத் திறப்பேன்! அது முடியாவிட்டால் மதில் சுவரில் ஏறிக் குதித்துக் போவேன்..."

"அரண்மனை வாசலில் காவலிருக்கும் சேவகர்களை என்ன செய்வாய்?"

"நான் போடுகிற கூச்சலைக் கேட்டு அவர்கள் மிரண்டு போய் என்னைச் சக்கரவர்த்தியிடம் அழைத்துப் போவார்கள்..."

"சின்னப் பழுவேட்டரையரை அப்படியெல்லாம் மிரட்டி விட முடியாது. அவருடைய அனுமதியில்லாமல் யமன் கூடச் சக்கரவர்த்தியை அணுக முடியாது என்று தஞ்சாவூர்ப் பக்கங்களில் ஜனங்கள் பேசிக் கொள்வது வழக்கம். அதனாலேதான் சக்கரவர்த்தி இன்னும் உயிரோடிருக்கிறார் என்று சிலர் சொல்லுவதையும் கேட்டிருக்கிறேன்."

"சக்கரவர்த்தியைப் பார்க்க முடியாவிட்டால், பழுவேட்டரையர்களையே பார்த்து இந்த அக்கிரமத்துக்குப் பரிகாரம் உண்டா, இல்லையா என்று கேட்பேன்! அவர்கள் தக்க பரிகாரம் செய்யாவிட்டால், முதன் மந்திரி பிரம்மராயரிடம் போவேன். அதிலும் பயனில்லாவிட்டால், பழையாறையிலுள்ள ராணிகளிடம் போய் முறையிடுவேன். என் அத்தையின் கதி என்ன ஆயிற்று என்று தெரிந்து கொள்ளும் வரையில் ஓரிடத்தில் தங்கமாட்டேன். அவளுக்கு இழைக்கப்பட்ட அநீதிக்குப் பரிகாரம் கிடைக்கும் வரையில் இரவு பகல் தூங்க மாட்டேன். அண்ணி என் அத்தையை 'ஊமைப் பிசாசு' என்று சொன்னாள் அல்லவா? நானும் ஒரு பிசாசாக மாறி நாடு நகரமெல்லாம் சுற்றி அலைவேன். 'நீதி!' 'நீதி' என்று அலறிக் கொண்டு அலைந்து திரிவேன்... அமுதா நீயும் என்னோடு வருவாயா...?"

"நிச்சயமாக வருவேன், பூங்குழலி! நீ விரும்பினால் வருவேன். ஆனால் ஏன் நீ உன் மனத்தை இப்படி எல்லாம் குழம்பவிடுகிறாய். எங்கெல்லாமோ வெகு தூரத்துக்குப் போய் விட்டாயே? முதலில் உன் அத்தையைக் கண்டுபிடித்துக் காப்பாற்ற வேண்டியதல்லவா முக்கியமான காரியம்? அவளைப் பிடித்துக் கொண்டு போன துஷ்டர்களிடமிருந்து அவளை விடுதலை செய்ய வேண்டாமா? உன் தந்தை, அண்ணன் முதலியவர்களிடம் சொல்ல வேண்டாமா?..."

"அமுதா! என் அத்தை தெய்வீக சக்தி உள்ளவள். அவளுக்கு யாரும் எந்தவிதமான கெடுதலும் செய்ய முடியாது. தமயந்தி வேடனை எரித்தது போல கண் பார்வையினாலேயே எரித்து விடுவாள். ஆகையால் அவளைப் பற்றிக்கூட எனக்கு அவ்வளவு கவலையில்லை. ஆனால் இந்தச் சோழ சாம்ராஜ்யத்தில் பட்டப்பகலில் இவ்வளவு பெரிய அக்கிரமம் நடக்கிறதே? பராந்தக சக்கரவர்த்தியின் காலத்திலிருந்து இந்த நாட்டில் தர்ம ராஜ்யம் நடப்பதாகச் சொல்லுகிறார்கள். மகாசிவ பக்தராகிய கண்டராதித்த மன்னர் அரசு புரிந்த நாட்டில், பசுவும் புலியும் ஒரு துறையில் தண்ணீர் குடித்தது என்று பெருமை பேசிக் கொள்கிறார்கள். சுந்தர சோழரின் அரசாட்சியின் கீழ் சோழ நாட்டில் எந்த ஒரு சிறு பெண்ணும் இரவு பகல் எந்த நேரத்திலும் பயமின்றிப் பிரயாணம் செய்யலாம் என்று பறையறைந்து கொண்டிருக்கிறார்கள். அப்படியெல்லாம் புகழ் பெற்ற இராஜ்யத்தில், ஒரு மூதாட்டியை காது கேளாத பேசத் தெரியாத ஒரு பேதை ஸ்திரீயை, பட்டப் பகலில் துஷ்டர்கள் பிடித்துக் கொண்டு போவதென்றால், அது எப்படிப்பட்ட அக்கிரமம்? என்

அத்தையைப் பற்றிக் கூட எனக்கு அவ்வளவு கவலை இல்லை. இன்றைக்கு என் அத்தைக்கு நேர்ந்தது நாளைக்கு எனக்கு நேரலாம் அல்லவா? இன்னும் இந்த நாட்டிலுள்ள கன்னிப் பெண்கள் பலருக்கும் நேரலாம் அல்லவா?"

சேந்தன் அமுதன் இப்போது குறுக்கிட்டு, "ஆமாம்; அத்தகைய அபாயம் இந்த நாட்டில் இப்போது இருக்கத்தான் இருக்கிறது. சுந்தர சோழர் நோயாளியாகிப் படுத்ததிலிருந்து சோழ நாட்டில் தர்மம் தலைகீழாகி விட்டது. கட்டுக்காவல் அற்றுப் போய்விட்டது. கன்னிப் பெண்களுக்கு அபாயம் எங்கே என்று காத்திருக்கிறது. ஆகையால் கன்னிப் பெண்களெல்லாம் கூடிய சீக்கிரம் கல்யாணம் செய்து கொண்டு விடுவதுதான் நல்லது!" என்றான்.

பூங்குழலி கலகலவென்று சிரித்தாள்.

"அமுதா! ஒரு கன்னிப் பெண் உன்னைக் கல்யாணம் செய்து கொண்டால் அவளை உன்னால் காப்பாற்ற முடியுமா? உனக்கு கத்தி எடுத்துப் போர் செய்ய தெரியுமா?" என்று கேட்டாள்.

"மலர் எடுத்து மாலை தொடுக்கவும் பதிகம் பாடிப் பரமனைத் துதிக்கவுந்தான் நான் கற்றிருக்கிறேன். கத்தி எடுத்து யுத்தம் செய்ய நான் கற்கவில்லை. அதனால் என்ன? துடுப்புப் பிடித்துப் படகு தள்ள நீ எனக்குக் கற்றுக் கொடுத்து விடவில்லையா? அதுபோல் வாள் எடுத்துப் போர் செய்யவும் கற்றுக் கொண்டு விடுகிறேன். மதுராந்தகத் தேவர் சிங்காதனம் ஏறி இராஜ்யம் ஆள ஆசைப்படும்போது, நான் கத்திச் சண்டை கற்றுக் கொள்வதுதானா முடியாத காரியம்?" என்றான் சேந்தன் அமுதன்.

இதற்குள் பூங்குழலியின் அண்ணியைக் கட்டிப் போட்டிருந்த மரத்தடிக்கு அவர்கள் வந்து சேர்ந்தார்கள். அங்கே அந்த மாதரசியைக் காணவில்லை. அவளுடைய மண்டையில் பட்ட காயத்திலிருந்து தரையில் சிந்தியிருந்த இரத்தத் துளிகளைச் சேந்தன் அமுதன் பூங்குழலிக்குச் சுட்டிக் காட்டினான்.

"நன்றாக அடித்துவிட்டிருக்கிறார்கள்; அத்தையைப் பிடித்துக் கொண்டு போனவர்களுக்கு அண்ணி உளவு சொல்லவில்லையென்பது நிச்சயமாகிறது. ஆனால் அவள் வேறு யாருக்காக என்ன உளவு பார்த்துக் கொண்டிருந்தாள் என்பதை எப்படியாவது கண்டுபிடிக்க வேண்டும்!" என்றாள் பூங்குழலி.

"மாமன் மகளே! இதைக் கேள்! இங்கே நடந்திருப்பதெல்லாம் காரணம் தெரியாத மர்மமான காரியங்களாயிருக்கின்றன. இரகசியத்துக்குள் இரகசியமாகவும், சுழலுக்குள் சுழலாகவும் இருக்கின்றன. எல்லாம் இராஜாங்கத்தோடும் இராஜ வம்சத்தாரோடும் சம்பந்தப்பட்ட சிக்கல்களாக இருக்கின்றன. இவற்றைக் குறித்து நீயும் நானும் ஏன் கவலைப்பட வேண்டும்? நம்மை நாமே ஏன் சங்கடத்துக்கு உள்ளாக்கிக் கொள்ள வேண்டும்?"

"அமுதா! எவ்வளவு பெரிய இராஜாங்க விஷயமாயிருந்தால் என்ன? எத்தகைய மர்மமாக இருந்தால்தான் என்ன? என் அத்தை சம்பந்தப்பட்ட காரியத்தில் நான் கவலை எடுத்துப் பாடுபடாமலிருக்க முடியுமா? உன் பெரியம்மாவின் கதியைப் பற்றி நீ சிந்திக்காமலிருக்க முடியுமா?"

"என் மனதில் பட்டதை நான் சொல்கிறேன், பூங்குழலி! நான் பார்த்த ஏழெட்டு மனிதர்களுக்கு நடுவில் ஒரு பெண் பிள்ளையும் சென்றாள் என்று சொன்னேன் அல்லவா? அவள் என் பெரியம்மாவாக இருக்கக்கூடும் என்றும் சொன்னேன் அல்லவா? அவள் நடந்துபோன விதத்தைப் பார்த்தால், கட்டாயப்படுத்தி அவளை அழைத்துப் போனதாகத் தோன்றவில்லை. தன் இஷ்டத்துடனே யதேச்சையாகச் சென்றவள் போலவே காணப்பட்டது..."

"இருக்கலாம், அமுதா! அப்படியும் இருக்கலாம்; என் அத்தையின் இயல்பே அப்படி! எங்கேதான் அழைத்துப் போகிறார்கள் என்று தெரிந்து கொள்வதற்காகவே அவளே இஷ்டப்பட்டுப் போயிருக்கலாம். அவளுக்கு விருப்பமில்லா விட்டால், ஆயிரம் பேருக்கு நடுவிலிருந்தும் அவள் தப்பிச் சென்று விடுவாள். கோட்டை கொத்தளங்களும் பாதாளச் சிறைகளும் கூட அவளைப் பத்திரப்படுத்தி வைக்க முடியாது. ஆகையினால்தான், அத்தைக்கு நேர்ந்த ஆபத்தைப் பற்றி, நான் அவ்வளவு கவலைப்படவில்லையென்று சொன்னேன். அத்தைக்கு இழைக்கப்பட்ட அநீதிக்குப் பரிகாரம் தேடுவதே என் முக்கிய நோக்கம். அந்த அநீதி இன்றைக்கு இழைக்கப்பட்டதன்று; இருபத்தைந்து ஆண்டுகளுக்கு முன்னால் செய்யப்பட்ட கொடும் அநீதி! அதற்குப் பரிகாரம் கிடைக்கும் வரையில் எனக்கு நிம்மதி இல்லை!" என்றாள் பூங்குழலி.

"கடவுளே! எவ்வளவு அசாத்தியமான காரியத்தில் உன் மனத்தைப் பிரவேசிக்க விட்டிருக்கிறாய்?" என்று சேந்தன் அமுதன் கூறி ஒரு நீண்ட பெருமூச்சு விட்டான்.

சற்றுத் தூரத்தில் பேச்சுக் குரல் கேட்டது; ஒரு குரல் பெண் குரலாகத் தோன்றியது. பேசியவர்களைத் தஞ்சாவூர் இராஜபாட்டை சந்திப்பில் அமுதனும் பூங்குழலியும் கண்டார்கள்.

அண்ணி ராக்கம்மாளுடன் பேசிக் கொண்டிருந்தவன் பழையாறை வைத்தியர் மகன் என்று அறிந்ததும் பூங்குழலியின் முகத்தில் அருவருப்பின் அறிகுறி காணப்பட்டது.

ராக்கம்மாள் பூங்குழலியைப் பார்த்ததும், "அடி பெண்ணே! பிழைத்து வந்தாயா? உன்னைக் கொன்று போட்டிருப்பார்களோ என்று பயந்து போனேன். இதோ பார்! உன் அத்தையைக் காப்பாற்ற முயன்றதில் என் மண்டையில் எவ்வளவு பெரிய காயம்? வைத்தியர் மகனிடம் காயத்துக்கு மருந்து ஏதேனும் இருக்கிறதா என்று கேட்டுக் கொண்டிருந்தேன்?" என்றாள்.

"கரையர் மகளுக்கு ஏதேனும் காயம் பட்டிருந்தாலும் மருந்து போட்டுக் குணப்படுத்துகிறேன்" என்றான் வைத்தியர் மகன்.

பூங்குழலி அவனுக்கு மறுமொழி சொல்லாமல், "அண்ணி! அத்தையைப் பிடித்துக் கொண்டு எந்தப் பக்கம் போனார்கள், உனக்குத் தெரியுமா?" என்று கேட்டாள்.

"நான் பார்க்கவில்லை தஞ்சாவூர்ச் சாலையோடு போனதாக இந்த வைத்தியர் மகன் சொல்லுகிறான்..."

"அண்ணி! நானும் அமுதனும் அத்தையைத் தொடர்ந்து போகிறோம். அப்பாவிடம் சொல்லிவிடு! வா, அமுதா!" என்று பூங்குழலி அங்கிருந்து உடனே போகத் தொடங்கினாள்.

அப்போது வைத்தியர் மகன், "பூங்குழலி! சற்று நில்! உங்களால் அவர்களைத் தொடர்ந்து போக முடியாது. இங்கிருந்து சற்றுத் தூரத்தில் காத்திருந்த குதிரைகள் மீதேறி அவர்கள் போகிறார்கள். என்னிடம் குதிரை இருக்கிறது; நான் வாயு வேக மனோ வேகமாய்க் குதிரையை விட்டுக் கொண்டு சென்று அவர்கள் போய்ச் சேரும் இடத்தைக் கண்டுபிடித்து உங்களுக்குச் சொல்வேன். அதற்குப் பிரதியாக நீ எனக்கு ஓர் உதவி செய்ய வேண்டும். நீயும் உன் அத்தையும் படகில் ஏறிக் கொண்டு எங்கே போவதற்குக் கிளம்பினீர்கள்? அதை மட்டும் சொல்லி விடு!" என்றான்.

பூங்குழலி, "அண்ணி! இவருடைய உதவி எங்களுக்கு தேவையில்லை! நாங்கள் போகிறோம். அப்பாவிடம் மட்டும் சொல்லி விடு!" என்றாள்.

வைத்தியர் மகன் அப்போதும் விடவில்லை. "ஆகா! கரையர் மகளின் கர்வத்தைப் பார்! என் உதவி தேவை இல்லையாம்! பெண்ணே, உனக்கு ஏன் என் பேரில் இத்தனை கோபம்? நீ அரச குமாரனைக் கல்யாணம் செய்து கொள்வதை நானா குறுக்கே நின்று தடுத்தேன்? என்னை வஞ்சித்து ஏமாற்றி விட்டுப் படகில் ஏற்றிக் கொண்டு போனாயே? அந்த வாணர்குலத்து வந்தியத்தேவனல்லவா உன் ஆசைக்குகந்த இராஜகுமாரனை நடுக்கடலில் தள்ளிக் கொன்று விட்டான்! என் பேரில் கோபித்து என்ன பயன்?" என்று

சொல்லிவிட்டு 'ஹா ஹா ஹா' என்று பொய்ச் சிரிப்புச் சிரித்தான்.

பூங்குழலி கண்களில் தீப்பொறி பறக்க அவனை ஒரு தடவை விழித்துப் பார்த்துவிட்டு அமுதனுடைய கையைப் பிடித்து இழுத்துக் கொண்டு சாலையோடு மேலே சென்றாள். கொஞ்ச தூரம் போனதும், "அமுதா! நீ கத்தி எடுத்துப் போர் செய்யக் கற்றுக் கொண்டதும் முதலில் இந்தத் துர்த்தனகிய வைத்தியர் மகனின் உயிரை வாங்க வேண்டும். உன் கத்திக்கு முதல் பலி இவன்தான்" என்றான்.

இரவும் பகலும் வழி நடந்து பூங்குழலி சேந்தன் அமுதனும் தஞ்சாவூரை நோக்கிச் சென்றார்கள். ஏழெட்டுக் குதிரை வீரர்கள் ஒரு பெண்மணியை அழைத்துச் சென்றதைக் குறித்து வழியில் விசாரித்துக் கொண்டு போனார்கள். பாதி வழி வரையில் கொஞ்சம் தகவல் கிடைத்தது, அப்புறம் ஒன்றும் கிடைக்கவில்லை. ஆயினும் தஞ்சாவூர் வரையிலும் போய்த் தேடிப் பார்த்து விடுவது என்று போனார்கள்.

சேந்தன் அமுதனுக்கு இந்தப் பிரயாணம் வெகு உற்சாகமாயிருந்தது. பூங்குழலியுடன் பேசிக் கொண்டு சென்றது உற்சாகத்துக்கு ஒரு காரணம்; கத்திப் பயிற்சி பெற்றுக் கொண்டே போனது மற்றொரு காரணம். கோடிக்கரைக்கு அருகிலேயே பூங்குழலிக்குத் தெரிந்த ஒரு கொல்லு பட்டறையில் அவன் ஒரு கத்தி வாங்கிக் கொண்டிருந்தான். போகும் போதெல்லாம் அதைச் சுழற்றிக் கொண்டே போனான். சில சமயம் எதிரில் பகைவன் வருவதாகவும் அவனுடன் சண்டை போடுவதாகவும் எண்ணிக் கொண்டு கத்தியைத் தாறுமாறாக வீசினான். அவ்வப்போது பூங்குழலி அவனுக்குக் கத்தியை இப்படிப் பிடித்துக்கொள்ள வேண்டும். இப்படிச் சுழற்ற வேண்டும் என்று கற்பித்துக் கொடுத்துக் கொண்டு வந்தாள். இதனால் இரண்டு பேருக்குமே பிரயாணம் உற்சாகமாயிருந்தது.

தஞ்சாவூர்க் கோட்டை கண்ணெதிரே தென்பட்ட போது தான் வந்த காரியத்தை எப்படிச் சாதிப்பது என்ற கவலை பூங்குழலிக்கு ஏற்பட்டது. அவளுடைய கவலையைச் சேந்தன் அமுதனும் சேர்ந்து பகிர்ந்து கொண்டான்.

கோட்டைக்குள் பிரவேசிப்பதே பிரம்மப் பிரயத்தனமான காரியமாயிற்றே? பூங்குழலி எண்ணியுள்ள காரியங்களை எல்லாம் எப்படி நிறைவேற்றுவது?

வந்தியத்தேவனுடைய அகடவிகட சாமர்த்தியங் களெல்லாம் சேந்தன் அமுதனுக்கு நினைவு வந்தன. அவனுடைய சாமர்த்தியங்களில் பத்தில் ஒரு பங்கு தனக்கு இருக்கக்கூடாதா? அல்லது அந்த வந்தியத்தேவனே இந்தச் சமயம் இங்கே வரக்கூடாதா!...

வந்தியத்தேவனாயிருந்தால் இந்தச் சந்தர்ப்பத்தில் எப்படி நடந்து கொள்வான் என்று சேந்தன் அமுதன் சிந்திக்கத் தொடங்கினான்.

அச்சமயத்தில் சாலையில் மூடுபல்லக்கு ஒன்று வந்தது. சூரியன் மேற்குத் திசையில் மறைந்து இருள் சூழ்ந்து வந்த நேரம். மூடுபல்லக்கின் மேல் திரையில் பனை மரச் சித்திரங்கள் காணப்பட்டன.

'ஆகா! பழுவூர் இளையராணியின் பல்லக்குப் போலல்லவா காண்கிறது? கோட்டைக்கு வெளியிலேயே பழுவூர் ராணியைச் சந்தித்து முத்திரை மோதிர இலச்சினையைப் பெற முடியுமானால் எவ்வளவு சௌகரியமாயிருக்கும்?' என்று அமுதன் எண்ணினான்.

இதைப் பூங்குழலியிடமும் வெளியிட்டான். அவளும் அது நல்ல யோசனைதான் என்று சொன்னாள்.

ஆனால் மூடுபல்லக்கின் உள்ளே இருக்கும் ராணியை எப்படிப் பார்ப்பது? சிவிகைக்கு பின்னும் காவலர்கள் போகிறார்களே? பல்லக்கின் அருகிலே போக முயன்றாலே அவர்கள் தடுப்பார்கள் அல்லவா?

"அமுதா! கவலைப்படாதே! தஞ்சாவூர்க் கோட்டை இன்னும் அரைக்காதம் இருக்கிறது. அதற்குள் நமக்கு ஏதேனும் சந்தர்ப்பம் கிட்டாமற் போகாது!" என்றாள் பூங்குழலி.

எதிர்பாராத விதத்தில் அச்சந்தர்ப்பம் அவர்களுக்கு கிட்டியது.

21. பல்லக்கு ஏறும் பாக்கியம்

அந்த ஆண்டில் வழக்கமாக மாரிக்காலம் ஆரம்பிக்க வேண்டிய காலத்தில் ஆரம்பிக்கவில்லை.

இரண்டு தடவை மழை தொடங்குவது போல் தொடங்கிச் சட்டென்று நின்று விட்டது.

காவேரி ஆற்றிலும் அதன் கிளை நதிகளிலும் தண்ணீர்ப் பிரவாகம் வர வரக் குறைந்து வந்தது. புது நடவு நட்ட வயல்களுக்குத் தண்ணீர் வரத்து இல்லாமல் பயிர்கள் வாடத் தொடங்கின.

"எல்லாம் வால்நட்சத்திரத்தினால் வந்த விபத்து!" என்று மக்கள் பேசிக் கொள்ளலானார்கள்.

'நாட்டுக்கு எல்லா விதத்திலும் பீடை வரும் போலத் தோன்றுகிறது', 'இராஜ்ய காரியங்களில் குழப்பம்', 'இளவரசரைப் பற்றித் தகவல் இல்லை', 'அதற்கு மேல் வானமும் ஏமாற்றி விடும் போலிருக்கிறது' என்பவை போன்ற பேச்சுக்களை வழி நெடுகிலும் சேந்தன் அமுதனும் பூங்குழலியும் கேட்டுக் கொண்டே வந்தார்கள்.

மழை பெய்யாமலிருந்தது அவர்களுடைய பிரயாணத்துக்கு என்னமோ சௌகரியமாகத் தானிருந்தது.

அன்று காலையிலிருந்தே வெய்யில் சுளீர் என்று அடித்தது. பிற்பகலில் தாங்க முடியாத புழுக்கமாயிருந்தது. இராஜபாட்டையில் மரங்களின் குளிர்ந்த நிழலில் சென்ற போதே அவர்களுக்கு வியர்த்துக் கொட்டியது.

"இது ஐப்பசி மாதமாகவே தோன்றவில்லையே? வைகாசிக் கோடை மாதிரியல்லவா இருக்கிறது?" என்று ஒருவருக்கொருவர் பேசிக் கொண்டு போனார்கள்.

பழுவேட்டரையரின் அரண்மனைப் பல்லக்கு அவர்களைத் தாண்டிச் சென்ற சிறிது நேரத்துக்குப் பிறகு திடீரென்று குளிர்ந்த காற்று வீசத் தொடங்கியது. சாலை மரங்களின் இலைகள் காற்றில் அசைந்தாடிச் சலசலவென்று சத்தத்தை உண்டாக்கின. வடகிழக்குத் திக்கில் இருண்டு வருவது போலத் தோன்றியது. வானத்தின் அடி முகட்டில் இருண்ட மேகத் திரள்கள் தலை காட்டின.

சிறிது நேரத்துக்குள்ளே அந்த மேகக் கூட்டங்கள் யானை மந்தை மதம் கொண்டு ஓடி வருவது போல் வானத்தில் மோதி அடித்துக் கொண்டு மேலே மேலே வரலாயின.

இளங்காற்று பெருங்காற்றாக மாறியது; பெருங்காற்றில் சிறிய மழைத் துளிகள் சீறிக் கொண்டு வந்து விழுந்தன.

சிறு தூற்றல் விழத் தொடங்கிக் கால் நாழிகை நேரத்தில் 'சோ' என்ற இரைச்சலுடன் பெருமழை கொட்டலாயிற்று.

காற்றிலும் மழையிலும் சாலை ஓரத்து விருட்சங்கள் பட்டபாட்டைச் சொல்லி முடியாது. சடசடவென்று மரக்கிளைகள் முறிந்து விழத் தொடங்கின. அப்போது அவற்றில் அடைக்கலம் புகுந்திருந்த பட்சிகள் கீச்சிட்டுக் கொண்டு நாலா திசைகளிலும் பறந்தோடின.

சாலையில் போய்க் கொண்டிருந்த ஜனங்களும் நாலாபுறமும் சிதறி ஓடினார்கள்.

காற்று மழையிலிருந்து தப்புவதற்காகச் சிலர் ஓடினார்கள். மரக்கிளைகள் தலையில் விழுந்து சாக நேரிடுமோ என்ற பயத்தினால் மற்றவர்கள் ஓடினார்கள்.

அண்ட கடாகங்கள் வெடிப்பது போன்ற இடி முழக்கத்தைக் கேட்டு அஞ்சி வேறு சிலர் ஓடினார்கள்.

மழை பிடித்துக் கொண்ட சிறிது நேரத்துக்கெல்லாம், பகற்பொழுது சென்று இரவு நெருங்கி வந்தது.

அன்றிரவே தஞ்சாவூர்க் கோட்டைக்குள் பிரவேசித்து விட வேண்டும் என்ற எண்ணத்தைச் சேந்தன் அமுதனும், பூங்குழலியும் கைவிட்டு விட்டார்கள்.

சேந்தன் அமுதனின் நந்தவனக் குடிலுக்கு அன்றிரவு போய்ச் சேர்ந்தால் போதும் என்று தீர்மானித்தார்கள்.

மழைக்கால இருட்டில் ஒருவரையொருவர் தைரியப் படுத்திக் கொண்டு, ஜாக்கிரதையாக நடந்தார்கள்.

"பூங்குழலி! நடுக்கடலில் எவ்வளவோ புயல்களையும் பெரு மழையையும் பார்த்தவளாயிற்றே நீ! மலை போன்ற அலைகளுக்கு மத்தியில் படகு விட்டுக் கொண்டு போகிறவள் ஆயிற்றே! இந்த மழைக்கு இவ்வளவு பயப்படுகிறாயே?" என்றான் சேந்தன் அமுதன்.

"நடுக்கடலில் எவ்வளவுதான் புயல் அடித்தாலும் மழை பெய்தாலும் தலையில் மரம் ஒடிந்து விழாதல்லவா? விழுந்தால் இடிதானே விழும்?" என்றாள் பூங்குழலி.

இவ்விதம் பூங்குழலி கூறி வாய் மூடுவதற்குள் அவர்களுக்கு எதிரே சற்றுத் தூரத்தில் சடசடவென்று மரம் முறிந்து விழும் சத்தம் கேட்டது.

சேந்தன் அமுதன் பூங்குழலியின் கையைக் கெட்டியாகப் பற்றிக் கொண்டு மேலே செல்வதை நிறுத்தினான்.

"இனி அவசரப்பட்டுக் கொண்டு போவதில் உபயோகமில்லை. சாலை ஓரத்தில் இங்கே சில மண்டபங்கள் இருக்கின்றன, அவற்றில் ஒன்றில் சிறிது நேரம் தங்கி மழையின் வேகம் குறைந்த பிறகு மேலே போகலாம்!" என்றான் சேந்தன் அமுதன்.

"அப்படியே செய்யலாம் ஆனால் மண்டபத்தை இந்த இருளில் எப்படிக் கண்டுபிடிப்பது?" என்றாள் பூங்குழலி.

"மின்னல் மின்னும் போது பார்த்தால் தெரிந்து விடும். இருபுறமும் கவனமாகப் பார்க்க வேண்டும்!" என்றான் சேந்தன் அமுதன்.

வானத்தையும் பூமியையும் பொன்னொளி மயமாக்கிக் கண்களைக் கூசச் செய்த ஒரு மின்னல் மின்னியது.

"அதோ ஒரு மண்டபம்!" என்றான் சேந்தன் அமுதன்.

பூங்குழலியும் அந்த மண்டபத்தைப் பார்த்தாள். அதே மின்னல் வெளிச்சத்தில் அவர்களுக்கு முன்னால் சற்றுத் தூரத்தில் ஒரு பெரிய மரம் விழுந்து கிடப்பதையும் பார்த்தாள். விழுந்த மரத்தினடியில் சிலர் சிக்கிக் கொண்டிருப்பது போலத் தோன்றியது.

"அமுதா! விழுந்து கிடந்த மரத்தைப் பார்த்தாயா? அதனடியில்..." என்றாள்.

"ஆமாம், பார்த்தேன், அந்தக் கதி நமக்கும் ஏற்பட்டு விடப்போகிறது. சீக்கிரம் மண்டபத்துக்குப் போய்ச் சேரலாம்!" என்று கூறிவிட்டு அமுதன் பூங்குழலியின் கையைப் பிடித்து இழுத்துக் கொண்டு மண்டபம் இருந்த திசையைக் குறிவைத்து விரைந்து சென்றான்.

இருவரும் மண்டபத்தை அடைந்தார்கள். சொட்ட நனைந்திருந்த துணிகளிலிருந்து தண்ணீரைப் பிழிந்தார்கள். துணியைப் பிழிந்த பிறகு பூங்குழலி தன் நீண்ட கூந்தலையும் பிழிந்தாள்.

பிழிந்த ஜலம் மண்டபத்தின் தரையில் விழுந்து சிறு கால்வாய்களாக ஓடியது.

"அடாடா! மண்டபத்தை ஈரமாக்கி விட்டோமே?" என்றாள் பூங்குழலி.

"மண்டபத்துக்கு அதனால் தீங்கு ஒன்றுமில்லை. ஜலதோஷம் காய்ச்சல் வந்துவிடாது! நீ இப்படிச் சொட்ட நனைந்து விட்டாயே?" என்றான் சேந்தன் அமுதன்.

"நான் கடலிலேயே பிறந்து வளர்ந்தவள். எனக்கு இன்னொரு பெயர் 'சமுத்திர குமாரி'. என்னை மழைத் தண்ணீர் ஒன்றும் செய்துவிடாது" என்றாள் பூங்குழலி.

அவளுடைய உள்ளம் அப்போது தஞ்சாவூர்க் கோட்டைக்கு அருகிலிருந்த சாலை ஓர மண்டபத்திலிருந்து நாகைப்பட்டினத்து சூடாமணி விஹாரத்துக்குப் பாய்ந்து சென்றது.

'சமுத்திரகுமாரி' என்று அவளை முதன் முதலாக அழைத்தவர் அந்தச் சூடாமணி விஹாரத்தில் அல்லவா இருந்தார்?

"பூங்குழலி என்னுடைய நந்தவனமும் குடிசையும் சிறிது தூரத்திலேதான் இருக்கிறது. மழைவிட்டதும் அங்கே போய் விடலாம். என் தாயார் உன்னைச் சரியாகக் கவனித்துக் கொள்ளுவாள்!" என்று அமுதன் கூறிய வார்த்தைகள் பூங்குழலியின் காதில் அரைகுறையாக விழுந்தன.

மறுபடியும் பளிச்சென்று கண்ணைப் பறித்தது. ஒரு மின்னல் அதன் ஒளியில் அவர்கள் முன்னம் அரைகுறையாகப் பார்த்த காட்சி நன்றாகத் தெரிந்தது. இருவரும் திடுக்கிட்டு போனார்கள். சாலையில் ஏறக்குறைய அந்த மண்டபத்துக்கு எதிரே ஒரு பெரிய ஆலமரம் வேரோடு பறிக்கப்பட்டு விழுந்து கிடந்தது. விசாலமாகப் படர்ந்திருந்த அதன் கிளைகளும் விழுதுகளும் தாறுமாறாக முறிந்தும் சிதைந்தும் கிடந்தன.

அவற்றுக்கடியில் இரண்டு குதிரைகளும் ஐந்தாறு மனிதர்களும் அகப்பட்டுக் கொண்டிருந்தார்கள்.

அப்படி அகப்பட்டுக் கொண்டிருந்தவர்களை விடுதலை செய்து காப்பாற்றுவதற்காக வேறு சிலர் முயன்று கொண்டிருப்பது தெரிந்தது. அவசரம் அவசரமாக அவர்கள் முறிந்து கிடந்த கிளைகளை அப்புறப்படுத்திக் கொண்டிருந்தார்கள்.

"ஐயோ!" "அப்பா!" "இங்கே!" "அங்கே" "சீக்கிரம்!" என்பவை போன்ற குரல்கள் மழைச் சப்தத்தினிடையே மலினமாகக் கேட்டன.

இவற்றையெல்லாம் விட அதிகமாகச் சேந்தன் அமுதன் பூங்குழலியின் கவனத்தை வேறொன்று கவர்ந்தது. விழுந்து கிடந்த மரத்துக்குச் சற்றுத் தூரத்தில் ஒரு பல்லக்கு தரையில் வைக்கப்பட்டிருந்தது. அதன் அருகில் இரண்டு ஆட்கள் மட்டும் நின்றார்கள். மற்றவர்கள் விழுந்த மரத்தினடியில் அகப்பட்டுக் கொண்டவர்களைக் காப்பாற்றுவதில் முனைந்திருந்தார்கள் போலும்.

"அமுதா! பல்லக்கைப் பார்த்தாயா?" என்று கேட்டாள் பூங்குழலி.

"பார்த்தேன், பழுவூர் இளையராணியின் பல்லக்குப் போல் இருந்தது."

"விழுந்த மரம் அந்தப் பல்லக்கின் மேலே விழுந்திருக்கக் கூடாதா?"

"கடவுளே! ஏன் அப்படிச் சொல்கிறாய்? பழுவூர் ராணியைப் பார்த்து அவள் மூலமாக ஏதோ காரியத்தைச் சாதிக்கப் போகிறதாகச் சொன்னாயே?"

"ஆமாம், இருந்தாலும், அந்தப் பழுவூர் இளையராணியை எனக்கு அவ்வளவாகப் பிடிக்கவில்லை!"

"பிடிக்காவிட்டால், அவள் பேரில் மரம் முறிந்து விழ வேண்டுமா, என்ன?"

"சாதாரணப்பட்டவர்களின் தலையிலேதான் மரம் விழ வேண்டுமா? ராணிகளின் தலையிலே விழக் கூடாதா?... அது போனால் போகட்டும்; இப்போது நாம் பல்லக்கினருகில் சென்று பழுவூர் ராணியைப் பார்த்துப் பேசலாமா? கோட்டைக்குள் போவதற்கு அவளுடைய உதவியைக் கேட்கலாமா?"

"அழகுதான்! ராணியைப் பேட்டி காண்பதற்கு நல்ல சமயம்! நல்ல இடம்! பல்லக்கின் கிட்டப் போனால் மழைக் கால இருட்டில் திருட வருகிறோம் என்றெண்ணி நம்மை அடித்துப் போட்டாலும் போடுவார்கள்."

"ராணியை நான் பார்த்துவிட்டால் அப்புறம் காரியம் எளிதாகி விடும்..."

"அது எப்படி?"

"என் அண்ணியின் பெயரைச் சொல்வேன் அல்லது மந்திரவாதி ரவிதாஸன் அனுப்பினான் என்பேன்."

"நல்ல யோசனைத்தான்! ஆனால் ராணியின் அருகில் நெருங்க முடிந்தால் அல்லவோ?.. அதோ பார், பூங்குழலி."

மீண்டும் ஒரு மின்னல் மின்னியது; அதன் வெளிச்சத்தில் இரண்டு பேர் பல்லக்கைத் தூக்குவது தெரிந்தது. ஆகா! கிளம்பி விட்டார்களா? இல்லை, இல்லை! மண்டபத்தை நோக்கியல்லவா பல்லக்கு வருவது போலக் காண்கிறது?

ஆம், சிறிது நேரத்தில் பல்லக்கு மண்டபத்தின் முகப்புக்கு வந்து சேர்ந்தது. பல்லக்கைச் சுமந்து வந்தவர்கள் அதை இறக்கி வைத்தார்கள்.

"பழுவூர் இளையராணி நம்மைத் தேடிக் கொண்டல்லவா வருகிறாள்?" என்றாள் பூங்குழலி.

அமுதன் அவளுடைய கரத்தைப் பற்றிக் கொண்டு மண்டபத்தின் உட்புறத்தை நோக்கி நகர முயன்றான்; ஆனால் பூங்குழலி அவ்விதம் நகர மறுத்தாள்.

இதற்குள் "யார் அங்கே?" என்று ஓர் அதட்டும் குரல் கேட்டது.

பல்லக்கைச் சுமந்து வந்தவர்களில் ஒருவனின் குரல் என்பதைத் தெரிந்து கொண்டு, "பயப்படாதே, அண்ணே! உங்களைப் போல் நாங்களும் வழிப்போக்கர்கள்தான். மழைக்காக மண்டபத்தில் வந்து ஒதுங்கியிருக்கிறோம்!" என்று சொன்னாள் பூங்குழலி.

"சரி, சரி! பல்லக்கின் அருகில் வரவேண்டாம்" என்றது அதே குரல்.

"நாங்கள் ஏன் பல்லக்கின் அருகில் நெருங்கப் போகிறோம்? பல்லக்கில் ஏறுவதற்குப் பாக்கியம் செய்திருக்க வேண்டாமா!" என்றாள் பூங்குழலி.

சேந்தன் அமுதன், "வள்ளுவர் பெருமாள் கூட இதைப் பற்றிச் சொல்லியிருக்கிறார். முற்பிறப்பில் செய்த வினைப் பயனைப் பற்றிக் கூறும்போது..." என்று தொடங்கினான்.

"போதும், போதும்! வாயை மூடிக் கொண்டு சும்மா இருங்கள்! நீங்கள் எத்தனை பேர்?"

"நாங்கள் இரண்டு பேர்தான் இன்னும் இரண்டு நூறு பேர் வந்தாலும் இந்த மண்டபத்தில் மழைக்கு ஒதுங்கலாம்!..." என்றான் அமுதன்.

தான் உண்மையென்று நம்பியதையே அமுதன் சொன்னான். அதே மண்டபத்தின் உட்புறத்தில் தூணின் மறைவில் மூன்றாவது மனிதன் ஒருவன் நின்றது அவனுக்குத் தெரிந்திருக்கவில்லை.

பல்லக்குச் சுமந்தவன், "நான் அப்போதே சொன்னேன். மழை வந்ததும் மண்டபத்தில் போய் ஒதுங்கலாம் என்றேன்; கேட்கவில்லை. அதனால் இந்தச் சங்கடம் நேர்ந்தது!" என்று தன் தோழனிடம் சொன்னான்.

"இப்படி ஆகும் என்று யார் அப்பா கண்டது? மழை வலுப்பதற்குள் கோட்டைக்குள் போய்விடலாம் என்று எண்ணினோம். இந்த மட்டும் பல்லக்கின் மேல் மரம் விழாமல் போச்சே!" என்றான் அவன் தோழன்.

இச்சமயம் இன்னொரு பிரகாசமான மின்னல் மின்னியது.

சேந்தன் அமுதன் பூங்குழலி இருவர்களுடைய கண்களும் கவனமும் பல்லக்கின் பேரிலேயே இருந்தது. ஆகையால் அந்த மின்னல் வெளிச்சத்தில், பல்லக்கின் திரையை

விலக்கிக் கொண்டு ஒரு பெண்மணி தாங்கள் நின்ற திசையை உற்று நோக்கிக் கொண்டிருந்ததை அவர்கள் பார்த்தார்கள். அப்படி நோக்கிய பெண்மணியின் முகம் அவர்களைப் பார்த்து இன்னார் என்று தெரிந்து கொண்டு புன்னகை புரிந்ததையும் கவனித்தார்கள்.

மறு வினாடி மண்டபத்திலும் வெளியிலும் இருள் சூழ்ந்தது.

மிக மெல்லிய குரலில் பூங்குழலி, "அமுதா! பார்த்தாயா?" என்றாள்.

"ஆம், பார்தேன்"

"பல்லக்கில் இருந்தது யார்?"

"பழுவூர் இளையராணிதானே?"

"உனக்கு என்ன தோன்றியது?"

"பழுவூர் ராணியைப் போலத்தான் இருந்தது ஆனால் கொஞ்சம் சந்தேகமாக இருந்தது."

"சந்தேகமில்லை; நிச்சயந்தான்."

"எது நிச்சயம்?"

"பழுவூர் ராணி அல்ல; பித்துப்பிடித்த என் அத்தை ராணி தான் பல்லக்கில் இருக்கிறாள்!"

"உஷ்! இரைந்து பேசாதே!"

"இரைந்து பேசாவிட்டால் காரியம் நடப்பது எப்படி?"

"என்ன காரியம்?"

"எதற்காக இத்தனை தூரம் வந்தோமோ, அந்தக் காரியந்தான். அத்தையைக் கண்டுபிடித்து விட்டோம். அவளை விடுவித்து அழைத்துப் போக வேண்டாமா?"

"இப்போது அது முடியாத காரியம், பூங்குழலி! பல்லக்கு எங்கே போய்ச் சேர்கிறது என்று பார்த்துக் கொள்வோம். பிறகு யோசித்து விடுதலை செய்வதற்கு வழி தேடலாம்."

"தும்பை விட்டு விட்டு வாலைப் பிடிக்க வேண்டும் என்கிறாயே? அதெல்லாம் முடியாது; இப்போது அத்தையை விடுதலை செய்தாக வேண்டும். உனக்குப் பயமிருந்தால் நீ சும்மா இரு!"

"விடுதலையாவதற்கு உன் அத்தை சம்மதிக்க வேண்டாமா? பல்லக்கில் ஏறி ஜாம் ஜாம் என்று போய்க் கொண்டிருக்கிறாள். எங்கே போகிறாள்; எதற்காக, யார் அவளைப் பிடித்து வரச் செய்தது என்றெல்லாம் தெரிந்து கொள்ள வேண்டாமா?"

"பாதாளச் சிறைக்குக் கொண்டு போகிறார்களோ, என்னமோ? அப்புறம் நம்மால் என்ன செய்ய முடியும்?"

"ஏன் முடியாது? பாதாளச் சிறையில் நானே இருந்து வெளி வந்தவன்தான். அரண்மனைகளில் எனக்கும் கொஞ்சம் செல்வாக்கு உண்டு. உன் அத்தையை எப்படியாவது நான் விடுதலை செய்கிறேன் இப்போது நீ சும்மா இரு!"

பூங்குழலியும் அச்சமயம் பொறுமையுடன் சும்மா இருக்கத்தான் வேண்டும் என்று தீர்மானித்தாள். அப்போது அவர்கள் சிறிதும் எதிர்பாராத காரியம் ஒன்று நிகழ்ந்தது.

மூடுபல்லக்கின் விலகிய திரை இன்னும் நன்றாய் விலகுவது போலிருந்தது. அதன் உள்ளிருந்து ஓர் உருவம் வெளியே வந்தது. சத்தம் சிறிதுமின்றிப் பூனை நடப்பது போல் நடந்தது. அடுத்த வினாடி அவர்கள் அருகில் வந்து விட்டது.

இவ்வளவும் நல்ல இருட்டில் நடந்தபடியால், மண்டபத்தின் அடிப்படிகளில் நின்ற காவலர்கள் கண்ணில் படவில்லை.

பல்லக்கிலிருந்து வெளிவந்தவள் ஊமை ராணிதான் என்பதைப் பூங்குழலி அந்த இருளிலும் நன்றாய்த் தெரிந்து கொண்டு விட்டாள். ஊமை ராணி அந்த இரண்டு பேரின் கைகளையும் பிடித்து இழுத்துக்கொண்டு அம்மண்டபத்தின் பின் பகுதிக்கு விரைந்து சென்றாள்.

பூங்குழலியைத் தழுவிக் கொண்டு உச்சிமுகந்து, அவளைப் பார்த்ததில் தன் மகிழ்ச்சியைத் தெரிவித்தாள்.

பின்னர், அத்தைக்கும் மருமகளுக்கும் சமிக்ஞை பாஷையில் சிறிது நேரம் சம்பாஷணை நடந்தது.

அந்தக் காரிருளில் அவர்கள் ஒருவருக்கொருவர் எப்படித் தான் பேசிக் கொண்டார்களோ? ஒருவர் கருத்தை ஒருவர் எவ்வாறு தான் தெரிந்து கொண்டார்களோ? அது நம்மால் விளங்கச் சொல்ல முடியாத காரியம்.

பூங்குழலி சேந்தன் அமுதனிடம், "அத்தை சொல்லுவது உனக்குத் தெரிந்ததா? என்னைப் பல்லக்கில் ஏறிக் கொண்டு போகச் சொல்கிறாள். அவளை உன் வீட்டுக்கு அழைத்துப் போகச் சொல்லுகிறாள்!" என்றாள்.

"உன் சம்மதம் என்ன பூங்குழலி?" என்று அமுதன் கேட்டான்.

"அத்தை சொல்லுகிறபடி செய்யப் போகிறேன். ஆளைப் பிடித்துக் கொண்டு வரச் சொன்னவர்கள் இன்னார் என்று தெரிந்து கொள்வதற்கு சரியான உபாயம் அல்லவா?"

"யோசித்துச் சொல்லு! பூங்குழலி! உபாயம் சரிதான்! அதில் என்ன அபாயம் இருக்குமோ!"

"அமுதா! நீ கவலைப்படாதே! அத்தை சொன்னபடி செய்வதினால் எனக்கு ஓர் அபாயமும் ஏற்படாது. அப்படி ஏற்படுவதாயிருந்தால், என் இடுப்பில் இந்தக் கத்தி இருக்கவே இருக்கிறது!" என்று சொன்னாள் பூங்குழலி.

அத்தையை மறுபடி ஒரு முறை தழுவிக் கொண்டு விட்டுப் பூங்குழலி அவளைப் போலவே சத்தம் செய்யாமல் நடந்து சென்று பல்லக்கில் புகுந்து திரையையும் விட்டுக் கொண்டாள்.

22. அநிருத்தரின் ஏமாற்றம்

முதன்மந்திரி அநிருத்தப் பிரம்மராயர் சில தினங்களாகத் தலைநகரிலேயே தங்கியிருந்தார். அவரைக் காண்பதற்கு அரசாங்க அதிகாரிகள், சிற்றரசர்கள், சேனைத் தலைவர்கள், அயல்நாட்டுத் தூதுவர்கள், வர்த்தகக் குழுக்களின் பிரதிநிதிகள், ஆலய நிர்வாகிகள், தென்மொழி வடமொழி வித்வான்கள் முதலியோர் வந்த வண்ணமிருந்தார்கள். ஆதலின் அவருடைய மாளிகையில் ஜே, ஜே என்று எப்போதும் ஜனக்கூட்டமாக இருந்தது.

அநிருத்தர் தமக்கெனத் தனியாக காவல் படை வைத்துக் கொள்ளவில்லை. பரிவாரங்களும் மிகக் குறைவாகவே வைத்துக் கொண்டிருந்தார். ஆகையால் பழுவேட்டரையர்களோடு அவருக்குத் தகராறு எழுவதற்குக் காரணம் எதுவும் ஏற்படாமலிருந்தது.

ஆனபோதிலும், சின்னப் பழுவேட்டரையர் முணு முணுத்துக் கொண்டிருந்தார். முதன்மந்திரி தஞ்சை நகரில் தங்க ஆரம்பித்ததிலிருந்து கட்டுக்காவல் குறைந்து போயிருந்தது. முதன்மந்திரியைக் காண வேண்டுமென்ற வியாஜத்தில் கண்டவர்கள் எல்லாம் கோட்டைக்குள் நுழைந்து கொண்டே இருந்தார்கள். சக்கரவர்த்தியின் அரண்மனையை அடுத்து முதல்மந்திரியின் மாளிகை இருந்தபடியால், அரண்மனை வட்டாரத்திலும் ஜனக்

கூட்டம் அதிகமாகிக் கொண்டிருந்தது. முதன்மந்திரியின் பெயரைச் சொல்லிக் கொண்டும் அவருடைய இலச்சினையைக் காட்டிக் கொண்டும் அநேகம் பேர் அங்கே வந்து அவரைப் பார்த்த வண்ணமிருந்தார்கள்.

இதையெல்லாம் ஓரளவு கட்டுப்படுத்த வேண்டும் என்று சின்னப் பழுவேட்டரையர் விரும்பினார். ஆனால் நேரில் முதன்மந்திரியிடம் போய்ச் சண்டை பிடிப்பதற்கு வேண்டிய துணிச்சல் அவருக்கு இல்லை. பெரிய பழுவேட்டரையரும் இருந்தால், இருவருமாக யோசித்து ஏதேனும் செய்யலாம். இந்தச் சமயம் பார்த்துப் பெரிய பழுவேட்டரையரும் கடம்பூருக்குப் போய் விட்டதனால், சின்னவரான காலாந்தக கண்டருக்கு ஒரு கை ஒடிந்தது போல் இருந்தது. கோட்டைக்குள் ஜனக் கூட்டத்தைச் சேர்த்துக் கட்டுக் காவலுக்கு ஊறு விளைவிப்பது போதாது என்று, முதன்மந்திரி அநிருத்தர் அடிக்கடி ஏதாவது சின்னப் பழுவேட்டரையரிடம் உதவி கேட்கும் பாவனையில் அவருக்குக் கட்டளை அனுப்பிக் கொண்டிருந்தார்.

சில நாளைக்கு முன்பு கோடிக்கரைக்கு அனுப்புவதற்குச் சில வீரர்கள் வேண்டும் என்று கேட்டார். காலாந்தக கண்டரும் ஆட்களைக் கொடுத்து உதவினார். பிறகு நேற்றைக்கு உயர் குலத்துப் பெண்மணி ஒருவரைத் திருவையாற்றிலிருந்து அழைத்து வரவேண்டுமென்றும், அதற்குப் பழுவூர் அரண்மனையின் மூடுபல்லக்கு ஒன்றும், சிவிகை தூக்கிகளும் வேண்டும் என்றும் சொல்லி அனுப்பினார். சின்னப் பழுவேட்டரையர் இந்த கோரிக்கையையும் நிறைவேற்றினார். ஆனால் மனத்திற்குள் 'இந்தப் பிரம்மராயன் ஏதோ சூழ்ச்சியில் ஈடுபட்டிருக்கிறான். அவ்விதம் மூடுபல்லக்கில் வைத்து வரவழைக்ககூடிய உயர் குடும்பத்துப் பெண்மணி யார்? எதற்காக இங்கே வருகிறாள். இதை எப்படியும் கண்டுபிடிக்க வேண்டும். இத்தகைய சந்தர்ப்பத்தில் தமையனார் இங்கே இல்லாமற் போய்விட்டாரே?' என்று அவர் மனச் சஞ்சலப்பட்டது.

முதன்மந்திரி அநிருத்தரின் மாளிகைக்கு மூடுபல்லக்கில் வந்தது யார் என்று தெரிந்து கொள்ள இன்னொரு மனிதனும் ஆவல் கொண்டிருந்தான். அவன் வேறு யாரும் இல்லை; அநிருத்த பிரம்மராயரின் அருமைச் சீடனான ஆழ்வார்க்கடியான்தான்.

பெருமழை பெய்த அன்றைக்கு மறுநாள் காலையில் அநிருத்த பிரம்மராயர் ஸ்நானபானம், ஜபதபம், பூஜை, புனஸ்காரம் ஆகியவற்றை முடித்துக் கொண்டு மாளிகையில் முன் முகப்புக்கு வந்து சேர்ந்தார். தம்மைக் காண்பதற்கு யாரார் வந்து காத்திருக்கிறார்கள் என்று சேவகனைப் பார்த்துகொண்டு வரச் செய்தார். காத்திருந்தவர்களில் ஆழ்வார்க்கடியான் ஒருவன் என்று தெரிந்ததும், அவனை உடனே கூட்டி வரும்படி ஆக்ஞாபித்தார்.

ஆழ்வார்க்கடியான் தன் குருநாதரின் முன்னால் விரைந்து வந்து பயபக்தி வினயத்துடன் நின்றான்.

"திருமலை! போன காரியம் என்ன ஆயிற்று?" என்று அநிருத்தர் கேட்டார்.

"குருவே! மன்னிக்க வேண்டும் தோல்வியடைந்து திரும்பினேன்" என்றான் ஆழ்வார்க்கடியான்.

"ஒருவாறு நான் எதிர்பார்த்ததுதான் ஆதித்த கரிகாலரைச் சந்திக்கவே முடியவில்லையா?"

"சந்தித்தேன் ஐயா! தாங்கள் சொல்லச் சொன்ன செய்திகளையும் சொன்னேன், ஒன்றும் பயனில்லை. இளவரசரைக் கடம்பூர் அரண்மனைக்குப் போகாமல் தடுக்க முடியவில்லை..."

"இளவரசர் இப்போது கடம்பூரில்தான் இருக்கிறாரா?"

"ஆம், குருவே! சம்புவரையரின் மாளிகையில் அவர் பிரவேசித்ததைப் பார்த்துவிட்டு தான் வந்தேன். இளவரசருக்கு சம்புவரையர் இராஜோபசார வரவேற்பு அளித்தார். சுற்றுப்புறத்து மக்கள் காட்டிய உற்சாகத்தை வர்ணிக்க முடியாது."

"அதெல்லாம் எதிர்பார்க்கக் கூடியதுதான். கடம்பூர் மாளிகைக்கு இன்னும் யார்யார் வந்திருக்கிறார்கள்?"

"இளவரசருடன் பார்த்திபேந்திரனும் வந்தியத்தேவனும் வந்திருக்கிறார்கள். இங்கிருந்து பெரிய பழுவேட்டரையர் இளைய ராணியுடன் வந்திருக்கிறார். இன்னும் நடுநாட்டையும் திருமுனைப்பாடி நாட்டையும் சேர்ந்த பல சிற்றரசர்களையும் அழைத்திருப்பதாகக் கேள்விப்படுகிறேன்..."

"திருக்கோவலூர் மலையமான்..."

"மணிமுத்தா நதி வரையில் இளவரசருடன் வந்து திரும்பி போய்விட்டார்...?"

"அந்த வீரக்கிழவன் சும்மா இருக்கமாட்டான். இதற்குள் சைனியம் திரட்டத் தொடங்கியிருப்பான். தெற்கேயிருந்து கொடும்பாளூர்ப் பெரிய வேளான் பெரிய சைன்யத்துடன் வருவதாகக் கேள்விப்படுகிறேன். இந்த ராஜ்யத்துக்கு கேடு ஒன்றும் வராமல் கடவுள்தான் காப்பாற்ற வேண்டும். திருமலை! நீ வரும் வழியில் சோழ நாட்டு மக்கள் என்ன பேசிக் கொண்டிருக்கிறார்கள் என்பது ஏதேனும் காதில் விழுந்ததா?"

"சின்ன இளவரசருக்கு நேர்ந்த கடல் விபத்தைப் பற்றியே அதிகம் பேசிக் கொண்டிருக்கிறார்கள். பழுவேட்டரையர்கள் மீது ஒரே கோபமாயிருக்கிறார்கள். சிலர் தங்களையும் சேர்த்துக் குறை கூறுகிறார்கள்..."

"ஆம், ஆம்; குறை கூறுவதற்கு அவர்களுக்கு நியாயம் இருக்கத்தான் செய்கிறது. திருமலை! சீக்கிரத்தில் இந்த முதன்மந்திரி உத்தியோகத்தை விட்டுவிட எண்ணி இருக்கிறேன்.."

"குருவே! தாங்கள் அப்படி செய்தால் எனக்கும் விடுதலை கிடைக்கும். ஆழ்வார்களின் பாசுரங்களை நாடெங்கும் பாடி யாத்திரை செய்து ஆனந்தமாய்க் காலம் கழிப்பேன். எப்போது உத்தியோகத்தை விட்டு விடப் போகிறீர்கள், ஐயா!"

"இராஜ்யத்திற்கு விபத்து நேராமல் பாதுகாக்கக் கடைசியாக ஒரு முயற்சி செய்து பார்க்கப் போகிறேன்; அது முடிந்ததும் விடப் போகிறேன்.."

"அது என்ன முயற்சி குருவே?"

"அந்த முயற்சியில் மிக முக்கியமான முதற்படி ஏறியாகி விட்டது. திருமலை! உன்னால் வரமுடியாது என்று நீ கைவிட்டு விட்ட ஒரு காரியத்தில் நான் வெற்றி பெற்று விட்டேன்..."

"அதில் வியப்பு ஒன்றுமில்லை, ஐயா! அது என்ன காரியமோ?"

"ஈழத் தீவில் பித்துப்பிடித்தவள் போலத் திரிந்து கொண்டிருக்கும் ஓர் ஊமை ஸ்திரீயைத் தேடிப் பிடித்து அழைத்து வரச் சொன்னேன் அல்லவா? உன்னால் அந்தக் காரியம் முடியவில்லை என்று திரும்பி வந்து கூறினாய் அல்லவா?" என்று அநிருத்தர் கேட்டார்.

"ஆம், ஐயா! அந்த ஊமை ஸ்திரீ..."

"நேற்றிரவு நம் அரண்மனைக்கு அவளைக் கொண்டு வந்தாகி விட்டது."

"ஆகா! அதிசயம! அதிசயம்! இதை எப்படிச் சாதித்தீர்கள்?"

"சின்ன இளவரசர் தப்பிப் பிழைத்தாரா இல்லையா என்று தெரிந்துகொள்ள அந்த ஊமைப் பெண் கோடிக்கரைக்கு வருவாள் என்று எதிர்பார்த்தேன். வந்தால் அவளைப் பிடித்துக் கொண்டு வரும்படி ஆட்களை அனுப்பியிருந்தேன். நல்ல வேளையாக அவள் அதிக தொந்திரவு கொடுக்காமலே வந்து விட்டாள். இந்த வேடிக்கையைக் கேள், திருமலை! திருவையாற்றிலிருந்து அவளை மூடுபல்லக்கில் வைத்து அழைத்து வரச் செய்தேன். இதற்காகப் பழுவூர் ராணியின் மூடுபல்லக்கையே வரச் செய்தேன்..."

"ஐயா நேற்று மாலை பெரும் புயலும் மழையும் அடித்ததே!"

"ஆம்; அதனால் வழியில் தடங்கல் ஏற்பட்டது. எனக்குக் கூடக் கவலையாகத்தானிருந்தது. நேற்று நள்ளிரவு நேரத்துக்குப் பல்லக்கு வந்த பிறகுதான் நிம்மதியாயிற்று."

"ஓகோ! நள்ளிரவு ஆகிவிட்டதா? தாங்களும் அத்தனை நேரமும் விழித்திருந்து வரவேற்பு அளித்தீர்களா?"

"விழித்திருந்தேன் ஆனால் வரவேற்பதற்கு நான் போகவில்லை. வீட்டுப் பெண்களைவிட்டே வரவேற்கச் செய்தேன். வெறி பிடித்தவளாயிற்றே; என்ன தகராறு செய்கிறாளோ என்று கவலையாகத்தானிருந்தது. நல்ல வேளையாக, அப்படி ஒன்றும் நடக்கவில்லை. நன்றாகச் சாப்பிட்டு விட்டு, உடனே உறங்கி விட்டாள். திருமலை! உண்மையைச் சொல்லப் போனால், இன்னமும் அவளைப் பார்க்கும் விஷயத்தில் எனக்குக் கொஞ்சம் பயமாய்த்தானிருக்கிறது. நீ இச்சமயம் வந்தது நல்லதாய்ப் போயிற்று..."

"குருவே! நானும் அந்தப் பெண்மணியைப் பார்ப்பதற்கு மிக்க ஆவலாயிருக்கிறேன்..."

"அப்படியானால், வா! அந்தப்புரத்துக்குப் போகலாம். உன்னை ஏற்கனவே அவளுக்குத் தெரியும் அல்லவா? நீ சின்ன இளவரசருக்கு வேண்டியவன் என்பதும் தெரியும். ஆகையால் உன்னிடமும் சிறிது சுகமாக இருக்கக்கூடும்."

குருவும், சீடனும் மாளிகையின் பின் கட்டுக்குச் சென்றார்கள். தாதிமார்களிடம் நேற்றிரவு வந்த பெண்மணியை அழைத்து வரும்படி அநிருத்தப்பிரம்மராயர் கட்டளை இட்டார்.

தாதிமார்கள் அந்த ஸ்திரீயை அழைத்துக் கொண்டு வந்து நிறுத்தினார்கள்.

அநிருத்தர் அவளைப் பார்த்துத் திகைத்துப் போய் நின்றார்.

ஆழ்வார்க்கடியானின் முகத்தில் புன்னகை தவழ்ந்தது.

ꕥ

23. ஊமையும் பேசுமோ?

அநிருத்தர் சற்று நேரம் பூங்குழலியை உற்று பார்த்துக் கொண்டிருந்துவிட்டு, அவளைக் கொண்டு வந்த தாதிமார்களை அருகில் அழைத்தார். அவர்களிடம் மெல்லிய குரலில் ஏதோ கேட்டார். அவர்கள் மறுமொழி சொன்ன பிறகு அந்த அறையை விட்டு அப்பால் போகச் செய்தார்.

ஆழ்வார்க்கடியானைப் பார்த்து, "திருமலை! ஏதோ தவறு நேர்ந்திருப்பதாகத் தோன்றுகிறது!" என்றார்.

"ஆம், ஐயா! அப்படித்தான் எனக்கும் தோன்றுகிறது."

"இவள் இளம் பெண் சுமார் இருபது பிராயந்தான் இருக்கலாம்."

"அவ்வளவு கூட இராது".

"நான் எதிர்பார்த்துக் கொண்டிருந்த மாதரசிக்குப் பிராயம் நாற்பது இருக்க வேண்டும்."

"அதற்கு மேலேயும் இருக்கும்"

"ஆம், ஆம், நீ இலங்கைத் தீவில் மந்தாகினி தேவியைப் பார்த்திருக்கிறாய் அல்லவா?"

"ஆம்; ஐயா! பார்த்து, தங்கள் கட்டளைப்படி இங்கு அழைத்து வரவும் முயன்றேன், முடியவில்லை."

"இந்தப் பெண் மந்தாகினி தேவி அல்லவே?"

"இல்லை, குருதேவரே! நிச்சயமாக அந்த அம்மையார் இல்லை!"

"அப்படியானால் இவள் யாராயிருக்கும்? எப்படி இங்கு வந்து சேர்ந்தாள்?"

"இவளையே கேட்டுவிட்டால் போகிறது!" என்றான் ஆழ்வார்க்கடியான்.

"ஊமையிடம் கேட்டு என்ன பயன்?"

"குருத்தேவரே! இவள் ஊமைதான் என்பது..."

"அதைத்தான் தாதிமார்களிடம் கேட்டேன். இங்கு வந்ததிலிருந்து இவள் ஒன்றும் பேசவில்லை என்றார்கள்."

"குருதேவரே! இவளை அடையாளம் கண்டு அழைத்து வருவதற்கு யாரை அனுப்பியிருந்தீர்கள்?"

"ஆகா! அந்த மூடன் ஏதாவது தவறு செய்து விட்டானா, என்ன?"

"எந்த மூடன், குருதேவரே! தாங்கள் இத்தகைய காரியங்களுக்கு மூடனை அனுப்பி வைத்திருப்பீர்களா?"

"புத்திசாலியாக காணப்பட்டான்; பழையாறைக்கு நான் சென்றிருந்த அன்று, வாணர் குலத்து வல்லவரையனுடன் ஒரு வாலிபன் சண்டையிட்டான் அல்லவா?"

"ஆம்! பழையாறை வைத்தியர் மகன் பினாகபாணி."

"அவனேதான்! உன்னையும் வல்லவரையனையும் கரிகாலரைச் சந்திக்க அனுப்பிய பிறகு அந்த வைத்தியர் மகனைச் சிறையிலிருந்து விடுதலை செய்து அழைத்து வரப் பண்ணினேன். நம் ஒற்றர் படைக்குத் தகுந்தவன் என்று கண்டு, அவனைக் கோடிக்கரைக்கு அனுப்பினேன். முன்னம் அவன் கோடிக்கரைக்குப் போய்ப் பழக்கப்பட்டவனாம்."

"அவன் தான் இந்தப் பெண்ணை இங்கு அழைத்து வந்தானா?"

"அடையாளம் எல்லாம் சரியாகச் சொல்லி அனுப்பினேன். அவனும் திருவையாற்றில் கொண்டு வந்து சேர்த்துவிட்டுக் காரியம் வெற்றி என்று செய்தி அனுப்பியிருந்தான்..."

"ஐயா! நான் தோற்றுப்போன காரியத்தில் வெற்றி அடைந்த அந்தப் புத்திசாலி ஒற்றன் இப்போது எங்கே? இந்தப் பெண்ணைக் குறித்து அவனையே கேட்டுவிடுவது நல்லதல்லவா?"

"நல்லதுதான்! ஆனால் நேற்றிரவு அவனுக்கு எதிர்பாராமல் ஒரு விபத்து நேர்ந்துவிட்டது...!"

"அடாடா! அவனுக்கு என்ன விபத்து, எப்படி நேர்ந்தது?"

"சிவிகையின் பின்னால் அவனும் வந்து கொண்டிருந்தான். இருட்டிய பிறகு கோட்டைக்கு வரவேண்டும் என்று நான் கட்டளையிட்டிருந்தபடியால் அந்தப்படியே அந்திமாலை நேரத்தில் திருவையாற்றிலிருந்து புறப்பட்டு, முன்னிரவு வேளையில் கோட்டையை நெருங்கிக் கொண்டிருந்தார்கள். திடீரென்று புயல் அடித்த செய்தித்தான் உனக்குத் தெரிந்திருக்குமே..."

"ஆம், ஐயா! நான் கூடப் புயலுக்குப் பயந்து சாலை ஓரத்து யாத்திரை மண்டபம் ஒன்றில் சிறிது நேரம் தங்கியிருக்கும்படி நேர்ந்தது."

"கோட்டைக்குச் சற்றுத் தூரத்தில் சிவிகை வந்தபோது சாலையில் பெரிய மரம் ஒன்று வேரோடு பெயர்ந்து விழுந்து விட்டது. அதிர்ஷ்டவசமாகப் பல்லக்கின் மீது விழாமல் பின்னால் வந்தவர்கள் மீது விழுந்தது. வைத்தியர் மகன் பினாகபாணி விழுந்த மரத்தடியில் அகப்பட்டுக் கொண்டான்.."

இவ்வாறு முதன்மந்திரி கூறியபோது, ஒரு பெண் குரல் "அந்தச் சண்டாளன் தலையில் மரம் மட்டுந்தானா விழுந்தது? இடி விழவில்லையா?" என்று ஆத்திரத்துடன் கூறியது கேட்டது.

முதன்மந்திரி அநிருத்தர் அளவிலாத வியப்புடன் பூங்குழலியை நோக்கினார். அவளைப் பார்த்துக் கொண்டே "திருமலை! இப்போது பேசியவள் இந்தப் பெண்தானா?" என்றார்.

"ஆம், ஐயா! அப்படித்தான் தோன்றியது."

"இது என்ன விந்தை? செவிடுக்குக் காது கேட்குமா? ஊமையும் பேசுமா?" என்றார் அநிருத்தர்.

"செவிட்டுக்குக் காது கேட்பதும், ஊமை பேசுவதும் மிகவும் விந்தையான காரியந்தான். ஆனால் சர்வசக்தி வாய்ந்த விஷ்ணு மூர்த்தியின் பக்தராகிய தாங்கள் மனது வைத்தால் எந்த அற்புதந்தான் நடவாது? ஆழ்வார் திருவாய் மலர்ந்தருளியிருப்பது என்னவென்றால்.."

"போதும்! ஆழ்வார்களை இப்போது இங்கே இழுத்துத் தொந்தரவு செய்யாதே! இது விஷ்ணு பகவானின் கருணையினால் நடந்தது அல்ல; ஏதோ தவறு நடந்திருக்கிறது. இந்தப் பெண் நம்மை ஏமாற்றியிருக்கிறாள். இவள் யார்? இவளுடைய நோக்கம் என்ன? எதற்காக இவள் இத்தனை நேரமும் செவிட்டு ஊமை போல நடித்தாள்?"

"குருதேவரே! இந்தப் பெண்ணையே கேட்டு விடலாமே?"

"அப்பனே! உன் முகத்தில் தவழும் புன்னகையைப் பார்த்தால், உனக்கு ஒருவேளை தெரிந்திருக்கக்கூடுமோ என்று தோன்றுகிறது. சரி! இவளையே கேட்டு விடுகிறேன்; பெண்ணே! நீ செவிடு இல்லையா? நான் பேசுவது உனக்குக் காது கேட்கிறதா...?"

"ஐயா! நான் செவிடாயிருக்கக் கூடாதா என்று சில சமயம் விரும்பியதுண்டு. ஆனால் எனக்குக் காது கேட்பது பற்றி இப்போது சந்தோஷப்படுகிறேன். அந்தச் சண்டாளன் வைத்தியர் மகன் தலையில் மரம் ஒடிந்து விழுந்த செய்தியைக் கேட்டேன் அல்லவா? சுவாமி! அவன் செத்து ஒழிந்தானா?" என்றாள் பூங்குழலி.

"ஆகா! உனக்குக் காது கேட்கிறது; பேசவும் பேசுகிறாய்; நீ ஊமை அல்ல!" என்றார் அநிருத்தர்.

"நிச்சயமாய் இந்தப் பெண் ஊமை இல்லை!" என்றான் சீடன்.

"ஆகா! நான் ஊமையில்லை என்பதைக் கண்டுபிடித்து விட்டீர்களே! சோழ சாம்ராஜ்யத்திலேயே மிக்க அறிவாளி முதன்மந்திரி அநிருத்தப் பிரம்மராயர் என்று நான் கேள்விப்பட்டது சரிதான்!" என்றாள் பூங்குழலி.

"பெண்ணே! என்னைப் பரிகாசமா செய்கிறாய்! ஜாக்கிரதை! நீ ஊமையில்லாவிட்டால் நேற்று இரவு இங்கு வந்ததிலிருந்து பேசாமலிருந்தது ஏன்? ஊமைபோல் நடித்தது ஏன்? உண்மையைச் சொல்லு!" என்று கேட்டார் முதன்மந்திரி அநிருத்தப்பிரம்மாதிராயர்.

"ஐயா! நேற்றிரவு இங்கு நான் வந்து சேரும் வரையில் பேசத் தெரிந்தவளாக இருந்தேன். என்னை 'வாயாடி' என்று கூடச் சொல்வதுண்டு. முதன்மந்திரியின் அரண்மனையைப் பார்த்து இங்கு எனக்கு நடந்த இராஜோபசாரங்களைப் பார்த்ததும் பிரமித்து ஊமையாய்ப் போனேன். உங்கள் அரண்மனைப் பெண்மணிகள் என்னுடன் சமிக்ஞை மூலமாகப் பேசினார்கள். அவர்கள் எல்லாரும் ஊமை என்று எண்ணி நானும் சமிக்ஞையாக மறுமொழி சொன்னேன். தங்களுடைய பேச்சைக் கேட்ட பிறகு, எனக்கும் பேச்சு நினைவு வந்தது..."

"நீ பெரிய வாயாடி என்பதில் சந்தேகமில்லை; உன்னை எப்படித்தான் வைத்தியர் மகன் பிடித்துக் கொண்டு வந்தான் என்பதை நினைத்தால் ஆச்சரியமாயிருக்கிறது. அவன் முட்டாளாயிருந்தாலும் சாமர்த்தியசாலிதான்."

"சுவாமி! அந்தப் பாவி மகன் என்னைப் பிடித்துக் கொண்டு வரவில்லை. அதற்குப் பிரயத்தனப்பட்டிருந்தால், இத்தனை நேரம் அவன் யமலோகத்துக்கு நிச்சயமாக யாத்திரை செய்து கொண்டிருப்பான்!" என்று கூறிப் பூங்குழலி தன் இடுப்பில் செருகியிருந்த கத்தியை எடுத்துக் காட்டினாள்.

"பெண்ணே! உனக்குப் புண்ணியமாய்ப் போகட்டும் கத்தியை இடுப்பிலே செருகிக்கொள். அவன் பேரில் உனக்கு ஏன் இத்தனை கோபம்? அதனால்தான் உன்னைப் பிடித்து வரவில்லை என்கிறாயே?"

"என்னை அவன் பிடித்துக் கொண்டு வரவில்லை; ஆனால் என்னை அவன் ஆட்கள் படகிலே சேர்த்துக் கட்டிப் போட்டு விட்டு வந்தார்கள். என் அண்ணியை மரத்திலே சேர்த்துக் கட்டி விட்டார்கள். இத்தனைக்கும் அந்தச் சண்டாள வைத்தியர் மகன் தனக்கு இதில் ஒரு சம்பந்தமும் இல்லையென்று என்னிடம் சொன்னான்.."

"அந்த வரையில் அவன் புத்திசாலிதான் நான் சொன்னபடியே அவன் நடந்து கொண்டிருக்கிறான்..."

"ஐயா!, முதன்மந்திரியே! அந்த தூர்த்தனை அனுப்பியது தாங்கள்தானா? வாயில்லாப் பேதையாகிய என் அத்தையைப் பிடித்துக் கொண்டு வரக் கட்டளையிட்டதும் தாங்கள்தானா?"

"உன் அத்தையா? ஊமையர் மகள் மந்தாகினி உன் அத்தையா? அப்படியானால், நீ... கலங்கரை விளக்கத்துக் காவலர் தியாகவிடங்கருக்கு நீ என்ன வேணும்?" என்று அநிருத்தர் கேட்டார்.

"ஐயா! அவருடைய அருமைப் புதல்விதான் நான்!"

"ஆகா! தியாகவிடங்கருக்கு இவ்வளவு வாயாடியான ஒரு மகள் இருக்கிறாள் என்பது எனக்கு இதுவரை தெரியாமற் போயிற்று!"

"இதை வெளியில் சொல்ல வேண்டாம், ஐயா!"

"ஏன், பெண்ணே?"

"சோழ சாம்ராஜ்யத்தின் முதன்மந்திரி பிரம்மராயருக்குத் தெரியாத விஷயம் எதுவுமே இல்லை என்று நாடெல்லாம் பிரசித்தமாயிருக்கிறது. தங்களுக்கு ஒன்று தெரியாது என்று ஏற்பட்டால், தங்களிடம் மக்களுக்குள்ள மதிப்புக்குப் பங்கம் வந்துவிடாதா?"

"பெண்ணே! என் மதிப்பைப் பற்றி எனக்குக் கவலை இல்லை. எனக்குத் தெரியாத இன்னொரு செய்தியை மட்டும் சொல்லிவிடு. உன் அத்தையைப் பிடித்துக் கொண்டு வந்தார்கள் என்றாயே, அவள் இப்போது எங்கே? நான் அனுப்பிய பல்லக்கில், நீ எப்படி ஏறிக்கொண்டாய்? எவ்விடத்தில் ஏறிக் கொண்டாய்?" என்று அநிருத்தர் கேட்டார்.

"ஐயா! வாயில்லாத ஊமையாகிய என் அத்தையைத் தாங்கள் எதற்காகக் கைப்பற்றிக் கொண்டு வர ஆட்களை அனுப்பினீர்கள்?"

"மகளே! அதை உன்னிடம் சொல்வதற்கில்லை; அது பெரிய இராஜாங்க சம்பந்தமான விஷயம்."

"தந்தையே! அப்படியானால், தாங்கள் கேட்ட கேள்விகளுக்கு நானும் மறுமொழி சொல்ல இயலாது."

"சொல்லும்படி செய்வதற்கு வழிகள் இருக்கின்றன!"

"என்னிடம் பலிக்காது!"

"பெண்ணே! உன்னைப் பாதாளச் சிறைக்கூடத்துக்கு அனுப்புவேன்!"

"எந்தப் பாதாளச் சிறையிலும் என்னை அடைத்து வைத்திருக்க முடியாது."

"பாதாளச் சிறைக்கு ஒரு தடவை போனவர்கள் திரும்பி வரவில்லை."

"திரும்பி வந்த ஒருவனை எனக்குத் தெரியும், ஐயா! நேற்றுக்கூடச் சேந்தன் அமுதனுடன் பேசிக் கொண்டு தான் பிரயாணம் செய்தேன்..."

"அவன் யார் சேந்தன் அமுதன்?..."

"அவன் என்னுடைய இன்னொரு அத்தையின் மகன். அவனும் நானுமாகத்தான் கோடிக்கரையிலிருந்து வந்து கொண்டிருந்தோம்."

"எதற்காக மகளே?"

"இந்தத் தஞ்சாவூரிலுள்ள மாடமாளிகை, கூட கோபுரங்களைப் பார்க்க வேண்டுமென்று வெகு காலமாக ஆசை உண்டு. சக்கரவர்த்தி சுந்தர சோழரைத் தரிசிக்க வேண்டும் என்றும் ஆவல் கொண்டிருந்தேன். சக்கரவர்த்திக்கு உடல்நலமில்லை என்று சொன்னார்களே? இப்போது எப்படியிருக்கிறது ஐயா! நான் பார்க்கலாமா?"

"அப்படியேதான் இருக்கிறது, மகளே! அபிவிருத்தி ஒன்றுமில்லை, ஆகையால் சக்கரவர்த்தியைத் தரிசிக்கும் எண்ணத்தை மறந்துவிடு!..."

"அது எப்படி மறக்க முடியும் ஐயா! சக்கரவர்த்தியை நான் பார்த்தேயாக வேண்டும். பார்த்து, அவருடைய தர்மராஜ்யத்தில் பெண்களைப் பலவந்தமாகப் பற்றிக் கொண்டு வரும் அக்கிரமம் நடக்கும் செய்தியைச் சொல்ல வேண்டும்..."

"பெண்ணே! உன்னோடு வெறும் விவாதம் செய்து கொண்டிருக்க எனக்கு நேரம் இல்லை. உன்னைப் பலவந்தமாகப் பற்றிக்கொண்டு வர நான் கட்டளையிடவும் இல்லை. நான் அனுப்பிய பல்லக்கில் நீ எப்படி ஏறிக் கொண்டாய், அதைச் சொல்! யாராவது உன்னைப் பலவந்தமாகப் பிடித்துப் பல்லக்கில் ஏற்றினார்களா?"

"இல்லை, சுவாமி! அது மட்டும் இல்லை. தஞ்சைக் கோட்டைக்கு அருகில் வரும் சமயத்தில் இந்தப் பல்லக்கு வெறுமையாக இருந்தது. மழையாயிருக்கிறதே என்று நானாகவேதான் பல்லக்கில் ஏறிக் கொண்டேன்..."

முதன்மந்திரி அநிருத்தப்பிரம்மராயர் தமது சீடனாகிய ஆழ்வார்க்கடியானைப் பார்த்து, "ஒருவாறு எனக்கு இப்போது விஷயம் விளங்குகிறது. வழியில் புயலும் மழையுமாயிருந்தப் போது பல்லக்கை எங்கேயோ இறக்கியிருக்கிறார்கள். அச்சமயம் இவள் அத்தையைப் பல்லக்கிலிருந்து இறக்கிவிட்டு இவள் ஏறிக் கொண்டிருக்கிறாள். வைத்தியர் மகன் பேரில் மரம் விழுந்து பிரக்ஞை இழந்துவிட்டபடியால் அவனால் கவனிக்க முடியவில்லை. சிவிகை தூக்கிய மற்றவர்கள் கவனிக்கவில்லை. கோட்டை வாசலுக்குச் சமீபத்திலேதான் இது நடந்திருக்க வேண்டும் திருமலை! என்னுடைய ஊகம் சரியாயிருக்கும் என்று உனக்குத் தோன்றுகிறதா?" என்று கேட்டார்.

"சுவாமி! தாங்கள் இப்போது ஊகித்துச் சொன்னபடியே தான் நடந்தது; நானே கண்ணால் பார்த்தேன்."

"நீ பார்த்தாயா? அது ஏன்? இத்தனை நேரம் ஏன் வாயை மூடிக் கொண்டிருந்தாய்? சீக்கிரம் சொல்லு!"

"நேற்று முன்னிரவில் மழைக்கால இருட்டில் கோட்டை வாசலை நெருங்கி வந்து கொண்டிருந்தேன். பெரும் புயலும் மழையும் அடித்தன; மரங்கள் முறிந்து விழுந்தன. சாலையோரத்து யாத்திரிகர் மண்டபம் ஒன்றில் சிறிது நேரம் தங்கியிருக்கலாம் என்று சென்றேன். அங்கே நான் ஒதுங்கிய சிறிது நேரத்துக்கெல்லாம் இந்தப் பெண்ணும் இன்னொரு வாலிபனும் வந்தார்கள். இவள் தன் அத்தை மகன் என்று சொன்னாளே, அவனாக இருக்கலாம். மின்னல் வெளிச்சத்தில் அவன் கழுத்தில் உருத்திராட்சம் கட்டியிருப்பதைப் பார்த்தேன். பிஞ்சிலே பழுத்த சைவன் என்று தெரிந்து கொண்டு அவனிடம் 'வைஷ்ணவத்தின் பெருமையைச் சொல்லலாம்; சற்றுப் பொழுது போகும்' என்று எண்ணினேன். இதற்குள் அதே மண்டபத்தின் முகப்பில் ஒரு சிவிகையைக் கொண்டு வந்து வைத்தார்கள். சிவிகையின் திரையில் பழுவேட்டரையரின் பனைச் சின்னம் தெரிந்தது. சிவிகையிலிருந்து ஒரு பெண் இறங்கி இவர்கள் அருகில் வந்தாள். மண்டபத்தில் இருள் கவிழ்ந்த இடத்தில் மூன்று பேரும் ஏதோ ஜாடைமாடையாகப் பேசிக் கொண்டார்கள். பிறகு இவள் போய்ப் பல்லக்கில் ஏறுவதைப் பார்த்தேன். மின்னல் வெளிச்சத்திலிருந்து 'பல்லக்கிலிருந்து இறங்கியவள் வேறு; மறுபடியும் ஏறியவள் வேறு' என்று தெரிந்து கொண்டேன். பல்லக்குத் தூக்கிகள் இதையொன்றும் கவனிக்கவில்லை; மழை சிறிது நின்றதும் பல்லக்கைத் தூக்கிக் கொண்டு புறப்பட்டுப் போய் விட்டார்கள்!..."

"ஆகா! அப்படியா என்னை ஏமாற்றி விட்டார்கள்? இத்தனை நேரம் சொல்லாமல் சும்மா இருந்தாயே? அந்த இரண்டு பேரும் பிறகு என்ன செய்தார்கள்?"

"பல்லக்குப் போன பிறகு அவர்களும் போய் விட்டார்கள்; பின்னர் நானும் புறப்பட்டேன்..."

"திருமலை! நீ ஏன் இதையெல்லாம் பார்த்துக் கொண்டு சும்மாயிருந்தாய்? இவள் அத்தையை நீ ஏன் தடுத்து நிறுத்தவில்லை? நீயும் இவர்களுடைய சூழ்ச்சியில் கலந்துவிட்டாயா, என்ன?"

"அபசாரம், குருதேவரே! அபசாரம்! அத்தகைய துரோகத்தை நான் செய்யக்கூடியவனல்ல. முதலில், இதெல்லாம் தங்கள் ஏற்பாடு என்று எனக்குத் தெரியாது. பழுவூர் அரண்மனைப் பல்லக்கு ஆனபடியால், சின்னப் பழுவேட்டரையருடைய காரியமாயிருக்கும் என்று எண்ணினேன். மேலும், மந்தாகினி தேவியை என்னால் தடுத்து நிறுத்த முடியுமா? புயற்காற்றை அணை போட்டு நிறுத்தினாலும் நிறுத்தலாம்; அந்த மாதரசியை நிறுத்த முடியுமா? இலங்கையிலேயே முயன்று பார்த்துத் தோல்வி அடைந்தவன்தானே. மேலும் அந்த அம்மாளுக்கு என்னை அடையாளம் தெரியும். பார்த்ததும் மிரண்டு ஓடிப் போவார்கள்; பிறகு யாராலும் அவரைப் பிடிக்க முடியாது..."

"அதை நினைத்தால் வைத்தியர் மகன் கெட்டிக்காரன் என்றே தோன்றுகிறது. இத்தனை தூரம் அழைத்துக் கொண்டு வந்துவிட்டான் அல்லவா?"

"குருதேவரே! இந்த விஷயத்தில் தங்கள் ஊகம் சரியல்லவென்று தோன்றுகிறது. மந்தாகினி தேவி தாமே விரும்பித்தான் வந்திருக்க வேண்டும். தஞ்சையை நெருங்கியதும் அவருடைய மனம் மாறியிருக்க வேண்டும்..."

"இருக்கலாம்; இருக்கலாம், ஆனாலும் இதற்குள் அதிக தூரம் அந்தக் கரையர் மகள் போயிருக்க முடியாது. இரவெல்லாம் காற்றும் மழையுமாக இருந்ததல்லவா? சமீபத்திலேதான் எங்கேயாவதுதான் இருக்க வேண்டும். திருமலை! எப்படியாவது அவளைப் பிடித்தாக வேண்டும். ஒரு வேளை இந்தப் பெண்ணுக்கு அவள் தங்குமிடம் தெரிந்திருக்கலாம்... மகளே! உன் பெயர் என்ன?"

"பூங்குழலி, ஐயா!"

"ஆகா! அழகான பெயர்! பெயர் வைப்பதில் தியாகவிடங்கரின் சாமர்த்தியத்துக்கு இணையே கிடையாது. பூங்குழலி! உன் அத்தை எங்கே தங்கியிருப்பாள் என்று உனக்குத் தெரிந்திருக்கும். தெரிந்தால் சொல்லு! அவளுக்கு ஒன்றும் கெடுதல் நேராது."

பூங்குழலி சிறிது யோசித்துவிட்டு, "சுவாமி! என் அத்தை இப்போது இருக்கக்கூடிய இடம் எனக்குத் தெரியும். அவளை எதற்காகத் தாங்கள் பிடித்துக் கொண்டு வரச் செய்தீர்கள் என்று சொன்னால், நானும் அவள் இருக்குமிடத்தைச் சொல்லலாம்..."

"பூங்குழலி! அது பெரிய இராஜாங்க விஷயம். அரண்மனையைப் பற்றிய இரகசியம் உன்னிடம் சொல்ல முடியாது."

"நானும் சொல்ல முடியாது!"

"இந்தப் பெண்ணுடன் பேசிச் சாத்தியப்படாது.."

"ஐயா! ஒரு நிபந்தனையை நிறைவேற்றுவதாயிருந்தால்..."

"ஆகா! எனக்கு இந்தப் பெண் நிபந்தனை போடுகிறாளாம்! அது என்ன?"

"என் அத்தையைத் தஞ்சாவூர்ச் சிம்மாசனத்தில் ஏற்றி வைத்து மணிமகுடம் சூட்டுவதாயிருந்தால், அவளை நானே அழைத்து வருகிறேன்."

"திருமலை! இந்தப் பெண்ணுக்குப் பைத்தியம் பிடித்திருக்கிறது...!"

"அதை இப்போதுதானா கண்டீர்கள், குருதேவரே! இவளை ஒன்றும் கேட்கவே

வேண்டாம். இவள் அத்தை இருக்குமிடம் எனக்குத் தெரியும். இவள் அத்தை மகன் சேந்தன் அமுதன் கோட்டைக்குச் சற்றுத் தூரத்தில் பூந்தோட்டத்தில் இருக்கிறான். அவனும் அவனது அன்னையும் தளிக்குளத்தார் கோயிலுக்குப் புஷ்ப கைங்கரியம் செய்கிறவர்கள். அங்கேதான் தாங்கள் தேடும் பெண்மணி இருக்கிறாள். என்னுடன் சில ஆட்களை அனுப்பினால், அழைத்து வருகிறேன்!" என்றான் ஆழ்வார்க்கடியான்.

பூங்குழலி திருமலையை எரித்து விடுகிறவள் போலப் பார்த்துவிட்டு, "அப்படி ஏதாவது செய்தால், நான் இப்போதே சக்கரவர்த்தியின் அரண்மனை முன்னால் சென்று முறையிடுவேன்! நீங்கள் செய்யும் அக்கிரமம் ஊரெல்லாம் அறியும்படி செய்வேன்!" என்றாள்.

"திருமலை! இவளைப் பாதாளச் சிறைக்கு அனுப்பி வைக்க வேண்டியதுதான்; வேறு வழி இல்லை!" என்றார் அநிருத்தப்பிரம்மராயர்.

"என் அருகில் யாராவது வந்தால் கொன்று விடுவேன்!" என்று பூங்குழலி மடியில் செருகி வைத்திருந்த கத்தியை எடுத்துக் காட்டினாள்.

"ஐயா! இந்தப் பெண்ணை பாதாளச் சிறைக்கு அனுப்ப வேண்டியதில்லை. அதற்குப் பதிலாக இளையபிராட்டி குந்தவை தேவியின் மாளிகைக்கு அனுப்பி வைக்கலாம். இளையபிராட்டி இப்போது இங்கேதானே இருக்கிறார்? அவர் இந்தப் பெண்ணின் பைத்தியத்தைத் தெளிய வைப்பார்! இளையபிராட்டிக்கும் இந்தப் பெண்ணினால் ஆக வேண்டிய காரியம் ஏதேனும் இருக்கலாம்!" என்றான் ஆழ்வார்க்கடியான்.

"எதனால் சொல்லுகிறாய்? இளையபிராட்டிக்கு இந்தப் பெண்ணின் மூலமாக என்ன காரியம் ஆகவேண்டியிருக்கப் போகிறது...?"

"குருதேவரே! தங்களுக்குத் தெரியாதா? நேற்று மாலை இங்கு அடித்த புயல் சோழ நாட்டுக் கடற்கரை ஓரமாக அதாஹதம் செய்து விட்டிருக்கிறதாம்! தங்கள் அரண்மனை வாசலில் நாலாபுறமிருந்தும் தூதர்கள் வந்து காத்திருக்கிறார்கள்..."

"ஆம், ஆம்! அவர்களையெல்லாம் நான் இப்போது பார்க்கவேண்டும். அதற்குள் இந்தப் பெண்ணிடம் பேச்சுக் கொடுத்ததில் வெகு நேரம் வீணாகிவிட்டது. இவள் ஊமையாகவே பிறந்திருந்தால் எவ்வளவோ நன்றாயிருந்திருக்கும்..."

"கேள்வி முறையில்லாமல் கொடுமை செய்யலாம் அல்லவா?" என்று முணுமுணுத்தாள் பூங்குழலி.

"நாகைப்பட்டினத்துக்குப் பெரிய ஆபத்து என்று கேள்விப்படுகிறேன். கடல் பொங்கி வந்து நகரையே மூழ்க அடித்து விட்டதாகச் சொல்கிறார்கள்!..."

இந்த வார்த்தைகளைக் கேட்டு முதன் மந்திரி அநிருத்தர், பூங்குழலி இருவருமே திடுக்கிட்டார்கள்.

"அதைப் பற்றித் தங்களிடம் விசாரிப்பதற்கு இளையபிராட்டியே இங்கே வந்தாலும் வரக்கூடும்" என்று முடித்தான் ஆழ்வார்க்கடியான்.

அவன் சொல்லி வாய் மூடுவதற்குள்ளே அரண்மனை வாசலில் ஜயகோஷத் தொனிகள் கேட்டன. "திருமலை, நீ எப்போது ஞான திருஷ்டி பெற்றாய்? இளையபிராட்டிதான் வருகிறார் போலிருக்கிறது!" என்று சொல்லிக் கொண்டு அநிருத்தர் எழுந்து வாசலை நோக்கி நடந்தார்.

அதற்குள் அதே வாசல் வழியாகக் குந்தவை தேவியும் வானதியும் உள்ளே பிரவேசித்தார்கள்.

பூங்குழலி அங்கே நின்று கொண்டிருப்பதைப் பார்த்ததும், இளையபிராட்டியின் திருமுகத்தில் குடிகொண்டிருந்த கவலைக் குறி மறைந்து, வியப்பும் உவகையும் ஒருங்கே பிரதிபலித்தன.

24. இளவரசியின் அவசரம்

இளவரசிகளை உபசரித்து வரவேற்றுப் பீடங்களில் உட்காரச் செய்த பிறகு அநிருத்தர் தாமும் அமர்ந்தார்.

"தேவி, என்னைப் பார்க்க வேணுமென்று சொல்லி அனுப்பினால் நானே வந்திருக்கமாட்டேனா? இவ்வளவு அவசரமாக வந்த காரணம் என்ன? சக்கரவர்த்தி சௌக்கியமாயிருக்கிறார் அல்லவா?" என்று கேட்டார்.

"சக்கரவர்த்தியின் தேக சுகம் எப்போதும் போலிருக்கிறது, ஐயா! ஆனால் மனதுதான் கொஞ்சமும் சரியாக இல்லை. நேற்று இரவு அடித்த கடும் புயல் தந்தையின் மனத்தை ரொம்பவும் பாதித்திருக்கிறது. இராத்திரியெல்லாம் அவர் தூங்கவில்லை. குடிசைகளில் வாழும் ஏழை எளிய மக்கள் என்ன கஷ்டப்பட்டிருப்பார்கள் என்பதை எண்ணி அடிக்கடி புலம்பினார். பொழுது விடிந்தவுடன் தங்களைப் போய்ப் பார்க்கும்படி சொன்னார். புயலினால் கஷ்ட நஷ்டம் அடைந்தவர்களுக்கெல்லாம் உடனே உதவி அளிக்க ஏற்பாடு செய்ய வேண்டுமாம். அதைத் தங்களிடம் சொல்லுவதற்காகவே முக்கியமாக வந்தேன்!" என்றாள் இளையபிராட்டி குந்தவை.

"தேவி! இந்த எளியவனால் என்ன செய்ய முடியும்? முதன்மந்திரி என்ற பெயர்தான் எனக்கு என்பது தங்களுக்குத் தெரியாதா? பெரிய பழுவேட்டரையர் இந்தச் சமயம் ஊரை விட்டுப் போயிருக்கிறார். பொக்கிஷத்தை இறுக்கிப் பூட்டிக் கொண்டுதான் போயிருப்பார். அவருடைய சம்மதமின்றிக் காலாந்தககண்டரால் கூடப் பொக்கிஷ சாலையைத் திறக்க முடியாதே! கஷ்ட நஷ்டங்களை அடைந்தவர்களுக்கு நான் என்ன உதவி செய்ய முடியும்? வாசலில் பலர் வந்து காத்திருப்பதைத் தாங்கள் பார்த்திருப்பீர்கள். ஆனால் அவர்களைப் பார்ப்பதற்கே எனக்கு வெட்கமாயிருக்கிறது. அதனால்தான் வெளியில் செல்லத் தயங்கிக் கொண்டிருக்கிறேன்" என்று அநிருத்தப்பிரம்மராயர் பஞ்சப் பாட்டுப் பாடினார்.

"ஐயா! அதைப்பற்றி தாங்கள் கவலைப்பட வேண்டாம் என்னுடைய சொந்த உடைமைகள் அனைத்தையும் கொடுக்கிறேன். என் அன்னையும் அவ்விதமே கொடுக்கச் சித்தமாயிருக்கிறார்கள். சக்கரவர்த்தியின் அரண்மனையில் உள்ள எல்லாப் பொருள்களையும் தாங்கள் எடுத்துக் கொள்ளலாம். தந்தை அவ்விதம் சொல்லி அனுப்பினார்கள். ஏழைகளின் கஷ்டங்களுக்குத் தற்காலிக, சாந்தியாகவேனும் ஏதேனும் ஏற்பாடு செய்யுங்கள்..."

"தங்களுடைய சொந்த உடைமைகள் யானைப் பசிக்குச் சோளப் பொரி கொடுத்ததாகவே இருக்கும். சோழ நாடு முழுவதும் நேற்றுப் புயல் அடித்திருக்கிறது. எங்கெங்கே என்னென்ன நேர்ந்திருக்கிறது என்ற செய்திகளே இன்னும் கிட்டவில்லை. இதோ நிற்கிறானே, என் பரமானந்த சீடன், இவன் பெரும் பயங்கரமான செய்தியைச் சொல்லுகிறான். கடல் பொங்கி எழுந்து கோடிக்கரை முதல் நாகைப்பட்டினம் வரையில் கடலோரமுள்ள ஊர்களையெல்லாம் மூழ்கடித்து விட்டதாம்...!"

இந்த வார்த்தைகளைக் கேட்டதும் அங்கிருந்த மூன்று பெண்களின் முகங்களும் பீதிகரமான மாறுதலை அடைந்ததை அநிருத்தர் கவனித்தார்.

உடனே அவர் தொடர்ந்து ஆறுதலாகக் கூறினார்: "ஆனால் அதை நான் நம்பவில்லை இவன் கூறுவது வெறும் வதந்திதான். புயலைக் காட்டிலும் வேகமாக வதந்தி பரவியிருக்கிறது. கடற்கரைப் பகுதியிலிருந்து செய்தி வருவதற்கே இன்னும் நேரமாகவில்லை. குதிரை மீது தூதர்கள் வந்தாலும் இன்று மத்தியானத்துக்கு மேலேதான் இங்கு வந்து சேர முடியும். இதற்கிடையில் நம்மால் செய்யக் கூடிய உதவிகளையெல்லாம் செய்வதற்கு ஏற்பாடு செய்யலாம்."

இளையபிராட்டி குந்தவை தன் மனக் குழப்பத்தைச் சிறிது சமாளித்துக் கொண்டு, "ஐயா! நாகைப்பட்டினம் பற்றிய வதந்தி என் காதிலும் விழுந்தது. அதைப் பற்றியும் தங்களிடம் பேசலாம் என்று வந்தேன். இப்போதுதானே சூடாமணி விஹாரத்திற்கு நாம் நிவந்தங்கள் அளித்துவிட்டு வந்தோம்? விஹாரத்துக்கு விபத்து நேர்ந்தால் பாவம், அதில் உள்ள பிக்ஷுக்கள் என்ன செய்வார்கள்?" என்று கூறிவிட்டு, பூங்குழலி நின்ற இடத்தை நோக்கினாள்.

"ஐயா! இந்தப் பெண் இங்கே எப்படி வந்தாள்? கோடிக்கரைத் தியாவிடங்கரின் மகள் பூங்குழலி அல்லவா இவள்?" என்று வினவினாள்.

"ஆமாம்; தியாகவிடங்கரின் குமாரிதான் ஆனால் அவரைப் போல் சாதுவல்ல. ரொம்பப் பொல்லாத பெண் தனக்குச் சம்பந்தமில்லாத காரியங்களில் தலையிட்டுத் தொந்தரவு விளைவிப்பவள்!" என்றார் முதன்மந்திரி.

இளையபிராட்டிக்கு வேறு வித ஐயப்பாடு தோன்றியது. அருள்மொழியைப் பற்றி உளவு அறிவதற்காகத்தான் பூங்குழலியை இங்கே அநிருத்தர் தருவித்திருக்கிறாரோ? தந்திர வித்தைகளில் கைதேர்ந்த மந்திரியாயிற்றே? எப்படி இருந்தாலும் பூங்குழலியின் சார்பில் தான் இருக்க வேண்டுமென்று தீர்மானித்துக் கொண்டு, "அப்படியொன்றுமில்லையே? பூங்குழலி மிக நல்ல பெண் ஆயிற்றே! இங்கே வா, அம்மா! முதன்மந்திரி ஏன் உன் பேரில் கோபமாயிருக்கிறார்? அவருக்கு ஏதேனும் தொந்தரவு கொடுத்தாயா?" என்றாள்.

பூங்குழலி சற்று நெருங்கி வந்து, "தேவி! முதன்மந்திரியையே தாங்கள் கேளுங்கள்! நான் முதன்மந்திரிக்குத் தொந்தரவு கொடுத்தேனா அவர் எனக்குத் தொந்தரவு கொடுத்தாரா என்று கேளுங்கள்!" என்றாள்.

"ஓகோ! நீயும் கோபமாகத்தான் இருக்கிறாய்! இங்கே வா, பெண்ணே; என் அருகில் உட்கார்ந்துகொள்!" என்று கூறி இளையபிராட்டி பூங்குழலியைத் தன் அருகில் உட்கார வைத்துக் கொண்டாள்.

"ஐயா! இந்தப் பெண்ணை எதற்காகத் தருவித்தீர்கள்? ஏதாவது முக்கியமான காரியமா?" என்று கேட்டாள்.

"அம்மணி! நான் இந்தப் பெண்ணைத் தருவிக்கவில்லை. இப்படி ஒரு பொல்லாத பெண் இருக்கிறாள் என்ற செய்தியே எனக்குத் தெரியாது இவளாகவேதான்.." என்று அநிருத்தர் தயங்கினார்.

"தேவி! முதன்மந்திரி ஏன் தயங்குகிறார்? மிச்சத்தையும் சொல்லச் சொல்லுங்கள்!" என்றாள் பூங்குழலி.

"இவளாகவேதான் இவளுடைய அத்தையைத் தேடிக் கொண்டு வந்தாள்."

"யார் இவளுடைய அத்தை? ஓகோ! சேந்தன் அமுதனின் அன்னையா? கோட்டைக்கு வெளியில் அல்லவா அவர்களுடைய வீடு இருக்கிறது?"

"இல்லை; அமுதனின் அன்னை இல்லை; இவளுக்கு இன்னொரு ஊமை அத்தை இருக்கிறாள். இளவரசி! தங்களுக்கும் தெரிந்திருக்க வேண்டிய செய்திதான். ஈழநாட்டுக் காடுகளில் பித்துப்பிடித்தவள் போல் திரிந்து கொண்டிருந்த ஊமை ஸ்திரீ ஒருவர் உண்டு. அந்த மாதரசியை இங்கே ஒரு முக்கியமான காரியத்துக்காக அழைத்து வர விரும்பினேன். அதற்காகப் பெரு முயற்சி செய்தேன்; கடைசியில், வெற்றி கிட்டியது அந்தச் சமயத்தில்..."

குந்தவை தேவி சொல்லி முடியாத பரபரப்பை அடைந்து, "உண்மையாகவா? அந்தப் பெண்மணி இப்போது இங்கே இருக்கிறாளா? நான் உடனே பார்க்க வேண்டும்" என்று சொல்லிக் கொண்டே பீடத்தை விட்டு எழுந்தாள்.

"மன்னிக்க வேண்டும் தேவி! வெற்றி கிட்டும் சமயத்தில் இந்தப் பெண் குறுக்கிட்டுக் காரியத்தைக் கெடுத்துவிட்டாள்!" என்றார் முதன்மந்திரி.

குந்தவை மிக்க ஏமாற்றத்துடன் திரும்பவும் உட்கார்ந்து "பூங்குழலி! இது உண்மைதானா? என்ன காரியம் செய்து விட்டாய்!" என்றாள்.

"தேவி! என் அத்தையை அழைத்து வருவதற்கு முதன்மந்திரி கையாண்ட முறையைக் கேளுங்கள். அப்போது என் பேரில் குற்றம் சொல்லமாட்டீர்கள்!" என்றாள் பூங்குழலி.

பிறகு, முதன்மந்திரி நடந்தவற்றைச் சுருக்கமாகக் கூறினார்.

கேட்டுக் கொண்டிருந்த இளையபிராட்டி, "அப்படியானால், இந்தக் கோட்டைக்குப் பக்கத்திலே தானே எங்கேனும் இருக்க வேணும்? தேடிப் பார்க்கலாமே?" என்றாள்.

"நல்ல வேளையாகத் தேடிப் பார்க்க வேண்டிய அவசியம் கூட இல்லை. சேந்தன் அமுதன் குடிசையில் இன்று காலையில் பார்த்ததாக என் சீடன் சொல்லுகிறான்" என்றார் முதன்மந்திரி.

"அப்படியானால் ஏன் வீண் கால தாமதம்? மற்றக் காரியங்கள் எல்லாம் அப்புறம் பார்த்துக் கொள்ளலாம். நாமே போய் அழைத்து வருவோம்; தாங்கள் வருவதற்கில்லாவிட்டால் நான் போய் வருகிறேன் வானதி! புறப்படு, போகலாம்!" என்றாள்.

ஆழ்வார்க்கடியான் அப்போது குறுக்கிட்டு, "தேவி! சற்று யோசித்துச் செய்ய வேண்டும். புதிய மனிதர்கள் கூட்டமாய் வருவதைக் கண்டால் அந்த அம்மாள் மிரண்டு ஓடத் தொடங்கி விடலாம். பிறகு புயலைப் பிடித்தாலும் அந்த அம்மணியைப் பிடிக்க முடியாது!" என்று சொன்னான்.

"ஆம், திருமலை சொல்லுவது சரிதான் நம்மைப் பார்த்ததும் பூங்குழலியின் அத்தை மிரண்டு ஓடத் தொடங்கி விடலாம். நமது பிரயத்தனமெல்லாம் வீணாகிவிடும்! நீ என்ன யோசனை சொல்கிறாய், திருமலை?" என்று முதன்மந்திரி கேட்டார்.

"இந்தப் பெண்மணியையே போய் அழைத்து வரும்படி சொல்லுங்கள். இந்த உலகத்தில் அந்த மாதரசியைக் கட்டுக்குள் வைக்கக் கூடியவர்கள் இரண்டே பேர்தான்! அவர்களில் இந்தப் பெண் ஒருத்தி!"

"இன்னொருவர் யார்?" என்று முதன்மந்திரி கேட்டதற்கு, ஆழ்வார்க்கடியான் சிறிது தயங்கி "இன்னொருவர் கடலில் முழுகிவிட்டதாக ஊரெல்லாம் வதந்தியாயிருக்கிறது!" என்றான்.

குந்தவை தேவி அதைக் கவனியாதவள்போல், பூங்குழலியைப் பார்த்து, "கரையர் மகளே! உடனே போய், உன் அத்தையை இங்கே அழைத்து வா! அவளுக்கு இங்கே ஒரு கெடுதியும் நேராது. மிக முக்கியமான காரியமாக உன் அத்தையை உடனே நான் பார்க்க வேண்டியிருக்கிறது! எனக்காக இந்த உதவி செய்வாய் அல்லவா?" என்றாள்.

"ஆகட்டும், அம்மா, முயன்று பார்க்கிறேன் ஆனாலும் முதன்மந்திரி இப்படிப்பட்ட உபாயத்தைக் கடைப்பிடித்திருக்க வேண்டியதில்லை. முன்னாலேயே எனக்குத் தெரிந்திருந்தால்.."

"ஆமாம்; விஷயங்களை மறைத்து வைப்பதில் இம்மாதிரி அசந்தர்ப்பங்கள் நேரத்தான் நேருகின்றன. அதை நானே உணர்ந்து வருத்தப்பட்டுக் கொண்டிருக்கிறேன். சீக்கிரம் அத்தையை அழைத்துக் கொண்டு வா! அதற்குப் பிறகு இன்னொரு முக்கியமான வேலை உனக்கு இருக்கிறது!" என்றாள் இளையபிராட்டி.

"திருமலை! நீயும் இந்தப் பெண்ணோடு போய்விட்டு வா! கோட்டை வாசல் வழியாக நீங்கள் வருவதில் ஏதேனும் சிரமம் இருந்தால், நமது அரண்மனைக்கு வரும் இரகசிய வழியில் அழைத்துக் கொண்டு வா!" என்றார் அநிருத்தர்.

பூங்குழலியும் ஆழ்வார்க்கடியானும் போன பிறகு குந்தவை முதன்மந்திரியைப் பார்த்து, "ஐயா! வாசலில் வந்து காத்திருப்பவர்களுக்குச் சொல்ல வேண்டியதைச் சொல்லி அனுப்பி

விட்டு வாருங்கள். மிக முக்கியமான காரியங்களைப் பற்றித் தங்களிடம் ஆலோசனை கேட்க வேண்டியிருக்கிறது!" என்றாள்.

"இதோ வந்துவிடுகிறேன், தாயே! எனக்கும் தங்களிடம் பேச வேண்டியதிருக்கிறது!" என்று சொல்லி விட்டு அநிருத்தர் சென்றார்.

இத்தனை நேரமும் மௌனமாக இருந்த வானதி, "அக்கா! பூங்குழலிக்கு இன்னொரு முக்கியமான காரியம் என்ன வைத்திருக்கிறீர்கள்? மறுபடியும் நாகைப்பட்டினத்துக்கு அனுப்பப் போகிறீர்களா?" என்று கேட்டாள்.

"ஆம் வானதி! நீ வீணாகக் கவலைப்படாதே! பொன்னியின் செல்வனுக்கு ஆபத்து ஒன்றும் நேர்ந்து விடாது."

"நானும் அவளுடன் நாகைப்பட்டினத்துக்குப் போகிறேனே அக்கா!"

"நீ போய் என்ன செய்வாய்? உன்னைக் காப்பாற்றுவதற்கு வேறு யாராவது வேண்டுமே?"

"அந்த ஓடக்காரிக்கு என்னைக் கண்டால் பிடிக்கவேயில்லை, அக்கா!"

"எப்படியடி அவள் மனதை நீ கண்டுபிடித்தாய்?"

"என்னுடன் அவள் பேசவே இல்லை!"

"நீயும் அவளோடு பேசவில்லை; அவளும் உன்னோடு பேசவில்லை."

"நான் அடிக்கடி அவள் முகத்தைப் பார்த்துக் கொண்டிருந்தேன். அவள் என்னை ஒரு தடவைகூடத் திரும்பிப் பார்க்கவில்லை; அவளுக்கு ஏதோ என் பேரில் கோபம்!"

"ஆமாமடி, வானதி! இந்த நாட்டில் உள்ள கல்யாணமாகாத கன்னிப் பெண்களுக்கெல்லாம் உன் பேரில் கோபமாய்த்தானிருக்கும். அதற்காக நீ வருத்தப்படுவதில் பயனில்லை" என்று சொன்னாள் இளையபிராட்டி குந்தவைதேவி.

ஃஃ

25. அநிருத்தரின் குற்றம்

முதன்மந்திரி தம் அரண்மனை ஆசார வாசலில் காத்திருந்தவர்களைப் பார்த்துப் பேசி அனுப்பிவிட்டு விரைவிலேயே திரும்பி வந்தார்.

"அம்மணி! ஏதோ என்னால் முடிந்த வரைக்கும் ஏற்பாடு செய்திருக்கிறேன். புயலினால் நேர்ந்த சேதங்களை அறிந்து வர நாலா பக்கமும் ஆட்களை அனுப்பியிருக்கிறேன். சின்னப் பழுவேட்டரையருக்கும் சொல்லி அனுப்பியிருக்கிறேன், நம் இருவரின் பொறுப்பிலும் பொக்கிஷ சாலையைத் திறந்து விடவேண்டும் என்று."

"ஐயா! பெரிய பழுவேட்டரையரின் மாளிகையையொட்டி நிலவறைப் பொக்கிஷம் ஒன்று இருக்கிறதாமே! அதில் கணக்கில்லாத பொருள்கள் குவிந்து இருப்பது உண்மையா? பெரிய பிராட்டி ஒரு தடவை சொன்னார்கள்."

"அதைத் திறந்தால் அதிலுள்ள பொருளைக் கொண்டு ஆயிரம் பெரிய கோவில்கள் புதியதாய்க் கட்டலாமே என்று அந்த அம்மாளுக்கு எண்ணம். நான் கூட அந்த நிலவறைக்குள் போனதில்லை அம்மா! அதற்குள் ஒரு தடவை போகிறவர்கள் உயிரோடு திரும்புவதில்லை" என்றார் முதன்மந்திரி.

"அது போகட்டும், ஐயா! அந்த ஊமைத் தாயை இவர்கள் அழைத்துக் கொண்டு வந்துவிடுவார்களா? கைக்கு எட்டியது வாய்க்கு எட்டாமற் போய்விடுமோ என்று எனக்குக் கவலையாயிருக்கிறது" என்றாள் குந்தவை.

"தாயே! அந்த மாதரசியைப் பற்றித் தங்களுக்கு என்ன தெரியும்? எப்படித் தெரிந்தது? தாங்கள் ஏன் அவளைப் பற்றி இவ்வளவு பரபரப்பு அடைந்திருக்கிறீர்கள்?" என்றார் அநிருத்தர்.

"ஐயா! சில தினங்களுக்கு முன்பு சக்கரவர்த்தியே என்னிடம் அந்த மாதரசியைப் பற்றிச் சொன்னார்."

"என்ன? அவள் உயிரோடிருப்பதாகச் சொன்னாரா, என்ன?"

"இல்லை, ஐயா! இருபத்தைந்து வருஷங்களுக்கு முன்னால் நடந்த நிகழ்ச்சிகளைச் சொன்னார். அவள் இறந்து போய்விட்டதாகவே எண்ணிக் கொண்டிருக்கிறார். அதனாலேதான் அவருடைய சித்தம் கலங்கிப் போயிருக்கிறது. அந்த ஊமைத்தாய் கடலில் விழுந்து இறந்து போய்விட்டதாகத் தாங்கள் தானே தெரிந்து கொண்டு வந்து என் தந்தையிடத்தில் சொன்னீர்களாம்? பின், அந்த மாதரசி உயிரோடிருக்கும் செய்தி தங்களுக்கு எப்படித் தெரிந்தது?"

"தங்களை அதே கேள்வி கேட்கவேண்டும் என்று எண்ணினேன். தங்களுக்கு எப்படித் தெரிந்தது, தேவி?"

"அதற்கென்ன, சொல்கிறேன் வாணர்குலத்து வீரர் ஈழத்துக்குப் போய்த் திரும்பி வந்தாரே, அவர் முதலில் சொன்னார். பிறகு என் தம்பி அருள்மொழி..." என்று கூறிவிட்டு, குந்தவை தன் தவறைத் தானே உணர்ந்தவள் போல் வாயைக் கையினால் பொத்திக் கொண்டாள்.

"தேவி! இளவரசர் அருள்மொழிவர்மரைப்பற்றித் தாங்கள் என்னிடம் சொல்ல விரும்பவில்லையென்றால், சொல்ல வேண்டாம். தாங்கள் அந்தப் பெயரைக் குறிப்பிட்டதை நான் அடியோடு மறந்துவிடுகிறேன்."

"இல்லை, ஐயா! தங்களிடம் எல்லாவற்றையும் சொல்லிவிடுவது என்ற எண்ணத்துடனேயே வந்தேன். விஷயங்களை மூடி மறைத்து வைப்பதினால் தீமைதானே தவிர, நன்மை ஒன்றுமில்லை என்பதைக் கண்டுகொண்டேன். நேற்றிரவு எனக்கு அது நன்றாய்த் தெரிந்தது. ஐயா! என் இளைய சகோதரனைக் கடல் கொண்டு போய்விடவில்லை. பொன்னியின் செல்வனைச் சமுத்திரராஜன் காப்பாற்றிக் கரையில் சேர்த்தார். அவன் இப்போது நாகைப்பட்டினத்திலுள்ள புத்த விஹாரத்தில் இருக்கிறான். அவனைப் பார்ப்பதற்காகவே நான் நாகைப்பட்டினம் போயிருந்தேன். ஆனால் தங்களுக்கு இது எல்லாம் தெரியும் என்று எனக்கு ஒரு சந்தேகம் உண்டு."

"தாங்கள் சந்தேகித்தது நியாயமே; ஆனால் தேவி, தெரிந்ததாக நான் காட்டிக் கொள்ளவில்லையே! வேறு யாருடைய காரியத்தில் தலையிட்டாலும் தங்களுடைய காரியத்தில் தலையிடுவதில்லை என்று வைத்துக் கொண்டிருக்கிறேன். என்னுடைய ஆட்களுக்கும் அவ்விதமே கட்டளை இட்டிருக்கிறேன். தாங்கள் செய்வது எதுவுமே உசிதமாகத்தான் இருக்கும் என்பது என் நம்பிக்கை. நானும், மலையமான் கொடும்பாளூர் வேளானும் அடிக்கடி பேசிக் கொண்டிருக்கிறோம், 'இளையபிராட்டி மட்டும் ஆண் பிள்ளையாய்ப் பிறந்திருந்தால், இந்த அகில உலகத்தையும் சோழர்களின் வெண்கொற்றக் குடையின் கீழ் கொண்டு வந்து தனியரசு செலுத்தி ஆண்டு வருவாள்' என்று."

"அந்த மாதிரி எண்ணம் எனக்கு இருந்தது உண்மைதான். நான் பெண்ணாகப் பிறந்திருந்த போதிலும் என் சகோதரர்கள் மூலமாக அந்த மனோரதம் நிறைவேறும் என்ற ஆசையுடன் இருந்தேன். அந்த ஆசையை இப்போது விட்டுவிட்டேன், ஐயா! இராஜ்ய விஷயங்களில் பெண்கள் தலையிடவே கூடாது என்று முடிவு செய்து விட்டேன்! பாருங்கள், என் சகோதரனை நாகைப்பட்டினம் சூடாமணி விஹாரத்தில் இருக்கும்படி செய்தேன் அதன் விபரீதப் பலனைப் பாருங்கள்!"

"ஒன்றும் நேர்ந்து விடவில்லையே, தாயே! பொன்னியின் செல்வனை நடுக்கடலில் காப்பாற்றிய சமுத்திரராஜன், இப்போது கரையில் பத்திரமாயிருக்கும் போது தீங்கு விளைவித்து விடுவானா?"

"ஐயா! தாங்கள் உடனே என் தந்தையிடம் வந்து இவ்வாறு தைரியம் சொல்லுங்கள்."

"ஆகா! சக்கரவர்த்திக்குத் தெரியுமா, என்ன? இளவரசர் சூடாமணி விஹாரத்தில் இருக்கும் செய்தி?"

"நேற்று இரவுதான் சொன்னேன்; சொல்லும்படியாக நேர்ந்துவிட்டது."

"ஆகா! இன்னும் கொஞ்சநாள் சொல்லாமலிருந்திருந்தால் நன்றாயிருந்திருக்கும். தாங்கள் செய்திருந்தது மிக நல்ல ஏற்பாடு என்று நினைத்தேன்! தேவி! சோழ நாடு முழுவதும் ஒரே கொந்தளிப்பாகயிருக்கிறது. நேற்று அடித்த புயல் காரணமாக வெளியில் ஏற்பட்ட கொந்தளிப்பு சில நாளாகவே சோழ நாட்டு மக்களின் உள்ளத்தில் பொங்கிக் கொண்டிருக்கிறது. மதுராந்தகர் மீதும் பழுவேட்டரையர்கள் மீதும் ஜனங்கள் ஒரே கோபமாகயிருக்கிறார்கள். இளவரசரைச் சிறைப்படுத்திக் கொண்டு வரக் கப்பல்கள் அனுப்பப்பட்டதையும் அறிந்திருக்கிறார்கள். இளவரசரைப் பழுவேட்டரையர்கள் தான் கடலில் மூழ்கடித்து விட்டதாகப் பலர் நம்புகிறார்கள். இச்சமயத்தில் இளவரசர் இந்த நாட்டில் இருப்பது தெரிந்தால் மக்கள் கொதித்து எழுவார்கள். இளவரசரின் தலையில் இப்போதே மணிமகுடத்தைச் சூட்டிவிட வேண்டும் என்று பெரும் கிளர்ச்சி செய்வார்கள். பழுவேட்டரையர்களும் சண்டைக்கு எப்போது முகாந்தரம் ஏற்படும் என்று காத்திருக்கிறார்கள். கொடும்பாளூர் பெரியவேளார் பெரும் படை திரட்டிக் கொண்டு தஞ்சையை நோக்கி வந்து கொண்டிருக்கிறார். தேவி! சோழ நாட்டில் இரத்த வெள்ளம் ஓடப்போகிறது என்று அஞ்சுகிறேன். இந்தப் பெரிய சாம்ராஜ்யம் சகோதரச் சண்டையினால் அழிந்துவிடுமோ என்று பயப்படுகிறேன். அப்படி ஒன்றும் நேராமலிருக்க வேண்டும் என்று அல்லும் பகலும் ஸ்ரீ ரங்கநாதரைப் பிரார்த்தனை செய்து கொண்டிருக்கிறேன்."

"என்னுடைய பிரார்த்தனையும் அதுவேதான், ஐயா! என் சகோதரர்கள் இந்த சாம்ராஜ்யத்தின் சிம்மாசனத்தில் ஏற வேண்டுமென்ற ஆசையை நான் விட்டுவிட்டேன். என்னைப் பொறுத்த வரையில் மதுராந்தகனுக்கே முடி சூட்டுவதில் இப்போது எனக்கு ஆட்சேபம் ஒன்றுமில்லை."

"தங்களுக்கு ஆட்சேபமில்லை, ஆனால் மக்களுக்கு ஆட்சேபம் இருக்கிறதே! சக்கரவர்த்தி இன்னும் பல்லாண்டு இவ்வுலகில் வாழவேண்டும். ஆனால் விதிவசத்தினால் அவருக்கு ஏதாவது நேர்ந்து விட்டதென்றால் அன்றைய தினமே இந்தச் சோழ நாடு முழுவதும் ரணகளமாகி விடும்..."

"ஐயா! அத்தகைய துர்க்கதி விரைவிலேயே நேர்ந்து விடுமோ என்று எனக்குப் பயம் அதிகமாயிருக்கிறது. நேற்றிரவு சக்கரவர்த்தியின் நிலை மிக்க கவலைக்கிடமாகி விட்டது. அதனாலேதான் அவரிடம் பொன்னியின் செல்வன் பத்திரமாயிருக்கிறான் என்று சொல்ல வேண்டியதாயிற்று. ஆனால், சொல்லியும் அவர் நம்பவில்லை! அவருக்கு நான் வெறுமே ஆறுதல் சொல்வதாக எண்ணிக் கொண்டார். பல வருஷங்களுக்கு முன்னால் மாண்டு போன 'பழிகாரி' ஆவி அவருடைய புதல்வர்களின் மீது பழி வாங்குவதாக எண்ணிப் பிரமை கொண்டு பிதற்றுகிறார்..."

"அந்தோ, கடவுளே! என்ன விபரீதம்? நேற்று இரவு நடந்ததையெல்லாம் விவரமாகச் சொல்லுங்கள்!"

"அதற்காகத்தான் வந்தேன் ஐயா! சொல்லித் தங்களிடம் யோசனை கேட்பதற்காகவே வந்தேன். முன் தடவை சுந்தர சோழர் மருத்துவசாலை ஏற்படுத்துவதற்காக நான் வந்த சமயத்தில், சக்கரவர்த்தி எனக்கு அந்தப் பழைய வரலாற்றைக் கூறினார், ஈழ நாட்டை அடுத்த தீவில் தாம் ஒதுங்க நேர்ந்த போது, கரையர் மகள் ஒருத்தி தம்மைக் கரடிக்கு இரையாகாமல் காப்பாற்றியது பற்றிச் சொன்னார். பின்னர் அத்தீவிலேயே சில மாத காலம் சொப்பன சொர்க்கலோகத்தில் வாழ்வது போல் அந்தப் பெண்ணுடன் வாழ்ந்திருந்ததைப் பற்றிச் சொன்னார். பின்னர் இந்தத் தஞ்சைபுரிக்கு அவர் அழைத்து வரப்பட்டதையும் கூறினார். அரண்மனை வாசலில் கூடியிருந்த கூட்டத்தின் மத்தியில் கரையர் மகளைப்

பார்த்ததையும், ஆருயிர் நண்பராகிய தங்களை விட்டு அவளைத் தேடிக் கொண்டு வரச் சொன்னதையும், தாங்கள் தேடிப் போய்த் திரும்பி வந்து அவள் கடலில் விழுந்து இறந்தாள் என்று தெரிவித்ததையும் கூறினார். அதுமுதல் அடிக்கடி அந்தக் கரையர் மகள், ஆவி வடிவத்தில் வந்து தம்மைத் துன்புறுத்துவதாகவும் சமீப காலத்தில் அவள் வருகை அதிகமாயிருப்பதாகவும் சொன்னார்..."

"தேவி, அதையெல்லாம் நீங்கள் நம்பினீர்களா!"

"தந்தை கூறிய வரலாறு அவ்வளவு அதிசயமாயிருந்தபடியால் என் மனமும் மிக்க குழம்பி விட்டது. இறந்து போனவளின் ஆவி வந்து தந்தையைத் தொந்தரவு படுத்துவது சித்தப்பிரமையாயிருக்கலாம் என்று நினைத்தேன். பிறகு யோசித்துப் பார்க்கப் பார்க்க வேறு சில ஐயங்கள் உண்டாயின. வானதி ஒரு நாள் இரவு, சக்கரவர்த்தியின் கூக்குரலைக் கேட்டுப் போய்ப் பார்த்தாள். பழுவூர் இளையராணி மாதிரி ஓர் உருவம் மன்னரின் எதிரில் நிற்பதைக் கண்டு திடுக்கிட்டு மூர்ச்சித்து விழுந்தாள். அது முதல் அந்தக் கரையர் மகளுக்கும், இந்தப் பழுவூர் இளையராணிக்கும் ஏதோ சம்பந்தம் இருக்க வேண்டும் என்று தோன்றியது. வல்லவரையரும், அருள்மொழியும் கூறியதிலிருந்து அது உறுதியாயிற்று. ஐயா! நந்தினி தேவி ஒருவேளை அந்த கரையர் மகளின் புதல்வியாயிருக்க முடியுமா?"

"தங்களைப் போலவே நானும் ஊகிக்கத்தான் முடியும். தாயே! உருவ ஒற்றுமையைப் பார்த்தால் அப்படித் தான் கருத வேண்டியிருக்கிறது. ஆனால் அதிலிருந்து மட்டும் நிச்சயிக்க முடியுமா? ஒரு வேளை கரையர் மகளின் கடைசித் தங்கையாகக் கூட நந்தினிதேவி இருக்கலாம். இதையெல்லாம் பற்றி நிச்சயமாகத் தெரிந்தவர்கள் இப்போது மூன்று பேர்தான் இருக்கிறார்கள்..."

"அவர்கள் யார், சுவாமி!"

"ஒருவர்தான் பெரிய பிராட்டி செம்பியன் மாதேவி. அவருடைய உள்ளத்தில் ஏதோ ஒரு இரகசியம் இருந்து வேதனை செய்து வருகிறது. ஆனால் அது இன்னதென்பதை அவராகச் சொன்னாலொழிய, நாம் கேட்டுத் தெரிந்து கொள்ள இயலாது. மகானாகிய கண்டராதித்தர் காலமாகும் தருவாயில் பெரிய பிராட்டி அதை அவரிடம் கூறினார் என்பது எனக்குத் தெரியும். கண்டராதித்தர் என்னிடம் சொல்லத் தொடங்கினார். இரண்டு வார்த்தை சொல்வதற்குள் அவருடைய மூச்சு நின்றுவிட்டது.."

"மற்ற இருவரும் யார், ஐயா?"

"மற்ற இருவரும் பேசத் தெரியாத ஊமைகள். சேந்தன் அமுதனின் அன்னையும் பெரியன்னையுந்தான். இவர்களில் அமுதனுடைய அன்னையிடமிருந்து நாம் ஒன்றும் தெரிந்து கொள்ள இயலாது. செம்பியன் மாதேவியிடம் அவள் அளவிலாத பக்தி உள்ளவள். அந்தத் தேவி உயிரோடிருக்கும் வரையில் இவள் ஒன்றும் தெரிவிக்க மாட்டாள். ஆகையினால்தான் அவளுடைய தமக்கை மந்தாகினியை ஈழ நாட்டிலிருந்து அழைத்து வருவதற்கு நான் பெரும் பிரயத்தனம் செய்து கொண்டிருந்தேன்..."

"ஆகா! அந்தக் கரையர் மகளின் பெயர் மந்தாகினியா? அவள் உயிரோடிருப்பது தங்களுக்கு எப்போது தெரிந்தது.?"

"தேவி! இருபத்தைந்து ஆண்டுகளுக்கு மேலாக அது எனக்குத் தெரிந்த விஷயந்தான்."

"என்ன? என்ன? இருபத்தைந்து வருஷங்களாகத் தெரிந்துமா என் தந்தையிடம் தாங்கள் சொல்லவில்லை? ஐயா! அவள் இறந்துவிட்டாள் என்ற எண்ணத்தினால் என் தந்தை எத்தனை மனவேதனைக்கு உள்ளானார் என்பதெல்லாம் தங்களுக்குத் தெரியாதா?"

"தெரியும் தாயே! தெரியும்."

"தெரிந்துமா அவரிடம் உண்மையைச் சொல்லாதிருந்தீர்கள்?"

அநிருத்தர் ஒரு நெடிய பெருமூச்சு விட்டார். அவர் உள்ளத்தில் ஒரு போராட்டம் நிகழ்ந்தது என்பதை அவருடைய முகம் எடுத்துக்காட்டியது பின்னர் அவர் கூறினார்:

"தேவி! இருபத்தைந்து வருஷங்களுக்கு முன்னால் நான் ஒரு குற்றம் செய்தேன். முதன்முதலாக அதை இப்போது தங்களிடந்தான் சொல்லுகிறேன். கரையர் மகளைத் தேடி வரும்படி தங்கள் தந்தை என்னை அனுப்பினார் அல்லவா? விரைவாகக் குதிரை மீது செல்லும் ஆட்களுடன் நானும் போனேன். கோடிக்கரை போய்ச் சேர்ந்தோம். அங்கே கொந்தளித்துக் கொண்டிருந்த கடலில் அவள் கலங்கரை விளக்கின் உச்சியிலிருந்து விழுந்துவிட்டாள் என்பதை அறிந்தோம். அந்தப் பயங்கரக் காட்சியை நேரில் பார்த்தவர்கள் சொன்னார்கள். தியாக விடங்கரே நடுங்கிய குரலில் நாக்குழறக் கூறினார். அதைத்தான் நானும் தஞ்சாவூருக்கு வந்து என் நண்பரிடம் தெரிவித்தேன்..."

"இதில் தங்கள் குற்றம் என்ன, ஐயா?" என்றாள் குந்தவை.

"குற்றம் இதுதான்; கரையர் மகள் கடலில் விழுந்தாளே தவிர, அதிலே முழுகிச் சாகவில்லை. அந்தக் கொந்தளித்த கடலில் படகு விட்டுக் கொண்டு வந்த வலைஞன் ஒருவன் அவளைக் கண்டெடுத்துப் படகில் ஏற்றிக் காப்பாற்றிவிட்டான். கோடிக்கரைக்கு வெகு தூரத்தில் அப்பால் அவன் வந்து கரையேறினான். திரும்பி வரும் வழியில் நான் அந்தக் கரையேறும் படகைப் பார்த்தேன். அதில் இருந்த பெண் யார் என்பதையும் தெரிந்து கொண்டேன். அந்தப் படகுக்காரனிடம் நிறையப் பணம் கொடுத்து அவளைப் பத்திரமாக இலங்கைக்குக் கொண்டு போய்ச் சேர்க்கும்படியும் அங்கேயே இருக்கும்படியும் கூறினேன். அவனும் சம்மதித்துச் சென்றான். நான் திரும்பித் தஞ்சைக்கு வந்து கரையரின் மகள் கடலில் விழுந்து மாண்டு விட்டதாகக் கூறினேன். தங்கள் தந்தைக்கு நன்மை செய்வதாக நினைத்துக் கொண்டுதான் மனமறிந்து அத்தகைய குற்றத்தைச் செய்தேன். அந்தக் குற்றம் இத்தனை காலத்துக்குப் பிறகு இப்படி ஒரு விபரீதமான விளைவை உண்டாக்குமென்று எதிர்பார்க்கவில்லை..."

இளையபிராட்டி குந்தவை அப்போது குறுக்கிட்டு, "ஐயா! தாங்கள் செய்தது குற்றமாயிருந்தாலும் என் தந்தைக்கு நன்மை செய்யும் எண்ணத்துடனேயே செய்தீர்கள். பிறகு, அக்கரையர் மகளைப் பற்றித் தாங்கள் கேள்விப்பட்டு வந்தீர்களா?" என்று கேட்டாள்.

"ஏன்? அடிக்கடி கேள்விப்பட்டுத்தான் வந்தேன். இளவரசுப் பட்டம் சூட்டிக் கொண்டதும், சுந்தர சோழர் மதுரைப் போர் முனைக்குப் போனார். நான் காசி க்ஷேத்திரத்துக்குச் சென்றேன். சில ஆண்டுகள் அங்கேயே தங்கி வேதாகம சாத்திரங்கள் பயின்றுவிட்டுத் திரும்பி வந்தேன். அப்போது பழையாறையில் ஈசான பட்டரின் தந்தை அந்தக் கரையர் மகளோடு அந்தரங்கமாக உரையாடிக் கொண்டிருந்ததைக் கண்டு வியந்தேன். அவர் ஒரு அதிசயமான செய்தியைச் சொன்னார். அந்தக் கரையர் மகள் பெரிய பிராட்டியின் அரண்மனைத் தோட்டத்தில் வந்து சில நாள் தங்கியிருந்ததாகவும், இரட்டைக் குழந்தைகள் பெற்று அங்கேயே போட்டுவிட்டு ஓடிப் போனதாகவும் கூறினார். எப்போதாவது நினைத்துக் கொண்டு குழந்தைகளைப் பார்ப்பதற்காக அவள் இரகசியமாக வருவதுண்டு என்றும் தெரிவித்தார். குழந்தைகள் என்ன ஆயின என்று கேட்டேன், அவர் சொல்ல மறுத்து விட்டார். அது செம்பியன் மாதேவிக்கு மட்டுமே தெரிந்த இரகசியம் என்று கூறினார். நானும் அதைப்பற்றி அதிகம் கிளறாமலிருப்பதுதான் நல்லது என்று சும்மா விட்டு விட்டேன். தேவி! அருள்மொழி குழந்தைப் பிராயத்தில் காவேரி நதியில் விழுந்து விட்டபோது, அவனைக் காவேரி அன்னை காப்பாற்றினாள் என்று எல்லாரும் சொல்லுவார்கள் அல்லவா? அப்படிக் காப்பாற்றியவள் உண்மையில் கரையர் மகள்தான் என்று என் மனத்தில் அச்சமயமே தோன்றியது...."

"தங்கள் உள்ளத்தில் தோன்றியது உண்மைதான், ஐயா! அருள்மொழி ஈழ நாட்டில் அந்த மாதரசியைப் பார்த்துவிட்டு வந்து அவ்வாறுதான் சொன்னான். ஆனால் இந்த விந்தையைக் கேளுங்கள்! என் தந்தை என்ன எண்ணுகிறார் தெரியுமா? கடலில் விழுந்து

இறந்த கரையர் மகள்தான் ஆவி வடிவத்தில் வந்து தம் மக்கள் மீது பழி வாங்குவதாக எண்ணுகிறார். நேற்றிரவு வெளியில் கடும் புயல் அடித்தபோது என் தந்தையின் உள்ளப் புயலும் வேகத்தை அடைந்தது. இரவு முழுவதும் அவர் தூங்கவே இல்லை; என்னையும் தூங்கவிடவில்லை. பழைய கதைகளையெல்லாம் மறுபடி சொன்னார். 'கடலில் விழுந்து இறந்த அந்தப் பழிகாரிதான் இப்போது என் பேரில் பழி வாங்குகிறாள். அவள்தான் என் அருள்மொழியைக் கடலில் மூழ்க அடித்துக் கொன்று விட்டாள்! கரிகாலனையும் அவள் பழி வாங்காமல் விடமாட்டாள்!' என்று அடிக்கடி அலறினார். 'என் ஒரு மகனாவது உயிரோடிருக்கும்போது என்னைக் கொண்டு போக மாட்டாயா, யமனே!' என்று கதறினார். அவருக்கு எவ்வளவோ நான் சமாதானம் சொல்லியும் கேட்கவில்லை. அதன் பேரிலேதான் நாகைப்பட்டினம் புத்த விஹாரத்தில் அருள்மொழிவர்மன் பத்திரமாயிருப்பதைப் பற்றி அவரிடம் சொல்ல வேண்டி நேர்ந்தது..."

"அதற்குப் பிறகு சக்கரவர்த்தி சிறிது ஆறுதல் அடைந்தாரா?"

"அதுதான் இல்லை; அதன் பிறகு சித்தப்பிரமை இன்னும் அதிகமாகிவிட்டது! முதலில் அச்செய்தியை அவர் நம்பவே இல்லை. ஆனால் நேரில் பார்த்துவிட்டு வந்தேன் என்று சொன்ன பிறகு நம்பினார். ஏன் அவனை அழைத்துக் கொண்டு வரவில்லை என்று கேட்டார். குளிர் சுரத்துக்குப் பிறகு பிரயாணத்துக்கு வேண்டிய உடல் பலம் வரவில்லை என்றும், விரைவில் அழைத்துக் கொண்டு வர ஏற்பாடு செய்வதாகவும் கூறினேன். ஆனால் அவனை இப்போது இங்கு அழைத்து வருவதால் இராஜ்யத்தில் ஏற்படக் கூடிய குழப்பத்தைப் பற்றியும் இலேசாகச் சொன்னேன். இதைக் கேட்டதும் அவருடைய மனப் போக்கு வேறு விதமாகத் திரும்பி விட்டது. 'இந்த இராஜ்யந்தான் என் பிள்ளைகளுக்கு யமனாக ஏற்பட்டிருக்கிறது. இராஜ்யம் அவர்களுக்கு இல்லையென்று தீர்ந்தால் என் புதல்வர்கள் உயிரோடு சுகமாயிருப்பார்கள். அதற்காகத்தான் அவர்களை இங்கு அழைத்து வர இவ்வளவு அவசரப்படுகிறேன்!' என்றார். திடீரென்று இன்னொரு பீதி அவர் மனத்தில் குடிகொண்டது. உக்கிரமான புயல் காற்றினால் நேற்றிரவு அரண்மனையெல்லாம் கிடுகிடுத்துப் போயிற்று. ஒரு தடவை பேரிடி இடித்து ஓய்ந்ததும் என் தந்தை வெறி கொண்டு விட்டார். 'மகளே! அருள்மொழியை இனி நான் பார்க்கப் போவதில்லை. கீழைக் கடலில் தோன்றும் புயல் காற்றுகளையும் சுழிக் காற்றுகளையும் பற்றி எனக்கு நன்றாய்த் தெரியும். இன்று அடிக்கும் புயலினால் கடற்கரையில் தென்னை மர உயரம் அலைகள் எழும்பும். உள்நாட்டில் வெகு தூரம் கடல் பொங்கிவந்து மூழ்க அடிக்கும். காவேரிப்பட்டினத்தை அன்று ஒருநாள் கடல் கொண்டது போல் நாகைப்பட்டினத்தையும் கொண்டு போனாலும் போய்விடும். அதிலும் கடற்கரைக்கும் கால்வாய்க்கும் மத்தியில் உள்ள புத்த விஹாரம் ஒரு நாளும் தப்பிப் பிழைக்காது. அந்தப் பழிகாரி கரையர் மகள் கடலில் என் மகனைக் கொண்டு போக முடியவில்லை. அதற்குப் பதிலாக கரையிலேயே வந்து என் மகனைக் கொல்லப் போகிறாள்! நான் போய் இதோ அவளைத் தடுத்து என் மகனைக் காப்பாற்றப் போகிறேன்' என்று கதறிக் கொண்டு எழுந்திருக்க முயன்றார். அந்த முயற்சியில் தளர்ச்சியுற்றுப் படுக்கையில் விழுந்தார். ஐயா! அப்போது என் தந்தை விம்மி அழுத குரலைக் கேட்டால் கல்லும் மலையும் உருகிவிடும்!" என்றாள் இளையபிராட்டி.

அவளுடைய கண்களில் அப்போது தாரை தாரையாகக் கண்ணீர் வழிந்து கொண்டிருந்தது.

26. வீதியில் குழப்பம்

குந்தவை கண்ணீர் விடுவதைப் பார்த்துவிட்டு, வானதியும் விம்மத் தொடங்கினாள். உலகத்தில் எத்தனையோ இன்ப துன்பங்களைப் பார்த்தவரான அநிருத்தப் பிரம்மராயரின் இரும்பு நெஞ்சமும் இளகியது.

"தாயே! சக்கரவர்த்தி இப்போது படும் கஷ்டங்களுக்கெல்லாம் காரணமானவன் இந்தப் பாவிதான். என்ன பிராயச்சித்தம் செய்து அந்தப் பாவத்தைத் தீர்த்துக் கொள்ளப்

போகிறேனோ தெரியவில்லை!" என்றார்.

"ஐயா! தங்களுக்குத் தெரியாதது ஒன்றுமில்லை. ஆயினும் எனக்குத் தெரிந்ததைச் சொல்லுகிறேன். அந்தக் கரையர் மகள் இறந்துவிடவில்லை. உயிரோடிருக்கிறாள் என்பதைத் தந்தைக்குத் தெரிவித்துவிட்டால் அவருடைய துன்பம் தீர்ந்து மன அமைதி ஏற்பட்டு விடும். அதைச் சொல்வதற்காகவே தங்களிடம் வந்தேன். எப்படியாவது என் பெரியன்னையை அழைத்து வர ஏற்பாடு செய்யுங்கள் என்று கேட்டுக் கொள்ள வந்தேன். ஆனால் தாங்களே அதற்குப் பிரயத்தனம் செய்திருக்கிறீர்கள்!" என்றாள் இளையபிராட்டி.

"ஆம், அம்மா! நானும் அத்தகைய முடிவுக்குத்தான் வந்திருந்தேன். மந்தாகினிதேவி உயிரோடிருக்கும் விவரத்தைச் சக்கரவர்த்தியிடம் தெரிவித்துவிடத் தீர்மானித்து விட்டேன். ஆனால் வெறுமனே சொன்னால் அவர் நம்ப மாட்டார். முன்னே நான் கூறியது பொய், இப்போது சொல்வதுதான் உண்மை என்று எவ்விதம் அவரை நம்பச் செய்வது? அதற்காகவே அந்தத் தேவியை இங்கே அழைத்து வரச் செய்த பிறகு சொல்ல எண்ணினேன். நேரிலே பார்த்தால் நம்பியே தீரவேண்டும் அல்லவா? அதற்காகவே முக்கியமாக இலங்கைத் தீவுக்குச் சென்றிருந்தேன். ஆனால் தங்கள் தம்பியோடும் பெரிய வேளாரோடும் சதி செய்வதற்காக நான் ஈழ நாட்டுக்குப் போனேன் என்று பழுவேட்டரையர்கள் சக்கரவர்த்தியிடம் சொல்லியிருக்கிறார்கள். அது இல்லை என்று நிரூபிப்பதற்காகவேனும் மந்தாகினி தேவியைத் தங்கள் தந்தையின் முன்னால் கொண்டு போய் நிறுத்தப் போகிறேன்" என்றார் அநிருத்தர்.

"ஐயா! அந்த மாதிரி திடீரென்று கொண்டு போய் நிறுத்தினால் தந்தைக்கு ஏதேனும் தீங்கு நேரிட்டாலும் நேரிடலாம். முன்னால் தெரிவித்து விட்டுத்தான் அவர்களைப் பார்க்கச் செய்யவேணும்!" என்றாள் இளையபிராட்டி.

"ஆம், ஆம் அவ்வாறுதான் செய்ய உத்தேசித்திருக்கிறேன். இந்த வீட்டுக்கு மந்தாகினி தேவி வந்து சேர்ந்ததும் போய்ச் சொல்லலாம் என்று நினைத்தேன். இன்று காலை அரண்மனைக்கு வரவே எண்ணியிருந்தேன். அதற்குள் தியாகவிடங்கரின் மகள் நடுவில் தலையிட்டு எனக்கு ஏமாற்றத்தை அளித்துவிட்டாள். அந்தப் பொல்லாத பெண்ணுக்கு ஒருநாள் தகுந்த தண்டனை விதிப்பேன்!" என்றார் முதன்மந்திரி.

"ஐயோ! அப்படி ஒன்றும் செய்யாதீர்கள் அவள் நல்ல பெண்ணோ, பொல்லாத பெண்ணோ, நான் அறியேன். ஆனால் அருள்மொழியைக் கடலில் முழுகிப் போகாமல் காப்பாற்றியவள் பூங்குழலிதான் அல்லவா?"

"கடவுள் காப்பாற்றினார் என்று சொல்லுங்கள், தாயே! பாற்கடலில் பள்ளிகொண்ட பகவான் காப்பாற்றினார். அவருடைய அருள் இல்லாவிட்டால், இந்தச் சிறு பெண்ணால் என்ன செய்துவிட முடியும்? ஜோதிட சாஸ்திரம் உண்மையானால், கிரகங்கள், நட்சத்திரங்களின் சஞ்சார பலன்கள் மெய்யானால், இளவரசரைக் கடலும் தீயும் புயலும் பூகம்பமும்கூட ஒன்றும் செய்ய முடியாது..."

"இறைவன் அருளின்றி எதுவும் நடவாதுதான். ஆனால் இறைவனுடைய சக்தியும் மனிதர்கள் மூலமாகத் தானே இயங்க வேண்டும்? பூங்குழலியை மறுபடியும் நாகப்பட்டினத்துக்கு அனுப்ப எண்ணியிருக்கிறேன், ஐயா! அல்லது, தாங்கள் வேறுவிதமாக எண்ணினால் பகிரங்கமாகவே அருள்மொழியை இங்கு வரச் செய்யலாம் என்று கருதினால்..."

"இல்லை, தாயே! இல்லை! சிம்மாசனம் யாருக்கு என்பது நிச்சயமாகும் வரைக்கும் அருள்மொழிவர்மனைப் பற்றி மக்கள் அறிந்துகொள்ளாமலிருப்பதே நல்லது. தங்கள் தந்தையை இன்று முடிவாகக் கேட்டுவிட எண்ணியிருக்கிறேன். மதுராந்தகருக்குப் பட்டம் கட்டுவதாயிருந்தால், தங்கள் தம்பியை மறுபடியும் ஈழ நாட்டுக்குத் திருப்பி அனுப்பி விடுவது நல்லது. அருள்மொழிவர்மர் இங்கு இருக்கும்போது மதுராந்தகருக்கு மகுடம்

சூட்டச் சோழ நாட்டு மக்கள் ஒருநாளும் உடன்படமாட்டார்கள். சோழ நாடு பெரும் ரணகளமாகும்; சோழ நாட்டின் நதிகளில் எல்லாம் இரத்த வெள்ளம் பெருகி ஓடும்..."

"ஐயா! அப்படியானால் பூங்குழலியையும், சேந்தன் அமுதனையும் மறுபடி நாகப்பட்டினத்துக்கு அனுப்புவதே நல்லதல்லவா?"

"அதுதான் நல்லது சக்கரவர்த்தி விரும்பினால் ஒரு முறை அருள்மொழிவர்மர் இரகசியமாகத் தஞ்சைக்கு வந்துவிட்டுத் திரும்பிப் போகலாம்!"

"ஆம், ஆம்! மந்தாகினி தேவியும் அருள்மொழியும் உயிரோடிருக்கிறார்கள் என்பதை ஒருமுறை கண்ணால் பார்த்துத் தெரிந்து கொண்டால்தான் சக்கரவர்த்தியின் உள்ளம் அமைதி அடையும்."

"பெரிய இளவரசரைப் பற்றித் தங்கள் தந்தைக்கு எவ்விதக் கவலையும் இல்லை அல்லவா?"

"இல்லவே இல்லை; ஆதித்த கரிகாலனுக்கு அபாயம் விளைவிக்கக் கூடியவர்கள் இந்த உலகத்திலேயே இல்லை என்று சக்கரவர்த்தி நம்பியிருக்கிறார். தாங்கள் என்ன நினைக்கிறீர்கள் ஐயா?"

"எனக்கு என்னமோ அவ்வளவு நம்பிக்கை இல்லை. போர்க்களத்தில் பெரிய இளவரசர் அஸகாய சூரர்தான். ஆனால் மற்ற இடங்களில் அவரை ஏமாற்றுவதும் வஞ்சிப்பதும் கஷ்டமல்ல. பழுவேட்டரையர்கள் அவரை விரோதிக்கிறார்கள். பழுவூர் இளையராணி அவருக்கு எதிராக ஏதோ பயங்கரமான இரகசியச் சூழ்ச்சி செய்து வருகிறாள். இந்த இரண்டு செய்திகளையும் கரிகாலருக்கு என் சீடன் மூலம் சொல்லி அனுப்பினேன். ஆயினும் பலன் இல்லை. தஞ்சாவூருக்கு எவ்வளவு சொல்லியும் வர மறுத்தவர் கடம்பூர் சம்புவரையர் மாளிகைக்குப் போயிருக்கிறார்..."

"ஐயா! பழுவூர் இளையராணி எங்கள் சகோதரியாயிருக்கக் கூடும் என்று நான் என் தமையனுக்குச் செய்தி அனுப்பியிருக்கிறேன். அருகிலிருந்து காப்பாற்றும்படியும் வாணர் குலத்து வீரருக்குச் சொல்லி அனுப்பினேன். ஆகா! வல்லவரையர் மட்டும் இப்போது இங்கே இருந்திருந்தால், நாகப்பட்டினத்துக்கு அனுப்பியிருக்கலாம்..."

"அந்தப் பிள்ளை ஏதாவது சங்கடத்தில் அகப்பட்டுக் கொள்ளாமலிருப்பதற்கு நானும் என் சீடனை அனுப்பி இருப்பேன். இப்போதுகூடத் தாங்கள் பூங்குழலியை அனுப்பினால் பின்னோடு திருமலையையும் அனுப்ப உத்தேசிக்கிறேன்."

"போனவர்கள் இன்னும் வந்து சேரவில்லையே? என் பெரியன்னை வந்துவிட்டால், என் நெஞ்சிலிருந்து முக்கால்வாசி பாரம் இறங்கிவிடும் ஐயா! அவர் வந்தவுடனே, தாங்கள் என் தந்தையைச் சந்தித்துச் சொல்லி விடுவீர்கள் அல்லவா? நான் என் அன்னையிடம் ஆதியிலிருந்து எல்லாக் கதையையும் சொல்லியாக வேண்டும்..."

"ஆகா! மலையமான் மகளுக்குத்தான் எத்தனை மனத்துன்பங்கள்! அதோடு, திருக்கோவலூர்க் கிழவனுக்கு இதெல்லாம் தெரியும்போது அவன் என்ன செய்யப் போகிறானோ? தன் பேரப் பிள்ளைகளுக்குப் பட்டம் இல்லை என்று தெரிந்தால், இந்த நாட்டையே அழித்து விடுவேன் என்று ஒருவேளை மலையமான் கிளம்பக்கூடும்..."

"என் பாட்டனாரைச் சரிக்கட்டும் வேலையை என்னிடம் விட்டு விடுங்கள். இந்தப் பெண் வானதி இருக்கிறாளே, இவளுடைய பெரிய தகப்பனாரைப் பற்றித்தான் எனக்கு கவலையாயிருக்கிறது. கொடும்பாளூர்ப் பெண் சோழ சிங்காதனத்தில் ஒருநாள் வீற்றிருக்கப் போகிறாள் என்று அவர் ஆசை கொண்டிருக்கிறாராம். இந்தப் பெண்ணின் மனதிலே கூட அந்த ஆசை இருக்கிறது..."

வானதி இப்போது குறுக்கிட்டு ஆத்திரம் நிறைந்த குரலில் "அக்கா!..." என்றாள்.

அந்தச் சமயத்தில், வானதி மேலே பேசுவதற்குள், பூங்குழலி உள்ளே பிரவேசித்தாள். அவள் தனியாக வந்தது கண்டு மூன்று பேரும் சிறிது துணுக்குற்றார்கள்.

"கரையர் மகளே! உன் அத்தை எங்கே? திருமலை எங்கே?" என்று முதன்மந்திரி பரபரப்புடன் கேட்டார்.

"ஐயா! என் கர்வம் பங்கமுற்றது. நான் சொல்லிப் போனபடி அத்தையை இங்கு கொண்டு வந்து சேர்க்க முடியவில்லை."

"நீங்கள் போவதற்குள்ளேயே காணோமா? அல்லது வருவதற்கு மறுத்து விட்டாளா? அப்படியானால்..."

"இல்லை ஐயா! கோட்டைக்குள்ளே அழைத்துக் கொண்டு வந்துவிட்டோம். அதற்குப் பிறகுதான் ஜனக் கூட்டத்திலே அகப்பட்டு அத்தை காணாமற் போய்விட்டார்!" என்றாள் பூங்குழலி. பின்னர் அச்சம்பவம் பற்றிய பின்வரும் விவரங்களைக் கூறினாள்:

மந்தாகினிதேவி நல்ல வேளையாகச் சேந்தன் அமுதன் வீட்டிலேயேதான் இருந்தாள். அவள் அங்கேயே இருக்கும்படியான காரணங்கள் நேர்ந்திருந்தன. நேற்றிரவு அடித்த புயலில் அமுதனுடைய வீடு சின்னாபின்னமடைந்திருந்தது. தோட்டத்திலிருந்த மரம் ஒன்று வீட்டுக் கூரை மேலேயே விழுந்திருந்தது. சேந்தன் அமுதனோ முதல் நாளிரவு மழையில் நனைந்த காரணத்தினால் கடும் சுரம் வந்து படுத்துப் பிதற்றிக் கொண்டிருந்தான். இரண்டு சகோதரிகளும் விழுந்த மரங்களை அகற்றி வீட்டைச் சரிப்படுத்தும் முயற்சியில் ஈடுபட்டிருந்தார்கள். பூங்குழலியைக் கண்டதும் மந்தாகினி மகிழ்ச்சி அடைந்தாள். திருமலையைக் கண்டு கொஞ்சம் தயங்கினாள். அவன் நம்மைச் சேர்ந்தவன் என்று பூங்குழலி கூறிய பிறகு தைரியம் அடைந்தாள். வழியில் பூங்குழலியும் திருமலையும் ஊமை ராணியிடம் என்ன சொல்லுவது. எவ்வாறு சொன்னால் அவள் தயங்காமல் தங்களுடன் வருவாள் என்று பேசி முடிவு செய்திருந்தார்கள். அந்தப்படியே பூங்குழலி அவள் அத்தையிடம் கூறினாள். சக்கரவர்த்தி நோய்ப்பட்டுப் படுத்தபடுக்கையாயிருப்பதாகவும், எந்த நேரத்திலும் இந்த மண்ணுலகை விட்டுப் போய்விடலாமென்றும், அவருடைய மூச்சுப் பிரிவதற்கு முன்னால் ஊமை ராணியை ஒரு தடவை பார்க்க ஆசைப்படுகிறார் என்றும், ஊமை ராணியை அவர் இத்தனை காலமாகியும் மறக்கவில்லையென்றும், அவளைப் பார்த்தால் ஒருவேளை அவர் புதிய பலம் பெற்று இன்னும் சில காலம் உயிர் வாழக்கூடும் என்றும் சமிக்ஞை பாஷையில் தெரியப்படுத்தினாள். அதற்காகவே தான் முதன்மந்திரி அநிருத்தப்பிரம்மராயர் அவளை எப்படியாவது பிடித்து வர ஆட்களை அனுப்பியதாகவும் முதன்மந்திரியின் அரண்மனையிலேதான் முதல் நாளிரவு தான் தங்கியிருந்ததாகவும் கூறினாள். சக்கரவர்த்தியின் அருமைப் புதல்வி குந்தவை தேவி ஊமை ராணியைத் தன் தந்தையிடம் அழைத்துப் போவதற்காக முதன்மந்திரி வீட்டில் காத்திருப்பதாகவும் தெரியப்படுத்தினாள். இதையெல்லாம் ஒருவாறு தெரிந்து கொண்ட பிறகு மந்தாகினி பூங்குழலியுடனும் திருமலையுடனும் புறப்பட்டு வர இசைந்தாள்.

கோட்டை வாசலுக்கு அவர்கள் வந்து சேர்ந்தபோது, சக்கரவர்த்தியின் வேளக்காரப் படையினர், கோட்டைக்குள் பிரவேசித்துக் கொண்டிருந்தார்கள். அவர்கள் போகட்டும் என்று மூன்று பேரும் ஒதுங்கி நின்றார்கள். வேளக்காரப் படையை மந்தாகினி கண்கொட்டாத ஆர்வத்துடன் பார்த்துக் கொண்டிருந்தாள். வேளக்காரப் படையைத் தொடர்ந்து ஒரு பெருங்கூட்டம் கோட்டைக்குள்ளே பிரவேசித்தது. அவர்களைத் தடுத்து நிறுத்தவும் கோட்டைக் கதவுகளைச் சாத்தவும் காவலர்கள் செய்த முயற்சி பலிக்கவில்லை. "இந்தக் கூட்டத்தோடு நாம் போக வேண்டாம். முதன்மந்திரி அரண்மனைக்குப் போகப் பிரத்தியேகமான சுரங்க வழி இருக்கிறது. அதன் வழியாகப் போகலாம்" என்றான் திருமலை. இதைப் பற்றி பூங்குழலி அவளுடைய அத்தைக்குச் சொல்லப் பிரயத்தனப்பட்டாள். ஊமை ராணி அதைக் கவனியாமல் கோட்டைக்குள் போகும் கூட்டத்தோடு சேர்ந்து போகத் தொடங்கினாள். திருமலையும் பூங்குழலியும் பின்னோடு சென்றார்கள். கோட்டைக்குள் பிரவேசித்த பிறகும், திருமலை வேறு தனி வழியாகப் போகலாம் என்று சொன்னதைப் பூங்குழலியின் அத்தை பொருட்படுத்தவில்லை. கூட்டத்துடன் கலந்தே சென்றாள்.

கூட்டத்தைப் பார்த்து பயப்படும் சுபாவம் உடையவள் இம்மாதிரி செய்வதைக் கண்டு மற்ற இருவருக்கும் வியப்பாயிருந்தது. கொஞ்ச தூரம் போன பிறகு கூட்டத்தில் சிலர் மந்தாகினியைக் குறிப்பாகக் கவனிக்க ஆரம்பித்தார்கள். "இந்த அம்மாளைப் பார்த்தால் பழுவூர் இளையராணியின் ஜாடையாக இல்லையா?" என்று ஒருவருக்கொருவர் பேசிகொள்ள ஆரம்பித்தார்கள். திருமலைக்கும் பூங்குழலிக்கும் இது கவலையை அளித்தது. அவர்கள் மந்தாகினிக்கு முன்னால் போய் நின்று தடுத்து நிறுத்த முயன்றார்கள். இதற்குள் ஆழ்வார்க்கடியானைப் பார்த்தவர்கள் சிலர் "இவன், யாரடா வைஷ்ணவன்? பெண் பிள்ளையைத் தொந்தரவு படுத்துகிறான்?" என்றார்கள். இந்த வார்த்தைகள் காதில் விழுந்து வேளக்காரப் படையில் முன்னால் போனவர்கள் திரும்பி வந்தார்கள். ஊமை ராணியைச் சூழ்ந்து கொண்டு மற்றவர்களை அப்புறப்படுத்தினார்கள். அந்த நெருக்கடியில் திருமலையும் பூங்குழலியும்கூட அப்பால் தள்ளப்பட்டு விலகிப் போக நேர்ந்தது.

வேளக்காரப் படையில் ஒருவன் மந்தாகினி தேவியிடம் "அம்மா! நீ யார்? உன்னை யார் தொந்தரவு செய்தார்கள், சொல்! அவனை இங்கேயே தூக்கிலே போட்டு விடுகிறோம்!" என்று கேட்டான். ஊமை ராணி மறுமொழி சொல்லாமல் நின்றாள்.

இதற்குள் ஒருவன் "இவளைப் பார்த்தால் பழுவூர் ராணி ஜாடையாக இல்லையா?" என்றான்.

இன்னொருவன், "அப்படித்தான் இருக்கவேண்டும். அதனாலேதான் இவ்வளவு கர்வமாயிருக்கிறாள்!" என்றான்.

"பழுவூர்க் கூட்டமே கர்வம் பிடித்த கூட்டம்!" என்றான் மற்றொருவன்.

இந்த நிகழ்ச்சிகள் சின்னப் பழுவேட்டரையரின் அரண்மனைக்குச் சமீபத்தில் நிகழ்ந்தன. ஆகையால் என்ன சச்சரவு என்று தெரிந்து கொள்வதற்காகப் பழுவூர் வீரர்கள் சிலர் அங்கே வந்தார்கள்.

"பழுவூர்க் கூட்டமே கர்வம் பிடித்த கூட்டம்" என்று வேளக்கார வீரன் ஒருவன் கூறியது அவர்கள் காதில் விழுந்தது.

"யாரடா பழுவூர்க் கூட்டத்தைப் பற்றி நிந்தனை செய்கிறவன்? இங்கே முன்னால் வரட்டும்" என்றான் பழுவூர் வீரன் ஒருவன்.

"நான்தானடா சொன்னேன்! என்னடா செய்வாய்!" என்று வேளக்கார வீரன் முன் வந்தான்.

"நீங்கள்தானடா கர்வம் பிடித்தவர்கள் உங்கள் கர்வம் பங்கமடையும் காலம் நெருங்கிவிட்டது!" என்றான் பழுவூர் வீரன்.

"ஆகா! எங்கள் இளவரசரைக் கடலில் மூழ்கடித்து விட்டதனால் இப்படிப் பேசுகிறாயா? உங்களைப் போன்ற பாதகர்கள் இருப்பதாலேதான் புயல் அடித்து ஊரெல்லாம் பாழாகி விட்டது!" என்றான் கூட்டத்தில் ஒருவன்.

பழுவூர் வீரன் " என்னடா சொன்னாய்?" என்று அவனைத் தாக்கப் போனான்.

வேளக்கார வீரன் அவனைத் தடுத்தான். பின்னர் கூட்டத்தில் கைகலப்பும் குழப்பமும் கூச்சலும் எழுந்தன.

"பழுவூர் வள்ளல்கள் வாழ்க!" என்று சிலரும், மூன்று உலகம் உடைய சுந்தர சோழ சக்கரவர்த்தி வாழ்க!" என்று சிலரும் கோஷமிட்டார்கள்.

"கொடும்பாளூர் வேளார் வாழ்க!"

"திருக்கோவலூர் மலையமான் வாழ்க!" என்ற குரல்களும் எழுந்தன.

அச்சமயத்தில் சின்னப் பழுவேட்டரையரே குதிரை மீது ஆரோகணித்து அங்கு வந்து சேர்ந்தார். அவரைக் கண்டதும் சண்டை நின்றது. ஜனங்களும் கலைந்து நாலாபுறமும் சிதறி ஓடினார்கள். வேளக்காரப் படையினர் முன்னால் சென்றார்கள். பழுவூர் வீரர்கள்

காலாந்தககண்டரைச் சூழ்ந்து கொண்டு நடந்ததைத் தெரிவித்தார்கள். பூங்குழலியும் ஆழ்வார்க்கடியானும் வீதி ஓரத்தில் ஒதுங்கினார்கள். சுற்று முற்றும் கூர்ந்து கவனித்தார்கள் மந்தாகினியைக் காணவில்லை.

"ஐயோ! இது என்ன? இப்படி நேர்ந்துவிட்டதே! தலைநகரில் அரசாட்சி அழகாக நடக்கிறது! அத்தையை எப்படிக் கண்டுபிடிப்பது? ஏதாவது கெடுதல் நேர்ந்திருக்குமோ? யாரேனும் பிடித்துக் கொண்டு போயிருப்பார்களோ?" என்று பூங்குழலி கவலைப்பட்டாள்.

காலாந்தககண்டரும் பழுவூர் வீரர்களும் போன பிறகு நாலாபுறமும் தேடிப் பார்த்தார்கள்; மந்தாகினியைக் காணவில்லை.

திருமலை, "நான் இன்னும் சிறிது நேரம் தேடிப் பார்க்கிறேன். நீ சீக்கிரம் சென்று முதன்மந்திரியிடமும் இளையபிராட்டியிடமும் சொல்லு; நாம் இரண்டு பேர் மட்டும் தேடினால் போதாது. முதன்மந்திரியும் இளையபிராட்டியும் ஏதேனும் ஏற்பாடு செய்வார்கள்" என்றான்.

பூங்குழலி போவதற்குத் தயங்கினாள். மறுபடியும் ஆழ்வார்க்கடியான், "நான் சொல்வதைக் கேள் உன் அத்தைக்கு ஒன்றும் நேர்ந்திருக்க முடியாது. ஜனக் கூட்டத்தில் யாரோ தெரிந்த மனிதன் ஒருவனை உன் அத்தை பார்த்திருக்கிறாள். அவள் ஒரு திக்கையே கவனமாக நோக்கியதிலிருந்து ஊகிக்கிறேன். அதனாலேதான் கூட்டத்தோடு சேர்ந்து வந்தாள். இப்போதும் அவனைத் தொடர்ந்துதான் போயிருக்கிறாள் என்று தோன்றுகிறது. எப்படியும் கண்டு பிடித்துவிடலாம்; நீ போய் முதன்மந்திரியிடம் சொல்லு!" என்றான். பூங்குழலி முதன்மந்திரியின் அரண்மனைக்கு வந்து சேர்ந்தாள்..."

இதையெல்லாம் கேட்ட குந்தவை பெரிதும் கவலை அடைந்தாள். அநிருத்தர் அவ்வளவு கவலை கொண்டதாகத் தெரியவில்லை.

"பார்த்தீர்களா, இளவரசி! கலகப் பிசாசு எப்போது சந்தர்ப்பம் கிட்டும் என்று காத்துக் கொண்டிருப்பதை அறிந்து கொண்டீர்களா? அருள்மொழிவர்மர் உயிரோடிருக்கிறார் என்று தெரியவேண்டியதுதான். ராஜ்யமெங்கும் தீ மூண்டுவிடும்!" என்றார்.

"தாங்கள் முதன்மந்திரியாயிருக்கும் வரையில் அப்படி ஒன்றும் நேராது. இப்போது, என் பெரியன்னையைப் பற்றிச் சொல்லுங்கள். நான் பயந்தது போலவே ஆகிவிடும் போலிருக்கிறதே! அவரை எப்படிக் கண்டுபிடிப்பது?" என்று கேட்டாள்.

"அந்தக் கவலை தங்களுக்கு வேண்டாம்; கோட்டைக்குள் வந்து விட்டபடியால் இனி நான் அறியாமல் வெளியில் போக முடியாது. அதற்குத் தக்க ஏற்பாடு செய்துவிடுகிறேன். தேடவும் ஏற்பாடு செய்கிறேன். இனி, சக்கரவர்த்தியைப் பார்க்காமல் மந்தாகினி தேவி இவ்விடம் விட்டுப் போகவும் மாட்டாள்!" என்றார்.

27. பொக்கிஷ நிலவறையில்

பூங்குழலி மந்தாகினி தேவியை விட்டுப் பிரிந்த இடத்தில் நாம் இப்போது அந்த மாதரசியைத் தொடர்வது அவசியமாகிறது. அவள் கூட்டத்திலும் குழப்பத்திலும் மறைந்துவிட்ட காரணம் பற்றி ஆழ்வார்க்கடியான் கூறியது உண்மையேயாகும். வேளக்காரப் படையுடன் தொடர்ந்து கோட்டைக்குள் பிரவேசித்த கூட்டத்தில் மந்தாகினி, ரவிதாஸன் என்னும் சதிகாரனைப் பார்த்து விட்டாள். ஏதேனும் ஒரு புலன் குறைவாயுள்ளவர்களுக்கு மற்றப் புலன் நன்கு இயங்குவது இயல்பல்லவா? மந்தாகினிக்கோ காது கேளாது; வாய் பேசாது. அவ்வளவுக்கு அவளுடைய கண் பார்வை கூர்மையாயிருந்தது. ஆழ்வார்க்கடியானும், பூங்குழலியும் மந்தாகினி தேவியையே

கவனித்துக் கொண்டிருந்தார்கள். ஆகையால் அவர்கள் கண்ணிற்குப் படாத ரவிதாஸன் மந்தாகினியின் பார்வைக்கு இலக்கானான்.

வரப் போகும் நன்மை தீமைகளை முன்னாலேயே அறிந்து கொள்ளக் கூடிய இயற்கையான உணர்ச்சி அறிவும் மந்தாகினிக்கு இருந்தது. ஆதலின் ரவிதாஸன் ஏதோ தீய காரியத்துக்காகவே இங்கே வந்திருக்கிறான் என்பதை அவள் உணர்ந்து கொண்டாள். ஏற்கெனவே ஈழ நாட்டில் அருள்மொழிவர்மனை ரவிதாஸன் கொல்ல முயன்றதையும் அவள் அறிந்திருந்தாள் அல்லவா! ஆதலின் கூட்டத்தோடு கூட்டமாகத் தஞ்சையின் வீதிகளில் சென்ற போது அவள் பார்வை ரவிதாஸனை விட்டு அகலவில்லை.

குழப்பத்தின் உச்சமான நிலையில் சின்னப் பழுவேட்டரையர் குதிரை மேலேறி வந்த சமயத்தில் ஜனக்கூட்டம் சடசடவென்று கலைந்ததல்லவா? அச்சமயம் ரவிதாஸனும் இன்னொரு மனிதனும் ஒரு சந்து வழியில் அவசரமாகப் புகுந்து செல்வதை மந்தாகினி பார்த்தாள். உடனே அந்தத் திசையைக் குறிவைத்து அவளும் வேகமாகச் சென்று, அதே சந்து வழியில் பிரவேசித்தாள்.

இது நிகழ்ந்த ஒரு நிமிட நேரத்தில், ஜனக்கூட்டத்தினால் மோதித் தள்ளப்பட்ட திருமலையும், பூங்குழலியும் மந்தாகினியைக் கவனிக்க முடியவில்லை. பிறகு பார்த்தால் அவளைக் காணவில்லை. மந்தாகினி சந்து வழியில் புகுந்து பிறகு இரண்டொரு தடவை திரும்பிப் பார்த்தாள். பூங்குழலியும் திருமலையும் வருகிறார்களோ என்று அவர்களைக் காணவில்லை. ஆனாலும் ரவிதாஸனைத் தொடர்வதே, முக்கியமான காரியம் என்று எண்ணிச் சென்றாள். இந்த வரலாற்றின் ஆரம்பத்தில் வந்தியத்தேவன் காலாந்தககண்டரின் ஆட்களிடமிருந்து தப்பிச் சென்ற வழியிலேயே ரவிதாஸனும் அவனுடைய தோழனும் சென்றார்கள். ரவிதாஸனுடைய தோழனையும் முன்னம் நாம் சந்தித்திருக்கிறோம். திருப்புறம்பயம் பள்ளிப்படையிலே நள்ளிரவு சதிக் கூட்டத்திலே நாம் பார்த்த சோமன் சாம்பவன் என்பவன் தான் அவன்.

அவ்விருவரும் அதி வேகமாகச் சந்து பொந்துகளில் புகுந்து சென்றார்கள். ஆங்காங்கு விழுந்து கிடந்த மரங்களைப் பொருட்படுத்தாமல் தாண்டிக் குதித்துச் சென்றார்கள். மழைத் தண்ணீர் தேங்கியதால் ஏற்பட்டிருந்த சேற்றுக் குட்டைகளையும் கவனியாமல் சென்றார்கள். இன்னமும் இலேசாகக் காற்று அடித்துக் கொண்டிருந்தபடியால் மரக்கிளைகள் அசைந்தாடிக் கொண்டிருந்தன. கிளைகளிலிருந்து அவ்வப்போது தண்ணீர்த் துளிகள் சலசலவென்று விழுந்தன. தங்களை யாரும் பின் தொடர்வார்கள் என்ற எண்ணமே அவர்களுக்கு லவலேசமும் இல்லை. ஆகையால் அவர்கள் திரும்பிப் பாராமலே விரைந்து சென்றார்கள். திரும்பிப் பார்த்திருந்தாலும் மந்தாகினி தேவியை அவர்கள் பார்த்திருக்க முடியாது.

கடைசியில், அவர்களுடைய துரிதப் பிரயாணம் பெரிய பழுவேட்டரையருடைய அரண்மனைத் தோட்டத்தின் பின் மதில் ஓரத்தில் வந்து நின்றது. புயலினால் வேருடன் பறிக்கப்பட்ட மரம் ஒன்று அந்த மதில் மேலே விழுந்து முறிந்து கிடந்தது. ரவிதாஸனும் சோமன் சாம்பவனும் அந்த மரத்தின் மீது எளிதில் ஏறி மதிலைக் கடந்து அப்பால் தோட்டத்தில் குதித்தார்கள். அவர்கள் குதிப்பதைப் பார்த்த மந்தாகினி தேவியும் சிறிது நேரத்துக்கெல்லாம் அதே மரத்தின் மீது ஏறி அப்பாலிருந்த தோட்டத்தில் இறங்கினாள்.

ரவிதாஸன், சோமன் சாம்பவனைச் சற்று தூரத்திலேயே நிறுத்தி விட்டுப் பெரிய பழுவேட்டரையரின் அரண்மனையை அணுகினான். பெரிய பழுவேட்டரையரும் பழுவூர் இளைய ராணியும் இல்லாதபடியால் அரண்மனை சூன்யமாகக் காணப்பட்டது. எனினும் பெண்களின் பேச்சுக் குரல் மட்டும் கேட்டது. ஒருமுறை இரண்டு தாதிப் பெண்கள் அந்த மாளிகையின் பின் முகப்புக்கு வந்தார்கள். தோட்டத்து மரங்கள் பல முறிந்து விழுந்து கிடந்ததைப் பார்த்தார்கள்.

"ஆகா! அனுமார் அழித்த அசோக வனம் மாதிரியல்லவா இருக்கிறது?" என்றாள் ஒருத்தி.

"நம்முடைய சீதா தேவி இங்கே இச்சமயம் இருந்திருந்தால், ரொம்ப மனவேதனைப் பட்டிருப்பாள்!" என்றாள் இன்னொருத்தி.

சற்று நேரம் இவ்விதம் பேசிக் கொண்டிருந்துவிட்டு அவர்கள் திரும்ப உள்ளே செல்லும் சமயத்தில் ரவிதாஸன் வாயைக் குவித்துக் கொண்டு ஆந்தைக் குரல் போன்ற ஒலி உண்டாக்கினான். தாதிப் பெண்கள் இருவரும் திரும்பிப் பார்த்தார்கள். ரவிதாஸன் நன்றாக மறைந்து கொண்டிருந்தான். தாதிகளில் ஒருத்தி "பாரடி! பட்டப் பகலில் கோட்டான் கத்துகிறது! நேற்று அடித்த புயலில் ஆந்தைக்கும் புத்தி சிதறிவிட்டது!" என்றாள். இன்னொருத்தி ஒன்றும் சொல்லவில்லை.

சற்று நேரத்துக்கெல்லாம் மறுமொழி சொல்லாமல் சென்றவள் திரும்பி வந்தாள். பழுவூர் அரண்மனைக்கும் பொக்கிஷ நிலவறைக்கும் நடுவில் இருந்த வஸந்த மண்டபத்துக்கு வந்து சேர்ந்தாள். இந்த மண்டபத்திலேதான் வந்தியத்தேவன் பழுவூர் ராணியைச் சந்தித்தான் என்பது வாசகர்களுக்கு நினைவிருக்கலாம். அந்தத் தோழிப் பெண் தோட்டத்தை உற்றுப் பார்த்தாள். மறுபடியும் ஆந்தையின் குரல் கேட்டது. குரல் வந்த இடத்தை நோக்கி அந்தப் பெண் நடந்து வந்தாள். மரத்தின் மறைவிலிருந்து ரவிதாஸனும் முன்னால் வந்தான். காந்த சக்தி கொண்ட கண்களால் அவளை விழித்துப் பார்த்தாள்.

"மந்திரவாதி, வந்துவிட்டாயா? இளைய ராணி கூட இங்கே இல்லையே? எதற்காக வந்தாய்?" என்று கேட்டாள்.

"பெண்ணே, இளையராணி அனுப்பித்தான் வந்திருக்கிறேன்!" என்றான் ரவிதாஸன்.

"போன இடத்திலும் ராணியை நீ விடவில்லையா? இங்கே எதற்காக வந்தாய்? யாருக்காவது தெரிந்தால்..."

"தெரிந்தால் என்ன முழுகிவிடும்?"

"அப்படிச் சொல்லாதே! சின்னப் பழுவேட்டரையர் எங்கள் பேரில் சந்தேகம் கொண்டிருக்கிறார். என்னை அழைத்து ஒருநாள் கடுமையாக எச்சரித்தார். மறுபடியும் மந்திரவாதி வந்தால் தம்மிடம் வந்து சொல்லவேண்டும் என்று கட்டளை இட்டிருக்கிறார்..."

"அவன் கெட்டான், போ! அவர்களுடைய காலமெல்லாம் நெருங்கிவிட்டது! நீ ஒன்றும் கவலைப்படாதே! நிலவறையின் சாவி வேண்டும் சீக்கிரம் கொண்டு வந்து கொடு!" என்றான் ரவிதாஸன்.

"ஐயையோ! நான் மாட்டேன்!"

"இதோ பார், உன் எஜமானியின் மோதிரம்!" என்று ரவிதாஸன் இளைய ராணியின் முத்திரை மோதிரத்தைக் காட்டினான்.

"இதை நீ எங்கே திருடினாயோ, என்னமோ யார் கண்டது?"

"அடி பாவி! என்னையா திருடன் என்கிறாய்? இளைய ராணியே என்னைக் கண்டு நடுங்குவதைப் பார்த்து விட்டுமா இப்படிச் சொல்கிறாய்? பார்! இன்றிரவே ஒன்பது பிசாசுகள் வந்து உன்னை உயிரோடு மயானத்துக்குத் தூக்கிச் சென்று..."

"வேண்டாம், வேண்டாம்! உன் பிசாசுகள் எல்லாம் உன்னிடமே இருக்கட்டும். எனக்கென்ன வந்தது? இளைய ராணியின் மோதிரத்தைக் காட்டினால் நீ கேட்டதைக் கொண்டு வந்து கொடுத்து விடுகிறேன். ஆனால் அவசரப்படாதே! தோட்டம் அழிந்து கிடப்பதைப் பார்க்க அடிக்கடி பெண்கள் இங்கே வருகிறார்கள். எல்லாரும் சாப்பிடும் சமயத்தில் நான் உன்னிடம் சாவியைக் கொண்டு வந்து கொடுக்கிறேன் அதுவரை பொறுத்திரு...!"

"ஆகட்டும்; எனக்கும் கொஞ்சம் சாப்பாடு கொண்டு வா! சாப்பிட்டு இரண்டு நாள் ஆகிறது நிறையக் கொண்டு வா!" என்றான் ரவிதாஸன்.

தாதிப் பெண் போன பிறகு, ரவிதாஸனும் சோமன் சாம்பவனும் விழுந்து கிடந்த மரம் ஒன்றில் மேல் உட்கார்ந்து பேசிக் கொண்டிருந்தார்கள். அவர்கள் அறியாத வண்ணம் மந்தாகினியும் சற்று தூரத்தில் மறைவான இடத்தில் உட்கார்ந்து கொண்டாள். ரவிதாஸனும் தாதிப் பெண்ணும் பேசியது ஒன்றும் அவளுக்குப் புரியாவிட்டாலும் ஏதோ நடக்கப் போகிறதென்று ஊகித்துக் கொண்டாள்.

வெகு நேரம் கழித்து அத்தாதிப் பெண் திரும்பி வந்தாள். ரவிதாஸன் எழுந்து முன்னால் போனான். அவள் கொண்டு வந்திருந்த சோற்று மூட்டையையும், சாவிக் கொத்தையும் வாங்கிக் கொண்டான். பிறகு, வஸந்த மண்டபத்தை அடைந்து அங்கிருந்த பொக்கிஷ நிலவறைக்குச் சென்ற நடை பாதையில் இருவரும் சென்றார்கள். ஒரு சாவி, இரண்டு சாவி, மூன்றாவது சாவியையும் போட்டுத் திருப்பிய பிறகு, பூட்டுத் திறந்தது. நிலவறையின் உள்ளே ஒரே கும்மிருட்டாக இருந்தது.

ரவிதாஸன் தாதிப் பெண்ணைப் பார்த்து, "அடடா! ஒன்று மறந்து விட்டேனே! இந்த இருட்டறையில் விளக்கு இல்லாமல் எப்படி போவது? ஒரு விளக்காவது தீவர்த்தியாவது கொண்டு வா!" என்றான்.

"பட்டப்பகலில் தீவர்த்தியும், விளக்கும் எப்படிக் கொண்டு வருவேன்? யாராவது பார்த்துச் சந்தேகப்பட்டால்?"

"அது எனக்குத் தெரியாது! உனக்கு அவ்வளவு சாமர்த்தியம் இல்லை என்றா சொல்கிறாய்? நான் நம்பமாட்டேன். தீவர்த்தியாவது தீபமாவது கொண்டு வா! இல்லாவிடில் இராத்திரி பன்னிரண்டு கொள்ளிவாய்ப் பிசாசுகளை அனுப்பி..."

"ஐயையோ, சும்மா இரு! எப்படியாவது கொண்டு வந்து தொலைக்கிறேன்" என்று கூறினாள் அந்தத் தாதிப் பெண்.

"அதற்குள் நானும் சாப்பிட்டு முடிக்கிறேன்" என்றான் ரவிதாஸன்.

தோழிப் பெண் அரண்மனையை நோக்கிச் சென்ற பிறகு ரவிதாஸனும் சோற்று மூட்டையுடன் தோட்டத்துக்குள் பிரவேசித்தான் சோமன் சாம்பவனிடம் வந்தான். அவனிடம் சோற்று மூட்டையைக் கொடுத்து, "ஒருவேளை இரண்டு மூன்று நாள் நிலவறையிலேயே நீ இருக்கும்படி நேரலாம். சரியான சந்தர்ப்பம் கிடைக்க வேண்டும் அல்லவா? ஆகையால் இந்தச் சோற்று மூட்டையை வைத்துக் கொள். வேலை எடுத்துக் கொண்டு என்னோடு சத்தமிடாமல் வா! அந்தப் பெண் தீவர்த்தி கொண்டு வரப் போயிருக்கிறாள். அதற்குள் நீ நிலவறைக்குள் புகுந்து விட வேண்டும்" என்று சொன்னான். இருவரும் துரிதமாகச் சென்றார்கள்; மந்தாகினியும் அவர்கள் அறியாமல் பின் தொடர்ந்தாள்.

ஃஃ

28. பாதாளப் பாதை

நாற்புறமும் நன்றாகப் பார்த்துவிட்டு ரவிதாஸன் திறந்திருந்த நிலவறைக் கதவைச் சுட்டிக் காட்டிச் சோமன் சாம்பவனை அதன் உள்ளே போகச் சொன்னான்.

"முதலில் இருட்டில் கண் தெரியாது அதற்காகக் கதவின் அருகிலேயே நின்றுவிடாதே! உள்ளே கொஞ்சம் தூரமாகவே போய் நின்றுகொள்!" என்றான்.

சோமன் சாம்பவன் நிலவறைக்குள் புகுந்ததும் அவனை இருள் விழுங்கிவிட்டது போலிருந்தது.

பிறகு, ரவிதாஸன் நடைபாதை வழியாகத் திரும்பி நந்தினிதேவியின் வஸந்த மண்டபம் வரையில் சென்றான். அங்கிருந்து பழுவேட்டரையரின் அரண்மனையைப் பார்த்துக் கொண்டிருந்தான். தாதிப் பெண்ணைத் தவிர வேறு யாராவது வந்து விட்டால் அவனும் நிலவறைக்குள் அவசரமாகச் சென்று கதவைச் சாத்திக் கொள்வது அவசியமாயிருக்கலாம் அல்லவா?

ரவிதாஸன் அவ்விதம் வஸந்த மண்டபத்தில் நின்று கொண்டு அரண்மனை வாசலையே பார்த்துக் கொண்டிருந்த சமயத்தில், மந்தாகினி சிறிதும் சத்தமின்றி நடந்து வந்து திறந்திருந்த நிலவறைக்குள் பிரவேசித்தாள். அடர்ந்த காடுகளில் நள்ளிரவில் எத்தனையோ நாள் இருந்து பழக்கப்பட்டவளுக்கு அந்த நிலவறையின் இருட்டு ஒரு பிரமாதமா என்ன? சில வினாடி நேரத்தில் கண் தெரிய ஆரம்பித்தது.

ரவிதாஸனுடன் வந்தவன் சற்றுத் தூரத்தில் ஒரு தூணுடன் முட்டிகொண்டு தவித்ததைப் பார்த்தாள். இவள் அதற்கு நேர்மாறான திசையில் சென்றாள். அங்கே ஒரு படிக்கட்டு காணப்பட்டது. நிலவறைப் பாதை அங்கே கீழே இறங்கிச் சென்றது. படிகளின் வழியாக இறங்கிக் கீழே நின்று கொண்டாள்.

சோமன் சாம்பவனுக்கு ஏதோ சிறிது சத்தம் கேட்டிருக்க வேண்டும். "யார் அது? யார் அது?" என்று குரல் கொடுத்தான். அது திறந்திருந்த வாசல் வழியாகப் போய் ரவிதாஸனுடைய காதில் இலேசாக விழுந்தது.

அதே சமயத்தில் அரண்மனை வாசல் வழியாகத் தாதிப் பெண் கையில் தீவர்த்தியுடன் வந்து கொண்டிருந்ததை ரவிதாஸன் பார்த்தான். தான் முன்னால் சென்று சோமன் சாம்பவனுக்கு எச்சரிக்கை செய்வதற்காக விரைந்து நடந்தான். நிலவறை வாசற்படிக்குள் புகுந்ததும், "சாம்பவா! எங்கே இருக்கிறாய்?" என்னைக் கூப்பிட்டாயா?" என்றான்.

"ஆமாம்; கூப்பிட்டேன்!"

"அதற்குள்ளே அவசரமா? உன் குரல் வெளியிலே யாருக்காவது கேட்டால் என்ன செய்கிறது? உன்னை இங்கே இப்படியே விட்டு விட்டுப் போய்விடுவேன் என்று நினைத்தாயா?"

"இல்லை; இல்லை! ஒரு விஷயம் கேட்பதற்காகக் கூப்பிட்டேன்" என்று சொல்லிக் கொண்டே சோமன் சாம்பவன் ரவிதாஸனை அணுகி வந்தான்.

இச்சமயத்தில் நிலவறையில் வாசலில் பிரகாசமான வெளிச்சம் தெரிந்தது. "ஓகோ! அந்தப் பெண் தீவர்த்தியுடன் வந்து விட்டாள்; உன்னைப் பார்த்துவிடப் போகிறாள். போ! போ! தூரமாகச் சென்று தூண் மறைவில் நில்! சீக்கிரம்!" என்றான் ரவிதாஸன்.

சோமன் சாம்பவன் அவசரமாகப் பின்வாங்கிச் சென்றான். அடுத்த வினாடி நிலவறையின் வாசலில் தாதிப் பெண் கையில் தீவர்த்தியுடன் வந்து நின்றாள்.

"மந்திரவாதி! மந்திரவாதி! எங்கே போனாய்?" என்றாள்.

"எங்கேயும், போகவில்லை உனக்காகத்தான் காத்துக் கொண்டிருந்தேன்" என்று கூறிக் கொண்டே ரவிதாஸன் அவளை அணுகித் தீவர்த்தியைக் கையில் வாங்கிக் கொண்டான்.

"பெண்ணே! வெளியில் கதவைப் பூட்டிகொள். இன்னும் ஒரு நாழிகைக்கெல்லாம் சாவியுடன் திரும்பி வா! கதவைத் தட்டிப் பார்! நான் குரல் கொடுத்தால் திறந்து விடு! ஒருவரும் இல்லாத சமயமாகப் பார்த்துத் திற!" என்றான் ரவிதாஸன்.

"ஆகட்டும், மந்திரவாதி! ஆனாலும் உனக்கு எச்சரிக்கை செய்கிறேன். சின்னப் பழுவேட்டரையருக்கு ஏதோ சந்தேகம் ஏற்பட்டிருக்கிறது. நீ அகப்பட்டுக் கொண்டால் என்னைக் காட்டிக் கொடுத்து விடாதே!" என்று கேட்டுக் கொண்டாள் தாதிப் பெண்.

"பெண்ணே! வீணாகக் கலவரப்படாதே! நான்தான் சொன்னேனே! காலாந்தககண்டனுக்கே இறுதிக் காலம் நெருங்கிவிட்டது!"

"என்னை ஏன் மறுபடி வந்து கதவைத் திறக்கச் சொல்லுகிறாய்? நிலவறையிலிருந்து வெளியில் போவதற்குத்தான் வேறு வழி இருக்கிறதே!"

"அந்த வழி இன்றைக்கு உபயோகப்படாது; வெட்டாற்றில் வெள்ளம் கரைபுரண்டு ஓடுகிறது. நீ போ! சரியாக ஒரு நாழிகைக்கெல்லாம் திரும்பிவிடு!"

தாதிப் பெண் வெளியில் சென்று கதவைச் சாத்தினாள். அவள் வெளியில் கதவைப் பூட்டிய அதே சமயத்தில் ரவிதாஸன் உட்புறத்தில் தாளிட்டான். பின்னர், கையில் தீவர்த்தியைத் தூக்கிப் பிடித்துக் கொண்டு சோமன் சாம்பவன் இருக்குமிடம் நோக்கி விரைந்து வந்தான்.

"சாம்பவா! என்னை என்னமோ கேட்க வேண்டுமென்று சொன்னாயே? இப்போது கேள்" என்றான்.

"நீ இதற்கு முன் ஒரு தடவை இங்கு வந்தாயா?" என்று சோமன் சாம்பவன் கேட்டான்.

"ஒரு தடவை என்ன? பல தடவை வந்திருக்கிறேன். நாம் சேர்த்து வைத்திருக்கும் பொருளெல்லாம் வேறு எங்கிருந்து வந்ததென்று நினைத்தாய்?" என்றான் ரவிதாஸன்.

"நான் அதைக் கேட்கவில்லை நீ சற்று முன் என்னை இங்கு விட்டு விட்டு வெளியில் போனாயல்லவா? மறுபடியும்..."

"இப்போதுதான் வந்திருக்கிறேனே?"

"நடுவில் ஒரு தடவை வந்தாயா?"

"நடுவிலும் வரவில்லை; ஓரத்திலும் வரவில்லை, எதற்காகக் கேட்கிறாய்?"

"நீ போன சிறிது நேரத்துக்கெல்லாம் வாசற்படியின் வெளிச்சம் சட்டென்று மறைந்தது நான் தூணில் முட்டிக் கொண்டேன்."

"ஒருவேளை கதவு தானாகச் சாத்தித் திறந்துக் கொண்டிருக்கும்."

"ஏதோ ஒரு உருவம் உள்ளே வந்தது போலத் தெரிந்தது; காலடி சத்தமும் நன்றாகக் கேட்டது."

"உன்னுடைய சித்தப்பிரமையாயிருக்கும் இந்த நிலவறையே அப்படித்தான் இருட்டிலே நிழல் போலத் தெரியும். திடீரென்று வெளிச்சம் தோன்றி மறையும். விசித்திரமான ஓசைகள் எல்லாம் கேட்கும். இங்கு நுழைந்தவர்கள் சிலர் பயப்பிராந்தியினாலேயே செத்துப் போயிருக்கிறார்கள். அவர்களுடைய எலும்புக்கூடுகள் அங்கங்கே கிடக்கின்றன. பழுவேட்டரையன் வேண்டுமென்றே அந்த எலும்புக்கூடுகளை எடுக்காமல் விட்டு வைத்திருக்கிறான். ஒருவரும் அறியாமல் இந்த நிலவறைக்குள் நுழைகிறவர்கள் எலும்புக்கூடுகளைப் பார்த்துப் பயந்து சாகட்டும் என்று.."

"அப்படி யாருக்கும் தெரியாமல் இந்த நிலவறையில் பிரவேசிக்க முடியுமா, என்ன?"

"சாதாரணமாக யாரும் நுழைய முடியாது. என்னைத் தவிர அப்படி யாரும் நுழைந்திருப்பார்கள் என்று தோன்றவில்லை. நானும் இளையராணி அல்லது அவளுடைய தோழியின் உதவியினால்தான் இங்கு வந்திருக்கிறேன்.."

"பின்னே மனிதர்களின் எலும்புக்கூடுகளைப் பற்றிச் சொன்னாயே?"

"அதுவா? பழுவேட்டரையன் யாரையாவது பயங்கரமாகத் தண்டிக்க விரும்பினால், நிலவறைக் கதவை இலேசாகத் திறந்து வைத்து விடுவான். பொக்கிஷ நிலவறையைப் பற்றிக் கேட்டிருப்பவர்கள் பொருளாசையினால் இதில் நுழைவார்கள். அப்புறம் இதைவிட்டு வெளியில் போவதில்லை."

"நீ ஒருவனைத் தவிர இங்கு வந்தவன் யாரும் வெளியில் போனதில்லையென்றா சொல்லுகிறாய்?"

"முன்னேயெல்லாம் அப்படித்தான் இப்போது இரண்டு பேரைப் பற்றி எனக்குச் சந்தேகமாயிருக்கிறது..."

"யாரைச் சொல்லுகிறாய் என்று எனக்குத் தெரியும் வல்லவரையனையும், கந்தமாறனையும் சொல்லுகிறாய்."

"ஆமாம்."

"அவர்களை நாம் இன்னும் உயிரோடு விட்டு வைத்திருக்கிறோமே!"

"எத்தனை தடவை உனக்குச் சொல்வது? வல்லவரையனை ஒரு முக்கியமான காரியத்துக்காகத்தான் இளைய ராணி விட்டு வைத்திருக்கிறாள். சுந்தர சோழனுடைய குலம் நசிக்கும் போது வந்தியத்தேவனும் சாவான். அதற்குக் காலம் நெருங்கிவிட்டது. வா! வா! இந்த நிலவறையிலுள்ள சுரங்கப் பாதைகளை எல்லாம் உனக்குக் காட்டுகிறேன்... ஒரு காரியத்தில் மட்டும் ஜாக்கிரதையாயிரு! இங்கே நவரத்தினக் குவியல் வைத்திருக்கும் மண்டபம் ஒன்றிருக்கிறது. அதில் நூறு வருஷங்களாகச் சோழர்கள் சேர்த்து வைத்த நவரத்தினங்களைக் குப்பல் குப்பலாகப் போட்டு வைத்திருக்கிறார்கள். அந்த நவரத்தினங்களின் மோகத்தில் மனத்தைப் பறிகொடுத்து விட்டால், நீ வந்த காரியத்தையே மறந்து போனாலும் போய்விடுவாய்!"

"ரவிதாஸா! யாரைப் பார்த்து இந்த வார்த்தை சொல்கிறாய்? உன்னைப் போல் நானும் வீரபாண்டியனுடைய தலையற்ற உடலின் மீது சத்தியம் செய்து கொடுத்தவன் அல்லவா?"

"யார் இல்லை என்றார்கள்? அந்த நவரத்தினக் குவியல்களைப் பார்த்தபோது என் மனது கூடச் சிறிது சலித்துப் போய் விட்டது; அதனாலேதான் எச்சரிக்கை செய்தேன். இருக்கட்டும்; வா, போகலாம், முதலில் சோழன் அரண்மனைக்குப் போகும் வழியை உனக்குக் காட்டுகிறேன். அதைக் காட்டிவிட்டு நான் போன பிறகு நீயே சாவகாசமாக இந்த நிலவறை முழுவதையும் சுற்றிப் பார்த்துக் கொள் பின்னொரு காலத்தில் உபயோகமாகயிருக்கலாம்."

ரவிதாஸன் தீவர்த்தியைப் பிடித்துக் கொண்டு மேலே நடந்தான் சோமன் சாம்பவன் பக்கத்திலேயே சென்றான்.

முன்னொரு சமயம் பெரிய பழுவேட்டரையரும் இளையராணி நந்தினியும் சென்ற அதே பாதையில் அவர்கள் சென்றார்கள். தீவர்த்தியின் புகை சூழ்ந்த வெளிச்சத்தில் நிலவறையின் தூண்களும் அவற்றின் நிழல்களும் கரிய பெரிய பூதங்களைப் போல் தோன்றின. இருளில் வாழும் வௌவால்கள் பயங்கரமான குட்டிப் பேய்களின் தோற்றம் கொண்டிருந்தன. ஆங்காங்கு பிரம்மாண்டமான சிலந்திக் கூடுகளும் அவற்றின் மத்தியில் ராட்சஸ சிலந்திப் பூச்சிகளும் காணப்பட்டன. தரையிலோ விசித்திர வடிவங்கள் கொண்ட ஜீவராசிகள் சில அதிவேகமாகவும் சில மிகவும் மெதுவாகவும் ஊர்ந்து சென்றன. ரவிதாஸன் கூறியது போலவே இனந்தெரியாத பலவிதச் சத்தங்கள் கேட்டன. வெளியே இன்னமும் அடித்துக் கொண்டிருந்த புயலின் சத்தமும் எப்படியோ எங்கிருந்தோ அந்தச் சுரங்க நிலவறைக்குள் வந்து எதிரொலி செய்தது.

சோமன் சாம்பவன் திடீரென்று திடுக்கிட்டு நின்று, "ரவிதாஸா! ஏதோ காலடிச் சத்தம் போல் கேட்கவில்லை?" என்று கேட்டான்.

"கேட்காமல் என்ன? நம்முடைய காலடிச் சத்தம் கேட்கத் தான் கேட்கிறது. வீணாக மிரண்டு விடாதே! இப்போது நானும் இருக்கும் போதே இப்படிப் பயப்பட்டாயானால், இங்கே இரண்டு மூன்று தினங்கள் எப்படியிருப்பாய்?" என்றான் ரவிதாஸன்.

"நான் ஒன்றும் பயப்படவில்லை; நீ போன பிறகு வீண்பிராந்திக்கு உள்ளாவதைக் காட்டிலும் நீ இருக்கும்போதே கேட்டுத் தெரிந்து கொள்ள விரும்புகிறேன். இந்த

நிலவறைக்குள் புகுந்தவர்கள் சிலர் இங்கேயே செத்துப் போனார்கள் என்று சொன்னாயல்லவா?" என்றான் சோமன் சாம்பவன்.

"ஆமாம்; அவர்களுடைய ஆவிகள் இங்கேயே உலாவிக் கொண்டு தானிருக்கும். அதனால் என்ன? பேய்கள்தான் நம்மைக் கண்டு பயந்து அலறுமே? அந்தச் சிறு பையன் வந்தியத்தேவன் இந்த நிலவறையில் பயப்படாமல் இருந்து எப்படியோ தப்பி வெளியேறியிருக்கிறான். எத்தனையோ பேய் பிசாசுகளைப் பார்த்த நானும் நீயும் ஏன் பயப்பட வேண்டும்?"

"பேயும் பிசாசும் இருக்கட்டும், அதற்கெல்லாம் யார் பயப்படுகிறார்கள். வேறு பிராணிகள், விஷ ஜந்துகள் இங்கே இருக்கலாம் அல்லவா?"

"பாம்புக்கும் தேளுக்கும் பயப்படப் போகிறாயா? நம்மைக் கண்டாலே அவைகள் வளைகளில் போய் ஒளிந்துக் கொள்ளும்..."

"இருந்தாலும் இரண்டு மூன்று நாட்கள் இங்கேயே இருக்கிறது என்றால் யோசனையாகத்தான் இருக்கிறது, ரவிதாஸா! அதற்கு முன்னாலேயே ஒருவேளை சந்தர்ப்பம் கிடைத்தால்...?"

"வேண்டாம், வேண்டாம்! அந்தத் தவறு மட்டும் செய்து விடாதே! இன்றைக்குச் செவ்வாய்க் கிழமை; புதன், வியாழன், இரண்டு நாளும் நீ காத்திருக்க வேண்டும். சுந்தர சோழன் தனிமையாக இருக்கும் நேரம் எது என்பதைப் பார்த்து வைத்துக் கொள். சுந்தர சோழனுடைய பட்டமகிஷி எப்போதும் அவன் அருகிலேயே இருப்பாள். வெள்ளிக்கிழமை இரவு நிச்சயமாகத் துர்க்கா பரமேசுவரியின் கோயிலுக்குப் போவாள். அன்று இரவுதான் நீயும் உன் காரியத்தை முடிக்க வேண்டும். சுந்தர சோழனுடைய குலம் நிர்மூலமாகும் நாள் வெள்ளிக்கிழமை தான். முன்பின்னாக ஏதாவது நடந்தால் காரியம் கெட்டுப் போகலாம்!" என்றான் ரவிதாஸன்.

இப்படிப் பேசிக்கொண்டே இருவரும் விரைவாக நடந்தார்கள். சோமன் சாம்பவன் மட்டும் சுற்று முற்றும் பார்த்துக் கொண்டே போனான். ஆயினும் அவர்கள் அறியாமல் தூண்களின் மறைவிலே ஒளிந்தும் சிறிதும் சத்தமின்றிப் பாய்ந்தும் அவர்களைத் தொடர்ந்து வந்து கொண்டிருந்த ஊமை ராணி அவர்கள் கண்ணில் படவில்லை. நிலவறைச் சுரங்கத்தின் ஒரு பக்கத்திலிருந்து இன்னொரு பக்கத்துக்கு அவர்கள் வந்து சேர்ந்தார்கள். அவர்களுக்கெதிரே நெடுஞ்சுவர் நின்றது. அதில் எங்கும் வாசல் இருப்பதாகவே தெரியவில்லை. ஆனால், சுவரின் உச்சியில் சிறு பலகணி வழியாகக் கொஞ்சம் வெளிச்சம் வந்தது.

ரவிதாஸன் தீவர்த்தியைச் சாம்பவன் கையில் கொடுத்து விட்டு அந்தச் செங்குத்தான சுவரில் ஆங்காங்கு நீட்டிக் கொண்டிருந்த முண்டு முரடுகளைப் பிடித்துக் கொண்டு ஏறினான். பலகணி வழியாகச் சிறிது நேரம் பார்த்துக் கொண்டிருந்து விட்டுக் கீழே சரசர என்று இறங்கினான்.

"அந்தப் பலகணி வழியாக வெளியில் குதிக்க வேண்டுமா? அதுதான் வழியா?" என்று சாம்பவன் கேட்டான்.

"இல்லை; இல்லை அந்தப் பலகணி வழியாக எலிதான் நுழைந்து செல்லலாம். ஆனால் அது வழியாகப் பார்த்தால் சோழன் அரண்மனை தெரியும். அந்த அரண்மனையிலும் முக்கியமான இடம் தெரியும்" என்றான் ரவிதாஸன்.

"சுந்தர சோழன் படுத்திருக்கும் இடமா?" என்றான் சாம்பவன்.

"ஆமாம், அங்கே ஜன நடமாட்டம் எப்படியிருக்கிறது என்பதை இந்தப் பலகணியின் மூலமாகப் பார்த்து நீ தெரிந்து கொள்ளலாம். இப்போது என்னுடன் வா! நான் செய்கிறதை நன்றாகப் பார்த்துக் கொள்!"

இவ்விதம் கூறிவிட்டு ரவிதாஸன் கீழே குனிந்தான். உற்றுப் பார்த்து வட்ட வடிவமான ஒரு கல்லின் மீது காலை வைத்து அமுக்கிக் கொண்டு இரண்டு கையினாலும் ஒரு சதுர வடிவமான கல்லைப் பிடித்துத் தள்ளினான்; கீழே ஒரு வழி காணப்பட்டது.

"கடவுளே! நிலவறைக்குள்ளே ஒரு பாதாளப் பாதையா?" என்று வியந்தான் சோம்பன் சாம்பவன்.

"ஆமாம்; இந்தப் பாதை இருப்பது பெரிய பழுவேட்டரையரையும் இளைய ராணியையும் தவிர யாருக்கும் தெரியாது. மூன்றாவதாக எனக்குத் தெரியும்! இப்போது உனக்கும் தெரியும்! பாதையைத் திறப்பது எப்படி என்று தெரிந்து கொண்டாய் அல்லவா?"

இருவரும் அப்பாதையில் இறங்கிச் சென்றார்கள்; தீவர்த்தியின் வெளிச்சம் சிறிது நேரத்திற்கெல்லாம் மறைந்தது. ஊமை ராணி தான் மறைந்து நின்ற இடத்திலிருந்து ஒரே பாய்ச்சலாக அங்கு வந்தாள். திறந்திருந்த வழியை உற்றுப் பார்த்தாள். அதில் இறங்குவதற்கு ஓர் அடி வைத்தாள். பிறகு புனராலோசனை செய்தவளாய்ச் சட்டென்று காலை வெளியில் எடுத்தாள்.

சிறிது நேரம் யோசனை செய்து கொண்டிருந்துவிட்டு, முன்னம் ரவிதாஸன் சுவரின் மீது ஏறிய இடத்தை நோக்கினாள். அங்கே ஒரே பாய்ச்சலாகப் பாய்ந்து சென்று அவன் ஏறியது போலவே தானும் சுவர் மீது ஏறினாள். பலகணியை அடைந்ததும் அதில் ஏறி உட்கார்ந்து கொண்டு அப்பால் பார்த்தாள். சுவரை ஒட்டினாற்போல் தோட்டமும் அதற்கப்பால் அழகிய மாடமாளிகையும் தென்பட்டன. அந்த மாளிகையைப் பார்த்ததும் அவளுக்கு உடம்பு சிலிர்த்தது. அதற்குள்ளே தனக்கு உயிரினும் இனியவர்கள் இருக்கிறார்கள் என்பதை அவள் உள்ளுணர்ச்சி கூறியது. இரகசிய வழியாகப் போகிறவர்கள் தனக்குப் பிரியமானவர்களுக்குத் தீங்கு செய்யும் நோக்கம் கொண்டவர்கள் என்பதையும் உணர்ந்தாள். அவர்களுடைய தீய நோக்கத்தைத் தடுக்கும் ஆற்றலைத் தனக்குக் கொடுத்து அருள வேண்டுமென்று அவள் அந்தராத்மாவில் குடிகொண்டிருந்த தெய்வத்தைப் பிரார்த்தனை செய்து கொண்டாள்.

கீழே இறங்கிவிடலாமா என்று அவள் எண்ணிய சமயத்தில் சற்றுத் தூரத்தில் தெரிந்த மாளிகையின் மேன்மாடத்தில் ஓர் அதிசயக் காட்சி தெரிந்தது. சற்று முன் அந்த இருளடர்ந்த நிலவறையிலிருந்த ரவிதாஸனும் சோமன் சாம்பவனும் அதில் ஏறித் தூண்களின் மறைவில் ஒளிந்து நின்றார்கள். அரண்மனையின் உட்பக்கமாக உற்று உற்றுப் பார்த்தார்கள். அப்போது பகல் நேரமாதலால் அந்த மாளிகையின் மேன்மாடம் நன்றாகத் தெரிந்தது. ரவிதாஸன் கையில் தீவர்த்தி இல்லை. சாம்பவன் கையில் வேல் மட்டும் இருந்தது. ரவிதாஸன் அந்த வேலை வாங்கிக் கொண்டு மாளிகையின் உட்புறத்தை நோக்கி அதை எறிவதற்காகக் குறிபார்த்தான். ஊமை ராணியின் நெஞ்சு அச்சமயம் நின்றுவிட்டது போலிருந்தது. நல்ல வேளையாக ரவிதாஸன் வேலை எறியவில்லை. எறிவது போல் பாவனை செய்து விட்டுச் சோமன் சாம்பவனிடம் திரும்பக் கொடுத்து விட்டான். மறுகணம் அவர்கள் இருவரும் அங்கிருந்து மறைந்து விட்டார்கள்.

ஊமை ராணியும் பலகணியிலிருந்து சுவர் வழியாகக் கீழே இறங்கினாள். சுரங்கப்பாதை தென்பட்ட இடத்தையே பார்த்துக் கொண்டு மறைந்து நின்றாள். இன்னும் சிறிது நேரத்துக்கெல்லாம் அந்தப் பாதையில் மறுபடி தீவர்த்தி வெளிச்சம் தெரிந்தது. இருவரும் வெளியில் வந்தார்கள் சுரங்கப்பாதையை மூடினார்கள்.

"அதைத் திறக்கும் வழியை நன்றாய்த் தெரிந்து கொண்டாயல்லவா?" என்று ரவிதாஸன் கேட்டான்.

"தெரிந்து கொண்டேன் இனி உனக்குக் கவலை வேண்டாம். ஒப்புக் கொண்ட காரியத்தை நிச்சயமாகச் செய்து முடிப்பேன்! சுந்தர சோழனுடைய வாழ்க்கை

வெள்ளிக்கிழமையோடு முடிவடையும்! இம்மாதிரியே நீங்களும் உங்கள் காரியத்தைச் செய்யுங்கள்" என்றான் சாம்பவன்.

"இளையராணி கரிகாலனைப் பார்த்துக் கொள்வாள் அதைப் பற்றிக் கவலையில்லை. அந்தக் குட்டிப் புலி கடலிலிருந்து தப்பி வந்து நாகைப்பட்டினத்தில் இருப்பதாகக் காண்கிறது. ஆனால் இந்த தடவை அவன் தப்ப முடியாது. அவனைக் காப்பாற்றி வந்த இரண்டு பெண் பேய்களும் இப்போது இத்தஞ்சையில் இருக்கின்றன. ஓடக்காரப் பெண்ணையும், ஊமைச்சியையும் கூட்டத்தில் பார்த்தேன். அந்த வீர வைஷ்ணவத் துரோகிகூட இங்கேதான் இருக்கிறான். ஆகையால் குட்டிப் புலியும் இனித் தப்ப முடியாது. நாகைப்பட்டினத்துக்குக் கிரம வித்தனை அனுப்ப போகிறேன். சுந்தர சோழனுடைய குலம் இந்த வெள்ளிக்கிழமை நசிந்துவிடும்..."

"அப்புறம் மதுராந்தகத்தேவன் இருப்பானே?"

"அவன் இருந்தால் இருக்கட்டும் அப்படிப்பட்ட ஒரு பேதை இன்னும் சில காலத்துக்குச் சோழ நாட்டுச் சிங்காதனத்தில் இருந்து வருவதுதான் நல்லது. பாண்டியச் சக்கரவர்த்திக்கும் வயது வரவேண்டும் அல்லவா?"

இவ்வாறு பேசிக் கொண்டே ரவிதாஸனும் சோமன் சாம்பவனும் வந்த வழியோடு விரைந்து சென்றார்கள்.

ஃஃஃ

29. இராஜ தரிசனம்

அவர்கள் மறைந்த பிறகு ஊமை ராணி சுரங்கப்பாதை தென்பட்ட இடத்துக்கு வந்தாள். உற்று உற்றுப் பார்த்துப் பாதையைத் திறப்பதற்கு முயன்றாள், முடியவில்லை. ரவிதாஸன் அப்பாதையைத் திறந்தபோது அவள் தூரத்தில் நின்றபடியால் திறக்கும் வழியை அவள் கவனித்துப் பார்த்துக் கொள்ள முடியவில்லை.

இரண்டு பேரில் ஒருவனாவது அங்கே கட்டாயம் திரும்பி வருவான் என்று அவள் மனத்தில் நிச்சயமாகப் பட்டிருந்தது. ஆகையால், அவ்விடத்திலேயே காத்திருக்கத் தீர்மானித்தாள்.

அவள் எதிர்பார்த்தது வீண் போகவில்லை. ரவிதாஸனை வெளியில் அனுப்பிவிட்டுச் சோமன் சாம்பவன் அங்கே திரும்பி வந்தான். அவன் கையில் தீவர்த்தி இருந்தது. ஆனால் முன்னைக் காட்டிலும் மங்கலாக எரிந்தது. ரவிதாஸனிடம் அவன் எவ்வளவோ தைரியமாகத்தான் பேசினான். ஆயினும் அவன் மனத்தில் பீதி போகவில்லையென்பது சுற்று முற்றும் மிரண்டு பார்த்துக் கொண்டு வந்ததிலிருந்து தெரிந்தது.

சுரங்கப்பாதை திறந்த இடத்தின் அருகில் வந்து அவன் பீதியுடன் உட்கார்ந்து கொண்டான். சற்று நேரத்துக்கெல்லாம் தீவர்த்தி அணைந்து விட்டது. பிறகு அவன் சுவரின் உச்சியின் மீதிருந்த பலகணியை அடிக்கடி அண்ணாந்து பார்த்துக் கொண்டிருந்தான்.

அதன் வழியாக உள்ளே வந்த வெளிச்சம் சிறிது சிறிதாக மங்கி மறைந்து கொண்டிருந்தது. நன்றாக வெளிச்சம் மங்கிச் சூரியன் அஸ்தமித்துவிட்டது என்று அறிந்த பிறகு அவன் சுரங்கப்பாதையை மறுபடியும் திறக்கத் தொடங்கினான். இப்போது மந்தாகினி அதன் சமீபமாக வந்து நின்று கொண்டாள். பாதை திறந்தது; சோமன் சாம்பவன் அதனுள் இறங்கப் போனான்.

அப்போது அந்த நிலவறையில், அவனுக்கு வெகு சமீபத்தில், 'கிறீச்' என்ற நீடித்த ஓலக் குரல் ஒன்று கேட்டது. சோமன் சாம்பவன் தன் வாழ்நாளில் எத்தனையோ பயங்கரங்களைப் பார்த்தவன்தான். ஆயினும் அந்த மாதிரி அமானுஷ்யமான ஒரு சத்தத்தை அவன் கேட்டதில்லை. பேய் என்பதாக ஒன்று இருந்து அதற்குக் குரலும்

இருந்தால், அது இப்படித்தான் இருக்க வேண்டும் என்று தோன்றியது. முதல் தடவை அக்குரல் கேட்டதும் சாம்பவன் தயங்கி நின்றான்; அதன் எதிரொலி நிற்கும் வரையில் காத்திருந்தான். இரண்டாந்தடவை அந்த ஓலக் குரலைக் கேட்டதும் அவன் உடம்பின் ரோமமெல்லாம் குத்திட்டு நிற்கத் தொடங்கியது. மூன்றாந்தடவை இன்னும் சமீபத்தில் கேட்ட பிறகு அவனுடைய உறுதி குலைந்து விட்டது. அந்த இருளடர்ந்த நிலவறையில் வழி துறை கவனியாமல் குருட்டாம் போக்காக ஓடத் தொடங்கினான்.

அவன் மறைந்ததும் ஊமை ராணி அந்தப் பாதையில் இறங்கினாள். சில படிகள் இறங்கிய பிறகு சமதரையாக இருந்தது. அதில் விடுவிடு என்று நடந்து போனாள். சோமன் சாம்பவன் அவள் இறங்குவதைப் பார்த்திருந்து திரும்பி வந்தாலும் அவளைப் பிடித்திருக்க முடியாது அவ்வளவு விரைவாக நடந்தாள். நரகத்துக்குப் போகும் தொலைவில்லாத இருண்ட வழியைப் போல் தோன்றியது. ஆயினும் அதற்கும் ஒரு முடிவு இருந்தது. செங்குத்தான சுவரில் முடிந்த இடத்தில் மேலே இடைவெளி சிறிது தெரிந்தது. சில படிகளும் கைக்குத் தென்பட்டன. அவற்றின் வழியாக ஏறியபோது தலையில் திடீரென்று முட்டியது. பாதாளப் பாதையின் படிகளுக்கும், மேலே தலை முட்டிய இடத்துக்கும் நடுவில் சிறிய சிறிய இடைவெளிகள் காணப்பட்டன. அவற்றின் ஒன்றில் நுழைந்து வெளியில் வந்தாள். சுற்றிலும் பெரிய பெரிய பூத வடிவங்கள் தென்பட்டன. ஈழத் தீவில் பிரம்மாண்டமான சிலை வடிவங்களைப் பார்த்தவளானபடியால் அந்தக் காட்சி அவளுக்குத் திகைப்பை உண்டு பண்ணவில்லை. தான் வெளி வந்த பாதை எங்கே முடிகிறது என்பதை நன்றாய்க் கவனித்துக் கொண்டாள். பத்துத் தலை இராவணன் தன் இருபது கைகளினாலும் கைலையங்கிரியைப் பெயர்த்து எடுத்துக் கொண்டிருந்தான். மலைக்கு மேலே சிவனும் பார்வதியும் வீற்றிருந்தார்கள். இராவணன் மலையைத் தூக்கிய இடத்தில் கீழே பள்ளமாயிருந்தது. மேலே தூக்கி நிறுத்திய மலையை அவனுடைய இருபது கைகளும் தாங்கிக் கொண்டிருந்தன. அவற்றில் இரண்டு கைகளுக்கு மத்தியில் இருந்த இடைவெளி வழியாக அந்தச் சிற்ப மண்டபத்துக்குள் தான் பிரவேசித்திருப்பதைத் தெரிந்து கொண்டாள். கைலையங்கிரிக்கு அடியில் அப்படி ஒரு பாதை இருக்கிறதென்பது சாதாரணமாகப் பார்ப்பவர்களுக்கு ஒரு நாளும் தெரியாது. அதன் அடியில் இறங்கிப் பார்க்கலாம் என்ற எண்ணமும் யாருக்கும் தோன்றாது. சமயத்தில் ஒளிந்து கொள்ளுவதற்குக் கூட அது சரியான மறைவிடந்தான்.

சில மணி நேரம் அந்தச் சிற்பச் சுரங்கப்பாதையின் அதிசயத்தைப் பார்த்துக் கொண்டிருந்து விட்டு மந்தாகினி அச்சிற்ப மண்டபத்தைச் சுற்றினாள். வெளிச்சம் மிகக் குறைவாயிருந்த போதிலும் இரவில் பார்த்துப் பழக்கமுற்ற அவளுடைய கூரிய கண்களுக்கு எல்லாம் நன்றாகத் தெரிந்தன. ஓரிடத்தில் சோழ குலத்து முன்னோர்களில் ஒருவரான சிபிச் சக்கரவர்த்தி புறாவின் உயிரைக் காக்கத் தம் உடலின் சதைகளை அறுத்துக் கொடுக்கும் காட்சி சிலை வடிவத்தில் இருந்தது. சிபியின் வம்சத்தில் பிறந்தவர்களானபடியினால் அல்லவோ சோழர்களுக்குச் 'செம்பியன்' என்னும் பட்டம் உரியதாயிற்று? அந்தச் சிற்பத்தைக் கூர்மையாகக் கவனித்துப் பார்த்த பிறகு ஊமை ராணி அப்பால் சென்றாள். பிரம்மாண்டமான சிவபெருமானுடைய சிரஸிலிருந்து கங்கை நதி கீழே விழும் காட்சி ஒரு சிற்பத்தில் அமைந்திருந்தது. அருகில் பகீரதன் கைகூப்பிய வண்ணம் நின்று கொண்டிருந்தான். கீழே விழுந்த பகீரதி நதி ஒரு பிரம்மாண்டமான ரிஷியின் வாய் வழியாகப் புகுந்து, காது வழியாக வெளியேறியது. அப்படி வெளியேறிய கங்கையில் ஒரு சிறிய முனிவர் குண்டிகையில் தண்ணீர் மொண்டு கொண்டிருந்தார். அவர்தான் குறு முனிவர் என்று பெயர் பெற்ற அகஸ்தியராக இருக்க வேண்டும். அந்தக் குண்டிகையை அவர் இன்னொரு சிறிய மலையின் மீது கவிழ்த்தார். குண்டிகையிலிருந்து பெருகிய நதி வரவரப் பெரிதாகிக் கொண்டு சென்றது. இந்தச் சிற்பக் கங்கையிலும் காவேரியிலும், அவற்றை அமைத்த போது தண்ணீர் பெருகுவதற்கும் ஏற்பாடு செய்திருக்க வேண்டும். ஆனால் இப்போது அவற்றில் தண்ணீர் இல்லை. காவேரி நீண்டு வளைந்து மலைப் பாறைகளின்

வழியாகவும் மரமடர்ந்த சோலைகளின் வழியாகவும் சென்றது. அதன் இருபுறமும் அநேக சிவன் கோயில்கள் இருந்தன. கடைசியாகக் காவேரி கடலில் கலக்க வேண்டிய இடத்தில் அந்தச் சிற்ப மண்டபத்தின் மதில் சுவர் இருந்தது. ஏதோ சந்தேகப்பட்டு ஊமை ராணி அந்த இடத்தில் மதில் சுவரில் கையை வைத்து அமுக்கினாள் சிறிய கதவு ஒன்று திறந்தது. அதன் வழியாக வெளியேறிய இடம் அரண்மனைத் தோட்டம். அதற்கு அப்பால் வெகு சமீபத்தில் அரண்மனையின் உன்னதமான மாடங்கள் காணப்பட்டன. சுற்றுமுற்றும் பார்த்தாள்; மயங்கிய அந்தி மாலையின் வெளிச்சத்தில் தோட்டத்தில் யாருமில்லை என்று தெரிந்தது. பழுவேட்டரையரின் தோட்டத்தில் விழுந்து கிடந்தது போலவே இங்கேயும் மரங்கள் முறிந்து விழுந்து கிடந்தன. ஆகையால் தோட்டத்தில் யாராவது இருந்தாலும் அவள் சிற்ப மண்டபத்திலிருந்து வெளிவந்ததைப் பார்த்திருக்க முடியாது. இன்னும் நன்றாய் இருட்டட்டும் என்று சிற்ப மண்டபத்தை ஒட்டியே நின்று காத்திருந்தாள். ஒருவேளை கையில் வேலையுடைய அந்த யமகிங்கரன் வந்தாலும் வரக்கூடும். ஆகையால், சிற்ப மண்டபத்துக்குள்ளும் அடிக்கடி எட்டிப் பார்த்துக் கொண்டிருந்தாள்.

அரண்மனையின் தீபங்கள் ஒவ்வொன்றாகச் சுடர்விட்டு எரியத் தொடங்கின. சிறிது நேரத்துக்கெல்லாம் அரண்மனை முழுவதும் ஒரே ஜகஜ்ஜோதியாகக் காட்சி அளித்தது. கீழ் அறைகளில் ஏற்றிய தீபங்கள் பலகணிகளின் வழியாக வெளியில் ஒளி வீசின. மேல் மாடங்களில் ஏற்றிய தீபங்கள் வானத்து நட்சத்திரங்களுடன் போட்டியிட்டுக் கொண்டு பிரகாசித்தன.

"ஐயோ! பகல் வேளையைக் காட்டிலும் இரவு மிகவும் அபாயகரமாகத் தோன்றுகிறதே!" என்று மந்தாகினி எண்ணினாள்.

அரண்மனையை நாலுபுறமும் நன்றாக உற்றுப் பார்த்தாள். சிற்ப மண்டபத்துக்குச் சமீபமாக இருந்த அரண்மனைப் பகுதியிலே மட்டும் அதிக விளக்குகள் இல்லை என்பதைக் கவனித்துக் கொண்டாள். காவேரி வெள்ளத்திலிருந்து தான் எடுத்துக் காப்பாற்றிய தன் உயிருக்குயிரான செல்வக் குமாரனை இலங்கையில் கொல்ல முயற்சித்த பாதகனும், அவனுடைய தோழனும் அரண்மனையின் இந்தப் பகுதியிலே தான் மேல் மாடத்தில் ஏறி நின்றார்கள். ரவிதாஸன் இன்னொருவனிடமிருந்து வேலை வாங்கி யார் மீதோ எறிவது போல் குறி பார்த்த இடம் இதுதான். நல்ல வேளையாக, இந்தப் பகுதியில் அதிகமாக தீபங்கள் ஏற்றவில்லை. அதற்குக் காரணம் யாதாயிருக்கலாம்?.. நல்லது; அதுவும் சீக்கிரத்தில் தெரிந்து போகிறது.

நன்றாக அஸ்தமித்து அரண்மனைத் தோட்டத்தில் இருள் சூழ்ந்தவுடனே மந்தாகினி சிற்ப மண்டபத்தின் வாசலிலிருந்து மிரண்டோடும் மானின் வேகத்துடன் பாய்ந்து சென்று அரண்மனையை அடைந்தாள். அரண்மனையின் அந்தப் பின் பகுதியில் வட்ட வடிவமான தாழ்வாரங்களும் அவற்றைத் தாங்கி நின்ற வரிசை வரிசையான தூண்களும், பல இடங்களில் மேன்மாடத்துக்கு ஏறும் படிக்கட்டுகளும் காணப்பட்டன. தாழ்வாரங்களில், பெரிய விருந்துகளுக்குச் சமையல் செய்ய உதவும் பிரம்மாண்டமான தாமிரப் பாத்திரங்கள், பழசாய்ப் போன தந்தப் பல்லக்குகள், ஒடிந்த சிங்காதனங்கள், இப்படிப் பல பொருள்கள் இருந்தன. அவற்றின் மத்தியில் சிறிது நேரம் சுற்றிப் பார்த்துவிட்டு மந்தாகினி கடைசியாக ஒரு படிக்கட்டின் மீது துணிந்து ஏறினாள். கீழே இருந்தது போலவே மேன்மாடத்திலும் வட்ட வடிவமான தாழ்வாரங்களும் அவற்றின் மேற்கூரையைத் தாங்கிய சித்திர விசித்திரமான தூண்களும் வேலைப்பாடு அமைந்த பலகணிகளும் நிலா முன்றில்களும் அவற்றில் பளிங்குக்கல் மேடைகளும் காணப்பட்டன. மனித சஞ்சாரம் அற்றதாகத் தோன்றிய அந்த மேன்மாடக் கூடங்களில் மந்தாகினி சுற்றிச்சுற்றி அலைந்தாள். மாடத்தின் உட்புறத்து ஓரங்களுக்குப் போக அவள் மிகவும் தயங்கினாள். ஓரிடத்தில் உட்புறத்தில் கீழேயிருந்த தீப வெளிச்சம் வருவதைக் கண்டு அங்கே போய்த் தூண் மறைவில் எட்டி பார்த்தாள்.

ஆகா! அவள் பார்த்தது என்ன? பார்த்த கண்களைத் திருப்பவே முடியாத காட்சிகளைப் பார்த்தாள்.

ஒரு விசாலமான மண்டபத்தின் மத்தியில் சித்திர வேலைப்பாடு அமைந்த சப்ரமஞ்சக் கட்டிலில் ஒருவர் சாய்ந்த வண்ணம் படுத்திருந்தார்.

அவரைச் சுற்றிலும் நாலு ஸ்திரீகளும் இரண்டு ஆடவர்களும் அச்சமயம் நின்றார்கள். படுத்திருந்தவரிடம் அவர்கள் பயபக்தி கொண்டவர்கள் என்பது அவர்களுடைய தோற்றத்திலிருந்து தெரிந்தது. சிறிது தூரத்தில் இன்னும் அதிக மரியாதையுடன் இரு தாதிப் பெண்கள் நின்றார்கள்.

ஒரே ஒரு தீபந்தான் அந்த மண்டபத்தில் எரிந்தது. அதுவும் கட்டிலுக்கு அருகில் இருந்த விளக்குத் தண்டின் மீது பொருத்தப்பட்டு மங்கலான வெளிச்சத்தையே தந்து கொண்டிருந்தது.

சுற்றிலும் நின்றவர்களை முதலில் மந்தாகினி பார்த்தாள். அவர்களில் ஒருத்தி தன் உயிருக்குயிரான சகோதரன் மகள் பூங்குழலி என்பதை அறிந்தாள். மற்றவர்களையும் அவள் முன்னம் சில தடவை மறைவான இடங்களிலிருந்து பார்த்திருக்கிறாள். ஆனால், அவர்கள் எல்லாம் யார் யார் என்பது அவ்வளவு நன்றாய்த் தெரியாது.

சுற்றி நின்றவர்களைப் பார்த்துவிட்டு மிக மிகத் தயக்கத்துடன் மந்தாகினி கட்டிலில் படுத்திருந்தவரைப் பார்த்தாள். அவளுடைய நெஞ்சு ஒரு கணம் ஸ்தம்பித்துவிட்டது.

ஆம்; அவரேதான்! எத்தனையோ யுகம் என்று சொல்லக் கூடிய நீண்ட காலத்துக்கு முன்னால் தான் சின்னஞ்சிறு பெண்ணாக ஓடி விளையாடிக் காடுகளில் திரிந்து கொண்டிருந்த காலத்தில் ஓரிடத்தில் வந்து ஒதுங்கி, தன் உள்ளத்தையும் உயிரையும் கொள்ளை கொண்ட மனிதர் தான். தான் வாழ்ந்திருந்த பூதத் தீவைச் சில காலம் சொர்க்க லோகமாக ஆக்கியிருந்தவர்தான். பெரிய கப்பலில் கூட்டமாக வந்தவர்களால் அழைத்துப் போகப்பட்டவர்தான்! ஆகா! அவர் இப்போது எப்படி மாறிப் போயிருக்கிறார்!

பூர்வ ஜன்மம் என்று சொல்லக்கூடிய அந்த நாட்களுக்குப் பிறகும் மந்தாகினி அவரைப் பல தடவை அவரறியாமல் பார்த்திருக்கிறாள். காவேரி நதியில் உல்லாசப் படகுகளில் அவர் சென்ற போது கரையில் அடர்ந்த புதர்களின் மறைவில் ஒளிந்திருந்து பார்த்திருக்கிறாள். நகரங்களின் தெருக்களில் வெண்புரவிகள் பூட்டிய தங்க ரதத்தில் வீதிவலம் வந்தபோது கூட்டத்தோடு கூட்டமாய் நின்று பார்த்திருக்கிறாள். ஆனால் கடைசியாக அவரைப் பார்த்துக் கொஞ்ச காலம் ஆகிவிட்டது. அந்தக் காலத்திற்குள்ளே தான் இப்படி மாறிப் போயிருக்கிறார். முகத்தில் தாடியும் மீசையும் வளர்ந்திருந்தன. கன்னங்கள் ஒட்டி உலர்ந்து போயிருந்தன; நெற்றியிலே சுருக்கங்கள். ஆகா! அந்தக் கண்களில் ஒரு காலத்தில் குடிகொண்டிருந்த காந்த ஒளி எங்கே போயிற்று? தெய்வமே! இப்படியும் மனிதர்கள் மாறுவது உண்டா? இலங்கைத் தீவில் விஷஜுரத்தில் பீடிக்கப்பட்டவர்கள் பலரை நீண்ட நாள் காய்ச்சலுக்குப் பிறகு உயிர் போகும் சமயத்தில் ஊமை ராணி மந்தாகினி பார்த்ததுண்டு.

ஆகா! ஒரு சமயம் தங்கச் சூரியனைப் போல் பிரகாசித்துக் கொண்டிருந்த இவருடைய களை ததும்பிய முகமும் அவ்வளவாக மாறிப் போயிருக்கிறதே! ஒருவேளை இவருடைய அந்திம காலமும் நெருங்கி விட்டதோ!

திடீரென்று மந்தாகினிக்கு அன்று மாலை தான் பார்த்த பயங்கரக் காட்சி நினைவுக்கு வந்தது. அவள் அச்சமயம் நின்ற இடத்திலேதான் ரவிதாஸன் என்னும் கொலைகாரனும் அவனுடைய தோழனும் நின்றார்கள். அங்கிருந்து தான் வேல் எறியக் குறி பார்த்தார்கள். ஒருவேளை கட்டிலில் படுத்திருப்பவர் மீது எறியத்தான் குறி பார்த்தார்களோ?

இந்த நினைவினால் மந்தாகினியின் உடம்பெல்லாம் வெடவெடவென்று நடுங்கியது. கண்களைச் சுற்றிக் கொண்டு வந்தது; மயக்கம் வரும் போலிருந்தது. தூணைக் கெட்டியாகப் பிடித்துக் கொண்டு கால்களை ஊன்றி நின்று சமாளித்துக் கொண்டாள்.

ஞூ

30. குற்றச்சாட்டு

சுந்தர சோழ சக்கரவர்த்தியின் உள்ளமும் உடலும் சில நாளாகப் பெரிதும் நைந்து போயிருந்தன. புயல் அடித்த இரவு அவர் தூங்கவே இல்லையென்று இளையபிராட்டி முதன்மந்திரியிடம் கூறியது மிகைப்படுத்திக் கூறியதல்ல. அன்று பகற்பொழுது அவர் மனம் சஞ்சலப்பட்டுக் கொண்டுதானிருந்தது. பிற்பகலில் சின்ன பழுவேட்டரையர் வந்து அவருடைய சஞ்சலத்தை அதிகப்படுத்தி விட்டார். முக்கியமாக, முதன்மந்திரி அநிருத்தர் மீது அவர் பல குற்றங்களைச் சுமத்தினார். அவர் தஞ்சைக்கு வந்தது முதல் கோட்டைக்குள் ஜனங்கள் வருவது பற்றிய கட்டு திட்டங்கள் எல்லாம் உடைந்து விட்டன என்று கூறினார். முதல்மந்திரியைப் பார்ப்பதற்கு வருகிறோம் என்று வியாஜத்தினால் கண்டவர்கள் எல்லாம் கோட்டைக்குள் நுழைகிறார்கள் என்றும், இதனால் சக்கரவர்த்தியின் பாதுகாப்புக்கே பங்கம் விளையலாம் என்றும் குறிப்பிட்டார். அந்த இரண்டு குற்றங்களையும் கேட்ட சக்கரவர்த்தி தமக்குத் தாமே புன்னகை செய்து கொண்டார். அவற்றை அவர் முக்கியமாகக் கருதவில்லை.

ஆனால், மேலும் காலாந்தககண்டர் சுமத்திய குற்றங்களைப் பற்றி அவ்விதம் அலட்சியம் செய்ய முடியவில்லை. அன்று வெளியிலேயிருந்து வந்த ஜனங்களுக்கும் வேளக்காரப் படையினருக்கும் வீதியில் விவாதம் முற்றிப் பெரும் கலவரமாகி விடக் கூடிய நிலைமை ஏற்பட்டதென்றும்,

அச்சமயம் நல்ல வேளையாகத் தாம் அங்கே செல்ல நேர்ந்தபடியால் விபரீதம் எதுவும் நேரிடாமல் தடுத்து இரு சாராரையும் சமாதானப்படுத்தி அனுப்பியதாகவும் கூறினார். முதன்மந்திரி அநிருத்தர் ஒழுக்கத்தில் மிகச் சிறந்தவர் என்று நாடெல்லாம் பிரசித்தமாயிருக்க, அவருடைய நடவடிக்கை அதற்கு நேர்மாறாயிருக்கிறதென்றும், கோடிக்கரையிலிருந்து யாரோ ஒரு ஸ்திரீயைப் பலவந்தமாகக் கைப்பற்றி அவர் கொண்டு வந்திருக்கிறார் என்றும், பழுவூர் அரண்மனைப் பல்லக்கையும், ஆள்களையும் இந்தக் காரியத்துக்கு உபயோகப்படுத்தியதாகவும், எதற்காக என்பது தெரியாமல் தாம் ஆள்களையும் பல்லக்கையும் அனுப்பிவிட்டதாகவும், ஏதாவது அபகீர்த்தி ஏற்பட்டால் அது பழுவூர்க் குடும்பத்தின் தலையிலே விடியும் என்றும் கூறினார்.

கடைசியாக இன்னொரு சந்தேகாஸ்பதமான சம்பவத்தைப் பற்றியும் சொன்னார். "பெரிய பழுவேட்டரையர் அரண்மனைக்கு யாரோ ஒரு மந்திரவாதி அடிக்கடி வருவதாக அறிந்து நான் கவலை கொண்டிருந்தேன். அவன் இளையபிராட்டியைப் பார்க்க வருவதாக அறிந்தபடியால் நடவடிக்கை எடுக்கத் தயக்கமாயிருந்தது. ஆயினும், அந்த அரண்மனையின் மீது ஒரு கண் வைத்திருக்கும்படி ஓர் ஒற்றனை நியமித்திருந்தேன். இன்றைக்கு யாரோ ஒருவன் பொக்கிஷ மந்திரியின் அரண்மனைத் தோட்டத்தில் பின்புறமாகச் சுவர் ஏறிக் குதித்ததைப் பார்த்ததாக அந்த ஒற்றன் வந்து சொன்னான். உடனே அவனைக் கைப்பற்றி வரச் சில ஆட்களை அனுப்பினேன். அவர்கள் ஒருவனை அரண்மனைத் தோட்டத்தில் கையும் மெய்யுமாகப் பிடித்து வந்தார்கள். யார் என்று பார்த்தால், முதன்மந்திரியின் அருமைச் சீடனாகிய ஆழ்வார்க்கடியான் என்று தெரிய வந்தது.

'எதற்காக சுவர் ஏறிக் குதித்தாய்?' என்று கேட்டதற்கு அவன் மறுமொழி சொல்ல மறுத்துவிட்டான். 'முதன் மந்திரியின் கட்டளை' என்றான். சக்கரவர்த்தி! இப்படியெல்லாம் இந்த அநிருத்தப்பிரம்மராயர் செய்து வந்தால், தஞ்சைக் கோட்டைப் பாதுகாப்புக்கு நான் எப்படிப் பொறுப்பு வகிக்க முடியும்? என் தமையனாரும் ஊரில் இல்லாதபடியால் இதையெல்லாம் தங்கள் காதில் போட வேண்டியதாயிற்று!"

இவ்வாறு சின்னப் பழுவேட்டரையர் முறையிட்டது சக்கரவர்த்தியின் மனக் குழப்பத்தை அதிகமாக்கிற்று. "ஆகட்டும், இன்று மாலை அநிருத்தர் இங்கே வருகிறார்.

இதைப்பற்றி எல்லாம் விசாரிக்கிறேன். முக்கியமாக, கோடிக்கரையிலிருந்து ஒரு பெண்ணைப் பலவந்தமாகப் பிடித்து வரச் சொன்ன விஷயம் என் மனத்தைப் புண்ணாக்கியிருக்கிறது. அது உண்மை தானே! தளபதி! சிறிதும் சந்தேகம் இல்லையே?" என்று கேட்டார்.

"சந்தேகமே இல்லை! பல்லக்குத் தூக்கிகளும் அவர்களுடன் வந்த வீரர்களும் நேற்று நள்ளிரவில் என்னிடம் வந்து சொன்னார்கள். தஞ்சைக் கோட்டையை அணுகிய போது புயலில் சிக்கிக் கொண்டார்களாம். சாலையின் மரம் ஒன்று பெயர்ந்து விழுந்து சிலருக்கு அபாயம் ஏற்பட்டதாம். சிவிகை மீது மரம் விழாமல் தப்பியது பெரும் புண்ணியம் என்று சொன்னார்கள். நல்லவேளையாக ஸ்திரீஹத்தி தோஷம் ஏற்படாமற்போயிற்று! இதைப் பற்றி விசாரிப்பதோடு ஆழ்வார்க்கடியான் காரியத்தையும் சக்கரவர்த்தி தீர விசாரணை செய்ய வேண்டும்!" என்று தெரிவித்துவிட்டு, காலாந்தக கண்டர் சக்கரவர்த்தியிடம் விடைபெற்றுச் சென்றார்.

அநிருத்தர் வரும் சமயத்தில் அங்கே இருக்கச் சின்னப் பழுவேட்டரையர் விரும்பவில்லை. தாறுமாறாகச் சம்பந்தமில்லாத கேள்வி ஏதேனும் தம்மை முதன்மந்திரி கேட்டு திணறச் செய்யக்கூடும் என்ற அச்சம் அவர் மனதிற்குள்ளே இருந்தது. முக்கியமாக சக்கரவர்த்தியிடம் புயலினால் அவதிக்குள்ளான ஜனங்களுக்கு உதவுவதற்காகப் பொக்கிஷ சாலையைத் திறந்து விடும்படி அநிருத்தர் தம் முன்னாலேயே உத்தரவு வாங்கி விட்டால் பெரிய தொல்லையாகப் போய்விடும். நாளைக்குத் தமையனாரின் முன்னால் எப்படி முகத்தைக் காட்டுவது?

அநிருத்தருடைய வரவை அன்று காலையிலிருந்தே சக்கரவர்த்தி எதிர்பார்த்துக் கொண்டிருந்தார். ஆனால் சூரியன் அஸ்தமிக்கும் சமயத்தில்தான் முதன்மந்திரி வந்தார். அவருடைய திட நெஞ்சமும் இப்போது சிறிது கலங்கிப் போயிருந்தது. அவர் எவ்வளவோ ஜாக்கிரதையுடன் போட்டிருந்த திட்டம் தவறிப் போய்விட்டது. மந்தாகினியைப் பற்றி ஏதேனும் செய்தி கிடைக்கும். பின்னர் சக்கரவர்த்தியைப் போய்ப் பார்க்கலாம் என்று அவர் அரண்மனைக்குப் போவதைத் தள்ளிப் போட்டுக் கொண்டிருந்தார். பிற்பகலில் ஆழ்வார்க்கடியான் வந்து பெரிதும் தர்மசங்கடமான செய்தியைத் தெரியப்படுத்தினான். ஊமை ராணி போயிருக்கக்கூடும் என்று தான் ஊகித்த குறுகிய சந்து வழியில் சென்றதாகவும், ஒரு ஸ்திரீ பழுவேட்டரையர் அரண்மனைத் தோட்டத்து மதிற்சுவர் ஏறிக் குதித்தது போல் தோன்றியதென்றும், அவள் ஊமை ராணியாக இருக்கக் கூடும் என்று எண்ணி அவனும் அந்த மதில் சுவரில் ஏறிக் குதித்ததாகவும் தோட்டத்தில் தேட ஆரம்பிப்பதற்குள்ளே சின்னப் பழுவேட்டரையரின் ஆட்கள் வந்து பிடித்துக் கொண்டதாகவும் கூறினான்.

"அவர்களிடம் உண்மைக் காரணத்தைச் சொல்ல முடியவில்லை. ஐயா அதனாலேதான் தங்களுடைய பெயரைக் கூறி விடுதலை பெற்று வரவேண்டியதாயிற்று!" என்றான்.

இந்த விவரம் முதன்மந்திரிக்குப் பெரும் கவலையை உண்டாக்கிற்று. "இந்தத் தஞ்சாவூர்க் கோட்டையில் இவ்வளவு அரண்மனைகள் இருக்கிறபோது, பெரிய பழுவேட்டரையரின் மாளிகையிலேதானா அவள் பிரவேசிக்க வேண்டும்? பகிரங்கமாக ஆள்விட்டுத் தேடச் சொல்லக்கூட முடியாதே? ஆனாலும் பார்க்கலாம். பெரிய பழுவேட்டரையர் ஊரில் இல்லாதது ஒரு விதத்தில் நல்லதாய்ப் போயிற்று. அரண்மனையைச் சுற்றிலும் காவல் போட்டு வைக்கலாம். அவ்வரண்மனைக்கு உள்ளேயும் எனக்கு ஒரு ஆள் இருக்கிறான் அவனுக்கும் சொல்லி அனுப்புகிறேன்! இருந்தாலும், இந்த ஓடக்காரப் பெண் எவ்வளவு தர்ம சங்கடத்தை உண்டாக்கி விட்டாள்?" என்றார் முதன்மந்திரி.

"சுவாமி! ஓடக்காரப் பெண் குறுக்கிட்டிராவிட்டாலும் ஊமை ராணி தங்கள் விருப்பத்தின்படி நடந்திருப்பாள் என்பது நிச்சயமில்லை. எப்படியாவது ஓடிப் போகத்தான் முயன்றிருப்பாள்!" என்றான் ஆழ்வார்க்கடியான்.

"எனக்கென்னவோ ஒரு நம்பிக்கை இருக்கிறது. இத்தனை தூரம் வந்தவள் சக்கரவர்த்தியைப் பார்க்காமல் போக மாட்டாள் என்று. நம்மால் முடிந்த

முயற்சிகளையெல்லாம் செய்து பார்க்கலாம். ஆனால், இனிமேலும் சக்கரவர்த்தியைப் பார்ப்பதற்குப் போகாமல் காலம் தாழ்த்துவது முறையன்று. நீயும் அந்த ஓடக்காரப் பெண்ணை அழைத்துக் கொண்டு என்னுடன் வா! இரண்டு இளவரசர்களைப் பற்றிய எல்லாச் செய்திகளையும் சக்கரவர்த்திக்குத் தெரியப்படுத்தி விடவேண்டும். சின்ன இளவரசரைக் கடலிலிருந்து கரை சேர்த்த ஓடக்காரப் பெண் நேரில் அதைப்பற்றிச் சொன்னால் சக்கரவர்த்திக்கு நம்பிக்கை உண்டாகலாம்?" என்றார்.

முதன்மந்திரி அநிருத்தரும், அவருடைய சீடனும், பூங்குழலியும் சக்கரவர்த்தியின் அரண்மனைக்குச் சென்றார்கள். அரண்மனை முகப்பிலேயே இளையபிராட்டியும் வானதியும் அவர்களுக்காகக் காத்திருந்தார்கள். ஊமை ராணி அகப்படவில்லையென்ற செய்தி இளையபிராட்டிக்கும் கலக்கத்தை அளித்தது. அவள் பெரிய பழுவூர் மன்னரின் அரண்மனைத் தோட்டத்தில் புகுந்த செய்தி கலக்கத்தை அதிகப்படுத்தியது. இதிலிருந்து விபரீத விளைவு ஏதேனும் ஏற்படாமலிருக்க வேண்டுமே என்ற கவலையும் ஏற்பட்டது.

"ஐயா! பெரிய பழுவூர் மன்னரின் மாளிகையிலிருந்து வெளியேறுவதற்குச் சுரங்க வழி இருக்கிறதாமே? அதன் வழியாகப் போய் விட்டால்?"

முதன்மந்திரிக்கு வந்தியத்தேவனின் நினைவு வந்தது. "தாயே! அந்த வழியைக் கண்டுபிடிப்பது அவ்வளவு சுலபமாயிருக்குமா? எல்லாரும் வாணர் குலத்து வாலிபனைப் போன்ற அதிர்ஷ்டசாலியாயிருப்பார்களா? ஆயினும் கோட்டைக்கு வெளியிலும் ஆட்களை நிறுத்தி வைப்பதற்கு ஏற்பாடு செய்கிறேன்!" என்றார்.

பின்னர் ஆழ்வார்க்கடியானையும் பூங்குழலியையும் இளையபிராட்டியுடன் விட்டுவிட்டு முதன்மந்திரி மட்டும் சக்கரவர்த்தி படுத்திருந்த இடத்துக்குச் சென்றார். சக்கரவர்த்திக்கும் அவர் அருகில் வீற்றிருந்த வானமாதேவிக்கும் வழக்கமான மரியாதைகளைச் செலுத்திவிட்டு, புயலினால் சோழ நாடெங்கும் நேர்ந்துள்ள சேதங்களைப் பற்றி விசாரித்துத் தக்க ஏற்பாடு செய்து கொண்டிருந்ததினால் சீக்கிரமாக வரமுடியவில்லை என்று சக்கரவர்த்தியிடம் தெரியப்படுத்திக் கொண்டார். அந்த ஏற்பாடுகளைப் பற்றிய விவரங்களை அறிந்து கொண்டதில் சக்கரவர்த்திக்குச் சிறிது திருப்தி உண்டாயிற்று.

"தனாதிகாரி இல்லாத சமயத்தில் நீங்களாவது இப்போது இங்கு இருந்தீர்களே! அது நல்லதாய்ப் போயிற்று! ஆனால் இது என்ன நான் கேள்விப்படுவது? கோடிக்கரையிலிருந்து யாரோ ஒரு ஸ்திரீயைப் பலவந்தமாகப் பிடித்து வந்திருக்கிறீராமே? சற்று முன் கோட்டைத் தளபதி சொன்னார். பிரம்மராயரே! இம்மாதிரி நடவடிக்கையை உம்மிடம் நான் எதிர்பார்க்கவில்லையே! ஒரு வேளை அதற்கு மிக அவசியமான காரணம் ஏதேனும் இருந்திருக்கலாம். அப்படியானால் எனக்குத் தெரிவிக்கலாமல்லவா? அல்லது எல்லாருமே நான் நோயாளியாகி விட்டபடியால் என்னிடம் ஒன்றுமே சொல்ல வேண்டியதில்லை, என்னை எதுவும் கேட்க வேண்டியதுமில்லை என்று வைத்துக் கொண்டு விட்டீர்களா? அருள்மொழிவர்மன் கடலில் முழுகாமல் தப்பிக் கரை சேர்ந்து நாகப்பட்டினம் புத்த விஹாரத்தில் இருப்பதாகக் குந்தவை கூறுகிறாள். அதைப்பற்றிச் சந்தோஷப்படுவதா, வருத்தப்படுவதா என்று எனக்குத் தெரியவில்லை. கரை ஏறியவன் ஏன் இவ்விடத்துக்கு வரவில்லை? அவன் தப்பிப் பிழைத்து பத்திரமாக இருக்கும் செய்தியை ஏன் இதுவரை எனக்கு ஒருவரும் தெரியப்படுத்தவில்லை? மந்திரி! என்னைச் சுற்றிலும் நான் அறியாமல் என்னவெல்லாமோ நடைபெறுகிறது. என்னுடைய ராஜ்யத்தில் எனக்குத் தெரியாமல் பல காரியங்கள் நிகழ்கின்றன. இப்படிப்பட்ட நிலைமையில் உயிரோடிருப்பதைக் காட்டிலும். ." என்று சக்கரவர்த்தி கூறி வந்தபோது அவர் தொண்டை அடைத்துக் கொண்டது; கண்களில் கண்ணீர் ததும்பி நின்றது.

குறுக்கே பேசக்கூடாதென்ற மரியாதையினால் இத்தனை நேரம் சும்மாயிருந்த அநிருத்தர் இப்போது குறுக்கிட்டு, "பிரபு! நிறுத்துங்கள். தங்களுடன் எனக்கு நட்பு ஏற்பட்டு நாற்பது ஆண்டுகள் ஆகின்றன. இவ்வளவு நாளும் தங்களுடைய நலனுக்கு

எதிரான காரியம் எதுவும் செய்யவில்லை; இனியும் செய்யமாட்டேன். தங்களுக்கு வீண்தொல்லை கொடுக்க வேண்டாம் என்ற காரணத்துக்காக இரண்டொரு விஷயங்களைத் தங்களிடம் சொல்லாமல் விட்டிருக்கலாம். அது குற்றமாயிருந்தால் மன்னித்துவிடுங்கள். இப்போது தாங்கள் கேட்டவற்றுக்கெல்லாம் மறுமொழி சொல்கிறேன். கருணைகூர்ந்து அமைதியாயிருக்க வேண்டும்" என்று இரக்கமாகக் கேட்டுக் கொண்டார்.

"முதன்மந்திரி! இந்த ஜன்மத்தில் எனக்கு இனி மன அமைதி இல்லை. அடுத்த பிறவியிலாவது மன அமைதி கிட்டுமா என்று தெரியாது. என் அருமை மக்களும் என் ஆருயிர் நண்பராகிய முதன்மந்திரியும் எனக்கு எதிராகச் சதி செய்யும் போது..."

"பிரபு, தங்களுக்கு எதிராகச் சதி செய்பவர்கள் யார் என்பதைச் சீக்கிரத்தில் அறிந்து கொள்வீர்கள். அந்தப் பாதகத்துக்கு நான் உடந்தைப்பட்டவன் அல்ல. இந்த முதன்மந்திரி பதவியை இப்போது நான் பெயருக்காகவே வைத்துக் கொண்டிருக்கிறேன். பெரிய பழுவேட்டரையரிடமே இந்தப் பதவியைக் கொடுத்து விடுகிறேன் என்று முன்னமே பல தடவை சொல்லியிருக்கிறேன். இப்போதும் அதற்குச் சித்தமாயிருக்கிறேன். என் பேரில் சிறிதளவேனும் தங்களுக்கு அதிருப்தி இருந்தால்..."

"ஆம் முதன்மந்திரி, ஆம்! எந்த நேரத்திலும் என்னைக் கைவிட்டுப் போய்விட நீங்கள் எல்லோருமே சித்தமாயிருக்கிறீர்கள். என் மூச்சுப் போகும் வரையில் என்னுடன் இருந்து என்னுடன் சாகப் போகிறவள் இந்த மலையமான் மகள் ஒருத்திதான். நான் செய்திருக்கும் எத்தனையோ பாவங்களுக்கு மத்தியில் ஏதோ புண்ணியமும் செய்திருக்கிறேன். ஆகையினால் தான் இவளை என் வாழ்க்கைத் துணைவியாகப் பெற்றேன்!" என்றார் சக்கரவர்த்தி.

இந்த வார்த்தைகளைக் கேட்டதும் சக்கரவர்த்திக்கு அருகில் கட்டிலில் வீற்றிருந்த வானமாதேவிக்கு விம்மலுடன் அழுகை வந்து விட்டது. அவள் உடனே எழுந்து அடுத்த அறைக்குச் சென்றாள்.

"மன்னர் மன்னா! மலையமான் மகளைப் பற்றித் தாங்கள் கூறிய ஒவ்வொரு வார்த்தையும் சத்தியம். அவருடைய திருவயிற்றில் பிறந்த மக்களும் தங்களிடம் இணையற்ற பக்தி விசுவாசம் கொண்டிருக்கிறார்கள்."

"ஆனாலும் என் வார்த்தையை அவர்கள் மதிப்பதில்லை. என் கட்டளைக்கும் கீழ்ப்படிவதில்லை. எனக்குத் தெரியாமல் ஏதேதோ, செய்கிறார்கள். நீரும் அவர்களோடு சேர்ந்து கொள்கிறீர்! அருள்மொழிவர்மன் கடலிலிருந்து தப்பிப் பிழைத்து நாகைப்பட்டினம் புத்த விஹாரத்திலிருப்பது உமக்கு முன்னமே தெரியும் அல்லவா? ஏன் என்னிடம் சொல்லவில்லை?"

"மன்னிக்க வேண்டும் பிரபு! அந்த விவரம் நேற்று வரையில் எனக்கு நிச்சயமாய்த் தெரிந்திருக்கவில்லை. இளவரசரின் உயிருக்கு ஆபத்து நேரிட்டிராது என்று மட்டும் உறுதியாயிருந்தேன். அவர் பிறந்த வேளையைக் குறித்துச் சோதிடக்காரர்கள் எல்லாரும் கூறியிருப்பது பொய்யாகி விடாதல்லவா?"

"முதன்மந்திரி! சோதிட சாஸ்திரத்தினால் நேரக்கூடிய தீங்குகளுக்கு அளவே இல்லை. இந்த இராஜ்யத்திலிருந்து சோதிடக்காரர்கள் எல்லாரையுமே அப்புறப்படுத்திவிட எண்ணுகிறேன். அருள்மொழியின் ஜாதகத்தைக் குறித்து சோதிடக்காரர்கள் கூறியிருப்பதை வைத்துக் கொண்டுதான் நான் உயிரோடிருக்கும் போதே அவனைச் சிம்மாதனத்தில் ஏற்றி விடுவதற்கு எல்லாரும் பிரயத்தனப்படுகிறார்கள்; நீரும் அவர்களைச் சேர்ந்தவர்தானே?"

"சத்தியமாக இல்லை; பிரபு! அதற்கு மாறாக, சின்ன இளவரசர் சிறிது காலத்துக்கு இந்தச் சோழ நாட்டுக்குள் வராமலிருந்தாலே நல்லது என்று எண்ணினேன். இலங்கைக்குப் போயிருந்தபோது இளவரசரிடம் அவ்விதமே சொல்லி விட்டு வந்தேன். ஆனால் நான் இப்பால் வந்தவுடன் பழுவேட்டரையர்களின் ஆட்கள் இளவரசரைச் சிறைப்படுத்திக்

கொண்டு வர இலங்கைக்கு வந்திருக்கிறார்கள். தாங்களும் அதற்குச் சம்மதம் அளித்திருக்கிறீர்கள். இந்தச் செய்தி நாடு நகரமெல்லாம் பரவியிருக்கிறபடியால், ஜனங்கள் பழுவேட்டரையர்கள் மீது ஒரே கோபமாயிருக்கிறார்கள். அவர்கள் தான் இளவரசரை ஏற்றி வந்த கப்பலை வேண்டுமென்று கடலில் மூழ்கடித்து விட்டதாக ஜனங்களிடையில் பேச்சாயிருக்கிறது..."

"பொய், முதன்மந்திரி! பொய்! எல்லாம் முழு பொய்! பார்த்திபேந்திர பல்லவன் எல்லாம் என்னிடம் கூறிவிட்டான். பழுவேட்டரையர்கள் அனுப்பிய கப்பலில் இளவரசன் வரவில்லை. பார்த்திபேந்திரனுடைய கப்பலில் வந்தான். வழியில் வேண்டுமென்று கடலில் குதித்தான். இன்னொரு எரிந்த கப்பலில் இருந்த யாரோ ஒருவனைக் காப்பாற்றுவதற்காக என்று சொல்லி, பார்த்திபேந்திரன் தடுத்தும் கேளாமல், கொந்தளித்த கடலில் குதித்தான். இப்போது யோசிக்கும் போது எல்லாமே பொய்யென்றும் என்னை ஏமாற்றுவதற்காகச் செய்யப்பட்ட சூழ்ச்சி என்றும் தோன்றுகிறது. இந்தச் சூழ்ச்சியில் குந்தவையும் சம்பந்தப்பட்டவள் என்பதை நினைக்கும்போதுதான் எனக்கு வேதனை தாங்கவில்லை. இந்த உலகமே எனக்கு எதிராகப் போனாலும் குந்தவை என்னுடன் இருப்பாள் என்று எண்ணியிருந்தேன். ஒரு தகப்பன் தன் மகளிடம் சாதாரணமாகச் சொல்லத் தயங்கக் கூடிய வரலாறுகளையெல்லாம் சொன்னேன்..."

"அரசர்க்கரசே! இளையபிராட்டி தங்களுக்கு எதிராக சதி செய்வதாய் உலகமே சொன்னாலும் நான் நம்பமாட்டேன்; தாங்களும் நம்பக்கூடாது. இளையபிராட்டி ஒரு விஷயத்தைத் தங்களிடம் சொல்லவில்லை என்றால், அதற்குக் காரணம் அவசியம் இருக்கவேண்டும். சின்ன இளவரசர் தம் சிநேகிதனைக் காப்பாற்றுவதற்காகக் கடலில் குதித்ததில் பொய் ஒன்றுமில்லை. இளவரசையும் அவருடைய சிநேகிதரையும் கடலிலிருந்து காப்பாற்றிக் கரை சேர்த்த ஓடக்காரப் பெண் இதோ அடுத்த அறையில் இருக்கிறாள். இலங்கையில் நடந்தவற்றையும் நேரில் பார்த்து அறிந்தவள். அரசே! அவளைக் கூப்பிடட்டுமா!" என்றார் அநிருத்தர்.

சக்கரவர்த்தி மிக்க ஆவலுடன், "அப்படியா? உடனே அவளை அழையுங்கள். முதன்மந்திரி!... கோடிக்கரையிலிருந்து நீர் பலவந்தமாகப் பிடித்து வரச் சொன்ன பெண் அவள்தானா?"... என்றார்.

"பழுவேட்டரையர் பல்லக்கில் வந்த பெண்தான் அடுத்த அறையில் காத்திருக்கிறாள். இதோ அழைக்கிறேன்" என்று அநிருத்தர் கூறிக் கையைத் தட்டியதும், பூங்குழலியும் ஆழ்வார்க்கடியானும் உள்ளே வந்தார்கள்.

31. முன்மாலைக் கனவு

பூங்குழலியைச் சக்கரவர்த்தி உற்றுப் பார்த்துவிட்டு, "இந்தப் பெண்ணை நான் இதுவரை பார்த்ததில்லையல்லவா? ஆனால் முகஜாடை சற்றுத் தெரிந்த மாதிரி இருக்கிறது. பிரம்மராயரே! இவள் யார்?" என்று கேட்டார்.

"இவள் கோடிக்கரைத் தியாக விடங்கர் மகள் பெயர் பூங்குழலி!"

"ஆகா! அதுதான் காரணம்!" என்று சக்கரவர்த்தி கூறினார். பிறகு வாய்க்குள்ளே, 'இவள் அத்தையின் முகஜாடை கொஞ்சம் இருக்கிறது! ஆனால் அவளைப் போல் இல்லை; ரொம்ப வித்தியாசம் இருக்கிறது' என்று முணுமுணுத்துக் கொண்டார்.

அவர் முணுமுணுத்தது பூங்குழலியின் காதில் இலேசாக விழுந்தது. அதுவரையில் சக்கரவர்த்தியைப் பூங்குழலி பார்த்ததில்லை. அவர் அழகில் மன்மதனை மிஞ்சியவர் என்று கேள்விப்பட்டிருந்தாள். இளவரசரைப் பெற்ற தந்தை அப்படித்தான் இருக்க

வேண்டுமென்றும் எண்ணியிருந்தாள். இப்போது உடல் நோயினாலும் மன நோயினாலும் விகாரப்பட்டுத் தோன்றிய சக்கரவர்த்தியின் உருவத்தைப் பார்த்துத் திகைத்துப் போனாள். தன் அத்தையைக் கைவிட்டது பற்றிச் சக்கரவர்த்தியிடம் சண்டை பிடிக்க வேண்டும் என்று எண்ணியிருந்ததை நினைத்து வெட்கினாள். பயத்தினாலும் வியப்பினாலும் கூச்சத்தினாலும் சக்கரவர்த்தியைத் தரிசித்தவுடனே வணக்கம் கூறுவதற்குக் கூட மறந்து நின்றாள்.

"பெண்ணே! உன் தந்தை தியாகவிடங்கர் சுகமா?" என்று சக்கரவர்த்தி அவளைப் பார்த்துக் கேட்டார்.

அப்போதுதான் பூங்குழலிக்குச் சுய நினைவு வந்தது. இலங்கை முதல் கிருஷ்ணா நதி வரையில் ஒரு குடை நிழலில் ஆளும் சக்கரவர்த்தியின் சந்நிதியில் தான் நிற்பதை உணர்ந்தாள். உடனே தரையில் விழுந்து நமஸ்கரித்துவிட்டு எழுந்து கை கூப்பி வணக்கத்துடன் நின்றாள்.

சுந்தரசோழர் அநிருத்தரைப் பார்த்து, "இந்தப் பெண்ணுக்குப் பேச வரும் அல்லவா? ஒரு கால் இவள் அத்தையைப் போல் இவளும் ஊமையா?" என்று கேட்டபோது, அவர் முகம் மன வேதனையினால் சுருங்கியது.

"சக்கரவர்த்தி! இந்தப் பெண்ணுக்குப் பேசத் தெரியும். ஒன்பது ஸ்திரீகள் பேசக்கூடியதை இவள் ஒருத்தியே பேசி விடுவாள்! தங்களைத் தரிசித்த அதிர்ச்சியினால் திகைத்துப் போயிருக்கிறாள்" என்றார் அநிருத்தர்.

"ஆமாம்; என்னைப் பார்த்தால் எல்லாருமே மௌனமாகி நின்று விடுகிறார்கள். என்னிடம் ஒருவரும் ஒன்றும் சொல்வதில்லை!" என்றார் சக்கரவர்த்தி.

மறுபடியும் பூங்குழலியைப் பார்த்து, "பெண்ணே! இளவரசன் அருள்மொழிவர்மனை நீ கொந்தளித்த கடலிலிருந்து காப்பாற்றினாய் என்று முதன்மந்திரி சொல்லுகிறார் அது உண்மையா?" என்ற சுந்தர சோழர் கேட்டார்.

பூங்குழலி தயங்கித் தயங்கி, "ஆம், பிரபு!... அது குற்றமாகயிருந்தால்.." என்றாள்.

சக்கரவர்த்தி சிரித்தார்; அந்தச் சிரிப்பின் ஒலி பயங்கரமாக தொனித்தது.

"பிரம்மராயரே! இந்தப் பெண் சொல்லுவதைக் கேளுங்கள்! 'அது குற்றமாயிருந்தால்' என்கிறாள். இளவரசன் உயிரை இவள் காப்பாற்றியது 'குற்றமாயிருந்தால்' என்கிறாள். என் மகன் கடலில் முழுகிச் செத்திருக்க வேண்டும் என்று நான் ஆசைப்படுகிறேன் போலிருக்கிறது. அப்படிப்பட்ட ராட்சதன் நான் என்று இவளிடம் யாரோ சொல்லியிருக்கிறார்கள்? முதன்மந்திரி, நாட்டு மக்கள் எல்லாம் இப்படித்தான் என்னைப் பற்றி எண்ணிக் கொண்டிருக்கிறார்களா?" என்று கேட்டார் சுந்தர சோழர்.

"பிரபு! இவள் பயத்தினால் ஏதோ சொல்லிவிட்டாள். அதைப் பொருட்படுத்த வேண்டாம். பெண்ணே! இளவரசரை நீ காப்பாற்றியதற்காக இந்தச் சோழ நாடே உனக்கு நன்றிக் கடன் பட்டிருக்கிறது. சக்கரவர்த்தியும் அளவில்லாத மகிழ்ச்சி அடைந்திருக்கிறார். அதற்காக நீ என்ன பரிசு வேண்டுமோ, அதைக் கேட்டுப் பெறலாம். இப்போது, நடந்ததையெல்லாம் சக்கரவர்த்தியிடம் விவரமாகக் கூறு! பயப்படாமல் சொல்லு!" என்றார்.

"முதலில் ஒரு விஷயத்தை இந்தப் பெண் சொல்லட்டும். இளவரசரைக் கடலிலிருந்து காப்பாற்றியதாகச் சொல்லுகிறாளே, அவன் இளவரசன் தான் என்பது இவளுக்கு எப்படி தெரியும்? முன்னம் பார்த்ததுண்டா!" என்றார் சக்கரவர்த்தி.

"ஆம், பிரபு! முன்னம் ஈழ நாட்டுக்கு வீரர்களுடன் இளவரசர் கப்பல் ஏறியபோது சில தடவை பார்த்திருக்கிறேன். ஒரு முறை இளவரசர் என்னைச் 'சமுத்திர குமாரி' என்று அழைத்ததும் உண்டு!" என்று கூறினாள் பூங்குழலி.

"ஆகா! இந்தப் பெண்ணுக்கு இப்போதுதான் பேச்சு வருகிறது!" என்றார் சோழ சக்கரவர்த்தி.

பின்னர், முதன்மந்திரி அடிக்கடி தூண்டிக் கேள்வி கேட்டதன் பேரில் பூங்குழலி வந்தியத்தேவனை இலங்கைக்கு அழைத்துச் சென்றதிலிருந்து இளவரசரை நாகப்பட்டினத்தில் கொண்டு போய் விட்டது வரையில் எல்லாவற்றையும் கூறினாள். ஆனால் அநிருத்தர் எச்சரிக்கை செய்திருந்தபடியால் மந்தாகினியைப் பற்றி மட்டும் ஒன்றும் சொல்லவில்லை.

எல்லாம் கேட்ட பின்னர் சக்கரவர்த்தி, "பெண்ணே! சோழ குலத்துக்கு இணையில்லாத உதவி செய்திருக்கிறாய். அதற்கு ஈடாக உனக்குச் செய்யக்கூடியது ஒன்றுமில்லை. ஆனால் ஒன்று கேட்கிறேன், சொல்! கோடிக்கரையில் இளவரசரைக் கரை சேர்ந்த பிறகு இங்கே ஏன் அழைத்து வரவில்லை? ஏன் நாகப்பட்டினத்துக்கு அழைத்துப் போனாய்?" என்றார்.

"சுவாமி! இளவரசர் கொடிய சுரத்தினால் நினைவு இழந்திருந்தார். நாகப்பட்டினம் புத்த விஹாரத்தில் நல்ல வைத்தியர்கள் இருக்கிறார்கள் என்று அங்கே அழைத்துப் போனோம். பிக்ஷுக்கள் இளவரசரிடம் மிக்க பக்தி உள்ளவர்கள் என்பது எங்களுக்குத் தெரியும். இளவரசரை அந்த நிலையில் ஓடத்தில்தான் ஏற்றிப் போகலாமே தவிர, குதிரை மேலோ, வண்டியிலோ ஏற்றி அனுப்ப முடிந்திராது..."

"அச்சமயம் கோடிக்கரையில் பழுவேட்டரையர் இருந்தாரே, அவரிடம் ஏன் தெரிவிக்கவில்லை...?"

பூங்குழலி சற்றுத் தயங்கிவிட்டுப் பின்னர் கம்பீரமான குரலில், "சக்கரவர்த்தி! பழுவேட்டரையர் இளவரசருக்கு விரோதி என்று நாடெல்லாம் அறிந்திருக்கிறது. அப்படியிருக்க, இளவரசரைப் பழுவேட்டரையரிடம் ஒப்புவிக்க எவ்விதம் எனக்கு மனம் துணியும்?" என்றாள்.

"ஆம், ஆம்! என் புதல்வர்களுக்குப் பழுவேட்டரையர்கள் மட்டுமா விரோதிகள்? நான் கூடத்தான் விரோதி. உலகம் அப்படித்தான் எண்ணிக் கொண்டிருக்கிறது. அது போகட்டும்! முதன்மந்திரி நேற்று இங்கு அடித்த புயல் நாகப்பட்டினத்தில் இன்னும் கடுமையாக இருந்திருக்குமே? இளவரசனுக்கு மறுபடியும் ஏதேனும் தீங்கு நேரிடாமலிருக்க வேண்டுமே என்று என் நெஞ்சம் துடிக்கிறது."

"பிரபு, சோழ நாடு அதிர்ஷ்டம் செய்த நாடு. இப்போது இந்நாட்டுக்கு மகத்தான நல்ல யோகம் ஆகையால்.."

"சோழ நாடு அதிர்ஷ்டம் செய்த நாடுதான்; ஆனால் நான் துரதிர்ஷ்டசாலியாயிற்றே, பிரம்மராயரே! நான் கண்ணை மூடுவதற்குள் என் புதல்வர்களை ஒரு தடவை பார்க்க விரும்புகிறேன்..."

"ஐயா! அப்படியெல்லாம் சொல்லாதீர்கள், இத்தகைய புதல்வர்களையும், புதல்வியையும் பெற்ற தங்களைப் போன்ற பாக்கியசாலி யார்? இதோ இன்றைக்கே ஆட்களை அனுப்பி வைக்கிறேன். இளவரசரைப் பத்திரமாய் அழைத்து வருவதற்கு என் சீடன் திருமலையையும் கூட அனுப்புகிறேன்!" என்றார் முதன்மந்திரி.

அப்போதுதான் சக்கரவர்த்தி ஆழ்வார்க்கடியான் மீது தம் பார்வையைச் செலுத்தினார். "ஆகா! இவன் இத்தனை நேரமும் இங்கே நிற்கிறானா? சின்னப் பழுவேட்டரையர் இவனைப் பற்றித்தானே சொன்னார்? பழுவூர் அரண்மனை மதிலில் ஏறிக் குதித்தவன் இவன்தானே?"

"பிரபு, அதற்குத் தகுந்த காரணம் இருக்கிறது. அதைப் பற்றி நாளைக்குத் தெரியப்படுத்த அனுமதி கொடுங்கள். ஏற்கனவே மிக்க களைப்படைந்து விட்டீர்கள்!" என்றார் முதன்மந்திரி.

இச்சமயத்தில் மலையமான் மகளும், குந்தவையும் வானதியும் சக்கரவர்த்தி அறைக்குள்ளே வந்தார்கள். "முதன்மந்திரி! இன்றைக்கு இத்துடன் நிறுத்திக் கொள்ளுங்கள். சக்கரவர்த்திக்கு அதிகக் களைப்பு உண்டாகக் கூடாது என்று வைத்தியர்கள் கண்டிப்பாகக் கட்டளையிட்டிருக்கிறார்கள்!" என்று மகாராணி கூறினாள்.

பின்னர், "இந்தப் பெண் இனிமையாகப் பாடுவாளாம். ஒரு தேவாரப் பாடல் பாடச் சொல்லுங்கள். சக்கரவர்த்திக்குக் கானம் மிகவும் பிடிக்கும்" என்றாள்.

"ஆகட்டும் தாயே! என் சீடன் கூட ஆழ்வார் பாசுரங்களை நன்றாகப் பாடுவான் அவனையும் பாடச் சொல்கிறேன்!" என்றார் முதன்மந்திரி.

பூங்குழலி "கூற்றாயினவாறு விலக்ககிலீர்" என்ற அப்பர் தேவாரத்தைப் பாடினாள்.

ஆழ்வார்க்கடியான் "திருக்கண்டேன் பொன் மேனி கண்டேன்" என்ற பாசுரத்தைப் பாடினான்.

பாடல் ஆரம்பித்ததும் சுந்தர சோழர் கண்களை மூடிக் கொண்டார். சிறிது நேரத்துக்கெல்லாம் அவர் முகத்தில் சாந்தியும் நிம்மதியும் காணப்பட்டன. மூச்சு நிதானமாகவும் ஒரே மாதிரியாகவும் வந்தது. நல்ல நித்திரையில் ஆழ்ந்து விட்டார் என்று தெரிந்தது.

இருட்டுகிற சமயமாகி விட்டபடியால் தாதிப் பெண் விளக்கேற்றிக் கொண்டு வந்து வைத்தாள். முதன்மந்திரி உள்ளிட்ட அனைவரும் அவ்வறையிலிருந்து வெளியேறினார்கள். மலையமான் மகள் மட்டும் சிறிது நேரம் சக்கரவர்த்தியின் அருகில் இருந்தாள். அடுத்த அறையின் வாசற்படியிலிருந்து குந்தவை அவளைப் பார்த்து ஏதோ சமிக்ஞை செய்யவே அவளும் எழுந்து சென்றாள். பின்னர், அந்த அறையில் மௌனம் குடிகொண்டது. சுந்தர சோழர் மூச்சுவிடும் சப்தம் மட்டும் இலேசாகக் கேட்டுக் கொண்டிருந்தது.

முதல் நாளிரவு சற்றும் தூங்காத காரணத்தினால் களைத்துச் சோர்ந்திருந்தபடியினாலும், பூங்குழலியும் ஆழ்வார்க்கடியானும் பாடிய தமிழ்ப் பாசுரங்களின் இனிமையினாலும் சுந்தர சோழர் அந்த முன் மாலை நேரத்தில் நித்திரையில் ஆழ்ந்தாரென்றாலும், அவருடைய துயில் நினைவற்ற அமைதி குடிகொண்ட துயிலாக இல்லை. பழைய நினைவுகளும் புதிய நினைவுகளும் உண்மை நிகழ்ச்சிகளும் உள்ளக் கற்பனைகளும் கனவுகளாக உருவெடுத்து அவரை விதவிதமான விசித்திர அனுபவங்களுக்கு உள்ளாக்கின.

அமைதி குடிகொண்டிருந்த நீலக்கடலில் அவரும் பூங்குழலியும் படகில் போய்க் கொண்டிருந்தார்கள். பூங்குழலி படகைத் தள்ளிக் கொண்டே கடலின் ஓங்கார சுருதிக்கு இசைய ஒரு கீதம் பாடிக் கொண்டிருந்தாள்.

"சோர்வு கொள்ளாதே மனமே உன்
ஆர்வ மெல்லாம் ஒருநாள் பூரணமாகும்!
காரிருள் சூழ்ந்த நீளிரவின் பின்னர்
காலை மலர்தலும் கண்டனை அன்றோ
தாரணி உயிர்க்கும் தாமரை சிலிர்க்கும்
அளிக்குலம் களிக்கும் அருணனும் உதிப்பான்!"

இந்தக் கீதத்தைக் கேட்டுச் சுந்தர சோழர் புளகாங்கிதம் அடைந்தார். அவருடைய உள்ளத்தில் குடிகொண்டிருந்த சோர்வு நீங்கி உற்சாகம் ததும்பியது. "இன்னும் பாடு! இன்னும் பாடு!" என்று பூங்குழலியைத் தூண்டிக் கொண்டிருந்தார். ஆழ் கடலில் மிதந்து படகு போய்க் கொண்டேயிருந்தது.

திடீரென்று இருள் சூழ்ந்தது; பெரும் காற்று அடிக்கத் தொடங்கியது. சற்று முன் அமைதியாக இருந்த கடலில் மலை மலையாக அலைகள் எழுந்து விழுந்தன. தொட்டில் ஆடுவது போல் சற்று முன்னால் ஆடிக் கொண்டிருந்த படகு இப்போது மேக மண்டலத்தை எட்டியும் அதல பாதாளத்தில் விழுந்தும் தத்தளித்தது. படகில் இருந்த பாய்மரங்களின்

பாய்கள் சுக்குநூறாகக் கிழிந்து காற்றில் அடித்துக் கொண்டு போகப்பட்டன. ஆயினும் படகு மட்டும் கவிழாமல் எப்படியோ சமாளித்துக் கொண்டிருந்தது. அப்போதெல்லாம் பூங்குழலியின் படகு விடும் திறத்தைச் சுந்தர சோழ சக்கரவர்த்தி வியந்து மகிழ்ந்து கொண்டிருந்தார்.

காற்று வந்த வேகத்தைப் போலவே சட்டென்று நின்றது. கடலின் கொந்தளிப்பு வரவரக் குறைந்தது. மீண்டும் பழையபடி அமைதி ஏற்பட்டது. கீழ்திசையில் வான்முகட்டில் அருணோதயத்துக்கு அறிகுறி தென்பட்டது. சிறிது நேரத்துக்கெல்லாம் தங்கச் சூரியன் உதயமானான். கடலின் நீரும் பொன் வண்ணம் பெற்றுத் தகதகா மயமாகத் திகழ்ந்தது. சற்று தூரத்தில் பசுமையான தென்னந்தோப்புக்கள் சூழ்ந்த தீவுகள் சில தென்பட்டன. அத்தீவுகளிலிருந்து புள்ளினங்கள் மதுர மதுரமான குரல்களில் இசைத்த கீதங்கள் எழுந்தன. ஈழ நாட்டின் கரையோரமுள்ள தீவுகள் அவை என்பதைச் சுந்தர சோழர் உணர்ந்து கொண்டார். அவற்றில் ஒரு தீவிலேதான் முந்தைப் பிறவியில் அவர் மந்தாகினியைச் சந்தித்தார் என்பது நினைவு வந்தது.

அந்தத் தீவின் பேரில் பார்வையைச் செலுத்திக் கொண்டே "பூங்குழலி! கடைசியில் என்னைச் சொர்க்கலோகத்துக்கே கொண்டு வந்து சேர்த்து விட்டாயல்லவா? உனக்கு நான் எவ்விதத்தில் நன்றி செலுத்தப் போகிறேன்?" என்றார். பூங்குழலி மறுமொழி சொல்லாதது கண்டு அவள் பக்கம் திரும்பிப் பார்த்தார் அப்படியே ஸ்தம்பிதமாகிவிட்டார். ஏனெனில், படகில் இன்னொரு பக்கத்தில் இருந்தவள் பூங்குழலி இல்லை. அவள் மந்தாகினி! முப்பது ஆண்டுகளுக்கு முன்னர் எப்படி இருந்தாளோ, அப்படியே இன்றும் இருந்தாள்!

சில நிமிஷ நேரம் திகைத்திருந்து விட்டு, "மந்தாகினி நீதானா? உண்மையாக நீதானா? பூங்குழலி மாதிரி மாற்றுருவம் கொண்டு என்னை அழைத்து வந்தவள் நீதானா?" என்றார். தாம் பேசுவது அவளுக்குக் காது கேளாது என்பது நினைவு வந்தது. ஆயினும் உதடுகளின் அசைவிலிருந்து அவர் சொல்வது இன்னதென்பதை அறிந்து கொண்டவள் போல மந்தாகினி புன்னகை புரிவதைக் கண்டார்.

அவள் அருகில் நெருங்கிச் செல்வதற்காக எழுந்து செல்ல முயன்றார். ஆனால் அவரால் எழுந்திருக்க முடியவில்லை. தம் கால்கள் பயனற்றுப் போயின என்பது நினைவு வந்தது.

"மந்தாகினி! நான் நோயாளியாய்ப் போய் விட்டேன். உன்னிடம் என்னால் வர முடியவில்லை; நீதான் என் அருகில் வரவேண்டும். இதோ பார் மந்தாகினி! இனி ஒரு தடவை மூன்று உலகத்துக்கும் சக்கரவர்த்தியாக முடிசூட்டுவதாய் என்னை யாரேனும் அழைத்தாலும் நான் உன்னை விட்டுப் போகமாட்டேன். இந்த ஈழ நாட்டுக்கு அருகிலுள்ள தீவுகளுக்கு நாம் போக வேண்டாம். இங்கே யாராவது வந்து கொண்டே இருப்பார்கள். படகை நடுக்கடலில் விடு! வெகுதூரம், தொலைதூரம், ஏழு கடல்களையும் தாண்டிச் சென்று அப்பால் உள்ள தீவாந்தரத்துக்கு நாம் போய்விடுவோம்!" என்றார் சுந்தர சோழர். அவர் கூறியதையெல்லாம் தெரிந்து கொண்டவள் போல் மந்தாகினி புன்னகை புரிந்தாள்.

காவேரி நதியில் இராஜ ஹம்ஸத்தைப் போல் அலங்கரித்த சிங்காரப் படகில் சுந்தர சோழ சக்கரவர்த்தியும் அவருடைய பட்டத்து ராணியும் குழந்தைகளும் உல்லாசப் பிரயாணம் செய்து கொண்டிருந்தார்கள். கான வித்தையில் தேர்ந்தவர்கள் பாடிக் கொண்டிருந்தார்கள். சுந்தர சோழர் கான இன்பத்தில் மெய் மறந்து கண்களை மூடிக் கொண்டிருந்தார். திடீரென்று, "ஐயோ! ஐயோ!" என்ற கூக்குரலைக் கேட்டுக் கண் விழித்துப் பார்த்தார். "குழந்தையைக் காணோமே! அருள்மொழியைக் காணோமே" என்று பல குரல்கள் முறையிட்டன. சுந்தர சோழர் பரபரப்புடன் சுற்றுமுற்றும் பார்த்தார். காவேரியின் வெள்ளத்தில் அவருடைய செல்வக் குழந்தையான அருள்மொழியை யாரோ ஒரு ஸ்திரீ கையினால் பிடித்துக் கொண்டு தண்ணீரில் அமுக்கிக் கொல்ல முயன்று கொண்டிருந்தாள். சொல்ல முடியாத பயங்கரத்தை அடைந்த சுந்தர சோழர் காவேரி

வெள்ளத்தில் குதிக்க எண்ணினார். அச்சமயம் அந்த ஸ்திரீயின் முகம் அவருக்குத் தெரிந்தது. அது விகாரத்தை அடைந்த மந்தாகினியின் முகம் என்பதை அறிந்து கொண்டார். உடனே அவருடைய உடல் ஜீவசக்தி அற்ற ஜடப் பொருளைப் போல் ஆயிற்று. தண்ணீரில் குதிக்கப் போனவர் படகிலேயே தடால் என்று விழுந்தார்.

படகிலே விழுந்த அதிர்ச்சியினாலே தானோ, என்னமோ, சுந்தர சோழர் துயிலும் கனவும் ஒரே காலத்தில் நீங்கப் பெற்றார். புயல் மழை காரணமாக வழக்கத்தைவிடக் குளிர்ச்சி மிகுந்திருந்த அவ்வேளையில் அவருடைய தேகமெல்லாம் வியர்த்திருந்தது. இவ்வளவு நேரமும் கண்ட தோற்றங்கள் எல்லாம் கனவில் கண்டவை என்பதை உணர்ந்தபோது அவருடைய நெஞ்சிலிருந்து ஒரு பெரும் பாரத்தை எடுத்தது போன்ற ஆறுதல் ஏற்பட்டது. எதிரே பார்த்தார் அறையில் ஒருவரும் இருக்கவில்லை. தீபம் மட்டும் எரிந்து கொண்டிருந்தது. தாம் தூங்கிவிட்ட படியால் பக்கத்து அறையில் இருக்கிறார்கள் போலும்! கையைத் தட்டி அழைக்கலாமா என்று எண்ணினார். "சற்றுப் போகட்டும்; கனவுத் தோற்றத்தின் அதிர்ச்சிகள் நீங்கட்டும்" என்று எண்ணிக் கொண்டார்.

அப்போது மேல் மச்சியிலிருந்து ஏதோ மிக மெல்லிய சப்தம் கேட்டது. அது என்னவாயிருக்கும்? முகத்தைச் சிறிதளவு திருப்பிச் சப்தம் வந்த திக்கை நோக்கினார். மேல் மச்சில் தூணைப் பிடித்துக் கொண்டு விளிம்பின் வழியாக ஓர் உருவம் இறங்கி வருவது போலத் தோன்றியது.

32. "ஏன் என்னை வதைக்கிறாய்?"

சுந்தர சோழர் மிக்க வியப்பு அடைந்தார். மேன்மாடத்திலிருந்து அவ்வாறு தூண்களின் விளிம்பின் வழியாக யார் இறங்கி வருகிறது? எதற்காக வரவேண்டும்! இத்தனை நேரம் கண்ட குழப்பமான கனவுகள் நினைவு வந்தன. இதுவும் கனவிலே காணும் தோற்றமா? இன்னும் தாம் தூக்கத்திலிருந்து நன்றாக விழித்துக் கொள்ளவில்லையா? இந்தச் சந்தேகத்தைத் தீர்த்துக் கொள்வதற்காகச் சுந்தர சோழர் மறுபடியும் கண்களை மூடிக் கொண்டார். ஒரு நிமிஷ நேரம் அவ்வாறு இருந்துவிட்டுக் கண்களை நன்றாகத் திறந்து அந்த உருவம் இறங்கிய திக்கைப் பார்த்தார். அங்கே இப்போது ஒன்றும் இல்லை. ஆகா! அந்தத் தோற்றம் வெறும் பிரமையாகத்தான் இருக்க வேண்டும்.

அவர் உறங்குவதற்கு முன்னால் நிகழ்ந்தவற்றை ஞாபகப்படுத்திக் கொண்டார். முதன்மந்திரியும் அவருடைய சீடனும் இனிய குரலில் பாடிய தியாகவிடங்கரின் மகளும் தாம் தூங்கிய பிறகு போய்விட்டார்கள் போலும். மலையமான் மகளும் தாதிமார்களும் வழக்கம் போல் அடுத்த அறையிலே காத்திருக்கிறார்கள் போலும். குந்தவையைக் குறித்துத் தாம் முதன்மந்திரியிடம் குறை கூறியதைச் சக்கரவர்த்தி நினைத்துக் கொண்டு சிறிது வருத்தப்பட்டார். குந்தவை இணையற்ற அறிவும், முன் யோசனையும் படைத்தவள். இராஜ்யத்திலே குழப்பம் ஏற்படாமலிருக்கும் பொருட்டு இளவரசனை நாகப்பட்டினத்தில் இருக்கச் செய்திருக்கிறாள்.

அதைப் பற்றித் தவறாக எண்ணிக் கொண்டது தம்முடைய தவறு. தமது அறிவு சரியான நிலைமையில் இல்லை என்பது சில காலமாகச் சுந்தர சோழருக்கே தெரிந்திருந்தது. பின்னே, இளையபிராட்டியின் பேரில் கோபித்துக் கொள்வதில் என்ன பயன்? எதையும் அவளுடைய யோசனைப்படி செய்வதே நல்லது. இப்போது முக்கியமாகச் செய்ய வேண்டியது நாகப்பட்டினத்திலிருந்து இளவரசனை அழைத்து வர வேண்டியது. கடவுளே! புயலினால் அவனுக்கு யாதொரு ஆபத்தும் நேரிடாமல் இருக்க வேண்டுமே! உடன் குந்தவையிடம் அதைப் பற்றிக் கேட்க வேண்டும். பக்கத்து அறையில் இருப்பவர்களை அழைப்பதற்காகச் சுந்தர சோழர் கையைத் தட்ட எண்ணினார்...

ஆனால் இது என்ன? தம்முடைய தலைமாட்டில் யாரோ நடமாடுவதுபோல் தோன்றுகிறதே! ஆனால் காலடிச் சத்தம் மிக மெதுவாக பூனை, புலி முதலிய மிருகங்கள் நடமாடுவது போல் கேட்கிறது. யாராயிருக்கும்? ஒருவேளை மலையமான் மகளா? தம் குமாரியா? தாதிப் பெண்ணா? தமது உறக்கத்தைக் கலைக்கக் கூடாது என்று அவ்வளவு மெதுவாக அவர்கள் நடக்கிறார்களா?

"யார் அது?" என்று மெதுவான குரலில் சுந்தர சோழர் கேட்டார் அதற்குப் பதில் இல்லை.

"யார் அது? இப்படி எதிரே வா!" என்று சற்று உரத்த குரலில் கூறினார் அதற்கும் மறுமொழி இல்லை.

சுந்தர சோழருக்கு ஓர் எண்ணம் தோன்றியது. அது அவருக்குக் குழப்பத்தையும் திகிலையும் உண்டாக்கியது. 'ஒருவேளை அவளாக இருக்குமோ? அவளுடைய ஆவியாக இருக்குமோ? கனவிலே தோன்றிய கிராதகி இப்போது நேரிலும் வந்து விட்டாளா? நள்ளிரவில் அல்லவா ஆடை ஆபரண பூஷிதையாக முன் மாலையிலேயே வந்துவிட்டாளா? அல்லது ஒருவேளை நள்ளிரவு ஆகிவிட்டதா? அவ்வளவு நேரம் தூங்கி விட்டோமா? அதனாலேதான் ஒருவேளை மலையமான் மகளும், தம் குமாரியும் இங்கே இல்லையோ? தாதிப் பெண்களும் தூங்கி விட்டார்களோ? ஐயோ! அவர்கள் ஏன் என்னைத் தனியாக விட்டுவிட்டுப் போனார்கள்? அந்தப் பாதகி கரையர் மகளாக இருந்தால் என்னை இலேசில் விடமாட்டாளே? உள்ளம் குமுறி வெறி கொள்ளும் வரையில் போகமாட்டாளோ?'

'அடிபாவி! உண்மையில் நீயாக இருந்தால் என் முன்னால் வந்து தொலை! என்னை எப்படியெல்லாம் வதைக்க வேண்டுமோ, அப்படியெல்லாம் வதைத்துவிட்டுப் போ! ஏன் பார்க்க முடியாதபடி தலைமாட்டில் உலாவி என் பிராணனை வாங்குகிறாய்? முன்னால் வா! இரத்த பலி கேட்பதற்காக வந்திருக்கிறாயா? வா! வா! நீ தான் மடியில் கத்தி வைத்திருப்பாயே? புலி கரடிகளைக் கொன்ற அதே கத்தியினால் என்னையும் கொன்றுவிட்டுப் போய்விடு! என் மக்களை மட்டும் ஒன்றும் செய்யாதே! நான் செய்த குற்றத்துக்காக அவர்களைப் பழி வாங்காதே! அவர்கள் உனக்கு ஒரு துரோகமும் செய்யவில்லையடி! நான்தான் உனக்கு என்ன துரோகம் செய்தேன்? கலங்கரை விளக்கத்தின் உச்சியில் ஏறிக் கடலில் விழுந்து சாகும்படி நானா சொன்னேன்? நீயே செய்த அந்தக் கோரமான காரியத்துக்கு என்னை எதற்காக வதைக்கிறாய்?..."

சுந்தர சோழர் தம்முடைய தலைமாட்டில் வெகு சமீபத்தில் ஓர் உருவம் வந்து நிற்பதை உணர்ந்தார். திகிலினால் அவருடைய உடம்பு நடுங்கியது. வயிற்றிலிருந்து குடல் மேலே ஏறி நெஞ்சை அடைத்துக் கொண்டது போலிருந்தது! நெஞ்சு மேலே ஏறித் தொண்டையை அடைத்துக் கொண்டது. கண் விழிகள் பிதுங்கி வெளியே வந்துவிடும் போலிருந்தது. அவள்தான் வந்து நிற்கிறாள் சந்தேகமில்லை. அவளுடைய ஆவிதான் வந்து நிற்கிறது. தாம் நினைத்தபடியே கடைசியாக இரத்தப் பழி வாங்குவதற்கு வந்திருக்கிறது. தம் நெஞ்சில் கத்தியால் குத்தித் தம்மைக் கொல்லப் போகிறது. அல்லது வெறுங் கையினாலேயே தம் தொண்டையை நெறித்துக் கொல்லப் போகிறதோ, என்னமோ? எப்படியாவது அவள் எண்ணம் நிறைவேறட்டும்! தாம் இனி உயிர் வாழ்ந்திருப்பதில் யாருக்கும் எந்த உபயோகமும் இல்லை. அந்தப் பேய் தம்மைப் பழி வாங்கி விட்டுப் போனால் தம் மக்களை ஒன்றும் செய்யாமல் விட்டுவிடும் அல்லவா?

இன்னும் சிறிது நிமிர்ந்து அண்ணாந்து பார்த்தால், மந்தாகினிப் பேயின் ஆவி வடிவம் தம் கண்களுக்குப் புலனாகும் என்று சுந்தர சோழருக்குத் தோன்றியது. தலைமாட்டில் அவ்வளவு சமீபத்தில் அந்த உருவம் வந்து நிற்பது போலிருந்தது. அதன் நிழல் கூட அவர் முகத்திலே விழுந்தது போலிருந்தது. ஒரு கணம் நிமிர்ந்து பார்ப்பதற்கு எண்ணினார் அவ்வளவு தைரியம் வரவில்லை. "நான் கண்களை இறுக மூடிக் கொள்கிறேன். அது செய்வதை செய்துவிட்டுப் போகட்டும்" என்று தீர்மானித்துக் கண்களை மூடிக் கொண்டார்.

சற்று நேரம் அப்படியே இருந்தார்; அவர் எதிர்பார்த்தது போல் அவர் நெஞ்சில் கூரிய கத்தி இறங்கவும் இல்லை. அவர் தொண்டையை இரண்டு ஆவி வடிவக் கைகள் பிடித்து நெறிக்கவும் இல்லை.

அந்த உருவம் அவர் தலைமாட்டில் நின்ற உருவம் அங்கிருந்து நகர்ந்து போய்விட்டதாகத் தோன்றியது.

ஆகா, கரையர் மகள் அவ்வளவு சுலபமாக என்னை விட மாட்டாள். இன்னும் எத்தனை காலம் என்னை உயிரோடு வைத்திருந்து சித்திரவதை செய்ய வேண்டுமோ செய்வாள்? இன்றைக்கு என் கண்ணில் படாமலே திரும்பித் தொலைந்து போய்விட்டால் போலும்! சரி, சரி யாரையாவது கூப்பிடலாம். யாராவது இந்த அறைக்குள்ளே வந்தால், இன்னும் இவள் ஒரு வேளை இங்கேயே இருந்தாலும் மறைந்து போய்த் தொலைவாள்!

"யார் அங்கே? எல்லாரும் எங்கே போனீர்கள்?" என்று உரத்த குரலில் கூவிக் கொண்டே சுந்தர சோழர் கண்களைத் திறந்தார்.

ஆகா! அவர் எதிரே, மஞ்சத்தில் கீழ்ப்புறத்தில், நிற்பது யார்? அவள்தான் சந்தேகமில்லை; அந்த ஊமையின் பேய்தான், தலைவிரி கோலமாக நிற்கிறது பேய்! அதன் நெற்றியிலே இரத்தம் கொட்டுகிறது! "இரத்தப் பழி வாங்க வந்தேன்!" என்று சொல்லுகிறது போலும்! சுந்தர சோழர் உரத்த குரலில் வெறி கொண்டவரைப் போல் அந்த ஆவி உருவத்தைப் பார்த்த வண்ணமாகக் கத்தினார்:

"அடி ஊமைப் பேயே! நீ உயிரோடிருந்த போதும் வாய் திறந்து பேசாமல் என்னை வதைத்தாய்; இப்பொழுதும் என்னை வதைக்கிறாய்! எதற்காக வந்திருக்கிறாய், சொல்லு! இரத்தப் பழி வாங்க வந்திருந்தால் என்னைப் பழி வாங்கிவிட்டுப் போ; ஏன் சும்மா நிற்கிறாய்? ஏன் முகத்தை இப்படிப் பரிதாபமாக வைத்துக் கொண்டிருக்கிறாய்? என்னிடம் ஏதாவது கேட்க வந்திருக்கிறாயா? அப்படியானால் சொல்லு! வாய் திறந்து பேச முடியவில்லையென்றால், சமிக்ஞையினாலே சொல்லு! வெறுமனே நின்று கொண்டு என்னை வதைக்காதே. உன் கண்ணில் ஏன் கண்ணீர் ததும்புகிறது? ஐயையோ! விம்மி அழுகிறாயா, என்ன? என்னால் பொறுக்க முடியவில்லையே! ஏதாவது சொல்லுகிறதாயிருந்தால் சொல்லு! இல்லாவிட்டால் தொலைந்து போ. போகமாட்டாயா; ஏன் போக மாட்டாய்? என்னை என்ன செய்ய வேண்டுமென்றுதான் எண்ணிக் கொண்டிருக்கிறாய்? என் அருமை மகனை சின்னஞ்சிறு குழந்தையை காவேரி வெள்ளத்தில் அமுக்கிக் கொல்லப் பார்த்தவள்தானே நீ! கடவுள் அருளால் உன் எண்ணம் பலிக்கவில்லை. இனியும் பலிக்கப் போவதில்லை! அடி பாதகி! இன்னும் எதற்காக என் நெஞ்சைப் பிளக்கிறவள்போல பார்த்துக் கொண்டு இருக்கிறாய்? போ! போ! போக மாட்டாயா? போகமாட்டாயா! இதோ உன்னைப் போகும்படி செய்கிறேன் பார்!..."

இப்படிச் சொல்லிக் கொண்டே சுந்தர சோழர் தமதருகில் கைக்கெட்டும் தூரத்தில் என்ன பொருள் இருக்கிறதென்று பார்த்தார். பஞ்ச உலோகங்களினால் செய்த அகல் விளக்கு ஒன்றுதான் அவ்விதம் கைக்குக் கிடைப்பதாகத் தென்பட்டது. அதை எடுத்துக் கொண்டு, "போ! பேயே போ!" என்று அலறிக் கொண்டு மந்தாகினிப் பேயின் முகத்தைக் குறி பார்த்து வீசி எறிந்தார். திருமால் எறிந்த சக்ராயுதத்தைப் போல் அந்தத் தீபம் சுடர்விட்டு எரிந்த வண்ணம் அந்தப் பெண்ணுருவத்தை நோக்கிப் பாய்ந்து சென்றது.

அப்போது சுந்தர சோழர் பேய் என்று கருதிய அந்தப் பெண் உருவத்தில் வாயிலிருந்து ஓர் ஓலக்குரல் கிளம்பிற்று.

சுந்தர சோழருடைய ஏழு நாடியும் ஒடுங்கி, அவருடைய உடலும் சதையும் எலும்பும் எலும்புக்குள்ளே இருந்த ஜீவ சத்தும் உறைந்து போயின. தீபம் அந்த உருவத்தின் முகத்தின் மீது விழவில்லை. சற்று முன்னாலேயே தரையில் விழுந்து உருண்டு 'டணங் டணங்' என்று சத்தமிட்டது.

அகல் விளக்கு அணைந்துவிட்ட போதிலும், நல்ல வேளையாக அந்த அறையின் இன்னொரு பக்கத்தில் வேறொரு தீபம் எரிந்து கொண்டிருந்தது. அதன் மங்கலான வெளிச்சத்தில் சுந்தர சோழர் உற்றுப் பார்த்து, மந்தாகினியின் ஆவி வடிவம் இன்னும் அங்கேயே நிற்பதைக் கண்டார். அதனுடைய முகத்தில் விவரிக்க முடியாத வேதனை ஒரு கணம் காணப்பட்டது. பின்னர் அது கடைசி முறையாக ஒரு தடவை சுந்தர சோழரை அளவில்லாத ஆதங்கத்துடன் பார்த்துவிட்டுத் திரும்பி அங்கிருந்து போவதற்கு யத்தனித்தது.

அந்த நேரத்திலேதான் சுந்தர சோழரின் உள்ளத்திலே முதன் முதலாக ஒரு சந்தேகம் உதித்தது. இது மந்தாகினியின் ஆவி உருவமா? அல்லது அவளை வடிவதில் முழுக்க முழுக்க ஒத்த இன்னொரு ஸ்திரீயா? அவளுடன் இரட்டையாகப் பிறந்த சகோதரியா? அல்லது ஒரு வேளை... ஒரு வேளை... அவளேதானா? அவள் சாகவில்லையா? இன்னமும் உயிரோடிருக்கிறாளா? தாம் நினைத்ததெல்லாம் தவறா? அவளேயாக இருக்கும் பட்சத்தில் அவள் பேரில் தாம் விளக்கை எடுத்து எறிந்தது எவ்வளவு கொடுமை! அவளுடைய முகத்தில் சற்று முன் காணப்பட்ட பரிதாபம் மாறி, விவரிக்க முடியாத வேதனை தோன்றியதே? தம்முடைய கொடூரத்தை எண்ணி அவள் வேதனைப் பட்டாளோ? ஆகா! அதோ அவள் திரும்பிப் போக யத்தனிக்கிறாள். எந்தப் பக்கம் போகலாம் என்று பார்க்கிறாள்.

“பெண்ணே! நீ கரையர் மகள் மந்தாகினியா? அல்லது அவளுடைய ஆவி வடிவமா? அல்லது அவளுடன் பிறந்த சகோதரியா? நில், நில்! போகாதே! உண்மையைச் சொல்லிவிட்டுப் போ!...”

இவ்விதம் சுந்தர சோழர் பெரும் குரலில் கூவிக் கொண்டிருந்த போது தடதடவென்று பலர் அந்த அறைக்குள் புகுந்தார்கள். மலையமான் மகள், குந்தவை, வானதி, பூங்குழலி, முதன்மந்திரி, அவருடைய சீடன், அத்தனை பேரும் அறைக்குள்ளே வருகிறார்கள் என்பதைச் சுந்தர சோழர் ஒரு கண நேரத்தில் தெரிந்து கொண்டார்.

“நிறுத்துங்கள்! அவள் ஓடிப் போகாமல் தடுத்து நிறுத்துங்கள்! அவள் யார், எதற்காக வந்தாள் என்பதைக் கேளுங்கள்!” என்று சுந்தர சோழர் அலறினார்.

உள்ளே வந்தவர்கள் அவ்வளவு பேரும் ஒரு கணம் வியப்பினால் திகைத்துப் போய் நின்றார்கள். சுந்தர சோழரின் வெறி கொண்ட முகத் தோற்றமும், அவருடைய அலறும் குரலில் தொனித்த பயங்கரமும் அவர்களுக்குப் பீதியை உண்டாக்கின. மந்தாகினி தேவியை அங்கே பார்த்தது அவர்களை வியப்பு வெள்ளத்தில் திக்குமுக்காடச் செய்தது. இன்னது செய்வது என்று அறியாமல் எல்லாரும் சற்று நேரம் அசைவற்று நின்றார்கள். முதன்மந்திரி அநிருத்தர், நிலைமை இன்னதென்பதையும் அது எவ்வாறு நேர்ந்திருக்கக் கூடும் என்பதையும் ஒருவாறு ஊகித்து உணர்ந்து கொண்டார். அவர் பூங்குழலியைப் பார்த்து, “பெண்ணே! இவள்தானே உன் அத்தை?” என்றார்.

“ஆம், ஐயா!” என்றாள் பூங்குழலி.

“திருமலை! ஏன் மரம் போல நிற்கிறாய்? மந்தாகினி தேவி ஓடப் பார்க்கிறாள்! அவளைத் தடுத்து நிறுத்து, சக்கரவர்த்தியின் கட்டளை!” என்றார்.

ஆழ்வார்க்கடியான் தன் வாழ்நாளில் முதன்முறையாகக் குருவின் கட்டளைக்குக் கீழ்ப்படிய மறுத்தான்.

“ஐயா! அதைக் காட்டிலும் புயற் காற்றைத் தடுத்து நிறுத்தும்படி எனக்குக் கட்டளையிடுங்கள்!” என்றான்.

இதற்குள் பூங்குழலி சும்மா இருக்கவில்லை. ஒரே பாய்ச்சலாக ஓடிச் சென்று அத்தையின் தோளைப் பிடித்துக் கொண்டாள். மந்தாகினி அவளை உதறித் தள்ளிவிட்டு ஓடினாள்.

ஆழ்வார்க்கடியான் சட்டென்று ஒரு காரியம் செய்தான். சற்று முன்னால் முதன்மந்திரி முதலியவர்கள் நுழைந்து வந்த கதவண்டை சென்று அதைச் சாத்தித் தாளிட்டான். பிறகு

கதவை யாரும் திறக்க முடியாதபடி கைகளை விரித்துக் கொண்டு நின்றான். வேடர்களால் சூழ்ந்து கொள்ளப்பட்ட மானைப் போல் நாலுபுறமும் பார்த்து மிரண்டு விழித்தாள் மந்தாகினி. தப்பிச் செல்வதற்கு வேறு வழி இல்லை என்று, தான் இறங்கி வந்த வழியாக ஏறிச் செல்ல வேண்டியதுதான் என்றும் தீர்மானித்துக் கொண்டாள். அவள் மேல் மாடியை நோக்கிய பார்வையிலிருந்து அவளுடைய உத்தேசத்தை மற்றவர்களும் அறிந்து கொண்டார்கள்.

சுந்தர சோழர், “பிடியுங்கள்! அவளைப் பிடித்து நிறுத்துங்கள்! அவள் எதற்காக வந்தாள், யாரைப் பழிவாங்க வந்தாள் என்று கேளுங்கள்!” என்று மேலும் கத்தினார். தூணின் வழியாக மேல் மாடத்துக்கு ஏறிச் செல்ல ஆயத்தமாயிருந்த மந்தாகினி தேவியிடம் மறுபடியும் பூங்குழலி ஓடி நெருங்கினாள். இம்முறை அவளைப் பிடித்து நிறுத்துவதற்குப் பதிலாகப் பூங்குழலி கையினால் சமிக்ஞை செய்து ஏதோ கூற முயன்றாள். மந்தாகினி அதன் பொருளைத் தெரிந்து கொண்டவள் போல், கீழே விழுந்து கிடந்த அகல் விளக்கைச் சுட்டிக் காட்டினாள்.

இதைக் கவனித்துக் கொண்டிருந்த குந்தவை, “அப்பா! பெரியம்மாவின் பேரில் தாங்கள்தான் விளக்கை எடுத்து எறிந்தீர்களா?” என்று கேட்டாள்.

“ஆம் மகளே! அந்தப் பேய் என்னைப் பார்த்த பார்வையை என்னால் சகிக்க முடியவில்லை. அதனால் விளக்கை எடுத்து எறிந்தேன்!” என்றார் சுந்தர சோழர்.

“தந்தையே! பேயுமல்ல; ஆவியும் அல்ல; உயிரோடிருக்கும் மாதரசியேதான். அப்பா! பெரியம்மா சாகவே இல்லை! முதன்மந்திரியைக் கேளுங்கள்! எல்லாம் சொல்லுவார்!” என்று குந்தவை கூறிவிட்டு, மந்தாகினியும் பூங்குழலியும் மௌன வாக்குவாதம் செய்து கொண்டிருந்த காட்சியைப் பார்த்தாள். உடனே அந்த இடத்துக்குப் பாய்ந்து சென்றாள்.

“மகளே! அவளிடம் போகாதே! அந்த ராட்சஸி உன்னை ஏதாவது செய்து விடுவாள்!” என்று சுந்தர சோழர் கூவிக் கொண்டே குந்தவையைத் தடுப்பதற்காகப் படுக்கையிலிருந்து பரபரப்புடன் எழுந்திருக்க முயன்றார்.

மலையமான் மகள் வானமாதேவி அவருடைய தோள்களை ஆதரவுடன் பிடித்துப் படுக்கையில் சாயவைத்தாள். “பிரபு! சற்றுப் பொறுங்கள்! தங்கள் திருமகளுக்கு அபாயம் ஒன்றும் நேராது!” என்று கூறினாள்.

33. “சோழர் குல தெய்வம்”

குந்தவை தன் அருகில் வந்ததும் மந்தாகினி அவளை ஒரு கணம் உற்றுப் பார்த்தாள். அப்போது யாரும் எதிர்பாராத ஒரு காரியத்தை இளையபிராட்டி செய்தாள். தரையில் விழுந்து மந்தாகினியின் பாதங்களைத் தொட்டு சாஷ்டாங்கமாக நமஸ்காரம் செய்தாள். மந்தாகினியின் கண்களில் கண்ணீர் பெருகிற்று. அவள் குனிந்து குந்தவையைத் தூக்கி எடுத்து அணைத்துக் கொண்டாள். பிறகு இளையபிராட்டி அவளுடைய ஒரு கையைத் தோள் வரையில் சேர்த்துத் தன் கையினால் தழுவிப் பிணைத்துக் கொண்டு சக்கரவர்த்தி படுத்திருந்த இடத்தை நோக்கி வந்தாள்.

சக்கரவர்த்தினி இப்போதுதான் மந்தாகினியின் முகத்தை நன்றாகப் பார்த்தார். அவளுடைய நெற்றியிலிருந்து இரத்தம் வழிவதைக் கண்டார்.

“சுவாமி! தாங்கள்தான் விளக்கை எறிந்து காயப்படுத்தி விட்டீர்களா? ஐயோ! என்ன காரியம் செய்தீர்கள்?” என்று மலையமான் மகள் அலறினாள்.

“இல்லை, இல்லை! நான் எறிந்த விளக்கு இவள் பேரில் விழவே இல்லை. அதற்கு முன்னாலேயே இவள் இரத்தக் காயத்துடன் வந்து நின்றாள். ஆனால் இந்தப் பாதகி

என் பேரில் பழி சொன்னாலும் சொல்லுவாள்! நீங்களும் நம்பிவிடுவீர்கள். நீங்கள் எல்லோருமே அவளுடைய பட்சத்தில் இருக்கிறீர்கள்.

மலையமான் மகளே! இவளிடம் நீ கூடப் பரிதாபப்படுகிறாயே? இவள் யார் என்பது உனக்குத் தெரியுமா?" என்று சுந்தர சோழர் கேட்டார்.

"தெரியும், சுவாமி! இவர் என் குலதெய்வம் சோழர் குலத்துக்கே தெய்வம். என் அருமை மகன் காவேரியில் மூழ்கிப் போய் விடாமல் காப்பாற்றிக் கொடுத்த தெய்வம் அல்லவா?..."

"ஆகா! நீ கூட அவ்விதம் நம்புகிறாயா? குந்தவை ஒருவேளை அவ்வாறு உன்னிடம் சொன்னாளா?"

"நானே கண்ணால் பார்த்ததைத்தான் சொல்கிறேன், குந்தவையும் அப்போது குழந்தை அல்லவா? அவளுக்கு என்ன தெரிந்திருக்க முடியும்? அருள்மொழியைக் காப்பாற்றியது மட்டும் அல்ல, சோழ நாட்டுக்குத் தங்கள் உயிரைக் காப்பாற்றிக் கொடுத்த தெய்வமும் இவர்தானே! தாங்கள் பூதத் தீவில் காட்டுக் கரடிக்கு இரையாகாமல் காப்பாற்றிய தெய்வம் அல்லவா?"

"கடவுளே! அதுகூட உனக்குத் தெரியுமா? இவள் இத்தனை நாள் உயிரோடு இருந்து வருகிறாள் என்பதும் தெரியுமா?"

"சில காலமாகத் தெரியும். தெரிந்தது முதல் இத்தேவியை ஈழ நாட்டிலிருந்து அழைத்து வரும்படி முதன்மந்திரியிடம் சொல்லிக் கொண்டிருந்தேன்.."

"அநிருத்தரே! இது என்ன மகாராணி சொல்லுவது? இவள் உண்மையிலேயே அந்தக் கரையர் மகள்தானா? இவள் உயிரோடு தானிருக்கிறாளா? இவள் இறந்துவிட்டாள் என்பது பொய்யா? இவள் ஆவி என்னை வந்து சுற்றுகிறதென்று நான் எண்ணியதெல்லாம் பிரமையா? ஏற்கெனவே என் அறிவு குழம்பியிருக்கிறது. எல்லாருமாகச் சேர்ந்து என்னை முழுப் பைத்தியமாக்கி விடாதீர்கள்?" என்றார் சக்கரவர்த்தி சுந்தர சோழர்.

"பிரபு! இவர் கரையர் மகள் என்பது உண்மைதான். இவர் இறக்கவில்லை என்பதும் உண்மைதான். சக்கரவர்த்தி! நான் பெரிய குற்றவாளி. நான் செய்த குற்றத்துக்கு மன்னிப்பே இல்லை ஆனாலும் தங்கள் கருணையினால்..."

"முதன்மந்திரி! இப்போது தெரிகிறது, கோடிக்கரையிலிருந்து நீர் பலவந்தமாகப் பிடித்துக் கொண்டு வரச் சென்னவள் இவள் தான்! பல்லக்கில் வந்தவள் அந்த ஓடக்காரப் பெண் என்று நீர் கூறியது உண்மையல்ல!..."

"மன்னர் மன்னா! அடியேனை மன்னிக்க வேண்டும்!"

"ஆகா! மன்னிக்க வேண்டுமாம்! சக்கரவர்த்தி என்றும், மன்னர் மன்னன் என்றும் கூறப்பட்ட ஒருவன் என்னைப் போல் ஏமாற்றப்பட்டது இந்த உலகம் தோன்றிய காலத்திலிருந்து நேர்ந்திராது. எனக்குத் தெரியாமல் ஏன் இந்தக் காரியத்தைச் செய்ய வேண்டும்? ஏன் முன்னாலேயே சொல்லியிருக்கக் கூடாது? இன்று சாயங்காலம் என்னுடன் அத்தனை நேரம் பேசிக்கொண்டிருந்தீர்களே? அப்போதுகூட ஏன் சொல்லவில்லை? முதன்மந்திரி! எனக்கு எல்லாம் விளங்குகிறது. பழுவேட்டரையர்கள் சொல்லுவது சரிதான் நீங்கள் எல்லாருமாகச் சேர்ந்து எனக்கு எதிராகச் சூழ்ச்சி செய்கிறீர்கள்!"

"நாங்கள் சூழ்ச்சி செய்தது என்னமோ உண்மைதான். ஆனால் தங்களுக்கு எதிராகச் சூழ்ச்சி செய்யவில்லை. எப்படியாவது கரையர் மகளைத் தங்களிடம் கொண்டு வந்து சேர்ப்பிக்க வேண்டுமென்று எண்ணினோம். அவள் கடலில் விழுந்து இறந்தது பற்றித் தங்கள் மனம் மிக்க வேதனைப்பட்டுக் கொண்டிருக்கிறது என்று மகாராணியின் மூலமாக அறிந்து நான் இந்த முடிவுக்கு வந்தேன். மகாராணியும் அவ்விதம் ஆக்ஞாபித்தார்கள். ஆனால் அவரை அழைத்து வருவது எளிய காரியமாயில்லை. அவர் உயிரோடிருப்பதாகச் சொன்னால், தாங்கள் நம்புவது சிரமமாயிருக்கும். ஆகையால் எப்படியும் அவரை இந்த

ஊரில் கொண்டு வந்து சேர்த்த பிற்பாடு தங்களிடம் சொல்ல எண்ணினேன். நேற்று மாலை கோட்டை வாசலுக்குக் கிட்டத்தட்ட வந்த பிறகு மந்தாகினி தேவி மறைந்து விட்டார். அவருக்குப் பதிலாக இந்தப் பெண் பல்லக்கில் வந்தாள். இன்றைக்கெல்லாம் தேவியைத் தேடுவதில் ஈடுபட்டிருந்தோம். அவர் பழுவூர் அரண்மனைத் தோட்டத்தின் மதில் ஏறிக் குதித்ததைப் பார்த்துவிட்டுத்தான் என் சீடனும் அவ்வாறு மதில் ஏறிக் குதித்தான். ஆனால் இந்தத் தேவி அகப்படவில்லை. திருமலையைப் பழுவூர் ஆட்கள் பிடித்துக் கொண்டு வந்தார்கள். சக்கரவர்த்தி! என் சீடனை அக்குற்றத்துக்காக மன்னிக்கப் பிரார்த்திக்கிறேன்."

"மன்னிப்பதற்கு இது ஒரு குற்றந்தானா? எவ்வளவோ இருக்கிறது! அப்புறம் சொல்லுங்கள்!"

"அப்புறம், இன்று சாயங்காலம் வரை காத்திருந்தும், பழுவூர் அரண்மனைக்குள்ளே தேடியும், இவரைக் காணவில்லை. தாங்கள் சற்று முன் கண்ணயர்ந்திருந்தபோது நாங்கள் எல்லாரும் அடுத்த அறையில் இவரைப் பற்றியே பேசிக் கொண்டிருந்தோம். இவர் எங்கே மறைந்திருக்கக் கூடும் என்றும், இதையெல்லாம் பற்றித் தங்களிடம் எப்படிச் சொல்லுவது, யார் சொல்லுவது என்றும் யோசனை செய்து கொண்டிருந்தோம். அதற்குள் இவராகவே எப்படியோ தங்கள் சந்நிதிக்கு வந்து சேர்ந்திருக்கிறார். பழம் நழுவிப் பாலில் விழுந்தது போலாயிற்று!"

சக்கரவர்த்தி அப்போது மந்தாகினி தேவி இருந்த இடத்தை நோக்கினார். குந்தவை, பூங்குழலி முதலியோர் அந்தப் பெண்மணியின் நெற்றியிலிருந்த காயத்தை ஈரத் துணியினால் துடைத்து விட்டு மருந்து கலந்த சந்தனக் குழம்பை அதன் பேரில் அப்புவதைக் கவனித்தார்.

"விடங்கர் மகளே! உன் அத்தையின் நெற்றியில் காயம் எப்படி ஏற்பட்டதென்று கேட்டுச் சொல்லுவாயா?" என்றார்.

பூங்குழலி இரண்டு அடி முன்னால் வந்து, "கேட்டேன், பிரபு! ஆனால் அத்தை சொல்லும் காரணம் எனக்கே சரியாக விளங்கவில்லை.." என்றாள்.

"என்னதான் சொல்லுகிறாள்? நான் விளக்கை எறிந்ததால் ஏற்பட்ட காயம் என்று சொல்லுகிறாளா?"

"இல்லை, இல்லை! மலை மேல் முட்டிக் கொண்டதால் காயம் பட்டதாகச் சொல்கிறார். இரத்தம் வழிந்ததை அவர் கவனிக்கவில்லையென்றும் கூறுகிறார்..."

சுந்தர சோழர் அப்போது ஒரு மிக அபூர்வமான காரியம் செய்தார். கலகலவென்று நகைத்தார்! அம்மாதிரி அவர் சிரித்ததை மற்றவர்கள் பார்த்துப் பல வருஷங்கள் ஆயின. மீண்டும் மீண்டும் அவர் நினைத்து நினைத்துச் சிரித்தார். அனைவரும் அவரைக் கவலையுடன் உற்றுப் பார்க்கத் தொடங்கினார்கள்.

"முதன்மந்திரி எதற்காக என்னை எல்லோரும் இப்படி உற்றுப் பார்க்கிறீர்கள்? எனக்குப் புதிதாகப் பைத்தியம் பிடிக்கவில்லை. பழைய பைத்தியந்தான் மிச்சமிருக்கிறது. இப்போது நான் சிரிப்பதன் காரணம் உங்களுக்கெல்லாம் தெரியவில்லையா? சோழ வளநாட்டில் இவள் மலையில் மோதிக் கொண்டு காயம் பட்டதாகக் கூறுகிறாளே? அதை எண்ணித்தான் சிரித்தேன். மலையைப் பற்றிச் சொல்வானேன்? இங்கே ஒரு சிறிய விக்கிரகம் செய்யக் கூடக் கல் கிடைக்காதே? சோழச் சக்கரவர்த்தியின் தலையில் யாராவது கல்லைப் போட விரும்பினால் அதற்குக்கூட ஒரு கருங்கல் கிட்டாதே! இவள் மலை மீது மோதிக் கொண்டதாகச் சொல்கிறாளாமே? எந்த மலையின் மேல் மோதிக் கொண்டாள்? பூங்குழலி, நன்றாக கேள்!" என்றார்.

இதையெல்லாம் கேட்டுக் கொண்டிருந்த வானதியின் முகத்தில் அப்போது ஒரு பிரகாசம் உண்டாயிற்று. அவள் சட்டென்று இரண்டு அடி முன் வந்து சக்கரவர்த்திக்கு வணக்கம் செலுத்தினாள்.

"ஐயா! எனக்கு ஒன்று தோன்றுகிறது கட்டளையிட்டால் சொல்லுகிறேன்!" என்றாள்.

"வேளிர் மகளே! நீ வேறு இங்கே இருக்கிறாயா? உன்னை இத்தனை நேரமும் நான் கவனிக்கவே இல்லையே? இவ்வளவு தடபுடலுக்கும் நீ மூர்ச்சையடைந்து விழாமல் இருக்கிறாயே? அதுவே ஆச்சரியந்தான்! உனக்கு என்ன தோன்றுகிறது? எதைப்பற்றி? சொல்!" என்று சக்கரவர்த்தி ஆக்ஞாபித்தார்.

"இந்தத் தேவி மலை மேல் மோதிக் கொண்டதால் காயம் பட்டது என்கிறாரே! அதைப்பற்றி எனக்கு ஒன்று தோன்றுகிறது ஐயா!"

"என்ன? என்ன? நீ புத்திசாலிப்பெண்! உனக்கு ஏதேனும் காரணம் புரிந்தாலும் புரிந்திருக்கும்! சீக்கிரம் சொல்! ஈழ நாட்டில் மலையில் முட்டிக் கொண்டு அந்த இரத்தக் காயத்துடனே இங்கே வந்திருக்கிறாளா?"

"இல்லை, ஐயா; இந்த அரண்மனைத் தோட்டத்தில் சிற்ப மண்டபம் ஒன்று இருக்கிறதல்லவா? அதற்குள்ளே இராவணன் தூக்கிப் பிடிக்கும் கைலாச மலை ஒன்று இருக்கிறது. ஒருவேளை அதில் இவர் முட்டிக் கொண்டிருக்கலாம்!"

இவ்விதம் வானதி சொன்னதும் அத்தனை பேரும் வியப்புக் கடலில் மூழ்கிப் போனார்கள். "இருக்கலாம்; இருக்கலாம்!" "அப்படித்தான் இருக்கும்" என்று ஒருவருக்கொருவர் சொல்லிக் கொண்டார்கள்.

குந்தவை வானதியின் நெற்றியைத் தொட்டு திருஷ்டி கழிப்பது போல் கையை நெறித்து, "அடி என் கண்ணே! என்ன புத்திசாலியடி நீ! எங்களுக்கெல்லாம் தோன்றாதது உனக்குத் தோன்றியதே!" என்றாள்.

பூங்குழலி அதைக் கோபத்துடன் பார்த்துக் கொண்டிருந்து விட்டு, தன்னுடைய ஊமை அத்தையிடம் சமிக்ஞா பாஷையில் பேசினாள் பின்னர், "ஆமாம்! சிற்ப மண்டபத்தில் உள்ள மலைதானாம்! அந்த மண்டபத்தை நான் பார்த்திருந்தால், எனக்கும் அது தெரிந்திருக்கும்!" என்றாள்.

சக்கரவர்த்தி மந்தாகினியை உற்றுப் பார்த்துக் கொண்டே "ஆமாம்; வழி தெரியாமல் தவித்துச் சிற்ப மண்டபத்தின் மலை மேல் முட்டிக் கொண்டிருக்கிறாள். எங்கே போவதற்காக வழி தேடினாளோ, தெரியவில்லை கடைசியில் இங்கே வந்து சேர்ந்தாள்!" என்றார்.

"தங்களிடம் வருவதற்குத்தான் வழி தேடி இருக்கிறார். அதைப்பற்றிச் சிறிதும் சந்தேகம் இல்லை. நானே இவர்களிடம் சொல்லிக் கொண்டிருந்தேன். தங்களைத் தரிசிக்காமல் இவ்விடம் விட்டுப் போகமாட்டார் என்று..."

"நான் நம்பவில்லை; முதன்மந்திரி! என்னிடம் இவள் வருவதாக இருந்தால் முன்னமே வந்திருக்கமாட்டாளா? இருபத்தைந்து வருஷமாக வந்திருக்கமாட்டாளா? இத்தனை நாள் பொறுத்திருந்து வருவானேன்? என்னைப் பேயாக வந்து சுற்றுவானேன்? ஆம், ஆம்! இவள் பேய் வடிவத்தில் இருப்பதாக எண்ணிக் கொண்டிருந்தேன். அதுவும் உண்மை தானே? பேயைப் போலத்தான் ஈழ நாட்டுக் காடு மலைகளில் அலைந்து திரிந்து வந்திருக்கிறாள். நான் இத்தனை காலமும் அரண்மனைச் சுகபோகங்களில் ஆழ்ந்து காலம் கழித்திருக்கிறேன். குற்றத்தின் சக்தியைத்தான் என்னவென்று சொல்லுவது? இவளைப் போன்ற உருவத்தைக் கண்டு எத்தனை தடவை என் உள்ளம் பிரமை அடைந்திருக்கிறது; யார் கண்டது? இப்போது வந்ததைப் போல் இதற்கு முன்னாலும் இரகசியமாக வந்து என்னைப் பார்த்து விட்டுப் போனாளோ, என்னவோ? நான் பிசாசு என்று எண்ணி மிரண்டு வந்தேன்!... இருபத்தைந்து ஆண்டு! இருபத்தைந்து யுகம்!"

இவ்விதம் தமக்குத் தாமே பேசுகிறவர் போலச் சொல்லி வந்த சக்கரவர்த்தி திடீரென்று

அநிருத்தரின் பக்கம் திரும்பி, “முதன்மந்திரி! நீர் ஏதோ குற்றம் செய்ததாகச் சொல்லி மன்னிப்புக் கேட்டீரே? அது என்ன குற்றம்?” என்று ஆத்திரத்துடன் கேட்டார்.

அநிருத்தர், “சக்கரவர்த்தி! குற்றவாளியிடமே குற்றத்தைப் பற்றிக் கேட்பது தர்மமா?” என்றார்.

“பின்னே, யாரிடம் கேட்கிறது? ஆம், ஒருவரிடமும் கேட்க வேண்டியதில்லை. உம்முடைய முகத்திலேயே எழுதியிருக்கிறது. அவள் கடலில் விழுந்து இறந்துவிட்டதாக வந்து சொன்னீரே? அதுவே பொய்! இருபத்தைந்து வருஷங்களாக அந்தப் பொய்யை நீர் சாதித்து வந்தீர். நானும் நம்பி வந்தேன் அநிருத்தரே! உண்மையிலேயே உமது குற்றம் மிகப் பயங்கரமானது!...”

“அதற்கு நான் மட்டும் பொறுப்பாளி அல்ல, சக்கரவர்த்தி! கரையர் குல மகளும் பொறுப்பாளிதான்! அவர் கடலில் விழுந்தது என்னமோ உண்மை. பிறகு புனர் ஜன்மம் அடைந்தார். தங்களிடம் அவர் உயிரோடிருப்பதைச் சொல்ல வேண்டாமென்று வாக்குறுதி வாங்கிக் கொண்டார்; வாக்குறுதியைக் கொடுக்காவிடில் மறுபடியும் உயிரை விட்டு விடுவேன் என்று சொன்னார். இவையெல்லாம் உண்மையா என்பதைத் தாங்களே அவரிடம் கேட்டுத் தெரிந்து கொள்ளலாம்.”

“கேட்க வேண்டியதே இல்லை! அவ்விதமே இருக்கும். ஆனாலும் நீங்கள் எல்லோருமாகச் சேர்ந்து எனக்கு எதிராகச் சதி செய்கிறீர்கள் என்று நான் கூறியதிலே தவறு ஒன்றுமில்லை அல்லவா?” என்றார் சுந்தர சோழர்.

“நான் செய்த குற்றத்துக்கு மன்னிப்பு இல்லைதான்; மன்னிப்பு நான் கோரவும் இல்லை. ஆனாலும் பல வருஷ காலமாக என் மனத்திலிருந்த பாரம் இன்றைக்கு நீங்கிவிட்டது. இனி எனக்கு விடை கொடுங்கள். திருவரங்கம் சென்று ஸ்ரீ ரங்கநாதருக்குச் சேவை செய்து என் நாட்களைக் கழிக்க அனுமதியுங்கள்.”

“அது முடியாத காரியம், பிரம்மராயரே! நீ அன்று செய்த குற்றத்தினால் இன்று எத்தனையோ குழப்பங்கள் நேர்ந்திருக்கின்றன. அவற்றையெல்லாம் தீர்த்து வைத்து விட்டல்லவா நீர் ரங்கநாதருக்குச் சேவை செய்யப் போக வேண்டும்?” என்றார் சக்கரவர்த்தி.

34. இராவணனுக்கு ஆபத்து!

சுந்தர சோழர் தமது செல்வக் குமாரியைப் பார்த்துக் “குந்தவை! நான் முதன்மந்திரியோடு இராஜ்ய காரியங்களைப் பற்றிக் கொஞ்சம் பேச வேண்டும். நீங்கள் போய் உங்கள் காரியங்களைப் பாருங்கள். போகும்போது இதையும் அழைத்துக் கொண்டு போங்கள்! உன் தாயார் மட்டும் இங்கே சிறிது நேரம் இருக்கட்டும்!” என்றார்.

சக்கரவர்த்தி “இதையும்” என்று குறிப்பிட்டது மந்தாகினியைத்தான். அப்படிக் குறிப்பிட்டதிலிருந்து அவள் விஷயத்தில் அவருடைய அருவருப்பு வெளியாயிற்று.

குந்தவை சிறிது ஏமாற்றத்துடன் தந்தையை நோக்கினாள். அதைக் கவனித்த சக்கரவர்த்தி, “ஆமாம், இவள் முட்டிக் கொண்டது சிற்ப மண்டபத்திலுள்ள கைலாச மலைதானா என்பதைத் தெரிந்து கொள்வது நல்லது! இவளை அங்கேயே அழைத்துக் கொண்டு போய்க் காட்டித் தெரிந்து கொள்ளுங்கள்! இவள் இங்கே நிற்பதை என்னால் சகிக்க முடியவில்லை” என்றார்.

குந்தவை ஏமாற்றம் நிறைந்த முகத்தோடு மந்தாகினியைக் கையைப் பிடித்து அழைத்துக் கொண்டு புறப்பட்டாள். அப்போது மலையமான் மகள் குந்தவையின் அருகில் வந்து, அவள் காதில் மட்டும் கேட்கும்படியாக, “குழந்தாய்! இவள் இப்போது பார்க்கச் சகிக்காமல்தானே இருக்கிறாள்? அப்பாவிடம் வருத்தப்படுவதில் என்ன பயன்?

உன்னுடைய அலங்காரக் கலைத் திறமையையெல்லாம் இவளிடம் காட்டு பார்க்கலாம்!” என்றாள்.

குந்தவை புன்னகை மூலம் தன் சம்மதத்தைத் தெரிந்துவிட்டு அங்கிருந்து மந்தாகினியை அழைத்துச் சென்றாள். அவர்களுடன் வானதியும் பூங்குழலியும் வெளியேறினார்கள்.

பிறகு சுந்தர சோழர் முதன்மந்திரியையும் மலையமான் மகளையும் மாறி மாறிப் பார்த்தவண்ணம், "நீங்கள் இரண்டு பேரும் சேர்ந்து இந்தக் காரியத்தை எதற்காகச் செய்தீர்கள் என்று தெரியவில்லை. எனக்கு இதனால் சந்தோஷம் உண்டாகும் என்று நீங்கள் எண்ணியிருந்தால் அது பெரும் தவறு! முதன்மந்திரி! எதற்காக நீர் இவ்வளவு பிரயத்தனப்பட்டுக் கோடிக்கரையிலிருந்து இந்தக் காட்டுமிராண்டி ஜன்மத்தைப் பிடித்துக் கொண்டு வரச் செய்தீர்? இப்போதாவது உண்மையைச் சொல்லுங்கள்! இனிமேலாவது என்னிடம் எதையும் மறைத்து வைக்க முயல வேண்டாம்!" என்றார்.

அப்போது முதன்மந்திரி அநிருத்தர் உணர்ச்சி ததும்பக் கூறினார்: "ஒரு தடவை செய்த பிழையை மறுபடியும் செய்ய மாட்டேன், இனி எந்தக் காரியத்தையும் தங்களிடமிருந்து மறைத்து வைக்கவும் உடன்படேன். உண்மை வெளிப்பட வேண்டுமென்பதற்காகவே இப்போது இவ்வளவு பிரயத்தனம் எடுத்துக் கொண்டேன். தங்களால் ஒரு பெண்மணி கடலில் விழுந்து இறந்ததாகத் தங்கள் மனம் வேதனைப்பட்டுக் கொண்டிருந்தது. அந்தச் சம்பவத்தைத் தாங்கள் மறந்து விட்டதாக வெகுகாலம் நான் எண்ணிக் கொண்டிருந்தேன். ஆனால் நாளாக ஆக அந்த நினைவு தங்கள் உள்ளத்தின் உள்ளே பதிந்து வேதனையை அதிகப்படுத்திக் கொண்டிருந்ததாக அறிந்தேன். தூக்கத்தில் தாங்கள் அதைப் பற்றிய கனவு கண்டு பல முறை ஓலமிட்டதாக மகாராணி சொன்னார்கள். அதனால் தங்களைக் காட்டிலும் மலையமான் மகளார் அதிக வேதனை அடைந்தார்கள். சில காலத்துக்கு முன்பு என்னிடம் யோசனை கேட்டார்கள். அதன் பேரில் நாங்கள் இந்தப் பிரயத்தனம் செய்யத் தீர்மானித்தோம். தங்கள் காரணமாக இறந்து விட்டதாக தாங்கள் நினைத்து வருந்திய பெண்மணியைத் தங்கள் முன்னாலேயே கொண்டு வந்து நிறுத்தி அந்த எண்ணத்தைப் போக்க உத்தேசித்தோம். நேரில் கொண்டு வந்து நிறுத்தினால்தான் தாங்கள் நம்புவீர்கள் என்று எண்ணினோம். இது குற்றமாயிருந்தால் கருணை கூர்ந்து மன்னிக்க வேண்டும்!"

இதைக் கேட்ட சக்கரவர்த்தி ஆத்திரம் பொங்கக் கூறியதாவது:

"குற்றந்தான்! பெருங்குற்றம்! இத்தனை நாளும் இவள் பேயாக என்னைச் சுற்றிக் கொண்டிருந்தாள். கனவிலே வந்து கஷ்டப்படுத்திக் கொண்டிருந்தாள். பேய்க்குப் பதிலாகப் பிச்சியைக் கொண்டு வந்து என் முன்னால் நிறுத்தியிருக்கிறீர்கள். இது எனக்கு மகிழ்ச்சி தரும் என்று நினைத்தீர்களா? ஒரு நாளும் இல்லை. என்னிடம் முன்னதாக உண்மையைத் தெரிவித்திருந்தால் இவளை இங்கே அழைத்து வரும் யோசனையைக் கண்டிப்பாக நிராகரித்திருப்பேன். போனது போகட்டும் ஏதோ செய்தது செய்து விட்டீர்கள். வெகு கஷ்டப்பட்டு இங்கே இந்த ஊமைப் பைத்தியக்காரியை அழைத்து வந்து சேர்த்தீர்களே? திரும்பி அவளை எப்போது எப்படிப் போகச் செய்வதாக உத்தேசம்?" இவ்வாறு சுந்தர சோழர் கேட்டதும், அநிருத்தர் உண்மையிலேயே பேச்சிழந்து நின்றார்.

அப்போது சக்கரவர்த்தினி, "சுவாமி! இங்கிருந்து என் சகோதரியைத் திரும்பிப் போகச் செய்வதாகவே எனக்கு உத்தேசமில்லை. இந்த அரண்மனையில் என்னுடனேயே அவர் தங்கியிருப்பார். எனக்கு முன் பிறந்த தமக்கையைப் போல் பாவித்து இவரை நான் போற்றிப் பூசித்து வருவேன்!" என்றாள்.

"தேவி! என்னிடம் உனக்குள்ள பக்தியை இந்த மாதிரி மெய்ப்பிக்க நீ பிரயத்தனப்பட வேண்டியதில்லை. கண்ணகியைக் காட்டிலும் மேலான கற்பின் அரசி என்பதை இந்த இருபத்தைந்து ஆண்டுகளில் நான் கண்டிருக்கிறேன். நான் நோய்ப்பட்டது முதல் நீ உன் செல்வக் குழந்தைகளையும் மறந்து எனக்குப் பணிவிடைகள் செய்து வருவதையும் எனக்காக நோன்பு நோற்று வருவதையும் அறிந்துதானிருக்கிறேன். காட்டிலே திரிந்த ஊமைப் பிச்சியை அரண்மனையிலே அழைத்து வைத்து என்னிடம் உனக்குள்ள பக்தியைக் காட்ட வேண்டியதில்லை. மலையமான் மகளே! இதைக்கேள்! முதன்மந்திரி!

நீங்களும் நன்றாய்க் கேட்டுக் கொள்ளுங்கள். எப்போதோ ஒரு காலத்தில் மனித சஞ் சாரமற்ற தீவாந்தரத்தில் நான் தன்னந்தனியே தங்கியிருந்தபோது இந்த ஊமைப் பிச்சியைப் பார்த்தேன். அச்சமயம் இவளிடத்தில் பிரியம் கொண்டதும் உண்மைதான் இல்லை என்று சொல்லவில்லை. அதனாலேயே இன்னமும் நான் இவளை நினைத்து ஏங்கித் தவிப்பதாக நீங்கள் எண்ணினால் அதைவிடப் பெரிய தவறு செய்ய முடியாது. அப்போது இவள் பேரில் எனக்கு ஏற்பட்டிருந்த பிரியத்துக்கு எத்தனையோ காரணங்கள் இருந்தன. அந்தப் பிரியம் இந்த இருபத்தைந்து வருஷ காலத்தில் முற்றும் மாறித் துவேஷமாகவும் அருவருப்பாகவும் உருவெடுத்திருக்கிறது. கனவிலும் நினைவிலும் என்னை அவ்வளவாக இவள் கஷ்டப்படுத்தி இருக்கிறாள். இவள் இந்த அரண்மனையில் இருக்கிறாள் என்னும் எண்ணத்தையே என்னால் சகிக்க முடியவில்லை. உடனே இவளை இங்கிருந்து அனுப்பி விட்டு மறுகாரியம் பாருங்கள். இவளைப் பேய் என்று நினைத்தபடியால் இவள் பேரில் விளக்கை எடுத்து எறிந்தேன். உயிரோடும் உடம்போடும் இருப்பவள் என்று அறிந்திருந்தால், என்ன செய்திருப்பேனோ, தெரியாது!"

இவ்வாறு சுந்தர சோழர் குரோதம் ததும்பிய குரலில் கூறிய குரூரமான வார்த்தைகளைக் கேட்டுச் சக்கரவர்த்தினியும் முதன்மந்திரியும் கதிகலங்கிப் போனார்கள். சக்கரவர்த்தி இவ்விதம் பேசுவார் என்று அவர்கள் எதிர்பார்க்கவே இல்லை. அநிருத்தர் தாம் செய்த பழைய குற்றத்துக்காக மட்டுமே தம்மைச் சக்கரவர்த்தி கண்டனம் செய்வார் என்று கருதியிருந்தார். மகாராணியோ சக்கரவர்த்தி வாய்விட்டு வெளிப்படையாகச் சொல்லாவிட்டாலும் மனத்திற்குள் மகிழ்ந்து பூரித்துத் தன்னுடைய பெருந்தன்மையான செயலை ரொம்பவும் பாராட்டுவார் என்று எதிர்பார்த்தாள்.

சுந்தர சோழரின் கொடிய வார்த்தைகள் அவர்களுக்கு ஏமாற்றமளித்ததோடு ஓரளவு வெறுப்பையும் கோபத்தையும் உண்டாக்கின. சக்கரவர்த்தி இத்தனை நேரம் பேசியதற்கெல்லாம் சிகரம் வைத்தாற்போல், "சீச்சீ, இந்த ஊமைப் பைத்தியக்காரி உலகில் உயிரோடு வாழ்ந்திராவிட்டால் என்ன நஷ்டம் நேர்ந்து விடும்? இவள் கடலில் விழுந்த போது உண்மையாகவே செத்துத் தொலைந்து போயிருந்தால் எவ்வளவு நன்றாயிருந்திருக்கும்! எந்தப் பரம முட்டாள் மெனக்கட்டு இவளை எடுத்துக் காப்பாற்றினான்?" என்றார்.

இதற்குப் பிறகு மலையமான் மகளால் பொறுக்க முடியாமல் போயிற்று. உருக்கம் ததும்பிய ஆவேசத்துடன் அவள், "சுவாமி! தங்கள் வாயால் அப்படிச் சொல்லாதீர்கள்! மகாபாவம்! நன்றி மறத்தல் எவ்வளவு கொடிய பாதகம் என்று பெரியோர்கள் எத்தனையோ பேர் சொல்லியிருக்கிறார்களே? தங்கள் உயிரை இந்த மாதரசி காப்பாற்றியதை வேணுமானாலும் மறந்து விடுங்கள். ஆனால் நம் அருமைக் குமாரன் அருள்மொழிவர்மனை இவர் காப்பாற்றியதை மறக்கலாமா? தாங்கள் மறந்தாலும் நான் மறக்க முடியாது. பதினாலு ஜன்மத்துக்கும் இந்தத் தெய்வ மகளுக்கு நான் நன்றிக் கடன் பட்டிருப்பேன்!" என்று சொன்னாள்.

"தேவி அந்தக் கதையை மறுபடியுமா சொல்லுகிறாய்..?" என்று சுந்தர சோழர் மேலும் பேசுவதற்குள் மலையமான் மகள் குறுக்கிட்டுக் கூறினாள்: "கதை அல்ல, சுவாமி! அருள்மொழியே என்னிடம் சொன்னான். காவேரி வெள்ளத்திலிருந்து தன்னைக் காப்பாற்றிய தேவிதான் ஈழத் தீவிலும் பலமுறை தன்னைக் காப்பாற்றியதாகச் சொன்னான். நல்ல வேளையாக, அவன் நாகப்பட்டினத்திற்கு வந்து சுகமாயிருக்கிறான். அவனை அழைத்து வரச் செய்யுங்கள். தாங்களே நேரில் கேட்டுத் தெரிந்து கொள்ளுங்கள்!"

"ஆமாம், ஆமாம்! அருள்மொழி நாகப்பட்டினத்தில் இருக்கிறான். ஆனால் அவன் சுகமாயிருக்கிறான் என்பது என்ன நிச்சயம்? நேற்று அடித்த பெரும் புயலில் அவனுக்கு ஆபத்து நேர்ந்ததோ என்னமோ? முதன்மந்திரி! என் உள்ளத்தில் நிம்மதி இல்லை! இனந் தெரியாத அபாயம் ஏதோ என் குலத்தை நெருங்கிக் கொண்டிருப்பதாகத் தோன்றுகிறது. இந்தச் சமயத்தில் இந்த ஊமைப் பிச்சி இங்கு வந்திருப்பதும் ஓர் அபசகுனமாகவே தோன்றுகிறது..."

"சுவாமி! கரையர் குலமகள் இங்கே இச்சமயம் வந்திருப்பது அபசகுனம் இல்லை; நல்ல சகுனம். இவர் இங்கிருப்பது நம்முடைய குலத்துக்கே ஒரு பாதுகாப்பு. நான் இடைவிடாமல் பிரார்த்தனை செய்யும் துர்க்கா பரமேசுவரியே என் மீது அருள் புரிந்து இந்தத் தேவியை அனுப்பி வைத்திருக்கிறாள்..."

"இல்லவே இல்லை; துர்க்கா பரமேசுவரி அனுப்பவில்லை, சனீசுவரன் அனுப்பியிருக்கிறான். அந்தப் பிச்சியை உடனே திரும்பிப் போகச் சொல்லிவிட்டு மறுகாரியம் பாருங்கள். நீங்கள் முடியாது என்றால், நானே அந்தக் காரியத்தைச் செய்ய வேண்டியது தான்.."

"சுவாமி! ரொம்பவும் கருணைகூர்ந்து எனக்கு இந்த வரத்தைக் கொடுங்கள். அருள்மொழி வந்து சேருகிற வரையில் அவர் இந்த அரண்மனையில் இருப்பதற்கு அனுமதி அளியுங்கள்!" என்று சக்கரவர்த்தினி உருக்கமான குரலில் கேட்டு விட்டு சுந்தர சோழரின் பாதங்களைத் தொட்டுப் பணிந்தாள்.

"முதன்மந்திரி! கேட்டீரா? வெளுத்ததெல்லாம் பால் என்று கருதும் மலையமான் மகளின் கோரிக்கையைக் கேட்டீரா? கடவுளே! இப்படியும் ஒரு கபடமற்ற சாது உலகத்தில் இருக்க முடியுமா? இவள் என்னிடம் எதுவுமே கோருவதில்லை. போயும் போயும் இப்படிப்பட்ட வரத்தைக் கேட்கிறாள். அதை மறுக்க மனம் வரவில்லை. ஆனால் அந்த ஊமைப் பைத்தியக்காரி இங்கே இருக்கும் ஒவ்வொரு நிமிஷமும் எனக்கு நரக வேதனையாக இருக்கும். ஆகையால், நாகையிலிருந்து இளவரசனை அழைத்துவர உடனே ஏற்பாடு செய்யுங்கள்!"

"அப்படியே செய்கிறேன் ஐயா! யானைப் படைகளும் குதிரைப் படைகளும் அனுப்பிப் பகிரங்கமாக இளவரசரை அழைத்து வரச் செய்யலாமா? அல்லது..."

"மாறு வேடம் பூணச் செய்து இரகசியமாக அழைத்து வரலாமா, என்றுதானே கேட்கிறீர்? பகிரங்கமாக இளவரசன் வந்தால் சோழ நாட்டில் பெரும் குழப்பம் ஏற்படும் என்று எண்ணுகிறீர்கள் அல்லவா?"

"நான் எண்ணுவது மட்டும் அல்ல, பிரபு! நிச்சயமாக அறிந்திருக்கிறேன். மக்கள் பல காரணங்களினால் கொதிப்பு அடைந்திருக்கிறார்கள். ஏதாவது ஒரு வியாஜம் ஏற்பட வேண்டியதுதான்; உடனே மக்களின் உள்ளக் கொதிப்பு வெளியே பீறிக் கொண்டு வரும். பழுவேட்டரையர்களும் மதுராந்தகத் தேவரும் என்ன கதி அடைவார்கள் என்று சொல்ல முடியாது..."

"இது என்ன பேச்சு, முதன்மந்திரி! குடிமக்கள் அப்படி மூர்க்கத்தனமாக நடந்து கொண்டால், சோழ நாட்டு வீர சைன்யங்கள் எங்கே போயின?"

"சைன்யங்களிடையேதான் கொதிப்பு அதிகம், பிரபு! மக்களாவது வெறுங் கூச்சல் குழப்பத்துடன் அடங்கி விடுவார்கள். சேனா வீரர்களோ, தஞ்சைக் கோட்டையை சின்னா பின்னமாக்கி, பழுவேட்டரையர்களையும் மதுராந்தகத் தேவரையும் சிறையில் அடைத்துவிட்டு, ஈழங் கொண்ட வீராதி வீரராகிய அருள்மொழிவர்மரைச் சிங்காதனத்தில் ஏற்றிவிட்டே மறுகாரியம் பார்ப்பார்கள்..."

"அப்படி நடக்க வேண்டுமென்று நீங்களும் மனத்திற்குள் ஆசைப்பட்டுக் கொண்டிருக்கிறீர்கள். முட்டாள் ஜோதிடர்கள் கட்டி விட்ட கதைகளை நம்பிக் கொண்டு குடிமக்களும் புத்தி தடுமாறி அலைகிறார்கள். ஆனால் உங்கள் மனத்தில் ஒன்று நிச்சயமாகப் பதிய வைத்துக் கொள்ளுங்கள். என் பெரிய பாட்டனார் கண்டராதித்த அடிகளின் குமாரன் மதுராந்தகனே இந்தச் சோழ சிம்மாசனத்துக்கு உரிமை உடையவன். அவனுக்கே பட்டம் கட்டி வைப்பதென்று தீர்மானித்து விட்டேன். மக்கள் அதற்குத் தடை சொன்னாலும் சரி, தேவர்களும் மூவர்களும் வந்து தடுத்தாலும் சரி, நான் கேட்கப் போவதில்லை. என்னுடைய குமாரர்கள் அதற்குக் குறுக்கே நின்றால்..."

"சுவாமி! அப்படி ஒரு நாளும் நேராது. தங்கள் விருப்பத்துக்கு மாறாகத் தங்கள் குமாரர்கள் ஒரு நாளும் தடை சொல்ல மாட்டார்கள். அருள்மொழிக்கு இராஜ்ய ஆசையே கிடையாது. இலங்கை மணிமகுடத்தை அவனுக்குக் கொடுத்தார்கள். அதை அவன் வேண்டாம் என்று மறுதளித்து விட்டான். அப்படிப்பட்டவனா தங்கள் வார்த்தைக்கு மறுவார்த்தை கூறப் போகிறான்? கரிகாலன் மட்டும் என்ன? அவனுக்குத் தாங்களே யுவராஜ பட்டாபிஷேகம் செய்து வைத்தீர்கள் அதனால் ஒப்புக் கொண்டான். அவனுடைய வீர பராக்கிரமத்தைப் பற்றி நான் சொல்லவேணுமா? அவன் ஆசைப்பட்டால் தானாகவே அவனுடைய வீரவாளின் உதவியைக் கொண்டு பெரிய இராஜ்யத்தை ஸ்தாபித்துக் கொள்ளக் கூடியவன் அல்லவா? ஆனால் அவனுக்கும் இராஜ்யம் ஆளுகிற ஆசை இல்லை. தாங்கள் அவனிடம் தங்கள் விருப்பம் இன்னதென்பது பற்றி ஒரே ஒரு வார்த்தை சொல்ல வேண்டியதுதான்..."

"அந்த வார்த்தை நான் சொல்லிவிடப்போகிறேனே, அவன் காதில் விழுந்துவிடப் போகிறதே என்பதற்காகத்தானே, எத்தனை சொல்லி அனுப்பியும் இங்கே வராமல் ஆட்டம் போடுகிறான்?"

"சக்கரவர்த்தி! பட்டத்து இளவரசர் காஞ்சியில் அற்புதமான பொன் மாளிகை நிர்மாணித்துவிட்டுத் தங்களின் வருகைக்காகக் காத்திருக்கிறார்..."

"எதற்காகக் காத்திருக்கிறான் என்று எனக்குத் தெரியும். கம்ஸன் அவனுடைய பெற்றோர்களைச் சிறை வைத்தது போல் எங்களைச் சிறை வைத்துவிட்டுச் சோழ சிம்மாசனம் ஏறக் காத்திருக்கிறான். அவன் கட்டியிருப்பது பொன் மாளிகையோ, அல்லது அரக்கு மாளிகைதானோ, யாருக்குத் தெரியும்?"

"சுவாமி! கரிகாலனைப் பற்றித் தாங்கள் இவ்வாறு சொல்வது கொடுமை!" என்றாள் மலையமான் மகள்.

"சக்கரவர்த்தியின் உள்ளத்தை அவ்வளவு தூரம் விஷமாக்கி வைத்திருக்கிறார்கள்!" என்றார் முதன்மந்திரி.

"வேறு யாரும் இல்லை; என் மனத்தில் விஷம் ஏற்றியவன் கரிகாலனேதான்! அவன் எனக்கு உண்மையான மகனாயிருந்தால் எத்தனை தடவை சொல்லி அனுப்பியும் ஏன் வரவில்லை?" என்று சுந்தர சோழர் கேட்டார்.

"அதற்கு வேறு சரியான காரணங்களும் இருக்கலாம் அல்லவா?"

"நீங்கள்தான் ஒரு காரணத்தை ஊகித்துச் சொல்லுவது தானே?"

"கரிகாலன் கொள்ளிடத்துக்கு இப்பால் வந்தால் பழுவேட்டரையர்கள் அவனைச் சிறைப்படுத்தி விடுவார்கள் என்று நாடெல்லாம் பேச்சாயிருக்கிறது.."

"அம்மாதிரி சொல்லி என் மகனுடைய மனத்தை யாரோ கெடுத்திருக்கிறார்கள்! இவளுடைய தகப்பன் திருக்கோவலூர் மலையமான் ஒருவன், கொடும்பாளூர் வேளான் ஒருவன். நீங்களும் அவர்களோடு சேர்ந்து கொண்டீர்களோ, என்னவோ தெரியவில்லை."

"சுவாமி! நான் யாரைப் பற்றியும் அவர்களுக்குப் பின்னால் பேசும் வழக்கமில்லை. சற்று முன் தாங்களே அபாயத்தைப் பற்றிப் பேசினீர்கள். தங்கள் உள்ளத்தில் அவ்விதம் தோன்றுவதாகச் சொன்னீர்கள். தங்கள் உள்ளத்தில் தோன்றுவது முற்றிலும் உண்மை. சோழர் குலத்துக்கு அபாயம் நெருங்கிக் கொண்டுதானிருக்கிறது. அது இரண்டு வழியாக வருகிறது. இந்த நாட்டில் இப்போது இரண்டுவிதமான சதிகள் நடைபெற்று வருகின்றன. பழுவேட்டரையர்களும், சம்புவரையர்களும்..."

"முதன்மந்திரி அநிருத்தரே! நிறுத்துங்கள்; பழுவூர் வம்சத்தார் நூறு ஆண்டு காலமாகச் சோழ குலத்துக்குத் தொண்டு செய்து வந்தவர்கள். பெரிய பழுவேட்டரையர் இருபத்துநாலு போர் முனையிலும் போரிட்டுத் தமது மேனியில் அறுபத்துநாலு புண்களைச்

சுமந்து கொண்டிருக்கிறார். அப்படிப்பட்டவர் இன்று சோழ குலத்துக்கு எதிராகச் சதி செய்கிறார் என்று சொல்வதைக் காட்டிலும், சூரியன் இருட்டாகி விட்டது என்றும், கடல் நீரில் தீப்பிடித்துக் கொண்டுவிட்டது என்றும் சொல்லுவதை நம்பலாம்.."

"சக்கரவர்த்தி! சூரியனையும் கிரஹணம் பிடிக்கிறது. கடல் நீரில் வடவாமுகாக்கினி கொழுந்துவிட்டெரிகிறது. ஆனால் அதைப் பற்றி நான் சொல்ல வரவில்லை. பழுவேட்டரையர்கள் சோழ குலத்துக்கு எதிராக சதி செய்வதாக நான் கூறவே இல்லை. மதுராந்தகருக்குப் பட்டம் கட்டுவதற்காக அவர்கள் மிகுந்த பிரயத்தனம் செய்து வருகிறார்கள்.."

"மகா சிவபக்தராகிய கண்டராதித்தருடைய புதல்வருக்குப் பட்டம் கட்ட எண்ணுவதில் என்ன தவறு? சிம்மாசன உரிமை நியாயமாக மதுராந்தகனுக்குத் தானே உரியது?" என்றார் சக்கரவர்த்தி.

"நானும் அதையேதான் சொல்லுகிறேன் மேலும் தாங்களே மனமுவந்து மதுராந்தகத் தேவருக்குச் சோழர் குலத்து மணிமகுடத்தை அளிக்கத் தீர்மானித்து விட்டீர்கள். அப்படியிருக்கும்போது பழுவேட்டரையர் மீது குற்றம் என்ன? தங்கள் விருப்பத்தை நிறைவேற்றி வைக்கவே அவர்கள் பிரயத்தனப்படுகிறார்கள்.."

"ஆகையினால் என்னுடைய நன்றியறிதலுக்கு மேலும் அவர்கள் பாத்திரமாகியிருக்கிறார்கள்."

"ஆனால், சக்கரவர்த்தி, தங்களுடைய சம்மதம் பெறாத சில காரியங்களும் செய்கிறார்கள். சோழ ராஜ்யத்தை இரண்டாகப் பங்கு போட்டுக் காவேரிக்குத் தெற்கேயுள்ளதை மதுராந்தகத் தேவருக்கும் வடக்கே உள்ள பகுதியைக் கரிகாலருக்கும் கொடுத்து விடுவதென்று யோசனை செய்து வருகிறார்கள். சம்புவரையர் மாளிகையில் இன்றைய தினம் அந்தப் பேச்சு நடந்து வருகிறது. சக்கரவர்த்தி! நூறு வருஷ காலமாகத் தங்கள் முன்னோர்கள் பாடுபட்டு விஸ்தரித்த ராஜ்யத்தை விஜயாலய சோழரும் ஆதித்த சோழரும் மகாபராந்தக சக்கரவர்த்தியும் ஈழம் முதல் கோதாவரி வரையில் நிலைநாட்டிய சோழ மகாராஜ்யத்தை இரண்டாகப் பிளந்து பங்கு போடுவது தங்களுக்குச் சம்மதமா?"

"முதன்மந்திரி! ஒரு நாளும் அதற்கு நான் சம்மதம் கொடேன். சோழ இராஜ்யத்தைப் பிளப்பதற்கு முன்னால் என்னை வெட்டிப் பிளந்து விடுங்கள் என்று சொல்லுவேன் பழுவேட்டரையர் அத்தகைய முயற்சியில் இறங்கியிருப்பார் என்று நான் நம்பவில்லை. ஒருவேளை எனக்கு அது பிரியமாயிருக்கலாம். என் மகனுக்குப் பாதி இராஜ்யமாவது கொடுக்க நான் ஆசைப்படலாம் என்ற எண்ணத்தினால் அவர் இந்த யோசனைக்கு இணங்கியிருப்பார். அது எனக்கு விருப்பமில்லையென்று தெரிந்தால் கைவிட்டு விடுவார். முதன்மந்திரி! இந்தச் சோழ சாம்ராஜ்யத்தில் ஓர் அங்குல விஸ்தீரணம் கூடக் குறையாமல் மதுராந்தகனுக்குப் பட்டம் கட்டி வைப்பேன். அதை என் மக்கள் எதிர்த்தாலும் சரி, பழுவேட்டரையரே எதிர்த்தாலும் சரி, நான் கேட்கப் போவதில்லை."

"சக்கரவர்த்தி! பழுவேட்டரையர் எதிர்த்தால் பொருட்படுத்த வேண்டியதில்லை. தங்கள் புதல்வர்களோ எதிர்க்கப் போவதில்லை. ஆனால் மதுராந்தகருக்குப் பட்டம் கட்டுவதற்குத் தடை இவையெல்லாம் அல்ல. அந்தத் தடை இன்னும் பெரிய இடத்திலிருந்து வருகிறது. தாங்களும் நானும் இந்தச் சோழ நாட்டு மக்கள் அனைவரும் போற்றி வணங்கும் தெய்வப் பெண்மணியிடமிருந்து அந்தத் தடை வருகிறது. சில நாளைக்கு முன்பு கூட அவரிடம் பேசிப் பார்த்தேன்..."

"செம்பியன் மாதேவியை நீங்கள் குறிப்பிடுகிறீர்கள். அந்த மாதரசியின் மனத்தையும் யாரோ கெடுத்திருக்கிறார்கள். நான் என் புதல்வர்களுக்குப் பட்டம் கட்ட ஆசைப்படுவதாக பெரிய பிராட்டி கருதி வருகிறார். முதன்மந்திரி! அவரை உடனே இங்கு அழைத்து வருவதற்கு ஏற்பாடு செய்யுங்கள். நான் அவருடைய மனதை மாற்றி விடுகிறேன்.."

"சக்கரவர்த்தி! அது அவ்வளவு சுலபம் அல்ல. மகான் கண்டராதித்தர் தமது தர்மபத்தினிக்கு அவ்விதம் கட்டளை இட்டுச் சென்றிருக்கிறார். அவருடைய மரண தறுவாயில் நான் அவர் அருகில் இருந்தேன். 'மதுராந்தகனுக்குப் பட்டம் கட்டக் கூடாது என்பதற்கு முக்கிய காரணம் இருக்கிறது; அது என் துணைவிக்குத் தெரியும்' என்று தங்கள் பெரிய பாட்டனார் சொன்னார்..."

"முதன்மந்திரி! அப்படிப்பட்ட தடை உண்மையில் இருக்கிறதா? அது இன்னதென்று உங்களுக்குத் தெரியுமா?"

"தெரிந்திருந்தால், தாங்கள் கேட்கும் வரையில் காத்துக் கொண்டிருப்பேனா? பெரிய பிராட்டியை அழைத்து வரச் செய்து தாங்கள்தான் அதைப்பற்றிக் கேட்டுத் தெரிந்து கொள்ள வேண்டும்..."

"ஆமாம்; அந்த ஒரு விஷயந்தான் எனக்கும் தொல்லை கொடுத்து வருகிறது. பெரிய பிராட்டியை உடனே அழைத்து வருவதற்கு ஏற்பாடு செய்யுங்கள். எப்பேர்ப்பட்ட தடையாயிருந்தாலும் அதை நான் நிவர்த்தி செய்கிறேன். அவரை அழைத்து வருவதற்கு யாரை அனுப்பலாம்? ஏன் என் குமாரியையே அனுப்புகிறேன். தேவி! குந்தவையை உடனே இங்கு அழைத்து வா!" என்று சுந்தர சோழர் மலையமான் மகளைப் பார்த்துக் கூறினார்.

சக்கரவர்த்திக்கும் முதன்மந்திரிக்கும் நடந்த சம்பாஷணையை வானமா தேவி ஒரு காதினால் கேட்டுக் கொண்டிருந்தாலும், அவளுடைய கவனமெல்லாம் சற்று முன் அருகிருந்து சென்ற ஊமை ராணியின் பேரிலேயே இருந்தது. ஆதலின் சக்கரவர்த்தி குந்தவையை அழைத்து வரும்படி சொன்னதும் மலையமான் மகள் அங்கிருந்து அந்தப்புரத்துக்கு விரைந்து சென்றாள். அவள் அந்தப்புரத்தை அடைந்த போது குந்தவை, வானதி, பூங்குழலி ஆகியவர்கள் பெருங்கலக்கத்தில் ஆழ்ந்திருந்தார்கள். அதற்குக் காரணத்தையும் மகாராணி உடனே தெரிந்து கொண்டாள். ஊமை ராணியை அங்கே காணவில்லை. எங்கே என்று கவலையுடன் கேட்ட போது குந்தவை கூறியதாவது: "அம்மா! தங்கள் கட்டளையை நிறைவேற்றுவது சுலபமான காரியமாக இல்லை. ஆயினும் நாங்கள் மூன்று பேருமாகச் சேர்ந்து வற்புறுத்தி மந்தாகினி தேவியைக் குளிப்பாட்டினோம். பிறகு புதிய ஆடைகள் அணிவித்தோம். வானதி அவருடைய கூந்தலை வாரி முடிந்து கொண்டிருந்தாள். பூங்குழலி பூத்தொடுத்துக் கொண்டிருந்தாள். ஆபரணங்கள் எடுத்துக் கொண்டிருந்தபோதே, இவளுடைய கூச்சல் கேட்டது. திரும்பி வந்து பார்த்தால் மந்தாகினி தேவியைக் காணவில்லை. கூந்தலை வாரி முடி போட்டவுடனே திடீரென்று அவர் திமிறிக் கொண்டு ஓடிப்போனாராம். அக்கம் பக்கத்து அறைகளில் எங்கேயும் காணவில்லை இன்னமும் தேடிக் கொண்டிருக்கிறோம்!"

இதைக் கேட்டு மலையமான் மகள் புன்னகை புரிந்தார். "அவருக்கு அலங்காரம் செய்தபோது எதிரில் கண்ணாடி இருந்ததா?" என்று கேட்டாள். "இருந்தது; சற்றுத் தூரத்தில் இருந்தது" என்றாள் வானதி.

"அவருடைய அலங்கரித்த உருவத்தைத் தற்செயலாகக் கண்ணாடியில் பார்த்திருப்பார். அது அவருக்கு வெட்கத்தை உண்டாக்கியிருக்கும். அதனால் ஓடி எங்கேயாவது மறைந்து கொண்டிருப்பார். இன்னும் நன்றாகத் தேடிப் பாருங்கள். ஒருவேளை அந்தப்புரத்துப் பூங்காவிற்குச் சென்று ஒளிந்து கொண்டிருந்தாலும் இருப்பார். மதில் ஏறிக் குதிப்பது, பலகணி வழியாகக் குதிப்பது போன்ற காரியங்கள்தான் அவருக்கு வழக்கமானவை ஆயிற்றே?" என்றாள் சக்கரவர்த்தினி.

பிறகு எல்லோருமாக நந்தவனத்துக்குச் சென்று தேடினார்கள். அங்கு ஊமை ராணி அகப்படவில்லை; அவர்களுடைய கவலை அதிகமாயிற்று. முதன்மந்திரியிடமும் சக்கரவர்த்தியிடமும் போய்த் தெரிவிக்கலாமா என்று அவர்கள் எண்ணத் தொடங்கியபோது

எங்கிருந்தோ 'டணார் டணார்' என்று ஒரு சத்தம் வந்தது. கருங்கல்லில் இரும்பு உளியினால் ஓங்கி அடிப்பது போன்ற ஓசை. அது எங்கிருந்து அந்த ஓசை வருகிறது என்று காது கொடுத்துக் கவனமாகக் கேட்டார்கள். சிற்ப மண்டபத்திலிருந்து வருகிறதென்று தெரிந்தது. உடனே ஒரு தாதிப் பெண்ணைத் தீபம் எடுத்துக் கொண்டு வரும்படி சொல்லி விட்டு எல்லாரும் சிற்ப மண்டபத்துக்குச் சென்றார்கள். சிற்ப மண்டபத்துக்குள்ளே அவர்கள் ஒரு விந்தையான காட்சியைக் கண்டார்கள். ஓரளவு ஆடை அலங்காரங்கள் அணிந்து விளங்கிய மந்தாகினி கையில் ஒரு நீண்ட பிடியுள்ள சுத்தியை வைத்துக் கொண்டு கைலாச மலையைத் தாங்கிக் கொண்டிருந்த இராவணேசுவரனுடைய கரங்களை ஓங்கி ஓங்கி அடித்துக் கொண்டிருந்தாள். மிக உறுதியான கல்லினால் செய்யப்பட்ட சிற்பமாதலால் அந்தத் தாக்குதலுக்கு இராவணன் அது வரையில் அசைந்து கொடுக்கவில்லை. ஆனாலும் சீக்கிரத்தில் அவனுக்கு ஆபத்து வந்துவிடலாம் என்ற நிலைமை ஏற்பட்டிருந்தது. கைலாச மலையைத் தாங்கி கொண்டிருந்த இராவணனுடைய கரங்களில் இரண்டு மூன்று கைகள் ஒடிந்து விட்டால் மலையே இடம் பெயர்ந்து அவன் தலைகளின் மீது இன்னும் நன்றாக உட்கார்ந்துவிடக் கூடும்! தலைகள் சுக்குநூறாக நொறுங்கி விடக்கூடும்! அத்தகைய ஆபத்தான நெருக்கடியிலேதான் குந்தவை முதலியவர்கள் சிற்ப மண்டபத்துக்குள் பிரவேசித்தார்கள்.

அவர்களுடைய வரவைப் பார்த்ததும் மந்தாகினி தன்னுடைய கையில் பிடித்திருந்த சுத்தியைக் கீழே போட்டு விட்டு வந்தவர்களைப் பார்த்துப் புன்னகை புரிந்து கொண்டு நின்றாள்.

மண்டபத்துக்குள் பிரவேசித்தவர்களில் பூங்குழலியைத் தவிர மற்றவர்களின் உள்ளங்களில் "இவள் ஒரு பைத்தியக்காரப் பிச்சிதான்! சக்கரவர்த்தி இவளைக் கண்டு அருவருப்பு அடைவதில் வியப்பு ஒன்றுமில்லை!" என்ற எண்ணம் தோன்றியது.

மலையமான் மகள் மற்றவர்களைப் பார்த்து, "பெண்களே, இதைப்பற்றிச் சக்கரவர்த்தியின் முன்னிலையில் யாரும் பிரஸ்தாபிக்க வேண்டாம்!" என்று எச்சரிக்கை செய்தாள்.

35. சக்கரவர்த்தியின் கோபம்

மந்தாகினியை மற்ற அரண்மனைப் பெண்டிர் சிற்ப மண்டபத்தில் கண்டுபிடித்த சமயத்தில் சக்கரவர்த்திக்கும் முதன்மந்திரிக்கும் கடுமையான வாக்குவாதம் நடந்து கொண்டிருந்தது.

மலையமான் மகள் அங்கிருந்து சென்றவுடனேயே முதன்மந்திரி அநிருத்தர், "மன்னர் பெரும! பெண்மணிகள் இருக்கும் போது சில விஷயங்கள் சொல்லக்கூடாது என்றிருந்தேன். இப்போது அவற்றைச் சொல்லித் தீர வேண்டியதாயிருக்கிறது. வீர பாண்டியனுடைய ஆபத்துதவிகள் இன்னமும் இந்த நாட்டில் மறைந்து திரிந்து கொண்டிருக்கிறார்கள். அவர்களுடைய கொடுமையான சபதத்தை நிறைவேற்றுவதற்குத் தக்க சமயத்தை எதிர்பார்த்துக் கொண்டிருக்கிறார்கள்" என்றார்.

"இது ஒன்றும் புதிதில்லையே? எனக்குத் தெரிந்த செய்திதானே? பழுவேட்டரையர்கள் அந்தக் காரணத்தைக் கொண்டே எனக்கு இத்தனை பலமான பாதுகாப்பு ஏற்படுத்தியிருக்கிறார்கள் அல்லவா?" என்று சக்கரவர்த்தி ஏளனச் சிரிப்புடன் கூறினார்.

"ஆபத்துதவிகளின் விஷயம் தங்களுக்குத் தெரிந்ததுதான். ஆனால் அந்தச் சதிகாரர்களுக்குச் சோழ ராஜ்யத்தின் பொக்கிஷத்திலிருந்தே பொருள் உதவி கிடைத்து வருகிறது என்பது தங்களுக்குத் தெரிந்திருக்க முடியாது!" என்றார் முதன்மந்திரி.

"ஆகா! இது என்ன கட்டுக் கதை!" என்றார் சுந்தர சோழர்.

"இதைக் காட்டிலும் பிரமிப்பான கட்டுக் கதைகள் சிலவற்றையும் தங்களுக்கு நான் சொல்ல வேண்டியிருக்கிறது. பெரிய பழுவேட்டரையரின் பொக்கிஷ நிலவறையிலிருந்து புதிய பொற்காசுகள் ஆபத்துதவிகள் கூட்டத்தின் மத்தியில் குவியலாகக் கொட்டப்பட்டிருந்தன. கண்ணால் பார்த்தவனாகிய சீடன் திருமலை இதோ இருக்கிறான். தாங்கள் பணித்தால் அதைப் பற்றி விவரமாகச் சொல்லுவான்..."

"வேண்டியதில்லை, தலைமுறை தலைமுறையாகச் சோழ குலத்துக்காக உயிரைக் கொடுத்து இரத்தம் சிந்தி வந்தவர்கள் பழுவேட்டரையர்கள். அவர்கள் என்னைக் கொல்லுவதற்காகச் சதி செய்யும் கூட்டத்திற்கு என் பொக்கிஷத்திலிருந்து பொற்காசு கொடுக்கிறார்கள் என்று அரிச்சந்திரனே வந்து சொன்னாலும் நான் நம்பமாட்டேன்."

"மன்னிக்க வேண்டும், பழுவேட்டரையர்கள் மீது அத்தகைய துரோகக் குற்றத்தை நான் சுமத்தவில்லை. அவர்களுக்குத் தெரியாமலே சதிகாரர்களுக்கு நம் பொக்கிஷத்திலிருந்து பொற்காசுகள் போகலாம் அல்லவா?"

"அது எப்படி முடியும்? யமன் அறியாமல் உயிர் போகக் கூடுமா, என்ன?"

"யமன் ஒருவேளை கிழப் பருவத்தில் இளமங்கை ஒருத்தியை மணம் செய்து கொண்டிருந்தால் அதுவும் சாத்தியமாகலாம் அரசே!"

"பெரிய பழுவேட்டரையர் இந்தப் பிராயத்தில் கல்யாணம் செய்து கொண்டது எனக்கும் பிடிக்கவில்லைதான். அதை அவரிடமே சொல்லியிருக்கிறேன். அதற்காக இம்மாதிரி யெல்லாம் அவர் மீது துரோகக் குற்றம் சுமத்துவதை என்னால் சகிக்க முடியாது."

"சக்கரவர்த்தி! பழுவேட்டரையர் மீது நான் துரோகக் குற்றம் சுமத்தவில்லை. அவர் மணந்து கொண்ட இளைய ராணி மீதுதான் சுமத்துகிறேன்."

"ஆண்பிள்ளைகள் மீது குற்றம் சுமத்துவதையாவது பொறுத்துக் கொள்ளலாம். துர்பாக்கியவதியான அபலைப் பெண் ஒருத்தியின் மீது நீர் குற்றம் சுமத்துவது எனக்கு நாராசமாயிருக்கிறது."

"எவ்வளவு நாராசமாக இருந்தாலும் பழுவூர் இளைய ராணியைப் பற்றிய சில உண்மைகளைத் தங்களுக்கு நான் சொல்லியே தீர வேண்டும். ஒரு தடவை தங்களுக்கு நான் ஓர் உண்மையைச் சரியான சமயத்தில் சொல்லாதது பற்றி எவ்வளவோ வருத்தப்பட நேர்ந்தது. சற்று முன் தாங்களும் கோபித்துக் கொண்டீர்கள். ஆகையினால் சிறிது பொறுமையாகக் கேட்க வேண்டும்."

முதன்மந்திரியின் இந்தச் சாமர்த்தியமான வார்த்தைகளைக் கேட்டுச் சக்கரவர்த்தி புன்னகை புரிந்தார். "என் வார்த்தையைக் கொண்டே என்னை மடக்குகிறீர்கள். அது என் சொந்தக் காரியம். அதற்கும் இதற்கும் யாதொரு சம்பந்தமும் இல்லை. ஆயினும் சொல்லுங்கள், கேட்கிறேன்" என்றார்.

"பழுவூர் பெரிய அரண்மனைக்கு மூன்று வருஷங்களுக்கு முன்னால் இளைய ராணி நந்தினி தேவி வந்து சேர்ந்தாள். அது முதல் பழுவூர் அரண்மனைக்குச் சில மந்திரவாதிகள் அடிக்கடி வந்து போகிறார்கள். இது சின்னப் பழுவேட்டரையருக்கும் தெரியும். அவருக்கும் மந்திரவாதிகள் வருவது பிடிக்கவில்லை. ஆனாலும் தமையனாரை எதிர்த்துப் பேசத் தைரியமில்லாமல் சும்மா இருந்து வருகிறார்."

"சகோதரர்கள் என்றால், இப்படியல்லவா இருக்க வேண்டும்!"

"சகோதர விசுவாசத்தினால் இராஜ்யத்துக்குக் கேடு வரக்கூடாதல்லவா?"

"இப்போது இராஜ்யத்துக்கு என்ன கேடு வந்துவிட்டது? ஒரு பேதைப் பெண் யாரோ மந்திரவாதிகளைக் கூப்பிட்டு மந்திரம் போடச் சொல்வதினால் இராஜ்யம்

கெட்டுப் போய் விடுமா? பழுவூர் இளைய ராணி மந்திரம் போட்டுத்தான் எனக்கு நோய் வந்துவிட்டதென்று சொல்லுகிறீர்களா?"

"சக்கரவர்த்தி! பழுவூர் இளைய ராணியைப் பார்க்க வருகிறவர்கள் உண்மையில் மந்திரவாதிகள் அல்ல. மந்திரவாதிகள் என்று சொல்லிக் கொண்டு வரும் சதிகாரர்கள் என்று சந்தேகிக்கிறேன். அவர்கள் மூலமாக நம் பொக்கிஷத்திலிருந்து பொருள் போய்க் கொண்டிருக்கிறதென்றும் சந்தேகிக்கிறேன்."

"எதைப் பற்றி வேணுமானாலும் யாரைப் பற்றி வேணுமானாலும் சந்தேகிக்கலாம் ருசு ஏதேனும் உண்டா?"

"மன்னர் மன்னா! இன்றைய தினம் பெரிய பழுவேட்டரையரின் அரண்மனையையும், பொக்கிஷ நிலவறையையும் சோதனை போட்டால் ஒருவேளை ருசுக் கிடைக்கலாம்."

"இதைக் காட்டிலும் எனக்குப் பிரியமில்லாத காரியத்தை இதுவரை யாரும் சொன்னது கிடையாது. அநிருத்தரே! நீர் எனக்கு மட்டும் நண்பர். பழுவேட்டரையர் எனக்கு முன் மூன்று தலைமுறையைச் சேர்ந்த சோழ சக்கரவர்த்திகளுக்கு உயிருக்குயிரான நண்பர். சோழ குலத்துக்கு இரும்புக் கவசம் போன்றவர். சோழர்களின் பகைவர்களுக்கு இந்திரனுடைய வஜ்ராயுதம் போன்றவர். அப்படிப்பட்டவருடைய மாளிகையை அவர் இல்லாதபோது சோதனை போடுவதா? பழுவேட்டரையர் தம் அரண்மனையில் சதிகாரர்களுக்கு இடம் கொடுக்கிறார் என்று நம்புவதைக் காட்டிலும், மலையமான் மகள் மருந்து என்று சொல்லி எனக்கு நஞ்சைக் கொடுக்கிறாள் என்று நம்புவேன்..."

"சக்கரவர்த்தி! பழுவேட்டரையருக்குத் தெரிந்து இது நடைபெறவில்லை. மோகத்தினால் கண்ணிழந்திருக்கும் பழுவேட்டரையருக்குத் தம் எதிரில் நடப்பது தெரியவில்லை. அவர் அறியாமலே அவருடைய மாளிகை சதிகாரர்களின் தலைமை ஸ்தலமாக இருந்து வருகிறது. பழுவூர் இளைய ராணியே சதிகாரர்களோடு சேர்ந்தவள் என்று நம்புவதற்கு இடமிருக்கிறது."

"அந்தப் பேதைப் பெண்ணைக் குறித்து இன்னும் என்ன அவதூறு சொல்லப் போகிறீர்கள்?"

"சில நாளைக்கு முன்பு திருப்புறம்பயம் காட்டில் பிருதிவீபதியின் பள்ளிப்படைக்கு அருகில் நள்ளிரவு வேளையில் மகுடாபிஷேக வைபவம் ஒன்று நடந்தது. ஒரு ஐந்து வயதுப் பிள்ளைச் சிங்காதனத்தில் உட்கார வைத்துப் பாண்டிய மன்னன் என்றும் பட்டம் சூட்டினார்கள். இந்த மகுடாபிஷேக வைபவத்தில் கலந்து கொண்டவர்கள் சோழ குலத்தை அடியோடு நிர்மூலம் செய்வதாகவும் சபதம் எடுத்துக் கொண்டார்கள்.."

"முதன்மந்திரி! இந்தச் செய்தியைச் சொல்லி என்னைப் பயப்படுத்தலாம் என்று உத்தேசமா? என் கைகால்கள் நடுங்குமென்று எதிர்பார்த்தீரா?"

"இல்லை, சக்கரவர்த்தி, இல்லை! அந்தக் கேலிக்கூத்தை நான் ஒரு பொருட்டாக எண்ணவில்லை. அப்படி சபதம் எடுத்துக்கொண்ட சதிகாரர் கூட்டத்தில் பழுவூர் இளைய ராணியும் இருந்தாள் என்பதைத் தங்களிடம் சொல்ல விரும்பினேன்."

"அதையெல்லாம் அருகில் இருந்து பார்த்துவிட்டு வந்து தங்களுக்குத் தெரிவித்த புத்திசாலி யார்? அதோ நிற்கிறானே, தங்களுடைய அருமைச் சீடன், அவன் தானே?"

"எல்லாம் நடந்து முடிந்த பிறகு இவன் அங்கே போய்ச் சேர்ந்தான். நேரில் பார்த்தவன் வாணர் குலத்து வந்தியத்தேவன்..."

"இங்கே ஒரு தடவை வந்துவிட்டுத் தப்பி ஓடிப் போனானே அந்த ஒற்றனையா சொல்லுகிறீர்?"

"அவன் ஒற்றன் அல்ல, பிரபு! தங்கள் திருக்குமரன் ஆதித்த கரிகாலரின் அந்தரங்கத்துக்குரிய நண்பன்."

"கரிகாலனுக்கு இப்படிப்பட்ட அந்தரங்க நண்பர்கள் எத்தனையோ பேர். ஒருவர் சொன்னதுபோல் இன்னொருவர் சொல்லமாட்டார்கள். அவன் கூறியது உண்மையாகவே இருக்கட்டும். அதற்காக இப்போது செய்யக் கூடியது ஒன்றுமில்லை. பெரிய பழுவேட்டரையரும் இங்கே இல்லை; அவருடைய இளைய ராணியும் இல்லை. அவர்கள் திரும்பி வந்த பிறகு விசாரித்துக் கொள்ளலாம். முதன்மந்திரி! பழுவூர் இளைய ராணியைப் பற்றி நீங்கள் சொல்லச் சொல்ல, அத்தகைய அதிசயமான பெண்ணைப் பார்க்க வேண்டும் என்று எனக்கே ஆர்வமுண்டாகிவிட்டது. பழுவேட்டரையர் கலியாணம் செய்து கொண்டு வந்தபோது எனக்கு ஏற்பட்ட அருவருப்பினால் அந்தப் பெண்ணை என் முன்னால் அழைத்து வரவேண்டாம் என்று சொல்லியிருந்தேன். அதனாலேயே அவளுக்கு ஒருவேளை என் பேரில் கோபம் உண்டாகி விட்டதோ என்னமோ தெரியவில்லை. பெரிய பழுவேட்டரையர் இம்முறை திரும்பி வந்ததும் அவருடைய இளைய ராணியை அழைத்து வரச் செய்து அவளுடைய கோபத்தைத் தீர்க்கப் போகிறேன்..."

"சக்கரவர்த்தி! நான் விரும்புவதும் அதுதான். நந்தினி தேவியின் கோபத்தைத் தணிப்பதற்கு இன்னும் முக்கியமான காரணங்களும் இருக்கின்றன. நந்தினி வந்து சேரும் வரையில் ஈழத்து அரசி நமது அரண்மனையில் இருப்பதற்கு அனுமதி தரவேண்டும்..."

"ஆகா; அவளை ஈழத்து அரசியாக முடிசூட்டிவிட்டீர்கள் அல்லவா? போகட்டும்; அவளுக்கும் பழுவூர் ராணிக்கும் என்ன சம்பந்தம்?"

"அதைத்தான் கண்டுபிடிக்க வேண்டும், பிரபு! இருவரும் நேருக்கு நேர் சந்தித்தால் ஒருவேளை அந்தச் சம்பந்தம் தெரிய வரலாம். நந்தினிதேவி சோழ குலத்தின் மீது கொண்டிருக்கும் பகையும் ஒருவேளை மாறலாம்..."

"மந்திரி! ஒரு பெண்ணின் பகையைக் குறித்து நீங்கள் இவ்வளவு கவலைப்படுவது ஆச்சரியமாயிருக்கிறது..."

"நந்தினி தேவியின் பகையைக் குறித்து கவலைப்படக் காரணம் இருக்கிறது. அதை நான் சொல்வது உசிதமாயிருக்குமா என்று அஞ்சுகிறேன்.."

"தாங்கள் சொல்லத் தயங்குவதை வேறு யார் என்னிடம் சொல்ல முடியும்? மிச்சம் வைக்காமல் சொல்லிவிடுங்கள்" என்றார் சக்கரவர்த்தி.

முதன்மந்திரி சிறிது யோசனை செய்துவிட்டுக் கூறினார். "மன்னர் பெருமானே! இப்போது நான் கூறப்போவது மிகச் சிக்கலான விஷயம். தங்களுக்கு அது உகந்ததாயிருக்க முடியாது. ஆயினும் பொறுமையுடன் கேட்க வேண்டும். நந்தினி தேவியையும், மந்தாகினி தேவியையும் பார்த்தவர்கள் அனைவரும் அவர்களுடைய தோற்றத்தின் ஒற்றுமையைக் குறித்து அதிசயிக்கிறார்கள்..."

"உலகத்தில் இப்படி எத்தனையோ அதிசயங்கள் இருக்கின்றன. ஒரு மரத்தைப் போலவே இன்னொரு மரம் இருக்கிறது. ஒரு பைத்தியம் போல் இன்னொரு பைத்தியம் இருக்கிறது..."

"ஆனால் ஒரு மரம் இன்னொரு மரத்தைப்போல் வேஷம் போட்டு நடப்பதில்லை. ஒரு பைத்தியம் இன்னொரு பைத்தியத்தின் ஆவியைப்போல் வந்து சக்கரவர்த்தியை இம்சிப்பதில்லை.."

"என்ன சொல்கிறீர், முதன்மந்திரி?"

"மந்தாகினி தேவியின் ஆவி தங்களை இரவு நேரங்களில் வந்து இம்சிப்பதாக எண்ணித் தாங்கள் வேதனைப்பட்டு வந்தீர்கள்..."

அவளுடைய ஆவி வரவில்லை, அவளே வந்தாள் என்று சொல்கிறீரா?"

"இல்லை, இல்லை பழுவூர் இளைய ராணி, மந்தாகினியின் ஆவியாக நடித்துத் தங்களை இம்சித்திருக்க வேண்டும் என்று சொல்கிறேன்."

சுந்தர சோழர் சிறிது நிமிர்ந்து உட்கார்ந்து, கோப வெறி பொங்க, "நீங்கள் இப்போது சொல்வது மட்டும் உண்மை என்று ஏற்பட்டால், அந்த ராட்சஸியை என் கையினாலேயே கழுத்தை நெரித்து..." என்று கூறுவதற்குள், முதன்மந்திரி குறுக்கிட்டு, "வேண்டாம், சக்கரவர்த்தி! தங்கள் வாயால் அப்படியொன்றும் சபதம் கூற வேண்டாம்!" என்று பரபரப்புடன் சொன்னார்.

"ஏன்? அவள் பேரில் என்ன தங்களுக்கு அவ்வளவு இரக்கம்? என்னை அவ்வளவு தூரம் வேதனைப் படுத்தியவளை என்ன செய்தால்தான் என்ன?" என்று சுந்தர சோழர் பொங்கினார்.

"எவ்வளவு கஷ்டப்படுத்தியிருந்தாலும், கஷ்டப்படுத்தியவர் நெருங்கிய பந்துவாயிருக்கும் பட்சத்தில்... ஒருவேளை சொந்தப் புதல்வியாயிருக்கும் பட்சத்தில்..."என்று முதன்மந்திரி கூறித் தயங்கி நின்றார்.

"முதன்மந்திரி! இது என்ன பிதற்றல்?" என்றார் சுந்தர சோழர்.

"சக்கரவர்த்தி! தங்களுடைய பொறுமையை உண்மையில் சோதித்துவிட்டேன். அதற்காக எனக்கு உசிதமான தண்டனையைக் கொடுங்கள். ஆனால் நந்தினி தேவியைத் தண்டிப்பது பற்றிப் பேச வேண்டாம். நந்தினிதேவி தனாதிகாரி பழுவேட்டரையரின் இளைய ராணி மட்டும் அல்ல; மூன்று உலகமும் உடைய சுந்தர சோழ சக்கரவர்த்தியின் புதல்வி. அவரை எந்தக் குற்றத்துக்காக யார்தான் தண்டிக்க முடியும்?" என்றார் அநிருத்தப்பிரம்மராயர்.

இதைக் கேட்ட சக்கரவர்த்தி சிறிது நேரம் முதன்மந்திரியை அளவில்லாத வியப்போடு உற்றுப் பார்த்துக் கொண்டிருந்தார். பிறகு 'கலீர்' என்று சிரித்தார்.

"சக்கரவர்த்தி! இன்றைக்கு மிகவும் ஸுபதினம். இரண்டு தடவை தாங்கள் சிரிக்கக் கேட்டேன்" என்றார் அநிருத்தர்.

"பிரம்மராயரே! இந்த அரண்மனையில் இப்போது ஒரு பெண் பைத்தியந்தான் இருக்கிறது என்று நினைத்தேன். நீர் அவளை விடப் பெரிய பைத்தியம் என்று இப்போது அறிந்தேன். அவள் பேசாத ஊமைப் பைத்தியம்; நீர் பேசிப் பிதற்றும் பைத்தியம்!" என்று கூறிவிட்டுச் சுந்தர சோழர் மறுபடியும் நினைத்து நினைத்துச் சிரித்தார்.

36. பின்னிரவில்

சுந்தர சோழரின் சிரிப்பு ஒலிக் கேட்டுக் கொண்டிருக்கும் போதே பெண்மணிகள் அங்கு வந்தார்கள். முன்னால் மகாராணியும் அவளுக்குப் பின்னால் குந்தவை ஒரு பக்கமும் வானதி ஒரு பக்கமும் பிடித்து இழுத்துக் கொண்டு வர மந்தாகினியும், அவர்களுக்கும் பின்னால் பூங்குழலியும் ஒரு தாதிப் பெண்ணுமாக ஊர்வலம் போல வந்தார்கள். சுந்தர சோழரின் சிரிப்பு அவர்களுக்கும் சிறிது குதூகலத்தை உண்டு பண்ணியிருந்தது. மந்தாகினி அவரை ஒரு கணம் நிமிர்ந்து பார்ப்பதும் மறு கணம் குனிந்து தரையைப் பார்ப்பதுமாயிருந்தாள். அவளுடைய அலங்காரம் இப்போது பூரணம் அடைந்திருந்தது. குந்தவைப்பிராட்டி அலங்காரக் கலையில் இணையில்லாத தேர்ச்சி பெற்றவள் என்று அந்தக் காலத்தில் புகழ் பெற்றிருந்தாள்.

அதற்காகவே சிற்றரசர்கள் தங்கள் மகளிரை இளையபிராட்டியின் தோழியாயிருப்பதற்கு பழையாறைக்கு அனுப்புவது வழக்கம். குந்தவை தன் முழுத் திறமையையும் ஊமை ராணியை அலங்கரிப்பதில் பயன்படுத்தியிருந்தாள். அடி உள்ளத்தில் தோன்றிய ஏதோ ஓர் உருத்தெரியாத உணர்ச்சியினால் மந்தாகினியின் தலைக் கூந்தலை நந்தினியைப்போல் ஆண்டாள் கட்டுடன் அலங்கரித்திருந்தாள். இந்த அலங்காரம் முடிந்ததும் பெண்கள் எல்லோருக்குமே அவள் தத்ரூபமாக நந்தினியைப் போலிருந்தது தெரிந்துவிட்டது.

காட்டிலே அலைந்து திரிந்த தேக ஆரோக்கியமுள்ள மாதரசியாதலால் பிராயத்திலே இருந்த இருபத்தைந்து வருஷ வித்தியாசம் கூடத் தெரியவில்லை.

மற்றப் பெண்மணிகள் மந்தாகினி தேவியைச் சிறிது பெருமையுடனேயே அழைத்துக் கொண்டு வந்தார்கள். ஒவ்வொருவரும் ஒவ்வொரு காரணத்தினால் பெருமை கொண்டிருந்தார்கள்.

இந்தச் சரித்திரம் நிகழ்ந்த நாட்களில் தமிழகத்துப் பேரரசர்களும் குறுநில மன்னர்களும் பல மனைவியரை மணப்பது சகஜமாயிருந்தது. ஓயாமல் போர்கள் நடந்த வண்ணமாயிருந்தன. அரசிளங் குமாரர்களோ போர் முனையில் எப்போதும் முன்னணியில் இருந்தார்கள். ஆகையால் குலம் நசிக்காமல் பாதுகாப்பதற்காக அரச குலத்தவர் பெண்கள் பலரை மணப்பது வழக்கமாயிருந்தது. பட்ட மகிஷியாயிருப்பவள் மற்ற ராணிகளிடம் அசூயை கொள்ளாமல் அணைத்து ஆதரிப்பது ஒரு சிறந்த நறுங்குணமாகக் கருதப்பட்டது. இந்த முறையிலேயே மலையமான் மகள் உற்சாகமாயிருந்தாள். குந்தவை தன்னுடைய அலங்காரத் திறமையை இவ்வளவு நன்றாகக் காட்ட முடிந்தது பற்றிப் பெருமை கொண்டிருந்தாள். பைத்தியக்காரப் பிச்சியாகத் தோன்றியவளை இணையில்லா அழகு வாய்ந்த இளம் பெண்ணாகத் தோன்றும்படியல்லவா அவள் செய்துவிட்டாள்? பூங்குழலிக்கோ தன் அத்தைக்கு அரண்மனையில் இவ்வளவு இராஜோபசாரங்கள் நடப்பது பற்றிக் களிப்பு உண்டாகியிருந்தது. அவள் எதிர்பார்த்ததற்கெல்லாம் மாறாக இங்கேயுள்ள அரண்மனைப் பெண்கள் நடந்து கொண்டிருந்தார்கள் அல்லவா?

இவ்வாறு பெருமிதம் பொங்க அந்த அறையினுள் பிரவேசித்த பெண்களின் ஊர்வலத்தைச் சக்கரவர்த்தி பார்த்தார். அவருடைய சிரிப்பு அந்த க்ஷணமே நின்றுவிட்டது. மந்தாகினியின் புதிய தோற்றம் அவருக்கே அளவில்லாத பிரமிப்பை அளித்தது. தாம் கண் முன்னால் பார்ப்பது உண்மைதானா என்று சந்தேகிப்பவர்போல் கண்களைக் கையினால் சிறிது மூடிக் கொண்டும் பின்னர் திறந்தும் உற்று உற்றுப் பார்த்தார். சற்று முன்னால் முதன்மந்திரி சொல்லிக் கொண்டிருந்த விவரங்கள் எல்லாம் அவர் மனத்தில் பதிந்திருந்தன. சில காலமாக நள்ளிரவில் தன் எதிரே தோன்றித் தன்னை வருத்திய பெண் உருவத்துக்கும் மந்தாகினியின் உருவத்துக்கும் உள்ள ஒற்றுமை அவருக்கு நன்கு புலனாயிற்று. அதே சமயத்தில் சில வேற்றுமைகள் இருப்பதையும் கவனித்துக் கொண்டார். இதைப் பற்றிய மர்மத்தை முழுவதும் ஆராய்ந்து உண்மையை அறிய வேண்டும் என்னும் ஆசை அவர் உள்ளத்திலும் உதயமாயிற்று.

மந்தாகினி மீது அவருக்கு முதலில் ஏற்பட்டிருந்த அருவருப்பு அப்படியே மாறாமல் இருந்தது. ஆனால் அதை வெளியில் காட்டிக் கொள்ளாமலிருக்கத் தீர்மானித்தார்.

அநிருத்தரிடம் அவர், "முதன்மந்திரி! சற்று முன் உங்களை நான் பைத்தியம் என்றேன். பிரமை, பைத்தியம் எல்லாம் எனக்குத்தான் என்று தோன்றுகிறது. இனிமேல் தினந்தோறும் வைத்தியன் என்னை வந்து பார்ப்பது மட்டும் போதாது; மாந்திரீகனையும் அனுப்பி வைக்க வேண்டியதுதான். பழுவூர் இளைய ராணியைப் பார்க்க வரும் மந்திரவாதியைப் பிடித்து அனுப்பி வைத்தால் கூடப் பாவமில்லை!" என்று மெல்லிய குரலில் கூறினார்.

அநிருத்தரின் உள்ளத்தில் ஒரு சிறிய துணுக்கம் உண்டாயிற்று. "அந்த மந்திரவாதிகளில் எவனும் சக்கரவர்த்தியை நெருங்காமலிருக்கட்டும்" என்று மனதிற்குள் வேண்டிக் கொண்டார். பிறகு, "மன்னர் பெரும! மந்திரவாதி எதற்கு? வேறு மந்திரந்தான் எதற்கு? ஸ்ரீ மந் நாராயணனுடைய திருநாமத்தை விடச் சக்தியுள்ள மந்திரம் வேறு ஒன்றுமில்லை!" என்றார்.

குந்தவைப்பிராட்டி, "அப்பா! என்னை அழைத்து வரச் சொன்னீர்களாமே? பழையாறைக்குப் போக வேண்டும் என்று கூறினீர்களாமே? நாங்கள் எல்லோருமே போகலாமா?" என்றாள்.

சுந்தர சோழர் அதற்கு மறுமொழி சொல்லாமல் முதன்மந்திரியைப் பார்த்து, "அநிருத்தரே! நான் என் கருத்தை மாற்றிக் கொண்டேன். இந்தப் பெண்கள் எதனாலோ ஒரே உற்சாகமாக இருக்கிறார்கள். வீட்டுக்குப் புதிய மருமகள் வந்தது போலக் களிப்படைந்திருக்கிறார்கள். இச்சமயம் இவர்களைப் பிரிக்க எனக்கு விருப்பமில்லை. தாங்கள் சற்று முன் சொன்னது போல் இவர்கள் எல்லாரும் சில நாள் இங்கேயே தங்கியிருக்கட்டும். செம்பியன் மாதேவி தங்களிடம் மிக்க நம்பிக்கையும் மரியாதையும் உள்ளவர். ஆகையால் தாங்களே நேரில் சென்று அவரை அழைத்துக் கொண்டு வாருங்கள்! தங்கள் சீடனை நாகப்பட்டினத்துக்கு அனுப்புங்கள். பெரிய பழுவேட்டரையரையும் அவருடைய இளைய ராணியையும் உடனே அழைத்து வர ஏற்பாடு செய்யும்படி நானே சின்னப் பழுவேட்டரையருக்குச் சொல்கிறேன்!" என்றார்.

"அப்படியே செய்யலாம், சக்கரவர்த்தி! ஆனால் எல்லாரும் வந்து சேருவதற்குச் சில தினங்கள் பிடிக்கலாம். நேற்று அடித்த புயல் மழை காரணமாக நதிகளில் எல்லாம் பூரணப் பிரவாகம் ஓடிக் கொண்டிருக்கிறது!" என்றார் முதன்மந்திரி.

"அதனால் பாதகம் இல்லை; இத்தனை நாள் பொறுத்த நாம் இன்னும் சில நாள் பொறுத்திருப்பதில் நஷ்டம் ஒன்றுமில்லை. கரிகாலனையும் அழைத்து வருவதற்கு ஏற்பாடு செய்தால் எல்லா விஷயங்களையும் முடிவு செய்து விடலாம். அவன் இன்னமும் வருவதற்கு மறுத்தால் நானே புறப்பட்டுப் போக வேண்டியதுதான். அதைப் பற்றிப் பிறகு பேசிக் கொள்ளலாம். நீங்கள் நாளைக்கே சென்று பெரிய பிராட்டியை எப்படியாவது கையோடு அழைத்து வாருங்கள்! போகும்போது புயலினால் கஷ்டத்திற்குள்ளான மக்களைப் பற்றியும் கவனியுங்கள். நம்முடைய குடும்ப விவகாரங்களில் கவனம் செலுத்தி அந்த முக்கியமான காரியத்தை மறந்தே விட்டோம்" என்றார் சக்கரவர்த்தி.

"இல்லை, பிரபு! அதை நான் மறக்கவே இல்லை. எல்லாக் காரியங்களும் சரிவர நடைபெறும்; தாங்கள் நிம்மதியாயிருக்கலாம்" என்று சொல்லிவிட்டு முதன்மந்திரி விடை பெற்றுச் சென்றார்.

அன்றிரவு சுந்தர சோழர் உண்மையிலேயே இத்தனை காலமும் அனுபவியாத நிம்மதியை அடைந்திருந்தார். கரையர் குலத்து மந்தாகினி இறக்கவில்லை என்னும் செய்தி மெய்யாகவே அவருடைய நெஞ்சில் வெகு காலமாகக் குடிகொண்டிருந்த ஒரு பெரும் பாரத்தை அகற்றிவிட்டது. அருள்மொழிவர்மன் நாகப்பட்டினத்தில் இருக்கிறான் என்ற செய்தியும் அவருக்கு ஆறுதல் அளித்திருந்தது. சூடாமணி விஹாரம் மிகப் பலமான கட்டிடமாதலால் அதில் உள்ளவர்க்கு அபாயம் ஒன்றும் நேருவதற்கில்லை என்ற தைரியமும் அவருக்கு இருந்தது. பழுவூர் இளைய ராணி அவருடைய புதல்வியாயிருக்கலாம் என்று அநிருத்தர் குறிப்பிட்டதை நினைக்க நினைக்க அவருக்கு வேடிக்கையாயிருக்கிறது. இது சக்கரவர்த்தியின் முகத்திலும் அடிக்கடி குறுநகையை உண்டாக்கியது.

மலையமான் மகள் முதலிய பெண்களுடன் அவர் சிறிது நேரம் உல்லாசமாகப் பேசிக் கொண்டிருந்தார். குந்தவையின் அலங்காரத் திறமையைப் பற்றிப் பாராட்டினார்.

"காட்டுமிராண்டி ஜன்மமாகக் காணப்பட்டவளைத் தேவலோகத்து இந்திராணியாக மாற்றி விட்டாயே? ஆனால் அதற்கெல்லாம் இந்தக் கிழவிதானா அகப்பட்டாள்? வானதியைப் போன்ற சிறு பெண்களிடமல்லவா உன் திறமையைக் காட்ட வேண்டும்?" என்று பரிகாசமும் செய்தார். பிறகு பூங்குழலியிடம் அருள்மொழிவர்மனைப் பற்றி மேலும் விவரங்கள் கேட்டுத் தெரிந்து கொண்டார்.

அதன் முடிவில் பூங்குழலி, "சுவாமி, நான் கோடிக்கரைக்குத் திரும்பிப் போக அனுமதி கொடுங்கள். நாளைக்கே நான் புறப்படலாம் அல்லவா? என் அத்தையைப் பற்றிய கவலை இனிமேல் எனக்கு இல்லை!" என்றாள்.

"உன் அத்தை மகன் ஒருவன் காய்ச்சல் வந்து கிடக்கிறான் என்றாயே? அவனைப் பற்றிக்கூடக் கவலை இல்லையா? போவதற்கு நீ இவ்வளவு அவசரப்பட வேண்டாம். சில நாள் இருந்துவிட்டுப் போ!" என்றார் சக்கரவர்த்தி. பூங்குழலி மௌனமாயிருந்தாள்.

அன்றிரவு சுந்தர சோழ சக்கரவர்த்தி நிம்மதியாக உறங்கினார். கனவுகள் கூட அதிகம் காணவில்லை. கண்ட கனவுகளும் துர்ச் சொப்பனங்களாக இல்லை; இன்பமான கனவுகள்.

அவருக்குப் பக்கத்து அறையிலே படுத்துறங்கிய அரண்மனைப் பெண்டிர்களும் நிம்மதியாகவே தூங்கினார்கள். அவர்களிலே நிம்மதியில்லாமலும் நன்றாகத் தூங்காமலும் இருந்தவள் மந்தாகினி ஒருத்திதான். இன்று நடந்த நிகழ்ச்சிகள் எல்லாம் அவளுடைய மனதில் பெருங்கிளர்ச்சியை உண்டு பண்ணியிருந்தன. முக்கியமாக அவளுடைய நினைவு பொக்கிஷ நிலவறைக்கும் சுரங்கப்பாதைக்கும் ஊசலாடிக் கொண்டிருந்தது. இராவணனுடைய கரங்களை உடைத்து அந்தச் சுரங்கப்பாதையை மூடிவிடுவதற்குத் தான் செய்த முயற்சி பலிக்காமற் போனது பற்றி எண்ணி எண்ணி அவள் மனம் நிம்மதிகொள்ளாமல் தவித்தது. தூங்கா விளக்கின் மங்கலான வெளிச்சத்தில் சுற்று முற்றும் பார்த்துக் கொண்டேயிருந்தாள். முக்கியமாக மேல் மாடங்களின் சாளரங்களை அடிக்கடி உற்று நோக்கிக் கொண்டிருந்தாள்.

நள்ளிரவு கழிந்தது; பின்னிரவு தொடங்கியது. மூன்றாவது ஜாமம் ஏறக்குறைய முடியும் நேரம் ஆகிவிட்டது. அப்போது மேல் மாடத்தின் சாளரம் ஒன்றில் ஒரு தோற்றம் அவளுக்குத் தென்பட்டது. அகோர பயங்கர முகம் ஒன்று அந்தச் சாளரத்தை ஒட்டினாற் போலிருந்த அந்த அறைக்குள்ளே எட்டிப் பார்த்துக் கொண்டிருந்ததைக் கண்டாள். அந்த முகம் இன்னாருடைய முகம் என்பதும் ஒருவாறு அவளுக்குத் தெரிந்துவிட்டது. தூக்கிவாரிப் போட்டுக் கொண்டு எழுந்து நின்றாள். மறுபடியும் அந்தச் சாளரத்தை உற்றுப் பார்த்தாள். அங்கே அந்த முகத்தைக் காணவில்லை. பக்கத்து அறை வாசற்படி வரையில் மெல்ல நடந்து சென்று எட்டிப் பார்த்தாள். அங்கே சக்கரவர்த்தி நிம்மதியாக உறங்குவதைக் கண்டாள். அந்த அறையில் மேல் மாடச் சாளரங்களையும் உற்றுப் பார்த்தாள் ஒன்றும் தெரியவில்லை.

திரும்பி வந்து சிறிது சத்தம் செய்யாமல் பூங்குழலியைக் கையினால் தொட்டு அசைத்து எழுப்பினாள். அசந்து தூங்கிய பூங்குழலி கண் விழித்தாள். ஊமை ராணியின் முகத்தோற்றத்தைக் கண்டு திடுக்கிட்டாள். ஊமை ராணி சமிக்ஞையினால் தன்னைத் தொடர்ந்து வரும்படி அவளிடம் சொன்னாள். அத்தையிடம் அளவிலாத பக்தி விசுவாசம் வைத்திருந்த பூங்குழலியும் சத்தம் செய்யாமல் எழுந்து அவளைப் பின்பற்றிச் சென்றாள்.

ஊமை ராணி சிற்ப மண்டபத்தை நோக்கிச் சென்றாள். போகும்போது நடைபாதையில் எரிந்து கொண்டிருந்த தூங்கா விளக்கு ஒன்றைக் கையில் எடுத்துக் கொண்டு நடந்தாள்.

சிற்ப மண்டபத்தை அடைந்ததும் பூங்குழலிக்குச் சிறிது கவலை உண்டாயிற்று. மறுபடியும் இவள் இராவணச் சிற்பத்தை உடைக்கப் போகிறாளா, என்ன? அப்படியானால் அதனால் ஏற்படும் சத்தத்தில் அரண்மனையில் உள்ளவர்கள் அத்தனை பேரும் விழித்துக் கொள்வார்களே? தன் அத்தை பைத்தியக்காரிதான் என்று ஊர்ஜிதமல்லவா ஆகிவிடும்?

அத்தை அந்த முயற்சியில் இறங்கினால் தான் அதைத் தடுத்தேயாக வேண்டும். சுத்தியைப் பலவந்தமாகப் பிடுங்கியாவது தடுத்தாக வேண்டும்... இப்படி எண்ணிக் கொண்டே அத்தையைத் தொடர்ந்து சிற்ப மண்டபத்துக்குள் பூங்குழலி பிரவேசித்தாள்.

ஆ! இது என்ன! அந்த இராவணச் சிற்பத்தின் தலை ஒன்று அசைகிறதே? இல்லை, இல்லை! இராவணன் தலை அசையவில்லை. இராவணனுடைய தலைகளுக்கும், மேலே உள்ள கைலாச மலைக்கு மத்தியில் வேறொரு மனிதனின் தலை மாதிரி தெரிந்தது! உடனே அது மறைந்துவிட்டது. வீண் பிரமை! தூக்கக் கலக்கம்! விளக்கின் ஒளியில் உண்டாகும் சிற்பங்களின் நிழல் தோற்றமாயிருக்க வேண்டும்!...

மந்தாகினிக்கும் அந்தத் தோற்றம் புலப்பட்டதோ என்னமோ, தெரியவில்லை; ஆனால் அவள் இராவணன் சிலையை நெருங்கித்தான் சென்றாள். நல்ல வேளையாகப்

பக்கத்தில் கிடந்த சுத்தியின் மீது அவள் கவனம் செல்லவில்லை. இராவணன் தலைகள் கைகளுக்கும் அவை தாங்கிக் கொண்டிருந்த கைலாசகிரிக்கும் நடுவிலிருந்த இருளடர்ந்த பகுதியில் தீபத்தைத் தூக்கிப்பிடித்துக் காட்டினாள். அங்கே ஒரு துவாரம் இருந்தது தெரிந்தது.

பூங்குழலி முன்னமேயே ஊகித்தது சரிதான். அங்கே ஒரு சுரங்கப்பாதையின் வெளித்துவாரம் இருக்கிறது. யாரும் சந்தேகிக்க முடியாதபடி அவ்வளவு சாமர்த்தியமாக அமைக்கப்பட்டிருக்கிறது. அந்தச் சுரங்கப்பாதையின் துவாரத்தை மூடிவிடுவதற்கே முன்னிரவில் தன் அத்தை பிரயத்தனப்பட்டாள். அதை அறிந்து கொள்ளாமல் மற்றவர்கள் தடுத்து விட்டார்கள்.

இவ்விதம் பூங்குழலி எண்ணிக் கொண்டிருக்கும்போதே ஊமை ராணி தன் மருமகளுக்குத் தன்னைப் பின் பற்றி வரும்படி சமிக்ஞை செய்து விட்டுக் கையில் விளக்குடனே அந்தத் தூவரத்தில் சிரமப்பட்டுப் புகுந்து அதில் இறங்கிச் செல்லத் தொடங்கினாள். சிறிது சிறிதாக அவள் உடம்பு மறைந்து வந்து தலையும் மறைந்து கையில் பிடித்திருந்த விளக்கும் மறைந்தது. கொஞ்சம் வெளிச்சம் மட்டும் தெரிந்தது. பிறகு பூங்குழலியும் உடம்பை நெளித்து வளைத்துத் தலையில் மோதிக் கொள்ளாமல் ஜாக்கிரதையாக அந்தச் சுரங்கத் துவாரத்துக்குள் இறங்கினாள். சில கணங்களுக்கெல்லாம் அவளும் மறைந்தாள். பின்னர், விளக்கின் ஒளியும் மறைந்தது சிற்ப மண்டபத்தில் அந்தகாரம் குடிகொண்டது.

காலையில் மலையமான் மகளும் குந்தவையும் வானதியும் எழுந்து பார்த்தபோது ஊமை ராணியையும் பூங்குழலியையும் அவர்கள் படுத்திருந்த இடத்தில் காணாமல் திடுக்கிட்டார்கள். அரண்மனை முழுவதும், தோட்டத்திலும், சிற்ப மண்டபத்திலும் தேடிப் பார்த்தும் அவர்கள் அகப்படவில்லை. அவர்கள் எப்படி மாயமாய் மறைந்தார்கள் என்பதை யாராலும் ஊகிக்க முடியவில்லை. சக்கரவர்த்தியிடம் கூறிய போது முதலில் அவர் சிறிது கவலைப்பட்டார். பின்னர், "அந்தப் பைத்தியங்கள் போய்த் தொலைந்ததே நல்லது! எப்படி தொலைந்தால் என்ன?" என்றார். எனினும் அவர் உள்ளத்தினுள்ளே இனந்தெரியாத கவலையும் பயமும் குடிகொண்டன.

ஃஃ

37. கடம்பூரில் கலக்கம்

ஆதித்த கரிகாலன் கடம்பூர் மாளிகைக்கு வந்ததிலிருந்து அம்மாளிகையில் நிரந்தரமாக வசித்தவர்களும் விருந்தினராக வந்தவர்களும் முள்ளின் மேல் நிற்பவர்கள் போலவும் நெருப்பின் மேல் நடப்பவர்கள் போலவும் காலங்கழிக்க வேண்டியிருந்தது. இளவரசரின் நாவிலிருந்து எந்த நிமிஷத்தில் எந்தவிதமான அஸ்திரம் புறப்படும் என்று யாராலும் ஊகிக்க முடியவில்லை. ஆகையால் எல்லாரும் தவியாய்த் தவித்துக் கொண்டிருந்தார்கள்.

சோழ சிம்மாசனத்தில் மதுராந்தகனை ஏற்றி வைப்பதற்குச் செய்யப்படும் சதியாலோசனை பற்றிக் கரிகாலன் அடிக்கடி ஜாடைமாடையாகக் குறிப்பிட்டு மற்றவர்களைத் துடிதுடிக்கச் செய்து வந்தான். பழுவேட்டரையரால் இதைப் பொறுக்க முடியவில்லை. சிற்றரசர்களின் அபிப்பிராயத்தைக் கரிகாலனிடம் வெளிப்படையாகச் சொல்லிவிட வேண்டியதுதான் என்று சம்புவரையரிடம் வற்புறுத்தினார். சம்புவரையரோ, "கொஞ்சம் பொறுங்கள்; எப்படியும் நமது விருந்தாளியாக வந்திருக்கிறான்; வெறும் முரடனாகவும் இருக்கிறான். ஒன்று நினைக்க வேறொன்றாக முடிந்தால் என்ன செய்கிறது? நல்ல சமயம் பார்த்துச் சொல்வோம்" என்று தள்ளிப் போட்டு கொண்டேயிருந்தார்.

எப்படி அந்தப் பேச்சை ஆரம்பிப்பது என்ற தர்மசங்கடத்தை அவர்களுக்கு வைக்காமல் ஆதித்த கரிகாலனே ஒரு நாள் எல்லாரும் சேர்ந்திருந்த சமயத்தில் பட்டவர்த்தனமாக அதைப் பற்றிக் கேட்டு விட்டான்.

"பழுவூர்ப் பாட்டனிடமும் கடம்பூர் மாமனிடமும் ஒரு முக்கியமான விஷயத்தில் யோசனை கேட்பதற்காகவே நான் இங்கு வந்தேன். அதை இப்போது கேட்டுவிடுகிறேன். மூன்று வருஷங்களுக்கு முன் என் தகப்பனார் என்னைச் சோழ ராஜ்யத்தின் பட்டத்து இளவரசனாக்கிப் பகிரங்கமாக முடிசூட்டினார். அதற்கு நீங்கள் எல்லாரும் சம்மதம் கொடுத்தீர்கள். இப்போது சக்கரவர்த்தி தம் அபிப்பிராயத்தை மாற்றிக் கொண்டிருப்பதாகத் தெரிகிறது. மதுராந்தகனைச் சிம்மாசனத்தில் ஏற்றி வைத்து முடிசூட்ட வேண்டும் என்று விரும்புகிறாராம். அதற்காகவே தஞ்சாவூருக்கு வரும்படியாக எனக்கு அழைப்புக்கு மேல் அழைப்பு அனுப்பிக் கொண்டிருக்கிறார். நானும் போகாமல் தட்டிக் கழித்துக் கொண்டிருக்கிறேன். எதற்காகத் தஞ்சாவூர் போகவேண்டும்? போய் என் தந்தையின் வார்த்தையை நேருக்கு நேர் ஏன் புறக்கணிக்க வேண்டும்? அதைவிடப் போகாமலிருந்துவிடுவதே நல்லது அல்லவா? பழுவூர்ப் பாட்டா! கடம்பூர் மாமா! நீங்கள் பெரியவர்கள். எல்லா நியாயமும் தெரிந்தவர்கள் நீங்களே சொல்லுங்கள். இராஜ்யத்தை மதுராந்தனுக்கு விட்டுக் கொடுத்துவிடும்படி என் தந்தை இத்தனை காலத்துக்குப் பிறகு என்னைக் கேட்பது நியாயமாகுமா? அதை நான் மறுதளித்தல் குற்றமாகுமா?" என்று ஆதித்த கரிகாலன் திட்டவட்டமாகக் கேட்டதும், எல்லாருமே திகைத்துப் போனார்கள்.

பழுவேட்டரையர் தொண்டையைக் கனைத்துக் கொண்டு, பதில் சொல்லச் சிறிது காலம் கடத்தலாம் என்று எண்ணி, "கோமகனே! இந்த விஷயமாகத் தங்கள் திருக்கோவலூர்ப் பாட்டனை யோசனை கேட்டிருப்பீர்களே? மலையமான் என்ன சொல்கிறார்?" என்றார்.

"ஆகா! அந்தக் கிழவனாரின் இயல்புதான் உங்களுக்கெல்லாம் தெரியுமே? அவருடைய பேரப்பிள்ளை சிம்மாசனத்தை இன்னொருவனுக்கு விட்டுக் கொடுத்துவிட அவர் சம்மதிப்பாரா? அதைக் காட்டிலும் என்னையும், என்னைப் பெற்ற தாயையும் சேர்த்து அவர் வெட்டிப்போட்டு விடுவார்! இப்போது மலையமான் சைன்யம் சேர்க்கத் தொடங்கி விட்டார் அவருடைய பேரனுடைய சிங்காதன உரிமையை நிலைநாட்டுவதற்காக! ஆனால் நான் அவருடைய பேச்சைக் கேட்டு மட்டும் நடக்கப் போவதில்லை. நீங்கள் எல்லாரும் எப்படிச் சொல்கிறீர்களோ, அப்படி நடந்து கொள்வேன்!" என்று கரிகாலன் மிக்க சாதுப் பிள்ளையைப் போல் கூறினான்.

இதனால் ஏமாந்துபோன பழுவேட்டரையர், "மலையமானைப் போல் தந்தையைத் தனயன் எதிர்க்கும்படி தூண்டி விடக்கூடியவர்கள் நாங்கள் அல்ல. சக்கரவர்த்தியின் கட்டளை எதுவாயிருந்தாலும் அதை அனுசரித்து நடக்க நாம் எல்லாரும் கடமைப்பட்டவர்கள். ஆனால் நியாயம் இன்னது என்பதைச் சொல்லும் பாத்தியதை நமக்கு உண்டு. சக்கரவர்த்தி இந்த விஷயமாகச் சொல்வதில் நியாயமே இல்லையென்று சொல்ல முடியாது. இந்தச் சோழ ராஜ்யத்தின் மீது மதுராந்தகத் தேவருக்கு உரிமையே கிடையாது என்றும் சொல்வதற்கில்லை. இளவரசே! தாங்கள் கேட்கிறபடியினால் எங்கள் மனதை விட்டுச் சொல்கிறோம். முடிவு தங்கள் இஷ்டத்தைப் பொறுத்தது. இந்த விவாதத்தை வளரும்படி விடுவது இராஜ்யத்துக்கு மிக்க அபாயகரமானது என்று நாங்கள் கருதுகிறோம். ஆகையால், ஏதேனும் ஒரு சமரச முடிவுக்கு வருவது நல்லது. சோழ ராஜ்யம் இப்போது முன்னைப்போல் இரண்டு வெள்ளாறுகளுக்கு மத்தியில் குறுகிக் கிடக்கவில்லை. குமரி முனையிலிருந்து கிருஷ்ணை நதி வரையில் பரவிப் படர்ந்திருக்கிறது. இதை இரண்டாகப் பிரித்தாலும் ஒவ்வொன்றும் பெரிய இராஜ்யமாக இருக்கும். அவ்விதம் கொள்ளிடம் நதிக்குத் தெற்கேயுள்ள ராஜ்யத்தை மதுராந்தகத் தேவருக்கும் வடக்கேயுள்ள பகுதியைத் தங்களுக்கும் உரியதென்று பிரித்துக் கொடுப்பது நியாயமாயிருக்கும் இது எங்கள் முடிவான கருத்து. தாங்கள் இதை ஒப்புக் கொண்டால் மேலே செய்ய வேண்டியதைச் செய்யலாம். சக்கரவர்த்தியை இந்த ஏற்பாட்டுக்குச் சம்மதிக்கச் செய்யும் பொறுப்பை நானே ஏற்றுக் கொள்கிறேன்!" என்றார்.

ஆதித்த கரிகாலன் அப்போது கலகலவென்று சிரித்தது பழுவேட்டரையருடைய வயிற்றில் அனலை மூட்டியது.

"பாட்டா! சோழ ராஜ்யத்தை இரண்டாகப் பிரித்துத் தெற்கு இராஜ்யத்தில் பழுவேட்டரையர்களும் வடக்கு இராஜ்யத்தில் சம்புவரையர்களும் அதிகாரம் செலுத்துவது சரியான பங்கீடுதான். உங்கள் இரு குடும்பங்களும் என் பாட்டனுக்குத் தகப்பனார் காலத்திலிருந்து செய்து வந்திருக்கும் சேவைக்கு உரிய வெகுமதிதான். ஆனால் இராஜ்யத்தைப் பிரிப்பதில் எனக்குச் சிறிதும் விருப்பமில்லை. வழிவழியாக வந்த இராஜ்யத்தைப் பங்கிட்டுக் கொள்வதும் ஒன்றுதான்; தாலி கட்டிய மனைவியை பங்கிட்டுக் கொள்வதும் ஒன்றுதான்! கிழவர்களாகிய உங்களுக்கு அது சம்மதமாயிருக்கலாம்! எனக்குச் சம்மதம் இல்லை!" என்று கரிகாலன் கூறியபோது பெரிய பழுவேட்டரையரின் கண்களில் தீப்பொறி பறந்தது. அவர் கொதிப்புடன் எழுந்து நின்றார். உடைவாளை உறையிலிருந்து எடுப்பதற்கும் ஆயத்தமானார்.

அச்சமயத்தில் கரிகாலன் "பாட்டா! என்ன, இதற்குள் எழுந்து போகப் பார்க்கிறீர்கள்? என்னுடைய யோசனையை முழுதும் கேட்டு விட்டுப் போங்கள். சோழ ராஜ்யத்தைப் பிரிப்பதற்கு எனக்குச் சம்மதமில்லை. என் குலத்து முன்னோர்களும், நீங்களும் உங்கள் முன்னோர்களும் ஐந்து தலைமுறையாகப் பாடுபட்டு எத்தனையோ வீராதி வீரர்களின் உயிர்களைப் பலி கொடுத்துச் சோழ ராஜ்யம் இந்த நிலைமைக்கு வந்திருக்கிறது. இதை இரண்டாகப் பிரித்துச் சிறிய பகுதிகளாக்குவது பாவமாகும். வீர சொர்க்கத்திலுள்ள இராஜாதித்தர் முதலிய நம் முன்னோர்கள் நம்மைச் சபிப்பதற்கு ஏதுவாகும். ஆகையால் அந்த யோசனையை விட்டுவிடுங்கள். இந்தப் பெரிய சோழ ராஜ்யம் முழுவதையும் மதுராந்தகனுக்கே விட்டுக் கொடுத்து விட நான் ஆயத்தமாயிருக்கிறேன்; அதற்கு நியாயமும் உண்டு. என் பெரிய பாட்டனாரின் மகன் மதுராந்தகன். ஆகையால் என் தந்தைக்குப் பதிலாகவே மதுராந்தகனுக்குப் பட்டம் கட்டியிருக்க வேண்டும். பராந்தகச் சக்கரவர்த்தியின் ஏற்பாட்டினால் என் தந்தை முடிசூட்டிக் கொள்ள வேண்டியதாயிற்று. அந்தத் தவறு அவரோடு போகட்டும். 'தந்தைக்குப் பிறகு மகன்' என்ற நியதிப்படி எனக்கு இந்த ராஜ்யத்தின் பேரில் பூரண உரிமை இருந்தாலும் அதை விட்டுக் கொடுத்து விடுகிறேன். ஆனால் அதற்கு ஒரு நிபந்தனை இருக்கிறது. வடதிசையின் மீது படை எடுத்துச் செல்ல மூன்று லட்சம் போர் வீரர் கொண்ட சைன்யம் எனக்கு வேண்டும். சைன்யத்துக்கு வேண்டிய தளவாட சாமான்களும் சாமக்கிரியைகளும் ஒரு வருஷத்துக்கு உணவுப் பொருள்களும் திரட்டித்தர வேண்டும். மாகடலில் செல்லக் கூடிய முந்நூறு பெரிய மரக்கலங்களும் வேண்டும். பார்த்திபேந்திரனைக் கப்பல் படைத் தலைவனாக்கிக் கடலோரமாக வரச் செய்துவிட்டு நான் தரை மார்க்கமாக வட நாட்டின் மீது படை எடுத்துச் செல்வேன். கங்கை நதியின் முகத்துவாரத்தில் நானும் பார்த்திபேந்திரனும் சந்திப்போம் பிறகு மேலும் வடக்கே போவோம். என் குலத்து முன்னோன், என் பெயர் கொண்ட கரிகால் வளவன், இமயமலை மீது புலிக் கொடியை நாட்டினான் என்று கவிஞர்கள் பாடி வைத்திருக்கிறார்கள். என் முன்னோர் சாதித்ததை நானும் இப்போது மறுபடியும் சாதிப்பேன். என்னுடைய வாள் வலிகொண்டும், எனக்குத் துணை வரும் வீரர்களின் தோள் வலிக்கொண்டும், கிருஷ்ணை நதிக்கு வடக்கே நானாகக் கைப்பற்றும் நாடுகளுக்குச் சக்கரவர்த்தியாவேன். அன்றி, போரில் மடிந்தால், சோழ குலத்தின் வீரப் புகழை நிலை நாட்டினோம் என்ற மகிழ்ச்சியுடன் வீர சொர்க்கம் அடைவேன். பழுவூர்ப் பாட்டா! கடம்பூர் மாமா! என்ன சொல்கிறீர்கள்? இந்த நிபந்தனையை நிறைவேற்றித் தர நீங்கள் ஒப்புக் கொள்வீர்களா?"

இவ்விதம் கம்பீரமாக கேட்டுவிட்டுக் கரிகாலன் நிறுத்தினான். கிழவர்கள் இருவரும் திகைத்துப் போனார்கள். பழுவேட்டரையர், தடுமாற்றத்துடன், "இளவரசே! தங்களுடைய நிபந்தனையை ஒப்புக் கொள்ள நாங்கள் யார்? எங்களுக்கு என்ன உரிமை? சக்கரவர்த்தியை அல்லவா கேட்க வேண்டும்!" என்றார்.

கரிகாலன் கொதித்து எழுந்து, இடி முழக்கக் குரலில் கர்ஜனை செய்தான்:

"பாட்டா! சக்கரவர்த்தியின் பெயரைச் சொல்லி யாரை ஏமாற்றலாம் என்று பார்க்கிறீர்கள்? என்னை ஏமாற்ற முடியாது! என் தந்தையை நீங்கள் அரண்மனையில் சிறைப்படுத்தி நீங்கள் ஆட்டி வைத்தபடி ஆடும் பொம்மையாக வைத்து கொண்டிருக்கிறீர்கள்! அது எனக்குத் தெரியாது என்றா எண்ணினீர்கள்? சின்னப் பழுவேட்டரையர் அனுமதியின்றி யாராவது என் தந்தையைப் பார்க்க முடியுமா? என் தம்பியை ஈழத்திலிருந்து சிறைப்படுத்திக் கொண்டு வருவதற்கு என் தந்தை கட்டளை போட்டது சக்கரவர்த்தியின் சொந்த விருப்பத்தினாலா? உங்கள் கட்டாயத்தினாலா? தேச மக்களின் கண்ணுக்குக் கண்ணான அருமை மகனை, வீராதி வீரனை, சிறைப்படுத்திக் கொண்டு வரும்படி எந்தத் தகப்பனாவது இஷ்டப்பட்டுக் கட்டளையிடுவானா? அருள்மொழியைச் சிறைப்படுத்திக்கொண்டு வந்து கடலில் மூழ்க அடித்துக் கொன்றுவிட்டதாக உங்கள் பேரில் இன்று சோழ நாட்டு மக்கள் எல்லாரும் ஆத்திரப்பட்டுக் கொதித்துக் கொண்டிருக்கிறார்கள்...."

"இளவரசே! அத்தகைய அபாண்டமான பழியை யார் சொன்னது? சொன்னவனுடைய நாவைத் துண்டித்து அவனையும் கண்டதுண்டமாக்குவேன்...!" என்று பழுவேட்டரையர் அலறினார்.

"பழி சொல்லுகிறவர் ஒருவராயிருந்தால் நீங்கள் கண்டதுண்டம் செய்யலாம். பதினாயிரம், லட்சம், பத்து லட்சம் பேர் சொல்லுகிறார்கள். அவ்வளவு பேரையும் நீங்கள் தண்டிப்பதாயிருந்தால் சோழ நாடு பிணக்காடாகவும் சுடுகாடாகவும் மாறிவிடும். சிவபக்தனாகிய மதுராந்தகன் ஆட்சி புரிவதற்குச் சோழ நாடு தகுந்த இராஜ்யமாயிருக்கும்! ஆனால் பாட்டா! அந்தப் பேச்சை நான் நம்பவில்லை மக்கள் அறிவற்ற மூடர்கள். ஆராய்ந்து பாராமல் ஒருவன் கட்டிவிட்ட கதையையே மற்றவர்களும் திரும்பிச் சொல்லிக் கொண்டிருப்பார்கள். சோழ குலத்துக்குப் பரம்பரைத் துணைவர்களான நீங்கள் அத்தகைய படுபாதகத்தை ஒரு நாளும் செய்திருக்க மாட்டீர்கள். அருள்மொழி கடலில் மூழ்கியிருந்தால் அது அவனுடைய தலைவிதியின் காரணமாகத்தான் இருக்க வேண்டும். 'மூன்று உலகமும் ஆளப் பிறந்தவன்' என்று கூறி வந்த ஜோதிடர்கள், ஆருடக்காரர்கள், ரேகை சாஸ்திரிகள் வாயில் மண்ணைப் போடுவதற்காகவே அவன் கடலில் மூழ்கி மாண்டிருக்க வேண்டும். பாட்டா! நீங்கள் எவ்வளவு பெரிய வீராதி வீரராயிருந்தாலும் நடுக்கடலில் சுழிக்காற்றை வரவழைப்பதற்கும் கப்பலின் பாய்மரத்தின் மீது இடிவிழச் செய்வதற்கும் உங்களால் கூட முடியாது. ஒருவேளை அது பாண்டிய நாட்டு மந்திரவாதிகளின் காரியமாயிருக்கலாம்; நீங்கள் அதற்குப் பொறுப்பில்லை. ஆகையால் அருள்மொழியின் கதிக்கும் நீங்கள் பொறுப்பாளியில்லை. ஆனால் 'சக்கரவர்த்தியைக் கேட்டுச் சொல்ல வேண்டும்' என்று மட்டும் இனி என்னிடம் சொல்லாதீர்கள். அப்புறம் அந்த அன்பில் பிரம்மராயனைக் கேட்டுச் சொல்ல வேண்டும் என்று கூடச் சொல்வீர்கள். சக்கரவர்த்தியும் முதன்மந்திரியும் ஏதோ அந்தப் பட்டங்களைச் சுமந்து கொண்டிருக்கிறார்கள். உங்கள் விருப்பத்தை மீறி அவர்கள் எதுவும் செய்ய முடியாது. பழுவூர் பாட்டி நந்தினிதேவியைக் கேட்டுச் சொல்கிறேன் என்று வேண்டுமானால் சொல்லுங்கள்..!"

இச்சமயம் கந்தமாறன் குறுக்கிட்டு, "ஐயா! எங்கள் வீட்டுக்கு விருந்தாளியாக வந்திருப்பவர்களை..." என்று ஏதோ தடுமாற்றத்துடன் இரைந்து சொல்ல ஆரம்பித்தான்.

கரிகாலன் அவன் பக்கம் கண்களில் தீ எழ நோக்கி, முப்புரம் எரித்த சிவனைப்போலச் சிரித்து "கந்தமாறன்! இது உங்கள் வீடா? மறந்துவிட்டேன்! கொல்லி மலை வல்வில் ஓரியின் வம்சத்தில் பிறந்த வீராதி வீரன் நீ என்பதையும் மறந்து விட்டேன். உன் வீட்டில், அதுவும் நீ இருக்கும் இடத்தில் கொஞ்சம் பயந்துதான் பேசவேண்டும்! தவறாக என்ன சொல்லிவிட்டேன். உன் வீட்டு விருந்தாளிகளை என்ன செய்துவிட்டேன்?... கந்தமாறன்! ஏன் உன் கைகால் நடுங்குகிறது? ஈழத்தில் பரவியிருக்கும் நடுக்கு ஜுரம் உனக்கும் வந்து விட்டதா? நீ ஈழத்துக்குக் கூடப் போகவில்லையே!" என்றான்.

வந்தியத்தேவன் அப்போது, "கோமகனே! கந்தமாறனுக்கு நடுக்கு ஜுரம் இல்லை. தாங்கள் பழுவூர் இளைய ராணியைப் பாட்டி என்று சொன்னதில் அவனுக்குக் கோபம்!" என்றான்.

கந்தமாறன் வந்தியத்தேவனைக் குரோதத்துடன் பார்த்துக் கொண்டு கத்தியை எடுக்கத் தொடங்கினான்.

பார்த்திபேந்திரன் அவன் கையைப் பிடித்து இழுத்து உட்கார வைத்துக் காதோடு ஏதோ சொன்னான் கந்தமாறன் அடங்கினான். அவனுடைய உடல் மட்டும் சிறிது நேரம் நடுங்கிக் கொண்டிருந்தது.

கரிகாலன் அவனைப் பார்த்துச் சிரித்துவிட்டு, பழுவேட்டரையர் பக்கம் திரும்பி, "பாட்டா! இளங்காளைகள் இப்படித்தான் கட்டுக் கடங்காமல் சில சமயம் துள்ளிக் குதிப்பார்கள். அவர்களை நீங்கள் பொருட்படுத்த வேண்டாம். நீங்கள் எனக்குப் பாட்டன் முறை ஆகையால் இளைய ராணி எனக்குப் பாட்டிதானே? அப்படி நான் அழைப்பதில் என் பாட்டிக்கும் வருத்தம் இல்லை; தங்களுக்கும் வருத்தமில்லை. இந்தச் சிறு பிள்ளைகளுக்கு எதற்காக ஆத்திரம் பொத்துக் கொண்டு வருகிறது? போனால் போகட்டும்! நான் ஆரம்பித்த விஷயத்தை விட்டுவிட்டு எங்கேயோ போய்விட்டேன். என் தந்தை சக்கரவர்த்தியின் பேரில் தாங்கள் பாரத்தைச் சுமத்த வேண்டாம். தாங்கள் சம்மதித்தால் என் தந்தையும் சம்மதித்தாற் போலத்தான். பொக்கிஷம் தங்கள் கையில் இருக்கிறது. வடபுலத்துக்குப் படையெடுத்துப் போகிறேன் என்றால், சோழ நாட்டிலிருந்து மூன்று லட்சம் என்ன, முப்பது லட்சம் வீரர்கள் போட்டியிட்டுக் கொண்டு வருவார்கள். முந்நூறு கப்பல்களைச் சேகரித்துக் கொடுப்பதிலும் கஷ்டம் ஒன்றுமில்லை. தாங்கள் சம்மதிக்க வேண்டும்! மதுராந்தகத் தேவனும் சம்மதிக்க வேண்டும்! அவ்வளவுதான்! என்ன சொல்லுகிறீர்கள்?" என்று கரிகாலன் நிறுத்தினான்.

திணறித் திண்டாடித் திக்குமுக்காடிப் போன பழுவேட்டரையர் தொண்டையை மறுபடியும் கனைத்துக் கொண்டு கூறினார்: "கோமகனே! தங்கள் அதிசயமான விருப்பத்துக்கு நான் சம்மதித்தாலும், மதுராந்தகத் தேவரின் சம்மதம் எப்படியும் வேண்டும் அல்லவா? சக்கரவர்த்தியிடம் விடை பெற்றுக் கொள்ளாமல் தாங்கள் திக்விஜயத்துக்குப் புறப்பட முடியுமா? ஆகையால் எல்லோருமாகத் தஞ்சாவூருக்குப் போவோம்..."

"அது மட்டும் முடியாது; பாட்டா, தஞ்சாவூருக்குப் போன பிறகு என் தந்தை வேறு விதமாகக் கட்டளையிட்டால் என்னால் அதை மீற முடியாமற் போய்விடும். அப்புறம் அங்கே என் அன்னை, மலையமான் மகள், இருக்கிறாள். என் சகோதரி இளைய பிராட்டி இருக்கிறாள். அவர்களுக்கு நான் முடிதுறந்து தேசாந்தரம் செல்வது சம்மதமாயிராது. அவர்கள் பேச்சை மீறுவதும் கஷ்டமாயிருக்கும். பாட்டா! இந்த விஷயம் இந்தக் கடம்பூர் மாளிகையில்தான் முடிவாக வேண்டும். தாங்கள் தஞ்சைக்குப் போய் மதுராந்தகனை இங்கே அழைத்து வாருங்கள். நமக்குள் பேசி முடிவு செய்த பிறகு தந்தையிடம் தெரிவிக்கலாம். படையெடுப்புக்கு எல்லாம் ஆயத்தமான பிறகு நான் தஞ்சைக்கு வந்து என் பெற்றோர்களிடம் விடைபெற்றுக் கொண்டு கிளம்புகிறேன். அல்லது மதுராந்தகனுக்கு இப்போதே பட்டம் கட்டிவிட்டு என் பெற்றோர்கள் காஞ்சிக்கு வரட்டும். அங்கே நான் கட்டியிருக்கும் பொன் மாளிகையில் அவர்களை இருக்கச் செய்துவிட்டு நான் புறப்படுகிறேன்" என்றான்.

பழுவேட்டரையர் சம்புவரையரைப் பார்த்தார். சம்புவரையரோ கூரை மேட்டைப் பார்த்துக் கொண்டிருந்தார். அவரிடமிருந்து உதவி ஒன்றும் கிடைப்பதற்கில்லையென்று கண்டு, பழுவேட்டரையர் "கோமகனே! தங்களுடைய கட்டளைக்கு மாறாக நான் என்ன சொல்ல முடியும்?" என்றார்.

"கட்டளை என்று சொல்லாதீர்கள், பாட்டா! சோழ சாம்ராஜ்யத்தின் சேவையில் தலை நரைத்துப் போன தங்களுக்கு இந்தச் சிறுவனா கட்டளையிடுவது? என்னுடைய பிரார்த்தனையை நிறைவேற்றி வைப்பதாகச் சொல்லுங்கள்!" என்றான் ஆதித்த கரிகாலன்.

"ஆகட்டும்" என்று சொல்லிப் பழுவேட்டரையர் கனைத்துக் கொண்டார்.

"மிக்க வந்தனம், பாட்டா! அப்படியானால் சீக்கிரமே புறப்படுவதற்கு ஏற்பாடு செய்யுங்கள்! மதுராந்தகனைப் பகிரங்கமாகவே யானை மீது ஏற்றி வைத்து இவ்விடத்துக்கு அழைத்து வாருங்கள். அல்லது பொன் ரதத்தில் ஏற்றி அழைத்து வாருங்கள். இளைய பாட்டியின் மூடு பல்லக்கு மட்டும் இந்தத் தடவை வேண்டாம்!" என்று சொல்லிவிட்டுச் சிரித்தான் கரிகாலன்.

பின்னர் கந்தமாறன் முதலியவர்களைப் பார்த்து, "கந்தமாறா! உன்பாடு யோகந்தான்! உன் வீட்டுக்கு மேலும் விருந்தாளிகள் வரப் போகிறார்கள். சுந்தர சோழருக்குப் பிறகு சோழ நாட்டுக்குச் சக்கரவர்த்தியாகப் போகிற மதுராந்தகர் வரப் போகிறார். அவருக்குப் பட்ட மகிஷியாகப் போகும் சின்னப் பழுவேட்டரையரின் மகளையும் உடன் அழைத்து வந்தாலும் வருவார். கடம்பூர் மாளிகை ஒரே கோலாகலமாகத் தானிருக்கும். பழுவூர்ப் பாட்டனார் தஞ்சைக்குப் புறப்படட்டும். நாம் வேட்டைக்குப் புறப்படலாம். வாருங்கள்! வில் வித்தையில் ஒரு காலத்தில் நான் வல்லவனாக இருந்தேன். 'அர்ச்சுனனுக்கு அடுத்தபடி ஆதித்த கரிகாலன் தான்' என்று பெயர் வாங்கியிருந்தேன். மூன்று வருஷங்களாக வில்லைத் தொடாமல் வில் வித்தையே மறந்து போய் விட்டது. மறுபடியும் பழக்கம் செய்து கொள்ள வேண்டும். பார்த்திபேந்திரா! வந்தியத்தேவா! எல்லாரும் கிளம்புங்கள்! வேட்டைக்கு எங்கே போகலாம்? கொல்லிமலைக்குப் போகலாமா?" என்று பொதுப் படையாகக் கரிகாலன் கேட்டான்.

இத்தனை நேரமும் எந்தப் பேச்சிலும் கலந்து கொள்ளாமலிருந்த சம்புவரையர், "கோமகனே! கொல்லிமலை வெகு தூரத்தில் இருக்கிறது. அவ்வளவு தூரம் போக வேண்டியதில்லை. வீரநாராயண ஏரியின் மேற்குக் கரையில் அடர்ந்த காடு இருக்கிறது. அதைத் 'தண்டகாரண்யம்' என்றே சொல்வதுண்டு. வேட்டைக்கு வேண்டிய காட்டு மிருகங்களும் அங்கே ஏராளமாக இருக்கின்றன. அந்தக் காட்டிலிருந்து வேட்டையாடிக் கொண்டு வந்த மிருகங்கள் தான் நமது வேட்டை மண்டபத்தில் உள்ளவை. ஏரிக்கரைக் காடு, இம்மாளிகைக்குச் சமீபத்திலும் இருக்கிறது. காலையில் வேட்டையாடப் புறப்பட்டுச் சென்றால் இரவு வீடு திரும்பி விடலாம்!" என்றார்.

"அப்படியே செய்யலாம், ஐயா! இந்த மாளிகையில் நான் விருந்தாளியாயிருக்கும் வரையில் தாங்கள் வைத்ததே எனக்குச் சட்டம். தங்கள் குமாரி மணிமேகலையையும் வேட்டைக்கு அழைத்துப் போகலாமா? அவள் இருக்குமிடம் எப்போதும் கலகலப்பாயிருக்கிறது!" என்றான் ஆதித்த கரிகாலன்.

"எனக்கு ஆட்சேபமில்லை; மணிமேகலையைக் கேட்டுப் பார்க்கலாம்" என்றார் சம்புவரையர்.

அப்போது கந்தமாறன் "வேட்டைக்குப் போகும் இடத்தில் பெண்கள் எதற்கு? அவர்கள் பத்திரமாயிருக்கிறார்களா என்று பார்ப்பதற்குத்தான் வேலை சரியாயிருக்கும். வேட்டையில் கவனம் செலுத்த முடியாது. மேலும், நந்தினி தேவிக்கு இங்கே துணை வேண்டுமல்லவா?" என்றான்.

"ஆமாம்; ஆமாம் கந்தமாறனுக்கு எப்போதும் பழுவூர் பாட்டியைப் பற்றித்தான் கவலை. மணிமேகலையை அழைத்துப் போவதில் இன்னொரு கஷ்டமும் இருக்கிறது. அவள் துள்ளிக் குதிப்பதைப் பார்த்துவிட்டு மான் துள்ளிக் குதிப்பதாக நினைத்து யாராவது அவள் பேரில் அம்பை விட்டாலும் விடுவார்கள். பெண்கள் அரண்மனையிலேயே இருக்கட்டும், நாம் வேட்டைக்குப் போகலாம். நாளை அதிகாலையில் புறப்பட வேண்டும். இன்றிரவு குரவைக்கூத்தைச் சீக்கிரம் முடித்துவிட்டு, அவரவர்களும் சீக்கிரமாகத் தூங்குங்கள். ஐயா! வேட்டைக்காரர்களுக்கெல்லாம் இப்போதே சொல்லி வைத்துவிடுங்கள். வந்தியத்தேவா! வா! நம்முடைய ஜாகைக்குப் போகலாம்!" என்று சொல்லி ஆதித்த கரிகாலன் வந்தியத்தேவனைக் கையைப் பிடித்து இழுத்துக் கொண்டு புறப்பட்டான். கந்தமாறனும் பார்த்திபேந்திரனும் அவர்களைச் சிறிது அசூயையுடன் பார்த்துக் கொண்டு நின்றார்கள்.

சம்புவரையர் வேட்டைக்காரர்களுக்குக் கட்டளை பிறப்பிப்பதற்காகச் சென்றார். பழுவேட்டரையர் நந்தினியைத் தேடி அந்தப்புரத்துக்குப் போனார்.

ஃஃ

38. நந்தினி மறுத்தாள்

பழுவேட்டரையர் சிறிது உற்சாகத்துடனேயே நந்தினியைப் பார்க்கப் போனார். கடம்பூருக்கு அவர் புறப்பட்டு வந்த போது என்ன நம்பிக்கையுடன் வந்தாரோ, அது ஒன்றும் இது வரையில் நிறைவேறவில்லை. சிறு பிள்ளையாகிய ஆதித்த கரிகாலனைக் கடம்பூர் மாளிகையிலே தருவித்து வைத்துக் கொண்டால், அவனை நயத்தினாலும் பயத்தினாலும் தம்முடைய விருப்பத்தின்படி நடக்கச் செய்யலாம் என்று அவர் எண்ணியிருந்தார். தாமும் சம்புவரையரும் சொல்லுவதற்கு அவன் கட்டுப்பட்டே தீரவேண்டும் என்று நம்பினார். சோழ ராஜ்யம் முழுவதற்கும் மதுராந்தகனுக்கு உடனடியாகப் பட்டம் கட்டுவதிலுள்ள அபாயம் அவருக்குத் தெரிந்தேயிருந்தது. வடக்கே மலையமானும், தெற்கே கொடும்பாளூர் வேளானும் அதற்கு விரோதமாயிருப்பார்கள். கரிகாலன் அவர்களுடன் சேர்ந்து கொண்டால் உள்நாட்டு யுத்தம் மூண்டே தீரும். அதன் முடிவு எப்படியாகும் என்று யார் சொல்ல முடியும்? பொது மக்களில் பெரும்பாலோர் சுந்தர சோழருடைய புதல்வர்களின் பக்கமே இருப்பார்கள். மதுராந்தகனுடைய தாயே அவனுக்கு விரோதமாயிருக்கிறாள். காலாமுகக் கூட்டத்தாரை மட்டும் நம்பி உள்நாட்டுப் போரில் இறங்க முடியுமா? பாண்டிய நாட்டிலும், சேர நாட்டிலும் பாலாற்றுக்கு வடக்கேயுள்ள நாடுகளிலும் கலகங்கள் கிளம்பினாலும் கிளம்பும்.

ஆகையால் இப்போதைக்கு மதுராந்தகனுக்குப் பாதி ராஜ்யம் என்று பிரித்துக் கொண்டால், அதுவும் தஞ்சையை தலைநகராகக் கொண்ட தென் சோழ ராஜ்யமாயிருந்தால், பிற்பாடு போகப் போகப் பார்த்துக் கொள்ளலாம். கொடும்பாளூர் வேளானின் செல்வாக்கை ஒரு வழியாகத் தீர்த்துக் கட்டிவிடலாம். பிறகு வடக்கே திரும்பித் திருக்கோவலூர் மலையமானையும் ஒரு கை பார்க்கலாம். கரிகாலன் வெறும் முரடன், என்றைக்காவது ஒரு நாள் ஏதாவது ஏடாகூடமான காரியத்தில் இறங்கி அற்பாயுளில் இறக்கக்கூடும். அப்படி நேர்ந்தால், எல்லாக் கவலையும் தீர்ந்தது. இப்போதைக்குப் பாதி ராஜ்யம் என்று ஏற்பாடு செய்து கொள்வது நல்லது.

இளைய ராணி நந்தினியுடனும் கலந்தாலோசித்ததின் பேரில் பெரிய பழுவேட்டரையர் இத்தகைய முடிவுக்கு வந்து, அதன் பிறகுதான் கடம்பூருக்கு வந்தார். கரிகாலனையும் அங்கு அழைத்து வரச் செய்தார். ஆனால் எதிர்பார்த்தபடி ஒன்றும் நடக்கவில்லை. பெரியவர்களுக்கு அடங்கி நடப்பதற்குப் பதிலாக கரிகாலன் பெரியவர்களை அதட்டி உருட்டி அதிகப் பிரசங்கம் செய்து கொண்டிருந்தான். அவனுடைய கேலிப் பேச்சுக்களையும் இரு பொருள் கொண்ட மொழிகளையும் பழுவேட்டரையரால் பொறுக்க முடியவில்லை. முக்கியமாக அவரைப் பற்றிக் கரிகாலன் அடிக்கடி வயதான கிழவர் என்று குறிப்பிட்டதும், இளைய ராணியைப் பாட்டி என்று அழைத்து வந்ததும் கூரிய விஷந் தோய்ந்த பாணங்களைப் போல் அவரைத் துன்புறுத்தி வந்தன. போதும் போதாதற்குச் சம்புவரையரின் போக்கும் அவ்வளவு திருப்திகரமாயில்லை. தமக்குப் பக்கபலமாக நின்று கரிகாலனுடைய அதிகப் பிரசங்கத்தை அடக்க முயல்வதற்குப் பதிலாகச் சம்புவரையர் பெரும்பாலும் வாயை மூடி மௌனம் சாதித்துக் கொண்டிருந்தார். ஏதாவது பேசினாலும் தயங்கித் தயங்கி வழவழா குழகுழா என்று பேசினார். கரிகாலன் தமது மாளிகைக்கு விருந்தாளியாக வந்து விட்டபடியினால் ஏதாவது ஏடாகூடமாய் நடந்து விடக் கூடாதென்று அப்படி ஜாக்கிரதையாக நடந்து கொண்டிருக்கிறார் போலும்! காரணம் எதுவாயிருந்தாலும் சம்புவரையரின் போக்கு கொஞ்சங்கூடப் பழுவேட்டரையருக்குத் திருப்திகரமாக இல்லை.

இன்றைக்குக் கரிகாலன் கூறியதில் எவ்வளவு தூரம் உண்மையான பேச்சு, எவ்வளவு தூரம் கேலிப் பேச்சு, எவ்வளவு தூரம் மனதில் ஒன்று உதட்டில் ஒன்றுமான வஞ்சகப் பேச்சு என்பதைக் கண்டு கொள்வதும் எளிதாயில்லை. மதுராந்தகனையும் அங்கே வரவழைத்த பிறகு ஏதேனும் பெரிய விபரீத காரியம் செய்ய உத்தேசித்திருக்கிறானோ என்னமோ, யார் கண்டது? மலையமானைப் பெரும் சைன்யத்துடன் படையெடுத்து வரச் செய்து கடம்பூர் மாளிகையை வளைத்துக் கொள்ளும்படி செய்தாலும் செய்யலாம் அல்லவா?...

இவையெல்லாவற்றையும் எண்ணும்போது தஞ்சாவூருக்குத் திரும்பிப் போய்விடுவதே நல்லது. சின்னப் பழுவேட்டரையன் நல்ல மதியூகி. அவனிடமும் யோசனை கேட்டுக் கொள்ளலாம். ஒருவேளை மதுராந்தகனை இங்கு அழைத்து வருவதாயிருந்தாலும் எல்லா நிலைமைக்கும் ஆயத்தமாகக் காலாந்தககண்டனைப் பெரிய படை திரட்டிக் கொள்ளிடக் கரையில் கொண்டு வந்து வைத்திருக்கச் செய்யலாம். எது எப்படியானாலும் இளைய ராணியை இங்கே இனி மேல் இருக்கச் செய்து இந்த மூடர்களின் கேலிப் பேச்சுக்கு உள்ளாக்குவது கூடவே கூடாது. அவளை அழைத்துக் கொண்டு போய்த் தஞ்சாவூரில் விட்டுவிடுவது மிக்க அவசியம். அதற்கு ஒரு வசதி இப்போது ஏற்பட்டிருக்கிறது அதைக் கைவிடுவானேன்?

இவ்விதம் ஒரு முடிவுக்கு வந்ததும் பெரிய பழுவேட்டரையருக்குச் சிறிது உற்சாகம் உண்டாயிற்று. முக மலர்ச்சியுடனே நந்தினியின் அந்தப்புரத்தை அடைந்தார். அங்கே அவர் வாசற்படியருகில் வந்த போது உள்ளேயிருந்து கலகலவென்று சிரிப்புச் சத்தம் வருவதைக் கேட்டார். ஏனோ அந்தச் சிரிப்பின் ஒலி அவருக்கு எரிச்சலை உண்டாக்கிற்று. தஞ்சாவூர் அரண்மனையில் நந்தினி இவ்விதம் சிரிப்பதேயில்லை. இப்போது என்ன குதூகலம் வந்துவிட்டது? எதற்காகச் சிரிக்கிறாள்? அவளுடன் சேர்ந்து சிரிப்பது யார்?...

உள்ளே பிரவேசித்ததும் உடன் இருந்தவள் மணிமேகலை என்று தெரிந்தது. இதனால் அவர் மனம் சிறிது தெளிந்தது. அவரைக் கண்டதும் மணிமேகலை சிரிப்பை அடக்குவதற்காக இரண்டு கைகளினாலும் வாயைப் பொத்திக் கொண்டாள். அப்படியும் அடக்க முடியாமற் போகவே சிரித்துக் கொண்டே அந்த அறையை விட்டு ஓடிப் போனாள்.

நந்தினியின் சிரிப்பு பழுவேட்டரையரைக் கண்டதுமே நின்றுவிட்டது. அவளுடைய முகமும் வழக்கமான கம்பீரத்தை அடைந்தது. "ஐயா! வாருங்கள்! யோசனை முடிவடைந்ததா?" என்றாள்.

"நந்தினி! அந்தப் பெண் எதற்காக அப்படிச் சிரித்தாள்? ஏன் சிரித்துக் கொண்டே ஓடுகிறாள்?" என்று பழுவேட்டரையர் கேட்டார்.

"அதைச் சொல்லத்தான் வேண்டுமா? சொல்லுகிறேன். சபாமண்டபத்தில் நடந்த பேச்சுக்களில் கொஞ்சம் பக்கத்து அறையிலிருந்த மணிமேகலையின் காதில் விழுந்ததாம். இளவரசர் ஆதித்த கரிகாலர் பாட்டன்களைப் பற்றியும் பாட்டிகளைப் பற்றியும் பரிகாசமாகப் பேசியதைச் சொல்லி விட்டு அவள் சிரித்தாள்.."

"சீ! துஷ்டப்பெண்! அவளோடு சேர்ந்து நீயும் சிரித்தாயே?"

"ஆம்; அவளோடு சேர்ந்து சிரித்தேன். அவள் அப்பால் போனதும் அழலாம் என்று இருந்தேன். அதற்குள் தாங்கள் வந்து விட்டீர்கள்!" என்று நந்தினி கூறிவிட்டுக் கண்ணில் துளித்த கண்ணீரைத் துடைத்துக் கொண்டாள்.

"ஆகா! உன்னை இப்பேர்ப்பட்ட மூடர்களின் மத்தியில் நான் அழைத்துக் கொண்டு வந்தது என் தவறு. நாளைப் பொழுது விடிந்ததும் நாம் தஞ்சாவூருக்குப் புறப்பட்டுப் போகலாம். இன்றிரவு மட்டும் பொறுத்துக் கொள்!" என்றார்.

"தஞ்சாவூருக்குப் புறப்படவேண்டுமா? ஏன்? வந்த காரியம் ஆகிவிட்டதா?" என்று நந்தினி கேட்டாள்.

அன்று சபா மண்டபத்தில் நடந்த பேச்சின் முடிவுகளைப் பழுவேட்டரையர் நந்தினிக்குத் தெரியப்படுத்தினார்.

எல்லாவற்றையும் கேட்டு விட்டு நந்தினி, "சுவாமி! தாங்கள் தஞ்சாவூருக்குப் போய் வாருங்கள் நான் வரமாட்டேன். ஆதித்த கரிகாலனுக்கு புத்தி கற்பிக்கும் வரையில் நான் இங்கிருந்து புறப்படுவதாக உத்தேசமில்லை. அந்தக் கர்வம் பிடித்த இளவரசன் ஒன்று தங்கள் காலில் விழுந்து அவன் பேசிய பரிகாசப் பேச்சுக்களுக்காக மன்னிப்புக் கேட்டுக் கொள்ள வேண்டும். அல்லது தங்கள் கத்திக்கு அவன் இரையாக வேண்டும்!" என்றாள்.

"நந்தினி! இது என்ன சொல்லுகிறாய்? இத்தகைய பாதகமான எண்ணம் உன் உள்ளத்தில் எப்படி உதித்தது."

"ஐயா! எது பாதகமான எண்ணம்? என்னைக் கைப்பிடித்து மணந்த கணவனை ஒருவன் நிந்தித்துப் பேசினால், அவனைப் பழிவாங்க வேண்டும் என்று நான் நினைப்பது பாதகமா?"

"இல்லை, நந்தினி! இதைக் கேள்! எங்கள் பழுவூர்க் குலம் சோழ குலத்தோடு ஆறு தலைமுறையாக நட்புரிமை கொண்டது. அதையெல்லாம் மறந்து, அறியாச் சிறுவன் ஒருவன் ஏதோ உளறினான் என்பதற்காக நான் அக்குலத்துக்கு விரோதமாய்க் கத்தி எடுக்க முடியுமா? சுந்தர சோழரின் புதல்வனை, இன்று வரையில் பட்டத்து இளவரசனாயிருப்பவனை, நான் என் கையினால் கொல்லுவதா? இது என்ன பேச்சு?" என்று பழுவேட்டரையர் பதறினார்.

கரிகாலனுடைய காரசாரமான வார்த்தைகளை கேட்ட போது சில சமயம் பழுவேட்டரையருக்கே உடைவாளின் மீது கை சென்றது. அப்போது சிரமப்பட்டு மனத்தையும் கையையும் கட்டுப்படுத்திக் கொண்டார். தம் உள்ளத்தில் முன்னம் தோன்றிய எண்ணத்தை நந்தினி வெளியிட்டுச் சொன்னவுடனே அவருக்கு அவ்வளவு பதட்டம் உண்டாயிற்று.

"ஐயா! தாங்கள் சோழக் குலத்தோடு ஆறு தலைமுறையாக நட்புக் கொண்டவர்கள்; உறவும் கொண்டவர்கள். ஆகையால் தாங்கள் கத்தி எடுக்கத் தயங்குவது இயல்பு. ஆனால் எனக்கு அத்தகைய உறவு ஒன்றுமில்லை. சோழக் குலத்துக்கு நான் எந்த விதத்திலும் கடமைப்பட்டவள் அல்ல. ஆதித்த கரிகாலன் தங்கள் அடிபணிந்து மன்னிப்புக் கேட்டுக் கொள்ளாவிட்டால், என் கையில் கத்தி எடுத்து நானே அவனைக் கொன்று விடுகிறேன்?" என்றாள் நந்தினி. அப்போது அவளுடைய கண்கள் சிவந்து, புருவங்கள் நெரிந்து முகத்தோற்றமே மாறி விட்டது.

39. "விபத்து வருகிறது!"

பழுவேட்டரையர் சிரித்தார். நந்தினியின் வார்த்தையைக் கேட்டுப் பரிகாசமாகச் சிரிப்பதாய் எண்ணிக் கொண்டு இலேசாகத்தான் சிரித்தார். அந்தச் சிரிப்பின் ஒலியால் அந்த அறையும் அதிலிருந்த சகல பொருள்களும் நடுநடுங்கின.

தம்மை அவமதித்தவர்களை நந்தினி தன் கையினாலேயே கத்தி எடுத்துக் கொன்றுவிடுவதாகக் கூறியதைக் கேட்ட போது அவருடைய உள்ளத்தில் ஒரு பெருமிதம் உண்டாயிற்று. தம்முடைய மரியாதையைப் பாதுகாப்பதில் நந்தினிக்கு அவ்வளவு அக்கறை இருக்கிறது என்பதை அறிந்ததில் பழுவேட்டரையருக்கு இறும்பூது ஏற்பட்டது. அதே தோரணையில் அவள் மேலும் பேசிக் கேட்க வேண்டுமென்ற ஆசை அவர் மனதில் ஒரு பக்கம் பெருகியது. மற்றொரு பக்கத்தில் அவள் அம்மாதிரியெல்லாம் பேசுவதைத் தாம் விரும்பவில்லை என்று காட்டிக் கொள்ளவும் ஆசைப்பட்டார்.

"ஐயா! ஏன் சிரிக்கிறீர்கள்! என் வார்த்தையில் அவநம்பிக்கையினால் சிரிக்கிறீர்களா?" என்று கேட்டாள்.

"தேவி! மந்தார மலரின் இதழைப் போல் மென்மையான உன் கையினால் கத்தியை எப்படி எடுப்பாய் என்று எண்ணிச் சிரித்தேன். மேலும் நான் ஒருவன் இரண்டு நீண்ட கைகளை வைத்துக் கொண்டு உயிரோடிருக்கும்போது.."

"ஐயா! தங்கள் கரங்களின் பெருமையையும் வலிமையையும் நான் அறிவேன். யானைத் துதிக்கையை யொத்த நீண்ட கைகள், இந்திரனுடைய வஜ்ராயுதத்தைப் போன்ற வலிமையுள்ள கைகள். போர்க்களத்தில் ஆயிரமாயிரம் பகைவர்களை வெட்டி வீழ்த்திய கைகள், சோழ சக்கரவர்த்திகளின் சிரத்தில் மணிமகுடத்தை வைத்து நிலைநாட்டிவரும் கைகள். ஆனாலும் அதையெல்லாம் இன்று நினைத்துப் பார்ப்பாரில்லை. நேற்றுப் பிறந்த பிள்ளைகள் தங்களைக் 'கிழடு' என்று சொல்லி ஏளனம் செய்யும் காலம் வந்துவிட்டது. தாங்களோ மந்திரத்தால் கட்டுண்ட சர்ப்பராஜனைப் போல் சோழ குலத்தாரிடம் கொண்ட பக்திக்குக் கட்டுப்பட்டுச் சும்மா இருக்க வேண்டியிருக்கிறது. என்னுடைய கரங்கள் வளையல் அணிந்த மென்மையான கரங்கள்தான். ஆனாலும் வீராதி வீராகிய தங்களை அக்கினி சாட்சியாகக் கைப்பிடித்த காரணத்தினால் எனது கைகளுக்கும் சிறிது சக்தி ஏற்பட்டிருக்கிறது. என் கற்பைக் காத்துக் கொள்வதற்கும் என் கணவரின் மரியாதையை நிலை நிறுத்துவதற்கும் அவசியம் ஏற்படுமானால் என் கைகளுக்கும் கத்தி எடுக்கும் வலிமை உண்டாகி விடும். இதோ பாருங்கள்...!" என்று நந்தினி கூறிவிட்டு, மஞ் சத்துக்கு அடியிலிருந்த பெட்டியை வெளிப்புறமாக நகர்த்தினாள். பெட்டியைத் திறந்து அதன் மேற்புறத்தில் கிடந்த ஆடைகளை அப்புறப்படுத்தினாள். அடியில் தகதகவென்று பிரகாசித்துக் கொண்டிருந்த நீண்ட வாளை ஒரு கையினால் அலட்சியமாக எடுத்துத் தலைக்கு மேலே தூக்கிப்பிடித்தாள்.

பழுவேட்டரையர் அதைப் பார்த்த வண்ணமாகச் சிறிது நேரம் பிரமித்துப் போய் நின்றார். பின்னர், "இந்த பெட்டிக்குள்ளே இந்த வாள் எத்தனை காலமாக இருக்கிறது? உன் ஆடை ஆபரணங்களை வைத்திருப்பதாகவல்லவோ நினைத்தேன்?" என்றார்.

நந்தினி வாளைப் பெட்டியில் திரும்ப வைத்துவிட்டு, "ஆம்; என் ஆடை ஆபரணங்களை இந்தப் பெட்டியிலேதான் வைத்திருக்கிறேன். என் ஆபரணங்களுக்குள்ளே மிக முக்கியமான ஆபரணம் இந்த வாள். என் கற்பையும் என் கணவருடைய கௌரவத்தையும் பாதுகாப்பதற்குரியது" என்றாள்.

"ஆனால் இதை நீ உபயோகப்படுத்துவதற்கு அவசியம் ஒன்றும் ஏற்படப் போவதில்லை நான் ஒருவன் உயிரோடிருக்கும் வரையில்!"

"அதனாலேதான் இந்த வாளை நான் வெளியில் எடுப்பதில்லை. ஈழ நாட்டிலிருந்து வேங்கி நாடு வரையில் சோழ ராஜ்யத்தைப் பாதுகாத்துக் கொண்டிருக்கும் தங்கள் தோள் வலிமையால் தங்கள் கௌரவத்தைப் பாதுகாத்துக் கொள்ள முடியாதா? அல்லது பேதையாகிய என்னைத்தான் பாதுகாக்க முடியாதா? என்றாலும், முக்கியமான ராஜரீக காரியங்களில் ஈடுபட்டிருக்கும் தாங்கள் எப்போதும் என்னைக் கட்டிக் காத்துக் கொண்டிருக்க முடியாது. தங்களைப் பிரிந்திருக்கும் நேரங்களில் என்னை நான் பாதுகாத்துக் கொள்ள ஆயத்தமாய் இருக்க வேண்டும் அல்லவா?"

"தேவி! அதற்கு அவசியம் என்ன? போனது போகட்டும், இனி நான் உன்னைப் பிரிந்திருக்கப் போவதே இல்லை..."

"ஐயா! என்னுடைய விருப்பமும் அதுதான்; ஆனால் இந்த ஒரு தடவை மட்டும் தாங்கள் என்னைப் பிரிந்து தஞ்சைபுரிக்குப் போய் வாருங்கள்..."

"இது என்ன பிடிவாதம்? எதற்காக இந்தத் தடவை மட்டும் நான் உன்னை இங்கே விட்டுவிட்டுப் போக வேண்டும்?" என்று பழுவேட்டரையர் கேட்டபோது அவருடைய புருவங்கள் நெரிந்தன.

"சுவாமி! அதற்கு இரண்டு காரணங்கள் இருக்கின்றன. என்னை நீங்கள் இப்போது தங்களுடன் அழைத்துப் போனால் இந்த மூடர்கள் மேலும் நம்மைக் குறித்துப் பரிகசித்துச் சிரிப்பார்கள். 'கிழவருக்கு இளைய ராணியிடம் அவ்வளவு நம்பிக்கை!' என்று சொல்லுவார்கள். அதை நினைத்தாலே எனக்கு ரத்தம் கொதிக்கிறது. மற்றொரு காரணம் இன்னும் முக்கியமானது சம்புவரையரைத் தங்களுடைய அத்தியந்த சிநேகிதர் என்று இத்தனை காலமும் தாங்கள் சொல்லி வந்தீர்கள்; நம்பியும் வந்தீர்கள். ஆனால் இளவரசர் வந்ததிலிருந்து அவருடைய பேச்சிலும், நடவடிக்கைகளிலும் ஏற்பட்டிருக்கும் மாறுதலைக் கவனித்தீர்களா? தாங்கள் கவனிக்காவிட்டாலும் நான் கவனித்துக் கொண்டு வருகிறேன்..."

"நானும் அதைக் கவனித்துத்தான் வருகிறேன். அந்த மாறுதலுக்குக் காரணம் என்னவாயிருக்குமென்று ஆச்சரியப்பட்டுக் கொண்டிருக்கிறேன்..."

"தாங்கள் கபடமற்ற உள்ளமுடையவர்; ஆகையால் ஆச்சரியப்படுகிறீர்கள். எனக்கு அதில் ஆச்சரியம் இல்லை. மனிதர்களுடைய பேராசை இயல்புதான், சம்புவரையரின் மாறுதலுக்குக் காரணம். இளவரசர் ஆதித்த கரிகாலர் பெண்களை முகமெடுத்தே பார்ப்பதில்லையென்றும் கல்யாணமே செய்து கொள்ளப் போவதில்லையென்றும் வதந்தியாயிருந்தது. இங்கு அவர் வந்ததிலிருந்து அதற்கு நேர்மாறாக நடந்து வருவதைப் பார்த்திருப்பீர்கள். பெண்கள் இருக்குமிடத்துக்கு அடிக்கடி வருகிறார், கொஞ்சிக் கொஞ்சிப் பேசுகிறார். இதற்கெல்லாம் காரணம் சம்புவரையர் மகள் மணிமேகலை மீது அவருடைய மனது சென்றிருப்பதுதான். 'மணிமேகலையை வேட்டையாடுவதற்கு அழைத்துப் போகலாமா' என்று கூடக் கரிகாலர் கேட்டார் அல்லவா? இது சம்புவரையருக்கும் தெரிந்திருக்கிறது. ஆகையால் பழைய ஏற்பாடுகளையெல்லாம் அவர் மறந்து விட்டார். தம் அருமை மகள் தஞ்சாவூர்த் தங்கச் சிங்காதனத்தில் வீற்றிருக்கப் போவது பற்றிக் கனவு காணத் தொடங்கி விட்டார்..."

"ஆமாம்; நீ சொல்லுவதுதான் காரணமாயிருக்க வேண்டும். சம்புவரையன் இத்தகைய நீச குணம் படைத்தவன் என்று நான் கனவிலும் எண்ணவில்லை. இரண்டு மாதங்களுக்கு முன்பு தான் இதே மாளிகையில் மதுராந்தகரைத் தஞ்சைச் சிம்மாதனத்தில் ஏற்றிவைப்பதாக எல்லோரும் கூடிச் சபதம் செய்தோம். சீச்சீ! இப்படிப் பேச்சுத் தவறுகிறவனும் ஒரு மனிதனா?" என்று பழுவேட்டரையர் சீறினார்.

"சுவாமி! அதனாலேதான் நான் தங்களுடன் வரவில்லை என்று சொல்கிறேன். தாங்கள் இல்லாத சமயத்தில் இவர்கள் இங்கே என்ன சதி செய்கிறார்கள் என்பதைக் கவனித்து கொள்வேன். ஏதேனும் இவர்கள் சூழ்ச்சி செய்தால் அது பலிக்காமற் செய்ய வழி தேடுவேன்."

"நந்தினி! இதிலேயெல்லாம் நீ எதற்காகப் பிரவேசிக்க வேண்டும்?"

"கணவர் சிரத்தை கொண்டுள்ள காரியத்தில் மனைவிக்கும் சிரத்தை இருக்க வேண்டாமா? 'வாழ்க்கைத் துணைவி' என்று பிறகு எதற்காக எங்களைச் சொல்கிறது?"

"என்ன இருந்தாலும் இந்த மூர்க்கர்களுக்கும் நீசர்களுக்கும் நடுவில் உன்னைத் துணையின்றி விட்டுவிட்டு நான் போகிறதா? அது எனக்குச் சிறிதுமே சம்மதமாயில்லையே!"

"எனக்கு இங்கே துணையில்லாமற் போகவில்லை. மணிமேகலை இருக்கிறாள்; எனக்காக அந்தப் பெண் என்ன வேண்டுமானாலும் செய்வாள்..."

"அது உண்மைதான் நானும் கவனித்தேன். உன்னுடைய மோகன சக்தி அவளை உன் அடிமையாக்கி இருக்கிறது. ஆனாலும் அது எவ்வளவு தூரம் நிலைத்திருக்கும்? ஆதித்த கரிகாலன் சிங்காதனத்தில் ஏறி அந்தப் பெண்ணை சக்கரவர்த்தினியாக்கிக் கொள்ளப் போவதாக ஆசை காட்டினால்..."

"ஐயா! அது விஷயத்தில் தங்களுக்குச் சிறிதும் சந்தேகம் வேண்டியதில்லை. மணிமேகலை என் கருத்துக்கு மாறாகத் தேவலோகத்து இந்திராணி பதவியையும் ஏற்றுக்

கொள்ள மாட்டாள். 'கரிகாலன் இந்தக் கத்தியால் குத்திக் கொன்று விட்டு வா!' என்று நான் சொன்னால், உடனே அவ்விதம் செய்து விட்டு வருவாள். என்னுடைய மோகன சக்தியைப் பற்றி அடிக்கடி தாங்களே சொல்வீர்கள் அல்லவா? அது மணிமேகலையை முழுதும் ஆட்கொண்டிருக்கிறது! வேணுமானால், இப்போதே தங்களுக்கு அதை நிரூபித்துக் காட்டுகிறேன்!" என்றாள் நந்தினி.

பழுவேட்டரையரின் உடம்பு படபடத்தது. அந்தக் கிழவர் உதடுகள் துடிக்க, தொண்டை அடைக்க, நாத்தழுதழுக்கக் கூறினார்: "தேவி! உன்னுடைய சக்தியை நான் அறிவேன். ஆனால் கரிகாலன் விஷயத்தில் நீ அம்மாதிரி எதுவும் பரீட்சை பார்க்க வேண்டாம். அவன் அறியாச் சிறுவன். ஏதோ தெரியாமல் உளறினான் என்பதை நாம் பெரிது படுத்தக் கூடாது. கரிகாலன் மணிமேகலையை மணந்து கொள்ள இஷ்டப்பட்டால் நாம் அதற்குத் தடையாக இருக்க வேண்டாம்!"

"ஐயா! நாம் தடை செய்யாமலிருக்கலாம். ஆனால் விதி ஒன்று இருக்கிறதே! அதை யார் தடை செய்ய முடியும்? மணிமேகலை என்னிடம் பிரியங் கொண்டவளாயிருப்பது போல் நானும் அவளிடம் பாசம் வைத்திருக்கிறேன். என் கூடப் பிறந்த தங்கையைப் போல் அவளிடம் ஆசை கொண்டிருக்கிறேன். அற்பாயுளில் சாகப் போகிறவனுக்கு அவளை மணம் செய்து கொடுக்க நான் எப்படி இணங்குவேன்?" என்றாள் நந்தினி. அப்போது அவளுடைய பார்வை எங்கேயோ தூரத்தில் நடக்கும் எதையோ பார்த்துக் கொண்டிருப்பது போல தோன்றியது.

பழுவேட்டரையர் இன்னும் அதிக பரபரப்பை அடைந்து கூறினார்: "நந்தினி! இது என்ன வார்த்தை? சோழ சக்கரவர்த்தியின் வேளக்காரப் படைக்கு நான் ஒரு சமயம் தலைவனாயிருந்தேன். சக்கரவர்த்தியையும் அவருடைய சந்ததிகளையும் உயிரைக் கொடுத்தேனும் பாதுகாப்பதாகச் சத்தியம் செய்திருக்கிறேன்..."

"ஐயா! அந்தச் சத்தியத்தைத் தாங்கள் மீற வேண்டுமென்று நான் சொல்லவில்லையே?"

"உன்னால் கரிகாலனுக்கு ஏதேனும் தீங்கு நேர்ந்தாலும் அந்தக் குற்றம் என்னையே சாரும். 'சிறு பிள்ளையின் பரிகாசப் பேச்சைப் பொறுக்காமல் கிழவன் படுபாதகம் செய்து விட்டான்' என்று உலகம் என்னை நிந்திக்கும். ஆறு தலைமுறையாக எங்கள் குலம் சோழர்களுக்குப் பாதுகாப்பாக இருந்து எடுத்திருக்கும் நல்ல பெயர் நாசமாகும்..."

"அப்படியானால் தாங்கள் இந்த ஊரைவிட்டு உடனே போக வேண்டியது மிகவும் அவசியம்!" என்று நந்தினி மர்மம் நிறைந்த குரலில் கூறினாள்.

"எதனால் அவ்விதம் சொல்லுகிறாய்?" என்று பழுவேட்டரையர் கேட்டார்.

"தங்களிடம் எப்படிச் சொல்வதென்று தயங்கிக் கொண்டிருந்தேன். இப்போது சொல்ல வேண்டிய அவசியம் ஏற்பட்டு விட்டது. துர்க்கா பரமேசுவரி எனக்குச் சில அபூர்வ சக்திகளை அளித்திருக்கிறாள் இது தங்களுக்கே தெரியும். சுந்தர சோழர் இளம் வயதில் ஸ்திரீஹத்தி தோஷத்துக்கு உள்ளானவர் என்பதை நான் என் மந்திர சக்தியினால் அறிந்தேன். அதைத் தங்களுக்கும் நிரூபித்துக் காட்டினேன். அதே போல் ஆதித்த கரிகாலனுடைய இறுதிக் காலம் நெருங்கிக் கொண்டிருக்கிறது என்பதையும் இப்போது என் அகக் கண்ணினால் காண்கிறேன். அது தங்கள் கையினாலும் நேரப் போவதில்லை; என் கையினாலும் நேரப் போவதில்லை. ஆனால் யமனுடைய பாசக் கயிறு அவனை நெருங்கிக் கொண்டிருக்கிறது என்பது மட்டும் நிச்சயம். காட்டிலே வேட்டையாடப் போன இடத்திலே அவனுக்கு இறுதி நேரலாம்; அல்லது அரண்மனையில் படுத்திருக்கும் போதும் நேரலாம்; புலி, கரடி முதலிய துஷ்ட மிருகங்களினால் நேரலாம்; அல்லது அவனுடைய சிநேகிதர்கள் விடும் அம்பு தவறி விழுந்தும் அவன் சாகலாம். அல்லது மென்மையான பெண்ணின் கரத்திலே பிடித்த கத்தியினால் குத்தப்பட்டும் அவனுக்கு மரணம் நேரலாம். ஆனால், ஐயா, அவனுடைய மரணம் தாங்கள் கைப்பிடித்து மணந்த

என்னுடைய கரத்தினால் நேராது என்று தங்களுக்குச் சத்தியம் செய்து கொடுக்கிறேன். சாலை ஓரத்திலே அநாதையாக நின்ற என்னைத் தாங்கள் உலகறிய மணந்து இளைய ராணி ஆக்கினீர்கள். அத்தகைய தங்களுக்கு என்னால் ஒரு பழியும் ஏற்படாமல் பார்த்துக் கொள்வேன். அதற்காகவே தாங்கள் இச்சமயம் இங்கு இருக்க வேண்டாம், போய் விடுங்கள் என்று வற்புறுத்திச் சொல்கிறேன். தாங்கள் இங்கு இருக்கும் சமயம் கரிகாலனுக்கு என்ன விதமான விபத்து நேர்ந்தாலும் உலகத்தார் தங்களை அத்துடன் சம்பந்தப்படுத்துவார்கள். அருள்மொழிவர்மனைக் கடல் கொண்டதற்கு தங்கள் மீது பழி கூறவில்லையா? அம்மாதிரி இதற்கும் தங்கள் பேரில் குற்றம் சாட்டுவார்கள். தங்களால் விபத்து நேர்ந்ததென்று சொல்லாவிட்டாலும் தாங்கள் ஏன் அதைத் தடுக்கவில்லை என்று கேட்பார்கள்! ஆனால் தங்களுடைய வஜ்ராயுதம் போன்ற கரங்களாலும் கரிகாலனுக்கு வரப் போகும் விபத்தைத் தடுக்க முடியாது. ஆகையால், தாங்கள் உடனே போய்விட வேண்டும். என்னைத் தங்களுடன் அழைத்துக் கொண்டு போனால், அதைப் பற்றியும் வீண் சந்தேகம் ஏற்படும். முன்னதாக தெரிந்திருந்தபடியினால் என்னையும் அழைத்து கொண்டு போய் விட்டதாகச் சொல்வார்கள். ஆகையால், தாங்கள் மட்டுமே போகவேண்டும். என்ன நேர்ந்தாலும், எப்படி நேர்ந்தாலும் அதனால் தங்களுக்கு அபகீர்த்தி எதுவும் ஏற்படாமல் பார்த்துக் கொள்ள நான் இங்கிருப்பேன். ஐயா! என்னிடம் அவ்வளவு நம்பிக்கை தங்களுக்கு உண்டா?" என்று நந்தினி கேட்டுவிட்டுத் தன் கரிய பெரிய விழிகளால் பழுவேட்டரையரின் நெஞ்சை ஊடுருவிப் பார்ப்பவள் போலப் பார்த்தாள். பாவம்! அந்த வீரக் கிழவர் நந்தினியின் சொல்லம்பினால் பெரிதும் கலங்கிப் போயிருந்தார். அவளுடைய கண் அம்புக்கு முன்னால் கதிகலங்கிப் பணிந்தார்.

ஃஃ

40. நீர் விளையாட்டு

இந்த வரலாறு நிகழ்ந்த காலத்துக்கு அறுநூறு ஆண்டுகளுக்கு முன்னால் தமிழகத்தில் மூவேந்தர்களைத் தவிர, சிற்றரசர்கள் எழுவர் புகழ்பெற்று விளங்கினார்கள். அவர்களுக்கு 'வள்ளல்கள்' என்ற பட்டப் பெயரும் வழங்கி வந்தது. அந்த எழுவரில் ஒருவன் கொல்லி மலையின் தலைவனான ஓரி என்பவன். இவன் வில் வித்தையில் இணையில்லாத வீரன் என்று பெயர் பெற்றிருந்தான். இவன் தன் வலிய பெரிய வில்லை வளைத்து நாணேற்றி அம்பை விட்டானாயின், அது இராமபிரானுடைய அம்பு ஏழு மரங்களைத் தொளைத்தது போல் முதலில் ஒரு புலியைத் தொளைத்து, பிறகு ஒரு மானைத் தொளைத்து பிறகு ஒரு பன்றியை தொளைத்து, பின்னர் ஒரு முயலைத் தொளைத்து விடுமாம். இவ்வாறு புலவர்களால் அவனுடைய வில் வித்தைத் திறன் பாடப் பெற்றிருந்தது. அதிலிருந்து அவன் 'வல்வில் ஓரி' என்று குறிப்பிடுவதும் வழக்கமாயிற்று.

கொல்லி மலை வல்வில் ஓரியின் மீது, அந்நாளில் வலிமை பெற்ற வேந்தனாக விளங்கிய சேரன் கோபம் கொண்டான். அவனைத் தாக்குவதற்குத் திருக்கோவலூர்த் தலைவன் மலையமான் திருமுடிக்காரியின் துணையை நாடினான். காரியின் வீரம் ஓரியின் வீரத்துக்கு குறைந்ததன்று. அத்துடன் மலையமான் காரிக்குப் படைபலம் அதிகமாயிருந்தது. மலையமான், கொல்லி மலைமீது படை எடுத்துச் சென்று வல்வில் ஓரியைக் கொன்று அவனுடைய மலைக் கோட்டையையும் நிர்மூலமாக்கினான்.

அதே காலத்தில் கொல்லி மலையை அடுத்திருந்த நிலப் பகுதியில் அதிகமான் நெடுமானஞ்சி என்னும் குறுநில மன்னன் அரசு புரிந்து வந்தான். வல்வில் ஓரியுடன் அவன் உறவு பூண்டவன். வல்வில் ஓரியைக் கொன்ற மலையமான் காரியை அவன் பழிவாங்க விரும்பினான். தன்னால் மட்டும் அது முடியாதென்று எண்ணிச் சோழ மன்னனாகிய கிள்ளி வளவனின் உதவியை நாடினான். மலையமானின் வலிமை அதிகமாகி வருவது பற்றியும் அவன் சேரனோடு தோழமை கொண்டிருப்பது பற்றியும் கிள்ளிவளவனுக்குக் கோபம்

இருந்தது. எனவே சோழன் கிள்ளிவளவனும் தகடூர் அதிகமானும் சேர்ந்து திருக்கோவலூர் மலையமானைத் தாக்கினார்கள். மலையமான் போர்க்களத்தில் வீர சொர்க்கம் எய்தினான். மலையமானுடைய இரு இளம் புதல்வர்களைச் சோழ நாட்டு வீரர்கள் சிறைப்பிடித்து வந்தார்கள். மலையமானுடைய வம்சத்தையே அழித்துவிட வேண்டுமென்று கருதியிருந்த அதிகமானும் கிள்ளிவளவனும் அந்தக் குழந்தைகளைப் பூமியில் கழுத்தளவு புதைத்து யானைக் காலால் இடறிக் கொல்லும்படி கட்டளையிட்டார்கள். மலையமானுடைய வள்ளன்மையை அறிந்து, அதனால் பயன் துய்த்திருந்த புலவர் ஒருவர் அச்சமயம் அங்கு வந்து சேர்ந்தார். மலையமானுடைய குழந்தைகளின் உயிருக்காகச் சோழ மன்னனிடம் மன்றாடினார்.

"வேந்தே! அதோ பார்! கழுத்து வரை புதைக்கப்பட்டிருக்கும் குழந்தைகளின் முகங்களைப் பார்! அந்த முகங்களில் தவழும் புன்னகையைப் பார்! தங்களைக் காலால் இடறிக் கொல்லப் போகிற யானையைப் பார்த்து, அதன் துதிக்கை ஆடுவதைப் பார்த்து, அக்குழந்தைகள் ஏதோ வேடிக்கை என்று எண்ணிச் சிரிக்கின்றன. இத்தகைய குற்றமற்ற குழந்தைகளையா கொல்லப் போகிறாய்? அந்தக் குழந்தைகள் என்ன பாவம் செய்தன? தகப்பன் செய்த குற்றத்துக்காகக் குழந்தைகளைத் தண்டிக்கலாமா?" என்றார் புலவர்.

அதைக் கேட்ட சோழன் மனமாற்றம் அடைந்தான். தன் கட்டளையை உடனே மாற்றினான். குழந்தைகளைத் தரையிலிருந்து எடுக்கச் செய்தான். வயது வந்த பிறகு அவர்களில் மூத்த பிள்ளைக்குத் திருக்கோவலூர் அரசையும் திரும்பக் கொடுத்தான்.

அது முதல் நூற்றாண்டு நூற்றாண்டாகச் சோழ குலத்து மன்னர்களிடம் திருக்கோவலூர் மலையமான் வம்சத்தினர் நன்றியுடன் நட்புரிமை கொண்டிருந்தார்கள். அந்த உறவு சுந்தர சோழர் காலம் வரையில் நீடித்திருந்தது. மலையமான் மகளாகிய வானமாதேவியைச் சுந்தர சோழர் மணந்து பட்ட மகிஷியாகக் கொண்டிருந்தார்.

கொல்லிமலை வல்வில் ஓரி தகடூர் அதியமான் இவர்களுடைய வம்சத்தினர் அழிந்து பட்டனர். ஆயினும் அவர்களுடைய கிளை வம்சத்தில் தாங்கள் தோன்றியதாகக் கடம்பூர் சம்புவரையர்கள் சொல்லிக் கொண்டார்கள். அவர்களுடைய முன்னோர்கள் திருக்கோவலூர் மலையமான் வம்சத்தாரிடம் கொண்டிருந்த பகைமையை சம்புவரையர்கள் மறக்கவில்லை. ஆதலின் மலையமானுடைய பேரப்பிள்ளை சோழ சாம்ராஜ்யத்தின் சக்கரவர்த்தியாக முடி சூடுவதை அவர்கள் விரும்பாதது இயற்கையேயல்லவா? ஆதித்த கரிகாலனுடைய அகம்பாவமும், சிற்றரசர்களைச் சிறிதும் மதியாமல் அவன் நடந்து கொண்ட விதமும் சம்புவரையர்களின் வெறுப்பு வளர்வதற்கு மேலும் காரணம் தந்தது. ஆகையினாலேயே கண்டராதித்தருடைய குமாரன் மதுராந்தகனைத் தஞ்சை சிம்மாதனத்தில் ஏற்றிவைக்கும் முயற்சியில் சம்புவரையர்கள் ஊக்கமாக ஈடுபட்டார்கள்.

ஆனால் கரிகாலன் கடம்பூருக்கு வந்த நாளிலிருந்து பெரிய சம்புவரையரின் உள்ளம் சிறிது சிறிதாக மாறுதல் அடையலாயிற்று. அவருடைய செல்வப் புதல்வியாகிய மணிமேகலையே அவருடைய மனமாறுதலுக்குக் காரணமாயிருந்தாள். ஆதித்த கரிகாலனுடைய உள்ளத்தை மணிமேகலை கவர்ந்துவிட்டாள் என்பதற்குப் பல அறிகுறிகள் தென்பட்டன. பெண்களைக் கண்ணெடுத்தும் பாராதவன் என்றும், பிரம்மச்சாரியாகவே காலத்தைக் கழிக்கப் போகிறான் என்றும் கரிகாலனைப் பற்றி பேசப்பட்டு வந்தது. அத்தகையவன் கடம்பூர் மாளிகைக்கு வந்ததிலிருந்து அடிக்கடி பெண்கள் இருக்கும் இடம் போவதும் அவர்களுடன் உல்லாசமாகப் பேசுவதுமாக இருந்தான். முக்கியமாக அவன் மணிமேகலையின் 'சூடிகை'யைப் பற்றி அடிக்கடி பாராட்டிப் பேசினான். கரிகாலன் வந்ததிலிருந்து மணிமேகலையும் ஒரே உற்சாகமாக இருந்தாள். அதற்குக் காரணம் அவளும் கரிகாலனிடம் பற்றுக் கொண்டதுதான் என்று பெரிய சம்புவரையர் கருதினார். அவர்கள் இருவருடைய குதூகலத்தையும் பார்த்துப் பார்த்துச் சம்புவரையரும் உற்சாகம் கொண்டார். கரிகாலன் மணிமேகலையை மணந்து கொண்டால் தம் செல்வத் திருமகள் சோழ

சாம்ராஜ்யத்தின் சக்கரவர்த்தினியாக விளங்குவாள்! அவளுக்குப் பிறக்கும் குழந்தையும் தஞ்சை சிங்காதனத்துக்கு உரியவனாவான்! இன்று திருக்கோவலூர் மலையமான் அடைந்திருக்கும் பெருமிதத்தை அப்போது தாமும் அடையலாம். அதற்கெல்லாம் தாமே எதற்காகத் தடையாக இருக்கவேண்டும்? தமது அருமைக் குமாரியின் ஏற்றத்துக்குத் தாமே ஏன் இடையூறு செய்ய வேண்டும்?

மதுராந்தகனுக்குத் தம் மகளை மணம் செய்விக்கலாம் என்ற யோசனை முன்னம் சம்புவரையருக்கு இருந்தது உண்மைதான். ஆனால் மதுராந்தகனுக்கு ஏற்கெனவே இரு மனைவியர் இருந்தனர். சின்னப் பழுவேட்டரையரின் மகளை அவன் மணந்திருந்ததுடன், அவளுக்கு ஓர் ஆண் மகனும் பிறந்திருந்தது. ஆகையால் மதுராந்தகன் சிங்காதனம் ஏறினால் பழுவேட்டரையரின் வம்சத்தினர்தான் பட்டத்துக்கு உரிமை பெறுவார்கள். மணிமேகலை தஞ்சை அரண்மனையில் உள்ள பல சேடிப் பெண்களில் தானும் ஒருத்தியாக வாழ வேண்டியிருக்கும்.

ஆனால் ஆதித்த கரிகாலனை மணிமேகலை மணம் செய்து கொண்டால் அவள்தான் பட்ட மகிஷியாயிருப்பாள். அவளுக்குப் பிறக்கும் பிள்ளைக்கே சிங்காதன உரியதாகும். மதுராந்தகனுக்குப் பட்டம் சூட்டுவதென்பது பிரம்மப் பிரயத்தனமான காரியம். மக்கள் அதற்கு விரோதமாயிருப்பார்கள். மலையமானுடனும் கொடும்பாளூர் வேளானுடனும் போராட்டம் நடத்தித்தான் அதைச் சாதிக்க வேண்டியதாயிருக்கும். மதுராந்தகனுடைய அன்னையே அதற்குத் தடையாயிருக்கிறாள். இவ்வளவு தொல்லையான முயற்சியை எதற்காக மேற்கொள்ள வேண்டும்?

ஆதித்த கரிகாலனுக்கு முடிசூட்டுவதென்பது ஏற்கெனவே முடிவான காரியம். அதை நிறைவேற்றுவதில் எவ்வித சிரமும் ஏற்படாது. பழுவேட்டரையர்களின் பிடிவாதந்தான் பெரிய இடையூறாயிருக்கும். அவர்களில் பெரிய கிழவனோ இளைய ராணியின் மோகத்தில் மூழ்கிக்கிடக்கிறான். இன்னும் எத்தனை நாளைக்கு அவன் உயிரோடிருப்பானோ, தெரியாது. இந்தக் கிழவனை நம்பி ஒரு பெரும் அபாயகரமான காரியத்தில் எதற்காகத் தலையிட வேண்டும்?

மதுராந்தகன் பக்கம் இருப்பதாகத் தாம் சபதம் செய்து கொடுத்திருப்பது என்னமோ உண்மைதான். அதனால் என்ன? சபதத்துக்குப் பங்கம் செய்யாமலே காரியத்தை முடிக்க வழியில்லாமலா போகிறது? மதுராந்தகன் ஓர் அப்பாவிப் பிள்ளை என்பது தெரிந்த விஷயந்தான். அவனைக் கொண்டே "எனக்கு இராஜ்யம் வேண்டாம்" என்று கூடச் சொல்லும்படி செய்து விடலாம். அல்லது அவனுடைய அன்னையின் சம்மதம் வேண்டும் என்று வற்புறுத்தினாலும் போதுமே!...

இவ்வாறெல்லாம் சம்புவரையரின் உள்ளம் சிந்திக்கத் தொடங்கியிருந்தது. ஆகையால் பழுவேட்டரையர் தஞ்சைக்குப் போகும் யோசனையை அவர் உற்சாகமாக ஆதரித்தார். அவர் இல்லாத சமயத்தில் கரிகாலனுடன் அந்தரங்கமாகப் பேசி அவனுடைய உள்ளத்தை நன்கு அறிந்து கொள்ளலாம் என்றும், பிறகு சமயோசிதம்போல் நடந்து கொள்ளலாம் என்றும் எண்ணினார். ஆதலின் பெரிய பழுவேட்டரையரை அவரே துரிதப்படுத்திப் பரிவாரங்களுடன் தஞ்சை அனுப்பி வைத்தார்.

பழுவேட்டரையர் பிரயாணப்பட்டுச் சென்ற பிறகு ஆதித்த கரிகாலனும், அவனுடைய தோழர்களும் வேட்டைக்குப் புறப்பட்டார்கள். அவர்களுடனே மணிமேகலையையும் மற்ற அந்தப்புரப் பெண்களையும் அனுப்பக் கூடச் சம்புவரையர் சித்தமாயிருந்தார். ஆனால் நடப்பதையெல்லாம் வேறு நோக்குடன் கவனித்து வந்த கந்தமாறன் அதை ஆட்சேபித்தான். கரிகாலன் மணிமேகலையிடம் காட்டிய சிரத்தையெல்லாம் நந்தினியை முன்னிட்டுத்தான் என்பதை அவன் உணர்ந்திருந்தான். இதனால் கரிகாலன் பேரில் அவனுடைய வெறுப்பு வளர்ந்திருந்தது. இதை எல்லாம் தந்தையிடம் விளக்கிச் சொல்லவும் முடியவில்லை. ஆகையால், "வேட்டையாடும் இடத்தில் பெண்களைக்

கூட்டிக் கொண்டு போய் என்னத்தைச் செய்வது? இவர்கள் பத்திரமாயிருக்கிறார்களா என் பார்ப்பதற்குத்தான் சரியாயிருக்கும். மேலும் இது ஐப்பசி மாதம், எந்த நிமிஷத்திலும் பெரு மழை தொடங்கலாம். ஏரிக்கரைக் காடெல்லாம் வெள்ளமாகிவிடும். பெண்கள் திண்டாடிப் போவார்கள்!" என்று சொன்னான்.

அதன் பேரில் சம்புவரையரும் அந்த யோசனையைக் கைவிட்டுவிட்டார். ஆதித்த கரிகாலன் தன் தோழர்களாகிய பார்த்திபேந்திரன், வந்தியத்தேவன், கந்தமாறன் இவர்களையும், மற்ற வேட்டைக்காரர்களையும் அழைத்துக் கொண்டு புறப்பட்டுச் சென்றான்.

எல்லோரும் சென்ற பிறகு சம்புவரையர் மாளிகை வெறிச்சென்று இருந்தது. நந்தினி, மணிமேகலையைப் பார்த்து "புருஷர்கள் வீட்டில் இருக்கும்போது நமக்குத் தொல்லையாகத் தோன்றுகிறார்கள். ஆனால் அவர்கள் எங்கேயாவது போய்விட்டாலும் நமக்குச் சங்கடமாகத்தான் இருக்கிறது. பரிகசித்துச் சிரிப்பதற்குக்கூட விஷயம் கிடைப்பதில்லை!" என்றாள்.

"ஆம், அக்கா! நாம் கூட வேட்டைக்குப் போயிருக்கலாம். எனக்கு வேட்டை பார்க்கப் பிரியம் அதிகம். என் தந்தையோடும் தமையனோடும் சில சமயம் போவதுண்டு. ஆனால் இன்றைக்கு என்னமோ கந்தமாறன் பிடிவாதமாகத் தடை செய்து விட்டான். ஒருவேளை உங்களுக்கு வேட்டை பிடிக்காது என்று அவ்விதம் தடை செய்தானோ, என்னமோ?" என்றாள் மணிமேகலை.

"ஆமாம்; எனக்கு வேட்டை அவ்வளவாகப் பிடிப்பதில்லைதான். இரத்தத்தைக் கண்டாலே எனக்குத் திகிலாயிருக்கும். ஆனால் கந்தமாறன் அதற்காகச் சொல்லவில்லையடி! உன்னையும் உன் வீட்டு விருந்தாளிகளில் ஒருவரையும் பிரித்து வைப்பதற்காகவே அவ்விதம் அவன் தடை செய்து விட்டான்!" என்றாள்.

மணிமேகலையின் கன்னங்களில் சுழிகள் காணப்பட்டன. சிறிது நேரம் தரையைப் பார்த்துக் கொண்டிருந்து விட்டு, "புருஷர்கள் எங்கேயாவது போய்த் தொலையட்டும், அக்கா! அவர்கள் சகவாசமே நமக்கு வேண்டாம். நாம் ஏரிக்கரை நீராழி மண்டபத்துக்குப் போய் நீர் விளையாடி விட்டு வரலாம்! வருகிறீர்களா?" என்றாள். நந்தினியும் அதற்குச் சம்மதிக்கவே தந்தையிடம் சொல்லி அதற்கு வேண்டிய ஏற்பாடுகளை மணிமேகலை செய்தாள்.

வீரநாராயண ஏரியின் கீழ்ப்புறத்தில் பெரிய கரையும் அதில் எழுபத்து நாலு மடவாய்களும் உண்டு என்பதைப் பார்த்திருக்கிறோமல்லவா? ஏரியின் மேற்புறத்தில் அத்தகைய பெரிய கரை கிடையாது. ஏரி நீரின் ஆழம் சிறிது சிறிதாகக் குறைந்து வந்து ஏரிக்கரை அங்கே சம தரையாக அமைந்திருந்தது. இன்னும் மேற்கே அடர்ந்த காடுகள் மண்டிக் கிடந்தன.

இவ்விதம் ஏரி நீர் குறைந்து சம தரையாகும் பிரதேசத்தில் ஆங்காங்கே சிறிய தீவுகள் காணப்பட்டன. தீவுகளில் மரங்களும் செடி கொடிகளும் அடர்ந்து வளர்ந்திருந்தன. அத்தீவுகளில் ஒன்றின் கரையில் படித்துறையும் நீராழி மண்டபமும் அமைக்கப்பட்டிருந்தன. இங்கே கடம்பூர் சம்புவரையரின் அந்தப்புரத்துப் பெண்கள் நீராடுவதற்காகவும் உல்லாசமாகப் பொழுது போக்குவதற்காகவும் வருவது வழக்கம். அந்த இடத்துக்கு வந்து சேர வேண்டுமானால் இரண்டு காததூரம் ஏரியைச் சுற்றிக் கொண்டு வரவேண்டும். இதனாலும் சம்புவரையர் வீட்டுப் பெண்கள் குளிக்குமிடம் என்று தெரிந்திருந்தபடியாலும் அன்னிய மனிதர்கள் அங்கே வருவது கிடையாது.

நந்தினியும் மணிமேகலையும் படகிலேறிக் கொண்டு அந்தத் தீவுக்கு இப்போது வந்து சேர்ந்தார்கள். படகு செலுத்தத் தெரிந்த இரண்டு தோழிமார்கள் உடன் வந்தார்கள். சமையல் செய்வதற்கு வேண்டிய பண்டங்களையும் படகில் கொண்டு வந்தார்கள்.

நீராழி மண்டபப் படித்துறையை அடைந்ததும் தோழிப் பெண்கள் படகை விட்டிறங்கி மண்டபத்தில் சமையல் செய்யத் தொடங்கினார்கள். நந்தினியும் மணிமேகலையும் சிறிது நேரம் படித்துறையில் உட்கார்ந்து வம்பு பேசிக் கொண்டிருந்தார்கள். மணிமேகலை, இயற்கை மதியூகமுள்ள பெண்; குறும்பில் பற்றுள்ளவள். அவள் பழுவேட்டரையர் பேசுவது போலவும் கரிகாலன், கந்தமாறன், பார்த்திபேந்திரன், வந்தியத்தேவன் ஆகியவர்கள் பேசுவது போலவும் நடித்துக் காட்டினாள். அதையெல்லாம் பார்த்தும் கேட்டும் நந்தினி கலீர், கலீர் என்று சிரித்துக் கொண்டிருந்தாள். ஆயினும் அவளுடைய கவனம் முழுவதும் மணிமேகலையிடம் இல்லை என்பதும், அவள் மனம் அவ்வப்போது ஏதோ அந்தரங்க சிந்தனையில் ஈடுபட்டது என்பதும் வெளியாகி வந்தது.

திடீரென்று மணிமேகலை துள்ளிக் குதித்து எழுந்து நின்றாள். "அக்கா! வேட்டைக்கு நாம் போகவில்லை; ஆனால் வேட்டை நம்மைத் தேடி வந்திருக்கிறது!" என்று கூவிக் கொண்டே இடுப்பில் செருகியிருந்த கத்தியை எடுத்தாள்.

நந்தினியும் திடுக்கிட்டு எழுந்து மணிமேகலை பார்த்த திசையை நோக்கினாள். அங்கே சாய்ந்து படர்ந்திருந்த ஒரு பெரிய மரக்கிளையின் மீது சிறுத்தைப் புலி ஒன்று காணப்பட்டது! அந்தச் சிறுத்தை அவர்கள் மீது பாயலாமா, வேண்டாமா என்று யோசிப்பது போலப் பார்த்துக் கொண்டிருந்தது.

அதே சமயத்தில் சிறிது தூரத்தில் குதிரைகள் தண்ணீரில் இறங்கிப் பாய்ந்து வரும் சத்தமும் கேட்டது.

41. கரிகாலன் கொலை வெறி

ஆதித்த கரிகாலன் தான் வேட்டையாடச் சென்று வெகு காலமாயிற்று என்றும், வில்வித்தையையே மறந்து போயிருக்கக் கூடும் என்று சொன்னான் அல்லவா? அன்று அவன் வீரநாராயண ஏரிக்கரைக் காட்டில் வேட்டையாடியதைப் பார்த்தவர்கள் அவ்விதம் எண்ணவில்லை. அவனுடைய வில்லிலிருந்து கிளம்பிய அம்புகளுக்கு அன்று எத்தனையோ காட்டு மிருகங்கள் இரையாயின. முயல்களும், மான்களும், கரடிகளும், சிறுத்தைகளும் செத்து விழுந்தன. விலங்கு எதுவும் கண்ணில் படாத போது வானத்தில் பறந்த பறவைகள் மீது அவனுடைய அம்புகள் பாய்ந்தன. பருந்துகளும் இராஜாளிகளும் அலறிக் கொண்டு தரையில் விழுந்தன. கரிகாலனுடைய கொலை வெறி நேரமாக ஆக அதிகமாகிக் கொண்டிருந்தது. அவனுடன் சென்றவர்களுக்கு அதிக வேலை இருக்கவில்லை. குதிரைகளும் மனிதர்களும் கூட்டமாக இரைச்சலிட்டுக் கொண்டு சென்றதில் காட்டு மிருகங்கள் தத்தம் இடத்திலிருந்து கிளம்பிச் சிதறி ஓடின. மற்றவர்கள் வேட்டையில் செய்த உதவி அவ்வளவேதான். கரிகாலன் மீது பாய வந்த மிருகங்கள் மீது மற்றவர்கள் அம்பு விடுவதையும் வேலை எறிவதையும் கூடக் கரிகாலன் அனுமதிக்கவில்லை. கந்தமாறன் ஒரு தடவை அவ்வாறு கரிகாலன் மீது பாய்ந்து வந்த கரடியின் பேரில் அம்பு எய்தான். அப்போது கரிகாலன் அவன் பக்கம் திரும்பிப் பார்த்து, "கந்தமாறா! நீ கரடியைக் கொல்லப் பார்த்தாயா?

என்னைக் கொல்ல முயன்றாயா?" என்று கேட்டான். கந்தமாறன் முகத்தில் எள்ளும் கொள்ளும் வெடித்தன. பிறகு அவன் வில்லை வளைக்கவே இல்லை.

ஏறக்குறைய சூரியன் உச்சி வானத்தை அடைந்த சமயத்தில் எல்லாரும் களைத்துப் போனார்கள். சற்று ஓய்வு எடுத்துக் கொண்டு வீடு திரும்பலாமே என்ற யோசனை எல்லாருடைய மனத்திலும் தோன்றியது. ஆனால் கரிகாலனோ களைத்துப் போன குதிரையை மேலும் காட்டு வழிகளில் செலுத்திக் கொண்டு போனான்.

காலை நேரத்திலெல்லாம் கந்தமாறன் கரிகாலனையொட்டிப் போய்க்கொண்டிருந்தான். "என்னைக் கொல்லப் பார்த்தாயா?" என்று கரிகாலன் அவனைக் கேட்ட பிறகு கந்தமாறன் பின்னால் தங்கிப் பார்த்திபேந்திரனுடன் சேர்ந்து கொண்டான். அவனிடம் இளவரசரின் முரட்டுத்தனமான நடத்தையையும் பேச்சையும் பற்றிக் குறை கூறத் தொடங்கினான். பார்த்திபேந்திரன் அதற்குச் சமாதானம் கூற முயன்றான்.

இந்தச் சமயம் பார்த்து வந்தியத்தேவன் கரிகாலனை அணுகினான். பிறகு அவர்கள் இருவருமே சேர்ந்து முன்னால் சென்று கொண்டிருந்தார்கள். வந்தியத்தேவன் வில்லும் அம்பும் எடுத்து வரவில்லை. அவனுக்கு வில்வித்தை அவ்வளவாகப் பழக்கமும் இல்லை. கையில் வேல் மட்டும்தான் கொண்டு வந்திருந்தான். ஆகையால் கரிகாலனுடைய வேட்டையில் குறுக்கிடாமல் அவன் ஜாக்கிரதையாகச் சென்று வந்தான். ஏதாவது அபாயம் நேருவதாக இருந்தால் வேலை உபயோகிப்பதற்கு மட்டும் எச்சமயமும் ஆயத்தமாகப் போய்க் கொண்டிருந்தான். அதற்கு அவசியம் உச்சி நேரம் வரை ஏற்படவில்லை.

கந்தமாறன் பார்த்திபேந்திரனிடம், "இன்றைக்கு இவ்வளவு வேட்டை ஆடியது போதாதா? இன்று ஒரு நாளிலேயே இந்தக் காட்டிலுள்ள விலங்குகளையெல்லாம் கொன்று தீர்த்து விடுவார் போலிருக்கிறதே. இவருடைய வேட்டை வெறி தணிவதற்குக் கொல்லி மலைக்குத்தான் போக வேண்டும். 'இன்றைக்குப் போதும்; வீடு திரும்பலாம்' என்று சொல்லுங்கள்!" என்று கூறினான்.

அதற்குப் பார்த்திபேந்திர பல்லவன், "தம்பி! இளவரசரின் உள்ளத்தில் ஏதோ கொந்தளித்துக் கொண்டிருக்கிறது. ஒரு பெரிய சாம்ராஜ்யத்தை விட்டுக் கொடுத்துவிடுவது என்றால் இலேசான காரியமா? அந்த ஆத்திரத்தையெல்லாம் வேட்டையில் காட்டுகிறார். அது வரையில் நல்லதுதான். இல்லாவிடில் உன் மீதும் என் மீதும் காட்டுவார். அவராகச் சலிப்புற்றுப் 'போதும்' என்று சொல்லட்டும். நாம் தலையிட வேண்டாம்" என்றான்.

இந்தச் சமயத்தில் அந்த வனம் வனாந்தரமெல்லாம் நடுங்கும்படியான உறுமல் சத்தம் ஒன்று கேட்டது. கந்தமாறன் முகத்தில் பீதியின் அறிகுறி காணப்பட்டது.

"ஐயோ! காட்டுப்பன்றி! இளவரசரை நிற்கச் சொல்லுங்கள்!" என்றான்.

"காட்டுப்பன்றிக்கு என்ன அவ்வளவு பயம்? புலி, கரடியெல்லாம் இளவரசரிடம் பட்ட பாட்டில் பன்றி எந்த மூலை?" என்றான் பார்த்திபேந்திரன்.

"நீங்கள் தெரியாமல் சொல்கிறீர்கள் இந்தக் காடுகளில் உள்ள பன்றிகள் புலி கரடிகளை சின்னாபின்னமாக்கிவிடும்! யானையை முட்டிக் கீழே தள்ளிவிடும்! குதிரைகள் இலட்சியமே இல்லை, அம்பும் வேலும் காட்டுப்பன்றியின் தோலிலே பட்டுத் தெறித்து விழுமே தவிர அதன் உடலுக்குள்ளே போகாது!... ஐயா! ஐயா! நில்லுங்கள்" என்று கந்தமாறன் கூச்சலிட்டான்.

அதே சமயத்தில் காட்டுப் புதர்களிலே ஒரு சிறிய சுழற்காற்று அடிப்பது போன்ற அல்லோலகல்லோலம் ஏற்பட்டது. மறு நிமிடம் குட்டி யானைகளைப் போன்ற கரிய பெரிய உருவம் வாய்ந்த இரண்டு காட்டுப்பன்றிகள் வெளிப்பட்டன. அவை ஒரு கண நேரம் நின்று குதிரைகளையும் அவற்றின் மீது வந்தவர்களையும் உற்றுப் பார்த்தன.

கந்தமாறன், "ஜாக்கிரதை ஐயா! ஜாக்கிரதை"! என்று கூச்சலிட்டான்.

பின் தொடர்ந்து வந்த வேட்டைக்காரர்களில் சிலர் இதற்குள் அங்கு வந்து சேர்ந்து விட்டார்கள். அவர்கள் தாரை தப்பட்டைகளைப் பிராணன் போகிற அவசரத்துடன் முழக்கிக் கொண்டு "கா கூ" என்று கூச்சலிட்டார்கள்.

அந்தப் பன்றிகள் என்ன நினைத்துக் கொண்டனவோ என்னமோ தெரியவில்லை. ஒருவேளை அவற்றின் குட்டிகளை நினைத்துக் கொண்டிருக்கலாம். குட்டிகளுக்கு ஆபத்து வராமல் தடுக்க வேண்டுமென்ற உணர்ச்சியினால் தூண்டப்பட்டிருக்கலாம். அல்லது

தாரை தப்பட்டைகளின் சப்தத்தைக் கேட்டு மிரண்டிருக்கலாம். பன்றிகள் இரண்டும் வெவ்வேறு திசையை நோக்கி பிய்த்துக் கொண்டு ஓடத் தொடங்கின.

கந்தமாறன் அதைப் பார்த்துவிட்டு, "கோமகனே! அவை போய்த் தொலையட்டும், ஐந்தாறு வேட்டை நாய்கள் இல்லாமல் ஒரு காட்டுப்பன்றியைத் துரத்திக் கொல்ல முடியாது!" என்றான்.

கரிகாலன் அதைக் காதில் வாங்கிக் கொள்ளாமல் வில்லை வளைத்து அம்பை விட்டான். அது ஒரு பன்றியின் முதுகில் போய்த் தைத்ததைப் பார்த்து விட்டு இளவரசன், "ஆஹா!" என்று உற்சாக கோஷம் செய்தான். அடுத்த கணத்தில் அந்தப் பன்றி உடம்பை ஒரு உலுக்கு உலுக்கியது. அம்பு தெறித்துக் கீழே விழுந்தது; பன்றி மேலே ஓடியது.

கந்தமாறன் அப்போது சிரித்த சிரிப்பில் ஏளனத்தின் தொனி தெரிந்தது. கரிகாலன் அவனைப் பார்த்து, "கந்தமாறா! எங்கே ஒரு பந்தயம்! நானும் வந்தியத்தேவனும் அந்தப் பன்றியைத் தொடர்ந்து போய் அதைக் கொன்று எடுத்துக் கொண்டு வருகிறோம். நீயும் பார்த்திபேந்திரனும் இன்னொரு பன்றியைத் துரத்திப் போய்க் கொன்று எடுத்து வாருங்கள்! இந்தப் பன்றிகள் இரண்டையும் கொல்லாமல் அரண்மனைக்குத் திரும்பக்கூடாது!" என்று சொல்லிக் கொண்டே குதிரையைத் தட்டி விட்டான். வந்தியத்தேவனும் அவனுடன் சென்றான்.

அவர்கள் தொடர்ந்து சென்ற காட்டுப்பன்றி எந்தத் திசையில் எந்த வழியாகப் போய்க் கொண்டிருக்கிறதென்பது கொஞ்ச நேரம் வரையில் தெரிந்து கொண்டிருந்தது. ஏனெனில் பன்றி சென்ற வழியிலிருந்த செடி கொடிகளும் புதர்களும் அந்தப் பாடுபட்டிருந்தன. பின்னர் ஒரு சிறிய கால்வாய் குறுக்கிட்டது. அது காட்டில் பெய்யும் மழைத் தண்ணீரை ஏரியில் கொண்டு வந்து சேர்க்கும் கால்வாய். அவ்விடத்துக்கு வந்த பிறகு பன்றி எந்தப் பக்கம் போயிற்று என்று கண்டுபிடிக்க முடியவில்லை. கால்வாயைக் கடந்து அப்பாலுள்ள காட்டுக்குச் சென்றதா? கால்வாய் ஓரமாக இந்தப் பக்கமாகவோ, அந்தப் பக்கமாகவோ சென்றதா என்பதை அறிய முடியவில்லை.

அச்சமயம் கால்வாயின் வழியாகத் தெரிந்த ஏரியின் விசாலமான நீர்ப்பரப்பில் தெரிந்த ஒரு காட்சி அவர்களுடைய கவனத்தைக் கவர்ந்தது. படகு ஒன்று வந்து கொண்டிருந்தது. அதிலிருந்தவர்கள் பெண்மணிகள் என்றும் அறியக் கூடியதாயிருந்தது. ஆனால் அவர்கள் யார் என்று தெரிந்து கொள்ள முடியவில்லை. வந்தியத்தேவனும் கரிகாலனும் அச்சமயம் இருந்த இடத்தை நோக்கியே படகு வருவதாக முதலில் காணப்பட்டது. பிறகு திசை சற்றுத் திரும்பி, ஏரிக் கரையோரமாக இருந்த இன்னொரு தீவை நோக்கிச் சென்று படகு மறைந்து விட்டது.

"வல்லவரையா! படகில் வந்தவர்கள் யாராயிருக்கும்? பெண்மணிகள் போலத் தோன்றினார்கள் அல்லவா?" என்றான் கரிகாலன்.

"பெண்கள் போலத்தான் தோன்றியது; அதற்குமேல் எனக்கும் தெரியவில்லை" என்றான் வந்தியத்தேவன்.

"ஒருவேளை சம்புவரையர் வீட்டுப் பெண்களாயிருக்குமோ?"

"இருந்தாலும் இருக்கலாம்; ஆனால் அவர்கள் ஏன் இவ்வளவு தூரம் வரவேண்டும்?"

"ஆமாம்; அவர்களாயிருக்க முடியாதுதான்... காலையில் பழுவேட்டரையர் புறப்பட்டுப் போய்விட்டார் அல்லவா? நிச்சயந்தானே?"

"நிச்சயந்தான், ஐயா! அரண்மனை வாசல் திறப்பதையும் அவர் யானை மீது வெளியே போவதையும் நானே பார்த்தேன்."

"அவர் மட்டுந்தான் போனாரா?"

"ஆமாம்; கிழவர் மட்டுந்தான் போனார்; இளைய ராணி போகவில்லை."

"அந்தக் கிழவரைப் போன்ற வீராதி வீரனை எங்கே பார்க்கப் போகிறோம்? என் பாட்டனார் மலையமானைக் கூடப் பழுவேட்டரையருக்கு அடுத்தபடியாகத்தான் சொல்ல வேண்டும்..."

"ஐயா! அந்தக் கிழவர்களைப் பற்றியெல்லாம் பிறர் சொல்லித்தான் கேட்டிருக்கிறேன். தங்களுடைய வீரத்தைப் போர்க்களத்தில் நேரில் பார்த்திருக்கிறேன்; கடம்பூர் அரண்மனையிலும் பார்த்தேன். கிழவர்கள், குமாரர்கள் எல்லாரையும் எப்படி நடு நடுங்க அடித்துக் கொண்டிருந்தீர்கள்!" என்றான் வந்தியத்தேவன்.

"அது உண்மைதான், ஆனால் எதற்காக அவ்வளவு தடபுடல் செய்தேனோ, அந்தச் சந்தர்ப்பம் நெருங்கி வந்திருக்கும்போது எனக்கு உள்ளமும் உடலும் நடுங்குகின்றன. என்னைப் போன்ற பயங்கொள்ளிக் கோழையை இந்தச் சோழ நாட்டிலேயே காணமுடியாது..."

"இளவரசே! இன்று காட்டில் வேட்டையாடியபோது அப்படித் தாங்கள் பயந்து நடுங்கியதாகத் தெரியவில்லையே? வனவிலங்குகள், பட்சிகள், பின்னோடு வந்தவர்கள் எல்லோரையும் அல்லவா நடு நடுங்கச் செய்தீர்கள்?"

"இவையெல்லாம் ஒரு தைரியத்தில் சேர்ந்ததா? கேவலம் ஒரு வேட்டை நாய் வேங்கைப் புலி மீது பாய்ந்து கொல்லுகிறது; காட்டுப்பன்றி மதயானையோடு சண்டைக்குப் போகிறது. வேட்டையாடும் தைரியம் ஒரு தைரியமா? வல்லவரையா, கேள்! நான் செய்த சூழ்ச்சி பலித்துவிட்டது. பழுவேட்டரையர் நந்தினியைத் தனியாக விட்டு விட்டுச் சென்று விட்டார். ஆயினும் அவளைத் தனிமையில் பார்த்துப் பேசுவதைப் பற்றி எண்ணினால் எனக்குப் பீதி உண்டாகிறது!" என்றான் ஆதித்த கரிகாலன்.

"ஐயா! அதற்கு காரணம் உண்டு; இத்தனை காலமும் பழுவூர் இளைய ராணியைப் பற்றி ஒருவிதமாக எண்ணி இருந்தீர்கள். இப்போது அவர் தங்கள் சகோதரி என்பதை அறிந்திருக்கிறீர்கள். அவரோ தங்கள் குலத்தையே அழித்துவிட விரும்பும் பாண்டிய நாட்டுச் சதிகாரர்களோடு சேர்ந்து கொண்டிருக்கிறார். இதையெல்லாம் அவரிடம் சொல்வது கஷ்டமான காரியந்தான். எனக்கு அதற்கு ஒரு சந்தர்ப்பம் கிடைத்தும் என்னால் சொல்ல முடியவில்லையே?..."

"நண்பா! நீ அறிந்து வந்து கூறிய செய்தி ஒவ்வொன்றும் திடுக்கிடச் செய்வதாகவே இருக்கிறது. இன்னமும் என்னால் நம்ப முடியவில்லை. ஆனால் சிற்சில பழைய விஷயங்களை யோசித்துப் பார்த்தால் உண்மையாக இருக்கலாம் என்று தோன்றுகிறது. எனக்கும் அவளுக்குமிடையில் எப்பொழுதும் ஒரு மாயத்திரை இருந்து வந்தது. பழையாறை பெரிய பிராட்டியார் செம்பியன் மாதேவியார் நந்தினியுடன் நான் சகவாசம் வைத்துக் கொள்ளக்கூடாது என்று அந்த நாளில் வற்புறுத்திச் சொன்னார். ஆனால் உண்மை முழுவதையும் சொல்லவில்லை; சொல்லியிருந்தால் இவ்வளவெல்லாம் நேர்ந்திராது..."

"செம்பியன் மாதேவிக்கு முழு உண்மையும் தெரிந்திராமலிருக்கலாம். யாரோ அநாதை ஊமை ஸ்திரீ பெற்று போட்டுப் போன பெண் என்று மட்டும் அறிந்திருக்கலாம். சுந்தர சோழரின் மகள் பழுவூர் இளைய ராணி என்பது ஒருவேளை தெரியாமலிருக்கலாம்."

42. "அவள் பெண் அல்ல!"

இளவரசன் கரிகாலன் சிறிது நேரம் யோசனையில் ஆழ்ந்திருந்தான். இளம் பிராயத்து நினைவுகள் அவன் உள்ளத்தில் அலை அலையாக மோதிக் கொண்டு தோன்றி, குமுறிக் கொந்தளித்துவிட்டுப் பிறகு வேறு நினைவுகளுக்கு இடங்கொடுத்துவிட்டு மறைந்தன.

அந்த நினைவு அலைகளைப் பலவந்தமாகத் தடுத்து நிறுத்தி ஒரு தீர்க்கமான மூச்சுவிட்டுவிட்டுக் கரிகாலன்.

"போனதைப் பற்றி இப்போது பேசவேண்டாம்; நடக்க வேண்டியதைப் பற்றி பேசலாம். அதற்காகவே உன்னைத் தனியாக அழைத்து வந்தேன். பந்தயத்தில் நாம் தோற்று விட்டோம். பன்றி போய்விட்டது. இனி என்ன செய்வது, எப்படிச் செய்வது என்று யோசித்து முடிவு செய்யலாம். வல்லவரையா! நந்தினியிடம் அவளுக்கும் எனக்கும் உள்ள உறவை எப்படிச் சொல்வது என்று நினைத்தாலே எனக்குப் பீதி உண்டாகிறது. அவள் முகத்தை நன்றாக நிமிர்ந்து பார்க்கக்கூட என்னால் முடியவில்லை. தப்பித் தவறிப் பார்க்கும் போதெல்லாம், வீர பாண்டியனுடைய உயிருக்காக அவள் மன்றாடியபோது எப்படி முகத்தை வைத்துக்கொண்டாளோ, அப்படியே வைத்துக் கொள்கிறாள். அவளுடைய பார்வை நெஞ்சை வாள் கொண்டு அறுப்பது போலிருக்கிறது. என் சகோதரி வீர பாண்டியன் மீது காதல் கொண்டு அவன் உயிருக்காக என்னிடம் மன்றாடினாள் என்பதை நினைத்தாலே என் நெஞ்சு உடைந்துவிடும் போலிருக்கிறது. வல்லவரையா! உன் கருத்து என்ன? இன்னமும் அவளுக்கு உண்மை தெரியாது என்றா நினைக்கிறாய்? அவள் சுந்தர சோழரின் மகள் என்றும், எங்களுக்கெல்லாம் சகோதரி என்றும் அறியமாட்டாள் என்றா கருதுகிறாய்?"

"கோமகனே! இவையெல்லாம் தெரிந்திருந்தால், இன்னமும் பாண்டிய நாட்டுச் சதிகாரர்களுடன் சேர்ந்திருப்பாரா? சோழ குலத்துக்கு விரோதமாக ஒரு சிறுபிள்ளையைச் சிம்மாசனத்தில் அமர்த்திப் பாண்டிய நாட்டு மன்னனாகவும் சோழ சாம்ராஜ்ய சக்கரவர்த்தியாகவும் மணிமகுடம் சூட்டியிருப்பாரா? அந்த மணிமகுடத்தைத் தாங்கி நிற்பதாகக் கையில் கத்தி ஏந்திப் சபதம் செய்திருப்பாரா? இவையெல்லாம் திருப்புறம்பயம் பள்ளிப்படையருகில் நள்ளிரவில் நடந்ததை நானே பார்த்தேன்.."

"இவ்வளவையும் பார்த்த உன்னை நந்தினி உயிரோடு விட்டுவிட்டதை நினைத்தால் வியப்பாயிருக்கிறது."

"ஐயா! எனக்கு அதில் வியப்பு இல்லை; பெண் உள்ளத்தில் இயற்கையாகக் குடிகொண்டுள்ள இரக்கம் காரணமாயிருக்கலாம் அல்லவா?"

"வல்லவரையா! நீ உலகமறியாதவன். பெண் உள்ளத்தில் குடிகொண்டுள்ள வஞ்சகமும் வஞ்சனையும் எத்தகையவை என்பது உனக்குத் தெரியாது. என்ன நோக்கத்துடன் உன்னை அவள் உயிரோடு விட்டாள் என்பதை நான் அறியேன். ஆனால் என்னை எதற்காக ஓலை அனுப்பி வரவழைத்தாள் என்பது என் அந்தரங்கத்துக்குத் தெரிந்திருக்கிறது."

"இளவரசே! அது என்ன காரணமாயிருக்கும்?"

"என்னைக் கொன்று வீர பாண்டியனுக்குப் பழிக்குப் பழி வாங்குவதற்காகத்தான் வரவழைத்திருக்கிறாள்.."

"ஐயா! அப்படி ஏதாவது விபரீதம் நேர்ந்துவிடப் போகிறதென்று எண்ணித்தான் இளைய பிராட்டியும் முதன்மந்திரியும் என்னை அவசரமாக அனுப்பி வைத்தார்கள். ஆனால் அவர்கள் கடம்பூருக்குப் போக வேண்டாம் என்று சொன்னதைத் தாங்கள் கேட்கவில்லை..."

"வல்லவரையா! இளையபிராட்டியும் முதன்மந்திரியும் மிக மிக அறிவாளிகள்தான். ஆனால் விதியை அவர்களால் கூடத் தடுக்க முடியாது அல்லவா? அருள்மொழிவர்மனைப் பற்றிச் சோதிடர்கள் சொல்லியிருப்பதையெல்லாம் உண்மையாக்குவதற்காகவே விதி என்னை இங்கே கொண்டு வந்து சேர்த்திருக்கிறதோ என்னமோ, யார் கண்டது? வல்லவரையா! கந்தமாறன் என் பின்னாலிருந்து அம்பை விட்டானே? உண்மையில் அவன் கரடியைக் குறிப்பார்த்து விட்டானா? என்னைக் குறிப்பார்த்து விட்டானா? நீ கவனித்தாயா?"

"நான் கவனிக்கவில்லை, ஐயா! ஆனால் கந்தமாறன் அத்தகைய துரோகம் செய்யக் கூடியவன் என்று நான் ஒரு நாளும் ஒப்புக் கொள்ளமாட்டேன். வீட்டுக்கு வந்த

விருந்தாளியை, அதிலும் சக்கரவர்த்தியின் குமாரனைப் பின்னாலிருந்து அம்பு எய்து கொல்லக்கூடியவனா கந்தமாறன்? அவனுடைய அறிவுக் கூர்மையைப் பற்றி எனக்கு அவ்வளவு உயர்ந்த அபிப்பிராயம் இல்லைதான். முதுகில் குத்தப்பட்டு உணர்வற்றுக் கிடந்தவனை நான் தூக்கிக்கொண்டு போய்க் காப்பாற்றினேன். கண் விழித்ததும் என்னைப் பார்த்தபடியால் நான்தான் அவனைக் குத்தியதாக எண்ணிக் கொண்டான். அப்போது அவன் என் பேரில் கொண்ட பகைமை இன்னும் மாறவில்லை. ஆனால் அவனுடைய புத்தி கொஞ்சம் கட்டையாயிருந்தாலும், துரோக சிந்தையுள்ளவன் அல்ல!..."

"நண்பா! ஒரு அழகிய பெண்ணின் மோகனாஸ்திரத்துக்கு எவ்வளவு சக்தியுண்டு என்று எனக்குத் தெரியாது. எவ்வளவு நல்லவனையும் அது துரோகச் செயல் புரியச் செய்துவிடும்..."

"ஐயா! பெண்களின் மோகன சக்தியைப் பற்றி நானும் சிறிது அறிந்து தானிருக்கிறேன். அதனால் நான் ஒரு நாளும் துரோகியாகிவிட மாட்டேன்..."

"ஆகா! மணிமேகலை நல்ல பெண், உன்னைத் துரோகமான காரியம் செய்யும்படி ஏவமாட்டாள்..."

"நான் மணிமேகலையைச் சொல்லவில்லை; பூரண சந்திரனைப் பார்த்த கண்களுக்கு மின்மினி கவர்ச்சிகரமாகத் தோன்ற முடியுமா?"

"பூரண சந்திரன் என்று யாரைக் குறிப்பிடுகிறாய்?"

"இளவரசே! கோபிக்க வேண்டாம்; பழையாறை இளைய பிராட்டியைத்தான் சொல்லுகிறேன்..."

"அடே! அதிகப் பிரசங்கி! உலகிலுள்ள மன்னாதி மன்னர்கள் எல்லோரும் குந்தவையின் கைப்பிடிக்கத் தவம் கிடக்கிறார்கள். அத்தகைய என் சகோதரியை நீ மனத்தினாலும் நினைக்கலாமா?"

"ஐயா! பூரண சந்திரனுடைய மோகனத்தையும் தண்ணொளியையும் பூலோக சக்கரவர்த்திகளும் பார்த்து அனுபவிக்கிறார்கள்; ஏழை எளியவர்களுந்தான் நிலவில் நின்று களிக்கிறார்கள். அவர்களை யார் தடுக்க முடியும்?"

"ஆமாம்; உன் பேரில் கோபித்துக் கொள்வதில் பயனில்லை. தெரிந்துதான் நான் உன்னை என் சகோதரியிடம் ஓலையுடன் அனுப்பினேன். நீயும் அவளுக்குத் திருப்தியாக நடந்து கொண்டாய். ஆனால் பார்த்திபேந்திரனிடம் மட்டும் இதையெல்லாம் சொல்லிவிடாதே! அவன் சோழ குலத்துக்கு மருமகனாகித் தொண்டை நாட்டுக்கு மன்னனாக விளங்கலாம் என்று கனவு கண்டு கொண்டிருக்கிறான்..."

"ஐயா! அவ்விதம் சில காலத்துக்கு முன்பு வரையில் இருந்திருக்கலாம். இப்போது கந்தமாறன், பார்த்திபேந்திரன் இருவரும் நந்தினிதேவி காலால் இட்ட வேலையைத் தலையினால் செய்யக் காத்திருக்கிறார்கள்..."

"அதை நான் கவனித்து வருகிறேன்; ஆகையினால்தான் அவர்கள் விஷயத்தில் எனக்குப் பயமாயிருக்கிறது."

"எல்லாவற்றையும் உத்தேசிக்கும்போது, தாங்கள் இளைய ராணியைச் சீக்கிரம் சந்தித்து எல்லா உண்மைகளையும் சொல்லிவிடுவது அவசியம் என்று தோன்றுகிறது."

"நண்பா! எனக்கு அவ்வளவு தைரியம் வரும் என்று தோன்றவில்லை. எனக்குப் பதிலாக நீயே அவளைச் சந்தித்துச் சொல்லிவிட்டால் என்ன?"

"இளவரசே! நான் சொன்னால் இளைய ராணிக்கு நம்பிக்கை ஏற்படாது. ஒருமுறை நான் அவரை ஏமாற்றிவிட்டு தப்பித்துக்கொண்டு சென்றிருக்கிறேன். ஆகையால் இதுவும் ஏதோ ஒரு சூழ்ச்சி என்று கருதக்கூடும்."

"ஆனால் நான் நந்தினியைத் தனியாகச் சந்திப்பது எப்படி? அவளோ அந்தப்புரத்தில் இருக்கிறாள்!"

"ஐயா! மணிமேகலையின் மூலம் அது சாத்தியமாகும். அதற்கு வேண்டிய ஏற்பாடு நான் செய்கிறேன்..."

"மணிமேகலையை நீ கைக்குள் போட்டுக் கொண்டிருக்கிறாய் போலிருக்கிறது. நல்ல காரியந்தான்! எது எப்படியானாலும் மணிமேகலையை உனக்குத் திருமணம் செய்துவிட்டேனானால், என் உள்ளம் ஓரளவு நிம்மதி அடையும்."

"ஐயா! மணிமேகலையை நான் என் உடன் பிறந்த சகோதரியாகக் கருதுகிறேன். அவளுக்கு இன்னும் பன்மடங்கு மேலான அதிர்ஷ்டம் கிட்டக்கூடும் என்று எதிர்பார்க்கிறேன்..."

"எதைப் பற்றிச் சொல்லுகிறாய்?"

"தெரியவில்லையா, இளவரசே! சோழ சாம்ராஜ்யத்தின் பட்டத்து இளவரசரின் உள்ளத்தில் கன்னி மணிமேகலை இடம் பெற்றிருப்பதாக ஊகிக்கிறேன். சற்று முன் சம்புவரையர் குமாரியைப் பற்றி ஒரு மாதிரி பேசினேன். என் மனத்தைத் தங்களுக்குத் தெரிவிப்பதற்காக அவ்விதம் சொன்னேன். இளையபிராட்டி ஒருவரைத் தவிர இந்த உலகில் பிறந்த வேறு எந்தப் பெண்ணும் மணிமேகலைக்கு அறிவிலும் குணத்திலும் இணையாக மாட்டார்கள். தாங்கள் மட்டும் மணிமேகலையை மணந்து கொண்டால் நம்முடைய தொல்லைகள் எல்லாம் தீர்ந்துவிடும். சம்புவரையரும் கந்தமாறனும் நம்முடன் சேர்ந்துவிடுவார்கள். பழுவேட்டரையர்கள் தனித்துப் போய் விடுவார்கள். இளைய ராணியின் சக்தியும் குன்றிவிடும். மதுராந்தகத் தேவர் பின்னர் இராஜ்யம் என்ற பேச்சையே எடுக்க மாட்டார். சிற்றரசர்களின் சூழ்ச்சியையும் பாண்டிய நாட்டு ஆபத்துதவிகளின் சதியையும் ஒரேயடியாய் முறியடித்து வெற்றி காணலாம்..."

"எல்லாம் சரிதான், தம்பி! ஆனால் கடம்பூருக்கு நான் திருமணம் செய்து கொள்வதற்காக வரவில்லை. ஏதோ ஒரு பெரிய ஆபத்து நெருங்கிக் கொண்டிருக்கிறது. நான் சொல்கிறேன், கேள்! பழுவேட்டரையர் மதுராந்தகனோடு திரும்பி வரும்போது ஒரு பெரிய படையுடன் வரப்போகிறார்..."

"ஐயா! அப்படியானால் நாமும் திருக்கோவலூர் அரசருக்குச் சொல்லி அனுப்பிப் படை திரட்டிக் கொண்டு வரச் செய்தால் என்ன? எதற்கும் முன் ஜாக்கிரதையுடன் இருப்பது நல்லதல்லவா?"

"நானும் அதைப் பற்றி யோசித்து வருகிறேன். ஒவ்வொரு சமயம் எனக்கு என்ன தோன்றுகிறது தெரியுமா? இந்தக் கடம்பூர் அரண்மனையைத் தரை மட்டமாக்கி, இங்கே சதியாலோசனை செய்தவர்கள் அத்தனை பேரையும் அரண்மனை வாசலில் கழுவிலேற்ற வேண்டுமென்று தோன்றுகிறது. என் தந்தையை முன்னிட்டுத்தான் கோபத்தை அடக்கிக் கொள்கிறேன். அவரை மட்டும் நீ காஞ்சிக்கு அழைத்து வந்திருந்தால்...?"

"இளவரசே! அவரிடம் தங்கள் ஓலையைச் சேர்ப்பிப்பதே பிரம்மப் பிரயத்தனமாகிவிட்டதே!"

"ஆமாம்; சக்கரவர்த்தி இந்தப் பழுவேட்டரையர்களிடம் நன்றாய் அகப்பட்டுக் கொண்டிருக்கிறார். என் பெற்றோர்களுக்கென்று காஞ்சிமா நகரில் நான் கட்டிய பொன் மாளிகையில் வௌவால்கள் சஞ்சரிக்கின்றன. நான் உயிரோடிருக்கும்போது அவர்களை அம்மாளிகையில் வரவேற்கும் பாக்கியம் எனக்குக் கிடைக்குமோ, என்னமோ தெரியாது. இந்தக் கடம்பூரைவிட்டு உயிரோடு போவேனோ என்று கூடச் சந்தேகமாயிருக்கிறது..."

"இளவரசே! தாங்கள் இவ்விதம் பேசப் பேச, மலையமானைப் படைகளுடன் வரச் சொல்வது மிக்க அவசியம் என்று தோன்றுகிறது.."

"அந்த காரியத்துக்கு உன்னையே அனுப்பலாமா என்று பார்க்கிறேன்.."

"ஐயா! மன்னிக்க வேணும்! தங்களைவிட்டு ஒரு கணமும் பிரியவே கூடாது என்று தங்கள் தமக்கையார் எனக்குக் கட்டளையிட்டிருக்கிறார்கள்.."

"அதை நீ இதுவரை நன்றாக நிறைவேற்றி வருகிறாய்."

"பார்த்திபேந்திர பல்லவர் இங்கே சும்மாத்தான் இருக்கிறார். பொழுது போகாமல் கஷ்டப்படுகிறார்..."

"ஆமாம்; பழுவூர் இளைய ராணியைப் பாராத ஒவ்வொரு கணமும் அவனுக்கு ஒவ்வொரு யுகமாக இருக்கிறது. பார்த்திபேந்திரன் பெண்ணழகுக்கு இவ்வளவு அடிமையானவன் என்று நான் கனவிலும் கருதவில்லை. அவனைத்தான் மலையமானிடம் அனுப்ப வேண்டும்."

"சரியான யோசனை, ஐயா!"

"அவன் இல்லாதபோது எனக்கு ஏதாவது அபாயம் நேரிட்டால் உதவிக்கு நீ இருக்கவே இருக்கிறாய்..."

"இளவரசே! யார் இருந்தாலும் இல்லாவிட்டாலும், தங்களுக்குத் தீங்கு செய்யத் துணிவுள்ளவன் இந்த உலகில் இருப்பதாக நான் கருதவில்லை. தாங்கள் இல்லாதபோது தங்களைப் பற்றி ஏதேதோ பேசிய வீரக் கிழவர்கள் தங்களை நேரில் பார்த்ததும் கைகால் நடுங்கி வாய் குழறித் தடுமாறுவதை நேரில் பார்த்தேனே?"

"தம்பி! கையில் கத்தி எடுத்துப் போராடக்கூடிய எந்த ஆண் மகனுக்கும் நான் பயப்படவில்லை. பின்னாலிருந்து முதுகில் அம்பு விடக்கூடிய கந்தமாறன் போன்றவர்களுக்கும் நான் பயப்படவில்லை..."

"மறுபடி கந்தமாறனைப் பற்றி அப்படிச் சொல்கிறீர்களே.."

"கேள், தம்பி! ஒரு பெண்ணின் நெஞ்சின் ஆழத்தில் உள்ள வஞ்சகத்துக்குத்தான் அஞ்சுகிறேன். அவள் மனத்தில் என்ன வைத்துக் கொண்டிருக்கிறாளோ என்று எண்ணும்போதெல்லாம் என் உள்ளம் பதைபதைக்கிறது. அவள் என்னை மர்மமாகப் பார்க்கும் ஒவ்வொரு பார்வையும் என் நெஞ்சில் ஈட்டியைச் செலுத்துவது போலிருக்கிறது. அதைப் பற்றி எண்ணிய உடனே என் கை கால்கள் வெடவெடத்துப் போகின்றன."

"ஐயா! நந்தினிதேவியின் வஞ்சகத்துக்குப் பயப்பட வேண்டியதுதான் என்பதை நானும் ஒப்புக் கொள்கிறேன். அவருடைய உள்ளத்தில் எவ்வளவு பயங்கரமான துவேஷம் குடிகொண்டிருக்கிறது என்பதை நான் உணர்ந்திருக்கிறேன். என்னை அவர் உயிரோடு போகவிட்டதை நினைக்கும்போது சில சமயம் அதில் என்ன சூழ்ச்சி இருக்குமோ என்று பீதி கொள்கிறேன். ஆனால் இதெல்லாம் அவருக்கு உண்மை தெரியாமலிருக்கும் காரணத்தினால்தான் அல்லவா? அவருடைய சகோதரர் தாங்கள் என்பதைத் தெரிவித்துவிட்டால் அதற்குப் பிறகு எந்தக் கவலையும் வேண்டியதில்லையல்லவா?"

"அப்படியா எண்ணுகிறாய்? வல்லவரையா! நீ கெட்டிக்காரன்தான். ஆனால் பெண்களின் இயல்பு அறியாத அப்பாவிப் பிள்ளை. நந்தினிக்குத் தான் சுந்தர சோழரின் குமாரி என்பது தெரிந்தால், எங்கள் எல்லோரிடமும் அவளுடைய குரோதம் ஒன்றுக்கு நூறு மடங்கு ஆகும். தஞ்சை சாம்ராஜ்யத்தின் சக்கரவர்த்தினியாக அவளுக்குப் பட்டம் சூட்டுவதாகச் சொன்ன போதிலும் அவளுடைய கோபம் தீராது..."

"இளவரசே! அப்படித் தாங்கள் கருதினால் அந்தப் பொறுப்பை என்னிடமே ஒப்புவியுங்கள். நானே நந்தினியிடம் உண்மை வரலாற்றைச் சொல்வேன். அவருடைய கோபத்தையும் தணிக்க முயல்வேன்..."

"உன்னாலும் அது முடியாது, நண்பா! நந்தினியின் கோபத்தை யாராலும் தடுக்க முடியாது. நான் சொல்வதை கேள்! எங்கள் சோழ குலத்தைக் காப்பாற்ற வேண்டுமானால், ஒன்று நான் சாக வேண்டும்; அல்லது அவள் சாக வேண்டும்; அல்லது இரண்டு பேரும் சாக வேண்டும். வீர பாண்டியனைக் கொன்ற வாளினால் அவளையும் கொன்று விடுகிறேன்..."

"இளவரசே! இது என்ன பயங்கரமான பேச்சு?"

"வல்லவரையா! ஒரு சாம்ராஜ்யத்தைப் பாதுகாப்பதற்காக ஓர் உயிரைக் கொல்லுவது குற்றமா? அவள் பெண்ணாயிருந்தால் என்ன? என் உடன் பிறந்த சகோதரியாக இருந்தால்தான் என்ன? உண்மையில் அவள் பெண் அல்ல; பெண் உருக்கொண்ட மாய மோகினிப் பேய்! அவளை உயிரோடு விட்டுவைத்தால் விஜயாலய சோழர் காலத்திலிருந்து பல்கிப் பெருகி வந்திருக்கும் இந்தச் சோழ சாம்ராஜ்யம் சின்னாபின்னமாகிவிடும்... ஆகா! அது என்ன?" என்று ஆதித்த கரிகாலன் திகிலுடன் கேட்டுவிட்டுத் திரும்பிப் பார்த்தான்.

அச்சமயம் அவர்கள் இருந்த இடத்துக்குச் சற்றுத் தூரத்தில் காட்டுப் புதர்களுக்கு மத்தியில் ஏதோ அல்லோலகல்லோலம் நடந்து கொண்டிருந்தது. இருவரும் குதிரைகளைத் தட்டிவிட்டு அருகில் சென்று பார்த்தார்கள். மிக அபூர்வமான காட்சி ஒன்று தென்பட்டது. காட்டுப்பன்றி ஒன்றும், சிறுத்தைப் புலி ஒன்றும் கொடூரமாகச் சண்டையிட்டுக் கொண்டிருந்தன.

"ஆகா! நாம் தேடி வந்தவன் இங்கே இருக்கிறான்!" என்றான் கரிகாலன்.

"சிறுத்தை நமக்கு வேலை இல்லாமல் செய்துவிடும் போலிருக்கிறது!" என்றான் வந்தியத்தேவன்.

"அப்படியா நினைக்கிறாய்? பார்த்துக்கொண்டே இரு!" என்றான் கரிகாலன்.

சிறுத்தைக்கும் பன்றிக்கும் நடந்த அகோரமான யுத்தத்தை இருவரும் சிறிது நேரம் கண்கொட்டாமல் பார்த்துக் கொண்டிருந்தார்கள்.

சிறுத்தை பன்றியின் மீது பாய்ந்து அதை நகங்களினாலும் பற்களினாலும் தாக்க முயன்றது. ஆனால் காட்டுப்பன்றியின் கடினமான தோல், புலி நகத்திற்கும் பற்களுக்கும் சிறிது அசைந்து கொடுக்கவில்லை. ஆனால் பன்றி வேகமாக ஓடி வந்து சிறுத்தையை முட்டித் தள்ளித் தரையிலும் மரங்களின் வேர்களிலும் வைத்துத் தேய்த்த போதெல்லாம் சிறுத்தை படாதபாடு பட்டது. பன்றியின் கோரைப் பற்கள் சிறுத்தையின் தோலைச் சின்னாபின்னமாகக் கிழித்தன. கடைசியாக ஒரு முறை சிறுத்தையைப் பன்றி கீழே முட்டித் தள்ளியபோது அது செத்தது போலக் கிடந்தது.

"தம்பி! சிறுத்தை செத்துவிட்டது! பன்றி இனி நம் பேரில் திரும்பும்! அதற்கு நாம் ஆயத்தமாக வேண்டும்!" என்று கூறிக் கரிகாலன் வில்லில் அம்பைப் பூட்டி, விட்டான்.

அம்பு பன்றியின் கழுத்தில் போய்த் தைத்தது. பன்றி கழுத்தை உதறிக் கொண்டே திரும்பிப் பார்த்தது. இரு குதிரைகளையும் அவற்றின் மீதிருந்தவர்களையும் ஒரு கணம் கவனித்தது. பிறகு ஒரு தடவை சிறுத்தையைப் பார்த்தது. அதனால் இனி ஒன்றும் ஆகாது என்று தெரிந்து கொண்டது போலும்! மூர்க்க ஆவேசத்துடன் குதிரைகளை நோக்கிப் பாய்ந்து வந்தது. கரிகாலன் இன்னொரு அம்பை வில்லில் பூட்டுவதற்கு முன்னால் அவன் ஏறியிருந்த குதிரையைத் தாக்கியது. தாக்குதலின் வேகத்தினால் சிறிது நகர்ந்த குதிரையின் பின்னங்கால் ஒரு மரத்தின் வேரில் அகப்பட்டுக் கொள்ளவே குதிரை தடுமாறிக் கீழே விழுந்தது. குதிரையின் அடியில் கரிகாலன் அகப்பட்டுக் கொண்டான்.

பன்றி சிறிது பின்னால் நகர்ந்து வந்து மறுபடியும் தரையில் கிடந்த குதிரையை நோக்கிப் பாய்ந்து சென்றது.

౷౷

43. "புலி எங்கே?"

ஆதித்த கரிகாலர் எப்பேர்ப்பட்ட ஆபத்தில் அகப்பட்டுக் கொண்டார் என்பதை வந்தியத்தேவன் கவனித்தான். கண்மூடித் திறக்கும் நேரத்தில் குதிரையைச் செலுத்திக் கொண்டு வந்து பன்றியின் மீது தன் கையிலிருந்த வேலைச் செலுத்தினான். வேல் பன்றியின் முதுகுத் தோலின் மீது மேலாகக் குத்தியது. பன்றி உடம்பை ஒரு குலுக்குக் குலுக்கிக் கொண்டு திரும்பியது. அந்த வேகத்தில் வந்தியத்தேவன் கையில் பிடித்திருந்த வேலின் பிடி நழுவிவிட்டது. பன்றியின் முதுகில் இலேசாகச் சென்றிருந்த வேல் நழுவிக் கீழே விழுந்தது.

பன்றி இப்போது வந்தியத்தேவன் பக்கம் திரும்பி ஓடி வந்தது. அவன் தன் அபாயகரமான நிலையை உணர்ந்தான். பன்றியின் தாக்குதலுக்கு அவனுடைய குதிரையினால் ஈடு கொடுக்க முடியாது. கையில் வேலும் இல்லை. இளவரசரோ இன்னமும் குதிரையின் கீழிருந்து வெளிப்படுவதற்கு முயன்று கொண்டிருக்கிறார். தான் குதிரை மேலிருந்தபடி ஏதாவது ஒரு மரத்தின் மேல் தாவி ஏறிக் கொண்டால்தான் தப்பிப் பிழைக்கலாம். சீச்சீ! எத்தனையோ அபாயங்களுக்குத் தப்பி வந்து கடைசியில் கேவலம் ஒரு காட்டுப்பன்றியினாலேயா கொல்லப்பட வேண்டும்?...

நல்ல வேளையாக அருகாமையிலேயே தாழ்ந்து படர்ந்த மரம் ஒன்று இருந்தது. வந்தியத்தேவன் குதிரை மீதிருந்து பாய்ந்து மரத்தின் கிளை ஒன்றைத் தாவிப் பிடித்துக் கொண்டான்.

கால் முதல் தோள் வரையில் அவனுடைய பலத்தை முழுவதும் பிரயோகித்து எழும்பி கிளை மீது ஏறிக் கொண்டான். அதே சமயத்தில் பன்றி அவனுடைய குதிரையை முட்டியது. குதிரை தட்டுத்தடுமாறி விழப் பார்த்துச் சமாளித்துக் கொண்டு அப்பால் ஓடியது.

கரிகாலர் இன்னமும் குதிரையின் அடியில் கிடந்தார். வந்தியத்தேவன் மரக்கிளை மீது இருந்தான். காட்டுப்பன்றி இருவருக்கும் நடுவில் நின்று இப்படியும் அப்படியும் திரும்பிப் பார்த்தது.

இரண்டு எதிரிகளில் யாரைத் தாக்கலாம் என்று அந்தக் காட்டுப்பன்றி யோசனை செய்கிறது என்பதை வந்தியத்தேவன் அறிந்தான். இளவரசர் இன்னும் குதிரைக்கு அடியிலிருந்து விடுவித்துக் கொண்டு வெளி வந்தபாடில்லை. வெளி வந்துவிட்ட போதிலும் பன்றியின் தாக்குதலை அவரால் அச்சமயம் சமாளிக்க முடியுமா என்பது சந்தேகந்தான். அவர் கையில் உடனே பிரயோகிக்கக் கூடிய ஆயுதம் இல்லை. வில்லை வளைத்து அம்பு விட வேண்டும். குதிரைக்கு அடியில் விழுந்து அகப்பட்டுக் கொண்டதில் அவருக்குப் பலமான காயம் பட்டிருந்தாலும் பட்டிருக்கலாம். எப்படியும் இளவரசருக்குச் சிறிது சாவகாசம் ஏற்படுத்திக் கொடுப்பது அவசியம். இவ்வளவையும் மின்னல் மின்னும் நேரத்தில் வந்தியத்தேவன் யோசனை செய்து ஒரு முடிவுக்கு வந்தான். தான் ஏறியிருந்த மரக்கிளையைப் பலமாக உலுக்கி ஆட்டிக் கொண்டே "ஆகா ஊ கூ" என்று பெரியதாகச் சத்தமிட்டான்.

அவனுடைய யுக்தி பலித்தது. பன்றி மூர்க்காவேசத்துடன் அவன் ஏறியிருந்த மரத்தை நோக்கிப் பாய்ந்து வந்தது.

"வரட்டும்; வரட்டும் வந்து மரத்தின் பேரில் முட்டிக் கொள்ளட்டும்" என்று வந்தியத்தேவன் எண்ணிக் கொண்டிருக்கும்போதே, அவன் ஏறி உட்கார்ந்து உலுக்கிய மரக்கிளை மடமடவென்று முறிந்தது. கடவுளே! இது என்ன ஆபத்து?... கிளையுடன் தரையில் விழுந்தால்? அடுத்த நிமிடமே பன்றியின் கோரப் பற்கள் அவனைச் சின்னாபின்னமாகக் கிழித்துவிடும். வேறு கிளை ஒன்றைத் தாவிப் பிடித்துக் கொண்டால்தான் பிழைக்கலாம். அப்படித் தாவிப் பிடிக்க முயன்றான். பிடிக்க முயன்ற கிளை சற்றுத் தூரத்தில் இருந்தபடியால் ஒரு கை மட்டுந்தான் பிடித்தது. பிடித்த கிளை மெல்லியதாயிருந்தபடியால் வளைந்து கொடுத்தது. கைப்பிடி நழுவத் தொடங்கியது, கால்கள் ஊசலாடின! சரி! கீழே விழ வேண்டியதுதான், உடனே மரணந்தான்! சந்தேகமில்லை. ஏதோ, கடைசியாக ஆதித்த கரிகாலரைக் காப்பாற்ற முடிந்தது அல்லவா? இளைய பிராட்டி இதை அறியும்போது மகிழ்ச்சி அடைவாள் அல்லவா? தன்னுடைய மரணத்துக்காக ஒரு துளி கண்ணீர் விடுவாள் அல்லவா?...

ஏதோ ஒரு பயங்கரமான சத்தம் கேட்டது! அதே சமயத்தில் கைப்பிடியும் நழுவி விட்டது! வந்தியத்தேவன் கண்களை இறுக மூடிக்கொண்டான். தடால் என்று கீழே விழுந்தான்; விழும்போதே நினைவை இழந்தான்.

வந்தியத்தேவன் நினைவு வந்து கண் விழித்துப் பார்த்த போது ஆதித்தகரிகாலர் அவன் முகத்தில் தண்ணீர் தெளித்துக் கொண்டிருப்பதைக் கண்டான். சட்டென்று நிமிர்ந்து எழுந்து உட்கார்ந்து, "இளவரசே! பிழைத்திருக்கிறீர்களா?" என்றான்.

"ஆமாம்; உன்னுடைய தயவினால் இன்னும் பிழைத்திருக்கிறேன்" என்றார் ஆதித்தகரிகாலர்.

"காட்டுப்பன்றி என்ன ஆயிற்று?" என்று கேட்டான்.

"அதோ! என்று இளவரசர் சுட்டிக் காட்டிய இடத்தில் காட்டுப்பன்றி செத்துக் கிடந்தது.

வந்தியத்தேவன் அதைச் சற்று உற்றுப் பார்த்துவிட்டு, "அரசே! இவ்வளவு சின்ன உருவமுள்ள பிராணி என்ன பாடுபடுத்தி விட்டது? கந்தமாறன் காட்டுப்பன்றியைக் குறித்துச் சொன்னது அவ்வளவும் உண்மைதான். கடைசியில் அதை எப்படித்தான் கொன்றீர்கள்?" என்று கேட்டான்.

"நான் கொல்லவில்லை உன்னுடைய வேலும் நீயுமாகச் சேர்ந்துதான் கொன்றீர்கள்!" என்றார் இளவரசர்.

வந்தியத்தேவன் அதன் பொருள் விளங்காதவனைப் போல் இளவரசரின் முகத்தைப் பார்த்தான். "என்னுடைய வேலைத் தாங்கள் நன்றாக உபயோகப்படுத்தியிருக்கிறீர்கள்! ஆனால் நான் ஒன்றும் செய்யவில்லையே? ஆபத்தான சமயத்தில் தங்களுக்கு உதவி செய்ய முடியாதவனாகிவிட்டேனே?" என்றான்.

"நீ மரக் கிளையைப் பிடித்து உலுக்கிச் சத்தமிட்டாய் அல்லவா? அப்போது நான் குதிரை அடியிலிருந்து வெளிவந்து உன் வேலை எடுத்துக் கொண்டேன். என் மனத்தில் கொந்தளித்துக் கொண்டிருந்த கோபத்தையெல்லாம் பாவம், இந்தப் பன்றியின் பேரில் பிரயோகித்தேன். வேலினால் குத்தப்பட்டதும் அது பயங்கரமாகச் சத்தமிட்டது. என் காதே செவிடாகி விடும் போலிருந்தது. ஆனால் வேலினால் மட்டும் அது சாகவில்லை. நீ மரக் கிளையிலிருந்து நழுவி அதன் பேரில் விழுந்தாய்; அந்த அதிர்ச்சியினால் தான் செத்தது!" என்று கரிகாலர் சொல்லிவிட்டுச் சிரித்தார். வந்தியத்தேவனும் அதை நினைத்து நினைத்துச் சிரித்தான். உடம்பைத் தடவிப் பார்த்துக் கொண்டு "பன்றியின் மேல் விழுந்ததினாலேயேதான், காயம் படாமல் தப்பினேன் போலிருக்கிறது. மகா விஷ்ணு வராக அவதாரம் எடுத்து இரணியாட்சனைக் கொன்றார் என்பதை இனி என்னால் நம்ப முடியும். அப்பா! எவ்வளவு மூர்க்கமான பிராணி" என்றான்.

"இந்தச் சிறு காட்டுப்பன்றிப் பார்த்துவிட்டு வராகவதாரத்தை மதிப்பிடாதே, தம்பி! வடக்கே விந்திய மலையைச் சேர்ந்த காடுகளிலே தலையிலே ஒற்றைக் கொம்பு உள்ள பன்றி ஒன்று இருக்கிறதாம். ஏறக்குறைய யானை அவ்வளவு பெரியதாயிருக்குமாம். அந்த மாதிரி பன்றியாயிருந்து, நீ ஏறியிருக்கும் மரத்தை முட்டியிருந்தால், மரம் என்னபாடு பட்டிருக்கும் என்று யோசித்துப் பார்!" என்றார் இளவரசர்.

"மரம் அடியோடு முறிந்து விழுந்திருக்கும், தாங்கள் எறிந்த வேலும் முறிந்திருக்கும். நம் கதி அதோ கதியாகியிருக்கும். சோழ குலத்தின் எதிரிகளுக்கு வேலை மிச்சமாகப் போயிருக்கும்" என்றான் வந்தியத்தேவன்.

"தம்பி! உண்மையைச் சொல்லு! என் குதிரை தடுமாறி விழுந்தவுடனே நீ வேலை எறிந்தாயே? அந்தக் காட்டுப்பன்றியின் மேல் எறிந்தாயா? என் பேரில் எறிந்தாயா?" என்று ஆதித்தகரிகாலர் கேட்டார்.

வந்தியத்தேவன் ஆத்திரத்துடன், "ஐயா! உண்மையாகவே தாங்கள் இந்த கேள்வி கேட்கிறீர்களா? அப்படித் தாங்கள் சந்தேகப்படுவதாயிருந்தால் பன்றியைக் கொன்று என்னைக் காப்பாற்றியிருக்க வேண்டிய அவசியம் இல்லையே?" என்றான்.

"ஆமாம்; ஆமாம்! உன் பேரில் சந்தேகப்படக் கூடாதுதான். நீ மரக் கிளையை ஆட்டிக் கொண்டு கூச்சல் போட்டிராவிட்டால் எனக்கே அந்தப் பன்றி யமனாக இருந்திருக்கும். ஆனாலும் நீ வேலை எறிந்த போது ஒரு கணம் எனக்கு அத்தகைய சந்தேகம் உண்டாயிற்று. இப்போதெல்லாம் எனக்கு எதைப் பார்த்தாலும் யாரைப் பார்த்தாலும் வீண் சந்தேகம் தோன்றுகிறது. யமன் என்னைத் தொடர்ந்து வந்து கொண்டேயிருக்கிறான் என்ற பிரமையைப் போக்கிக் கொள்ளவே முடியவில்லை. யமன் இந்தப் பன்றியின் உருவத்தில் என்னைக் கொல்ல வந்ததாகவும் எண்ணினேன்..."

"அப்படியானால் மிக நல்லதாய்ப் போயிற்று. அரசே! தங்களைத் தொடர்ந்து வந்த யமன் செத்து ஒழிந்தான்; இனி என்ன கவலை? கந்தமாறனோடு நாம் போட்டியிட்ட பந்தயத்திலும் ஜெயித்து விட்டோம். பன்றியை இழுத்துக் கொண்டு போக வேண்டியது தானே? புறப்படலாம் அல்லவா?" என்றான் வல்லவரையன்.

"புறப்பட வேண்டியதுதான்! ஆனால் அவசரம் என்ன? சற்று இங்கே தங்கிக் களைப்பு ஆறிவிட்டுப் போகலாம்" என்றார் இளவரசர்.

"தாங்கள் களைப்படைந்ததாகச் சொல்லுவதை இப்போதுதான் முதன் முதலாகக் கேட்கிறேன். ஆம், குதிரையின் அடியில் சிக்கி ரொம்பக் கஷ்டப்பட்டுப் போயிருப்பீர்கள்."

"அது ஒன்றுமில்லை; உடலின் களைப்பைக் காட்டிலும் உள்ளத்தின் களைப்புதான் அதிகமாயிருக்கிறது. வந்த வழி செல்ல வேண்டுமா? மறுபடியும் அந்த மூடர்களுடன் சேர்ந்தல்லவா பிரயாணம் செய்ய வேண்டி வரும்? அதைக் காட்டிலும் இந்த ஏரியைக் கடந்து போய்விட்டால் என்ன?"

"கடவுளே! இந்தச் சமுத்திரம் போன்ற ஏரியை நீந்திக் கடக்க வேண்டும் என்றா சொல்கிறீர்கள்? பன்றியிடமிருந்து என்னைத் தப்பவைத்து ஏரியில் மூழ்கடித்துக் கொல்ல வேண்டும் என்று உத்தேசமா?" என்றான் வந்தியத்தேவன்.

"உனக்கு நீந்தத் தெரியாது என்பது நினைவிருக்கிறது. என்னால் கூட இவ்வளவு பெரிய ஏரியை நீந்திக் கடக்க முடியாது. ஒரு படகு கிடைத்தால் காரியம் சுலபமாகிவிடும். சற்று முன் ஒரு படகு பார்த்தோமே, அது எங்கேயாவது சமீபத்தில் கரையோரமாகத் தானே தங்கியிருக்கும்? அதைத் தேடிப் பிடித்தால் என்ன?"

"குதிரைகளின் கதி என்ன ஆவது? காட்டு மிருகங்களுக்கு உணவாகட்டும் என்று விட்டு விட்டுப் போய்விடலாமா?" என்றான் வந்தியத்தேவன்.

உடனே ஏதோ ஞாபகம் வந்து திடுக்கிட்டவன் போல் துள்ளிக் குதித்து எழுந்து, "ஐயா! புலி எங்கே?" என்று கேட்டான்.

"நானும் அதை மறந்துவிட்டேன். பக்கத்தில் எங்கேயாவது மறைந்திருக்கப் போகிறது. யமன் பன்றி ரூபத்தில் வராமல் ஒரு வேளை புலி ரூபத்திலும் என்னைத் தொடரலாம் அல்லவா?" என்றார் இளவரசர்.

இருவரும் சுற்றும் முற்றும் உற்றுப் பார்க்கலானார்கள். சிறிது நேரம் பார்த்த பிறகு வந்தியத்தேவன் "அதோ!" என்று சுட்டிக் காட்டினான்.

ஏரியில் தண்ணீர் கொண்டு வந்து சேர்த்த அந்த வாய்க்கால் வடக்கே போகப் போக குறுகலாகிக் கொண்டு சென்றது. அவ்விதம் குறுகலாகியிருந்த இடத்தில் வாய்க்காலின் மீது ஒரு பெரிய மரம் விழுந்து இரு கரைகளையும் தொட்டுக் கொண்டிருந்தது. புலி அந்த மரப்பாலத்தின் மீது மெல்ல ஊர்ந்து சென்று அக்கரையை நெருங்கிக் கொண்டிருந்ததை இரண்டு பேரும் கவனித்தார்கள். இரண்டு பேருடைய மனத்திலும் ஒரே எண்ணம் உதித்தது.

"ஆகா! படகிலே வந்த பெண்கள்!" என்று இருவரும் ஏக காலத்தில் வாய்விட்டுக் கூறினார்கள்.

பின்னர், "இந்த வாய்க்காலை அடுத்துள்ள தீவின் கரையிலேதான் அந்தப் பெண்கள் இறங்கியிருக்க வேண்டும்" என்றான் வல்லவரையன்.

"காயம்பட்ட சிறுத்தை மிக அபாயகரமானது" என்றார் இளவரசர்.

"பன்றியுடன் புலியையும் கொன்று எடுத்துப் போகத்தான் வேண்டும்."

"இந்த வாய்க்காலை எப்படித் தாண்டுவது? குதிரைகள் மரப்பாலத்தின் மேல் போக முடியாதே?"

"தண்ணீர் கொஞ்சமாகத்தான் இருக்கும்; இறங்கிப் போகலாம்."

கரிகாலரின் குதிரையும் அதற்குள் எழுந்து வந்தியத்தேவன் குதிரைக்கு அருகே போய் நின்று கொண்டிருந்தது. எஜமானர்கள் அந்தரங்கம் பேசியதுபோல் அவையும் தங்களுக்குச் சற்று முன் நேர்ந்த அபாயத்தைப் பற்றிப் பேசிக் கொண்டன போலும். இருவரும் தத்தம் குதிரைமீது தாவி ஏறினார்கள்; வாய்க்காலில் குதிரைகளை இறக்கினார்கள். வாய்க்காலில் தண்ணீர் அதிகமாக இல்லைதான். ஆனால் சேறும் உளையும் அதிகமாயிருந்தன. குதிரைகள் தட்டுத் தடுமாறித் தத்தளித்துச் சென்றன.

கோடிக்கரைப் புதை சேற்றுக் குழிகளை நினைத்துக் கொண்டு வந்தியத்தேவன் "இந்தச் சேறு ஒன்றும் பிரமாதமில்லை" என்று தைரியமடைந்தான். அதைப் பற்றி கரிகாலருக்குச் சொல்லவும் தொடங்கினான்.

"நண்பா! வெளியிலுள்ள சேற்றைப் பற்றிச் சொல்லப் போய்விட்டாயே? மனிதர்களுடைய உள்ளத்தில் உள்ள சேற்றைக் குறித்து என்ன கருதுகிறாய்? ஒரு தடவை தீய எண்ணமாகிற சேற்றில் இறங்குகிறவர்கள் மீண்டும் கரை ஏறுவது எவ்வளவு கடினம் தெரியுமா?" என்று கரிகாலர் கேட்டார். இளவரசரின் உள்ளம் உண்மையில் சேறு போலக் குழம்பியிருக்கிறது என்று வந்தியத்தேவன் எண்ணிக் கொண்டான்.

குதிரைகள் மிகப் பிரயாசையுடன் அக்கரையை அடைந்தன. காட்டுக்குள்ளே மிக ஜாக்கிரதையுடன் நாலா புறமும் உற்றுப் பார்த்துக் கொண்டு இருவரும் சென்றார்கள். கரிகாலரின் கையில் வில்லும் அம்பும் தயாராயிருந்தன. வந்தியத்தேவன் தன் வேலையும் புலியின் பேரில் எறிவதற்கு ஆயத்தமாக வைத்துக் கொண்டிருந்தான்.

திடீரென்று, காட்டில் சாதாரணமாகக் கேட்கும் சத்தங்களை அடக்கிக் கொண்டு ஒரு பெண்ணின் 'கிறீச்' என்ற குரல், "அம்மா! அம்மா! புலி!" என்று கதறுவது கேட்டது.

மணிமேகலை மரக் கிளையின் மீது சிறுத்தையைப் பார்த்த அதே சமயத்தில் வசந்த மண்டபத்தில் சமையல் வேலையில் ஈடுபட்டிருந்த தோழிப் பெண் ஒருத்தியும் அந்தப் புலியைப் பார்த்து விட்டு அவ்விதம் அலறினாள். அந்தக் குரல் இரு நண்பர்களின் செவிகளிலும் விழுந்து ரோமாஞ்சனத்தை உண்டு பண்ணியது. குதிரைகளை வேகமாகச் செலுத்திக் கொண்டு குரல் வந்த திசையை நோக்கி அவர்கள் சென்றார்கள். ஏரிக் கரையின் ஒரு திருப்பம் திரும்பியதும் அவர்கள் கண்ட காட்சி இருவரையும் திடுக்கிட்டுத் திகில் கொள்ளும்படிச் செய்து விட்டது.

நந்தினியும், மணிமேகலையும் படித்துறையில் குளிப்பதற்காக இறங்கிக் கொண்டிருந்த சமயத்தில், அருகில் சாய்ந்திருந்த மரக்கிளை ஒன்றின் மீது சிறுத்தை சிறிது சிறிதாக ஊர்ந்து மேலேறிக் கொண்டிருந்தது. பன்றியோடு போட்ட சண்டையில் நன்றாக அடிபட்டுக் காயமுற்றிருந்த அந்தச் சிறுத்தை அப்போது தன் உயிரைக் காப்பாற்றிக் கொண்டால் போதும் என்ற நிலையில் இருந்தது. ஆனால் இது அந்தப் புலியைத் தவிர வேறு யாருக்கும் தெரிந்திருக்கவில்லை. அடுத்த கணம் சிறுத்தை தண்ணீரில் நின்ற பெண்களின் மீது பாயப் போகிறதென்று கரிகாலரும், வந்தியத்தேவனும் எண்ணினார்கள்.

வந்தியத்தேவன் வேலை உபயோகிக்கத் தயங்கினான். வேல் தவறிப் பெண்களின் மீது விழுந்துவிட்டால் என்ன செய்வது என்று பயந்தான்.

கரிகாலருக்கு அத்தகைய தயக்கம் ஒன்றும் ஏற்படவில்லை, வளைத்திருந்த வில்லில் அம்பைக் கோர்த்து நன்றாகக் குறிப்பார்த்து இழுத்து விட்டார்.

அம்பு விர்ரென்று சென்று சிறுத்தையின் அடி வயிற்றில் பாய்ந்தது.

சிறுத்தை பயங்கரமாக உறுமிக் கொண்டு அப்பாலிருந்த பெண்களின் மீது பாய்ந்தது.

அடுத்த கணத்தில் என்ன நேர்ந்தது என்பதைத் தெளிவாகப் பார்க்க முடியாதபடி ஒரே குழப்பமாகி விட்டது.

சிறுத்தையும் பெண்கள் இருவரும் திடீரென்று மறைந்து விட்டார்கள்.

சில கணநேரம் கழித்து மூவரும் வெவ்வேறு இடத்தில் தண்ணீருக்குள்ளிருந்து வெளியே தலையை நீட்டினார்கள். ஏரியின் நீரோடு இரத்தம் கலந்து செக்கச் செவேலென்று ஆயிற்று.

ஃஃஃ

44. காதலும் பழியும்

இரு நண்பர்களும் மேற்கூறியவற்றையெல்லாம் திகிலுடன் பார்த்துக் கொண்டுதானிருந்தார்கள். குதிரைகள் மீதிருந்து குதித்தார்கள். தண்ணீர் கரையோரம் பாய்ந்து வந்தார்கள். இதற்குள் சிறுத்தை தண்ணீரிலே சிறிது தூரம் சென்று விட்டது! அது மிதந்த விதத்தைப் பார்த்தால் அது ஒரு வழியாகப் பிராணனை விட்டுவிட்டது என்று தோன்றியது. பெண்மணிகள் இருவரும் புலியினால் எவ்வளவு காயப்படுத்தப்பட்டார்கள் என்பது ஒன்றும் தெரியவில்லை. இருவரும் தண்ணீரில் குதித்துப் பெண்மணிகளை நோக்கிச் சென்றார்கள்.

முதலில் வந்தியத்தேவன் மணிமேகலையை அணுகிச் சென்றான். ஏனெனில் நந்தினியை நெருங்குவதற்கு அவனுக்கு அச்சமாக இருந்தது. மணிமேகலைக்குக் காயம் எதுவும் ஏற்படவில்லை. புலி விழுந்த வேகத்தில் அவளும் தண்ணீரில் விழுந்து முழுகியதில் சிறிது மூச்சுத் திணறியதைத் தவிர வேறொன்றும் அவளுக்கு நேரவில்லை! வந்தியத்தேவன் தன் அருகில் வருவதைப் பார்த்ததும் அவள் எல்லையில்லாத உள்ளக் கிளர்ச்சி அடைந்து கண்களை இறுக மூடிக் கொண்டாள்.

கரிகாலர் வந்தியத்தேவனுடைய கையைப் பிடித்து நிறுத்தி நந்தினியின் பக்கம் அனுப்பிவிட்டுத் தன்னை நோக்கி வருவதை அவள் அறியவில்லை.

இரண்டு கைகளினாலும் கரிகாலர் அவளைத் தூக்கி அணைத்துக் கொண்டு படித்துறைப் படிகளில் ஏறி மேலே போய்ச் சேர்ந்து தரையில் மெதுவாக அவளை வைக்கும் வரையில் கண்ணை விழித்துப் பார்க்கவில்லை. மூக்கில் சுவாசம் வருகிறதா என்று கரிகாலர் விரலை வைத்துப் பார்த்தபோதுதான் கண்களை மெல்ல மெல்லத் திறந்தாள். திறக்கும்போதே வந்தியத்தேவனிடம் தன் கரை காணாக் காதலைத் தெரிவிக்கும் பொருட்டு அன்பும் ஆர்வமும் ததும்பிய நோக்குடன் பார்த்தாள். அவளுடைய கண்ணின் முன் தெரிந்தவர் இளவரசர் கரிகாலர் என்று தெரிந்ததும் துள்ளி எழுந்து நகர்ந்து உட்கார்ந்து கொண்டாள்.

அவளுடைய முகத்தில் அச்சமயம் தோன்றிய ஏமாற்றத்தைக் கவனித்த கரிகாலர் கலீர் என்று சிரித்தார்.

"மணிமேகலை! இது என்ன துள்ளல்? என்னைக் கண்டு இவ்வளவு அருவருப்பு ஏன்?" என்றார்.

"ஐயா! வேற்று மனிதர் கை பட்டால் பெண்களுக்குக் கூச்சமாயிராதா?" என்றாள் மணிமேகலை.

"பெண்ணே! என்னை வேற்று மனிதனாக்கி விட்டாயா? எனக்கும் உனக்கும் கல்யாணம் செய்து வைக்க ஏகப் பிரயத்தனம் நடக்கிறதே?" என்றார் கரிகாலர்.

"சுவாமி! அந்தப் பிரயத்தனம் பலித்த பிறகுதானே சொந்தமாக முடியும்? அதுவரையில் தாங்கள் வேற்று மனிதர்தானே?" என்றாள் மணிமேகலை.

"ஆனால் அது உனக்கு இஷ்டமா என்பதை நீ சொல்லலாம் அல்லவா?"

கடம்பூர் இளவரசி சற்று யோசித்துவிட்டு, "ஐயா! தாங்கள் சோழ குலத்தோன்றல்; எல்லாம் அறிந்த புத்திமான். சிறு பெண்ணாகிய என்னிடம் இவ்விதம் பேசலாமா? என் தந்தையிடமல்லவா கேட்க வேண்டும்?" என்றாள்.

"பெண்ணே! உன் தந்தை சம்மதித்தால் நீ சம்மதிப்பாயா?"

"என் தந்தை சம்மதித்த பிறகு அவர் கேட்டால் சொல்லுவேன். தங்களிடம் இதைப் பற்றிப் பேசவே எனக்குக் கூச்சமாயிருக்கிறது. புலி என்னைக் கொல்லாமலும், நான் தண்ணீரில் முழுகிப் போகாமலும் என்னைக் காப்பாற்றினீர்கள். அதனால் தங்களிடம் ஏற்பட்டுள்ள நன்றி காரணமாக இத்தனை நேரமும் பொறுமையாக இருக்கிறேன்..."

கரிகாலன் சிரித்துவிட்டு, "மணிமேகலை! நீ வெகு கெட்டிக்காரி. மிக அழுத்தமானவள். ஆனாலும் ஏமாந்து போனாய். அதற்காக என்னை ஏமாற்றப் பார்க்க வேண்டாம்!" என்றார்.

"ஐயா! இது என்ன வார்த்தை! தங்களை இந்த அறியாப் பெண் ஏமாற்றுவதா? எதற்காக? எந்த முறையில்?"

"வீணாக ஏன் சுற்றி வளைத்துப் பேசுகிறாய்? எனக்குப் பதிலாக வந்தியத்தேவன் உன்னைத் தூக்கிக் கொண்டு வந்து கரை சேர்ந்திருந்தால் இவ்வளவு கடூரமாகப் பேசுவாயா? வந்தியத்தேவன் என்று நினைத்துத்தானே நீ கண்ணை மூடிக் கொண்டாய்? அதே எண்ணத்துடன்தானே கண்ணைத் திறந்தும் பார்த்தாய்! பாவம்! ஏமாந்து போனாய்!" என்றான் கரிகாலன்.

மணிமேகலை வெட்கத்துடனே சிறிது பீதியும் அடைந்தாள். பின்னர் தைரியப்படுத்திக் கொண்டு, "அரசே, தங்களுக்குத் தான் என் மனது தெரிந்திருக்கிறதே! அப்படியிருக்கும்போது, இந்தப் பேதைப் பெண்ணை எதற்காகச் சோதிக்கிறீர்கள்?" என்றாள்.

"மணிமேகலை! உன் மனது எனக்குத் தெரிந்திருக்கிறது. அது போலவே வல்லவரையனுடைய மனமும் எனக்குத் தெரிந்திருக்கிறது. உன்னுடைய பரிசுத்தமான அன்புக்கு அவன் பாத்திரன் அல்லவே என்றுதான் யோசிக்கிறேன். அதோ பார், இளைய ராணி நந்தினியும் வந்தியத்தேவனும் சல்லாபம் செய்வதை! நந்தினியின் முகத்தில் குடிகொண்டிருக்கும் குதூகலத்தைப் பார்!" என்றார்.

மணிமேகலை அவர் காட்டிய திசையைப் பார்த்தாள். அந்தக் கணத்தில் அசூயை என்னும் விஷம் அவளுடைய பால் போன்ற நெஞ்சில் ஏறிவிட்டது.

அதே சமயத்தில் வந்தியத்தேவனும் நந்தினியும் பேசிக் கொண்டிருந்தார்கள். நந்தினியின் தோள் ஒன்றில் புலி நகம் பட்டு இரத்தம் கசிந்து கொண்டிருந்தது. மணிமேகலையைப் போல் நந்தினி கண்ணை மூடிக்கொள்ளவும் இல்லை. வந்தியத்தேவன் கைகளிலிருந்து விடுவித்துக் கொள்ள அவசரப்படவும் இல்லை. வந்தியத்தேவனோ, தன் கையைச் சுட்டுக் கொண்டிருந்த நெருப்புத் தணலைக் கீழே போடுவதுபோல் அவசரமாக இளைய ராணியைக் கரையில் இறக்கிவிட்டான். தண்ணீரில் முழுகி இருந்த போதிலும் நந்தினியின் உடம்பு உண்மையிலேயே சுட்டுக் கொண்டிருந்தது.

வந்தியத்தேவன் உள்ளத்தில் இனந்தெரியாத பீதி குடிகொண்டது. அவன் உடம்பு பதறியது. நந்தினி புன்னகையுடன் "ஐயா! ஏன் இவ்வளவு பதட்டம்? என்னைப் புலி என்று நினைத்துக் கொண்டீரா? அல்லது புலியைக் காக்க நினைத்துத் தவறாக என்னைக் கரை சேர்த்து விட்டதற்காக வருத்தப்படுகிறீரா?" என்றாள்.

"அம்மணி! இவ்வளவு கொடூரமான வார்த்தைகளைச் சொல்ல வேண்டாம். தங்களைத் தொட்டு எடுத்து வரும்படி நேர்ந்து விட்டதை நினைத்து நெஞ்சு சிறிது கலக்கம் அடைந்தது..."

"குற்றம் உள்ள நெஞ்சு அல்லவா? அதனால் கலங்குகிறது!"

"தேவி! நான் ஒரு குற்றமும் செய்யவில்லையே!"

"குற்றம் செய்யவில்லை? தஞ்சைக் கோட்டைக்குள் பிரவேசிப்பதற்கு என் உதவியை நாடினீர். முத்திரை மோதிரத்தைக் கொடுத்து உதவினேன். பிறகு என் அந்தப்புரத்தில் திருட்டுத்தனமாகப் பிரவேசித்தீர். அப்போதும் உமக்குத் தீங்கு நேராமல் காப்பாற்றினேன். அதற்குக் கைம்மாறு என்ன செய்தீர்? எனக்குத் தெரியாமல், என்னிடம் சொல்லிக் கொள்ளாமல் திருடனைப் போல தப்பி ஓடிப்போனீர். பழையாறை இளைய பிராட்டியைச் சந்தித்த பிறகு என்னிடம் திரும்பி வருவதாகச் சொன்னீர். அந்த வாக்குறுதியை நிறைவேற்றவில்லை. இவையெல்லாம் குற்றமல்லவா?"

"அந்தக் குற்றங்களை ஒப்புக் கொள்கிறேன். ஆனால் அவை ஒவ்வொன்றுக்கும் காரணம் இருக்கிறது. நான் பிறரிடம் சேவகம் செய்பவன். ஆதித்த கரிகாலருடைய கட்டளைக்குக் கட்டுப்பட்டவன். இதைத் தாங்கள் எண்ணிப்பார்த்தால் என் பேரில் குற்றம் சாட்டமாட்டீர்கள்..."

"ஆமாம்; புலியின் வாயிலிருந்து ஒரு பெண்ணைக் காப்பாற்ற வேண்டுமென்றால் கூடக் கரிகாலன் கட்டளை உமக்கு வேண்டும். தண்ணீரில் மூழ்கும் பெண்ணைக் கரை சேர்ப்பதற்கும் அவருடைய அனுமதி வேண்டும். நான் கவனித்துக் கொண்டுதானிருந்தேன். அடடா! மணிமேகலையைக் காப்பாற்றுவதில் இளவரசர் எத்தனை பரபரப்புக் காட்டினார்? நான் நீரில் மூழ்கி செத்துப் போயிருந்தால் சந்தோஷப்பட்டிருப்பார். அவருடைய மனதை அறியாமல் நீர் என்னைக் கரை சேர்த்து விட்டீர்..."

"அம்மணி! அவ்வாறு சொல்ல வேண்டாம்! தாங்கள் ஓலை அனுப்பியபடியால்தான் கரிகாலர் காஞ்சியிலிருந்து இவ்வளவு தூரம் வந்திருக்கிறார்..."

"ஆனால் அவர் இங்கு வராமல் தடை செய்வதற்காக நீர் அவசர அவசரமாக ஓடி வந்தீர். இளைய பிராட்டியின் செய்தியுடன் வந்தீர். ஆனால் உம்முடைய முயற்சி பலிக்கவில்லை. என்னுடைய காரியத்தில் நீர் தலையிடுவதற்குச் செய்யும் முயற்சியெல்லாம் இவ்வாறுதான் தோற்றுப் போகும்!"

நந்தினியின் இந்த வார்த்தைகள் வந்தியத்தேவனின் மனக் குழப்பத்தை அதிகமாக்கின. அந்த வார்த்தைகளின் உட்கருத்தை நந்தினியின் முகபாவத்திலிருந்து தெரிந்து கொள்ளும் நோக்கத்துடன் அவளை உற்றுப் பார்த்தான். ஆனால் நந்தினியின் முகம் எவ்வித மாறுதலும் இன்றி வழக்கம் போலப் புன்னகை பூத்து விளங்கியது.

நந்தினி தொடர்ந்து, "உம்முடைய குற்றத்தை உம்முடைய முகத்தோற்றமே ஒப்புக் கொள்கிறது. அமாவாசை இராத்திரி, பள்ளிப்படைக்கு அருகில் நீர் என் வசம் அகப்பட்டீர். என் ஆட்களிடம் ஒரு சமிக்ஞை செய்திருந்தால் போதும்; உம்மைக் கொன்றிருப்பார்கள். அப்போதும் உம் உயிரைக் காப்பாற்றி அனுப்பினேன். அதற்குக்கூட உமக்கு நன்றி இல்லை. உம்மைப் போல் நன்றி கெட்ட மனிதரை இந்த உலகத்தில் நான் பார்த்ததே இல்லை...."

"தேவி! என் மனத்தில் தங்களிடம் பரிபூரண நன்றி குடிகொண்டிருக்கிறது. சத்தியமாகச் சொல்கிறேன்."

"ஆனால் இந்த ஊருக்கு நாம் வந்து இத்தனை நாளாகியும் உமது நன்றியைத் தெரிவிப்பதற்கு நீர் ஒரு முயற்சியும் செய்யவில்லையே? உமது வார்த்தையை நான் எப்படி நம்புவது?"

"தங்களைத் தனியாகச் சந்திக்கும்போது தெரிவித்துக் கொள்ளலாம் என்றிருந்தேன் அதற்குரிய சந்தர்ப்பம் கிடைக்கவில்லை..."

"சந்தர்ப்பம் ஏற்படுத்திக்கொள்ள நீர் ஒருவித முயற்சியும் செய்யவில்லை. முகத் தோற்றத்தினால், கண் பார்வையினால் ஒரு குறிப்பு வெளியிடக் கூடவில்லை. ஏன்? இத்தனை நாளாக என் பக்கம் நீர் ஒரு தடவையாவது திரும்பிப் பார்க்கக் கூடவில்லை.."

"தேவி! தாங்கள் சோழ நாட்டுத் தனாதிகாரி பெரிய பழுவேட்டரையாரின் தர்மபத்தினி..."

"அதாவது கிழவனைக் கல்யாணம் செய்து கொண்டவள் என்று என்னைப் பரிகசிக்கிறீர்; இல்லையா?"

"ஐயோ! தங்களை நான் பரிகசித்தால் கொடிய நகரத்துக்குப் போவேன்..."

"வேண்டாம், வேண்டாம்! எது எப்படியிருந்தாலும் சரி; பழுவேட்டரையரின் 'தர்ம பத்தினி' என்று என்னைக் குறிப்பிட வேண்டாம், நான் அவருடைய மனைவியே அல்ல..."

"ஐயோ! இது என்ன சொல்கிறீர்கள்?"

"உண்மையைத்தான் சொல்கிறேன். பலவந்தமாக ஒரு பெண்ணைப் பிடித்துக் கொண்டு வந்து வைத்திருந்தால், அவள் மனைவி ஆகிவிடுவாளா?"

"தேவி! தாங்கள் தமிழ் நாட்டுப் பெண் குலத்தில் வந்தவர். பெண் குலத்தின் தர்மத்துக்கு மாறாகத் தாங்கள் எதுவும் செய்ய மாட்டீர்கள்!"

"பெண் குலத்தில் தர்மத்தை நான் அறிந்துதானிருக்கிறேன். பழந்தமிழ் நாட்டுப் பெண்கள் மனத்தினால் யாரைக் காதலித்தார்களோ, அவரையே கணவனாகக் கொண்டார்கள். பலவந்த மணத்துக்கு அவர்கள் உடன்படுவதில்லை!"

"ஆனால் தாங்கள்..."

"நீர் சொல்லப் போவது எனக்குத் தெரியும். பழுவேட்டரையருடைய பலவந்த மணத்துக்கு நான் எப்படி உடன் பட்டேன் என்று கேட்கிறீர். ஒரு முக்கிய நோக்கத்துக்காகவே உடன்பட்டேன். பழந்தமிழ் நாட்டுப் பெண்களுக்கு மற்றொரு சிறப்பியல்பும் உண்டு. அவர்கள் தங்களுக்கு இழைக்கப்பட்ட அநீதிக்குப் பழி வாங்கியே தீருவார்கள். ஐயா! நீர் எனது காதல் நிறைவேறுவதற்குத்தான் உதவி செய்யவில்லை. என் விரோதிகள் மீது பழி வாங்குவதற்காவது உதவி செய்வீரா?"

கடைசியாக நந்தினி கூறிய மொழிகள் ஏககாலத்தில் வந்தியத்தேவனுடைய நெஞ்சை வஜ்ராயுதத்தினால் பிளப்பது போலவும், அவன் தலையில் திடீரென்று பேரிடி விழுவது போலவும் அவனைத் திணறித் திண்டாடச் செய்தன.

"தேவி! தேவி! இது என்ன?... காதலாவது? பழியாவது? எனக்கும் தங்கள் காதலுக்கும் என்ன சம்பந்தம்? காதலுக்கும் பழி வாங்குவதற்கும் என்ன சம்பந்தம்?..."

"சம்பந்தம் உண்டு; ஆனால் அதைப் பற்றி சொல்வதற்கு இப்போது நேரம் இல்லை. அதோ, இளவரசரும் மணிமேகலையும் நெருங்கி வந்து கொண்டிருக்கிறார்கள். நாளை நள்ளிரவு நேரத்தில் நான் இருக்கும் அறைக்குத் தனியாக வந்தால் சொல்லுகிறேன்..."

"அது எப்படிச் சாத்தியம், தேவி! தாங்கள் அந்தப்புரத்தில் இருக்கிறீர்கள். நான் எப்படி அங்கே நள்ளிரவில் தனியாக வர முடியும்?"

"அதே அந்தப்புர அறையிலிருந்தும் ஒரு நாள் நீர் யாரும் அறியாமல் தப்பித்துக் கொண்டு செல்லவில்லையா? போன வழியாகவே அங்கே திரும்பி வரலாம் அல்லவா? உமக்கு மனம் மட்டும் இருந்தால்..."

வந்தியத்தேவனுடைய திகைப்பு இப்போது பரிபூரணமாகிவிட்டது. ஆனால் நந்தினியின் முகத்தில் எவ்வித மாறுதலும் இல்லை. எப்போதும் போலப் புன்னகை தவழ்ந்தது.

ஓஓ

45. "நீ என் சகோதரி!"

நந்தினியும் வந்தியத்தேவனும் நின்ற இடத்தை அணுகி இளவரசரும் மணிமேகலையும் வந்து சேர்ந்தார்கள்.

அருகில் வரும் வரையில் இளவரசர் வந்தியத்தேவனை நோக்கிய வண்ணம் வந்தார். கிட்ட வந்ததும் நந்தினியை ஏறிட்டுப் பார்த்தார். அவளுடைய ஒரு கன்னத்திலும் ஒரு தோளிலும் சிவந்த கோடுகள் போன்ற காயங்களிலிருந்து இரத்தம் கசிவதைக் கண்டார்.

"ஐயோ! உங்களை அந்தப் பாழாய்ப்போன புலி காயப்படுத்திவிட்டதா, என்ன?" என்றான்.

"ஆம், ஐயா! ஆனால் அந்தப் புலி என் உடம்பைத்தான் காயப்படுத்தியது; நெஞ்சிலே காயம் உண்டாக்கவில்லை!"

இந்த வார்த்தைகள் கரிகாலருடைய நெஞ்சிலே பாய்ந்தன. அவர் மேலே எதுவும் சொல்லுவதற்குள் மணிமேகலை நந்தினியின் அருகில் பதட்டத்துடன் சென்று, "ஆம், அக்கா! நன்றாய்க் கீறி விட்டிருக்கிறதே! நல்ல வேளையாக அஞ்சனம் கொண்டு வந்திருக்கிறேன். வாருங்கள், போட்டு விடுகிறேன்! உடனே போட்டால் காயம் சீக்கிரம் குணமாகிவிடும்!" என்றாள்.

"தங்காய்! இந்த மாதிரி காயங்கள் எனக்குச் சர்வசாதாரணம் எத்தனையோ காயங்கள் பட்டு ஆறியிருக்கின்றன. நெஞ்சில் படும் காயத்தை ஆற்ற ஏதாவது அஞ்சனம் இருக்கிறதா, சொல்!" என்றாள்.

"ஓ! இருக்கிறது, அக்கா! அதுவும் இருக்கிறது!" என்று மணிமேகலை சொல்லிவிட்டு நந்தினியைக் கையைப் பிடித்து அழைத்துக் கொண்டு பளிங்கு மண்டபத்துக்குச் சென்றாள்.

இளவரசரும் வந்தியத்தேவனும் சிறிது பின்னால் சென்று மண்டபத்துக்கு அருகில் ஒரு விசாலமான மாமரத்தின் அடியில் அமைந்திருந்த சலவைக் கல் மேடையில் அமர்ந்தார்கள்.

"ஐயா! எவ்வளவு சீக்கிரம் இங்கிருந்து போகிறோமோ அவ்வளவுக்கு நல்லது! அதிக நேரம் தங்கினால் கந்தமாறனும் அவன் தந்தையும் ஏதாவது தவறாக எண்ணிக் கொள்ளலாம்" என்றான் வந்தியத்தேவன்.

"யார் வேணுமானாலும் தவறாக எண்ணிக் கொள்ளட்டும். நம் தலையை வாங்கிவிடுவார்களா, என்ன? இந்தப் பெண்கள் நம்மைப் பற்றித் தவறாக எண்ணிக் கொள்ளாமலிருந்தால் போதும். அவர்கள் வந்ததும் சொல்லிக் கொண்டு புறப்படலாம்" என்றார் இளவரசர்.

சற்று நேரத்துக்கெல்லாம் நந்தினியும் மணிமேகலையும் புதிய ஆடைகள் அணிந்து அலங்கரித்துக் கொண்டு வந்தார்கள். நந்தினியின் கன்னத்திலும் தோளிலும் இரத்தக் காயம் தெரியாதபடி அஞ்சனம் தடவியிருந்தது.

"உங்களிடம் விடை பெற்றுக் கொண்டு போவதற்காகக் காத்திருந்தோம்" என்றார் கரிகாலர்.

"நன்றாயிருக்கிறது; உச்சி வேளைக்கு மேலாகிவிட்டது எங்களுடன் இருந்து உணவருந்திவிட்டுத்தான் போக வேண்டும். இந்த நேரத்தில் உங்களைப் போக விட்டுவிட்டால், சம்புவரையர் மகள் என்னை மன்னிக்கவே மாட்டாள்" என்றாள் பழுவூர் ராணி.

"ஒரு நிபந்தனையின் பேரில் இருக்கிறோம்; உங்களுடைய காயத்துக்கு அஞ்சனம் தடவியிருக்கிறாள் மணிமேகலை. நெஞ்சத்தின் காயத்துக்கும் ஏதோ அஞ்சனம் இருக்கிறது என்று சொன்னால் அல்லவா? அது என்ன அஞ்சனம் என்பதைத் தெரிவித்தால் இருக்கிறோம்" என்றார் கரிகாலர்.

"அவளைக் கேட்காமல் நாமே அதை ஊகித்துச் சொல்லப் பார்க்கலாமே?" என்றாள் நந்தினி.

"ஒருவேளை காலப்போக்கினால் ஏற்படும் மறதியைச் சொல்லியிருக்கலாம்" என்றார் கரிகாலர்.

"அதுவாக இருக்க முடியாது; காலப்போக்கினால் மாறாத நெஞ்சுப் புண்ணும் உண்டு அல்லவா?" என்றாள் நந்தினி.

"பெண்களின் விஷயத்தில் நெஞ்சுப் புண்ணுக்கு ஒரு நல்ல அஞ்சனம் இருக்கிறது! அதுதான் கண்ணீர்!" என்றான் வந்தியத்தேவன்.

"பெண்களைக் கேவலப்படுத்தச் சந்தர்ப்பம் எப்போது கிடைக்கும் என்று வல்லத்து இளவரசர் காத்திருந்தார்; ஆனால் அவர் சொல்வது சரியல்ல. சில விதமான நெஞ்சுக் காயங்கள் ஏற்பட்டு விட்டால் கண்ணீர் விடும் சக்தியே போய்விடுகிறது. பிறகு அது அஞ் சனமாக எவ்விதம் பயன்படக்கூடும்?" என்றாள் நந்தினி.

"நாங்கள் இருவரும் சொன்னது சரியில்லையென்றால், நீங்கள் உங்கள் ஊகத்தைச் சொல்லுங்கள்?" என்றான் வந்தியத்தேவன்.

"அதற்கென்ன, சொல்கிறேன்; தங்காய்! நீ குறிப்பிடும் அஞ்சனம் செவியின் மூலமாக நெஞ்சுக்குப் போவதல்லவா? யாழிலும், குழலிலும், இனிய குரலிலும் எழும் இன்னிசையைத் தானே நெஞ்சின் காயத்துக்கு அஞ்சனம் என்று சொல்கிறாய்?" என்றாள் நந்தினி.

"ஆம், அக்கா! உங்களுக்கு எப்படித் தெரிந்தது?" என்று மணிமேகலை கேட்டாள்.

"நான்தான் மந்திரக்காரி என்று சொல்லியிருக்கிறேனே? பிறர் மனத்தில் உள்ளதை அறியும் சக்தி எனக்கு உண்டு. ஐயா! நீங்கள் இருவரும் இன்னிசையின் அந்த அபூர்வ சக்தியை ஒப்புக் கொள்கிறீர்களா?" என்று நந்தினி கேட்டாள்.

"ஆம், ஆம்! அதை ஊகிக்க முடியாமற் போனது எங்கள் தவறு என்பதையும் ஒப்புக் கொள்கிறேன். மணிமேகலை இசைக் கலையில் தேர்ந்தவள் என்றும் நன்றாக யாழ் வாசிப்பாள் என்றும் கந்தமாறன் கூறியதும் நினைவு வருகிறது" என்றார் கரிகாலர்.

"தமையன் என்றால் இப்படியல்லவா இருக்க வேண்டும்? தங்கையின் புகழை யாரிடமாவது சொல்லாத நாளெல்லாம் கடம்பூர் இளவரசருக்குப் பிறவாத நாள் போலிருக்கிறது. மணிமேகலையின் இசைத்திறனைப் பற்றி அவர் கூறியது உண்மைதான். மணிமேகலை யாழ் கூட எடுத்து வந்திருக்கிறாள். கானவித்தையின் மகிமை அறியாத என்னை மட்டும் வைத்துக் கொண்டு பாட வேண்டிய நிர்பந்தம் நல்ல வேளையாக அவளுக்கு இன்று இல்லை. ஐயா! பேதைப் பெண்களாகிய எங்களை இன்று புலிக்கு உணவாகாமல் காப்பாற்றினீர்கள். அதற்கு நன்றி நாங்கள் செலுத்த வேண்டாமா? எங்களுடன் உணவருந்திவிட்டு, மணிமேகலையின் இசை அமுதையும் அருந்திவிட்டுத்தான் போக வேண்டும்" என்று வற்புறுத்தினாள் நந்தினி.

வந்தியத்தேவன் அதற்கு இணங்க வேண்டாம் என்று இளவரசருக்குச் சமிக்ஞை செய்தான். அதை அவர் கவனிக்கவே இல்லை. "இளவரசிகளின் சித்தம் எங்கள் பாக்கியம்" என்றார் கரிகாலர்.

"மணிமேகலை! உன் மனோரதம் நிறைவேறிவிட்டது. சமையல் ஆகிவிட்டதா என்று போய்ப் பார்! இல்லாவிடில், சற்று துரிதப்படுத்து" என்று ஏவினாள் நந்தினி.

மணிமேகலை உடனே எழுந்து சமையல் நடந்த இடத்தை நோக்கிச் சென்றாள். அதே சமயத்தில் வந்தியத்தேவனும் எழுந்து நின்று கொண்டு சுற்றும் முற்றும் பார்த்தான்.

அதை நந்தினி கவனித்துவிட்டு, "சற்று முன் பிறருடைய மனத்தில் உள்ளதை அறியும் மந்திர சக்தி எனக்கு உண்டு என்று சொன்னேன் அல்லவா! அதை இப்போது பரீட்சை பார்க்க விரும்புகிறேன். வல்லத்து இளவரசரின் மனத்தில் இப்போதுள்ள எண்ணத்தைச் சொல்லட்டுமா?" என்று கேட்டாள்.

கரிகாலர் சிரித்துக்கொண்டே "சொல்லுங்கள் பார்க்கலாம்!" என்றார்.

"அந்தப் புலியைக் கொன்று இந்தப் பெண்களைக் காப்பாற்றியது பெருந்தவறு என்று பச்சாதாபப்பட்டுக் கொண்டிருக்கிறார். இவர்கள் இருவரும் அந்தப் புலியின் வயிற்றுக்குள் போயிருந்தால் மிக்க நன்றாயிருக்கும் என்று எண்ணமிடுகிறார்!"

கரிகாலர் மேலும் சிரித்துக் கொண்டே, "நண்பா! நீ இப்படி எண்ணமிடுகிறாயா?" என்று கேட்டார்.

"இல்லை, ஐயா! அப்படி நான் எண்ணவில்லை. ஆனால் புலியைப் பற்றியும் இவர்களைப் பற்றியும் எண்ணியது உண்மைதான். இவர்களிடம் அகப்பட்டுக் கொண்ட புலி எப்படி உயிரோடு தப்பிப் பிழைத்தது என்று ஆச்சரியப்பட்டுக் கொண்டிருக்கிறேன்!" என்றான்.

"என்ன, தம்பி! உளறுகிறாய்? புலி தப்பிப் பிழைத்ததா? மறுபடியுமா? செத்த புலியின் உடல் தண்ணீரில் மிதந்ததே! அது எங்கே?" என்று இளவரசரும் எழுந்து நின்று கேட்டார்.

"அதோ பாருங்கள்!" என்று வந்தியத்தேவன் சுட்டிக் காட்டினான்.

அவர்கள் இருந்த இடத்திலிருந்து கூப்பிடு தூரத்தில் மரக்கிளைகளின் இடையில் தண்ணீர்க் கரை தெரிந்தது. அங்கே இளவரசிகள் வந்த படகு கட்டிப் போட்டிருந்தது. அந்தப் படகின் முனையை முன்னங்கால்களினால் பற்றிக் கொண்டு சிறுத்தை படகில் ஏற முயன்று கொண்டிருந்தது.

"ஆகா! இந்தப் புலியின் உயிர் வெகு கெட்டி!" என்றார் கரிகாலர்.

"ஐயா! வாருங்கள், போய் அதைக் கொன்றுவிட்டு வரலாம். காயம் பட்ட புலியை உயிரோடு விடுவது தவறு!" என்றான் வல்லவரையன்.

"வாணர் குலத்து வீரரே! நீங்கள் இரண்டு வீரர்கள் ஒரு காயம் பட்ட புலிக்காக ஏன் சிரமப்பட வேண்டும்? மணிமேகலையைக் கூப்பிடுகிறேன். அவள் தன் கையில் உள்ள சிறிய கத்தியினால் புலியைக் கொன்றுவிட்டு வருவாள்!" என்றாள் நந்தினி.

"பார்த்தாயா, நண்பா! பழுவூர் ராணி நமது வீர தீரத்தைக் குறித்து அவ்வளவு பெருமதிப்பு வைத்திருக்கிறார். நானும் வரவேண்டுமா? நீ மட்டும் போய் வருகிறாயா?" என்றார் கரிகாலர்.

"அல்லது மணிமேகலையை அனுப்பலாமா?" என்றாள் நந்தினி.

"மணிமேகலையை அனுப்பலாம் ஆனால் அந்தப் பெண் ஒருவேளை காயம்பட்ட புலிக்கும் அஞ்சனம் தடவிப் பிழைக்க வைத்துக் கொண்டு வந்து விட்டால் என்ன செய்கிறது?" என்று வந்தியத்தேவன் முணுமுணுத்தான்.

"என்ன யோசிக்கிறாய்?" என்றார் இளவரசர்.

"காயம்பட்ட புலியின் தலையை வெட்டிக் கொண்டு வந்து பழுவூர் அரசியின் காலடியில் சமர்ப்பிக்கலாமா என யோசிக்கிறேன். அப்போதாவது அவர் திருப்தியடைகிறாரா, பார்க்கலாம்" என்று சொல்லிவிட்டு வந்தியத்தேவன் விடுவிடு என்று நடந்தான்.

"அந்த மூடன் சொன்னதைக் கேட்டீர்களா? காயம்பட்ட புலியின் தலையை வெட்ட ரொம்ப வீரம் வேண்டுமா?" என்று கரிகாலர் கேட்டுக் கொண்டே சிரிக்கத் தொடங்கியவர், நந்தினியின் முகத்தைப் பார்த்து விட்டுப் பாதியில் சிரிப்பை நிறுத்தினார்.

"அதைப் பற்றித் தாங்கள் அல்லவோ அபிப்ராயம் சொல்ல வேண்டும்?" என்றாள் நந்தினி.

கரிகாலர் தேகமெல்லாம் சிலிர்த்தது. தழுதழுத்த குரலில், "நந்தினி! கந்தமாறனிடம் நீ ஓலை கொடுத்து அனுப்பினாய். அதனாலேதான் நான் இவ்விடம் வந்தேன். இல்லாவிட்டால் வந்திருக்க மாட்டேன்" என்றார்.

"என் வேண்டுகோளுக்கு இத்தனை காலங்கழித்தாவது மதிப்புக் கொடுத்தீர்களே! மிக்க வந்தனம்!" என்றாள் நந்தினி.

"சென்று போனதையெல்லாம் நீ மறந்துவிட்டாய் என்று நினைத்தேன். அதனாலேதான் ஓலை அனுப்பினாய் என்று கருதினேன்..."

"சென்றதையெல்லாம் மறக்க முடியுமா, ஐயா! நீங்கள் எல்லாவற்றையும் மறந்து விட்டீர்களா?..."

"மறக்க முடியாதுதான் என்னாலும் மறக்கமுடியவில்லை! நீ கண்ணும் கண்ணீருமாக நின்று என்னிடம் ஒரு வரம் கேட்டாய். அதை நான் கொடுக்கவில்லை. அந்தச் சமயம் ஏதோ வெறி கொண்டிருந்தேன். அதையெல்லாம் நான் இன்னமும் மறக்கவில்லைதான். ஆனால் எதற்காக ஓலை கொடுத்து அனுப்பினாய்? எதற்காக என்னை இவ்விடம் வரச் சொன்னாய்?" என்று கேட்டார் இளவரசர்.

"ஐயா! தஞ்சாவூருக்குத் தாங்கள் மூன்று ஆண்டுகளாக வரவில்லை. நோய்ப்பட்டிருக்கும் தங்கள் தந்தையைப் பார்க்கவும் வரவில்லை..."

"அவர் எனக்கு மட்டும் தந்தை அல்ல, நந்தினி!..."

"ஆம், இளைய பிராட்டிக்கும் தந்தைதான்! பொன்னியின் செல்வருக்கும் தந்தைதான்! ஆயினும் தங்களைப் பார்க்காதது தான் தங்கள் தந்தைக்குப் பெருங்குறையாக இருக்கிறது. தாங்கள் வராமைக்குக் காரணம் நான் என்று சக்கரவர்த்தியிடம் யாரோ சொல்லியிருக்கிறார்கள். அதனால் அவர் என்னைப் பார்ப்பதே கிடையாது. ஐயா! எனக்கு ஏற்கெனவே தாங்கள் செய்த தீங்கெல்லாம் போதாதா? இந்தப் பழி வேறு எனக்கு ஏற்பட வேண்டுமா?..."

"ஆனால் அது உண்மைதானே? உன் காரணமாகத் தான் தஞ்சைக்கு நான் வரவில்லை.."

"அப்படியானால், நான் தஞ்சையை விட்டுப் போய் விடுகிறேன். தாங்கள் தஞ்சைக்கு வந்து, தங்கள் தந்தையின் சிம்மாசனத்தில் அமர்ந்து மணிமகுடம் சூட்டிக்கொண்டு..."

"நந்தினி! அது ஒரு நாளும் நடவாத காரியம். எனக்குச் சிம்மாசனத்தில் இப்போது ஆசை இல்லை. மதுராந்தகத்தேவன் சிம்மாசனத்தில் அமர்ந்து சாம்ராஜ்யத்தின் மணிமகுடத்தைச் சூட்டிக் கொண்டு இராஜ்யம் ஆளட்டும்..."

"ஐயா! மதுராந்தகரைத் தங்களுக்கு நன்றாகத் தெரியும். அவரால் இந்தப் பெரிய சாம்ராஜ்யத்தை ஒரு நாளேனும் ஆளமுடியுமா?"

"அவனால் ஆள முடியாவிட்டால், அவனுக்கு உதவி செய்யப் பழுவேட்டரையர்கள் இருக்கிறார்கள்; நீயும் இருக்கிறாய்..."

"ஐயா! தங்கள் விருப்பம் இப்போது நன்றாய் எனக்குத் தெரிகிறது. நான் தஞ்சையிலிருந்து, பழுவூர் அரண்மனையிலிருந்து, போய்விடுகிறேன்... தாங்கள் தஞ்சைக்கு வந்து..."

"இல்லை, இல்லை! நீ தவறாக எண்ணுகிறாய்! எனக்கு அந்த எண்ணமே கிடையாது. உனக்கு நான் முன்னம் செய்த குற்றமெல்லாம் போதும். பழுவூர் அரண்மனையிலிருந்து உன்னைத் துரத்திய பாதகத்தையும் நான் சேர்த்துக் கட்டிக் கொள்ள வேண்டாம்..."

"ஐயா! நாம் இருவரும் தஞ்சையில் இருக்க முடியாதா? அந்தப் பெரிய நகரில் நாம் இரண்டு பேரும் இருக்க இடம் இல்லையா? ஒருவரையொருவர் பார்க்க வேண்டிய அவசியம் கூட இல்லையே?"

"பார்க்க வேண்டிய அவசியமில்லாமலிருக்கலாம் ஆனால் மனத்தில் நினைக்காமல் இருக்க முடியுமா? சற்று முன் நீதான் சொன்னாய்! சென்று போனதையெல்லாம் மறக்க முடியாது என்று, உன் நெஞ்சத்திலுள்ள காயத்தைப் பற்றியும் சொன்னாய். என் நெஞ் சத்திலும் காயம் பட்டிருக்கிறது என்னாலும் மறக்க முடியவில்லை."

"மறக்க முடியாமல் இருக்கலாம்; ஆனால் மன்னிக்க முடியாதா? நான் செய்த குற்றங்களை இத்தனை காலம் கழித்த பிறகும் மன்னிக்க முடியாதா?"

நந்தினி! நான் மன்னிக்கும்படியாக நீ ஒரு குற்றமும் செய்யவில்லை. குற்றம் செய்தவன் நான்; உன்னிடம் மன்னிப்புக் கேட்க வேண்டியவன் நான். காஞ்சியிலிருந்து புறப்பட்ட போதுகூட உன்னிடம் மன்னிப்புக் கேட்டுப் பெறலாம் என்ற எண்ணத்துடன் கிளம்பினேன். ஆனால் வழியில் நான் அறிந்த ஒரு செய்தி உன்னிடம் மன்னிப்புக் கேட்கவே என்னைத் தகுதியற்றவன் ஆகிவிட்டது."

"கோமகனே! தாங்கள் என்னிடம் மன்னிப்புக் கேட்பது எந்த வகையிலும் தகுதியற்றதுதான். தாங்கள் புவி ஆளும் சக்கரவர்த்தியின் திருக்குமாரர், நான் பெற்ற தாய் தந்தையரால் கைவிடப்பட்ட அநாதைப் பெண்..."

"இல்லை, நந்தினி! நீ அநாதைப் பெண் அல்ல..."

"தனாதிகாரி பழுவேட்டரையர் என்னை மனமுவந்து தம் இளைய ராணியாக அங்கீகரித்தார் ஆனாலும்.."

"அதுமட்டுமல்ல, நந்தினி! எப்படி உன்னிடம் உண்மையைச் சொல்லுவது என்று தயங்குகிறேன்..."

"இந்தப் பேதைப் பெண்ணிடம் தாங்கள் எதை வேண்டுமானாலும் தயங்காமல் சொல்லலாம். வழியோடு போகிறவர்கள் எல்லாரும் என்னிடம் ஏதேதோ சொல்லத் துணிகிறார்கள். என்னை வம்புக்கு இழுத்து அவமதிக்கிறார்கள்..."

"நந்தினி! இனி அவ்விதம் யாரேனும் நடந்து கொண்டால் என்னால் ஒரு கணமும் பொறுக்க முடியாது. நீ சொல்ல வேண்டியதுதான் அவனை உடனே யமனுலகுக்கு அனுப்பி விட்டு மறு காரியம் பார்ப்பேன்..."

"எப்போதும் என்னிடம் தாங்கள் அத்தகைய கருணைகாட்டி வந்திருக்கிறீர்கள். பழையாறை இளைய பிராட்டியோடு கூட எனக்காகச் சிறு பிராயத்தில் சண்டை பிடித்திருக்கிறீர்கள் அவர் தங்கள் சகோதரி..."

"நந்தினி! நீயும் என் சகோதரி தான்! இளைய பிராட்டியைப் போல நீயும் என் சகோதரி; நான் உன் சகோதரன்!"

"கோமகனே! நான் இன்னொருவரை மணந்ததிலிருந்து என்னைத் தங்கள் சகோதரியாகப் பாவிக்கிறீர்கள். அது தங்கள் குலத்தின் பெருமைக்கு உகந்ததுதான். ஆனால் சக்கரவர்த்தியின் திருக்குமாரரை, மூவுலகும் ஆளப் பிறந்தவரை, நான் எவ்வாறு என் சகோதரராகக் கருத முடியும்...?"

"நான் சொல்வதை நீ சரியாகப் புரிந்து கொள்ளவில்லை நந்தினி! உண்மையாகவே நீ என் சகோதரி; மூவுலகும் ஆளும் சக்கரவர்த்தியின் திருக்குமாரி...!"

இதைக் கேட்ட நந்தினி கலகலவென்று சிரித்தாள்.

"தங்களுடைய சித்தம் குழம்பியிருக்கிறதா, எனக்குத்தான் பைத்தியம் பிடித்திருக்கிறதா, தெரியவில்லை!" என்று கூறினாள்.

"சித்தப்பிரமையும் இல்லை! பைத்தியமும் இல்லை."

"அப்படியானால், இந்தப் பேதையைப் பரிகாசம் செய்கிறீர்களா?"

"என்னைப் பார்த்துச் சொல், நந்தினி! உண்மையாகவே உன்னைப் பரிகசிப்பவனாகத் தோன்றுகிறதா?"

"ஐயா! தாங்கள் என் முகத்தைப் பார்த்துச் சொல்லுங்கள்! என்னைப் பார்த்தால், சக்கரவர்த்தியின் திருக்குமாரி என்று தோன்றுகிறதா? இராஜ குலத்தின் இலட்சணம் என் முகத்திலே விளங்குகிறதா?"

"நந்தினி! நீ ஐந்து வயதுப் பெண்ணாக இருந்தது முதல் உன் முகத்தை பார்த்திருக்கிறேன். உன் முகத்தில் ஜொலித்த இணையில்லாத சௌந்தரியத்தைக் கண்டு வியந்திருக்கிறேன். அதற்குக் காரணம் மட்டும் இப்போதுதான் தெரிந்தது. காஞ்சியிலிருந்து புறப்பட்ட பிறகு நடுவழியிலேதான் தெரிந்தது. சோழ குலத்தில் வாழ்க்கைப்பட்டவர்களிலே வைதும்பராஜன் மகள் கல்யாணிக்கு இணையான அழகுடையவர் யாரும் இல்லை என்பது உலகப் பிரசித்தம். அவர் என் பாட்டி; இன்னமும் பழையாறையில் உயிரோடு இருந்து வருகிறார். எழுபது வயது ஆன பிறகும் அவர் முகத்தில் விளங்கும் தெய்வீகமான அழகு கண்களைக் கூசச் செய்யும். அவருடைய அழகெல்லாம் இப்போது உன்னிடந்தான் தஞ்சம் புகுந்திருக்கிறது. அது என்னிடம் இல்லை; இளைய பிராட்டியிடம் இல்லை, அருள்மொழியிடமும் இல்லை. என் தந்தையின் மூலமாக உன்னிடத்தேதான் வந்திருக்கிறது..."

"ஐயா! இது என்ன சொல்கிறீர்கள்? உண்மையிலேயே எனக்குச் சித்தக் கோளாறுதான் போலிருக்கிறது. அல்லது என் காதுகளில் ஏதேனும் கோளாறு இருக்க வேண்டும்..."

"இல்லை, நந்தினி இல்லை! சித்தக் கோளாறும் இல்லை; உன் காதிலே கோளாறும் இல்லை; நீ என் தந்தையின் மகள்; ஆகையால் என் சகோதரி! சக்கரவர்த்தி என் அன்னையை மணப்பதற்கு முன்னால் ஈழ நாட்டைச் சேர்ந்த ஒரு தீவிலே ஒரு மாதரசியைக் காதலித்துக் காந்தர்வ மணம் புரிந்து கொண்டார். அவளுடைய புதல்வி நீ, ஆகையால் என் சகோதரி!" என்று கரிகாலர் ஆதுரம் ததும்பிய குரலிலே கூறினார்.

நந்தினி பெருந்திகைப்பு அடைந்தவள் போலச் சிறிது நேரம் ஆதித்த கரிகாலரைப் பார்த்துக் கொண்டிருந்தாள். பிறகு அவளுடைய முகத்தில் தெளிவு தோன்றியது.

"ஐயா! இந்தச் செய்தியைத்தானா தாங்கள் காஞ்சியிலிருந்து புறப்பட்ட பிறகு அறிந்தீர்கள்?" என்று கேட்டாள்.

"ஆம் நந்தினி! அதை அறிந்ததும் ஏற்கெனவே விளங்காமலிருந்த பல விஷயங்கள் எனக்கு விளங்கின."

"கோமகனே! தங்களுக்கு இந்தச் செய்தியை வழியிலே சொன்னவர் யார்? வல்லத்து இளவரசரா?"

"அவன்தான்! ஆனால் அவனாகச் சொல்லவில்லை. இளைய பிராட்டி குந்தவை அவனிடம் சொல்லி அனுப்பினாள்!"

"ஆகா! தங்களையும் என்னையும் பிரித்து வைப்பதற்கு ஆதிநாளிலிருந்து எத்தனையோ சூழ்ச்சி செய்து வந்திருக்கிறார்கள். இன்னமும் அவர்களுடைய சூழ்ச்சிகள் முடிந்தபாடில்லை."

"நீ நினைப்பது தவறு நந்தினி! இதில் சூழ்ச்சி ஒன்றுமில்லை. சிறு பிராயத்தில் உன்னையும் என்னையும் பிரித்து வைப்பதற்குப் பெரிய பிராட்டி செம்பியன் மாதேவி செய்த முயற்சிகள் எனக்குப் புரியாமலிருந்தன. அதற்காக அளவில்லாத கோபம் அடைந்தேன். அவர் எவ்வளவு பயங்கரமான விபத்திலிருந்து நம்மைத் தடுத்துக் காப்பாற்றினார் என்று இப்போதுதான் தெரிகிறது. ஆனால் உண்மையை அவர்கள் அப்போதே சொல்லியிருக்கலாம். சொல்லாத காரணத்தினால் உனக்குப் பெரும் அநீதி செய்தார்கள்; எனக்கும் தீங்கு செய்துவிட்டார்கள்; போனது போகட்டும். சென்றதையெல்லாம் நாம் இருவரும் மறந்து விடுவோம்; மறக்க முடியாவிட்டாலும் மன்னித்து விடுவோம்..."

"ஐயா! வல்லத்து இளவரசர் வழியில் தங்களைச் சந்தித்து இந்தக் கதையை மட்டுந்தான் சொன்னாரா? இன்னும் ஏதாவது சொன்னாரா?" என்று நந்தினி கேட்டாள்.

"கதை என்று ஏன் கூறுகிறாய், நந்தினி! உனக்கு நம்பிக்கை இல்லையா?" என்றார் ஆதித்தகரிகாலர்.

"தாங்கள் கூறிய செய்தி அவ்வளவு எளிதாக நம்பக் கூடியதா? சக்கரவர்த்தியின் குமாரியாகப் பிறந்து நான் இந்தக் கதியை அடைந்திருக்க முடியுமா? இவ்வளவு கொடுமையான துன்பங்களுக்கு உள்ளாகியிருக்க முடியுமா? வந்தியத்தேவன் கூறியது

உண்மையாகவே இருக்கட்டும். இது மட்டுந்தான் அவர் சொன்னாரா? வேறு ஒன்றும் சொல்லவில்லையா?" என்றாள் நந்தினி.

கரிகாலர் சிறிது தயங்கிவிட்டு, "ஆம்; இன்னொரு செய்தியும் சொன்னான். நீ பாண்டிய நாட்டுச் சதிகாரர்களோடு சேர்ந்திருப்பதாகச் சொன்னான். சோழர் குலத்தையே கருவறுத்து விடக் கங்கணம் கட்டிக் கொண்டிருப்பதாகச் சொன்னான். அதற்காக, பிடியில் மீன் சின்னம் உள்ள கொலைவாள் ஒன்றை நீ வைத்துப் பூஜித்து வருவதாகவும் சொன்னான். கொள்ளிடக்கரைக் காட்டில் பள்ளிப்படையின் அருகில் யாரோ ஒரு சிறுவனை வைத்து மணிமகுடம் சூட்டியதாகவும் கூறினான். நந்தினி! அதையெல்லாம் நீ இனி மறந்துவிடு! சோழர் குலத்தின் பெருமைக்கெல்லாம் என்னைப் போல் உரிமையுள்ளவள் நீ. சுந்தர சோழ சக்கரவர்த்தியின் புதல்வி. எங்கள் அருமைச் சகோதரி. உனக்கு இதுவரை செய்த அநீதிகளுக்கெல்லாம் பரிகாரம் செய்வதே எனது முதற் கடமையாக இனி வைத்துக் கொள்வேன்..."

"ஐயா! இவ்வளவையும் தாங்கள் நம்புகிறீர்கள் அல்லவா? அப்படியிருக்கும்போது, கடம்பூருக்கு வந்து இத்தனை நாள் வரையில் காத்திருந்ததேன்? முன்னாடியே என்னைச் சந்தித்துப் பேச ஒரு முயற்சியும் செய்யாதது ஏன்?"

"என் மனத்தில் ஏற்பட்டிருந்த குழப்பந்தான் காரணம். நம்முடைய புதிய உறவை என் மனதில் நிலைப்படுத்திக் கொள்ள அவகாசமும் வேண்டியிருந்தது. எல்லாவற்றையும் விளக்கமாகச் சொல்லத் தக்க சந்தர்ப்பத்தையும் எதிர்பார்த்துக் கொண்டிருந்தேன். பலர் முன்னிலையில் சொல்லக்கூடிய செய்தியா இது? அதிர்ஷ்டவசமாக, ஒரு காட்டுப்பன்றியும் ஒரு சிறுத்தைப் புலியும் இன்றைக்கு அத்தகைய சந்தர்ப்பத்தை எனக்கு ஏற்படுத்திக் கொடுத்தன..."

நந்தினி குறுக்கிட்டு, "ஐயா! காட்டு மிருகங்கள் பொல்லாதவைதான்! ஆனால் மனிதர்களைப் போல் அவ்வளவு கொடுமை செய்யக் கூடியவை அல்ல. இது இன்றைக்குத்தான் எனக்கு நன்கு தெரிந்தது" என்றாள்.

"சகோதரி! சென்று போனதையெல்லாம் மறக்க முடியுமா என்று சற்று முன்னால் நீ சொன்னாய். அதை நானும் ஒப்புக் கொண்டேன். மறக்க முடியாவிட்டாலும் மன்னிக்க வேண்டுமென்று கேட்டுக் கொண்டேன். அதற்கு நீ மறுமொழி சொல்லவில்லை."

"கோமகனே! தாங்கள் இதற்கு முன்னால் எனக்குச் செய்த துரோகங்கள், குற்றங்கள் எல்லாவற்றையும் மன்னித்து விடுவேன்; ஒருவேளை மறந்தும் விடுவேன். ஆனால் இன்றைக்குச் செய்த துரோகத்தை என்றைக்கும் மறக்கவும் முடியாது; மன்னிக்கவும் முடியாது..."

"ஐயோ! இன்றைக்கு நான் என்ன செய்தேன்? நான் அறிந்து ஒரு துரோகமும் உனக்குச் செய்யவில்லையே?"

"சொல்லுகிறேன் அதோ வருகிறானே, அந்த தூர்த்தனைப் பாருங்கள்!"

"வல்லவரையனையா சொல்கிறாய்?"

"ஆமாம்; புலியின் தலையைக் கொண்டு வராமல் வெறுங்கையுடனே வருகிறானே, அவன்தான். ஒருநாள் அவன் தஞ்சையில் என்னைப் பார்த்தான். என்னுடைய பாதம் அவன் பேரில் பட்டால் அதை ஒரு 'பாக்கியமாகக் கருதுவேன்' என்று சொன்னான். அவனை என் காலால் தொட்டு உதைக்கவும் நான் இஷ்டப்படவில்லை. வேலைக்காரர்களை அழைப்பதாகச் சொன்ன பிறகு ஓடி விட்டான். அவனுடைய நீசத்தனமான எண்ணத்துக்கு நான் இணங்காததற்காகத் தங்களிடம் இத்தகைய பயங்கரமான கற்பனைகளைப் புனைந்து சொல்லியிருக்கிறான். நான் விரும்பினால் தங்களுடைய தலையையே கொண்டு வந்து விடுவதாக உறுதி கூறினான். இதையெல்லாம் தங்களிடம் நான் சொல்லி விடப் போகிறேனோ என்று அவனுக்குப் பயம். அதற்காகவே தாங்கள் கடம்பூர் மாளிகைக்கு

வராமல் வழியிலே தடுத்துவிடப் பார்த்தான். அதனாலேயே தங்களுடன் இணைபிரியாமல் சுற்றி வந்து கொண்டிருக்கிறான். அப்படிப்பட்ட நீசன், என் காலினால் தொடுவதற்குக்கூட நான் விரும்பாதவன், அவன் என் உடம்பு முழுவதையும் அணைத்துத் தூக்கிக் கரையேற்றும்படிச் செய்தீர்கள். அதைப் பார்த்துக் கொண்டுமிருந்தீர்கள். இதை நான் மறக்க முடியுமா? அல்லது மன்னிக்கத் தான் முடியுமா?"

இவ்விதம் நந்தினி கண்களில் கோபக்கனல் பொங்கக் கூறி வந்த பயங்கரமான மொழிகளைக் கேட்டுக் கரிகாலருடைய தலை உண்மையிலேயே சுழலத் தொடங்கியது. பளிங்கு மண்டபம், ஏரியின் நீர், காட்டு மரங்கள் எல்லாம் சுழன்றன. சற்று நிதானித்துக் கொண்டு, "சகோதரி! நந்தினி! நீ சொல்வது உண்மையாக இருக்க முடியுமா? எதை நம்புவதென்று எனக்கு மெய்யாகவே தெரியவில்லை. வந்தியத்தேவன் அவ்வளவு நீசனாக இருக்கக் கூடுமா? அவனுக்கு இந்தப் பேதைப் பெண் மணிமேகலையைத் திருமணம் செய்விப்பது என்று சற்று நேரத்துக்கு முன்னால் கூட எண்ணினேனே?" என்றார்.

"ஐயா! நான் சொல்வதை மட்டும் நீங்கள் நம்பிவிட வேண்டாம். எப்போதுமே அவசரப்பட்டுத் தாங்கள் காரியம் செய்து விடுவீர்கள். இந்தத் தடவை அப்படிச் செய்ய வேண்டாம். இரண்டு நாள் பொறுத்திருந்து இவனுடைய நடவடிக்கைகளைக் கவனித்து வாருங்கள். தாங்களே தெரிந்து கொள்வீர்கள்!" என்றாள் நந்தினி.

46. படகு நகர்ந்தது!

வந்தியத்தேவன் ஒரு பக்கத்தில் விரைந்து வந்து கொண்டிருந்தான்.

மற்றொரு புறத்தில் மணிமேகலை, "அக்கா! உணவு சித்தமாயிருக்கிறது!" என்று சொல்லிக் கொண்டு நெருங்கி வந்து கொண்டிருந்தாள்.

கரிகாலர் இருபுறமும் பார்த்துவிட்டு, "நந்தினி, என்னைக் கடம்பூர் மாளிகைக்கு வரவேண்டாம் என்று தடுக்க வந்தியத்தேவன் மட்டும் முயலவில்லை. ஆழ்வார்க்கடியான் என்னும் வைஷ்ணவனும் அதே மாதிரி செய்தியைக் கொண்டு வந்தானே! என் தந்தையின் உயிர் நண்பரும் என் பக்திக்கு உரியவருமான முதன்மந்திரி அநிருத்தரும் சொல்லி அனுப்பினாரே?" என்றார்.

"முதன்மந்திரி அநிருத்தர்! தங்கள் தந்தையின் பிராண சிநேகிதர்! ஆகையினால் தங்கள் தந்தையின் பிராணனைத் தாமே அபகரிக்கப் பார்க்கிறார். தங்களுடைய பக்திக்கு உரியவர்! ஆகையால் தங்களுக்கு அடுத்த பட்டம் இல்லாமற் செய்யப் பார்க்கிறார்..."

"ஏன்? ஏன்?"

"தாங்கள் வெறிபிடித்தவர் என்றும், தெய்வ பக்தி இல்லாதவர் என்றும் அவருக்கு எண்ணம். தங்கள் தம்பிக்குப் பட்டம் கட்டி வைத்து அவனை வீர வைஷ்ணவனாக்கி இந்தச் சோழ நாட்டையே வைஷ்ணவ நாடாக்கிவிட வேண்டுமென்பது அவருடைய விருப்பம்.

தங்களுடைய தம்பி நடுக்கடலில் காணாமற்போனபோது அவருடைய எண்ணத்திலே மண் விழுந்தது!"

"அதற்காக என்னைக் கடம்பூர் வராமல் தடுக்க வேண்டிய அவசியம் என்ன?"

"அவர்களுடைய அந்தரங்கத்தையெல்லாம் தங்களிடம் நான் சொல்லிவிடலாம் அல்லவா?"

"உனக்கு எப்படி அவர்களின் அந்தரங்கம் தெரியும்?"

"ஐயா! அந்த வைஷ்ணவன் ஆழ்வார்க்கடியான் சகோதரி நான் என்பதை மறந்து விட்டீர்கள்..."

"உண்மையாக நீ அவனுக்கு உடன் பிறந்த சகோதரியா? அந்தக் கதையை என்னை நம்பச் சொல்கிறாயா?"

"நானும் அந்தக் கதையை நம்பவில்லை. தங்களை நம்புமாறு சொல்லவும் இல்லை. அவனுடைய தந்தையின் வீட்டில் நான் வளர்ந்து வந்தேன். ஆகையால் என்னைச் சகோதரி என்று அழைத்து வந்தான். என்னை ஆண்டாளின் அவதாரம் என்று அந்த வைஷ்ணவன் சொல்வது வழக்கம். ஊர் ஊராக அவனுடன் நான் சென்று ஆழ்வார்களின் பாசுரங்களைப் பாடி வைஷ்ணவ சம்பிரதாயத்தைப் பரப்ப வேண்டும் என்று அவனுடைய ஆசை!"

"புத்த சந்நியாசினிகளைப்போல் உன்னையும் வைஷ்ணவ சந்நியாசினியாக்க அவன் விரும்பினானா?" என்று ஆதித்தகரிகாலர் கேட்டார்.

"அப்படி ஒன்றுமில்லை. நான் அவனைக் கல்யாணம் செய்து கொண்டு தம்பதிகளாகப் பாசுரம் பாடிக் கொண்டு ஊர் ஊராகப் போகவேண்டும் என்பது அவன் ஆசை. வைஷ்ணவத்தைப் பிரசாரம் செய்ய நான் பல குழந்தைகளைப் பெற்று அளிக்க வேண்டும் என்பதும் அவன் விருப்பம்..."

"சீச்சீ! அந்தக் குரங்கு மூஞ்சித் திருமலை எங்கே? நீ எங்கே? உன்னை அவன் தனக்கு மனைவியாக்கிக் கொள்ள விரும்பினானா?"

"ஐயா! என் துரதிர்ஷ்டம் அது! நான் பிறந்த வேளை அப்படி! என்னை நெருங்கி வரும் ஆண் பிள்ளைகள் எல்லாரும் துர் எண்ணத்துடனேயே என்னை நெருங்குகிறார்கள்..."

"கிழவன் பழுவேட்டரையனுடைய புத்தி போன பாட்டில் மற்றவர்களைப் பற்றிச் சொல்வானேன்?"

"கோமகனே! பழுவேட்டரையரைப் பற்றி என் காதில் படத் தூஷணையாக எதுவும் சொல்ல வேண்டாம். அவர் என்னிடம் ஆசை கொண்டார். என்னை உலகமறிய மணந்து கொண்டார். அநாதைப் பெண்ணாயிருந்த என்னை அவருடைய திருமாளிகையில் பட்டத்து ராணியாக்கிப் பெருமைப்படுத்தினார்..."

"ஆனால் உன்னுடைய விருப்பம் என்ன, நந்தினி? நீ அவரை உண்மையிலேயே உன் பதியாகக் கொண்டு பூஜிக்கிறாயா? அப்படியானால்..."

"இல்லை, இல்லை. அவரிடம் நான் அளவில்லாத நன்றியுடையவள். ஆனால் அவருடன் நான் மனை வாழ்க்கை நடத்தவில்லை. ஐயா! நான் ஏழைக் குடியில் பிறந்தவள். பிறந்தவுடனே கைவிடப்பட்டவள். ஆயினும் என்னுடைய நெஞ்சை ஒரே ஒருவருக்குத்தான் அர்ப்பணம் செய்தேன். அதை ஒரு நாளும் மாற்றிக் கொண்டதில்லை..."

"நந்தினி! அந்தப் பாக்கியசாலி யார்? வேண்டாம்; அதைச் சொல்ல வேண்டாம். நீ யார்? உண்மையைச் சொல்! நீ என் தந்தையின் மகள் இல்லாவிடில், என் சகோதரி இல்லாவிடில், ஆழ்வார்க்கடியானுடன் கூடப் பிறந்தவளும் இல்லை என்றால், பிறகு நீ யார்? அதை மட்டும் சொல்லிவிடு, நந்தினி! அதைத் தெரிந்து கொள்ளாவிட்டால் எனக்குப் பைத்தியம் உண்மையிலேயே பிடித்துவிடும்!" என்றார் கரிகாலர்.

"அதை தங்களுக்கு தெரிவிக்க வேண்டுமென்றுதான் நானும் விரும்புகிறேன். ஆனால் தங்களுடைய தோழரும் என்னுடைய தோழியும், இதோ நெருங்கி வந்துவிட்டார்கள். மறுபடியும் சந்தர்ப்பம் வாய்க்கும்போது அவசியம் சொல்லுகிறேன்" என்றாள் நந்தினி.

மிகச் சமீபத்தில் வந்துவிட்ட வல்லவரையனைப் பார்த்துப் பழுவூர் ராணி, "ஐயா! இது என்ன வெறுங்கையுடனே திரும்பி வந்திருக்கிறீர்கள்? புலியின் தலை எங்கே?" என்று கேட்டாள்.

"தேவி! புலியின் தலையைக் கொண்டு வந்து தங்கள் காலடியில் சமர்ப்பிக்கும் பாக்கியம் எனக்குக் கிட்டவில்லை!" என்றான் வந்தியத்தேவன்.

"ஆகா! இவ்வளவுதானா உமது வீரம்? உமது முன்னோர்களின் வீரத்தைப் பற்றிப் பாட்டுகள் எல்லாம் சொன்னீரே? மூன்று குலத்து வேந்தர்களின் தலைகளைப் பறித்துக் கழனியில் நடவு நட்டார்கள் என்று சொன்னீரே?"

"அது என்ன அப்படிப்பட்ட பாடல்?" என்று கரிகாலர் கேட்டார்.

"ஐயா! நீர் சொல்கிறீரா? நான் சொல்லட்டுமா?" என்று நந்தினி வந்தியத்தேவனைப் பார்த்து வினவினாள்.

"ராணி! அப்படி ஒரு பாடல் சொன்னதாக எனக்கு ஞாபகம் இல்லையே?" என்றான் வந்தியத்தேவன்.

"உமக்கு ஞாபகம் இல்லை. ஆனால் எனக்கு நன்றாய் நினைவு இருக்கிறது. நான் சொல்லுகிறேன் கேளுங்கள், ஐயா!

சேனை தழையாக்கிச் செங்குருதி நீர் தேக்கி
ஆனை மிதித்த அருஞ் சேற்றில் மான பரன்
பாவேந்தர் தம் வேந்தன் வாணன் பறித்து நட்டான்
மூவேந்தர் தங்கள் முடி!

எப்படியிருக்கிறது பாட்டு! கோமகனே! தாங்கள் பாண்டியன் ஒருவனுடைய தலையை மட்டுமே கொண்டீர்கள். இந்த வீரருடைய முன்னோர்கள், சேர சோழ பாண்டியர்களுடைய தலைகளைப் பறித்துக் கொண்டு வந்து கழனியில் நடவு நட்டார்களாம்...!"

கரிகாலருடைய முகத்தில் அருவருப்பும் குரோதமும் தாண்டவம் ஆடின. "நல்ல உழவு! நல்ல நடவு!" என்று சொல்லிவிட்டு அவர் இடி இடி என்று வாய்விட்டுச் சிரித்தார்.

வந்தியத்தேவன் கரிகாலருடைய முகத்தையே ஏறிட்டுப் பார்க்க முடியவில்லை. அவன் தட்டு தடுமாறி, "தேவி! இத்தகைய பாடல் ஒன்றை தங்களிடம் நான் சொல்லவே இல்லையே?" என்றான்.

"அதனால் என்ன? ஏற்கெனவே தெரிந்து கொண்டிரா விட்டால் உமது குலத்தின் பெருமையை இப்போதாவது தெரிந்து கொள்ளும்! அவ்வாறு முக்குலத்து வேந்தர்களின் முடிகளைப் பறித்து நட்ட வம்சத்தில் கேவலம் காயம்பட்ட புலி ஒன்றின் தலையைக் கொண்டு வர முடியவில்லையே?" என்றாள்.

"தேவி! காயம்பட்ட அந்தப் புலி செத்துத் தொலைந்து போய் விட்டது. செத்த புலியின் தலையை வெட்ட நான் விரும்பவில்லை."

"அது எப்படி? புலி தத்தித் தத்திப் படகில் ஏறியதை நான் பார்த்தேனே?" என்றார் கரிகாலர்.

"நான்தான் அந்தக் காட்சியைத் தங்களுக்குக் காட்டினேன். படகில் ஏறிப் படுத்துக் கொண்ட பிறகு அது செத்துப் போயிருக்கிறது. பழுவூர் இளைய ராணியின் திருமேனியைக் காயப்படுத்தி விட்டோமே என்ற பச்சாதாபத்தினால் அது பிராணனை விட்டுவிட்டதோ, என்னமோ?" என்றான் வந்தியத்தேவன்.

கரிகாலன் முகத்தில் கடுகடுப்புச் சிறிது தணிந்து புன்னகை அரும்பியது. "ஆனால் அது தண்ணீரிலேயே செத்துப் போயிருக்கலாமே? படகில் ஏறிச் சாக வேண்டியதில்லையே?" என்றார் கரிகாலர்.

"என்னைப்போல் அதற்கும் தண்ணீரைக் கண்டால் பிடிப்பதில்லை போலிருக்கிறது. எல்லாச் சாவுகளிலும் தண்ணீரிலே சாவது தான் எனக்குப் பயமளிக்கிறது!" என்றான் வந்தியத்தேவன்.

"ஆயினும் சற்று முன்னால் தைரியமாகத் தண்ணீரில் குதித்து விட்டீரே? இந்தப் பேதைப் பெண்களின் பேரில் அவ்வளவு கருணை போலிருக்கிறது?"

"தேவி! தண்ணீரைக் காட்டிலும் எனக்குப் பெண்களைக் கண்டால் அதிக பயம் உண்டாகிறது. இளவரசருடைய வற்புறுத்தலுக்காகத்தான் குதித்தேன். உண்மையில்

அப்படிக் குதித்திருக்க வேண்டிய அவசியமே இல்லை என்று இப்போது தெரிகிறது" என்றான் வல்லவரையன்.

"ஆம், ஆம்! நீர் தண்ணீரில் விழுந்து சாவது பற்றித் தான் உமக்குப் பயம். பிறரை மூழ்க அடித்துச் சாகச் செய்வது பற்றி உமக்குப் பயமே இல்லை!" என்றாள் நந்தினி.

இந்தப் பேச்சுக்கள் ஒன்றும் மணிமேகலைக்குப் பிடிக்கவில்லை என்பது அவளுடைய முகபாவத்திலிருந்து நன்கு வெளியாயிற்று. "அக்கா, சமைத்த உணவு ஆறிப் போய்விடும்; வாருங்கள் போகலாம்!" என்றாள்.

நால்வரும் பளிங்கு மண்டபத்தை நோக்கி நடந்தார்கள். அப்போது இடையிடையே மணிமேகலை வந்தியத்தேவனை நோக்கினாள். அவனுடைய மனதில் ஏதோ சங்கடம் ஏற்பட்டிருக்கிறதென்றும், இளவரசரும் நந்தினியும் அவனுக்கு ஏதோ தொல்லை கொடுக்கிறார்கள் என்றும் அவள் தன் உள்ளுணர்ச்சியால் அறிந்தாள். "யார் தங்களுக்கு எதிரியானாலும் நான் தங்களுடைய கட்சியில் இருப்பேன்; கவலைப்பட வேண்டாம்!" என்று நயன பாஷையின் மூலம் வந்தியத்தேவனுக்கு ஆறுதல் கூற முயன்றாள். ஆனால் வந்தியத்தேவனோ அவள் பக்கம் திரும்பிப் பார்க்கவே இல்லை. அவன் கவலைக் கடலில் அடியோடு மூழ்கிப் போனவனாகக் காணப்பட்டான்.

நந்தினி தேவியின் வஞ்சக வார்த்தைகளும் வந்தியத்தேவன் மீது அவள் சுமத்திய பயங்கரமான பழியும் இந்தக் கதையைத் தொடர்ந்து படித்து வரும் நேயர்களுக்கு அருவருப்பை அளித்திருக்கக் கூடியது இயல்பேயாகும்.

எனினும், நாம் அறிந்துள்ள வரையில் அவளுடைய பிறப்பையும் வாழ்க்கை நிகழ்ச்சிகளையும் நினைவு கூர்ந்தால் அவ்வளவாக வியப்பு அடைய மாட்டோம்.

மனிதர்களின் குணாதிசயங்கள் பரம்பரை காரணமாக ரத்தத்தில் ஊறியுள்ள இயல்புகளில் அமைகின்றன. சூழ்நிலையினாலும் பழக்க வழக்கங்களினாலும் வாழ்க்கை அனுபவங்களினாலும் மாறுதலடைகின்றன. ஊமையும் செவிடுமான மந்தாகினி காட்டிலே பெரும்பாலும் வாழ்ந்திருந்தவள். வனவிலங்குகளிடமிருந்து தப்பித்துக் கொள்ள அவள் எவ்வளவோ ஜாக்கிரதையாயிருக்க வேண்டியிருந்தது. தான் உயிர் தப்புவதற்காகச் சில சமயம் அந்த மிருகங்களைக் கொடூரமாகக் கொல்ல வேண்டியும் நேர்ந்தது.

வெகு காலம் வரையில் பால்போல் தூய்மையாக இருந்த அவள் உள்ளத்தில் ஒரு சமயம் அன்பு என்னும் அமுத ஊற்றுச் சுரந்தது. விரைவில், அந்த ஊற்று வறண்டு அவளுடைய நெஞ்சத்தை வறண்ட பாலைவனம் ஆக்கியது. விதியின் விளையாட்டு அவளை ஒரு பெரிய ஏமாற்றத்துக்கு உள்ளாக்கிவிட்டது. அதனால் ஏற்பட்ட அதிர்ச்சி அவளுடைய புத்தியே பேதலித்துப் போகும்படி செய்துவிட்டது. எனினும், நாளடைவில் அவளுடைய நெஞ்சின் காயம் ஆறியது. அன்பாகிய அமுத ஊற்று மீண்டும் சுரந்தது. சுந்தர சோழரின் மீது கொண்ட காதலையெல்லாம் அவருடைய அருமைப் புதல்வனாகிய அருள்மொழிச் செல்வனிடம் பிள்ளைப் பிரேமையாக மாற்றிக் கொண்டாள்.

மந்தாகினியின் புதல்வியாகிய நந்தினியிடம் தாயின் குணாதிசயங்கள் பல இயற்கையில் தோன்றியிருந்தன. ஆனால் தாயை உலகம் வஞ்சித்ததைக் காட்டிலும் மகளை அதிகமாக வஞ்சித்தது. பெற்ற தாயினாலும் கைவிடப்பட்டாள். பிறர் வீட்டில் வளர்ந்தாள். காட்டு மிருகங்களினால் அன்னைக்கு ஏற்பட்ட தொல்லைகளைக் காட்டிலும் நாட்டு மனிதர்களால் மகள் அதிகக் கொடுமைகளுக்கு உள்ளானாள். இளம் பிராயத்தில் அரச குலத்தினரால் அவமதிக்கப்பட்டதெல்லாம் அவளுடைய நெஞ்சில் வைரம் பாய்ந்து நிலைத்து விஷத்தினும் கொடிய துவேஷமாக மாறியது. துவேஷத்துக்கு மாற்று அளிக்கக் கூடிய அன்பு என்னும் அமுதம் அவளுக்கு கிட்டவில்லை. அவள் யார் யாரிடம் அன்பு வைத்தாளோ அவர்கள் ஒன்று, அவளை அலட்சியம் செய்து புறக்கணித்தார்கள்; அல்லது துரதிர்ஷ்டத்துக்கு உள்ளாகி மாண்டு போனார்கள். அவளை

அவமதித்தவர்களும் அவளால் வெறுக்கப்பட்டவர்களும் மேன்மையுடன் வாழ்ந்தார்கள். ஒரு பெண்ணின் உள்ளத்தை நஞ்சினும் கொடியதாக்குவதற்கு வேறு என்ன காரணங்கள் வேண்டும்? தன்னை வஞ்சித்தவர்களையும் அவமதித்தவர்களையும் பழி வாங்குவதைத் தவிர அவளுடைய உள்ளத்தில் வேறு எதற்கும் இடம் இருக்கவில்லை. அதற்கு வேண்டிய சூழ்ச்சித் திறன்கள் அன்னையின் கர்ப்பத்தில் இருந்த நாளிலேயே அவளுடைய இரத்தத்தில் சேர்ந்திருந்தன. வாழ்க்கையில் அவள் பட்ட அல்லல்களும் ஏமாற்றங்களும் பயங்கர அனுபவங்களும் அவளுடைய உள்ளத்திலிருந்து இரக்கம், அன்பு முதலிய மிருதுவான பண்புகளை அடியோடு துடைத்து இரும்பினும் கல்லினும் கடினமாக்கியிருந்தன.

இக்கதையில் இனி வரப்போகும் நிகழ்ச்சிகளை நன்கு அறிந்து கொள்வதற்கு இந்தக் குணாதிசய விளக்கத்தை இங்கே குறிப்பிடுவது அவசியம் என்று கருதி எழுதினோம்.

உணவருந்தும் வேளையிலும் அவர்களுக்குள் உற்சாகமான பேச்சு எதுவும் நடைபெறவில்லை. நந்தினியும், கரிகாலரும் வந்தியத்தேவனும் அவரவர்களுடைய கவலையிலே ஆழ்ந்திருந்தார்கள். இதனால் மணிமேகலைக்குத்தான் மிக்க ஆதங்கமாயிருந்தது. பழுவூர் ராணியுடன் உல்லாசமாகப் பேசி உற்சாகமாகப் பொழுது போக்கும் எண்ணத்துடன் அவள், அன்று நீர் விளையாடலுக்கும் வன போஜனத்துக்கும் ஏற்பாடு செய்திருந்தாள். இளவரசரும் வந்தியத்தேவனும் எதிர்பாராமல் வந்து சேர்ந்து கொண்டவுடன் அவளுடைய உற்சாகம் அதிகமாயிற்று. ஆனால் அதற்குப் பிறகு மற்ற மூவரும் பேசிய வார்த்தைகளும் நடந்து கொண்ட விதமும் அவளுக்குச் சிறிதும் திருப்தி அளிக்கவில்லை. நந்தினியையும் வந்தியத்தேவனையும் சேர்த்துப் பார்த்த போது ஏற்பட்ட வேதனையை அவளுடைய குழந்தை உள்ளம் உடனே மறந்து விட்டது. அதைப் பற்றித் தவறாக எண்ணி அசூயைக்கு இடங்கொடுத்தது தன்னுடைய தவறு என்று எண்ணித் தேறினாள். அதற்கு பிறகு மற்ற மூன்று பேரும் கலகலப்பில்லாமல் சிடுசிடுவென்று முகத்தை வைத்துக் கொண்டிருந்ததும் கபடமாகப் பேசி வந்ததும் அவளுக்கு விளங்கவும் இல்லை; பிடிக்கவும் இல்லை.

எனவே, உணவருந்திச் சிறிது நேரம் ஆனதும் மணிமேகலை "அக்கா! நாம் திரும்பிப் பிரயாணப்படலாமா? படகைக் கொண்டு வரச் சொல்லட்டுமா? இவர்கள் இருவரும் நம்முடன் வருகிறார்களா அல்லது குதிரை மீது வந்த வழியே போகிறார்களா?" என்று கேட்டாள்.

அப்போதுதான் கரிகாலர் சிந்தனை உலகத்திலிருந்து வெளி உலகத்துக்கு வந்தார். "ஆ! ஆ! இந்தப் பெண்ணின் யாழிசையைக் கேட்காமல் திரும்புவதா? ஒரு நாளும் முடியாது. நந்தினி! மறந்து விட்டாயா, என்ன? மணிமேகலை! எங்களை ஏமாற்றி விடாதே!" என்றார்.

"அதை நான் மறக்கவில்லை. தங்களையும் தங்கள் சிநேகிதரையும் பார்த்தால் கானத்தைக் கேட்கக் கூடியவர்களாகத் தோன்றவில்லை. முள்ளின் மேல் நிற்பது போல் நிற்கிறீர்கள். ஆயினும் பாதகமில்லை. மணிமேகலை! எங்கே, யாழை எடுத்துக் கொண்டு வா!" என்றாள் நந்தினி.

"எதற்காக, அக்கா? விரும்பாதவர்களின் முன்னால் எதற்காக என்னை யாழ் வாசிக்கச் சொல்கிறீர்கள்?" என்று மணிமேகலை சிறிது கிராக்கி செய்தாள்.

"இல்லை, இல்லை! இளவரசர்தான் கேட்பதாகச் சொல்கிறாரே. அவருடைய நண்பருக்குப் பாட்டுப் பிடிக்காவிட்டால் காதைப் பொத்திக் கொள்ளட்டும்" என்றாள் நந்தினி!

"கடவுளே! அப்படியொன்றும் நான் இசைக்கலையின் விரோதி அல்ல! கோடிக்கரையில் பூங்குழலி என்னும் ஓடக்காரப் பெண்,

'அலைகடலும் ஓய்ந்திருக்க
அகக்கடல்தான் பொங்குவதேன்?'

என்று ஒரு பாட்டுப் பாடினாள். அதை நினைத்தால் இப்போதும் எனக்கு உடம்பு சிலிர்க்கிறது!" என்றான் வந்தியத்தேவன்.

"சில பேருக்குச் சிலருடைய பாட்டுத்தான் பிடிக்கும். என்னுடைய பாட்டு உங்களுக்குப் பிடிக்குமோ என்னமோ?" என்றாள் மணிமேகலை.

"பிடிக்காமற் போனால், யார் விடுகிறார்கள்? அதற்கு நான் ஆயிற்று. நீ யாழை எடுத்துக் கொண்டு வா!" என்றார் கரிகாலர்.

மணிமேகலை யாழை எடுத்துக்கொண்டு வந்தாள். பளிங்கு மண்டபத்தின் படிக்கட்டில் மேற்படியில் உட்கார்ந்து கொண்டாள். நரம்புகளை முறுக்கிச் சுருதி கூட்டினாள். ஏழு தந்திகள் கொண்ட யாழ் அது. ஒவ்வொரு தந்தியிலும் பாதி வரையில் ஒரு ஸ்வரமும் அதற்கு மேலே இன்னொரு ஸ்வரமும் பேசக் கூடியது. சிறிது நேரம் யாழை மட்டும் வாசித்து இன்னிசையைப் பொழிந்தாள். கரிகாலரும் வந்தியத்தேவனும் உண்மையிலேயே மற்றக் கவலைகளையெல்லாம் மறந்துவிட்டார்கள். யாழின் இசையில் உள்ளத்தைப் பறிகொடுத்துப் பரவசமானார்கள்.

பின்னர், மணிமேகலை யாழிசையுடன் குரலிசையையும் சேர்த்துப் பாடினாள். அப்பர், சம்பந்தர், சுந்தரரின் தெய்வீகமான பாசுரங்களைப் பாடினாள். சிறிது நேரமானதும் இளவரசர், "மணிமேகலை! உன்னுடைய கானம் அற்புதமாயிருக்கிறது. ஆனால் எல்லாம் பக்திமயமான பாடல்களையே பாடி வருகிறாய். அவ்வளவாக நான் பக்தியில் ஈடுபட்டவனல்ல. சிவபக்தியையெல்லாம் மதுராந்தனுக்கே உரிமையாக்கி விட்டேன். ஏதாவது காதல் பாட்டுப் பாடு!" என்று சொன்னார்.

மணிமேகலையின் அழகிய கன்னங்கள் நாணத்தினால் குழிந்தன. சிறிது தயக்கம் காட்டினாள்.

"பெண்ணே! ஏன் தயங்குகிறாய்? இங்கே நீ காதல் பாட்டுப் பாடினால் என்னை உத்தேசித்துப் பாடுகிறாய் என்று நான் எண்ணிக் கொள்ள மாட்டேன். என் சிநேகிதனும் எண்ணிக் கொள்ள மாட்டான், ஆகையால் தயக்கமின்றிப் பாடு!" என்றார் கரிகாலர்.

"அப்படி யாராவது எண்ணிக் கொண்டால் மணிமேகலை அதற்காகக் கவலைப்படவும் மாட்டாள்!" என்றாள் நந்தினி.

"போங்கள், அக்கா! இரண்டு புருஷர்கள் இருக்குமிடத்தில் இப்படிப் பரிகாசம் செய்யலாமா?" என்றாள் மணிமேகலை.

"இவர்கள் புருஷர்கள் என்று நீ நினைப்பதுதான் பிசகு. ஒரு செத்த புலியின் தலையைக் கொண்டு வர முடியாதவர்களை ஆண் பிள்ளைகள் என்று சொல்ல முடியுமா? முற்காலத்தில் தமிழ்நாட்டு வீர புருஷர்கள் உயிருடன் புலியைப் பிடித்து அதன் வாயைப் பிளந்து பற்களைப் பிடுங்கிக் கொண்டுவந்து தங்கள் நாயகிகளுக்கு ஆபரணமாகச் சூட்டுவார்களாம்! அந்தக் காலமெல்லாம் போய் விட்டது! போனால் போகட்டும்! நீ பாடு! அன்றைக்கு என்னிடம் பாடிக் காட்டினாயே? அந்த அழகான பாட்டைப் பாடு!" என்றாள் நந்தினி.

மணிமேகலை யாழ் வாசித்துக் கொண்டு பின்வரும் கீதத்தைப் பாடினாள். அது என்னமோ, இத்தனை நேரம் பாடியதைக் காட்டிலும் இந்தப் பாட்டில் அவள் குரல் இணையற்ற இனிமையுடன் அமுத வெள்ளத்தைப் பொழிந்தது:

"இனியபுனல் அருவி தவழ்
    இன்பமலைச் சாரலிலே
கனிகுலவும் மரநிழலில்
    கரம்பிடித்து உகந்ததெல்லாம்
கனவு தானோடி சகியே

> நினைவு தானோடி!
> புன்னைமரச் சோலையிலே
> பொன்னொளிரும் மாலையிலே
> என்னைவரச் சொல்லி அவர்
> கன்னல்மொழி பகர்ந்ததெல்லாம்
> சொப்பனந் தானோடி அந்த
> அற்புதம் பொய்யோடி?
> கட்டுக்காவல் தான்கடந்து
> கள்ளரைப்போல் மெல்ல வந்து
> மட்டிலாத காதலுடன்
> கட்டி முத்தம் ஈந்ததெல்லாம்
> நிகழ்ந்த துண்டோடி நாங்கள்
> மகிழ்ந்த துண்டோடி!"

இவ்வாறு மேலும் மேலும் பல கண்ணிகளை மணிமேகலை வெவ்வேறு பண்களில் அமைத்துப் பாடி வந்தாள். அந்தக் கான வெள்ளத்தில் மற்ற மூவரும் மூழ்கிப் போனார்கள். பல காரணங்களினால் நெஞ்சைக் கல்லினும் இரும்பினும் கடினமாக்கிக் கொண்டிருந்த நந்தினியின் கண்களிலும் கண்ணீர் ததும்பியது. ஆதித்த கரிகாலர் இந்த உலகத்தை அடியோடு மறந்துவிட்டார். வந்தியத்தேவன் அடிக்கடி திடுக்கிட்டு விழித்துக் கொண்டவன் போல் மணிமேகலையை நோக்கினான். அப்போதெல்லாம் அவள் தன்னையே பார்த்துக் கொண்டிருந்தது கண்டு அந்த வீரனுடைய உள்ளம் மேலும் திடுக்கிட்டது. "ஐயோ! இந்தப் பெண்ணுக்கு நாம் என்ன தீங்கு செய்துவிட்டோம்?" என்று அவன் நெஞ்சம் பதைபதைத்தது.

கான வெள்ளத்திலும், உணர்ச்சி வெள்ளத்திலும் மூழ்கியிருந்தவர்கள் வரவரக் காற்று கடுமையாகிக் கொண்டு வருவதைக் கவனிக்கவில்லை. ஏரியில் முதலில் சிறிய சிறிய அலைகள் கிளம்பி விழுந்ததையும் வரவர அவை பெரிதாகி வந்ததையும் கவனிக்கவில்லை. காற்று கடும் புயலாக மாறிக் காட்டு மரம் ஒன்றை அடியோடு பெயர்த்துத் தள்ளியபோது தான் நால்வரும் விழித்துக் கொண்டு சுற்றுமுற்றும் பார்த்தார்கள். கடுமையான புயல் காற்று அடிப்பதையும் ஏரி கொந்தளித்துப் பேரலைகள் 'ஓ' என்ற இரைச்சலுடன் எழுந்து விழுவதையும் பார்த்தார்கள்.

திடீரென்று நந்தினி, "ஐயோ! படகு எங்கே?" என்று அலறினாள். கட்டிப் போட்டிருந்த இடத்தில் படகைக் காணவில்லை. உற்றுப் பார்த்தபோது வெகு தூரத்தில் படகு அலைகளால் மொத்துண்டு நகர்ந்து நகர்ந்து போய்க்கொண்டிருந்தது.

"ஐயோ! இப்போது என்ன செய்வது?" என்று நந்தினி அலறினாள்.

"உங்கள் இருவருக்கும் குதிரை ஏறத்தெரிந்தால் ஏறிப்போய் விடுங்கள். நாங்கள் சமாளித்துக் கொள்கிறோம்" என்றான் வந்தியத்தேவன்.

"இந்தப் புயல் காற்றில் காட்டு மரங்கள் பெயர்ந்து விழுந்து எங்களைச் சாக அடிப்பதற்கு வழி செய்கிறீர்களா?" என்று நந்தினி கேட்டாள்.

"அதெல்லாம் வேண்டாம்; புயலின் வேகம் தணியும் வரையில் இங்கேயே இருந்து விடுவோம். அங்கே போய் என்ன செய்யப் போகிறோம்? சமையலுக்குப் பண்டங்கள் இருக்கின்றன; பாடுவதற்கு மணிமேகலை இருக்கிறாள். இவ்வளவு சந்தோஷமாகச் சமீபத்தில் நான் இருந்ததில்லை!" என்றார் கரிகாலர்.

"இளவரசே! அது சரியல்ல! சம்புவரையரும், கந்தமாறனும் என்ன நினைப்பார்கள்?" என்றான் வல்லவரையன்.

"இவரே புலியைத் தேடிச் சென்றபோது படகை அவிழ்த்துவிட்டு விட்டார் போலிருக்கிறது!" என்றாள் நந்தினி.

"அக்கா ! ஏன் வீண் பழி சொல்கிறீர்கள் ? இவர் வந்தபோது படகு கரையோரமாகத்தானே இருந்தது. யாரும் கவலைப்படவேண்டாம், என் தந்தை இந்தப் புயல் காற்றைப் பார்த்ததும் நம் துணைக்குப் பெரிய படகுகளை அனுப்பி வைப்பார் !" என்றாள் மணிமேகலை.

அவள் கூறியது சற்று நேரத்துக்கெல்லாம் உண்மையாயிற்று. ஏற்குறைய கப்பல் என்று சொல்லத் தக்க இரு பெரும் படகுகள் அத்தீவை நோக்கி வந்தன. அவற்றில் ஒன்றில் பெரிய சம்புவரையரே இருந்தார். நாலு பேரும் பத்திரமாய் இருப்பதைக் கண்டு மிக்க மகிழ்ச்சி அடைந்தார்.

அவர்களை ஏற்றிக் கொண்டு அலைகடல் போல் பொங்கிக் கொந்தளித்த ஏரியில் இரண்டு படகுகளும் திரும்பிச் சென்றன. சம்புவரையரைத் தவிர, மற்ற நால்வரின் உள்ளங்களிலும் கடும் புயல் வீசிக் கொந்தளிப்பை உண்டாக்கிக் கொண்டிருந்தது.

ஜை

பாகம் - 5
தியாக சிகரம்

1. மூன்று குரல்கள்

நாகைப்பட்டினம் சூடாமணி விஹாரத்தில் பொன்னியின் செல்வர் பொறுமையுடன் காத்துக் கொண்டிருந்தார். தஞ்சைக்குச் சென்று தந்தை தாயாரைப் பார்க்க வேண்டுமென்ற ஆர்வம் அவர் உள்ளத்தில் பொங்கிக் கொண்டிருந்தது. இலங்கையின் அரசைத் தாம் கவர எண்ணியதாகத் தம் மீது சாட்டப்பட்ட குற்றம் ஆதாரமற்றது என்று நிரூபிக்க அவர் ஆர்வம் கொண்டிருந்தார். தந்தையின் வாக்கை மீறி நடந்ததாகத் தம் மீது ஏற்படக்கூடிய அபவாதத்தைக் கூடிய விரைவில் போக்கிக் கொள்ளவும் அவர் விரும்பினார்.

ஆயினும், தமது ஆர்வத்தையெல்லாம் அடக்கிக் கொண்டு தமக்கையாரிடமிருந்து செய்தி வந்த பின்னர்தான் தஞ்சைக்குப் புறப்பட வேண்டுமென்று உறுதியாக இருந்தார்.

பொழுது போவது என்னமோ மிகவும் கஷ்டமாக இருந்தது. புத்த பிக்ஷுக்கள் தினந்தோறும் நடத்திய ஆராதனைகளிலும், பூஜைகளிலும் கலந்துகொண்டு சிறிது நேரத்தைப் போக்கினார்.

சூடாமணி விஹாரத்தின் சுவர்களிலே தீட்டப்பட்டிருந்த அருமையான சித்திரக் காட்சிகளைப் பார்ப்பதில் சிறிது நேரம் சென்றது.

பிக்ஷுகளுடன், முக்கியமாகச் சூடாமணி விஹாரத்தின் ஆச்சாரிய பிக்ஷுவுடன் சம்பாஷிப்பதிலே கழிந்த பொழுது அவருக்கு உற்சாகத்தை அளித்தது.

ஏனெனில் சூடாமணி விஹாரத்தின் தலைமைப் பிக்ஷு கீழ்த்திசைக் கடலுக்கு அப்பாலுள்ள பற்பல நாடுகளிலே வெகுகாலம் யாத்திரை செய்தவர். சீன தேசத்திலிருந்து சாவகத் தீவு வரையில் பல ஊர்களுக்கும் சென்று வந்தவர். அந்தந்த நாடுகளைப் பற்றியும் அவற்றிலுள்ள நகரங்களைப் பற்றியும் ஆங்காங்கு வசித்த மக்களைப் பற்றியும் அவர் நன்கு எடுத்துக்கூற வல்லவராயிருந்தார்.

சீன தேசத்துக்குத் தெற்கே கடல் சூழ்ந்த பல நாடுகள் அந்நாளில் ஸ்ரீ விஜயம் என்னும் சாம்ராஜ்யத்தில் அடங்கியிருந்தன. அருமண நாடு, காம்போஜ தேசம், மானக்கவாரம், தலைத்தக்கோலம், மாபப்பாளம், மாயிருடிங்கம், இலங்கா சோகம், தாமரலிங்கம், இலாமுரி தேசம் முதலிய பல நாடுகளும் நகரங்களும்

ஸ்ரீ விஜய சாம்ராஜ்யத்துக்கு உட்பட்டோ , நேசப்பான்மையுடனோ இருந்து வந்தன. இவற்றுக்கெல்லாம் நடுநாயகமாகக் கடாரம் என்னும் மாநகரம் இணையற்ற சீர் சிறப்புகளுடனும் செல்வ வளத்துடனும் விளங்கி வந்தது.

அந்த நாடு நகரங்களைப்பற்றி விவரிக்கும்படி ஆச்சாரிய பிக்ஷுவுக்கு ஓய்வு கிடைத்த போதெல்லாம் பொன்னியின் செல்வர் அவரைக் கேட்டு வந்தார். அவரும் அலுப்புச் சலிப்பில்லாமல் சொல்லி வந்தார். அந்நாடுகளில் உள்ள இயற்கை வளங்களைப் பற்றியும் வர்த்தகப் பெருக்கத்தைப் பற்றியும் கூறினார். பொன்னும் மணியும் கொழித்துச் செந்நெல்லும்

கரும்பும் செழித்துச் சோழ வள நாட்டுடன் எல்லா வகையிலும் போட்டியிடக் கூடிய சிறப்புக்களுடன் அந்நாடுகள் விளங்குவதைப் பற்றிக் கூறினார். பழைய காலத்திலிருந்து தமிழகத்துக்கும், அந்த நாடுகளுக்கும் உள்ள தொடர்புகளைப்பற்றிக் கூறினார். பல்லவ நாட்டுச் சிற்பிகள் அந்த தேசங்களுக்குச் சென்று எடுப்பித்திருக்கும் அற்புத சிற்பத்திறமை வாய்ந்த ஆலயங்களைப் பற்றிச் சொன்னார். தமிழகத்திலிருந்து சென்ற சித்திர, சங்கீத நாட்டிய கலைகள் அந்நாடுகளில் பரவியிருப்பதைப் பற்றியும் கூறினார். இராமாயணம், மகாபாரதம், முதலிய இதிகாசங்களும், விநாயகர், சுப்ரமணியர், சிவன், பார்வதி, திருமால் ஆகிய தெய்வங்களும், புத்த தர்மமும் அந்த தேசத்து மக்களின் உள்ளங்களில் கலந்து குடிகொண்டிருப்பதையும், ஒன்றோடொன்று பிரித்து உணர முடியாதவர்களாக அந்நாட்டு மக்கள் எல்லாத் தெய்வங்களையும் வணங்கி வருவதையும் எடுத்துச் சொன்னார். தமிழ் மொழியின் தந்தையாகிய அகஸ்திய முனிவருக்கு அந்த நாடுகளில் விசேஷ மரியாதை உண்டு என்பதையும் அம்முனிவருக்குப் பல கோயில்கள் கட்டியிருப்பதையும் கூறினார்.

இதையெல்லாம் திரும்பத் திரும்ப அருள்மொழிவர்மர் கேட்டுத் தெரிந்து, மனத்திலும் பதிய வைத்துக்கொண்டார். அந்தந்த தேசங்களுக்குத் தரை வழியான மார்க்கங்களையும், கடல் வழியான மார்க்கங்களையும் இளவரசர் நன்கு விசாரித்து அறிந்தார். வழியில் உள்ள அபாயங்கள் என்ன, வசதிகள் என்ன என்பதையும் கேட்டு அறிந்தார்.

"சுவாமி! அந்த நாடுகளில் மறுபடியும் தாங்கள் யாத்திரை செய்யும்படியாக நேரிடுமோ?" என்று வினவினார்.

"புத்த பகவானுடைய சித்தம்போல் நடக்கும், இளவரசே! எதற்காகக் கேட்கிறீர்கள்?" என்றார் பிக்ஷு.

"நானும் தங்களுடன் வரலாம் என்ற ஆசையினால்தான்."

"நான் உலகத்தைத் துறந்த சந்நியாசி; தாங்கள் புவி ஆளும் சக்கரவர்த்தியின் திருக்குமாரர். தாங்களும், நானும் சேர்ந்து யாத்திரை செய்வது எப்படி? தங்களைச் சில நாள் இந்த விஹாரத்தில் வைத்துக் காப்பாற்றும் பொறுப்பே எனக்குப் பெரும் பாரமாயிருக்கிறது. எப்போது, என்ன நேருமோ என்று நெஞ்சு 'திக், திக்' என்று அடித்துக் கொள்கிறது..."

"சுவாமி! அந்தப் பாரத்தை உடனே நிவர்த்தி செய்ய விரும்புகிறேன். இந்தக் கணமே இங்கிருந்து..."

"இளவரசே! ஒன்று நினைத்து ஒன்றைச் சொல்லிவிட்டேன். தங்களை இங்கு வைத்துக் கொண்டிருப்பது பாரமாயிருந்தாலும், அதை ஒரு பாக்கியமாகக் கருதுகிறேன். தங்கள் தந்தையாகிய சக்கரவர்த்தியும், தமக்கையார் இளைய பிராட்டியும் புத்த தர்மத்துக்கு எவ்வளவோ உதவி செய்திருக்கிறார்கள். அதற்காக நாங்கள் பட்டிருக்கும் நன்றிக் கடனில் ஆயிரத்தில் ஒரு பங்குக்குக் கூட இப்போது நாங்கள் செய்வது ஈடாகாது. தாங்கள் புத்த தர்மத்துக்குச் செய்திருக்கும் உதவிதான் அற்ப சொற்பமானதா? அநுராதபுரத்தின் சிதிலமான ஸ்தூபங்களையும், விஹாரங்களையும் செப்பனிடச் செய்த கைங்கரியத்தை நாங்கள் மறக்க முடியுமா? அதற்கெல்லாம் இணையான பிரதி உபகாரமாக ஈழநாட்டின் மணி மகுடத்தையே தங்களுக்கு அளிக்கப் பிக்ஷுகள் முன் வந்தார்கள். இளவரசே! அதை ஏன் மறுத்தீர்கள்? இலங்கையின் சுதந்திரச் சிங்காதனத்தில் தாங்கள் ஏறியிருந்தால், நூறு நூறு கப்பல்களில் ஏராளமான பரிவாரங்களுடனே, கீழ்த்திசை நாடுகளுக்குத் தாங்கள் போய் வரலாமே? இந்தப் பிக்ஷுவைப் பின் தொடர்ந்து யாத்திரை செய்ய வேண்டுமென்ற விருப்பமே தங்கள் மனத்தில் தோன்றியிராதே?" என்றார் ஆச்சாரிய பிக்ஷு.

"குருதேவரே! இலங்கை ராஜகுலத்தின் சரித்திரத்தைக் கூறும் 'மகா வம்சம்' என்னும் கிரந்தத்தைத் தாங்கள் படித்ததுண்டா?" என்று இளவரசர் கேட்டார்.

"ஐயா! இது என்ன கேள்வி? 'மகா வம்சம்' படிக்காமல் நான் இந்தச் சூடாமணி விஹாரத்தின் தலைவனாக ஆகியிருக்க முடியுமா?"

"மன்னிக்க வேண்டும். 'மகா வம்சம் படித்ததுண்டா?' என்று தங்களிடம் கேட்டது, தங்களுக்குப் படிக்கத் தெரியுமா என்று கேட்பது போலத்தான். ஆனால் அந்த 'மகா வம்சம்' கூறும் அரச பரம்பரையில் யார், யார் என்னென்ன பயங்கரமான கொடும் பாவங்களைச் செய்திருக்கிறார்கள் என்று தங்களுக்குத் தெரியும் அல்லவா? மகன் தந்தையைச் சிறையில் அடைத்தான். தந்தை மகனை வெட்டிக் கொன்றான். தாய் மகனுக்கு விஷமிட்டுக் கொன்றாள்; தாயை மகன் தீயிலே போட்டு வதைத்தான்... பெற்றோர்களுக்கும் பெற்ற மக்களுக்கும் உறவு இப்படி என்றால், சித்தப்பன்மார்கள், மாமன்மார்கள், சிற்றன்னை, பெரியன்னைமார்கள், அண்ணன் தம்பிமார்கள்... இவர்களைப் பற்றிச் சொல்ல வேண்டியதில்லை. குருதேவரே! இப்படிப்பட்ட கொடும் பாதகங்களை இலங்கை அரச குடும்பத்தினர் செய்தனர் என்று 'மகா வம்சம்' கூறுகிறதல்லவா?"

"ஆம், ஆம்! அத்தகைய தீச்செயல்களுக்கு அவரவர்கள் அடைந்த தண்டனைகளையும் கூறுகிறது. அந்த உதாரணங்களைக் காட்டி மக்களைத் தர்ம மார்க்கத்தில் நடக்கும்படி 'மகா வம்சம்' உபதேசிக்கிறது. அதை மறந்து விட வேண்டாம்! 'மகா வம்சம்' புனிதமான கிரந்தம். உலகிலே ஒப்புயர்வற்ற தர்ம போதனை செய்யும் நூல்!" என்று ஆச்சாரிய பிக்ஷு பரபரப்புடன் கூறினார்.

"சுவாமி, 'மகா வம்சம்' என்ற நூலை நான் குறை சொல்லவில்லை. இராஜ்யாதிகார ஆசை எப்படி மனிதர்களை அரக்கர்களிலும் கொடியவர்களாக்கி விடுகிறது என்பதைப் பற்றித்தான் சொன்னேன். அத்தகைய கொடும் பாவங்களினால் களங்கமடைந்த இலங்கைச் சிம்மாதனத்தை நான் மறுதலித்தது தவறாகுமா?"

"மகா புத்திமான்களான புத்த சங்கத்தார் அதனாலேதான் இலங்கை அரச வம்சத்தையே மாற்ற விரும்பினார்கள். தங்களை முதல்வராகக் கொண்டு, புதிய வம்சம் தொடங்கட்டும் என்று எண்ணினார்கள். தாங்கள் அதை மறுத்தது தவறுதான். இலங்கைச் சிம்மாதனத்தில் வீற்றிருந்து அசோகவர்த்தனரைப் போல் உலகமெல்லாம் புத்த தர்மத்தைப் பரப்பிப் பாதுகாக்கும் வாய்ப்பு தங்களுக்குக் கிடைத்தது..."

"குருதேவரே! பரத கண்டத்தை ஒரு குடை நிழலில் ஆண்ட அசோகவர்த்தனர் எங்கே? இன்று இந்தப் புத்த விஹாரத்தில் ஒளிந்து கொண்டு தங்கள் பாதுகாப்பை நாடியிருக்கும் இந்தச் சிறுவன் எங்கே? உண்மையில், தங்கள் சீடனாகக் கூட நான் அருகதையில்லாதவன், புத்த தர்மத்தை எப்படிப் பாதுகாக்கப் போகிறேன்?"

"இளவரசே! அவ்விதம் சொல்ல வேண்டாம். தங்களிடம் மறைந்து கிடக்கும் மகா சக்தியைத் தாங்கள் அறியவில்லை. தாங்கள் மட்டும் புத்த தர்மத்தை மனப்பூர்வமாக ஒப்புக் கொண்டால் அசோகரைப் போல் புகழ் பெறுவீர்கள்..."

"என் உள்ளத்தில் இளம்பிராயத்திலிருந்து விநாயகரும் முருகனும், பார்வதியும், பரமேசுவரனும், நந்தியும் பிருங்கியும் சண்டிகேசுவரரும் கோயில் கொண்டிருக்கிறார்கள். அவர்களை யெல்லாம் அப்புறப்படுத்தி விட்டல்லவா புத்த தர்மத்திற்கு இடங் கொடுக்கவேண்டும்? குருதேவரே! அடியேனை மன்னியுங்கள்! தங்களுடனே நான் யாத்திரை வருகிறேன் என்று சொன்னபோது, புத்த தர்மத்தில் சேர்ந்து விடுவதாக எண்ணிச் சொல்லவில்லை. கடல்களைச் கடந்து தூர தேசங்களுக்குப் போய்ப் பார்க்கும் ஆசையினால் தங்களுடன் வருவதாகச் சொன்னேன்! ஆனாலும் மறுபடி யோசிக்கும்போது..."

"இளவரசே! தங்கள் வார்த்தையை நான் தவறாகத்தான் புரிந்து கொண்டேன். ஆனாலும் புத்த தர்மத்துக்கும் தங்களுக்கும் தொடர்பு இல்லாமற் போகவில்லை. புத்த பகவானுடைய பூர்வ ஜன்மம் ஒன்றில் அவர் சிபிச் சக்கரவர்த்தியாக அவதரித்திருந்தார். புறாவின் உயிரைக் காப்பாற்றுவதற்காகத் தமது சதையை அவர் அரிந்து கொடுத்தார். அந்த சிபியின் வம்சத்திலே பிறந்தவர் சோழ குலத்தினர். ஆகையினாலே தான் உங்கள் குலத்தில் பிறந்தவர்களுக்குச் 'செம்பியன்' என்ற பட்டம் ஏற்பட்டிருக்கிறது. இதைத் தாங்கள் மறந்து விடவேண்டாம்."

"மறக்கவில்லை. குருதேவரே! மறந்தாலும் என் உடம்பில் ஓடும் இரத்தம் என்னை மறக்கவிடுவதில்லை. ஒரு பக்கத்தில் சிபிச் சக்கரவர்த்தியும், மனுநீதிச் சோழரும் என்னுடைய இரத்தத்திலேயும், சதையிலேயும், எலும்பிலேயும் கலந்திருந்தது, 'பிறருக்கு உபகாரம் செய்; மற்றவர்களுக்காக உன்னுடைய நலன்களைத் தியாகம் செய்!' என்று வற்புறுத்திக் கொண்டேயிருக்கிறார்கள். மற்றொரு பக்கத்தில் கரிகால் வளவரும், விஜயாலய சோழரும், பராந்தகச் சக்கரவர்த்தியும் என்னுடைய இரத்தத்திலே சேர்ந்திருந்து 'கையில் கத்தியை எடு! நால்வகைச் சைனியத்தைத் திரட்டு! நாலு திசையிலும் படை எடுத்துப் போ! கடல் கடந்து போ! சோழ சாம்ராஜ்யத்தை விஸ்தரித்து உலகம் காணாத மகோன்னதம் அடையச் செய்!' என்று இடித்துக் கூறுகிறார்கள். இன்னொரு புறத்தில் சிவனடியார் கோச்செங்கணாரும், தொண்டை மண்டலம் பரவிய ஆதித்த சோழரும், மகானாகிய கண்டராதித்தரும், என் உள்ளத்தில் குடி கொண்டு 'ஆலயத் திருப்பணி செய்! பெரிய பெரிய சிவாலயங்களையும் எழுப்பு! மேரு மலைபோல் வானளாவி நிற்கும் கோபுரங்களையுடைய கோயில்களை நிர்மாணி!' என்று உபதேசித்துக் கொண்டேயிருக்கிறார்கள். என் முன்னோர்கள் இவ்வளவு பேருக்கும் நடுவில் கிடந்து நான் திண்டாடுகிறேன். குருதேவரே! அவர்களுடைய தொந்தரவுகளைப் பொறுக்க முடியாமல் உண்மையாகவே சில சமயம் எனக்குப் புத்த சமயத்தை மேற்கொண்டு புத்த பிக்ஷுவாகி விடலாம் என்று கூடத் தோன்றுகிறது. கருணை கூர்ந்து எனக்குப் பௌத்த சமயத்தைப் பற்றிச் சொல்லுங்கள். புத்த பகவானைப் பற்றிச் சொல்லுங்கள்!" என்றார் பொன்னியின் செல்வர்.

இதைக் கேட்ட பிக்ஷுவின் முகம் மிக்க மலர்ச்சியடைந்து விளங்கியது.

"இளவரசே! பௌத்த மதத்தைப் பற்றியும், புத்த பகவானைப் பற்றியும் தாங்கள் அறியாதது என்ன இருக்கக்கூடும்?" என்றார்.

"அதோ அந்தச் சுவர்களில் காணப்படும் சித்திரக் காட்சிகளை விளக்கிச் சொல்லுங்கள். அங்கே ஓர் இராஜ குமாரர் இரவில் எழுந்து போகப் பிரயத்தனப்படுவது போல் ஒரு சித்திரம் இருக்கிறதே? அது என்ன? அவர் அருகில் படுத்திருக்கும் பெண்மணி யார்? தொட்டிலில் தூங்கும் குழந்தை யார்? அந்த இராஜகுமாரர் முகத்தில் அவ்வளவு கவலை குடிகொண்ட தோற்றம் ஏன்?" என்று இளவரசர் கேட்டார்.

"ஐயா! புத்த பகவான் இளம் பிராயத்தில் தங்களைப் போல் இராஜ குலத்தில் பிறந்த இளவரசராக இருந்தார். யசோதரை என்னும் நிகரற்ற அழகு வாய்ந்த மங்கையை மணந்திருந்தார். அவர்களுக்கு ஒரு செல்வப் புதல்வன் பிறந்திருந்தான். தகப்பனார் இராஜ்ய பாரத்தை அவரிடம் ஒப்புவிக்கச் சித்தமாயிருந்தார். அந்தச் சமயத்தில் சித்தார்த்தர் உலகில் மக்கட் குலம் அனுபவிக்கும் துன்பங்களைப் போக்குவதற்கு வழி கண்டுபிடிக்க விரும்பினார். இதற்காக அருமை மனைவியையும் செல்வக் குழந்தையையும் இராஜ்யத்தையும் விட்டுப் போகத் தீர்மானித்தார். அவர் நள்ளிரவில் அரண்மனையை விட்டுப் புறப்படும் காட்சி தான் அது. இளவரசே! இந்த வரலாற்றைத் தாங்கள் முன்னம் அறிந்ததில்லையா?"

"ஆம், ஆம்! பலமுறை கேட்டு அறிந்து கொண்டிருக்கிறேன். ஆனால் இந்தச் சித்திரத்தில் பார்க்கும்போது மனதில் பதிவதுபோல், வாயினால் கேட்ட வரலாறு பதியவில்லை. தூங்குகின்ற யசோதரையை எழுப்பி 'சித்தார்த்தர் உன்னை விட்டுப் போகிறார்! அவரைத் தடுத்து நிறுத்து!' என்று எச்சரிக்கத் தோன்றுகிறது. சரி; அடுத்த சித்திரத்தைப் பற்றிச் சொல்லுங்கள்!"

புத்த பகவானுடைய வரலாற்றைக் குறிப்பிட்ட மற்றச் சித்திரங்களையும் ஒவ்வொன்றாக ஆச்சாரிய பிக்ஷு எடுத்து விளக்கி வந்தார். அருள்மொழிவர்மர் புத்த தர்மத்தைத் தழுவினால் எவ்வளவு நன்றாயிருக்கும் என்ற ஆசை பிக்ஷுவின் இதய அந்தரங்கத்தில் இருக்கத்தான் இருந்தது. ஆகையால் மிக்க ஆர்வத்துடனே சித்தார்த்தருடைய சரித்திரத்தைச் சொல்லி வந்தார். கடைசியில் சித்தார்த்தர் போதி விருட்சத்தின் அடியில் அமர்ந்து தவம் செய்து

ஞான ஒளி பெறும் சித்திரத்துக்கு வந்தார்.

அந்தச் சித்திரத்தைக் குறித்து அவர் சொன்ன பிறகு பொன்னியின் செல்வர், "குருதேவா! தங்கள் கருத்துக்கு மாறாக நான் ஏதேனும் சொன்னால் தங்களுக்குக் கோபம் வருமா?" என்று கேட்டார்.

"இளவரசே! நான் ஐம்புலன்களை வென்று மனத்தை அடக்கவும் பயின்றவன். தங்கள் கருத்தைத் தாராளமாகச் சொல்லலாம்" என்றார் பிக்ஷு.

"போதி விருட்சத்தின் அடியில் வீற்றிருந்தபோது சித்தார்த்தர் ஞான ஒளி பெற்றார் என்பதை நான் நம்பவில்லை."

ஐம்புலன்களையும் உள்ளத்தையும் அடக்கியவராயிருந்த போதிலும் பிக்ஷுவின் முகம் சுருங்கியது.

"இளவரசே! மகா போதி விருட்சத்தின் ஒரு கிளை அசோகவர்த்தனரின் காலத்தில் இலங்கைக்குக் கொண்டு வரப்பட்டது. அந்தக் கிளை, வேர் விட்டு வளர்ந்து ஆயிரம் ஆண்டுகளுக்கு மேலாகியும் இன்றைக்கும் பட்டுப் போகாமல் அநுராதபுரத்தில் விசாலமாகப் படர்ந்து விளங்கி வருகிறது. அந்தப் புனித விருட்சத்தைத் தாங்களே அனுராதபுரத்தில் பார்த்திருப்பீர்கள். பின்னர், 'நம்பவில்லை' என்று ஏன் சொல்லுகிறீர்கள்?" என்று கேட்டார்.

"குருதேவரே! போதி விருட்சமே இல்லையென்று நான் சொல்லவில்லை. அதனடியில் அமர்ந்து சித்தார்த்தர் தவம் செய்ததையும் மறுக்கவில்லை. அங்கே தான் அவர் ஞான ஒளி பெற்றார் என்பதைத்தான் மறுத்துக் கூறுகிறேன். என்றைய தினம் சித்தார்த்தர் மக்களுடைய துன்பத்தைத் துடைக்க வழி காண்பதற்காகக் கட்டிய மனைவியையும், பெற்ற மகனையும் உரிமையுள்ள இராஜ்யத்தையும் தியாகம் செய்து நள்ளிரவில் புறப்பட்டாரோ, அப்போதே அவர் ஞான ஒளி பெற்றுவிட்டார் என்றுதான் சொல்லுகிறேன். அதைக் காட்டிலும் ஓர் அற்புதமான செயலை நான் எந்த வரலாற்றிலும் கேட்டதில்லை. இராமர் தன் தந்தையின் வாக்கைப் பரிபாலனம் செய்வதற்காக, இராஜ்யத்தைத் தியாகம் செய்தார். பரதர் தம் தமையனிடம் கொண்ட பக்தியினால், 'இராஜ்யம் வேண்டாம்' என்றார். அரிச்சந்திர மகாராஜா தாம் கொடுத்த வாக்குறுதியை நிறைவேற்றுவதற்காக, இராஜ்யத்தைத் துறந்தார். சிபிச் சக்கரவர்த்தியும் புறாவுக்கு அடைக்கலம் கொடுத்து விட்ட காரணத்தினால், தம் உடலை அறுத்துக் கொடுத்தார். ஆனால் சித்தார்த்தர் யாருக்கும் வாக்குக் கொடுக்கவில்லை; யாரையும் திருப்தி செய்ய விரும்பவில்லை. மனித குலத்தின் துன்பத்தைப் போக்க வழி கண்டுபிடிக்கும் பொருட்டுத் தாமாகவே எல்லாவற்றையும் தியாகம் செய்து விட்டுப் புறப்பட்டார். புத்த பகவான் போதி விருட்சத்தின் அடியில் ஞான ஒளி பெற்ற பிறகு, இதைக் காட்டிலும் அற்புதமான செயல் ஏதேனும் செய்ததுண்டா? ஆகையால் அரண்மனையை விட்டுப் புறப்பட்டபோதே அவர் ஞான ஒளி பெற்றுவிட்டார் என்று சொல்லுவது தவறாகுமா?"

இவ்விதம் பொன்னியின் செல்வர் கூறிய மொழிகள் ஆச்சாரிய பிக்ஷுவின் செவிகளில் அமுதத் துளிகளைப் போல் விழுந்தன.

"ஐயா! தாங்கள் கூறுவதில் பெரிதும் உண்மையிருக்கிறது. ஆயினும் போதி விருட்சத்தினடியிலேதான் மக்களின் துன்பங்களைப் போக்கும் வழி இன்னதென்பது புத்த பகவானுக்கு உதயமாயிற்று. அதிலிருந்துதான் மக்களுக்குப் பகவான் போதனை செய்யத் தொடங்கினார்."

"சுவாமி! புத்த பகவானுடைய போதனைகளைக் கேட்டிருக்கிறேன். அந்த போதனைகளைக் காட்டிலும் அவருடைய தியாகச் செயலிலேதான் அதிக போதனை நிறைந்திருப்பதாக எனக்குத் தோன்றுகிறது. மன்னிக்கவேணும். நானும் அவருடைய செயலைப் பின்பற்ற விரும்புகிறேன். சற்று முன்னால், என் முந்தையரின் மூன்றுவிதக் குரல்கள் என் உள்ளத்தில் ஓயாமல் ஒலித்து, என்னை வேதனைப்படுத்துவதாகச்

சொன்னேன் அல்லவா? அந்தத் தொல்லையிலிருந்து விடுதலை அடைய விரும்புகிறேன். என்னைத் தங்கள் சீடனாக ஏற்றுக்கொள்ளுங்கள்!" என்றார் இளவரசர்.

"இளவரசே! தங்களை யொத்த சீடனைப் பெறுவதற்கு நான் எவ்வளவோ பாக்கியம் செய்திருக்க வேண்டும். ஆனால் அதற்கு வேண்டிய தகுதியும் எனக்கில்லை; தைரியமும் இல்லை. இலங்கையில் புத்த மகா சங்கம் கூடும்போது தாங்கள் விண்ணப்பித்துக் கொள்ளலாம்" என்றார் பிக்ஷ.

"தங்கள் தகுதியைப்பற்றி எனக்குச் சந்தேகமில்லை. ஆனால் தைரியத்தைப் பற்றிச் சொன்னீர்கள், அது என்ன?"

"ஆமாம் தைரியமும் இல்லைதான்! இரண்டு தினங்களாக இந்த நாகைப்பட்டினத்தில் ஒரு வதந்தி பரவிக்கொண்டு வருகிறது. அதை யார் கிளப்பி விட்டார்கள் என்று தெரியவில்லை. தாங்கள் இந்த விஹாரத்தில் இருப்பதாகவும், தங்களைப் புத்த பிக்ஷுவாக்க நாங்கள் முயன்று வருவதாகவும் ஜனங்கள் ஒருவருக்கொருவர் பேசிக் கொள்கிறார்களாம். இதனால் அநேகர் கோபங்கொண்டிருக்கிறார்களாம். இந்த விஹாரத்தின் மீது மக்கள் படை எடுத்து வந்து உண்மையை அறியவேண்டும் என்றும் பேசிக் கொள்கிறார்களாம்!"

"ஆகா! இது என்ன பைத்தியக்காரத்தனம்? நான் புத்த மதத்தில் சேர்வதுபற்றி ஊரில் உள்ளவர்களுக்கு என்ன கவலை? நான் காவித் துணி அணிந்து சந்நியாச ஆசிரமத்தை மேற்கொண்டால், இவர்கள் ஏன் கோபங்கொள்ள வேண்டும். இத்தனைக்கும் எனக்குக் கல்யாணம் கூட ஆகவில்லையே? மனைவி மக்களை விட்டுப் போகிறேன் என்று கூடக் குற்றம் சுமத்த முடியாதே?" என்றார் இளவரசர். 'ஐயா! ஜனங்களுக்குத் தங்கள் மீது கோபம் எதுவும் இல்லை. தங்களை ஏமாற்றிப் புத்த பிக்ஷுவாக்க முயல்வதாக எங்கள் பேரிலே தான் கோபம். வெறும் வதந்தியே இப்படிப்பட்ட கலக்கத்தை உண்டாக்கியிருக்கிறது. உண்மையாகவே நடந்துவிட்டால் என்ன ஆகும்? இந்த விஹாரத்தையே ஜனங்கள் தரை மட்டமாக்கி விடுவார்கள். ஏதோ தங்களுடைய தந்தையின் ஆட்சியில் நாங்கள் நிம்மதியாக வாழ்ந்து வருகிறோம். தினந்தோறும்.

"போதியந் திருநிழற் புனித நிற் பரவுதும்
மேதகு நந்தி புரி மன்னர் சுந்தரச்
சோழர் வண்மையும் வனப்பும்
திண்மையும் உலகிற் சிறந்து வாழ்கெனவே!"

எனப் பிரார்த்தனை செய்து வருகிறோம். இந்த நல்ல நிலைமையைக் கெடுத்துக்கொள்ள நான் விரும்பவில்லை. அதனாலேதான் 'தைரியமில்லை' என்று சொன்னேன்" என்றார் பிக்ஷு.

அவர் கூறி வாய் மூடுவதற்குள்ளே அந்தப் புத்த விஹாரத்தின் வாசற்புறத்தில் மக்கள் பலரின் குரல்கள் திரண்டு ஒருமித்து எழும் பேரோசை கேட்கத் தொடங்கியது.

பிக்ஷு அதைச் செவி கொடுத்துச் சிறிது நேரம் கேட்டுவிட்டு, "இளவரசே! நான் கூறியது உண்மையென்று நிரூபிக்க மக்களே வந்துவிட்டார்கள் போலிருக்கிறது. இதை எப்படிச் சமாளிக்கப் போகிறேனோ, தெரியவில்லை! புத்த பகவான்தான் வழி காட்டியருள வேண்டும்!" என்றார்.

சூடாமணி விஹாரத்தின் சுற்றுப்புறங்களில் ஆயிரக்கணக்கான மக்களின் கூக்குரல் ஒலி கணத்துக்குக் கணம் அதிகமாகிக் கொண்டு வந்தது.

☙❧

2. வந்தான் முருகய்யன்!

சூடாமணி விஹாரத்துக்கு வெளியே கடல் பொங்கும் போது எழும் ஓசையைப் போல் மக்களின் இரைச்சல் ஒலி பெருகிக் கொண்டிருந்ததைச் சிறிது நேரம் ஆசாரிய பிக்ஷுவும், அருள்மொழிவர்மரும் கேட்டுக் கொண்டிருந்தார்கள்.

அந்தப் புத்த விஹாரமும், அதில் உள்ள பிக்ஷுகளும் தம்மால் இந்தப் பெரும் சங்கடத்துக்கு உள்ளாகியிருப்பதை எண்ணி இளவரசர் மிகவும் மனக்கலக்கம் அடைந்தார்.

"சுவாமி என்னால் உங்களுக்கு இந்தத் தொல்லை உண்டானதைப் பற்றி வருத்தப்படுகிறேன்" என்றார்.

"இளவரசே! தங்கள் காரணமாக இதுபோல் நூறு மடங்கு தொல்லை நேர்ந்தாலும், நாங்கள் பொருட்படுத்த மாட்டோம். தாங்களும், தங்கள் குடும்பத்தாரும் எங்களுக்குச் செய்திருக்கும் உதவிகளுக்கு இது ஒரு கைம்மாறாகுமா?" என்றார் பிக்ஷு.

"அதுமட்டும் அல்ல, இம்மாதிரி ஒளிவு மறைவாகக் காரியம் செய்வது எனக்கு எப்போதும் பிடிப்பதில்லை. நான் இங்கு இருந்து கொண்டே எதற்காக 'இல்லை' என்று சொல்ல வேண்டும்? சத்தியத்துக்கு விரோதமான இந்தக் காரியத்தில் தங்களையும் எதற்காக நான் உட்படுத்த வேண்டும்? தங்களுடைய பரிவான சிகிச்சையினால் எனக்கு உடம்பும், நன்றாகக் குணமாகிவிட்டது.

இப்போதே வெளியேறிச் சென்று ஜனங்களிடம் நான் இன்னான் என்பதைத் தெரியப்படுத்திக் கொள்கிறேன். தாங்கள் எனக்கு அடைக்கலம் அளித்துச் சிகிச்சை செய்து என் உயிரையும் காப்பாற்றினீர்கள் என்பதை மக்களிடம் அறிவிக்கிறேன். இந்தச் சூடாமணி விஹாரத்துக்கு என் காரணமாக எந்த வித அபகீர்த்தியும் ஏற்படக் கூடாது" என்றார் இளவரசர்.

"ஐயா! இதில் சத்தியத்துக்கு விரோதமான காரியம் எதுவும் இல்லை. தங்களுடைய எதிரிகள் தாங்கள் இருக்கும் இடத்தைக் கண்டுபிடிக்க முயல்கிறார்கள். இந்த நாகைப்பட்டினத்தில் அவர்கள் சென்ற இரண்டு நாளாகப் பரப்பி உள்ள வதந்தியிலிருந்தே அது நிச்சயமாகிறது. அப்படியிருக்க தாங்கள் இங்கே இருப்பதைத் தெரிவியாமல் வைத்திருப்பதில் தவறு என்ன? அரச குலத்தினர் இம்மாதிரி சில சமயம் மறைந்திருக்க வேண்டியது இராஜரீக தர்மத்துக்கு உகந்தது. பஞ்ச பாண்டவர்கள் ஒரு வருஷம் அஞ் ஞாத வாசம் செய்யவில்லையா? அப்போது தர்மபுத்திரர் சத்தியத்துக்கு மாறாக நடந்தார் என்று சொல்ல முடியுமா?" என்று பிக்ஷு கேட்டார்.

"குருதேவரே! தங்கள் அறிவுத்திறனும், விவாதத்திறனும் அபாரமானவை யென்பதை அறிவேன். தங்களுடன் தர்க்கம் செய்து என்னால் வெல்ல முடியாது. ஆனாலும் ஒன்று சொல்லுகிறேன்; பஞ்சபாண்டவர்கள் மறைந்திருக்க வேண்டியது, அவர்கள் ஏற்றுக்கொண்ட 'சூள்' காரணமாக அவசியமாயிருந்தது. எனக்கு அப்படி அவசியம் ஒன்றும் இல்லை. என் விரோதிகளைப் பற்றிச் சொல்கிறீர்கள். எனக்கு அப்படிப்பட்ட விரோதிகள் யார்? எதற்காக என்னை அவர்கள் விரோதிக்க வேண்டும்? எனக்கோ இராஜ்யம் ஆளுவதில் சிறிதும் ஆசை இல்லை. இதையெல்லாம் நான் வெளியிட்டுச் சொல்லி, அப்படி யாராவது எனக்கு எதிரிகள் இருந்தாலும், அவர்களையும் சிநேகிதர்கள் ஆக்கிக் கொள்வேன். என்னால் உங்களுக்குத் தொந்தரவும் இல்லாமற்போகும். மக்களும் நான் உயிரோடிருப்பது அறிந்து ஏதேனும் திருப்தி அடைவதாயிருந்தால் அடையட்டுமே? அதில் யாருக்கு என்ன நஷ்டம்?"

"இளவரசே! தாங்கள் சொல்லுவதெல்லாம் உண்மையே. தங்களுடைய நிலைமையில் நானும் அவ்விதமே எண்ணி நடந்து கொள்வேன். ஆனால் அதற்குத் தடையாக நிற்பது, தங்கள் திருச்சகோதரி குந்தவைப் பிராட்டிக்கு நாங்கள் கொடுத்திருக்கும் வாக்குறுதிதான். பழையாறை இளைய பிராட்டியைப் போன்ற அறிவிற் சிறந்த மாதரசி சோழ குலத்தில் தோன்றியதில்லையென்று தாங்களே பலமுறை சொல்லியிருக்கிறீர்கள். வேறு எந்த இராஜ குலத்திலும் தோன்றியதில்லை என்பது என் கருத்து. அவர் தாம் செய்தி அனுப்பும் வரையில் தங்களை இங்கே வைத்துப் பாதுகாக்கும்படி சொல்லிவிட்டுச் சென்றார். முக்கியமான காரணம் இன்றி அவர் அவ்விதம் சொல்லியிருக்கமாட்டார்.

சுந்தர சோழ சக்கரவர்த்தியின் குடும்பத்துக்கு விரோதமாகச் சோழ நாட்டுச் சிற்றரசர்கள் பலர் சதி செய்வதாக நாடெல்லாம் பேச்சாக இருந்து வருகிறது. மற்றொரு பக்கத்தில் பாண்டிய நாட்டைச் சேர்ந்த சிலர் இரகசியச் சதி வேலை செய்து வருவதாகவும் பேசிக் கொள்கிறார்கள். அந்தக் கூட்டத்தாருக்கு இந்தப் புத்த விஹாரத்திலுள்ள நாங்கள் உதவி செய்கிறோமோ என்று எண்ணித்தான் ஜனங்கள் ஆத்திரம் அடைந்து வாசலில் வந்து கூடியிருக்கிறார்கள். இந்த நிலைமையில் தாங்கள் வெளியேறி, மக்களின் முன்னிலையில் தங்களை வெளிப்படுத்திக் கொள்வது உசிதமான காரியமா? யோசியுங்கள்! அதைக் காட்டிலும் தங்களைப் பாதுகாக்கும் முயற்சியில் எங்களுக்கெல்லாம் ஏதேனும் சங்கடம் நேர்ந்தால் நேரட்டுமே?... அதற்கு நாங்கள் ஒரு நாளும் பின்வாங்கப் போவதில்லை!..."

இவ்வாறு தலைமைப் பிக்ஷு சொல்லிக் கொண்டிருந்த போது இன்னொரு இளம் சந்நியாசி அங்கே பரபரப்புடன் வந்தார்.

"சுவாமி! நிலைமை மிஞ்சிப் போய் விட்டது. ஆயிரக்கணக்கான மக்கள் சூழ்ந்து நின்று 'இளவரசரைப் பார்க்க வேண்டும்' என்று கூச்சலிடுகிறார்கள். 'இளவரசர் இங்கே இல்லை' என்று நாங்கள் எவ்வளவு சொல்லியும் பயனில்லை. 'நாங்களே விஹாரத்துக்குள் வந்து சோதித்துப் பார்க்க வேண்டும்' என்று கூச்சலிடுகிறார்கள். அவர்களுக்கு நாம் ஏதாவது ஒரு வழி சொல்லா விட்டால், பலாத்காரமாக உள்ளே புகுந்து விடுவார்கள் போலிருக்கிறது!" என்றார்.

"அவர்களுக்கு நாம் என்ன வழி சொல்ல முடியும்? புத்த பகவான் அவர்களுடைய மனத்தை மாற்ற ஏதேனும் வழி கூறினால் தான் உண்டு!" என்றார் தலைமைப் பிக்ஷு.

இளவரசர் அப்போது "குருதேவரே! எனக்கு ஒரு வழி தோன்றுகிறது. கருணை கூர்ந்து கேட்க வேண்டும். தங்கள் சீடர்கள் நான் இங்கே இல்லை என்று ஜனங்களுக்குச் சொல்லியிருக்கிறார்கள். இனி நான் ஜனங்களின் முன்னிலையில் போய் நின்றால், தங்கள் சீடர்களின் வாக்கைப் பொய்யாக்கியதாகும். அதனால் ஒரு வேளை ஜனங்களின் மூர்க்காவேசம் அதிகமானாலும் ஆகலாம்" என்றார்.

"நிச்சயமாய் ஆகியே தீரும். அதன் பலனை நாங்கள் அனுபவிக்க வேண்டியதுதான்" என்றார் பிக்ஷு.

"அதைக் காட்டிலும் தங்கள் சீடர்களுடைய வாக்கை நான் மெய்யாக்கி விடுகிறேன்..."

"இளவரசே! தங்களால்கூட அது முடியாத காரியம் என்று நினைக்கிறேன். இவர்கள் சொன்னது சொன்னதுதானே? அதை எப்படி இனி மெய்யாக்க முடியும்?"

"அதற்கு வழியிருக்கிறது ஜனங்கள் இந்த விஹாரத்துக்குள் புகுவதற்குள்ளே நான் இங்கிருந்து போய் விடலாம் அல்லவா?"

"ஆகா! எங்களைக் காப்பாற்றிக் கொள்வதற்காக அத்தகைய பாவச் செயலை நாங்கள் செய்ய வேண்டுமா? தங்களை வெளியேற்ற வேண்டுமா?"

"குருதேவரே! இதில் பாவமும் இல்லை. பழியும் இல்லை. இங்கிருந்து அரைக்காத தூரத்தில் ஆனை மங்கலத்தில் சோழ மாளிகை இருக்கிறது. அன்றைக்கு என் சகோதரியைப் பார்க்கச் சென்றபடி, இப்போதும் உடனே கால்வாய் வழியே அங்கே போய் விடுகிறேன். பிறகு சௌகரியமான போது திரும்பி வந்து விட்டால் போகிறது!" என்று சொன்னார் இளவரசர்.

ஆச்சாரிய பிக்ஷுவுக்கு இளவரசர் கூறிய அந்த யோசனை பிடித்திருந்ததாகத் தோன்றியது.

"ஆம், ஆம்! அப்படிச் செய்தால் தங்களை உடனே வெளிப்படுத்திக் கொள்ளவேண்டிய அவசியமில்லாமற்போகும். தங்கள் தமக்கையின் கருத்தையும் நிறைவேற்றியதாகும். ஆனால் கால்வாய், விஹாரத்திலிருந்து வெளியேறும் இடத்திலும், ஜனங்கள் நிற்கலாம் அல்லவா? அவர்கள் படகில் தாங்கள் போவதைப் பார்க்கக் கூடுமே?" என்றார்.

"குருதேவரே! அதற்கு ஓர் உபாயம் செய்ய முடியும். கூட்டத்தில் உள்ளவர்களில் யாரேனும் ஒருவன் விஹாரத்திற்குள் வந்து தேடிப் பார்த்துக் கொள்ளலாம் என்று சொல்லுவோம்" என்றார் இளம் பிக்ஷு.

"ஒருவன் வந்து பார்த்தால் போதாதா? அவன் வெளியிலே சென்று மற்றவர்களிடமும் சொல்லமாட்டானா?" என்றார் குரு.

"அவனை இங்கே கொஞ்சம் தாமதப்படுத்தி வைத்திருந்தால், அதற்குள் இருட்டிவிடும். இளவரசர் வெளியேறச் சௌகரியமாகயிருக்கும். அது மட்டுமல்ல, சீக்கிரத்தில் ஒரு பெரும் புயல் அடிக்கலாம் என்பதற்கு அறிகுறிகள் தென்படுகின்றன. இங்கிருந்து பார்க்கும்போதே கடல் அலைகள் மலைபோல் எழுகின்றன. கடலின் ஆரவாரமும் அதிகமாகி வருகிறது. புத்த பகவானுடைய கருணை அப்படி இருக்கிறதோ, என்னமோ? பெரும் புயல் அடித்து நம்முடைய இந்தச் சங்கடம் தீர வேண்டும் என்பது பகவானுடைய சித்தமோ, என்னமோ!" என்று கூறினார் இளம் பிக்ஷு.

"அப்படியெல்லாம் சொல்லவேண்டாம், நம்முடைய சங்கடம் தீருவதற்காகக் கடல் கொந்தளித்துப் பெரும் புயல் வர வேண்டுமா?" என்றார் குரு.

"சுவாமி! தங்கள் சீடர் சொல்லும் வழியை பரீட்சித்துப் பார்க்கலாம் என்று எனக்கும் தோன்றுகிறது. உள்ளே ஒரு தனி மனிதன் மட்டும் வந்தால், ஒருவேளை அவனிடம் நான் பேசி அவன் மனத்தை மாற்றுவது சாத்தியமாகலாம்" என்றார் இளவரசர்.

"அந்த யோசனையும் என் மனத்தில் இருக்கிறது. இரண்டு தினங்களுக்கு முன்பு கோடிக்கரையிலிருந்து ஒரு படகோட்டியும், அவன் மனையாளும் விஹாரத்தின் வாசலில் வந்து இளவரசரைப் பற்றி விசாரித்தார்கள். இளவரசர் இங்கேதான் இருக்கவேண்டும் என்று சொன்னார்கள். படகோட்டியின் மனையாள் பெருங்கூச்சல் போட்டாள்...!"

"ஆகா! அப்படிப்பட்ட படகோட்டி யார்? அவன் பெயர் என்னவென்று தெரியுமா?" என்றார் இளவரசர்.

"ஆம்; தன் பெயர் முருகய்யன் என்று சொன்னான். கோடிக்கரைத் தியாக விடங்கர் மகன் என்று கூறினான்..."

"அவன் எனக்கு நன்கு தெரிந்தவன். என் விருப்பத்துக்கு விரோதமாக எதுவும் செய்யமாட்டான். அவனை ஏன் என்னிடம் அழைத்து வரவில்லை...?"

"அவன் பெண்டாட்டியினால் நமது இரகசியத்தைக் காப்பாற்ற முடியாது என்று எண்ணினோம். இப்போது அவனும் அவன் மனையாளும் மக்கள் கூட்டத்தில் இருக்கிறார்கள்..."

"பழம் நழுவிப் பாலில் விழுந்தது போலாயிற்று. படகோட்டி முருகய்யனை மெதுவாக இங்கே அழைத்து வந்து விடுங்கள். நான் இட்ட கோட்டை அவன் தாண்டவே மாட்டான். இருட்டிய பிறகு திரும்பி வந்து, அவனே என்னைப் படகில் ஏற்றி, ஆனைமங்கலத்துச் சோழ மாளிகைக்கு அழைத்துப் போய்விடுவான்!" என்றார் இளவரசர்.

ஆச்சாரிய பிக்ஷு, "இளவரசரே! இந்தக் காலத்தில் யாரையும் பூரணமாக நம்பி விடுவதற்கில்லை. இந்தப் படகோட்டியும், அவனது மனையாளுந்தான் இரண்டு நாளாக இந்தப் பட்டினத்தில் தங்களைப் பற்றிய வதந்தியைப் பரப்பியிருக்கவேண்டும் என்று கருதுகிறேன்."

"அப்படியேயிருந்தாலும் அதனால் பாதகமில்லை. எப்படியும் யாரேனும் ஒருவனை விகாரத்துக்குள் அழைத்து வரவேண்டும் அல்லவா? அவன் கொஞ்சம் பெண்டாட்டி சொல்லுகிறபடி ஆடுகின்றவன் தான். ஆனாலும் என் விருப்பத்துக்கு மாறாக, மனையாள் சொல்வதைக் கூடக் கேட்க மாட்டான். முடியுமானால் அவனையே அழைத்துக் கொண்டு வாருங்கள்!" என்றார் இளவரசர்.

ஆச்சாரிய பிக்ஷுவின் சம்மதத்துடன், இளைய பிக்ஷு வெளியேறினார். அவர் சென்ற சிறிது நேரத்துக்கெல்லாம் பெரிய பிக்ஷு இளவரசே! என் மனம் ஏனோ நிம்மதியாகவே இல்லை. நானும் வெளியிலே சென்று பார்த்து வருகிறேன். ஜனங்களுடைய மனோ நிலை எப்படி இருக்கிறது என்பதை நேரில் அறிந்து வருகிறேன். என்னுடைய பிசகினால் இந்தப் புராதனமான சூடாமணி விஹாரத்துக்கும் கேடு வரக் கூடாது; தங்களுக்கும் தீங்கு எதுவும் நேரக்கூடாது!" என்று சொல்லி விட்டு வெளியே சென்றார்.

3. கடல் பொங்கியது!

விஹாரத்துக்கு வெளியே ஆச்சாரிய பிக்ஷு கண்ட காட்சி அவருக்குக் கதி கலக்கம் உண்டாக்குவதாயிருந்தது. ஆயிரக்கணக்கான மக்கள் திரண்டு வந்து நின்று கொண்டிருந்தார்கள்.

அவர்களுடைய தோற்றமும் அவர்கள் போட்ட கூச்சலும் அவர்கள் ஆவேசங் கொண்டவர்கள் என்பதைக் காட்டின. அந்த ஆவேசத்தைக் குரோத வெறியாகச் செய்வது மிக எளிதான காரியம். பலர் கைகளில் வாள், வேல், தடி முதலிய ஆயுதங்களை வைத்திருந்தார்கள்.

இன்னும் சிலரின் கையில் கடப்பாரைகள் இருந்தன. பிக்ஷுக்கள் வழிக்கு வராவிட்டால் விஹாரத்தையே இடித்துத் தரைமட்டமாக்கி விடுவது என்று அவர்கள் உத்தேசித்திருந்தனர் போலும்.

அதற்கு வேண்டிய காரணம் இல்லாமலும் போகவில்லை. பராந்தகச் சக்கரவர்த்தியின் காலம் முதல் அடிக்கடி சோழ நாட்டுக்கும், ஈழ நாட்டுக்கும் யுத்தம் நடந்து வந்தது. சோழநாட்டு வீரர் பலர் இலங்கைப் போரில் மடிந்திருந்தார்கள். ஏதாவது ஒன்றைப் பிடிக்கவில்லையென்றால், அதைச் சேர்ந்த மற்றவையும் பிடிக்காமல் போவது மக்களின் இயல்பு அல்லவா? இலங்கைப் போர்கள் காரணமாகச் சோழ மக்களுக்கு ஏற்பட்டிருந்த ஆத்திரம் அத்தீவில் வியாபகமாயிருந்த பௌத்த மதத்தின் மேலும் ஓரளவு திரும்பியிருந்தது.

ஏதாவது ஒரு சிறிய காரணம் ஏற்பட்டால் போதும். தமிழகத்தில் மிஞ்சியிருந்த பௌத்த விஹாரங்கள் மீதும் அவற்றில் வாழ்ந்த பிக்ஷுக்கள் மீதும் பழி தீர்த்துக்கொள்ளப் பாமர மக்கள் சித்தமாயிருந்தார்கள்.

அத்தகைய சந்தர்ப்பம் இப்போது ஏற்பட்டு விட்டதாக ஆச்சாரிய பிக்ஷு கருதினார். யாரோ தீய நோக்கம் கொண்டவர்கள் இவ்விதம் பாமர மக்களின் ஆத்திரத்தைத் தூண்டிவிட்டிருக்கிறார்கள். புத்த பகவானுடைய கருணையினாலேதான் இந்தப் பேராபத்திலிருந்து மீள வேண்டும்!... ஆச்சாரிய பிக்ஷுவைப் பார்த்ததும் அந்த ஜனக் கூட்டத்தின் ஆரவாரம் முன்னை விட அதிகமாயிற்று.

"பொன்னியின் செல்வரைக் கொடுத்து விடுங்கள். இல்லாவிடில் விஹாரத்தை இடித்துத் தரை மட்டமாக்கி விடுவோம்" என்பவை போன்ற மொழிகள் ஏக காலத்தில் ஆயிரக்கணக்கான குரோதம் நிறைந்த குரல்களிலிருந்து வெளியாகிச் சமுத்திர கோஷத்தைப் போல் கேட்டது. அதே சமயத்தில் கடலின் பேரோசையும் அதிகமாகிக் கொண்டிருப்பதை ஆச்சாரிய பிக்ஷு கவனித்துக் கொண்டார். இளம் பிக்ஷு கூறியது உண்மைதான். அளவிலாத வேகம் பொருந்திய கொடும்புயல். கடற்கரையை நோக்கி வந்து கொண்டிருக்கிறது. அதி சீக்கிரத்தில் புயல் கரையைத் தாக்கப்போகிறது. இந்த மக்களால் ஏற்படும் அபாயத்துக்குப் பிழைத்தாலும், புயலின் கொடுமையிலிருந்து விஹாரம் தப்பிப் பிழைக்க வேண்டும் என்ற கவலை பிக்ஷுவுக்கு ஏற்பட்டது.

இதற்குள் வாலிப பிக்ஷு கையமர்த்திச் சமிக்ஞை செய்து ஆத்திரம் கொண்ட மக்களின் கூட்டத்தில் சிறிது இரைச்சல் அடங்கும்படி செய்திருந்தார்.

"மகா ஜனங்களே! எங்கள் தலைவரை அழைத்து வந்திருக்கிறேன், சற்று நிம்மதியாயிருங்கள். நீங்கள் இத்தனை பேரும் இந்த விஹாரத்துக்குள் ஒரே சமயத்தில் புக முடியாது அல்லவா? உங்களில் யாராவது ஒருவரையோ, இரண்டு பேரையோ குறிப்பிடுங்கள்! அவர்கள் விஹாரத்துக்குள் வந்து தேடிப் பார்க்கட்டும்! திரும்பி வந்து அவர்கள் சொல்வதை நீங்கள் ஏற்றுக்கொள்ள வேண்டும்! இது உங்களுக்குச் சம்மதந்தானே? உங்களில் யார் என்னுடன் விஹாரத்துக்குள் வருகிறீர்கள்?" என்று வினவினார்.

"கூட்டத்தில் நூற்றுக் கணக்கானவர்கள் "நான் வருகிறேன்" "நான் வருகிறேன்" என்று கூச்சலிட்டார்கள்.

இளம் பிக்ஷு மறுபடியும் கையமர்த்தி, "எல்லோரும் சேர்ந்து கூச்சலிடுவதினால் என்ன பயன்? யாராவது ஒருவரைத் தேர்ந்தெடுங்கள். நான் யோசனை சொல்லுகிறேன். சமீப காலத்தில், சென்ற ஒரு மாத காலத்துக்குள் பொன்னியின் செல்வரைப் பார்த்தவர் உங்களில் யாராவது இருந்தால் சொல்லுங்கள். அப்படிப்பட்டவரை நான் அழைத்துப் போகிறேன். இளவரசரை அடையாளம் கண்டு கொள்ளவும் சௌகரியமாயிருக்கும்!" என்றார்.

கூட்டத்தின் முன்னணியில் நின்று கொண்டு ஒவ்வொரு தடவையும் பெரும் கூச்சல் போட்டுக் கொண்டிருந்த ராக்கம்மாள், "இதோ நாங்கள் பார்த்திருக்கிறோம்" என்று கூவினாள்.

படகோட்டியைப் பார்த்து இளம் பிக்ஷு, "அப்பனே! இவள் கூறுவது சரியா?" என்று கேட்டார்.

முருகய்யன் "சுவாமி! இவள் கூறுவது முழுவதும் சரியல்ல. இவள் இளவரசரைச் சமீபத்தில் பார்க்கவில்லை. நான் சென்ற ஒரு மாதத்துக்குள்ளே ஈழநாட்டில் பொன்னியின் செல்வரைப் பார்த்தது உண்மை. நான் அறியாமல் அவருக்குச் செய்த அபகாரத்துக்காகக் காலில் விழுந்து மன்னிப்பும் கேட்டுக் கொண்டேன். அச்சமயம் அவர் கருணையுடன் என்னைப் பார்த்துப் புன்னகை புரிந்தது, நேற்று நடந்தது போல் என் மனத்தில் பதிந்திருக்கிறது. அவரை நான் சுலபமாக அடையாளம் கண்டுகொள்ள முடியும்" என்று சொன்னான்.

"அப்படியானால் நீதான் இந்த வேலைக்குத் தகுதியானவன். உன் மனையாள் சொல்வதிலும் அவ்வளவு தவறு கிடையாது. நீ பார்த்தது இவள் பார்த்தது போலத்தான் என்று எண்ணிச் சொல்லியிருக்கிறாள். இப்போதும் நீ விஹாரத்துக்குள் தேடிப் பார்த்து விட்டு வந்து சொன்னால் இவள் ஒப்புக்கொள்வாள். பிக்ஷுக்கள் தவம் செய்யும் புத்த விஹாரத்துக்குள் பெண் பிள்ளைகளை விடுகிறதில்லையென்பது உன் மனையாளுக்குத் தெரிந்து தானிருக்கும். ஆகையால், நீ வா இங்கே!" என்று இளம் பிக்ஷு கூறினார்.

பிறகு விஹாரத்தின் முன் வாசற்படிகளில் இறங்கிச் சென்று முருகய்யனுடைய ஒரு கரத்தைப் பற்றி அழைத்துக் கொண்டு மறுபடியும் படிகளில் ஏறினார். மக்களைப் பார்த்து, "இதோ இந்தப் படகோட்டி முருகய்யன் சமீபத்தில் இளவரசரைப் பார்த்திருக்கிறானாம். இவனை உள்ளே அழைத்துப் போகிறேன். விஹாரம் முழுதும் தேடிப் பார்த்து விட்டுத் திரும்பி வந்து சொல்வான். உங்கள் எல்லோருக்கும் இது சம்மதந்தானே!" என்றார்.

மக்களின் கூட்டத்திலிருந்து சம்மதக் குரல் அவ்வளவு வேகத்துடன் வரவில்லை. சிலர் "சம்மதம் என்று முணுமுணுத்தார்கள். மற்றவர்கள் ஒருவரோடொருவர் "இதில் ஏதாவது மோசம் இருக்குமோ?" என்று இரகசியமாக பேசிக் கொண்டார்கள். அவர்கள் இரகசியம் பேசிய குரல்கள் சேர்ந்து கடலின் இரைச்சலுடன் போட்டியிட்டன.

இளம் பிக்ஷு அதைக் கவனித்து விட்டு, பெரிய குரலில் "மகா ஜனங்களே! இதோ எங்கள் ஆச்சாரியரும் வந்திருக்கிறார். உங்களுக்கு ஏதேனும் கேட்க வேண்டியது இருந்தால்

அவரைக் கேட்டுக் கொள்ளுங்கள். அதற்குள் இந்த மனிதனை நான் அழைத்துப் போய் விஹாரத்தைச் சுற்றிக் காண்பித்து விட்டு வருகிறேன்” என்று சொல்லிப் படகோட்டி முருகய்யனை அழைத்துக் கொண்டு சென்றார்.

கம்பீரமான தோற்றத்துடனும் சாந்தம் குடி கொண்ட முகத்துடனும் பொலிந்த ஆச்சாரிய பிக்ஷுவைப் பார்த்ததும் மக்களின் மனத்தில் சிறிது பயபக்தி உண்டாயிற்று. அவரிடம் அதிகப் பிரசங்கமான கேள்வி எதுவும் கேட்பதற்கு யாரும் துணிவு கொள்ளவில்லை.

ஆச்சாரிய பிக்ஷு சற்று நேரம் அந்த ஜனக்கூட்டத்தைப் பார்த்துக் கொண்டிருந்தார். பின்னர், அவர்களுக்குப் பின்னால் சற்றுத் தூரத்தில் தெரிந்த கடலையும் நோக்கினார்.

“மகா ஜனங்களே! நீங்கள் எல்லோரும் இங்கே வந்து கூடியிருப்பதின் நோக்கத்தை அறிந்து கொண்டேன். சக்கரவர்த்தியின் திருக்குமாரரும் பொன்னியின் செல்வருமான இளவரசர் அருள்மொழிவர்மரிடம் உங்களுக்கெல்லாம் எவ்வளவு அன்பு உண்டு என்பது இன்றைக்கு எனக்கு நன்றாய்த் தெரிந்தது. உங்களைப் போலவே அடியேனும் பொன்னியின் செல்வரிடம் அன்புடையவன் தான். அருள்மொழிவர்மர் கடலில் மூழ்கி விட்டார் என்ற செய்தி வந்து அன்று காலையில் நான் இதே இடத்தில் நின்று கண்ணீர் அருவி பெருக்கினேன். புத்த தர்மத்தில் பற்றுக் கொண்டவர் எவரும் அருள்மொழிவர்மரிடம் அன்பு கொள்ளாமல் இருக்கமுடியாது. புத்த தர்மத்துக்கும், புத்த பிக்ஷுக்களுக்கும் அவர் அத்தகைய மகத்தான உபகாரங்களைச் செய்திருக்கிறார். புத்தர்களின் புண்ணிய க்ஷேத்திரமாகிய அநுராதபுரத்தில் புத்த மன்னர்களின் காலத்தில் இடிந்து தகர்ந்து பாழான விஹாரங்களையும் ஸ்தூபங்களையும் திருப்பணி செய்து செப்பனிடுவதற்கு ஏற்பாடு செய்தவர். அப்படிப்பட்ட உத்தமரான இளவரசருக்கு எந்த வகையிலும் தீங்கு நேர நாங்கள் உடந்தையாக இருக்க முடியுமா? இளவரசருக்கு ஒன்றும் நேராமல் இருக்க வேண்டும். அவரைக் கடல் கொண்ட செய்தி பொய்யாயிருக்க வேண்டும் என்று நாங்கள் பிரார்த்தனை செய்த வண்ணம் இருந்தோம். உங்களையெல்லாம் விடப் பொன்னியின் செல்வரிடம் நாங்கள் அன்புடையவர்களாயிருப்பதற்குக் காரணங்கள் உண்டு...”

இச்சமயத்தில் கூட்டத்தில் ஒருவன் குறுக்கிட்டு, “அதனாலே தான் எங்களுக்கு அச்சமாயிருக்கிறது. உங்களுடைய அன்பு அபரிமிதமாகப் போய் எங்கள் இளவரசரின் தலையை மொட்டையடித்துக் காவித் துணி கொடுத்துப் பிக்ஷுவாக்கி விடுவீர்களோ என்று பயப்படுகிறோம்!” என்றான்.

அவனைச் சுற்றி நின்றவர்கள் பலர் இதைக் கேட்டதும் கலீர் என்ற கேலிச் சிரிப்பு சிரித்தார்கள்.

ஆச்சாரிய பிக்ஷுவுக்கு எப்படியோ அச்சமயம் ஒருவித ஆவேசம் ஏற்பட்டு விட்டது. இந்தச் சந்தர்ப்பத்தில் மக்களின் சந்தேகத்தைத் தீர்த்து வைப்பதற்கு ஒரே ஒரு நிச்சயமான வழி மட்டும் உண்டு என்பதை அவர் உள்ளம் உணர்த்தியது. உடனே முன் பின் யோசியாமல் தம் உள்ளத்தில் தோன்றியதைப் பின்வரும் மொழிகளில் சபதமாக வெளியிட்டார்.

“சக்கரவர்த்தியின் திருக்குமாரரும் பொன்னியின் செல்வருமான இளவரசர் அருள்மொழிவர்மரைப் புத்த சமயத்தை மேற்கொள்ளும்படி தான் கோரமாட்டேன். அவரே முன்வந்தாலும் ஏற்றுக்கொள்ள மாட்டேன். உலகை ஆளப்பிறந்தவரும், உங்கள் அன்பைக் கவர்ந்தவருமான கோமகனைத் தலையை மொட்டையடித்துக் காவித் துணி அளிக்கும் கைங்கரியத்தை நான் ஒரு நாளும் செய்யமாட்டேன். அதற்கு உடந்தையாகவும் இருக்க மாட்டேன். இவ்வாறு புத்த பகவானுடைய பத்ம சரணங்களின் மீது ஆணையாகச் சபதம் செய்கிறேன்! புத்தம் கச்சாமி! தர்மம் கச்சாமி! சங்கம் கச்சாமி!”

இடிமுழக்கம் போன்ற கம்பீரத்துடன் உணர்ச்சி ததும்பக் கூறிய இந்த மொழிகளைக் கேட்டதும் அங்கே கூடியிருந்த அத்தனை மக்களின் உள்ளங்களும் ஒரு பெரிய மாறுதலை அடைந்தன. பலர் கண்களில் கண்ணீர் ததும்பியது. சிறிது நேரம் நிசப்தம் நிலவியது.

ஆச்சாரிய பிக்ஷு தொடர்ந்து கூறினார்:– "சோழ நாட்டு மக்களின் கண்ணுக்குக் கண்ணான இளவரசரைக் குறித்து நீங்கள் எல்லோரும் இவ்வளவு சிரத்தை கொண்டிருப்பது இயல்புதான். பொன்னியின் செல்வரைக் குறித்த கவலை இப்போது உங்களுக்குத் தீர்ந்து போயிருக்கலாம். இனிமேல் உங்கள் குடும்பம், வீடு, வாசலைப் பற்றிச் சிறிது கவலை கொள்ளுங்கள். மகா ஜனங்களே! இது வரையில் நாம் இந்தப் பக்கத்திலேயே கண்டும் கேட்டுமிராத கொடும் புயல் நம்மை நெருங்கிக் கொண்டிருப்பதாகத் தோன்றுகிறது. அதோ, உங்கள் பின் பக்கமாகத் திரும்பிப் பாருங்கள்!"

ஜனங்கள் திரும்பிப் பார்த்தார்கள். பிக்ஷு கூறியபடியே அவர்களுடைய வாழ்க்கையில் என்றுமே காணாத அதிசயமான காட்சியைக் கண்டார்கள். அதிசயமான காட்சி மட்டுமன்று, பயங்கரமான காட்சியுந்தான்.

கடலானது பொங்கி மேலுயர்ந்து வானத்தில் மேலே மேலே வந்து கொண்டிருந்த கரிய கொண்டல்களைத் தொட்டுக் கொண்டிருந்தது. அந்தக் கரிய நிறத் தண்ணீர் மலையானது நின்ற இடத்தில் நிற்கவில்லை. மேலே மேலே நகர்ந்து வந்து கொண்டிருந்தது. ஜனங்கள் நின்ற இடத்திலிருந்து பார்க்கும் போது அந்த மலையானது அவர்கள் இருக்குமிடம் வரையில் வந்தால், அவர்கள் மட்டுமல்ல. சூடாமணி விஹாரமே மூழ்கிப் போவது திண்ணம் என்று தோன்றுகிறது.

இந்தக் காட்சியைப் பார்த்து மக்கள் பிரமித்து நின்றது, ஆச்சாரிய பிக்ஷு மறுபடியும், "அதோ, நீங்கள் எல்லாரும் வசிக்கும் நாகைப்பட்டினத்தைப் பாருங்கள்!" என்று சொன்னார்.

நாகைப்பட்டினம் நகரம் சூடாமணி விஹாரத்துக்குச் சிறிது வடதிசையில் அமைந்திருந்தது. வெகு தூரத்துக்கு வெகு தூரம் பரவியிருந்தது. கடற்கரையை அடுத்துப் பண்டக சாலைகள், சுங்கம் வாங்கும் கட்டிடங்கள் முதலியவை இருந்தன. அவற்றுக்கு அப்பால் ஜனங்கள் வசிக்கும் வீடுகள் ஆரம்பமாகிக் கிழக்கு மேற்கிலும், தெற்கு வடக்கிலும் சுமார் அரைக் காத தூரத்துக்கு மேலே பரவியிருந்தன.

கடல் பொங்கிப் பண்டக சாலைகளும், சுங்கச் சாவடிகளும் இருந்த இடத்தையெல்லாம் தாண்டிக் கொண்டு வந்து பட்டினத்தின் தெருக்களிலும் புகுவதற்கு அச்சமயம் ஆரம்பித்திருந்தது.

கடலில் இருந்த படகுகளும், நாவாய்களும் எங்கேயோ ஆகாசத்தில் அந்தரமாகத் தொங்குவதுபோல் தண்ணீர் மலைகளின் உச்சியில் காட்சி அளித்து, இப்படியும் அப்படியும் ஆடிக் கொண்டிருந்தன. படகுகளின் பாய் மரங்கள் பேயாட்டம் ஆடிச் சுக்கு நூறாகப் போய்க் கொண்டிருந்தன.

"மகா ஜனங்களே! ஒரு காலத்தில் காவிரிப்பட்டினத்தைக் கடல் கொண்டது என்று கேள்விப்பட்டிருக்கிறோம். அம்மாதிரியான விபத்து நமது நாகைப்பட்டினத்துக்கு வராமல் புத்த பகவான் காப்பாற்றுவாராக! ஆனாலும் நீங்கள் உடனே திரும்பிச் சென்று உங்கள் குழந்தை குட்டிகளையும், உடைமைகளையும் கூடுமானவரை காப்பாற்றிக் கொள்ள முயலுங்கள்!" என்று ஆச்சாரிய பிக்ஷு தழதழத்த குரலில் கூவினார்.

இதைக் கேட்டதும் அந்த ஜனக் கூட்டமானது கடல் அலை போலவே விரைந்து, நகரத்தை நோக்கி நகரலாயிற்று.. முன்னணியில் நின்றவர்கள் ஓடத் தொடங்கினார்கள். பின்னால் நின்றவர்கள் அவர்களைத் தொடர்ந்து ஓடினார்கள். முதலில் கூட்டமாக நகர்ந்தார்கள். பிறகு நாலாபுறமும் சிதறி ஓடினார்கள். சில நிமிட நேரத்திற்குள் சற்று முன்னால் பெரும் ஜனத்திரள் நின்று கொண்டிருந்த இடம் வெறுமையாகக் காட்சி அளித்தது.

படகோட்டி முருகய்யனின் மனையாள் ராக்கம்மாள் மட்டும் நின்ற இடத்திலேயே நின்று "என் புருஷன்!" "என் புருஷன்!" என்று கத்தினாள்.

"தாயே! உன் புருஷனுக்கு, ஒன்றும் ஆபத்து நேராது. பத்திரமாகத் திரும்பி வந்து சேருவான். நீ உன்னைக் காப்பாற்றிக்கொள்!" என்றார் பிக்ஷு.

"இல்லை, இல்லை! என் புருஷனை விட்டு விட்டு, நான் எப்படிப் போவேன்? நான் கோவிலுக்குள் வருகிறேன்" என்றாள் ராக்கம்மாள்.

"கூடாது அம்மா! கூடாது! புத்த சந்நியாசிகள் வசிக்கும் விஹாரத்துக்குள் பெண்பிள்ளைகள் வரக்கூடாது! உனக்குத் தெரியாதா?" என்றார் பிக்ஷு.

இச்சமயத்தில் அந்த மாபெரும் ஜனக் கூட்டத்திலே ஓடாமல், பின் தங்கி நின்று கொண்டிருந்த மனிதன் ஒருவன் ராக்கம்மாளை அணுகி வந்தான். அவள் காதோடு ஏதோ சொன்னான். அவளுடைய கரத்தைப் பிடித்துக் கரகரவென்று இழுத்தான். அவள் அவனுடன் வேண்டா வெறுப்புடன் போகத் தொடங்கினாள்.

"ஆகா, இந்த மனிதன் யார்? இவனுக்கும் இந்தப் பெண்ணுக்கும் என்ன உறவு?" என்று எண்ணிய வண்ணம் ஆச்சாரிய பிக்ஷு விஹாரத்துக்குள் சென்றார். பொன்னியின் செல்வர் இருந்த இடத்தை அணுகினார்.

முருகய்யன் இதற்குள் அதிசயமெல்லாம் நீங்கப் பெற்றவனாய் இளவரசர் கூறுவதைப் பத்தியுடன் கேட்டுக் கொண்டிருந்தான்.

"முருகா! இன்றிரவு நீ திரும்பி வந்து என்னைப் படகில் ஏற்றி ஆனைமங்கலத்துக்கு அழைத்துப்போக வேண்டும்" என்று இளவரசர் கூறினார்.

ஆச்சார்ய பிக்ஷு, "இளவரசே! இரவு வரையில் காத்திருக்க வேண்டியதில்லை. ஜனக்கூட்டம் கலைந்துவிட்டது. தாங்கள் இப்போதே புறப்பட்டுப் போகலாம்" என்று சொன்னார்.

பின்னர், வெளியில் நடந்தவற்றைச் சில வார்த்தைகளில் கூறினார்.

"சுவாமி! ஜனங்கள்தான் கலைந்து போய் விட்டார்களே! நான் எதற்காகப் போகவேண்டும்?" என்றார் இளவரசர்.

"அவர்கள் திரும்பி வரமாட்டார்கள் என்பது என்ன நிச்சயம்? மேலும், பிக்ஷுக்களாகிய எங்கள் வாக்கை மெய்யாக்குவதாகச் சற்று முன் சொன்னீர்கள் அல்லவா? அதை நிறைவேற்றி அருள வேண்டும்!" என்றார் பிக்ஷு.

உண்மை என்னவென்றால் பொங்கி வரும் கடல் அந்த சூடாமணி விஹாரத்தை சிறிது நேரத்துக்கெல்லாம் முழுக அடித்து விடும் என்று பிக்ஷுவின் உள்ளத்தில் ஒரு பீதி உண்டாகியிருந்தது. ஆகையால் இளவரசரை அவசரமாக வெளியேற்ற விரும்பினார். ஆனைமங்கலம் கடற்கரையிலிருந்து கிழக்கே சற்றுத் தூரத்தில் இருந்தது. ஆகையினால் பொங்கி வரும் கடல் அவ்வளவு தூரம் போய் எட்ட முடியாது. எட்டினாலும் அங்குள்ள மிகப் பெரிய சோழ மாளிகை மூழ்கிவிடாது.

இளவரசர் பிக்ஷுவின் கருத்தை ஏற்றுக் கொண்டார். உடனே படகு கொண்டு வருமாறு கட்டளை பிறந்தது.

இதற்கிடையில் அங்கே கூடியிருந்த புத்த பிக்ஷுக்களைப் பார்த்து ஆச்சாரிய பிக்ஷு, "நாம் கருணையே வடிவமான புத்த பகவானைச் சேர்ந்தவர்கள். இப்போது நாகைப்பட்டினத்து மக்களுக்குப் பெரும் சோதனை நேரிட்டிருக்கிறது. கடல் பொங்கி நகரத்துக்குள் வேகமாக புகுவதைக் கண்டேன். புயலின் வேகத்தினால் வீடுகளின் கூரைகள் சிதறிப் பறக்கின்றன. மரங்கள் தடதடவென்று முறிந்து விழுகின்றன. நாகைப்பட்டினத்திலும், அக்கம் பக்கத்திலும் வசிக்கும் மக்களில் வயோதிகர்களும் குழந்தைகளும் எத்தனையோ பேர் தப்பிக்கும் வகை அறியாது தவித்துக் கொண்டிருப்பார்கள். நீங்கள் அனைவரும் நாலாபுறமும் சென்று உங்கள் கண் முன்னால் கஷ்டப்படுகிறவர்களுக்கு உங்களால் இயன்ற உதவிகளைச் செய்யுங்கள். குழந்தைகளையும் வயோதிகர்களையும் முதலில் கவனியுங்கள். சமுத்திர ராஜனின் கோபத்திலிருந்து எத்தனை பேரைக் காப்பாற்றலாமோ காப்பாற்றுங்கள்! நான் வயதானவன். இங்கேயே இருந்து மாலை நேரத்துப் பூஜையைக் கவனித்துக் கொள்கிறேன்" என்றார்.

இதைக் கேட்டதும் பிக்ஷுக்கள் அங்கிருந்து அகன்று சென்றார்கள். கால்வாயில் படகு வந்து சேர்ந்தது. இளவரசர் ஆச்சாரிய பிக்ஷுவுக்கு வணக்கம் செலுத்தி விடைபெற்று அதில் ஏறிக் கொண்டார். முருகய்யனும் ஏறிப் படகு தள்ளத் தொடங்கினான். படகு கண்ணுக்கு மறையும் வரையில் பிக்ஷு அதையே பார்த்துக் கொண்டு நின்றிருந்தார். அவருடைய முகத்தைச் சுற்றி அபூர்வமான ஜோதி ஒன்று பிரகாசப்படுத்திக் கொண்டிருந்தது.

4. நந்தி முழுகியது

படகு கால்வாயில் போய்க் கொண்டிருந்த போது இளவரசர் நிமிஷத்துக்கு நிமிஷம் கால்வாயின் நீர்மட்டம் அதிகமாகிக் கொண்டிருப்பதைக் கவனித்தார்.

படகு தத்தளித்துக் கொண்டிருந்தது. முருகய்யன் அதைச் செலுத்துவதற்கு வெகு பாடுபட்டுக் கொண்டிருந்தான்.

புயலின் வேகமும் வினாடிக்கு வினாடி அதிகமாகிக் கொண்டிருந்தது. இருபுறமும் மரங்கள் சடசடவென்று முறிந்து விழுந்து கொண்டிருந்தன.

நந்தி மண்டபத்தை நெருங்கிப் படகு வந்தது. இளவரசர் அந்த மண்டபத்தைப் பார்த்தார். நந்தியின் தலைக்கு மேலே தண்ணீர் வந்திருந்தது. இதிலிருந்து நீர் மட்டம் எவ்வளவு உயர்ந்திருந்தது என்று நன்கு தெரிய வந்தது.

"முருகய்யா! படகைச் சிறிது நிறுத்து" என்று இளவரசர் கூறினார். முருகய்யன் படகை நிறுத்தினான். ஆனால் அதன் ஆட்டத்தை நிறுத்த முடியவில்லை.

இளவரசர் படகிலிருந்து தாவிக் குதித்து நந்தி மண்டபத்தில் இறங்கினார். பின்னர் அதன் அருகில் விழுந்திருந்த ஒரு மரத்தைப் பிடித்துக்கொண்டு மண்டபத்தின் மேல் சிகரத்தின் மீது ஏறினார். அங்கேயிருந்து சுற்று முற்றும் பார்த்தார். கால்வாய்க்குக் கீழ்ப்புறம் முழுதும் ஒரே ஜலப்பிரளயமாக இருந்தது.

தென்னந்தோப்பில் பாதி மரங்களுக்கு மேல் அதற்குள் விழுந்து விட்டிருந்தன. இடைவெளி வழியாகப் பார்த்தபோது, கடல் பொங்கி அந்தத் தென்னந்தோப்பின் முனை வரையில் வந்து விட்டதாகத் தெரிந்தது.

வடக்கே, சூடாமணி விஹாரம் இருந்த திசையை அருள்மொழிவர்மர் நோக்கினார். விஹாரத்தின் வெளிப் படிக்கட்டுகள் வரையில் கடல் பொங்கிப் பரவியிருந்தது தெரிந்தது.

பொன்னியின் செல்வருடைய மனத்தில் அப்போது ஓர் எண்ணம் உதயமாயிற்று. அது அவருடைய உடல் முழுதும் சிலிர்க்கும்படி செய்தது.

"முருகய்யா! படகைத் திருப்பிக்கொண்டு போ! விஹாரத்தை நோக்கி விடு!" என்றார் இளவரசர்.

அதிகமாகப் பேசிப் பழக்கமில்லாதவனும், இளவரசரிடம் அளவிறந்த பக்தி கொண்டவனுமான தியாகவிடங்கரின் மகன் ஏன் என்றுகூடக் கேளாமல் படகைத் திருப்பிச் சூடாமணி விஹாரத்தை நோக்கிச் செலுத்தினான்.

வரும்போது ஆன நேரத்தைக் காட்டிலும் போகும் போது சிறிது குறைவாகவே நேரமாயிற்று. ஆனால் இளவரசருக்கோ ஒவ்வொரு விநாடியும் ஒரு யுகமாக இருந்து கொண்டிருந்தது. படகு விஹாரத்தை அடைந்த போது பொங்கி வந்த கடல் ஏறக்குறைய விஹாரம் முழுவதையும் சூழ்ந்து கொண்டிருந்தது. நீர் மட்டம் மேலே ஏறிக் கொண்டுமிருந்தது. ஈழநாட்டிலுள்ள விஹாரங்களைப் போல் நாகைப்பட்டினம் சூடாமணி விஹாரம் அக்காலத்தில் அவ்வளவு கம்பீரமாகவோ உயரமாகவோ அமைந்திருக்கவில்லை. இன்னும் கொஞ்சம் தண்ணீர் மேலே ஏறினால் விஹாரத்தின் மண்டப சிகரம்கூட முழுகிவிடும் என்ற நிலைமை ஏற்பட்டிருந்தது.

இளவரசர் படகிலிருந்து தாவித் தண்ணீரில் முழுகாமலிருந்த ஒரு மண்டபத்தின் மேல் தளத்தில் குதித்தார். அங்குமிங்கும் பரபரப்புடன் ஓடினார். விஹாரத்தின் அடித்தளத்துக்கு அவர் போகாமல் மேல் மாடங்களில் ஒவ்வொரு பகுதியாகத் தேடிக் கொண்டு வந்தார். மேல் மாடங்களிலேயே சில இடங்களில் மார்பு அளவு தண்ணீரில் அவர் புகுந்து செல்ல வேண்டியதாயிருந்தது.

மேலும் மேலும் ஏமாற்றம் ஏற்பட்டுக் கொண்டிருந்தது. கடைசியில் கௌதமபுத்தரின் உருவச் சிலை அமைந்திருந்த இடத்துக்கு வந்து சேர்ந்தார். அந்தச் சிலையின் மார்பு அளவுக்குத் தண்ணீர் ஏறியிருந்தது. அங்கே இளவரசர் நின்று சுற்று முற்றும் பார்த்தார். தண்ணீரில் குனிந்தும் பார்த்தார். அவருடைய வாயிலிருந்து எழுந்த மகிழ்ச்சியும் வியப்பும் கலந்த 'ஆஹா!' ஒலி அவர் தேடி வந்ததை அடைந்து விட்டார் என்பதற்கு அறிகுறியாக இருந்தது.

ஆம்; புத்தர் சிலையின் அடியில் தண்ணீருக்குள்ளே பகவானுடைய பத்ம சரணங்கள் இரண்டையும் இறுகக் கட்டிக் கொண்டு ஆச்சாரிய பிக்ஷு உட்கார்ந்து கொண்டிருந்தார்.

பொன்னியின் செல்வர் தண்ணீரில் முழுகிப் பிக்ஷுவின் கரங்கள் இரண்டையும் சிலையிலிருந்து பலவந்தமாக விடுவித்து விட்டு அவரைத் தூக்கி எடுத்தார். தண்ணீருக்குள்ளே பிக்ஷுவைத் தூக்குவது இலேசாக இருந்தது. தண்ணீருக்கு வெளியே வந்த பிறகு அவ்வளவு இலேசாக இல்லை. ஆஜானுபாகுவும், நல்ல பலிஷ்டருமான அந்த பிக்ஷுவின் உடல் கனம் இளவரசரைத் திணறச் செய்தது.

"முருகய்யா! முருகய்யா!" என்று குரல் கொடுத்தார்.

"இதோ வந்தேன்!" என்று சொல்லிக் கொண்டே முருகய்யன் படகைக் கொண்டு வந்தான்.

பொன்னியின் செல்வர் ஆச்சாரிய பிக்ஷுவைத் தூக்கிக் கொண்டு படகை நோக்கி விரைந்து சென்றார். அவருடைய கால்கள் தடுமாறின.

5. தாயைப் பிரிந்த கன்று

இளவரசர் புத்த பிக்ஷுவையும் தூக்கிக்கொண்டு முருகய்யன் கொண்டு வந்து நிறுத்திய படகிலே குதித்தார். அவர் குதித்த வேகத்தில் அந்தச் சிறிய படகு பேயாட்டம் ஆடியது. ஒரு கணம் கவிழ்ந்து விடும் போலவும் இருந்தது. முருகய்யன் மிகப் பிரயத்தனப்பட்டுப் படகு கவிழாமல் காப்பாற்றினான்.

"முருகையா! இனிமேல் படகைவிடு! ஆனைமங்கலம் அரண்மனைக்கு விடு!" என்று பொன்னியின் செல்வர் உரத்த குரலில் கூவினார். அச்சமயம் உச்சநிலையை அடைந்திருந்த புயற்காற்றும், புயலில் பொங்கி வந்த கடலும் போட்ட இரைச்சலினால் அவர் கூறியது முருகய்யன் காதில் விழவில்லை. ஆயினும் இளவரசரின் முகத்தோற்றத்திலிருந்து அவருடைய விருப்பத்தை அறிந்து கொண்ட முருகய்யன் படகைச் செலுத்தத் தொடங்கினான். சூடாமணி விஹாரத்தின் முழுகிக் கொண்டிருந்த மண்டபச் சிகரங்களின் மீதும் புத்தர் சிலைகளின் மீதும் மோதாமல் படகைச் செலுத்துவது மிகவும் கடினமாயிருந்தது. முருகையன் பெரும் புயலிலும் சூழிக் காற்றிலும் நடுக் கடலில் படகு செலுத்திப் பழக்கப்பட்டவனாதலால் வெகு லாவகமாகச் செலுத்திக் கொண்டு போனான். அதைப் பார்த்து இளவரசர் வியந்தார். அவனுக்குச் சற்று உதவி செய்யலாம் என்று அவருக்குத் தோன்றியது. ஆனால் புத்த பிக்ஷுவைப் பிடித்திருந்த பிடியை விட்டுவிடத் தயங்கினார்.

அதற்கு ஏற்றாற்போல், திடீரென்று பிக்ஷு இளவரசருடைய பிடியிலிருந்து விடுவித்துக் கொள்ளப் பிரயத்தனம் செய்தார். அச்சமயம் படகு புத்த பகவானின் சிலையின் அருகே

போய்க் கொண்டிருந்தது. இப்போது கடல் வெள்ளம் அச்சிலையின் கண்கள் வரை ஏறியிருந்தது. இன்னும் சில நிமிடத்தில் சிலையே முழுகிவிடும் என்பதில் ஐயமில்லை.

இளவரசர் பிக்ஷுவை இறுகப் பிடித்துக் கொண்டார். பார்ப்பதற்கு மிக மென்மையான தேகம் உடையவராகக் காணப்பட்ட இளவரசரின் கரங்களில் எவ்வளவு வலிமை இருந்தது என்பதை அறிந்து பிக்ஷு வியந்தார் என்பதை அவருடைய முகத் தோற்றம் காட்டியது. நெஞ்சிலே உரம் இருந்தால், உடலிலும் வலிமை உண்டாகும் போலும்! இத்தனைக்கும் பல நாள் சுரத்தினால் மெலிந்திருந்த உடம்பு!

புத்தரின் சிலையைத் தாண்டிப் படகு போயிற்று. முழுகிக் கொண்டிருந்த அச்சிலையைப் பிக்ஷு பார்த்துக் கொண்டேயிருந்தார். சிலை விரைவில் மறைந்தது. பிக்ஷுவின் கண்களில் தாரை தாரையாகக் கண்ணீர் பெருகியது.

"இளவரசே! என்ன காரியம் செய்தீர்?" என்றார் பிக்ஷு.

அவருடைய உதடுகளின் அசைவிலிருந்து என்ன சொல்கிறார் என்பதைத் தெரிந்து கொண்ட இளவரசர் பிக்ஷுவின் காதின் அருகில் குனிந்து, "சுவாமி! அந்தக் கேள்வியை நான் அல்லவா கேட்க வேண்டும்? என்ன காரியம் செய்யத் துணிந்தீர்கள்?" என்றார்.

"இளவரசே! இந்த விஹாரம் ஐந்நூறு ஆண்டுகளுக்கு முன்னாலிருந்து இங்கே இருந்து வருகிறது. மகானாகிய தர்மபாத முனிவரின் காலத்திலே கூட இருந்தது. வீர சைவர்களான பல்லவ சக்கரவர்த்திகள் இதை அழிக்காமல் விட்டு வைத்தார்கள். அப்படிப்பட்ட புராதன விஹாரம் என் காலத்தில், என் கண் முன்னால் முழுகிவிட்டது. செங்கல் திருப்பணியினாலான இந்த விஹாரம் இந்தக் கடல் வெள்ளத்துக்குத் தப்ப முடியாது! வெள்ளம் வடிந்த பிறகு சில குட்டிச் சுவர்களே மிச்சமிருக்கும்! விஹாரம் போன பிறகு நான் மட்டும் எதற்காக உயிரோடு இருக்க வேண்டும்?" என்றார் பிக்ஷு.

"விஹாரம் இடிந்து அழிந்தால், மறுபடியும் திருப்பணி செய்து கட்டிக்கொள்ளலாம். புத்த பகவானுடைய சித்தமிருந்தால் நானே திரும்பவும் கட்டிக் கொடுப்பேன். தாங்கள் போய்விட்டால் என்னால் தங்களைத் திருப்பிக் கொண்டு வர முடியாதே?" என்றார் இளவரசர் அருள்மொழிவர்மர்.

கடலும் புயலும் சேர்ந்து போட்ட இரைச்சலினால் அவர்களால் மேலும் தொடர்ந்து விவாதம் செய்ய முடியவில்லை. மற்றும், சுற்றுப்புறங்களில் நாலபுறத்திலும் அவர்கள் கண்ட கோரக் காட்சிகள் அவர்களைப் பேச முடியாதபடி செய்துவிட்டன.

முறிந்த பாய்மரங்களுடனே பெரிய பெரிய நாவாய்களும், சின்னஞ் சிறு மீன் பிடிக்கும் படகுகளும் கடற் பக்கத்திலிருந்து கரையை நோக்கி வந்து கொண்டிருந்தன. அவற்றில் பல கரை தட்டியும், கட்டிடங்களின் மேல் மோதியும், பேயாட்டம் ஆடிய மரங்களின் மீது இடித்துக் கொண்டும், சுக்கு நூறாக நொறுங்கி விழுந்தன.

பெருங்காற்றில் வீடுகளின் கூரைகள் அப்படியே பிய்த்துக் கொண்டு பறந்து சென்று வெள்ளத்தில் விழுந்தன.

வேறு சில கூரைகள் மிதந்து கொண்டிருந்தன. அவற்றில் சிலவற்றில் மனிதர்கள் மிகுந்த சிரமத்துடன் தொத்திக் கொண்டிருந்தார்கள். ஓவென்று அவர்கள் ஓலமிட்டுக் கொண்டிருந்தார்கள்.

பெரிய பெரிய மரங்கள் காற்றில் முறிந்து விழுந்தன. முறிந்த மரங்களில் சில மிதந்து மிதந்து சென்றன. மிதந்த மரங்களைப் பிடித்துக் கொண்டு சில மனிதர்கள் உயிர் தப்ப முயன்றார்கள்.

ஆடு மாடுகள் வெள்ளத்தில் அலறிக்கொண்டு மிதந்து சென்றன.

இத்தகைய கோரமான காட்சிகளைப் பார்த்துப் பார்த்து இளவரசரும் பிக்ஷுவும் மனங்கசிந்தார்கள். அந்த நிலைமையில் தங்களால் ஒன்றும் உதவி செய்ய முடியவில்லையே என்ற எண்ணம் அவர்களுடைய வேதனையை அதிகப்படுத்தியது.

முருகய்யன் அப்பால் இப்பால் பார்க்காமல் படகை சர்வ ஜாக்கிரதையாகச் செலுத்திக்கொண்டு சென்றான்.

சூடாமணி விஹாரம் நாகைப்பட்டினத்தில் கடற்கரையோரமாக இருந்தது. அங்கிருந்து கால்வாய் சிறிது தூரம் வரையில் தெற்குத் திசையை நோக்கிச் சென்றது. பிறகு தென்மேற்காக அரைக்காதம் வரையில் சென்று, அங்கிருந்து மீண்டும் திரும்பித் தென் திசையில் நேராகச் சென்றது. இந்த இரண்டாவது திருப்பத்தின் முனையிலேதான் ஆனை மங்கலம் அரண்மனை இருந்தது.

வழி நடுவில் இருந்த நந்தி மண்டபத்தின் அருகில் படகு வந்த போது, நந்தி முழுதும் முழுகியிருந்தது மட்டுமல்லாமல் மேல் மண்டபத்தின் விளிம்பைத் தொட்டுக்கொண்டு வெள்ளம் சென்றது. மண்டபத்துக்கு அப்பால் நாலாபுறமும் பரவி இருந்த தென்னந்தோப்புகளில் முக்கால்வாசி மரங்கள் காற்றினால் முறிந்து விழுந்து விட்டன. மிஞ்சியிருந்த மரங்களின் உச்சியில் மட்டைகள் ஆடியது தலைவிரி கோலமாகப் பேய்கள் ஆடுவது போலவே இருந்தது. அவற்றில் சில மட்டைகள் காற்றினால் பிய்க்கப்பட்டு வெகு தூரத்துக்கு அப்பால் சென்று விழுந்தன.

நந்தி மண்டபத்தின் உச்சியில் தாயைப் பிரிந்த கன்றுக்குட்டி ஒன்று எப்படியோ வந்து தொத்திக்கொண்டிருந்தது. அது நாலாபுறமும் பார்த்துப் பார்த்து மிரண்டு விழித்தது. உடம்பை அடிக்கடி சிலிர்த்துக் கொண்டது. அதன் கால்கள் நடுங்கிக் கொண்டிருந்தன. அந்தக் கன்று 'அம்மா' என்று எழுப்பிய தீனக்குரல் படகில் சென்று கொண்டிருந்தவர்களின் காதில் இலேசாக விழுந்தது.

"ஐயோ! பாவம்! தாயைப் பிரிந்த இந்தக் கன்றின் கதி என்ன ஆகுமோ!" என்று இளவரசர் எண்ணிய அதே சமயத்தில், ஒரு பெரிய தென்னை மரம் திடீரென்று முறிந்து மண்டபத்தின் பின்புறத்தில் விழுந்தது. சிறிது முன் பக்கமாக விழுந்திருந்தால், கன்றுக் குட்டியின் மேலேயே அது விழுந்திருக்கும்.

மரம் விழுந்த வேகத்தினால் தண்ணீரில் ஒரு பெரிய அலை கிளம்பி மண்டபத்தில் மேலே தாவி வந்தது. முன்னமே நடுங்கிக் கொண்டிருந்த கன்றுகுட்டி அந்த அலையைச் சமாளிக்க முடியாமல் தடுமாறி விழுந்தது. மண்டபத்தின் உச்சியிலிருந்து அலையினால் அது வெள்ளத்தில் உந்தித் தள்ளப்பட்டுத் தத்தளித்தது.

இளவரசர் இதுவரையில் புத்த பிக்ஷுவைத் தம் கரங்களினால் பிடித்துக் கொண்டிருந்தார். கன்றுக்குட்டி மண்டபத்தின் உச்சியிலிருந்து உந்தித் தள்ளப்பட்டதைப் பார்த்ததும், "ஆகா" என்று சத்தமிட்டுப் பிக்ஷுவைப் பிடித்துக் கொண்டிருந்த பிடியை விட்டார். பிக்ஷு அக்கணமே வெள்ளத்தில் குதித்தார்.

படகோட்டி முருகய்யன் துடுப்பைப் படகில் போட்டு விட்டு இளவரசரைக் கெட்டியாகப் பிடித்துக்கொண்டான். அவனை இளவரசர் கடுங்கோபத்துடன் பார்த்துவிட்டு "விடு!" என்று கையை உதறினார். அதற்குள் பிக்ஷு இரண்டு எட்டில் நீந்திச் சென்று கன்றுக்குட்டியின் முன்னங்கால்கள் இரண்டையும் கெட்டியாகப் பிடித்துக் கொண்டார். கன்றுக் குட்டியும் உயிர் மீதுள்ள இயற்கையான ஆசையினால் தலையை மட்டும் தண்ணீருக்கு மேலே வைத்துக் கொண்டிருக்க பிரயத்தனப்பட்டது. பிக்ஷு கன்றுக் குட்டியைப் பிடித்து இழுத்துக்கொண்டு படகை நோக்கி வந்தார். இளவரசர் அவருக்குக் கை கொடுத்து உதவினார். இருவருமாகச் சேர்த்து முதலில் கன்றுகுட்டியைப் படகில் ஏற்றினார்கள். பின்னர் இளவரசரின் உதவியினால் ஆச்சாரிய பிக்ஷு படகில் ஏறிக் கொண்டார்.

இத்தனை நேரம் எப்படியோ சமாளித்துக் கொண்டிருந்த கன்றுக் குட்டி ஒரு ஆட்டம் ஆடியதும், கால் தடுமாறித் தொப்பென்று விழுந்தது. நல்ல வேளையாக, படகின் உட்புறத்திலே தான் விழுந்தது. பிக்ஷு அதன் அருகில் உட்கார்ந்தார். கன்றின் தலையைத் தம் மடிமீது எடுத்து வைத்துக்கொண்டு அதைத் தடவிக் கொடுக்கத் தொடங்கினார்.

"குருதேவரே! சற்று முன்னால் சூடாமணி விஹாரத்தில் புத்த பகவானின் சரணங்களைப் பிடித்துக் கொண்டு பிராணத் தியாகம் செய்யப் பார்த்தீர்களே? அப்படித் தாங்கள் செய்திருந்தால், இந்த வாயில்லா ஜீவனை இப்போது காப்பாற்றியிருக்க முடியுமா?" என்று இளவரசர் கேட்டார்.

"ஐயா நான் செய்ய இருந்த குற்றத்தைச் செய்யாமல் தடுத்தீர்கள் அதற்காக நன்றியுடையேன். ஆம், இந்தக் கன்றின் உயிரைக் காப்பாற்றியது என் மனதுக்கு நிம்மதியளிக்கிறது. சூடாமணி விஹாரம் இடிந்து தகர்ந்து போய்விட்டால் கூட இனி அவ்வளவு கவலைப்பட மாட்டேன்" என்றார் பிக்ஷு.

"ஆச்சாரியரே! ஒரு கன்றின் உயிரைக் காப்பாற்றியதனாலே எப்படி மன நிம்மதி பெறுகிறீர்கள்? இன்று இந்தப் புயலினால் எவ்வளவு ஜீவன்கள் கஷ்டப்படுகின்றன? எவ்வளவு ஆயிரக்கணக்கான மக்கள் – ஆண்கள், பெண்கள், குழந்தைகள், வயோதிகர்கள், கஷ்டப்படுகிறார்கள்? எத்தனை வாயில்லா ஜீவன்கள் ஆடு மாடுகள், குதிரைகள், பறவைகள், உயிரை இழக்க நேரிடும்? இந்தத் துன்பங்களுக்கெல்லாம் பரிகாரம் என்ன?" என்று கேட்டார் இளவரசர்.

"ஐயா! நம்மால் இயன்றதைத்தான் நாம் செய்யலாம். அதற்கு மேல் நாம் செய்யக் கூடியது ஒன்றுமில்லை. இயற்கை உற்பாதங்களைத் தடுக்கும் சக்தி நமக்கு இல்லை. புயற்காற்றை நாம் கட்டுப்படுத்த முடியுமா? பெருமழையைத் தடுக்க முடியுமா? அல்லது மழை பெய்யும்படி செய்யத்தான் முடியுமா? கடல் பொங்கி வரும்போது அதை நாம் தடுத்து நிறுத்திவிடமுடியுமா? ஆகா! கடல்களுக்கு அப்பால் உள்ள கீழைத் தேசங்களில் எரிமலை நெருப்பைக் கக்குவதையும், பூகம்பம் நேர்ந்து பூமி பிளப்பதையும் நான் பார்த்திருக்கிறேன். அவற்றுக்கெல்லாம் நாம் என்ன செய்யலாம்? நம் கண் முன்னால் கஷ்டப்பட்டுத் தவிக்கும் ஜீவனுக்கு உதவி செய்யத்தான் நம்மால் முடியும்!"

"குருதேவரே! இயற்கை உற்பாதங்கள் ஏன் உண்டாகின்றன? புயற்காற்றும் பூகம்பமும் ஏன் நிகழ்கின்றன? கொள்ளை நோய்கள் ஏன் வருகின்றன? அவற்றினால் மக்களும், மற்றப் பிராணிகளும் அடையும் துன்பங்களுக்குப் பொறுப்பாளி யார்? நம்மால் இயற்கையின் உற்பாதங்களைத் தடுக்க முடியாது. ஆனால் கடவுளால் கூட முடியாதா? கடவுள் ஏன் இத்தகைய உற்பாதங்களைத் தடுக்காமல் ஜீவராசிகள் இவற்றினால் கஷ்டப்படுவதைப் பார்த்துக் கொண்டிருக்கிறார்?" என்று இளவரசர் கேட்டார்.

"பொன்னியின் செல்வா! தாங்கள் இப்போது கேட்ட கேள்விக்கு ஆதி காலம் முதல் மகான்களும், முனிவர்களும் விடை சொல்ல முயன்றிருக்கிறார்கள். ஆனால் அவை எல்லோருக்கும் திருப்தி அளிப்பதாக இல்லை. ஆகையினாலேயே புத்த பகவான் கடவுளைப் பற்றி ஏதும் சொல்லவில்லை. கடவுளைப் பற்றிய ஆராய்ச்சியிலேயே இறங்கவில்லை. 'பிறருக்கு உதவி செய்யுங்கள். பிறருடைய கஷ்டங்களைப் போக்க முயலுங்கள், அந்த முயற்சியிலே தான் உண்மையான ஆனந்தம் அடைவீர்கள். அதிலிருந்து சுக துக்கங்களைக் கடந்த நிர்வாண நிலையை அடைவீர்கள்!' என்று புத்த பகவான் போதித்தார்" என்று பிக்ஷு கூறினார்.

படகு நந்தி மண்டபத்திலிருந்து மேற்குத் திசையில் திரும்பி, ஆனை மங்கலத்தை நோக்கிப் போய்க் கொண்டிருந்தது.

பொன்னியின் செல்வரின் உள்ளம் சிந்தனையில் ஆழ்ந்திருந்தது. சற்று முன் பிக்ஷு வெளியிட்ட புத்த சமயக் கொள்கையோடு தமது முன்னோர்களின் சமயக் கொள்கையை அவர் மனத்துள்ளேயே ஒப்பிட்டுப் பார்த்தார். பிறருக்கு உதவி செய்யும் கடமையைச் சைவ, வைஷ்ணவ சமயங்களும் வற்புறுத்துகின்றன. 'பரோபகாரம் இதம் சரீரம்' என்ற மகா வாக்கியமும் இருக்கிறது. ஆனால் அதே சமயத்தில் கடவுளிடம் நம்பிக்கை வைத்துப் பக்தி செய்யும் கடமையையும் நம் முன்னோர்கள் வற்புறுத்தியிருக்கிறார்கள். கடவுளைச்

சம்ஹார மூர்த்தியான ருத்திரனாகவும், கருணாமூர்த்தியான மகா விஷ்ணுவாகவும் உருவங் கொடுத்துப் போற்றியிருக்கிறார்கள். கடவுளுக்கு ஜகன்மாதா உருவம் கொடுத்து ஒரே சமயத்தில் அன்பே வடிவான உமாதேவியாகவும், கோர பயங்கர ரணபத்திரகாளியாக இருக்க முடியுமா? ஏன் இருக்க முடியாது? பெற்ற குழந்தையை ஒரு சமயம் தாயார் அன்புடன் கட்டித் தழுவிக் கொஞ்சுகிறாள். இன்னொரு சமயம் கோபித்துக் கொண்டு அடிக்கவும் செய்கிறாள். ஏன் அடிக்கிறாள் என்பது சில சமயம் குழந்தைக்குப் புரிவதில்லை. ஆனால் அடிக்கும் தாயாருக்குத் தான் பெற்ற குழந்தையிடம் அன்பு இல்லை என்று சொல்ல முடியுமா?...

இருட்டுகிற சமயத்தில் படகு ஆனைமங்கலத்திலிருந்த சோழ மாளிகையை அணுகியது. பொங்கி வந்த கடல் அந்த மாளிகையை எட்டவில்லையென்பதை படகில் வந்தவர்கள் கண்டார்கள். அரண்மனைக்கருகில் அமைந்திருந்த அலங்காரப் படித்துறையில் கொண்டுபோய் முருகய்யன் படகை நிறுத்தினான்.

அதுவரைக்கும் இயற்கையும் படகில் சென்றவர்களிடம் ஓரளவு கருணை செய்தது. பெரும் புயல் அடித்துக் கடல் பொங்கி வந்தாலும், பெருமழை மட்டும் பெய்யத் தொடங்கவில்லை. சிறு தூற்றலோடு நின்றிருந்தது.

படகு அரண்மனை ஓரத்தில் வந்து நின்ற பிறகுதான் பெருமழை பிடித்துக் கொண்டு பெய்ய ஆரம்பித்தது.

ஆனைமங்கலத்து அரண்மனைக் காவலன் அரண்மனையின் முன் வாசலில் கையில் ஒரு தீவர்த்தியைப் பிடித்துக் கொண்டு நின்றான். சுற்றுப்புறங்களிலிருந்து அன்றிரவு அடைக்கலம் புகுவதற்காக ஓடி வந்திருந்த ஜனங்களோடு அவன் பேசிக் கொண்டிருந்தான்.

படகு ஒன்று வந்து படித்துறையில் நின்றதைக் கண்டதும் காவலன் தீவர்த்தியைத் தூக்கிப் பிடித்தான். பொன்னியின் செல்வரின் திருமுகம் அவன் கண்ணில் பட்டது. உடனே மற்றதையெல்லாம் மறந்து விட்டுப் படித்துறையை நோக்கி ஓட்டமாக ஓடினான்.

இதற்குள் படகிலிருந்து இளவரசரும், ஆச்சாரிய பிக்ஷுவும் படிக்கட்டில் இறங்கினார்கள். கன்றை மெள்ளப் பிடித்துக் கரையில் இறக்கி விட்டார்கள்.

காவலன் இளவரசரின் காலில் விழப்போனான். அவர் அவனைப் பிடித்துத் தடுத்தார். காவலன் கையிலிருந்த தீவர்த்தி கால்வாயில் விழுந்து ஒரு கணம் சுடர் விட்டு எரிந்து விட்டு மறைந்தது.

"இளவரசே! சூடாமணி விஹாரத்தைப் பற்றி நானே கவலைப்பட்டுக் கொண்டிருந்தேன்! தாங்கள் இங்கே வந்து விட்டது மிகவும் நல்லதாய்ப் போயிற்று" என்றான் காவலன்.

"நான் சூடாமணி விஹாரத்தில் இருப்பது உனக்குத் தெரியுமா?"

"தெரியும், ஐயா! இளைய பிராட்டியும், கொடும்பாளூர் இளவரசியும் வந்திருந்தபோது தெரிந்துகொண்டேன். யாரிடமும் சொல்ல வேண்டாம் என்று இளைய பிராட்டி பணித்துவிட்டுச் சென்றார்..."

"அதை இன்னமும் நீ நிறைவேற்றத்தான் வேண்டும். மாளிகை வாசலில் கூடியிருப்பவர்கள் யார்?"

"கடற்கரையோரத்துக் கிராமங்களில் கடல் புகுந்து விட்டதால் ஓடி வந்தவர்கள். இரவு தங்குவதற்கு இடம் கேட்டுக் கொண்டிருந்தார்கள். அச்சமயம் தாங்கள் வந்தீர்கள், அவர்களை விரட்டி விடுகிறேன்..."

"வேண்டாம்! வேண்டாம்! அவர்கள் எல்லோருக்கும் இருக்கவும் படுக்கவும் இடங்கொடு உணவுப் பொருள்கள் இருக்கும் வரையில் சமையல் செய்து சாப்பிடவும் கொடு. ஆனால் என்னைப் பற்றி அவர்களிடம் சொல்ல வேண்டாம். உன் தீவர்த்தி கால்வாயில் விழுந்து அணைந்ததும் நல்லதாய்ப் போயிற்று. எங்களை வேறு வழியாக

அரண்மனை மேன்மாடத்துக்கு அழைத்துக்கொண்டு போ!" என்றார் இளவரசர்.

அவர்கள் அரண்மனைக்குள் பிரவேசித்ததும் புயல் காற்றோடு பெருமழையும் சேர்ந்து 'சோ' என்று கொட்டத் தொடங்கியதும் சரியாயிருந்தன.

ஜூ

6. முருகய்யன் அழுதான்!

தஞ்சை நகருக்கு அருகில், மந்தாகினி ஏறியிருந்த பல்லக்கின் பின்னால் மரம் முறிந்து விழுந்த அதே தினத்தில், வீர நாராயண ஏரியில் காற்று அடித்துக் கரையோரமிருந்த படகு நகர்ந்துபோன அதே நேரத்தில், நாகைப்பட்டினத்தில் நிகழ்ந்த சம்பவங்களையே சென்ற அத்தியாயங்களில் கூறினோம் என்பதை நேயர்கள் அறிந்திருப்பார்கள்.

அன்றிரவு முழுவதும் நாகைப்பட்டினமும், அதன் சுற்றுப்புறங்களும் ஒரே அல்லோலகல்லோலமாக இருந்தன. அவரவர்களும் உயிர் பிழைத்திருந்தால் போதும் என்ற நிலைமையில் ஒருவருக்கொருவர் உதவி செய்து கொள்வதும் இயலாத காரியமாயிருந்தது. ஆயினும் புத்த பிக்ஷுக்கள் நாகைப்பட்டினத்தின் வீதிகளில் அலைந்து ஜனங்களுக்கு இயன்றவரை உதவி புரிந்து வந்தார்கள்.

அதே இரவில் ஆச்சாரிய பிக்ஷுவும் பொன்னியின் செல்வரும் ஆனைமங்கலம் சோழ மாளிகைக்குள் வெகுநேரம் கண் விழித்திருந்து பேசிக் கொண்டிருந்தார்கள். இந்தக் கடும் புயலினால் கடல் பொங்கியதால் கடற்கரையோரத்து மக்கள் எவ்வளவு கஷ்ட நஷ்டங்களுக்கு உள்ளாவார்கள் என்பதைப் பற்றிப் பேசிப் பேசிக் கவலைப்பட்டார்கள்.

அரண்மனை மணியக்காரனை இளவரசர் அழைத்து அரண்மனைக் களஞ்சியங்களில் தானியம் எவ்வளவு இருக்கிறது என்றும், பொக்கிஷத்தில் பணம் எவ்வளவு இருக்கிறது என்றும் விசாரித்தார்.

களஞ்சியங்கள் நிறையத் தானியம் இருந்ததென்று தெரிந்தது. திருநாகைக் காரோணத்தில், நீலாயதாட்சி அம்மனின் ஆலயத்தைப் புதுப்பித்துக் கருங்கல் திருப்பணி செய்வதற்காகச் செம்பியன் மாதேவி அனுப்பி வைத்த பொற்காசுகள் பன்னிரெண்டு செப்புக் குடங்கள் நிறைய இருப்பதாகவும் தெரிந்தது.

"குருதேவரே! புத்த பகவானுடைய சித்தத்துக்கு உகந்த கைங்கரியத்தைத் தாங்கள் செய்வதற்கு வேண்டிய வசதிகள் இருக்கின்றன. அரண்மனைக் களஞ்சியங்களில் உள்ள தானியம் முழுவதையும் ஏழைகளுக்கு, உணவளிப்பதில் செலவிடுங்கள். செப்புக் குடங்களிலுள்ள பொற்காசுகள் அவ்வளவையும் வீடு இழந்தவர்களுக்கு விநியோகம் செய்யுங்கள்!" என்றார் இளவரசர் பொன்னியின் செல்வர்.

"அது எப்படி நியாயமாகும்? தானியத்தையாவது உபயோகிக்கலாம். தங்கள் பெரிய பாட்டியார், செம்பியன் மாதேவியார், ஆலயத் திருப்பணிக்காக அனுப்பியுள்ள பணத்தை வேறு காரியத்துக்காக செலவு செய்யலாமா? அந்த மூதாட்டி வருத்தப்பட மாட்டாரா?" என்றார் ஆச்சாரிய பிக்ஷு.

"ஆச்சாரியரே! என் பெரிய பாட்டியாருக்கு நான் சமாதானம் சொல்லிக்கொள்வேன். இப்பொழுது இந்தப் பணத்தை ஏழை எளியவர்களின் துயரத்தைத் துடைப்பதற்காகச் செலவு செய்வேன். வருங்காலத்தில் என் பாட்டியாரின் உள்ளம் மகிழ்ந்து பூரிக்கும்படி இந்தச் சோழ நாடெங்கும் நூறு நூறு சிவாலயங்களை எழுப்பிக் கொடுப்பேன். பெரிய பெரிய கோபுரங்களை அமைப்பேன். இந்த மாதிரி கடல் பொங்கி வந்தாலும் முழுக அடிக்கமுடியாத உயரமுள்ள ஸ்தூபிகளை எழுப்புவேன். தஞ்சை மாநகரில் தக்ஷிண மேரு என்று சொல்லும்படி விண்ணையளாவும் உயரம் பொருந்திய கோபுரத்துடன் பெரியதொரு கோயிலைக் கட்டுவேன்! ஐயா! இன்று முழுகிப்போன சூடாமணி விஹாரம் மண்ணோடு

மண்ணாய்ப் போனாலும் கவலைப்பட வேண்டாம். அதற்கு அருகாமையில் கல்லினால் திருப்பணி செய்து பிரளயம் வந்தாலும் அசைக்க முடியாத பெரிய சூடாமணி விஹாரத்தை எழுப்பிக் கொடுப்பேன்!" என்று இளவரசர் ஆவேசம் ததும்பக் கூறினார்.

"பொன்னியின் செல்வா! வருங்காலத்தைப் பற்றித் தாங்கள் இத்தனை உற்சாகத்துடன் பேசுவது எனக்கு மிக்க மகிழ்ச்சி தருகிறது!" என்றார் பிக்ஷு.

"ஆம், ஆம், இந்த உலகில் நான் ஜீவித்திருந்து ஏதோ பெரிய காரியங்கள் செய்ய வேண்டுமென்பது இறைவனுடைய சித்தம். ஆகையினாலேயே என் உயிருக்கு நேர்ந்த எத்தனையோ அபாயங்களிலிருந்து என்னைக் காப்பாற்றியிருக்கிறார். இன்றைக்குப் கூடப் பாருங்கள். இந்த முருகய்யன் எப்படியோ நல்ல சமயத்தில் வந்து சேர்ந்தான். இல்லாவிடில் தாங்களும், நானும் சூடாமணி விஹாரத்துக்குள்ளேயே இருந்திருப்போம். கடல் பொங்கி வந்து இவ்வளவு சீக்கிரத்தில் விஹாரத்தை முழுக அடித்துவிடும் என்று எண்ணியிருக்க மாட்டோம்."

"அது உண்மைதான், ஐந்நூறு ஆண்டுகளாக நடவாத சம்பவம் இன்று பிற்பகலில் ஒரே முகூர்த்த நேரத்தில் நடந்துவிடும் என்று யார் எதிர்பார்த்திருக்க முடியும்? கருணைக் கடலாகிய புத்த பகவான் பொங்கி வந்த கடலின் கோபத்திலிருந்து தங்களைக் காப்பாற்றினார். தங்கள் மூலம் என் அற்பமான உயிரையும் காத்தருளினார். தாங்கள் செய்ய உத்தேசிக்கும் காரியத்தை நான் பூரணமாக ஒத்துக் கொள்கிறேன். அரசாங்கப் பொக்கிஷத்திலிருந்து எடுத்துச் செலவு செய்தால் தனாதிகாரி பெரிய பழுவேட்டரையர் கோபங்கொள்வார். ஆலயத் திருப்பணிக்காக விநியோகிப்பதைக் குறித்து தங்கள் திருப்பாட்டியார் கோபித்துக்கொள்ள மாட்டார். அவ்விதம் தாங்கள் செய்வது உசிதமானது. ஆனால், இந்த மகத்தான புண்ணிய காரியத்தைத் தாங்களே முன்னின்று நடத்துவது அல்லவோ பொருத்தமாயிருக்கும்? இந்த ஏழைச் சந்நியாசி அவ்வளவு பெரிய பொறுப்பை ஏற்க முடியாது!..."

"குருதேவரே! நான் முன்னின்று நடத்தினால் என்னை வெளிப்படுத்திக் கொள்ளவேண்டிய அவசியம் ஏற்படும். பாண்டவர்களின் அஞ்ஞாத வாசத்தைப் பற்றித் தாங்கள் கூறியது என் நெஞ்சில் பதிந்திருக்கிறது. நமது செந்தமிழ் நாட்டுப் பொய்யாமொழிப் புலவரின் வாக்கும் நினைவுக்கு வந்தது.

'வாய்மை எனப்படுவது யாதெனின் யாதென்றும்
தீமை இலாத சொலல்'

என்றும்

'பொய்மையும் வாய்மை இடத்து புரைதீர்ந்த
நன்மை பயக்கு மெனின்'

என்றும் தமிழ் மறை கூறுகிறதல்லவா? என்னை நான் இச்சமயம் ஜனங்களுக்கு வெளிப்படுத்திக் கொள்வதால் நாட்டில் குழப்பமும் கலகமும் விளையலாம் என்று அறிவிற் சிறந்த என் தமக்கையார் கருதுகிறார். நான் மறைந்திருப்பதனால் யாருக்கும் எத்தகைய தீமையும் இல்லை. ஆகையால் புயலின் கொடுமையினால் கஷ்டப்பட்டுத் தவிக்கும் மக்களுக்குத் தாங்கள்தான் அரண்மனையில் உள்ள பொருளைக் கொண்டு உதவி புரிய வேண்டும்" என்றார் இளவரசர்.

"பொன்னியின் செல்வ! என் மனம் எதனாலோ மாறிவிட்டது. தங்களை வெளியிட்டுக் கொண்டு மக்களுக்கு உதவி செய்ய இதுவே சரியான தருணம் என்று என் மனத்தில் உதித்திருக்கிறது. அதுவே புத்த பகவானுடைய சித்தம் என்று கருதுகிறேன்" என்றார் பிக்ஷு.

இச்சமயம் யாரோ விம்மும் குரல் கேட்டு இருவரும் திடுக்கிட்டுத் திரும்பிப் பார்த்தார்கள். முருகய்யன் ஒரு மூலையில் உட்கார்ந்து முகத்தைக் கைகளால் மூடிக்கொண்டு விம்மி விம்மி அழுதுகொண்டிருந்தான்.

இளவரசர் அவனிடம் சென்று கையைப் பிடித்து அழைத்துக்கொண்டு வந்தார்.

"முருகய்யா! இது என்ன? ஏன் அழுகிறாய்?" என்று கேட்டார்.

"என் மனையாள்... என் மனையாள்..." என்று தடுமாற்றத்துடன் கூறி முருகய்யன் மேலும் விம்மினான்.

"ஆமாம், ஆமாம்! உன் மனைவியை நாங்கள் அடியோடு மறந்து விட்டோம். அவள் இன்றிரவு புயலிலும் மழையிலும் என்ன ஆனாளோ என்று உனக்குக் கவலை இருப்பது இயல்புதான். ஆயினும் இந்த நள்ளிரவு நேரத்தில் செய்யக் கூடியதும் ஒன்றுமில்லை. பொழுது விடிந்ததும் உன் மனையாளைத் தேடிக் கண்டுபிடிக்கலாம்" என்றார் இளவரசர்.

"ஐயா அதற்காக நான் வருந்தவில்லை. அவளுக்கு ஆபத்து ஒன்றும் நேர்ந்திராது. இதைப்போல் எத்தனையோ பயங்கரமான புயலையும், வெள்ளத்தையும் அவள் சமாளித்திருக்கிறாள்!" என்றான் முருகய்யன்.

"பின் எதற்காக அழுகிறாய்?" என்று இளவரசர் கேட்டார்.

படகோட்டி தட்டுத் தடுமாறிப் பின்வரும் விவரங்களைக் கூறினான்:– "அவளைப் பற்றி நான் என்னென்னமோ சந்தேகப்பட்டதை நினைத்து வருத்தப்படுகிறேன். அவள்தான் என்னை வற்புறுத்திக் கோடிக்கரையிலிருந்து இங்கே அழைத்துக் கொண்டு வந்தாள். தாங்கள் சூடாமணி விஹாரத்தில் இருக்கக்கூடும் என்று அவள் தான் சொன்னாள். அவளுடைய கட்டாயத்துக்காகவே நான் வந்தேன். தங்களுக்கு ஏதோ தீங்கு செய்ய நினைக்கிறாளோ என்று கூடப் பயந்தேன். அது எவ்வளவு பிசகு என்று இப்போது தெரிந்தது. சற்று முன்னால் தாங்கள் இந்த படகோட்டி ஏழையைக் குறித்துப் பாராட்டிப் பேசினீர்கள். கடவுள் என் மூலம் தங்கள் உயிரைக் காப்பாற்றியதாகக் கூறினீர்கள். ஆனால் என்னை இந்தக் காரியத்துக்கு தூண்டியவள் என் மனையாள். அவளைப் பற்றிச் சந்தேகித்தோமே என்று நினைத்தபோது என்னை மீறி அழுகை வந்து விட்டது!"

இதையெல்லாம் கேட்டுக்கொண்டிருந்த இளவரசர் பொன்னியின் செல்வரின் உள்ளத்தில் வேறொரு ஐயம் இப்போது உதித்தது. "அப்பனே! உன் மனையாள் மிக்க உத்தமி. அவளைப் பற்றி நீ சந்தேகித்தது தவறுதான். ஆனால் அவளுக்கு நான் இங்கே இருப்பது எப்படித் தெரிந்தது?" என்று கேட்டார்.

"என் அத்தையும், என் தங்கை பூங்குழலியும் நாகைப்பட்டினத்துக்குப் படகில் புறப்பட்டார்கள். அதிலிருந்து என் மனையாள் ஒருவாறு ஊகித்துத் தெரிந்து கொண்டாள்."

"எந்த அத்தை?" இளவரசர் பரபரப்புடன் கேட்டார்.

"ஐயா, ஈழத்தீவில் தங்களைப் பலமுறை அபாயங்களிலிருந்து காப்பாற்றிய ஊமை அத்தைதான்."

"ஆகா! அவர்கள் இப்போது எங்கே? உன் அத்தையும் பூங்குழலியும் என்ன ஆனார்கள்? இங்கே புறப்பட்டு வந்தார்கள் என்று கூறினாயே?"

"ஆம்; புறப்பட்டு வந்தார்கள். ஆனால் அவர்கள் பிரயாணம் தடைப்பட்டு விட்டது!" என்று சொல்லிவிட்டு மேலும் முருகய்யன் விம்மி விம்மி அழத் தொடங்கினான்.

பொன்னியின் செல்வர் மிக்க கவலை அடைந்து அவனைச் சமாதானப்படுத்தி விவரங்களைக் கேட்டுத் தெரிந்து கொண்டார். ஈழத்து அரசியை யாரோ மூர்க்கர்கள் பலவந்தமாகப் பிடித்துக்கொண்டு போனதை அறிந்ததும் இளவரசருக்கு வந்த கோபத்துக்கு அளவில்லை. அவர்களை ராக்கம்மாள் தடுக்கப் பார்த்தாள் என்றும், அதற்காக அவளை அடித்து மரத்தில் சேர்த்து வைத்துக் கட்டி விட்டுப் போனார்கள் என்றும் அறிந்தபோது ராக்கம்மாளின் பேரில் ஏற்பட்டிருந்த ஐயம் நீங்கி விட்டது. இளவரசருக்கு அவள் பேரில் இப்போது மதிப்பும் அபிமானமும் வளர்ந்தன.

"குருதேவரே! கேட்டீர்களா! இந்த உலகத்தில் நான் போற்றும் தெய்வம் ஒன்று உண்டு என்றால், ஈழத்தரசியாகிய மந்தாகினி தேவிதான். அந்த ஊமை மாதரசிக்கு எந்தவிதமான தீங்கும் செய்தவர்களை நான் மன்னிக்க முடியாது. பழுவேட்டரையர்கள் என்னைச் சிறைப்படுத்தக் கட்டளை பிறப்பித்தது குறித்து நான் சிறிதும் கோபம் கொள்ளவில்லை. ஆனால் ஊமை ராணிக்கு ஏதேனும் அவர்கள் தீங்கு செய்திருந்தால், ஒருநாளும் என்னால் பொறுக்க முடியாது. பழுவேட்டரையர் குலத்தை அடியோடு அழித்து விட்டு மறு காரியம் பார்ப்பேன். என்னைப் பெற்ற அன்னையும், என் சொந்தத் தந்தையும் ஈழத்து அரசிக்குத் தீங்கு செய்திருந்தாலும், அவர்களை என்னால் மன்னிக்க முடியாது. குருதேவரே! நாளைக்கே நான் தஞ்சாவூருக்குப் பிரயாணப்படப் போகிறேன். வியாபாரியைப் போல் வேடம் பூண்டு இந்த படகோட்டி முருகய்யனைத் துணைக்கு அழைத்துக்கொண்டு கிளம்பப் போகிறேன். ஈழத்தரசியைப் பற்றி அறிந்து கொண்டாலன்றி என் மனம் இனி நிம்மதி அடையாது! ஆச்சாரியரே! புயலினால் கஷ்டப்பட்டவர்களுக்கு உதவி செய்யும் கைங்கரியத்தைத் தாங்கள்தான் நடத்த வேண்டும். தங்கள் பெயரால் நடத்தப் பிரியப்படாவிட்டால் 'ஈழத்து நாச்சியார் அறச்சாலை' என்று வைத்து நடத்துங்கள். ஈழத்தரசி புத்த மதத்தில் பற்றுக் கொண்டவர் என்பது தங்களுக்குத் தெரியுமோ? என்னமோ? 'பூதத்தீவு' என்று மக்கள் அழைக்கும் போதத் தீவில் உள்ள புத்த பிக்ஷுக்களின் மடத்திலேதான் அவர் சாதாரணமாக வசிப்பது வழக்கம்!" என்றார் இளவரசர். புத்த பிக்ஷுவும் இதற்கு மாறு சொல்லாமல் ஒப்புக் கொண்டார்.

மறுநாள் புயலின் உக்கிரம் தணிந்தது. பொங்கி வந்த கடலும் பின்வாங்கிச் சென்றது. ஆனால் அவற்றினால் ஏற்பட்ட நாசவேலைகள் வர்ணனைக்கு அப்பாற்பட்டிருந்தன. நாகைப்பட்டினம் நகரில் பாதி வீடுகளுக்கு மேல் கூரைகளை இழந்து குட்டிச்சுவர்களாக நின்றன. அந்த வீதிகளில் ஒன்றில் இளவரசர் அருள்மொழிவர்மர் வியாபாரியின் வேடத்தில் தோளில் ஒரு மூட்டையைச் சுமந்து நடந்துகொண்டிருந்தார். அவர் பின்னால் முருகய்யன் இன்னும் ஒரு பெரிய மூட்டையைச் சுமந்து நடந்துகொண்டிருந்தான். புயலினாலும் வெள்ளத்தினாலும் நேர்ந்திருந்த அல்லோலகல்லோலங்களைப் பார்த்துக்கொண்டு அவர்கள் போனார்கள்.

இடிந்த வீடு ஒன்றின் சுவரின் மறைவிலிருந்து ஒரு பெண் அவர்கள் வருவதைப் பார்த்துக்கொண்டேயிருந்தாள். அவள் வேறு யாரும் இல்லை. முருகய்யனின் மனையாள் ராக்கம்மாள் தான். இளவரசரும், முருகய்யனும் அவள் நின்ற இடத்துக்கு அருகில் வரும் வரையில் அவள் பொறுமையோடு காத்திருந்தாள். திடீரென்று வெளிப்புறப்பட்டு ஓடி வந்து இளவரசரின் முன்னால் வந்து காலில் விழுந்தாள். முருகய்யன் அவளுடைய கவனத்தைக் கவர முயன்றாள். உதட்டில் விரலை வைத்துச் சமிக்ஞை செய்தான். 'உஷ், உஷ்' என்று எச்சரித்தான். ஒன்றும் பயன்படவில்லை.

"சக்கரவர்த்தித் திருமகனே! வீராதி வீரனே! பொன்னியின் செல்வா! சோழ நாட்டின் தவப் புதல்வா! சூடாமணி விஹாரத்தில் முழுகிப் போய்விடாமல் தாங்கள் பிழைத்து வந்தீர்களா? என் கண்கள் என்ன பாக்கியம் செய்தன!" என்று கூச்சலிட்டாள்.

வீதியில் அச்சமயம் அங்குமிங்கும் போய்க் கொண்டிருந்தவர்கள் அத்தனை பேருடைய கவனமும் இப்பொழுது இளவரசரின்பால் திரும்பின.

ஒஒ

7.மக்கள் குதூகலம்

ஓடக்கார முருகய்யன் தன் மனைவி போட்ட கூக்குரலைக் கேட்டுத் திடுக்கிட்டுத் திகைத்தான். மறுபடியும் அவளைப் பார்த்துக் கையினால் சமிக்ஞைகள் செய்து கொண்டே "பெண்ணே! என்ன உளறுகிறாய்? உனக்குப் பைத்தியமா?" என்றான்.

"எனக்கு ஒன்றும் பைத்தியமில்லை. உனக்குப் பைத்தியம், உன் அப்பனுக்குப் பைத்தியம், உன் பாட்டனுக்குப் பைத்தியம். உனக்கு இவரை அடையாளம் தெரியவில்லை? ஈழத்தை வெற்றி கொண்டு, மன்னன் மகிந்தனை மலை நாட்டுக்குத் துரத்திய வீரரை உனக்கு இன்னாரென்று தெரியவில்லையா? சக்கரவர்த்தியின் திருக்குமாரரை, சோழநாட்டு மக்களின் கண்ணின் மணியானவரை, காவேரித்தாய் காப்பாற்றிக் கொடுத்த தவப் புதல்வரை உன்னால் அடையாளம் கண்டு கொள்ள முடியவில்லையா? அப்படியானால், இவரோடு எதற்காக நீ புறப்பட்டாய். எங்கே போகப் புறப்பட்டாய்?" என்றாள் ராக்கம்மாள்.

இளவரசர் இப்போது குறுக்கிட்டு, "பெண்ணே! நீ என்னை யார் என்றோ தவறாக நினைத்துக்கொண்டாய். நான் ஈழநாட்டிலிருந்து வந்த வியாபாரி. நான்தான் இவனை என்னுடன் வழி காட்டுவதற்காக அழைத்துக் கொண்டு புறப்பட்டேன்! உன்னோடு அழைத்துக்கொண்டு போ! வீண் கூச்சல் போடாதே!" என்றார்.

இந்தப் பேச்சு நடந்து கொண்டிருக்கும்போதே அவர்களைச் சுற்றிலும் ஜனங்கள் கூடிவிட்டார்கள்.

கூட்டம் நிமிஷத்துக்கு நிமிஷம் அதிகமாகிக் கொண்டிருந்தது. வந்தவர்கள் எல்லாரும் இளவரசரை உற்றுப் பார்க்கலானார்கள்.

அப்போது ராக்கம்மாள் இன்னும் உரத்த குரலில், "ஆ! தெய்வமே! இது என்ன பொன்னியின் செல்வருக்குச் சித்தப் பிரமையா? கடலில் மூழ்கிய போது நினைவை இழந்து விட்டீர்களா? அல்லது அந்தப் பாவி புத்த பிக்ஷுக்கள் இப்படித் தங்களை மந்திரம் போட்டு வேறொருவர் என்று எண்ணச் செய்து விட்டார்களா? அல்லது – ஐயையோ! அப்படியும் இருக்குமா? தாங்கள் இறந்துபோய் தங்கள் திருமேனியில் எவனேனும் கூடுவிட்டுக் கூடு பாயும் வித்தை தெரிந்தவன் வந்து புகுந்திருக்கிறானா? அப்படியெல்லாம் இருக்க முடியாது! கோமகனே! நன்றாக யோசித்துப் பாருங்கள்! தாங்கள் வியாபாரி அல்ல. சுந்தரசோழ சக்கரவர்த்தியின் திருப்புதல்வர். உலகத்தை ஒரு குடை நிழலில் ஆளப் பிறந்தவர். சந்தேகமிருந்தால் தங்கள் உள்ளங்கைகளைக் கவனமாகப் பாருங்கள். சங்கு சக்கர ரேகைகள் இருக்கும்!" என்று கத்தினாள்.

உடனே இளவரசர் அருள்மொழிவர்மர் தம் இரு கைகளையும் இறுக மூடிக் கொண்டார்.

"பெண்ணே! நீ வாயை மூடிக்கொண்டு சும்மா இருக்க மாட்டாயா!" என்று சொல்லிவிட்டு, முருகய்யனைப் பார்த்து, "இது என்ன தொல்லை? இவளுடைய கூச்சலை நிறுத்த உன்னால் முடியாதா?" என்று கேட்டார்.

முருகய்யன் தன் மனைவியின் அருகில் வந்து காதோடு, "ராக்கம்மா! உனக்குப் புண்ணியமாய்ப் போகட்டும்! பேசாமலிரு! இளவரசர் யாருக்கும் தெரியாமல் வியாபாரி வேஷத்தில் தஞ்சாவூர் போக விரும்புகிறார்!" என்றான்.

"அடப்பாவி மகனே! இதை முன்னாடியே சொல்லியிருக்கக் கூடாதா? புத்த மடத்தில் இளவரசர் இருக்கவே மாட்டார் என்று சொன்னாயே? அந்தப் புத்தியோடு தான் இப்போதும் இருந்திருக்கிறாய்! ஐயையோ! என்ன குற்றம் செய்துவிட்டேன்! ஆசை மிகுதியால் உளறிவிட்டேனே! பாவிப் பழுவேட்டரையர்கள் தங்களைச் சிறைப்படுத்திப் பழிவாங்கச் சமயம் பார்த்துக் கொண்டிருக்கிறார்களே! அது தெரிந்திருந்தும் இப்படித் தங்களை பகிரங்கப்படுத்தி விட்டேனே! இளவரசே! ஆனாலும் நீங்கள் அஞ்சவேண்டாம். பழுவேட்டரையர்கள் தங்கள் திருமேனியில் ஓர் அணுவுக்கும் தீங்கு செய்யமுடியாது. என்னைப் போலும், என் கணவனைப் போலும் லட்ச லட்சம் பேர்கள் தங்கள் கட்சியில் நின்று தங்களைப் பாதுகாக்க ஆயத்தமாயிருக்கிறார்கள்!" என்றாள். உடனே தன்னைச் சுற்றிலும் நின்ற பெருங் கூட்டத்தைப் பார்த்து, "நான் சொன்னதை நீங்கள் எல்லாரும் ஆமோதிக்கிறீர்கள் அல்லவா? உங்களில் யாரேனும் பழுவேட்டரையர் கட்சியைச்

சேர்ந்தவர்கள் உண்டா? அப்படியானால், அவர்கள் இப்படி முன்னால் வாருங்கள்! என்னை முதலில் கொன்றுவிட்டுப் பிறகு இளவரசருக்குத் தீங்கு செய்ய எண்ணுங்கள்!" என்று அலறினாள்.

அதுவரையில் அடங்காத வியப்புடன் பார்த்துக் கேட்டுக் கொண்டிருந்த மக்கள், "பொன்னியின் செல்வர் வாழ்க! ஈழம் கொண்ட வீராதி வீரர் வாழ்க!" என்று ஒரு பெரிய கோஷத்தைக் கிளப்பினார்கள்.

அதைக் கேட்டுவிட்டு மேலும் பல மக்கள் திரண்டு வந்து அங்கே கூடினார்கள். அப்படி வந்தவர்களிலே நாகைப்பட்டினம் நகரத்தின் எணபேராயத் தலைவர் ஒருவரும் இருந்தார். அவர் கூட்டத்தை விலக்கிக் கொண்டு முன்னால் வந்து "கோமகனே! தாங்கள் இந்த நகரின் சூடாமணி விஹாரத்தில் இருந்து வருவதாகக் கேள்விப்பட்டோம். அந்த வதந்தியை நாங்கள் நம்பவில்லை, இப்போது உண்மை அறிந்தோம். நேற்று அடித்த பெரும் புயல் இந்த நகரத்தில் எத்தனையோ நாசங்களை விளைவித்திருக்கிறது. ஆனாலும் தங்களைப் புத்த விஹாரத்திலிருந்து பத்திரமாய் வெளிக்கொணர்ந்ததே, அதை முன்னிட்டுப் புயலின் கொடுமைகளையெல்லாம் மறந்து விடுகிறோம். இந்த நகரில் தங்களுடைய பாதம் பட்டது இந்நகரின் பாக்கியம்!" என்று கூறினார்.

இளவரசர் இனிமேல் தன்னை மறைத்துக்கொள்ளப் பார்ப்பதில் பயனில்லை என்று கண்டு கொண்டார். "ஐயா! தங்களுடைய அன்புக்கு மிக்க நன்றி, இந்த நகர மாந்தரின் அன்பு என்னைப் பரவசப்படுத்துகிறது. ஆனால் வெகு முக்கியமான காரியமாக நான் தஞ்சாவூருக்கு அவசரமாகப் போக வேண்டியிருக்கிறது. பிரயாணம் தடைப்படக் கூடாது என்பதற்காகத்தான் இப்படி வியாபாரியின் வேடம் பூண்டு புறப்பட்டேன். எனக்கு விடை கொடுங்கள்!" என்றார்.

அப்போது கூட்டத்திலிருந்து ஒரு குரல் கிளம்பியது. "கூடாது கூடாது! இளவரசர் இங்கே ஒரு நாளாவது தங்கி ஏழைகளாகிய எங்களின் உபசாரத்தைப் பெற்றுக்கொண்டுதான் புறப்படவேண்டும்" என்று உரக்கச் சத்தமிட்டுக் கூறியது அக்குரல்.

அதைப் பின்பற்றி இன்னும் ஆயிரமாயிரம் குரல்கள் "கூடவே கூடாது! இளவரசர் ஒரு நாளாவது இங்கே தங்கி இளைப்பாறி விட்டுத்தான் போகவேண்டும்!" என்று கூச்சலிட்டன.

எண் பேராயத்தின் தலைவர் அப்போது "கோமகனே! என் நகர மக்களின் அன்பையும், உற்சாகத்தையும் பார்த்தீர்களா? எங்கள் உபசாரத்தைத் தாங்கள் ஏற்றுக் கொண்டு ஒருவேளையாவது எங்கள் விருந்தாளியாக இருந்துவிட்டுத்தான் போக வேண்டும். புத்த பிக்ஷுக்கள் செய்த பாக்கியம் நாங்கள் செய்யவில்லையா? நேற்று இந்நகர மாந்தர் தங்களைப் புத்த பிக்ஷுக்கள் மறைத்து வைத்திருக்கிறார்கள் என்று சந்தேகப்பட்டுச் சூடாமணி விஹாரத்தையே தகர்த்து மண்ணோடு மண்ணாக்கிவிடப் பார்த்தார்கள். அந்தச் சமயத்தில் புயல் வந்து விட்டது! நாங்கள் செய்யத் தவறியதைப் புயல் செய்துவிட்டது. விஹாரம் இடிந்து மண்ணோடு மண்ணாகிவிட்டது!" என்று சொன்னார்.

அதைக் கேட்ட இளவரசர் "ஐயா! தாங்கள் புத்த பிக்ஷுக்கள் மீது குற்றம் சுமத்தியது சரியல்ல. என்னுடைய வேண்டுகோளுக்காகவே பிக்ஷுக்கள் புத்த விஹாரத்தில் என்னை வைத்திருந்தார்கள். நோய் வாய்ப்பட்டு உயிருக்கு மன்றாடிய என்னை யமனுடைய பாசக் கயிற்றிலிருந்து காப்பாற்றினார்கள். சூடாமணி விஹாரம் விழுந்து விட்டது என்று கேட்டு என் மனம் வேதனைப்படுகிறது. அதைத் திருப்பிக் கட்டிக் கொடுப்பது என்னுடைய கடமை!" என்றார்.

"ஆகா! இதெல்லாம் முன்னரே எங்களுக்குத் தெரியாமல் போயிற்றே! இப்போது தெரிந்துவிட்டபடியால் சூடாமணி விஹாரத்தை நாங்களே புதுப்பித்துக் கட்டிக் கொடுத்து விடுவோம். இளவரசே! தாங்கள் ஒருவேளை எங்கள் விருந்தாளியாக மட்டும்

இருந்துவிட்டுப் போக வேண்டும்!" என்றார் எண்பேராயத்தின் தலைவர்.

"ஆமாம், ஆமாம்!" என்று பதினாயிரக்கணக்கான மக்களின் குரல்கள் எதிரொலி செய்தன.

"இளவரசே! இங்கே தங்குவதினால் ஏற்படும் தாமதத்தைச் சரிப்படுத்திக் கொள்ளலாம். தாங்களோ கால் நடையாகப் புறப்பட்டிருக்கிறீர்கள். புயல் மழை காரணமாகச் சோழ நாட்டுச் சாலைகள் எல்லாம் தடைப்பட்டுக் கிடக்கின்றன. நதிகளிலெல்லாம் பூரண வெள்ளம் போகிறது. கால்நடையாகச் சென்று எப்போது போய்ச் சேர்வீர்கள்? தங்களை யானைமீது வைத்து ஊர்வலமாக அனுப்புகிறோம். தங்களுடன் நாங்கள் அனைவரும் வந்து தஞ்சாவூருக்கே கொண்டுவிட்டு வருகிறோம்" என்றார் எண்பேராயத்தின் தலைவர்.

அவர் பேசிக் கொண்டிருக்கையில் ஜனங்களின் கூட்டம் மேலும் அதிகமாகிக் கொண்டிருந்தது.

இளவரசர் யோசித்தார் 'காரியம் என்னவோ கெட்டுப் போய் விட்டது; இரகசியம் வெளியாகிவிட்டது. ராக்கம்மாள் மூடத்தனமாகக் கூச்சலிட்டு வெளிப்படுத்திவிட்டாள். மூடத்தனத்தினால் வெளிப்படுத்தினாளா?... அல்லது வேறு ஏதேனும் நோக்கம் இருக்குமா? எப்படியிருந்தாலும் இந்த நகர மக்களின் அன்பை மீறிக்கொண்டு உடனே புறப்படுவது இயலாத காரியம். அதனால் இவர்கள் மனக்கஷ்டம் அடைவார்கள். அதோடு, உத்தேசத்திலுள்ள நோக்கம் மேலும் தவறினாலும் தவறிவிடும். மத்தியானம் வரையிலேனும் இருந்து இவர்களைச் சமாதானப்படுத்திவிட்டுத்தான் போகவேண்டும். புயலினால் கஷ்ட நஷ்டங்களை அடைந்தவர்களுக்குச் சிறிது ஆறுதல் கூறிவிட்டுப் போக வசதியாகவும் இருக்கும். ஆகா! நான் இச்சமயம் என்னை வெளிப்படுத்திக் கொள்வதால் நாட்டில் குழப்பம் விளையும் என்று இளைய பிராட்டி குந்தவை கூறினாரே? அது எவ்வளவு உண்மையான வார்த்தை? என் தமக்கையைப் போன்ற அறிவாளி இந்த உலகிலேயே யாரும் இல்லை தான்! தஞ்சைச் சிம்மாதன உரிமையைப் பற்றிப் பேசுகிறார்களே? உண்மையில், குந்தவை தேவியை அல்லவா சிம்மாதனத்தில் அமர்த்த வேண்டும்?...'

இவ்வாறு பொன்னியின் செல்வர் சிந்தித்துக் கொண்டிருந்த போது ஜனக்கூட்டம் மேலும் அதிகமாகி வருவதைக் கண்டார். அவர்களுடைய குதூகலமும் வளர்ந்து வருவதை அறிந்தார். புயலின் கொடுமைகளையும், புயலினால் விளைந்த சேதங்களையும் மக்கள் அடியோடு மறந்து விட்டதாகத் தோன்றியது. எங்கிருந்தோ, யானைகள், குதிரைகள், சிவிகைகள், திருச்சின்னங்கள், கொடிகள், பேரிகை, எக்காளம் முதலிய வாத்தியங்கள் எல்லாம் வந்து சேர்ந்து விட்டன.

அரைப் பகல் நேரமாவது இங்கே தங்கிவிட்டுத்தான் புறப்பட வேண்டும் என்று இளவரசர் முடிவு செய்தார். எண்பேராயத்தின் தலைவரைப் பார்த்து, "ஐயா! இவ்வளவு மக்களின் அன்பையும் புறக்கணித்துவிட்டு நான் போக விரும்பவில்லை. பிற்பகல் வரையில் இங்கே இருந்துவிட்டு மாலையில் புறப்படுகிறேன். அதற்காவது அனுமதி கொடுப்பீர்கள் அல்லவா?" என்றார்.

இளவரசர் தங்கிச் செல்லச் சம்மதித்து விட்டார் என்ற செய்தி பரவியதும் ஜனக்கூட்டத்தின் உற்சாகம் எல்லை கடந்து விட்டது. குதூகலத்தை வெளிப்படுத்தும் வழிகளைக் கடைப்பிடிக்கத் தொடங்கினார்கள். வாத்தியங்கள் முழங்கத் தொடங்கின. ஆங்காங்கே வீதிகளில் கத்தி விளையாட்டு, கழி விளையாட்டு, குரவைக் கூத்து முதலியவை ஆரம்பமாயின. ஜனங்களையும் அவர்களுடைய குதூகல விளையாட்டுக்களையும் கடந்துகொண்டு நாகைப்பட்டினத்துச் சோழ மாளிகைக்குச் செல்வது பெரிதும் கஷ்டமாயிற்று. எப்படியோ கடைசியில் போய்ச் சேர்ந்தார்கள்.

மாளிகைக்குள் இளவரசர் சிறிது நேரம் கூடத் தங்கி இளைப்பாற முடியவில்லை. ஏனெனில், அவர் வெளிப்பட்ட செய்தி அக்கம் பக்கத்துக் கிராமங்களுக்கெல்லாம்

பரவிவிட்டது. ஜனங்கள் திரள் திரளாக வந்து குவிந்து கொண்டிருந்தார்கள். இளவரசரைப் பார்க்க வேண்டும் என்ற தங்கள் ஆவலைத் தெரியப்படுத்திக் கொண்டார்கள்.

இளவரசரும் அடிக்கடி வெளியில் வந்து ஜனக்கூட்டத்தினிடையே சென்று அவர்களுடைய க்ஷேம லாபங்களைப் பற்றிக் கேட்டார். புயலினால் விளைந்த கஷ்ட நஷ்டங்களைப் பற்றி அனுதாபத்துடன் விசாரித்தார். தாம் தஞ்சாவூருக்குப் போனவுடனே ஜனங்கள் அடைந்த கஷ்டங்களுக்குப் பரிகாரம் கிடைக்க ஏற்பாடு செய்வதாகக் கூறினார். அதைப்பற்றி ஜனங்கள் அவ்வளவு உற்சாகமடையவில்லை என்பதையும் கண்டு கொண்டார். ஜனங்கள் ஒருவரோடொருவர் "பழுவேட்டரையர்களின் அதிகாரத்துக்கு முடிவு ஏற்படுமா?" என்று பேசிக்கொண்டதும் அவர் காதில் விழுந்தது. சக்கரவர்த்தியின் உடல்நிலையைப் பற்றியும், அடுத்தபடி சிம்மாதனத்துக்கு வரக்கூடியவரைப் பற்றியும் அடக்கமான குரலில், ஆனால் இளவரசர் காதில் விழும்படியாகப் பலரும் பேசினார்கள்.

இதற்கிடையில் நாகைப்பட்டினம் நகரின் ஐம்பெருங்குழுவின் அதிகாரிகளும், எண்பேராயத்தின் தலைவர்கள் அனைவரும் வந்து சேர்ந்து விட்டார்கள். இளவரசருக்கு விருந்து அளிக்கப் பெருந்தர ஏற்பாடுகள் நடந்தன. இளவரசரைப் பார்க்க வந்த ஜனத்திரளுக்கு உணவளிக்கும் ஏற்பாடுகளும் நடந்தன. புயலினால் நஷ்டமானது போக நகரில் எஞ்சியிருந்த தானியங்கள் எல்லாம் வந்து குவிந்தன. கறிகாய்களைப் பற்றியோ கவலையே இல்லை. விழுந்த வாழை மரங்களின் வாழைக்காய்க் குலைகளையும், விழுந்த தென்னை மரங்களின் தென்னை குலைகளையும் கொண்டு ஒரு லட்சம் பேருக்கு விருந்து தயாரித்து விடலாமே?

விருந்துகள் முடிந்து, புறப்பட வேண்டிய சமயம் நெருங்கிற்று. இளவரசர் சோழ மாளிகையின் மேன்மாடத்து முகப்பில் வந்து கைகூப்பிக் கொண்டு நின்றார். வீதியில் ஒரு பெரிய கோலாகலமான ஊர்வலம் புறப்படுவதற்கு எல்லாம் ஆயத்தமாயிருந்தன. இளவரசர் ஏறிச் செல்வதற்கு அலங்கரிக்கப்பட்ட யானை ஒன்று வந்து நின்றது. முன்னாலும் பின்னாலும் குதிரைகள், ரிஷபங்கள் முதலியவை நின்றன. திருச்சின்னங்களும், கொடிகளும் ஏந்தியவர்களும், பலவித வாத்தியக்காரர்களும் அணிவகுத்து நின்றார்கள். மக்களோ நேற்று மாலை பொங்கி எழுந்த கடலைப்போல் ஆரவாரித்துக் கொண்டு கண்ணுக்கெட்டிய தூரம் நின்றார்கள்.

இளவரசர் வெளித் தோற்றத்துக்குப் புன்னகை பூத்த முகத்துடன் பொலிந்தார். அவர் உள்ளத்திலோ பெருங்கவலை குடிகொண்டிருந்தது. பெற்ற தாயைக் காட்டிலும் பதின்மடங்கு அவருடைய அன்பைக் கவர்ந்திருந்த ஈழத்து ராணியின் கதியைப் பற்றி அறிந்து கொள்ள அவர் உள்ளம் துடி துடித்தது. முருகய்யன் மனைவியிடம் இன்னும் சிறிது விவரம் கேட்டுத் தெரிந்து கொள்ளலாம் என்று எண்ணியிருந்தார். அவளோ ஜனக் கூட்டத்தில் மறைந்துவிட்டாள். முருகய்யன் மட்டும் முண்டியடித்துக் கொண்டு இளவரசரைத் தொடர்ந்து சோழ மாளிகைக்கு வந்து சேர்ந்தான். அவன் மனைவி ராக்கம்மாள் என்ன ஆனாள் என்பது அவனுக்கும் தெரியவில்லை.

மற்றொரு பக்கத்தில் இளவரசரை வேறொரு கவலை பற்றிக் கொண்டிருந்தது. சக்கரவர்த்தியின் விருப்பத்துக்கு விரோதமாகத்தான் இராஜ்யத்தைக் கைப்பற்ற விரும்புவதாய் முன்னமேயே பழுவேட்டரையர்கள் சொல்லிக் கொண்டிருந்தார்கள். இந்த ஜனங்கள் செய்யும் ஆர்ப்பாட்டங்களின் காரணமாக அவர்கள் கூற்று உண்மை என்று ஏற்பட்டு விடலாம் அல்லவா?

எப்படியாவது இந்த நகர மாந்தர்களின் அன்புச் சுழலிலிருந்து தப்பித்துப் போனால் போதும் என்று இளவரசருக்குத் தோன்றிவிட்டது.

இந்த நிலைமையில் அவர் சற்றும் எதிர்பாராத இன்னொரு சம்பவம் நிகழ்ந்தது.

ஜனங்களிடம் விடை பெற்றுக் கொள்ளும் பாவனையில் இளவரசர் கும்பிட்டுக் கொண்டு நின்ற போது, ஜனக் கூட்டத்தை விலக்கிக் கொண்டு ஐம்பெருங் குழுவின் அதிகாரிகளும், எண்பேராயத்தின் தலைவர்களும் மாளிகையின் வாசலில் வந்து நின்றார்கள்.

முன்னேற்பாட்டின்படி நிகழ்ந்தது போல், சில நிமிட நேரம் பேரிகை முரசு, எக்காளம் முதலிய நூறு நூறு வாத்தியங்கள் கடலொலியையும் அடக்கிக்கொண்டு ஒலித்தன. சட்டென்று அவ்வளவு வாத்தியங்களும் நின்றபோது, அப்பெருங்கூட்டத்தின் நிசப்தம் நிலவியது. அச்சமயத்தில் நகர தலைவர்களில் முதியவராகக் காணப்பட்ட ஒருவர் மாளிகை முன் வாசலில் இருந்த நிலா மேடை மீது ஏறி நின்று கொண்டு கம்பீரமான குரலில் கூறினார்.

"பொன்னியின் செல்வ! ஒரு விண்ணப்பம். நாகை நகரையும் அக்கம் பக்கத்துக் கிராமங்களையும் சேர்ந்த ஜனங்களின் சார்பாக ஒரு கோரிக்கை.

சக்கரவர்த்தியின் உடல் நிலையைப் பற்றி நாங்கள் அனைவரும் கவலை கொண்டிருக்கிறோம். அதைப் போலவே நாங்கள் கேள்விப்படும் இன்னொரு செய்தியும் எங்களுக்குக் கவலை தருகிறது. பழுவேட்டரையர்களும், பல சிற்றரசர்களும் சேர்ந்து சக்கரவர்த்திக்குப் பிறகு மதுராந்தகத் தேவருக்கு முடிசூட்டத் தீர்மானித்திருப்பதாக அறிகிறோம். மதுராந்தகத்தேவர் இன்று வரையில் போர்க்களம் சென்று அறியாதவர். அவர் பட்டத்துக்கு வந்தால் உண்மையில் பழுவேட்டரையர்கள்தான் இராஜ்யம் ஆளுவார்கள். சிற்றரசர்கள் வைத்ததே சட்டமாயிருக்கும். இளவரசர் ஆதித்த கரிகாலர் மூன்று ஆண்டு காலமாகச் சோழ நாட்டுக்கு வரவேயில்லை. அதற்கு ஏதோதோ காரணங்கள் சொல்கிறார்கள். அவருக்கு மகுடம் சூட்டிக்கொள்ள விருப்பமில்லை என்று கூறுகிறார்கள். அப்படியானால் அடுத்தபடி நியாயமாகப் பட்டத்துக்கு வரவேண்டியவர் யார்? சோழ நாடு தவம் செய்து பெற்ற புதல்வரும், காவேரித் தாய் காப்பாற்றித் கொடுத்த செல்வரும், ஈழம் வென்ற வீராதி வீரருமான தாங்கள் தான்... மக்களே! நான் கூறியது உங்களுக்கெல்லாம் சம்மதமான காரியமா?" என்று அந்த முதியவர் சுற்றிலும் நின்ற ஜனத்திரளைப் பார்த்துக் கேட்கவும், எட்டுத் திசையும் நடுங்கும்படியான பேரொலி அக்கூட்டத்திலிருந்து எழுந்தது; "ஆம், ஆம்; எங்கள் கருத்தும் அதுவே!" என்று பதினாயிரம் குரல்கள் கூறின. அதைத் தொடர்ந்து கோஷித்தன. இவ்வளவு கோஷங்களும் சேர்ந்து உருத்தெரியாத ஒரு பெரும் இரைச்சலாகக் கேட்டது.

மறுமொழி சொல்வதற்காக இளவரசரின் உதடுகள் அசையத் தொடங்கியது, ஏதோ மந்திர சக்தியினால் கட்டுண்டு அடங்கியது போல் அந்தப் பேரிரைச்சல் அடங்கியது.

"ஐயா! நீங்கள் எல்லாரும் என்னிடம் கொண்டிருக்கும் அன்பைக் கண்டு ஆனந்தப்படுகிறேன். ஆனால் அந்த அன்பை நீங்கள் காட்டும் விதம் முறையாக இல்லையே? என் அருமைத் தந்தை – சுந்தர சோழ சக்கரவர்த்தி இன்னும் ஜீவிய வந்தராக இருக்கிறார் என்பதை நீங்கள் மறந்து விட்டதாகத் தோன்றுகிறது. 'சக்கரவர்த்தி நீடூழி வாழ வேண்டும்' என்று என்னுடன் சேர்ந்து நீங்களும் பிரார்த்திக்க வேண்டும். சக்கரவர்த்தி ஜீவியவந்தராக இருக்கும்போது அவருக்குப் பிறகு பட்டத்துக்கு யார் என்பதைப் பற்றி யோசிப்பது ஏன்?"

நகரத் தலைவர்களின் முதல் தலைவரான முதியவர் இளவரசரின் இக்கேள்விக்குச் சரியான விடை வைத்திருக்கிறார்.

"பொன்னியின் செல்வ! சோழ நாட்டில் ஒரு மன்னர் உயிரோடிருக்கும் போதே, அடுத்தபடி பட்டத்துக்குரியவர் யார் என்பதை நிர்ணயித்து விடுவது தொன்று தொட்டு வந்திருக்கும் வழக்கம். மதுரை கொண்ட வீரரும், தில்லையம்பலத்துக் கோயிலுக்குப் பொற்கூரை வேய்ந்தவருமான மகா பராந்தக சக்கரவர்த்தி, தம் காலத்திலேயே தமக்குப் பின் பட்டத்துக்கு வர வேண்டியவர்களை முறைப்படுத்தி விடவில்லையா? அதன்படி தானே தங்கள் தந்தை சிம்மாசனம் ஏறினார்?" என்றார்.

"ஆம், ஆம்! ஆகையால், இப்போதும் அடுத்த பட்டத்துக்கு உரியவரைப் பற்றிச் சக்கரவர்த்திதானே தீர்மானிக்க வேண்டும்? நீங்களும், நானும் அதைப் பற்றி யோசிப்பதும், பேசுவதும் முறை அல்லவே!" என்றார் இளவரசர்.

"பொன்னியின் செல்வ! சக்கரவர்த்திக்குத்தான் அந்த உரிமை உண்டு என்பதை ஒப்புக்கொள்கிறோம். சக்கரவர்த்தி சுயேச்சையாக முடிவு செய்யக் கூடியவராயிருந்தால்

அது சரியாகும். தற்போது சக்கரவர்த்தியைப் பழுவேட்டரையர்கள் தஞ்சைக் கோட்டைக்குள் சிறைப்படுத்தி அல்லவோ வைத்திருக்கிறார்கள். இளவரசே! இன்னும் சொல்லப் போனால், சக்கரவர்த்தி உயிரோடு இருக்கிறாரா என்பதைப் பற்றியே எங்களில் பலருக்குச் சந்தேகமாயிருக்கிறது. தங்களுடன் தொடர்ந்து தஞ்சைக்கு வந்து அந்தச் சந்தேகத்தைத் தீர்த்துக் கொள்ள விரும்புகிறோம். அதிர்ஷ்டவசமாகச் சக்கரவர்த்தி நல்லபடியாக இருந்தால், அவரிடம் எங்கள் விருப்பதைத் தெரிவித்துக் கொள்வோம். அவருக்குப் பிற்பாடு தாங்கள்தான் சிங்காதனம் ஏறவேண்டுமென்று விண்ணப்பித்துக் கொள்வோம். பிறகு, சக்கரவர்த்தி முடிவு செய்கிறபடி செய்யட்டும்!"

பெரியவர் சக்கரவர்த்தி உயிரோடிருக்கிறாரா என்பதைப் பற்றிச் சந்தேகப்பட்டுக் கூறிய வார்த்தைகள் இளவரசரின் உள்ளத்தில் ஒரு பெரும் திகிலை உண்டாக்கின. இத்தனை நாளும் அவர் அறிந்திராத வேதனையும் பீதியும் ஏற்பட்டன. சக்கரவர்த்தியின் உயிருக்கு ஏதோ ஆபத்து நெருங்கிவிட்டது போலவும் அதைத் தடுக்கமுடியாத தூரத்தில் தாம் இருப்பது போலவும் ஒரு பிரமை உண்டாயிற்று. ஈழத்து ராணியை யாரோ மூர்க்கர்கள் பலவந்தமாகப் பிடித்துக் கொண்டு போன விவரமும் நினைவுக்கு வந்தது. இனி ஒரு கணமும் தாமதியாமல் தஞ்சை போய்ச் சேர வேண்டும் என்ற பரபரப்பு ஏற்பட்டது. ஒரு சில வினாடி நேரத்தில் இளவரசர் தாம் செய்யவேண்டியது இன்னதென்று தீர்மானித்துக் கொண்டார். இவர்களுடன் வாதமிட்டுக் கொண்டிருப்பதில் பயனில்லை. பிரயாணப்படுவதுதான் தாமதமாகும். இப்போது இவர்கள் பேச்சை ஒப்புக் கொண்டதாகச் சொல்லிப் பிரயாணப்பட்டு விட்டால், வழியில் போகப் போக வேறு உபாயங்களைக் கண்டுபிடித்துக் கொள்ளலாம்.

"ஐயா! உங்களுடைய விருப்பத்துக்கு நான் குறுக்கே நிற்கவில்லை. சக்கரவர்த்தியைப் பற்றித் தாங்கள் கூறியது அவரைத் தரிசிக்க வேண்டுமென்ற என் கவலையை அதிகரித்து விட்டது. நான் உடனே புறப்பட வேண்டும். நீங்களும் சக்கரவர்த்தியைத் தரிசிக்க விரும்பினால் தாராளமாக என்னுடன் வாருங்கள். பட்டத்து உரிமையைப் பற்றிச் சக்கரவர்த்தி என்ன சொல்லுகிறாரோ, அதைக் கேட்டு நாம் அனைவரும் நடந்து கொள்வோம்!" என்றார்.

சிறிது நேரத்துக்கெல்லாம் இளவரசர் யானைமீது ஏறிக் கொண்டு பிரயாணப்பட்டார். ஆயிரக்கணக்கான மக்கள் அடங்கிய ஒரு மாபெரும் ஊர்வலம் தஞ்சையை நோக்கிப் புறப்பட்டது. போகப் போக இளவரசருடன் தொடர்ந்த ஊர்வலம் பெரிதாகிக் கொண்டிருந்தது.

ஃஃஃ

8. படகில் பழுவேட்டரையர்

புயல் அடித்த அன்று காலையிலேதான் பெரிய பழுவேட்டரையர் கடம்பூரிலிருந்து தஞ்சைக்குப் புறப்பட்டார் என்பது நேயர்களுக்கு நினைவிருக்கும். கொள்ளிட நதி வரையில் அவர் வழக்கமான பாதையிலே சென்று, பின்னர் கொள்ளிடக் கரைச் சாலை வழியாக மேற்கு நோக்கித் திரும்பினார். சோழ நாட்டுக் கிராமங்களின் வழியாக அவர் நீண்ட பிரயாணம் செய்ய விரும்பவில்லை. மேற்கே சென்று திருவையாற்றுக்கு நேராக கொள்ளிடத்தைக் கடக்க விரும்பிச் சென்றார்.

வழக்கம் போல் நூற்றுக்கணக்கான பரிவாரங்களுடன் இச்சமயம் பெரிய பழுவேட்டரையர் புறப்படவில்லை. தாம் போவதும் வருவதும் கூடிய வரையில் எவருடைய கவனத்தையும் கவராமலிருக்க வேண்டுமென்று நினைத்தார். ஆகையால் பத்துப் பேரைத்தான் தம்முடன் அழைத்துப் போனார்.

திருவையாற்றுக்கு நேரே கொள்ளிடத்துக்கு வட கரையில் பழுவேட்டரையர் வந்தபோது அந்தப் பெரிய நதியில் வெள்ளம் இரு கரையும் தொட்டுக்கொண்டு பிரவாகமாகப் போய்

கொண்டிருந்தது. அங்கிருந்த சிறிய படகில் குதிரைகளைக் கொண்டுபோவது இயலாத காரியம். பெருங்காற்றுக்கு அறிகுறிகள் காணப்பட்டுக் கொண்டிருந்தன. ஆகையால் திரும்பிப் போவதற்குச் சௌகரியமாக இருக்கட்டும் என்று குதிரைகளை வடகரையில் விட்டு விட்டுப் பழுவேட்டரையர் தம்முடன் வந்த பத்து வீரர்களுடன் படகில் ஏறினார்.

படகு நடு நதியில் சென்று கொண்டிருந்தபோது புயல் வலுத்துவிட்டது. படகோட்டிகள் இருவரும் எவ்வளவோ கஷ்டப்பட்டுப் படகைச் செலுத்தினார்கள். நதி வெள்ளத்தின் வேகம் படகைக் கிழக்கு நோக்கி இழுத்தது. புயல் அதை மேற்கு நோக்கித் தள்ளப் பார்த்தது. படகோட்டிகள் படகைத் தெற்கு நோக்கிச் செலுத்த முயன்றார்கள். இந்த மூன்றுவித சக்திகளுக்கு இடையில் அகப்பட்டுக் கொண்ட படகு திரும்பித் திரும்பிச் சக்கராகாரமாகச் சுழன்றது.

பழுவேட்டரையரின் உள்ளத்திலும் அப்பொழுது ஒரு பெரும் புயல் அடித்துச் சுழன்று கொண்டிருந்தது. நந்தினியின் எதிரில் இருக்கும்போது அவருடைய அறிவு மயங்கிப் போவது சாதாரண வழக்கம். அவள் கூறுவதெல்லாம் சரியாகவே அவருக்குத் தோன்றும். வாழ்நாளெல்லாம் தமக்குப் பிடிக்காமலிருந்த ஒரு காரியத்தை நந்தினி சொல்லும்போது அது செய்வதற்குரியதாகவே அவருக்குத் தோன்றிவிடும். ஏதேனும் மனதில் சிறிது சந்தேகமிருந்தாலும் அவருடைய வாய், "சரி சரி! அப்படியே செய்வோம்" என்று கூறிவிடும். சொல்லிய பிறகு, வாக்குத் தவறி எதுவும் செய்வதற்கு அவர் விரும்புவதில்லை.

இப்போதும் அவரைத் தஞ்சைக்குப் போய் மதுராந்தகரை அழைத்து வரும்படி நந்தினி சொன்னபோது சரி என்று ஒத்துக்கொண்டு விட்டார். பிரயாணம் கிளம்பிய பிறகு அது சம்பந்தமாகப் பற்பல ஐயங்கள் எழுந்து அவர் உள்ளத்தை வதைத்தன. நந்தினியின் நடத்தையில் அணுவளவும் களங்கம் ஏற்படக் கூடும் என்று அவர் எண்ணவில்லை. ஆயினும் நந்தினியை யொத்த பிராயமுடைய மூன்று வாலிபர்களுக்கு மத்தியில் அவளைத் தனியே விட்டு விட்டு வந்திருக்கிறோம் என்ற எண்ணம் அடிக்கடி அவர் மனத்தில் தோன்றி வேதனை தந்தது.

கந்தமாறன், வந்தியத்தேவன், ஆதித்த கரிகாலன் ஆகிய மூவர் மீதும் அவர் குரோதம் கொள்வதற்குக் காரணங்கள் இருந்தன. பொக்கிஷ நிலவறையில் நள்ளிரவில் தாமும் நந்தினியும் போய்க்கொண்டிருந்த போது, கந்தமாறன் எதிர்ப்பட்டு, நந்தினியை "தங்கள் மகள்" என்று குறிப்பிட்டது அவர் நெஞ்சத்தில் பழுக்கக் காய்ச்சிய இரும்பினால் சூடு போட்டது போல் பதிந்திருந்தது. அப்போது உண்டான குரோதத்தில் அவனைக் கொன்று விடும்படியாகவே காவலனுக்கு இரகசியக் கட்டளையிட்டு விட்டார். பின்னால் அதைப் பற்றி வருந்தினார். எப்படியோ கந்தமாறன் பிழைத்துவிட்டான். அவன் எப்படிப் பிழைத்தான், நிலவறைக் காவலன் எப்படி மாண்டான், என்னும் விவரத்தை இன்னமும் அவரால் அறிய முடியவில்லை. அதற்குப் பிறகு கந்தமாறன் தம் அரண்மனையிலேயே சிலநாள் இருந்ததையும், நந்தினி அவனுக்குச் சிரத்தையுடன் பணிவிடை செய்ததையும் அவரால் மறக்க முடியவில்லை.

பிறகு வந்தியத்தேவனும் கடம்பூரில் இருக்கிறான். முதன் முதலில் அந்த அதிகப்பிரசங்கி வாலிபனைப் பார்த்ததுமே அவருக்கு அவனைப் பிடிக்கவில்லை. பிறகு அவன் தஞ் சாவூரில் சக்கரவர்த்தியிடம் தனியாக ஏதோ எச்சரிக்கை செய்ய விரும்பியதையும் தஞ்சைக் கோட்டையிலிருந்து ஒருவரும் அறியாமல் தப்பி ஓடியதையும் அறிந்தபோது அவருடைய வெறுப்பு அதிகமாயிற்று. அச்சமயம் சின்னப் பழுவேட்டரையர் அவன் தப்பிச் சென்றதற்கு நந்தினி உதவி செய்திருக்கலாம் என்று குறிப்பாகச் சொன்னதையும் அவர் மறக்கவில்லை. அது ஒரு நாளும் உண்மையாக இருக்க முடியாது. ஏனெனில் அவன் குந்தவை பிராட்டிக்கும், இளவரசர் அருள்மொழிக்கும் அந்தரங்கத் தூதன் என்று தெரிய வந்திருக்கிறது. ஆகையால் அவனுக்கும் நந்தினிக்கும் தொடர்பு ஏதும் இருக்கமுடியாது. ஆனாலும், அவனையும் நந்தினியையும் சேர்த்து எண்ணிப் பார்த்த போதெல்லாம் பெரிய பழுவேட்டரையரின் இரும்பு இதயத்தில் அனல் வீசிற்று.

பிறகு ஆதித்த கரிகாலர் இருக்கவே இருக்கிறார். அவர் முன் ஒரு சமயம் ஒரு கோவில் பட்டரின் மகளைக் கல்யாணம் செய்து கொள்ள விரும்பினார் என்பதும், அவர்தான் நந்தினி என்பதும், அவர் காதுக்கு எட்டியிருந்தது. அவர்கள் இப்போது சந்தித்திருக்கிறார்கள். எதற்காக? ஒன்று நிச்சயம், ஆதித்த கரிகாலன் பெரிய முரடனாயிருக்கலாம். பெரியோர்களிடம் மரியாதை இல்லாதவனாயிருக்கலாம். ஆனால் அவன் சோழ குலத்தில் உதித்தவன். அந்தக் குலத்திலே யாரும் பிறனில் விழையும் துரோகத்தைச் செய்ததில்லை. கரிகாலனும் பெண்கள் விஷயமான நடத்தையில் மாசு மறுவற்றவன். ஆனால் நந்தினி? அவளைத் தாம் இவ்வளவு தூரம் நம்பி அவள் விருப்பப்படி யெல்லாம் நடந்து வந்திருப்பது சரிதானா? அவளுடைய நடத்தையில் மாசு ஒன்றும் இல்லையென்பது நிச்சயமா? அவளுடைய பூர்வோத்தரமே இன்னும் அவருக்குச் சரி வரத் தெரியாது. அவருடைய சகோதரன் காலாந்தக கண்டன் அவளைப் பற்றிச் சொல்லாமற் சொல்லிப் பலமுறை எச்சரித்திருக்கிறான்.

'தம்பி கூறியதே சரியாகப் போய் விடுமோ? நந்தினி தம்மை வஞ்சித்து விடுவாளா? ஆகா! கதைகளில் சொல்லுகிறார்களே! அது போன்ற வஞ்சக நெஞ்சமுள்ள ஸ்திரீகள் உண்மையிலேயே உலகத்தில் உண்டா? அவர்களில் ஒருத்தி நந்தினியா?...'

இப்படி எண்ணியபோது பெரிய பழுவேட்டரையரின் உள்ளத்தில் குரோதக் கனல் கொழுந்து விட்டது என்றால், அதே சமயத்தில் நந்தினியின் மீது அவர் கொண்டிருந்த மோகத்தீயும் ஜுவாலை வீசியது. இவற்றினால் உண்டான வேதனையை மறப்பதற்காகப் பழுவேட்டரையர் தம் தலையை ஆட்டிக் கொண்டு, தொண்டையையும் கனைத்துக் கொண்டார். பத்துப் பேருக்கு மத்தியில் இருக்கிறோம் என்ற நினைவுதான் அவர் தமது பெரிய தடக்கைகளினால் நெற்றியில் அடித்துக்கொள்ளாமல் தடை செய்தது. அவரை அறியாமல் பெரிய நெடு மூச்சுக்கள் வந்து கொண்டிருந்தன. படகின் விளிம்புகளை இறுக்கிப் பிடித்துக் கொண்டு பற்களைக் கடித்துக்கொண்டு, "எல்லா உண்மைகளையும் இன்னும் இரண்டு தினங்களில் தெரிந்து கொண்டு விடுகிறேன்! இதுவரை செய்த தவறுபோல் இனிமேல் ஒருநாளும் செய்வதில்லை!" என்று சங்கல்பம் செய்து கொண்டார்.

9. கரை உடைந்தது!

பழுவேட்டரையரின் மனத்தில் குடி கொண்டிருந்த வேதனையைப் படகிலே இருந்த மற்றவர்கள் உணரக் கூடவில்லை. புயற்காற்றில் படகு அகப்பட்டுக் கொண்டதன் காரணமாகவே அவர் அவ்வளவு சங்கடப்படுவதாக நினைத்தார்கள். பெரிய பழுவேட்டரையர் மனோதைரியத்தில் நிகரற்றவர் எனப் பெயர் வாங்கியிருந்தவர். அவரே இவ்வளவு கலங்கிப் போனதைப் பார்த்து, மற்றவர்களின் மனத்திலும் பீதி குடி கொண்டது. எந்த நேரம் படகு கவிழுமோ என்று எண்ணி, அனைவரும் தப்பிப் பிழைப்பதற்கு வேண்டிய உபாயங்களைப் பற்றியும் யோசித்துக் கொண்டிருந்தார்கள்.

கடைசியாக வெகு நேரம் படகு தவித்துத் தத்தளித்த பிறகு, கரை ஏற வேண்டிய துறைக்கு அரைக் காத தூரம் கிழக்கே சென்று, கரையை அணுகியது. "இனிக் கவலை இல்லை" என்று எல்லாரும் பெரு மூச்சு விட்டார்கள். அச்சமயத்தில் நதிக்கரையில் புயற்காற்றினால் பேயாட்டம் ஆடிக் கொண்டிருந்த மரங்களில் ஒன்று தடார் என்று முறிந்து விழுந்தது. முறிந்த மரத்தைக் காற்று தூக்கிக் கொண்டு வந்து படகின் அருகில் தண்ணீரில் போட்டது. படகைத் திருப்பி அப்பால் செலுத்துவதற்கு ஓடக்காரர்கள் பெரு முயற்சி செய்தார்கள். பலிக்கவில்லை. மரம் அதி வேகமாக வந்து படகிலே மோதியது. படகு 'தடால்' என்று கவிழ்ந்தது. மறுகணம் படகில் இருந்தவர்கள் அனைவரும் தண்ணீரில் விழுந்து மிதந்தார்கள்.

மற்றவர்கள் எல்லாரும் படகு கவிழ்ந்தால் தப்பிப் பிழைப்பது பற்றியே எண்ணிக் கொண்டிருந்தார் ஆதலால், அவ்வாறு உண்மையில் நிகழ்ந்து விட்டதும், அந்த அபாயத்திலிருந்து சமாளிப்பதற்கு ஓரளவு ஆயத்தமாயிருந்தார்கள். கரையை நெருங்கிப் படகு வந்து விட்டிருந்தபடியால் சிலர் நீந்திச் சென்று கரையை அடைந்தார்கள். சிலர் மரங்களின் மீது தொத்திக்கொண்டு நின்றார்கள். சிலர் கையில் அகப்பட்டதைப் பிடித்துக் கொண்டு தண்ணீரில் மிதந்து கொண்டிருந்தார்கள்.

ஆனால் பழுவேட்டரையர் வேறு சிந்தனைகளில் ஈடுபட்டிருந்தபடியால், படகுக்கு நேர்ந்த விபத்தை எதிர்பார்க்கவே இல்லை. படகு கவிழ்ந்ததும் தண்ணீரில் முழுகி விட்டார். அவரைப் பிரவாகத்தின் வேகம் வெகு தூரம் அடித்துக் கொண்டு போய் விட்டது. சில முறை தண்ணீர் குடித்து, மூக்கிலும் காதிலும் தண்ணீர் ஏறி, திணறித் தடுமாறி கடைசியில் ஒருவாறு சமாளித்துக் கொண்டு அவர் பிரவாகத்துக்கு மேலே வந்தபோது படகையும் காணவில்லை; படகில் இருந்தவர்கள் யாரையும் காணவில்லை.

உடனே அந்தக் கிழவரின் நெஞ்சில் பழைய தீரத்துவம் துளிர்த்து எழுந்தது. எத்தனையோ போர்களில் மிக ஆபத்தான நிலைமையில் துணிவுடன் போராடி வெற்றி பெற்ற அந்த மாபெரும் வீரர் இந்தக் கொள்ளிடத்து வெள்ளத்துடனும் போராடி வெற்றி கொள்ளத் தீர்மானித்தார். சுற்று முற்றும் பார்த்தார். சமீபத்தில் மிதந்து வந்த ஒரு மரக்கட்டையை எட்டிப் பிடித்துக்கொண்டார். கரையைக் குறி வைத்து நீந்தத் தொடங்கினார். வெள்ளத்தின் வேகத்துடனும், புயலின் வேகத்துடனும், ஏக காலத்தில் போராடிக் கொண்டே நீந்தினார். கை சளைத்தபோது சிறிது நேரம் வெறுமனே மிதந்தார். பலமுறை நதிக்கரையை ஏற முயன்றபோது மழையினால் சேறாகியிருந்த கரை அவரை மறுபடியும் நதியில் தள்ளி விட்டது. உடனே விட்டுவிட்ட கட்டையைத் தாவிப் பிடித்துக் கொண்டார்.

இவ்விதம் இருட்டி ஒரு ஜாமத்துக்கு மேலாகும் வரையில் போராடிய பிறகு நதிப் படுகையில் நாணற் காடு மண்டி வளர்ந்திருந்த ஓரிடத்தில் அவருடைய கால்கள் தரையைத் தொட்டன. பின்னர், வளைந்து கொடுத்த நாணற் புதர்களின் உதவியைக் கொண்டு அக்கிழவர் தட்டுத் தடுமாறி நடந்து, கடைசியாகக் கரை ஏறினார்.

அவரைச் சுற்றிலும் கனாந்தகாரம் சூழ்ந்திருந்தது. பக்கத்தில் ஊர் எதுவும் இருப்பதாகத் தெரியவில்லை. திருமலையாற்றுக்கு எதிரில் கரை ஏற வேண்டிய ஓடத்துறைக்குச் சுமார் ஒன்றரைக் காத தூரம் கிழக்கே வந்திருக்க வேண்டுமென்று தோன்றியது. ஆம், ஆம்! குடந்தை நகரத்துக்கு அருகிலேதான் தாம் கரை ஏறியிருக்க வேண்டும். இன்றிரவு எப்படியாவது குடந்தை நகருக்கு போய்விட முடியுமா?...

புயல் அப்போது தான் பூரண உக்கிரத்தை அந்தப் பிரதேசத்தில் அடைந்திருந்தது. நூறாயிரம் பேய்கள் சேர்ந்து சத்தமிடுவது போன்ற பேரோசை காதைச் செவிடுபடச் செய்தது. மரங்கள் சடசடவென்று முறிந்து விழுந்தன வானத்தில் அண்ட கடாகங்கள் வெடித்து விடுவது போன்ற இடி முழக்கங்கள் அடிக்கடி கேட்டன. பெருமழை சோவென்று கொட்டியது.

'எங்கேயாவது பாழடைந்த மண்டபம் அல்லது பழைய கோயில் இல்லாமலா போகும்? அதில் தங்கி இரவைக் கழிக்க வேண்டியதுதான். பொழுது விடிந்த பிறகுதான் மேலே நடையைத் தொடங்க வேண்டும்' என்று முடிவு கட்டிக் கொண்டு, தள்ளாடி நடுங்கிய கால்களை ஊன்றி வைத்த வண்ணம் நதிக்கரையோடு நடந்து சென்றார்.

நதியில் கரையின் விளிம்பைத் தொட்டுக் கொண்டு வெள்ளம் போய்க்கொண்டிருந்தது. மழை பெய்தபடியால் கரை மேலேயும் ஓரளவு தண்ணீராயிருந்தது. இருட்டைப் பற்றியோ சொல்ல வேண்டியதாயில்லை. ஆகவே, அந்த வீரக் கிழவர் நடந்து சென்ற போது, தம் எதிரிலே நதிக் கரையின் குறுக்கே கொஞ்சம் தண்ணீர் அதிகமாக ஓடியதைப் பற்றி அதிக கவனம் செலுத்தவில்லை. திடீரென்று முழங்கால் அளவு ஜலம் வந்து விட்டதும்,

சற்றுத் தயங்கி யோசித்தார். தொடையளவு ஜலம் வந்ததும் திடுக்கிட்டார். அதற்கு மேலே யோசிப்பதற்கு அவகாசமே இருக்கவில்லை. மறுகணம் அவர் தலை குப்புறத் தண்ணீரில் விழுந்தார். கொள்ளிடத்தின் கரை உடைத்துக் கொண்டு அந்த இடத்தில் தெற்கு நோக்கிப் பாய்ந்து கொண்டிருந்த வெள்ளம் அவரை உருட்டிப் புரட்டி அடித்துக் கொண்டு போயிற்று. கரைக்கு அப்பால் பள்ளமான பிரதேசமானபடியால் அவரை ஆழமாக, இன்னும் ஆழமாக அதல பாதாளத்துக்கே அடித்துக் கொண்டு போவது போலிருந்தது. படகு கவிழ்ந்து நதியில் போய்க் கொண்டிருந்த வெள்ளத்தில் மூழ்கியபோது அவர் சற்று எளிதாகவே சமாளித்துக் கொண்டார். இப்போது அவ்விதம் முடியவில்லை. உருண்டு, புரண்டு, உருண்டு புரண்டு, கீழே கீழே போய்க் கொண்டிருந்தார். கண் தெரியவில்லை; காது கேட்கவில்லை. நிமிர்ந்து நின்று மேலே வரவும் முடியவில்லை, மூச்சுத் திணறியது. யாரோ ஒரு பயங்கர ராட்சதன் அவரைத் தண்ணீரில் அமுக்கி அமுக்கித் தலை குப்புறப் புரட்டிப் புரட்டி அதே சமயத்தில் பாதாளத்தை நோக்கி இழுத்துக் கொண்டு போனான்.

'ஆகா அந்த ராட்சதன் வேறு யாரும் இல்லை! கொள்ளிடத்தின் கரையை உடைத்துக்கொண்டு, உடைப்பின் வழியாக அதிவேகமாகப் பாய்ந்த வெள்ளமாகிய ராட்சதன்தான்! அவனுடைய கோரமான பிடியிலிருந்து பயங்கரமான உருட்டலிலிருந்து தப்பிப் பிழைக்க முடியுமா? கால் தரையில் பாவவில்லையே? கைக்குப் பிடி எதுவும் அகப்படவில்லை? மூச்சுத் திணறுகிறதே? கழுத்தைப் பிடித்துத் திருகுவது போலிருக்கிறதே? காது செவிடுபடுகிறதே! துர்க்கா பரமேசுவரி! தேவி! நான் இந்த விபத்திலிருந்து பிழைப்பேனா? அடிப்பாவி நந்தினி! உன்னால் எனக்கு நேர்ந்த கதியைப் பார்! ஐயோ! பாவம்! உன்னை அந்த தூர்த்தர்கள் மத்தியில் விட்டு விட்டு வந்தேனே? சீச்சீ! உன் அழகைக் கண்டு மயங்கி, உன் நிலையைக் கண்டு இரங்கி, உன்னை மணந்து கொண்டதில் நான் என்ன சுகத்தைக் கண்டேன்? மன அமைதி இழந்ததைத் தவிர வேறு என்ன பலனை அனுபவித்தேன்? கடைசியில், இப்படிக் கொள்ளிடத்து உடைப்பில் அகப்பட்டுத் திணறித் திண்டாடிச் சாகப் போகிறேனே! அறுபத்து நாலு போர்க்காயங்களைச் சுமந்த என் உடம்பைப் புதைத்து வீரக்கல் நாட்டிப் பள்ளிப்படை கூடப் போவதில்லை! என் உடலை யாரும் கண்டெடுக்கப் போவதுகூட இல்லை! எங்கேயாவது படு பள்ளத்தில் சேற்றில் புதைந்து விடப் போகிறேன்! என் கதி என்ன ஆயிற்று என்று கூட யாருக்கும் தெரியாமலே போய்விடப் போகிறது! அல்லது எங்கேயாவது கரையிலே கொண்டு போய் என் உடம்பை இவ்வெள்ளம் ஒதுக்கித் தள்ளிவிடும்! நாய் நரிகள் பிடுங்கித் தின்று பசியாறப் போகின்றன!'...

சில நிமிட நேரத்திற்குள் இவை போன்ற எத்தனையோ எண்ணங்கள் பழுவேட்டரையர் மனத்தில் தோன்றி மறைந்தன. பின்னர் அடியோடு அவர் நினைவை இழந்தார்!...

தடார் என்று தலையில் ஏதோ முட்டியதும், மீண்டும் சிறிது நினைவு வந்தது. கைகள் எதையோ, கருங்கல்லையோ, கெட்டியான தரையையோ - பிடித்துக்கொண்டிருந்தன. ஏதோ ஒரு சக்தி அவரை மேலே கொண்டுவந்து உந்தித் தள்ளியது. அவரும் மிச்சமிருந்த சிறிது சக்தியைப் பிரயோகித்து, கரங்களை ஊன்றி மேலே எழும்பிப் பாய்ந்தார். மறுநிமிடம், கெட்டியான கருங்கல் தரையில் அவர் கிடந்தார். கஷ்டப்பட்டுக் கண்களைத் திறக்கப் பிரயத்தனப்பட்டார். இறுக அமுங்கிக் கிடந்த கண்ணிமைகள் சிறிது திறந்ததும், எதிரே தோன்றிய ஜோதி அவருடைய கண்களைக் கூசச் செய்தது. அந்த ஜோதியில் துர்க்கா பரமேசுவரியின் திருமுக மண்டலம் தரிசனம் தந்தது! தேவி! உன் கருணையே கருணை! என்னுடைய அமைதியற்ற மண்ணுலக வாழ்வை முடித்து விண்ணுலகில் உன்னுடைய சந்நிதானத்துக்கே அழைத்துக் கொண்டாய் போலும்!...

இல்லை, இல்லை! இது விண்ணுலகம் இல்லை. மண்ணுலகத்திலுள்ள அம்மன் கோவில். எதிரே தரிசனம் அளிப்பது அம்மனுடைய விக்கிரகம். தாம் விழுந்து கிடப்பது கர்ப்பக் கிருஹத்தை அடுத்துள்ள அர்த்த மண்டபம். அம்மனுக்கு அருகில் முணுக்

முணுக்கென்று சிறிய தீபம் எரிந்து கொண்டிருக்கிறது. அதன் வெளிச்சந்தான் சற்று முன் தம் கண்களை அவ்வளவு கூசச் செய்தது! வெளியிலே இன்னும் 'சோ' என்று மழை கொட்டிக் கொண்டிருக்கிறது. புயலும் அடித்துக்கொண்டிருக்கிறது. அவ்வளவு புயலும் மழையும் தேவி கோவிலின் கர்ப்பக் கிருஹத்தில் ஒளிர்ந்த தீபத்தை அசைக்க முடியவில்லை! அது ஒரு நல்ல சகுனமோ? துர்க்கா பரமேசுவரி தம்மிடம் வைத்துள்ள கருணைக்கு அறிகுறியோ? எத்தனை பெரிய விபத்துக்கள் வந்தாலும் தமது ஜீவன் மங்கிவிடாது என்று எடுத்துக் காட்டுவது போல அல்லவா இருக்கிறது? ஜகன் மாதாவின் கருணையே கருணை! தமது பக்தியெல்லாம், தாம் செய்த பூசனை எல்லாம் வீண் போகவில்லை.

கிழவர் தட்டுத்தடுமாறி எழுந்து நிற்க முயன்றார். அவர் உடம்பு நடுங்கியது. வெகு நேரம் வெள்ளத்திலேயே கிடந்த படியால் உடம்பு சில்லிட்டு நடுங்குவது இயல்புதான் அன்றோ? அம்மன் சந்நிதியில் திரை விடுவதற்காகத் தொங்கிய துணியை எடுத்து உடம்பை நன்றாகத் துடைத்துக்கொண்டார். தமது ஈரத் துணியைக் களைந்து எறிந்துவிட்டு திரைத் துணியை அரையில் உடுத்திக் கொண்டார்.

அம்மன் சந்நிதியில் உடைந்த தேங்காய் மூடிகள், பழங்கள், நிவேதனத்துக்கான பொங்கல் பிரசாதங்கள் – எல்லாம் வைத்திருப்பதைக் கண்டார். தேவிக்குப் பூஜை செய்வதற்காக வந்த பூசாரியும், பிரார்த்தனைக்காரர்களும் எல்லாவற்றையும் அப்படி அப்படியே போட்டுவிட்டு ஓடிப் போயிருக்கவேண்டும். ஏன் அவர்கள் அப்படி ஓடினார்கள்? புயலுக்கும் மழைக்கும் பயந்து ஓடினார்களா? அல்லது கொள்ளிடத்துக் கரையில் உடைப்பு ஏற்பட்டு விட்டதைப் பார்த்துவிட்டு ஓடினார்களா? எதுவாயிருந்தாலும் சரி, தாம் செய்த புண்ணியந்தான்! துர்க்கா பரமேசுவரி தம்மை உடைப்பு வெள்ளத்திலிருந்து காப்பாற்றியது மட்டுமல்ல. தம்முடைய பசி தீருவதற்குப் பிரசாதமும் வைத்துக் கொண்டு காத்திருக்கிறாள்.

இன்றிரவை இந்தக் கோயிலிலேயே கழிக்கவேண்டியது தான். இதைக் காட்டிலும் வேறு தக்க இடம் கிடைக்கப் போவதில்லை. உடைப்பு வெள்ளம் இந்தச் சிறிய கோவிலை ஒட்டித்தான் பாய்ந்து செல்ல வேண்டும். அதனால் கோவிலுக்கே ஆபத்து வரலாம். கோவிலைச் சுற்றிலும் வெள்ளம் குழி பறித்துக் கொண்டிருக்கும். அஸ்திவாரத்தையே தகர்த்தாலும் தகர்த்துவிடும். ஆயினும் இன்று இரவுக்குள்ளே அப்படி ஒன்றும் நேர்ந்துவிடாது. அவ்விதம் நேர்வதாயிருந்தாலும் சரிதான். இன்றிரவு இந்தக் கோவிலை விட்டுப் போவதற்கில்லை. உடம்பில் தெம்பு இல்லை; உள்ளத்திலும் சக்தி இல்லை...

பயபக்தியுடன் பழுவேட்டரையர் தேவியின் சந்நிதானத்தை நெருங்கினார். அங்கிருந்த பிரசாதங்களை எடுத்து வேண்டிய அளவு அருந்தினார். மிச்சத்தைப் பத்திரமாக வைத்து மூடினார். தேவியின் முன்னிலையில் நமஸ்காரம் செய்யும் பாவனையில் படுத்தார். கண்களைச் சுற்றிக்கொண்டு வந்தது. சிறிது நேரத்துக்குள் பழுவேட்டரையர் பெருந்துயிலில் ஆழ்ந்துவிட்டார்.

❀

10. கண் திறந்தது!

முதலில் நதி வெள்ளத்திலும், பின்னர் உடைப்பு வெள்ளத்திலும் அகப்பட்டுத் திண்டாடியபடியால் பெரிதும் களைப்படைந்திருந்த பழுவேட்டரையர் வெகு நேரம் நினைவற்று, உணர்ச்சியற்று, கட்டையைப் போல் கிடந்து தூங்கினார். வேண்டிய அளவு தூங்கிய பிறகு, இலேசாக நினைவுகளும், கனவுகளும் தோன்றின.

ஒரு சமயம் துர்க்கா பரமேசுவரி, கோவில் விக்கிரகத்திலிருந்து புறப்பட்டு நாலு அடி எடுத்து வைத்து நடந்து அவர் அருகில் வந்தாள். அனல் வீசிய கண்களினால் அவரை உற்று நோக்கிய வண்ணம் திருவாய் மலர்ந்தாள். 'அடே, பழுவேட்டரையா! நீயும் உன் குலத்தாரும் தலைமுறை தலைமுறையாக எனக்கு வேண்டியவர்கள். ஆகையால் உனக்கு

எச்சரிக்கிறேன். உன்னுடைய அரண்மனையில் நீ கொண்டு வைத்திருக்கிறாயே. அந்த நந்தினி என்பவள் மனிதப் பெண் உருக்கொண்ட ராட்சஸி! உன்னுடைய குலத்தையும், சோழர் குலத்தையும் வேரொடு அழித்துப் போடுவதற்காக வந்தவள். அதற்குச் சரியான சமயத்தை எதிர்பார்த்துக் கொண்டிருக்கிறாள். அவளை அரண்மனையிலிருந்தும், உன் உள்ளத்திலிருந்தும் அப்புறப்படுத்திவிட்டு மறு காரியம் பார்! இல்லாவிட்டால், உனக்கும் உன் குலத்துக்கும் என்றும் அழியாத அபகீர்த்தி ஏற்படும்...!'

இவ்விதம் எச்சரித்துவிட்டுத் தேவி திரும்பிச் சென்று விக்கிரகத்துக்குள் புகுந்து கலந்து விட்டாள்...!

பழுவேட்டரையர் திடுக்கிட்டு எழுந்தார். அவர் உடம்பு கிடுகிடென்று நடுங்கிக் கொண்டிருந்தது. தாம் கண்டது கனவுதான் என்று நம்புவது அவருக்குச் சற்றுச் சிரமமாகவே இருந்தது. ஆயினும் அப்படித்தான் இருக்க வேண்டும் என்று தீர்மானித்துக் கொண்டார்.

பொழுது நன்றாக விடிந்திருந்தது. புயலின் உக்கிரம் தணிந்திருந்தது. மழை நின்று போயிருந்தது. 'சோ' வென்ற சத்தம் மட்டும் கேட்டுக் கொண்டிருந்தது. கோவில் வெளி மண்டபத்தின் விளிம்பில் அருகில் வந்து நின்று சுற்று முற்றும் பார்த்தார். அவர் கண்ட காட்சி உற்சாகமளிப்பதாக இல்லை.

கொள்ளிடத்தின் உடைப்பு இதற்குள் மிகப் பெரிதாகப் போயிருந்தது. நதி வெள்ளத்தில் ஏறக்குறையப் பாதி அந்த உடைப்பின் வழியாகக் குபு குபுவென்று பாய்ந்து கொண்டிருந்ததாகத் தோன்றியது. கிழக்குத் திசையிலும், தெற்குத் திசையிலும் ஒரே வெள்ளக் காடாக இருந்தது. மேற்கே மட்டும் கோவிலை அடுத்துச் சிறிது தூரம் வரையில் வெள்ளம் சுழி போட்டுக் கொண்டு, துள்ளிக் குதித்துக் கொண்டு போயிற்று. அப்பால் குட்டை மரங்களும் புதர்களும் அடர்ந்திருந்த காட்டுப் பிரதேசம் வெகு தூரத்துக்குக் காணப்பட்டது. அது திருப்புறம்பியம் கிராமத்தை அடுத்த காடாயிருக்க வேண்டுமென்றும், அந்தக் காட்டின் நடுவில் எங்கேயோதான் கங்க மன்னன் பிருதிவீபதிக்கு வீரக் கல் நாட்டிய பழைய பள்ளிப்படைக் கோயில் இருக்க வேண்டும் என்றும் ஊகம் செய்தார்.

அந்தப் பள்ளிப்படை உள்ள இடத்தில் நூறு வருஷங்களுக்கு முன்னால் நடந்த மாபெரும் யுத்தம் அவர் நினைவுக்கு வந்தது. அந்தப் போரில் சோழர் குலத்துக்கு உதவியாகத் தமது முன்னோர்கள் செய்த வீர சாகஸச் செயல்களையும் ஞாபகப்படுத்திக் கொண்டார். அப்படிப்பட்ட தமது பழம் பெருங்குலத்துக்கு இந்த நந்தினியினால் உண்மையிலேயே அவக்கேடு நேர்ந்துவிடுமோ? துர்க்கா பரமேசுவரி தனது கனவிலே தோன்றிக் கூறியதில் ஏதேனும் உண்மை இருந்தாலும் இருக்குமோ...?

எப்படியிருந்தாலும் இனி சர்வ ஜாக்கிரதையாகயிருக்க வேண்டும். நந்தினியின் அந்தரங்கம் என்னவென்பதையும் கண்டுபிடித்தேயாக வேண்டும். முதலில், இங்கிருந்து சென்ற பிறகல்லவா, மற்றக் காரியங்கள்? திருப்புறம்பியம் கிராமத்தை அடைந்தால் அங்கே ஏதேனும் உதவி பெறலாம். கவிழ்ந்த படகிலிருந்து தம்மைப்போல் வேறு யாரேனும் தப்பிப் பிழைத்திருந்தால், அவர்களும் அங்கே வந்திருக்கக்கூடும். ஆனால் வெள்ளத்தைக் கடந்து திருப்புறம்பியம் கிராமத்துக்குப் போவது எப்படி?

இந்தக் கோவிலைச் சுற்றி உடைப்பு வெள்ளம் இப்படிச் சுழி போட்டுக்கொண்டு ஓடுகிறதே! இதில் ஒரு மத யானை இறங்கினால் கூட அடித்துத் தள்ளிக் கொண்டு போய்விடுமே? இதை எப்படித் தாண்டிச் செல்வது?

உடைப்பு வெள்ளம் கோவிலைச் சுற்றிக் கீழே கீழே தோண்டிக் குழி பறித்துக் கொண்டிருப்பது திண்ணம். கோவில் எப்போது விழுமோ தெரியாது! துர்க்கா பரமேசுவரியின் சக்தியினால் விழாமலிருந்தால்தான் உண்டு. ஆயினும், அங்கிருந்து வெளியேறுவது எப்படி? உடைப்பு வெள்ளம் வடிந்த பிறகு போவது என்றால், எத்தனை

நாள் ஆகுமோ தெரியாது.

நல்லவேளை, வேறொரு வழி இருக்கிறது. கோவிலுக்கு எதிரே பிரம்மாண்டமாக வளர்ந்திருந்த வேப்பமரம் ஒன்று இருந்தது. புயற்காற்றிலே விழாமல் அது எப்படியோ தப்பிப் பிழைத்தது. ஆனால் கோவிலைச் சுற்றித் துள்ளிச் சென்று கொண்டிருந்த உடைப்பு வெள்ளம் அந்த வேப்ப மரத்தைச் சுற்றிலும் சுழியிட்டுக் குழி பறித்துக் கொண்டிருந்ததால், கோவில் விழுவதற்கு முன்னால், அந்த மரம் விழுவது நிச்சயம். மரம் விழுந்தால் அநேகமாக மேற்குத் திசையிலுள்ள காட்டுப் பிரதேசத்துக்கு ஒரு பாலத்தைப் போல் அது விழக் கூடும். இல்லாவிட்டாலும், வெள்ளம் மரத்தை அடித்துக் கொண்டு போய், எங்கேயாவது கரையோரத்தில் சேர்க்கும். மரம் விழுந்தவுடனே அதன் மேல் தொத்தி ஏறிக் கொண்டால், ஒருவாறு அங்கிருந்து தப்பிப் பிழைக்கலாம்.

அதுவரையில் இக்கோயிலிலேயே இருக்க வேண்டியதுதான். தேவியின் கருணையினால் இன்னும் ஒருநாள் பசியாறுவதற்கும் பிரசாதம் மிச்சமிருக்கிறது. மரம் விழும் வரையில், அல்லது வெள்ளம் வடியும் வரையில் அங்கேயே பொறுமையுடன் காத்திருக்க வேண்டியதுதான். அதைத் தவிர வேறு என்ன செய்வது?

அவசரப்படுவதில் பயன் ஒன்றுமில்லை. நம்மால் இவ்வுலகில் இன்னும் ஏதோ பெரிய காரியங்கள் ஆக வேண்டியிருப்பதனாலேதான், தேவி ஜகன்மாதா, நம்மை வெள்ளத்தில் சாகாமல் காப்பாற்றியிருக்கிறாள். ஆதலின் மேலே நடக்க வேண்டியதற்கும், துர்க்கா பரமேசுவரியே வழி காட்டுவாள் அல்லவா?

அன்று பகல் சென்றது. இன்னும் ஓர் இரவும், பகலும் கழிந்தன. புயல், தான் சென்றவிடமெல்லாம் அதாஹதம் செய்து கொண்டே மேற்குத் திசையை நோக்கிச் சென்றுவிட்டது.

தூவானமும் விட்டுவிட்டது. ஆனால் துர்க்கா தேவியின் கோயிலில் அகப்பட்டுக் கொண்ட பழுவேட்டரையருக்கு மட்டும் விடுதலை கிட்டவில்லை. கொள்ளிடத்து வெள்ளம் குறைந்தது போலக் காணப்பட்டது. ஆனால் உடைப்பு வரவரப் பெரிதாகிக் கொண்டு வந்தது. கோயிலைச் சுற்றிச் சென்ற வெள்ளம் குறையவில்லை. ஆழம் என்னமோ அதிகமாகிக் கொண்டே இருக்க வேண்டும். அதை அளந்து பார்ப்பது எப்படி? அல்லது அந்த உடைப்பு வெள்ளத்தில் இறங்கி நீந்திச் செல்லுவது பற்றித்தான் நினைத்துப் பார்க்கவும் முடியுமா?

கடைசியாக, அன்று சூரியன் அஸ்தமிக்கும் நேரத்தில் பழுவேட்டரையர் எதிர்பார்த்தபடி கோயிலுக்கு எதிரேயிருந்த பெரும் வேப்பமரமும் விழுந்தது. விழுந்த மரம் நல்ல வேளையாக உடைப்பு வெள்ளத்தின் மேற்குக் கரையைத் தொட்டுக் கொண்டு கிடந்தது. அதன் வழியாக அப்பால் செல்வதற்குப் பழுவேட்டரையர் ஆயத்தமானார். இரவிலே புறப்பட்டு அந்தக் காட்டுப் பிரதேசத்தில் எப்படி வழி கண்டுபிடித்துப் போவது என்பது பற்றிச் சிறிது தயங்கினார். சில கண நேரத்துக்குமேல் அந்தத் தயக்கம் நீடித்திருக்கவில்லை. உடனே புறப்பட வேண்டியதுதான் என்று முடிவு செய்து, தம்மை அந்தப் பேராபத்திலிருந்து காத்தருளிய துர்க்கா பரமேசுவரிக்கு நன்றி தெரிவிப்பதற்காகச் சந்நிதியை நெருங்கினார். சந்நிதியில் விழுந்து நமஸ்கரித்தார்.

அச்சமயத்தில் அவர் உடம்பு சிலிர்க்கும்படியான குரல் ஒன்று கேட்டது. முதலில் துர்க்கையம்மன் தான் பேசுகிறாளோ என்று தோன்றியது. பிறகு, இல்லை, குரல் வெளியில் சிறிது தூரத்துக்கு அப்பாலிருந்து வருகிறது என்று தெளிவடைந்தார்.

"மந்திரவாதி! மந்திரவாதி!" என்று கூப்பிட்டது அந்தக் குரல்.

பிறகு மறுபடியும் "ரவிதாஸா! ரவிதாஸா!" என்று கூவியது. முன் எப்பொழுதோ கேட்ட குரல் போலத் தோன்றியது.

பழுவேட்டரையர் எழுந்து முன் மண்டபத்துக்கு வந்தார். தூண் மறைவில் நின்று குரல் வந்த இடத்தை நோக்கினார். உடைப்பு வெள்ளத்துக்கு அப்பால், விழுந்த வேப்பமரத்தின் நுனிப் பகுதிக்கு அருகில் ஓர் உருவம் நின்று கொண்டிருக்கக் கண்டார். "மந்திரவாதி! மந்திரவாதி!" என்னும் கூக்குரல், அவருக்குத் தம் சகோதரன் முன்னொரு சமயம் கூறியவற்றை ஞாபகப்படுத்துகிறது. துர்க்காதேவியின் கருணையினால் தாம் அதுவரை அறிந்திராத மர்மத்தை அறிந்து கொள்ளப் போகிறோமோ என்ற எண்ணம் உதித்தது. ஆதலின் அசையாமல் நின்றார்.

அக்கரையில் நின்ற உருவம், விழுந்த வேப்ப மரத்தின் வழியாக உடைப்பு வெள்ளத்தைக் கடந்து வரத் தொடங்கியதைப் பார்த்தார்.

தம் வாணாளில் அதுவரை செய்திராத ஓர் அதிசயமான காரியத்தைப் பழுவேட்டரையர் அப்போது செய்தார். கோவில் முன் மண்டபத்தில் சட்டென்று படுத்துக் கொண்டார். தூங்குவது போலப் பாசாங்கு செய்தார்.

ரவிதாஸன் என்னும் மந்திரவாதியைப் பற்றி அறிந்து கொள்ளும் ஆசை அவரை அவ்வளவாகப் பற்றிக் கொண்டது. அவன் நந்தினியைப் பார்ப்பதற்காகச் சில சமயம் அவர் அரண்மனைக்கு வந்த மந்திரவாதியாகவே இருக்கவேண்டும். அவனுக்கும் நந்தினிக்கும் உள்ள தொடர்பு உண்மையில் எத்தகையது? அவனை இந்த இடத்தில், இந்த வேளையில், தேடி அலைகிறவன் யார்? எதற்காகத் தேடுகிறான்? இதையெல்லாம் தெரிந்துகொண்டால், ஒருவேளை நந்தினி தம்மை உண்மையிலேயே வஞ்சித்து வருகிறாளா என்பதைப் பற்றி அறிந்து கொள்ளலாம் அல்லவா? ரவிதாஸன் மட்டும் அவரிடம் சிக்கிக் கொண்டால், அவனிடத்திலிருந்து உண்மையைத் தெரிந்து கொள்ளாமல் விடுவதில்லை என்று மனத்தில் உறுதி கொண்டார்.

தூங்குவது போல் பாசாங்கு செய்தவரின் அருகில் அந்த மனிதன் வந்தான். மீண்டும் "ரவிதாஸா! ரவிதாஸா!" என்று கூப்பிட்டான்.

ஆகா! இந்தக் குரல்? கடம்பூர் மாளிகையில் முன்னொரு தடவை வேலனாட்டம் ஆடிக் குறி சொன்னானே, அந்தத் தேவராளன் குரல் போல் அல்லவா இருக்கிறது? இவனுடைய கழுத்தைப் பிடித்து இறுக்கி உண்மையைச் சொல்லும்படி செய்யலாமா? வேண்டாம்? இன்னும் சற்றுப் பொறுப்போம். இவன் மூலமாக மந்திரவாதி ரவிதாஸனைப் பிடிப்பதல்லவா முக்கியமான காரியம்?

"மந்திரவாதி! சூரியன் அஸ்தமிப்பதற்குள்ளேயே தூங்கிவிட்டாயா? அல்லது செத்துத் தொலைந்து போய்விட்டாயா?" என்று சொல்லிக்கொண்டே வந்த மனிதன், பழுவேட்டரையரின் உடம்பைத் தொட்டு அவருடைய முகம் தெரியும்படி புரட்டினான் அப்படிப் புரட்டியும் பழுவேட்டரையர் ஆடாமல் அசையாமல் கிடந்தார்.

பின் மாலையும் முன்னிரவும் கலந்து மயங்கிய அந்த நேரத்தில், மங்கலான வெளிச்சத்தில், தேவராளன் (ஆமாம், அவனேதான்!) பழுவேட்டரையரின் முகத்தைப் பார்த்தான். தன் கண்களை நன்றாகத் துடைத்துக்கொண்டு இன்னொரு தடவை உற்றுப் பார்த்தான். பீதியும், பயங்கரமும், ஆச்சரியமும், அவநம்பிக்கையும் கலந்து தொனித்த ஈனக்குரலில் 'ஊ ஊ!' 'ஓ!ஓ!' 'ஆ!ஆ!' என்று ஊளையிட்ட வண்ணம் அவ்விடத்தை விட்டு ஓட்டம் பிடித்தான்!

பழுவேட்டரையர் கண்ணைத் திறந்து நிமிர்ந்து உட்கார்ந்து பார்ப்பதற்குள்ளே அவன் கோயிலுக்கு முன்னாலிருந்த பலிபீடத் திறந்த மண்டபத்தை இரண்டு எட்டில் தாண்டிச் சென்று, வேப்பமரப் பாலத்தின் மீது வேகமாக நடக்கத் தொடங்கிவிட்டான்.

திரும்பிப் பார்ப்பதற்குக்கூட ஒரு கணமும் நில்லாமல் அதிவிரைவாக அம்மரத்தின் மீது ஓட்டமும் தாவலுமாகச் சென்று, அக்கரையை அடைந்தான். மறுகணம் புதர்களும் மரங்களும் அடர்ந்த காட்டில் மறைந்துவிட்டான்.

பழுவேட்டரையர் அவன் மிரண்டு தாவி ஓடுவதைக் கண்கொட்டா வியப்புடன் பார்த்துக் கொண்டிருந்தார். காட்டில் அவன் மறைந்ததும், சமயம் நேர்ந்தபோது அவனைப் பிடிக்காமல் தாம் விட்டுவிட்டது தவறோ என்ற ஐயம் அவரைப் பற்றிக் கொண்டது. உடனே, அவரும் குதித்து எழுந்து ஓடினார். தேவராளனைப் போல் அவ்வளவு வேகமாக மரப் பாலத்தின் பேரில் அவரால் தாவிச் செல்ல முடியவில்லை. மெல்ல மெல்லத் தட்டுத் தடுமாறிக் கிளைகளை ஆங்காங்கு பிடித்துக் கொண்டுதான் போக வேண்டியிருந்தது.

அக்கரையை அடைந்ததும், காட்டுப் பிரதேசத்துக்குள்ளே ஒற்றையடிப் பாதை ஒன்று போவது தெரிந்தது. அதை உற்றுப் பார்த்தார். சேற்றில் புதிதாகக் காலடிகள் பதிந்திருந்தது தெரிந்தது. அந்த வழியிலேதான் தேவராளன் போயிருக்க வேண்டுமென்று தீர்மானித்து மேலே விரைவாக நடந்தார்.

அது முன்னிலாக் காலமானாலும், வானத்தில் இன்னும் மேகங்கள் சூழ்ந்திருந்தபடியால் நல்ல இருட்டாகவே இருந்தது. காட்டுப் பிரதேசத்தில் என்னவெல்லாமோ சத்தங்கள் கேட்டன. புயலிலும் மழையிலும் அடிபட்டுக் கஷ்டங்களுக்கு உள்ளாகியிருந்த காட்டில் வாழும் ஜீவராசிகள் கணக்கற்றவை மழை நின்றதினால் ஏற்பட்ட மகிழ்ச்சியைத் தெரிவித்துக் குரல் கொடுத்துக்கொண்டு அங்குமிங்கும் சஞ்சரித்தன.

ஒற்றையடிப் பாதை சிறிது தூரம் போய் நின்று விட்டது. ஆனால் பழுவேட்டரையர் அத்துடன் நின்றுவிட விரும்பவில்லை. அன்றிரவு முழுவதும் அந்தக் காட்டில் அலைந்து திரியும்படி நேர்ந்தாலும், அந்தத் தேவராளனையும், அவன் தேடிப் போகும் மந்திரவாதி ரவிதாஸனையும் பிடித்தே தீருவது என்று தீர்மானித்துக் கொண்டு, காட்டுப் புதர்களில் வழிகண்ட இடத்தில் நுழைந்து சென்றார். ஒரு ஜாம நேரம் காட்டுக்குள் அலைந்த பிறகு சற்றுத் தூரத்தில் வெளிச்சம் ஒன்று தெரிவதைப் பார்த்தார். அந்த வெளிச்சம் நின்ற இடத்தில் நில்லாமல் போய்க் கொண்டிருந்தபடியால் அது வழி கண்டுபிடிப்பதற்காக யாரோ கையில் எடுத்துச் செல்லும் சுளுந்தின் வெளிச்சமாகவே இருக்க வேண்டும் என்பது தெரிந்தது.

அந்த வெளிச்சத்தைக் குறி வைத்துக் கொண்டு வெகு விரைவாக நடந்தார். வெளிச்சத்தை நெருங்கிச் சென்று கொண்டிருந்தார்.

கடைசியாக, அந்தச் சுளுந்து வெளிச்சம் காட்டின் நடுவே ஒரு பாழடைந்த மண்டபத்தை வெளிச்சம் போட்டுக் காட்டுவதுபோல் காட்டிவிட்டு உடனே மறைந்தது. அந்த மண்டபம் திருப்புறம்பியத்திலுள்ள பிருதிவீபதியின் பள்ளிப்படைக் கோவில்தான் என்பதைப் பழுவேட்டரையர் பார்த்த உடனே தெரிந்துகொண்டார். பள்ளிப்படையை நெருங்கி ஒரு பக்கத்துச் சுவர் ஓரமாக நின்று காது கொடுத்துக் கேட்டார்.

ஆமாம்; அவர் எதிர்பார்த்தது வீண் போகவில்லை. இரண்டு பேர் பேசிகொண்டிருந்தது கேட்டது. உரத்த குரலில் பேசிய படியால் பேசியது தெளிவாகக் கேட்டது.

"மந்திரவாதி! உன்னை எத்தனை நேரமாகத் தேடிக் கொண்டிருக்கிறேன், தெரியுமா? நீ ஒருவேளை வர முடியாமற் போய் விட்டதோ, அல்லது உன்னையுந்தான் யமன் கொண்டு போய் விட்டானோ என்று பயந்து போனேன்!" என்றான் தேவராளன்.

மந்திரவாதி ரவிதாஸன் கடகட வென்று சிரித்தான்.

"யமன் என்னிடம் ஏன் வருகிறான்? சுந்தர சோழனையும், அவனுடைய இரண்டு பிள்ளைகளையும்தான் யமன் நெருங்கிக் கொண்டிருக்கிறான். நாளைய தினம் அவர்களுடைய வாழ்நாள் முடிந்துவிடும்!" என்றான் மந்திரவாதி.

அச்சமயம் வானத்தையும் பூமியையும் பிரகாசப்படுத்திக் கொண்டு மின்னல் ஒன்று மின்னியது.

11. மண்டபம் விழுந்தது

மின்னல் வெளிச்சத்தில், அங்கே நின்று பேசியவர்கள் இருவருடைய தோற்றங்களையும் பழுவேட்டரையர் ஒரு கணம் பார்த்துத் தெரிந்து கொண்டார். அவர்களில் ஒருவனாகிய ரவிதாஸனை இரண்டொரு தடவை அவர் தமது அரண்மனையிலேயே பார்த்ததுண்டு. அவன் மந்திர வித்தைகளில் தேர்ந்தவன் என்று நந்தினி கூறியதுண்டு. அவருடைய சகோதரன் காலாந்தக கண்டன் இந்த மந்திரவாதியைப் பற்றியே தான் சந்தேகப்பட்டு அவரை எச்சரித்திருக்கிறான். இன்னொருவன், கடம்பூர் அரண்மனையில் வேலனாட்டம் ஆடிய தேவராளன். அவனைத் தாம் பார்த்தது அதுதானா முதல் தடவை? அவனுடைய உண்மைப் பெயர் என்ன?... அப்படியும் ஒரு வேளை இருக்க முடியுமா? நெடுங்காலத்துக்கு முன்பு அவரால் அரசாங்க உத்தியோகத்திலிருந்து விலக்கப்பட்ட பரமேச்சுவரனா அவன்?... இருக்கட்டும்; இவர்கள் மேலும் என்ன பேசுகிறார்கள் கேட்கலாம்.

"ரவிதாஸா! நீ இப்படித்தான் வெகு காலமாகச் சொல்லிக் கொண்டிருக்கிறாய். 'நாள் நெருங்கிவிட்டது' 'யமன் நெருங்கிவிட்டான்' என்றெல்லாம் பிதற்றுகிறாய்? யமன் வந்து யார் யாரையோ கொண்டு போகிறான்! ஆனால் மூன்று வருஷங்களாகப் படுத்த படுக்கையாய்க் கிடக்கும் சுந்தர சோழனைக் கொண்டு போவதாக இல்லை. அவனுடைய குமாரர்களையோ, யமன் நெருங்குவதற்கே அஞ்சுகிறான்.

ஈழநாட்டில் நாம் இரண்டு பேரும் எத்தனையோ முயன்று பார்த்தோமே?..."

"அதனால் குற்றமில்லை, அப்பனே! யமதர்மராஜன் உன்னையும் என்னையும் விடப் புத்திசாலி! மூன்று பேரையும் ஒரே தினத்தில் கொண்டு போவதற்காக இத்தனை காலமும் காத்துக் கொண்டிருந்தான். அந்தத் தினம் நாளைக்கு வரப் போகிறது. நல்ல வேளையாக, நீயும் இங்கே வந்து சேர்ந்தாய்! சரியான யம தூதன் நீ! ஏன் இப்படி நடுங்குகிறாய்! கொள்ளிட வெள்ளத்தில் அகப்பட்டுக் கொண்டாயா? படகு கொண்டு வந்து வைத்திருக்கிறாய் அல்லவா?"

"வைத்திருக்கிறேன், ஆனால் படகை வெள்ளமும் காற்றும் அடித்துக்கொண்டு போகாமல் காப்பாற்றுவது பெரும் பாடாய்ப் போய்விட்டது! உன்னை இத்தனை நேரம் எங்கெல்லாம் தேடுவது?... ரவிதாஸா! ஏன் என் உடம்பு நடுங்குகிறது என்று கேட்டாய் அல்லவா? சற்று முன்னால், யமதர்மராஜனை நான் நேருக்கு நேர் பார்த்தேன். இல்லை, இல்லை; யமனுக்கு அண்ணனைப் பார்த்தேன். அதனால் சற்று உண்மையிலேயே பயந்து போய் விட்டேன்..."

"பரமேச்சுவரா! என்ன உளறுகிறாய்? யமனாவது, அவன் அண்ணனாவது? அவர்களைக் கண்டு உனக்கு என்ன பயம்? அவர்கள் அல்லவோ உன்னைக் கண்டு அஞ்ச வேண்டும்?"

ரவிதாஸன் மற்றவனைப் 'பரமேச்சுவரன்' என்று அழைத்ததும் பழுவேட்டரையர் துணுக்குற்றார். தாம் சந்தேகப்பட்டது உண்மையாயிற்று! யமதர்மனுடைய அண்ணன் என்று அவன் குறிப்பிட்டது தம்மைத்தான் என்பதையும் அறிந்துகொண்டார். அவனை உடனே நெருங்கிச் சென்று கழுத்தைப் பிடித்து நெறித்துக் கொல்ல வேணுமென்று அவர் உள்ளமும் கைகளும் துடித்தன. மேலும் அவர்களுடைய பேச்சைக் கேட்கவேணும் என்ற ஆவலினால் பொறுமையாக இருந்தார். நந்தினியைப்பற்றி அவர்கள் இன்னும் பேச்சு எடுக்கவில்லை. சுந்தர சோழரின் குடும்பத்துக்கே நாளை யமன் வரப் போகிறான் என்று மந்திரவாதி கூறியதன் கருத்து என்ன? உண்மையிலேயே ஜோதிடம் பார்த்துச் சொல்கிறானா? இவனுடைய மந்திர சக்தியைப் பற்றி நந்தினி கூறியதெல்லாம் உண்மைதானோ? ஒரு வேளை இவன் கூறுகிறபடி தெய்வாதீனமாக நடந்துவிட்டால்?... தம்முடைய நோக்கம் நிறைவேறுவது எளிதாகப் போய் விடும்! சோழ சாம்ராஜ்யத்தைப்

பங்கீடு செய்யவேண்டிய அவசியம் ஏற்படாது! ஆனால் இந்தப் பரமேச்சுவரன்?... இவனுக்கு என்ன இந்த விஷயத்தில் கவலை? ஆம்; ஆம்; இருபது வருஷங்களுக்கு முன்னால் 'சோழ குலத்தையே அழித்துவிடப் போகிறேன்' என்று சபதம் செய்துவிட்டுப் போனவன் அல்லவா இவன்?... ஆகா! தம்மைப் பற்றித்தான் அவன் ஏதோ பேசுகிறான்! என்ன சொல்லுகிறான் என்று கேட்கலாம்!

"நீ என்னிடம் சொல்லியிருந்தபடி இன்று காலையே இங்கு நான் வந்தேன். ஆனால் உன்னைக் காணவில்லை. காற்றிலும் மழையிலும் அடிபட்டு எங்கேயாவது சமீபத்தில் ஒதுங்கி இருக்கிறாயா என்று சுற்றுப்புறமெல்லாம் தேடி அலைந்தேன். கொள்ளிடத்து உடைப்புக்கு அருகில் ஒரு சிறிய கோவில் இருக்கிறது. அதில் யாரோ படுத்திருப்பதுபோலத் தோன்றியது. ஒரு வேளை நீதான் அசந்து தூங்குகிறாயோ என்று அருகில் போய்ப் பார்த்தேன்... யாரைப் பார்த்தேன் என்று நினைக்கிறாய்? சாக்ஷாத் பெரிய பழுவேட்டரையனைத் தான்!..."

மந்திரவாதி, 'ஹாஹாஹா' என்று உரத்துச் சிரித்தான். அதைக் கேட்ட வனத்தில் வாழும் பறவைகள் 'கீறீச்' 'கீறீச்' என்று சத்தமிட்டன; ஊமைக் கோட்டான்கள் உறுமின.

"பழுவேட்டரையனைப் பார்த்தாயா? அல்லது அவனுடைய பிசாசைப் பார்த்தாயா?" என்று ரவிதாஸன் கேட்டான்.

"இல்லை; பிசாசு இல்லை. குப்புறப்படுத்திருந்தவனைத் தொட்டுப் புரட்டிப் போட்டு முகத்தை நன்றாக உற்றுப் பார்த்தேன். ரவிதாஸா! யமனுக்கு அண்ணன்கள் இரண்டு பேர் இருக்கமுடியுமா? பழுவேட்டரையனைப் போலவே, அதே முகம், அதே மீசை, அதே காய வடுக்கள் – இவற்றுடன் மனிதன் இருக்க முடியுமா?"

"நீ பார்த்தவன் பழுவேட்டரையன்தான்! சந்தேகமில்லை. நேற்று மாலை பழுவேட்டரையன் படகில் ஏறிக் கொள்ளிடத்தைத் தாண்டிக் கொண்டிருந்தான். கரையருகில் வந்தபோது படகு காற்றினால் கவிழ்ந்துவிட்டது. அவனுடைய பரிவாரங்களில் தப்பிப் பிழைத்துக் கரையேறியவர்கள் இப்போதுகூடக் கொள்ளிடக் கரையோரமாகப் பழுவேட்டரையனைத் தேடிக் கொண்டிருக்கிறார்கள். அவன் வெள்ளத்தில் மூழ்கிச் செத்துப் போயிருக்கலாம் என்று சந்தேகப்படுகிறார்கள். உடைப்பு வரையில் போய்ப் பார்த்துவிட்டு அவர்கள் திரும்பி வரும்போது பேசியதை நான் கேட்டேன். ஆகையால், நீ பார்த்தவன் பழுவேட்டரையனாகவே இருக்கக்கூடும். ஒரு வேளை அவனுடைய பிரேதத்தைப் பார்த்தாயோ, என்னமோ!"

"இல்லை, இல்லை. செத்துப்போயிருந்தால் கண் விழிகள் தெரியுமா? நான் புரட்டிப் பார்த்தவனுடைய கண்கள் நன்றாக மூடியிருந்தன. களைத்துப்போய்த் தூங்கிக் கொண்டிருந்தான் போலிருக்கிறது?..."

"முட்டாளே! நீ என்ன செய்தாய்! அவனைச் சும்மா விட்டு விட்டு வந்தாயா? தலையிலே ஒரு கல்லைத் தூக்கிப் போட்டிருக்கக் கூடாதா?..."

"பழுவேட்டரையன் தலையைப் பற்றி உனக்குத் தெரியாது. அவன் தலையிலே கல்லைப் போட்டால், கல்தான் உடைந்து தூள்தூளாகும்!"

"அப்படியானால், கொள்ளிடத்து உடைப்பு வெள்ளத்திலாவது அவனை இழுத்துவிட்டிருக்கலாமே?"

"நான்தான் சொன்னேனே? அவனைக் கண்டதும் எனக்கு யமனுடைய அண்ணனைக் கண்டதுபோல் ஆகிவிட்டது. கடம்பூரில் அவன் முன்னால் வேலனாட்டம் ஆடியபோதுகூட என் நெஞ்சு 'திக், திக்' என்று அடித்துக் கொண்டுதானிருந்தது. என்னை அவன் அடையாளங் கண்டு கொண்டானானால்..."

"அதை நினைத்து, இப்போது எதற்கு நடுங்குகிறாய்?"

"அவன் உயிரோடிருக்கும் வரையில் எனக்குக் கொஞ்சம் திகிலாய்த்தானிருக்கும். நீ சொன்னபடி செய்யாமற் போனோமே, அவனை வெள்ளத்தில் புரட்டித் தள்ளாமல் வந்து விட்டோமே என்று கவலையாயிருக்கிறது..."

"ஒரு கவலையும் வேண்டாம், ஒரு விதத்தில் பெரிய பழுவேட்டரையன் உயிரோடிருப்பதே நல்லது. அப்போதுதான், சுந்தரசோழனும், அவனுடைய பிள்ளைகளும் இறந்து ஒழிந்த பிறகு சோழ நாட்டுச் சிற்றரசர்கள் இரு பிரிவாய்ப் பிரிந்து நின்று சண்டையிடுவார்கள். பழுவேட்டரையர்களும் சம்புவரையர்களும் ஒரு பக்கத்திலும், கொடும்பாளூர் வேளானும் திருக்கோவலூர் மலையமானும் இன்னொரு பக்கத்திலும் இருந்து சண்டையிடுவார்கள். அது நம்முடைய நோக்கத்துக்கு மிக்க அனுகூலமாயிருக்கும். அவர்கள் தங்களுக்குள் சண்டையிடும்போது நாம் பாண்டிய நாட்டில் இரகசியமாகப் படை திரட்டிச் சேர்க்கலாம்..."

"ரவிதாஸா! 'அத்தைக்கு மீசை முளைத்தால் சித்தப்பா' என்ற கதையாகப் பேசுகிறாய்! சுந்தர சோழனுக்கும் அவனுடைய இரு புதல்வர்களுக்கும் நாளைக்கு இறுதி நேர்ந்தால் அல்லவா நீ சொன்னபடி சோழநாட்டுத் தலைவர்கள் சண்டை போட்டுக் கொள்வார்கள்? மூன்று பேருக்கும் நாளைக்கே முடிவு வரும் என்பது என்ன நிச்சயம்? உனக்கு ஒரு செய்தி தெரியுமா?..."

"எதைச் சொல்லுகிறாய்?"

"நாகைப்பட்டினத்தில் அருள்மொழிவர்மன் உயிரோடிருக்கிறானாம்! மக்கள் அவனைச் சூழ்ந்துகொண்டு அவனே சோழ நாட்டின் சக்கரவர்த்தி ஆக வேண்டும் என்று ஆர்ப்பரிக்கிறார்களாம்! நீ கேள்விப்பட்டாயா?"

ரவிதாஸன் மறுபடியும் சிரித்துவிட்டு, "நான் கேள்விப்பட வில்லை; எனக்கே அது தெரியும். அருள்மொழிவர்மனைப் புத்த விஹாரத்திலிருந்து வெளிப்படுத்தியது யார் என்று நினைக்கிறாய்? நம் ரேவதாஸக் கிரமவித்தனுடைய மகள் ராக்கம்மாள்தான்! அவள்தான் படகோட்டி முருகய்யனுடைய மனைவி!" என்றான்.

"அதனால் என்ன? அருள்மொழிவர்மன் வெளிப்பட்டதனால் என்ன லாபம்? அவனை இனி எப்போதும் லட்சக்கணக்கான ஜனங்கள் அல்லவா சூழ்ந்து கொண்டிருப்பார்கள்? ஈழ நாட்டில் அவன் இரண்டு மூன்று பேருடன் இருந்தபோதே நம்முடைய முயற்சி பலிக்கவில்லையே" என்றான் தேவராளன்.

"அதுவும் நல்லதுதான் என்று சொன்னேனே? மூன்று பேருக்கும் ஒரே நாளில் யமன் வருவதற்கு இருக்கும்போது..."

"ரவிதாஸா! லட்சம் பேருக்கு மத்தியில் உள்ள இளவரசனிடம் யமன் எப்படி நெருங்குவான்? அதை நீ சொல்லவில்லையே?"

"நெருங்குவான், அப்பனே நெருங்குவான்! யானைப் பாகனுடைய அங்குசத்தின் நுனியில் யமன் உட்கார்ந்திருப்பான்! சரியான சமயத்தில் இளவரசனுடைய உயிரை வாங்குவான்! பரமேச்சுவரா! சோழ நாட்டு மக்கள் இளவரசனை யானை மீது ஏற்றிவைத்து ஊர்வலம் விட்டுக் கொண்டு தஞ்சையை நோக்கி வருவார்கள். அந்த யானையை ஓட்டும் பாகனுக்கு வழியில் ஏதாவது ஆபத்து வந்துவிடும். அவனுடைய இடத்தில் நம் ரேவதாஸக் கிரமவித்தன் யானைப் பாகனாக அமருவான்? அப்புறம் என்ன நடக்கும் என்பதை நீயே ஒருவாறு ஊகித்துக்கொள்!"

"ரவிதாஸா! உன் புத்திக் கூர்மைக்கு இணை இல்லை என்பதை ஒத்துக் கொள்கிறேன். கிரமவித்தன் எடுத்த காரியத்தை முடிப்பான் என்று நாம் நம்பியிருக்கலாம். சுந்தரசோழன் விஷயம் என்ன? அவனுக்கு என்ன ஏற்பாடு செய்திருக்கிறாய்?" என்றான் தேவராளன்.

"பழுவேட்டரையனுடைய கருவூல நிலவரையில் சோமன் சாம்பவனை விட்டுவிட்டு வந்திருக்கிறேன். கையில் வேலாயுதத்துடன் விட்டு வந்திருக்கிறேன். அங்கேயிருந்து சுந்தர சோழன் அரண்மனைக்குச் சுரங்கப் பாதை போகிறது. சுந்தர சோழன் படுத்திருக்கும் இடத்தையே சோமன் சாம்பவனுக்குச் சுட்டிக் காட்டியிருக்கிறேன். இரண்டு கண்ணும்

தெரியாத குருடன் கூட நான் குறிப்பிட்ட இடத்தில் நின்று வேலை எறிந்து சுந்தர சோழனைக் கொன்று விடலாம். சோமன் சாம்பவனை 'அவசரப்படாதே; நாளை வரையில் பொறுத்துக் கொண்டிரு!' என்று எச்சரித்து விட்டு வந்திருக்கிறேன்..."

"அது எதற்காக? சமயம் நேரும்போது காரியத்தை முடிப்பதல்லவா நல்லது?"

"முட்டாள்! சுந்தரசோழன் முன்னதாகக் கொலையுண்டால், அந்தச் செய்தி கேட்டதும் அவன் குமாரர்கள் ஜாக்கிரதையாகி விடமாட்டார்களா? அந்த நோயாளிக் கிழவன் இறந்துதான் என்ன உபயோகம்? அது இருக்கட்டும்; நீ என்ன செய்தி கொண்டு வந்திருக்கிறாய்? கடம்பூர் மாளிகையில் எல்லோரும் எப்படியிருக்கிறார்கள்? அங்கே நாளை இரவு நடக்கப் போகிற காரியம் அல்லவா எல்லாவற்றையும் விட முக்கியமானது?"

"கடம்பூரில் எல்லாம் கோலாகலமாகத்தான் இருந்து வருகிறது. கல்யாணப் பேச்சும், காதல் நாடகங்களுமாயிருக்கின்றன. நீ என்னமோ அந்தப் பழுவூர் ராணியை நம்பியிருப்பது எனக்குப் பிடிக்கவே இல்லை..."

"பழுவூர் ராணியா அவள்? பாண்டிமாதேவி என்று சொல்! வீர பாண்டியர் இறப்பதற்கு இரண்டு நாளைக்கு முன்னால் அவளைத் தம் பட்ட மகிஷியாக்கிக் கொண்டதை மறந்து விட்டாயா? வீர பாண்டியர் மரணத்துக்குப் பழிக்குப்பழி வாங்க அவள் சபதம் செய்திருப்பதை மறந்துவிட்டாயா? ஒரு வாரத்துக்கு முன்னால் இதே இடத்தில் அவள் பாண்டிய குமாரன் கையிலிருந்து பாண்டிய குலத்து வீரவாளைப் பெற்றுக் கொள்ளவில்லையா...?"

"ஆமாம், ஆமாம்! ஆனால் நேற்று மாலை உன் பாண்டிமாதேவி வீர நாராயண ஏரியில் உல்லாசப் படகு யாத்திரை செய்து விட்டுத் திரும்பி வந்ததை நீ பார்த்திருக்க வேண்டும்..."

"உல்லாசமாயிராமல் பின் எப்படியிருக்க வேண்டும் என்கிறாய்? மனத்தில் உள்ளதை மறைத்து வைக்கும் வித்தையை நந்தினியைப் போல் கற்றிருப்பவர் யாரும் கிடையாது. இல்லாவிட்டால், பழுவேட்டரையரின் அரண்மனையில் மூன்று வருஷம் காலந்தள்ள முடியுமா? அங்கே இருந்தபடி நம்முடைய காரியங்களுக்கு இவ்வளவு உதவிதான் செய்திருக்க முடியுமா? ஆமாம், பழுவேட்டரையனை நீ சற்று முன் கொள்ளிடக்கரைத் துர்க்கையம்மன் கோவிலில் பார்த்ததாகக் கூறினாயே? அவனை ஏற்றி வந்த படகு கவிழ்ந்ததைப் பற்றி நானும் கேள்விப்பட்டேன். பழுவேட்டரையன் எப்போது கடம்பூரிலிருந்து புறப்பட்டான்? ஏன்?..."

"ஏன் என்று எனக்கு உறுதியாகத் தெரியாது. மதுராந்தகத் தேவனைக் கடம்பூருக்கு அழைத்து வரப் புறப்பட்டதாகச் சொன்னார்கள். நேற்றுக் காலை பழுவேட்டரையன் கிளம்பிச் சென்றான். அவன் சென்ற பிறகு இளவரசர்கள் வேட்டையாடச் சென்றார்கள். இளவரசிமார்கள் வீர நாராயண ஏரிக்கு ஜலக்கிரீடை செய்யச் சென்றார்கள். இளவரசர்களும் இளவரசிகளும் திரும்பி வந்த குதூகலமான காட்சியை நீ பார்த்திருந்தாயானால் இவ்வளவு நம்பிக்கையோடு பேசமாட்டாய்!..."

"அதைப் பற்றி நீ கொஞ்சமும் கவலைப்படவேண்டாம். பழுவேட்டரையனைத் தஞ்சைக்கு அனுப்பி வைத்ததிலிருந்தே பாண்டிமாதேவியின் மனதை அறிந்து கொள்ளலாமே?"

"பெண்களின் மனதை யாரால் அறிய முடியும்? அந்தக் கிழவனை ஊருக்கு அனுப்பியது பழிவாங்கும் நோக்கத்துக்காகவும் இருக்கலாம், காதல் நாடகம் நடத்துவதற்காகவும் இருக்கலாம்..."

"என்ன உளறுகிறாய், பரமேச்சுவரா! நந்தினி அந்தப் பழைய கதையை அடியோடு மறந்துவிட்டாள். கரிகாலனை அவள் இப்போது விஷம் போலத் துவேஷிக்கிறாள்!"

“கரிகாலனைப்பற்றி நான் சொல்லவில்லை. அவனுடைய தூதன் வந்தியத்தேவனைப் பற்றிச் சொல்லுகிறேன். இரண்டு மூன்று தடவை நந்தினி அவனைத் தப்பிச் செல்லும்படி விட்டதை நீ மறந்துவிட்டாயா?”

மந்திரவாதி கலகலவென்று சிரித்துவிட்டு, “ஆமாம்; வந்தியத்தேவன் எதற்காகப் பிழைத்திருக்கிறான் என்பது சீக்கிரத்திலேயே தெரியும். அது தெரியும்போது நீ மட்டுந்தான் ஆச்சரியப்படுவாய் என்று எண்ணாதே! இன்னும் ரொம்பப் பேர் ஆச்சரியப்படுவார்கள்! முக்கியமாக, சுந்தர சோழரின் செல்வக்குமாரி குந்தவை ஆச்சரியப்படுவாள். அவள் எந்தச் சுகுமார வாலிபனுக்குத் தன் உள்ளத்தைப் பறிகொடுத்திருக்கிறாளோ, அவனே அவளுடைய தமையன் ஆதித்த கரிகாலனைக் கொன்றவன் என்று அறிந்தால் ஆச்சரியப்படமாட்டாளா!” என்றான்.

“என்ன சொல்கிறாய், ரவிதாஸா! உண்மையாகவே வந்தியத்தேவனா கரிகாலனைக் கொல்லப் போகிறான்? அவன் நம்மோடும் சேர்ந்துவிட்டானா, என்ன?”

“அதெல்லாம் இப்போது கேட்காதே! கரிகாலனைக் கொல்லும் கை யாருடைய கையாக இருந்தால் என்ன? பாண்டிய குலத்து மீன் சின்னம் பொறித்த வீரவாள் அவனைக் கொல்லப் போகிறது. அவனைக் கொன்ற பழி வந்தியத்தேவன் தலைமீது விழப்போகிறது! நம்முடைய ராணியின் சாமர்த்தியத்தைப் பற்றி இப்போது என்ன சொல்லுகிறாய்?”

“நீ சொன்னபடி எல்லாம் நடக்கட்டும்; பிற்பாடு கேள், சொல்லுகிறேன்”.

“வேறு எது நடந்தாலும் நடக்காவிட்டாலும், கரிகாலனுடைய ஆவி நாளை இரவுக்குள் பிரிவது நிச்சயம். நந்தினி ஏற்றுக்கொண்ட பொறுப்பை நிறைவேற்றியே தீருவாள். நம்முடைய பொறுப்பையும் நாம் நிறைவேற்ற வேண்டும்...”

“நம்முடைய பொறுப்பு என்ன?”

“நாளை இரவு கடம்பூர் மாளிகையிலிருந்து வெளியேறும் சுரங்கப் பாதையில் ஆயத்தமாக காத்திருக்க வேண்டும். காரியம் முடிந்ததும் நந்தினி அதன் வழியாக வருவாள். அவளை அழைத்துக் கொண்டு இரவுக்கிரவே கொல்லி மலையை அடைந்து விட வேண்டும். அங்கே இருந்து கொண்டு, சோழ நாட்டில் நடைபெறும் அல்லோலகல்லோலத்தைப் பார்த்துக் கொண்டிருப்போம். ஒருவேளை சௌகரியப்பட்டால்...”

“சௌகரியப்பட்டால், என்ன?”

“பழுவேட்டரையனின் கருவூல நிலவறையில் சேர்த்து வைத்திருக்கும் பொருள்களையெல்லாம் சுரங்கப் பாதை வழியாகக் கொண்டுபோய்ச் சேர்க்க வேண்டும். சோழ நாட்டுப் பொக்கிஷத்திலிருந்து கொண்டுபோன பொருள்களைக் கொண்டே சோழ நாட்டின்மீது போர் தொடுக்கப் படை திரட்டுவது எவ்வளவு பொருத்தமாயிருக்கும்?”

இவ்விதம் கூறிவிட்டு மறுபடியும் ரவிதாஸன் சிரித்தான்.

தேவராளனாக நடித்த பரமேச்சுவரன், “சரி, சரி! ஆகாசக் கோட்டையை ரொம்பப் பெரிதாகக் கட்டிவிடாதே! முதலில் கொள்ளிடத்தைத் தாண்டி அக்கரையை அடைந்து, கடம்பூர் போய்ச் சேரலாம். கடம்பூரில் நீ சொன்னபடி எல்லாம் நடக்கட்டும்! பிறகு, பழுவேட்டரையனுடைய பொக்கிஷத்தைக் கொள்ளையடிப்பது பற்றி யோசிக்கலாம். என்ன சொல்லுகிறாய்? இப்போதே கிளம்பலாமா? இரவே கொள்ளிடத்தைத் தாண்டி விடுவோமா?” என்றான்.

“வேண்டாம், வேண்டாம்! பொழுது விடிந்ததும் படகில் ஏறினால் போதும். அதற்குள் காற்றும் நன்றாக அடங்கிவிடும். ஆற்று வெள்ளமும் கொஞ்சம் குறைந்துவிடும்.”

“அப்படியானால், இன்றிரவு இந்தப் பள்ளிப்படை மண்டபத்திலேயே படுத்திருக்கலாமா?”

ரவிதாஸன் சற்று யோசித்தான். அப்போது சற்று தூரத்தில் நரிகள் ஊளையிடும் சத்தம் கேட்டது. ரவிதாஸனுடைய உடல் நடுங்கிற்று.

"ரவிதாஸா! கேவலம் நரிகளின் குரலைக் கேட்டு ஏன் இப்படி நடுங்குகிறாய்?" என்றான் தேவராளன்.

"அப்பனே! கோடிக்கரைப் புதை சேற்றில் கழுத்து வரையில் நீ புதைபட்டிருந்து, சுற்றிலும் நூறு நரிகள் நின்று உன்னைத் தின்பதற்காகக் காத்திருக்கும் பயங்கரத்தை நீ அனுபவித்திருந்தால் இப்படி சொல்லமாட்டாய்! சிங்கத்தின் கர்ஜனையையும், மத யானையின் ஓலத்தையும் கேட்டு, எனக்குப் பயம் உண்டாவதில்லை. நரியின் ஊளையைக் கேட்டால் குலை நடுங்குகிறது. வா! வா! இந்தச் சுடுகாட்டில் இராத் தங்கவேண்டாம். வேறு எங்கேயாவது கிராமத்துக்குப் பக்கமாயுள்ள கோவில் அல்லது சத்திரத்தில் தங்குவோம். இல்லாவிட்டால், கொள்ளிடக் கரையிலுள்ள துர்க்கைக் கோவிலைப் பற்றிச் சொன்னாயே? அங்கே போவோம். இன்னமும் அந்தக் கிழவன் அங்கே படுத்திருந்தால், வெள்ளத்தில் அவனை இழுத்து விட்டு விடலாம். அதுவே அவனுக்கு நாம் செய்யும் பேருதவியாயிருக்கும். நாளைக்கு மறுநாள் வரையில் அவன் உயிரோடிருந்தால், ரொம்பவும் மனத்துயரத்துக்கு ஆளாக நேரிடும்!"

மேற்கூறிய சம்பாஷணையை ஏறக்குறைய ஒன்றும் விடாமல் பெரிய பழுவேட்டரையர் கேட்டுக் கொண்டிருந்தார். அவர்கள் பேசிய ஒவ்வொரு வார்த்தையும் அவருடைய செவிகளில் ஈயத்தைக் காய்ச்சி ஊற்றுவது போலிருந்தது. அவருடை நெஞ்சு ஒரு பெரிய எரிமலையின் கர்ப்பத்தைப் போல் தீக்குழம்பாகிக் கொதித்தது. தாம் காதலித்துக் கல்யாணம் செய்து கொண்ட பெண், வீரபாண்டியன் மரணத்துக்காகச் சோழ குலத்தின்மீது பழி வாங்க வந்தவள் என்பதும், மூன்று வருஷங்களாக அவள் தம்மை ஏமாற்றி வருகிறாள் என்பதும் சொல்ல முடியாத வேதனையும் அவமானத்தையும் அவருக்கு உண்டாக்கின.

ஆறு தலைமுறையாகச் சோழர் குலத்துக்கும், பழுவூர் வம்சத்துக்கும் நிலைபெற்று வளர்ந்து வரும் உறவுகளை அச்சமயம் பழுவேட்டரையர் நினைத்துக் கொண்டார். பார்க்கப் போனால், சுந்தர சோழனும் அவனுடைய மக்களும் யார்? சுந்தர சோழனுடைய பாட்டி பழுவூர் வம்சத்தைச் சேர்ந்தவள் அல்லவா? சுந்தர சோழனுடைய மக்கள் மீது தமக்கு ஏற்பட்ட கோபமெல்லாம் சமீப காலத்தது அல்லவா? ஆதித்த கரிகாலன் ஏதோ சிறுபிள்ளைத்தனமாக நடந்து கொண்டான் என்பதற்காகவும், மலையமானை நமக்குப் பிடிக்கவில்லை என்பதற்காகவும், எவ்வளவு பயங்கரமான சதிச் செயல்களுக்கு இடங் கொடுத்துவிட்டோம்? சோழர் குலத்தின் தீராப் பகைவர்களான பாண்டிய நாட்டுச் சதிகாரர்கள் நம்முடைய அரண்மனையிலிருந்துகொண்டு, நம்முடைய நிலைவறைப் பொக்கிஷத்திலிருந்து திருடிப்போன பொருளைக் கொண்டு சோழ குலத்துக்கு விரோதமாகச் சதிகாரச் செயல்களைச் செய்ய அல்லவா இடம் கொடுத்துவிட்டோம்! ஆகா! இந்தச் சண்டாளர்கள் சொன்னபடி நாளை இரவுக்குள் மூன்று இடங்களில் மூன்று பயங்கரமான கொலைகள் நடக்கப் போகின்றனவா? நம்முடைய உடலில் மூச்சு இருக்கும் வரையில் முயன்று அவற்றைத் தடுத்தேயாகவேண்டும். இன்னும் அறுபது நாழிகை நேரம் இருக்கிறது. அதற்குள் எவ்வளவோ காரியங்கள் செய்து விடலாம். இரவுக்கிரவே குடந்தை சென்று தஞ்சைக்கும், நாகைப்பட்டினத்துக்கும் செய்தி அனுப்பிவிட்டுக் கடம்பூருக்குக் கிளம்ப வேண்டும். இந்தப் பாதகர்கள் அங்கே போய்ச் சேர்வதற்குள் நாம் போய்விடவேண்டும்!"...

இவர்களைக் கடம்பூருக்கு வரும்படி விடுவதா? இந்த இடத்திலேயே இவர்களைக் கொன்று போட்டு விட்டுப் போய்விடுவது நல்லதல்லவா? நம்மிடம் ஆயுதம் ஒன்றுமில்லை, இல்லாவிட்டால் என்ன? வஜ்ராயுதத்தை நிகர்த்த நம் கைகள் இருக்கும்போது வேறு ஆயுதம் எதற்கு. ஆனால் இவர்கள் ஒரு வேளை சிறிய கத்திகள் இடையில் சொருகி வைத்திருக்கக்கூடும். அவற்றை எடுப்பதற்கே இடங்கொடுக்காமல் இரண்டு பேருடைய கழுத்தையும் இறுக்கிப் பிடித்து நெறித்துக் கொன்றுவிட வேண்டும்...

ஆனால் அவ்வாறு இவர்களுடன் இந்த இடத்தில் சண்டை பிடிப்பது உசிதமா? 'இவர்களிடம் தெரிந்து கொள்ள வேண்டிய விஷயங்களைத் தெரிந்து கொண்டாகி விட்டது. நாம் வழிபடும் குலதெய்வமாகிய துர்க்கா பரமேசுவரியே படகு கவிழச் செய்து, இந்தப் பயங்கர இரகசியங்களைத் தெரிந்து கொள்ளும்படியாயும் செய்திருக்கிறாள். சக்கரவர்த்திக்கும், அவருடைய குமாரர்களுக்கும் விபத்து நேரிடாமல் பாதுகாப்பதல்லவா நம்முடைய முக்கியமான கடமை? அதிலும்; கடம்பூரில் கரிகாலனுக்கு எதுவும் நேராமல் தடுப்பது மிக மிக முக்கியமானது. அப்படி எதாவது நேர்ந்து விட்டால் நமக்கும் நமது குலத்துக்கும் அழியாத பழிச் சொல் ஏற்பட்டு விடும். ஆறு தலைமுறையாகச் சோழ குலத்துக்குப் பழுவூர் வம்சத்தினர் செய்திருக்கும் உதவிகள் எல்லாம் மறைந்து மண்ணாகிவிடும். பெண் என்று எண்ணி, நமது அரண்மனையில் கொண்டு வந்து வைத்திருந்த அரக்கியினால் கரிகாலன் கொல்லப்பட்டால், அதைக் காட்டிலும் நமக்கு நேரக்கூடிய அவக்கேடு வேறு ஒன்றுமில்லை.'

'ஆகா! அத்தகைய அழகிய வடிவத்துக்குள்ளே அவ்வளவு பயங்கரமான ஆலகால விஷம் நிறைந்திருக்க முடியுமா? மூன்று உலகத்தையும் மயக்கக் கூடிய மோகனப் புன்னகைக்குப் பின்னால் இவ்வளவு வஞ்சகம் மறைந்திருக்க முடியுமா? இந்தச் சண்டாளர்கள் சற்று முன்னால் சொன்னதெல்லாம் உண்மையாக இருக்க முடியுமா?...'

பழுவேட்டரையருடைய உள்ளத்தில் கோபத் தீ கொழுந்து விட்டு எரியும்படி செய்த அந்தச் சதிகாரர்களின் வார்த்தைகள் ஒருவிதத்தில் அவருக்கு சிறிது திருப்தியையும் அளித்திருந்தன. நந்தினி சதிகாரியாக இருக்கலாம். தம்மிடம் அன்பு கொண்டதாக நடித்து வஞ்சித்து ஏமாற்றி வந்திருக்கலாம். ஆனால் அவள் கரிகாலன் மீதோ கந்தமாறன் அல்லது வந்தியத்தேவன் மீதோ மோகம் கொண்ட காரணத்தினால் தம்மை வஞ்சிக்கவில்லை! அந்த மௌடீகச் சிறுவர்களை அவள் பொருட்படுத்தவில்லை. அவளுடைய அந்தரங்க நோக்கத்துக்கு அவர்களையும் உபயோகப்படுத்துவதற்காகவே அவர்களிடம் சுமூகமாகப் பேசிப் பழகி வருகிறாள்!

இந்தச் செய்தி பழுவேட்டரையரின் அந்தரங்கத்தின் அந்தரங்கத்துக்குள்ளே அவரையும் அறியாமல் சிறிது திருப்தியை அளித்தது. கரிகாலன் கொல்லப்படாமல் தடுக்க வேண்டியது, தம் குல கௌரவத்தைப் பாதுகாத்துக் கொள்ளவும், தமக்கு என்றென்றைக்கும் அழியாத அபகீர்த்தி நேராமல் தடுத்துக் கொள்ளவும் மட்டும் அல்ல; நந்தினியை அத்தகைய கோரமான பாவகாரியத்திலிருந்து தப்புவிப்பதற்காகவுந்தான். ஒருவேளை அவளுடைய மனத்தையே மாற்றி விடுதல்கூடச் சாத்தியமாகலாம். இந்தச் சண்டாளச் சதிகாரர்களிடம் அகப்பட்டுக் கொண்டிருப்பதால் அவள் வேறு வழியின்றி இவர்களுக்கு உடந்தையாயிருக்கலாம் அல்லவா? இவர்களை இங்கேயே கொன்று ஒழித்துவிட்டால் நந்தினிக்கு விடுதலை கிடைக்கலாம் அல்லவா?...

இவ்வாறு எண்ணி அந்த வீரக் கிழவர் தம்மையறியாமல் தொண்டையைக் கனைத்துக் கொண்டார். சிம்ம கர்ஜனை போன்ற அந்தச் சத்தம் சதிக்காரர்கள் இருவரையும் திடுக்கிடச் செய்தது.

"யார் அங்கே?" என்றான் தேவராளனாகிய பரமேச்சுவரன்.

அதற்குமேல் தாம் மறைந்திருப்பது சாத்தியம் இல்லை, உசிதமும் ஆகாது என்று கருதிப் பெரிய பழுவேட்டரையர் வெளிப்பட்டு வந்தார்.

மழைக்கால இருட்டில் திடீரென்று தோன்றிய அந்த நெடிய பெரிய உருவத்தைக் கண்டு சதிகாரர்கள் இருவரும் திகைத்து நின்றபோது, "நான் தான் யமனுக்கு அண்ணன்!" என்று கூறிவிட்டுப் பழுவேட்டரையர் சிரித்தார்.

அந்தக் கம்பீரமான சிரிப்பின் ஒலி அவ்வனப் பிரதேசம் முழுவதையும் நடுநடுங்கச் செய்தது.

வந்தவர் பழுவேட்டரையர் என்று அறிந்ததும் ரவிதாஸன், தேவராளன் இருவரும் தப்பி ஓடப் பார்த்தார்கள்! ஆனால் பழுவேட்டரையர் அதற்கு இடம் கொடுக்கவில்லை.

தம் நீண்ட கரங்கள் இரண்டையும் நீட்டி இருவரையும் பிடித்து நிறுத்தினார். அவருடைய வலது கை ரவிதாஸனுடைய ஒரு புஜத்தைப் பற்றியது. வஜ்ராயுதத்தைக் காட்டிலும் வலிமை பொருந்திய அந்தக் கரங்களின் பிடிகள் அவ்விருவரையும் திக்கு முக்காடச் செய்தன.

எவ்வளவுதான் கையில் வலி இருந்தாலும் இருவரையும் ஏக காலத்தில் சமாளிக்க முடியாது என்று எண்ணிப் பழுவேட்டரையர் தேவராளனைத் தலைக்குப்புற விழும்படி கீழே தள்ளினார். கீழே விழுந்தவன் முதுகில் ஒரு காலை ஊன்றி வைத்துக்கொண்டு ரவிதாஸனுடைய கழுத்தை இரண்டு கைகளாலும் நெறிக்கத் தொடங்கினார். ஆனால் தேவராளன் சும்மா இருக்கவில்லை. அவனுடைய இடுப்பில் செருகியிருந்த கத்தியைச் சிரமப்பட்டு எடுத்துத் தன்னை மிதித்துக் கொண்டிருந்த காலில் குத்தப் பார்த்தான். பழுவேட்டரையர் அதை அறிந்து கொண்டார். இன்னொரு காலினால் அவனுடைய கை மணிக்கட்டை நோக்கி ஒரு பலமான உதை கொடுத்தார். கத்தி வெகு தூரத்தில் போய் விழுந்தது. தேவராளனுடைய ஒரு கையும் அற்று விழுந்து விட்டதுபோல் ஜீவனற்றதாயிற்று. ஆனால் அதே சமயத்தில் அவனை மிதித்திருந்த கால் சிறிது நழுவியது. தேவராளன் சட்டென்று நெளிந்து கொடுத்து வெளியே வந்து குதித்து எழுந்தான். உதைபடாத கையில் முஷ்டியினால் பழுவேட்டரையரை நோக்கிக் குத்தத் தொடங்கினான். அந்தக் குத்துக்கள் கருங்கல் பாறைச் சுவர்மீது விழுவன போலாயின. குத்திய தேவராளனுடைய கைதான் வலித்தது. அதுவும் இன்னொரு கையைப்போல் ஆகிவிடுமோ என்று தோன்றியது.

இதற்கிடையில் ரவிதாஸன் தன் கழுத்திலிருந்து பழுவேட்டரையருடைய கரங்களை விலக்கப் பெருமுயற்சி செய்தான்; ஒன்றும் பலிக்கவில்லை. கிழவருடைய இரும்புப்பிடி சிறிதும் தளரவில்லை. ரவிதாஸனுடைய விழிகள் பிதுங்கத் தொடங்கின. உளறிக் குளறிக் கொண்டே "தேவராளா! சீக்கிரம்! சீக்கிரம்! கோயில் மேலே ஏறு! மண்டபத்தைக் கீழே தள்ளு!" என்றான்.

தேவராளன் உடனே பாய்ந்து சென்று பள்ளிப்படைக் கோயிலின் மேல்மண்டபத்தின் மீது ஏறினான். அங்கே மண்டபத்தின் ஒரு பகுதியில் பிளவு ஏற்பட்டு இனிச் சிறிது நகர்ந்தாலும் கீழே விழக்கூடிய நிலையில் இருந்தது. அதை முன்னமே அவர்கள் கவனித்திருந்தார்கள். ரவிதாஸன் அதைத்தான் குறிப்பிடுகிறான் என்று தேவராளன் தெரிந்து கொண்டான். மண்டபத்தின் இடிந்த பகுதியைத் தன் மிச்சமிருந்த வலிவையெல்லாம் பிரயோகித்து நகர்த்தித் தள்ளினான். அது விழும்போது அதனுடனிருந்த மரம் ஒன்றையும் சேர்த்துத் தள்ளிக் கொண்டு விழுந்தது.

பழுவேட்டரையர், மேலேயிருந்த மண்டபம் நகர்ந்து விழப்போவதைத் தெரிந்துகொண்டார். ஒரு கையை ரவிதாஸனுடைய கழுத்திலிருந்து எடுத்து மேலேயிருந்து விழும் மண்டபத்தைத் தாங்கிக் கொள்ள முயன்றார்.

ரவிதாஸன் அப்போது பெருமுயற்சி செய்து அவருடைய பிடியிலிருந்து தப்பி அப்பால் நகர்ந்தான்.

மரமும், மண்டபமும் பழுவேட்டரையர் பேரில் விழுந்தன. பழுவேட்டரையர் தலையில் விழுந்து நினைவு இழந்தார்.

12. தூமகேது மறைந்தது!

நெடு நேரத்துக்கு அப்பால் பழுவேட்டரையருக்குச் சிறிது நினைவு வந்தபோது, அவர் ஒரு பயங்கரமான போர்க்களத்தில் இருப்பதைக் கண்டார். வாள்கள் ஒன்றோடொன்று மோதி ஜணஜணவென்று ஓங்கார ஒலி கிளப்பின. ஒரு பக்கத்தில் ஜய பேரிகைகள் முழங்கிக் கொண்டிருந்தன. அவற்றுடன் சேர்ந்து ஆயிரக்கணக்கான குரல்கள், "மகா ராஜாதிராஜ பாண்டிய மன்னர் வாழ்க! பாண்டிய விரோதிகள் வீழ்க!" என்று கோஷமிட்டன. இன்னொரு பக்கத்தில் ஆயிரக்கணக்கான குரல்கள், "கங்க மன்னன் விழுந்து விட்டான்!

ஓடுங்கள்! ஓடுங்கள்" என்று கூக்குரலிட்டன. ஓடுகிறவர்களைத் தடுத்து நிறுத்தும் குரல்கள் சிலவும் கேட்டன.

அப்போது திடீரென்று ஒரு கணம் போர்க்களத்தில் நிசப்தம் நிலவியது. பழுவேட்டரையர் சுற்றுமுற்றும் பார்த்தார். இரண்டு கால்களையும் இழந்த விஜயாலய சோழனை இன்னொரு நெடிதுயர்ந்த ஆஜானு பாகுவான மனிதன் தன் தோள்களிலே தூக்கிக் கொண்டு வந்தான். தோள்மீது அமர்ந்திருந்தவன் இரண்டு கரங்களிலும் இரண்டு ராட்சத வாள்களை ஏந்திக்கொண்டிருந்தான்.

"சோழ வீரர்களே! நில்லுங்கள்! பல்லவர்களே! ஓடாதீர்கள்! ஆறிலும் சாவு! நூறிலும் சாவு! என்னைப் பின் தொடர்ந்து வாருங்கள்! எதிரிகளைச் சின்னா பின்னம் செய்வோம்!" என்று அவன் கோஷித்தான்.

ஓடத் தொடங்கியிருந்த சோழ – பல்லவ வீரர்கள் விஜயாலய சோழனைப் பார்த்துவிட்டு, அவன் வார்த்தைகளைக் கேட்டுவிட்டு நின்றார்கள். அவர்களுடைய முகங்களிலே சோர்வும் பீதியும் நீங்கி மீண்டும் தீரமும், வீரக்களையும் தோன்றின. பின் வாங்கியவர்கள் முன்னேறத் தொடங்கினார்கள். இந்த அதிசய மாறுதலுக்குக் காரணமாயிருந்த விஜயாலய சோழனை மீண்டும் பழுவேட்டரையர் பார்த்தார். அவனைத் தோளிலே தாங்கிக் கொண்டிருந்த வீரனையும் பார்த்தார். அதிசயம்! அதிசயம்! அப்படி தாங்கிக் கொண்டு நின்ற வீரன் தாமேதான் என்பதைக் கண்டார். அந்தப் பழுவேட்டரையர் ஒரு கையால் தம் தோளின் மீதிருந்த இருகாலும் இல்லாத விஜயாலய சோழனைப் பிடித்துக்கொண்டு இன்னொரு கையில் பிடித்திருந்த நீண்ட கத்தியைச் சுழற்றிக் கொண்டே எதிரிகளிடையே புகுந்தார். அவர்கள் இருவரும் போன இடமெல்லாம் பாண்டிய வீரர்களின் தலைகள் தரையில் உருண்டு விழுந்தன.

போர் நிலைமை அடியோடு மாறிவிட்டது. பாண்டிய சைனியம் சிதறி ஓடியது. சோழ, பல்லவர்கள் வென்றார்கள். எட்டுத் திக்கும் அதிரும்படி ஜயபேரிகைகள் முழங்கின. பல்லவ சக்கரவர்த்திக்கு முன்னால் விஜயாலய சோழர் அமர்ந்திருந்தார்! அவருக்கு அருகில் பழுவேட்டரையர் நின்றார். பல்லவ சக்கரவர்த்தி, சோழ மன்னரைப் பார்த்து, "வீராதி வீரரே! உம்மாலே இன்று தோல்வி வெற்றியாயிற்று! இனிச் சோழ நாடு சுதந்திர நாடு! நீரும் உமது வீரப் புதல்வன் ஆதித்தனும் உங்கள் சந்ததிகளும் என்றென்றும் சுதந்திர மன்னர்களாகச் சோழ நாட்டை ஆளுவீர்கள்!" என்றார். உடனே விஜயாலய சோழர் தமக்கருகில் நின்ற பழுவேட்டரையரைப் பார்த்து, "அத்தான்! தங்களாலேதான் இந்த வெற்றி நமக்குக் கிட்டியது. சுதந்திர சோழ நாட்டின் சேனாதிபதியாகவும், தனாதிகாரியாகவும் உம்மை நியமிக்கிறேன். உமது சந்ததிகளும் சோழ குலத்துக்கு உண்மையாயிருக்கும் வரையில் தனாதிகாரிகளாகவும், சேனாதிபதிகளாகவும் இருப்பார்கள்!" என்றார். பழுவேட்டரையரின் காயங்கள் நிறைந்த முகம் பெருமிதத்தால் மலர்ந்தது.

திடீரென்று அந்த முகத்தில் கடுங்கோபம் தோன்றியது. அந்தப் பழைய பழுவேட்டரையர் இந்தப் புதிய பழுவேட்டரையரைப் பார்த்தார். "அட பாவி! துரோகி! சண்டாளா! என் குலத்தைக் கெடுக்க வந்த கோடாரிக் காம்பே! ஆறு தலைமுறையாகச் சேர்த்த அருமையான வீரப் புகழையெல்லாம் நாசமாக்கிக் கொண்டாயே? சிநேகிதத் துரோகம், எஜமானத் துரோகம் செய்தாயே? சோழ குலத்தின் பரம்பரைப் பகைவர்களுக்கு உன்னுடைய வீட்டிலே இடங்கொடுத்தாயே? உன்னுடைய பொக்கிஷத்திலிருந்து பொருள் கொடுத்தாயே? உன்னால் அல்லவோ இன்று சோழ குலத்துக்கு இறுதி நேரப் போகிறது! உற்ற பழி உலகம் உள்ள அளவும் மாறவே மாறாது!" என்று சபித்தார். சபித்த பழுவேட்டரையரின் கண்களில் கண்ணீர் தாரை தாரையாகப் பெருகியது.

பிறகு மற்றும் பல பழுவேட்டரையர்கள் வந்தார்கள். ஒவ்வொருவரும் தாம் தாம் செய்த வீரச் செயல்களைக் கூறினார்கள். ஒவ்வொருவரும் பழுவேட்டரையரைச் சபித்தார்கள். பின்னர் எல்லாரும் சேர்ந்து சபித்தார்கள். "சண்டாளா! குலத் துரோகமும்,

ராஜத்துரோகமும் செய்து விட்டாயே? நாங்கள் உயிரைக் கொடுத்துச் சம்பாதித்த வீரப் புகழையெல்லாம் நாசமாக்கி விட்டாயே! உன் புத்தி ஏன் இப்படி போயிற்று?" என்றார்கள்.

பழுவேட்டரையர்கள் மறைந்தார்கள். கொடும்பாளூர் வேளிர்களும், திருக்கோவலூர் மலையமான்களும் வந்தார்கள். தன்னந்தனியே நின்ற பழுவேட்டரையரைச் சூழ்ந்து கொண்டார்கள். "சீச்சீ! நீயும் மனிதனா? சோழர் குலத்தை நீயும் உன் பரம்பரையுந்தான் தாங்கி வந்தது என்று பெருமை அடித்துக் கொண்டாயே? இப்போது என்ன சொல்லுகிறாய்? சோழ குலத்துக்கு நீ யமனாக மாறி விட்டாயே? பாதகா! உன் பவிஷு எங்கே?" என்று கூறி எக்காளம் கொட்டிச் சிரித்தார்கள்.

அவர்களுக்கு பின்னால் கூட்டமாக நின்ற சோழ நாட்டு மக்கள் கல்லையும், மண்ணையும் வாரிப் பழுவேட்டரையர் மீது எறியத் தொடங்கினார்கள். அச்சமயம் சுந்தர சோழ சக்கரவர்த்தி அந்தக் கூட்டத்தை விலக்கிக் கொண்டு பலமற்ற கால்களினால் தள்ளாடி நடந்து வந்தார். வேளிர்களையும், மலையமான் மற்றவர்களையும் கோபமாகப் பார்த்தார். "சீச்சீ! என்ன காரியம் செய்கிறீர்கள்? வீராதி வீரரான பழுவேட்டரையர் மீதா கல்லையும் மண்ணையும் எறிகிறீர்கள்? அவரையா துரோகி என்கிறீர்கள்? பழுவேட்டரையரின் துரோகத்தினால் நானும் என் குலமும் அழிந்து போனாலும் போகிறோம். நீங்கள் யாரும் அவரைக் குற்றம் சொல்ல வேண்டாம்! தனாதிகாரி! வாரும் என்னுடன் அரண்மனைக்கு!" என்றார். ஜனக்கூட்டம் கலைந்து போயிற்று. சுந்தர சோழரும் மறைந்தார்.

தம்பி காலாந்தக கண்டர் மட்டும் பழுவேட்டரையர் முன்னால் நின்றார். "அண்ணா! நம்மிடம் இவ்வளவு நம்பிக்கை வைத்திருக்கிறாரே சக்கரவர்த்தி! அவருக்குத் துரோகம் செய்யலாமா? அவருடைய குலத்தை அழிக்க வந்த பெண் பேயை நம் அரண்மனையில் வைத்துக் கொண்டிருக்கலாமா?" என்றார். உடனே அவரும் மறைந்தார்.

வந்தியத்தேவனும், கந்தமாறனும் அவர்களை யொத்த வாலிபர்களும் பெரிய பழுவேட்டரையரைச் சூழ்ந்து கொண்டார்கள். "மீசை நரைத்த கிழவா! உனக்கு ஆசை மட்டும் நரைக்க வில்லையே? பெண் மோகத்தினால் அழிந்து போனாயே? உன் உடம்பிலுள்ள 'அறுபத்து நாலு' புண்களும் இப்போது என்ன சொல்லுகின்றன? அவை வீரத்தின் பரிசான விழுப்புண்களா? அல்லது துரோகத்தின் கூலியான புழுப்புண்களா?" என்று கேட்டுவிட்டுக் கலகலவென்று சிரித்தார்கள். அவர்களைக் கொல்லுவதற்காகப் பழுவேட்டரையர் தம் உடை வாளை எடுக்க முயன்றார். ஆனால் உடைவாள் இருக்கவேண்டிய இடத்தில் அதைக் காணவில்லை.

இச்சமயத்தில் குந்தவைப் பிராட்டி வந்தாள். வாலிபர்களை நோக்கிக் கையமர்த்திச் சிரிப்பை நிறுத்தினாள்.

"பாட்டா! இவர்களுடைய விளையாட்டுப் பேச்சைத் தாங்கள் பொருட்படுத்த வேண்டாம். தங்கள் அரண்மனையில் உள்ள பெண வேடங்கொண்ட விஷப்பாம்பைத் துரத்தி விடுங்கள்! எல்லாம் சரியாகி விடும்!" என்றாள்.

அவர்கள் மறைந்தார்கள். பழுவேட்டரையர் குலத்தைச் சேர்ந்த பெண்கள் வரத் தொடங்கினார்கள். பத்து பேர், நூறு பேர், ஆயிரம் பேர்; ஆறு தலைமுறையைச் சேர்ந்தவர்கள் வந்து, அவரைச் சூழ்ந்து கொண்டார்கள். "ஐயையோ! உனக்கு இந்தக் கதியா நேரவேண்டும்! நம்முடைய வீரக் குலத்துக்கு உன்னால் இந்தப் பெரும் பழியா ஏற்பட வேண்டும்! நாங்கள் எங்கள் கணவன்மார்களையும், அண்ணன்மார்களையும், தம்பிமார்களையும், பத்து மாதம் சுமந்து பெற்ற பிள்ளைகளையும் சோழ நாட்டுக்காகப் போர்க்களத்துக்கு அனுப்பி வைத்தோமே? அவர்கள் இரத்தம் சிந்தி உயிரைக் கொடுத்துப் பழுவூர் வம்சத்துக்கு இணையில்லாப் புகழைத் தேடித் தந்தார்களே? அதையெல்லாம் ஒரு நொடியில் போக்கடித்துக் கொண்டாயே?" என்று கதறினார்கள்.

"பெண்களே! வாயை மூடிக்கொண்டு அந்தப்புரத்துக்குப் போங்கள். என்னால் ஒரு பழியும் உண்டாகாது!" என்று பழுவேட்டரையர் கஷ்டப்பட்டுப் பதில் கூறினார். அப்போது

அந்தப் பெண்கள் ஒரு திசையில் சுட்டிக் காட்டினார்கள். யமதர்மராஜன் எருமைக்கடா வாகனத்தில் ஏறிக்கொண்டு கையில் வேலும், பாசக் கயிறும் எடுத்துக் கொண்டு வந்தான்; பழுவேட்டரையரை நெருங்கினான். போகிற போக்கில், "பழுவேட்டரையா! உனக்கு மிக்க வந்தனம்! சுந்தர சோழனுடைய உயிரையும் அவனுடைய மக்கள் இருவர் உயிரையும் ஒரே நாளில் கொண்டு போக உதவி செய்தாய் அல்லவா? உனக்கு என் நன்றி!" என்று கூறினான் யமதர்மராஜன்.

"இல்லை, இல்லை! நான் உனக்கு உதவி செய்யவில்லை; செய்யமாட்டேன்! உன்னைத் தடுப்பேன்! யமனே! நில்! நில்!" என்று பழுவேட்டரையர் அலறினார். யமனைத் தடுத்து நிறுத்துவதற்காக விரைந்து செல்ல முயன்றார். ஆனால் அவரை ஏதோ ஒரு சக்தி பிடித்து நிறுத்தியது. ஏதோ ஒரு பெரிய பாரம் அவரை அமுக்கியது. நின்ற இடத்திலிருந்து அவரால் நகர முடியவில்லை.

"பார்த்தாயா! நாங்கள் சொன்னது சரியாகப் போய்விட்டதே!" என்று கூறிவிட்டுப் பழுவேட்டரையர் குலப் பெண்கள் ஓவென்று சத்தமிட்டுப் புலம்பினார்கள். அவர்களில் பலர் ஓப்பாரி வைத்து அழுதார்கள்.

அவர்களுடைய அழுகுரலின் சத்தம் நிமிடத்துக்கு நிமிடம் அதிகமாகி வந்தது. பழுவேட்டரையரால் அதைச் சகிக்க முடியவில்லை. அவர் பேச முயன்றார். ஆனால் அழுகைச் சத்தத்தில் அவர் பேச்சு மறைந்து விட்டது.

அழுகையும், புலம்பலையும் கேட்கச் சகிக்கவில்லை. இரண்டு கைகளினாலும் செவிகளைப் பொத்திக் கொள்ள முயன்றார். ஆனால் அவருடைய கைகளும் அசைவற்றுக் கிடந்தன. அவற்றை எடுக்கவே முடியவில்லை.

ஒரு பெரு முயற்சி செய்து கரங்களை உதறி எடுத்தார். அந்த முயற்சியிலே அவருடைய கண்ணிமைகளும் திறந்து கொண்டன. சட்டென்று நினைவு வந்தது. அத்தனை நேரமும் அவர் அநுபவித்தவை மனப் பிரமையில் கண்ட காட்சிகள் என்பதை உணர்ந்தார். ஆனால் ஓலக் குரல் மட்டும் கேட்டுக் கொண்டிருந்தது. சற்றுக் கவனித்துக் கேட்டார். அவை பெண்களின் ஓலக் குரல் அல்ல; நரிகளின் ஊளைக் குரல்!

அவர் நினைவு இழந்து கொண்டிருந்த சமயத்தில் இலேசாகக் காதில் விழுந்த சம்பாஷணை ஞாபகத்துக்கு வந்தது.

"கிழவன் செத்துப் போய் விட்டான்!" என்றது ஒரு குரல்.

"நன்றாகப் பார்! பழுவேட்டரையனுடைய உயிர் ரொம்பக் கெட்டி யமன் கூட அவன் அருகில் வரப் பயப்படுவான்!" என்றது மற்றொரு குரல்.

"யமன் பயப்பட்டாலும் நரி பயப்படாது. கொஞ்ச நஞ்சம் உயிர் மிச்ச மிருந்தாலும் நரிகள் சரிப்படுத்திவிடும். பொழுது விடியும்போது கிழவனின் எலும்புகள்தான் மிச்சமிருக்கும்!"

"நல்ல சமயத்தில் நீ பிளந்த மண்டபத்தைத் தள்ளினாய். இல்லாவிடில் நான் அந்தக் கதியை அடைந்திருப்பேன். கிழவன் என்னைக் கொன்றிருப்பான்!"

"எங்கே? மண்டபத்தை நகர்த்த முடியுமா, பார்க்கலாம்!"

சற்றுப் பொறுத்து, "துளிகூட அசையவில்லை! ஒரு பகைவனுடைய பள்ளிப்படையைக் கொண்டு இன்னொருவனுக்கும் வீரக்கல் நாட்டி விட்டோம்" என்று கூறிவிட்டு மந்திரவாதி கலகலவென்று சிரித்தான்.

"சிரித்தது போதும், வா! படகு பிய்த்துக் கொண்டு ஆற்றோடு போய் விடப் போகிறது. அப்புறம் கொள்ளிடத்தைத் தாண்ட முடியாது!"

இந்த வார்த்தைகளை ஞாபகப்படுத்திக் கொண்டு பழுவேட்டரையர் தம்முடைய நிலை இன்னதென்பதை ஆராய்ந்தார். ஆம்; அவர்மீது பள்ளிப்படை மண்டபத்தின்

ஒரு பாதி விழுந்து கிடந்தது. அதன் பெரிய பாரம் அவரை அமுக்கிக் கொண்டிருந்தது. ஆனால் மூச்சுவிட முடிகிறதே, எப்படி?

நல்லவேளையாக, மண்டபத்தோடு விழுந்த மரம் அவர் தோளின் மீது படிந்து அதன் பேரில் மண்டபம் விழுந்திருந்தது. மண்டபத்தையொட்டியிருந்த மரந்தான் அவர் உயிரைக் காப்பாற்றியது. மண்டபம் நேரே அவர் மேல் விழுந்திருந்தால் மார்பும் தலையும் நொறுங்கிப் போயிருக்கும். கிழவனார் தம்முடைய உடம்பின் வலிமையை எண்ணித் தாமே ஆச்சரியப்பட்டார். அந்தப் பெரிய பாரத்தை இத்தனை நேரம் சுமந்தும் தம்முடைய உயிர் போகவில்லையென்பதை உணர்ந்து கொண்டார். ஆனால் இவ்வளவு கெட்டியான உயிரை இன்னமும் காப்பாற்றிக் கொள்ள முடியுமா?

ஆம்; எப்படியாவது காப்பாற்றிக் கொண்டேயாக வேண்டும். காப்பாற்றிக் கொண்டு சோழ குலத்துக்கு நேரவிருந்த அபாயத்தைத் தடுக்க வேண்டும். அப்படித் தடுக்காவிட்டால் அவருடைய குலத்துக்கு என்றும் அழியாத பழி இவ்வுலகில் ஏற்படுவது நிச்சயம். வானுலகத்துக்குப் போனால் அங்கேயும் அவருடைய மூதாதையர்கள் அனைவரும் அவரைச் சபிப்பார்கள். ஆகையால், எந்தப் பாடுபட்டாலும் இந்த மரத்தையும் மண்டபத்தையும் அப்புறப்படுத்தி எழுந்திருக்க வேண்டும். ஐயோ! எத்தனை நேரம் இங்கே இப்படி நினைவு இழந்து கிடந்தோமோ என்னமோ தெரியவில்லையே? இதற்குள் ஒரு வேளை நாம் தடுக்க விரும்பும் விபரீதங்கள் நேரிட்டிருக்குமோ?

இதற்கிடையில் நரிகளின் ஊளைக் குரல் நெருங்கி நெருங்கி வந்து கொண்டிருந்தது. நரிகள் மூச்சு விடும் சத்தம் அவர் தலைக்கு அருகில் கேட்டது! ஆகா! இந்த நரிகளுக்குக் கூடவா பழுவேட்டரையனைக் கண்டு இளக்காரமாகப் போய்விட்டது? பார்க்கலாம் ஒரு கை!

பழுவேட்டரையர் ஒரு கையினால் மட்டும் அல்ல, இரண்டு கைகளினாலும் பார்க்கத் தொடங்கினார். தம் உடம்பில் மிச்சமிருந்த பலம் முழுவதையும் பிரயோகித்து அவர்மீது விழுந்து கிடந்த மரத்தைத் தூக்க முயன்றார். மரம் சிறிது சிறிதாக உயர உயர, அதன் மேல் நின்ற மண்டபப் பாறை நகர்ந்து சரியத் தொடங்கியது. இடையிடையே அவர் செய்த ஹுகாரங்கள் நெருங்கி வந்த நரிகளை அப்பால் நகரும்படி செய்தன.

ஒரு யுகம் எனத் தோன்றிய ஒரு நாழிகை முயன்ற பிறகு அவரை அமுக்கிக் கொண்டிருந்த மரமும் மண்டபப் பாறையும் சிறிது அப்பால் நகர்ந்து அவரை விடுதலை செய்தன.

அந்த முயற்சியினால் அவருக்கு ஏற்பட்ட சிரமம் காரணமாகச் சிறிது நேரம் அப்படியே கிடந்தார். பெரிய நெடுமூச்சுகள் விட்டார்.

ஆகாசத்தை அண்ணாந்து பார்த்தார். மண்டபத்துக்குச் சமீபமாதலாலும், புயலில் மரங்கள் பல விழுந்து விட்டிருந்த படியாலும் வானவெளி நன்றாகத் தெரிந்தது. இப்போது கருமேகங்கள் வானத்தை மறைத்திருக்கவில்லை. வைரப் பொரிகள் போன்ற எண்ணற்ற நட்சத்திரங்கள் தெரிந்தன. இலேசான மேகங்கள் அவற்றைச் சிறிது மறைத்தும் பின்னர் திறந்துவிட்டும் அதி வேகமாகக் கலைந்துபோய்க் கொண்டிருந்தன.

சட்டென்று வானத்தில் வடதிசையில் தோன்றிய ஒரு விசித்திரமான நட்சத்திரம் அவருடைய கவனத்தைக் கவர்ந்தது. அடடா! சில நாளைக்கு முன்பு அவ்வளவு நீளமான வாலைப் பெற்றிருந்த தூமகேதுவா இப்போது இவ்வளவு குறுகிப் போயிருக்கிறது? அந்த நட்சத்திரத்தின் ஒரு முனையில் சுமார் ஒரு அடி நீளம் வெளிறிய புகைத்திரள் போல நீண்டிருந்தது. பத்து நாளைக்கு முன்புகூட வானத்தின் ஒரு கோணம் முழுதும் நீண்டிருந்த வால் இப்படிக் குறுகிவிட்ட காரணம் என்ன?....

வானத்திலிருந்து பார்வையை அகற்றிச் சுற்று முற்றும் பார்த்தார். நரிகள் இன்னும் போகவில்லையென்பதைக் கண்டார்! பத்து, இருபது, ஐம்பது நரிகள் இருக்கும். அவற்றின்

கண்கள் நெருப்புத் தணல்களைப்போல் காட்டின் இருளில் ஜொலித்துக் கொண்டிருந்தன. கிழவன் எப்போது சாகப் போகிறான் என்று காத்துக் கொண்டிருந்தன போலும்! போகட்டும்! போகட்டும்! அவ்வளவு மரியாதை பழுவேட்டரையனிடம் இந்த நரிகள் காட்டுகின்றனவே!...

திடீரென்று வானமும் பூமியும் அந்த வனப்பிரதேசம் முழுவதும் ஒளி மயமாயின. பழுவேட்டரையரின் கண்கள் கூசின. அது மின்னல் அல்ல, வேறு என்னவாயிருக்கக் கூடும்? வானத்தைக் நோக்கினார். ஜாஜ்வல்யமாகப் பிரகாசித்த ஒரு தீப்பந்தம் வான வட்டத்திலே ஒரு கோணத்தில் பிரயாணம் செய்து கொண்டிருக்கக் கண்டார். அதன் பிரகாசம் அவருடைய கண்களைக் கூசச் செய்தது. கண்ணை ஒரு கணம் மூடிவிட்டுத் திறந்து பார்த்தார். அந்தத் தீப்பந்தம் சிறிதாகிப் போயிருந்தது; வர வர ஒளி குறைந்து வந்தது; திடீரென்று அது மறைந்தேவிட்டது. பழையபடி இருள் சூழ்ந்தது.

இந்த அதிசயம் என்னவாயிருக்கும் என்று பழுவேட்டரையர் சிந்தித்துக் கொண்டே மீண்டும் வானத்தை நோக்கினார். குறுகிய தூமகேது சற்றுமுன் இருந்த இடத்தைப் பார்த்தார். அங்கே அதைக் காணவில்லை. ஆகா! தூமகேதுதான் விழுந்து விட்டது! இதன் கருத்து என்ன? இதன் விளைவு என்ன? உலகத்தில் ஏதேனும் விபரீதம் நடக்கப் போவதற்கு அறிகுறிதான். ராஜகுடும்பத்தினர் யாருக்காவது விபத்து நேரிடுவதற்கு அடையாளம். வால் நட்சத்திரம் மறையும்போது அரச குலத்தைச் சேர்ந்த யாரேனும் மரணம் அடைவார்கள். இது வெகுகாலமாக மக்களிடையே பரவியிருக்கும் நம்பிக்கை. அப்படியெல்லாம் கிடையாது என்று சொல்லுவோரும் உண்டு. அதன் உண்மையும் பொய்மையும் நாளைக்குத் தெரிந்து விடும். நாளைக்கா? இல்லை! இன்றைக்கே தெரிந்து போய் விடும்...! அதோ கீழ் வானம் வெளுத்துவிட்டது! பொழுது புலரப் போகிறது! இன்று இரவுக்குள் மூன்று இடங்களில் மூன்று விபரீத பயங்கர நிகழ்ச்சிகள் நடைபெறக்கூடும். அவை நடக்கப்போகும் விவரம் நமக்கு மட்டும் தெரியும். அவற்றைத் தடுக்கும் சக்தியும் நமக்குத்தான் உண்டு. தடுப்பதில் வெற்றி பெற்றால் தூமகேது விழுந்த அபசகுனத்தைக்கூட வெற்றி கொண்டதாகும். இல்லாவிடில்... அதைப்பற்றி எண்ணவே பழுவேட்டரையரால் முடியவில்லை. தடுத்தேயாக வேண்டும்! சோழர் குலத்தைச் சேர்ந்த மூவரையும் காப்பாற்றியேயாக வேண்டும்.

தமது முதல் கடமை - மிக முக்கியமான கடமை ஆதித்த கரிகாலனைக் காப்பாற்றுவதுதான்! அவனுக்கு விபத்து வந்தால் அதன் பழி தன் தலையில் நேராக விழும். ஆகையால் கொள்ளிடத்தைத் தாண்டிக் கடம்பூருக்கு உடனே போய்ச் சேரவேண்டும். அதற்கு முன்னால், குடந்தைக்குச் சென்று, தஞ்சைக்கும், நாகைக்கும் எச்சரிக்கை அனுப்பிவிட்டுப் போவது நல்லது. பின்னர், விதிவசம் போல் நடந்துவிட்டுப் போகிறது. தாம் செய்யக்கூடியது அவ்வளவு தான்!

பழுவேட்டரையர் எழுந்திருக்க முயன்றார். உடம்பெல்லாம் ரணமாக வலித்தது. மரம் விழுந்திருந்த இடம் மார்பில் பொறுக்க முடியாத வேதனையை உண்டாக்கிற்று. ஒரு கால் முறிந்து விட்டது போல் தோன்றியது. தேகம் முழுவதும் பல்வேறு காயங்கள் பட்டிருந்தன.

அவற்றையெல்லாம் அந்த வீரக் கிழவர் பொருட்படுத்தவில்லை. பல்லைக் கடித்துக்கொண்டு ஒரு பெரும் முயற்சி செய்து எழுந்து நின்றார்; சுற்று முற்றும் பார்த்தார். நல்ல வேளையாக, அவருடைய மரணத்துக்காகக் காத்திருந்த நரிகள் அதற்குள் ஓடிப் போய்விட்டிருந்தன. தூமகேது விழுந்தபோது உண்டான ஒளி வெள்ளத்தைக் கண்டு மிரண்டு அவை ஓடிப் போயின போலும்!

குடந்தை நகரம் அங்கிருந்து எந்தத் திசையில் இருக்கலாம் என்பதை ஒருவாறு நிர்ணயித்துக் கொண்டு புறப்பட்டார். திடமாகக் கால்களை ஊன்றி வைத்து நடக்கத் தொடங்கினார்.

வழியெல்லாம் புயல் அடித்து மரங்கள் விழுந்து கிடந்தன. பெருமழையினாலும் கொள்ளிடத்து உடைப்பினாலும் வெள்ளக்காடாக இருந்தது. இந்த இடையூறுகளையெல்லாம் சிறிதும் பொருட்படுத்தாமல் பழுவேட்டரையர் நடந்தார். உள்ளத்தின் கொந்தளிப்பு உடலின் சிரமங்களையெல்லாம் மறந்து விடச் செய்தது. ஆனாலும் நேரம் போய்க் கொண்டே இருந்தது. பொழுது விடிந்து இரண்டு ஜாம நேரம் ஆன சமயத்தில் குடந்தை நகரை அவர் அணுகினார். அந்த மாநகரின் மத்தியப் பிரதேசத்துக்குப் போக அவர் விரும்பவில்லை. அவரை இந்தக் கோலத்தில் பார்த்தால் ஜனங்கள் வந்து சூழ்ந்து கொள்வார்கள். என்ன, ஏது என்று கேட்பார்கள். அவர் செய்ய விரும்பிய காரியத்தைத் துரிதமாகவும் திறமையாகவும் செய்ய முடியாமற் போய்விடும்.

ஆகையினால் நகரின் முனையிலேயே, ஜன நெருக்கமில்லாத இடத்தில், யாரையாவது பிடித்து, தஞ்சைக்கும் நாகைக்கும் ஓலை அனுப்ப வேண்டும். பிறகு ஒரு வாகனம் சம்பாதித்துக் கொண்டு கடம்பூருக்குக் கிளம்ப வேண்டும்.

துர்க்கை அம்மன் கோவிலுக்கு அருகிலுள்ள ஜோதிடர் ஞாபகம் அவருக்கு வந்தது ஆம்; அது தனிப்பட்ட பிரதேசம் அக்கம் பக்கத்தில் வேறு வீடுகள் இல்லை. ஜோதிடர் தகுந்த மனிதர்; இனிய இயல்பு படைத்த மனிதர். இராஜ குடும்பத்துக்கும் முதன் மந்திரிக்கும் வேண்டியவர். அதனால் என்ன? யாராயிருந்தாலும் இந்தக் காரியத்தைச் செய்வார்கள். இராஜ குடும்பத்துக்கு வேண்டியவராகயிருப்பதால் இன்னும் ஆர்வத்துடன் செய்வார். ஆகா! ஜோதிடருக்கு உண்மையில் ஜோதிடம் தெரியுமா, ஜோதிட சாஸ்திரத்தில் உண்மை உண்டா என்பதையும் இச்சமயத்தில் பரிசோதித்துப் பார்த்து விடலாம்.

அம்மன் கோவிலையும், ஜோதிடர் வீட்டையும் பழுவேட்டரையர் அணுகிச் சென்றார். கோவிலுக்கு முன்னாலிருந்த நெடிய பெரிய மரம், புயலில் முறிந்து விழுந்து கிடந்தது. முதலில் அவருடைய கவனத்தைக் கவர்ந்தது. அடுத்தாற் போல் கோவிலை அடுத்து நின்ற இரட்டைக் குதிரை பூட்டிய ரதத்தின் பேரில் அவருடைய பார்வை விழுந்தது. அது விசித்திரமான அமைப்புள்ள ரதம். அந்த ரதத்தின் மேற்பகுதி ஓர் ஓடத்தைப் போல் அமைந்திருந்தது. வெள்ளம் வரும் காலங்களில் அவசரமாகப் பிரயாணம் செய்ய நேர்ந்தால் இம்மாதிரி ரதங்களை உபயோகப்படுத்துவார்கள். பெரிய நதிகளைக் கடக்கும் போது, திடீரென்று நதியில் வெள்ளம் அதிகமாகி விட்டால் ஓடத்தை ரதத்திலிருந்து தனியாகக் கழற்றி விடலாம் குதிரைகளை அவிழ்த்து விட்டால் அவை நீந்திப் போய்க் கரை ஏறி விடும். ரதத்தில் வந்தவர்கள் ஓடத்தைக் தள்ளிக் கொண்டு போய்க் கரை சேரலாம்.

இத்தகைய ரதங்கள் சோழ நாட்டின் அபூர்வமாகத் தான் உண்டு. இது யாருடைய ரதமாயிருக்கும்? அரண்மனை ரதமாயிருக்க வேண்டும்; அல்லது முதன் மந்திரியின் ரதமாக இருக்கவேண்டும். இதில் வந்தவர்கள் இப்போது ஜோதிடர் வீட்டுக்குள் ஜோதிடம் கேட்டுக் கொண்டிருக்கிறார்கள் போலும்! அவர்கள் யாராக இருக்கும்? ரத சாரதியைக் கேட்கலாமா? வேண்டாம்! அவன் தம்மைப் பார்த்து மிரண்டு போனாலும் போவான். ஜோதிடர் வீட்டுக்குள் நேரே பிரவேசித்துப் பார்த்து விடுவதே நலம். அங்கே வந்திருப்பவர்கள் யாராயிருந்தாலும் இந்த ரதத்தைக் கேட்டு வாங்கிக் கொண்டால், கடம்பூர் திரும்பிச் செல்ல வசதியாக இருக்கும் அல்லவா?

ஜோதிடர் வீட்டு வாசலுக்குப் பழுவேட்டரையர் வந்த போது உள்ளே பெண் குரல்கள் கேட்டன. கிழவருக்கு தூக்கி வாரிப் போட்டது. யாருடைய குரல்? ஏன்? இளைய பிராட்டி குந்தவை குரல் போல அல்லவா இருக்கிறது? அவள் எதற்காக இங்கே வந்தாள்? இந்தச் சமயம் பார்த்தா வரவேண்டும்?... முதலில் இப்படி எண்ணியவர் உடனே மனத்தை மாற்றிக் கொண்டார். அவ்விதமானால், இளைய பிராட்டியாக இருந்தால், ரொம்ப நல்லதாய்ப் போயிற்று. பழம் நழுவிப் பாலில் விழுந்தது போலாயிற்று. குந்தவை தேவியின் காதில் விஷயத்தைப் போட்டு விட்டால் தம்முடைய பாரமே நீங்கியது போலாகும். அவளுடைய தந்தைக்கும், தம்பிக்கும் நிகழக் கூடிய ஆபத்தைப் பற்றிக்

குறிப்பாகச் சொல்லிவிட்டால், பிறகு அந்தச் சாமர்த்தியசாலியான பெண் வேண்டிய முன் ஜாக்கிரதை எடுத்துக் கொள்வாள். பிறகு தாம் நிம்மதியாகத் திரும்பிக் கடம்பூருக்குப் போகலாம். அங்கேயல்லவா தம்முடைய முக்கியமான கடமை இருக்கிறது?

பழுவேட்டரையர் ஜோதிடர் வீட்டு வாசலில் பிரவேசித்த போது, முன்னொரு தடவை நாம் பார்த்திருக்கும் அதே காவல்காரன், - ஜோதிடரின் சீடன் - அவரைத் தடுத்து நிறுத்தினான். பழுவேட்டரையர் அப்போதிருந்த கோலத்தில் அவரை அவனால் அடையாளங் கண்டுகொள்ள முடியவில்லை. ஆகையினாலேயே "நில்!" என்று அதட்டும் குரலில் கூறிவிட்டுத் தடுத்தான்.

பழுவேட்டரையர் ஒருமுறை ஹுங்காரம் செய்துவிட்டு அவன் கழுத்தைப் பிடித்துத் தள்ளினார். சீடன் குட்டிக்கரணம் அடித்துக் கொண்டு போய் வீதியில் விழுந்தான். பழுவேட்டரையர் மதயானையைப் போல் பூமி அதிர நடந்து ஜோதிடரின் வீட்டுக்குள் புகுந்தார்.

13. குந்தவை கேட்ட வரம்

ஜோதிடரின் வீட்டுக்குள் பழுவேட்டரையர் பிரவேசித்த போது அங்கு உண்மையாகவே குந்தவைப் பிராட்டியும், வானதியும் இருந்தார்கள்.

ஈழத்து ராணியைப் பொழுது விடிந்ததும் காணாததிலிருந்து குந்தவையின் மனம் அமைதியை இழந்துவிட்டது. அதே சமயத்தில் பூங்குழலியும் காணாமற் போனது அவளுடைய கலக்கத்தை அதிகமாக்கிற்று. முதன் மந்திரி அநிருத்தரைப் பார்க்கச் சென்றாள். அச்சமயத்தில் அங்கே அருள்மொழிச் சோழனைப் பற்றிச் செய்தி வந்திருந்தது. நாகைப்பட்டினத்தில் அடித்த புயலின் காரணமாக அவன் வெளிப்பட நேர்ந்ததென்றும் திரளான மக்கள் கூடி அவனை வெற்றி முழக்கத்துடன் தஞ்சைக்கு அழைத்து வருகிறார்கள் என்றும் அறிந்தாள். குந்தவையின் பரபரப்பு எல்லையைக் கடந்துவிட்டது. இதனால் ஏதோ விபரீதம் வரப்போகிறது என்று கருதினாள். பொன்னியின் செல்வனை வழியில் சந்தித்துப் பேசித் தஞ்சையில் நடந்ததையெல்லாம் தெரிவிக்க வேண்டும் என்று விரும்பினாள். அவன் பெரும் ஜனக் கூட்டம் புடை சூழத் தஞ்சைக் கோட்டையில் பிரவேசிக்க விரும்பினால், பழுவேட்டரையரின் படைவீரர்கள் அவனைத் தடுத்து நிறுத்த முயலுவார்கள். இதற்கிடையில் பூதி விக்கிரம கேசரி தென் பிரதேசத்துப் படைகளுடனே கொடும்பாளூர் வரைக்கும் வந்துவிட்டார் என்று தெரிய வந்திருந்தது.

இரண்டு படைகளும் தஞ்சைக்கருகில் மோதிக் கொள்ளும்படி நேரிடலாம். அதனால் தந்தையின் உள்ளம் புண்படும் என்பது நிச்சயம். அதனால் அவருடைய உயிருக்கே அபாயம் நேர்ந்து விடலாம். மேலும் என்னென்ன விளையுமோ, யாருக்குத் தெரியும்? புயற்காற்றின் காரணமாகக் குடிமக்களின் உள்ளங்கள் கொந்தளித்துக் கொண்டிருக்கின்றன. ஏதாவது ஒரு வியாஜம் ஏற்பட வேண்டியதுதான்; சோழ நாடே அழியும்படியான பெரும் உள் நாட்டுக் கலகம் மூண்டு விடக் கூடும். பிறகு அதை நிறுத்துவது எப்படி? வந்த பின்னர் நிறுத்த முயலுவதைக் காட்டிலும், முன்னாலேயே தடுக்கப் பார்ப்பது அவசியம் அல்லவா? இல்லாவிடில் இத்தனை காலமும் செய்த முயற்சியெல்லாம் வீணாகிவிடுமே? ஆதலின் அருள்மொழிச் சோழனை வழியிலேயே சந்தித்துப் பழையாறையில் சிறிது காலத்துக்கு நிறுத்திக் கொள்ள வேண்டும். கடம்பூரிலிருந்து பெரிய பழுவேட்டரையரையும் தருவிக்க வேண்டும். அருள்மொழிக்கு இராஜ்யம் ஆளும் ஆசை இல்லை என்பதை அவருக்குத் தெரிவித்து, அவருடைய சம்மதம் பெற்ற பிறகுதான், தஞ்சைக்கு அவனை அழைத்துப் போக வேண்டும்...

இவ்விதம் தனக்குள் சிந்தித்து முடிவு செய்துகொண்டு, தந்தையிடம் கூடச் சொல்லிக் கொள்ளாமல், அன்னையிடமும் அநிருத்தரிடமும் மட்டும் சொல்லிவிட்டு, இணை பிரியாத வானதியையும் அழைத்துக்கொண்டு புறப்பட்டாள். பழையாறைக்குப் போகுமுன்பு

குடந்தை ஜோதிடரை இன்னொரு தடவை பார்த்து விட விரும்பினாள். கவலை அதிகம் ஏற்படும்போது வருங்காலத்தைப் பற்றி ஜோதிடம் பார்த்து அறிய விரும்புவது மனித இயல்பு அல்லவா?

வழக்கம் போல் அம்மன் கோவிலுக்கு அருகில் ரதத்தை விட்டு விட்டு, ஜோதிடர் வீட்டுக்குள் புகுந்தாள். ஜோதிடரிடம் அவளுடைய கவலையைத் தெரிவிக்கத் தொடங்கிச் சிறிது நேரம் கூட ஆகவில்லை. அதற்குள் வீட்டு வாசலில் ஏதோ தடபுடல் நடைபெறும் சத்தம் கேட்டது. முக்கியமாக, பழுவேட்டரையரின் ஹுங்காரம் அவளுக்கு ரோமாஞ் சனம் உண்டு பண்ணியது. அந்த மாதிரி கம்பீரமாக ஹுங்காரம் செய்யக் கூடியவர் பெரிய பழுவேட்டரையர் ஒருவர்தான். தடுக்க முயன்ற ஜோதிடரின் சீடனைத் தள்ளிவிட்டுப் பழுவேட்டரையர் உள்ளே வருவதாகக் காணப்பட்டது. அவர் எப்படி இங்கே வந்தார்? எதற்காக வருகிறார்? அதுவும் இந்த வேளையில்?

ஆகா! ஒருவேளை ஜோதிடம் கேட்கத்தான் வருகிறார் போலும்! அவர் ஜோதிடருடன் பேசுவதைக் கேட்டால் ஒரு வேளை அவருடைய மனத்தில் உள்ள எண்ணங்கள் தெரியக் கூடும். இராஜ்யத்துக்கும், இராஜ குலத்துக்கும் பெரிய நெருக்கடி நேர்ந்திருக்கும் இச்சமயத்தில், பெரிய பழுவேட்டரையரின் மனப்போக்குத் தெரிந்தால் எவ்வளவோ சௌகரியமாயிருக்கும். அதைத் தெரிந்து கொள்ள இப்போது ஒரு சந்தர்ப்பம் நேர்ந்திருக்கிறது. மேலும், தானும், வானதியும் அங்கு இருப்பதைப் பார்த்தால், அவர் என்ன எண்ணிக் கொள்வாரோ என்னமோ ஏன்? தவறாகத்தான் எண்ணிக் கொள்வார்! சந்தேகமில்லை. ஆகையால் அவர் கண்ணில் படாமல் மறைந்திருப்பது தான் நல்லது...

குந்தவை, ஜோதிடரிடம் ஜாடையினால் தனது நோக்கத்தைத் தெரிவித்துவிட்டு வானதியையும் கையைப் பிடித்து அழைத்துக் கொண்டு அவசரமாக அடுத்த அறைக்குள்ளே சென்றாள்.

அவர்கள் புகுந்த அறையின் கதவு சாத்தப்பட தட்சணமே பழுவேட்டரையர் உள்ளே பிரவேசித்தார். பரபரப்புடன் எழுந்து நின்று கும்பிட்ட ஜோதிடரை உற்றுப் பார்த்துவிட்டுச் சுற்று முற்றும் நோக்கினார். அவர் முகத்தில் வியப்புக்கும், ஏமாற்றத்துக்கும் அறிகுறி தென்பட்டது. இது ஒரு கண நேரந்தான். உடனே சமாளித்துக்கொண்டு, "ஜோதிடரே! நான் யார் தெரிகிறதா? தனாதிகாரி பெரிய பழுவேட்டரையனே தான்! ஏன் இவ்வாறு பேந்த விழிக்கிறீர்? அவ்வளவு உருமாறிப் போயிருக்கிறேனா? உம்மால் எனக்கு ஒரு முக்கியமான காரியம் ஆக வேண்டியிருக்கிறது! ஒரு பெரிய உதவி நீ எனக்குச் செய்ய வேண்டும். முதலில் சாப்பிடுவதற்கு ஏதேனும் இருந்தால் கொண்டு வாரும்; ரொம்பப் பசியாயிருக்கிறது. சாப்பிட்டுக் கொண்டே சொல்ல வேண்டியதைச் சொல்கிறேன்" என்றார்.

ஜோதிடர் தட்டுத் தடுமாறி, "ஐயா! இந்த ஏழை எளியவனால் தங்களுக்கு என்ன பெரிய உதவி தேவையாயிருக்க முடியும்? இந்தக் குடிசையைத் தேடித் தாங்கள் வந்தது என் முன்னோர் செய்த பாக்கியம். தங்களுடைய அந்தஸ்துக்கு தக்கபடி விருந்து அளிக்க என்னால் இயலாது. ஆனாலும் இந்தக் குடிசையில் உள்ளவையெல்லாம் தங்களுடையவைதான். தயவு செய்து அமருங்கள், நின்று கொண்டிருக்கிறீர்களே? தங்களைப் பார்த்தவுடனே திடுக்கிட்டுப் போனேன். அதனால் தங்களைத் தக்கபடி வரவேற்று உபசரிப்பதற்குத் தவறிவிட்டேன். ஆகா! இந்த எளியவனுடைய குடிசையில் தாங்கள் அமருவதற்குத் தகுதியான ஆசனம் கூட இல்லை. பெரிய மனது செய்து அந்தப் பலகையிலே உட்கார வேண்டும்" என்று சற்று முன் குந்தவையும் வானதியும் உட்கார்ந்திருந்த பலகைகளைச் சுட்டிக் காட்டினார்.

பழுவேட்டரையர் அப்பலகைகளையும் அவற்றின் அருகில் சிந்தியிருந்த மலர்களையும் உற்றுப் பார்த்துவிட்டு, "ஜோதிடரே! இல்லை; எனக்கு உட்கார நேரமில்லை. ஏதாவது சாப்பிடுவதற்குக் கொடுக்கக் கூடியது இருந்தால் இலையிலே சுற்றிக் கையிலே கொடுத்து

விடுவீர். தஞ்சைக்கு அவசரமாக ஒரு செய்தி அனுப்ப வேண்டும் என் சகோதரன் காலாந்தக கண்டனுக்கு... ஓலையும், எழுத்தாணியும் தருகிறீரா?... வேண்டாம்! ஓலை எழுதிக் கொண்டிருக்க நேரமில்லை. என் முத்திரை மோதிரத்தைக் கொடுக்கிறேன். அதை எடுத்துக் கொண்டு நீர் தஞ்சாவூர் உடனே போக முடியுமா? அல்லது வாசலில் நின்றானே உமது சீடன், நல்ல தடியனாக இருக்கிறான். அவனை அவசரமாக அனுப்ப முடியுமா?" என்று கேட்டார்.

"தங்கள் கட்டளை எதுவோ, அப்படியே செய்கிறேன். நானும், என் சீடனும், இரண்டு பேரும் வேணுமானாலும் போகிறோம். ஆனால், தனாதிபதி! பெரிய மனது செய்து சிறிது நேரம் இந்த ஏழையின் குடிசையில் அமர்ந்து, இந்த எளியவன் அளிக்கும் அமுதைத் தாங்கள் அருந்திவிட்டுப் போக வேண்டும்!"

"ஜோதிடரே! எதற்காக உம்மை ஏழை என்றும் எளியவன் என்றும் அடிக்கடி சொல்லிக் கொள்கிறீர்? உம்முடைய வீட்டைத் தேடி அரசர்களும், அரசிளங்குமரிகளும் அடிக்கடி வருவதுண்டு என்று கேள்விப்பட்டிருக்கிறேன். நான் ஒருவனே உம்மிடம் ஜோதிடம் கேட்க வராதவன். அது தவறு என்பதை உணர்ந்து கொண்டேன். ஒருவேளை உம்மிடம் கேட்டிருந்தால் இம்மாதிரி பயங்கர விபத்துகள் ஏற்படாமலிருந்திருக்கலாம்..."

"ஐயா! தங்கள் மொழிகள் எனக்குப் பெரிதும் கவலையைத் தருகின்றன. என்ன விபத்து நேர்ந்தது? தங்களை இந்தக் கோலத்தில் பார்த்ததும் நான் திடுக்கிட்டது சரிதான். புயலிலும், வெள்ளத்திலும் சிக்கிக்கொண்டீர்களா? கொள்ளிடம் உடைப்பு எடுத்துக்கொண்டது என்று கேள்விப்பட்டேன். ஒருவேளை, அதனால்...? தனாதிபதி!..."

"பழுவூர் இளையராணி சௌக்கியமாயிருக்கிறார்கள் அல்லவா?" என்று ஜோதிடர் கேட்டது, பழுவேட்டரையர் பயங்கரத்தொனியில் சிரித்தார்.

"இல்லை, இல்லை! பழுவூர் இளையராணிக்கு ஒன்றும் நேரவில்லை. அவள் கொள்ளிடத்தில் முழுகிச் செத்துப் போய் விடவில்லை. இது வரையில் கடம்பூர் அரண்மனையில் சௌக்கியமாகவே இருக்க வேண்டும். ஆனால் அந்தச் சண்டாளி நாளை இந்த நேரம் வரையில் உயிரோடு இருப்பாளா என்று நான் சொல்லமுடியாது. ஜோதிடரே! நீர் சொல்ல முடியுமா? இராஜ குடும்பங்களைச் சேர்ந்தவர்கள் எல்லாருடைய ஜாதகங்களும் உம்மிடம் இருப்பதாகக் கேள்விப்பட்டிருக்கிறேன். அது உண்மையா? நந்தினியின் ஜாதகம், நான் கிழ வயதில் அறிவு கெட்டு மணந்து கொண்ட மோகினிப் பேயின் ஜாதகம் இருக்கிறதா?"

ஜோதிடர் மேலும் பதறிப் போனவராய், "தனாதிபதி! இது என்ன சொல்கிறீர்கள்? என்னைச் சோதனை செய்கிறீர்களா? இளைய ராணியின் ஜாதகம் என்னிடம் இல்லை. அவர் பிறந்த நாளும் வேளையும் தாங்கள் தெரிவித்தால் ஜாதகம் கணிக்க முடியும்" என்றார்.

"வேண்டாம்; வேண்டாம், நந்தினியின் ஜாதகத்தை நானே கணித்துக் கொள்வேன். அவளுடைய ஆயுளை நானே, என் கையினாலேயே, முடிவு கட்டத் தீர்மானித்து விட்டேன். மற்றவர்களுடைய ஜாதகத்தைப் பற்றித் தெரிந்தால் சொல்லுங்கள். சக்கரவர்த்தியின் ஆயுர்ப் பாவம் எப்படியிருக்கிறது?... ஆகா! தலையை அசைக்கிறீர்! நீர் சொல்ல மாட்டீர். உம்மை நான் சோதிப்பதாகவே எண்ணுவீர். அல்லது உம்முடைய ஜோதிட சாஸ்திரம் எல்லாமே வெறும் புரட்டோ, என்னமோ, யார் கண்டது?... ஜோதிடரே! ஜாதகம் ஒருபுறம் இருக்கட்டும். சில காலமாக வானத்தில் தோன்றிக் கொண்டிருந்த தூமகேது இன்று காலையில் வானத்திலிருந்து பூமியில் விழுந்து மறைந்ததே, அது உமக்குத் தெரியுமா? தெரிந்தால், அதன் பொருள் என்ன என்று சொல்லக் கூடுமா? அது ஏதேனும் பெரிய உற்பாதத்தைக் குறிப்பிடுகிறதா? சக்கரவர்த்திக்கோ, அவருடைய மக்களுக்கோ நேரப் போகிற விபத்தைக் குறிப்பிடுகிறதா? இதைக்கூட நீர் சொல்ல மறுப்பதாயிருந்தால்

உம்முடைய ஜோதிடம் வெறும் புரட்டுத்தான்!"

"தனாதிபதி! அப்படி முடிவு கட்ட வேண்டாம். இராஜாங்க சம்பந்தமான காரியங்களில் ஜோதிடம் பார்க்கக் கூடாது என்பது எங்கள் தொழிலின் பரம்பரை மரபு. இன்று காலையில் தூமகேது விழுந்ததை நான் கண்ணால் பார்க்கவில்லை. ஏதோ ஜகஜ்ஜோதியான வெளிச்சம் தோன்றியதைக் கண்டு ஆச்சரியப்பட்டு உடனே எழுந்து வெளியில் சென்று பார்த்தேன். சில நாளாக வால் குறுகி வந்து கொண்டிருந்த தூமகேதுவைக் காணவில்லை. தூமகேது தோன்றுவதும் விழுவதும் அரசகுலத்தினர்க்கு அதிர்ஷ்டத்தைக் குறிப்பிடுவதாகச் சொல்லுவார்கள். ஆனால் அது ஜோதிட சாஸ்திரத்தைச் சேர்ந்ததல்ல. ஜனங்களின் தொன்று தொட்ட நம்பிக்கை. அதில் எனக்கு அவ்வளவாக நம்பிக்கை கிடையாது. இன்று காலையில் கூடச் சக்கரவர்த்தி சௌக்கியம் என்று தெரிந்து கொண்டிருக்கிறேன்."

"அது நமது அதிர்ஷ்டந்தான். இன்றிரவு சக்கரவர்த்திக்கு ஒன்றும் நேரிடாமலிருக்க வேண்டும். நாளை வரையில் அவர் சும்மாயிருந்தால் அப்புறம் கவலையில்லை. பொன்னியின் செல்வனைப் பற்றி ஏதேனும் தெரியுமா?...

"நேற்றிரவு வெகு நேரத்துக்குப் பிறகு இளவரசர் திருவாரூர் வந்து சேர்ந்திருப்பதாகக் கேள்விப்பட்டேன். தனாதிபதி! பதினாயிரம், லட்சம் மக்கள் அவரைச் சூழ்ந்து வந்து கொண்டிருக்கிறார்களாம். அவருடைய விருப்பத்துக்கு விரோதமாக அவரைத் தஞ்சைக்கு அழைத்து வருகிறார்களாம்."

"ஆகா! அவர்கள் மட்டும் இளவரசரைத் தஞ்சையில் கொண்டு போய்ச் சேர்த்து விட்டால் எவ்வளவோ நன்றாயிருக்கும். ஆனால் முடியுமா? லட்சக்கணக்கானவர்கள் சூழ்ந்திருந்தாலும், யமனைத் தடுத்து நிறுத்த முடியுமா? சொல்லும், ஜோதிடரே, சொல்லும்! நீர் ஜோதிடம் சொல்லாவிட்டாலும் நான் சொல்லுகிறேன். சக்கரவர்த்திக்கும், அவருடைய குமாரர்கள் இருவருக்கும் இன்றைக்குப் பெரிய கண்டம் காத்திருக்கிறது. யமதர்மன் அவர்களை நெருங்கி நெருங்கி வந்து கொண்டிருக்கிறான். சக்கரவர்த்தியின் யமன் பழுவூர் மாளிகையைச் சேர்ந்த பொக்கிஷ நிலவறையில் மறைந்திருக்கிறான். அருள்மொழியின் யமன் யானைப் பாகனுடைய அங்குசத்திலே ஒளிந்திருக்கிறான். அவர்கள் இருவரையும் தடுத்து நிறுத்திச் சக்கரவர்த்தியையும் பொன்னியின் செல்வனையும் காப்பாற்றுவது உம்முடைய பொறுப்பு. என் முத்திரை மோதிரத்தை எடுத்துக்கொண்டு உம் சீடன் தஞ்சைக்குப் போகட்டும். நீர் திருவாரூர் சென்று இளவரசருக்கு எச்சரிக்க வேண்டும், செய்வீரா? உடனே புறப்படுவீரா?"

ஜோதிடர் தத்தளித்துப் போனார். பழுவேட்டரையருக்கு சித்தப் பிரமை பிடித்துவிட்டதா என்ற சந்தேகம் அவன் மனத்தில் தோன்றியது. ஆனால் அப்படியும் நிச்சயமாகச் சொல்லுவதற்கில்லை. கூறுவதெல்லாம் அறிவுக்குப் பொருத்தமாகவே இருக்கிறது. ஆத்திரத்துடனும் பரபரப்புடனும் பேசினாலும், உண்மையைச் சொல்லுகிறவராகவே தோன்றுகிறது. இந்தப் பேச்சையெல்லாம் இளைய பிராட்டியும் கேட்டுக் கொண்டிருப்பார். அவளுடைய கருத்தைத் தெரிந்து கொள்ள வேண்டும். எப்படியாவது இந்தக் கிழவரை இங்கிருந்து உடனே அனுப்பி விட வேண்டும்.

"துர்க்கா பரமேசுவரியின் அருளினால் தங்களுடைய கட்டளையை என்னால் இயன்றவரை நிறைவேற்றி வைப்பேன்?"

இப்படி ஜோதிடர் கூறியபோது உள்ளேயிருந்து பெண்கள் அணியும் பாதச் சிலம்பின் ஒலி கேட்டது.

"ஆகா! துர்க்கா பரமேசுவரி பாதச் சதங்கையை ஒலித்து அருள் புரிகிறாள். இனி, நான் கடம்பூருக்குத் திரும்பலாம், இதோ புறப்படுகிறேன்...."

"தனாதிபதி! பசியாயிருக்கிறது என்றீர்களே? இந்த எளியவன் வீட்டில் அமுது செய்து விட்டு..."

"வேண்டாம், வேண்டாம்! என் பசி, தாகம் எல்லாம் பறந்து போய்விட்டன. நானும் கடம்பூருக்குப் பறந்து போகவேண்டும். ஆலயத்துக்கு அருகில் ரதம் ஒன்று நிற்கிறதே. அது யாருடையது, ஜோதிடரே? அதை நான் எடுத்துச் செல்லப் போகிறேன். கொள்ளிடக்கரை சென்றதும் திருப்பி அனுப்பி விடுகிறேன். ஓடத்தை மட்டும் எடுத்துக் கொண்டு..."

"ஐயா! அந்த ரதம்... அந்த ரதம்... என் பேரில் கருணை கூர்ந்து அதை எடுத்துப் போக வேண்டாம்..."

"ஜோதிடரே! நீர் வீணாகக் கவலைப்படாதீர். சோழ நாட்டின் பட்டத்து இளவரசருடைய உயிரைக் காப்பாற்றுவதற்காக நான் அந்த ரதத்தை எடுத்துப் போகிறேன். துர்க்கா தேவியே அதற்குச் சம்மதம் தருவாள். மறுபடியும் பாதச் சிலம்பை ஒலிக்கச் செய்து தேவி அருள் புரிந்தால், சம்மதம் கிடைத்ததாக அறிந்து கொள்வேன் அதோ, கேளும்."

இவ்விதம் பெரிய பழுவேட்டரையர் கூறிக் கொண்டிருக்கையில், இளைய பிராட்டி குந்தவை பக்கத்து அறையின் கதவைத் திறந்து கொண்டு இலேசாகப் பாதச் சிலம்பு ஒலிக்க நடந்து வந்தாள்.

பெரிய பழுவேட்டரையர் அவளைப் பார்த்து வியப்படையவில்லை; திடுக்குறவும் இல்லை.

"தாயே! நான் ஊகித்தது சரிதான். அடுத்த அறையில் நீ இருக்க வேண்டும் என்று கருதினேன். உன் முகத்தைப் பார்த்துப் பேசுவதற்கு எனக்குத் தைரியம் இல்லை. ஆகையினாலேயே உன் காதில் விழட்டும் என்று இவ்வளவு சத்தம் போட்டுப் பேசினேன்; ஜோதிடரிடம் நான் சொன்னதையெல்லாம் கேட்டுக் கொண்டாய் அல்லவா?"

"ஐயா! மன்னிக்க வேண்டும். நான் செய்த பிழையை மன்னிக்க வேண்டும். இந்த வீட்டில் தாங்கள் திடீரென்று பிரவேசித்த போது, தாங்கள்தான் என்பதை என்னால் நிச்சயமாக அறிய முடியவில்லை. அதனால் தங்களுடைய பேச்சை ஒட்டுக் கேட்கும்படி நேர்ந்தது, மன்னிக்க வேண்டும்!" என்றாள் குந்தவை.

"தாயே! நான் உன்னை மன்னிப்பதற்கு ஒரு காரணமும் ஏற்படவில்லை. உன்னிடந்தான் நான் மன்னிப்புக் கேட்க வேண்டும். மன்னிப்புக் கோரத் தகுதியுடையவனா என்பதே எனக்குச் சந்தேகமாயிருக்கிறது. இன்றிரவுக்குள் கடம்பூர் சென்று, பட்டத்து இளவரசருக்கு எதுவும் நேராமல் தடுத்தேனானால், உன்னிடம் மன்னிப்புக் கோருவதற்கு நான் தகுதி பெறுவேன். மூன்று வருஷங்களாக இந்தக் கிழவனின் கண்கள், மோகாந்தகாரத்தினால் மூடியிருந்தன. என் கண்களைத் திறப்பதற்கு நீ எவ்வளவோ பிரயத்தனம் செய்தாய். எத்தனையோ குறிப்புகள் சொன்னாய். ஒன்றும் என் காதில் ஏறவில்லை. என் சகோதரன் காலாந்தக கண்டனும் என் கண்களைத் திறக்க முயன்றான். அவன் முயற்சியும் பலிக்கவில்லை. நேற்றிரவு துர்க்கா பரமேசுவரியின் கருணையினால் பாண்டிய நாட்டுச் சதிகாரர்கள் இருவரின் சம்பாஷணையை ஒட்டுக் கேட்க நேர்ந்தது. அதன் பலனாகவே உண்மையை அறிந்தேன். அந்தச் சண்டாளியை, சதிகாரியை, விஷநாகத்தை, என் அரண்மனையிலேயே வைத்திருந்து பாலூட்டிச் சீராட்டி வளர்த்தேன். அவள் என்னைக் குலத்துரோகியாக்கினாள்; இராஜத் துரோகியாக்கினாள். சோழநாட்டுப் பொக்கிஷத்திலிருந்த பொருளை எடுத்துப் பாண்டியநாட்டுச் சதிகாரர்களுக்குக் கொடுத்தாள். அந்தப் பாதகி நந்தினியை இன்று இரவு கழிவதற்குள் என் கையினாலேயே கொன்றாலொழிய என் நெஞ்சில் கொழுந்துவிடும் நெருப்பு அணையாது..."

இவ்வாறு பழுவேட்டரையர் கூறி வந்தபோது அவர் சற்று எதிர்பாராத ஒரு காரியத்தைக் குந்தவை செய்தாள். திடீரென்று அவர் காலடியில் விழுந்து வணங்கினாள். பழுவேட்டரையர் இன்னது செய்வதென்று தெரியாமல் திகைத்து நின்றபோது, இளையபிராட்டி எழுந்து நின்று, "ஐயா! எனக்கு ஒரு வரம் கொடுத்து அருள வேண்டும்!" என்றாள்.

"இளவரசி என்னைச் சோதிக்கிறாய் போலத் தோன்றுகிறது. வேண்டாம்! என்னுடைய பாவச் செயல்கள் எவ்வளவு பயங்கரமானவை என்பதை நன்கு உணர்ந்து கொண்டேன். அவற்றுக்கு என்ன பிராயச்சித்தம் செய்து கொள்வது என்று தான் யோசித்துக் கொண்டிருக்கிறேன். அதற்கு முன்னால், இன்றைய்க் கண்டத்திலிருந்து சோழ குலத்தைச் சேர்ந்த மூன்று பேரையும் தப்புவித்தாக வேண்டும். உன் தந்தைக்கும், சகோதரர்களுக்கும் இன்று தீங்கு ஒன்றும் நேரிடாமலிருக்க வேண்டும். அதற்கு எனக்கு உதவி செய். இன்று ஒருநாள் போகட்டும், நாளைக்கு நானே உன்னிடம் வந்து, "எனக்கு தண்டனை என்ன?" "பிராயசித்தம் என்ன?" என்று கேட்பேன்!" என்றார்.

"ஐயா! தங்களுக்குத் தண்டனை கொடுக்கவோ, பிராயச்சித்தம் சொல்லவோ, நான் முற்பட மாட்டேன். தாங்கள் என் பாட்டனாரின் ஸ்தானத்தில் உள்ளவர். என் தந்தையின் போற்றுதலுக்கு உரியவர். உண்மையாகவே, தங்களிடம் ஒரு வரம் கேட்கிறேன்..."

"அப்படியானால், உடனே கேள் அம்மா! வெறும் பேச்சுப் பேசுவதற்கு இப்பொழுது நேரமில்லை."

"கொடுப்பதாக வாக்கு அளியுங்கள்!"

"உனக்கும், உன் குடும்பத்துக்கும் நான் செய்து விட்ட துரோகத்துக்கு நான் கொடுக்கக் கூடியது எதுவும் ஈடாகாது. நீ எது கேட்டாலும் கொடுக்கிறேன். சீக்கிரம் கேள்!"

"இளையராணி நந்தினி தேவியைத் தாங்கள் ஒன்றும் செய்வதில்லை என்று வாக்கு அளிக்க வேண்டும். அதுதான் நான் கோரும் வரம்!"

"அம்மா! இது எது என்ன விளையாட்டா? விளையாட இதுதானா சமயம்? என் முதுமைப் பிராயத்தில் நான் புத்திகெட்டுப்போனது உண்மைதான். அதற்காக என்னை முழுப் பைத்தியக்காரனாக்கி விடப் பார்க்கிறாயா? அந்தச் சதிகாரிக்கு நான் தக்க தண்டனை கொடுக்காவிட்டால், மற்ற சதிகாரர்களை எப்படித் தண்டிக்க முடியும்? என் கையினால் அவளைக் கொன்றுவிட்டுத்தான் மறு காரியம் பார்ப்பேன். என் மனத்திலுள்ளதையெல்லாம் சொல்லி விட்டு, இந்தக் கிழவனை அவளால் கடைசி வரையில் ஏமாற்ற முடியவில்லையென்பதை எடுத்துக் காட்டிவிட்டு, அவளை என் வாளினாலேயே வெட்டிக் கொல்லுவேன். அதற்குக் குறைந்த தண்டனை எதுவும் அவளுக்குக் கொடுத்தால் நியாயம் செய்தவனாக மாட்டேன். அதற்குப் பிறகு, எனக்கு என்ன நியாயமான தண்டனை என்பதையும் யோசிப்பேன். போ! அம்மா! போ! உன் தந்தையையும், தம்பியையும் இன்று வரப்போகும் கண்டத்திலிருந்து காப்பாற்றுவதற்கு வேண்டிய பிரயத்தனம் செய்!..."

"செய்கிறேன், ஐயா! ஆனால் என் சகோதரியைப் பாதுகாக்கவும் முயற்சி செய்ய வேண்டாமா? இளைய ராணி நந்தினி என் சகோதரி. அவருக்குத் தாங்கள் என்ன தீங்கு செய்தாலும், அதுவும் சோழ குலத்துக்குச் செய்த துரோகமாகும்!"

பழுவேட்டரையர் எல்லைக் கடந்த திகைப்பில் ஆழ்ந்தார். "நான் இன்னமும் கனவு கண்டு கொண்டிருக்கிறேனா?" என்று அவர் உதடுகள் முணு முணுத்தன.

"இல்லை, இல்லை! தாங்கள் கனவு காணவில்லை. தாங்கள் காண்பதும் கேட்பதும் உண்மைதான். சிறிது யோசித்துப் பாருங்கள்; பழைய சம்பவங்களை நினைத்துப் பாருங்கள். என் சகோதரன் அருள்மொழிவர்மனைக் காவேரியில் முழுகிப் போகாமல் ஒரு மாதரசி காப்பாற்றியது நினைவிருக்கிறதா? அவள்தான் இளையராணி நந்தினியின் தாயார். இளைய ராணியைத் தாங்கள் மணம் புரிந்து அரண்மனைக்கு அழைத்துக் கொண்டு வந்த நாளில், என் தந்தை நினைவிழந்து விழுந்தது நினைவிருக்கிறதா? இளைய ராணியின் அன்னையைக் காண்பதாக நினைத்தே சக்கரவர்த்தி மூர்ச்சை அடைந்தார். அவள் இறந்து விட்டதாக வெகுகாலம் எண்ணிக் கொண்டிருந்தார். ஆகையால் திடீரென்று இளைய ராணியைப் பார்த்ததும் ஞாபகத்தை இழந்தார்..."

பழுவேட்டரையருக்கு வேறு சில சம்பவங்களும் நினைவுக்கு வந்தன. நள்ளிரவில் நந்தினியை அவர் சுந்தரசோழ சக்கரவர்த்தியின் முன்னால் கொண்டுபோய் நிறுத்தியதும், அவளைக் கண்டு சக்கரவர்த்தி அலறியதும் அதற்கு நந்தினி கற்பித்துக் கூறிய காரணங்களும் அவருக்கு அப்பொழுது நினைவு வந்தன.

"தாயே! நீ பேசுவது விளையாட்டு அல்ல என்பதை உணர்கிறேன். விதியின் விளையாட்டுத்தான் மிக விசித்திரமாயிருக்கிறது. இளையராணி உன் தமக்கை என்றால், ஆதித்த கரிகாலனுக்கும் அவள் சகோதரியாகிறாள். இந்த உறவு உனக்கு மட்டுந்தான் தெரியுமா, இன்னும் யார் யாருக்கெல்லாம் தெரியும்? சக்கரவர்த்திக்குத் தெரியுமா?

"சக்கரவர்த்தி இரண்டு நாளைக்கு முன்பு வரையில் என்னுடைய பெரியன்னை இறந்துவிட்டதாகவே எண்ணிக் கொண்டிருந்தார். முந்தாநாள் அந்த மூதாட்டி நேரில் வந்தபோது கூடப் பேய் என்று எண்ணி விளக்கை விட்டு எறிந்தார், பிறகுதான் நம்பினார்..."

"அதைப்பற்றிக் கேட்கவில்லை, அம்மா! இளைய ராணி தன் சகோதரி என்பது கரிகாலனுக்குத் தெரியுமா?"

"அவனுக்கு இதற்குள் தெரிந்திருக்க வேண்டும். எனக்கு அவன் வாணர்குலத்து வீரர் ஒருவரிடம் ஓலை கொடுத்து அனுப்பியிருந்தான். அவரிடம் நான் சொல்லி அனுப்பினேன்..."

"ஆகா! வந்தியத்தேவன் வல்லவரையனை சொல்கிறாயாக்கும்!"

"ஆம், ஐயா!"

"அவன் கரிகாலனிடம் சொல்லியிருப்பான் என்று தோன்றவில்லை. சொல்லியிருந்தாலும், கரிகாலன் நம்பியிருக்க மாட்டான். எனக்கே நம்பிக்கை உண்டாகவில்லையே? அவன் எப்படி நம்புவான்? இளைய ராணிக்கு இச்செய்தி தெரிந்திருக்க முடியாது; தெரிந்திருந்தாலும் பயனில்லை. சதிகாரர்கள் வேறு விதத்தில் தங்கள் நோக்கத்தை நிறைவேற்றிக் கொள்ளப் பார்ப்பார்கள். இன்றிரவு அதற்குக் கட்டாயம் முயற்சி செய்வார்கள். அம்மா! நீ தெரிவித்த செய்தி என்னுடைய பொறுப்பை இன்னும் பயங்கரமாக்குகிறது. இளையராணி நந்தினி, சகோதர ஹத்தி செய்யாமல் பாதுகாக்கும் கடமை எனக்கு ஏற்படுகிறது. நான் உடனே கடம்பூர் போகிறேன். நீங்கள் வந்த ரதத்தை எடுத்துக் கொண்டு போகிறேன். சக்கரவர்த்திக்கும், பொன்னியின் செல்வனுக்கும் ஒன்றும் நேராமல் பாதுகாப்பது உன்னுடைய பொறுப்பு!" என்றார்.

"ஐயா! தாங்கள் கவலைப்பட வேண்டாம். நான் இதோ தஞ்சைக்குப் புறப்படுகிறேன். பழையாறையிலிருந்து வாகனம் தருவித்துக் கொண்டு போகிறேன். பொன்னியின் செல்வனைப் பற்றிச் சிறிதும் கவலைப்படத் தேவையில்லை. அவன் பிறந்த நாளும் வேளையும் அவனைப் பாதுகாக்கும்!" என்றாள்.

"பெண்ணே! ஜோதிடத்தை நம்பி அஜாக்கிரதையாக இருந்துவிடாதே! ஜோதிடர்கள் மனத்திற்குள் உண்மை தெரிந்திருந்தாலும் வெளிப்படையாகச் சொல்ல மாட்டார்கள்! இரண்டு பொருள் தொனிக்கும்படி ஏதேனும் கூறி வைப்பார்கள். காரியம் நடந்த பிறகு 'முன்னமே சொல்லவில்லையா?' என்பார்கள். ஜோதிடத்தை நம்பினாலும் ஜோதிடக்காரர்களை நம்ப வேண்டாம்!" என்று போகிற போக்கில் ஒரு சொல்லம்பைப் போட்டு விட்டுப் பழுவேட்டரையர் வெளியேறினார்.

அவர் அப்பால் சென்ற சில வினாடி நேரத்துக்கெல்லாம் ஆழ்வார்க்கடியான் உள்ளே பிரவேசித்தான்.

"ஆம், ஆம்! தனாதிகாரி கூறியதை நான் ஆமோதிக்கிறேன். ஜோதிடத்தை நம்பினாலும், ஜோதிடக்காரர்களை நம்பவே கூடாது!" என்றான்.

14. வானதியின் சபதம்

திடும் பிரவேசமாக உள்ளே புகுந்த ஆழ்வார்க்கடியானைப் பார்த்துக் குந்தவை, "திருமலை, நீ எப்படி இங்கே வந்து முளைத்தாய்? எதற்காக வந்தாய்?" என்று கேட்டாள்.

"அம்மணி! எல்லாம் இந்த ஜோசியருடைய மோசடி வார்த்தையினால்தான்! இன்று காலையில் இவரிடம் 'நான் போகும் காரியம் வெற்றிகரமாக முடியுமா?' என்று கேட்டேன். 'முடியும்' என்று சொன்னார். ஆனால் இந்த இடத்தை விட்டுச் சிறிது தூரம் போகக் கூட முடியவில்லை. காரியம் வெற்றி பெறுவது எப்படி? ஆகையினால்தான் சற்று முன் பழுவேட்டரையர் கூறியதை நான் ஆமோதிக்கிறேன். இவருடைய ஜோதிட சாஸ்திரமே ஏமாற்றா அல்லது இவர்தான் வேண்டுமென்று ஏமாற்றினாரா என்று கேட்டுத் தெரிந்து கொண்டு போக வந்தேன். பழுவேட்டரையரின் குரலை இங்கே கேட்டதும், இவர் பேரிலேயே எனக்கு சந்தேகம் ஊர்ஜிதப்பட்டது. ஆனால் தங்களை இங்கு நான் எதிர் பார்க்கவேயில்லை" என்றான்.

"என்னை நீ எதிர்பார்த்திருக்க முடியாதுதான். நீ எதற்காக வந்தாய்? என்ன காரியம் வெற்றி அடையுமா என்று ஜோதிடரைக் கேட்டாய்? இரகசியம் ஒன்றுமில்லையே" என்றாள் இளவரசி.

"தங்களுக்குத் தெரிய முடியாத இரகசியம் இருக்க முடியும்?

சக்கரவர்த்தியின் கட்டளைப்படி நேற்றிரவே முதன் மந்திரி என்னை நாகப்பட்டினத்துக்குப் போகும்படி ஏவினார் இளவரசரைக் கையோடு அழைத்து வருவதற்காகத்தான். வழியில் செம்பியன் மாதேவியைப் பார்த்து அவரிடமும் ஓர் ஓலையைக் கொடுத்துப் போகும்படி ஏவினார்... தாங்கள் எப்போது தஞ்சையிலிருந்து கிளம்பினீர்கள், தேவி?"

"பொழுது விடிந்து சிறிது நேரத்துக்குப் பிறகு கிளம்பினோம். இதை ஏன் கேட்கிறாய், திருமலை?"

"கொடும்பாளூர்ப் படைகள் தஞ்சைக் கோட்டையைச் சூழ்ந்து கொண்டு விட்டனவா என்று தெரிந்து கொள்வதற்காகக் கேட்டேன்."

"என்ன? என்ன?"

"ஆம், தேவி! தங்களுக்குத் தெரியாதா, என்ன? நேற்றிரவு சக்கரவர்த்தியைப் பார்த்து விட்டு முதன் மந்திரி அவருடைய மாளிகைக்குத் திரும்பி வந்தபோது இரண்டு செய்திகள் காத்திருந்தன. ஒன்றுதான், நாகைப்பட்டினத்திலிருந்து இளவரசர் புறப்பட்டு வருகிறார்; பெரும் ஜனக்கூட்டம் புடைசூழ வந்து கொண்டிருக்கிறார் என்பது..."

"அதை நானும் இன்று காலை அறிந்தேன். என் தம்பியை இங்கே தடுத்து நிறுத்திக் கொள்வதற்காகவே புறப்பட்டு வந்தேன். இன்னொரு செய்தி என்றாயே, அது என்ன?"

ஆழ்வார்க்கடியான் வானதியைச் சுட்டிக்காட்டி, "அம்மா! இந்தக் கொடும்பாளூர் இளவரசியை எதற்காக அழைத்து வந்தீர்கள்?" என்று கேட்டான்.

"அவள் எப்போதும் வருவது போல் இப்போதும் வந்தாள்; அழைத்து வந்தேன், எதற்காகக் கேட்டாய்?"

"இரண்டாவது செய்தியை இந்த இளவரசி இருக்கும்போது சொல்லத் தயக்கமாய் இருக்கிறது."

"சொல், திருமலை! இவள் எனக்கு எவ்வளவு அந்தரங்கமானவள் என்பது உனக்குத் தெரியாதா? எனக்குத் தெரியக் கூடியது எதுவும் இவளுக்கும் தெரியலாம்..."

"ஆனாலும் இந்த இளவரசிக்குச் சம்மந்தப்பட்ட காரியம் அது. தென்திசைச் சேனாதிபதி பூதி விக்கிரம கேசரி ஒரு மாபெரும் சைன்யத்தைத் திரட்டிக் கொண்டு தஞ்சைக் கோட்டையை நெருங்கி வந்து கொண்டிருக்கிறார் என்று நேற்றிரவு முதன் மந்திரிக்குச் செய்தி வந்தது. சேனாதிபதியிடமிருந்து ஓர் ஓலையும் முதன் மந்திரிக்கு வந்தது. சக்கரவர்த்தியைத் தஞ்சைக் கோட்டையிலும், சின்ன இளவரசரை ஏதோ ஓர் இரகசிய இடத்திலும் பழுவேட்டரையர்கள் சிறைப்படுத்தி வைத்திருப்பதாக அதில் குற்றம் சாட்டியிருந்தது. பழுவேட்டரையர்கள், தனாதிகாரி பொறுப்பையும், தஞ்சைக் காவல் பொறுப்பையும், உடனே விட்டு நீங்க வேண்டும் என்றும், இளவரசரைக் கொண்டு வந்து ஒப்புவிக்க வேண்டும் என்று எழுதியிருந்தது. இல்லாவிட்டால் இன்று மாலைக்குள் தஞ்சைக் கோட்டையைச் சுற்றி முற்றுகை ஆரம்பமாகி விடும் என்று எழுதியிருந்தது. அம்மணி! தஞ்சைக்குத் தெற்குத் திசையிலும், மேற்குத் திசையிலும் ஏற்கனவே கொடும்பாளூர் படைகள் நெருங்கி வந்து விட்டனவே? தங்களுக்குத் தெரியாதா?"

"தெரியாது, முதன் மந்திரி இதைப்பற்றி ஒரு வார்த்தையும் என்னிடம் சொல்லவில்லையே?"

"சொல்லியிருந்தால், நீங்கள் ஒருவேளை தஞ்சைக் கோட்டையை விட்டுப் புறப்பட்டிருக்க மாட்டீர்கள். முக்கியமாக, கொடும்பாளூர் இளவரசியை உடனே வெளியேற்றிவிட முதன் மந்திரி விரும்பியிருக்கலாம்..."

"அது ஏன்? இவள் அங்கு இருந்தால் என்ன நேர்ந்து விடும்?"

"இந்த இளவரசியைச் சின்னப் பழுவேட்டரையர் ஒருவேளை சிறைப்படுத்தினாலும் படுத்தி விடுவார்..."

"அவ்வளவு துணிச்சல் அவருக்கு வந்து விடுமா? மெய்யாகவே இதை நீ சொல்லுகிறாய்?"

"ஆம், தேவி! மேலும் தென்திசைச் சேனாதிபதி சொல்லி அனுப்பிய செய்தியைக் கேட்டால், தாங்களே அறிந்து கொள்வீர்கள்..."

"என்ன? மேலும் என்ன?"

"இளவரசர் அருள்மொழிவர்மருக்கும், கொடும்பாளூர் இளவரசி வானதி தேவிக்கும் உடனே திருமணம் நடத்தியாக வேண்டும். ஆதித்த கரிகாலர் தமக்கு இராஜ்யம் வேண்டாம் என்று சொல்வதால் அருள்மொழிச் சோழரையே அடுத்த பட்டத்துக்கு உரியவராக யுவராஜ பட்டாபிஷேகம் செய்ய வேண்டும் என்றும் கேட்டிருக்கிறார். இதற்கெல்லாம் சம்மதிக்காவிட்டால் தஞ்சைக் கோட்டையை மூன்றே நாளைக்குள் தரை மட்டமாக்கி விடுவேன் என்று சொல்லி அனுப்பியிருக்கிறார். சோழநாட்டு மக்கள் தம்மை ஆதரிப்பதாகவும் தெரிவித்திருக்கிறார்..."

இதையெல்லாம் கேட்டுக் கொண்டிருந்த வானதி. "அக்கா! என் பெரியப்பாவுக்குத் திடீரென்று பைத்தியம் பிடித்து விட்டதா, என்ன?" என்று ஆத்திரத்துடன் கேட்டாள்.

"ஏன் வானதி அப்படிச் சொல்கிறாய்? வெகு காலமாகப் பலர் மனத்தில் இருந்த விஷயத்தையே உன் பெரியப்பா இப்போது பகிரங்கமாக அறிவித்திருக்கிறார். பழுவேட்டரையர்கள் 'மதுராந்தகனுக்குப் பட்டம் கட்ட வேண்டும்' என்ற முயற்சி தொடங்கியிருப்பதினால் கொடும்பாளூர் மன்னரும் திருக்கோவலூர் மலையமானும் இவ்விதம் வெளிப்படையாகச் சொல்ல ஆரம்பித்திருக்கிறார்கள்..."

"ஆம், தாயே! திருக்கோவலூர் மலையமான் கூட இதற்குள் ஒரு பெரிய சைன்யத்துடன் கடம்பூர் கோட்டைக்குச் சமீபம் வந்திருப்பார். என்னிடம் அவர் பேசியதிலிருந்தே அவ்வாறு தான் ஊகித்தேன். முதன் மந்திரிக்கும் தகவல் கிடைத்திருக்கிறது..."

"ஆனால் இப்போது நான் அறிந்திருக்கும் செய்திகள் அவர்கள் இருவருக்கும் தெரியாது. அவர்கள் இரண்டு பேருடனும் நான் பேசி உள்நாட்டுச் சண்டை நேராமல் தடுத்தாக வேண்டும். எப்படிச் செய்யப் போகிறேனோ, தெரியவில்லை..."

"தாயே ! நிலைமை இப்போது மிகவும் முற்றிப் போய் விட்டது. இனிமேல் ஒரு பெரிய பாரத யுத்தம் நடந்தே தீரும் போலிருக்கிறது..."

"இதைப் பாரதயுத்தம் என்று கூறியது ரொம்ப சரி, திருமலை! இப்போது யுத்தம் மூண்டால் அது ஒரு சகோதரச் சண்டையாகத்தான் இருக்கும். உற்றார் உறவினருக்குள்ளே நிகழும் சர்வ நாச யுத்தமாக இருக்கும். வானதி! இதைக் கேள் ! என் பாட்டனாரின் தகப்பனார் புகழ்பெற்ற பராந்தக சக்கரவர்த்தி, பழுவேட்டரையர் குலத்தில் பெண் கொண்டார். அவருடைய மகள், – என் சிறிய பாட்டி, – கொடும்பாளூரின் அரசரை மணந்து கொண்டார். என் பாட்டனார் அரிஞ்சயர் கொடும்பாளூர்ப் பெண்ணை மணந்து கொண்டார். என் தந்தையோ திருக்கோவலூர் மலையமான் மகளை மணந்திருக்கிறார். இப்படி இந்த மூன்று குல மன்னர்களும் எங்கள் குலத்துடன் நெருங்கிய உறவு பூண்டவர்கள். ஒன்றுக்குள் ஒன்றாகக் கலந்து போனவர்கள். ஆயினும் அவர்கள் இப்போது கச்சை கட்டிக் கொண்டு சண்டைக்கு ஆயத்தமாகி வருகிறார்கள்! இந்த விதியை என்னவென்று சொல்கிறது – இவர்களுடைய சண்டையினால் சோழ ராஜ்யமே அழிந்துவிடும் போலிருக்கிறது!"

"அக்கா! எனக்குப் அதைப் பற்றியெல்லாம் கவலை இல்லை. எப்படியாவது சண்டை போட்டுக் கொண்டு சாகட்டும். ஆனால் இதில் என் பெயரை என் பெரிய தகப்பனார் எதற்காக இழுக்க வேண்டும்? உடனே திரும்பிப்போய் என் பெரியப்பாவைப் பார்த்து சண்டை பிடிக்கவேண்டும் என்று தோன்றுகிறது..."

"அதனால் என்ன பயன், கண்ணே? நீ சொல்வதை உன் பெரிய தகப்பனார் கேட்க மாட்டார். நீயும் நானும் சேர்ந்து மன்றாடினாலும் பயன்படாது. சிறு வயதுப் பெண்களாகிய நாம் சொல்வதை உன் பெரியப்பாவைப் போன்ற கிழவர்கள் கேட்க மாட்டார்கள். என் தம்பி அருள்மொழிவர்மன் மூலமாகத்தான் இந்தச் சண்டை நேராமல் தடுக்கமுடியும். திருமலை! நீ போனவன் ஏன் திரும்பி வந்தாய்? அருள்மொழி இப்போது எங்கே இருக்கிறானாம்?"

"திருவாரூரிலிருந்து நேற்றிரவே புறப்பட எண்ணியதாகக் கேள்வி. ஆனால் வழியெல்லாம் ஒரே வெள்ளக்காடாக இருப்பதால் வர முடியவில்லையாம். நானும் பழையாறைக்கு அப்பால் போகப் பார்த்து முடியாமல் திரும்பி வந்தேன். குடமுருட்டி உடைப்பெடுத்து ஒரே சமுத்திரமாகச் செய்திருக்கிறது..."

"எப்படியும் வெள்ளம் வடியும். அதற்குப் பிறகு அருள்மொழி இந்த வழியாக வந்துதானே ஆகவேண்டும்? அதுவரை காத்திருக்க வேண்டியதுதான். அதற்குள் தஞ்சையில் ஏதேனும் விபரீதம் நேர்ந்து விடப்போகிறதே என்று கவலையாயிருக்கிறது. திருமலை! நீ உடனே தஞ்சாவூர் திரும்பிப் போய்க் கொடும்பாளூர் மன்னரைக் கண்டு நான் சொல்லும் செய்தியைச் சொல்ல முடியுமா? அருள்மொழி வரும் வரையில் தஞ்சைக் கோட்டையை முற்றுகையிட வேண்டாம் என்று தெரிவிப்பாயா?"

"அக்கா! நானும் இவருடன் தஞ்சைக்குப் போகட்டுமா?"

"நீ இந்த மனிதருடன் போய் என்ன செய்வாய், என் கண்ணே?"

"போய் என் பெரிய தகப்பனாருடன் சண்டை பிடிப்பேன்."

"என்னவென்று சண்டை பிடிப்பாய்? உன் பேச்சை அவர் கேட்டுச் சண்டையை நிறுத்தி விடுவாரா?"

"சண்டையை நிறுத்தினால் நிறுத்தட்டும்; நிறுத்தாவிட்டால் எப்படியாவது நாசமாகப் போகட்டும். என் பெயரை இதில் இழுக்க வேண்டாம் என்று வற்புறுத்துவேன்."

"உன் பெயரை இழுக்கிறார்களா? அது எதற்காக?"

"சற்று முன் இந்த வீர வைஷ்ணவர் சொன்னதை நீங்கள் கேட்கவில்லையா, அக்கா?" என்று வானதி கூறி வெட்கத்தினால் தலை குனிந்தாள்.

"உன்னைப் பற்றி யார் என்ன சொன்னார்கள்? திருமலை! நீ இந்தப் பெண்ணைப்பற்றி என்ன சொன்னாய்?"

"இவரைப் பொன்னியின் செல்வருக்கு மணம் செய்விக்க வேண்டும் என்று சேனாதிபதி வற்புறுத்துவதைப் பற்றிச் சொன்னேன் அல்லவா? அதைக் குறிப்பிடுகிறார் போலிருக்கிறது!"

"வானதி! அதில் என்ன உனக்கு ஆட்சேபம்? பொன்னியின் செல்வனை மணந்து கொள்வதற்கு உனக்குப் பிரியம் இல்லையா?"

"பிரியம் இருக்கிறதோ, இல்லையோ. அதைப்பற்றி இப்போது என்ன பேச்சு? கல்யாணத்தையும், பட்டங்கட்டுவதையும் என் பேரில் தந்தை சேர்த்துப் பிரஸ்தாபிப்பதைத்தான், நான் ஆட்சேபிக்கிறேன். என்னைச் சோழ சிம்மாசனத்தில் ஏற்றுவிப்பதற்காகவே என் பெரிய தந்தை இந்தச் சண்டையை ஆரம்பிக்கிறார் என்றல்லவா ஏற்படுகிறது?..."

இச்சமயத்தில் ஒரு பெண்ணின் குரல், "கொடும்பாளூர் இளவரசிக்குச் சிம்மாசனம் ஏறுவது என்றாலே ரொம்ப வெறுப்புப் போலிருக்கிறது!" என்று கூறியதைக் கேட்டு எல்லாரும் அக்குரல் வந்த இடத்தைப் பார்த்தார்கள். அங்கே ஓடக்காரப் பெண் பூங்குழலி நின்று கொண்டிருந்தாள்.

குந்தவை அவளை வியப்புடன் பார்த்து, "பெண்ணே! நீ எப்படி இங்கே வந்தாய்? இன்று காலை உன்னையும், ஈழத்து ராணியையும் காணாமல் நாங்கள் தேடி அலைந்தோமே? உன் அத்தை எங்கே?" என்று கேட்டாள்.

"தேவி! மன்னிக்க வேண்டும்! என் அத்தை என்னைப் பலவந்தமாகப் பழுவூர் அரண்மனையின் சுரங்க வழியாகப் பிடித்து இழுத்துக் கொண்டுவந்து கோட்டைக்கு வெளியே அனுப்பி விட்டாள். நான் தஞ்சை அரண்மனையில் ஒருநாள் இருப்பது கூட என் அத்தைக்குப் பிடிக்கவில்லை! எனக்கும் அரண்மனை வாழ்வு பிடிக்கவில்லைதான்! கொடும்பாளூர் இளவரசிக்குச் சிம்மாசனமே வெறுத்துப் போயிருக்கும்போது, என்னைப் போன்றவர்களுக்கு அரண்மனையில் வசிக்க எப்படிப் பிடிக்கும்?" என்றாள் பூங்குழலி.

"பெண்ணே! எதையோ கேட்டால், எதையோ சொல்லுகிறாயே? உன் சித்தம் சரியான நிலையில் இல்லை போலிருக்கிறதே?" என்றாள் குந்தவை.

"அக்கா! அவள் சித்தம் சரியாகத்தான் இருக்கிறது. என்னைக் கேவலப்படுத்துவதற்காக வேண்டுமென்று இப்படிப் பேசுகிறாள். நான் சோழநாட்டின் சிம்மாதனம் ஏறி மகாராணி ஆகவேண்டும் என்ற ஆசை கொண்டிருக்கிறேனாம்! அதற்காகத் தான் தங்கள் தம்பியை – பொன்னியின் செல்வரை – மணக்க விரும்புகிறேனாம்! இவளுடைய மனசு எனக்கு நன்றாய்த் தெரிந்திருக்கிறது" என்றாள் வானதி.

"பாம்பின் கால் பாம்பு அறியும் என்ற பழமொழி பொய்யாகப் போகுமா?" என்றாள் பூங்குழலி.

"பெண்களே! நிறுத்துங்கள்! எந்தச் சமயத்தில் என்ன பேசுவது என்றே உங்களுக்குத் தெரியவில்லை. பூங்குழலி! உன் அத்தை இப்போது எங்கே இருக்கிறாள்?" என்று குந்தவை கேட்டாள்.

"பழுவூர் மாளிகையைச் சேர்ந்த பொக்கிஷ நிலவறையில் இருக்கிறாள்..."

"எதற்காக?"

"அங்கே ஒரு கொலைகாரன் கையில் வேலுடன் ஒளிந்து கொண்டிருக்கிறான். ஆகா! அவனை நாங்கள் இருவரும் இன்று அதிகாலையில் படுத்தி வைத்த பாட்டை நினைத்தால்! எங்கள் இருவரையும் இரண்டு பெண் பேய்கள் என்று நினைத்துக் கொண்டு அவன் மிரண்டு போய் அங்குமிங்கும் ஓடியதை எண்ணினால்...!" என்று கூறிவிட்டுப் பூங்குழலி கலகலவென்று சிரித்தாள்.

இந்தப் பெண்ணுக்குச் சித்தப் பிரமைதான் என்று குந்தவை மனதில் எண்ணிக்கொண்டு, "அப்புறம் சொல்! அவன் யார்? எதற்காக ஒளிந்திருக்கிறான்? உங்களுக்கு எப்படி அது தெரிந்தது?" என்று கேட்டாள்.

"அதெல்லாம் எனக்குத் தெரியாது, தேவி! என் அத்தைக்கு வாய் பேச முடியவிட்டாலும் காது கேளாவிட்டாலும், நமக்கெல்லாம் தெரியாத விஷயங்களைத் தெரிந்துகொள்ளும் அதிசயமான சக்தி உண்டு. அரண்மனையில் உள்ள யாரோ ஒருவரைக் கொல்லுவதற்காக அவன் அங்கே காத்திருக்கிறான் என்று எப்படியோ அறிந்து கொண்டாள். தேவி! பத்துத் தலை இராவணேசுவரனுடைய கைகளை உடைப்பதற்கு என் அத்தைப் பிரயத்தனப்பட்டாளே? அது எதற்கு என்று தெரியுமா?"

"தெரியாது; உனக்குத் தெரிந்தால் உடனே சொல்லு!"

"என் அத்தை இராவணன் கரங்களைத் தகர்க்க முயன்றதைப் பார்த்தபோது நீங்கள் எல்லாரும் அவளைப் பிச்சி – பைத்தியக்காரி என்று நினைத்தீர்கள். ஆனால் என் அத்தை பிச்சி அல்ல. அந்த இராவணன் கைகளுக்கு மத்தியிலேதான் பழுவேட்டரையரின் நிலவறைப் பொக்கிஷத்துக்குப் போகும் சுரங்கப்பாதை இருக்கிறது."

"ஆகா! அப்படியா?" என்று குந்தவை அதிசயித்தாள்.

"ஈழத்து ஊமை ராணி சக்கரவர்த்தியின் அரண்மனைக்கு எப்படி வந்தாள் என்பதும் தெரிகிறது!" என்றான் ஆழ்வார்க்கடியான்.

"இத்தனை நாளும் அரண்மனையிலிருந்த நமக்கு அப்படி ஒரு சுரங்க வழி இருப்பது தெரியாமற் போயிற்றே? இருக்கட்டும், நீ ஏன் உடனே அரண்மனைக்கு வந்து எங்களிடம் இதையெல்லாம் சொல்லவில்லை? உன் அத்தையைத் தனியாக விட்டுவிட்டு ஏன் வந்துவிட்டாய்?" என்றாள் இளையபிராட்டி.

"அத்தையின் பிடிவாதந்தான் காரணம். அங்கே ஒளிந்திருப்பவனைத் தான் பார்த்துக்கொள்வதாகச் சொல்லி என்னை வெளியே அனுப்பிவிட்டாள்!"

"ஏன்? ஏன்? அதைவிட முக்கியமான காரியம். எதற்காகவாவது உன்னை அனுப்பினாளா?"

"ஆம், அம்மணி!"

"அது என்ன பெண்ணே?"

"பொன்னியின் செல்வருக்கும் ஏதோ ஆபத்து வரப் போகிறது என்று என்னுடைய அத்தை தன் அதிசய சக்தியினால் தெரிந்து கொண்டிருக்க வேண்டும். அவர் இருக்குமிடத்துக்குப் போகும்படி என்னை அனுப்பினாள்!"

"ஆகா! பொன்னியின் செல்வன் இருக்குமிடத்தை தேடித் தான் நீ போய்க்கொண்டிருந்தாயா? அப்படியானால் ஏன் நின்று விட்டாய்?"

"இல்லை, தேவி! உண்மையைச் சொல்லிவிடுகிறேன். அரண்மனைக் காரியங்களில் இனிமேல் தலையிடுவதில்லையென்று தீர்மானித்து விட்டேன். கோடிக்கரைக்குப் போய்க் கொண்டிருந்தேன்; வழியில் இந்த வீர வைஷ்ணவன் என்னைச் சந்தித்து இங்கே அழைத்துக் கொண்டு வந்தான்!... நீங்கள் இருப்பது தெரிந்திருந்தால் வந்திருக்க மாட்டேன்!"

"பெண்ணே! அரண்மனை உனக்கு ஏன் அவ்வளவு வெறுத்துப் போய்விட்டது? எங்களை ஏன் பிடிக்காமல் போய் விட்டது? உன்னை யார் என்ன செய்துவிட்டார்கள்?" என்று இளையபிராட்டி குந்தவை கேட்டாள்.

"என்னை யாரும் எதுவும் செய்துவிடவில்லை. யார் பேரிலும் எனக்குக் குறையும் இல்லை. சில பேருக்குச் சிம்மாதனம் பிடிக்காமலிருப்பதுபோல் எனக்கும் அரண்மனை வாழ்வு பிடிக்கவில்லை, அவ்வளவுதான்!" என்று பூங்குழலி கூறிவிட்டு, வானதியைக் கடைக் கண்ணால் பார்த்து நகைத்தாள்.

அதைக் கவனித்து வானதி ஆவேசம் வந்தவள் போல் ஓர் அடி முன்னால் வந்து கூறினாள்:– "அக்கா! இவள் மறுபடியும் என்னைத் தான் ஏசிக் காட்டுகிறாள். நான் சொல்கிறேன்; கேளுங்கள், தங்கள் திருப்பாதங்களின்மீது ஆணையாகச் சொல்கிறேன். ஆகாசவாணி, பூமாதேவி சாட்சியாகச் சபதம் செய்கிறேன். பொன்னியின் செல்வர் இந்தக் கண்டத்திலும் தப்பிப் பிழைத்தாரானால், அவர் மனமுவந்து என்னைக் கரம் பிடித்து மணந்து கொண்டாரானால், அத்தகைய பெரும் பேறு எனக்குக் கிடைத்ததானால், தஞ்சை அரண்மனைச் சிம்மாதனத்தில் நான் ஒருநாளும் உட்காரவே மாட்டேன் இது சத்தியம்! சத்தியம்!"

15. கூரை மிதந்தது!

அச்சந்தர்ப்பத்தில் கொடும்பாளூர் இளவரசி இம்மாதிரி ஒரு சபதத்தைச் செய்வாள் என்று யாரும் எதிர்பார்க்கவில்லை. அதைக் கேட்டு அனைவரும் திகைத்துப் போனார்கள்.

இளையபிராட்டி கோபமும் பரிதாபமும் கலந்து பொங்கிய குரலில், "பெண்ணே! இது என்ன சபதம்? எதற்காகச் செய்தாய்? இப்படியும் ஒரு மூடத்தனம் உண்டா? ஏதோ வெறி பிடித்தவள் போல அல்லவா பிதற்றிவிட்டாய்?" என்றாள்.

"இல்லை, அக்கா! இல்லை! எனக்கு வெறி இல்லை. என் அறிவு தெளிவாயிருக்கிறது. பல நாளாக யோசித்து என் மனத்திற்குள் முடிவு செய்து வைத்திருந்ததையே இப்போது பலர் அறியக் கூறினேன்" என்றாள் வானதி.

அதற்குக் குந்தவை மறுமொழி சொல்வதற்குள் பூங்குழலியின் சிரிப்பு அவள் கவனத்தைக் கவர்ந்தது. அந்தப் பெண்ணுக்கு உண்மையிலேயே இப்போது வெறி பிடித்துவிட்டது போலத் தோன்றியது. முதலில் கலகலவென்று சிரித்தாள். பிறகு முகத்தைக் கைகளால் மூடிக்கொண்டு விம்மி விம்மி அழுதாள். பின்னர் திடீரென்று அழுகையை நிறுத்திவிட்டு மெல்லிய குரலில்,

"அலைகடலும் ஓய்ந்திருக்க
அகக்கடல்தான் பொங்குவதேன்?"

என்று பாடத் தொடங்கினாள்.

குந்தவை ஆழ்வார்க்கடியானைப் பார்த்து, "இந்த இரண்டு பெண்களும் சேர்ந்து என் மனத்தையும் குழப்பிப் பைத்தியமாக்கி விடுவார்கள் போலிருக்கிறது. திருமலை! இளவரசரைப் பார்க்கப் புறப்பட்டவன் இவளை எதற்காக இங்கு அழைத்துக் கொண்டு திரும்பி வந்தாய்?" என்று கேட்டாள்.

"தேவி! பொன்னியின் செல்வரைச் சந்திப்பதற்குத்தான் புறப்பட்டுச் சென்றேன். வழியெல்லாம் ஒரே வெள்ளமாயிருந்த படியால் போக முடியவில்லை. என்னைப் போலவே இவளும் தடைப்பட்டு நின்றதைப் பார்த்தேன். படகு சம்பாதித்துக் கொடுத்தால் தள்ளிக்கொண்டு போய்த் திருவாரூர் சேர்ப்பதாகச் சொன்னாள். அதற்காக ஜோதிடரிடம் திரும்பி வந்தேன். கோயிலுக்குப் பக்கத்தில் தங்கள் ரதப் படகைப் பார்த்ததும் சந்தோஷமாயிற்று. தங்களிடம் கேட்டுப் படகு வாங்கிச் செல்லலாம் என்று நினைத்தேன். ஆனால் பழுவேட்டரையர் ரதத்தோடு படகையும் கொண்டு போய் விட்டார்!" என்றான் ஆழ்வார்க்கடியான்.

"இப்போது என்ன யோசனை சொல்கிறாய்? பழுவேட்டரையர் கூறியதையெல்லாம் நீயும் கேட்டுக் கொண்டிருந்தாய் அல்லவா?" என்றாள் குந்தவை.

"ஆம் தாயே! அதைக் கேட்ட பிறகு இங்கே வீணபோகும் ஒவ்வொரு நிமிஷமும் ஒரு யுகமாகத் தோன்றுகிறது. இந்தப் பெண் சொல்வதிலிருந்தும் சக்கரவர்த்தியை

உண்மையிலேயே பயங்கரமான அபாயம் நெருங்கியிருப்பதாகத் தெரிகிறது. அது முதன் மந்திரிக்குக் கூடத் தெரியாது. ஆகையால் தாங்கள் கொடும்பாளூர் இளவரசியை அழைத்துக் கொண்டு உடனே தஞ்சாவூருக்குச் செல்லுங்கள். கொடும்பாளூர் படைகள் ஒருவேளை கோட்டையை முற்றுகையிட்டிருந்தால் தங்களைத் தவிர யாராலும் அப்படைகளைத் தாண்டிக் கொண்டு போக முடியாது. வானதி தேவியும் தங்களுடன் வந்தால் அதிக வசதியாகப் போய்விடும். நான் இந்த ஓடக்காரப் பெண்ணைச் சமாதானப்படுத்தி அழைத்துக் கொண்டு, ஒரு படகு சம்பாதித்துக் கொண்டு பொன்னியின் செல்வரிடம் போகிறேன். ஜோதிடரின் சீடனைப் படகு கொண்டு வருவதற்காக ஏற்கனவே அனுப்பி விட்டேன்!" என்றான் ஆழ்வார்க்கடியான்.

வானதி திடுக்கிட்டு எழுந்தவள் அவனை வெறிக்கப் பார்த்து, "முடியாது! முடியாது! பொன்னியின் செல்வரிடந்தான் போவேன்! செத்தாலும் அவர் காலடியிலேதான் சாவேன்!" என்றாள்.

அதைக் கேட்ட பூங்குழலி, 'கிறீச்' என்ற குரலில், "வைஷ்ணவரே! நான் உம்முடன் வரமுடியாது! கோடிக்கரையில் என் காதலர்கள் என்னை அழைத்திருக்கிறார்கள்! நள்ளிரவில் நெருப்பைக் கக்கும் என் காதலர்கள் என்னை அழைக்கிறார்கள்! இளவரசி ஓலை கொடுத்து அனுப்பினாரே, அந்த வாணர்குல வீரருக்குக்கூட என் காதலர்களை நான் காட்டினேன். அவர்களிடம் நான் போகவேண்டும்!" என்று கூவினாள்.

இதுவரையிலும் இவர்களுடைய சம்பாஷணையில் கலந்து கொள்ளாமல் எல்லாவற்றையும் கேட்டுக்கொண்டு திகைத்து நின்ற ஜோதிடர் இப்போது குறுக்கிட்டார். "அம்மா! அம்மா! எல்லாரும் சற்றுச் சும்மா இருங்கள்!" என்று இரைந்து கத்தினார்.

ஒரு நிமிடம் அங்கே பேச்சின் ஒலி நின்றிருந்தது. அப்போது வேறோர் ஒலி, – ரோமாஞ்சனத்தை உண்டாக்கும்படியான பேரொலி, – புயல் அடிக்கும்போது அலை கடலில் உண்டாகும் இரைச்சலையொத்த பேரோசை – கேட்டது.

"தாய்மார்களே! இந்தச் சந்தர்ப்பம் பார்த்து நீங்கள் இந்தப் பாவியின் குடிசைக்கு வந்தீர்களே! நான் நாட்டுக்கெல்லாம் ஜோதிடம் சொல்லி வந்தவன். உங்களுக்கு எச்சரிக்கை செய்து அனுப்பாமல் இருந்து விட்டேனே?" என்று ஜோதிடர் புலம்பினார்.

"ஐயா! இது என்ன? புதிய அபாயம் எங்களுக்கு என்ன வருகிறது?" என்று குந்தவை கேட்டாள்.

"தாயே! அரசலாற்றில் வெள்ளம் பெருகி வடகரையை உடைத்துக் கொள்ளும் போலிருக்கிறது என்று காலையிலேயே என் சீடன் சொன்னான். அரசலாறு உடைத்துக் கொண்டால் அந்த ஜலமெல்லாம் காவேரியில் வந்து விழும். காவேரி கரை புரண்டால் இந்த ஏழையின் வீடு அடியோடு முழுகிப் போய்விடும். காவேரிக்கு வெகு சமீபத்தில் இந்த வீடு இருக்கிறது. வாருங்கள்! வாருங்கள்! வெளியே வாருங்கள்!" என்று ஜோதிடர் கதறிக் கொண்டு, வீட்டை விட்டு வெளியே ஓடினார்.

எல்லாரும் அவரைத் தொடர்ந்து வெளியேறினார்கள். பீதி கொண்ட முகத் தோற்றத்துடன் ஜோதிடர், "அதோ!" என்று சுட்டிக் காட்டினார். அவர் சுட்டிக் காட்டிய தென்மேற்குத் திசையில் ஓர் அபூர்வமான காட்சி தென்பட்டது. அரைத் தென்னை மரம் உயரமுடைய ஒரு பசுமையான சுவர், – நீண்டு படர்ந்து ஓரளவு வளைந்திருந்த விசாலமான சுவர், – அந்த வீட்டை நோக்கி இரைச்சலிட்டுக் கொண்டு வந்ததைக் கண்டார்கள். காவேரியின் கரை உடைந்து நீர் வெள்ளம் அப்படிச் சுவரைப் போல் நகர்ந்து வருகிறது என்பதை அங்கிருந்த அனைவரும் ஒரு நொடியில் அறிந்து கொண்டார்கள்.

"அம்மா! வாருங்கள்! எல்லாரும் ஓடி வாருங்கள்! அம்மன் கோவில் மண்டபத்தின் மீது ஏறி நிற்கலாம்! தப்ப வேறு மார்க்கம் இல்லை! திருமலை என் சீடனைப் படகு கொண்டுவர அனுப்பியதே நல்லதாய்ப் போயிற்று! ஓடி வாருங்கள்!" என்று சொல்லிக் கொண்டே ஜோதிடர் வழி காட்டினார்.

மற்றவர்களும் அவரைப் பின்பற்றினார்கள். பூங்குழலியின் வெறியெல்லாம் இப்போது போய் விட்டது. "தேவி! தாங்கள் சிறிதும் அஞ்ச வேண்டாம். இதைக் காட்டிலும் எத்தனையோ பெரிய வெள்ளங்களை நான் சமாளித்திருக்கிறேன்!" என்று கூறிக் கொண்டே அவள் ஓடினாள். எல்லாருக்கும் முன்னதாகக் கோவில் மண்டபத்தை அடைந்து அதில் தாவி ஏறினாள்.

இதற்குள் வெள்ளம் கோவில் அருகிலும் வந்து சூழ்ந்து கொண்டு விட்டது. கீழே நின்றவர்களின் முழங்கால் வரை ஏறிவிட்டது. ஜோதிடரும், ஆழ்வார்க்கடியானும் தத்தித் தடுமாறி மண்டபத்தின் மீது ஏறினார்கள்.

குந்தவையும், வானதியும் மட்டும் இன்னும் கீழே நின்றார்கள்.

இருவரும் ஏற முயன்றார்கள், மேலேயிருந்த பூங்குழலி இளையபிராட்டியின் கைகளைப் பிடித்துத் தூக்கி விட்டாள்.

வானதி மட்டும் கீழே நின்றாள். அவள் இரண்டு தடவை ஏற முயன்று இரண்டு தடவையும் கைதவறி விட்டு விட்டாள்.

மேலே இருந்த இரு பெண்மணிகளும் அவளைப் பிடித்து மண்டபத்தில் தூக்கிவிட முயன்றார்கள்.

பூங்குழலி ஒரு கரத்தையும் இளைய பிராட்டி குந்தவை ஒரு கரத்தையும் பிடித்துத் தூக்கினார்கள்.

வானதி சட்டென்று நிமிர்ந்து பார்த்தாள். அவளுடைய ஒரு கரத்தைப் பூங்குழலி பிடித்துக் கொண்டிருந்தது தெரிந்தது. உடனே அந்தக் கையை உதறினாள். அவள் பிடியிலிருந்து கையை விடுவித்துக் கொண்டாள்.

அந்த வேகத்தில் குந்தவை பிடித்திருந்த கரமும் நழுவி விட்டது.

வானதி தொப்பென்று விழுந்தாள்; தண்ணீரிலேதான் விழுந்தாள். அதற்குள் தண்ணீர் அவளுடைய கழுத்துவரையில் ஏறி விட்டது. கால் நிலை கொள்ளவில்லை; வானதி தண்ணீரில் மிதந்தாள். வெள்ளம் அவளை அடித்துக் கொண்டு போயிற்று.

இவ்வளவும் ஒரு கணத்தில் நடந்து விட்டது; மண்டபத்தின் மேலேயிருந்தவர்கள், "ஆ!" என்று பரிதாபமாகக் கதறினார்கள்.

சில கண நேரத்துக்குள் வெள்ளம் வானதியை ஜோதிடர் வீட்டுக் கூரைமேல் கொண்டு போய்ச் சேர்த்தது. அந்தக் கூரை மேல் அவள் ஏறிக்கொண்டாள். "நல்ல வேளை! அபாயம் ஒன்றுமில்லை!" என்று எண்ணினாள்.

மண்டபத்தின் மேலிருந்தவர்களும் அவளைப் பார்த்தார்கள். வீட்டுக் கூரை மீது தொத்திக் கொண்டதைப் பார்த்தார்கள். அவர்களும், 'நல்ல வேளை! அபாயம் ஒன்றுமில்லை. படகு வந்ததும் அவளை எப்படியும் தப்புவிக்கலாம்!' என்று கருதினார்கள்.

"கூரையை விட்டுவிடாதே! கெட்டியாகப் பிடித்துக் கொள்!" என்று பலமாகக் கத்தினார்கள்.

வானதி ஜோதிடர் வீட்டுக் கூரையைக் கெட்டியாகப் பிடித்துக் கொண்டாள்.

சிறிது நேரத்துக்கெல்லாம் அந்தக் கூரையே அசைவது போலத் தோன்றியது. 'அடடா! வீடு இடிந்து விழுகிறதா, என்ன?'

ஆம்; ஜோதிடர் வீட்டுச் சுவர்கள் இடிந்து விழுந்து விட்டன. ஆனால் கூரை மட்டும் விழவில்லை!

கூரை, வெள்ளத்தில் மிதக்கத் தொடங்கி விட்டது.

வானதி அந்தக் கூரையைக் கெட்டியாகப் பிடித்துக் கொண்டு மிதந்தாள்.

கோவில் மண்டபத்தை நோக்கித் திரும்பிப் பார்த்தாள்.

"அக்கா! நான் அவரைப் பார்க்கப் போகிறேன். பொன்னியின் செல்வரைப் பார்க்கப் போகிறேன். காவேரித்தாய் என்னை அவரிடம் கொண்டு போகிறாள்!" என்று கூவினாள்.

அவள் கூறியது அவர்கள் காதில் விழுந்திருக்கும். முக்கியமாகப் பூங்குழலியின் காதில் விழுந்திருக்கும், என்று மனப்பூர்வமாக நம்பினாள்.

ஜோதிடர் வீட்டுக் கூரை வெள்ளத்தில் மிதந்து சென்று கொண்டிருந்தது.

வானதியும் போய்க்கொண்டிருந்தாள்.

16. பூங்குழலி பாய்ந்தாள்!

சோழ நாட்டில் பிரயாணம் செய்துள்ளவர்கள் அந்நாட்டின் இயற்கை அமைப்பில் ஒரு விசித்திரத்தைக் கவனித்திருப்பார்கள். சோழ நாட்டைச் சோறுடை வளநாடாகச் செய்யும் நதிகளில் வெள்ளம் வரும்போது, வெள்ளத்தின் மேல் மட்டம் நதிக்கு இருபுறங்களிலுமுள்ள பூமி மட்டத்துக்கு மிக்க உயரமாயிருக்கும். இவ்விதம் இருப்பதினாலேதான் நதிகளில் வரும் வெள்ளம் வாய்க்கால்களின் வழியாக வயல்களுக்குப் பாய்வது சாத்தியமாகின்றது.

இந்த நிலையில் வெள்ளத்தை நதிப் படுகையோடு போகச் செய்வதென்பது மிகவும் சிரமமான காரியம் அல்லவா? நதிகளுக்கு இருபக்கங்களிலும் உயரமான கரைகள் உறுதியாக அமைந்திருக்க வேண்டும். இல்லாவிடில், வெள்ளம் நதியோடு போவதற்குப் பதிலாக, மழை நீர் நாலாபுறமும் பாய்ந்து ஓடுவதுபோல் ஓடிச் சோழ நாட்டைத் தண்ணீர் தேங்கிய சதுப்பு நிலமாக்கி ஒன்றுக்கும் பயனற்றதாகச் செய்துவிடும்.

இதை முன்னிட்டு ஆதிகாலத்திலிருந்து சோழமன்னர்கள் காவேரிக்கும், காவேரியின் கிளை நதிகளுக்கும் கரைகள் அமைப்பதில் மிக்க கவனம் செலுத்தினார்கள். கரிகால் வளவன் ஈழ நாட்டிலிருந்து யுத்தத்தில் தோற்றவர்களைச் சிறைப்படுத்தி வந்து, காவேரிக்குக் கரையெடுக்கும் வேலையில் அவர்களை ஈடுபடுத்தினான் என்னும் வரலாற்றை நேயர்கள் அறிந்திருப்பார்கள்.

காவேரியின் கிளை நதிகளில் தண்ணீர் நல்ல மேல் மட்டத்தில் வருவதற்கு உதவியாகவே ஸ்ரீரங்கத்துக்கு ஒரு காத தூரம் கிழக்கே சோழ மன்னர்கள் கல்லணை கட்டினார்கள். அந்த அணையின் மூலம் தண்ணீர் மட்டம் மேலும் உயர்ந்து கிளை நதிகளில் நிறையத் தண்ணீர் பாய்வது சாத்தியமாயிற்று.

இவ்விதம் இயற்கை அமைப்போடு இடைவிடாத செயற்கை முயற்சிகளும் சேர்ந்தே சோழ நாட்டைப் பண்டை நாளிலேயே நீர் வளத்தில் இணையில்லாத நாடாகச் செய்திருந்தன.

சோழ வள நாட்டுக்கு இவ்விதம் இயற்கை, விசேஷ உதவிகள் செய்தது போலவே, சில சமயம் விபரீதமான அபாயங்களையும் உண்டாக்கி வந்தது.

சோழ மண்டலத்துக் கடற்கரைக்குக் கிழக்கே கடலில் அடிக்கடி சுழிக் காற்றுகளும், புயற்காற்றுகளும் தோன்றுவது உண்டு. இக்காற்றுகள் சில சமயம் கடற்கரையோரமாக வடக்கு நோக்கிச் சென்று கிருஷ்ணை – கோதாவரி முகத்துவாரங்களிலோ அல்லது கலிங்க நாட்டிலோ, உள்ளே பிரவேசித்துப் பெருமழை கொட்டச் செய்து கடுமையான சேதங்களை விளைவிக்கும். வேறு சில சமயங்களில் சோழ நாட்டுக்குள்ளேயே நேரடியாகப் பிரவேசித்து மேற்கு நோக்கி விரைந்து செல்லும். கோடிக்கரைக்கும், கொள்ளிடக் கரையின் முகத்துவாரத்துக்கும் மத்தியில் இவ்விதம் சுழிக்காற்று உள்நாட்டில் பிரவேசிப்பது சரித்திரத்தில் பலமுறை நடந்திருக்கும் சம்பவம். சில சமயம் அச்சுழிக் காற்றுகள் கோரபயங்கர ரூபங்கொண்டு கடலையே பொங்கி எழச் செய்து கடற்கரையோரமுள்ள ஊர்களையே அழித்துவிடும்!

பூம்புகார் என்று வழங்கிய காவேரிப்பட்டினத்தைக் கடல் கொண்டது வெறுங்கதையன்று; சரித்திர ஆதாரங்களினால் நிரூபிக்கக் கூடிய உண்மை நிகழ்ச்சியேயாகும்.

நதிகளில் வெள்ளம் அதிகமாக வரும்போது சில சமயம் கரைகள் உடைந்து விடுவதும் உண்டு. நதிகளின் நீர்மட்டத்தைக் காட்டிலும் பூமி மட்டம் தாழ்வாயிருக்கும் காரணத்தினால் உடைப்பு எடுத்தாலும் சுற்றுப்புறமெல்லாம் ஒரே தண்ணீர் மயமாகிவிடும். நதிகளுக்கு அருகிலுள்ள ஊர்கள் முழுகிப் போய்விடும். அப்போதெல்லாம் ஜனங்கள் உயிர் தப்புவதற்கு அக்கம்பக்கத்திலுள்ள கோயில்கள் உதவியாயிருக்கும்.

விஜயாலய சோழனின் மகன் ஆதித்த சோழன் காவேரி உற்பத்தியாகும் ஸஹ்ஸ்ய மலையிலிருந்து அந்த மாநதி கடலில் சங்கமமாகும் இடம் வரையில் நூற்றெட்டு ஆலயங்களை எடுப்பித்தான் என்று சரித்திரம் கூறுகிறது. சாதாரண காலங்களில் கோயில்கள் கடவுளை ஆராதிப்பதற்குப் பயன்படுவது போலவே, பெருவெள்ளம் வந்து உடைப்பெடுக்கும் காலத்தில் மக்கள் கோயில் மண்டபங்களின் மீது ஏறி உயிர் தப்புவதற்கும் உபயோகமாயிருக்கட்டும் என்பது ஆதித்த சோழனின் நோக்கமாக இருக்கலாம் அல்லவா?

நதிக்கரைகளில் உடைப்பு உண்டாவதன் காரணமாகச் சில சமயம் நதிகளின் போக்கே மாறிவிடுவது உண்டு. அரிசிலாறும், குடமுருட்டி முதலிய நதிகள் இப்படி பலமுறை இடம்மாறி, திசை மாறியிருக்கின்றன என்பதைப் பழைய வரலாறுகளிலிருந்து அறியலாம்.

இனி நம்முடைய வரலாறு நடந்த காலத்துக்கு வருவோம். இலங்கைத் தீவிலிருந்து சோழ நாட்டுக்குப் பார்த்திபேந்திரனுடைய கப்பல் வந்து கொண்டிருந்தபோது உண்டான சுழிக்காற்று, வந்தியத்தேவனை முன்னிட்டு இளவரசர் அருள்மொழிவர்மரைக் கடலில் குதிக்கச் செய்தபிறகு, கடலோரமாகவே சென்று கலிங்க நாட்டை அடைந்து மறைந்தது.

ஆனால் அருள்மொழிவர்மர் நாகைப்பட்டினம் சூடாமணி விஹாரத்தில் தங்கியிருந்தபோது உண்டான சுழிக்காற்று, சோழ நாட்டுக்குள்ளேயே புகுந்து பற்பல அட்டகாசங்களைச் செய்து கொண்டு மேற்கு நோக்கிச் சென்றது. ஒரே இரவில் அது காவேரியின் இருபுறங்களிலும் தன் லீலைகளை நடத்திக் கொண்டு போய் மறுநாள் கொங்குநாட்டை அடைந்து தேய்ந்து மறைந்தது. அது பிரயாணம் செய்த இடங்களிலெல்லாம் பற்பல சேதங்களை விளைவித்தது மட்டுமன்று; அதைத் தொடர்ந்து பெருமழை கொட்டும்படியாகவும் செய்து கொண்டு போயிற்று. மேற்கே போகப்போக மழை அதிகமாகப் பெய்தது. ஆகவே காவேரியிலும் கொள்ளிடத்திலும் அவற்றிலிருந்து பிரிந்த கிளை நதிகளிலும் மறுநாள் முதல் வெள்ளம் அபரிமிதமாக வந்தது. பல நதிகள் கரைகளை உடைத்துக் கொண்டன. மழையினாலும், நதிகளின் உடைப்பினாலும் சோழ நாடெங்கும் வெள்ளக் காடாகிவிட்டது.

ஆனால் இவ்வளவு இயற்கை விபரீதங்களும் சோழநாட்டு மக்களைப் பீதிகொண்டு செயலிழந்து செய்துவிடவில்லை. இவை அடிக்கடி நடைபெறும் நிகழ்ச்சிகளாதலால், அம்மாதிரி நிலைமைகளில் என்ன செய்யவேண்டும் என்பதை மக்கள் அறிந்திருந்தார்கள். அப்போதைக்குக் கோயில் மண்டபங்களிலோ வேறு உயரமான இடங்களிலோ ஏறிக்கொண்டு உயிர் தப்புவார்கள். வெள்ளம் எவ்வளவு அவசரமாக வந்ததோ, அவ்வளவு துரிதமாக வடிந்து போய்விடும். வீடுகளை இழந்தவர்கள் அக்கம் பக்கத்தில் உள்ளவர்களின் உதவியைக் கொண்டு உடனே வீடு கட்டிக்கொள்வார்கள். "ஐயோ! போய் விட்டதே! என்று தலையில் கையை வைத்துக்கொண்டு உட்கார்ந்துவிடமாட்டார்கள்.

சோர்வு சோம்பல் என்பதையே அறியாத தன்னம்பிக்கை கொண்ட மக்கள் அக்காலத்தில் சோழ நாட்டில் வாழ்ந்திருந்தார்கள். இல்லாவிடில் இன்றைக்கும் உலகம் கண்டு வியக்கும்படியான அற்புதங்களை அவர்கள் சாதித்திருக்க முடியாது அல்லவா?

வானதி கோயில் மண்டபத்தின் மீது ஏறாமல் தவறித் தண்ணீரில் விழுந்ததும் முதலில் மண்டபத்தின் மேல் ஏறியிருந்தவர்கள் கவலை அடைந்தார்கள். ஆனால் உடனடியாக

அந்தக் கவலை மாறியது. வானதி, ஜோதிடர் வீட்டுக் கூரைமீது தொத்திக் கொண்டதைப் பார்த்து அவர்களுக்குத் தைரியம் உண்டாயிற்று. இளையபிராட்டி ஓரளவு குதூகலமே அடைந்தாள். வானதியை அபாயகரமான நிலைமைகளில் சிக்க வைப்பதிலும், அவள் எப்படிச் சமாளிக்கிறாள் என்று பார்ப்பதிலும் குந்தவை தேவிக்கு எப்போதும் உற்சாகம் இருந்தது. வீராதி வீரனான தம்பியை மணந்து கொள்ளப் போகிறவள் நெஞ்சுத் துணிவுள்ள தீர மங்கையாக வேண்டுமென்பதில் இளைய பிராட்டிக்குச் சிரத்தை இருந்தது. அத்தகைய தீரத்தை வானதியின் உள்ளத்தில் வளர்க்கும் பொருட்டுத் குந்தவை பல உபாயங்களையும் தந்திரங்களையும் கையாண்டு வந்தாள். அந்த உபாயங்கள் நல்ல பலன் அளித்திருக்கின்றன என்ற நம்பிக்கையும் அவளுக்கு ஏற்பட்டிருந்தது.

சில காலமாக வானதி மூர்ச்சையடைந்து விழும் வழக்கத்தை விட்டுவிட்டிருந்தாள் அல்லவா? இப்போது குந்தவையின் தந்திரம் ஒன்றுமின்றித் தெய்வாதீனமாகவே வானதியின் தீரத்தைச் சோதிக்கும் வாய்ப்பு ஏற்பட்டு விட்டது. சுற்றிலும் வெள்ளம் சூழ்ந்திருக்க, ஓர் ஓட்டுக் கூரையின் மேல் வானதி தொத்திக் கொண்டிருந்தாள். அவள் பயப்படாதிருப்பாளா? ஜோதிடரின் சீடன் படகு கொண்டு வந்து அவளைத் தப்புவிக்கும் வரையில் தைரியத்தைக் கைவிடாது இருப்பாளா? ஆம்; இருப்பாள்! சந்தேகமில்லை! இத்தனை காலமும் அளித்து வந்த பயிற்சி இச்சமயம் பயன்படாமலா போய்விடும்?

இவ்விதம் குந்தவை எண்ணமிட்டுக் கொண்டிருந்தபோது, ஆழ்வார்க்கடியான், "தாயே! இது என்ன? கூரை நகர்வதாகத் தோன்றுகிறதே?" என்றான்.

"உன் கண்ணிலே ஏதோ கோளாறு! வெள்ளம் நகர்ந்து செல்கிறது; கூரை நகர்வதாகத் தோன்றுகிறது!" என்றாள் குந்தவை.

இப்படிச் சொல்லும்போதே அவளுடைய உள்ளத்திலும் சந்தேகம் உதித்து விட்டது. அதன் அறிகுறி முகத்திலும் காணப்பட்டது.

"அம்மா! நன்றாகப் பாருங்கள்!" என்றான் ஆழ்வார்க்கடியான்.

"ஐயோ! இது என்ன விபரீதம்?" என்றாள் இளைய பிராட்டி.

"ஜோதிடரே! உம்முடைய சீடன் சீக்கிரம் படகுடன் வருவானா?" என்றான் ஆழ்வார்க்கடியான்.

"போதும்! போதும்! ஜோதிடரையும் அவருடைய சீடனையும் நம்பியது போதும்! திருமலை! உன்னால் வானதியைக் காப்பாற்ற முடியுமா என்று பார்; இல்லாவிட்டால், நானே வெள்ளத்தில் குதிக்க வேண்டியதுதான்! வானதிக்கு ஏதேனும் நேர்ந்துவிட்டால், அப்புறம் நான் ஒரு கணமும் உயிர் வைத்திருக்கமாட்டேன்!" என்றாள்.

"தாயே! அபாயம் நேரும் காலத்திலேதான் நிதானத்தை இழக்கக்கூடாது. இது தங்களுக்கு தெரியாதது அல்ல. கொடும்பாளூர் இளவரசிக்கு உதவி செய்வதற்காக என் உயிரைக் கொடுக்கவும் சித்தமாயிருக்கிறேன்; அதனால் பயன் ஏற்பட வேண்டுமே? படகு இல்லாமல் நான் மட்டும் நீந்திச் சென்றால் அந்தக் கூரையில் போய் நானும் தொத்தி ஏறிக் கொள்ளலாம். கொடும்பாளூர் இளவரசியைத் தாங்கும் கூரை என்னையும் சேர்த்துத் தாங்குமா? அல்லது இரண்டு பேரையும் வெள்ளத்தில் அமுக்கிவிட்டுக் கூரையும் கீழே போய்விடுமா? இதைப்பற்றி சிறிது யோசிக்க வேண்டும்..."

பூங்குழலியின் சிரிப்புச் சத்தத்தைக் கேட்டு அவளை இருவரும் திரும்பிப் பார்த்தார்கள். "இந்த வீர வைஷ்ணவர் யோசித்து முடிப்பதற்குள் கொடும்பாளூர் இளவரசியின் வாழ்க்கை முடிந்துவிடும்!" என்றாள் பூங்குழலி.

"அப்படி நேர்ந்தால் இந்த ஓடக்காரப் பெண் சந்தோஷப்படுவாள்!" என்று ஆழ்வார்க்கடியான் கூறியதும் பூங்குழலியின் முகத்தில் ஆத்திரம் கொதித்தது.

திருமலை மேலும் தொடர்ந்து கூறினான்: "ஆனால், தேவி! அவ்விதம் ஒன்றும் நேரப் போவதில்லை! ஆலிலை மேல் பள்ளி கொண்டு அகிலமெல்லாம் காப்பாற்றும் திருமால், வானதியையும் காப்பாற்றுவார். மச்ச, கூர்ம, வராக அவதாரங்கள் எடுத்து

இந்தப் பூவுலகைக் காப்பாற்றிய ஸ்ரீமந்நாராயணன் கொடும்பாளூர் இளவரசியையும் காப்பாற்றுவார்!... அதோ பாருங்கள்! ஜோதிடர் சீடன் படகுடன் வருகிறான்!"

ஆழ்வார்க்கடியான் சுட்டிக்காட்டிய திசையில் உண்மையாக படகு வந்து கொண்டிருந்தது. அப்படகு வெள்ளத்தின் வேகத்தை எதிர்த்து இவர்கள் இருந்த கோயில் மண்டபத்தை நோக்கி மெதுவாக வந்து கொண்டிருந்தது. வானதி ஏறியிருந்த கூரையோ வெள்ளத்தோடு போய்க் கொண்டிருந்தது. படகு இங்கே வந்து இவர்களை ஏற்றிக் கொண்டு போவதற்கு வெகு நேரம் ஆகிவிடும். அதற்குள் வானதி அதிக தூரம் போய் விடுவாள். கண்ணுக்கு மறைந்தாலும் மறைந்து விடுவாள்.

இதையெல்லாம் எண்ணி மண்டபத்தில் மேல் நின்றவர்கள் படகில் வந்த ஜோதிடர் சீடனைப் பார்த்து உரக்கக் கத்தினார்கள்; சமிக்ஞைகளும் செய்து பார்த்தார்கள். தன்னைச் சீக்கிரம் வரச் சொல்லுகிறார்கள் என்று எண்ணிக் கொண்டு அவன் படகை விரைவாகச் செலுத்தி வர முயன்றான்.

பூங்குழலி அப்போது குந்தவையைப் பார்த்து, "தேவி! எனக்கு அனுமதி கொடுங்கள்! நான் நீந்திப்போய் படகை வழிமறிந்து அழைத்துச் சென்று கொடும்பாளூர் இளவரசியை ஏற்றி வருகிறேன்!" என்றாள்.

குந்தவை சிறிது தயங்கினாள். பூங்குழலி கையைக் கொடுக்கப் போய்த்தான் வானதி வெள்ளத்தில் விழுந்தாள் என்பது அவளுக்கு நினைவு இருந்தது.

"தேவி என்னை நம்புங்கள், என்னுடைய அஜாக்கிரதையினால் தான் இளவரசி வெள்ளத்தில் விழுந்தாள். ஆகையால் அவரை மீட்பது என்னுடைய கடமை!" என்று பூங்குழலி கூறினாள்.

"பெண்ணே! உன்னை நான் நம்புகிறேன். ஆனால் வானதியைத் தான் நம்பவில்லை!" என்றாள் குந்தவை.

"ஆகா! நான் இருக்கும் படகில் ஒருவேளை ஏற மறுத்து விடுவார் என்கிறீர்களா? அப்படியானால் அவரை ஏற்றிவிட்டு நான் இறங்கிக் கொள்வேன்!" என்று சொல்லிக் கொண்டே பூங்குழலி வெள்ளத்தில் பாய்ந்தாள். படகை நோக்கி விரைந்து சென்றாள்.

குந்தவை ஜோதிடரைப் பார்த்து, "ஐயா! ஜோதிடரே! உம்முடைய சாஸ்திரத்தில் ரொம்ப நம்பிக்கை வைத்திருந்தேன்; இன்றைக்கு அந்த நம்பிக்கையை இழந்துவிட்டேன்!" என்றாள்.

"ஆனால் எனக்கு இன்றைக்குத்தான் பூரண நம்பிக்கை ஏற்பட்டது. தேவி! கொடும்பாளூர் இளவரசியின் ஜாதகப் பிரகாரம் அவருக்கு இன்று பெரிய கண்டம் வரவேண்டும். பழுவேட்டரையர் மூலம் அது வருமோ என்று நினைத்தேன். அப்படி வராமற் போகவே ஆச்சரியமடைந்தேன். வேறு விதமாகக் கண்டம் வந்தது. இளவரசி இந்தக் கண்டத்துக்குத் தப்பிப் பிழைப்பார்! ஆகா! அவருடைய அபூர்வமான கை ரேகைகள்! அவர் விஷயமாக நான் சொல்லியிருப்பதெல்லாம் நிறைவேறும், அதைப் பற்றி சந்தேகமில்லை!" என்றார்.

"அழகாய்த்தானிருக்கிறது, அது எப்படி நிறைவேறும்? வானதி இந்தக் கண்டத்துக்குத் தப்பிப் பிழைத்தாலும் உம் ஜோசியம் நிறைவேறப் போவதில்லை. சற்றுமுன் உம்முடைய வீட்டில் அந்தப் பெண் செய்த சபதத்தை நீர் கேட்கவில்லையா?" என்றாள் குந்தவை.

"யார் என்ன சபதம் செய்தாலும், என் ஜோசியம் நிறைவேறியே தீரும். அப்படி நிறைவேறாவிட்டால், என்னிடமுள்ள ஜோதிட ஏடுகளையெல்லாம் காவேரி நதியில் எறிந்து விடுகிறேன்! இது என் சபதம்!" என்றார் ஜோதிடர்.

அப்போது ஆழ்வார்க்கடியான், "ஜோதிடரே! உமது ஏடுகளை நீரே எறியும் வரையில் காவேரி மாதா காத்திருக்கவில்லை. அவளே கொண்டுபோய் விட்டாள்!" என்றான்.

ஜோதிடர் அவன் கூறியதன் உண்மையை உணர்ந்து திகைத்து நின்றார். "ஆயினும், என் ஜோதிடம் பலிக்காமற்போகாது!" என்று தம் வாய்க்குள்ளே முணுமுணுத்துக் கொண்டார்.

17. யானை எறிந்தது!

சென்ற அத்தியாயங்களில் கூறிய சம்பவங்கள் நடந்த அன்றைக்கு முதல் நாள், நாகைப்பட்டின நகர மாந்தரின் விருந்தினராக இளவரசர் அருள்மொழிவர்மரை நாம் விட்டு விட்டு வந்தோம். விருந்தெல்லாம் முடிந்த பிறகு அலங்கரித்த யானைமீது ஏறி இளவரசர் புறப்பட்டார். எண்ணற்ற மக்கள் அவரைத் தொடர்ந்து 'தஞ்சைக்கு வருவோம்' என்று கிளம்பினார்கள். அன்றிரவு இளவரசரும் அவருடன் வந்த ஜனங்களும் திரு ஆரூர் வந்து சேர்ந்தார்கள்.

திரு ஆரூர் மக்கள் இளவரசர் வருகையை முன்னதாக அறிந்திருந்தபடியால், அவருக்கு இராஜரீக வரவேற்பு அளித்து இராஜோபசாரங்கள் செய்தார்கள். பழம் பெரும் பதியான திரு ஆரூரின் குணவாசலிலிருந்து குடவாசல் வரையில் மக்கள் திரண்டு நின்றார்கள். நாலு இராஜ வீதிகளும் எள்ளுப் போட்டால் எள்ளு விழாதபடி ஜனக்கூட்டம் நிறைந்திருந்தது. வீடுகளின் முகப்புக்கள் எல்லாம் தோரணங்களினால் அலங்கரிக்கப்பட்டிருந்தன. திரு ஆரூர்ச் சோழ மாளிகையையும் அதிகாரிகள் அலங்கரித்திருந்தார்கள். இளவரசருக்கு மட்டுமின்றி அவருடன் வரும் திரளான மக்களுக்கும் விருந்தளிக்க ஏற்பாடு செய்திருந்தார்கள்.

முதல் நாளிரவு திரு ஆரூர் வழியாகவும் கொடும் புயல் சென்றிருந்தது. ஆனால் இளவரசர் வருகையில் உண்டான குதூகல கோலாகலப் புயல், முதல் நாள் அடித்த புயலை அடியோடு மறக்கச் செய்துவிட்டது.

வீதிகளிலெல்லாம் வாத்திய முழக்கங்களும், ஆடல் பாடல்களும், குரவைக் கூத்துக்களும், பொம்மையாட்டங்களும், வீர முழக்கங்களுடன் கூடிய கத்தி விளையாட்டு – கழி விளையாட்டுக்களும் நடந்து கொண்டிருந்தன.

தஞ்சாவூர்ச் சோழ குலத்தினர் தில்லையம்பலத்தில் ஆடும் நடராஜப் பெருமானின் கோயிலுக்கு அடுத்தபடியாகத் திரு ஆரூரில் உள்ள தியாகராஜப் பெருமானின் ஆலயத்திடம் விசேஷ பக்திகொண்டு, ஏராளமான மானியங்கள் அளித்திருந்தார்கள். ஆனால் இளவரசர் அருள்மொழிவர்மர் மட்டும் அது வரையில் திரு ஆரூர் வந்ததில்லை. ஆகையால் கோயிலுக்கு இளவரசர் அவசியம் வரவேண்டுமென்று ஆலயத்தார் வற்புறுத்தினார்கள். இளவரசரும் கோயிலுக்குப் போனார். பல காரணங்களினால் அவருடைய உள்ளம் கொந்தளித்துக் கொண்டிருந்தபடியால் இறைவனுடைய திருக்கோலங்களில் அவருடைய மனம் பூரணமாக ஈடுபட முடியவில்லை. அர்ச்சனை ஆராதனைகள் முடிந்து இறைவனுடைய பிரசாதங்களும் பெற்றுத் திரும்பும் சமயத்தில், ஆலயத்தார்களைப் பார்த்து இளவரசர் "இந்தக் கோயிலின் இறைவருக்குத் தியாகராஜர் என்று ஏன் பெயர் வந்தது?" என்று கேட்டார்.

தேவர்களுக்குள் மகாதேவரும், மூவர்களில் முதல்வருமான சிவபெருமான் மூன்று உலகங்களிலும் வாழும் உயிர்கள் உய்யும் பொருட்டுச் செய்த தியாகங்களை ஆலயத்தார் எடுத்துச் சொன்னார்கள். மூன்று உலகங்களையும் ஆக்கவும், அழிக்கவும் வல்ல பெருமான் தம்முடைய பக்தர்களுக்கு அருள்புரியுமாறு மேற்கொண்ட கஷ்டங்களைப்பற்றிக் கூறினார்கள். உயிர்கள் உய்யும் பொருட்டுத் தவக்கோலம் பூண்டு மயானத்தில் தவம் புரிந்ததைப் பற்றிச் சொன்னார்கள். அந்தத் தவத்தையும் கைவிட்டுத் தேவர்களின் நன்மைக்காக உமையை மணந்தது பற்றிக் கூறினார்கள். எல்லா உலகங்களும் இறைவர், பிக்ஷாடன மூர்த்தியாகத் தோன்றிப் பிச்சை எடுத்த வரலாற்றைக் கூறினார்கள். தில்லை அம்பலத்தில் வந்து ஆடியது பற்றிச் சொன்னார்கள். பிட்டுக்கு மண் சுமந்து பாண்டிய மன்னனிடம் பிரம்பினால் அடிபட்டது பற்றியும் கூறினார்கள்.

அத்தகைய தியாகராஜப் பெருமான், கோயில் கொண்டு எழுந்தருளியுள்ள திரு ஆரூரில் பழைய காலத்தில் அருள்மொழிவர்மரின் முன்னோர்கள் வசித்து வந்ததையும், மனுநீதிச் சோழன் பசுவுக்கு நீதி வழங்கும் பொருட்டுத் தன் அருமை மகனையே தியாகம் செய்த அற்புதத்தையும் நினைவூட்டினார்கள்.

இவையெல்லாம் அருள்மொழிவர்மரின் உள்ளத்தில் நன்கு பதிந்தன. இதுகாறும் புத்த பகவானுடைய தியாகத்தை நினைந்து நினைந்து வியந்து கொண்டிருந்த இளவரசர், தேவ தேவரான சிவபெருமானைத் தியாக மூர்த்தியாகச் சித்தரிக்கும் வரலாறுகளைப் பற்றி எண்ணி எண்ணி வியக்கத் தொடங்கினார். மேலைத் தேசங்களிலே கடவுளின் திருப்புதல்வராகப் போற்றப்படும், அவதார புருஷன் மக்களின் நலத்துக்காகச் சிலுவையில் அறையப்பட்டு மாண்டார் என்ற வரலாறும் அவர் காதுக்கு எட்டியிருந்தது.

இவற்றையெல்லாம் பற்றிச் சிந்திக்கச் சிந்திக்க, மனிதனுக்குத் தெய்வத்தன்மை அளிக்கக் கூடியது தியாகந்தான் என்னும் எண்ணம் அவர் மனதில் வேர் ஊன்றியது. ஆதலின் அவரைச் சூழ்ந்துள்ள மக்கள் அனைவரும் தம் மீதுள்ள அன்பின் மிகுதியினால் தம்மைத் தஞ்சைச் சிங்காதனத்தில் அமர்த்திப் பட்டம் சூட்ட விரும்புவது பற்றி அவர் மனம் அளவில்லாத வேதனை அடைந்தது. இவர்களுடைய அன்புச் சிறையிலிருந்து தப்புவது எப்படி என்பது பற்றியும் தீவிரமாக யோசிக்கலானார்.

ஆலய வழிபாட்டுக்குப் பிறகு திரு ஆரூர் மக்கள் இளவரசருக்குப் பெருவிருந்து அளித்தார்கள். அவரை உபசரிக்கும் பொருட்டுப் பற்பல கேளிக்கைகளை நடத்தினார்கள். அவற்றிலெல்லாம் இளவரசரின் உள்ளம் ஈடுபடாவிட்டாலும் வெளிப்படையாக உற்சாகம் காட்டி ஏற்றுக் கொண்டார்.

பின்னர் ஏறக்குறைய நடுநிசியில் இளவரசர் சோழ மாளிகைக்கு வந்து சேர்ந்தார். அங்கே சில விபரீதமான செய்திகள் காத்திருந்தன. தஞ்சைக்கு மேற்கே பலமான மழை பெய்தபடியால் காவேரியிலும் கொள்ளிடத்திலும் அவற்றின் கிளை நதிகளிலும் பெரு வெள்ளம் வந்து பல இடங்களில் கரை உடைத்துக் கொண்டதாகவும், ஒரே வெள்ளக் காடாக இருப்பதால் மேற்கொண்டு பிரயாணத்தைத் தொடர்ந்து நடத்துவது கஷ்டமாயிருக்குமென்றும் சொன்னார்கள். இரண்டு நாள் திரு ஆரூரில், தங்கி, வெள்ளம் வடிந்த பிறகு புறப்படுவது உசிதம் என்று தெரிவித்தார்கள். இதற்கு இளவரசர் இஷ்டப்படவில்லை. தஞ்சையை உடனே அடைய வேண்டுமென்ற பரபரப்பு அவர் உள்ளத்தில் குடிகொண்டிருந்தது. நதி உடைப்புக்களும், வெள்ளமும் அவருடைய அந்த ஆர்வத்தைத் தடை செய்துவிடக்கூடுமா, என்ன? ஆம்; இத்தனை ஜனங்களும் பரிவாரங்களும் புடை சூழப் போவதாயிருந்தால் பிரயாணம் தடைப்படத்தான் செய்யும். தாம் மட்டும் தனியே யானை மீது ஏறிச் சென்றால் பிரயாணம் தடைப்படவேண்டிய அவசியமில்லை. யானைக்கு அண்டாத ஆழம் உடைய நதி எதுவும் தஞ்சைக்குப் போகும் வழியில் இல்லை. அப்படியிருந்தாலும் இளவரசருக்கு அதைப்பற்றிக் கவலை கிடையாது. தண்ணீரிடத்தில் அவருக்கு எப்போதும் அச்சம் ஏற்பட்டதில்லை. பொன்னி நதி அவருடைய அன்னைக்கு மேலான அன்புடையவள் ஆயிற்றே? சின்னஞ்சிறு குழந்தைப் பிராயத்தில் தான் முழுகிப் போகாமல் காப்பாற்றிய காவேரித் தாய் இப்போது தன்னைக் காப்பாற்ற மாட்டாளா?

இந்தப் பெருந்திரளான மக்களிடமிருந்து எப்படித் தப்பித்துச் செல்வது என்பதுதான் கேள்வி. அயோத்தியின் மக்களிடமிருந்து இராமர் இரவுக்கிரவே தப்பிச் சென்றது பொன்னியின் செல்வருக்கு நினைவு வந்தது. அவ்விதமே அவரும் இரவில் ஜனங்கள் தூங்கும் சமயத்தில் போய்விட்டால் என்ன? எல்லாவற்றுக்கும் யானைப் பாகனிடம் எந்த நேரத்திலும் புறப்பட ஆயத்தமாயிருக்கும்படி சொல்லி வைப்பது நல்லது.

இந்த எண்ணம் தோன்றியதும் யானைப்பாகனை அழைத்து வரும்படி அரண்மனைச் சேவகனுக்கு இளவரசர் கட்டளையிட்டார். சேவகன் வீதிக்குச் சென்று பார்த்துவிட்டு உடனே திரும்பி வந்தான். யானை மட்டும் வாசலில் கட்டியிருக்கிறதென்றும் யானைப்பாகனைக் காணோம் என்றும் தெரிவித்தான்.

"ஒருவேளை வீதிகளில் நடைபெறும் ஆடல்பாடல் களியாட்டங்களைப் பார்க்கப் போயிருப்பான். அவன் திரும்பி வந்ததும் அழைத்து வா! அல்லது யாரையாவது சிலரை அனுப்பித் தேடிப் பார்க்கச் சொல்!" என்று இளவரசர் கட்டளையிட்டார்.

"ஆகட்டும், அரசே! படகோட்டி முருகய்யன் என்பவன் ஒருவன் மாளிகை வாசலில் வந்து காத்திருக்கிறான். தங்களை அவசரமாகப் பார்க்கவேண்டும் என்று அவன் பிடிவாதம் பிடிக்கிறான்!" என்றான் சேவகன்.

படகோட்டி முருகய்யனை இத்தனை நேரம் மறந்திருந்தது பற்றி இளவரசர் பச்சாதாபங்கொண்டார். தாம் இரகசியமாகத் தப்பிச் செல்வதற்கு அவன் ஒருவேளை உதவியாயிருந்தாலும் இருப்பான். அவனை உடனே தம்மிடம் அனுப்பும்படி அரண்மனைச் சேவகனுக்குக் கட்டளையிட்டார்.

முருகய்யன் இளவரசரிடம் வந்ததும் அவருடைய காலில் விழுந்து, தேம்பி அழத் தொடங்கினான் இந்த மூட பக்தனைச் சமாதானப்படுத்துவதும் அவனிடம் விஷயங்களைக் கிரஹிப்பதும் சிரமமான காரியந்தான், ஆயினும் செய்யவேண்டும். முருகய்யன் தனது துயரத்தின் காரணத்தைக் கூறினான் அதன் விவரமாவது;

முருகய்யன் நாகைப்பட்டினத்திலேயே தன் மனைவியிடமிருந்து பிரிந்துவிட்டான். திரு ஆரூர் வந்து சேர்ந்த பிறகு அவளும் அங்கு வந்திருக்கிறாளா என்று பார்ப்பதற்காக ஜனக் கூட்டத்தினிடையில் அலைந்து சுற்றினான். ஒரு ஜாம நேரம் தேடிய பிறகு இராஜ வீதியிலிருந்து பிரிந்து சென்ற ஒரு சந்தின் முனையில் அவன் மனைவியும், இளவரசர் ஏறிவந்த யானையைச் செலுத்திய யானைப்பாகனும் போவதைக் கண்டான். அவர்கள் சந்தில் புகுந்ததும் மிக வேகமாக நடந்து சென்றார்கள். முருகய்யனும் தொடர்ந்து போனான். கடைசியாக ஒரு வீட்டின் வாசலில் நின்றார்கள். அங்கே இன்னொரு மனிதன் அவர்களுக்காகக் காத்துக் கொண்டிருந்ததாகத் தோன்றியது. அவனும் இவர்களுடன் சேர்ந்து கொண்டான். பிறகு மூன்று பேரும் சேர்ந்து போனார்கள். முருகய்யனுக்கு ஏதேதோ சந்தேகங்கள் உதித்தன. தன் மனைவியின் ஒழுக்கத்தைப் பற்றியே ஐயம் கொண்டான். உண்மையைக் கண்டுபிடிக்க ஆத்திரம் அடைந்தான். ஆகையால் அவர்களைப் போய்ப் பிடித்துவிடாமல் பின்னாலேயே போனான். அவர்கள் ஊரைத் தாண்டி வாய்க்கால் – வயல் வரப்புகள் வழியாகச் சென்று கடைசியில் ஒரு மயானத்தை அடைந்தார்கள். முருகய்யனுடைய உள்ளம் பயங்கரத்தை அடைந்தது. ஆயினும் அவன் விடாமல் சென்று மயானத்தில் இருந்த ஒரு மரத்தின் பின்னால் ஒளிந்து கொண்டான். ராக்கம்மாளுடனும், யானைப்பாகனுடனும் வழியில் சேர்ந்து கொண்ட மனிதன், மயானத்தில் சாம்பலைப் பூசிக்கொண்டு ஏதேதோ பயங்கரமான மந்திரங்களை உச்சரித்தான். பிறகு யானைப்பாகனைப் பார்த்து, "நாளைக் காலையில் உன் உயிருக்கு ஆபத்து வரப்போகிறது! ஜாக்கிரதையாயிருந்து பிழை!" என்றான். யானைப்பாகன் கதி கலக்கத்துடன், "என்ன ஆபத்து? எவ்விதம் வரும்? தெரிந்தால் அல்லவா பிழைக்கலாம்?" என்றான். மந்திரவாதி "யானைக்குத் திடீர் என்று மதம் பிடிக்கும்! நீ அருகில் சென்றதும் உன்னைக் கீழே தள்ளிவிட்டு ஓடும்! உன்னால்தான் யானைக்கு மதம் பிடித்தது என்று ஜனங்கள் எண்ணுவார்கள். உன் கையிலுள்ள அங்குசத்தைப் பிடுங்கி உன்னைக் கொன்று விடுவார்கள்!" என்றான் மந்திரவாதி. "ஐயையோ! தப்புவதற்கு வழி என்ன?" என்று யானைப்பாகன் கேட்டான். "நாளைக் காலையில் யானையிடம் நெருங்காமலிருந்து விடு!" என்றான் மந்திரவாதி. "அது எப்படி முடியும்? பின்னால் இராஜ தண்டனைக்கு உள்ளாக நேரிடுமே?" என்று யானைப்பாகன் அலறினான். "அப்படியானால், என் வீட்டுக்கு வா! மந்திரித்த கவசம் தருகிறேன்; அதை அணிந்து கொண்டு போ! கையில் அங்குசத்தைக் கொண்டு போகாதே!" என்றான் மந்திரவாதி. "அப்படியே ஆகட்டும், ஐயா! இளவரசருக்கு ஏதேனும் ஆபத்து நேருமா?" என்று யானைப்பாகன் கேட்டான். "அது எப்படிச் சொல்ல முடியும்? இளவரசர் வந்து கேட்டால் அல்லவோ சொல்லலாம்?" என்றான் மந்திரவாதி.

முருகய்யன் அதற்குமேல் அங்கே நிற்க மனமில்லாமல் ஓடி வந்துவிட்டான். நாளைக் காலையில் யானைக்கு மதம் பிடிக்கப்போகும் செய்தியை இளவரசரிடம் சொல்லி எச்சரிப்பதற்காகவே முக்கியமாக ஓடி வந்தான்...

இதையெல்லாம் கூறிவிட்டு முருகய்யன் மீண்டும் தேம்பி அழுதான்.

"அப்பனே! ஏன் அழுகிறாய்? நீதான் சமயத்தில் வந்து எச்சரிக்கை செய்துவிட்டாயே? இனி, நான் பார்த்துக் கொள்கிறேன்!" என்றார் பொன்னியின் செல்வர்.

"ஐயா! இதிலெல்லாம் என் மனைவி சம்பந்தப்படுவது பற்றித் தான் வருந்துகிறேன். ராக்கம்மாளைப் பற்றி என்ன நினைப்பது என்றே எனக்குத் தெரியவில்லை. அவளைப்பற்றிய பழைய சந்தேகங்கள் திரும்பி வருகின்றன!" என்றான் முருகய்யன்.

"அவளை நான் திருத்திவிடுகிறேன். நீ கவலைப்படாதே! உடனே திரும்பிப் போ! யானைப்பாகனை எப்படியாவது தேடிப் பிடித்து அழைத்துக்கொண்டு வா!" என்றார் இளவரசர்.

படகோட்டி முருகய்யன் போன பிறகு பொன்னியின் செல்வர் சிறிது நேரம் சிந்தனையில் ஆழ்ந்திருந்தார். முருகய்யன் கண்டது, கேட்டது இவற்றின் பொருள் என்னவாயிருக்கும் என்று ஊகத்தினால் அறிய முயன்றார். பழுவேட்டரையர்களின் உத்தேசம், பாண்டி நாட்டுச் சதிகாரர்களின் முயற்சி, இவற்றைக் குறித்து இளையபிராட்டி கூறியதை இளவரசர் நினைவு படுத்திக் கொண்டார். அந்தச் சதிகாரர்களின் முயற்சியில் இது ஒன்றாயிருக்கலாம். அல்லது வெறும் அசட்டுத்தனமாகவும் இருக்கலாம். எப்படியிருந்தாலும், காலையில் நாம் என்ன செய்யவேண்டும் என்பதுபற்றி ஒரு முடிவுக்கு வந்தார். பிறகு, நிம்மதியாக நித்திரையில் ஆழ்ந்தார்.

மறுநாள் அதிகாலையிலேயே எழுந்து பிரயாணத்துக்கு ஆயத்தமானார். மாளிகை வாசலுக்கு வந்தார். அங்கே கட்டியிருந்த யானை இளவரசரைப் பார்த்ததும் ஆதரவோடு துதிக்கையை நீட்டி அவரைத் தடவிக் கொடுத்துக் கொஞ்சியது. "யானைக்கு மதம் பிடிக்கும்" என்று மந்திரவாதி கூறியதாக முருகய்யன் சொன்னது இளவரசருக்கு நினைவு வந்தது. மதம் பிடிக்கும் என்பதற்கு அறிகுறி எதுவும் இல்லை.

"யானைப்பாகன் எங்கே?" என்று இளவரசர் உரத்த குரலில் கேட்டார். உடனே பல குரல்கள் "யானைப்பாகன் எங்கே?" என்று எதிரொலி செய்தன.

இளவரசரைப் போலவே அதிகாலையில் பிரயாணத்துக்கு ஆயத்தமாக ஜனங்கள் திரண்டு வந்திருந்தார்கள். அவர்களிடையே அகப்பட்டுக்கொண்டு முன்னால் வரமுடியாமல் திணறிக்கொண்டிருந்த முருகய்யனைப் பார்த்தார். அவனை நோக்கிச் சமிக்ஞை செய்யவே ஜனங்கள் அவனுக்கு வழிவிட்டார்கள். முருகய்யன் அருகில் வந்து இரவில் வெகுநேரம் தேடிய பிறகு தன் மனைவியை மாத்திரம் கண்டுபிடித்ததாகவும், அவள் தான் மயானத்துக்குப் போனதையெல்லாம் அடியோடு மறுத்து, முருகய்யனுக்குப் பித்துப் பிடித்துவிட்டது என்று கூறியதாகவும், யானைப்பாகன் அகப்படவே இல்லை என்றும் சொன்னான்.

"அதைப்பற்றிக் கவலை இல்லை, முருகய்யா! யானையின் காலைக் கட்டியுள்ள சங்கிலியை அவிழ்த்து விடு!" என்றார் இளவரசர்.

முருகய்யன் அவ்வாறு அவிழ்த்துவிட்டுக்கொண்டிருக்கும் போதே, "இதோ யானைப்பாகன் வந்துவிட்டான்!" என்று ஒரு குரல் கேட்டது. "வந்துவிட்டான்! வந்துவிட்டான்!" என்று பல குரல்கள் ஒலித்தன.

கையில் அங்குசத்துடன் யானைப்பாகன் ஓடிவந்து கொண்டிருந்தான். கூட்டத்திலிருந்தவர்கள் அவசர அவசரமாக விலகிக் கொண்டு அவனுக்கு வழிவிட்டார்கள்.

பொன்னியின் செல்வரும் "நல்ல வேளை!" என்று பெருமூச்சு விட்டு, யானைப்பாகன் ஓடி வந்துகொண்டிருந்த திசையை நோக்கினார்.

பாவம்! ஒருநாள் இரவு அனுபவத்தில் அவன் எவ்வளவு மாறிப் போயிருக்கிறான்? பயப்பிராந்தி கொண்டவனாக அல்லவா தோன்றுகிறான்?

ஒரு கையில் அங்குசம் வைத்துக்கொண்டிருந்த யானைப் பாகன், யானையின் அருகில் வந்து அதன் துதிக்கையை இன்னொரு கையால் தொட்டான்.

யானை உடனே அவனைத் துதிக்கையால் சுழற்றிப் பிடித்துத் தலைக்கு மேலே தூக்கியது. கேட்டவர்கள் பீதி கொள்ளும்படியாகப் பிளறிவிட்டு, யானைப்பாகனை வீசி எறிந்தது! யானைப்பாகன் வெகு தூரத்திலே போய் விழுந்தான். அவன் கையில் வைத்திருந்த அங்குசம், இன்னும் அப்பாலே போய் விழுந்தது.

"யானைக்கு மதம் பிடித்துவிட்டது!" என்ற பயங்கரம் நிறைந்த குரல் அந்த ஜனக் கூட்டத்திலே எழுந்தது. ஜனங்கள் நாலா பக்கமும் சிதறி ஓடத் தொடங்கினார்கள்!

ஃஃஃ

18. ஏமாந்த யானைப் பாகன்

"சந்தர்ப்பம் என்பது கடவுளுக்கு ஒரு புனை பெயர்" என்பதாகத் தற்கால அறிஞர் ஒன்று கூறியிருக்கிறார். கடவுள் தாம் செய்யும் காரியத்தைத் தாம் செய்தது என்று காட்டிக் கொள்ள விரும்பாத போது "சந்தர்ப்பம்" என்னும் புனை பெயரைச் சூட்டிக் கொள்ளுகிறாராம்!

உலக சரித்திரத்தில் மிகப் பிரசித்திபெற்ற வீரர்கள், அரும் பெரும் காரியங்களைச் சாதித்த மகான்கள், – இவர்களுடைய வரலாறுகளைப் பார்க்கும்போது, சந்தர்ப்பம் இவர்களுக்கு மிக்க உதவி செய்திருக்கிறது என்பதை அறியலாம். அவர்களிடம் கடவுள் விசேஷ கருணை காட்டி அத்தகைய சந்தர்ப்பங்களை அனுப்புவதாகச் சிலர் கூறுவர். அவரவர்கள் பிறந்த வேளையின் மகிமை; ஜாதகத்தின் பலன், பிரம்மா எழுதிய, பூர்வஜன்ம சுகிர்தம், – என்றெல்லாம் வாழ்க்கையில் ஏற்படும் அனுகூலமான சந்தர்ப்பங்களுக்குக் காரணங்கள் கற்பிப்போரும் உண்டு.

நம் காலத்தில் காந்தி மகான் தென்னாப்பிரிக்கா போவதற்கு ஒரு சந்தர்ப்பம் ஏற்படாதிருந்திருந்தால் அவர் மனித குல சிரேஷ்டர் என்றும், அவதார புருஷன் என்றும் மக்களால் போற்றப்படும் நிலையை அடைந்திருக்க முடியுமா?

சந்திரகுப்தன் விக்கிரமாதித்தன், ஜுலியஸ் ஸீஸர், நெப்போலியன், டியூக் ஆப் வில்லிங்டன், ஜார்ஜ் வாழ்க்கையில் சந்தர்ப்பங்கள் எவ்வளவோ உதவி செய்திருக்கின்றன என்பதை அறிந்திருக்கிறோம்.

இதிலிருந்து, ஆண்டவன் அவ்வளவு பாரபட்சமுள்ளவர் என்று முடிவு கட்டுதல் தவறாகும். சரித்திரத்தில் புகழ்பெற்ற மகான்களையும் வீரர்களையும் தவிர இன்னும் எத்தனையோ பேருக்கும் ஆண்டவன் சந்தர்ப்பங்களை அனுப்பிக் கொண்டுதானிருக்கிறார்.

ஆனால் அந்தச் சந்தர்ப்பங்களைப் பயன்படுத்திக் கொள்வது மனிதனுடைய சமயோசித அறிவையும், சரியான சமயத்தில் சரியான முடிவு செய்யும் ஆற்றலையும் பொறுத்தது. சந்தர்ப்பங்களைக் கை நழுவ விடுகிறவர் கோடானுகோடிப் பேர் பெயரும் புகழும் இல்லாமல் சாதாரண வாழ்க்கை வாழ்ந்து உலகைவிட்டுச் செல்கிறார்கள். சந்தர்ப்பங்களைச் சரிவரப் பயன்படுத்திக் கொள்கிறவர்கள் சரித்திரத்தில் தங்கள் பெயரை நிலைநாட்டிவிட்டுச் செல்கிறார்கள்.

ஒரே நாளில், ஒரே நேரத்தில் பிறக்கிறவர்களின் வாழ்க்கைத் தரம் எவ்வளவோ வித்தியாசமாயிருப்பதற்குக் காரணம் வேறு என்ன சொல்ல முடியும்?

இளவரசர் அருள்மொழிவர்மரின் வாழ்க்கையில் இப்போது அத்தகைய சந்தர்ப்பம் ஒன்று நேர்ந்தது. தன் அருகில் நெருங்கிய யானைப் பாகனைத் தூக்கி எறிந்தபோது, "யானைக்கு மதம் பிடித்துவிட்டது!" என்ற கூச்சல் கிளம்பியபோது, அந்தச் சந்தர்ப்பம் அவரை வந்தடைந்தது. அதை அவர் பயன்படுத்திக் கொள்ளாமல் விட்டிருந்தால், இந்த வரலாறு வேறுவிதமாகப் போயிருக்கும். தமிழ் நாட்டின் சரித்திரத்தில் இராஜராஜ சோழர் உன்னத ஸ்தானத்துக்கு வந்திருக்கவும் முடியாது.

அதிர்ஷ்டவசமாக அந்தச் சந்தர்ப்பத்தைத் தெரிந்து கொண்டு அதை உபயோகப்படுத்திக் கொள்ளும் சமயோசித அறிவாற்றல் அவரிடம் இருந்தது. படகோட்டி முருகய்யன் முதல் நாள் கூறிய வரலாற்றை நினைவுபடுத்திக்கொண்டார். யானையை நெருங்கி வந்தவன் உண்மையான யானைப்பாகன் அல்ல, ஏதோ தீய நோக்கத்துடன் வந்தவன், அதனாலேதான் யானை அவனைத் தூக்கி எறிந்திருக்கிறது என்பதையும் ஒரு நொடியில் ஊகித்துக்கொண்டார். வந்தவன் யார், எதற்காக வந்தான் என்பதையெல்லாம் அச்சமயம் கண்டுபிடிக்க முயன்றால், கிடைத்த சந்தர்ப்பம் தவறிபோய்விடும். "யானைக்கு மதம் பிடித்துவிட்டது!" என்ற கூச்சலினால் மக்களிடையே உண்டான குழப்பத்தைப் பின்னர் பயன்படுத்திக்கொள்ள முடியாது. அந்த ஜனக்கூட்டத்தினிடையிலிருந்து தப்பிச் சென்று கூடிய விரைவில் தஞ்சையை அடைவது அச்சமயம் அவருடைய பிரதான நோக்கமாயிருந்தது. அந்த நோக்கத்தை நிறைவேற்றிக் கொள்ள இதைக் காட்டிலும் சரியான சந்தர்ப்பம் கிடைக்கப் போவதில்லை.

ஆதலின், முருகய்யனைத் தம் அருகில் அழைத்து, அவன் காதோடு ஏதோ சொல்லிவிட்டு, அவன் தோள்மீது ஏறி யானையின் மீது தாவினார். அப்படித் தாவும்போதே யானை மேலிருந்த அம்பாரியைத் தட்டிவிட்டார். அம்பாரி கீழே விழுந்து உருண்டது. பின்னர், யானையிடத்திலும் அதன் பாஷையில் ஏதோ சொன்னார். உடனே யானை பிய்த்துக் கொண்டு கிளம்பியது. முன்போல, பயங்கரமான குரலில் பிளிறிக் கொண்டே விரைவாக நடந்தது. சிறிது நேரத்துக்கெல்லாம் ஓடவே தொடங்கிவிட்டது.

அதே சமயத்தில் முருகய்யன், "ஐயோ! யானைக்கு மதம் பிடித்து விட்டது. ஓடுங்கள்! உடனே ஓடுங்கள்" என்று பெருங்கூச்சலிட்டான்.

ஜனங்கள் முன்னைக் காட்டிலும் அதிக பீதியடைந்து நாலாபுறமும் சிதறி ஓடினார்கள். அக்கம் பக்கத்திலிருந்து குறுக்கு வீதிகளிலும் சந்துகளிலும் புகுந்து ஓடினார்கள். திறந்திருந்த வீடுகளுக்குள் நுழைந்து ஒளிந்துகொண்டார்கள். வேறு எதற்கும் அஞ்சாத தீர நெஞ் சமுள்ளவர்களும் மதங்கொண்ட யானை என்றால் ஓடத்தான் வேண்டும். எப்பேர்ப்பட்ட வீராதி வீரனானாலும் மதங்கொண்ட யானையை எதிர்க்க முடியாது. ஆயுதங்களுடனே எதிர்த்து நிற்பதும் இயலாத காரியம். நிராயுதபாணிகளான ஜனங்கள், ஆண்களும், பெண்களும், முதியோர்களும், பாலர்களும், மதயானைக்கு முன்னால் சிதறி ஓடாமல் வேறு என்ன செய்ய முடியும்?

திரு ஆரூர் நகரத்தைத் தாண்டியது, இளவரசர் யானையை நேரே தஞ்சாவூர்ச் சாலையில் செலுத்துவதற்குப் பதிலாக, வடமேற்குத் திசையை நோக்கித் திருப்பினார். முதலிலேயே அவருக்கு வழியில் பழையாறையை அடைந்து அங்கே தம் திருத்தமக்கையார் இருந்தால், அவரைப் பார்த்துப் பேசிவிட்டுத் தஞ்சை போகவேண்டும் என்ற எண்ணம் இருந்தது. இப்போது அது ஊர்ஜிதம் ஆயிற்று. மதம் பிடித்த யானை குறுக்கே விழுந்து ஓடுவதுதான் இயற்கையாயிருக்கும். தஞ்சைச் சாலையில் சென்றால் மக்கள் தம்மை விடாமல் தொடர்ந்து வரக்கூடும். வழியில்லாத வழியில் யானை போய்விட்டால், ஜனங்கள் தொடர்ந்து வரமுடியாது!

இவ்விதம் அதி விரைவில் சிந்தித்து முடிவுசெய்து, யானையை வடமேற்குத் திசையில் குறுக்கு வழியில் செலுத்தினார். வயல்கள், வரப்புகள், வாய்க்கால்கள், நதிகள், அவற்றின் உடைப்புகள் – இவை ஒன்றையும் பொருட்படுத்தாமல் யானை ஜாம் ஜாம் என்று மனம் போன போக்கில் சென்றது. இளவரசரின் உள்ளமும் இனந்தெரியாத உற்சாகத்தை அடைந்து, கூண்டிலிருந்து விடுதலை அடைந்த பறவையைப் போல் ஆகாச வெளியில் வட்டமிட்டுத் திரிந்தது. தம்முடைய வாழ்நாளில் ஒரு முக்கியமான கட்டத்தை நெருங்கிக் கொண்டிருக்கிறோம் என்றும் உள்ளுணர்ச்சியிலிருந்து உற்சாகமும் பரபரப்பும் பொங்கிக் கொண்டிருந்தன.

யானை ஓடத் தொடங்கிய அதே சமயத்தில் முருகய்யனும் "யானைக்கு மதம் பிடித்துவிட்டது!" என்று கூச்சலிட்டுக் கொண்டு ஓடினான். யானையினால் தூக்கி எறியப்பட்ட பாகன் விழுந்த இடத்தைச் சுமாராகக் குறி வைத்துக்கொண்டு சென்றான். இளவரசர் தங்கியிருந்த சோழ மாளிகைக்குச் சற்றுத் தூரத்தில் நாடெங்கும் புகழ் பெற்ற கமலாலயம் என்னும் தடாகம் இருந்தது. அந்தக் குளக்கரையின் அருகில் சென்று பார்த்தான். யானைக்குப் பயந்தவர்கள் பலர் குளக்கரையில் இறங்கி நின்றார்கள். சிலர் குளத்தில் தண்ணீரிலே கூட இறங்கியிருந்தார்கள். ஒரு மனிதன் தட்டு தடுமாறி நீந்திக் கரையேறிக் கொண்டிருந்தான். அவனை முருகய்யன் உற்றுப் பார்த்தான். முதல் நாளிரவு யானைப்பாகனையும், ராக்கம்மாளையும் அழைத்துக்கொண்டுபோன மந்திரவாதிதான் அவன்! அதிர்ஷ்டக்காரன்! ஆயுள் ரொம்பக் கெட்டி! யானை தூக்கி எறிந்தும் உயிர் பிழைத்திருக்கிறான் அல்லவா? கையில் அங்குசத்துடன் சற்றுமுன் யானையை நோக்கி ஓடி வந்தவன் இவனேதான்...! அங்குசம் என்ன ஆயிற்று என்று தெரியவில்லை. அதுவும் குளத்தில் விழுந்து விட்டதா?

முருகய்யன் அவன் அருகில் சென்று, "யானைப்பாகா! நல்ல வேளை பிழைத்து எழுந்து வந்தாய்! அங்குசம் எங்கே?" என்று கேட்டான்.

ரேவதாஸன் என்னும் கிரமவித்தன் முருகய்யனை ஏற இறங்கப் பார்த்துவிட்டு, "என்னப்பா கேட்கிறாய்? நீ யார்? நான் இப்போது தான் குளத்தில் குளித்துவிட்டுக் கரை ஏறுகிறேன்!" என்று சொன்னான்.

"ஓகோ! அப்படியா? நீ யானைப்பாகன் இல்லையா? யானை தூக்கி எறிந்தது உன்னை அல்லவா? அப்படியானால், யானைப்பாகன் எங்கே இருக்கிறான்?" என்று கேட்டான்.

கிரமவித்தன் மேலும் திகைப்புடன், "நான் என்ன கண்டேன்? என்னை ஏன் கேட்கிறாய்?" என்றான்.

"மந்திரவாதி! என்னை ஏன் ஏமாற்றப் பார்க்கிறாய்? நேற்றிரவு யானைப்பாகனை இடுகாட்டுக்கு அழைத்துப்போய் 'இளவரசர் ஏறும் யானைக்கு மதம் பிடிக்கும்' என்று எச்சரிக்கை செய்தாயே? அப்படியிருக்க, அந்த எச்சரிக்கையை நீயே மறந்துவிட்டு யானையிடம் அகப்பட்டுக் கொண்டாயே? அது உன் பாடு! யானைப்பாகன் எங்கே? என் மனைவி ராக்கம்மாள் எங்கே?" என்று கேட்டான் முருகய்யன்.

கிரமவித்தனின் முகத்தில் முன்னைவிடத் திகைப்பும் பீதியும் அதிகமாயின.

"யானைப்பாகனாவது? ராக்கம்மாளாவது? உனக்கு என்ன பைத்தியமா?" என்று சொல்லிக்கொண்டே கிரமவித்தன் சுற்று முற்றும் பார்க்கலானான்.

"ஆம், ஆம்! யானைக்கு மதம் பிடித்தது போலத்தான் எனக்கும் பைத்தியம் பிடித்திருக்கிறது! யானைப்பாகன் எங்கே என்று மட்டும் சொல்லிவிடு! இல்லாவிடில்..." என்று முருகய்யன் சிறிது அதிகார தோரணையில் அவனிடம் பேசத் தொடங்கினான்.

சுற்றுமுற்றும் பார்த்துக்கொண்டிருந்த ரேவதாஸன் இப்போது முருகய்யனைப் பார்த்துப் புன்னகை புரிந்தான்.

"நீ என்னை 'மந்திரவாதி' என்கிறாய்! நீ என்னைவிடப் பெரிய மந்திரவாதியாயிருக்கிறாயே! உனக்கு எல்லாம் தெரிந்திருக்கிறது! உன்னிடம் மறைப்பதில் பயனில்லை. 'யானைக்கு மதம் பிடிக்கப் போகிறது! அதன் பேரில் ஏறவேண்டாம்' என்று இளவரசருக்கு எச்சரிக்கை செய்வதற்காகவே ஓடி வந்தேன். அதன் பலன் இப்படி ஆயிற்று. உன் மனைவியும் யானைப்பாகனும் அங்கே ஒரு வீட்டில் இருக்கிறார்கள். அவர்களை நீ பார்க்க விரும்பினால், நானே அழைத்துப் போகிறேன். இளவரசருக்கு ஒன்றும் நேரவில்லையே! சௌக்கியமாயிருக்கிறார் அல்லவா?" என்றான்.

"இளவரசர் சௌக்கியம். அவர்தான் உன்னையும், யானைப்பாகனையும் அழைத்துக்கொண்டு வரும்படி எனக்குக் கட்டளையிட்டார்..."

"இளவரசரிடம் எனக்கு நல்ல பரிசு வாங்கித் தரவேண்டும்! பார்க்கப் போனால், அவரை நான் காப்பாற்றியது உண்மைதானே? ஆ! அதோ...!" என்று மந்திரவாதி வியப்புடன் கூறி நிறுத்தினான்.

மந்திரவாதி உற்று நோக்கிய இடத்தில், குளத்தின் கரையோரமிருந்த அரளிச் செடிப் புதர்களில் வேல் முனை போன்ற ஒன்று சிறிது தெரிந்தது.

"ஆ! அங்குசம்!" என்று சொல்லிக்கொண்டே மந்திரவாதி அந்த அரளிச் செடிப் புதரை நோக்கி ஓடினான்.

முருகய்யன் அவனைவிட விரைந்து ஓடி அரளிச் செடிப் புதர்களில் புகுந்து அங்குசத்தின் அடிப்பிடியைப் பிடித்து ஜாக்கிரதையாக எடுத்துக்கொண்டான்.

பின்னர், திரும்பிப் பார்த்தான்; மந்திரவாதியைக் காணவில்லை. "அடடா ஏமாந்து போய்விட்டோமே?" என்ற துக்கத்துடன் அங்குமிங்கும் ஓடிப் பார்த்தான், பயனில்லை. குளக்கரையில் கூடியிருந்த பெரும் ஜனக் கூட்டத்தின் மத்தியில் புகுந்து மந்திரவாதி கிரமவித்தன் மாயமாய் மறைந்து விட்டான்.

மதயானை ஓடிப்போன பிறகு, ஜனங்கள் மறுபடியும் திரும்பிச் சோழ மாளிகையை நெருங்கி வந்து கொண்டிருப்பதை முருகய்யன் கண்டான். ஆனால் அங்கே அவன் நிற்கவில்லை.

முதல் நாள் மந்திரவாதியை அவன் பார்த்த வீடு எந்தத் திசையில் இருந்தது என்பதை நினைத்துப் பார்த்துக்கொண்டு, அதை நோக்கிச் சென்றான். வழியெல்லாம் இராஜ வீதிகளிலெல்லாம், ஜனங்கள் ஆங்காங்கு கூடிக் கூடி நின்று பேசிக் கொண்டிருந்தார்கள். மதயானை ஓடியதைப் பார்த்தவர்களில் சிலர், "யானையின் பேரில் யாரோ ஆள் இருந்ததாகத் தோன்றியது" என்றார்கள். மற்றும் சிலர் அதை மறுத்தார்கள். "அது எப்படி இருக்க முடியும்? யானைப்பாகனைத் தூக்கி எறிந்தவுடனேதான் யானை ஓடத் தொடங்கி விட்டதே? அதன் பேரில் யார் ஏறியிருக்க முடியும்" என்றார்கள். எல்லாரும் இவ்வாறு விவாதித்துக்கொண்டே சோழ மாளிகையை நோக்கித் திரும்பிச் சென்று கொண்டிருந்தார்கள். தங்கள் இதயங்கவர்ந்த இளவரசருக்கு அபாயம் ஒன்றும் நேரவில்லை என்பதை உறுதிப்படுத்திக் கொள்வதற்கு ஜனங்கள் அனைவரும் ஆவலாக இருந்தார்கள்.

முருகய்யன் ஜனங்கள் வந்த திசைக்கு எதிர்த் திசையைச் சென்று குறிப்பிட்ட சந்தை அடைந்தான். அங்கே அப்போது ஜன நடமாட்டமே இருக்கவில்லை. எல்லாரும் இராஜ வீதிகளுக்குப் போய்விட்டார்கள். இரவில் பார்த்த வீட்டைப் பகலில் அவ்வளவு சுலபமாக அடையாளம் கண்டுபிடிக்க முடியவில்லை. உற்றுப் பார்த்துக்கொண்டே முருகய்யன் போனான். ஒரு வீடு மட்டும் வெளிப்புறம் பூட்டப்பட்டிருந்தது. உள்ளேயிருந்து ஏதோ முனகல் சத்தம் கேட்டுக் கொண்டிருந்தது. அந்த வீட்டுக்குப் பக்கத்தில் ஒரு பாழும் வீடு இருந்தது. முருகய்யன் அந்தப் பாழும் வீட்டில் புகுந்து அடுத்த வீட்டின் மேற்கூரையில் ஏறி முற்றத்தில் குதித்தான். அவன் எதிர்பார்த்தபடியே அங்கே யானைப்பாகன் தென்பட்டான். அவன் வெறி கொண்டவனைப்போல் தோன்றினான். அவனுடைய கால்களையும், கைகளையும் கட்டியிருந்ததுமல்லாமல் ஒரு தூணோடும் அவனைச் சேர்த்துக்

கட்டியிருந்தது. யானைப்பாகன் தன் கைக்கட்டுக்களைப் பல்லால் கடித்து அவிழ்க்கப் பெரு முயற்சி செய்து கொண்டிருந்தான். நடு நடுவில் கடிப்பதை நிறுத்தி விட்டுக் கூச்சல் போட்டுக் கொண்டுமிருந்தான்.

முருகய்யனைப் பார்த்ததும் அவன் முகத்தில் சிறிது தெளிவு ஏற்பட்டது. நாகைப்பட்டினத்திலேயே அவன் முருகய்யனைப் பார்த்திருந்தான். இளவரசருக்கு வேண்டியவன் என்பதையும் அறிந்துகொண்டிருந்தான். ஆகையால் இப்போது பரபரப்புடன், "முருகய்யா! அவிழ்த்து விடு! அவிழ்த்து விடு! சண்டாளர்கள் என்னை ஏமாற்றிவிட்டார்கள்! இளவரசருக்கு அபாயம் ஒன்றும் நேரவில்லையே?" என்றான்.

முருகய்யன் கட்டுக்களை அவிழ்த்துவிட்டுக்கொண்டே காலையில் நடந்தவற்றைச் சுருக்கமாகக் கூறிவிட்டு, யானைப்பாகனிடம் அவனுக்கு நேர்ந்தது என்னவென்று விசாரித்தான். யானைப்பாகனும் ஒருவாறு தட்டுத்தடுமாறிக் கூறினான். யானைக்கு மதம் பிடித்தாலும் தனக்கு ஒன்றும் நேராமல் மந்திர கவசம் தருவதாகச் சொல்லி, இந்த வீட்டுக்கு அழைத்து வந்தார்கள் என்றும், இங்கே வந்ததும் சாம்பிராணிப் புகை போட்டுக் கொண்டே மந்திரவாதி மந்திரம் ஜபித்தான் என்றும், அப்போது தனக்கு மயக்கமாக வந்து தூங்கி விழுந்து விட்டதாகவும், கண் விழித்துப் பார்த்தபோது தன்னைத் தூணோடு கட்டிப் போட்டிருந்ததாகவும் கூறினான்.

இருவரும் அந்த வீட்டை விட்டு வெளியேறிச் சோழ மாளிகையை நோக்கி விரைந்து சென்றார்கள்.

அவர்கள் அம்மாளிகையை அடைந்தபோது அங்கே முன்னைவிடப் பெருங்கூட்டம் கூடியிருப்பதையும் ஜனங்கள் மிக்கக் கவலையோடு பேசிக் கொண்டிருப்பதையும் கண்டார்கள்.

ஜனங்களின் கவலைக்குக் காரணம், இளவரசரைக் காணோம் என்பதுதான். அவருக்கு என்ன நேர்ந்தது என்பதைத் திட்டமாக அறிந்தவர்கள் அங்கு யாரும் இல்லை. யானை மேல் ஒருவர் இருந்ததைப் பார்த்ததாக மட்டும் சிலர் கூறினார்கள். அவர் ஒருவேளை இளவரசராக இருக்கலாம் என்று ஊகித்தார்கள்.

இளவரசர் யானைகளைப் பழக்கும் வித்தையில் மிகத் தேர்ந்தவர் என்பதும், யானைகளின் பாஷைகூட அவருக்குத் தெரியும் என்பதும் சோழ நாட்டில் பிரசித்தமாயிருந்தன. ஆகையால், மதங்கொண்ட யானையினால் ஒருவருக்கும் தீங்கு நேரிடாமல் அதன் மதத்தை அடக்கும் பொருட்டுப் பொன்னியின் செல்வர் யானைமேல் ஏறிச் சென்றிருக்க வேண்டும் என்று சிலர் தங்கள் உறுதியான நம்பிக்கையைத் தெரிவித்தார்கள்.

இச்சமயத்திலே அங்கே முருகய்யனும், யானைப்பாகனும் வந்தார்கள். யானைப்பாகனுக்கு நேற்றிரவு நேர்ந்தது அங்குள்ளவர்களுக்குத் தெரிந்தபோது, அவர்களுடைய வியப்பும் திகைப்பும் பன்மடங்கு அதிகமாயின.

யானைப்பாகனைக் கட்டிப் போட்டுவிட்டு, அங்குசத்தை எடுத்துக் கொண்டு ஓடிவந்தவன் சோழ குலத்தின் விரோதிகளால் அனுப்பப்பட்டவனாயிருக்க வேண்டும். "ஒருவேளை பழுவேட்டரையர்களே அனுப்பியிருக்கக்கூடும்!" என்று சிலர் ஊகித்துக் கூறியதைப் பெரும்பாலான மக்கள் நம்பினார்கள். அதனால் பழுவேட்டரையர்களின் மீது அவர்களுடைய கோபம் அதிகமாயிற்று. அந்தக் கோபவெறியுடனே பலர் உடனே தஞ்சையை நோக்கிக் கிளம்பினார்கள். யானை போன வழியை விசாரித்துக் கொண்டு ஒரு பகுதியினரும், தஞ்சாவூருக்கு நேரே போகும் சாலையில் மற்றவர்களும் கோபாவேசத்துடன் புறப்பட்டுச் சென்றார்கள்.

19. திருநல்லம்

ஜோசியர் வீட்டின் ஓட்டுக் கூரையையும், அதனுடன் தன்னுடைய உயிரையும் கெட்டியாகப் பிடித்துக் கொண்டிருந்த வானதி, காவேரி நதியின் உடைப்பு வெள்ளத்தில் மிதந்து மிதந்து போய்க் கொண்டிருந்தாள். வெள்ளம் அவளை மேலே மேலே அழைத்துக் கொண்டு கிழக்கு நோக்கிச் சென்றது. சில சமயம் மெதுவாகச் சென்றது. சிலசமயம் வேகமாக இழுத்துச் சென்றது. வேறு சில போது பெரிய சுழல்களிலும் அந்த வீட்டுக் கூரை அகப்பட்டுக்கொண்டு சுற்றிச் சுழன்று தடுமாறிக் கொண்டு சென்றது.

வெள்ளத்தின் ஆழம் அதிகமில்லாத மேட்டுப்பாங்கான இடங்களில் சில போது சென்றது. அது, மரங்களில் அடியில் வெள்ளம் எவ்வளவு தூரம் ஏறியிருக்கிறது என்பதைப் பார்த்ததும், ஆங்காங்கு காவேரிக் கரை ஓரமிருந்த மண்டபங்கள் எவ்வளவு தூரம் முழுகியிருக்கிறது என்பதைப் பார்த்ததும் தெரிந்தது. மேட்டுப்பாங்கான இடங்களில் கீழே இறங்கலாமா என்று வானதி யோசிப்பதற்குள் ஆழமான இடங்களுக்குச் சுழல்கள் இழுத்துப் போய்விட்டன.

இறங்குவதற்கும் வானதிக்கும் அவ்வளவாக மனம் இல்லை. ஏனெனில், பொன்னி நதியின் அவ்வெள்ளம் அவளைப் பொன்னியின் செல்வர் இருக்குமிடத்துக்கு அழைத்துச் செல்வதாக அவளுடைய மனதில் ஒரு தோற்றம் ஏற்பட்டிருந்தது.

இளவரசருக்கு ஏற்படப் போகும் அபாயத்தைப் பழுவேட்டரையர் மூடுமந்திரமாக கூறியது அவள் உள்ளத்திலும் பதிந்திருந்தது. அவரை அந்த அபாயத்திலிருந்து பாதுகாக்கவே காவேரி நதி தன்னை அழைத்துப் போவதாக அவள் எண்ணிக் கொண்டாள்.

ஆகா! அந்தப் பூங்குழலிக்குத்தான் எவ்வளவு கர்வம்? இளவரசர் விஷயத்தில் எவ்வளவு உரிமை கொண்டாடுகிறாள்? ஆயினும், உரிமை கொண்டாடுவதற்குக் காரணம் உண்டு. இன்று இளவரசர் பிழைத்திருப்பதே பூங்குழலியினால் தானே? – ஒரு நாளும் இல்லை! – அந்தக் குடந்தை ஜோதிடர் கூறியதைத்தான் வானதி கேட்டிருந்தாளே! இளவரசர் பிறந்த வேளை அப்படி! அவருக்கு இம்மாதிரி கண்டங்கள் பல வரக்கூடும்! ஆனால் அவர் உயிருக்கு ஒன்றும் ஆபத்து வராது! உலகத்தை ஆளப் பிறந்தவரைக் கேவலம் கடலும் புயலும், நதி வெள்ளமும் என்ன செய்துவிடும்? அவர் அவ்விதம் உயிர் தப்புவதற்கு யாரேனும் ஒரு வியாஜமாக வேண்டும்! பூங்குழலிக்கு அத்தகைய பாக்கியம் கிடைத்திருக்கிறது! அதற்காக அவள் உரிமை எப்படிக் கொண்டாடலாம்? – எனினும், அம்மாதிரி பாக்கியம் தனக்கும் ஒரு தடவை கிட்டக்கூடாதா என்ற ஏக்கம் வானதியின் இதய அந்தரங்கத்தில் நீண்ட காலமாக இருந்து கொண்டிருந்தது.

சில சமயம் கூரை சுழன்று திரும்பியபோது, பின்னால் வெகு தூரத்தில் படகு ஒன்று வருவதை வானதி பார்த்தாள். அதில் பெண் ஒருத்தியும் புருஷன் ஒருவரும் இருப்பதும் தெரிந்தது. யார் என்று நன்றாய்த் தெரியவில்லை. பெண், படகு செலுத்தியதைப் பார்த்ததும் அவள் ஒருவேளை பூங்குழலியாயிருக்கலாம் என்று தோன்றியது. தன்னை வெள்ளத்திலிருந்து காப்பாற்றத்தான் வருகிறாளா? இளைய பிராட்டி அனுப்பி வைத்திருக்கிறாரா? போதும், போதும்! அவளுக்கு இளவரசர் கடமைப்பட்டிருப்பதே போதும். தானும் வேறு நன்றிக்கடன் பட வேண்டாம்! கூடவே கூடாது! தான் அவளால் இந்த வெள்ளத்திலிருந்து காப்பாற்றப்படுதலே கூடாது.

சில சமயம் படகு அவளுக்கு அருகில் நெருங்கி வந்து விட்டது போலிருந்தது சில சமயம் கூரை வேகமாகச் சென்று படகை வெகு தூரம் பின்னால் விட்டுவிட்டுச் சென்றது.

இவ்விதம் படகு கண்ணுக்கு மறைந்திருந்த ஒரு சமயத்தில் வீட்டுக் கூரை திசை திரும்பித் தெற்கு நோக்கிச் செல்லுவது போலத் தோன்றியது. இவ்வாறு வெகு தூரம் போயிற்று. காவேரியின் தென் கரையைத் தாண்டி, தெற்கே ஒரே சமுத்திரம் போலத்

தோன்றிய வெள்ளப் பிரதேசத்தில் சென்றது. கடைசியில், அந்தத் தண்ணீர் வெள்ளத்தின் எல்லை கண்ணுக்குப் புலப்பட்டது. ஆகா! இது ஒரு நதியின் கரைபோல அல்லவா காணப்படுகிறது. ஆம், ஆம்! இது அரசலாற்றங்கரைதான்! காவேரி உடைப்பு வெள்ளம் நடுவில் பல பிரதேசங்களை முழுக அடித்துக்கொண்டு வந்து இந்த ஆற்றில் விழுந்து கலந்திருக்கிறது. இதன் தென்கரை சிறிது மேடாக இருப்பதால் அதற்குள் அடங்கிச் செல்லுகிறது. அந்த நதிக்கரை, அதன் மரங்களடர்ந்த தோற்றம், அவளுக்குப் பழக்கப்பட்ட இடமாகத் தோன்றியது. பூர்வ ஜன்ம வாசனையைப்போல் ஞாபகம் வந்தது. இல்லை, இல்லை! இந்த ஜன்மத்தில் இரண்டு மூன்று தடவை பார்த்த இடந்தான்! அவள் திருநல்லம் என்னும் க்ஷேத்திரத்தை நெருங்கி வந்து கொண்டிருக்கவேண்டும். அங்குள்ள ஆலயத்தை மழவரையர் மகளார், செம்பியன் மாதேவி, தம் அருமைக் கணவரான கண்டராதித்த சோழரின் ஞாபகமாகக் கருங்கல் திருப்பணியாகச் செய்ய ஆவல் கொண்டிருக்கிறார். அங்கே நதிக்கரையில் சோழ குலத்தார்கள் தங்குவதற்கு வசந்த மாளிகை ஒன்றும் இருக்கிறது. செம்பியன் மாதேவி ஒரு சமயம் இளைய பிராட்டியை அவ்விடத்துக்கு அழைத்துச் செல்ல, அவருடன் தானும் போனதுண்டு! அந்த வஸந்த மாளிகையையொட்டியிருந்த தோட்டங்களிலே சென்று பறவைகளின் இனிய கீதங்களைக் கேட்பதில் தனக்கு எவ்வளவு ஆர்வமிருந்தது! ஆகா! அப்போது அங்கு நடந்த ஒரு சம்பவம், வானதியின் உள்ளத்தில் என்றும் மறக்கமுடியாதபடி ஆழ்ந்து பதிந்திருந்தது.

20. பறவைக் குஞ்சுகள்

கொடும்பாளூரிலிருந்து வானதி பழையாறை நகருக்கு வந்த புதிதில், சோழ நாட்டின் நீர்வளம் அவளை ஒரே ஆச்சரியக் கடலில் ஆழ்த்தியிருந்தது. கொடும்பாளூர்ப் பக்கத்தில் நதி ஒன்றும் கிடையாது; ஏரிகள் உண்டு. மழை பெய்யும் காலங்களில் ஏரிகள் தண்ணீர் நிறைந்து ததும்பிக் கொண்டிருக்கும். கோடைக் காலத்தில் காய்ந்துவிடும். இம்மாதிரி இரு கரைகளையும் தொட்டுக் கொண்டு தண்ணீர் ததும்பிச் சுழிகளும் சுழல்களுமாய் ஓடும் நதிகளும், வாய்க்கால்களும், கண்ணிகளும் அங்கே இல்லை. தாமரையும் செங்கழு நீரும் தழைத்துப் பூத்துக் கொழித்த தடாகங்களை வானதி பிறந்த ஊரில் பார்க்க முடியாது. இவற்றையெல்லாம் வானதி பார்த்துப் பார்த்து மெய்ம்மறந்து உட்கார்ந்திருப்பாள். குளத்து மீனுக்குக் குடைபிடித்த தாமரை இலைகளின் மீது முத்துக்கள் போன்ற நீர்த்துளிகள் அங்குமிங்கும் ஓடிக் களிப்பதைப் பார்த்து மகிழ்வாள். கமல மலர்களையும் அல்லிப் பூக்களையும் கருவண்டுகள் சுற்றிச் சுழன்று வந்து ஆடிப்பாடுவதைக் கண்டதும் பரவசமாகி விடுவாள். பொழுது போவதே தெரியாமல் போய்விடும்.

ஒரு சமயம் வானதியும், குந்தவையும் செம்பியன் மாதேவி அழைத்ததின் பேரில் (இக்காலத்தில் திருநல்லத்துக்குக் கோனேரிராஜபுரம் என்று பெயர் வழங்குகிறது.) திருநல்லத்துக்குப் போயிருந்தார்கள். வசந்த மாளிகையில் தங்கியிருந்தார்கள்.

செம்பியன் மாதேவியும் குந்தவையும் அடிக்கடி சைவ சமயக் குரவர்களின் வரலாறுகளைப் பற்றியும், அவர்களுடைய பதிகங்களில் கனிந்துச் சொட்டும் பக்தி ரசத்தைப் பற்றியும், பேசத் தொடங்கிவிடுவார்கள். அதையெல்லாம் கேட்டுக் கொண்டிருப்பதில் வானதிக்குச் சிரத்தை இருப்பதில்லை. அதைக் காட்டிலும் வசந்த மாளிகையை யொட்டியிருந்த தோட்டங்களிலே சென்று பறவைகளின் இனிய கீதங்களைக் கேட்பதிலும், தடாகத்திலே பூத்துக் குலுங்கிய தாமரை மலர்களைச் சுற்றி வந்து கொண்டிருந்த கரு நீல வண்டுகளின் இன்ப ரீங்காரத்தைக் கேட்பதிலும் அவளுக்கு ஆர்வம் அதிகமாயிருந்தது. இன்னும் மாளிகையின் ஒரு பக்கமாகச் சென்று கொண்டிருந்த நதிவெள்ளம் சுழி போட்டுக் கொண்டு ஓடுவதையும், அந்தச் சுழிகளில் அழகிய செக்கச் சிவந்த கடம்ப மலர்கள் சுழன்று

கொண்டிருப்பதையும் பார்க்க அவளுக்கு மிக்க ஆர்வம் இருந்தது. கொடும்பாளூர்ப் பகுதிகளில் இம்மாதிரி மனோரம்யமான காட்சிகளைப் பார்க்க இயலாதல்லவா?

ஒரு நாள் மழவரையர் மகளாரும், இளைய பிராட்டி குந்தவையும் சுவாரஸ்யமாக ஏதோ பேசிக் கொண்டிருந்தார்கள். வானதி அவர்கள் அருகில் சென்றபோது, இளைய பிராட்டி "வானதி! நீ தோட்டத்திற்குப் போ! சற்று நேரத்துக்கெல்லாம் நானும் வருகிறேன்!" என்றார். வானதி குதூகலத்துடன் துள்ளிக் குதித்து ஓடினாள். தோட்டத்தில் சற்று நேரம் சுற்றி அலைந்து விட்டுத் தாமரைக் குளக்கரைக்குச் சென்றாள். குளக்கரையில் வானை மறைத்துக் கொண்டு வளர்ந்திருந்த மரங்கள் பல இருந்தன. அவற்றில் நெடிதுயர்ந்து பல்கிப் பரவித் தழைத்திருந்த இலுப்பை மரம் ஒன்றிருந்தது. இலுப்பைப் பூக்கள் உதிர்ந்து பூமியை அடியோடு மறைத்துக் கொண்டிருந்தன. அவற்றின் நறுமணம் கம்மென்று வீசித் தோட்டம் முழுவதும் பரவியிருந்தது. அந்த மரத்தடியில் ஒரு பெரிய வேரின் பேரில் வானதி உட்கார்ந்தாள். அடிமரத்தில் சாய்ந்து கொண்டு மேலும் கீழும் நாலாபுறமும் பார்த்துக் கொண்டிருந்தாள். பறவை இனங்களின் இனிய கீதங்கள் அவளுடைய செவிகளில் அமுத வெள்ளமாகப் பாய்ந்து கொண்டிருந்தன. அவள் அந்த நாள்வரை அனுபவித்திராத இன்ப உணர்ச்சி அவள் இதயத்தில் தோன்றியது. அந்த உள்ளக் களிப்பு அடிக்கடி பொங்கித் ததும்பி அவள் மேனியெல்லாம் பரவியது. வாழ்க்கை இவ்வளவு ஆனந்த மயமாக இருக்கக்கூடும் என்று வானதி அன்று வரை கனவிலும் கருதியதில்லை.

அந்த மரத்தடியிலிருந்து பார்த்தால் சற்றுத் தூரத்தில் ஆற்று வெள்ளம் தெரிந்தது. அவ்வப்போது நதி ஓட்டத்தின் இனிய காட்சிகளையும் அவள் மரங்களின் இடைவெளி வழியாகப் பார்த்துக் கொண்டிருந்தாள்.

ஒருமுறை, யாரோ ஒரு வாலிபன் ஆற்றில் நீந்திக் கொண்டிருப்பது தெரிந்தது. செந்நிற நீர்ப் பிரவாகத்தில் அவனுடைய பொன்னொளிர் மேனி பாதி தண்ணீரிலும் பாதி மேலேயும் மிதந்த வனப்பு மிக்க காட்சி அவள் உள்ளத்தைக் கவர்ந்தது. சீச்சீ! யாரோ இளம்பிள்ளை ஒருவனுடைய தோற்றத்தில் தனது கவனம் செல்வது என்ன அசட்டுத்தனம்? நாணம், மடம் என்னும் இயல்புகளைத் தன் உடன் பிறந்த செல்வங்களாகக் கொண்டிருந்த வானதிக்கு அந்த எண்ணம் மிக்க கூச்சத்தை உண்டாக்கியது. அவளுடைய உள்ளக் கட்டுப்பாட்டையும் மீறிக் கண்கள் மீண்டும் இரண்டொரு தடவை நதிப்பக்கம் சென்றன.

வானதிக்குத் தன் பேரில் கோபமே உண்டாயிற்று. அங்கிருந்து எழுந்து போய்விடலாமா என்று எண்ணினாள். அச்சமயம் வேறொரு நிகழ்ச்சி அவளுடைய உள்ளத்தைக் கவர்ந்தது.

அவள் அமர்ந்திருந்த இடத்துக்கு அருகாமையில், தலைக்கு மேலே பறவைக் குஞ்சுகளின் கூக்குரலைக் கேட்டு நிமிர்ந்து பார்த்தாள். அங்கே அவள் கண்ட காட்சி அவளுக்கு ஏக காலத்தில் பரிதாபத்தையும் திகிலையும் உண்டாக்கின.

ஒரு மரக்கிளையில் கவணை போலப் பிரிந்த இடத்தில் பட்சிக் கூடு ஒன்று இருந்தது. அதில் சில பறவைக் குஞ்சுகள் தலைகளை நீட்டிக் கொண்டிருந்தன. அவைதாம் 'கிறீச்' என்று மெல்லிய குரலில் சத்தமிட்டன. அந்தச் சத்தத்தில் பயமும், அபாய அறிவிப்பும், பரிதாபமான அடைக்கல விண்ணப்ப முறையீடும் கலந்திருந்தன. அவ்விதம் கலந்திருந்ததாக வானதியின் செவிகளில் ஒலித்தது. கூட்டுக்கு அருகில் மரக்கிளையில் ஒரு காட்டுப் பூனை ஏறிக் கொண்டிருந்தது. மெல்ல மெல்ல அது கூட்டை நெருங்கி வந்து கொண்டிருந்தது!

அதைப் பார்த்த வானதி, "ஐயோ! ஐயோ!" என்று சத்தமிட்டாள். அடுத்த கணத்தில் "என்ன? என்ன?" என்று ஒரு குரல் கேட்டது. யாரோ விரைந்து ஓடி வரும் காலடிச் சத்தமும் கேட்டது. வானதி அந்தப் பக்கம் பார்த்தாள். சற்று முன் நதி வெள்ளத்தில் நீந்திக் கொண்டிருந்த வாலிபன்தான் கரையேறி ஓடி வந்து கொண்டிருந்தான் என்பதை அவள் அறிந்தாள்.

அதே சமயத்தில் எங்கிருந்தோ இரண்டு பெரிய பறவைகள் வந்து விட்டன. கூட்டைச் சுற்றி அவை கராபுராவென்று கத்திக் கொண்டு வட்டமிட்டன. அவை அக்குஞ்சுகளின் தாயும் தகப்பனுமாகவே இருக்க வேண்டும். குஞ்சுகளைக் காப்பாற்றுவதற்காகவே அவை

அவசரமாக வந்திருக்க வேண்டும் என்பதை வானதி உணர்ந்தாள். இரண்டும் நீள மூக்குகள் உள்ள பறவைகள். மரங்கொத்திப் பறவைகள் என்பவை இவைதாம் போலும். ஒரு பறவை கூட்டைச் சுற்றி அதிகமாக வட்டமிட்டது. இன்னொன்று பூனையை நெருங்கி அதை மூக்கினால் கொத்தித் தாக்கும் பாவனையுடன் சத்தமிட்டது! பூனையை அந்தப் பறவையினால் ஒன்றும் செய்துவிட முடியாது. பூனையின் வாயில் அகப்பட்டால் மறுகணம் அதன் வயிற்றுக்குள்ளேயே போய்விட வேண்டியதுதான். ஆயினும் தன் குஞ்சுகளைக் காப்பதற்காக அந்தப் பறவை அப்படித் தீரத்துடன் போராடியது. தாயையும் தகப்பனையும் இளம் பிராயத்திலேயே இழந்துவிட்ட வானதிக்கு அந்த காட்சி மிக்க மனக்கசிவை உண்டாக்கியது.

பூனை சற்றுச் சும்மா இருந்துவிட்டுத் திடீரென்று முன்னங்கால் ஒன்றைக் கூட்டின் பக்கம் நீட்டியது. பறவைக் குஞ்சுகள் இருந்த கூட்டின் ஒரு முனையையும் தொட்டுவிட்டது.

வானதி மறுபடியும் அலறினாள். இதற்குள் அந்த வாலிபன் நெருங்கி விட்டான். அவனை அருகில் பார்ப்பதற்கு வானதிக்கு மிக்க கூச்சமாயிருந்தது. மறுமொழி சொல்ல வரவில்லை; பேசுவதற்கு நா எழவில்லை. சமிக்ஞையினால் பட்சியின் கூட்டைச் சுட்டிக் காட்டினாள்.

அதுவரையில் அந்தப் பெண்ணுக்குத்தான் ஏதோ அபாயம் என்று எண்ணிக் கொண்டிருந்தான். வானதி சுட்டிக் காட்டிய இடத்தை அண்ணாந்து பார்த்தான். மறுபடியும் வானதியை நோக்கிப் புன்னகை புரிந்தான். அவனுடைய பார்வையும், புன்னகையும் வானதியின் நெஞ்சத்தை நெகிழச் செய்து, பறவைக் குஞ்சுகளின் நிலையைக் கூட மறந்துவிடச் செய்தன.

ஆனால் வாலிபன் உடனே அங்கிருந்து விரைந்து ஓடி, மரக்கிளையின் பறவைக் கூடு இருந்த இடத்துக்கு நேர் கீழே சென்று நின்றான்.

காட்டுப் பூனையை அதட்டினான். அது கீழே குனிந்து பார்த்து உருமியது. "பொல்லாத பூனையாயிருக்கிறதே!" என்று சொல்லிக் கொண்டே தரையிலிருந்து ஒரு கல்லைப் பொறுக்கி வேகமாக விட்டெறிந்தான். கல் பூனையின் மீது படாமல் அதன் அருகில் மரக்கிளையைத் தாக்கியது. பூனை உடனே தாவி வேறு கிளையில் பாய்ந்து, அங்கிருந்து இன்னொரு அடர்ந்த மரத்துக்குச் சென்று பின்னர் மறைந்துவிட்டது.

ஆனால் இதற்குள் வேறொரு விபரீதம் நேர்ந்துவிட்டது. பூனையில் ஒரு கால் பறவைக் கூட்டின் முனையைப் பற்றி இழுத்ததல்லவா? அதனால் சிறிது ஆடிப் போயிருந்த கூடு வாலிபனின் கல்லெறி மரக்கிளையில் தாக்கிய வேகத்தினால் அதிகமாக நிலை குலைந்து, சிறிது சிறிதாக அந்தக் கூடு கிளையின் கப்பிலிருந்து நழுவியது. முழுதும் நழுவி விழுந்திருந்தால் காட்டுப் பூனை வாயிலிருந்து தப்பிய குஞ்சுகள் தரையில் விழுந்து மாண்டிருக்கும்! நல்ல வேளையாகக் கூட்டின் ஒரு முனை கிளையைக் கவ்விக் கொண்டிருந்தது. கூடு அதில் இருந்த குஞ்சுகளுடன் கீழே தொங்கி ஊசலாடியது. குஞ்சுகளின் உயிர்களும் ஊசலாடின. மரங்கொத்திப் பறவைகள் முன்னை விடப் பீதியுடன் அலறிக்கொண்டு குஞ்சுகள் இருந்த கூட்டைச் சுற்றிச் சுற்றி வந்தன. காற்று கொஞ்சம் வேகமாக அடித்தால் கூடு தரையில் விழுந்து விடும். அவ்வளவு உயரத்திலிருந்து விழுந்தால் குஞ்சுகள் பிழைப்பது துர்லபந்தான்.

வாலிபன் ஒரு கணநேரம் யோசித்தான். முதலில் மரத்தின் மேல் தாவி ஏற அவன் எண்ணியதாகத் தோன்றியது. மறு கணத்தில் மனத்தை மாற்றிக் கொண்டதாகக் காணப்பட்டது.

வானதியைப் பார்த்து, "பெண்ணே! சற்று இங்கே வா! கூடு கீழே விழுந்தால் உன் சேலைத் தலைப்பினால் பிடித்துக் கொள்! இதோ நான் ஒரு நொடியில் திரும்பி வருகிறேன்!" என்று சொல்லிவிட்டு ஓடினான்.

அவன் சொன்னபடியே மிகச் சொற்ப நேரத்தில் திரும்பி வந்தான். ஆனால் இப்போது அவன் நடந்து வரவில்லை. யானை மீது ஏறிக்கொண்டு வந்தான். வானதிக்கு அவன்

என்ன செய்யப் போகிறான் என்பது ஒருவாறு தெரிந்துவிட்டது. ஆகையால் அங்கிருந்து தாமரைக் குளத்தின் படிக்கட்டை அடைந்தாள். சில படிகள் இறங்கி உட்கார்ந்து கொண்டு யானை மேல் வந்த வாலிபன் என்ன செய்கிறான் என்பதைப் பார்த்துக் கொண்டிருந்தாள்.

யானை மரத்தடிக்கு வந்ததும் நின்றது. அதன் முதுகில் இருந்தபடி வாலிபன் பறவைக் கூட்டைக் கையினால் தாங்கி முன்னால் அது இருந்த கிளைப் பொந்திலே ஜாக்கிரதையாக வைத்தான். தாய்ப் பறவையும், தகப்பன் பறவையும் இப்போது முன்னைவிட அதிகமாகக் கூச்சலிட்டன. ஆனால் அந்தக் கூச்சலில் இப்போது குதூகல த்வனி மேலிட்டிருப்பதாகத் தோன்றியது.

வாலிபன் பின்னர் திரும்பிச் சுற்று முற்றும் பார்த்தான். "பெண்ணே! எங்கே போனாய்?" என்று கூவினான். வானதி பெரிதும் நாணம் அடைந்து மௌனமாயிருந்தாள். வாலிபன் யானையின் மீதிருந்து கீழிறங்கினான். பின்னர் மறுபடியும் சுற்று முற்றும் பார்த்தான்.

வானதி மனதில் எதையோ நினைத்துக்கொண்டாள். அந்த நினைவு அவளுக்குப் பெரும் வேடிக்கையாயிருந்தது. அவளை அறியாமல் சிரிப்பு வந்தது. உரத்த சத்தத்துடன் கலகலவென்று சிரித்தாள்.

அதைக் கேட்டுவிட்டு வாலிபன் குளத்தின் படிக்கட்டுக்கு வந்தான். வானதியைப் பார்த்து, "பெண்ணே! ஏன் சிரிக்கிறாய்? நீ இவ்வளவு பலமாகச் சிரிக்கும்படியாக இப்போது என்ன நேர்ந்து விட்டது?" என்றான்.

வாலிபன் குரல் வானதியின் செவிகளில் விழுந்ததும் மறுபடியும் முன்போல அவளுடைய நெஞ்சம் நெகிழ்ந்து பொங்கிற்று; கூச்சம் முன்னிலும் அதிகமாயிற்று. அவனை ஏறிட்டுப் பார்க்க முடியாதபடியால், அப்புறமும், இப்புறமும் பார்த்துக் கொண்டிருந்தாள். "பெண்ணே! ஏன் சிரித்தாய்? சொல்ல மாட்டாயா?" என்று மீண்டும் வாலிபன் கேட்டான்.

வானதி மனத்தைக் திடப்படுத்திக்கொண்டு, "ஒன்றுமில்லை. நீ பெரிய வீரனாயிருக்கிறாயே என்று எண்ணிச் சிரித்தேன். பூனையோடு சண்டை போடுவதற்கு யானையின் பேரில் வந்தாய் அல்லவா?" என்றுகேட்டாள். அதைக் கேட்டு வாலிபனும் சிரித்தான்.

"பெண்ணே! அது பூனைதானா? நீ போட்ட கூக்குரலைக் கேட்டுப் புலியோ என்று பயந்துவிட்டேன்!" என்று சொன்னான்.

வானதிக்கு இதற்குள் துணிவு வந்துவிட்டது; அவளிடமிருந்த கூச்சமும் குறைந்துவிட்டது.

"ஆகா! அப்படியா? புலிக்கொடி பறக்கும் சோழ நாட்டில் புலியைக் கண்டுதான் எதற்காகப் பயப்படவேணும்? நீ பாண்டிய நாட்டனா?" என்றாள்.

அதைக்கேட்ட வாலிபனின் முகம் முன்னைக் காட்டிலும் சற்று அதிகமாக மலர்ச்சி அடைந்தது.

"பெண்ணே! நான் வேற்று நாட்டவன் அல்ல; இந்தச் சோழ நாட்டைச் சேர்ந்தவன்தான்! யானை மீது ஏறி வேறு போர்க்களங்களுக்கும் சென்றிருக்கிறேன். நீ யார்? எந்த ஊர்ப் பெண்? பெரிய வாயாடிப் பெண்ணாக இருக்கிறாயே?" என்றான்.

"யானைப்பாகா! மரியாதையாகப் பேசு! நான் யாராயிருந்தால் உனக்கு என்ன? எதற்காக அதைப்பற்றிக் கேட்கிறாய்?" என்றாள் வானதி.

"சரி அப்படியானால் நான் கேட்கவில்லை. பெரிய இடத்துப் பெண் போலிருக்கிறது! போகிறேன்!" என்று சொல்லிவிட்டு அந்த வாலிபன் படியேறி மேலே போகலானான்.

வானதி மறுபடியும் விளையாட்டு பரிகாசம் தொனித்த குரலில், "யானைப்பாகா! யானைப்பாகா! என்னையும் உன் யானையின் மேல் ஏற்றிக்கொண்டு போகிறாயா?" என்றாள்.

"சரி, ஏற்றிக்கொண்டு போகிறேன். எனக்கு என்ன கூலி தருவாய்?" என்று கேட்டான்.

"கூலியா? என் பெரியப்பாவிடம் சொல்லி உனக்குக் கொடும்பாளூர் அரண்மனையில் உத்தியோகம் வாங்கித் தருகிறேன். இல்லாவிட்டால், யானைப் படைக்குச் சேனாதிபதியாக்கச் செய்கிறேன்!" என்றாள் வானதி.

"ஓகோ! கொடும்பாளூர் இளவரசியா தாங்கள்?" என்றான் அந்த வாலிபன். இதுவரையில் மலர்ந்திருந்த அவனது முகம் இப்போது சுருங்கியது. புன்னகை மறைந்தது; புருவங்கள் நெறிந்தன.

"ஏன்? கொடும்பாளூர் இளவரசி என்றால் அவ்வளவு மட்டமா? உன் யானை மேல் ஏறக்கூடாதா?" என்றாள் வானதி.

"இல்லை, இல்லை! கொடும்பாளூர் அரண்மனைக் கொட்டாரத்தில் எவ்வளவோ யானைகள் இருக்கின்றன; எத்தனையோ யானைப்பாகர்களும் இருக்கிறார்கள். நான் என்னத்திற்கு?" என்று சொல்லிவிட்டு அந்த வாலிபன் விடுவிடு என்று நடந்து போனான். அவன் ஒருவேளை திரும்பிப் பார்ப்பானோ என்று சற்று நேரம் வரையில் வானதி எதிர் பார்த்தாள். ஆனால் அவன் திரும்பியே பாராமல் நடந்து சென்று யானை மேல் ஏறிப் போய்விட்டான்.

இந்தச் சம்பவம் வானதியின் உள்ளத்தில் வெகுவாகப் பதிந்துவிட்டது. அடிக்கடி அது அவளுடைய ஞாபகத்துக்கு வந்தது. அந்த யானைப்பாகனுடைய உருவத் தோற்றமும் மலர்ந்த முகமும் இனிய குரலும் நினைவுக்கு வந்தபோதெல்லாம் உள்ளத்தில் இனந்தெரியாத இன்ப உணர்ச்சி உண்டாயிற்று. அவன் பறவைக் குஞ்சுகளைக் காப்பாற்ற யானைமேல் ஏறி வந்ததை நினைத்தபோதெல்லாம் அவளையறியாமல் நகைப்பு வந்தது. தனக்குத்தானே சிரித்துக் கொண்டாள். பிறகு அதற்காக வெட்கமும் அடைந்தாள். அந்த யானைப்பாகனின் அகம்பாவத்தையும், கொடும்பாளூர் என்ற வார்த்தையைக் கேட்டவுடனே அவன் முகத்தைச் சுருக்கிக் கொண்டு போய்விட்டதையும் எண்ணியபோதெல்லாம் அவன் பேரில் கோபம் உண்டாகி வளர்ந்தது. மொத்தத்தில், அந்த யானைப்பாகனைப் பற்றி அடிக்கடி நினைவு வந்து கொண்டிருந்தது. இது தவறோ என்ற சந்தேகமும் கூடத் தோன்றி அவளை மிகவும் வருத்திக் கொண்டிருந்தது.

திருநல்லத்துக்கு தமது தமக்கையைப் பார்க்கப் பொன்னியின் செல்வர் வரப்போகிறார் என்று அரண்மனையில் பேச்சாக இருந்தது. சோழநாட்டின் கண்மணியாக விளங்கிய இளவரசரைப் பார்க்க வேண்டுமென்ற ஆவல் அரண்மனைப் பெண்கள் எல்லாருக்கும் இருந்ததுபோல் வானதிக்கும் இருந்தது. அதற்குச் சந்தர்ப்பம் எளிதில் கிடைக்கவில்லை. இளவரசர் வந்துவிட்டார் என்று பேச்சாக இருந்ததே தவிர, அவர் அந்தப்புரத்துக்குள் வரவேயில்லை. இயற்கையில் சங்கோசம் நிறைந்த வானதியோ மற்றத் தோழிப் பெண்களைப் போல் சந்தர்ப்பத்தை உண்டு பண்ணிக் கொண்டு போய் அவரைப் பார்க்க விரும்பவில்லை. திருநல்லத்தை விட்டு இளவரசர் புறப்பட்ட அன்றைக்குத்தான் அரண்மனை மேல் மாடத்தில் நின்று வானதி பொன்னியின் செல்வரைப் பார்க்க நேர்ந்தது. அவர் யானையின் மீது ஏறிப் பிரயாணமாகிக் கொண்டிருந்தார். வானதி தன் கண்களை நம்பமுடியவில்லை என்றால், அது சம்பிரதாய வார்த்தையன்று. யானைப்பாகன் என்று தான் எண்ணிக் கேலிப் பேசிச் சிரித்து அதிகாரம் செய்யவும் துணிந்த வாலிபனே இந்த மாநிலம் போற்றும் இளவரசர் அருள்மொழிவர்மன் என்று கண்டால், வானதிக்கு அவளுடைய கண்களை எப்படி நம்பமுடியும்? பின்னர், பக்கத்திலிருந்த பெண்களைப் பலமுறை கேட்டுத்தான் அதை நிச்சயம் செய்துகொண்டாள். இதனால் அவள் அடைந்த அவமானத்தையும், மனவேதனையும் சொல்லிச் சாத்தியமில்லை.

உலகம் ஆளப் பிறந்தவருக்குத் கொடும்பாளூர் அரண்மனையின் யானைக் கொட்டாரத் தலைவன் உத்தியோகம் செய்துவைப்பதாகத் தான் சொன்னதை அவள் நினைத்தபோது

ஒரு பக்கம் சிரிப்பு வந்தது! அதே சமயத்தில் கண்களில் கண்ணீர் வந்தது. தன்னுடைய மூடத்தனத்தை நினைத்து வருந்தினாள். அப்போது அவருடைய முகம் சுருங்கியதன் காரணம் அவரை, "யானைப்பாகா!" என்று அழைத்ததுதான் என்று நம்பினாள். நாணம், மடம், அச்சம், பயிர்ப்பு என்னும் குணங்களில் ஒன்றும் இல்லாத பெண் என்றுதான் தன்னைப்பற்றி அவர் எண்ணியிருப்பார்! இதை நினைத்தபோது வானதியின் உள்ளம் அடைந்த வேதனைக்கு அளவே இல்லை. ஆற்றிலோ, குளத்திலோ விழுந்து உயிரையே விட்டு விடலாமா என்று கூடப் பலமுறை எண்ணினாள். இளையபிராட்டி குந்தவையிடம் தான் செய்த குற்றத்தைச் சொல்லிவிடப் பலமுறை முயன்றாள். ஆனால் அதற்குத் துணிவு வரவில்லை; நா எழவில்லை. இளவரசரே குந்தவை தேவியிடம் சொல்லியிருந்தால் அவரே தன்னிடம் கேட்டிருப்பார். குந்தவை தேவி கேளாததினால் இளவரசர் சொல்லவில்லை என்று முடிவு செய்தாள். எத்தனையோ மனவேதனைக்கு மத்தியில் இந்த எண்ணம் அவளுக்குச் சிறிது ஆறுதல் அளித்தது. என்றைக்காவது ஒருநாள் பொன்னியின் செல்வரிடம் நேரில் மன்னிப்புக் கேட்டுக் கொண்ட பிறகு உயிரை விட்டு விடலாம் என்று கருதினாள். ஆனால் அதற்கும் தைரியம் வரவில்லை.

பழையாறைக்குப் போன பிறகு இளவரசரைச் சந்திக்கும் சந்தர்ப்பம் நேரலாம் என்று தோன்றியபோதெல்லாம் ஓடி ஒளிந்து கொண்டாள். இளவரசரின் முன்னால் போவதைக் காட்டிலும் உயிரையே விட்டுவிடலாம் என்று கருதலானாள். திருநலத்தில் நடந்ததை அறியாத இளையபிராட்டியும் அவளுடைய தோழிமார்களும், "இந்தப் பெண் இவ்வளவு கூச்சப்படுகிறாளே!" என்று மட்டும் ஆச்சரியப்பட்டார்கள்! அவளுடைய பயந்த சுபாவத்தோடு இதுவும் சேர்ந்தது என்று நினைத்தார்கள்.

பொன்னியின் செல்வர் தன்னிடம் அருவருப்புக் கொள்வதற்கு வேறு முக்கிய காரணமும் உண்டு என்பதை வானதி விரைவில் அறிந்து கொண்டாள். இளவரசர் அருள்மொழிவர்மன் ஒரு காலத்தில் உலகமாளும் சக்கரவர்த்தியாவார் என்று பலரும் நம்பியதுபோல அவளுடைய பிறந்த வீட்டிலும் நம்பினார்கள். அதனால் அவளை அருள்மொழிவர்மருக்கு மணம் செய்து வைத்துவிட வேண்டுமென்று அவளுடைய பெரிய தகப்பனார் திட்டமிட்டிருந்தார் என்பது வானதிக்கு ஒருவாறு தெரிந்திருந்தது. அந்த நோக்கத்துடனேயே அவளைப் பழையாறைக்குப் பூதி விக்கிரம கேசரி அனுப்பி வைத்திருப்பதாகக் குந்தவை தேவியின் மற்றத் தோழிப்பெண்கள் அடிக்கடி ஜாடைமாடையாகப் பேசிக் கொள்வார்கள். சில சமயம் வானதியிடமே சொல்லிப் பரிகசிப்பார்கள். "ஆகையினாலேதான் நீ இளவரசர் முன்னாலேயே போகமாட்டேன் என்கிறாய்! எங்களுக்குத் தெரியாதா உன் கள்ளத்தனம்?" என்பார்கள். இந்த வார்த்தைகள் வானதியின் காதில் நாராசமாக விழுந்தன. தான் கொடும்பாளூர்ப் பெண் என்று அறிந்ததும் யானைப்பாகனுடைய முகம் சுருங்கியதன் காரணம் இதுவாகவே இருக்கலாம் அல்லவா?

இவ்வாறெல்லாம் வானதியின் இளம் உள்ளம் கொந்தளித்துக் கொண்டிருந்த நிலைமையிலேதான் ஒருநாள் பொன்னியின் செல்வர் ஈழத்துப் போருக்குப் புறப்பட்டார். அன்றைக்கு அரண்மனையிலிருந்து எல்லாத் தோழிப் பெண்களும் கையில் மங்கள தீபங்களுடன் நின்று அவரை வாழ்த்தி அனுப்ப ஏற்பாடாயிருந்தது. இந்தச் சமயத்திலும் வரமுடியாது என்று மறுக்க வானதியினால் இயலவில்லை. போருக்குப் புறப்படும் இளவரசரை ஒருமுறை பார்த்துவிடவேண்டும் என்ற ஆர்வமும் அவள் உள்ளத்தில் பொங்கியது. வாய் திறந்து பேசாவிட்டாலும் தன் முகபாவத்தைக் கொண்டும் நயன பாஷையினாலும் அவரிடம் மன்னிப்புக் கேட்டுக் கொள்ளலாம் என்ற சபலமும் இருந்தது. ஆனால் அவள் எண்ணியதற்கெல்லாம் மாறான சம்பவம் நடந்துவிட்டது. இளவரசர் அருகில் வந்து அவளை ஏறிட்டுப் பார்த்ததும் வானதி உணர்விழந்து, தீபத்தையும் போட்டுவிட்டுத் தரையில் விழுந்து மூர்ச்சையானாள். இதன் பிறகு நிகழ்ந்தவையெல்லாம் வாசகர்கள் அறிந்தவைதாம் அல்லவா?

ஓட்டுக் கூரை ஓடத்தில் மிதந்து சென்றுகொண்டிருந்த வானதி திருநல்லத்தை அணுகியபோது அவளுடைய உள்ளத்தில் மேற்கூறிய சம்பவங்கள் ஒன்றன் பின் ஒன்றாக வந்து சென்றன. பொன்னியின் செல்வருக்குத் தன்மீது அனுதாபமும் உண்டு என்பதை அவள் உணர்ந்திருந்தாள். அதை அவர் இளைய பிராட்டி மூலமாகவும் நேரிலேயும் தெரிவித்ததும் உண்டு. ஆனால் அவருடைய அன்பு பூரணமடையாத வண்ணம் அவ்வப்போது தடை செய்த முட்டுக்கட்டை ஒன்றும் இருந்தது. அது இன்னதென்பதையும் அவள் அறிந்திருந்தாள். இளவரசர் ஒரு காலத்தில் சக்கரவர்த்தியாகலாம் என்னும் எண்ணத்தின் பேரில் அவளை அவர் கழுத்தில் கட்டிவிடப் பார்க்கிறார்கள் என்று இளவரசர் நம்பியதுதான் அந்த முட்டுக்கட்டை. இவ்விதம் அவர் நம்புவதற்குக் காரணம் இல்லாமற் போகவில்லை. வானதியின் பெரிய தந்தை இதைப்பற்றிப் பலமுறை பேசியதுண்டு. ஏன்? இளையபிராட்டி குந்தவை தேவியே அந்தச் சதியாலோசனையில் சம்பந்தப்பட்டவர்தாம். அது இன்னும் பலருக்கும் தெரிந்திருந்தது. அந்த ஓடக்காரப் பெண் பூங்குழலிகூட அதைக் குறிப்பிட்டுப் பரிகாசம் செய்யவில்லையா? ஆகையால் இளவரசர் மனத்தில் அந்த எண்ணம் தங்கி நின்று அவருடைய அன்புக்கே ஒரு முட்டுக்கட்டையாக இருந்ததில் வியப்பில்லைதானே!

ஆனால் சற்று முன்பு வானதி செய்த சபதத்தை இளவரசர் அறிய நேரும்போது அந்த முட்டுக்கட்டை நீங்கிவிடும் அல்லவா? அதை அவர் அறியுமாறு நேரிடுமா? தானே அவரிடம் சொல்லிவிட்டால் என்ன? அடி அசட்டு வானதி! உனக்குத்தான் அவர் முன்னால் நின்றால் வாய் அடைத்துவிடுகிறதே! அவரை யானைப்பாகன் என்று நீ எண்ணியபோது, இந்தத் திருநல்லத்தில் சக்கரவட்டமாகப் பேசி அவரிடம் 'வாயாடிப் பெண்' என்ற பெயரும் பெற்றாய்! அதற்குப் பிறகு அவரை முகம் எடுத்துப் பார்க்கவும், வாய் திறந்து பேசவும் உன்னால் முடியவில்லையே? அநாதை வானதி! மறுமுறை நீ இளவரசரைப் பார்க்க நேரும்போது அப்படி மோசம் போய்விடாதே! துணிச்சலுடன் உன் மனத்தில் உள்ளதைச் சொல்லிவிடு! "நீங்கள் சிங்காதனம் ஏறினாலும் நான் ஏறமாட்டேன்! அவ்வாறு சபதம் செய்திருக்கிறேன்! தாங்கள் வெறும் யானைப்பாகனாகவே இருந்து, என்னையும் தங்களுடன் யானைமீது ஏற்றிக்கொண்டு ஒரு தடவை சென்றால், அதையே சொர்க்க வாழ்விலும் மேலாகக் கருதுவேன்" என்று தைரியமாகச் சொல்லிவிடு!

எல்லாம் சரிதான்! ஆனால் அவ்விதம் சொல்லுவதற்குச் சந்தர்ப்பம் கிடைக்குமா? இந்த வெள்ளம் என்னை எங்கே கொண்டுபோய்ச் சேர்க்கப்போகிறது? கரை சேராமலே முழுகிச் செத்துப் போய்விடுவேனோ! ஒருநாளும் அவ்விதம் நேராது. அதோ கரை தெரிகிறதே! திருநல்லத்து வசந்த மாளிகையின் மகுட கலசம் தெரிகிறதே! ஆஹா! இளவரசர் யானைமேல் ஏறி வந்து பறவைக் குஞ்சுகளைக் காப்பாற்றியதும், என்னுடன் இதமாகப் பேசியதும் நேற்று நடந்ததுபோல் அல்லவா; தோன்றுகின்றன?

இது என்ன? அதோ ஒரு யானை! அதன்பேரில் ஒரு யானைப்பாகன்! வெள்ளத்தின் வேகத்தை அந்த யானை எவ்வளவு அலட்சியமாக முண்டிக் கொண்டு குன்று நகருவது போல் நகருகிறது! அதோ கரை ஏறிவிட்டது! கரையோடு மேற்கு நோக்கிச் செல்கிறது! யானையின் மேல் கம்பீரமாக உட்கார்ந்திருப்பவன் யாராயிருக்கும்? ஒருவேளை சீச்சி! இது என்ன பைத்தியக்கார எண்ணம்? இளவரசர் இங்கே எதற்காக இப்படித் தனியாக யானை மீது வருகிறார்?

ஒருமுறை யானைமீது வந்த இளவரசரை யானைப்பாகன் என்று நான் எண்ணிவிட்டால், அப்புறம் எந்த யானைப்பாகனைக் கண்டாலும் இளவரசராயிருக்கலாம் என்று சந்தேகிக்க வேண்டுமா? என்ன அறிவீனம்! இருந்தாலும், இவன் வெறும் யானைப்பாகனாகவே இருந்தாலும், எனக்கு ஒருவேளை உதவி செய்யக்கூடும் அல்லவா? என்னை இந்த ஓட்டுக்கூரை இடத்திலிருந்து, இந்தப் பெரு வெள்ளத்திலிருந்து, கரையேற்றிவிடலாம் அல்லவா? நான் யார் என்று சொன்னால் என்னை யானை மேல் ஏற்றிப் பொன்னியின் செல்வரிடம் அழைத்துக்கொண்டு போகவும் கூடும் அல்லவா?

இத்தகைய எண்ணம் தோன்றியதும், வானதி, "யானைப்பாகா! யானைப்பாகா!" என்று கூவி அழைத்தாள்.

அது அவன் காதில் விழவில்லையோ, அல்லது விழுந்ததும் அவன் இலட்சியம் செய்யவில்லையோ, தெரியாது. யானை நிற்கவும் இல்லை; யானைப்பாகன் திரும்பிப் பார்க்கவும் இல்லை! யானையின் நடை வேகமாகிக் கொண்டிருந்தது. வெகு சீக்கிரத்தில் நதிக்கரையின் வளைவு ஒன்றில் திரும்பி யானையும் யானைப்பாகனும் மறைந்து விட்டனர்.

வானதி இந்த ஏமாற்றத்தைப்பற்றி எண்ணமிடுவதற்குள் பெரும் பீதிகரமான மற்றொரு எண்ணம் அவள் மனதில் உதித்தது. ஓட்டுக்கூரை திடீரென்று அதிவேகமாக சுழன்று செல்லத் தொடங்கியதாகத் தோன்றியது. ஆம், ஆம்! ஆற்று வெள்ளம் அங்கே அதிகமான வேகத்தை அடைந்திருந்தது. நதிக்கரையும், அதன் ஓரத்தில் வளர்ந்திருந்த பிரம்மாண்டமான விருட்சங்களின் தடிமனான வேர்களும் அவளுடைய சமீபத்தில் விரைந்து வந்து கொண்டிருந்தன. ஓட்டுக்கூரை ஓடம் மரங்களின் வேர்களில் மோதிக்கொள்ளப் போவது நிச்சயம். மோதிக் கொண்டதும் தூள் தூளாகித் தண்ணீரில் மூழ்கிவிடும். பிறகு தன்னுடைய கதி என்ன? தப்பிப் பிழைத்துக் கரை ஏற முடியுமா? சுழல்களில் சிக்கி மரங்களின் வேர்களில் அடிபட்டுச் சாக நேரிடுமா?

ஐயோ! இது என்ன? அந்த மரங்களின் வேர்களுக்கு மத்தியில் பயங்கரமான முதலை ஒன்று வாயைப் பிளந்து கொண்டிருக்கிறதே! அது உண்மை முதலையா? அல்லது பொம்மையா! அல்லது என் உள்ளத்தின் பிரமையா?

இதோ கரை நெருங்கிவிட்டது! மரங்களின் வேர்களின் மேல் ஓட்டுக் கூரை மோதிக்கொள்ளப் போகிறது!

வானதி தன் கண்களை இறுக்கி மூடிக்கொண்டாள்! "தாயே! துர்க்கா பரமேசுவரி! தாய் தந்தையற்ற இந்த அநாதைப் பெண்ணுக்கு நீதான் கதி! என்னை உன் பாதங்களில் சேர்த்துக் கொள்!" என்று பிரார்த்தனை செய்தாள்.

21. உயிர் ஊசலாடியது!

ஒரு கண நேரம் ஒரு யுகமாகத் தோன்றக்கூடிய சந்தர்ப்பங்கள் சில உண்டு. அவற்றில் ஒன்றும், இப்போது வானதிக்கு நேர்ந்தது. அவள் கண்ணை மூடிக்கொண்டு, துர்க்கா பரமேசுவரியைப் பிரார்த்தனை செய்துகொண்டு, ஓட்டுக்கூரை ஓடத்தில் சுழன்று சென்ற நேரம் சில வினாடிகள்தான் இருக்கும். ஆயினும் அவை சில யுகங்களாகவே அவளுக்குத் தோன்றின. பின்னர் ஏற்பட்ட ஒரு பெரிய அதிர்ச்சி அவளுடைய தேகத்தையெல்லாம் குலுக்கிப் போட்டபோது அவளுடைய கண்களும் திறந்து கொண்டன. கூரை ஓடம் ஆற்றங்கரை மரத்தின் வேரில் மோதியதனால் அந்த அதிர்ச்சி உண்டாயிற்று என்பதை அவள் அறிந்தாள். அதனால் அந்தக் கூரை சுக்கல் சுக்கலான போது அதிர்ஷ்டவசமாக வானதியின் பாதி உடம்பு, வளைந்திருந்த மரக் கிளைகளில் சிக்கிக் கொண்டிருந்தது. அதனால் அவள் மரத்தின் வேர்களில் மோதப்படாமல் தப்பினாள். தனது நிலையை ஒருவாறு உணர்ந்து மரக்கிளைகளைக் கெட்டியாகப் பிடித்துக் கொண்டாள். வெள்ளத்தின் சுழல் அவளுடைய கால்களைப் பிடித்து அதிவேகமாக இழுத்துக் கொண்டிருந்தது. அந்த வேகத்தினால் கால்கள் பிய்த்துக்கொண்டு போய் விடும் போலிருந்தது. அவள் உடுத்தியிருந்த சேலையும் அவளை இழுத்து, வெள்ளத்தில் விட்டு விட முயன்றதாகத் தோன்றியது.

வானதிக்கு அச்சமயம் அதிசயமான மனோதிடமும் தைரியமும் எங்கிருந்தோ வந்திருந்தன.

பல்லைக் கடித்துக் கொண்டு தன் முழு பலத்தையும் கொண்டு எழும்பி மரக்கிளையின் மேலே தாவி ஏறினாள். வளைந்து ஊசலாடிய மெல்லிய கிளைகளுக்கு மேலே இரண்டு கவடுகளாகப் பிரிந்த ஒரு பெரிய கிளையில் வசதியான இடத்தில் கெட்டியாக உட்கார்ந்து கொண்டாள். சேலைத் தலைப்புகளை முறுக்கித் தண்ணீரைப் பிழிந்தாள்.

அப்போது சடபடவென்று தண்ணீர் அடிபடும் சத்தம் கேட்டது. சற்று முன்னால், அவள் கண்களை மூடிக்கொள்வதற்கு முன்னால், பார்த்த முதலையின் நினைவு வந்தது.

கீழே குனிந்து நாலு பக்கமும் உற்றுப் பார்த்தாள். முதலில் முதலையின் வால் தண்ணீரை அடிக்கும் காட்சி மட்டும் தென்பட்டது. முதலையின் உடம்பில் பெரும்பகுதியை அவள் ஏறி வந்த ஓட்டுக் கூரையின் உடைந்து சிதறிய பகுதிகள் மறைந்துக் கொண்டிருந்தன. சிறிது சிறிதாக முதலை தன் வாலின் உதவி கொண்டும் உடம்பை அசைத்தும் நெளிந்தும் அந்தக் கூரைப் பகுதிகளிலிருந்து முழுதும் விடுவித்துக்கொண்டு வெளி வந்தது; அப்படி வெளிவந்த மகிழ்ச்சியைக் காட்டுவதற்காக முதலை தன் வாயை அகலப் பிளந்தது. வானதியைப் பார்த்து அது, “வா, வா! எப்படியும் நீ என் வாயில் விழ வேண்டியதுதான்!” என்று சொல்வது போலிருந்தது.

வானதியும் தான் தப்பிப் பிழைத்த விதத்தை எண்ணிப் பார்த்து உற்சாகம் கொண்டிருந்தாள். “ஓகோ! அப்படியா சொல்கிறாய்? என்னை விழுங்கி விடுவேன் என்றா சொல்கிறாய்? முதலையே! உன் கைவரிசை, வால் வரிசை ஒன்றும் என்னிடம் பலியாது! நீ பல்லைக் காட்டுவதிலும் உபயோகமில்லை. உன் பசிக்கு என்னை நம்பியிராதே! வேறு யாரையாவது பார்த்துக்கொண்டு போ!” என்று வானதி முதலையிடம் பேசினாள். அந்தக் குரலைக் கேட்ட முதலை தன் இரண்டு பயங்கரமான கண்களாலும் அவளை உற்றுப் பார்க்கத் தொடங்கியது.

வானதி “ஓகோ! உன்னுடைய சபலம் உன்னை விடவில்லை போலிருக்கிறது!” என்று கூறிவிட்டுச் சுற்று முற்றும் பார்த்தாள். அவளுடைய நிலைமை சற்றுப் பீதி அளிக்கக் கூடியதாகவே தோன்றியது. தண்ணீரின் பக்கம் அந்தப் பெரிய மரத்தின் கிளைகள் வளைந்து தொங்கின. ஆனால் கரையின் பக்கத்தில் அப்படித் தாழ்ந்திருந்த கிளைகளையே காணவில்லை. அடிமரத்தின் வழியாக இறங்கினால், அங்கே வேர்களோடு வேராக முதலை காத்துக் கொண்டிருந்தது. நதியின் பக்கம் வளைந்திருந்த கிளைகளிலிருந்து குதித்தால் மடுவின் சுழல் அவளைச் சுற்றிச் சுற்றிப் பாதாளத்துக்கு இழுத்துக் கொண்டு போகக் காத்திருந்தது. அந்தப் பெரிய சுழலைச் சற்று நேரம் உற்றுப் பார்த்துக் கொண்டிருந்தால் கூடத் தலை சுற்றும் போலத் தோன்றியது. “கரைப் பக்கம் கிளைகள் உயரமாக இருந்தாலும் பாதகமில்லை, எப்படியோ குதித்துச் சமாளிக்கலாம்” என்று எண்ணி, மரக்கிளைகளின் வழியாக நடந்து மறு பக்கம் போக எத்தனித்து எழுந்தாள்.

ஏற்கனவே வெகு நேரம் அவளுடைய உடம்பின் கீழ்ப் பகுதி முழுவதும் தண்ணீரில் இருந்தபடியால் கால்கள் சில்லிட்டுப் போயிருந்தன. எழுந்து நிற்க முயன்றபோது கால்கள் வெடவெடவென்று நடுங்கின. “சீச்சீ! கால்களே! உங்களுக்கு என்ன வந்து விட்டது?” என்று சொல்லிவிட்டு வானதி மறுபடி உட்கார்ந்து கொண்டாள். யாருக்குப் பொறுமை அதிகம்? முதலைக்கா, தனக்கா?... என்று சோதித்துப் பார்க்க வேண்டியது தான் போலும்!

இச்சமயம், கஜேந்திரனின் பிளிறல் சத்தம் கேட்டு வானதி திடுக்கிட்டாள். சற்று முன் நதியைக் குறுக்கே கடந்து கரை ஏறி மேற்கு நோக்கிச் சென்ற யானை திரும்பி வந்து கொண்டிருந்தது. அதே சமயத்தில் ஆற்றின் கரை ஓரமாகப் படகு ஒன்று வருவதையும் கவனித்தாள். அந்தப் படகில் இருவர் இருந்தார்கள். ஆம், ஆம்; அந்த இருவரில் ஒருவன் ஜோதிடரின் சீடன்; இன்னொருத்தி பூங்குழலிதான்! கடைசியில் தன்னைக் காப்பாற்றி அழைத்துப் போகப் பூங்குழலிதானா வரவேண்டும்?

படகு மரத்தின் அடியில் வந்தது. மரக்கிளை மேல் உட்கார்ந்திருந்த வானதியைப் பூங்குழலி பார்த்து விட்டாள். சிரித்துக் கொண்டே “இளவரசி! நல்ல இடம் பார்த்து

ஒளிந்து கொண்டீர்கள், சீக்கிரம் இறங்கி வாருங்கள்! அதோ அந்த யானையின் மேல் வருகிறது யார் தெரியுமா?" என்று கேட்டாள்.

வானதியின் மனத்தில் சட்டென்று உண்மை உதயமாகி விட்டது. ஆனாலும் அதை உறுதிப்படுத்திக் கொள்வதற்காக, "தெரியாதே? யார்?" என்று கேட்டாள்.

"தாங்கள் யாரைத் தேடிக் கொண்டு புறப்பட்டீர்களோ, அவர் தான்! இளவரசர் தான்" என்றாள் பூங்குழலி.

வானதி அடங்கா வியப்புடன் யானையின் மேல் வருகிறவரைச் சில கண நேரம் பார்த்துக்கொண்டிருந்தாள். அவர் அருகில் வரும் சமயத்தில் தான் மரக்கிளையின் மேல் உட்கார்ந்திருப்பது மிக்க அசம்பாவிதம் என்று தோன்றியது. பூங்குழலியின் யோசனைப்படி அவளுடைய படகில் இறங்கிவிட வேண்டியதுதான் என்று எண்ணிக் கீழே பார்த்தாள்.

அச்சமயம் படகு வெள்ளத்தின் வேகத்தினால் மரத்தடியில் நிற்க முடியாமல் நகர்ந்து செல்வதைக் கண்டாள். படகுடன் போக விரும்பாமல் பூங்குழலி தாவிக் குதித்ததையும் பார்த்தாள்.

ஐயோ இது என்ன? பக்கத்தில் பயங்கர முதலை கிடப்பதை இந்தப் பெண் கவனிக்கவில்லையா, என்ன? ஒரு கணத்தில் ஒன்பதினாயிரம் எண்ணங்கள் வானதியின் உள்ளத்தில் எழுந்து கொந்தளித்தன.

அவள் வாயிலிருந்து ஏதோ உளறிக்குளறி வார்த்தைகள் வந்தன.

"முதலை!" என்பது மட்டும் பூங்குழலியின் காதில் விழுந்தது. அவள் திரும்பிப் பார்த்தாள். ஆம்; அவளுக்கு வெகு சமீபத்தில் பிரம்மாண்டமான முதலை அதன் வாயைப் பிளந்து கொண்டிருந்தது. பூங்குழலி திரும்பிப் பார்த்த சமயம் முதலை தன் வாலை ஓங்கித் தண்ணீரில் அடித்தது.

பூங்குழலி எவ்வளவோ தைரியசாலிதான்! எத்தனையோ அபாயங்களைச் சமாளித்திருக்கிறாள். ஆனால் பத்தடி தூரத்தில் வாயைப் பிளந்து கொண்டிருக்கும் முதலைக்கு முன்னால் மனோதைரியத்தை மட்டும் வைத்துக்கொண்டு என்ன செய்ய? கரணம் தப்பினால் மரணம்! ஒரு வினாடியில் உயிர் தப்பாவிட்டால், முதலையின் வாயில் போக வேண்டியதுதான்! எப்படி உயிர் தப்புவது? மறுபடியும் படகில் ஏறிக்கொள்ள வேண்டியதுதான்!

இவ்வாறு எண்ணிப் பூங்குழலி தண்ணீரில் பாய்ந்தாள். படகு அதற்குள் கொஞ்ச தூரம் போய்விட்டது. ஜோதிடரின் சீடன் படகை அவ்விடத்தில் நிறுத்த முடியாது என்று தீர்மானித்துச் சற்றுக் கீழ்ப்புறம் சென்று கரையோரமாக அதை ஒதுக்க எண்ணிக் கொண்டு போனான். பூங்குழலியின் ஆபத்தான நிலையை அவன் கவனிக்கவில்லை.

படகைப் பிடிக்கத் தாவி நீந்திச் சென்ற பூங்குழலி அலைமோதும் கடலைக் காட்டிலும் காவேரி வெள்ளத்தின் கரையோரச் சுழல் அபாயகரமானது என்று கண்டாள். சுழலின் வேகம் அவளைக் கீழ் நோக்கி இழுத்தது. முதலை அவள் பின்னால் அவளைப் பிடிப்பதற்காக நகரத் தொடங்கி விட்டதென்பதை உணர்ந்தாள். இந்த நிலையில் அவளுடைய சேலையின் தலைப்பு வளைந்திருந்த மரக்கிளைகளில் மாட்டிக் கொண்டு அவளுடைய நிலையை மேலும் அபாயகரமாக்கியது.

இதையெல்லாம் மேற்கிளைமீது அமர்ந்திருந்த வானதி கண்டாள். தன்மீது பூங்குழலி கொண்டிருந்த மனக்கசப்பும், சற்று முன்னால் அவளுடைய கொடூர வார்த்தை காரணமாகத் தான் செய்த சபதமும், அவள் தன்னைக் கை தூக்கிவிட வேண்டாம் என்று எண்ணிக் கையை உதறித் தண்ணீரில் விழுந்ததும் மின்னல் வேகத்தில் அவள் மனதில் தோன்றி மறைந்தன. கூடவே, அப்பெண் பொன்னியின் செல்வரைக் கடலிலிருந்து காப்பாற்றிச் சூடாமணி விஹாரத்தில் கொண்டு போய்ச் சேர்த்ததும், அதனால் சோழ நாடும், தானும் அவளுக்குப் பட்டிருந்த நன்றிக்கடனும் நினைவுக்கு வந்தன. அதோ, யானைமீது அவர்

வந்து கொண்டிருக்கிறார். அவர் வருவதற்குள்ளே இவள் முதலை வாயில் அகப்பட்டுக் கொண்டு விட்டால், அவர் மனம் என்ன பாடுபடும்? தன்னைப் பற்றி அவர் என்ன எண்ணுவார்? பார்க்கப் போனால் தன்னைக் காப்பாற்றும் எண்ணத்துடன் அல்லவா இவள் தொடர்ந்து வந்து இந்த அபாயத்துக்கு உள்ளாயிருக்கிறாள்?

இவ்வளவு எண்ணங்களும், இங்கே நேயர்கள் படிப்பதற்கு ஆன நேரத்தில் நூற்றில் ஒரு பங்கு நேரத்திற்குள்ளே, வானதியின் உள்ளத்தில் தோன்றின. "வாயுவேகம் மனோவேகம்" என்று சொல்வது வெறும் வார்த்தை அன்று. எல்லா வேகங்களுக்குள்ளும் சிந்தனையின் வேகம்தான் அதிக வேகமானது.

இவ்விதம் எண்ணமிட்ட நேரத்திலேயே தன்னுடைய கடமை இன்னதென்பதையும் வானதி நிச்சயித்துவிட்டாள். மேற்கிளையிலிருந்து ஒரு கிளை கீழே இறங்கி, அதன்மீது படுத்த வண்ணம் கைகளைக் கீழே நீட்டினாள். பூங்குழலியின் தலைக் கூந்தலை வாரிப் பிடித்துக்கொண்டாள். பூங்குழலி மேல் நோக்கிப் பார்த்தாள். வானதியின் கைப்பிடியிலிருந்து அவள் தப்பிச் செல்ல முயலவில்லை. ஒரு கரத்தை மேலே நீட்டினாள். வானதி இப்போது அந்தக் கரத்தைப் பிடித்துக் கொண்டாள். பூங்குழலியை மேலே இழுக்கத் தொடங்கினாள். இன்னொரு கையினால் மரக்கிளை ஒன்றைப் பற்றிக் கொண்டு பூங்குழலி வெள்ளத்திலிருந்து மேலே எழும்பினாள். வானதி இருந்த கிளையிலேயே அவளும் தாவி ஏறினாள். இரண்டு பேரையும் தாங்க முடியாமல் அந்தக் கிளை வளைந்தது. பூங்குழலியும் மேலே ஏற முயற்சித்தாள். அந்த முயற்சியில் அவளுடைய கால்கள் தடுமாறின. மறுகணத்தில் அவள் மரக்கிளைக்கும், நதி வெள்ளத்துக்கும் இடையில் தொங்கிக் கொண்டிருந்தாள். அவளுடைய ஒரு கையை மட்டும் வானதியின் இரு கரங்களும் கெட்டியாகப் பற்றிக் கொண்டிருந்தன.

மரத்தின் வேர்களுக்கு மத்தியில் கிடந்த முதலை வெளிப் புறப்படுவதற்குச் சிறிது நேரம் ஆயிற்று. இப்போது அது வெளிவந்து விட்டது. மரக்கிளையிலிருந்து தொங்கிய உருவத்தைப் பார்த்து விட்டு, வாயை மறுபடியும் அகலமாகத் திறந்தது. பூங்குழலியின் உடலும், உயிரும் ஊசலாடிக் கொண்டிருந்தன.

வானதியின் மெல்லிய கரங்கள் பூங்குழலியின் வைர உடலின் கனத்தினால் இற்று விழுந்துவிடும் போலிருந்தன. அவளுடைய உள்ளமோ எந்தக் கணத்தில் பூங்குழலி தன் கையிலிருந்து நழுவி முதலையின் வாயில் விழுந்து விடுவாளோ என்ற எண்ணத்தினால் துடி துடித்தது.

அத்தகைய விபத்து நேர்ந்துவிட்டால், பிறகு இளவரசரின் முகத்தை அவள் ஏறிட்டுப் பார்க்கவே முடியாது. பூங்குழலி விழும்போது அவளும் கூட விழுந்து உயிரை விட்டு விடுவதே மேலானது. அப்படித்தான் செய்ய வேண்டும்.

அதோ யானை நெருங்கி வந்துவிட்டது. இளவரசர் அதன்மேல் வருகிறார். அவர் வந்து காப்பாற்றும் வரையில், பூங்குழலியை விட்டு விடாமலிருக்க இந்தக் கரங்களில் சக்தி இருக்குமா...? யானை ஆற்றங்கரையில் வந்து மரத்தடியில் நின்றது. மறுபடியும் ஒரு தடவை பிளிறியது, அந்தச் சத்தத்தைக் கேட்டு முதலை அந்தப் பக்கம் திரும்பிப் பார்த்தது. என்ன நினைத்துக் கொண்டதோ என்னமோ மறுபடியும் மரத்தின் வேர்களுக்கு மத்தியில் சென்று படுத்துக் கொண்டது.

வானதியும் மரக்கிளையின் மீது குனிந்த வண்ணம் யானையைப் பார்த்தாள். அதன் மேலிருந்தவரையும் பார்த்தாள். ஆம்; அவர் இளவரசர்தான்! பொன்னியின் செல்வர்தான்!

"யானைப்பாகா! யானைப்பாகா! அன்றொரு நாள் பறவைக் குஞ்சுகளைக் காப்பாற்றியதுபோல் இன்றைக்கு இந்தப் பேதை பெண்களைக் காப்பாற்று!" என்று தனக்கு மட்டும் கேட்கக் கூடிய மெல்லிய குரலில் கூறிக் கொண்டாள்.

முடியாது; இனி இந்த ஓடக்காரப் பெண்ணைத் தாங்க முடியாது!

இனி ஒரு நிமிஷம் தாமதித்தாலும் தோள் பட்டைகளிலிருந்து கைகள் தனியாகப் பிய்ந்து விழுந்துவிடும்! அப்பப்பா! இவள் பெயர் பூங்குழலி! ஆனால் என்ன கனம் கனக்கிறாள்? இரும்பினால் செய்த உடம்பு போல அல்லவா இருக்கிறது!

"யானைப்பாகா! யானைப்பாகா! சீக்கிரம் வரமாட்டாயா?..."

பூங்குழலி கிறீச் என்று கத்தினாள். அதைக் கேட்ட வானதி அவளை முதலை பிடித்துக் கொண்டதாக எண்ணினாள். சொல்ல முடியாத பயங்கரம் அவள் மனதில் குடிகொண்டது. கண்களை இறுக மூடிக்கொண்டாள்.

அவளுடைய கைகளைப் பிடித்துக் கீழ் நோக்கி இழுத்துக் கொண்டிருந்த கனம் மேலும் அதிகமாயிற்று.

முதலைதான் பூங்குழலியைப் பிடித்து இழுப்பதாக எண்ணிக் கண்ணை மூடிய வண்ணம் அவளை இன்னும் கெட்டியாகப் பிடித்து மேலே தூக்க முயன்றாள்.

"கையைவிடு! வானதி! கையை விடு!" என்று செவியில் அமுதென ஒலித்த இளவரசரின் குரல் கேட்டது.

இன்னது செய்கிறோம் என்று தெரியாமல் கையை விட்டாள். அவளுடைய தோள்களைப் பிய்த்து இழுத்த பாரம் நீங்கியது. கண்களைத் திறந்து பார்த்தாள்.

பூங்குழலியைக் கஜேந்திரன் துதிக்கையினால் சுழற்றிப் பற்றி எடுத்துக் கரையில் இறக்கி விடுவதைக் கண்டாள்.

பூங்குழலியின் கண்கள் மூடியிருந்தன. யானைத் துதிக்கை அவள் மீது சுற்றியபோதுதான் அவள் அவ்வாறு 'கிறீச்'சிட்டுக் கத்தியிருக்க வேண்டும்.

அதேமாதிரி தானும் ஒரு தடவை கத்திவிட்டு மூர்ச்சையடைந்தது வானதிக்கு நினைவு வந்தது.

இப்போது அதைக்காட்டிலும் பன்மடங்கு அபாயகரமான நிலைமையாயிருந்தும், தான் பயப்படாமலும் பிரக்ஞை இழக்காமலும் இருப்பதை நினைக்க அவளுக்கே வியப்பாயிருந்தது.

தன்னுடைய தைரியத்தைப் பார்த்து மெச்சிப் பாராட்ட இளையபிராட்டி இங்கே இல்லையே! ஆயினும் பாதகமில்லை. எப்படியும் ஒருநாள் அவருக்குத் தெரியாமற் போகாது. இப்போது என்னுடைய கதி என்ன? பூங்குழலியை மட்டும் அழைத்துக்கொண்டு என்னை இந்த மரத்தின் மேலேயே விட்டு விட்டு இளவரசர் போய்விடுவாரா?

அவ்விதம் அவர் செய்தால் அது என்னுடைய அசட்டுத்தனத்துக்குச் சரியான தண்டனையாகத்தான் இருக்கும்! இல்லை, இல்லை! கஜராஜனின் துதிக்கை மறுபடியும் அவளை நோக்கி நீண்டு கொண்டு வந்தது. வானதி மீண்டும் ஒரு தடவை கண்களை மூடிக் கொண்டாள்.

மறுகணம் அவள் மரக்கிளையிலிருந்து தூக்கப்பட்டுக் கெட்டியான தரையில் விடப்பட்டதை உணர்ந்தாள்.

கண் விழித்துப் பார்த்தபோது, தான் நதிக்கரையில் பூங்குழலிக்கு அருகில் நிற்பதைக் கண்டாள்.

தன்னை அறியாமல் எழுந்த அன்புடனும் ஆர்வத்துடனும் அந்த ஓடக்காரப் பெண்ணைக் கட்டித் தழுவிக் கொண்டாள்.

பூங்குழலி கண்களில் நீர் ததும்ப, தழுதழுத்த குரலில், "இளவரசி! இன்று 'என் உயிரைக் காப்பாற்றினீர்கள். நான் உங்களை நதி வெள்ளத்தில் முழுகிப் போகாமல் காப்பாற்றி அழைத்துப்போக வந்தேன். அதற்கு மாறாக நீங்கள் என்னை முதலை வாயிலிருந்து காப்பாற்றினீர்கள். இந்த நன்றியை என்றும் மறக்க மாட்டேன்" என்றாள்.

"பூங்குழலி! நானா உன்னைக் காப்பாற்றினேன்? உன்னையும் என்னையும் அந்த யானைப்பாகன் அல்லவா காப்பாற்றினார்? அவரிடம் உன் நன்றியைக் கூறு!" என்றாள் வானதி.

"என் உயிர்மேல் எனக்கு அவ்வளவாக ஆசை ஒன்றுமில்லை. ஆனால் என் அத்தை அவளுடைய செல்வப் புதல்வரிடம் ஓர் அவசரச் செய்தி சொல்லும்படி என்னை அனுப்பினாள். அதைச் சொல்லுவதற்கு முன்னால் நான் செத்துப் போக விரும்பவில்லை!" என்றாள் பூங்குழலி.

யானையின் மேலிருந்தவரை வானதி நிமிர்ந்து பார்த்தாள். ஏதோ ஒரு விஷமக் குதூகலம் அவளை அச்சமயம் பற்றிக் கொண்டிருந்தது.

"யானைப்பாகா! யானைப்பாகா! எங்களை உன் யானை மேல் ஏற்றிக்கொண்டு போகிறாயா?" என்று கேட்டுவிட்டுக் கலீர் என்று சிரித்தாள்.

ஒஒ

22. மகிழ்ச்சியும், துயரமும்

வானதியின் சிரிப்பொலியுடன் கலந்த வார்த்தைகளைக் கேட்டுவிட்டு, இளவரசரும் சிரித்துக்கொண்டே யானையின் மேலிருந்து கீழிறங்கினார்.

"ஆகா! யானை ஏற்றம் என்பது மிகவும் கடினமான காரியம். இராஜ்ய சிம்மாசனத்தில் ஏறுவது போலத்தான். யானை மேல் ஏறுவதும் கஷ்டம்; அதன்மேல் உட்கார்ந்திருப்பதும் கஷ்டம்! யானை மேலிருந்து இறங்குவது எல்லாவற்றையும் விடக் கஷ்டம். ஆயினும், அந்தக் கஷ்டங்களையும் சில சமயம் ஒருவன் அனுபவிக்க வேண்டியிருக்கிறது!" என்றார் பொன்னியின் செல்வர்.

"சிலர் அந்தக் கஷ்டத்தை மிக அற்பமான காரணங்களுக்காகக்கூட அனுபவிக்கிறார்கள். பறவைக் குஞ்சுகளைக் காப்பாற்றுவதற்காக யானை மேல் ஏறிக்கொண்டு ஓடி வருகிறவர்களும் உண்டு!" என்றாள் வானதி.

"அந்தச் சம்பவம் உனக்கு இன்னும் நினைவு இருக்கிறதா, வானதி! நீ அதைப்பற்றி இன்று வரை பேச்சே எடுக்காததினால் மறந்துவிட்டாயோ என்று எண்ணினேன்!" என்றார் இளவரசர்.

"உலகமெல்லாம் சுற்றி அலைந்து அநேக வீரச் செயல்களில் ஈடுபடுகிறவர்கள் மறந்துவிடுவார்கள். அரண்மனையிலேயே இருக்கும் பேதைப் பெண்ணுக்கு அதை ஞாபகம் வைத்துக்கொள்வதைவிட வேறு என்ன வேலை?

தாங்கள் அன்றைக்கு யானை மேல் ஏறிக்கொண்டு வந்ததும் நினைவிலிருக்கிறது; நான் கொடும்பாளூர்ப் பெண் என்று சொன்னதும் தாங்கள் முகத்தைச் சுருக்கிக்கொண்டு திரும்பிப் போனதும் நினைவில் இருக்கிறது!"

"அதற்கு அப்போது காரணம் இருந்தது, வானதி!"

"அந்தக் காரணம் இப்போதும் இருக்கிறது, ஐயா! தாங்கள் உலகமாளும் சக்கரவர்த்தியின் புதல்வர்; சோழவளநாட்டின் கண்ணின் மணி போன்ற பொன்னியின் செல்வர். நானோ பொட்டைக் காட்டுப் பிராந்தியத்தில் பிறந்து வளர்ந்தவள். சிற்றரசர் குலமகள்; அதிலும், போரில் இறந்து போனவருடைய அநாதை மகள்!..."

"வானதி! நீ எனக்கு அநீதி செய்கிறாய்! நியாயம் அற்ற வார்த்தை கூறுகிறாய்! போனால் போகட்டும்! நான் தஞ்சைக்கு அவசரமாகப் போகவேண்டும்! சீக்கிரம் சொல்! நீ எப்படி இங்கே வந்து சேர்ந்தாய்? தனியாக ஏன் வந்தாய்? ஓட்டுக் கூரை மேல் மிதந்து வந்தாயாமே? இந்தப் பெண் இங்கே எதற்காக வந்தாள்? எப்படி இத்தகைய பிராணாபத்தில் சிக்கிக்கொண்டாள்?..."

"நான் ஒருத்தி இங்கே நின்று கொண்டிருப்பது தங்களுக்கு ஞாபகம் வந்ததுபற்றிச் சந்தோஷம். ஒரு நிமிஷம் தனியாகப் பேச அவகாசம் கொடுத்தால், நான் சொல்லவேண்டியதைச் சொல்லி விட்டுப் போயே போய்விடுவேன்!" என்றாள் பூங்குழலி.

அந்த இரண்டு பெண்களும் அச்சமயம் இளவரசரின் முன்னால் நேருக்கு நேர் நின்றபோது, எப்படியோ அவர்களுக்கு அசாதாரண தைரியமும், வாசாலகமும் ஏற்பட்டிருந்தன.

"சமுத்திரகுமாரி! உன்னை மறந்துவிட்டேன் என்றா நினைத்தாய்? அது எப்படி முடியும்? நீதான் நான் கூப்பிடக் கூப்பிட, நின்றுகூடப் பதில் சொல்லாமல் படகைச் செலுத்திக் கொண்டு வந்தாய்! அப்படி அவசரமாக வந்தவள் மரக்கிளைக்கும், முதலையின் திறந்த வாய்க்கும் நடுவில் நின்று ஊஞ்சலாடிக்கொண்டிருந்ததை என் ஆயுள் உள்ளளவும் மறக்க முடியாது!" என்று சொல்லிவிட்டு இளவரசர் சிரித்தார்.

"உன்னைத் தூக்கமுடியாமல் தூக்கிப் பிடித்துக்கொண்டு வானதி பட்டுக்கொண்டிருந்த அவஸ்தையையும் நான் மறக்க முடியாது. ஆனால் நீங்கள் இருவரும் இங்கே எப்படி வந்து சேர்ந்தீர்கள்? எதற்காக? யாராவது ஒருவர் சீக்கிரம் சொல்லுங்கள்!"

"பொன்னியின் செல்வ! தானும் தங்கள் திருத்தமக்கையாரும் தங்களை வழியில் கண்டு நிறுத்தித் தஞ்சாவூருக்குப் போவதைத் தடை செய்வதற்காக வந்தோம். தாங்கள் தற்சமயம் தஞ்சாவூர் வந்தால், அங்கே பெரிய யுத்தம் மூளும் என்று இளையபிராட்டி அஞ்சுகிறார். அதற்கு முன்னால் சந்தித்துப் பேச விரும்புகிறார்..."

"இளையபிராட்டி இப்போது எங்கே?"

"குடந்தையில் இருக்கிறார்..."

"நீ மட்டும் எப்படி இங்கே வந்தாய்?"

"வழியில் குடந்தை ஜோதிடர் வீட்டில் நானும் இளைய பிராட்டியும் சிறிது நேரம் தங்கினோம். அந்தச் சமயத்தில் காவேரி கரையை உடைத்துக்கொண்டு வந்து, ஜோதிடர் வீட்டையே அடித்துக்கொண்டு வந்து விட்டது. இளவரசே! காவேரித் தாய் தங்களைக் குழந்தைப் பிராயத்தில் காப்பாற்றியதாகச் சொல்கிறார்கள். தங்களுக்கு இந்தப் பொன்னி நதியின் பேரில் எவ்வளவோ ஆசை உண்டு என்பதையும் அறிவேன். ஆனால் இன்று இந்த நதியினால் நாடு நகரங்களும், மக்கள் மிருகங்களும் பட்ட கஷ்டத்தை நினைப்பதற்கே பயங்கரமாயிருக்கிறது. காவேரித் தாய் மிகக் கொடுமையானவள் என்று சொல்லத் தோன்றுகிறது..."

"வானதி! காவேரி அன்னையின் பேரில் அப்படிப் பழி சொல்லாதே! இந்த மாதரசிக்கு எங்கள் சோழ நாட்டின்பேரில் அவ்வளவு ஆசை. அந்த ஆசை வரம்பு மீறிப் போகும்போது கரையை உடைத்துக்கொண்டு கிளம்பிவிடுகிறாள். இதை அறியாதவர்கள் அன்னையின் பேரில் வீண்பழி சொல்லுகிறார்கள்! ஏன்! கரையை மீறிக்கொண்டு வருவதற்காக சமுத்திரராஜன் பேரில்கூடச் சிலர் குறை சொல்கிறார்கள். ஆனால் பூங்குழலி அப்படிக் கடலரசன் பேரில் குறை சொல்ல மாட்டாள்!" என்றார் இளவரசர்.

"மன்னியுங்கள்! நானும் இனிக் காவேரி அன்னையின் பேரில் குற்றம் சொல்லவில்லை. நானும், தங்கள் தமக்கையும் குடந்தை ஜோதிடர் வீட்டில் இருந்தபோது திடீரென்று காவேரியின் ஆசை பொங்கிப் பெருகிவிட்டது. தங்கள் தமக்கை முதலியவர்கள் ஓடிப்போய்க் கோவில் மண்டபத்தின் பேரில் ஏறிக்கொண்டார்கள். நான் என் அசட்டுத் தனத்தினால் மண்டபத்தின் பேரில் ஏறத் தவறிவிட்டேன். ஜோதிடர் வீட்டு ஓட்டுக் கூரையைப் பிடித்துக்கொண்டு மிதந்து வந்தேன்..."

"உன்னைக் காப்பாற்றுவதற்காகப் பூங்குழலி படகில் ஏறிக்கொண்டு வந்தாளாக்கும். அழகாய்த்தானிருக்கிறது! உங்கள் இருவரையும் சேர்த்து இந்தக் கஜேந்திரன் காப்பாற்ற வேண்டியதாயிற்று. இந்த யானையின் அறிவே அறிவு! உங்கள் இருவரையும் அதன் துதிக்கையால் பூமாலையை எடுப்பதுபோல் அசங்காமல் கசங்காமல் எடுத்துச் சற்றுமுன் கரையில் விட்டது! இன்று காலையில் இதே யானை கையில் அங்குசத்துடன் நேரங்கழித்து ஓடிவந்த யானைப்பாகனைத் தூக்கிச் சுழற்றி வெகுதூரத்தில் போய் விழும்படி எறிந்தது!

அவன் உயிர் பிழைத்திருப்பதே துர்லபம்!"

"ஐயோ! அது என்ன? நானே தங்களிடத்தில் அதைப் பற்றிக் கேட்கவேண்டும் என்றிருந்தேன்..."

"என்னை நீ என்ன கேட்கவேண்டுமென்றிருந்தாய்?"

"யானைப்பாகனாலும், அங்குசத்தினாலும் தங்களுக்கு ஏதாவது தீங்கு நேர்ந்ததோ என்று கேட்க விரும்பினேன்."

"தீங்கு நேர இருந்தது என்பது உண்மைதான்; அது உனக்கு எப்படித் தெரிந்தது? ஜோதிடர் சொன்னாரா, என்ன? அந்தப் பித்து இளையபிராட்டிக்கு இன்னும் போக வில்லையா?"

"ஜோதிடர் சொல்லவில்லை! சொன்னாலும் நாங்கள் நம்பியிருக்க மாட்டோம், பெரிய பழுவேட்டரையர் சொன்னார்!"

"என்ன? என்ன? யார் சொன்னார்?"

"ஆம், இளவரசே! தனாதிகாரி பெரிய பழுவேட்டரையர் தான் சொன்னார். நாங்கள் ஜோதிடர் வீட்டில் இருந்தபோது திடும்பிரவேசமாக அவர் உள்ளே நுழைந்து வந்தார். தங்களுக்கு வரக்கூடிய ஆபத்தைப்பற்றிச் சொன்னார். விஷந்தடவிய அங்குசத்தைப் பற்றியும் சொன்னார்...!"

"ஆகா! இது பெரிய அதிசயந்தான்! அவருக்கு எவ்விதம் தெரிந்தது? அவரும் ஜோதிடர் ஆகிவிட்டாரா? அல்லது ஒருவேளை.... எல்லாரும் சொல்லுவதுபோல் அவரே இந்த ஏற்பாடு செய்தாரா?"

"இல்லை இளவரசே! அவர் செய்த ஏற்பாடல்ல. பாண்டிய நாட்டுச் சதிகாரர்கள் இரகசியமாகப் பேசிக் கொண்டிருந்ததை ஒட்டுக் கேட்டதினால் அறிந்து கொண்டாராம்...!"

"ஓகோ! இன்னும் ஏதாவது அவர் சொன்னாரா?"

"நினைப்பதற்கும் சொல்வதற்கும் பயங்கரமாயிருக்கிறது. தங்களையும், தங்கள் தந்தையையும், மூத்த இளவரசரான ஆதித்த கரிகாலரையும் ஒரே நாளில் யமனுலகம் அனுப்ப அந்தச் சதிகாரர்கள் திட்டமிட்டிருப்பதாகச் சொன்னார். அவர் ஆதித்த கரிகாலரைக் காப்பாற்றுவதற்காகக் கடம்பூருக்கும் விரைந்து போய்விட்டார். தங்களுக்கும் சக்கரவர்த்திக்கும் இளையபிராட்டி எச்சரிக்கை செய்ய வேண்டும் என்பதாகச் சொல்லிவிட்டுப் போனார்..."

"ஆகா! அவருடைய எச்சரிக்கை என் ஒருவன் விஷயத்தில் உண்மையாயிருந்தபடியால் மற்றவர்கள் விஷயத்திலும் உண்மையாகத் தானிருக்கவேண்டும்! சமுத்திரகுமாரி! நீ ஏதோ சொல்லவேண்டும் என்றாயே?"

"ஆம், இளவரசே! ஈழத்து ஊமைராணி தங்களை உடனே தஞ்சைக்கு அழைத்து வரும்படி என்னை அனுப்பி வைத்தார்..."

"ஆகா! அதைப்பற்றி உன்னிடம் கேட்க மறந்தே போனேன். ஈழத்து ராணிக்காகவே நான் இவ்வளவு அவசரமாகப் புறப்பட்டு வந்தேன். அவரைத் தஞ்சாவூருக்கு யாரோ பலவந்தமாகக் கட்டி இழுந்து வந்தார்களாமே? அது உண்மையா?"

"உண்மைதான், ஐயா! ஆனால் முதன் மந்திரி அநிருத்தர் நல்ல நோக்கத்துடனேதான் அவ்விதம் செய்தார்..."

"ஓகோ! அநிருத்தர் வேலையா? என் தந்தையிடம் சேர்ப்பிப்பதற்காக அழைத்துச் சென்றிருக்க வேண்டும். பூங்குழலி! முதன் மந்திரியின் நோக்கம் வெற்றி பெற்றதா? அவர்கள் – சக்கரவர்த்தியும் ஈழத்து ராணியும்... சந்தித்தார்களா?"

"ஆம், சந்தித்தார்கள்!"

"என் வாழ்க்கை மனோரதம் நிறைவேறிவிட்டது. இதைக் காட்டிலும் சந்தோஷமான செய்தி எனக்கு வேறு எதும் இல்லை. என் பெரியன்னை அருகில் இருக்கும் வரையில் என் தந்தையின் உயிருக்கு அபாயமும் இல்லை. அந்த மாதரசிக்கு அபூர்வமான வருங்கால திருஷ்டி உண்டு என்பது உனக்குத் தெரியுமே, பூங்குழலி!"

"ஆம், எனக்கு அது தெரியும்! ஈழத்து ராணி இருக்கும் வரையில் சக்கரவர்த்திக்கு அபாயம் இல்லை. ஆனால்...!"

"ஆனால் என்ன? ஏன் தயங்கி நிற்கிறாய் சமுத்திரகுமாரி!"

"சொல்லத் தயக்கமாகவேயிருக்கிறது, நா எழவில்லை. ஈழத்து ராணி தம்முடைய இறுதிக்காலம் நெருங்கிவிட்டதாக எண்ணுகிறார். கடைசியாகக் கண் மூடுவதற்கு முன்னால் தங்களை ஒருமுறை பார்க்க விரும்புகிறார்!" என்றாள்.

"தெய்வமே! இது என்ன சொல்லுகிறாய்? சந்தோஷமான செய்தியைச் சொல்லிவிட்டு, உடனே இந்தப் பேரிடி போன்ற செய்தியையும் சொல்லுகிறாயே! இனி நான் ஒரு கணமும் தாமதிப்பதற்கில்லை, வானதி! இளையபிராட்டியிடம் மன்னிப்புக் கேட்டுக் கொண்டதாகச் சொல்லு!" என்றார் இளவரசர் அருள்மொழிவர்மர்.

23. படைகள் வந்தன!

தஞ்சைமாநகரம் அன்று முழுதும் ஒரே அல்லோல கல்லோலப்பட்டுக் கொண்டிருந்தது. புயலையும், மழையையும் அவற்றினால் நேர்ந்த சேதங்களையும் மக்களை அடியோடு மறந்துவிட்டார்கள். "ஈழங்கொண்ட வீராதி வீரரும், சோழ நாட்டு மக்களின் இதயங்கொண்ட இளவரசருமான பொன்னியின் செல்வர் நாகைப்பட்டினத்தில் புயல் அடித்த அன்று வெளிப்பட்டு விட்டார்; பின்னர் தஞ்சையை நோக்கி வந்து கொண்டிருக்கிறார்; அவரைச் சிங்காதனத்தில் ஏற்றி வைத்துச் சக்கரவர்த்தியாக முடிசூட்டும் நோக்கத்துடன் பெருந்திரளான மக்கள் தொடர்ந்து வந்துகொண்டிருக்கிறார்கள்" என்னும் செய்திகள் முதலியன வதந்திகளாகக் காற்று வாக்கில் வந்தன. பின்னர், நேரில் இளவரசரை நாகைப்பட்டினத்தில் பார்த்தவர்களே வந்து சொன்னார்கள். இந்தச் செய்தி காரணமாக, இரண்டு தினங்களுக்கு முன் வெளியிலே அடித்த புயலைப் போலவே தஞ்சை நகர மாந்தரின் உள்ளத்தில் உத்வேகப் புயல் அடிக்கத் தொடங்கியது. தஞ்சை நகரம் என்றும் கண்டறியாத அளவில் இளவரசருக்குச் சிறப்பான வரவேற்பு அளிக்க வேண்டும் என்று மக்கள் தீர்மானம் செய்தார்கள். கோட்டைக்கு வெளியிலேயிருந்த புறநகரத்தின் வீதிகளை அலங்கரிக்கத் தொடங்கினார்கள். கூட்டம் கூட்டமாகத் தெருக்களிலே நின்று பேசலானார்கள். மேளதாளங்கள், தாரை தப்பட்டைகள் முதலிய வாத்தியங்கள் சேகரிக்கப்பட்டன.

ஆடல் பாடல்களில் தேர்ந்தவர்கள் இந்த விசேஷ சந்தர்ப்பத்தில் ஆற்றல்களையெல்லாம் காட்டிவிடுவது என்று எண்ணி ஆயத்தம் செய்யலானார்கள். மாந்தர்களும் இளஞ் சிறார்களும் தங்களை அலங்கரித்துக்கொள்ளும் விதங்களைப்பற்றிச் சிந்தித்தார்கள். மற்றும் பல அவசரக்காரர்கள் இளவரசரை வரவேற்பதில் தாங்கள் முந்திக்கொள்ள வேண்டும் என்ற நோக்கத்துடன் தஞ்சையிலிருந்து நாலா திசைகளிலும் சென்ற சாலைகளில் கொஞ்ச தூரம் முன்னதாகச் சென்று காத்திருக்கத் தொடங்கினார்கள். அப்படி முன்னதாகச் புறப்பட்டவர்களை வேறு சிலர் பார்த்துப் பரிகசித்தார்கள்.

புறநகரம் இந்தப் பாடுபட்டதென்றால், கோட்டைக்குள்ளேயும் ஏதோ முக்கியமான சம்பவங்கள் எதிர்பார்க்கப்படுகின்றன என்பதற்கு விரைவிலேயே அறிகுறிகள் தென்பட்டன.

காலையில் வழக்கம்போல் கோட்டை வாசல் திறந்தது. கறிகாய், தயிர், மோர் விற்பவர்களும் அரண்மனைகளில் அலுவல்களுக்குச் செல்வோரும் வழக்கம்போல்

கோட்டைக்குள் சென்று கொண்டிருந்தார்கள். புயல் – மழையினால் ஏற்பட்ட சேதங்களைப் பற்றி முறையிட்டுக்கொள்ள விரும்பியவர்கள் இன்று ஒருசிலர்தான் வந்தார்கள். அவர்களும் கோட்டைக்குள் சென்றார்கள். வழக்கம் போல வேளக்காரப் படையும் கோட்டைக்குள் பிரவேசித்தது.

பின்னர், கோட்டை வாசற் கதவுகள் எல்லாம் சடசடவென்று சாத்தப்பட்டன. பெரிய பெரிய இரும்புத்தாழ்களைக் கொண்டு கதவுகளை இறுக்கும் சத்தமும் பூட்டுக்களை மாட்டிப் பூட்டும் சத்தமும் கேட்கத் தொடங்கின. பிற்பாடு வந்தவர்கள் காவலர்களால் தடுத்து நிறுத்தப்பட்டார்கள். முற்பகல் நேரத்தில் இம்மாதிரிக் கோட்டைக் கதவுகளைச் சாத்தித் தாழிடும் காரணம் என்னவென்று ஜனங்கள் பேச ஆரம்பித்த சமயத்தில் இன்னொரு அதிசயம் நடந்தது. கோட்டையைச் சுற்றியிருந்த அகழியைக் கடப்பதற்கு ஏற்பட்ட பாலமும் தூக்கப்பட்டது. அதற்குப் பிறகு யாரும் கோட்டை வாசலை நெருங்குவதற்கே முடியாமல் போய்விட்டது.

கோட்டையின் பிரதான வாசலாகிய வடக்கு வாசலுக்குச் சமீபமாக இருந்தவர்கள் மேற்கு வாசலையும் தெற்கு வாசலையும் பற்றி விசாரித்தார்கள். அந்த வாசல்களும் வடக்கு வாசலைப் போலவே சாத்திப் பூட்டப்பட்டன என்றும், பாலங்கள் தூக்கிவிடப்பட்டன என்றும் அறிந்ததும் மிக்க வியப்படைந்தார்கள்.

"இது என்ன? யுத்தம் ஒன்றும் நடக்கவில்லையே? பகைவர்களின் சைன்யங்கள் படை எடுத்து வருவதாகத் தெரியவில்லையே? அப்படிப் படையெடுத்து வருவதற்கு ஆற்றல் வாய்ந்த பகைவர்கள் வடக்கே, தெற்கே, மேற்கே, கிழக்கே, எங்கும் சமீபப் பிரதேசத்தில் இல்லையே? அப்படி ஒருவேளை வடக்கே இரட்டை மண்டலத்திலிருந்து பகைவர்கள் திடீர்ப் பாய்ச்சலில் வந்து விடுவதாக இருந்தாலும் கொள்ளிடத்தையும் காவேரியையும் மற்றுமுள்ள நதிகளையும் தாண்டி இப்போது எப்படி வர முடியும்? அந்த மாநதிகளில் வெள்ளம் பூரணப் பிரவாகமாக அல்லவா போய்க் கொண்டிருக்கிறது?" இவ்விதமெல்லாம் தஞ்சைக் கோட்டையின் புற நகரத்தில் வசித்த ஜனங்கள் பேசிக்கொண்டார்கள். ஒருவேளை பொன்னியின் செல்வரைக் கோட்டைக்குள் பிரவேசியாமல் தடுப்பதற்காகவே இந்த ஏற்பாடுகள் எல்லாம் செய்யப்படுகின்றனவோ என்று சிலர் கேள்விகளைப் போட்டுக்கொண்டு, "அப்படித்தான் இருக்கவேண்டும்" என்று மறுமொழி கூறிக்கொண்டார்கள். இந்த வதந்தி பரவப் பரவ, நகரமாந்தரின் உத்வேகம் அதிகமாயிற்று. "விஜயாலய சோழரின் வம்சத்தில் வழிவழியாக வந்த இளவரசரைக் கோட்டைக்குள்ளே வராமல் தடுப்பதற்கு இந்தப் பழுவேட்டரையர்கள் யார்? அப்படிப் பழுவேட்டரையர்கள் உண்மையில் முயல்வதாயிருந்தால் கோட்டை மதில்களையே இடித்துத் தகர்த்துவிட வேண்டியதுதான்!" என்ற தோரணையில் பேசுவோரும் இருந்தனர்.

வதந்தி என்னும் மாயா பூதம் எப்படிக் கிளம்புகின்றது, எப்படி அவ்வளவு விரைவில் பிரயாணம் செய்கின்றது என்பது யாராலும் கண்டுபிடிக்க முடியாத மர்மமான காரியம்தான். திடீரென்று இன்னொரு பயங்கரமான வதந்தி மக்களிடையே பரவத் தொடங்கியது. வெகு காலமாக எதிர்பார்க்கப்பட்டு வந்த சுந்தர சோழசக்கரவர்த்தியின் மரணம் நேர்ந்துவிட்டது என்பது தான் அவ்வதந்தி. "சக்கரவர்த்தி காலமாகி விட்டாராமே? அது உண்மையா?" என்று முதலில் கேட்டார்கள். அன்று அதிகாலையில் வால் நட்சத்திரம் ஒரு நிமிடம் ஜோதி மயமாக ஒளி வீசிவிட்டுப் பூமியை நோக்கி விழுந்து மறைந்ததைப் பார்த்தவர்கள் சிலர், அதையே அத்தாட்சியாகக் கொண்டு சுந்தர சோழர் காலமானதை ஊர்ஜிதம் செய்தார்கள். "இது உண்மையாயின், மேலே என்ன நடக்கப் போகிறது?" என்பது பற்றிக் கவலையுடன் விவாதிக்கப்பட்டதும் இயல்பேயல்லவா? இராஜ்ய உரிமை சம்பந்தமாகத் தகராறுகள் ஏற்படுமா? சிற்றரசுகள் இரு கட்சியாகப் பிரிந்து நின்று சண்டையிடுவார்களா? இத்தகைய உள் நாட்டுச் சச்சரவுகள் காரணமாகச் சோழ சாம்ராஜ்யமே சின்னாபின்னமாகி விடுமா? நூறு ஆண்டுகளாகத் தழைத்து ஓங்கி வளர்ந்து வந்த சாம்ராஜ்யத்தில் மீண்டும்

பகைவர்களின் படைகள் உட்புகுமா?

இவ்விதமெல்லாம் ஜனங்கள் பேசிக்கொண்டிருக்கும் போதே "அதோ படை வருகிறது!" என்று கூக்குரல் ஒன்று எழுந்தது. பலரும் அங்குமிங்கும் ஓடிச் சென்று பார்த்தார்கள். உயர்ந்த கட்டடங்களின் மீதும், உயரமான மரங்களின் மீதும் ஏறிப் பார்த்தார்கள். அவ்வாறு பார்த்தவர்கள் கண்ட காட்சி ஒரேயடியாக வியப்பையும், திகைப்பையும் அளிப்பதாக இருந்தது.

தஞ்சையிலிருந்து மேற்கேயும், தென்மேற்குத் திசையிலேயும் புறப்பட்டுச் சென்ற மூன்று பெரிய சாலைகள் அக்காலத்தில் இருந்தன. ஒன்று கொடும்பாளூர் வழியாக இராமேசுவரம் போகும் சாலை; மற்றொன்று மதுரை வழியாகத் தென்பாண்டிய நாட்டுக்குச் சென்ற சாலை; இன்னொன்று உறையூர் வழியாகக் கரூருக்கும், சேர நாட்டுக்கும் சென்ற நீண்ட அகன்ற சாலை.

அன்று பிற்பகலில் மேற்கூறிய மூன்று சாலைகள் வழியாகவும் படைகள் அணிவகுத்து வந்துகொண்டிருந்தன. அவற்றில் முன்னால் வந்த அணிகள் கண்ணுக்குத் தெரிந்தனவே தவிர, பின்னால் அந்த அணிவரிசைகள் எங்கே முடிகின்றன என்பதே தெரியவில்லை. அவ்வாறு அப்படை வீரர்களின் அணிகள் பின்னால் பின்னால் தொடர்ந்து வந்து கொண்டேயிருந்தன.

நல்ல வேளையாக, அப்படைகளின் முன்னணியில் பெரிய புலிக்கொடிகள் பறந்துகொண்டிருந்தபடியால் பகைவர்களின் படைகள் என்று சந்தேகிக்க இடம் ஏற்படவில்லை. சோழ சாம்ராஜ்யத்துச் சைன்யங்கள்தான் அவை! ஆனால் எதற்காக வருகின்றன? எங்கிருந்து வருகின்றன?

இன்னும் சற்று அருகில் அப்படைகள் நெருங்கி வந்தபோது புலி உருவம் தாங்கிய கொடிகளில் சிறிய அளவில் பதித்திருந்த இலச்சினைகளும் கண்ணில் பட்டன. அவற்றிலிருந்து, கொடும்பாளூர்த் தலைமைக்கு உட்பட்ட பராந்தகச் சோழப் பெரும் படையும், தென்பாண்டிய நாட்டிலிருந்த தெரிந்த கைக்கோளர் பெரும் படையும், ஈழத்துப்போரில் ஈடுபட்டிருந்த அரிஞ்சய சோழப் பெரும் படையும் சேர்ந்து வந்துகொண்டிருந்தனவென்று தெரியவந்தது. இன்னும் சிறிது நேரத்திற்கெல்லாம், தென்திசைச் சேனாதிபதியான பூதி விக்ரம கேசரியே மேற்கூறிய படைகளுடன் வந்து கொண்டிருக்கிறார்கள் என்பது தஞ்சை நகர மாந்தர்களுக்குத் தெரிந்துபோய்விட்டது. இதிலிருந்து, சைன்யங்கள் எதற்காக வருகின்றன என்பதை ஊகித்து உணர்வதும் எளிதாயிற்று. கொடும்பாளூர் பெரிய வேளாரான பூதி விக்கிரம கேசரி, ஈழத்துப்பட்ட சிறிய வேளாரின் திருமகளாகிய வானதியைப் பொன்னியின் செல்வருக்கு மணம் புரிந்து கொடுத்து, அவரையே சோழ நாட்டுச் சிம்மாதனத்தில் ஏற்றிவைக்க விரும்புகிறார் என்பது சோழ நாட்டில் எல்லாருக்கும் தெரிந்திருந்த செய்தியேயாகும். கிழக்கேயிருந்து இளவரசர் அருள்மொழிவர்மர் பொது ஜனங்களின் ஆரவாரத்துடன் அழைத்து வரப்படுவதும், மேற்கேயிருந்து சேனாதிபதி பூதி விக்கிரம கேசரி மாபெரும் சைன்யத்துடன் அதே சமயத்தில் தஞ்சையை நோக்கி வருவதும் ஒன்றுக்கொன்று பொருத்தமாயிருந்தன.

பழுவேட்டரையர்களும், அவர்களுடன் தோழமை பூண்ட சிற்றரசர்களும் மதுராந்தகருக்குப் பட்டம் சூட்டப் பிரயத்தனம் செய்கிறார்கள் என்பதை ஏற்கெனவே மக்கள் அறிந்திருந்தார்கள். ஆதலின் அவர்களுடைய அன்புக்கு உகந்த அருள்மொழிச் செல்வரைச் சிங்காதனம் ஏற்றுவதற்காகவே கொடும்பாளூர்ப் பூதிவிக்கிரம கேசரி தமக்கு உட்பட்ட மாபெரும் தென்திசைப் படைகளுடன் வருகிறார் என்று தஞ்சை நகர மக்கள் ஊகித்துக் கொண்டார்கள். இதனால் அவர்களுடைய உற்சாகம் மேலும் கரைபுரண்டு ஓடத் தொடங்கியது. சமுத்திரம் போல் பொங்கிவந்த படை வீரர்கள் அனைவரையும் வரவேற்று உபசரிக்கவும் விருந்து அளிக்கவும் அவர்கள் சித்தமானார்கள்.

தஞ்சை நகரில் அக்காலத்தில் பல பெரிய வர்த்தகக் குழுவினர் நடத்திய சத்திரங்கள் இருந்தன. கொடும்பாளூர் மணிக்கிராமத்தார், திருப்புறம்பயம் வலஞ்சியர், ஊறையூர்த் தர்ம வணிகர், நானா தேசத்திசை ஆயிரத்து ஐந்நூற்றுவர் ஆகிய வர்த்தகக் குழுவினர் நடத்திய சத்திரங்களில் அன்று பிற்பகலிலிருந்தே ஆயிரக்கணக்கானவர்களுக்கு உணவு அளிக்க ஏற்பாடுகள் நடந்து கொண்டிருந்தன.

இதை அறிந்ததும் நகர மாந்தர்களின் உல்லாசம் அதிகமாகி விட்டது. அங்குமிங்கும் திரிவதும், கூடிக்கூடிப் பேசுவதுமாக இருந்தார்கள். அவர்களில் நூற்றுக்கு நூறு பேரும் அருள்மொழிவர்மரின் கட்சியைச் சேர்ந்தவர்களாயிருந்தபடியால், வரப் போகும் சம்பவங்களைப் பற்றிப் பேசுவதில் ஒளிவு மறைவு ஒன்றும் அவசியமாகக் கருதவில்லை. படை வீரர்கள் தஞ்சையை அணுகி வந்து ஆங்காங்கே கூடாரம் அடித்து முகாம் போடத் தொடங்கியதும், நகரமாந்தர்கள் அந்த முகாம்களுக்கே சென்று வீரர்களுடன் சல்லாபம் செய்யத் தொடங்கி விட்டார்கள்.

சூரியன் மறைந்து நன்றாக இருட்டுவதற்குள்ளே தஞ்சை நகரின் மூன்று பக்கங்களையும் சேனா வீரர்கள் சூழ்ந்து கொண்டு விட்டார்கள். நாலாவது பக்கத்தில் வடவாறு தஞ்சைக் கோட்டையையொட்டிச் சென்றபடியாலும், வடவாற்றில் பெரு வெள்ளம் போய்க் கொண்டிருந்தபடியாலும், அந்தப் பக்கம் வீரர்கள் போவதற்கு வசதியாக இல்லை. அதற்கு அவசியமுமில்லையென்று கருதி விட்டு விட்டார்கள். தஞ்சைக் கோட்டையின் பிரதான வடக்கு வாசலை முன்னம் நாம் பார்த்திருக்கிறோம் அல்லவா? முதன் முதலாக, நந்தினி தேவியைத் தொடர்ந்து வந்தியத்தேவன் கோட்டைக்குள் பிரவேசித்த வாசல் அதுவன்றோ? அதன் கோட்டை வாசல் கண்ணுக்குத் தெரியும்படியான இடத்தில் சேனாதிபதி பூதி விக்கிரம கேசரியின் ஜாகை அமைக்கப்பட்டது.

இருட்டி ஒரு ஜாமம் ஆனபிறகு சேனாதிபதி கோட்டையைச் சுற்றிப் பார்த்துவிட்டுத் தமது ஜாகைக்கு வந்து சேர்ந்தார். அவருக்கு முன்னாலேயே அங்கே ஏறக்குறைய நூறுபேர் வந்து சேர்ந்திருந்தார்கள். அவர்களில் வேளிர் படைத்தலைவர்களும், கைக்கோளர் படைத்தலைவர்களும், பாண்டிய மண்டலத்தின் தலைவர்களும், கொங்கு நாட்டுத் தலைவர்களும் இருந்தார்கள். ஈழ நாட்டுப்போரில் வெற்றி கண்ட சோழர் படைத் தலைவர்களும் பலர் இருந்தார்கள். இவர்களைத் தவிர பற்பல வர்த்தக மகாசபைகளின் தலைவர்கள் இருந்தார்கள்: முக்கியமாக 'நானா தேசத்திசை ஆயிரத்து ஐந்நூற்றுவர்' என்று உலகமெல்லாம் புகழ்பெற்ற வர்த்தக மண்டலத்தின் தலைவர்கள் வந்திருந்தார்கள். இவர்கள் அயல் நாடுகளுடன் கப்பல் வாணிகம் செய்யும் பெரும் தனவந்தர்கள். வர்த்தகப் பொருள்களை ஏற்றிச் செல்லும் கப்பல்களைக் காவல் புரிவதற்காகத் தாங்களே யுத்தக் கப்பல்களை அனுப்பக் கூடிய வசதி வாய்ந்தவர்கள். இவர்களைத் தவிர, தஞ் சாவூர் நகரத்தைச் சேர்ந்த ஐம்பெருங் குழுவினரும், எண்பேர் ஆயத்தின் தலைவர்களும் அழைக்கப்பட்டு அந்தக் கூடாரத்தில் வந்து கூடியிருந்தார்கள்.

24. மந்திராலோசனை

ஆரம்பத்தில் வழக்கமான யோக க்ஷேம விசாரணைக்குப் பிறகு கொடும்பாளூர் பெரிய வேளார் அங்கே கூடியிருந்தவர்களை பார்த்துக் கூறலுற்றார்:–

"நான் யார் யாருக்குத் தூது அனுப்பினேனோ, அவர்களில் ஏறக்குறைய எல்லாரும் வந்து இங்கே கூடியிருக்கிறீர்கள். திருக்கோவலூர் முதுகிழவரான மலையமான் அரசர் மட்டும் வரவில்லை. அவர் வர முடியாததற்குத் தக்க காரணம் இருக்கும் என்றே நினைக்கிறேன். மிகவும் அபாயகரமான காரியம் என்று பலரும் கருதக்கூடிய காரியத்தைப் பற்றி யோசிக்க நாம் இங்கே வந்திருக்கிறோம். சோழ குலத்தாரிடமும், சுந்தர சோழ

சக்கரவர்த்தியிடமும் நாம் எல்லாரும் எவ்வளவு பக்தி கொண்டவர்கள் என்பது உலகம் அறிந்தது. அதை எவ்வளவோ தடவை எவ்வளவோ காரியங்களில் நிரூபித்திருக்கிறோம். ஆனாலும் நாம் சக்கரவர்த்தியின் விருப்பத்துக்கு விரோதமாக இங்கே கூடியிருக்கிறோம் என்று நம் எதிரிகள் குற்றம் சாட்டக்கூடும். சக்கரவர்த்தியை எதிர்த்து யுத்தம் செய்யப் படை திரட்டி வந்திருக்கிறோம் என்றுகூட அவர்கள் சொல்லலாம். ஆனால் சக்கரவர்த்தியை நாம் தனிப்படப் பார்க்க முடிகிறதில்லை. அவருடைய அந்தரங்க விருப்பத்தை அறிய ஒரு நிமிஷங்கூட அவரிடம் தனித்துப் பேச முடிவதில்லை. ஏன் என்பது எல்லாருக்கும் தெரிந்ததே. சக்கரவர்த்தியின் தேக சுகத்தை உத்தேசித்து அவரைத் தஞ்சைக் கோட்டையில் வைத்திருப்பதாகச் சொல்லப்படுகிறது.

உண்மையில் பழுவேட்டரையர்கள் அவரைச் சிறைப்படுத்தி வைத்திருக்கிறார்கள் என்றே எனக்குத் தோன்றுகிறது. நீங்கள் எல்லோரும் என்ன கருதுகிறீர்களோ, தெரியவில்லை..."

சேனாதிபதி இந்த இடத்தில் சிறிது நின்றதும், "ஆம், ஆம்," "அதுதான் உண்மை!" "சக்கரவர்த்தியைச் சிறையில்தான் வைத்திருக்கிறார்கள்", என்று அக்கூட்டத்தில் பல குரல்கள் எழுந்தன.

"உங்கள் ஆமோதிப்பிலிருந்து நாம் எல்லாரும் ஒத்த உணர்ச்சியும், ஒரே நோக்கமும் கொண்டவர்கள் என்று ஏற்படுகிறது. விஜயாலய சோழர் காலத்திலிருந்து எத்தனையோ ஆயிரமாயிரம் வீரர்கள் இன்னுயிரைப் போர்க்களத்தில் பலிகொடுத்து இந்தச் சோழ சாம்ராஜ்யம் இந்த மகோன்னத நிலைக்கு வந்திருக்கிறது. சோழ நாட்டைச் சேர்ந்தவர்கள் என்று சொல்லிக் கொள்ளவே நமக்கெல்லாம் பெருமையாயிருக்கிறது. அப்படிப்பட்ட சோழ குலத்துக்கும், சாம்ராஜ்யத்துக்கும் எவ்விதக் குறைவும் ஏற்படாமல் பாதுகாப்பதற்கே நாம் இங்கே கூடியிருக்கிறோம். சக்கரவர்த்திக்கு எதிராகச் சதி செய்வதற்கு அல்ல. சக்கரவர்த்தியின் எதிரிகள் அவரை மூன்று வருஷ காலமாகச் சிறையில் அடைத்து வைத்திருக்கிறார்கள். அவருக்கு உடல் நிலை சரியாக இல்லை என்று காரணம் சொல்லுகிறார்கள். தொண்ணூறும் ஆறும் புண் சுமந்த திருமேனியரான விஜயாலய சோழர், எண்பதாவது பிராயத்தில் திருப்புறம்பயம் போர்க் களத்தில் வந்து இரண்டு கைகளில் இரண்டு கத்திகளை ஏந்திச் சக்கரமாகச் சுழற்றி அவர் புகுந்து சென்றவிடமெல்லாம் எதிரிகளின் தலைகளை மலைமலையாகக் குவித்தார்! அத்தகைய வீரர் வம்சத்தில் பிறந்த சுந்தர சோழர் தேக அசௌக்கியத்தைக் காரணமாகச் சொல்லிக் கொண்டு வெளியில் வரவே மறுக்கிறார் என்றால், அது நம்பக்கூடிய காரியமா? சக்கரவர்த்தியைச் சிறை வைத்திருக்கும் துரோக சிந்தனையாளர், பில்லி சூனிய மாய மந்திர வித்தைகளைக் கொண்டு அவருக்குச் சித்தக் குழப்பத்தையும் உண்டாக்கி விட்டார்கள் என்று தோன்றுகிறது. சக்கரவர்த்தியின் சித்தம் சரியான நிலையில் இருந்தால், தமக்குப் பீமார்ஜுனர்களைப் போன்ற இரண்டு வீராதி வீரப் புதல்வர்கள் இருக்கும்போது, போர்க்களத்தையே கண்ணால் கண்டறியாத மதுராந்தகனுக்குப் பட்டம் கட்ட விரும்புவாரா?..."

இப்போது பலர் ஒரே சமயத்தில், "சக்கரவர்த்தியின் விருப்பம் அதுவென்று நமக்கு எப்படித் தெரியும்?" என்று கேட்டார்கள்.

"நமக்கு நேர்முகமாகத் தெரியாதுதான். பழுவேட்டரையர்கள் கட்டிவிட்ட கதையாக இருக்கலாம். ஆனால் நம் முதன் மந்திரி அநிருத்தப் பிரம்மராயர் கூட அதை நம்புகிறார்..."

"அநிருத்தரும் அவர்களோடு சேர்ந்திருக்கலாம்; யார் கண்டது?" என்றார் கூட்டத்தில் ஒருவர்.

"அப்படியும் இருக்கலாம், அதன் உண்மையை அறிந்து கொள்வது நாம் இங்கே கூடியிருப்பதன் ஒரு முக்கிய நோக்கம். இன்றைய தினம் இத்தஞ்சை மாநகரில் உலவி வரும் வதந்தியை நீங்களும் அறிந்திருப்பீர்கள். நான் அதை நம்பவில்லை. சக்கரவர்த்தியை

உயிரோடு தரிசிக்கும் பாக்கியம் நமக்கெல்லாம் கிடைக்கும் என்றே நம்பியிருக்கிறேன். அப்படி அவரைத் தரிசிக்கும்போது பட்டத்தைப்பற்றி அவருடைய விருப்பம் என்னவென்பதை நேரில் கேட்டுத் தெரிந்து கொள்வோம். ஒருவேளை சக்கரவர்த்தியே மதுராந்தகனுக்குப் பட்டம் கட்டும் விருப்பத்தைத் தெரிவித்தார் என்றால், அதை நீங்கள் எல்லாரும் ஒப்புக்கொள்வீர்களா?..."

"மாட்டோம்! மாட்டோம்!" என்ற பெருங் கோஷம் எழுந்தது.

"நானும் ஒப்புக்கொள்ள மாட்டேன். ஏனென்றால், சக்கரவர்த்தி தெளிவுள்ள சித்தமுடையவராயிருந்தால் அவ்விதம் ஒரு நாளும் தெரிவிக்க மாட்டார். பராந்தகச் சக்கரவர்த்தியின் காலத்திலேயே பட்டத்து உரிமைபற்றி விஷயம் தீர்ந்து முடிவாகிவிட்டது. சுந்தர சோழரும் அவருடைய சந்ததிகளுமே தஞ்சைச் சிங்காதனம் ஏறவேண்டும் என்று அந்த மன்னர் உயிர் விடும் தறுவாயில் கூறியதை நானே என் செவிகளினால் கேட்டேன். கேட்டவர்கள் இன்னும் பலரும் இங்கே இருப்பார்கள். காலஞ் சென்ற மகானாகிய கண்டராதித்தர் தம் குமாரனுக்கு இராஜ்யம் ஆளும் ஆசையே உண்டாகாத விதத்தில் அவனை வளர்க்க முயன்றார். அவருடைய தர்மபத்தினியாகிய பெரிய பிராட்டியார், சிவபக்தியே உருக்கொண்டவரான செம்பியன் மாதேவடிகள், – மதுராந்தகனுக்குப் பட்டம் கட்டக் கூடாதென்பதில் பிடிவாதமாயிருப்பதை நாம் எல்லாரும் அறிந்திருக்கிறோம். இதற்கெல்லாம் ஏதோ ஒரு முக்கிய காரணம் இருக்கத் தான் வேண்டும். அப்படியிருக்கும்போது, சுந்தர சோழர் ஏன் மதுராந்தகனுக்குப் பட்டம் கட்ட ஆசைப்படுகிறார்? அவர் சித்தம் சரியாயில்லை என்பதற்கு இன்னும் ஓர் உதாரணமும் கூறுகிறேன். வீர பாண்டியனைக் கொன்று பாண்டிய சைன்யத்தை நிர்மூலம் செய்த பிறகு, பாண்டியனுக்கு உதவி செய்ய முன்வந்த ஈழத்து அரசனைத் தண்டிப்பதற்காக என் சகோதரன் படை எடுத்துச் சென்றான். அவனுக்கு உதவியாகப் போதிய சைன்யங்களையும் தளவாடங்களையும் அனுப்பத் தவறிவிட்டோம். அதனால் அவன் போர்க்களத்தில் வீர மரணம் எய்த நேர்ந்தது. சோழ நாட்டின் வீரப் புகழுக்கு நேர்ந்த அந்தக் களங்கத்தைத் துடைத்துக்கொள்ளும் பொருட்டு நானும் பொன்னியின் செல்வரும் சென்றோம். ஈழத்துப் படைகளை நிர்மூலமாக்கினோம். அநுராதபுரத்தைக் கைப்பற்றினோம். மகிந்தனை மலை நாட்டுக்குள் ஓடி ஒளிந்து கொள்ளச் செய்தோம். தனாதிகாரி பழுவேட்டரையர் எங்களுடன் ஒத்துழைக்கவில்லையென்பது உங்களுக்கெல்லாம் தெரியும். உங்களில் இங்கே வந்திருக்கும் வர்த்தக மகா ஜனத்தலைவர்கள் உணவுப் பொருள்களை அனுப்பிப் பேருதவி செய்தீர்கள். ஆனாலும் நம் வீரர்கள் எவ்வளவோ கஷ்டங்களை அநுபவிக்கும்படி நேர்ந்தது. அவ்வளவையும் பொறுத்துக் கொண்டு மகிந்தன் படைகளை நிர்மூலமாக்கியது எதனால்? சோழ குலத்து மா வீரர்களுக்குள்ளே ஈடில்லா மா வீரராகிய பொன்னியின் செல்வர் அளித்த உற்சாகத்தினாலேதான்! அப்படிப்பட்ட வீரப்புதல்வனுக்குத் தந்தையாகிய சக்கரவர்த்தி அளித்த பரிசு என்ன? இராஜத் துரோகம் செய்துவிட்டதாக அபாண்டம் சுமத்தி இளவரசரைச் சிறைப்படுத்திக் கொண்டு வரும்படி கட்டளையிட்டதுதான்! சித்தசுவாதீனம் உடைய ஒருவர் இவ்வாறு கட்டளை பிறப்பித்திருக்க முடியுமா?..."

"சேனாதிபதி! மறுபடியும் சக்கரவர்த்தியின் கட்டளையைப் பற்றியே பேசுகிறீர்கள். சக்கரவர்த்திதான் அக்கட்டளையை அனுப்பினார் என்பதற்கு என்ன அத்தாட்சி?" என்று சபையிலிருந்தவர்களில் ஒருவர் கேட்டார்.

"அதற்கு அத்தாட்சி ஒன்றுமில்லை. அதன் உண்மையைப் பற்றி நேரில் கேட்டுத் தெரிந்துகொள்ள விரும்பியுந்தான் இங்கே நாம் வந்து சேர்ந்திருக்கிறோம். சக்கரவர்த்தியின் சம்மதமின்றி இத்தகைய கட்டளை பிறந்திருக்கக் கூடுமானால், இந்தச் சோழ சாம்ராஜ்யம் எவ்வளவு பயங்கரமான நிலைமையில் இருக்கிறது என்பதைச் சிந்தித்துப் பாருங்கள். பின்னால் நிகழ்ந்தவற்றையும் எண்ணிப் பாருங்கள். சிறைப்படுத்த வந்த வீரர்கள் இளவரசரைச் சிறைப்படுத்த மறுத்துவிட்டார்கள். இளவரசர் தாமாகவே தந்தையின்

கட்டளைக்குக் கீழ்ப்படிந்து பார்த்திபேந்திர பல்லவனுடைய கப்பலில் ஏறி வந்தார். அந்தக் கப்பல் புயலில் சிக்கிக் கொண்டதாம். அப்போது இளவரசர் கடலில் மூழ்கிமாண்டதாக ஒரு வதந்தி புறப்பட்டது. இதை நான் நம்பவேயில்லை. பொன்னியின் செல்வனை சமுத்திரராஜன் அபகரித்திருக்க மாட்டான் என்று உறுதியாக நம்பினேன். அந்தக் கப்பலில் வந்த மற்ற எல்லாரும் உயிர் பிழைத்திருக்கும்போது இளவரசர் மட்டும் எப்படிக் கடலில் மூழ்கி மாண்டிருக்க முடியும்? ஆகையால் இளவரசர் கரை ஏறியதும் அவரைச் சிறைப்படுத்தச் சதி நடந்திருக்கவேண்டும். அந்தச் சூழ்ச்சியை அறிந்துகொண்ட இளவரசர் தப்பிச் சென்று எங்கேயோ பத்திரமாயிருக்கிறார்; சரியான சமயத்தில் வெளிப் புறப்பட்டு வருவார் என்று நம்பியிருந்தேன். உங்களில் பலரும் அப்படி நம்பியதாகத் தெரிவித்தீர்கள். நமது நம்பிக்கை நிறைவேறியது. நாகைப்பட்டினத்தில் புயல் அடித்த அன்று இளவரசர் வெளிப்பட்டார் என்பதாகவும், சோழ நாட்டு மக்கள் அவரை விஜய கோலாகலத்துடன் வரவேற்றுத் தஞ்சைக்கு அழைத்து வருகிறார்கள் என்பதையும் அறிந்தோம். அவர்களுக்குப் பக்க பலமாக இருக்கும் உத்தேசத்துடனேயே நாமும் இவ்விடம் வந்து சேர்ந்தோம். ஆனால் வஞ்சகச் சூழ்ச்சிக்காரர்கள் மறுபடியும் தங்கள் கை வரிசையைக் காட்டிவிட்டார்கள்..."

"என்ன? என்ன?" என்று பலர் கவலைக் குரலில் கேட்டார்கள்.

"நான் இந்தக் கூட்டத்துக்கு வருவதற்குச் சில நிமிடங்களுக்கு முன்புதான் அச்செய்தி கிடைத்தது. இன்று காலையில் திருவாரூரிலிருந்து இளவரசர் புறப்படவிருந்த சமயத்தில் அவர் ஏறிவந்த யானைக்கு மதம் பிடித்து, யானைப்பாகனைத் தூக்கி எறிந்துவிட்டதாம். யானை தெறிகெட்டு ஓடி விட்டதாம். அப்போது ஏற்பட்ட குழப்பத்தில் இளவரசரும் காணாமற் போய்விட்டாராம்!..."

"ஐயையோ!", "இது என்ன விபரீதம்?" "தெய்வமும் வஞ்சகர்களின் கட்சியில் இருக்கிறதா?" – என்று இப்படிப் பலர் அங்கலாய்க்கத் தொடங்கினார்கள். அவர்களைச் சேனாதிபதி கையமர்த்தி அமைதியாயிருக்கச் செய்தார்.

"செய்தியை முதலில் கேட்டதும் நானும் கதிகலங்கிப் போனேன். ஒருவாறு சமாளித்துக் கொண்டுதான் இந்தக் கூட்டத்திற்கு வந்து சேர்ந்தேன். இளவரசர் அருள்மொழிவர்மர் போர் முனையில் எத்தகைய நிகரில்லாத வீரம் உடையவரோ, அப்படியே அறிவாற்றலிலும் நிகரற்றவர், வஞ்சகர்களின் சூழ்ச்சி வலையில் அவ்வளவு சுலபமாக அகப்பட்டுக் கொண்டுவிடமாட்டார். சீக்கிரத்தில் அவரைப் பற்றி நல்ல செய்தி ஏதேனும் கிடைக்கும் என்று எதிர்பார்த்துக் கொண்டிருக்கின்றேன். அதற்கிடையில் நாம் என்ன செய்யவேண்டும், இந்த இக்கட்டான நிலைமையில் எப்படி நடந்து கொள்ளவேண்டும் என்பதைப் பற்றி உங்கள் அபிப்பிராயங்களைத் தெரிந்துகொள்ள விரும்புகிறேன்!"

இவ்விதம் சேனாதிபதி தாம் சொல்ல வேண்டியதைச் சொல்லி முடிந்ததும், மற்றவர்கள் தங்கள் கருத்துக்களைத் தெரிவித்தார்கள். அவர்களுடைய கருத்துக்கள் முக்கியமான விஷயங்களில் ஏறக்குறைய ஒரு மாதிரியாகவே இருந்தன. சில்லறை விவரங்களில் மட்டுமே மாறுபட்டன. அங்கே உள்ளவர்களின் பிரதிநிதிகள் நாளைய தினம் சக்கரவர்த்தியை நேரில் சந்தித்துப் பேச வசதி கோரவேண்டும் என்றும், அதற்கு வாய்ப்புக் கிடைத்தால் சக்கரவர்த்தியிடம் "மதுராந்தகன் சோழ சிங்காதனம் ஏறுவதை நாங்கள் விரும்பவில்லை" என்று தெளிவாகத் தெரிவித்து விடவேண்டும் என்றும் பலர் கூறினார்கள். "ஒன்று, பழுவேட்டரையர்களுடைய சர்வாதிகாரப் பதவிகளிலிருந்து சக்கரவர்த்தி அவர்களை நீக்கிவிடவேண்டும்; அல்லது சக்கரவர்த்தி தஞ்சாவூரை விட்டுப் பழையாறைக்குப் போய்விடவேண்டும்" என்று இன்னும் சிலர் வற்புறுத்தினார்கள்.

"ஆதித்த கரிகாலருக்கு ஏற்கெனவே யுவராஜ்ய பட்டாபிஷேகம் ஆகியிருப்பதால் அவரே அடுத்து பட்டத்துக்கு உரியவர்; அவராகப் பட்டம் வேண்டாம் என்று மறுதளித்தால் அடுத்தபடி சிங்காதனத்துக்கு உரிமையாளர் அருள்மொழிவர்மர்தான். இதைச் சந்தேகத்துக்கு இடம் வையாமல் சக்கரவர்த்தியிடம் தெரிவித்து அவரையும்

ஒப்புக்கொள்ளப் பண்ணவேண்டும்" என்றார்கள், வேறு சிலர், சக்கரவர்த்தியைச் சந்திப்பதற்கே வாய்ப்புக் கிடைக்காவிட்டால், கோட்டைக் கதவுகளைத் திறப்பதற்கு மறுத்தால், கோட்டையை முற்றுகையிட வேண்டியதுதான் என்று சிலர் சொன்னார்கள். "முற்றுகை எதற்காக? உடனடியாகக் கோட்டைக்கதவுகளையும் மதில்களையும் தகர்க்கும்படி வீரர்களை ஏவ வேண்டியதுதான்!" என்று சிலர் கூறினார்கள். இளவரசரைப் பற்றிச் செய்தி வரும் வரையில் காத்திருப்பது நல்லது என்றும் ஆதித்த கரிகாலருக்கு ஆள் அனுப்பி அவரையும் தருவித்துக்கொள்ள வேண்டும் என்றும் சிலர் கருதினார்கள்.

"அதற்காகவெல்லாம் காத்திருப்பதில் என்ன பயன்? பழுவேட்டரையர்களின் ஆதிக்கத்திலுள்ள சுந்தர சோழப் பெரும்படை கொள்ளிடத்துக்கு அக்கரையில் மழ நாட்டில் இருந்து வருகிறது. தற்சமயம் கொள்ளிடத்திலும் மற்ற நதிகளிலும் பெருவெள்ளம் போவதால் அப்படைகள் இங்கு வர முடியாது. ஆகையால் கோட்டையை தகர்த்துச் சக்கரவர்த்தியைப் பழுவேட்டரையர்களின் சிறையிலிருந்து மீட்பதற்கு இதுவே தக்க சமயம்" என்று வற்புறுத்தினார்கள் வேறு சிலர்.

இவ்வாறு விவாதம் நடந்து கொண்டிருக்கையில், கூடாரத்தின் வாசலில் காவல் புரிந்துகொண்டிருந்த வீரன் ஒருவன் அவசரமாக உள்ளே வந்து சேனாதிபதியின் காதில் ஏதோ கூறினான். அவர் கூட்டத்தினரைப் பார்த்து, "இதோ வந்து விடுகிறேன். சற்றுப் பேசிக்கொண்டிருங்கள்" என்று சொல்லி விட்டு வெளியேறினார்.

25. கோட்டை வாசலில்

மந்திராலோசனை நடந்த இடத்திலிருந்து வெளிவந்த பூதிவிக்கிரம கேசரி, அங்கேயிருந்த குதிரை மேல் தாவி ஏறினார். தஞ்சைக் கோட்டையின் வடக்கு வாசலை நோக்கி விரைந்து சென்றார். அதே சமயத்தில் யானை ஒன்று வடக்கு வாசலை நெருங்கி வந்து கொண்டிருந்ததைப் பார்த்தார். யானையின் மேல் யானைப்பாகன் ஒருவனும், இரண்டு ஸ்திரீகளும் இருந்தார்கள். யானைப்பாகன் தன் கையில் வைத்திருந்த கொம்பை வாயில் வைத்துச் சிறிது நேரம் முழக்கினான். பின்னர் 'கிறீச்' என்று உச்ச ஸ்தாயியில் ஒலித்த குரலில், கணீர் என்றும் தெளிவாகவும் அவன் கூறியதாவது:– "ஈழத்துப்பட்ட பராந்தகன் சிறிய வேளாரின் செல்வப் புதல்வி, கொடும்பாளூர்ப் பெரிய வேளார் சேனாதிபதி பூதிவிக்கரம கேசரியின் வளர்ப்புக் குமாரி, பழையாறை இளைய பிராட்டி குந்தவை தேவியின் அருமைத் தோழியரான வானதி தேவியார் வருகிறார்! பராக்! பராக்! வழி விடுங்கள்!"

கோட்டை வாசலுக்குச் சமீபத்தில் அகழிக் கரையை அடைந்ததும் அவன் மறுபடியும் ஒரு முறை கொம்பை வாயில் வைத்து ஊதினான். அதன் எதிரொலி நிற்பதற்குள்ளே மறுபடியும் அவன் முன்போன்ற கிறீச்சுக் குரலில் கூறியதாவது:– "கொடும்பாளூர் இளவரசி வானதி தேவியார் இளைய பிராட்டியிடமிருந்து சக்கரவர்த்திக்குச் செய்தி கொண்டு வருகிறார். பெரிய பழுவேட்டரையரிடமிருந்து சின்னப் பழுவேட்டரையருக்கு முக்கியமான செய்தி கொண்டுவருகிறார்!

கோட்டைக் கதவைத் திறவுங்கள்! பராக்! பராக்! கொடும்பாளூர் இளவரசிக்கும், அவருடைய தோழி பூங்குழலி அம்மைக்கும் உடனே வழி விடுங்கள்! கோட்டைக் கதவைத் திறந்து விடுங்கள்!"

இவ்வாறு யானைப்பாகன் கூவியதைக் கேட்டுச் சேனாதிபதி பூதிவிக்கிரம கேசரி அடைந்த வியப்பு இவ்வளவு என்று சொல்ல முடியாது. அந்த யானைப்பாகன் குரலை எங்கேயோ, எப்போதோ கேட்டது போலிருக்கிறதே? அவன் யார்? யானைப்பாகன் யாராயிருந்தால் என்ன? யானை மேல் இருப்பது வானதிதானா என்பதையல்லவா முதலில்

பார்த்துத் தெரிந்துகொள்ள வேண்டும்? அவள் கோட்டைக்குள் போகாமல் தடுத்து நிறுத்த வேண்டுமே? வானதியாயிருந்தால் மிக்க நல்லதாய்ப் போயிற்று! இந்தச் சிக்கல்கள் எல்லாம் தீரும் வரையில் குழந்தை நம்மிடத்தில் இருப்பதே நல்லது...! இவ்வாறு எண்ணிக் கொண்டே சேனாதிபதி குதிரையைத் தட்டி விட்டுக்கொண்டு போய் யானையின் சமீபத்தை அடைந்தார். அவர் பின்னொடு விரைந்து வந்த வீரர்களில் ஒரு வீரன் தீவர்த்தி கொண்டு வந்தான். அதன் வெளிச்சத்தில் யானை மீதிருந்தவர்களைப் பார்த்தபோது பெண்கள் இருவரும் சிறிய வேளாரின் புதல்வி வானதியும், பூங்குழலியுந்தான் என்று தெரிய வந்தது.

"குழந்தாய்! வானதி!" என்று அவர் ஏதோ சொல்வதற்குள் யானைப்பாகன் மறுபடியும் கொம்பு ஊதத் தொடங்கினான். அவனை எப்படி நிறுத்தச் செய்வது?

நல்ல வேளையாக இதற்குள் யானைமேலிருந்த பெண்கள் தங்களை நெருங்கி வந்த குதிரை மேல் இருப்பவர் யார் என்று உற்றுப் பார்த்தார்கள்.

உடனே, வானதி, யானைப்பாகனிடம் ஏதோ சொல்லி அவன் கொம்பு முழக்கத்தை நிறுத்திவிட்டு, "பெரியப்பா! தாங்கள்தானா? நான் கேள்விப்பட்டது உண்மைதான்!" என்றாள்.

"ஆம், குழந்தாய்! நான்தான். ஆனால் இது என்ன விசித்திரம்? செய்தி கொண்டு வருவதற்கு நீதானா அகப்பட்டாய்? இளையபிராட்டிக்கு வேறு யாரும் அகப்படாமலா போய் விட்டார்கள்! அதிலும் இப்பேர்ப்பட்ட நிலைமையில்!" என்றார் சேனாதிபதி.

"ஆம், பெரியப்பா! இப்பேர்ப்பட்ட நிலைமையா யிருப்பதினாலேதான் என்னைச் செய்தி கொண்டு போக அனுப்பினார். தாங்கள் சைன்யத்துடன் வந்து தஞ்சைக் கோட்டையைச் சூழ்ந்து கொண்டிருப்பதாகச் செய்தி கிடைத்தது. வேறு யாரையாவது அனுப்பினால் ஒருவேளை தங்கள் படை வீரர்கள் தடுத்து நிறுத்திவிடக்கூடும். தாங்கள் அனுமதித்தாலும், கோட்டைக்குள்ளே இருப்பவர்கள் கதவைத் திறந்துவிட மறுத்துவிடலாம். என்னை அனுப்பி வைத்தால் இரண்டு காரியத்துக்கும் அனுகூலமாயிருக்கலாம் என்று அனுப்பியுள்ளார்கள். துணைக்குப் பூங்குழலியையும் அனுப்பினார்கள்..."

"ஆமாம், ஆமாம்! இந்த ஓடக்காரப் பெண் வெகு கெட்டிக்காரி. அது முன்னமே எனக்குத் தெரிந்த விஷயந்தான். ஆனால் நீ அப்படி என்ன செய்தி கொண்டு வந்தாய்? இரவுக்கிரவே தூது அனுப்ப வேண்டிய அவ்வளவு அவசரமான செய்தி என்ன?"

"அவசரமான செய்திதான், பெரியப்பா! பொன்னியின் செல்வரைப் பற்றிச் சக்கரவர்த்திக்குச் செய்தி கொண்டு வந்திருக்கிறேன்."

"ஆகா! பொன்னியின் செல்வரைப் பற்றியா? அவரைப் பற்றி உனக்கு ஏதாவது தெரியுமா?"

"ஏன்? எவ்வளவோ தெரியும். அவர் வீராதி, வீரர், சூராதி சூரர், காவேரியில் அமுங்காதவர், கடலில் விழுந்தாலும் முழுகாதவர், அண்டினோரைக் கைவிடாதவர், ஆபத்தில் உதவி செய்தவர்களிடம் நன்றி மறவாதவர், அன்னை தந்தையிடம் பக்தி உள்ளவர், தமக்கையார் சொல்லைத் தட்டாதவர், இராஜ்யத்தில் ஆசையில்லாதவர்..."

"போதும்! போதும்! அதையெல்லாம் நான் கேட்கவில்லை. இளவரசர் சௌக்கியமாயிருக்கிறாரா? இப்போது அவர் எங்கேயிருக்கிறார் என்று உனக்குத் தெரியுமா?"

"சௌக்கியமாக இருக்கிறார், பெரியப்பா! இப்போது எங்கேயிருக்கிறார் என்றும் தெரியும். ஆனால் அதைத் தங்களிடம் கூற முடியாது!"

"என்ன? சொல்ல முடியாதா? என்னிடம் கூடவா சொல்ல முடியாது? நீதானா பேசுகிறாய், வானதி?"

"ஆம், பெரியப்பா! நான்தான் பேசுகிறேன். இளவரசர் இருக்குமிடத்தை ஒருவரிடமும் சொல்வதில்லையென்று வாக்களித்திருக்கிறேன்."

சேனாதிபதி பூதிவிக்கிரமகேசரிக்கு ஆக்கிரோஷம் பொங்கி ஆத்திரம் பொத்துக்கொண்டு வந்தது. "பெண்ணே! இளைய பிராட்டியிடம் அனுப்பினால் உன்னை நல்ல முறையில் வளர்ப்பாள் என்று நம்பினேன். இவ்வளவு பிடிவாதக்காரியாக வளர்த்து விட்டாளே? போதும், போதும்! நீ பழையாறையில் இருந்தது போதும். கீழே இறங்கு! உன்னைக் கொடும்பாளூருக்கு அனுப்பிவிட்டு மறுகாரியம் பார்க்கிறேன்" என்றார்.

"பெரியப்பா! எனக்கும் இந்தத் தஞ்சாவூர் மண்ணை மிதிக்கவே இஷ்டமில்லை. ஆகையினால்தான் யானை மேல் ஏறி உட்கார்ந்திருக்கிறேன். இந்த யானைக்கு அடிக்கடி மதம் பிடித்து விடுகிறது. இன்று காலையில் ஒருவனைத் தூக்கி எறிந்துவிட்டது. ஆகையினால், அருகில் ரொம்ப நெருங்கி வராதீர்கள். நான் கொண்டு வந்திருக்கும் செய்திகளைச் சொன்ன பிறகு நானே தங்களிடம் வந்து விடுகிறேன். என்னைக் கொடும்பாளூருக்கு அனுப்பினாலும் அனுப்பி விடுங்கள். இப்போது மட்டும் என்னைத் தடுத்து நிறுத்தாதீர்கள்!" என்றாள் வானதி.

பூதி விக்கிரமகேசரி சிறிது யோசித்துவிட்டு, "சரி, மகளே! நான் உன்னைத் தடுத்து நிறுத்தாமல் விட்டு விடுகிறேன். கோட்டைக் கதவு திறக்காவிட்டால் என்ன செய்வாய்?" என்றார்.

"பெரியப்பா! நீங்கள் இவ்வளவு பெரிய படைகளுடன் வந்திருக்கிறீர்களே? எதற்காக? கோட்டைக் கதவு திறக்காவிட்டால், உங்கள் படைகளை ஏவிக் கதவை உடைத்துத் திறந்து விடச் செய்யுங்கள்!" என்றாள் வானதி.

பூதி விக்கிரமகேசரி இதைக் கேட்டுப் பெருமிதம் அடைந்தார். "மகளே! கொடும்பாளூர்க் கோமகள் பேச வேண்டியவாறு பேசினாய். அவசியம் ஏற்பட்டால் அவ்விதமே செய்வேன். ஆனால் அதற்கு அவசியம் ஏற்படாது. இளைய பிராட்டியிடமிருந்து சக்கரவர்த்திக்குச் செய்தி கொண்டு வந்திருக்கும் உன்னைத் தடுத்து நிறுத்த இந்தச் சின்னப் பழுவேட்டரையன் யார்? அவ்விதம் அவன் ஒருநாளும் செய்ய மாட்டான். ஆனால் எனக்காகவும் சின்னப் பழுவேட்டரையனிடம் ஒரு செய்தியைச் சொல்! நீ கோட்டைக்குள் இருக்கும்போது உனக்கு ஏதாவது சிறிய தீங்கு நேர்ந்தாலும் அவனுடைய குலத்தைப் பூண்டோடு அழித்து விடுவேன் என்று சொல்! நானும் என்னுடைய துணைவர்களும் சக்கரவர்த்தியை நேரில் பார்த்து அவருடைய விருப்பத்தை அவருடைய வாய்மொழியாகத் தெரிந்து கொள்ள வந்திருக்கிறோம் என்றும் சொல்! நாளைப் பகல் பொழுது போவதற்குள் சக்கரவர்த்தியை நாங்கள் தரிசிக்க அவன் வகை செய்யாவிட்டால், கோட்டையைத் தாக்கத் தொடங்கி விடுவோம் என்று தெரியப்படுத்து!" என்றார்.

"அப்படியே ஆகட்டும், பெரியப்பா!" என்றாள் வானதி.

மறுபடியும் யானைப்பாகன் கொம்பு முழக்கினான். "கொடும்பாளூர் இளவரசிக்கு வழிவிடுங்கள்! கோட்டைக் கதவைத் திறந்து விடுங்கள்!" என்று கூவினான்.

26. வானதியின் பிரவேசம்

கோட்டைக்குள்ளே சின்னப் பழுவேட்டரையர் பெரும் மனக்கலக்கத்துக்கு உள்ளாகியிருந்தார். வீர தீரங்களில் அவர் யாருக்கும் சளைத்தவர் அல்ல. ஆனால் தமையனாருடைய யோசனையைக் கேட்டே எந்தக் காரியமும் செய்து பழக்கப்பட்டவராதலால் இந்த நெருக்கடியான நிலைமையில் சிறகு இழந்த பறவையைப் போல் தவித்தார்.

அன்று காலை முதல் ஒன்றன் பின் ஒன்றாக விபரீதமான செய்திகள் அவர் காதுக்கு எட்டிக் கொண்டிருந்தன.

பெரிய பழுவேட்டரையர் கடம்பூர் சம்புவரையர் மாளிகையிலிருந்து தஞ்சைக்குப் புறப்பட்டு இரண்டு தினங்களுக்கு மேலாயின என்று ஒரு செய்தி கிடைத்தது. புயல் அடித்த அன்று கொள்ளிட நதியைக் கடந்து கொண்டிருந்த படகுகள் பல முழுகிப் போயின என்றும் அவருக்குத் தெரிந்திருந்தது. சிறிது நேரத்துக்கெல்லாம் பெரிய பழுவேட்டரையரின் படகில் இருந்த ஒருவனே வந்து சேர்ந்தான். அவர் வந்த படகும் முழுகிப் போயிற்று என்றும், தான் திணறித் திண்டாடிக் கரை ஏறி வந்து சேர்ந்ததாகவும் கூறினான்.

இளவரசர் அருள்மொழிவர்மர் நாகைப்பட்டினம் சூடாமணி விஹாரத்தில் மறைந்திருந்து வெளிப்பட்டார் என்றும் பெரும் ஜனத்திரளுடன் தஞ்சையை நோக்கி வந்து கொண்டிருக்கிறார் என்றும் இன்னொரு ஒற்றன் வந்து கூறினான்.

இரவு திருவாரூரில் அவர் தங்கியதாகவும், தான் இரவுக்கிரவே பிரயாணம் செய்து வெள்ளக் காடாயிருந்த பிரதேசங்களையெல்லாம் தாண்டி வந்ததாகவும் தெரிவித்தான்.

இன்னும் சற்று நேரத்துக்கெல்லாம் சம்புவரையர் அனுப்பிய ஆள் ஒருவன் வந்து சேர்ந்தான். திருக்கோவலூர் மலையமான் பெரும்படை திரட்டிக் கொண்டிருப்பதாகத் தெரிகிறது என்றும் ஆதித்த கரிகாலரின் வெறி அதிகமாகி வருகிறது என்றும், ஆகையால் பெரிய பழுவேட்டரையரை உடனே புறப்பட்டு வரும்படி சம்புவரையர் செய்தி அனுப்பியதாகவும் கூறினான்.

பெரிய பழுவேட்டரையரோ தஞ்சைக்கு இன்னும் வந்து சேரவே இல்லை. அவர் உடனே புறப்பட்டுச் செல்வது எப்படி? யமனும் அருகில் வருவதற்கு அஞ்சக்கூடிய அந்த வீரக் கிழவரை ஒருவேளை கொள்ளிடத்து வெள்ளம் கொள்ளை கொண்டிருக்குமோ? - என்று சின்னப் பழுவேட்டரையர் கலங்கினார்.

இதற்கு அடுத்தபடியாக எல்லாவற்றிலும் பெரிய இடி போன்ற செய்தியைத் தெற்கேயிருந்து ஒற்றர்கள் ஓடிவந்து தெரிவித்தார்கள். தென் திசையிலிருந்து தஞ்சைக்கு வந்த மூன்று பெரிய சாலைகளிலும் சேனா வீரர்கள் சாரிசாரியாக வந்து கொண்டிருப்பதாகவும், கொடும்பாளூர் பூதி விக்கிரம கேசரியும் வருவதாகவும் அவர்கள் கூறினார்கள்.

இதைக் கேட்டவுடனேதான் சின்னப் பழுவேட்டரையர் கோட்டைக் கதவுகளையெல்லாம் சாத்திவிடும்படி உத்தரவு போட்டார். உள்ளிருந்து யாரும் வெளியேறுவதையும், வெளியிலிருந்து உள்ளே வருவதையும் கண்டிப்பாகத் தடை செய்துவிட்டார்.

வழக்கம்போல அன்று கோட்டைக்குள் வந்து வேளக்காரப் படையினரைச் சக்கரவர்த்தியின் அரண்மனையைச் சுற்றிலும் காவலுக்கு அமைத்துவிட்டுத் தம்முடைய சொந்தப் படை வீரர்களைக் கோட்டைக் காவலுக்கு நியமித்தார். இந்த விவரங்களையெல்லாம் சக்கரவர்த்திக்கும் தெரிவித்து விட வேண்டும் என்று எண்ணினார். அதற்கு முன்னால், முதன் மந்திரி அநிருத்தரைக் கலந்து கொள்ள வேண்டும் என்று விரும்பினார். அநிருத்தரிடம் அவருக்கு அவ்வளவாக நம்பிக்கை கிடையாதுதான் என்றாலும், அச்சமயம் அவர் கோட்டைக்கு வெளியில் இல்லாமல் உள்ளேயிருப்பது நல்லது. தம்மை அறியாமல் அவர் எதுவும் செய்ய முடியாதல்லவா? அவரிடம் யோசனை கேட்டுக் கொண்டு காரியங்கள் செய்வதாகப் பாவனை பண்ணுவதும் நல்லது. பின்னால் ஏதாவது தவறாகப் போனால் தம்மீது மட்டும் குற்றம் என்று யாரும் பழி சுமத்த முடியாது.

சக்கரவர்த்தியிடம் தாமே நேரில் சொல்வதைக் காட்டிலும் அநிருத்தரையும் அழைத்துக்கொண்டு போய்ச்சொல்வது சுலபமாயிருக்கும். இளவரசன் அருள்மொழிவர்மனும், அவனுக்குப் பெண் கொடுத்துச் சம்பந்தம் செய்துகொள்ள விரும்பிய பூதி விக்கிரம

கேசரியும் சேர்ந்து சதியாலோசனை செய்து தஞ்சாவூரைக் கைப்பற்றுவதற்காகவே, இரு பக்கமிருந்தும் வருவதாகச் சின்னப் பழுவேட்டரையர் நம்பினார். இதை பற்றித் தாம் தனிப்படக் கூறினால் சக்கரவர்த்தி நம்புவதுகூடக் கடினமாயிருக்கும். முதன் மந்திரி அநிருத்தரும் சேர்ந்து சொன்னால் நம்பியே தீரவேண்டும் அல்லவா?

முதன் மந்திரி அநிருத்தரும் ஓரளவு கலக்கம் அடைந்துதானிருந்தார். இளைய பிராட்டி குந்தவை அன்று காலை தஞ்சையை விட்டுப் போனதையே அவர் அவ்வளவாக விரும்பவில்லை. ஈழத்து ராணியும், பூங்குழலியும் காலையில் காணாமற்போனது அவருடைய உள்ளத்தின் அமைதியை ஓரளவு குலைத்திருந்தது. "எங்கே போயிருப்பார்கள்? எப்படிப் போயிருப்பார்கள்? எதற்காக?" என்றெல்லாம் எவ்வளவோ சிந்தித்தும் ஒரு முடிவுக்கு வரமுடியவில்லை. பூதி விக்கிரம கேசரி சைன்யத்துடன் வருகிறார் என்னும் செய்தி அவருக்குப் பெருங்கலக்கத்தையே உண்டு பண்ணிவிட்டது.

ஆனாலும் இதையெல்லாம் உடனே சக்கரவர்த்தியிடம் தெரிவிக்க வேண்டிய அவசியமில்லை என்று சின்னப் பழுவேட்டரையருக்கு அவர் யோசனை சொன்னார்.

"சக்கரவர்த்தியின் மனக் குழப்பம் இன்று அதிகமாகியிருப்பதாகக் கேள்விப்படுகிறேன். மகாராணியின் அந்தரங்கச் சேடி வந்து தெரிவித்துவிட்டுப் போனாள். இந்த நிலையில் பூதி விக்கிரமகேசரியைப் பற்றிச் சொன்னால், சக்கரவர்த்தியின் மூளையிலுள்ள இரத்த நாளம் வெடித்து உயிருக்கே கூட ஒருவேளை ஆபத்து உண்டாகிவிடும். ஏற்கெனவே, தஞ்சை நகரத்தில் சக்கரவர்த்தி காலமாகிவிட்டார் என்ற வதந்தி பரவியிருக்கிறதாம். உண்மையாகவே அப்படி நேர்ந்துவிட்டால் எத்தனை விபரீதம் ஆகும் என்று யோசித்துப் பாருங்கள். சக்கரவர்த்தியை நீங்களே கொன்று விட்டதாக வதந்தி உண்டாகிவிடும். உங்கள் விரோதிகளுக்கு மிகவும் சௌகரியமாகப் போய்விடும். ஆகையால், பொறுத்துப் பார்த்து முடிவு செய்யலாம். பூதிவிக்கிரம கேசரியின் உத்தேசம் இன்னதென்று முதலில் தெரிந்து கொள்ளலாம். பெரிய பழுவேட்டரையரைப் பற்றியும் பொன்னியின் செல்வரைப் பற்றியும் அதற்குள் ஏதேனும் நிச்சயமான செய்தி கிடைக்கக் கூடும். அதுவரையில் பொறுமையாக இருங்கள்" என்று முதன் மந்திரி அநிருத்தர் கூறியது காலாந்தக கண்டருக்கும் உசிதமாகவே தோன்றியது.

"அப்படியானால், சக்கரவர்த்தியிடம் சமயம் பார்த்துச் சொல்லவேண்டிய காரியத்தைத் தங்களிடமே விட்டு விடுகிறேன். கோட்டைப் பாதுகாப்புக் காரியங்களை நான் கவனிக்கிறேன்" என்று சொல்லிவிட்டுச் சின்னப் பழுவேட்டரையர் முதன் மந்திரியிடம் விடை பெற்றுக் கொண்டார்.

அதுமுதல் கோட்டை மதில் ஓரமாகச் சுற்றி வந்து கோட்டைப் பாதுகாப்புக்கு வேண்டிய முன் ஏற்பாடுகளைச் செய்துவந்தார். பல நாள் முற்றுகைக்கும் கோட்டையை ஆயத்தமாகச் செய்ய வேண்டும். கொடும்பாளூர்ப் படைகள் கோட்டைக் கதவைத் தகர்த்தும், மதில் மேல் ஏறிக் குதித்தும் கைப்பற்ற முயன்றால், அந்த முயற்சியைத் தோற்கடிக்கவும் சித்தமாயிருக்கவேண்டும், இதன் பொருட்டு அவருக்கு நம்பிக்கையான வீரர்களை அங்கங்கே நிறுத்தி வைக்கவேண்டும். கோட்டை மதில் எங்கேயாவது பலவீனப்பட்டிருந்தால், அதைச் செப்பனிட்டுப் பலப்படுத்த வேண்டும்.

இந்த ஏற்பாடுகளில் சின்னப் பழுவேட்டரையர் கவனம் செலுத்திக் கொண்டிருந்தபோதே, வெளியில் இருந்து செய்திகள் அறிவதற்கு வழி என்ன என்பது பற்றியும் அவருடைய உள்ளம் சிந்தித்துக் கொண்டிருந்தது.

தஞ்சைக் கோட்டைக்கு இரகசியச் சுரங்க வழிகள் இரண்டுதான் உண்டு. ஒன்று பெரிய பழுவேட்டரையரின் மாளிகையிலிருந்து பொக்கிஷ நிலவறை வழியாக வெளியே சென்றது. இந்த வழியைச் சிலநாள் யாரும் உபயோகிக்க முடியாது. ஏனென்றால், அந்த வழி வெளியே திறக்கவேண்டிய இடத்தில் வடவாற்றின் வெள்ளம் அலை மோதிக்கொண்டு சென்றது. அந்த வழியை அப்போது திறந்தால் வெள்ளம் நிலவறைக்குள்ளேயே புகுந்துவிடும்.

இன்னொரு, சுரங்க வழி முதன் மந்திரி அநிருத்தரின் அரண்மனைக்குள்ளே இருந்து புறப்பட்டது. ஆனால் அதன் வழியாகச் சின்னப் பழுவேட்டரையர் அறியாமல் யாரும் வெளியே போகவோ, உள்ளே வரவோ முடியாது. அந்த வழி கோட்டைச் சுவரைக் கடந்து செல்லும் இடத்தில் சின்னப் பழுவேட்டரையரின் காவல் இருந்தது. இரவு இரண்டாம் ஜாமத்துக்கு மேலே அந்தச் சுரங்க வழியாக வெளியே அந்தரங்கமான ஆட்களை அனுப்ப வேணுமென்று சின்னப் பழுவேட்டரையர் எண்ணமிட்டுக் கொண்டிருந்தார். கடம்பூருக்கும், பழையாறைக்கும் ஆட்களை அனுப்பி பெரிய பழுவேட்டரையரைப் பற்றியும் பொன்னியின் செல்வரைப் பற்றியும் நிச்சயமான தகவல் அறிந்து வரச் செய்யவேண்டும்.

இம்மாதிரி காலாந்த கண்டர் முடிவு செய்திருந்த சமயத்திலேதான் ஒரு வீரன் விரைந்து வந்து, வடக்கு வாசலில் ஒரு யானையின் மேல் இரு பெண்கள் வந்திருப்பதைப் பற்றியும், அவர்களுக்காகக் கதவைத் திறக்கும்படி யானைப்பாகன் கூவுவதைப் பற்றியும் தெரிவித்தான். வந்திருக்கும் பெண்களில் ஒருத்தி வானதி என்று தெரிந்ததும் சின்னப் பழுவேட்டரையர் பெரிதும் ஆச்சரியம் அடைந்தார். வானதியின் பெரியப்பன் சைன்யத்துடன் வந்து கோட்டையைச் சுற்றி முற்றுகையிட்டிருக்கும் போது, அந்தப் பெண் கோட்டைக்குள் தன்னைவிடும்படி கேட்பதற்கு எவ்வளவு துணிச்சல் வேண்டும்? முதலில், "கண்டிப்பாகக் கதவைத் திறக்க முடியாது" என்று சொல்லிவிட வேண்டுமென்றே எண்ணினார். வடக்குக் கோட்டை வாசலுக்குப் போய்ச் சேருவதற்குள் அவருடைய எண்ணம் மாறிவிட்டது.

"கேவலம் ஒரு சிறு பெண்ணுக்குப் பயந்து கோட்டைக் கதவைத் திறக்க மறுப்பதா? இது என் வீரதீரத்துக்கு இழுக்கு ஆகாதா?" என்று எண்ணினார். அப்படி எதற்காகத்தான் அந்தப் பெண் கோட்டைக்குள் வர விரும்புகிறாள் என்பதை அறிந்து கொள்ளவும் அவருக்கு ஆவல் உண்டாயிற்று.

கோட்டை வாசலின் மேல் மாடியில் ஏறி நின்று பார்த்தார். யானைமீது யானைப்பாகனைத் தவிர இரு பெண்கள்தான் இருந்தார்கள் என்பது நன்றாகத் தெரிந்தது. அவர்களில் ஒருத்தி வானதிதான் என்பதையும் தெரிந்து கொண்டார். அச்சமயம் கொடும்பாளூர்ப் பெரிய வேளார் அவர்களுடன் பேசிக் கொண்டிருந்தார். அந்தச் சம்பாஷணையில் ஒரு பகுதியும் அவர் காதில் விழுந்தது. பெரிய வேளார் வானதியைக் கோட்டைக்குள் போக வேண்டாம் என்று சொல்வதையும், வானதி அதை மறுத்து உள்ளே போவேன் என்று பிடிவாதம் பிடிப்பதையும் அறிந்து கொண்டார். எனவே, வானதிக்குக் கதவைத் திறந்து விடலாம் என்ற எண்ணம் உறுதிப்பட்டது.

பெரிய வேளார் அப்பால் அகன்று சென்றதும், யானை மேலும், சில அடிகள் எடுத்து வைத்து அகழி ஓரத்தில் வந்து நிற்பதைக் கண்டார்.

யானைப்பாகன் கொம்பை எடுத்து ஊதிவிட்டு முன் போலவே "கொடும்பாளூர் இளவரசிக்குக் கோட்டைக் கதவை திறந்துவிடுங்கள்! பெரிய பழுவேட்டரையரிடமிருந்து சின்னப் பழுவேட்டரையருக்கும், இளைய பிராட்டியிடமிருந்து சக்கரவர்த்திக்கும் செய்தி கொண்டுவரும் வானதிதேவிக்கும் உடனே வழி விடுங்கள்!" என்று கூவினான்.

இதைக் கேட்டதும் சின்னப் பழுவேட்டரையரின் மனதில் கொஞ்ச நஞ்சமிருந்த சந்தேகமும், தயக்கமும் நீங்கி விட்டன. பெரிய பழுவேட்டரையர் வானதியின் மூலமாகத் தமக்குச் செய்தி அனுப்புவது விசித்திரமானதுதான். இதில் ஏதாவது சூழ்ச்சியோ, தந்திரமோ இருக்கக்கூடும். இருந்தால் அதைத் தம்மால் கண்டுபிடிக்க முடியாதா? இந்தச் சிறு பெண் தம்மை ஏமாற்றிவிட்டுத் தப்பிப் பிழைக்க முடியுமா? பார்த்துக் கொள்ளலாம்!

யானைப்பாகன் ஊதிய கொம்பின் முழக்கத்துக்குப் பதில் முழக்கம் கோட்டை வாசல் மேல் மாடியிலிருந்து கேட்டது, தீவர்த்தி வெளிச்சம் தெரிந்தது. அந்த வெளிச்சத்தில் வேல்களின் முனைகள் ஒளி வீசித் திகழ்ந்தன. வளைத்து நாணேற்றப்பட்டிருந்த வில்களில் அம்புகள் பூட்டப்பட்டுப் புறப்படச் சித்தமாயிருந்தன. அவற்றுக்கு மத்தியில் ஒரு மனித உருவம் வெளிப்பட்டு வந்தது.

"கொடும்பாளூர் இளவரசியாருக்குக் கோட்டைக் கதவு திறந்து விடப்படும். யானையையும், யானைமீது உள்ளவர்களையும் தவிர வேறு யாரேனும் பின் தொடர முயன்றால் உடனே யமனுலகம் சேர்வார்கள்!" என்று அந்த மனித உருவம் இடி முழக்கம் போன்ற குரலில் கர்ஜனை செய்தது.

இதைக் கேட்டதும் பூதிவிக்கிரம கேசரியும் அவருடன் வந்த ஆட்களும் இன்னும் சிறிது அப்பால் சென்றார்கள். கோட்டைக் கதவுகள் திறப்பட்டன. அகழியின் பாலம் இறக்கப்பட்டது. யானை, பாலத்தின் மேல் நடந்து சென்றபோது, பாலம் அதிர்ந்தது. வானதிக்குச் சிறிது அச்சம் உண்டாயிற்று. ஆனால் ஆபத்து ஒன்றும் ஏற்படவில்லை. யானை அகழியின் அக்கரையை அடைந்தது. திறந்திருந்த கதவுகளின் வழியாகக் கோட்டைக்குள் பிரவேசித்தது. மறுநிமிடமே பாலம் மறுபடியும் தூக்கப்பட்டது. கோட்டை வாசற் கதவுகளும் சாத்தப்பட்டன.

வானதி ஏறியிருந்த யானைக்கு அருகில் சின்னப் பழுவேட்டரையரின் யானை வந்து நின்றது.

"இளவரசி! வரவேண்டும்! வரவேண்டும்! தங்கள் பெரிய தந்தை தடுத்தும் கேளாமல் தாங்கள் என் விருந்தாளியாக வர இசைந்தது பற்றி மிக்க மகிழ்ச்சி அடைந்தேன்! தங்களுக்கு இங்கே எந்த விதமான தீங்கேனும் நேருமோ என்று அஞ்ச வேண்டாம்!" என்று சின்னப் பழுவேட்டரையர் கம்பீரமான குரலில் கூறினார்.

"ஐயா! எனக்கு அத்தகைய அச்சம் சிறிதும் இல்லை. நான் சொல்ல வந்த செய்திகளைச் சொன்ன பிறகு என்னைத் தாங்கள் பாதாளச் சிறையிலே அடைத்தாலும் கவலையில்லை!" என்றாள் வானதி.

✤

27. "நில் இங்கே!"

பாதாளச் சிறையைப் பற்றிக் கூறியதும் சின்னப் பழுவேட்டரையருக்குப் பழைய நினைவுகள் வந்தன. சம்பிரதாய மரியாதைப் பேச்சை மறந்துவிட்டுக் கூறினார்!– "ஆமாம்; நீ ஒரு தடவை பாதாளச் சிறைக்குப் போயிருக்கிறாய். இளைய பிராட்டியுடன் சென்றாய். உளவு அறிய வந்து தப்பி ஓடிவிட்ட ஒற்றன் ஒருவனைப் பற்றித் தகவல் தெரிந்து கொள்ளப் போனீர்கள் இல்லையா?"

"இல்லை, ஐயா! தாங்கள் சொல்வது சரியல்ல. நாங்கள் அன்று பாதாளச் சிறைக்குப் போனது ஒற்றனைப்பற்றி அறிந்து கொள்வதற்காக அல்ல. பட்டத்து இளவரசர் ஆதித்த கரிகாலர் ஓலையுடன் அனுப்பியிருந்த தூதரைப் பற்றித் தெரிந்து கொள்ளப் போனோம்."

"அப்படி நீங்கள் எண்ணிக்கொண்டு போனீர்கள். அவன் ஒற்றனா, தூதனா என்பது உங்களுக்கு எப்படித் தெரியும்? நீ ஏதும் அறியாத சிறு பெண். உன்னோடு அதைப்பற்றி விவாதித்துப் பயனில்லை. நீங்கள் போனதுதான் போனீர்களே! அவனைப்பற்றி ஏதாவது தெரிந்து கொண்டீர்களா!"

"இல்லை, நாங்கள் எவனைப் பார்க்கப் போனோமோ, அவன் உங்களுக்குக் கூடத் தெரியாமல் விடுதலையாகிப் போய் விட்டான். பழுவூர் இளைய ராணி நந்தினி தேவியின் கட்டளை எங்களை முந்திக் கொண்டு விட்டது. பாவம்! நீங்கள்தான் என்ன செய்வீர்கள்?"

சின்னப் பழுவேட்டரையர் உதடுகளைக் கடித்துக்கொண்டார். தமது எச்சரிக்கையைப் பொருட்படுத்தாமல் தம் தமையனார் இளைய ராணிக்கு அதிக இடம் கொடுத்து வந்தது இத்தகைய இளம் பெண்களுக்குக்கூட அல்லவா ஏச்சாகப் போய்விட்டது? இவ்விதம் தமது உள்ளத்தில் தோன்றிய அவமான உணர்ச்சியை வெளியில் காட்டிக் கொள்ளாமல், "உங்கள் பங்குக்கு நீங்களும் ஓர் அரைப் பைத்தியக்காரனை விடுதலை செய்தீர்கள்!" என்றார்.

"ஐயா! அரைப் பைத்தியம் என்று புஷ்ப சேவை செய்து வரும் சேந்தன் அமுதனைத் தானே சொல்கிறீர்கள்? அவரை அன்று விடுதலை செய்ததினால் இந்தச் சோழ நாடு எவ்வளவு பெரிய நன்மை அடைந்தது என்பதை அறிந்தால் ஆச்சரியப்பட்டுப் போவீர்கள்!"

"பெண்ணே! எனக்கு ஆச்சரியம் இனி ஒன்றிலுமே ஏற்படப் போவதில்லை. இந்தச் சோழ ராஜ்யம் யார் யாருக்கெல்லாம் நன்றிக்கடன் பட்டிருக்கிறது என்பதை நினைத்து ஆச்சரியப்பட்டு எனக்கு அலுத்துப் போய்விட்டது. நீ கூட இப்போது ஏதோ ஒரு முக்கியமான நன்மையைச் சோழ நாட்டுக்குச் செய்வதற்காகத்தான் வந்திருக்கிறாய் அல்லவா?"

"ஆம், ஐயா! முக்கியமான காரியம் இல்லாவிட்டால் தங்கள் தமையனார் அனுப்பியிருப்பாரா? அதிலும் ஒன்றும் அறியாத அபலைப் பெண்ணாகிய என்னை அனுப்பியிருப்பாரா?"

"என் தமையனாருக்குப் புத்திசாலித்தனம் அதிகரித்துக் கொண்டுதான் வருகிறது. உன்னை அனுப்பியதிலிருந்தே அது தெரிகிறது. நீ கொண்டு வந்த செய்தியைச் சீக்கிரம் சொல்லி விடு!"

"பாண்டிய நாட்டுச் சதிகாரர்களைப் பற்றி அலட்சியமாயிருந்தது தவறு என்று தங்களிடம் கூறும்படி சொன்னார். வீர பாண்டியனுடைய ஆபத்துதவிகள் சிலர் உண்மையாகவே பயங்கரச் சதி செய்து வருகிறார்கள்; சோழ குலத்தைப் பழிவாங்க இன்று கெடு வைத்திருக்கிறார்கள். சக்கரவர்த்தியைப் பத்திரமாய்ப் பாதுகாக்கவேண்டும் என்று எச்சரிக்கும்படி கூறினார்..."

இதைக் கேட்ட காலாந்தக கண்டார் நகைத்தார். "இந்தப் பிரமாதமான செய்தியைத்தானா சொல்லி அனுப்பினார்? ஒருவேளை உன் பெரிய தகப்பனார் படை எடுத்து வரப்போவதைப் பற்றித்தான் தகவல் தெரிந்து சொல்லி அனுப்பினாரோ என்று பார்த்தேன். அவர் வெளியிலிருந்து கொடும்பாளூர் சைன்யத்தைப் பார்த்துக் கொண்டால், நான் கோட்டைக்குள்ளே சக்கரவர்த்திக்கு ஏதும் நேராமல் பார்த்துக் கொள்கிறேன். அதைப்பற்றி அவரும், நீயும், இளையபிராட்டியும் கூடக் கவலைப்பட வேண்டியதில்லை!" என்றார்.

"ஐயா! தாங்கள் இப்படி அலட்சியமாகக் கருதுவீர்கள் என்று தெரிந்து, மேலும் ஒரு விஷயம் சொல்லி அனுப்பியிருக்கிறார். பழுவூர் இளைய ராணியின் அரண்மனைக்கு அடிக்கடி யாரோ மந்திரவாதி ஒருவன் வந்து போனது பற்றித் தாங்கள் எச்சரிக்கை செய்தீர்களாம். அதற்கு அவர் செவி கொடாமல், தங்களைக் கோபித்துக் கொண்டாராம். 'தம்பி! பெருங்குற்றம் செய்துவிட்டேன். அந்த மந்திரவாதி ரவிதாஸன் என்பவன்தான் பாண்டியச் சதிகாரன். வீர பாண்டியனுடைய ஆபத்துதவிகளின் தலைவன். சோழ குலத்தை வேரோடு கருவறுக்கக் கங்கணம் கட்டிக் கொண்டிருப்பவன். அவனுடைய ஆள் ஒருவன் இன்றைக்குச் சக்கரவர்த்தியின் மீது பழிவாங்க முயலுவான்; அலட்சியம் வேண்டாம். சர்வ ஜாக்கிரதையுடனிருக்கவும் – இதுவே பெரிய பழுவேட்டரையர் தங்களுக்கு அனுப்பிய செய்தி! என் கடமையை நான் செய்துவிட்டேன்..."

காலாந்தக கண்டர் சிறிது திகைத்துத்தான் போய்விட்டார். இம்மாதிரி செய்தியைப் பெரியவரைத் தவிர வேறு யாரும் அனுப்பியிருக்க முடியாது.

"பெண்ணே! இது உண்மையானால் அவர் ஏன் இங்கு உடனே வரவில்லை? உன்னை எதற்காக அனுப்பினார்...?"

"என்னை அவர் அனுப்பவில்லை. அவர் இளையபிராட்டியிடம் கூறினார். இளைய பிராட்டி என்னை அனுப்பி வைத்தார். ஆதித்த கரிகாலருக்கும் இன்றைக்கே ஆபத்து வர இருக்கிறது. ஆகையால் அவரைக் காப்பாற்ற அவர் திரும்பிப் போயிருக்கிறார்."

"எங்கேயிருந்து? அவர் உங்களை எங்கே பார்த்தார்?"

"குடந்தையில் ஜோதிடர் வீட்டில் பார்த்தார். இன்னும் தங்களுக்குச் சந்தேகம் தெளியவில்லையானால் இதையும் கேளுங்கள். தங்கள் அண்ணன் படகில் கொள்ளிடத்தைத் தாண்டி வந்தபோது புயல் அடித்துப் படகு கவிழ்ந்து விட்டது. தப்பிப் பிழைத்துக் கரையேறிப் பள்ளிப்படையில் படுத்திருந்த போது சதிகாரர்கள் பேசியதைக் கேட்டுத் தெரிந்து கொண்டார். ஐயா! இன்னும் இங்கேயே நின்று பேசிக் கொண்டிருக்க வேண்டுமா? அல்லது அரண்மனைக்குப் போகலாமா?"

"பெண்ணே! நீ சொன்னதெல்லாம் உண்மையாகவே இருக்கட்டும். எப்பேர்ப்பட்ட சதிகாரனாயிருந்தாலும் கோட்டைக் காவலைக் கடந்து வரமுடியாது. நீ பெண்ணாயிருப்பதனால்தான் உள்ளே வரவிட்டேன்..."

"வெளியேயிருந்து வரவேண்டும் என்பது என்ன? சதிகாரர்கள் கோட்டைக்குள்ளேயே இருந்துவிட்டால்...?"

"ஒரு நாளும் முடியாத காரியம்..."

"சரி; அது தங்கள் பொறுப்பு. என் கடமையை..."

"நிறைவேற்றி விட்டாய். இனி நீ திரும்பிப் போகலாம்."

"இல்லை, ஐயா! என் கடமையில் ஒரு பாதியைத்தான் நிறைவேற்றியிருக்கிறேன் சக்கரவர்த்தியைப் பார்த்து இளைய பிராட்டியின் செய்தியைச் சொல்லிவிட்டால் முழுவதும் நிறைவேற்றியதாகும்..."

"அந்தச் செய்தியையும் என்னிடமே சொல்லிவிடலாம்."

"முடியாத காரியம், சக்கரவர்த்தியிடம் நேரில் தெரிவிக்கும்படி இளையபிராட்டியின் ஆக்ஞை. இதோ இளைய பிராட்டியின் முத்திரை மோதிரம்!..."

"ஆ! முத்திரை மோதிரம் யார் யாரிடமோ வந்துவிடுகிறது. இளைய பிராட்டிதான் கொடுத்தாள் என்பது என்ன நிச்சயம்? உன் பெரிய தந்தை இந்தக் கோட்டையை முற்றுகையிட்டிருக்கிறார். உன்னை எப்படி நம்புவது?..."

"ஓர் அபலைப் பெண்ணால் என்ன அபாயம் நேர்ந்துவிடும் என்று பயப்படுகிறீர்கள்?"

"பெண்ணே! பழுவூர் வம்சத்தினர் பயம் என்பது இன்னதென்று அறியமாட்டார்கள்..."

"அப்படியானால் என்னை அரண்மனை வரையில் போக விடுங்கள், தாங்களும் கூட வாருங்கள்..."

"இன்றைக்கெல்லாம் சக்கரவர்த்தியின் மனக் கலக்கம் மிகவும் அதிகமாயிருக்கிறது..."

"அந்தக் கலக்கத்தைத் தீர்ப்பதற்குரிய செய்தியுடன் நான் வந்திருக்கிறேன், ஐயா! விஷயம் இன்னதென்று அறிந்தால் என்னைத் தடுத்துத் தாமதப்படுத்தியதற்காகத் தாங்களே பச்சாத்தாபப் படுவீர்கள்..."

சின்னப் பழுவேட்டரையர் சிறிது வியப்புக் குறி காட்டி, "பெண்ணே! ஒருவேளை சின்ன இளவரசர் – பொன்னியின் செல்வரைப் பற்றிச் செய்திகொண்டு வந்திருக்கிறாயா?" என்றார்.

"ஆம், தளபதி!"

"ஆகா! சின்ன இளவரசர் சுகமாயிருக்கிறாரா? இப்போது எங்கே வந்துகொண்டிருக்கிறார்? அவருக்கு – சதிகாரர்களால் அவருக்கு..."

"ஆம்; பாண்டிய நாட்டுச் சதிகாரர்களால் அவருடைய உயிருக்கும் அபாயம் நேர இருந்தது. ஆனால் கடவுள் அருளால் விபத்து ஒன்றும் ஏற்படவில்லை சௌக்கியமாயிருக்கிறார். இது தங்களுக்குச் சந்தோஷமளிக்கும் அல்லவா?"

"நல்ல கேள்வி! சின்ன இளவரசர் சௌக்கியமாயிருப்பது பற்றிச் சந்தோஷப்படாமல் துக்கப்படுவார்களா? வா, வா! உன்னோடு வீண் பொழுது போக்க விரும்பவில்லை. அரண்மனைக்கு வந்து சக்கரவர்த்தியிடம் நேரில் சொல்ல வேண்டியதைச் சொல்லிவிடு!"

இவ்விதம் கூறிச் சின்னப் பழுவேட்டரையர் தம் யானையை மேலே செலுத்தினார். இளவரசரைப் பற்றி அறிந்து கொள்ள அவருக்கும் பெரும் ஆவல் உண்டாயிற்று. அவருடைய மாப்பிள்ளை மதுராந்தகன் தஞ்சை சிம்மாசனம் ஏறுவதற்கு அருள்மொழிவர்மன் ஒரு போட்டி என்பதாக அவர் என்றும் கருதியதில்லை. சக்கரவர்த்திக்கு அந்த எண்ணமே இல்லை என்பதை அவர் அறிவார். அருள்மொழி தந்தை சொல்லைத் தட்டக் கூடியவனும் இல்லை. குந்தவை தலையிட்டு ஏதேனும் குளறல் செய்யாமலிருக்க வேண்டுமென்பது கவலை. அவள் இப்போது ஏதேனும் சூழ்ச்சி தொடங்கியிருக்கிறாளா, என்ன? அருள்மொழியைத் தன் வசத்தில் வைத்துக்கொண்டு ஏதேனும் தந்தைக்குத் தாறுமாறான செய்தி அனுப்பியிருப்பாளா? இளவரசரைப் பற்றி இந்தக் கொடும்பாளூர்ப் பெண் உண்மையாகவே செய்தி கொண்டு வந்திருந்து சக்கரவர்த்தியிடம் கூறினால், அதை அவர் தம்மிடம் சொல்லாமல் இருக்கமாட்டார். அருள்மொழிவர்மரின் உத்தேசம் இன்னதுதான் என்று தெரிந்து கொண்டால், அதற்கேற்பத் தாம் செய்ய வேண்டியது பற்றித் தீர்மானித்துக்கொள்ளலாம் அல்லவா? அச்சமயத்தில் பூதி விக்கிரம கேசரி தஞ்சைக் கோட்டை மீது படை எடுத்து வந்திருக்கும் சதிகாரச் செயலைப் பற்றியும் சக்கரவர்த்தியிடம் தெரிவித்துவிடலாம் அல்லவா?...

இரண்டு யானைகளும் அரண்மனை வாசலில் வந்து நின்றன. சின்னப் பழுவேட்டரையர் இலகுவாக யானை மீதிருந்து கீழே குதித்தார். இன்னொரு யானை மலை அசைவதுபோல் அசைந்து மண்டியிட்டுப் படுத்தது. இரண்டு பெண்களும் யானைப்பாகனும் கீழே இறங்கினார்கள்.

வாசற் காவலனை அழைத்துச் சின்னப் பழுவேட்டரையர் ஏதோ கூறினார். அவன் அரண்மனையின் முன் வாசலைத் திறந்து விட்டான்.

காலாந்தக கண்டருடைய மனதில் அவருடைய தமையனார் சொல்லி அனுப்பியதாக வானதி கூறிய செய்தி உறுத்திக் கொண்டிருந்தது. அதை அவர் அலட்சியம் செய்யப் பார்த்தும் முடியவில்லை. முக்கியமாக, மந்திரவாதி ரவிதாஸனைப் பற்றி அறிந்தது. அவருடைய மன அமைதியை மிகக் குலைத்தது. வீர பாண்டியரின் ஆபத்துதவிகளைப் பற்றி அவர் முன்னமே அறிந்திருந்தார். ஆனால் அவர்களுக்குத் தஞ்சாவூர்க் கோட்டைக்குள்ளேயே இடம் கிடைத்திருந்தது என்று அறியவில்லை. பழுவூர் இளைய ராணி மந்திரவாதியை அழைத்துப் பேசுவதெல்லாம் பெரிய பழுவேட்டரையரை மேலும் மேலும் தன் வசப்படுத்துவதற்காகவே என்று அவர் நம்பிக் கொண்டிருந்தார். அண்ணன் தம்பிகளுக்குள்ளே விரோதத்தை வளர்ப்பதும், அவளுடைய நோக்கமாயிருக்கலாம் என்று நினைத்தார். இப்போது இந்தப் பெண் சொல்வது சிறிது பீதிகரமான செய்தியாகத்தான் இருக்கிறது. ஆயினும், எந்த மந்திரவாதி அல்லது சதிகாரன் என்ன செய்துவிட முடியும்? தம்முடைய அநுமதியின்றிச் சக்கரவர்த்தியின் அரண்மனைக்குள் ஓர் ஈயும் நுழைய முடியாது. சக்கரவர்த்தி வெளியில் வருவதும் கிடையாது. இருந்தாலும் அரண்மனையைச் சுற்றிலும் இன்னும் கொஞ்சம் பாதுகாப்பைப் பலப்படுத்தி வைப்பது நல்லது. புயல் - வெள்ளம் என்று சொல்லிக் கொண்டும், முதல் மந்திரியைப் பார்ப்பதற்காக என்று சொல்லிக் கொண்டும் அதிகம் பேர் இரண்டு நாளாகக் கோட்டைக்குள் வந்திருந்தார்கள். அவர்கள் எல்லாரும் வெளியில் போய்விட்டார்களா என்று தெரியாது. இன்று பகலில் திடீரென்று கோட்டைக் கதவைச் சாத்தியதும் நல்லதாய்ப் போயிற்று. துர்நோக்கம் கொண்டவர்கள், - சந்தேகாஸ்பதமான மனிதர்கள், - யாராவது இந்தக் கோட்டைக்குள் வந்திருக்கிறார்களா என்று நன்றாகப் பரிசோதனை செய்து பார்த்து விடலாம்...

இவ்விதம், யானை மேல் அரண்மனையை நோக்கி வரும்போதே எண்ணமிட்டுக் கொண்டு வந்தார். அரண்மனை வாசலில் ஒரு பக்கத்தில் எப்போதும் ஆயத்தமாயிருந்த தம் ஆட்களைச் சமிக்ஞையால் அழைத்தார். அவர்களிடம் கோட்டையின் உட்பக்கம் முழுவதும் நன்றாய்த் தேடிச் சந்தேகாஸ்பதமாக யார் தென்பட்டாலும் பிடித்துக் கொண்டு வரும்படி கட்டளையிட்டார்.

பிறகு, வேளக்காரப் படையாரிடம் அன்றிரவு முழுவதும் தூங்காமலே அரண்மனையையும் சுற்றுப்புறங்களையும் காவல் புரியவேண்டுமென்று சொல்ல எண்ணி, அவர்களுடைய தலைவனை அனுப்பும்படி ஆக்ஞாபித்தார்.

இந்த நிலையில், யானையின் மேல் வந்த பெண்கள் என்ன ஆனார்கள் என்று திரும்பிப் பார்த்தார். அவர்கள் அப்போது அரண்மனை முன்புறத்து நிலா முற்றத்தைத் தாண்டி முதல் வாசற்படிக்கு அருகிலே போய்க் கொண்டிருந்தார்கள். ஆனால்... ஆனால்... இவன் யார்? அவர்களைத் தொடர்ந்து போகும் அந்த மூன்றாவது உருவம்? தலைப்பாகையைப் பார்த்தால், யானைப்பாகன் மாதிரி தோன்றியது! ஆகா! யானைப்பாகன் ஏன் தொடர்ந்து போகிறான்? அரண்மனைக்குள் அவனுக்கு என்ன வேலை? சக்கரவர்த்தியிடந்தான் அவனுக்கு என்ன காரியம்?

மிகப் பயங்கரமான ஓர் எண்ணம் அவர் மனத்தில் மின்னலைப் போல் தோன்றிச் சொல்ல முடியாத வேதனையை உண்டாக்கியது. கோபக்கனலை எழுப்பியது. ஒருவேளை இதில் ஏதேனும் சூழ்ச்சி இருக்குமோ? இவன்தான் சதிகாரனோ? இந்தப் பெண்களை ஏமாற்றிவிட்டு, யானைப்பாகனைப் போல் வந்திருக்கிறானோ? நாமும் ஏமாந்து விட்டோமோ? தம் கண் முன்னால் சக்கரவர்த்தியைக் கொல்ல வந்த வீர பாண்டியரின் ஆபத்துதவி அரண்மனைக்குள்ளே போகிறதாவது? காலாந்தக கண்டனுக்கு அவ்வளவு பெரிய அசட்டுப்பட்டமா? அல்லது பூதிவிக்கிரம கேசரியின் சூழ்ச்சியில் சேர்ந்ததா? எதுவாயிருந்தாலும் சரி, இதோ மறு கணத்தில் எல்லாம் தெரிந்து போய்விடுகிறது!

நாலே எட்டில் நிலா முற்றத்தைக் காலாந்தக கண்டர் கடந்து சென்று யானைப்பாகன் சமீபம் அடைந்தார். "அடே! நில் இங்கே!" என்று ஒரு கர்ஜனை செய்தார்.

"நீ ஏன் உள்ளே போகிறாய்? யானைப்பாகனுக்கு அரண்மனைக்குள் என்ன வேலை?" என்று கூறிக்கொண்டே, அவனுடைய ஒரு கரத்தைத் தமது வஜ்ராயுதம் போன்ற கை முஷ்டியினால் பிடித்துக் கொண்டார்.

அவருடைய கோப கர்ஜனைக் குரலைக் கேட்டுவிட்டு முன்னால் சென்ற இரு பெண்களும் திரும்பிப் பார்த்தார்கள். அவர்களுடைய முகங்கள் சிறிது பயம், வியப்பு, ஆர்வம் முதலிய உணர்ச்சிகளைப் பிரதிபலித்தன. அதே சமயத்தில் புன்னகை மலர்ந்தது. வானதி "ஐயா!... அவர்... அவர்..." என்று ஏதோ சொல்ல ஆரம்பித்துச் சிறிது தயங்கினாள்.

குரோதத்தின் சிகரத்தை அடைந்திருந்த சின்னப் பழுவேட்டரையர் அவளைத் திரும்பிப் பார்க்கவும் இல்லை; அவள் வார்த்தையைப் பொருட்படுத்திக் கேட்கவும் விரும்பவில்லை.

யானைப்பாகனுடைய தடுமாற்றத்திலிருந்து அவருடைய சந்தேகம் மேலும் மேலும் உறுதிப்பட்டது. முன்னொரு தடவை தம்மை ஏமாற்றிவிட்டுத் தப்பி ஓடிப்போன வாணர்குலத்து வாலிபனோ என்ற விபரீத எண்ணம் அந்தக் கணத்தில் தோன்றியது. மறுபடியும் தம்மை ஏமாற்றிவிட்டுப் போகலாம் என்று இவ்வளவு துணிச்சலுடன் வந்திருக்கிறானோ?...

பிடித்த பிடியை இன்னும் சிறிது கெட்டியாக்கிக் கொண்டு சின்னப் பழுவேட்டரையர் "அடா!" உண்மையைச் சொல்! நீ யார்? யானைப்பாகன்தானா? அல்லது சதிகாரனா? முன்னொரு தடவை என்னிடமிருந்து தப்பிச் சென்ற ஒற்றனா? இம்முறை தப்ப முடியாது!" என்று சொல்லிக் கொண்டே, பிடித்த பிடியை விடாமல் 'யானைப்பாகன்' முகத்தைத் தம்மை நோக்கித் திருப்பினார்.

அரண்மனையின் முன் மண்டபத்தில் எரிந்த தீபங்களின் வெளிச்சம் லேசாக அந்த 'யானைப்பாகனின்' கம்பீரமான முகத்தில் விழுந்தது.

"தளபதி! நான் யானைப்பாகன் கூடத்தான். தங்களிடமிருந்து என்றும் தப்பிச் சென்றதில்லை. தங்களிடம் என்னை ஒப்புக் கொடுக்கவே வந்திருக்கிறேன்!" என்றான் யானைப்பாகன்.

காலாந்தக கண்டர் அந்த முகத்தைப் பார்த்தார். அந்தக் குரலைக் கேட்டார். மேல் உலகம் ஏழும் இடிந்து அவர் தலை மேல் ஒருமிக்க விழுந்து விட்டது போலிருந்தது. அவ்விதமாகத் திகைத்துச் சித்திரப் பதுமைபோல் நின்று விட்டார். கைப்பிடியை விடுவதற்குக் கூட அவருக்குத் தோன்றவில்லை. கைப்பிடி அதுவாகத் தளர்ந்து இளவரசர் அருள்மொழிவர்மரை விடுதலை செய்தது.

ஜஜ

28. கோஷம் எழுந்தது!

இளவரசர் அருள்மொழிவர்மரின் அந்த இளம் பொன் முகத்தில் என்ன மாய மந்திர சக்திதான் இருந்ததோ, தெரியாது. இத்தனைக்கும் இளவரசர் அச்சமயம் முகத்தைச் சுளுக்கிக் கொள்ளவும் இல்லை. கோபத்தின் அறிகுறியும் சிறிது கூடக் காட்டவில்லை. வெண்ணெய் திருடி அகப்பட்டுக் கொண்ட கண்ணனைப் போல் குற்றத்தை ஒப்புக் கொள்ளும் பாவனை முகத்தில் தோன்றும்படி நின்றார். சின்னப் பழுவேட்டரையரிடம் குற்றம் கண்டுபிடித்துக் கடிந்து கொள்ளும் அறிகுறியோ, அவரை எதிர்த்துப் போராடும் நோக்கமோ அணுவளவும் அவர் முகத்தில் காணப்படவில்லை.

ஆயினும், அஞ்சா நெஞ்சமும், அளவிலா மனோதிடமும் வாய்ந்தவரான காலாந்தக கண்டரின் கை கால்கள் அந்தக் கணத்தில் வெடவெடத்து விட்டன. முகத்தில் வியர்வை அரும்பியது. இன்னது செய்கிறோம் என்றுகூட அறியாமல் இரு கைகளையும் கூப்பி வணக்கம் செலுத்தியவாறு, "பொன்னியின் செல்வா! ஈழங்கொண்ட வீரா! சோழ நாட்டின் தவப்புதல்வா! இது என்ன கோலம்? இது என்ன காரியம்? இவ்விதம் தண்டிப்பதற்கு என்ன குற்றம் செய்தேன் நான்?... சற்றுமுன் நான் செய்த பிழையைப் பொறுத்துக் கருணை புரிய வேண்டும். 'மன்னித்தேன்' என்று அருள்வாக்குத் தரவேண்டும். கண்ணிருந்து பாராத குருடனாகி விட்டேன்..." என்று நாத் தழுதழுக்கக் குரல் நடுங்கக் கூறினார்.

மேலும் இதே முறையில் பேசப் போனவரை இளவரசர் தடுத்து, "தளபதி! இது என்ன? தாங்களாவது, குற்றம் செய்யவாவது? ஒன்றும் அறியாது இந்தச் சிறுவன் தங்களை மன்னிப்பதாவது?" என்றார்.

"தங்களைப் பிடித்து நிறுத்திய இந்தக் கையை வெட்டினாலும் போதிய தண்டனை ஆகாது. 'அடா' என்று அழைத்த என் நாவை அறுத்துப் போட்டாலும் போதாது..."

"தங்கள் வார்த்தைகள் என் காதில் நாராசமாக விழுகின்றன. போதும், நிறுத்துங்கள்! தங்கள் பொறுப்பை நிறைவேற்றுவதற்காகத் தங்கள் கடமையைச் செய்தீர்கள். அதில் குற்றம் என்ன? தவறு என்னுடையது. நான் இந்த வேடத்தில் யானைப்பாகனாக வருவேன் என்று..."

"நான் எதிர்பார்க்கவே இல்லைதான். இப்படித் தாங்கள் செய்யலாமா? எதற்காக? சோழ நாட்டின் மகா வீரரை இப்படியா நான் வரவேற்றிருக்க வேண்டும்? ஆசார உபசாரங்களுடன் முன் வாசலில் வந்து காத்திருந்து, வெற்றி முரசுகள் எட்டுத் திக்கும் அதிரும்படி முழங்க வரவேற்றிருக்க மாட்டேனா?..."

"தாங்கள் அப்படிச் செய்வீர்கள் என்று அறிந்துதான் நான் இந்த வேஷத்தில் வந்தேன். அதற்கெல்லாம் இது சரியான நேரமல்ல. தங்களுக்குத் தெரியாதா? சதிகாரர்களின் தீய முயற்சிகளைப் பற்றிச் சற்றுமுன் கொடும்பாளூர் இளவரசி கூறினாள் அல்லவா? அது உண்மையாக இருக்கலாமென்றே எனக்குத் தோன்றுகிறது..."

"இளவரசே! என்னையும் அந்தப் பாண்டியச் சதிகாரர்களுடன் சேர்த்து விட்டீர்களா?..."

"கடவுளே! என் தந்தை சக்கரவர்த்தியைப் பாதுகாப்பதற்குத் தாங்கள் செய்திருக்கும் ஏற்பாடுகளைப் பார்த்து மனதிற்குள் மகிழ்ச்சியடைந்து கொண்டிருக்கிறேன். முதலில் என் தந்தையைப் பார்த்து விட்டு, பிறகு..."

"ஐயா சக்கரவர்த்தியைத் தாங்கள் பார்க்கக் கூடாதென்று நான் தடுத்து விடுவேன் என்று நினைத்தீர்களா? அத்தகைய பாவி நான் என்று யாரேனும் தங்களுக்குச் சொல்லியிருந்தால்..."

"ஒருநாளும் நான் நம்பியிருக்க மாட்டேன், தளபதி!"

"பின் ஏன் இந்த வேஷம்?"

"வேறு முறையில் நான் கோட்டைக்குள் வந்திருக்க முடியுமா, யோசியுங்கள்! கோட்டையைச் சுற்றி தென்திசைச் சேனைகள் வந்து சூழ்ந்திருக்கின்றன. பெரிய வேளாரும் வந்திருக்கிறார் எதற்காக வந்திருக்கிறார் என்று தங்களுக்குத் தெரிந்திருக்கும்..."

"கோட்டைக் கதவுகளை நான் மூடச் செய்தது நியாயமே அல்லவா? அதில் ஏதேனும் குற்றம் உண்டா?"

"ரொம்ப நியாயம், பெரிய வேளாரின் புத்தி கெட்டுப் போயிருக்கிறது. அவரால் நான் கோட்டைக்குள் வருவது தடைப்படும் என்றுதான் இந்த வேடத்தில் வந்தேன். அவர் மகளையும் அழைத்துக் கொண்டுவந்தேன். நல்ல வேளையாக அவர் என்னைக் கவனிக்கவில்லை. தங்களுடைய கூர்மையான கண்கள் கண்டுபிடித்துவிட்டன..."

"என் கண்கள் மூடிப் போயிருந்தன. அதனால்தான் பார்த்தவுடன் தெரிந்துகொள்ளவில்லை. தங்களை யானைப்பாகன் என்று கூறிய வார்த்தைகளைத் தாங்கள் கருணை கூர்ந்து மன்னித்துவிடுங்கள்..."

"அவ்விதம் சொல்லவேண்டாம். தாங்கள் வேறு, என் தந்தை வேறு என்றே நான் எண்ணவில்லை. என்னைச் சிறைப்படுத்திக் கையோடு கொண்டு வருவதற்காகத் தாங்கள் ஆள்களை அனுப்பியிருந்தீர்கள்..."

"கடவுளே! இது என்ன வார்த்தை? நானா சிறைப்படுத்த ஆட்களை அனுப்பினேன்? தங்களை உடனே பார்க்கவேண்டும் என்பதற்காகத் தங்கள் தந்தை – சக்கரவர்த்தி – அனுப்பினார்..."

"அது எனக்குத் தெரியாதா, தளபதி! இலங்கையில் நான் இருந்தபோது அவர்கள் வந்தார்கள். 'சக்கரவர்த்தியின் கட்டளை அல்ல; பழுவேட்டரையர்களின் கட்டளை" என்று என் அருகில் இருந்தவர்கள் சொன்னார்கள்..."

"எங்கள் விரோதிகள் அப்படிச் சொல்லியிருப்பார்கள்..."

"நான் அவர்களுக்கு 'என் தந்தையின் கட்டளை எப்படியோ, அப்படியே பழுவேட்டரையர்களின் கட்டளையும் என் சிரமேல் கொள்ளத்தக்கது' என்று கூறினேன். கடலையும் புயலையும், மழையையும் வெள்ளத்தையும் தாண்டி வந்தேன். அரண்மனையின் முன் வாசலைத் தாண்டி உள்ளே போனதும் தங்கள் விருப்பத்தைத் தெரிந்து கொள்ளலாம் என்று எண்ணினேன் தங்கள் கட்டளையின்றி தந்தையைப் பார்க்கவும் நான் விரும்பவில்லை..."

"இளவரசே! இன்னும் என்னைச் சோதிக்கிறீர்களா? தங்கள் தந்தையைத் தாங்கள் சந்திப்பதற்கு நான் என்ன கட்டளையிடுவது? தங்களுடன் வரச் சொன்னால் வருகிறேன். இங்கேயே நிற்கச் சொன்னால் நின்று விடுகிறேன்? இளவரசரின் விருப்பமே என் சிரசின்மேல் சூடும் கட்டளை" என்று பணிவுடன் கூறினார் சின்னப் பழுவேட்டரையர்.

"தளபதி தாங்கள் இங்கேயே நிற்க வேண்டித்தான் நேரும் போலிருக்கிறது. அதிக நேரம் நாம் இங்கு நின்று பேசிக்கொண்டிருந்து விட்டோம். அதோ பாருங்கள்!" என்றார் இளவரசர்.

சின்னப் பழுவேட்டரையர் திரும்பிப் பார்த்தார். சற்று முன், தூரத்தில் நின்ற அவருடைய ஆட்கள் எல்லாம் நெருங்கி வந்திருப்பதைக் கண்டார். 'அவர்கள் மட்டுமல்ல; அரண்மனை வாசற்காவலர்களும் வந்துவிட்டார்கள். இன்னும் தூரத்திலே நின்ற வேளக்காரப் படையினரிலும் சிலர் பிரிந்து வந்து கொண்டிருந்தார்கள்.

அருகில் வந்துவிட்டவர்கள் அனைவரும் பொன்னியின் செல்வரைக் கண்கொட்டாத ஆரவாரத்துடன் பார்த்துக் கொண்டிருந்தார்கள். சின்னப் பழுவேட்டரையர் திரும்பிப் பார்த்த நேரத்தில் இளவரசரின் திருமுகத்தில் விளக்கு வெளிச்சம் நன்றாக விழுந்து மிகப் பிரகாசமாகத் தெரிந்தது.

வீரர்களில் ஒருவன் "வாழ்க இளவரசர்!" என்றான். "வாழ்க பொன்னியின் செல்வர்!" என்றான் இன்னொருவன்.

"மகிந்தனைப் புறங்கண்டு ஈழம்கொண்ட வீராதி வீரர் வாழ்க!" என்றான் மற்றொருவன்.

இந்தக் குரல்களைக் கேட்டவுடன் வேளக்காரப் படையினர் அனைவரும் அங்கு விரைந்து வரத் தொடங்கினார்கள்.

பற்பல குரல்களிலிருந்து "வாழ்க பொன்னியின் செல்வர்!" என்ற வாழ்த்தொலிகள் எழுந்தன.

அரண்மனை வாசலான படியாலும், சின்னப் பழுவேட்டரையர் அங்கிருந்தபடியாலும் அந்த ஒலி மிக மெல்லியதாகத்தான் அப்போது எழுந்தது. இளந்தென்றல் காற்று புதிதாகத் தளிர்த்த அரசமரத்தின் மீது அடிக்குங்கால் ஏற்படும் 'சல சலப்பு'ச் சத்தத்தைப் போலத்தான் கேட்டது. நேரமாக ஆக, நாள் ஆக ஆக, அந்த மெல்லிய ஒலி எப்படி வளர்ந்து வளர்ந்து பெரிதாகி மகா சமுத்திரத்தின் ஆயிரமாயிரம் அலைகளின் ஆரவாரத்தையும் மிஞ்சிய மாபெரும் கோஷமாயிற்று என்பதைப் பின்வரும் அத்தியாயங்களில் பார்ப்போம்.

"தளபதி! நாம் இங்கே நின்று பேசியது தவறாகப் போயிற்று. அரண்மனைக்குள்ளே பிரவேசிக்கும் வரையில் நான் என்னைத் தெரியப்படுத்திக்கொள்ள விரும்பாததின் காரணம் இப்போது தெரிகிறது அல்லவா?" என்று இளவரசர் கேட்டார்.

"தெரிகிறது, அரசே! நான் இவர்களுக்குச் சமாதானம் சொல்லிவிட்டு வருகிறேன். தாங்கள் தயவு செய்து விரைந்து உள்ளே செல்லுங்கள்!" என்றார் காலாந்தக கண்டர்.

29. சந்தேக விபரீதம்

பொன்னியின் செல்வர் அரண்மனைக்கு உள்ளே சென்ற பிறகு, காலாந்தக கண்டர் அரண்மனை வாசலில் வந்து சேர்ந்து கொண்டிருந்த வேளக்காரப்படை வீரர்களை நெருங்கினார்.

"இது என்ன கூச்சல்? அரண்மனைக்குள்ளே சக்கரவர்த்தி நோயுடன் படுத்திருப்பது உங்களுக்குத் தெரியாதா? கோட்டையைச் சுற்றிப் பகைவர் படை சூழ்ந்திருப்பது தெரியாதா?" என்று கடுமை தொனிக்கும் குரலில் கேட்டார்.

வேளக்காரப் படையின் தலைவன், "ஐயா! கோட்டையைச் சூழ்ந்திருப்பவர்கள் பகைவர்கள் தானா? கொடும்பாளூர்ப் பெரிய வேளார் நமக்குப் பகைவர் ஆனது எப்படி?" என்று கேட்டான்.

சின்னப் பழுவேட்டரையர் பொங்கி வந்த கோபத்தை அடக்கிக் கொண்டு, "அதை அவரிடந்தான் கேட்க வேண்டும்; பகைவர் இல்லையென்றால், எதற்காகச் சைன்யத்துடன் வந்து கோட்டையை முற்றுகையிட்டிருக்கிறார்?" என்று கேட்டார்.

"சின்ன இளவரசரைச் சிம்மாசனத்தில் ஏற்றி முடிசூட்டுவதற்காக என்று கேள்விப்படுகிறோம்" என்றான் வேளக்காரப் படைத்தலைவன்.

"அது உங்களுக்கெல்லாம் சம்மதமா?" என்று சின்னப் பழுவேட்டரையர் கேட்டார்.

வேளக்காரப் படைத்தலைவன் தன் வீரர்களைத் திரும்பிப் பார்த்து, "நீங்களே சொல்லுங்கள்!" என்றான்.

வீரர்கள் உடனே "சம்மதம்! சம்மதம்! பொன்னியின் செல்வர் வாழ்க! ஈழங்கொண்ட இளவரசர் வாழ்க!" என்று கோஷித்தார்கள்.

இம்முறை அந்தக் கோஷம் முன்னைவிட அதிக வலுவுடையதாயிருந்தது.

சின்னப் பழுவேட்டரையரின் முகம் சிவந்தது; மீசை துடித்தது. ஆயினும் பல்லைக் கடித்துக் கொண்டு, "முடி சூட்டுவது பெரிய வேளாரின் இஷ்டத்தைப் பொறுத்ததா? அல்லது உங்கள் விருப்பத்தைப் பொறுத்ததா? சக்கரவர்த்தியின் விருப்பத்துக்கு மதிப்பு ஒன்றும் இல்லையா?" என்று கேட்டார்.

வீரர்களில் ஒருவன், "தளபதி! சக்கரவர்த்தி சௌக்கியமாயிருக்கிறாரா! நிச்சயந்தானா!" என்று கேட்டான்.

"இது என்ன கேள்வி?" என்று காலாந்தகர் சீறினார்.

"சக்கரவர்த்தியைப் பற்றி ஊரில் ஏதேதோ வதந்தி பரவியிருக்கிறது. நாங்களும் அவரை இன்று பார்க்க முடியவில்லை! அதனால் அவருடைய சுகத்தைப் பற்றி எல்லாரும் மிக்க கவலை அடைந்திருக்கிறோம்!" என்று வேளக்காரப்படை வீரர்களின் தலைவன் கூறினான்.

"சக்கரவர்த்தியை நீங்கள் பார்க்க முடியாத காரணம் முன்னமே நான் சொல்லவில்லையா? சக்கரவர்த்தியின் மனக்குழப்பம் இன்று அதிகமாயிருந்தது. யாரையும் பார்ப்பதற்கு அவர் விரும்பவில்லை. சபாமண்டபத்திற்கு வருவதற்கும் மறுத்துவிட்டார்..."

"சக்கரவர்த்தியின் மனக்குழப்பத்திற்குக் காரணம் என்ன? ஏன் எங்களுக்குத் தரிசனம் அளிப்பதற்கு மறுக்க வேண்டும்? நாங்கள் அதையாவது தெரிந்து கொள்ளலாம் அல்லவா?"

"நல்லது; சொல்லுகிறேன்; ஈழத்துக்குச் சென்றிருந்த இளவரசரைப் பற்றி ஒன்றும் தெரியாமலிருந்ததுதான் சக்கரவர்த்தியின் கவலை அதிகமானதற்குக் காரணம். இப்போது இளவரசரே வந்து விட்டபடியால்..."

"இளவரசரை நாங்கள் பார்க்கவேண்டும். நன்றாக வெளிச்சத்தில் பார்க்கவேண்டும்!" என்று அந்தப் படையினரில் ஒரு வீரன் கூறினான்.

"ஆமாம்; பார்க்க வேண்டும்! ஈழங்கொண்ட இளவரசர் வாழ்க!" என்று எல்லாரும் சேர்ந்து கூவினார்கள்.

"இளவரசர் முதலில் சக்கரவர்த்தியைத் தரிசிக்க வேண்டும். அல்லவா? பிறகு இஷ்டப்பட்டால் உங்களையும் வந்து பார்ப்பார்!"

"நிச்சயந்தானா? ஒருவேளை பாதாளச் சிறைக்கு அனுப்பப்படுவாரா?"

வேறொரு நாளாக, வேறொரு சந்தர்ப்பமாக இருந்தால், வேளக்காரப் படையினர் இவ்வளவு துடுக்காகப் பேசியதற்குச் சின்னப் பழுவேட்டரையரின் வீரர்கள் அவர்கள் மீது போர் தொடுத்திருப்பார்கள். பெரிய ரகளையாகப் போயிருக்கும். ஆனால் இளவரசரின் திருமுகத்தைச் சற்றுமுன் பார்த்த காரணத்தினாலோ, என்னமோ, காலாந்தக கண்டரின் வீரர்களும் மௌனமாக நின்று கொண்டிருந்தார்கள்.

சின்னப் பழுவேட்டரையருடைய கை அவருடைய உடைவாளை நாடியது. மேற்கண்டவாறு கேட்ட வீரனை ஒரே வெட்டில் வெட்டிக் கொன்றுவிட வேண்டுமென்று ஒரு கணம் எண்ணினார். உடனே அந்தக் கோபத்தைச் சமாளித்துக் கொண்டு உரத்துச் சிரித்தார்.

"இவன் கேட்ட கேள்வி உங்கள் காதிலெல்லாம் விழுந்ததல்லவா? இளவரசர் பாதாளச் சிறைக்கு அனுப்பப்படுவாரா என்று கேட்கிறான். நல்லது; இளவரசரைச் சிங்காதனத்தில் ஏற்றி முடிசூட்டுவதோ, பாதாளச் சிறைக்கு அனுப்புவதோ என்னுடைய அதிகாரத்தில் இல்லை, சக்கரவர்த்தியின் விருப்பத்தின்படி நடக்கும். இளவரசரைப் பாதாளச் சிறைக்குக் கொண்டு போவதாயிருந்தாலும், இந்த வழியே தான் கொண்டு போக வேண்டும். அப்போது நீங்கள் அவரைப் பார்த்துக் கொள்ளலாம்!" என்று காலாந்த கண்டர் கண்களில் கனல் பறக்கக் கூறிவிட்டு, அரண்மனைப் பக்கம் திரும்பினார். வீரர்கள் மீண்டும் கோஷமிட்டதையும் பொருட்படுத்தாமல் அரண்மனை முன் வாசலை நோக்கிச் சென்றார்.

அங்கே வாசற்படிக்கு அருகில் பூங்குழலி தன்னந்தனியாக நின்று கொண்டிருப்பதைக் கண்டார். "பெண்ணே! நீ ஏன் இங்கே நின்று கொண்டிருக்கிறாய்? உன்னை உள்ளே வர வேண்டாம் என்று தடுத்து விட்டார்களா?" என்று கேட்டார்.

"என்னை யாரும் தடுக்கவில்லை. நானாகவே நின்று விட்டேன் ஐயா!" என்றாள் பூங்குழலி.

"ஏன்?"

"வெகுநாட்களாகப் பிரிந்திருந்த தந்தையும் மகனும் சந்திக்கும் வேளையில் எனக்கு என்ன அங்கே வேலை?"

"போகட்டும்; நீயாவது சக்கரவர்த்தி உயிரோடு இருக்கிறார் என்று நம்புகிறாயே? அந்த மட்டில் சந்தோஷம்!"

"நம்புவது மட்டுமில்லை, சக்கரவர்த்தி சௌக்கியமா யிருப்பதைக் கண்ணாலேயே பார்த்துவிட்டுத் தான் திரும்பி வந்தேன்."

"அதோ நிற்கிறார்களே, அந்த வேளக்காரப் படையினரிடம் நீ பார்த்ததைச் சொல்! அவர்கள் சந்தேகப்படுவதாகத் தோன்றுகிறது!" என்றார்.

"அவர்களுடைய சந்தேகத்துக்கு இந்த நிமிஷம் வரையில் ஆதாரம் இல்லை. அடுத்த நிமிஷம் அது உண்மையாகாது என்று யார் சொல்ல முடியும்?"

"பெண்ணே! நீயும் சேர்ந்து என்னைக் கலவரப்படுத்தப் பார்க்கிறாயா? உங்கள் எல்லாருக்கும் பைத்தியம் பிடித்து விட்டதா?" என்று கேட்டார்.

"தளபதி! என்னைப் பலர் 'பைத்தியம்' என்று சொல்லுவதுண்டு. நானே என்னைப் 'பைத்தியம்' என்று சொல்லிக் கொள்வதுமுண்டு. ஆனால் இந்தப் பைத்தியத்தின் யோசனையைக் கேட்டபடியினால்தான் இன்று இளவரசர் இந்தக் கோட்டைக்குள் அபாயம் இன்றிப் புக முடிந்தது. சக்கரவர்த்தி உயிரோடிருக்கும்போதே அவரைச் சந்திக்கவும் முடிந்தது..."

"ஆகா! இது என்ன? சக்கரவர்த்தியின் உயிருக்கு நீயும் கெடு வைக்கிறாய் போலிருக்கிறதே! மூட ஜனங்களும் முட்டாள் ஜோசியர்களும் உளறுவதைக் கேட்டு நீயும் பிதற்றுகிறாயா? அல்லது உனக்கு வேறு ஏதேனும் தெரியுமா?"

"ஜனங்களும் ஜோதிடர்களும் மட்டுந்தானா கெடு வைக்கிறார்கள்? தங்கள் தமையனார் சொல்லி அனுப்பிய செய்தியைச் சற்று முன் கேட்டீர்களே?"

"அது உண்மை என்பது என்ன நிச்சயம்?" என்றார் காலாந்தக கண்டர்.

"தளபதி! கொடும்பாளூர் இளவரசி எதற்காகப் பொய் சொல்ல வேண்டும்?"

"யார் கண்டது? அடுத்தாற்போல் சிங்காதனம் ஏறிப் பட்டமகிஷியாகும் ஆசையிருக்கலாம்.."

"தளபதி! நானும் அப்படித்தான் எண்ணியிருந்தேன். இளவரசி இன்று காலையில் செய்த சபதத்தைக் கேட்ட பிறகு என் எண்ணத்தை மாற்றிக் கொண்டேன்" என்றாள் பூங்குழலி.

"பெண்ணே! ஒருவேளை உனக்கே அத்தகைய ஆசை இருக்கிறதா, என்ன?" என்று கேட்டுவிட்டுச் சின்னப் பழுவேட்டரையர் இலேசாக நகைத்தார்.

"தளபதி! உண்மையில் நான் பைத்தியக்காரிதான்! தங்களிடம் பேச நின்றேன் அல்லவா?" என்று கூறிவிட்டுப் பூங்குழலி திரும்பிப் போக யத்தனித்தாள்.

காலாந்தக கண்டரிடம் உடனே ஒரு மாறுதல் காணப்பட்டது. "பெண்ணே, கோபித்துக் கொள்ளாதே! நீ சொல்ல வந்ததைச் சொல்லிவிட்டுப் போ!" என்றார்.

பூங்குழலி மறுபடியும் திரும்பி, "ஆம், சொல்லத்தான் வேண்டும். இல்லாவிடில் பின்னால் நானும் வருத்தப்படுவேன்; தாங்களும் வருந்தும்படி நேரிடும். ஐயா! சக்கரவர்த்தியின் உயிருக்கு ஏதாவது அபாயம் நேர்ந்தால், நாடு நகரமெல்லாம் தங்கள் பேரிலேதான் பழி சொல்லும். தங்களுடைய வீரர்களே கூடச் சொல்லுவார்கள்!" என்றாள்.

சின்னப் பழுவேட்டரையரின் முகம் சுருங்கிற்று. "அப்படி ஏதாவது நேர்ந்துவிட்டால் மற்றவர்கள் பழி சொல்லும் வரையில் காத்திருக்க மாட்டேன். பழிச்சொல் காதில் விழுவதற்குள்ளே என் உயிர் பிரிந்துவிடும்! இந்த வேளக்காரப் படையினர் துர்க்கா பரமேசுவரி கோவிலில் சத்தியம் செய்தபோது, எல்லாருக்கும் முதலில் சத்தியம் செய்து வழிகாட்டியவன் நான்!" என்றார்.

"அதில் என்ன பயன்? சோழ ராஜ்யம் சக்கரவர்த்தியையும் இழந்து, ஒரு மகா வீரரையும் இழந்து விடும்! அதைக் காட்டிலும் முன் ஜாக்கிரதையாக இருப்பது நல்லதல்லவா?"

"பெண்ணே! நான் முன் ஜாக்கிரதையாக இல்லை என்றா சொல்லுகிறாய்? இதோ இந்த அரண்மனையைச் சுற்றி இவ்வளவு வீரர்கள் கண் கொட்டாமல் நின்று காத்து வருகிறார்களே! எதற்காக? முதன் மந்திரி அநிருத்தர்கூட நான் அறியாமல் அரண்மனைக்குள்ளே போகமுடியாது! தெரியுமா?"

"தெரியும், தளபதி! ஆனால் அரண்மனைக்குள்ளேயிருந்தும், அபாயம் வரலாம் அல்லவா?"

"என்ன பிதற்றல்? அரண்மனைப் பெண்கள் சக்கரவர்த்திக்கு விஷங்கொடுத்துக் கொன்றுவிடுவார்கள் என்று சொல்லுகிறாயா?... அல்லது ஒருவேளை இப்போது இளவரசருடன் உள்ளே போனாளே, அந்தக் கொடும்பாளூர்ப் பெண்ணின் பேரில் சந்தேகப்படுகிறாயா?" என்றார்.

"தெய்வமே! அந்தச் சாதுப் பெண்ணின்பேரில் சந்தேகப்படுகிறவர்களுக்கு நல்ல கதி கிடைக்காது. அவளுக்கு அவ்வளவு சாமர்த்தியமும் இல்லை. ஐயா! இந்த அரண்மனைக்குள் வருவதற்குச் சுரங்கபாதை ஒன்று இருக்கிறதல்லவா?..."

சின்னப் பழுவேட்டரையர் திடுக்கிட்டு, "பெண்ணே! அதைப் பற்றி உனக்கு என்ன தெரியும்? எப்படித் தெரியும்? மூன்று நாலு பேரைத் தவிர அந்தப் பாதையைப் பற்றி யாருக்கும் தெரியாதே! தெரிந்தவர்கள் உயிரோடு திரும்பிப் போக முடியாதே?" என்று பரபரப்புடன் கேட்டார்.

"தளபதி! அதைப்பற்றி இன்று அதிகாலையிலேதான் நான் தெரிந்துகொண்டேன். அங்கே கையில் கூரிய எறிவேலுடன் பாண்டிய நாட்டுச் சதிகாரன் ஒருவன் ஒளிந்து கொண்டிருப்பதையும் பார்த்தேன்..."

"கடவுளே! இது என்ன பயங்கரமான வார்த்தை சொல்லுகிறாய்?... அந்த பாதை... அந்தப் பாதை... எங்கே போய் முடிகிறது என்று தெரியுமா?"

"பொக்கிஷ நிலவறை வழியாகப் போகிறது!" என்றாள் பூங்குழலி. "ஆகா! நீ சொல்லுவது உண்மையாக இருக்கலாம். மனிதப் பெண் உருக்கொண்ட அந்த மாய மோகினியின்

வேலைதான் இது! என் தமையனை அடிமை கொண்ட பெண் பேயின் வேலைதான் இது. ஐயோ! எத்தனை தடவை நான் எச்சரித்தேன்? பெண்ணே! நீ சொல்லுவது சத்தியமா? நீயே பார்த்தாயா? அந்தப் பாதை இருக்குமிடம் உனக்கு எப்படித் தெரிந்தது?...

"என் அத்தை இன்று காலையில் அழைத்துப் போனபோது தெரிந்தது..."

"அவள் யார் உன் அத்தை?"

"முதன் மந்திரியின் கட்டளையின் பேரில் தாங்கள் அனுப்பிய பல்லக்கில் கோடிக்கரையிலிருந்து கொண்டுவரப் பட்டவள்தான், ஐயா! நாம் இதைப்பற்றி மேலும் இங்கே பேசிக் கொண்டேயிருக்கும்போது..."

"உண்மைதான்! நான் உடனே பெரிய பழுவூர் அரண்மனைக்குப் போய் வேண்டிய ஏற்பாடு செய்துவிட்டு வருகிறேன். அதற்குள் நீ..."

"நான் இந்தப் பக்கத்து முனையில் நின்று பார்த்துக் கொள்கிறேன்..."

"ஆகா! உன்னை நான் எப்படி நம்புவது? நீ அந்தப் பாண்டிய நாட்டுச் சதிகாரர்களுக்கு உடந்தையானவள் இல்லை என்பது என்ன நிச்சயம்? என்னைப் போக்குக் காட்டி ஏமாற்றி விட்டு..."

"தளபதி, அப்படியானால் என்னுடன் தாங்களும் வாருங்கள்! ஒரு தீவர்த்தி எடுத்துக்கொண்டு வாருங்கள்! இரண்டு பேருமாகப் போய்ப் பார்ப்போம்! போகும்போது எனக்குத் தெரிந்த மற்ற விவரங்களையும் சொல்கிறேன்..."

சின்னப் பழுவேட்டரையர் உடனே வாசற்பக்கம் சென்ற தமது வீரர்களில் சிலரை அழைத்து அவர்களிடம் ஏதோ சொன்னார். அவர்கள் பழுவூர் அரண்மனைக்குப் போகிறார்கள் என்று பூங்குழலி ஊகித்துக் கொண்டாள். வீரர்களில் ஒருவன் கையில் பிடித்திருந்த தீவர்த்தியைக் கோட்டைத் தளபதி வாங்கிக் கொண்டு வந்தார்.

"பெண்ணே! வழிகாட்டிச் செல்! நீ சொன்னதெல்லாம் உண்மைதானா என்று பார்த்து விடுகிறேன்" என்றார் காலாந்தககண்டர்.

அப்போதும் அவர் மனத்தில் பூங்குழலியைப் பற்றிச் சந்தேகம் தீரவில்லை. இந்தப் பெண் பொய்யும் புனைசுருட்டும் சொல்லித் தன்னை ஏமாற்றப் பார்க்கிறாளோ, என்னமோ! சுரங்கப் பாதையைப் பற்றித் தன் மூலமாக அறிந்துகொள்ள விரும்புகிறாளோ, என்னமோ? அதன் வழியாகக் கொடும்பாளூர் ஆட்களைக் கோட்டைக்குள் விடுவதற்கு இது ஒரு சூழ்ச்சியோ என்னமோ!... அப்படியெல்லாம் தன்னை எளிதில் ஏமாற்றிவிட முடியாது இவள் அத்தகைய உத்தேசத்துடன் தன்னை அழைத்துப் போனால் இவளுக்குச் சரியான தண்டனை விதிக்க வேண்டும். பெரிய பழுவேட்டரையரைப்போல் நான்கூட ஏமாந்து விடுவேனா, என்ன? எல்லாவற்றுக்கும் இவள் முன்னால் போகட்டும், சுரங்கப்பாதை இவளுக்குத் தெரியும் என்பது உண்மைதானா என்று முதலில் தெரிந்து கொள்ளலாம். பிறகு அங்கே சதிகாரர்கள் ஒளிந்திருப்பது உண்மைதானா என்று அறியலாம். அது உண்மையாயிருந்தால், கடவுளே! எத்தகைய ஆபத்து! நல்ல வேளையாக அதைத் தடுப்பதில் கஷ்டம் ஒன்றுமில்லை. பொந்தில் ஒளிந்திருக்கும் நரியைப் பிடிப்பதுபோல் பிடித்துக் கொன்று விடலாம்!..

இவ்வாறு எண்ணமிட்டுக் கொண்டு சின்னப் பழுவேட்டரையர் பூங்குழலிக்குப் பின்னால் நடந்தார். அவளுடைய நடையில் இருந்த வேகத்தைக் குறித்து அதிசயப்பட்டார்.

ஆம்; பூங்குழலியின் உள்ளப் பரபரப்பு அப்போது உச்ச நிலையை அடைந்திருந்தது. அதற்குத் தகுந்தாற்போல் அவளுடைய நடையும் துரிதமாயிருந்தது.

பூங்குழலியின் வாழ்க்கையில் சில காலமாகவே அபூர்வமான சம்பவங்கள் நடந்து கொண்டிருந்தன. ஆனால் அன்றைக்கு நிகழ்ந்தவை போல் அதற்கு முன் என்றும் நடந்ததில்லை. அதிகாலையில் அவளைத் தூக்கத்திலிருந்து அத்தை தொட்டு எழுப்பினாள்.

அவர்கள் படுத்திருந்த அந்தப்புரத்தின் மேல் மச்சுப் பலகணியில் கோரமான முகம் ஒன்று தெரிந்தது; உடனே அது மறைந்தது. மந்தாகினி சத்தம் செய்யாமல் எழுந்து பூங்குழலியையும் அழைத்துக்கொண்டு மூடிக்கிடந்த சிற்ப மண்டபத்துக்குள்ளே சென்றாள். மேல் மச்சுப் பலகணியில் பார்த்த அதே பயங்கரமான முகம் இராவணனுடைய தலைகளுக்கும், அவன் கைகளினால் தாங்கிக்கொண்டிருந்த கைலையங்கிரிக்கும் நடுவில் ஒரு கணம் தெரிந்து மறைந்தது.

இருவரும் அச்சிலையின் அருகில் சென்று பார்த்தார்கள். இராவணன் தலைகளுக்கு இடையே சுரங்க வழி ஒன்று ஆரம்பமாகிச் செல்கிறது என்று பூங்குழலி அறிந்தாள். மந்தாகினி முதலிலும், பூங்குழலி அவளைத் தொடர்ந்தும் அச்சுரங்கப் பாதையில் இறங்கிச் சென்றார்கள். பூங்குழலிக்கு முதலில் கண்ணே தெரியவில்லை. அத்தகைய அந்தகாரம் சுரங்கப் பாதையில் குடிகொண்டிருந்தது. அத்தையின் கையைப் பிடித்துக் கொண்டு தட்டுத் தடுமாறித்தான் போனாள். பாதையிலிருந்து சில படிகள் ஏறியதும் ஒரு மண்டபத்துக்குள் இருவரும் வந்து விட்டதாகத் தோன்றியது. அங்கேயும் இருளடர்ந்து தானிருந்தது. கையினால் தடவிப் பார்த்துக் கொண்டு தூண்களிலும், சுவர்களிலும் முட்டிக்கொள்ளாமல் போவதே கஷ்டமாயிருந்தது. சிறிது நேரத்துக்கெல்லாம் மேலே எங்கிருந்தோ சிறிய பலகணிகளின் வழியாகச் சொற்ப வெளிச்சம் வரத் தொடங்கியதும், பொழுது நன்றாய்ப் புலர்ந்திருக்கவேண்டும் என்று பூங்குழலி ஊகித்தாள். அத்துடன் அவர்கள் சுற்றி அலைந்து கொண்டிருப்பது பொக்கிஷ நிலவறை என்பதையும் தெரிந்து கொண்டாள். ஆனால் மந்தாகினி அத்தை எந்த மனிதனைத் தேடிக்கொண்டு வந்தாளோ, அவன் அகப்படுவான் என்று தோன்றவில்லை. இருள் சூழ்ந்த அந்த நிலவறையில் ஒளிந்து கொள்வதற்கு எத்தனையோ இடங்கள். அவன் எங்கே ஒளிந்திருக்கிறானோ, என்னமோ? நாம் அவனைக் கண்டுபிடிப்பதற்கு முன்னால், அவன் நம்மைக் கண்டுபிடித்துப் பின்புறமாக வந்து குத்திக் கொன்றாலும் கொன்றுவிடலாம்; இந்த நிலவறையில் கேள்வி முறை ஒன்றும் இராது.

பூங்குழலி இப்படி எண்ணமிட்டுக் கொண்டிருந்தபோது மந்தாகினி அவளுடைய அபூர்வமான குரலில், – மானிடக்குரல் என்றோ, பிராணியின் குரல் என்றோ கண்டுபிடிக்க முடியாத குரலில், – கூச்சலிட்டாள். அதைத் தொடர்ந்து பீதி நிறைந்த ஒரு மனிதக் குரல் ஓலமிட்டது. நிழல் போன்ற உருவம் ஒன்று தடதடவென்று ஓடியது. பலகணியில் முகத்தைக் காட்டிய மனிதனாகத்தான இருக்கவேண்டும் என்று பூங்குழலி தீர்மானித்துக்கொண்டாள். அத்தையின் குரலைக் கேட்டு அவன் பேயோ, பிசாசோ என்று பயந்து ஓடுகிறான் என்று பூங்குழலி அறிந்தாள். இந்த எண்ணம் அவளுக்குச் சிரிப்பை உண்டாக்கியது. சிறிது நேரத்துக்கு ஒரு முறை மீண்டும் மந்தாகினி அத்தை அந்த மாதிரி குரல் கொடுத்து அம்மனிதனை அங்குமிங்கும் தெறிகெட்டு ஓடி அலையும்படி செய்தாள். கடைசியாக அவன் ஓடிப்போய் மரக்கதவு ஒன்றில் மோதிக் கொண்டான். பிறகு, அக்கதவை தடதடவென்று தட்டினான். விட்டுவிட்டு நாலைந்து தடவை தட்டினான். பின்னர் கதவு திறந்தது. திறந்த இடத்தில் பெண் ஒருத்தி நிற்பது தெரிந்தது. அவளிடம் அம்மனிதன் ஏதோ கூறினான். அந்தப் பெண் சிறிது தயங்கியதாகவும், அம்மனிதன் அவளை பயமுறுத்தியதாகவும் தோன்றியது. பிறகு அவள் திரும்பிப் போனாள். மனிதன் கதவினருகிலேயே நின்று எட்டிப் பார்த்துக்கொண்டிருந்தான். சற்று நேரத்துக்கெல்லாம் அந்தப் பெண் கையில் ஒரு விளக்குடன் வந்து சேர்ந்தாள். இருவரும் நிலவறைக்குள் நுழைந்தார்கள். மந்தாகினி, பூங்குழலியின் கையைப்பிடித்து அழைத்துச் சென்று ஒரு பெரிய தூணின் மறைவில் நின்று கொண்டாள். விளக்கு வெளிச்சத்தில் அந்த மனிதனுடைய முகத்தோற்றத்தை அவர்கள் நன்றாகப் பார்த்துக் கொண்டார்கள்.

அந்த மனிதனும் விளக்குக்கொண்டு வந்த பெண்ணும் நிலவறையின் உட்பகுதிக்குச் சென்றார்கள்.

"பேயாவது? பிசாசாவது? நன்றாகப் பீதி அடைந்து போயிருக்கிறாய்! இவ்வளவு பயந்தவன் இந்தமாதிரி காரியத்துக்கு ஏன் வரவேண்டும்?" என்று அந்தப் பெண் கேட்டது பூங்குழலியின் காதில் நன்றாக விழுந்தது. 'எந்த மாதிரி காரியம்' என்பது அவ்வளவு நன்றாகப் பூங்குழலிக்கு விளங்கவில்லை.

நிலவறைக்குள்ளே விளக்குடன் அவர்கள் மறைந்ததும் மந்தாகினி பூங்குழலியைக் கையைப் பிடித்துக் கரகரவென்று இழுத்துக் கொண்டு போய்த் திறந்திருந்த கதவின் வழியாக வெளியேறினாள். நடை பாதையைக் குறுக்கே நடந்து கடந்து ஒரு பெரிய தோட்டத்துக்குள் அவர்கள் பிரவேசித்தார்கள். அங்கே ஏகாந்தமான ஓரிடத்தில் மந்தாகினி பூங்குழலியிடம்தான் சொல்ல வேண்டியதைச் சமிக்ஞை பாஷையினால் தெரிவித்தாள். "என்னுடைய அந்தியகாலம் நெருங்கிவிட்டது. நான் கடைசியாகக் கண்ணை மூடுவதற்குள்ளே இளவரசனை ஒருமுறை பார்க்கவேண்டும். நீ போய் இச்செய்தியைச் சொல்லி அவனைக் கையோடு அழைத்து வர வேண்டும்" என்பதுதான் அச்செய்தி.

பூங்குழலி அவளுடைய அத்தையிடம் கொண்டிருந்த அன்பு நாம் நன்கு அறிந்ததே, அம்மாதிரி சமயத்தில் அவளை விட்டு விட்டுப்போகவும் பூங்குழலிக்கு மனம் வரவில்லை; அவள் வார்த்தையைத் தட்டவும் இயலவில்லை. எனினும், அதே சமயத்தில் பொன்னியின் செல்வரைப் பார்ப்பதற்கு இது ஒரு சந்தர்ப்பம் என்னும் எண்ணம் அவளை உடனே முடிவுக்கு வரும்படி செய்தது. அத்தையிடம் விடை பெற்றுக் கொண்டு சென்றாள். தோட்டத்தின் மதில் ஏறிக் குதித்து அப்பால் சென்று தஞ்சை நகரின் கோட்டை வாசலையும் கடந்தாள். அங்கே ஆழ்வார்க்கடியானைச் சந்தித்தாள். அவனும் முதன் மந்திரியின் ஆக்ஞையினால் பொன்னியின் செல்வரைப் பார்ப்பதற்கே போவதாக அறிந்தாள். அந்த வீர வைஷ்ணவனுடைய உதவியினால் அவளுடைய பிரயாணமும் சௌகரியமாக நடந்தது.

அன்றைக்கு அதிர்ஷ்டம் நெடுகிலும் அவள் பக்கம் இருந்தது. குடந்தை ஜோதிடர் வீட்டின் வாசலில் இளைய பிராட்டியின் ரதத்தை அவர்கள் கண்டார்கள். இளவரசரைப் பற்றிக் குந்தவை தேவிக்கு ஏதேனும் செய்தி தெரிந்திருக்கலாம் என்று எண்ணி விசாரிப்பதற்காக ஜோதிடர் வீட்டில் நுழைந்தார்கள். அங்கே பெரிய பழுவேட்டரையரின் வாய் மொழியினால் பாண்டிய நாட்டுச் சதிகாரர்களைப்பற்றி அறிய நேர்ந்தது. பொக்கிஷ நிலவறையில், ஒளிந்திருந்தவன் அந்தச் சதிகாரர்களில் ஒருவன்தான் என்பதைப் பூங்குழலி நிச்சயித்துக் கொண்டாள். அதே சமயத்தில், இளவரசருக்கும் சதிகாரர்களினால் அபாயம் ஏற்படலாம் என்று அந்த வேதனைக்கு ஒரு பரிகாரமாயிருந்தது. இளவரசி வானதியைக் காப்பாற்றப்போன இடத்தில் இளவரசரையும் சந்திக்கலாயிற்று.

எல்லாவற்றையும்விட அவளுக்குத் திருப்தி அளித்த காரியம். தஞ்சாவூருக்குப் போவது பற்றி அவளுடைய யோசனையை இளவரசர் ஏற்றுக் கொண்டது தான். இலங்கையில் தம்மைத் தெரியப்படுத்திக் கொள்ளாமல் யானைப்பாகனைப் போல் அவர் யாத்திரை செய்வதுண்டு என்பதை அவள் அறிந்திருந்தாள், அங்கே சேனாதிபதியையும் படைவீரர்களையும் அவர் பிரிந்து தன்னை மட்டும் யானை மேல் ஏற்றிக்கொண்டு கடற்கரைக்கு விரைந்து வந்ததையும் அவள் மறந்துவிடவில்லை. எனவே இச்சமயமும், இளவரசர் அதே முறையைக் கடைப்பிடித்தால் நல்லது என்றும், அவர் தனியாகப் போனால் தஞ்சைக் கோட்டைக்குள் போக இயலாது என்றும், தன்னையும் வானதியையும் அழைத்துப் போனால் யானைப்பாகன் என்று எண்ணி விட்டுவிடுவார்கள் என்றும் சொன்னாள்.

"சமுத்திர குமாரி! நல்ல யோசனை சொன்னாய். ஒரு பெரிய ராஜ்யத்துக்கு முதன் மந்திரியாக இருக்க நீ தகுந்தவள்!" என்று இளவரசர் கூறிய மொழிகளை நினைத்து நினைத்து அவள் உள்ளம் பூரித்தது.

ஆனால், இவ்விதம் அந்த நிமிஷம் வரையில் அவள் நினைத்தபடியே எல்லாம் நடந்திருந்தும் என்ன உபயோகம்? அவள் எதிர்பார்த்தபடி மந்தாகினி அத்தை சக்கரவர்த்தி

படுத்திருந்த அறையில் இல்லை! அவளைப் பற்றி அங்கே யாரிடமும் விசாரிக்கவும் கூடவில்லை. "என்னுடைய இறுதிக் காலம் நெருங்கி விட்டது" என்று அத்தை சமிக்ஞையினால் அறிவித்ததை எண்ணிய போதெல்லாம் பூங்குழலியின் நெஞ்சு 'பகீர்' என்றது. 'இவ்வளவு சிரமம் எடுத்துச் சாதுர்யமாகப் பேசி இளவரசரை இங்கே அழைத்து வந்திருந்து என்ன பயன்? அத்தையைக் காணவில்லையே' அவள் நெஞ்சு துடிதுடித்தது. நிலவறையிலேயே இன்னும் இருக்கிறாளோ என்று தோன்றியது. ஒருவேளை அந்தப் பாதகச் சதிகாரனால் அங்கேயே கொல்லப்பட்டிருப்பாளோ என்று எண்ணியபோது அவள் நெஞ்சு பிளந்தே போயிற்று.

சுரங்கப்பாதை வழியாக நிலவறைக்குள் போய்ப் பார்க்க விரும்பினாள். ஆனால் அரண்மனையில் அப்போது இளவரசரின் வரவு காரணமாக ஒரே கோலாகலமா யிருந்தது. குறுக்கும் நெடுக்குமாகப் பெண்கள் போவதும் வருவதுமா யிருந்தார்கள். கூட்டம் கூட்டமாக வந்து சக்கரவர்த்தி படுத்திருந்த அறையை எட்டிப் பார்த்து விட்டுப்போன வண்ணமிருந்தார்கள். இதற்கிடையில் தான் மட்டும் அந்தப் பழைய சிற்ப மண்டபத்துக்குத் தனியாகப் போவதை யாராவது பார்த்தால் என்ன நினைத்துக் கொள்வார்கள்? அந்தச் சதிகாரன் ஒருவேளை இன்னமும் அங்கே இருந்தால், தான் அவனிடம் தனியாகப் போய் அகப்பட்டுக் கொள்வதும் உசிதமல்ல. எத்தனையோ நெஞ்சத்துணிவுள்ள பூங்குழலிக்கும் அந்த இருளடர்ந்த பொக்கிஷ நிலவறை சிறிது பயத்தை அளித்தது.

ஆகையினாலேயே சின்னப் பழுவேட்டரையரிடம் சொல்லி, அவரையும் அழைத்துக் கொண்டு போய் நிலவறையில் தேடிப் பார்க்கத் தீர்மானித்தாள்.

காலாந்தக கண்டரோடு வாதம் செய்து அவர் மனத்தைத் திருப்பி அழைத்துப் போவதற்குச் சிறிது அவகாசம் ஆகிவிட்டது. அதை நினைத்துத்தான் அவள் இப்போது மிக விரைவாக நடந்தாள். விரைவில் ஏதோ விபரீதம் நடக்கப் போகிறது என்று அவளுடைய உள்ளுணர்ச்சி கூறியது. அதனால் தனக்கு ஏதேனும் ஆபத்து நேர்ந்தால் பாதகமில்லை. அத்தைக்கு ஒன்றும் நேரக்கூடாதென்று மனப்பூர்வமாக விரும்பினாள்.

சிற்ப மண்டபத்துக்குள் பிரவேசிக்கும் சமயத்தில், அரண்மனை மாடத்திலிருந்து ஏதோ கரிய நிழல் விழுவது போலிருந்தது. சுவர் ஓரமாக ஓர் உருவம் போவது போலவுமிருந்தது. அவை உண்மையா அல்லது பிரமையா என்று பார்த்துத் தெளிவதற்காகச் சற்று நின்றாள்.

"பெண்ணே! ஏன் நிற்கிறாய்? பொய் வெளிப்பட்டு விடுமே என்று பயப்படுகிறாயா?" என்று சின்னப் பழுவேட்டரையர் கூறியது காதில் விழுந்ததும், மேலே விரைந்து நடந்தாள்.

சிற்ப மண்டபத்துக்குள் சென்றதும் இராவணன் தலைகளுக்கும், கைலையங்கிரிக்கும் நடுவில் இருந்த துவார வாசலைப் பூங்குழலி சின்னப் பழுவேட்டரையருக்குச் சுட்டிக் காட்டினாள்.

"சரிதான்! இறங்கு முதலில்!" என்றார் கோட்டைத் தளபதி.

ஏனோ பூங்குழலிக்குத் தயக்கம் உண்டாயிற்று. அவள் உடம்பு நடுங்கிற்று.

அதே சமயத்தில் 'கிறீச்' என்று அமானுஷியமான குரல் ஒன்று ஓலமிடும் சத்தம் கேட்டது.

அது தன்னுடைய அத்தை மந்தாகினியின் குரல் என்பதை உடனே உணர்ந்து கொண்டாள். அந்த ஓலக்குரல் அரண்மனைக்குள்ளே சக்கரவர்த்தி படுத்திருக்கும் அறையிலிருந்து வருகிறது என்பதையும் அறிந்தாள். உடனே அவளுடைய தயக்கம் தீர்ந்துவிட்டது.

சின்னப் பழுவேட்டரையரைச் சிறிதும் பொருட்படுத்தாமல் அரண்மனை அந்தப்புரத்தை நோக்கி விரைந்து ஓடினாள். மீண்டும் அந்தப் பயங்கர ஓலக்குரல் கேட்டுக் கொண்டேயிருந்தது.

சக்கரவர்த்தி படுத்திருந்த அறைக்குள் அவள் பிரவேசித்த போது, அங்கே தோன்றிய காட்சி அவள் உள்ளத்தில் ஒரு பெரிய சித்திரக் காட்சியைப் போல் பதிந்தது.

சக்கரவர்த்தி சாய்ந்து படுத்த வண்ணம் தமது அருமைக் குமாரன் அருள்மொழியின் கைகளைத் தமது கைகளால் பிடித்துக் கொண்டிருந்தார். அவர்கள் இருவருக்கும் முன்னால் மந்தாகினி அத்தை நின்று ஓலமிட்டாள். ஒரு பக்கத்தில் வானதியும், அவளை மருமகளாகப் பெறுவதற்கிருந்த மலையமான் மகளும் நின்று கொண்டிருந்தார்கள்.

எல்லாரும், வெறி கொண்டவள்போல் கூச்சலிட்ட மந்தாகினியைப் பார்த்துக் கொண்டிருந்தார்கள்.

மேல் மண்டபத்தின் முகப்பிலிருந்து பாய்ந்து வந்த கூரிய வேலை அவர்களில் யாரும் கவனிக்கவில்லை.

பூங்குழலி தன் அத்தையை நோக்கி ஓரே பாய்ச்சலாகப் பாய்ந்து சென்றாள்.

ஃஃ

30. தெய்வம் ஆயினாள்!

பூங்குழலி எவ்வளவு விரைவாக ஓடக் கூடியவளானாலும், மேலிருந்து எறியப்பட்ட வேலுடன் போட்டியிட முடியாதல்லவா? அவள் மந்தாகினி அத்தையின் அருகில் பாய்ந்து செல்வதற்குள் வேல் அத்தையின் விலாவில் பாய்ந்துவிட்டது.

'வீல்' என்று மற்றொரு முறை பயங்கரமாக ஓலமிட்டு விட்டு மந்தாகினி கீழே விழுந்தாள். அதே சமயத்தில் அந்த அறையிலிருந்த அத்தனை பேருடைய குரல்களிலிருந்தும் பரிதாப ஒலிகள் கிளம்பின.

பூங்குழலியைப் போலவே மற்றவர்களும் தரையில் விழுந்த மாதரசியை நோக்கி ஓடிவர ஆயத்தமானார்கள்.

அச்சமயம் மேல் மாடத்திலிருந்து தடதடவென்று சத்தம் கேட்டது. சில மண் பாண்டங்கள் கீழ் நோக்கிப் பல திசைகளிலும் எறியப்பட்டன.

அவற்றில் ஒன்று சக்கரவர்த்தியின் அருகில் சுடர்விட்டுப் பிரகாசமாக எரிந்துகொண்டிருந்த தீபத்தின் பேரில் விழுந்தது; தீபம் அணைந்தது. அறையில் உடனே இருள் சூழ்ந்தது.

பிறகு சிறிது நேரம் அந்த அந்தப்புர அறையிலும் அதைச் சுற்றியுள்ள நீண்ட தாழ்வாரங்களிலும் ஓரே குழப்பமாயிருந்தது. திடுதிடுவென்று மனிதர்கள் அங்குமிங்கும் வேகமாக ஓடும் காலடிச் சத்தங்கள் கேட்டன.

"விளக்கு! விளக்கு!" என்று சின்னப் பழுவேட்டரையர் கர்ஜனைக் குரல் அலறியது.

"ஆகா! ஐயோ!" என்று ஒரு பெண் குரல் அலறும் சத்தம் கேட்டது. அது மகாராணியின் குரல் போலிருக்கவே எல்லாருடைய நெஞ்சங்களும் திடுக்கிட்டு, உடல்கள் பதறின.

இத்தனை குழப்பத்துக்கிடையே பூங்குழலி அவளுடைய அத்தை மந்தாகினி விழுந்த இடத்தைக் குறி வைத்து ஓடி அடைந்தாள். அத்தையை அவளுக்கு முன் யாரோ தூக்கி மடியின் மேல் போட்டுக் கொண்டிருப்பதை உணர்ந்தாள்.

இதயத்தைப் பிளக்கும்படியான சோகத் தொனியில் விம்மும் குரலும், அழுகைக் குரலும் சேர்ந்து அவள் காதில் விழுந்தன.

வாசற்படிக்கருகில் "யாரடா அவன்? ஓடாதே! நில்!" என்று சின்னப் பழுவேட்டரையர் கூச்சலிட்டார்.

ஓடியவன் யாராயிருக்குமென்று பூங்குழலி ஊகித்துக் கொண்டாள். அச்சமயம் இரண்டு தாதிப் பெண்கள் தீபங்களுடன் வந்து அந்த அறையில் பிரவேசித்தார்கள்.

தீப வெளிச்சத்தில் தோன்றிய காட்சி யாருமே எதிர்பார்க்க முடியாத அதிசயக்

காட்சியாயிருந்தது. மூன்று வருஷங்களாகக் காலை ஊன்றி நடந்தறியாமலிருந்த சக்கரவர்த்தி, – கால்களின் சக்தியை அடியோடு இழந்து விட்டிருந்த சுந்தரசோழ மன்னன், – தாம் படுத்திருந்த கட்டிலிலிருந்து இறங்கி நடந்து வந்து, மந்தாகினியின் அருகில் உட்கார்ந்திருந்தார். அவர் அருகில் இளவரசரும் இருந்தார்.

மந்தாகினியின் விலாவில் ஒரு பக்கத்தில் பாய்ந்து இன்னொரு பக்கம் வெளி வந்திருந்த வேலின் முனையிலிருந்து இரத்தம் கசிந்து கொண்டிருந்தது.

சக்கரவர்த்தி படுத்திருந்த கட்டிலின் அருகில் மலையமான் மகள் வானமாதேவி காணப்பட்டாள். அவளுக்கு அருகில் சக்கரவர்த்தி தலை வைத்துச் சாய்ந்திருந்த தலையணையில் ஒரு கூரிய கத்தி செருகப்பட்டிருந்தது.

விளக்கு வந்ததும் மகாராணி கட்டிலை வெறிக்கப் பார்த்துவிட்டு, கரை காணாத அதிசயம் ததும்பிய கண்களினால் சக்கரவர்த்தி கீழே உட்கார்ந்திருந்ததைப் பார்த்தாள். அப்போது பொன்னியின் செல்வர் மந்தாகினியின் தலையை மெள்ளத் தூக்கிச் சக்கரவர்த்தியின் மடியில் வைத்தார்.

இளவரசர் அருள்மொழிவர்மரின் கண்களிலிருந்து கண்ணீர் தாரை தாரையாக வழிந்து கொண்டிருந்தது. சக்கரவர்த்தியோ விம்மி விம்மி அழுது கொண்டிருந்தார்.

இவ்வளவையும் பூங்குழலி ஒரு கணநேரப் பார்வையில் பார்த்தாள். மறுகணத்திலேயே அங்கு நடந்த சம்பவங்களை யெல்லாம் ஒருவாறு ஊகித்துத் தெரிந்து கொண்டாள்.

மேலேயிருந்து வேலை எறிந்தவன், அதை ஊமை ராணி தடைசெய்து விட்டதைக் கவனித்திருக்கிறான். உடனே மேலேயிருந்த தட்டு முட்டுச் சாமான்களை எடுத்தெறிந்து விளக்கை அணைத்து விட்டிருக்கிறான்.

அப்போது ஏற்பட்ட இருட்டில் கீழே குதித்து இறங்கிக் கட்டிலில் சக்கரவர்த்தி படுத்திருப்பதாக எண்ணிக் கத்தியினால் குத்திவிட்டு ஓடியிருக்கிறான்.

சக்கரவர்த்திக்கு ஆபத்து என்று அறிந்து கட்டிலின் அருகில் ஓடிய மகாராணியைத் தள்ளி விட்டுப் போயிருக்கிறான். அப்போதுதான் மகாராணி "ஐயோ" என்று கதறியிருக்கிறாள்.

பின்னர் அச்சதிகாரன் வாசற்படியின் பக்கம் ஓடி அங்கே அச்சமயம் பிரவேசித்துக் கொண்டிருந்த சின்னப் பழுவேட்டரையரையும் தள்ளி விட்டு ஓடிப்போயிருக்க வேண்டும்.

இவ்வளவையும் பூங்குழலி ஊகித்துத் தெரிந்து கொண்டாள். இந்தப் பாதகச் செயலைச் செய்து தப்பி ஓடியவனைத் தொடர்ந்து போய்ப் பிடிக்க வேண்டும் என்ற எண்ணம் அவள் மனத்தில் ஒரு பக்கத்தில் உதயமாயிற்று. அதைக் காட்டிலும் தன் அத்தையின் இறுதி நெருங்கி விட்டது என்ற நினைவு அவள் உள்ளத்தில் பெருங் கொந்தளிப்பை உண்டாக்கியது. ஆகையால் மந்தாகினி சக்கரவர்த்தியின் மடியில் தலை வைத்துப் படுத்திருப்பதையும் பொருட்படுத்தாமல் அவள் அருகில் சென்று மண்டியிட்டு உட்கார்ந்து "அத்தை! அத்தை!" என்று கதறினாள்.

"ஐயோ! நீ சொன்னது உண்மையாகிவிட்டதே! பாவி நான் உன்னைத் தனியாக விட்டு விட்டுப் போனேனே!" என்று அழுது புலம்பினாள்.

ஆனால் மந்தாகினியோ அவள் இருந்த பக்கம் திரும்பிப் பார்க்கவே இல்லை. அவளுடைய கண்கள் சக்கரவர்த்தியின் திருமுகத்தை ஆவலுடன் அண்ணாந்து பார்த்த வண்ணமிருந்தன.

ஏன், அவளுடைய கரத்தைப் பிடித்துக்கொண்டு கண்ணீர் உகுத்த இளவரசர் மீதே அவளுடைய கவனம் செல்லவில்லை. பூங்குழலியைக் கவனிப்பது எப்படி?

பூங்குழலி மேலும் புலம்பத் தொடங்கியபோது இளவரசர் தமது விம்மலை அடக்கிக் கொண்டு, "சமுத்திர குமாரி! இது என்ன? உன்னை நீ மறந்துவிட்டாயா? நீ இருக்குமிடத்தை மறந்து விட்டாயா?" என்று சொல்லிக் கொண்டே எழுந்தார்.

பூங்குழலியும் சிறிது வெட்கமடைந்தவளாய்த் துயரத்தை அடக்கிக் கொண்டு எழுந்து நின்றாள். "அரசே! எனக்கு என் அத்தையைத் தவிர இவ்வுலகில் யாரும் கதி இல்லை!" என்று விம்மினாள்.

இளவரசர் தமது கண்ணில் பொங்கி வந்த கண்ணீரைத் துடைத்துக்கொண்டே, "பூங்குழலி! அவள் உனக்கு அத்தை! ஆனால் எனக்கு என் பெற்ற தாயைக் காட்டிலும் பதின் மடங்கு மேலான தாய்! என்னை அழைத்து வரச் சொல்லி உன்னை அனுப்பி வைத்தாள்! ஆயினும் என் முகத்தை அவள் ஏறிட்டுக்கூடப் பார்க்கவில்லை. இதன் காரணத்தை அறிந்தாயா? முப்பது வருஷங்களுக்கு முன்னால் பிரிந்த என் தந்தையும் தாயும் இன்று சேர்ந்திருக்கிறார்கள். அவர்களுக்கு மத்தியில் தடையாக நிற்பதற்கு நாம் யார்?..." என்று கூறிவிட்டு, மகாராணி உள்பட எல்லாரையும் ஒரு தடவை இளவரசர் கூர்ந்து பார்த்தார்.

மீண்டும் பூங்குழலியை நோக்கி, "பெண்ணே! முன்னேயும் சில முறை எனக்கு நீ உதவி செய்திருக்கிறாய்! அந்த உதவியெல்லாம் அவ்வளவு முக்கியமானவையல்ல. இன்றைக்கு, என் தாயும் தந்தையும் ஒன்று சேரும் காட்சியைப் பார்க்கும் பாக்கியம் எனக்குக் கிடைக்கும்படி செய்தாய்! இதை நான் என்றும் மறக்கமாட்டேன்! சமுத்திர குமாரி! உன் அத்தை இன்று எவ்வளவு மகத்தான புண்ணியத்தைக் கட்டிக் கொண்டாள் என்பதை எண்ணிப் பார்! சதிகாரனுடைய கொலை வேல் என் தந்தையின் மேல் படாமல் காப்பாற்றினாள்! அந்த வேலைத் தன் உடம்பில் பாயும்படியும் செய்து கொண்டாள்! தன் உயிரைக் கொடுத்துச் சக்கரவர்த்தியின் உயிரைக் காப்பாற்றினாள்! ஒருமுறையல்ல. இருமுறை அவரைக் காப்பாற்றினாள்! உன் அத்தையின் மீது வேல் பாய்ந்ததைக் கண்டதும் மூன்று வருஷமாகச் சக்தி இழந்திருந்த என் தந்தையின் கால்களில் மீண்டும் சக்தி வந்தது. அவர் கட்டிலிருந்து எழுந்து வந்தார். அதனால் மறுபடியும் அவர் உயிர் தப்பியது. சதிகாரன் அவனுடைய குறி தப்பிவிட்டதாக எண்ணி விளக்கை அணைத்து விட்டுக் கீழே குதித்து வந்து மீண்டும் அவனுடைய பாதகத் தொழிலைச் செய்யப் பார்த்தான். ஆனால் சக்கரவர்த்தி எழுந்து வந்துவிட்டதால் அவனுடைய நோக்கம் நிறைவேறவில்லை. அதோ, என்னைப் பெற்ற தாய், மலையமான் குமாரி, கரைகாணா வியப்புடன் நிற்பதைப் பார்! உன் அத்தையின் மீது வேல் பாய்ந்ததை என்னைப் பெற்ற தாய் பார்த்தாள். மறுபடியும் அந்தக் கொலைகாரன் தன் சதித்தொழிலைச் செய்யலாம் என்று எண்ணி அவள் ஓடிவந்தாள். அத்தை செய்த உயிர்த் தியாகத்தைத் தானும் செய்ய வேண்டுமென்று எண்ணினாள். என் தந்தையைத் தன் உடலினால் மறைத்து அவர் மீது விழும் அடுத்த ஆயுதத்தைத் தான் தாங்கிக் கொள்ளவேண்டும் என்று நினைத்தாள். கட்டிலில் என் தந்தையைக் காணாதிருக்கவேதான் "ஐயோ" என்று அலறினாள். சக்கரவர்த்தி அங்கேயே இருந்திருந்தால், என் தந்தை, தாய் இருவரில் ஒருவர் இன்று இறந்திருப்பார்கள். சமுத்திரகுமாரி! உன் அத்தை இந்தச் சோழ குலத்துக்கும், சோழ நாட்டுக்கும் எவ்வளவு பெரிய சேவை செய்திருக்கிறாள் என்பதை இப்போது உணர்ந்தாயா? சதிகாரனுடைய ஆயுதத்தினால் சக்கரவர்த்தி மாண்டிருந்தால், சோழ சாம்ராஜ்யம் சின்னா பின்னப்பட்டுப் போய்விடும். பழுவேட்டரையர் குலத்துக்கு என்றென்றும் மாறாத பழிச் சொல் ஏற்படும் தன் தந்தையின் உயிரையும், தாயின் உயிரையும் மட்டும் உன் அத்தை காப்பாற்றவில்லை. பழுவேட்டரையரின் குலப் பெயரையும் காப்பாற்றினாள். சோழ நாட்டுக்கே பெரும் விபத்து நேராமல் காப்பாற்றினாள். சோழ வம்சத்துக்கே குல தெய்வம் ஆனாள். பூங்குழலி! உன் அத்தைக்காக இனி நான் ஒரு சொட்டுக் கண்ணீர் கூட விடப்போவதில்லை. அவளுக்காக நீயும் அழ வேண்டியதில்லை. வேறு யாரும் துக்கப்படவேண்டியதில்லை! இத்தகைய தெய்வ மரணம் யாருக்குக் கிடைக்கும்? முப்பது வருஷங்களாகப் பிரிந்திருந்த பதிக்காக உயிரைக் கொடுக்கும் பாக்கியம் யாருக்குக் கிடைக்கும்? அவருடைய மடியிலே தலையை வைத்துக்கொண்டு நிம்மதியாக உயிரைவிடும் பேறு யாருக்குக் கிடைக்கும்?" என்று கூறிவிட்டு இளவரசர் மீண்டும் ஒரு முறை சுற்று முற்றும் பார்த்தார்.

அந்த அறையிலும், வாசற்படி அருகிலும் நின்றவர்கள் அனைவரும் தம்முடைய வார்த்தைகளைக் கேட்டு கொண்டிருந்தார்கள் என்பதைப் பார்த்துக் கொண்டார். மேலும் கூறினார்:

"பூங்குழலி! உன் அத்தை இறந்து விட்டால் நீ அனாதை ஆகிவிடுவாய் என்று அஞ்ச வேண்டாம். நீ இன்று செய்த உதவியை நான் என்றும் மறக்கமாட்டேன். உன்னிடம் என்றென்றும் நன்றியுள்ளவனாயிருப்பேன். நான் ஒரு வேளை மறந்து விட்டாலும், சின்னப் பழுவேட்டரையர் மறக்க மாட்டார். உன் அத்தையும், நீயும் இன்று அவருக்கு எத்தகைய உதவிகள் செய்தீர்கள்! சக்கரவர்த்தியின் மீது வேலோ, கத்தியோ பாய்ந்திருந்தால் உலகம் என்ன சொல்லியிருக்கும்? தஞ்சைக் கோட்டைத் தளபதியான பழுவேட்டரையரையும் அந்தப் பாதகச் செயலுக்கு உடந்தை என்றுதான் ஊரார், உலகத்தார் சொல்லுவார்கள். கோட்டை வாசலில் கொடும்பாளூர் வேளார் வேறு காத்திருக்கிறார். பழுவூர்க் குலத்தை அடியோடு ஒழித்துக் கட்டுவதற்கு அவருக்கு வேண்டிய காரணம் கிடைத்திருக்கும். அவ்வளவு ஏன்? இன்றைக்கு நான் உன் உதவியினால் கோட்டைக்குள் வராதிருந்தால், கோட்டைத் தளபதியின் மேல் எனக்குக் கூடத்தான் சந்தேகம் உதித்திருக்கும். ஆகையால் சின்னப் பழுவேட்டரையர் மற்ற எல்லோரையும்விட உன்னிடம் அதிக நன்றி செலுத்த வேண்டும். அவரிடம் நீ என்ன பரிசு கேட்டாலும் கொடுப்பார். அவருடைய சொத்திலே பாதியைக் கேட்டாலும் கொடுத்து விடுவார்!"

இவ்வாறு இளவரசர் கூறியபோது சின்னப் பழுவேட்டரையரைப் பார்த்துக் கொண்டிருந்தார். அவருடைய கடமையை அவர் சரியாக நிறைவேற்றவில்லையென்பதை அவருக்கு உணர்த்த விரும்பியே மேற்கண்டவாறு பேசினார். அதைச் சின்னப் பழுவேட்டரையர் அறிந்து கொண்டார் என்பதை அவருடைய முகத்தில் தோன்றிய வேதனை நன்கு எடுத்துக் காட்டியது. அவருடைய முகத்தில் சாதாரணமாகக் குடி கொண்டிருந்த கம்பீரத் தோற்றம் போய்விட்டது. யாரையும் இலட்சியம் செய்யாத, எதற்கும் அஞ்சாத, வீரப் பெருமிதத்தின் அறிகுறி இப்போது அந்த முகத்தில் இல்லவே இல்லை.

போர்க்களத்திலிருந்து புறமுதுகிட்டு ஓடிவந்த வீரன் ஒருவன், பலர் ஏசும்படியாக இந்த உயிரைக் காப்பாற்றிக் கொண்டு வந்ததில் என்ன பயன் என்று வெட்கி போகும் பாவனை அவருடைய முகத்தில் இப்போது காணப்பட்டது.

இளவரசர் முதலில் கூறியதையெல்லாம் கேட்டு உள்ளமும் உடலும் உருகி நெகிழ்ந்து கொண்டிருந்த பூங்குழலி அவர் பரிசைப் பற்றிச் சொன்னதும் பழைய ஆக்ரோஷங்கொண்ட சமுத்திர குமாரியாகி விட்டாள்.

"இளவரசே! எனக்கு யாருடைய நன்றியும் தேவையில்லை; பரிசும் வேண்டியதில்லை. எனக்குத் தஞ்சம் அளிக்க சமுத்திர ராஜா இருக்கிறார். என் படகும் கால்வாய் முனையில் பத்திரமாயிருக்கிறது. இதோ நான் புறப்படுகிறேன். ஒருவேளை என் அத்தை உயிர் பிழைத்தால்? இல்லை, அது வீண் ஆசை! காலையிலே என் அத்தை சொல்லிவிட்டாள். வரப்போவதை உணர்ந்துதான் சொன்னாள். இனி அவள் பிழைக்கப் போவதில்லை. எனக்கு இங்கே வேலையும் இல்லை என்றாவது ஒருநாள் தாங்களும் கொடும்பாளூர் இளவரசியும் கோடிக்கரைக்கு வந்தால்..." என்று கூறிப் பூங்குழலி வானதி இருந்த இடத்தை நோக்கினாள். அந்தப் பெண் அகல விரிந்த கண்களினால் தன்னையும் இளவரசையும் பார்த்துக் கொண்டிருப்பதைக் கவனித்தாள். "சீச்சீ! இது என்ன ஆசை? நான் போகிறேன்" என்று கூறிவிட்டு, வாசற்படியை நோக்கி விரைந்து நடந்தாள்.

இதுவரையில் திக்பிரமை கொண்டவளைப் போல் நின்றிருந்த வானதிக்கு அப்போதுதான் சிறிது தன்னுணர்வு வந்தது. அவள் பூங்குழலியின் அருகில் வந்து, "என் அருமைத் தோழி நீ எங்கே போகிறாய்? நானும் உன்னைப்போல் அநாதைதான்!..." என்று மேலும் பேசுவதற்குள், பூங்குழலி குறுக்கிட்டாள்: "தேவி நான் தங்கள் அருமைத் தோழியும் அல்ல. தாங்கள் என்னைப்போல் அநாதையும் அல்ல; சீக்கிரத்தில் பழையாறை இளையபிராட்டி வந்து விடுவார்!" என்றாள்.

வானதிக்கு அப்போதுதான் உண்மையில் இளைய பிராட்டியின் நினைவு வந்தது. "ஐயோ! அக்காவுக்கு இங்கு நடந்ததெல்லாம் ஒன்றும் தெரியாதே! செய்தி சொல்லி அனுப்ப வேண்டுமே?" என்றாள்.

"அதற்கும் ஒரு கவலையா? கோட்டை வாசலில் தங்கள் பெரிய தகப்பனார் இருக்கிறாரே? அவரிடம் சொன்னால் செய்தி அனுப்புகிறார்" என்று கூறிவிட்டுப் பூங்குழலி வழிமறிப்பவள்போல் நின்ற வானதியைக் கையினால் சிறிது நகர்த்தி விட்டு மேலே சென்றாள்.

வாசற்படிக்கு அருகில் சின்னப் பழுவேட்டரையர் மறுபடியும் அவளை வழிமறித்து நிறுத்தினார்.

"பெண்ணே! பொன்னியின் செல்வர் கூறியதையெல்லாம் நான் கேட்டுக்கொண்டிருந்தேன். அவர் கூறியது முற்றும் உண்மை. பழுவூர்க் குலத்துக்கு அழியாத அபகீர்த்தி உண்டாகாமல் நீ காப்பாற்றினாய், உனக்கு நான் அளவில்லாத நன்றிக் கடன்பட்டிருக்கிறேன். நீ என்ன பரிசு வேண்டுமென்று கேட்டாலும் தருகிறேன்" என்றார்.

பூங்குழலி துயரப் புன்னகையுடன், "தளபதி! இங்குள்ளவர்களில் சிலருக்குச் சக்கரவர்த்தி உயிர் பிழைத்ததில் சந்தோஷம். சிலருக்கு அவர் நடமாடும் சக்தி பெற்றதில் சந்தோஷம். இன்னும் சிலருக்குப் பழுவேட்டரையர் குலம் அபகீர்த்திக்கு உள்ளாகாததில் மகிழ்ச்சி. என் அத்தைக்கு நேர்ந்த துர்மரணத்தைப் பற்றி யாருக்கும் கவலையிருப்பதாகத் தெரியவில்லை. நானாவது அதைப்பற்றிக் கவலைப்பட வேண்டாமா! என் அத்தையைக் கொன்றவன் எங்கே போனான் என்று தேடிக் கண்டுபிடிக்கப் பார்க்கிறேன். தயவு செய்து எனக்கு வழியை விடுங்கள்!" என்றாள்.

பூங்குழலியின் இந்த வார்த்தைகள் கோட்டைத் தளபதி காலாந்தக கண்டரைத் தூக்கி வாரிப் போட்டன.

"பெண்ணே! உன்னிடம் நான் தோற்றேன். கொலைகாரனை விட்டுவிட்டுச் சும்மா நின்று கொண்டிருக்கிறேன். அவனைக் கண்டுபிடிக்காவிட்டால், சக்கரவர்த்தி பிழைத்ததினால் மட்டும் என் பழி தீர்ந்துவிடாது. உன் வார்த்தைகளில் நான் அவநம்பிக்கை கொண்டதே தவறு! கொலைகாரன் எங்கே போயிருப்பான்? என்னைத் தள்ளிவிட்டு ஓடினான். ஆம்! ஆம்! சுரங்க வழிக்குத்தான் போயிருப்பான். வா! எனக்கு உதவியாக வா! வேறு யாரையும் அழைத்துப் போக விருப்பம் இல்லை! அவன் மட்டும் என்னிடம் அகப்படட்டும்! என்ன செய்கிறேன், பார்!"

இவ்விதம் சொல்லிக்கொண்டே சின்னப் பழுவேட்டரையர் தம் இரும்புக் கையினால் பூங்குழலியையும் பிடித்து இழுத்துக் கொண்டு சிற்ப மண்டபத்தை நோக்கி விரைந்து சென்றார்.

அந்த அறையில் இருந்த மற்ற எல்லாரும் அப்படி அப்படியே நின்றார்கள். இளவரசர் விருப்பதை அறிந்து கொண்டு சக்கரவர்த்தியின் அருகில் போகாமல் தூரத்தில் ஒதுங்கி நின்றார்கள். எல்லாருடைய கண்கள் மட்டும் சக்கரவர்த்தியின் பேரிலும், அவர் மடியில் தலை வைத்துப் படுத்திருந்த மாதரசியின் பேரிலும் இருந்தன.

ஆனால் சுந்தர சோழரும், மந்தாகினியும் ஒருவரோடொருவர் பரிபூரணமாய்க் கலந்து போயிருந்தார்கள். மற்றவர்களைப் பற்றிய எண்ணமே அவர்களுடைய நெஞ்சில் புகுவதற்கு இடமிருக்கவில்லை. முப்பது வருஷத்து வாழ்க்கையைச் சில நிமிஷ நேரத்தில் நடத்த முடியுமா என்பது பற்றி மனோதத்துவ விற்பன்னர்கள் பொது முறையில் என்ன சொல்லுவார்களோ, தெரியாது. ஆனால் சுந்தர சோழரும் மந்தாகினியும் அந்தச் சில நிமிஷ நேரத்தில் பன்னெடுங்கால வாழ்க்கையை நடத்தினார்கள் என்பதில் சந்தேகம் சிறிதுமில்லை. முப்பது வருஷத்தில் ஒருவரோடொருவர் பேசக் கூடியதையெல்லாம்

அவர்கள் பேசிக் கொண்டார்கள். மந்தாகினி தனக்குரிய நயன பாஷை மூலமாகவே பேசினாள். சுந்தர சோழர் பெரும்பாலும் அந்த பாஷையை அறிந்து கொண்டார். இளம்பிராயத்தில் பூதத்தீவிலே அவர் சில மாதகாலம் மந்தாகினியுடன் சொர்க்க வாழ்க்கை நடத்திக் கொண்டிருந்த காலத்தில் அவளுடைய சமிக்ஞை பாஷையையும் நன்கு தெரிந்து கொண்டிருந்தார். அவற்றை அவர் இன்றளவும் மறந்து விடவில்லை. ஆகையால் மந்தாகினி இப்போது கண்களால் மட்டுமே பேசியபோதிலும் அவருடைய உள்ளம் அவள் மனத்தில் உதித்த எண்ணங்களை அக்கணமே தெரிந்துகொண்டது. அப்படி அதிகமாக மந்தாகினி விஷயம் எதுவும் சொல்லிவிடவும் இல்லை. "தங்கள் பேரில் எனக்கு ஒரு வருத்தமும் இல்லை. உலகையாளும் சக்கரவர்த்தியாகிய தாங்கள் எங்கே? கரையர் மகளும் ஊமையும் செவிடுமான நான் எங்கே? தங்கள் முன் வராமல் நான்தான் இத்தனை காலமும் மறைந்து திரிந்து கொண்டிருந்தேன். அவ்வப்போது தூரத்தில் நின்று தரிசித்து மனத்தைத் திருப்தி செய்து கொண்டிருந்தேன். உயிரை விடும் தருணத்தில் தங்கள் மடியில் படுத்து உயிரை விடும் பாக்கியம் எனக்குக் கிடைத்ததே? இதைக் காட்டிலும் எனக்கு வேறு என்ன வேண்டும்?" – இவ்வளவுதான் மந்தாகினி கூறியது. இதையே திருப்பித் திருப்பி அவளுடைய உள்ளமும் கண்களும் சொல்லிக் கொண்டிருந்தன. அவளுடைய முகத்திலோ எல்லையற்ற ஆனந்தம் ததும்பிக் கொண்டிருந்தது. விலாப் புறத்தில் வேல் குத்தி வெளியிலும் வந்திருந்ததினால் அவள் சிறிதும் வேதனைப் பட்டதாக அவள் முகக் குறியிலிருந்து தெரியவில்லை. அவள் அடியோடு தன் தேகத்தைப் பற்றிய நினைவை இழந்து விட்டிருந்ததாகக் காணப்பட்டது. பறவை, கூண்டிலிருந்து கிளம்பும் தருணம் நெருங்கிவிட்டது. இனி, கூண்டைப் பற்றி அந்தப் பறவைக்கு என்ன கவலை இருக்கப் போகிறது?

சுந்தர சோழரும் தமது உடம்பைப் பற்றிய நினைவை மறந்து விட்டிருந்தார். அதனால்தானே அவர் தமது கால்கள் பலவீனமடைந்திருந்ததைக் கூட மறந்து கட்டிலிலிருந்து இறங்கி மந்தாகினியிடம் ஓடிவர முடிந்தது!

ஆனால் சுந்தர சோழர் மந்தாகினியைப் போல் சில வார்த்தைகள் சொல்வதோடு திருப்தி அடையவில்லை எத்தனை எத்தனையோ விஷயங்களை அவர் சொல்லிக் கொண்டேயிருந்தார். அவருடைய கண்கள் சொல்லிய விஷயங்களை அவருடைய உதடுகள் வார்த்தைகளாக முணு முணுத்துக் கொண்டேயிருந்தன. அந்த அறையிலிருந்த மற்றவர்களுக்கு அவர் பேசிய வார்த்தை ஒன்றுகூடப் புரிய வில்லை. ஆனால் மந்தாகினிக்கு எல்லாம் விளங்கிக் கொண்டு வந்தது. ஆமோதிக்க வேண்டிய இடத்தில் தலையை ஆட்டி ஆமோதித்தாள்; மறுக்கவேண்டிய இடத்தில் தலையை ஆட்டி மறுத்தாள். ஆனந்தமடைய வேண்டிய இடத்தில் ஆனந்தப் பட்டாள்; ஆறுதல் கூறவேண்டிய இடத்தில் ஆறுதலும் தெரிவித்தாள்.

"என் உயிருக்கு உயிரானவளே! நீ இன்று எனக்காக உன் உயிரை விடுகிறாய்! என் உயிர் மட்டும் எத்தனை நாள் இருக்கும் என்று எண்ணுகிறாய்? நான் கல் நெஞ்சமுள்ள பாவிதான்; ஒத்துக்கொள்கிறேன். இராஜ்யம் ஆளும் விதிக்குப் பிறந்தவர்கள் இவ்விதம் நெஞ்சைக் கல்லாகச் செய்துகொள்ள வேண்டியிருக்கிறது. இல்லாவிடில் இராஜ்ய நிர்வாகம் எப்படி நடக்கும்? பூதத்தீவில் நான் உன்னை விட்டு விட்டு வந்தது முதலில் நான் செய்த பெருங்குற்றம். அதன் விளைவாக இன்னும் பல குற்றங்களைச் செய்யவேண்டியதாயிற்று. அந்தச் சொர்க்கத்துக்கு இணையான தீவில் நாம் எவ்வளவு ஆனந்தமாக வாழ்ந்தோம்? அது நீடித்திருக்கக் கொடுத்து வைக்கவில்லையே? கடவுளே சதி செய்து விட்டாரே! என்னைச் சேர்ந்தவர்கள் எல்லாரும் சதி செய்து விட்டார்களே! யுவராஜ்ய பட்டாபிஷேகம் ஆனதும் உன்னைத் தேடி வரவேண்டுமென்றிருந்தேன். உன்னைத் தேடிக் கோடிக்கரை வரையில் ஓடிவந்தேன். பாவிகள் நீ கடலில் குதித்துச் செத்து விட்டாய் என்று சொன்னார்கள். என் பிராண சிநேகிதன் என்று எண்ணியிருந்த அநிருத்தனே ஏமாற்றிவிட்டான்... ஆமாம், ஆமாம்! நீ சொல்வது தெரிகிறது. நீ கடலில் குதித்தது உண்மைதான் என்றும் பிறகு

யாரோ உன்னைக் காப்பாற்றியதாகவும் சொல்லுகிறாய். ஆனால் இது அநிருத்தனுக்குத் தெரிந்திருந்தும் அவன் சொல்லவில்லை. அதனால் வந்த விபரீதத்தைப் பார்! உன்னைப் பார்க்க நேர்ந்த போதெல்லாம் உன் ஆவியைப் பார்ப்பதாக எண்ணிக் கொண்டேன். என்னைப் பழி வாங்குவதற்காக வந்து சுற்றுகிறாய் என்று நினைத்துக் கொண்டேன். என் அருமைக் குமாரனை நீ காவேரி வெள்ளத்திலிருந்து எடுத்துக் காப்பாற்றியிருக்க, நீதான் அவனைக் காவேரியில் தள்ளிவிட்டாய் என்று எண்ணிக் கொண்டேன். ஆகா! நீ மட்டும் உயிரோடிருக்கிறாய் என்று அறிந்திருந்தால், என் வாழ்க்கை எப்படியெல்லாம் இருந்திருக்கும்? இந்தப் பெரிய சாம்ராஜ்யத்துக்காக உன்னை நான் கைவிட்டிருப்பேன் என்று நினைக்கிறாயா? ஒரு நாளும் இல்லை!...

இவ்விதம் சுந்தர சோழர் தம் உள்ளத்தில் பொங்கித் ததும்பிய எண்ணங்களையெல்லாம் வாய் வார்த்தைகளினால் முணுமுணுத்துக் கொண்டே வந்தார். கடைசியாக அவர் கூறினார், “இரண்டு நாளைக்கு முன் நீ என் முன் வந்தபோது உன் மேல் விளக்கை விட்டெறிந்தேன். உன்னை மறுபடியும் பார்த்த போதெல்லாம் அருவருப்புக் காட்டினேன். அதற்காகவெல்லாம் நீ என்னை மன்னிக்கவேண்டும். பல வருஷகாலமாக நீ ஆவியாக வந்து என்னைத் துன்புறுத்துகிறாய் என்ற எண்ணத்தில் இருந்தேன். நள்ளிரவில் நீ இதே அறையில் என் முன் தோன்றி ஏதேதோ கூறினாய். என் மக்களை நீ சபிக்கிறாய் என்று எண்ணிக்கொண்டேன். அப்போது ஏற்பட்ட வெறுப்பு உன்னை நேரில் பார்த்தபோதும் தீரவில்லை. உண்மையில், நீ எங்கள் குலதெய்வமாக வந்தாய்! எனக்கும் என் மக்களுக்கும் தீங்கு நேராமல் தடுப்பதற்காக வந்தாய்! அதையெல்லாம் நான் தெரிந்துகொள்ளவில்லை. என் மகள் குந்தவை எடுத்துக் கூறிய பிறகுதான் தெரிந்தது. ஐயோ! எப்பேர்ப்பட்ட தவறு செய்தேன்! அதற்காகவெல்லாம் என்னை மன்னித்துவிடு. உன்னிடம் எனக்குள்ள அன்பை இனி எப்படிக் காட்டுவேன்? அதற்கு வழியில்லாமல் செய்து விட்டாயே! என் குமாரர்களுக்குப் பட்டம் கட்ட வேண்டாமென்று சொன்னாய். அதன் நியாயம் எனக்கே தெரிந்திருக்கிறது. ஏன் தலையை அசைக்கிறாய்? என் நன்மைக்காகவும், என் குலத்தின் நன்மைக்காகவுமே சொன்னாய்! அதில் தவறு ஒன்றுமில்லை. ஆனால் இங்குள்ளவர்கள் ஏதேதோ சொல்லி என்னைப் பைத்தியமாக அடிக்கப் பார்க்கிறார்கள். உனக்குக் குழந்தை பிறந்ததாகச் சொல்கிறார்கள். அது உண்மையானால் சொல்லிவிடு! உன் மகன் இருந்தால் சொல்லிவிடு. அவனுக்கு என்னாலியன்றதைச் செய்து உனக்குச் செய்த துரோகத்துக்குப் பரிகாரம் தேடுகிறேன்...”

இவ்விதம் சுந்தரசோழர் கூறியபோது மந்தாகினி பரக்கப் பரக்க அவரைப் பார்த்துவிட்டுப் பிறகு சுற்றுமுற்றும் பார்த்தாள். வாசற்படியின் அருகில் நின்ற பொன்னியின் செல்வர் மீது அவளுடைய பார்வை தங்கி நின்றது. உடனே இளவரசர் தந்தையும் தாயும் இருந்த இடத்தை நெருங்கி வந்தார். தாயின் அருகில் உட்கார்ந்தார்.

மந்தாகினி இளவரசரைத் தன் கையினால் தொட்டுக் கொண்டு சக்கரவர்த்தியின் திருமுகத்தைப் பார்த்தாள். “இவன் தான் என் புதல்வன்!” என்னும் பொருள் அந்தப் பார்வையிலிருந்து மிகத் தெளிவாக வெளியாயிற்று.

இவ்வாறு இரண்டு மூன்று தடவை மந்தாகினி சக்கரவர்த்தியையும் பொன்னியின் செல்வரையும் மாறி மாறிப் பார்த்தாள். பின்னர் கண்களை மூடிக் கொண்டாள். சிறிது நிமிர்ந்திருந்த அவளுடைய தலை, – சக்கரவர்த்தியின் மடியில், – நன்றாகச் சாய்ந்தது.

மந்தாகினியின் உயிர் அவளுடைய உடலைவிட்டுப் பிரிந்தது.

சுந்தர சோழ சக்கரவர்த்தி விம்மி அழுததை இன்றுவரை யாரும் பார்த்ததுமில்லை; கேட்டதுமில்லை. இன்றைக்கு அவர் ‘ஓ’ வென்று கதறி அழுததைப் பார்த்தும் கேட்டும் எல்லாரும் திகைத்துப் போனார்கள்.

இளவரசர் அருள்மொழிவர்மர் மட்டுமே மனத்தெளிவுடன் இருந்தார்.

அவர் சக்கரவர்த்தியைப் பார்த்துக் கூறினார்:– "தந்தையே! என் அன்னையின் மரணத்துக்காகத் தாங்கள் வருந்த வேண்டியதில்லை. அவர் மரணமடையவேயில்லை. தெய்வமாக அல்லவோ மாறியிருக்கிறார்? என்றென்றைக்கும் நம் சோழ வம்சத்துக்கு அவர் குல தெய்வமாக விளங்கி வருவார்!" என்றார்.

ஆயினும், சுந்தர சோழர் விம்மி அழுவது நின்ற பாடில்லை. மந்தாகினியின் மரணத்துக்காகத்தான் அழுதாரா? அல்லது அதே சமயத்தில் வெகு தூரத்தில் நடந்த இன்னொரு துயர சம்பவத்தின் அதிர்ச்சி அவர் உள்ளத்தில் தோன்றியதனால் அழுதாரா என்று சொல்ல முடியுமா?

இளவரசர் அருள்மொழிவர்மர் கூறிய தேறுதல் மொழி மட்டும் உண்மையாயிற்று. பொன்னியின் செல்வர் பிற்காலத்தில் இராஜராஜ சோழர் என்ற பெயருடன் சிங்காதனம் ஏறியபோது 'ஈழத்து ராணி' என்று அவர் அழைத்த மந்தாகினி தேவிக்காகத் தஞ்சையில் ஒரு கோயில் எடுப்பித்தார். அது சில காலம் 'சிங்கள நாச்சியார் கோவில்' என்ற பெயருடன் பிரபலமாக விளங்கி வந்தது. நாளடைவில் அதன் பெயர் திரிந்து 'சிங்காச்சியார் கோவில்' என்று ஆயிற்று. இன்றைக்கும் தஞ்சை நகரின் ஒரு பகுதியில் 'சிங்காச்சியார் கோவில்' என்ற பெயருடன் ஒரு சிறிய சிதிலமான கோவில் இருந்து வருவதைத் தஞ்சை செல்லுகிறவர்கள் விசாரித்துத் தெரிந்து கொள்ளலாம்.

31. "வேளை வந்து விட்டது!"

சென்ற அத்தியாயத்தில் கூறிய நிகழ்ச்சிகளோடு இந்தக் கதையை முடித்துவிடக் கூடுமானால், எவ்வளவோ நன்றாயிருக்கும். நேயர்களில் சிலர் ஒருவேளை அவ்விதம் எதிர் பார்க்கவுங்கூடும். ஆனால் அது இயலாத காரியமாயிருக்கிறது. அதே தினத்தில் ஏறக்குறைய அதே நேரத்தில் கடம்பூர் சம்புவரையரின் மாளிகையில் நடந்த பயங்கர நிகழ்ச்சியைப் பற்றி நாம் இனிச் சொல்ல வேண்டியிருக்கிறது.

நந்தினி அவளுடைய அந்தப்புர அறையில் தனியாக அங்குமிங்கும் நடந்து கொண்டிருந்தாள். அவளுடைய உள்ளத்தில் குடிகொண்டிருந்த பரபரப்பை அவளுடைய முகத்தோற்றம் காட்டியது. அவளுடைய கண்ணில் ஓர் அபூர்வமான மின்னொளி சுடர்விட்டுத் தோன்றி மறைந்தது. அந்த அறைக்குள்ளே வருவதற்கு அமைந்திருந்த பல வழிகளையும் அவள் அடிக்கடி பார்த்துக் கொண்டிருந்தாள். அந்த வழிகளில் ஏதாவது காலடிச் சத்தம் கேட்கிறதா என்று அவளுடைய செவிகள் கூர்ந்து கவனித்துக் கொண்டிருந்தன. "வேளை நெருங்கி விட்டது!" என்று அவளுடைய உதடுகள் அடிக்கடி முணுமுணுத்துக் கொண்டிருந்தன. சில சமயம் அவ்விதம் முணுமுணுத்த அவளுடைய உதடுகள் துடித்தன. இன்னும் சில சமயம் அவளுடைய கண்ணிமைகளும், புருவங்களும் துடித்தன. ஒவ்வொரு தடவை அவள் உடம்பு முழுவதுமே ஆவேசக்காரனுடைய தேகம் துடிப்பதுபோல் பதறித் துடிதுடித்தது.

நந்தினி படுப்பதற்காக அமைந்திருந்த பஞ்சணை மெத்தை விரித்த கட்டிலில் நாலு பக்கமும் திரைச்சீலைகள் தொங்கின. அவை கட்டிலை அடியோடு மறைத்துக் கொண்டிருந்தன. நந்தினி ஒரு பக்கத்துத் திரைச் சீலையை மெதுவாகத் தூக்கினாள். படுக்கையில் நீளவாட்டில் வைத்திருந்த கொலை வாளைப் பார்த்தாள் கொல்லன் உலைக்களத்தில் ஜொலிக்கும் தீயினாலேயே செய்த வாளைப் போல் அது மின்னிட்டுத் திகழ்ந்தது. அத்தீயினால் மெத்தையும் கட்டிலும் திரைச் சீலைகளும் எரிந்து போகவில்லை என்பது ஆச்சரியத்துக் கிடமாயிருந்தது. இதை நினைத்துப் பார்த்துத்தான், அது செந்தழலினால் செய்த வாள் அல்லவென்றும், இரும்பினால் செய்த வாள்தான் என்றும் தெரிந்துகொள்ள வேண்டியிருந்தது.

நந்தினி அந்த வாளைக் கையில் எடுத்தாள். தூக்கிப் பிடித்தாள். தீபத்தின் ஒளியில் அதை இன்னும் நன்றாக மின்னிடும்படி செய்து பார்த்து உவந்தாள். பிறகு, அதைத் தன் மார்புடன் அணைத்துக் கொண்டாள் கன்னத்தோடு சேர்த்து வைத்துக் கொண்டு முத்தமிட்டாள். அந்த வாளுடன் உரையாடவும் செய்தாள். "தெய்வ வாளே! நீ உன்னுடைய வேலையைச் செய்யவேண்டிய வேளை நெருங்கிவிட்டது! என்னை நீ கைவிடமாட்டாய் அல்லவா? இல்லை, நீ என்னைக் கைவிட மாட்டாய்! என்னுடைய கைகளேதான் என்னைக் கைவிட்டால் விடும்!" என்று கூறினாள்.

பிறகு, தன் கரங்களைப் பார்த்து, "கரங்களே! நீங்கள் உறுதியாக இருப்பீர்களா? சீச்சீ! இப்போதே இப்படி நடுங்குகிறீர்களே? சமயம் வரும்போது என்ன செய்வீர்கள்? ஆம், ஆம்! உங்களை நம்புவதில் பயனில்லை. வேறு இரண்டு கரங்களைத்தான் இன்றைக்கு நான் சம்பாதித்துக் கொள்ள வேண்டும்!" என்றாள்.

திடீரென்று நந்தியின் உடம்பு முழுவதும் ஒரு தடவை சிலிர்த்தது. வெறிக்கனல் பாய்ந்த கண்களினால் மேல் நோக்காகப் பார்த்தாள். "ஆகா! நீ வந்துவிட்டாயா? வா! வா! சரியான சமயத்திலேதான் வந்தாய்! என் அன்பே! என் அரசே! வா! வீர பாண்டியன் தலையே! ஏன் கூரை ஓரத்திலேயே இருக்கிறாய்? இறங்கி வா! இங்கே யாரும் இல்லை! உன் அடியாளைத் தவிர வேறு யாரும் இல்லை! ஏன் இப்படி விழித்துப் பார்த்துக் கொண்டிருக்கிறாய்? வாயைத் திறந்து ஒரு வார்த்தை சொல்! 'இந்தக் கண்டத்துக்குத் தப்பி உயிர் பிழைத்தால் உன்னைப் பாண்டிய சிங்காசனத்தில் ஏற்றி வைப்பேன் என்று சொன்னாயே! அதை நான் மறக்கவில்லை. உனக்கு நான் கொடுத்த வாக்குறுதியையும் மறக்கவில்லை. அதை நினைவேற்றும் வேளை நெருங்கிவிட்டது. அதற்காக நான் எத்தனைக் காலம் பொறுமையாகக் காத்திருந்தேன்! என்னென்ன வேஷங்கள் போட்டேன்? – எல்லாம் நீ பார்த்துக் கொண்டுதானிருந்தாய்! இப்போது பார்த்துக் கொண்டிரு! கண் கொட்டாமல் பார்த்துக் கொண்டிரு. நீதான் கண் கொட்டுவதே கிடையாதே! நானும் கண்ணை மூடித் தூங்க முடியாமல் செய்து வருகிறாய்! இன்று இரவு உனக்குப் பழி வாங்கி விட்டேனானால், அப்புறமாவது என்னைத் தூங்கவிடுவாய் அல்லவா?... மாட்டாயா? பாண்டிய சிங்காசனத்தில் நான் ஏறி அமர்வதைப் பார்த்த பிறகுதான் போவாயா? என்னுடைய வாக்குறுதியை நான் நிறைவேற்றினால், உன்னுடைய வாக்குறுதியை நீ நிறைவேற்றுவதாகச் சொல்கிறாய்?... இல்லை, இல்லை! எனக்கு சிங்காசனமும் வேண்டாம், மணி மகுடமும் வேண்டாம். உன் மகன் என்று யாரோ ஒரு சிறுவனை கொண்டு வந்தார்கள். அவனைச் சிங்காசனத்தில் ஏற்றி மணி மகுடம் சூட்டியாயிற்று. உனக்குப் பழிக்குப் பழி வாங்கி விட்டேனானால், அதைக் கொண்டு நீ திருப்தியடைவாய்! பின்னராவது, என்னை விட்டுச் செல்வாய்! போரில் இறந்தவர்கள் எல்லாரும் எந்த வீர சொர்க்கத்துக்குப் போகிறார்களோ, அந்த வீர சொர்க்கத்துக்கு நீயும் போவாய்! அங்கே என்னைப் போல் எத்தனையோ பெண்கள் இருப்பார்கள்! அவர்களில் ஒருத்தியை... என்ன? மாட்டேன் என்கிறாயா?... சரி, சரி! அதைப் பற்றிப் பிறகு பேசிக் கொள்வோம்! என் அன்பே! யாரோ வருகிறார்கள் போலிருக்கிறது. நீ மறைந்துவிடு!... நானும் இந்தப் பழிவாங்கும் வாளை மறைத்து வைக்கிறேன்..."

அச்சமயம் வாசற்படிக்கு அருகில் உண்மையாகவே காலடிச் சத்தம் கேட்டது. நந்தினி வாளைக் கட்டிலில் வைத்துக் கொண்டிருக்கும்போதே மணிமேகலை உள்ளே வந்தாள்.

சற்று முன் வெறி பிடித்துப் புலம்பிய நந்தினி ஒரு கணநேரத்தில் முற்றும் மாறுதல் அடைந்தவளாய் "நீதானா, மணிமேகலை? வா!" என்றாள். அவள் குரலில் அமைதி நிலவியது.

"அக்கா! இது என்ன? எப்போதும் வாளும் கையுமாகவே இருக்கிறீர்களே?" என்றாள் மணிமேகலை.

"பின், என்ன செய்வது? ஆண் பிள்ளைகள் இவ்வளவு தூர்த்தர்களாயிருந்தால், நாம் வாளைத் துணைகொள்ள வேண்டியது தானே?"

"தேவி! நான் ஒருத்தி துணை இருக்கிறேனே? என்னிடம் தங்களுக்கு நம்பிக்கை இல்லையா?"

"உன்னிடம் நம்பிக்கை இல்லாமலா என்னுடைய அந்தரங்கத்தையெல்லாம் உன்னிடம் சொன்னேன், மணிமேகலை! இந்த உலகிலேயே நான் நம்பிக்கை வைத்திருப்பவள் நீ ஒருத்திதான். ஆனாலும், உன் கூடப் பிறந்த சகோதரனுக்கு எதிராக உன்னால் ஒன்றும் செய்ய முடியாதல்லவா?"

"அக்கா! எனக்குக் கூடப் பிறந்த சகோதரன் இல்லை, என்று முடிவு செய்து கொண்டு விட்டேன்..."

"ஏன் இவ்விதம் சொல்கிறாய்? எப்படியும் அவன் உன் சகோதரன்..."

"சகோதரனாவது சகோதரியாவது? அந்த உறவெல்லாம் வெறும் பிரமை என்று தெரிந்து கொண்டேன். கந்தமாறன் என்னுடைய விருப்பத்துக்கு எதிராக, – தன்னுடைய சௌகரியத்துக்காக, – என்னை வற்புறுத்திக் கட்டிக் கொடுக்கப் பார்க்கிறான்! உண்மையான சகோதர பாசம் இருந்தால், இப்படிச் செய்வானா?..."

"தங்காய்! உன்னுடைய நன்மைக்காகவே அவன் உன்னை இளவரசருக்கு மணம் செய்து கொடுக்க விரும்பலாம் அல்லவா?"

"ஆமாம்; என்னுடைய நன்மை தீமையை இவன் கண்டுவிட்டானாக்கும்! உண்மையில், என்னுடைய நன்மையை அவன் கருதவேயில்லை, அக்கா!"

"ஈழம் முதல் வட பெண்ணை வரையில் பரந்த சோழ ராஜ்யத்தின் சிங்காசனத்தில் நீ பட்ட மகிஷியாக வீற்றிருக்க வேண்டும் என்று உன் தமையன் விரும்புவது உன்னுடைய நன்மைக்கு அல்லவா?"

"இல்லவே இல்லை! நான் தஞ்சாவூர் ராணியானால், இவன் முதன் மந்திரியாகலாம் அல்லது பெரிய பழுவேட்டரையரைப் போல் தனாதிகாரியாகலாம் என்ற ஆசைதான் காரணம் அக்கா! அக்கா...!" என்று மணிமேகலை மேலே சொல்லத் தயங்கினாள்.

"சொல், மணிமேகலை! உன் மனதில் உள்ளது எதுவானாலும் தாராளமாய்ச் சொல்லலாம். என்னிடம் உனக்குள்ள அன்பைக் குறித்து நீ சொன்னதெல்லாம் உண்மைதானே!"

"அக்கா! அதைப் பற்றிச் சந்தேகிக்க வேண்டாம். இந்த உலகத்திலேயே நான் அன்பு வைத்திருப்பது இரண்டு பேரிடந்தான். ஒருவர் நாங்கள்..."

"இன்னொருவர் யார்?"

"உங்கள் மனதுக்கு அது தெரியும். என்னை ஏன் கேட்கிறீர்கள்...?"

"தங்காய்! உனக்கு அது சந்தோஷமாயிருக்கும் என்று நினைத்தேன். கதைகளும் காவியங்களும் நீ கேட்டதில்லையா? ஒரு பெண்ணின் உள்ளத்தில் காதல் உதயமானால் அதைப் பற்றி அவள் யாரிடமாவது பேச விரும்புவது இயல்பு அல்லவா? அந்தரங்கத் தோழி என்பது பின் எதற்காக...?"

"அது உண்மைதான், அக்கா! என் அந்தரங்கத்தையும், தங்களிடம் தெரியப்படுத்தியிருக்கிறேன். ஆனால் இப்போது நான் தங்களிடம் அவசரமாக வந்தது வேறு ஒரு செய்தி சொல்வதற்காக. மிக்க கவலை தரும் செய்தி, அக்கா!"

நந்தினி திடுக்கிட்டு, "என்ன? என்ன?" என்று கேட்டாள்.

எத்தனையோ காலமாகத் திட்டமிட்டுக் கொண்டிருந்தது என்று நிறைவேறலாம் என்று எண்ணியிருந்த காரியத்துக்கு ஏதாவது தடங்கல் ஏற்படுமோ என்ற பீதி அவள் மனத்தில் குடி கொண்டது. அதன் அறிகுறி அவள் முகத்திலும் தோன்றியது.

“அக்கா! தனாதிகாரி பழுவேட்டரையர் இன்னும் தஞ்சாவூருக்குப் போய்ச் சேரவில்லையாம். வழியில்...”

“வழியில் என்ன நேர்ந்தது? ஒருவேளை மனத்தை மாற்றிக் கொண்டு திரும்பி விட்டாரா?” என்று நந்தினி கேட்ட கேள்வியில் பீதி குறைந்திருக்கவில்லை.

“அப்படி அவர் திரும்பியிருந்தால் நன்றாயிருக்கும், அக்கா! அன்றைக்கு நாம் ஏரித் தீவில் இருந்தபோது புயல் அடித்ததல்லவா? அந்தப் புயல் கொள்ளிடத்திலும் அப்பாலும் ரொம்பக் கடுமையாக அடித்ததாம். பழுவேட்டரையர் கொள்ளிடத்தில் படகில் சென்றபோது புயல் பலமாக இருந்ததாம்...”

“அப்புறம்” என்று நந்தினி பரபரப்புடனேதான் கேட்டாள். ஆயினும் கவலைத் தொனி சிறிது குறைந்திருந்தது.

“அக்கரை சேரும் சமயத்தில் படகு கவிழ்ந்து விட்டதாம்!”

“ஐயோ!”

“தப்பிக் கரை ஏறியவர்கள் கொள்ளிடக் கரையில் எங்கும் தேடிப் பார்த்தார்கள். தங்கள் கணவர் மட்டும் அகப்படவில்லை!” என்றாள் மணிமேகலை.

இந்தச் செய்தியைக் கேட்டதும் நந்தினி விம்மி அழுவாள் என்று மணிமேகலை எதிர்பார்த்து, அவளுக்கு ஆறுதல் சொல்லத் தயாராயிருந்தாள். ஆனால் நந்தினியோ அப்படியொன்றும் செய்யவில்லை. சிறிதும் படபடப்புக் காட்டாமல், அவநம்பிக்கை தொனித்த குரலில், “இந்தச் செய்தி உனக்கு எப்படித் தெரிந்தது?” என்றாள்.

“பழுவேட்டரையரோடு போன ஆட்களில் ஒருவன் திரும்பி வந்திருக்கிறான். அவன் என் தமையனிடம் சொல்லிக் கொண்டிருந்தான். நானே என் காதினால் கேட்டேன், அக்கா! தங்களிடம் இந்தச் செய்தியை எப்படித் தெரிவிப்பது என்று என் தமையன் தயங்கி, இளவரசரிடம் யோசனை கேட்டுக் கொண்டிருந்தான். நான் எப்படியாவது தங்களிடம் சொல்லி விடுவது என்று ஓடி வந்தேன்...”

இவ்விதம் கூறிய மணிமேகலை துயரம் தாங்காமல் விம்மத் தொடங்கினாள்.

நந்தினி அவளைக் கட்டி அணைத்துக்கொண்டு, “என் கண்ணே! என்னிடம் நீ எவ்வளவு அன்பு வைத்திருக்கிறாய் என்று தெரிந்து கொண்டேன். ஆனால், நீ வருத்தப்பட வேண்டாம்!” என்றாள்.

மணிமேகலை சிறிது வியப்புடனேயே நந்தினியை நிமிர்ந்து பார்த்தாள். ‘இவளுடைய நெஞ்சு எவ்வளவு கல் நெஞ்சு?’ என்று அவள் மனத்தில் தோன்றிய எண்ணத்தை நந்தினி தெரிந்து கொண்டாள்.

“தங்காய்! துக்கச் செய்தியைக் கூறி எனக்கு ஆறுதல் சொல்லுவதற்காக நீ ஓடிவந்தாய். ஆனால் உனக்கு நான் தேறுதல் கூற வேண்டியிருக்கிறது. நீ வருத்தப்பட வேண்டாம். என் கணவருடைய உயிருக்கு ஆபத்து ஒன்றும் வரவில்லை என்பது நிச்சயம். அப்படி ஏதாவது நேர்ந்திருந்தால் என் நெஞ்சே எனக்கு உணர்த்தியிருக்கும். அதனாலேதான் நான் கவலைப்படவில்லை. ஆனால் நீ கேள்விப்பட்டதை இன்னும் விவரமாய்ச் சொல்! என் மனத்தில் வேறொரு சந்தேகம் உதித்திருக்கிறது...”

“என்ன சந்தேகம், அக்கா?”

“உன் தமையனும், அந்தப் பல்லவ பார்த்திபேந்திரனும் சேர்ந்து என் கணவருக்கு ஏதேனும் கெடுதல் செய்யத் திட்டமிட்டிருக்கிறார்களோ என்று எண்ணுகிறேன். அதற்கு, முன் ஜாக்கிரதையாக இம்மாதிரி ஒரு செய்தியை அவர்களே தயாரித்திருக்கலாமல்லவா?”

“எனக்கு விளங்கவில்லை, அக்கா! அவர்கள் ஏன் பழுவேட்டரையருக்குத் தீங்கு செய்ய வேண்டும்?”

“நீ பச்சைக் குழந்தையாகவே இருக்கிறாய், மணிமேகலை! உன் தமையனும் பார்த்திபேந்திரனும் என் மீது துர் எண்ணம் கொண்டிருக்கிறார்கள் என்று நான்

சொல்லவில்லையா? அதற்காகத்தான் இந்த வாளை எப்போதும் அருகிலேயே வைத்துக் கொண்டிருக்கிறேன் என்றும் சொல்லவில்லையா?..."

"சொன்னீர்கள்; அதனால் கந்தமாறனை இனிமேல் என் தமையன் என்று சொல்லவேண்டாம் என்றும் கேட்டுக் கொண்டேன். அந்தப் பாதகனை என் உடன் பிறந்தவனாக நான் இனிக் கருதமாட்டேன். இருந்தாலும் அவர்கள் பழுவேட்டரையருக்கு ஏன் தீங்கு செய்ய வேண்டும்?"

"தங்காய்! இதுகூடவா நீ தெரிந்து கொள்ள முடியவில்லை? கிழவரைக் கல்யாணம் செய்துகொண்டு தவிக்கும் நான், அவர் போய்விட்டால் மனத்திற்குள் சந்தோஷப்படுவேன். பிறகு அவர்களுடைய துர்நோக்கத்துக்கும் இணங்குவேன் என்றுதான். உன் தமையன் இப்படிப்பட்டவன் என்று தெரிந்திருந்தால் அவனை என் வீட்டில் வைத்திருந்து சகோதரனைப் போல் கருதி பணிவிடை செய்திருக்க மாட்டேன். யமலோகத்தின் வாசல் வரை சென்றவனைக் காப்பாற்றியிருக்க மாட்டேன்..."

"அக்கா! இனி நான் தங்களை விட்டு ஒரு கணமும் பிரிய மாட்டேன். அந்த இருவரில் ஒருவர் இங்கு வந்தால், என்னுடைய கையாலேயே அவர்களைக் கொன்று விடுவேன்!"

"மணிமேகலை? அந்தக் கவலை உனக்கு வேண்டாம். என்னை நானே காப்பாற்றிக் கொள்வேன். கந்தமாறனும், பார்த்திபேந்திரனும் என் அருகில் நெருங்கினால், என்றும் மறக்காதபடி அவர்களுக்குப் புத்தி கற்பித்து அனுப்புவேன். அவர்களிடம் எனக்குச் சிறிதும் பயமில்லை. முரட்டு இளவரசரைப் பற்றி மட்டுந்தான் கொஞ்சம் பயம் இருந்தது. நல்லவேளையாக அந்த அபாயத்தினின்று என்னை நீயே காப்பாற்றிவிட்டாய்!"

"நான் தங்களைக் காப்பாற்றினேனா? அது எப்படி?"

"இளவரசரின் உள்ளத்தை நீ கவர்ந்து விட்டாய் என்பதை அறியவில்லையா, மணிமேகலை! வாணர் குலத்து வீரரைக் கையைப் பிடித்து இழுத்து அப்பால் தள்ளிவிட்டு உன்னை அவர் ஏரித் தண்ணீரிலிருந்து எடுத்துக் காப்பாற்றியதன் காரணம் என்ன? அதற்குப் பிறகும் அவரை நான் கவனித்துக் கொண்டுதான் வருகிறேன். உன் மனதிற்கு அது தெரியவில்லையா, மணிமேகலை?"

"தெரியாமல் என்ன? தெரிந்துதானிருக்கிறது. இளவரசரை நினைத்தாலே எனக்குப் பயமாயிருக்கிறது. அவர் அருகில் வந்தால் என் உடம்பு நடுங்குகிறது. என் தமையன் என்று சொல்லிக் கொள்ளும் கிராதகன், இருக்கிறான் அல்லவா? அவன் வேறு ஓயாமல் என் பிராணனை வாங்கிக் கொண்டிருக்கிறான்.."

"இளவரசரை நீ மணந்து கொள்ளவேண்டும் என்று தானே?"

"ஆம்; தனியாக என்னை ஒரு கணம் பார்த்தால் போதும், உடனே எனக்கு அவன் உபதேசம் செய்ய ஆரம்பித்து விடுகிறான். அவனுடைய தொந்தரவுக்காகவே..."

"அவனுடைய தொந்தரவுக்காக இளவரசரை மணந்து கொண்டு விடலாம் என்று முடிவு செய்து விட்டாயா?"

"தாங்கள்கூட இவ்விதம் சொல்லுகிறீர்களே?" என்று மணிமேகலை விம்மி அழத் தொடங்கினாள். அவளுடைய கண்களில் கண்ணீர் அருவி பெருகிற்று.

நந்தினி அவளை சமாதானப்படுத்தினாள். "ஏதோ விளையாட்டுக்காகச் சொன்னேன். அதற்காக இப்படி அழ ஆரம்பித்துவிட்டாயே?" என்று சொல்லிக் கண்ணீரைத் துடைத்தாள்.

மணிமேகலை சிறிது சமாதானம் அடைந்ததும் "என் கண்ணே! உன் மனத்தை நன்றாகச் சோதித்துப் பார்த்துப் பதில் சொல். உண்மையாகவே நீ இளவரசர் கரிகாலரை விரும்பவில்லையா? அவரை மணந்து கொண்டு சோழ சாம்ராஜ்யத்தின் பட்டமகிஷியாக இருக்க ஆசைப்படவில்லையா?" என்றாள் நந்தினி.

"ஒரு தடவை கேட்டாலும் நூறு தடவை கேட்டாலும் என் பதில் ஒன்றுதான். அக்கா! அந்த ஆசை எனக்குக் கிடையவே கிடையாது."

"வாணர் குலத்து வந்தியத்தேவரிடம் உன் மனத்தைப் பறிக்கொடுத்திருக்கிறாய் என்பதும் உண்மை தானே?"

"ஆம், அக்கா! ஆனால் அவருடைய மனது எப்படியிருக்கிறதோ?"

"அவருடைய மனது எப்படியிருந்தால் என்ன? அவர் உயிரோடிருந்தால் அல்லவா அவர் மனத்தைப் பற்றிக் கேட்க வேண்டும்?"

மணிமேகலை திடுக்கிட்டு, "என்ன சொல்கிறீர்கள், அக்கா!" என்றாள்.

"மணிமேகலை! நீ இன்னும் உண்மையைத் தெரிந்து கொள்ளவில்லை. உன்னுடைய நிலைமையையும், உன் அன்புக்குரியவனுடைய நிலைமையையும் உணரவில்லை. என்னைப் பற்றி நீ கவலைப்படுகிறாய்; என் கணவரைப் பற்றிக் கவலைப்படுகிறாய். எங்களைப் பற்றி உண்மையில் கவலைப்பட வேண்டியதேயில்லை. என் கணவர் எப்பேர்ப்பட்டவர் என்பது உனக்குத் தெரியும். அவர் வாயசைந்தால் இந்த நாடே அசையும். சுந்தரச் சோழ சக்கரவர்த்தி அவர் இட்ட கோட்டைத் தாண்ட மாட்டார். என் கணவர் வார்த்தைக்கு மாறாக முதன் மந்திரி வார்த்தையையும் கேட்க மாட்டார். அவருடைய சொந்தப் பெண்டு பிள்ளைகளின் பேச்சுக்கும் செவி கொடுக்கமாட்டார். பழுவேட்டரையரை வயதான கிழவர் என்று உன் தமையனைப் போன்ற மூடர்கள் எண்ணிப் பரிகாசமும் செய்து கொண்டிருக்கிறார்கள். ஆனால், அவர் ஒரு மூச்சு விட்டால், உன் தமையனையும், பார்த்திபேந்திரனையும் போன்ற நூறு வாலிபர்கள் மல்லாந்து விழுவார்கள். ஆகையால் பழுவேட்டரையருக்கு யாரும் தீங்கு செய்துவிட முடியாது. என் கண்ணே! என்னைக் காப்பாற்றிக் கொள்ளவும் எனக்குத் தெரியும். இதைக் காட்டிலும் எத்தனையோ இக்கட்டான நிலைமைகளில் என்னை நான் காப்பாற்றிக் கொண்டிருக்கிறேன். உண்மையாகவே இப்போது நான் கவலைப்படுவதெல்லாம் உன்னைப் பற்றித்தான். 'இந்தப் பெண் நம்மிடம் இவ்வளவு அன்பு வைத்திருக்கிறாளே? இவளுக்கு ஒன்றும் நேராமலிருக்க வேண்டுமே?' என்று கவலைப்படுகிறேன். நீ இந்த அறைக்குள் சற்றுமுன் வந்தபோது கூட உன்னைப் பற்றித்தான் சிந்தித்துக் கொண்டிருந்தேன்..."

"தாங்கள் சொல்வது ஒன்றும் புரியவில்லை, அக்கா! எனக்கு அப்படி என்ன அபாயம் வந்து விடும்?"

"பேதைப் பெண்ணே! வேண்டாத புருஷனுக்கு வாழ்க்கைப்படுவதைக் காட்டிலும் பெண்களுக்கு நேரக்கூடிய அபாயம் வேறு என்ன இருக்க முடியும்?"

"அது ஒரு நாளும் நடவாத காரியம்."

"உன் தமையன் உன்னை இளவரசருக்கு மணம் செய்விப்பது என்று தீர்மானம் செய்து விட்டான்;

உன் தந்தையும் சம்மதித்து விட்டார். "அவர்களுடைய தீர்மானமும் சம்மதமும் என்னை என்ன செய்யும்? நான் சம்மதித்தால்தானே?"

"இப்படிக் குழந்தைபோல் பேசுகிறாய்! சிற்றரசர் குலத்துப் பெண்களைக் கல்யாணம் செய்து கொடுப்பது, அந்தப் பெண்களின் சம்மதத்தைக் கேட்டுக் கொண்டுதான் உலகத்தில் நடைபெறுகிறதா? அதிலும், மூவுலகையும் ஆளும் சக்கரவர்த்தியின் மூத்தகுமாரர், – பட்டத்துக்கு இளவரசர், – உன்னை மணந்து கொள்ள விரும்பினால், அதற்கு யார் தடை சொல்ல முடியும்?"

"ஏன்? என்னால் முடியும். இளவரசரிடம் நேரே சொல்லி விடுவேன்."

"என்ன சொல்லுவாய்?"

"அவரை மணந்துகொள்ள எனக்கு இஷ்டம் இல்லை என்று சொல்வேன்."

"காரணம் கேட்டால்?"

"உண்மையான காரணத்தைத்தான் சொல்வேன். என் மனம் அவருடைய சிநேகிதர் வல்லவரையரிடம் ஈடுபட்டு விட்டது என்று சொல்வேன்."

"பேதைப் பெண்ணே! இதை நீ சொல்லவே வேண்டாம். அவர்களுக்கு ஏற்கனவே தெரிந்திருக்கிறது."

"தெரிந்திருந்தால் என்னை ஏன் வற்புறுத்துகிறார்கள்? அப்படி அதிகமாக வற்புறுத்தினால் இதோ நானும் ஒரு கத்தி வைத்திருக்கிறேன் அக்கா!" என்று சொல்லி மணிமேகலை தன் இடுப்பில் செருகியிருந்த சிறிய கத்தி ஒன்றை எடுத்துக் காட்டினாள்.

"என் அருமைத் தங்கையே! உன் அறியாமையைக் கண்டு ஒரு பக்கம் எனக்கு அழுகை வருகிறது. இன்னொரு பக்கம் சிரிப்பும் வருகிறது."

"அப்படி என்ன நான் உளறி விட்டேன் அக்கா!"

"உன்னை யாரோ வற்புறுத்தப் போவதாக எண்ணியிருக்கிறாய். உன்னுடைய சம்மதத்தைக் கேட்பார்கள் என்றும் நினைத்திருக்கிறாய். அவ்விதம் ஒன்றும் அவர்கள் செய்யப் போவதில்லை. நீ இளவரசரை மணந்து கொள்ளத் தடையாயிருக்கிற காரணத்தை நீக்கிவிடப் போகிறார்கள்!"

"என்ன சொல்லுகிறீர்கள்!"

"நீ யாரிடம் உன் மனத்தைப் பறி கொடுத்திருக்கிறாயோ, அவருடைய உயிருக்கு அபாயம் நெருங்கியிருக்கிறது என்று சொல்லுகிறேன்...!"

"ஐயையோ"

"உன் தமையன் ஏற்கெனவே அவருடைய பழைய சிநேகிதன் மீது துவேஷம் கொண்டிருக்கிறான். இந்த அரண்மனையில் சில மாதங்களுக்கு முன்னால் சிற்றரசர்கள் கூடிச் செய்த சதியாலோசனையைப் பற்றி இளவரசரிடம் சொல்லிக் கொடுத்துவிட்டான் என்று அவனுக்குக் கோபம். தன் முதுகிலே குத்திக் கொல்ல முயற்சித்ததாக வேறு குற்றம்சாட்டிக் கொண்டிருக்கிறான். வேறொரு காரணத்தினால் பார்த்திபேந்திரனுக்கும் உன் காதலன் பேரில் அளவில்லாத கோபம்..."

"இவர்களுடைய கோபம் அவரை என்ன செய்துவிடும். அக்கா! அவர் சுத்த வீரர் அல்லவா!"

"சுத்த வீரராயிருந்தால் என்ன? திடீரென்று சூழ்ந்து கொள்ளும் பல கொலைகாரர்களுக்கு மத்தியில் கையில் ஆயுதம் ஒன்றும் இல்லாத ஒரு சுத்த வீரன் என்ன செய்ய முடியும்?..."

"ஐயோ! அவரைக் கொன்று விடுவார்கள் என்றா சொல்லுகிறீர்கள்?"

"கொல்லமாட்டார்கள். கண்டதுண்டமாக வெட்டி நரிகளுக்கும் நாய்களுக்கும் போட்டு விடுவார்கள்..."

"ஐயோ! என்ன கர்ண கடூரம்!"

"கேட்பதற்கே உனக்குக் கடூரமாயிருக்கிறதே? உண்மையில் நடந்து விட்டால், என்ன பாடுபடுவாய்?"

"அக்கா! இப்போதே என் உயிரும் உள்ளமும் துடிக்கின்றன. நிஜமாக, அப்படியும் செய்து விடுவார்களா? அவர் இளவரசருடைய அத்தியந்த சிநேகிதர் ஆயிற்றே?"

"அத்தியந்த சிநேகிதர்கள் கொடிய பகைவர்களாக மாறுவதைப் பற்றி நீ கேட்டதில்லையா, தங்காய்! உன் தமையனும் பார்த்திபேந்திரனும் அப்படியெல்லாம் இளவரசரிடம் தூபம் போட்டு விட்டிருக்கிறார்கள்..."

"சண்டாளர்கள்! இதெல்லாம் தங்களுக்கு..."

"எனக்கு எப்படித் தெரிந்தது என்றுதானே கேட்கிறாய்? இன்று பகலில் பார்த்திபேந்திரன் என்னிடம் விடைபெற்று செல்லும் வியாஜ்யத்தை வைத்துக்கொண்டு

வந்திருந்தான்..."

"அந்தப் பாதகன் எங்கே போகிறான்?"

"அதிக தூரம் போகவில்லை. திருக்கோவலூர்க் கிழவன் மலையமான் ஒரு பெரிய சைன்யத்தைத் திரட்டிக்கொண்டு இந்த ஊரை நோக்கி வந்து கொண்டிருக்கிறான் என்று நீ கேள்விப்பட்டாய் அல்லவா?"

"கேள்விப்பட்டேன், அது என்னத்திற்காக என்று ஆச்சரியப்பட்டேன்."

"அதுவும் உன் நிமித்தமாகத்தானாம்! இன்று மத்தியானம் இளவரசர் அதைப் பற்றிப் பிரஸ்தாபித்தாராம். 'மணிமேலையை எனக்கு மணம் செய்து கொடுக்காவிட்டால், மலையமான் சைன்யம் வந்தவுடன் இந்தக் கோட்டை– அரண்மனை எல்லாவற்றையும் தகர்த்துத் தரைமட்டமாக்கி விடப் போகிறேன்!' என்றானாம். அப்போதுதான் உன் தமையன் 'அதற்குத் தடையாயிருப்பது நாங்கள் அல்ல; உங்கள் சிநேகிதன் வந்தியத்தேவன்தான்' என்றாராம். 'அந்தத் தடையை நீக்க உங்களால் முடியாதா?' என்று இளவரசர் கேட்டாராம். 'கட்டளை அளித்தால் முடியும்' என்றானாம் உன் அண்ணன். என் அருமைச் சகோதரி! பார்த்திபேந்திரனிடம் மேலும் பேச்சுக் கொடுத்துச் சில விவரங்களை அறிந்தேன். உன் ஆருயிர்க் காதலனுடைய உயிருக்கு ஆபத்து நெருங்கியிருப்பது நிச்சயம். நீ உடனே முயற்சி எடுக்காவிட்டால், கல்யாணம் ஆவதற்கு முன்பே கணவனை இழந்து விடுவாய்!" என்றாள் நந்தினி.

இதைக் கேட்ட மணிமேகலையின் உடலும் உள்ளமும் துடிதுடித்ததில் வியப்பு ஒன்றும் இல்லை அல்லவா?

"ஐயோ! அவருக்கு எப்படியாவது உடனே எச்சரிக்கை செய்ய வேண்டுமே!" என்று தட்டுத் தடுமாறிக் கொண்டே கூறினாள்.

"எச்சரிக்கை செய்யலாம் ஆனால், உன் காதலன் சுத்த வீரன் என்று நீ தானே சற்றுமுன் கூறினாய்? அவனுடைய உயிருக்கு அபாயம் என்று கேட்டுப் பயந்து ஓடி விடுவானா? மாட்டான்! இன்னும் அவனுடைய பிடிவாதம் அதிகமாகும்" என்றாள் நந்தினி.

"தாங்கள் தான் யோசனை சொல்லவேண்டும். என் தலை சுற்றுகிறது. என்ன செய்கிறது என்று தெரியவில்லை" என்றாள் மணிமேகலை.

"நீ இங்கே வரும்போது அதைப் பற்றித்தான் யோசித்துக் கொண்டிருந்தேன். எனக்கும் ஒன்றும் புரியவில்லை. நல்ல வேளையாக நீ ஒரு செய்தி கொண்டு வந்தாய். அதிலிருந்து, வல்லவரையரைக் காப்பாற்ற ஒரு யோசனை தோன்றியது."

"நான் கொண்டு வந்த செய்தியிலிருந்தா? அது என்ன செய்தி?"

"பழுவேட்டரையருடைய படகு கவிழ்ந்ததென்றும் பிறகு அவரைப் பற்றித் தகவல் தெரியவில்லை என்றும் சொன்னாய் அல்லவா?"

"ஆமாம்!"

"வந்தியத்தேவரிடம் நான் மன்றாடிக் கேட்டுக் கொள்கிறேன். எனக்காக அவர் போய் என் கணவரைப் பற்றிய உண்மை தெரிந்து வரவேண்டும் என்று வேண்டிக் கொள்கிறேன். நீயும் எனக்காகப் பரிந்து பேசு. இரண்டு பேதைப் பெண்களின் வேண்டுகோளை அந்த வீரர் புறக்கணிக்க மாட்டார். அவரை உடனே இந்த இடத்திலிருந்து வெளியே அனுப்புவதுதான் அவர் உயிரைக் காப்பாற்றும் வழி. வேறு உபாயம் ஒன்றுமில்லை. அவர் போன பிறகு நீ உன் தமையனாரிடமும் தந்தையிடமும் இளவரசரிடமும் தைரியமாக உன் மனத்தை வெளியிட்டுப் பேசலாம். நானும் உனக்காகப் பேசுகிறேன். 'இஷ்டமில்லாத பெண்ணை வற்புறுத்துவது சோழ குலத்தில் பிறந்தவர்களுக்கு அழகு அல்ல' என்று சொல்லுகிறேன்."

"தங்கள் பேச்சையும் அவர்கள் கேட்காவிட்டால், என் கையில் கத்தி இருக்கிறது!"

"சரி, சரி! இப்போது முதலில் உன் காதலரை வெளியேற்றிக் காப்பாற்ற முயல்வோம். அவர் இருக்குமிடம் உனக்குத் தெரியும் அல்லவா? நீ நேரில் அவரைப் பார்க்க முடியாவிட்டால், உன் தோழி சந்திரமதியை அனுப்பு. இல்லாவிடில், இடும்பன்காரியை அனுப்பு, எப்படியாவது அவரை இங்கே அழைத்துக்கொண்டு வா!"

"அவர் போகச் சம்மதித்தாலும் இங்கேயிருந்து எப்படி வெளியில் போவார், அக்கா! என் அண்ணன் தடுத்து நிறுத்தி விட்டால்...?"

"உன் அண்ணனுக்கு ஏன் தெரிய வேண்டும், மணிமேகலை, முதன் முதலில் அவர் இந்த அறைக்குள் வந்து உன்னைத் திடுக்கிடச் செய்தாரே? அந்தச் சுரங்க வழியிலேயே அனுப்பி விட்டால் போகிறது! சீக்கிரம் போ, தங்காய்! வந்தியத்தேவர் இனி இந்தக் கோட்டையில் இருக்கும் ஒவ்வொரு நிமிடமும் அவருடைய உயிருக்கு அபாயம் அதிகமாகும். உன் தமையன் ஏவும் கொலைகாரர்கள் எப்போது அவரைத் தாக்குவார்கள் என்று நமக்கு என்ன தெரியும்?"

"இதோ போகிறேன், அக்கா! எப்படியாவது அவரை அழைத்துக் கொண்டுதான் திரும்பி வருவேன்" என்று சொல்லி விட்டு மணிமேகலை சென்றாள்.

அவளுடைய காலடிச் சத்தம் மறைந்ததும், பக்கத்திலிருந்த வேட்டை மண்டபத்தின் இரகசியக் கதவை யாரோ தட்டுவது போன்ற சத்தம் கேட்டது.

நந்தினி இரகசியக் கதவின் அருகில் சென்று, அதன் உட்கதவைத் திறந்தாள்.

இருட்டில் ஒரு கோரமான முகம் இலேசாகத் தெரிந்தது.

"மந்திரவாதி! வந்துவிட்டாயா?" என்றாள் நந்தினி.

"வந்துவிட்டேன், ராணி! வேளையும் வந்துவிட்டது" என்றான் ரவிதாஸன்.

32. இறுதிக் கட்டம்

நந்தினி திரும்பிச் சென்று தனது அறைக்குள் வருவதற்காக ஏற்பட்ட பிரதான வாசலின் கதவைச் சாத்தித் தாளிட்டு வந்தாள். பின்னர், கையில் தீபத்துடன் வேட்டை மண்டபத்தின் இரகசியக் கதவைத் திறந்துகொண்டு உள்ளே பிரவேசித்தாள்.

மந்திரவாதி ரவிதாஸன் முன்னமே கோரமான முகமுடையவன். முகத்திலும் தலையிலும் புதிதாக ஏற்பட்டிருந்த காயங்களினால் அவனுடைய தோற்றம் மேலும் கோரமடைந்திருந்தது.

நந்தினி அதைப் பார்த்துவிட்டு, "மந்திரவாதி இது என்ன? உன் உடம்பெல்லாம் புதுக் காயங்கள்?" என்றாள்.

"ராணி! இதிலே தங்களுக்கு வியப்பு என்ன? தங்களைப் போல் நாங்கள் அறுசுவை உண்டி அருந்தி பஞ்சணை மெத்தையில் சொகுசாய்ப் படுத்துக் காலங் கழிப்பதாக எண்ணிக் கொண்டிருக்கிறீர்களா? நானும் பரமேசுவரனும் இன்று பிழைத்து வந்திருப்பதே பெரிய காரியம், இறந்துபோன பாண்டிய சக்கரவர்த்தியின் ஆவிதான் எங்களை இன்று உயிரோடிருக்கும்படி காப்பாற்றியது..."

"இல்லை, ரவிதாஸா! இல்லை! அவருடைய ஆவி என்னுடனேயே சதா சர்வ காலமும் இருக்கிறது. ஒரு நாழிகைக்கு முந்திக் கூட என் முன்னால் தோன்றிச் சபதத்தை நிறைவேற்றப் போகிறாயா, இல்லையா? என்று கேட்டது."

"ராணி! அதற்குத் தாங்கள் என்ன பதில் சொன்னீர்கள்?"

"'சபதத்தை இன்று நிறைவேற்றுவேன்; இல்லாவிடில் உயிரை மாய்த்துக் கொள்வேன்' என்று சொன்னேன்."

"அப்படியானால் நாங்கள் ஓடோடி வந்ததே நல்லதாய்ப் போயிற்று. இத்தனை காலங்கழித்து நீங்கள் உயிரை மாய்த்துக் கொள்ளுவதில் யாருக்கு என்ன லாபம்? எடுத்த காரியம் அல்லவோ முடிவு பெற வேண்டும்? தங்களால் முடியாது என்றால்..."

"முடியாது என்று யார் சொன்னார்கள்? சபதத்தை நிறைவேற்றுவேன். அதற்குப் பிறகு என்னுடைய உயிரை மாய்த்துக் கொள்வேன்..."

"வேண்டாம், வேண்டாம். சபதத்தை நிறைவேற்றிய பிறகு தாங்கள் செய்யக்கூடிய காரியங்கள் எவ்வளவோ இருக்கின்றன. மதுரையில் வீரபாண்டியனுடைய திருக்குமாரனுக்கு உலகமறியப் பட்டாபிஷேகம் செய்தாக வேண்டும்..."

"அதையெல்லாம் நீங்களே பார்த்துக் கொள்ளுங்கள். இன்று இரவு என் வேலை முடிந்துவிடும். என் வாழ்வும் முடிந்துவிடும்..."

"ராணி! பழுவேட்டரையருடைய பொக்கிஷத்தில் உள்ள திரவியங்கள் எல்லாம் மலைநாட்டுக்குப் போய்ச் சேர வேண்டும். அதற்குத் தங்கள் உதவி தேவையாயிருக்கிறது!"

"சபதம் முடிந்த பின்னரும், என் கணவரை ஏமாற்றிக் கொண்டு உயிர் வாழச் சொல்கிறாயா, மந்திரவாதி!"

"அம்மணி! தங்கள் கணவர் யார்?"

"உலகறிய என்னை, மணந்து, நாடு நகரங்களில் உள்ளவர்களின் பரிகாசங்களையெல்லாம் பொருட்படுத்தாமல், என் ஒவ்வொரு சபதத்தையும் நிறைவேற்றிக் கொண்டு வருகிற உத்தமரைத்தான் சொல்கிறேன்."

"ராணி! பழுவேட்டரையர் தங்கள் கணவர் அல்ல. ஒவ்வொரு நாள் இரவும் வீரபாண்டியர் என் கனவில் வந்து தங்களை அவருடைய பட்டமகிஷியாக நடத்தும்படி கட்டளையிடுகிறார்..."

"மந்திரவாதி! அவர் பேச்சு வேண்டாம். இந்தக் காயங்களெல்லாம் உனக்கு எப்படி ஏற்பட்டன என்று சொல்லவில்லையே?"

"நேற்றிரவு கொள்ளிடக் கரைக் காட்டில் எங்களை ஒரு கிழப் புலி தாக்கியது. கிழப் புலியானாலும் பற்களும் நகங்களும் மிக்க கூராயிருந்தன..."

"எப்படித் தப்பி வந்தீர்கள்?"

"பாண்டிய குமாரருக்குப் பட்டாபிஷேகம் நடத்தினோமே? அந்தப் பள்ளிப்படை கோபுரத்தில் இடிந்திருந்த பகுதியை அந்தப் புலியின் பேரில் தள்ளிவிட்டுத் தப்புவித்து வந்தோம்..."

"ஐயோ! பாவம்! கிழப் புலியைக் கூட நீங்கள் நேர் நின்று சண்டையிட்டு ஜெயிக்க முடியவில்லை...!"

"ஆம், ராணி! ஒப்புக்கொள்கிறோம். அப்படியிருக்கும் போது இளம் புலியாகிய ஆதித்த கரிகாலனை நேருக்கு நேர் எதிர்ப்பது எப்படி? அதனாலேதான் தந்திர மந்திரங்களைக் கையாள வேண்டியிருக்கிறது. தேவி! இன்றிரவு தப்பினால் அப்புறம் நமக்குச் சந்தர்ப்பம் கிட்டப் போவதில்லை. சுந்தர சோழனையும் அருள்மொழிவர்மனையும் பற்றிச் செய்தி வந்துவிட்டால், பிறகு ஆதித்த கரிகாலன் நம்மிடம் அகப்படப் போவதில்லை..." என்றான் ரவிதாஸன்.

"மந்திரவாதி! அவர்களைப் பற்றி என்ன? ஏதாவது நிச்சயமாகத் தெரியுமா?" என்று கேட்டாள் நந்தினி.

"இத்தனை நேரம் அவர்களுடைய ஆயுள் முடிந்திருக்கும், சந்தேகமில்லை..."

"நீயும் தேவராளனும் ஈழத்துக்குப் போனபோது இப்படிச் சொல்லிவிட்டுத்தான் போனீர்கள்."

"அங்கே அந்த ஊமைப் பைத்தியம் ஓயாமல் எங்களைப் பின் தொடர்ந்து வந்து தொல்லை கொடுத்தது. அதனால்தான் முடியவில்லை..."

"வாணர் குலத்து வீரன் கடலில் மூழ்கி இறந்து விட்டதாகச் சொன்னீர்கள். அவனும் தப்பிப் பிழைத்து வந்து விட்டான்..."

"பள்ளிப்படைக் காட்டில் அவனை வேலை தீர்க்கச் சந்தர்ப்பம் கிடைத்தது. தாங்கள் தடுத்துவிட்டீர்கள்."

"அதற்கு முக்கிய காரணம் இருப்பதாகச் சொன்னேன்..."

"அது என்ன முக்கிய காரணமோ தெரியாது. அவன் இங்கே வந்து ஆதித்த கரிகாலனை இரும்புக் கவசம்போல் பாதுகாத்து வருகிறான்."

"அதைப் பற்றி நீ சிறிதும் கவலைப்பட வேண்டாம்."

"கவலைப்பட்டே தீரவேண்டியிருக்கிறது. இன்று இல்லாவிட்டால் என்றைக்கும் இல்லை. தேவி! என்ன ஏற்பாடு செய்திருக்கிறீர்கள்? நாங்கள் என்ன செய்ய வேண்டும்?"

"இந்தச் சமயத்தில் நீங்கள் ஒருவரும் இங்கு வராதிருந்தாலே எனக்குப் பெரிய உதவியாயிருக்கும்..."

"அது ஒருநாளும் முடியாத காரியம்."

"என்னிடம் உங்களுக்கு அவ்வளவு நம்பிக்கை இல்லை..."

"நம்பிக்கை இருப்பதினால்தான் வந்திருக்கிறோம். சபதம் முடிந்த பிறகு தங்களைப் பத்திரமாக அழைத்துக் கொண்டு போவதற்காக வந்திருக்கிறோம். எதிர்பாராத தடங்கல் ஏதாவது ஏற்பட்டால் அதற்கும் தயாராயிருப்போம். எந்த நிமிஷமும் தாங்கள் எங்களை உதவிக்கு அழைக்கலாம்."

"நான் போட்டிருக்கும் திட்டத்தில் தடங்கல் எதுவும் ஏற்படாது. சபதம் முடிந்த பிறகு நான் உயிரோடிருக்கவும் விரும்பவில்லை."

"கூடவே கூடாது! தாங்கள் எங்களுடன் வந்தே தீர வேண்டும். இல்லையென்றால்..."

"மந்திரவாதி! சபதம் முடிந்த பிறகு ஒரு நிமிஷமும் நான் பெரிய பழுவேட்டரையர் வீட்டில் இருக்க மாட்டேன்..."

"அப்படியானால் நீங்கள் எங்களுடன் வந்து விடுங்கள்!"

"என்னை எப்படி அழைத்துக் கொண்டு போவீர்கள்?"

"இந்தச் சுரங்கப் பாதையின் முடிவில் ஐயனார் கோவில் இருக்கிறது. அதன் அருகில் உள்ள காட்டில் பழூவூர் ராணியின் பல்லக்கைத் தயாராக வைத்திருக்கிறோம். இடும்பன்காரி பல்லக்கைச் செப்பனிடுவதற்கென்று முன்னமே வெளியிலே கொண்டு வந்து விட்டான். வீர பாண்டியனின் தலையைக் கொய்தவனைப் பழிவாங்கிய தேவியை நாங்களே பல்லக்கில் வைத்துத் தூக்கிச் செல்வோம். பொழுது விடிவதற்குள் கொல்லிமலைக்குப் போய் விடுவோம்."

"நீங்கள் எத்தனை பேர் இந்த இடத்தில் இருக்கிறீர்கள்?"

"இங்கே நாலு பேர் இருக்கிறோம்!" என்று கூறிவிட்டு ரவிதாஸன் மெதுவாகக் கையைத் தட்டினான்.

அந்த மண்டபத்தில் இருந்த பயங்கரமான செத்த மிருகங்களுக்குப் பின்னால் ஒளிந்திருந்தவர்கள் சிறிது வெளிப்பட்டு முகத்தைக் காட்டினார்கள்.

"பரமேசுவரன் எங்கே?" என்று நந்தினி கேட்டாள்.

"அவனை வெளியில் நிறுத்தியிருக்கிறேன். ஐயனார் கோவிலில் காளாமுகன் ஒருவன் நிஷ்டை செய்து கொண்டிருந்தான். அவனை அங்கிருந்து போகச் சொல்வது பெரிய தொல்லையாய்ப் போய் விட்டது. மறுபடியும் அவன் அங்கு வந்து விடாமல் பார்த்துக் கொள்ளும்படி தேவராளனைக் கோவில் வாசலில் நிறுத்திவிட்டு வந்திருக்கிறேன்..."

"காளாமுகனைப் பற்றி நமக்கு என்ன கவலை? மந்திரவாதி! பெரிய பழுவேட்டரையரைப் பற்றிய செய்தி தெரியுமா?" என்று நந்தினி கேட்டாள்.

ரவிதாஸன் சிறிது திடுக்கிட்டு, "என்ன செய்தி?" என்றான்.

"அவர் தஞ்சாவூருக்குப் பிரயாணப்பட்டுப் போனார் அல்லவா? வழியில் கொள்ளிடத்தைப் படகில் கடக்கும்போது புயல் அடித்துப் படகு கவிழ்ந்துவிட்டதாம். பழுவேட்டரையர் கரையேறவில்லையென்றும், தண்ணீரில் மூழ்கிப் போய் விட்டதாகவும் சம்புவரையனுக்கு இன்று சாயங்காலம் செய்தி வந்திருக்கிறதாம்!"

"தெய்வமே? அவர் கதி அப்படியா ஆயிற்று? இத்தனை நேரம் தாங்கள் இந்த முக்கிய விவரத்தைப் பற்றிச் சொல்லவில்லையே?"

"அதை நான் நம்பவில்லை, மந்திரவாதி! பழுவேட்டரையர் கொள்ளிடத்தில் முழுகி இறந்திருப்பார் என்று எனக்குத் தோன்றவில்லை."

"எனக்கும் அந்தச் செய்தியில் நம்பிக்கை இல்லை, ராணி!"

"அவர் கொள்ளிடத்தின் இக்கரைக்கு நீந்தி வந்திருந்தால் என்ன செய்கிறது? ஒருவேளை இன்றிரவு இங்கு வந்து விட்டால்?... இதைப் பற்றித்தான் சிறிது கவலைப்படுகிறேன்..."

"ராணி! அதைப் பற்றித் தங்களுக்குக் கவலை வேண்டாம். இப்போதுதான் எனக்கும் நினைவு வருகிறது. கொள்ளிடத்துக்கு அக்கரையில் தஞ்சாவூர்ச் சாலையில் ஆஜானுபாகுவான மனிதர் ஒருவரை நேற்றிரவு பார்த்தேன். ஆடை ஆபரணம் ஒன்றும் அவர் அணிந்திருக்கவில்லை. இருட்டாகவும் இருந்தபடியால் அடையாளம் தெரியவில்லை. இப்போது யோசித்தால், அந்த வழிப்போக்கர் ஒருவேளை பெரிய பழுவேட்டரையராகத்தான் இருக்கவேண்டும் என்று தோன்றுகிறது!"

"அப்படியானால், நிச்சயமாக இன்றிரவு அவர் இங்கே வந்து விடமாட்டார் அல்லவா?"

"மாட்டவே மாட்டார்! அதைப் பற்றித் தாங்கள் தைரியமாக இருக்கலாம். இப்பொழுது எங்களுக்கு என்ன கட்டளையிடுகிறீர்கள்?"

"மந்திரவாதி! நீங்கள் இங்கேயே பொறுமையுடன் காத்திருக்க வேண்டும். என்னுடைய அறையில் என்ன நடப்பதாகத் தோன்றினாலும், எத்தனை பேருடைய பேச்சுக் குரல் கேட்டாலும் அவசரப்பட்டு உள்ளே வரவேண்டாம். வந்தால் காரியம் கெட்டுப் போகும். நான் குரல் கொடுத்த பிறகு நீங்கள் வந்து சேருங்கள்!"

"ராணி! தாங்கள் எப்படிக் குரல், கொடுப்பீர்கள்?"

"மந்திரவாதி! நான் கலகலவென்று சிரித்துப் பல வருஷம் ஆயிற்று என்று தெரியும் அல்லவா? நான் சிரித்து நீ கேட்டேயிருக்க மாட்டாய்!"

"தேவி! ஒரே ஒரு சமயம் அந்தத் துஷ்ட வாலிபன் வந்தியத்தேவனுடன் பேசிக் கொண்டிருந்தபோது நீங்கள் சிரிக்கக் கேட்டேன்..."

"ஆகா! அதைக்கூட ஞாபகம் வைத்துக் கொண்டிருக்கிறாயா? நல்லது! இன்றைக்கு நான் கலகலவென்று உரத்துச் சிரிக்கும் சத்தம் கேட்டால் நீங்கள் இரகசியக் கதவைத் திறந்து கொண்டு உள்ளே வாருங்கள். காரியம் முடிந்துவிட்டதற்கு அது அடையாளம். இப்போதும் வந்தியத்தேவனைப் பார்த்தே நான் சிரித்துக் கொண்டிருந்தாலும் இருப்பேன். அதைப் பற்றி நீங்கள் ஆச்சரியப்படவேண்டாம்..."

"தேவி! தங்களுடைய உத்தேசம் என்னவென்பது ஒருவாறு இப்போது எனக்குத் துலங்குகிறது..."

"கொஞ்சம் பொறுத்திருந்தால், எல்லாம் துலாம்பரமாகி விடும். எதிர்பாராத தடங்கல் ஏதாவது ஏற்பட்டுவிட்டால், அப்போது என் அழுகைக் குரல் கேட்கும். உடனே வந்து சேருங்கள்..."

"அப்படியே செய்வோம், ராணி! ஆனால் தங்கள் அழுகைக் குரலைக் கேட்க நான் விரும்பவில்லை. சிரிப்புக் குரலைக் கேட்கத்தான் விரும்புகிறேன்" என்றான் மந்திரவாதி ரவிதாஸன்.

33. "ஐயோ! பிசாசு!"

அதே சமயத்தில் வந்தியத்தேவன் மிக்க மனச் சோர்வுடன் மாளிகையைச் சேர்ந்த நந்தவனத்தில் உலாவிக் கொண்டிருந்தான். அந்த நந்தவனம் மாளிகையில் வெளி மதில் சுவர் ஓரமாக அமைந்திருந்தது. இரவில் மலரும் புஷ்பங்கள் அப்போதுதான் மடல் அவிழ்ந்து கொண்டிருந்தன. பன்னீர், பாரிஜாதம், மல்லிகை, முல்லை முதலிய மலர்களின் நறுமணத்தை ஐப்பசி மாதத்தின் வாடைக் காற்று அவன் பக்கமாகக் கொண்டு வந்து வீசியது. "ஆகா! இந்த நேரத்தில் பழையாறை அரண்மனை நந்தவனத்தில் நாம் இருக்கக் கூடாதா? அப்படியிருக்கும்போது திடீரென்று குந்தவை தேவியின் பாதச் சிலம்பு ஒலிக்கக் கூடாதா?" என்று அவன் மனம் எண்ணமிட்டது. "இங்கே வந்து கடம்பூர் அரண்மனையில் அகப்பட்டுக் கிடக்கிறோமே? வெறி பிடித்த இளவரசரிடம் அகப்பட்டுக் கொண்டு விழிக்கிறோமே?" என்று நினைத்தான். ஆதித்த கரிகாலர் என்றுமில்லாத வண்ணம் அன்று மாலை அவன்மீது சீறி எரிந்து விழுந்ததும், "இனி என்றைக்கும் என் முகத்தில் விழிக்காதே! நாளைப்பொழுது விடிந்தபிறகு உன்னைப் பற்றி என் முடிவைத் தெரிவிக்கிறேன்" என்று கூறியதும் அவன் மனத்தைப் புண்படுத்தியிருந்தன. ஒரு நாளுமில்லாத விதமாக அவர் இன்று கோபித்துக் கொண்டு விட்டார். பாவம்! அவர்மீது குறைப்பட்டு என்ன பயன்? அவர் உள்ளம் அவ்விதமாக குழம்பிவிட்டிருக்கிறது.

அவர் நிலையை நினைத்துப் பார்க்கும் போது வந்தியத்தேவனுக்கு அவர் மீது பரிதாபமே உண்டாயிற்று.

அன்றெல்லாம் ஆதித்த கரிகாலரின் உன்மத்தம் உச்ச நிலையை அடைந்திருந்தது. உற்சாகமும் சோர்வும், கோபமும், குதூகலமும், சிநேகப் பான்மையும், கொடூரப் பகைமையும், மாறிமாறி அவரைப் பிடித்து ஆட்டி வைத்தன. அவரும் தம்மைச் சுற்றியிருந்தவர்களை அம்மாதிரி ஆட்டி வைத்துக் கொண்டிருந்தார். அடுத்த நிமிஷம் அவருடைய போக்கு எப்படியிருக்குமோ, என்ன செய்வாரோ என்று அருகிலிருந்தவர்கள் கதி கலங்கிக் கொண்டிருந்தார்கள்.

அன்றைக்குச் சூரியன் உதயமானதிலிருந்து வந்து கொண்டிருந்த செய்திகள் அவருடைய உன்மத்தத்தை அதிகமாக்க உதவி செய்து கொண்டிருந்தன. சம்புவரையர் முதன் முதலாக அவரிடம் வந்து, திருக்கோவலூர் மலையமான் படை திரட்டிக் கொண்டு வருகிற செய்தியைத் தெரிவித்தார். அதைப்பற்றித் தமது ஆட்சேபத்தையும், கண்டனத்தையும் தெரிவித்துக் கொண்டார்.

"மலையமான் தொண்டு கிழவர். வயது எண்பதுக்கு மேலாகிறது. அவர் வருவதைக் குறித்து உங்களுக்கு என்ன பயம்?" என்றார் இளவரசர்.

"ஐயா! கொல்லிமலைத் தலைவன் வல்வில் ஓரியின் வம்சத்தில் வந்தவர்கள் நாங்கள். பயம் என்றால் இன்னதென்று அறியாதவர்கள். தாங்கள் இங்கு விஜயம் செய்திருப்பதை முன்னிட்டே தயங்குகிறேன். தாங்கள் மட்டும் அனுமதி கொடுத்தால்..."

"கிழவரோடு போர் புரிவதற்கு உடனே புறப்பட ஆயத்தமாயிருக்கிறீர்கள். அவ்வளவுதான்! சம்புவரையரே! என் பாட்டனைப் படையுடன் புறப்பட்டு வரும்படி நான்தான் செய்தி அனுப்பினேன்!"

"எதற்காக, இளவரசே?"

"நான் இங்கே உங்களிடம் தனியாக அகப்பட்டுக் கொண்டிருக்கிறேன் அல்லவா? இங்கே இருக்கும்போது எனக்கு ஏதாவது நேர்ந்தால்..."

"கோமகனே! அப்படிப்பட்ட சந்தேகம் அணுவளவும் தங்கள் மனத்தில் இருந்தால், இந்தக் கணமே..."

"இங்கிருந்து என்னைக் கிளம்பிவிடச் சொல்கிறீர்களாக்கும்!"

"ஐயா! இது தங்களுடைய இராஜ்யம். இது தங்களுடைய அரண்மனை. இதன் உச்சியில் புலிக்கொடி பறக்கிறது. இங்கிருந்து தங்களைப் போகச் சொல்வதற்கு நான் யார்? தாங்கள் அனுமதி கொடுத்தால் நானும் என் குடும்பத்தாரும் இங்கிருந்து போய் விடுகிறோம். மிலாடுடையார் மலையமானை வரவழைத்து வைத்துக் கொண்டு தாங்கள் நிர்ப்பயமாக இங்கே இருக்கலாம்."

"ஓகோ! வல்வில் ஓரியின் வம்சத்தில் பிறந்த நீங்கள் பயமறியாதவர்கள் என்றும், விஜயாலய சோழரின் குலத்தில் பிறந்த நான் பயங்கொள்ளி என்றும் சொல்லிக் காட்டுகிறீரா?"

"இளவரசரின் வைர நெஞ்சமும், வீர தீரமும் உலகம் அறிந்தவை. பன்னிரண்டாம் பிராயத்தில் தாங்கள் சேவூர்ப் போர்க்களத்தில் புகுந்து பகைவர்களைச் சின்னா பின்னம் செய்து வீராதி வீரன் என்று பெயர் பெற்றீர்கள். பதினெட்டாம் பிராயத்தில் மறுபடி போருக்கு வந்த வீரபாண்டியனைத் தொடர்ந்து துரத்திச் சென்று ஒளிந்திருந்த இடத்தில் அவனைக் கண்டுபிடித்து அவன் சிரத்தைத் துண்டித்துக் கொண்டு வந்தீர்கள்..."

இதைக்கேட்ட ஆதித்த கரிகாலன், "தெரியும், ஐயா! தெரியும்! ஓடியவனைத் துரத்திய வீரப்புலி நான் என்றும், செத்துப் போன வீர பாண்டியனுடைய தலையை வெட்டிக் கொண்டு வந்தவனென்றும் நீங்கள் எல்லோரும் என்னைப் பரிகசித்துப் பேசுவது எனக்குத் தெரியும்; அந்தப் பழுவூர் மோகினிப் பேய் அத்தகைய வதந்திகளைக் கிளப்பி விட்டிருக்கிறாள் என்பதும் எனக்குத் தெரியும்!" என்று கூறிவிட்டுப் பயங்கரத் தொனியில் சிரித்தார்.

சம்புவரையருக்கு ஏன் இந்த வெறிகொண்ட இளவரசரிடம் பேச்சுக் கொடுத்தோம் என்று ஆகிவிட்டது.

"கோமகனே! நான் எது சொன்னாலும் தவறாகப் போய் விடுகிறது. தங்கள் உசிதம் எப்படியோ அப்படிச் செய்யுங்கள். நான் போய் வருகிறேன்."

"போய் வருவது சரிதான்; ஆனால் இந்தக் கோட்டையை விட்டுப் போகும் எண்ணத்தை மட்டும் விட்டு விடுங்கள். இந்த அரண்மனையில் நான்கு மாதங்களுக்கு முன்னால் நடந்த சதியாலோசனையைப் பற்றிய உண்மையை அறிந்து கொள்ளும் வரையில் நானும் இந்த இடத்தை விட்டுப் போகப் போவதில்லை; நீங்கள் போவதற்கும் விடப்போவதில்லை!" என்றார் ஆதித்த கரிகாலர்.

சம்புவரையரின் உதடுகள் துடித்தன. உடம்பு நடுங்கியது. அவருடைய கண்களில் கண்ணீர் ததும்பியது.

இந்த நிலையைப் பக்கத்தில் இருந்த பார்த்திபேந்திரன் பார்த்தான். "கோமகனே! சோழக் குலத்தவர் வீரத்திற்குப் புகழ் பெற்றது போலவே நீதிக்கும் பெயர் பெற்றவர்கள். இந்தப் பெரியவருக்குத் தாங்கள் நீதி செய்யவில்லை. தங்கள் வார்த்தைகளினால் அவருடைய மனத்தைப் புண்படுத்துகிறீர்கள். இங்கு நடந்த சிற்றரசர் கூட்டத்தைப் பற்றிச் சம்புவரையர் முன்னமே தக்க சமாதானம் சொல்லித் தாங்களும் ஒப்புக் கொண்டிருக்கிறீர்கள். தாங்கள் இராஜ்யம் வேண்டாம் என்று சொல்லிக் கொண்டிருப்பதாலும், தஞ்சாவூருக்குப் போகவே மறுப்பதாலும், சிற்றரசர்கள் சோழ ராஜ்யத்தின் நன்மையைக் கருதி அடுத்த பட்டத்துக்கு யார் என்பதைப் பற்றி யோசித்தார்கள். தாங்கள் ராஜ்ய பாரத்தை வகிக்க இசைந்தால், அவர்கள் ஏன் வேறு யோசனை செய்ய வேண்டும்? உலகமெல்லாம் வீரப்

புகழ் பரப்பிய ஆதித்த கரிகாலர் இருக்கும்போது, போர்க்களத்தையே பார்த்தறியாத மதுராந்தகத்தேவனைப் பற்றி இவர்கள் கனவிலும் கருதுவார்களா?..."

ஆதித்த கரிகாலர் குறுக்கிட்டு, "ஆமாம், ஆமாம்! நான் உயிரோடிருக்கும்போது இன்னொருவன் சோழ சிங்காதனம் ஏறுவது இயலாத காரியந்தான். அதற்காகத்தான் என்னை வேலை தீர்த்துவிடப் பார்க்கிறார்கள்!" என்று கூறிவிட்டு மறுபடியும் ஹா ஹா ஹாவென்று உரத்துச் சிரித்தார்.

"பார்த்திபேந்திரா! நீயும் இவர்களுடன் சேர்ந்து கொண்டதை நான் அறியவில்லையென்றா நினைத்தாய்? கந்தமாறனும் நீயும் அன்று நாம் வேட்டைக்குப் போனபோது என் பின்னாலேயே வேலைக் குறி பார்த்துக்கொண்டு வந்தது எனக்குத் தெரியாது என்றா நினைத்தாய்? என் உண்மை நண்பனாகிய இந்த வந்தியத்தேவன் மட்டும் தெய்வாதீனமாக இங்கு வந்து சேர்ந்திராவிட்டால் இதற்குள் என்னை யமனுலகத்துக்கு அனுப்பியிருக்க மாட்டீர்களா?" என்று சொன்னார்.

பார்த்திபேந்திரன் வந்தியத்தேவனைக் கண்ணாலேயே கொன்று விடுகிறவனைப்போல் பார்த்துவிட்டு, "ஐயா! இந்தப் பாதகன் ஏதேதோ சொல்லித் தங்கள் மனத்தைக் கெடுத்து விட்டான். தங்களுக்கு நான் மனத்தினாலும் துரோகம் எண்ணியதாக இவன் நிரூபித்துவிட்டால், இந்தக் கணமே..." என்றான்.

"அப்பனே! உன் மனத்தில் எண்ணிய துரோகத்தை யார் எப்படி நிரூபிக்க முடியும்? நான் கேட்கும் கேள்விக்குப் பதில் பேச்சைக் கேட்டு மயங்கித்தானே என்னை இங்கே அழைத்து வர இவ்வளவு பிரயத்தனம் செய்தீர்கள்? இதை இல்லையென்று நீ மறுக்க முடியுமா?"

"அதை மறுக்கவில்லை, இளவரசே! மறுக்க வேண்டிய அவசியமும் இல்லை. பழுவூர் ராணி மிக நல்ல நோக்கத்துடனே இந்தக் காரியத்தில் தலையிட்டிருக்கிறார் என்பதை நான் நிச்சயமாய் அறிவேன். தங்களை இங்கு தருவித்துக் கந்தமாறனுடைய சகோதரியைத் தங்களுக்கு மணம் புரிவித்துச் சோழ நாட்டில் எவ்வித உட்கலகமும் ஏற்படாமல் பார்த்துக் கொள்வதே அவருடைய நோக்கம். தங்களுடைய சிரஸில் சோழகுலத்து மணி மகுடத்தை அணிந்து பார்ப்பதைக் காட்டிலும் எங்களுக்கெல்லாம் மகிழ்ச்சி தரக்கூடியது வேறு ஒன்றுமில்லை. என்னை யாராவது குறை கூறினாலும் பொறுத்துக்கொள்வேன். பழுவூர் ராணியைப் பற்றி நிந்தை சொன்னால், அவனை அக்கணமே இந்த வாளுக்கிரையாக்குவேன்!" என்று பார்த்திபேந்திரன் வந்தியதேவனைப் பார்த்துக்கொண்டே கூறி, அதே சமயத்தில் வாளையும் உறையிலிருந்து உருவினான்.

"ஆகா என் வீர நண்பா! வாளை உறையிலே போட்டு வை! நல்ல சமயம் வரும்போது சொல்கிறேன். அப்போது வெளியில் எடுக்கலாம். வந்தியத்தேவன் பழுவூர் ராணியைப் பற்றி ஒன்றும் குறை கூறவில்லை. அவனும் உங்களைப் போலத்தான் மதி மயங்கி நிற்கிறான். உண்மையில், பழுவூர் இளையராணி என் உடன்பிறந்த சகோதரி என்று சத்தியம் செய்து கொண்டிருக்கிறான். அதைச் சொல்வதற்காகவே ஓடோடியும் வந்தான். உன் பேரில் அவன் வேறு குற்றம் சாட்டுகிறான். என் சகோதரனை நீ ஈழ நாட்டிலிருந்து உன் கப்பலில் அழைத்துக் கொண்டு வந்து வழியில் கடலில் தள்ளி மூழ்க அடித்துவிட்டாய் என்று அவன் சொல்கிறானே? அதற்கு உன் பதில் என்ன?" என்றார் ஆதித்த கரிகாலர்.

அந்தச் சமயத்தில், "நான் அதற்குப் பதில் சொல்கிறேன்!" என்று கூறிக் கொண்டே கந்தமாறன் அங்கு வந்தான்.

"கோமகனே! மிகச் சந்தோஷமான செய்தி கொண்டு வந்திருக்கிறேன். சின்ன இளவரசர் கடலில் முழுகிச் சாகவில்லை. பொன்னியின் செல்வர் நாகைப்பட்டினம் சூடாமணி விஹாரத்தில் இத்தனை நாளும் மறைந்து இருந்து வந்தாராம். புயல் அடித்துக் கடல் பொங்கி நாகைப்பட்டினம் நகரில் புகுந்த போது அவர் வெளிப்பட நேர்ந்ததாம். லட்சக்கணக்கான ஜனங்கள் புடை சூழ இப்போது தஞ்சாவூரை நோக்கிப் போய்க் கொண்டிருக்கிறாராம்!" என்று கந்தமாறன் குதூகலத்துடன் கூறினான்.

இந்தச் செய்தியினால் கரிகாலர் உற்சாகமடைவார் என்று, எதிர்பார்த்ததில் அவன் பெரும் ஏமாற்றமடைந்தான்.

கரிகாலருடைய குரோதம் இப்போது வேறு திசையில் திரும்பியது. "என்ன? என்ன? அருள்மொழி தஞ்சாவூரை நோக்கிப் போகிறானா? லட்சக்கணக்கான ஜனங்கள் புடை சூழப் போகிறானா? எதற்காக? வல்லவரையா? நீ என்ன சொன்னாய்? இப்போது நடப்பதென்ன? என்னுடைய கருத்தை அறிந்து கொள்ளும் வரையில் அருள்மொழி நாகைப்பட்டினத்திலேயே இருப்பான் என்று சொன்னாய் அல்லவா? இப்போது ஏன் தஞ்சாவூரை நோக்கிப் போகிறான்?..."

வந்தியத்தேவன் குறுக்கிட்டுப் பேசினான்:- "ஐயா! இளைய பிராட்டி அவ்வாறுதான் உறுதியாகக் கூறினார். அதற்குப் பின்னர் என்ன காரணம் நேர்ந்ததோ தெரியவில்லை. நான் வேணுமானால் போய்..."

"ஆகா! நீயும் போய்விடுகிறேன் என்கிறாயே? நல்லது நல்லது! எல்லாருமே என் விரோதிகள் ஆகிவிட்டீர்கள். உங்கள் சூழ்ச்சியெல்லாம் எனக்குத் தெரிகிறது. அருள்மொழி ஏன் தஞ்சாவூரை நோக்கிப் போகிறான் என்று எனக்குத் தெரியும். அது அந்தக் கொடும்பாளூர்ப் பெரிய வேளானின் சூழ்ச்சி. அவனுடைய தம்பி மகளை என் சகோதரன் கழுத்தில் கட்டி அவர்களைச் சோழ சிங்காதனத்தில் ஏற்றி வைக்க வேண்டுமென்பது அக்கிழவனுடைய விருப்பம். கொடும்பாளூர் வேளானும் தென்திசைப் படையுடன் தஞ்சையை நோக்கி வருவதாகக் கேள்விப்பட்டேன். என் சகோதரி இளையபிராட்டியும் இந்தச் சூழ்ச்சியில் ஈடுபட்டிருக்கிறாள். ஆமாம்; நீயும் கூடத்தான்..."

வந்தியத்தேவன், "இளவரசே! மன்னியுங்கள்! பொன்னியின் செல்வருக்காவது, இளையபிராட்டிக்காவது அத்தகைய எண்ணம் சிறிதும் கிடையாது. இது சத்தியம், நான் வேணுமானால், போய் உண்மையை அறிந்து வருகிறேன்!" என்றான்.

"ஆமாம், நீயும் போய் அவர்களுடைய சூழ்ச்சியில் கலந்து கொள்கிறேன் என்கிறாய்! கந்தமாறா! இவனை உடனே பிடித்து இந்த அரண்மனையில் சுரங்கச் சிறை ஏதாவது இருந்தால் அதில் அடைத்துவிடு!" என்றதும் கந்தமாறன் வெகு குதூகலத்துடன் வந்தியத்தேவனை அணுகினான்.

உடனே கரிகாலர் தமது கட்டளையை மாற்றிக்கொண்டு, "வேண்டாம்! வேண்டாம்! சோழர் குலத்தவர்கள் நீதி தவறாதவர்கள். குற்றம் நிச்சயமாகிறவரையில் தண்டிக்க மாட்டார்கள். வல்லவரையா! இனிமேல் இன்று முழுவதும் என் முகத்தில் விழிக்காதே! அதுதான் உனக்குத் தண்டனை! உன்னைத் தஞ்சைக்கு அனுப்புகிறேனா, சிறைக்கு அனுப்புகிறேனா? என்பதைப் பற்றி நாளைக்குச் சொல்கிறேன் போ! போ! இனி ஒரு கணமும் இங்கே நில்லாதே! போய்விடு" என்றார்.

கரிகாலருடைய முகத்தை அப்போது வந்தியத்தேவன் பார்த்தான். அவருடைய கடைக் கண்ணின் சமிக்ஞை "இதெல்லாம் விளையாட்டு!" என்று குறிப்பிடுவதுபோல் தோன்றியது. ஆயினும் உன்மத்தம் கொண்டிருந்த இளவரசர் பக்கத்தில் இல்லாமலிருப்பதே நல்லது என்று ஒரு நொடியில் தீர்மானித்துக்கொண்டு வந்தியத்தேவன், "ஐயா, தங்கள் சித்தம் என் பாக்கியம்!" என்று சொல்லிவிட்டு வெளியேறினான்.

பின்னர் அன்று பிற்பகலில் இளவரசரின் கட்டளையின் பேரில் சம்புவரையரும், பார்த்திபேந்திரனும் திருக்கோவலூர்க் கிழாரை எதிர்கொண்டு அழைத்து வருவதற்காகப் போனார்கள் என்று வல்லவரையன் வந்தியத்தேவன் தெரிந்து கொண்டான்.

இளவரசரும், கந்தமாறனும் நெடுநேரம் அந்தரங்கமாக வார்த்தையாடிக் கொண்டிருந்ததையும் அறிந்தான்.

இந்தச் சம்பவங்களெல்லாம் வந்தியத்தேவனுக்கு மிக்க மனச்சோர்வை உண்டாக்கியிருந்தன. மறுநாள் காலையில் இளவரசர் தனக்கு என்ன கட்டளை பிறப்பிப்பார்?

தஞ்சாவூருக்குப் போகும்படி பணிப்பாரா? வழியில் பழையாறைக்குப் போகும் படியும் சொல்வாரா? சொன்னால் எவ்வளவு நன்றாயிருக்கும்? இந்தக் கடம்பூர் மாளிகை வாழ்வு அவனுக்குப் பிடிக்கவே இல்லை. இங்கே யாரும் உற்சாகமாக இருப்பதில்லை. இங்கே உள்ளவர்கள் எல்லாரும் எப்போதும் எதையோ பறி கொடுத்தவர்களைப் போலிருக்கிறார்கள். அஸ்தமித்து விட்டால் இந்த மாளிகை, மனிதர்கள் வாழும் மாளிகையாகவே தோன்றவில்லை. பேய் பிசாசுகள் குடி கொண்டிருக்கும் பாழடைந்த மாளிகையாகத் தோன்றுகிறது. இங்கேயிருந்து எப்போது, எப்படிக் கிளம்பப் போகிறோம்?...

இப்படி வந்தியத்தேவன் எண்ணமிட்டபோது ஒரு பெண்ணின் குரல், "ஐயோ பிசாசு!" என்று அலறியது அவன் காதில் விழுந்தது.

34. "போய் விடுங்கள்!"

"ஐயோ! பிசாசு!" என்ற பீதி நிறைந்த குரல் வந்த திசையை நோக்கி வந்தியத்தேவன் விரைந்து ஓடினான். ஓடும்போதே அவன் உள்ளத்தில், "இது மணிமேகலையின் குரல் அல்லவா? இவள் எதற்காக இந்நேரத்தில் இங்கு வந்தாள்? எதைப் பார்த்துவிட்டு இப்படி அலறினாள்? பிசாசு என்பது ஒன்று இருக்க முடியாது. பின் என்னவாயிருக்கும்? குரலில் உண்மையான பயம் தொனித்ததே? அவளை இப்போது நாம் அணுகிச் செல்வதிலிருந்து ஏதாவது தொல்லை ஏற்படுமோ? அவளுடைய தமையனோ நம்மைக் கடித்துத் தின்று விட வேண்டுமென்றிருக்கிறான். ஆதித்த கரிகாலர் வெறி கொண்டிருக்கிறார். பழுவூர் ராணி மனத்தில் என்ன வஞ்சம் வைத்திருக்கிறாளோ, ஒன்றும் தெரியவில்லை! என்ற எண்ணங்கள் துரிதமாகத் தோன்றி மறைந்தன. இப்படி உள்ளத்தில் கலக்கம் இருந்தபடியால் அவன் கவனக் குறைவு அடைந்திருந்தான். திடீரென்று ஒரு பன்னீர் மரத்தின் வேர் தடுக்கித் தரையில் விழுந்தான். மேல் துணியின் தலைப்பு, பக்கத்திலிருந்த பூம்புதரில் சிக்கிக் கொண்டது. விழுந்தவன் சமாளித்து எழுந்து உட்கார்ந்து அங்கவஸ்திரத்தை மெல்ல எடுக்க முயன்றான். எத்தனையோ பகைவர்களும் சதிகாரர்களும் செய்ய முடியாத காரியத்தை இந்தச் சிறிய மரத்தின் வேர் செய்துவிட்டதே! நம்மைக் கீழே தள்ளி விட்டதே! இது ஏதேனும் அபசகுனத்துக்கு அறிகுறியோ?

அல்லது நம்மை ஆபத்துக்கு உள்ளாக்காமல் இந்த மரவேர் தடுத்து ஆட்கொள்கிறதோ என்று எண்ணி வந்தியத்தேவன் தனக்குத்தானே புன்னகை புரிந்து கொண்டான்.

அச்சமயம், "அம்மா! அம்மா! எங்கே இருக்கிறீர்கள்?" என்ற குரல் கேட்டது. அது சந்திரமதியின் குரல்.

"இங்கேதானடி இருக்கிறேன். அல்லிக் குளத்தின் அருகில் இருக்கிறேன்! சீக்கிரம் வா!" என்றது மணிமேகலையின் குரல்.

காலடிச் சத்தங்கள் கேட்டன. காலில் அணியும் நூபுரங்களின் இனிய ஒலிகளும் கேட்டன.

அல்லிக் குளம் என்று மணிமேகலை கூறியது அந்தப் பூங்காவனத்தின் மத்தியில் செய்குன்றத்தின் அருகில் இருந்த சிறிய பளிங்குக்கல் தடாகத்தைத்தான். அந்தக் குளம் அல்லிப் பூவின் வடிவத்தில் அமைக்கப்பட்டிருந்தது. அதில் சில அல்லிக் கொடிகளும் செங்கழுநீர்க் கொடிகளும் இருந்தன. அச்சமயம் சில மலர்களும் இருந்தன. இந்த அல்லிக் குளத்தை முன்னமே வந்தியத்தேவன் பார்த்திருந்தான். அதன் அருகிலே தான் அவனும் விழுந்திருக்க வேண்டும்! நல்லவேளையாக, அப்பெண்கள் இருவரும் அவனைக் கவனிக்கவில்லை. பகல்வேளையாக இருந்து அவர்கள் அவன் விழுந்ததைப் பார்த்திருந்தால் கலகலவென்று சிரித்து அவனுடைய மானம் போகும்படி செய்திருப்பார்கள். இப்போது

மணிமேகலையின் துணைக்குச் சந்திரமதி வந்து விட்டபடியால், அந்தப் பெண்களுக்குத் தெரியாமலேயே அவன் அங்கிருந்து நழுவிப் போய் விடலாம்.

இதற்கிடையில் அந்தப் பெண்களின் பேச்சு அவன் காதில் விழுந்தது.

"அம்மா! எதைக் கண்டு பயந்தீர்கள்? ஏன் அப்படிக் கூச்சலிட்டீர்கள்?" என்றாள் சந்திரமதி.

"அடியே! அந்த மதில் சுவரைப் பாரடி! அதன் மேலே ஏதோ தெரிந்தது. தலையில் சடையும், முகத்தில் தாடியும் மீசையுமாக ஓர் உருவம் தெரிந்தது. அதன் கழுத்தில் – சொல்லப் பயமாயிருக்கிறதடி!– மண்டை ஓட்டு மாலை ஒன்று அணிந்திருந்தது! நான் கூச்சலிட்டதும் அது மறைந்து விட்டது!" என்றாள் மணிமேகலை.

"நன்றாயிருக்கிறது, இளவரசி! தங்களுடைய மனப் பிராந்திதான் அது! பேயும் இல்லை, பிசாசும் இல்லை! இவ்வளவு உயரமான மதில் சுவரின் மேல் யாரும் வந்து உட்கார்ந்திருக்கவும் முடியாது" என்றாள் சந்திரமதி.

"இல்லையடி! என் மனப் பிராந்தியில் அப்படிப் பேய் பிசாசு ஒன்றும் தோன்றுவது வழக்கமில்லை..."

"ஆமாம்! மனிதனையொத்த வடிவழகரின் முகந்தான் உங்கள் கனவிலும் நனவிலும் தோன்றுவது வழக்கம்!"

"சீச்சீ! இப்போதுகூட உனக்கு விளையாட்டா?"

"பின் எப்போது விளையாடுவது? முன்மாலை நேரத்தில் பூங்காவனத்தில் அல்லிக் குளத்தினருகே வந்து காத்திருக்கிறீர்கள். முல்லை மலர்களின் மணம் கம்மென்று வீசுகிறது... ஆனால், பாவம், என்ன செய்கிறது? தாங்கள் வல்லத்து இளவரசரை எதிர்பார்த்துக் கொண்டிருக்க, மீசையும் தாடியும் உள்ள பிசாசு வந்து சேருகிறது!"

"போதும் போதாதற்கு நீயும் வந்து சேருகிறாய்!"

"என்னைப் பார்த்துவிட்டுத்தான் அந்தப் பிசாசு பயந்து ஓடிவிட்டதோ, என்னமோ? கடம்பூர் அரண்மனைப் பணிப் பெண் சந்திரமதியைக் கண்டால் பேய் பிசாசுகள், பூதங்கள், வேதாளங்கள் எல்லாம் பயந்து ஓடும் என்பது உலகப் பிரசித்தியாயிற்றே!"

"சந்திரமதி உன் வேடிக்கைப் பேச்செல்லாம் இப்போது வேண்டாம். உண்மையாகவே நான் மதில் சுவரின் மேல் கோரமான ஓர் உருவத்தைப் பார்த்தேன். நீ நம்பாவிட்டால் வேண்டாம்! நீ போன காரியம் என்ன ஆயிற்று என்று சொல்லு!"

"போன காரியம் பலிக்கவில்லை, இளவரசி!"

"ஏன்? ஏன்?"

"காஞ்சி இளவரசரும், கடம்பூர் இளவரசருந்தான் அங்கே கூடிக் கூடிப் பேசிக் கொண்டிருக்கிறார்கள். வல்லத்து இளவரசரைக் காணவே காணோம்."

"ஒரு வேளை அவரையும் எங்கேயாவது அனுப்பி வைத்து விட்டார்களா, என்ன?"

"அப்படியும் தெரியவில்லை. தங்கள் தந்தையும் பல்லவருந்தான் மலையமான் அரசரை எதிர்கொள்ளப் போயிருக்கிறார்கள். இடும்பன்காரியைக் கேட்டேன். இன்று சாயங்காலம் கரிகாலர், வல்லத்தரசர் மீது ஏதோ எரிந்து விழுந்தாராம்!..."

"அவருக்குப் பைத்தியந்தான் பிடித்திருக்கிறது, எல்லார் பேரிலும் எரிந்து விழுகிறார், பிறகு?..."

"இன்றைக்கு இனிமேல் என் முகத்தில் விழிக்காதே! நாளைப் பொழுது விடிந்த பிறகு வா!' என்று சொல்லி அனுப்பி விட்டாராம்!"

"பின்னர் அவர் எங்கே போயிருப்பார்?" என்றாள் மணிமேகலை.

"இந்த மாளிகை மதில் சுவருக்குள்ளேதான் எங்கேயாவது அலைந்து கொண்டிருக்க வேண்டும். அதனால்தான் சொன்னேன்; ஒருவேளை அவரே பிசாசு போல் வேஷம்

போட்டுக் கொண்டு தங்களைப் பயமுறுத்தினாரோ என்று."

"இல்லை; இந்த அரண்மனையில் வேஷக்காரர்கள் பலர் இருப்பது எனக்குத் தெரியும். ஆனால் அவர் வேஷம் போட்டு ஏமாற்றுகிறவர் அல்ல..."

"இப்படித்தான் நம்மைப் போன்ற அபலைப் பெண்கள் புருஷர்களை நம்பி ஏமாந்து போவது வழக்கம்."

"அப்படியேயிருக்கட்டும். நீ மறுபடியும் போய்த் தேடிப் பார்! அரண்மனை மதிலுக்குள்ளேதானே எங்கேயாவது இருக்க வேண்டும்? இடும்பன் காரியையும் தேடிப் பார்க்கச் சொல்லு!"

"இளவரசி! அந்த இடும்பன்காரியைக் கண்டால் எனக்குப் பிடிக்கவேயில்லை, விழித்து விழித்துப் பார்க்கிறான். அவனிடம் எனக்குப் பயமாகக்கூட இருக்கிறது..."

"பேய் பிசாசுக்குப் பயப்படாதவள் இடும்பன்காரிக்குப் பயப்படுகிறாயே? போனால் போகட்டும். அவனிடம் ஒன்றும் சொல்லமலிருப்பதே நல்லது. நீயே இன்னொரு தடவை போய்த் தேடிப் பார்த்துவிட்டு வா!"

"அதுவரையில்..."

"நான் இங்கேயே இருக்கிறேன்..."

"மறுபடியும் அந்தப் பிசாசு இங்கு வந்தால்?..."

"உன் பெயரைச் சொல்லி விரட்டியடித்து விடுகிறேன்!"

சந்திரமதி அங்கிருந்து போவதற்கு அறிகுறியான நூபுரத்தின் மெல்லிய ஒலி கேட்டது.

மேற்கூறிய சம்பாஷணையைக் கேட்டுக் கொண்டிருந்த வந்தியத்தேவனுடைய மனத்தில் பற்பல எண்ணங்கள் தோன்றின. சுவரின் மேலிருந்து எட்டிப் பார்த்த 'பிசாசு' யாராயிருக்கும் என்று யோசித்தான். ஆழ்வார்க்கடியான் காளாமுகனுடைய வேடம் தரித்து வந்து தன்னைக் காப்பாற்றியது அவன் நினைவுக்கு வந்தது. ஒரு வேளை அந்த வீர வைஷ்ணவனாகவே இருக்குமோ? தஞ்சாவூரிலிருந்து தனக்கு ஏதேனும் முக்கியமான செய்தியுடன் வந்திருக்கிறானோ? இங்குள்ளவர்களுக்கு அடையாளம் தெரியாமலிருக்க அப்படி வேஷம் தரித்து வந்திருக்கிறானோ?

மணிமேகலை தன்னைப் பார்க்க இவ்வளவு ஆவல் கொண்டிருப்பதின் காரணம் என்ன? எதற்காகத் தோழியை அனுப்பித் தேடி அழைத்துக்கொண்டு வரச் சொல்கிறாள்? அவன் விஷயத்தில் மணிமேகலையின் மனோ நிலை அவனுக்கு ஒருவாறு தெரிந்திருந்தது. அதனாலேயே அவள் அருகில் அதிகமாக நெருங்காமலிருந்து வந்தான். கந்தமாறனுடைய பகைமையை இன்னும் தூண்டிவிடாமலிருக்கவும் விரும்பினான். ஆயினும், இப்போது நந்தவனத்தில் வந்து தனிமையாக உட்கார்ந்துகொண்டு அவனை அழைத்து வரச் சொல்லியிருக்கிறாள். ஏதோ முக்கியமான காரியம் இல்லாவிட்டால் இவ்வளவு துணிச்சலான காரியத்தில் இறங்கியிருக்க மாட்டாள். பாவம்! அவளுக்கும் ஏதாவது சங்கடம் நேர்ந்திருக்கிறதோ, என்னமோ? அல்லது நந்தினி அவளிடம் ஏதாவது செய்தி சொல்லி அனுப்பியிருக்கலாம். கடவுளே! இங்கே, இந்தக் கடம்பூர் அரண்மனையில் உள்ளவர்கள் ஒவ்வொருவரும் மனத்தில் ஏதோ ஒன்றை மறைத்து வைத்துக் கொண்டிருக்கிறார்கள். சற்று முன்னால் மணிமேகலை கூறியது ரொம்ப உண்மை. எல்லாருமே வஞ்சக வேஷதாரிகள். இவர்களுக்கு மத்தியில் இந்தப் பேதைப் பெண் அகப்பட்டுக் கொண்டு திண்டாடுகிறாள். பழுவூர் ராணி இந்தப் பெண்ணை எந்தத் தீய காரியத்துக்குப் பயன்படுத்தத் திட்டமிட்டிருக்கிறார்களோ, தெரியவில்லை. ஆம்; மணிமேகலையின் மனத்தில் ஏதோ சந்தேகம் தோன்றியிருக்கவேண்டும். ஏதோ ஓர் அபாயத்தை அவள் எதிர்பார்த்திருக்கவேண்டும். ஆகையினாலேயே அவள் தன்னுடைய உதவியை நாடுகிறாள்.

அந்தக் கள்ளங்கபடமற்ற பேதைப் பெண் முன்னொரு சமயம் தனக்குச் செய்த உதவியை வந்தியத்தேவன் நினைத்துப் பார்த்துக்கொண்டான். அவளுக்கு உண்மையாகவே ஏதேனும் துன்பம் நேர்ந்திருந்து தன்னுடைய உதவியைக் கோருவதாயிருந்தால், அதை மறுப்பது நன்றி கொன்ற பாதகம். எப்படியிருந்தாலும் உண்மையைத் தெரிந்து கொள்ளுவதற்கு இது ஒரு நல்ல சந்தர்ப்பம். சந்திரமதி போய்விட்டாள்; மணிமேகலை தனியாக இருக்கிறாள். யார் கண்டது? அவளுடைய உதவி அவனுக்கு மறுபடியும் தேவையாயிருக்கக் கூடும். அவளுடைய சகாயத்தினால் இந்தச் சூழ்ச்சி குடிகொண்ட அரண்மனையை விட்டுப்போக முடிந்தால்கூட நல்லதுதான். எதற்கும் அவளிடம் இச்சமயம் போய்க் கேட்டு உண்மையைத் தெரிந்து கொள்ளலாம்.

அல்லிக் குளத்தின் கரையிலிருந்த பளிங்குக்கல் மேடையில் மணிமேகலை உட்கார்ந்திருந்தாள். மேகங்கள் சூழ்ந்திருந்த வானத்தில் ஆங்காங்கு சில நட்சத்திரங்கள் சுடர் விட்டு ஒளிர்ந்தது போல் அல்லிக் குளத்திலும் அடர்த்தியாகப் படர்ந்திருந்த இலைகளுக்கு மத்தியில் மலர்கள் தலை தூக்கி நின்றன. சுற்றிலும் சூழ்ந்திருந்த இருளில், இரவில் பூக்கும் அம்மலர்களின் வெண்மை நிறம் நன்கு எடுத்துக் காட்டப்பட்டது. அல்லிக் குளத்துக்கு அப்பால் முல்லைப் புதர்களில் பாதி மலர்ந்த பூக்களும் மொட்டுக்களும் நீல நிற விதானத்தில் முத்துக்களைப் பதித்ததுபோல் காட்சி தந்தன.

இதைப் பார்த்துக் கொண்டிருந்த மணிமேகலை தனக்குப் பின்னால் காலடிச் சத்தம் கேட்டுத் திடுக்கிட்டுத் திரும்பிப் பார்த்தாள். மிகச் சமீபத்தில் வந்திருந்த உருவத்தைக் கண்டு அவசரமாக எழுந்தபோது கால் தடுமாறிப் பின்னாலிருந்த குளத்தில் விழப் போனாள்.

"ராஜகுமாரி! நான்தான்!" என்று கூறிக் கொண்டே வந்தியத்தேவன் மணிமேகலையைத் தாங்கிப் பிடித்துக் கொண்டான்.

மணிமேகலையின் உடல் சிலிர்த்தது. இயற்கையாக ஏற்பட்ட கூச்சத்தினால் அவனுடைய கரங்களைப் பற்றி அப்பால் தள்ளிவிட்டுத் தன்னை விடுவித்துக் கொள்ளப் பார்த்தாள். ஆனால் அதற்கு வேண்டிய பலம் அப்போது அவளுடைய கரங்களில் இல்லை!

அந்த முயற்சியில் மறுபடியும் பின்னாலேதான் சாயும்படி நேர்ந்தது.

வந்தியத்தேவன் இன்னும் கெட்டியாக அவளைப் பிடித்துத் தாங்கி முன் பக்கமாகக் கொண்டு வந்தான்.

மணிமேகலை ஒரு பெருமுயற்சி செய்து தன்னைச் சுதாரித்துக் கொண்டு, "விடுங்கள்! என்னைத் தொடாதீர்கள்!" என்று கோபக்குரலில் கூறினாள்.

வந்தியத்தேவன் அவளை விட்டு விட்டு, "ராஜகுமாரி! மன்னிக்க வேண்டும்!" என்றான்.

மணிமேகலை இன்னமும் பட படப்பு நீங்காத தழுதழுத்த குரலில், "தங்களை நான் எதற்காக மன்னிக்க வேண்டும்?" என்று கேட்டாள்.

"திடீரென்று வந்து தங்களைத் திடுக்கிடச் செய்ததற்காகத்தான்!"

"வந்ததுதான் வந்தீர்கள்! எதற்காக என்னைத் தொட்டுப் பிடித்துக்கொள்ளவேண்டும்?" என்று மணிமேகலை கேட்ட குரலில், அவள் தன்னை நன்றாகச் சுதாரித்துக் கொண்டு விட்டாள் என்பது வெளியாயிற்று.

"தாங்கள் குளத்தில் விழாமல் பிடித்துக் கொண்டேன்!"

"அழகாயிருக்கிறது! அன்று ஏரியில் விழுந்து நான் முழுகித் தத்தளித்தபோது இவ்வளவு பரிவு காட்டவில்லையே? இந்த முழங்கால் அளவு தண்ணீர் உள்ள குளத்தில் நான் விழாமல் காப்பாற்றுவதற்கு வந்து விட்டீர்களே?"

"அது என் குற்றந்தான்!"

"நீங்கள் ஒரு குற்றமும் செய்யவில்லை; குற்றமெல்லாம் என்னுடையது."

"அது எப்படி? தாங்கள் குற்றம் எதுவும் செய்யவில்லை. என் பேரில் ஏதோ கோபத்தினால் இவ்விதமாகச் சொல்லுகிறீர்கள்!"

"முன்னொரு நாள் தாங்கள் வேட்டை மண்டபத்துக் குள்ளிருந்து திடீரென்று நான் இருந்த அறையில் புகுந்தீர்கள். அன்றைக்கும் என்னைத் திடுக்கிட வைத்தீர்கள். அப்போதே நான் கூக்குரலிட்டுத் தங்களை என் தந்தையிடம் பிடித்துக் கொடுத்திருக்க வேண்டும்!"

"அன்றைக்கு என்னைப் பெரும் அபாயத்திலிருந்து காப்பாற்றினீர்கள். அதை என்றைக்கும் நான் மறக்க மாட்டேன்."

"அதற்குப் பதில் தாங்கள் நன்றி செலுத்திய விதத்தை நானும் மறக்கமாட்டேன். நன்றிகெட்டவர்களிலே தங்களைப் போல நான் பார்த்ததே இல்லை..."

"இளவரசி! இது பெரிய அபாண்டம்! எந்த விதத்தில் நான் நன்றி கெட்டவன்? சொல்லுங்கள்!"

"தங்களை யாரோ கொலைகாரர்கள் துரத்தி வருவதாகப் பொய் சொன்னீர்கள். நான் வேட்டை மண்டபத்துக்குப் போய்ப் பார்த்துவிட்டு வருவதற்குள் என்னிடம் சொல்லிக் கொள்ளாமலே திருடனைப் போல் ஓடி விட்டீர்கள்!"

"திருடனைப் போல் ஓடி விட்டேன் என்றா சொன்னீர்கள்?"

"திருடனைப் போல் என்று கூறியது தவறு; திருடனே தான்!"

"இளவரசி அன்று நான் எவ்வளவு இக்கட்டான நிலைமையிலிருந்தேன் என்பது தங்களுக்குத் தெரியாது..."

"தெரியாதவர்களுக்குத் தாங்கள் தெரியப்படுத்தியிருக்கலாமே? யார் வேண்டாம் என்று தடுத்தார்கள்?"

"தங்கள் தோழி சந்திரமதிதான். தாங்கள் வேட்டை மண்டபத்துக்குள் சென்றதும் சந்திரமதி இன்னொரு வாசல் வழியாக வந்துவிட்டாள். அவள் கண்களில் படாமல் இருப்பதற்காக யாழ்க் களஞ்சியத்தில் மறைந்து கொண்டேன்."

"பிறகு அங்கிருந்து மாயமாய் மறைந்து போய் விட்டீர்கள்!"

"இல்லை; மச்சுப்படி ஏறி, மாடங்களையெல்லாம் தாண்டி, மதில் சுவர் மேலும் ஏறிக் குதித்துத்தான் போனேன். இளவரசி! அன்று என்னை யாராவது கண்டுபிடித்திருந்தால், நான் ஏற்றுக் கொண்டிருந்த காரியமும் கெட்டிருக்கும்; தங்களுக்கும் வசைச் சொல் ஏற்பட்டிருக்கும்..."

"இந்தப் பேதைப் பெண்ணைப் பற்றித் தங்களுக்கு எவ்வளவு கவலை?"

"உண்மையாகவே கவலைதான்!"

"அப்படியானால், இங்கே தாங்கள் திரும்பி வந்து இத்தனை நாள் ஆயிற்றே? சொல்லாமல் ஓடிப்போன காரணத்தைச் சொல்லியிருக்கலாமே?..."

"அதற்குச் சந்தர்ப்பத்தைதான் எதிர்பார்த்துக் கொண்டிருந்தேன்..."

"ஏன் ஐயா, வெறும் வார்த்தை? நான் இருக்கும் திக்கையே தாங்கள் திரும்பிப் பார்ப்பது கிடையாதே?"

"சகோதரி!..."

"நான் தங்கள் சகோதரி அல்ல!"

"தாங்கள் என் சிநேகிதன் கந்தமாறனுடைய சகோதரி; ஆகையால் எனக்கும் சகோதரி."

"கந்தமாறன் என்னுடைய சகோதரன் அல்ல; தங்களுக்கு அவன் சிநேகிதனும் அல்ல. நம் இருவருக்கும் அவன் கொடிய பகைவன்..."

"இளவரசி! அதுதான் தங்களுக்குத் தெரிந்திருக்கிறதே! சில நாள் முன் வரையில் கந்தமாறன் என் உயிருக்குயிரான நண்பனாக இருந்தான். இப்போது அடியோடு மாறிப்

போயிருக்கிறான். பார்த்திபேந்திரன் எப்போது என் தலைக்கு உலை வைக்கலாம் என்று பார்த்துக் கொண்டிருக்கிறான். ஆதித்த கரிகாலரோ நிமிஷத்துக்கு நிமிஷம் மாறுகிறார். இந்த நிமிஷம் அன்பாகப் பேசுகிறார்; அடுத்த நிமிஷம் எரிந்து விழுகிறார். எப்போது என்ன ஆபத்து வருமோ என்று எதிர்பார்த்துக் காலங்கழிக்கிறேன். இந்த நிலைமையில் என்னுடைய நன்றியைச் செலுத்துவதற்காகத் தங்களை நான் தேடிவந்தால்.."

"ஐயா! தங்களைக் காப்பாற்றிக் கொள்வதில் தாங்கள் இவ்வளவு ஊக்கமாயிருப்பது பற்றி நான் மிக்க மகிழ்ச்சி அடைகிறேன்...!"

"இளவரசி என்னைப் பற்றி நான் கவலைப்படவில்லை. என் உயிரைப் பற்றியும் கவலைப்படவில்லை. தங்களுக்கு என்னால் தீங்கு எதுவும் நேராமலிருக்க வேண்டும் என்று தான் கவலைப்பட்டுக் கொண்டிருக்கிறேன்."

"கவலைப்பட்டு உருகிக் கொண்டே இருக்கிறீர்கள். ஆண் மக்கள் எல்லாருமே வஞ்சகர்கள் என்று சந்திரமதி சொல்லுவாள். அது உண்மை என்று இப்போதுதான் நிச்சயமாகிறது."

"யார் என்ன சொன்னாலும் சரிதான். என் உயிர் உள்ள வரையில் தங்களை நான் மறக்கமாட்டேன்! தாங்கள் எனக்குச் செய்த உதவியையும் மறக்கமாட்டேன்!"

மணிமேகலை சிறிது சிந்தனையில் ஆழ்ந்திருந்து விட்டு, "ஐயா இப்போது தாங்கள் சொன்னதை இன்னொரு தடவை சொல்லுங்கள்?" என்றாள்.

"ஆயிரம் தடவை வேண்டுமானாலும் சொல்கிறேன். என் உயிர் உள்ளவரையில் தாங்கள் செய்த உதவியை மறக்கமாட்டேன்!" என்று வந்தியத்தேவன் உறுதியுடன் கூறினான்.

"ஆயிரம் தடவை சொன்னால் மட்டும் என்ன பயன்? அதை நிறைவேற்ற முயற்சி எடுக்க வேண்டும் அல்லவா?"

"எந்த விதத்தில் முயற்சி எடுப்பது? சொல்லுங்கள் இளவரசி!"

"தங்கள் உயிர் உள்ள வரையிலேதான் எனக்கு நன்றி செலுத்துவீர்கள்? ஆகையால் தங்கள் உயிரை முதலில் காப்பாற்றிக் கொள்ள வேண்டும். தங்களுக்காக இல்லாவிட்டாலும், எனக்காகக் காப்பாற்றிக் கொள்ளுங்கள்!"

"இளவரசி! இது என்ன?..."

"ஐயா! உண்மையைச் சொல்லுங்கள்! சற்று முன்னால் நானும் என் தோழியும் பேசிக் கொண்டிருந்ததைத் தாங்கள் கேட்டுக் கொண்டிருந்தீர்களா?"

"மன்னிக்க வேண்டும், இளவரசி! 'ஐயோ பிசாசு!' என்று தாங்கள் கூவியதைக் கேட்டு ஓடிவந்தேன். அதற்குள் தங்கள் தோழி சந்திரமதி வந்துவிட்டாள். உங்களுடைய பேச்சைக் கேட்கும்படி நேர்ந்துவிட்டது."

"தங்களை எப்படியாவது தேடிப்பிடித்து அழைத்து வரும்படி அவளை நான் அனுப்பியது தெரியும் அல்லவா?"

"காதில் விழுந்தது. அதனாலேதான் தங்களை அணுகி வந்தேன்..."

"இல்லாவிடில் என் அருகிலும் வந்திருக்க மாட்டீர்கள். அடடா என்ன கரிசனம்? போனால் போகட்டும். தாங்கள் எவ்வளவு கல் நெஞ்சராயிருந்தாலும் என் மனம் கேட்கவில்லை. தங்களுக்கு ஆபத்து என்றால் நான் பொறுத்துக் கொண்டிருக்க முடியவில்லை."

"இளவரசி! என்னுடைய ஆபத்தான நிலைமை எனக்குத் தெரிந்தேயிருக்கிறது. எனக்குத் தெரியாத புதிய ஆபத்து ஏதேனும் வரப்போகிறதா?"

"ஐயா! இந்த அரண்மனையை விட்டுத் தாங்கள் உடனே போய்விடுங்கள்!"

"என்னைப் புறங்காட்டி ஓடச் சொல்கிறீர்களா?"

"போர்க்களத்தில் புறங்காட்டி ஓடக் கூடாது. சதிகாரர்களிடமிருந்து தப்பிச் செல்வதில் குற்றம் என்ன?"

"யார் சதிகாரர்கள்?"

"வேறு யார்? கந்தமாறனும் பார்த்திபேந்திரனுந்தான்."

"அவர்களுக்குப் பயந்து நான் இந்த அரண்மனையை விட்டு ஓட முடியாது."

"என் தமையனால் தங்களுக்குத் தீங்கு நேர்வதை அறிந்து, நான் அதைச் சகித்துக் கொண்டிருக்க முடியாது."

"இளவரசி! கந்தமாறனுடைய காரியங்களுக்குத் தாங்கள் எப்படிப் பொறுப்பு ஆவீர்கள்?"

"என் காரணமாகவே அவனும் பார்த்திபேந்திரனும் தங்களுக்குத் தீங்கு இழைக்கப் பார்க்கிறார்கள்."

"தங்களுக்காக நான் துன்பம் அடைந்தால் அது என் பாக்கியம். தாங்கள் செய்த உதவிக்குப் பிரதி செய்ததாக எண்ணிக் கொள்வேன்..."

"நந்தனி தேவி கூறியது சரிதான்!"

"ஆகா! பழுவூர் ராணி தங்களிடம் என்ன கூறினாள்!"

"உங்களிடம் உயிரைக் காப்பாற்றிக் கொள்ளும்படிச் சொன்னால், கேட்கமாட்டீர்கள். வேறு யுக்தி செய்ய வேண்டும் என்றார். ஐயா! தயவுசெய்து தாங்கள் என்னுடன் வாருங்கள். பழுவூர் ராணி தங்களை ஏதோ ஓர் அவசர காரியமாகப் பார்க்க வேண்டுமாம்."

"அந்த அவசரமான காரியம் என்னவென்பது தங்களுக்குத் தெரியும் அல்லவா?"

"தெரியும்; பழுவேட்டரையர் கொள்ளிடத்தைத் தாண்டும் போது படகு கவிழ்ந்து போய்விட்டதாக ஒரு செய்தி வந்திருக்கிறது..."

"நானும் கேள்விப்பட்டேன்!"

"தாங்கள் உடனே போய் அதைப்பற்றிய உண்மையைத் தெரிந்துகொண்டு வரவேண்டுமாம். அவ்விதம் தங்களிடம் பழுவூர் ராணி நேரில் கேட்டுக் கொள்ளப் போகிறார்."

வந்தியத்தேவன் சிறிது யோசித்துவிட்டு, "இதையெல்லாம் என்னிடம் முன்னால் கூற வேண்டாம் என்று பழுவூர் ராணி எச்சரிக்கவில்லையா?" என்றான்.

"ஆமாம்!"

"பின் ஏன் இதைப்பற்றி என்னிடம் சொன்னீர்கள்?"

"என் மனம் குழம்பியிருப்பதுதான் காரணம். ஐயா! சில நாளைக்கு முன்னால் வரையில் நான் கள்ளங் கபடமறியாத பெண்ணாயிருந்தேன். யாரைப் பற்றியும் எந்தவிதமான சந்தேகமும் கொண்டதில்லை. யாரைப் பற்றியேனும் என் தோழிகள் குறை சொன்னாலும் நம்புவதில்லை. இப்போது எல்லாரையும் சந்தேகிக்கிறேன்; எல்லாவற்றையும் சந்தேகிக்கிறேன்."

"என் முகத்தில் விழித்த நேரத்தினால் ஏற்பட்ட விபரீதம் போலிருக்கிறது."

"ஒரு விதத்தில் அது உண்மைதான்! பழுவூர் இளையராணி தங்களை அழைத்து வரும்படி எனக்குச் சொல்லி அனுப்பினார். அவருடன் பேசும்போது ஒரு சந்தேகமும் தோன்றவில்லை. எல்லாம் சரியென்று தோன்றியது.... இப்பால் வந்ததும் அவர் பேரிலேயே சந்தேகம் ஏற்படுகிறது."

"என்ன சந்தேகம், இளவரசி? நந்தினிதேவியின் பேரில் தங்களுக்கு என்ன சந்தேகம்?"

"அவரும் சேர்ந்து தங்களுக்குத் தீங்கு செய்ய எண்ணுகிறாரோ என்றுதான்."

"இந்தச் சந்தேகம் ஏன் வந்தது? அவர் எனக்கு என்ன தீங்கு செய்யமுடியும்?"

"அதுவும் என்னால் சொல்ல முடியாது. ஆனால் அவருடைய பேச்சும் நடவடிக்கைகளும் யோசித்துப் பார்த்தால் சந்தேகம் உண்டாக்குகின்றன. அடிக்கடி ஒரு நீண்ட வாளைக் கையில் வைத்துக்கொண்டு ஏதேதோ பேசிக் கொண்டிருக்கிறார்."

"ஒரு பெண்ணின் கையில் உள்ள வாளைக் கண்டு நான் அஞ்சுவதில்லை. அதைக்காட்டிலும்..."

"முகத்திலுள்ள கண்களாகிற வாள்களுக்கு அஞ்சுவீர்கள். எல்லாரும் சொல்லும் கதைதான் இது. ஐயா! நந்தினி தேவியின் வாளுக்கு மட்டும் தங்களை நான் பயப்படச் சொல்லவில்லை. முதன் முதலில் தாங்கள் வேட்டை மண்டபத்திலிருந்து நான் இருந்த அறைக்குள் வந்ததை ஞாபகப்படுத்திக் கொள்ளுங்கள்..."

"நன்றாக ஞாபகம் இருக்கிறது..."

"கொலைகாரர்கள் சிலர் தங்களைத் தொடர்ந்து வந்ததாகச் சொன்னீர்கள். முதலில் அதை நான் நம்பவில்லை. பிறகு வேட்டை மண்டபத்துக்குள் போய்ப் பார்த்தேன். அங்குள்ள மிருகங்களுக்குப் பின்னால் சிலர் மறைந்திருப்பதாகத் தோன்றியது. அவர்கள் தங்களைக் கொல்ல வந்தவர்களா, அல்லது தங்களுடனேயே வந்தவர்களா என்று அப்போது என்னால் நிச்சயிக்க முடியவில்லை. அவர்களைப் பற்றிச் சொன்னால், தங்களைப் பற்றியும் சொல்ல வேண்டியதாகும் அல்லவா?"

"எனக்குத் தாங்கள் செய்த பேருதவி எவ்வளவு என்பதை இப்போதுதான் நன்கு உணர்ந்துகொள்கிறேன்."

"அதற்காக நான் அந்த விஷயத்தை இப்போது சொல்லவில்லை. சற்று முன்னால் நந்தினி தேவி தங்களை அழைத்து வரும்படி என்னை அனுப்பினார். உடனே, ஏதோ அவரிடம் கேட்பதற்காகத் திரும்பிப் போனேன். கதவைத் தாளிட்டுக் கொண்டிருந்தார். உள்ளே, வேட்டை மண்டபத்திலிருந்து பேச்சுக் குரல்கள் இலேசாகக் கேட்டன. ஐயா! என் சந்தேகத்தைத் தங்களுக்கு இப்போது சொல்லி விடுகிறேன். வேட்டை மண்டபத்தில் யாரோ ஆள்கள் வந்து ஒளிந்திருக்கிறார்கள் என்று தோன்றுகிறது. அவர்களுக்கும் பழுவூர் ராணிக்கும் ஏதோ சம்பந்தம் இருக்கவேண்டும் என்றும் சந்தேகிக்கிறேன்."

வந்தியத்தேவன் இப்போதுதான் நிலைமையின் முக்கியத்தை நன்கு உணர்ந்தான். இன்று ஏதோ விபரீத சம்பவம் நிகழப்போகிறது என்பதாக அவன் உள்ளுணர்ச்சி அவனுக்குச் சொல்லிக் கொண்டேயிருந்தது. மணிமேகலை கூறிய செய்திகள் அவன் உள்ளுணர்ச்சியை உறுதிப்படுத்தின.

"இளவரசி! எனக்குத் தாங்கள் ஓர் உதவி அவசியம் செய்ய வேண்டும்!"

"என்னவென்று சொல்லுங்கள்!"

"வேட்டை மண்டபத்துக்கு வெளியிலிருந்து சுரங்கப் பாதை மூலமாக வரும் வழி ஒன்றிருக்கிறது. இப்போது நந்தினி தேவி இருக்கும் அறை வழியாகப் போவதற்கும் ஒரு வாசல் இருக்கிறது. இவற்றைத் தவிர மூன்றாவது வழி ஒன்று இருக்கிறதல்லவா?"

"ஆமாம்; வேலைக்காரர்கள் போவதற்கென்று ஒரு வழி இருக்கிறது. அரண்மனைக்குப் புதிதாக வரும் விருந்தாளிகளை அந்த வழியாகத்தான் என் தந்தை அழைத்துப் போவது வழக்கம்..."

"இளவரசி! அந்த வழியாக என்னை இப்போதே வேட்டை மண்டபத்துக்கு அழைத்துப் போங்கள்!"

"எதற்காக?"

"அங்கே வந்து ஒளிந்திருப்பவர்கள் யார்? அவர்கள் என்ன நோக்கத்துடனே வந்திருக்கிறார்கள் என்று கண்டுபிடிப்பதற்குத் தான்..."

"தங்களை அபாயத்திலிருந்து தப்புவிக்க வந்தேன். அபாயத்துக்கே இட்டுச் செல்லும்படி கேட்கிறீர்கள்."

"என் இடையில் எப்போதும் கத்தி இருக்கிறது. இளவரசி! தெரியாமல் வரும் அபாயத்தைக் காட்டிலும் தெரிந்த அபாயத்தை எதிர்ப்பது எளிது. அபாயத்தை நாமே எதிர் கொண்டு போவது இன்னும் மேலானது."

"ஒரு நிபந்தனைக்குச் சம்மதித்தால் தங்களை வேட்டை மண்டபத்துக்கு அழைத்துப் போவேன்."

"அது என்ன?"

"நானும் தங்களுடன் வருவேன்; என் இடையிலும் ஒரு சிறிய கத்தி வைத்துக் கொண்டிருக்கிறேன்!" என்று மணிமேகலை தன்னுடைய கத்தியை எடுத்துக் காட்டினாள்.

வந்தியத்தேவன் அதற்குச் சம்மதம் கொடுத்தான்.

"அப்படியானால் சீக்கிரம் என்னைப் பின்தொடர்ந்து வாருங்கள். சந்திரமதி இங்கே என்னைத் தேடி வருவதற்குள் போய்விட வேண்டும்" என்றாள்.

நந்தவனத்தைக் கடந்து வந்தியத்தேவனை மணிமேகலை அழைத்துச் சென்றாள். பிறகு, மாளிகையின் ஓரமாகச் சுவர்களின் கரிய நிழல் அடர்ந்திருந்த இடங்களின் வழியாக அழைத்துச் சென்றாள். பிறகு மாளிகையில் புகுந்து ஜன சஞ்சாரம் இல்லாத தாழ்வாரங்கள், நடைபாதைகள் வழியாக அழைத்துச் சென்றாள். பின்னர், கதவு சாத்தப்பட்டிருந்த ஒரு வாசற்படியின் அருகில் வந்தாள். அங்கேயே வந்தியத்தேவனை நிற்கச் செய்துவிட்டு விரைந்து சென்று ஒரு கை விளக்கை எடுத்து வந்தாள். கதவைத் திறந்து உள்ளே விளக்கைத் தூக்கிக் காட்டியபோது வரிசையாகப் படிக்கட்டுக்கள் அமைந்த குறுகிய நடைபாதை காணப்பட்டது. இருவரும் அப்படிகளில் இறங்கிச் சென்றார்கள். சிறிது நேரம் சென்ற பிறகு முன்னால், சென்ற மணிமேகலை சட்டென்று நின்று, மெல்லிய குரலில், "நில்லுங்கள்! ஏதோ காலடிச் சத்தம் போலிருக்கிறது, தங்களுக்குக் கேட்கிறதா?" என்றாள்.

ೞ

35. குரங்குப் பிடி!

வந்தியத்தேவன் கவனமாகக் காது கொடுத்துக் கேட்டான். ஒரு நிமிட நேரம் காலடிச் சத்தம் கேட்பது போலிருந்தது. சட்டென்று அது நின்றது. மறுபடியும் கேட்டது. இப்போது அந்தச் சத்தம் பின்னோக்கிச் செல்வதுபோல் வரவரக் குறைந்தது.

"ஐயா! மேலே போகத்தான் வேண்டுமா? திரும்பிவிடுவது நல்லதல்லவா?" என்றாள் மணிமேகலை.

"இளவரசி! முன் வைத்த காலைப் பின் வைப்பது எனக்கு வழக்கமில்லை!" என்றான் வல்லவரையன்.

"பிடித்தால், குரங்குப் பிடிதான் என்று சொல்லுங்கள்!"

"முன்னொரு தடவை தங்கள் தோழி சந்திரமதி என்னைக் 'குரங்கு மூஞ்சி' என்று வர்ணித்தாள் அல்லவா? முகத்திற்கேற்பத்தானே பிடியும் இருக்கும்?"

இவ்விதம் சொல்லிக்கொண்டே வந்தியத்தேவன், இதுகாறும் மணிமேகலையின் பின்னால் வந்து கொண்டிருந்தவன், அவளைத் தாண்டிக்கொண்டு முன்னால் போக முயற்சித்தான். அதை மணிமேகலை தடுக்கப் பார்த்தாள்.

இருவரும் ஒருவரோடொருவர் மோதிக் கொண்டார்கள். மணிமேகலையின் கையிலிருந்த விளக்கு தடால் என்று விழுந்தது. இரண்டு மூன்று படிகள் தடதடவென்று உருண்டு சென்று அணைந்துவிட்டது.

பின்னர் அந்த மேடு பள்ளமான நடைபாதையில் காரிருள் சூழ்ந்தது.

"இளவரசி! இது என்ன இப்படிச் செய்தீர்கள்?" என்றான் வல்லவரையன்.

"தாங்கள் ஏன் என்னைத் தாண்டிக்கொண்டு முன்னால் போகப் பார்த்தீர்கள்?" என்றாள் மணிமேகலை.

"அபாயம் நேரும்போது முன்னால் பெண்களை விட்டுக் கொண்டு போகும் வழக்கம் எனக்கு இல்லை!" என்றான் வந்தியத்தேவன்.

"தங்களுக்கு எது எது வழக்கம், எது எது வழக்கமில்லை என்று ஒருமிக்க எனக்குத் தெரிவித்துவிட்டால் நலமாயிருக்கும். அதற்குத் தகுந்தபடி நானும் நடந்து கொள்வேன்."

"ஆகட்டும், அம்மணி! அவகாசம் கிடைக்கும்போது சொல்கிறேன்."

"இப்போது அவகாசம் இல்லாமல் என்ன? வாருங்கள், திரும்பி நந்தவனத்துக்குப் போகலாம். அங்கே சாவகாசமாக உட்கார்ந்துகொண்டு சொல்லுங்கள்."

"இருட்டில் வருவதற்குத் தங்களுக்குப் பயமாயிருந்தால் திரும்பிச் செல்லுங்கள்!..."

"தங்களைப் போன்ற வீரர் அருகில் இருக்கும்போது எனக்கு என்ன பயம்?"

"பின்னே வாருங்கள், போகலாம்! வழியில் நிற்பதில் என்ன பயன்?"

இவ்வாறு சொல்லிக் கொண்டே முன்னால் போகப் பார்த்த வந்தியத்தேவன் கால் தடுக்கி விழப் பார்த்தான். மணிமேகலை அவன் விழுந்துவிடாமல் தாங்கிப் பிடித்துக் கொண்டாள்.

"ஐயா! இந்த வழியில் மேடு பள்ளங்கள் அதிகம். படிகள் எங்கே, சமபாதை எங்கே என்று இருட்டில் கண்டுபிடிக்க முடியாது. நான் இந்த வழியில் எத்தனையோ தடவை போயிருக்கிறேன். படிகள், திருப்பங்கள் உள்ள இடமெல்லாம் நன்றாய்த் தெரியும். ஆகையால், தாங்கள் எவ்வளவு சூராதி சூரராக இருந்தபோதிலும், என் கையைப் பிடித்துக்கொண்டு பின்னால் வருவது நல்லது. இல்லாவிட்டால், வேட்டை மண்டபம் போய்ச் சேர மாட்டீர்கள். வழியில் கால் ஒடிந்து விழுந்து கிடப்பீர்கள்!" என்றாள் மணிமேகலை.

"இளவரசி! தங்கள் கட்டளைப்படியே நடந்து கொள்கிறேன், வந்தனம்!" என்றான் வந்தியத்தேவன்.

இருட்டில் மணிமேகலை வல்லவரையனுடைய ஒரு கரத்தைப் பற்றிக்கொண்டாள். வந்தியத்தேவனுடைய கரம் ஜில்லிட்டிருந்ததைத் தெரிந்துகொண்டாள். 'இவர் பகைவர்களுக்கு அஞ்சாதவர்; சதிகாரர்களுக்கும் பயப்படாதவர்; இந்தப் பேதைப் பெண்ணின் கையைப் பிடிப்பதற்கு இவ்விதம் ஏன் பயப்படுகிறார்?' என்று அவள் உள்ளம் எண்ணமிட்டது.

சிறிது தூரம் இருவரும் மௌனமாகச் சென்றார்கள். வந்தியத்தேவன் அடிக்கடி தடுமாறி விழப் பார்த்தான். ஒவ்வொரு தடவையும் அவன் விழுந்துவிடாமலிருக்கும் பொருட்டு மணிமேகலை அவனுடைய கையை இறுக்கிப் பிடித்துக்கொள்ள வேண்டி நேர்ந்தது.

"நரகத்துக்குப்போகும் வழி இப்படித்தான் இருள் அடர்ந்திருக்கும்!" என்று சொன்னான் வந்தியத்தேவன்.

"ஓகோ! தாங்கள் நரகத்துக்குப் போய்விட்டு வந்திருக்கிறீர்கள்?" என்று மணிமேகலை கேட்டாள்.

"நான் நரகத்துக்கும் போனதில்லை; சொர்க்கத்துக்கும் போனதில்லை, பெரியோர்கள் சொல்லியிருக்கிறார்கள்!"

"அவர்களுக்கு அவர்களுடைய பெரியோர்கள் சொல்லியிருப்பார்கள்!"

சில காலத்துக்கு முன்பு வரையில் நாலு பேருக்கு முன்னால் வருவதற்குக் கூடக் கூச்சப் பட்டுக்கொண்டிருந்த இந்தப் பெண், இவ்வளவு வாசாலகமுள்ளவள் ஆனது

எப்படி என்று வந்தியத்தேவன் சிந்தித்துப் பார்த்தான்.

"நரகத்துக்குப் போகும் வழிதான் இருட்டாயிருக்கும்; சொர்க்கத்துக்குப் போகும் வழி எப்படியிருக்குமாம்?" என்றாள் மணிமேகலை.

"ஓரே ஜோதி மயமாயிருக்குமாம்; கோடி சூரியப் பிரகாசமாயிருக்குமாம்!"

"அப்படியானால் நரகத்துக்குப் போகும் வழிதான் எனக்குப் பிடிக்கும்! ஒரு சூரியனே கண்ணைக் கூசப் பண்ணுகிறது. கோடி சூரியனுடைய வெளிச்சம் கண்ணைக் குருடாக்கி விடுமே!" என்றாள் மணிமேகலை.

"நரகத்துக்குப் போகும் வழியாகப் போனால் முடிவில் நரகத்துக்குத்தானே போய்ச் சேரும்படியிருக்கும்?" என்றான் வல்லவரையன்.

"தங்களைப்போன்ற வீர புருஷரைத் தொடர்ந்து போனால், நரகப்பாதை வழியாகச் சொர்க்கத்துக்குப் போனாலும் போகலாம்!" என்றாள் மணிமேகலை.

"தங்களைப்போன்ற இளவரசியின் கையைப் பிடித்துக் கொண்டு போனால், நரகமே சொர்க்கம் ஆகிவிடும்!" என்றான் வந்தியத்தேவன்.

உடனே உதட்டைக் கடித்துக்கொண்டு "இப்படிச் சொல்லி விட்டோமே? இந்தப் பெண் ஏதாவது தவறாக எண்ணிக் கொள்ளப் போகிறாளே?" என்று கவலை கொண்டான்.

"தங்களுடைய கரம் ஜில்லிட்டிருப்பதைப் பார்த்தால், தாங்கள் சொர்க்கத்துக்குப் போகிறவராக எண்ண இடமில்லை. கொலைக் களத்துக்குப் போகிறவரைப்போல் தங்கள் உடம்பு நடுங்குகிறது!" என்றாள் மணிமேகலை.

"இளவரசி! இந்த பிரயாணத்தின் முடிவில் எனக்குக் கொலைக்களந்தான் காத்திருக்கிறதோ, என்னமோ?"

"தாங்கள் தானே முன் வைத்த காலைப் பின் வைப்பதில்லை என்று பிடிவாதம் பிடிக்கிறீர்கள்? வேட்டை மண்டபத்தில் எத்தனை கொலைக்காரர்கள் இருக்கிறார்களோ என்னமோ?"

"அவர்கள் எத்தனை பேர் வேண்டுமானாலும் இருக்கட்டும்; அவர்களுக்கு நான் பயப்படவில்லை. தாங்களும் நானும் இப்படிக் கை கோத்துக்கொண்டு இருட்டில் போவதைக் கந்தமாறன் பார்த்துவிட்டால்... அதைப்பற்றித்தான் யோசனை செய்கிறேன்."

"ஐயோ! நான் உயிரோடிருக்கும் வரையில் என் தமையனால் தங்களுக்கு ஒரு கெடுதியும் நேராது. நான் காணும் கனவில் பாதி இப்போது உண்மையாக நடந்திருக்கிறது; இன்னும் பாதியும் ஒரு வேளை உண்மையானாலும் ஆகலாம். யார் கண்டது?" என்றாள் மணிமேகலை.

இந்தச் சமயத்தில் ஏதோ ஒரு கதவு பூட்டப்படும் சத்தத்தைக் கேட்டு இருவரும் திடுக்கிட்டுப் போய் நின்றார்கள்.

"வேட்டை மண்டபத்துக்குச் சமீபத்தில் வந்து விட்டோம்!" என்று மணிமேகலை மெல்லிய குரலில் கூறினாள்.

இதற்குள் சற்றுத் தூரத்தில் சிறிது வெளிச்சம் தெரிந்தது. வரவர அவ்வெளிச்சம் அதிகமானதுடன் அவர்களை நெருங்கி வந்ததாகத் தோன்றியது. மணிமேகலை வந்தியத்தேவனுடைய கரத்தை விட்டு விட்டுச் சற்று விலகி நின்றாள்.

அடுத்த நிமிஷத்தில், ஒரு கையில் தூக்கிப் பிடித்த விளக்குடன் இன்னொரு கையில் முறுக்கித் திருகிய வேலைப்பாடு அமைந்த கூரிய கத்தியுடன் இடும்பன்காரி அவர்களுக்கு எதிரே தோன்றினான்.

இவர்களைப் பார்த்ததும் அவன் அதிசயத்தினால் திகைத்துப் போனவனைப்போல் நின்றான். ஆனால் அவன் அவ்வாறு வேஷம் போடுகிறான் என்பது இருவருக்கும் தெரிந்து போயிற்று.

"அம்மா, ஐயா! இது என்ன? இந்த இருட்டில் இவ்விதம் தனியாகக் கிளம்பினீர்கள்? அடிமையிடம் சொன்னால் விளக்குப் பிடித்துக் கொண்டு வரமாட்டேனா? எங்கே புறப்பட்டீர்கள்?" என்று கேட்டான்.

"இடும்பன்காரி! மலையமான் படை எடுத்து வருவதாகச் செய்தி வந்திருக்கிறது அல்லவா? ஆகையால் மதில் வாசல்கள் சுரங்க வாசல்கள் எல்லாம் பத்திரமாய்ப் பூட்டியிருக்கிறதா என்று பார்ப்பதற்காக வல்லத்து இளவரசரையும் அழைத்துக் கொண்டு புறப்பட்டேன்!" என்றாள் மணிமேகலை.

"அதிசயமாயிருக்கிறது, தாயே! நானும் அதைத்தான் பார்த்துவிட்டு வருகிறேன்!" என்றான் இடும்பன்காரி.

"அப்படித்தான் நினைத்தேன், நாங்கள் வரும்போது கொண்டு வந்த விளக்கு வழியில் விழுந்து அணைந்து விட்டது. இங்கே கொஞ்சம் வெளிச்சம் தெரிந்தது. நீயாய்த்தான் இருக்க வேண்டும் என்று எண்ணி மேலே வந்தோம்."

"சின்ன எஜமான் பார்க்கச் சொன்னார்கள்; அதனால் போய்ப் பார்த்துவிட்டு வந்தேன். சுரங்கப் பாதையெல்லாம் சரிவர அடைத்துத் தாளிட்டிருக்கிறது, திரும்பிப் போகலாமா தாயே!"

"உன் கையில் உள்ள விளக்கைக் கொடுத்துவிட்டு நீ போ! இந்த இளவரசருக்கு வேட்டை மண்டபத்திலிருந்து ஒரு வேலாயுதம் பொறுக்கி எடுத்துக்கொள்ள வேண்டுமாம். இவருடைய வேல் கொள்ளிடத்தில் போய்விட்டதாம். ஒரு வேளை யுத்தம் வந்தாலும் வரலாம் அல்லவா?..."

"ஆம், அம்மணி! யுத்தம் வந்தாலும் வரலாம். ஆகையால் வேற்று மனிதர்களை வேட்டை மண்டபத்துக்குள் அழைத்துப் போகாமலிருப்பதே நல்லது. தங்களுக்குத் தெரியாததா நான் ஒன்றும் சொல்லத் தேவையில்லை."

"அது உண்மைதான், காரி! ஆனால் இவர் வேற்று மனிதர் அல்ல. சின்ன எஜமானுக்கு உயிருக்கு உயிரான சிநேகிதர் ஆயிற்றே! இன்னும் ஏதேனும் புதிய உறவு ஏற்பட்டாலும் ஏற்படும். நீ விளக்கைக் கொடுத்துவிட்டுப் போ!" என்றாள் மணிமேகலை.

இடும்பன்காரி வேண்டா வெறுப்பாக விளக்கை இளவரசியிடம் கொடுத்துவிட்டுப் போனான். வந்தியத்தேவனும் மணிமேகலையும் மேலே நடந்து வேட்டை மண்டபத்தை அணுகிச் சென்றார்கள். எங்கிருந்தோ ஓர் ஆந்தையின் குரல் கேட்டது.

"இது என்ன? அரண்மனைக்குள்ளே ஆந்தை எப்படி வந்தது?" என்று மணிமேகலை வியப்புடன் கூறினாள்.

"ஒரு வேளை வேட்டை மண்டபத்துக்குள் இருக்கும் செத்த ஆந்தைக்கு உயிர் வந்துவிட்டதோ, என்னமோ? முன்னொரு சமயம் இளவரசியைப் பார்த்ததும் செத்த குரங்கு உயிர் பெறவில்லையா?" என்றான் வந்தியத்தேவன்.

வேட்டை மண்டபத்தின் கதவு வெளிப்பக்கம் பூட்டப்பட்டிருந்தது. மணிமேகலை தான் கொண்டுவந்திருந்த சாவியைப் போட்டுப் பூட்டைத் திறந்தாள். பிறகு, கதவையும் இலேசாகத் திறந்தாள்.

இருவரும் உள்ளே பிரவேசித்தார்கள். முதலில் சிறிது நேரம் அவர்களைச் சுற்றிலும் செத்த யானைகள், கரடிகள், புலிகள், மான்கள், முதலைகள், பருந்துகள், ஆந்தைகள், – இவற்றின் பயங்கரமான உடல்கள் தான் தெரிந்தன.

விளக்கைத் தூக்கிப் பிடித்து நன்றாக உற்றுப் பார்த்தபோது, அந்தப் பிராணிகளுக்குப் பின்னால் பாதி மறைந்ததும் பாதி மறையாமலும் சில மனித உருவங்கள் உட்கார்ந்திருப்பது தெரிந்தது.

அப்போது அவர்கள் திறந்துகொண்டு வந்த வேட்டை மண்டபத்தின் கதவு படாரென்று சாத்தப்பட்டு விட்டது.

யார் அவ்வளவு பலமாகக் கதவைச் சாத்துகிறார்கள் என்று தெரிந்துகொள்ள வந்தியத்தேவன் திரும்பிப் பார்த்தான். அதே கணத்தில் அவன் பின்னாலிருந்து பலமாகப் பிடித்துத் தள்ளப்பட்டான். முன்னொரு சமயம் அவன் எந்த வாலில்லாக் குரங்கின் பின்னால் ஒளிந்து கொண்டிருந்தானோ அந்தக் குரங்கின் முன்புறத்தில் போய் மோதிக் கொண்டான்.

இரண்டு கரங்கள் அவனைப் பலமாகப் பற்றிக் கொண்டன. 'குரங்குப் பிடி' எவ்வளவு வலிவுள்ளது என்பதை அப்போது தான் அவன் நன்றாக, அனுபவபூர்வமாகத் தெரிந்து கொண்டான். அவனுடைய அரையிலிருந்த, கத்தியை எடுக்கச் செய்த முயற்சி சிறிதும் பலிக்கவில்லை. அப்பால் இப்பால் அவனால் திரும்பவே முடியவில்லை.

குரங்கின் கைகள், அல்லது குரங்கின் கைகளோடு சேர்ந்து வந்த இரண்டு மனித கைகள், – அவனை அவ்வளவு பலமாகப் பிடித்துக் கொண்டன.

இன்னும் இரண்டு கைகள் அவனுடைய அரையிலிருந்த கத்தியை அவிழ்த்து எடுத்துக்கொண்டன.

"ஐயோ!" என்று பயங்கரமாக அலறிக்கொண்டு அவனருகில் ஓடி வந்த மணிமேகலையின் மார்பை நோக்கி அந்தக் கத்தி நீட்டப்பட்டது.

"சத்தம் போட வேண்டாம், சிறிது நேரம் சும்மா இருந்தால்,– நாங்கள் சொல்கிறபடி கேட்டால்,– உங்கள் இருவருடைய உயிருக்கும் அபாயம் இல்லை, சத்தம் போட்டீர்களானால் இருவரும் உயிர் இழக்க நேரிடும். முதலில், இந்த அதிகப்பிரசங்கி இளைஞன் இறந்து விழுவான்!" என்றது ஒரு குரல்.

அது ரவிதாஸனுடைய குரல் என்று வந்தியத்தேவன் தெரிந்து கொண்டான்.

"இளவரசி! சற்றுச் சும்மா இருங்கள்! இவர்கள் எதற்காக வந்திருக்கிறார்கள், என்னதான் சொல்லுகிறார்கள் என்று கேட்டுத் தெரிந்து கொள்ளலாம்!" என்று சொன்னான் வந்தியத்தேவன்.

36. பாண்டிமாதேவி

வந்தியத்தேவனை வாலில்லாக் குரங்கோடு சேர்த்துக் கட்டியவர்கள், அவனுக்கு அருகில் சுவரில் மாட்டியிருந்த கலைமானின் கொம்புகளோடு மணிமேகலையைச் சேர்த்துக் கட்டினார்கள்.

"மந்திரவாதி! நான் தான் உங்கள் எதிரி, கடம்பூர் இளவரசியை ஏன் கட்டுகிறீர்கள்? விட்டு விடுங்கள்!" என்றான் வந்தியத்தேவன்.

ரவிதாஸன் அவனைப் பார்த்து, "பொறு தம்பி, பொறு! பல தடவை நீ எங்கள் காரியத்தில் குறுக்கிட்டிருக்கிறாய்! ஒவ்வொரு தடவையும் உன்னை நாங்கள் உயிரோடு விட்டு வந்தோம். ஆனாலும் நீ எங்களைப் பின் தொடர்ந்து வருவதை நிறுத்தவில்லை!" என்றான்.

வந்தியத்தேவன் சிரித்தான்.

"என்னப்பா, சிரிக்கிறாய்? வாலில்லாக் குரங்கின் ஆலிங்கனம் அவ்வளவு குதூகலமாயிருக்கிறதா?" என்று கேட்டான் ரவிதாஸன்.

"இல்லை! நீ சொன்னதை எண்ணிப் பார்த்துத்தான் சிரித்தேன்!" என்றான் வல்லவரையன்.

"நான் சொன்னவற்றில் எதைக் குறித்து இப்படிச் சிரிக்கிறாய்?"

"உங்களை நான் தொடர்ந்து வருவதாகச் சொன்னாயே?

நீங்கள் என்னை விடாமல் தொடர்ந்து வருவதாகவும் சொல்லலாம் அல்லவா? என் காரியத்தில் நீங்கள் குறுக்கிடுவதாகவும் சொல்லலாம் அல்லவா? இப்போது பார்! நான் கடம்பூர் இராஜகுமாரியை அழைத்துக்கொண்டு ஒரு முக்கியமான காரிய நிமித்தமாகப் புறப்பட்டேன். நீ குறுக்கிட்டு என்னை இந்தக் குரங்கோடு சேர்த்துக் கட்டிப் போட்டிருக்கிறாய்!"

"ஓகோ! அப்படியா சமாசாரம்? உன் காரியத்தில் நாங்கள் குறுக்கிடுவதாகவே வைத்துக்கொள். ஆனால் அவ்விதம் நேர்வது இதுதான் கடைசி முறை. இன்று நீ உயிரோடு பிழைத்து விட்டாயானால், பிறகு எங்களைக் காணவே மாட்டாய்!"

"அப்படியானால், நான் உயிரோடிருக்கப் பிரயத்தனப்பட வேண்டியதுதான்! மந்திரவாதி! நான் உயிரோடு தப்புவதற்கு நீயே ஒரு தந்திரம் சொல்லிக் கொடு!" என்றான் வந்தியத்தேவன்.

"பேஷாகச் சொல்லித் தருகிறேன். இந்த மண்டபத்திலும் இதற்கு அடுத்த அறையிலும் என்ன நடந்தாலும் நீ அதைப் பார்த்துக்கொண்டு சும்மா இரு! பதட்டமாக ஒன்றும் செய்யாதே! உன் உயிருக்கு ஆபத்து நேராது."

"ஏன் என்பேரில் உங்களுக்கு அவ்வளவு அபிமானம்? ஏன் என்னைக் கொல்லாமல் விடுகிறீர்கள்?"

"அப்படிக் கேள்! அது பெரிய முட்டாள்தனந்தான்! ஆனால் எங்கள் தேவியின் கட்டளை!"

"யார் உங்கள் தேவி?"

"இன்னுமா உனக்குத் தெரியவில்லை? பாண்டிமாதேவிதான். பெரிய பழுவேட்டரையரின் வீட்டில் வந்திருக்கும் வீர பாண்டிய சக்கரவர்த்தியின் வீரபத்தினி நந்தினி தேவிதான்!"

"நல்ல வீரபத்தினி!"

"சீ! துஷ்டச் சிறுவனே! எங்கள் தேவியைப் பற்றி ஏதேனும் சொன்னால் உயிரை இழப்பாய்! ஜாக்கிரதை!"

"நீங்கள் அல்லவா பழுவூர் ராணியின் மீது அவதூறு சொல்கிறீர்கள்? இன்னொரு புருஷன் வீட்டில் வந்திருப்பவளை வீரபாண்டியனுடைய தேவி என்று சொல்கிறீர்களே?"

"அதனால் என்ன? இராமனுடைய பத்தினி சீதை, இராவணனுடைய வீட்டில் சில காலம் இருக்கவில்லையா?"

"இராமர் போய்ச் சீதா தேவியை அழைத்துக்கொண்டு வந்து விட்டாரே?"

"நாங்களும் எங்கள் பாண்டிமா தேவியை அழைத்துக்கொண்டு போகத்தான் வந்திருக்கிறோம். அவர் பழுவூர் அரண்மனையில் தாமாகவே எந்தக் காரியத்துக்காகச் சிறைப்பட்டிருந்தாரோ அது இன்றைக்கு முடியப் போகிறது..."

"ஆகா! அது என்ன காரியம்?"

"சற்று நேரம் பொறுமையாயிரு! நீயே தெரிந்து கொள்வாய்? உன் துஷ்டத்தனத்தைக் காட்டினாயானால், நீ மட்டுமல்ல, இந்தப் பெண்ணும் துர்க்கதிக்கு உள்ளாக நேரிட்டு விடும்!"

இவ்விதம் கூறிவிட்டு ரவிதாஸன் எதிர்ப் பக்கத்துச் சுவரண்டை போவதற்கு யத்தனித்தான்.

"மந்திரவாதி! இன்னும் ஒரே ஒரு விஷயம் சொல்லி விட்டுப் போ!" என்றான் வந்தியத்தேவன்.

ரவிதாஸன் திரும்பிப் பார்த்து, "தம்பி! என்னை 'மந்திரவாதி' என்று இனி அழையாதே!" என்றான்.

"பின்னே, தங்களை என்னவென்று அழைக்க வேண்டும்?"

"முதன் மந்திரி என்று மரியாதையுடன் அழைக்க வேண்டும்!"

"ஐயா! தாங்கள் எந்த மகா ராஜ்யத்தின் முதன் மந்திரியோ?"

"தெரியவில்லையா, உனக்கு? பாண்டிய மகாசாம்ராஜ்யத்தின் முதன் மந்திரி! பள்ளிப்படைக்கு அருகில் நடந்த பட்டாபிஷேக வைபவத்தை நீ பார்த்துக் கொண்டிருந்தாயே?"

"பார்த்துக்கொண்டிருந்தேன். ஆனால் அது ஏதோ என் மனப்பிரமை என்று நினைத்தேன்..."

"அதனாலேதான் அதைப்பற்றி யாரிடமும் நீ சொல்லவில்லையாக்கும்?"

"இரண்டொருவரிடம் சொன்னேன்; அவர்கள் என்னைப் பைத்தியக்காரன் என்றார்கள். நான் ஏதோ துர் சொப்பனம் கண்டிருக்க வேண்டும் என்று சொன்னார்கள்..."

"ஆகா! அவர்கள் அப்படியே நினைத்துக் கொண்டிருக்கட்டும். நீ வெளியில் சொன்னால் யாரும் நம்ப மாட்டார்கள் என்று நம்பித்தான் உன்னை நாங்களும் உயிரோடு விட்டோம்!..."

"மந்திரவாதி! நீங்கள் என்னை உயிரோடு விட்டதற்கு அது ஒன்று மட்டும்தான் காரணமா?"

"வேறு என்ன?"

"உங்கள் ராணி எனக்காகச் சிபாரிசு செய்யவில்லையா?"

"அதனால் என்ன?"

"இப்போதும் அவருடைய சிபாரிசு எனக்குக் கிடைக்கும்."

"கிடைக்கும் வரையில் பொறுத்திரு!"

"மந்திரவாதி, உங்கள் ராணி என்னை அவசரமாக அழைத்து வரும்படி இந்தக் கடம்பூர் இளவரசியை அனுப்பி வைத்தார். அதனாலேதான் நாங்கள் இருவரும் ஒன்றாக வந்தோம்..."

"அப்பனே! இராணியின் அறைக்கு வருவதற்கு வேறு வழி இருக்கிறதே! இந்த வழியில் வருவானேன்?"

"அதைப்பற்றி உன்னிடம் நான் சொல்ல வேண்டியதில்லை. ராணி கேட்டால் சொல்லிக் கொள்கிறேன்..."

"ராணி வந்து கேட்கும் வரையில் பொறுத்துக் கொண்டிரு!"

"மந்திரவாதி! என்னையும் சம்புவரையர் குமாரியையும் உடனே கட்டவிழ்த்து விடச் சொல்! இல்லாவிட்டால்..."

"என்ன செய்வாய்?"

"இந்த மண்டபம் அதிரும்படி கூச்சல் போடுவேன்!"

"நீ அப்படிக் கூச்சல் போட்ட உடனே உன் மேல் மூன்று வேல்கள் ஒரே சமயத்தில் பாயும், ஜாக்கிரதை!"

வந்தியத்தேவன் ஒரு முறை சுற்றும் முற்றும் கூர்ந்து பார்த்தான்.

ஆம்; மூன்று சதிகாரர்கள் கையில் வேலுடன் தயாராகக் காத்திருந்தார்கள்.

"தம்பி! நீ ரொம்பக் கெட்டிக்காரப் பிள்ளை. உன்னை எங்களுடன் சேர்த்துக் கொள்ளலாம் என்ற ஆசைகூட எனக்கு ஒரு சமயம் இருந்தது. ஆனால் அந்தப் பழையாறை மோகினியின் பாசவலையில் நீ விழுந்து விட்டாய். அது போனால் போகட்டும். இப்போது புத்திசாலித்தனமாகப் பிழை! சத்தம் மட்டும் போட்டால் நீ சாவது நிச்சயம்!"

இவ்வாறு ரவிதாஸன் எச்சரித்துவிட்டு எதிர்ப் பக்கத்துச் சுவரில் பொருந்தியிருந்த யானை முகத்தை நோக்கிப் போனான். சிறிது நேரம் சுவரண்டை காது கொடுத்துக் கேட்டான். பின்னர் அந்த யானையின் நீண்ட தந்தங்களைப் பிடித்துத் திருகினான்.

அங்கே ஒரு சிறிய துவாரம் ஏற்பட்டது. உள் அறையில் பிரகாசமாக ஜொலித்துக் கொண்டிருந்த தீபங்களின் ஒளி, வட்ட வடிவமான பூரண சந்திரனுடைய வெள்ளிக் கிரணங்களைப் போல வேட்டை மண்டபத்துக்குள்ளும் வந்து சிறிது பிரகாசப்படுத்தியது.

வந்தியத்தேவன் பக்கவாட்டில் திரும்பிப் பார்த்தான். இளவரசி மணிமேகலை தன் இடுப்பில் செருகியிருந்த சிறு கத்தியை எடுத்து அவளைக் கட்டியிருந்த கட்டுக்களை அறுத்துவிட்டதைத் தெரிந்து கொண்டான்.

மணிமேகலை இடும்பன்காரியிடமிருந்து வாங்கிக் கொண்டு வந்த சிறிய விளக்கு, வேட்டை மண்டபத்தின் ஒரு மூலையில் 'முணுக்கு' 'முணுக்கு' என்று எரிந்து கொண்டிருந்தது. அதன் வெளிச்சம் மணிமேகலையின் மீது படவே இல்லை. மேலும் சதிகாரர்கள் வந்தியத்தேவனையே கவனித்துக் கொண்டிருந்தபடியால், கடம்பூர் இளவரசி மணிமேகலையைக் கவனிக்கவும் இல்லை. மணிமேகலை கட்டை அவிழ்த்து விடுதலை அடைந்து விட்டதை வந்தியத்தேவன் கவனித்துக் கொண்டான். உடனே வாயைக் குவித்துக் கொண்டு ஆந்தை கத்துவது போல் கத்தினான்.

முதலில் சதிகாரர்கள் மூவரும் சிறிது பிரமித்து நின்றார்கள். திறந்த துவாரத்தின் வழியாக உள்ளே எட்டிப் பார்த்துக் கொண்டிருந்த ரவிதாஸனும் திடுக்கிட்டுத் திரும்பிப் பார்த்தான்.

"ஆகா? உன் வேலையா?" என்று சொல்லிக் கொண்டு வந்தியத்தேவனை நோக்கி விரைந்து வந்தான். அவன் யானைத் தந்தங்களிலிருந்து கையை எடுத்ததும், சுவரிலிருந்து துவாரம் மறைந்தது. மறுபடியும் வேட்டை மண்டபத்தில் இருள் சூழ்ந்தது. சதிகாரர்கள் மூவரும் கையில் வேல்களுடன் வந்தியத்தேவனை நோக்கி விரைந்து ஓடி வந்தார்கள்.

அவர்களில் ஒருவனை முறுக்கிய நீண்ட கொம்புகளை உடைய மான் தாக்கியது, இன்னொருவன் மீது பிரம்மாண்டமான கரடி ஒன்று விழுந்து அவனைக் கீழே தள்ளியது. மற்றொருவன் மீது திறந்த வாயையும் பயங்கரமான பற்களையும் உடைய முதலை பாய்ந்தது. ரவிதாஸன் தலைமீது ஒரு பெரிய ராட்சத வௌவால் தடாலென்று விழுந்தது.

இவ்விதம் திடீரென்று ஏற்பட்ட தாக்குதல்களினால் அவர்கள் ஒரு நிமிடம் செயலற்று நின்றபோது, மணிமேகலை வந்தியத்தேவனை அணுகி அவனுடைய கட்டுக்களை அறுத்து விட்டாள். வந்தியத்தேவன் இதுகாறும் தன்னைப் பிடித்துக் கொண்டிருந்த வாலில்லாக் குரங்கைத் தூக்கி அந்தச் சதிகாரர்கள் மேல் வீசி எறிந்தான். நால்வரும் தங்கள் மீது விழுந்த செத்த விலங்குகளின் உடல்களைத் தள்ளிவிட்டு மெதுவாகச் சமாளித்து எழுந்தார்கள். இதற்குள் வந்தியத்தேவன் கையில் வேலொன்றை எடுத்துக் கொண்டிருந்தான். தாக்க வருகிறவர்களைத் திருப்பித் தாக்குவதற்குத் தயாராயிருந்தான்.

அச்சமயம் நந்தினி தேவியின் படுக்கை அறைக்கதவு நன்றாகத் திறந்தது. வேட்டை மண்டபத்துக்குள் வெளிச்சம் புகுந்து பிரகாசப்படுத்தியது.

மறுகணம் நந்தினி தேவியும் வேட்டை மண்டபத்துக்குள்ளே பிரவேசித்தாள். "மந்திரவாதி! இது என்ன மூடத்தனம்? இங்கே என்ன தடபுடல் செய்கிறீர்கள்?" என்று கேட்டுக்கொண்டே மேலே வந்தாள்.

37. இரும்பு நெஞ்சு இளகியது!

வேட்டை மண்டபத்துக்குள் வந்தியத்தேவனையும் மணிமேகலையையும் பார்த்துவிட்டு நந்தினியும் சிறிது திகைத்துப் போனாள்.

"ஓஹோ! நீங்கள் எப்படி இங்கே வந்தீர்கள்?" என்று கேட்டாள்.

"தேவி! தங்கள் கட்டளை என்று தங்கள் தோழி கூறியபடியால் வந்தேன். பெண் புத்தியைக் கேட்டிருக்கக்கூடாது என்று இங்கு வந்த பிறகு தெரிந்துகொண்டேன்" என்றான் வந்தியத்தேவன்.

"அக்கா! நான் இவருக்குப் புத்தி கூறவில்லை; என்னுடன் தங்களைப் பார்க்க வரும்படி வேண்டிக் கொண்டேன்!" என்றாள் மணிமேகலை.

நந்தினி தனக்கு முதலில் உண்டான திகைப்பைச் சமாளித்துக் கொண்டு புன்னகை புரிந்தாள்.

"என் அருமைத் தோழி! பெண்களாகிய நாம், புருஷர்களை வேண்டிக்கொண்டால் அது புத்தி கூறுவது போலத்தான்!" என்றாள்.

"புத்தி கூறுவது போல மட்டுமா? கட்டளையிடுவது போல என்று சொல்லுங்கள் தேவி! தாங்கள் என்னை அழைப்பதாகச் சொல்லி இளவரசி என்னைக் கைப்பிடியாகப் பிடித்து இழுத்துக் கொண்டு வந்தாள். அதன் பலன் நான் இந்தக் கொலைக்காரர்களிடம் சிக்கிக் கொள்ள வேண்டியதாயிற்று!" என்றான் வந்தியத்தேவன்.

"ஐயா! இங்கே நடந்திருப்பதைப் பார்த்தால், இவர்கள் கொலைகாரர்கள் என்று தோன்றவில்லையே? நான் இப்போது இங்கு வந்திராவிட்டால், தாங்கள் அல்லவோ இவர்களை யெல்லாம் கொன்று தீர்த்திருப்பீர்கள் போலிருக்கிறது!"

"அக்கா! இவர்கள் கொலைகாரர்கள்தான்! சற்று முன் இவர்கள் இவரை வாலில்லாக் குரங்குடனே சேர்த்துக் கட்டிவிட்டார்கள்!..."

நந்தினி இலேசாகச் சிரித்த வண்ணம், "மணிமேகலை! முன்னொரு சமயம் இவர் இந்த வாலில்லாக் குரங்கின் பின்னால் ஒளிந்து கொண்டிருந்தார் என்று சொன்னாய் அல்லவா! அது இவர்களுக்கு எப்படியோ தெரிந்திருக்கிறது!" என்றாள்.

"எப்படியோ இல்லை, அக்கா! நீங்கள் வருவதற்கு முதல் நாள் இந்த வேட்டை மண்டபத்தில் நான் பார்த்ததாகச் சொன்னேனே, அந்த மனிதர்கள்தான் இவர்கள்! அன்றைக்கே இவரைத் துரத்திக் கொண்டு வந்தார்கள். நல்ல வேளையாக இவர் அவர்களிடமிருந்து தப்பித்து ஓடிவிட்டார்!..."

"மறுபடியும் இன்றைக்கு இவரை நீயே இவர்களிடம் கொண்டு வந்து சேர்த்தது ஏன், மணிமேகலை? இந்த வழியில் எதற்காக இவரை அழைத்துக் கொண்டு வந்தாய்?"

"அக்கா! சற்று முன் என் தமையன் கந்தமாறன் தங்களைப் பார்க்கப் போகிறேன் என்று சொல்லிக் கொண்டிருந்தான். அவன் கண்ணில் படவேண்டாம் என்பதற்காக இந்த வழியில் அழைத்து வந்தேன்; அதுவே நல்லதாய்ப்போயிற்று. இல்லாவிட்டால், இந்தக் கொலைகாரர்கள்..."

"தங்காய்! இவர்கள் கொலைகாரர்கள் அல்ல. இவர்கள் இவரைக் கொல்லவும் வரவில்லை. இரண்டு மூன்று தடவை இவர் இவர்களிடம் தனியாக அகப்பட்டுக் கொண்டிருக்கிறார். ஆனாலும் உயிரோடு விட்டிருக்கிறார்கள். இதன் உண்மையை நீ இவரைக் கேட்டே தெரிந்து கொள்ளலாம்."

"அப்படியானால், இவர்கள் யார், அக்கா! சற்று முன்னால் இவர்கள் கூறியதுதான் உண்மையா? இவர்கள் தங்களுக்குத் தெரிந்தவர்களா? தங்களை அழைத்துக்கொண்டு போவதற்காக வந்தவர்களா?" என்று மணிமேகலை வியப்புடன் கேட்டாள்.

"ஆம், தோழி! என்னைக் காப்பாற்றி அழைத்துப் போக வந்தார்கள். எல்லாம் விவரமாகச் சொல்கிறேன். நீங்கள் இருவரும் என்னுடன் அடுத்த அறைக்கு வாருங்கள்! இவர்கள் இருக்கட்டும்!" என்றாள் நந்தினி.

பிறகு ரவிதாஸனைப் பார்த்து, "மந்திரவாதி! இந்த இருவரில் ஒருவருக்கு நீங்கள் ஏதேனும் தீங்கு செய்தால், அதை எனக்குச் செய்த தீங்காகவே கருதுவேன். இவர்களை

நீங்கள் இனி எந்த நிலைமையில் எங்கு சந்திக்க நேர்ந்தாலும் மிக்க மரியாதையுடன் நடத்த வேண்டும்!" என்றாள்.

ரவிதாஸன், "தேவி! மன்னிக்க வேண்டும். இந்த வாலிபனுக்கு நம்முடைய சங்கேதக் குரல் தெரிந்திருக்கிறது. சற்று முன் ஆந்தைக் குரல் கொடுத்தது இவனேதான்!" என்றான்.

"அதிலிருந்தே இந்த வீரன் நம்மைச் சேர்ந்தவன் என்று தெரியவில்லையா? மந்திரவாதி! உன்னுடைய புத்தி கூர்மை எங்கே போயிற்று? போனது போகட்டும். இனி, நான் மறுபடியும் தெரியப்படுத்தும் வரையில் இங்கே சத்தம் எதுவும் கேட்கக் கூடாது! ஜாக்கிரதை!" என்றாள் நந்தினி.

பிறகு, நந்தினியும் மணிமேகலையும் வந்தியத்தேவனும் யானைமுக வாசல் வழியாக நந்தினியின் அறைக்குள்ளே பிரவேசித்தார்கள். கதவும் உடனே அடைத்துக் கொண்டது.

"தங்காய்! நீ மிக்க புத்திசாலி! இவரை வேட்டை மண்டப வழியாக அழைத்து வந்தது நல்லதாய்ப் போயிற்று உன் தமையன் இப்போதுதான் இங்கிருந்து போகிறான். ஆதித்த கரிகாலரை அழைத்து வருவதாகச் சொல்லிப் போயிருக்கிறான். அதற்குள் உங்களை நான் அனுப்பிவிட வேண்டும். உங்களிடம் விடை பெற்றுக் கொள்ளவும் வேண்டும்!" என்றாள் நந்தினி.

"அக்கா! இது என்ன? தங்கள் கணவரைப் பற்றி உண்மையை அறிந்து வர இவரை அனுப்பப் போவதாகவல்லவோ சொன்னீர்கள்? தாங்கள் விடை பெற்றுக் கொள்வதாகச் சொல்கிறீர்களே?" என்றாள் மணிமேகலை.

"உன் தமையனிடம் பேசிய பிறகு அந்த எண்ணத்தை மாற்றிக் கொண்டுவிட்டேன், தங்காய்! பழுவேட்டரையர் உயிரோடு இருந்தாலும், இல்லாவிட்டாலும் நான் இனி இங்கே தங்க முடியாது. இந்த வீரரும் இனி இங்கே இருப்பது அபாயந்தான் ஐயா! தாங்கள் உடனே இங்கிருந்து கிளம்பிச் செல்லுங்கள். தங்கள் உயிரின் மேல் தங்களுக்கு ஆசை இல்லாவிட்டாலும், இந்தப் பெண்ணை உத்தேசித்தாவது உடனே போய்விடுங்கள்!" என்றாள் நந்தினி.

"அக்கா! அவர் போகிறதாயிருந்தால், என்னையும் கூட அழைத்துப் போகச் சொல்லுங்கள். நீங்களும் இவரும் போன பிறகு இந்த அரண்மனைச் சிறையில் அடைந்து கிடக்க என்னால் முடியாது!" என்றாள் மணிமேகலை.

"இளவரசி! பழுவூர் ராணியின் கருத்தைத் தாங்கள் அறிந்து கொள்ளவில்லை. நான் இங்கிருந்து போய்விட்டால், தாங்கள் ஆதித்த கரிகாலரை மணந்து தஞ்சை சாம்ராஜ்யத்தின் பட்ட மகிஷியாக விளங்கலாம் என்று சொல்கிறார்கள்!" என்றான் வல்லவரையன்.

"இல்லை, நான் அவ்விதம் சொல்லவில்லை. ஆதித்த கரிகாலரை மணக்கும் துர்ப்பாக்கியம் எந்தப் பெண்ணுக்கும் ஏற்படுவதை நான் விரும்ப மாட்டேன். அதிலும், என் உயிருக்குயிராகிவிட்ட மணிமேகலைக்கு அந்தக் கதி நேர வேண்டுமா? ஐயா! தாங்கள் வேண்டுமென்று என் கருத்தைத் திரித்துக் கூறுகிறீர்கள். தாங்கள் இப்போது தப்பித்துச் சென்றால், பிறிதொரு காலத்தில் இந்தப் பெண்ணைக் கைப்பிடித்து மணந்துகொள்ளும் பாக்கியத்தைப் பெறக்கூடும்! மணிமேகலை! உனக்கு இவர் மீதுள்ள அன்பு உண்மையான அன்பு என்றால், உடனே இவரை இங்கிருந்து போகச் சொல்லு!" என்றாள் நந்தினி.

"ராணி! நான் போகச் சித்தமாயிருக்கிறேன். தங்களிடம் உள்ள ஒரு பொருளை யாசிக்கிறேன். அதைக் கொடுத்தால், உடனே போய்விடுகிறேன்!" என்றான் வந்தியத்தேவன்.

"ஐயா! என்னிடம் தாங்கள் கோரிப் பெறக்கூடிய அத்தகைய பொருள் என்ன இருக்கிறது? சொல்லுங்கள்!"

"மீன் அடையாளம் பொறித்த வாள் ஒன்று தங்களிடம் இருக்கிறது. அதைக் கொடுத்தால் போய்விடுகிறேன். என்னுடைய வாளைக் கொள்ளிடத்து வெள்ளத்தில் விட்டு விட்டேன் என்பதுதான் தங்களுக்குத் தெரியுமே?" என்றான் வந்தியத்தேவன்.

"ஐயா! வேட்டை மண்டபத்தில் எத்தனையோ வாள்களும், வேல்களும் இருக்கின்றன. வேண்டியவற்றை எடுத்துக்கொண்டு தாங்கள் இந்தக் கணமே புறப்படலாமே?

பெண்பாலாகிய நான் என் உயிரைக் காப்பாற்றிக் கொள்ள வைத்திருக்கும் அந்த ஒரே ஆயுதத்தை ஏன் கேட்க வேண்டும்?"

"தேவி தங்களுடைய உயிரைக் காப்பாற்றிக் கொள்ள மட்டுந்தானா அந்த வாளை வைத்துப் பூஜை செய்து வருகிறீர்கள்? உண்மையைச் சொல்லுங்கள்!"

"என் உயிருக்கும் மேலான கற்பைக் காப்பாற்றிக் கொள்ளவுந்தான் அந்தக் கத்தியை வைத்திருக்கிறேன்."

"தேவி! வேறு நோக்கம் ஒன்றுமில்லையா?"

"வேறு நோக்கம் எனக்கு என்ன இருக்கக்கூடும்?"

"வீர பாண்டியருடைய மரணத்துக்குப் பழிக்குப் பழி வாங்குவதற்காகவும் இருக்கலாம் அல்லவா?"

"மணிமேகலை இருக்கும்போது நீர் அந்தப் பேச்சை எடுக்கமாட்டீர் என்று நினைத்தேன். நானும் இனி மறைக்க வேண்டிய அவசியம் இல்லை. தங்காய்! நீயும் தெரிந்துகொள். நான் இந்தக் கடம்பூர் அரண்மனைக்கு வந்ததின் நோக்கம் என்னவென்று தெரிந்துகொள்!"

இவ்வாறு சொல்லிய வண்ணம் நந்தினி தேவி பக்கத்தில் கட்டிலின் மீது வைத்திருந்த மீன் அடையாளமிட்ட வாளைக் கையில் எடுத்துக் கொண்டாள்.

"சோழ சாம்ராஜ்யத்தின் உட் கலகத்தைத் தீர்த்து வைப்பதற்காக நான் இங்கு வரவில்லை. மதுராந்தகத் தேவருக்கும், ஆதித்த கரிகாலருக்கும் இராஜ்யப் பிரிவினை செய்து வைப்பதற்காகவும் நான் இங்கே வரவில்லை. கடம்பூர் அரண்மனையில் விருந்துண்டு களிப்பதற்காகவும் வரவில்லை! தங்காய்! உனக்குத் திருமணம் முடித்து வைப்பதற்காகவும் வரவில்லை. வீரபாண்டியரின் தலையைக் கொய்த பாதகனைப் பழிக்குப்பழி வாங்கவே வந்தேன். இது பாண்டிய குலத்து வாள்! இதன் மேல் ஆணையிட்டு நான் சபதம் செய்திருக்கிறேன். அந்தச் சபதத்தை முடிக்கவே வந்தேன். இன்றிரவு ஒன்று என் சபதத்தை முடிப்பேன்; அல்லது என் உயிரை முடிப்பேன்!" என்று நந்தினி ஆவேசம் வந்தவள் போல் பேசி நிறுத்தினாள்.

"அதற்கு நான் தடையாக இருப்பேன் என்றுதானே என்னைப் போகச் சொல்லுகிறீர்கள்? என் உயிருக்கு ஆபத்து வரும் என்று பயமுறுத்தப் பார்க்கிறீர்கள்?" என்றான் வந்தியத்தேவன்.

"ஆகா! என் பழியை முடிப்பதற்கு நீர் தடை செய்யப்போகிறீரா? நல்ல காரியம்! யார் வேண்டாம் என்றார்கள்? உம்முடைய நண்பரிடம் சென்று இதையெல்லாம் சொல்லி இங்கே அவரை வராமல் தடுத்து விடுவதுதானே?"

"தேவி அவரிடம் சொல்லித் தடை செய்ய முடியாது என்றுதான் தங்களிடம் வந்தேன். தங்களுடைய காலில் விழுந்து கெஞ்சிக் கேட்டுக் கொண்டாவது தங்களை இந்தப் பாவ காரியம் செய்யாமல் தடுப்பதற்கு வந்தேன்..."

"ஆகா? பாவ காரியமா? எது பாவ காரியம்? என் தோழியிடம் கேட்டுப் பார்க்கலாம். மணிமேகலை! நீ சொல்! நீ உன் நெஞ்சை ஒருவருக்கு அர்ப்பணம் செய்திருக்கிறாய். அவர் காயம்பட்டு நிராதரவாயிருக்கும்போது அவருடைய பகைவன் அவரைக் கொல்ல வருகிறான். நீ அப்பகைவன் காலில் விழுந்து உன் காதலரைக் கொல்ல வேண்டாமென்று வேண்டிக்கொள்கிறாய். அவன் அப்படியும் கேட்காமல் கொன்றுவிட்டுப் போகிறான். அப்படிப்பட்ட கிராதகனைப் பழி வாங்குவது பாவம் என்று நீ சொல்லுவாயா, என் கண்ணே!"

"ஒரு நாளும் சொல்ல மாட்டேன், அக்கா! ஆனால் உங்களைப் போல் நான் அவன் காலில் விழுந்து கெஞ்சியிருக்கவும் மாட்டேன். நானே கத்தி எடுத்து அவனை முன்னாலேயே கொன்றிருப்பேன்!" என்று சொன்னாள் மணிமேகலை.

வந்தியத்தேவன் மணிமேகலையை நோக்கி, "இளவரசி! அந்தப் பகைவன் ஒருவேளை தங்களுடைய சொந்தச் சகோதரர் என்று ஏற்பட்டு விட்டால்?" என்று கேட்டான்.

"சகோதரனாயிருந்தாலும், யாராயிருந்தாலும் எனக்கு ஒன்றுதான்!" என்றாள் மணிமேகலை.

"அப்படிச் சொல்லடி, என் கண்ணே!" என்றாள் நந்தினி.

"இளவரசி தாம் சொல்லுவது இன்னதென்று யோசியாமல் சொல்லுகிறார். இவருடைய தமையன் கந்தமாறன் என்னதான் இவருக்கு விரோதமாகக் காரியம் செய்தாலும், அவனைக் கொல்ல இவருக்கு மனம் வருமா?" என்று வல்லவரையன் கேட்டான்.

நந்தினியும் மணிமேகலையும் ஒருவரையொருவர் பார்த்துக் கொண்டார்கள்.

பின்னர் நந்தினி வந்தியத்தேவனைப் பார்த்து, "இது என்ன வீண் கேள்வி? நான் என் கூடப் பிறந்த சகோதரனைக் கொல்லப் போவதில்லை. முதன் முதலில் நீர் என்னைச் சந்தித்தபோது என் தமையன் திருமலையின் பெயரைச் சொன்னீர். அதனாலேதான் உம்மிடம் எனக்கு அபிமானம் உண்டாயிற்று. ஆழ்வார்க்கடியானுடைய நண்பர் என்பதற்காகவே நீர் பல முறை அபாயத்திலிருந்து தப்பிச் செல்வதற்கு உதவி செய்தேன். ஐயா! இன்று நான் என் சபதத்தை முடிக்காமல் என் உயிரை விடும்படி நேர்ந்தால், திருமலையிடம் என்னை மன்னிக்கும்படி கேட்டுக் கொண்டதாகத் தெரிவிக்க வேண்டும். அவனுடைய சொற்படி நான் நடக்காவிட்டாலும், அவனை அடியோடு மறந்து விடவில்லை என்பதாகச் சொல்ல வேண்டும்!" என்றாள்.

"அம்மணி! இந்தக் கபட நாடகம் இன்னும் ஏன்? ஆழ்வார்க்கடியான் தங்கள் தமையன் அல்ல; தாங்கள் அந்த வீர வைஷ்ணவனுடைய சகோதரியும் அல்ல..."

"பின் யார் என் தமையன்? யாருடைய சகோதரி நான்?"

"தங்கள் தமையனார் ஆதித்த கரிகாலர்தான். ஆகையினாலேயே தாங்கள் சகோதர ஹத்தி தோஷத்துக்கு ஆளாக வேண்டாம் என்று வேண்டிக்கொள்கிறேன். வீரபாண்டிய குலத்துக் கொலை வாளை தயவு கூர்ந்து என்னிடம் கொடுத்து விடும்படி மன்றாடுகிறேன்!"

"கரிகாலரும் நானும் உடன் பிறந்தவர்கள் என்ற அபூர்வ கற்பனையைத் தாங்கள் இளவரசரிடம் சொல்லியிருக்கிறீர்கள் அல்லவா? அதை அவர் நம்பினாரா?" என்று நந்தினி ஏளனப் புன்னகையுடன் கேட்டாள்.

"நம்பியதாகத்தான் தோன்றியது; ஆனால் அவர் மனத்தில் உள்ளதை நான் ஒன்றும் அறியேன்..."

"அவர் மனத்தில் உள்ளதை நான் அறிவேன். அந்தப் பழையாறை மோகினியின் கற்பனா சக்தியைப் பற்றி அவர் பெரிதும் வியக்கிறார்..."

"அம்மணீ! நான் கூறியது கற்பனையல்ல. பழையாறை இளையபிராட்டியின் கற்பனை அல்லவே அல்ல. ஈழ நாட்டில் நான் என் கண்ணால் பார்த்தேன்..."

"என்னத்தைப் பார்த்தீர்?"

"வாயினால் பேசும் சக்தி அற்ற ஒரு பெண் தெய்வத்தைப் பார்த்தேன். என்னையும், ஆழ்வார்க்கடியானையும், அருள்மொழிவர்மரையும் அந்தத் தெய்வ மகள் பேரபாயத்திலிருந்து காப்பாற்றினார். அநுராதபுரத்தின் வீதிகளில் நள்ளிரவில் நாங்கள் ஒரு பழைய மாளிகையின் ஓரமாகப் போய்க் கொண்டிருந்தபோது அவர் வீதியின் எதிர்பக்கத்தில் நின்று எங்களைச் சமிக்ஞையினால் அழைத்தார். அருள்மொழிவர்மரும் நாங்களும் அவரை நோக்கி நகர்ந்ததும் நாங்கள் சற்றுமுன் நின்றிருந்த வீட்டின் முகப்பு இடிந்து விழுந்தது. பொன்னியின் செல்வர் அந்தப் பெண்ணரசியைத் தம் குல தெய்வம் என்று போற்றி வணங்கினார்..."

"ஐயா! இந்தக் கதைக்கும் எனக்கும் என்ன சம்பந்தம்? அருள்மொழிவர்மரை சோழ சிங்காதனத்தில் அமர்த்த விரும்பும் இளைய பிராட்டியிடம் இதையெல்லாம் நீங்கள் கூறியிருக்கலாம்; அவரும் வியந்து மகிழ்ந்திருப்பாள். என்னிடம் ஏன் சொல்கிறீர்?..."

"அதற்குக் காரணம் இருக்கிறது. அநுராதபுரத்து வீதிகளில் மங்கலான நிலவு வெளிச்சத்தில் அந்தப் பெண்ணரசியை நான் சற்றுத் தூரத்திலிருந்து பார்த்தபோது, 'தஞ் சாவூரில் நாம் விட்டுப் பிரிந்து வந்த பழுவூர் இளைய ராணி இங்கே எப்படி வந்து சேர்ந்தார்?' வியப்படைந்தேன். அம்மணி! தங்களுக்கும் அவருக்கும் உருவத்தோற்றத்தில் அணுவளவும் வித்தியாசம் இல்லை. தாங்கள் ஆபரண அலங்காரங்களை நீக்கிவிட்டுக் கூந்தலைப் பிரித்துப் போட்டுக் கொண்டால் தத்ரூபமாக அவரைப் போலவே இருப்பீர்கள்..."

"நீ சொல்லுவதை நான் ஏன் நம்பவேண்டும்? தாங்கள் கற்பனா சக்தி அதிகமுடையவர் என்பதை நான் அறிவேன். இதுவும் ஏன் உமது அபூர்வ கற்பனைகளில் ஒன்றாயிருக்கக் கூடாது?"

"தேவி! சத்தியமாகச் சொல்கிறேன்."

"நீர் எவ்வளவுதான் ஆணையிட்டுச் சொன்னாலும் என்னால் நம்ப முடியாது!"

"ராணி! 'நம்ப முடியாது' என்று தாங்கள் சொல்வது பொய்! நான் சொல்வது உண்மை என்பது தங்களுக்கே தெரியும். அந்த உண்மையைத் தங்கள் காரியத்துக்கு உபயோகப்படுத்திக் கொண்டிருக்கிறீர்கள். முதன் முதலில் தங்களைத் தஞ்சை அரண்மனையில் நான் சந்தித்துப் பேசிக் கொண்டிருந்தபோது இந்த மந்திரவாதி ஆந்தையைப்போல் கத்திக்கொண்டு வந்தான். என்னை அப்பால் போய் இருக்கச் சொன்னீர்கள். தற்செயலாகத் திறந்திருந்த பொக்கிஷ நிலவறைக்குள் நான் போய் ஒளிந்து கொண்டிருந்தேன். அப்போது சில விந்தையான காட்சிகளை நான் பார்க்கும்படி நேர்ந்தது..."

"ஆகா! அவை என்ன அபூர்வ காட்சிகள்?"

"கந்தமாறன் மதுராந்தகத் தேவரோடு அந்த நிலவறைப் பாதை வழியாகப் போவதைப் பார்த்தேன்..."

"அதனால் என்ன?"

"சிறிது நேரத்துக்கெல்லாம் அதே நிலவறையில் தாங்களும் பெரிய பழுவேட்டரையரும் போவதைப் பார்த்தேன். அப்போது நீங்கள் எங்கே போகிறீர்கள் என்பது தெரிந்திருக்கவில்லை. பிறகு தான் ஊகித்துத் தெரிந்து கொண்டேன். தங்கள் அன்னையின் ஆவி வடிவத்தைப்போல் நடித்துச் சக்கரவர்த்தியைத் துன்புறுத்துவதற்காகப் போகிறீர்கள் என்று தெரிந்துகொண்டேன்..."

இத்தனை நேரம் திடமாக நின்று பேசிக்கொண்டிருந்த நந்தினி இப்போது திடீரென்று சோர்வடைந்து அங்கே கிடந்த ஆசனம் ஒன்றில் அமர்ந்தாள்.

"ஐயா! இன்னும் என்ன தெரிந்துகொண்டீர்கள்?"

"தாங்களும் பெரிய பழுவேட்டரையரும் நிலவறைப் பாதையில் போய்க் கொண்டிருந்தபோது மதுராந்தகரை அழைத்துச் சென்ற கந்தமாறன் திரும்பி வந்துகொண்டிருந்தான். பழுவேட்டரையரிடம் அவன் ஏதோ கூறினான். அவர் அவனுடன் தீவர்த்தி பிடித்துக்கொண்டு வந்த காவலனிடம் ஒரு சமிக்ஞை செய்தார்..."

"அது என்ன சமிக்ஞை?"

"தங்களுக்கு அது தெரிந்தேயிருக்க வேண்டும். கந்தமாறனை முதுகில் குத்திக் கொன்றுவிடும்படி பழுவேட்டரையர் கட்டளையிட்டார். அதை நான் தடுத்துக் கந்தமாறன் உயிரைக் காப்பாற்றினேன். அதன் பயனாக, அவனுடைய முதுகில் கத்தியால் குத்திய பழி என் பேரில் விழுந்தது..."

நந்தினி மணிமேகலையைத் திரும்பிப் பார்த்துவிட்டு "ஐயா! ஏதேதோ சொல்லி இந்தப் பெண்ணின் மனத்தை ஏன் கலக்குகிறீர்கள்?" என்றாள்.

"தேவி! இத்தனை காலமும் இதையெல்லாம் பற்றி நான் யாரிடமும் சொல்லவில்லை. உங்கள் கையில் வைத்திருக்கும் வாளை என்னிடம் தாங்கள் கொடுத்துவிட்டால், இனியும்

யாரிடமும் சொல்லவில்லை...”

“வாளைக் கொடுக்க முடியாது, ஐயா! எதற்காகக் கொடுக்க வேண்டும்? யாரிடம் வேண்டுமானாலும் சொல்லிக் கொள்ளுங்கள். இன்னும் ஏதாவது கற்பனை சேர்த்து வேணுமானாலும் சொல்லிக் கொள்ளுங்கள். ஏன்? இப்போதே கரிகாலரிடம் சென்று, அவர் இங்கு வருவதை நிறுத்தி விடுங்கள்! என்னை ஏன் தொந்தரவு செய்கிறீர்கள்? போங்கள்!” என்று நந்தினி கூறிய போது, அவளுடைய கண்களில் நீர் ததும்பியது.

“அம்மணி! இளவரசருடைய சுபாவம் எனக்கு நன்றாய்த் தெரியும். அவரைத் தடுக்க என்னால் முடியாது. தடுக்க முயன்றால் அவருடைய பிடிவாதம் அதிகமாகும். ஆகையினால் தான் தங்களை வேண்டிக்கொள்ள வந்தேன்...”

“என்னை வேண்டிக்கொள்ள உமக்கு என்ன உரிமை? நீர் கூறியதெல்லாம் உண்மையாகவே இருக்கட்டும். ஈழ நாட்டில் என்னைப் பெற்றெடுத்த அன்னையை நீர் பார்த்ததாகவே இருக்கட்டும். அதற்காக நான் ஏன் என் சபதத்தைக் கைவிட வேண்டும்? என் அன்னைக்குச் சக்கரவர்த்தி பெரிய துரோகம் செய்திருக்கிறார். அவர் மேலும் அவருடைய மக்கள் மேலும் நான் ஏன் இரக்கம் காட்ட வேண்டும்? பழி வாங்குவதற்கு வேண்டிய காரணம் இன்னும் அதிகமாகவல்லவோ ஆகிறது?”

“இல்லை, அரசி இல்லை! தங்களுடைய பழி வாங்கும் எண்ணத்தைத் தங்கள் அன்னை சரியென்று ஒப்புக்கொள்வாரா என்று யோசித்துப் பாருங்கள். சக்கரவர்த்தியின் மக்களை அந்த மூதாட்டி தம் உயிருக்கு உயிராகக் கருதியிருக்கிறார். அவர்களில் ஒருவரைத் தாங்கள் தங்கள் கையினால் கொல்லுவதை அவர் விரும்புவாரா என்று யோசித்துப் பாருங்கள்? ஒருநாளும் விரும்பமாட்டார். தங்களுடைய செயலை அறிந்தால் அவர் தங்களை வெறுப்பார். அவர் உயிரோடிருக்கும் வரையில் தங்களைச் சுற்றி வருத்திக் கொண்டிருப்பார். வாயினால் அவர் பேச முடியாது. ஆனால் அவருடைய கண் பார்வையே தங்களை என்றைக்கும் நரகத்திலும் கொடிய வேதனையில் ஆழ்த்திக் கொண்டிருக்கும்...”

நந்தினியின் கண்களில் இப்போது கண்ணீர் பெருகிக் கொண்டிருந்தது. கண்ணீரைத் துடைத்துக்கொண்டு மேல் நோக்காகப் பார்த்தாள். அங்கே ஏதோ துயரமயமான காட்சியைப் பார்த்தவள்போல் அவள் முகம் வேதனை அடைந்து காட்டியது.

“அம்மா! அம்மா! வீரபாண்டியருடைய தலையும் உடலும் தனித்தனியே வந்து என் பிராணனை வதைத்து எடுப்பது போதாதா? நீ வேறே வந்து என்னைச் சுற்ற வேண்டுமா?” என்று சொல்லிக் கொண்டே, அந்தக் காட்சியைப் பார்க்கச் சகிக்காதவள்போல் கண்களைக் கையினால் மூடிக் கொண்டாள். சிறிது நேரம் அந்த அறையில் நந்தினியின் விம்மல் சத்தம் மட்டுமே கேட்டது.

மணிமேகலை வந்தியத்தேவனைப் பார்த்து, “ஐயா! தாங்கள் இவ்வளவு குரூரமானவர் என்று எனக்குத் தெரியாமல் போயிற்று!” என்றாள்.

இதைக் கேட்ட நந்தினி உடனே தன் கண்களைப் பொத்தியிருந்த கரங்களை எடுத்துவிட்டு, “அவர் பேரில் குற்றம் ஒன்றுமில்லை, தங்காய்! என்னுடைய நன்மைக்காகத்தான் சொல்கிறார். என்னைப் பெரும் பாதகத்திலிருந்து காப்பாற்றுவதற்காகத்தான் சொல்லுகிறார்! ஆனாலும் அது என்னை இப்படித் துன்புறுத்துகிறது!” என்றாள்.

பின்னர், கண்ணீர் ததும்பிய கண்களினால் வந்தியத்தேவனை நோக்கி, “ஐயா! இதுவரையில் யாரும் சாதிக்க முடியாத காரியத்தை நீர் சாதித்துவிட்டீர். இதோ உமது விருப்பத்தின்படி இந்த வாளை உம்மிடமே கொடுத்து விடுகிறேன், பெற்றுக் கொள்ளும்!” என்று வாளை நீட்டினாள்.

வந்தியத்தேவன் அதைப் பெற்றுக் கொள்ளக் கையை நீட்டியபோது நந்தினி மறுபடியும் பின் வாங்கினாள்:—

“கொஞ்சம், பொறுங்கள்! வாளை எடுத்து கொள்வதற்கு முன் எனக்கு ஓர் உதவி செய்ய முடியுமா என்று சொல்லுங்கள் என் சபதத்தை நிறைவேற்றாமல் நான் இங்கிருந்து

கிளம்பினால் வேட்டை மண்டபத்தில் உள்ளவர்கள் என்னைச் சும்மா விடமாட்டார்கள். உயிரோடு சிதையில் வைத்து நெருப்பு மூட்டிக் கொளுத்தி விடுவார்கள். அதற்குக்கூட நான் அஞ்சவில்லை. ஆனால் நான் சாவதற்கு முன்னால் என் தாயை ஒரு முறை சந்திக்க விரும்புகிறேன்... வாணர் குல வீரரே! நீர் கூறியதையெல்லாம் நான் நம்பவில்லையென்று சொன்னேன். அது தவறு! ஈழநாட்டுக் காடுகளில் தலைவிரி கோலமாகத் திரிந்து கொண்டிருக்கும் என் அன்னையைப் பற்றி நீர் சொல்லியதையெல்லாம் நான் நம்புகிறேன். ஒவ்வொரு வார்த்தையையும் நம்புகிறேன். நானே அவரைப் பார்த்ததும் உண்டு..."

"எப்போது? எப்படி?" என்று கேட்டான் வந்தியத்தேவன்.

"குழந்தைப் பிராயத்தில் நான் படுத்துத் தூங்கும்போது சில சமயம் திடுக்கிட்டுக் கண் விழித்துக் கொள்வேன். அப்போது ஒரு பெண்ணுருவம் என் முகத்தினருகில் குனிந்து என்னைக் கண் கொட்டாமல் பார்த்து கொண்டிருக்கக் காண்பேன். நான் கண் விழித்ததும் அந்த உருவம் மறைந்து விடும். எனக்கு இது அதிசயத்தையும், அச்சத்தையும் அளித்து வந்தது. கண்ணாடியில் என் முகத்தைப் பார்த்துக் கொள்வதில் எனக்கு அப்போதிருந்து ஆசை நிரம்ப உண்டு. ஆகையால் என் முகத்தோற்றம் என் மனத்தில் நன்றாகப் பதிந்திருந்தது. நான் தூங்கும்போது என்னைக் குனிந்து உற்றுப்பார்த்த உருவம் என்னைப் போலவே இருப்பது பற்றி வியந்திருக்கிறேன். என் முகமும் ஒரேமாதிரி இருக்கும். கூடுவிட்டுக் கூடு பாய்வது பற்றிய கதைகளை நான் கேட்டிருந்தேன். என் உயிரே என் உடம்பை விட்டுப் பிரிந்து தனியாக மேலே நின்று என் முகத்தை உற்றுப் பார்த்துக் கொண்டிருக்கிறதோ என்று சந்தேகப்படுவேன். சில சமயம், நான் இறந்துபோய் விட்டேனோ, படுத்திருப்பது என் உயிரற்ற உடம்போ என்று எண்ணித் திடுக்குறுவேன். இதெல்லாம் உண்மையாக, நடப்பதா, கனவில் நடப்பதா, அல்லது என் மனப்பிரமையா, எனக்குச் சித்தக் கோளாறு ஏற்பட்டு விட்டதா என்றெல்லாம் எண்ணி வேதனைப்படுவேன். எனக்குப் பிராயம் வந்த பிறகு, அப்படி நான் கண்டதெல்லாம் உண்மையான தோற்றமேதான் என்று பல காரணங்களினால் எனக்கு நிச்சயமாயிற்று. முக்கியமாக சுந்தர சோழர் என்னைப் பார்த்து அடைந்த குழப்பத்தைக் கவனித்து அந்த நிச்சயம் அடைந்தேன். வேறு பல அறிகுறிகளிலும், ஆழ்வார்க்கடியான் சில சமயம் தவறிக் கூறிய வார்த்தைகளினாலும், என்னைப் போன்ற உருவம் படைத்த என் அன்னை ஒருத்தி இருக்கவேண்டும் என்று நிச்சயம் அடைந்தேன். அவரை ஒரு தடவை பார்க்கவேண்டும், அவருடைய மடியிலே படுத்து விம்மி அழவேண்டும் என்று என் உள்ளத்தில் தாபம் குடி கொண்டது. ஐயா! இன்று தாங்கள் கூறிய வார்த்தைகளினால் அந்தத் தாபம் பன்மடங்கு அதிகமாகிவிட்டது. என்னை என் தாயாரிடம் நீர் அழைத்துப் போவதாயிருந்தால், என் பழிவாங்கும் நோக்கத்தை விட்டு விடுகிறேன். இந்தப் பாண்டிய குலத்து வாளை உம்மிடம் இப்போதே கொடுத்து விடுகிறேன்!" என்று விம்மிக்கொண்டே கூறினாள் நந்தினி.

வந்தியத்தேவன் சிந்தனையில் ஆழ்ந்தான். "இது என்ன வம்பு? கிணறு வெட்டப் பூதம் புறப்பட்டுவிட்டதே?" என்று எண்ணினான்.

மணிமேகலை, "ஐயா! நானும் தங்களை வேண்டிக் கொள்கிறேன். அக்காவின் விருப்பத்தை நிறைவேற்றி வைப்பதாக வாக்குக் கொடுங்கள்" என்றாள்.

வந்தியத்தேவன் மிக்க தயக்கத்துடன், "என்னால் முடிந்தால் பார்க்கிறேன்!" என்று சொன்னான்.

"அப்படியானால், உடனே நாம் கிளம்ப வேண்டும். ஆதித்த கரிகாலர் இங்கு வருவதற்குள் கிளம்பிவிட வேண்டும். இங்கிருந்து எப்படிப் புறப்பட்டுச் செல்வது? வாசல் வழி அபாயகரமானது, எதிரே கந்தமாறனும், கரிகாலனும் வந்தாலும் வருவார்கள்!" என்றாள் நந்தினி.

"வேட்டை மண்டபத்துக்குள்ளிருக்கும் சுரங்கப்பாதை வழியாக அழைத்துப் போகிறேன், வாருங்கள்!" என்றான் வந்தியத்தேவன்.

"அக்கா! நானும் வந்துவிடுகிறேன். என்னையும் அழைத்துப் போங்கள்!" என்றாள் மணிமேகலை.

நந்தினி அதைக் கவனிக்காமலே, "வேட்டை மண்டபத்துக்குள் போக நான் விரும்பவில்லை. ரவிதாஸனும் அவனுடைய ஆட்களும் நம்மை உயிரோடு விடமாட்டார்கள்..." என்றாள்.

"அம்மணி! தங்கள் கையில் உள்ள வாளை மட்டும் என்னிடம் கொடுங்கள். அவர்கள் நாலு பேரையும் நான் சமாளித்துக்கொள்கிறேன்!" என்றான் வந்தியத்தேவன்.

"வேண்டாம்! அதனால் பல சங்கடங்கள் உண்டாகும் மணிமேகலை! இங்கிருந்து வெளியேறுவதற்கு வேறு வழி ஒன்றும் இல்லையா?" என்று கேட்டாள் நந்தினி தேவி.

மணிமேகலை புருவத்தை நெறித்துக்கொண்டு சிறிது யோசித்தாள். "அக்கா! எனக்கு வேறு வழி இருப்பதாகத் தெரியவில்லை. ஆனால் இவரையே கேளுங்கள். முன்னொரு சமயம் இவர் இந்த அறையிலிருந்து மாயமாக மறைந்து போனார். எப்படிப் போனார் என்று கேளுங்கள்!" என்றாள்.

நந்தினி வந்தியத்தேவன் முகத்தைப் பார்த்தாள்.

வந்தியத்தேவன், "ஆம், அம்மணி! வேறு ஒரு வழி இருக்கிறது. தற்செயலாக அதை நான் கண்டுபிடித்தேன். ஆனால் அதன் வழியாகப் போவது எளிதன்று. மச்சுக்கு மச்சு, மாடத்துக்கு மாடம் தாவிக் குதிக்க வேண்டும், அப்புறம் மதில் ஏறியும் குதிக்க வேண்டும். தங்களால் முடியுமா என்று சந்தேகிக்கிறேன். அதைக் காட்டிலும் மந்திரவாதியையும் அவனுடைய ஆட்களையும் ஒரு கை பார்த்துவிட்டுச் சுரங்க வழி போவது எளிது!" என்று சொன்னான் வந்தியத்தேவன்.

அப்போது மணிமேகலை, "ஐயோ அவர்கள் வருகிறார்கள் போலிருக்கிறதே!" என்று திடுக்கிட்டுக் கூறினாள்.

இருவரும் உற்றுக் கேட்டார்கள். ஆம்; அப்போது அரண்மனை முன்கட்டிலிருந்து அந்த அறைக்குள் யாரோ வரும் காலடிச் சத்தம் கேட்டது.

"ஐயா! சீக்கிரம் வேட்டை மண்டபத்துக்குள் போய் விடுங்கள்!" என்றாள் நந்தினி.

"மறைந்துகொள்ள எனக்கு வேறு ஒரு நல்ல இடம் இருக்கிறது. தேவி! அந்த வாளை இப்படிக் கொடுங்கள்!" என்றான் வந்தியத்தேவன்.

நந்தினி அவனிடம் வாளைக் கொடுப்பதற்காக அதை முன்னால் நீட்டினாள். அப்போது அவளுடைய கைதவறி, வாள் தரையில் விழுந்து ஜணஜண கண கணவென்னும் ஒலியை எழுப்பியது.

38. நடித்தது நாடகமா?

வாள் தவறித் தரையில் விழுந்தபோது எழுந்த ஒலியுடன் நந்தினியின் சோகம் ததும்பிய மெல்லிய சிரிப்பின் ஒலியும் கலந்தது.

அவள் பரபரப்புடன், "ஐயா! தெய்வத்தின் சித்தம் வேறு விதமாயிருக்கிறது. வாள் இங்கேயே கிடக்கட்டும். தாங்கள் உடனே போய் மறைந்து கொள்ளுங்கள்!" என்றாள்.

அதைக் காதில் வாங்கிக் கொள்ளாமல் வந்தியத்தேவன் குனிந்து வாளை எடுக்கப் போனான். அதன் கூரிய நுனிப் பகுதியைப் பிடித்துத் தூக்க முயன்றான். அதே சமயத்தில் அந்த வாளின் பிடியை ஒரு காலினால் மிதித்துக் கொண்டாள் நந்தினி.

"வேண்டாம்! இளவரசர் காதில் வாள் விழுந்த சத்தம் கேட்டிருக்கும். இங்கே வாள் இல்லாவிட்டால் அவர் மனத்தில் சந்தேகம் உண்டாகும். ஏற்கெனவே, தங்கள்

மீது அவருக்குச் சந்தேகம். போய் விடுங்கள்! முன்னொரு தடவை மாயமாய் இங்கிருந்து மறைந்ததுபோல் இந்தத் தடவையும் மறைந்து போய் விடுங்கள்!" என்றாள்.

வந்தியத்தேவன் வாளின் முனையைப் பிடித்து எடுக்க முயன்றதில் அவன் கையில் சிறு காயம் உண்டாயிற்று. அவன் வாளை விட்டுவிட்டு நிமிர்ந்தான். அவன் உள்ளங்கையில் இலேசாக இரத்தம் கசிந்ததை நந்தினி பார்த்தாள்.

"நான் உமக்குக் கொடுத்த வாக்கை நிறைவேற்றுவேன். என் கையால் என் உடன்பிறந்தானைக் கொல்ல மாட்டேன். நீர் தப்பித்துக் கொள்ளும். உம்மை இங்கே அவர் கண்டுவிட்டால்...!"

"போய்விடுங்கள்! உடனே போய்விடுங்கள்!" என்று மணிமேகலையும் சேர்ந்து கெஞ்சினாள். காலடிச் சத்தம் மேலும் நெருங்கிக் கேட்டது.

வந்தியத்தேவன் வேண்டா வெறுப்பாக யாழ்க்கருவிகளின் களஞ்சியத்தை நோக்கி விரைந்து சென்றான். களஞ்சியத்தின் கதவைத் திறந்துகொண்டு உள்ளே சென்று மறைந்தான்.

காலடிச் சத்தம் வெகு சமீபத்தில், வாசற்படிக்கருகில், கேட்டது.

வந்தியத்தேவன் மறைந்த இடத்தை வியப்புடன் உற்றுப் பார்த்துக் கொண்டிருந்த மணிமேகலையைப் பார்த்து, "தங்காய்! நீயும் மறைந்து கொள்! கட்டிலின் திரைகளுக்குப் பின்னால் மறைந்து கொள்! நாங்கள் பேசிக் கொண்டிருக்கும் போது அவருக்குத் தெரியாமல் இங்கிருந்து போய்விடு!" என்றாள் நந்தினி.

மணிமேகலை கட்டிலின் திரைச்சீலைக்குப் பின்னால் மறைந்த மறுகணத்தில் ஆதித்த கரிகாலனும் கந்தமாறனும் உள்ளே வந்தார்கள்.

கரிகாலன் சுற்றுமுற்றும் பார்த்துக் கொண்டே நந்தினியை நெருங்கினான். கட்டிலின் திரைச்சீலை அசைந்ததை அவன் கவனித்தான். ஆனால், கவனித்ததாகக் காட்டிக்கொள்ளவில்லை.

நந்தினிக்கு அருகில் வந்ததும் தரையிலே கிடந்து ஒளிவிட்டுக் கொண்டிருந்த வாளைப் பார்த்தான். பின்னர், நந்தினியின் முகத்தை உற்றுப் பார்த்தான். நந்தினியின் நெஞ்சை ஊடுருவிய அந்தப் பார்வையின் தீட்சண்யத்தைப் பொறுக்க மாட்டாமல் வாளை எடுக்கும் பாவனையாக அவள் குனிந்தாள். நந்தினியின் நோக்கத்தை அறிந்து அவளை முந்திக்கொண்டு கரிகாலன் வாளைக் கையில் எடுத்துக் கொண்டான். அதன் அடிப்பிடியிலிருந்து கூரிய நுனி வரையில் கூர்ந்து பார்த்தான். நுனியில் புதிய இரத்தக் கறை இருப்பதையும் பார்த்துக் கொண்டான்.

பின்னர் நந்தினியை நோக்கி, "தேவி! நாங்கள் வரும்போது கேட்ட சத்தம் இந்த வாளின் சத்தந்தான் போலிருக்கிறது. தங்கள் கையிலிருந்து நழுவிக் கீழே விழுந்திருக்கிறது! எங்களை வரவேற்பதற்குக் கையில் வாளேந்தி ஆயத்தமானது போலத் தோன்றுகிறது" என்றான்.

"வீரம் மிக்க இளம் புலிகளையும் தீரத்திற் சிறந்த வாலிப சிங்கங்களையும் வரவேற்பதற்குரிய முறை அதுவேயல்லவா?" என்றாள் நந்தினி.

"மூர்க்கப் புலிகளுக்கும், சிங்கங்களுக்கும் கூரிய நகங்களும் பற்களும் வேண்டும். ஆனால் துள்ளித் திரியும் புள்ளிமானுக்கு அவை தேவையில்லையென்றுதானே கடவுள் தரவில்லை?" என்றான் ஆதித்த கரிகாலன்.

"மானும் தன் கொம்புகளை உபயோகிக்க வேண்டிய தேவை நேரிடலாம் அல்லவா? தனக்குக் கொம்புகளை அளித்த கடவுளிடம் கலைமான் நன்றி செலுத்தும் சந்தர்ப்பமும் நேரிடலாம் அல்லவா? கருணை கூர்ந்து அந்த வாளை என்னிடம் கொடுத்து விடுங்கள்!" என்று மன்றாடினாள் நந்தினி.

“இல்லை; இல்லை! தங்கள் கைகளுக்கு இது ஏற்றதன்று. மலர் கொய்யவும், மாலை புனையவும் பிரம்மதேவன் படைத்த தளிர்க்கரங்களினால் வாளை எப்படிப் பிடிக்க முடியும்?” என்றான் கரிகாலன்.

“கோப்பெருமகனே! இந்த ஏழையின் கைகள் ஆர்வத்துடன் மலர் கொய்து ஆசையுடன் மாலை புனைந்த காலம் உண்டு. அந்த மாலையைச் சூடுவதற்குரியவர் எப்போது வருவார் என்று காத்திருந்து காத்திருந்து ஏமாந்த காலமும் உண்டு. அவ்விதம் பகற்கனவு கண்டு வந்த காலம் போய் எத்தனையோ யுகங்கள் ஆகிவிட்டன. இப்போது இந்தத் திக்கற்ற அநாதையின் கரங்கள் வாளைத் துணை கொள்ள வேண்டிய அவசியம் நேர்ந்திருக்கிறது. ஐயா! அந்தத் துணையையும் தாங்கள் என்னிடமிருந்து பறித்துக் கொள்ளாதீர்கள்!” என்றாள் நந்தினி.

“தேவி! இது என்ன பேச்சு? தங்களையா திக்கற்ற அநாதையென்று சொல்லிக்கொள்ளுகிறீர்கள்? தங்கள் காலால் இட்ட பணியைத் தலையால் வகித்து நிறைவேற்றுவதற்கு எத்தனை வாலிப வீரர்கள் காத்துக் கொண்டிருக்கிறார்கள்? இது தங்களுக்குத் தெரியாதா?” என்றான் கரிகாலன்.

“தப்பித் தவறி என் கால் அத்தகைய தூர்த்தர்களுடைய தலையிலே பட்டுவிட்டால் அந்தக் காலை வெட்டிக்கொள்ள வேண்டியதாயிருக்கும், ஐயா! அதற்கேனும் வாள் அவசியம் அல்லவா?”

“ஐயோ! இது என்ன கர்ண கடூரமான பேச்சு? பாதச் சிலம்பு கலீர் கலீர் என்று ஒலிக்க அரண்மனை மாடக்கூடங்களில் அன்னமும் நாணும் நன்னடை பயில வேண்டிய கால்களை வெட்டுவதா? இந்த வார்த்தைகள் பெரிய பழுவேட்டரையரின் காதில் விழுந்தால் அவர் உள்ளம் என்ன பாடுபடும்?”

“ஐயா! அவரைப்பற்றி கவலைப்படுவோர் யார்? அந்தக் கிழச்சிங்கம் ஒரு கர்ஜனை செய்தால் அதைக் கேட்டு நடுங்கி ஓடிப் பதுங்கிய வாலிபப் புலிகள் இப்போது எவ்வளவு தைரியமாக வெளிவந்து நடமாடுகின்றன? அவர் கொள்ளிடத்து வெள்ளத்தில் போய் விட்டார் என்ற செய்தியைக் கேட்ட பின்னர் அல்லவா வாலிபப் புலிகளுக்கு இவ்வளவு துணிச்சல் வந்துவிட்டது? அந்தப் புலிகள் என்னிடம் ரொம்பவும் நெருங்கி விடாமல் பார்த்துக்கொள்வதற்காக இந்த ஆயுதத்தை வைத்திருந்தேன். குப்பையில் கிடந்த என்னை உலகமறிய அழைத்து வந்து அரண்மனை வாழ்வும் அரசபோகமும் அளித்த மகாபுருஷரின் கௌரவத்தைக் காப்பதற்காக இந்த வாளின் உதவியைக் கோரினேன். தாங்கள் சற்று முன்னால் சொன்னதுபோல், மலர் கொய்யவேண்டிய கரங்களினால் வாள் சுழற்றப் பயின்றேன்...”

“தேவி! உண்மையில் அதற்காகத்தானா? இந்த வாளைத் தாங்கள் பெட்டியில் வைத்துப் பூஜை செய்து வந்ததும், இதைத் தங்கள் மலரினும் மென்மையான கன்னங்களோடு சேர்த்துக் கொஞ்சிக் குலாவி வந்ததும், பெரிய பழுவேட்டரையரின் கௌரவத்தைக் காப்பாற்றுவதற்காகத்தானா? அல்லது தங்களைப் பார்த்து அசட்டு சிரிப்புச் சிரித்துக் கொண்டு நெருங்கும் நிர்மூடர்களை நெருங்க வொட்டாமல் தடுப்பதற்குத்தானா? வேறு நோக்கம் ஒன்றுமில்லையா?”

“வேறு என்ன விதமான நோக்கம் இருக்க முடியும், ஐயா?”

“ஏன்? வேறு எத்தனையோ நோக்கம் இருக்க முடியும்! பழி வாங்கும் நோக்கம் இருக்கலாம். தாங்கள் அடிபணிந்து கைகூப்பிக் கேட்டுக் கொண்ட வேண்டுகோளைப் புறக்கணித்துத் தங்கள் உள்ளத்தில் அழியாத புண்ணை உண்டாக்கிய பாதகனைக் கொன்று சபதம் முடிக்கும் நோக்கம் இருக்கலாம்!”

நந்தினி தலையைக் குனிந்துகொண்டு ஒரு நெடிய பெருமூச்சு விட்டாள். பின்னர், இளவரசனை நிமிர்ந்து நோக்கி, “கோமகனே! அம்மாதிரி எண்ணமும் ஒரு சமயம் எனக்கு

இருந்தது உண்மைதான். அதற்காகவே இந்த வீரவாளைப் பூஜை செய்து வந்தேன். எப்போது அந்த வேளை வரும் என்று காத்துக்கொண்டிருந்தேன். ஆனால் வேளை வந்தபோது என் கரங்களில் வலிவு இல்லாமல் போய்விட்டது; நெஞ்சில் உறுதியில்லாமலும் போய்விட்டது. இனி இந்த வாளை என் கற்பையும் என் கணவரின் கௌரவத்தையும் காப்பாற்றிக் கொள்ள மட்டுமே உபயோகப்படுத்துவேன். கருணை செய்து அதை இப்படிக் கொடுங்கள்!" என்றாள்.

"தேவி அந்தப் பொறுப்பை நான் வகிக்கக் கூடாதா? தங்களுக்கோ, தங்கள் கணவருக்கோ தீங்கு எண்ணிய பாதகனைத் தண்டிக்கும் கடமையை நான் நிறைவேற்றக் கூடாதா" என்றான் ஆதித்த கரிகாலன்.

"தங்களுக்கு இது இயலாத காரியம். இந்தத் திக்கற்ற அநாதை ஸ்திரீயின் நிமித்தம் தங்கள் ஆருயிர் நண்பர்களைத் தண்டிக்க முடியுமா?"

"ஏன் முடியாது? நிச்சயமாய் முடியும்! நந்தினி! நீ அன்றைக்கு ஏரித் தீவில் வந்தியத்தேவனைப் பற்றிக் கூறியதையெல்லாம் அப்போது நான் பூரணமாக நம்பவில்லை. பின்னால், கந்தமாறன் சொல்லியதிலிருந்து அவ்வளவும் உண்மைதான் என்று அறிந்தேன். அந்தப் பாதகனை நீ மன்னித்தாலும் நான் மன்னிக்கச் சித்தமாயில்லை. அவன் எங்கே என்று சொல்!...சொல்லமாட்டாயா!... வேண்டாம்! என் கண்கள் குருடாகி விடவில்லை... இதோ பார்!" என்று ஆத்திரத்துடன் ஆதித்த கரிகாலன் கர்ஜனை செய்து கொண்டே கட்டிலை மூடியிருந்த திரைச் சீலையை நோக்கி அடி எடுத்து வைத்தான்.

நந்தினி அவன் காலைத் தொட்டு எழுந்து மண்டியிட்டுக் கரங்களைக் குவித்துக்கொண்டு "கோமகனே! வேண்டாம்! வேண்டாம்!" என்றாள்.

"நந்தினி! உன் கருணையை வேறு காரியங்களுக்கு வைத்துக் கொள்! என் நண்பனைப்போல் நடித்துச் சதி செய்யும் சண்டாளனிடம் கருணை காட்ட வேண்டாம்!" என்று சொல்லிய வண்ணம் ஆதித்த கரிகாலன் நந்தினியை மீறிக் கொண்டு மேலே நடந்தான்!

நந்தினி பிரமித்துத் திகைத்தவள்போல் நாலாபுறமும், பார்த்து விழித்தாள். இத்தனை நேரமும் வாசற்படிக்கு அருகில் சிலையைப்போல் நின்றுகொண்டிருந்த கந்தமாறனைப் பார்த்து, "ஐயோ! அவரைத் தடுங்கள்!" என்று அலறினாள்.

கந்தமாறனாகிய சிலைக்கு உயிர் வந்தது. ஆனால் அவன் இருந்த இடத்தை விட்டு அசையவில்லை. இலேசாக ஓர் அசட்டுச் சிரிப்புச் சிரித்துவிட்டு மீண்டும் சிலையாக மாறிவிட்டான்.

கரிகாலன் ஒரு கையினால் வாளை ஓங்கிய வண்ணம் கட்டில் திரைச் சீலையின் அருகில் சென்று, இன்னொரு கையினால் திரையை விலக்கினான்.

உள்ளே, கையில் சிறிய கூரிய கத்தியுடன் தோன்றிய மணிமேகலை, 'கிறீச்' என்று சத்தமிட்டாள்.

ஆதித்த கரிகாலன் ஓங்கிய வாளுடன் சிறிது நேரம் ஸ்தம்பித்து நின்றுவிட்டுப் பின்னர் அந்த வாளினால் கட்டில் திரைச் சீலையைக் கிழித்தெறிந்தான்.

"ஆகா! இந்தப் பெண் புலியா இங்கே நிற்கிறது? அப்பப்பா! இதன் நகங்கள் மிகக் கூர்மையாயிற்றே?" என்று கூறி 'ஹா ஹா ஹா' வென்று சிரித்தான்.

பின்னர் கந்தமாறனைப் பார்த்து, "நண்பா! உன் தங்கையை அழைத்துப் போய் அவள் தாயாரிடம் ஒப்புவித்து விட்டு வா! இவள் வயிற்றில் எத்தனை புலிக் குட்டிகள் பிறக்குமோ தெரியாது! இவள் இந்த வீர பாண்டியனுடைய வாளுக்கு இத்தனை நேரம் இரையாகிச் செத்திருந்தால் சோழ நாடு எத்தனை வீரப் புதல்வர் புதல்விகளை இழக்கும்படி நேர்ந்திருக்கும்?" என்றான்.

சற்று முன் உண்மையிலேயே பெண் புலிபோல் சீறிய மணிமேகலை ஆதித்த கரிகாலனின் வார்த்தைகளைக் கேட்டு நாணம் அடைந்தாள். கந்தமாறன் அவளை அணுகி அழைப்பதற்குள் அவளாகவே அந்த அறையிலிருந்து செல்ல ஆயத்தமாகி விட்டாள்.

அண்ணனும் தங்கையும் அங்கிருந்து போனதும், கரிகாலன் நந்தினியைப் பார்த்து, "தேவி ஒரு நாடகம் நடித்து அவர்கள் இருவரையும் போகச் செய்துவிட்டேன். இனிமேலாவது நம் உள்ளத்தைத் திறந்து உண்மையைப் பேசலாம் அல்லவா?" என்றான்.

நந்தினி உண்மையான வியப்புடன் கரிகாலனை நோக்கி, "ஐயா! தாங்கள் நடித்தது நாடகமா? அப்படியானால், அது ஆச்சரியமான நடிப்புத்தான்! நானும் அதை உண்மையென்றே நம்பி ஏமாந்து போனேன்!" என்றாள்.

"நந்தினி! நடிப்பிலே உனக்கு இணை இந்த உலகிலேயே இல்லை என்பது என் எண்ணம். நீயே ஏமாந்திருந்தால், என் நடிப்புத் திறமையை அவசியம் மெச்சிக்கொள்ள வேண்டியது தான்! ஆனாலும், நான் வாளை ஓங்கிக்கொண்டு மணிமேகலை மறைந்திருந்த இடத்தை நோக்கிப் போனபோது, நீ என்னைத் தடுக்கவில்லையே? அது ஏன்? என் மீது சுமந்துள்ள பல குற்றங்களுடன் ஸ்திரீ ஹத்திதோஷமும் சேரட்டும் என்று எண்ணிப் பார்த்துக்கொண்டிருந்தாயா?" என்று கேட்டான் கரிகாலன்.

"சிவ சிவா! இந்த உலகத்திலேயே இன்றைக்கு அந்தப் பெண் ஒருத்தியிடந்தான் நான் உண்மையான அன்பு கொண்டிருக்கிறேன். அவளும் சாகட்டும் என்று சும்மாப் பார்த்துக் கொண்டிருப்பேனா? திரையை நீக்கியதும் தாங்களே தெரிந்து கொள்வீர்கள் என்று எண்ணினேன்..."

கரிகாலன் சிரித்தான்.

"இந்தச் சிரிப்பின் பொருள் விளங்கவில்லை!" என்றாள் நந்தினி.

"மணிமேகலையை நான் கொல்லுவதற்கு நீ சொன்ன காரணமே போதும்!" என்றான் கரிகாலன்.

"இன்னும் விளங்கவில்லை!"

"நீ யாரிடமாவது அன்பு கொண்டாய் என்றால் அவனோ, அவளோ என்னுடைய பரம விரோதியாகி விடுவார்கள். இது உனக்குத் தெரியாதா?"

"தெரியும்; அத்தகைய துரதிர்ஷ்டசாலி நான் என்று தெரியும். ஆனாலும் தங்கள் குரோதம் கள்ளங்கபடமறியாத இந்த இளம் பெண் வரையில் செல்லும் என்று நான் கருதவில்லை!"

"அல்லது உன் நோக்கம் வேறு விதமாகவும் இருக்கலாம். நான் மணிமேகலையைக் கொன்றுவிட்டால், அதற்காகக் கந்தமாறன் என்னைப் பழி வாங்குவான் என்று எண்ணியிருக்கலாம். அல்லது நான் அவளைக் கொல்லுவதற்குள் அவள் கையிலிருந்த சிறிய கத்தியை எறிந்து என்னைக் கொன்றுவிடுவாள் என்றும் கருதியிருக்கலாம்..."

"ஐயையோ! இது என்ன? எப்படிப்பட்ட பயங்கரமான கற்பனைகள்!"

"கற்பனைகளா? என்னுடைய பயங்கரமான கற்பனைகளைக் காட்டிலும் பயங்கரமான நோக்கத்தை நீ உன் மனத்தில் வைத்திருக்கிறாய். உண்மையைச் சொல்! என் உள்ளத்தில் கொழுந்து விட்டெரியும் தீயை மேலும் வளர்க்க வேண்டாம்! என்னை எதற்காக இந்தக் கடம்பூர் அரண்மனைக்கு வரச் சொன்னாய்? எதற்காகப் பழுவேட்டரையரைத் தஞ்சைக்குப் போகும்படி செய்தாய்? சோழ சாம்ராஜ்யத்தைப் பங்கிட்டுக் கொடுத்துச் சமரசம் செய்து வைப்பதற்காகவோ, எனக்கும் மணிமேகலைக்கும் திருமணம் செய்வித்துக் கண்டு களிப்பதற்காகவோ இத்தனை முயற்சியும் செய்ததாகச் சொல்லாதே! அந்தக் கதைகளையெல்லாம் நான் நம்பமாட்டேன். நம்பியிருந்தால், இங்கு வந்திருக்கவும் மாட்டேன்..."

"பின் எதற்காக இங்கு வந்தீர்கள், கோமகனே! என்ன நம்பிக்கையுடன் இந்த இடத்துக்கு வந்தீர்கள்?"

"நம்பிக்கையா? எனக்கு ஒருவித நம்பிக்கையும் கிடையாது. என் உள்ளத்தில் நிரம்பியிருப்பதெல்லாம் நிராசையும் அவநம்பிக்கையுந்தான். இந்த நாட்டை விட்டும் இந்த உலகத்தை விட்டுமே, நான் போய்விட விரும்புகிறேன். அதற்கு முன்னால் உன்னை ஒரு தடவை பார்த்து விடை பெற்றுப் போகலாம் என்று தான் வந்தேன். ஒரு சமயம் என்னிடம் நீ ஒரு வரம் கோரினாய். காலில் விழுந்து மன்றாடிக் கேட்டுக் கொண்டாய். கையெடுத்துக் கும்பிட்டு இரந்தாய். என் ஆத்திரத்தினாலும் மூர்க்கத்தனத்தினாலும் நீ கோரியதை நான் கொடுக்கவில்லை. பிறகு ஒவ்வொரு கணமும் அதை நினைத்து வருத்தப்பட்டுக் கொண்டிருக்கிறேன். அதற்கு ஏதேனும் பரிகாரம் உண்டானால் அதைச் செய்துவிட்டுப் போகலாம் என்று வந்தேன். நந்தினி! சொல்! எந்த விதத்திலாவது அதற்கு நான் பரிகாரம் செய்யமுடியும் என்றால், சொல்!"

இவ்வாறு இரக்கம் ததும்பும் குரலில் கூறிய கரிகாலனைப் பார்த்து நந்தினி, "கோமகனே! அதற்குப் பரிகாரம் ஒன்றும் கிடையாது. இறந்தவர்கள் இறந்தவர்கள்தான்! இறந்தவர்களைப் பிழைக்கச் செய்யும் சக்தி இந்த உலகில் யார்க்கும் கிடையாது. கதைகளிலே காவியங்களிலே சொல்கிறார்கள். நாம் பார்த்ததில்லை" என்றாள்.

"இறந்தவர்களைப் பிழைக்கச் செய்ய முடியாது. அது உண்மைதான்! ஆனால் உயிருக்கு உயிர் கொடுத்துப் பரிகாரம் தேடலாம் அல்லவா?... இதோபார்! என்னிடம் இனியும் மறைக்க வேண்டாம். இங்கு நீ எதற்காக வந்தாய், என்னை எதற்காக வரச் சொன்னாய், என்னத்திற்காகப் பழுவேட்டரையரைத் தஞ்சைக்கு அனுப்பினாய் என்பதெல்லாம் எனக்குத் தெரியாது என்று எண்ணாதே! நீயும் நானும் சின்னஞ்சிறுவர்களாயிருந்த நாளிலிருந்து உன் மனத்தில் எழும் எண்ணங்களை அறியும் சக்தி எனக்கு உண்டு. எனக்கும் ஆத்திரம் ஊட்டி நீசத்தனமான செயல் புரியும்படி செய்வதற்காகவே வீர பாண்டியனுடைய உயிருக்காக நீ மன்றாடினாய். என் பக்கத்திலிருந்து என்னை வதைத்துக் கொண்டிருப்பதற்காகவே பெரிய பழுவேட்டரையரை நீ மணந்து தஞ்சைக்கு வந்தாய். நான் காஞ்சியில் நிம்மதியுடன் இருப்பது உனக்குப் பொறுக்கவில்லை. அதனாலேயே இந்தக் கடம்பூர் அரண்மனைக்கு வரச் செய்தாய். வீர பாண்டியனுடைய வாளினால் என்னைக் கொன்று பழி முடிக்கும் நோக்கத்துடனேயே நீ இவ்விடத்துக்கு வந்திருக்கிறாய். அந்த உன்னுடைய நோக்கத்தை தடையின்றி நிறைவேற்றிக்கொள்! அதற்காகவே கந்தமாறனையும் அவன் தங்கையையும் அப்புறப்படுத்தினேன். இதோ! இந்த வாளைப் பெற்றுக் கொள்!" என்று கூறிக் கரிகாலன் வாளை நீட்டினான்.

நந்தினி வாளை வாங்கிக் கொண்டாள். வாளைப் பிடித்த அவளுடைய கைகள் நடுங்கின. பின்னர் அவள் உடம்பெல்லாம் நடுங்கியது. கண்களில் கண்ணீர் ததும்பியது. இதயத்தைப் பிளக்கும் சோகக் குரலில் விம்மலும் தேம்பலும் கலந்து வந்தன.

"நந்தினி! இது என்ன அதைரியம்? இந்த மனத் தளர்ச்சி ஏன்? நீ பட்டர் குடும்பத்தில் வளர்ந்தவள்; ஆனால் வீர மறக்குலத்தில் பிறந்தவள் அல்லவா? ஆட்டு மந்தையில் வளர்ந்தபடியால் சிங்கக்குட்டி தன் இயல்பை இழந்துவிடுமா? இதோ பார்! உன் அந்தரங்கத்தை நான் அறிவேன். உன் பழியை முடிப்பதற்குக் கந்தமாறனையோ, பார்த்திபேந்திரனையோ, வந்தியத்தேவனையோ நீ ஏவிவிட வேண்டாம். அவர்கள் மீது எனக்குக் கோபத்தை உண்டாக்கவும் வேண்டாம். உன் சபதத்தை நீயே நிறைவேற்றிக் கொள்! உன் பழியை உன் கையினாலேயே முடித்துக்கொள்! யாராவது இங்கே மறுபடியும் வந்து தொலைந்து விடலாம். கந்தமாறன் தன் தங்கையை அன்னையிடம் சேர்ப்பித்து விட்டுத் திரும்பி வருவான். பார்த்திபேந்திரனும் சம்புவரையரும் திரும்பி வரும் நேரமும் ஆகிவிட்டது. அவர்களுடனே என் பாட்டன் மலையமானும் வந்தாலும் வரலாம். பழுவேட்டரையர் கொள்ளிடத்து வெள்ளத்தில் போயிருப்பார் என்று நான்

நம்பவில்லை. அவரும் திடீரென்று வந்தாலும் வரக்கூடும். உன் பழியை முடித்துச் சபதத்தை நிறைவேற்றிக்கொள்ள இதைக் காட்டிலும் நல்ல சந்தர்ப்பம் வரப் போவதில்லை. என்னைக் கொல்லுவதினால் எனக்கு நீ எவ்விதத் தீங்கும் செய்தவளாக மாட்டாய்! பேருதவி செய்தவளாவாய்!" என்றான்.

நந்தினி பொங்கிவந்த விம்மலை அடக்கிக்கொண்டு, "கோமகனே! தங்களிடம் நான் எதையும் மறைக்கவும் இல்லை. மறைக்க விரும்பவும் இல்லை. நான் இங்கு வந்ததின் நோக்கம் பற்றித் தாங்கள் கூறியதெல்லாம் உண்மைதான். தங்களை இங்கு வரச் சொன்னதின் நோக்கமும் அதுதான். ஆனால் சந்தர்ப்பம் நேர்ந்திருக்கும் சமயத்தில் என் கைகளில் வலிவு இல்லை; என் நெஞ்சிலும் தைரியம் இல்லை. தாங்கள் என்னைத் தேடிவரும் காலடிச் சத்தம் கேட்டவுடனேயே என் கையிலிருந்த வாள் நழுவிக் கீழே விழுந்துவிட்டது. இதோ பாருங்கள்! வாளைப் பிடித்திருக்கும் என் கரங்கள் நடுங்குவதை!" என்றாள்.

"ஆம், ஆம்! அதைப் பார்த்துக்கொண்டு தானிருக்கிறேன். ஆனால் அதன் காரணந்தான் எனக்குத் தெரியவில்லை. உன் நெஞ்சம் ஒரு சமயம் எவ்வளவு உறுதியடைந்திருந்தது என்பதை நான் அறிவேன். தேவேந்திரனுக்காக வஜ்ராயுதத்தைச் செய்து கொடுத்த பிறகு அதில் மீதமான உலோகத்தைக் கொண்டு பிரம்மதேவன் உன் இருதயத்தைப் படைத்திருக்க வேண்டும் என்று நான் எண்ணுவதுண்டு. அப்படிப்பட்ட உன் நெஞ்சு இவ்விதம் இளகிவிட்டதன் காரணம் என்ன!..."

"தங்கள் தோழர் வந்தியத்தேவர் சொன்ன செய்திதான் காரணம்."

"ஆகா! நீயும் நானும் உடன் பிறந்தவர்கள் என்று அவன் கண்டுபிடித்துக் கொண்டு வந்த செய்தியைத்தானே சொல்லுகிறாய்? அன்றைக்கு ஏரிக் கரைத் தீவில் நாம் பேசிக் கொண்டிருந்த போது நீ அதை நம்பவில்லையென்று சொன்னாயே? நம்மை மறுபடியும் பிரித்து வைப்பதற்காக யாரோ செய்திருக்கும் சூழ்ச்சி என்று கூறினாயே?"

"நான் அதை நம்பக்கூடாது என்றுதான் பார்த்தேன். அதற்காக எவ்வளவோ பிரயத்தனம் செய்தேன். ஆனால் இன்று அவர் கூறிய வேறொரு செய்தி என் நெஞ் சுறுதியை அடியோடு குலைத்துவிட்டது."

"ஆகா! அது என்ன? இன்னும் ஏதாவது புதிய கற்பனையா? புதியதாக வேறு என்ன கூறினான்?"

"என்னைப் பெற்ற அன்னையைப்பற்றிச் சொன்னார். அவரை இலங்கைத் தீவில் பார்த்ததாகக் கூறினார். அதை நான் நம்ப மறுப்பதற்குக் காரணம் எதுவும் இல்லை. கோமகனே! முன்னொரு தடவை நான் ஒரு வரம் கேட்டேன். அதைத் தாங்கள் கொடுக்கவில்லை. அதற்காக இன்று வரை வருத்தப்படுவதாகச் சொன்னீர்கள். இன்று மறுபடியும் ஒரு வரம் கேட்கிறேன். இதையாவது கொடுப்பீர்களா?"

"வரம் இன்னது என்று குறிப்பிட்டுக் கேட்டால், கொடுக்க முடியும், முடியாது என்று சொல்கிறேன்."

"கோமகனே! வீரபாண்டியனுடைய மரணத்துக்குப் பழி வாங்குவதாக நான் சபதம் செய்தது உண்மைதான். மீன் சின்னம் பொறித்த இந்தப் பாண்டிய குலத்து வாளினால் ஒன்று தங்களை கொல்லுவேன், அல்லது என்னை நானே கொன்று கொண்டு மாய்வேன் என்று சபதம் எடுத்துக் கொண்டேன். தங்களைக் கொல்வதற்கு என் நெஞ்சிலும் துணிவு இல்லை; என் கைகளிலும் வலிவு இல்லை. என்னை நானே கொன்றுகொண்டு, தங்கள் முன்னாலேயே மடியலாம் என்று எண்ணினால், அதற்குப் போதிய பலம் என் கையில் இல்லை. அரைகுறையாக முயன்று, என் உயிர் போகாவிட்டால் என்ன செய்வது என்று பயமாயிருக்கிறது. ஐயா! என் சபதத்தை நிறைவேற்றுவதற்கு உதவி செய்யுங்கள்! இந்த வாளைத் தாங்களே வாங்கிக்கொண்டு, தங்கள் கையினால் என்னை வெட்டிக் கொன்றுவிடுங்கள்! அப்போது என் சபதம் முடிந்துவிடும். இந்த ஜன்மத்தில் மட்டுமின்றி

இனிவரும் பிறவிகளிலும் தங்களிடம் நன்றியுள்ளவளாவேன்!" இவ்விதம் கூறிக்கொண்டே நந்தினி நீட்டிய வாளை, மறுபடியும் ஆதித்த கரிகாலன் வாங்கிக் கொண்டான்.

"ஹாஹாஹா" என்று அந்த அரண்மனை முழுதும் எதிரொலி செய்யும்படி பயங்கரமாகச் சிரித்தான்.

39. காரிருள் சூழ்ந்தது!

ஆதித்த கரிகாலனுடைய பயங்கரமான வெறிகொண்ட சிரிப்பு, யாழ்களஞ்சியத்தில் ஒளிந்திருந்த வந்தியதேவனுடைய காதில் விழுந்தது, அவனுக்கு ரோமாஞ்சனத்தை உண்டாக்கியது. விரைவில் ஏதோ விபரீதம் நிகழப்போகிறது என்று அவனுடைய உள்ளுணர்ச்சி கூறியது. நிழல் வடிவங்கொண்ட யம தர்மராஜன், கையில் பாசக்கயிறுடன் அந்த அறையில் பிரசன்னமாகியிருந்தான். பாசக்கயிற்றை வீசுவதற்குச் சமயம் நோக்கிக் கொண்டிருந்தான். ஆனால் யார்மீது எறியப் போகிறான்? யாருடைய உயிரைக் கொண்டு போகப் போகிறான்? கரிகாலன் உயிரையா? அல்லது நந்தினி தேவியின் உயிரையா? ஒருவேளை அவர்கள் இருவரையுமே மரணம் நெருங்கிக் கொண்டிருக்கிறதா? சகோதரன் சகோதரியைக் கொல்லப் போகிறானா சகோதரி சகோதரனைக் கொல்லப் போகிறாளா? அல்லது இருவரும் ஒருவரையொருவர் கொன்று கொண்டு சாகப் போகிறார்களா? இம்மாதிரி ஏதும் நடவாதபடி தடுப்பதற்காகத்தான் இளையபிராட்டி தன்னை விரைந்து போகும்படி அனுப்பி வைத்தாள். தன்னால் இயன்றதைச் செய்தாகி விட்டது. இருவரிடமும் அவர்களுக்குள்ள உறவைப் பற்றிச் சொல்லியாகிவிட்டது. இருவருடைய உள்ளமும் இளகும்படியும் செய்தாகிவிட்டது. ஆனாலும், பலன் ஏற்படுமா? வெறிகொண்ட கரிகாலரையோ, பிரமை பிடித்த நந்தினியையோ, கொடூரச் செயல் எதுவும் செய்யாமல் தடுக்க முடியுமா?

இந்தச் சமயத்தில் தான் நடுவில் குறுக்கிடுவதால் ஏதேனும் நன்மை விளையுமா? ஒருவேளை இருவருக்கும் மத்தியில் தன்னுடைய உயிரைப் பலி கொடுப்பதினால், அவர்களுடைய குரோதம் தணியுமா? இவ்வாறெல்லாம் எண்ணி வந்தியத்தேவனுடைய உள்ளக் கடல் கொந்தளித்துக் கொண்டிருந்தது. இன்னும் சிறிது பொறுத்துப் பார்க்கலாம், – தான் அவசரப்பட்டுக் குறுக்கிடுவதினால் காரியம் கெட்டுப் போக வேண்டாம் என்று பல்லைக் கடித்துக் கொண்டு நின்றான்.

கரிகாலருடைய வெறி கொண்ட சிரிப்பு அடங்கிய பிறகு, அவர்களுடைய சம்பாஷணை மேலும் தொடர்ந்தது.

"ஐயா! என் வாழ்நாளில் தங்களுக்கு மகிழ்ச்சி தரும்படியான காரியம் எதுவும் நான் செய்ததில்லை. சாகும் சமயத்திலாவது தாங்கள் சிரித்து மகிழுவதற்குக் காரணமானது பற்றிச் சந்தோஷம்" என்றாள் நந்தினி.

"ஆம், நந்தினி! இன்றைக்கு எனக்கு மிகச் சந்தோஷமான தினந்தான். இத்தனை வருஷமாக நீ என்னைப் படுத்திவைத்த பாட்டுக்கெல்லாம் இன்றைக்கு முடிவு ஏற்பட போகிறது. இந்தத் தடவை நான் காஞ்சியிலிருந்து புறப்பட்டபோது ஒருவாறு மனத்தைத் திடப்படுத்திக் கொண்டுதான் வந்தேன். உன்னை நேரில் பார்த்த பிறகு ஒருவேளை என் மனம் சலித்து விடுமோ என்று பயந்து கொண்டிருந்தேன். அதற்கிடமில்லாமல், நீயே வாளை என் கையில் கொடுத்து விட்டாய்!" என்று கூறிக் கரிகாலன் மீண்டும் சிரித்தான்.

"கோமகனே! எனக்கும் இன்று சுபதினந்தான். தங்கள் கையினால் வெட்டுண்டு இறப்பதைப் போன்ற இனிமையான மரணம் எனக்குக் கிட்டப் போவதில்லை. ஒரு காலத்தில் தாங்கள் என் கழுத்தில் பூமாலை சூட்டப் போகிறீர்கள் என்று ஆசைக் கனவு

கண்டுகொண்டிருந்தேன். அது நிறைவேற முடியாமற் போயிற்று. தங்கள் கையிலுள்ள வாளை என் கழுத்தில் சூட்டிக் கொள்ளும் பேறாவது எனக்குக் கிடைக்கட்டும். ஐயா! நேரம் ஆகிறது, ஏன் தாமதிக்கிறீர்கள்?" என்றாள் நந்தினி.

"பல வருஷம் தாமதித்தாகிவிட்டது. இன்னும் சில நிமிஷம் தாமதிப்பதினால் நஷ்டம் ஒன்றுமில்லை. நந்தினி! சற்று என்னைப் பார்! கடைசி முறையாக என்னைப் பார்த்து என் கேள்விக்கு மறுமொழி சொல்! பூமாலை சூட்ட வேண்டிய கையினால், நான் ஏன் உனக்கு வாள் மாலை சூட்ட வேண்டும்? நீ ஒரு காலத்தில் ஆசைக் கனவு கண்டது உண்மையாக இருந்தால், இப்போது ஏன் அதை நிறைவேற்றிக் கொள்ளக் கூடாது? அதற்குக் தடையாக நிற்பவர்கள் யார் என்று சொல்லு! உன்னைக் கொல்லுவதற்குப் பதிலாக அவர்களைக் கொன்று விட்டு மறுகாரியம் பார்க்கிறேன்!" என்றான் கரிகாலன்.

"வேண்டாம், ஐயா! வேண்டாம்! உங்களுக்குக் கோடி புண்ணியம் உண்டு. என் காரணமாக, இனி வேறு யாரும் சாக வேண்டாம்!"

"அந்தத் தடையை ஒரு நொடியில் நான் தவிடு பொடி செய்து விடுகிறேன். தலைவிதியின் பேரில் பாரத்தைப் போடாதே! பிரம்மா எழுதிய எழுத்தை நான் மாற்றி எழுதுகிறேன், பார்!..."

நந்தினி குறுக்கிட்டு, "பிரம்மா எழுதிய எழுத்தை மாற்றி எழுதலாம். ஆனால் ஒருவருடைய பிறப்பை மாற்றி அமைக்க முடியுமா?" என்று கேட்டாள்.

"எதைப்பற்றிக் கேட்கிறாய், நந்தினி! நமது சிறு பிராயத்தில் உன்னைப் பட்டர் குலத்துப் பெண் என்றும், அதனால் உன்னுடன் சிநேகம் செய்யக்கூடாதென்றும் என் குடும்பத்தினர் சொன்னார்களே, அதைப்பற்றியா? இல்லை! நீ பட்டர் குலத்தில் வளர்ந்தவளேயன்றி அந்தக் குலத்தில் பிறந்தவள் அல்ல என்பதை நீயும், நானும் முன்பே அறிந்திருந்தோம்."

"அதைப்பற்றி இப்போது சொல்லவில்லை, ஐயா! தங்கள் அருமை நண்பர் – வாணர் குலத்து வீரர் – கொண்டு வந்த செய்தியைப் பற்றியே சொல்லுகிறேன். பழையாறை இளைய பிராட்டி அவசரமாகச் சொல்லியனுப்பிய செய்தியைப் பற்றியே கூறுகிறேன். நான் தங்கள் சகோதரி என்பதை இதற்குள்ளாகவே மறந்து விட்டீர்களா?"

"நந்தினி! அன்றைக்கு நான் உன்னிடம் அதைப்பற்றிச் சொன்னபோது, நீ அதை நம்பவில்லை. உன்னையும் என்னையும் பிரித்து வைப்பதற்குச் செய்யும் இன்னொரு சூழ்ச்சி என்றாய். பிறகு நானும் யோசித்து அதே முடிவுக்கு வந்தேன். அதை நிச்சயம் செய்து கொள்ள வேண்டுமானால்..."

"வேண்டாம்! வேண்டாம்! எனக்கு அதைப்பற்றிச் சந்தேகமே இல்லை. கோமகனே! தங்களுக்கும் எனக்கும் இரத்த சம்பந்தம் ஏதுமில்லை..."

"பின், என்ன தடை நந்தினி?"

"நான் தங்களுக்குப் பாட்டனார் முறையிலுள்ள பழுவேட்டரையரை மணந்தவள். தங்களுக்கு பாட்டி முறையில் உள்ளவள் இது போதாதா?"

"நந்தினி! அந்தக் கதையைச் சொல்லி மறுபடியும் என்னை ஏமாற்றப் பார்க்க வேண்டாம். உலகத்தின் முன்னிலையில் நீ பழுவேட்டரையரின் இளைய ராணியாக இருக்கலாம். ஆனால் உண்மையில் நீ அவரை மணந்து கொள்ளவில்லை. ஏதோ காரணார்த்தமாகவே அவருடைய அரண்மனையில் வந்திருக்கிறாய். முன்னொரு தடவை, தஞ்சையில் நான் கேட்ட போது, இவ்வாறுதான் கூறினாய். அப்போது நான் நமது ஆசைக் கனவை உனக்கு நினைவூட்டினேன். அதை நிறைவேற்றுவதற்கு நீ பயங்கரமான நிபந்தனைகளை விதித்தாய்! பழுவேட்டரையரைக் கொன்று, என் தந்தையையும், சகோதரியையும் சிறையிலடைத்துவிட்டு, உன்னைச் சோழ சிங்காதனத்தில் ஏற்றி வைக்க வேண்டும் என்றாய். வெறி கொண்ட ராட்சஸி நீ என்று தீர்மானித்துக் கொண்டு, நான் காஞ்சிக்குப் போனேன். அப்புறம் நீ என்னை விட்டுவிட்டாயா? இல்லை! ஓயாமல்

ஒழியாமல் கனவிலும் நினைவிலும் வந்து என்னை வதைத்துக் கொண்டிருந்தாய். சில சமயம் அழுது புலம்பி என்னைத் துன்புறுத்தினாய். சில சமயம் மோகனப் புன்சிரிப்புச் சிரித்து என் உயிரை வதைத்தாய்! சில சமயம் பிச்சியைப்போல் சிரித்து என்னையும் பித்தனாக்கினாய்!..."

"கோமகனே! தங்களுடைய மனப்பிரமைக்கு என் பேரில் ஏன் குற்றம் சுமத்துக்கிறீர்கள்? தாங்கள் எனக்குச் செய்த அநீதிக்கும் கொடுமைக்கும் பலனை அநுபவித்தீர்கள். அதற்கு நான் என்ன செய்வேன்? நான் மட்டும் கஷ்டப்படவில்லையென்று எண்ணுகிறீர்களா? பழுவேட்டரையரின் மாளிகையின் சுக போகங்களில் ஆழ்ந்து குதூகலமாயிருந்தேன் என்று நம்புகிறீர்களா?" என நந்தினி கேட்ட குரலில் மீண்டும் பழையபடி ஆத்திரமும், கொடூரமும் பொங்கித் ததும்பின.

இதைக் கேட்டு வந்தியத்தேவன் பீதி கொண்டான். அவனுடைய உடம்பு படபடத்தது.

ஆதித்த கரிகாலரின் ஸ்வரமும் ஏறத் தொடங்கியது. "நீயும் கஷ்டப்பட்டதாகவா சொல்கிறாய்? அப்படியானால், இப்போது ஏன் நாம் ஏதேதோ பேசிக்கொண்டு வீண்பொழுது போக்க வேண்டும்? என்னுடன் புறப்பட்டு வருவதற்கு உன்னுடைய சம்மதத்தைத் தெரியப்படுத்து, உடனே புறப்பட்டு செல்வோம். உனக்காக நான் இந்தப் பெரிய சோழ இராஜ்யத்தைத் தியாகம் செய்துவிட்டு வரச் சித்தமாயிருக்கிறேன். பிறந்த நாட்டையும் தாய் தந்தையரையும் உற்றார் உறவினரையும் துறந்துவிட்டு வருகிறேன். கப்பல் ஏறிக் கடல் கடந்து செல்வோம். கடல்களுக்கு அப்பால் எத்தனை எத்தனையோ அற்புதமான தீவ தீவாந்தரங்கள் இருக்கின்றன. அவற்றில் ஒன்றை அடைவோம். உன்னைக் காட்டிலும் இந்த இராஜ்யம் எனக்குப் பெரியதன்று."

"கோமகனே! தாங்கள் இராஜ்யத்தைத் துறந்தாலும் துறப்பீர்கள்! ஆனால் இந்தக் கீழ்க் குல மகள், புராதனமான சோழ சிங்காதனத்தில் ஏறுவதற்குச் சம்மதிக்க மாட்டீர்கள், இல்லையா?" என்று கூறிவிட்டு நந்தினி நகைத்த நகைப்பில் தீப்பொறி பறந்தது.

"பெண்ணே! இதை வேறு விதமாகப் பார்! உனக்கு என்னைக் காட்டிலும் சோழ சிங்காதனம் உயர்வானதா? என்னிடம் நீ அந்த நாளிலிருந்து காட்டிய பிரியம் எல்லாம் சிங்காதனம் ஏறி மணிமகுடம் சூடும் ஆசையினால் நடித்த நடிப்புத்தானா?" என்றான் கரிகாலன்.

"ஆகா! அப்படியே வைத்துக்கொள்ளுங்கள். எனக்கு அரண்மனை வாழ்வும், அரசபோகமும் அரியாசனமும்தான் வேண்டும். இவற்றுக்காகவே, பழுவேட்டரையரை நான் மணந்தேன். இவற்றுக்காகவே, வீரபாண்டியரைக் காப்பாற்றுவதற்கு முயன்றேன்.."

"அடி! பாதகி! அவன் பெயரை எதற்காக இப்போது சொல்லுகிறாய்?" என்று கர்ஜனை செய்தான் கரிகாலன்.

நந்தினி மறுமொழி கூறுவதற்கு முன்னால் அவன் தொடர்ந்து மேலும் கூறினான்:– "ஆகா எனக்குத் தெரிகிறது. உன்னுடைய சூழ்ச்சியெல்லாம் எனக்கு இப்போது நன்றாகத் தெரிகிறது. வீரபாண்டியனுடைய பெயரைச் சொன்னால் எனக்கு ஆத்திரம் வரும். நான் உன்னை உண்மையாகவே கொல்ல வருவேன். உடனே இங்கு நீ காலால் இட்டதைத் தலையால் செய்யக் காத்திருக்கும் வாலிப சிங்கங்களில் ஒருவன் வந்து என்னைக் கொன்றுவிடுவான் என்பது உன் அந்தரங்க நோக்கம். அடி சண்டாளி! அந்த வந்தியத்தேவன் எங்கே இருக்கிறான்? எங்கே அவனை மறைத்து வைத்திருக்கிறாய், சொல்! இங்கேதான் அவன் ஒளிந்து கொண்டிருக்க வேண்டும். நீ என்னோடு வர மறுப்பதற்குக் காரணமும் இப்போது நன்றாய்த் தெரிகிறது. ஆமாம்; அவன்தான் காரணம்! அவனோடு நீ ஓடிப்போக எண்ணியிருப்பது தான் காரணம்! பழுவேட்டரையரை நீ இவ்விடம் விட்டு அனுப்பியதற்கும் அவன்தான் காரணம். நீங்கள் இரண்டு பேரும் சேர்ந்து பேசிக்கொண்டுதான் இப்படியெல்லாம் சூழ்ச்சி செய்திருக்கிறீர்கள்... ஆகா! எப்படி நான்

ஏமாந்து போனேன்? எங்கே அந்த பாதகன் வந்தியத்தேவன்? எங்கே உன்னுடைய புதிய காதலன்...?"

இவ்வாறு ஆதித்த கரிகாலர் வெறிக் கூச்சல் போட்டுக் கொண்டே கத்தியைச் சுழற்றிகொண்டு அங்குமிங்கும் அந்த அறையில் ஓடத் தொடங்கினார். ஒரு சமயம் யாழ்க் களஞ்சியத்தை நெருங்கி வந்தார்.

அப்போது நந்தினி ஒரே பாய்ச்சலாகப் பாய்ந்து சென்று அவர் காலடியில் விழுந்து "கோமகனே! இதைக் கேளுங்கள்! உங்களுக்குக் கோடி புண்ணியம் உண்டு. நான் சொல்லுவதைக் கேட்டுவிட்டுப் பிறகு எது வேணுமானாலும் செய்யுங்கள். வாணர்குல வீரரைப் பற்றித் தாங்கள் கூறுவது அபாண்டம். பூமாதேவி பொறுக்க மாட்டாள். அவருக்கு ஏதேனும் தாங்கள் தீங்கு செய்தால், என் அருமைத் தோழி மணிமேகலை உயிரையே விட்டுவிடுவாள்! தங்களுக்கு மகத்தான பாவம் சம்பவிக்கும். வேண்டாம்! இதோ என் நெஞ்சைப் பிளந்து பாருங்கள் வீர பாண்டியருடைய வாளினாலேயே என் நெஞ்சைக் கீறிப் பாருங்கள். அதற்குள்ளே தங்களுடைய திருவுருவத்தைத் தவிர வேறு எதுவும் இராது. இது சத்தியம்! சத்தியம்! சத்தியம்!" என்று கூறிவிட்டு நந்தினி விம்மினாள்.

ஆதித்த கரிகாலனின் வெறி மீண்டும் சிறிது தணிந்தது போல் காணப்பட்டது.

"அப்படியானால், என்னுடன் வருவதற்கு நீ ஏன் மறுக்கிறாய்? அதையாவது சொல்லிவிடு! ஏன் என் கையினால் உன்னை வெட்டிக் கொல்லும்படி தூண்டுகிறாய்? உண்மையைச் சொல்லிவிடு!" என்று அலறினான் கரிகாலன்.

"ஆகட்டும் இதோ சொல்லுகிறேன், என்னுடைய நெஞ்சில் தங்களைத் தவிர வேறு யாருக்கும் இடம் கிடையாது. இது சத்தியமான போதிலும், நான் தங்களுடன் வர முடியாது. தங்களை மணந்து கொள்ளவும் இயலாது. அதற்குத் தடையாயுள்ள ஒரு பெரிய காரணம் இருக்கிறது. ஆம் கோமகனே! உண்மையில் அதை சொல்லுவதற்காகவே நான் இங்கே வந்தேன். தங்களையும் வரச் செய்தேன். அதைச் சொல்லி விட்டு என்னை மன்னிக்கும்படி கேட்டுக் கொள்வதற்காக வந்தேன். இந்தத் துர்பாக்கியசாலியை மறந்து விட்டுத் தங்கள் குலத்துக்கும், பதவிக்கும் உகந்த பெண்ணை மணந்து வாழும்படி கெஞ்சிக் கேட்டுக் கொள்வதற்காக வந்தேன். ஆனாலும் அதைச் சொல்லத் தயங்கினேன். அதைச் சொல்லலாம் என்று நினைக்கும்போதே பயமாயிருக்கிறது. தங்களுடைய கோபத்தைக் கொழுந்து விட்டெரியச் செய்வோமோ, அதனால் இன்னும் என்ன தீங்கு நேரிடுமோ என்று அச்சமாயிருக்கிறது. தாங்கள் அமைதியுடனிருப்பதாக வாக்குக் கொடுத்தால்..."

"சொல், நந்தினி சொல்! எவ்வளவு கசப்பான விஷயமாயிருந்தாலும் கேட்டுப் பொறுத்துக் கொள்வேன். சற்றுமுன், உன்னை மறந்துவிட்டு வேறு பெண்ணை மணந்து சந்தோஷமாயிருக்கும்படி புத்திமதி கூறினாய்! அதற்கே நான் கோபித்துக் கொள்ளவில்லையே? வேறு என்ன கூறினால்தான் கோபித்துக் கொள்ள போகிறேன்? ஆனால் மறுபடியும் ஏதாவது கற்பனை செய்யாதே!..."

"கோமகனே! என் வாழ்க்கையே ஒரு கற்பனை. என் பிறப்பே ஒரு புனைகதை. என் வாழ்க்கையைச் சிறிது காலம் நீடிப்பதற்காகவும், நான் கொண்ட கருமத்தை முடிப்பதற்காகவும் நான் பலமுறை கற்பனைக் கதை புனைய வேண்டியதாயிருந்தது. இனி அதற்கு அவசியம் ஒன்றும் இல்லை. இன்றுடன் என் பொய் வாழ்க்கையை முடித்துக் கொள்ளப் போகிறேன். தங்களுடைய மனத் துன்பத்தை அதிகமாக்கக் கூடாது என்பதற்காகவே சில உண்மைகளை நான் அறிந்த பிறகும், தங்களுக்குச் சொல்லவில்லை. தாங்கள் என்னை வெறுத்துவிடவேண்டும் என்பதற்காகவே பல கற்பனைகளைப் புனைந்தேன். பல பயங்கரமான காரியங்களைப் புனைந்தேன். பல பயங்கரமான காரியங்களைச் செய்யும்படி கூறினேன். என் உள்ளத்தில் ஓயாத போராட்டம் நடந்து

கொண்டிருந்தது. என் கடமையும், நான் எடுத்துக் கொண்ட சபதமும், தங்கள் பேரில் கொண்ட காதலும் ஓயாமல் போராடிக் கொண்டிருந்தன. இவற்றினால் நான் அடைந்த துயரத்தைச் சொல்லி முடியாது. கடைசியாக, இன்று அந்தப் போராட்டமெல்லாம் முடியும் தருணம் நெருங்கியிருக்கிறது. என்னைப் பற்றிய உண்மையைச் சொல்லி விடுகிறேன். அதைக்கேட்ட பிறகு என்னைத் தங்கள் கையினாலேயே கொன்றுவிடுங்கள்! ஆனால் வேறு யாருக்கும் தாங்கள் தீங்கு செய்ய வேண்டாம்! வீண் பாவத்துக்கும் பழிக்கும் ஆளாக வேண்டாம்!..."

"பாவம்! பழி! இனிப் புதிதாக நான் அடையக் கூடிய பாவம் - பழி என்ன இருக்கிறது? ஆயினும் சொல், நந்தினி! என்னுடன் வருவதற்கு, - நம் இளம் பிராயத்து ஆசைக் கனவு நிறைவேறுவதற்கு - தடையாயிருக்கும் உண்மையான காரணம் என்னவென்று சொல்! அது எவ்வளவு பயங்கரமான உண்மையாக இருந்தாலும் சொல்! அதோ அந்தத் திரைச் சீலைக்குப் பின்னால் யாரோ ஒளிந்திருக்கிறார்கள் என்று நான் எண்ணிக் கொண்டிருந்த வரையில், ஒளிந்திருப்பது யார் என்று தெரியாதிருந்த வரையில், என் மனம் அமைதி இழந்திருந்தது. உன்னுடன் பேசிக்கொண்டிருந்தபோது, என் உள்ளம் அதைப் பற்றியே எண்ணமிட்டுக் கொண்டிருந்தது. ஒளிந்திருந்தவள் மணிமேகலை என்று தெரிந்த பிறகு என் குழப்பமும் நீங்கியது. உண்மை தெரியாதிருக்கும் வரையிலேதான் பயம், கோபம், குழப்பம் எல்லாம்! எவ்வளவு கசப்பாயிருந்தாலும் உண்மை தெரிந்து போய்விட்டால் மனம் அமைதி அடைந்துவிடும் அல்லவா?"

"கோமகனே! நான் சொல்லப்போகும் செய்தியினால் தங்கள் மனம் உண்மையிலேயே அமைதி அடையட்டும். அதுதான் என் பிரார்த்தனை. ஆனால் அந்தச் செய்தி நான் தங்களுடன் வருவதோ, தங்களை மணப்பதோ முடியாத காரியம் என்பதையும் நிரூபிக்கும். என் வாழ்க்கையின் முடிவு, என் துன்பங்களுக்கு விமோசனம், - மரணம் ஒன்றுதான் என்பதையும் தெரியப்படுத்தும். வாணர்குலத்து வீரர் என்னுடைய அன்னையைப் பற்றிய செய்தி கொண்டு வந்தார். அது உண்மை என்று நான் அறிவேன். ஈழநாட்டில் வெறி கொண்டு அலைந்து திரிந்துகொண்டிருந்த மாதரசியைப் பற்றி நான் அறிவேன். அவள் என் அன்னை என்று அறிவேன். இது மற்றும் பலருக்கும் தெரிந்திருந்தது. ஏனெனில் அந்தப் பெண்ணை ரசிக்கும் எனக்கும் உருவத்தோற்றத்தில் அமைந்திருந்த ஒற்றுமையைப் பலரும் காணக்கூடியதாயிருந்தது. என்னை, என் தாயார் என்று சிலர் சந்தேகிக்கும்படியிருந்தது. ஆனால் என் அன்னையை அத்தகைய வெறியாளாக்கிய காரணம் இன்னதென்பதையும் சில காலத்துக்கு முன்பு நான் அறிந்துகொண்டேன். அது என்னைத் தவிர வேறு யாருக்காவது தெரியுமா என்பதை நான் அறியேன். யாரிடமும் இதுவரையில் நான் சொன்னதில்லை. இப்போதுதான் தங்களிடம் முதன் முதலாகச் சொல்லப் போகிறேன். ஐயா! தந்தை யார் என்பதைத் தங்களுக்குச் சொல்லப் போகிறேன். கருணை கூர்ந்து எனக்குச் சற்று முன் கொடுத்த வாக்குறுதியை நினைவுப்படுத்திக் கொள்ளுங்கள். ஆத்திரத்துக்கும், குரோதத்துக்கும் இடங்கொடாதீர்கள்".

இவ்விதம் பலமான பூர்வ பீடிகை போட்டுக்கொண்டு நந்தினி ஆதித்த கரிகாலரை மிக நெருங்கி அவர் காதண்டை மிக மெல்லிய நடுங்கிய குரலில் "என்னைப் பெற்ற தந்தை... தான்!" என்று கூறினாள். கூறிவிட்டு விம்மி விம்மி அழத் தொடங்கினாள்.

ஆதித்த கரிகாலன் ஆயிரம் தேள் கொட்டியவனைப் போல் ஒரு கணம் துடி துடித்துத் துள்ளினான்.

"இல்லை, இல்லை, இல்லை! ஒரு நாளும் இல்லை! நீ சொல்லுவது பொய், பொய் பெரும் பொய்!" என்று உரக்கக் கத்தினான்.

மறுகணமே அவனுடைய ஆவேசம் அடங்கியது. வேதனை மிகுந்த குரலில், "ஆம் நந்தினி, ஆம். நீ கூறியது உண்மையாகவே இருக்க வேண்டும். இப்போது எல்லாம் எனக்குத் தெரிகிறது. உன் மனத்திலே நிகழ்ந்திருக்கக் கூடிய போராட்டத்தைப் பற்றிய

உண்மையும் தெரிகிறது. நீ எவ்வளவு துன்பப்பட்டிருக்க வேண்டும் என்று தெரிகிறது. உன் குழப்பத்துக்கும், தயக்கத்துக்கும் உன் பயங்கரமான வேண்டுகோளுக்கும் காரணம் தெரிகிறது. அன்றைக்கு நீ என்னுடைய காலில் விழுந்து மன்றாடியபோது, நான் உன் வேண்டுகோளை மறுத்தது எவ்வளவு பெரிய கொடுமை என்று தெரிகிறது! நந்தினி! உலகில் வேறு எத்தனையோ தீங்குகளுக்குப் பிராயச்சித்தம் உண்டு. ஆனால் நான் செய்ததற்குப் பிராயச்சித்தம் கிடையாது. நம் இருவருக்கும் நடுவில் உள்ள தடை நீங்க வழியே கிடையாது. ஐயோ! இந்தப் பெரும் பாரத்தை இத்தனை நாள் எப்படி உன் மனத்தில் வைத்துத் தாங்கிக் கொண்டிருந்தாய்? எப்படி இந்தப் பாதகன் இப்பூமியில் உயிர் வாழ்வதைச் சகித்துக் கொண்டிருந்தாய்? நல்லது! நம் இருவருடைய வாழ்க்கைக்கும் பரிகாரம் ஒன்று தான்! விமோசனம் ஒன்றுதான். இதோ, நந்தினி! என் பிராயச்சித்தம்!"

யாழ்க் களஞ்சியத்திலேயிருந்து வந்தியத்தேவன் மேற்கூறிய சம்பாஷணைகளையெல்லாம் கேட்டுக் கொண்டிருந்தான். இடையிடையே கரிகாலரின் வெறி மூர்த்தண்யமாகிக் கொண்டிருந்த போது அவன் அவர்களுக்கிடையே போக எண்ணினான். பிறகு அதனால் என்ன விபரீதம் நேரிடுமோ என்று தயங்கினான். அவர்களுடைய உணர்ச்சி மயமான பேச்சு அவனை ஒருபுறத்தில் செயலற்றவனாகச் செய்து கொண்டிருந்தது. நந்தினி தன்னுடைய தந்தை இன்னார் என்று கூறியது மட்டும் அவன் காதில் நன்றாக விழவில்லை. ஆனால் அவள் என்ன சொல்லியிருக்கக்கூடும் என்று அவன் மனதில் ஓர் ஊகம் உண்டாயிற்று. அது அவனைத் 'திடுக்கிடச் செய்தது' என்றாலும், வேறு எந்தவிதமாகக் கூறினாலும், அது வெறும் சம்பிரதாயமாகவே இருக்கும். அம்மாதிரி ஒரு பெரும் அதிர்ச்சியை அவனுடைய அதிர்ச்சிகள் நிறைந்த வாழ்க்கையில் அவன் அனுபவித்ததேயில்லை.

கடைசியாக ஆதித்த கரிகாலர் அடங்கிய மெல்லிய தழதழத்த குரலில், நந்தினி கூறியதை ஒப்புக் கொள்ளும் முறையில் வார்த்தை சொல்லிக் கொண்டிருந்தபோது, அவனுடைய ஆர்வமும் கட்டுக் காவலைக் கடந்தது. அவர் உரக்கச் சத்தமிட்டுக் கொண்டிருந்த வரையில் அவன் அவ்வளவாகப் பயப்படவில்லை. இப்போதுதான் அதிகமாக அஞ்சினான். என்ன செய்யப் போகிறாரோ என்ற பெருங்கவலையினால், யாழ்க் களஞ்சியத்திலிருந்து சிறிது தலையை நீட்டிப் பார்த்தான். பார்வைக்கு இலக்கான இடத்தில் நந்தினியும் கரிகாலரும் இல்லை. ஆனால் வேறொரு காட்சியைக் கண்டான். சுவரில் பதிந்திருந்த நிலைக் கண்ணாடியில் அந்தக் காட்சி தெரிந்தது. வேட்டை மண்டபத்தின் இரகசியக் கதவு துவாரத்தின் வழியாக ஒரு கோரமான முகம் தெரிந்தது. மந்திரவாதி ரவிதாஸனுடைய முகந்தான்! அடுத்த கணத்தில் வேட்டை மண்டபத்தின் இரகசியக் கதவு மெதுவாகத் திறப்பதை வந்தியத்தேவன் கண்டான். திறந்த கதவின் வழியாக முதலில் ஒரு புலியின் தலையும், பிறகு அதன் உடலும் வெளி வருவதையும் பார்த்தான். உடனே, அவனுக்கு உடம்பில் உயிர் வந்தது. உள்ளத்தில் ஊக்கம் பிறந்தது. கால் கைகள் செயல் திறன் பெற்றன. யாழ்க் களஞ்சியத்தின் மறைவிலிருந்து தாவி வெளியில் பாய்ந்து செல்ல முயன்றான்.

அச்சமயம் பின்னாலிருந்து அவனுடைய கழுத்தில் வஜ்ராயுதத்தை யொத்த ஒரு கை சுற்றி வளைத்துக்கொண்டது. அண்ணாந்து நோக்கினான்; காளாமுகக் கோலங்கொண்ட ஓர் ஆஜானுபாகுவான உருவம் கண் முன்னே தெரிந்தது. ஆகா! இவன் யார்? இங்கு எப்படி வந்தான்! இது என்ன இரும்புப் பிடி? கழுத்து நெரிகிறதே! மூச்சுத்திணறுகிறதே; விழி பிதுங்குகிறதே! இன்னும் சில கண நேரம் போனால், உயிரே போய்விடுமே...! வந்தியத்தேவன் ஒரு பெரு முயற்சி செய்து அந்த இரும்புக் கையின் பிடியைத் திமிறித் தள்ளிக்கொண்டு வெளியில் பாய்ந்தான். பாய்ந்த வேகத்தில் தரையில் விழுந்தான். தலையிலே ஒரு பெரிய பாறாங்கல்லைப் போட்டதுபோல் இருந்தது. ஒருகணம் அவன் கண்களின் முன் கோடி சூரியர்கள் கோடானுகோடி கிரணங்களைப் பரப்பிக் கொண்டு பிரகாசித்தார்கள். அடுத்த கணத்தில் அவ்வளவு சூரியர்களும் மறைந்தார்கள். நாலாபுறமும் இருண்டு வந்தது. வந்தியத்தேவன் அக்கணமே நினைவை இழந்தான்.

யாழ்க் களஞ்சியத்திலிருந்து, அதன் வாசலில் கிடந்த வந்தியத்தேவனுடைய உடலை மிதித்துத் தாண்டிக்கொண்டு, ஒரு கோர பயங்கரமான காளாமுக உருவம் வெளிப்பட்டது.

யாழ்க் களஞ்சியத்தின் அருகில் தடால் என்ற சத்தத்தைக் கேட்டு நந்தினி திரும்பிப் பார்த்தாள். காளாமுக உருவம் கையில் கத்தியை உருவிக் கொண்டு தன்னை நோக்கி வருவதைக் கண்டாள். விழிகள் பிதுங்கும்படியாக வியப்புடன் அந்த உருவத்தை நோக்கினாள். அவள் வயிற்றிலிருந்த குடல்கள் மேலே ஏறி மார்பையும், தொண்டையையும் அடைத்துக்கொண்டதாகத் தோன்றியது. கண்களைத் துடைத்துக் கொண்டு, எதிரே பார்த்தாள். கரிகாலன் கீழே விழுந்து கிடக்கக் கண்டாள். அவன் உடலில் வீர பாண்டியனுடைய வாள் பாய்ந்திருந்ததையும் கண்டாள்.

அப்போது அவளுடைய தொண்டையிலிருந்து விம்மலும், சிரிப்பும் கலந்த ஒரு பயங்கரமான தொனி எழுந்தது. அது அந்த அறையிலிருந்த கட்டில் முதலிய அசேதனப் பொருள்களைக் கூட நடுங்கும்படி செய்தது.

"அடி பாதகி! சண்டாளி! உன் பழியை நிறைவேற்றி விட்டயா?" என்று கூறிக்கொண்டே காளாமுக உருவம் அவளை மேலும் நெருங்கி வந்தது.

அதே சமயத்தில் வேட்டை மண்டபத்தின் இரகசியக் கதவின் வழியாக உள்ளே நுழைந்த புலி உருவத்தின் மறைவில் ரவிதாஸனும் பிரவேசித்தான், காளாமுகனைப் பார்த்தவுடனே புலியைத் தூக்கி வீசி எறிந்தான். அந்த அறைக்கு இலேசாக வெளிச்சம் தந்து கொண்டிருந்த விளக்கை அந்தச் செத்த புலியின் உடல் தாக்கியது.

விளக்கு அறுந்து விழுந்தது.

அது அணைவதற்கு முன்னால் ஒரு கண நேரம் மணிமேகலையின் பயப்பிராந்தி கொண்ட முகத்தைக் காட்டியது. 'கிறீச்' சென்று கூவிக் கொண்டே மணிமேகலை அங்கிருந்து ஓடினாள்.

அறையில் காரிருள் சூழ்ந்தது. அந்தக் காரிருளில் சோகந் ததும்பிய விம்மல் குரலும், வெறி கொண்ட சிரிப்பின் ஒலியும், மரணத் தறுவாயில் கேட்கும் முனகல் ஓசையும் மனிதர்கள் விரைந்து அங்குமிங்கும் ஓடும் காலடிச் சத்தமும் கலந்து கேட்டன.

40. "நான் கொன்றேன்!"

திருவாலங்காட்டுச் செப்பேடுகளில் சோழ வம்சாவளியை விவரிக்கும்போது, "வானுலகைப் பார்க்கும் ஆசையினால் ஆதித்தன் அஸ்தமனத்தை அடைந்தான். உலகில் கலி என்னும் காரிருள் சூழ்ந்தது!" என்று கூறப்பட்டிருக்கிறது. வீர பாண்டியன் தலை கொண்ட வீராதி வீரனாகிய சோழ சாம்ராஜ்யத்துப் பட்டத்து இளவரசன் ஆதித்த கரிகாலன் அகால மரணமடைந்தது பற்றித்தான் அவ்வாறு திருவாலங்காட்டுச் செப்பேட்டில் பொறிக்கப்பட்டிருக்கிறது.

ஆதித்த கரிகாலன் மரணமுற்றுக் கிடந்த கடம்பூர் அரண்மனையின் அறையில் அப்போது உண்மையாகவே காரிருள் சூழ்ந்திருந்தது.

காளாமுகத் தோற்றங் கொண்டவனால் கழுத்து நெறிபட்டுத் தரையில் தடாலென்று தள்ளப்பட்ட வல்லவரையனுடைய உள்ளத்திலும் அவ்வாறே சிறிது நேரம் இருள் குடிகொண்டிருந்தது. கொஞ்சம் கொஞ்சமாக அந்த உள்ளத்தில் ஒளி தோன்றியபோது, நினைவு வரத் தொடங்கியபோது, அவன் கண்களும் விழித்தன. ஆனால் அவனைச் சுற்றிலும் சூழ்ந்திருந்த இருளின் காரணத்தினால் அவனுடைய கண்ணுக்கு எதுவும் கோசரம் ஆகவில்லை. ஆதலின், அவன் எங்கே இருக்கிறான், என்ன நிலைமையில் இருக்கிறான் என்பதும் அவன் உள்ளத்தில் புலப்படவில்லை.

மண்டை வலித்துக் கொண்டிருந்த உணர்ச்சி முதலில் ஏற்பட்டது. கழுத்து நெறிப்பட்ட இடத்திலும் வலி தோன்றியது. மூச்சுவிடுவதற்குத் திணற வேண்டியிருந்ததை அறிந்தான்.

அந்த மண்டை வலி எப்படி வந்தது? இந்தக் கழுத்து வலி எதனால் ஏற்பட்டது? மூச்சு விடுவதற்கு ஏன் கஷ்டமாயிருக்கிறது? ஆகா! அந்தக் காளாமுகன்! அவனைக் தான் கண்டது உண்மையா? அவன் தன் கழுத்தை நெறித்துக் கொல்ல முயன்றது உண்மையா? எதற்காகக் கழுத்தை நெறித்தான்? தான் சத்தம் போடுவதைத் தடுப்பதற்காகவா? தன்னை அப்பால் நகரவொட்டாமல் தடுப்பதற்காகவா? ஏன்? ஏன்? அவனுடைய இரும்புப் பிடியை மீறிக்கொண்டு தான் போக விரும்பியது எங்கே? ஆகா! நினைவு வருகிறது! ஆதித்த கரிகாலரிடம் போவதற்காக! ஐயோ! அவர் கதி என்ன ஆயிற்று? நந்தினி என்ன ஆனாள்? ரவிதாஸன் என்ன செய்தான்? தன்னைத் தடுக்கப் பார்த்துத் தரையில் தள்ளிய காளாமுகன் பிறகு என்ன செய்திருப்பான்?... தான் இப்போது இருப்பது எங்கே? பாதாளச் சிறையிலா? சுரங்கப் பாதையிலா? கண் விழிகள் பிதுங்கும்படியாக வந்தியத்தேவன் சுற்று முற்றும் உற்றுப் பார்த்தான். ஒன்றுமே தெரியவில்லை! கடவுளே இப்படியும் ஓர் அந்தகாரம் உண்டா?... தான் விழுந்த இடம் நந்தினியின் அந்தப்புர அறையில், யாழ்க் களஞ்சியத்தின் அருகில் என்பது நினைவு வந்தது. அங்கேயே அவன் கிடக்கிறானா? அல்லது வேறு எங்கேயாவது தூக்கிக் கொண்டு போய்ப் போட்டு விட்டிருக்கிறார்களா? இதை எப்படி தெரிந்து கொள்வது?

இரண்டு கைகளையும் நீட்டித் துழாவிப் பார்த்தான். ஒரு பொருள் கைக்குத் தட்டுப்பட்டது. அது என்ன? கத்திபோல் அல்லவா இருக்கிறது? ஆம்; கத்திதான்! திருகுமடல் உள்ள கத்தி! சாதாரணக் கத்திகளைவிட, மிகச் சக்தி வாய்ந்தது! எவன் பேரிலாவது பாய்ந்தால், அவன் செத்தான்! இம்மாதிரி விசித்திரமான கத்தியை எங்கேயோ பார்த்தோமே? அது எங்கே? யார் கையில் பார்த்தோம்!... அன்று முன்னிரவில் நடந்தவையெல்லாம் ஒவ்வொன்றாக நினைவுக்கு வந்தன! இந்தக் கத்தி இங்கே எப்படி வந்தது? ஓ! இதன் மடல் ஈரமாயிருக்கிறதே! ஈரம் எப்படி வந்தது? தண்ணீரா இல்லை! எண்ணெயா? அதுவும் இல்லை! இரத்தமாகத்தான் இருக்க வேண்டும்! ஐயோ! யாருடைய இரத்தம்? ஒருவேளை தன்னுடைய இரத்தமே தானோ? வந்தியத்தேவன் தன் பின் மண்டையைத் தொட்டுப் பார்த்துக்கொண்டான். கழுத்தைத் தொட்டுப் பார்த்துக்கொண்டான். அங்கேயெல்லாம் வலித்ததே தவிர, இரத்தம் வந்ததாகத் தெரியவில்லை. உடம்பில் வேறு எங்கும் கத்திக் காயத்தின் வலி இல்லை!... பின், இந்த 'முறுகுக் கத்தியின் மடல் யாருடைய இரத்தத்தைக் குடித்துவிட்டு இங்கே நம் அருகில் கிடக்கிறது? இதனால் அவன் யாரையும் காயப்படுத்தவில்லை. இதற்கு முன் அவன் கையினால் அதை எடுத்ததும் இல்லை! பின்னே யார் அதை உபயோகித்திருப்பார்கள்! இடும்பன்காரியாயிருக்குமா? அவன் யார் மேல் இதைப் பிரயோகித்திருப்பான்? ஒருவேளை இடும்பன்காரிதான் அந்தப் பயங்கரத் தோற்றங்கொண்ட காளாமுகனின் வேடத்தில் வந்தானா? இல்லை! இல்லை! அப்படியிருக்க முடியாது! இடும்பன்காரி அவ்வளவு நெடிதுயர்ந்த உருவம் கொண்டவன் அல்ல...

இது என்ன? காலடிச் சத்தமா? யாராவது வருகிறார்களா? பேசாமல் இருக்கலாமா? குரல் கொடுக்கலாமா? வருகிறவர்கள் கையில் விளக்குடன் வரக்கூடாதோ? எங்கே இருக்கிறோம் என்றாவது தெரிந்து கொள்ளலாம் அல்லவா? இருட்டில் தெரியாமல் தன்னை மிதித்துவிடப் போகிறார்களே?...

இந்த எண்ணம் தோன்றியது வந்தியத்தேவன் சட்டென்று எழுந்து உட்கார்ந்தான். கையில் அந்தச் சிறிய கத்தியை ஆயத்தமாக வைத்துக்கொண்டு "யார் அங்கே?" என்று கேட்டான்.

அவனுடைய குரல் ஒலி அவனுக்கு அளவில்லாத வியப்பை அளித்தது. அதை அவனாலேயே அடையாளங் கண்டுகொள்ள முடியவில்லை. அவனுடைய குரலாகவே தோன்றவில்லை. அந்தக் காளாமுகன் பிடித்த பிடியினால் அவனுடைய தொண்டைக்கு இந்தக் கேடு நேர்ந்திருக்கிறது. சத்தம் வெளியில் வருவதே கஷ்டமாயிருக்கிறது.

மறுபடியும் ஒரு தடவை "யார் அங்கே?" என்று உரக்கச் சத்தமிட்டுக் கேட்க முயன்றான். ஏதோ அதுவும் ஓர் உறுமல் சத்தமாக வந்ததே தவிர, குரல் ஒலியாகவே தோன்றவில்லை.

மீண்டும் காலடிச் சத்தம் விரைவாகக் கேட்டு நின்றது. வந்தவர் அவனுடைய குரலைக் கேட்டுப் பேயோ பிசாசோ என்று பயந்து வந்த வழியே திரும்பிப் போய்விட்டார் போலும்.

இதை எண்ணி வந்தியத்தேவன் சிரிக்க முயன்றான். சிரிப்புக் குரலும் அம்மாதிரி உருத் தெரியாமலேதான் ஒலித்தது.

சரி; இனி உட்கார்ந்திருப்பதிலோ காத்திருப்பதிலோ பயனில்லை. எழுந்து நடந்து எங்கே இருக்கிறோம் என்று சோதித்துப் பார்க்க வேண்டியதுதான்.

எழுந்து நின்றான்; கால்கள் தள்ளாடின. ஆயினும் சமாளித்துக் கொண்டு நடந்தான். கைகளை எவ்வளவு நீட்டினாலும் ஒன்றும் தட்டுப்படவில்லை.

தூரத்தில் ஏதோ சிறிது பளபளவென்று தெரிந்தது. ஆகா! அது நிலைக்கண்ணாடி போல் அல்லவா இருக்கிறது? அதில் எங்கிருந்தோ மிக மெல்லிய ஒளிக்கிரணம் ஒன்று பட்டதினால் அது பளபளக்கிறது. ரவிதாஸன் கையில் புலியின் உடலை எடுத்துக் கொண்டு நுழைந்த தோற்றம் அந்தக் கண்ணாடியிலேயே பிரதிபலித்தது வந்தியத்தேவனின் நினைவுக்கு வந்தது. சரி, சரி! நந்தினியின் அந்தப்புர அறைக்குள்ளேதான் இன்னும் இருக்கிறோம். ஆனால் ஏன் இங்கே இப்படி இருள் சூழ்ந்திருக்கிறது? ஏன் நிசப்தம் குடி கொண்டிருக்கிறது? இந்த அறையில் சற்று முன்னால் இருந்தவர்கள் அத்தனைபேரும் என்ன ஆனார்கள்?

இவ்விதம் எண்ணமிட்டுக்கொண்டே வந்தியத்தேவன் இருட்டில் தடுமாறிக்கொண்டு நடந்தான். வாசற்படிக்கருகில் போனால் ஒருவேளை வெளிச்சம் இருக்கலாம், – அல்லது அங்கிருந்து வெளியேறி யாரையாவது கேட்டு நடந்ததைத் தெரிந்து கொள்ளலாம் என்று எண்ணிக் கொண்டு சென்றான்.

ஏதோ காலில் தடுக்கவே மறுபடியும் தடால் என்று விழுந்தான். ஆனால் இம்முறை ஏதோ மிருதுவான பொருளின் மீது விழுந்தபடியால் பலமாக அடிபடவில்லை. அந்த மிருதுவான பொருள் புலியின் தோல் என்று தெரிந்தது. ரவிதாஸன் கையில் எடுத்துக்கொண்டு வந்து எறிந்த புலித்தோல் மீது அவன் விழுந்திருக்க வேண்டும்...

தடுமாறி விழுந்தபோது கையிலிருந்த கத்தி நழுவி விட்டது. அதைக் கண்டுபிடித்து எடுத்துக் கொள்வதற்காகக் கையை நீட்டித் துழாவினான். கையில் மிருதுவாக ஏதோ தட்டுப்பட்டது. வந்தியத்தேவனுடைய உடம்பெல்லாம் நடுங்கியது. ரோமங்கள் குத்திட்டு நின்றன. நெஞ்சில் பீதி குடி கொண்டது.

'அப்படியும் இருக்க முடியுமா?' என்று எண்ணிக் கொண்டே மறுபடியும் தடவிப் பார்த்தான். ஆம்; அது ஒரு மனித உடல்தான்! அவன் கையில் தட்டுப்பட்டது அந்த மனிதனின் உள்ளங்கை! புலித்தோலை உடனே அகற்றித் தூர எறிந்தான். பிறகு உற்றுப் பார்த்தான், கண்ணாடியில் விழுந்த இலேசான ஒளி பிரதிபலித்துக் கீழே கிடந்த உடலையும் சிறிது புலப்படுத்தியது.

ஐயோ! இளவரசர் ஆதித்த கரிகாலர் அல்லவா கிடக்கிறார்? அவர் அல்ல! அவருடைய உயிர் அற்ற உடல்தான் கிடக்கிறது! வந்தியத்தேவனுடைய நெஞ்சு விம்மித் தொண்டையை அடைத்துக் கொண்டது. கண்களில் அவனை அறியாமல் கண்ணீர் ததும்பியது!

நடு நடுங்கிய கைகளினால் கரிகாலருடைய உடம்பின் பல பகுதிகளையும் தொட்டுப் பார்த்தான். சிறிதும் சந்தேகத்துக்கு இடம் இல்லை. உயிர் சென்றுவிட்ட வெறுங்கூடுதான்!

அந்த உயிரற்ற உடம்பின் விலாப் பக்கத்திலிருந்து பெருகிப் பக்கத்தில் வழிந்திருந்த இரத்தம் அவனுடைய கைகளை நனைத்தது.

அச்சமயம் அவனுக்குக் குந்தவைப் பிராட்டியின் நினைவு உண்டாயிற்று. அந்த மாதரசி அவனை எதற்காக அனுப்பி வைத்தாளோ, அந்தக் காரியத்தில் அவன் வெற்றி அடையவில்லை, முழுத் தோல்வி அடைந்தான்! இனி அவள் முகத்தில் விழிப்பது எங்ஙனம்?

அவனால் எவ்வளவு பிரயத்தனம் செய்ய முடியுமோ, அவ்வளவும் செய்தாகிவிட்டது. ஆனாலும் பயன்படவில்லை, விதி வென்றுவிட்டது!

இளவரசரின் உயிரற்ற உடலை எடுத்து தன்னுடைய மடியிலே போட்டுக் கொண்டான். மேலே என்ன செய்வது என்று, தெரியவில்லை. சிந்திக்கும் சக்தியையே இழந்துவிட்டான். சத்தம்போட்டு அலறுவதற்குத் தொண்டையிலும் சக்தி இல்லாமற் போய்விட்டது.

"இளவரசர் இறந்துவிட்டார்; ஒப்புக்கொண்ட காரியத்தில் நாம் வெற்றி பெறவில்லை; குந்தவையின் முகத்தில் இனி விழிக்க முடியாது!" என்னும் இந்த எண்ணங்களே திரும்பத் திரும்ப அவன் மனத்தில் வந்து கொண்டிருந்தன.

இவ்வாறு எண்ணிக் கொண்டு அவன் எத்தனை நேரம் அங்கே உட்கார்ந்திருந்தான் என்பது அவனுக்கே தெரியாது. தீவர்த்தி வெளிச்சத்துடன் மனிதர்கள் சிலர் அந்த அறையை நெருங்கி வருகிறார்கள் என்பதைக் கண்ட பிறகுதான் அவனுக்கு ஓரளவு சுய நினைவு வந்தது.

கரிகாலருடைய உடலைத் தன்னுடைய மடியிலிருந்து எடுத்துக் கீழே வைத்துவிட்டு எழுந்து நின்றான்.

பத்துப் பன்னிரண்டு ஆள்கள் முன்வாசற் பக்கமிருந்து வந்தார்கள். அவர்களில் இருவர் தீவர்த்தி பிடித்துக்கொண்டிருந்தார்கள். மற்றும் சிலர் வேல் ஏந்திக்கொண்டு வந்தார்கள்.

எல்லாருக்கும் முன்னால் கந்தமாறனும், அவனுக்கு அடுத்தாற் போல் பெரிய சம்புவரையரும் வந்தார்கள். வந்தவர்கள் எல்லாருடைய முகங்களும் பயப்பிராந்தியைக் காட்டின. தீவர்த்தி வெளிச்சத்தில் பேயடித்தவர்களைப் போல் காணப்பட்டார்கள்.

கந்தமாறனுடைய முகத்தில் மட்டும் கோபமும் ஆத்திரமும் கொந்தளித்துக் கொண்டிருந்தன.

அவன் வந்தியத்தேவனைப் பார்த்தும் "அடே பாதகா! கொலைகாரா! சிநேகத் துரோகி! இராஜத் துரோகி! நீ தப்பித்துக் கொண்டு ஓடவில்லையா! போய்விட்டாய் என்றல்லவா நினைத்தேன்?" என்று கர்ஜனை செய்தான்.

பின்னர் பெரிய சம்புவரையரை நோக்கி, "தந்தையே! அதோ பாருங்கள், கொலைகாரனை! சிநேகிதன் போல் நடித்துப் பாதகம் செய்த பழிகாரனைப் பாருங்கள்! நம்முடைய வம்சத்துக்கு அழியாத களங்கத்தை உண்டு பண்ணிய சண்டாளனைப் பாருங்கள்! அவன் முகத்தோற்றத்தைப் பாருங்கள்! அவன் செய்த பயங்கரக் குற்றம் அவன் முகத்திலேயே எழுதியுள்ளதைப் போல் பிரதிபலிப்பதைப் பாருங்கள்!" என்றான்.

சம்புவரையர் அதற்கெல்லாம் மறுமொழி ஒன்றும் சொல்லாமல் கீழே கிடந்த ஆதித்த கரிகாலனுடைய உடலை அணுகினார். அதன் தலைமாட்டில் உட்கார்ந்து, சிறிது நேரம் உற்றுப் பார்த்துக் கொண்டிருந்து விட்டு, "ஐயோ! விதியே! இது என் வீட்டிலா நேர வேண்டும்? விருந்துக்கு என்று அழைத்து வேந்தனைக் கொன்ற பழி என் தலையிலா விடிய வேண்டும்?" என்று புலம்பிக் கொண்டே தமது தலையில் படார், படார் என்று அடித்துக்கொண்டு புலம்பினார்.

கந்தமாறன் "தந்தையே! நம் குலத்துக்கு அந்தப் பழி ஒரு நாளும் வராது! இதோ கொலைக்காரனைக் கையும் மெய்யுமாகப் பிடித்திருக்கிறோம்! இவன் இளவரசரைக் கொல்வதற்கு உபயோகித்த கத்தி அதோ கிடப்பதைப் பாருங்கள்! அதில் இரத்தம் தோய்ந்திருப்பதைப் பாருங்கள்! முன்னால் நான் வந்து பார்த்தபோது இவன் இல்லை,

கத்தியும் இல்லை. ஓடப்பார்த்து, முடியாமல் திரும்பி விட்டான்! ஒரு வேளை இளவரசர் உடம்பில் உயிர் ஓட்டிக் கொண்டிருக்கிறதோ என்று பார்க்க வந்தான் போலும்! கத்தியால் குத்தியது போதாது என்று தொண்டையைத் திருகிவிட்டுப் போக வந்தான் போலும்! தந்தையே! இப்பேர்ப்பட்ட மகா பாதகனுக்கு, – சதிகாரத் துரோகிக்கு, – என்ன தண்டனை கொடுப்பது? எது கொடுத்தாலும் போதாதே?" என்று கந்தமாறன் பேசிக் கொண்டே போனான்.

வந்தியத்தேவன் ஏற்கெனவே தொண்டை நெறித்து பேச முடியாதவனாயிருந்தான். கந்தமாறனுடைய வார்த்தைகள் அவனைத் திக்பிரமை கொள்ளச் செய்தன. தன்னைப் பிறர் கொலைகாரனாகக் கருதக் கூடிய நிலையில்தான் இருப்பது அப்போதுதான் அவனுக்குத் தெரிய வந்தது. இளவரசனைக் குத்திக் கொன்ற குற்றத்தையல்லவா இந்தக் கந்தமாறன் தன்மீது சுமத்துகிறான்? முன்னே இவன் முதுகில் நான் கத்தியால் குத்தியதாகச் சொன்னான். இப்போது இளவரசரை நான் கொன்றுவிட்டதாகவே சொல்கிறான்! நம் நிலை அப்படி இருக்கிறது! ஆகா! அந்தப் பழுவூர் மோகினி, – அழகே வடிவான விஷப்பாம்பு, – இதற்காகவே திட்டமிட்டிருந்தாள் போலும்! இதற்காகவே தன்னைச் சில முறை காப்பாற்றினாள் போலும்! குந்தவைப் பிராட்டியின் பேரில் இவளுக்கு உள்ள குரோதத்தை இவ்விதம் தீர்த்துக் கொண்டாள்! ஆகா! அந்தச் சௌந்தரிய வடிவங்கொண்ட பெண் பேய் எங்கே? எப்படித் தப்பித்தாள்? காரியம் முடிந்ததும் மந்திரவாதி ரவிதாஸன் முதலியவர்களோடு சுரங்க வழியில் தப்பி ஓடிவிட்டாள் போலும்!...

இவ்வாறு எண்ணமிட்ட வந்தியத்தேவன் சிந்தனை சட்டென்று இன்னொரு பக்கம் திரும்பியது! ஆதித்த கரிகாலரைத் தான் கொல்லவில்லையென்பது நிச்சயம். ஆனால் வேறு யார் கொன்றிருப்பார்கள்? நந்தினியா? அல்லது ரவிதாஸனா? அல்லது காளாமுகனா? – ஒருவேளை தான் நினைவு மறக்கும் தறுவாயில் ஒரு கணம் தோன்றி மறைந்த மணிமேகலையாகத்தான் இருக்குமோ? அல்லது இந்த முறுக்குக் கத்தியை எடுத்து வந்தவனான இடும்பன்காரியாக இருக்குமோ? ஒருகால் கந்தமாறனே தான் நந்தினி மேல் கொண்ட மோகத்தினால் இந்தப் படுபாதகத்தைச் செய்து விட்டு நம் பேரில் பழியைப் போடுகிறானா? அல்லது நந்தினி சொல்லிய அதிசயமான இரகசியத்தைக் கேட்டு விட்டுத் தன்னைத்தானே நொந்துகொண்ட ஆதித்த கரிகாலர் தற்கொலை செய்து கொண்டு இறந்தாரா?

கந்தமாறன், தன் பக்கத்தில் நின்ற ஆட்களைப் பார்த்து, "தடியர்களே! ஏன் சும்மா நிற்கிறீர்கள்? இந்தக் கொலைகாரனைப் பிடித்துக் கட்டுங்கள்!" என்று கத்தியதுந்தான் வந்தியத்தேவனுக்குத் தனது இக்கட்டான நிலைமை மறுபடியும் ஞாபகத்துக்கு வந்தது.

கந்தமாறனை அவன் இரக்கமும், துயரமும் ததும்பிய கண்களினால் பார்த்தான். ஒரு பெரு முயற்சி செய்து தொண்டையில் ஜீவனைத் தருவித்துக்கொண்டு, "கந்தமாறா! இது என்ன? நான் இத்தகைய கொடுஞ்செயலைச் செய்திருப்பேன் என்று நீ நம்புகிறாயா? எதற்காக நான் செய்ய வேண்டும்? எனக்கு என்ன லாபம் இதனால்? நண்பா!..." என்பதற்குள் கந்தமாறன், "சீச்சீ! நான் உன் நண்பன் அல்ல. அவ்விதம் கூறிய உன் நாவை அறுக்க வேண்டும். உனக்கு என்ன லாபம் என்றா கேட்கிறாய்? ஏன் லாபம் இல்லை? நந்தினியின் கடைக்கண் கடாட்சத்தைப் பெறலாம் என்ற ஆசைதான்! அடே! அந்தப் பழுவூர் மோகினி இப்போது எங்கே?" என்றான்.

"கந்தமாறா! உண்மையில் எனக்குத் தெரியாது. நான் இங்கே நினைவிழந்து கிடந்தேன். நீங்கள் வருவதற்குச் சற்று முன்புதான் நினைவு பெற்றேன். நந்தினி என்ன ஆனாள் என்று எனக்குத் தெரியாது. ஒருவேளை சுரங்கப்பாதை வழியாக வெளியேறியிருக்கலாம். வேட்டை மண்டபத்தில் அவளுடைய ஆட்கள், – வீர பாண்டியனுடைய ஆபத்துதவிகள், – நாலு பேர் காத்திருக்கிறார்கள், அவர்களுடன் நந்தினி போயிருக்கலாம்!"

கந்தமாறன், "ஓகோ! உன்னையும் ஏமாற்றிவிட்டு போய் விட்டாளாக்கும். ஆனால் உனக்கு ஒன்றும் தெரியாது என்று சாதிக்க வேண்டாம். அதை யார் நம்புவார்கள்? நீ அவளுடைய மோகவலையில் விழுந்திருந்தாய், காலால் இட்ட காரியத்தைத்

தலையினாலே முடிப்பதற்குத் தயாராய் இருந்தாய் என்பது எனக்குத் தெரியாதா? ஆதித்த கரிகாலரே சொல்லியிருக்கிறார். நந்தினியும் அவரிடத்தில் உன்னைப் பற்றிய உண்மையைச் சொல்லியிருக்கிறாள். அவள் தூண்டியோ, அவளுக்குத் திருப்தி தரும் என்று நினைத்தோ, நீ இந்தக் கொலை பாதகத்தைச் செய்துவிட்டாய்! உன்னுடைய முகத்தில் விழித்தாலும் பாவம்!" என்றான்.

"கந்தமாறா! சத்தியமாகச் சொல்லுகிறேன். நான் இளவரசரைக் கொல்லவில்லை. அவர் உயிரைக் காப்பாற்றும் பொறுப்பைப் பழையாறை இளைய பிராட்டியிடம் நான் ஏற்றுக்கொண்டு வந்தேன்..."

"இவ்விதம் சொல்லித்தான் இளவரசரை ஏமாற்றினாய்! பிறகு வஞ்சகம் செய்து குத்திக் கொன்றாய்! இல்லாவிட்டால், இந்த அறைக்குள் எப்படி வந்து சேர்ந்தாய்? எதற்காக வந்தாய்?"

"கந்தமாறா! இளவரசருக்கு ஆபத்து வரப்போவதையறிந்து அவரைப் பாதுகாக்க வந்தேன். அந்த முயற்சியில் தோற்றுப் போனேன். ஆனால் அது என் குற்றம் இல்லை. உன் தங்கை மணிமேகலையை வேணுமானால் கேட்டுப் பார் அவள்தான் என்னை..."

"சீச்சீ! என் தங்கையைப் பற்றிப் பேசாதே! அவள் பெயரையே சொல்லாதே. ஜாக்கிரதை! இனி அவள் பேச்சை எடுத்தால் தெரியுமா? உன் கழுத்தைப் பிடித்து நெறித்து இப்பொழுதே கொன்று விடுவேன்!"

இவ்விதம் கூறிவிட்டுக் கந்தமாறன் வந்தியத்தேவன் மீது பாய்ந்து அவன் மார்பையும் தோள்களையும் சேர்த்துப் பிணைத்திருந்த கயிறுகளைப் பிடித்து ஒரு குலுக்குக் குலுக்கினான்.

பின்னர், கீழே ஆதித்த கரிகாலன் உடலுக்கருகில் உட்கார்ந்து வேதனையில் ஆழ்ந்திருந்த சம்புவரையரைப் பார்த்து, "தந்தையே! இவனை என்ன செய்கிறது என்று சொல்லுங்கள்! நம் குலத்துக்கு அழியா அபகீர்த்தியை உண்டு பண்ணிய இந்தக் கொலைபாதகனை என்ன செய்கிறது என்று சொல்லுங்கள்! தாங்கள் அனுமதி கொடுத்தால் இவனை இந்த நிமிடமே கண்ட துண்டமாக்கிப் போடுகிறேன்! தந்தையே! சொல்லுங்கள்!" என்று கத்தினான்.

கரிகாலனுடைய உடலைத் தடவிப் பார்த்துக்கொண்டு பிரமை பிடித்தவர்போல் உட்கார்ந்திருந்த சம்புவரையர், கந்தமாறனுடைய கூச்சலைக் கேட்டு அண்ணாந்து பார்த்தார்.

அவருடைய பார்வை கந்தமாறனுக்கு அப்பால் சென்றது. அந்த அறையிலேயிருந்த கட்டில் திரைச் சீலை அசைந்ததைக் கண்டார். மறுகணம் அத்திரைச்சீலையை விலக்கிக்கொண்டு ஓர் உருவம் வெளிப்படுவதைப் பார்த்தார். கண்களில் நீர் ததும்பியிருந்த காரணத்தினால் திரைச்சீலையிலிருந்து வெளிப்பட்டு வந்தது யார் என்பதை அவர் உடனே தெரிந்து கொள்ளவில்லை. இன்னும் சிறிது அருகில் அந்த உருவம் வந்ததைக் கண்டதும் அவள் தனது செல்வக்குமாரி மணிமேகலை என்பதை அறிந்து கொண்டார். அதனால் அவருக்கு ஏற்பட்ட வியப்பும், அருவருப்பும் வேதனையுடன் கலந்து முகத்தில் தோன்றின.

"மணிமேகலை! நீ எப்படி இங்கே வந்தாய்?" என்று அவர் கேட்ட வார்த்தைகள், கந்தமாறனையும் திரும்பிப் பார்க்கும்படி செய்தன.

"அப்பா! நான் இங்கேயேதான் இருந்தேன். அவரை ஒன்றும் செய்ய வேண்டாம் என்று அண்ணனுக்குச் சொல்லுங்கள். அவர் பேரில் குற்றம் ஒன்றுமில்லை!" என்றாள்.

கந்தமாறன், "அப்பா! பார்த்தீர்களா? இந்தப் பாதகன் எப்படி என் தங்கையின் மனத்தைக் கெடுத்திருக்கிறான். பார்த்தீர்களா? இவன் பேரில் குற்றம் ஒன்றும் இல்லையாமே!" என்று சீறிக்கொண்டே சிரித்தான்.

"ஆம், அண்ணா! நிச்சயமாக இவர் பேரில் குற்றம் ஒன்றுமில்லை!" என்று மணிமேகலை உறுதியாகக் கூறினாள். கந்தமாறனை ஒரு பக்கம் ஆத்திரமும், இன்னொரு பக்கம் வெட்கமும் சேர்ந்து பிடுங்கித் தின்றன.

"தங்காய்! வாயை மூடிக்கொள்! உன்னை யார் இங்கே அழைத்தார்கள்? நீ இங்கே வந்திருக்கவே கூடாது. உன் புத்தி சுவாதீனத்தில் இல்லை. உடனே முன் கட்டுக்குப் போ! மற்றப் பெண்கள் உள்ள இடத்துக்குப் போ!" என்று கத்தினான் கந்தமாறன்.

"இல்லை, அண்ணா! என் புத்தி சுவாதீனத்திலேதான் இருக்கிறது. உன் புத்திதான் கலங்கிப் போயிருக்கிறது. இல்லாவிட்டால் இவர் இளவரசரைக் கொன்றதாக நீ குற்றம் சாட்டியிருக்க மாட்டாய்!" என்றாள் மணிமேகலை.

கந்தமாறன், "அறிவு கெட்டவளே! இந்தக் கொலை பாதகனுக்கு நீ ஏன் பரிந்து பேசுகிறாய்?" என்றான்.

"அவர் கொலைபாதகர் அல்ல, அதனால்தான்!" என்றாள் மணிமேகலை.

கந்தமாறன் ஆத்திரச் சிரிப்புடன், "இவன் கொலைபாதகன் இல்லை என்றால், பின்னே யார்? இளவரசரைக் கொன்றது யார்? நீ கொன்றாயா?" என்றான்.

"ஆம்! நான்தான் கொன்றேன்! இந்த வாளினால் கொன்றேன்!" என்றாள் மணிமேகலை.

இந்த வார்த்தைகளைக் கேட்டு அங்கேயிருந்தவர்கள் அவ்வளவு பேரும் திகைத்துப் போனார்கள். அவர்கள் ஒருவர் முகத்தை ஒருவர் வியப்புடன் பார்த்துக் கொண்டார்கள்.

ஒரு கண நேரத் திகைப்புக்குப் பிறகு கந்தமாறன் வந்தியத்தேவனை விட்டுவிட்டு மணிமேகலை யண்டை பாய்ந்து ஓடினான். அதன் நுனியை உற்றுப் பார்த்தான்.

"அப்பா! இதைக் கேளுங்கள். இவளால் இந்த வாளைத் தூக்கவே முடியவில்லை. இவள் இதனால் இளவரசரைக் கொன்றதாகச் சொல்லுகிறாள். இது இளவரசர் உடம்பில் பாய்ந்திருந்தால், திரும்ப இவளால் எடுத்திருக்க முடியுமா? இதன் நுனியில் பாருங்கள்! சுத்தமாய்த் துடைத்தது போலிருக்கிறது! வல்லவரையனைக் காப்பாற்றுவதற்காக இப்படிச் சொல்லுகிறாள்! இவன் பேரில் இவளுக்கு ஏன் இவ்வளவு அக்கறை? அவ்வளவு தூரம் இவளுடைய மனதை இந்தப் பாதகன் கெடுத்துவிட்டிருக்கிறான். மாய மந்திரம் போட்டு மயக்கிவிட்டிருக்கிறான்! அவனுடைய முகத்தைப் பாருங்கள்! அவன் செய்த குற்றம் அவன் முகத்திலேயே எழுதியிருப்பதைப் பாருங்கள்!" என்றான்.

உண்மையிலேயே வந்தியத்தேவன் முகத்தில் வியப்பும், திகைப்பும் வேதனையும் குடிகொண்டிருந்தன. இத்தனை நேரம் மௌனமாயிருந்தவன் இப்போது வாய் திறந்து, "கந்தமாறா! நீ சொல்லுவது உண்மைதான்! நான்தான் குற்றவாளி. உன் சகோதரி என்னைக் காப்பாற்றுவதற்காகவே இப்படிக் கற்பனை செய்து சொல்லுகிறாள்! இளவரசி! தங்களுக்கு நன்றி! என் உடலிலிருந்து உயிர் பிரிந்த பிறகும் தாங்கள் என்னிடம் வைத்த சகோதர பாசத்தை மறக்க மாட்டேன். ஆனால், தங்கள் தமையன் சொல்வதை இப்போது கேளுங்கள்! அந்தப்புரத்துக்குப் போய்விடுங்கள்!" என்றான்.

இதைக் கேட்ட கந்தமாறனுடைய குரோதம் சிகரத்தை அடைந்தது. முன்னமே சிவந்திருக்க அவன் கண்கள் இப்போது அனலைக் கக்கின. "அடே! எனக்காக நீ சிபாரிசு செய்யும் நிலைமைக்கு வந்து விட்டதா? நான் சொல்லிக் கேட்காதவள் நீ சொல்லித் தான் கேட்பாளா? இவள் உன்னிடம் அவ்வளவு சகோதர வாஞ்சை வைத்திருக்கிறாளா? இவள் என்னுடன் பிறந்தவளா? உன்னோடு பிறந்தவளா? என்னைக் காட்டிலும் உன்னிடம் இவளுக்கு மரியாதை அதிகமா? அது ஏன்? என்ன மாயமந்திரம் செய்து இவள் மனத்தை அவ்விதம் கெடுத்துவிட்டிருக்கிறாய்? உன்னை நான் கொல்லுவதற்கு இதுவே போதுமே! இதோ உன்னை யமனுலகம் அனுப்பிவிட்டு மறுகாரியம் பார்க்கிறேன்! உன் அருமைச் சகோதரி கையில் வைத்திருந்த வாளினாலேயே உன்னைக் கொல்லுகிறேன். அது உனக்கு மகிழ்ச்சி தரும் அல்லவா?"

இவ்வாறு கத்திக்கொண்டே கந்தமாறன் வாளை ஓங்கிக் கொண்டு வந்தியத்தேவன் மீது பாய்ந்தான்.

41. பாயுதே தீ!

இத்தனை நேரம் அசைவற்று உட்கார்ந்திருந்த சம்புவரையர் இப்போது பாய்ந்து எழுந்து கந்தமாறனுடைய கையைப் பிடித்துக் கொண்டார்.

"அடே மூடா! என்ன காரியம் செய்யத் துணிந்தாய்?" என்றார்.

"தந்தையே! இந்தச் சிநேகிதத் துரோகியைக் கொல்லுவதிலே என்ன தவறு?" என்றான் கந்தமாறன்.

"என்ன தவறா? அதனால், நானும் நீயும் இந்தப் பழைமையான சம்புவரையர் குலமும் அழிந்து போவோம். இவனைக் கொன்று விட்டால் இளவரசரையும், இவனையும் சேர்த்துக் கொன்றுவிட்டதாக நம் பேரில் அல்லவோ பழி சுமத்துவார்கள்? இது கூடவா உனக்குத் தெரியவில்லை?" என்றார் தந்தை.

"அவ்வாறு நம் பேரில் பழி சுமத்தக் கூடிய வல்லமையுடையவன் யார்? அவ்விதம் குற்றம் சுமத்திவிட்டு அவன் உயிருடன் பிழைத்திருப்பானோ?" என்று கேட்டான் கந்தமாறன்.

"ஐயோ! அசட்டுப்பிள்ளையே! உன்னுடைய வீரத்தையும், துணிச்சலையும் இதிலேதானா காட்டவேண்டும்? உன்னுடைய யோசனையை ஆரம்பத்திலிருந்து கேட்டதினாலேதான் இந்த விபரீதம் நம் வீட்டில் நடந்து விட்டது! பெரிய பழுவேட்டரையரையும், மற்றச் சிற்றரசர்களையும் நீதான் இந்த வீட்டுக்கு அழைத்தாய்.

மதுராந்தகத் தேவர் இரகசியமாக இங்கே வந்ததும் உன்னாலேதான். அது இந்த உன் அருமைச் சிநேகிதன் மூலம் எல்லாருக்கும் தெரிந்துவிட்டது. பிறகு ஆதித்த கரிகாலரைக் காஞ்சியிலிருந்து அழைத்து வந்தவனும் நீதான்! ஐயோ! அதன் விளைவு இப்படியாகும் என்று நான் நினைக்கவே இல்லை! மலையமான் – நமது குலத்தின் பழைமையான விரோதி பெரியதொரு படையுடன் நெருங்கி வந்து கொண்டிருக்கிறான். அவனுக்கு என்ன சொல்லப் போகிறேன்?... பழுவேட்டரையரும் இச்சமயம் பார்த்து ஊருக்குப் போய்விட்டார்!..." என்று கூறிச் சம்புவரையர் திரும்பவும் தலையிலே அடித்துக் கொண்டார்.

கந்தமாறன் கண்களில் நீர் ததும்ப, "தந்தையே! தாங்கள் வீணாக வேதனைப் படவேண்டாம். என்னால் நேர்ந்த விபரீதத்துக்கு நானே தண்டனை அனுபவிக்கிறேன். தாங்கள் என்ன கட்டளையிடுகிறீர்களோ, அவ்விதம் செய்யக் காத்திருக்கிறேன்!" என்றான்.

"முதலில் இந்தப் பெண்ணை அழைத்துக்கொண்டு போய் அந்தப்புரத்தில் விட்டுவிட்டு வா! இவள் ஏதாவது உளறினால் வாயிலே துணியை அடைத்துக் கையையும் காலையும் கட்டிப் போட்டுவிட்டு வா! இல்லாவிட்டால் இரகசிய அறையில் போட்டுப் பூட்டிவிட்டு வா!" என்றார் சம்புவரையர்.

மணிமேகலை தன் அருமைத் தந்தை அப்போது கொண்டிருந்த ரௌத்ராகாரத்தைப் பார்த்துவிட்டு நடுநடுங்கினாள்.

வந்தியத்தேவனுக்கு இப்போது உடனே ஆபத்து ஒன்றுமில்லை என்பதையும் தெரிந்து கொண்டாள்.

"தந்தையே! மன்னிக்க வேண்டும், தங்கள் கட்டளைப்படி நடந்து கொள்வேன். கந்தமாறன் என்னைத் தொடவேண்டாம். நானே இதோ தாய்மார்கள் இருக்கும் அந்தப்புரத்துக்குப் போய் விடுகிறேன்!" என்று சொல்லிவிட்டு விடு விடு என்று அங்கிருந்து நடந்து சென்றாள். கந்தமாறனும் அவளைப் பின்தொடர்ந்து போனான்.

அவர்கள் சென்றவுடனே சம்புவரையர் தம்முடன் வந்திருந்த ஆட்களைப் பார்த்து, "இவனை அந்தக் கட்டில் காலுடன் சேர்த்து, இறுக்கிக் கட்டுங்கள்!" என்று உத்தரவிட்டார்.

அவ்விதமே ஆட்கள் வந்தியத்தேவனை நெருங்கி வந்தபோது அவன் அமைதியாக இருந்தான். கட்டில் காலுடன் சேர்த்துக் கட்டிய போதும் அவன் எவ்விதத் தடங்கலும்

செய்யவில்லை. கட்டி முடிந்தவுடனே அவன், "ஐயா! சற்றே யோசித்துப் பாருங்கள்! கரிகாலருடைய அந்தரங்கத்துக்குரிய நண்பன் நான். அவரைக் கொல்லுவதினால் எனக்கு என்ன லாபம்? உண்மையில் அவரைக் கொன்ற பாதகர்கள் சுரங்கப் பாதை வழியாகத் தப்பித்துக் கொண்டு போய் விட்டார்கள். அவர்களைத் தொடர்ந்து போய்ப் பிடிப்பதற்கு முயற்சி செய்யுங்கள். அவர்களை நான் பார்த்திருக்கிறேன். என்னை அவிழ்த்துவிட்டால், நானே தங்களுடன் வந்து அவர்களைப் பிடிப்பதற்கு உதவி செய்வேன்! தப்பிச் செல்வதற்கு நான் பிரயத்தனம் செய்யமாட்டேன்!" என்றான்.

"அடே! நீ சொல்லுவது உண்மையானால், கரிகாலர் கொலை செய்யப்படும்போது நீ என்ன செய்து கொண்டிருந்தாய்? வேடிக்கைப் பார்த்துக் கொண்டிருந்தாயா?" என்றார் சம்புவரையர்.

"ஐயா? பழுவூர் ராணியும் கரிகாலரும் பேசிக் கொண்டிருந்த போது திடீரென்று, கொலைகாரர்கள் பிரவேசித்தார்கள். அவர்களைத் தடுக்க நான் யத்தனித்தபோது பயங்கரமான தோற்றமுடைய காளாமுகன் ஒருவன் என் கழுத்தைப் பிடித்து நெறித்தான், நான் நினைவிழந்துவிட்டேன். மறுபடியும் நினைவு வந்தபோது ஆதித்த கரிகாலர் உயிரற்று விழுந்து கிடப்பதைக் கண்டேன்!" என்றான் வந்தியத்தேவன்.

இச்சமயத்தில் அந்த மாளிகைச் சுவருக்கு அப்பால் பெரியதொரு கூச்சல் கேட்டது. ஆயிரக்கணக்கானவர்களின் கோபக் குரலிலிருந்து எழுந்த கோஷத்தைப் போல் தொனித்தது.

சம்புவரையர் அதைக் காது கொடுத்துக் கேட்டார். வந்தியத்தேவனைப் பார்த்து, "சரி! சரி! நீ சொல்வது உண்மையாகவே இருந்தாலும் சற்று நேரம் நீ இங்கேயே இரு! உன்னுடைய அருமை நண்பராகிய இளவரசருக்குத் துணையாக இரு! அது என்ன கூச்சல் என்று பார்த்துவிட்டுப் பிறகு வருகிறேன்! வந்து உன் கட்சியை முழுதும் தெரிந்து கொள்கிறேன்!" என்று கூறிவிட்டுச் சம்புவரையர் புறப்பட்டார். அவருடன் ஆட்களும் கிளம்பினார்கள். போகும்போது சம்புவரையரின் கட்டளைப்படி அந்த அறையின் கதவைச் சாத்தி வெளிப்புறத்தில் தாளிட்டுவிட்டுச் சென்றார்கள்.

மறுபடியும் அந்த அறையில் இருள் சூழ்ந்தது. வந்தியத்தேவனுடைய உள்ளத்திலோ சொல்ல முடியாத வேதனை குடிகொண்டது! சில மாதங்களுக்கு முன்னர் அந்தக் கடம்பூர் சம்புவரையர் மாளிகைக்குத் தான் வந்ததிலிருந்து நடந்தவற்றையெல்லாம் நினைத்துப் பார்த்துக் கொண்டான். வானத்திலே அப்போது தான் பார்த்த தூமகேதுவையும் அதைப்பற்றி மக்கள் பேசிக்கொண்டதையும் ஞாபகப்படுத்திக் கொண்டான். வானத்தில் வால் நட்சத்திரம் காணப்பட்டமையால் சுந்தர சோழருடைய இறுதி நாள் நெருங்கிவிட்டதாக எல்லோரும் நினைத்தார்கள். சுந்தர சோழர் நீண்ட நாட்களாக நோய்ப்பட்டுக் கிடந்தபடியால் அவ்வாறு மக்கள் எதிர்பார்த்தது இயற்கைதான். அதனாலேயே அவருக்கு அடுத்தாற்போல் பட்டத்துக்கு வரக்கூடியவர் யார் என்பது பற்றியும் ஜனங்கள் பேசினார்கள். இந்த மாளிகையிலேயே சிற்றரசர்கள் கூடி அதைப்பற்றிப் பேசினார்கள். ஆனால் எல்லாரும் எதிர் பார்த்தது ஒன்றும், நடந்தது ஒன்றுமாக முடிந்தது. வாலிப வயதினரும் வீராதி வீரருமான ஆதித்த கரிகாலர் மாண்டு போனார். உயிரற்ற அவரது உடல் இதோ இந்த அறையில் கிடக்கிறது. நோய்ப்பட்டுள்ள சுந்தரசோழர் இன்னும் உயிரோடு இருக்கிறார். ஆனால் இன்னும் நெடுங்காலம் இருப்பாரா? தமது அருமைக் குமாரனின் அகால மரணச் செய்தியை அறிந்த பிறகும் உயிரோடு இருப்பாரா? ஐயோ! மகனைப் பார்க்க வேண்டுமென்று தந்தை எவ்வளவு ஆவல் கொண்டிருந்தார்?

தந்தை வந்து தங்கியிருப்பதற்காகக் கரிகாலர் காஞ்சியில் பொன்மாளிகை கட்டினாரே? அந்தப் பொன் மாளிகையில் தந்தையை வரவேற்று உபசரிப்பதற்குக் கொடுத்து வைக்காமல் குமாரர் போய்விட்டாரே? இதிலிருந்து இன்னும் என்னென்ன விளையப் போகிறதோ, தெரியவில்லை. சோழ சாம்ராஜ்யம் முழுவதும் ஒரே துயர வெள்ளத்தில் முழுகப்போகிறது.

அது மட்டுந்தானா? எத்தனை விதமான உட்கலகங்கள் விளையப் போகின்றனவோ யாருக்குத் தெரியும்? சிற்றரசர்களுக்குள் பெருஞ் சண்டை மூளப் போகிறது நிச்சயம். சற்றுமுன்னால் வெளியிலே கேட்ட சத்தம் மலையமானுடைய படைவீரர்கள் போட்ட சத்தமாகத்தான் இருக்கவேண்டும்! அவர்கள் எதற்காக அப்படிக் கோஷமிட்டார்கள்? இந்தக் கடம்பூர் மாளிகையைத் தாக்கப் போகிறார்களா, என்ன? எதற்காக? கரிகாலருடைய மரணம் பற்றிய செய்தி ஒருவேளை அவர்களுக்கு எட்டியிருக்குமோ? ஆகா! சம்புவரையர் இதை எப்படிச் சமாளிக்கப் போகிறார்? நம் பேரில் கரிகாலரைக் கொன்ற குற்றத்தைச் சுமத்திச் சமாளிக்கப் பார்ப்பார். ஆனால் அதை மலையமான் நம்புவாரா? நம்பினாலுங்கூட, சம்புவரையரின் மாளிகையில் இது நடந்திருப்பதால் அவரைச் சும்மா விட்டுவிடுவாரா? முன்னர் இங்கே நடந்த சதியாலோசனையைப்பற்றி மலையமானுக்குத் தெரிந்திருக்க வேண்டும். தெரிந்திராவிட்டாலும் ஆழ்வார்க்கடியான் போய் எச்சரித்துவிட்டுப் போயிருக்கிறான். ஆகையினாலேதான் படை திரட்டிக்கொண்டு வருகிறார். மலையமான் தம் பேரப்பிள்ளை மீது எவ்வளவு அன்பு வைத்திருந்தார் என்பது வந்தியத்தேவனுக்கு நன்றாய்த் தெரியும். இந்தச் செய்தியை அறியும்போது அவர் என்ன செய்வார் என்பது யாருக்குத் தெரியும்? சம்புவரையர் குடும்பத்தையே நாசம் செய்து இந்த மாளிகையையும் அடியோடு அழித்துப் போட்டாலும் போட்டுவிடுவார்.

பாவம்! கந்தமாறன்! நல்ல பிள்ளை! நம்மிடம் எவ்வளவு சினேகமாக இருந்தான்? அவ்வளவு சினேகமும் கொடிய துவேஷமாக அல்லவா மாறிவிட்டது? எல்லாம் அந்தப் பழுவூர் மோகினியின் காரணமாகத்தான். பார்க்கப்போனால், அவளுடைய கதையும் சோகமயமாக இருக்கிறது. அவள் பேரிலேதான் எப்படிக் குற்றம் சொல்லுவது? எல்லாம் விதி செய்யும் கொடுமைதான்...!

விதி! விதி! மணிமேகலையின் விதியை என்னவென்று சொல்லுவது? என்னிடம் எதற்காக அவள் இவ்வளவு அன்பு காட்டவேண்டும்? என்னைத் தப்புவிப்பதற்காக முன்வந்து 'நான் கொன்றேன்' என்று ஒப்புக்கொண்டாளே? இத்தகைய அன்புக்கு இணை ஏது? - இதற்குக் கைம்மாறுதான் என்ன செய்யப் போகிறேன்...?

வந்தியத்தேவன் தனக்குள்ளேயே சிரித்துக்கொண்டான். கைம்மாறு செய்வதைப் பற்றி எண்ணுவது என்ன பைத்தியக்காரத்தனம்! மற்றவர்களைப்பற்றி நான் பரிதாபப் படுவதிலேதான் என்ன அர்த்தம் இருக்கிறது? என்னுடைய நிலைமையைக் காட்டிலும் பயங்கரமான பரிதாபமான நிலைமையில் உள்ளவர்கள் வேறு யாரும் இல்லை! ஆதித்த கரிகாலரைக் கொன்றதாக என்பேரில் குற்றம் சுமத்தப் போகிறார்கள்! நான் அந்தப் பாதகத்தைச் செய்யவில்லை என்று நிரூபிப்பதற்கு எவ்விதச் சாட்சியமுமில்லை. நந்தினியும், ரவிதாஸன் கூட்டத்தாரும் போயே போய் விட்டார்கள். அவர்களைத் தொடர்ந்து போய்ப் பிடிப்பதற்கு யாரும் முயலவில்லை. அவர்களை ஒருவேளை பிடித்தாலுங்கூட நானும் அவர்களுடன் சேர்ந்து சதி செய்யவில்லை என்று எப்படி நிரூபிக்க முடியும்? முடியாது!

பட்டத்து இளவரசரைக் கொலை செய்த துரோகிக்கு என்ன விதமான தண்டனை கொடுப்பார்கள்? வெறுமனே கொலைக்குக் கொலை என்று தண்டனை கொடுத்துவிட மாட்டார்கள்! இம்மாதிரி காரியத்தை இனி யாரும் கனவிலும் செய்ய நினையாத வண்ணம் பயங்கரமான சித்திரவதைத் தண்டனை ஏற்படுத்துவார்கள். என்னவிதமான தண்டனை கொடுத்தாலும் கொடுக்கட்டும். கரிகாலரை நான் கொன்று விட்டதாகப் பழையாறை இளையபிராட்டியும், பொன்னியின் செல்வரும் கருதுவார்கள் அல்லவா? அதைக் காட்டிலும் வேறு என்ன சித்திரவதை கொடுமையாக இருக்கமுடியும்? தெய்வமே! சென்ற மூன்று நான்கு மாத காலத்தில் நான் எவ்வளவோ இக்கட்டுக்களில் தப்பி வந்ததெல்லாம் இந்தப் பயங்கரமான அபகீர்த்திக்கு ஆளாவதற்குத்தானா...?

இவ்வாறெல்லாம் வந்தியத்தேவனுடைய உள்ளத்தில் அலைமேல் அலை எறிவதுபோல் எத்தனையோ எண்ணங்கள் தோன்றி மறைந்து கொண்டிருந்தன. எவ்வளவு நேரம்

இப்படிக் கழிந்தது என்று அவனுக்குத் தெரியாது. இருளடர்ந்திருந்த அந்த அறையில் திடீரென்று மெல்லிய புகைப்படலம் பரவியபோது அவனுடைய எண்ணத் தொடர்பு கலைந்தது. 'அது என்ன புகை? எங்கிருந்து வருகிறது? என்று யோசிக்கத் தொடங்கினான். சற்று நேரத்துக்கெல்லாம் மிகச் சொற்ப வெளிச்சமும் பரவியது. அந்த வெளிச்சத்தில் ஆதித்த கரிகாலரின் உடல் தெரிந்தது. கதவுகள் சாத்தியபடியே இருந்தன. ஆகையால் விளக்கு வெளிச்சமாக இருக்க முடியாது. பின், என்ன வெளிச்சம்? நாலாபக்கமும் கூர்ந்து கவனிக்கலானான். புகையும் வெளிச்சமும் பக்கத்து வேட்டை மண்டபத்திலிருந்து புகை வருவதற்குக் காரணம் என்ன...? ஒருவேளை தீப்பிடித்திருக்குமோ? வேட்டை மண்டபத்தின் வழியாக சுரங்கப் பாதையில் சென்றவர்கள், வேண்டுமென்றே தீ வைத்துவிட்டுப் போயிருப்பார்களோ? அல்லது அவனும் மணிமேகலையும் வேட்டை மண்டபத்துக்குள் வந்தபோது கொண்டு வந்த விளக்கு இந்த விபத்துக்குக் காரணமாயிருக்குமோ...?

வர வரப் புகை அதிகமாயிற்று. உஷ்ணமும் அதிகரித்து வந்தது. சிறிது நேரத்துக்கெல்லாம் வேட்டை மண்டபத்துக்கும் அந்த அறைக்கும் இடையிலிருந்த மரப்பலகைச் சுவர்களின் இடுக்குகளின் வழியாகத் தீயின் ஜுவாலைகள் தெரியத் தொடங்கின. இன்னும் சற்று நேரத்துக்கெல்லாம் அக்கினி பகவான் தமது ஜோதி மயமான கரங்களை நீட்டித் துழாவிக் கொண்டு, இந்த அறைக்குள்ளேயே பிரவேசித்துவிட்டார்!

அக்கினி பகவானுடைய பிரவேசத்தைக் கொஞ்சநேரம் வந்தியத்தேவன் கண்கொட்டா ஆர்வத்துடன் பார்த்துக் கொண்டிருந்தான். முதலில் அவனுக்கு ஒரு குதூகலமே ஏற்பட்டது. “நம்முடைய கவலைகளையெல்லாம் அக்கினி பகவான் தீர்த்து வைத்துவிடப் போகிறார். ஆதித்த கரிகாலருக்கும், நமக்கும் ஒரே இடத்தில் தகனக்கிரியை நடந்து விடப்போகிறது!” என்று எண்ணினான். ஆனால் இது சிறிது நேரந்தான் நிலைத்திருந்தது, கரிகாலரைக் கொன்றவன் என்ற குற்றச்சாட்டுடன் இந்த உலகைவிட்டுப் போவதற்கு அவன் இஷ்டப்படவில்லை. சம்புவரையரும் அவருடைய மகனும் அப்படித்தான் வெளியிலே சொல்லுவார்கள். சிலர் அதை நம்பவும் செய்வார்கள். யார் நம்பினாலும், நம்பாவிட்டாலும் பொன்னியின் செல்வரும் குந்தவை தேவியும் அவ்வாறு நம்பக் கூடாது. நான் அந்தப் பயங்கரக் குற்றத்தைச் செய்யவில்லை என்று அவர்களுக்காகவேனும் நிரூபித்தாக வேண்டும். அது மட்டும் அல்ல, வீராதி வீரரான கரிகாலருடைய திருமேனிக்கு இறுதிச் சடங்கு இப்படி நடக்கும்படி விடலாமா? அவருடைய பெற்றோர்களும், உற்றார் உறவினர்களும் அவருடைய உயிரற்ற உடம்பையாவது பார்க்க வேண்டாமா...? ஆம், ஆம்! அவருடைய உயிரைக் காப்பாற்ற முடியாவிட்டாலும் அவருடைய உடம்பையாவது காப்பாற்ற வேண்டும். சக்கரவர்த்தித் திருமகனுக்குரிய மரியாதைகளுடனே இறுதிச் சடங்குகளைச் செய்வதற்கு வழி தேட வேண்டும்!...

அதுவரையில் வந்தியத்தேவன் தன்னை விடுவித்துக் கொள்ளப் பிரயத்தனம் செய்யவில்லை. அவனை எப்படிக் கட்டியிருக்கிறார்கள் என்று கூடக் கவனிக்கவில்லை. இப்போது கவனித்தான். முதலில் அவனுடைய முன் கைகள் இரண்டையும் சேர்த்துக் கட்டி அந்தக் கயிற்றைக் கொண்டே அவன் உடம்பு முழுவதையும் கட்டிலின் காலோடு சேர்த்துக் கட்டியிருந்தார்கள். குனியவோ நிமிரவோ முடியவில்லை. அவனுடைய பலம் முழுவதும் செலுத்திக் கைக்கட்டுக்களை இழுத்தும், பல்லினால் கடித்தும் அவிழ்த்துக் கொள்ளப் பார்த்தான்; முடியவில்லை. அவ்வாறே உடம்பின் கட்டுக்களைத் திமிறி அவிழ்க்கப் பார்த்தான்; அதுவும் முடியவில்லை. ஆனால் அப்படி உடம்பைத் திமிறியபோது கட்டில் அசைந்தது, உடனே ஒரு யோசனை தோன்றியது. கட்டிலை இழுத்துக் கொண்டு வேட்டை மண்டபத்தின் இரகசிய வாசலை நோக்கிச் சென்றான். அது அவ்வளவு எளிதாக இல்லை. அங்குலம் அங்குலமாக நகர வேண்டியிருந்தது. கட்டிலை இழுத்த போதெல்லாம் அவன் உடம்பின் கட்டுகள் இறுகி வேதனை உண்டாக்கின. ஆயினும் சகித்துக் கொண்டு சென்றான். வாசலை நெருங்கியபோது, சாத்தியிருந்த கதவு இடுக்குகளின் வழியாகத் தீயின்

ஜுவாலைகள் வந்து கொண்டிருந்தன. அந்த ஜுவாலைகளில் கையைக் கட்டியிருந்த கயிற்றுக் கத்தையைப் பிடித்தான்; கயிற்றில் தீப்பிடித்தது. அதே சமயத்தில் அவனுடைய கைகள் மீதும் நெருப்பு ஜுவாலைகள் வீசிச் சகிக்க முடியாத வேதனையை உண்டாக்கின. ஆயினும் பொறுத்துக் கொண்டிருந்து, நெருப்புப் பிடித்துக் கைகட்டு அறுபட்டவுடனே உடம்பின் கட்டுக்களை அவசர அவசரமாக அவிழ்த்துக் கொண்டான். அவிழ்த்து முடிவதற்குள்ளே கட்டிலின் திரைச் சீலைகளிலே தீப்பிடித்துக் கொண்டது. அறையில் புகை சூழ்ந்தது. வந்தியத்தேவனுடைய உடம்பெல்லாம் பற்றி எரிவது போன்ற உணர்ச்சி உண்டாயிற்று. அவனுடைய கண்களில் முதலில் எரிச்சல் கண்டது. பின்னர் கண்ணீர் ததும்பிற்று. கண் பார்வையே மங்கத் தொடங்கியது.

ஏது? ஏது? நானும் இளவரசோடு இங்கேயே மாண்டு எரிந்து போக வேண்டியதுதான்! ஒரு விதத்தில் இதுவும் நல்லதுதானே! இளவரசரைக் காப்பாற்றத்தான் முடியவில்லை; அவரோடு சாகும் பேறாவது எனக்குக் கிடைக்கும்!... சீச்சீ. இது என்ன யோசனை? நான் இறப்பது பற்றிக் கவலையில்லை இளவரசருடைய உடல் இங்கு எரிந்து சாம்பலானால், எனக்கு அழியாத பழி அல்லவா ஏற்படும்? என்னை அறிந்தவர்கள் என்னுடைய நினைவு வரும் போதெல்லாம் என்னைச் சபிப்பார்களே? அத்தகைய பழிக்கு இடங்கொடுத்து நான் ஏன் சாகவேண்டும்? இளவரசரின் உடலை எப்படியேனும் வெளியே எடுத்துச் செல்வேன். அவருடைய பாட்டன் மலையமானிடம் ஒப்புவிப்பேன். இளவரசரை நான் கொல்லவில்லை என்றும், கொன்றவர்களைக் கண்டுபிடித்துக் கொடுப்பேனென்றும் உறுதி கூறுவேன். அவ்வாறு ஒப்புக்கொண்ட காரியத்தைச் செய்து முடித்த பிறகு நான் இறந்தால் பாதகம் இல்லை. அதுவரையில் எப்படியாவது இந்த உயிரை வைத்துக் கொண்டிருக்க வேண்டும்...

வந்தியத்தேவன் இப்போது கட்டுகள் அனைத்தையும் அவிழ்த்துக் கொண்டு விடுதலை பெற்றான். ஆனால் இது என்ன? கட்டில் தீப்பிடித்து எரிகிறதே! வெப்பம் தாங்க முடியவில்லையே? கண்களைத் திறக்கவே முடியவில்லையே? திறந்தாலும் புகை மண்டிக் கிடப்பதால் ஒன்றுமே தெரியவில்லையே?... ஆயினும் இளவரசரின் உடலைக் கண்டுபிடித்துதான் ஆகவேண்டும். வந்தியத்தேவன் தரையில் உட்கார்ந்த வண்ணம் பரபரப்புடன் கையை நீட்டி துளாவிக் கொண்டு அங்குமிங்கும் அவசரமாக நகர்ந்து தேடினான். தேடிய நேரம் சில நிமிஷந்தான் இருக்கும். ஆனால் பல யுகங்களைப்போல் அவனுக்குத் தோன்றியது. கடைசியாக இளவரசரின் உடம்பு அவனுடைய கைகளுக்குத் தட்டுப்பட்டது. அந்த உடம்பைத் தூக்கி எடுத்துத் தோளின் மேல் போட்டுக் கொண்டான். அப்போதுதான் வெளியே போவது எப்படி என்ற யோசனை உண்டாயிற்று. வேட்டை மண்டபத்துக்குள் போவது இயலாத காரியம்! ஆகா! அங்கே எத்தனையோ காலமாகச் சம்புவரையர்கள் சேகரித்து வைத்திருந்த மிருகங்களெல்லாம் இதற்குள் எரிந்து சாம்பலாகப் போயிருக்கும்!... அந்த அறையிலிருந்து சாதாரணமாக எல்லோரும் வெளியே போவதற்குரிய பிரதான வாசலை அடைந்தான். ஒரு கையினால் கதவை இடித்துப் பார்த்தான் காலினால் உதைத்துப் பார்த்தான் உடம்பினால் கதவின் பேரில் மோதிக்கொண்டும் பார்த்தான். "தீ! தீ! கதவைத் திறவுங்கள்!" என்று சத்தம் போட்டுப் பார்த்தான். ஒன்றும் பயன்படவில்லை. சீச்சீ! என்ன அறிவீனம்! யாழ்க் களஞ்சியத்தின் வழியாகத்தான் ஏறிப்போக வேண்டும்! ஐயோ! அதற்குள் அதிலேயும் தீப்பிடிக்காமல் இருக்கவேண்டுமே? இத்தனை நேரம் வீண்பொழுது போக்கி விட்டோமே?

இப்போது அந்த அறை நல்ல பிரகாசமாக இருந்தது. ஆனால் அந்தப் பிரகாசம் பயன்படாதபடி புகை மண்டிக் கிடந்தது. கண்ணைத் திறந்து பார்க்கவே முடியவில்லை. கஷ்டத்துடன் பார்த்தாலும் திக்குத் திசை தெரியவில்லை. யாழ்க்களஞ்சியம் இருக்குமிடத்தை உத்தேசமாகக் குறிவைத்துக் கொண்டு வந்தியத்தேவன் ஓடினான்.

வழியில் காலில் ஏதோ தட்டுப்பட்டது. அது 'டணார்!' என்ற ஒலியை உண்டாக்கியது. 'ஆகா! அது எனக்கு நினைவு வந்தபோது பக்கத்தில் கிடந்து கைக்கு அகப்பட்ட திருகுமடல்

உள்ள கத்தியாகவே இருக்கவேண்டும். அந்தக் கத்தியில் ஏதோ ஒரு மர்மம் இருக்கிறது. அதை எடுத்துக்கொள்ளலாம். வழியில் யாராவது குறுக்கிட்டுத் தடுத்தால் ஒருவேளை அந்தக் கத்தி உபயோகப்பட்டாலும் படும்...'

இவ்விதம் எண்ணி அந்தக் கத்தியைக் குனிந்து எடுத்தான். அப்போது எரிந்த கட்டிலிருந்து தெறித்து வந்த ஜுவாலைத் தணல் ஒன்று அவன் தோள்மீது விழுந்தது. அதைத் தட்டி அப்பால் எறிந்துவிட்டு ஓடிப்போய் யாழ்க்களஞ்சியத்தை அடைந்தான். இவ்வளவு நேரமும் அவன் தோள்மீது சாத்தியிருந்த கரிகாலருடைய தேகத்தை அவனுடைய ஒரு கை இறுக்கிப் பிடித்துக் கொண்டிருந்தது. ஆனால் அவ்விதம் தோள்மீது சாத்திக்கொண்டே களஞ்சியத்தின் படிகளில் ஏறுவது அசாத்தியம் மேலே கதவு வேறு சாத்தியிருந்தது. எனவே கரிகாலருடைய தேகத்தைக் கீழே நிறுத்தி வைத்துவிட்டு ஏறி மேலேயுள்ள கதவைத் திறந்தான். பாதிக் களஞ்சியத்தில் நின்று கொண்டு குனிந்து எடுத்தான். தெய்வமே! அதற்குள் தீ அக்களஞ்சியத்துக்கும் வந்துவிட்டதே! இன்னும் சில நிமிஷம் தாமதித்திருந்தால், இந்த வழியும் இல்லாமல் போயிருக்கும்!...

வந்தியத்தேவன் மேல் மச்சில் கரிகாலருடைய உடலைத் தூக்கிப் போட்டுவிட்டுத் தானும் ஏறி வந்து சேர்ந்தபோது பாதிபிராணன் போனவனாக இருந்தான். இத்தனை நேரம் நெருப்பிலும் புகையிலும் வெந்துகொண்டிருந்தவன்மீது இப்போது குளிர்ந்த காற்று வீசிற்று. சிறிது நேரம் அங்கேயே கிடந்து இளைப்பாறலாமா என்று யோசித்தான். கூடாது, கூடாது! ஒரு நிமிஷங்கூடத் தாமதிக்கக் கூடாது! தீப்பிடித்த அக்கட்டடம் எப்போது இடிந்து விழும் என்று யார் கண்டது? மறுபடியும் கரிகாலருடைய உடலை எடுத்துத் தோளில் போட்டுக்கொண்டு மேல் மச்சு வழியாகவே விரைந்து சென்றான். முன்னொரு தடவை போனது போலவே மாட கூடங்களைக் கடந்து சென்றான். ஆனால் முன்னே அவன் தனியாகப் போனபடியால் மாளிகை மச்சிலிருந்து கீழே இறங்கி நிலா முற்றத்தைக் கடந்து மதில் சுவர் மீது ஏறிக் குதித்துப் போவது சாத்தியமாயிருந்தது. இப்போது அது முடியுமா? அவன் மிகவும் களைத்துப் போயிருந்ததுமன்றி ஆதித்த கரிகாலருடைய தேகத்தையும் அல்லவா தூக்கிப் போக வேண்டியிருக்கிறது?

அப்போது அம்மாளிகைக்கு வெளியே நாலா பக்கங்களில் இருந்தும் எழுந்த பெரும் ஆரவாரக் கூச்சல் மீது அவன் கவனம் சென்றது. ஆகா! இது என்ன? மலையமானுடைய வீரர்கள் கோட்டையைத் தாக்கத் தொடங்கிவிட்டார்கள் போலிருக்கிறதே! முன் வாசல் கதவைத் தாக்கித் தகர்க்கிறார்கள் போலிருக்கிறதே! மதில் சுவர் மீது வீரர் பலர் ஏறிக் குதிக்கிறார்களே! இளவரசர் கொலையுண்டார் என்ற செய்தியை அறிந்துதான் மலையமான் கடம்பூர் மாளிகையைத் தாக்கக் கட்டளையிட்டு விட்டாரா? அப்படியானால், கரிகாலருடைய உடலைத் தூக்கிக்கொண்டு வரும் என்னைப் பார்த்தால் அவ்வீரர்கள் என்ன செய்வார்கள்? ஏன்? நான்தான் அவரைக் கொன்றதாக எண்ணிக் கொள்வார்கள்! என்னைச் சின்னாபின்னம் செய்து போடுவார்கள்? ஆகையால் நான் மிக ஜாக்கிரதையாக நடந்து கொள்ள வேண்டும். யார் கண்ணிலும் தென்படாமல் போக வேண்டும். மலையமான் இருக்குமிடத்தைக் கண்டுபிடித்து அவரிடம் அவருடைய பேரப்பிள்ளையின் திருமேனியை ஒப்படைத்து விடவேண்டும் அதற்குப் பிறகு நடப்பது நடந்து விட்டுப் போகட்டும்...!

பின்னர், வந்தியத்தேவன் மிக ஜாக்கிரதையாக மாடகூடங்களின் மறைவிலும் அவற்றின் நிழல் படர்ந்திருந்த இருளான இடங்களிலுமே பதுங்கி நடந்து சென்றான். கடைசியாக, முதல் தடவை அங்கே வந்திருந்தபோது எவ்விடத்தில் நின்று கீழே நடந்த சிற்றரசர்களின் சதியாலோசனையைக் கவனித்தானோ, அவ்விடத்துக்கு வந்து சேர்ந்தான். கீழே எப்படி இறங்குவது என்பதாக யோசித்துக் கொண்டு அவன் அங்குமிங்கும் பார்த்தபோது, சுவர் ஓரத்தில் ஏணி ஒன்று வைக்கப்பட்டிருந்தது புலப்பட்டது. அதுமட்டும் அல்ல; ஏணியின் பக்கத்தில் மனித உருவம் ஒன்றும் தெரிந்தது. அது யாராயிருக்கும்? ஏணியை வைத்துக் கொண்டு யாருக்காகக் காத்திருக்கிறான்? தான் அந்த ஏணி வழியாகக் கீழே இறங்கினால்

என்ன நேரும்? என்ன நேர்ந்தாலும் சரிதான்! அந்த ஏணியை உபயோகப்படுத்திக் கொண்டே தீரவேண்டும்! நல்ல வேளையாகக் கையிலே கத்தி ஒன்று இருக்கிறது! எது நேர்ந்தாலும் பார்த்துக் கொள்ளலாம்.

இந்தச் சமயத்தில் முன் வாசலுக்கு அருகில் ஆரவாரம் அதிகமாயிற்று. அது என்னவென்று தெரிந்து கொள்வதற்காகவோ, என்னவோ, ஏணிக்கு அருகில் நின்ற மனிதன் சற்று அப்பால் போனான். ரொம்ப நல்லதாய்ப் போயிற்று என்று எண்ணி வந்தியத்தேவன் ஏணி வழியாக விரைந்து கீழே இறங்கினான். அவன் கீழே இறங்கித் தரையில் காலை வைத்ததற்கும், போன மனிதன் திரும்பி வருவதற்கும் சரியாயிருந்தது.

"சாமி! இவ்வளவு நேரம் பண்ணிவிட்டீர்கள்!" என்று அம்மனிதன் கேட்டதும், அவன் இடும்பன்காரி என்பதை வந்தியத்தேவன் தெரிந்துகொண்டான். அதே கணத்தில் இடும்பன்காரி யாரை எதிர்பார்த்து அங்கே காத்துக் கொண்டிருந்தான் என்பதையும் ஒருவாறு ஊகித்துக் கொண்டான்.

இடும்பன்காரி அவன் அருகில் வந்ததும் வியப்புடன், "அடே! நீயா? யாரைத் தோளில் போட்டுக்கொண்டு வருகிறாய்?" என்று கேட்டான்.

"ஆம், அப்பா! நான்தான்! காளாமுகச் சாமியாரின் சீடன்! ரணபத்திரகாளியின் பலியுடனே என்னை முன்னால் அனுப்பினார். அவர் பின்னால் வருகிறார். உன்னை இங்கேயே ஏணியுடன் இருக்கச் சொன்னார்! இதோ பார்! இக்கத்தியை உனக்கு அடையாளங் காட்டச் சொன்னார்!" என்று வந்தியத்தேவன் கூறி, திருகு கத்தியைக் காட்டினான்.

இடும்பன்காரி சிறிது சந்தேகத்துடனேயே, "இத்தனை நாளாக நீ எனக்குச் சொல்லவில்லையே? போனால் போகட்டும். சாமியார் இவ்வளவு நேரம் பண்ணுகிறாரே! எப்படி இங்கிருந்து வெளியே போகப் போகிறோம்? திருக்கோவலூர் வீரர்கள் மாளிகையைச் சூழ்ந்து கொண்டு உள்ளே வரவும் தொடங்கிவிட்டார்களே!" என்றான்.

"அதனால் என்ன? கூட்டம் அதிகமானால் நாம் தப்பிச் செல்வது சுலபம். அதெல்லாம் பெரிய சாமியாருக்குச் சொல்லித் தரவேண்டுமா? அவர் எப்படியோ வழி கண்டுபிடிப்பார். நீ இங்கேயே அவர் வரும் வரையில் காத்திரு! நான் போய் நந்தவனத்தில் இருப்பதாகச் சொல்லு!" என்றான் வந்தியத்தேவன்.

இடும்பன்காரியின் மறுமொழிக்குக் காத்திராமல் விடுவிடுவென்று மேலே நடந்தான். இடும்பன்காரியின் கண்ணோட்டத்திலிருந்து மறைந்ததும், அந்த மாளிகையின் முன் வாசல் கோபுரத்தை நோக்கி நடந்தான்.

ஃ

42. மலையமான் துயரம்

சம்புவரையர் முன் கட்டுக்கு வந்ததும் கந்தமாறனைத் தனியாக அழைத்து, "மகனே! நம் குலத்துக்கு என்றும் நேராத ஆபத்து இன்று நேர்ந்திருக்கிறது. அதிலிருந்து நாம் தப்ப வேண்டுமானால் நான் சொல்வதை உடனே நீ தடை செய்யாமல் நிறைவேற்ற வேண்டும்" என்று கூறினார்.

கரிகாலருடைய மரணம் கந்தமாறனைப் பெரிதும் கலங்கச் செய்திருந்தது. தான் வந்தியத்தேவனைக் கொல்ல நினைத்தது எவ்வளவு பெரிய தவறு என்பதையும் அவன் உணர்ந்திருந்தான். "தந்தையே! மூடனாகிய என்னாலேதான் நம் குலத்துக்கு இந்த ஆபத்து நேர்ந்திருக்கிறது. அதற்காக என்னை மன்னியுங்கள். தாங்கள் என்ன கட்டளையிட்டாலும் அதை நிறைவேற்றி வைக்கிறேன்" என்றான்.

"நீ உடனே ஒருவருக்கும் தெரியாமல் இந்த மாளிகையை விட்டு வெளியேற வேண்டும். நான் படுக்கும் அறையில் கட்டிலுக்கு அடியிலிருந்து சுரங்கப்பாதை ஒன்று

போகிறது உனக்குத் தெரியும் அல்லவா? அது வேட்டை மண்டபத்திலிருந்து போகும் சுரங்கப்பாதையில் இம்மாளிகையின் மதில் சுவரண்டை போய்ச் சேருகிறது..."

"தந்தையே! இந்த இக்கட்டான நிலைமையில் தங்களைத் தனியே விட்டுவிட்டு என்னைச் சுரங்க வழியில் தப்பித்துப் போகச் சொல்கிறீர்களா?" என்றான் கந்தமாறன்.

"பிள்ளாய்! அதற்குள் உன் வாக்குறுதியை மறந்து பேசுகிறாயே? ஆம்; நீ போகத்தான் வேண்டும். கொல்லிமலைத் தலைவன் வல்வில் ஓரியின் வம்சத்துக்கு இப்போது நீ ஒருவன்தான் இருக்கிறாய். அவசியமாயிருந்தால், நீ அந்த மலைக்கே போய் மறைந்து வாழவேண்டும். மதுராந்தகத் தேவருக்குப் பட்டங்கட்டுவது என்று நிச்சயமாகி, நான் உனக்குச் செய்தி அனுப்பிய பிறகுதான் திரும்பி வரவேண்டும்!" என்றார் சம்புவரையர்.

"மன்னிக்க வேண்டும், தந்தையே! மறைந்து வாழ்வது என்னால் இயலாத காரியம். வல்வில் ஓரியின் குலத்துக்கு அத்தகைய கோழையைப் பெற்ற அபகீர்த்தி வேறு வர வேண்டுமா? இந்தக் கணமே என்னுடைய இன்னுயிரைக் கொடுக்கச் சொன்னீர்களானால் கொடுக்கிறேன். ஆனால் ஒளிந்து வாழ ஒருப்படேன்!" என்றான் கந்தமாறன்.

சம்புவரையர் சிறிது யோசனை செய்துவிட்டு, "மகனே! உன்னைச் சோதனை செய்வதற்காகக் கூறினேன். ஓடித் தப்பித்துக் கொள்ளவும், மறைந்து வாழவும் நீ இஷ்டப்படவில்லை. நல்லது. உயிருக்கு ஆபத்து நேரக்கூடிய வீரச்செயலிலேதான் உன்னை நான் ஏவப்போகிறேன், சுரங்கப் பாதை வழியாக உடனே வெளியேறிச் செல்! ஆனால் கொல்லி மலைக்குப் போகவேண்டாம்! நேரே தஞ்சாவூருக்குப் போ! பெரிய பழுவேட்டரையர் அநேகமாக அங்கே இருக்கலாம். இருந்தால் அவரிடம் இங்கே நடந்ததைச் சொல்லு! அவர் இல்லாவிட்டால், சின்னப் பழுவேட்டரையரிடமும் மதுராந்தகத் தேவரிடமும் சொல்லு..."

"ஐயா! இங்கே என்ன நடந்தது என்று அவர்களிடம் சொல்லட்டும்!"

"இது என்ன கேள்வி? கரிகாலரின் மரணத்தைப் பற்றிச் சொல்லு! 'நாம் உத்தேசித்திருந்த காரியம் விதிவசத்தினால் வேறு விதமாக நடந்துவிட்டது; கரிகாலர் மாண்டு விட்டார்! மதுராந்தகருக்குப் பட்டம் கட்ட இதுதான் தக்க சமயம்' என்று அவர்களுக்குத் தெரியப்படுத்து! 'மலையமானும், கொடும்பாளூர் வேளானும் அதற்குக் குறுக்கே நிற்பார்கள். நமது பலத்தையெல்லாம் உடனே திரட்டி அந்த இரண்டு பேரையும் அடியோடு அழித்துவிட வேண்டும்' என்று கூறு!" என்றார் சம்புவரையர்.

"கரிகாலர் எப்படி மரணமடைந்தார் என்று அவர்கள் கேட்டால் என்ன சொல்லட்டும்?" என்றான் கந்தமாறன்.

"வேறு என்ன சொல்கிறது? வாணர் குலத்தைச் சேர்ந்த வந்தியத்தேவன் அவரைக் கொலை செய்துவிட்டான் என்று கூறு! இன்னும் ஒரு முக்கியமான விஷயம். இதை நன்றாக ஞாபகம் வைத்துக்கொள்! வந்தியத்தேவன் ஈழ நாட்டுக்குப் போய்த் திரும்பி வந்திருக்கிறான். அங்கே அருள்மொழித் தேவனையும் பிறகு பழையாறையில் இளைய பிராட்டியையும் பார்த்துவிட்டு வந்திருக்கிறான். அருள்மொழித்தேவன் நாகைப்பட்டினத்தில் மறைந்திருந்து இப்போது வெளிப்பட்டிருப்பதாக ஒரு செய்தி வந்திருக்கிறது. அருள்மொழித்தேவன் சிங்காதனம் ஏறும் ஆசையினால் அண்ணனைக் கொல்லுவதற்கு வந்தியத்தேவனை அனுப்பி வைத்தான் என்ற வதந்தியைச் சோழ நாட்டில் பரப்ப வேண்டும். பழையாறை இளைய பிராட்டியும் இதற்கு உடந்தையென்ற சந்தேகத்தையும் உண்டு பண்ண வேண்டும். இதையெல்லாம் பழுவேட்டரையர்களிடமும் மதுராந்தகத் தேவரிடமும் சொல்லு!...

"தந்தையே தாங்கள் சொல்வதே உண்மையாகவும் இருக்கலாம் அல்லவா? சிநேகத் துரோகியான வந்தியத்தேவன் அத்தகைய பயங்கரமான எண்ணத்துடனேயே இந்த மாளிகைக்கு வந்திருக்கலாம் அல்லவா?"

"இருக்கலாம், மகனே! ஆனால் பழுவூர் இளைய ராணி திடீரென்று மாயமாய் மறைந்து போனதற்குக் காரணம் கண்டுபிடிக்கவேண்டுமே? அவள் பேரிலும், அவளுக்கு உடந்தையாயிருந்த பாண்டிய நாட்டு ஆபத்துதவிகளின் பேரிலும் வல்லவரையன் வந்தியத்தேவன் குற்றம் சாட்டுகிறானே!..."

"குற்றம் செய்தவன் மற்றவர்கள் பேரில் அதைச் சுமத்தவே பார்ப்பான். இப்போது எனக்கு எல்லாம் விளங்குகிறது. தந்தையே! பழுவூர் இளைய ராணியைப் பழையாறைக் குந்தவை தேவிக்கு எப்போதும் பிடிப்பதேயில்லை. கரிகாலரைக் கொன்றுவிட்டு அதே சமயத்தில் பழுவூர் இளைய ராணியை அபகரித்துக்கொண்டு போவதற்கும் அவள்தான் ஏற்பாடு செய்திருக்க வேண்டும். முதன் மந்திரி அநிருத்தரும் இதற்கு உடந்தை போலிருக்கிறது. அதற்காகவே இந்த வந்தியத்தேவனை அவர்கள் அனுப்பியிருக்கிறார்கள்! ஐயோ! அவர்களுடைய சூழ்ச்சியை அறியாமல் மோசம் போய் விட்டோமே?"

"கந்தமாறா! போனதைப் பற்றி வருந்துவதில் பயனில்லை. இனி மேல் நடக்க வேண்டியதைப் பார்க்கவேண்டும். நீ உடனே புறப்பட்டுச் செல்! கரிகாலன் மரணச் செய்தி சுந்தர சோழருக்குப் போய்ச் சேர்வதற்கு முன்னால், தஞ்சையில் வேறு யாருக்கும் தெரிவதற்கு முன்னால் பழுவேட்டரையர்களுக்கும், மதுராந்தகருக்கும் தெரியவேண்டும். ஆகையால் நீ விரைந்து செல்! தஞ்சைக் கோட்டைக்குள் போவதற்கும் இரகசியச் சுரங்க வழி உண்டு என்பது உனக்குத் தெரியும் அல்லவா!..."

"தெரியும், தெரியும்!"

"அப்படியானால் உடனே புறப்படு!"

"புறப்படுகிறேன், தந்தையே! என் தங்கை மணிமேகலை... அவளைப் பற்றித்தான் சிறிது கவலையாயிருக்கிறது."

"வேண்டாம் உனக்கு அந்தக் கவலை! நம்மிடம் அவள் உளறியது போல் வேறு யாரிடமும் உளறுவதற்கு நான் விடமாட்டேன். அப்படி அவள் உளற முற்பட்டால், அவளை என் கையினாலேயே கொன்று விடுவேன்..."

"ஐயோ அதற்காகத்தான் கவலைப்படுகிறேன். தங்கள் கோபத்தை எண்ணித்தான் பயப்படுகிறேன்..."

"வேண்டாம்! அவளுடைய மனத்தை மாற்றும் வழி எனக்குத் தெரியும்! ஆகா! விதி விசித்திரமானதுதான்! முதலில் அவளை நாம் மதுராந்தகத் தேவருக்கு மணம் செய்து கொடுப்பது என்று எண்ணினோம். இடையில் அந்த எண்ணத்தை மாற்றிக்கொண்டு கரிகாலருக்கு மணம் செய்து கொடுக்க உத்தேசித்தோம். கரிகாலர் இன்று பிணமாகக் கிடக்கிறார். நல்லவேளை, மணிமேகலையின் உள்ளம் அவரிடம் சொல்லவில்லை. நமது பழைய உத்தேசத்தையே நிறைவேற்ற வேண்டியதுதான்..."

"ஆனால் தந்தையே! மணிமேகலையின் உள்ளம் இப்போது அந்தச் சண்டாளன் வந்தியத்தேவன் பேரில் அல்லவா போயிருப்பதாகத் தெரிகிறது."

"அதெல்லாம் ஒன்றுமில்லை மகனே! மணிமேகலைக்குத் தன் மனத்தைத் தான் அறியும் பிராயமே இன்னும் வரவில்லை. அவளை நான் கவனித்துக்கொள்கிறேன். நீ இனி ஒரு கணமும் இங்கே தாமதிக்க வேண்டாம்!"

அச்சமயம் மதில் சுவர்களுக்கு வெளியில் வெகு சமீபத்தில் எழுந்த ஆரவாரத்தைக் கேட்ட கந்தமாறன், "அப்பா! இது என்ன! மலையமான் படைகள் நெருங்கி வருவது போல் காண்கிறதே? மலையமானைத் தாங்கள் மாலையில் பார்த்தபோது அந்தக் கிழவன் என்ன சொன்னான்?" என்று கேட்டான்.

"நல்ல மங்களகரமான செய்தியைத்தான் சொன்னான். மணிமேகலையை ஆதித்த கரிகாலருக்கு மணம் செய்து கொடுக்கப் போகும் செய்தி அறிந்து அக்கிழவன் மிக்க

மகிழ்ச்சி அடைந்தானாம். அதே மணப்பந்தலில் அவனுடைய மகள் வயிற்றுப் பேத்தி ஒருத்தியையும் மணஞ்செய்து கொடுக்கலாம் என்று அழைத்து வந்திருக்கிறானாம்! அழகாயிருக்கிறதல்லவா? மாளிகைக்கு வரும்படி நான் அழைத்ததற்கு, நாளைப் பொழுது விடிந்ததும் நல்ல முகூர்த்தத்தில் வருவதாகச் சொல்லியிருக்கிறான். அவனுடைய வீரர்கள் இப்போதே வரப் போகும் திருமணத்தைக் கொண்டாடுகிறார்கள் போலிருக்கிறது!" இவ்விதம் கூறிவிட்டுச் சம்புவரையர் சிரிக்கப் பார்த்தார். ஆனால் சிரிப்பு அரை குறையாக வந்துவிட்டது.

"வா! வா! நானே உன்னைச் சுரங்கப் பாதையில் கொண்டு போய் விட்டு விட்டு வருகிறேன். வழியில் ஒரு விநாடிகூட நீ தாமதிக்கக் கூடாது. வழியில் எங்கேயாவது குதிரை சம்பாதித்துக் கொண்டு விரைந்து போக வேண்டும்!" என்றார்.

சம்புவரையர் கையில் ஒரு தீபத்தை எடுத்துக் கொண்டார். இருவரும் சுரங்கப் பாதையில் புகுந்தார்கள். விரைவாக நடந்தார்கள். மாளிகையின் மதில் சுவரைக் கந்தமாறன் கடந்த பிறகு, சம்புவரையர் அவனைக் கட்டித் தழுவி ஆசி கூறிவிட்டுத் திரும்பினார். "விளக்கு வேண்டுமா?" என்று கேட்டதற்குக் கந்தமாறன் "வேண்டாம், அப்பா! எனக்கு இந்த வழி நன்றாய்த் தெரிந்தது தானே? கண்ணைக் கட்டிவிட்டாலும் போய் விடுவேன்!" என்றான்.

அவன் சுரங்கப்பாதையில் கண்ணுக்கு மறைந்த பிறகு சம்புவரையர் திரும்பினார். வழியில் வேட்டை மண்டபத்துக்குள் புகுந்தார். அடுத்த அறையில் ஏதாவது சத்தம் கேட்கிறதா என்று காது கொடுத்துக் கேட்டார். ஒன்றும் கேட்கவில்லை. சிலகண நேரம் தயங்கி நின்றார். பிறகு, ஒரு முடிவான தீர்மானத்துக்கு வந்தவர்போல், பெருமூச்சுவிட்டார். விளக்கை நன்றாகத் தூண்டி, வைக்கவேண்டிய இடத்தில் வைத்துவிட்டு விரைந்து திரும்பிச் சென்றார்.

திரும்பச் சம்புவரையர் முன் கட்டுக்குச் சென்றதும், அந்தப்புரத்துப் பெண்களையெல்லாம் ஒன்று சேர்த்தார். அவர்கள் எல்லோரும் ஏற்கனவே கலங்கிப் போயிருந்தார்கள். கண்ணீருங் கம்பலையுமாகக் கந்தமாறனால் அந்தப்புரத்தில் கொண்டுவந்து தள்ளப்பட்ட மணிமேகலையைக் கேட்டு அவர்கள் ஒருவாறு கரிகாலன் மரணத்தைப் பற்றித் தெரிந்து கொண்டிருந்தார்கள்.

"பெண்களே! நம் குலத்துக்கு என்றுமில்லாத பெரும் விபத்து ஏற்பட்டுவிட்டது. எந்த நிமிஷத்திலும் நீங்கள் இந்த மாளிகையை விட்டுப் புறப்படச் சித்தமாயிருக்க வேண்டும். பல தினங்கள் காட்டிலும், மலையிலும் காலங் கழிக்கவும் துணிவு பெறவேண்டும். எல்லாரும் அவரவர்களுடைய ஆடை ஆபரணங்களை எடுத்துக் கொண்டு நிலா முற்றத்துக்கு வந்து சேருங்கள். அழுகைச் சத்தமோ, புலம்பல் சத்தமோ 'முணுக்' என்று கூடக் கேட்கக் கூடாது! தெரியுமா?" என்று எச்சரித்தார்.

"பின்னர் சம்புவரையர், மாளிகையின் முன்வாசற் பக்கம் வந்தார். முன்வாசல் கோபுரத்தின் மேல் ஏறி வெளியிலே என்ன அவ்வளவு ஆரவாரம் என்று தெரிந்துகொள்ள விரும்பினார். அதற்கு அவகாசம் கிடைக்கவில்லை. ஏனெனில், அவர் முன் வாசலை நெருங்கும்போதே வெளியிலிருந்து வீரர்கள் கோட்டை வாசற்கதவுகளை தகர்த்துத் தள்ளிவிட்டு உள்ளே தடதடவென்று புகுந்து கொண்டிருந்தார்கள். வாசற் காவலர்கள் அவர்களைத் தடுக்க முயன்று முடியாமல் கீழே விழுந்து கொண்டிருந்தார்கள்.

இதுவல்லாமல், கோட்டையின் மதில்சுவர் மீது ஏறிக் குதித்தும் வீரர்கள் உள்ளே புகுந்து கொண்டிருந்தார்கள்.

சம்புவரையரின் உள்ளத்தில் பெரும் பீதியும், கலக்கமும் ஏற்பட்டன. கரிகாலன் கொலையுண்ட செய்தி ஒருவேளை மலையமானுக்கும் தெரிந்துவிட்டதா, என்ன? இதற்குள் எவ்விதம் தெரிந்திருக்கும்? - தெரிந்தால் தெரியட்டும். எப்படியும் தெரிந்து

தானே தீரவேண்டும்? ஆனால் இன்னும் சிறிது நேரத்துக்கு இவர்களை இங்கேயே நிறுத்தித் தாமதப்படுத்தி வைக்கவேண்டும். அரை நாழிகை நேரம் தாமதித்தால் போதுமானது. அதற்குள் நாம் உத்தேசித்த காரியம் நிறைவேறிவிடும்...

கோட்டை வாசலுக்கும், மாளிகை முகப்புக்கும் நடுவில் இருந்த நிலா முற்றத்தின் நடுவில் சென்று சம்புவரையர் கம்பீரமாக நின்றார். அவர் கையிலே கூரிய வாள் மின்னியது. அவருக்குப் பின்னால் ஏழெட்டு வீரர்கள் நெடிய வேல்களைப் பிடித்துக்கொண்டு நின்றார்கள். அவர்களில் சிலர் கையில் தீவர்த்தி வெளிச்சம் வைத்துக் கொண்டிருந்தார்கள்.

வாசற் கதவுகளை உடைத்துத் தகர்த்துக்கொண்டு முன்னால் வந்த வீரர்களைத் தொடர்ந்து திருக்கோவலூர் மலையமானும், பார்த்திபேந்திரனும் வந்தார்கள்.

நிலா முற்றத்தின் நடுவில் நின்ற சம்புவரையரைப் பார்த்து விட்டு பார்த்திபேந்திரன் மலையமானுக்கு அவரைச் சுட்டிக் காட்டினான். இருவரும் சம்புவரையரை நோக்கி வந்தார்கள்.

அருகில் வரும்போதே மலையமான், "சம்புவரையரே! இது என்ன நான் கேள்விப்படுவது? அத்தகைய பாதகத்தையும் செய்வீரா? ஓகோ? இது என்ன? கையில் வாளுடன் நிற்கிறீரே? உமது உத்தேசம் என்ன?" என்று கேட்டுக்கொண்டே வந்தார்.

"அந்தக் கேள்வியை உங்களிடம் கேட்கத்தான் நிற்கிறேன். உங்கள் உத்தேசந்தான் என்ன? வாசற் கதவைத் தகர்த்துக் கொண்டு வந்ததின் நோக்கம் என்ன? சற்று முன்னால் நான் வந்து தங்களை அழைத்தேன். நாளைக்கு நல்ல வேளை பார்த்துக்கொண்டு வருவதாகச் சொன்னீர்கள்..."

"சம்புவரையரே! நல்லவேளை இப்போதே வந்துவிட்டது; அதனாலேதான் வந்தேன். ஆதித்த கரிகாலன் எங்கே? வீர பாண்டியன் தலைகொண்ட வீராதி வீரன் எங்கே? சேவூர்ப் போர்க்களத்தின் வெற்றி வீரன் எங்கே? என் பேரன் எங்கே?" என்று மலையமான் கேட்டார்.

"என்னைக் கேட்டால், எனக்கு என்ன தெரியும்? இளவரசருக்கு இஷ்டப்பட்ட இடத்தில் அவர் இருப்பார். அந்த முரட்டுப் பிள்ளையிடம் நான் எவ்விதப் பேச்சு வார்த்தையும் வைத்துக் கொள்வதில்லையென்றுதான் முன்னமே தங்களிடம் சொன்னேனே? பார்த்திபேந்திரனுக்கும் அது தெரிந்த செய்திதான்!"

"அடே சம்புவரையா! இவ்வாறு வீண் சாக்குப் போக்குச் சொல்லி ஏமாற்றப் பார்க்காதே! ஆதித்த கரிகாலனை உடனே கொண்டுவந்து எங்களிடம் ஒப்படைத்துவிடு! இல்லாவிட்டால், உன்னுடைய இந்தக் கோட்டை கொத்தளம் மாளிகை எல்லாவற்றையும் இடித்துத் தகர்ந்து மண்ணோடு மண்ணாக்கி விடுவேன்!" என்று திருக்கோவலூர் மலையமான் கர்ஜித்தார்.

"பார்த்திபேந்திரா? இந்தக் கிழவன் என்ன பிதற்றுகிறான்? இவனுக்குத் திடீரென்று பைத்தியம் பிடித்துவிட்டதா? இளவரசரைக் கொண்டுவந்து இவனிடம் ஒப்புவிப்பதற்கு நான் யார்? இவன்தான் யார்? இளவரசரை நான் சிறைப்படுத்தி வைத்திருக்கிறேனா? அல்லது இவன் இளவரசரைச் சிறைப்பிடித்துக்கொண்டு போகப் போகிறானா?" என்றார் சம்புவரையர்.

பார்த்திபேந்திரன் சிறிது சாந்தமான குரலில், "சம்புவரையரே! பதறவேண்டாம்! கிழவருக்குக் கோபம் வரக் காரணம் இருக்கிறது. இதோ இந்த ஓலையைப் பாருங்கள். தாங்களே தெரிந்து கொள்வீர்கள்!" என்று கூறிச் சம்புவரையர் கையில் கொடுத்தான்.

அவர் அதைப் பின்னால் பிடிக்கப்பட்ட தீவர்த்தியின் வெளிச்சத்தில் நன்றாக உற்றுப் பார்த்தார்.

"இளவரசர் ஆதித்த கரிகாலன் உயிருக்கு ஆபத்து. உடனே படைகளுடன் வந்து காப்பாற்றவும்" என்று அந்த ஓலையில் எழுதியிருந்தது.

அதைப் படிக்கும்போதே சம்புவரையர் முகமெல்லாம் வியர்த்தது. முன்னர், கரிகாலருடைய சடலத்தைக் கண்டதும் அவருடைய உடல் நடுங்கியது போல், இப்போதும் ஆடி நடுங்கியது.

"இது என்ன சூழ்ச்சி! இது என்ன சதி? யார் இப்படி ஓலை எழுதியிருக்க முடியும்?" என்று தடுமாறினார்.

"ஓலை யார் எழுதினால் என்ன? ஆதித்த கரிகாலரை உடனே இவ்விடம் அழைத்து வா! அல்லது அவர் இருக்குமிடத்துக்கு எங்களை அழைத்துப் போ! இல்லாவிடில், என் வீரர்களை விட்டுத் தேடச் சொல்லட்டுமா?" என்று கேட்டார் மலையமான்.

"ஆகட்டும், ஐயா! கரிகாலர் இருக்குமிடத்துக்கு உங்களை அழைத்துப் போகிறேன். பார்த்திபேந்திரா! உனக்கு அந்த இடம் தெரியும். பழுவூர் இளைய ராணியின் அந்தப்புரத்துக்குப் போயிருக்கிறார் என்று சற்றுமுன் அறிந்தேன். அங்கே இவரை நீயே அழைத்துப் போ!" என்றார் சம்புவரையர்.

பார்த்திபேந்திரன், "ஆம், தாத்தா! வாருங்கள்! நானே உங்களை அழைத்துப் போகிறேன்!" என்றான்.

இப்படிச் சொல்லிவிட்டுப் பார்த்திபேந்திரன் பழுவூர் இளையராணி நந்தினி தங்கியிருந்த அந்தப்புரம் இருந்த திக்கை நோக்கினான்.

"ஐயோ! இது என்ன?" என்று அலறினான். ஏனெனில், அவன் பார்த்த திக்கில் அப்போது தீ கொழுந்து விட்டு எரிந்து கொண்டிருந்தது. தீயின் கொழுந்துகளுக்கு மேலே கரிய புகை மண்டலம் அடர்ந்திருந்தது.

அவன் பார்த்த திசையை எல்லாரும் பார்த்தார்கள். "தீ! தீ!" என்ற பீதி நிறைந்த ஒலி எல்லாருடைய கண்டங்களிலிருந்தும் கிளம்பியது.

பார்த்திபேந்திரன் சிறிது திகைப்பு நீங்கியவனாய், "சம்புவரையரே! முதலில் இந்த ஓலையை நான் நம்பவில்லை. இப்போது நம்புகிறேன். ஏதோ சூழ்ச்சியும், சதியும் நடந்திருக்கின்றன. பாட்டா! இந்த சதிகாரர்களை உடனே சிறைப்படுத்தச் சொல்லுங்கள்! நான் போய் இளவரசர் இருக்குமிடத்தைப் பார்த்துத் தேடி அழைத்து வருகிறேன்!" என்று சொன்னான்.

சம்புவரையர் மறுபடியும் பழைய தைரியமான குரலில் "ஆமாம், பார்த்திபேந்திரா! சூழ்ச்சியும் சதியும் நடந்திருக்கின்றன. ஆனால் செய்தவர்கள் நீங்கள். என் அரண்மனையின் கதவைத் தகர்த்துக்கொண்டு புகுந்தீர்கள். உங்கள் வீரர்களை ஏவி விட்டுத் தீ வைக்கும்படி சொல்லியிருக்கிறீர்கள். இளவரசருக்கு ஏதேனும் ஆபத்து என்றால், அதுவும் உங்களாலேதான் நேர்ந்திருக்க வேண்டும்! ஜாக்கிரதை! இதற்கெல்லாம் பழிக்குப் பழி வாங்கும் காலம் வரும்!" என்றார்.

பார்த்திபேந்திரன் அவருடைய வார்த்தைகளைப் பொருட்படுத்தாமல் ஓடினான்.

அதே சமயத்தில் சம்புவரையர் வீட்டுப் பெண்கள் கும்பலாக மாளிகைக்குள்ளேயிருந்து நிலா முற்றத்துக்கு வந்தார்கள். அவர்களுடைய மனக்கலக்கத்தை அவர்கள் முக பாவங்கள் வெளிப்படுத்தின. ஆனால் யாருடைய குரலிலிருந்தும் ஒரு சிறு முனகலாவது, விம்மலாவது கேட்கவில்லை.

அவர்களில் சிலருடைய கவனம் மாளிகையின் பின்புறத்தில் வெளிச்சமாகத் தெரிந்த இடத்திற்குச் சென்றது. ஒருவரையொருவர் கட்டி அணைத்துக் கொழுந்து விட்டெரிந்த தீச்சுடரைக் காட்டினார்கள்; மணிமேகலையும் அதைப் பார்த்தாள். உடனே "ஐயோ! தீ! தீ! அவர் அங்கு இருக்கிறாரே!" என்று அலறிக் கொண்டு அந்தத் திக்கை நோக்கி ஓடத் தொடங்கினாள். சம்புவரையர் குறுக்கிட்டு அவளை நிறுத்தினார். அவளுடைய முகத்தில் பளார் என்று ஓர் அறை கொடுத்தார். பிறந்தது முதல் யாரும் தன்னை இப்படி நடத்தி

அறியாதவளான மணிமேகலை, – சம்புவரையரின் கண்ணுக்குக் கண்ணான செல்லப் பெண் மணிமேகலை, – தந்தையை வெறித்து நோக்கிய வண்ணம் ஸ்தம்பித்து நின்றாள்.

சம்புவரையர் சிறிது இரங்கிய குரலில், "அசட்டுப் பெண்ணே! உனக்குத்தான் முன்னமே நான் எச்சரிக்கை செய்திருந்தேனே? ஏன் எனக்குத் கோபம் வரச் செய்கிறாய்?" என்று கூறிவிட்டு, "அதோ பார்! அலறி அடித்துக்கொண்டு ஓடவேண்டிய அவசியம் இல்லை என்பதைத் தெரிந்துகொள்!" என்றார்.

சம்புவரையர் சுட்டிக் காட்டிய திசையிலிருந்து வந்தியத்தேவன் தள்ளாடித் தள்ளாடி நடந்து வந்து கொண்டிருந்தான். அவனுடைய தோளின் பேரில் ஆதித்த கரிகாலன் உயிரற்ற உடலைச் சாத்தி எடுத்துக் கொண்டு வந்தான்.

சம்புவரையருக்கும், அவருடைய மகளுக்கும் நடந்த விவாதத்தில் கவனம் செலுத்திய மலையமானும் இப்போது வந்தியத்தேவனை நோக்கினார். அவன் மெல்ல மெல்லத் தள்ளாடி வருவதையும் அவனுடைய தோளில் யாரையோ தூக்கிக் கொண்டு வருவதையும் கண்கொட்டாமல் பார்த்துக் கொண்டு நின்றார். ஏனோ அவருடைய முதுமைப் பிராயம் அடைந்த உடம்பு நடுங்கியது. உள்ளத்தில் ஒரு விதத் திகில் உண்டாயிற்று. கிட்ட நெருங்கி வந்தவனைப் பார்த்து ஏதோ கேட்க விரும்பினார். ஆனால் நா எழவில்லை. தொண்டை அடியோடு அடைத்துக் கொண்டு விட்டது.

வந்தியத்தேவன் மலையமானைப் பார்த்துக்கொண்டே அவர் அருகில் வந்தான்.

"ஐயா! இதோ இளவரசர் கரிகாலர்! வீரபாண்டியன் தலை கொண்ட இந்த வீராதிவீரரை உயிரோடு தங்களிடம் கொண்டு சேர்க்க என்னால் இயலவில்லை. உடலை மட்டும் தீக்கிரையாகாமல் கொண்டு சேர்த்தேன். விதியினாலும் சதியினாலும் கொல்லப்பட்ட உங்கள் பேரப் பிள்ளையை இனி நீங்கள் ஒப்புக் கொள்ளுங்கள்!" என்று கூறிவிட்டு வந்தியத்தேவன் இளவரசர் கரிகாலரின் சடலத்தை மெதுவாகக் கீழே இறக்கிப் படுக்க வைத்தான்.

உடனே தடால் என்று தானும் கீழே விழுந்து நினைவிழந்தான்.

கிழவர் மலையமான், இளவரசரின் உடலுக்கு அருகில் உட்கார்ந்தார். அவருடைய வீரத் திருமுகத்தைச் சற்று நேரம் உற்று நோக்கினார். திடீரென்று மலை குலுங்குவது போல் அவருடைய உடம்பெல்லாம் குலுங்கி அசைந்தது! அலைகடலின் பேராரவாரத்தைப் போல் அவருடைய தொண்டையிலிருந்து "ஐயோ!" என்ற சோகக் குரல் வந்தது.

தம் இரும்பையொத்த முதிய கைகளினால் தலையிலும் மார்பிலும் மாற்றி மாற்றி அடித்துக் கொண்டார்.

"என் செல்வமே! உன்னை மணக்கோலத்தில் பார்க்க வந்தேனே! பிணக்கோலத்தில் பார்க்கிறேனே" என்று எட்டுத் திசையும் கிடுகிடுத்து நடுங்கும்படியாக அலறினார்.

பின்னர், அம்முதுபெருங் கிழவர் ஆதித்த கரிகாலன் பிறந்ததிலிருந்து நடந்த சம்பவங்களை ஒவ்வொன்றாகக் கூறிப் புலம்பினார். அவன் பிறந்த நாளில் நடத்திய கொண்டாட்டங்களைக் குறிப்பிட்டார். அவன் குழந்தையாயிருந்த போது தமது மடியிலும், கரங்களிலும், தோள்களிலும் கொஞ்சி விளையாடியதைச் சொல்லி அழுதார். அவனுக்கு வேல் எறியவும், வாள் பிடித்துச் சண்டை செய்யவும் தாம் கற்றுக் கொடுத்ததையெல்லாம் சொன்னார். பதினாறாவது பிராயத்தில் சேவூர்ப் போர்க்களத்தில் அவன் நிகழ்த்திய அசகாய சூரத்தனமான வீர பராக்கிரமச் செயல்களை ஒவ்வொன்றாகக் கூறித் துக்கித்தார்.

"ஐயோ! பாண்டியனோடு நடத்திய அந்த வீரப் போர்களிலே நீ இறந்து வீர சொர்க்கம் அடைந்திருக்கக் கூடாதா? இந்தச் சண்டாளன் சம்புவரையனும், இவனுடன் சேர்ந்த சதிகாரர்களும் செய்த சூழ்ச்சிக்கு இரையாகியா மாண்டிருக்க வேண்டும்? அந்தோ, உன்னை நானே இவன் விருந்தாளியாகப் போகும்படி சொல்லி அனுப்பினேனே? எனக்கு வயதாகி விட்டது. உனக்கு இங்கே நண்பர்கள் வேண்டும் என்று எண்ணி, இவன்

மகளை நீ மணந்துகொண்டால், உன் கட்சியில் இருப்பான் என்று நம்பி அனுப்பினேனே, சம்புவரையன் மாளிகைக்கு அனுப்புவதாக எண்ணிக் கொண்டு யமனுடைய மாளிகைக்கு விருந்தாளியாக அனுப்பிவிட்டேனே? நான் அல்லவோ பாதகன்? நான் அல்லவோ உன்னைக் கொன்றவன்?" என்று கூறி மீண்டும் மீண்டும் தம் தலையில் அடித்துக் கொண்டார்.

பின்னர் திடீரென்று சோகத்திலிருந்து விடுபட்டு ரௌத்திராகாரம் அடைந்து சுற்று முற்றும் பார்த்தார். "அடே சம்புவரையா, உண்மையைச் சொல்! இளவரசர் எப்படியடா மாண்டார்? என்ன சூழ்ச்சியடா செய்தாய்? தேவேந்திரனே வந்து எதிர்த்தாலும் நேருக்கு நேர் நின்று அவனை வென்றிருக்க முடியாதே? எத்தனை பேரை அவன் பேரில் ஏவி விட்டாய்? அவர்கள் எங்கே மறைந்திருந்து, எப்படியடா இந்த வீராதி வீரனைக் கொன்றார்கள்? உண்மையைச் சொல்லிவிடு!" என்று கர்ஜித்தார்.

சம்புவரையரும் கோபத்தோடு "கிழவா! உன் முதுமைப் பிராயத்தை முன்னிட்டு பொறுத்திருக்கிறேன். இளவரசர் எப்படி இறந்தார் என்று உனக்கு எவ்வளவு தெரியுமோ, அவ்வளவுதான் எனக்கும் தெரியும்! இளவரசர் சடலத்தைத் தூக்கிக் கொண்டு வந்தானே, அவனைக் கேட்டால் ஒருவேளை சொல்லுவான்! என்னைக் கேட்பதில் என்ன பயன்?" என்றார்.

"அடே! உன்னுடைய மாளிகையில் உன்னுடைய விருந்தாளியாக இருக்கும்போது இச்சம்பவம் நேர்ந்திருக்கிறது. நீ ஒன்றும் அறியாதவன் போலப் பேசுகிறாய். இதை யார் நம்புவார்கள்? நல்லது; உன்னைச் சுந்தரசோழ சக்கரவர்த்தி கேட்கும்போது இந்த மறுமொழியை அவரிடம் சொல்லு! வீரர்களே! இந்தச் சம்புவரையனைச் சிறைப்படுத்துங்கள். இவனுடைய மாளிகை, மதில் சுவர் எல்லாவற்றையும் இடித்துத் தரையோடு தரை ஆக்குங்கள்!" என்று கிழவர் இடிமுழக்கம் போன்ற குரலில் கட்டளையிட்டார்.

அப்போதுதான் திரும்பி வந்திருந்த பார்த்திபேந்திரன், மலையமானைப் பார்த்து, "ஐயா! இந்த மாளிகையை அழிக்கும் பொறுப்பு நமக்குக் கிடையாது. அக்னி பகவான் அந்த வேலையை மேற்கொண்டு விட்டார்! அதோ பாருங்கள்!" என்றான்.

மலையமான் பார்த்தார், அந்தப் பெரிய மாளிகையில் ஒரு மூலையில் சற்று முன் காணப்பட்ட தீ, வெகு சீக்கிரமாகப் பரவி வருவதைக் கண்டார். பிரம்மாண்டமாக வளர்ந்து வானளாவிக் கொழுந்து விட்டெறிந்த அப்பெருந்தீ மாட கூடங்களையும், மச்சு மெத்தைகளையும் கோபுர கலசங்களையும் விழுங்கிப் பஸ்மீகரம் செய்து கொண்டு மேலும் மேலும் இரை தேடி அதன் ஆயிரம் பதினாயிரம் செந்நாக்குகளை நீட்டிக் கொண்டு விரைந்து வருவதைக் கண்டார். அந்த கோர பயங்கரமான காட்சியைப் பார்த்த வண்ணமாகத் திருக்கோவலூர் வீரர்கள் பிரமித்து நிற்பதையும் கண்டார்.

"சரி!, சரி! அக்னி பகவான் நமது வேலையை ஏற்றுக் கொண்டு விட்டார். நல்லது, பார்த்திபேந்திரா! உடனே புறப்படுவோம். மூன்று உலகமாளும் சுந்தரசோழ சக்கரவர்த்தி தமது மூத்த மகனைப் பார்க்க வேண்டும் என்று மூன்று வருஷமாகச் சொல்லி அனுப்பிக் கொண்டிருந்தார். என் மகள் வானமாதேவி இளவரசனை அழைத்து வரும்படி எனக்குச் சிபாரிசு மேல் சிபாரிசு அனுப்பிக் கொண்டிருந்தாள். உயிரற்ற இளவரசனின் சடலத்தையாவது அவர்கள் கடைசி முறை பார்க்கட்டும். இந்த வீராதி வீரனுடைய உடலைச் சண்டாள சம்புவரையனுடைய மாளிகையை விழுங்கிய அக்கினிக்கு நாம் இரையாக்க வேண்டாம். தஞ்சாவூர்க்கு எடுத்துச் செல்வோம். சக்கரவர்த்தியின் சந்நிதானத்தில் கொண்டுபோய்ப் போடுவோம். உயிர்க் களை இழந்த திருமுகத்தையாவது பெற்ற தாயும் தகப்பனாரும் பார்த்துப் புலம்பட்டும். இளவரசனைக் கொன்ற சண்டாளப் பாதகர்களுக்குத் தக்க தண்டனை சக்கரவர்த்தியே விதிக்கட்டும்!" என்றார் மலையமான்.

43. மீண்டும் கொள்ளிடக்கரை

கொள்ளிடத்தின் வடகரையிலுள்ள திருநாரையூர் என்னும் கிராமத்தில் நம்பியாண்டார் நம்பி என்னும் சைவப் பெரியாரின் மடாலயம் இருந்தது. அதன் வாசலில் அரண்மனைப் பல்லக்கு ஒன்றும், பல்லக்குத் தூக்கிகளும், காவல் வீரர்களும் நின்றனர். இவர்களைத் தவிர கிராமவாசிகள் சிறிது தூரத்தில் கூட்டம் கூடி நின்றார்கள். அந்தக் கூட்டத்துக்கு மத்தியில் இரண்டு பேருக்குள் ஏதோ கடுமையான விவாதம் நடந்தது போலவும், அதை அக்கூட்டத்தார் உற்சாகத்துடன் கவனித்துக் கொண்டு வந்ததாகவும் தோன்றியது.

ஜனக் கூட்டத்தைச் சற்று விலக்கிக் கொண்டு உள்ளே எட்டிப் பார்த்தோமானால், நமக்கு முன்னே பழக்கமான இருவர்தான் அங்கே நின்று சண்டையிட்டுக் கொண்டிருந்தார்கள் என்பது தெரியவரும். அவர்களில் ஒருவன் திருமலை என்ற ஆழ்வார்க்கடியான் நம்பி மற்றொருவர், நம் கதையின் ஆரம்பத்திலேயே அவனுடன் படகில் விவாதம் தொடுத்த வீர சைவர். நம்பியாண்டார் நம்பியின் சைவ மடாலயத்தில் பிரதான காரியக்காரர்.

நம்பியாண்டாரைப் பார்ப்பதற்காக வந்திருந்த பெரிய பிராட்டி செம்பியன் மாதேவி அந்த மகானுடன் ஏதோ தனிமையில் பேச விரும்புகிறார் என்பதை அறிந்து கொண்டதும், மேற்கூறிய வீர சைவப் பெரியார் வெளியேறி வந்தார்.

ஆழ்வார்க்கடியானைப் பார்த்ததும் அவருக்கு இயற்கையாகவே ஆத்திரம் பொங்கி வந்தது. முன்னொரு தடவை அந்த வீரவைஷ்ணவ சிகாமணியிடம் விவாதத்தில் தோல்வியடைந்து விட்டோம் என்கிற எண்ணம் அந்த ஆத்திரத்தை மூட்டியது.

"அடே! நாமத்தைப் போட்டு ஊரை ஏமாற்றும் வேஷதாரி வைஷ்ணவனே! இங்கே எங்கு வந்தாய்? எங்கேயாவது பொங்கல் – புளியோதரை கிடைக்குமிடம் பார்த்துக்கொண்டு போவது தானே?" என்றார்.

"பொங்கல் புளியோதரை வேண்டிய மட்டும் சாப்பிட்டு விட்டுத் தான் வருகிறேன். இங்கேயுள்ள சைவ மடத்தில் நீங்கள் எல்லாரும் சாம்பலைத் தின்று உடம்பு வீங்கிப் போய்க் கிடக்கிறீர்கள் என்று அறிந்து வந்தேன். பாவம்! நீங்கள் என்ன செய்வீர்கள்? உங்கள் சிவபெருமான் சாப்பிட அன்னம் கிடைக்காத காரணத்தினாலேதான் விஷத்தை உண்டார். அப்போது மட்டும் எங்கள் நாராயண மூர்த்தியின் சகோதரி பார்வதி கழுத்தைப் பிடிக்காமலிருந்திருந்தால் உங்கள் சிவனுடைய கதி யாதாயிருக்கும்!" என்றான் ஆழ்வார்க்கடியான்.

"அடே வீர வைஷ்ணவனே! நிறுத்து உன் கதையை! உயர உயரப் பறக்காதே! உங்கள் பெருமான் உயர உயரப் பறந்தும் எங்கள் சிவபெருமானுடைய முடியைக் காண முடியாமல் திரும்பி வந்தாரில்லையா?"

"அது என்ன ஐயா கதை? எங்கள் மகாவிஷ்ணு வாமனாவதாரம் எடுத்து வந்து, பூமியை ஒரு அடியினாலும் வானத்தை இன்னொரு அடியினாலும் அளந்தபோது, உங்கள் சிவனுடைய முடி அந்த அடிக்குக் கீழேதானே இருந்திருக்க வேண்டும்!" என்றான் ஆழ்வார்க்கடியான்.

"உங்கள் மகாவிஷ்ணு பத்துத் தடவை பூலோகத்தில் பிறந்ததிலிருந்தே அவருடைய வண்டவாளம் வெளியாகவில்லையா? அதிலும் எப்படிப்பட்ட பிறவிகள்? மீனாகவும், ஆமையாகவும் பிறந்தாரே?" என்றார் வீர சைவர்.

"உமக்குத் தெரிந்தது அவ்வளவுதான்! பகவான் மீனாகப் பிறந்தது எதற்காக? கடலில் மூழ்கிப்போன நாலு வேதங்களையும் திருப்பிக்கொண்டு வருவதற்கல்லவோ? ஆகையினாலேதான் எங்கள் ஆழ்வாரும்,

"ஆனாத செல்வத்து அரம்பையர்கள் தற்சூழ
வானாளும் செல்வமும் மண்ணரசும் யான் வேண்டேன்
தேனார் பூஞ்சோலை திருவேங்கடச்சுனையில்
மீனாய்ப் பிறக்கும் தவமுடையேனாவேனே!"
என்று பாடியிருக்கிறார்...!"

"அப்பனே! உங்கள் ஆழ்வார்கள் பன்னிரண்டு பேர்தான்! எங்கள் நாயன்மார்கள் அறுபத்து மூன்று பேர்! அதை ஞாபகம் வைத்துக்கொள்!"

"ஓகோ! இப்படி வேறே ஒரு பெருமையா? பஞ்ச பாண்டவர்கள் ஐந்து பேர்தான். துரியோதனாதியர் நூறு பேர் என்று பெருமையடித்துக் கொள்வீர் போலிருக்கிறதே!"

"அதிகப் பிரசங்கி! எங்கள் நாயன்மார்களைத் துரியோதனன் கூட்டத்தோடு ஒப்பிடுகிறாயா? உங்கள் ஆழ்வார்களிலே தான் பேயாழ்வார், பூதத்தாழ்வார் எல்லாரும் உண்டு."

"உங்கள் சிவபெருமானுடைய கணங்களே பூதகணங்கள் தானே! அதை மறந்துவிட்டீராங்காணும்?"

இப்படி வீர வைஷ்ணவரும், வீர சைவரும் வாதப்போர் நடத்திக் கொண்டிருந்தபோது இரு தரப்பிலும் சிரத்தையுள்ளவர்கள், இடையிடையே ஆரவாரித்து உற்சாகப்படுத்திக் கொண்டிருக்கிறார்கள். இச்சமயத்தில் மடாலயத்துகுள்ளிருந்து சிவஞான கண்டராதித்தரின் திருத்தேவியான செம்பியன் மாதேவியும், அவரை வழி அனுப்புவதற்காக நம்பியாண்டார் நம்பியும் வெளியே வருவதைக் கண்டு, அக்கூட்டத்தில் நிசப்தம் நிலவியது.

மழவரையன் மகளார் நம்பியாண்டாரிடம் விடை பெற்றுக் கொண்டு வந்து ஆழ்வார்க்கடியானைப் பார்த்து, "திருமலை! இங்கே கூட உன் சண்டையை ஆரம்பித்து விட்டாயா?" என்றார்.

"இல்லை, தேவி! நாங்கள் மற்போர் நடத்தவில்லை; சொற்போர் தான் நடத்தினோம். இந்த வீர சைவ சிகாமணி தான் முதலிலே போரை ஆரம்பித்தார்! எங்கள் சொற்போர் இங்கே கூடியிருப்பவர்களுக்கெல்லாம் மிக்க உற்சாகத்தை அளித்தது. அதனாலேதான் மடாலயத்துக்குள்ளே பிரவேசியாம லிருந்தார்கள்" என்றான் திருமலை.

"அப்பனே! தெய்வங்களுக்குள்ளே உயர்வு தாழ்வு சொல்லி வேடிக்கையாகக்கூட விவாதம் செய்யக்கூடாது. அதனால் சாதாரண ஜனங்களின் உள்ளம் குழப்பத்துக்கு உள்ளாகும்! என் மாமனாராகிய பராந்தக தேவர் தில்லைச் சிற்றம்பலத்துக்குப் பொற்கூரை வேய்ந்தார். அம்மாதிரியே வீர நாராயணபுரத்திலுள்ள அனந்தீசுவரர் கோயிலுக்கும் திருப்பணி செய்து மான்யம் அளித்தார். அவர் காட்டிய வழியிலேயே நாம் அனைவரும் நடக்க வேண்டும்!" என்று கூறினார் செம்பியன் மாதேவி.

பின்னர் தேவியார் சிவிகையில் ஏறிக்கொள்ளவும், சிவிகை மேற்கு நோக்கிச் சென்றது. காவற்காரர்கள் முன்னும் பின்னும் தொடர்ந்தனர். ஆழ்வார்க்கடியான் செம்பியன் மாதேவியின் சிவிகைக்குச் சமீபமாக நடந்து சென்றான்.

சிறிது தூரம் சிவிகைபோன பிறகு, ஆழ்வார்க்கடியான் பெரிய பிராட்டியைப் பார்த்து, "தேவி! நம்பியாண்டாரை நம்பி வந்த காரியம் என்ன ஆயிற்று?" என்று கேட்டான்.

"என் மனம் கலக்கம் நீங்கித் தெளிவு அடைந்து விட்டது, திருமலை! மதுராந்தகன் சிங்காதனம் ஏறுவதை வேறு வழியில் தடுக்க முடியாவிட்டால், உலகம் அறிய உண்மையைச் சொல்லி விடுவதே முறை என்று நம்பியாண்டார் சொல்லிவிட்டார். நானும் அதை மனப்பூர்வமாக ஒப்புக்கொண்டு உறுதி அடைந்து விட்டேன்" என்றார் செம்பியன் மாதேவி.

"நம்பியாண்டார் அவ்விதம் கூறுவார் என்றுதான் முதன் மந்திரியும் எதிர்பார்த்தார். ஆயினும் தாங்கள் இந்தப் பிரயாணம் வந்தது மிக நல்லதாய்ப் போயிற்று. தாயே!

தாங்கள் இந்த விஷயமாக உடனே முடிவு செய்வதற்கு இன்னும் அதிகமான அவசியம் நேர்ந்திருக்கிறது. கடம்பூரிலிருந்து மிகப் பயங்கரமான செய்தி வந்திருக்கிறது. அது இன்னும் இந்த ஊரில் உள்ளவர்களுக்குத் தெரியாது. தெரிந்தால் இங்கு ஒருவரும் இருந்திருக்க மாட்டார்கள். எல்லாரும் இளவரசரின் இறுதி ஊர்வலத்தைப் பார்ப்பதற்குப் போயிருப்பார்கள்!" என்றான் ஆழ்வார்க்கடியான்.

"திருமலை! இது என்ன சொல்லுகிறாய்? என்ன பயங்கரமான வார்த்தை! எந்த இளவரசர்? என்ன இறுதி ஊர்வலம்?" என்று தேவி கேட்டார்.

"மன்னிக்க வேண்டும், தாயே! சோழ குலத்தில் இதுவரை இம்மாதிரி துர்ச்சம்பவம் நடந்ததில்லை. கடம்பூர் அரண்மனையில் ஆதித்த கரிகாலர் காலமானார். துர்மரணம் என்று சொல்லுகிறார்கள். யாரால் நேர்ந்தது, எப்படி நேர்ந்தது என்று மட்டும் தெரியவில்லை. பலர் பலவாறு சொல்லுகிறார்கள். ஆதித்த கரிகாலர் அகால மரணமடைந்த பிறகு கடம்பூர் அரண்மனை முழுவதும் தீப்பட்டு எரிந்து விட்டதாம். இளவரசரின் சடலத்தைத் தஞ்சைக்கு ஊர்வலமாக எடுத்து வருகிறார்களாம். திருக்கோவலூர் மலையமான் கடம்பூர் சம்புவரையரையும், அவருடைய குடும்பத்தையும் சிறைப்படுத்தி அழைத்து வருகிறாராம். ஊர்வலத்தில் ஒரு லட்சம் ஜனங்களுக்கு மேல் முன்னும் பின்னும் வருகிறார்களாம்! அவர்கள் கொள்ளிடக் கரைக்கு வருவதற்குள் நாம் அந்த நதியைக் கடந்து விட வேண்டும்!"

"திருமலை! நீ சொல்லுவது உண்மையிலேயே பயங்கரமான செய்திதான்! வானத்தில் தூமகேது தோன்றியதின் காரணமாக ஜனங்கள் எதிர்பார்த்த விபரீதம் நேர்ந்து விட்டது! ஆகா! அந்த அஸகாய சூரனின் கதி இப்படியா முடியவேண்டும்? ஐயோ! சுந்தர சோழருக்கு இது தெரியும்போது என்ன பாடுபடுவார்? நோய்ப்பட்டிருக்கும் சக்கரவர்த்திக்கும் இந்தச் செய்தியினால் ஏதாவது நேராமலிருக்க வேண்டுமே என்று எனக்குக் கவலையாயிருக்கிறது. கருணைக் கடலான சிவபெருமான் தான் சோழ குலத்தைக் காப்பாற்ற வேண்டும்" என்றார் மழவரையர் மகளார்.

"தாயே! சோழ குலத்துக்கு நேர்ந்திருக்கும் ஆபத்து ஒருபுறமிருக்கட்டும். இந்தத் துர் நிகழ்ச்சியினால் சோழ சாம்ராஜ்யமே சின்னா பின்னமாகி விடலாம் என்று எனக்குப் பயம் உண்டாகிறது."

"அது ஏன் அந்த எண்ணம் உனக்கு உண்டாயிற்று, திருமலை?"

"சோழ நாட்டுத் தலைவர்கள் – சிற்றரசர்களுக்குள்ளே பெரும் சண்டை மூளலாம். இவ்வாறு சோழ நாட்டில் உள் சண்டையினால் இரத்த வெள்ளம் ஓடிக்கொண்டிருக்கும்போது வெளி நாட்டுப் பகைவர்கள் தைரியம் கொண்டு படையெடுக்கத் தொடங்கி விடுவார்கள்! அதன் விளைவுகளைப் பற்றிச் சொல்ல வேண்டுமா, தாயே!"

"திருமலை! சிற்றரசர்கள் – தலைவர்களுக்குள்ளே ஏன் சண்டை மூளும் என்று சொல்லுகிறாய்?"

"தங்களுக்குத் தெரிந்த காரணந்தான், தாயே! சிலர் தங்கள் திருக்குமாரரான மதுராந்தகர் அடுத்தபடி பட்டத்துக்கு வர வேண்டும் என்பார்கள். மற்றும் சிலர் அருள்மொழி வர்மர்தான் சிம்மாசனம் ஏறவேண்டும் என்பார்கள். ஏற்கெனவே, கொடும்பாளூர் வேளாரின் படைகள் தஞ்சைக் கோட்டையைச் சுற்றி முற்றுகை இட்டிருக்கின்றன. இளவரசரின் சடலத்துடன் மலையமான் தஞ்சையை நோக்கிப் போகிறார். பழுவேட்டரையரைச் சேர்ந்த சிற்றரசர்கள் சைன்யம் திரட்டிக் கொண்டிருக்கிறார்கள். ஆகையால், தஞ்சையிலும், தஞ்சையைச் சுற்றிலும் சோழ நாட்டு வீரர்கள் ஒருவரையொருவர் கொன்று கொண்டு இரத்த வெள்ளம் பெருக்கப் போகிறார்கள். காவேரி முதலிய ஐந்து ஆறுகளிலும் தண்ணீர் வெள்ளத்துக்குப் பதிலாக இரத்த வெள்ளம் ஓடப்போகிறது! மகா அறிவாளியான முதன் மந்திரி அநிருத்தரே கலக்கம் அடைந்திருக்கிறார். விஜயாலயரும், ஆதித்தரும் பராந்தகரும் தங்கள் திருக்கணவரான கண்டராதித்தரும் நிலைநாட்டி, அரசு புரிந்த சோழப்பேரரசு நம் நாளில்

அழிந்து போய்விடலாம் என்றே பயப்படுகிறார். இதைத் தடுப்பதற்கு அநிருத்தருக்கே வழி ஒன்றும் தோன்றவில்லை!" என்றான் ஆழ்வார்க்கடியான்.

"திருமலை! இறைவன் அருளால் இந்த மாபெரும் சாம்ராஜ்யத்துக்கு அத்தகைய விபத்து நேராமல் நான் தடுப்பேன். அதற்கு வழியை நான் அறிவேன். அந்த வழியைக் கடைபிடிக்கலாமா என்று என் மனத்தைத் திடப்படுத்திக் கொண்டு போகத்தான் நம்பியாண்டாரிடம் வந்தேன். மதுராந்தகனுக்கும், அருள்மொழிவர்மனுக்கும் சிங்காதனப் போட்டி ஏற்பட்டால்தானே உள்நாட்டுச் சண்டை மூளும் என்று சொல்கிறாய்?"

"ஆம் தாயே! அத்தகைய சண்டை மூளாமல் எப்படித் தடுக்க முடியும்? ஆதித்த கரிகாலர் பிராயத்தில் சிறிது மூத்தவர் என்ற காரணமாவது இதுவரையில் சொல்லக் கூடியதாயிருந்தது! இப்போது அவரும் போய்விட்டார். தங்கள் திருப்புதல்வரைக் காட்டிலும் அருள்மொழிவர்மர் இளையவர். ஆனால் மலையமானும், வேளாரும் சோழ நாட்டு மக்களும் இனி அருள்மொழிவர்மருக்கே பட்டம் என்று வற்புறுத்தப் போகிறார்கள். பழுவேட்டரையர்கள் அதை ஒத்துக் கொள்ளப் போவதில்லை..."

"திருமலை! யார் ஒத்துக்கொண்டாலும் சரி, ஒத்துக் கொள்ளாவிட்டாலும் சரி, மதுராந்தகன் சிங்காதனம் ஏறமாட்டான். அதை நான் பார்த்துக்கொள்வேன். மகா புருஷராகிய என்னுடைய பதியின் விருப்பத்தை நான் நிறைவேற்றுவேன். மதுராந்தகனுக்குப் பட்டம் இல்லையென்று முடிவானால், உள்நாட்டுச் சண்டையும் இல்லைதானே?"

"ஆம் அன்னையே! சோழ சாம்ராஜ்யம் சர்வநாசம் அடையாமல், இச்சமயம் தாங்கள் காப்பாற்றினால்தான் உண்டு; வேறு வழியே கிடையாது!" என்றான் ஆழ்வார்க்கடியான்.

"என்னால் ஆவது ஒன்றுமில்லை. மாதொரு பாகனாகிய மகேசுவரன் எனக்கு அத்தகைய சக்தியை அருள வேண்டும்" என்றார் பெரிய பிராட்டியார்.

சிறிது நேரம் இருவரும் மௌனமாகச் சென்றார்கள். கொள்ளிடத்தின் ஓடத்துறை சற்றுத் தூரத்தில் தெரிந்தது.

"திருமலை! சற்றுமுன் ஒரு பயங்கரமான செய்தியைக் கூறினாய். ஆதித்த கரிகாலன் உயிர் இழந்தான் என்றாய். மூன்று உலகையும் ஆள வேண்டிய அந்த வீராதி வீரன் இறந்ததே விபரீதமான செய்திதான். இளவரசன் துர்மரணம் அடைந்ததாகக் கூறினாயே? அது எப்படி? தன் உயிரைத் தானே போக்கிக் கொண்டானா? அல்லது யாராவது அவனைக் கொன்று விட்டதாகச் சொல்கிறார்களா?" என்று பெரிய பிராட்டி வினவினார்.

"தேவி! அதைப் பற்றிப் பலவிதப் பேச்சுக்கள் பரவி வருகின்றன. சம்புவரையர் வீட்டில் இது நடந்தபடியால் அவர் மீது சந்தேகப்பட்டு அவரையும், அவர் குடும்பத்தார் அத்தனை பேரையும் மலையமான் சிறைப்படுத்திக் கொண்டு வருகிறார். சம்புவரையர் மகன் கந்தமாறன் மட்டும் தப்பிச் சென்று விட்டானாம்..."

"சம்புவரையரால் இது நேர்ந்திருக்கும் என்று உண்மையில் எனக்கு நம்பிக்கைப்படவில்லை. எவ்வளவுதான் விரோதமிருந்தாலும், அவருடைய இல்லத்துக்கு விருந்தாளியாக வந்திருந்த சக்கரவர்த்தித் திருமகனைக் கொல்லுவதற்கு யாருக்குத்தான் மனம் வரும்? சம்புவரையர் அப்படிச் செய்திருக்க முடியாது. அவர் இதைப்பற்றி என்ன சொல்லுகிறாராம்? இளவரசர் கரிகாலரின் மரணம் எப்படி நேர்ந்திருக்கும் என்று சொல்லுகிறாராம்?"

"தேவி! பழையாறைக்கு முன்னொரு சமயம் வாணர்குலத்து வீர வாலிபன் ஒருவன் வந்திருந்தானே, நினைவிருக்கிறதா? அவனைக் குந்தவைப் பிராட்டியார் ஈழ நாட்டுக்குக் கூட ஓலையுடன் அனுப்பி வைக்கவில்லையா?"

"ஆம், ஆம்; ஞாபகம் இருக்கிறது. அவனைப் பற்றி என்ன?"

"இளவரசரின் உயிரற்ற சடலத்துக்கு அருகில் அந்த வாலிபன் தான் இருந்தானாம். ஆகையால் அவனேதான் கொன்றிருக்க வேண்டும் என்று சம்புவரையர் சொல்கிறாராம்..."

"திருமலை! அப்படி ஒருநாளும் நேர்ந்திராது. அந்தப் பிள்ளையைப் பார்த்த ஞாபகம் எனக்கு இருக்கிறது..."

"நானும் அப்படித்தான் நினைக்கிறேன், தாயே! ஆனால் சந்தர்ப்பங்களும், சாட்சியங்களும் வந்தியத்தேவனுக்கு எதிராயிருக்கின்றன!"

"ஐயோ! பாவம்! இளையபிராட்டி அந்த வாலிபனிடம் ரொம்ப நம்பிக்கை வைத்திருந்தாள். இந்தச் செய்தி தெரிந்தால் அவள் துடிதுடித்துப் போவாள்!"

"தாயே! தங்களிடம் அதைப் பற்றிக் கேட்டுக் கொள்ளலாம் என்று நினைத்தேன். தாங்கள் குடந்தைக்குச் சென்றதும், இளைய பிராட்டியைச் சந்தித்துத் தஞ்சைக்கு அழைத்துக் கொண்டு போவது நல்லது..."

"அதுதான் என் உத்தேசம். இளையபிராட்டி, எனக்காக அங்கே காத்துக் கொண்டிருக்கிறாள்..."

"மற்றவர்கள் மூலம் பராபரியாக இளையபிராட்டிக்குச் செய்தி தெரிவதற்கு முன்னால் தாங்களே சொல்லிவிடுவதுதான் நல்லது..."

"அப்படியானால் இப்போது நீ என்னுடன் வரப்போவதில்லையா, திருமலை?"

"தேவி! தாங்கள் அனுமதி கொடுத்தால் கொள்ளிடத்தின் தென் கரையில் தங்களிடம் விடை பெற்றுக் கொள்ள விரும்புகிறேன்..."

"எங்கே போகப் போகிறாய்?"

"இளவரசர் கரிகாலரின் மரணத்தில் ஏதோ ஒரு மர்மம் இருக்கிறது. அதைக் கண்டுபிடித்து வருவதற்காகப் போக விரும்புகிறேன்."

"எப்படிக் கண்டுபிடிப்பாய்?"

"தேவி! பாண்டிய நாட்டுச் சதிகாரர்களைப் பற்றித் தங்களுக்கு முன்னமே ஒருமுறை சொல்லியிருக்கிறேன். அச்சதிகாரர்களில் ஒருவனைக் கொள்ளிடத்தின் தென்கரையில் நான் வரும்போது பார்த்தேன்" என்றான் திருமலை.

"உடனே நீ ஏன் அவனைப் பின் தொடர்ந்து செல்லவில்லை?"

"கொள்ளிடத்தின் வடகரைக்கு வந்த பிறகுதான் கரிகாலர் மரணத்தைப் பற்றிச் செய்தி தெரிந்தது. அரசி! எனக்கு விடை கொடுங்கள்! சதிகாரர்கள் சாதாரணமாகக் கூடிப் பேசுகிற இடம் எனக்குத் தெரியும்..."

"சரி, போய் வா! இளையபிராட்டி குந்தவையிடம் என்ன சொல்லட்டும்? அவளை நினைத்தால் எனக்கு பெருங் கவலையாயிருக்கிறது."

"வந்தியத்தேவன் மீது குற்றம் சாட்டப்பட்டால் அதைப் பற்றிக் கவலைப்படவேண்டாம் என்று சொல்லுங்கள். உண்மைக் குற்றவாளியை நான் எப்படியும் கண்டுபிடித்துக் கொண்டு வருவேன் என்று சொல்லுங்கள்!"

"இறைவன் அருளினால் நீ போகும் காரியம் வெற்றி அடையட்டும்!" என்றார் சிவ பக்தியில் சிறந்த பெண்மணியான செம்பியன் மாதேவி.

இதற்குள் கொள்ளிடக் கரை வந்துவிட்டது. பெரிய பிராட்டி செம்பியன் மாதேவியும் பரிவாரங்களும் ஏறிச் செல்வதற்காகப் படகுகள் காத்திருந்தன.

ஆழ்வார்க்கடியான் வேறொரு சிறிய படகு பிடித்துக் கொண்டு அவர்களுக்கு முன்னால் விரைந்து படகைச் செலுத்தச் சொல்லி, அங்கிருந்து சென்றான்.

44. மலைக் குகையில்

கொள்ளிடத்தின் தென்கரையை அடைந்ததும் ஆழ்வார்க்கடியான் மேற்றிசையை நோக்கிப் போனான். கொள்ளிடத்தின் உடைப்பினால் எங்கும் வெள்ளக் காடாக

இருந்ததைப் பார்த்தான். ஆயினும் கொள்ளிடத்தில் தண்ணீர் மட்டம் குறைந்து வந்ததைப் போல் உடைப்பினால் தண்ணீர் பரவியிருந்த இடங்களிலும் வேகமாகத் தண்ணீர் வடிந்து கொண்டு வந்தது. கடைசியாகத் திருப்புறம்பயத்தை அடைந்தான். அந்த ஊர் மட்டும் அவ்வளவு வெள்ளத்தினாலும் பாதிக்கப்படாமல் இருந்ததைப் பார்த்து வியந்தான். ஆதிகாலத்தில் உலகமே பிரளயத்தில் ஆழ்ந்தபோது திருப்புறம்பயம் மட்டும் தண்ணீரில் முழுகாமலிருந்தது என்னும் வரலாறு இதனாலே தான் ஏற்பட்டது போலும் என்று எண்ணிக் கொண்டு பள்ளிப்படைக் காட்டை நெருங்கினான். அங்கே புயலினால் பல மரங்கள் சாய்ந்து விழுந்திருந்த போதிலும் அவன் ஒளிந்து பார்ப்பதற்கு வேண்டிய அடர்த்தியில்லாமற் போகவில்லை. அவ்விதம் பார்த்தபோது, பள்ளிப்படைக் கோயில் வாசலில் ஆண்கள் மூவரும், ஒரு ஸ்திரீயும் நின்று பேசுவது தெரிந்தது. நன்றாய் உற்றுப் பார்த்தபோது, எல்லாரும் அவனுக்கு முன்னாலே தெரிந்தவர்கள் என்று அறிந்தான். அதே பள்ளிப்படைக் காட்டில் முதன் முதலில் சதியாலோசனைக்காகக் கூடியவர்களில் இந்த மூன்று ஆண்பிள்ளைகளும் இருந்தார்கள். ஒருவன் சோமன் சாம்பவன், இன்னொருவன் கிரமவித்தன்,

மூன்றாவது ஆள் இடும்பன்காரி, ஸ்திரீ படகோட்டி முருகய்யனுடைய மனைவி. அவர்களில் இடும்பன்காரி மற்றவர்களுக்கு ஏதோ சொல்லிக் கொண்டிருந்தான். அச்செய்தி அவர்களுக்கு உற்சாகத்தை அளித்ததாகத் தெரிந்தது. "சரி! அப்படியானால் நாமும் பச்சைமலை அடிவாரத்துக்கு உடனே புறப்படலாம். போய்ச்சேர இரண்டு நாள் பிடிக்கும்" என்று சோமன் சாம்பவன் கூறியது ஆழ்வார்க்கடியான் காதில் விழுந்தது.

அவர்களுக்கு முன்னால் தான் அங்கிருந்து புறப்பட்டு விடலாம் என்று எண்ணி ஆழ்வார்க்கடியான் திரும்பினான். அவனுடைய மார்புக்கு நேரே சிறிய கத்தியைக் கண்டு திடுக்கிட்டான். அதைப் பிடித்திருந்த கை பூங்குழலியின் கை என்று தெரிந்தது. திகைப்பு நீங்கியது. இருவரும் ஒருவரையொருவர் தெரிந்து புன்னகையினால் தங்களின் வியப்பைத் தெரிவித்துக் கொண்டார்கள்.

சதிகாரர்கள் அங்கிருந்து போய்விட்டார்கள் என்று தெரிந்த பிறகு ஆழ்வார்க்கடியான், பூங்குழலி! தஞ்சாவூரிலிருந்து நீ எப்படி இங்கே வந்தாய்? எதற்காக வந்தாய்?" என்று கேட்டான்.

"பழி வாங்குவதற்காக வந்தேன்" என்றாள் பூங்குழலி.

"என்ன பழி? எதற்காக?"

"இவர்களிலே ஒருவன் என் அத்தையைக் கொன்றுவிட்டு ஓடி வந்த பாதகன். அப்பாதகனை விடாமல் பின்தொடர்ந்து இவ்விடத்தில் வந்து பிடித்தேன். இங்கே இன்னும் மூன்று பேர் அவனுக்கு முன்னால் வந்திருந்தார்கள். அதிலும் என் அண்ணன் மனைவியை அவர்களுடன் பார்த்ததும் திகைத்துப்போனேன்! அதற்குள் நீ ஒருவன் வந்து குறுக்கிட்டாய்! இப்போது என்ன செய்யலாம்? நீ எனக்கு உதவி செய்வதாயிருந்தால், இவர்களை விடாமல் தொடர்ந்துபோய் என் அத்தையைக் கொன்றவனைக் கொன்றுவிட்டு வருவேன்!" என்றாள்.

"ஐயோ! பாவம்! உன் அத்தை என்றால், அந்த ஊமை ராணி மந்தாகினிதானே? அவளை எதற்காக இவர்களில் ஒருவன் கொன்றான்?" என்று ஆழ்வார்க்கடியான் கேட்டான்.

"அத்தையைக் கொல்லவேண்டும் என்று நினைத்துக் கொல்லவில்லை. சக்கரவர்த்தியைக் கொல்ல நினைத்து அவர் மேல் எறிந்த வேலை என் அத்தை தாங்கிக் கொண்டாள்!" என்றாள்.

"ஓகோ! அப்படியா? ஊமை ராணி தன் உயிரைக் கொடுத்துச் சக்கரவர்த்தியைக் காப்பாற்றினாளா? இதெல்லாம் எப்படி நடந்தது? சற்று விவரமாகச் சொல், கேட்கலாம்!"

"விவரமாகச் சொல்லுவதற்கு இதுதானா சமயம்? அவர்கள் தப்பித்துக்கொண்டு போய்விடுவார்களே?"

"பூங்குழலி! அவர்கள் போகுமிடம் எனக்குத் தெரியும். எதற்காக, யாரைச் சந்திப்பதற்காகப் போகிறார்கள் என்றும் ஊகித்துக் கொண்டேன். வழியிலே அவர்களைத் தடை செய்யாமலிருப்பதே நல்லது. அவர்கள் போகுமிடத்துக்கு நாமும் போகலாம். அங்கே நான் தெரிந்துகொள்ள விரும்புவதைத் தெரிந்துகொண்ட பிறகு, நீ உன் பழியை முடித்துக் கொள்ளலாம்" என்றான் ஆழ்வார்க்கடியான்.

"அப்படியானால் புறப்படு! போகும் போதே தஞ்சாவூரில் நடந்ததையெல்லாம் உனக்கு விவரமாகச் சொல்கிறேன்!" என்றாள் பூங்குழலி.

இருவரும் கொள்ளிடத்தைப் படகின் மூலமாகக் கடந்து அக்கரை அடைந்தார்கள். வடமேற்குத் திசையை நோக்கிப் பிரயாணம் செய்தார்கள். மூன்று தினங்கள் இரவும் பகலும் பிரயாணம் செய்த பின்னர், பச்சை மலையின் அடிவாரத்தை அடைந்தார்கள். அந்த அடிவாரத்தில் அடர்ந்த காடு மண்டிக் கிடந்தபடியால் இவர்கள் தேடிச் சென்றவர்கள் எங்கே இருக்கக் கூடும் என்பதை இலேசில் கண்டுபிடிக்க முடியவில்லை. இவ்வளவு பிரயாசையுடன் பிரயாணம் செய்து வந்ததே வீணாகிவிடுமோ என்று மனச் சோர்வு அடைந்தார்கள்.

திடீர் என்று ஆந்தையின் குரல் ஒன்று கேட்டது. பதிலுக்கு மற்றொரு குரல் அதே மாதிரி கேட்டது. ஆழ்வார்க்கடியானுடைய முகம் மலர்ந்தது. பூங்குழலிக்குச் சமிக்ஞை மூலமாகப் பேசாமல் தன்னுடன் வரும்படி தெரிவித்தான். ஆந்தைகளின் குரல் கேட்ட இடத்தில் இடைவெளி தென்பட்டது. அங்கே ஏழெட்டுப் பேர் இருந்தார்கள். சிலர் நெருப்பு மூட்டிச் சமையல் செய்து கொண்டிருந்தார்கள். மற்றவர்கள் பேசிக்கொண்டிருந்தார்கள். முன்னமே அங்கு இருந்தவர்களும் புதிதாக வந்து சேர்ந்தவர்களும் ஒருவருக்கொருவர் ஏதோ வியப்பான செய்தி சொல்லிக் கொண்டிருந்தார்கள் என்று தெரிந்தது.

முன்னமே அங்கிருந்தவர்களில் ரவிதாஸனும் ஒருவன். அவன் அப்போது புதிதாக அங்கே வந்து சேர்ந்தவர்களுக்குச் சற்றுத் தூரத்தில் இருந்த மலைக்குகையொன்றைச் சுட்டிக் காட்டி ஏதோ தெரிவித்துக் கொண்டிருந்தான். இதை ஆழ்வார்க்கடியான் கவனித்துக் கொண்டான். மெல்லிய குரலில், "பூங்குழலி! நான் தேடி வந்தவர்கள் அந்த குகைக்குள்ளேதான் இருக்கவேண்டும். நான் மெல்லக் குகைக்குள்ளே நுழைந்து பார்க்கிறேன். இவர்களில் யாராவது குகையை நெருங்கி வந்தால் நீ ஒரு குரல் கொடு!" என்றான்.

"ஆந்தை கத்துவது போல் என்னால் கத்த முடியாது. குயில் கூவுவதுபோலக் கூவுகிறேன்" என்றாள் பூங்குழலி.

மலைக் குகைக்குள்ளே காற்றும், வெளிச்சமும் நுழைவதற்காகச் சில பெரிய துவாரங்கள் செய்யப்பட்டிருந்தன. ஆகையால் உள்ளே வெளிச்சம் வந்து கொண்டிருந்தது. அந்த வெளிச்சத்தில் ஆழ்வார்க்கடியான் ஓர் அபூர்வமான காட்சியைக் கண்டான். பெரிய பழுவேட்டரையர் காளாமுகச் சாமியார்களைப் போல் புலித்தோல் உடை தரித்திருந்தார். அவர் பக்கத்தில் மண்டை ஓட்டு மாலை கிடந்தது. அவர் உடம்பிலிருந்து ரத்தம் மிகச் சேதமாகியிருக்க வேண்டும் என்று அவர் முகம் வெளுத்துப் போயிருந்ததிலிருந்து ஊகிக்கும்படியிருந்தது. தரையிலே படுத்திருந்தவர் அப்போதுதான் சுய நினைவு பெற்று எழுந்து உட்கார முயன்றதாகத் தோன்றியது. ஏதோ பயங்கர சொப்பன உலகிலிருந்து அப்போதுதான் விழித்தெழுந்தவர் போல் காணப்பட்டார். அவருடைய கண்கள் திருதிருவென்று விழித்தன.

அவர் பக்கத்தில் நந்தினி இருந்தாள். அவள் ஆபரண அலங்காரங்கள் கலையப் பெற்றுத் தலைவிரி கோலமாக இருந்தாள். ஆயினும் அவளுடைய வசீகர சௌந்தரியம்

முன்னைவிடப் பன்மடங்கு அதிகமாகப் பிரகாசித்தது. அன்பும் ஆதரவும், பரிதாபமும் பச்சாத்தாபமும், ததும்பிய குரலில், "ஐயா! இந்தக் கஞ்சியை அருந்துங்கள்!" என்று கூறிக் கொண்டே ஒரு மண் பாத்திரத்தை அவரிடம் நீட்டிக் கொண்டிருந்தாள்.

பழுவேட்டரையர் அவளைத் திரும்பிப் பார்த்தார். அவர் முகத்தில் ஒரு கணநேரம் எல்லையற்ற இன்பத்துக்கு அறிகுறியான புன்னகை மலர்ந்தது.

"நந்தினி! என் பேரரசி! நீதானா இப்போது பேசினாய்? உன் குரல்தானா இது? நாம் இப்போது எங்கே இருக்கிறோம்? மரணத்தின் வாசலுக்குச் சென்றிருந்த என்னை நீயா திரும்பக் கொண்டுவந்து சேர்த்தாய்? அன்று சாவித்திரி சத்தியவானுக்குச் செய்ததை இன்று நீ எனக்குச் செய்தாயா? எனக்கு நினைவு வந்த போது உன்னுடைய மலர்க் கையினால் என்னுடைய மார்பைத் தொட்டுப் பார்த்துக் கொண்டிருந்ததாகத் தோன்றியதே! அது உண்மையா? மூன்று ஆண்டு காலமாக என்னைத் தொடவும் மறுத்தவள் கடைசியாக மனமிரங்கி விட்டாயா? எங்கே? கொடு! கஞ்சியைக் கொடு! உன் கையினால் கஞ்சி கொடுத்தால் அதுவே எனக்குத் தேவாமிர்தமாகும்!" என்றார்.

இவ்விதம் சொல்லிக்கொண்டே நந்தினியின் கையிலிருந்த மண்பாண்டத்தை வாங்கிக் கொண்டவர் திடீரென்று அவளை வெறித்துப் பார்க்கத் தொடங்கினார்! அடியோடு மாறிப்போன பயங்கரமான குரலில், "அடி பாதகி! ராட்சஸி! நீதானா? என்னைத் தொடுவதற்கு உனக்குத் தைரியம் வந்ததா? என் நெஞ்சில் கத்தியால் குத்தப் பார்த்தாயா? அப்போது நான் விழித்துக் கொண்டேனா? இந்தப் பாத்திரத்தில் இருப்பது உண்மையில் கஞ்சிதானா? அல்லது என்னைக் கொல்லுவதற்கான நஞ்சா? உன் கையால் கொடுப்பது தேவாமிர்தமானாலும் எனக்கு அது விஷமல்லவோ?" என்று கூறிவிட்டு அம்மண்பாண்டத்தை வீசி எறிந்தார். அது தடாலென்று குகைச் சுவரில் மோதிச் சுக்கு நூறாகிச் சிதறி விழுந்தது.

45. "விடை கொடுங்கள்!"

பெரிய பழுவேட்டரையரின் கோபவெறி நந்தினிக்கு எந்த விதமான வியப்பையும் உண்டாக்கியதாகத் தெரியவில்லை. மூன்று ஆண்டு காலமாக அந்த மகா வீரரான முதுகிழவரை அவள் கையில் பிடித்த கயிற்றின் நுனியில் ஆடும் பாவையைப் போல் ஆட்டி வைத்துக் கொண்டிருந்தாள். முதன் முதலாக, இன்றைக்கு அந்தக் கயிறு அறுந்து விட்டது. ஆட்டி வைத்தபடி ஆடிக் கொண்டிருந்த பாவை உயிரும், சுய அறிவும் பெற்றுவிட்டது. இதை நந்தினி எதிர்பார்த்தவளாகத் தோன்றியது. இனி அந்தப் பாவையினால் அவளுக்கு ஆகவேண்டிய காரியமும் ஒன்றுமில்லை.

சிறிதும் பதட்டம் காட்டாமல் நந்தினி எழுந்து பெரிய பழுவேட்டரையரின் முன்னால் நமஸ்கரித்தாள். உணர்ச்சி மிகுதியினால் தழுதழுத்திருந்த குரலில் அவள் கூறினாள்:-

"சுவாமி என்னுடைய வார்த்தைகள் தங்களுக்குத் தேனையும், தேவாமிர்தத்தையும் விட இனிப்பதாகப் பலமுறை சொல்லியிருக்கிறீர்கள். ஆனால் இன்றைக்கு நான் கொடுத்த கஞ்சியைப் போலவே என் வார்த்தைகளும் தங்களுக்கு நஞ்சினும் கசப்பாயிருக்கும். ஆயினும், கருணை கூர்ந்து தங்களிடம் இன்று இறுதி விடைபெறுவதற்கு முன்னால் சில வார்த்தைகள் சொல்ல அனுமதி கொடுங்கள். 'அருமைக் கண்மணி' என்றும், 'ஆசைக்காதலி' என்றும் என்னை அழைத்த வாயினால் இன்று பாதகி என்றும், ராட்சஸி என்றும் அழைத்தீர்கள்.

நான் பாதகிதான்; ராட்சஸிதான்! மூன்று வருஷமாகத் தங்களை வஞ்சித்து ஏமாற்றி வந்தேன். வனாந்தரத்தில் அநாதையாக நின்ற என்னை அழைத்து வந்து அரண்மனையில் வைத்தீர்கள். பேரரசிகளும், இளவரசிகளும் எனக்கு மரியாதை செய்யப் பண்ணினீர்கள். தங்கள் உயிருக்குயிரான சின்னப் பழுவேட்டரையரிடம் விரோதித்துக் கொள்ளவும்

துணிந்தீர்கள். நாட்டு மக்களும் நகர மக்களும் கூறிய பழிச் சொற்களும், பரிகாசப் பேச்சுக்களும் தாங்கள் என்னிடம் கொண்டிருந்த அபிமானத்தைப் பாதிக்க முடியவில்லை. இப்படியெல்லாம் என்னிடம் நம்பிக்கை வைத்து இணையில்லாச் சிறப்புக்கள் அளித்த தங்களை நான் வஞ்சித்து வந்தேன். அது உண்மைதான். என்னுடைய நோக்கத்தை நிறைவேற்றிக் கொள்வதற்காகவே தங்கள் அரண்மனையில் வசித்து வந்தேன். தங்களுக்குத் தெரியாமல் பல காரியங்களைச் செய்துவந்தேன். சதிகாரர்களுடன் தொடர்பு வைத்துக் கொண்டிருந்தேன். கந்தமாறன் – பார்த்திபேந்திரன் போன்ற வாலிபர்களின் மதியை மயக்கி அவர்களை என் காரியத்துக்கு உபயோகப்படுத்திக் கொண்டேன். ஆனால், ஐயா, ஒரே ஒரு காரியத்தில் மட்டும் தங்களை நான் வஞ்சிக்கவில்லை. தங்களை உலகமறிய மணந்த நாளிலிருந்து தங்களையே என் பதியாகக் கொண்டிருந்தேன். தலைமுறை தலைமுறையாக மகாவீரர்களை அளித்து வந்த தங்கள் பழம் பெரும் குலத்துக்கு என்னுடைய ஒழுக்கத் தவறினால் சிறிதும் களங்கம் ஏற்படவில்லை. இனியும் நான் உயிரோடிருந்தால், அத்தகைய களங்கம் தங்களுக்கு ஒரு நாளும் ஏற்படாது...”

“நந்தினி! இது என்ன வார்த்தை சொல்லுகிறாய்? என் குலத்துக்கு ஏற்படக்கூடிய களங்கம் வேறு என்ன இருக்கிறது? ஐயோ! என் கையினால்... இந்த என் கையினால்... அடி பாவி! வாள் ஒன்று வைத்திருந்தாயே? அது எங்கே? அதனால் என் கையை நீயே வெட்டி விடு! எனக்கு நீ செய்யக்கூடிய உதவி அது ஒன்றுதான்! இல்லை, இல்லை! வேண்டாம்! இந்த கைக்கு இன்னும் ஒரு வேலை இருக்கிறது. மிக முக்கியமான வேலை இருக்கிறது. நான் கூறியதை உண்மை என்று நினைத்து அப்படி ஏதாவது செய்து விடாதே!”

“சுவாமி! அப்படியொன்றும் நான் செய்யமாட்டேன். எத்தனையோ காலமாக நான் பழி முடிக்க எண்ணி இருந்தவரின் பேரிலேயே அந்த வாளை என்னால் உபயோகிக்க முடியவில்லை. சமயம் நழுவிப் போய்விடுமோ என்று நான் பயந்து மதி மருண்டிருந்த நேரத்தில் தாங்கள் என் உதவிக்கு வந்தீர்கள்...”

“அடி பாதகி! உன் உதவிக்கா நான் வந்தேன்? என்ன வார்த்தை சொல்லுகிறாய்? சண்டாளி! பெண் உருக் கொண்ட பேயே! இம்மாதிரி நேரும் என்று தெரிந்திருந்தால் நான் அங்கு வந்திருக்கவே மாட்டேன்! தெய்வமே! கொள்ளிடத்து வெள்ளத்திலே நான் முழுகித் தத்தளித்தபோதே அந்தப் பாவி யமன் என்னைக் கொண்டு போயிருக்கக் கூடாதா?”

“சுவாமி! தாங்கள் என் உதவிக்கு வரவில்லை. என் காரியத்தில் தங்களை உதவி செய்யும்படி நான் கோரவும் இல்லை. தாங்கள் சோழ மன்னர் குலத்துக்கு உண்மையாக நடக்கவும், சோழ குலத்தின் சேவையில் உயிரைக் கொடுக்கவும் பரம்பரையாக உறுதி பூண்ட குலத்தில் வந்தவர். நானோ சோழ குலத்தின் மீது வஞ்சம் தீர்த்துக்கொள்வதாக வந்தவள். ஆகையாலேயே தங்களிடம் என் உண்மை நோக்கத்தை நான் தெரிவிக்கவில்லை. சில சமயம் நான் அவ்விதம் தங்கள் மூலம் என் காரியத்தை நிறைவேற்றிக் கொள்ளலாமா என்று எண்ணியதுண்டு. யோசித்துப் பாருங்கள்! தாங்கள் இன்று ‘ராட்சஸி’, என்றும் ‘பெண்ணுருக் கொண்ட பேய்’ என்றும் அழைக்கும் இந்தப் பேதையின் முக சௌந்தரியத்தில் கண்ணையும் கருத்தையும் பறி கொடுத்து, அமிர்தமாக மதுபானம் செய்தவரைப் போல் மதியிழந்து பல தடவை தாங்கள் நின்றதில்லையா? அப்போதெல்லாம் தங்களைக் கொண்டே என் வஞ்சத்தைத் தீர்த்துக் கொண்டால் என்ன என்று நான் நினைத்ததுண்டு. ஆனால் தங்களை அப்படிப்பட்ட துரோகச் செயல் புரியும்படி செய்து தங்கள் குலத்துக்குக் களங்கம் உண்டாக்க நான் விரும்பவில்லை. இதனாலேயே தங்களைக் கடம்பூரிலிருந்து தஞ்சைக்குப் போகச் செய்வதற்கு நான் அவ்வளவு பாடுபட்டேன். தாங்களும் போனீர்கள். ஆனால் விதியானது தங்களைச் சமயம் பார்த்துத் திரும்பிக் கொண்டு வந்துவிட்டது! தாங்களாக எனக்கு உதவி செய்ய முன்வரவில்லை. ஆனால் விதியானது தங்களை என் உதவிக்கு நல்ல சமயத்தில் கொண்டு வந்து சேர்த்தது! ஆம் ஐயா! விதிதான் தங்கள் மனத்தில் என் ஒழுக்கத்தைப் பற்றிச் சந்தேகத்தை மூட்டியது.

நான் பழி முடிப்பதைத் தடுப்பது மட்டும் தங்கள் நோக்கமாயிருந்தால், பகிரங்கமாகவே வந்திருப்பீர்கள். நான் ஒழுக்கத் தவறு செய்து தங்களுக்குத் துரோகம் செய்கிறேனா என்று சந்தேகப்பட்டுத்தான் வேஷம் தரித்து இரகசிய வழியில் வந்தீர்கள். அந்த விஷயத்திலாவது தங்கள் சந்தேகம் தீர்ந்து போயிருக்க வேண்டும்! இல்லாவிடில், இப்போதாவது தீர்த்துக் கொள்ளுங்கள். மனைவியும், கணவனும் வாழ்க்கைத் துணைவர்கள் என்று பெரியோர்கள் சொல்லியிருக்கிறார்கள். நான் தங்களுக்கு உண்மையான பத்தினியாக இருந்தபடியால்தான் எனக்குத் துணை செய்வதற்குத் தக்க சமயத்தில் தங்களை விதி கொண்டுவந்து என்னிடம் சேர்த்தது..."

"நந்தினி! போதும்! நிறுத்து! உன் வார்த்தைகள் என்னைச் சித்திரவதை செய்கின்றன. அதைக் காட்டிலும், என்னை ஒரேடியாகக் கொன்று போட்டுவிடு! தடுப்பதற்குக் கூட என் கையில் சக்தி இல்லை! உடம்பிலும் வலிவு இல்லை. வாளினால் கொல்ல உனக்குத் தைரியம் இல்லையென்றால், உண்மையாகவே கஞ்சியில் விஷத்தைக் கலந்து எனக்குக் கொடுத்துவிடு!"

"அரசே! என்னை மன்னியுங்கள் இல்லை... என்னை உங்களால் மன்னிக்க முடியாது. இந்த ஜென்மத்தில் மன்னிக்க இயலாதுதான்! ஒன்று சொல்கிறேன், கேளுங்கள்! நாம் இருவரும் மறு ஜன்மம் எடுத்து இந்தப் பூமியில் பிறந்தால், அப்போது இந்தப் பிறவியின் நினைவு ஒன்றும் நமக்கு இராது. நான் தங்களை வஞ்சித்துத் தங்கள் அரண்மனையில் வாழ்ந்ததும், தங்களுடைய பொக்கிஷத்தின் பொருளை என்னுடைய பழி முடிக்கும் காரியத்துக்கு உபயோகப்படுத்தியதும், கடைசியாகக் கடம்பூர் அரண்மனையில் விதி வசத்தினால் நேர்ந்த விளைவும், இவையொன்றும் தங்களுக்கும் நினைவு இராது. எனக்கும் நினைவு இராது. இந்த ஜன்மத்தில் தங்களுக்கு நான் செய்த துரோகத்துக்கு, அடுத்த ஜன்மத்தில் பரிகாரம் செய்ய விரும்புகிறேன். மறுபிறப்பில் நான் தங்களையே மணப்பேன். தங்களுக்கு உண்மையான வாழ்க்கைத் துணைவியாக இருப்பேன். இந்த வார்த்தைத்தான் இனி இந்த, உடம்பில் உயிர் இருக்கும் வரையில் எல்லாத் தெய்வங்களிடமும் நான் வேண்டிக் கொள்ளப் போகிறேன்."

பெரிய பழுவேட்டரையர் இந்த வார்த்தைகளைக் கேட்டு உடலும் உள்ளமும் நெகிழ்ந்து, "நந்தினி! நீ போய்விடு! உடனே இவ்விடம் விட்டுப் போய்விடு! இன்னும் சிறிது நேரம் இப்படியே நீ பேசிக்கொண்டிருந்தால் என் புத்தியே பேதலித்து விடும். என் கடமையைக் கைவிடும்படி நேரிடும்! இவ்வளவு காலமும் உன்னால் நேர்ந்த அனர்த்தங்கள் போதும்! இன்னமும் என் புத்தியைச் சிதற அடித்துப் பித்துப் பிடிக்கச் செய்யாதே! போய்விடு, இப்போதே போய்விடு!" என்றார்.

"சுவாமி! மன்னியுங்கள்! என்னுடன் வந்தவர்களின் யோசனையை நான் கேட்டிருந்தால், இதற்குள்ளே இந்தப் பச்சை மலையையும், கொல்லி மலையையும் கடந்து கொங்கு நாட்டுக்குள் சென்றிருப்போம். ஆனால் தங்களிடம் பேசி விடை பெற்றுக் கொள்ளாமல் போக எனக்கு மனம் வரவில்லை. கடம்பூர்க் கோட்டைக்கு வெளியிலே வந்ததும் தாங்கள் மூர்ச்சையடைந்தீர்கள். தங்களை அங்கேயே போட்டுவிட்டு வந்துவிடும்படி அவர்கள் சொன்னார்கள். அதற்கும் நான் சம்மதிக்கவில்லை. அவர்களையே தங்களைத் தூக்கிச் சுமந்து கொண்டு வரச் செய்தேன். இரவு பகல் நாங்கள் இடைவிடாமல் நடந்து வந்தும் மூன்று நாள் ஆகிவிட்டது. இங்கே வந்த பிறகும் தங்களை விட்டுப் போய் விடலாம் என்று சொன்னார்கள். தங்களுக்கு நினைவு வந்த பிறகு சொல்லிக் கொண்டுதான் பிரிந்து வருவேன் என்று பிடிவாதம் பிடித்தேன். அந்த என் எண்ணம் நிறைவிட்டது. தாங்கள் என்னைக் கொல்லப் பார்த்தீர்கள். அதற்கு நியாயம் இருந்தது. ஆனால் விதி வசத்தினால் வேறு விதமாக நடந்துவிட்டது. என் உயிரை வாங்க எண்ணிய தங்களை நான் உயிர்ப்பித்தேன். சற்று முன் என் கையால் கொடுத்த கஞ்சியை விஷம் என்று சொல்லி விட்டெறிந்தீர்கள். ஆனால் மூன்று தினங்களாகத் தாங்கள் நினைவிழந்திருந்த

காலத்தில் இந்தக் கையினாலேதான் தங்கள் வாயில் தண்ணீர் விட்டுக் காப்பாற்றி வந்தேன். மூன்று ஆண்டு காலம் தாங்கள் என்னைத் தங்கள் அரண்மனையின் பேரரசியாக வைத்து இணையற்ற பெருமை அளித்து வந்தீர்கள். அதற்குக் கைம்மாறு இந்த ஜன்மத்தில் நான் செய்ய முடியாது. என்றாலும், இந்த மூன்று நாள் தங்களுக்கு என் கையினால் பணிவிடை செய்யக் கொடுத்து வைத்திருந்தேன். இந்த நினைவு என் உயிர் உள்ள வரையில் எனக்குத் திருப்தி அளித்து வரும். போய் வருகிறேன், ஐயா! விடை கொடுங்கள்!"

"நந்தினி! என்னிடம் ஏன் விடை கேட்கிறாய்? கேட்காமலே போய்விடு! நீ இங்கே தாமதிக்கத் தாமதிக்க, என் புத்தி தடுமாறிக் கொண்டு வரும்!"

"ஆம்; என்னை மறுபடியும் கொல்ல வேண்டும் என்று தங்களுக்குத் தோன்றினாலும் தோன்றிவிடும். சுவாமி! தங்கள் கையினால் உயிர் துறக்கும்படி நேர்ந்தால் அதை அடியாள் பெறற்கரும் பாக்கியமாகக் கருதுவேன். ஆயினும் முதலில் என்னைக் கொல்லுவதற்காகத்தானே தாங்கள் மாறுவேடம் பூண்டு வந்தீர்கள்?"

"எதற்காக மாறுவேடம் பூண்டு வந்தேன்? நீ ஏதோ ஒரு காரணம் கூறினாய். உன் ஒழுக்கத்தைச் சந்தேகித்து உண்மையைக் கண்டுபிடிக்க வந்தேன் என்று கூறினாய். அது சரியல்ல, நான் பழுவேட்டரையனாக உன்முன் தோன்றி, நீ இரண்டு வார்த்தை என்னிடம் பேசிவிட்டால் என் மனம் இளகிவிடும் என்று பயந்துதான் அவ்வாறு வேடம் போட்டுக் கொண்டு இரகசிய வழியில் வந்தேன். உனக்குப் பேசுவதற்கே இடங்கொடாமல் நீ பிரமித்து நிற்கும்போது உன்மீது கத்தியை எறிந்து கொல்ல எண்ணி வந்தேன். கடம்பூர் அரண்மனை வேலைக்காரன் இடும்பன்காரியை பயமுறுத்தி அவன் கையிலிருந்த கத்தியைப் பிடுங்கிக்கொண்டு வந்தேன். அது மட்டுமல்ல, நந்தினி! கிழவன் பழுவேட்டரையன் பொறாமை கொண்டு அவனுடைய இளம் மனைவியைக் கொன்றான் என்ற பழிச் சொல் பரவி ஊர் சிரிக்கக்கூடாது என்று நினைத்துக் காளாமுகனுடைய வேடத்தில் வந்தேன். ஆனால் சற்று முன் நீ கூறியதுபோல், நான் ஒன்று நினைக்க, விதி வேறு ஒன்று நினைத்தது. இனி ஒரு தடவை அத்தகைய முயற்சி என்னால் செய்ய முடியாது. ஆகையால் நீ போய்விடு; இதை மட்டும் சொல்லி விட்டுப் போ! அச்சமயம் நான் வந்து குறுக்கிட்டிரா விட்டால், என்ன நடந்திருக்கும்? உன் நோக்கத்தை எப்படி முடிக்க எண்ணியிருந்தாய்?"

"ஆம், ஆம்; அதையும் சொல்லவேண்டுமென்றுதான் காத்திருந்தேன். தங்கள் கோபம் என் புத்தியைக் குழப்பிவிட்டது. சுவாமி! தாங்கள் தஞ்சைக்குப் போகும் போது 'தங்கள் குலதர்மத்துக்கு என் கையினால் களங்கம் நேரிடாது' என்று உறுதி கொடுத்தேன். அதை நிறைவேற்றப் பெரும் பிரயத்தனம் செய்தேன். மணிமேகலை, கந்தமாறன், வந்தியத்தேவன் இவர்களில் ஒருவர் மூலமாக என் நோக்கத்தை நிறைவேற்றிக் கொள்ளலாமென்று யுக்திகள் செய்தேன். முக்கியமாக, மணிமேகலையை நான் அதிகமாக நம்பியிருந்தேன். வேறு காரணத்துக்காக அங்கே மறைந்து நின்ற வந்தியத்தேவனைக் கொல்வதற்காகக் கரிகாலர் வெறி கொண்டு ஓடுவார்; அப்போது மணிமேகலை அவரைக் கொல்லுவாள். மணிமேகலையின் மேற் குற்றம் சாராமலிருப்பதற்காக வந்தியத்தேவன் 'நான்தான் கொன்றேன்!' என்று ஒப்புக் கொள்வான். அதனால் பழையாறை குந்தவையின் பேரில் என் வஞ்சத்தை தீர்த்துக் கொண்டதுமாகும் – இப்படியெல்லாம் திட்டமிட்டிருந்தேன். ஆனால் இதற்கெல்லாம் அவசியம் ஏற்படவே இல்லை. இளவரசர் தம் கையினாலேயே தம் உயிரை மாய்த்துக் கொண்டார்..."

"இல்லை, நந்தினி! இல்லை! கரிகாலர் தம் உயிரைத் தாமே மாய்த்துக் கொள்ளவில்லை. என்னைக் கூடவா ஏமாற்றப் பார்க்கிறாய்?"

"சுவாமி! இடும்பன்காரியின் கத்தியைத் தாங்கள் அச்சமயம் எறிந்திராவிட்டால், அடுத்த கணத்தில் கரிகாலர் தம்மைத்தாமே வீரபாண்டியன் வாளினால் மாய்த்துக் கொண்டிருப்பார்..."

"ஆம், ஆம்; ஒரு கணம் நான் தாமதித்து வந்திருந்தால் இந்தப் பெரிய துரோகச் செயலைச் செய்திருக்க மாட்டேன். அதற்கு மாறாக, உன் பேரில் சந்தேகப்பட்டிருப்பேன். நந்தினி! விதிப்படி நடந்துவிட்டது; இனி அதை மாற்ற முடியாது. விதி ஒரு விதத்தில் எனக்கும் நல்லது செய்திருக்கிறது. இருவரும் இன்னொரு ஜன்மம் எடுத்தால், நீ என்னையே வாழ்க்கைத் துணைவனாய்க் கொள்ள விரும்புவதாய்க் கூறினாயே? அதைக் காட்டிலும் இனிமையான வார்த்தைகளை என் வாழ்நாளில் நான் கேட்டதில்லை. உன்னிடம் கூடக் கேட்டதில்லை. என் ஆவி பிரியும் நேரத்தில் நான் அந்த வார்த்தைகளைத்தான் நினைத்துக் கொண்டு சாவேன். ஆம், நந்தினி! இந்தப் பிறவியில் இனி நீயும், நானும் சேர்ந்து வாழ்க்கை நடத்த முடியாது. ஆகையால் நீ போய்விடு. போவதற்கு முன்னால், நான் ஆத்திரத்தினால் கொட்டியது போகக் கஞ்சி மிச்சமிருந்தால் கொடுத்துவிட்டுப் போ! கஞ்சி இல்லாவிட்டால், கொஞ்சம் தண்ணீராவது உன் கையினால் கொடுத்து விட்டுப்போ!" என்றார் பழுவேட்டரையர்.

"ஆகட்டும் ஐயா! இவ்வளவு கருணை செய்ததற்கு என் உயிர் உள்ள வரைக்கும் நன்றி செலுத்துவேன்!" என்று நந்தினி கூறிவிட்டு அடுப்பிலிருந்து கஞ்சி எடுத்துவரச் சென்றாள்.

ஆழ்வார்க்கடியான் அந்தச் சமயம் பார்த்துக் குகையிலிருந்து நழுவிச் செல்ல நினைத்தான். தெரிந்து கொள்ள விரும்பியதையெல்லாம் அவன் தெரிந்து கொண்டுவிட்டான். இனி அங்கிருப்பதில் உபயோகம் இல்லை. அபாயமும் உண்டு. இனிமேல் செய்ய வேண்டியதென்ன என்பதைப் பற்றி வெளியிலே போய் யோசித்துக் கொள்ளலாம் என்று எண்ணிக் கொண்டே வெளியேறினான்.

ஃஃஃ

46. ஆழ்வானுக்கு ஆபத்து!

ஆழ்வார்க்கடியானும், பூங்குழலியும் மலையடி வாரத்து மரத்தினடியில் உட்கார்ந்தார்கள்.

"பெண்ணே! நான் வந்த காரியம் ஆகிவிட்டது. புறப்படலாமா?" என்றான் ஆழ்வார்க்கடியான்.

"வைஷ்ணவரே! நீர் வந்த காரியம் ஆகிவிட்டதென்றால் நீர் போகலாம். நான் வந்த காரியம் இன்னும் பூர்த்தி ஆகவில்லை!" என்றாள் பூங்குழலி.

"நீ என்ன காரியத்துக்காக வந்தாய்?"

"என் அத்தையைக் கொன்ற பாதகனைத் தேடிக் கொண்டு வந்தேன்."

"அவனைக் கண்டுபிடிக்கவில்லையா? அதோ அந்தச் சதிகாரரின் கூட்டத்தில் அவன் இல்லையா?"

"இருக்கிறான்!"

"பின்னே என்ன?"

"அவனைத் தரிசனம் செய்து புண்ணியம் கட்டிக்கொண்டு போவதற்காக வந்தேனா? கொலைக்குக் கொலை, பழிக்குப்பழி வாங்குவதற்காக வந்தேன்."

"பூங்குழலி! குற்றம் செய்தவர்களைத் தண்டிப்பதற்கு நாம் யார்? அதற்குக் கடவுள் இருக்கிறார்!"

"கடவுள் இருக்கிறாரா, இருந்தாலும் மனிதர்களுடைய துரோகச் செயல்களைத் தண்டிக்கிறாரா என்பதுபற்றி எனக்குச் சந்தேகமாயிருக்கிறது."

"கடவுளை விட்டுவிடுவோம். இந்த உலகில் குற்றம் செய்தவர்களைத் தண்டிக்கும் பொறுப்பு அரசர்களுடையது. அரசர்கள் நியமிக்கும் அதிகாரிகள் செய்ய வேண்டியது."

"அரசர்களும், அவர்களுடைய அதிகாரிகளும் தங்கள் கடமையைச் சரிவரச் செய்யாவிட்டால்?"

"செய்யவில்லையென்று நாம் எப்படித் தீர்மானிப்பது?"

"வைஷ்ணவரே! அதோ உள்ள பாதகர்களில் ஒருவன், மேல் மாடியிலிருந்து வேலை எறிந்து, அன்பே உருவான என் அத்தையைக் கொன்றான். வாயினால் பேசத் தெரியாதவளும், ஒருவருக்கும் ஒரு தீங்கும் நினையாதவளும், வாழ்க்கையெல்லாம் துர்ப்பாக்கியசாலியாக இருந்தவளுமான ஒரு பேதைப் பெண்ணைக் கொன்றான். சக்கரவர்த்தியும், அவருடைய ராணிமார்களும், தஞ்சைக் கோட்டை அதிகாரியான சின்னப் பழுவேட்டரையரும் பார்த்துக்கொண்டிருந்தார்கள். ஆயினும் அவனைத் தப்பி ஓடும்படி விட்டுவிட்டார்கள்..."

"பூங்குழலி! சோமன் சாம்பவனைப் பிடிப்பதற்கு யாதொரு முயற்சியும் அவர்கள் செய்யவில்லையா?"

"வாழ்நாளெல்லாம் என் அத்தையை நிராகரித்த சக்கரவர்த்தி அப்போது அவளை மடியில் போட்டுக்கொண்டு அழுதார். மற்றவர்கள் எல்லோரும் திக்பிரமை கொண்டு நின்றார்கள். 'கொலைகாரனைத் தொடர்ந்து நான் போகிறேன்' என்றதும், சின்னப் பழுவேட்டரையரும் எழுந்து வந்தார். ஆனால் சுரங்கப்பாதையில் அவர் திரும்பிப் போக நேர்ந்தது."

"அது என்ன?"

"சுரங்கப்பாதையில் நானும் அவரும் சென்றபோது இருளில் ஓர் ஓலக்குரல் கேட்டது. சின்னப் பழுவேட்டரையர் அந்தக் குரல் வந்த இடத்தை நோக்கிப் பாய்ந்து அங்கே இருந்தவனைப் பிடித்துக் கொண்டார். 'இதோ கொலைகாரன் அகப்பட்டு விட்டான்!' என்று ஒரு குரல் வந்தது. 'இல்லை, இல்லை! நான் கொலை செய்யவில்லை!' என்று ஒரு குரல் வந்தது. அது யாருடைய குரல் என்பது சின்னப் பழுவேட்டரையருக்குத் தெரிந்ததும் அவர் திகைத்துப் போய், 'ஐயோ! நீ ஏன் இங்கு வந்தீர்?' என்றார். 'பொக்கிஷமெல்லாம் பத்திரமாக இருக்கிறதா என்று பார்ப்பதற்கு வந்தேன்' என்றது இருளில் வந்த குரல். 'ஐயோ! தெய்வமே! உம்மை இங்கே யாராவது பார்த்தால் என்ன நினைத்துக்கொள்வார்கள்? நீ அல்லவோ சக்கரவர்த்தியைக் கொல்ல முயன்றதாக எண்ணிக் கொள்வார்கள்?' என்றார் காலாந்தக கண்டர். 'சக்கரவர்த்தி செத்துப்போய் விட்டாரா?' என்று ஆவலுடன் கேட்டார் சின்னப் பழுவேட்டரையருடைய அருமை மருமகரான மதுராந்தகத் தேவர். 'அசட்டுப் பிள்ளையே! என்னுடன் வா! யாரும் பார்ப்பதற்கு முன் வா!' என்று சொல்லிக் காலாந்தக கண்டர் அவருடைய மருமகப்பிள்ளையின் கையைப் பிடித்து அழைத்துக் கொண்டு போய்விட்டார். பிறகு நான் மட்டும் இந்தக் கொலைகாரனைத் தொடர்ந்து வந்தேன். இவ்வளவு தூரம் சிரமப்பட்டு வந்து என் நோக்கத்தை நிறைவேற்றாமல் திரும்பிப் போகச் சொல்கிறாயா?" என்றாள் பூங்குழலி.

"பெண்ணே! நீ ஆண் பிள்ளையாகப் பிறந்திருக்க வேண்டியவள். பிறந்திருந்தால் பெரியதொரு சாம்ராஜ்யத்தின் சர்வாதிகாரியாக இருந்திருப்பாய். அது போனால் போகட்டும். இதைக் கேள் ஒரு நியாயம் சொல்லு! ஒருவரைக் கொல்ல நினைத்து, இன்னொருவரைத் தற்செயலாகக் கொன்றவன் மீது கொலைக் குற்றம் சாட்ட முடியுமா?"

"உம்முடைய கேள்வி எனக்கு விளங்கவில்லை. கொன்றவன் கொலைக்குற்றம் செய்தவன்தானே!"

"அது எப்படிச் சொல்ல முடியும்? இராமாயணம் கேட்டிருப்பாய். தசரதர், யானை தண்ணீர் குடிப்பதாக நினைத்து, அம்பை விட்டார். அது ரிஷி குமாரன் மீது விழுந்தது. ரிஷி குமாரனைக் கொன்ற கொலைக் குற்றத்துக்காகத் தசரதர் தண்டிக்கப்பட்டாரா? இல்லை! இப்போது நீ தொடர்ந்து வந்த சோமன் சாம்பவனை எடுத்துக்கொள். அவன் சக்கரவர்த்தியைக் கொல்வதற்காக வேலை எறிந்தான். ஆனால் சக்கரவர்த்தி உயிரோடிருக்கிறார். உன் அத்தை குறுக்கே வந்து வேலைத்தாங்கி உயிரை விட்டாள். அவள் தற்கொலை செய்து கொண்டவள் தானே? பின் சோமன் சாம்பவன் மீது கொலைக்குற்றம் எப்படிச் சேரும்?"

"வைஷ்ணவரே! உம்முடைய நீதி முறை அதிசயமாக இருக்கிறது..."

"என்னுடைய நீதி குறை மட்டும் அல்ல. சர்வலோக நாயகனான சாக்ஷாத் நாராயண மூர்த்தியின் நீதி முறையே விசித்திரமாகத்தான் இருக்கிறது. இந்த உலகில் பாவம் செய்கிறவர்கள் செழிப்புடன் இருக்கிறார்கள். நல்லவர்கள் – புண்ணியாத்மாக்கள் – கஷ்டப்பட்டு உயிரை விடுகிறார்கள். இதற்கெல்லாம் கடவுளுடைய நியாயம் ஏதோ இருக்கத்தானே வேண்டும்?"

"நீரும் உம்முடைய நாராயணனும் எப்படியாவது போங்கள். எனக்குத் தெரிந்த நியாயத்தை நான் நிறைவேற்றி விட்டுத்தான் வருவேன்."

"பூங்குழலி! உனக்காக மட்டும் நான் இந்தப் பேச்சை எடுக்கவில்லை. அதோ அந்த மலைக் குகையில் இரண்டு பேர் இருக்கிறார்கள். அவர்களில் ஒருவர் ஆதித்த கரிகாலரைக் கொன்றவர். ஆனால் கரிகாலரைக் கொல்லவேணுமென்று நினைத்துக் கொல்லவில்லை. வேறொருவரைக் கொல்ல நினைத்து எறிந்த கத்தி, இளவரசரின் பேரில் விழுந்து அவரைக் கொன்றுவிட்டது. அவரைக் கொலைகாரர் என்று சொல்ல முடியுமா?"

"வைஷ்ணவரே! என் மூளையைக் குழப்ப வேண்டாம். மலைக்குகைக்குள் இருப்பவர்கள் யார்?"

"சோழ சாம்ராஜ்யத்தின் தனாதிகாரி, தஞ்சை அரண்மனையில் சர்வாதிகாரி, இருபத்தி நான்கு போர்க்களங்களில் போரிட்டு அறுபத்து நாலு விழுப்புண்களைத் தம் திருமேனியில் சுமந்திருக்கும் வீராதி வீரர். இறை விதிக்கும் தேவர், குறுநில மன்னர் குழுவின் மாபெரும் தலைவர். நந்தினி தேவியின் கணவர் – பெரிய பழுவேட்டரையர் அந்த மலைக் குகையில் வீற்றிருக்கிறார்...!"

இவ்வாறு ஆழ்வார்க்கடியான் பெருங்குரலில் கட்டியும் கூறுவதுபோல் கூறினான். அதே சமயத்தில் ரவிதாஸன், ரேவதாஸன், பரமேசுவரன், சோமன் சாம்பவன் முதலியவர்கள் திடு திடுவென்று ஓடி வந்தார்கள். பூங்குழலி சட்டென்று அப்பால் விலகி நின்றாள். ரவிதாஸன், கையில் குறுந்தடி ஒன்று இருந்தது. அதை ஓங்கிய வண்ணம், ரவிதாஸன், "அடே வேஷதாரி வைஷ்ணவனே! அன்பில் அநிருத்தரின் ஒற்றனே! கடைசியில் எங்களிடம் அகப்பட்டுக் கொண்டாயா? நாங்கள் செய்த மூன்று முயற்சியில் ஒன்றிலேதான் வெற்றி அடைந்தோம். மற்ற இரண்டிலும் தோல்வி அடைந்தோம். அந்தத் தோல்விகளைப் பற்றி எங்களுக்கு இனி கவலையில்லை. மூன்று ஆண்டுகளாகத் தேடிக் கொண்டிருந்த உன்னைப் பிடித்துவிட்டோமல்லவா? இந்தத் தடவை நீ எங்களிடமிருந்து தப்பமுடியாது?" என்றான்.

உடனே ஆழ்வார்க்கடியான், முன்னை விட உரத்த குரலில் "அப்பனே! தேடுகிறவன் யார்? தப்பி ஓடுகிறவன் யார்? எல்லாரும் அந்த சாக்ஷாத் நாராயண மூர்த்தியின் குமாரர்கள் தான்! அவனன்றி ஓரணுவும் இந்த உலகில் அசையுமா? ரவிதாஸா! நீயும் கேள்! உன்னைச் சேர்ந்தவர்களும் கேட்கட்டும். வேறு வேறு சில்லறைத் தெய்வங்களையெல்லாம் விட்டுவிட்டு சாக்ஷாத் மகா விஷ்ணுவைச் சரணமடையுங்கள்! பகவான் உங்களுடைய பாவங்களையெல்லாம் மன்னித்துக் காப்பாற்றுவார்! மானிடர்களுக்காக உழைத்து வாழ்க்கையை வீணாக்கி மடிந்து போகாதீர்கள். நாராயணனைத் தொழுது நரஜன்மம் எடுத்ததின் பலனை அடையுங்கள், பரம பதத்தில் உங்களுக்கு இடம் தேடிக்கொள்ளுங்கள்! எங்கே என்னுடன் சேர்ந்து எல்லாரும் பாடுங்கள், பார்க்கலாம்:–

நாராயணனே தெய்வம்–

நாமெல்லோரும் துதிசெய்வோம்!"

என்று பாடத் தொடங்கினான்.

ரவிதாஸன் கலகலவென்று சிரித்துவிட்டு, "ஏனப்பா வைஷ்ணவனே! சாக்ஷாத் பரமசிவன் மட்டும் தெய்வம் இல்லையா? பரமசிவனைத் துதித்தால் பரம பதம் கிட்டாதா?" என்றான்.

ஆழ்வார்க்கடியான் உற்சாகத்துடன், "பரமசிவன் அழிக்கும் தெய்வம்! நாராயணன்தான் காக்கும் தெய்வம்! அன்று முதலை வாயில் அகப்பட்டுக் கொண்டு தவித்த கஜராஜனை எங்கள் நாராயணமூர்த்தி காப்பாற்றியதை மறந்து விட்டீர்களா?" என்றான்.

"அப்பனே! கஜராஜனைக் காப்பாற்றிய விஷ்ணு பகவான் முதலையைக் கொல்லத்தானே செய்தார்? அது போலவே இராவணன் கும்பகர்ணன், இரணியாட்சன், இரணிய கசிபு, சிசுபாலன், தந்தவக்கிரன் ஆகியவர்களை உங்கள் மகாவிஷ்ணு அழித்துப் போடவில்லையா?" என்றான் ரவிதாஸன்.

"எங்கள் பெருமாளின் கையால் வதையுண்டவர்களும் சாக்ஷாத் ஸ்ரீ வைகுண்டத்தை அடைவார்கள். இரணியனையும், இராவணனையும், சிசுபாலனையும் கொன்ற பிறகு அவர்களுக்குப் பகவான் வைகுண்ட பதவியை அளித்தார். உங்கள் பரமசிவனோ திரிபுரர்களை ஒரேடியாக நெற்றிக் கண்ணால் எரித்து அழித்துப் போட்டார். அவர்களுக்கு மோட்சத்தைக் கொடுத்தாரா?"

"சரி, சரி! உன் கதையை நிறுத்து! உன்னுடைய நாராயணன் இப்போது உன்னை வந்து காப்பாற்றட்டும்!" என்று சொல்லிக் கொண்டே ரவிதாஸன் தன் கையிலிருந்த குறுந்தடியை ஓங்கினான்.

அந்தச் சமயம் பூங்குழலி ஆழ்வார்க்கடியானுக்கு உதவி செய்ய விரும்பி இடுப்பில் செருகியிருந்த கத்தியை எடுத்தாள். அதே நேரத்தில் மலைக் குகையிலிருந்து தலைவிரி கோலமாக ஒரு பெண்ணுருவம் ஓடி வருவதைப் பார்த்தாள். ஒரு கணநேரம் அவளைத் தன் அத்தை மந்தாகினி என்று எண்ணிப் பிரமித்து நின்றாள். பின்னர், 'இல்லை, இவள் பழுவூர் ராணி நந்தினி' என்று தெளிந்தாள்.

இதற்குள் நந்தினி ஆழ்வார்க்கடியான் அருகில் வந்து விட்டாள். ரவிதாஸனுடைய ஓங்கிய கைத்தடியைத் தன் கரங்களினால் தடுத்து நிறுத்தினாள்.

"வேண்டாம்! என் சகோதரனை ஒன்றும் செய்யாதீர்கள்! ரவிதாஸா! நான் உங்கள் ராணி என்பது உண்மையானால் தடியைக் கீழே போடு!" என்றாள்.

ஆழ்வார்க்கடியான் அப்போது, "சகோதரி உனக்கு நன்றி; ஆனால் இவர்களால் எனக்கு எந்தவிதத் தீங்கும் செய்திருக்க முடியாது. நான் வணங்கும் தெய்வமாகிய நாராயணமூர்த்தி என்னைக் காப்பாற்றியிருப்பார்!" என்றான்.

ரவிதாஸன் சிரித்துவிட்டு, "எப்படிக் காப்பாற்றியிருப்பார்? அன்றைக்குப் பிரஹலாதனைக் காப்பாற்றத் தூணிலிருந்து வந்தது போல் இன்று இந்த மரத்தைப் பிளந்து கொண்டு நாராயண மூர்த்தி வந்திருப்பாரா?" என்றான்.

"மந்திரவாதி! என் பேச்சில் உனக்கு நம்பிக்கை இல்லையா? நல்லது! அதோபார்! சற்றுத் தூரத்தில் தெரியும் அய்யனார் கோவிலைப் பார்! அந்தக் கோவிலுக்கு முன்னால் மூன்று குதிரைகள் இருக்கின்றன அல்லவா? ஸ்ரீமந் நாராயணனுடைய கருணையினால் அந்த மண் குதிரைகள் உயிர் பெற்றுவிடும்! அவற்றின் பேரில் வேல் பிடித்த வீரர்கள் ஏறிக்கொண்டு வந்து உங்களைச் சிறைப்பிடித்து என்னைக் காப்பாற்றுவார்கள்!"

ஆழ்வார்க்கடியான் மேற்கண்டவாறு சொல்லிக் கொண்டே கையினால் சுட்டிக்காட்டிய திக்கை அனைவரும் நோக்கினார்கள். தங்கள் கண்களை நம்பமுடியாமல் திண்டாடிப் போனார்கள்! ஏனெனில் அந்த மண் குதிரை உண்மையாகவே உயிர் பெற்று அவர்களை நோக்கிப் பாய்ந்து ஓடி வந்ததாக அவர்களுக்குத் தோன்றியது. ஒவ்வொரு குதிரையின் பேரிலும் வேல் பிடித்த வீரன் ஒருவன் உட்கார்ந்திருந்தான்!

ॐ

47. நந்தினியின் மறைவு

ஓடி வந்த குதிரைகளைப் பார்த்து வியந்தவர்களில் முதலில் சுய உணர்வு பெற்றவன் ரவிதாஸன்தான்.

"தேவி! இந்தப் போலி வைஷ்ணவன் தன் வேலைத் தனத்தைக் காண்பித்துவிட்டான். 'இவன் ஒற்றன், இவனை நம்ப வேண்டாம்!' என்று எத்தனையோ தடவை தங்களுக்கு நான் எச்சரித்திருக்கிறேன். நம்மைப் பிடிப்பதற்கு இவன் தன் ஆட்களைக் கொண்டு வந்திருக்கிறான். ஆனால் இவனால் நம்மைப் பிடிக்க முடியாது. இவனுடைய தெய்வமாகிய நாராயணனே வந்தாலும் முடியாது. வாருங்கள் போகலாம். குதிரைகள் வருவதற்குள் மலை மேல் ஏறிவிடலாம்!" என்றான் மந்திரவாதி.

ஆழ்வார்க்கடியான், "நந்தினி! இந்தப் பாதகர்களுடன் நீ போகாதே! இவர்களுடன் நீ சேர்ந்ததினால் நேர்ந்த விபத்துக்கள் எல்லாம் போதும்!" என்றான்.

நந்தினி ஆழ்வார்க்கடியானைப் பார்த்து, "திருமலை! நான் வெகு நாளாக ஒன்று கேட்டுக் கொண்டிருந்தேன்; அது நினைவு இருக்கிறதா? என் அன்னையிடம் அழைத்துப் போகும்படி உன்னை வேண்டிக் கொண்டிருந்தேன். இப்போதாவது என்னை நீ என் தாயிடம் அழைத்துப் போவதாக வாக்களித்தால் உன்னுடன் வருகிறேன், இல்லாவிடில் இவர்களுடன் போகிறேன்" என்றாள்.

"நந்தினி! இனி என்னால் அது இயலாத காரியம்...!" என்று திருமலை சொல்வதற்குள் ரவிதாஸன் குறுக்கிட்டு, "இவன் என்ன அழைத்துப் போவது? நான் அழைத்துப் போகிறேன், வாருங்கள்!" என்றான்.

"ஆமாம், ஆமாம்; இவன் உன்னை உன் அன்னையிடம் யமலோகத்துக்கு அழைத்துப் போவான்! உன் அன்னையைக் கொன்றது போல், உன்னையும் கொன்று யமலோகத்துக்கு அனுப்பி வைப்பான்! நந்தினி! இந்தப் பாதகர்களுடைய சகவாசம் இனியும் உனக்கு வேண்டாம். இவர்களில் ஒருவன் உன் தாயைக் கொன்றவன்! மந்திரவாதியின் முகத்தைப் பார்! கொலைக்காரன் என்று எழுதியிருக்கிறது!" என்று சொன்னான் ஆழ்வார்க்கடியான்.

ரவிதாஸன் முகத்தில் கொந்தளித்த கோபத்துடன், "பொய்! பொய்!" என்று கத்தினான்.

சற்றுமுன் சாந்தம் குடிகொண்டிருந்த நந்தினியின் கண்களின் வெறியின் அறிகுறி காணப்பட்டது.

"திருமலை! இது உண்மையா? என் அன்னை உண்மையிலேயே இறந்துவிட்டாளா? அவளை இனி நான் பார்க்க முடியாதா?" என்றாள்.

"சந்தேகமிருந்தால், இதோ இந்தப் பெண்ணைக் கேட்டுத் தெரிந்துகொள். இவர்களில் ஒருவனான சோமன் சாம்பவன் தான் வேல் எறிந்து உன் அன்னையைக் கொன்றவன்; இவள் நேரில் பார்த்தாள். அத்தையைக் கொன்றவனைப் பின் தொடர்ந்து வந்தாள்! பூங்குழலி! சொல்!" என்றான் ஆழ்வார்க்கடியான்.

"ஆமாம்! நானே என் கண்ணால் பார்த்தேனே! என் அத்தையைக் கொன்றவனைப் பழி வாங்கவே இங்கு வந்தேன்!" என்றாள் பூங்குழலி.

நந்தினி பைத்தியம் பிடித்தவள்போல் வெறி கொண்ட சிரிப்புச் சிரித்தாள். "பழி வாங்க வந்தாயா? பழி! பழி! நான் ஒருத்தி பழி வாங்கிய இலட்சணம் போதாதா?" என்று சொல்லி விட்டு ரவிதாஸனைப் பார்த்து, "துரோகி! சண்டாளா! இப்படியா செய்தாய்?" என்றாள்.

"ராணி! நீ நினைப்பது தவறு! நான் ஒரு துரோகமும் செய்யவில்லை. சோமன் சாம்பவன் சக்கரவர்த்தியின் மீது வேலை எறிந்தான். அந்த ஊமைப் பைத்தியக்காரி குறுக்கே விழுந்து செத்தாள்! அவள் தலைவிதி! இப்போது நீ என்ன சொல்கிறாய்? எங்களுடன் வரப் போகிறாயா, இல்லையா? அதோ குதிரைகள் நெருங்கி வந்துவிட்டன!" என்றான்.

அவனுடைய வார்த்தைகளை நந்தினி காதில் வாங்கி கொண்டதாகத் தோன்றவில்லை. திடீரென்று கீழே உட்கார்ந்து கொண்டாள். இரண்டு கண்களையும், இரண்டு கரங்களால்

பொத்திக் கொண்டாள். அவள் உடம்பெல்லாம் குலுங்கும்படி விம்மி அழுதாள். அழுகையுடன் வெறிச் சிரிப்பும் கலந்து வந்தது.

ரவிதாஸன் தன் ஆட்களைப் பார்த்து, "ஓடுங்கள்! ஓடிப் போய் மலையேறிக் கொள்ளுங்கள்! இனி, ராணியை நம்புவதில் பயனில்லை" என்றான். எல்லோரும் ஓடினார்கள்.

ரவிதாஸன், "வைஷ்ணவனே! இந்தா, உன் விஷமத்துக்குக் கூலி!" என்று சொல்லிக் கையிலிருந்த தடியினால் வைஷ்ணவனின் தலையில் ஒரு அடி போட்டு விட்டு ஓட்டம் எடுத்தான்.

ஆழ்வார்க்கடியான், "நமோ, நாராயணா!" என்று சொல்லித் தலையை ஒரு முறை தடவிக் கொண்டான்.

ஓடியவர்கள் எல்லாரும் மலைக் குகைக்குள் நுழைந்தார்கள். சற்று நேரத்துக்கெல்லாம் குகைக்கு மேலே குன்றின் உச்சியில் கானாரி ஆறு அருவியாக மாறி விழும் இடத்தின் அருகே நின்றார்கள்.

அதே சமயத்தில் குதிரைகள் மலை அடிவாரத்துக்கு வந்து சேர்ந்தன. சரியான வழியில்லாமல் பெரிய பெரிய பாறைக் கற்கள் எங்கும் பரவிக் கிடந்தபடியால் குதிரைகள் வந்து சேர்வதற்கு இத்தனை நேரம் பிடித்தது.

குதிரைகள் மீது வந்தவர்களில் முன்னால் வந்தவர்கள் சின்னப் பழுவேட்டரையரும், கந்தமாறனுந்தான் என்பதை ஆழ்வார்க்கடியான் பார்த்துக் கொண்டான். அவர்களுக்குப் பின்னால் சேந்தன் அமுதன் ஒரு குதிரையின் மீது கயிற்றினால் சேர்த்துக் கட்டப்பட்டு வருவதையும் பார்த்தான்.

"வாருங்கள்! வாருங்கள்! நல்ல சமயத்தில் வந்து சேர்ந்தீர்கள்" என்றான். சின்னப் பழுவேட்டரையரும் கந்தமாறனும் குதிரைகளின் மீதிருந்து கீழே குதித்தார்கள். கீழே உட்கார்ந்து விம்மிக் கொண்டிருந்த நந்தினியின் பேரில் முதலில் அவர்கள் கவனம் சென்றது.

கந்தமாறன் நந்தினியின் அருகில் சென்றான். ஏதோ சொல்லப் பிரயத்தனப்பட்டான் ஆனால் அவன் வாயிலிருந்து வார்த்தைகள் வரவில்லை.

சின்னப் பழுவேட்டரையர் ஆழ்வார்க்கடியானைப் பார்த்து, "வைஷ்ணவனே! நீ எப்படி இங்கே வந்தாய்? எதற்காக வந்தாய்?" என்று கேட்டார்.

"தளபதி! தாங்கள் யாரைத் தேடிக் கொண்டு வந்திர்களோ, அவரைத் தேடிக் கொண்டு தான் நானும் வந்தேன். பெரிய பழுவேட்டரையர் அதோ அந்தக் குகைக்குள் இருக்கிறார்!" என்றான்.

"நிஜமாகவா? உயிரோடு இருக்கிறாரா?" என்று சின்னப் பழுவேட்டரையர் ஆவலோடு கேட்டார்.

"ஆமாம், இன்னும் உயிரோடு இருக்கிறார். தங்கள் தமையனாரிடம் அணுகுவதற்கு யமனும் பயப்படுவான் அல்லவா? ஆகையால் அதோ அந்தக் கொலைக்காரர்கள் செய்த முயற்சி தங்கள் தமையனார் விஷயத்தில் பலிக்கவில்லை!" என்று சொல்லிவிட்டுத் திருமலை குன்றின் உச்சியில் நின்ற ரவிதாஸன் முதலியவர்களைச் சுட்டிக் காட்டினான்.

"அவர்கள் யார்? ஏன் அவர்களைக் கொலைக்காரர்கள் என்று சொல்கிறாய்?"

"அவர்கள் தான் மந்திரவாதி ரவிதாஸனும் அவனுடைய கூட்டத்தாரும், வீரபாண்டியனுடைய ஆபத்துதவிப் படையைச் சேர்ந்தவர்கள். சக்கரவர்த்தியைக் கொல்ல முயன்றவர்கள் அவர்கள்தான். இளவரசர் ஆதித்த கரிகாலரைக் கொன்ற பாவிகளும் அவர்களேதான்!" என்றான் திருமலை.

கந்தமாறன் குறுக்கிட்டு, "பொய், பொய்! இளவரசரைக் கொன்றவன் வந்தியத்தேவன்! உன் சிநேகிதன் செய்த குற்றத்தை மறைக்கப் பார்க்கிறாயா?" என்றான்.

"முட்டாளே! சும்மா இரு!" என்று சின்னப் பழுவேட்டரையர் அவனை அதட்டினார்.

பின்னர் வைஷ்ணவனைப் பார்த்து, "தனாதிகாரியையும் அவர்கள் கொல்லப் பார்த்தார்களா? எப்படித் தப்பினார்?" என்று கேட்டார்.

"இதோ உட்கார்ந்து விம்மிக் கொண்டிருக்கும் பழுவூர் இளைய ராணியின் உதவியினால் தான் தப்பினார்!"

"ஏன் இளைய ராணி அழுது கொண்டிருக்கிறாள்?"

"அவருடைய அன்னை இறந்து விட்டாள் என்று கேள்விப்பட்டார். அதனால் அழுகிறார்! இதெல்லாம் பிறகு விசாரித்துக் கொள்ளக்கூடாதா?"

"ஆம், ஆம்! பெரிய பழுவேட்டரையரை முதலில் பார்க்க வேண்டும்; நீ போய் நான் வந்திருப்பதைச் சொல்லு!"

சின்னப் பழுவேட்டரையருக்குத் தம் தமையனாரிடம் உள்ள பயபக்தி அச்சமயம் கூடச் சிறிதும் குன்றவில்லை. ஆகையால் திடீரென்று தமையனாரைப் போய்ப் பார்க்க அவர் தயங்கினார்.

"ஐயா! தங்கள் தமையனார் இனி எங்கும் போய்விடமாட்டார். நான் போய்த் தாங்கள் வந்திருப்பதைச் சொல்லுகிறேன். அதோ அந்தக் கொலைக்காரர்களைப் பிடிக்கத் தாங்கள் எதுவும் செய்யப் போவதில்லையா?"

சின்னப் பழுவேட்டரையர் தம் நெற்றியைக் கையினால் அழுத்திக் கொண்டு "ஆம், ஆம்! முன்னொரு சமயம் இப்படித் தான் என் புத்தி தவறிவிட்டது! சக்கரவர்த்தியைக் கொல்ல முயன்றவனைத் தப்பி ஓடும்படி விட்டேன்!" என்றார்.

"அவனும் தப்பிவிடவில்லை; அதோ அந்தக் குன்றின் மேலே தான் இருக்கிறான். உங்கள் ஆட்களுக்குச் சீக்கிரம் கட்டளையிடுங்கள்!"

உடனே தளபதி காலாந்தகக்கண்டர் தம்முடன் வந்த வீரர்களைப் பார்த்துக் கட்டளை பிறப்பித்தார். அவர்கள் குதிரைகள் மீதிருந்து இறங்கிக் கானாரி நதி குன்றின் மீதிருந்து அருவியாக விழும் இடத்துக்கு அருகாமையில் போய்ச் சேர்ந்தார்கள். அவர்கள் அங்கே சேர்ந்ததும் மேலிருந்து பெரிய பெரிய உருண்டைக் கற்கள் கீழே விழ ஆரம்பித்தன. வீரர்கள் அந்தக் கற்கள் தங்கள் தலையில் விழாமல் தப்புவதற்காக அங்குமிங்கும் அவசரமாக நகர்ந்தார்கள். இரண்டொருவர் அக்கற்களினால் தாக்குண்டு கீழே விழுந்தார்கள்.

சின்னப் பழுவேட்டரையர், "அவர்கள் எப்படி மேலே ஏறினார்கள் தெரியுமா?" என்று கேட்டார்.

"குகைக்குள் புகுந்து ஏறினார்கள். குகையில் இரகசிய வழி இருப்பதாகத் தோன்றுகிறது. வாருங்கள், போய்ப் பார்க்கலாம்!" என்று ஆழ்வார்க்கடியான் முதலில் சென்றான். காலாந்தககண்டரும் கந்தமாறனும் பின் தொடர்ந்தார்கள்.

குகைக்குள்ளேயிருந்து ஒரு நெடிய கம்பீரமான உருவம் தட்டுத்தடுமாறித் தள்ளாடிக் கொண்டு வெளியே வந்தது. குகை வாசலில் நின்று நெருங்கி வருகிறவர்களை உற்றுப் பார்த்தது. தமையனாரை அடையாளம் கண்டு கொள்ளத் தம்பிக்குச் சிறிது நேரம் பிடித்தது.

உடம்பெல்லாம் காயங்களுடன் முகம் வெளுத்துப் பிரேதக் களைபெற்று நின்ற பெரிய பழுவேட்டரையரை அடையாளம் தெரிந்ததும், சின்னப் பழுவேட்டரையர், "அண்ணா!" என்று அலறிக் கொண்டு போய்ப் பெரிய பழுவேட்டரையரைக் கட்டிக் கொண்டார்.

அண்ணனின் கண்களிலிருந்து கண்ணீர் பெருகியது. அவருடைய வாய், "தம்பி! நீ பலமுறை எச்சரிக்கை செய்தாய்! அதைப் பொருட்படுத்தாமல் மோசம் போனேன்!" என்று தழுதழுத்த மெல்லிய குரலில் முணுமுணுத்தது. அச்சமயம் ஆழ்வார்க்கடியானும், கந்தமாறனும் குகைக்குள் பிரவேசிக்க யத்தனித்தார்கள்.

பெரிய பழுவேட்டரையர் அவர்களைத் தடுத்து நிறுத்தி "எங்கே போகிறீர்கள்?" என்று கேட்டார்.

"கொலைக்காரர்கள் இந்தக் குகைக்குள்ளே புகுந்தார்கள்"

"எந்தக் கொலைக்காரர்கள்?"

"மந்திரவாதி ரவிதாஸனும் அவனுடைய கூட்டாளிகளும்."

"அவர்கள் கொலைகாரர்கள் அல்ல" என்றார் பெரிய பழுவேட்டரையர்.

"பார்த்தீர்களா? வந்தியத்தேவன்தான் கொலைகாரன் என்று நான் சொல்லவில்லையா?" என்றான் கந்தமாறன்.

பெரிய பழுவேட்டரையர் அவனை உற்றுப் பார்த்துவிட்டு "இந்த முட்டாள் வாலிபன் எப்படி இங்கே வந்து சேர்ந்தான்!" என்றார்.

"கந்தமாறன் தான் கடம்பூரிலிருந்து செய்தி கொண்டு வந்தான்."

"என்ன செய்தி?"

"இளவரசர் கரிகாலர் இறந்து விட்ட செய்தியைக் கொண்டு வந்தான். நம்முடைய பலத்தை உடனே திரட்டிச் சேர்த்து மதுராந்தகரைச் சிம்மாசனம் ஏற்ற ஏற்பாடு செய்ய வேண்டும் என்று சம்புவரையர் இவன் மூலமாகச் செய்தி அனுப்பி வைத்திருக்கிறார்!"

"ஆகா! அப்படியா!" என்று பெரிய பழுவேட்டரையர் சிறிதும் உற்சாகமின்றிக் கூறினார். பிறகு, "தஞ்சாவூரில் நிலைமை எப்படி இருக்கிறது?" என்று கேட்டார்.

"அண்ணா! விவரமாகக் கூற வேண்டும். தாங்கள் மிக்க பலவீனமாக இருக்கிறீர்கள். தயவுசெய்து உட்கார்ந்து கொண்டு பேசலாமா?" என்றார் சின்னப் பழுவேட்டரையர்.

தனாதிகாரி குகையின் வாசலிலேயே உட்கார்ந்து கொண்டார்.

"ஐயா! சற்று இடம் கொடுத்தால், குகைக்குள்ளே போய்க் குன்றின் மேல் ஏற வழி இருக்கிறதா என்று பார்க்கலாம்" என்றான் வைஷ்ணவன்.

"எதற்காக?" என்றார் பெரிய பழுவேட்டரையர்.

"ரவிதாஸன் கூட்டத்தார் இந்தக் குகையில் புகுந்துதான் குன்றின் மேலே ஏறினார்கள்" என்றான் திருமலை.

பெரிய பழுவேட்டரையர் தலையை அசைத்துவிட்டு "குகைக்குள் போவதில் உபயோகமில்லை, அப்பனே! அவர்கள் மேலேயிருந்து பாறையைப் புரட்டித் தள்ளிக் குகை வழியையும் அடைத்து விட்டார்கள். பாறை என் மேல் விழுவதற்கிருந்தது. என் உயிர் தப்பியதே தெய்வச் செயல்தான்! போங்கள்! நீங்கள் இருவரும் போங்கள்! மலை மேல் ஏறுவதற்கு வேறு வழி இருக்கிறதா, பாருங்கள்!" என்றார்.

ஆழ்வார்க்கடியானும், கந்தமாறனும் அப்பால் சென்ற போது பெரிய பழுவேட்டரையருடைய பார்வை சேந்தன் அமுதன் – பூங்குழலி இவர்கள் பேரில் விழுந்தது.

"அவர்கள் யார்? எங்கு வந்தார்கள்?" என்று கேட்டார்.

"அந்தப் பெண் கோடிக்கரைத் தியாக விடங்கரின் மகள் பூங்குழலி. அவள் தன் அத்தையைக் கொன்றவனைத் தேடிக் கொண்டு வந்தாள். அவளைத் தேடிக் கொண்டு சேந்தன் அமுதன் வந்தான். சேந்தன் அமுதன் வழி காட்டித்தான் நாங்கள் இங்கு வந்து தங்களைக் கண்டுபிடித்தோம்!" என்றார் சின்னப் பழுவேட்டரையர்.

"தஞ்சாவூரில் நடந்ததையெல்லாம் விவரமாகச் சொல்!" என்றார் பெரிய பழுவேட்டரையர். சின்னப் பழுவேட்டரையர் அவ்வாறே சொல்லலுற்றார். மந்திரவாதிக் கூட்டத்தில் ஒருவன் பொக்கிஷ நிலவறையில் ஒளிந்திருந்து, சக்கரவர்த்தியைக் கொல்லுவதற்காகச் சமயம் பார்த்திருந்து வேலை எறிந்ததையும், சக்கரவர்த்தியைக்

காப்பாற்றுவதற்காக மந்தாகினி தேவி இடையில் புகுந்து உயிரை விட்டதையும் சொன்னார். பிறகு அவர் தொடர்ந்து கூறியதாவது:

"அண்ணா! இதற்கிடையில் கொடும்பாளூர் வேளான் பெரிய சைன்யத்துடன் திடீர் என்று தஞ்சாவூர்க் கோட்டையை முற்றுகையிடத் தொடங்கினார். தாங்கள் இல்லாதபடியால் வேளானுடன் போர் தொடங்குவதா, இல்லையா என்று என்னால் நிச்சயிக்க முடியவில்லை. சக்கரவர்த்தியை யோசனை கேட்கவும் முடியவில்லை. முதன்மந்திரி அநிருத்தர் கோட்டைக்குள்ளே தான் இருக்கிறார். அவர் தாங்கள் வந்த பிறகு பார்த்துக் கொள்ளலாம் என்றும், அதுவரை கோட்டையைப் பாதுகாத்தால் போதும் என்றும் கூறினார். நல்லவேளையாக இச்சமயத்தில் இளவரசர் அருள்மொழிவர்மரும் கொடும்பாளூர் வேளாருடைய மகள் வானதியும் கோட்டைக்குள் வந்து சேர்ந்தார்கள். இளவரசர் யானைப் பாகன் வேடத்தில் வந்தார். வானதி பழையாறை இளைய பிராட்டியிடமிருந்து அவசரச் செய்தி கொண்டு வந்திருப்பதாகக் கூறினாள். வேளானுடைய மகள் கோட்டைக்குள்ளே இருப்பது நமக்கு அனுகூலந்தானே என்று நினைத்து அவள் ஏறி வந்த யானையை உள்ளே விட்டேன். சக்கரவர்த்தியின் அரண்மனை வாயிலிலே யானைப்பாகன் தான் இளவரசர் அருள்மொழிவர்மர் என்று தெரிந்தது. நான் கொஞ்சம் மிரண்டுதான் போய் விட்டேன். அண்ணா! சின்ன இளவரசரிடம் ஏதோ அதிசய சக்தி இருக்கத்தான் செய்கிறது. அவர் திருமுகத்தைப் பார்த்ததும் எனக்கே கை கால் வெலவெலத்து விட்டது. நெஞ்சம் இளகிவிட்டது. என்னை அறியாமல் என் கைகள் கூப்பிக் கொண்டன. அவரை வணங்கி வரவேற்க வேண்டியதாகி விட்டது. சோழ நாட்டு மக்கள் இளவரசர் அருள்மொழிவர்மர் என்றால் தலை கால் தெரியாமல் கூத்தாடுவதில் வியப்பில்லைதானே?..."

"போதும் போதும்! அதுதான் தெரிந்திருக்கிறதே! அருள்மொழிவர்மன் கடலில் முழுகி இறந்தான் என்பதெல்லாம் கட்டுக்கதை என்று நான் எண்ணியதும் சரியாய்ப் போய்விட்டது. அப்புறம் நடந்ததைச் சொல்லு! இளவரசர் எதற்காக யானைப்பாகன் போல வேஷம் பூண்டு கோட்டைக்குள் வந்தார்?" என்று பழுவேட்டரையர் கேட்டார்.

"இளவரசர் என்று தெரிந்தால் கொடும்பாளூர் வேளான் அவரைத் தடுத்து நிறுத்திக் கொள்வான். கோட்டைக்குள் போக விட மாட்டான். வேளானுடைய படை வீரர்களும் பெரிய ஆர்ப்பாட்டம் செய்வார்கள் என்று எண்ணி, அவ்வாறு மாறுவேடம் பூண்டு வந்தாராம். அந்த வரையில் இளவரசரைப் பாராட்டத்தான் வேண்டும். இளவரசர் சக்கரவர்த்தியைச் சந்தித்துப் பேசிக் கொண்டிருந்த சமயத்திலேதான் மேலேயிருந்து கொலைகாரன் வேல் எறிந்தான். தெய்வாதீனமாக அது அந்த ஊமைப் பைத்தியத்தின் பேரில் விழுந்து அவள் இறந்தாள். சக்கரவர்த்தியின் பேரில் விழுந்து அவர் இறந்திருந்தால், நம்முடைய குலத்துக்கு என்றும் அழியாத களங்கம் ஏற்பட்டிருக்கும்..."

பெரிய பழுவேட்டரையர் தமது வாய்க்குள்ளே "இப்போது களங்கம் ஏற்படவில்லையா, என்ன? தீராத களங்கள் ஏற்பட்டுத் தான் விட்டது!" என்று முணுமுணுத்தார்.

"அண்ணா! என்ன சொன்னீர்கள்?" என்று காலாந்தககண்டர் கேட்டார்.

"ஒன்றுமில்லை; மேலே நடந்ததைச் சொல்லு!" என்றார் தனாதிகாரி.

"அப்புறம் ஒரு பெரிய அற்புதம் நடந்தது. வெகு காலமாக நடமாட முடியாமலிருந்த சக்கரவர்த்திக்கு திடீரென்று கால்களில் சக்தி உண்டாகிவிட்டது. ஓடிப்போய் அந்த ஊமையை எடுத்து மடியில் போட்டுக் கொண்டு புலம்ப ஆரம்பித்தார். சிறிது நேரம் நாங்கள் எல்லாரும் அந்தக் காட்சியைக் கண்டு பிரமித்து நின்று கொண்டிருந்தோம். பூங்குழலி என்னும் இந்த ஓடக்காரப் பெண்தான் 'கொலைகாரனைப் பிடிக்கப் போகிறேன்' என்று கூவிக் கொண்டு ஓடினாள். அவள் நன்றாயிருக்க வேண்டும். அவள் மூலமாகத்தான் இன்று தங்களை இந்த கோலத்திலாவது பார்க்கும் பாக்கியம் கிடைத்தது..."

பெரிய பழுவேட்டரையர் கண்களில் நீர் ததும்ப, "தம்பி! புராண இதிகாசங்களில் தமையனிடம் பக்தியுள்ள தம்பிகளைப் பற்றி கேட்டிருக்கிறேன். ஆனால் உன்னைப் போல் பக்தியுள்ள சகோதரன் அவர்களில் யாரும் இருக்க முடியாது. போகட்டும்; அப்புறம் நடந்ததைச் சொல்!" என்றார்.

"பூங்குழலியைப் பின்பற்றி நானும் பொக்கிஷ நிலவறையிலுள்ள சுரங்கப்பாதையில் சென்றேன். அங்கே இருட்டில் ஒருவனைக் கைப்பற்றினேன். அவன்தான் கொலைகாரனாயிருக்க வேண்டும் என்று நினைத்தேன். குரலைக் கேட்டதும், மதுராந்தகத் தேவன் என்று தெரிந்தது."

"அவன் எதற்காக நிலவறைப் பாதையில் வந்தானாம்?"

"அது எனக்கும் தெரியவில்லை, கேட்டதற்குச் சரியான மறுமொழியும் சொல்லவில்லை. கொலைகாரன் அவன்தான் என்ற சந்தேகம் யாருக்காவது உண்டாகிவிடப் போகிறதே என்று எனக்குப் பயமாயிருந்தது."

"ஒருவேளை உண்மை அதுதானோ, என்னமோ?"

"இல்லை, அண்ணா, இல்லை! அந்தச் சாதுப்பிள்ளை அவ்வளவு தூரத்துக்குப் போகக் கூடியவனல்ல. மேலும், வேலை எறிந்து விட்டு ஓடியவனை நானே கண்ணால் பார்த்திருந்தேன். மதுராந்தகன் பொக்கிஷ நிலவறையிலிருந்து வருவதற்குள் இலேசில் சம்மதிக்கவில்லை. அவனை மெதுவாகச் சரிப்படுத்தி அரண்மனையில் கொண்டு போய் சேர்த்து விட்டுக் காவலும் போட்டுவிட்டு, மறுபடியும் பொக்கிஷ நிலவறைக்குப் போக எண்ணினேன். அதற்குள் வேறு பெரிய சம்பவங்கள் நடந்து விட்டன. 'சக்கரவர்த்தி இறந்து விட்டார்' என்றும், யாரோ அவரைக் கொன்று விட்டார்கள் என்றும் வெளியிலே வதந்தி பரவிவிட்டது. உடனே கொடும்பாளூர் வேளார் அவருடைய படை வீரர்களைக் கோட்டையைத் தாக்கும்படிக் கட்டளையிட்டு விட்டாராம். வேளிர் படையுடன் கைக்கோளர் படையும் வந்து சேர்ந்து கொண்டிருந்தது. நமது வீரர்கள் அச்சமயம் ஆயத்தமாக இல்லை. அவர்களுக்குக் கட்டளையிட நானும் கோட்டை வாசலில் இல்லை. ஆகையால் வேளிர் படை கைக்கோளர் படை வீரர்கள் கோட்டைக் கதவுகளை உடைத்துக் கொண்டும், சுவர்களில் ஏறிக் குதித்தும் உள்ளே வரத் தொடங்கி விட்டனர். இந்தச் செய்தியைக் கேள்விப்பட்டு நான் கோட்டை வாசல் போய் சேர்வதற்குள் பதினாயிரம் வீரர்கள் கோட்டைக்குள் நுழைந்துவிட்டார்கள். நம்முடைய வீரர்கள் சுமார் இரண்டாயிரம் பேர்தான். அவர்கள் வெளியிலிருந்து வந்தவர்களோடு தீரத்தோடு போரிட்டார்கள், நான் போய்க் கட்டளையிட்டுச் சண்டையை நிறுத்தினேன். நமது வீரர்களையெல்லாம் ஓரே இடத்தில் சேர்த்துக்கொண்டேன். இனி கோட்டைக்குள் இருப்பதில் பயனில்லை என்று முடிவு செய்து கொண்டு நமது வீரர்களுடன் வெளிக் கிளம்பினேன். வேளிர், கைக்கோளர் படைகள் எங்களைத் தடுத்து நிறுத்தப் பார்த்தன. தடுத்தவர்களையெல்லாம் வெட்டி வீழ்த்தி அதாஹதம் செய்து கொண்டு வந்து விட்டோம். 'பழுவூர்க் குடும்பத்தைச் சேர்ந்தவர்களுக்காவது, மதுராந்தகத் தேவருக்காவது ஒரு சிறிய கெடுதல் நேர்ந்தாலும் கொடும்பாளூர் வம்சத்தைப் பூண்டோடு அழித்து விடுவேன்' என்று பூதி விக்கிரம கேசரிக்கு செய்தி அனுப்பினேன். பிறகு தாங்கள் கடம்பூரில் இருப்பீர்கள் என்று எண்ணிக் கொண்டு தங்களைச் சேர்வதற்காக விரைந்து வந்தேன். எதிரில் குடமுருட்டி ஆற்றின் கரையில் கந்தமாறன் குதிரை மேல் ஏறிப் பறந்து விழுந்து கொண்டு வந்தான். பழுவூர்ப் பனை கொடியைக் கண்டதும் நின்றான், அவன் கொண்டு வந்த செய்தி என்னை மேலும் திகைக்கும்படி செய்தது. தாங்கள் கடம்பூரிலிருந்து தஞ்சைக்குக் கிளம்பி சில நாட்கள் ஆயினவென்றும், தங்களுக்குப் பெரிய சம்புவரையர் செய்தி அனுப்பியிருப்பதாகவும் கூறினான். தாங்கள் தஞ்சைக்கு வந்து சேரவே இல்லையென்று தெரிந்ததும் அவனும் திகைத்துப் போய்விட்டான். பிறகு சம்புவரையர் என்னதான் செய்தி சொல்லி அனுப்பினார் என்று கேட்டேன். இளவரசர் கரிகாலர் இறந்து விட்டார் என்றும்,

அவரை வந்தியத்தேவன் கொன்றுவிட்டான் என்றும், ஆகையால் மதுராந்தகத்தேவரைச் சிம்மாசனத்தில் அமர்த்த இதுதான் தக்க சமயம் என்றும், அதற்கு வேண்டிய முயற்சிகளை உடனே செய்ய வேண்டும் என்று, நம்மைச் சேர்ந்தவர்களுக்கெல்லாம் ஓலை அனுப்பிப் படை திரட்ட வேண்டும் என்றும் பெரிய சம்புவரையர் சொல்லி அனுப்பினாராம். இது எனக்குச் சரியாகப்பட்டது. தாங்களும் நமது பலத்தைத் திரட்டும் வேலையில் தான் ஈடுபட்டிருப்பீர்களென்றும் சீக்கிரத்தில் வந்து விடுவீர்கள் என்றும் நம்பினேன். நமது பழுவூர்ப் படைகளை மண்ணியாற்றுக்கும் கொள்ளிடத்துக்கும் நடுவில் திருப்புறம்பயம் மேட்டில் கொண்டு போய் நிறுத்தினேன். உடனே ஓலைகள் எழுதச் சொல்லி, மழபாடித் தென்னவன், மழவராயர், குன்றத்தூர்க் கிழார், மும்முடிப் பல்லவராயர், தானதொங்கிக் கலிங்கராயர், வணங்காமுடி முனையதரையர், தேவசேநாதிபதிப் பூவரையர், அஞ் சாத சிங்க முத்தரையர், இரட்டைக் குடை இராஜானியர் ஆகியவர்களுக்கெல்லாம் குதிரைத் தூதுவர்களை விரைந்து போகும்படி அனுப்பினேன். அவர்கள் எல்லாரையும் படைகளைத் திரட்டிக் கொண்டு திரும்புறம்பயத்துக்குக் கூடிய சீக்கிரம் வந்து சேரும்படி எழுதியிருக்கிறேன். அண்ணா! தங்களுக்கு சிறிதும் கவலை வேண்டாம்! கொடும்பாளூர் வேளானையும், திருக்கோவலூர் மலையமானையும் மறுபடியும் தலை எடுக்க முடியாதபடி அழித்துப் போட்டு விடுவோம் மதுராந்தகத்தேவரையும் சிங்காதனத்தில் ஏற்றி வைத்துவிடுவோம்!" என்று சின்னப் பழுவேட்டரையர் உற்சாகம் ததும்ப வீர கர்ஜனை புரிந்தார்.

ஆனால் அவருடைய வார்த்தைகள் பெரிய பழுவேட்டரையருக்குச் சிறிதும் உற்சாகம் அளித்ததாகத் தெரியவில்லை. அவருடைய கவனம் திடீரென்று வேறு பக்கம் திரும்பியது.

"தம்பி! அது யார்? முகத்தில் கையை வைத்துக் கொண்டு விம்மி அழுது கொண்டிருப்பது யார்?" என்று கேட்டார்.

"அண்ணா! தெரியவில்லையா? அவர்தான் இளைய ராணி! பாவம்! தங்களைக் காப்பாற்ற முயன்றதில் ரொம்பக் கஷ்டப்பட்டுப் போயிருக்கிறார் போலும்! அவரைப்பற்றி நான் குறை கூறியதையெல்லாம் மன்னித்து விடுங்கள், அண்ணா! மந்திரவாதி ரவிதாஸனும் அவனுடைய கூட்டாளிகளும் தங்களைச் சிறைப்பிடித்துக் கொண்டு வந்தார்கள் என்றும் இளைய ராணிதான் தங்களைத் தொடர்ந்து வந்து காப்பாற்றினார் என்றும் அறிகிறேன் அது உண்மைதானே?" என்றார் காலாந்தகக்கண்டர்.

பெரிய பழுவேட்டரையர், "ஆம், ஆம்! இளைய ராணி தான் என் உயிரை காப்பாற்றினாள். நந்தினி பணிவிடை செய்திராவிட்டால் என்னை நீ உயிரோடு பார்த்திருக்க மாட்டாய். உலகத்துக்கு உண்மை தெரியாமலே போயிருக்கும்!" என்று கூறினார்.

"இளைய ராணியின் ஒப்பற்ற பெருங்குணம் எனக்கே தெரியாமல் போய்விட்டதே! உலகத்துக்கு எப்படித் தெரியும்?" என்றார் காலாந்தகக்கண்டர்.

பெரிய பழுவேட்டரையர் அதைக் கவனியாமல், "நந்தினி இன்னும் இங்கிருந்து போகவில்லையா? குகைப் படிகள் வழியாக ஏறிச் சென்றவர்களோடு அவளும் போயிருப்பாள் என்றல்லவா நினைத்தேன்?" என்றார்.

"தங்களை விட்டுவிட்டு இளைய ராணி எப்படிப் போவார், அண்ணா!" என்றார் சின்னப் பழுவேட்டரையர்.

"அது போகட்டும்! நீங்கள் இந்த இடத்துக்கு நாங்கள் வந்திருப்பதை எப்படிக் கண்டுபிடித்து வந்தீர்கள்?" என்று பெரியவர் கேட்டார்.

"திருப்புறம்பயம் பள்ளிப்படையருகில் நாங்கள் தங்கியிருந்தோம். கந்தமாறன் கொள்ளிடக் கரையோரமாகக் காவல் புரிந்து கொண்டிருந்தான். அங்கே சேந்தன் அமுதன் படகில் ஏற முயன்று கொண்டிருப்பதைப் பார்த்து, அவனைப் பிடித்துக் கொண்டு வந்தான். சேந்தன் அமுதன் முன்னொரு தடவை வந்தியத்தேவன் தப்ப உதவி செய்ததற்காக

அவனைச் சில காலம் நான் சிறையில் வைத்திருந்தது தங்களுக்கு நினைவிருக்கும். அவன் பேரில் கந்தமாறனுக்கு ஏற்கெனவே ரொம்பக் கோபம். இப்போதும் ஏதோ ஒற்றன் வேலை செய்கிறான் என்று சந்தேகித்துப் பிடித்துக் கொண்டு வந்தான். அவனிடம் விசாரித்தபோது தங்களைப் பற்றித் தெரிந்தது. அவனுடைய மாமன் மகள் பூங்குழலி யாரோ கொலைகாரனைத் தொடர்ந்து தனியே சென்றதைக் கேள்விப்பட்டு இவன் அவளைத் தேடிக் கொண்டு புறப்பட்டானாம். பூங்குழலி அவனைத் தன்னுடன் வரக்கூடாது என்று சொல்லித் திருப்பி அனுப்பி விட்டாளாம். ஆயினும் இவன் அவள் அறியாமல் பின்னோடு தொடர்ந்து போனானாம். அப்போது திருப்புறம்பயம் பள்ளிப்படைக்கருகில் சதிகாரர்கள் சிலர் சேர்ந்து பேசுவதை அவன் ஒளிந்திருந்து கேட்டானாம். அப்போதுதான் தங்களை ரவிதாஸன் கூட்டம் சிறைப் பிடித்துப் பச்சை மலைப் பிராந்தியத்துக்குக் கொண்டு போயிருப்பதாகத் தெரிந்ததாம். பூங்குழலியும், வைஷ்ணவன் ஆழ்வார்க்கடியானும் பச்சை மலைக்குப் போவதை அறிந்து கொண்டு இவனும் அவர்களுக்குத் தெரியாமல் பின் தொடர முயற்சித்தானாம். இதையெல்லாம் கேட்டதும் நானும் கந்தமாறனும் ஐம்பது வீரர்களை அழைத்துக் கொண்டு புறப்பட்டோம். சேந்தன் அமுதன் தானும் வருவதாகப் பிடிவாதம் பிடித்தான். அதுவும் நல்லதுதான் என்று அவனை ஒரு குதிரை மேல் கட்டிப்போட்டு அழைத்து வந்தோம். வந்தது நல்லதாய்ப் போயிற்று. தங்களைக் கண்டுபிடித்து விட்டோம். இனி என்ன கவலை அண்ணா! உடனே புறப்படுங்கள். தங்களுக்கு யாதொரு சிரமமும் ஏற்படாமல் ஆட்களைக் கொண்டு தூக்கிப் போக ஏற்பாடு செய்கிறேன். இதற்குள்ளே திருப்புறம்பயத்தில் பெரும் சைன்யம் சேர்ந்திருக்கும். தஞ்சாவூர்க் கோட்டையை ஒரு ஜாம நேரத்தில் திரும்பக் கைப்பற்றி விடலாம்!" என்று கூறினார் சின்னப் பழுவேட்டரையர்.

"ஆமாம், தஞ்சாவூருக்கு உடனே போக வேண்டியது தான்!" என்று சொல்லிக் கொண்டே பெரிய பழுவேட்டரையர் எழுந்து நின்றார். நந்தினி தேவி உட்கார்ந்திருந்த இடத்தை நோக்கி மெல்ல மெல்ல நடந்தார்.

அத்தனை நேரமும் ஒரு பாறைக் கல்லின் மீது உட்கார்ந்து விம்மி அழுது கொண்டிருந்த நந்தினி, பெரிய பழுவேட்டரையர் தொண்டையை கனைத்த கர்ஜனையைக் கேட்டுத் திடீரென்று எழுந்து நின்றாள். வெறி கொண்ட கண்களால் சுற்றுமுற்றும் பார்த்தாள். அவளுக்கு மிக்க அருகாமையில் நின்ற ஆழ்வார்க்கடியான் மெதுவான குரலில் "நந்தினி! இப்போதாவது உன் சம்மதத்தைச் சொல், என்னுடன் வருகிறேன் என்று ஒரு வார்த்தை கூறு! இந்த நாட்டை விட்டு வடநாட்டுக்குப் போவோம். பிருந்தாவனம் வடமதுரை, அயோத்தி, காசி, ஹரித்வாரம், ரிஷிகேசம் முதலிய க்ஷேத்திரங்களுக்குப் பிரயாணம் செய்வோம். ஸ்ரீமந்நாராயணனுடைய திருநாமத்தைச் சொல்லிக் கொண்டு ஆழ்வார்களுடைய பாசுரங்களைப் பாடிக் கொண்டு நம்முடைய வாழ்க்கையை ஆனந்தமாகக் கழிப்போம். நான் என் அரசாங்க அலுவலை விட்டுவிட்டு உன்னுடன் வருவதற்கு ஆயத்தமாயிருக்கிறேன்" என்றான்.

நந்தினி கண்களில் நீர் ததும்ப அவனை நோக்கி, "திருமலை! உனக்கு நான் இத்தனை துரோகம் செய்தும், நீ என்னிடம் வைத்த அபிமானம் மாறவில்லை, உனக்கு நீ வணங்கும் நாராயணன் அருள் புரிவார்!" என்றாள்.

அதே சமயத்தில் பூங்குழலி, சேந்தன் அமுதனிடம், "அதோ! பழுவூர் இளைய ராணியைப் பார்! என் அத்தையைப் போலவே தோன்றுகிறாள் அல்லவா?" என்று கேட்டாள்.

"ஆம், தலையை விரித்துப் போட்டுக் கொண்டால், தத்ரூபமாக உன் அத்தை மாதிரியே இருக்கிறது!" என்றான் சேந்தன் அமுதன்.

"இனிமேல் என் அத்தை இவள்தான்; அத்தையிடம் இத்தனை நாள் வைத்திருந்த அன்பை இனிப் பழுவூர் இளைய ராணியிடம் வைப்பேன்!" என்றாள்.

"என்னையும் சேர்த்துக்கொள் பூங்குழலி!" என்றான் அமுதன்.

பெரிய பழுவேட்டரையர் இதற்குள் நந்தினி நின்ற இடத்துக்குச் சமீபமாக வந்து விட்டார்.

அதைக் கண்ட நந்தினி அவருக்கு முன்னால் பூமியில் விழுந்து வணங்கினாள். அவருடைய பாதங்களைத் தொட்டுக் கண்களில் ஒத்திக் கொண்டாள். பூமியிலிருந்து எழுந்ததும், நந்தினி பெரிய பழுவேட்டரையரை ஒருமுறை பார்த்தாள், சட்டென்று திரும்பினாள். சற்றுத் தூரத்தில் சின்னப் பழுவேட்டரையர் முதலியோர் கொண்டு வந்து நிறுத்தியிருந்த குதிரைகள் மீது அவள் பார்வை விழுந்தது. அவை நின்ற இடத்தை நோக்கி மிக விரைவாக ஓடினாள். எல்லாவற்றுக்கும் முன்னால் நின்ற குதிரையின் மீது தாவி ஏறிக் கொண்டாள். குதிரையின் முகக் கயிற்றைக் கையில் பிடித்துக் கொண்டு ஒரு குலுக்குக் குலுக்கித் தட்டிவிட்டாள். குதிரை பாய்ந்து ஓடத் தொடங்கியது.

அதுவரைக்கும் நந்தினியின் நோக்கம் இன்னதென்று அறியாமல் செயலற்று நின்றவர்கள் இப்போது அவளைத் தொடர யத்தனித்தார்கள். சின்னப் பழுவேட்டரையர், ஆழ்வார்க்கடியான், சேந்தன் அமுதன், பூங்குழலி எல்லாருமே ஓர் அடி முன்னால் எடுத்து வைத்தார்கள்.

பெரிய பழுவேட்டரையர் "நில்லுங்கள்!" என்று ஒரு கர்ஜனை செய்தார். எல்லாரும் மறுபடியும் செயலிழந்து நின்றார்கள். பெரிய பழுவேட்டரையரையே பார்த்துக் கொண்டு நின்றார்கள்.

பெரிய பழுவேட்டரையர் குதிரை மேல் சென்ற நந்தினியின் உருவத்தைப் பார்த்துக் கொண்டே நின்றார். அதிவேகமாகக் காற்றைப் போல் பறந்து சென்ற அந்தக் குதிரை வெகு விரைவில் மலை அடிவாரத்தின் திருப்பம் ஒன்றில் திரும்பியது. அவர்களுடைய பார்வையிலிருந்து குதிரை மறைந்தது.

ஆம்; பழுவூர் இளைய ராணி நந்தினி தேவியும் மறைந்து விட்டாள். இனி அவளை இக்கதையிலே நாம் காண மாட்டோம்.

ஒருவேளை பல ஆண்டுகளுக்குப் பின்னால் வேறு இடத்தில், வேறு சூழ்நிலையில் காணும்படி நேரலாம் யார் சொல்ல முடியும்?

48. "நீ என் மகன் அல்ல!"

ஆதித்த கரிகாலன் இறுதி ஊர்வலம் காவிரி நதிக் கரையோரமாகத் தஞ்சையை நோக்கிச் சென்றபோது, அந்த ஊர்வலத்தில் சோழ நாட்டு மக்கள் லட்சக்கணக்கானவர்கள் கலந்து கொண்டார்கள். வீரர்களைப் போற்றும் குணம் அந்நாளில் தமிழகத்தில் பெரிதும் பரவியிருந்தது, இடையில் சில காலம் சோழ குலம் மங்கியிருந்து. விஜயாலய சோழர் காலத்திலிருந்து மீண்டும் தலையெடுத்ததைக் கண்டோம் அல்லவா? நூறு ஆண்டுகளாக அந்தக் குலத்தில் பிறந்தவர்கள் ஒவ்வொருவரும் வீரப் புகழில் ஒருவரையொருவர் மிஞ்சிக் கொண்டு வந்தார்கள். விஜயாலயன் மகன் ஆதித்தவர்மன் பல்லவ குலத்தின் புகழை அழித்துத் தொண்டை நாட்டைக் கைப்பற்றினான். அவனுடைய மகன் பராந்தகச் சக்கரவர்த்தி, மதுரையும், ஈழமும் கொண்ட தென்னாடு முழுவதையும் தன் ஆட்சிக்கு உட்படுத்தினான். பராந்தகச் சக்கரவர்த்தியின் புதல்வர்கள் நால்வரும் ஒருவரையொருவர் வீரத்தில் மிஞ்சினார்கள். அவர்களில் ஒருவன் பாண்டிய நாட்டுப் போரில் உயிர் துறந்தான். மூத்த மகனாகிய இராஜாதித்தனோ, சமுத்திரம் போல் பொங்கி வந்த இரட்டை மண்டலக் கன்னர தேவனின் பெரும் படையுடன் தக்கோலத்தில் போர் தொடுத்து, அம்மாபெரும் சைன்யத்தை முறியடித்த பிறகு போர்க்களத்திலேயே வஞ்சனையினால் கொல்லப்பட்டு, 'யானை மேல்துஞ்சின தேவன்' ஆயினான்.

கண்டராதித்தர் சிவஞானச் செல்வராயினும் அவரும் வீரத்தில் குறைந்தவராக இல்லை. பின்னர் ஆற்றூர்த் துஞ்சிய அரிஞ்சயனுடைய குமாரர் சுந்தரசோழர் காலத்தில், தக்கோலப் போருக்குப் பிறகு சிறிது மங்கியிருந்த சோழ சாம்ராஜ்யத்தின் புகழ் மீண்டும் மகோந்நதமடைந்தது.

இவ்வாறு வழி வழியாக வந்த வீர பரம்பரையில் பிறந்தவர்களில் ஆதித்த கரிகாலனுக்கு ஒப்பாருமில்லை, மிக்காருமில்லை என்று மக்களின் ஏகோபித்த வாக்கே எங்கும் கேட்கக் கூடியதாயிருந்தது. பன்னிரண்டாம் வயதில் சேவூர்ப் போர்க்களத்தில் அவன் புரிந்த வீரதீர சாகசச் செயல்கள் அர்ச்சுனன் மகனான அபிமன்யுவின் புகழையும் மங்கச் செய்து விட்டனவல்லவா?

இத்தகைய வீராதி வீரன் சில வருட காலமாகத் தஞ்சைக்கு வராமல், காஞ்சியிலேயே தங்கியிருந்த காரணம் பற்றிப் பலவித வதந்திகள் உலாவி வந்தன. சிற்றரசர்கள் சூழ்ச்சி செய்து மதுராந்தகனுக்குப் பட்டம் கட்டும் நோக்கத்துடன் ஆதித்த கரிகாலனைத் தஞ்சைப் பக்கம் வராதபடி செய்து வருகிறார்கள் என்பது ஒரு வதந்தி. முன்னொரு காலத்தில் கரிகால வளவன் வடநாட்டுக்குப் படையெடுத்துச் சென்று இமயமலையின் உச்சியில் புலிக் கொடியை நாட்டிவிட்டு வந்தது போல் அதே பெயர் கொண்ட ஆதித்த கரிகாலனும் செய்ய விரும்பிச் சபதம் செய்திருக்கிறான் என்றும், அந்தச் சபதம் நிறைவேறாமல் அவன் தஞ்சைக்குத் திரும்ப விரும்பவில்லையென்றும், அதற்குப் பழுவேட்டரையர் முதலியவர்கள் குறுக்கே நின்று தடுத்து வருகிறார்கள் என்றும் இன்னொரு வதந்தி பரவியிருந்தது.

எனவே, திடீர் என்று ஒரு நாள் ஆதித்த கரிகாலன் இறந்து விட்டான் என்றும், சம்புவரையரின் மாளிகையில் வஞ்சனையினால் கொல்லப்பட்டான் என்றும் செய்தி பரவவே, சோழ நாட்டு மக்களின் உள்ளக் கிளர்ச்சி எப்படியிருந்திருக்கும் என்று சொல்ல வேண்டியதில்லை அல்லவா?

அந்த வீர புருஷனுக்கு இறுதி மரியாதை செய்வதற்கு மக்கள் லட்சக்கணக்கிலே திரண்டு வந்து சேர்ந்ததிலும் வியப்பில்லை தானே?

ஊர்வலம் தஞ்சையை அணுகியபோது, ஜனக்கூட்டம் ஜன சமுத்திரமாகவே ஆகிவிட்டது. தஞ்சை நகர மக்களும் தஞ்சைக் கோட்டையைச் சுற்றிலும் சூழ்ந்திருந்த தென் திசைப் படை வீரர்களும் கூட்டத்தோடு கூட்டமாகச் சேர்ந்து விட்டார்கள். அவர்களையெல்லாம் கோட்டைக்குள் அனுமதித்தால் பல விபரீதங்கள் நேரிடலாம் என்று முதன்மந்திரி அநிருத்தர் எச்சரித்ததின் பேரில், துயரக் கடலில் மூழ்கியிருந்த சக்கரவர்த்தியும் அவருடைய குடும்பத்தாரும் கோட்டைக்கு வெளியிலேயே வந்துவிட்டார்கள்.

சுந்தர சோழரைப் பார்த்ததும், அந்த மாபெரும் கூட்டத்தில் ஒரு பேரிரைச்சல் எழுந்தது. "சோழ நாட்டைச் சுந்தர சோழர் அரசு புரிந்தபோது 'ஹா' என்ற சத்தமே கேட்டதில்லை" என்று சிலாசாசனங்கள் சொல்லுகின்றன. ஆதித்த கரிகாலரின் மரணத்துக்கு முன்னால் குடிகொண்டிருந்த நிலைமை அச்சிலாசாசனங்களில் பொறிக்கப்பட்டிருக்கிறது.

இன்றைக்கோ "ஹா! ஹா!" "ஐயையோ!" என்ற சத்தங்கள் லட்சகணக்கான குரல்களில் எழுந்தன. அபிமன்யுவைப் பறி கொடுத்த அர்ச்சுனனுடைய நினைவு அநேகருக்கு வந்தது. ஆனால் அபிமன்யுவோ பகைவர் கூட்டத்துக்கு மத்தியில் தன்னந்தனியாக நின்று அஸகாய சூரத்தனங்கள் செய்துவிட்டு உயிரை விட்டான்.

இங்கேயோ ஆதித்த கரிகாலன் மதுராந்தகனின் மண்ணாசையினாலும் சிற்றரசர்களின் அதிகார வெறியினாலும் சூழ்ச்சிக்கு ஆளாகிக் கொல்லப்பட்டான். மக்களின் மனத்தில் குடிகொண்டிருந்த இந்த எண்ணத்தை உறுதிப்படுத்தும் காரியங்களும் வெளியில் நடந்தன.

ஆதித்த கரிகாலனுடைய சடலம் தஞ்சைக் கோட்டைக்கு வெளியே எல்லோரும் வந்து பார்க்கும்படியாக வைக்கப்பட்டிருந்தது. அனைவரும் வந்து பார்த்துக் கண்ணீர் விட்டு விட்டுப் போனார்கள். ஆனால் மதுராந்தகர் மட்டும் வரவில்லை; பழுவேட்டரையர்களும் வரவில்லை.

பழுவேட்டரையர்கள் தங்கள் நண்பர்களைச் சைன்யங்களுடன் ஒன்று சேர்த்துக் கொண்டிருக்கிறார்கள் என்று வதந்தி பரவவும் ஆரம்பித்திருந்தது. எனவே ஆதித்த கரிகாலருக்கு வீரமரணத்துக்குரிய முறையில் ஈமச் சடங்குகள் நடந்து, சக்கரவர்த்தியின் குடும்பத்தினர் தஞ்சைக் கோட்டைக்குள் பிரவேசித்த பிறகும் ஜனக் கூட்டம் விரைவாகக் கலையவில்லை.

"மதுராந்தகன் வீழ்க!" "பழுவேட்டரையர்கள் வீழ்க!" என்னும் கோஷங்கள் முதலில் இலேசாக எழுந்தன. நேரமாக, ஆக இந்தக் கோஷங்கள் பலம் பெற்று வந்தன.

திடீரென்று ஜனக்கூட்டத்தில் ஒரு பகுதியினர் கோட்டைக் கதவுகளை இடித்து மோதித் திறந்து கொண்டு தஞ்சை நகருக்குள் பிரவேசித்தார்கள். முதலில் அவர்கள் பழுவேட்டரையர்களின் மாளிகைக்குச் சென்றார்கள். வெளியிலே நின்று "பழுவேட்டரையர்கள் வீழ்க" என்று சத்தமிட்டார்கள்.

முதன்மந்திரி அநிருத்தரின் கட்டளையின் பேரில் வேளக்காரப் படை வீரர்கள் ஜனங்களைக் கலைந்து போகச் செய்ய நேர்ந்தது.

இதற்கிடையில், மதுராந்தகத் தேவன் அநிருத்தரின் வீட்டில் ஒளிந்து கொண்டிருக்கிறான் என்பதாக ஒரு வதந்தி பரவியது. ஜனங்கள் அநிருத்தரின் வீட்டைப் போய்ச் சூழ்ந்து கொண்டார்கள்.

"எங்கே அந்தப் பேடி மதுராந்தகன்? வெளியே வரச் சொல்லுங்கள் மதுராந்தகனை!" என்று கத்தினார்கள்.

அச்சமயம் உண்மையாகவே மதுராந்தகன் அநிருத்தரின் வீட்டுக்குள்ளிருந்தான். வெளியிலே ஜனங்களின் கூக்குரலைக் கேட்டுவிட்டு, அவன் நடுநடுங்கினான். அநிருத்தரைப் பார்த்து, "முதன்மந்திரி! என்னை எப்படியாவது கோட்டைக்கு வெளியே அனுப்பி விடுங்கள். ரகசியச் சுரங்க வழியாக அனுப்பி விடுங்கள். என்னை ஆதரிக்கும் நண்பர்களுடனே நான் போய்ச் சேர்ந்து கொள்கிறேன். இந்த உதவியைத் தாங்கள் செய்யும் பட்சத்தில் நான் சோழ சிம்மாசனத்தில் ஏறும் போது தங்களையே முதன்மந்திரியாக வைத்துக் கொள்ளுவேன்" என்று சொன்னான்.

"ஐயா! சிங்காசனம் ஏறுவதைப் பற்றி இப்போது ஏன் பேசவேண்டும்? இன்னும் சுந்தர சோழர் சக்கரவர்த்தி உயிருடன் இருக்கிறாரே" என்றார் முதன்மந்திரி அநிருத்தர்.

"சுந்தர சோழர் தம் குமாரனுக்கு ஈமக்கடன் செய்து விட்டுத் திரும்பி வந்ததை நீங்கள் பார்க்கவில்லையா? அவர் முகம் எவ்வாறு பேயடித்தது போலிருந்தது என்பதைக் கவனிக்கவில்லையா? நான் இந்த மச்சு மேடையிலிருந்து பார்த்துக் கொண்டிருந்தேன். அதிக காலம் இனி உயிரோடு இருக்க மாட்டார். அருள்மொழிவர்மனாவது, நானாவது சிங்காதனம் ஏறி இந்த ராஜ்யத்தை ஆள வேண்டும். சுந்தர சோழர் எனக்கு பட்டம் கட்டவே பிரியப்படுகிறார். நீங்களும் அன்னையும் எதற்காக அதற்குக் குறுக்கே நிற்க வேண்டும்?" என்றான் மதுராந்தகன்.

"இளவரசே! தங்கள் அன்னை குறுக்கே நிற்பதற்கான காரணம் இல்லாமல் போகுமா? அதோ கேளுங்கள். இந்த வீட்டைச் சூழ்ந்திருக்கும் மக்களின் கூச்சலை சுந்தர சோழர் இஷ்டப்பட்டால் மட்டும் போதுமா? சோழ நாட்டு மக்கள் இஷ்டப்பட வேண்டாமா?" என்று கூறிவிட்டு, "ஆகா! இது என்ன?" என்று அநிருத்தர் வீதியில் எட்டிப் பார்த்தார்.

பழைய கூக்குரலுக்குப் பதிலாக இப்போது "அருள்மொழிவர்மர் வாழ்க!" "பொன்னியின் செல்வர் வாழ்க!" "ஈழங்கொண்ட வீராதி வீரர் வாழ்க!" என்ற கோஷங்கள் கிளம்பின.

கம்பீரமான குதிரை மேலேறி அருள்மொழிவர்மர் அங்கே வந்து கொண்டிருந்தார். அவரைப் பின் தொடர்ந்து அத்தனை ஜனங்களும் போனார்கள். சில நிமிஷ நேரத்துக்கெல்லாம்

அநிருத்தர் வீட்டின் வெளிப்புறம் வெறுமையாகி விட்டது. அநிருத்தருக்கு முன்னாலிருந்து மதுராந்தகனும் அந்தக் காட்சியைப் பார்த்துக் கொண்டிருந்தான். அவனுடைய கண்கள் பொறாமைத் தீயினால் கோவைப்பழம் போலச் சிவந்தன. "ஆகா! இந்தப் பிள்ளையிடம் அப்படி என்னதான் வசீகரம் இருக்கிறதோ?" என்று தனக்குத்தானே சொல்லிப் பொருமிக் கொண்டான்.

அநிருத்தர் "இளவரசே! ஈழத்து இராணியைக் கொன்றவனைப் பின் தொடர்ந்து சின்னப் பழுவேட்டரையர் ஓடியபோது, நீர் அந்தப் பாதாளச் சுரங்க வழியில் இருந்ததற்குக் காரணம் என்ன?" என்று கேட்டார்.

"பொன்னியின் செல்வன் யானைப்பாகன் வேஷத்தில் அரண்மனைக்கு வந்த போது எனக்கு மிக்க மனச்சோர்வு உண்டாயிற்று. அவனும் நானும் ஒரே சமயத்தில் இந்தக் கோட்டைக்குள்ளிருக்கப் பிரியப்படவில்லை. பழுவேட்டரையர் சுரங்க வழியை எனக்குக் காட்டிக் கொடுத்திருந்தார். அதன் வழியாகப் போய்விடலாமா என்று யோசித்துக் கொண்டு அரண்மனைத் தோட்டத்தைச் சுற்றிக் கொண்டிருந்தேன். அப்போது ஒருவன் சுரங்கப்பாதை வழியாக வெளியே வருவதைப் பார்த்தேன். அவன் என்னை நெருங்கி, 'இளவரசே! தங்களைப் பார்க்கத்தான் வந்தேன். பெரிய பழுவேட்டரையரும், கந்தமாறனும் தங்களை உடனே அழைத்து வரும்படி என்னை அனுப்பினார்கள். தங்கள் சிம்மாசன உரிமையை ஆதரித்து நிற்கப் பெரிய சைன்யங்கள் தயாராயிருக்கின்றன' என்றான். அவனுடைய தோற்றம் எனக்குச் சிறிது சந்தேகத்தை உண்டாக்கிற்று.

'பெரிய சைன்யம் தயாராகியிருந்தால் நான் ஏன் வெளியே வரவேண்டும்? அவர்களே இங்கு வந்து கொடும்பாளூர்ப் படைகளைத் தோற்கடித்து விட்டு என்னைச் சிம்மாசனத்தில் ஏற்றி வைக்கட்டுமே?' என்றேன்.

அந்த மனிதன், 'இளவரசே! அது மட்டுமல்ல; தங்களுடைய பிறப்பைக் குறித்து ஒரு பயங்கரமான மர்மம் இருக்கிறது. அதை வேறு யாரும் உங்களுக்குச் சொல்லத் துணிய மாட்டார்கள். நான் சொல்வேன்' என்றான்.

'அப்படியானால் வா! உடனே போகலாம்' என்றேன் நான். அதற்கு அவன், 'முதன்மந்திரி அநிருத்தருக்கு ஒரு செய்தி சொல்லவேண்டியிருக்கிறது. அதைச் சொல்லிவிட்டு வருகிறேன். நீங்கள் முதலில் போய்ச் சுரங்கப் பாதையில் ஒளிந்திருங்கள்' என்றான்.

அதன் பேரில் பொக்கிஷ நிலவறைக்குள் போய் நான் காத்திருந்தேன். முதல்மந்திரி! தங்களை அவன் வந்து பார்த்தானா? என் பிறப்பைக் குறித்த பயங்கரமான மர்மம் என்னவாக இருக்கக் கூடும்?" என்றான் மதுராந்தகன்.

"இளவரசே! தங்களுக்கு அதை வெளியிட்டுச் சொல்லும் உரிமை பெற்றவர் தங்கள் அன்னை செம்பியன் மாதேவி ஒருவர் தான். எனக்கு ஓரளவு தெரிந்திருந்தாலும் நான் அதைச் சொல்லக் கூடாது" என்றார் அநிருத்தர்.

இந்தச் சமயத்தில் அம்மாளிகையின் வாசலில் மறுபடியும் கலகலப்புச் சத்தம் கேட்டது. முதன்மந்திரி எட்டிப் பார்த்தார். "ஆகா! இதோ உங்கள் அன்னையே வந்து விட்டார்!" என்றார்.

சிறிது நேரத்திற்கெல்லாம் செம்பியன் மாதேவி அநிருத்தரின் வீட்டுப் பெண்மணிகளைப் பார்த்துப் பேசிவிட்டு மேல் மாடிக்கு வந்தார். அந்தத் தேவியின் முகத்தில் அப்போது சோகம் ததும்பிக் கொண்டிருந்தது. அநிருத்தர் எழுந்து உபசரித்துச் சுட்டிக் காட்டிய ஆசனத்தில் தேவி உட்கார்ந்தார். சிறிது நேரம் தரையைக் குனிந்து பார்த்த வண்ணமாக இருந்தார். அந்த மேல்மாடத்திலும் மாளிகைக்கு வெளியிலும் வீதியிலும் நிசப்தம் குடிகொண்டிருந்தது. பின்னர் செம்பியன் மாதேவி, மதுராந்தகனையும், அநிருத்தரையும் ஒரு முறை பார்த்துவிட்டு "ஐயா! என் கணவர் என் தலை மீது இந்தப் பாரத்தைச் சுமத்திவிட்டு மேற்றிசைக்கு எழுந்தருளி விட்டார். தவறு செய்தது என்னவோ நான்தான்.

ஆனால் அவர் இச்சமயம் இருந்திருந்தால் நான் இவ்வளவு துன்பப்பட நேர்ந்திராது" என்றாள்.

அப்போது மதுராந்தகன் கண்களில் கோபக்கனல் பறக்க, "நீ ஏன் இப்படி வேதனைப்படுகிறாய்? ஏன் அடிக்கடி என் தந்தையின் பெயரை எடுக்கிறாய்? தஞ் சாவூர்ச் சிம்மாதனத்தில் நான் ஏறப்போவதென்னமோ நிச்சயம். அதற்குத் தடையாக இருந்தவர்களில் ஒருவன் இறந்து போனான். அருள்மொழிவர்மனோ என்னை விட வயதில் சிறியவன். நான் உயிரோடு இருக்கும்போது அவனுக்கு ஒருநாளும் பட்டம் கட்ட மாட்டார்கள். நீ மட்டும் குறுக்கே நில்லாமல் கருணை செய்ய வேண்டும். அம்மா! பெற்ற பிள்ளைக்குத் துரோகம் செய்யும் அன்னையைப் பற்றி யாராவது கேள்விப்பட்டதுண்டா? சிவபக்த மணியாகிய நீ ஏன் எனக்குத் துரோகம் செய்யப் பார்க்கிறாய்?" என்றான்.

"என் குழந்தாய்! பெற்ற பிள்ளைக்குத் தாய் விரோதமாக இருப்பது பயங்கரமான துரோகம்தான். ஆனால் என் கணவர் எனக்கு அவ்விதம் கட்டளையிட்டுச் சென்றிருக்கிறார். அவருடைய கட்டளையை நிறைவேற்றுவது என் கடமை. சொல்லுகிறேன் கேள்! மண்ணாசை ரொம்பப் பொல்லாதது. ராஜ்யத்தின் மேல் ஆசை அதை விடக் கொடியது. தலையிலே முடிசூட்டிக் கொண்டிருப்பவர்களைப் போல் இவ்வுலகத்தில் கவலைக்குள்ளாகிறவர்கள் வேறு யாருமில்லை. சிங்காதனத்தில் வீற்றிருப்பவர்களைப்போல் மன அமைதியின்றிச் சங்கடப்படுபவர்களும் யாரும் இல்லை. தலையிலே கிரீடம் வைத்துக் கொண்டிருந்த காரணத்தினால் அல்லவா வீரபாண்டியன் உயிரை விட நேர்ந்தது? பூலோக ராஜ்யத்தைக் காட்டிலும் எவ்வளவோ மடங்கு மேலானது சிவலோக சாம்ராஜ்யம். நாம் இந்த ஊரைவிட்டே போய்விடுவோம் வா. க்ஷேத்திர தரிசனம் செய்து கொண்டு கைலையங்கிரி வரையிலே போவோம். சாக்ஷாத் கைலாசநாதரின் கருணைக்குப் பாத்திரமாவோம்."

"ஆகா! கைலாச யாத்திரை போவதற்குத் தங்களுக்குத் தக்க பருவம்தான்,. எனக்கு இன்னும் பிராயம் ஆகவில்லை. இந்த உலகத்தின் சுகதுக்கங்கள் எதையும் நான் பார்க்கவில்லை. உடம்பெல்லாம் சாம்பலைப் பூசிக் கொண்டு 'சிவ சிவா' என்று பைத்தியக்காரனைப் போல் அலைந்து திரியும்படி என்னை நீ வளர்த்துவிட்டாய். அந்தப் பரமசிவனுடைய பெருங் கருணையினாலேயே என்னிடம் இப்போது ராஜ்யம் நெருங்கி வந்திருக்கிறது. அதை ஏன் நான் கைவிட வேண்டும்?" என்று கேட்டான் மதுராந்தகன்.

"அப்பனே! உன்னை நெருங்கி வந்திருக்கும் ராஜ்யம் எத்தனையோ அபாயங்களுடன் சேர்ந்து வந்திருக்கிறது. நீ சிங்காதனம் ஏறுவதற்கு ஒரு தடை நீங்கிவிட்டது. ஆதித்த கரிகாலன் இறந்துவிட்டான் என்று சொன்னாய். சற்று முன்னால் இந்த வீட்டைச் சுற்றி நின்று கொண்டிருந்த ஜனங்கள் கூச்சலிட்டது உன் காதில் விழவில்லையா? மதுராந்தகா! ஆதித்த கரிகாலன் இறந்ததற்கு நீயும் பழுவேட்டரையர்களுமே காரணம் என்று மக்கள் நினைக்கிறார்கள். உன்னை எப்படிச் சக்கரவர்த்தியாக அவர்கள் ஒப்புக்கொள்வார்கள்?"

"அம்மா அதையெல்லாம் ஜனங்கள் வெகு சீக்கிரம் மறந்து விடுவார்கள். என்னைச் சிங்காதனத்தில் ஏற்றி விட்டால் என்னையே சக்கரவர்த்தி என்று ஒப்புக் கொள்வார்கள். இன்னும் சொல்கிறேன் கேள்! கரிகாலனுடைய மரணத்துக்கு யார் காரணம் தெரியுமா? அருள்மொழிவர்மரின் அருமைச் சிநேகிதன் வந்தியத்தேவன் தான். சம்புவரையர் வீட்டில் கரிகாலன் செத்துக் கிடந்த இடத்தில் வந்தியத்தேவன்தான் இருந்தானாம். சம்புவரையரையும், வந்தியத்தேவனையும் பாதாளச் சிறையில் போட்டிருக்கிறார்கள். தனக்குச் சிம்மாதனம் கிடைக்கும் பொருட்டுத் தமையனைக் கொலை செய்ய ஏற்பாடு செய்தவன் அருள்மொழிவர்மன். இது மட்டும் ஜனங்களுக்குத் தெரியட்டும், அப்புறம் பொன்னியின் செல்வரின் கதி என்ன ஆகிறதென்று பார்க்கலாம்."

செம்பியன் மாதேவி தம் கண்களில் கனல் வீச, "அடபாவி! கருணையே உருக்கொண்ட அருள்மொழியைப் பற்றி என்ன வார்த்தை சொல்கிறாய்? உன்னைப் போன்ற துராசை பிடித்தவனையே அவன் கோவிலில் வைத்துக் கும்பிடத் தயாராக இருக்கிறானே.

அவனைப்பற்றி நீ மறுபடியும் இப்படிச் சொன்னால் நீ எரிவாய் நரகத்துக்குத் தான் போவாய். உனக்கு இம்மையிலும், மறுமையிலும் கதி மோட்சம் கிடையாது" என்றாள்.

இதைக் கேட்டதும் மதுராந்தகன் குதித்தெழுந்தான். "அடி பேயே! உன் சொந்த மகனுக்குச் சாபம் கொடுக்கிறாய். என்னுடைய விரோதிக்கு ஆசி கூறுகிறாய். நீ என்னுடைய தாயாராக இருக்க முடியுமா? இல்லவே இல்லை" என்று மதுராந்தகன் உள்ளம் நொந்து கொதித்துக் கூறினான்.

அப்போது செம்பியன் மாதேவி, "அப்பா! உனக்கு நான் இதை என்றைக்கும் சொல்லவேண்டாம் என்றிருந்தேன். உன்னுடைய பிடிவாதத்தினால் சொல்லும்படி செய்து விட்டாய். உண்மையிலேயே நான் உன்னைப் பெற்ற தாயார் அல்ல. நீ என் மகனும் அல்ல" என்றாள்.

மதுராந்தகன் கம்மிய குரலில், "ஆகா நான் சந்தேகித்தது உண்மையாகப் போய்விட்டது. நீ என் தாயாரில்லாவிட்டால் என் தாயார் யார்? நான் உன் மகன் இல்லையென்றால் பின் யாருடைய மகன்?" என்றான்.

தேவி முதன்மந்திரி அநிருத்தரைப் பார்த்து, "ஐயா! தாங்கள் சொல்லுங்கள். என்னுடைய அவமானத்தை நானே சொல்லும்படி தயவு செய்து வைக்க வேண்டாம்" என்றாள்.

முதன்மந்திரி அநிருத்தர், மதுராந்தகனைப் பார்த்துச் சொன்னார்: "இளவரசே! தங்களைச் சின்னஞ்சிறு குழவிப் பருவத்திலிருந்து எடுத்து வளர்த்த அன்னையை மனம் நோகும்படி செய்து விட்டீர்கள். எப்படியும் ஒருநாள் தாங்கள் உண்மையை அறிந்து கொள்ள வேண்டியதுதான். இப்போதே அதைத் தெரிந்து கொள்ளுங்கள்."

செம்பியன் மாதேவிக்குக் கல்யாணமான புதிதில் தன் வயிற்றில் ஒரு குழந்தை பிறக்க வேண்டுமென்றும் அக்குழந்தை சோழ சாம்ராஜ்யத்தின் சக்கரவர்த்தியாக வேண்டுமென்றும் ஆசை இருந்தது. அவள் கர்ப்பந்தரித்து குழந்தைப் பேற்றை எதிர்பார்த்துக் கொண்டிருந்த சமயத்தில், அவருடைய கணவர் வெளியூருக்குச் சென்றிருந்தார். அதே சமயத்தில் அதே காலத்தில் அக்காளும் தங்கையுமான இரண்டு ஊமை ஸ்திரீகள் அரண்மனைத் தோட்டத்தில் குடியிருந்தார்கள். அவர்களில் ஒருத்தி கர்ப்பந்தரித்து குழந்தைப் பேற்றை எதிர்பார்த்துக் கொண்டிருந்தாள். செம்பியன் மாதேவி க்ஷேத்திராடனம் சென்றிருந்தபோது அனாதையாகக் காணப்பட்ட அந்த கர்ப்ப ஸ்திரீயை அழைத்து வந்திருந்தாள். அவளுடைய சகோதரி தஞ்சாவூருக்கருகில் இருக்கிறாளென்று கேள்விப்பட்டுக் கர்ப்ப ஸ்திரீக்கு உதவி செய்வதற்காக அவளை வரவழைத்துக் கொண்டிருந்தாள். செம்பியன் மாதேவிக்குக் குழந்தை பிறந்தது. முதன்மந்திரி அநிருத்தர் ராஜ்யத்துக்குப் பிள்ளை பிறந்திருப்பதன் பொருட்டு வாழ்த்துக்கூற வந்தார். அப்போது செம்பியன் மாதேவி கண்ணீர் விட்டுக் 'கோ'வென்று அழுதாள். பிறந்த குழந்தை உயிரில்லாமல் அசைவற்றுக் கட்டையைப் போல் கிடந்தபடியால் அவ்வாறு அவள் துக்கப்பட்டாள்.

"ஐயா! என் கணவன் வந்து கேட்கும்போது நான் என்ன பதில் சொல்வேன்?" என்று விம்மியழுதாள். அவளுடைய துயரத்தைக் கண்டு பொறுக்கமுடியாமல் அநிருத்தர் ஒரு யோசனை கூறினார். தோட்டத்தில் குடியிருந்த ஊமைப் பெண்ணுக்கு ஓர் ஆணும், ஒரு பெண்ணுமாக இரட்டைக் குழந்தைகள் பிறந்திருப்பதை அவர் அறிந்திருந்தார். அந்த ஊமைப் பெண்ணிடம் சென்று குழந்தைகளை அங்கேயே விட்டுவிட்டுப் போய்விட்டால், அவர்கள் அரண்மனையில் வளர்வார்களென்று ஜாடையினால் தெரிவித்தார். அந்த ஊமைப் பெண் வெறிபிடித்த பைத்தியக்காரி போல் இருந்தாள். முதலில் அவள் குழந்தைகளைக் கொடுக்க மறுத்தாள். சற்று நேரம் கழித்துக் குழந்தைகளை விட்டுவிட்டு ஓடியே விட்டாள். உடனே அநிருத்தர் அவளுடைய தங்கையைக் கொண்டு ஆண் குழந்தையைச் செம்பியன் மாதேவியிடம் கொண்டுவிடச் செய்தார். உயிரின்றிக் கட்டை போல் இருந்த குழந்தையை ஒருவருக்கும் தெரியாமல் கொண்டு போய்ப் புதைத்துவிடும்படி ஊமைத் தங்கையிடம்

கொடுத்தனுப்பி விட்டார். மற்றொரு பெண் குழந்தையைத் தன்னுடைய வீட்டுக்கு எடுத்துச் சென்று அங்கிருந்த தன்னுடைய சீடன் ஆழ்வார்க்கடியானிடம் கொடுத்துப் பாண்டிய நாட்டுக்கு அனுப்பி வைத்து விட்டார்.

இவ்விதம் குழந்தை மாற்றம் செய்தது செம்பியன் மாதேவியின் உள்ளத்தில் உறுத்திக் கொண்டே இருந்தது. ஒரு நாள் கண்டராதித்த தேவரிடம் உண்மையை ஒப்புக் கொண்டு விட்டாள். அந்த மகான், "அதனால் பாதகமில்லை! பெண்ணே! யார் வயிற்றில் பிறந்த குழந்தையாக இருந்தால் என்ன? சிவபெருமான் அளித்த குழந்தைதான். உன் வயிற்றில் பிறந்த குழந்தையைப் போலவே வளர்த்து வா. ஆனால் வேறு குலத்தில் பிறந்த பிள்ளை சோழ சிங்காதனத்தில் ஏறக்கூடாது. அப்படிச் செய்வது குலத் துரோகமாகும். ஆகையால் சிறு பிராயத்திலிருந்தே இவனைச் சிவ பக்தனாகும்படி வளர்த்து வருவோம். 'சோழ சாம்ராஜ்யம் வேண்டாம். சிவபக்தி சாம்ராஜ்யமே போதும்!' என்று இவனே சொல்லும்படி வளர்ப்போம். ஆனால் எந்தக் காரணத்தை முன்னிட்டும் இவனைத் தஞ்சாவூர் சிங்காதனத்தில் ஏற்றி வைப்பதற்கு மட்டும் நாம் உடந்தையாக இருக்கக்கூடாது. அந்தச் சந்தர்ப்பம் வரும்போது நான் உயிரோடு இல்லாவிட்டாலும், நீ உறுதியுடனிருந்து சோழர் குலத்தைக் காப்பாற்ற வேண்டும்" என்று கேட்டுக் கொண்டார்.

"மதுராந்தகா! நீ கண்டராதித்த தேவருடைய புதல்வனுமல்ல. செம்பியன் மாதேவி வயிற்றில் பிறந்த பிள்ளையுமல்ல. ஊர் சுற்றித் திரிந்த அனாதை ஊமைப் பெண்ணின் மகன். உன்னை இந்தத் தேவி தம் சொந்தக் குழந்தையைவிட நூறு மடங்கு அதிகமாகச் சீராட்டிப் பாராட்டி வளர்த்து வந்தார். இப்போது அவருடைய கருத்துக்கு மாறாக நடக்காதே! தேவி சொல்வதைக் கேள், அதனால் உனக்கு நன்மையே விளையும்" என்றார் அநிருத்தர்.

ஃஃ

49. துர்பாக்கியசாலி

மதுராந்தகன் சிறிது நேரம் பிரமை பிடித்தவன் போல் உட்கார்ந்திருந்த பிறகு திடீரென்று எழுந்து நின்று, அநிருத்தரைப் பார்த்து, "முதன்மந்திரி! இதெல்லாம் உமது சூழ்ச்சி! எனக்கு அப்போதே தெரியும்! சுந்தர சோழரின் மக்கள், அதிலும் முக்கியமாக அருள்மொழிவர்மன் பேரில் உமக்குப் பிரியம். அவனுக்குப் பட்டங்கட்ட வேண்டும் என்பது உம்முடைய விருப்பம். அதற்காக, இப்படியெல்லாம் என் தாயாரிடம் பொய்யும் புனை சுருட்டும் கூறி அவருடைய உத்தமமான மனத்தைக் கெடுத்திருக்கிறீர்! அன்பில் பிரம்மராயரே! உமக்கு என்ன தீங்கு நான் செய்தேன்? எதற்காக எனக்கு இந்தத் துரோகம் செய்யப் பார்க்கிறீர்? உம்முடைய நோக்கத்துக்காக நான் என் தாயாருக்கு பிள்ளையில்லாமல் போக வேண்டுமா? இந்த மாதிரி ஒரு பயங்கரமான பாதகச் சூழ்ச்சி இந்த உலகில் இதுவரை யாரும் செய்திருக்க மாட்டார்களே? விஷ்ணு பக்தர்களின் குலத்தில் வந்த அந்தணராகிய நீர் இப்படிச் செய்ய வேண்டுமா? இல்லை, இல்லை! உமது பேரில் தவறு ஒன்றும் இல்லை. இளைய பிராட்டி குந்தவையும், அருள்மொழிவர்மனும் ஏதோ சூழ்ச்சி செய்து இப்படி உம்மைப் பாதகம் செய்யப் பண்ணியிருக்கிறார்கள்!" என்று கத்தினான்.

அநிருத்தர் சாவதானமான குரலில், "இளவரசே! தங்கள் பேரில் எனக்கு அவ்வளவு துவேஷம் இருந்தால், கொட்டுகிற மழையில் மரத்தடியில் விழுந்து கிடந்த தங்களை எடுத்து வந்திருக்க மாட்டேன்.

அருள்மொழிவர்மரைப் பற்றியும் தாங்கள் குறைகூற வேண்டாம். ஈழம் கொண்ட அவ்வீரர் இந்த நிமிஷத்தில் என்ன செய்து கொண்டிருக்கிறார் தெரியுமா? தஞ்சைக் கோட்டையைச் சூழ்ந்துள்ள படை வீரர்களிடத்திலும் மக்களிடத்திலும் சென்று நல்ல

வார்த்தை சொல்லி அவர்களைச் சமாதானப்படுத்தி வருகிறார். அவருடைய சித்தப்பாவாகிய தாங்கள் உயிரோடிருக்கும்போது தாம் சிங்காதனம் ஏறுவது தர்மம் அல்லவென்றும், அம்மாதிரி வீரர்களும் மக்களும் கோரக்கூடாதென்றும் சொல்லி அவர்கள் மனத்தை மாற்றிச் சரிப்படுத்த முயன்று வருகிறார்."

"அப்படியானால், அப்படியானால், நீங்கள் சற்று முன் சொன்ன செய்தி அருள்மொழிக்குத் தெரியாது அல்லவா?"

"அருள்மொழிக்கும் தெரியாது; வேறு யாருக்கும் தெரியாது!"

"இனிமேல்தான் எதற்காகத் தெரியப்படுத்த வேண்டும். அநிருத்தரே! நீர் மட்டும் வாயை மூடிக் கொண்டிருப்பதாக ஒப்புக்கொள்ளும். சக்கரவர்த்தி தங்களுக்கு ஒரு கிராமத்தில் பத்து வேலி நிலந்தானே பட்டயத்தில் எழுதி மானிய சாஸனம் அளித்தார்? நான் உமக்குப் பாண்டிய நாட்டையே பரிசாக அளித்துவிடுகிறேன்..."

"ஐயா! என்னை வாயை மூடிக்கொண்டிருக்கச் செய்வதற்குப் பாண்டிய நாட்டைத் தரவேண்டியதில்லை, தங்களுடைய அன்னையின் கட்டளை ஒன்றே போதும் அவரிடம் சொல்லுங்கள்!"

மதுராந்தகன் தன்னை வளர்த்த அன்னையைப் பரிதாபமாகப் பார்த்தான்.

"குழந்தாய்! மதுராந்தகா! அநிருத்தர் சொல்வது சரிதான். அவருக்கு இருபது வருஷத்துக்கு முன்னாலிருந்து என் இரகசியம் தெரியும். அன்றைக்கு அவர், 'மகாராணி! இது தங்களுடைய இரகசியம். தாங்கள் யாரிடமாவது சொன்னாலன்றி வேறு எவருக்கும் தெரிய முடியாது. என் வாய் மூலமாக ஒரு நாளும் வெளிப்படாது இது சத்தியம்!' என்று சொன்னார். அதை இன்று வரையில் நிறைவேற்றி வருகிறார். சோழ குலத்துக்கு உண்மையாக நடப்பதாக இவர் சத்தியம் செய்து கொடுத்தவர். ஆயினும் சுந்தர சோழ சக்கரவர்த்தியிடம் கூடச் சொன்னதில்லை. நீ சோழ சிம்மாசனத்தில் ஏற நான் சம்மதித்தால் இவரும் பேசாமலிருந்திருப்பார்..."

"ஆம் தாயே! பேசாமலிருந்திருப்பேன். ஆனால் உள்ளத்தில் பொய்யை வைத்துக் கொண்டு முதன்மந்திரி உத்தியோகம் பார்த்திருக்க மாட்டேன். ஸ்ரீரங்கநாதருக்குச் சேவை செய்யப் போயிருப்பேன்!" என்றார் அநிருத்தர்.

"ஆனால் அதற்கு அவசியம் ஒன்றும் நேரப் போவதில்லை. மதுராந்தகன் சிங்காதனம் ஏறமாட்டான். என் விருப்பத்தை நிறைவேற்றுவான். அவனே இராஜ்யம் வேண்டாம் என்று சொல்லிவிடுவான்! மகனே! 'ஆம்' என்று ஒப்புக்கொள்ளு!" என்றாள் பெரியபிராட்டி செம்பியன் மாதேவி.

"தாயே! அப்படியானால் நான் சிங்காதனம் ஏறத் தடையாயிருப்பது தாங்கள் ஒருவர்தானா? நான் தங்கள் வயிற்றில் பிறந்த மகனில்லையென்றே வைத்துக் கொள்கிறேன். இருபது வருஷத்துக்கு மேலாகத் தங்கள் வயிற்றில் பிறந்த மகனுக்கு மேல் அருமையாக வளர்த்தீர்கள். இப்போது எதற்காக எனக்கு இந்தத் துரோகம் செய்கிறீர்கள்? நான் உங்களுக்கு என்ன தீங்கு செய்தேன்?"

"குழந்தாய்! நீ எனக்கு ஒரு தீங்கும் செய்யவில்லை. நான்தான் உனக்கு பெருந்தீங்கு செய்துவிட்டேன். இத்தனை நாளும் உன்னை என் வயிற்றில் பெற்ற மகனைப் போலவே வளர்த்து வந்துவிட்டு இப்போது 'நீ என் மகன் இல்லை!' என்று சொல்கிறேன். இதனால் உன் மனம் எத்தனை புண்ணாகும் என்பது எனக்குத் தெரியாதா? என் ஆயுள் உள்ள வரையில் இதை நான் வெளியிட்டுச் சொல்லியிருக்க மாட்டேன். ஆனால் என் கணவருக்கு நான் கொடுத்த வாக்குறுதியை நிறைவேற்ற வேண்டும். நான் புகுந்த சோழ குலத்துக்கு துரோகம் செய்யக் கூடாது. சோழ குலத்தில் பிறக்காதவனைச் சோழ குல சிங்காதனத்தில் நான் ஏற்றி வைக்கக் கூடாது. ஏற்றுவதற்கு நான் உடந்தையாகவும் இருக்கக் கூடாது. என் மனம் இதைப் பற்றி வேதனை அடையவில்லையென்றா நினைக்கிறாய்? 'நீ என் மகன் அல்ல'

என்று சற்று முன்னால் சொன்னபோது என் நெஞ்சே உடைந்து போய்விட்டது. கடைசி வரையில் சொல்வதற்குத் தயங்கினேன், உள்ளம் ஒரே குழப்பமாயிருந்தது. என்னுடைய கடமை என்ன, தர்மம் என்ன என்று தெரிந்து கொள்வதற்காகவே நம்பியாண்டார் நம்பியிடம் போயிருந்தேன். அந்த மகான் தர்ம சூக்ஷுமத்தை விளக்கமாக எடுத்துச் சொன்னார். 'உலகிலுள்ள மாந்தர் அனைவரும் மகாதேவரின் புதல்வர்கள்தான். சிவ பக்த சிரோமணியான தாங்கள் 'சொந்தக் குழந்தை' என்றும், 'வளர்த்த குழந்தை' என்றும், பேதம் பாராட்ட மாட்டீர்கள். தங்களுடைய சொந்த சொத்துக்கள் எல்லாவற்றையும் வளர்த்த மகனுக்கே கொடுப்பீர்கள். ஆனால் இராஜ்யத்தின் சமாசாரம் வேறு. நம்முடைய பொய்யின் மூலம் இன்னொருவருடைய நியாயமான உரிமையைத் தடைசெய்வது பாவமாகும். சோழ குலத்தில் பிறக்காதவனைத் தெரிந்து சோழ சிங்காதனதில் ஏற்றி வைப்பது குலத்துரோகமாகும். தங்கள் மகனிடமும் சக்கரவர்த்தியிடமும் உண்மையைச் சொல்லி விடுவதுதான் தர்மம்' என்று உபதேசித்தார். கேட்டுக் கொண்டு திரும்பி வந்தேன். குமாரா! நீ என் சொந்த மகன் அல்ல என்று சொல்வதில் எனக்குச் சந்தோஷம் இருக்க முடியுமா? சக்கரவர்த்தியிடம் சொல்லும்போதுதான் இதை நான் பெருமையுடன் சொல்ல முடியுமா?"

அச்சமயம் மதுராந்தகன் திடீரென்று எழுந்து செம்பியன் மாதேவியின் காலில் விழுந்து, "அன்னையே! எனக்கு இராஜ்யம் வேண்டாம், சிங்காதனமும் வேண்டாம். இங்கே இருக்கச் சொன்னால் இருக்கிறேன். தேசாந்திரம் போகச் சொன்னால் போய்விடுகிறேன். ஆனால் நான் தங்கள் மகன் அல்ல; தங்கள் திருவயிற்றில் பிறந்தவன் அல்ல என்று மட்டும் சொல்ல வேண்டாம்! யாரிடமும் சொல்ல வேண்டாம்! சொன்னீர்களானால் அந்த அவமானத்தினாலேயே என் நெஞ்சு வெடித்து இறந்து விடுவேன்!" என்று கதறினான்.

செம்பியன் மாதேவி கண்களில் நீர் ததும்ப மிகுந்த ஆவலுடன் மதுராந்தகனை வாரி எடுத்துத் தம் பக்கத்தில் உட்கார வைத்துக் கொண்டார்.

"குமாரா! உன்னை இந்தத் துன்பம் அணுகாதிருக்கும் பொருட்டுத்தான் இந்த உலக இராஜ்யத்தில் விருப்பமில்லாதவனாகவும், சிவலோக சாம்ராஜ்யத்தில் பற்றுள்ளவனாகவும் வளர்க்க முயன்று வந்தேன். அதில் தோல்வி அடைந்தேன். எந்தப் பாவிகளோ உன் மனத்தைக் கெடுத்து விட்டார்கள். இப்போதும் மோசம் போய்விடவில்லை. நீயாக உன் மனப்பூர்வமாக 'இந்த ராஜ்யம் எனக்கு வேண்டாம். சுந்தர சோழரின் மகன் அருள்மொழியே அரசாளட்டும்' என்று நாடு நகரமறியச் சொல்லி விட்டாயானால், 'நீ என் மகன் அல்ல!' என்று பகிரங்கமாகச் சொல்ல வேண்டிய அவசியம் ஒன்றுமில்லை. உன் மனத்தை இப்போது புண்படுத்தியதே எனக்கு அளவிலாத வேதனை தருகிறது. இன்றைக்கு முதன்மந்திரி அநிருத்தரின் முன்னிலையில் ஒப்புக்கொள். மூன்று நாளைக்கெல்லாம் சிற்றரசர்களின் மகாசபை கூடும். அச்சபையின் முன்னிலையிலேயும் ஒப்புக்கொள். 'எனக்கு இராஜ்யம் ஆளும் விருப்பம் இல்லை. சிவபெருமானுடைய கைங்கரியத்திலும், சிவாலயத் திருப்பணியிலும் ஈடுபட விரும்புகிறேன். என் தந்தை தாயின் கட்டளையும் அதுதான்! அருள்மொழிவர்மனுக்கே பட்டம் கட்டுங்கள்!' என்று சொல்லி விடு. 'சோழ இராஜ்யத்துக்கு விரோதமாக எதுவும் செய்வதில்லை. சிற்றரசர்கள் யாரேனும் துர்ப்புத்தி கூறினாலும் செவி சாய்ப்பதில்லை' என்று சத்தியம் செய்துவிடு! அப்படிச் செய்துவிட்டால் நானாவது, முதன்மந்திரியாவது உன் பிறப்பைக் குறித்த இரகசியத்தை வெளியிடுவதற்கே அவசியம் இராது. நீ எப்போதும் போல் என் கண்ணின் மணியான அருமைப் புதல்வனாயிருந்து வருவாய். நாம் இருவரும் சேர்ந்து இந்தப் பரந்த பாரத தேசமெங்கும் யாத்திரை செல்வோம். ஆங்காங்கே சிவாலயத் திருப்பணிகள் செய்வோம். அருள்மொழிவர்மன் என்னிடம் அளவிலாத பக்தி உள்ளவன். உன்னைப் போலவே அவனையும் பெரும்பாலும் நான்தான் வளர்த்தேன். என் பேச்சுக்கு அவன் ஒருகாலும் மறுப்பு சொல்ல மாட்டான்?" என்றார் மழவரையர் மகளான செம்பியன் மாதேவி.

மதுராந்தகன் இதைக் கேட்டு நெற்றியை இரண்டு கைகளினாலும் தாங்கிப் பிடித்துக் கொண்டு சிறிது நேரம் சிந்தனையில் ஆழ்ந்திருந்தான். "ஆகா! எனக்குப் பிராயம் தெரிந்தது முதல் ஏதேதோ உருவமில்லாத நிழல் போன்ற நினைவுகள் அடிக்கடி தோன்றி எனக்கு வேதனை அளித்து வந்தன. அவற்றுக்கெல்லாம் காரணம் இப்போதுதான் தெரிகிறது. என்னைப் போன்ற துரதிர்ஷ்டசாலி இந்த உலகத்தில் யார் உண்டு? என்ன வேளையில், என்ன ஜாதகத்தில் பிறந்தேனோ தெரியவில்லை. ஒரே நாளில், ஒரு கண நேரத்தில் தாய் தந்தையரை இழந்தேன். குலம் கோத்திரம் இழந்தேன். ஒரு பெரிய மகா இராஜ்யத்தை இழந்தேன். ஆயிரம் வருஷத்து வீர பரம்பரையில் வந்த சிங்காதனத்தை இழந்தேன். சிநேகிதர்கள் யாவரையும் இழந்தேன். ஆம்; இந்த உண்மை தெரிந்தால் அப்புறம் எவன் எனக்குச் சிநேகிதனாயிருக்கப் போகிறான்? எனக்குப் பட்டம் கட்டுவதற்காக உயிரைக் கொடுப்பதாய்ப் பிரமாணம் செய்த சிற்றரசர்கள் எல்லாரும் ஒரு நொடியில் என்னைக் கைவிட்டு விடுவார்கள்!... ஆம், என்னைப் போன்ற துர்பாக்கியசாலி இந்த உலகம் தோன்றிய தினத்திலிருந்து யாரும் இருந்திருக்க முடியாது. அம்மா! என் அறிவு குழம்புகிறது; தெளிவாகச் சிந்திக்க முடியவில்லை. இரண்டு நாள் அவகாசம் கொடுங்கள், என் முடிவைச் சொல்லுகிறேன்!" என்றான்.

"குழந்தாய்! நீ யோசிப்பதற்கு என்ன இருக்கிறது? என் மனதைக் கல்லாக்கிக் கொண்டு தான் இதைச் சொல்கிறேன். ஒன்று நீயாக இராஜ்யத்தை துறந்து விடுவதாய் ஒப்புக் கொள்ள வேண்டும். அல்லது நீ என் வயிற்றில் பிறந்த மகன் அல்ல என்பதை நாடு நகரமெல்லாம் அறிய நான் ஒப்புக்கொள்ள வேண்டும். எப்படியும் நீ சிங்காதனம் ஏற முடியாது. நீ யோசித்துச் சொல்வதற்கு என்ன இருக்கிறது?" என்றாள் பெரிய பிராட்டியென்று உலகமெல்லாம் போற்றி வணங்கிய உத்தமி.

அப்போது அநிருத்தர், "அம்மா! இரண்டு நாள் அவகாசம் கொடுப்பதில் தவறு ஒன்றுமில்லை. மந்திராலோசனை சபையும் மகாஜன சபையும் கூடுவதற்கு இன்னும் மூன்று நாள் இருக்கிறது. அதுவரை இளவரசர் நிம்மதியாக யோசித்துப் பார்க்கட்டும்!" என்றார்.

"அம்மா! அம்மா! இந்த ரகசியம் தங்களையும் முதன்மந்திரியையும் தவிர வேறு யாருக்காவது தெரியுமா?" என்று மதுராந்தகன் திடீரென்று தோன்றிய ஆவலுடன் கேட்டான். அவன் உள்ளத்தில் என்ன தீய எண்ணம் தோன்றியதோ, எத்தகைய சூழ்ச்சி முளைவிடத் தொடங்கியதோ, நாம் அறியோம்.

மதுராந்தகனுடைய பரபரப்பு மழவரையர் மகளுக்குச் சிறிது வியப்பை அளித்தது. "எங்களைத் தவிர இன்னும் மூன்று பேருக்கு மட்டும் தெரிந்திருந்தது. மகனே! அவர்களில் உன் தந்தை சிவநேசச் செல்வரான, என் சிந்தையில் குடிகொண்ட கணவர், காலமாகி விட்டார். தமக்கையும், தங்கையுமான இரண்டு ஊமை ஸ்திரீகளுக்குத் தெரியும். அவர்களில் ஒருத்தி உன்னைப் பெற்றவள் – இரண்டு நாளைக்கு முன்பு சுந்தர சோழர் அரண்மனையில் துர்மரணம் அடைந்தாள். அவளுடைய உயிரற்ற உடல் அடக்கம் செய்யப்படாமல் கிடந்தபோதே உன்னிடம் உண்மையைச் சொல்லிவிடலாமா என்று பார்த்தேன். ஆனால் மனம் வரவில்லை. உன்னை வேதனைப்படுத்த விருப்பமில்லாமல் சும்மாயிருந்து விட்டேன். மகனே! உன்னைப் பெற்றவளை நினைத்து நீ அழுவதாயிருந்தால் அழு! உன்னை அவள் பெற்றாளேயன்றி, அப்புறம் உனக்கும் அவளுக்கும் யாதொரு சம்பந்தமும் இருக்கவில்லை. உன்னை வந்து பார்க்கவேண்டும் என்று கூட முயற்சி செய்யவில்லை. அவள் புத்தி சுவாதீனத்தை இழந்து பிச்சியாகி போய்விட்டாள். அவளை நினைத்து நீ கண்ணீர் விடுவதாயிருந்தால் விடு!" என்று சொன்னாள் தேவி.

"இல்லை, இல்லை, தங்களை தவிர வேறு யாரையும் அன்னையாக நினைக்க என்னால் முடியவில்லை. முன்னாலேயே தாங்கள் சொல்லியிருந்தாலும் அவள் அருகிலே கூடப் போயிருக்கமாட்டேன். இரகசியம் தெரிந்த இன்னொருவர் யார், அம்மா! அந்த

இன்னொரு ஊமை ஸ்திரீ யார்?" என்று கேட்டான்.

"அவளுடைய தங்கைதான்; இந்தத் தஞ்சைக்கு வெளியில் நந்தவனம் வைத்து வளர்த்து வருகிறவள். என் வயிற்றில் செத்துப் போய்க் கட்டை போல் பிறந்த சிசுவையும் உன்னையும் மாற்றிப் போட்டவள் அவள்தான். பிறவி ஊமையும் செவிடுமாதலால் யாரிடமும் சொல்லமாட்டாள். அவளுக்கும் ஒரு குமாரன் இருக்கிறான். தாயும் மகனும் தஞ்சைத் தளிக்குளத்தார் ஆலயத்துக்குப் புஷ்ப சேவை செய்து வருகிறார்கள். அவர்களுக்கு மானியம் கொடுத்து நான்தான் ஆதரித்து வருகிறேன்."

"ஆகா! அவர்களை எனக்குத் தெரியும். தாய், மகன் இருவரையும் தெரியும். மகன் பெயர் சேந்தன் அமுதன். வந்தியத்தேவன் என்ற ஒற்றன் இங்கிருந்து தப்புவதற்கு உதவி செய்தவன். அம்மா! பிள்ளைக்கு இதைப்பற்றி ஏதாவது தெரியுமா?"

"தெரியாது, மகனே! தெரியாது! அவனுடைய தாயார் இந்த இரகசியத்தை யாரிடமும் சொல்வதில்லை என்று என்னிடம் சத்தியம் செய்து கொடுத்திருக்கிறாள். அதைப்பற்றி உனக்குக் கவலை வேண்டாம். அவளைத் தவிர, நானும் முதன் மந்திரியுந்தான்!"

மதுராந்தகனுடைய உள்ளத்தில் அச்சமயம் பயங்கரமான தீய எண்ணங்கள் பல தோன்றின. இவர்கள் இருவரும் இவ்வுலகை விட்டு அகன்றால், உண்மையைச் சொல்லக் கூடியவர்கள் யாருமே இல்லை என்று எண்ணினான். முதன்மந்திரிக்கு நான் எந்தவிதத்திலும் கடமைப்பட்டிருக்கவில்லை. இந்த மாதரசியோ உண்மையில் என் அன்னை அல்ல. இவர்களிடம் எதற்காக நான் கருணை காட்டவேண்டும்? ஆகா! என் பிறப்பைக் குறித்த இரகசியத்தை அறிவிப்பதாகச் சுந்தர சோழரின் தோட்டத்தில் கூறினானே, அவன் யார்? பொக்கிஷ நிலவறையில் என்னை வந்திருக்கும்படி சொன்னவன் யார்? அவனை மட்டும் நான் சந்திக்கும்படி நேர்ந்தால்? சுந்தர சோழரைக் கொல்ல முயன்று அவன் அந்த ஊமை ஸ்திரீயைக் கொன்றுவிட்டான். அவன் பேரில் குற்றமில்லை. அவள்தான் என் தாயார் என்று இவர்கள் சொல்லுகிறார்கள். அவள் என் தாயார் என்றால், என் தகப்பனார் யார்? ஒருவேளை... ஒருவேளை இந்த வஞ்சனை நிறைந்த கிழவியும், இந்த வேஷதாரிப் பிரம்மராயனும் என்னை வஞ்சிக்கத்தான் பார்க்கிறார்களோ? உண்மையில் நான் சுந்தர சோழரின் குமாரன் தானோ?...ஆகா! இந்த உண்மையை எப்படி அறிவது?

"மகனே! நான் போய் வருகிறேன்; நன்றாக யோசித்துச் சீக்கிரம் ஒரு முடிவுக்கு வந்துவிடு! பெற்ற, தாயைவிடப் பதின்மடங்கு அன்புடன் உன்னை இருபத்திரண்டு வருஷம் வளர்த்த நான் உனக்கு கெடுதலைச் சொல்ல மாட்டேன். இந்த நிலையற்ற பூலோக இராஜ்யத்தைத் தியாகம் செய்துவிடு! என்றும் அழியாத சிவலோக சாம்ராஜ்யத்தை அடைவதற்கு வழி தேடு!" என்று கூறினாள் பெரிய பிராட்டியார்.

இச்சமயம் அவர்கள் யாரும் எதிர்பாராத ஒரு சம்பவம் நடந்தது. அருள்மொழிவர்மன் அந்த அறைக்குள் வந்தான். நேரே செம்பியன் மாதேவியிடம் வந்து நமஸ்கரித்தான்.

"தேவி! தாங்கள் தங்களுடைய அருமைப் புதல்வருக்குக் கூறிய புத்திமதியை எனக்குக் கூறிய புத்திமதியாகவும் ஏற்றுக் கொண்டேன். இந்தச் சோழ சாம்ராஜ்யம் எனக்கு உரியதாக இருக்கும் பட்சத்தில் அதை நான் தியாகம் செய்துவிடச் சித்தமாயிருக்கிறேன். தங்களுடைய ஆசியினால் என் உள்ளம் சிவபெருமானுடைய பாத கமலங்களில் செல்லட்டும். சிவலோக சாம்ராஜ்யத்தில் ஒரு சிறிய இடம், தங்கள் கணவராகிய மகான் கண்டராதித்தர் இருக்கும் இடத்துக்கருகில், எனக்குக் கிடைக்கட்டும்! அவ்வாறு எனக்கு ஆசி கூறுங்கள்!" என்றான்.

இதைக் கேட்ட செம்பியன் மாதேவியும், முதன்மந்திரி அநிருத்தப் பிரம்மராயரும் ஒருவரையொருவர் பார்த்துக் கொண்டு திகைத்து நின்றார்கள்.

"தேவி! சற்று முன்னால் தங்கள் செல்வப் புதல்வரிடம் தாங்கள் சொல்லிக் கொண்டிருந்ததை நான் விருப்பமின்றிக் கேட்கும்படியாக நேர்ந்துவிட்டது மன்னிக்க

வேணும். இந்த மாளிகையைச் சுற்றி நின்ற ஜனங்களைக் கோட்டைக்கு வெளியே கொண்டு போய்ச் சேர்த்து விட்டுத் திரும்பி வந்தேன். முதன் மந்திரியைப் பார்த்து மேலே நடக்க வேண்டியதைப் பற்றிப் பேசுவதற்காக இந்த மாளிகையில் நுழைந்தேன். தாங்களும் இங்கு இருப்பதாக அறிந்ததும் பழம் நழுவிப் பாலில் விழுந்தது போலாயிற்று என்று எண்ணிக் கொண்டு வந்தேன். தாங்கள் வழக்கத்தைக் காட்டிலும் உரத்த குரலில் பேசினீர்கள், மதுராந்தகத் தேவரும் சத்தம் போட்டுப் பேசினார். உள்ளே பிரவேசிக்கலாமா, வேண்டாமா என்று தயங்கி நிற்கையில் தங்களுடைய சம்பாஷணையில் ஒரு பகுதி என் காதில் விழுந்தது. தேவி! உயிரோடிருப்பவர்களில் தங்களுக்கும், முதன்மந்திரிக்கும், சேந்தன் அமுதனுடைய அன்னைக்கு மட்டும் மதுராந்தகருடைய பிறப்பைக் குறித்த இரகசியம் தெரியும் என்று சற்றுமுன் சொல்லிக் கொண்டிருந்தீர்கள். அது சரியல்ல. எனக்கும் என் தமக்கையாகிய இளைய பிராட்டிக்கும் கூட அது தெரியும். சக்கரவர்த்தியின் உயிரைக் காப்பதற்காகத் தன் இன்னுயிரை ஈந்த மந்தாகினி தேவியை நான் ஈழ நாட்டில் அடிக்கடி சந்திக்க நேர்ந்தது. சித்திர பாஷையின் மூலம் அவர் எனக்கு இதையெல்லாம் தெரிவித்தார். நான் என் தமக்கையாரிடம் கூறினேன். இரண்டு பேரும் யோசித்து ஒரு முடிவுக்கு வந்தோம். என் சிறிய தகப்பனாராகிய மதுராந்தகத் தேவர் தான் சோழ சிங்காசனத்தில் வீற்றிருக்க வேண்டியவர். அவர் தங்களுடைய சொந்த மகனைக் காட்டிலும் ஆயிரம் மடங்கு ஆதரவுடன் வளர்க்கப்பட்டவர். என்னைக் காவேரி வெள்ளத்தில் மூழ்காமல் காப்பாற்றியதோடு, பின்னரும் பல முறை உயிர் பிழைப்பதற்கு உதவி செய்த மந்தாகினி தேவி வயிற்றில் பிறந்த புதல்வர். ஆகையால், எப்படிப் பார்த்தாலும் சோழ சிங்காசனத்தில் ஏற உரிமை உள்ளவர். அவருடைய உரிமையில் ஏதேனும் சந்தேகம் இருந்தால், நான் அதைத் தீர்த்து வைப்பேன்! சோழ சிங்காசனத்தில் எனக்குள்ள பாத்தியதையைத் தங்கள் பாத தாமரைகளின் ஆணையாகத் தியாகம் செய்வேன். ஆகையால், தாங்கள் மதுராந்தகத் தேவர் தங்கள் புதல்வர் அல்லவென்று சொல்ல வேண்டிய அவசியமுமில்லை. மதுராந்தகர் சோழ சிங்காசனத்தைத் தியாகம் செய்ய வேண்டிய அவசியமும் இல்லை!"

இவ்வாறு பொன்னியின் செல்வர் கூறியதைக் கேட்டு அந்த அறையில் மூவரும் தங்கள் வாழ்நாளில் என்றும் அடைந்திராத வியப்பையும், பிரமிப்பையும் அடைந்தார்கள்.

அவர்களில் அநிருத்தர் தான் முதலில் அறிவுத் தெளிவு பெற்றார்.

"இளவரசே! தாங்கள் இப்போது கூறிய வார்த்தைகள் காவியத்திலும், இதிகாசத்திலும் இடம் பெற வேண்டும். கருங்கல்லிலும், செப்பேட்டிலும், பொன் தகடுகளிலும் பொறிக்கப்பட வேண்டியவை. ஆனால் இங்கேயுள்ள நாம் மட்டும் இந்த விஷயத்தைப்பற்றித் தீர்மானம் செய்ய முடியாது. சக்கரவர்த்தியையும், மற்ற சிற்றரசர்களையும் கலந்தாலோசிக்க வேண்டும். பின்னொரு காலத்தில் உண்மை வெளியானால் மக்கள் என்ன சொல்வார்கள் என்பதையும் சற்று சிந்தித்துப் பார்க்க வேண்டும். இளவரசே! மகா சபை கூடுவதற்கு இன்னும் மூன்று தினங்கள்தான் இருக்கின்றன. அதுவரையில் நாம் ஒவ்வொருவரும் நிதானமாக ஆழ்ந்து யோசனை செய்து பார்ப்போம்!" என்றார்.

50. குந்தவையின் கலக்கம்

செல்வத்தில் பிறந்து செல்வத்தில் வளர்ந்தவள் இளைய பிராட்டி குந்தவை தேவி. அழகில் ரதியையும், அறிவில் கலைமகளையும் அதிர்ஷ்டத்தில் திருமகளையும் ஒத்தவள். சுந்தர சோழ சக்கரவர்த்தி முதல் சோழ நாட்டின் சாதாரண குடிமக்கள் வரையில் அவளைப் போற்றினார்கள். அரண்மனையில் அவள் காலால் இட்டதைத் தலையினால் செய்ய எத்தனையோ பேர் காத்திருந்தார்கள். சிற்றரசர்கள் தங்கள் குலத்தில் வந்த அரசிளங்குமரிகளுக்குக் குந்தவை தேவியின் பணிப்பெண்ணாக இருக்கும் பாக்கியம்

கிடைக்காதா என்று ஏங்கினார்கள். பாரத நாட்டில் அந்நாளில் பேரரசர்களாக விளங்கிய பலரின் பட்டத்துக்குரிய அரச குமாரர்கள் இளைய பிராட்டி குந்தவையின் கைப்பிடிக்கும் பாக்கியத்துக்குத் தவம் கிடந்தார்கள்.

அத்தகைய சகல பாக்கியங்களும் வாய்க்கப் பெற்ற இளைய பிராட்டி அளவில்லாத சோகக் கடலில் மூழ்கி இருந்தாள். ஆதித்த கரிகாலனுக்கு அவள் சொல்லி அனுப்பிய எச்சரிக்கையெல்லாம் பயனிலதாய்ப் போயிற்று. சம்புவரையர் மாளிகைக்குப் போக வேண்டாமென்று அவனுக்கு அவள் அவசரச் செய்தி அனுப்பியிருந்தாள். அவளுடைய வார்த்தைக்கு எப்போதும் மிக்க மதிப்புக் கொடுக்கக்கூடிய அருமைத் தமையன் இந்த வார்த்தையைத் தட்டிவிட்டுக் கடம்பூர் அரண்மனைக்குப் போனான். அங்கே மர்மமான முறையில் அகால மரணமடைந்தான்.

நந்தினி, கரிகாலனுக்கும் தனக்கும் அருள்மொழிக்கும் சகோதரி என்றே அவள் நம்பியிருந்தாள். நந்தினி ஏதோ ஒரு காரணத்துக்காக அவன் மீது வஞ்சம் கொண்டிருந்தாள் என்பதையும் அறிந்திருந்தாள். நந்தினியின் கையினாலேயே கரிகாலன் மரணம் அடைய நேர்ந்திருந்தால் அதைக் காட்டிலும் சோழ குலத்துக்கு ஏற்படக் கூடிய அபகீர்த்தியும், பழியும் வேறெதுவும் இல்லை. கரிகாலன் மரணத்துக்குப் பிறகு நந்தினி என்ன ஆனாள் என்பது தெரியவில்லை.

அருமைத் தமையனைப் பறிகொடுக்க நேர்ந்தது அவளுக்கு எல்லையில்லாத் துயரத்தை அளித்தது. உயிர் பிரிந்து இரண்டு நாளைக்குப் பிறகும் அவனுடைய திருமுகத்தில் குடிகொண்டிருந்த வீரக் களையை நினைத்து நினைத்து உருகினாள். ஆகா! என்னவெல்லாம் அந்த மகாவீரன் கனவு கண்டு கொண்டிருந்தான்? கரிகால் பெருவளத்தானைப் போல் இமயமலை வரையில் திக்விஜயம் செய்து அம்மாமலையின் சிகரத்தில் புலிக் கொடியை நாட்டப் போவதாகச் சொல்லிக் கொண்டிருந்தானே? அப்படிப்பட்டவனுடைய திருமேனி அரை நாழிகைப் பொழுதில் எரிந்து பிடி சாம்பலாகி விட்டது. சோழ நாட்டில் மண்ணோடு மண்ணாகக் கலந்துவிட்டது. அப்படிக் கலந்த மண்ணிலிருந்து வருங்காலத்தில் ஆயிரமாயிரம் வீராதி வீரர்கள் தோன்றுவார்கள். சோழ நாட்டிலிருந்து நாலா திசைகளிலும் செல்லுவார்கள். கடல் கடந்து தூர தூர தேசங்களுக்குச் செல்வார்கள். வீரப் போர்கள் புரிந்து சோழ சாம்ராஜ்யத்தின் எல்லையை விஸ்தரிப்பார்கள். போகுமிடங் களிலெல்லாம் வானளாவிய கோபுரங்களை உடைய கோவில்களை எழுப்புவார்கள். அவை சோழ நாட்டின் பெருமையை உலகுக்கு எடுத்து இயம்பிய வண்ணம் கம்பீரமாக நிற்கும். தமிழையும் தமிழ்க் கலைகளையும் சைவ வைஷ்ணவ சமயங்களையும் பரப்புவார்கள். மூவர் தேவாரப் பதிகங்களும் ஆழ்வார்களின் பாசுரங்களும் கடல் கடந்த நாடுகளிலெல்லாம் ஒலி செய்யும். "வெற்றி வேல்! வீர வேல்!" என்னும் வெற்றி முழக்கங்கள் கேட்கும்...

இவையெல்லாம் வெறும் கனவு அல்ல. நடக்கக்கூடியவை தான். அருள்மொழிவர்மன் பிறந்த வேளையின் விசேஷம் பற்றிப் பெரியவர்களும் சோதிடர்களும் அனுபவம் வாய்ந்த தாய்மார்களும் சொல்லியிருப்பதெல்லாம் உண்மையானால், கரிகாலன் கனவு கண்டவையெல்லாம் அருள்மொழிவர்மன் மூலமாக நினைவாகக் கூடும்.

ஆனால், அதற்கு எத்தனை இடைஞ்சல்கள் குறுக்கே நிற்கின்றன? ஆகா! இச்சிற்றரசர்கள் தங்களுக்குள் பூசல் விளைவித்துக் கொண்டு என்ன விபரீதங்கள் விளைவிப்பார்களோ, தெரியவில்லை. மலையமானும், வேளானும் அருள்மொழிவர்மனைச் சிம்மாசனம் ஏற்றியே தீருவதென்று ஒரே பிடிவாதமாக இருக்கிறார்கள். பழுவேட்டரையர்களும் அவர்களுடைய நண்பர்களும் மதுராந்தகனுக்காகப் படை திரட்டி வருகிறார்கள். சக்கரவர்த்தியோ அடுத்தடுத்து நேர்ந்து விட்ட இரு பெரும் விபத்துக்களால் சோகக் கடலில் ஆழ்ந்திருக்கிறார். யாரிடமும் எதைப்பற்றியும் பேச மறுக்கிறார். இளம் பிராயத்தில் தாம் செய்த பாவத்தை எண்ணி எண்ணிப் பச்சாதாபப்பட்டுக் கொண்டிருக்கிறார். அவருக்குத் தேறுதல் மொழி

சொல்லக் கூட யாருக்கும் தைரியமில்லை. அவருடைய செல்வக் குமாரியாகிய தனக்கே அவரை அணுக அச்சமாயிருக்கிறதென்றால் மற்றவர்களைப் பற்றிக் கேட்பானேன்!

அருள்மொழிவர்மன் இராஜ்யத்தைத் தியாகம் செய்யச் சித்தமாயிருக்கிறான். மதுராந்தகனுக்குப் பட்டம் கட்டி வைத்து விட்டுத் தான் சோழர் படைகளுடன் கடல் கடந்து திக்விஜயம் செய்ய விரும்புகிறான். ஆனால், அதற்கும் எதிர்பாராத முட்டுக்கட்டை ஏற்பட்டிருக்கிறது. ஏதோ காரணத்தினாலோ, சோழ நாடே போற்றிப் பணியும் முதிய பிராட்டியான செம்பியன் மாதேவி தம் மகனுக்குப் பட்டம் கட்டுவதை ஆட்சேபிக்கிறார். காலஞ்சென்ற தமது கணவரின் கட்டளை என்கிறார்.

இந்தச் சிக்கல்களெல்லாம் எப்படித் தீரப் போகின்றனவோ, தெரியவில்லை.

இப்படிச் சோழர் குலத்தைப் பற்றியும் சோழ சாம்ராஜ்யத்தைப் பற்றியும் ஏற்பட்டிருக்கும் கவலைகள் எல்லாம் போதாதென்று குந்தவையை இன்னொரு பெருங்கவலை வாட்டி வதைத்தது. அவளுடைய உள்ளம் கவர்ந்த வாணர்குல வீரனைப் பாதாளச் சிறையில் அடைத்து வைத்திருக்கிறார்கள். ஆதித்த கரிகாலனுடைய மரணத்துக்கு அவனைப் பொறுப்பாக்க முயல்கிறார்கள். இதில் அந்தப் பல்லவ குலத்துப் பார்த்திபேந்திரன் பிடிவாதமாக இருக்கிறான். பாட்டனார் மலையமான் ஒருவேளை தான் சொன்னால் கேட்டு விடுவார். ஆனால் சந்தேகத்துக்கு ஆளாகியிருக்கும் ஒருவன் விஷயத்தில் பெண்பாலாகிய தான் எப்படித் தலையிடுவது? தமையனாகிய ஆதித்த கரிகாலனைக் காட்டிலும் வழிப்போக்கனாக வந்த வந்தியத்தேவன் பேரில் தனக்கு அதிக அபிமானம் என்று ஏற்பட்டால், அதைவிட அபகீர்த்தி வேறு என்ன இருக்கிறது? பார்த்திபேந்திரன் வேணுமென்றே அத்தகைய அபகீர்த்தியைப் பரப்பக் கூடியவன். கரிகாலன் கொலையுண்டு கிடந்த இடத்தில் வந்தியத்தேவனைக் கையும் மெய்யுமாகச் சம்புவரையரும், கந்தமாறனும் பிடித்ததாகப் பார்த்திபேந்திரன் சொல்கிறான், இது உண்மையாகவே இருக்கலாம். ஆனால் கரிகாலனை ஒரு நிமிடமும் விட்டுப் பிரியக்கூடாது என்று தான் கூறிய வார்த்தையை வந்தியத்தேவர் நிறைவேற்றியிருக்க வேண்டும். ஆதித்த கரிகாலனைக் கொலைகாரர்களிடமிருந்து காப்பாற்றுவதற்கு முயன்று அதில் வெற்றி காணமுடியாமல் தோல்வியுற்றிருக்க வேண்டும்.

ஆனால் இதைப்பற்றிய உண்மையை எப்படி அறிந்து கொள்வது? வந்தியத்தேவரைத் தான் போய்ப் பார்க்க முயன்றாலும், அவரைச் சிறையிலிருந்து இங்கே தருவித்தாலும் வீண் சந்தேகங்களுக்கும் பழிச் சொற்களுக்கும் இடங்கொடுக்கும். தன்னைப்பற்றி யாரும் எதுவும் சொல்லத் துணியமாட்டார்கள். அப்படிச் சொன்னாலும் கவலையில்லை. ஆனால் கரிகாலனுடைய மரணத்துக்கு அருள்மொழிவர்மனையே காரணமாக்கவும் சில வஞ்சகர்கள் முயன்று வருகிறார்கள். தான் அவசரப்பட்டு ஏதாவது செய்வதால், அவர்களுடைய கட்சிக்கு ஆக்கம் உண்டாகி விடக்கூடாது அல்லவா?

தெய்வமே! தேவி! ஜகன்மாதா! பிறந்ததிலிருந்து ஒரு கவலையுமின்றி வாழ்ந்திருந்த எனக்கு எப்பேர்ப்பட்ட சோதனையை அளித்துவிட்டாய்?...

இவ்வாறெல்லாம் குந்தவையின் உள்ளம் எண்ணி எண்ணிப் புண்ணாகிக் கொண்டிருந்தது. கரிகாலனுடைய மரணச் செய்தியும், வந்தியத்தேவர் அதில் சம்பந்தப்பட்டிருக்கும் செய்தியும் வந்தது முதல் இளைய பிராட்டி இரவில் ஒரு கணமும் தூங்க முடியவில்லை. இந்தச் சிக்கலான நிலைமை தீர்வதற்கு ஒரு வழி கண்டுபிடிக்க யோசித்து யோசித்து, பல வழிகளை யோசித்து, ஒவ்வொன்றையும் நிராகரித்துக் கொண்டிருந்தாள்.

அவளுடைய உயிருக்குயிரான தோழி வானதியிடம் கூட மனம் விட்டுப் பேசுவதற்கு மறுத்தாள்.

வானதியும் அவளுடைய மனோநிலையை ஒருவாறு உணர்ந்து கொண்டு ஏதும் பேசாமலும் கேட்காமலும் இருந்தாள். குந்தவைக்குப் பக்கத்தில் பெரும்பாலும் நிழல் போல் தொடர்ந்து இருந்துகொண்டு அந்த நிழலைப் போலவே மௌனமாகவும் இருந்து வந்தாள்.

அவ்விதம் சமயோசிதம் அறிந்து குந்தவையின் சிந்தனைகளில் குறுக்கிடாமல் சர்வ ஜாக்கிரதையாக இருந்து வந்த வானதி, அன்றைக்குத் திடீரென்று இளைய பிராட்டியை நெருங்கி, "அக்கா! அக்கா! தங்களைப் பார்ப்பதற்காக ஒரு பெண் வந்திருக்கிறாள். கண்ணீரும் கம்பலையுமாய் நிற்கிறாள். பார்த்தால் பரிதாபமாயிருக்கிறது!" என்று சொன்னதும் குந்தவைக்கே சிறிது வியப்பாகப் போய்விட்டது.

"அவள் யார்? என்ன விஷயம் என்று நீ கேட்கவில்லையா?" என்றாள்.

"கேட்டேன், அக்கா! அதைச் சொன்னால் தங்களுக்கு எரிச்சல் வருமோ, என்னமோ! சம்புவரையர் மகள் மணிமேகலையாம்! சின்னப் பழுவேட்டரையர் மாளிகையில் சம்புவரையர் குடும்பத்தைச் சிறை வைத்திருக்கிறார்கள். இவள் ஒருவருக்கும் தெரியாமல் வழி விசாரித்துக் கொண்டு ஓடி வந்திருக்கிறாள். என்ன காரியம் என்று கேட்டால், தங்களிடம் நேரிலேதான் சொல்வேன் என்கிறாள். அவளுடைய கண்ணீர் ததும்பிய முகத்தை நீங்கள் பார்த்தால் உடனே உங்களுடைய மனம்கூட மாறிவிடும்!" என்றாள் வானதி.

"அப்படியானால், என் மனம் கல்மனம் என்றா சொல்கிறாய்?" என்றாள் குந்தவை கோபமாக.

"தங்களுக்கு உண்மையிலேயே கல் மனம்தான். அக்கா! இல்லாவிட்டால், வந்தியத்தேவரைப் பாதாளச் சிறையில் விட்டுவிட்டுச் சும்மா இருப்பீர்களா?" என்றாள் வானதி.

"சரி, சரி, அந்தப் பெண்ணை இங்கே வரச் சொல்!" என்றாள் குந்தவை.

வானதி மானைப்போல் குதித்தோடி, மறுநிமிடம் மணிமேகலையை அழைத்துக் கொண்டு வந்தாள்.

51. மணிமேகலை கேட்ட வரம்

சித்தப்பிரமை கொண்டவளைப் போல் அப்படியும் இப்படியும் பார்த்துத் திருதிருவென்று விழித்துக் கொண்டு மணிமேகலை உள்ளே வந்தாள். வானதி கூறியதைப்போல் அவளுடைய தோற்றம் பார்க்கப் பரிதாபமாயிருந்தது. அழுது அழுது அவளுடைய முகமும் கண்ணிமைகளும் வீங்கிப் போயிருந்தன.

ஆயினும் எக்காரணத்தினாலோ குந்தவைக்கு அவள் மீது இரக்கம் உண்டாகவில்லை. சமீப காலத்தில் சோழ குலத்துக்கு ஏற்பட்ட விபத்துக்களுக்கெல்லாம் கடம்பூர் சம்புவரையர் மாளிகையிலே நடந்த சதியாலோசனைதான் ஆதி காரணம் என்பதை அவளால் மறக்க முடியவில்லை. கடைசியாக வீராதி வீரனான தன் தமையன் கரிகாலன் அவளுடைய வீட்டிலேதான் கொலையுண்டு மாண்டான் என்னும் எண்ணமும் அவளுக்கு ஆத்திரமூட்டிக் கொண்டிருந்தது.

சட்டென்று, இன்னொரு விஷயம் ஞாபகம் வந்தது. இவளுடைய தமையன் கந்தமாறனும், வாணர் குலத்து வீரரும் பழைய சினேகிதர்கள். அந்தச் சிநேகத்தை முன்னிட்டுத்தான் வந்தியத்தேவர் கடம்பூர் மாளிகைக்குச் சென்றிருந்தார். அங்கே நடந்த சதியாலோசனையைப் பற்றி அறிந்து வந்து சொன்னார். கந்தமாறன் தன் சகோதரியை வல்லத்து இளவரசருக்கு மணம் செய்து கொடுக்கும் உத்தேசமும் ஒரு காலத்தில் கொண்டிருந்தான். அந்தப் பெண் இவளாகத்தான் இருக்கவேண்டும்!...

இந்தச் செய்தி நினைவு வந்ததும், குந்தவைக்கு மணிமேகலையின் மீது ஒரு புதிய சிரத்தை உண்டாயிற்று. ஆகா! இவள் எதற்காகத் தன்னைத் தேடிக் கொண்டு வந்திருக்கிறாள்? தந்தைக்காகவும் தமையனுக்காகவும் முறையிடுவதற்கு வந்திருக்கிறாளா? சம்புவரையர் மாளிகைக்குத் தன் தமையன் கரிகாலனை அழைத்த போது, அவனுக்கு

இப்பெண்ணை மணம் செய்து கொடுக்கும் பிரஸ்தாபமும் செய்யப்பட்டது. கரிகாலனிடம் ஒருவேளை இந்தப் பேதைப் பெண் தன் உள்ளத்தைச் செலுத்தியிருப்பாளா? தான் மணக்க நினைத்தவன் அகால மரணமடைந்ததால் இவள் சித்தம் கலங்கி விட்டதா? அதைப்பற்றி ஏதேனும் சொல்ல வந்திருக்கிறாளா? அல்லது... அல்லது.. ஒருவேளை அப்படியும் இருக்கக் கூடுமா? கந்தமாறன் தன் சிநேகிதனைப்பற்றி இவளிடம் சொல்லித்தானிருக்க வேண்டும். வந்தியத்தேவர் இவள் வீட்டில் தங்கியிருந்திருக்கிறார். முன்னால் ஒரு தடவை இருந்திருக்கிறார். இப்போது அதிக நாள் தங்கி இருந்திருக்கிறார். இவள் மனம் ஒருவேளை வந்தியத்தேவரிடம் ஈடுபட்டிருக்குமோ? அப்படியானால், அவர் இவளை நிராகரித்திருப்பார் என்பதில் ஐயமில்லை, அதற்கு வஞ்சம் தீர்த்துக் கொள்ளும் பொருட்டு இல்லாத பொல்லாத பழிகளையெல்லாம் அவர் மீது சுமத்த வந்திருக்கிறாளா?...

இவ்வளவு எண்ணங்களும் அதி விரைவாகக் குந்தவையின் உள்ளத்திரையில் தோன்றி மறைந்தன. மணிமேகலையின் நெஞ்சத்தை ஊடுருவி அதில் உள்ளதைத் தெரிந்து கொள்ள விரும்புகிறவள் போல் குந்தவை உற்றுப் பார்த்தாள். அந்தப் பார்வையைத் தாங்க முடியாமல் மணிமேகலை தலை குனிந்தாள். அவளுடைய கண்களிலிருந்து இரண்டு கண்ணீர்த் துளிகள் தரையில் சிதறி விழுந்தன.

"பெண்ணே! நீ ஏன் கண்ணீர் விடுகிறாய்? உன் தமையன் இன்னும் உயிரோடுதானே இருக்கிறான்? என் தமையன் அல்லவா உங்கள் மாளிகையில் படுகொலை செய்யப்பட்டு இறந்தான்? அழுதால், நான் அல்லவோ அழ வேண்டும்? ஆனால் என்னைப் பார்! நான் அழவில்லை, கண்ணீர் விடவும் இல்லை, மறக் குலத்து மாதர்கள் வீர மரணம் அடைந்தவர்களைக் குறித்து அழுவது வழக்கமில்லை!" என்றாள் குந்தவை.

மணிமேகலை இளைய பிராட்டியை நிமிர்ந்து நோக்கி, "தேவி! என் அண்ணன் வாள் முனையில் இறந்திருந்தால் நானும் அழமாட்டேன். ஆனால் இறந்தவர்... இறந்தவர்" என்று மேலே சொல்லத் தயங்கி விம்மினாள்.

குந்தவை தான் முதலில் சந்தேகித்தது தான் உண்மையாயிருக்க வேண்டும் என்று எண்ணத் தொடங்கினாள். இவள் ஆதித்த கரிகாலனிடம் தன் நெஞ்சைப் பறி கொடுத்திருக்கக் கூடும். அதைச் சொல்லத் தயங்குகிறாள் போலும்! ஐயோ, பாவம்! அப்படியானால் இவளுக்கு ஆறுதல் சொல்ல வேண்டியதுதான்.

"பெண்ணே! நெஞ்சைத் திடப்படுத்திக் கொள். மனத்தில் உள்ளதைத் தைரியமாகச் சொல்லு! இறந்து போனவன் உன் தமையன் அல்ல. என் அண்ணன் தான். அதற்காக நீ ஏன் அழவேண்டும்? ஒருவேளை உங்கள் வீட்டில் விருந்தாளியாக வந்திருந்த போது இப்படியாகி விட்டதே என்று நினைத்து வருந்துகிறாயாக்கும்! அதற்கு நீ என்ன செய்வாய்? வீட்டில் பெரியவர்கள் பலர் இருந்திருக்கிறார்கள். பொறுப்பு அவர்களுடையதே..."

"இல்லை, தேவி, இல்லை! பொறுப்பு என்னுடையது தான்! அதனாலேயே எவ்வளவு அடக்கிப் பார்த்தும் என் துயரத்தை அடக்க முடியவில்லை. என் கண்களிலிருந்து கண்ணீர் பெருகுவதும் நிற்கவில்லை. இந்தக் கையில் பிடித்த கத்தியினால் அந்த வீராதி வீரரைக் கொன்றேன் என்று எண்ணும்போது என் நெஞ்சம் வெடித்துச் சிதள் சிதளாகி விடும்போல் இருக்கிறது..."

குந்தவை தேவி திடுக்கிட்டவளாய், "பெண்ணே! இது என்ன பிதற்றுகிறாய்? உனக்குச் சித்தப் பிரமை பிடித்து விட்டதா?" என்றாள்.

"இல்லை, இல்லை! எனக்குச் சித்தப் பிரமை இல்லை, பிடித்தால் இனிமேல்தான் பிடிக்கவேண்டும். உண்மையில் நடந்ததையே சொல்கிறேன். ஆதித்த கரிகாலரைக் கொன்றவள் இந்தப் பாதகி தான். தங்களிடம் உண்மையைச் சொல்லித் தக்க தண்டனை பெறுவதற்காகவே வந்தேன்..."

"சீச்சீ! இது என்ன அவதூறு? வீராதி வீரனாகிய என் தமையன், ஒரு பெண்ணின் கையால் கொலையுண்டதாக என்னை நம்பச் சொல்கிறாயா? இம்மாதிரி சொல்லும்படி உனக்கு யார் கற்பித்துக் கொடுத்தார்கள்..."

"ஒருவரும் கற்பித்துக் கொடுக்கவில்லை! தேவி! நான் சொல்லுவதை யாரும் நம்பக்கூட மறுக்கிறார்கள். என் தமையனும், தந்தையும் கூட நான் சொல்வதை ஒப்புக் கொள்ளவில்லை."

"ஏன் வீண் கதை சொல்லுகிறாய்? அவர்கள்தான் உனக்கு இவ்விதம் சொல்லும்படி கற்பித்திருக்க வேண்டும் அல்லது நீயே உன்னுடைய தந்தையையும், தமையனையும் காப்பாற்றுவதற்காக இப்படிக் கற்பனை செய்து கொண்டு வந்தாய் போலும்!"

"தேவி! அவர்களை ஏன் நான் காப்பாற்ற முயல வேண்டும்? என் விருப்பத்துக்கு விரோதமாக அவர்கள் என்னை மணம் செய்து கொடுக்கப் பார்த்தார்கள். முதலில் 'மதுராந்தகத் தேவரைக் கட்டிக்கொள்' என்றார்கள். பிறகு திடீரென்று ஆதித்த கரிகாலரை அழைத்து வந்து 'இவரைத் தான் நீ மணந்து கொள்ள வேண்டும். மணந்து கொண்டால் சோழ சிங்காதனம் ஏறுவாய்!' என்றார்கள். அப்படி என்னைப் பலி கொடுக்கப் பார்த்தவர்களுக்காக நான் பரிந்து ஏன் வர வேண்டும்? அவர்கள் செய்த குற்றத்தை நான் செய்ததாக ஏன் ஒப்புக்கொள்ள வேண்டும்? இல்லவே இல்லை!" என்று கூறினாள் மணிமேகலை.

"பெண்ணே! நீ சொல்லுவது ஒன்றைவிட ஒன்று விசித்திரமாயிருக்கிறது. என் தமையன் கரிகாலனை மணந்து கொள்ளும் பாக்கியத்துக்காக எத்தனையோ ராஜாதிராஜாக்களின் குமாரிகள் தவங்கிடந்தார்கள். அப்படியிருக்க உன் தந்தையும் தமையனும் உன்னைப் பலி கொடுக்க விரும்பியதாக நீ சொல்லுவது ஏன்? சோழர் குலத்தில் வாழ்க்கைப்படுதல் அவ்வளவு பயங்கரமான துன்பம் என்று நீ கருதியது ஏன்?"

"தேவி! எனக்குக் கூடப் பிறந்த தமக்கையோ, தங்கையோ, யாரும் இல்லை. தங்களையே என்னுடைய உடன் பிறந்த சகோதரியாக நினைத்துச் சொல்கிறேன்..." என்றாள் மணிமேகலை.

"என் தமையனைக் கொன்றதாகச் சொல்லுகிறாய். என்னுடன் சகோதரி உறவு கொண்டாட எப்படித் துணிகிறாய்?" என்று இளைய பிராட்டி சற்றுக் கடுமையாகக் கேட்டாள்.

"எனக்கு அந்த உரிமை உண்டு. தங்கள் சகோதரர் கரிகாலர் என்னைக் கூடப் பிறந்த சகோதரியாக எண்ணினார். அவ்வாறு தம் கைப்பட எழுதியும் இருக்கிறார். அதை நினைக்கும் போதுதான் அவரை நான் கொல்லும்படி நேர்ந்தது குறித்து என் உள்ளம் துடிக்கிறது. அதற்குப் பிராயச்சித்தம் என்னவென்று கேட்பதற்காகவே தங்களிடம் வந்தேன்!" என்று கூறிவிட்டு மீண்டும் விம்மினாள் மணிமேகலை.

இளைய பிராட்டி வானதியிடம் மெதுவான குரலில், "பாவம்! இந்தப் பெண்ணுக்கு உண்மையிலேயே சித்தப்பிரமை தான் போலிருக்கிறது. இந்தச் சமயத்தில் இவளை அழைத்துக் கொண்டு வந்தாயே? திடீரென்று வெறி முற்றி விட்டால் என்ன செய்கிறது?" என்றாள்.

வானதி, "அக்கா! எனக்கும் கவலையாகத்தானிருக்கிறது. தயவு செய்து கோபமாகப் பேசாதீர்கள். நல்ல வார்த்தையாகப் பேசி அவளை திருப்பி அனுப்பி விடுவோம்!" என்றாள்.

குந்தவை மணிமேகலையைப் பார்த்து, "பெண்ணே! நடந்தது நடந்துவிட்டது. எல்லாம் விதியின் செயல்! வருத்தப்படாதே! என்னை உன் தமக்கையாகவே நீ பாவித்துக் கொள்ளலாம். ஏதோ சொல்லவேண்டும் என்றாயே? அது என்ன? அல்லது நீ விரும்பினால் இன்னொரு சமயம் வேண்டுமானாலும் சொல்லிக் கொள்ளலாம்!" என்றாள்.

"இல்லை, இல்லை இப்போதே சொல்லி விடுகிறேன். அக்கா! தாங்கள் பெண்ணாய்ப் பிறந்தவர்கள் ஆகையால், நான் சொல்வதைத் தெரிந்து கொள்வீர்கள். புருஷர்களிடம் எவ்வளவு சொன்னாலும் அவர்களால் தெரிந்து கொள்ள முடியாது. ஒரு பெண் தன் உள்ளத்தை ஒருவனுக்குக் கொடுத்து விட்டாள் என்று வைத்துக்கொள்ளுங்கள்.

அப்படிப்பட்டவர் கையில் ஆயுதம் ஒன்றுமின்றி நிராதரவாக இருக்கும் போது, இன்னொருவன் கையில் பெரிய வாளை எடுத்துக் கொண்டு அவரைக் கொல்லப் போகிறான் என்று வைத்துக் கொள்ளுங்கள். அப்போது அந்தப் பெண் உண்மையான அன்புள்ளவள் என்றால், என்ன செய்வாள்? பார்த்துக் கொண்டு சும்மா இருப்பாளா...?"

குந்தவைக்கு உடனே மந்தாகினியின் நினைவு வந்தது. அவளுடைய கண்களில் கண்ணீர் துளித்தது. "அது எப்படிச் சும்மா பார்த்துக் கொண்டிருப்பாள்? குறுக்கே சென்று தன் உயிரைக் கொடுத்தாவது தன் காதலனுடைய உயிரைக் காப்பாற்ற முயன்றிருப்பாள்!"

இதைக் கேட்ட மணிமேகலை, "ஆகா! இந்த மாதிரி யோசனை சொல்ல யாரும் இல்லாமற் போய்விட்டார்களே. அந்தப் பாதகி பழுவூர் நந்தினியின் யோசனையைக் கேட்டல்லவா மோசம் போய்விட்டேன்? என்னைத் தன் உடன் பிறந்த சகோதரியாக பாவித்து, என் காதலருக்கு மணம் செய்து வைக்கவும் எண்ணியிருந்த உத்தமரை இந்தப் பாவியின் கைகளால் கொன்றுவிட்டேனே?" என்று சொல்லி விம்மினாள்.

இளைய பிராட்டி குந்தவை தேவி திரும்பி வானதியைப் பார்த்து, "வெறி முற்றிக் கொண்டு வருகிறது!" என்று மெல்லிய குரலில் கூறினாள்.

பின்னர், மணிமேகலையை நோக்கி, "பெண்ணே! அழ வேண்டாம்! நடந்தது என்னவென்று சொல்லு! இல்லாவிட்டால் இன்னொரு சமயம் சொல்லுகிறாயா?" என்றாள்.

"இல்லை, இல்லை, இப்போதே சொல்லி விடுகிறேன் அக்கா! என் தமையன் கந்தமாறன் வெகு காலமாகத் தன் சிநேகிதர் ஒருவரைப்பற்றி எனக்குச் சொல்லி வந்தான். அவர் சில மாதங்களுக்கு முன்னால் ஒரு நாள் கடம்பூரில் உள்ள எங்கள் மாளிகைக்கு வந்தார். அவரைப் பார்த்தவுடனேயே என் நெஞ்சம் 'இவர்தான் என் நாயகர்' என்று தீர்மானித்து விட்டது..."

இளைய பிராட்டி குரலில் சிறிது நடுக்கத்துடனேயே, "அப்படி உன் உள்ளத்தைக் கொள்ளை கொண்ட பாக்கியசாலி யார்?" என்று கேட்டாள்.

"அவரைப் பாக்கியசாலி என்றா சொல்கிறீர்கள்! இல்லை, இல்லை. என் உள்ளம் அவரிடம் சென்றபோது, என் துரதிர்ஷ்டமும் அவரைப் பிடித்துக்கொண்டது. இன்று இந்தத் தஞ்சாவூர்க் கோட்டையின் பாதாளச் சிறையில் அவர் அடைபட்டுக் கிடக்கிறார். அக்கா! பழுவேட்டரையர் வீட்டுப் பெண்கள் சொன்னார்கள். இந்தக் கோட்டையிலுள்ள பாதாளச் சிறை ரொம்பப் பயங்கரமாக இருக்குமாமே? அதற்குள் அடைப்பட்டவர்கள் திரும்ப உயிரோடு வருவதில்லையாமே?" என்றாள்.

"அதெல்லாம் பொய், பெண்ணே! நானும் இதோ நிற்கும் வானதியும் பாதாளச் சிறைக்குச் சில காலத்துக்கு முன்பு கூடப் போயிருக்கிறோம்.."

"தேவி! நான் பாதாளச் சிறைக்குப் போக முடியுமா? ஒரு தடவை அவரைப் பார்க்க முடியுமா?"

"அவர் யார் என்று நீ இன்னும் சொல்லவில்லை பெண்ணே!"

"அவர் வாணர் குலத்து இளவரசர். பெயர் வந்தியத்தேவர்!"

குந்தவையும் வானதியும் ஒருவரையொருவர் பார்த்துக் கொண்டார்கள்.

வானதி இப்போது குறுக்கிட்டு, "அவரைப்பற்றி உனக்கு என்ன இவ்வளவு கவலை? அவருக்கும் உனக்கும் என்ன உறவு?" என்று கேட்டாள்.

மணிமேகலை வானதியைப் பார்த்து, "நீ யார் அதைக் கேட்பதற்கு?" என்று ஆத்திரமாய்க் கூறினாள்.

உடனே தணிவடைந்து, "கோபித்துக் கொள்ளாதே அம்மா! நீ கொடும்பாளூர் இளவரசி வானதி அல்லவா? உன்னுடைய பெரிய தகப்பனார் தானே இன்று இக்கோட்டையின்

அதிபதியாக இருக்கிறார்? உன் காலில் விழுந்து கேட்டுக் கொள்கிறேன். எனக்கு ஒரு வரம் கொடு! உன் பெரிய தகப்பனார் பெரிய வேளாரிடம் சொல்லி வந்தியத்தேவரைப் பாதாளச் சிறையிலிருந்து விடுதலை செய்! அவருக்குப் பதிலாக என்னைப் பாதாளச் சிறையில் போடச் சொல்லு! இளவரசர் கரிகாலரைக் கொன்ற பாதகி நான்! என் குற்றத்தை நானே ஒப்புக்கொள்ளும் போது, இன்னொருவர் பேரில் குற்றம் சுமத்துவது என்ன நியாயம்? தேவி! தங்களையும் அடிபணிந்து கேட்டுக்கொள்கிறேன். கொடும்பாளூர் பெரிய வேளார் நியாயம் செய்யாவிட்டால், தங்கள் தந்தை சக்கரவர்த்தியிடம் நேரில் முறையிட்டுக் கொள்ள விரும்புகிறேன். அதற்குத் தாங்கள் உதவி செய்ய வேண்டும்!" என்றாள் மணிமேகலை.

குந்தவையின் உள்ளம் பல உணர்ச்சிகளால் அலைகடல் போலக் கொந்தளித்தது. வந்தியத்தேவரைப் பாதாளச் சிறையில் போய்ப் பார்ப்பதற்குக் கூட தயங்கிக் கொண்டிருந்தாள். இந்தப் பெண்ணோ வந்தியத்தேவரிடம் கொண்ட காதல் நிமித்தமாகக் கொலைக் குற்றத்தையே ஒப்புக்கொள்ள முன்வந்திருக்கிறாள்!

ஆனால் இவள் கூறுவதில் எவ்வளவு உண்மை? எவ்வளவு கற்பனை? காதலனைக் காப்பாற்றுவதற்காக இப்படிக் கற்பனை செய்து கூறுகிறாளா? ஒருவேளை நந்தினியின் துர்ப்போதனையைப் பற்றிக் கூறினாளே, அதனால் மதிமயங்கி இவளே அக்கொடிய செயலைச் செய்திருக்கவும் கூடுமா?

இல்லை, இல்லை. இவளால் அந்தப் பாதகத்தைச் செய்திருக்க முடியாது. வந்தியத்தேவரைக் கொலைக் குற்றத்திலிருந்து தப்புவிப்பதற்கே இவ்விதம் சொல்லுகிறாள். இவள் பேசும் விதத்திலிருந்து இது நன்கு தெரிகிறது. இவள் பேச்சை யாரும் நம்பமாட்டார்கள். இவள் பேச்சை நம்பி வந்தியத்தேவரை விடுதலை செய்யவும் மாட்டார்கள். ஆனாலும், இவளிடமிருந்து இன்னும் ஏதேனும் தெரிந்து கொள்ள முடியுமா என்று பார்க்க வேண்டும். கரிகாலனுடைய அகால மரணத்தில் ஏதோ மர்மம் இருக்கிறது என்பது நிச்சயம். அதை இந்தப் பெண்ணின் மூலமாக வெளிப்படுத்த முடியுமா?

"மணிமேகலை! உன் நெஞ்சின் உறுதியைப் பாராட்டுகிறேன். உன் காதலனைக் காப்பாற்றும் பொருட்டு நீ உன்னுடைய குற்றத்தை ஒப்புக்கொள்ள முன் வந்ததைப் பாராட்டுகிறேன். இம்மாதிரி அரிய செயல்களைக் கதைகளிலும் காவியங்களிலும் தான் கேள்விப்பட்டிருக்கிறோம். உன்னைப் பற்றிக் கவிபாடுவதற்குச் சங்கப் புலவர் யாரும் இந்த நாளில் இல்லாமற் போய்விட்டார்கள். ஆனால் உன் வார்த்தையை நான் நம்பினாலும் மற்றவர்கள் நம்ப வேண்டுமே? கரிகாலருடைய உயிரற்ற உடம்புக்குப் பக்கத்தில் வந்தியத்தேவர் இருந்ததாக உன் தந்தையும், தமையனும் சொல்லுகிறார்களே? அவர்கள் பேச்சை நம்புவார்களா? உன் வார்த்தையை நம்புவார்களா? உன் வார்த்தையை நம்புவதற்கு இன்னொரு தடையும் இருக்கிறது. வல்லத்து இளவரசரை நான்தான் அவசரமாக என் தமையனிடம் அனுப்பினேன். கடம்பூருக்குப் போகாமல் தடுத்து விடும்படி சொல்லி அனுப்பினேன். அப்படிப் போனாலும் கரிகாலனை விட்டு ஒரு கணமும் பிரியாமலிருந்து அவனுக்குப் பாதுகாப்பாயிருக்க வேண்டும் என்று சொல்லி அனுப்பினேன். அன்றியும் கரிகாலனின் மெய் காவற்படையைச் சேர்ந்தவர் வல்லத்து இளவரசர். கரிகாலன் மரணமடையும்போது இவர் அருகில் இருந்திருக்கிறார். அப்படியிருந்தும் அவனைக் காப்பாற்றவில்லை. ஆகையினால் கடமையில் தவறிவிட்டவராகிறார். தம் உயிரைக் கொடுத்தாவது கரிகாலனுடைய உயிரை இவர் காப்பாற்றியிருக்க வேண்டும். இவரே கொல்லவில்லை என்று ஏற்பட்டாலும், கடமையில் தவறியதற்குத் தக்க தண்டனை உண்டல்லவா?"

"தேவி! அவர் தமது கடமையில் சிறிதும் தவறவில்லை."

"அதற்கு உன் வார்த்தையைத் தவிர வேறு என்ன அத்தாட்சி இருக்கிறது?"

"இதோ அத்தாட்சி இருக்கிறது! தங்கள் தமையனாரின் எழுத்து மூலமான அத்தாட்சியே இருக்கிறது!" என்று கூறிக்கொண்டே மணிமேகலை தன் இடையில் செருகியிருந்த ஓலை ஒன்றை எடுத்துக் கொடுத்தாள்.

குந்தவை அளவில்லா ஆர்வத்துடன் அந்த ஓலையைப் படித்தாள். ஆம்; ஆதித்த கரிகாலரின் சொந்தக் கையெழுத்துத்தான் அது. வேறு யாருக்கும் தெரியக்கூடாது என்பதற்காக அவனே எழுதியிருக்கிறான். குந்தவைக்குத்தான் முகவரியிட்டு எழுதியுள்ளான்.

"என் அருமை சகோதரியார், சக்கரவர்த்தித் திருமகளார், இளைய பிராட்டியார் குந்தவை தேவிக்கு, ஆதித்த கரிகாலன் எழுதியது. எத்தனையோ காலமாக எனக்கு இரவில் தூக்கம் கிடையாது. மூன்று ஆண்டுகளுக்கு முன்னால் ஒரு கொடிய பாவம் செய்தேன். சரணாகதி அடைந்த பகைவனைக் கொன்றேன். அவனும் அவனுக்காக உயிர்ப்பிச்சை கேட்டவளும் என்னை வருத்திக் கொண்டிருக்கிறார்கள். அவர்கள் என்னை நிம்மதியாகத் தூங்கவிடுவதில்லை.

இன்று அதிகாலையில் தூக்கமில்லாமல் வெளியே வந்த போது வால் நட்சத்திரம் விழுந்து மறைவதைக் கண்டேன். என் உடம்பிலிருந்தும் ஏதோ அச்சமயம் போய்விட்டது. இப்போது வெறும் கூடு மாத்திரமே இருக்கிறது. சகோதரி! இந்தத் துர்நிமித்தம் என்னோடு போகட்டும். நம் அருமைத் தந்தைக்கும், அருள்மொழிக்கும் ஒன்றும் நேராமல் ஏகாம்பரநாதர் காப்பாற்றட்டும்.

நானும் நீயும் நம் இளம்பிராயத்தில் சோழ சாம்ராஜ்யத்தின் உன்னதத்தைப் பற்றி எவ்வளவோ கனவு கண்டோம். அவற்றை என்னால் நிறைவேற்றக் கூடவில்லை. என் தம்பி நிறைவேற்றுவான். அவன் மூன்று உலகையும் ஆளப்பிறந்தவன். அவனுக்கு வல்லத்திளவரசன் வந்தியத்தேவன் துணையாக இருப்பான்.

தேவி! வந்தியத்தேவன் நீ இட்ட பணிகளை நன்கு நிறைவேற்றினான் என்று அறிந்து திருப்தி அடைந்தேன். இல்லாவிடில் அவனை இங்கே இவ்வளவு முக்கியமான காரியத்துக்கு அனுப்பியிருக்க மாட்டாய். என்னை, என் விதியிலிருந்து காப்பாற்ற அனுப்பியிருக்க மாட்டாய்.

சகோதரி! இங்கே எனக்கு ஏதாவது நேர்ந்து விட்டால், அதற்கு என் விதியும் என் பிடிவாதமும்தான் பொறுப்பே தவிர வந்தியத்தேவன் பொறுப்பு அல்ல. நீ சொல்லி அனுப்பியபடி அவன் இந்த கடம்பூர் மாளிகைக்கு வராமல் தடுக்க எவ்வளவோ முயன்றான். இந்த மாளிகைக்கு வந்த பிறகு நிழலைப் போல என்னைத் தொடர்ந்து கொண்டிருக்கிறான். அதற்காகவே இந்த வீட்டுப் பெண் மணிமேகலையைச் சிநேகம் பிடித்து வைத்துக் கொண்டிருக்கிறான். அவளுடைய உதவியினால் நான் போக உத்தேசித்திருக்கும் இடத்துக்கு முன்னதாகவே போய் ஒளிந்து கொண்டிருக்கிறான். எல்லாம் என்னைக் காப்பாற்றுவதற்காகத்தான்.

ஆனால் விதியிலிருந்தும், வினை வசத்திலிருந்தும் ஒருவர் இன்னொருவரைக் காப்பாற்ற முடியுமா?

படம் எடுத்து ஆடும் நாக சர்ப்பத்தின் மோகன சக்தியினால் கவரப்பட்ட சிறிய பிராணிகள் தாங்களே வலியச் சென்று அப்பாம்புக்கு இரையாகி மடியும் என்று கேள்விப்பட்டிருப்பாய். அம்மாதிரியே நானும் நந்தினியிடம் போகிறேன். அவள் நம் சகோதரி என்று எனக்கு எச்சரிக்கை அனுப்பியிருக்கிறாய். அதை நம்ப முடியவில்லை. ஆயினும் அவள் விஷயமான மர்மம் ஏதோ ஒன்று இருக்கிறது. அதை அறிந்து கொள்வதற்கே போகிறேன். எப்படியும் இன்று உண்மையை அறிந்து கொள்வேன்.

என் விதி என்ன ஆனாலும், வந்தியத்தேவன் பேரில் குற்றம் யாதுமில்லை. அவன் உன் கட்டளையைச் சரிவர நிறைவேற்றி வருகிறான். சகோதரி! அந்த மாயமோகினி நந்தினியின் வலையில் கந்தமாறனும், பார்த்திபேந்திரனும் அடியோடு விழுந்து விட்டார்கள். அப்படி

விழாமல் தப்பிப் பிழைத்தவன் வந்தியத்தேவன் ஒருவன்தான்.

அவனுக்கு என்ன பரிசு கொடுப்பது என்று எனக்குத் தெரியவில்லை. இந்த வீட்டில் மிகச் சூடிகையான பெண் ஒருத்தி இருக்கிறாள். என் உடன் பிறந்த சகோதரியைப் போல் அவள் பேரில் எனக்குப் பிரியம் உண்டாகிவிட்டது. மணிமேகலையை வந்தியத்தேவனுக்குத் திருமணம் செய்வித்தால், அவனுக்கு நல்ல பரிசாக இருக்கும். ஆனால், சகோதரி, உனக்கு இது சம்மதமாக இருக்குமோ, என்னமோ தெரியாது.

என் அருமைத் தங்காய்! இந்த ஓலையை அந்தப் பெண்ணிடந்தான் ஒப்புவிக்கப் போகிறேன். நல்லவேளையாக அவளுக்குப் படிக்கத் தெரியாது. அவளைக் குறித்து உன் விருப்பம் எப்படியோ அப்படிச் செய்! நம் குடும்பத்தில் நீயே மிகச் சிறந்த அறிவாளி. உன் வார்த்தையை நான் தட்டி நடந்தேன். அதன் பலனை அனுபவிக்கப் போகிறேன். தம்பி அருள்மொழியாவது உன் யோசனைப்படி நடந்து சோழ சாம்ராஜ்யத்தை மகோந்நத நிலைக்குக் கொண்டு வருவானாக..."

இந்த இடத்தில் எழுத்து நின்று போயிருந்தது. ஓலையைப் படித்து முடிக்கும்போது குந்தவையின் கண்களிலிருந்து கண்ணீர் சொரிந்தது.

கண்களைச் சட்டென்று துடைத்துக் கொண்டு, மணிமேகலையைப் பார்த்து, "பெண்ணே! இந்த ஓலை உன்னிடம் எப்படி வந்தது? யார் கொடுத்தார்கள்?" என்று கேட்டாள்.

"தேவி! இளவரசரே என்னிடம் கொடுத்தார், அவரைப் பற்றி நந்தினி என்னவெல்லாமோ தவறாகச் சொல்லியிருந்தாள். ஆகையால் எனக்குத்தான், காதல் ஓலை எழுதியிருக்கிறார் என்று முதலில் நினைத்துக் கொண்டேன். இதைத் தீயில் போட்டுப் பொசுக்கிவிட எண்ணினேன். பிறகு என்னதான் எழுதியிருக்கிறார் என்று பார்க்கலாம் என்று நினைத்துப் பத்திரப்படுத்தி வைத்தேன். என் தோழி சந்திரமதியிடம் கொடுத்துப் படித்துக் காட்டச் சொன்னேன். என்னைத் தம் உடன் பிறந்த சகோதரி என்று எழுதியிருக்கும் வீர புருஷரை இந்தக் கைகளினால் கொன்று விட்டேன் என்று எண்ணும் போது என் நெஞ்சு துடிக்கிறது. தேவி! படுகொலை செய்த பாதகிக்கு என்ன தண்டனை உண்டோ அதை எனக்குக் கொடுக்கும்படி செய்யுங்கள்!" என்று வேண்டினாள் மணிமேகலை.

அவளுடைய பரபரப்பும், அவள் பேசிய விதமும், அவள் இதைக் கற்பனை செய்து சொல்லுகிறாள், வந்தியத்தேவரைக் காப்பாற்றுவதற்காகச் சொல்லுகிறாள் என்பதை நன்கு வெளிப்படுத்தின. குந்தவை அதை அறிந்து கொண்டாள். ஆயினும் அவள் கொண்டு வந்த ஓலை கற்பனை அல்ல. அது கரிகாலரின் சொந்த எழுத்து. வந்தியத்தேவரைச் சிறை மீட்கவும் பயங்கரமான கொலைக் குற்றம் அவர் மீது சாராமல் தடுக்கவும் இந்த ஓலையே போதும். இந்தப் பெண் வாயை மூடிக் கொண்டிருந்தால் ரொம்ப அனுகூலமாயிருக்கும். ஆனால்

எப்படி இப்பெண்ணைச் சும்மா இருக்கப் பண்ணுவது?

"மணிமேகலை! இன்னமும் கரிகாலரை நீ தான் கொன்றதாகச் சாதிக்கிறாயா?" என்று கேட்டாள்.

"ஆம், தேவி!"

"இந்த ஓலையைப் படிக்கச் சொல்லிக் கேட்டதாகச் சொல்கிறாய். இதில் உன்னை உடன் பிறந்த சகோதரி என்று கரிகாலன் குறிப்பிட்டிருக்கிறான். அவ்வளவு உன் மேல் பிரியம் வைத்திருந்தவனை நீ எதற்காகக் கொல்ல வேண்டும்?"

"ஓலையை முன்னதாகப் படித்திருந்தால், அந்தப் பயங்கரமான காரியத்தைச் செய்திருக்க மாட்டேன். அவருடைய மனத்தை அறியாமல் செய்துவிட்டேன். அந்த வஞ் சகி நந்தினியும் என் மனத்தைக் கெடுத்து வைத்திருந்தாள்."

"எந்த விதத்தில் கெடுத்திருந்தாள்?"

"வந்தியத்தேவர் மீது கரிகாலர் துவேஷம் கொண்டிருப்பதாகவும் அவரைக் கொன்றாலும் கொன்றுவிடுவார் என்றும் அடிக்கடி சொல்லிக் கொண்டிருந்தாள். அதற்குத் தகுந்தாற் போல கரிகாலரும் கையில் வாளை தூக்கிக் கொண்டு, 'எங்கே அந்த வந்தியத்தேவன்? அவனை இதோ கொன்றுவிடுகிறேன்!' என்று கூத்தாடவே, நான் உண்மையென்று நம்பிவிட்டேன். உடனே என் கையிலிருந்த கத்தியினால்...."

"பெண்ணே! இந்தப் பேச்சை விட்டுவிடு. வீராதி வீரனாகிய ஆதித்த கரிகாலனை ஓர் அபலைப் பெண் கொன்றாள் என்பதை நான் நம்பினாலும் உலகம் நம்பவே நம்பாது."

"தேவி! வேறு யார் கொன்றிருக்க முடியும்? கரிகாலருடைய உடல் கிடந்த இருட்டறையில் வந்தியத்தேவரும் நானும் மட்டுமே இருந்தோம். அவர் கொல்லவில்லை. பின்னே, நான்தானே கொன்றிருக்க வேண்டும்?"

"நீ இப்படிச் சொல்வதினால் இறந்து போன என் தமையனுக்கு அபகீர்த்தி உண்டாக்குகிறாய். மேலும் இன்னொன்று யோசித்துப் பார்! வாணர் குலத்து இளவரசர் நீ கொலைக் குற்றம் செய்தாய் என்பதை ஒப்புக் கொண்டு சும்மா இருப்பாரா? நீ அவரைக் காப்பாற்ற விரும்புவது போல் அவர் உன்னைக் காப்பாற்ற விரும்ப மாட்டாரா? நீ பிடிவாதமாகச் சொல்வது போல் அவரும் 'நான் தான் கொன்றேன்' என்பார். நீ பெண் என்பதற்காக உன்னை ஒருவேளை மன்னித்து விடுவார்கள். அவரை மன்னிக்க மாட்டார்கள். இராஜ குலத்தினரைக் கொன்ற துரோகிகளுக்கு எவ்வளவு பயங்கரமான தண்டனை விதிக்கப்படும் என்று உனக்குத் தெரியும் அல்லவா? நாற்சந்தியில் நிறுத்தி வைத்து..."

இதைக் கேட்ட மணிமேகலை 'ஓ'வென்று அழுது விட்டாள். தேம்பி அழுதுகொண்டே, "அக்கா! தாங்கள் தான் அவரைக் காப்பாற்ற வேண்டும்!" என்று கதறினாள்.

ஃ

52. விடுதலைக்குத் தடை

மணிமேகலைக்கு எப்படி ஆறுதல் கூறுவது என்று குந்தவைப் பிராட்டி யோசித்தாள். அவளுடைய உள்ளம் தாங்க முடியாத துயரத்தினாலும் கவலையினாலும் குழம்பியிருந்தபடியால், யோசனை ஒன்றும் தோன்றவில்லை.

அச்சமயத்தில் அரண்மனை வாசலில் பெரியதொரு கோஷம் எழுந்தது.

"வானதி! அது என்னவென்று பார்! சக்கரவர்த்தியின் மனோ நிலையையும் உடல் நிலையையும் கூட இந்த ஜனங்கள் மறந்து விடுகிறார்கள்! இப்படி ஆரவாரம் செய்கிறார்கள்!" என்றாள்.

வானதி அரண்மனையில் முகப்பில் சென்று எட்டிப் பார்த்து விட்டு உடனே அவசரமாகத் திரும்பி வந்தாள்.

மிகுந்த பரபரப்புடன், "அக்கா! அவர் வந்து கொண்டிருக்கிறார்!" என்றாள்.

"அவர் என்றால் யார்?" என்று புன்னகையுடன் கேட்டாள் குந்தவை.

"அவர்தான், அக்கா! உங்கள் தம்பி!"

உடனே குந்தவை, "சரி அப்படியானால் நீ இந்தப் பெண்ணைச் சற்று அப்பால் அழைத்துக் கொண்டு போ!" என்று சொன்னாள்.

வானதி தயங்குவதைப் பார்த்துவிட்டு, "சீக்கிரம் போ! உன்னைப் பார்க்காமல் அவன் போய்விட மாட்டான். நான் உனக்குச் சொல்லி அனுப்புகிறேன்" என்றாள் இளைய பிராட்டி குந்தவை.

வானதி மணிமேகலையின் கையைப் பிடித்து அழைத்துக் கொண்டு அப்பால் சென்றதும், பொன்னியின் செல்வன் அந்த இடத்துக்கு வந்தான்.

"தம்பி! இது என்ன நீ போகுமிடமெல்லாம் ஜனங்கள் கூடிக் கூச்சல் போடுகிறார்கள் என்று கேள்விப்பட்டேன். அவர்களை அரண்மனை வாசலுக்கே அழைத்துக் கொண்டு வந்து விட்டாயே! மனம் புண்ணாகி வேதனையில் ஆழ்ந்திருக்கும் சக்கரவர்த்தியின் காதில் இந்த ஜனங்களின் கூச்சல் விழுந்தால் அவருக்கு எவ்வளவு கஷ்டமாயிருக்கும்?" என்றாள்.

"நான் என்ன செய்யட்டும், அக்கா! எனக்கு மட்டும் மனவேதனை இல்லாமலா இருக்கிறது? கரிகாலருடைய வீரத்திருமேனி எரிந்து சாம்பலாவதற்குள்ளே இந்த ஜனங்கள் 'அருள்மொழிக்குப் பட்டம்' என்று கூச்சல் போடத் தொடங்கி விட்டார்கள். இந்தக் கூச்சல் எனக்கு கர்ண கடூரமாக இருக்கிறது. ஒவ்வொரு சமயம் ஒருவரிடமும் சொல்லிக் கொள்ளாமல் ஓடி போய்விடலாமா என்று எண்ணுகிறேன். அப்படிச் செய்தால் குழப்பம் இன்னும் அதிகமாகி விடுமோ என்றும் பயமாயிருக்கிறது. மதுராந்தகரும் சிற்றரசர்களும் சூழ்ச்சி செய்து என்னையும் கொன்று விட்டார்கள் என்று ஜனங்கள் நம்பினாலும் நம்புவார்கள். அதனால் ஏற்படக் கூடிய விபரீதங்களை நினைத்தால் என் உள்ளம் திடுக்கிட்டு நடுங்குகிறது."

"ஆம், ஆம்! அம்மாதிரி ஒரு காலும் செய்துவிடாதே! அந்த எண்ணத்தையே விட்டுவிடு! ஜனங்கள் நினைப்பது ஒருபுறம் இருக்கட்டும். சக்கரவர்த்தியின் நெஞ்சு நிச்சயமாகப் பிளந்து போய்விடும். மந்தாகினி தேவியையும், கரிகாலனையும் நினைத்து நினைத்து அவர் துயரப்பட்டுக் கொண்டிருப்பது போதும்!" என்றாள் இளைய பிராட்டி.

"ஆகையினால்தான் நான் ஓடிப் போகத் தயங்குகிறேன். எப்படியாவது ஜனங்களுக்கும், வீரர்களுக்கும் நல்ல வார்த்தை சொல்லி மதுராந்தகருக்குப் பட்டம் கட்ட அவர்களுடைய சம்மதத்தைப் பெறுவதற்குப் பார்க்கிறேன். நான் பேசும் போதெல்லாம் ஜனங்களும் சாவதானமாகக் கேட்டுக் கொண்டிருக்கிறார்கள். நான் இப்பால் திரும்பியதும் உடனே பழையபடி கோஷம் போடத் தொடங்கிவிடுகிறார்கள். நான் அவர்களுடைய மனத்தை மாற்றிவிட்டதாக நினைத்துக் கொண்டு இப்பால் வருகிறேன். உடனே திருக்கோவலூர்ப் பாட்டனும், கொடும்பாளூர் வேளானும் போய்ப் படை வீரர்களுடைய மனத்தை மாற்றி விடுகிறார்கள்! அக்கா! அவர்களைப் பற்றி உன்னிடம் சொல்லத்தான் வந்தேன். மலையமானையும் வேளாரையும் நீ அழைத்துப் பேச வேண்டும். நான் எது சொன்னாலும் அவர்கள் காதில் வாங்கிக் கொள்வதில்லை. நீ சொன்னால் ஒருவேளை கேட்பார்கள்..."

"நானும் எவ்வளவோ சொல்லிப் பார்த்துவிட்டேன், தம்பி! அவர்கள் பிடிவாதத்தை மாற்ற முடியவில்லை. வேறு ஏதேனும் உபாயத்தைத்தான் பார்க்கவேண்டும்.."

"அக்கா! வேளாரிடம் நீ ஒரு செய்தியைக் கூறியிருக்க மாட்டாய். அதைச் சொன்னால் அவர் ஒருவேளை எனக்குப் பட்டம் கட்டுவதில் இவ்வளவு பிடிவாதமாக இருக்க மாட்டார்."

"அது என்ன, தம்பி?"

"உன் தோழி வானதி செய்திருக்கும் சபதத்தைப் பற்றிக் கூற வேண்டும். அவள் என்னோடு சிங்காதனத்தில் அமருவதில்லை என்று சத்தியம் செய்திருக்கிறாள் அல்லவா? அதைப் பற்றிச் சொன்னால் பெரிய வேளாருக்கு எனக்குப் பட்டம் கட்டுவதில் அவ்வளவு சிரத்தை இல்லாமல் போய்விடும்!"

"தம்பி! அதை நான் அவரிடம் சொல்லவில்லையென்றா நினைத்தாய்? சொல்லியாகிவிட்டது. அதற்கு அவர் என்ன சொல்கிறார் தெரியுமா? 'ஒரு சிறு பெண்ணின் மூடத்தனத்துக்காக ஒரு பெரிய ராஜ்யத்தை பாழாக்கச் சொல்கிறீர்களா? வானதி இல்லாவிட்டால், இந்தப் பாரத தேசத்தில் நூறு இளவரசிகள் அருள்மொழிக்கு மாலையிடக்

காத்திருக்கிறார்கள். சிங்காதனம் ஏறச் சொன்னாலும் ஏறுவார்கள். கழுமரத்தில் ஏறச் சொன்னால் கூட ஏறுவார்கள்!" என்று சேனாதிபதி கூறிவிட்டு வானதியை ஒரு கோபப் பார்வை பார்த்தார். அந்தப் பெண் நடுநடுங்கிப் போய்விட்டாள்!"

அருள்மொழிவர்மன் புன்னகை புரிந்து, "நல்லவேளையாய் அப்பொழுது மூர்ச்சையாகிக் கீழே விழுந்துவிடவில்லையே!" என்று சொல்லிக் கொண்டே சுற்றுமுற்றும் பார்த்தான்.

"வானதியை ஒரு காரியமாக அனுப்பியிருக்கிறேன்" என்றாள் இளைய பிராட்டி.

"அக்கா! நீயும் வானதியும் என் கட்சியில் உறுதியாக இருந்தால் ஒரு மாதிரி சமாளிக்கலாம். நாம் இருவரும் சக்கரவர்த்தியிடம் செல்வோம். சக்கரவர்த்தியின் கண்டிப்பான கட்டளைக்குத்தான் இந்தக் கிழவர்கள் இருவரும் கீழ்ப்படிவார்கள்..."

"அதற்கும், ஓர் இடையூறு இருக்கிறதே, தம்பி! செம்பியன் மாதேவி குறுக்கே நிற்கிறார்களே? நாம் சொல்வதற்கு விரோதமாக அவர் பிடிவாதமாகச் சொன்னால் நம் தந்தைத்தான் என்ன செய்வார்! அவருடைய மனதே பேதலித்துப் போனாலும் போய்விடும். ஆகையால் இது விஷயமாகச் சக்கரவர்த்தியைத் தொந்தரவு செய்யவும் எனக்குப் பயமாயிருக்கிறது."

"அப்படியானால் நாம் இருவரும் சேர்ந்து செம்பியன் மாதேவியைத் தான் பிரார்த்தனை செய்து கேட்டுக் கொள்ளவேண்டும். அவருடைய மனத்தை மாற்ற முயல வேண்டும். மதுராந்தகருக்குப் பட்டம் கட்டக் கூடாது என்று அவர் பிடிவாதம் பிடிப்பதற்குக் காரணம் நாம் ஊகித்ததுதான். சற்று முன்னால் முதன்மந்திரி அநிருத்தர் வீட்டில் அவரைச் சந்தித்தேன். மதுராந்தகரிடம் இன்றைக்குத்தான் அவர் உண்மையைக் கூறினார். 'நீ என் மகன் அல்ல' என்று சொன்னதும், நம் சித்தப்பாவின் முகத்தை நீ பார்த்திருக்க வேண்டும். களை சொட்டும் அவருடைய அழகிய முகம் கோர ராட்சதனின் முகம் போல மாறிவிட்டது. நல்லவேளையாக அந்தச் சமயம் நான் போய்ச் சேர்ந்தேன்..."

"அப்படியா? அப்புறம் என்ன நடந்தது?" என்றாள் குந்தவை.

"பாட்டியின் முன்னால் கைக்கூப்பி நின்று, 'அம்மா! மதுராந்தகர் தங்கள் வயிற்றில் பிறந்த மகன் அல்ல என்பதை நானும் அறிவேன். அதனால் என்ன? தாங்கள் அருமையாக வளர்த்த புதல்வர் தங்கள் புதல்வரே அல்லவா? ஆகையால் அவர்தான் மகுடம் சூட்டிக் கொள்ளவேண்டும்' என்றேன்.."

"அதற்குப் பெரிய பிராட்டி செம்பியன் மாதேவி என்ன பதில் கூறினார்?"

"அவர் பதில் கூறுவதற்கு முன்னால் திரும்பி வந்து விட்டேன்.

"தம்பி! மதுராந்தகர் செம்பியன் மாதேவியின் புதல்வர் இல்லாவிட்டாலும், வேறு வகையில் அவருக்குச் சோழ சிம்மாசனத்துக்கு உரிமை உண்டு என்று நீ சொல்லவில்லையா? அவரும் நம் தந்தையின் புதல்வர், உன் தமையன் என்று கூறவில்லையா?"

"சொல்லவில்லை, அக்கா!"

"ஏன் தம்பி! அதனால் நம் தந்தைக்குக் களங்கம் உண்டாகும் என்று அஞ்சினாயா? அல்லது பின்னால் சொல்லிக்கொள்ளலாம் என்று எண்ணினாயா?"

"இல்லை அக்கா! நீயும் நானும் இத்தனை நாளும் அதைப் பற்றிக் கொண்டிருந்த நம்பிக்கை ஆதாரமற்றது என்று அறிந்தேன், அதனால்தான் அதைப்பற்றி ஒன்றும் சொல்லவில்லை..."

"அது எப்படி தம்பி?"

"ஆம், அக்கா! முதன்மந்திரி அநிருத்தருக்கு அந்தச் செய்தியெல்லாம் நன்றாய்த் தெரியும். நம் தந்தை ஈழத் தீவிலிருந்து திரும்பி வந்து இரண்டு ஆண்டுகளுக்கு பிறகு மதுராந்தகனும் நந்தினியும் இரட்டைக் குழந்தைகளாகப் பிறந்தார்களாம். ஆகையால், அவர்கள் நம் உடன் பிறந்தவர்களாக இருக்க முடியாதல்லவா?" என்றான் அருள்மொழி.

குந்தவை சிறிது நேரம் யோசனையில் ஆழ்ந்திருந்து விட்டு, "அருள்மொழி! இது தெரிந்தும் நீ மதுராந்தகருக்குப் பட்டத்தைக் கொடுப்பதற்கு விரும்புகிறாயா?" என்று கேட்டாள்.

"ஆம், அக்கா! எப்படியும் மதுராந்தகர் மந்தாகினி தேவியின் வயிற்றில் பிறந்த புதல்வர். செம்பியன் மாதேவி எடுத்து வளர்த்த புதல்வர். எனக்கோ இராஜ்யம் ஆளுவதில் சிறிதும் ஆசை கிடையாது. உன் தோழி வானதிக்கும் சிங்காதனம் ஏறும் விருப்பம் இல்லை..."

"தம்பி! இராம கதையில் பரதர் தமக்குக் கிடைத்த இராஜ்யத்தை வேண்டாமென்று சொல்லி இராமரை அழைத்து வரப் போனார். குஹன் இதை அறிந்ததும் 'ஆயிரம் இராமர் உனக்கு இணையாக மாட்டார்' என்று கூறினானாம். 'ஆயிரம் பரதர்கள் உனக்கு இணையாக மாட்டார்கள்' என்று சோழ நாட்டு மக்கள் சொல்லப் போகிறார்கள்."

"பிற்பாடு அவர்கள் எது வேணுமானாலும் சொல்லட்டும். இச்சமயம் என்னை விட்டால் போதும் என்றிருக்கிறது அக்கா! கடைசியாக நான் ஒரு யுக்தி கண்டுபிடித்து மனதிற்குள் வைத்திருக்கிறேன். அதைப் பற்றி உன் அபிப்ராயத்தை அறிந்து கொள்ள விரும்புகிறேன்..."

"அது என்ன யுக்தி, தம்பி?"

"குடந்தைக்கு அருகில் பழுவேட்டரையர்கள் படை திரட்டிச் சேர்த்து வருகிறார்கள் என்பது தெரியும் அல்லவா?"

"ஆமாம்; அவர்களுடன் பல சிற்றரசர்களும் வந்து சேர்ந்து கொண்டிருக்கிறார்கள் என்றும் தெரியும். ஆனால் அது மிகவும் சிறிய படை என்று கேள்விப்படுகிறேன். நம் பாட்டனாரும் வேளாரும் இங்கே வைத்திருக்கும் படையோடு போனால் மூன்றே முக்கால் நாழிகையில் அந்தப் படையை அழித்து விடுவோம் என்று சொல்கிறார்களே?"

"அப்படி ஒன்றும் நேராமலிருப்பதற்குத்தான் யுக்தி செய்திருக்கிறேன். ஒருவருக்கும் தெரியாமல் நான் மட்டும் ஒரு குதிரை மேல் ஏறிக் கொண்டு போய் பழுவேட்டரையர்களிடம் என்னை ஒப்புக் கொடுத்துவிடப் போகிறேன். அவர்கள் என்னைச் சிறைப்படுத்திவிடுவார்கள். அப்புறம் நம் பாட்டன் மலையமானும், சேனாதிபதி பெரிய வேளாரும் ஒன்றும் செய்ய முடியாது அல்லவா?"

குந்தவை மூக்கில் விரல் வைத்து அதிசயித்துவிட்டு, "அற்புதமான யுக்திதான். தம்பி! ஆனால் அதிலும் ஒரு சிறிய அபாயம் இருக்கிறது!" என்றாள்.

"அது என்ன, அக்கா?"

"நீ பழுவேட்டரையர்கள் திரட்டும் படையை அடைந்ததும், அந்தப் படையில் உள்ள வீரர்கள் என்ன செய்வார்கள், தெரியுமா? 'அருள்மொழிவர்மர் வாழ்க! பொன்னியின் செல்வருக்கே பட்டம்!' என்று கூச்சலிடத் தொடங்குவார்கள். உன்னைச் சிறை வைப்பதற்குப் பதிலாகப் பழுவேட்டரையர்களைப் பிடித்துச் சிறை வைத்தாலும் வைத்து விடுவார்கள்!"

அருள்மொழிவர்மர் சிறிது நேரம் திகைத்துப் போய் நின்றார். "ஆமாம்; அந்த அபாயம் ஏற்படலாம் என்று எனக்குத் தெரியாமற்போயிற்று. நல்ல வேளையாகத் தாங்கள் எச்சரித்தீர்கள். இந்தத் தஞ்சைப்புரிக் கோட்டைக்குள் மாறு வேடம் பூண்டு வந்தது போல அங்கேயும் மாறு வேடம் புனைந்து போகிறேன்..."

"என்னதான் மாறு வேடம் பூண்டு போனாலும், எத்தனை நேரம் உண்மை வெளிப்படாதிருக்கும், தம்பி? ஒருவருக்குத் தெரிந்தால் போதுமே? ஒரு நாழிகைக்கெல்லாம் எல்லாருக்கும் தெரிந்துவிடும். அக்கம் பக்கத்திலுள்ள ஜனங்களும் வந்து கூடி விடுவார்களே!"

அருள்மொழியின் முகம் சுருங்கிற்று. "அக்கா, பின்னர் என்னதான் என்னைச் செய்யச் சொல்கிறீர்கள்? இந்த உலகத்தில் எதற்காக நான் பிறந்தேன்? பிறருக்குத்

தொல்லை கொடுப்பதற்காகத்தானா? காவேரியில் நான் விழுந்து முழுகிய போதே இறந்து போயிருக்கக் கூடாதா?" என்றான்.

"தம்பி! யார் கண்டார்கள்? ஜோதிடர்களும் ரேகை சாஸ்திரங்களும் கூறியதெல்லாம் உண்மைதானோ, என்னமோ! நீ வேண்டாம் என்று தள்ளினாலும் இராஜ்ய லக்ஷ்மி உன்னை வந்து அடைவாள் போலிருக்கிறது. நீ பிறந்த வேளை அப்படி இருக்கிறது!"

"அக்கா! தாங்களும் நம் பாட்டன் மலையமானோடு சேர்ந்து கொண்டீர்கள்? தங்கள் மனமும் மாறிவிட்டதா?"

"பாட்டன் போதனையில் என் மனம் சலிக்கவில்லை தம்பி! ஆனால் அண்ணன் கரிகாலனுடைய ஓலையினால் கொஞ்சம் என் மனமும் மாறித்தான் இருக்கிறது. அவன் கண்ட கனவுகளையெல்லாம் நீ காரியத்தில் நிறைவேற்றுவாய் என்று எழுதியிருக்கிறான். அதைப் படித்ததும்..." என்று கூறியபோது குந்தவையின் கண்களில் கண்ணீர் ததும்பிக் குரலும் தழுதழுத்தது.

பொன்னியின் செல்வன் ஆதித்த கரிகாலனிடைய ஓலையை வாங்கிப் படித்தான். அவனுடைய கண்களிலேயிருந்தும் கண்ணீர் பொழிந்தது.

ஓலையை அவன் படித்து முடித்ததும் குந்தவை கூறினாள்: "தம்பி! நீ என்ன நினைத்துக் கொண்டாலும் சரிதான், என் மனத்தில் உள்ளதைச் சொல்லிவிடுகிறேன். மதுராந்தகனும், நந்தினியும் நம் சோழ குலத்தைச் சேர்ந்தவர்கள் அல்ல என்று தெரிந்து கொண்டதில் என் மனம் ஒருவாறு நிம்மதி அடைந்திருக்கிறது. சோழ குலத்தில் பிறக்காத ஒருவனைச் சோழ சிங்காதனம் ஏறச் செய்வதிலும், எனக்கு விருப்பம் இல்லை. செம்பியன் மாதேவியிடமும், மந்தாகினி தேவியிடமும் எனக்கு எவ்வளவு பக்தி இருந்தாலும், அவ்வளவு தூரம் விட்டுக் கொடுக்க என்னால் முடியவில்லை. மதுராந்தகனுக்குப் பட்டம் கட்டுவதை இனி ஒரு கணமும் என்னால் சகித்துக் கொள்ளவே முடியாது."

"அக்கா! அக்கா! இது என்ன சொல்கிறீர்? செம்பியன் மாதேவி முன்னாலும், அநிருத்தர் முன்னாலும் மதுராந்தகன் முன்னாலும் 'எனக்குப் பட்டம் வேண்டாம்' என்று சொல்லி விட்டு வந்தேன். ஆயிரமாயிரம் போர் வீரர்கள் முன்னாலும் மகாஜனங்களின் முன்னாலும் அவ்விதமே சொல்லிவிட்டு வந்திருக்கிறேன். இப்போது என் வார்த்தையை மீறச் சொல்கிறீர்களா?" என்று கேட்டான் அருள்மொழிவர்மன்.

"தம்பி! உனக்கும் எனக்கும் நம் குலதெய்வமான துர்க்கா பரமேசுவரிதான் வழி காட்ட வேண்டும். உனக்கு என்ன யோசனை சொல்லுவது என்று எனக்கும் தெளிவாகத் தெரியவில்லை. ஆதித்த கரிகாலன் என் வார்த்தையைக் கேட்டிருந்தால், இந்த மாதிரி நிலைமை ஏற்பட்டே இராது! அந்த மகாவீரனுக்கு இந்தக் கதியா நேர்ந்திருக்க வேண்டும்?" என்று குந்தவை புலம்பினாள்.

"இந்த ஓலை தங்களுக்கு எப்படிக் கிடைத்தது, அக்கா? யார் கொண்டு வந்தார்கள்? எப்போது தங்கள் கைக்கு வந்தது? ஏன் முன்னாலேயே சொல்லவில்லை?" என்றார் அருள்மொழி.

"சற்று முன்னாலே தான் எனக்கு வந்தது, சம்புவரையரின் மகள் மணிமேகலை கொண்டு வந்து கொடுத்தாள்.."

"ஆம்; ஆம்; மணிமேகலையைப் பற்றி நானும் கேள்விப் பட்டிருக்கிறேன். அவளிடம் இந்த ஓலை எவ்விதம் வந்தது?"

"அவளே இருக்கிறாள் தம்பி! நீயே நேரில் கேட்டுத் தெரிந்து கொள்! அவள் பேச்சை எவ்வளவு தூரம் நம்புவது என்று எனக்கே தெரியவில்லை" என்றாள் இளைய பிராட்டி.

அருள்மொழிவர்மன் உள்ளே வந்தவுடன் மணிமேகலையை அவன் முன்னால் நிறுத்தி, வந்தியதேவனைப் பற்றிய பிரஸ்தாபிக்கச் சொல்லுவதென்று இளைய பிராட்டி

தீர்மானித்திருந்தாள். இத்தனை சம்பாஷணைகளுக்கு மத்தியிலும் அவளுடைய உள்மனம் வந்தியத்தேவர் பாதாளச் சிறையில் இருப்பது பற்றிச் சிந்தித்துக் கொண்டிருந்தது. அவரைப் பற்றித் தானே பேச்சு எடுக்கக் குந்தவை விரும்பவில்லை. மணிமேகலையை அழைப்பதற்கு ஒரு தக்க சந்தர்ப்பத்தை எதிர்நோக்கியிருந்தாள். அந்தச் சந்தர்ப்பம் இப்போது கிடைத்ததும், வானதியைக் கூவி அழைத்து, மணிமேகலையையும் அழைத்து வரும்படி கூறினாள்.

மணிமேகலை வரும்போதே கண்ணீர் ததும்பிய சோகமயமான முகத்துடன் வந்தாள். இதைப் பார்த்த பொன்னியின் செல்வன் அவள் துயரப்படுவதற்குக் காரணமிருக்கிறது என்று எண்ணினார்.

"தம்பி! இந்தப் பெண்தான் மணிமேகலை, ஓலையை இவள்தான் கொண்டு வந்தாள், இது எப்படி இவளிடம் வந்தது என்று நீயே கேட்டுக் கொள்!"

"சகோதரி எங்கள் தமையன் கடைசியாக எழுதிய ஓலையை நீ கொண்டு வந்து பத்திரமாக ஒப்புவித்தாய். இதற்காக உன்னிடம் நாங்கள் என்றைக்கும் நன்றி செலுத்துவோம்!" என்று மேலே அருள்மொழிவர்மன் தொடர்வதற்குள்ளே, மணிமேகலை திடீரென்று அவன் முன்னால் விழுந்து வணங்கினாள்.

"இளவரசே! பொன்னியின் செல்வ! தாங்கள் இப்போது சொன்ன வார்த்தை சத்தியமா? என்னிடம் தாங்கள் நன்றி செலுத்துவது உண்மையானால்.."

இவ்வாறு சொல்லிவிட்டு மேலே பேச முடியாமல் மணிமேகலை விம்மி விம்மி அழத் தொடங்கினாள்.

"அக்கா! இது என்ன? இந்தப் பெண் எதற்காக இப்படி விம்மி அழுகிறாள்? ஒருவேளை இவளுடைய வீட்டில் நம் தமையன் இறக்க நேர்ந்ததே என்று வருந்துகிறாளா?"

"இல்லை, தம்பி! இவள் மனத்தில் இருப்பது வேறொரு காரியம். மணிமேகலை! என்னிடம் கூறியதை இளவரசரிடமும் சொல்லு!" என்று குந்தவைப் பிராட்டி அவளைத் தைரியப்படுத்தினாள்.

"ஐயா! தங்கள் தமையனைக் கொன்ற பாவி நான்தான். என்னைப் பாதாளச் சிறையில் போட்டுவிட்டு அவரை விடுதலை செய்யுங்கள்!" என்று அழுது கொண்டே கூறினாள்.

அருள்மொழிவர்மன் திகைப்புடன் குந்தவையைப் பார்த்து, "அக்கா! இவள் என்ன சொல்லுகிறாள்? இந்தப் பெண்ணுக்குப் பைத்தியம் பிடித்துவிட்டதா, என்ன?" என்று கேட்டார்.

"இவளுக்கு இன்னும் பைத்தியம் பிடிக்கவில்லை, தம்பி! ஆனால் சீக்கிரத்தில் வல்லத்து இளவரசரைப் பாதாளச் சிறையிலிருந்து விடுதலை செய்யாவிட்டால் இவளுக்குப் பைத்தியம் பிடித்தாலும் பிடித்துவிடும்!" என்றாள்.

"என்ன? என்ன? யார் பாதாளச் சிறையில் இருக்கிறது?" என்று வியப்புடன் கேட்டார் அருள்மொழி.

"ஈழ நாட்டுக்கு நான் ஓலை கொடுத்து அனுப்பிய வாணர் குல வீரரை அடியோடு மறந்துவிட்டாயா, தம்பி!"

நெடுங்கனவிலிருந்து அப்பொழுதுதான் விழித்து எழுந்து இவ்வுலக நினைவு வந்தவரைப் போல் அருள்மொழிவர்மன் ஒரு நிமிட நேரம் தோற்றமளித்தார்.

தஞ்சைக் கோட்டைக்குள் அவர் பிரவேசித்ததிலிருந்து ஒன்றன் பின் ஒன்றாக நடந்த சம்பவங்கள் அவருடைய கவனத்தை முழுதும் கவர்ந்திருந்தன. கரிகாலருடைய மரணச் செய்தி வந்த பிறகு, சோழ சிங்காசனத்தில் மதுராந்தகரை ஏறச் செய்யும் மார்க்கத்தைப் பற்றிச் சிந்திப்பதிலேயே அவருடைய உள்ளம் முழுவதும் ஈடுபட்டிருந்தது.

வந்தியத்தேவனைப் பற்றி உண்மையிலேயே அவர் மறந்து விட்டிருந்தார்.

இப்போது அவன் பெயரைக் கேட்டதும் ஒரு துள்ளுத் துள்ளி, "யார்? என்னுடைய அருமை நண்பர் வந்தியத்தேவரா பாதாளச் சிறையில் இருக்கிறார். எதற்காக? யார் அவரைச் சிறையில் அடைத்தது?" என்று கேட்டார்.

மணிமகலை கூறிய விவரங்களைக் குந்தவை அவருக்கு எடுத்துக் கூறினாள்.

எல்லாவற்றையும் கேட்டுக் கொண்டு இருந்த பொன்னியின் செல்வன், "அக்கா! என்னைப் போன்ற நன்றி கெட்டவன் யாருமே இருக்க முடியாது. வாணர் குலத்து வீரரைப் பற்றி நான் விசாரிக்காமலே இருந்து விட்டேன். அது என் குற்றந்தான்! அவரைப் பாதாளச் சிறையில் அடைக்கத் துணிந்தவர்கள் என்னை விடப் பெரிய குற்றவாளிகள். நம் தமையனிடம் அவருக்கு எவ்வளவு பக்தி உண்டு என்பதை நான் அறிவேன். கரிகாலரின் மரணத்துக்கு அவரைப் பொறுப்பாளியாக்கத் துணிந்தவர்கள் யார்? இது என்ன மூடத்தனம்? அவரைத் தப்புவிப்பதற்காக இந்தப் பெண் தன் பேரில் குற்றம் சுமத்திக் கொள்வது நமக்கெல்லாம் ஒரு பாடம் கற்பிப்பது போலிருக்கிறது. இந்தப் பெண்ணை பார்க்கவே எனக்கு வெட்கமாக இருக்கிறது. மற்றக் காரியங்கள் அப்புறம் ஆகட்டும். இப்போதே பாதாளச் சிறைக்குச் சென்று வந்தியத்தேவரை விடுவித்துக் கொண்டு வருகிறேன். சம்புவரையர் மகளுக்கு நீ தேறுதல் கூறு!" என்று சொல்லிவிட்டுத் திரும்பி, விடுவிடென்று நடந்தார்.

அவர் வாசற்படியை அடைந்தபோது, அங்கே திடீரென்று திருக்கோவலூர் மலையமானும் கொடும்பாளூர் வேளாரும் தோன்றினார்கள். அவர்களுடைய தோற்றமே இளவரசரின் மனத்தில் ஒருவித ஐயத்தை உண்டு பண்ணியது. பெரிய வேளார் தம் கையில் கொண்டு வந்திருந்த வேலை வாசற்படியின் குறுக்கே வைத்து இளவரசரைத் தடுக்கும் பாவனையில் நின்றார். அவருக்குப் பின்னால் மலையமானும் கையில் பிடித்திருந்த கத்தியைக் கீழே ஊன்றிய வண்ணம் இளவரசர் மேலே போவதைத் தடுப்பதற்கு ஆயத்தமாக நின்றார்.

பொன்னியின் செல்வர் பெரும் வியப்புடனும் சிறிது கோபத்துடனும், "சேனாதிபதி! இது என்ன, என்னைக் கூடச் சிறைப்படுத்தப் போகிறீர்களா?" என்று கேட்டார்.

"இளவரசே! இப்போது பாதாளச் சிறைக்குப் போகாமல் தங்களைத் தடை செய்கிறோம். அவசியம் நேர்ந்தால் சிறைப்படுத்தவும் செய்வோம்!" என்றார் பூதி விக்கிரம கேசரி.

அவர் கூறியது உண்மையாகவா, வேடிக்கையாகவா என்று பொன்னியின் செல்வருக்கு விளங்கவில்லை. ஆனால் வேடிக்கையைப் பொறுத்துக் கொள்ளும் மனோ நிலையும் அச்சமயம் அவருக்கு இல்லை. ஆகையால் முன்னைவிடக் கோபமான குரலில், "எந்த அதிகாரத்தைக் கொண்டு தடை செய்ய முன்வந்தீர்கள்?" என்றார்.

"தாங்கள் எந்த அதிகாரத்தைக் கொண்டு பாதாளச் சிறையில் உள்ளவனை விடுதலை செய்யப் போகிறீர்கள்?" என்றார் பெரிய வேளார்.

"சேனாதிபதி! எனக்கு அந்த அதிகாரம் இல்லையா? நான் யார் என்பதை மறந்து விட்டீர்களா? அல்லது தங்களைத் தாங்களே மறந்து விட்டீர்களா?"

"என்னை நான் மறக்கவும் இல்லை. தாங்கள் யார் என்பதை மறக்கவுமில்லை. நான் தஞ்சைக் கோட்டைக்கு இன்று தளபதி. ஆகையால் பாதாளச் சிறைக்குக் காவலன். தாங்கள் சக்கரவர்த்தியின் திருக்குமாரர், பொன்னியின் செல்வர். ஆயினும் தங்கள் தமையனைக் கொன்றதற்காகக் குற்றம்சாட்டிப் பாதாளச் சிறையில் வைக்கப்பட்டவனை விடுதலை செய்யத் தங்களுக்கு அதிகாரம் கிடையாது. சக்கரவர்த்திக்குத்தான் அந்த அதிகாரம் உண்டு. அல்லது சக்கரவர்த்தியின் ஸ்தானத்தில் முடிசூட்டிக் கொள்ளப் போகிறவருக்கு அந்த அதிகாரம் உண்டு. தாங்களோ சோழ சிங்காதனத்தில் ஏறப்போவதில்லையென்று பறைசாற்றிக் கொண்டு வருகிறீர்கள். ஆகையால் சக்கரவர்த்தியின் கட்டளையின்றிப் பாதாளச் சிறையிலிருந்து யாரையும் விடுவிக்க முடியாது!" என்றார் கொடும்பாளூர்ப்

பெரிய வேளாராகிய சேனாதிபதி பூதி விக்கிரம கேசரி.

"குழந்தாய்! வேளார் கூறியது உண்மையான வார்த்தை. சின்னப் பழுவேட்டரையன் ஓடிப்போனபடியால் பெரிய வேளாரைத் தஞ்சைக் கோட்டைத் தளபதியாகச் சக்கரவர்த்தி நியமித்திருக்கிறார். ஆகையால் பாதாளச் சிறையிலிருந்து யாரையும் விடுவிக்க உனக்கு அதிகாரம் இல்லை!" என்று மலையமான் ஆமோதித்தார்.

பொன்னியின் செல்வர், அவர்களுக்கு என்ன பதில் சொல்வது என்று தெரியாமல் மௌனமாக நின்றார். மணிமேகலையின் விம்மல் சத்தம் கேட்டுக் கொண்டிருந்தது.

ல

53. வானதியின் யோசனை

அருள்மொழிவர்மருக்கும் சிற்றரசர்கள் இருவருக்கும் நடந்த வாக்குவாதத்தைக் கேட்டுக் கொண்டு நின்ற குந்தவை தேவி இப்போது சற்று முன் சென்று, "தாத்தா! மாமா! வாசலில் நின்றே பேசவேண்டுமா? உள்ளே வாருங்கள்! உங்கள் பேச்சை மீறிப் பொன்னியின் செல்வன் ஒன்றும் செய்துவிட மாட்டான்" என்றாள்.

மலையமானும், வேளாரும் உள்ளே வந்தார்கள். இளைய பிராட்டியைப் பார்த்து வேளார், "தாயே! இளவரசர் மட்டும் பட்டத்தை ஏற்றுக்கொள்ளச் சம்மதித்தால் ஒரு தொல்லையும் இல்லை. அவருடைய கட்டளையை நாங்கள் நிறைவேற்ற வேண்டியவர்களாவோம். சக்கரவர்த்தியோ இராஜ்யத்தை எப்போது இறக்கி வைப்போம் என்று இருக்கிறார். காஞ்சியில் கரிகாலர் கட்டியுள்ள பொன் மாளிகைக்குப் போய்த் தம்முடைய கடைசிக் காலத்தை நிம்மதியாகக் கழிக்க விரும்புகிறார்!" என்றார்.

"மாமா! நீங்கள் இருவரும் வந்தபோது நானும் இளவரசரிடம் அதைத்தான் சொல்லிக் கொண்டிருந்தேன். இந்தப் பெண் இடையில் வந்து முறையிட்டாள். அதைக் கேட்டு இளவரசர் மனமிரங்கிச் சிறைக்குப் போய் அவரை விடுதலை செய்ய விரும்பினார்..."

"இந்த பெண் யார்? எதற்காக இவள் இப்படி விம்மி விம்மி அழுகிறாள்?" என்று வேளார் கேட்டார்.

"தெரியவில்லையா, மாமா? இவள் தான் சம்புவரையர் மகள் மணிமேகலை..."

"ஓகோ! சம்புவரையர் சிறையில் இருப்பதை எண்ணி அழுகிறாளாக்கும். அழவேண்டாம் பெண்ணே! உன் தந்தையை விடுதலை செய்து அழைத்து வரும்படி சக்கரவர்த்தி கட்டளை பிறப்பித்து விட்டார். பாதாளச் சிறைக்குப் பார்த்திபேந்திர பல்லவன் போயிருக்கிறான்!" என்றார் மலையமான்.

"தாத்தா! இவள் தன் தந்தையைப் பற்றி மட்டும் கவலைப்படவில்லை. வாணர் குலத்து வீரரைப் பற்றிக் கவலைப்படுகிறாள். அவரை விடுதலை செய்யுங்கள். 'இளவரசரை நான்தான் கொன்றேன்' என்று புலம்புகிறாள்!" என்றாள் இளைய பிராட்டி.

"ஓகோ! அப்படி இவள் சொல்லுவதாயிருந்தால் இவளையும் வேண்டுமானால் பாதாளச் சிறையில் கொண்டு போய் அடைத்து விடுவோம். வல்லத்து இளவரசனை விடுவிக்க முடியாது!" என்றார் பெரிய வேளார்.

மணிமேகலை விம்மிக் கொண்டே குந்தவையைப் பார்த்து, "அதுதான் நான் கோருவதும் இளவரசி! என்னையும் அவர் இருக்குமிடத்தில் கொண்டு போய் அடைக்கச் சொல்லுங்கள்!" என்றாள்.

சேனாதிபதி வேளார் தமது நெற்றியை விரலால் தொட்டுச் சுட்டிக்காட்டி, மெல்லிய குரலில், "இந்தப் பெண்ணுக்குச் சித்தம் பேதலித்து விட்டதாகக் காண்கிறது!" என்று கூறினார்.

இதுவரை சும்மா இருந்த வானதி இப்பொழுது பேச்சில் குறுக்கிட்டு, "பெரியப்பா! மணிமேகலையின் சித்தம் சரியாகத் தான் இருக்கிறது. உங்களுக்கும், திருக்கோவலூர்ப் பாட்டனுக்கும்தான் சித்தம் சரியாக இல்லை என்று தோன்றுகிறது. சிறையில் உள்ள வல்லத்திளவரசர் பொன்னியின் செல்வருடைய அருமைத் தோழர். இளைய பிராட்டியிடமிருந்து ஓலை கொண்டுபோய் இலங்கையிலிருந்து பொன்னியின் செல்வரை அழைத்து வந்தவர். வீர சொர்க்கம் அடைந்த இளவரசருடைய பூரண நம்பிக்கைக்கும் பாத்திரமாயிருந்தவர். அவர் மீது குற்றம்சாட்டிச் சிறையில் வைத்திருப்பவர்களுக்குத்தான் சித்தம் கோளாறாக இருக்க வேண்டும்!" என்றாள்.

"ஆகா! இந்தப் பெண் எப்போது இவ்வளவு வாயாடி ஆனாள்? வானதி! இளைய பிராட்டியிடமிருந்து நீ கற்றுக் கொண்டது இதுதானா? பெரியவர்கள் முன்னால் வாயைத் திறக்காமல் சும்மா இருப்பதற்கு நீ இன்னும் பயிலவில்லையா? உன்னை ஏதாவது கேட்டால் பதில் சொல்ல வேண்டும். இல்லாவிட்டால் வாயை மூடிக்கொண்டிருக்க வேண்டும்!" என்றார் பெரிய வேளார்.

மலையமான், "சேனாதிபதி! இந்தக் குழந்தையின் மீது ஏன் கோபித்துக் கொள்கிறீர்கள்? இங்கே உள்ளவர்கள் மனத்தில் உள்ளதையே இவள் வெளியிட்டாள்!" என்றார்.

குந்தவை, "ஆம்! மாமா! வானதியை நீங்களும் நானும் இனி விரட்ட நினைப்பது உசிதமாயிராது. நாளைக்கு அவள் சோழ சாம்ராஜ்யத்தின் சக்கரவர்த்தினியாகிச் சிம்மாசனத்தில் அமர்வாள். அப்போது அவளுடைய கட்டளையைத் தாங்களும் நானும் நிறைவேற்ற வேண்டியதாகும்!" என்றாள்.

"அருள்மொழி மட்டும் இதற்கு இசைந்தால் ஒரு தொல்லையும் இல்லையே? மகுடாபிஷேகத்தன்று பாதாளச் சிறையில் உள்ளவர்கள் அத்தனை பேரையும் விடுதலை செய்யும்படி கட்டளையிடலாமே?" என்றார் மலையமான்.

"தங்களையும் என்னையும் வெளியில் உள்ளவர்கள் அத்தனை பேரையும் பாதாளச் சிறையில் பிடித்துப் போடும்படியும் கட்டளையிடலாம்!" என்றார் சேனாதிபதி பெரிய வேளார்.

"ஐயா! நீங்கள் இருவரும் பெரியவர்கள். உங்களை மறுத்துப் பேச வேண்டியிருக்கிறதே என்று வருத்தப்படுகிறேன். ஆயினும் அவசரமாகச் செய்ய வேண்டிய காரியத்தை விட்டு விட்டு ஏதேதோ பேசுகிறீர்கள்!" என்று இளவரசர் கூறுவதற்குள் சேனாதிபதி, "இளவரசே! சோழ நாட்டின் பட்டத்து உரிமையை நிர்ணயித்துக் குழப்பம் நேரிடாமல் தடுப்பது மிகவும் அவசரமான காரியம் அல்லவா?" என்றார்.

"சக்கரவர்த்தி ஒருவர் இருக்கிறார் என்பதையே மறந்து விட்டுப் போகிறீர்கள்!" என்றார் அருள்மொழி.

"நாங்கள் மறக்கவில்லை. சற்றுமுன் சக்கரவர்த்தியைப் பார்த்துவிட்டுத்தான் திரும்பினோம். அவர்தான் இராஜ்யப் பிரச்னையைத் தீர்த்து வைத்து விட்டுக் காஞ்சியில் கரிகாலர் கட்டிய பொன் மாளிகையில் போய் வசிக்கப் பிரியப்படுகிறார்."

"இதோ நான் சக்கரவர்த்தியிடம் போகிறேன். வந்தியத்தேவரின் விடுதலைக்குக் கட்டளை வாங்கிக் கொண்டு வருகிறேன். பிறகு, நீங்கள் ஆட்சேபிக்க மாட்டீர்கள் அல்லவா?"

"இளவரசே! சக்கரவர்த்தியிடம் தாங்கள் வந்தியத்தேவனைப் பற்றிப் பிரஸ்தாபிப்பதே உசிதம் அன்று. பாண்டிய நாட்டு ஆபத்துதவிகளுடனும், நந்தினி தேவியுடனும் சேர்ந்து சதி செய்து வந்தியத்தேவன் தான் கரிகாலரைக் கொன்றிருக்க வேண்டும் என்று சக்கரவர்த்தி கருதுகிறார்..."

"ஆகா! அந்த எண்ணத்தை உண்டாக்கியது யார்?"

"நாங்கள் அல்ல, இளவரசே! பார்த்திபேந்திரன் தான் அந்த நம்பிக்கையை சக்கரவர்த்திக்கு உண்டாக்கியவன்..."

"அப்படியானால் பல்லவரையே நான் போய்ப் பார்க்கிறேன். எந்த ஆதாரத்தைக் கொண்டு அம்மாதிரி குற்றம் சாட்டுகிறார் என்று கேட்கிறேன்."

"பார்த்திபேந்திர பல்லவனைத் தாங்கள் இப்போது சந்திக்க முடியாது. சக்கரவர்த்தியின் கட்டளையுடன் அவன் சம்புவரையரை விடுதலை செய்து கொண்டு குடந்தைக்குப் போயிருக்கிறான். அங்கே பழுவேட்டரையரையும் மற்றச் சிற்றரசர்களையும் சந்தித்துப் பேசி உடனே அவர்களை அழைத்து வரும்படி சக்கரவர்த்தி சொல்லி அனுப்பியிருக்கிறார். இராஜ்ய உரிமையைப் பற்றி சமரசமாகப் பேசித் தீர்த்துக் கொள்ளலாம் என்ற செய்தி அனுப்பி இருக்கிறார். மதுராந்தகருக்கே பட்டம் கட்டச் சம்மதம் என்றும் தெரியப்படுத்தியிருக்கிறார்."

பொன்னியின் செல்வர் முக மலர்ச்சியுடன் இளைய பிராட்டியையும், வானதியையும் பார்த்துவிட்டு, "ரொம்ப நல்ல செய்தி சொன்னீர்கள்" என்றார்.

"கொஞ்சங்கூட நல்ல செய்தி அல்ல. குடிகளின் விருப்பத்துக்கும், போர் வீரர்களின் கருத்துக்கும் மாறாக, என்று மதுராந்தகன் சோழ சிங்காதனம் ஏறுகிறானோ, அன்றைக்கே நூறு ஆண்டுகளாக மேன்மை பெற்று வளர்த்த சோழ சாம்ராஜ்யத்துக்கு விநாசகாலம் ஆரம்பமாகும்" என்றார் சேனாதிபதி.

"அதில் சந்தேகமே இல்லை; ஈழ நாட்டிலிருந்து வட பெண்ணை நதி வரையில் குழப்பமும் கலகமும் தொடங்கும்" என்றார் மலையமான்.

"அதற்கெல்லாம் நீங்கள் இருவருமே தலைமை வகித்து நடத்துவீர்கள் போலிருக்கிறது, அது உங்கள் இஷ்டம். அதற்குள் நான் சக்கரவர்த்தியிடம் விண்ணப்பம் செய்து வந்தியத்தேவரை விடுதலை செய்யப் பார்க்கிறேன்!" என்று அருள்மொழிவர்மர் அங்கிருந்து வெளியேறுவதற்காகத் திரும்பினார்.

"இளவரசே! சக்கரவர்த்தியிடம் தாங்கள் இந்தக் கோரிக்கையுடன் போக வேண்டாம். அதனால் பெரும் விபரீதம் விளையும், தேவீ! தங்கள் தம்பியைத் தடுத்து நிறுத்துங்கள்!" என்றார் சேனாதிபதி பெரிய வேளார்.

"ஆம், குழந்தாய்! வயது சென்ற இந்தக் கிழவன் சொல்வதைக் கேள்!" என்றார் மிலாடுடையார்.

"அதனால் என்ன விபரீதம் நடந்துவிடும் என்று கருதுகிறீர்கள்?" என்று குந்தவை கேட்டாள்.

"யாரோ சில பாதகர்கள் ஒரு பொய்யான வதந்தியைக் கிளப்பி விட்டிருக்கிறார்கள். அதைச் சொல்லவும் வாய் கூசுகிறது. பொன்னியின் செல்வர் தாம் இராஜ்யம் ஆளும் ஆசையினால் வந்தியத்தேவனை அனுப்பிக் கரிகாலரைக் கொல்லச் செய்ததாக நேற்று நம் சேனா வீரர்களிடம் இரண்டு பேர் வந்து சொன்னார்கள்.."

"தெய்வமே! இது என்ன பயங்கரமான அபவாதம்?" என்றாள் இளைய பிராட்டி குந்தவை.

"அந்த இருவரையும் நம் வீரர்கள் என்ன செய்தார்கள் தெரியுமா? வடவாற்று வெள்ளத்தில் அமுக்கி அமுக்கி எடுத்துக் கொண்டிருந்தார்கள். நான் தற்செயலாக அங்கே போய் அவர்களைக் காப்பாற்றினேன்..."

பொன்னியின் செல்வர் குறுக்கிட்டு, "இவ்வளவு கொடூரமான அபவாதத்தைச் சோழ நாட்டில் யாரும் நம்பப் போவதில்லை. நம் வீரர்களின் செய்கையிலிருந்தே தெரியவில்லையா?" என்றார்.

"இன்றைக்கு நம்பமாட்டார்கள், இளவரசே! மக்களுடைய இயல்பு தங்களுக்கு தெரியாது. சில காலத்துக்குப் பிறகு மறுபடியும் இந்த வதந்தி கிளம்பும். தங்களை அறியாதவர்கள் சிலர் நம்பக் கூடும். அன்னிய நாடுகளில் இராஜ்யத்துக்காக உறவினர்கள் ஒருவரை ஒருவர் கொன்று கொள்வது சர்வ சாதாரணமாயிருக்கிறது. ஈழ நாட்டு இராஜ வம்சத்தின் சரித்திரம் தங்களுக்குத் தெரியுமே?"

"சேனாதிபதி! பிற்காலத்தில் ஒரு பொய் வதந்தி பரவும் என்பதற்காக இன்றைக்கு என் பிராண சிநேகிதனைப் பாதாளச் சிறையில் விட்டு வைத்திருக்கச் சொல்கிறீர்களா?"

"பிற்காலத்தில் அல்ல, இளவரசே! இன்றைக்குத் தாங்கள் வந்தியத்தேவனின் விடுதலையில் ஊக்கம் எடுத்துக் கொண்டால் நாளைக்கே சிலர் அந்த வதந்தியில் நம்பிக்கை கொள்வார்கள். சக்கரவர்த்தியின் காதிலும் அது விழும் அதனால் தங்கள் தந்தையின் மனம் எவ்வளவு புண்படும் என்று யோசியுங்கள்!"

பொன்னியின் செல்வரின் திருமுகம் கருமேகத்தினால் மறைக்கப்பட்ட பூரண சந்திரனைப் போல் ஆயிற்று. குந்தவை தேவியைப் பார்த்து, "அக்கா! தாங்கள் என்ன சொல்கிறீர்கள் என்றார்.

இளைய பிராட்டியின் முகம் மிக்க வேதனையைக் காட்டியது. அவர் பெரிய வேளாரைப் பார்த்து, "சேனாதிபதி! இத்தகைய கொடூரமான வதந்தியைப் பரப்ப முயலுவோர் யாராயிருக்கும்?" என்று கேட்டார்.

"வடவாற்றில் நம் வீரர்கள் முழுக்கி முழுக்கி எடுத்துக் கொண்டிருந்தவர்களை நான் தனியே அழைத்துக் கொண்டு போய் அவர்களை நயத்திலும், பயத்திலும் கேட்டேன். சம்புவரையர் மகன் கந்தமாறன் தான் இவ்விதம் சொல்லி அனுப்பியதாகக் கூறினார்கள்."

அப்போது மணிமேகலை முன் வந்து, "என் தமையன் காரியத்துக்காக நான் வெட்கப்படுகிறேன். நல்லவனாயிருந்த என் அண்ணன் பழுவூர் இளைய ராணியின் போதனையினால்தான் இப்படிப் பாதகனாகி விட்டான். உண்மையில் ஆதித்த கரிகாலரைக் கொன்றவள் நான். என்னைச் சிறைப்படுத்துங்கள்! வல்லத்திளவரசரை உடனே விடுதலை செய்யுங்கள்!" என்று ஆத்திரமும் அழுகையும் பொங்கக் கூறினாள்.

இளைய பிராட்டி அவளுடைய முதுகை அன்புடன் தொட்டு, "மணிமேகலை! சாந்தமாயிரு! நீ இவ்விதம் சொல்வதை யாரும் நம்பமாட்டார்கள். மேலும் ஏதேனும் அபவாதத்தைக் கிளப்புவார்கள். இந்தச் சிக்கலைத் தீர்ப்பதற்கு வழி கண்டுபிடிக்கலாம்" என்றாள்.

பிறகு சேனாதிபதியைப் பார்த்து, "ஐயா! தங்களுடைய புத்திமதியை நானும் என் சகோதரனும் ஒப்புக் கொள்கிறோம். இப்போது வல்லத்திளவரசரை விடுதலை செய்ய முயல்வதால் வீண் வதந்திகள் ஏற்பட இடமுண்டு என்பது உண்மைதான். உண்மையான குற்றவாளியை முதலில் கண்டுபிடிக்க வேண்டும். இதைக் குறித்து முதன்மந்திரி அநிருத்தரிடம் நான் கலந்தாலோசிப்பேன். அவருடைய சீடன் ஆழ்வார்க்கடியான் பாண்டிய நாட்டு ஆபத்துதவிகளைத் தேடிக் கொண்டு போயிருக்கிறான்.

அவன் ஏதேனும் தகவல் கொண்டு வருவான். பெரிய பழுவேட்டரையரும், பழுவூர் இளைய ராணியும் என்ன ஆனார்கள் என்று தெரியவில்லை. அவர்கள் கண்டுபிடிக்கப்பட்டாலும் உண்மை வெளியாகலாம். அதற்கிடையில் நான் இந்தப் பெண்ணிடம் கடம்பூரில் நடந்ததையெல்லாம் கேட்டுத் தெரிந்து கொள்கிறேன்! அதுவரையில் பாதாளச் சிறையில் வல்லத்திளவரசர் சௌகரியமாயிருப்பதற்கு வேண்டிய ஏற்பாடு செய்யுங்கள். அவர் இந்தப் பயங்கரமான கொலைக் குற்றத்தைச் செய்யவில்லை என்பது நிச்சயம்!" என்றாள்.

இச்சமயத்தில், "எனக்கு ஒரு யோசனை தோன்றுகிறது; அக்கா?" என்றாள் கொடும்பாளூர் இளவரசி.

"சொல் வானதி!" என்றாள் குந்தவை.

"முன்னொரு தடவை நாம் இருவரும் பாதாளச் சிறைக்குப் போய்விட்டு வந்தோமே, நினைவிருக்கிறதா? அதுபோல் நாம் எல்லாருமாக இன்றைக்குப் போய்ப் பார்த்துவிட்டு வருவோம். கடம்பூர் இளவரசியையும் அழைத்துப் போவோம்!" என்றாள் வானதி.

குந்தவை பெரிய வேளாரைப் பார்த்து, "சேனாதிபதி! தங்கள் குமாரியின் யோசனையைப் பற்றி என்ன சொல்லுகிறீர்கள்?" என்று கேட்டாள்.

"என் குமாரியும் புத்திசாலித்தனமாகப் பேசக் கூடும் என்று தெரிகிறது. கரிகாலர் இறந்த அன்றிரவு அதே இடத்தில் அவருடன் இருந்தவன் வல்லத்திளவரசன். அவனிடம் விசாரித்தாலும் உண்மை புலப்படலாம்" என்றார் சேனாதிபதி பெரிய வேளார்.

உடனேயே எல்லாரும் பாதாளச் சிறைக்குச் சென்றார்கள். சின்னப் பழுவேட்டரையர் கோட்டையை விட்டுப் போவதற்கு முன்னாலேயே தங்க நாணயங்கள் அச்சிடும் வேலையை நிறுத்தி விட்டார். ஆகையால் நாணயத் தொழிற்சாலை வெறுமையாக இருந்தது. காவற்காரர்களும் சிலர்தான் இருந்தார்கள். புலிகள் அடைத்து வைக்கப்பட்டிருந்த இடத்தைத் தாண்டிச் சுரங்க வழியில் பிரவேசித்துச் சென்று வல்லத்திளவரசன் வந்தியத்தேவன் அடைக்கப்பட்டிருந்த அறையை அடைந்தார்கள்.

ஆனால் அங்கே வந்தியத்தேவனை அவர்கள் காணவில்லை! அவனுடைய அறையில் சுவரில் மாட்டியிருந்த வளையங்களில் சங்கிலியால் பிணைக்கப்பட்டிருந்த வைத்தியர் மகன் பினாகபாணியைக் கண்டார்கள். அவன் இவர்களைக் கண்டதும் "ஐயோ! ஐயோ! என்னை விடுதலை செய்யுங்கள், விடுதலை செய்யுங்கள்!" என்று பரிதாபமாக அலறினான்!

54. பினாகபாணியின் வேலை

வைத்தியர் மகன் பினாகபாணி அரசாங்கத்தில் பெரிய பதவிக்கு வருவதென்று தீர்மானம் செய்திருந்தான். வந்தியத்தேவனைச் சந்தித்த நாளிலிருந்து அவனுடைய உள்ளத்தில் இந்த ஆசை தோன்றிக் கொழுந்து விட்டு ஓங்கி வளர்ந்து கொண்டிருந்தது.

இதற்கு முன் அவன் ஈடுபட்ட சில காரியங்களில் அவன் அவ்வளவாக வெற்றி பெறவில்லை. நந்தினி தேவி அவனிடத்தில் சிறிது கருணை காட்டியது போலத் தோன்றியது. பிற்பாடு பழுவூர் ராணி அவனை அடியோடு மறந்துவிட்டாள். குந்தவை தேவியைப் பார்க்கப் போன போது அவர் அவனுடன் சரியாக முகம் கொடுத்துப் பேசவும் இல்லை. பழையாறை அரண்மனை வாசலில் வந்தியத்தேவன் மீது 'ஒற்றன்' என்று குற்றம் சுமத்தியதில் அவனிடம் அடிபட்டது தான் மிச்சமாயிற்றே தவிர லாபம் ஒன்றும் கிட்டவில்லை.

ஆனால் முதன்மந்திரி அநிருத்தர் அவனைக் கூப்பிட்டு அனுப்பிக் கோடிக்கரைக்குச் சென்று ராணியைப் பிடித்துக் கொண்டு வரும்படி அனுப்பியபோது இனித் தான் பெரிய பதவிக்கு வருவது நிச்சயம் என்று முடிவு செய்து கொண்டான். அந்தக் காரியத்தை எப்படியாவது சரிவர நிறைவேற்றி விட்டால் போதும், முதன்மந்திரியின் தயவினால் அவன் அடையக் கூடாதது ஒன்றுமில்லை.

பிறகு முதற்காரியமாக வந்தியத்தேவனை ஒரு கை பார்க்க வேண்டும். அப்புறம் பூங்குழலியின் கர்வத்தையும் அடக்கி ஒடுக்கிவிட வேண்டும்.

இந்த மாதிரி ஆகாசக் கோட்டைகள் கட்டிக் கொண்டு பினாகபாணி கோடிக்கரை சென்றான். அங்கே கோடிக்கரையில் ராக்கம்மாளை மெல்ல வசப்படுத்திக் கொண்டான். அவள் அவனிடம் ஏமாந்து போனாள். ஆபத்துதவிக் கூட்டத்தைச் சேர்ந்தவன் அவன் என்று எண்ணிக் கொண்டு அவர்களுடைய முயற்சிகளைப் பற்றி அவனிடம் பேசினாள்.

அவள் உதவியைக் கொண்டு ஊமை ராணியைக் கண்டுபிடித்துத் தஞ்சைக் கோட்டை வாசல் வரையில் கொண்டு வந்து சேர்த்தான்.

இப்பிரயாணத்தின் போதெல்லாம் பினாகபாணியின் உள்ளம் வேலை செய்து கொண்டே இருந்தது. ஊமை ராணி சம்பந்தமான இரகசியங்களை அறியப் பிரயத்தனம் செய்தது. பாதாளச் சிறையில் அவன் ஒரு நாள் அடைப்பட்டிருந்தபோது அங்கிருந்த பைத்தியக்காரன் ஒருவன் கூறிய விவரங்கள் நினைவுக்கு வந்தன. அப்போது அவை பைத்தியக்காரனின் உளறலாக அவனுக்குத் தோன்றியது. இப்போது அவன் கூறியவற்றில் உண்மை இருக்கும் என்று எண்ணினான்.

ஊமை ராணி ஏறி இருந்த பல்லக்கு தஞ்சைக் கோட்டைக்கு அருகில் வந்த சமயம் புயலும் மழையும் அடித்து அவன் மீது மரம் முறிந்து விழுந்ததல்லவா? அதனால் ஏற்பட்ட காயங்கள் ஆறிய பின்னர் அவன் முதன்மந்திரி அநிருத்தரைப் பார்க்கப் போனான். அதற்குள்ளே மிக முக்கியமான சம்பவங்கள் நிகழ்ந்து விட்டன. ஊமை ராணி சக்கரவர்த்தியின் உயிரைக் காப்பதற்காக உயிரை விட்டுவிட்டாள். கரிகாலர் கொலையுண்டு இறந்து விட்டார். அடுத்த பட்டம் யாருக்கு என்பதைப் பற்றி நாடு நகரமெல்லாம் அல்லோலகல்லோலப்பட்டுக் கொண்டிருந்தது. தஞ்சைக் கோட்டை கொடும்பாளூர் வேளாரின் வசத்துக்கு வந்து விட்டது. பழுவேட்டரையர்களும் அவர்களைச் சேர்ந்த சிற்றரசர்களும் படை திரட்டிக் கொண்டிருப்பதாகச் செய்தி பரவிற்று. பெரிய உள்நாட்டுப் போர் மூளலாம் என்பதற்கு அறிகுறிகள் தென்பட்டன.

இத்தகைய கொந்தளிப்பான நிலையில் வைத்தியர் மகன் பினாகபாணி முதன்மந்திரி அநிருத்தரைப் போய்ப் பார்த்தான். பெரும் கவலைக் கடலில் ஆழ்ந்திருந்த அன்பில் பிரம்மராயர் பினாகபாணியோடு அதிகமாய்ப் பேசிக் காலம் போக்க விரும்பவில்லை. தாம் இட்ட காரியத்தை அவன் நிறைவேற்றி விட்டபடியால் அவனுக்குப் பரிசு கொடுத்துச் சீக்கிரமாக அனுப்பிவிட விரும்பினார்.

ஆனால் பினாகபாணி பாதாளச் சிறையில் தான் சந்தித்த பைத்தியக்காரனைப்பற்றிச் சொல்லத் தொடங்கியதும் அவருடைய உள்ளம் அவன் பக்கம் திரும்பியது. பாண்டிய ராஜ்யத்தின் புராதனமான மணி மகுடமும், தேவேந்திரன் அளித்ததாகக் கூறப்படும் இரத்தின ஹாரமும் இலங்கையில் எங்கே இருக்கின்றன என்பது அந்தப் பைத்தியக்காரனுக்குத் தெரியும் என்று கேட்டதும் அநிருத்தர் மிக்க ஆர்வம் கொண்டார். அந்த மணி மகுடத்தையும், இரத்தின ஹாரத்தையும் தேடிக் கண்டுபிடிப்பதற்குப் பராந்தகச் சக்கரவர்த்தியின் காலத்திலிருந்து முயன்றும் பலன் கிட்டவில்லை. அவற்றைக் கைப்பற்றும் வரையில் பாண்டிய வம்சத்தைச் சேர்ந்தவன் என்பதாக யாராவது ஒருவன் முளைத்துக் கொண்டுதானிருப்பான். திருப்புறம்புயத்தில் நள்ளிரவில் ஒரு சின்னஞ் சிறு பையனைப் பாண்டிய சிங்காதனத்தில் ஏற்றி மகுடம் சூட்டிய நாடகத்தைப் பற்றி அநிருத்தர், ஆழ்வார்க்கடியான் மூலம் அறிந்திருந்தார். இம்மாதிரி யாராவது சிலர் அவ்வப்போது கிளம்பிக் கொண்டுதானிருப்பார்கள். அவர்களுக்கு ஈழத்து அரசர்களும், சேர மன்னர்களும் உதவி செய்வார்கள். பாண்டிய நாடு ஒரு வழியாகச் சோழ சாம்ராஜ்யத்துடன் சேர்த்துவிட்டதாக ஏற்பட வேண்டுமானால், சோழ சக்கரவர்த்தியே மதுரையிலும் முடிசூட்டிக் கொள்ள வேண்டும். அந்த வைபவத்தின்போது பாண்டிய வம்சத்தின் புராதன கிரீடத்தையும், இரத்தின ஹாரத்தையும் சோழ சக்கரவர்த்தி அணிய வேண்டும்.

இவையெல்லாம் முன்னமே அநிருத்தர் தீர்மானித்திருந்த காரியங்கள். ஆகையினாலேயே ஈழ நாட்டுக்குப் படையெடுத்துச் சென்ற ஒவ்வொரு சோழ தளபதியிடமும் அநிருத்தர் மேற்கூறிய மணிமகுடத்தையும், இரத்தின ஹாரத்தையும் கண்டுபிடித்துக் கொண்டு வரும்படி சொல்லி அனுப்பி வந்தார். அதுவரையில் ஒருவராவது அக்காரியத்தில் வெற்றி பெறவில்லை. இப்போது பாதாளச் சிறையில் உள்ள ஒருவனுக்கு அவை இருக்குமிடம்

தெரியும் என்று கேள்விப்பட்டதும் அன்பில் அநிருத்தப் பிரம்மராயர் ஆர்வம் கொண்டது இயற்கையே அல்லவா?

வைத்தியர் மகன் இன்னொரு செய்தியும் கூறினான். அது முதன்மந்திரியின் ஆர்வத்தை அதிகமாக்கியதோடு கவலையையும் உண்டாக்கியது. அந்தப் பைத்தியக்காரன் சோழ வம்சத்தைப் பற்றி ஒரு மகத்தான இரகசியம் தனக்குத் தெரியும் என்றும், சோழ சிங்காதனத்துக்கு உரிமை கொண்டாடும் இளவரசன் ஒருவன் உண்மையில் சோழ வம்சத்தைச் சேர்ந்தவனே அல்லவென்றும் கூறியதாகப் பினாகபாணி சொன்னான்.

இதையெல்லாம் கேட்டதும் அநிருத்தர் முதலில் தாமே பாதாளச் சிறைக்குப் போய் அந்தப் பைத்தியக்காரனைப் பார்க்க எண்ணினார். பிறகு அந்த எண்ணத்தை மாற்றிக் கொண்டார். தாம் அங்கே போனால், எதற்கு, என்னத்திற்கு என்ற கேள்விகள் கிளம்பும். மலையமானும், வேளாரும் அநிருத்தரிடம் பூரண நம்பிக்கை கொண்டிருக்கவில்லை. அவர் சக்கரவர்த்தியின் விருப்பத்தின்படி மதுராந்தகன் கட்சியை ஆதரிப்பதாகவே அவர்கள் கருதியிருந்தார்கள். தாம் பாதாளச் சிறைக்குப் போனால் அதிலிருந்து ஏதேனும் புதிய சந்தேகங்கள் அவர்களுக்கு ஏற்படும். சம்புவரையரைப் பார்க்கப் போவதாகவும் எண்ணிக் கொள்வார்கள். இந்த அம்சத்தைப் பற்றி நன்கு யோசித்த பிறகு, அநிருத்தர் வைத்தியர் மகனையே உபயோகித்துக் கொள்ள விரும்பினார். தம் முத்திரை மோதிரத்தைக் கொடுத்துப் பாதாளச் சிறைக்குச் சென்று அந்தப் பைத்தியக்காரனைப் பார்த்து வரும்படி கூறினார்.

பினாகபாணி அவ்விதமே அப்பைத்தியக்காரனைப் பார்க்கப் போனான். பக்கத்து அறையில் வந்தியத்தேவன் அடைக்கப்பட்டுக் கிடந்ததைப் பார்த்ததும் அவனுக்குக் குதூகலமே உண்டாகி விட்டது. அந்த அறையின் வாசலில் சிறிது நின்று வந்தியத்தேவனுடன் பேச்சுக் கொடுத்தான். வந்தியத்தேவன் அவனுடன் பேசவில்லை. அதனால் ஆத்திரம் அடைந்து அவனை நன்றாகத் திட்டிவிட்டு அடுத்த அறைக்குப் போனான். உண்மையில் அவன் பைத்தியக்காரன் அல்லவென்பதைப் பினாகபாணி கண்டுகொண்டான். பிறகு, பாண்டிய நாட்டு மணிமகுடம் – இரத்தின ஹாரம் ஆகியவற்றைக் குறித்துக் கேட்டான். பைத்தியக்காரன் உடனே மௌனமானான். சோழ வம்சத்து இரகசியத்தைப் பற்றியும் சொல்ல மறுத்துவிட்டான். "எனக்கு முதலில் விடுதலை உத்தரவு வாங்கி வா! பிறகுதான் சொல்வேன்!" என்று கூறிவிட்டான்.

திரும்பி வந்து பினாகபாணி முதன்மந்திரியிடம் தன்னுடைய தோல்வியைப்பற்றிக் கூறினான். அவனை விடுவித்துக் கொண்டு வந்தால் நிச்சயம் பலன் கிட்டும் என்றும் தெரிவித்தான். முதன்மந்திரிக்கும் அது உசிதமாகத் தோன்றியது. இம்மாதிரி இராஜ்ய உரிமை பற்றிக் குழப்பம் ஏற்பட்டிருக்கும் நிலைமையில் அபாயகரமான இரகசியங்களைப் பற்றிப் பேசும் பைத்தியக்காரனைச் சிறையில் வைத்திருக்கக்கூடாது என்று கருதினார். அவனைத் தமது அரண்மனைக்கே அழைத்து வந்து உண்மையை அறிய வேண்டும் என்று எண்ணினார். அதன் பேரில் கொடும்பாளூர் வேளாரைப் பார்த்து அவரிடம் ஒருவாறு இந்தச் செய்தியைக் கூறினார். சின்னப் பழுவேட்டரையரால் பல வருஷங்களுக்கு முன்னால் சிறையில் அடைக்கப்பட்ட கைதியை முதன்மந்திரியின் விருப்பத்தின் பிரகாரம் விடுதலை செய்வதில் பெரிய வேளாருக்கு ஆட்சேபம் ஒன்றும் தோன்றவில்லை. எனவே அப்பைத்தியக்காரக் கைதியை விடுதலை செய்யக் கட்டளை எழுதிக் கொடுத்தார்.

அதை வாங்கிக் கொண்டு பினாகபாணி கர்வத்துடன் பாதாளச் சிறைக்குச் சென்றான். முதலில் வந்தியத்தேவன் அறையின் வாசலில் நின்று அவனை விடுதலை செய்ய உத்தரவு கொண்டு வந்திருப்பதாகச் சொன்னான். வந்தியத்தேவன் அதை உண்மை என்று நம்பி நன்றி கூறத் தொடங்கினான். உடனே பினாகபாணி தன் உண்மை சொரூபத்தைக் காட்டலானான். வந்தியத்தேவனை நன்றாகத் திட்டிவிட்டு, "உனக்கு நாற்சந்தி மூலையில் கழுமரத்தின் மேலே தான் விடுதலை" என்று எகத்தாளம் செய்தான். பின்னர் அடுத்த அறைக்குச் சென்று பைத்தியக்காரனுடன் சுமுகமாகப் பேசினான். அவனைச் சுவரோடு

சேர்த்துப் பிணைத்திருந்த சங்கிலிகளை அவிழ்த்து விட்டான். "இதோ உனக்கு விடுதலை உத்தரவு வாங்கிக் கொண்டு வந்திருக்கிறேன். இப்போதாவது உனக்குத் தெரிந்த இரகசியங்களை சொல்லுவாயா?" என்று கேட்டான்.

முதன்மந்திரி அநிருத்தரிடம் அழைத்துப் போவதற்கு முன்னால் தானே அந்த இரகசியங்களை அறிந்துகொள்ள வைத்தியர் மகன் விரும்பினான். பைத்தியக்காரன் தன்னுடைய விடுதலையில் அவ்வளவு உற்சாகம் கொண்டவனாகக் காணப்படவில்லை. வெளியேறுவதற்கும் அவசரப்பட்டவனாகத் தோன்றவில்லை. பினாகபாணியின் வார்த்தையில் அவ்வளவு நம்பிக்கை கொண்டவனாகவும், தெரியவில்லை. "என்ன? ஏது? உத்தரவு யார் கொடுத்தது? சிறையிலிருந்து வெளியேறுவது நிச்சயமா? கோட்டையிலிருந்து வெளியே போக விடுவார்களா?" என்று கேட்டுக் கொண்டிருந்தான்.

திடீரென்று பக்கத்துச் சுவரிலிருந்து சில கற்கள் பெயர்ந்து விழுந்தன. பினாகபாணி என்னவென்று திரும்பிப் பார்த்தபோது வந்தியத்தேவன் அவன் பின்னால் நிற்பதைக் கண்டான். பினாகபாணி இடுப்பில் செருகியிருந்த கத்தியை அவசரமாக எடுத்துக் கொண்டான். வந்தியத்தேவன் அவன் மீது பாய்ந்து கழுத்தைக் கெட்டியாகப் பிடித்துக் கொண்டான். கையிலிருந்த கத்தியையும் தட்டிவிட்டான். இருவரும் சிறிது நேரம் உருண்டு புரண்டு துவந்த யுத்தம் செய்தார்கள். அச்சமயம் பைத்தியக்காரன் சுவரில் மாட்டியிருந்த சங்கிலி ஒன்றைத் தூக்கிப் பினாகபாணியின் கழுத்தில் போட்டு இறுக்கினான்...

෴

55. "பைத்தியக்காரன்"

*க*டம்பூரிலிருந்து தஞ்சைப் பிரயாணத்தின் முதற்பகுதியில் வந்தியதேவன் பெரும்பாலும் நினைவிழந்த நிலையில் இருந்தான். கட்டை வண்டி ஒன்றில் அவனைக் கட்டிப் போட்டிருந்தார்கள். கரிகாலன் உயிரிழந்த அன்றிரவு புகையும் தீயும் அவனை வெகுவாக வாட்டியிருந்தன. பிரயாணத்தின் போது சிறிது நினைவு தோன்றியபோதெல்லாம் கண்களின் எரிச்சலும், உடம்பின் நோவும் அவனுக்கு அளவில்லாத வேதனையை உண்டாக்கின. அரை நினைவாக இருந்தபோது ஏதேதோ பயங்கரமான தோற்றங்கள் அவன் முன்னே தோன்றி அவனை வாட்டி எடுத்தன. வீர பாண்டியனுடைய தலை மட்டும் அவன் முகத்தருகில் வந்து "அடே! நீயா என் பழிக்குக் குறுக்கே நிற்கிறாய்?" என்று கூறிவிட்டுக் கோபமாக விழித்தது. நந்தினி சில சமயம் அணிபணி அலங்காரங்களுடன் அவன் முன்னால் நின்று புன்னகை புரிந்து, அவனைத் தன் மாயவலையில் அகப்படுத்தப் பார்த்தாள். இன்னொரு சமயம் தலைவிரிகோலமாக நின்று கண்ணீர் விட்டுப் புலம்பினாள். மற்றொரு சமயம் பேய்க்கோலம் பூண்டு பயங்கரமாகச் சிரித்தாள். ஆதித்த கரிகாலனைத் தொடர்ந்து ஒரு நிழலுருவம் கையில் கத்தியுடன் வந்து கொண்டிருந்தது வந்தியத்தேவன் அதைத் தடுப்பதற்காகப் பாய்ந்து சென்ற போதெல்லாம் இன்னொரு ராட்சத நிழல் வடிவம் பின்புறமாக வந்து அவன் கழுத்தைப் பிடித்து இறுக்கியது.

கொழுந்து விட்டு எரிந்த நெருப்பில் அவனை ரவிதாஸனும், அவனுடைய தோழர்களும் தூக்கிப் போட்டார்கள். அவன் உடம்பு பற்றி எரிந்து கொண்டிருந்தபோது, கந்தமாறன் அவனைப் பார்த்து, "அடே சிநேகத் துரோகி! உனக்கு நன்றாய் வேணும்!" என்றான். பார்த்திபேந்திரன் அவனைப் பார்த்தும், "அடே! உனக்கும் இளைய பிராட்டி குந்தவைக்கும் திருமணம் நிச்சயமாகிவிட்டதா? முகூர்த்தம் எப்போது?" என்று கேட்டுவிட்டு இடி இடி என்று சிரித்தான். சேந்தன் அமுதன் அவனைத் தீயிலிருந்து தப்புவிப்பதற்காக எங்கிருந்தோ ஓடி வந்தான். வைத்தியரின் மகன் பினாகபாணி ஒரு மரத்தடியில் ஒளிந்திருந்து சேந்தன் அமுதன் தலையில் ஒரு பெரிய தடியால் அடித்தான்.

உடம்பெல்லாம் தீப்பற்றி எரிந்தபோது வந்தியத்தேவனுக்குச் சகிக்க முடியாத தாகம் எடுத்தது. "தண்ணீர் தண்ணீர்!" என்று அலற எண்ணினான். ஆனால் சத்தம் வரவில்லை.

தொண்டை வறண்டு நாக்கு வீங்கி மேலண்ணத்துடன் ஒட்டிக் கொண்டு அவனைப் பேச முடியாமல் செய்தது. இந்த நிலையில் மணிமேகலை கையில் பொற்கிண்ணத்தில் தேவாமிர்தத்தை எடுத்துக் கொண்டு வந்து அவன் வாயில் ஊற்றினாள். அவளுக்கு அவன் நன்றி கூற எண்ணுவதற்குள் அவள் இருளில் மறைந்து விட்டாள்!... ஆகா இந்தப் பெண்ணின் அன்புக்குப் பிரதியாக மூன்று உலகங்களையும் அளிக்கலாம்! ஆனால் தனக்கு என்று ஒரு சாண் அகலம் உள்ள இராஜ்யம் கூட இல்லாத நிலையில் மணிமேகலைக்கு மூன்று உலகங்களையும் கொடுப்பது பற்றி நினைப்பது என்ன அறிவீனம்?

அதோ பூங்குழலி! என் "காதலர்களைப் பார்!" என்று கொள்ளிவாய்ப் பிசாசுகளை அவள் சுட்டிக் காட்டுகிறாள். என்ன அதிசயமான பெண்! "இந்த மண்ணுலகத்தில் ஏன் உழலுகிறாய்? பொன்னுலகத்துக்கு உன்னை அழைத்துச் செல்லுகிறேன் பார்!" என்று கூறுகிறாள். "பொன்னியின் செல்வன் உள்ள உலகத்தைத்தானே சொல்லுகிறாய்?" என்கிறான் வந்தியத்தேவன். உடனே நாலாபுறத்திருந்தும் கொள்ளிவாய்ப் பிசாசுகள் வந்து அவனைச் சூழ்ந்து கொள்ளுகின்றன. வந்தியத்தேவன் பீதியடைந்து கண்களை மூடிக் கொள்கிறான். பிசாசுகள் அவனைக் கட்டித் தூக்கிக் கொண்டுபோய்க் கோடிக்கரையின் மணல் மேட்டின் மேலேறிக் கீழே உருட்டி விடுகின்றன...

வந்தியத்தேவன் திடுக்கிட்டுக் கண் விழித்துப் பார்க்கிறான். கையில் தீவர்த்திகளைப் பிடித்த காவல் வீரர்கள் இவனை ஒரு படகில் ஏற்றியிருக்கிறார்கள் என்று தெரிந்து கொள்கிறான். இது என்ன நதியோ, தெரியவில்லை. கொள்ளிடம் அல்லது காவேரி அல்லது குடமுருட்டி ஆறாக இருக்கலாம்... இதற்குள் மறுபடியும் இருள் வந்து கவிந்து அவன் அறிவை மறைத்துக் கொள்கிறது.

இப்படி எத்தனையோ விதமான அனுபவங்களுக்கு பிறகு திடீரென்று ஏழு கடலும் கொந்தளித்துப் பொங்குவது போன்ற சத்தம் கேட்கிறது. அவன் மேலே ஒரு பெரிய அலை வந்து மோதி அவனை மூழ்க அடிக்கிறது. இப்போது வந்தியத்தேவன் பூரணப் பிரக்ஞை வந்தவனாகக் கண் விழித்துப் பார்க்கிறான். எதிரே சற்றுத் தூரத்தில் தஞ்சாவூர்க் கோட்டை வாசல் தெரிகிறது. அவன் கட்டுண்டு கிடந்த கட்டை வண்டிக்கு முன்னாலும் பின்னாலும் நாலா புறங்களிலும் ஜனசமுத்திரமாகக் காட்சி அளிப்பதைக் காண்கிறான். அத்தனை பேரும் சேர்ந்து ஓலமிடும் ஓசைதான் ஏழு கடலும் பொங்குவது போன்ற சத்தமாகத் தனக்குக் கேட்டது என்று அறிகிறான். ஆதித்த கரிகாலரின் கடைசி ஊர்வலம் தஞ்சைக் கோட்டையை நெருங்கி விட்டபடியால் தான் அவ்வளவு கூட்டம் என்று தெரிந்து கொள்கிறான்.

சிறிது நேரத்துக்கெல்லாம் அத்தனை கூட்டமும் அவ்விடம் விட்டு அகன்று சென்றுவிடுகிறது. அவனும், சம்புவரையரும் மட்டும் காவலர்கள் சிலர் புடைசூழத் தஞ்சைக் கோட்டைக்குள் அழைத்துச் செல்லப்படுகிறார்கள். ஆகா! அந்த மகா வீரரின் இறுதிக் கிரியைகள் நடக்கும் போது, அவருடைய அந்தரங்கத்துக்குரிய தோழனாக இருந்த தனக்கு அருகில் இருக்கவும் இயலாமற் போயிற்று. அவனுடைய துரதிர்ஷ்டம் இது மட்டுமா? கடைசி வரையில் அவருடைய உயிருக்கு ஆபத்து வராமல் பாதுகாக்க எவ்வளவோ முயற்சி எடுத்துத் தோல்வியடைந்ததன் பேரில் அவரைக் கொன்றதாகக் குற்றம் சுமத்தியிருக்கிறார்கள்! அவருடைய திருமேனி கடம்பூர் மாளிகையில் பிடித்த தீயிலேயே எரிந்து போகாமல், இத்தகைய மகா வீரனுக்குரிய மரியாதைகளைப் பெருந்திரளான மக்கள் செய்வது சாத்தியமாகும்படி செய்தவன் அவன். அப்படிப்பட்ட தன்னை இப்போது கொலைக்காரர்களையும், சதிகாரர்களையும் அடைக்கும் பாதாளச் சிறைக்குக் கொண்டு போகிறார்கள். கொண்டு போனால் என்ன? சீக்கிரத்திலேயே தன்னைப் பற்றி இளைய பிராட்டியும், பொன்னியின் செல்வரும் விசாரிப்பார்கள். விசாரித்துத் தான் சிறையில் அடைக்கப்பட்டது தெரிந்ததும் பதைபதைப்பார்கள். உடனே சிறையின் சாவியை எடுத்துக் கொண்டு ஓடி வருவார்கள், தன்னை விடுதலை செய்வார்கள். கரிகாலரின்

உயிரைத் தன்னால் காப்பாற்ற முடியாமற் போனபோதிலும் அவருக்காகத் தான் செய்த முயற்சிகளையெல்லாம் அறிந்து பாராட்டுவார்கள்....

ஆனால் உண்மையாகவே பாராட்டுவார்களா? தன்னுடைய ஞாபகம் அவர்களுக்கு இருக்குமா? சகோதரனைப் பறிகொடுத்தவர்கள் அந்தத் துக்கத்தில் மற்றதையெல்லாம் மறந்துவிட மாட்டார்களா? தான் குற்றவாளி இல்லை என்று சொன்னால்தான் நம்புவார்களா? நம்பினாலும் முன்போல் தன் பேரில் நட்புரிமை பாராட்டுவார்களா?

தங்க நாணயத் தொழிற்சாலையின் வழியாக அவனைப் பாதாளச் சிறைக்குக் கொண்டு போனபோது அவனுடைய நம்பிக்கை வரவரக் குறைந்து கொண்டு வந்தது. அந்தத் தொழிற்சாலையைச் சின்னப் பழுவேட்டரையர் சற்று முன்னதாகவே மூடிவிட்டார். அந்த வழியில் அப்போது ஆங்காங்கே சிற்சில காவலர்கள் மட்டுமே நின்றார்கள். அவர்கள் பனைமரச் சின்னம் பொறித்த பட்டயங்களைப் பூண்டிருக்கவில்லை. கொடும்பாளூர் வேளார் பழைய சிறைக் காவலர்களையெல்லாம் அனுப்பி விட்டுத் தம்முடைய ஆட்களை ஆங்கே காவலுக்குப் போட்டிருந்தார். புதிதாகச் சிறைக்குள் வந்த இருவரையும், அவர்கள் வெறிக்க வெறிக்கப் பார்த்தார்கள். ஒருவரோடொருவர் "இவன்தான் கடம்பூர் சம்புவரையன்; இவன் வாணர் குலத்து வந்தியத்தேவன்; இளவரசரைக் கொன்ற சண்டாளர்கள்" என்று பேசிக் கொண்டது வந்தியத்தேவன் காதில் விழுந்தது. புலிக் கூண்டுகள் இருந்த அறை வழியாக அவர்களை அழைத்துச் சென்ற போது சோழர் குல மன்னர்களின் மறக் கருணைக்கு அவை சின்னங்களாகத் தோன்றின. மறுபடியும் கீழிறங்கிய படிகள் வழியாக அழைத்துச் சென்று வந்தியத்தேவனை ஒரு தனி அறையில் அடைத்துப் பூட்டிவிட்டுக் காவலர்கள் சென்றபோது, அவனுடைய நம்பிக்கை முழுதும் போய்விட்டது. அங்கிருந்து தான் விடுதலையாகப் போவதில்லை. உயிர் போன பிறகு தன் உடலைத்தான் ஒருவேளை அங்கிருந்து அப்புறப்படுத்துவார்கள் என்று எண்ணிக்கொண்டான். சின்னப் பழுவேட்டரையருக்கு முன்னமேயே தன் பேரில் சந்தேகம். பார்த்திபேந்திரனுக்கோ தன் பேரில் ஒரே துவேஷம். கிழவன் மலையமானுக்குப் பார்த்திபேந்திரன் பேச்சில்தான் நம்பிக்கை. பழுவேட்டரையர்கள் பரிந்து பேசிச் சம்புவரையர் பேரில் குற்றமில்லை என்று சீக்கிரத்தில் விடுதலை செய்து விடுவார்கள். தன்னை விடுதலை செய்வதற்கு யார் சிரத்தை எடுத்துக் கொள்ளப் போகிறார்கள்? ஒருவரும் இல்லை. தன் பேரில் கொலைக் குற்றமே சாட்டி விடுவார்கள். குற்றம்சாட்டிப் பகிரங்கமாக விசாரணை செய்வார்களா? விசாரித்தால் ஒருவேளை அவன் உண்மையை எடுத்துச் சொல்லிப் பார்க்கலாம். இல்லை, இல்லை! விசாரணையே செய்யமாட்டார்கள். விசாரணை நடத்தினால், நந்தினியைப் பற்றியும், ரவிதாஸன் கூட்டத்தைப் பற்றியும் உண்மை வெளியாக வேண்டியிருக்கலாம். அதையெல்லாம் யாரும் விரும்பமாட்டார்கள். தன்னை அச்சிறையிலேயே கிடந்து சாகும்படி விட்டுவிடுவார்கள். அல்லது விசாரணை ஒன்றுமின்றிக் கரிகாலரைக் கொன்றவன் என்பதாகத் தீர்மானித்து, நாற்சந்தியில் கொண்டுபோய்க் கழுமரத்தில் ஏற்றிவிடுவார்கள்.

தெய்வமே! முதன்முதலில் தஞ்சைக்குப் புறப்பட்டு வந்தபோது அவன் உள்ளத்தில் பொங்கிக் கொண்டிருந்த உற்சாகம் என்ன? என்னவெல்லாம் பகற் கனவு கண்டு கொண்டிருந்தான்? முக்கியமாக குடந்தை ஜோதிடர் வீட்டில் இளைய பிராட்டி குந்தவையையும், வானதியையும் சந்தித்ததிலிருந்து அவன் எப்படிப்பட்ட குதூகலக் கடலில் மிதந்து கொண்டு இந்தத் தஞ்சைக்கு வந்தான்! அப்போது சின்னப் பழுவேட்டரையர் தன்னை ஒற்றன் என்று சந்தேகித்துப் பாதாளச் சிறையில் அடைத்து விடுவாரோ என்று அவன் அஞ்சியதுண்டு. அது இப்போது வேறொரு விதத்தில் உண்மையாகி விட்டதே! வானவெளியில் உல்லாசமாகத் திரிந்து பறக்கும் பறவையைப் போல் வாழ்க்கை நடத்திக் கொண்டிருந்த தன்னை இந்த இருளடைந்த அறையில் பூட்டி விட்டார்களே! இதில் தன்னால் எத்தனை காலம் இருக்க முடியும்? முடியாது! முடியாது! உயிரை விடுவதற்கு ஏதேனும் விரைவில் வழி தேட வேண்டியதுதான்...

இவ்வாறெல்லாம் எண்ணி எண்ணி ஏக்கமடைந்து செயலற்று உட்கார்ந்திருந்தான் வந்தியத்தேவன்.

அந்தச் சமயத்தில் பக்கத்து அறையில் யாரோ தொண்டையைக் கனைப்பது கேட்டது. சற்று நேரத்துக்கெல்லாம் கர்ணகடூரமான குரலில்,

"பொன்னார் மேனியனே...!"

என்ற தேவாரப் பாடலும் கேட்டது.

வந்தியத்தேவனுக்கு உடனே சேந்தன் அமுதனுடைய ஞாபகம் வந்தது. பாடியவன் அவன் இல்லை. சேந்தன் அமுதனுடைய குரல் தெய்வீகமான இனிமை பொருந்தியது. இப்போது பாடுகிற குரல் கர்ணகடூரமானது. ஆயினும் அதே பாடலை இங்கே பாதாளச் சிறையில் இருப்பவன் பாடும் காரணம் என்ன?

சிவ, சிவா! காதால் கேட்க முடியவில்லை. பாதாளச் சிறையில் அடைப்பட்டிருப்பது போதாது என்ற இந்த அபூர்வமான சங்கீதத்தைக் கேட்கும் தண்டனை வேறேயா?

"யார், அப்பா அங்கே?" என்றான் வந்தியத்தேவன்.

"நான்தான் பைத்தியக்காரன்!" என்று பதில் வந்தது.

"அப்பா! பைத்தியக்காரா! கருணை கூர்ந்து உன் பாட்டை நிறுத்து!"

"ஏன்? என்னுடைய பாட்டு உனக்குப் பிடிக்கவில்லையா?"

"பிடிக்காமல் என்ன? உன் பாட்டு எனக்கு ரொம்ப ரொம்பப் பிடிக்கிறது?"

"பாட்டை நிறுத்திய பிறகு ரொம்பப் பிடிக்கிறதாக்கும்?"

"அப்படி ஒன்றும் நீ பைத்தியக்காரனாகத் தெரியவில்லை. இந்தப் பாட்டை உனக்கு யார் சொல்லிக் கொடுத்தது?"

"நீ இப்போது இருக்கும் அறையில் சில காலத்துக்கு முன்பு இன்னொரு வாலிபன் வந்திருந்தான். சில நாட்கள் தான் அவன் இருந்தான். அப்போது அவன் ஓயாமல் இந்தப் பாட்டைப் பாடிக் கொண்டிருந்தான்! எனக்கு அது பாடமாகி விட்டது" என்றான்.

வந்தியத்தேவன் உடனே அந்த வாலிபன் சேந்தன் அமுதன் தான் என்று தீர்மானித்துக் கொண்டான். தான் தப்பித்துச் செல்வதற்கு உதவி செய்வதற்காகச் சேந்தன் அமுதனைச் சின்னப் பழுவேட்டரையர் சில நாட்கள் பாதாளச் சிறையில் அடைத்திருந்தார் என்பதைக் கேள்விப்பட்டிருந்தான். இந்த அறையில் இருந்தவன் அவனாகத்தான் இருக்க வேண்டும். ஆகா! சேந்தன் அமுதன் எவ்வளவு தங்கமான பிள்ளை! எத்தகைய அருமையான சிநேகிதன்!

"இந்த அறையில் சில நாட்கள் இருந்த வாலிபன் யார்? உனக்குத் தெரியுமா?" என்று கேட்டான்.

"தெரியாமல் என்ன? அவன் பெயர் சேந்தன் அமுதன். யாரோ ஒரு ஊமைச்சியின் மகனாம்! உண்மையில் அவன் யார் என்பது மட்டும் உலகத்துக்குத் தெரிந்தால்....?"

"தெரிந்தால் என்ன ஆகும்?"

"உலகமே தலைகீழாகப் போய்விடும்!"

"உலகம் தலைகீழானால், நமக்கு இந்தப் பாதாளச் சிறையிலிருந்து விடுதலை கிடைக்குமா?"

"நிச்சயமாகக் கிடைக்கும்."

"அப்படியானால் அவன் யார் என்றுதான் சொல்லேன்?"

"அவ்வளவு சுலபமாக உன்னிடம் சொல்லிவிடுவேனா? அதைச் சோழ சக்கரவர்த்தியின் காதிலே மட்டுந்தான் சொல்வேன்! இன்னும் சுந்தர சோழர்தானே சோழ நாட்டின் சக்கரவர்த்தியாயிருக்கிறார்?" என்று கேட்டான்.

"ஆமாம்; அதைப்பற்றி உனக்கு என்ன சந்தேகம்?"

“சில நாளைக்கு முன்பு இங்கே சில மாறுதல்கள் நடந்தன. பழைய சிறைக் காவலர்கள் எல்லாம் மாறிப் புதிய சிறைக் காவலர்கள் வந்தார்கள். தங்க நாணய வார்ப்படச் சாலையை மூடிவிட்டார்கள். அதை மூடாதிருந்தபோது, கன்னார்கள் வேலை செய்யும் சத்தம் இடைவிடாமல் கேட்டுக் கொண்டிருக்கும்.”

“ஏன் மூடிவிட்டார்கள்? ஏன் காவற்காரர்கள் மாறினார்கள்?”

“சின்னப் பழுவேட்டரையர் கோட்டைக் காவலை விட்டு ஓடிப் போய்விட்டாராம். கொடும்பாளூர் வேளார் தஞ்சைக் கோட்டையைப் பிடித்துக் கொண்டாராம். காவற்காரர்களின் பேச்சிலிருந்து தான் இவைகளைத் தெரிந்து கொண்டேன்...”

“ஓகோ! அதுவும் அப்படியா?” என்றான் வந்தியத்தேவன் உண்மையிலேயே அவன் பெரு வியப்படைந்தான்.

கொடும்பாளூர் பூதி விக்கிரம கேசரி தன்னை நன்கு சோதித்து அறிந்தவர். அவர் ஒருவேளை தன் பேச்சை நம்பித் தன்னை விடுதலை செய்வாரா? அவரால்தான் அது எப்படி முடியும்? இளவரசர் கரிகாலரைக் கொன்றவன் என்று குற்றம் சாட்டப்பட்டவனை யார்தான் எளிதில் விடுதலை செய்துவிட முடியும்?

“என்ன, தம்பி மௌனமாகிவிட்டாய்? மறுபடியும் பாடத் தொடங்கட்டுமா?” என்று பைத்தியக்காரன் தொண்டையைக் கனைத்தான்.

“வேண்டாம், வேண்டாம்! நீ கூறியதைப் பற்றி யோசித்துக் கொண்டிருந்தேன். சேந்தன் அமுதன் ஊமைச்சியின் மகன் அல்லவென்று சொன்னாயே? பின் அவன் யாராயிருக்கும் என்று யோசிக்கிறேன்.”

“அந்தப் பேச்சை விட்டுவிட்டு வேறு ஏதாவது சொல்லு?”

“உன்னை எதற்காகப் பைத்தியக்காரன் என்று சொல்லிக் கொள்கிறாய்?”

“இங்கே வந்தவர்கள் எல்லாரும் என்னைப் பைத்தியக்காரன் என்று சொல்லுவதினாலேதான்.”

“ஏன் அப்படி அவர்கள் எல்லாரும் சொல்லுகிறார்கள்?”

“ஈழத்தில் பாண்டிய வம்சத்து மணி மகுடமும், தேவேந்திரன் அளித்த இரத்தின ஹாரமும் இருக்குமிடம் எனக்குத் தெரியும். என்னை விடுதலை செய்தால் அவை இருக்குமிடம் சொல்வேன் என்று இங்கே வருகிறவர்களிடமெல்லாம் நான் சொல்வதுண்டு. அதற்காக என்னைப் பைத்தியம் என்கிறார்கள்!”

“உன்னைப் பைத்தியம் என்கிறவர்கள் தான் உண்மைப் பைத்தியக்காரர்கள்.”

“நீ என் வார்த்தையை நம்புகிறாயா?”

“பரிபூரணமாக நம்புகிறேன்; ஆனால் நான் நம்பி என்ன பயன்? உனக்கு என்னால் ஒரு உதவியும் செய்ய முடியாதே?”

“அப்படி சொல்லாதே! நீ இப்போது இருக்கும் அறையில் அடைக்கப்படுகிறவர்கள் எல்லாரும் சீக்கிரத்தில் விடுதலை செய்யப்படுவது வழக்கமாயிருந்து வருகிறது” என்று சொன்னான்.

“அது என்ன வழக்கம்? உதாரணங்கள் சொல் பார்க்கலாம்.”

“யாரோ வைத்தியர் மகன் ஒருவன், பினாகபாணி என்கிறவன், உன் அறையில் அடைக்கப்பட்டிருந்தான். அவனைப் பழுவூர் ராணி நந்தினி தேவி வந்து விடுதலை செய்து அழைத்துப் போனாள். அந்த அறையிலேயே சேந்தன் அமுதன் இருந்தான். அவனை குந்தவை தேவியும் கொடும்பாளூர் இளவரசியும் வந்து விடுதலை செய்தார்கள்.”

வந்தியத்தேவன் ஒரு நெடிய பெருமூச்சு விட்டுவிட்டு, “அந்த மாதிரி என்னை வந்து விடுதலை செய்ய எந்த ராணியும் இளவரசியும் வரமாட்டார்கள்!” என்றான்.

"அப்படியானால் நானே உன்னை விடுதலை செய்கிறேன்" என்றான் அடுத்த அறையில் இருந்தவன்.

"இப்போதுதான் நீ பைத்தியக்காரன் போலப் பேசுகிறாய்!" என்றான் வந்தியத்தேவன்.

"இல்லை, என் வார்த்தையை நம்பு?"

"வேறு வழியில்லை, உன்னை நம்பித்தான் தீரவேண்டும்."

"அப்படியானால், இன்றிரவு காவலர்கள் வந்து நமக்கு உணவு அளித்துவிட்டுப் போகும் வரையில் பொறுமையுடன் இரு!" என்றான் பைத்தியக்காரன் என்று பெயர் வாங்கியவன்.

ஃஃஃ

56. "சமய சஞ்சீவி"

அன்றிரவு கடைசிக் காவலன் வந்துவிட்டுப் போனதும் வந்தியத்தேவன் அடுத்த அறையிலிருந்த பைத்தியக்காரன் என்ன சொல்லப் போகிறான் என்று அறிய ஆவலுடன் காத்திருந்தான். அந்த அறையின் ஒரு பக்கத்துச் சுவரில் எலி பிறாண்டுவது போல் ஏதோ சத்தம் கேட்டது. வந்தியத்தேவனுக்குப் புலி, சிங்கத்தினிடம் பயமில்லை. ஆனால் பூனைகளுக்கும், எலிகளுக்கும் பயம். இரவெல்லாம் அந்த இருளடர்ந்த அறையில் எலிகளுடன் காலங்கழிக்க வேண்டுமோ என்று கவலைப்பட்டவனாக, "பைத்தியக்காரா! தூங்கிப் போய்விட்டாயா?" என்று கேட்டான்.

அதற்கு பதில் ஒன்றும் வரவில்லை. எலி பிறாண்டும் சத்தம் மட்டும் மெதுவாகக் கேட்டுக் கொண்டிருந்தது.

சற்று நேரத்துக்கெல்லாம் சுவரிலிருந்து சில கற்கள் பெயர்ந்து விழுந்து துவாரம் ஒன்று உண்டாயிற்று. அதன் வழியாகப் பைத்தியக்காரன் குரல், "அப்பனே தூங்கிவிட்டாயா?" என்று கேட்டது.

"இல்லை; தூங்கவில்லை உனக்காகத்தான் காத்திருக்கிறேன் இது என்ன வேலை?" என்றான் வந்தியத்தேவன்.

"இது ஆறு மாதத்து வேலை. அதற்கு முன்னால் என் கைச் சங்கிலியைத் தறித்துக்கொள்வதற்கு ஆறு மாதம் பிடித்தது என்றான் பைத்தியக்காரன்.

சற்று நேரத்துக்கெல்லாம் துவாரத்தை இன்னும் பெரிதாகச் செய்து கொண்டு வந்தியத்தேவனுடைய அறைக்குள்ளே அவன் புகுந்தான்.

வந்தியத்தேவன் அவனுடைய கரங்களைப் பிடித்து இறக்கிவிட்ட பிறகு, "இவ்வளவு கஷ்டப்பட்டு இந்தச் சுவரில் துவாரம் செய்தாயே? இதில் என்ன பயன்? வெளிச் சுவரில் துவாரம் போட்டாலும் பயன் உண்டு!" என்றான்.

"இங்கிருந்து வெளிச் சுவர் என்பதே கிடையாது. புலிக் கூண்டு அறையின் வழியாகத்தான் வெளியேற முடியும். இந்த அறை சில சமயம் காலியாக இருப்பதுண்டு அப்போது பூட்டப்படாமலுமிருக்கும். ஆகையால் என் அறையிலிருந்து தப்பிச் செல்வதைவிட இங்கிருந்து தப்புவது சுலபம்."

"இன்றைக்கு வந்த என்னை நம்பி இதை வெளிப்படுத்தி விட்டாயே? நான் உன்னைக் காட்டிக் கொடுத்துவிட்டால் என்ன செய்வாய்?"

"ஒருவனை நம்பலாம், நம்பக்கூடாது என்பதைக் குரலிலிருந்தே கண்டுபிடிக்கலாம். சேந்தன் அமுதனை நம்புவேன். ஆனால் பினாகபாணியை நம்பமாட்டேன். உன் குரலிலிருந்து உன்னை நம்பலாம் என்றும் முடிவு செய்தேன். மேலும் தப்பிச் செல்லும் காரியம் இப்போது நடந்தால்தான் நடந்தது. சரியான சந்தர்ப்பம் இதுதான்!"

"அது ஏன்?"

"காவற்காரர்கள் மாறியிருக்கிறார்கள் என்று சொன்னேன் அல்லவா? அவர்களில் இரண்டு பேர் பேசிக் கொண்டிருந்ததைக் கேட்டேன். புலிக் கூண்டைத் திறந்து விடுவதைப் பற்றி அவர்கள் பேசிக் கொண்டிருந்தார்கள். 'புலிக் கூண்டைத் திறக்கும்போது நம் மேலேயே புலி பாய்ந்து விட்டால் என்ன செய்கிறது?' என்று ஒருவன் கேட்டான். அதற்கு மற்றவன் 'சாகவேண்டியதுதான்!' என்றான். இதிலிருந்து அவர்கள் புலிக் கூண்டைத் திறக்கமாட்டார்கள் என்பது நிச்சயம். புதிய காவற்காரர்களாதலால் திடீரென்று பாய்ந்து சென்று தப்பித்துக் கொள்ளலாம் என்று என் எண்ணம். எப்படியிருந்தாலும், இங்கேயே கிடந்து சாவதைக் காட்டிலும் விடுதலைக்கு ஒரு முயற்சி செய்து பார்ப்பது நல்லதல்லவா?"

"உண்மைதான்!"

"ஒருவனாக முயற்சி செய்வதைக் காட்டிலும், இரண்டு பேராக முயற்சி செய்வது எளிது. நீ என்னைப் போல் இல்லை; புதிதாக வந்தவன், நல்ல திடகாத்திரனாயிருக்கிறாய். இரண்டு காவலர்களை நாம் இருவரும் கட்டிப் போட்டுவிட்டு அவர்களிடமிருந்து சாவிகளைப் பிடுங்கிக் கொண்டு வெளியேறலாம் அல்லவா?"

"நல்ல யோசனைதான், எப்பொழுது புறப்படலாம்?"

"கொஞ்சம் பொறு; சரியான சமயம் பார்த்துச் சொல்கிறேன்".

"நானும் ரொம்பக் களைத்துப் போயிருக்கிறேன், ஒருநாள்...இரண்டு நாள் போனாலும் நல்லதுதான்."

பிறகு அந்தப் பைத்தியக்காரன் அவன் சிறையிலிருந்த காலத்தில் வெளி உலகில் நடந்த முக்கிய சம்பவங்களையெல்லாம் வந்தியத்தேவனிடம் கேட்டுத் தெரிந்து கொண்டான். ஆதித்த கரிகாலர் இறந்தார் என்று கேட்டதும், "ஆகா, அப்படியானால் நாம் இப்போது வெளியேறுவது மிக முக்கியம்!" என்றான்.

"ஏன் அப்படிச் சொல்கிறாய்?"

"அடுத்தபடி இராஜ்யத்துக்கு யாரையாவது இளவரசுப் பட்டம் கட்ட வேண்டும் அல்லவா?"

"இளவரசு பட்டம் என்ன? சக்கரவர்த்தி உடல் நோயினாலும் மனச் சோர்வினாலும் பீடிக்கப்பட்டிருக்கிறார். இராஜ்யபாரத்தை அடியோடு விட்டு நீங்க விரும்புகிறார்!"

"யாருக்கு மகுடம் சூட்டுவதாகப் பேச்சு நடக்கிறது?"

"சிற்றரசர்கள் சிலர் மதுராந்தகருக்குப் பட்டம் கட்ட விரும்புகிறார்கள்! மற்றும் சிலர் பொன்னியின் செல்வருக்கு மகுடம் சூட்ட விரும்புகிறார்கள்!"

"சக்கரவர்த்தியின் கருத்து என்ன?"

"இராஜ்யத்தில் வீண் சண்டை ஏற்படாமல் தடுக்கும் பொருட்டு மதுராந்தகர் சிங்காதனம் ஏறுவதையே சக்கரவர்த்தி விரும்புகிறாராம்."

"அப்படியானால், நாம் சீக்கிரத்தில் வெளியேற வேண்டியது ரொம்ப ரொம்ப அவசியமாகிறது!" என்றான் அந்தப் பைத்தியக்காரன்.

பிறகு, ஈழ நாட்டில் பாண்டியர் மகுடமும், இரத்தின ஹாரமும் இருக்குமிடம் பற்றித் தான் தெரிந்து கொண்ட விதத்தை விவரமாகக் கூறினான். சோழ குலத்து இரகசியத்தைப் பற்றி மறுபடியும் வந்தியத்தேவன் கேட்டதற்கு, "அதை இப்போது சொல்ல மாட்டேன். இருவரும் தப்பிப் பிழைத்து வெளியேறினோமானால் சொல்லுவேன். இல்லாவிடில் அந்த இரகசியம் என்னோடு மடிய வேண்டியதுதான்!" என்றான்.

வந்தியத்தேவனுடைய உள்ளம் தீவிரமாகச் சிந்தனையில் ஆழ்ந்தது. அந்தப் பைத்தியக்காரன் சொல்லக் கூடிய அத்தகைய இரகசியம் என்னவாயிருக்கும் என்று

ஊகிக்கப் பார்த்தான். பற்பல நிழல் போன்ற நினைவுகள் அவனுடைய மனத்திரையில் தோன்றி மறைந்தன.

திடீரென்று வைத்தியர் மகனைப் பார்த்ததும் வந்தியத்தேவனுக்குத் தூக்கி வாரிப்போட்டது. தானும், அடுத்த அறையில் உள்ளவனும் சேர்ந்து செய்திருக்கும் யோசனைக்கு அவன் தடை போட்டுவிடுவானோ என்று கவலைப்பட்டான். பினாகபாணியின் நயவஞ்சகப் பேச்சை அவன் நம்பவில்லை. அவனும் பைத்தியக்காரனும் இவ்விஷயத்தில் ஒரு மனமுடையவர்களாயிருந்தார்கள். ஏதோ துர் எண்ணத்துடனேதான் பினாகபாணி வந்திருக்கிறான் என்று முடிவு செய்து கொண்டார்கள். ஒருவரைச் சிறையில் விட்டு விட்டு இன்னொருவர் வெளியேறிப் போவதில்லையென்று சபதம் எடுத்துக் கொண்டார்கள். மறுபடியும் பினாகபாணி வந்தால் என்ன செய்கிறது என்றும் தீர்மானித்துக் கொண்டார்கள்.

எனவே, இரண்டாவது தடவை பினாகபாணி வந்தபோது இருவரும் முன் ஜாக்கிரதையாக இருந்தார்கள். பைத்தியக்காரனிடம் முத்திரை மோதிரத்தைக் காட்டி அவனுடைய இரகசியத்தைச் சொல்லும்படி வைத்தியர் மகன் கேட்டுக் கொண்டிருந்த போது, வந்தியத்தேவன் இரண்டு அறைகளுக்கும் நடுவில் சுவரில் ஏற்கெனவே செய்திருந்த துவாரத்தின் வழியாக ஓசைப்படாமல் புகுந்து அந்த அறைக்குள்ளே வந்தான். பினாகபாணி திரும்பி அவனைத் தாக்கவே, இருவரும் துவந்த யுத்தம் செய்தார்கள். வேறு சமயமாயிருந்தால் வந்தியத்தேவன் வைத்தியர் மகனை ஒரு நொடியில் வென்று வீழ்த்தியிருப்பான். மேலே நெருப்புச் சுட்ட புண்கள் இன்னும் நன்றாக ஆறாதபடியாலும், காளாமுக ராட்சதன் அவனுடைய தொண்டையைப் பிடித்து அமுக்கிய இடத்தில் இன்னும் வலித்துக் கொண்டிருந்தபடியாலும் துவந்த யுத்தம் நீடித்தது. அச்சமயத்தில் பைத்தியக்காரன் கையில் சங்கிலியுடன் வந்து பினாகபாணியின் கழுத்தில் போட்டு இறுக்கினான். பினாகபாணி கீழே விழுந்தான்.

பிறகு, இருவருமாக அவனை அந்த அறையின் சுவர்களில் இருந்த இரும்பு வளையங்களுடன் சேர்த்துக் கட்டினார்கள். அப்படிக் கட்டும் போதே வந்தியத்தேவன், "பினாகபாணி! நாம் இருவரும் சக்கரவர்த்தியைக் குணப்படுத்துவதற்காகச் சஞ்சீவி மூலிகையைத் தேடி ஈழ நாட்டுக்குப் போனோமே, நினைவு இருக்கிறதா? அப்போது நாம் சஞ்சீவி கொண்டு வருவதில் வெற்றி பெறவில்லை. ஆனால் இப்போது எங்களுக்குச் 'சமய சஞ்சீவி'யாக வந்து சேர்ந்தாய்! இந்த உதவிக்காக மிக்க வந்தனம். வைத்தியர் மகனாகிய நீ இனிமேல் வைத்தியத்துடன் நிற்பது நல்லது. ஒற்றன் வேலையில் தலையிட்டு ஏன் வீணாகக் கஷ்டத்தை விலைக்கு வாங்கிக்கொள்கிறாய்?" என்று சொன்னான்.

பினாகபாணி அதற்கு ஒன்றும் பதில் சொல்லவில்லை. திடீரென்று நேர்ந்த இந்த விபத்தினால் அவன் பேச்சிழந்து நின்றான். ஆனால் அவனுடைய கண்கள் மட்டும் கோபக் கனலைக் கக்கின என்பது அவன் கொண்டு வந்து கீழே போட்டிருந்த தீவர்த்தி வெளிச்சத்தில் நன்றாகத் தெரிந்தது. பின்னர் இருவரும் வைத்தியர் மகன் கொண்டு வந்திருந்த அதிகார முத்திரையைக் கைப்பற்றிக் கொண்டார்கள். பினாகபாணி தலையில் சுற்றியிருந்த துணியை எடுத்து வந்தியத்தேவன் தன் தலையில் சுற்றிக் கொண்டான்.

அந்த அறையிலிருந்து வெளிவந்து கதவைப் பூட்டினார்கள். பிறகு மெள்ள நடந்து பாதாளச் சிறையின் படிக்கட்டில் ஏறினார்கள். வழி சரியாகத் தெரியாதவர்களாதலால், நிதானமாக அங்குமிங்கும் பார்த்துக் கொண்டு நடந்தார்கள். புலிகளின் உறுமல் சத்தம் கேட்டதும் இருவருக்கும் மேலே போகச் சிறிது தயக்கமாகவே இருந்தது. ஒருவேளை தாங்கள் தப்புவதை எப்படியோ அறிந்து புலியைக் கூண்டிலிருந்து அவிழ்த்து விட்டிருப்பார்களோ!

வந்தியத்தேவனும் பைத்தியக்காரனும் புலிக் கூண்டு அறைக்குள்ளே மெதுவாக எட்டிப் பார்த்தார்கள். அந்த அறையில் அச்சமயம் ஒரே ஒரு காவலன் தான் இருந்தான். உறுமிய புலிகள் இருந்த கூண்டை அவன் உற்று நோக்கிக் கொண்டிருந்தான். ஒருவேளை

புலிக் கூண்டைத் திறந்து புலிகளைத் தங்கள் மீது ஏவிவிட அவன் யோசிக்கிறானா, என்ன? அச்சமயம் வைத்தியர் மகன் கூச்சல் போட ஆரம்பித்திருந்தான். அந்தக் கூச்சல் இக்காவலனுடைய சந்தேகத்தைக் கிளப்பி விட்டிருக்கலாம் அல்லவா? பினாகபாணியின் வாயில் துணியை அடைத்துவிட்டு வராதது எவ்வளவு தவறாகப் போயிற்று?

ஃஃ

57. விடுதலை

வந்தியத்தேவன் சிறிது நேரம் வாசற்படிக்கருகில் கவலையுடன் தயங்கி நின்றான். புலிகளைப் பார்த்த வண்ணம் மீசையில் கையை வைத்து முறுக்கிக் கொண்டு நின்ற காவலன் மீது பாய்ந்து அவனைத் தீர்த்துக் கட்டிவிட்டு மேலே போகலாமா என்று ஒரு கணம் யோசித்தான். ஆனால் புலிக் கூண்டுகளுக்கு அப்பால் அடுத்த வாசற்படிக்கருகில் மற்றும் இரு காவலர்கள் நிற்பது தெரிந்தது. அவர்களில் ஒருவன் இந்தக் காவலனுக்கு ஏதோ சமிக்ஞையினால் தெரிவித்து விட்டு அப்பால் போனான். ஒருவேளை தன்னைப் பற்றித்தான் அவர்கள் ஜாடையாகப் பேசிக் கொள்கிறார்களோ? இந்தக் காவலனைத் தாக்கி வீழ்த்திவிட்டுப் போனாலும், அப்பால் இது போன்ற பல வாசற்படிகளும் அவற்றில் காவலர்களும் இருப்பார்கள். அவர்களையெல்லாம் சமாளித்துவிட்டுத் தப்பிச் செல்ல முடியுமா? அதைக் காட்டிலும் ஒரே பாய்ச்சலாகப் பாய்ந்து சென்று புலிக் கூண்டுகளைத் திறந்து விட்டால் என்ன? அப்போது ஏற்படக் கூடிய குழப்பத்தில் தப்பிச் செல்வது எளிதாக இருக்கும் அல்லவா?...

இப்படி அவன் எண்ணியபோது காவலன், "ஓகோ! தப்பித்துக் கொள்ளலாம் என்று பார்க்கிறாயோ?" என்று கூறியதைக் கேட்டு வந்தியத்தேவன் ஒரு கணம் திடுக்கிட்டான்.

புலிகளில் ஒன்று உறுமியது. "அட நாயே! சும்மாக் கிட!" என்று அதட்டினான் காவற்காரன்.

அவன் புலியுடன் பேசுகிறான் என்று அறிந்ததும் வந்தியத்தேவன் சிரித்தான். காவற்காரன் திரும்பிப் பார்த்தான்.

"பின்னே பாருங்க, ஐயா! இந்தப் புலி என்னை மிரட்டப் பார்க்கிறது. இதுமாதிரி எத்தனையோ புலிகளை நான் பார்த்திருக்கிறேன்! இந்தச் சிங்கத்திடம் அதன் ஜம்பம் சாயாது" என்று கூறி மறுபடியும் மீசையை முறுக்கினான்.

வந்தியத்தேவன், "கூண்டுக்குள் இருக்கும் வரையில் புலியும் எலியும் ஒன்றுதான்! அதன் ஜம்பம் எப்படிச் சாயும்?" என்று சொல்லிவிட்டு கையிலிருந்த பெரிய வேளாரின் இலச்சினையைக் காட்டினான்.

"போங்க, ஐயா, போங்க! முதன்மந்திரியின் ஆட்கள் வாசலிலே உங்களுக்காகக் காத்திருக்கிறார்களாம்! சீக்கிரம் போங்க!" என்று கூறிவிட்டு, அவர்கள் வந்த பக்கத்தை நோக்கி, "அடே பைத்தியக்காரா! சும்மா இருக்கமாட்டே!" என்று கூவினான்.

அச்சமயம் வந்தியத்தேவன் பைத்தியக்காரனின் கையைப் பிடித்துக் கொண்டிருந்தான். அவன் கை நடுங்குவதைத் தெரிந்து கொண்டு, கையை இறுக்கிப் பிடித்துத் தைரியப்படுத்தினான்.

பிறகு, காவற்காரனைத் தாண்டி இருவரும் முன்னால் சென்றார்கள். "விடுதலை வேண்டுமாம் விடுதலை! எல்லாரையும் விடுதலை செய்துவிட்டால், பிறகு எங்கள் பிழைப்பு என்ன ஆகிறது?" என்று அந்தக் காவலன் கூறியது அவர்கள் காதில் விழுந்தது.

வந்தியத்தேவன் எவ்வளவோ துணிவுள்ளவனாயினும், அச்சமயம் அவன் நெஞ்சம் 'பக், பக்' என்று அடித்துக் கொண்டிருந்தது. வாசலில் முதன்மந்திரியின் ஆட்கள் காத்துக் கொண்டிருப்பதாகக் காவலன் சொன்னது அவன் மனத்தில் பதிந்திருந்தது.

சிறைக்குள்ளே இருட்டாயிருக்கிறது. அதனால் இங்குள்ள காவலர்களை எளிதில் ஏமாற்றி விட்டுச் செல்லலாம். வெளியில் வெளிச்சமாயிருக்குமே? முதன்மந்திரியின் மனிதர்கள் இந்த ஆள்மாறாட்டத்தைக் கண்டுபிடித்துவிட்டால் என்ன செய்கிறது? ஆயினும் பார்க்கலாம் ஒரு கை! எதற்கும் தயாராயிருக்க வேண்டியதுதான்! நல்லவேளையாக இந்தப் பைத்தியக்காரனும் கெட்டிக்காரப் பைத்தியக்காரனாயிருக்கிறான்; சமயத்தில் கை கொடுப்பான்!...

பாதாளச் சிறையின் பல வாசல்களையும் கடந்த பிறகு தங்க நாணய வார்ப்படச் சாலையின் வாசல்களையும் கடந்து அவர்கள் விரைந்து சென்றார்கள். ஆங்காங்கே இருந்த காவலர்கள் அவர்களிடமிருந்த வேளாரின் இலச்சினையைப் பார்த்ததும் ஒதுங்கி வழி விட்டார்கள். இவர்களை யாரும் சந்தேகிக்கவும் இல்லை. உற்றுப் பார்க்கவும் இல்லை. போகும்போதே வந்தியத்தேவன் பரபரப்புடன் யோசித்து ஒரு திட்டம் போட்டுக் கொண்டான். நீண்ட அறை ஒன்றில் அவர்கள் போய்க்கொண்டிருந்தபோது அவனுடைய துணைவன் காதில், "நீ முதன்மந்திரி வீட்டுக்குப் போகப் போகிறாயா? என்னுடன் வருகிறாயா?" என்று கேட்டான்.

"முதன்மந்திரி வீட்டுக்குப் போனால் மீண்டும் பாதாளச் சிறைதான்! உன்னுடனே வருவேன்! நீ எங்கே போவதாக உத்தேசம்?" என்றான்.

"கடவுள் அருள் இருந்தால், ஈழ நாட்டுக்கே போய்விடலாம்! முதன்மந்திரியின் ஆட்களுக்கு முன்னால் நீ என்னைப் 'பினாகபாணி!' என்று கூப்பிடு! உன் பெயர் என்ன?"

"பைத்தியக்காரன்!"

"உண்மையான பெயர்! உன் பெற்றோர்கள் வைத்த பெயர்?"

"ஆ அதுவா? பெற்றோர்கள் எனக்குக் 'கரிய திருமால்' என்று பெயரிட்டனர். சுற்றத்தாரும் ஊராரும் 'கருத்திருமன்' என்று அழைத்தார்கள்!"

"நல்ல பெயர்தான்! கருத்திருமா! தஞ்சை வீதிகளில் நாம் போகும்போது உன் தோளைத் தொடுவேன். உடனே நீ என்னுடன் ஓடிவரச் சித்தமா இருக்க வேண்டும். நன்றாக ஓடுவாய் அல்லவா?"

"ஓ! ஓட்டத்தில் ஈழத்தரசன் மகிந்தன்கூட என்னுடன் போட்டியிட முடியாது!"

வந்தியத்தேவன் சிரித்தான். "நீ நல்ல பைத்தியக்காரன்!..." என்றான்.

பொற்காசு வார்ப்படச் சாலையைக் கடந்து அவர்கள் வெளியில் வந்தார்கள்.

வந்தியத்தேவன் பயந்தபடி அங்கே முதன்மந்திரியின் ஆட்கள் ரொம்பப் பேர் இல்லை. இரண்டே இரண்டு பேர்தான் இருந்தார்கள். அவர்களில் ஒருவன் நல்ல குண்டன், வந்தியத்தேவனுக்கு அவனை எங்கேயோ, எப்போதோ பார்த்த மாதிரி இருந்தது; தெளிவாக நினைவுக்கு வரவில்லை.

"நீங்கள்தானே முதன்மந்திரியின் ஆட்கள்!" என்றான் வந்தியத்தேவன்.

"என்ன தம்பி, அதற்குள்ளேயா மறந்து போய்விட்டாய்?" என்றான் அவர்களில் ஒருவன்.

"இல்லை, இல்லை! நீங்கள்தானே எங்களை முதன்மந்திரி வீட்டுக்கு அழைத்துப் போகப் போகிறீர்கள்?" என்றான் வந்தியத்தேவன்.

"ஆமாம் நாங்கள்தான்! நீ முதன்மந்திரி வீட்டுக்குப் போகும் வழியைக் கூட மறந்து போனாலும் போய்விடுவாய்!"

அப்போது கருத்திருமன், வந்தியத்தேவன் கூறியதை நினைவு கூர்ந்து, "அப்பா, பினாகபாணி! எனக்குப் பயமாயிருக்கிறது! முதன்மந்திரி மறுபடியும் என்னைப் பாதாளச் சிறையில் தள்ளிவிடுவாரோ, என்னமோ!" என்றான்.

"அதெல்லாம் மாட்டார், அப்பனே! எங்கள் முதன்மந்திரியின் சமாசாரம் உனக்குத் தெரியாது போலிருக்கிறது. ஆனால் தப்பித்துக் கொள்ள மட்டும் பார்க்காதே! அப்படி ஏதாவது, செய்தால், நாங்கள் பாதாளச் சிறையில் இருக்க நேரிடும்!" என்றான்.

இவ்விதம் சொல்லிவிட்டு அந்த ஆட்களில் குண்டனாயிருந்தவன் முன்னால் நடந்தான். இன்னொருவன் வந்தியத்தேவனுக்கும் கருத்திருமனுக்கும் பின்னால் காவலாக வந்தான்.

தஞ்சாவூர் வீதிகளில் கலகலப்பே இல்லை. ஜனசஞ்சாரமும் இல்லை. ஆதித்த கரிகாலரின் இறுதிச் சடங்குகளினால் ஏற்பட்ட கிளர்ச்சிகள் அடங்கிவிட்ட பிறகு கோட்டைக்குள் வசித்தவர்கள் அவரவர்களுடைய அலுவல்களில் ஈடுபட்டிருந்தார்கள். கோட்டைக்கு வெளியில், கொடும்பாளூர்ப் படைகள் கடுமையாகக் காவல் புரிந்து வந்தன. கோட்டைக்கு வெளியிலிருந்து யாரும் உள்ளே வருவதற்கு அனுமதிக்கப்படவில்லை. வந்தியத்தேவன் இருபுறமும் உற்றுப் பார்த்துக் கொண்டு நடந்தான். அந்த இரண்டு ஆட்களிடமிருந்தே தப்பிச் செல்வது மிகவும் சுலபம். ஆனால் மறுபடியும் பிடிபடாமல் இருக்க வேண்டும்? கோட்டைக்குள்ளிருந்து வெளியேறுவதற்கும் வசதியாக இருக்க வேண்டுமே? இந்த எண்ணத்தினால், வந்தியத்தேவன் வீதியின் இரு பக்கங்களையும் உற்று உற்றுப் பார்த்துக் கொண்டு நடந்தான்.

பெரிய பழுவேட்டரையருடைய அரண்மனை வாசலைத் தாண்டிச் சென்றதும், வந்தியத்தேவனுடைய பரபரப்பு அதிகமாயிற்று. அடுத்தாற்போல், அந்தச் சந்து வரப் போகிறது! முன்னொரு தடவை சின்னப் பழுவேட்டரையரின் ஆட்களிடமிருந்து தான் தப்பி ஓடிச் சென்ற சந்துதான்! அதைத்தான் அவனும் எதிர்பார்த்துக் கொண்டிருந்தான். வளைந்து வளைந்து சென்ற அச்சந்தில் மூலை முடுக்குகள் அதிகம் இருந்தன. இரண்டு புறமும் தோட்டச் சுவர்கள், சுவர்களின் மேலாக வெளியில் தாழ்ந்து தொங்கிய மரங்கள் அங்கேதான் இக்காவலர்களிடமிருந்து தப்பி ஓடினால் ஓடலாம். முன்போலவே பெரிய பழுவேட்டரையருடைய மாளிகைத் தோட்டத்துக்குள் குதிக்கலாம். அங்கே குதித்து விட்டால் அடர்ந்த மரங்களுக்கிடையே ஒளிந்து கொள்ள வசதியாயிருக்கும். முன்போலவே பொக்கிஷ நிலவறைப் பாதை மூலமாக வெளியேறவும் இலகுவாயிருக்கும். வேறு வழியில் தப்புவது சாத்தியமில்லை...

இதோ அந்தச் சந்து வழி, அவன் முன்பு தப்பிச் சென்ற வழி, வந்துவிட்டது.

வந்தியத்தேவன் கருத்திருமனுடைய தோளைத் தொடலாம் என்று எண்ணினான். ஆனால் இது என்ன? அங்கே யார் கூட்டமாக வருகிறார்கள்? சிவிகைகள்! குதிரைகள்! கையில் வேல் பிடித்த காவல் வீரர்கள்! இவ்வளவு ஆர்ப்பாட்டத்துடன் வருகிறார்கள். அரச குடும்பத்தைச் சேர்ந்தவர்களாகவோ, பெருந்தர அதிகாரிகளாகவோ இருக்க வேண்டும்.

இதை உணர்ந்து முதன்மந்திரியின் ஆட்கள் சுற்றுமுற்றும் பார்த்தார்கள். வந்தியத்தேவன் கவனத்தைக் கவர்ந்த சந்தை அவர்களும் கவனித்தார்கள். உடனே அவ்விடம் சென்று ஒதுங்கி நின்றார்கள். தாங்கள் அழைத்து வந்த இருவரையும் தங்களுக்குப் பின்னால் நிறுத்திப் பிறர் அறியா வண்ணம் அவர்களை மறைத்துக் கொண்டு நின்றார்கள்.

எதிரில் கூட்டமாக வந்தவர்கள் விரைவில் அந்த இடத்தை அடைந்து அவர்களைத் தாண்டிச் சென்றார்கள்.

முன்னால் வேல் பிடித்த வீரர்கள் சிலர், பிறகு, மூன்று கம்பீரமான வெண் புரவிகளின் பேரில் மலையமானும், கொடும்பாளூர் வேளாரும் அவர்களுக்கு நடுவில் ஒருவரும் வந்தனர். நடுவில் வந்தவர் பொன்னியின் செல்வர் என்பதை வந்தியத்தேவன் கண்டான்.

ஆகா! எவ்வளவு சமீபத்தில் இருக்கிறார்? ஆனாலும், எவ்வளவு தூரமாகப் போய்விட்டார்?

ஒரு கணம் வந்தியத்தேவன் எண்ணினான். காவலர்களை மீறி ஓடிச் சென்று அவர் முன்னால் நிற்கலாமா என்று, உடனே அந்தக் கருத்தை மாற்றிக் கொண்டான். தமையனைக் கொன்றதாகக் குற்றம் சாட்டப்பட்டவனுக்குப் பொன்னியின் செல்வர் தான்

எப்படிக் கருணை காட்ட முடியும்?... அல்லது சிநேக உரிமை கொண்டாட முடியும்?... தன்னைப் பார்த்ததும் அவர் அருவருப்பு அடைந்தாலும் அடையலாம். பக்கத்திலுள்ள மலையமானும், வேளாரும் என்ன செய்வார்கள் என்று சொல்ல முடியாது.

இதற்குள், அவர்களுக்குப் பின்னால் வந்த சிவிகைகளின் மீது வந்தியத்தேவன் கவனம் சென்றது.

ஆகா! இளைய பிராட்டி குந்தவை! கொடும்பாளூர் இளவரசி வானதி! சம்புவரையர் மகள் மணிமேகலை! வந்தியத்தேவனுடைய நெஞ்சு படாதபாடுபட்டு விம்மித் துடித்தது.

வேறு எந்தச் சந்தர்ப்பமாயிருந்தாலும், இந்த மூன்று பெண்மணிகளில் எவரையும் அணுகி உதவி கோரலாம். அவர்களும் மனமுவந்து உதவி செய்வார்கள். ஆனாலும், இப்போது? ஆதித்த கரிகாலனை வஞ்சகத் துரோகம் செய்து கொன்றவனைப் பார்த்தால் இளைய பிராட்டியும், இளவரசி வானதியும் எத்தனை அருவருப்புக் கொள்வார்கள்?

போகட்டும், இந்தப் பேதைப் பெண் மணிமேகலையை இவர்கள் தங்களுடன் சேர்த்துக் கொண்டிருக்கிறார்களே? அதற்காக மகிழ்ச்சி அடையவேண்டியதுதான். மணிமேகலை இவர்களிடம் கடம்பூரில் நடந்ததையெல்லாம் சொல்லியிருப்பாளா? தன்னை தப்புவிப்பதற்காக 'நான்தான் கொன்றேன்' என்று சொன்னாளே, அம்மாதிரி இவர்களிடமும் சொல்லியிருப்பாளா? இல்லை, சொல்லியிருக்கமாட்டாள். அவ்விதம் சொல்லியிருந்தால் இவர்கள் அவளைத் தங்களுடன் இவ்வளவு ஆதரவாக அழைத்துப் போகமாட்டார்கள்.

சிவிகைகள் அவர்கள் நின்று கொண்டிருந்த சந்தைக் கடந்து சென்றன. பின்னால் வந்த காவலர்களும் போனார்கள்.

"சரி வாருங்கள்! இனி நாம் போகலாம்" என்று சொல்லிவிட்டு முதன்மந்திரி ஆட்கள் முன்னால் நடந்தார்கள்.

வந்தியத்தேவன் ஒரு நொடியில் "இதுதான் சமயம்" என்ற முடிவுக்கு வந்தான். கருத்திருமனுடைய தோளைத் தொட்டு விட்டுச் சந்து வழியாக ஓட்டம் பிடித்தான். கருத்திருமனும் அவனைத் தொடர்ந்து ஓடினான்.

காவலர்கள் இருவரும் பின்னால் ஓடிவரும் சத்தம் கேட்டது. சிறிது நேரம் வரையில் திரும்பிக்கூடப் பார்க்காமல் இருவரும் ஓடினார்கள். முதலில், கருத்திருமன் திரும்பிப் பார்த்தான்.

"ஒருவன் பின்தங்கி விட்டான்; ஒருவன்தான் வருகிறான்" என்றான்.

வந்தியத்தேவனும் திரும்பிப் பார்த்துக் குண்டன் பின் தங்கி விட்டதை அறிந்தான். ஒருவனாயிருந்தாலும், அவனுடன் நின்று சண்டை பிடிக்கப் பார்ப்பது அறிவுடமையாகாது. ஆகையால், கருத்திருமனுக்கு சமிக்ஞை காட்டிவிட்டு மேலே ஓடினான்.

முன்னொரு தடவை அவன் மதில் சுவர் ஏறிக் குதித்த அதே இடத்தை அடைந்த பிறகுதான் நின்றான். முறிந்து வளைந்திருந்த கிளை அப்படியே இன்னும் இருந்தது. அதைப் பிடித்துத் தாவிச் சுவர் மீது ஏறிக்கொண்டான். கருத்திருமனையும் கையைப் பிடித்துத் தூக்கி ஏற்றிவிட்டான்.

இருவருமாக, முறிந்து மடித்திருந்த அந்த மரக்கிளையைச் சிறிது ஆட்டித் துண்டித்தார்கள்.

பின் தொடர்ந்து வந்த ஆள் அருகில் வந்ததும், அவன் பேரில் தள்ளினார்கள்.

மரக்கிளை அவன் பேரில் விழுந்ததா என்பதைக்கூடக் கவனியாமல் சுவர் மேலிருந்து தோட்டத்தில் குதித்தார்கள்.

அடர்ந்த மரங்கள் – புதர்கள் இவற்றினிடையே புகுந்து சென்று, மறைந்து கொண்டு நின்று, சுவரைக் குறி வைத்துப் பார்த்துக் கொண்டிருந்தார்கள். யாரும் தங்களைத்

தொடர்ந்து பிடிப்பதற்குத் தோட்டத்துக்குள் குதிக்கவில்லை என்று தெரிந்துகொண்டு மேலே சென்றார்கள்.

"அப்பா! தப்பிப் பிழைத்தோம்!" என்றான் வந்தியத்தேவன்.

"இதற்குள் என்ன ஆகிவிட்டது? கோட்டைக்கு வெளியே போவது எப்படி?" என்றான் கருத்திருமன்.

"அதற்கு வழி இருக்கிறது; கொஞ்சம் பொறுமையாயிரு!"

பழுவேட்டரையரின் மாளிகையை நெருங்கியதும் வந்தியத்தேவன் நின்றான். மாளிகையில் முன் போலக் கலகலப்பு இல்லைதான். ஆயினும் நடமாட்டம் இருந்தது. இருட்டும் நேரத்தில் பொக்கிரு நிலவறையில் புகுவதுதான் உசிதமாயிருக்கும்.

இவ்விதம் தீர்மானித்து ஒரு மரக்கட்டையின் மீது உட்கார்ந்தான். கருத்திருமனையும் உட்காரச் செய்தான்.

"இனி இருட்டிய பிறகுதான் நம் பிரயாணத்தைத் தொடங்க வேண்டும். அதுவரையில் உன்னுடைய கதையைச் சொல்லு கேட்கலாம்!" என்றான்.

"அதுதான் சொல்ல முடியாது என்று முன்னமே சொன்னேனே!"

"அப்படியானால், உன்னை வெளியே அழைத்துப் போகவும் முடியாது".

"நான் உண்மையைச் சொல்லாமல், ஏதாவது கற்பனை செய்து கூறினால் என்ன பண்ணுவாய்?"

"கதை – கற்பனை எதுவாயிருந்தாலும் சொல்லு! கொஞ்ச நேரம் பொழுது போக வேண்டும் அல்லவா?"

கருத்திருமன் சொல்லத் தொடங்கினான். உண்மையிலேயே அது அபூர்வமான பல சம்பவங்கள் நிறைந்த கற்பனைக் கதை போலவே இருந்தது.

ஃஃ

58. கருத்திருமன் கதை

கரிய திருமால் என்னும் கருத்திருமன் கோடிக்கரைக்குச் சிறிது வடக்கே கடற்கரை ஓரத்தில் உள்ள தோப்புத்துறை என்னும் ஊரினன். அங்கிருந்து ஈழத் தீவுக்குப் படகு செலுத்திப் பிழைப்பு நடத்திக் கொண்டிருந்தான். சுமார் இருபத்தைந்து ஆண்டுகளுக்கு முன்னால் அவன் ஒரு முறை ஈழத்திலிருந்து தோப்புத்துறைக்கு வந்துகொண்டிருந்த போது புயல் அடித்துக் கடல் கொந்தளித்தது. படகு கவிழாமல் கரையில் கொண்டு வருவதற்கு மிகவும் பிரயாசைப்பட்டான். கோடிக்கரைக் கலங்கரை விளக்கின் அருகில் வந்து அவன் கரையை நெருங்கிய போது ஒரு பெண் அக்கொந்தளித்த கடலில் மிதப்பதைக் கண்டான். அவள் பேரில் இரக்கம் கொண்டு படகில் ஏற்றிப் போட்டுக் கொண்டான். அவள் அப்பொழுது உணர்வற்ற நிலையில் இருந்தாள். உயிர் இருக்கிறதா, இல்லையா என்று கூடக் கண்டுபிடிக்க இயலவில்லை. அங்கேயே படகைக் கரையேற்றப் பார்த்தும் முடியவில்லை. காற்று அடித்த திசையில் படகைச் செலுத்திக் கொண்டு போய்க் கடைசியில் திருமறைக்காடு என்னும் ஊர் அருகில் கரையை அடைந்தான். உணர்வற்ற அந்தப் பெண்ணைக் கரையில் தூக்கிக் கொண்டு வந்து போட்டுக் கவலையுடன் கவனித்துக் கொண்டிருந்தபோது குதிரைகள் மேலேறிச் சில பெரிய மனிதர்கள் அப்பக்கம் வந்தார்கள். ஆனால் அவள் பேசவும் இல்லை. மற்றவர்கள் பேசுவது அவள் காதில் விழுந்ததாகவும் தெரியவில்லை.

"இவள் பிறவி ஊமைச் செவிடு" என்று அவர்களில் ஒருவர் கூறினார். அவர்களின் தலைவராகத் தோன்றியவர் கருத்திருமனைத் தனியே அழைத்து ஒரு விந்தையான செய்தியைக் கூறினார். புயல் அடங்கியதும் அந்தப் பெண்ணை ஈழ நாட்டுக்கு அழைத்துச்

சென்று அந்த நாட்டிலோ அல்லது அருகில் உள்ள தீவு ஒன்றிலோ விட்டுவிட்டு வந்துவிடவேண்டும் என்றும், அதற்காகப் பெரும் பணம் தருவதாகவும் அவர் சொன்னார். அதன்படியே கருத்திருமன் ஒப்புக்கொண்டு பணமும் பெற்றுக் கொண்டான். கடலில் கொந்தளிப்பு அடங்கியதும் அவளைப் படகில் ஏற்றி அழைத்துச் சென்றான். கடல் நடுவில் கட்டை ஒன்றைப் பிடித்துக் கொண்டு ஒருவன் மிதப்பதைக் கண்டான். மிகவும் களைத்துப் போயிருந்த அவனையும் படகில் ஏற்றிக் கொண்டான். முதலில் அந்தப் பெண் புதிய மனிதனைக் கண்டு மிரண்டாள். பிறகு, அவனைக் கவனியாமலிருந்தாள். இருவரையும் அழைத்துக் கொண்டுபோய் அவன் ஈழ நாட்டுக்கு அருகில் உள்ள ஒரு தீவில் இறக்கிவிட்டான்.

அந்தத் தீவில் ஒரு பெரியவர் இருந்தார்; அவர் இந்தப் பெண்ணைத் தமது மகள் என்று கூறினார். முன்னமே அவள் ஊமை என்றும், இப்போது தம்மைக்கூட அவள் அறிந்து கொள்ளவில்லையென்றும் கூறினார். பிறகு, அவளைக் கடலிலிருந்து காப்பாற்றியதைக் கருத்திருமன் சொன்னான்.

நடுக்கடலில் படகில் ஏறிய மனிதர் கருத்திருமனிடம் ஓர் ஓலை கொடுத்து அதை இலங்கை அரசனிடம் கொண்டு போய்க் கொடுக்கும்படி அனுப்பினார். அதிலிருந்து அவர் ரொம்பப் பெரிய மனிதராயிருக்க வேண்டுமென்று கருத்திருமன் தீர்மானித்துக் கொண்டான். இலங்கை மன்னனிடம் ஓலையைக் கொடுத்த பிறகு அவனுடைய பேச்சிலிருந்து தன்னால் காப்பாற்றப்பட்டவர் பாண்டிய நாட்டு அரசர் என்பதைத் தெரிந்து கொண்டான். பாண்டிய மன்னரை அழைத்து வருவதற்கு இலங்கை அரசர் பரிவாரங்களை அனுப்பினார். கருத்திருமன் மிக்க களைத்திருந்தபடியால் அவர்களுடன் போகவில்லை. பாண்டிய அரசர் சில தினங்களுக்குப் பிறகு இலங்கை அரசரின் அரண்மனைக்கு வந்து சேர்ந்தார். இரு மன்னர்களும் சேர்ந்து இலங்கையின் தென்கோடியில் மலைகள் சூழ்ந்திருந்த ரோஹண நாட்டுக்குச் சென்றார்கள். அங்கே சில தினங்கள் தங்கியிருந்தார்கள். கருத்திருமன் பேரில் பிரியம் கொண்ட பாண்டிய மன்னர் அவனையும் தம்முடன் அழைத்துப் போனார். ரோஹண நாட்டில் பல இடங்களையும் இலங்கை அரசர் பாண்டிய மன்னருக்குக் காட்டினார். கடைசியாக, யாரும் எளிதில் நெருங்க முடியாத ஒரு பள்ளத்தாக்கிற்கு அழைத்துச் சென்றார். அங்கே ஒரு மலைக் குகையில் அளவில்லாத பொற் காசுகள், நவரத்தினங்கள், விலை மதிப்பில்லாத ஆபரணங்கள் முதலியவை வைக்கப்பட்டிருந்தன. அவற்றையெல்லாம் பார்வையிட்ட பிறகு, இலங்கை அரசர் ஒரு தங்கப் பெட்டியை எடுத்துத் திறந்து காட்டினார். அதற்குள்ளே ஜாஜ்வல்யமாகப் பிரகாசித்த மணி மகுடம் ஒன்றும், இரத்தின ஹாரம் ஒன்றும் இருந்தன. அரசர்களுடைய சம்பாஷணையிலிருந்து அந்தக் கிரீடம் பாண்டிய வம்சத்து அரசர்களின் புராதனமான கிரீடம் என்றும், இந்த இரத்தின ஹாரம் பாண்டிய குல முதல்வனுக்குத் தேவேந்திரன் வழங்கியதாகச் சொல்லப்பட்ட ஹாரம் என்றும் தெரிந்து கொண்டான். அவற்றை எடுத்துக்கொண்டு போகும்படி இலங்கை அரசர் பாண்டியனை வற்புறுத்தினார். பாண்டிய மன்னர் மறுத்து விட்டார். சோழர்களை அடியோடு முறியடித்துவிட்டு மதுரையில் தாம் முடி சூடிக்கொள்ளும் நாள் வரும்போது, இலங்கையின் அரசரே அவற்றை எடுத்துக் கொண்டு மதுரைக்கு வந்து உலகம் அறியத் தம்மிடம் அளிக்க வேண்டும் என்று கூறினார்.

பிறகு, பாண்டிய அரசர் கருத்திருமனிடம் அவன் எடுத்துப் போகக் கூடிய அளவு பொற்காசுகளைக் கொடுத்து, அந்த ஊமைப் பெண்ணைப் பத்திரமாகப் பராமரிக்க ஏற்பாடு செய்துவிட்டுத் திரும்பப் பாண்டிய நாட்டில் வந்து தம்முடன் சேர்ந்துகொள்ளும்படி அனுப்பி வைத்தார்.

கருத்திருமன் பூதத்தீவுக்குச் சென்றபோது அங்கே அந்தப் பெண்ணைக் காணவில்லை. அவளுடைய தகப்பனையும் காணவில்லை. இருவரையும் தேடிக் கொண்டு கோடிக்கரைக்குப் போனான். அங்கே அந்த ஊமைப் பெண்ணைக் கண்டான். ஆனால் அவள் அவனைத்

தெரிந்துகொள்ளவில்லை. அவளுடைய வீட்டாரிடமிருந்து சில விவரங்களைத் தெரிந்து கொண்டான். அவளுடைய தகப்பனார் உடல் நலிவுற்றபடியால் அவளை அழைத்துக் கொண்டு வந்து இங்கே விட்டுவிட்டு உயிர் நீத்தார். கலங்கரை விளக்கின் காவலன் அவளுடைய சகோதரர் என்று தெரிந்தது. முதலில் அவளுக்குச் சகோதரன் – சகோதரி யாரையும் நினைவிருக்கவில்லை. மறுபடியும் ஒருதடவை கால் தவறிக் கடலில் விழுந்து காப்பாற்றப்பட்ட பிறகு அவர்களையெல்லாம் அவளுக்கு நினைவு வந்தது. அவள் கர்ப்பவதியாயிருக்கிறாள் என்பதை மற்றவர்கள் தெரிந்து கொண்டார்கள். அதை அவளும் உணர்ந்து பெரும் பீதியில் ஆழ்ந்தாள். கோடிக்கரைக் குழகர் கோவிலுக்கு அடிக்கடி சென்று அங்கே கைங்கரியம் செய்து கொண்டிருந்தாள். கருத்திருமன் எவ்வளவுதான் முயன்றும் அவனை அவள் இப்போது கண்டு கொள்ளவில்லை.

கோடிக்கரையில் இருந்தபோது, அந்த ஊமைப் பெண்ணின் தங்கையை அவன் சந்தித்தான். அவளும் ஊமை என்று அறிந்து அவள் பேரில் பரிதாபம் கொண்டான். அவளை மணந்து கொண்டு வாழவும் எண்ணினான். அதற்கு முன்னால் பாண்டிய மன்னரிடம் போய்த் தகவல் தெரிவித்துவிட்டு வர விரும்பினான். இச்சமயத்தில் சோழ சக்கரவர்த்தி கண்டராதித்தரின் பட்டத்து அரசியும், சிவ பக்தியில் சிறந்தவருமான செம்பியன் மாதேவி கோடிக்கரைக் குழகர் கோவிலுக்குச் சுவாமி தரிசனத்துக்கு வந்தார். அங்கே அந்த ஊமைப் பெண் மந்தாகினியைக் கண்டு அவளைத் தம்முடன் அழைத்துச் சென்றார். அவளுடன் அவள் தங்கை வாணியும் போய்விட்டாள்.

கருத்திருமன் பாண்டிய நாடு சென்றான். அங்கே பாண்டிய மன்னர் போர்க்களம் சென்றிருப்பதாக அறிந்தான். போர்க்களத்தில் சென்று பாண்டிய மன்னரைச் சந்தித்தபோது, அவர் அவனை இலங்கைக்கு மீண்டும் போய் இலங்கை அரசனிடம் ஓலை கொடுத்து விட்டு வரும்படி கூறினார். திரும்பி வரும்போது மறுபடியும் அந்த ஊமைப் பெண்ணை அழைத்து வருவதற்கு ஒரு முயற்சி செய்யும்படியும் தெரிவித்தார்.

கருத்திருமன் இலங்கையிலிருந்து திரும்பிப் பழையாறைக்குச் சென்றான். வாணியின் நினைவு அவன் மனத்தை விட்டு அகலவில்லை. முக்கியமாக அவளைச் சந்திக்கும் ஆசையினால் அவன் பழையாறைக்குப் போனான். ஆனால் அங்கே அவளைக் கண்டபோது அவன் திடுக்கிட்டுத் திகைத்துப் பிரமித்துப் பயங்கரமடையும்படி நேர்ந்தது. அருணோதய நேரத்தில் அவன் அரசலாற்றங்கரை வழியாகப் பழையாறையை நெருங்கிக் கொண்டிருந்தபோது ஆற்றங்கரை ஓரத்தில் பெண் ஒருத்தி குனிந்து குழி தோண்டிக் கொண்டிருப்பதைக் கண்டான். அது கூட அவனுக்கு அவ்வளவு வியப்பளிக்கவில்லை. அவளுக்குப் பக்கத்தில் துணி மூட்டை ஒன்று கிடந்தது. அதற்குள்ளேயிருந்து ஒரு மிக மெல்லிய குரல், சின்னஞ் சிறு குழந்தையின் அழுகைக் குரல் கேட்டது.

எந்தச் சண்டாளப் பாதகி உயிரோடு குழந்தையைப் புதைப்பதற்கு ஏற்பாடு செய்கிறாள் என்ற ஆத்திர அருவருப்புடன் அவன் அருகில் நெருங்கியபோது, குழி தோண்டிய பெண் நிமிர்ந்தாள். அவள்தான் வாணி என்று கருத்திருமன் அறிந்து கொண்டான்.

"தம்பி எனக்கு அப்போது எப்படி இருந்திருக்கும்? நீயே ஊகித்துக் கொள்!" என்றான் கரிய திருமால்.

"அதை ஊகித்துக் கொள்கிறேன். அப்புறம் கதையைச் சொல்!" என்றான் வந்தியத்தேவன்.

"அப்புறம் நடந்ததைச் சொல்ல இயலாது. அரச குலத்தைச் சேர்ந்தவர்கள் காதிலேதான் சொல்லலாம்! நான் மட்டும் அப்போது பழையாறைக்குப் போயிராவிட்டால் எனக்குப் பின்னால் நேர்ந்த கஷ்டங்கள் ஒன்றும் நேராமற் போயிருக்கும்!" என்றான் கருத்திருமன்.

"அப்படியானால், கிளம்பு! நேரே அரச குலத்தைச் சேர்ந்தவர்களிடம் போய்ச் சொல்லலாம்!" என்று கூறி நகைத்துக் கொண்டே வந்தியத்தேவன் அங்கிருந்து எழுந்தான்.

கருத்திருமனையும் அழைத்துக் கொண்டு பொக்கிஷ நிலவறையை அணுகினான். அங்கே அப்போது யாரும் இல்லை. நிலவறைக் கதவு பெரிய பூட்டினால் பூட்டப்பட்டிருந்தது.

ஆனால் தெரியாதவர்கள் கண்டுபிடிக்க முடியாதபடி அமைக்கப்பட்டிருந்த அதன் உட்கதவை வந்தியத்தேவன் அழுத்தியதும் திறந்து கொண்டது. இருவரும் உள்ளே புகுந்து உட்புறம் தாளிட்டுக் கொண்டார்கள்.

வழியில் பொன்னும், மணியும், முத்தும், நவரத்தினங்களும் குவித்து வைத்திருந்த இடத்தில் வந்தியத்தேவன் பிரவேசித்தான். கருத்திருமகனிடம், "உன்னுடைய ரோஹண நாட்டு மலைக் குகையில் இவ்வளவு செல்வங்கள் உண்டா?" என்று கேட்டான்.

"இதைவிட நூறு மடங்கு உண்டு!" என்று சொன்னான் கரியதிருமால்.

வந்தியத்தேவன் சில தங்கக் காசுகளை எடுத்து மடியில் வைத்துக் கட்டிக் கொண்டதும் மறுபடியும் கிளம்பினார்கள். நிலவறைப் பாதை வழியாக வந்தியத்தேவன் முன்னால் சென்றான். மதில் சுவரில் அமைந்திருந்த இரகசியக் கதவையும் திறந்தான். அங்கே இப்போது காவலன் யாரும் இருக்கவில்லை. வெளியிலே முதலில் தலையை மட்டும் நீட்டி எட்டிப் பார்த்தான். வடவாற்றில் வெள்ளம் இரு கரையும் தொட்டுக் கொண்டு சென்றது. வெகு தூரத்தில் தீவர்த்தி வெளிச்சம் தெரிந்தது. அந்த இடத்தில் அருகில் யாரும் இல்லை என்று தெரிந்து கொண்ட பிறகு வந்தியத்தேவன் வெளியே வந்தான். கருத்திருமனும் வந்த பிறகு கதவைச் சாத்தினான். வடவாற்றை எப்படிக் கடப்பது என்று யோசித்துக் கொண்டிருந்தபோது பக்கத்தில் சாய்ந்திருந்த மரத்தடியில் படகு ஒன்று மரத்தின் வேர்களில் மாட்டிக் கொண்டு நின்றது தெரிந்தது.

ஃஃ

59. சகுனத் தடை

மரத்தடியில் ஒதுங்கி நின்ற படகைப் பார்த்ததும் வந்தியத்தேவன் அதிர்ஷ்ட தேவதை மறுபடியும் தன் பக்கம் வந்திருப்பதாக எண்ணி உற்சாகம் அடைந்தான். தனக்குப் படகோட்டத் தெரியாவிட்டாலும், கருத்திருமன் படகோட்டுவதையே தொழிலாகக் கொண்டவன். அவனுடைய உதவியுடன் படகைத் தள்ளிக் கொண்டு வடவாற்று நீரோட்டத்தோடு சென்றால், அந்த ஆற்று வெள்ளம் கோடிக்கரைக்குப் பாதி வழி வரையில் கொண்டு சேர்த்து விடும்.

"பார்த்தாயா, கருத்திருமா! இந்தப் படகு ஆற்றில் அமிழாமல் மிதந்து வந்து நமக்காகவே காத்திருக்கிறது. உன்னுடைய படகோட்டும் திறமையைக் கொஞ்சம் காட்டினாயானால், பொழுது விடிவதற்குள் பாதி தூரம் போய்விடலாம். அப்புறம் குதிரை மேல் வருகிறவர்கள் கூட நம்மைப் பிடிக்க முடியாது!" என்றான் வந்தியத்தேவன்.

கருத்திருமன் சிறிது சந்தேகக் கண்ணுடன் சுற்று முற்றும் பார்த்தான். மரத்துக்குப் பக்கத்தில் ஆற்றங்கரையில் மதிள் சுவரோரமாக மண்டி வளர்ந்திருந்த புதர்களுக்கு மத்தியில் ஏதோ அசைவது போலத் தோன்றியது. கருத்திருமன் ஒரு சிறிய கல்லைத் தூக்கிப் புதர்களுக்கு மத்தியில் எறிந்தான். அங்கிருந்து ஒரு பூனை துள்ளிப் பாய்ந்து வந்து படகில் ஏறிக் கொண்டது.

வந்தியத்தேவன் சிரித்துக் கொண்டே "படகோட்டி! என்னை விடப் பெரிய தைரியசாலியா இருக்கிறாயே?" என்று சொல்லி இன்னொரு சிறிய கல்லைத் தூக்கிப் படகுக்குள் விட்டெறிந்தான்.

பூனை மறுபடி படகிலிருந்து வெளியே துள்ளிப் பாய்ந்து இவர்களை நோக்கி ஓடி வந்து இரண்டு பேருக்கும் இடையில் புகுந்து ஓடியது.

இப்போது வந்தியத்தேவன் மிரண்டு இரண்டடி பின்னால் எடுத்து வைத்தான். "நீ ஒன்றும் என்னை விடத் தீரனாகத் தோன்றவில்லையே?" என்று ஏளனமாகக் கூறினான் கருத்திருமன்.

"எனக்குப் பூனை என்றால் பயம்; அது என் மேலே பட்டாலே, உடம்பெல்லாம் மயிர்க்கூச்சு உண்டாகும். நல்லவேளை? அதுதான் போய்விட்டதே! வா, போகலாம்!" என்றான் வந்தியத்தேவன்.

"பூனை என் மேலே விழுந்தால் கூட எனக்குப் பயம் ஒன்றுமில்லை; ஆனால் குறுக்கே போனால்தான் பயம் சகுனத்தடை!" என்றான் கருத்திருமன்.

"சகுனமாவது, தடையாவது?" என்று சொல்லிக்கொண்டே வந்தியத்தேவன் கருத்திருமன் கையைப் பிடித்து இழுத்துக் கொண்டு போய்ப் படகில் ஏறினான்.

கருத்திருமனும் படகின் ஒரு முனைக்குச் சென்று அதை மரங்களின் வேர்களிலிருந்து தள்ளிவிட முயன்றான். படகு சிறிது நகர்ந்ததோ, இல்லையோ, சடசடவென்று நாலு பேர் துள்ளிப் பாய்ந்து ஓடி வந்து கண்மூடித் திறக்கும் நேரத்தில் படகில் ஏறிக் கொண்டார்கள். அவர்களில் இரண்டு பேர் வந்தியத்தேவன் மீது பாய்ந்து அவனைப் படகுக்குள்ளே தள்ளிப் படகின் குறுக்குச் சட்டங்களோடு சேர்த்துக் கட்டினார்கள். மற்ற இருவரும் வேல் பிடித்த கையுடன் கருத்திருமன் அருகில் சென்று இருபுறமும் காவலாக நின்றார்கள்.

வந்த நால்வரில் தலைவனாகத் தோன்றியவன் பாதாளச் சிறைவாசலிலிருந்து தங்களைத் தொடர்ந்து வந்த பருமனான மனிதன் தான் என்பதை வந்தியத்தேவன் கண்டுகொண்டான். அவன் அதற்குள்ளே படகிலே வந்து சுரங்க வழியின் வாசலருகில் காத்திருந்ததை எண்ணி வியந்தான். அவன் சாதாரண காவலன் அல்ல. மிகக் கைதேர்ந்த ஒற்றனாயிருக்க வேண்டும் என்று தீர்மானித்தான். அவன் யாராயிருக்கும், எங்கோ பார்த்த நினைவாக இருக்கிறதே என்று எண்ணிக் கொண்டிருக்கும் போதே அவனுடைய பேச்சுக் குரல் காதில் விழுந்தது.

கருத்திருமனைப் பார்த்து அக்காவலன், "அப்பனே! இத்தனை வருஷம் சிறையில் கழித்து விட்டு வெளியே வந்திருக்கிறாய். உடனே இந்தத் துன்மதியாளன் வார்த்தையைக் கேட்டு ஏன் ஓடப் பார்த்தாய்? போனால் போகட்டும். உன்னை மறுபடியும் கட்டிப் போட மனமில்லை. நான் சொல்கிறதைக் கேட்டு அதன்படி செய்தாயானால் உனக்குத் தீங்கு ஒன்றும் நேராது!" என்றான்.

ஓடக்காரனும் "அப்படியே, ஐயா! முதன்மந்திரி எனக்கு விடுதலை அளிக்க ஆள் அனுப்பினார். ஆனால் இந்த மூடன் பேச்சைக் கேட்டு நான் கெட்டுப் போனேன். இனி நீங்கள் சொல்கிறபடி செய்கிறேன். என்னைப் பாதாளச் சிறைக்கு மட்டும் மறுபடி அனுப்பி விடாதீர்கள்!" என்றான்.

"ஆமாம்; ஆமாம்! முதன் மந்திரி உன்னிடம் சில விவரங்கள் கேட்க விரும்புகிறார். அவற்றை நீ உண்மையாகச் சொல்லி விட்டால், உன்னைப் பாதாளச் சிறைக்கு அனுப்பமாட்டார். வேண்டிய பொன்னும், மணியும், பொருளும் பரிசு கொடுத்து அனுப்புவார். நீங்கள் எங்கே போவதென்று புறப்பட்டீர்கள்?"

"ஈழ நாட்டுக்குப் போவதென்று புறப்பட்டோம்."

"அழகாயிருக்கிறது, முதன் மந்திரியை ஏமாற்றி விட்டு வேளாரின் காவலை மீறி விட்டு, அவ்வளவு தூரம் போய் விடலாம் என்று எண்ணினீர்களா? ஆனால் இந்த முரட்டு வாலிபன் அம்மாதிரி யோசனை சொல்லக் கூடியவன் தான். முன்னொரு தடவை சின்னப் பழுவேட்டரையரின் காவலுக்குத் தப்பி ஓடியவன் அல்லவா? போகட்டும். இப்போது படகை ஆற்று நீர் ஓட்டத்துக்கு எதிராகச் செலுத்த வேண்டும். என்னுடன் வந்தவர்களில் ஒருவனுக்குத்தான் படகு செலுத்தத் தெரியும். அவனும் கற்றுக்குட்டி, வரும்போது நீரோட்டத்தோடு வந்தபடியால், தட்டுத் தடுமாறி வந்துவிட்டோம். இப்போது நீ கொஞ்சம் உன் கை வரிசையைக் காட்டவேண்டும். அக்கரைக்குச் சமீபமாகப் போய் அங்கிருந்து வடக்குக் கோட்டை வாசலை நோக்கிப் படகைச் செலுத்து, பார்க்கலாம்!"

"அக்கரை சென்று அங்கிருந்து நடந்துபோய் விடலாமே, ஐயா! நீரோட்டம் வெகு வேகமாகச் செல்கிறது. எதிர்முகமாக அதிக தூரம் படகு செலுத்துவது கஷ்டமாயிற்றே!"

"அக்கரையில் இறங்கினால், இந்த முரட்டு வாலிபன் மறுபடியும் ஏதாவது தகராறு செய்வான். ஆகையால் ஆற்றோடு தான் மேலே போக வேண்டும்!" என்றான் காவலர் தலைவன்.

படகை கருத்திருமகனும், மற்றொருவனும் தள்ளத் தொடங்கினார்கள். காவலர் தலைவன் வந்தியத்தேவனின் அருகில் வந்து "அப்பனே! உன் வேலைத்தனத்தை மறுபடியும் காட்டப் பார்க்காதே!" என்றான்.

"ஐயா! என்னைப் பற்றி உமக்கு ரொம்பத் தெரியும் போலிருக்கிறதே!" என்றான் வந்தியத்தேவன்.

"ஏன் தெரியாது? வைத்தியர் மகனைச் சிறையிலே உனக்குப் பதிலாக அடைத்துவிட்டு, நீ வெளியிலே வந்ததைத்தான் பார்த்துக் கொண்டிருந்தேனே! அப்புறம் எங்களை ஏமாற்றி விட்டு ஓடிப் போகப் பார்த்தாய் நீ!"

வந்தியத்தேவன் மிக ஆச்சரியப்பட்டவனைப் போல "ஐயா! என்னைவிடக் கெட்டிக்காரர் தாங்கள்! பாதாளச் சிறையில் நடந்ததை ஒருவரும் கவனிக்கவில்லை என்று நினைத்தேன்!" என்றான்.

"தம்பி! எங்கள் முதன் மந்திரியின் கண்களும், காதுகளும் எட்டாத இடம் சோழ சாம்ராஜ்யத்தில் எங்கும் இல்லை. அவை ஈழ நாட்டிலும் உண்டு; காஞ்சியிலும் உண்டு; கடம்பூர் மாளிகையிலும் உண்டு; பாதாளச் சிறையிலும் உண்டு. அந்த வைத்தியர் மகன் பினாகபாணி சுத்த மூடன் என்பது முதன் மந்திரிக்கு தெரியும். அதனாலே தான், அவன் பின்னால் என்னையும் அனுப்பி வைத்தார்!"

"நான் இந்த வழியாக வெளியேறுவேன் என்பதும் முதன்மந்திரிக்குத் தெரிந்திருந்தது போலும். அவருடைய கண்களும் காதுகளும் அதிசயமானவைதான். அப்படியானால், நான் நிரபராதி என்பதும், என்னைப் பாதாளச் சிறையில் அடைத்தது தவறு என்பதும் அவருக்குத் தெரிந்திருக்க வேண்டும்?"

"அது முதன் மந்திரியின் பொறுப்பு அல்ல. நீ குற்றவாளியா இல்லையா என்பதைத் தீர்மானிப்பது சக்கரவர்த்தியின் பொறுப்பு. நீ பாதாளச் சிறையிலிருந்து தப்ப முயன்றதற்குத் தண்டனை கொடுப்பது கொடும்பாளூர் பெரிய வேளாரின் பொறுப்பு" என்றான் காவலான்.

"ஐயா! என்னை இப்போது எங்கே கொண்டு போகிறீர்கள்?"

"முதலில் கொடும்பாளூர் வேளாரிடம் கொண்டு போகிறேன் அவர் வடக்குக் கோட்டை வாசலில் காத்திருக்கிறார்."

"எனக்காகவா பெரிய வேளார் காத்துக் கொண்டிருக்கிறார்?"

"ஆகா! உன் கர்வத்தைப் பார்! தென் திசை மாதண்ட நாயகரும், சோழ நாட்டுக் குறுநில மன்னர்களில் முதல் மரியாதைக்குரிய மன்னரும், சோழ குலத்தின் பரம்பரைத் துணைவரும், பாண்டிய குலத்தை வேரோடு களைந்தவரும், ஈழம் கொண்ட வீராதி வீரருமான கொடும்பாளூர் வேளார், சேனாதிபதி பூதி விக்கிரம கேசரி உனக்காகக் கோட்டை வாசலில் காத்துக் கொண்டிருப்பார் என்று நினைத்தாயா?"

"பின்னே யாருக்காகக் காத்துக் கொண்டிருக்கிறார்?"

"பழுவேட்டரையர்களையும், மற்றும் திருப்புறம்பயத்தில் கூடியிருந்த சிற்றரசர்களையும் அழைத்துக்கொண்டு பார்த்திபேந்திரன் வருகிறான்..."

"பெரிய பழுவேட்டரையர் கூடவா?"

"ஆமாம்; அவர் கூடத்தான், இளவரசர் கரிகாலரின் மரணத்தைப் பற்றி அவருக்கு உண்மை தெரியுமாம். அவர் வந்த பிறகு சக்கரவர்த்தியின் முன்னிலையில் விசாரணை நடைபெறும். நீ குற்றவாளி அல்லவென்றால், அப்போது அதை நிரூபிக்க வேண்டும்."

வந்தியத்தேவன் இதைக் கேட்டுப் பெரும் கவலையில் ஆழ்ந்தான். பழுவேட்டரையர்களும், பார்த்திபேந்திரனும் சேர்ந்து தன் பேரிலேதான் குற்றத்தைச் சுமத்துவார்கள். கடவுளே! அந்தக் குற்றச்சாட்டுடனே சக்கரவர்த்தியையும், இளவரசர் அருள்மொழிவர்மரையும் எப்படி நிமிர்ந்து பார்ப்பது? என்ன சாட்சியத்தைக் காட்டி நான் குற்றவாளி அல்லவென்று நிரூபிக்க முடியும்?

"ஐயா! நான் தங்களுக்கு ஒரு தீங்கும் செய்யவில்லையே? என்னைத் தப்பிப் போகும்படி விட்டு விடுங்கள்! உண்மையில் நான் குற்றவாளி அல்ல. காலமான இளவரசருக்கு அத்தியந்த நண்பனாயிருந்தவன். சந்தர்ப்பவசத்தினால் இத்தகைய பயங்கரக் குற்றம் சாட்டப்பட்டேன். தாங்கள் முதன்மந்திரியின் சேவகர். சிறையிலிருந்த பைத்தியக்காரனைக் கொண்டு வரும்படி தானே தங்களுக்கு முதன்மந்திரி கட்டளையிட்டார்? இவனை அழைத்துப் போங்கள், என்னை விட்டு விடுங்கள்! உங்களுக்குப் புண்ணியம் உண்டு!" என்று வந்தியத்தேவன் இரக்கமாகக் கேட்டான்.

"உன்னை விட்டு விட்டால் எனக்கு என்ன தருவாய்?" என்றான் காவலன்.

"பின்னால் சமயம் வரும்போது, பதிலுக்குப் பதில் உதவி செய்வேன்."

"அப்படிச் சமயம் வரப்போவதுமில்லை; வந்தாலும் உன் உதவி எனக்குத் தேவையும் இல்லை. இப்போது உடனே என்ன தருவாய் என்று சொல்லு!"

வந்தியத்தேவனுக்கு அவனுடைய அரைக்கச்சில் கட்டிக் கொண்டிருந்த பொற்காசுகளின் நினைவு வந்தது. "உம்முடைய இரண்டு கைகளும் நிறையும்படி பொற்காசுகள் தருவேன்!"

"ஆகா! அப்படியா? பொற்காசுகளா? எங்கே காண்பி!" என்றான் காவலன்.

"கொஞ்சம் என் கட்டுக்களைத் தளர்த்தி விடு! அரைக்கச்சிலிருக்கிறது; எடுத்துக் காட்டுகிறேன்!" என்றான் வந்தியத்தேவன்.

"மறுபடி உன் வேலைத்தனத்தை மட்டும் காட்டிவிடாதே!" என்று சொல்லிக் கொண்டே காவலன் குனிந்து வந்தியத்தேவனுடைய கட்டுக்களைச் சிறிது தளர்த்தி விட்டான்.

வந்தியத்தேவன் அந்தக் காவலரின் முகத்தை உற்றுப் பார்த்துக்கொண்டே அரைக்கச்சை அவிழ்த்துப் பொற்காசுகளை எடுத்து கொடுத்தான்.

அக்காசுகளைக் காவலன் கை நிறைய வைத்துக் கொண்டு, "தம்பி! இக்காசுகளைப் பழுவேட்டரையரின் பொக்கிஷத்திலிருந்து எடுத்து வந்தாயா? அல்லது வார்ப்படச் சாலையிலிருந்தே அடித்துக் கொண்டு வந்தாயா? உன் பேரில் இப்போது மூன்று குற்றங்கள் ஆயின. கொலைக்குற்றம் ஒன்று, சிறையிலிருந்து தப்பிய குற்றம் ஒன்று, இராஜ்ய பொக்கிஷத்திலிருந்து திருடிய குற்றம் ஒன்று, ஆக மூன்று குற்றங்கள். ஒவ்வொரு குற்றத்துக்காவும் உன்னைத் தனித் தனியே கழுவில் ஏற்றலாம்" என்றான்.

"ஐயா! சோழ ராஜ்யத்துக்கு நான் எத்தனையோ சேவைகள் செய்திருக்கிறேன், பல முறை தூது சென்றேன். என் உயிரைக் கொடுத்துக் கரிகாலரின் உயிரைக் காப்பாற்ற முயன்றேன். இந்தச் சில பொற்காசுகளை என் சேவைக்குக் கூலியாகப் பெற எனக்கு உரிமை உண்டு. அதுவும் பிரயாண வசதிக்காகவே எடுத்துக் கொண்டேன்" என்றான் வந்தியத்தேவன்.

"இதையெல்லாம் நீ உன்னை விசாரணை செய்யும்போது சொல்லிக்கொள்!" என்றான் காவலன்.

"அப்படியானால், நீர் என்னைக் கட்டவிழ்த்து விடப் போவதில்லையா?" என்று கேட்டான் வந்தியத்தேவன்.

"கிழக்கில் உதிக்கும் சூரியன் மேற்கே உதித்தாலும், திருமாலைக் காட்டிலும் பரமசிவன் பெரிய தெய்வம் என்று ஏற்பட்டாலும், நான் சில பொற்காசுகளுக்காக இராஜ்யத் துரோகம் செய்யமாட்டேன்" என்றான் காவலன்.

கருத்திருமன் என்ன செய்கிறான் என்று வந்தியத்தேவன் கடைக் கண்ணால் பார்த்துக் கொண்டான். அவன் தன்னை ஆர்வத்துடன் நோக்கிக் கொண்டு சமிக்ஞையை எதிர் பார்த்திருந்தவனாகத் தோன்றியதைக் கவனித்தான்.

உடனே அவ்வீர வாலிபன் ஏற்கனவே தளர்த்திவிட்டிருந்த கட்டுக்களை இன்னும் சிறிது தளர்த்திக் கொண்டு சட்டென்று அந்தக் காவலனுடைய முகத்திலிருந்த மீசையையும் தலைக் கட்டையும் பிடித்து இழுத்தான். அவை அவன் கையோடு வந்துவிட்டன; சாக்ஷாத் ஆழ்வார்க்கடியான் காட்சி அளித்தான்.

"வேஷதாரி வைஷ்ணவனே! நீ தானா?" என்றான் வந்தியத்தேவன்.

ஆழ்வார்க்கடியான் தனது மீசையையும் தலைப்பாகையையும் காப்பாற்றிக் கொள்ள முயன்ற போது அவன் கையிலிருந்த பொற்காசுகள் சிதறி விழுந்தன.

வந்தியத்தேவன் ஒரு நொடியில் தன் கட்டுக்களிலிருந்து விடுபட்டு ஆழ்வார்க்கடியானைக் கீழே தள்ளினான்.

சற்றுமுன் தன்னைக் கட்டியிருந்த கயிற்றைப் போட்டு ஆழ்வார்க்கடியானைப் படகின் குறுக்குச் சட்டங்களோடு சேர்த்துக் கட்டினான்.

அவன் அரையில் தரித்திருந்த வாளை அதன் உறையிலிருந்து இழுத்து எடுத்துக் கையில் ஏந்திக் கொண்டான்.

வந்தியத்தேவன் இச்செயல்களில் ஈடுபட்டிருக்கையில் கருத்திருமன் சும்மா இருக்கவில்லை. அவன் அருகில் நின்ற காவலனைத் திடீரென்று தாக்கி ஆற்று வெள்ளத்தில் வீழ்த்தினான். அவன் நதி வெள்ளத்தில் போராடலானான்.

மற்ற இருவரில் ஒருவன் படகோட்டியை நோக்கியும் இன்னொருவன் வந்தியத்தேவனிடத்திலும் நெருங்கினார்கள். இருவரும் பயத்துடன் தயங்கித் தயங்கியே வந்தார்கள். வந்தியத்தேவன் அவனை நோக்கி வாளை வீசிக் கொண்டு முன்னால் சென்றதும் அவ்வீரன் தானாகவே வெள்ளத்தில் குதித்து விட்டான்.

இன்னொருவனை இதற்குள் கருத்திருமன் தன் கையிலிருந்த துடுப்பினால் ஓங்கி அடித்துப் படகில் வீழ்த்தினான்.

இருவரும் சேர்ந்து அவனையும் குறுக்குச் சட்டத்தில் கட்டிப் போட்டார்கள்.

படகு, நதி வெள்ளத்தோடு போய்க் கொண்டிருந்தது. வெள்ளத்தில் விழுந்த இருவரும் அக்கரையை நோக்கி நீந்திச் செல்ல முயன்று கொண்டிருந்தார்கள்.

வந்தியத்தேவன் ஆழ்வார்க்கடியான் அருகில் சென்று "வீர வைஷ்ணவ சிகாமணியே! இப்போது என்ன சொல்லுகிறாய்?" என்று கேட்டான்.

"என்னத்தைச் சொல்வது? எல்லாம் நாராயண மூர்த்தியின் செயல், கட்டுகிறவனும் அவன்; கட்டப்படுகிறவனும் அவன். தள்ளுகிறவனும் அவன்; தள்ளப்படுகிறவனும் அவன்! தூணிலும் உள்ளான்; துரும்பிலும் உள்ளான்; உன் கை வாளிலும் உள்ளான்; என் தோளிலும் உள்ளான்!"

"அப்படியானால், இந்த ஆற்று வெள்ளத்திலும் உள்ளான்! உன்னைக் கட்டித் தூக்கி இந்த வெள்ளத்தில் போட்டு விடலாம் அல்லவா?"

"பிரஹலாதனைக் கல்லுடன் சேர்த்துக் கட்டிக் கடலில் போட்டார்கள். அவனை நாராயணமூர்த்தி காப்பாற்றிக் கரை சேர்க்கவில்லையா? அப்படிப் பகவான் வந்து என்னைக் கரைசேர்க்க முடியாவிட்டால், சாக்ஷாத் வைகுண்டத்துக்கு நேரே அழைத்துக் கொள்கிறார்!" என்றான் ஆழ்வார்க்கடியான்.

இதைக் கேட்ட வந்தியத்தேவன் சிறிது யோசித்துவிட்டு, "இதோ பார்! நீ சில சமயம் என் உயிரைக் காப்பாற்றி இருக்கிறாய். என்ன எண்ணத்துடன் காப்பாற்றினாயோ, தெரியாது! எப்படியிருந்தாலும், உன்னை நான் கொல்ல விரும்பவில்லை. ஆயினும், உன் உயிரைக் காப்பாற்றுவதாயிருந்தால், எனக்கு ஓர் உதவி நீ செய்ய வேண்டும்!" என்றான்.

"அப்பனே! பரோபகாரம் இதம் சரீரம் என்ற கொள்கை உடையவன் நான். என்ன உதவி உனக்குத் தேவையோ, கேள்! கட்டை அவிழ்த்துவிட்டால் செய்கிறேன்" என்றான் திருமலை.

"உன் சரீரத்தினால் உதவி எனக்கு இப்போது தேவையில்லை. எனக்கும் இவனுக்கும் இரண்டு குதிரைகள் வேண்டும். எதற்காக என்று கேட்கிறாயா? தப்பிச் செல்லுவதற்குத்தான்! அதற்கு ஏதேனும் வழி சொன்னால், உன்னை இப்படியே படகில் மிதக்க விட்டு விட்டு நாங்கள் கரையில் இறங்கி விடுகிறோம். படகு கரையில் ஒதுங்குமிடத்தில் நீ உன் சாமர்த்தியத்தை உபயோகித்துக் கொண்டு பிழைத்துக்கொள்!"

"என்னால் முடிந்த உதவியைக் கேட்கிறாயே, அதைப் பற்றி நான் மகிழ்ச்சி அடைகிறேன்."

"குதிரைகள் கிடைக்க எனக்கு வழி சொல்ல முடியுமா?"

"முடியும்! உங்கள் இரண்டு பேருக்கும் இரண்டு குதிரைகள் இருக்குமிடம் எனக்குத் தெரியும். வாணி அம்மை வீடு உனக்குத் தெரியும் அல்லவா?"

"எந்த வாணி அம்மை?"

"தஞ்சைத் தனிக்குளத்தார் ஆலயத்துக்குப் புஷ்பக் கைங்கரியம் செய்யும் வாணி அம்மை பிறவி ஊமை, சேந்தன் அமுதனின் தாயார்."

இவ்வாறு ஆழ்வார்க்கடியான் சொல்லிக் கொண்டிருந்த போது கருத்திருமன் அருகில் நெருங்கி ஆவலாகக் கேட்டான்.

"தெரியும்; அந்த வீடு எனக்குத் தெரியும் நந்தவனத்தில் இருக்கிறது."

"அங்கே இரண்டு குதிரைகள் இந்தக் கணத்தில் இருக்கின்றன."

"எப்படி?"

"ஒன்று, என் குதிரை, வாணி அம்மையின் குடிசைக்கு அருகில் அதைக் கட்டிப் போட்டுவிட்டு இந்தப் படகில் ஏறி வந்தேன். இன்னொன்று, சேந்தன் அமுதன் ஏறி வந்த குதிரை. பாவம்! அமுதன் குதிரை ஏறி வழக்கமில்லாதவன். வழியில் அந்த முரட்டுக் குதிரை அவனைக் கீழே தள்ளிவிட்டது. முன்னமே சுரத்தினால் பலவீனமடைந்திருந்தான். கீழே விழுந்த அதிர்ச்சியால் மறுபடியும் படுத்துவிட்டான். பிழைத்தால் புனர்ஜன்மம் என்று சொல்கிறார்கள். ஆகையால் குதிரை இனி அவனுக்குத் தேவையிராது."

வந்தியத்தேவன் மிக்க கவலையுடன், "அவனைக் கவனிக்க அங்கே யார் இருக்கிறார்கள்?" என்றான்.

"அவனுடைய தாயாரும், பூங்குழலியும் இருக்கிறார்கள்!" என்றான் திருமலை.

கருத்திருமன் திடீர் என்று அச்சம்பாஷணையில் பிரவேசித்து "எந்தத் தாயார்?" என்று கேட்டான்.

இருவரும் ஒருகணம் அவனை ஏறிட்டுப் பார்த்தார்கள். "என்ன கேட்டாய்?" என்றான் ஆழ்வார்க்கடியான்.

"சேந்தன் அமுதன் உயிருக்கு அபாயம் என்னும் செய்தி பெரிய பிராட்டி செம்பியன் மாதேவிக்குத் தெரியுமா என்று கேட்டேன்."

"ஆமாம்; செம்பியன் மாதேவிதான் அவர்களுக்குப் புஷ்ப கைங்கரியத்துக்கு மானியம் கொடுத்து ஆதரித்து வருகிறார். ஆனால் அரண்மனையைச் சேர்ந்தவர்கள் எல்லாரும்

இப்போது கரிகாலர் மரணத்தினால் ஏற்பட்ட துயரத்தில் மூழ்கிக் கிடக்கிறார்களே? அமுதனை எங்கே கவனிக்கப் போகிறார்கள்?"

வந்தியத்தேவன் கருத்திருமனைப் பார்த்து, "நீ என்ன சொல்கிறாய்? சேந்தன் அமுதனையும் அவன் அன்னையையும் போய்ப் பார்த்துவிட்டுப் போவோமா?" என்றான்.

கருத்திருமன் தலையை அசைத்துத் தன் சம்மதத்தை தெரிவித்தான்.

"அப்படியானால், படகைக் கரையை நோக்கிச் செலுத்து!" என்று வந்தியத்தேவன் கூறிவிட்டு, ஆழ்வார்க்கடியானைப் பார்த்து, " வைஷ்ணவனே! இதில் ஏதாவது உன் சூழ்ச்சி தந்திரத்தைக் காண்பித்திருந்தாயோ, பார்த்துக்கொள்! என்னுடைய கதி எப்படியானாலும் உன்னைக் கைலாயத்துக்கு அனுப்பிவிட்டுத்தான் மறு காரியம் பார்ப்பேன்!" என்றான்.

"வேண்டாம், தம்பி! வேண்டாம்! உனக்குப் புண்ணியமாய்ப் போகட்டும். நித்திய சூரிகள் புடைசூழ ஸ்ரீமந் நாராயண மூர்த்தி மகாலக்ஷ்மி சகிதமாக வீற்றிருக்கும் வைகுண்டத்துக்கு என்னை அனுப்பி வை!" என்றான் வைஷ்ணவன்.

60. அமுதனின் கவலை

நந்தவனத்து நடுவில் இருந்த குடிலில் சேந்தன் அமுதன் நோய்ப்பட்டுப் படுத்திருந்தான். பூங்குழலி அவனுக்கு அன்புடன் பணிவிடை செய்து கொண்டிருந்தாள். வாணி அம்மை பாகம் செய்து கொடுத்த கஞ்சியைக் கொண்டு வந்து அவனை அருந்தும்படிச் செய்தாள்.

சற்று முன்னாலேதான் சுந்தர சோழ ஆதுரசாலையிலிருந்து வைத்தியர் வந்து சேந்தன் அமுதனைப் பார்த்துவிட்டுப் போயிருந்தார். போகும்போது அவரிடம் பூங்குழலி தனியாக விசாரித்தாள்.

"அமுதனுக்கு எப்படியிருக்கிறது, பிழைத்து எழுந்து விடுவானா?" என்று கேட்டாள்.

"முன்னமே ஒரு தடவை காய்ச்சல் வந்து பலவீனமாயிருந்தான். அத்துடன் நீண்ட பிரயாணம் போய்த் திரும்பிக் குதிரை மேலிருந்தும் கீழே விழுந்திருக்கிறான். அதனாலெல்லாம் பாதகமில்லை. ஆனால் அவன் மனத்தில் ஏதோ கவலை வைத்துக் கொண்டிருக்கிறான். அதனாலேதான் உடம்பு குணமடைவது தடைப்படுகிறது!" என்றார் வைத்தியர்.

இதை உள்ளத்தில் வைத்துக்கொண்டு பூங்குழலி, "அமுதா, உன் மனத்தில் என்ன கவலை? ஏன் உற்சாகமே இல்லாமலிருக்கிறாய்? உன் மனக் கவலையினால்தான் உன் உடம்பு குணப்படுவது தாமதமாகிறது என்று வைத்தியர் சொல்கிறாரே?" என்றாள்.

அமுதன் "பூங்குழலி! உண்மையைச் சொல்லட்டுமா? அல்லது மனத்தில் ஒன்று வைத்துக்கொண்டு, வெளியில் ஒன்று பேசட்டுமா?" என்றான்.

பூங்குழலி! "நான் அப்படி உள்ளொன்றும் புறமொன்றுமாகப் பேசுகிறவள் என்று சுட்டிக்காட்டுகிறாயா?" என்று கேட்டாள்.

"பூங்குழலி! உன்னுடன் பேசுவதே அபாயகரமாயிருக்கிறது. நீ பேசாமலிருந்தால் உன் முகத்தைப் பார்த்துச் சந்தோஷப்பட்டுக் கொண்டிருப்பேன்."

"என் அத்தைமார்களைப் போல் நானும் ஊமையாய்ப் பிறந்திருந்தால் உனக்குச் சந்தோஷமாயிருக்கும் அல்லவா?"

"ஒரு நாளும் இல்லை; நீ பாடும்போது நான் அடையும் ஆனந்தத்துக்கு அளவேயில்லை. வெறும் பேச்சிலே என்ன இருக்கிறது? ஒரு தேவாரப்பண் பாடு!"

"அதெல்லாம் முடியாது; உன் மனத்தில் என்ன கவலை என்பதைச் சொன்னால்தான் பாடுவேன்."

"அப்படியானால் சொல்கிறேன் கேள்! என்னுடைய கவலையெல்லாம் என் உடம்பு சீக்கிரமாகக் குணமாகிவிடப் போகிறதே என்றுதான்."

"இது என்ன இப்படிச் சொல்கிறாய்? உனக்கு உடம்பு குணமாக வேண்டும் என்று நான் எல்லாத் தெய்வங்களையும் வேண்டிக் கொண்டிருக்கிறேனே? நீ குணமாகிவிடுமே என கவலைப்படுவது ஏன்?"

"என் உடம்பு குணமாகிவிட்டால் நீ என்னை விட்டு விட்டுப் போய் விடுவாய் அல்லவா? அதை எண்ணித்தான் கவலைப்படுகிறேன், பூங்குழலி!"

பூங்குழலியின் முகம் காலைப் பனித்துளிகளுடன் ஒளிர்ந்த மலர்ந்த செந்தாமரை போல் விளங்கியது. அவன் இதழ்களில் புன்னகை விரிந்தது. கண்களில் கண்ணீர் துளித்தது.

"அமுதா! உன் அன்பை எண்ணி என் நெஞ்சு உருகுகிறது. உன்னை விட்டுவிட்டுப் போகவும் மனம் வரவில்லை; போகாதிருக்கவும் முடியவில்லை."

"ஆமாம், அலைகடல் உன்னை அழைத்துக் கொண்டிருக்கிறது. அதனால் என்ன? நானும் உன்கூட வருகிறேன். அதற்கு உன் சம்மதத்தைத் தெரியப்படுத்து. என் உடம்பும் குணமாகிவிடும்."

"அமுதா! நான் என் மனத்திற்குள் செய்து கொண்டிருக்கும் சபதம் அதற்குத் தடையாயிருக்கிறது."

"அது என்ன சபதம்?"

"புவி ஆளும் மன்னனை மணந்து அவனுடன் சிங்காதனத்தில் அமர வேண்டும் என்பது என் மனோரதம். இது முடியாவிட்டால் கன்னிப் பெண்ணாகவே காலம் கழிக்கச் சபதம் செய்திருக்கிறேன்."

"ஆமாம்; பொன்னியின் செல்வர் உன் மனதில் இடம் பெற்றிருக்கிறார். ஆனால் பூங்குழலி! அது நடக்கிற காரியமா?"

"நீ தவறாக எண்ணிக் கொண்டிருக்கிறாய். பொன்னியின் செல்வரிடம் இச்சோழ நாட்டில் பிறந்தவர்கள் அனைவரும் அன்பு கொண்டிருக்கிறார்கள். ஆடவர்கள், மங்கையர்கள், வயோதிகர்கள், சின்னஞ்சிறு குழந்தைகள் எல்லாரும் அருள்மொழிவர்மரிடம் நேயம் கொண்டிருக்கிறார்கள். அது போலவே நானும் அவரிடம் அபிமானம் வைத்தேன். அவர் காய்ச்சலுடன் படகில் கிடந்தபோது நீயும் நானும் சேர்ந்துதான் அவருக்குப் பணிவிடை செய்து காப்பாற்றினோம்...."

"அப்படியானால், அவரிடம்... அவரிடம்... வேறு வித எண்ணம் உனக்கு நிச்சயமாக இல்லையா?"

"அமுதா! பொன்னியின் செல்வரை மணக்கப் பிறந்தவள் வேறொருத்தி இருக்கிறாள். அவள் கொடும்பாளூர் இளவரசி வானதி. நான் அவளிடம் ஏதோ விளையாட்டாகப் பேசப்போக அந்தப் பெண், 'நான் சிங்காதனம் ஏறுவதில்லை' என்று சபதம் செய்தாள்...."

"மன்னர் குலத்தில் பிறந்தவள் அவ்வாறு சொல்லிச் சபதம் செய்திருக்கிறாள். நீயோ 'சிங்காதனம் ஏறித்தான் தீருவேன்' என்கிறாய். 'இல்லாவிட்டால் கன்னிப்பெண்ணாகவே காலம் கழிப்பேன்' என்று சொல்லுகிறாய்."

"அமுதா! என் அத்தை, அரசர் குலத்தில் பிறந்தவரை நேசித்தாள். அதனால் அவளுடைய வாழ்க்கை துன்ப மயமாயிற்று. என் அத்தை அடையத் தவறிய பாக்கியத்தை நான் என் வாழ்நாளில் அடைவேன். ஏன் கூடாது?"

"உனக்கு அந்த ஆசை ஏற்பட்டது என்னுடைய பாக்கியக் குறைவினால்தான்!" என்றான் அமுதன்.

"அப்படி ஏன் நீ நிராசையடைய வேண்டும்? அரச குலத்தில் பிறந்தவர்தான் அரசர்களாயிருக்கலாம் என்று விதி ஒன்றும் இல்லை. உன்னைப்போல் சாதாரண குடும்பத்தில் பிறந்தவர்கள் தங்கள் வீர பராக்கிரமச் செயல்களினால் இராஜ்ஜியங்களை ஸ்தாபித்துச் சிங்காதனம் ஏறியிருக்கிறார்கள். நீயும் இன்றைக்கு அத்தகைய சபதம்

எடுத்துக்கொள். இந்தப் பெரிய பாரத நாட்டிலோ, கடல் கடந்த அயல் நாடுகளிலோ உன் புஜபல பராக்கிரமத்தினால் ஒரு இராஜ்யத்தை ஸ்தாபிக்கத் தீர்மானம் செய்து கொள். நான் உன்னை விட்டுப் பிரியாமல் உனக்குத் துணையாயிருக்கிறேன்" என்றாள் பூங்குழலி.

"பூங்குழலி! அத்தகைய காரியங்களுக்கு நான் பிறக்கவில்லை. என் மனம் கத்தி எடுத்துப் போர் செய்வதில் ஈடுபடவில்லை. ஒரு சிறு பிராணியை இம்சிக்கவும் நான் விரும்பவில்லை. மணிமகுடமும், சிங்காதனமும் என் உள்ளத்தைக் கவரவில்லை. சிவபெருமானையும், சிவனடியார்களையும் ஏத்திப் பரவிப் பாடிக் கொண்டு காலம் கழிக்க விரும்புகிறேன்! ஆகையால் உனக்கும் எனக்கும் பொருத்தமில்லைதான்! உன்னை நான் மணக்க விரும்புவது முடவன் கொம்புத்தேனுக்கு ஆசைப்படுவது போலத்தான். பூங்குழலி! உன்னை இங்கே தாமதிக்கச் சொல்வதில் பயனில்லை. நீ போய் விடு! என் உடம்பு குணமாவதற்காகக் காத்திராதே!" என்றான் சேந்தன் அமுதன்.

அச்சமயம் அக்குடிலின் வாசலில் காலடிச் சத்தம் கேட்கவே இருவரும் பேச்சை நிறுத்தினார்கள்.

౽ఴ౾

61. நிச்சயதார்த்தம்

வெளியில் காலடிச் சத்தம் கேட்டதும் பூங்குழலி அச்சிறு குடிலின் வாசற் கதவை நோக்கிப் போனாள். அவள் தன்னை விட்டுவிட்டு அடியோடு போய்விடப் போகிறாள் என்று சேந்தன் அமுதன் எண்ணிப் பெருமூச்சு விட்டான். அவள் அவ்வாசற்படி வழியாக வெளியேறும்போது தன் உயிரும் தன் உடலைவிட்டு வெளியேறிவிடும் என்று கருதினான்.

பூங்குழலி கதவைச் சற்றுத் திறந்து வெளியே பார்த்துவிட்டு மறுபடியும் கதவை அடைத்துத் தாளிட்டதை சேந்தன் அமுதன் பார்த்தான். இது என்ன விந்தை? தாளிட்டது மட்டுமில்லாமல் திரும்பவும் தன்னை நோக்கி வருகிறாளே?

அவளுடைய உள்ளம் சிறிது இளகிவிட்டதோ? இளகினால்தான் என்ன? மறுபடியும் தன்னை வீரனாக வேண்டும் என்றும், ராஜ்யத்தைப் பிடிக்க வேண்டுமென்றும், சிங்காதனம் ஏறி அரசாள வேண்டும் என்றும் இவ்வாறு போதனை செய்து கொண்டுதானிருப்பாள். உலக ஆசைகள் என்னும் புயற் காற்றினால் அலை வீசிக் கொந்தளிக்கும் கடல் அவளுடைய உள்ளம். சிவபெருமானுடைய பக்தியில் திளைத்து அமைதியுற்றிருக்கும் இனிய புனல் வாவியை ஒத்தது தன் மனம். அதில் எழுந்த சிறிய கொந்தளிப்பு இவளால் நேர்ந்ததுதான். பூங்குழலிக்கும் தனக்கும் ஒரு நாளும் ஒத்துவரப் போவதில்லை. அதைப்பற்றி வீண் மனோராஜ்யம் செய்வதில் என்ன பயன்?

பூங்குழலி அவன் அருகில் வந்ததும் அவனைத் தன் குவளை மலர்க் கண்களால் உற்றுப் பார்த்தாள். சேந்தன் அமுதனின் நெஞ்சம் தத்தளித்தது.

"கதவை ஏன் சாத்தினாய்? யார் வந்தனர்? ஒருவேளை அம்மா தானோ, என்னமோ?" என்றான் அமுதன்.

"யாரா இருந்தாலும் சிறிது நேரம் காத்திருக்கட்டும். நம்முடைய பேச்சு முடியும் வரையில் வெளியில் இருக்கட்டும். ராஜாவும், ராணியும் அந்தரங்கமாகப் பேசி கொண்டிருக்கும் போது குறுக்கே வந்து யாரும் தடை செய்யக்கூடாது அல்லவா?" என்றாள்.

"ராஜா – ராணி! யார் ராஜா? யார் ராணி?" என்று தடுமாறினான் அமுதன்.

"நீ ராஜா; நான் ராணி! இத்தனை நேரம் சொன்னதெல்லாம் உன் மனதில் ஏறவே இல்லையா?"

"இல்லை பூங்குழலி! எனக்கு நீ போதனை செய்வதில் சிறிதும் பயனில்லை என்றுதான் சொன்னேனே? உன் உள்ளப் போக்கும், என் உள்ளப் போக்கும் முற்றும் மாறானவை; அவை ஒத்துவர மாட்டா!" என்றான் அமுதன்.

"ஒத்து வரும்படி நாம்தான் செய்ய வேண்டும்" என்றாள் பூங்குழலி.

"அது முடியாத காரியம்!"

"உன்னால் முடியாவிட்டால், என்னால் முடியும். அமுதா! நான் தீர்மானம் செய்து விட்டேன். அரச குமாரனைக் கல்யாணம் செய்து கொண்டு அரியாசனம் ஏறும் எண்ணத்தை விட்டு விட்டேன். அரண்மனை வாழ்வையும் அரச போகத்தையும் விட்டு விட்டேன். அரண்மனை வாழ்வையும் அரச போகத்தையும் காட்டிலும், உன்னுடைய அன்பு கோடி மடங்கு எனக்குப் பெரிது. நீ என் வழிக்கு வர மறுப்பதால், நான் உன்னுடைய வழிக்கு வருவேன். உன்னையே நான் மணந்து கொள்வேன்..."

சேந்தன் அமுதன் பரவச நிலையை அடைந்தான். "பூங்குழலி! பூங்குழலி! எனக்கு இப்போது சுரம் அடிக்கவில்லையே? நான் கனவு காணவில்லையே? இப்போது நீ சொன்ன வார்த்தைகள் என் காதில் தவறாக விழவில்லையே? நான் தவறாகப் பொருள் கொள்ளவில்லையே?" என்றான்.

"இன்னொரு தடவை சொல்கிறேன், கேள்! நீ என் வழிக்கு வர மறுப்பதால், நான் உன்னுடைய வழிக்கு வரத் தீர்மானித்து விட்டேன். உன்னையே நான் மணந்து கொள்வேன். என் பெரிய அத்தையின் வாழ்க்கையைப் பற்றி நான் அறிந்து கொண்டிருந்த விவரங்கள் என் உள்ளத்தில் வீண் ஆசைகளை உண்டாக்கியிருந்தன. நியாயமாக அவள் சிங்காதனத்தில் வீற்றிருக்க வேண்டியவள் என்று அடிக்கடி எண்ணியதால் நானும் ஏன் சிங்காதனம் ஏறக்கூடாது என்ற ஆத்திரம் எனக்கும் உண்டாகிவிட்டது. என் அத்தை கொலைகாரனுடைய வேலினால் மரணமடைந்த போது, என்னுடைய ஆசையும் மடிந்து விட்டது. அரண்மனையில் வாழ்கிறவர்கள் படும் அவதிகளையும், வேதனைகளையும் அறிந்து கொண்டேன். அலைகடலில் படகு ஓட்டிக் கொண்டு ஆனந்தமாகக் கழிக்கும் வாழ்க்கைக்கு அரண்மனை வாழ்வு ஒருநாளும் இணையாகாது என்று அறிந்தேன். அமுதா! உனக்கு உடம்பு சரியானதும் இருவரும் கோடிக்கரை செல்வோம். அங்கே காட்டுக்கு நடுவில் உள்ள கோயிலில் குழகர் தன்னந்தனியாகத் துணை எவருமின்றி இருக்கிறார். நாம் இருவரும் கோடிக்கரைக் குழகருக்குப் புஷ்பத் திருப்பணி செய்வோம். சில சமயம் படகில் ஏறிக் கடலில் செல்வோம். ஈழ நாட்டின் ஓரத்தில் இனிய தீவுகள் எத்தனையோ இருக்கின்றன. அந்தத் தீவுகளில் ஒன்றில் சில சமயம் இறங்குவோம். அங்கே நீ ராஜாவாகவும் நான் ராணியாகவும் இருப்போம். அந்த ராஜ்யத்துக்கு யாரும் போட்டிக்கு வரமாட்டார்கள். அமுதா! இதற்கெல்லாம் உனக்கு ஆட்சேபம் ஒன்றுமில்லையே?"

"ஒரே ஆட்சேபந்தான், பூங்குழலி! இவ்வளவு பெரிய பாக்கியத்துக்கு நான் அருகதை உள்ளவனா என்னும் ஆட்சேபந்தான். இதையெல்லாம் நீ உண்மையாகத்தானே சொல்லுகிறாயா? பிறகு பெரிய ஏமாற்றத்துக்கு என்னை உள்ளாக்குவதற்காகச் சொல்லவில்லையே? இல்லை, இல்லை! நீ உண்மையாத்தான் சொல்கிறாய். எப்போது கோடிக்கரைக்குப் புறப்படலாம்?"

"உனக்கு உடம்பு நேரான உடனே புறப்படலாம்."

"எனக்கு உடம்பு நேராகிவிட்டது, பூங்குழலி! நான் வேணுமானால் இப்போது எழுந்து நடக்கிறேன் பார்க்கிறாயா?" என்று கூறிவிட்டுச் சேந்தன் அமுதன் எழுந்திருக்க முயன்றான்.

பூங்குழலி அவன் கையைப் பிடித்து எழுந்திருக்காமல் தடுத்து, "வேண்டாம். இன்று ஒரு நாள் மட்டும் பொறுத்துக்கொள்!" என்றாள்.

வாசற் கதவை யாரோ இலேசாகத் தட்டும் சத்தம் கேட்டது. "அம்மா கதவைத் தட்டுகிறாள் திறந்து விடு! அம்மாவிடம் இந்தச் சந்தோஷ சமாசாரத்தைச் சொல்வோம்" என்றான் அமுதன்.

பூங்குழலி போய்க் கதவைத் திறந்தாள், வாசலில் கண்ட காட்சி அவளைச் சிறிது வியப்புறச் செய்தது.

அவள் எதிர்பார்த்தபடி கதவைத் தட்டியவள் வாணி அம்மை அல்ல. அரண்மனைச் சேவகன் ஒருவன் கதவைத் தட்டியிருக்க வேண்டுமென்று தோன்றியது. கதவு திறந்ததும், சேவகன் ஒதுங்கி நின்றான்.

அப்பால், செம்பியன் மாதேவியும், இளவரசர் மதுராந்தகரும் நின்றார்கள். இன்னும் சிறிது தூரத்துக்கு அப்பால், பல்லக்குகள் இரண்டு இறக்கி வைக்கப்பட்டிருந்தன. சிவிகை தூக்கிகளும், காவலர்களும் மரத்தடியில் நின்றார்கள். அவர்களில் ஒருவன் பிடித்துக் கொண்டிருந்த தீவர்த்தி வெளிச்சத்தில் இவ்வளவு காட்சியையும் கண்ட பூங்குழலி செம்பியன் மாதேவியின் முன்னால் தலை வணங்கிக் கும்பிட்டு, "தாயே வரவேண்டும்!" என்றாள்.

"உன் அத்தை மகனுக்கு உடம்பு எப்படியிருக்கிறது. பூங்குழலி! வாணி அம்மை எங்கே?" என்று கேட்டுக் கொண்டே மழவரையன் மாமகளாகிய முதிய எம்பெருமாட்டி அந்தக் குடிசைக்குள்ளே பிரவேசித்தாள்.

மதுராந்தகன் வெளியிலேயே நின்றான். ஆனால் அவனுடைய குரோதம் ததும்பிய கண்கள் ஆர்வத்துடன் குடிசைக்கு உள்ளே நோக்கின. வருகிறவர் சிவபக்த சிரோமணியும், தங்களுக்கு மானியம் அளித்துக் காப்பாற்றி வருகிறவருமான செம்பியன் மாதேவி என்று அறிந்ததும் சேந்தன் அமுதனும் எழுந்தான்.

"தாயே! நல்ல சமயத்தில் வந்தீர்கள். முதன் முதல் சந்தோஷமான செய்தியைத் தங்களிடம் தெரிவித்து ஆசிபெறும் பாக்கியம் எங்களுக்குக் கிட்டியிருக்கின்றது. சிவபெருமானுடைய திருவருளாலேயே இது நடந்திருக்க வேண்டும். இன்னும் என் அன்னையிடம் கூடச் சொல்லவில்லை. அன்னையே! இத்தனை காலம் கழித்துப் பூங்குழலி மனமிரங்கி என்னை மணம் புரிந்து கொள்ள இசைந்திருக்கிறாள் . தாங்கள்தான் கூட இருந்து எங்கள் திருமணத்தை நடத்தி வைக்கவேண்டும். நாங்கள் திருமணம் செய்துகொண்ட பிறகு கோடிக்கரைக் குழகர் கோயிலுக்குப் போய் அங்கே பூமாலைக் கைங்கரியம் செய்ய எண்ணியிருக்கிறோம்!" என்றான்.

செம்பியன் மாதேவியின் முகத்தோற்றம் இச்செய்தியினால் அந்த மாதரசி மகிழ்ச்சி அடைந்தாரா, கலக்கமடைந்தாரா என்பதைத் தெரிந்து கொள்ள முடியாமலிருந்தது. அவருடைய இதழ்களில் மகிழ்ச்சிப் புன்னகை தோன்றியது. ஆனால் கண்களிலோ கண்ணீர் ததும்பி நின்றது.

அமுதனும் பூங்குழலியும் அவர் முன்னால் வணங்கிய போது, மாதரசி தழுதழுத்த குரலில், "குழந்தைகளே! இறைவன் அருளால் உங்கள் இல்வாழ்க்கை இன்பமயமாக இருக்கட்டும்!" என்று ஆசி கூறினார்.

அந்தச் சமயம் வாணி அம்மை அங்கே வந்து சேர்ந்தாள். அவளிடம் செம்பியன் மாதேவி சமிக்ஞையினால் அமுதனுடைய உடம்பைப் பற்றி தெரிந்து கொள்ள வந்ததாகக் கூறினார். வந்த இடத்தில் அவர்களுக்குத் திருமணம் நடக்கப் போகிற செய்தியை அறிந்து மகிழ்ச்சி அடைந்ததாகவும் தெரிவித்தார். அச்சமயம் வாணி அம்மையின் முகபாவமும் கலக்கத்தையும், களிப்பையும் ஒருங்கே காட்டுவதாயிருந்தது.

மேலும் சிறிது நேரம் சேந்தன் அமுதனுடனும், பூங்குழலியுடனும் பேசிக்கொண்டிருந்த பிறகு செம்பியன் மாதேவி வெளிக் கிளம்பினார்.

அவரும், மதுராந்தகனும் பல்லக்குகள் இரண்டும் இறக்கி வைத்திருந்த இடம் நோக்கிச் சென்றார்கள்.

வழியில் ஒரு மரத்தடியில் முதிய பிராட்டியார் நின்று, சுற்றுமுற்றும் பார்த்தார். அருகில் ஒருவரும் இல்லை என்பதைக் கண்ட பிறகு, மதுராந்தகனை நோக்கி, "பார்த்தாயா, மதுராந்தகா! என் வயிற்றில் பத்து மாதம் சுமந்து பெற்றெடுத்த மகன் அதோ அக்குடிசையில் வாழும் சேந்தன் அமுதன். அவனுக்கு ஐந்து வயதானபோதே

எனக்கு இச்செய்தி தெரிந்துவிட்டது. அவன் எட்டு நாள் குழந்தையாயிருந்தபோது மூச்சுப் பேச்சற்றுக் கிடந்ததைப் பார்த்து இறந்து விட்டதாக எண்ணினேன். பிள்ளைப் பாசத்தினால் உன்னை என் குழந்தையாக ஏற்றுக் கொண்டு இவனைக் கொண்டுபோய்ப் புதைத்து விடச் சொன்னேன். இவனை எடுத்துப் போன வாணி வெகுகாலம் திரும்பி வரவே இல்லை. ஐந்து ஆண்டு கழிந்த பிறகு இவளையும், இப்பிள்ளையையும் பார்த்ததும் உண்மை தெரிந்து கொண்டேன். ஆயினும், உன்னை நான் கைவிடவில்லை. அவன் என் வயிற்றில் பிறந்த மகன் என்பதற்காக அவனை அரண்மனைக்கு வரவழைத்துக் கொள்ளவுமில்லை. எல்லாம் இறைவன் திருவிளையாடல் என்று எண்ணி உன்னை என் வயிற்றில் பிறந்த மகனைக் காட்டிலும் பதின் மடங்கு அருமையாக வளர்த்து வந்தேன். அதற்காகவெல்லாம் எனக்கு இப்போது இந்த வரத்தை நீ கொடு! சோழ சிங்காதனம் வேண்டாம் என்று சொல்லிவிடு! நீ சிங்காதனம் ஏறுவதற்குக்கூட நான் ஆட்சேபிக்க மாட்டேன். ஆனால் உன் வம்சத்தில் பிறக்கும் பிள்ளைகள் ஊமையாக இருந்துவிட்டால் என்ன செய்கிறது என்றுதான் அஞ்சுகிறேன்!" என்றார்.

இவ்விதம் செம்பியன் மாதேவி கூறி வந்தபோது மதுராந்தகனுடைய முகம் பேயடித்த முகமாகக் காணப்பட்டது. அவன் மணம் செய்துகொண்டிருந்த சின்னப் பழுவேட்டரையரின் மகளுக்கு ஒரு பெண் மகவு பிறந்திருந்தது. அதற்கு இரண்டு பிராயம் ஆகியும் இன்னும் பேசத் தொடங்கவில்லை என்பது அவனுடைய நினைவுக்கு வந்தது.

பிரமை பிடித்து மரத்தோடு மரமாக நின்ற மதுராந்தகனைப் பார்த்து, அவனை வளர்த்த அன்னையாகிய மாதரசி, "குழந்தாய்! ஏன் இப்படியே நின்று விட்டாய்? வா போகலாம்! அரண்மனைக்குப் போய் நன்றாக யோசித்து நாளைக்குப் பதில் சொல்லு!" என்றாள்.

மதுராந்தகன் தட்டுத்தடுமாறி, "தாயே! யோசிப்பதற்கு இனி என்ன இருக்கிறது? ஒன்றுமில்லை. தாங்கள் போங்கள்! என்னுடைய இடத்தில் அரண்மனையில் வளர்ந்திருக்க வேண்டிய தங்கள் குமாரனிடம் சிறிது பேசிவிட்டுப் பிறகு வருகிறேன்!" என்றான்.

"அப்படியே செய்! வரும்போது பல்லக்கின் திரைகளை நன்றாக மூடிக்கொண்டு வா! கொடும்பாளூர் வீரர்கள் உன்னைப் பார்த்து விட்டால் ஏதேனும் கூச்சல் போட்டாலும் போடுவார்கள்!" என்று சொல்லிவிட்டு அம்மாதரசி மேலே பல்லக்கை நோக்கி நடந்தார்.

மதுராந்தகனுடைய முகம் முன்னைவிடக் குரோதமும், மாற்சரியமும் நிறைந்த பயங்கர மாறுதலை அடைந்ததை அப்பெருமாட்டி கவனியாமலே அங்கிருந்து சென்று விட்டார்.

62. எட்டி பாய்ந்தது!

சற்று நேரம் நின்ற இடத்திலேயே நின்றான் மதுராந்தகன். குடிசைக்குப் போகலாமா, கோட்டைக்குப் போகலாமா என்று அவன் உள்ளத்தில் ஒரு போராட்டம் நடந்தது போலத் தோன்றியது. பின்னர் அவன் தன்னைச் சுமந்து வந்த பல்லக்கின் அருகில் சென்று சிவிகை தூக்கிகளிடமும், காவலர்களிடமும் ஏதோ சொன்னான். சிவிகைக்கு உள்ளேயிருந்து ஏதோ ஒரு பொருளையும் எடுத்துக் கொண்டான். சிவிகையைத் தூக்கிக் கொண்டு ஆட்கள் புறப்பட்டுச் சென்றார்கள். அவர்களுடன் தீவர்த்தி வெளிச்சமும் சென்றது.

மதுராந்தகன் திரும்பக் குடிசையை நோக்கி வந்தபோது, அவனும் மாதேவடிகளும் எந்த மரத்தின் ஓரமாக நின்று பேசிக் கொண்டிருந்தார்களோ, அந்த மரத்தின் பின்புறத்திலிருந்து திடீரென்று ஒரு மனிதன் வெளிப்பட்டு வந்ததைக் கண்டு மதுராந்தகன் ஒரு கணம் திடுக்கிட்டான்.

அவன் வேறு யாரும் இல்லை. பாதாளச் சிறையிலிருந்து தப்பித்து வந்தியத்தேவனோடு வந்திருந்த, 'பைத்தியக்காரன்' கருத்திருமன்தான். இன்னமும் அவன் பார்ப்பதற்குப்

பைத்தியக்காரனைப் போலவே இருந்தான். அவனுடைய தோற்றமும் அவன் திடீரென்று அந்த இடத்தில் வெளிப்பட்டதும் மதுராந்தகனுக்குத் திகிலை உண்டாக்கியதில் வியப்பில்லைதானே?

அடுத்த கணம் மதுராந்தகன் சிவிகையிலிருந்து எடுத்து வந்த கூரிய குத்துவாளை ஓங்கினான். கருத்திருமன் அவனைக் கையமர்த்தி, "ஐயா! நில்லுங்கள்! நான் தங்கள் விரோதி அல்ல!" என்றான்.

"விரோதி அல்லவென்றால், பின்னே நீ யார்? என் நண்பனா?" என்று மதுராந்தகன் கேட்டான்.

"ஆம், ஐயா! நண்பன்தான்!"

மதுராந்தகன் குரோதமும், துயரமும் ததும்பிய குரலில் மெல்லிய சிரிப்புச் சிரித்துவிட்டு, "நல்ல நண்பன் கிடைத்தாய்! உலகமே என்னைவிட்டு நழுவிச் செல்லும்போது, நீயாவது கிடைத்தாயே!" என்றான்.

"ஆம், ஐயா! உலகத்தில் யாரும் தங்களுக்குச் செய்ய முடியாத உதவியைத் தங்களுக்கு நான் செய்ய முடியும்!" என்றான் கருத்திருமன்.

"அது என்ன, சொல்லு பார்க்கலாம்! நேரமாகிவிட்டது சொல்லுவதைச் சீக்கிரம் சொல்லு!"

"எதற்கு நேரம் ஆகிவிட்டது?" என்று கருத்திருமன் கேட்டு விட்டு, மதுராந்தகனை உற்று நோக்கினான்.

"அரண்மனைக்குப் போவதற்குத்தான், வேறு எதற்கு?"

"தங்களுக்கு உரிமை இல்லாத அரண்மனைக்குத் தாங்கள் திரும்பிப் போகப் போகிறீர்களா?"

மதுராந்தகன் மறுபடியும் அதிர்ச்சி அடைந்து, "அடே! என்ன சொல்லுகிறாய்? உனக்கு என்ன தெரியும்? எப்படித் தெரியும்? விரைவிலே சொல்லு! இல்லாவிடில்..." என்று கையிலிருந்த குத்துவாளை ஓங்கினான்.

"ஐயா! வாளை ஓங்க வேண்டாம். தங்கள் பகைவர்கள் எதிர்ப்படும்போது உபயோகிப்பதற்குத் தீட்டி வைத்துக் கொள்ளுங்கள். சற்று முன் தாங்களும், தங்களை வளர்த்த பெரிய மகாராணியும் இந்த மரத்தடியில் நின்று பேசிக் கொண்டிருந்தீர்கள். நான் மரத்தின் பின்னால் நின்றதை நீங்கள் இருவரும் கவனிக்கவில்லை..."

"ஆகா! ஒட்டுக்கேட்டு இரகசியத்தை அறிந்து கொண்டாயா? அந்தத் துணிச்சலுடனேதான் என்னை வழிமறித்து நிறுத்தினாயா?"

"இல்லை, இல்லை! மகாராணி தங்களிடம் சொன்ன செய்தி எனக்கு முன்பே தெரியும்; அதைவிட அதிகமாகவும் தெரியும். அந்த மாதரசி தங்களை வயிற்றில் வைத்து வளர்த்த அன்னை அல்லவென்றும், கண்டராதித்தர் தங்கள் தந்தை அல்லவென்றும் அவர் தங்களிடம் கூறினார். தங்களுடைய அன்னை யார் என்றும் சொல்லி இருப்பார். ஆனால் தங்கள் தந்தை யார் என்று சொல்லி இருக்கமாட்டார்."

மதுராந்தகன் அவனை வெறித்து நோக்கி, "உனக்கு அது தெரியுமா?" என்றுகேட்டான்.

"ஆம், தெரியும்."

மதுராந்தகன் அந்தப் பைத்தியக்காரத் தோற்றமுடையவன் தான் அவன் தந்தை என்று உரிமை கொண்டாடப் போகிறானோ என்று பீதி அடைந்தான். அருவருப்பும் ஆத்திரமும் நிறைந்த குரலில் "உனக்கு எப்படித் தெரியும்? நீ யார்?" என்று கேட்டான்.

"நான் தங்கள் தந்தையின் ஊழியன்!" என்று கருத்திருமன் கூறியதும், மதுராந்தகன் முகம் தெளிவு பெற்றது.

கருத்திருமன் சற்று அருகில் நகர்ந்து வந்து, "ஐயா! தங்கள் தந்தை..." என்று மெல்லிய குரலில் கூறினான்.

மதுராந்தகன் காதில் அவன் கூறியது விழுந்தது. மதுராந்தகனுடைய தலை சுற்றியது. கீழே விழப் பார்த்தவன் சமாளித்துக் கொண்டு கருத்திருமனுடைய புஜங்களை உறுதியாகப் பற்றிக் கொண்டு, "நீ கூறியது உண்மைதானா? உண்மையாகவே நான் இராஜ குமாரன்தானா?" என்று கேட்டான்.

"ஆம், ஐயா! இதைத் தங்களிடம் சொல்வதற்காகவே பல வருஷங்களுக்கு முன்பு நான் இங்கு வந்தேன். தங்களை அந்தரங்கமாகப் பார்த்துப் போவதற்கு சமயம் நோக்கிக் கொண்டிருந்தேன். துரதிர்ஷ்டவசமாகச் சின்னப் பழுவேட்டரையர் என்னை அரண்மனைத் தோட்டத்தில் பார்த்துவிட்டார். பிடித்துப் பாதாளச் சிறையில் போட்டுவிட்டார்."

"எப்போது தப்பினாய்? எப்படி?"

"இன்றைக்குத்தான், வந்தியத்தேவன் என்னும் வாலிபன் ஒருவனுடைய உதவியினால் தப்பித்து வெளி வந்தேன்."

"ஆகா! நானும் கேள்விப்பட்டேன்; கரிகாலரைக் கொன்றதாகக் குற்றம் சாட்டப்பட்டவன் அல்லவா அவன்?"

"ஆம்; ஐயா! ஆனால் உண்மையில் ஆதித்த கரிகாலரைக் கொன்றவன் அந்த வாலிபன் அல்ல!"

"அதைப் பற்றி நமக்கு என்ன கவலை? கொன்றவனாகவே தான் இருக்கட்டுமே? இப்போது எங்கே அவன்?"

"அதோ சற்றுத் தூரத்தில் தெரியும் வேலியின் மறைவில் இருக்கிறான். எனக்கும், அவனுக்கும் இரண்டு குதிரைகளுடன் காத்திருக்கிறான். நான் நேரம் செய்வது பற்றி அவன் இப்போது கோபம் அடைந்திருப்பான். அதைப் பற்றி நான் சிறிதும் கவலைப்படவில்லை. எதிர்பாராத விதத்தில் தங்களைச் சந்தித்து விட்டேன்."

"எப்போது நீங்கள் இங்கே வந்தீர்கள்?" என்றான் மதுராந்தகன்.

"சற்று முன்னாலேதான் வந்தோம். இந்தக் குடிசைக்கு அருகில் இரண்டு குதிரைகள் இருக்கின்றனவென்று தெரிந்து கொண்டு வந்தோம். குதிரைகளைத் தேடிக் கொண்டிருந்தபோது தாங்களும், தங்களை வளர்த்த அன்னையும் தீவர்த்திகளுடன் சாலையில் வந்தீர்கள். அந்த வெளிச்சத்தில் குதிரைகளைக் கண்டுபிடித்தோம். நான் பல வருஷங்களுக்குப் பிறகு வாணியைப் பார்த்தேன். அவளுடைய ஊமைப் பாஷையில் பேசிக் கொண்டிருக்கும்போதே நீங்கள் இந்தக் குடிசைப் பக்கம் திரும்பி வந்தீர்கள். நீங்கள் இந்தக் குடிசைக்குத்தான் வருகிறீர்கள் என்று நாங்கள் எதிர்பார்க்கவில்லை. வந்தியத்தேவன் வேலி மறைவுக்கு ஓடி விட்டான். நானும் வாணியும் இம்மரத்தின் பின்னால் சிறிது நேரம் நின்றோம். பிறகு அவளும் குடிசைக்குள் போய்விட்டாள். நான் மட்டும் இங்கு நின்று கொண்டிருந்தேன். அதன் பலனாகத் தங்களைப் பார்க்கும் சந்தர்ப்பம் கிடைத்தது."

"சரி, இனிமேல் நீ என்ன செய்யப் போகிறாய்?"

"தாங்கள் எவ்விதம் சொல்லுகிறீர்களோ, அவ்விதம் செய்கிறேன் ஐயா! தங்கள் பிறப்பைக் குறித்த உண்மையை அறிந்த பிறகும், தஞ்சை அரண்மனைக்குத் திரும்பிப் போகப் போகிறீர்களா? ஒன்று ஞாபகம் வைத்துக்கொள்ளுங்கள் தாங்கள் சோழ குலத்து இளவரசர் அல்லவென்பது இன்னும் சிலருக்கும் தெரியும். முதன்மந்திரிக்கும், அவருடைய ஒற்றன் ஆழ்வார்க்கடியான் என்பவனுக்கும் தெரியும், என்றைக்காவது ஒருநாள்..."

"ஆமாம், ஆமாம்! தஞ்சை அரண்மனைக்குப் போக எனக்கும் விருப்பமில்லைதான், நீ என்ன யோசனை சொல்லுகிறாய்?"

"அந்த வேலி மறைவில் இரண்டு குதிரைகள் இருக்கின்றன. தாங்கள் குடிசைக்குள் போவதுபோல் போய்விட்டு அந்த வேலிப் பக்கம் வாருங்கள். நான் வந்தியத்தேவனுடன் சிறிது பேசிக் காலம் தாழ்த்திக் கொண்டிருக்கிறேன். தங்கள் கையிலுள்ள வாளை

அவன் மீது எறிந்து கொன்றுவிடுங்கள். இரண்டு குதிரைகள் மீது நாம் இருவரும் ஏறிப் போய்விடுவோம். கோடிக்கரை சென்று இலங்கைக்குப் போவோம். இலங்கை அரசர், சோழ குலத்தின் பகைவர். பாண்டிய குலத்துக்குப் பரம்பரை சிநேகிதர். நான் இலங்கை மன்னரை நன்கு அறிவேன். பாண்டிய குலத்தின் மணி மகுடமும், இரத்தின ஹாரமும் இருக்குமிடமும் அறிவேன் என்ன சொல்லுகிறீர்கள்?"

மதுராந்தகன் சிறிது நேரம் யோசனை செய்தான். அவனுடைய உள்ளம் அந்தச் சில வினாடி நேரத்தில் எத்தனையோ கோட்டைகள் கட்டியது.

"ஐயா! நேரம் போகிறது தங்கள் முடிவு என்ன? வந்தியத்தேவன் இனி இங்கேயே வந்துவிடுவான்."

"அவனைக் கொல்லவேண்டும் என்றா சொல்லுகிறாய்?"

"தங்களுக்குத் தயக்கமாயிருந்தால் தங்கள் கையிலுள்ள குத்து வாளை என்னிடம் கொடுங்கள்!"

"வேண்டாம்; இந்த வாளுக்கு வேறு வேலை இருக்கிறது. வந்தியத்தேவனைப் பற்றி எனக்குத் தெரியும். அவன் நல்ல வீரன் அவனையும் நம்முடன் அழைத்துக் கொண்டு போகலாமே?"

"அழைத்துப் போகலாம்; ஆனால் இன்னொரு குதிரை?"

"குதிரைக்கு என்ன குறைவு? நான் இன்னமும் பட்டத்து இளவரசன் மதுராந்தகன்தானே!" என்று கூறிவிட்டுக் கோபச் சிரிப்புச் சிரித்தான்.

பிறகு, "நீ போ! அவனைச் சற்று நேரம் பொறுமையாக இருக்கச் சொல்! இந்தக் குடிசைக்காரனைப் பார்த்து ஒரு வார்த்தை பேசிவிட்டு விரைவில் வந்து விடுகிறேன்!" என்றான்.

கருத்திருமன், வந்தியத்தேவன் மறைந்து நின்ற வேலியைத் தேடிக் கொண்டு போனான். நல்ல இருட்டு. தூரத்தில் இராஜபாட்டையில் அவ்வப்போது சிலர் தீவர்த்தி பிடித்துக் கொண்டு போனபோது சிறிது வெளிச்சம் வந்தது. வெகு தூரத்திலிருந்து வந்த அந்த மங்கலான வெளிச்சத்தில் இரண்டு கம்பீரமான புரவிகள் வேலிகளில் கட்டப்பட்டு நிற்பது தெரிந்தது. ஆனால் வந்தியத்தேவனைக் காணவில்லை. மெல்லிய குரலில் கூப்பிட்டுப் பார்த்தான்; பதிலுக்குக் குரல் கேட்கவில்லை.

"சரி; அவனாகத் தொலைந்து போனால் நல்லதாய்ப் போயிற்று" என்று கருத்திருமன் எண்ணிக் கொண்டான்.

வந்தியத்தேவனும் கருத்திருமனும் முதலில் நந்தவனக் குடிசையருகில் வந்தபோது அங்கே இருள் சூழ்ந்திருந்தது. குடிசைக்குள் எரிந்த சிறிய விளக்கிலிருந்து சில ஒளிக்கிரணங்கள் வெளியே எட்டிப் பார்த்தன.

தாமரைக் குளத்திற்குத் தண்ணீர் மொள்ளச் சென்ற வாணி அம்மையாரோ, இருவர் இருட்டில் வருவதைக் கண்டு தயங்கி நின்றாள். முதலில் வந்தியத்தேவனுடைய முகம் அவள் பார்வையில் தென்பட்டது. உடனே அவளுடைய முகம் மலர்ந்தது முன்னொரு தடவை சேந்தன் அமுதன், அவனை அழைத்து வந்ததை அவள் மறந்து விடவில்லை. வரவேற்புக்கு அறிகுறியாகத் தலையை அசைத்தாள்.

பின்னால் தொடர்ந்து வந்த கருத்திருமனைக் கண்டதும் பேய் பிசாசைக் கண்டவளைப் போல் பீதி அடைந்து செயலற்றுப் பிரமித்து நின்றாள். கருத்திருமன் அவளுடன் சமிக்ஞை பாஷையில் பேச முயன்று, அவளுடைய பீதியை ஒருவாறு போக்கினான்.

அவர்களிருவரையும் தனியாக விட்டுவிட்டு வந்தியத்தேவன் குடிசையை அணுகினான். வாசற்கதவு அப்போதுதான் தாளிடப்பட்டது. பலகணி வழியாக எட்டிப் பார்த்தான். சேந்தன் அமுதன் உயிருக்கு மன்றாடிக் கொண்டிருப்பதற்குப் பதிலாக முகமலர்ச்சியுடன்

பூங்குழலியுடன் பேசிக் கொண்டிருப்பதைப் பார்த்து அவனுக்குச் சிறிது நிம்மதி ஏற்பட்டது. அவர்களுடைய பேச்சினிடையில் குறுக்கிட்டு விடைபெற்றுக் கொண்டு போக முயல்வது உசிதமா என்று யோசித்துக் கொண்டிருக்கையிலேயே, செம்பியன்மாதேவியும், மதுராந்தகனும், அவர்களுடைய பரிவாரங்களும் வந்து விட்டார்கள்.

உடனே அவன் குடிசையைவிட்டு நகர்ந்து வேலியைத் தாண்டி அப்பால் குதித்தான். அங்கே கட்டியிருந்த குதிரைகளைக் கண்டதும் ஆழ்வார்க்கடியான் அந்த வரைக்கும் தன்னை ஏமாற்றி மோசம் செய்யவில்லை என்று உறுதி பெற்றான். கருத்திருமன் வரவுக்காக அங்கேயே காத்திருந்தான்.

சிவிகைகள், பரிவாரங்கள், தீவர்த்திகள் எல்லாம் போன பிறகும் கருத்திருமன் வராதிருக்கவே, வந்தியத்தேவன் பொறுமை இழந்தான்.

மீண்டும் வேலியைத் தாண்டிக் குதித்து வந்தான். மரத்தடியில் மதுராந்தகனும், கருத்திருமனும் பேசிக் கொண்டிருப்பதைக் கவனித்தான். மதுராந்தகன் கண்ணில் பட அவன் விரும்பவில்லை. கருத்திருமனுக்கும், மதுராந்தகனுக்கும் என்ன அந்தரங்கப் பேச்சு என்ற ஐயமும் அவன் உள்ளத்தில் உதித்தது. அவர்களுடைய பேச்சில் ஒரு பகுதி அவன் காதில் விழுந்தது.

மதுராந்தகன் குடிசையை நோக்கிப் போனபோது, அவனை அறியாமல் வந்தியத்தேவனும் பின் தொடர்ந்து போனான்.

மதுராந்தகன் குடிசை வாசலில் சென்று கதவை இடிக்கலாமா, வேண்டாமா என்று தயங்கி நின்றான். அப்போது உள்ளிருந்து கலகலவென்று சிரிப்புச் சத்தம் கேட்டது. அந்தச் சிரிப்பின் ஒலியினால் மதுராந்தகனுடைய மனம் மாறிவிட்டதோ, அல்லது எண்ணி வந்த காரியத்துக்குத் துணிவு வரவில்லையோ, தெரியாது. உடனே திரும்பிக் கருத்திருமன் சென்ற திசையை நோக்கிச் செல்லத் தொடங்கினான்.

வந்தியத்தேவன் அவன் கண்ணில் படாமல் தப்புவதற்காக அப்பாலிருந்த ஒரு மரத்தின் மறைவுக்குப் பாய்ந்தான். அப்படிப் பாயும்போது அவன் கண்ணில் ஒரு விபரீதமான காட்சி தென்பட்டது. குடிசைக்குப் பின்புறச் சுவரில் ஒரு பலகணி இருந்தது. அதன் வழியாகக் குடிசையில் எரிந்த விளக்கின் ஒளி சிறிது வெளியே வந்து கொண்டிருந்தது. அந்த ஒளியில் ஒரு மனித உருவம் கையில் ஒரு குட்டையான ஈட்டியுடன் பயங்கரமாக நிற்பதைக் கண்டான்.

குடிசையின் பலகணி வழியாக அந்த உருவம் உள்ளே உற்றுப் பார்த்தது.

பின்னர் ஈட்டியைப் பலகணி வழியாக உள்ளே எறியும் நோக்குடன் குறி பார்க்கத் தொடங்கியது. ஆனால் உடனே எறிந்துவிடவில்லை. குறி பார்ப்பதும் மறுபடி தழைப்பதுமாக இருந்தது.

அதே சமயத்தில் குதிரைகள் புறப்படும் காலடிச் சத்தம் கேட்டது. வந்தியத்தேவன் ஒரு கண நேரம் தத்தளித்தான்.

குதிரைகள் இரண்டும் போய்விட்டால் அவன் தப்பிச் செல்வது அசாத்தியமாகிவிடும். குதிரையைக் காப்பாற்றிக் கொள்வதற்காகப் போனால் இங்கே இந்தக் கரிய நிழல் உருவம் என்ன கொடிய காரியம் செய்ய எண்ணுகிறதோ, அதைத் தடுக்க முடியாமற் போகும்.

வந்தியத்தேவனுடைய தத்தளிப்பு ஒரு நிமிட நேரத்துக்கு மேல் நீடிக்கவில்லை. குதிரைகள் போனால் போகட்டும். அவன் கடமை இப்போது இங்கேதான்.

கையில் ஈட்டியுடன் நின்ற கரிய உருவத்தை நோக்கி மெல்லச் சென்றான்.

குடிசைக்குள்ளிலிருந்து 'வீல்' என்று ஒரு குரல், பீதி நிறைந்த பெண் குரல், தெளிவாகக் கேட்டது.

வந்தியத்தேவன் ஜாக்கிரதையை விட்டு ஒரே பாய்ச்சலாகப் பாய்ந்தான்.

ஈட்டியை உள்ளே எறிய இருந்தவன் வந்தியத்தேவன் ஓடி வரும் சத்தம் கேட்டுத் திரும்பினான்.

திரும்பிய வேகத்துடன் அவன் மீது ஈட்டியை எறிந்தான். ஈட்டி வந்தியத்தேவனுடைய விலாவில் பாய்ந்தது. அவன் கீழே விழுந்தான்.

அவன் என்ன ஆனான் என்றுகூடப் பாராமல் ஈட்டியை எறிந்தவன் அங்கிருந்து ஓட்டம் எடுத்தான்.

63. பினாகபாணியின் வஞ்சம்

பொன்னியின் செல்வரும், குந்தவைதேவி முதலானோரும் பாதாளச் சிறைக்குச் சென்று பார்த்தபோது அங்கே அவர்கள் வந்தியத்தேவனைக் காணவில்லை. அவனுக்குப் பதிலாக வைத்தியர் மகன் பினாகபாணியைக் கண்டார்கள். பினாகபாணி சுவரில் இருந்த இரும்பு வளையங்களில் சேர்த்துக் கட்டப்பட்டிருந்தான்.

"ஐயையோ! கொலைகாரன் தப்பி ஓடிவிட்டான்! பைத்தியக்காரன் தப்பி ஓடிவிட்டான்" என்று கூச்சலிட்டுக் கொண்டுமிருந்தான். அவனைக் குந்தவை தேவிக்கும் வானதிக்கும் நன்கு நினைவிருந்தது. முதன் முதலில் வந்தியத்தேவனுக்குத் துணையாக அவனையும் கோடிக்கரைக்கு அவர்கள் அனுப்பினார்கள் அல்லவா? பினாகபாணியை விடுதலை செய்யப் பண்ணி விசாரித்தபோது அவன் சற்றுமுன் அங்கு நடந்த நிகழ்ச்சிகளைச் சுருக்கமாகத் தெரியப்படுத்தினான். தப்பி ஓடிப்போனவர்களை விரைவாகத் தொடர்ந்து பிடிக்க வேண்டுமென்றும் ஆத்திரப்பட்டான்.

ஆனால், அவனுடைய வரலாற்றைக் கேட்டவர்கள் அது விஷயத்தில் அவ்வளவு ஆத்திரம் கொள்ளவில்லை. வந்தியத்தேவனுடைய சாமர்த்தியத்தைப் பற்றி மனதிற்குள் அவர்கள் மெச்சிக் கொண்டதுடன், அச்சமயம் அவன் தப்பி ஓடிப் போனதே ஒருவிதத்தில் நல்லது என்று எண்ணிக் கொண்டார்கள்.

மணிமேகலை தனது எண்ணத்தை வெளிப்படையாகத் தெரிவிக்கத் தொடங்கியபோது குந்தவை, அவளைத் தடுத்து, "தங்காய்! பேசாமலிரு! இது பெரிய இராஜாங்க விஷயம். பெண் பிள்ளைகளாகிய நமக்கு அதைப்பற்றி என்ன தெரியும்? உன் மனதில் இருப்பதை என்னிடம் தனியாகச் சொல்லு!" என்றாள்.

எல்லாரும் பாதாளச் சிறையின் வாசலில் வந்தபோது அங்கே சேனாதிபதி பெரிய வேளாரும் வந்து சேர்ந்தார். சிறையில் ஏதோ தவறு நடந்துவிட்டது என்ற செய்தி அவர் காதுக்கு அதற்குள் எட்டியிருந்தது. நடந்தவற்றை அறிந்தபோது சேனாதிபதியும் தப்பி ஓடியவர்களைப் பிடிப்பதில் அவ்வளவாகப் பரபரப்புக் காட்டவில்லை. உண்மையில் அவருடைய மனத்திற்குள்ளேயும் வந்தியத்தேவன் மீது சாட்டப்பட்டிருந்த குற்றத்தைப் பற்றிச் சிறிதும் நம்பிக்கை உண்டாகியிருக்கவில்லை. அருள்மொழிவர்மர், குந்தவைதேவி முதலியோர் வந்தியத்தேவனிடம் கொண்டிருந்த அபிமானத்தையும் அறிந்திருந்தார். ஆகையால், கோபம் கொள்வதற்குப் பதிலாக வந்தியத்தேவனுடைய கெட்டிக்காரத்தனத்தைக் குறிப்பிட்டு சிரித்தார்.

"அந்த வாணர்குல வாலிபன் ரொம்ப சாமர்த்தியசாலி! இலங்கை, மாதோட்டச் சிறையிலிருந்தும் அவன் இப்படித்தான் ஒரு தடவை தந்திரமாகத் தப்பிச் சென்றான்!" என்றார்.

வைத்தியர் மகன் குறுக்கிட்டு, "ஐயா! தப்பி ஓடியவர்களைத் தேடிப் பிடிக்க ஏற்பாடு செய்ய வேண்டாமா?" என்றான்.

"ஆ! அவர்கள் எங்கே தப்பிச் சென்றுவிடப் போகிறார்கள்? இந்தக் கோட்டைக்குள்ளேதான் இருக்க வேண்டும்? பார்த்துக் கொள்ளலாம்!" என்றார் சேனாதிபதி பெரிய வேளார்.

பினாகபாணி ஆத்திரத்துடன் "இல்லை, இல்லை! அந்தக் கொலைக்காரனுக்குச் சுரங்கப்பாதை தெரியும். அதன் வழியாக அவன் வெளியேறிப் போய்விடுவான்!" என்று அலறினான்.

சேனாதிபதி இதனால் கோபம் அடைந்து, "முட்டாளே! நீ எனக்குப் புத்தி சொல்ல முன் வந்துவிட்டாயா? அவர்கள் தப்பிச் செல்வதற்கு நீதானே காரணம்? வேண்டுமென்றே அவர்களுடன் சேர்ந்து நீயே இந்தச் சூழ்ச்சி செய்தாயோ, என்னமோ? இவனைப் பிடித்து மறுபடியும் பாதாளச் சிறையிலே போடுங்கள்!" என்று பக்கத்தில் நின்ற வீரர்களைப் பார்த்துக் கூறினார்.

பினாகபாணி நடுநடுங்கிப் போனான். "இல்லை, ஐயா! சத்தியமாக நான் அவர்களுடைய சூழ்ச்சியில் சேர்ந்தவன் அல்ல. முதன்மந்திரி அனுப்பி நான் வந்தேன்!" என்று முறையிட்டான்.

பொன்னியின் செல்வர் குறுக்கிட்டு, "ஆமாம்; இவன் முதல்மந்திரியின் ஆள் அல்லவா? தக்க காவலுடன் அவரிடம் அனுப்பிச் சேர்த்துவிடலாம். முதன்மந்திரியே இவனுக்குத் தக்க தண்டனை கொடுக்கட்டும்!" என்றார்.

அவ்வாறே சேனாதிபதி வைத்தியர் மகனை முதன்மந்திரி அநிருத்தரிடம் கொண்டுபோய் ஒப்புவித்துவிடும்படி தம்முடைய வீரர்கள் நால்வருக்குக் கட்டளை பிறப்பித்தார்.

முதன்மந்திரி அநிருத்தர் பினாகபாணியிடம் சிறையில் நடந்தவற்றைக் கேட்டு அறிந்தபோது அவரும் அவ்வளவாகப் பரபரப்புக் காட்டவில்லை. அநிருத்தர் எந்த முக்கியமான காரியத்துக்கும் ஒரு ஆளை மட்டும் நம்பி அனுப்புவதில்லை. எங்கேயாவது ஒற்றனை அனுப்பினால், அவனைக் கவனித்துக் கொள்ளப் பின்னால் இன்னொருவனையும் அனுப்பி வைப்பது அவர் வழக்கம். அவ்வாறே இப்போதும் ஆழ்வார்க்கடியானை அனுப்பியிருந்தபடியால் அவர் கவலைப்படவில்லை. ஓடிப்போனவர்களை அவன் பிடித்துக் கொண்டு வருவான் அல்லது அவர்களைப் பற்றிய செய்தியாவது கொண்டு வருவான் என்று நம்பினார். ஓடிப்போனவர்கள் இருவரும் ஒரு வழியாக அகப்படாமலே ஓடிப்போய்விட்டால் பல தொல்லைகள் தீர வகை ஏற்படும் என்ற எண்ணமும் அவர் மனதில் இருந்தது.

எனவே, பினாகபாணி பாதாளச் சிறையில் நடந்தவற்றைச் சொல்லிவிட்டு, "ஐயா! என்னுடன் நாலு ஆள்களை அனுப்பி வைத்தால் நானே அவர்களைத் திரும்பவும் கைப்பற்றி வருகிறேன்" என்று சொன்னபோது, அநிருத்தரும் அவன் பேரில் எரிந்து விழுந்தார்.

"முட்டாளே! காரியத்தை அடியோடு கெடுத்துவிட்டாய்! அந்தப் பைத்தியக்காரனைப் பற்றி வெளியில் யாருக்குமே தெரியக்கூடாது என்று அல்லவா உன்னை அனுப்பினேன். இல்லாவிடில் நானே போய் அவனை அழைத்து வந்திருக்க மாட்டேனா? இப்போது அரண்மனையைச் சேர்ந்த பலருக்கும் அவனைப் பற்றித் தெரிந்து போய்விட்டது. அது போதாது என்று நீ வேறு மறுபடியும் விளம்பரப்படுத்தப் பார்க்கிறாயா? போதும் உன்னுடைய சேவை! நீ ஒற்றன் வேலைக்குச் சிறிதும் தகுதி அற்றவன் போ! இனி என் முகத்தில் விழிக்காதே! இன்று நடந்தவற்றை யாரிடமும் சொல்லாதே! சொன்னதாகத் தெரிந்தால் உன்னைக் கழுவில் ஏற்றக் கட்டளையிடுவேன்!" என்றார் அநிருத்தர்.

பினாகபாணி தலையைத் தொங்கப் போட்டுக்கொண்டு முதன்மந்திரி வீட்டிலிருந்து வெளியேறினான். அவனுடைய உள்ளத்தில் ஆசாபங்கத்தினால் ஏற்பட்ட குரோதம் கொழுந்து விட்டெரிந்தது. அந்தக் குரோதமெல்லாம் வந்தியத்தேவன் மீது திரும்பியது. அவனாலேதான் தனக்கு எடுத்த காரியத்தில் தோல்வியும், அபகீர்த்தியும் உண்டாயின.

சேனாதிபதியும் முதன்மந்திரியும் தன்னைக் கடிந்து கொள்ளவும் நேர்ந்தது. இவர்கள் எல்லோரும் அலட்சியமாயிருந்தால் இருந்து விட்டுப் போகட்டும். வந்தியத்தேவனைக் கண்டுபிடித்துப் பழிவாங்கும் கடமை தன்னுடையது. பைத்தியக்காரன் தப்பி ஓடிப் போனாலும் போகட்டும். வந்தியத்தேவன் மட்டும் விடக் கூடாது. கோடிக்கரைக்குப் பிரயாணம் சென்ற நாளிலிருந்து தன்னுடைய விரோதி அவன். கடைசியாக இந்தப் பெரிய தீங்கைத் தனக்குச் செய்திருக்கிறான். அவனைக் கண்டுபிடித்துப் பழிவாங்கியே தீரவேண்டும்!...

இவ்வாறு பினாகபாணி தீர்மானித்துக் கொண்டு தஞ்சைக் கோட்டையைவிட்டு வெளியேறினான். வந்தியத்தேவன் கோட்டைக்குள் இருக்கமாட்டான் என்றும், இரகசியச் சுரங்கப்பாதை வழியாகப் போயிருப்பான் என்றும் அவன் உண்மையிலேயே நம்பினான். ஆனால் சுரங்கபாதை எங்கே இருக்கிறதென்றாவது, அதன் வெளி வாசல் எங்கே திறக்கிறதென்றாவது, அவனுக்குத் தெரிந்திருக்கவில்லை. ஆயினும் கோட்டைச் சுவரில் எங்கேயோ ஓரிடத்தில் அந்த இரகசியச் சுரங்கப் பாதையின் வெளி வாசற்படி இருக்கத்தான் வேண்டும். சுவர் ஓரமாகப் போய்ச் சுற்றிப் பார்த்தால் ஒருவேளை கண்டுபிடித்தாலும் கண்டுபிடிக்கலாம். ஏன்? வந்தியத்தேவனும், பைத்தியக்காரனும் வெளியில் வரும்போது கையும் மெய்யுமாக அவர்களைப் பிடித்தாலும் பிடித்து விடலாம்...

இத்தகைய எண்ணத்தினால் பினாகபாணி தஞ்சைக் கோட்டையின் வெளிப்புறத்தில் மதிலை ஒட்டி வடவாற்றின் அக்கரை வழியாகப் போய்க்கொண்டிருந்தான். மதில் சுவரைக் கவனமாக உற்றுப் பார்த்துக் கொண்டே போனான். கொடும்பாளூர் வீரர்கள் சிலர் கையில் தீவர்த்தியுடன் அவ்வப்போது மதிலைச் சுற்றிப் போய்க் கொண்டிருந்தார்கள். வைத்தியர் மகனிடம் இன்னமும் அவன் முதன்மந்திரியின் ஆள் என்பதற்கு அடையாளமான இலச்சினை இருந்தது. ஆகையால், வீரர்கள் எதிர்ப்பட்டால் அவன் அவர்களிடமிருந்து சமாளித்துக் கொண்டு செல்ல முடியும். ஆயினும், அவன் எடுத்த காரியம் அதனால் தாமதம் ஆகும். ஆகையால் தீவர்த்தியுடன் காவல் வீரர்கள் எதிரே வந்தபோதெல்லாம் பாதை ஓரத்தில் மரங்கள் புதர்களில் மறைந்து நின்று அவர்கள் அப்பால் போனதும் வெளி வந்தான். இப்படி அவன் ஒரு தடவை புதர்களில் மறைந்து கொண்டிருந்தபோது அவனுக்குச் சற்றுத் தூரத்தில் இன்னும் இருவர் ஒளிந்திருப்பதைப் பார்த்துத் திடுக்கிட்டான். அவர்களில் ஒருவன் கையில் வாள் இருந்தது. தீவர்த்தி வெளிச்சம் புதர்களின் வழியாக வந்து இரண்டொரு கிரணங்கள் அந்த வாளின் மீது பட்ட போது அது ஒளி வீசியது. ஆனால் ஒளிந்திருந்தவர்கள் யார் என்பது தெரியவில்லை.

காவலர்கள் அப்பால் போனதும் அந்த இரு மனிதர்களும் நதிக் கரைக்கு வந்து பினாகபாணி சென்ற திசைக்கு எதிர் பக்கமாக நடந்து சென்றார்கள். பினாகபாணி தன் வழியே சிறிது தூரம் சென்றான். சட்டென்று அவன் மனத்தில் ஓர் ஐயம் உதித்தது. அவர்கள் இருவரும் தப்பி ஓடிய வந்தியத்தேவனும் பைத்தியக்காரனுந்தானோ என்னமோ? ஏன் இருக்கக்கூடாது? கோட்டை வாசலை நோக்கி அவர்கள் சென்றபடியால் அவனுக்கு முதலில் அச்சந்தேகம் உதிக்கவில்லை. ஆனால் வந்தியத்தேவன் மிக்க தந்திரசாலி. துணிச்சலும் உள்ளவன் ஆகையால் என்ன உத்தேசத்துடன் போகிறானோ, என்னமோ?...

எனவே பினாகபாணியும் திரும்பி அவர்களைச் சற்றுத் தூரத்தில் பின்தொடர்ந்து போனான். ஒருவனுடைய கையிலே வாள் இருந்தபடியால் ஓடிப்போய் அவர்களை எதிர்ப்படவும் விரும்பவில்லை. அநாவசியமாக அன்னியன் ஒருவனுடன் சண்டை போடும் சமயம் அதுவல்ல. அவர்கள் தப்பி ஓடியவர்கள்தான் என்று நிச்சயம் தெரிந்துகொண்ட பிறகுதான் எதுவும் செய்ய வேண்டும். அவனுடைய கையில் குத்தீட்டி ஒன்று இருக்கவே இருந்தது. அதைத் திடீரென்று உபயோகித்து அவனுடைய ஜன்ம விரோதியைத் தீர்த்துக் கட்டுவதே நல்லது. அதோ வடக்குக் கோட்டை வாசல் தெரிகிறது! அடேடே! அங்கே என்ன இவ்வளவு கூட்டமும் ஆர்ப்பாட்டமும்? பல்லக்குகள், தீவர்த்திகள், முன்னும் பின்னும்

அரண்மனைச் சேவகர்கள்! யாரோ முக்கியமானவர்கள் வெளியில் போகிறார்களோ, திரும்பி வருகிறார்களோ தெரியவில்லை!

கடவுளே! இவர்கள் எங்கே? சட்டென்று மாயமாய் மறைந்து விட்டார்களே? குறுக்கு வழியில் புகுந்துவிட்டார்கள் போலும்! எங்கே போயிருப்பார்கள்? இராஜபாட்டைக்குப் போய் விட்டார்களா, என்ன? தப்பி ஓடிய கைதிகள் அவ்வளவு தைரியமாக இராஜபாட்டைக்குச் சென்றிருக்க முடியுமா? இல்லாவிடில் எங்கே போயிருக்க முடியும்?... சேந்தன் அமுதனுடைய நந்தவனக் குடிசை அங்கே சமீபத்தில் இருப்பது பினாகபாணிக்கு நினைவு வந்தது. முன்னொரு முறை வந்தியத்தேவன் அங்கே ஒளிந்திருந்தான் என்பதும் அவனுக்குத் தெரிந்திருந்தது! ஆமாம்! ஆமாம்! அவர்கள் வந்தியத்தேவனும், பைத்தியக்காரனுந்தான். சேந்தன் அமுதன் வீட்டுக்குத்தான் போகிறார்கள் போலும்! அல்லது அந்தத் தந்திரசாலியான வந்தியத்தேவன் வேறு என்ன உத்தேசம் வைத்திருக்கிறானோ தெரியவில்லை.

சேந்தன் அமுதனுடைய நந்தவனம் இருந்த திசையை நோக்கிப் பினாகபாணி சென்றான். இருட்டில் வழி கண்டுபிடித்துச் செல்வது அவ்வளவு சுலபமாயில்லை. தட்டுத்தடுமாறி நந்தவனத்தை அடைந்தபோது அங்கே சிவிகைகளும் காவலர்களும் இருப்பதைக் கண்டு வியந்தான். என்ன செய்வதென்று தெரியாமல் அவன் தயங்கி நின்றபோது, சிவிகைகள் புறப்பட்டு விட்டன. காவலர்களும், பின்தொடர்ந்து சென்றார்கள்.

பினாகபாணி அந்த நந்தவனத்தில் நாலாபுறமும் உற்றுப் பார்த்தான். ஒரு வேலியின் ஓரமாக இரண்டு குதிரைகளின் தலைகள் தெரிந்தன. வைத்தியர் மகனின் ஆர்வம் அதிகமாயிற்று. மெல்ல மெல்ல நடந்து குடிசையை அணுகினான். ஒரு மரத்தினடியில் இருவர் நின்று பேசிக் கொண்டிருப்பதைக் கண்டான். அவர்கள் தான் தேடி வந்த ஆசாமிகளாகத்தான் இருக்கவேண்டும். குதிரைகள் இரண்டு ஆயத்தமாக நிற்கின்றனவே, அது எப்படி? அவர்கள் தப்பி ஓடுவதற்கு வேறு யாராவது, பெரிய இடத்தைச் சேர்ந்தவர்கள், இரகசியமாக உதவி புரிகிறார்களா, என்ன? அவர்களைத் தப்பவைக்கும் சூழ்ச்சியில் இராஜ குடும்பத்தினரே சம்பந்தப்பட்டிருப்பார்களோ? அந்தப் பைத்தியக்காரன் தனக்கு ஏதோ இரகசியங்கள் தெரியும் என்பதாக அலறிக் கொண்டிருந்தானே, அந்த ரகசியங்கள் வெளிப்படக் கூடாது என்பதற்காக ஒருவேளை இதெல்லாம் நடைபெறுகிறதோ?..

மரத்தின் பின்னால் மறைந்து நின்று பேசுகிறவர்கள் யார் என்று உற்றுப் பார்த்தான். அவர்களில் ஒருவன் பைத்தியக்காரன்தான்; சந்தேகமில்லை. அவனுடைய கம்மல் குரலை நன்றாக அடையாளம் கண்டுபிடிக்க முடிந்தது. அப்படியானால், இன்னொருவன் வந்தியத்தேவனாகத்தானே இருக்கவேண்டும்? ஆனால் அவன் மாதிரி தோன்றவில்லையே? இது என்ன அதிசயம்? இளவரசர் மதுராந்தகரைப் போல் அல்லவா தோன்றுகிறது? தலையிலே இளவரசுக் கிரீடம்! தோளில் பீதாம்பரம்! கழுத்தில் முத்து மாலைகள்! கைகளிலும் ஆபரணங்கள்!... மதுராந்தகருக்கும் இந்தப் பைத்தியக்காரனுக்கும் இடையில் என்ன அந்தரங்கப் பேச்சு இருக்க முடியும்?

அது ஏதாவது இருந்துவிட்டு போகட்டும். தன்னுடைய ஜன்ம விரோதியான வந்தியத்தேவன் எங்கே? பக்கத்திலேதான் எங்கேயாவது இருக்க வேண்டும் சந்தேகமில்லை. கையிலே வாளுடன் நடந்தவன் அவனேதான்! ஒருவேளை, வேலி ஓரத்தில் குதிரைகளைப் பார்த்தோமே? அவற்றில் ஒன்றின் மீது ஓடுவதற்கு ஆயத்தமாக உட்கார்ந்திருக்கிறானோ? பைத்தியக்காரன் வரவுக்காகக் காத்துக் கொண்டிருக்கிறானோ?...ஆகா! அப்படித்தான் இருக்கவேண்டும். அவர்கள் தப்பிச் செல்வதற்குக் காரணமானவர் மதுராந்தகர்தான் போலும்! மதுராந்தகருடைய தூண்டுதலினால்தான் வந்தியத்தேவன் கரிகாலரைக் கொன்றான் போலும்! இப்போது அவர்கள் தப்பித்துக் கொண்டு புறப்படுவதற்கு முன்னால், பைத்தியக்காரனிடம் மதுராந்தகர் ஏதோ செய்தி சொல்லி அனுப்புகிறார் போலும்! கடவுளே! இவையெல்லாம் மட்டும் உண்மையாக இருந்து, தன்னால் அவற்றை உண்மை என்று நிரூபிக்கவும் முடியுமானால்...?

இப்படியெல்லாம் பினாகபாணியின் கோணல் மூளை வேலை செய்தது. எல்லாவற்றுக்கும் குதிரைகளின் அருகில் போய்ப் பார்ப்பது நல்லது. அங்கே ஒருவேளை வந்தியத்தேவன் தனியாக இருந்தால், தன் கையிலிருந்த குத்தீட்டியினால் ஒரு கை பார்க்கலாம். பிற்பாடு, இந்தப் பைத்தியக்காரனைப் பிடித்துப் பயமுறுத்தி உண்மையை அறியலாம். மதுராந்தகரும் பைத்தியக்காரனும் பேசிக்கொண்டு நின்ற மரத்திற்கு நேர் எதிரே வேலிக்கு அப்பால் குதிரைகள் நின்றன. அவர்களைத் தாண்டிக்கொண்டு அங்கே போக முடியாது. வழியில் தாமரைக் குளம் வேறு இருந்தது. ஆகையால் குடிசைக்குப் பின்புறத்தை அடைந்து அங்கே வேலியைத் தாண்டிப் போய்க் குதிரைகள் நின்ற இடத்தைச் சேர்வதுதான் நல்லது.

பினாகபாணி அவ்வாறே சென்று குடிசையின் பின்புறத்தை அடைந்தபோது, அவனுடைய காதில் சேந்தன் அமுதன் குரலும், பூங்குழலியின் குரலும் வீழ்ந்தன. பூங்குழலியின் மீது கோடிக்கரையில் முதன்முதலாக அவளைச் சந்தித்தபோதே பினாகபாணி மோகம் கொண்டிருந்தான். அவள் காரணமாகவே வந்தியத்தேவன் மீது அவனுடைய குரோதம் அதிகமாயிற்று. பிற்பாடு, அவன் மந்தாகினியைக் கைப்பற்றிக் கொண்டு வரப்போனபோது சேந்தன் அமுதனுக்கும் பூங்குழலிக்கும் ஏற்பட்டிருந்த நட்புரிமையைத் தெரிந்து கொண்டு மனம் புழுங்கினான். சேந்தன் அமுதன் மீதும் அவனுக்குக் குரோதம் உண்டாகியிருந்தது.

இப்போது சேந்தன் அமுதனும், பூங்குழலியும் மகிழ்ச்சி ததும்பிய மலர்ந்த முகங்களுடன் சல்லாபமாகப் பேசிக் கொண்டிருந்ததைப் பினாகபாணி குடிசையின் சிறு பலகணி வழியாகப் பார்த்தான். சேந்தன் அமுதன் மீது அவன் குரோதம் கொழுந்து விட்டு எரிந்தது. இன்னும் சிறிது அருகில் சென்று அவர்களுடைய பேச்சைக் காது கொடுத்துக் கேட்டான். கல்யாணம் செய்து கொண்டு கோடிக்கரை செல்லுவது பற்றிய அவர்கள் பேச்சு அவன் காதில் விழுந்தது. கலகலவென்று அவர்கள் இருவரும் சேர்ந்து சிரித்த ஒலி, அவனுடைய குரோதக் கனலைப் பொங்கி எழச் செய்தது! சீச்சீ! கடைசியில் இந்த ஊமைப் பூக்காரியின் மகனா பூங்குழலியை அடையப் போகிறான்? அந்த எண்ணத்தைப் பினாகபாணியினால் சகிக்கவே முடியவில்லை. வந்தியத்தேவனையும், பைத்தியக்காரனையும் அவர்களைப் பிடிக்கும் உத்தேசத்தையும் அச்சமயம் அடியோடு மறந்துவிட்டான். முதலில், இந்தத் தேவாரம் பாடும் சேந்தன் அமுதனை இந்த மண்ணுலகத்திலிருந்து அனுப்பிவிட வேண்டும். மற்றக் காரியங்களையெல்லாம் பிற்பாடு பார்த்துக் கொள்ளலாம்.

இவ்விதம் முடிவு செய்து பலகணிக்கு வெளியே சற்று ஓரமாக நின்று குத்தீட்டியைச் சேந்தன் அமுதன் மேல் எறியக் குறி பார்த்தான். தற்செயலாக அந்த ஈட்டியையும் அதை ஏந்திய கையையும் மட்டும் பார்த்துவிட்ட பூங்குழலி 'வீல்' என்று கூச்சலிட்டாள். உடனே சேந்தன் அமுதனும் பலகணிப் பக்கம் திரும்பிப் பார்த்தான்! ஆகா! அவன் மார்பின் பேரில் ஈட்டியை எறியச் சரியான சந்தர்ப்பம்!

பினாகபாணியின் கை ஈட்டியை எறிய ஓங்கிய போது பின்னால் தடதடவென்று காலடிச் சத்தம் கேட்டது. திரும்பிப் பார்த்தபோது ஓர் ஆள் வெகு சமீபத்தில் வந்து விட்டான். இருளில் அவன் யார் என்று தெரியவில்லை. யாராயிருந்தாலும் சரி, தன்னுடைய உத்தேசத்தைத் தெரிந்து கொண்டு தன்னைப் பிடிப்பதற்கே ஓடி வருகிறான். சேந்தன அமுதன் மீது எறிவதற்கு ஓங்கிய ஈட்டியை ஓடி வந்தவன் மீது செலுத்தினான். வந்தவன் கீழே விழுந்தான்.

அதே சமயத்தில் இரண்டு குதிரைகள் புறப்பட்ட சத்தம் கேட்டது. அவர்கள் வந்தியத்தேவனும், பைத்தியக்காரனாகவும் இருக்க வேண்டும். அப்படியென்றால் இருட்டில் தன்னைத் தடுக்க வந்து தன் ஈட்டிக்கு இலக்கானது இளவரசர் மதுராந்தகராயிருக்கக்கூடும்!.. இந்த எண்ணங்கள் மின்னல் வேகத்தில் பினாகபாணியின் உள்ளத்தில் தோன்றி அவனுக்குப் பயங்கரத்தை உண்டாக்கின.

குடிசைக்கு உள்ளேயிருந்து 'ஆகா' 'ஐயோ!' என்ற குரல்கள் எழுந்தன. கதவைத் திறந்து கொண்டு வெளியில் யாரோ வரும் சத்தமும் கேட்டது.

பினாகபாணி ஓட்டம் பிடித்தான். அங்கிருந்து தப்பி ஓடுவதுதான் அப்போது முதன்மையாக அவன் செய்ய வேண்டிய காரியம். குதிரைகள் மீது ஓடியவர்களைத் தொடர்ந்து போய்ப் பிடிப்பது இரண்டாவது காரியம். தலைகால் தெரியாமல் பினாகபாணி விழுந்து அடித்து ஓடினான்.

சில கண நேரத்துக்கெல்லாம் பூங்குழலியும் சேந்தன் அமுதனும் விளக்குடன் வெளியில் வந்தார்கள். வந்தியத்தேவன் ஈட்டியால் குத்தப்பட்டு இரத்த வெள்ளத்தில் விழுந்து கிடப்பதைக் கண்டார்கள். அவர்கள் அடைந்த பயங்கரத்தையும், துயரத்தையும் சொல்லி முடியாது. மிக்க பரிவுடன் அவனை இருவரும் பிடித்துத் தூக்கிக் கொண்டு போய்க் குடிசைக்குள் சேர்த்தார்கள். அவன் இறந்துவிடவில்லை என்று அறிந்து சிறிது ஆறுதல் பெற்றார்கள்.

வாணி அம்மை முன்னொரு தடவை கந்தமாறனுக்குச் செய்த பச்சிலை வைத்தியத்தை இன்று காயம் பட்ட வந்தியத்தேவனுக்குச் செய்யும்படி நேர்ந்தது.

64. "உண்மையைச் சொல்!"

ஆழ்வார்க்கடியானை வந்தியத்தேவன் கட்டிப்போட்ட படகு ஆற்றோட்டத்தோடு சிறிது தூரம் மிதந்து சென்று கரையிலே ஒதுங்கியது. ஆற்று வெள்ளத்தில் தள்ளப்பட்ட வீரர்கள் இருவரும் தட்டுத்தடுமாறிக் கரை சேர்ந்து அந்தப் படகு ஒதுங்கியிருந்த இடத்துக்கு வந்து சேர்ந்தார்கள். ஆழ்வார்க்கடியான் படகிலிருந்து இறங்கவில்லை. அவன் படகிலே கட்டுப்பட்ட மாதிரியே இருந்துகொண்டு மற்றவர்களை மறைவில் இருக்கும்படி சொன்னான்.

உண்மையென்னவென்றால், வந்தியத்தேவனும் கருத்திருமனும் தப்பித்துப் போய்விட வேண்டுமென்பதே ஆழ்வார்க்கடியானுடைய நோக்கமாயிருந்தது. முதல் மந்திரியின் விருப்பமும் அதுவே என்பதை அவன் தெரிந்து கொண்டிருந்தான். அவ்விருவரும் அச்சமயம் தஞ்சையில் இருப்பதால், பழைய சம்பவங்கள் பலவற்றைக் குறித்து ஆராய்ச்சி நடத்த வேண்டியதாக ஏற்படும். வந்தியத்தேவனை குற்றமற்றவன் என்பதுபற்றி முதன்மந்திரிக்கும், ஆழ்வார்க்கடியானுக்கும் சந்தேகமே இல்லை. ஆயினும் அவன் மீது விசாரணை நடத்துவதனாலேயே பல சங்கடங்கள் ஏற்படும். பலர் மனவருத்தம் அடையும்படி நேரிடும். அந்தப் பேச்சு மக்களின் காதுக்கு எட்டும்படி செய்வதே கேடாக முடியும். அருள்மொழிவர்மர் ஓர் அருமை நண்பனை இழக்கவும் சோழ ராஜ்யம் ஒரு சிறந்த வீர ராஜதந்திரியை இழக்கவும் நேரிடும்.

வந்தியத்தேவனைப் பற்றிக் குந்தவையின் மனோ நிலையையும் மணிமேகலையின் வெளிப்படையான ஆர்வத்தையும் முதன்மந்திரி அறிந்திருந்தார். எல்லாவற்றையும் உத்தேசித்துதான் வந்தியத்தேவன் தப்பி ஓடுவதற்கு உதவி செய்வதே அச்சமயம் உசிதமானது என்று தீர்மானித்தார்.

சேந்தன் அமுதனுடைய நந்தவனத்தில் குதிரைகளைக் கண்டுபிடித்த பிறகு வந்தியத்தேவனும், கருத்திருமனும் இந்த வடவாற்றின் கரையோடுதான் பிரயாணம் செய்வார்கள் என்று திருமலை நம்பி எதிர்பார்த்தான். கருத்திருமன் கூறியதுபோல் அந்த ஆற்றங்கரையோடு சென்றால், பாமணி நதியில் அது கலக்கும் இடம் வரையில் போகலாம். கோடிக்கரை வழியில் பாதி தூரம் சென்றாகிவிடும். ஆகவே அந்த வழியிலேதான் அவர்கள் வருவார்கள். போகும்போது அவர்களைத் தடுத்து நிறுத்தி, வந்தியத்தேவனிடம் ஒரு செய்தி சொல்லி அனுப்ப வேண்டுமென்று ஆழ்வார்க்கடியான் எண்ணிக் கொண்டு அங்கு காத்திருந்தான்.

அவன் எதிர்பார்த்ததைக் காட்டிலும் கொஞ்சம் நேரம் அதிகமாக ஆகிவிட்டது. "நாம் எண்ணியது தவறு; வேறு வழி போயிருக்கவேண்டும்; அல்லது ஏதேனும் எதிர்பாராதது நேர்ந்திருக்க வேண்டும்" என்று தீர்மானித்துத் திருமலை படகிலிருந்து கரையில் இறங்க எத்தனித்தபோது, தூரத்தில் குதிரைகளின் காலடிச் சத்தம் கேட்டது. எனவே, மறுபடியும் கட்டிப் போடப்பட்டவனைப் போல் கிடந்தான்.

குதிரைகள் நெருங்கி வந்ததும், "ஓகோ! யார் அங்கே? கொஞ்சம் நில்லுங்கள்! என்னைக் கட்டவிழ்த்து விட்டுப் போங்கள்!" என்று கூவினான்.

ஆயினும் குதிரைகள் நிற்காமல் சென்றன. முதலில் வந்த குதிரையின் மேல் இருந்தவன் கருத்திருமன்தான் என்பதைக் கண்டான். எனவே, இரண்டாவது குதிரை நெருங்கியபோது " வந்தியத்தேவா! வந்தியத்தேவா! கொஞ்சம் நில்லு!" என்று பெரும் கூச்சலிட்டான்.

இரண்டாவது குதிரையும் நிற்காமல் போயிற்று. அப்போது அதன் மேலிருந்தவனை ஆழ்வார்க்கடியான் பார்த்தான். கரை காணாத அதிசயத்தில் ஆழ்ந்தான். "என் கண்களில் ஏதோ கோளாறு இருக்கிறது; என் அறிவு மோசம் செய்கிறது" என்றான்.

அவனைக் கடந்து அப்பால் சென்ற குதிரைகள் சிறிது தூரம் போன பிறகு நின்றன. ஒரு குதிரை மட்டும் திரும்பி வந்தது. அதன் மேலிருந்து கருத்திருமன் இறங்கினான். படகின் அருகில் வந்தான்.

"பாவம்! இன்னுமா கட்டுப்பட்டிருக்கிறாய்? எங்களுக்கு எவ்வளவோ பெரிய உதவி செய்தாய்! அதற்குப் பிரதியாக உன்னைக் கட்டவிழ்த்துவிட்டாவது போகிறேன். ஆனால் உன் தந்திரம் எதையும் என்னிடம் காட்டாதே!" என்று சொல்லிக் கொண்டே அவன் குனிந்தபோது, திருமலை திடீரென்று கரையில் பாய்ந்து அவன் கழுத்தைப் பிடித்துக் கீழே தள்ளிவிட்டான்.

இதைச் சிறிதும் எதிர்பாராத கருத்திருமன் சிறிது நேரம் திகைத்துச் செயலிழந்து கிடந்தான். பிறகு, "ஐயோ, அப்பா! என்னை விட்டு விடு! உனக்குப் புண்ணியம் உண்டு. நல்லது செய்ய வந்தவனுக்கு இப்படி நம்பிக்கைத் துரோகம் செய்யலாமா? அதோ, உன் சிநேகிதன் வந்தியத்தேவன் காத்திருக்கிறான். ஆம்; அவன் உன்னைத் தன் அருமை நண்பன் என்று பாராட்டிக் கொண்டிருக்கிறான். இங்கு வந்து உன் காரியத்தைப் பார்த்தால் என்ன நினைப்பான்? நீ உயிரோடு தப்ப முடியாது! என்னை விட்டு விடு, அப்பனே! விட்டு விடு!" என்று பரிதாபமாகப் புலம்பினான்.

ஆழ்வார்க்கடியான் "அடே! எவ்வளவு துணிச்சலாகப் பொய் சொல்லுகிறாய்! அந்தக் குதிரையின் மேல் இருப்பவன் யார்? உண்மையைச் சொல்லு! சொன்னால் விட்டு விடுகிறேன் இல்லாவிட்டால் அடுத்த நிமிஷம் உன் உயிர் உடம்பில் இராது!" என்றான்.

"ஆம், ஆம்! பொய்தான் சொன்னேன். உன்னை ஏமாற்ற முடியாதுதான். அந்தக் குதிரையில் இருப்பவன் வந்தியத்தேவன் அல்ல. இளவரசர் மதுராந்தகர். என்னை விட்டுவிடு! அவரிடம் உனக்கு வேண்டிய பரிசுகள் வாங்கித் தருவேன்!"

"சரி, சரி! பரிசுகள் இருக்கட்டும்! வந்தியத்தேவன் எங்கே?"

"அந்த நந்தவனக் குடிசையில் குதிரையிலிருந்து இறங்கிப் போனான். அப்புறம் அவனைக் காணவில்லை."

"நீங்கள் எங்கே போகிறீர்கள்?"

"வந்தியத்தேவனுடன் நான் போக உத்தேசித்த இடத்துக்குத் தான்."

"அதாவது இலங்கைத் தீவுக்கு."

"ஆமாம்!"

"மதுராந்தர் எதற்காக இலங்கைக்கு வருகிறார்?"

"எனக்கு என்ன தெரியும்? அவரைக் கேள்! என்னுடன் வருகிறேன் என்று கிளம்பி வருகிறார்."

ஆழ்வார்க்கடியான் கருத்திருமனுடைய நெஞ்சை ஒரு அமுக்கு அமுக்கி, "உண்மையைச் சொல்! மதுராந்தகன் யாருடைய மகன்?" என்று கேட்டான்.

"இது என்ன கேள்வி? செம்பியன் மாதேவியின்... இல்லை, இல்லை நெஞ்சை அமுக்காதே! என் உயிர் போய்விடும்! ஊமை மந்தாகினியின் மகன்."

"மதுராந்தகனின் தகப்பன் யார்? உண்மையைச் சொல்! இல்லாவிட்டால் உயிரோடு தப்ப மாட்டாய்!"

கருத்திருமன் இதற்குப் பதில் மிக மெல்லிய குரலில் சொன்னான்.

"நல்லது; பிழைத்தாய்! கடைசியாக இன்னும் ஒன்றுமட்டும் சொல்லி விடு! சேந்தன் அமுதன் யாருடைய மகன்?"

"என்னை ஏன் கேட்கிறாய்? நீதான் முன்னமே தெரிந்து கொண்டாயே?"

"கண்டராதித்தர் – செம்பியன் மாதேவியின் மகன்தானே?"

"ஆமாம்; ஆனால் அவன் இன்று உயிரோடிருப்பதற்கு நான் தான் காரணம். செவிடும், ஊமையுமாகிய வாணி அந்தக் குழந்தை செத்துப் போய்விட்டதென்று எண்ணிப் புதைக்கப் பார்த்தாள். குழந்தை அழும் குரலைக் கேட்டு நான் காப்பாற்றினேன். அதற்காகவாவது என்னை இப்போது உயிரோடு விட்டுவிடு!"

"உண்மையில், அதற்காகவேதான் உன்னை இப்போது உயிரோடு விடுகிறேன்!" என்று சொல்லிவிட்டு ஆழ்வார்க்கடியான் எழுந்தான்.

கருத்திருமன் பாய்ந்து ஓடிக் குதிரையின் மீது ஏறிக் கொண்டான். இரண்டு குதிரைகளும் அந்த மழைக்கால இருட்டில் ஆற்றங்கரையோடு பாய்ந்து சென்றன.

ஔ

65. "ஐயோ, பிசாசு!"

ஆழ்வார்க்கடியான் அதுவரை மறைந்திருந்த தன் ஆட்களைத் திரட்டிச் சேர்த்துக் கொண்டு தஞ்சைக் கோட்டையின் வடக்கு வாசலை நோக்கி நடந்தான். கருத்திருமனுடன் அவன் துவந்த யுத்தம் செய்த போது தன் ஆட்களை அழையாததின் காரணத்தை வாசகர்கள் ஊகித்து உணர்ந்திருப்பார்கள். அவன் நிச்சயமாகத் தெரிந்து கொள்ள விரும்பிய மிக முக்கிய இரகசியமான விவரங்கள் மற்றவர்கள் காதில் விழுவதை அவன் விரும்பாததில் வியப்பில்லை அல்லவா?

பாதி தூரம் சென்ற பிறகு, எதிரே ஒரு தனி ஆள் வெறி கொண்டவனைப் போல் ஓடி வருவதைக் கண்டான். அப்படி ஓடி வந்தவன் இருட்டில் ஆழ்வார்க்கடியான் மீது முட்டிக் கொண்டு, பின்னர் மறுபடியும் ஓடப் பார்த்தான். திருமலை நம்பி அவனை விடாமல் கெட்டியாகப் பிடித்துக் கொண்டான். முகத்தை உற்றுப் பார்த்துவிட்டு "அடடே! வைத்தியர் மகன்? எங்கே அப்பா இப்படித் தலை தெறிக்க ஓடுகிறாய்?" என்று கேட்டான்.

"ஓகோ! வீர வைஷ்ணவனா? பேயோ, பிசாசோ என்று பயந்து போனேன். நல்லது; நீ எத்தனை தூரத்திலிருந்து இக்கரையோடு வருகிறாய்? எதிரே இரண்டு குதிரைகள் மீது இரண்டு ஆட்கள் போனார்களா?" என்றான்.

"ஆமாம்; போனார்கள்! அவர்களைப்பற்றி உனக்கு என்ன?"

"எனக்கு என்னவா? நல்ல கேள்வி! அவர்கள் யார் என்று தெரிந்தால் நீ இப்படிப்பட்ட கேள்வி கேட்கமாட்டாய்! ஆமாம் அவர்களில் ஒருவனையாவது உனக்கு அடையாளம் தெரியவில்லையா?"

"ஒருவன் மட்டும் எனக்குத் தெரிந்த ஆள் மாதிரிதான் தோன்றியது ஆனால்..?"

"யார், யார், யார் மாதிரி தோன்றியது?"

"வந்தியத்தேவனைப் போலத் தோன்றியது. அப்படியிருக்க முடியாது என்று தீர்மானித்துக் கொண்டேன்."

"அட பாவி! அப்படியா தீர்மானித்தாய்! அவன் சாட்சாத் வந்தியத்தேவன்தான்!"

"என்னப்பா, உளறுகிறாய்? வந்தியத்தேவன் பாதாளச் சிறையில் அல்லவோ இருந்தான்?"

"இருந்தான்; ஆனால், இப்போது இல்லை! வந்தியத்தேவனும் இன்னொரு பைத்தியக்காரனும் சிறையிலிருந்து தப்பிவிட்டார்கள். என்னைக் கட்டிப் போட்டுவிட்டு, அவர்கள் ஓடி விட்டார்கள்."

"அடடே! நல்ல வேலை செய்தார்கள்! அவர்கள் உன்னைக் கட்டிப்போடும் போது உன் கைகள் என்னப்பா, செய்து கொண்டிருந்தன? முதலில், பாதாளச் சிறைக்கு நீ எதற்காகப் போனாய்?"

"முதன்மந்திரியின் கட்டளையின் பேரில் போனேன், அதையெல்லாம் இப்போது சொல்லிக் கொண்டிருக்க நேரமில்லை. நீயும் முதன்மந்திரியிடம் சேவகம் செய்கிறவன் தானே? என்னுடன் வா! அவர்களைப் பிடித்துக் கொண்டு வரலாம்!..."

"எதற்காக அவர்களைப் பிடித்துக் கொண்டு வரவேண்டும்? ஓடிப் போனால் போகட்டுமே? உனக்கும் எனக்கும் அதனால் என்ன வந்தது?"

"முதன்மந்திரி நல்ல ஆளைப் பிடித்து வைத்திருக்கிறார்! உன்னைப்போல் எல்லாரும் இருந்தால் இந்தச் சோழ ராஜாங்கம் உருப்பட்டாற் போலத்தான்! வந்தியத்தேவன் இளவரசர் கரிகாலரைக் கொன்றதாகக் குற்றம் சாட்டப்பட்டவன் என்பது உனக்குத் தெரியாதா? அதுமட்டுமல்ல; சற்று முன்னால் அமுதன் குடிசைக்கு அருகில் இன்னொருவனையும் அவன் ஈட்டியால் குத்திவிட்டு ஓடி வந்து விட்டான்..."

"தெய்வமே! இது என்ன? அங்கே குத்தப்பட்டவன் யார்?"

"அது யார் என்று நான் பார்க்கவில்லை. வந்தியத்தேவனைத் தொடர்ந்து நான் ஓடி வந்தேன்... சரி, சரி; நீ என்னுடன் வராவிட்டால் போ! வழியை மறிக்காதே! உனக்குப் புண்ணியமாய்ப் போகட்டும்! என்னை விடு!"

"வைத்தியர் மகனே! இந்த உலகத்தில் எத்தனையோ மூடர்களைப் பார்த்திருக்கிறேன். அவர்கள் எல்லாரையும் நீ தூக்கி அடித்துவிட்டாய்! அவர்கள் குதிரையின் மேல் போகிறார்கள். சாவுக்குத் துணிந்து தப்பி ஓடுகிறார்கள். நீ ஒருவன், கால் நடையாகத் தேடிப் போய் அவர்களைப் பிடித்து விடுவாயா? எனக்கு என்ன அதைப் பற்றி? போ! போ!"

"நீ சொல்வது உண்மைதான். அதனாலேயே உன்னையும் துணைக்கு வரும்படி கூப்பிட்டேன். நீ வர மறுக்கிறாய்!"

"நான் வந்து என்ன செய்கிறது? அவர்களைத் தடுத்து நிறுத்தப் பார்த்தேன். ஒருவன் கையிலிருந்த தடியினால் நன்றாய்ப் போட்டான் வாங்கிக் கொண்டு வந்தேன். இன்னும் அந்த வலி தீரவில்லை. எனக்கு அவ்வளவாகச் சண்டை போட்டுப் பழக்கம் இல்லை. நீ ஒருவேளை.. ஆமாம்; உன் கையில் என்ன? இரத்தக் கறை மாதிரி அல்லவா இருக்கிறது?"

"சிறையிலே அவர்கள் என்னைத் தாக்கிக் காயப்படுத்தி விட்டார்கள். பொல்லாத ராட்சதர்கள்!"

"பின்னே, அந்த இராட்சதர்களைத் தொடர்ந்து கால் நடையாகத் தனியே போகிறாயே? சிறையில் அடைக்கப்பட்டிருந்த போதே அவர்கள் உன்னை இந்தப் பாடுபடுத்தியிருக்கும் போது..."

"அப்படியானால் என்னதான் செய்யச் சொல்லுகிறாய்?"

"நான் உன்னை ஒன்றும் செய்யச் சொல்லவில்லை. என் பேரில் எதற்காகப் பழி போடுகிறாய்? நான் உன் நிலைமையில் இருந்தால், திரும்பிப் போய் யாரிடமாவது தக்க மனிதர்களிடம் சொல்லி, ஐந்தாறு குதிரை வீரர்களையாவது துணைக்கு அழைத்துக் கொண்டு, திரும்பவும் மனித வேட்டைக்குப் புறப்படுவேன். நானும் குதிரை மேல் ஏறிக் கையில் வேலும் வாளும் எடுத்துக் கொண்டுதான் கிளம்புவேன்..."

வைத்தியர் மகன் சிறிது யோசனை செய்தான். சேந்தன் அமுதனுடைய குடிசைக்கருகில் யாரோ ஒருவனைக் குத்திப் போட்டுவிட்டு அவன் ஓடி வந்திருக்கிறான். ஒருவேளை இராஜ குலத்தைச் சேர்ந்த மதுராந்தகராயிருக்கக் கூடும் என்ற நினைவு அவனுக்குக் கதி கலக்கத்தை உண்டாக்கியது. ஆனால் இந்த வைஷ்ணவன் சொல்வது போல் தனியாகக் கால் நடையாகச் செல்வதிலும் பொருள் இல்லை. அப்படி நந்தவனக் குடிசையருகில் தன் குத்தீட்டியினால் விழுந்தது மதுராந்தகத் தேவராக இருக்கும் பட்சத்தில் அந்தக் குற்றத்தையும் வந்தியத்தேவன் பேரில் போடுவதுதான் நல்லது. ஓர் இளவரசரைக் கொன்றவன் இன்னொரு இளவரசரையும் கொல்லலாம் அல்லவா? தண்டனை இரண்டுக்கும் ஒன்றுதானே?... இதை நினைத்தபோது, பினாகபாணி, 'இரண்டு இளவரசர்களையும் கொன்றவன் வந்தியத்தேவன்தான்!' என்றே நம்பத் தொடங்கி விட்டான்.

"வைஷ்ணவனே! நீ சொல்வது என்னவோ சரிதான். நான் உன்னோடு வருகிறேன், நீ எனக்கு உதவி செய்ய வேண்டும். யாராவது தக்க மனிதனிடம் சொல்லி என்னோடு குதிரை வீரர்களை அனுப்பச் சொல்ல வேண்டும். பெரிய மனிதர்களின் சுபாவம் எனக்கு என்னமோ பிடிபடுவதில்லை. அவர்களுடன் எப்படிப் பழகுவது என்றும் தெரியவில்லை. இதோ பார், நான் சேனாதிபதி கொடும்பாளூர் வேளாரிடமும், முதன்மந்திரி அன்பில் அநிருத்தரிடமும், சொல்லிப் பார்த்தேன் - ஓடிப் போனவர்களைத் திரும்பப் பிடிக்க வேண்டியதைப் பற்றித்தான். சில வீரர்களை என்னுடன் அனுப்பும்படி வேண்டினேன். இரண்டு பேரும் என்னை முட்டாள், மூடன் என்று திட்ட ஆரம்பித்து விட்டார்கள். அவர்களுடைய நோக்கம் என்ன என்று எனக்குத் தெரியவில்லை..."

"நோக்கம் வேறு என்ன? உன்னிடம் அவர்களுக்கு நம்பிக்கை இல்லை. உன்னிடம் இக்காரியத்தை ஒப்புவிக்க அவர்கள் விரும்பவில்லை. சிறைக்குள்ளேயே ஏமாந்து, சிறையிலிருந்தவர்கள் தப்பி ஓடும்படி விட்டுவிட்டாய். அவர்களை எங்கே பிடிக்கப் போகிறாய் என்று நினைத்திருப்பார்கள்..."

"அவர்களுடைய நினைவைப் பொய்ப்படுத்த எண்ணித்தான் தனியாகவாவது போகலாம் என்று கிளம்பினேன். எப்படியும் கோடிக்கரையில் அவர்கள் நின்றுதானே ஆக வேண்டும்? அங்கே வந்தியத்தேவன் ஒளிந்திருக்கக் கூடிய இடங்களெல்லாம் எனக்குத் தெரியும். அங்கே எனக்கு உதவி செய்யக் கூடியவர்களும் இருக்கிறார்கள்."

"அப்படியானால் போ! உன் சாமர்த்தியத்தைப் பார்!"

"இருந்தாலும், குதிரை மேலேறி இன்னும் சிலரையும் அழைத்துக் கொண்டு போனால் நல்லதுதான். நீ அதற்கு உதவி செய்வாயா?"

இதற்குள் அவர்கள் இருவரும் வடக்குக் கோட்டைப் பெரிய வாசலை நெருங்கி வந்து விட்டார்கள்.

இராஜபாட்டையில் வடக்கே சற்றுத் தூரத்தில் அம்பாரி வைத்த யானைகளும், குதிரைகளும் காலாள் வீரர்கள் பலரும் கும்பல் கும்பலாக வந்து கொண்டிருந்தது தெரிந்தது.

கோட்டை வாசலிலும் ஒரு கும்பல் நின்றது. தீவர்த்திகளின் வெளிச்சத்தில் கொடும்பாளூர் வேளாரும், திருக்கோவலூர் மலையமானும், முதன் மந்திரி அநிருத்தரும் நிற்பது தெளிவாகத் தெரிந்தது.

"உனக்கும் எனக்கும் எஜமானர் அதோ கோட்டை வாசலில் நிற்கிறார், அவரிடம் போகலாம், வருகிறாயா?" வைத்தியர் மகன் தயங்கினான்.

"நான் ஒரு தடவை கேட்டாகிவிட்டது. பயன்படவில்லை. ஒருவேளை நீ இரண்டு பேர் தப்பி ஓடியதைப் பார்த்திருக்கிறபடியால் உன் பேச்சை நம்பினாலும் நம்பலாம். ஆனால் என்னை உடன் அனுப்பச் சம்மதிப்பாரா என்று சந்தேகிக்கிறேன்" என்றான்.

"நீ சொல்வது உண்மைதான். மேலும் கோட்டை வாசலில் ஏதோ முக்கியமான காரியத்துக்காகக் காத்துக் கொண்டிருக்கிறார்கள். அவர்களிடம் இச்சமயம் போவதில் பயனில்லை. எது சொன்னாலும் அவர்கள் காதில் ஏறாது. இந்தப் பக்கம் பழுவேட்டரையர்கள் வருவதாகக் காண்கிறது. அவர்களுடன் சம்புவரையரும் வருகிறார். அதோ, பார்த்திபேந்திரனும், கந்தமாறனும் காணப்படுகிறார்கள். அவர்களிடம் சொல்லிப் பார்க்கலாம். வந்தியத்தேவனைப் பிடிப்பதில் அவர்களுக்குத் தான் அதிக சிரத்தை இருக்கும்!" என்றான் ஆழ்வார்க்கடியான்.

ஊர்வலம் விரைவில் அவர்களை அணுகியது. முன்னால் கட்டியக்காரர்கள் பழுவேட்டரையர்களின் தொல்குலப் பெருமையையும், அம்மாதிரியே கடம்பூர் சம்புவரையர், மழபாடி மழவரையர், பார்த்திபேந்திர பல்லவன், நீலதங்கரையர், இரட்டைக் குடை இராஜாளியார் முதலியவர்களின் விருதுகளையும் வீரச் செயல்களையும் வரிசைக் கிரமமாக சொல்லிக் கொண்டு வந்தார்கள். இடையிடையே முரசுகள் முழங்கின. சங்கங்கள் ஆர்த்தன.

ஊர்வலத்தின் முன்னிலையில் சின்னப் பழுவேட்டரையரும், பார்த்திபேந்திரனும், கந்தமாறனும் வெண் புரவிகளின் மீது அமர்ந்து கம்பீரமாக வந்தார்கள். அடுத்தாற்போல் வந்த மத்தகஜத்தின் அம்பாரியில் பெரிய பழுவேட்டரையரும் சம்புவரையரும் அமர்ந்திருந்தார்கள். அவர்களுக்குப் பின்னால் மற்றக் குறுநில மன்னர்கள் யானை மீதும் குதிரை மீதும் வந்தார்கள். முன்னும் பின்னுமாக ஏறக்குறைய நூறு வீரர்கள் கையில் வேலும், இடையில் வாளும் தரித்து நடந்து வந்தார்கள்.

இந்த ஊர்வலத்துக்கு முன்னால் ஆழ்வார்க்கடியானும் வைத்தியர் மகன் பினாகபாணியும் பாதை நடுவில் நின்றதைப் பார்த்ததும், சின்னப் பழுவேட்டரையர் தம் குதிரையைச் சிறிது நிறுத்தி "வைஷ்ணவனே! முதன்மந்திரியிடமிருந்து முக்கியமான செய்தி ஏதேனும் உண்டா?" என்று கேட்டார்.

"தளபதி! முதன்மந்திரி என்னிடம் செய்தி ஒன்றும் அனுப்பவில்லை. சொல்ல வேண்டிய செய்தியைக் கோட்டை வாசலில் தங்களிடமே சொல்லுவார். ஆனால் முக்கியமான செய்தி ஒன்றிருக்கிறது" என்று ஆழ்வார்க்கடியான் நிறுத்தினான்.

"என்ன? என்ன? என்ன?" என்று மூன்று பேரும் ஆவலுடன் கேட்டார்கள்.

"பாதாளச் சிறையிலிருந்து வந்தியத்தேவன் தப்பி ஓடிவிட்டான்..."

"அது எப்படி முடியும்? அவன் என்ன இந்திரஜித்தா மாயமாய் மறைந்து போவதற்கு?" என்று கேட்டார் சின்னப் பழுவேட்டரையர்.

"இதில் ஏதோ சூழ்ச்சி இருக்கிறது. வேறு யாராவது அவனுக்கு ஒத்தாசை செய்திருக்க வேண்டும்!" என்றான் பார்த்திபேந்திரன்.

"எல்லாம் அந்தக் கொடும்பாளூர்ப் பெரிய வேளாரின் வேலைதான்!" என்றான் கந்தமாறன்.

"அப்படித் தப்பி ஓடினாலும் எங்கே ஓடி விடுவான்? கோட்டைக்குள்ளேதானே இருக்கவேண்டும்?" என்றார் சின்னப் பழுவேட்டரையர்.

"அப்படித்தான் வேளார் சொல்லுகிறார். முதன்மந்திரி முன் ஜாக்கிரதையாக என்னைக் கோட்டையைச் சுற்றி வந்து பார்த்துக் கொள்ளும்படி பணித்தார். கடம்பூர் வம்சத்தின் மீது அபவாதம் எதுவும் ஏற்படக்கூடாது என்று முதன்மந்திரி கவலைப்படுகிறார்...."

"அப்படிக் கவலையுள்ளவர் ஒருவராவது இருக்கிறாரே, அந்த வரைக்கும் மிகவும் திருப்தியான காரியம்" என்று சொன்னான் கந்தமாறன்.

"வைஷ்ணவனே! உண்மையைச் சொல்! தப்பி ஓடுவதைத் தடுப்பதற்காக நீ சுற்றி வருகிறாயா? அல்லது உதவி செய்வதற்காகச் சுற்றி வருகிறாயா?" என்று பார்த்திபேந்திரன் கேட்டான். அவனுக்கு வைஷ்ணவன் பேரில் எப்போதுமே சந்தேகம்தான்.

"ஐயா! வேறு சந்தர்ப்பமாயிருந்தால் தங்களுக்கு வேறு விதமாகப் பதில் சொல்வேன். இப்போது நாம் சொந்தத்தில் சண்டை போடும் சமயம் அல்ல. இந்த வைத்தியர் மகன் பினாகபாணி, ஒரு விசித்திரமான செய்தியைக் கூறுகிறான். இரண்டு பேர் குதிரைகள் மீது ஏறிப் போனதாகவும் அவர்கள் தான் சிறையிலிருந்து தப்பி ஓடிய வந்தியத்தேவனும், கருத்திருமனும் என்றும் சொல்லுகிறான். இரண்டு பேர் குதிரை மேலேறி இந்தச் சாலை வழியாக விரைவாகப் போனதை நானும் பார்த்தேன்."

"பினாகபாணி! இந்த வைஷ்ணவன் சொல்லுவது உண்மையா?" என்றார் சின்னப் பழுவேட்டரையர்.

"சத்தியம்; ஐயா!"

"பின்னே, உடனே போய் முதன்மந்திரியிடமாவது வேளாரிடமாவது சொல்லுவதற்கென்ன?"

"அவர்கள் இருவருக்கும் என் பேரில் அசாத்திய கோபம்."

"எதற்காக?"

"அவர்களை நான்தான் தப்ப விட்டுவிட்டேன் என்று."

"அது எப்படி?"

"பாண்டிய குலக் கிரீடமும் இரத்தின ஹாரமும் இருக்குமிடம் தெரியுமென்று ஒரு பைத்தியக்காரன் பாதாளச் சிறையில் சொல்லிக் கொண்டிருந்தான் அல்லவா? அவனை அழைத்து வருவதற்காக அநிருத்தர் என்னை அனுப்பினார். அதற்காகப் போன இடத்தில் இரண்டு பேருமாகச் சேர்ந்து என்னைப் பாதாளச் சிறையிலே கட்டிப் போட்டுவிட்டுத் தப்பி ஓடிவிட்டார்கள்!"

"போயும் போயும் முதன்மந்திரிக்கு உன்னைப் போன்ற முட்டாள்தானா இந்தக் காரியத்துக்கு அகப்பட்டான்?" என்று கூறிவிட்டுப் பார்த்திபேந்திரப் பல்லவன் சிரித்தான்.

வைத்தியர் மகன் கோபமாக "ஐயா! நீங்கள் சிரிப்பதற்காக நான் இங்கே வரவில்லை. உதவி செய்வதாயிருந்தால், செய்யுங்கள்!" என்றான்.

"என்ன உதவி கேட்கிறாய்?"

"என்னுடன் நாலு குதிரை வீரர்களை அனுப்புங்கள். எனக்கு ஒரு குதிரை கொடுங்கள். தப்பி ஓடியவர்களைப் பிடித்துக் கொண்டு வருவது என் பொறுப்பு. ஏற்கனவே எனக்கு இட்ட காரியங்களை நான் நிறைவேற்றவில்லையா? தளபதி சின்னப் பழுவேட்டரையருக்குத் தெரியுமே?" என்றான் வைத்தியர் மகன் பினாகபாணி.

"நீ என்ன சொல்லுகிறாய்?" என்று சின்னப் பழுவேட்டரையர் பார்த்திபேந்திரனைக் கேட்டார்.

"அனுப்ப வேண்டியதுதான். சக்கரவர்த்தி உங்களைத் திரும்ப அழைத்து வரும் பொறுப்பை என்னிடம் ஒப்புவித்திருக்கிறார். இல்லாவிட்டால் நானே இவனுடன் போவேன். வந்தியத்தேவனைப் பிடிக்க வேண்டியது மிக முக்கியமான காரியம்" என்றான் பார்த்திபேந்திரன்.

அச்சமயம் கந்தமாறன், "அந்தப் பொறுப்பை என்னிடம் ஒப்புவியுங்கள். இவனுடன் நானும் போகிறேன். வந்தியத்தேவன் யமலோகத்தின் வாசலுக்குப் போயிருந்தாலும்

அவனைத் திரும்பப் பிடித்துக் கொண்டு வருகிறேன்" என்றான்.

சின்னப் பழுவேட்டரையரும் அதற்குச் சம்மதித்தார். சம்புவரையர் முதலியவர்களுக்குச் சமாதானம் சொல்லும் பொறுப்பையும் ஏற்றுக் கொண்டார்.

உடனே கந்தமாறனும், வைத்தியர் மகனும் மற்றும் வீரர்கள் நால்வரும் வடவாற்றின் வடகரையோடு விரைந்து செல்லக் கூடிய குதிரைகள் மீதேறி வாயுவேக மனோவேகமாகச் சென்றார்கள்.

மதுராந்தகன் குதிரை ஏற்றத்தில் அவ்வளவு பழக்கப்பட்டவன் அல்ல. கருத்திருமன் பழக்கப்பட்டவன் ஆனபோதிலும், பாதாளச் சிறையில் நெடுங்காலம் இருந்தவனானபடியால், மிக்க உடற்சோர்வு உற்றிருந்தான். ஆயினும் இரண்டு பேருடைய உள்ளங்களிலும் இப்போது ஒரு புதிய உற்சாகம் பிறந்திருந்தது. உள்ளத்தின் பலத்தினால் தளர்ச்சியைச் சகித்துக் கொண்டு அவர்கள் பிரயாணம் செய்தார்கள்.

நள்ளிரவு வரையில் பிரயாணம் செய்த பிறகு இருவரும் நின்றார்கள். அங்கே நதிக்குக் குறுக்கே மூங்கில் கழிகளைச் சேர்த்துக் கட்டி அமைந்த பாலம் ஒன்று இருந்தது. எப்படியும் தங்களைப் பின்தொடர்ந்து பிடிக்க ஆள்கள் வருவார்கள் என்று கருத்திருமன் எதிர்பார்த்தான். ஆகையால், அந்த இடத்தில் நதியைக் கடந்து அக்கரை சேர்ந்துவிடுவது நல்லது என்று எண்ணினான். நதியின் தென் கரையோடு சிறிது தூரம் சென்று பின்னர் கோடிக்கரைப் பாதையில் திரும்பிப் போகலாம்.

அங்கே நதியைக் கடப்பதற்கு இன்னொரு காரணமும் இருந்தது. மதுராந்தகனால் குதிரையைச் செலுத்திக் கொண்டு ஆற்று வெள்ளத்தைக் கடக்க முடியுமா என்று கருத்திருமன் ஐயமுற்றான். வெள்ளம் அதிகமாயிருந்தால் நிச்சயம் முடியாத காரியம். மதுராந்தகனைப் பாலத்தின் வழியாகப் போகச் சொல்லி விட்டு இவனே இரண்டு குதிரைகளையும் ஒவ்வொன்றாக அக்கரை கொண்டு போய்ச் சேர்த்துவிடலாம்.

இந்த யோசனைகளெல்லாம் மதுராந்தகனுக்கும் சம்மதமாயிருந்தது. நதி வெள்ளத்தில் இறங்குவதற்கு முன்னால் இருவரும் சிறிது சிரம பரிகாரம் செய்து கொள்வதற்காக மரத்தடி வேரில் உட்கார்ந்தார்கள். ஆற்று வெள்ளம் 'சோ' என்ற சத்தத்துடன் ஓடிக் கொண்டிருந்தது. நாலாபுறத்திலிருந்தும் மண்டூகங்களின் குரல்கள் கிளம்பிக் காதைத் துளைத்தன. வானத்தில் விரைவாகக் கலைந்து சென்று கொண்டிருந்த மேகத் திரள்களுக்கு மத்தியில் விண்மீன்கள் எட்டிப் பார்த்து ஒற்றர் வேலை செய்து கொண்டிருந்தன.

பெரும்பாலும் அரண்மனைகளில் சப்ர மஞ்சக் கட்டில்களில் பஞ்சணை மெத்தைகளுக்கு மத்தியில் உறங்கிப் பழக்கமான மதுராந்தகனுக்கு நள்ளிரவில் ஆற்றங்கரையில் மரத்து வேர்களின் மீது உட்கார்ந்திருக்க நேர்ந்தது மிக்க மனச் சோர்வையும் வருங்காலத்தைப் பற்றிய பீதியையும் உண்டாக்கியது.

அவனுடைய மனோநிலையை உள்ளுணர்ச்சியினால் அறிந்து கருத்திருமன் அவனுக்குத் தைரியம் சொல்ல முயன்றான். இலங்கை மன்னன் மகிந்தன் பாண்டிய குலத்தின் பரம்பரைச் சிநேகிதன் என்றும், அவனிடம் மதுராந்தகன் போய்ச் சேர்ந்துவிட்டால் பிறகு ஒரு கவலையுமில்லையென்றும் தெரிவித்தான். பாண்டிய குலத்தின் மணி மகுடமும் இந்திரன் தந்த ரத்தின ஹாரமும் இலங்கையிலே தான் இருக்கின்றன. இருக்குமிடமும் தனக்குத் தெரியும். அங்கேயே மகிந்தன் மதுராந்தகனுக்குப் பட்டாபிஷேகம் செய்து வைத்து விடுவான்! அதற்குள் சோழ நாட்டுச் சிற்றரசர்களுக்குள் போர் மூண்டு சோழ சாம்ராஜ்யம் சின்னாபின்னம் அடைந்து விடப் போகிறது. ஆதித்த கரிகாலனைக் கொன்று விட்டதாக பழுவேட்டரையர் – சம்புவரையர் கட்சியின் மீது மற்றவர்கள் குற்றம் சாட்டுவார்கள். மதுராந்தகன் இப்போது தன்னுடன் வந்து விட்டபடியால், அவனைக் கொன்றுவிட்டதாக வேளார் கட்சியின் மீது பழுவேட்டரையர்கள் குற்றம் சுமத்துவார்கள். இந்தப் படுகொலைகளுக்கு அருள்மொழிவர்மனும் உடந்தையாக இருந்ததாக

மக்களிடையே வதந்தி பரவப் போகிறது. ஆகையால் அவனையும் மக்கள் வெறுக்கத் தொடங்குவார்கள். இப்படியெல்லாம் சோழ ராஜ்யம் குழப்பத்தில் ஆழ்ந்திருக்கும் போது இலங்கை மன்னன் ஒரு பெரிய சைன்யத்தைத் திரட்டிக் கொண்டு பாண்டிய நாட்டின் மீது படையெடுத்து வருவான். மதுரையைக் கைப்பற்றுவான். மதுராந்தகனுக்கு உலகம் அறிய இரண்டாந்தடவையாக முடிசூட்டு விழா நடத்தி வைப்பான். 'மதுராந்தகன்' என்ற பெயரையும் மாற்றிச் 'சோழ குலாந்தகப் பெருவழுதி' என்ற அபிஷேகப் பெயரையும் சூட்டுவான்!...

இவ்வாறெல்லாம் கருத்திருமன் சொல்லி வந்தபோது மதுராந்தகனுடைய உள்ளம் விம்மியது. அவனுடைய வாழ்க்கையில் அதுவரை கண்டிராத உற்சாகத்தை அவன் அடைந்தான். போர்க்களங்களில் கேட்கும் வெற்றி முரசுகள் அவன் காதில் ஒலித்தன. பட்டாபிஷேக வைபவங்களுக்குரிய பலவகை இன்னிசைக் கருவிகள் மற்றொரு பால் முழங்கின. ஆயிரமாயிரம் மக்களின் குரல்கள் "பாண்டிய சக்கரவர்த்தி வாழ்க! சோழ குலாந்தகப் பெருவழுதி வாழ்க!" என்று கோஷமிட்டன.

இப்படி இன்பமயமான கற்பனை உலகத்தில் மதுராந்தகன் சஞ்சரித்துக் கொண்டிருந்தபோது, அந்தக் கற்பனைக் கனவைக் கலைத்துக் கொண்டு குதிரைகளின் காலடிச் சத்தம் கேட்டது. சற்றுத் தூரத்தில் தீவர்த்திகளின் வெளிச்சமும் தெரிந்தது. கருத்திருமன் அவ்வளவு விரைவாக ஆள்கள் தங்களைத் தொடர்ந்து வரக்கூடும் என்று எதிர்பார்க்கவில்லை. ஆகையால் மிக்க பரபரப்புடன் குதித்தெழுந்து, "இளவரசே! எழுந்திருங்கள். குதிரை மேல் ஏறுங்கள்! அவர்கள் வருவதற்கு முன் நதியைக் கடந்து விடவேண்டும்! என்றான்.

ஒரு கணத்தில் அவன் குதிரை மேல் பாய்ந்து ஏறி கொண்டான். மதுராந்தகன் குதிரை மேல் ஏறுவதற்கு கஷ்டப்படுவதைப் பார்த்துவிட்டு, "ஐயா! ஒன்று செய்யுங்கள். தாங்கள் பாலத்தின் மேல் நடந்து அக்கரை போய்விடுங்கள். நான் தங்கள் குதிரையையும் அக்கரைக்குக் கொண்டு வந்து சேர்த்து விடுகிறேன்!" என்றான்.

"அழகாயிருக்கிறது! என்னைப் பயங்காளி என்று நினைத்தாயா? குதிரை மேலேறி இந்த ஆற்றைக் கடக்க என்னால் முடியாவிட்டால், அப்புறம் கடல் கடந்து இலங்கை போவது எப்படி? பாண்டிய ராஜ்யத்தைப் பிடித்துச் சிங்காதனம் ஏறுவது எப்படி?" என்று வீரியம் பேசியபடியே மெதுவாகக் குதிரை மேலே ஏறினான்.

இரண்டு குதிரைகளும் நதியில் இறங்கின. மதுராந்தகனுடைய குதிரை தண்ணீர்க் கரையண்டை திடீரென்று முன்னங்கால் மடிந்து படுத்தது. "ஐயோ!" என்று அலறினான் கருத்திருமன். நல்லவேளையாகக் குதிரை சமாளித்து எழுந்து தண்ணீரில் இறங்கியது.

மதுராந்தகனுடைய மனத்திற்குள் திகில்தான். ஆனால் வெளியில் காட்டிக்கொள்ளாமல் "இது என்ன பிரமாதம்? இப்படிப் பயந்து விட்டாயே?" என்றான்.

மதுராந்தகனுடைய குதிரையின் காலில் ஏதாவது காயம் பட்டிருந்ததோ என்னமோ, அது வெள்ளத்தில் மற்றக் குதிரையைப் போல் விரைந்து செல்லவில்லை. அடிக்கடி அது வெள்ளத்தோடு வெள்ளமாகப் போகப் பார்த்தது. அதைத் திருப்பி எதிர்க்கரையை நோக்கிச் செலுத்துவதற்கு மதுராந்தகன் மிக்க சிரமப்பட்டான். கரையோடு வந்த குதிரைகளின் காலடிச் சத்தமோ நெருங்கி, நெருங்கி வந்து கொண்டிருந்தது.

பாதி ஆறு வரையில் கருத்திருமன் இளவரசனுக்காக நின்று நின்று போய்க்கொண்டிருந்தான். பிறகு ஒரு யோசனை அவன் மனத்தில் உதித்தது. மதுராந்தகனுக்குத் தைரியம் சொல்லிவிட்டு அக்கரையை நோக்கி விரைந்து சென்றான். கரையில் ஏறிக் குதிரையை ஒரு மரத்தினடியில் நிறுத்தினான். குதிரை மேலிருந்து பாய்ந்து இறங்கி மூங்கில் பாலத்தின் வழியாகத் திரும்பவும் வடகரைக்கு வந்தான். மதுராந்தகனிடமிருந்த சிறிய கத்தியை அவன் ஏற்கெனவே வாங்கி வைத்துக் கொண்டிருந்தான். அதைக் கொண்டு

அவசர அவசரமாகப் பாலத்திலிருந்து தொங்கிக் கொண்டிருந்த கயிறுகளை அறுத்து முடி போட்டான். அது போதிய நீளமானதாகத் தெரிந்தது, ஒரு முனையைப் பாலத்தில் சேர்த்துக் கட்டிவிட்டு மற்றொரு முனையைச் சாலையின் மறுபுறத்திலிருந்த மரத்தின் அடியில் சேர்த்துக் கட்டினான்.

மர நிழலினால் அதிகமாயிருந்த இருட்டில் அவ்விதம் சாலை நடுவில் குறுக்கே ஒரு கயிறு கட்டியிருந்ததை யாரும் பார்க்க முடியாது அல்லவா? அதிலும் குதிரை மேல் வேகமாக வருகிறவர்கள் நிச்சயம் பார்க்க முடியாது.

இந்தக் காரியத்தை அவன் செய்து முடித்ததும் பாலத்தின் வழியாகத் திரும்பி ஓடி விடலாமா என்று யோசித்தான். அந்த எண்ணத்தை மாற்றிக் கொண்டு அங்கே இருந்த மரம் ஒன்றின் பேரில் சரசர என்று ஏறிக் கிளைகளின் மறைவில் உட்கார்ந்து கொண்டான்.

மதுராந்தகருடைய குதிரை கிட்டத்தட்ட நதியைக் கடந்து அக்கரையை நெருங்கியிருந்தது. இன்னும் சில நிமிஷ அவகாசம் கிடைத்தால், கரைமேல் ஏறி மதுராந்தகன் குதிரை அப்பால் சென்றுவிடும். இந்த எண்ணம் அவன் மனத்தில் தோன்றி மறைவதற்குள் சாலையோடு வந்த குதிரைகள் அந்த மரத்தடியை நெருங்கி விட்டன. ஐந்தாறு குதிரைகள் இருக்கும், அவற்றில் இரண்டு குதிரைகள் முன்னணியில் வந்தன. அவை இரண்டும் ஒரு கணம் முன் பின்னாகக் கருத்திருமன் கட்டியிருந்த குறுக்குக் கயிற்றினால் தடுக்கப்பட்டுத் தலை குப்புற உருண்டு விழுந்தன.

கருத்திருமன் மரத்தின் மேலிருந்தபடி தன்னையறியாமல் 'ஹா ஹா ஹா' என்று பலமாகச் சிரித்தான்.

குதிரைகள் மேலிருந்து விழுந்தவர்களில் ஒருவன் "ஐயோ! பிசாசு! என்று பயங்கரமாக அலறினான்.

குரலிலிருந்து அவன் வைத்தியர் மகன் பினாகபாணி என்பதைக் கருத்திருமன் தெரிந்துகொண்டான். விழுந்தவன் கழுத்து நெறித்து இறந்திருக்கக் கூடாதா, இன்னமும் உயிரோடிருக்கிறானே என்று எண்ணிக் கொண்டான்.

இன்னொரு குதிரை மேலிருந்து விழுந்தவன் சிறிதும் அதிர்ச்சியடையாமல் தரையிலிருந்து எழுந்தான். அவன் நமது பழைய நண்பன் கந்தமாறன்தான்!

৩৯০

66. மதுராந்தகன் மறைவு

குதிரையும் தானுமாகத் திடீரென்று உருண்டு விழுந்ததும் சிறிதும் மனம் கலங்காத கந்தமாறன், எழுந்திருக்கும்போதே கையில் வேலை எடுத்துக்கொண்டு எழுந்தான். அவனுடைய நோக்கம் ஏற்கெனவே மறு கரையை அணுகிக் கொண்டிருந்த குதிரையின் பேரில் சென்றுவிட்டது. அக்குதிரை மேல் ஏறிக் கொண்டிருந்தவன் சந்தேகமின்றி வந்தியத்தேவன்தான் என்று அவன் நிச்சயித்துக் கொண்டான்.

வந்தியத்தேவன் பேரில் கந்தமாறன் கொண்டிருந்த பழைய சிநேகம் இப்போது கடும் பகையாக மாறியிருந்தது. பலவிதத்திலும் வந்தியத்தேவன் சிநேகத் துரோகம் செய்துவிட்டதாக அவன் எண்ணினான். தனக்கும் தன் குடும்பத்துக்கும் நேர்ந்த அபகீர்த்திக்கெல்லாம் காரணம் வந்தியத்தேவன்தான்! தன் வீட்டில் வந்து தங்கியிருந்தபோது தெரிந்து கொண்ட இரகசியத்தைப் பலரிடத்திலும் சொல்லியிருக்கிறான். இராஜ குடும்பத்தாரிடமும் கூறியிருக்கிறான். எதற்காக? சோழ குலத்தினிடம் கொண்ட பக்தி விசுவாசம் காரணமாகவா? இல்லவே இல்லை! இந்த இரகசியத்தைச் சொல்லி அவர்களுடைய நம்பிக்கையைச் சம்பாதித்துக் கொண்டு பிறகு அவர்களுக்கும் துரோகம் செய்வதற்காகத்தான்! பாண்டிய நாட்டு ஆபத்துதவிகளுக்கு அவன் உதவி செய்திருக்கிறான் என்பதில் சந்தேகமில்லை.

இந்த இரட்டைத் துரோகத்தை நந்தினியின் தூண்டுதலினால், அவன் செய்தானா, வேறு தன் சொந்த லாபங்கருதியே செய்தானா என்பது தெரியவில்லை.

நந்தினியின் மாய வலையில் தானும் சில காலம் சிக்கியிருந்தது உண்மையேதான்! ஆனாலும் இம்மாதிரி பயங்கரத் துரோகச் செயல்களைக் கனவிலேனும் தான் செய்ய எண்ணியிருக்க முடியுமா?

இவற்றையெல்லாம் விடத் தனது அருமைச் சகோதரி மணிமேகலையின் மனத்தைக் கெடுத்துவிட்டதன் பொருட்டுக் கந்தமாறனுக்கு வந்தியத்தேவன் மீது அளவில்லாத கோபம் பொங்கிக் கொண்டிருந்தது. மணிமேகலையைச் சாம்ராஜ்ய சிங்காசனத்தில் மணிமகுடம் தரித்துச் சக்கரவர்த்தினியாக வீற்றிருக்கச் செய்ய வேண்டுமென்று கந்தமாறன் ஆசை கொண்டிருக்க, அந்தக் கள்ளங்கபடமற்ற பெண்ணைக் 'கரிகாலரை நான்தான் கொன்றேன்' என்று பலரறியப் பிதற்றும்படி செய்த கொடிய வஞ்சகன் அல்லவா அவன்!

அவ்வளவு பெரிய பாதகங்களைச் செய்தவன் உயிர் தப்பி ஓடும்படி விட்டுவிடுவதா? அதைத்தான் பார்த்துக் கொண்டிருப்பதா? ஒரு நாளும் இல்லை! வந்தியத்தேவனை உயிரோடு பிடித்துக்கொண்டு போக முடியுமானால் நல்லதுதான்! முடியாத வரையில், அவனைக் கொன்று தொலைத்துவிட்டோம் என்ற ஆறுதலுடனாவது இங்கிருந்து திரும்பிப் போக வேண்டும். இந்தத் தீர்மானத்துடனேதான் கந்தமாறன் அந்த மனித வேட்டைக்குப் புறப்பட்டான்.

இப்போது அவனுடைய குதிரை எதிர்பாராத விதமாகத் தடுக்கி விழுந்து விட்டது. அது இனி பிழைப்பதே துர்லபம். வைத்தியர் மகன் பினாகபாணியின் குதிரைக்கும் அதே கதிதான்!

வந்தியத்தேவனோ நதியின் அக்கரையை நெருங்கி விட்டான்!

பின்னால் வந்த வீரர்கள் அங்கு வந்து சேர சிறிது நேரம் பிடிக்கும். அவர்கள் வந்து விட்டாலும் வெள்ளத்தைக் கடந்து அக்கரை சென்று வந்தியத்தேவனைப் பிடிப்பது இயலாத காரியம். ஆகையால் அவனைக் கொன்று விடுவது ஒன்றே செய்யத் தக்கது...

இவ்வளவு எண்ணங்களும் கந்தமாறனுடைய உள்ளத்தில் சில கண நேரத்தில் தோன்றி மறைந்தன. எனவே, தரையிலிருந்து எழுந்து நின்றதும், கால்களை நன்றாக ஊன்றிக் கொண்டு, கையிலிருந்த வேலை உயர்த்திக் குறிபார்த்துப் பலங்கொண்ட மட்டும் வீசி எறிந்தான்.

வேல் 'வீர்' என்ற சத்தத்துடன் சென்று கண்மூடித்திறக்கும் நேரத்தில் மதுராந்தகன் பேரில் பாய்ந்தது. 'வீல்' என்று சத்தமிட்டுவிட்டு, மதுராந்தகன் தண்ணீரில் விழுந்தான்.

குதிரை மட்டும் தட்டுத்தடுமாறி கரைமேல் ஏற முயன்றது.

மிகச் சொற்ப நேரத்துக்குள் நடந்துவிட்ட மேற்கூறிய நிகழ்ச்சிகளையெல்லாம் மரக் கிளையிலிருந்து பார்த்துக் கொண்டிருந்த கருத்திருமன், உள்ளம் பதறி, உடலும் நடுங்கினான்.

இப்படியெல்லாம் நடக்ககூடும் என்று அவன் எதிர்பார்க்கவே இல்லை.

வேகமாக வந்து திடீரென்று தடுக்கி விழுந்த குதிரைகளுக்கு அடியில் அகப்பட்டுக் கொண்டவர்கள் உயிரோடு தப்பி எழுந்தாலும் கைகால் ஒடிந்தவர்களாக எழுந்திருப்பார்கள் என்று அவன் எண்ணியிருந்தான்.

அவன் சற்றும் எதிர்பாராதபடி எல்லாம் நடந்து விட்டது. கீழே விழுந்தவர்களில் ஒருவன் எழுந்து நின்று வேல் எறிய, அதுவும் மதுராந்தகன் பேரில் குறி தவறாமல் சென்று பாய்ந்து அவனை வெள்ளத்தில் வீழ்த்திவிட்டது. இதனால் ஏற்பட்ட முதல் அதிர்ச்சியைச் சமாளித்துக் கொண்டு பயங்கரமான கூக்குரலுடன் கீழே பாய்ந்தான்.

ஆத்திர வெறியினால் ஏற்பட்ட ராட்சத பலத்துடன் கந்தமாறனைத் தாக்கிக் கீழே தள்ளிவிட்டு அப்பால் சென்றபோது, அப்போதுதான் தட்டுத் தடுமாறி எழுந்து

கொண்டிருந்த வைத்தியர் மகன் அவனைத் தடுக்கப் பார்த்தான். பினாகபாணிக்கு இதற்குள் பிசாசு பயம் நீங்கி, மரத்தின் மேலிருந்தவன் கருத்திருமன் என்பது தெரிந்து போயிருந்தது.

கருத்திருமன் தன் உள்ளத்தில் பொங்கிய கோபத்தையெல்லாம் செலுத்திக் கையிலிருந்த சிறிய கத்தியால் பினாகபாணியைக் குத்திக் கீழே தள்ளிவிட்டுப் பாலத்தை நோக்கி ஓடினான்.

மூங்கில் மரப் பாலத்தின் மீது ஒரு மனிதன் ஓடுவதைக் கந்தமாறனுக்கும் பினாகபாணிக்கும் பின்னால் குதிரைகள் மீது வந்த வீரர்கள் பார்த்தார்கள். தாங்கள் வருவதற்கு முன் நிகழ்ந்தவற்றை ஒருவாறு அவர்கள் ஊகித்துத் தெரிந்து கொண்டு குதிரைகளை அங்கே நிறுத்தினார்கள்.

கந்தமாறன் "பிடியுங்கள்! பிடியுங்கள்! பாலத்தின் மேல் ஓடுகிறவனைப் பிடியுங்கள்!" என்று கூவினான்.

நாலு பேரும் குதிரை மேலிருந்து தடதடவென்று குதித்துப் பாலத்தின் மீது முன்னால் சென்ற கருத்திருமனைத் தொடர்ந்து ஓடினார்கள்.

திடீரென்று இரண்டாவது முறையும் தள்ளப்பட்டுத் தலை குப்புற விழுந்த அதிர்ச்சியினால் சிறிது நேரம் செயலற்றுக் கிடந்த கந்தமாறன் விரைவிலேயே மறுபடியும் சமாளித்துக் கொண்டு எழுந்து அந்த நாலு வீரர்களுக்குப் பின்னால் தானும் ஓடினான்.

கத்தியினால், குத்தப்பட்டுப் படுகாயமுற்றிருந்த வைத்தியர் மகனும், ஆவேசங்கொண்டு எழுந்து அவர்களைப் பின் தொடர்ந்து பாலத்தின் மீது சென்றான்.

ஆனால் ஐந்தாறு அடி எடுத்து வைப்பதற்குள் அவனுடைய ஜீவசக்தி குன்றிவிட்டது. கண்கள் இருண்டு வந்தன. தலை சுற்றியது. காலை ஊன்றி நிற்கப் பார்த்தும் முடியாமல் தள்ளாடி நதி வெள்ளத்தில் விழுந்தான். அவன் அவ்வாறு விழுந்ததை முன்னால் சென்றவர்கள் யாரும் கவனிக்கவில்லை.

பாவம், எத்தனை எத்தனையோ மனோராஜ்யங்கள் செய்து கொண்டிருந்த வைத்தியர் மகன் பினாகபாணி தன்னுடைய துராசைகளில் எதுவும் நிறைவேறப் பெறாதவனாக உயிர் நீத்தான்! அவன் கட்டிய ஆகாசக் கோட்டைகள் எல்லாம் வடவாற்று வெள்ளத்தில் மூழ்கி மறைந்தன! அவனுடைய உடலுக்கும் அந்த நதியில் ஓடிய பெரும் பிரவாகமே சமாதிக் குழி ஆயிற்று.

கந்தமாறனைத் தாக்கித் தள்ளிவிட்டு வைத்தியர் மகனைக் கத்தியால் குத்திவிட்டு மூங்கில் பாலத்தின் மீது விரைந்து ஓடிய கருத்திருமன், அந்தப் பாலத்தில் முக்கால் பங்கு தூரம் கடந்ததும் ஒரு கணம் நின்று திரும்பிப் பார்த்தான். அப்போதுதான் குதிரைகள் மீது வந்த ஆட்கள் கீழே குதித்துப் பாலத்தின் முனையை அடைந்திருப்பதைக் கவனித்தான்.

உடனே அவன் ஒரு விந்தையான காரியம் செய்தான். அவன் நின்ற இடத்தில் மூங்கில் கழிகளை ஒன்றோடொன்று சேர்த்துக் கட்டியிருந்ததுடன், கீழேயும் முட்டுக் கொடுத்து நிறுத்தி இருந்தது.

பினாகபாணியைக் குத்திய அதே கத்தியினால் அந்தக் கட்டுக்களைச் சடசட என்று அறுத்துவிட்டான். கீழே முட்டுக் கொடுத்திருந்த கழிகளையும் காலினால் உதைத்துத் தள்ளி விட்டு மேலே விரைந்து ஓடினான்.

அக்கரையை அடைந்ததும், அங்கேயும் மூங்கில் கழிகளை மரத்து வேருடன் சேர்த்துக் கட்டியிருந்த கயிறுகளை அறுத்தான். உடனே பாலத்தின் முனையை அப்படியே கைகொடுத்து நெம்பித் தூக்கி அப்புறப்படுத்தி நதியின் வெள்ளத்தோடு விட்டான்.

மறுகணம் அந்த மூங்கில் கழிப் பாலத்தில் ஏறக்குறைய மூன்றில் ஒரு பகுதி தனியாகப் பிய்த்துக் கொண்டு புறப்பட்டு ஆற்று வெள்ளத்தோடு மிதந்து செல்லத் தொடங்கியது.

பாலத்தின் மேலே ஓடி வந்தவர்கள், அவ்விதம் அங்கே பாலம் பிய்த்துக்கொண்டு போனதைக் கவனியாமல் மேலே மேலே ஓடி வந்து ஒவ்வொருவராக வெள்ளத்தில் விழுந்தார்கள்! அவர்கள் எல்லாருக்கும் கடைசியாக வந்த கந்தமாறன் மட்டுமே அவ்வாறு ஆற்றில் விழாமல் தப்பினான்.

எதிர்பாராமல் வெள்ளத்தில் விழுந்தவர்கள் தண்ணீரைக் குடித்துத் திணறித் திண்டாடிய பிறகு, வெளியில் தலையை நீட்டினார்கள்.

கந்தமாறன் அவர்களைப் பார்த்து அக்கரைக்கு நீந்திச் சென்று கரையேறும்படி சத்தம்போட்டுக் கட்டளை இட்டான். அவர்களில் இரண்டு பேர் அதைத் தெரிந்து கொண்டு அக்கரையை நோக்கி நீந்திச் சென்றார்கள். மற்ற இருவர் மிகமிகப் பிரயாசைப்பட்டு எதிர் நீச்சல் நீந்தி வந்து எஞ்சி நின்ற பாலத்தைப் பிடித்துக் கொண்டு அதன் மேல் ஏறினார்கள்.

அவர்களை முதலில் கந்தமாறன் நன்றாகத் திட்டினான். ஆனால் அவர்களை மறுபடியும் நீந்திப்போகச் சொல்வதில் பயனில்லை என்று உணர்ந்தான். எனவே, பாலத்திலிருந்து இன்னும் சில மூங்கில் கழிகளைப் பிடுங்கித் தெப்பத்தைப் போல் கட்டும்படி செய்தான். அதை வெள்ளத்தில் மிதக்கவிட்டுக் கந்தமாறனும் மற்ற இருவரும் அதைப் பிடித்துக் கொண்டு மிதந்து அக்கரையை அடைந்தார்கள்.

அதற்குச் சற்று முன்னால் தட்டுத் தடுமாறி அக்கரை சேர்ந்திருந்த மற்ற இரு வீரர்களையும் சந்தித்தார்கள். அவர்கள் தாங்கள் கரையேறுவதற்குச் சற்று முன்பே அக்கரை சேர்ந்த மனிதன் இருளில் மறைந்து விட்டதாகவும், இரண்டு குதிரைகள் போகும் காலடிச் சத்தம் கேட்டதாகவும் சொன்னார்கள். குதிரைகளைத் தொடர்ந்து கால் நடையாகப் போவதில் பயனில்லை என்று தாங்கள் நின்று விட்டதாகவும் அவர்கள் கூறினார்கள்.

ஆனால் கந்தமாறன் அவ்விதம் நின்று விடுவதற்கு விருப்பமில்லை. வைத்தியர் மகன் கூறிய, சிறையிலிருந்த பைத்தியக்காரன்தான் மரத்திலிருந்து குதித்துத் தன்னைத் தள்ளிவிட்டுப் பாலத்தின் மேல் ஓடியவனாக இருக்க வேண்டும். வந்தியத்தேவனைத் தப்புவிப்பதற்காகவே அவன் அவ்விதம் சாலைக்குக் குறுக்கே கயிற்றைக் கட்டிவிட்டு மரத்தின் மேல் ஏறிக் காத்திருக்க வேண்டும். தன்னுடைய வேலுக்கு இரையானவன் வந்தியத்தேவன்தான் என்பதில் ஐயமில்லை. அவன் குதிரை மேலிருந்து வெள்ளத்தில் தலை குப்புற விழுந்ததை அவன் கண்களாலேயே பார்த்தாகி விட்டது. ஆயினும் உயிர் பிரிந்த அவனுடைய உடலைக் கண்டுபிடித்துப் பார்த்துவிட்டால், அவன் உள்ளம் மேலும் திருப்தி அடையும். ஒருவேளை தஞ்சாவூருக்கே வந்தியத்தேவன் உடலை எடுத்துக்கொண்டு போனாலும் போகலாம். சோழ குலத்துக்கு மாபெரும் துரோகம் செய்த ஒருவனைக் கொன்று கொண்டு வந்த பெருமையை அடையலாம் அல்லவா? அதன் மூலம் சம்புவரையர் குலத்துக்கு நேர்ந்த அபகீர்த்தியையும் ஓரளவு போக்கிக் கொள்ளலாம். வந்தியத்தேவன் தப்பி ஓடிப் போக முயன்றது ஒன்றே அவன் குற்றத்தை நிரூபிக்கப் போதுமான காரணம் ஆகும். ஆதித்த கரிகாலரைக் கொன்றவன் வந்தியத்தேவன் என்பது நிச்சயமாகி விட்டால், அந்தப் பயங்கரமான பழியைச் சம்புவரையர் குலம் சுமக்க வேண்டியிராதல்லவா?

இவ்வாறு யோசனை செய்து கொண்டு கந்தமாறன் வடவாற்றங்கரையோடு கீழ் நோக்கிச் சென்றான். வீரர் நால்வரும் அவனைப் பின்பற்றிச் சென்றார்கள். வந்தியத்தேவனுடைய உடல் எங்கேயாவது கரையில் ஒதுங்கிக் கிடக்கிறதா என்று பார்த்துக் கொண்டே சென்றார்கள். இருளடர்ந்த இரவு நேரத்தில் இந்தக் காரியம் அவ்வளவு சுலபமாக இல்லைதான். ஆயினும் கந்தமாறன் நம்பிக்கையைக் கைவிடாமல் மேலே மேலே போனான். இவ்வாறு வெகுதூரம் போன பிறகு பெரியதோர் அருவி மலையிலிருந்து விழுவது போன்ற ஓசை கேட்கலாயிற்று. அந்த ஓசை எழுந்த இடத்தை நெருங்கிச் சென்று பார்த்த போது, அங்கே நதியின் குறுக்கே ஒரு கலங்கல் கட்டியிருந்தது தெரிய வந்தது. அவ்விடத்தில் தண்ணீர் தேங்கி நின்று, அடுத்தாற்போல் பள்ளத்தில் அதிவேகமாக விழுந்து சுற்றிச் சுழன்று அலை மோதிக் கொண்டு சென்றது.

வந்தியத்தேவனுடைய உடல் அதுவரையில் வந்திருக்குமானால் அந்தப் பெரும் பள்ளத்தில் விழுந்து அமிழ்ந்து போயிருக்கும். மறுபடியும் வெளியில் வருவதற்குப் பல நாட்கள் ஆகும். ஒரு வேளை வெளிப்படாமலே மறைந்து போனாலும் போய்விடலாம். ஆகையால் இனிமேலும் தேடிக் கொண்டு போவதில் பயனில்லை....

இவ்வாறு கந்தமாறன் எண்ணிக்கொண்டிருந்தபோதே, நதிக் கலங்கலைத் தாண்டிக்கொண்டு வெண்ணிற நுரை மயமாகப் பொழிந்து கொண்டிருந்த நீரோட்டத்தோடு ஏதோ ஒரு கரிய பொருள் விழுவது தெரிந்தது. ஆகா! அதுதான் வந்தியத்தேவனுடைய உடலாக இருக்கவேண்டும்! இந்த மண்ணுலகை விட்டு ஒரு பெரிய துரோகி ஒழிந்து போனான்! அவனுடைய பாவங்களை ஆண்டவன் மன்னிப்பாராக! - ஆனால் அது இயலுகிற காரியமா? அவனுடைய பாவங்களை ஆண்டவனால் கூட மன்னிக்க முடியுமா? முடியாது! முடியாது! அவற்றின் பலன்களை அவன் மறுபிறவியில் அனுபவித்தேயாக வேண்டும் அல்லவா?

எப்படியாவது போகட்டும்; இவ்வுலகத்தில் வந்தியத்தேவனுடைய வாழ்க்கை முடிந்துவிட்டது. இனி, அவனைப் பற்றி நாம் கவலைப்பட வேண்டியதில்லை. தஞ்சைக்குத் திரும்பிப் போய் மற்றக் காரியங்களைக் கவனிக்கலாம்.

இவ்வாறு கந்தமாறன் முடிவு செய்து கொண்டு வந்த வழியே திரும்பினான்... ஆகா! தஞ்சையிலேதான் அவனுக்கு எவ்வளவு பெரிய ஏமாற்றம் காத்திருந்தது? தான் வேல் எறிந்து கொன்று நதி வெள்ளத்தில் விழச் செய்தவன் வந்தியத்தேவன் அல்ல, இளவரசன் மதுராந்தகன் என்று அறியும்போது கந்தமாறன் எப்படித் திடுக்கிடுவான்? அவன் காலின் கீழ் பூமி பிளந்து விட்டதாகவே தோன்றினாலும் சிறிதும் வியப்படைவதற்கில்லை அல்லவா?

67. "மண்ணரசு நான் வேண்டேன்"

பழுவேட்டரையர்கள் முதலான குறுநில மன்னர்களின் ஊர்வலம் அப்பால் சென்றதும், ஆழ்வார்க்கடியான் தன் ஆட்களுடனே சேந்தன் அமுதனுடைய பூந்தோட்டத்தை நோக்கி நடந்தான். பூந்தோட்டத்துக்குச் சமீபத்தில் ஒரு மரத்தடியில் சற்று மறைவாக மதுராந்தகத் தேவரின் சிவிகையும், அதைத் தூக்கும் ஆட்களும் நின்றார்கள். அவர்களிடம் விசாரித்து இளவரசர் கட்டளைப்படி அவர் திரும்பி வருவதற்காக அவர்கள் காத்துக் கொண்டிருந்ததை அறிந்துகொண்டான். பின்னர் மேலே சென்று பூந்தோட்டத்துக்குள் புகுந்தான். தன்னுடன் வந்தவர்களிடம் மெல்லிய குரலில் அத்தோட்டமெல்லாம் சுற்றித் தேடிப் பார்க்கும்படி கூறிவிட்டுத் தான் மட்டும் குடிசை வாசலில் போய் நின்று கொண்டான். உட்புறம் தாளிட்டிருந்த கதவண்டை காதை வைத்து ஒட்டுக் கேட்கலானான். சேந்தன் அமுதனும் பூங்குழலியும் கவலையுடன் பேசிக் கொள்ளும் குரல்கள் கேட்டன. இடையிடையே யாரோ ஒருவர் மரணாவஸ்தையில் முனகுவது போன்ற சத்தமும் கேட்டது.

தோட்டத்தைச் சுற்றித் தேடப் போனவர்களில் ஒருவன் விரைவில் திரும்பி வந்தான். அவன் கொண்டு வந்த பொருள்களைத் திருமலை நம்பி கதவிடுக்கின் வழியாக வந்த விளக்கின் ஒளிக் கிரணத்தில் உற்றுப் பார்த்தான். அவை இளவரசர் மதுராந்தகத் தேவர் வழக்கமாக அணியும் கிரீடம், இரத்தின ஹாரம், வாகுவலயம் முதலிய ஆபரணங்கள் என்று அறிந்து கொண்டான்.

அவற்றுடன் மதுராந்தகர் உத்தரீயமாகத் தரிக்கும் பீதாம்பரமும் இருந்தது. இவற்றைப் பார்த்ததும் ஆழ்வார்க்கடியானுடைய மனத்தில் உண்டான திருப்தி அவனுடைய முகத்தில் பிரதிபலித்தது.

"சரி; தேடியது போதும்! மற்றவர்களையும் இங்கே கூப்பிடு. எல்லாரும் கையில் ஆயுதம் ஏந்தி எதற்கும் ஆயத்தமாக நில்லுங்கள்!" என்று கூறிவிட்டு, ஆழ்வார்க்கடியான் குடிசையின் கதவை இலேசாகத் தட்டினான்.

உள்ளிருந்து மறுமொழி வராமற் போகவே, மீண்டும் தடதடவென்று கதவை வலுவாகத் தட்டினான்.

"யார் அங்கே? இங்கு என்ன வேலை?" என்று பூங்குழலியின் குரல் கேட்டது.

"அம்மணி! நான்தான் ஆழ்வார்க்கடியான் என்கிற திருமலை நம்பிதாஸன். தயவு செய்து கதவைத் திறந்து அருள வேண்டும். முக்கியமான காரியம் இருக்கிறது!" என்றான் ஆழ்வார்க்கடியான்.

உள்ளே காலடிச் சத்தம் கேட்டது. பூங்குழலி கதவண்டையில் வந்து நின்று, "அப்படி என்ன முக்கியமான காரியம் இங்கே உமக்கு வைத்திருக்கிறது? நீரோ வீர வைஷ்ணவர். இதுவோ சிவனடியார்களின் குடிசை. இந்த வீட்டின் எஜமானருக்கு உடம்பு நலமில்லை என்பது உமக்குத் தெரியும். இரவு நேரத்தில் வந்து எதற்காகத் தொந்தரவு செய்கிறீர்?" என்றாள்.

ஆழ்வார்க்கடியான், "சமுத்திரகுமாரி! நான் வீர வைஷ்ணவன்தான்; அதனாலேயே துஷ்டநிக்கிரக சிஷ்டபரிபாலனம் செய்யும் பொருட்டு வந்தேன். கதவை உடனே திறக்காவிட்டால், உடைத்துத் திறக்கப்படும்!" என்றான்.

"வைஷ்ணவரே! அவ்வளவு பெரிய வீராதி வீரரோ நீர்? உமது வீரத்தை எங்களிடம் காட்டவா வந்தீர்?" என்று சொல்லிக் கொண்டே பூங்குழலி குடிசைக் கதவைத் தடால் என்று திறந்தாள். அவளுடைய கயல் விழிகளில் கோபக் கனல் பறந்தது.

ஆழ்வார்க்கடியான் மீது தன் கோபத்தைக் காட்ட எண்ணியவள், அவனுக்கு அப்பால் வீரர்கள் சிலர் நிற்பது கண்டு திடுக்கிட்டாள். உடனே, கோபத்தைத் தணித்துக் கொண்டு, "ஐயா! இது என்ன? இவர்கள் யார்? எதற்காக இங்கே வந்திருக்கிறார்கள்? உம்முடனேதான் வந்தார்களா?" என்றாள்.

"ஆம்; என்னுடனேதான் வந்தார்கள். இராஜாங்கக் காரியமாக வந்திருக்கிறார்கள். இவர்களுடைய காரியத்தை தடை செய்கிறவர்கள் இராஜ தண்டனைக்கு உள்ளாக நேரிடும்" என்றான் ஆழ்வார்க்கடியான்.

"நல்ல இராஜாங்கக் காரியம். நல்ல இராஜ தண்டனை. இந்த மாதிரி பேச்சுக்களை எல்லாம் கேட்காமல் எப்போது கோடிக்கரைக்குப் போய் சமுத்திரத்தின் அலை ஓசையைக் கேட்டுக்கொண்டு நிம்மதியாக இருக்கப் போகிறோம் என்றிருக்கிறது. போகட்டும். இவர்களை எல்லாம் கொஞ்சம் தூரத்தில் இருக்கச் சொல்லிவிட்டுத் தாங்கள் மட்டும் உள்ளே வாருங்கள். இந்த ஓட்டைக் குடிசைக்குள்ளே என்ன இராஜாங்கக் காரியம் வைத்திருக்கிறதோ, தெரியவில்லை. அதைப் பார்ப்பதற்குத் தாங்கள் ஒருவரே போதாதா? அத்தான் அதோ கட்டிலில் படுத்து வேதனைப்பட்டுக் கொண்டிருக்கிறார். இவர்கள் உள்ளே வந்தால் அவர் திடுக்கிடுவார், அதனால் அவர் உடம்பு இன்னும் சீர்கேடடையும்!" என்றாள்.

ஆழ்வார்க்கடியான் குடிசைக்குள் பிரவேசித்ததும் அவனாகவே கதவை மறுபடியும் சாதித்துத் தாளிட்டான்.

"பூங்குழலி! உன்னுடைய வார்த்தை மிக்க வியப்பாயிருக்கிறது. இராஜாங்கக் காரியங்களின் பேரில் உனக்கு இவ்வளவு அருவருப்பு எப்போது உண்டாயிற்று? பட்டத்து இளவரசரை மணந்து சிங்காதனம் ஏறும் உத்தேசம் என்ன ஆயிற்று? அவ்வாறு நடக்கும்போது இராஜாங்கக் காரியங்களில் முழுக்க முழுக்க கவனம் செலுத்தித்தானே ஆக வேண்டும்?" என்றான் திருமலை.

"ஐயா, வைஷ்ணவரே! அந்த உத்தேசத்தை நான் அடியோடு விட்டுவிட்டேன். சென்ற சில தினங்களில் இராஜ்ய பாரம் தாங்குவது என்பது எவ்வளவு சங்கடமான காரியம், எத்தனை மன வேதனை தரும் விஷயம் என்பதைத் தெரிந்து கொண்டேன். சிங்காசனம் இருக்குமிடத்துக்குப் பத்து காத தூரத்திலே வருவதற்குக்கூட இனி நான் பிரியப்படமாட்டேன். வைஷ்ணவரே! உமக்கு ஒரு சந்தோஷச் செய்தி தெரிவிக்கிறேன். என் அத்தான் சேந்தன் அமுதனை மணந்துகொள்ள நான் முடிவு செய்து விட்டேன். சற்று முன் இங்கு வந்த செம்பியன் மாதேவியிடம் சொல்லி அவருடைய ஆசியும் பெற்றுக் கொண்டோம். அமுதனுக்கு உடம்பு கொஞ்சம் குணமானதும் இருவரும் கோடிக்கரைக்குப் புறப்பட்டுப் போய்விடுவோம்..."

ஆழ்வார்க்கடியான் குறுக்கிட்டு, "ஆகா! நல்ல தீர்மானம் செய்தீர்கள்!

ஆனாத செல்வத்து அரம்பையர்கள் தற்சூழ
வானாளும் செல்வமும் மண்ணரசும் யான் வேண்டேன்
தேனார் பூஞ்சோலை திருவேங்கடச் சுனையில்
மீனாய்ப் பிறக்கும் விதியுடையே னாவேனே!

என்று ஆழ்வார் அருளிச் செய்திருக்கிறார் அன்றோ? அதுபோல நீங்களும் இந்த 'மண்ணரசு வேண்டாம்' என்று தீர்மானித்துக் கடலில் மீன்களோடு மீன்களாக வாழலாம் என்று எண்ணினீர்கள் போலும்! ஆனாலும் யார் கண்டது? சிரசிலே கிரீடத்தைச் சுமந்து சிங்காதனத்தில் வீற்றிருக்க வேண்டும், என்கிற விதி இருந்தால், அந்தப்படியே நடந்து தீரும். வேண்டாம் என்றாலும் விடாது!" என்றான் ஆழ்வார்க்கடியான்.

"போதும் ஐயா! பரிகாசம்! எதற்காக இங்கு வந்தீர்கள் என்பதைச் சொல்லுங்கள்!" என்றாள் பூங்குழலி.

"அம்மணி! தாங்கள் மண்ணரசு ஆளும் ஆசையை மட்டும் விட்டொழித்திருக்கிறீர்களா? அல்லது தாங்களும் சேந்தன் அமுதனும் இந்த மண்ணுலகில் உயிரோடு வாழும் ஆசையையே விட்டொழித்து விட்டீர்களா? இதைத் தெரிந்து கொண்டு போகவே வந்தேன்!" என்றான் வைஷ்ணவன்.

"இது என்ன கேள்வி? இம்மண்ணுலகில் இன்னும் சில காலம் வாழும் ஆசை எங்கள் இருவருக்கும் இருக்கிறது. இன்றைக்குத்தானே நாங்கள் திருமணம் செய்து கொள்ளத் தீர்மானித்திருக்கிறோம்? வைஷ்ணவரே! எங்களுக்கு வாழ்த்துக் கூறுங்கள்! அத்தான் விரைவில் குணமடையுமாறும் ஆசி கூறுங்கள்!" என்றாள் பூங்குழலி.

"நான் வாழ்த்துக் கூறவும், ஆசி கூறவும் சித்தமாயிருக்கிறேன். ஆனால் என் வாழ்த்தும் ஆசியும் வீணாகப் போகலாகாது. உங்களிருவருக்கும் இவ்வுலகில் உயிரோடு வாழும் எண்ணம் இருந்தால், பாதாளச் சிறையிலிருந்தவர்கள் தப்பி ஓடுவதற்கு ஏன் உதவி செய்தீர்கள்?" என்று கேட்டான் திருமலை.

பூங்குழலி முகத்தில் வியப்பை வருவித்துக் கொண்டு, "இது என்ன? எங்களுக்கு ஒன்றுமே தெரியாதே? யாரும் தப்பி ஓடுவதற்கு நாங்கள் உதவி செய்யவே இல்லையே?" என்றாள்.

"கரிகாலரைக் கொன்றவன் என்று குற்றம் சாட்டப்பட்டுப் பாதாளச் சிறையிலிருந்த வந்தியத்தேவனும், மற்றொரு பைத்தியக்காரனும் இன்று தப்பிச் சென்று விட்டார்கள். அவர்கள் இந்த நந்தவனம் வரையில் வந்ததாகத் தெரிகிறது. பிறகு, இங்கிருந்து இரண்டு குதிரைகளில் இருவர் ஓடிப் போயிருக்கிறார்கள். இந்தக் குடிசைக்குப் பக்கத்தில் ஓரிடத்தில் மண்ணில் இரத்தம் சிந்தியிருக்கிறது. பலர் இந்த இடத்துக்கு வந்துபோன அடையாளங்களும் இருக்கின்றன. ஆகையால் நீங்கள்தான் தப்பி ஓடியவர்களுக்கு உதவி செய்திருக்க வேண்டுமென்று அனுமானிக்கப்படுகிறது. முதன்மந்திரி அநிருத்தருக்கு உங்கள் பேரில் உள்ள அபிமானத்தினால் என்னை அனுப்பி வைத்தார். கொடும்பாளூர்

வேளாரின் ஆட்கள் வந்திருந்தால் உங்களை உடனே சிறைப்படுத்தி இருப்பார்கள்?" என்றான் ஆழ்வார்க்கடியான்.

"முதன் மந்திரிக்கும், உங்களுக்கும் மிக்க நன்றி வைஷ்ணவரே! அத்தானுக்கு இன்னும் இரண்டு தினங்களில் உடம்பு சரியாகிவிடும். உடனே நாங்கள் புறப்பட்டுக் கோடிக்கரை போய் விடுகிறோம். அப்புறம் இந்தத் தஞ்சாவூர்ப் பக்கமே எட்டிப் பார்ப்பதில்லை. அது வரையில் தாங்கள்தான் எங்களை இராஜ சேவகர்கள் யாரும் தொந்தரவு செய்யாமல் உதவி புரிய வேண்டும்!" என்று வேண்டினாள் பூங்குழலி.

"நான் உதவி புரிவதில் தடையில்லை. ஆனால் நீங்கள் உண்மையைச் சொல்ல வேண்டும்! இங்கே உங்கள் மூன்று பேரையும் தவிர வேறு யாரும் வரவில்லையா?" என்று கேட்டான்.

"ஏன் வரவில்லை? இப்போது நீங்கள் வந்திருக்கிறீர்கள்! சற்று முன்னால் செம்பியன் மாதேவியும் இளவரசர் மதுராந்தகரும் வந்து அத்தானின் உடம்பைப் பற்றி அன்புடன் விசாரித்து விட்டுப் போனார்கள். இப்போதுதான் தஞ்சாவூர்க் கோட்டையைச் சுற்றி எங்கே பார்த்தாலும் போர் வீரர்களின் நடமாட்டமாயிருக்கிறதே? யார் வந்தார்களோ, யார் போனார்களோ, எங்களுக்கு எப்படித் தெரியும்? வைஷ்ணவரே! நீங்கள் முதலில் கேட்ட கேள்விக்கு மட்டும் மறுமொழி நிச்சயமாகச் சொல்லுகிறேன். இங்கிருந்து தப்பிப் போவதற்கு நாங்கள் யாருக்கும் உதவி செய்யவில்லை...!"

"இது சத்தியமான வார்த்தையா?"

"ஆம்; சத்தியமாகச் சொல்கிறேன். இங்கிருந்து யாரும் தப்பி ஓடுவதற்கு நாங்கள் உதவி செய்யவில்லை!"

"அப்படியானால், சிறையிலிருந்து தப்பி ஓடி வந்த வந்தியத்தேவன் இந்தக் குடிசையிலேதான் இப்போது இருக்க வேண்டும்!" என்றான் திருமலை.

அவன் இவ்விதம் சொல்லி வாய் மூடுவதற்குள் சேந்தன் அமுதன் படுத்திருந்த கயிற்றுக் கட்டிலின் அடியிலிருந்து வேதனை நிறைந்த பரிதாபமான முனகல் சத்தம் கேட்டது.

ॐ

68. "ஒரு நாள் இளவரசர்!"

சேந்தன் அமுதனின் கட்டிலுக்கு அடியிலிருந்து வந்த முனகல் சத்தத்தைக் கேட்டும், ஆழ்வார்க்கடியான், "ஆகா! அப்படியா சமாசாரம்? சிவ பக்த சிகாமணிகளே! பழைய பரமசிவனைப் போல் மோசம் செய்ய ஆரம்பித்து விட்டீர்களா?" என்று சொல்லிக் கொண்டே மேலே போகத் தொடங்கினான்.

பூங்குழலி தன் இடையில் செருகியிருந்த கத்தியைச் சட்டென்று எடுத்துக்காட்டி, "வைஷ்ணவனே! சிவபெருமானைப் பழித்த பாதகனாகிய நீ இந்த உலகில் இனி ஒரு கணமும் இருக்கலாகாது. மேலே ஒரு அடி எடுத்து வைத்தாயானால், உடனே வைகுண்டம் போய்ச் சேருவாய்!" என்றாள்.

"தாயே! மகா சக்தி! உன்னுடைய வார்த்தைக்கு மறு வார்த்தை உண்டா? வைகுண்ட பதவி கிடைப்பது எளிதன்று. உன் கையால் என்னை அங்கே அனுப்பிவிட்டாயானால், அதைக் காட்டிலும் பெரிய பாக்கியம் எனக்கு வேறு என்ன கிடைக்கக் கூடும்?" என்றான் ஆழ்வார்க்கடியான்.

இச்சமயத்தில் சேந்தன் அமுதன் கட்டிலிலிருந்து எழுந்து வந்து, "பூங்குழலி! வேண்டாம்! கத்தியை இடுப்பில் செருகிக் கொள்! இந்த வைஷ்ணவன் சிவனைத் தூஷித்ததினால் சிவபெருமானுக்குக் குறைவு ஒன்றும் வந்துவிடாது. தீய வழியினாலும் நல்லது ஏற்படாது. பொய்மையினாலும் மோசத்தினாலும் நன்மை எதுவும் கிட்டாது.

இந்த வைஷ்ணவனிடம் உண்மையைச் சொல்லி உதவி கேட்போம். இவனும் வந்தியதேவனுக்குச் சிநேகிதன்தானே!" என்றான்.

"அப்படி வாருங்கள் வழிக்கு! கபட நாடக சூத்திரதாரியான கிருஷ்ண பரமாத்மாவின் அடியார்க்கு அடியேனைக் கேவலம் சிவபக்தர்களால் ஏமாற்ற முடியுமா? கருணாமூர்த்தியான ஸ்ரீமந் நாராயணனைச் சரணாகதி என்று அடைந்தால், அவர் அவசியம் காப்பாற்றி அருளுவார். ஆதிமூலமே என்று கதறிய கஜேந்திரனை முதலை வாயிலிருந்து காப்பாற்றிய பெருமான் அல்லவோ எங்கள் திருமால்!..."

"ஆமாம்; ஆமாம்! உங்கள் திருமால் வைகுண்டத்திலிருந்து வந்து சேருவதற்குள் உங்கள் சிநேகிதர் இந்த மண்ணுலகிலிருந்தே போய்விடுவார்!" என்று பூங்குழலி சொல்லிவிட்டுக் கட்டிலை நோக்கி விரைந்து சென்றாள்.

மற்றவர்களும் அவளைப் பின்பற்றிச் சென்றார்கள். கட்டிலின் கீழே துணிக் குவியலினால் மறைக்கப்பட்டுக் கிடந்த வந்தியத்தேவனைத் தூக்கிக் கட்டிலின் மேலே கிடத்தினார்கள்.

வந்தியத்தேவன் நினைவற்ற நிலையில் இருந்தான். எனினும் அவ்வப்போது வேதனைக் குரலில் முனகிக் கொண்டிருந்தான். அதனாலேயே அவன் உடலில் உயிர் இருக்கிறது என்று அறிந்து கொள்ளக் கூடியதாயிருந்தது.

வாணி அம்மை மூலிகைகளை வேகவைத்து மஞ்சள் பொடி சேர்த்துக் காயத்தில் வைத்துக் கட்டுவதற்காகக் கொண்டு வந்தாள். ஆழ்வார்க்கடியானும், சேந்தன் அமுதனும் வந்தியத்தேவனுடைய கை கால்களை இறுக்கிப் பிடித்துக் கொண்டார்கள். பூங்குழலியும், வாணி அம்மையும் அவனுடைய காயத்தில் வேகவைத்த மூலிகைகளைச் சுடச்சுட வைத்துத் துணியைப் போட்டுக் கட்டினார்கள்.

அப்போது ஏற்பட்ட வேதனையினால் வந்தியத்தேவன் கண் விழித்தான். எதிரில் ஆழ்வார்க்கடியானைப் பார்த்ததும் "வைஷ்ணவனே! இப்படி வஞ்சம் செய்துவிட்டாயே! இங்கே என்னை வரச்சொல்லிவிட்டு, பின்னோடு என்னைக் கொல்லுவதற்கு ஆள் அனுப்பி விட்டாயா?" என்று குழறிவிட்டு மறுபடியும் நினைவு இழந்தான்.

ஆழ்வார்க்கடியான் முகத்தில் மனச் சங்கடத்தின் அறிகுறி தென்பட்டது. அரை நினைவான நிலையில் வந்தியத்தேவன் கூறிய வார்த்தைகள் சேந்தன் அமுதன் – பூங்குழலி இவர்களுக்குத் தன்னைப்பற்றி மறுபடியும் ஐயத்தை உண்டாக்கி இருக்கும் என்று எண்ணி அவர்கள் முகத்தைப் பார்த்தான்.

பூங்குழலியின் முகத்தில் பூத்திருந்த புன்னகை அவனுக்குச் சிறிது தைரியத்தை உண்டாக்கியது.

"வைஷ்ணவரே! வந்தியத்தேவரை நீர்தான் இங்கே அனுப்பி வைத்தீரா?" என்று கேட்டாள்.

"ஆம், தாயே! ஆனால் இவனைக் கொல்லுவதற்குப் பின்னோடு நான் யாரையும் அனுப்பி வைக்கவில்லை."

"அது இருக்கட்டும்; இங்கு எதற்காக இவரை அனுப்பினீர்?"

"தப்பி ஓடிச் செல்வதற்காக அனுப்பினேன். இந்த நந்தவனத்துக்குப் பக்கத்தில் அவனுக்காகவும், அவன் நண்பனுக்காவும் இரண்டு குதிரைகளும் தயாராய் வைத்திருந்தேன்..."

"பின்னே, அவர் தப்பி ஓடவில்லை என்று எப்படித் தெரிந்தது? இக்குடிசையில் இருப்பதை எப்படி அறிந்தீர்?"

"அவனுக்காக நான் விட்டிருந்த குதிரையில் வேறொருவர் ஏறிக்கொண்டு போவதைப் பார்த்தேன் அதனாலே தான் சந்தேகம் உண்டாயிற்று..."

"திருமால் ஒன்று நினைக்கச் சிவன் வேறொன்று நினைத்து விட்டார்"

"இது என்ன புதிர், தாயே? இவன் எப்படிக் காயம் அடைந்தான்?"

"வைஷ்ணவரே! நீர் என்ன உத்தேசத்துடன் இவரை இங்கே அனுப்பினீரோ, தெரியாது. ஆனால் இவர் சரியான சமயத்துக்கு இங்கே வந்து நான் கல்யாணம் செய்து கொள்வதற்குள், கைம்பெண் ஆகாமல், காப்பாற்றினார்!"

இவ்வாறு பூங்குழலி சொல்லிக் கொண்டிருக்கும்போதே, ஆழ்வார்க்கடியான், சேந்தன் அமுதன் இருவரும் "என்ன? என்ன? என்ன?" என்று அதிசயத்துடன் கேட்டார்கள்.

பூங்குழலி அமுதன் பக்கம் திரும்பி, "ஆமாம், உங்களிடம் கூட நான் சொல்லவில்லை. வெளியே ஒருவன் நின்று ஈட்டியினால் தங்களைக் குத்துவதற்குத்தான் குறி பார்த்தான். அப்போது இவர் வந்து குறுக்கிட்டு ஈட்டியைத் தான் ஏற்றுக் கொண்டு தங்களைக் காப்பாற்றினார்!" என்றாள்.

சேந்தன் அமுதன் கண்களில் நீர் ததும்பியது. "ஐயோ! எனக்காகவா என் நண்பர் இந்த ஆபத்துக்கு உள்ளானார்?" என்றான்.

"அதனால் என்ன? தாங்கள் இவரைத் தப்புவிப்பதற்காக எவ்வளவு ஆபத்துக்கு உள்ளாகி இருக்கிறீர்கள்!" என்றாள் பூங்குழலி.

"அம்மணி! இந்த உலகத்தில் ஒருவர் செய்த உதவிக்கு உடனே பதில் உதவி செய்வதென்பது மிக அபூர்வமானது. நல்லது செய்தவர்களுக்குக் கெடுதல் செய்யாமலிருந்தாலே பெரிய காரியம். வந்தியத்தேவன் இங்கு சரியான சமயத்துக்கு வந்து, சேந்தன் அமுதனைக் காப்பாற்றியது அதிசயமான காரியந்தான்! ஆனால், கல்யாணத்தைப்பற்றி ஏதோ சொன்னீர்களே? அது என்ன? கைம்பெண் ஆகாமல் காப்பாற்றியதாகவும் சொன்னீர்கள்!"

"ஆம் வைஷ்ணவரே! சிறிது நேரத்துக்கு முன்னாலே தான் நானும் இவரும் மணந்து கொள்வது என்று முடிவு செய்தோம். செம்பியன் மாதேவியின் ஆசியையும் பெற்றோம். பெரிய பிராட்டி திரும்பிச் சென்று கால் நாழிகைக்குள் இவர் மேலே ஈட்டி பாய்வதற்கு இருந்தது. என்னால் கூட அதைத் தடுத்திருக்க முடியாது. அதனால் இவர் உயிருக்கு ஆபத்து வந்திருந்தால், என் கதி என்ன? கல்யாணம் ஆவதற்கு முன்பே கைம்பெண் ஆகிவிடுவேனல்லவா?"

"கருணாமூர்த்தியான திருமாலின் அருளினால் அப்படி ஒன்றும் நேராது. செம்பியன் மாதேவியின் ஆசியும் வீண் போகாது. தாங்கள் இந்த உத்தம புருஷரை மணந்து நெடுங்காலம் இனிது வாழ்ந்திருப்பீர்கள். ஆனால் இந்தப் பரம சாதுவான பிள்ளையை ஈட்டியால் குத்திக் கொல்ல முயன்ற பாதகன் யாராயிருக்கும்? அவனைத் தாங்கள் பார்த்தீர்களா? அடையாளம் ஏதேனும் தெரிந்ததா?"

"பார்க்காமல் என்ன? தெரியாமல் என்ன? அந்த வைத்தியர் மகனாகிய பினாகபாணி என்னும் சண்டாளன்தான்! என் அத்தை மந்தாகினியைக் கோடிக்கரையிலிருந்து அக்கிரமமாகப் பிடித்துக் கொண்டு வந்து கொலைகாரனுக்குப் பலியாகச் செய்தவன்தான்! சோழ ராஜ்ஜியத்தில் இப்படி எல்லாம் அக்கிரமங்கள் நடக்கின்றன..."

"இது என்ன அக்கிரமத்தைக் கண்டு விட்டீர்கள்? இதைவிட ஆயிரம் மடங்கு நடக்கப் போகிறது. சோழ நாட்டில் இன்றிரவு அராஜகம் ஆரம்பமாகப் போகிறது. சிற்றரசர்களுக்குள் பெரிய சண்டை மூளப் போகிறது. நாடெங்கும் மக்கள் ஒருவரோடொருவர் சண்டையிட்டுக் கொண்டு மடியப் போகிறார்கள்! ஸ்ரீமந் நாராயண மூர்த்தியின் அருளினால் ஒரு பெரிய அற்புதம் நடந்தாலன்றி இந்த நாட்டுக்கு வரப்போகும் விபத்துக்களைத் தடுக்க முடியாது!" என்றான் ஆழ்வார்க்கடியான்.

"வைஷ்ணவரே! இது என்ன இப்படிச் சாபம் கொடுப்பது போலப் பேசுகிறீர்? சோழ நாடு செழிப்படைய ஆசி கூறலாகாதா?" என்றான் அமுதன்.

"நாடு எப்படியாவது போகட்டும்! நாங்கள் கோடிக்கரைக்குப் போய் விடுகிறோம்!" என்றாள் பூங்குழலி.

“நாம் போய்விடலாம். என் உயிரைக் காப்பாற்றிய இந்த உத்தம நண்பனை என்ன செய்வது?” என்று சேந்தன் அமுதன் கேட்டான்.

“இவனை உங்களால் எப்படியும் காப்பாற்ற முடியாது. இங்கேயே நீங்கள் இருந்தாலும் பயனில்லை. சிறையிலிருந்து தப்பி ஓடியவர்களைப் பிடிப்பதற்கு இப்போதே நாலாபக்கமும் சேவகர்கள் தேடி அலைகிறார்கள். விரைவில் இங்கேயும் வருவார்கள். வாசலில் நிற்கும் காவலர்களுக்கு நானே என்ன சமாதானம் சொல்லி அழைத்துப் போகிறது என்று தெரியவில்லை!” என்றான் ஆழ்வார்க்கடியான்.

“ஐயா! வைஷ்ணவரே! நீர் எவ்வளவோ கெட்டிக்காரர். முதன்மந்திரி அநிருத்தருக்கே யோசனை சொல்லக் கூடியவர். கொலைகாரனால் படுகாயம் பட்டிருக்கும் இந்த வாணர் குல வீரரைக் காப்பாற்ற ஒரு யோசனை சொன்னால் உமக்குப் புண்ணியம் உண்டு. நாங்கள் இருவரும் என்றென்றைக்கும் உமக்கு நன்றிக் கடன்பட்டிருப்போம்!”

“தேவி அது அவ்வளவு சுலபமன்று!”

“ஐயா! நிமிஷத்துக்கு நிமிஷம் எனக்கு மரியாதை அதிகரித்துக் கொண்டு வருகிறதே! நேற்றுவரை என்னை, ‘ஓடக்காரி’ என்று அழைத்தீர். சற்று முன்னால் ‘அம்மணி’ என்றீர். இப்போது ‘தேவி’ என்று அழைக்கிறீர். சற்றுப் போனால் ‘இளவரசி’ என்றே அழைத்து விடுவீர் போலிருக்கிறதே!”

“ஆம், இளவரசி! இதோ நினைவற்றுக் கிடக்கும் இந்த வீர வாலிபனைக் காப்பாற்ற வேண்டுமானால், அதற்கு ஒரே ஒரு வழிதான் இருக்கிறது. தங்களை மணந்து கொள்ளப் போகும் இந்தப் பாக்கியசாலி ஒரு நாளைக்கு இளவரசராக வேண்டும்! அவர் இளவரசர் என்றால், தாங்களும் இளவரசிதானே?”

“வைஷ்ணவரே! இது என்ன பரிகாசம்? நானாவது, ஒரு நாள் இளவரசனாக இருப்பதாவது? எதற்காக?” என்று கேட்டான் அமுதன்.

“என் ஒருவனுக்கு மட்டும் தெரிந்த இரகசியத்தை இப்போது உங்கள் இருவருக்கும் சொல்லப் போகிறேன். கேளுங்கள். இல்லை, முதலில் இதைப் பாருங்கள்!” என்று கூறிவிட்டு ஆழ்வார்க்கடியான் தன்னுடன் கொண்டு வந்திருந்த மூட்டையை அவிழ்த்து அவர்களுக்குக் காட்டினான்.

மதுராந்தகர் அணிந்திருந்த கிரீடமும், முத்து மாலைகளும், வாகுவலயங்களும் ஜாஜ்வல்யமாய் ஜொலித்தன. “ஆகா! இவை இளவரசர் மதுராந்தகர் தரித்திருந்தவை அல்லவா? சற்று முன்பு இங்கேயே நாங்கள் பார்த்தோமே?” என்றான் அமுதன்.

“இவை எங்கிருந்து கிடைத்தன?” என்றாள் பூங்குழலி.

“இந்த நந்தவனத்தின் வேலி ஓரத்தில் இருந்து கிடைத்தன. இன்னும், நான் சொல்ல வந்த இரகசியத்தையும் கேளுங்கள். வடவாற்றங்கரையோடு நான் வந்து கொண்டிருந்தபோது இரண்டு குதிரைகளின் மீது இரண்டு பேர் விரைவாகப் போய்க் கொண்டிருந்ததைக் கண்டேன். அவை நான் வந்தியத்தேவனுக்காகவும், இவனுடன் சிறையிலிருந்து தப்பிய பைத்தியக்காரனுக்காகவும் இங்கே விட்டுப்போன குதிரைகள். அந்தப் பைத்தியக்காரனைத் தங்களுக்குக்கூடத் தெரியுமே?”

“ஆமாம்; தெரியும். பாண்டிய வம்சத்து மணிமகுடத்தையும், இரத்தின ஹாரத்தையும் பற்றி யாரைப் பார்த்தாலும் உளறிக் கொண்டிருந்தவன்.”

“அவனேதான்! வடவாற்றங்கரையோடு அதிவேகமாகச் சென்ற குதிரைகளில் ஒன்றின் மீது அந்தப் பைத்தியக்காரன் இருந்தான். இன்னொரு குதிரை மேலிருந்தவர் இளவரசர் மதுராந்தகர் போலத் தோன்றியது. இங்கு வந்த பிறகு அது நிச்சயமாயிற்று.”

“இது என்ன விந்தை? மதுராந்தகர் எதற்காகத் தமது ஆபரணங்களைக் கழற்றி எறிந்து விட்டு ஓட வேண்டும்?”

“அதுதான் எனக்கும் தெரியவில்லை. முதன்மந்திரியிடம் சொல்லி ஓடியவர்களைத் தொடர்வதற்கு ஆட்கள் அனுப்பப் போகிறேன். ஆனால் அதற்குள்ளே இங்கு பெரிய விபரீதங்கள் நடந்துவிடும் என்று அஞ்சுகிறேன்.”

"என்ன விபரீதம் நடந்து விடும்?"

"பழுவேட்டரையர்களும் அவர்களுடைய கட்சியைச் சேர்ந்த சிற்றரசர்களும் இதோ தஞ்சைக் கோட்டை வாசலை அணுகிக் கொண்டிருக்கிறார்கள். கொடும்பாளூர் வேளாரும், முதன்மந்திரியும், மலையமானும் அவர்களை வரவேற்கக் கோட்டை வாசலில் காத்துக் கொண்டிருக்கிறார்கள். இராஜ்ய உரிமை பற்றிச் சமாதானமாகப் பேசி முடிவு செய்ய வேண்டுமென்பது சக்கரவர்த்தியின் விருப்பம்; கட்டளை. ஆனால் பழுவேட்டரையர்கள் சமாதானப் பேச்சுத் தொடங்குவதற்கு முன்பு 'மதுராந்தகர் எங்கே?' என்று கேட்பார்கள். அவரைக் காணோம் என்றதும், கொடும்பாளூர் வேளார் மீது பாய்வார்கள்! சேநாதிபதிதான் பொன்னியின் செல்வருக்குப் பட்டத்தை நிச்சயம் செய்து கொள்வதற்காக மதுராந்தகரைக் கொன்று விட்டார் என்பார்கள். பெரிய வேளார் அதற்கு மறுப்புச் சொன்னாலும், அவரால் நிரூபிக்க முடியாது. உடனே பயங்கரமான உள்நாட்டு யுத்தம் ஏற்படும். சோழ நாடு விரைவில் சீர்குலையும்."

"அதற்குள்ளே நாம் இங்கிருந்து புறப்பட்டுப் போய்விடுவோம்!"

"தேவி! அது முடியாத காரியம்!"

"பின்னே, என்ன சொல்கிறீர்?"

"இந்த கிரீடத்தையும் ஆபரணங்களையும் சற்று நேரம் சேந்தன் அமுதன் அணிந்து கொள்ளட்டும். பொன்னியின் செல்வரை ஏற்றிக் கொண்டு வந்த யானையை நான் அழைத்துக் கொண்டு வருகிறேன் அதில் இவர் ஏறிக் கொள்ளட்டும். என்னுடைய ஆட்களை 'மதுராந்தகர் வாழ்க!' என்று கோஷித்துக் கொண்டு யானைக்கு முன்னும் பின்னும் போகச் சொல்லுகிறேன். மதுராந்தகர் ஏறி வந்த பல்லக்கும் அருகில் இருக்கிறது. அதில் வந்தியத்தேவனைப் போட்டுத் திரையை விட்டு விடுவோம். தேவி! தாங்கள் பல்லக்கின் பக்கமாக நடந்து வாருங்கள். மற்றதையெல்லாம் என்னிடம் விட்டு விடுங்கள்!" என்றான் ஆழ்வார்க்கடியான்.

"இது என்ன பைத்தியக்கார யோசனை?" என்றான் சேந்தன் அமுதன்.

"இவர் கிரீடத்தை வைத்துக் கொண்டால் அடையாளம் தெரியாமல் போய்விடுமா?" என்றாள் பூங்குழலி.

"இராத்திரி வேளையில் யானை மேல் உட்கார்ந்திருப்பவரை யார் அடையாளம் கண்டுபிடிக்க முடியும்? சந்தேகம் ஏற்பட்டால் அல்லவோ கூர்ந்து பார்க்கப் போகிறார்கள்! உங்களுடனேயே நானும் வரப்போகிறேன். உங்கள் எல்லாரையும் கோட்டைக்குள் முதன்மந்திரியின் வீட்டில் பத்திரமாகக் கொண்டு போய்ச் சேர்ப்பது என் பொறுப்பு. இந்த வாணர் குலத்து வீரனைக் காப்பாற்றுவதற்கு வேறு வழி ஒன்றுமில்லை!"

இன்னும் சிறிது நேரம் விவாதம் செய்த பிறகு, சேந்தன் அமுதனும் பூங்குழலியும் ஆழ்வார்க்கடியானுடைய யோசனைக்கு இணங்கினார்கள்.

69. "வாளுக்கு வாள்!"

பழுவேட்டரையர் சம்புவரையர் கோஷ்டி தஞ்சைக் கோட்டை வாசலை அணுகியபோது கடலும் கடலும் மோதிக் கொள்வது போலிருந்தது.

"சோழ நாட்டுத் தனாதிகாரி, இறை விதிக்கும் தேவர், முப்பத்தாறு போர்க்களங்களில் அறுபத்து நாலு விழுப்புண் பெற்ற வீராதி வீரர் பெரிய பழுவேட்டரையர் விஜயமாகிறார்!" என்பது போன்ற விருதுகளை ஒவ்வொரு சிற்றரசருக்காகவும் கட்டியங் கூறுவோர் கர்ஜித்து முழங்கினார்கள். அவ்விதமே கொடும்பாளூர் வேளார், திருக்கோவலூர் மலையமான் முதலியோருக்கும் விருதுகள் முழங்கப்பட்டன. இடையிடையே முரசங்களும் சங்கங்களும் முழங்கின. கோட்டைச் சுவர்கள் எதிரொலி செய்தன.

கோட்டை வாசலில் நின்ற சேனாதிபதி பெரிய வேளார், மலையமான், முதன்மந்திரி முதலியோர் கீழே நின்று கொண்டிருந்தபடியால், பழுவேட்டரையர்களும் தத்தம் வாகனங்களின் மீதிருந்து இறங்க வேண்டியதாயிற்று. தங்களை வாகனங்களிலிருந்து இறங்கச் செய்து கோட்டைக்குள் நடத்தி அழைத்துப் போவதற்காகவே அவ்வாறு சேனாதிபதி முதலியவர்கள் வரவேற்கும் பாவனையில் கோட்டை வாசலில் நின்றதாகச் சின்னப் பழுவேட்டரையர் எண்ணினார். அவ்வாறே மற்றவர்களிடமும் கூறினார். சேனாதிபதி கோஷ்டியாருடன் பேசும் பொறுப்பைத் தம்மிடமே விட்டு விடும்படி கேட்டுக் கொண்டார்.

பெரிய வேளாரும் மற்றவர்களும் வருகிறவர்களுடன் சிறிது நேரம் பேச வேண்டியிருக்கலாம் என்று எதிர் பார்த்தார்கள். ஆகையால் கோட்டை வாசலை மறித்து நில்லாமல், சற்று அப்பாலிருந்த கொடி மரத்து மைதானத்தில் நின்று கொண்டிருந்தார்கள். சிற்றரசர்கள் வாகனங்களிலிருந்து அவர்களை அணுகி வந்ததும் சேனாதிபதி பெரிய வேளார் “வருக! வருக! சோழ ராச்சியத்தைத் தாங்கி நிற்கும் அஷ்டதிக்குக் கஜங்களை ஒத்த சிற்றரசர்களே! வருக! உங்கள் வரவினால் சோழ ராச்சியத்துக்கும் சோழ குலத்துக்கும் நன்மை உண்டாகுக!” என்றார்.

உடனே சின்னப் பழுவேட்டரையர், “ஆம், ஐயா! எங்கள் வருகையினால் சோழ ராச்சியத்துக்கு நன்மை உண்டாகுக! அதுபோலவே தங்கள் போகையினாலும் நன்மை விளைக!” என்றதும், பெரிய வேளாரின் கண்கள் சிவந்தன.

“ஐயா! சோழ ராச்சியத்தின் செழிப்புக்காகவும், சோழ குலத்தின் புகழுக்காகவும் நானா திசைகளிலும் போவதுதான் கொடும்பாளூர் வேளார் குலத்தின் வழக்கம். என் அருமைச் சகோதரன் பராந்தகன் சிறிய வேளான் ஈழத்துப் போர்க்களத்தில் உயிர் நீத்ததை உலகமெல்லாம் அறியும். நானும் சில நாளைக்கு முன்பு வரை ஈழ நாட்டிலேதான் இருந்தேன். குண்டுச் சட்டியில் குதிரையோட்டும் கலையை எங்கள் குலத்தார் அறியார்கள். கோட்டைச் சுவர்களுக்குள்ளே பத்திரமாக இருந்துகொண்டு அரண்மனை அந்தப்புரங்களையும், பொக்கிஷ நிலவறைகளையும் காத்துக் கொண்டிருக்கும் வழக்கத்தையும் நாங்கள் அறியோம். உங்கள் வருகையினாலும் என்னுடைய போகையினாலும் சோழ குலம் நன்மையுறுவது உறுதியானால், பின்னர் ஒரு கணமும் இங்கு நிற்க மாட்டேன்!” என்று பெரிய வேளார் கர்ஜித்தார்.

இச்சமயம் முதன்மந்திரி அநிருத்தர் தலையிட்டு, “மன்னர் குலத்தோன்றல்களே! உங்கள் எல்லோருடைய வரவும் சோழ நாட்டிற்கு நன்மையே தரும் என்பதில் ஐயம் என்ன? நீங்கள் ஒவ்வொருவருமே சோழ ராஜ்யத்தின் மேன்மை கருதித் தலைமுறை தலைமுறையாகப் பாடுபட்டவர்கள். சோழ குலத்துக்கு உயிரைக் கொடுத்தவர்கள் உங்கள் ஒவ்வொருவருடைய பரம்பரையிலும் உண்டு... இப்போதும், இனி எப்போதும், சோழ நாட்டுக்கு உங்கள் கூட்டுறவும், சேவையும் தேவையாயிருக்கும். இதனாலேயே பராந்தக சுந்தர சோழ சக்கரவர்த்தி உங்களுக்குள் நேர்ந்துள்ள வேற்றுமையைக் குறித்து வருந்துகிறார். தமது அருமைப் புதல்வர் வீரபாண்டியன் தலைகொண்ட வீராதி வீரர், ஆதித்த கரிகாலர் அகால மரணமடைந்த பெருந்துயரத்தையும் மறந்து உங்களையெல்லாம் ஒருமிக்க அழைத்திருக்கிறார். பட்டத்து உரிமை பற்றியும் மற்ற எல்லாப் பிரச்னைகளைப் பற்றியும் சக்கரவர்த்தியின் முன்னிலையில் சமாதானமாகப் பேசி முடிவு செய்து கொள்ளலாம். மன்னர் பெருமக்களே! உங்களையெல்லாம் பெரிதும் வேண்டிக் கொள்கிறேன். மூத்த புதல்வரைப் பறிகொடுத்துத் துயரத்தில் ஆழ்ந்திருக்கும் சக்கரவர்த்தியின் உள்ளத்தை உங்கள் பூசல்களினால் புண்படுத்தாதீர்கள்!” என்று கேட்டுக் கொண்டார்.

இந்த வார்த்தைகள் அங்கே கூடியிருந்த எல்லோருடைய மனத்திலும் தைத்தன. தங்களுடைய சொந்தக் கோபதாபங்களை யெல்லாம் வெளிப்படுத்திக் கொள்வதற்கு இது தக்க சமயமல்ல என்பதை உணர்ந்தார்கள்.

உடனே, சின்னப் பழுவேட்டரையர், "முதன்மந்திரி! சக்கரவர்த்தியின் விருப்பத்தின்படி நாங்கள் நடந்து கொள்ளச் சித்தமாயிருக்கிறோம். சக்கரவர்த்தியின் தரிசனம் எங்களுக்கு எப்போது கிடைக்கும்? இன்று இரவே பார்க்க முடியுமா? சக்கரவர்த்தியின் விருப்பத்தை அவருடைய வாய்மொழியாக நேரில் தெரிந்துகொள்ள விரும்புகிறோம்!" என்றார்.

"தளபதி! தங்கள் விருப்பம் நியாயமான விருப்பம்தான்! அது நிறைவேறும் என்பதிலும் சந்தேகமில்லை. ஆனால் சக்கரவர்த்தியின் உடல் நிலையும், மன நிலையும், நீங்கள் எல்லாரும் அறிந்தவை. இரவு வந்தால் சக்கரவர்த்தியின் உடல் வேதனையும், மன வேதனையும் அதிகமாகின்றன. மேலும் சிற்றரசர்களுடன் பட்டத்து உரிமையைப் பற்றிப் பேசுவதற்கு முன்னால், சக்கரவர்த்தி செம்பியன் மாதேவியுடன் முடிவாகப் பேச விரும்புகிறார். அவருடைய மனத்தை மாற்ற ஒரு கடைசி முயற்சி செய்ய விரும்புகிறார். எதன் பொருட்டு என்பது உங்களுக்குத் தெரியும். ஆகையால், நாளைப் பகல் முடிவதற்குள்ளே சக்கரவர்த்தி உங்களையெல்லாம் அழைப்பார். இன்றிரவு நீங்கள் எல்லாரும் கோட்டைக்குள் வந்து அவரவர்களுடைய அரண்மனையில் நிம்மதியாக இருக்கவேண்டும் என்று விரும்புகிறார். கோட்டைக்குள் அரண்மனை இல்லாதவர்களுக்கு வேண்டிய ஜாகை வசதிகள் செய்து கொடுக்கும்படி பெரிய வேளாருக்குக் கட்டளையிட்டிருக்கிறார்...."

மறுபடியும் சின்னப் பழுவேட்டரையர் குறுக்கிட்டு, "முதன் மந்திரி! எங்களுக்கு ஜாகை வசதிகள் தேவை இல்லை. போர்க்களங்களில் திறந்த வெளியில் இருக்கப் பயின்றவர்கள். சக்கரவர்த்தி எங்களை நாளைக்குத்தான் பார்க்கப் போகிறார் என்றால், இன்றிரவு கோட்டைக்குள் நாங்கள் வரவேண்டிய அவசியம் என்ன?" என்றார்.

"உங்களுடைய அரண்மனையில் நீங்கள் வந்து தங்காமல் வெளியில் தங்கவேண்டிய அவசியம் என்ன?" என்று கேட்டார் முதன்மந்திரி.

"தளபதி! காலாந்தக கண்டர் தஞ்சைக் கோட்டைக்குள் வந்து தங்கப் பயப்படுகிறார் போலும்!" என்றார் சேனாதிபதி.

"பயமா? அது எப்படியிருக்கும்? கறுப்பா? சிவப்பா? அதற்குக் கொம்பு உண்டா? சிறகு உண்டா? ஈழத்துப் போர்க்களத்திலிருந்து அவசரமாக ஓடிவந்திருக்கும் பெரிய வேளாருக்கு ஒருவேளை தெரிந்திருக்கலாம்" என்றார் சின்னப் பழுவேட்டரையர்.

'ஏது ஏது? இவர்கள் இருவரும் முட்டி மோதிக் கொள்ளாமல் தடுக்க முடியாது போலிருக்கிறதே' பெரிய பழுவேட்டரையர், வானவெளியெல்லாம் நிறையும்படி 'ஹூம்' என்று சத்தமிட்டுக் கொண்டு, முன்னால் வந்தார். அவரை எல்லாரும் மிகுந்த மரியாதையுடன் கவனித்தார்கள்.

"தம்பி! கொடும்பாளூர் வேளார், பாரி வள்ளலின் வம்சத்தில் வந்தார். வேளிர் குலத்தினர் வாக்குத் தவறி நடந்ததில்லை. பெரிய வேளார் நமக்குப் பாதுகாப்பு அளிப்பதாகச் சொல்லும்போது, நாம் கோட்டைக்குள் போவதற்கு என்ன தடை?" என்று கேட்டார் பெரிய பழுவேட்டரையர்.

"அண்ணா! நமக்கு இன்னொருவரின் பாதுகாப்பு தேவையில்லை. வாக்குறுதியும் தேவையில்லை. நம்முடைய உடைவாள்களும் முப்பதினாயிரம் வீரர்களின் வேல்களும் இருக்கின்றன. இந்தத் தஞ்சைக் கோட்டையின் தளபதி நான். கோட்டை மறுபடியும் என் வசம் வந்தாலன்றி நான் கோட்டைக்குள் போகச் சம்மதியேன்!" என்றார் காலாந்தககண்டர்.

சேனாதிபதி வேளார் பெரிய பழுவேட்டரையரைப் பார்த்து, "ஐயா! சக்கரவர்த்தி கட்டளை பிறப்பித்தால் அவ்வாறே செய்யச் சித்தமாயுள்ளேன்!" என்றார்.

"சக்கரவர்த்தியின் கட்டளையின் பேரிலா கோட்டையை இவர் கைப்பற்றினார்!" என்று கேட்டார் சின்னப் பழுவேட்டரையர்.

"இல்லை; வாளின் பலத்தைக் கொண்டு இந்தக் கோட்டையைக் கைப்பற்றினேன்!" என்றார் பெரிய வேளார்.

"வாளின் பலங்கொண்டு திரும்பக் கைப்பற்றுவேன்! இப்போதே சோதித்துப் பார்க்கலாம்!" என்று சின்னப் பழுவேட்டரையர் சொல்லிக் கொண்டே கத்தியின் பிடியில் கையை வைத்தார்.

பெரிய பழுவேட்டரையர் தம் தம்பியைக் கையினால் மறித்து, "தம்பி! வாள் எடுக்கும் சமயம் இதுவன்று! சக்கரவர்த்தியின் விருப்பத்தின்படி நாம் இங்கே வந்திருக்கிறோம்!" என்றார்.

"அண்ணா! கோட்டைக்குள் புகுந்ததும் இவர் நம்மைச் சிறையிடமாட்டார் என்பது என்ன நிச்சயம்? சக்கரவர்த்தியின் கட்டளையை எதிர்பாராமல் திடீரென்று கோட்டையைத் தாக்கிக் கைப்பற்றியவரை எப்படி நம்பச் சொல்கிறீர்கள்?" என்று கேட்டார் சின்னப் பழுவேட்டரையர்.

"இவரை நம்பித்தானே நம்முடைய பெண்டு பிள்ளைகளை, இந்தக் கோட்டையில் விட்டு விட்டு நீ வெளியேறினாய்? இளவரசர் மதுராந்தகரையும் விட்டுவிட்டுக் கிளம்பினாய்!" என்றார் பெரியவர்.

"அது தவறோ என்று இப்போது சந்தேகப்படுகிறேன். மதுராந்தகருக்கு மட்டும் ஒரு சிறு தீங்கு நேர்ந்திருக்கட்டும், கொடும்பாளூர்க் குலத்தை அடிவேரோடு அழித்துவிட்டு மறுகாரியம் பார்ப்பேன்!" என்று இரைந்தார் சின்னப் பழுவேட்டரையர்.

இதுவரையில் அலட்சியமாகப் பேசிவந்த சேனாதிபதி பூதிவிக்கிரம கேசரிக்கு இப்போது கடுங்கோபம் வந்துவிட்டது! அந்த இடத்தில் ஒரு பெரிய விபரீதமான மோதல் அடுத்த கணமே ஏற்பட்டிருக்கக்கூடும்.

நல்லவேளையாக, அந்தச் சமயத்தில் கோட்டை வாசலில் ஏதோ கலகலப்பு ஏற்பட்டது. எல்லாருடைய கவனமும் அங்கே சென்றது.

சற்று முன்னால் முதன்மந்திரி அநிருத்தர் தம்மைச் சமிக்ஞையினால் அழைத்த ஆழ்வார்க்கடியானிடம் சென்றிருந்தார். அவன் ஏதோ அவரிடம் இரகசியச் செய்தி கூறினான். அதைக் கேட்டுவிட்டு அவர் பழுவேட்டரையர்களும் பெரிய வேளாரும் நின்ற இடத்தை அணுகி வந்தார். வரும்போது, சின்னப் பழுவேட்டரையர் மதுராந்தகத் தேவரைப்பற்றிக் கூறிய வார்த்தைகள் அவர் காதில் விழுந்தன.

"தளபதி! இளவரசர் மதுராந்தகனைப் பற்றி என்ன கவலை? அவருக்கு யாராலும் எவ்விதத் தீங்கும் நேரிடாது. சற்று முன்னால் கூட மதுராந்தகத் தேவரும் அவருடைய அன்னை செம்பியன் மாதேவியும் கோட்டைக்கு வெளியே சென்றார்கள். திருக்கோயிலுக்குப் புஷ்பகைங்கரியம் செய்யும் சேந்தன் அமுதனைப் பார்க்கப் போயிருந்தார்கள்.." என்று முதன்மந்திரி கூறுவதற்குள் காலாந்தககண்டர் குறுக்கிட்டார்.

"ஆமாம்; தாயும், மகனும் கோட்டைக்கு வெளியே வந்தார்கள். ஆனால் தாய் மட்டுந்தான் கோட்டைக்குள் திரும்பிச் சென்றார்!" என்றார் சின்னப் பழுவேட்டரையர்.

"ஆகா! அது உங்களுக்கு எப்படித் தெரிந்தது?" என்றார் முதன்மந்திரி.

"முதன்மந்திரி! உங்களிடம் மட்டுந்தான் கெட்டிக்கார ஒற்றர்கள் உண்டு என்று நினைத்தீர்களா? வெளியே வந்த மதுராந்தகத்தேவர் திரும்பக் கோட்டைக்குள்ளே போகவில்லை. அதன் காரணத்தை நான் அறிய வேண்டும்!" என்றார் சின்னப் பழுவேட்டரையர்.

முதன்மந்திரியின் முகத்தில் புன்னகை மலர்ந்தது. அதே சமயத்தில் கோட்டை வாசலில், "இளவரசர் மதுராந்தகத்தேவர் வாழ்க! வாழ்க!" என்ற கோஷங்கள் எழுந்தன. எல்லாரும் கோஷங்கள் வந்த அந்தத் திசையை ஆவலோடு நோக்கினார்கள். கோட்டை வாசலுக்குள் பிரவேசித்துக் கொண்டிருந்த யானையின் மீது இளவரசுக் கிரீடமும் பிற ஆபரணங்களும் அணிந்த 'மதுராந்தகர்' வீற்றிருந்தார். யானைக்குப் பக்கத்தில் மூடுபல்லக்கு ஒன்று ஊர்ந்து சென்றது.

"தளபதி! மதுராந்தகத்தேவர் கோட்டைக்குள் திரும்பிப் போவதற்குச் சிறிது காலதாமதம் நேர்ந்தது. வாணி அம்மையின் மகன் சேந்தன் அமுதன் குதிரையிலிருந்து கீழே விழுந்து படுகாயமுற்றிருக்கிறான். அவனைப் பல்லக்கில் ஏற்றிக் கோட்டைக்குள் அழைத்து வரும்படியாகச் செம்பியன்மாதேவி சொல்லிவிட்டு முன்னால் சென்றுவிட்டார். அன்னையின் விருப்பத்தை மகன் நிறைவேறி வைக்கிறார். அமுதனைப் பல்லக்கில் ஏற்றிக் கொண்டு தாம் யானை மீது செல்கிறார். விரைவிலே மகுடாபிஷேகம் நடக்கும்போது பட்டத்து யானை மீது ஊர்வலம் வரவேண்டியிருக்குமல்லவா? அதற்கு இப்போதே ஒத்திகை செய்து கொள்கிறார்!" என்றார் முதன்மந்திரி அநிருத்தர்.

ஞூ

70. கோட்டைக் காவல்

கோட்டைக்குள் பிரவேசித்த யானையையும் பல்லக்கையும் காலாந்தககண்டர் சிறிது நேரம் மிகக் கவனமாக உற்றுப் பார்த்துக் கொண்டிருந்தார்.

"அதிசயமா இருக்கிறதே!" என்றார்.

"என்ன அதிசயம்? எது அதிசயம்?" என்று அநிருத்தர் வினவினார்.

"இளவரசர் மதுராந்தகர் இவ்வளவு ஆர்ப்பாட்டத்துடன் கோட்டைக்குள்ளே போவதுதான்! இளவரசர் மிக்க கூச்சம் உள்ளவராயிற்றே? பல்லக்கின் திரையை விட்டுக் கொண்டு அல்லவா பிரயாணம் செய்வார்?"

"என்றைக்காவது ஒரு நாள் கூச்சம் தெளிந்துதானே ஆக வேண்டும்? சீக்கிரத்தில் முடிசூட்டிக் கொள்ளவேண்டியவராயிற்றே?"

"மதுராந்தகருக்கு முடிசூட்டுவது என்று முடிவு செய்தாகிவிட்டதா? யார் முடிவு செய்தார்கள்?"

"ஏன்? சக்கரவர்த்திதான்! நாம் எல்லாருமாகப் போய்ச் சக்கரவர்த்தியிடம் நம் சம்மதம் தெரிவித்ததும்..."

"சக்கரவர்த்தி முடிவு செய்து, நாம் சம்மதம் கொடுத்து என்ன பயன்? கொடும்பாளூர்ப் படைகள் அல்லவா சம்மதம் கொடுக்க வேண்டும்? அவர்கள் காவல் புரியும் கோட்டைக்குள் இளவரசர் மதுராந்தகர் இவ்வளவு குதூகலமாக யானை மேல் ஏறிப்போவது அதிசயந்தான்!" என்றார் காலாந்தககண்டர்.

யானை சென்ற திசையை நோக்கிச் சில அடிகள் எடுத்து வைத்துவிட்டு மறுபடியும் திரும்பி வந்தார்.

பின்னர், பெரிய பழுவேட்டரையரைப் பார்த்து, "அண்ணா! நீங்கள் எல்லாரும் கோட்டைக்குள் செல்வதற்கு நான் குறுக்கே நிற்கவில்லை. ஆனால் நான் மட்டும் வர முடியாது. நேற்று வரை என் கட்டுக் காவலுக்குள் இருந்த கோட்டையில் இன்று நான் பிறருடைய அதிகாரத்துக்கு உட்பட்டுப் பிரவேசிக்க முடியாது. என் மனம் இடங்கொடுக்கவில்லை. நீங்கள் போய்ச் சக்கரவர்த்தியைத் தரிசித்து அவருடைய விருப்பம் என்னவென்று தெரிந்து கொள்ளுங்கள். நான் நம் சைன்யத்துடன் வெளியிலேதான் இருப்பேன். மேலும் வந்தியத்தேவனைத் தேடிக்கொண்டு கந்தமாறன் போயிருக்கிறான். அவன் என்ன செய்தி கொண்டு வருகிறான் என்று அறிய நான் ஆவலாயிருக்கிறேன். வந்தியத்தேவன் எப்படி பாதாளச் சிறையிலிருந்து தப்பினான். யாருடைய உதவியினாலே வெளியேறினான் என்று தெரிந்துகொள்ள வேண்டும். என்னை மன்னித்து விட்டு, நீங்கள் எல்லாரும் கோட்டைக்குள் போங்கள்!" என்றார்.

கொடும்பாளூர் வேளார் ஏதோ சொல்ல வாயெடுத்தார். அதற்குள் பெரிய பழுவேட்டரையர் குறுக்கிட்டு, "சேனாதிபதி! இந்த மூடனுடைய மூளை கலங்கிப்

போயிருக்கிறது. அவன் எக்கேடாவது கெட்டுப் போகட்டும், நாம் போகலாம், வாருங்கள்!" என்றார்.

ஆனால் மறுநாள் சக்கரவர்த்தியிடம் இந்த விவரங்கள் எல்லாம் அறிவிக்கப்பட்டபோது அவர் பெரிய பழுவேட்டரையரின் கருத்தை ஒப்புக் கொள்ளவில்லை. காலாந்தககண்டர் வந்தே ஆகவேண்டும் என்று வற்புறுத்தினார்.

"என் அன்பார்ந்த தளபதிகளே! நீங்கள் எல்லாரும் என் நம்பிக்கைக்கு உகந்தவர்கள். ஆனால் உங்கள் எல்லாரிலும் நான் அதிகமாக நம்பிக்கை வைத்திருந்தது கோட்டைக் காவலர் காலாந்தக கண்டரிடத்திலேதான். அவர் ஏன் வரவில்லை அவர் வராத வரையில் உங்களையெல்லாம் நான் அழைத்த காரியம் முடிவாகாது!" என்றார்.

பெரிய பழுவேட்டரையர், "சக்கரவர்த்தி! மன்னிக்க வேண்டும்! நான் ஒப்புக் கொள்கிற எந்த முடிவையும் என் சகோதரனும் ஒப்புக் கொள்வான்! அவன் நேரில் வந்துதான் ஆக வேண்டுமென்பதில்லை!" என்றார்.

"தனாதிகாரி இராமனுக்கு லக்ஷ்மணன் வாய்த்ததுபோல் தங்களுக்குக் காலாந்தககண்டர் வாய்த்துள்ளார் என்பதை உலகமெல்லாம் அறிந்திருக்கிறது. ஆனாலும் அவர் ஏன் இங்கு இன்றைக்கு வரவில்லை? இதற்கு முன்னால் இங்கு நான் நடத்தியுள்ள முக்கியமான எல்லா மந்திராலோசனைகளிலும் சின்னப் பழுவேட்டரையர் இருந்திருக்கிறார். அவரைக் கேளாமல் எந்த முடிவும் நாம் செய்ததில்லை. அத்தகைய அறிவிற் சிறந்த வீரர் இப்போது மட்டும் ஏன் வராமலிருக்க வேண்டும்?" என்று கேட்டார் சக்கரவர்த்தி.

முதன்மந்திரி அநிருத்தர், "பெருமானே! அதற்கு நான் மறுமொழி சொல்கிறேன். காலாந்தககண்டர் இன்று குருவுக்கு மிஞ்சிய சீடர் ஆகிவிட்டார். சக்கரவர்த்தி அழைப்பதாகச் சொல்லியும், வருவதற்கு மறுத்து விட்டார். பெரிய பழுவேட்டரையரும் எவ்வளவோ புத்தி கூறியும் அவர் கேட்டுக் கொள்ளவில்லை! கோட்டைக்குள் வருவதற்கு மறுத்துவிட்டார்" என்றார்.

"ஆனால் ஒன்றை மட்டும் மறந்துவிடவேண்டாம்! சக்கரவர்த்தியின் விருப்பத்தையொட்டி நாம் இங்கு செய்யும் எந்த முடிவையும் தாம் ஒப்புக் கொள்வதாகச் சொல்லி இருக்கிறார்!" என்றான் பார்த்திபேந்திரன்.

"ஆனாலும் இங்கு வருவதற்குச் சின்னப் பழுவேட்டரையர் மறுத்ததற்குக் காரணம் என்ன? அவர் மனத்தில் இன்னும் ஏதாவது விபரீத சந்தேகம் தோன்றியிருக்கிறதா?"

"மருண்டவன் கண்ணுக்கு இருண்டதெல்லாம் பேய் என்று சொல்வதில்லையா? அவருக்கு இப்போது எது எடுத்தாலும் சந்தேகந்தான்! இங்கே மதுராந்தகர் பத்திரமாயிருக்கிறாரா என்பது பற்றிச் சந்தேகம். வந்தியத்தேவன் பாதாளச் சிறையிலிருந்து தப்பிச் சென்று விட்டது பற்றிச் சந்தேகம்.."

"காலாந்தக கண்டர் மனத்தில் ஏதேனும் சந்தேகம் உதித்தால் அதற்குக் காரணம் இல்லாமற் போகாது!" என்று சக்கரவர்த்தி கூறியதும், சிறிது நேரம் அங்கே மௌனம் குடிகொண்டிருந்தது. ஒவ்வொருவர் மனத்திலும் வெவ்வேறு சிந்தனை தோன்றியது.

பெரிய பழுவேட்டரையர் தொண்டையைக் கனைத்துக் கொண்டு, "பெருமானே! என் சகோதரனுடைய சந்தேகத்துக்குக் காரணம் இருக்கலாம்; இல்லாமலும் போகலாம். அவனைப் பற்றி நான் குற்றம் கூறவும் விரும்பவில்லை. ஆனால் அவன் கோட்டைக்கு வர மறுத்ததிற்கு உண்மையான காரணம் என்னவென்பதைச் சொல்லி விடுகிறேன். இந்தத் தஞ்சாவூர்க் கோட்டை வெகுகாலமாக அவனுடைய கட்டுக் காவலுக்குள் இருந்ததாம்! இப்போது பெரிய வேளாரின் அதிகாரத்துக்கு கோட்டைக் காவல் மாறி விட்டதாம்! அதனால் அவன் இக்கோட்டைக்குள் வர முடியாதாம்! அவனுடைய இப்படிப்பட்ட அதிகப் பிரசங்கித்தனத்துக்கு யார்தான் என்ன செய்ய முடியும்?" என்றார்.

"ஏன்? நீதி செய்ய முடியும்!" என்றார் சுந்தரசோழச் சக்கரவர்த்தி.

சக்கரவர்த்தி இவ்வாறு கூறியதும் எல்லாரும் மௌனமாயிருந்தார்கள்.

மறுபடியும் சுந்தரசோழர், "அமைச்சர்களே! சோழ குலத்தின் புகழுக்கெல்லாம் அடிப்படையான காரணம் இந்தக் குலத்து மன்னர்கள் நீதி வழுவாத நெறியில் நின்று வந்ததுதான். என் குலத்து முன்னோர் ஒருவர் தமது அருமைக் குமாரனைக் கன்றுக் குட்டியின் பேரில் தேரை ஏற்றிக் கொன்றதற்காக அவனுக்கு மரணதண்டனை விதித்த வரலாற்றை நீங்கள் எல்லோரும் அறிவீர்கள். பசுக்களுக்கு நீதி வழங்கியவர்கள் குடிமக்களுக்கு எத்தகைய நீதி வழங்கியிருப்பார்கள்? தங்கள் ஆட்சிக்குத் துணை நின்ற தளபதிகளுக்கு எப்படி நியாயம் வழங்கியிருப்பார்கள்? நான் மட்டும் அந்த மரபுக்கு மாறாக நடந்து சோழ குலத்துக்கு ஏன் களங்கத்தை உண்டாக்க வேண்டும்? சின்னப் பழுவேட்டரையரிடமிருந்து தஞ்சைக் கோட்டைக் காவலைப் பெரிய வேளார் கைப்பற்றியது பெருந்தவறு. என் அருமை மகன் அகால மரணமடைந்த துயரத்தில் மூழ்கியிருந்தபடியால் சின்னப் பழுவேட்டரையருக்கு இழைத்த அநீதியைப் பற்றி நான் சிந்திக்கத் தவறிவிட்டேன். சேனாதிபதி இக்கோட்டைக் காவலை மீண்டும் அவரிடம் மாற்றிக் கொடுத்துவிட வேண்டியதான்!" என்றார்.

கொடும்பாளூர் பெரிய வேளாரின் முகத்தில் ஈயாடவில்லை.

திருக்கோவலூர் மலையமான் அப்போது முன்வந்து, "ஐயா! தஞ்சைக் கோட்டைக் காவல் சின்னப் பழுவேட்டரையரிடம் இருந்தபோது, அந்தப் பொறுப்பை அவர் சரியாக நிறைவேற்றியதாகத் தெரியவில்லையே? சதிகாரன் ஒருவன் இந்தக் கோட்டைக்குள் புகுந்து, அரண்மனை அந்தப்புரம் வரைக்கும் வந்து, தங்கள் பேரில் வேல் எறியும்படிக்கும் நேர்ந்துவிட்டதே! யாரோ ஓர் ஊமைப் பெண் குறுக்கிட்டுத் தங்கள் உயிரைக் காப்பாற்றும்படி நேர்ந்துவிட்டதே! அவள் அச்சமயம் வராவிட்டால் என்ன நடந்திருக்கும்? இந்தத் தஞ்சைக் கோட்டையில் உள்ள ஆயுதச் சாலையில் எண்ணுவதற்கு இயலாத வாள்களும், வேல்களும், ஈட்டிகளும் அடுக்கி வைத்திருந்து என்ன பயன்? இங்கே கோட்டைக் காவலுக்கு என்று இத்தனை வீரர்களும் வேளக்காரப் படையைச் சேர்ந்த வீராதி வீரர்களும் இருந்து என்ன பயன்? தளபதி சின்னப் பழுவேட்டரையர் தமது பொறுப்பைச் சரிவர நிறைவேற்றியதாகச் சொல்ல முடியுமா? அவரிடமிருந்து நம் பெரிய வேளார் கோட்டைக் காவலைக் கைப்பற்றியது எப்படித் தவறாகும்?" என்று கேட்டார்.

"மாமா! விதியின் கொடுமைக்கு யார் மீது குற்றம் சுமத்தி என்ன செய்வது? தங்கள் அருமைப் பேரன் ஆதித்த கரிகாலனைக் காப்பாற்ற உங்களால் முடிந்ததா? நீங்கள் எல்லோரும் சேர்ந்து எத்தனையோ பிரயத்தனம் செய்தீர்களே?" என்றார் சக்கரவர்த்தி.

"அதைப்பற்றி விசாரிக்க வேண்டியதும் அவசியந்தான், சக்கரவர்த்தி! கடம்பூர் அரண்மனையில் நேர்ந்த கொடிய சம்பவத்துக்குப் பொறுப்பாளி யார் என்று இன்னும் விசாரணை நடக்கவில்லை. அதைப்பற்றிய உண்மை வெளியாகவும் இல்லை!" என்றார் மலையமான்.

"பெரிய பழுவேட்டரையரின் வருகைக்காகக் காத்துக் கொண்டிருந்தோம். அவர் வந்து விட்டபடியால், இனி விசாரணை ஆரம்பிக்கப்பட வேண்டும்" என்றார் சேனாதிபதி பெரிய வேளார்.

"விசாரணை ஆரம்பிப்பதற்கு முன்னால், கொலைக் குற்றம் சாட்டப்பட்ட வந்தியத்தேவன் பாதாளச் சிறையிலிருந்து தப்பி ஓடியது எப்படி? அதற்குப் பொறுப்பு யார் என்பதையும் இப்பொழுதே தீர விசாரிக்க வேண்டும்!" என்றான் பார்த்திபேந்திரன்.

"ஆமாம்; அதுவும் கேள்விப்பட்டேன், சேனாதிபதி! வந்தியத்தேவன் பாதாளச் சிறையிலிருந்து தப்பி ஓடியது எப்படி? அதற்கு யார் பொறுப்பு ஏற்பது?" என்று சக்கரவர்த்தி கேட்டார்.

"சக்கரவர்த்தி! அதற்கு மறுமொழி முதன் மந்திரி அநிருத்தர் சொல்லவேண்டும்!" என்றார் பெரிய வேளார்.

“பிரபு! அந்தப் பொறுப்பை நானே ஏற்றுக் கொள்கிறேன். வந்தியதேவன் தப்பி ஓடியது, நான் செய்த ஒரு சிறிய தவறினால் தான். ஆனால் அவனைத் திரும்பக் கொண்டுவந்து ஒப்புவிக்கும் பொறுப்பையும் நானே ஏற்றுக்கொள்கிறேன். அதில் தவறினால் உரிய தண்டனைக்கு உள்ளாகிறேன்” என்றார் அநிருத்தர்.

“அந்தப் பொறுப்பை முதன் மந்திரிக்கு முன்னால் என் நண்பன் கந்தமாறன் ஏற்றுக்கொண்டு விட்டான்! பாதாளச் சிறையிலிருந்து தப்பி ஓடியவனைத் துரத்திக் கொண்டு போயிருக்கிறான்!” என்றான் பார்த்திபேந்திரன்.

இந்தச் சம்பாஷணைகள் எல்லாம் நடந்து கொண்டிருக்கும் போது அந்த அறையில் பெண்மணிகள் இருவர் அமர்ந்திருந்தனர். அவர்கள் சக்கரவர்த்தினி வானமாதேவியும், இளைய பிராட்டி குந்தவையுந்தான்.

வந்தியத்தேவனைக் கந்தமாறன் துரத்திக் கொண்டு போயிருக்கிறான் என்ற செய்தியைக் கேட்டதும் இளைய பிராட்டி குந்தவை தேவியின் முகம் மாறுதல் அடைந்ததை முதன்மந்திரி அநிருத்தர் மட்டுமே கவனித்தார்.

பார்த்திபேந்திரனைப் பார்த்து, “பல்லவ குமாரா! உன் நண்பன் கந்தமாறன் வெகு கெட்டிக்காரன்தான்! ஆனால் சில காரியங்களில் அவனை நம்புவதில் பயனில்லை. அவனுடைய சொந்தக் கடம்பூர் மாளிகையில் வந்து தங்கியிருந்த சோழ நாட்டின் கண்ணுக்குக் கண்ணான இளவரசர் கரிகாலரை அவனால் காப்பாற்ற முடியவில்லையே? சிறையிலிருந்து தப்பி ஓடிய வந்தியத்தேவனை அவனால் பிடிக்க முடியுமா? எனக்குத் தோன்றவில்லை!” என்றார் முதன்மந்திரி.

தமது கடைசி வார்த்தைகளில் அடங்கிய குறிப்பைக் குந்தவைப் பிராட்டி தெரிந்துகொண்டாள் என்பதையும் கவனித்துக் கொண்டார்.

“மேலும், கந்தமாறனும், வந்தியத்தேவனும் அத்தியந்த நண்பர்கள் என்று நான் கேள்விப்பட்டிருக்கிறேன்!” என்றார் சேனாதிபதி வேளார்.

“அது பழைய கதை சக்கரவர்த்தி! சோழ குலத்துக்குத் துரோகம் செய்த யாரும் சம்புவரையர் குலத்துக்குச் சிநேகமாயிருக்க முடியாது!” என்றார் பெரிய சம்புவரையர்.

“அதைப்பற்றி இப்போது என்ன பேச்சு? வந்தியத்தேவனைத் திரும்பக் கொண்டுவந்து ஒப்புவிக்கிற பொறுப்பைத் தான் முதன்மந்திரி அநிருத்தர் ஏற்றுக்கொண்டு விட்டாரே? சேனாதிபதி தஞ்சைக் கோட்டைக் காவலைத் திரும்பச் சின்னப் பழுவேட்டரையரிடம் ஒப்புவித்துவிட வேண்டியதுதான்!” என்றார் சுந்தர சோழர்.

“சக்கரவர்த்தியின் கட்டளை இது என்றால், நிறைவேற்றி வைக்கச் சித்தமாயிருக்கிறேன்!” என்றார் சேனாதிபதி பெரிய வேளார்.

அவருடைய குரலின் தொனியில் அவரது உள்ளத்தில் பொங்கிய கோபம் வெளியாயிற்று.

“கொடும்பாளூர் மாமா! தாங்கள் என்னைவிட வயதிலும் அனுபவத்திலும் எவ்வளவோ மூத்தவர். என் தந்தையைப் போல் தங்களிடம் நான் பக்தி கொண்டவன். தங்களுக்கு நான் கட்டளையிட முடியுமா? என் அபிப்பிராயத்தைச் சொன்னேன். இந்த விஷயத்தில் இங்குள்ள மற்றவர்களின் அபிப்பிராயத்தையும் தெரிந்து கொண்டு செய்ய வேண்டியதைப்பற்றிப் பிறகு கவனிக்கலாமே?” என்றார் சக்கரவர்த்தி.

“எனக்கு அதில் விருப்பம் இல்லை! சின்னப் பழுவேட்டரையர் தமது கடமையில் தவறிவிட்டார். ஆகையால் கோட்டைக் காவலைத் திரும்பக் கொடுக்கக் கூடாது!” என்று கண்டிப்பாக மறுத்துக் கூறினார் திருக்கோவலூர் மலையமான்.

“முதன்மந்திரியின் கருத்து என்ன?” என்று சக்கரவர்த்தி கேட்டார்.

“நடந்தது நடந்துவிட்டது. இப்போது கோட்டைக் காவலை மாற்றுவதில் சில கஷ்டங்கள் ஏற்படக்கூடும். இராஜ்ய உரிமை சம்பந்தமாகப் பேசி முடிவு செய்வதற்காக எங்களை எல்லாம் அழைத்திருக்கிறீர்கள். அந்த விஷயம் முடிவான பிறகு இதை எடுத்துக்

கொள்ளலாம்" என்றார் அநிருத்தர்.

"சின்னப் பழுவேட்டரையர் இல்லாமல் நாம் எந்த முடிவுக்கும் வர முடியாது! தனாதிகாரி! தங்கள் கருத்து என்ன?" என்று கேட்டார் சுந்தர சோழச் சக்கரவர்த்தி.

"மலையமான் கருத்தை நானும் ஒப்புக்கொள்கிறேன். என் சகோதரன் தன் கடமையில் தவறிவிட்டான். பொறுப்பைச் சரிவர நிறைவேற்றவில்லை. ஆகையால் கோட்டைக் காவலை அவனிடம் திருப்பிக் கொடுக்க வேண்டியதில்லை!" என்றார் பெரிய பழுவேட்டரையர்.

அவருடைய சகோதர வாஞ்சையை அங்கிருந்த எல்லோரும் நன்கு அறிந்தவர்களாதலால் பெரிய பழுவேட்டரையரின் மேற்கூறிய மறுமொழி அனைவருக்கும் வியப்பை உண்டாக்கியது. அதைக் காட்டிலும், சக்கரவர்த்தி தொடர்ந்து கூறியது அதிக வியப்பையும் திகைப்பையுமே உண்டாக்கிவிட்டது.

"தனாதிகாரி! சின்னப் பழுவேட்டரையர் அவருடைய கடமையில் தவறவில்லை. நானும் தாங்களுந்தான் அவருடைய வார்த்தையைக் கேட்கத் தவறிவிட்டோம். அவர் அவ்வப்போது செய்த எச்சரிக்கைகளையும் நாம் இருவருமே பொருட்படுத்தவில்லை. எல்லாரும் கேளுங்கள். மதுரை வீரபாண்டியனுடைய ஆபத்துதவிகளைப் பற்றிச் சின்னப் பழுவேட்டரையர் அடிக்கடி எனக்கு எச்சரிக்கை செய்து வந்தார். அவர்கள் இந்தக் கோட்டைக்கு உள்ளேயே தொடர்பு வைத்துக் கொண்டிருப்பதாகவும் கூறினார். ஆகையால் என் அரண்மனைக்கும், அந்தப்புரத்துக்கும் கூட இன்னும் கடுமையான காவல் போடவேண்டும் என்று வற்புறுத்தினார். தனாதிகாரியின் அரண்மனைக்கும், என் அரண்மனைக்கும், உள்ள இரகசிய வழிகளை அடைத்துவிட வேண்டும் என்றும், இரண்டு அரண்மனைக்கும் மத்தியில் காவல் போட வேண்டும் என்றும் வற்புறுத்தினார். பெரிய பழுவேட்டரையரிடம் காலாந்தககண்டர் எவ்வளவு பக்தி கொண்டவர் என்பது உங்களுக்கெல்லாம் தெரிந்த விஷயமே. ஆயினும் தனாதிகாரி பேரிலேயே அவர் என்னிடம் புகார் சொன்னார். தம் தமையனார் ஏமாற்றப்பட்டு வருவதாகவும், அவர் அரண்மனையிலேயே சதிகாரர்கள் வருவதாகத் தாம் சந்தேகிப்பதாகவும் தெரிவித்தார். பெரிய பழுவேட்டரையரை அவருடைய அரண்மனையிலிருந்து வேறு அரண்மனைக்குப் போகச் சொல்லி விடவேண்டும் என்றும், பொக்கிஷத்தையும், வேறு இடத்துக்கு மாற்றி விடவேண்டும் என்றும் யோசனைகள் கூறினார். அந்த எச்சரிக்கைகளையெல்லாம் நான் செவியில் வாங்கிக் கொள்ளவே இல்லை!..."

இச்சமயம் பெரிய பழுவேட்டரையர் தமது தொண்டையை ஒரு முறை கனைத்துக் கொண்டார். அதைக் கேட்டுச் சுந்தர சோழர் தம் பேச்சை நிறுத்தினார்.

"சக்கரவர்த்தி! என் பேரில் தங்களுடைய கருணை காரணமாகத் தாங்கள் சொல்லாமல் விட்டதையும் நான் சொல்லுகிறேன். என்னுடைய அவமானத்தை தாங்கள் வெளியிட விரும்பவில்லை. நானே வெளியிட்டுக் கொள்கிறேன். நான் மோக வலையில் மூழ்கி மணந்து கொண்ட நந்தினியைப் பற்றி என் சகோதரன் எனக்கு எச்சரிக்கை செய்தான். மந்திரவாதி என்று சொல்லிக் கொண்டு அவளிடம் பாண்டிய நாட்டு ஆபத்துதவிகளின் தலைவன் வந்து போவதாகவும் எச்சரிக்கை செய்தான். மாய மோகத்தில் மூழ்கி, கண்ணிழந்து குருடனாயிருந்த நான் அதற்குச் செவி சாய்க்கவில்லை. ஆனாலும் அவன் தன் கடமையிலிருந்து தவறியவன்தான்! அவனுக்கு அவ்வளவு நிச்சயமாகத் தெரிந்திருக்கும்போது அவன் அந்தப் பாதகியையும், அவளிடம் வந்து கொண்டிருந்தவர்களையும் கண்டுபிடித்துக் கொன்றிருக்க வேண்டும். நான் தடுத்திருந்தால், தமையன் என்று பாராமல் அவனுடைய கைவாளால் என்னையும் கொன்றிருக்க வேண்டும். அவ்விதம் செய்யத் தவறியது அவன் கடமையைக் கைவிட்டதுதானே?" என்று பெரிய பழுவேட்டரையர் தம் பெரிய குரலில் கூறியதைக் கேட்டவர்களுக்கெல்லாம் மெய் சிலிர்த்தது. அவருடைய வார்த்தைகளில் ததும்பிய சொல்ல முடியாத மன வேதனையை அறிந்துகொண்டு ஒவ்வொருவரும் வேதனைப்பட்டார்கள்.

"தனாதிகாரி! கொஞ்சம் பொறுங்கள்! தங்கள் சகோதரர் சின்னப் பழுவேட்டரையர் கடமையைக் கருதி அவ்வாறு செய்யக் கூடியவர்தான் அதற்கு நானே தடையாக இருந்தேன்.

தங்களைப் பற்றியாவது, தங்கள் இளையராணியைப் பற்றியாவது ஏதாவது புகார் சொல்வதாயிருந்தால், என் முகத்திலே விழிக்க வேண்டாம் என்று கட்டளையிட்டேன். தங்களுடைய அரண்மனையிலிருந்து தங்களை வேறிடத்துக்கு மாற்றிவிட்டு, அங்கே வேளக்காரப் படையைக் கொண்டு வைக்கும் யோசனையையும் நிராகரித்தேன். அப்படி அஞ்சி அஞ்சி வாழ்ந்து எதற்காக இந்த உயிரைக் காப்பாற்றிக் கொள்ள வேண்டும் என்று கேட்டேன். என் மனத்தில் குடிகொண்டிருந்த வேதனையும், என் உடலைப் பற்றியிருந்த நோயும் என்னை வாழ்க்கையை வெறுக்கும்படி செய்திருந்தன. பழுவூர் மாமா! எனக்காவது, என் குலத்துக்காவது நேர்ந்திருக்கும் எந்தத் தீங்குக்கும் தாங்கள் எவ்வகையிலும் பொறுப்பாளியல்ல. தங்கள் சகோதரரும் பொறுப்பாளியல்ல. அவற்றை நானே தேடிக் கொண்டேன்!"

இவ்வாறு சக்கரவர்த்தி கூறியதைக் கேட்டுக் கொண்டிருந்த பெரிய பழுவேட்டரையரின் கண்களிலிருந்து கண்ணீர் தாரைதாரையாகப் பெருகியது.

"ஆம்; சின்னப் பழுவேட்டரையர் மீது அணுவளவும் தவறில்லை. முதன் முதல் வந்தியத்தேவன் என்னும் ஒரு வாலிபன் இங்கு முதன் முதல் வந்திருந்த போதே காலாந்தககண்டர் எச்சரிக்கை செய்தார். அவன் இக்கோட்டைக்கு வெளியில் பல்லக்கில் வந்த பழுவூர் இளைய ராணியோடு இரகசியம் பேசியதாகக் கூறினார். அவனும் சோழ குலத்தின் எதிரிகளோடு சேர்ந்து சதி செய்பவனாக இருக்கலாம் என்று சந்தேகப்பட்டார். பழுவூர் முத்திரை மோதிரத்தைக் காட்டி அவன் கோட்டைக்குள்ளே பிரவேசித்ததையும், பழுவூர் அரண்மனையின் அந்தப்புரத்து இரகசிய வழியாகவே அவன் இங்கிருந்து தப்பிச் சென்றிருக்க வேண்டும் என்றும் கூறினார். அதையெல்லாம் நான் பொருட்படுத்தாமல் அலட்சியம் செய்து வந்தேன். அறிவில் சிறந்த மேதாவியான நம்முடைய முதன் மந்திரி அநிருத்தரும், என் செல்வக்குமாரி இளைய பிராட்டியும் கூட வந்தியத்தேவன் விஷயத்தில் ஏமாந்து போனார்கள். அவன் மூலமாக முக்கியமான ஓலைகள் அனுப்பி வைத்தார்கள்...."

அநிருத்தர் இச்சமயம், "சக்கரவர்த்தி! நான் ஒருவேளை ஏமாந்து போயிருக்கலாம். ஆனால் இளைய பிராட்டி அப்படியெல்லாம் எளிதில் ஏமாந்து போகக்கூடியவர் அல்ல. வந்தியத்தேவனிடம் ஓலை அனுப்பிவிட்டு, அவன் நடவடிக்கைகளைக் கவனிக்க என்னை ஏற்பாடு செய்யும்படிக் கூறினார். நான் ஈழத்துக்கும் என் சீடன் ஆழ்வார்க்கடியானை அனுப்பினேன். காஞ்சிக்கும் அவனைத் தொடரும்படி அனுப்பி இருந்தேன்..."

"அப்படியே இருக்கட்டும். நீங்கள் இருவரும் அவனிடம் ஏமாறவில்லையென்றே வைத்துக் கொள்வோம். பாதாளச் சிறையிலிருந்து அவனும், இன்னொருவனும் தப்பிச் சென்றது உண்மைதானே? அதை நீங்கள் யாரும் மறுக்க முடியாது அல்லவா? சின்னப் பழுவேட்டரையரிடம் இந்தக் கோட்டைக் காவல் இருந்திருந்தால் அவ்வாறு அவர்கள் ஒருகாலும் திரும்பிச் சென்றிருக்க முடியாது. ஆகையால், சேனாதிபதி! சின்னப் பழுவேட்டரையரை உடனே தருவித்து அவரிடம் தஞ்சைக் கோட்டைக் காவலைத் திரும்ப ஒப்புவித்து விடுங்கள். என்னுடைய கட்டளை என்று வேண்டுமானாலும் வைத்துக் கொள்ளுங்கள்!"

"அப்படியே, பிரபு! நாங்கள் இப்போது விடைபெற்றுக் கொள்ளலாமா?" என்று சேனாதிபதி பூதிவிக்கிரம கேசரி கேட்டார். அவருடைய குரலில் ஆத்திரம் தணிந்திருந்தது. பழுவேட்டரையர்கள் விஷயத்தில் சுந்தர சோழர் காட்டிய அன்பும் ஆதரவும் குற்றத்தைப் பொறுத்துக் குணத்தையே பாராட்டிய சிநேக மனப்பான்மையும் சேனாதிபதியின் உள்ளத்தையும் உருக்கி விட்டிருந்தன. அவர் ஒரு கணம் அப்படியே திகைத்துப்போய் விட்டார்.

"ஆமாம்; இப்போது எல்லாரும் போகலாம். சின்னப் பழுவேட்டரையரும் வந்த பிறகு, மறுபடியும் கூடி மேலே நடக்க வேண்டியதைப் பற்றிப் பேசலாம். இராஜ்ஜிய உரிமையைப் பற்றி என் பெரிய அன்னை முதிய பிராட்டியாரோடு இன்னும் நான் பேசி முடிக்கவில்லை. அதற்கும் கொஞ்சம் அவகாசம் வேண்டும்!" என்றார் சக்கரவர்த்தி.

அனைவரும் புறப்படும் சமயத்திலே பார்த்திபேந்திரன், "ஐயா! சிநேக துரோகியும், இராஜத்

துரோகியுமான வந்தியத்தேவனைத் திரும்பக் கொண்டு வந்து ஒப்புவிக்கும் பொறுப்பை முதன்மந்திரி ஒப்புக் கொண்டார். அதை அவருக்கு ஞாபகப்படுத்த விரும்புகிறேன். என் உயிருக்குயிரான ஆப்த நண்பராக இருந்த இளவரசர் ஆதித்த கரிகாலரின் கொடிய மரணத்தை வேறு யார் மறந்தாலும் நான் மறக்க முடியாது. அவருடைய மரணத்துக்கு காரணமாயிருந்த குற்றவாளியைக் கண்டுபிடித்துத் தண்டித்தேயாக வேண்டும்!" என்றான்.

பெரிய பழுவேட்டரையர் கிழச் சிங்கத்தின் கர்ஜனையைப் போல் ஒரு முறை தொண்டையைக் கனைத்துக் கொண்டார். ஏதோ பேச எண்ணியவர் பின்னர் தம் கருத்தை மாற்றிக் கொண்டதாகத் தோன்றியது. ஒன்றும் சொல்லாமல் வெளியேறினார். மற்றவர்களும் அவரைத் தொடர்ந்து சென்றார்கள்.

அன்று மாலையே சக்கரவர்த்தியின் கட்டளைப்படி தஞ்சாவூர்க் கோட்டையின் காவல் பொறுப்பு மீண்டும் சின்னப் பழுவேட்டரையரிடம் ஒப்புவிக்கப்பட்டது. முதலில் அவர் அதை ஏற்றுக் கொள்ளத் தயங்கினார். ஆட்சேபணைகளும் கூறினார். இதிலும் ஏதேனும் சூழ்ச்சிகள் இருக்கக்கூடும் என்று தம் சந்தேகத்தை வெளியிட்டார். இது சக்கரவர்த்தியின் கண்டிப்பான கட்டளை என்று பெரிய பழுவேட்டரையர் எடுத்துக் கூறிய பிறகு கோட்டைக் காவலை மீண்டும் ஏற்றுக் கொண்டார்.

கொடும்பாளூர் வீரர்களில் ஒரு சிலரைத் தவிர மற்றவர்கள் எல்லோரும் கோட்டையிலிருந்து வெளியேற்றப்பட்டார்கள். கோட்டை வாசலிலும் மதில் சுவர்களிலும் முன்போல் பழுவூர் வீரர்கள் காவல் புரியத் தொடங்கினார்கள்.

இந்த மாறுதல் விபரீதமான விளைவுகளுக்குக் காரணமாயிற்று. பழுவூர் வீரர்களுக்கும் கொடும்பாளூர் வீரர்களுக்கும் அடிக்கடி சச்சரவு மூண்டு சில சமயம் குழப்பமும் விளைந்தது.

"பொன்னியின் செல்வர் வாழ்க!" என்று கோஷமும், "இளவரசர் மதுராந்தகர் வாழ்க!" என்ற கோஷமும் மாறி மாறிப் போட்டிக் கோஷங்களாக எழுந்தவண்ணமிருந்தன.

இந்தக் கோஷங்கள் நாடெங்கும் பரவின. பொதுமக்களும் அவற்றில் கலந்து கொண்டார்கள்.

அடுத்த மூன்று தினங்களில் சோழ நாடு முழுவதும் ஒரே அல்லோலகல்லோலமாகி விட்டது. வாய்ச் சண்டை கைச் சண்டையாகித் தடி அடிச் சண்டையாக முற்றியது. கழிகளும் தடிகளும் வாள்களுக்கும் வேல்களுக்கும் இடங்கொடுத்துச் சென்றன.

சில நாளைக்கு முன்பு சோழ வள நாட்டைப் பாழ்படுத்திய புயலையும் வெள்ளத்தையும் போலவே இப்போது ஆத்திரப் புயலும் வெறியாகிய வெள்ளமும் நாலாபுறமும் பரவி நாட்டில் நாசத்தை விளைவித்தன.

71. 'திருவயிறு உதித்த தேவர்'

செம்பியன் மாதேவியைப் பார்க்க வேண்டுமென்று சுந்தர சோழர் பலமுறை சொல்லி அனுப்பிய பின்னர், அம்மூதாட்டி சக்கரவர்த்தியைக் காண்பதற்கு வந்தார். சக்கரவர்த்தி அவர் வரும் செய்தி அறிந்து வாசற்படி வரையில் நடந்து சென்று காத்திருந்து வரவேற்று அழைத்துச் சென்றார். தம் பக்கத்தில் சிம்மாசனத்தில் வீற்றிருக்கும்படி கேட்டுக் கொண்டார்.

"அரசர்க்கரசே! அடுத்தடுத்துத் துயரமான செய்திகளை கேட்டு நொந்திருக்கும் என் உள்ளம் தாங்கள் உடல் நலம் பெற்றிருப்பதைப் பார்த்துத் திருப்தி அடைகிறது. இறைவன் அருளால் நெடுங்காலம் தாங்கள் சிரஞ்சீவியாக வாழ்ந்திருந்து இந்த உலகத்தைப் பரிபாலித்து வர வேண்டும்" என்று முதிய பிராட்டியார் கூறினார்.

"அன்னையே! என் கால்கள் மீண்டும் நடக்கும் சக்தி பெற்றிருப்பதைக் குறிப்பிடுகிறீர்கள். அதைப் பற்றி எனக்கும் திருப்திதான்! இந்தச் சோழ நாடெல்லாம்

போற்றி வணங்கும் தாங்கள் வரும்போதும் எழுந்து வரவேற்க முடியாதவனாயிருந்தேன். ஊமையும் செவிடுமான ஒரு தெய்வப் பெண்மணியின் அன்பின் சக்தியால் என் கால்கள் இழந்திருந்த இயல்பை மீண்டும் பெற்றன. எழுந்து நின்றும், நடந்து வந்தும் தங்களை வரவேற்கும் பாக்கியம் பெற்றவனானேன்.

ஆயினும் தேவி, நான் உயிர் வாழ்ந்திருப்பது பற்றித் திருப்தி அடையவும் இல்லை, இனி நெடுங்காலம் உயிர் வாழ விரும்பவும் இல்லை.

தாங்கள் அத்தகைய ஆசி எனக்குக் கூறவேண்டாம். விரைவில் சிவபதம் கிடைக்க வேண்டுமென்று வாழ்த்துங்கள்!" என்றார் சுந்தரசோழர்.

"சக்கரவர்த்தி! தங்கள் குலத்து மூதாதையர் எல்லாரும் வீர சொர்க்கத்தையோ, சிவபதத்தையோ அடைந்தார்கள். தங்களுக்கும் பரலோகத்தில் அவர்கள் இடந்தேடி வைத்திருப்பார்கள். உரிய காலம் வரும்போது சிவ கணங்கள் வந்து தங்களை அழைத்துப் போவார்கள். ஆனால் அத்தகைய பதத்தை அடைவதற்குத் தாங்கள் அவசரப்படுதல் ஆகாது. இந்த உலகில் தங்களுக்கு இன்னும் கடமை எவ்வளவோ இருக்கிறது. நேர்மை நெறி பிறழாத தங்கள் ஆட்சியின் கீழ் மக்கள் மகிழ்ச்சியுடன் வாழ்கிறார்கள். சிவாலய கைங்கரியங்கள் நாடெங்கும் நடைபெற்று வருகின்றன. சைவர்கள், வைணவர்கள், புத்தர்கள், சமணர்கள் முதலான பல மதத்தினரும் தங்கள் ஆயுள் நீடிக்க வேண்டுமென்று பிரார்த்தனை செய்து வருகிறார்கள்..."

"தாயே! அவர்கள் யாரும் இனி அத்தகைய பிரார்த்தனை செய்யலாகாது. என் ஆயுள் நீடிக்கப் பிரார்த்திப்பது என் மனவேதனையை நீடிக்கச் செய்யும் பிரார்த்தனையாகும். சோழ நாடு அளித்த வீரர்களுக்குள்ளே வீராதி வீரனான ஆதித்த கரிகாலனைப் பறிகொடுத்துவிட்டு, நான் இவ்வுலகில் நெடுங்காலம் உயிரோடு இருக்க வேண்டுமா? அவன் இறப்பதற்கு முன்னதாக என் உயிர் போயிருக்கக் கூடாதா?..."

"சக்கரவர்த்தி! புத்திர சோகம் மிகக் கொடியதுதான். ஆனாலும் விதியின் வலிமையைப் பற்றிப் பேதையாகிய நான் தங்களுக்குச் சொல்ல வேண்டியதில்லை. கிருஷ்ண பகவான் அர்ச்சுனனுடன் இணைபிரியாத் தோழராயிருந்தார். காக்கும் கடவுளாகிய திருமாலின் அவதாரம் கிருஷ்ண பரமாத்மா. அவராலேகூட அரவானையும், அபிமன்யுவையும் காப்பாற்றிக் கொடுக்க முடியவில்லை. அத்தகைய வீரப் புதல்வர்கள் இறந்த பிறகும் அர்ச்சுனன் உயிர் வாழ்ந்திருக்கவில்லையா? பெற்ற பிள்ளைகளின் மீது ஆசை இல்லாதவன் அல்லவே அர்ச்சுனன்? 'மன்னுயிரைக் காக்கும் பொருட்டு நீ உன் உயிரைக் காத்துக் கொள்ளவேண்டும்' என்று கிருஷ்ண பரமாத்மா போதித்ததை ஏற்றுக் கொண்டு அர்ச்சுனன் உயிர் வாழ்ந்தான். சக்கரவர்த்தி! கிருஷ்ண பகவான் அர்ச்சுனனுக்குச் செய்த போதனை தங்களுக்கும் பொருத்தமானது."

"தாயே! அபிமன்யு போர்க்களத்தில் வீரப்போர் புரிந்து மரணமடைந்தான். வீர சொர்க்கம் எய்தினான்!"

"தங்கள் குமாரன் வீரத்தில் அபிமன்யுவுக்குக் குறைந்தவன் அல்லவே! பன்னிரண்டாம் வயதில் சேவூர்ப் போர்க்களத்திலும், பதினெட்டாம் பிராயத்தில் வீரபாண்டியன் இறுதிப் போரிலும் ஆதித்த கரிகாலன் புரிந்த வீரச் செயல்களை இந்த உலகம் என்றும் மறக்காதே! அபிமன்யுவைக் கடைசியில் பலர் சூழ்ந்து கொண்டு அவனை நிராயுதபாணியாக்கி அதர்ம யுத்தம் செய்து கொன்றார்கள். அதுபோலவே ஆதித்த கரிகாலனையும் தந்திரத்தால் தனிமைப்படுத்திச் சதிகாரர்கள் பலர் சூழ்ந்து நின்று திடீரென்று தாக்கிக் கொன்றார்கள்..."

"தாயே! அவன் இறந்தது எப்படி என்பதை மட்டும் நான் நிச்சயமாகத் தெரிந்துகொள்ள முடியுமானால் என் மனம் ஓரளவு நிம்மதி அடையும்."

"சென்று போனதைப்பற்றி எதற்காக மனத்தைப் புண்படுத்திக் கொள்ள வேண்டும்? கரிகாலனுடைய விதி முடிந்தது. வால் நட்சத்திரம் விழுந்தது. சோழ நாடு ஒரு மகா வீரனை இழந்தது. ஏன் எப்படி என்று விசாரித்து என்ன ஆகப்போகிறது?"

"உண்மை தெளிவாகாதபடியால், யார் யார் பேரிலோ சந்தேகம் உண்டாகிறது. தாயே! பூமியை ஆதிசேஷன் தாங்குவது போல் சோழ சாம்ராஜ்யத்தையே தாங்கி வந்தவரான பெரிய பழுவேட்டரையர் மேலேயே சிலர் சந்தேகத்தைக் கிளப்புகிறார்கள். வீண்பழி சுமத்துகிறார்கள்."

"அவரையே கேட்டு உண்மையைத் தெரிந்து கொள்ளலாம் அல்லவா?"

"பெரிய பழுவேட்டரையரைக் கேட்க யாருக்குத் தைரியம் உண்டு? எனக்கு இல்லை, தாயே! எப்படியோ அவர் இதில் சிக்கிக் கொண்டு மனம் நொந்து போயிருக்கிறார். என்ன நடந்தது என்று அவராகச் சொல்லாத வரையில், அவரை யார் கேட்க முடியும்? அம்மா! தக்கோலம் போர்க்களத்தில் என் பெரிய தந்தை இராஜாதித்தர் யானை மேல் துஞ்சி வீர சொர்க்கம் புகுந்த பின்னர், சோழ சைன்யம் சின்னாபின்னப்பட்டுச் சிதறி ஓடத் தொடங்கியது. ஓடிய வீரர்களை வழிமறித்து நிறுத்தி மறுபடியும் ஒரு சைன்யமாக்கிக் கன்னரதேவன் படைகளை விரட்டியடித்த மகா வீரர் பெரிய பழுவேட்டரையர். அன்று அவர் அவ்விதம் செய்திராவிட்டால், இன்றைக்குச் சோழ ராஜ்யமே இருந்திராது. தக்கோலத்துப் போரில் அவருடைய திருமேனியில் அறுபத்து நாலு காயங்கள் பட்டன. அப்படியும் அவர் சோர்ந்துவிடாமல் போர்க்களத்தில் நின்று வெற்றி கண்டார். அதற்குப் பிறகு அவர் போர்க்களத்துக்கே போகக்கூடாதென்று கட்டுப்பாடு செய்து தனாதிகாரியாக்கினோம். அத்தகையவரை, என் தந்தைக்குச் சமமானவரை, நான் என்ன கேட்க முடியும்?"

"உண்மை வெளியாவதற்கு வேறு வழி ஒன்றும் இல்லையா?"

"வாணர் குலத்து வந்தியத்தேவன் கரிகாலனுடைய உடலின் அருகில் இருந்தான் என்று சொல்கிறார்கள். அவனைக் கேட்டு உண்மை அறியலாம் என்று எண்ணினேன். அவனும் பாதாளச் சிறையிலிருந்து தப்பி ஓடிவிட்டான். இதைப் பற்றிச் சின்னப் பழுவேட்டரையர் முதன்மந்திரி மேல் குறை சொல்லுவதற்கு நியாயம் இருக்கிறது."

இதுவரையில் மௌனமாக இருந்த குந்தவை இப்போது குறுக்கிட்டு, "தந்தையே! அந்த வீரரை எப்படியும் கொண்டு வந்து ஒப்புவிப்பதாக முதன்மந்திரி பொறுப்பு ஒப்புக் கொண்டிருக்கிறாரே?" என்றாள்.

"குழந்தாய்! இம்மாதிரி முதன்மந்திரி பல தடவை பொறுப்பு ஒப்புக்கொண்டிருக்கிறார். ஆனால் நிறைவேற்றுவது நிச்சயமில்லை. சம்புவரையர் மகன் கந்தமாறன் ஓடியவனைத் துரத்திக்கொண்டு போயிருப்பதாக அறிகிறேன். கந்தமாறன் அவ்வளவு முன்யோசனைக்காரன் அல்ல. அவசர புத்தி படைத்தவன். அதிலும் சம்புவரையர் குலத்துக்குக் களங்கம் உண்டாகக் கூடாது என்ற ஆத்திரமுள்ளவன். அவன் வந்தியத்தேவனைத் தொடர்ந்து போயிருப்பது என் கவலையை அதிகமாக்குகிறது."

"ஐயா! சென்று போனதை மறந்துவிடுவதே நல்லது. இனி நடக்கவேண்டியதைப் பற்றி யோசியுங்கள்!"

"அன்னையே! அதற்காகவே தங்களை அழைத்துவரச் சொன்னேன். ஆளுக்கு மேல் ஆள் அனுப்பிக் கொண்டிருந்தேன். மேலே நடக்கவேண்டியது பற்றி எனக்கு யோசனை கூறி உதவ வேண்டும்."

"சக்கரவர்த்தி! அறிவிற் சிறந்த அமைச்சர்கள் பலர் தங்களுக்கு யோசனை சொல்ல இருக்கிறார்கள். இந்தப் பேதை ஸ்திரீ என்ன யோசனை சொல்லப் போகிறேன்? என்னைக் கரம் பிடித்து என் ஜீவியத்தைப் புனிதப்படுத்திய மகா புருஷர் இவ்வுலகில் வாழ்ந்திருந்த காலத்திலும் நான் அரசாங்கக் காரியங்களில் கவனம் செலுத்தியதில்லை. அவர் தேவருலகம் சென்ற பிறகு சிவ கைங்கரியத்திலேயே ஈடுபட்டிருக்கிறேன். என்னால் என்ன யோசனை சொல்ல முடியும்?"

"தேவி! கோபித்துக்கொள்ளக் கூடாது. எங்கள் சோழ குலத்தில் தோன்றிய பெண்கள் எல்லாரும் பேதைகளாயிருக்கவில்லை. இதோ இருக்கிறாளே, என் அருமை மகள் குந்தவை அவளுக்கு நிகரான அறிவு படைத்தவர்களை நான் கண்டதில்லை..."

"மன்னிக்க வேண்டும், சோழ சக்கரவர்த்தி! நான் சோழ குலத்தில் பிறந்தவள் அல்லவே? மழவரையர் குலத்தில் பிறந்தவள் தானே?" என்றார் முதிய பிராட்டியார்.

"எந்தக் குலத்தில் பிறந்தாலும், பெண்கள் அறிவுடையவர்களாக இருக்கலாம். பிறந்த குலம், புகுந்த குலம் இரண்டுக்கும் நன்மை உண்டாக்கலாம். பெண்கள் வெறும் பிடிவாதம் பிடித்துப் பிறந்த குலமும், புகுந்த குலமும் அழிந்து போவதற்குக் காரணம் ஆவதும் உண்டு. தாயே, தாங்கள் அத்தகைய குல நாசத்துக்குக் காரணமாகப் போகிறீர்களா?"

இவ்விதம் சுந்தர சோழர் கேட்டதும், செம்பியன் மாதேவி நெருப்பை மிதித்தவர்போல் துடித்து, "சக்கரவர்த்தி! இது என்ன வார்த்தை? என்னால் ஏன் சோழ குலம் நாசம் அடைய வேண்டும்? நான் அவ்வளவு சக்தி படைத்தவள் அல்லவே?" என்று கண்களில் நீர் மல்க விம்மிக்கொண்டே கூறினார்.

"தேவி! சிறிது கடுமையாகப் பேசுவதற்காக என்னை மன்னிக்க வேண்டும். என் மூத்த குமாரன் இறந்து நான் உயிரோடிருக்கிறேன் என்னும் எண்ணம் என் நெஞ்சத்தைப் பிளந்து கொண்டேயிருக்கிறது. ஆனால் இதைக் காட்டிலும் எனக்கு ஏற்படக்கூடிய துன்பம் ஒன்றும் உண்டு. என் மூதாதையர் காலத்திலிருந்து வலுப்பெற்றுப் பரவி வரும் இந்தச் சோழ ராஜ்யம் என் காலத்தில் சின்னாபின்னப்பட்டு அழிந்தது என்றால், அதைக் காட்டிலும் கொடிய தண்டனை எனக்கு வேறொன்றும் இல்லை. மூன்று வருஷங்களாக என் அருமைக் குமாரன் கரிகாலனை நான் பார்க்காமலே இருந்தேன். எனக்காகக் காஞ்சி நகரில் அவன் பொன் மாளிகை கட்டினான். அங்கு வந்து தங்கும்படி என்னை அடிக்கடி கேட்டுக் கொண்டிருந்தான் நான் போகவில்லை. என் உடல்நிலையைக் காரணமாகச் சொல்லிக்கொண்டிருந்தேன். உண்மையான காரணம் அதுவல்ல. நான் காஞ்சிக்குப் புறப்பட்டுச் சென்றால், பழுவேட்டரையர்களின் சிநேகத்தில் அவநம்பிக்கை கொண்டு நான் போய்விட்டதாக அவர்களும் நினைக்கலாம். மற்ற சிற்றரசர்களும் பெருந்தர அரசாங்க அதிகாரிகளும் கருதலாம். அதிலிருந்து என்ன விபரீதம் இந்தச் சோழ ராஜ்யத்துக்கு ஏற்படுமோ என்று எண்ணித்தான் நான் காஞ்சிக்குப் போகவில்லை. நான் போயிருந்தால் ஒருவேளை என் அருமைக் குமாரன் கரிகாலன் இன்று உயிரோடு இருந்திருப்பான்..."

"மன்னர் மன்னா! தாங்கள் எவ்வளவோ அறிவாளி. ஆற்றல் மிகப் படைத்தவர். ஆயினும் விதியை மாற்றி எழுதத் தங்களால் கூட முடியாது!.."

"ஆம், அன்னையே! விதியை என்னால் மாற்றியிருக்க முடியாது. ஆனால் என் குமாரனை அந்திய காலத்தில் பார்க்க முடியாமலேயே போய்விட்டதே! அவன் மனத்தில் குடிக்கொண்டிருந்த வேதனையை அறியாமல் போய்விட்டேனே என்று இன்றைக்கு நான் படும் பச்சாத்தாபம் இல்லாமற் போயிருக்கும். இதையெல்லாம் எதற்காகச் சொல்கிறேன்? விஜயாலய சோழரும், அவர் வழியில் வந்த வீராதி வீரர்களும் இரத்தம் சிந்தி உயிரைக் கொடுத்து ஸ்தாபித்த இந்தச் சோழ ராஜ்யத்தின் நலத்தைக் கருதி என் சொந்த ஆசாபாசங்களையெல்லாம் நான் வேரோடு களைந்து விட்டிருந்ததைத் தங்களுக்குத் தெரிவிப்பதற்காகத்தான். ஆதித்த கரிகாலனை என்ன காரணத்தினாலோ பழுவேட்டரையர்களும், அவர்களைச் சேர்ந்த சிற்றரசர்களுக்கும் பிடிக்காமல் போய்விட்டது. தங்கள் குமாரனும், என் சகோதரனுமான மதுராந்தகனை எனக்குப் பிறகு சோழ சிங்காதனத்தில் ஏற்றி வைக்கவேண்டும் என்று பிரயத்தனம் செய்தார்கள். அவர்கள் அப்படிப் பிரயத்தனம் செய்ததில் தவறு ஒன்றுமில்லை. மகா புருஷரும், சிவஞான சித்தருமான கண்டராதித்தருடைய புதல்வன் சோழ சிங்காதனத்தில் ஏற எல்லா விதத்திலும் தகுதி வாய்ந்தவன். உண்மையில் நான் முடிசூட்டிக் கொண்டதே தவறான காரியம். அப்போது பெரியவர்கள் எல்லாரும் சொன்னார்களே என்று, மறுத்துப் பேச முடியாமல், இசைந்துவிட்டேன். அதன் பலன்களை இன்று அனுபவிக்கிறேன். என் அருமைக் குமாரனைப் பறிகொடுத்துவிட்டு நான் உயிரோடிருக்கிறேன். இவ்வளவு துன்பமே எனக்குப் போதும். இனி இந்தப் பெரிய இராஜ்யம் உள்நாட்டுச் சண்டையினால்

அழிந்து போவதை என் கண்ணால் பார்க்க விரும்பவில்லை. தேவி! அத்தகைய அழிவு இந்தச் சோழ சாம்ராஜ்யத்துக்கு நேராமல் தடுப்பதற்குத் தாங்கள் உதவி செய்யவேண்டும்!" என்றார் சுந்தர சோழர்.

செம்பியன் மாதேவி தம் கண்களில் துளிர்த்த கண்ணீரைத் துடைத்துக்கொண்டு, "அரசர்க்கரசே! தாங்கள் கூறியது எதுவும் என் சிற்றறிவுக்குச் சரியென்று தோன்றவில்லை. என்னுடைய கணவருக்குப் பிறகு என் மைத்துனரும் தங்கள் தந்தையுமான அரிஞ்சய தேவர் சிங்காதனம் ஏறினார். என் கணவர் விருப்பத்தின்படியே அது நடந்தது. அரிஞ்சயருக்கும் பிறகு தாங்கள் சிங்காதனம் ஏற வேண்டும் என்பதும் என் கணவரின் விருப்பந்தான். மூன்று உலகையும் ஒரு குடையில் ஆண்ட தங்கள் பாட்டனார் பராந்தகத்தேவரும் அவ்வாறு ஏற்பாடு செய்து விட்டுச் சென்றார். ஆகையால், தாங்கள் சோழ சிங்காதனம் ஏறியதில் முறைத் தவறு எதுவும் இல்லை. என்னுடைய நாதர் சிவ பக்தியில் ஈடுபட்டு ஆத்மானுபூதி செல்வராக விளங்கினார். இராஜரீகக் காரியங்களில் அவருடைய மனம் ஈடுபடவில்லை. ஆகையால் அவருடைய காலத்தில் சோழ ராஜ்யம் சுருங்கிக் கொண்டு வந்தது. தாங்கள் பட்டத்துக்கு வந்த பிறகு மறுபடியும் இராஜ்யம் விஸ்தரித்தது. தெற்கேயும் வடக்கேயும் தோன்றியிருந்த பகைவர்கள் அழிக்கப்பட்டார்கள். இவ்விதம் இராஜ்யம் மேன்மையுறுவதற்கு முக்கிய காரணமாயிருந்தவன் தங்கள் அருமைச் செல்வன் ஆதித்த கரிகாலன். அவனுக்கு உலகம் அறிய இளவரசுப் பட்டம் கட்டப்பட்டது. அதை மாற்றி என் மகனுக்கு இராஜ்ய உரிமையை அளிக்க வேண்டும் என்பதற்கு நான் எப்படிச் சம்மதிக்க முடியும்? நான் சம்மதித்தாலும் உலகம் சம்மதிக்குமா? இராஜ்யத்தின் மக்கள் சம்மதிப்பார்களா? சக்கரவர்த்தி! உள்நாட்டுச் சண்டையினால் இராஜ்யம் அழிவதைத் தடுக்க விரும்புவதாகச் சற்று முன்னால் சொன்னீர்கள். ஆதித்த கரிகாலனைப் புறக்கணித்துவிட்டு என் புதல்வனுக்குப் பட்டம் கட்டியிருந்தால், அதே உள்நாட்டுச் சண்டை நேர்ந்திராதா? இராஜ்யம் அழிந்திராதா?" என்று கேட்டார்.

"ஆம், தாயே! அதனாலேதான் நானும் தயங்கிக் கொண்டிருந்தேன். எல்லாரையும் சமரசப்படுத்தி அனைவரும் ஒப்புக்கொள்ளக்கூடிய ஏற்பாடு செய்யப் பிரயத்தனப்பட்டேன். அது கைக்கூடுவதற்குள்ளே, விதி குறுக்கிட்டுவிட்டது. கரிகாலனுடைய ஆயுள் முடிந்துவிட்டது. தாயே! அடுத்தாற்போல் நான் செய்யவேண்டியது என்ன? தாங்களே சொல்லுங்கள்! இந்த இராஜ்யத்தின் பொறுப்பை என்னால் இனித் தாங்க முடியாது. யாரிடமாவது ஒப்புவித்துவிட்டுக் கரிகாலனுடைய கடைசி விருப்பத்தை நிறைவேற்ற விரும்புகிறேன். காஞ்சியில் எனக்காகவென்று கரிகாலன் கட்டியுள்ள பொன் மாளிகையில் தங்கி என் அந்தியக் காலத்தைக் கழிக்க விரும்புகிறேன். இப்போது யாருக்குப் பட்டம் கட்டுவது என்று சொல்லுங்கள். அருள்மொழியைக் காட்டிலும் மதுராந்தகன் பிராயத்தில் மூத்தவன். என்னைவிட இளையவன் ஆனாலும், அவனுக்குச் சிறிய தந்தை முறையில் உள்ளவன். கொடும்பாளூர் வேளாரும், திருக்கோவலூர் மலையமானும் அருள்மொழிக்குப் பட்டம் கட்ட வேண்டும் என்கிறார்கள். தர்மத்துக்கும் நியாயத்துக்கும் குல முறைக்கும் விரோதமான இந்தக் காரியத்துக்கு நான் எப்படி உடன்பட முடியும்? அல்லது தாங்கள்தான் எப்படி உடன்பட முடியும்? அன்னையே எனக்கு உதவி செய்யுங்கள்! மதுராந்தகனுக்கு முடிசூட்டத் தங்கள் சம்மதத்தைத் தெரிவியுங்கள். அதை வைத்துக்கொண்டு, நான் சேனாதிபதி பெரிய வேளாரையும் திருக்கோவலூர் மலையமானையும் சம்மதிக்கச் செய்வேன்! தங்கள் சம்மதத்தையும், அனுமதியையும் தெரிவித்து இந்தச் சோழ சாம்ராஜ்யத்தைக் காப்பாற்றிய புண்ணியத்தைக் கட்டிக்கொள்ளுங்கள்!" என்றார் சுந்தர சோழ சக்கரவர்த்தி.

செம்பியன் மாதேவி, "ஐயா! என் சம்மதத்தைக் கேட்க வேண்டாம். சிவபதம் அடைந்த என் இறைவர் எனக்கு இட்ட கட்டளைக்கு மாறாக நான் நடக்க முடியாது. ஆனால், இராஜ்ய விவகாரங்களில் நான் இனிக் குறுக்கிடுவதில்லை. மதுராந்தகனை அழைத்து

அவன் சம்மதத்தைக் கேட்டு எப்படி உசிதமோ அப்படிச் செய்யுங்கள்!" என்றார்.

"ஆம், ஆம்! மதுராந்தகனை அழைத்து அவனுடைய சம்மதத்தைக் கேட்டுக் கொண்டுதான் எதுவும் தீர்மானிக்க வேண்டும். அதற்கும் தங்கள் உதவி வேண்டும், தேவி! மதுராந்தகன் எங்கே?" என்றார் சக்கரவர்த்தி.

செம்பியன் மாதேவி தம் தொண்டை அடைக்க, நாத் தழுதழுக்க, "மதுராந்தகன் எங்கே? சென்ற மூன்று தினங்களாக அந்தக் கேள்வியைத்தான் நானும் கேட்டுக்கொண்டிருக்கிறேன் யாரும் மறுமொழி சொல்லவில்லை. அரசே! என் புதல்வன் எங்கே? கோட்டைத் தளபதி சின்னப் பழுவேட்டரையரைக் கூப்பிட்டுக் கேளுங்கள்!" என்றார்.

"சின்னப் பழுவேட்டரையர் தங்களை கேட்கவேண்டும் என்கிறார். தாங்களும், முதன்மந்திரி அநிருத்தரும் ஏதோ சூழ்ச்சி செய்து மதுராந்தகனை மறைத்து வைத்திருப்பதாகக் குற்றம் சாட்டுகிறார். அன்னையே! இப்போது சின்னப் பழுவேட்டரையரையும், முதன்மந்திரியையும் அழைத்துவரச் செய்கிறேன் அனுமதி கொடுங்கள்!" என்றார் சக்கரவர்த்தி.

"அப்படியே அழைத்துவரச் செய்யுங்கள். நானும் அவர்களைக் கேட்கிறேன்!" என்றார் செம்பியன் மாதேவி.

குந்தவை உடனே வாசற்பக்கம் சென்று அங்கிருந்த காவலர்களிடம் சொல்லி அனுப்பினாள்.

சிறிது நேரத்துக்கெல்லாம் முதன்மந்திரியும் சின்னப் பழுவேட்டரையரும் வந்தார்கள்.

சக்கரவர்த்தி சின்னப் பழுவேட்டரையரை நோக்கி, "தளபதி! சோழ நாடு போற்றி வணங்கும் மூதாட்டியார், நீர் கேட்ட அதே கேள்வியைக் கேட்கிறார். 'மதுராந்தகன் எங்கே?' என்று வினாவுகிறார். மதுராந்தகத் தேவரைப் பற்றி தாங்கள் அறிந்ததைச் சொல்லுங்கள். தங்கள் சந்தேகத்தையும் ஒளிவுமறைவின்றிக் கூறுங்கள்!" என்றார்.

சின்னப் பழுவேட்டரையர் கூறினார்: "தேவியாரின் சிவ பக்தியும் சீலமும் உலகம் அறிந்தவை. சோழ நாட்டு மக்கள் அவரை நடமாடும் தெய்வமாகக் கருதிப் போற்றுகிறது போல் நானும் போற்றுகிறேன். நான் இப்போது தெரிவித்துக் கொள்வதைக் குற்றம் கூறுவதாக எண்ணக் கூடாது. எந்தக் காரணத்தாலோ தேவியார் தமது குமாரர் சோழ சிங்காதனம் ஏறுவதை விரும்பவில்லை; இதுவும் எல்லாரும் அறிந்தது. மூத்த பிராட்டியாரைக் காட்டிலும், எனக்காவது மற்றவர்களுக்காவது அவருடைய புதல்வர் விஷயத்தில் அதிக அன்பு இருக்க முடியாது. ஆயினும் மர்மமாயிருக்கிற சில விஷயங்களை விளக்குதல் அவசியமாயிருக்கிறது. அதிலும் சக்கரவர்த்தி 'மதுராந்தகரைக் கொண்டு வருக!' என்று அடியேனுக்குக் கட்டளை இட்டிருப்பதால், என்னுடைய சில சந்தேகங்களையும் வெளியிட வேண்டி வருகிறது. மூன்று நாளைக்கு முன்னால் மூத்த எம்பெருமாட்டியும், மதுராந்தகத் தேவரும் கோட்டைக்கு வெளியே சென்றார்கள். புஷ்பத் திருப்பணி செய்யும் சேந்தன் அமுதனுடைய குடிசைக்குச் சென்று க்ஷேமம் விசாரித்தார்கள். பின்னர் தேவியார் மட்டும் கோட்டைக்குத் திரும்பினார். சிறிது நேரத்துக்குப் பிறகு நானும் என் தமையனாரும் கோட்டை வாசலுக்குச் சற்று தூரத்தில் நின்று கொடும்பாளூர் வேளாருடன் பேசிக்கொண்டிருந்தோம். மதுராந்தகத் தேவரைப்பற்றி நான் விசாரித்துக் கொண்டிருந்த சமயத்தில் யானை பல்லக்கு பரிவாரத்துடன் சிலர் கோட்டைக்குள் நுழைந்தார்கள். 'மதுராந்தகத்தேவர் வாழ்க!' என்ற கோஷமும் கேட்டது. முதன்மந்திரி அவர்கள்தான் அப்போது அதைச் சுட்டிக் காட்டினார். யானை மேலிருந்தவர் மதுராந்தகத் தேவர் என்று கூறினார். எனக்கு அதைப் பற்றிச் சிறிது சந்தேகம் ஏற்பட்டது. பின்னர், சக்கரவர்த்தியின் கட்டளைப்படி கோட்டைக் காவல் என் வசத்தில் வந்தது. என் அரண்மனையில்தான் மதுராந்தகர் தங்குவது வழக்கம். அன்றிரவு அதைப்பற்றி நான் விசாரிக்கவில்லை. மறுநாள் விசாரித்த போது என் அரண்மனைக்கு வரவில்லை என்று தெரிந்தது. பின்னர்

கோட்டை முழுவதும் தேடிப் பார்த்தும், யார் யாரையோ விசாரித்துப் பார்த்தும், மதுராந்தகத் தேவரைப் பற்றி ஒன்றும் தெரியவில்லை! கோட்டைக்குள் பிரவேசித்தவர் எப்படி மாயமாய் மறைந்தார்? தேவியாரும் முதன்மந்திரியும் இப்பொழுதுதான் நான் சொல்லப் போவதற்காக மன்னிக்க வேண்டும். அவர்கள் இருவரும் ஏதோ சூழ்ச்சி செய்து, மதுராந்தகர் பீதி கொள்ளும்படியான செய்தி எதையோ அவரிடம் சொல்லி, இந்த நகரை விட்டும், நாட்டை விட்டுமே ஓடிப் போகும்படி செய்து விட்டார்கள் என்று ஐயுறுகிறேன். நான் சொல்வது தவறாயிருந்தால் மீண்டும் பெரிய பிராட்டியாரின் மன்னிப்பைக் கோருகிறேன்."

செம்பியன் மாதேவி தழுதழுத்த குரலில், "தளபதி! தாங்கள் இப்போது கூறியது முற்றும் தவறு. சிவபெருமானுடைய பாத கமலங்கள் சாட்சியாகச் சொல்லுகிறேன். முதன்மந்திரி அநிருத்தரிடம் சமீபத்தில் என் குமாரனைப் பற்றிப் பேசியதுமில்லை. சூழ்ச்சி செய்ததும் இல்லை. அன்று மாலை நானும் மதுராந்தகனும் சேந்தன் அமுதன் குடிசைக்குப் போனது உண்மைதான். நான் அங்கிருந்து புறப்பட்டபோது மதுராந்தகன் சிறிது நேரம் கழித்து வருவதாகச் சொன்னான். அதற்குப் பிறகு நான் அவனைப் பார்க்கவில்லை. மூன்று நாட்களாக நானும் அவனைத் தேடிக் கொண்டு தானிருக்கிறேன்!" என்றார்.

"தேவியார் கூறுவதை ஒப்புக்கொள்கிறேன் அப்படியானால், முதன்மந்திரிதான் இந்த மர்மத்தை விடுவிக்க வேண்டும்!" என்றார் காலாந்தகர்.

"எந்த மர்மத்தை?" என்று முதன்மந்திரி அநிருத்தர் கேட்டார்.

"தேவியின் புதல்வர் காணாமற்போன மர்மத்தைப் பற்றித்தான்!"

"தளபதி! இந்தக் கோட்டை முழுவதும் தாங்கள் நன்றாகத் தேடிப் பார்த்ததாகக் கூறியது உண்மைதானா?"

"ஆம், தங்கள் அரண்மனையைத் தவிர மற்ற எல்லா இடங்களையும் தேடித் துருவிப் பார்த்தாகிவிட்டது."

"என் அரண்மனையை மட்டும் விட்டு விட்ட காரணம் என்ன?"

"தாங்கள் சோழ சாம்ராஜ்யத்தின் முதன்மந்திரி என்கிற மரியாதை காரணமாகத்தான்!"

"ஆகா! அப்படியானால் தங்கள் கடமையைத் தாங்கள் சரியாகச் செய்யவில்லை என்று ஏற்படுகிறது. போனது போகட்டும். சக்கரவர்த்தி! தங்களுடைய பெரிய அன்னையும் சோழ நாடு போற்றும் சிவபக்த சிரோமணியுமான மூத்த எம்பிராட்டியார் தமது புதல்வரைப் பற்றி என்னிடம் ஒன்றும் சொல்லவில்லை. நான் அவருடன் சூழ்ச்சி எதுவும் செய்யவில்லை. ஆனால் ஒன்று சொல்கிறேன். தேவியாரின் திருவயிற்றில் உதித்த தேவர் என்னுடைய மாளிகையிலேதான் மூன்று நாளாக இருந்தார். இப்போது இந்த அறையின் வாசலிலே வந்து தங்களையும் அன்னையையும் தரிசிப்பதற்காகக் காத்திருக்கிறார். அனுமதி கொடுத்தால், அழைத்து வருகிறேன்!"

இவ்வாறு முதன்மந்திரி கூறியதும் அங்கிருந்தவர்கள் ஒவ்வொருவரும் அடைந்த வியப்பைச் சொல்லி முடியாது. சக்கரவர்த்தி, "முதன்மந்திரி! இது என்ன வேடிக்கை! தேவியின் புதல்வரை அழைத்து வருவதற்கு அனுமதி கேட்பானேன்! சீக்கிரமே வரவழையுங்கள்!" என்றார்.

முதன்மந்திரி அநிருத்தர் வாசற்படியண்டை சென்று கை தட்டிவிட்டு மறுபடியும் உள்ளே வந்தார்.

அடுத்த கணம் சேந்தன் அமுதனை முன்னால் விட்டுக்கொண்டு ஆழ்வார்க்கடியான் நம்பி வந்தான்.

சின்னப் பழுவேட்டரையர் மிக்க ஆத்திரத்துடன், "முதன்மந்திரியின் பரிகாசத்துக்கு ஓர் எல்லை வேண்டாமா?" என்று கேட்டார்.

ஆனால் செம்பியன் மாதேவி இருகரங்களையும் நீட்டித் தம் திருமுகத்தில் அன்பும் ஆர்வமும் ததும்ப "மகனே!" என்று அழைத்ததும், தளபதிக்கு மனக் குழப்பம் உண்டாகி விட்டது.

சேந்தன் அமுதன், "தாயே! என்னை அழைக்க இப்போதேனும் தங்களுக்கு உள்ளம் உவந்ததோ? அது நான் செய்த தவத்தின் பயன்தான்!" என்று கண்களில் நீர் ததும்பச் சொல்லிக்கொண்டு செம்பியன்மாதேவியை நெருங்கினான்.

மதுராந்தக உத்தமச் சோழன் என்று சரித்திரத்தில் புகழ்பெற்ற சிவ பக்திச் செல்வனைத் திருவயிறு வாய்த்த தேவி அன்புடன் அணைத்துக்கொண்டு மெய்மறந்து ஆனந்தக் கண்ணீர் பொழிந்தார்.

ஃஃ

72. தியாகப் போட்டி

மழவர் குலத்தில் உதித்தவரும் சிவஞான கண்டராதித்த சோழரின் வாழ்க்கைத் துணைவியுமான செம்பியன் மாதேவியை, 'ஸ்ரீமதுராந்தகத் தேவரான உத்தம சோழ தேவரைத் திருவயிறு வாய்த்த உடைய பிராட்டியார்' என்று அவர் காலத்திய கல்வெட்டுக்கள் குறிப்பிடுகின்றன. சாதாரணமாகத் தாய்மார்கள் தம் குழந்தையைப் பத்து மாதம் வயிற்றில் வைத்துச் சுமந்தே பெறுவார்கள். சில தாய்மார்கள் வேறு பெண்மணிகளின் வயிற்றில் பிறந்த குழந்தைகளைத் தங்கள் குழந்தைகளைப் போலவே வளர்ப்பதும் உண்டு. செம்பியன்மாதேவி வேறொரு பிள்ளையை வெகு காலமாகத் தம் பிள்ளையென வளர்த்து வந்த காரணத்தினால், அந்த உண்மையை அறிந்திருந்த ஒருவர் மேற்கண்டவாறு 'உத்தம சோழரைத் திருவயிறு வாய்த்தவர்' என்று கல்வெட்டிலே குறிப்பிட்டார் போலும்!

உத்தம சோழர் ஐந்து பிராயத்துச் சிறுவனாயிருந்த போதே செம்பியன்மாதேவி அவனையும், வாணி அம்மையையும் பார்க்கும்படி நேர்ந்தது. பல ஆண்டுகள் கழித்து வாணி அம்மையைச் சந்தித்ததும், அவளுடைய க்ஷேம லாபங்களைப் பற்றிச் செம்பியன்மாதேவி அன்புடன் விசாரித்தார். வாணியின் குழந்தை என்று எண்ணிய சேந்தன் அமுதனிடம் இயற்கையாகவே அம்மூதாட்டிக்கு அன்பு சுரந்தது. குழந்தையைப் பற்றி விசாரித்த போது வாணி அம்மையின் முகத்தில் திகைப்பும், அச்சமும் உண்டானதைக் கண்டார்.

முதலில், அதற்கு வேறு காரணங்கள் இருக்கக்கூடும் என்று எண்ணினார். வாணி பேசத் தெரியாதவளாய் இருந்தபடியால் திட்டமாக அவளிடமிருந்து ஒன்றும் அறிந்து கொள்ள முடியவில்லை. ஆயினும் வாணி அம்மை ஒரு காலத்தில் தமக்குச் செய்த உதவியைக் கருதியும், அவளுடைய குழந்தையிடம் ஏற்பட்ட பாசம் காரணமாகவும்; தாயும், பிள்ளையும் கவலையின்றி வாழ்க்கை நடத்துவதற்கு வேண்டிய உதவிகளைச் செய்தார். தஞ்சை நகருக்கு அருகில் குடியிருந்து, தளிக்குளத்தார் கோயிலுக்குப் புஷ்பக் கைங்கரியம் செய்து வருவதற்காக மானியங்களும் அளித்தார்.

சேந்தன் அமுதன் கல்வியிலும், ஒழுக்கத்திலும் சிவ பக்தியிலும் சிறந்து வளர்ந்து வந்தான். அன்னைக்கு உதவியாகப் புஷ்பத் திருப்பணி செய்வதிலும் மிக்க ஊக்கம் காட்டி வந்தான். இதைக் காணக் காணச் செம்பியன்மாதேவிக்கு அவனிடம் இயற்கையாகச் சுரந்த அன்பு வளர்ந்து வந்தது. ஒருநாள் அவருடைய மனத்தில் விசித்திரமான ஐயம் ஒன்று தோன்றியது. அது அவருக்கு ஒரே சமயத்தில் இன்பத்தையும் வேதனையையும், இனந்தெரியாத பீதியையும் உண்டாக்கியது. எத்தனையோ விதமாக அந்த ஐயத்தைப் போக்கிக் கொள்ள முயன்றும் இயலவில்லை. பிறந்து சில தினங்களில் இறந்துபோன தம் குழந்தையைப் பற்றிய நினைவு அடிக்கடி எழுந்த வண்ணமிருந்தபடியால் அவர் உள்ளம் அமைதி கொள்ளவில்லை.

கடைசியாக ஒருநாள் வாணி அம்மையிடம் தெளிவாகக் கேட்டுத் தெரிந்துகொள்வது என்று தீர்மானித்தார். வாணியைத் தனியாக அழைத்து வரும்படி செய்தார். இறந்துபோன

தம் குழந்தையை வாணியிடம் கொடுத்து ஒருவரும் அறியாமல் புதைத்துவிட்டு வரச்சொன்னார் அல்லவா? அவ்வாறு புதைத்த இடத்தில் அதன் ஞாபகார்த்தமாகப் பள்ளிப்படைக் கோயில் ஒன்று எழுப்ப வேண்டும் என்று சொல்லி, புதைத்த இடத்தைச் சொல்லும்படிக் கேட்டார். இந்தப் பழைய நிகழ்ச்சிகளைப் பற்றிய ஞாபகமே அவருக்குத் துன்பம் அளித்தது. செவிடும் ஊமையுமான வாணியிடம் இதையெல்லாம் சமிக்ஞை பாஷையினால் கேட்க வேண்டியதாக இருந்தது. அது அவருக்கு மேலும் சொல்ல முடியாத வேதனையை அளித்தது.

அவருடைய கேள்விகளுக்கு விடை கூற வாணி மிகவும் தயங்கினாள். கடைசியாக பேரரசியின் கட்டளையை மீற முடியாமல் உண்மையைச் சொல்லி விட்டாள். புதைப்பதற்காகத் தன்னிடம் கொடுக்கப்பட்ட குழந்தை உண்மையில் இறக்கவில்லை என்பதையும், அதைத் தனக்குக் கருத்திருமன் என்பவன் எடுத்துக்காட்டியதையும், பின்னர் அரசியிடம் திரும்பி வந்தால் என்ன நேரிடுமோ என்று அஞ்சிக் கருத்திருமனுடன் திருமறைக்காடு சென்றதையும், சில காலத்துக்கெல்லாம் கருத்திருமன் தன்னை விட்டுவிட்டுப் போய் விட்டபடியால், தான் திரும்பிப் பழையாறைக்கு வந்ததையும் விவரமாகக் கூறினாள்.

சேந்தன் அமுதன் உண்மையிலேயே தன் வயிற்றில் பத்து மாதம் சுமந்து பெற்ற பிள்ளைதான் என்பதை அறிந்ததும் செம்பியன்மாதேவி ஒரு புறத்தில் எல்லையற்ற ஆனந்தம் அடைந்தார். அவர் உடம்பெல்லாம் சிலிர்த்துப் பூரித்தது. கண்களிலிருந்து தாரை தாரையாகக் கண்ணீர் பொழிந்தது. "மகனே!" என்று கூவிச் சேந்தன் அமுதனைக் கட்டித் தழுவிக் கொள்ள வேண்டும் என்ற ஆர்வம் எழுந்தது. ஆயினும், அந்த ஆர்வத்தைக் கட்டுப்படுத்திக் கொண்டார். அந்த உண்மை வெளியானால், அதிலிருந்து ஏற்படக் கூடிய குழப்பங்களை எண்ணி ஒரு புறம் பீதி கொண்டார். "உலகில் பிறக்கும் எல்லாக் குழந்தைகளும் இறைவனுடைய குழந்தைகளே" என்று கருதக்கூடிய உயர் ஞான பரிபக்குவத்தை அவருடைய உள்ளம் அடைந்திருந்தபடியால், பெற்ற பிள்ளையிடம் தாய்க்கு ஏற்படக்கூடிய பாசத்தைக் கட்டுப்படுத்திக் கொள்ள அவரால் முடிந்தது. "அரண்மனையில் வளர்ந்தால் என்ன? குடிசையில் வளர்ந்தால் என்ன? இந்த நிலையில்லா மனித வாழ்வின் சுக போகங்கள் எல்லாம் வெறும் மாயை அல்லவா? உலக வாழ்வை நீத்த பிறகு அடைய வேண்டிய கதி அல்லவோ முக்கியமானது? என் பதி அரச போகங்களை வெறுத்துச் சிவபெருமானுடைய இணையடி நிழலில் திளைத்து வாழ்க்கை நடத்தியபடியால் அவருக்குப் பிறந்த பிள்ளை இவ்விதம் குடிசையில் வாழ்ந்து இறைவனுக்குத் தொண்டு செய்யும் பேறு பெற்றான் போலும்!" என்றெல்லாம் அடிக்கடி எண்ணி மனத்தை உறுதிப்படுத்திக் கொண்டார்.

ஆயினும், சேந்தன் அமுதன் தமது வயிற்றில் பிறந்த மகன் என்று அறிந்ததினால், தாம் வளர்த்த குமாரனாகிய மதுராந்தகனைச் சோழ சிங்காதனத்தில் ஏற்றி வைக்கக்கூடாது என்ற எண்ணம் அவர் உள்ளத்தில் வலுப்பட்டது. முன்னமேயே கண்டராதித்தரிடம் தாம் செய்த குற்றதை அவர் ஒப்புக் கொண்டு மன்னிப்பும் பெற்றிருந்தார். "உன் வயிற்றில் பிறந்த குழந்தையானால் என்ன? அனாதைப் பெண்மணிக்குப் பிறந்த குழந்தையாய் இருந்தால் என்ன? இறைவனுடைய திருக்கண்ணோட்டத்தில் இருவரும் சமமானவர்கள்தான். ஆகையால் மதுராந்தகனை உன் மகனைப் போலவே வளர்த்து வா! ஆனால் சோழ சிங்காதனத்தில் அவன் ஏற வேண்டும் என்று ஆசைப்படாதே! அதற்கு இணங்கவும் இணங்காதே! அது நான் பிறந்த சோழ குலத்துக்குத் துரோகம் செய்ததாகும். அப்படிப்பட்ட நிலைமை ஏற்படுவதாயிருந்தால் நீ உண்மையை ஒப்புக்கொள்வதற்கும் தயங்காதே!" என்று கண்டராதித்தர் தேவியிடம் சொல்லி அவ்வாறு வாக்குறுதியும் பெற்றிருந்தார். அந்த வாக்குறுதியை எப்படியும் நிறைவேற்றி வைக்கப் பெரிய பிராட்டி செம்பியன்மாதேவி நிச்சயித்திருந்தார்.

ஆனால் தங்களுடைய சொந்தக் குமாரன் வாணி அம்மையின் மகனாகக் குடிசையில் வளர்ந்து வருவதை அறியாமலேயே அந்த மகான் சிவபதம் அடைந்து விட்டார். இது தெரிந்திருந்தால், அவர் என்ன செய்திருப்பார்? சேந்தன் அமுதன் விஷயத்தில்

எவ்வாறு நடந்துகொள்ள வேண்டும் என்று கட்டளையிட்டிருப்பார்? இதைக் குறித்து செம்பியன்மாதேவி எவ்வளவோ முறை சிந்தனை செய்தார். "இறைவனுடைய சித்தத்தினால் இவ்விதம் நேர்ந்து விட்டது. ஊமையின் மகன் அரண்மனையில் வளரவேண்டும் என்பதும் பேரரசரின் மகன் குடிசையில் வளரவேண்டும் என்பதும் இறைவனுடைய திருவுள்ளம், அதில் நாம் குறுக்கிடக்கூடாது. அதை மாற்ற முயல்வதால் பல குழப்பங்கள் விளையும். தம் வளர்ப்புக் குமாரனின் மனம் அதனால் பெரிதும் புண்படும். அத்தகைய பாவத்தைச் செய்யக்கூடாது!" என்று முடிவாகத் தீர்மானித்துக் கொண்டார்.

இறைவனுடைய திருவருளில் அவர் கொண்டிருந்த இணையில்லாத நம்பிக்கையின் துணையினாலேயேதான் மேற்கூறிய தீர்மானத்தை அவர் காரியத்தில் நிறைவேற்றுவதும் சாத்தியமாயிற்று.

ஆயினும் அடிக்கடி சேந்தன் அமுதனைப்பற்றி அவரால் நினைக்காமல் இருக்க முடியவில்லை. அவனுடைய நினைவு வரும்போதெல்லாம் இயற்கையான தாய்ப் பாசம் அவருடைய உள்ளத்தில் பொங்கிப் பெருகாமலும் இருப்பதில்லை. இந்தப் போராட்டமானது அவருடைய இதய ஆழத்திலே பல ஆண்டு காலமாக நிகழ்ந்து கொண்டிருந்தது.

நெடுங்காலமாக அணைபோட்டுத் தடுத்து வைக்கப்பட்டிருந்த வெள்ளம் திடீரென்று ஒருநாள் அணையை உடைத்துக் கொண்டு கிளம்புவது உண்டு அல்லவா? அப்போது வெள்ளம் எவ்வளவு சக்தியுடனும், வேகத்துடனும் பாய்ந்து செல்லும் என்பதைப் பலர் பார்த்தும் அனுபவித்துமிருப்பார்கள். செம்பியன்மாதேவியின் உள்ளத்தில் அணைபோட்டுத் தடுத்து வைக்கப்பட்டிருந்த தாய்ப் பாசமாகிய உணர்ச்சி வெள்ளமும் இப்பொழுது கரையை உடைத்துக்கொண்டு பாய்ந்தது.

முதன்மந்திரி அநிருத்தர் "தேவியின் திரு வயிற்றில் உதித்த தேவர்" என்று குறிப்பிட்டதுதான் அவ்வாறு செம்பியன்மாதேவி உள்ளத்தின் அணை உடைவதற்குக் காரணமாயிற்று. அந்த வார்த்தைகளை அநிருத்தர் கூறியவுடன் செம்பியன்மாதேவி பத்து மாத காலம் குழந்தையைத் தம் வயிற்றில் வைத்து வளர்த்த அனுபவம் அவ்வளவையும் ஒரு வினாடிப் பொழுதில் மறுபடியும் அனுபவித்தார். தம்மை மறந்து, தாம் செய்து கொண்டிருந்த சங்கல்பத்தை மறந்து, சேந்தன் அமுதனை "என் மகனே!" என்று அழைக்கவும், அவனைத் தழுவிக் கொண்டு கண்ணீர் வெள்ளம் பெருக்கவும் நேர்ந்தது.

இவ்விதம் செம்பியன்மாதேவி உணர்ச்சிப்பெருக்கினால் மெய்மறந்த நிலையில் இருந்தபோதிலும், அமுதன் கூறிய வார்த்தைகள் அவருடைய மனத்தில் நன்கு பதிந்திருந்தன. "தாயே! என்னை 'மகனே!' என்று அழைக்க இப்போதேனும் தங்களுக்கு உள்ளம் உவந்ததோ?" என்று கூறினான் அல்லவா? அவ்வார்த்தைகளின் கருத்து என்ன? அமுதனுக்கு அவனைப் பெற்ற அன்னை யார் என்பது முன்னமேயே தெரியுமா? தெரிந்தும் இத்தனை காலம் அதை வெளிக்காட்டிக் கொள்ளாமல் இருந்தானா?

சற்று நேரம் வார்த்தை சொல்ல முடியாத பரவச நிலையில் இருந்த பிறகு, செம்பியன்மாதேவி தம் மனத்தைத் திடப்படுத்திக் கொண்டு, "மகனே! உனக்கு முன்னமே தெரியுமா, நான் உன்னைப் பத்து மாதம் சுமந்து பெற்ற பாவி என்று? தெரிந்து என் பேரில் கோபம் கொண்டிருந்தாயா? அதனால் என்னிடம் அதைப்பற்றிக் கேளாமல் இருந்தாயா?" என்று தழுதழுத்த குரலில் கூறினார்.

அப்போது சேந்தன் அமுதன் கடல் மடை திறந்தது போல் பின்வருமாறு உணர்ச்சி நிறைந்த வார்த்தைகளைப் பொழிந்து தள்ளினான்:

"தாயே! நான் தங்கள் வயிற்றில் பிறந்த பாக்கியசாலி என்பதைச் சில காலமாக அறிந்திருந்தேன். உலகம் போற்றும் புண்ணியவதியாகிய தாங்கள் ஒருநாள் என்னை 'மகனே!' என்று அழைக்கவேண்டும் என்று தவம் செய்துகொண்டிருந்தேன். தங்களுடைய மகன் என்ற சொல்லுக்குத் தகுதியாவதற்குப் பிரயத்தனம் செய்து வந்தேன். அல்லும்

பகலும் சிவபெருமானுடைய திருவடிகளைத் தியானித்துக் கொண்டிருந்தேன். தாங்களே என்னை அழைக்காவிட்டாலும் நானே தங்களிடம் வருவதாகத்தானிருந்தேன். ஆனால் இந்த இராஜ்யத்தின் உரிமை விஷயம் தீரட்டும் என்று காத்திருந்தேன். தங்களை 'அன்னை' என்று அழைக்கும் உரிமையைத்தான் நான் வேண்டினேன். இராஜ்யத்துக்கு உரியவர் யார் என்று நிச்சயமான பிறகு தங்களிடம் வந்து தாய் உரிமை கோர விரும்பினேன். அம்மணி! தங்களுடைய மனங்கோணாமல் நடப்பதற்காக என் உள்ளத்தைக் கொள்ளை கொண்ட பூங்குழலியைத் தியாகம் செய்யவும் சித்தமாயிருந்தேன். நல்லவேளையாக அவளும் தன்னுடைய மனத்தை மாற்றிக்கொண்டாள். தாயே! மூன்று நாளைக்கு முன்பு என் உயிருக்குப் பெரும் அபாயம் வந்ததுத் தங்களிடம் நானும் பூங்குழலியும் வணங்கி ஆசி பெற்றுக் கொண்ட சிறிது நேரத்துக்கெல்லாம் அந்த அபாயம் வந்தது. அந்த அபாயத்திலிருந்து உத்தம நண்பன் ஒருவன் என்னைக் காப்பாற்றினான். அதைப் பற்றி நான் அப்போது அவ்வளவு மகிழ்ச்சி அடையவில்லை. அவனிடம் அவ்வளவாக நன்றி செலுத்தவும் இல்லை. இப்போது அவனுக்கு நான் எவ்வளவு நன்றிக்கடன் பட்டவன் என்பதை உணர்கிறேன். தாங்கள் என்னை 'மகனே' என்று தங்கள் திருவாயினால் அழைத்தீர்கள் அல்லவா? இந்த நாளைக் காண நான் உயிரோடு இருந்தேன் அல்லவா? இதுவே போதும்! நான் பாக்கியசாலி ஆகிவிட்டேன். இனி ஒன்றும் எனக்கு வேண்டாம். இங்கு இப்போது நடந்தது இங்கு உள்ளவர்களுக்கு மட்டும் தெரிந்திருக்கட்டும். வேறு யாருக்கும் தெரிய வேண்டாம். இராஜ்யத்தில் மேலும் குழப்பம் விளைய வேண்டாம்! கோடிக்கரைக்கு உடனே புறப்பட்டுப் போவதற்கு எனக்கும் பூங்குழலிக்கும் விடை கொடுத்து அனுப்புங்கள்!"

இந்த வார்த்தைகள் பெரிய பிராட்டி செம்பியன் மாதேவியின் உள்ளத்தில் உண்டாக்கிய உணர்ச்சிப் புயலைச் சொற்களினால் விவரிக்க முடியாது.

விம்மலும், கண்ணீரும் கலந்த மெல்லிய குரலில், "குழந்தாய் நீயே என் உத்தமப் புதல்வன்! நீயே தெய்வாம்சம் பொருந்திய, என் கணவரின் உத்தமக் குமாரன்!" என்று கூறினார்.

இவ்வளவு நேரமும் சுந்தர சோழர், சின்னப் பழுவேட்டரையர், இளையபிராட்டி குந்தவைதேவி ஆகியவர்கள் பிரமித்துப் போயிருந்தார்கள். அங்கே வெளியான இரகசியமும், அதனால் விளையக்கூடிய பலாபலன்களும் அவர்களுடைய உள்ளங்களில் பெரும் கொந்தளிப்பை உண்டாக்கின.

அவர்களில் குந்தவைதான் முதலில் பேசும் சக்தி பெற்றாள். "தந்தையே! பெரிய பிராட்டியார் மதுராந்தகருக்குப் பட்டம் கட்டக் கூடாது என்று பிடிவாதம் பிடித்ததின் காரணம் இப்போது தான் தெரிகிறது!"

சுந்தர சோழரும், அப்போது பிரமிப்பும் திகைப்பும் நீங்கி, "ஆமாம், குமாரி! ஆனால் அந்தக் காரணம் இப்போது நீங்கி விட்டது. என் பெரிய அன்னையின் திருவயிற்றில் உதித்த உத்தமப் புதல்வனுக்கு முடிசூட்டுவதில் இனிமேல் அவருக்கு ஆட்சேபம் இருக்க முடியாது அல்லவா?" என்றார்.

செம்பியன்மாதேவி சிறிது பரபரப்புடன் சுந்தர சோழரைப் பார்த்து, "சக்கரவர்த்தி! என் குமாரன் சற்று முன் கூறிய வார்த்தைகளைக் கேட்கவில்லையா? இந்தச் செய்தி இங்கே உள்ளவர்களைத் தவிர வேறு யாருக்கும் தெரியவே வேண்டாம்! என் மகன் இராஜ்ய உரிமை கோரவில்லை. அதைத் தங்கள் முன்னால் அவன் வாயினாலேயே தெரிவித்துவிட்டானே!" என்றார்.

"ஆம் பிரபு! இந்தச் சோழ இராஜ்யத்தில் ஏற்கெனவே உள்ள சிக்கல்கள் போதும்! என்னால் வேறு புதிய சிக்கல் உண்டாக வேண்டாம். எனக்கு விடை கொடுங்கள்! என்னையும் என்னை மணந்துகொள்ள உவந்த பூங்குழலியையும் ஆசீர்வதித்து

அனுப்புங்கள்!... பூங்குழலி! இங்கே வா!" என்றான் அமுதன்.

வாசற்படியின் அருகில் நின்று கொண்டிருந்த பூங்குழலி உள்ளே வந்தாள். சேந்தன் அமுதனும், பூங்குழலியும் முதலில் செம்பியன்மாதேவிக்கு நமஸ்காரம் செய்தார்கள். பின்னர், சக்கரவர்த்தியை வணங்கினார்கள்.

எழுந்து நின்றதும் சேந்தன் அமுதன், "பிரபு! நாங்கள் உடனே கோடிக்கரை போக விடை கொடுங்கள்! தாயே! விடை கொடுங்கள்!" என்றான்.

செம்பியன்மாதேவி சக்கரவர்த்தியைப் பார்த்து, "ஆம் ஐயா! இவர்களுக்கு விடை கொடுத்து அனுப்புவோம். எனக்கு விருப்பமானபோது நான் கோடிக்கரை சென்று இவர்களைப் பார்த்துக் கொள்கிறேன்!" என்றார்.

சுந்தர சோழர், "அது ஒருநாளும் இயலாத காரியம் நான் விடை கொடுக்கமாட்டேன்!" என்றார்.

முதன்மந்திரி குறுக்கிட்டு, "சக்கரவர்த்தி! எதுவும் இப்போது தீர்மானம் செய்ய வேண்டாம். இன்னும் சில தினங்கள் இவர்கள் என் இல்லத்திலேயே இருக்கட்டும். பெரிய பிராட்டியின் மகன் கிடைத்து விட்டார். ஆனால் சின்னப் பழுவேட்டரையரின் மருகர் கிடைக்கவில்லை. அவரைப் பற்றிய செய்தி வரும் வரையில் இவர்கள் இங்கு இருக்கட்டும். அதுவரை இங்குள்ளவர்களைத் தவிர வேறு யாருக்கும் இந்த இரகசியம் தெரிய வேண்டாம்!" என்றார்.

"அருள்மொழியிடமாவது அவசியம் சொல்லித்தான் ஆக வேண்டும்!" என்றாள் இளைய பிராட்டி குந்தவை தேவி.

"வேண்டாம், வேண்டாம்! அது மட்டும் செய்ய வேண்டாம்" என்று கேட்டுக் கொண்டான் சேந்தன் அமுதன்.

கடைசியாகச் சக்கரவர்த்தி, "தேவி! எது எப்படியானாலும் ஆகட்டும். இத்தனை தினங்கள் கழித்து இன்றைக்குத் தங்கள் திருவயிற்றில் உதித்த மகன் உங்களிடம் வந்திருக்கிறான். உங்களை உடனே பிரிப்பதற்கு நான் சம்மதிக்க மாட்டேன். சில தினங்களாவது இங்கே நீங்கள் சேர்ந்திருங்கள். என் அரண்மனையிலோ, முதன்மந்திரியின் மாளிகையிலோ தங்கியிருங்கள். இராஜ்ய உரிமையைப் பற்றி முடிவான தீர்மானம் ஆன பிறகு இவர்களைக் கோடிக்கரை அனுப்புவது பற்றி யோசிக்கலாம். அது வரையில் இங்குள்ளவர்களைத் தவிர வேறு யாருக்கும் இச்செய்தி தெரியவேண்டாம்!" என்றார்.

ஃஃ

73. வானதியின் திருட்டுத்தனம்

அருள்மொழிவர்மரின் மனம் பெரிதும் கலக்கம் அடைந்திருந்தது. இராஜ்ய உரிமை சம்பந்தமாகச் சோழ நாட்டில் எழுந்த கொந்தளிப்பின் வேகம் நாளுக்கு நாள் அதிகமாகிக் கொண்டிருந்ததே அதற்கு முக்கிய காரணமாகும். அவர் மக்களை அமைதிப்படுத்துவதற்காகப் போன இடங்களிலெல்லாம் மக்களின் ஆவேசந்தான் அதிகமாயிற்று. "பொன்னியின் செல்வரே எங்கள் மன்னர்!" "அருள்மொழிவர்மரே திருமுடி சூடவேண்டும்!" என்பவை போன்ற கோஷங்கள் எங்கெங்கும் எழுந்து நாலாபுறமும் முழங்கி எதிரொலி செய்தன.

இவற்றுடன் போட்டியிட்டுக்கொண்டு, "பழங்குடி மக்களான பழுவேட்டரையர்கள் வாழ்க!" "கொடுங்கோலரான கொடும்பாளூர் வேளார் வீழ்க!" என்பவை போன்ற கோஷங்களும் சிற்சில இடங்களில் கேட்கும். அத்தகைய இடங்களில் அதிக பலம் தேடலாம் என்று இளவரசர் நெருங்கிச் சென்றால், உடனே அங்குள்ளவர்களும், "பொன்னியின் செல்வர் வாழ்க!" என்று முழங்கத் தொடங்கினார்கள். ஏன்? கோட்டைக் காவலுக்காக மாற்றி நியமிக்கப்பட்டிருந்த பழுவூர் வீரர்கள் கூடப் பொன்னியின் செல்வரைக்

கண்டதும் தங்கள் பழைய கோஷங்களைக் கைவிட்டு, "அருள்மொழிவர்மரே திருமுடி புனையவேண்டும்!" "ஈழங்கொண்ட வீராதி வீரர், பொன்னியின் செல்வர் நீடூழி வாழ வேண்டும்!" என்று முழங்கலானார்கள்.

இவ்வாறு தம்முடைய முயற்சி பொது மக்களிடையிலும் போர் வீரர்களிடத்திலும் வெற்றி பெறாமல் போனது மட்டுமன்றி, தம் கருத்துக்கு மாறான சூழ்நிலை பலப்பட்டு வருவதைக் கண்டு பொன்னியின் செல்வர் சங்கடம் அடைந்தார். சில தினங்களாக மதுராந்தகத்தேவர் காணப்படாமல் இருந்தது வேறு அவருடைய கவலையை அதிகமாக்கிற்று. இதன் பொருட்டுச் சின்னப் பழுவேட்டரையர் கொடும்பாளூர் வேளார் மீது குற்றம் கூறிக் கொண்டிருந்தது அவருக்குத் தெரிந்திருந்தது. அதற்குக் காரணம் இல்லையென்று சொல்லமுடியாது. அருள்மொழிவர்மருக்கே அதைப் பற்றிச் சிறிது சந்தேகம் இல்லாமற் போகவில்லை. தமக்குப் பட்டம் சூட்டிவிடவேண்டும் என்று கொடும்பாளூர் வேளார், திருக்கோவலூர் மலையமான் ஆகியவர்கள் உறுதி கொண்டிருந்தார்கள். அவர்களுடன் முதன்மந்திரி அநிருத்தரும் கலந்து சதி செய்வது போலத் தோன்றியது. இவர்கள் எல்லோரும் சேர்ந்து தான் மதுராந்தகத்தேவரை எங்கேனும் மறைத்து வைத்து விட்டார்களோ, என்னமோ? அல்லது ஒருவேளை மதுராந்தகத்தேவரின் உயிருக்கே அபாயம் விளைத்து விட்டார்களோ?

அவருடைய அருமைத் தமையனாரான ஆதித்த கரிகாலரின் மரணத்துக்குப் பழுவேட்டரையர்களும், சம்புவரையர்களுமே பொறுப்பாளிகள் என்று வேளாரும், மலையமானும் கருதினார்கள். அதற்குப் பழிக்குப் பழி வாங்குவதாக எண்ணிக் கொண்டு மதுராந்தகருக்கு ஏதேனும் தீங்கு செய்துவிட்டார்களோ?

ஆகா! இவர்களுக்கு என்ன? யோசனையின்றி ஏதோ செய்து விடுகிறார்கள். கடைசியாகப் பழி எல்லாம் தம் தலையில் அல்லவோ சார்ந்து விடும்?

இன்றைக்கு சோழ நாட்டு மக்கள் இவர் பெயரைக் கூறி வாழ்த்துகிறார்கள்? இவரைச் சிங்காதனம் ஏற வேண்டும் என்று வற்புறுத்துகிறார்கள். பொது ஜனங்களின் மனம் இப்படியே என்றுமிருக்குமா? மக்களின் உள்ளம் அடிக்கடி சலிக்கும் இயல்புடையதல்லவா? இதே ஜனங்கள் நாளைக்கு இவர் பேரிலேயே பழி கூறினாலும் கூறுவார்கள். சிங்காதனம் ஏறுவதற்காகச் சித்தப்பன் மதுராந்தகனைக் கொலை செய்வித்த பாதகன் என்று சொன்னாலும் சொல்வார்கள். ஏன்? கடம்பூர் மாளிகையில் ஆதித்த கரிகாலர் இறந்ததற்குக் கூடத் தம் பேரில் பழி சுமத்தினாலும் சுமத்துவார்கள். தெய்வமே! இத்தகைய பயங்கரமான பழிகளைச் சுமப்பதற்காகவா என்னைக் காவேரியில் முழுகிச் சாகாமல் மந்தாகினி தேவி காப்பாற்றினாள்? இன்று தெய்வமாகியிருக்கும் அந்தப் பெண்ணரசிதான் இந்த இக்கட்டான நிலையிலிருந்து என்னைக் காப்பாற்ற வேண்டும். வாழ்க்கையில் ஒருவன் அடையக்கூடிய அபகீர்த்திகளில் மிகக் கொடிய அபகீர்த்தி என்னைச் சாராமல் தடுத்து அருள் புரிய வேண்டும்.

ஈழநாட்டு இராஜ வம்சத்தில் நெருங்கிய உறவினர் ஒருவரையொருவர் கொன்று விட்டுச் சிங்காதனம் ஏறிய வரலாறுகள் அருள்மொழிவர்மனின் உள்ளத்தில் பதிந்திருந்தன. ஆகையால் அம்மாதிரியான இழிவைத் தரும் அபகீர்த்தி தன்னையும் அடையலாம் என்ற எண்ணமே அவருக்குச் சகிக்க முடியாத வேதனையை உண்டாக்கிற்று. யாரிடமாவது தம் அந்தரங்கத்தைச் சொல்லி யோசனை கேட்கலாம் என்றால், அதற்கும் தகுதியுள்ளவராக யாரும் தென்படவில்லை. அவரைச் சுற்றியுள்ளவர்கள் அனைவருமே அவருக்கு விரோதமாகச் சதி செய்கிறார்கள் என்று தோன்றியது. அவர்களில் சிலர் உண்மையாகவே அவரிடம் விரோத பாவம் கொண்டிருந்தார்கள். மற்றும் சிலர் அவருக்கு நன்மை செய்வதாக எண்ணிக் கொண்டு பயங்கரமான பழியை அவர் தலையில் சுமத்திவிடுவதற்குப் பிரயத்தனம் செய்து கொண்டிருந்தார்கள்.

இந்த நிலைமையில் யாரை நம்புவது, தம் அந்தரங்கத்தை யாரிடம் வெளியிட்டு ஆலோசனை கேட்பது என்று அவரால் நிர்ணயம் செய்யமுடியவில்லை.

ஏன்? அவரிடம் இணையில்லா அன்பு கொண்டவரும் அவருடைய பக்திக்கு உரியவருமான தமக்கை குந்தவைப் பிராட்டியிடங்கூட அவருக்கு நம்பிக்கை குன்றிவிட்டது. அவரும் தனக்குத் தெரியாமல் ஏதோ காரியம் செய்து கொண்டிருப்பதாகத் தோன்றியது. ஏன்! அவருடைய உயிருக்கு உயிரான வானதிகூட அல்லவா அவருக்குத் தெரியாமல் எதையோ மறைத்து வைக்கப் பார்க்கிறாள்? திருட்டுத்தனமாக எங்கேயோ போய்விட்டு மர்மமான முகபாவத்துடன் திரும்பி வருகிறாள்?...

வேறு எதைப் பொறுத்தாலும் பொறுக்கலாம், வானதியின் மர்மமான நடத்தையை இனிப் பொறுக்க முடியாது என்று அருள்மொழிவர்மர் தீர்மானித்தார். வானதி சுற்று முற்றும் பார்த்துக் கொண்டு எங்கேயோ தனியாகப் புறப்பட்டுப் போவதை அவர் கவனித்தார். உடனே அவளை அறியாமல் பின்தொடர்ந்து செல்லலானார்.

அரண்மனையின் மேல் மாடங்களின் தாழ்வாரங்களின் வழியாகச் சென்று, பின்னர்க் கீழ் மாடங்களில் இறங்கிச் சென்று, இருபுறமும் நெடிய சுவர்கள் அமைந்த இரகசியப் பாதை வழியாக வானதி மேலும் மேலும் சென்றாள். மதுராந்தகரை இரகசியமாகச் சிறைப்படுத்தி வைத்திருக்கும் இடத்துக்குத்தான் அவள் போகிறாள் என்று கருதி அருள்மொழிவர்மர் மிக்க ஆர்வத்துடனும், ஆத்திரத்துடனும் அவளைப் பின்தொடர்ந்து சென்றார்.

கடைசியாக, வானதி மற்றொரு பெரிய அரண்மனைப் பகுதியை அடைந்து அங்கு ஓர் அறைக்குள் பிரவேசித்துக் கதவைச் சாத்த முயன்றாள். அப்போது அருள்மொழிவர்மர் பாய்ந்து சென்று வானதியால் கதவைச் சாத்த முடியாமல் ஒரு காலை அறைக்குள்ளே வைத்தார்.

கதவைச் சாத்த முயன்ற அவளுடைய கரத்தை இறுக்கிப் பிடித்துக்கொண்டு, "வானதி! உன் திருட்டுத்தனம் என்னிடம் பலிக்காது! இந்த அறையில் நீங்கள் ஒளித்து வைத்திருப்பது யார்?" என்று கோபமாக வினவினார்.

வானதியோ புன்னகை மலர்ந்த முகத்துடன், "ஐயா, உண்மையில் என் திருட்டுத்தனம் பலித்துவிட்டது! நான் அழைத்திருந்தால் தாங்கள் வந்திருக்க மாட்டீர்கள். உள்ளே வந்து இங்கு இருப்பது யார் என்று நீங்களே பார்த்துக் கொள்ளுங்கள்!" என்றாள்.

மதுராந்தகத்தேவரை எதிர்பார்த்துச் சென்ற அருள்மொழிவர்மர், அங்கே வல்லவரையன் வந்தியத்தேவன் கட்டிலில் படுத்திருப்பது கண்டு வியப்பும், உவப்பும் அடைந்தார்.

அவரைப் பார்த்த வந்தியத்தேவன் படுக்கையில் நிமிர்ந்து உட்கார்ந்து "ஐயா! வாருங்கள்! இரண்டு நாளாகத் தங்களை எதிர்பார்த்துக் கொண்டிருக்கிறேன். இந்தப் பெண்களின் சிறையிலிருந்து என்னை எப்படியாவது விடுதலை செய்யுங்கள்!" என்றான்.

பொன்னியின் செல்வர் விரைந்து சென்று வந்தியத்தேவன் அருகில் அமர்ந்து, "நண்பா! இது என்ன? இங்கு எப்படி வந்தாய்? பாதாளச் சிறையிலிருந்து தப்பியவன் இந்தப் பெண்களின் சிறையில் எப்படி அகப்பட்டுக் கொண்டாய்? இத்தனை நேரம் நீ ஈழத்தில் இருப்பாய் என்று அல்லவோ நினைத்தேன்? இன்னும் சில நாளைக்கெல்லாம் நானும் அங்கு வந்து உன்னுடனே சேர்ந்து கொள்ளலாம் என்று எண்ணியிருந்தேன்?" என்றார்.

"ஆம் இளவரசே! இவ்வளவு நேரம் நான் ஈழ நாட்டில் இருக்க வேண்டியவன்தான்! அங்கே பாண்டிய வம்சத்தாரின் மணிமுடியையும், அவர்களுக்கு இந்திரன் தந்த இரத்தின ஹாரத்தையும் தேடிக் கொண்டிருக்க வேண்டியவன். சைவப் பைத்தியமான சேந்தன் அமுதனை வைத்தியர் மகன் கொல்லாமல் தடுக்க முயன்று இந்தத் துர்க்கதிக்கு உள்ளானேன். பினாகபாணியின் ஈட்டி என் மேல் பாய்ந்ததும் நினைவிழந்து விழுந்தேன். இந்தப் பெண்மணிகளின் சிறைக்கு எப்படி வந்து சேர்ந்தேன் என்பது தெரியாது. கருணைகூர்ந்து நான் இங்கிருந்து தப்பிச் செல்வதற்கு உதவ வேண்டும். இல்லாவிட்டால்,

தங்கள் அருமைச் சகோதரரும், என் அருமைத் தலைவருமான ஆதித்த கரிகாலரைக் கொன்றதாக என் பேரில் வீண் பழியைச் சுமத்திவிடுவார்கள்!" என்றான் வந்தியத்தேவன்.

வானதி குறுக்கிட்டு, "ஐயா! இவர் கூறுவது தவறு. இவர் தப்பி ஓடிப்போனால்தான் அத்தகைய பழி இவர் மீது ஏற்படும். உண்மை வெளியாகும் வரையில் இவர் இங்கேயே இரகசியமாக இருக்கவேண்டும் என்பது தங்கள் திருத்தமக்கையின் விருப்பம்" என்றாள்.

"இவள் கூறுவதிலும் உண்மை இருக்கிறது. நீ தப்பி ஓட முயன்றால்தான் அந்தப் பழி உனக்கு ஏற்படும். என்னையும் அது பிடிக்கலாம். அதைக் காட்டிலும் உண்மையில் நடந்ததை உலகம் அறிய நிரூபிப்பதுதான் நல்லது. முதலில், என்னிடம் சொல்லு! கடம்பூரில் நடந்ததையெல்லாம் விவரமாகச் சொல்லு!" என்றார் பொன்னியின் செல்வர்.

வந்தியத்தேவனும் தான் அறிந்தபடி நடந்ததையெல்லாம் கூறினான். எல்லாவற்றையும் கேட்ட பின்னரும், ஆதித்த கரிகாலரின் மரணம் நேர்ந்தது எப்படி என்பதை இளவரசரால் நிர்ணயிக்க முடியவில்லை.

74. "நானே முடி சூடுவேன்!"

வந்தியத்தேவன் கடைசியாகக் கூறினான்: "இளவரசே! ஒரே ஒரு மனிதர் மனசு வைத்தால் உண்மையில் என்ன நடந்தது என்பதைச் சொல்லி என்னைக் குற்றமற்றவன் ஆக்கலாம். அந்த ஒருவர் பெரிய பழுவேட்டரையர்தான். கடம்பூர் மாளிகையில் யாழ்க் களஞ்சியத்தில் ஒளிந்திருந்த என்னைத் திடீரென்று கழுத்தைப் பிடித்து இறுக்கிக் கீழே தள்ளி மூர்ச்சை அடைந்து விழச் செய்தவர் அந்த வீரப் பெருமகனாராகவே இருக்க வேண்டும் என்று ஊகிக்கிறேன். வேறு யாரும் அங்கு அச்சமயம் வந்திருக்க முடியாது. நந்தினிதேவி பேரில் சந்தேகங்கொண்ட அந்தக் கிழவர்தான் அவ்வாறு காளாமுகச் சைவராக உருக்கொண்டு மறைவிடத்திலிருந்து அங்கு என்ன நடக்கிறது என்று பார்ப்பதற்காக வந்திருக்க வேண்டும். காளாமுகச் சைவக்கூட்டத்தைச் சேர்ந்த இடும்பன்காரி அவருக்கு இரகசிய வழியில் வருவதற்கு உதவி செய்திருப்பான். ஆனால் அந்த மாபெரும் வீரருக்கு என்னை முதன் முதல் பார்த்தபோதே என்மீது வெறுப்பு உண்டாகிவிட்டது. அந்த வெறுப்பு பிறகு நாளுக்குநாள் அதிகமாகியே வந்தது. அவர் என் உயிரைக் காப்பாற்றுவதற்காக முன் வந்து அங்கு உண்மையில் நடந்ததைச் சொல்லப் போவதில்லை. நான் இந்தப் பயங்கரமான பழி பூண்டு இறந்தால் அவருக்கு ஒருவேளை சந்தோஷமாகவே இருக்கும். ஆகையால், இளவரசே! எனக்குத் தப்பிச் செல்வதற்கு அனுமதி கொடுங்கள்!

முடிந்தால் நான் ஈழ நாடு சென்று அங்கே பாண்டிய குலத்து மணிமுடியையும், இரத்தின ஹாரத்தையும், தேடிக் கண்டுபிடிப்பேன். அல்லது இங்கேயே உங்கள் கை வாளால் என்னைக் கொன்றுவிடுங்கள். என்னிடம் அளவிலாத அன்பு வைத்திருந்த தங்கள் தமையனாரைக் கொன்ற பழியைச் சுமந்து நாற்சந்தியில் கழுவில் ஏற்றப்படும் கதிக்கு என்னை ஆளாக்காதீர்கள்! அதைக் காட்டிலும் தங்கள் கை வாளினால் இறப்பது எனக்கு எவ்வளவோ ஆறுதல் அளிக்கும்! அல்லது இந்தக் கொடும்பாளூர்க் கோமகளின் கையினால் நஞ்சுண்டு இறந்தாலும் பாதகமில்லை. இவரும் தங்கள் திருத்தமக்கையுமே இந்த அனாதையின் பேரில் கருணை கொண்டு யமலோகத்தின் வாசற்படி வரைக்கும் சென்றிருந்தவனைத் திரும்பவும் இவ்வுலகத்துக்கு கொண்டு வந்து சேர்த்திருக்கிறார்கள். இதற்காக இவர்களுக்கு நான் நன்றி செலுத்தப் போவதில்லை!"

இவ்வாறு வந்தியத்தேவன் கூறியபோது வானதி இளவரசரை நோக்கி, "கேளுங்கள் ஐயா! நீங்களே கேளுங்கள்! இந்தச் சுத்த வீரருக்குப் போர்க்களத்தில் எதிரிகளுக்கு முன்னால் நின்று போரிட்டு வீர சொர்க்கம் அடையும் விருப்பம் இல்லையாம்! பெண்களின் கையினால் விஷம் அருந்திச் சாவதற்குத் தவம் கிடக்கிறாராம்!" என்றாள்.

"இளவரசே! இவரும், தங்கள் திருத்தமக்கையும் என் மீது சொல்லும் நிந்தை மொழியினாலேயே என்னைக் கொன்று விடுவார்கள் போலிருக்கிறது. அதைவிட இவர்கள் கையினால் நஞ்சு அருந்தி இறப்பது விசேஷம் அல்லவா?" என்றான் வாணர் குல வீரன் வந்தியத்தேவன்.

அருள்மொழிவர்மர் இந்தப் பேச்சுக்களையெல்லாம் பாதி கவனத்துடனேதான் கேட்டுக் கொண்டிருந்தார். அவருடைய மனத்திற்குள் வேறு எதைப்பற்றியோ தீவிரமாகச் சிந்தித்துக் கொண்டிருந்ததாகத் தோன்றியது.

சட்டென்று ஒரு குதி குதித்து எழுந்து நின்று, "ஆகா! நான் முடிவு செய்துவிட்டேன். நானே சோழ நாட்டின் சக்கரவர்த்தியாக முடிசூட்டிக் கொள்வேன். நாடு நகரமெல்லாம் மக்கள் "அருள்மொழிவர்மனே திருமுடி சூட்டவேண்டும்!" என்று கோஷம் செய்கிறார்கள். போர் வீரர்களின் விருப்பமும் அதுவே! அவர்கள் எல்லாருடைய விருப்பத்தையும் நிறைவேற்றுவேன். எதற்காகத் தெரியுமா? உன்னைக் குற்றம் அற்றவன் என்று விடுதலை செய்வதற்காகத்தான். அதனால் எனக்கு ஏதேனும் அபகீர்த்தி வருவதாக இருந்தால் வரட்டும்! அது என்னைப் பாதியாது! என் பேரில் விரோதப்பான்மை கொண்ட சிற்றரசர்கள் சிலர் ஒருவேளை அந்த அபகீர்த்தியைப் பரப்புவதற்கு முயலலாம். ஆனால் மக்கள் அதை நம்பமாட்டார்கள். சிற்றரசர்கள் என் பேரில் குற்றம் சுமத்தத் துணிந்தால், அது அவர்கள் பேரிலேயே திரும்பிப் போய்ச் சேரும்! கடம்பூர் மாளிகைக்குச் சிற்றரசர்கள் விருந்துக்கு அழைத்து அவரைக் கொன்று விட்டார்கள் என்று என்னால் திருப்பிச் சொல்ல முடியும். அத்தகைய நம்பிக்கைத் துரோகத்துக்காகவும் இராஜ குலத் துரோகத்துக்காகவும் அவர்கள் எல்லாரையும் தண்டிக்கவும் என்னால் முடியும். எது எப்படியானாலும் நானே முடிசூட்டிக் கொள்ளப் போகிறேன். என் தந்தை, தமக்கை இவர்களின் விருப்பத்துக்கு விரோதமாக நடந்தாலும் நடப்பேன். ஆனால் உனக்கு எந்தவிதத் தீங்கும் நேருவதை என்னால் பார்த்துக் கொண்டு பொறுத்திருக்க முடியாது!" என்றார்.

வானதி ஒரு குதூகலத்துடன், "தங்களுடைய இந்த வார்த்தைகளைக் கேட்பதற்கு இளைய பிராட்டி இங்கே இல்லாமற் போனாரே! அவர் முன்னிலையிலும் ஒரு தடவை இந்த வார்த்தைகளைச் சொல்லுங்கள்!" என்றாள்.

"ஒரு தடவை என்ன? பல தடவை சொல்லுகிறேன்! காரியத்திலும் இதைச் செய்து காட்டுகிறேன்!" என்றார் பொன்னியின் செல்வர்.

வந்தியத்தேவன் தன் கண்களில் துளித்த கண்ணீரைத் துடைத்துக்கொண்டு, "ஐயா! ஏழையும் அனாதையுமான என் காரணமாகத் தாங்கள் தங்களுடைய மன உறுதியை மாற்றிக் கொண்டு முடிசூடுவதற்கு முன் வந்தால், அது சோழ நாடு செய்த பாக்கியமாகும். உண்மையைச் சொல்லுவதாக இருந்தால், மதுராந்தகத்தேவரை நான் அறிந்தவரையில் அவர் முடி சூடச் சிறிதும் தகுதியில்லாதவர். பெண்களைப் போல் மூடுபல்லக்கிலே பிரயாணம் செய்து இராஜ்யத்துக்காகச் சதி முயற்சிகளிலே ஈடுபடுகிறவர், ஒரு சாம்ராஜ்யத்தை ஆளத் தகுதியுடையவரா? விஜயாலய சோழரும், பராந்தக சோழரும் அலங்கரித்த சோழ சிங்காதனத்தில் இத்தகைய கோழைத்தனமே உருக்கொண்டவர் ஏறுவது நியாயமா? இதை இந்நாட்டு மக்கள் விரும்பாததில் வியப்பு ஒன்றுமில்லை!" என்று குரல் தழுதழுக்கக் கூறினான்.

"இதை உணர்ந்துதான் மதுராந்தகத் தேவரே மாயமாய் மறைந்து விட்டார் போலிருக்கிறது!" என்றாள் வானதி.

"ஆம்; ஆம்! அவரைத் தேடிக் கண்டுபிடிக்கும் பிரயத்தனத்தை இனி விட்டுவிடப் போகிறேன். நானே முடிசூட்டிக் கொள்ளப் போகிறேன்!" என்றார் அருள்மொழிவர்மர்.

இதைக் கேட்டுக் கொண்டே அச்சமயம் அவ்வறையினுள் பிரவேசித்த குந்தவை, "தம்பி! அந்த ஆசையை அடியோடு விட்டுவிடு! உனக்குச் சிங்காதனமும் இல்லை. மணிமகுடமும் இல்லை. என் அருமைத் தோழி வானதி தஞ்சைச் சிங்காதனத்தில் ஏறுவதில்லை என்று சபதம் செய்திருப்பதை மறந்து விட்டாயா? அவள் இல்லாமல் வேறொரு பெண்ணை

உன் அருகில் வைத்துக் கொண்டு நீ முடிசூட்டிக் கொள்வதை நான் ஒருநாளும் என் கண்களால் பார்த்துக் கொண்டிருக்க முடியாது!" என்றாள்.

"அக்கா! அந்தச் சமயத்தில் மட்டும் தாங்கள் தங்களுடைய கண்களை மூடிக்கொண்டால் போகிறது. நான் வேண்டுமானாலும் தங்கள் கண்களை அச்சமயம் பொத்தி உதவுகிறேன்!" என்றாள் வானதி.

பொன்னியின் செல்வர் குந்தவையைப் பார்த்து, "சகோதரி, தங்கள் தோழியின் சபதத்துக்காகச் சோழ ராஜ்யம் அரசன் இல்லாமலே நடக்க முடியுமா? நம் தந்தையோ இராஜ்ய பாரத்தை இறக்கி வைத்து விட்டுக் காஞ்சிக்குப் போக வேண்டுமென்று பிடிவாதம் பிடிக்கிறார். மதுராந்தகத் தேவரோ, மாயமாக மறைந்து விட்டார், வேறு வழிதான் என்ன? எப்படியும் நான் முடிசூட்டிக் கொள்ளாமல் தீராது போலிருக்கிறதே? இராஜ்ய உரிமை பற்றி நாடெங்கும் ஒரே கொந்தளிப்பாக இருப்பது தங்களுக்குத் தெரியாததல்லவே? இந்தக் கொந்தளிப்பை, எத்தனை காலம் விட்டு வைக்க முடியும்?" என்றார்.

"தம்பி! ஒரு சந்தோஷமான சமாசாரம். அதைத் தெரிவிப்பதற்குத் தான் நான் விரைந்து ஓடி வந்தேன். மறைந்திருந்த மதுராந்தகத் தேவர் வெளிப்பட்டு விட்டார். சோழ குலத்து முன்னோர்கள் செய்த தவம் வீண் போகவில்லை! இராஜ்யம் என்ன ஆகுமோ என்று நீ கவலைப்பட வேண்டியதில்லை. அவர் வேண்டாம் என்று சொன்னாலும் நாம் பிடிவாதம் பிடித்து அவருக்கு மகுடாபிஷேகம் செய்து வைக்கவேண்டும்!" என்றார் இளையபிராட்டி.

அவருடைய உற்சாகம் மற்ற மூவருக்கும் சிறிது வியப்பை அளித்தது. சில நாட்களாகவே குந்தவைப் பிராட்டி மதுராந்தகருக்கு முடிசூட்டுவதற்குச் சாதகமாயிருந்தது உண்மைதான். ஆனால் அதில் அவர் இவ்வளவு உற்சாகம் உடையவர் என்று இதுவரையில் காட்டிக்கொள்ளவில்லை.

பொன்னியின் செல்வர் அது சம்பந்தமான தம் வியப்பை அடக்கிக்கொண்டு, "தேவி! அவர் எங்கே மறைந்திருந்தார்? எதற்காக? எப்படி வெளிப்பட்டார்?" என்று கேட்டார்.

"நமக்கு அருகிலேயே அவர் இருந்து வந்தும் நம்மாலேதான் கண்டுகொள்ள முடியாமல் போயிற்று. தம்பி! செம்பியன்மாதேவியின் திருவயிற்றில் உதித்தவர்தான் சோழ சிங்காதனத்தில் ஏறத் தகுந்தவர். உன் சித்தப்பாவுக்குத்தான் இந்த ராஜ்யம் நியாயமாக உரியது. நீ மகுடம் புனையலாம் என்ற எண்ணத்தை அடியோடு விட்டுவிடு! ஓர் அதிசயத்தைக் கேள்! தம்பி! நாலு நாளைக்கு முன்னால் நம் சித்தப்பாவுக்கு ஒரு பெரிய கண்டம் வந்தது. கொலைகாரன் ஒருவன் அவர் மீது குத்தீட்டியை வீசி எறியக் குறி பார்த்தான். அதை அவன் எறிந்திருந்தால் மதுராந்தகத்தேவரின் உயிர் போயிருக்கும். சோழ குலத்தில் இன்னொரு அகால மரணம் ஏற்பட்டிருக்கும். அப்படி நேராமல் தடுத்த வீராதி வீரர் யார் தெரியுமா? தம் உயிரைக் கொடுக்கத் துணிந்து நம் சித்தப்பாவைக் காப்பாற்றியவர் யார் தெரியுமா?" என்று கூறிக் கொண்டே இளையபிராட்டி தம் விசாலமான கண்களை வந்தியத்தேவன் பேரில் திரும்பினார். அந்தக் கண்களில் ததும்பிய அன்பும் ஆர்வமும், நன்றியும் நன்மதிப்பும், ஆதரவும் அனுதாபமும் வந்தியத்தேவனது நெஞ்சின் அடிவாரம் வரையில் சென்று அவனைத் திக்குமுக்காடச் செய்தன.

பொன்னியின் செல்வரோ வியப்புக் கடலில் ஆழ்ந்தவராக, "இது என்ன அக்கா! எனக்குப் புரியவில்லையே? என் தோழனும் இதுபற்றி எனக்குச் சொல்லவில்லையே?" என்றார்.

"அவர் சொல்லியிருக்க மாட்டார் ஏனெனில் அவர் செய்த காரியத்தின் பெருமையை அவரே உணர்ந்திருக்க மாட்டார். சோழ குலம் அவருக்கு எவ்வளவு கடமைப்பட்டிருக்கிறது என்று அவருக்கே தெரியாது!"

"அக்கா! புதிர்போடுவது போல் பேசுகிறீர்கள்? எல்லாம் ஒரே மர்மமாயிருக்கிறதே? எங்களை வீண் திகைப்புக்கு உள்ளாக்காமல் விளக்கமாகச் சொன்னால் நல்லது! இந்த வாணர் குல வீரர் மதுராந்தகரை எப்படி, எங்கே, எந்தவித அபாயத்திலிருந்து காப்பாற்றினார்? மதுராந்தகத்தேவர் இப்போது எங்கே?" என்று இளவரசர் கேட்டார்.

"பொன்னியின் செல்வ! இதோ இன்னும் சில வினாடிப் பொழுதில் அவரே இங்கு வந்து விடுவார்! நீ இங்கே வந்திருக்கிறாய் என்பது தெரிந்து, இவ்விடம் அழைத்து வரச் சொல்லியிருக்கிறேன். அவர் வாய்மொழியாகவே கேட்டுத் தெரிந்து கொள். அல்லது எல்லாவற்றையும் கண்ணால் பார்த்த பூங்குழலியிடம் கேட்டுத் தெரிந்துகொள்... இதோ அவர்கள் வருகிறார்கள் போலிருக்கிறது.

ஆம்; அச்சமயம் அறைக்கு வெளியில் காலடிச் சத்தம் கேட்டது. சற்று நேரத்துக்கெல்லாம் நாலு பேர் உள்ளே வந்தார்கள். முதன்மந்திரி அநிருத்தர், ஆழ்வார்க்கடியான், பூங்குழலி, சேந்தன் அமுதன் ஆகியவர்கள் வந்தார்கள். சேந்தன் அமுதன் மட்டும் வழக்கத்துக்கு மாறாக விசித்திரமாக உடை அணிந்திருந்தான். தலையில் இளவரசுக் கிரீடம் அணிந்து, பட்டுப் பீதாம்பரமும், அரச குலத்துக்குரிய ஆபரணங்களும் புனைந்திருந்தான்.

அறைக்குள் வந்த கோஷ்டியினரை உள்ளே இருந்தவர்கள் சிறிது வியப்புடன் பார்த்தார்கள். "சகோதரி! மதுராந்தகர் வருவார் என்றல்லவோ சொன்னீர்கள்? அவரைக் காணோமே?" என்றார் அருள்மொழி.

"தம்பி! இதோ உன் முன்னால் இளவரசுக் கிரீடம் அணிந்து நிற்கிறாரே, இவர்தான் செம்பியன்மாதேவியின் திருவயிற்றில் உதித்த, சிவஞான கண்டராதித்தரின் புதல்வர். இவர்தான் நமக்கெல்லாம் சித்தப்பன் முறை பூண்ட சிவபக்திச் செல்வர். இத்தனை காலமும் சேந்தன் அமுதன் என்ற பெயருடன் அஞ்ஞாத வாசம் செய்து வந்தார். சோழர் குலம் செய்த பாக்கியத்தினால் இன்றைக்கு வெளிப்பட்டு வந்தார். இவரைத் தான் நாலு நாளைக்கு முன்னால் கொடியோன் ஒருவன் ஈட்டியினால் குத்திக் கொல்ல முயன்றான். அதைத் தடுத்து இந்த வாணர் குல வீரர் சோழ குலத்துக்கு இணையில்லாத உதவி புரிந்தார். நமது முதன்மந்திரியின் சீடரான இந்த வீர வைஷ்ணவர் இவர் சைவர் என்பதையும் பொருட்படுத்தாமல் இவரைக் கோட்டைக்குள் கொண்டு வந்து சேர்த்தார்!..."

இச்சமயத்தில் திருமலை குறுக்கிட்டு, "தேவி! இச்சைவருக்கு நான் எந்தவித உதவியும் செய்யவும் இல்லை. செய்ய விரும்பவும் இல்லை. வல்லத்து இளவரசரைப் பல்லக்கில் கொண்டு வருவது சாத்தியமாகும் பொருட்டு இவருக்கு மாறுவேடம் புனைந்து யானையில் ஏற்றி வந்தேன்" என்றான்.

குந்தவை, "ஆம், ஆம்! திருமலை நம்பி இரு வகையில் பேருதவி புரிந்திருக்கிறார். மதுராந்தகத் தேவருக்கு இளவரசுக் கிரீடம் அணிவித்து யானை மீது ஏற்றிக் கொண்டு வந்தபோது உண்மையிலேயே இந்த நாட்டின் சிங்காதனத்துக்குரியவரை அழைத்து வருகிறோம் என்று தெரிந்திராது. அல்லது தெரிந்து தான் செய்தாரோ, அதை நான் அறியேன்! எப்படியேனும் இருக்கட்டும்! தம்பி! இத்தனை காலமும் மதுராந்தகத்தேவர் என்று நாம் எல்லோரும் எண்ணியிருந்தவர் உண்மையில் மதுராந்தகத்தேவர் அல்ல. இவர்தான் சோழ குலத்தின் தவப்பயனாக மூத்த எம்பிராட்டியின் வயிற்றில் உதித்தவர். நாம் அறிய முடியாத இறைவன் திருவிளையாடல் இவரை இத்தனை காலமும் குடிசையில் வாழ்ந்திருக்கச் செய்தது. ஆயினும் சோழர் தொல்குடியில் பிறந்ததனால் வந்த குணாதிசயங்கள் இவரிடம் குடிகொண்டிருந்ததை நாம் எல்லோரும் ஒவ்வொரு சமயம் பார்த்து வியந்திருக்கிறோம். முன்னொரு சமயம் இவர் இந்த வாணர் குலத்து வீரரைத் தப்ப உன்னை இவரும், பூங்குழலியும் கோடிக்கரையிலிருந்து நாகப்பட்டினம் வரையில் கொண்டு போய்ச் சேர்த்ததைத்தான் மறக்க முடியுமா? இவர்தான் உண்மையில் நம் சித்தப்பா என்பதை இன்று செம்பியன் மாதேவியின் வாய்மொழியாகவும் அறிந்தோம். இவரும் ஒப்புக்கொண்டார். தம்பி! இந்தப் புண்ணிய தினத்தில் இவரை நம் அரண்மனைக்கு வரவேற்கிறேன். இல்லை இல்லை! இவருடைய சொந்த அரண்மனைக்கு வரவேற்கிறேன். இத்தனை காலமும் நம்மைவிட்டுப் பிரிந்து வாழ்ந்தவரை இன்று நம் குடும்பத்தோடு ஒன்று சேர்ந்துவிடும்படி அழைக்கிறேன். இத்தனை நாளும் பிரிந்திருந்தவர் நம்மோடு வந்து சேர்ந்த வைபவத்தை எவ்வளவோ விமரிசையாகக் கொண்டாட வேண்டும். அதற்குத் தகுதியான காலம் இதுவன்று. இந்தச் செய்தியை எவ்வளவு தூரம் வெளியில் தெரியாமல் நமக்குள் வைத்துக் கொள்கிறோமோ, அவ்வளவுக்கு நல்லது. ஆகையால் நமக்குள்ளேயே

இந்த வைபவத்தை நடத்திக் கொள்ளலாம். சித்தப்பா! இப்படி வாருங்கள்! நெடு நாளைய பிரிவுக்குப் பின்னர் இன்று சோழர் குலத்தில் வந்து சேர்ந்ததற்காக எங்கள் மகிழ்ச்சியை வேறு விதத்தில் தெரிவித்துக் கொள்ள முடியவில்லை. என் அருமைச் சகோதரர்கள் வெளியூர்களுக்குப் போகும்போதும் சரி, திரும்பி வரும்போதும் சரி, அவர்கள் நெற்றியில் நான் திருநீறு பூசிக் குங்குமத் திலகம் இடுவது வழக்கம். அதுபோலவே இன்று திரும்பி வந்து சேர்ந்த தங்கள் நெற்றியில் திருநீறும் குங்குமமும் இடுகிறேன்!"

இவ்விதம் கூறிவிட்டு இளையபிராட்டி குந்தவை தேவி சேந்தன் அமுதன் என்று இத்தனை காலமும் பெயர் வழங்கிய மதுராந்தகன் நெற்றியில் திருநீறும் குங்குமமும் இட்டார்.

அப்போது முதன்மந்திரி அநிருத்தர் "சோழர் குலத் தோன்றல் இளங்கோ மதுராந்தகத்தேவர் நீடூழி வாழ்க!" என்று ஆசி கூறினார்.

"வாழ்க! வாழ்க!" என்று ஆழ்வார்க்கடியான் நம்பி எதிரொலி செய்தான்.

குந்தவை முதலில் பேச ஆரம்பித்தபோது அருள்மொழிவர்மர் உள்ளத்தில் வியப்புத்தான் அதிகமாக இருந்தது. அதில் சிறிது சந்தேகமும் கலந்திருந்தது. இதெல்லாம் தம் திருத்தமக்கையாரின் விளையாட்டோ , ஏதேனும் ஒரு முக்கிய காரணம் பற்றி இவ்விதம் பேசுகிறாரோ என்று கூட எண்ணினார். போகப் போக அவருடைய ஐயம் தீர்ந்துவிட்டது. குந்தவை தேவியின் வார்த்தைகள் இதய அந்தரங்கத்திலிருந்து வந்த அன்புணர்ச்சி ததும்பிய வார்த்தைகள் என்பதை அறிந்தார். அவர் பெரிதும் போற்றிய தமக்கையின் உள்ளத்தில் பொங்கிய உணர்ச்சி வெள்ளம் அவரையும் ஆட்கொண்டு விட்டது.

குந்தவை தேவி திலகமிட்டதும் அருள்மொழித்தேவர் சேந்தன் அமுதன் அருகில் சென்று "சித்தப்பா! முன்னமே தங்களிடம் நான் அன்பு கொண்டிருந்தேன். தாங்கள் என் சகோதரராயிருக்கக் கூடாதா என்று எண்ணியதுமுண்டு. நமக்குள் இருக்கும் இரத்தத் தொடர்புதான் அத்தகைய உணர்ச்சியை எனக்கு அளித்தது போலும்!" என்று கூறிச் சேந்தன் அமுதனை ஆலிங்கனம் செய்துகொண்டு கண்ணீர் பெருக்கினார்.

வந்தியத்தேவன், "ஆகா! நான் முன்னமே கொஞ்சம் சந்தேகித்தேன். சேந்தன் அமுதன் என்கிற சிவபக்தருக்குள்ளே பரம்பரையான வீர இராஜகுலம் எங்கேயோ ஒளிந்து கொண்டிருக்கத்தான் வேண்டும் என்று எண்ணினேன். இல்லாவிட்டால் ஊரும் பேரும் இல்லாதவனாக வந்த எனக்கு அடைக்கலம் தந்து ஆதரித்து ஊரை விட்டு ஓடவும் உதவி செய்திருப்பாரா? பேரரசர் மகனே, முன்னொரு தடவை எனக்குச் செய்த உதவியை எனக்கு மறுபடியும் செய்து அருள் புரியுங்கள். தங்களுடைய மகுடாபிஷேக வைபவத்தைப் பார்க்கக் கொடுத்து வைக்கவில்லையே என்று வருத்தமாய்த்தானிருக்கிறது. என்ன செய்யலாம்! ஒரு விஷயதில் எனக்கு மிக்க மகிழ்ச்சி. சேந்தன் அமுதனாருக்குச் சோழ சாம்ராஜ்யம் சொந்தமாவதிலே கூட எனக்கு அவ்வளவு திருப்தி இல்லை. எனக்குக் கடல் கடக்க உதவி செய்த பூங்குழலி அம்மை மகாராணி ஆகப் போவதிலேதான் எனக்குப் பூரிப்பு! சமுத்திர குமாரியின் ஆசைக் கனவு இவ்வளவு விரைவில் நிறைவேறப் போகிறது என்று அவரே எதிர்பார்த்திருக்க மாட்டார்!" என்றான்.

குந்தவை குறுக்கிட்டு, "ஐயா! தாங்கள் இன்னும் சில நாள் இவ்வளவு அதிகமாகப் பேசாமலிருந்தால் நல்லது. அப்போது உடம்பு குணப்பட்டுத் தப்பி ஓடுவதாயிருந்தாலும் விரைவாக ஓட முடியும்!" என்றாள்.

பின்னர், "தம்பி! அருள்மொழி! இத்தனை காலமும் நமது அருமைப் பாட்டியார் தமது திருமகனுக்கு மகுடம் சூட்டுவதை ஏன் ஆட்சேபித்தார் என்பதை இப்போது நாம் அறிந்து கொண்டோம். நமக்குக்கூட பழைய மதுராந்தகர் முடிசூடுவதில் அவ்வளவு திருப்தியில்லாமலிருந்தது. வீர சோழ குலத்தில் பிறந்தவர்களிடம் இருக்கவேண்டிய குணாதிசயங்கள் அவரிடம் இல்லை. நமது பாட்டியார் எவ்வளவோ முயன்று பார்த்தும், சிவபக்தி அவருடைய உள்ளத்தில் ஒட்டவில்லை. வீரம் என்பது அவரிடம் மருந்துக்குக்கூட இல்லை. அப்படியிருந்தும் ஒருவாறு நாம் அவருக்கே முடிசூட்டுவதற்கு மனத்தைச் சரிப்படுத்திக் கொண்டோம். இந்தப் புதிய மதுராந்தகருக்குப் பட்டம் கட்டுவதில்

நமக்கெல்லாம் திருப்தி என்பது மட்டுமில்லை, குதூகலமும் பூரிப்பும் அடைகிறோம். உன்னையும் வல்லத்து இளவரசரையும் நடுக்கடலில் மூழ்காமல் கரையேற்றிக் காப்பாற்றிய பூங்குழலி சிங்காதனம் ஏறுவதைப் பார்க்கவும் எனக்கு ஆசையாக இருக்கிறது. அதற்கு வேண்டிய ஏற்பாடுகளை நம் முதன்மந்திரி உடனே செய்ய வேண்டும்!" என்றாள்.

"தேவி! பெரிய பழுவேட்டரையர் மனசு வைத்துக் கடம்பூர் மாளிகையிலே என்ன நடந்தது என்பதைச் சொல்ல வேண்டும். பழைய மதுராந்தகத்தேவர் என்ன ஆனார் என்பது தெரிய வேண்டும். இந்த இரண்டு காரியமும் ஆவதற்கு முன்னால் மகுடாபிஷேகத்துக்கு நாள் வைப்பது எப்படி?" என்றார் அநிருத்தர்.

"பெரிய பழுவேட்டரையரிடம் நான் கேட்டுக் கொள்கிறேன். பழைய மதுராந்தகரைக் கண்டுபிடிப்பது உங்கள் பொறுப்பு!" என்றாள் குந்தவை.

அப்போது சேந்தன் அமுதன் என்று நாம் அதுவரையில் அழைத்து வந்த இளவரசர் மதுராந்தகத்தேவர் பொன்னியின் செல்வரைப் பார்த்துக் கூறினார்: "இளவரசே! தாங்கள் என்னைச் சித்தப்பா முறை வைத்து மரியாதையாக அழைத்தீர்கள். இவர்களும் என்னை 'இளவரசர்' என்று அழைக்கிறார்கள். ஆனால் தங்களை நான் 'மகனே' என்று அழைப்பது சாத்தியமில்லை. இருபத்திரண்டு ஆண்டு எளிய குடிசையில் காலம் கழித்தவன் திடீரென்று இன்றைக்கு என்னைப் பேரரசர் குலத்தில் பிறந்த இளங்கோவாகக் கருதிக்கொள்ளவும் முடியவில்லை. உங்கள் எல்லாருக்கும் ஒரு விண்ணப்பம் செய்து கொள்கிறேன். வந்தியத்தேவர் தப்பி ஓடக் காரணமாக இருந்ததற்காக என்னைச் சில நாள் பாதாளச் சிறையில் அடைத்திருந்தார்கள். அப்போது பக்கத்து அறையிலிருந்தவன் மூலம் இன்று வெளியான செய்தியை நான் அறிந்தேன். ஊமைத் தாயின் பிள்ளை அரண்மனையில் அரச குமாரனாக வளர்கிறான் என்றும், இராஜ குலத்துக் குழந்தை ஊமைத் தாயின் வீட்டில் வளர்ந்து வருகிறான் என்றும் அவன் கூறினான். அப்போதே எனக்கு உண்மை தெரிந்து விட்டது. உலகம் போற்றும் செம்பியன் மாதேவி என்னிடம் காட்டிய அன்பின் காரணத்தை ஊகித்துக் கொண்டேன். அவர் என்றாவது ஒருநாள் என்னை 'மகனே! என்று அழைக்க வேண்டும் என்று ஆசைப்பட்டேன். அந்த ஆசை இன்று நிறைவேறி விட்டது இதற்கு மேல் நான் ஒன்றும் விரும்பவில்லை!..."

முதல்மந்திரி குறுக்கிட்டு, "இளங்கோவே! தாங்கள் விரும்புகிறீர்களா, இல்லையா என்பது கேள்வி அல்லவே! எது நியாயம், எது முறைமை என்றுதானே யோசிக்கவேண்டும்?" என்றார்.

"ஆகா! நன்றாக யோசியுங்கள், என்னைப் பற்றிய வரையில் யோசனை அவசியமே இல்லை. ஏற்கனவே தீர்க்கமாக யோசித்து முடிவு செய்துவிட்டேன். பூங்குழலி பலமுறை என்னிடம் 'அரசகுமாரனை மணந்து அரியாசனம் ஏறப்போகிறேன்' என்று கூறினாள். அதனாலேயே என் அந்தரங்கக் காதலை நிராகரிப்பதாகவும் சொன்னாள். அப்போதெல்லாம் 'பெண்ணே! உண்மையில் நான் அரசகுமாரன் தான்! நான் விரும்பினால் இந்தச் சோழ சாம்ராஜ்யம் என்னுடையதாகும்!' என்று கூற என் உள்ளமும் நாவும் துடிதுடித்தன. அந்த ஆர்வத்தைக் கட்டுப்படுத்திக் கொண்டேன். நாடாளும் ஆசை என் உள்ளத்தில் என்றும் புகலாகாதென்று இறைவனை வேண்டிக்கொண்டேன். அந்த வைராக்கியத்தை நிறைவேற்றும் பொருட்டுப் பூங்குழலியைத் தியாகம் செய்யவும் உறுதி கொண்டிருந்தேன். நல்லவேளையாக, இந்தச் சமுத்திர குமாரி தனக்குத் தகுதியில்லாத ஆசையை விட்டுவிட்டு, இந்த ஏழைச் சிவாலயத் தொண்டனை மணந்து கொள்ள முன்வந்தாள்."

பூங்குழலி இங்கே குறுக்கிட்டு, "ஐயா! எனக்குத் தகுதியில்லாத ஆசை என்று எப்படிக் கூறினீர்கள்? மூன்று உலகம் ஆளும் சக்கரவர்த்தினி ஆவதற்கும் நான் தகுதி உடையவளே. அப்படியிருந்தும் தங்களை மணந்து பூமாலை கட்டிப் பிழைப்பதற்கும் ஓடம் தள்ளி வாழ்நாளைக் கழிப்பதற்கும் இசைந்தேன்!" என்றாள்.

"அப்படிச் சொல், பூங்குழலி! உன் தகுதியை நிலைநாட்ட இதுவே போதுமே! தகுதியும் தகுதியின்மையும் எப்படி ஏற்படுகின்றன?

'பிறப்பு ஒக்கும் எல்லா உயிர்க்கும்'

என்று தெய்வப் புலவரின் தமிழ் மறை கூறுகிறதே! ஆகையால், உன்னுடைய பழைய மனோரதத்தை நீ இப்போது கை விட்டுவிட வேண்டாம். உன்னைக் கைப்பிடிக்கப் போகும் இந்தப் பேரரசன் மகனுக்கும் எங்களுடன் சேர்ந்து சொல்லு! சித்தப்பா! தாங்கள் தங்கள் பிறப்பின் உண்மையை அறிந்த பிறகும் இந்த ராஜ்யம் வேண்டாம் என்று வைராக்கியம் கொண்டிருந்தது நியாயந்தான். அது தங்கள் பிறவிக் குணத்தின் பெருந்தன்மையைக் காட்டுகிறது. இப்போது நாங்கள் எல்லாரும் சொல்லுகிறோம், சக்கரவர்த்தி சொல்லுகிறார், முதன்மந்திரி சொல்லுகிறார், நானும் என் சகோதரனும் சொல்லுகிறோம். என் தோழி வானதி சொல்வதுடன் அவளுடைய பெரிய தகப்பனாருடைய மனத்தையும் மாற்றி விடுவதற்கு ஒப்புக்கொள்கிறாள். இப்போது ஏன் தாங்கள் மறுக்க வேண்டும்?" என்றாள் இளைய பிராட்டி குந்தவை தேவி.

"தேவி! நீங்கள் எல்லாரும் சொல்லுகிறீர்கள் ஆனால் இந்த ராஜ்யத்தில் குடிமக்கள் என்ன சொல்லுகிறார்கள்? அது உங்களுக்கு ஒருவேளை தெரிந்திராது. நாட்டு மக்களோடு பழகியுள்ள எனக்கு நன்றாகத் தெரியும். இந்தத் தஞ்சையிலும், பழையாறையிலும், குடந்தையிலும், கோடிக்கரையிலும், நாகைப்பட்டினத்திலும் ஜனங்களின் விருப்பம் என்ன என்று எனக்கு நன்றாய்த் தெரியும். பாண்டிய நாட்டிலும், பல்லவ நாட்டிலும், கொங்கு நாட்டிலும், ஈழ நாட்டிலும் உள்ள மக்களின் விருப்பத்தையும் நான் கேள்வியினால் அறிந்திருக்கிறேன். 'அருள்மொழிவர்மரே திருமுடி சூடவேண்டும்' என்பதுதான் ஏகோபித்த மக்களின் வாக்கு. இவ்வளவு பெரிய பிரளய வெள்ளத்தை எதிர்த்து என்னால் நீந்த முடியுமா? நான் ஆசைப்பட்டாலும் இந்தப் பெரிய சோழ சாம்ராஜ்யத்தை என்னால் ஆள முடியுமா? கடவுளே! நீங்கள் எல்லாரும் 'பழைய மதுராந்தகர்' என்று சொல்கிறவர் மீது ஜனங்கள் எவ்வளவு வெறுப்புக் கொண்டிருந்தார்கள் என்பதை நான் அறிவேன். அந்த வெறுப்புக்கெல்லாம் என்னை உரிமையாளனாக்கி விடப் பார்க்கிறீர்களா? வேண்டாம்! வேண்டாம்! அவ்வளவு பெரிய தீங்கை எனக்குச் செய்ய வேண்டாம். நான் உங்களில் யாருக்கும் எந்த விதத் தீங்கும் செய்யவில்லையே?"

மற்றவர்களில் யாரும் இதற்கு மறுமொழி சொல்வதற்குள் பொன்னியின்செல்வர் கம்பீரமாகத் தலை நிமிர்ந்து நின்று, "இந்தப் பேச்சு இத்துடன் நிற்கட்டும்! நீங்கள் இந்த அறைக்குள் வரும் சமயத்தில் நான் "சோழ ராஜ்யத்துக்கு முடி சூட்டிக் கொள்ளப் போகிறேன்" என்று வந்தியத்தேவனிடம் சொல்லிக் கொண்டிருந்தேன். அதை நிறைவேற்றியே தீருவேன். முதிய எம்பிராட்டியின் திருவயிற்றில் உதித்த இந்த உத்தமத் தோழரின் கருத்தையும் அறிந்து கொண்டேன். இராஜ்ய உரிமை பற்றி இனிப் பேச்சு எதுவும் வேண்டாம்!" என்றார்.

❀

75. விபரீத விளைவு

தஞ்சைபுரி அரண்மனையின் அந்தரங்க மந்திராலோசனை மண்டபத்தில் பராந்தக சுந்தர சோழ சக்கரவர்த்தி தர்ம சிங்காதனத்தில் வீற்றிருந்தார். அரண்மனைப் பெண்டிர்களில் முக்கியமானவர்கள் அவருக்கு இருமருங்கிலும் அமர்ந்திருந்தார்கள். சோழ நாட்டு அமைச்சர்களும், தளபதிகளும், அரசிளங்குமாரர்களும் சக்கரவர்த்தியின் முன்னிலையில் வணக்கமான பாவனையில் நின்று கொண்டிருந்தார்கள். பெண்டிர்களிலே மூத்த எம்பிராட்டியான செம்பியன் மாதேவியும் உடைய பிராட்டி வானமாதேவியும், இளைய பிராட்டி குந்தவையும், கொடும்பாளூர் இளவரசி வானதியும் காணப்பட்டனர். அவர்களுடன் கலந்து நிற்பதற்குத் தயங்கிய பூங்குழலியும் சற்றுத் தூரத்தில் காணப்பட்டாள். ஆடவர்களிலே பெரிய பழுவேட்டரையரும், சின்னப் பழுவேட்டரையரும், முதன்மந்திரி அநிருத்தரும், சேனாதிபதி பெரிய வேளாரும், மிலாடுடையார் மலையமானும், இளவரசர் அருள்மொழிவர்மரும், புனர் ஜன்மம் பெற்ற மதுராந்தகத் தேவரும், பார்த்திபேந்திரப் பல்லவனும் முதன்மந்திரிக்குப் பின்னால் சற்று ஒதுங்கித் திருமலையும் இருந்தனர்.

சக்கரவர்த்தி சபையில் கூடியிருந்தவர்களைக் கண்ணோட்டமாகப் பார்த்துவிட்டு, "அழைத்தவர்கள் எல்லாரும் வந்திருக்கிறார்களா? கடம்பூர் மன்னரைக் காணோமே?" என்றார்.

"சம்புவரையரின் மகன் இப்போதுதான் திரும்பி வந்தான். தந்தையும் மகனும் விரைவில் இங்கு வந்து சேருவார்கள்!" என்றான் பார்த்திபேந்திரன்.

"ஓ! கந்தமாறன் திரும்பி வந்துவிட்டானா? என்ன செய்தி கொண்டு வந்தான்? தப்பி ஓடியவர்களைப் பிடித்துக் கொண்டு வந்து விட்டானா?" என்று சுந்தர சோழர் வினாவினார்.

"இல்லை, பிரபு! அவர்களை பிடிக்க முடியவில்லை. ஆனால் வந்தியத்தேவனைக் கொன்று விட்டதாகச் சொல்லுகிறான். இன்னொரு பைத்தியக்காரன் அகப்படவில்லையாம்; தப்பிப் போய் விட்டானாம்!" என்றான் பார்த்திபேந்திரன்.

பெரிய பழுவேட்டரையர் இப்போது ஒரு ஹுங்காரம் செய்தார். அவர் ஏதோ சொல்லப் போகிறார் என்று மற்றவர்கள் எதிர்பார்த்தார்கள். ஆனால் அவர் ஒன்றும் சொல்லவில்லை.

சக்கரவர்த்தி, "நான் செய்த தவறினால் இன்னும் என்னென்ன விளைவுகள் நேருமோ, தெரியவில்லை! முதல்மந்திரி! என் மனத்தில் உள்ள எண்ணங்களை நன்கு அறிந்திருக்கிறீர், எனக்கும் என் குலத்துக்கும் மிகவும் வேண்டியவர்களை இங்கே இப்போது அழைத்திருக்கிறேன். எதற்காக அழைத்தேன் என்பதையும், என் கருத்தையும் நீர்தான் இவர்களுக்கு எடுத்துச் சொல்ல வேண்டும். என்னைக் காட்டிலும் தெளிவாக உம்மால் சொல்ல முடியும் அல்லவா?" என்றார்.

"ஆக்ஞை, சக்கரவர்த்தி!" என்று முதல் அமைச்சர் கூறிவிட்டுச் சபையோரைப் பார்த்துச் சொன்னார்:

"பல காரணங்களினால் சக்கரவர்த்தியின் உள்ளம் புண்பட்டிருப்பதை நீங்கள் அனைவரும் அறிவீர்கள். அபிமன்யுவையும் அரவானையும் ஒத்த வீராதி வீரனான மூத்த மகனைச் சமீபத்தில் நம் மன்னர் பறி கொடுக்க நேர்ந்தது. இளவரசர் இறந்த காரணமோ இன்னமும் மர்மமாக இருந்து வருகிறது. மூன்று ஆண்டுக் காலமாக அந்த வீரத் திருமகனை நம் அரசர் பார்க்கவில்லை. காஞ்சியில் பொன்மாளிகை கட்டிவிட்டுத் தந்தையை அங்கே வந்து தங்கியிருக்க வேண்டும் என்று கரிகாலர் செய்திக்கு மேல் செய்தி விடுத்தார் ஆயினும் சக்கரவர்த்தி போகவில்லை. அதன் காரணம் நீங்கள் எல்லாரும் அறிந்ததே. இந்தத் தஞ்சைமா நகரில் சக்கரவர்த்தி சின்னப் பழுவேட்டரையரின் பாதுகாப்பில் இருந்து வந்தார். நாடு நகரங்களில் பலவித வதந்திகள் உலாவி வந்தன. அத்தகைய சந்தர்ப்பங்களில் சக்கரவர்த்தி தஞ்சையை விட்டுச் சென்றால், பழுவேட்டரையர்களிடம் அவருக்கு நம்பிக்கை குன்றி விட்டதாக யாரேனும் எண்ணக்கூடும் அல்லவா? அத்தகைய எண்ணத்துக்கு இடம் கொடுக்க சக்கரவர்த்தி விரும்பவில்லை. நம் அரசர் சொல்வதற்கு தயங்கக்கூடிய ஒரு செய்தியை நான் வெளிப்படையாகச் சொல்கிறேன். அதற்காக இங்கே கூடியுள்ள மன்னர் குலத் தலைவர்கள் என்னை மன்னிக்க வேண்டும். நம் அரசர் சில காலமாக உடல் நோயுற்றுக் கால்களின் சக்தியை இழந்திருந்தார். அதனால் அவர் உள்ளம் நலிவுற்றிருந்தது. ஆனால் அதைக் காட்டிலும் அதிகமாக அவர் உள்ளத்தைப் புண்படுத்திய மன நோய் ஒன்றும் இருந்தது. சோழர் பெருங்குலத்துக்கு உற்ற துணைவர்களாயும், பரம்பரையாக அக்குலத்துடன் உறவு பூண்டவர்களாயும், இந்தப் பெரிய சோழ சாம்ராஜ்யத்தைத் தாங்கும் வைரத் தூண்களாயும் இருந்த நீங்கள் ஒருவரோடொருவர் வேற்றுமைப்பட்டுப் பகைமை பூண்டிருந்தது நம் சக்கரவர்த்தியின் உள்ளத்தைப் புண்படுத்தி உடல் நோயையும் வளர்த்து வந்தது. யானை மேல் துஞ்சி வீர சொர்க்கம் அடைந்த இராஜாதித்தரின் தலைமையில் நீங்கள் அனைவரும் ஒருமுகமாகத்

தக்கோலப் போர்க்களத்தில் சண்டையிட்டீர்கள். அந்தப் போர்க்களத்தில், இராஜாதித்தர் எதிர்பாராத வீர மரணம் அடைந்தபடியால் சோழ சைன்யம் தோல்வியுற்றது. ஆனால் உங்களுடைய வீரத்தினாலும், உறுதியினாலும் ஒற்றுமையினாலும் அத்தோல்வியையே வெற்றியாக மாற்றினீர்கள். இழந்த தொண்டை மண்டலத்தையும், கங்க மண்டலத்தையும் திரும்பக் கைப்பற்றினீர்கள். சேவூர்ப் போர்க்களத்தில் பாண்டியர்களை முறியடித்துப் பாண்டிய நாட்டைக் கைப்பற்றி நமது நேர் ஆளுகைக்குள் கொண்டு வந்தீர்கள். ஈழ நாட்டில் மகிந்தனைப் புறங்கண்டு புலிக்கொடியை உயர்த்தினீர்கள். இவ்வளவு அரும் பெரும் காரியங்களை நீங்கள் அனைவரும் ஒருமைப்பட்டுச் சோழ சாம்ராஜ்யத்தின் நலமே உங்கள் நலம் என்று கருதி வந்ததினாலே சாதிக்க முடிந்தது."

"அத்தகைய நன்னிலைமை சில ஆண்டுகளாக மாறிவிட்டது. எக்காரணத்தினாலோ உங்களுக்குள் மன வேற்றுமை ஏற்பட்டு விட்டது. இரண்டு கட்சியாகப் பிரிந்து விட்டீர்கள். இந்தப் பிளவை நீக்க வேண்டும் என்று நம் அரசர் பெருமான் எவ்வளவோ பாடுபட்டார். தமக்குப் பிறகு அரசுரிமை யாருக்கு என்பது பற்றித்தான் உங்களுக்கு வேற்றுமை என்பதை அறிந்தார். நீங்கள் யாரும் அதை நேர்முகமாகச் சக்கரவர்த்தியிடம் சொல்லவில்லை. ஆனாலும் இணையற்ற அறிவாளியான நம் பேரரசர் அதை ஊகித்து அறிந்தார். அரசுரிமை விஷயத்தை உங்கள் எல்லாருடனும் கலந்து மனம் விட்டுப் பேசி சமரசமாகத் தீர்த்து வைக்க விரும்பினார். அவ்விதம் அதைத் தீர்த்து வைத்த பின்னரே காஞ்சிக்குச் செல்வது என்று எண்ணியிருந்தார். சிவஞான கண்டராதித்த பெருமானின் திருக்குமாரருக்கே இந்தச் சோழ சாம்ராஜ்யத்தை உரிமையாக்க எண்ணியிருந்தார். இதை ஆதித்த கரிகாலரையும் ஒப்புக்கொள்ளச் செய்யலாம் என்று நம்பியிருந்தார். அதற்காகவே கரிகாலரை இங்கு வரும்படி சொல்லி அனுப்பிக் கொண்டிருந்தார். அதற்கிடையில் எதிர்பாராத துயர சம்பவம் நிகழ்ந்து விட்டது. கரிகாலர் கடம்பூர் மன்னரின் மாளிகைக்கு வருகிறார் என்று அறிந்தபோது சக்கரவர்த்தி மனம் பூரித்தார். இதன் மூலம் உங்களுக்குள் ஏற்பட்டிருந்த வேற்றுமை நீங்கிவிடும் என்று எண்ணினார். கரிகாலர் சம்புவரையரின் திருக்குமாரியை மணந்து கொண்டால் முன் போல் நீங்கள் அனைவரும் ஒருமனப்படுவீர்கள் என்றும் இராஜ்ய உரிமை விஷயத்தையும் சுலபமாகத் தீர்த்துக் கொள்ளலாம் என்றும் எண்ணினார். நானும் அவ்விதமே நினைத்தேன். உங்களில் பலரும் அவ்விதமே எண்ணியிருப்பீர்கள். நம் திருக்கோவலூர் மன்னர் கூட அதனாலேதான் ஆதித்த கரிகாலர் கடம்பூர் செல்வதற்குத் தடை சொல்லவில்லை. ஆனால் நம் எல்லாருடைய ஆசையும் பங்கம் உற்றது. கடம்பூர் அரண்மனையில் இளவரசர் கரிகாலர் அகால மரணம் அடைந்தார்..."

"அது எப்படி நேர்ந்தது என்பதைக் கண்டறிய போகிறோமா, இல்லையா? இதைத் தெரிந்துகொண்டு மேலே நீங்கள் பேசுவது உசிதமாயிருக்கும்" என்றார் திருக்கோவலூர் மலையமான்.

"ஆமாம்; அதைத் தெரிந்து கொள்ளாமல் மேலே எந்த யோசனையும் செய்வது சாத்தியமில்லை!" என்றார் சேனாதிபதி.

"வீரப் பெருமக்களே! நடந்தது நடந்துவிட்டது. போனதைப் பற்றிக் கிளறிக் கொண்டிருக்க வேண்டாம் என்று சக்கரவர்த்தி கருதுகிறார்!" என்றார் முதன்மந்திரி அநிருத்தர்.

"அது எப்படி முறையாகும்? சோழ குலத்தின் நீதி பரிபாலனம் உலகப் பிரசித்தியானது. இந்த ராஜ்யத்தில் ஒரு திக்கற்ற அனாதை உயிரிழந்தாலும், அது எப்படி நேர்ந்தது என்று விசாரிக்கப்படுகிறது. அதற்கு யாராவது காரணம் என்று ஏற்பட்டபின் தக்க தண்டனை விதிக்கப்படுகிறது. அப்படியிருக்க பட்டத்து இளவரசர் என்று முடிசூடிய இளங்கோவின் அகால மரணத்தை எவ்வாறு விசாரிக்காமல் விடுவது?" என்றார் சேனாதிபதி பெரிய வேளார்.

சுந்தர சோழர் பெருமூச்சு விட்டு, "கொடும்பாளூர் மாமா! கேளுங்கள்! என் அருமை மகன் அகால மரணம் அடைந்ததில் என்னைவிடத் துயரம் வேறு யாருக்காவது இருக்க முடியுமா? நானே விசாரணை வேண்டாம் என்கிறேன். ஏன்? இங்குள்ள யாரும் அதற்குப்

பொறுப்பாளி அல்ல என்று நிச்சயமாக அறிந்துள்ளேன். நான் செய்த பாவத்தின் பயனாக என் மகனைப் பறி கொடுத்தேன். அதற்குப் பிராயச்சித்தம் என்ன உண்டோ சொல்லுங்கள்! செய்து விடுகிறேன் வேறு காரணம் தேட வேண்டாம்!" என்றார்.

"பிரபு! தாங்கள் இப்படிச் சொல்லுவதினால் குற்றத்துக்குப் பொறுப்பாளியான யாரையோ காப்பாற்ற விரும்புகிறீர்கள் என்று ஏற்படும். நாட்டு மக்கள் ஏற்கெனவே இளவரசரது மரணத்தின் காரணம் பற்றிப் பலவாறு பேசிக் கொள்கிறார்கள். உண்மையைக் கண்டுபிடித்து வெட்ட வெளிச்சமாக்கி விடுவதுதான் நல்லது. குற்றவாளி யாராயிருந்தாலும் உரிய தண்டனைக்கு ஆளாக வேண்டியதுதான்!" என்றார் சின்னப் பழுவேட்டரையர்.

"நூற்றில் ஒரு வார்த்தை! அதுதான் நேர்மையான இராஜரீக முறை. இந்தப் பெருங்குற்றத்தை விசாரித்துத் தண்டிக்காவிட்டால், நாட்டு மக்களுக்கு நீதி பரிபாலனத்திலேயே நம்பிக்கை குன்றிப்போய் விடும்!" என்றான் பார்த்திபேந்திரன்.

"பெரியோர்களே! இதைப்பற்றி ஏன் இவ்வளவு யோசனையும், வாதப்பிரதிவாதமும்? இந்தச் சிறுவன் கூறுவது அதிகப் பிரசங்கமாக இருந்தால் மன்னித்து அருளுங்கள். குற்றவாளி தண்டிக்கப்பட்டு விட்டான்! இளவரசர் கரிகாலனைக் கொன்றவனும், என் சகோதரியின் வாழ்க்கையைப் பாழாக்கி அவளைப் பைத்தியமாக அடித்தவனுமான பாதகன் வந்தியத்தேவனை நானே என் கை வேலால் கொன்றுவிட்டுத் திரும்பினேன். இன்னும் என்னத்திற்கு விசாரணை?" என்றான் கந்தமாறன்.

முதன்மந்திரி முதலில் பேசிக் கொண்டிருந்த போது கந்தமாறன் அங்கே வந்து விட்டான். அவன் வந்திருந்ததை அவன் குரலைக் கேட்ட பிறகுதான் மற்றவர்கள் கவனித்தார்கள்.

அவர்களில் பெரிய பழுவேட்டரையர் மெல்லிய குரலில், "மூடன்! கடம்பூர் சம்புவரையருக்கு இப்படிப்பட்ட பிள்ளை வந்து பிறந்தானே" என்று முணுமுணுத்தார்.

முதன்மந்திரி அநிருத்தர், "கந்தமாறா! வந்தியத்தேவனை நீ வேல் எறிந்து கொன்றது உண்மைதானா? அவனை நீ பார்த்தாயா? இரவு நேரத்தில் அல்லவா அவனை நீ துரத்திச் சென்றாய்?" என்றார்.

"முதன்மந்திரி! உங்களுக்கு என் பேரில் எப்போதும் நம்பிக்கை இல்லையென்பதை அறிவேன். இரவாக இருந்ததினால் ஆளைத் தெரியாமல் போகுமா?"

"அவனும் வீரனாயிற்றே! உன்னுடன் சண்டை போடவில்லையா?"

"ஆமாம், என்னுடைய வீரத்திலும் தங்களுக்கு நம்பிக்கை கிடையாதுதான். ஆகையால் சக்கரவர்த்தியிடம் விண்ணப்பித்துக் கொள்கிறேன். ஓடியவர்கள் இரண்டு பேர். ஒருவன் சில வருஷங்களாக நம் பாதாளச் சிறையிலிருந்த பைத்தியக்காரன். அவன் என்னைத் தடுக்க யத்தனித்தபோது இன்னொருவன் ஆற்றின் அக்கரையை நெருங்கிக் கொண்டிருந்தான். வேல் எறிந்து அவனைக் கொன்றேன். அவன் வாணர் குலத்து வந்தியத்தேவனாகவே இருக்கவேண்டும்."

"இறந்து போனவனுடைய உடலை நீ உன்னுடன் எடுத்து வரவில்லையா?"

"நீர் இப்படிச் சந்தேகிப்பீர் என்று தெரிந்திருந்தால் வடவாற்று வெள்ளத்தில் இன்னும் கொஞ்ச தூரம் தேடிப் போயிருப்பேன். ஆனால் இந்த மந்திராலோசனை சபைக்கு வந்திருக்க முடியாது!" என்றான் கந்தமாறன்.

"ஆமாம், நீ வராமலிருந்தால் பெரு நஷ்டமாயிருக்கும்!" என்றார் தளபதி சின்னப் பழுவேட்டரையர்.

"தம்பி! வந்தியத்தேவனைத் தேடிப் பிடிப்பதில் உனக்கு என்ன அவ்வளவு சிரத்தை?" என்று பெரிய வேளார் பூதி விக்கிரம கேசரி கேட்டார்.

"இதைக் கேட்கவும் வேண்டுமா? என்னுடைய வீட்டில் அந்தத் துயர சம்பவம் நிகழ்ந்தது. உண்மைக் குற்றவாளி அகப்படாவிட்டால், என் பேரிலும், என் தந்தையின் பேரிலும் நீங்கள் சந்தேகப்பட மாட்டீர்களா?"

சுந்தர சோழர் தலையிட்டு, "பிள்ளாய்! கந்தமாறா! அப்படியெல்லாம் வேறு யார் சந்தேகப்பட்டாலும் நான் சந்தேகப்பட மாட்டேன். உன் தந்தைக்கு என்னிடமுள்ள பக்தி விசுவாசத்தை நான் அறியேனா? போகட்டும்! பெரிய சம்புவரையர் எங்கே?" என்றார்.

"சக்கரவர்த்தி! எங்கள் குடும்பத்தின் அவமானத்தை நானே சொல்லிக்கொள்ள வேண்டியிருக்கிறது. நான் வந்தியத்தேவனைக் கொன்றுவிட்டுத் திரும்பியதாக என் தந்தையிடம் சொல்லிக் கொண்டிருந்தேன். அதை என் தங்கை மணிமேகலை கேட்டுக் கொண்டிருந்தாள். நான் கூறியதைக் கேட்டதும் அவள் என்னையே கத்தியால் குத்திக் கொல்ல வந்துவிட்டாள். அவளைச் சாந்தப்படுத்தி, அவளுடைய வெறியைத் தணிக்க என் தந்தை முயன்று கொண்டிருக்கிறார். விரைவில் வந்து விடுவார். இந்த மந்திராலோசனை சபையில் என்ன முடிவாகிறதோ, அதைத் தாமும் ஏற்றுக் கொள்வதாக என்னிடம் சொல்லி அனுப்பினார்!" என்றான் கந்தமாறன்.

"அப்பனே! உன் சகோதரி முன்னமேயே 'இளவரசரை நான் தான் கொன்றேன்!' என்று பித்துப்பிடித்தவள் போலச் சொல்லிக் கொண்டிருந்தாள் அல்லவா?" என்றார் கிழவர் மலையமான்.

"ஆம், ஆம்! வந்தியத்தேவன் செய்த குற்றத்தை மறைத்து அவனைத் தப்புவிப்பதற்காகவே அவ்வாறு அவள் சொன்னாள். அப்போது அவள் முழுப் பைத்தியமாகியிருக்கவில்லை. இப்போது பைத்தியம் முற்றிப் போயிருக்கிறது. எங்கள் குலத்தில் துரதிர்ஷ்டம்!" என்றான் கந்தமாறன்.

"இளஞ் சம்புவரையரே! வந்தியத்தேவர் தான் இளவரசர் கரிகாலரைக் கொன்றதாக அவ்வளவு தீர்மானமாய்ச் சொல்கிறீர்? அது எப்படி? நீரே உம் கண்ணால் பார்த்தீரா? அல்லது பார்த்தவர்கள் யாரேனும் சொன்னார்களா?" என்று முதன்மந்திரி கேட்டார்.

"அமைச்சர் ஐயா! கைப் புண்ணுக்குக் கண்ணாடி வேண்டுமா? இளவரசர் இறந்து கிடந்த இடத்தில் அந்த வாணர் குல வீரன்தான் இருந்தான். அவன் முகத்தைப் பார்த்தாலே குற்றவாளி என்று எழுதி ஒட்டியிருந்தது போல் தெரிந்தது. அதுவோ பழுவூர் இளைய ராணியின் அந்தப்புரம். அங்கே இவன் வேறு எதற்காகப் போனான்? குற்றவாளியில்லாவிட்டால், பாதாளச் சிறையிலிருந்து ஏன் தப்பித்து ஓடியிருக்க வேண்டும்?" என்றான் கந்தமாறன்.

"பாதாளச் சிறையிலிருந்து தப்பி ஓடியவனைப் பிடித்துக் கொண்டு வந்து ஒப்புவிக்கும் பொறுப்பை முதன்மந்திரி ஏற்றுக் கொண்டார். அதை இந்தச் சமயத்தில் ஞாபகப்படுத்துகிறேன்" என்றான் பார்த்திபேந்திரன்.

"பல்லவர் குலக் கோமகனே! நான் அவ்வாறு ஏற்றுக் கொண்டது உண்மைதான். ஆனால் இளம் சம்புவரையர் இவ்விதம் தாமே நீதிபதியாகி விசாரித்து முடிவு செய்து தண்டனையையும் நிறைவேற்றி விடுவார் என்று நான் எதிர்பார்க்கவில்லை. வந்தியத்தேவரும் பழமையான வாணர் குலத்தில் தோன்றியவர். அவருடைய மூதாதையர் ஒரு சமயம் பெரிய இராஜ்யத்தையே ஆண்டார்கள். சோழர் குலத்துக்குப் பெண் கொடுத்து உறவு பூண்டார்கள். குறுநில மன்னர் குலத்தில் வந்தவர்கள் மீது குற்றம் ஏற்பட்டால் சக்கரவர்த்தியே தர்மாசனத்தில் வீற்றிருந்து விசாரித்து முடிவு செய்வதுதான் மரபு!" என்றார் முதன்மந்திரி அநிருத்தப்பிரம்மராயர்.

"ஐயா! சிறையிலிருந்து தப்பி ஓடியவனை உயிருள்ளவனாகப் பிடித்து வரலாம் அல்லது உயிரற்றவனாகவும் பிடித்து வரலாம் என்பதும் மரபுதான்!" என்றான் பல்லவர் குல வீரன் பார்த்திபேந்திரன்.

"வந்தியத்தேவனை உயிரற்றவனாகவும் இளஞ் சம்புவரையர் கொண்டுவரவில்லையே? வடவாற்று வெள்ளத்தில் விட்டு விட்டல்லவா வந்துவிட்டார்?" என்றார் முதன்மந்திரி அநிருத்தர்.

அச்சமயத்தில் பெரிய சம்புவரையர் அந்த மந்திராலோசனை மண்டபத்தில் பிரவேசிக்கவே எல்லாருடைய கண்களும் அவர்பால் திரும்பின. அவர் முகத்தில் குடிகொண்டிருந்த வேதனையை அனைவரும் கவனித்தார்கள்.

கந்தமாறன் அவர் அருகில் சென்று மெல்லிய குரலில் "மணிமேகலை எப்படி இருக்கிறாள்?" என்று கேட்டான்.

சம்புவரையர் "அப்படியேதான் இருக்கிறாள். உன் அன்னையை அவளுக்குக் காவல் வைத்துவிட்டு வந்தேன்!" என்று உரத்த குரலில், சற்றுக் கடுமையாகவே கூறினார்.

சக்கரவர்த்தி சம்புவரையரைப் பார்த்து, "ஐயா! தாங்கள் தங்கள் செல்வக்குமாரியின் அருகில் இருப்பது அவசியமானால் அவ்வாறே செய்யலாம். நம்முடைய ஆலோசனையை நாளை வைத்துக் கொள்ளலாம்" என்றார்.

"இல்லை, பிரபு! அவள் அருகில் நான் இருந்து பயன் ஒன்றுமில்லை. என் குமாரன் கை வேலினால் உயிர் துறந்த வாணர் குல வீரன் வந்தியத்தேவன் மீண்டும் உயிர் பெற்று வந்தால் ஒருவேளை பயன்படலாம்!" என்றார் சம்புவரையர்.

அவர் பேச்சில் தொனித்த வேதனை நிறைந்த துயரமும் மனக் கசப்பும் அந்தச் சபையில் சிறிது நேரம் மௌனம் குடிகொள்ளும்படி செய்தது.

முதன்மந்திரி அநிருத்தர், "ஐயா! தங்கள் மாளிகையில் நடந்த விபரீத சம்பவத்தைப் பற்றிப் பேசிக் கொண்டிருந்தோம். இளவரசர் தங்கள் மாளிகையில் அகால மரணம் அடைய நேர்ந்ததினால் தங்கள் உள்ளம் எவ்வளவு புண்பட்டிருக்கிறது என்பதை நாங்கள் எல்லாரும் உணர்ந்திருக்கிறோம். அதற்குத் தங்களை எந்த விதத்திலும் பொறுப்பாக்கச் சக்கரவர்த்தி விரும்பவில்லை. ஆனாலும் நாடு நகரங்களில் நாளாவிதமான வதந்திகள் பரவாமலிருக்கும் பொருட்டு இளவரசரின் மரணம் எவ்விதம் நேர்ந்தது என்று நிச்சயமாகத் தெரிந்தால் நல்லது அல்லவா? இந்தச் சபையில் கூடியுள்ளவர்கள் அவ்வாறு கருதுகிறார்கள். அதைப்பற்றித் தாங்கள் ஏதாவது தெரியப்படுத்துவதற்கு இருக்கிறதா? வாணர் குலத்து வந்தியத்தேவனால்தான் இளவரசரின் மரணம் நேர்ந்தது என்று இளஞ் சம்புவரையர் சாதிக்கிறார் தங்களுடைய கருத்து என்ன?" என்று கேட்டார்.

சம்புவரையர் சிறிதுநேரம் திகைத்து நின்றார். பின்னர் நாலாபுறமும் பார்த்தார். அவருடைய பார்வை கந்தமாறன் பேரில் விழுந்ததும், "ஆம், ஆம்! இந்த மூடன் அவ்வாறு தான் அன்றைக்கும் சொன்னான் அதை நான் நம்பவில்லை; இன்றும் நம்பவில்லை. இவன் வார்த்தையைக் கேட்டு இளவரசர் கரிகாலரைக் கடம்பூர் மாளிகைக்கு வரும்படி அழைத்தேன். அதனால் இத்தனை விபரீத விளைவுகள் நேர்ந்துவிட்டன. எனக்கும் என் குலத்துக்கும் என்றும் அழியாத அபகீர்த்தி ஏற்பட்டு விட்டது!" என்றார்.

கிழவர் மலையமான் இரங்கிய குரலில், "சம்புவரையரே! பதற வேண்டாம்! நடந்தது நடந்து விட்டது! நல்ல எண்ணத்துடனே தான் தாங்கள் என் பேரப் பிள்ளையைத் தங்கள் மாளிகைக்கு அழைத்தீர்கள். கரிகாலனுடைய மரணத்துக்குத் தங்களைப் பொறுப்பாக்க இங்கே யாரும் எண்ணவில்லை. ஆகையினால்தான் உண்மையை அறிய விரும்புகிறோம். அதற்குத் தாங்கள் உதவி செய்தால் நலமாயிருக்கலாம்!" என்றார்.

"நான் என்ன உதவி செய்ய முடியும்? என் மகன் ஒன்று சொல்லுகிறான், அதற்கு நேர்மாறாக என் மகள் இன்னொன்று சொல்லுகிறாள். இருவர் பேச்சையும் என்னால் நம்பமுடியவில்லை. எனக்கும் உண்மை தெரியவில்லை. கண்களைக் கட்டிக் காட்டிலே விட்டதுபோல் இருக்கிறது. உண்மையில் நடந்ததை அறிவதற்கு என்னைக் காட்டிலும் தனாதிகாரி பெரிய பழுவேட்டரையர் உதவி செய்யக்கூடும் அவரைக் கேளுங்கள். அவர்தான் எல்லாவற்றுக்கும் மூலகாரணம். அவர்தான் முதன் முதலில் மதுராந்தகத் தேவரை ரகசியமாகக் கடம்பூருக்கு அழைத்து வந்தார். என் மகளை அவருக்கு மணம்

செய்து கொடுக்கும்படியும் சொன்னார். அதிலிருந்து என் குடும்பத்துக்குச் சனியன் பிடித்தது. அந்த மதுராந்தகத் தேவரே இப்போது மாயமாய் மறைந்துவிட்டதாக அறிகிறேன். பின்னர், பெரிய பழுவேட்டரையர் தமது இளையராணியை அழைத்துக் கொண்டு வந்தார். காஞ்சியிலிருந்து இளவரசரையும் வரப் பண்ணினார். இரண்டு பேரையும் என் மாளிகையில் விட்டு விட்டுப் போய்விட்டார். ஏன் போனார் என்று கேளுங்கள். அவருடைய இளையராணி இப்போது எங்கே போனார் என்று கேளுங்கள்...!"

இவ்விதம் சம்புவரையர் வெறி கொண்டவர் போல் எதையெல்லாமோ பேசிக் கொண்டே போனார்.

சக்கரவர்த்தி குறுக்கிட்டு, "போதும்! போதும்! நிறுத்துங்கள்! இதனாலேதான் நடந்துவிட்ட காரியத்தைப் பற்றி விசாரணை ஒன்றும் வேண்டாம் என்று நான் சொன்னேன் நீங்கள் கேட்கவில்லை. ஏற்கனவே உங்களுக்குள்ளே இருக்கும் வேற்றுமை போதாதா? புதிய பூசல்கள் வேறு வேண்டுமா? சம்புவரையரே! உங்கள் மாளிகையில் நடந்ததற்கு நீங்கள் பொறுப்பாளி அல்ல. அதனாலேதான் உங்களை உடனே பாதாளச் சிறையிலிருந்து விடுவிக்கச் சொன்னேன். என் வீரப் புதல்வன் அகால மரணம் அடைந்ததற்கு என்னுடைய பழைய பாவங்கள்தாம் காரணம். யார் பேரிலும் குற்றம் இல்லை. நீங்கள் அதைப் பற்றி ஒன்றும் சொல்ல வேண்டாம். பெரிய பழுவேட்டரையரும் எதுவும் சொல்ல வேண்டியதில்லை!" என்றார்.

அப்போது பெரிய பழுவேட்டரையர் சிம்ம கர்ஜனையைப் போல் தொண்டையைக் கனைத்துக் கொண்டு பெரும் குரலில் பேசினார்: "சோழர் குலக் கோமானே! கருணை கூர்ந்து மன்னிக்கவேண்டும். நான் பேசாமலிருக்கலாகாது! என் மனத்தில் உள்ளதைக் கூறியே ஆகவேண்டும். உண்மையை நான் அறிந்தபடி சொல்லியே ஆகவேண்டும். ஆம், பெருமானே! உண்மையை எதற்காகச் சொல்லவேண்டும் என்றும், சொல்லாமலே என் பிரதிக்ஞையை நிறைவேற்றி விடலாம் என்றும் எண்ணியதுண்டு. சோழர் குலத்தைச் சேர்ந்தவர்களுக்கு ஆபத்து வருங்காலத்தில் காப்பாற்ற முடியாவிட்டால் என் தலையை நானே வெட்டிக்கொண்டு உயிர் விடுவேன் என பிரதிக்ஞை செய்திருந்தேன். ஆதித்த கரிகாலரைக் காப்பாற்ற என்னால் முடியவில்லை. ஆகையால் என் பிரதிக்ஞையை நிறைவேற்றியே தீரவேண்டும். அதற்கு முன்னால் எனக்குத் தெரிந்த உண்மையைச் சொல்லிவிட விரும்புகிறேன். இல்லாவிட்டால் வீணான பலப் பல சந்தேகங்கள் ஏற்பட்டு வீண் பழிகள் சுமத்தப்பட ஏதுவாகும்!"

இவ்வாறு பெரிய பழுவேட்டரையர் கூறி நிறுத்தியபோது அந்தச் சபையில் பரிபூரண மௌனம் குடிகொண்டிருந்தது. எல்லாருடைய உள்ளமும் ஒரு கணம் கனிந்து உருகி விட்டது.

சக்கரவர்த்தி தழுதழுத்த குரலில், "மாமா! சற்று யோசியுங்கள்! எதற்காகத் தாங்கள் நடந்து போன காரியங்களைப் பற்றிப் பேச வேண்டும்? இறந்தவர்களின் உயிர் திரும்பி வரப்போவதில்லை. தாங்கள் மனமறிந்து சோழ குலத்துக்கு எந்தவிதத் துரோகமும் செய்திருக்க மாட்டீர்கள்! ஆகையால், நடந்து போனதை மறந்து விட்டு இனி நடக்க வேண்டியதைப் பற்றிப் பேசுவோம்!" என்றார்.

"இல்லை ஐயா! நடந்துவிட்டதைப் பற்றி நான் பேசியே ஆகவேண்டும். சோழர் குலத்துக்கு நான் எவ்வளவு பெரிய துரோகம் செய்வதற்கிருந்தேன் என்று கூறியே தீரவேண்டும். தங்களுக்கும் எனக்கும் குலதெய்வமான துர்க்கா தேவிதான் அவ்விதம் நேராமல் தடுத்தாள். அந்த அன்னை பரமேசுவரிக்கு என் காணிக்கையைச் செலுத்தியே தீரவேண்டும். கருணை கூர்ந்து நான் சொல்லப் போவதைச் செவிகொடுத்துக் கேளுங்கள்!" என்றார் பெரிய பழுவேட்டரையர்.

அவர் பேசுவதைத் தடை செய்ய முடியாது என்று கண்ட சக்கரவர்த்தியும் சும்மா இருந்தார்.

பின்னர், பெரிய பழுவேட்டரையர் தாம் மூன்று ஆண்டுகளுக்கு முன்னால் சாலையோரத்தில் நந்தினியைச் சந்தித்து அவள் பேரில் மோகம் கொண்டது முதல் நடந்ததையெல்லாம் ஒன்றையும் மறைக்காமல் எடுத்துச் சொன்னார். தம் சகோதரர் சின்னப் பழுவேட்டரையர் அடிக்கடி எச்சரிக்கை செய்தும் தாம் பொருட்படுத்தாததைக் கூறினார். நந்தினியின் தூண்டுதலினால் மதுராந்தகத்தேவருக்குச் சோழ சிங்காதனத்தை உரிமையாக்க எண்ணியதையும் அதற்காக மற்ற சிற்றரசர்களுடன் சேர்ந்து சதி செய்ததையும் கூறினார். நந்தினியின் மூடுபல்லக்கில் மதுராந்தகனை அழைத்துப் போனதைப் பற்றியும் சம்புவரையர் மாளிகையில் நள்ளிரவில் நடந்த கூட்டத்தைப் பற்றியும் கூறினார். முதன் முதலில், வந்தியத்தேவன் காரணமாகவே நந்தினியின் பேரில் தமக்குச் சந்தேகம் உதித்தது என்றும், அதிலிருந்து பாண்டிய நாட்டுச் சதிகாரர்களைப் பற்றி யோசனை தோன்றியது என்றும் தெரிவித்தார். ஆனாலும் அவ்வப்போது நந்தினியின் மோகமாகிய மாயை தம் அறிவை மறைத்து வந்தது என்று துயரத்தோடு எடுத்துச் சொன்னார். கடைசியாக, கொள்ளிடத்து உடைப்பு வெள்ளத்தில் சிக்கிக் கொண்டதனால் பாண்டிய நாட்டுச் சதிகாரர்களின் திட்டம் இன்னதென்று அறிந்து கொண்டதையும், விரைந்து திரும்பிக் கடம்பூர் சென்றதையும் கூறினார். வழியில் காளாமுக சைவரைப் போல வேஷம் பூண்டதையும், இடும்பன்காரியின் உதவியினால் இரகசிய வழியில் சென்று அந்தப்புரத்தை அடைந்ததையும் யாழ்க் களஞ்சியத்தில் ஒளிந்திருந்து நந்தினிக்கும், இளவரசருக்கும் நடந்த சம்பாஷணையை ஒட்டுக் கேட்கும் ஆர்வத்தினால் ஒரு நிமிடம் தாமதித்ததையும், அதற்குள் இளவரசர் மாண்டு விழுந்ததையும் தெரிவித்தார். அவரைத் தாங்குவதற்காகத் தாம் பாய்ந்து சென்றபோது விளக்கு அணைந்ததையும், தம்மைப் பலர் சூழ்ந்து தாக்கியதையும், தாம் மூர்ச்சையுற்றதையும், பச்சை மலைக் குகையில் தமக்கு பிரக்ஞை வந்ததையும் பின்னர் திரும்பி வந்ததையும் விவரித்தார்.

"சக்கரவர்த்தி! இவ்விதம் சோழர் குலத்துக்கு நான் பெருந்துரோகம் செய்தவனாவேன். பாண்டிய நாட்டுச் சதிகாரர்களுக்கு என்னுடைய அரண்மனையிலேயே இடம் கொடுத்தேன். நம்முடைய பொக்கிஷத்திலிருந்து அவர்கள் சதிச் செயலுக்கு வேண்டிய பொருள் கொண்டு போக அனுமதித்தேன். தங்களையும், தங்கள் புதல்வர்கள் இருவரையும் ஒரே சமயத்தில் கொன்று விடுவதற்கு அந்தச் சதிகாரர்கள் திட்டமிட்டார்கள். தங்களை செவிடும் ஊமையுமான ஒரு தெய்வப் பெண்மணி தன் உயிரைக் கொடுத்துக் காப்பாற்றினாள். பொன்னியின் செல்வரைக் கேவலம் அறிவற்ற மிருகமாகிய ஒரு யானை காப்பாற்றியது. நான் ஆதித்த கரிகாலரைக் காக்க முயன்று தோல்வியுற்றேன். அவருடைய அகால மரணத்துக்கு நானே ஆதியிலும், நடுவிலும் முடிவிலும் காரணமானேன். ஐயா! துர்க்கா பரமேசுவரியின் சந்நிதியில் நான் எடுத்துக்கொண்ட பிரதிக்ஞையை இதோ நிறைவேற்றுவேன்!" என்று கூறிவிட்டுத் தம் நீண்ட கரத்தில் பிடித்திருந்த வாளை வீசினார். அவருடைய நோக்கத்தை அறிந்து கொண்ட அனைவரும் திடுக்கிட்டுப் பிரமித்து நின்றார்கள். சிறிது சிறிதாக அவர் அருகில் வந்திருந்த பொன்னியின் செல்வர் மட்டும் சட்டென்று பாய்ந்து பெரிய பழுவேட்டரையரின் வாள் ஓங்கிய கரத்தை இறுக்கிப் பிடித்துக் கொண்டார்.

"ஐயா! பொறுங்கள்! வழிவழியாகச் சோழர் குலத்து மன்னர்களின் முடிசூட்டு விழாவின் போது பழுவேட்டரையர்கள் தான் கிரீடத்தை எடுத்துத் தலையில் வைப்பது வழக்கம். என் பட்டாபிஷேகத்தின் போதும் தங்கள் ஆகிவந்த கரத்தினால் தான் முடிசூட்ட வேண்டும். அதற்குப் பிறகு தங்கள் விருப்பம் போல் செய்துகொள்ளலாம் அதுவரையில் பொறுத்திருங்கள்!" என்றார்.

இந்த வார்த்தைகள் சக்கரவர்த்தியையும், மற்றக் குறுநில மன்னர்களையும் வியப்புக் கடலில் ஆழ்த்தின என்று சொல்ல வேண்டியதில்லையல்லவா?

76. வடவாறு திரும்பியது!

இந்த நெடும் கதையில் வரும் பாத்திரங்களில் சிலர் முன்னுக்குப் பின் முரணாகப் பேசியும் நடந்தும் வருவதை வாசகர்கள் கவனித்திருப்பார்கள். அதற்கு நாம் பொறுப்பாளிகள் அல்லவென்பதைத் தெரிவித்துக் கொள்கிறோம். மனித இயற்கை என்றைக்கும் ஒரே மாதிரி இருப்பதில்லை. சூழ்நிலையும் பல்வேறு சம்பவங்களும் அவர்களுடைய மனப் போக்கையும் நடத்தையையும் மாற்றுகின்றன. நேற்றைக்கு ஒருவிதமாகப் பேசி நடந்து கொள்கிறவர்கள் இன்றைக்கு முற்றும் முரணான முறையில் பேசுகிறார்கள்; நடந்து கொள்கிறார்கள்.

பெரிய பழுவேட்டரையர் இக்கதையின் ஆரம்பத்தில் ஒரு பெரிய இராஜரீகச் சதியாலோசனைக்குத் தலைவராயிருந்தார். இப்போது பலரறிய தாம் செய்த குற்றத்தை எடுத்துச் சொல்லி அதற்குப் பிராயச்சித்தமாகத் தம் சிரத்தைத் தாமே துணித்துக் கொண்டு உயிரை விட விரும்பினார்.

பெரிய சம்புவரையர் இளவரசர் கரிகாலரின் உயிரற்ற உடலைக் கண்டதும் அடைந்த திக்பிரமையில் எப்படியாவது அந்தப் படுகொலைப் பழி தம் குடும்பத்தின் மீது சாராமற் போக வேண்டுமென்னும் கவலையினால், தமது பழைய மாளிகையையே எரிக்க முற்பட்டார். அந்தப் பழியை வேறு யார் தலையிலாவது சுமத்தி விடவேண்டும் என்ற ஆவல் கொண்டு தம் மகனையும் அந்த முயற்சியில் ஏவி விட்டார்.

இப்போது குற்றம் தம் பேரில் சாரவில்லை என்று அறிந்த பிறகு, தம் அருமைப் புதல்வி வந்தியத்தேவன் பேரில் கொண்டிருந்த அன்பின் ஆழத்தை அறிந்த பிறகு, வேறு விதமாகப் பேசலானார்.

இந்தக் கதையின் ஆரம்பத்தில் மூடுபல்லக்கில் மறைந்து வந்த போலி மதுராந்தகனையே உண்மை மதுராந்தகன் என்றும், அவனே பின்னால் உத்தம சோழ சக்கரவர்த்தியாகப் போகிறான் என்றும் வாசகர்கள் நம்பும்படியாக நாம் செய்திருந்தோம். கதைப் போக்குக்கு அது அவசியமாயிருந்தது. ஏன்? முதன்மந்திரி அநிருத்தருக்கு ஓரளவு பழைய இரகசியங்கள் தெரிந்திருந்த போதிலும், அவரும் மதுராந்தகரே முடிசூட்டப்பட வேண்டும் என்று கருதினார். அக்காலத்தில் நடந்த நிகழ்ச்சிகளின் முன்பின் விவரங்களை அவர் பூரணமாக அறிந்திருக்கவில்லை. ஆகையால் போலி மதுராந்தகர் கண்டராதித்தரின் புதல்வர் அல்லவென்றாலும், சுந்தர சோழருக்கும் மந்தாகினிக்கும் பிறந்த புதல்வர் என்று எண்ணினார். அதனால் அவரும் தடுமாற்றம் அடைந்து முன்னுக்குப் பின் முரணாக நடந்துகொள்ள வேண்டியதாயிற்று.

இந்தக் கதையிலேயே நேர்மையில் சிறந்தவர் என்றும், சத்திய சந்தர் என்றும் நாம் கருதி வந்த அருள்மொழி தேவர் முன்னுக்குப் பின் முரணாகப் பேசியதை நாம் கடைசியாகப் பார்த்தோம். இத்தனை காலமும் தமக்கு அரசுரிமை வேண்டவே வேண்டாம் என்று சொல்லிக் கொண்டிருந்தவர் இப்போது திடீரென்று தம் போக்கை மாற்றிக்கொண்டு, 'நானே முடிசூட்டிக் கொள்வேன்' என்று பலர் அறியச் சொல்ல ஆரம்பித்து விட்டார். சமய சந்தர்ப்பங்கள் தான் அவருடைய இந்த மாறுதலுக்குக் காரணம் என்பதை நாம் எடுத்துக்காட்ட வேண்டிய அவசியம் இல்லை அல்லவா?

ஆம்; அருள்மொழித் தேவரின் வார்த்தைகள் அங்கிருந்தோர் அனைவரையும் வியப்பும் திகைப்பும் அடையச் செய்தன. அதே சமயத்தில், அவர்களுடைய மனத்தில் ஒரு நிம்மதியையும் உண்டாக்கின. சோழ சிங்காதனம் ஏறுவதற்கு எல்லா வகையிலும் தகுதியானவரும் உரிமையுள்ளவரும் பொன்னியின் செல்வர் தான் என்பதை அனைவரும் உள்ளத்தின் உள்ளே அந்தரங்கத்தில் உணர்ந்திருந்தார்கள். சோழ சாம்ராஜ்யத்தில் வாழ்ந்த மிகப் பெரும்பாலான மக்களின் விருப்பமும் அதுவே என்பதை அறிந்திருந்தார்கள். மக்களின் பொது விருப்பத்துக்கு விரோதமாக வேறொருவரைச் சிங்காதனம் ஏறச் செய்தால்

அதனால் நேரக்கூடிய பின் விளைவுகள் எப்படியிருக்குமோ என்ற கவலையும் அவர்கள் மனத்தில் இருந்தது. ஆனாலும் பல்வேறு காரணங்களினால் அங்கிருந்தவர்களில் யாரும் பொன்னியின் செல்வருக்கு முடிசூட்ட வேண்டும் என்று சொல்லத் துணியவில்லை.

இப்போது பொன்னியின் செல்வரே முன்வந்து, "நானே மகுடம் சூட்டிக்கொள்ளப் போகிறேன். தங்கள் திருக்கரத்தினால் முடிசூட்ட வேண்டும்!" என்று பெரிய பழுவேட்டரையரைப் பார்த்துக் கூறியதும், அனைவருடைய உள்ளத்திலும் அமைதியும் மகிழ்ச்சியும் உண்டாயின. "நல்ல முடிவு ஏற்பட்டு விட்டது. ஆனால் அந்த முடிவு செய்ய வேண்டிய தர்மசங்கடமான பொறுப்பு நம்மைவிட்டுப் போய் விட்டது!" என்று உவகையும் ஆறுதலும் அடைந்தார்கள்.

பொன்னியின் செல்வரிடம் குடிகொண்டு பிரகாசித்த அபூர்வமான காந்த சக்தியானது, அவர் எதிரில் அவருக்கு விரோதமாக யாரும் பேச முடியாமல் செய்தது என்பதை முன்னம் நாம் பார்த்திருக்கிறோம். ஏன்? வைர நெஞ்சம் படைத்த சின்னப் பழுவேட்டரையர் கூடப் பொன்னியின் செல்வரை நேரில் கண்டதும் தலை வணங்கி அவருக்கு முகமன் கூறி வரவேற்றதை நாம் பார்த்தோம் அல்லவா?

பெரிய பழுவேட்டரையர் தம் உயிரைத் தாமே போக்கிக் கொள்ளும் முயற்சியைப் பொன்னியின் செல்வர் தடுத்து நிறுத்தியதை அறிந்தார். அவருடைய வார்த்தையின் பொருளையும் உணர்ந்தார். இளவரசரின் செயலும் சொற்களும் அவரது உள்ளத்தை நெகிழச் செய்தன. உணர்ச்சி மிகுதியினால் அவருடைய உடலும் நடுங்கியது. கண்களில் கண்ணீர் மல்கியது. நாத்தழுதழுத்தது.

ஒருவாறு மனத்தை விரைவில் திடப்படுத்திக்கொண்டு அவர் கூறினார்: "சோழ குலத் தோன்றலே! பொன்னியின் செல்வா! தங்களுடைய சொற்கள் எனக்கு அளவிலா மகிழ்ச்சியை அளித்தன. தாங்களே முடிசூட்டிக் கொள்ள வேண்டும் என்று நான் தங்களை வேண்டிக் கொள்ள எண்ணினேன். சோழ குலத்துக்கே துரோகியாய்ப் போய் விட்ட எனக்கு அந்த வேண்டுகோள் விடுக்கவே உரிமை இல்லை என்று பேசாதிருந்தேன். தங்களுடைய பெரிய பாட்டனாரும் மகா புருஷருமான கண்டராதித்த சக்கரவர்த்தி ஓர் ஏற்பாடு செய்து விட்டுப் போனார். தமது சகோதரர் வம்சத்தில் வந்தவர் சிங்காதனம் ஏற வேண்டும் என்று அந்த மகான் வற்புறுத்திக் கூறினார். அவர் செய்திருந்த ஏற்பாட்டுக்கு விரோதமாக நாங்கள் சில காரியங்கள் செய்ய எண்ணினோம். எங்களுக்குள் ஏற்பட்டிருந்த மாற்சரியத்தினால் அந்தச் சிவ பக்தச் சிரோமணியின் விருப்பத்துக்கு மாறாக மதுராந்தகத்தேவருக்குப் பட்டம் சூட்ட எண்ணினோம். தங்கள் தந்தையும் அதற்கு உடன்பட்டு விட்டார். நாங்கள் கருதியது நிறைவேறியிருந்தால், எவ்வளவு பெரிய விபரீதம் ஆகியிருக்கும் என்று எண்ணும் போது என் குலை நடுங்குகிறது. இளவரசே! தங்கள் தந்தை வீற்றிருக்கும் சோழ சிங்காதனத்துக்கு உரிமை பூண்டவர் தாங்கள் தான். சோழ சாம்ராஜ்யத்தின் மணிமகுடத்தை அணிவதற்குத் தகுதி வாய்ந்தவரும் தாங்கள்தான்! தாங்கள் சின்னஞ்சிறு பாலனாக இருந்த போது என் மார்பிலும் தோளிலும் ஏந்திச் சீராட்டியிருக்கிறேன், அப்போதெல்லாம் தங்கள் அங்க அடையாளங்களையும் தங்கள் கரங்களை அலங்கரிக்கும் ரேகைகளையும் பார்த்து, 'இந்தப் பூ மண்டலத்தையே ஆளும் மன்னாதி மன்னர் ஆகப் போகிறீர்கள்' என்று நானும் சொல்லிக் கொண்டிருந்தேன். ஓடத்திலிருந்து காவேரியின் வெள்ளத்தில் விழுந்து முழுகிப் போன தங்களைக் காவேரி அன்னை கரங்களில் ஏந்தி எடுத்ததைப் பற்றி எத்தனையோ நூறு தடவை சொல்லி மகிழ்ந்திருக்கிறேன். இந்த மூன்று வருஷ காலத்திலேதான் காமக் குரோத மத மாற்சரியங்கள் என் மனத்தைக் கெடுத்துவிட இடங்கொடுத்து துரோகியாய்ப் போய்விட்டேன். பொன்னியின் செல்வ! தாங்கள் சோழ சிங்காதனம் ஏறி மணிமகுடத்தை எடுத்துத் தங்கள் சிரசில் சூடும் தகுதியை நான் இழந்து விட்டேன், என் கரங்களும் இழந்து விட்டன. இந்தக் கரங்களினால் நான் இனி செய்யக்கூடிய புனிதமான காரியம் என் குற்றத்துக்குப் பரிகாரமாக என்னை நான் மாய்த்துக் கொள்வதுதான்."

"இல்லை, இல்லை! கூடவே கூடாது!" என்று அந்த மந்திராலோசனை சபையில் பல குரல்கள் எழுந்தன.

சுந்தர சோழர் உருக்கம் நிறைந்த குரலில் கூறினார். "மாமா! இது என்ன வார்த்தை? இது என்ன காரியம்? தாங்கள் சோழ குலத்துக்கு அப்படி என்ன துரோகம் செய்து விட்டீர்கள்? ஒன்றுமில்லையே? என்னுடைய குமாரர்களுக்குப் பதிலாக என் பெரியப்பாவின் குமாரரைச் சிங்காசனத்தில் அமர்த்த எண்ணினீர்கள். அது சோழ குலத்துக்கு எப்படித் துரோகம் செய்வதாகும்? என் புதல்வர்களைக் காட்டிலும் என் பெரிய தந்தையின் குமாரனுக்குச் சோழ குலத்து மணிமகுடம் புனைய அதிக உரிமை உண்டல்லவா? இப்போதுகூட, என் மனத்தில் உள்ளதைச் சொல்ல நீங்கள் அனுமதி கொடுத்தால்..."

முதன்மந்திரி அநிருத்தர் குறுக்கிட்டு, "பிரபு! இந்த நாடெங்கும் 'அருள்மொழிவர்மரே திருமுடி சூடவேண்டும்' என்ற குரல்கள் ஒலிக்கின்றன. இத்தனை நாளாக அஞ்ஞாத வாசம் செய்து வந்த கண்டராதித்த தேவரின் திருக்குமாரரும் அதே உறுதி கொண்டிருக்கிறார். பொன்னியின் செல்வரும் அதே முடிவுக்கு வந்து விட்டார். இனி, அதற்கு மாறாக யோசனை எதுவும் செய்வதில் பயன் ஒன்றுமில்லை!" என்றார்.

"நீங்கள் யாரேனும் அவ்வாறு யோசனை செய்தாலும் நான் ஒப்புக்கொள்ள முடியாது!" என்றார் சேந்தன் அமுதனாகிய மதுராந்தகத்தேவர்.

"என் மகன் கூறுவதுதான் சரி. இனி வேறு யோசனை செய்ய வேண்டியதில்லை!" என்றார் செம்பியன் மாதேவியார்.

"அன்னையே! தங்கள் வார்த்தைக்கு எதிர் வார்த்தை கூறக் கூடியவர் இங்கு யாரும் இல்லை. கடவுளின் விருப்பத்தின்படி நடக்கட்டும். ஆனாலும் பழுவூர் மாமா நம் குலத்துக்குத் துரோகம் செய்து விட்டதாகக் கூறித் தம் உயிரை மாய்த்துக் கொள்ள விரும்புவது சரியில்லைதானே? தங்கள் திருக்குமாரருக்கு முடிசூட்ட வேண்டும் என்று அவர் பிரயத்தனப்பட்டது சோழ குலத்துக்குத் துரோகம் செய்தது ஆகாது அல்லவா?" என்றார் சக்கரவர்த்தி.

பெரிய பழுவேட்டரையர் தொண்டையைக் கனைத்துக் கொண்டு கூறலுற்றார்: "ஐயா! கேளுங்கள்! என்னுடைய முயற்சி பலிதமாயிருந்தால் எவ்வளவு பயங்கரமான விபரீதம் நடந்திருக்கும் என்பதைக் கேளுங்கள்! இதை நான் சொல்லாமலே என் உயிரை மாய்த்துக்கொள்ள விரும்பினேன். முக்கியமாக சோழ சாம்ராஜ்யத்தின் மேன்மையைத் தவிர வேறு எதையும் கனவிலும் கருதாதவனான என் சகோதரன் காலாந்தககண்டரின் மனத்தைப் புண்படுத்தத் தயங்கினேன். ஆயினும் இப்போது என் மனத்தைக் கல்லாக்கிக்கொண்டு உண்மையைச் சொல்லிவிடத் தீர்மானித்து விட்டேன். சக்கரவர்த்தி! நாங்கள் மகான் கண்டராதித்தரின் குமாரர் என்று எண்ணிச் சோழ சிங்காதனத்தில் ஏற்றி வைப்பதற்கு இருந்தவன் சோழ குலத்துக்குப் பரம்பரைப் பகைவனான வீர பாண்டியனுடைய மகன்!..."

"ஐயையோ!" "இல்லை!" "அப்படி இருக்க முடியாது!" என்றெல்லாம் அச்சபையில் குரல்கள் எழுந்தன.

"உங்களுக்கு நம்புவது கஷ்டமாகத்தானிருக்கும். என் காதினாலேயே நான் கேட்டிராவிட்டால் நானும் நம்பியிருக்கமாட்டேன். அரசர்க்கரசே! என்னுடைய அவமானத்தை நான் மீண்டும் சொல்லிக் கொள்ள வேண்டியிருக்கிறது. மூன்று ஆண்டுகளுக்கு முன்னால் நான் எந்தப் பெண்ணின் முகலாவண்யத்தைக் கண்டு மயங்கி மோக வலையில் வீழ்ந்து அவளை என் அரண்மனையில் சர்வாதிகாரியாக்கி வைத்திருந்தேனோ, அவள் வீரபாண்டியனுடைய மகள்! அவள் வாயினால் இதை ஆதித்த கரிகாலரிடம் சொல்லியதை நான் என் காதினால் கேட்டேன். வீரபாண்டியனை ஆதித்த கரிகாலர் கொன்றதற்குப் பழிக்குப்பழி வாங்கவே பழுவூர் அரண்மனைக்கு அவள்

வந்திருந்தாள். அதற்குத்தான் சமயம் பார்த்துக்கொண்டிருந்தாள். அந்தப் பாதகியும் அவளுடன் சதி செய்தவர்களும் கரிகாலரைக் கொன்று விட்டு வீரபாண்டியனுடைய குமாரனையே சோழ சிங்காதனத்தில் ஏற்றி வைக்கத் திட்டமிட்டிருந்தார்கள். நம் குலத்தெய்வமான துர்க்காதேவியின் அருளினால் அத்தகைய கொடிய விபரீதம் நேராமல் போயிற்று. துர்க்கா பரமேசுவரி என் கண்களைத் திறப்பதற்காகவே அந்த வாணர் குலத்து வீரனை அனுப்பி வைத்தாள். அவன் மூலமாகவே இந்த பயங்கரமான இரகசியங்களை நான் அறியமுடிந்தது. இன்னும் சில செய்திகளை அவனிடம் நான் கேட்டறிய வேண்டுமென்று இருந்தேன். அவனை இந்த இளஞ் சம்புவரையன் கொன்று வடவாற்று வெள்ளத்தில் விட்டுவிட்டு வந்து விட்டான்! நிர்மூடன்!"

இந்த வார்த்தையைக் கேட்டு அங்கிருந்தோர் அனைவரும் திகைத்துப் போய் நிற்கையில், கந்தமாறன் மட்டும், "ஐயா! எப்படியும் அந்த வந்தியத்தேவனும் சதிகாரக் கும்பலுடன் சேர்ந்தவன்தானே, அவனை நான் வேலெறிந்து கொன்றதில் குற்றம் என்ன?" என்றான்.

பெரிய பழுவேட்டரையர் அவனைக் கோபமாகத் திரும்பிப் பார்த்தார்.

அச்சமயம் அநிருத்தர் குறுக்கிட்டு, "ஐயா! வாணர் குல வீரனைக் கொன்றுவிட்டதாக இவன் சொல்லுகிறான் அவ்வளவுதானே? இவன் வேலெறிந்து கொன்றவன் வந்தியத்தேவன் என்பது என்ன நிச்சயம்?" என்று கேட்டார்.

பார்த்திபேந்திரன் சிறிது தணிவான குரலில், "வடவாற்று வெள்ளம் திரும்பி மேற்கு நோக்கிப் பாய்ந்து செத்தவனின் உடலைக் கொண்டு வந்தால் ஒருவேளை உண்மை வெளியாகும்!" என்றான்.

"யார் கண்டது? வடவாற்று வெள்ளம் திரும்பிப் பாய்ந்தாலும் பாயலாம்!" என்றார் முதன்மந்திரி அநிருத்தர்.

அவருடைய வாக்கை மெய்ப்படுத்துவது போல் அடுத்த கணத்தில் சொட்ட நனைந்திருந்த ஈரத் துணிகளிலிருந்து தண்ணீர்த் துளிகளைச் சிந்த விட்டுக் கொண்டு வந்தியத்தேவன் அந்த மந்திராலோசனை மண்டபத்தில் பிரவேசித்தான். அவனுடைய முகத்தின் மிரண்ட தோற்றமும் அவன் உள்ளே வந்த அலங்கோலமான நிலையும், வெள்ளத்தில் மூழ்கி இறந்தவனுடைய உடல் ஏதோ ஒரு ஜால வித்தையினால் எழுந்து நடமாடுவது போன்ற பிரமையைப் பார்த்தவர்களின் உள்ளத்தில் உண்டாக்கின.

"ஆகா! வடவாற்றின் வெள்ளம் திரும்பியே விட்டது! இறந்தவனையே உயிர்ப்பித்துக் கொண்டு வந்து விட்டது!" என்றார் முதன்மந்திரி அநிருத்தர்.

அச்சமயம் வந்தியத்தேவன் அங்கே அந்தக் கோலத்தில் எவ்வாறு வந்து சேர்ந்தான் என்பதை வாசகர்களுக்கு நாம் அறிவித்தாக வேண்டும்.

பொன்னியின் செல்வர், குந்தவை தேவி முதலியோர் தன்னைத் தனியே விட்டுச் சென்ற பிறகு வந்தியத்தேவன் மிக்க மனச் சோர்வு அடைந்திருந்தான். வீர தீரச் செயல்கள் புரிந்து உலகத்தையே பிரமிக்க வைக்க வேண்டும் என்னும் ஆர்வம் கொண்டிருந்தவனுக்குப் பலரும் தன்னைப் பார்த்துப் பரிதாபம் கொள்ளும்படியான நிலையில் இருந்தது சிறிதும் பிடிக்கவில்லை. பாதாளச் சிறையைக் காட்டிலும் இந்த அரண்மனை அந்தபுரத்துச் சிறை கொடியதாக அவனுக்குத் தோன்றியது. பொன்னியின் செல்வரின் தயவினால் அவன் பேரில் கரிகாலரைக் கொன்ற குற்றத்தைச் சுமத்தாமலும், அதற்காகத் தண்டனை அளிக்காமலும் ஒருவேளை விட்டு விடுவார்கள். ஆனால் அரண்மனையில் உள்ளவர்களுக்கெல்லாம் அவனைப் பற்றி ஒரு சந்தேகம் இருந்து கொண்டுதானிருக்கும். அவனைக் களங்கம் உள்ளவனாகவே கருதுவார்கள். இளைய பிராட்டி அவனிடம் காட்டும் இரக்கமும் அனுதாபமும் அவ்வளவுடன் நின்றுவிடும். சோழ சாம்ராஜ்யத்தின் சக்கரவர்த்தியாக முடிசூட்டிக் கொள்ளப் போகும் பொன்னியின் செல்வரின் திருத்தமக்கையாரைக்

கைப்பிடித்து மணந்து கொள்வது கனவிலும் நடவாத காரியம். அரண்மனைப் பெண்கள் அவனை ஏதோ குற்றம் செய்து மன்னிப்புப் பெற்ற சேவகனாகவே மதித்து நடத்துவார்கள். அமைச்சர்களும் தளபதிகளும் அவனை அருவருப்புடன் நோக்குவார்கள். அரச குலத்தினரின் சித்தம் அடிக்கடி மாறக் கூடியது. இளவரசர் அருள்மொழிவர்மர் தான் அவன் மீது எத்தனை நாள் அபிமானம் காட்டி வருவார் என்பது யாருக்குத் தெரியும்?

ஆகா! முதலில் அவன் உத்தேசித்திருந்தபடி சேந்தன் அமுதன் குடிசைக்கு அருகில் குதிரை மேல் ஏறியிருந்தால் இத்தனை நேரம் கோடிக்கரையை அடைந்திருக்கலாம். ஏன்? ஈழத் தீவுக்கே போய்ச் சேர்ந்திருக்கலாம். தான் வைத்தியர் மகனால் தாக்கப்பட்ட சமயத்தில் குதிரை மேல் ஏறிச் சென்றவர்கள் யாராயிருக்கும்? ஒருவன் 'பைத்தியக்காரன்' என்று பெயர் வாங்கிய கருத்திருமன். உண்மையில் அவன் பைத்தியக்காரனில்லை சூழ்ச்சித் திறமை மிக்கவன். அவனுடன் சென்றவன் யார்? பழைய மதுராந்தகத் தேவரைக் காணோம் என்கிறார்களே? அவராக இருக்கலாம் அல்லவா? ஆம், ஆம்! அப்படித்தான் இருக்க வேண்டும்! அவர்கள் இருவரும் சேர்ந்து தப்பிச் செல்வதில் ஏதோ பொருள் இருக்கிறது. அந்த மதுராந்தகர் உண்மையில் யார் என்பது இங்குள்ளவர்களுக்குத் தெரிந்தால் எத்தனை வியப்படைவார்கள்? அவர்கள் இருவரும் பத்திரமாக ஈழ நாடு சேர்ந்து விட்டால், அதன் விளைவு என்னவாகும்? ஏன்? பாண்டிய நாட்டு மணிமகுடத்துக்கும், இரத்தின ஹாரத்துக்கும் உரியவன் அவற்றை அடைந்து விடுவான்! மகிந்தன் உதவியுடனே மறுபடியும் நாட்டை அடையப் போர் துவங்குவான். அப்படி நடவாமல் மட்டும் தடுக்க முடியுமானால்... தடுக்கக் கூடிய ஆற்றல் உடையவன் தான் ஒருவன்தான்! இங்கே இந்த அரண்மனை அந்தப்புர அறையில் ஒளிந்து உயிர் வாழ்வதில் என்ன பயன்?

இவ்வாறெல்லாம் எண்ணமிட்டுக் கொண்டு வந்தியத்தேவன் அந்த அறையில் அங்குமிங்கும் வட்டமிட்டு உலாவிக் கொண்டிருந்தான். அடிக்கடி அந்த அறையின் ஒரு பக்கத்துச் சுவரில் இருந்த பலகணியின் ஓரமாக வந்து நின்று ஆவலுடன் வெளியே பார்த்தான். அரண்மனையின் ஒரு கோடியில் இருந்த மேல் மாடத்து அறையில் அவன் இருந்து வந்தான். அதையொட்டி வடவாறு சென்று கொண்டிருந்தது. அங்கே அரண்மனையின் வெளிச் சுவரே தஞ்சைபுரிக் கோட்டையின் வெளிச் சுவராகவும் அமைந்திருந்தது. அந்தப் பலகணி வழியாக கீழே குதித்தால் வடவாறு வெள்ளத்தில் குதித்து விடலாம். அல்லது செங்குத்தான சுவரின் வழியே சிறிது பிரயத்தனத்துடன் இறங்கியும் வடவாற்று வெள்ளத்தை அடையலாம். அந்த மேன்மாடத்துக்குக் கீழே அரண்மனைப் பெண்டிர் நதியில் இறங்கிக் குளிப்பதற்காக வாசலும் படித்துறையும் இருந்ததாகத் தோன்றியது. மேன்மாடத்திலிருந்து கீழே சென்று அந்த வாசலை அடைவதற்கு வழி எப்படி என்று தெரியவில்லை. அந்தப்புரத் தாதிமார்களுக்கும் அரசிளங்குமரிகளுக்கும் அது தெரிந்திருக்கும். அவன் தப்பிச் செல்வதாயிருந்தால் அவர்கள் அறியாமல் அல்லவா செல்ல வேண்டும்...? பலகணி ஓரத்தில் நின்று அவன் இவ்வாறு சிந்தித்துக் கொண்டிருந்தபோது, சற்றுத் தூரத்தில் தோன்றிய ஒரு காட்சி அவனைத் திடுக்கிடச் செய்தது.

அவன் இருந்த அரண்மனைக்கு அடுத்த அரண்மனைத் தோட்டத்தில் ஒரு பெண் தலைவிரிகோலமாகப் பித்துப் பிடித்தவள்போல ஓடிக்கொண்டிருந்தாள். ஆகா! அது பெரிய பழுவேட்டரையரின் அரண்மனைத் தோட்டம் போல் அல்லவா இருக்கிறது! ஆம், ஆம்! அந்தத் தோட்டந்தான்! அதில் பித்துப் பிடித்தவள் போல் ஓடுகிற பெண் யார்? ஈசுவரா! மணிமேகலை போல் அல்லவா இருக்கிறது? அவளுக்கு என்ன நேர்ந்துவிட்டது? எதற்காக அப்படி ஓடுகிறாள்? கரிகாலர் மரணம் அடைந்த அன்றிரவு கடம்பூர் மாளிகையில் அவள் அவனுக்குச் செய்த உதவிகள் எல்லாம் நினைவுக்கு வந்து அவனுடைய நெஞ்சு விம்மும்படிச் செய்தன! அவளுக்குப் பின்னால், அவளைத் தொடர்ந்து பிடிப்பதற்காக ஓடுகிறவர்களைப் போல் இன்னும் இரு முதிய ஸ்திரீகள் ஓடினார்கள். ஆனால் அவர்கள் வரவரப் பின் தங்கி வந்தார்கள். மணிமேகலையை அவர்கள் பிடிப்பது இயலாத காரியம்!

அதோ அவள் வெளி மதில் சுவரண்டை வந்து விட்டாள். சுவர் ஓரமாக வளர்ந்திருந்த ஒரு மரத்தைப் பிடித்துக் கொண்டு மதில் சுவரில் ஏறிவிட்டாள்! ஐயோ! என்ன காரியம் செய்கிறாள்? அவள் கையிலே ஒரு சிறிய கத்தி மின்னுகிறதே! அதனால் என்ன செய்யப் போகிறாள்? கடவுளே! மதில் சுவரிலிருந்து தலை குப்புற நதியின் வெள்ளத்தில் விழுந்து விட்டாளே!

முன்னொரு சமயம் வீர நாராயண ஏரியில் மணிமேகலையும், நந்தினியும் தண்ணீரில் முழுகும் தறுவாயிலிருந்ததும், அவன் மணிமேகலையை எடுக்க முதலில் உத்தேசித்துப் பிறகு நந்தினியைத் தூக்கிக் கரை ஏற்றியதும், அதனால் மணிமேகலை அடைந்த ஏமாற்றமும், அந்த ஒரு கணநேரத்தில் வந்தியத்தேவனுடைய மனத்தில் குமுறிப் பாய்ந்து வந்தன. அதற்கு மேலே அவனால் சும்மா நிற்க முடியவில்லை. அரண்மனை மேல் மாடத்திலிருந்து பலகணியின் வழியாக வெளி வந்து ஆற்று வெள்ளத்தில் குதித்தான்.

சில கண நேரம் மூச்சுத் திணறிப் பின்னர் சமாளித்துக் கொண்டு நாலாபுறமும் பார்த்தான். ஆம்; அவன் குதித்த இடத்துக்கு அருகில் படித்துறை மண்டபமும் அதற்கு உள்ளிருந்து வரும் வாசலும் காணப்பட்டன. அதற்கு எதிர்த் திசையிலேதான் சற்றுத் தூரத்தில் மணிமேகலை மதில் மேலிருந்து கீழே குதித்தாள். நல்லவேளையாக, ஆற்று வெள்ளம் அவனை நோக்கி வந்து கொண்டிருந்தது. மணிமேகலையும் வெள்ளத்தில் மிதந்து வந்தால், அவனை நோக்கித்தான் வரவேண்டும்.

தட்டுத்தடுமாறி நதியின் கரையோரத்தை வந்தியத்தேவன் அடைந்தான். ஆற்று வெள்ளத்தை எதிரிட்டுக் கொண்டு விரைவாக நடந்து சென்றான். ஆகா! அதோ மணிமேகலை மிதந்து வருகிறாள்? அவள் உடம்பில் உயிர் இருக்கிறதா? அல்லது அது உயிரற்ற உடம்பா? ஐயோ! மறுபடியும் தன்னிடம் அன்பு கொண்ட ஒருவரின் உயிரற்ற உடம்பைச் சுமந்து செல்லும் துர்ப்பாக்கியம் தனக்கு ஏற்பட்டுவிடுமோ? அடடா! அந்தப் பெண் தன்னிடம் எவ்வளவு அன்பு வைத்திருந்தாள்? வீர நாராயணபுரத்து ஏரிக்கரை மண்டபத்தில் அவள் யாழ் வாசித்துக் கொண்டு பாடிய பாட்டின் தொனி, வெள்ளத்தில் அவள் உடல் மிதப்பது போலவே காற்றிலே மிதந்து வந்தது. வந்தியத்தேவனுக்கு அது அளவில்லாத வேதனையை அளித்தது.

அந்த வேதனையை எப்படியோ சகித்துக் கொண்டு வெள்ளத்திலே பாய்ந்து சென்று மணிமேகலையை இரு கரங்களினாலும் தூக்கி எடுத்துக் கொண்டான். தெய்வங்களே! இந்தப் பெண்ணின் உயிரைக் காப்பாற்றிக் கொடுங்கள்! சோழ நாட்டிலுள்ள ஒவ்வொரு ஆலயத்துக்கும் சென்று ஒவ்வொரு சந்நிதியிலும் தரையில் விழுந்து கும்பிடுகிறேன். சிவன் கோயில், விஷ்ணு கோயில், அம்மன் கோயில், அய்யனார் கோயில் எல்லாவற்றுக்கும் சென்று ஒவ்வொரு தெய்வத்துக்கும் நன்றி செலுத்துகிறேன். சூதுவாது அற்ற இந்தச் சாதுப் பெண்ணின் உயிரை மட்டும் காப்பாற்றிக் கொடுங்கள்!...

இவ்வாறு மனத்துக்குள் பல்வேறு தெய்வங்களையும் பிரார்த்தித்த வண்ணமாக வந்தியத்தேவன் மணிமேகலையைப் படித்துறையில் கொண்டுவந்து சேர்த்தான். ஏற்கனவே ஈட்டிக் காயத்தினால் மரணத்தின் வாசலுக்குச் சென்று திரும்பி வந்தவன் நதி வெள்ளத்தில் திடீரென்று குதித்த அதிர்ச்சியினால் மேலும் பலவீனமுற்றிருந்தான். நீரில் மூழ்கியதனால் கனத்திருந்த மணிமேகலையைத் தூக்கிக் கொண்டு நதியில் நடந்த போது அவனுக்கு மூச்சு வாங்கியது. அவளை மேலும் தூக்கிக் கொண்டு நடப்பது இயலாத காரியமாகத் தோன்றியது. எனவே, படித்துறையின் மேல்படி அகலமாக இருந்ததைப் பார்த்து அதன் பேரில் மணிமேகலையைப் படுக்க வைத்தான். பின்னர் என்ன செய்வது என்று ஒரு கணம் யோசித்தான். மணிமேகலையின் உடம்பில் இன்னும் உயிர்க்கனல் இருந்தது. ஆனால் அவளை மூர்ச்சை தெளிவித்து உயிர்ப்பிக்கும் காரியம் தன்னால் ஆகக் கூடியதில்லை. உடனே யாராவது ஒரு பெண்ணின் உதவி தேவை. அரண்மனைக்குள் சென்று அங்கிருந்து யாரையாவது அழைத்து வரவேண்டும்.

படித்துறைக்கு அரண்மனைக்குள்ளேயிருந்து வருவதற்காக அமைந்த வாசல் அவன் கண்முன் காணப்பட்டது. அதன் அருகில் சென்று சாத்தியிருந்த கதவின் பேரில் தன் உடம்பில் மிச்சமிருந்த பலம் முழுவதையும் பிரயோகித்து மோதினான். அதிர்ஷ்ட வசமாகக் கதவின் உட்புறத் தாழ்ப்பாள் தகர்ந்து கதவு திறந்து கொண்டது. திறந்த கதவின் வழியாகப் புகுந்து ஓடினான். சிறிது தூரம் அது குறுகிய பாதையாகவே இருந்தது. பின்னர் தாழ்வாரங்களும் முற்றங்களும் வந்தன. அங்கேயெல்லாம் யாரையும் காணவில்லை. "இங்கே யாரும் இல்லையா? ஒரு பெண்ணைக் காப்பாற்றுவதற்கு யாரும் இல்லையா?" என்று அலறிக் கொண்டே அங்குமிங்கும் ஓடினான். கடைசியாக ஒரு பெரிய மண்டபத்தின் வாசலில் சேவகர்கள் இருவர் அவனை வழி மடக்கி நிறுத்த முயன்றார்கள். அவர்களை மீறி தள்ளிக் கொண்டு உள்ளே புகுந்தான். அங்கே சக்கரவர்த்தி உன்னதமான சிங்காதனத்தில் அமர்ந்திருப்பதையும் ஆடவர்கள், பெண்டிர்கள் பலர் சூழ்ந்து நிற்பதையும் கண்டு திகைத்துப் போனான். முதலில் அவன் கண்களில் எதிர்பட்ட பெண்மணி பூங்குழலி என்று தெரிந்து கொண்டதும், அவனுக்குச் சிறிது தைரியம் உண்டாயிற்று. "சமுத்திரகுமாரி! சமுத்திரகுமாரி! மணிமேகலை ஆற்றில் விழுந்து விட்டாள். உடனே வந்து காப்பாற்று!" என்று அலறினான்.

77. நெடுமரம் சாய்ந்தது!

ஆஸ்தான மண்டபத்துக்குள் அந்தப்புரப் பெண்கள் வருவதற்கென்று ஏற்பட்ட வாசல் வழியாக வந்தியத்தேவன் புகுந்தான். அதனால் அவன் முதலில் அங்கிருந்த பெண்களைப் பார்க்கும்படி நேர்ந்தது. அவர்களில் எல்லாருக்கும் பின்னால் ஒதுங்கி நின்ற பூங்குழலி ஏதோ சத்தம் கேட்டுத் திரும்பிப் பார்த்தபோது, வந்தியத்தேவன் ஈரத்துணிகளுடன் அலங்கோலமாக உட்புகுந்ததைக் கண்டு திடுக்கிட்டாள். அவளைப் பார்த்தவுடனேதான் வந்தியத்தேவனும் மணிமேகலைக்கு நேர்ந்த விபத்தைப் பற்றிக் கூறினான். அது அவளுடைய காதில் விழுந்தது. அவள் அருகில் இருந்த இளைய பிராட்டி குந்தவை வானதி இவர்கள் காதிலும் விழுந்தது. அவர்கள் மூவரும் வந்தியத்தேவன் புகுந்த வாசல் வழியாக விரைந்து சென்றார்கள். தண்ணீர் சொட்டியிருந்த அடையாளத்தைக் கொண்டு அவன் வந்த வழியைக் கண்டு பிடித்துக்கொண்டு சென்றார்கள்.

வந்தியத்தேவனுடைய வார்த்தைகள் அந்த மண்டபத்திலிருந்த மற்றவர்களின் காதில் தெளிவாக விழவில்லை. "காப்பாற்றுங்கள்!" என்ற வார்த்தை மாத்திரம் சிலர் காதில் கேட்டது. கந்தமாறன் பார்த்திபேந்திரன் இவர்கள் காதில் அந்த வார்த்தைகூட விழவில்லை. ஏதோ உருத்தெரியாத அலறல் சத்தம் மட்டுமே அவர்களுக்குக் கேட்டது.

முதலில் அவ்விருவரும் அப்படி அந்தப்புர வழியில் புகுந்து வந்த உருவத்தை, இறந்துபோன வந்தியத்தேவனின் ஆவி வடிவமோ என்று நினைத்தார்கள்.

அகால மரணமடைந்தவர்களின் ஆவிகள் இந்த உலகை விட்டுப் போகாமல் இங்கேயே சுற்றி அலையும் என்ற நம்பிக்கை அக்காலத்தில் பலர் உள்ளத்தில் குடிகொண்டிருந்தது. "வடவாறு திரும்பினாலும் திரும்பும்!" என்று முதன்மந்திரி அநிருத்தர் கூறி வாய் மூடுவதற்குள் வந்தியத்தேவன் சொட்ட நனைந்த ஈரத் துணிகளுடன் அங்கே வந்து தோன்றியதும் அவர்களுக்கு அத்தகைய பிரமை ஏற்படக் காரணமாயிருந்தது.

ஆனால் வந்தியத்தேவனைத் தொடர்ந்து வந்த சேவகர்கள் பரபரப்புடன் உள்ளே புகுந்து அவனைப் பற்றிக் கொண்டதும், மேற்கூறிய பிரமை நீங்கியது.

"சக்கரவர்த்தி! மன்னிக்கவேண்டும். இந்தப் பைத்தியக்காரன் அரண்மனைப் படித்துறைக் கதவு வழியாகப் புகுந்து ஓடி வந்தான். நாங்கள் தடுத்தும் கேட்கவில்லை!" என்று அச்சேவகர்கள் சொல்லிவிட்டு, வந்தியத்தேவனைத் தங்களுடன் இழுத்துச் செல்ல முயன்றார்கள்.

அம்மம்மா! இந்த வந்தியத்தேவனுடைய உயிர்தான் எவ்வளவு கெட்டியானது? எப்பேர்ப்பட்ட ஆபத்திலிருந்தும் எப்படியோ தப்பித்து வந்து விடுகிறானே? இந்த வியப்பு பார்த்திபேந்திரன் உள்ளத்தில் எழுந்தது அத்துடன் குரோதமும் கொழுந்து விட்டெரிந்தது.

எங்கே போகிறோம் என்பது தெரியாமல் அவன் ஓடிவந்து இங்கே சிக்கிக் கொண்டிருக்கிறான்! இனி ஒரு முறை அவன் தப்பித்துச் செல்வதற்கு இடந்தரலாகாது. இவ்வாறு ஒரு கணத்தில் முடிவு செய்துகொண்ட பார்த்திபேந்திரன், சக்கரவர்த்தியின் சந்நிதானம் என்பதையும் மறந்து பாய்ந்து சென்று வந்தியத்தேவனுடைய தோள்களில் ஒன்றைப் பலமாகப் பற்றிக் கொண்டான்.

"இவன் பைத்தியக்காரன் அல்ல. கொலைக்காரன்! ஆதித்த கரிகாலரைக் கொன்ற வஞ்சகத் துரோகி!" என்று கூறிக் கொண்டே, அவனைப் பிடித்து இழுக்க முயன்ற சேவகர்களை ஜாடையினால் அப்புறப்படுத்தினான்.

பார்த்திபேந்திரனைப் பின்தொடர்ந்து கந்தமாறனும் ஓடிச் சென்று வந்தியத்தேவனுடைய இன்னொரு தோளையும் இறுகப் பிடித்துக்கொண்டான். இருவருமாக அவனை இழுத்துக் கொண்டு வந்து சுந்தர சோழ சக்கரவர்த்தி அமர்ந்திருந்த தர்ம பீடத்துக்கு எதிரில் நிறுத்தினார்கள்.

சக்கரவர்த்தி வந்தியத்தேவனை ஏறிட்டுப் பார்த்துவிட்டு, "பால் வடியும் முகமுள்ள இந்தப் பிள்ளையா என் மகனைக் கொன்றதாகச் சொல்கிறீர்கள்? என்னால் நம்ப முடியவில்லையே? இவன் தானே ஆதித்த கரிகாலனிடமிருந்து எனக்கு ஓலை கொண்டு வந்தான்?" என்றார்.

"ஆம்; ஐயா! இவன்தான் ஓலை கொண்டு வந்தான்! இவன் தான் தஞ்சைக் கோட்டைக்கு வெளியே மூடுபல்லக்கில் வந்த நந்தினி தேவியைச் சந்தித்து இரகசியம் பேசினான். இவனேதான் இக்கோட்டையிலிருந்து முன்னொரு தடவை தப்பி ஓடினான். இப்போதும் பாதாளச் சிறையிலிருந்து தப்பித்து ஓடினான்!" என்றார் சின்னப் பழுவேட்டரையர்.

"என் முதுகிலே குத்திக் காயப்படுத்தி விட்டுத் தப்பி ஓடியவன் இவன்தான்!" என்று சொன்னான் கந்தமாறன்.

முதன்மந்திரி அநிருத்தர் "ஏன், அப்பா! இவனைத் தானே நீ முதுகில் வேலெறிந்து கொன்றதாகச் சற்று முன் சொன்னாய்?" என்று கேட்டார்.

"ஆம், சொன்னேன்! தாங்கள் இக்கொலைகாரனுக்கு ஒத்தாசை செய்து, இவனை உயிர்ப்பித்துக் கொண்டு வந்து சேர்ப்பீர்கள் என்று நான் கண்டேனா?" என்றான் கந்தமாறன்.

பொன்னியின் செல்வர் இத்தனை நேரமும் செயலற்று நின்றார். வந்தியத்தேவன் மறுபடியும் தப்பி ஓடப் பார்த்து நதியில் குதித்திருக்கிறான் என்றும், நீச்சல் பயிற்சி போதிய அளவு பெறாதபடியால் திரும்பக் கரையேறி இப்படித் தெறிகெட்டு வந்து சபையில் புகுந்திருக்கிறான் என்றும் அவர் எண்ணிக் கொண்டார். இதனால் அவருக்கு வந்தியத்தேவன் மீது பிறந்த கோபம் தணிவதற்குச் சிறிது நேரம் ஆயிற்று.

கந்தமாறனுடைய கடைசி வார்த்தைகளைக் கேட்டதும், பொன்னியின் செல்வர் கம்பீரமாக நடந்து முன்னால் வந்து வந்தியத்தேவன் அருகில் நின்றார்.

"தந்தையே! இந்த வல்லத்து இளவரசர் என் உயிர்க்குயிரான நண்பர். இலங்கையிலும் நடுக்கடலிலும் எனக்கு நேர்ந்த அபாயங்களில் என்னைக் காப்பாற்றியவர். இவர் உயிர் பிழைத்து வந்தது பற்றி நான் மகிழ்ச்சி அடைகிறேன். இவர் மீது குற்றம் சுமத்துவது என் மீது குற்றம் சுமத்துவது போலாகும்!" என்றார்.

அவருடைய குரலில் தொனித்த அதிகார தோரணை எல்லாரையும் சிறிது நேரம் மௌனமாக இருக்கச் செய்தது.

பின்னர் முதன்மந்திரி அநிருத்தர், "பொன்னியின் செல்வ! சிறிது யோசித்துப் பாருங்கள்! இளம் சம்புவரையரின் வேலுக்கு இரையாகி மாண்டதாகச் சொல்லப்பட்டவர் எப்படியோ உயிரோடு வந்து குதித்திருக்கிறார். அவர் மீது குற்றம் என்னமோ ஏற்கனவே சாட்டி விட்டார்கள். ஆகையால் விசாரித்து உண்மையைத் தெளிவாக்கி விடுவது நல்லதல்லவா?" என்றார்.

பார்த்திபேந்திரன், "ஆம், ஐயா! தாங்கள் நாளைச் சோழ சிங்காதனத்தில் ஏறப் போகிறவர்கள். எப்பேர்ப்பட்ட குற்றவாளியானாலும் தண்டிக்கவோ மன்னிக்கவோ தங்களுக்கு அதிகாரம் உண்டு. ஆனால் விசாரணையே வேண்டாம் என்று சொல்லுவது உசிதமா? வீண் சந்தேகங்களுக்கு இடம் தருமல்லவா?" என்றான்.

"அத்துடன் நம் இளங்கோ இன்னொரு விஷயத்தையும் சிந்தித்துப் பார்க்க வேண்டும். இளவரசர் தாம் சிங்காதனம் ஏறுவதற்காக இந்த வந்தியத்தேவனை அனுப்பித் தம் தமையனைக் கொல்லச் சதி செய்ததாக ஒரு வதந்தி பரவி வருகிறது. அதற்கு இடந்தரக் கூடாது அல்லவா?" என்றான் கந்தமாறன்.

இதைக் கேட்டு அங்கிருந்தோர் அனைவரும் பயங்கரமடைந்து நின்றார்கள். சம்புவரையர் மட்டும் முன் வந்து கந்தமாறனைக் கன்னத்தில் ஓங்கி ஓர் அறை அறைந்து, "அடே மூடா! உன்னால் நமது பழமையான வம்சமே நிர்மூலம் ஆகிவிடும் போலிருக்கிறதே! சமய சந்தர்ப்பம் தெரியாமல் உளறுவதில் உனக்கு நிகர் வேறு யாரும் இல்லை?" என்று கோபமாகச் சொன்னார்.

கந்தமாறன் அவனுடைய தந்தையை வெறித்து நோக்கினான். அவனுடைய உதடுகள் துடித்தன. அடுத்த நிமிஷம் அவன் என்ன செய்திருப்பானோ, என்ன சொல்லியிருப்பானோ, தெரியாது! நல்லவேளையாக அச்சமயத்தில் பெரிய பழுவேட்டரையர் ஓர் அடி முன் வந்து சம்புவரையரைப் பிடித்துக் கொண்டார். தொண்டையை முன்போல் கனைத்துக் கொண்டு, "சம்புவரையரே! உமது மகன் செய்த மூடத்தனமான காரியங்களுக்கெல்லாம் பிராயச்சித்தம் செய்து விட்டான்! சோழ சாம்ராஜ்யத்துக்கு ஒரு பெருந்தொண்டு செய்திருக்கிறான். அதைத் தெரிந்து கொள்ளும்போது தாங்களே அவனைப் பெற்றது குறித்துப் பெருமை அடைவீர்கள். கொஞ்சம் பொறுங்கள்! அவன் மீது சீற்றங்கொள்ள வேண்டாம்!" என்று சொல்லிக்கொண்டே சம்புவரையரைப் பிடித்து இழுத்துச் சிறிது அப்பால் கொண்டுபோய் நிறுத்தினார். பின்னர் இளஞ்சம்புவரையனைப் பார்த்து, "நீ இந்த வந்தியத்தேவன் மீது வேல் எறிந்து கொன்றதாகச் சொன்னாய் அல்லவா? இவன்தான் அப்போது குதிரை மேல் நதியைக் கடந்தவன் என்று சொல்ல முடியுமா?" என்று கேட்டார்.

முதன்மந்திரி "ஐயா! இது பற்றி என் சீடன் ஒரு வார்த்தை சொல்ல அனுமதிக்க வேண்டும்!" என்றார்.

ஆழ்வார்க்கடியான் முன்னால் வந்து, "பிரபுக்களே! என் குற்றத்தை நான் ஒப்புக்கொள்கிறேன். இந்த வல்லத்து இளவரசர் குதிரை மேலேறி ஓடவே இல்லை. இவர் நமது உண்மையான மதுராந்தகத் தேவரைக் கொலைகாரனிடமிருந்து காப்பாற்றிவிட்டுக் காயம் பட்டு விழுந்தார். இவரை நானே மூடுபல்லக்கில் ஏற்றிக் கோட்டைக்குள் கொண்டு வந்து சேர்த்தேன். நாலு நாளாக இங்கேதான் இவர் இருந்து வருகிறார். ஆகையால் இளஞ் சம்புவரையர் இவர் முதுகில் வேலெறிந்திருக்க முடியாது!" என்றான்.

பெரிய பழுவேட்டரையர், "நானும் அப்படித்தான் ஊகித்தேன், சம்புவரையரே! உமது மகனுடைய தவறுகளை எல்லாம் மன்னித்து விடுங்கள். சோழ சாம்ராஜ்யத்துக்கு அவன் மகத்தான சேவை செய்திருக்கிறான்! அவன் வேலெறிந்து கொன்றவன் வீர பாண்டியனுடைய மகனாகவே இருக்க வேண்டும். அன்று மாலை முதல் பழைய மதுராந்தகனைக் காணவில்லையல்லவா? ஓடிப்போக முயன்றவன் அவனாகவே

இருக்கவேண்டும். கடவுள் எத்தனை பெரிய விபத்திலிருந்து இந்த இராஜ்யத்தைக் காப்பாற்றினார்!" என்று கூறி நிறுத்தினார்.

இந்த வார்த்தைகளினால் ஏற்பட்ட வியப்பும் திகைப்பும் தீர்வதற்குள் அந்த முதுபெரும் கிழவர் மேலும் கூறினார்:

"சக்கரவர்த்தி! அடியேனுடைய கடைசி வார்த்தைகளைச் சிறிது செவி கொடுத்துக் கேளுங்கள்! தூமகேது தன்னுடைய தீய காரியத்தைச் செய்துவிட்டு மறைந்துவிட்டது. தங்கள் தீரப் புதல்வர் ஆதித்த கரிகாலரும் மறைந்துவிட்டார். ஆனாலும் தங்கள் குலத்து முன்னோர்களும் என் குலத்து முன்னோர்களும் இரத்தம் சிந்தி உயிரைக் கொடுத்து ஸ்தாபித்த சோழ சாம்ராஜ்யத்துக்கு நல்ல காலம் இருக்கிறது. இன்னும் நெடு நாள் இந்தச் சாம்ராஜ்யம் நிலைத்திருக்கப்போகிறது. விரிந்து பரவி மகோந்நத நிலையை அடையப்போகிறது. ஆகையினாலேயே, கதைகளிலே கூட கேட்டறியாத பெரிய விபத்திலிருந்து இந்தச் சோழ குலமும் சாம்ராஜ்யமும் தப்பியது. அவ்விதம் தப்புவதற்கு முக்கிய காரணமாயிருந்தவன், இந்த வாணர் குல வீரன் வந்தியத்தேவன்தான்! இவன் மூலமாகவே மோகத் திரையினால் மூடப்பட்டிருந்த என் கண்கள் திறந்தன. சம்புவரையர் மாளிகையில் நாங்கள் நள்ளிரவுக் கூட்டம் நடத்திய அன்று இவன் தற்செயலாக அங்கு வந்து சேர்ந்தான். அன்றைய தினம் இந்தச் சிறு பையனுக்குத் தெரியக்கூடாதென்று மூடி மறைத்து ஒரு காரியத்தை நாம் செய்ய வேண்டியிருக்கிறதே என்ற அவமான உணர்ச்சி எனக்கு உண்டாயிற்று. பிறகு இவன் தஞ்சைக் கோட்டைக்கு வெளியே நந்தினியைச் சந்தித்துப் பேசியதாக என் சகோதரன் கூறினான். நந்தினியின் உதவியினாலேயே இவன் கோட்டையை விட்டுத் தப்பிச் சென்றதாகவும் கூறினான். அதிலிருந்து என் உள்ளத்தில் சந்தேகத்தின் முளை தோன்றி வளர்ந்து வந்தது. என்னைச் சுற்றிலும் நடப்பனவற்றையும் அவற்றின் காரணங்களையும் பற்றிச் சிந்திக்கத் தொடங்கினேன். அடிக்கடி மாயை இருள் வந்து என் அறிவை மூடினாலும் மீண்டும் மீண்டும் உண்மை ஒளியின் கிரணங்கள் உட்புகுந்து இருளைப் போக்க முயன்றன. கடைசியில், துர்க்கா பரமேஸ்வரியின் கிருபையினால் மதுரை ஆபத்துதவிகளின் சதியாலோசனையைப் பற்றி அறிந்தேன். நானே மறைந்திருந்து அவர்களுடைய பேச்சுக்களைக் கேட்டிராவிட்டால், நம்பியே இருக்க மாட்டேன். அதற்குப் பிறகும், தங்கள் செல்வக் குமாரி இளைய பிராட்டி என் உள்ளத்தை வேறு விதத்தில், குழப்பி விட்டார். நந்தினி அவருடைய சகோதரி என்றும், அவளுக்கு நான் தீங்கு இழைக்கக் கூடாது என்றும், கூறினார். அவரும் ஒருவேளை ஏமாந்திருக்க முடியுமோ என்று ஐயமுற்றேன். எனினும், மாறுவேடம் பூண்டு கடம்பூர் சென்று உண்மையை அறிய விரும்பினேன் காளாமுகச் சைவர்கள் என்னை அவர்களுடைய தலைவனாகக் கொண்டிருந்தார்கள். என் அவமானத்தைக் கேளுங்கள், இந்தச் சோழ சாம்ராஜ்யத்துக்கு நானே சக்கரவர்த்தியாக வேண்டுமென்ற துரோகமான துராசையின் விதையை என் மனத்தில் நந்தினி விதைத்தாள். காளாமுகக் கூட்டத்தார் அந்தத் துராசைக்குத் தூபம் போட்டு வந்தார்கள். மதுராந்தகருக்குப் பட்டம் கட்டுவது போல் கட்டி விட்டுப் பிறகு அவரையும் துரத்தி விட்டு நானே சக்கரவர்த்தியாகிவிட வேண்டும் என்று அவர்கள் விரும்பினார்கள். அந்தக் காளாமுகர்களிலே ஒருவனான இடும்பன்காரி, சம்புவரையர் அரண்மனையில் சேவகனாகயிருந்தான். மதுரை ஆபத்துதவிகளுக்கும் அவன் ஒற்றனாக உதவி வந்தான். அவனைப் பயமுறுத்தி, அச்சமயம் கடம்பூர் அரண்மனையின் வேட்டை அறையில் மதுரை ஆபத்துதவிகள் இருப்பதை அறிந்தேன். ஆதித்த கரிகாலர் நந்தினியின் அறைக்குச் சென்றிருப்பதையும், மணிமேகலையும், வந்தியத்தேவனும் அங்கேயே ஒளிந்து கொண்டிருப்பதையும் அறிந்தேன். நந்தினிக்கும், கரிகாலருக்கும் நடக்கும் சம்பாஷணையை ஒட்டுக்கேட்டு அவர்களுடைய இரகசியத்தை அறியும் ஆசை என் உறுதியைக் குலைத்துவிட்டது. நந்தினியைப் பற்றிய உண்மையையும் அறிந்து கொள்ளலாம் என்ற ஆசை எழுந்தது. நந்தினியின் அறைக்குப் போக யாழ்க் களஞ்சியத்தின் மூலம் ஓர் இரகசிய வழி இருக்கிறதென்பதை அறிந்து அங்கே போய்ச் சேர்ந்தேன். நல்ல சமயத்திலேதான் போய்ச்

சேர்ந்தேன். நந்தினியைப் பற்றிய உண்மையை அவள் வாயாலேயே சொல்லக்கேட்டு அறிந்தேன். ஆதித்த கரிகாலர் நடத்தையில் களங்கமற்றவர் என்றும் தெரிந்து கொண்டேன். நந்தினியும் அவளைச் சேர்ந்தவர்களும் வீரபாண்டியனுடைய சாவைப் பழி வாங்குவதற்கு எவ்வளவு பயங்கரமான திட்டமிட்டிருக்கிறார்கள் என்பதையும் அறிந்து கொண்டேன். அந்தச் சதி வெற்றி பெறாமல் தடுக்க முயன்றேன். ஆனால் விதியை என்னால் வெல்ல முடியவில்லை. கரிகாலர் என் கண் முன்னாலேயே உயிரற்றுக் கீழே விழுந்ததைப் பார்க்கும் துர்ப்பாக்கியம் பெற்றேன்....”

இவ்விதம் கூறிவிட்டுப் பெரிய பழுவேட்டரையர் தம் முகத்தைக் கையால் மூடிக்கொண்டு விம்மினார். அந்த விம்மலின் ஒலி, புயல் அடிக்கும்போது அலை கடலில் எழும் பேரோசையை ஒத்திருந்தது. யாரும் அச்சமயம் வாய் திறந்து பேசத் துணியவில்லை. அனைவருடைய உள்ளமும் அந்த வீரப்பெரும் கிழவரின் மாபெரும் துயரத்தைக் கண்டு இளகிப் போயிருந்தன.

பெரிய பழுவேட்டரையர் மேலும் மேலும் பொங்கி வந்த விம்மலைத் தமது வைரம் பாய்ந்த இரும்பு நெஞ்சின் உதவியால் அடக்கிக் கொண்டார். முகத்திலிருந்து கையை எடுத்து விட்டு சுற்றுமுற்றும் பார்த்தார்.

“விதி வசத்தினால் ஆதித்த கரிகாலர் இறந்துவிட்டார். ஆனால் துர்க்கா பரமேசுவரியின் கருணையினால், அதே சமயத்தில் பேராபத்துக்குள்ளான பொன்னியின் செல்வர் விதியையும் மதியினால் வென்று உயிர் தப்பினார். பிரபு! சக்கரவர்த்தி! பிரம்மராயரே! என் அருமைத் தோழர்களான சிற்றரசர்களே! சோழ சிங்காதனத்தில் அருள்மொழிவர்மரை ஏற்றி வைத்து முடிசூட்டுங்கள்! அவர் மூலமாக இந்தச் சாம்ராஜ்யம் மகோந்நதத்தை அடையப் போகிறது!” என்றார்.

முதன்மந்திரி அநிருத்தர், “ஐயா! தங்கள் விருப்பம் நிறைவேறத்தான் போகிறது. பொன்னியின் செல்வர்தான் அதற்குத் தடையாயிருப்பார் என்று பயந்தோம். சோழ நாட்டின் அதிர்ஷ்டத்தினால் அவரே முடிசூட்டிக்கொள்ள இசைந்து விட்டார்! ஆனால் கரிகாலர் எப்படி இறந்தார் என்று தாங்கள் கூறவில்லையே?” என்றார்.

“அதைப் பற்றி ஏன் கேட்கிறீர்கள்? கொன்ற கை யார் கையாயிருந்தால் என்ன? உண்மையில் அவருடைய மரணம் விதியினால் நேர்ந்தது!” என்றார் அந்த வீரக் கிழவர் நடுங்கிய குரலில்.

“அது தெரியாவிட்டால், இதோ குற்றம் சுமத்தப்பட்டு நிற்கும் வாலிபன் மீது ஏற்பட்டிருக்கும் சந்தேகம் நீங்காது. கரிகாலன் மரணத்துக்காக இவனைத் தண்டிக்கும்படி நேரிடும்?” என்றார் முதன்மந்திரி அநிருத்தர்.

“ஆகா! இவன் மீதா குற்றம் சுமத்துவது? யார் சுமத்துகிறார்கள்?”

“கந்தமாறனும், பார்த்திபேந்திரனும் சுமத்துகிறார்கள்!”

“ஆகா! முழு மூடர்கள்! கந்தமாறா! பார்த்திபேந்திரா! நீங்கள் இந்த வாலிபன் மீது குற்றம் சுமத்தக் காரணம் என்ன? எதைக்கொண்டு இவன் ஆதித்த கரிகாலரைக் கொன்றதாகச் சொல்லுகிறீர்கள்?”

இதற்கும் அநிருத்தரே பதில் கூறினார். “இவன் அச்சமயம் நந்தினி தேவியின் அந்தப்புரத்தில் ஒளிந்து கொண்டிருந்திருக்கிறான். மணிமேகலையும் அங்கே இருந்திருக்கிறாள். மணிமேகலை, தான் கொன்றதாகச் சொல்லுகிறாள். அவ்விதம் இருக்க முடியாது. அவள் காட்டிய கத்தியில் இரத்தக் கறையே இல்லை. வந்தியத்தேவனைக் காப்பாற்றுவதற்காகவே அவள் அவ்விதம் சொல்லியிருக்க வேண்டும் அல்லவா? வந்தியத்தேவன் மறைவிடத்திலிருந்து கரிகாலரைக் கொன்றதை அவள் பார்த்திருக்கலாம் அல்லவா?”

"மணிமேகலை கொல்லவில்லை என்றால், வந்தியத்தேவன் மட்டும் எப்படிக் கொன்றிருப்பான்? எந்த ஆயுதத்தைக் கொண்டு?"

"இந்த ஆயுதத்தைக் கொண்டு! இரத்தம் தோய்ந்து காய்ந்திருக்கும் இந்தக் கூரிய திருகுக் கத்தியைக் கொண்டு!" என்று கூறிப் பார்த்திபேந்திரன் நாம் முன்னமே பார்த்திருக்கும் திருகுக் கத்தியைக் காட்டினான்.

வந்தியத்தேவன் கரிகாலருடைய உடலைத் தீப்பிடித்த மாளிகையிலிருந்து எடுத்து வந்து போட்டுவிட்டுத் தானும் மூர்ச்சையடைந்து விழுந்தபோது, அவனிடமிருந்து திருகுக் கத்தியைப் பார்த்திபேந்திரன் எடுத்துப் பத்திரமாக வைத்திருந்தான் அதை இப்போது எடுத்துக் காட்டினான்.

பெரிய பழுவேட்டரையர் அவனை நோக்கி, "எங்கே, இப்படி அந்தக் கத்தியைக் கொடு!" என்று சொல்லி அதை வாங்கிக் கொண்டார்.

அதை நன்றாக உற்றுப் பார்த்துவிட்டு "ஆகா! இது இடும்பன்காரியின் கத்திதான்!" என்று முணுமுணுத்தார்.

"கந்தமாறா! பார்த்திபேந்திரா! நீங்களும் நானும் இந்த வந்தியத்தேவனை மூன்று தரம் வலம் வந்து கும்பிட வேண்டும்! நந்தினியின் மோக வலையில் இந்தக் கிழவனைப் போலவே நீங்களும் விழுந்திருந்தீர்கள். ஆனால் இவன் ஒருவன் தான் அந்த மாயவலையில் சிக்கவில்லை. இவன் இந்தக் கத்தியை எறியவும் இல்லை. ஆதித்த கரிகாலரைக் கொல்லவும் இல்லை!"

"எதனால் அவ்வளவு நிச்சயமாகச் சொல்லுகிறீர்கள்?" என்று முதன்மந்திரி அநிருத்தர் கேட்டார்.

"ஆம், நிச்சயமாகத்தான் சொல்லுகிறேன். இந்தக் கத்தியை எறிந்து கரிகாலரைக் கொன்றவன் எவன் என்பது எனக்கு நன்றாய்த் தெரியும்!"

"யார்? யார்?"

"ஆம், ஆம்! அதைச் சொல்லிவிட வேண்டியதுதான். சொல்லாவிட்டால் உங்கள் சந்தேகம் தீராது. எல்லாரும் கேளுங்கள், இந்த வாலிபன் யாழ்க் களஞ்சியத்தில் ஒளிந்து கொண்டிருந்தான். நான் அதன் வழியாக இறங்கி வந்தேன். இவன் என்னைப் பார்த்துச் சத்தமிடக்கூடாது என்பதற்காகப் பின்னாலிருந்து இவன் கழுத்தைப் பிடித்து நெருக்கினேன். இவன் விழி பிதுங்கி, உணர்விழந்து கீழே விழுந்து விட்டான். ஆதித்த கரிகாலரைக் கொன்றது யார் என்பது இவனுக்கு அச்சமயம் தெரிந்து கூட இருக்க முடியாது."

"யார்? யார்? கொன்றது யார்?"

"இந்தத் திருகுக் கத்தியை நான்தான் இடும்பன்காரியிடமிருந்து வாங்கிக்கொண்டு வந்தேன். இதை வீசி எறிந்தவன் நானேதான்! இந்த என்னுடைய வலது கரந்தான்! சோழ சக்கரவர்த்திகளுக்கு முடிசூட்டிய பரம்பரையில் வந்த இந்தக் கரந்தான் கத்தியை எறிந்தது. ஆனால் இளவரசர் கரிகாலர் மீது எறியவில்லை. நந்தினியின் பேரில் எறிந்தேன். என்னை மோகவலையில் ஆழ்த்தித் துரோகப் படுகுழியில் வீழ்த்திய அந்த மாயப் பிசாசைக் கொன்றுவிட எண்ணி எறிந்தேன். குறி தவறிக் கரிகாலர் மீது விழுந்தது!..."

"ஐயையோ!" "ஆஹாஹா!" என்ற குரல்கள் பல அச்சபையில் எழுந்தன.

"நூறு ஆண்டு காலமாகப் பழுவூர்க் குலம் சோழ குலத்துக்குச் செய்திருக்கும் தொண்டுகளுக்கெல்லாம் களங்கம் உண்டு பண்ணி விட்டேன். அந்தக் களங்கத்தை எப்படி நீக்கப் போகிறேனோ, தெரியவில்லை!"

"அண்ணா! இதோ அந்தக் களங்கத்தை நான் போக்குகிறேன்!" என்று சின்னப் பழுவேட்டரையர் கர்ஜித்துவிட்டுத் தமது கத்தியை உருவிக்கொண்டு அண்ணன் அருகில் விரைந்து வந்தான்.

"சோழ குலத்துக்குத் துரோகம் செய்கிறவர்கள் யாராயிருந்தாலும் அவர்களைப் பழி வாங்குவதாக நீயும் நானும் சபதம் ஏற்றிருக்கிறோம். அந்தச் சபதத்தை இப்போது நானே நிறைவேற்றுவேன். உன்னை இந்தக் கணமே கொன்று நம் குலத்துக்கு நேர்ந்த பழியைத் துடைப்பேன்!" என்று சின்னப் பழுவேட்டரையர் கத்தியை ஓங்கினார்.

"வேண்டாம்! வேண்டாம்! இங்கே இரத்தம் சிந்த வேண்டாம்!" என்றார் சுந்தர சோழச் சக்கரவர்த்தி.

இளவரசர் அருள்மொழிவர்மரும், முதன்மந்திரி அநிருத்தரும் பாய்ந்து சென்று சின்னப் பழுவேட்டரையரின் கைகளைப் பிடித்துக் கொண்டார்கள்.

அச்சமயத்தில் பெரிய பழுவேட்டரையர் கூறினார்: "தம்பி! நம் குலத்துக்கு என்னால் சேர்ந்த பழியைத் துடைக்கும் வேலையை உனக்கு வைக்க மாட்டேன். அத்துடன் 'தமையனைக் கொன்ற தம்பி' என்ற பழியை உனக்கும் ஏற்படுத்த மாட்டேன். இதோ துர்க்கா பரமேஸ்வரிக்கு என் சபதத்தை நிறைவேற்றுவேன்!" என்று கூறிக்கொண்டே தம் கையிலிருந்து சிறிய திருகுக் கத்தியைத் தமது மார்பை நோக்கி ஓங்கினார். முன்னொரு தடவை அவர் ஓங்கிய பெரிய வாளை மறுபடியும் உறையில் போட்டிருந்தபடியால், அவர் தமது பழைய உத்தேசத்தை விட்டு விட்டதாக மற்றவர்கள் எண்ணிக் கொண்டிருந்தார்கள். பார்த்திபேந்திரனிடமிருந்து வாங்கிக் கொண்டிருந்த திருகுக் கத்தியை அவர் உபயோகிப்பார் என்று யாரும் எதிர்பார்க்கவில்லை.

"ஐயா! வேண்டாம்!" என்று அருள்மொழிவர்மர் கூவிக்கொண்டு அவர் அருகில் பாய்ந்து வருவதற்குள் பெரியப் பழுவேட்டரையர் தம் உத்தேசத்தை நிறைவேற்றி விட்டார்.

நெடுங்காலம் வேர் விட்டு நெடிது வளர்ந்திருந்த தேவதாரு மரம் வேருடன் பெயர்ந்து கப்பும் கிளையுமாகக் கீழே விழுவது போலத் தரையில் சாய்ந்தார்.

"ஹா ஹா!" "அடடா!" என்பவை போன்ற குரல்கள் அச்சபையில் ஒலிக்கத் தொடங்கின.

விழுந்த பெரிய பழுவேட்டரையரை நோக்கிச் சிலர் ஓடி வந்தார்கள்.

அதே சமயத்தில் கண்களை மூடிக் கொண்டு சிங்காசனத்தில் சாய்ந்த சுந்தர சோழர் சக்கரவர்த்தியை நோக்கி இன்னும் சிலர் ஓடினார்கள். மந்திராலோசனை சபை கலைந்தது.

அன்றிரவு பெரிய பழுவேட்டரையர் மரணத்துடன் போராடிக் கொண்டிருந்தபோது பலர் வந்து அவரைப் பார்த்து விட்டுச் சென்றார்கள்.

சக்கரவர்த்தியும், அருள்மொழிவர்மரும், அநிருத்தரும், இளைய பிராட்டி குந்தவையும்கூட வந்திருந்தார்கள்.

சோழ குலத்துக்கும் சாம்ராஜ்யத்துக்கும் பெரிய பழுவேட்டரையர் செய்திருக்கும் சேவைகளைப் பற்றிச் சக்கரவர்த்தியும் மற்றவர்களும் பாராட்டிப் பேசினார்கள். அவர் இளம் பிராயத்தில் எத்தனையோ போர்க்களங்களில் செய்த தீரச் செயல்களைப் பற்றிக் கூறினார்கள். தக்கோலத்தில் தோல்வியடைந்து சிதறி ஓடிய சோழ சைன்யத்தை அவர் திரட்டி அமைத்துத் தோல்வியை வெற்றியாக மாற்றிய செயலை வியந்து பாராட்டினார்கள். சோழ நாட்டின் தனாதிகாரியாக இருந்து திறமையாக நிர்வாகம் நடத்தியதைப் புகழ்ந்தார்கள்.

சென்ற மூன்று வருஷத்துச் சம்பவங்களைப் பற்றி ஒரு வார்த்தையும் பேசாமல் விடைபெற்றுப் புறப்பட்டார்கள்.

பின்னர் அவர்கள் நால்வரும், பெரிய பழுவேட்டரையர் படுத்திருந்த அறைக்குள்ளேயே அவர் பார்க்க முடியாத இடங்களில் மறைந்து நின்று கொண்டார்கள்.

அச்சமயம், சின்னப் பழுவேட்டரையர் ஆழ்வார்க்கடியானை அழைத்துக்கொண்டு வந்தார். பெரிய பழுவேட்டரையருக்கு எதிரில் கொண்டு வந்து அவனை உட்கார வைத்து விட்டுத் தாமும் அருகில் அமர்ந்தார்.

பார்வை விரைவாக மங்கி வந்த கண்களினால் பெரிய பழுவேட்டரையர் ஆழ்வார்க்கடியானைப் பாத்துவிட்டு, "ஆகா! இந்த வைஷ்ணவன் இங்கு எதற்காக வந்தான்? நான் வைகுண்டத்துக்குப் போக விரும்பவில்லை, தம்பி! சிவபதம் அடைய விரும்புகிறேன்!" என்றார்.

"ஐயா! நாளை உதயத்தில் வைகுண்ட ஏகாதசி புண்ணிய நாள்! தாங்கள் கைலாசத்துக்குப் போக விரும்பினாலும் வைகுண்டத்தின் வழியாகவே போக வேண்டும்!" என்றான் திருமலை.

"வேண்டாம்! வேண்டாம்! நீ உன் மகாவிஷ்ணுவிடம் திரும்பிச் சென்று..."

"ஐயா! நான் மகாவிஷ்ணுவின் தூதனாக இப்போது வரவில்லை. என் சகோதரியிடமிருந்து செய்தி கொண்டு வந்தேன்."

"அது யார் உன் சகோதரி?"

"என்னுடன் பல நாள் வளர்ந்த சகோதரி, நந்தினியைச் சொல்லுகிறேன். ஐயா! நந்தினி தங்களுக்கு அவளுடைய நன்றியைத் தெரியப்படுத்தும்படி என்னை அனுப்பினாள். கரிகாலரைக் கொன்ற பழி அவள் பேரில் விழாதிருக்கும் பொருட்டுத் தாங்கள் அதை ஏற்றுக்கொண்டதற்காக நன்றி தெரிவிக்க சொன்னாள். எத்தனை ஜன்மம் எடுத்தாலும் தங்கள் அன்பை மறக்க முடியாது என்று தெரிவிக்கும்படி சொன்னாள்!" என்றான் ஆழ்வார்க்கடியான்.

"ஆகா! அவள் இன்னும் அப்படி நினைக்கிறாளா! நினைத்துக் கொண்டு சந்தோஷப்படட்டும். எவ்வளவுதான் அவள் வஞ்சகம் செய்து எனக்குத் தீங்கு புரிந்தாலும், அவளை என்னால் மறக்க முடியவில்லை. தன் உயிரைக் கொடுத்துச் சக்கரவர்த்தியைக் காப்பாற்றிய உத்தமியின் புதல்வி அல்லவா அவள்? உண்மையாகவே அடுத்த பிறவிகளிலும் அவள் என்னைத் தேடிக்கொண்டு வந்துவிடுவாளோ, என்னமோ?" என்றார் பழுவேட்டரையர்.

ஏற்கனவே மரணத்தின் சாயை படர்ந்திருந்த அவருடைய முகத்தில் இப்போது இலேசான புன்னகை தோன்றியது.

"வைஷ்ணவனே! யாராவது ஒருவரிடம் என் உண்மையைச் சொல்ல வேண்டும் உன்னிடம் சொல்லுகிறேன். நான் எறிந்த கத்தி இளவரசர் பேரில் விழவில்லை. அதற்கு முன்பே அவர் விழுந்து விட்டார். நானே இளவரசரைக் கொன்றதாக ஒப்புக் கொண்டதற்குக் காரணம் நந்தினியின் பேரில் பழி விழாமல் தடுப்பதற்கு மட்டுமல்ல; அதைவிட நூறு மடங்கு முக்கியமான காரணம் உண்டு. அருகில் வா! சொல்லுகிறேன்! உன் சிநேகிதன் வந்தியத்தேவன் இருக்கிறானே, அவன் அருமையான பிள்ளை! அவனுக்குச் சோழ குலம் ரொம்பக் கடமைப்பட்டிருக்கிறது. இளைய பிராட்டியின் உள்ளத்தை அவன் கவர்ந்து விட்டான். இளைய பிராட்டியிடம் நான் அநாவசியமாகக் குரோதம் பாராட்டினேன். அதற்கெல்லாம் பரிகாரமாகக் குற்றத்தை நான் ஒப்புக்கொண்டு என்னையும் பலி கொடுத்திராவிட்டால், வந்தியத்தேவன் பேரில் யாராவது களங்கம் கற்பித்துக் கொண்டே இருப்பார்கள். இனி ஒருவரும் அவ்வாறு பேசத் துணியமாட்டார்கள். வைஷ்ணவனே! என்றாவது ஒரு நாள் இளைய பிராட்டியிடம் அவரை நான் துவேஷித்ததற்காக என்னைத் தயை கூர்ந்து மன்னிக்கும்படி சொல்லு!"

நெடுநேரம் பேசியதால் அந்தத் தீரக் கிழவருக்கு மூச்சு வாங்கத் தொடங்கியது. அவர் கூறியதையெல்லாம் கேட்டுக் கொண்டிருந்த ஆழ்வார்க்கடியானின் உள்ளமே உருகி விட்டது என்றால், பின்னால் மறைவிடத்தில் நின்று கேட்டுக் கொண்டிருந்த குந்தவை கண்ணிலிருந்து கண்ணீர் கலகலவென்று பொழிந்ததில் வியப்பில்லை அல்லவா?

"வைஷ்ணவனே! இன்னும் ஒரு விஷயம். முதன்மந்திரி பிரம்மராயரிடம் சொல்லு! இலங்கையிலிருந்து பாண்டியன் கிரீடத்தையும், இரத்தின ஹாரத்தையும் எப்படியாவது கொண்டு வர வேண்டும். அதற்குத் தகுந்தவன் வல்லத்து இளவரசன் தான்! அவனும், நீயும்

போய்க் கொண்டு வாருங்கள். பிறகு மதுரைக்குச் சென்று அங்கே ஒரு தடவை பொன்னியின் செல்வருக்கு மகுடாபிஷேகம் நடத்த வேண்டும் தெரிகிறதா? அருள்மொழியிடம் எனக்காக ஒன்று வேண்டிக்கொள்! அவனைப்போல் சோழ குலத்துக்கு உற்ற துணைவன் வேறு யாரும் இல்லை என்று சொல்லு! தேவி! துர்க்கா பரமேசுவரி! என் சபதத்தை நிறைவேற்றி விட்டேன்! இதோ வருகிறேன்! சோழ குலத்தைக் காப்பாற்று!"

வரவர மெலிந்து கொண்டு வந்த பெரிய பழுவேட்டரையரின் குரல் அடியோடு மங்கி நின்றது. அந்தத் தீரப் பெருங் கிழவரின் உயிர்ச் சுடரும் அணைந்தது.

ஃஃஃ

78. நண்பர்கள் பிரிவு

கொள்ளிடப் பெரு நதியின் படித்துறையை நெருங்கி நாலு குதிரைகள் வந்து கொண்டிருந்தன. நாலு குதிரைகள் மீதும் நாலு வீரர்கள் இருந்தார்கள். அவர்கள் நமக்குத் தெரிந்தவர்கள் தாம். பார்த்திபேந்திரன், கந்தமாறன், வந்தியத்தேவன், பொன்னியின் செல்வர் ஆகியவர்கள்.

இவர்களில் முதல் இருவரும் படகில் ஏறிக் கொள்ளிடத்தைக் கடந்து வடதிசை நோக்கிப் பிரயாணம் செய்ய ஆயத்தமாக வந்தனர். மற்ற இருவரும் அவர்களுக்கு விடை கொடுத்து அனுப்புவதற்கு வந்தார்கள்.

படகுத் துறையை அடைந்ததும் நண்பர்கள் நால்வரும் குதிரையிலிருந்து கீழே இறங்கினார்கள்.

"கந்தமாறா! உன் பழைய நண்பனிடம் உன் கோபமெல்லாம் போய் விட்டதல்லவா? இன்னமும் ஏதாவது மிச்சம் வைத்துக் கொண்டிருக்கிறாயா?" என்று பொன்னியின் செல்வர் கேட்டார்.

"ஐயா! அவன் மீது கோபம் வைத்துக் கொள்ளக் காரணம் என்ன இருக்கிறது? என் அறிவீனத்தை நினைத்து நினைத்துப் பச்சாதாபப்படுவதற்குத்தான் நிறைய காரணம் இருக்கிறது. நான் அவனுக்கு இழைத்த தீங்குகளையெல்லாம் மறந்து என்னிடம் பழையபடி சிநேகமாயிருக்க முன் வந்தானே, அந்தப் பெருந்தன்மைக்கு இணையே கிடையாது.

என் சகோதரியை நதி வெள்ளத்தில் முழுகிச் சாகாமல் காப்பாற்றினானே, அதற்கு நான் இந்த ஜன்மத்திலே நன்றிக்கடன் செலுத்த முடியுமா? என் புத்தி எதனால் எப்படிக் கெட்டுப் போயிற்று என்பதை நினைத்துப் பார்த்தால், எனக்கே வியப்பாயிருக்கிறது. முதலில் உத்தேசித்தபடி மணிமேகலையை இவனுக்கு மணம் செய்து வைக்காமற் போனேனே? அப்படிச் செய்திருந்தால், இன்றைக்கு அவள் இவ்வாறு பிச்சியாகப் போயிருக்க மாட்டாள் அல்லவா?" என்றான் கந்தமாறன்.

"அது ஏன் அப்படிச் சொல்லுகிறாய்? நதி வெள்ளத்தில் விழுந்த அதிர்ச்சியினால் சிறிது நினைவுத் தவறு ஏற்பட்டிருக்கிறது. சில நாள் போனால் சரியாகி விடாதா?" என்றார் இளவரசர்.

"சாதாரண நினைவுத் தவறுதலாகத் தோன்றவில்லை. மற்ற எல்லாரையும் அவளுக்கு ஞாபகமிருக்கிறது. எல்லா விஷயங்களும் நினைவில் இருக்கின்றன. என்னையும், வந்தியத்தேவனையும் மட்டும் அவளுக்கு அடையாளம் தெரியவில்லை. என்னிடம் அவள் வைத்திருந்த அன்பு எத்தகையது என்பதை எண்ணும்போது என் நெஞ்சு வெடித்து விடும் போலிருக்கிறது. 'ஐயோ! என் அருமை அண்ணனை என்னுடைய கையினாலேயே கொன்று விட்டேனே!' என்று அவள் ஓலமிடும் குரல் என் காதிலேயே இருந்து கொண்டிருக்கிறது..."

"அது ஏன் அப்படி அவள் ஓலமிடவேண்டும்? நீதான் உயிரோடு இருந்து வருகிறாயே?"

"நான் உயிரோடுதானிருக்கிறேன்! இறந்து போயிருந்தால் எவ்வளவோ நன்றாக இருந்திருக்கும். ஆம், ஐயா! வந்தியத்தேவனை நான் கொன்று விட்டதாகவும், அதற்காக என்னை அவள் கொன்று விட்டதாகவும் அவள் உறுதி கொண்டிருக்கிறாள். ஒரு சமயம் என்னை நினைத்துப் புலம்புகிறாள். இன்னொரு சமயம் என் சிநேகிதனை நினைத்துக்கொண்டு 'ஆற்று வெள்ளம் திரும்பி வருமா? இறந்து போனவர்களைக் கொண்டு தருமா?' என்று புலம்புகிறாள். எவ்வளவுதான் சொன்னாலும், என்னை அவளுடைய அண்ணன் என்றும் ஒப்புக்கொள்வதில்லை. வந்தியத்தேவனையும் அடையாளம் தெரிந்து கொள்ள முடியவில்லை. 'நீ யார்; வல்லத்து இளவரசரை நீ பார்த்தது உண்டா?' என்று இவனிடமே கேட்கிறாள்!..."

"அப்படியா?" என்று பொன்னியின் செல்வர் திரும்பிப் பார்த்தபோது, வந்தியத்தேவன் கண்களில் கண்ணீர் ததும்புவதைக் கண்டார்.

"அடாடா! இப்போது வந்தியத்தேவர் வல்லத்து இளவரசரல்ல, வல்லத்து அரசராகவே ஆகிவிட்டார் என்று தெரிந்தால் அவளுக்கு எவ்வளவு மகிழ்ச்சி ஏற்படும்? அதற்குக் கொடுத்து வைக்காமல் போய்விட்டதே?" என்றான் பார்த்திபேந்திரன்.

இதைக் கேட்ட கந்தமாறன் முகத்தில் வியப்புக் குறியுடன் பொன்னியின் செல்வரை நோக்கினான்.

"ஆம், அப்பா! உன் நண்பனுக்கு வாணகப்பாடி நாட்டைத் திரும்பக் கொடுத்து வல்லத்து அரசனாக்கிவிடுவதென்று சக்கரவர்த்தி தீர்மானித்திருக்கிறார். அம்மாதிரியே உனக்கும் வாணகப்பாடிக்கு அருகில் வைதும்பராயர்கள் ஆண்ட பகுதியைத் தனி இராஜ்யமாக்கி அளிக்க எண்ணியிருக்கிறார். இனி, நீங்கள் இருவரும் அக்கம் பக்கத்திலேயே இருந்து வாழ வேண்டியவர்கள். எப்பொழுதும் உங்கள் சிநேகத்துக்குப் பங்கம் நேராதபடி நடந்து கொள்ள வேண்டும்" என்றார் பொன்னியின் செல்வர்.

"சக்கரவர்த்தியின் கருணைக்கு எல்லையே இல்லை போலிருக்கிறது. அப்படியானால், நான் மறுபடி கடம்பூருக்கே போகவேண்டியதில்லை அல்லவா?" என்று கந்தமாறன் சிறிது உற்சாகத்துடன் கேட்டான்.

"வேண்டியதில்லை, அங்கே உங்களுடைய பழைய அரண்மனைதான் அநேகமாக எரிந்து போய்விட்டதே? மறுபடியும் அவ்விடத்துக்கு நீங்கள் போனால் பழைய ஞாபகங்கள் வந்துகொண்டேயிருக்கும். பாலாற்றின் தென் கரையிலே புதிய அரண்மனை கட்டிக்கொள்ளுங்கள். உன் சகோதரிக்கு உடம்பு சௌகரியமானதும், அங்கே வந்து அவளும் இருக்கலாம்."

"கோமகனே! இனி மணிமேகலை எங்களுடன் வந்து இருப்பாள் என்று நான் கருதவில்லை. தங்கள் பாட்டியார் செம்பியன்மாதேவியார் அவளைத் தம்முடன் ஸ்தல யாத்திரைக்கு அழைத்துப் போவதாகச் சொல்லியிருக்கிறார். மணிமேகலைக்கும் பெரிய பிராட்டியை ரொம்பவும் பிடித்துப் போயிருக்கிறது. இன்றைக்குக் கூடப் பெரிய பிராட்டி திருவையாற்றுக்கு என் சகோதரியை அழைத்துப் போயிருக்கிறார்."

"ஆமாம்; பெரிய கோஷ்டியாகத்தான் போயிருக்கிறார்கள். புதுமணம் புரிந்துகொண்ட என் சித்தப்பாவும் சிற்றன்னையும் கூடப் போயிருக்கிறார்கள். இந்த வேடிக்கையைக் கேளுங்கள். சமுத்திர குமாரியை இனிமேல் என் சிற்றன்னையாக நான் கருதி வர வேண்டும்!"

"சோழர் குலத்தில் இவ்வளவு அடக்கமாக ஒரு திருமணம் இதுவரையில் நடந்ததே கிடையாது, மதுராந்தகருக்கும் பூங்குழலிக்கும் நடந்த திருமணத்தைப்போல்!" என்றான் பார்த்திபேந்திரன்.

"என்னுடைய மகுடாபிஷேகம்கூட அவ்வளவு அடக்கமாகத்தான் நடக்கப்போகிறது!" என்றார் அருள்மொழி.

"அது ஒரு நாளும் நடவாத காரியம்!..." என்றான் வந்தியத்தேவன்.

பொன்னியின் செல்வர் திடுக்கிட்டது போல் நடிப்புடன், "எது நடவாது என்று கூறுகிறாய்? என்னுடைய பட்டாபிஷேகமா?" என்றார்.

வந்தியத்தேவன் சிறிது வெட்கத்துடன், "இல்லை, ஐயா! அடக்கமாக நடப்பது இயலாத காரியம் என்றேன். இப்போதே மக்கள் தங்கள் மகுடாபிஷேகத்தைப் பற்றி விசாரிக்கவும், பேசவும் ஆரம்பித்து விட்டார்கள்!" என்றான்.

"கோமகனே! தங்களுடைய முடிசூட்டு விழாவுக்கு நாங்கள் இருக்க வேண்டாமா? இந்தச் சமயம் பார்த்து எங்களை வடதிசைக்கு அனுப்புகிறீர்களே, தை மாதம் பிறந்ததும் பட்டாபிஷேகத்துக்கு நாள் குறிக்கப்படும் என்று தஞ்சையில் பேசிக் கொண்டிருந்தார்களே! வந்தியத்தேவன் கொடுத்து வைத்தவன்; அதிர்ஷ்டசாலி.." என்றான் கந்தமாறன்.

"அப்படி எல்லாம் ஒன்றுமில்லை வந்தியத்தேவரையும் நான் சீக்கிரத்தில் ஈழத்துக்கு அனுப்பப் போகிறேன். நண்பர்களே! ஒன்று நிச்சயமாக நம்புங்கள்! என் அருமை நண்பர்களாகிய நீங்கள் இல்லாமல் என் மகுடாபிஷேகம் நடைபெறாது!" என்று பொன்னியின் செல்வர் திடமாகக் கூறினார்.

"மிக்க நன்றி, ஐயா! மகுடாபிஷேகத்துக்கு நாள் குறிப்பிட்டவுடனே குதிரை ஆட்களிடம் ஓலை கொடுத்து அனுப்புங்கள், உடனே வந்து சேருகிறோம்" என்றான் கந்தமாறன்.

"நண்பா! அதைப்பற்றி என்ன கவலை? நீங்கள் வராமல் நான் பட்டாபிஷேகம் செய்து கொள்ளப் போவதில்லை. இதை நிச்சயமாக நம்புங்கள். நான் பட்டாபிஷேகம் செய்து கொள்வது எதற்காக என்பதை மறந்து விடாதீர்கள். அரண்மனை நிலா மாடங்களிலும் உத்தியான வனங்களிலும் உல்லாசப் பொழுது போக்குவதற்காக நான் முடிசூட்டிக் கொள்ளப் போவதில்லை. நண்பர்களே! ஈழ நாடு சென்றதிலிருந்து நான் கண்டு வரும் கற்பனைக் கனவுகளை உங்களிடம் முன்னமே சொல்லியிருக்கிறேன். இன்னும் ஒரு முறை சொல்லுகிறேன் கேளுங்கள்! என் பாட்டனாரின் தந்தையான பராந்தகச் சக்கரவர்த்தியின் காலத்தில் சோழ சாம்ராஜ்யம் அடைந்திருந்த மகோன்னதத்தைக் காட்டிலும் நம்முடைய காலத்தில் அதிக மேன்மையை அடைய வேண்டும். நாலா புறத்திலும் இராஜ்யத்தை விஸ்தரிக்க வேண்டும். வடக்கே கங்கை நதிக்கரை வரைக்கும், கிழக்கே கடல் கடந்து ஸ்ரீவிஜய ராஜ்யம் வரைக்கும், சோழ நாட்டுப் படைகள் சென்று புலிக் கொடியை நாட்ட வேண்டும். மேற்கே மலை நாட்டையும் அப்பால் கடலில் உள்ள லட்சத்தீவுகளையும் கைப்பற்றி, நமது படைகளையும் அங்கே நிலைத்து இருக்கச் செய்யவேண்டும். மலை நாட்டில் 'சேர அரசன்' ஒருவன் எங்கிருந்தோ கிளம்பியிருக்கிறான். பாண்டி நாட்டிலும் யாராவது ஒரு பாண்டியன் திடீரென்று கிளம்புவான். இந்தப் புதிய சேர, பாண்டியர்களுக்குப் பலம் அளிப்பவர்கள் இலங்கை மன்னர்கள். ஆகையால் ஈழ நாட்டு மலைக் குகைகளில் ஒளிந்திருக்கும் மகிந்தனையும் அவனுடைய படைகளையும் தேடிப் பிடித்து அவர்களுடைய பலத்தை அடியோடு அழித்து விடவேண்டும். இலங்கைத் தீவு முழுவதையும் நம் ஆட்சிக்குள் கொண்டு வர வேண்டும். இராஜ்யம் விஸ்தாரமானால் மட்டும் போதுமா? ஈழ நாட்டிலுள்ள புத்தரின் ஸ்தூபங்களைத் தோற்கடிக்கும்படியான பெரிய பெரிய சிவாலயங்களையும், விஷ்ணு ஆலயங்களையும் இந்தப் புண்ணிய பூமியில் எழுப்ப வேண்டும். இந்த வீரத் திருநாட்டில் ஆயிரம் ஆண்டுகளுக்குப் பிற்பாடு வரப்போகிறவர்கள் நாம் நம் காலத்தில் செய்த திருப்பணிகளை கண்டு பிரமிக்க வேண்டும். நண்பர்களே! இக்கனவுகள் எல்லாம் என் காலத்தில் நிறைவேறத்தான் போகின்றன. நிறைவேற்றியே தீருவேன். அதற்கு நீங்கள் ஒவ்வொருவரும் உதவி செய்ய வேண்டும். பார்த்திபேந்திரரே! சோழ நாட்டிலேயே மிக உயர்ந்த சைன்யப் பதவியை, என் தமையனார் கரிகாலர் வகித்து வந்த வடதிசை மாதண்டநாயகர் பதவியைத் தங்களுக்கு அளித்திருக்கிறேன். அந்தப் பொறுப்பை நீர் சரிவர நிறைவேற்ற வேண்டும். என் தமையனாரின் அகால மரணம் நம் பகைவர்களிடையே பலவித ஆசைகளை மூட்டிவிட்டிருக்கும். வேங்கி அரசனும் இராட்டிரகூட மன்னனும் சோழ

நாட்டில் உள் குழப்பங்கள் நேரிடும் என்றும், சிற்றரசர்களுக்குள்ளே போர் மூளும் என்றும் எதிர்பார்த்துக் கொண்டிருப்பார்கள். ஆகையால் வட பெண்ணைக் கரையில் நம் வீரர்கள் இரும்பு அரணைப்போல் நின்று காவல் புரிய வேண்டும். பல்லவர் குலத்தோன்றலே! கந்தமாறனை, அங்கே தளபதியாக நிறுத்தி வைத்து விட்டு, தாங்கள் உடனே காஞ்சிக்குத் திரும்புங்கள். அங்கே, என் வீரச் சகோதரர் எடுப்பித்த பொன் மாளிகையைச் சக்கரவர்த்தி வந்து தங்குவதற்கு உகந்ததாகச் செய்து வையுங்கள். என்னுடைய தலையில் கிரீடத்தை வைத்தவுடனே சக்கரவர்த்தி காஞ்சிக்குப் பிரயாணமாவதற்கு விரும்புகிறார்!"

இதைக் கேட்டுக் கந்தமாறன் கண்களில் நீர் ததும்ப, 'கோமகனே! போர்க்களத்தில் நான் எனது போர்த் திறமையை இன்னும் நிரூபித்துக் காட்டவில்லையே? எல்லைக் காவல் படைக்கு என்னைத் தளபதியாக நியமிக்கிறீர்களே? நான் தகுதியுள்ளவனா?" என்று நாத்தழுதழுக்கக் கேட்டான்.

"நண்பா! எல்லாம் வல்ல இறைவன் எனக்குச் சில சக்திகளை அளித்திருக்கிறார். யார் யார், எந்தப் பணிக்குத் தகுதியுள்ளவர் என்பதை எளிதில் கண்டுபிடிக்கும் சக்தியையும் அளித்திருக்கிறார். உன்னை வடக்கு எல்லைப் படைக்குத் தளபதியாக நியமித்திருப்பது போல், உன் நண்பர் வல்லத்தரசரை ஈழப் படைக்குத் தளபதியாக நியமித்திருக்கிறேன்! இரண்டு பேரும் உங்கள் கடமைகளை நன்கு நிறைவேற்றுவீர்கள் என்ற நம்பிக்கை எனக்கு இருக்கிறது" என்றார் பொன்னியின் செல்வர்.

"இன்னும் சில காலத்துக்கு இவர்களில் ஒருவரை வடக்கு எல்லையிலும், இன்னொருவரைத் தெற்கு எல்லையிலும் வைத்திருப்பது நல்ல யோசனைதான். எங்கேயாவது சேர்ந்திருந்தால், தாங்களும் அங்கே இல்லாமலிருந்தால், பழைய ஞாபகம் வந்து இருவரும் மோதிக் கொண்டாலும் மோதிக் கொள்வார்கள்" என்றான் பார்த்திபேந்திரன்.

"ஐயா! இனி அம்மாதிரி ஒரு நாளும் நேரவே நேராது!" என்று கந்தமாறன் சொல்லிக் கொண்டே வந்தியத்தேவன் அருகில் சென்றான்.

"நண்பா! என்னுடைய தவறுகளை எல்லாம் மன்னித்து விட்டாய் அல்லவா?" என்று கேட்டான்.

வந்தியத்தேவன் அதற்கு வாயினால் மறுமொழி கூறாமல் இரு கரங்களையும் நீட்டிக் கந்தமாறனை மார்புறக் கட்டித் தழுவிக் கொண்டான்.

நண்பர்கள் இருவரும் சிறிது நேரம் மௌனமாகக் கண்ணீர் உகுத்தார்கள்.

பின்னர், பார்த்திபேந்திரனும், கந்தமாறனும், சென்று ஆயத்தமாக இருந்த படகில் ஏறிக்கொண்டார்கள்.

படகு நதியில் பாதி தூரம் போகும் வரையில் பார்த்துக்கொண்டிருந்து விட்டுப் பொன்னியின் செல்வரும், வந்தியத்தேவனும் தஞ்சையை நோக்கிக் குதிரைகளைத் திருப்பினார்கள்.

ஃஃஃ

79. சாலையில் சந்திப்பு

பொன்னியின் செல்வரின் முடிசூட்டு விழா விரைவிலேயே நடைபெறப் போகிறது என்று நாடு நகரமெல்லாம் தெரிந்து போயிருந்தது. மக்கள் ஒரே ஆர்வத்துடன் அந்த வைபவத்தை எதிர் நோக்கியிருந்தார்கள்.

ஆதித்த கரிகாலரின் அகால மரணம், மந்தாகினியின் உயிர்த் தியாகம், பெரிய பழுவேட்டரையரின் சபத நிறைவேற்றம் ஆகிய நிகழ்ச்சிகள் சக்கரவர்த்தியின் உள்ளத்தைப் பெரிதும் துன்புறச் செய்திருந்தன. ஆயினும் இராஜ்ய உரிமை சம்பந்தமான சச்சரவுகள் ஒரு மாதிரி தீர்ந்து போய் அருள்மொழிவர்மருக்கு முடிசூட்டுவதைச் சிற்றரசர் பொதுமக்கள்

அனைவரும் ஒருமுகமாக ஆதரித்தது அவருடைய நொந்து போன உள்ளத்துக்கு ஓரளவு ஆறுதல் அளித்து வந்தது.

தை மாதம் பிறந்தவுடனே நல்ல நாள் குறிப்பிட்டுப் பொன்னியின் செல்வரின் தலையில் சாம்ராஜ்ய பாரத்தைச் சுமத்தி விட்டுக் காஞ்சிக்குப் புறப்பட்டுச் செல்லச் சக்கரவர்த்தி முடிவு செய்திருந்தார். அங்கே தமது வீரப் புதல்வன் கரிகாலன் தமக்கென்று நிர்மாணித்த பொன் மாளிகையிலே மிச்சமுள்ள தம் வாழ்நாளைக் கழித்து விடவும் தீர்மானித்திருந்தார். முடிசூட்டு வைபவத்தை அதிக ஆடம்பரமில்லாமல் நடத்தி விட வேண்டும் என்று சுந்தர சோழர் எண்ணியதிலும் வியப்பில்லை அல்லவா?

இந்த விஷயத்தில் அருள்மொழிவர்மரும் பரிபூரணமாகத் தந்தையின் விருப்பத்தை நிறைவேற்ற எண்ணியிருந்தார். ஆகையால் முடிசூட்டு விழா முடியும் வரையில் நாடு நகரங்களில் பொதுமக்களிடையில் அதிகமாகப் போவதில்லை என்று தீர்மானித்திருந்தார். கொள்ளிடத்தின் படகுத் துறையிலிருந்து தஞ்சைக்கு நேர் வழியாகப் போவதென்றால், திருவையாறு நகரின் வழியாகப் போக வேண்டும். அந்த நகருக்குள் சென்றால், மக்கள் அவரைச் சூழ்ந்து கொண்டு ஆரவாரம் செய்வார்கள் என்பது நிச்சயம். ஆகையால், நண்பர்கள் இருவரும் அந்த நகர் வழியாகப் புகாமல், சிறிது மேற்கே ஒதுங்கிச் சென்று காவேரி நதியைக் கடந்தார்கள். குடமுருட்டி நதியை அடைந்ததும், அதன் கரையோடு தஞ்சை ராஜபாட்டையை நோக்கிச் சென்றார்கள்.

ஐந்து நதிகள் அடுத்தடுத்துப் பாயும் அந்த அற்புதமான பிரதேசத்தின் நீர்வளமும் நிலவளமும் மார்கழி மாதத்தில் கண்கொள்ளாக் காட்சியாகத் திகழ்ந்தன. இரு கரையும் தொட்டுக் கொண்டு வெள்ளம் ஓடும் காலத்தைக் காட்டிலும், அரை ஆறு இனிய புனலும், அரை ஆறு மணல் திடலுமாகத் தோன்றிய காட்சி வனப்பு மிகுந்ததாயிருந்தது. நதியின் இரு புறங்களிலும், தென்னையும், கமுகும், கதலியும், கரும்பும் செழித்து வளர்ந்திருந்தன. தோப்புக்கள் இல்லாத இடங்களிலெல்லாம் நன்செய் வயல்களில் பொன்னிற நெற்பயிர்கள் செந்நிறக் கதிர்களின் பாரந்தாங்காமல் தலை சாய்ந்து கிடந்தன. இடையிடையே வாவிகளிலும் ஓடைகளிலும் தலை நிமிர்ந்து நின்ற தாமரைகளும், குமுதங்களும், செங்கழு நீர்களும் வர்ணச் சித்திரக் காட்சியாகத் திகழ்ந்தன.

இவற்றையெல்லாம் பார்த்துப் பார்த்து வியந்து கொண்டு வந்த வந்தியத்தேவனை நோக்கி பொன்னியின் செல்வர் "நண்பரே! இவ்வளவு வனப்பும் வளமும் பொருந்திய இடம் இந்த உலகில் வேறு எங்கேனும் இருக்க முடியுமா? இப்படிப்பட்ட நாட்டின் சக்கரவர்த்தியாக முடிசூட்டிக் கொள்வது எவ்வளவு பெரிய பாக்கியம்? இந்தப் பாக்கியத்தைச் சில காலத்துக்கு முன்பு வரையில் நான் வேண்டாம் என்று மறுதளித்துக் கொண்டிருந்ததை நினைத்தால் எனக்கே வியப்பாயிருக்கிறது!" என்றார்.

"எனக்கு அதில் வியப்பு ஒன்றுமில்லை, ஐயா! அரச குலத்தவர்களின் சஞ்சல உள்ளத்தைப் பற்றி அடிக்கடி பெரியோர்கள் சொல்லிக் கேட்டிருக்கிறேன்!" என்றான் வந்தியத்தேவன்.

"நீர் ரொம்ப பொல்லாதவர். அதோடு நன்றியும் இல்லாதவர். ஈழ நாட்டுப் போர்ப் படைக்கு உம்மைத் தளபதி ஆக்கியதற்கு இன்னும் நன்றி கூடச் செலுத்தவில்லை. என்னை சஞ்சல புத்தியுள்ளவன் என்று வசை கூறுகிறீர்!"

"சாதாரண மக்கள் விஷயத்தில் வசையாக இருப்பது அரச குலத்தவரிடையில் புகழுக்குக் காரணமாயிருக்கக் கூடும் அல்லவா? இன்றைக்கு ஒருவனுக்கு மரண தண்டனை விதிக்கிறீர்கள். மறுநாள் அவனை மன்னித்துத் தளபதி ஆக்குகிறீர்கள். இத்தகைய சஞ்சல புத்தியினால் அரசர்களுடைய புகழ் அதிகமாகத்தானே செய்யும்? 'ஆகா! நம் மன்னர் எத்தனை கருணை உள்ளவர்!' என்று மக்கள் புகழ்வார்கள் அல்லவா?"

"ஆம், ஆம்! ஆனால் இன்றைக்கு தளபதியாகச் செய்தவனுக்கு, நாளைக்கு மரண தண்டனையும் விதிக்கலாம் அப்போது ஜனங்கள் என்ன சொல்வார்கள்?"

“நடுநிலைமை தவறாமல் நீதி வழங்கும் மன்னர் பெருமான் என்றும், மனு நீதிச் சோழரின் புனர் அவதாரம் என்றும் சொல்லிப் பாராட்டுவார்கள்!”

பொன்னியின் செல்வர் கலகலவென்று சிரித்துவிட்டு, “அப்படியானால், உமக்கு அளித்த வாணகப்பாடி இராஜ்யத்தையும், ஈழத்துச் சேனையின் தளபதி பதவியையும் நான் திரும்பப் பிடுங்கிக் கொண்டால், உமக்கு அதில் அதிசயம் ஒன்றுமே இராதல்லவா?” என்றார்.

“அதிசயப்படவும் மாட்டேன். துயரப்படவும் மாட்டேன். இப்போது கூடத் தாங்கள் என்னை ஈழ நாட்டுக்கு அனுப்புவது எனக்குப் பெரிய தளபதி பதவி தரும் நோக்கத்துடனா அல்லது என்னை இந்த அழகிய சோழ நாட்டில் இருக்கக் கூடாது என்று தேச பிரஷ்டனாக்கும் நோக்கத்துடனா என்பது எனக்குச் சந்தேகமாகவே இருக்கிறது!”

“உண்மையில் இவ்வளவு சாமர்த்தியசாலியான உம்மை எனக்கு முதல் மந்திரியாக்கிக் கொண்டு என் அருகிலேயே வைத்துக்கொள்ளவே எனக்குப் பிரியமாக இருக்கிறது. ஆனால் முதன்மந்திரி அநிருத்தர் உமக்காகத் தமது பதவியை விட்டு விலகிக் கொள்வார் என்று தோன்றவில்லை”.

“அது ஒன்றுதான் காரணமாயிருந்தால், நானே முதன்மந்திரி அநிருத்தர் அவர்களிடம் கேட்டுக் கொள்கிறேன்”.

பொன்னியின் செல்வர் நகைத்துவிட்டு, “இல்லை; வேறு காரணமும் இருக்கிறது!” என்றார்.

“அப்படித்தான் நானும் நினைத்தேன்.”

“என்ன நினைத்தீர்?”

“தாங்கள் இப்போதெல்லாம் மனத்தில் ஒன்றை வைத்துக் கொண்டு வெளியில் ஒன்று சொல்கிறீர்கள் என்று.”

“வல்லத்தரசரே! தங்களுடைய குற்றசாட்டை மெய்ப்பிக்க ஓர் உதாரணம் சொல்ல முடியுமா?”

“நன்றாக முடியும். தங்களுடைய மகுடாபிஷேக வைபவத்துக்குத் தை மாத ஆரம்பத்திலேயே நாள் வைத்திருக்கிறது. அது தங்களுக்கு தெரியும். அப்படியிருக்கும்போது சற்று முன் நம்மைப் பிரிந்து சென்றவர்களிடம், 'நீங்கள் இல்லாமல் என் மகுடாபிஷேகம் நடைபெறாது' என்றீர்கள். அதைப்பற்றி நான் வேறு என்ன நினைப்பது?” என்று கேட்டான்.

பொன்னியின் செல்வர் மறுபடியும் நகைத்துவிட்டு “ஆமாம், முன்னேயெல்லாம் நான் மனத்தில் தோன்றுவதை அப்படியே வெளிப்படையாகச் சொல்வது என்றுதான் வைத்துக் கொண்டிருந்தேன். வந்தியத்தேவரோடு சிநேகமான பிறகு மந்திர தந்திரங்களில் பயிற்சி பெற்று வருகிறேன்!” என்றார்.

“வீணாக எனக்கு புகழ்ச்சி கூறுகிறீர்கள். தங்களுக்குத் தெரியாத மந்திர தந்திரம் உலகில் வேறு என்ன இருக்க முடியும்? யானையின் காதில் ஓதிய மந்திரத்துக்கும், யானைப்பாகன் வேஷம் போட்டு உலகை ஏமாற்றிய தந்திரத்துக்கும் இணையானவை என்ன உண்டு?”

“அப்படியே இருக்கட்டும்! என்னிடமே நீர் இனி மந்திர தந்திரங்களைக் கற்றுக் கொள்ளலாம்.”

“அவ்வாறு நான் அதிகமாகக் கற்றுக் கொண்டு விடப் போகிறேனே என்றுதான் என்னை இலங்கைக்கு விரட்டிவிடப் பார்க்கிறீர்களோ?”

“நண்பரே! ஈழ நாட்டுக்குப் போவதில் தங்களுக்கு ஒரு வேளை விருப்பம் இல்லையா, என்ன?”

“யார் சொன்னார்கள், இலங்கைக்கு அப்பால் இன்னும் தூரத்திலுள்ள இடங்களுக்குப் போகும்படி கட்டளையிட்டாலும் புறப்பட ஆயத்தமாயிருக்கிறேன். எவ்வளவு சீக்கிரம் அனுப்புகிறீர்களோ, அவ்வளவுக்கு மகிழ்ச்சி அடைவேன்!”

"என்னை விட்டுப் பிரிந்து போவதில் அவ்வளவு மகிழ்ச்சியா தங்களுக்கு?"

"ஆம், ஐயா! பேரரசர்களிடமிருந்து எவ்வளவு தூரத்தில் இருக்கிறோமோ, அவ்வளவுக்கு நல்லது என்ற முடிவுக்கு வந்திருக்கிறேன். தூரத்தில் இருந்தால், அரசர்களுடைய சிநேகத்தை இழந்து விடாமல் காப்பாற்றிக் கொள்ளலாம்."

"அப்படியானால் தாங்கள் ஏமாற்றத்துக்கு உள்ளாக நேரிடும்..."

"எவ்வளவு தூரம் போனாலும் தங்கள் சிநேகத்தை நீடித்துக் காப்பாற்றிக் கொள்ள முடியாது என்கிறீர்களா?"

"இல்லை, இல்லை, அதிக காலம் என்னைத் தாங்கள் பிரிந்திருக்க முடியாது என்று சொல்கிறேன். சில தினங்களுக்கெல்லாம் நானும் ஈழத்துக்கு வந்து தங்களுடன் சேர்ந்து கொள்வதாக உத்தேசித்திருக்கிறேன். தங்களை உடன் அழைத்துக் கொண்டு கடல்களைக் கடந்து அப்பாலுள்ள தீவாந்தரங்களுக்கெல்லாம் போகத் திட்டமிட்டிருக்கிறேன். நம்முடன் சமுத்திரக் குமாரியையும் அழைத்துப் போக முடியவில்லையே என்றுதான் வருத்தமாயிருக்கிறது..."

"ஐயா! என்னுடன் சேர்ந்து தாங்கள் மந்திர தந்திரங்கள் கற்றுக் கொண்டீர்கள். தங்களுடன் சிநேகமானதிலிருந்து நான் உண்மையைப் பேசுவது என்று விரதம் எடுத்துக் கொண்டேன். இப்போது என்னுடைய மனத்தில் உள்ளதைத் தங்களிடம் சொல்லட்டுமா?"

"தாராளமாகச் சொல்லுங்கள்!"

"என் நண்பர் சேந்தன் அமுதனாரிடமிருந்து, தங்கள் சித்தப்பா மதுராந்தகத் தேவரிடமிருந்து சோழ சாம்ராஜ்யத்தை தாங்கள் எடுத்துக் கொள்கிறீர்கள். அதற்கு ஒரு மாதிரி நியாயம் உண்டு. தாங்களே முடிசூட வேண்டும் என்பது மக்களின் விருப்பம், என்று காரணம் காட்டலாம். ஆனால் அவரிடமிருந்து பூங்குழலியை அபகரித்திருந்தால், அது போன்ற பெரும் துரோகச் செயல் வேறு எதுவும் இருக்க முடியாது. அதற்கு நியாயமே சொல்ல முடியாது. சமுத்திரகுமாரி இப்போது மதுராந்தகத்தேவரின் தர்ம பத்தினி என்பதைத் தாங்கள் நினைவு வைத்துக் கொள்ளுங்கள்!" என்றான் வந்தியத்தேவன்.

பொன்னியின் செல்வர் கலகலவென்று சிரித்துவிட்டு, "என்னைத் தசகண்ட இராவணனோடு சேர்த்து விடுவீர்கள் போலிருக்கிறதே!" என்றார்.

பின்னர், "தங்களுடைய நண்பருக்குப் பரிந்து தாங்கள் பேசுவது நியாயந்தான்! ஆனால், பூங்குழலியின் நிலைமை என்ன? அவள் என் சித்தப்பாவை மனமுவந்து கல்யாணம் செய்து கொண்டாளா?" என்று கேட்டார் அருள்மொழிவர்மர்.

"அதற்கு என்ன சந்தேகம்? கோமகனே! தாங்கள் இந்தச் சோழ சாம்ராஜ்யத்தின் சக்கரவர்த்தியாகலாம். இந்தப் பூமண்டலம் முழுவதையும் வென்று ஒரு குடை நிழலில் கொண்டு வந்து ஆட்சி புரியலாம். ஆனால் பூங்குழலி அம்மையை மட்டும் அவருடைய விருப்பத்திற்கு விரோதமாக எந்தக் காரியமும் செய்யும்படி கட்டாயப்படுத்த முடியாது. செம்பியன் மாதேவியின் செல்வப்புதல்வரிடம் பூங்குழலி அம்மை கொண்டிருந்த அன்பின் ஆழத்தை நான் அறிந்துகொள்ளும் பேறு பெற்றேன். அதற்கு இணையான அன்பை இன்னும் ஓரிடத்திலே தான் கண்டிருக்கிறேன்!"

"அது எங்கே கண்டீர்கள்? என்னிடம் அதைப் பற்றிச் சொல்லலாம் என்றால், சொல்லுங்கள்!"

"கொடும்பாளூர் இளவரசி வானதியிடந்தான் கண்டேன். அத்தகைய அன்பை வேறு எங்கே காணமுடியும்?"

"பொய்! பொய்! உண்மை பேசும் விவரத்தை அதற்குள்ளே மறந்து விட்டீரோ? மனத்தில் ஒன்றை ஒளித்து வைத்துக் கொண்டு, வெளியில் ஒன்றைத் திரிந்துச் சொல்லுகிறீரே?"

"இல்லவே இல்லை, ஐயா! மனத்தில் எண்ணியதைத்தான் சொல்கிறேன்!"

"வேறு எங்கேயும் அத்தகைய காதலை நீர் கண்டதில்லையா?"

"இல்லை என்றுதான் சொல்கிறேனே?"

"அடே பாதகா! இரக்கமற்ற அரக்கனே! உனக்காக ஒரு பெண் தன் உயிரைத் தியாகம் செய்ய முன் வந்து மதியை இழந்து பிச்சியாகியிருக்கிறாள்! அவளுடைய காதல் பெரியதாகத் தோன்றவில்லையா?" என்று பொன்னியின் செல்வர் உண்மையான கோபத்துடன் கேட்டார்.

வந்தியத்தேவன் சிறிது நேரம் வரை மௌனமாக இருந்தான். பின்னர், "ஐயா! தாங்கள் காரண காரியங்களை மாற்றிச் சொல்கிறீர்கள். மணிமேகலையிடம் எனக்கு இரக்கம் இல்லாமற் போகவில்லை. அவளை நினைத்துக் கண்ணீர் வடிக்கிறேன். ஆனால் அவள் 'பிச்சி'யாகப் போனதற்குக் காரணம் நான் அல்ல! அவளுடைய சகோதரன் கந்தமாறன்! மேலும் நாங்கள் இருவருமே அந்தப் பெண்ணுக்கு இறந்தவர்களாகிவிட்டோம். இனி அதைப் பற்றிப் பேசி என்ன பயன்?" என்றான்.

"நான் சற்றுமுன் கோபமாகப் பேசியதற்காக வருத்தப்படுகிறேன்..." என்று பொன்னியின் செல்வர் ஆரம்பித்தார்.

"எனக்கு அதில் வருத்தமும் இல்லை, வியப்புமில்லை. இம்மாதிரி திடீர்க் கோபத்தை எதிர் நோக்கித்தான் சீக்கிரமே இலங்கைக்குப் புறப்பட விரும்புவதாகச் சொன்னேன்."

"தங்களை இலங்கைக்கு அனுப்புவதற்கு இன்னொரு காரணமும் உண்டு என்று சொன்னேன் அல்லவா?"

"ஆம், பிரபு!"

"சில காலம் தாங்கள் தூரதேசத்தில் இருந்துவிட்டுத் திரும்பி வந்தால், ஒருவேளை தங்களை மணிமேகலை அடையாளம் கண்டு கொள்ளலாம் என்று என் தமக்கையார் கருதுகிறார்!"

"தெரிந்து கொண்டேன், ஐயா! என்னைத் தூர தேசத்துக்கு அனுப்புவதில் தங்களைவிட இளைய பிராட்டிக்கு அதிக சிரத்தை இருப்பதைத் தெரிந்து கொண்டேன்! நாம் யாரைப் பற்றிப் பேசிக் கொண்டிருக்கிறோமோ, அவர்களே அதோ வருகிறார்கள்!" என்று வந்தியத்தேவன் சுட்டிக்காட்டினான்.

குடமுருட்டி நதிக்கரையோடு வந்த அந்த நண்பர்கள் இருவரும் அச்சமயம் திருவையாற்றிலிருந்து தஞ்சாவூர் போகும் இராஜபாட்டையை நெருங்கிக் கொண்டிருந்தார்கள். அந்த இராஜபாட்டையில் முன்னும் பின்னும் பரிவாரங்கள் புடை சூழப் பல்லக்கு ஒன்று வந்து கொண்டிருந்தது. அதில் குந்தவை தேவியும், கொடும்பாளூர் இளவரசியும் வீற்றிருந்தார்கள். குதிரைகள் மீது வந்த நண்பர்கள் இருவரையும் பார்த்ததும் அப்பெண்மணிகளின் கண்கள் வியப்பினால் விரிந்தன. அவர்களுடைய முகங்கள் மகிழ்ச்சியால் மலர்ந்தன.

൩௸

80. நிலமகள் காதலன்

இளவரசிகள் வீற்றிருந்த பல்லக்கைப் பொன்னியின் செல்வரின் குதிரை நெருங்கியது. சற்று பின்னால் குதிரையை நிறுத்திய வந்தியத்தேவன், "ஜாக்கிரதை! இளவரசிகளின் அந்தப் பொல்லாத பல்லக்கு நம் சாது குதிரையை மோதிவிடப் போகிறது!" என்றான்.

கிட்டத்தட்ட அதே இடத்தில் முன்னொரு தடவை நந்தினியின் மூடுபல்லக்கின் மீது அவன் குதிரையைக் கொண்டு போய் மோதிவிட்டுக் "குதிரையைப் பல்லக்கு மோதுகிறது!" என்று கூக்குரலிட்டது அவனுக்கு நினைவு வந்தது. அச்சம்பவம் நடந்து ஆறு மாதம் கூட

முழுமையாக ஆகவில்லை. ஆனால் இந்தச் சிறிய காலத்துக்குள் எத்தனை எத்தனை முக்கியமான நிகழ்ச்சிகள் நடந்தேறி விட்டன!

குந்தவை வந்தியத்தேவனுடைய வார்த்தைகளினால் ஏற்பட்ட பூரிப்பை அடக்கிக் கொண்டு, "தம்பி! உங்களைப் பார்த்தால் ஏதோ குதூகலமான விஷயத்தைப் பற்றிப் பேசிக் கொண்டு வருவதாகத் தோன்றுகிறதே! உங்களுடைய திருமுகங்கள் அவ்வளவு மலர்ச்சியுடன் விளங்குகின்றன!" என்றாள்.

"ஆம், அக்கா! குதூகலமான விஷயம் பற்றித்தான் பேசிக் கொண்டு வந்தோம். ஆனால் அது உன் தோழி வானதிக்கு அவ்வளவு குதூகலம் தராது. என்னுடைய திருமண நாள் நெருங்கி வந்து கொண்டிருக்கிறதல்லவா? நான் காதல் கொண்டு மணந்து கொள்ளப்போகும் மங்கையைப் பார்த்து மகிழ்ந்தோம். அவளுடைய ரூப லாவண்யங்களை பற்றிப் பேசிக் கொண்டு வருகிறோம்!" என்றார் பொன்னியின் செல்வர்.

சற்றுமுன் பிரகாசமாக விளங்கிய இரு பெண்களின் முகங்களும் உடனே வாட்டமுற்றன. வானதி தலையைக் குனிந்து கொண்டாள். குந்தவையின் முகத்தில் கோபம், வியப்பு, ஐயம், ஆத்திரம் முதலிய வெவ்வேறு பாவங்கள் தோன்றி மறைந்தன.

"இது என்ன வெட்கமற்ற பேச்சு? இந்தப் பெண்ணின் மனத்தை வருத்தப்படுத்துவதில் உனக்கு என்ன சந்தோஷம்?" என்றாள்.

வானதி தலையை நிமிர்த்திக் குந்தவையைப் பார்த்து, "அக்கா, இது என்ன வார்த்தை? எனக்கு எதற்காக வருத்தம்?" என்றாள்.

ஒன்றுக்கும் மறுமொழி சொல்லாமல் பொன்னியின் செல்வர் புன்னகை பூத்த முகத்துடன் நிற்பதைக் கண்ட இளையபிராட்டி "கொள்ளிடக்கரைக்கல்லவா போய்த் திரும்புகிறீர்கள்? அங்கே எந்தப் பெண்ணைப் பார்த்தீர்கள்? எந்த ஊர்? என்ன பேர்? என்ன குலம்?" என்று கேட்டுக் கொண்டே போனாள்.

இப்போது வந்தியத்தேவன் குறுக்கிட்டு, "தேவி! இளவரசர் மணக்கப்போகும் குலமகள் யாரையும் நாங்கள் பார்த்துவிட்டு வரவில்லை. இந்தப் பஞ்சநதி தீரத்தில் பொலிந்து விளங்கும் நிலமாமகளைத்தான் நெடுகிலும் பார்த்து வியந்துகொண்டு வந்தோம். சோழ வளநாட்டின் இயற்கை அழகுகளைப் பற்றிப் பேசிக் கொண்டு வந்தோம். இளவரசர் இந்த அழகிய நாட்டின் சக்கரவர்த்தியாக முடிசூட்டிக்கொள்ளும் நாள் நெருங்கி வருகிறதல்லவா? இவர் இந்த இரு நிலமடந்தையின் பேரில் கொண்ட காதலைப் பற்றித்தான் குறிப்பிட்டார்!" என்றான்.

"ஆகா! என் சகோதரனுக்கு இப்படியெல்லாம் விகசிதமாகப் பேச முன்னெல்லாம் தெரிந்திருக்கவில்லை. அவனுக்குத் தாங்கள் கற்றுக் கொடுத்திருக்கிறீர்கள் போலிருக்கிறது!" என்றாள்.

அருள்மொழிவர்மர் சிரித்துவிட்டு, "நண்பரே! தங்களுக்கு நன்றாக வேண்டும்! தங்களுடைய சிநேகத்துக்குப் பிறகு எனக்குத் தந்திர மந்திரமெல்லாம் வந்திருக்கிறது என்று முன்னமே நான் சொல்லவில்லையா? என் தமக்கையாருக்கும் அவ்விதமே தோன்றியிருக்கிறது, பாருங்கள்!" என்றார்.

"இது என்ன வீண் பழி! தமக்கையும், தம்பியும் ஒத்துப் பேசிக் கொண்டதுபோல் ஒரே மாதிரி என் பேரில் குற்றம் சுமத்துகிறீர்களே?" என்றான் வந்தியத்தேவன்.

"இன்னும் தங்கள் பேரில் பல குற்றங்கள் இருக்கின்றன. என் தம்பி சொல்லியிருக்க முடியாத குற்றங்களும் இருக்கின்றன. அவற்றையெல்லாம் நடுச் சாலையில் நின்று சொல்ல முடியாது!" என்றாள் குந்தவை.

வந்தியத்தேவன், "நான் சந்தேகித்தது சரியாய்ப் போய் விட்டது!" என்றான்.

"என்ன சந்தேகித்தீர்கள்?"

"என்னை ஈழ நாட்டுப் படைக்குச் சேனாதிபதியாக்கி அனுப்புவது என் குற்றங்களுக்காக எனக்குத் தீவாந்தர சிட்சை விதிப்பதேயாகும் என்று சந்தேகித்தேன்."

"பார்த்தீர்களா, அக்கா! சோழ குலத்தாரின் நன்றியறிதலில் இவருக்கு எவ்வளவு நம்பிக்கை இருக்கிறது என்று தெரிகிறது அல்லவா?"

"நமக்கு இவரிடம் நன்றி சிறிதும் இல்லை என்பது உண்மை தான்!"

"இது என்ன, நீங்களும் இப்படிச் சொல்லுகிறீர்களே?"

"அன்னியர்கள் செய்யும் உதவிக்கு நன்றி செலுத்தலாம். நண்பர்களுக்குள் நன்றி எப்படி ஏற்படும்? திருவள்ளுவர் சொல்லியிருப்பது ஞாபகமில்லையா?

'உடுக்கை இழந்தவன் கைபோல் ஆங்கே
இடுக்கண் களைவதாம் நட்பு!'

"நழுவிய உடையை எடுத்துக் கட்டிவிட்டதற்காக இடை கைக்கு நன்றி செலுத்த வேணுமா?" என்றாள் குந்தவை.

"தேவி! நன்றி செலுத்த வேண்டியதேயில்லை. தண்டனை விதிக்காமலிருந்தால், அதுவே பெரிய நன்றியாகும்!"

"தம்பி! நீயும் சரி, இவரும் சரி, ஒன்று நினைவு வைத்துக் கொள்ளுங்கள். இவரை எனக்கு உதவியாயிருக்கும்படியாக நம் தமையன், வீர சொர்க்கம் எய்திய கரிகாலன், அனுப்பி வைத்தான். அந்தக் கடமையிலிருந்து இவரை நான் விடுதலை செய்து விடவில்லை!" என்றாள் குந்தவை.

"இவருக்கு விடுதலை தரவே வேண்டாம், அக்கா! ஆயுள் தண்டனையாகவே அளித்தாலும் எனக்குச் சம்மதந்தான்!" என்றார் இளவரசர்.

"இலங்கையில் இவரால் எனக்கு ஆகவேண்டிய காரியங்கள் சில இருக்கின்றன" என்றாள் குந்தவை.

"போவதற்கு முன்னால் தங்களிடம் விடைபெற்றுச் செல்வேன், தேவி!" என்றான் வந்தியத்தேவன்.

"அப்படியானால், பழையாறைக்குத் தாங்கள் வந்து என்னிடம் விடைபெறும்படி இருக்கும்" என்றாள் குந்தவைப் பிராட்டி.

"அக்கா! இப்போது எங்கே புறப்பட்டீர்கள்?" என்று அருள்மொழிவர்மர் சிறிது வியப்புடன் கேட்டார்.

"திருவையாறுக்குப் போகிறோம் இன்று மார்கழித் திருவாதிரைத் திருநாள் அல்லவா? செம்பியன்மாதேவியும் மதுராந்தகரும் பூங்குழலியும் காலையிலேயே சென்றார்கள் நீங்களும் வருகிறீர்களா?" என்றாள் குந்தவை.

"இல்லை; நாங்கள் இப்போது வரவில்லை திருவையாறு நகருக்குள் போகக் கூடாதென்றுதான் ஆற்றங்கரையோடு மேற்கே சென்று திரும்பி வந்தோம்."

"அப்பர் பெருமான் திருவையாற்றில் கைலாசத்தையே கண்டு பரவசமடைந்தார். உங்களுக்கு அங்கே போகவே பிடிக்கவில்லை போலிருக்கிறது. ஒருவேளை நீங்களும் வீர வைஷ்ணவர்கள் ஆகி விட்டீர்களா என்ன?"

"அப்படியெல்லாம் ஒன்றுமில்லை. திருவையாறு சென்றால் அப்பர் பெருமானைப்போல அங்கே போக வேண்டுமென்பது என் எண்ணம்."

"அப்பர் எப்படிச் சென்றார்?"

"அவருடைய பாடலிலேயே சொல்லியிருக்கிறாரே! 'யாதும் சுவடு படாமல்' சென்றார். ஆடம்பரம் எதுமில்லாமல், தாம் திருநாவுக்கரசர் என்பதைக் காட்டிக் கொள்ளாமல்,

பூஜைக்காகப் புஷ்பமும் நீரும் கொண்டு சென்ற அடியார் கூட்டத்தின் பின்னால் சென்றார். அதனால் திருவையாற்றில் கைலாசத்தையே அவர் காண முடிந்தது. நாம் அங்கே இந்த ராஜரீக ஆடம்பரங்களுடன் சென்றால், நாமும் இறைவனைத் தரிசிக்க முடியாது. ஜனங்களும் சுவாமி தரிசனத்தை மறந்துவிட்டு நம்மைச் சுற்றிச் சூழ்ந்து கொண்டு நிற்பார்கள்!"

"ஆமாம், ஆமாம்! உன்னுடைய ஜாதக விசேஷம் அப்படி! உன்னைக் கண்டதும் மக்கள் சூழ்ந்து கொண்டு 'மன்னர் மன்னருக்கு ஜே! பொன்னியின் செல்வருக்கு ஜே!' என்று கோஷமிடத் தொடங்குவார்கள். ஆனால் எங்களுக்கு அவ்வளவு அபாயம் இல்லை. மேலும் நாங்கள் ஜனக்கூட்டத்துக்கு மத்தியில் போகவும் மாட்டோம். திருவாதிரைத் திருநாளுக்காகச் சுவாமி எழுந்தருளல் நடக்கும்போது, திருவையாற்றிலுள்ள நம் அரண்மனை மேல் மாடத்திலிருந்து ஐயாறுடை இறைவனைத் தரிசித்துக் கொள்வோம்."

"அக்கா! ஒரு பழம் பாடல் நினைவு இருக்கிறதா? அண்ட சராசரங்களையும், அகில புவனங்களையும், ஆகாச வெளியிலுள்ள எல்லா நட்சத்திரங்களையும் படைத்தவர் இறைவன். அவரை 'ஆதிரையான்' என்றும், 'திருவாதிரை நட்சத்திரத்துக்கு மட்டும் உரியவன்' என்றும், மக்கள் கருதுவது என்ன பேதைமை? இப்படிப்பட்ட கருத்துள்ள அந்தப் பாடல் தங்களுக்கு நினைவு இருக்கிறதா?"

"நினைவிருக்கிறது, தம்பி! ஆனால் எல்லா நட்சத்திரங்களுக்கும் உரியவன் திருவாதிரைக்கும் உரியவன்தானே?"

"சரி, நீங்கள் போய் வாருங்கள்! எப்போது தஞ்சைக்குத் திரும்பி வருவீர்கள்?"

"தஞ்சைக்கு இப்போது நாங்கள் திரும்பப் போவதில்லை திருவையாற்றிலிருந்து பழையாறை போகிறோம்."

"என்ன, என்ன? என்னுடைய மகுடாபிஷேகத்துக்கு இல்லாமலா போகிறீர்கள்?" என்றார் இளவரசர்.

"ஆம், ஆம்! உன்னுடைய மகுடாபிஷேக வைபவத்தில் எனக்கும், வானதிக்கும் என்ன வேலை?"

"ஆகா! தாங்கள் இல்லாமல் என்னுடைய பட்டாபிஷேகம் நடைபெறாது?"

"எல்லாம் நடைபெறும், ஏன் நடைபெறாது? பட்டாபிஷேகத்துக்கு நாள் வைத்துக் கொடுத்தவர் யார்? இராமருடைய பட்டாபிஷேகத்துக்கு நாள் பார்த்துச் சொன்னவரின் சந்ததியில் வந்தவர் அல்லவே?"

"எனக்கு நாள் நட்சத்திரம், சோதிடம் ஆருடம் எதிலும் நம்பிக்கை இல்லை, அக்கா! நம் கடமையைச் செய்யும் எல்லா நாளும் நல்ல நாள்தான்! சோம்பியிருக்கும் நாட்களே கெட்ட நாட்கள்!" என்றார் பொன்னியின் செல்வர்.

"உன்னுடைய வாழ் நாட்கள் எல்லாம் அத்தகைய நல்ல நாட்களாகவே இருக்கட்டும், தம்பி! நாங்கள் சென்று ஐயாறப்பரிடமும் அறம் வளர்த்த நாயகியிடமும் உனக்காகப் பிரார்த்தனை செய்கிறோம்!" என்றாள் குந்தவை.

"எனக்காக என்ன பிரார்த்தனை செய்யப் போகிறீர்கள்?"

"'நிலமகள் மேல் நீ கொண்டிருக்கும் காதல் பூர்த்தி ஆகட்டும். உன் மகுடாபிஷேகம் விக்கினமின்றி நடைபெறட்டும்' என்று ஐயாறுடைய இறைவரிடம் பிரார்த்திக்கிறோம். 'உன் உள்ளம் சோழர் தொல்குடிக்கு உரிய அற வழியிலிருந்து விலகாமலிருக்கட்டும்' என்று அறம் வளர்த்த நாயகியின் சந்நிதியில் பிரார்த்தித்துக் கொள்கிறோம்."

"அப்படியானால், நீங்கள் எனது பட்டாபிஷேகத்துக்கு நிச்சயமாக இருக்கப் போவதில்லையா?"

"பழையாறையிலிருந்து அகக்கண்ணால் கண்டு மகிழ்கிறோம்."

"அக்கா! தாங்கள் இந்தக் கொடும்பாளூர்க் கோமகளின் பிடிவாதத்துக்குச் சப்பைக் கட்டுக் கட்டுகிறீர்கள். இவள் என்னுடன் சோழ சிங்காதனம் ஏறுவதற்கு மறுத்தால், உலகமே

அஸ்தமித்து விடும் என்று எண்ணுகிறாள்! இவளுடைய வீண் பிடிவாதம் விபரீதத்தில் முடியப்போகிறது. இவளுக்குப் பதிலாகச் சோழரின் சிங்காதனத்தில் வேறொரு பெண் அமர்ந்து விடப் போகிறாள்! அப்புறம் என் பேரில் குற்றம் சொல்லிப் பயன் ஒன்றுமில்லை” என்றார் இளவரசர் பொன்னியின் செல்வர்.

“நான் இவர் மீது என்றும் குற்றம் சொன்னதில்லை. இனிமேலும் குற்றம் சொல்லப் போவதில்லை, அக்கா!” என்றாள் கொடும்பாளூர் இளவரசி.

“நீ சொன்னாலும் பயனில்லை, வானதி! மண்ணாசை கொண்டவர்களின் காதில் வேறு எதுவும் ஏறாது!” என்றாள் இளைய பிராட்டி குந்தவை.

“இந்த மண்ணாசையை என் மனதில் உண்டாக்கியவர் தாங்கள்தான் என்பதை மறந்து விடவேண்டாம். பெண்ணாய்ப் பிறந்த தாங்களே இந்த அழகிய சோழ நாட்டை விட்டுப் போக மனம் வரவில்லையென்றும், அதற்காகவே கல்யாணம் செய்து கொள்ளப் போவதில்லையென்றும் பலமுறை என்னிடம் சொன்னதில்லையா?” என்றார் அருள்மொழி.

“அப்போதெல்லாம் என் வார்த்தைகள் உன் காதில் ஏறவே இல்லை. உலகத்தில் இன்னும் எத்தனையோ அழகிய நாடுகள் இருக்கின்றன என்று சொல்லி வந்தாய்! இந்த வாணர் குலத்து வீரரின் போதனைதான் உன்னை இப்படி நிலமடந்தையின் காதலன் ஆக்கிவிட்டது!” என்றாள் குந்தவைப்பிராட்டி.

“தெய்வமே! அந்தப் பழியும் என் பேரிலேதானா வந்து விழ வேண்டும்?” என்றான் வந்தியத்தேவன்.

“எவ்வளவோ பெரிய பயங்கரமான பழியைச் சுமந்தீர்களே? இந்தச் சிறிய பழிகளுக்கா பயந்துவிடப் போகிறீர்கள்? தம்பி! வெகு நேரம் பேசிக் கொண்டிருந்து விட்டோம்! சுவாமி எழுந்தருளும் நேரம் நெருங்கி விட்டது, போகிறோம்!” என்று கூறிக் குந்தவை சிவிகையாளருக்குச் சமிக்ஞை செய்தாள். பல்லக்கு மேலே சென்றது.

சிறிது நேரம் அங்கேயே நின்று பார்த்துக் கொண்டிருந்து விட்டு பொன்னியின் செல்வரும் தஞ்சையை நோக்கிக் குதிரையைச் செலுத்தினார்.

சற்றுத் தூரம் சென்றதும் பக்கத்தில் நெருங்கி வந்துகொண்டிருந்த வந்தியத்தேவனை நோக்கி, “நண்பரே! இந்தப் பெண்மணிகள் உண்மையில் சுவாமி தரிசனத்துக்குப் போகிறதாக எனக்குத் தோன்றவில்லை. குடந்தை சோதிடர் இப்போது திருவையாற்றுக்கு அருகில் குடி வந்து விட்டாரராம்! அவரைப் பார்த்துச் சோதிடம் கேட்பதற்காகவே போகிறார்கள்!” என்றார்.

“ஐயா! குடந்தை சோதிடரை விடத் தாங்களே பெரிய சோதிடராயிருக்கிறீர்களே!” என்றான் வந்தியத்தேவன்.

ஃஃ

81. பூனையும் கிளியும்

பொன்னியின் செல்வர் ஊகித்து ஆருடம் கூறிய வண்ணமே நடந்தது. குந்தவை தேவியும், வானதியும் திருவையாற்றில் இருந்த சோழ மாளிகை போய்ச் சேர்ந்ததும், அங்கேயே பல்லக்கையும் பரிவாரங்களையும் நிறுத்தினார்கள். செம்பியன் மாதேவியும், அவருடைய மகனும், மருமகளும் கோவிலுக்குச் சென்றிருப்பதைத் தெரிந்து கொண்டார்கள். தாங்களும் கோயிலுக்குப் போவதாக மாளிகைக் காவலர்களிடம் சொல்லி விட்டு, ஒரே ஒரு வீரனை மட்டும் துணைக்கு அழைத்துக் கொண்டு சோதிடர் வீட்டைத் தேடிச் சென்றார்கள்.

ஆம்; குடந்தை சோதிடர் அங்கே வெள்ளத்தில் தமது வீடு அடித்துக் கொண்டு போகப்பட்ட பிறகு திருவையாற்றுக்கு வந்து விட்டார். நகரில் கிழக்கு ஓரத்தில் காவேரிக் கரையில் சிறிய வீடு ஒன்று கட்டிக் கொண்டு அங்கே குடியிருக்கத் தொடங்கினார்.

இனிமேல் பழையாறை நகரைக் காட்டிலும் தஞ்சாவூர் அதிக முக்கியத்துவம் பெறலாம் என்று அவர் ஜோசியத்தின் மூலம் அறிந்து கொண்டதும், ஒருவேளை அவர் திருவையாற்றுக்கு வந்து குடியேறியதற்குக் காரணமாயிருக்கலாம்.

ஜோசியர் வீட்டின் வாசற்படியில் அவர்கள் பிரவேசிக்கும் போதே உள்ளேயிருந்து மிக் இனிய மழலைக் குரலில், "வாருங்கள், ஆடலரசிகளே வாருங்கள்! நடன ராணிகளே, வாருங்கள்!"

என்று யாரோ வரவேற்றதைக் கேட்டுத் தேவிமார்கள் இருவரும் வியப்படைந்தார்கள். முன்னே ஒரு முரட்டுச் சீடனைக் காவற்காரனாக வைத்திருந்தவர் இப்போது இப்படி பரிந்து உபசரித்து அழைப்பதற்கு யாரை அமர்த்தியிருக்கிறார் என்ற எண்ணத்துடன் உள்ளே பிரவேசித்தார்கள்.

கூரையிலிருந்து தொங்கிய கூண்டில் அழகிய பச்சைக் கிளி ஒன்றைக் கண்டதும் அவர்களுடைய வியப்பு நீங்கியது. அந்த பச்சைக் கிளியும் தலையை இப்படியும் அப்படியும் அசைத்து, குன்றி மணி போன்ற அதன் சிறிய கண்களால் அவர்களை உற்றுப் பார்த்து விட்டு, மறுபடியும் "வாருங்கள், ஆடல் அரசிகளே, வாருங்கள்!" என்றது.

கிளியின் குரலையும், பெண்மணிகளின் பாதச் சிலம்பின் ஒலியையும் கேட்டு விட்டுச் சோதிடரும் உள்ளேயிருந்து கூடத்துக்கு வந்தார்.

தேவிமார்களைப் பார்த்துத் திடுக்கிட்டவராய், "வாருங்கள்! தேவிமார்களே! வாருங்கள்! இந்தக் குடிசை இன்றைக்குத்தான் பாக்கியம் செய்தது!" என்றார்.

பச்சைக் கிளியும் தன் பவளவாயைத் திறந்து, "இந்தக் குடிசை இன்றைக்குத் தான் பாக்கியம் செய்தது!" என்றது.

ஜோதிடர் அதைப் பார்த்து, "சீச்சீ! சற்று நேரம் சும்மா இரு! வாயை மூடிக் கொள்!" என்றார்.

"ஐயா! அதை ஏன் கோபித்துக் கொள்கிறீர்கள்? வருகிறவர்களுக்கு நல்ல முறையில்தான் வரவேற்பு அளிக்கிறது. தினந்தினம் இங்கு பலர் வந்து இந்தக் குடிசையை 'இன்றைக்குத்தான் பாக்கியம் செய்த குடிசை'யாகச் செய்வார்கள் போலிருக்கிறது. அதிலும் இங்கே ராணிகளும் அரசிகளும் ஓயாமல் வந்து கொண்டிருப்பார்கள் போலிருக்கிறது!" என்றாள் இளைய பிராட்டி குந்தவை.

"வாருங்கள்! நடன ராணிகளே! வாருங்கள்!" என்றது கிளி.

ஜோதிடர் மறுபடியும் அதை அதட்டிவிட்டு, "தேவிமார்களே! மன்னிக்க வேண்டும்! திருஞான சம்பந்தப் பெருமான் இந்த திருவையாற்றுக்கு வந்திருந்த போது வீதிதோறும் ஆடல் அரங்குகளைக் கண்டார். அவற்றில் மங்கைமார்கள் நடனம் பயிலும்போது பாதச் சதங்கைகள் 'கலீர் கலீர்' என்று ஒலிப்பதையும் கேட்டார். அவருடைய தெய்வீகப் பாசுரங்களிலும் பாடியிருக்கிறார். அந்த நாளில் போலவே இன்றைக்கும் இந்தத் திருவையாற்றில் நடனக்கலை பயிலும் நங்கைமார்கள் எத்தனையோ பேர் இருக்கிறார்கள். அவர்கள் அடிக்கடி சோதிடம் கேட்க இந்தக் குடிசையைத் தேடி வருகிறார்கள்! அவர்களுக்கு உகப்பாக இருக்கட்டும் என்று இந்தக் கிளிக்கு இவ்வாறு சொல்லப் பழக்கி வைத்தேன்! தயவு செய்து மன்னிக்க வேண்டும்!" என்றார்.

"இன்றைக்கு அந்த ஆடல் அரசிகள், நடன ராணிகள் யாரையும் இங்கே காணவில்லையே?" என்றாள் குந்தவை.

"தேவி! இன்றைக்குத் திருவாதிரைத் திருநாள். ஆகையால் ஆடலரசிகளும் நடன ராணிகளும் ஐயாற்று இறைவன் சந்நிதியில் சேவை செய்யப் போயிருப்பார்கள். ஆனால் உண்மை அரசிகளாகிய நீங்களே வந்து விட்டீர்கள். இந்தக் குடிசை பாக்கியம் செய்தது. நான் பாக்கியம் செய்தவன்!" என்று பரவசமாகக் கூறினார் ஜோதிடர்.

பிறகு, "தயவு செய்து அமருங்கள்! இந்த ஏழையிடம் என்ன கேட்க வந்தீர்களோ, அதைக் கேளுங்கள்! தெரிந்த வரையில் சொல்லுகிறேன்!" என்றார்.

இளவரசிகள் இருவரும் உட்கார்ந்தார்கள். குந்தவை ஒரு முறை பெருமூச்சுவிட்டு, "ஜோதிடரே! என்னத்தைக் கேட்பது? இந்த ஜோதிட சாஸ்திரத்தில் ஏதேனும் உண்மை இருக்கிறதா? என்ற கேள்வியைத்தான் முதலில் கேட்கத் தோன்றுகிறது!" என்றாள்.

"தேவி! தாங்கள் இப்படிக் கேட்டால், நான் என்ன சொல்லட்டும்? நம்பிக்கை உள்ளவர்களுக்கு ஜோதிட சாஸ்திரம் உண்மை. நம்பிக்கை இல்லாதவர்களுக்கு அது பொய்தான்!" என்று சொன்னார் ஜோதிடர்.

"நான் ஜோதிட சாஸ்திரத்தில் பூரண நம்பிக்கை வைத்துத்தான் இருந்தேன். ஆனால் அந்த சாஸ்திரம்தான் என்னைக் கைவிட்டு விட்டதே!"

"எந்த விதத்தில் தங்களைக் கைவிட்டு விட்டது, அம்மணி?"

"தாங்கள் ஜோதிடம் பார்த்துச் சொன்னபடி எது நடந்திருக்கிறது? என் தமையன் இப்படி அகால மரணம் அடைவான் என்று நீர் எப்போதாவது என்னிடம் சொன்னீரா?"

"நான் சொல்லலாமா, தேவி. தெரிந்திருந்தாலும் என் வாயைத் திறந்து சொல்லலாமா? சொல்லியிருந்தால், என்னையும் பாண்டிய நாட்டு ஆபத்துதவிகளுடனே சேர்த்திருக்க மாட்டார்களா? இராஜ குடும்பங்களையும் இராஜாங்க காரியங்களையும் பற்றி ஏதோ பொதுப்படையாகத்தான் சொல்லலாம். 'கண்டம் இருக்கிறது, இடையூறு வருகிறது, கெட்ட கிரஹம் பார்க்கிறது' என்று சொல்வதே ஆபத்தானது. மேலும் ஆதித்த கரிகாலரின் ஜாதகம் என்னிடம் இல்லவும் இல்லை. அதை நான் பார்த்ததும் இல்லை!" என்றார் ஜோதிடர்.

"நீங்கள் பார்த்திருந்தாலும் சொல்லியிருக்க மாட்டீர்கள். சொல்லியிருந்தாலும் அந்த விபத்தைத் தடுத்திருக்க முடியாது அல்லவா?"

"அது எப்படி முடியும், தாயே! நான் என்ன பிரம்மாவா? எழுதின எழுத்தைப் பிரம்மாவினால்தான் அழித்து எழுத முடியுமா?"

"அப்படியென்றால், ஜோதிடம் பார்ப்பதில் என்ன பயன், ஜோதிடரே!"

"தாயே! இது என்ன இப்படிக் கேட்டீர்கள்? தங்களைப் போன்றவர்கள் ஜோதிடம் பார்க்காவிட்டால், என்னைப் போன்றவர்கள் பிழைப்பது எப்படி? இந்த ஏழையின் குடிசையில் இராஜகுமாரிகளின் பாதங்கள் படுவதுதான் எப்படி?" என்றார் ஜோதிடர்.

இதைக் கேட்டுக் குந்தவை கலகலவென்று சிரித்து விட்டாள். வானதியின் முகத்திலும் புன்னகை அரும்பியது.

"ஜோதிடரே! இங்கே ஜோதிடம் கேட்க வருகிறவர்கள் எல்லாரிடமும் இப்படித்தான் சொல்லுவீர்களா?" என்று இளைய பிராட்டி கேட்டாள்.

"எல்லாரிடமும் இப்படிச் சொல்லுவேனா? கலைமகளும், திருமகளும் ஓர் உருக்கொண்டு அவதரித்திருப்பதாகத் தங்களைப் பற்றி உலகமெல்லாம் புகழ் பரவியிருக்கிறது. அத்தகைய தங்களிடம் விவாதம் செய்து என்னால் சமாளிக்க முடியுமா? அதனாலே அவ்வாறு சொன்னேன். ஆனாலும் தாயே! நான் ஜோதிடம் பார்த்துச் சொல்லாததை வைத்துக் கொண்டு ஜோதிட சாஸ்திரத்தின் உண்மையைத் தாங்கள் முடிவு கட்டலாமா? சொன்னதை வைத்துக்கொண்டு அல்லவா முடிவு கட்டவேண்டும்? பொன்னியின் செல்வரின் அதிர்ஷ்ட ஜாதகத்தைப் பற்றிச் சொன்னேன். இடையில் என்னென்னமோ நேர்ந்தது, கடைசியில் இந்தப் பூமண்டலத்தின் சக்கரவர்த்தியாகும் கட்டம் நெருங்கி விட்டதல்லவா? பட்டாபிஷேகத்துக்குக் கூட நாள் வைத்தாகிவிட்டதாமே?" என்றார் ஜோதிடர்.

"ஐயா! பொன்னியின் செல்வரின் பட்டாபிஷேகத்துக்கு நாள் பார்ப்பதற்குத் தங்களிடம் யாரும் வரவில்லையா?"

"இல்லை, தேவி! அதற்கு அரண்மனைப் புரோகிதர்கள் இருக்கிறார்களே! முதன்மந்திரி அநிருத்தரே ஜோதிட சாஸ்திரத்தில் வல்லவர் ஆயிற்றே!"

"ஆம்; தை மாதம் ஏழாம் தேதி நாள் குறிப்பிட்டிருக்கிறார்கள். அது நல்ல நாள்தானா ஜோதிடரே!"

"ரொம்ப நல்ல நாள், அம்மா! மிக நன்றாக ஆலோசித்துப் பார்த்துத்தான் குறிப்பிட்டிருக்கிறார்கள்".

"பட்டாபிஷேகத்துக்கு உகந்த நல்ல நாளாக இருக்கலாம். ஆனால் பட்டாபிஷேகம் அன்று நிச்சயம் நடக்குமா என்று பார்த்துச் சொல்லுங்கள்!"

"இது என்ன கேள்வி, தேவி ஏன் நடக்காமற்போக வேண்டும்?"

"ஸ்ரீராமருடைய பட்டாபிஷேகத்துக்கு நல்ல நாளாகத்தான் பார்த்துக் குறிப்பிட்டார்கள். ஆனால் அன்று அவருக்குப் பட்டாபிஷேகம் நடக்காமற் போய்விடவில்லையா?"

"தேவி! வெறும் பட்டாபிஷேகம் செய்து கொள்வதைக் காட்டிலும் கோடி மடங்கு பெருமை அன்று ஸ்ரீ ராமருக்கு ஏற்பட்டது. அதனாலேயே இராமாயணம் பிறந்தது! அது போகட்டும்! அம்மாதிரி சந்தேகம் தங்களுக்கு ஏன் இப்போது ஏற்பட வேண்டும்? தாங்களே பட்டாபிஷேகம் அன்று நடைபெறக்கூடாது என்று விரும்புவதாகக் காண்கிறதே!"

"தங்கள் ஊகம் உண்மைதான்!"

"பொன்னியின் செல்வர் சிங்காதனம் ஏறுவதில் தங்களைக் காட்டிலும் ஆனந்தமடையக் கூடியவர் வேறு யாருமில்லை என்று அல்லவா உலகம் கருதுகிறது?"

"நியாயமாக நான் அத்தகைய ஆனந்தம் அடைய வேண்டியவள்தான். ஆனால் இந்தக் கொடும்பாளூர்ப் பெண்ணின் மூடப் பிடிவாதம் எனக்கு அதில் சந்தோஷம் இல்லாமற் செய்துவிட்டது. குடந்தையில் தங்கள் வீட்டில் இவள் செய்த சபதம் நினைவிருக்கிறதா?"

"சபதமா? அன்று பல விபரீத சம்பவங்கள் நிகழ்ந்தன ஒன்றும் சரியாக நினைவில் இல்லை!" என்றார் ஜோதிடர்.

"இவளிடம் அசூயை கொண்ட ஓடக்காரப் பெண் பூங்குழலி ஏதோ சொன்னாள் என்பதற்காக இவள் ஒரு சபதம் செய்தாள். தன் உயிர் உள்ள வரையில் சிங்காதனம் ஏறுவதில்லையென்று கூறினாள்! உயிர் போனபிறகு சிங்காதனம் ஏற முடியுமா, ஜோதிடரே!"

"முடியாதுதான்!"

"அத்தகைய விபரீதமான சபதத்தைக் கேட்டு விட்டுத்தான் காவேரித்தாய் கோபங்கொண்டு பொங்கி வந்து இவளை வெள்ளத்தோடு அடித்துக் கொண்டு போகப் பார்த்தாள்!"

"ஆமாம்; எனக்குகூட நினைவு வருகிறது. அந்தச் சபதம் ஏதோ விளையாட்டு என்றல்லவா நினைத்தேன்?"

"அதுதான் இப்போது வினையாக முடிந்திருக்கிறது! இவள் சிங்காதனம் ஏற மாட்டாளாம். என் சகோதரனுடன் சிங்காதனம் ஏறிப் பட்டமகிஷியாக விளங்குவதற்கு வேறு யாரையாவது அவன் கல்யாணம் செய்து கொள்ள வேண்டுமாம். இவள் அவனுடைய அரண்மனையில் தாதிகளோடு தாதியாக இருந்து தொண்டு செய்து வருவாளாம்! இதையெல்லாம் கேட்பதற்கே எனக்குச் சகிக்கவில்லை, ஜோதிடரே! தாங்கள் இந்தப் பெண்ணைப் பற்றிக் கூறியது எல்லாம் நினைவிருக்கிறதா?"

ஜோதிடர் முகமலர்ச்சியுடன் "நன்றாக நினைவிருகிறது. தேவி! நான் சேர்த்து வைத்திருந்த ஜோதிட நூல்களுடன் பற்பல தேசங்களின் இராஜகுமாரர்கள் இராஜகுமாரிகளின் ஜாதகங்களையும் காவேரித்தாய் கொண்டு போய் விட்டாள். ஆனால் இந்தப் பெண்ணரசியின் ஜாதகம் மட்டும் என் மனச் சுவடியில் படிந்திருக்கிறது. இவருடைய கையில் உள்ள ரேகைகள் என் கண் முன்னாலேயே நிற்கின்றன. அம்மணி! நான் கூறிய ஜோதிடத்தில் வேறு எது பலித்தாலும் பலிக்காவிட்டாலும் இவரைப் பற்றி நான் கூறியது பலிக்காமல் போகாது!"

"இந்தப் பெண்ணைப் பற்றி என்ன சொன்னீர்கள் என்பது தங்களுக்கு இப்போது நினைவிருக்கிறதா?"

"நன்றாக நினைவிருக்கிறது இவரை மணந்து கொள்ளும் பாக்கியசாலி திருமடந்தையையும் நில மடந்தையையும் ஒருருவத்தில் மணந்து கொண்டவனாவான் என்று சொன்னேன். இந்த மாதரசியைப் பார்க்கும் பாக்கியத்துக்காகத் தேச தேசாந்தரங்களில் உள்ள பேரரசிமார்கள் தவங்கிடப்பார்கள் என்று கூறினேன். இவருடைய திருவயிற்றில் உதிக்கப் போகும் புதல்வன் பிறக்கும் போதே ஜயக்கொடி நாட்டிக் கொண்டு பிறப்பான். அவன் போகுமிடமெல்லாம், அவன் பார்க்குமிடமெல்லாம் வெற்றி என்று சொன்னேன்."

"ஐயா! நீங்கள் இப்படியெல்லாம் சொல்லச் சொல்ல என்னுடைய கவலைதான் அதிகமாகிறது!"

ஜோதிடர் சட்டென்று நிமிர்ந்து உட்கார்ந்து, "தேவி! கவலையா? எதற்குக் கவலை? சோழ சாம்ராஜ்யத்துக்கும் சோழர் குலத்துக்கும் கவலைப்படவேண்டிய காலமெல்லாம் போய்விட்டது. இன்றைக்கு ஒரு விசேஷ நாள் என்பது நினைவிருக்கிறதா?"

"ஆம்; இன்றைக்கு மார்கழித் திருவாதிரை நாள்! சிவனுக்கு உகந்த நாள்!"

"இது சோழர் குலத்துக்கும் உகந்த நாள். தெய்வத் தமிழகத்துக்கும் உகந்த நாள், தேவி! கேளுங்கள்! இதே மார்கழித் திருவாதிரையில் வருகிற ஆண்டுகளிலே ஒன்றில் ஓர் அற்புதம் நடக்கப் போகிறது! சங்கு சக்கரம் கையில் ஏந்தாமலே திருமாலின் பூரண அம்சமான குழந்தை ஒன்று உதிக்கப் போகிறது! அந்தக் குழந்தையின் மூலம் இந்தச் சோழ நாடு இதற்குமுன் என்றும் கண்டிராத மகோன்னதத்தை அடையப் போகிறது! ஆகா! என்னென்ன அதிசயங்கள் நடக்கப் போகின்றன! அவற்றைப் பார்க்க நான் ஒருவேளை உயிரோடு இருக்க மாட்டேன். தாங்கள் பார்த்து மகிழ்வதற்கு நீண்ட காலம் வாழ்வீர்கள்!"

இப்படி ஜோதிடர் ஆவேசம் வந்தவர்போல் பேசி வருகையில் குந்தவையும் மெய்மறந்து கேட்டுக் கொண்டிருந்தாள்.

திடீரென்று ஏதோ சத்தம் கேட்டு இருவரும் திரும்பிப் பார்த்தார்கள்.

கூண்டிலிருந்த கிளி சடசடவென்று சிறகுகளை அடித்துக் கொண்டிருந்தது. அதன் மேல் தாவ முயன்றுகொண்டிருந்த பூனையின் மீது வானதி ஓர் ஓலைச்சுவடியை எடுத்து எறிந்தாள்!

எறிந்து விட்டு, "அக்கா! ஜோதிட சாஸ்திரம் பயனுள்ளது தான். ஜோதிடர் சுவடியைக் கொண்டுதான். இந்த அழகான இனிய வார்த்தை பேசும் கிளியைக் காப்பாற்ற முடிந்தது! இல்லாவிட்டால் அதன் சிறகுகளைப் பூனை இத்தனை நேரம் பிய்த்துப் போட்டிருக்கும்!" என்றாள்.

༺༻

82. சீனத்து வர்த்தகர்கள்

ஆதி காலத்திலிருந்து பற்பல தேசங்களிலும் மக்கள் வருங்கால நிகழ்ச்சிகளைப் பற்றி அறிவதற்குப் பிரயத்தனங்கள் செய்து வந்திருக்கிறார்கள். ஏழை எளியவர்களையும் படிப்பில்லாத பாமர மக்களையும் போலவே அரச குலத்தவர்களும், புலமை மிக்க அறிவாளிகளும் எதிர்காலத்தை ஊடுருவிப் பார்க்க முயன்றிருக்கிறார்கள். ஜோதிட சாஸ்திரிகள், ஆருடக்காரர்கள், நிமித்தங்கூறுவோர், குறி சொல்லுவோர், ரேகை பார்ப்போர், முதலியவர்கள் கல்வியறிவிலும், நாகரிகத்திலும் சிறந்த சமூகங்களிலும் பல்கிப் பெருகியிருந்திருக்கிறார்கள். அதைப் போலவே, ஜோதிட சாஸ்திரத்தின் உண்மையைப் பற்றிச் சந்தேகித்து, அந்தக் கலையையே கண்டனம் செய்தவர்களும் இருந்து வந்திருக்கிறார்கள்.

அறிவிற் சிறந்த மங்கையர் திலகமான இளையபிராட்டி குந்தவையின் உள்ளத்திலும் இத்தகைய போராட்டம் அடிக்கடி எழுந்து கொண்டிருந்தது. ஆயினும் சோழ

சாம்ராஜ்யத்தின் வருங்காலத்தைப் பற்றிக் கவலைப்பட நேர்ந்த போதெல்லாம், அந்தக் கவலை குந்தவை தேவியைச் சோதிடர் வீட்டைத் தேடிப் போகும்படி செய்தது.

நியாயமாகப் பார்க்கப் போனால், இப்போது குந்தவையின் உள்ளம் சுந்தர சோழ சக்கரவர்த்தி பெற்றிருந்த மன அமைதியைப் பெற்றிருக்க வேண்டும். எதிர்பாராத நிகழ்ச்சிகள் என்னென்னவோ நேர்ந்து, அருள்மொழிவர்மர் சோழ சிங்காதனம் ஏறி முடிசூட்டிக் கொள்வது நிச்சயமாகி விட்டது.

பிள்ளைப் பிராயத்திலிருந்து குந்தவை தன் இளைய சகோதரனிடம் கொண்டிருந்த எல்லையில்லா வாஞ்சையை நாம் அறிந்திருக்கிறோம். கரங்களில் சங்கு, சக்கர ரேகைகளுடன் பிறந்த அருள்மொழிவர்மனால் சோழப் பேரரசு மகோன்னதத்தை அடையப் போகிறது என்று அவள் உள்ளத்தில் பலமான நம்பிக்கை குடிகொண்டிருந்தது. காவேரி வெள்ளத்தில் தவறி விழுந்தவனை, தெய்வமே போன்று வந்த பெண்மணி ஒருத்தி எடுத்துக் காப்பாற்றிய நிகழ்ச்சியும் இன்னும் இது போன்ற வேறு பல சம்பவங்களும் அவளுடைய நம்பிக்கையை மேலுல் வலுவடையச் செய்து வந்தன. அந்த நம்பிக்கை மெய்யாகும் காலம் இப்போது நெருங்கி வந்திருந்தது. ஆனாலும் அந்த அரசிளங்குமாரியின் உள்ளத்தில் இன்னமும் அமைதி ஏற்படாமற் போன காரணம் என்ன?

அருள்மொழிவர்மனைப் பற்றிக் கூறியது போலவே கொடும்பாளூர் இளவரசி வானதியின் ஜாதக விசேஷத்தைப் பற்றியும் பலர் கூறி வந்தார்கள். உண்மையாக நாளையும் கோளையும் ஆராய்ந்து வருங்காலத்தை உணர்ந்துதான் கூறினார்களோ, அல்லது அச்சமயம் குந்தவை தேவிக்கு உகப்பாக இருக்கட்டும் என்றுதான் சொன்னார்களோ, தெரியாது. ஒரு முகமாகப் பலர் சேர்ந்து கூறும் வாக்கு சில சமயம் அதிசயமாக உண்மையாகி விடுவதைப் பார்க்கிறோம். இன்னும் சிலருடைய வாக்கிலேயே ஏதோ விசேஷம் இருக்கிறது. அவர்கள் சொன்னது சொன்னபடி பலித்து விடுகிறது. குடந்தையிலிருந்து, திருவையாற்றுக்கு வந்து குடியேறிய ஜோதிடர், அன்றைக்கு மார்கழி மாதத் திருவாதிரை நாள் என்பதை நினைவு கூர்ந்து, "சோழ குலத்துக்கு மிக்க சிறப்பை அளிக்கப் போகும் நன்னாள் அது!" என்று சற்று அழுத்தமாகக் கூறி வைத்தார்.

இரண்டு ஆண்டுகளுக்குப் பிறகு, அதே மார்கழித் திருவாதிரையில் சோழர் குலத்தில் ஆண் குழந்தை ஒன்று பிறந்தது. அந்தக் குழந்தை வளர்ந்து உரிய பிராயம் அடைந்த போது சந்திரகுப்தன், அசோகன், விக்கிரமாதித்தன், ஹர்ஷவர்த்தனன் ஆகியவர்களுடன் ஒப்பிடக்கூடிய சக்கரவர்த்தியாகி விளங்கினான். இராஜேந்திரன் என்ற அபிஷேகப் பெயர் பெற்று இலங்கை முதல் கங்கை வரையில், லட்சத்தீவு முதல் ஸ்ரீஅவிஜயத் தீவு வரையில் வெற்றி கொண்டு ஆணை செலுத்தினான்.

ஜோதிடர் கூறிய வார்த்தை இவ்விதம் அதிசயமான முறையில் பின்னால் பலித்துவிட்டது. ஆனால் அன்றைக்கு அவர் அவ்விதம் கூறியபோது குந்தவைக்கு அதில் பூரண நம்பிக்கை ஏற்படவில்லை. வானதிக்கோ ஜோதிடரின் வார்த்தைகள் கோபத்தையே உண்டாக்கின. அந்தக் கோபத்தை உடனே காட்டுவதற்கு ஒரு வழியும் ஏற்பட்டது. ஜோதிடர் சுவடியைத் தூக்கி அந்தப் பெண்ணரசி பூனையின் மேல் எறிந்து விட்டு, "ஜோதிட சாஸ்திரத்துக்கும் உபயோகம் உண்டு!" என்று கூறினாள்.

அதைக் கேட்ட ஜோதிடர் திரும்பிப் பார்த்து விஷயம் இன்னதென்பதைத் தெரிந்துகொண்டு, "இளவரசி! வல்லவனுக்குப் புல்லும் ஆயுதம் என்பார்கள். அதுபோல் தங்கள் திருக்கரம் பட்ட மகிமையினால் இந்த ஓலைச்சுவடியும் ஓர் உயிரைக் காப்பாற்றியது. வருங்காலத்தில் எத்தனை எத்தனையோ உயிர்களுக்கு அபயம் அளித்துக் காப்பாற்றப் போகும் மலர்க்கரம் அல்லவா!" என்றார்.

வானதி "அக்கா! இந்த ஜோதிடர் முகஸ்துதி கூறுவதில் மிகவும் கெட்டிக்காரர் வாருங்கள் போகலாம்!" என்றாள்.

"தேவி! இன்றைக்கு நான் சொல்லும் வார்த்தைகள் தங்களுக்குப் பிடிக்கவில்லை. ஒரு காலத்தில் நான் கூறியவையெல்லாம் உண்மையாகியே தீரும். அப்போது இந்த ஏழையை மறந்துவிடாதீர்கள்!" என்றார் ஜோதிடர்.

குந்தவைப் பிராட்டி குறுக்கிட்டு "ஐயா! இந்தப் பெண்ணுக்குத் தங்கள் வார்த்தைகள் பிடிக்காமலில்லை. கேட்கக் கேட்க இவள் மனத்திற்குள் சந்தோஷமாக இருக்கிறது. ஆனால் 'யோசனையில்லாமல் ஏதோ ஒரு சபதம் செய்து விட்டோமே' என்று ஆத்திரப்படுகிறாள்! அந்த ஆத்திரத்தைத் தங்கள் ஓலைச்சுவடியின் பேரில் காட்டினாள்! அதைத் தாங்கள் பொருட்படுத்த வேண்டாம்!" என்று கூறினாள்.

"நல்லவர்களுக்கு வரும் ஆத்திரமும் நல்ல பலனையே அளிக்கும்! தங்களை இனிய மொழியால் அழைத்த என் அருமைக் கிளி பிழைத்தது அல்லவா?" என்றார் ஜோதிடர்.

பின்னர் குந்தவை ஜோதிடரிடம் இன்னும் சிறிது நேரம் பேசிக் கொண்டிருந்தாள். முக்கியமாக அருள்மொழிவர்மருக்குத் திருமணம் எப்போது நடக்கும் என்று கேட்டாள். அதைப்பற்றி இளைய பிராட்டி குந்தவைக்குக் கவலை ஏற்படக் காரணம் இருந்தது. ஏனெனில் நேற்றைய தினம் சேனாதிபதி பூதிவிக்கிரம கேசரி இளைய பிராட்டியிடம் வந்து, "தாயே! நான் கொடும்பாளூர் போகிறேன். என் சகோதரன் மகள் வானதியையும் அழைத்துச் செல்லலாம் அல்லவா?" என்று கேட்டார்.

குந்தவை திடுக்கிட்டு, "மாமா! இது என்ன அவசரம்? பட்டாபிஷேகத்துக்கு இல்லாமலா போகிறீர்கள்?" என்றாள்.

"தாயே! பட்டாபிஷேகத்தின் போது வந்து விடுவேன் அது வரையில் இங்கு ஏன் காத்திருக்க வேண்டும்? நான் வரும்போது பெரும் சைனியத்தோடு வந்தேன். தெய்வாதீனமாக, நம்முடைய மனோரதம் சண்டை ஒன்றுமில்லாமலே நிறைவேறுவதாகி விட்டது. சக்கரவர்த்தித் திருமகன் முடிசூட இணங்கி விட்டார். அதை எல்லாச் சிற்றரசர்களும் ஒப்புக்கொண்டு விட்டார்கள். இனி இவ்வளவு பெரிய சைன்யத்தை இங்கு வைத்திருக்க வேண்டிய அவசியம் இல்லை. இவ்வளவு பேருக்கும் உணவு அளித்து நிர்வகிப்பதும் தஞ்சை நகரத்தாருக்குச் சிரமமாக இருந்து வருகிறது. ஆகையினால் என் சைன்யத்தை அழைத்துப் போய் அங்கங்கே பிரித்து விட்டு விட்டு வரவேண்டிய அவசியம் ஏற்பட்டிருக்கிறது!" என்றார் சேனாதிபதி.

"அப்படியே செய்யுங்கள்! ஆனால் என் தோழி வானதியை எதற்காக அழைத்துப் போக வேண்டும்?" என்று கேட்டாள் குந்தவை.

"தேவி! அதற்கு ஒரு காரணம் இருக்கிறது. நேற்று சிற்றரசர்களாகிய நாங்கள் எல்லோரும் கூடி யோசித்து ஒரு முடிவுக்கு வந்தோம். தங்கள் பாட்டனார் அரிஞ்சய தேவரின் தந்தையாகிய பராந்தக சக்கரவர்த்தி பெண்ணரசிகள் அறுவரை மணந்திருந்தார். என்னுடைய குலத்திலிருந்தும், மிலாடுடையார் குலத்திலிருந்தும், பழுவேட்டரையர், மழவரையர், சம்புவரையர் குலங்களிலிருந்தும் ஒவ்வொரு பெண்ணை மணந்து கொண்டிருந்தார். ஆகையால் அவருடைய காலத்தில் சிற்றரசர்களிடையில் பூசல் ஏதும் இல்லாமலிருந்தது. தங்களுடைய பாட்டனார் அரிஞ்சயரும் அவ்வாறே பல சிற்றரசர் குலப் பெண்களை மணந்து கொண்டார். அவர் வெற்றி கொண்ட வைதும்பராயர் குலத்திலிருந்து தங்கள் பாட்டியாரை மணந்து கொண்டார். ஆனால் தங்கள் தந்தை இந்த நல்ல வழக்கத்தை அனுசரிக்கவில்லை. தங்கள் அன்னையாகிய மலையமான் மகளாரை மட்டும் மணந்தார். அதனால் சிற்றரசர்களுக்குள்ளே பொறாமையும், பூசலும் விளைந்தன. இனி, இந்தச் சோழ சாம்ராஜ்யத்தின் சக்கரவர்த்தியாக முடிசூட்டிக் கொள்கிறவர்கள் பராந்தக சக்கரவர்த்தியையும், அரிஞ்சய தேவரையும் போல் பல சிற்றரசர் குலங்களிலிருந்தும் பெண் கொள்ள வேண்டும் என்று நேற்றைக்கு ஏகமனதாக முடிவு செய்திருக்கிறோம். பொன்னியின் செல்வரின் முடிசூட்டு விழா நடந்த பிற்பாடு அவரிடம் இவ்வாறு விண்ணப்பம் செய்து கொள்ள எண்ணியிருக்கிறோம். வானதியை ஏன் ஊருக்கு

அழைத்துச் செல்ல விரும்புகிறேன் என்று தாங்கள் ஊகித்துக் கொள்ளலாமே? அவளை இங்கே விட்டிருந்தால் நான் உடன்படிக்கைக்கு விரோதமாக நடக்கப் பார்க்கிறேன் என்று மற்றவர்கள் சந்தேகிக்கக்கூடும்?" என்றார் கொடும்பாளூர் வேளார்.

இதைக் கேட்ட குந்தவைக்கு உள்ளத்தில் பெரிதும் ஆத்திரம் உண்டாயிற்று. அதை அவள் வெளிக்காட்டிக் கொள்ளாமல் "சேனாதிபதி! அன்னை தந்தையை இழந்த தங்கள் தம்பி மகளுக்கு நானே தந்தையும் தாயுமாக இருக்க வேண்டும் என்று முன்னொரு சமயம் கேட்டுக் கொண்டீர்கள், அதை மறந்து விட்டீர்களா? வானதியைக் கொடும்பாளூருக்கு அனுப்ப முடியாது. அவளை விட்டுக் கண நேரமும் என்னால் பிரிந்திருக்க இயலாது. நான் வேண்டுமானால் வானதியையும் அழைத்துக்கொண்டு பழையாறைக்குப் போய்விடுகிறேன். முடிசூட்டு விழாவுக்குக் கூட வராமல் அங்கேயே இருந்து விடுகிறோம். கல்யாணத்தைப் பற்றிய பேச்சே இப்போது வேண்டாம். பட்டாபிஷேகம் ஆன பிறகு சிற்றரசர்களின் விருப்பத்தைப் பொன்னியின் செல்வரிடம் சொல்லுங்கள்! பிற்பாடு பார்த்துக் கொள்ளலாம்!" என்றாள்.

சேனாதிபதியும் அதை ஒப்புக்கொண்டு போய்விட்டார்.

குந்தவை தேவி ஜோதிடரைத் தேடிக்கொண்டு வருவதற்கு இது ஓர் அதிகப்படியான காரணம் ஆயிற்று. ஆகையினாலேயே பொன்னியின் செல்வரின் திருமணத்தைக் குறித்து அவ்வளவு கவலையுடன் ஜோதிடரிடம் கேட்டாள்.

அதே சமயத்தில் வானதியின் நினைவு பழையதொரு சம்பவத்துக்குப் போயிருந்தது. அதிலும் ஒரு பறவையும் பூனையும் பாத்திரங்களாயிருந்தன. பூனையுடன் ஒரு யானையும், யானைப் பாகனும் அதில் சம்பந்தப்பட்டிருந்தார்கள்.

மரக்கிளையிலிருந்து தொங்கிய ஒரு பறவையின் கூட்டை அந்தக் காட்டுப் பூனை தாக்கி அதிலிருந்து பறவைக் குஞ்சுகளைக் கபளீகரம் செய்ய முயன்றது. தாய்ப் பறவை கூட்டைச் சுற்றி வந்து பூனையைத் தடுக்கப் பார்த்தது. வானதி அதைக் கண்டு செய்வதறியாது அலறினாள். நதியில் நீந்திக் கொண்டிருந்த இளைஞன் ஒருவன் ஓடி வந்து பார்த்தான். பிறகு அவன் விரைந்து சென்று ஒரு யானையின் மீது ஏறி வந்தான். பறவைகள் கூண்டையும் அதிலிருந்த பச்சிளம் குஞ்சுகளையும் அந்தக் காட்டுப் பூனையின் வாயிலிருந்து காப்பாற்றினான்.

அந்த இளைஞன் யானைப்பாகன் என்று வானதி அப்போது கருதினாள். பின்னால் அவன்தான் பொன்னியின் செல்வன் என்று தெரிந்தது. ஆகா! அவன் வெறும் யானைப்பாகனாகவே இருந்திருக்கக் கூடாதா? அல்லது சாதாரண வீரனாயிருந்திருக்கக் கூடாதா? அவன் சுந்தர சோழச் சக்கரவர்த்தியின் திருமகனாக இருப்பதால் அல்லவா தான் இத்தகைய தொல்லைகளுக்கு ஆளாக நேர்ந்தது? தன்னை ஒத்த தோழிமார்களும், பூங்குழலி போன்றவர்களும், சோழ நாட்டுப் பட்டத்தரசியாக விரும்பும் கள்ள நோக்கமுடையவள் என்று என்னைப் பற்றி அவதூறு கூறும்படி நேர்ந்தது...!

வானதி இத்தகைய நினைவுகளிலும், குந்தவை வருங்காலத்தைப் பற்றி ஜோதிடம் கேட்பதிலும் ஈடுபட்டிருந்த சமயத்தில், ஜோதிடரின் வீட்டு வாசலில் "சீனத்துப் பட்டு வேண்டுமா? சீனத்துப் பட்டு!" என்ற பெருங்குரல் ஒன்று கேட்டது; வேறு குரல்களும் கேட்டன.

குந்தவையும், வானதியும் தாங்கள் வந்து நேரமாகி விட்டது என்பதை உணர்ந்து எழுந்தார்கள்.

அப்போது ஜோதிடரின் சீடன் உள்ளே வந்து, "சுவாமி! சீனத்து வர்த்தகர்கள் இருவர் வந்திருக்கிறார்கள். தங்களிடம் ஜோதிடம் கேட்க வேண்டுமாம்! அவர்களை நாளைக்கு வரும்படி சொல்லட்டுமா?" என்று கேட்டான்.

குந்தவை, "வேண்டாம்! இப்பொழுதே வரட்டும், நாங்கள் விடைபெற்றுக் கொள்கிறோம்" என்று சொல்லி விட்டு வானதியின் கையைப் பிடித்து அழைத்துக் கொண்டு புறப்பட்டாள்.

இளவரசிகள் இருவரும் வாசலில் வந்தபோது, அங்கே ஒரு யானை நிற்பதையும், அதன் மேல் இரண்டு சீன வர்த்தகர்கள் பெரிய துணி மூட்டைகளுடன் உட்கார்ந்திருப்பதையும் பார்த்தார்கள். கீழே நின்ற யானைப்பாகனிடம் அந்தச் சீனத்து வர்த்தகர்கள் ஏதோ கேட்டுக் கொண்டிருப்பதாகத் தோன்றியது.

அவர்கள் மீது அதிக கவனம் செலுத்தாமல் இளவரசிகள் தங்களுடன் வந்த வீரனை அழைத்துக்கொண்டு சோழ மாளிகையை போய்ச் சேர்ந்தார்கள்.

ஃஃஃ

83. அப்பர் கண்ட காட்சி

அன்று முன் இரவில் திருவாதிரைத் திருவிழாவை முன்னிட்டு ஐயாறப்பரும், அறம் வளர்த்த நாயகியும் திருவையாற்றின் விசாலமான மாட வீதிகளில் திருவோலக்கம் எழுந்தருளினார்கள்.

வெள்ளிப்பனி மூடிய கைலையங்கிரியை நினைவூட்டுமாறு வெள்ளியினால் அமைத்த கைலாச வாகனத்தில் அன்று சுவாமியையும் அம்மனையும் அலங்கரித்து வீற்றிருக்கச் செய்திருந்தார்கள்.

ஊர்வலத்தின் முன்னணியில் யானைகளும், ஒட்டகங்களும் பெரிய பெரிய ரிஷபங்களும் சென்றன. அவற்றின் மீது ஏற்றியிருந்த பேரிகைகளும், முரசுகளும் எட்டுத் திசைகளும் எதிரொலி செய்யும்படி முழங்கின. அவற்றின் பின்னால் வரிசை வரிசையாகப் பலவகைத் திருச்சின்னங்களை ஏந்தியவர்கள் சென்றார்கள். விதவிதமான வாத்தியங்களை வாசித்தவர்கள் கோஷ்டி கோஷ்டியாகச் சென்றார்கள். நடன கணிகையர் ஆங்காங்கு நின்று நடனம் ஆடி விட்டுச் சென்றார்கள். நந்தி பகவானும், சண்டிகேசுவரரும், விநாயகரும், வள்ளி தேவயானை சமேதரான முருகக் கடவுளும் தனித்தனி விமானத்தில் அமர்ந்து சென்றார்கள். கடைசியில், பார்வதியும், பரமேசுவரனும் கைலாச வாகனத்தில் அமர்ந்து சேவை தந்து கொண்டு வந்தார்கள்.

இன்னும் பின்னால் தேவார கோஷ்டியினர் வீணை, மத்தளம், தாளம் முதலிய இசைக்கருவிகளுடன் அப்பரும், சம்பந்தரும், சுந்தரரும் பாடிய திருவையாற்றுத் திருப்பதிகங்களை இசையோடு பாடிக்கொண்டு நடந்து வந்தார்கள்.

முன்னாலும், பின்னாலும் ஆயிரமாயிரம் ஜனங்கள் வீதிகளை அடைத்துக்கொண்டு மெல்ல மெல்ல ஊர்வலத்தோடு போய்க்கொண்டிருந்தார்கள்.

ஜனங்கள் அவரவர்களுடைய மனப்போக்குக்கு ஒத்தபடி, சிலர் யானை, ஒட்டகை முதலியவற்றைப் பார்ப்பதிலும், சிலர் வாத்தியக் கோஷ்டிகளின் கீதங்களைக் கேட்பதிலும், சிலர் தேவ கணிகையரின் நடனங்களைப் பார்ப்பதிலும், பெரும்பாலோர் திருவோலக்கம் வந்த தெய்வ மூர்த்திகளைத் தரிசித்துப் பரவசமடைந்து துதிப்பதிலும் ஈடுபட்டிருந்தார்கள்.

கண்ணுக்கெட்டிய தூரம் முன்னும் பின்னும் நூற்றுக்கணக்கான தீவர்த்திகள் பிரகாசித்து, அந்த அபூர்வமான தெய்வ ஊர்வலத்தை ஒரு கனவு லோகக் காட்சியாகச் செய்து கொண்டிருந்தது.

இந்தக் காட்சியைச் சோழ மாளிகையின் மேன் மாடத்திலிருந்து குந்தவையும், வானதியும், பூங்குழலியும் பார்த்துக் கொண்டிருந்தார்கள். முதன் முதலில் வந்த முரசு சுமந்த யானைகளிலிருந்து, கடைசித் தேவார கோஷ்டி வரும் வரையில் ஆர்வத்துடன் பார்த்து மகிழ்ந்தார்கள். பரவச நிலையிலிருந்த பக்தர்களையும், பலவித வேடிக்கைகளில் மனதைச்

செலுத்தியிருந்த பாமர மக்களையும் பார்த்தார்கள். நந்தி தேவர் முதல் சிவன் பார்வதி வரையில் வீதி வலம் வந்த தெய்வ வடிவங்களையும் அவர்கள் தரிசித்து மகிழ்ந்தார்கள்.

அவ்வளவு ஜனக் கூட்டத்துக்கு மத்தியில் ஒரு யானையின் மீது இரண்டு சீன வர்த்தகர்கள் ஏறிக்கொண்டு வருவதையும், அவர்கள் அவ்வப்போது யானை மேலிருந்து கீழிறங்கி ஜனக் கூட்டத்தினிடையில் மறைந்து விடுவதையும், பிறகு மறுபடியும் வந்து யானை மீது ஏறிக்கொள்வதையும் கண்டார்கள்.

"ஆகா! இந்தச் சீனர்கள் இருவரும் உண்மையில் வர்த்தகர்களா? அல்லது அயல் நாட்டிலிருந்து வேவு பார்க்க வந்த ஒற்றர்களா?" என்ற ஐயம் குந்தவையின் உள்ளத்தில் ஏற்பட்டது.

சோழ இராஜ்ஜியத்து அரசுரிமை சம்பந்தமாகச் சில நாளாக ஏற்பட்டிருந்த தகராறுகள், குழப்பங்கள் பற்றிய செய்திகள் உலகெங்கும் பரவியிருக்கக்கூடியது இயல்பேயாகும்.

அதை முன்னிட்டு, பகை அரசர்கள் இந்த ஒற்றர்களைச் சீன நாட்டு வர்த்தகர்களின் தோற்றத்தில் அனுப்பி வைத்திருக்கக்கூடும் அல்லவா?

இதைப் பற்றிக் குந்தவையும், வானதியும் பேசிக் கொண்டிருந்தது பூங்குழலியின் காதில் விழுந்தது. அந்தப் பெண் "தேவி! அவர்கள் கோவில் கோபுர வாசலில் என்னை அணுகிச் 'சீனத்துப் பட்டு வேணுமா?' என்று கேட்டார்கள். நான் அவர்களிடம் 'சோழ மாளிகைக்கு வாருங்கள்; தஞ்சையிலிருந்து இளவரசிகள் வரப் போகிறார்கள்; அவர்கள் ஒருவேளை வாங்குவார்கள்!' என்று சொல்லியிருக்கிறேன். ஆகையால் ஒருவேளை இங்கு வந்தாலும் வருவார்கள்! உங்கள் சந்தேகத்தை நேரிலேயே கேட்டுத் தீர்த்துக் கொள்ளலாம்!" என்றாள்.

அச்சமயம் கைலையங்கிரி வாகனத்தில் அமர்ந்திருந்த ஐயாறப்பரும், அறம் வளர்த்த நாயகியும் சோழ மாளிகையின் வாசலுக்கு வந்திருந்தார்கள். அங்கே சுவாமியை நிறுத்தச் செய்து தீபாராதனை முதலியன நடந்தன. தெய்வ ஊர்வலத்துடன் வந்த செம்பியன் மாதேவியும் அவருடைய புதல்வரும் விமானம் அங்கிருந்து சென்ற பிறகு அரண்மனைக்குள் பிரவேசித்தார்கள். இளவரசிகள் மேன்மாடத்திலிருப்பதை அறிந்து அங்கேயே வந்து சேர்ந்தார்கள்.

உற்சவத்தின் சிறப்பைக் குறித்துச் சிறிது நேரம் சம்பாஷணை நடந்தது. பின்னர், சிவஞான கண்டராதித்தரின் தேவி, தம் அருமை மகனைப் பார்த்துக் "குழந்தாய்! இந்தத் திருவையாற்றில் அப்பர் பெருமான் கண்ட காட்சியைப் பற்றி ஒரு பதிகம் பாடியிருக்கிறாரே! அதை நீ ஒரு முறை பாடு. கேட்கலாம்! தேவார கோஷ்டியார் பாடக் கேட்டது எனக்கு அவ்வளவாகத் திருப்தி அளிக்கவில்லை!" என்றார்.

இளவரசிகளும், பூங்குழலியும் அந்தக் கோரிக்கையை ஆமோதித்தார்கள்.

பின்னர், சேந்தன் அமுதனாகிய மதுராந்தகத் தேவர் அந்தப் பதிகத்தைத் தமது இனிய குரலில் பாடினார்:

"மாதர்ப் பிறைக்கண்ணியானை மலையான் மகளொடும்பாடிப்
போதொடு நீர்சுமந்தேத்திப் புகுவாரவர் பின்புகுவேன்
யாதுஞ் சுவடுபடாமல் ஐயாறு அடைகின்றபோது
காதல்மடப் பிடியோடுங் களிறு வருவன கண்டேன்!
கண்டேனவர் திருப்பாதம்! கண்டறியாதன கண்டேன்!"

இந்த அடியுடன் தொடங்கிப் பின்வரும் பத்து அடிகளையும் மதுராந்தகர் தம்மை மறந்த நிலையில் பாடினார்.

கேட்டுக் கொண்டிருந்தவர்களும் தங்களை மறந்திருந்தார்கள். அன்று அப்பர் பெருமான் கண்ட காட்சிகளையெல்லாம் அவர்களும் கண்டார்கள்.

பாடல் முடிந்து, சிறிது நேரம் வரையில் அங்கே மௌனம் குடிகொண்டிருந்தது. பின்னர், குந்தவை செம்பியன் மாதேவியைப் பார்த்து, "அம்மா! அப்பர் இந்தப் பதிகம் பாடிய வரலாற்றை முன்னொரு முறை எனக்குச் சொல்லியிருக்கிறீர்கள். இப்போது இன்னொரு தடவை சொல்லுங்கள்! இவர்களும் கேட்கட்டும்!" என்றாள்.

மற்றவர்களும் வற்புறுத்திக் கேட்டதன் பேரில் பெரிய பிராட்டி செம்பியன் மாதேவி அந்த வரலாற்றைக் கூறினார்.

அப்பர் சுவாமி பிராயம் முதிர்ந்து உடல் தளர்ச்சியுற்றிருந்த சமயத்தில் கைலையங்கிரிக்குச் சென்று இறைவனைத் தரிசிக்க விரும்பினார். நெடுதூரம் வடதிசை நோக்கிப் பிரயாணம் செய்தார். மேலே நடக்க முடியாமல் களைத்து விழுந்தார். அச்சமயம் ஒரு பெரியவர் அங்கே தோன்றி, "அப்பரே! கைலையைத் தேடி நீ எங்கே செல்கிறீர்? பொன்னி நதிக் கரையிலுள்ள திருவையாற்றுக்குச் செல்லுங்கள்! பூலோக கைலாசம் அதுதான்" என்று அருளிச் செய்து மறைந்தார். அது இறைவன் வாக்கு என்று அறிந்த அப்பர் திரும்பித் திருவையாறு வந்தார். அந்த ஸ்தலத்தை நெருங்கி வந்த போதே அவருடைய உள்ளம் பரவசம் அடைந்தது. பல அடியார்கள் கையில் பூங்குடலையும் கெண்டியில் காவேரி நீரும் ஏந்தி ஐயாறப்பனைத் தரிசிப்பதற்காகச் சென்று கொண்டிருப்பதைப் பார்த்தார். அவர்கள் இறைவனுடைய புகழைப் பாடிக்கொண்டு சென்றார்கள். அவர்கள் பின்னால் அப்பரும் சென்றார். அப்போது திருவையாறு நகர்ப்புறத்தில் ஆணும் பெண்ணுமாக இரு யானைகள் வந்தன. அந்தக் களிறும் பிடியும் சிவமும் சக்தியுமாக அப்பருக்குக் காட்சி அளித்தன. ஆலயத்தை அடைவதற்குள் இவ்வாறு பல விலங்குகளையும் பறவைகளையும் ஆண் பெண் வடிவத்தில் அப்பர் பார்த்தார். கோழி பெடையோடு கூடிக் குலாவி வந்தது; ஆண் மயில் பெண் மயிலோடு ஆடிப் பிணைந்து வந்தது; அருகிலிருந்த சோலையில் ஆண் குயிலோடு பெண் குயில் பாடிக் களித்துக் கொண்டிருந்தது; இடி முழக்கக் குரலில் முழங்கிக் கொண்டு ஏனம் ஒன்று அதன் பெண் இனத்தோடு சென்றது; நாரையும் அதன் நற்றுணையும் சேர்ந்து பறந்து சென்றன; பைங்கிளியும் அதன் பேடையும் பசுமரக்கிளைகளில் மழலை பேசிக் கொண்டிருந்தன; காளையும் பசுவும் கம்பீரமாக அசைந்து நடந்து சென்றன. இவ்வாறு ஆணும் பெண்ணுமாக அப்பர் சுவாமிகளின் முன்னால் தோன்றியவையெல்லாம் சிவமும் சக்தியுமாக அவருடைய அகக்கண்ணுக்கு புலனாயின. உலகமெல்லாம் சக்தியும் சிவமுமாக விளங்குவதைக் கண்டார். "இந்த உலகமே கைலாசம்; தனியாக வேறு கைலாசமில்லை" என்று உணர்ந்தார். இத்தகைய மெய்ஞான உணர்ச்சியோடு மேலே சென்றபோது, ஐயாறப்பரும், அறம் வளர்த்த நாயகியும் கைலாச வாகனத்தில் எழுந்தருளி வீதி வலம் வருவதையும் பார்த்தார். தாம் அன்று புறக்கண்ணாலும் அகக்கண்ணாலும் பார்த்து அனுபவித்ததையெல்லாம் ஒவ்வொன்றாக இனிய தமிழில் இசைத்துப் பாடி அருளினார். இத்தனை காலமும் தாம் கண்ணால் கண்டும் கருத்தினால் அறியாமலிருந்தவற்றை இன்று திருவையாற்றில் கண்டு அறிந்து கொண்டதாக ஒவ்வொரு பாடலின் முடிவிலும் "கண்டறியாதன கண்டேன்!" என்று திரும்பத் திரும்ப வியந்து கூறினார்.

முதிய எம்பிராட்டியார் கூறி வந்த இந்த வரலாற்றை எல்லாரும் மெய்மறந்து கேட்டுக்கொண்டு வந்தார்கள்.

வரலாறு முடிந்த பிறகு கொடும்பாளூர் இளவரசி ஒரு கேள்வி கேட்டாள்: "அம்மா! அப்பர் சுவாமிகள் விலங்கின பறவை இனங்களின் காதலைக் குறித்து இப்படியெல்லாம் வியந்து வியந்து கூறியிருக்கிறாரே? மனித இனத்தைப் பற்றி மட்டும் ஏன் குறிப்பிடவில்லை?" என்றாள்.

பூங்குழலி "மனித குலத்தில் பிரதிப் பயனை விரும்பாமல் உண்மையான அன்பு கொண்ட ஆண் – பெண்கள் இல்லவே இல்லை. அதனாலே தான் அப்பர் மனித குலத்து ஆண் பெண்களைக் குறிப்பிடவில்லை!" என்றாள்.

"அது சரியல்ல, மகளே! உன்னையும், என் மகனையும் அப்பர் சுவாமிகள் பார்த்திருந்தால், மனித குலத்தின் காதலையும் சேர்த்துக் கொண்டு பாடியிருப்பார்!" என்றார் செம்பியன் மாதேவி.

"ஆமாம்; ஆமாம்!" என்று மற்ற இரு பெண்மணிகளும் ஆமோதித்தார்கள்.

இந்தச் சமயத்தில் அந்த மாளிகையின் வாசலில் ஏதோ சலசலப்பு உண்டாயிற்று. சேவகன் ஒருவன் உள்ளே வந்து, "சீனத்துப் பட்டு வர்த்தகர்கள் இருவர் வந்திருக்கிறார்கள். இளவரசிகளைப் பார்த்து விட்டுத்தான் போவோம் என்கிறார்கள்!" என்றான்.

இளைய பிராட்டி வியப்பும், கோபமும் அடைந்து, "அவர்கள் யார் அவ்வளவு அதிகப்பிரசங்கிகள்? இப்போது ஒன்றும் வேண்டாம் என்று சொல்லி அவர்களைப் போகச் சொல்!" என்றாள்.

இதற்குள் பூங்குழலி, "தேவி! அவர்களை நான் வரச் சொல்லியிருந்தேன். மன்னிக்க வேண்டும்!" என்றாள்.

"அப்படியானால் வந்து விட்டுப் போகட்டும்!" என்றாள் இளையபிராட்டி.

சற்று நேரத்துக்கெல்லாம் சீனத்து வர்த்தகர்கள் இருவரும் இரண்டு மூட்டைகளுடனே அங்கு வந்தார்கள்.

૭૭

84. பட்டாபிஷேகப் பரிசு

சீனத்து வர்த்தகர்கள் இருவரும் தலையில் பெரிய பெரிய தலைப்பாகைகளுடனும் முகத்தில் அடர்த்தியாக வளர்ந்திருந்த தாடி மீசைகளுடனும் காட்சி அளித்தார்கள். அரண்மனை மேன்மாடத்தில் அச்சமயம் எரிந்து கொண்டிருந்த மங்கலான தீபத்தின் ஒளியில் அவர்களுடைய முகத் தோற்றங்கள் தெளிவாகப் புலப்படவில்லை. அவர்கள் என்ன பிராயத்தினர் என்பதைக் கூட தெரிந்து கொள்ள முடியவில்லை.

குந்தவை உள்ளத்தில் தோன்றியிருந்த ஐயங்கள் மேலும் வலுப்பட்டன. அறிவில் மிக்க அம்மாதரசி, "பட்டுப் பட்டாடைகளைப் பார்ப்பதற்கு இந்த வெளிச்சம் போதாது, பெரிய தீவர்த்தி ஏற்றிக்கொண்டு வா!" என்று அவ்வர்த்தகர்களை அழைத்து வந்த சேவகனுக்குக் கட்டளையிட்டாள்.

"நான் சென்று நல்ல விளக்கு அனுப்புகிறேன்!" என்று கூறிவிட்டு மதுராந்தகத் தேவர் அவ்விடத்திலிருந்து அகன்றார். அவருடன் செம்பியன் மாதேவியும் சென்றார்.

அவர்கள் சென்ற பின்னர் குந்தவை சீன வர்த்தகர்களை நோக்கி, "ஐயா! உங்களுக்கு ஏன் இத்தனை அவசரம்? உங்கள் சரக்குகளை நாளைப் பகல் வேளையில் கொண்டு வந்து காண்பிக்கக் கூடாதா? இரவுக்கிரவே வந்தீர்களே?" என்றாள்.

"இளவரசிமார்களே! மன்னிக்க வேண்டும்! நாங்கள் தஞ்சைக்கு வந்து பல தினங்கள் ஆயின. எவ்வளவோ பிரயத்தனம் செய்தும் அரண்மனைக்குள் வந்து தங்களைப் பார்க்க முடியவில்லை. நாளை மறுதினம் நாகப்பட்டினத்திலிருந்து நாவாய் புறப்படுகிறது. அதில் நாங்களும் புறப்படவேண்டும். அதனாலேதான் அவசரப்பட்டோம்!" என்று சீன வர்த்தகர்களில் ஒருவன் சொன்னான்.

அவனுடைய குரல் சிறிது விசித்திரமாக இருந்தாலும் அவன் பேசிய தமிழ் நன்றாக இருந்ததைக் குறித்து அங்கிருந்தவர்கள் அதிசயப்பட்டார்கள்.

"சீன வர்த்தகரே! உமக்குத் தமிழ்மொழி மிக நன்றாக வருகிறதே!" என்றாள் குந்தவை.

"நான் இச்சோழ நாட்டுக்கு வியாபார நிமித்தமாக வந்து தங்கிச் சில காலம் ஆயிற்று. அதனால் தமிழ் பேசச் சிறிது கற்றுக் கொண்டேன். தமிழும், தமிழ்நாடும் எனக்குப் பிடித்திருக்கின்றன" என்றான் அவ்வர்த்தகன்.

"பின் ஏன் இப்போது உங்கள் நாட்டுக்குப் புறப்பட அவசரப்படுகிறீர்கள்? பட்டாபிஷேகம் வரையிலாவது இருந்து விட்டுப்போகக் கூடாதா? அவ்வளவு அவசரம் என்ன?"

"நாளை மறுநாள் புறப்படும் கப்பல் தவறி விட்டால், அப்புறம் எப்போது கப்பல் கிளம்புமோ தெரியாது. முன்போலவெல்லாம் இப்போது அடிக்கடி நாகையிலிருந்து கப்பல்கள் புறப்படுவதில்லை!"

"அது எதனால்?"

"தங்களுக்கு அதன் காரணம் தெரியாதா தேவி! கடற் பிரயாணம் முன்போல இப்போது சுலபமாயில்லை. பத்திரமாகவும் இல்லை. கடற் கொள்ளைக்காரர்கள் அதிகமாகி விட்டார்கள். அரபு நாட்டிலிருந்து ஆவேச வெறி கொண்ட வீரர்கள் கப்பல்களில் ஏறி மேலைக் கடல்களிலும் கீழைக் கடல்களிலும் எங்கெங்கும் சஞ்சரித்து வருகிறார்கள். கடற்கரை ஓரங்களிலும், துறைமுகங்களின் சமீபத்திலும்கூட அவர்கள் வந்து காத்திருக்கிறார்கள். வர்த்தகக் கப்பல்களைக் கண்டதும், நெருங்கி வந்து பாய்கிறார்கள். மூர்க்காவேசத்துடன் போர் செய்து கப்பல்களில் உள்ளவர்களையெல்லாம் கொன்று, பொருள்களையும் கொள்ளை கொண்டு போகிறார்கள். இது காரணமாக, இப்போதெல்லாம் வர்த்தகக் கப்பல்கள் தனித் தனியாகக் கிளம்பிச் செல்ல இயலுவதில்லை. பத்துக் கப்பல்கள், இருபது கப்பல்கள் சேர்ந்து புறப்பட வேண்டியிருக்கிறது. அவ்வாறு நாளை மறுநாள் புறப்படும் கப்பல்கள் போய் விட்டால், மறுபடி எத்தனை காலம் காத்திருக்க வேண்டுமோ, தெரியாது. தேவிமார்களே! பெரிய மனசு செய்து நாங்கள் கொண்டு வந்திருக்கும் பட்டுப் பட்டாடைகளைப் பாருங்கள்!"

இவ்வாறு சொல்லிக்கொண்டே அச்சீன வர்த்தகன் தான் கொண்டு வந்திருந்த மூட்டையைப் பிரிக்கத் தொடங்கினான். அம்மாதிரியே இன்னொருவனும் மூட்டையை அவிழ்த்தான்.

"வர்த்தகர்களே! இப்போது உங்கள் கடையை விரிப்பதில் பயனில்லை. உங்கள் பட்டாடைகளின் தரத்தை இரவு நேரத்தில் பார்த்து நன்கு தெரிந்துகொள்ள முடியாது. உங்களிடம் பட்டாடைகள் வாங்கினால் விலை கொடுப்பதற்கு வேண்டிய பொருளும் இங்கே நாங்கள் கொண்டு வந்திருக்கவில்லை!" என்றாள் இளைய பிராட்டி.

முதலில் பேசிய வர்த்தகன் உடனே மிக்க வியப்படைந்தவனைப் போல் எழுந்து நின்று கரங்களை விரித்துக் குவித்து விட்டு, "இளவரசி! தங்களிடம் நாங்கள் விலை கூறிப் பெறுவோமா? நல்ல வார்த்தை சொன்னீர்கள்! தாங்கள் இந்தப் பட்டாடைகளை ஏற்று அணிந்துகொள்ள மனமுவந்தால், அதுவே நாங்கள் முன் ஜென்மங்களில் செய்த தவத்தின் பயன் என்று எண்ணி மகிழ மாட்டோமா? விலை கூறி விற்பதற்காக நாங்கள் இந்தச் சரக்குகளைக் கொண்டு வரவில்லை, பட்டாபிஷேகப் பரிசுகளாகக் கொண்டு வந்தோம்!" என்றான்.

"அப்படியானால், நீங்கள் தவறான இடந்தேடி வந்தீர்கள். இங்கேயுள்ள எங்களில் யாருக்கும் பட்டாபிஷேகம் இல்லை. முடிசூட்டிக் கொள்ளப் போகிறவர் இளவரசர் பொன்னியின் செல்வர். அவரைத் தேடிக்கொண்டு போய் உங்கள் பரிசுகளைக் கொடுங்கள்!"

"இல்லை, தேவி! சரியான இடந்தேடித்தான் நாங்கள் வந்துள்ளோம். எதற்கேனும் பொன்னியின் செல்வரின் தயவைப் பெற வேண்டுமானால், முதலில் இளைய பிராட்டி குந்தவை தேவியின் தயவைப் பெறுவதுதான் அதற்கு உபாயம் என்று எல்லோரும் சொல்லுகிறார்கள்!" என்றான் சீன வர்த்தகன்.

இதைக் கேட்டு அங்கிருந்த பெண்ணரசிகள் அனைவரும் நகைத்தார்கள். "எல்லாரும் என்றால் யார்? அவ்விதம் எங்கே, யார் பேசியதை நீங்கள் கேள்விப்பட்டீர்கள்?"

"ஏன், தாயே? இன்றைக்கு இந்த நகரில் நடந்த உற்சவத்தின் போது கூடியிருந்த கூட்டத்தில் கூடப் பலர் பேசிக்கொண்டார்கள். 'தமக்கை சொல்லைத் தம்பி தட்டவே மாட்டார்' என்று சொல்லிக் கொண்டார்கள். இதோ என் தோழனை வேண்டுமானாலும் கேளுங்கள்!"

இத்தனை நேரம் சும்மாயிருந்த அத்தோழன், "ஆம் இளவரசிமார்களே! அது உண்மைதான்! 'பொன்னியின் செல்வருக்குப் பட்டாபிஷேகம் என்றால், அது குந்தவைப்பிராட்டிக்குப் பட்டாபிஷேகம் செய்தது மாதிரிதான்!' என்று ஜனங்கள் பேசிக் கொண்டார்கள். 'இனிமேல் சோழ நாட்டில் பெண்ணரசு தான் நடக்கப் போகிறது! அது நல்லரசாகவும் இருக்கும்' என்று ஜனங்கள் சொல்லிக்கொண்டார்கள்."

மறுபடியும் இளவரசிகள் 'கலகல'வென்று சிரித்தார்கள்.

"ஆகையால், இளவரசிமார்களே! கருணை கூர்ந்து இந்தப் பட்டாபிஷேகப் பரிசுகளை ஏற்றுக்கொள்ள வேண்டும்!" என்றான் ஒரு சீன வர்த்தகன்.

"ஏற்றுக்கொண்டு, பொன்னியின் செல்வரிடம் எங்கள் கோரிக்கையையும் சமர்ப்பிக்க வேண்டும்!" என்றான் இன்னொரு வர்த்தகன்.

"என்ன கோரிக்கை? பொன்னியின் செல்வரிடம் உங்களுக்கு என்ன காரியம் ஆகவேண்டும்? முதலில் அதைச் சொல்லுங்கள்!" என்றாள் குந்தவைப் பிராட்டி.

"தேவி! அவரால் எத்தனையோ காரியம் ஆகவேண்டும். எங்களுக்கு மட்டும் அல்ல. சோழ நாடு முதல் சீன தேசம் வரையில் உள்ள எல்லா நாட்டு வர்த்தகர்களும் பொதுமக்களும் அருள்மொழிவர்மரைத் தான் நம்பியிருக்கிறார்கள். பராந்தக சக்கரவர்த்தியின் காலத்தில் கடல்களெல்லாம் பத்திரமாயிருந்தன. கடற் பிரயாணத்தில் புயற்காற்றினால் நேரும் ஆபத்தைத் தவிர, வேறுவித அபாயம் இல்லாமலிருந்தது. கடலில் கப்பல்களைத் தாக்கிக் கொள்ளையடிப்பது என்பது கனவிலும் கேள்விப்படாத காரியமாயிருந்தது. சோழ நாட்டு நாவாய்கள் வர்த்தகப் பொருள்களை ஏற்றிக்கொண்டு இராஜபாட்டைகளில் செல்வது போல் நிர்ப்பயமாகச் சென்று கொண்டிருந்தன. மாநக்கவாரம், மாயிருடிங்கம், மாபப்பாளம், இலாமுரி தேசம், ஸ்ரீவிஜயம், சாவகம், கடாரம், காம்போஜம் ஆகிய கடல் சூழ்ந்த நாட்டுத் துறைமுகங்களுக்குச் சோழ நாட்டுக் கப்பல்கள் சென்று ஆங்காங்கே இறக்குமதி ஏற்றுமதி செய்துகொண்டு எங்கள் சீன நாட்டுக்குச் சென்றன. அவ்விதமே எங்கள் சீன தேசத்திலிருந்து புறப்பட்ட கப்பல்களும் சோழ நாட்டுக்குத் தங்கு தடையின்றி வந்து கொண்டிருந்தன. அந்தக் காலம் இப்போது பழங்கனவாகப் போய்விட்டது தேவி! தங்களிடம் உண்மையைச் சொல்லி விடுகிறோம். இந்தப் பட்டுப் பட்டாடைகளை தாங்கள் திரும்பக் கொண்டு போனால் பத்திரமாய் எங்கள் நாட்டுக்குக் கொண்டுபோய்ச் சேர்ப்போம் என்பது நிச்சயமில்லை. வழியில் அராபியக் கடல் கொள்ளைக்காரர்களிடம் இந்தப் பட்டாடைகளைப் பறி கொடுப்பதைக் காட்டிலும் சோழ நாட்டு இளவரசிமார்களுக்குப் பரிசாக அளிப்பதே மிகவும் விசேஷமான காரியமல்லவா?"

இவ்விதம் அந்தச் சீன வர்த்தகன் சொல்லி வந்தபோது குந்தவை தேவியின் கருவண்டுகளை ஒத்த கண்கள் நன்கு விரிந்து அளவிலா ஆர்வம் ததும்பப் பெற்றவையாயின.

"பொன்னியின் செல்வரால் அந்தக் காரியம் நடைபெறும் என்று நீங்கள் நினைக்கிறீர்களா? பராந்தக சக்கரவர்த்தியின் காலத்தில் இருந்ததுபோல், கடற்பிரயாணம் அபாயமற்றதாகும் என்று எண்ணுகிறீர்களா? மாநக்கவாரம், மாயிருடிங்கம், கடாரம், ஸ்ரீவிஜயம் முதலிய நாடுகளில் பொன்னியின் செல்வரின் புகழ் பரவும் என்று நம்புகிறீர்களா?" என்று கேட்டாள்.

"நாங்கள் நம்புவது மட்டும் என்ன? இந்தச் சோழ நாட்டு வர்த்தகப் பெருமக்கள் எல்லாரும் நம்புகிறார்கள். ஏன்? சற்று முன் நாங்கள் ஒரு சோதிடரிடம் போயிருந்தோம். அவருங்கூடச் சொன்னார்."

"என்ன சொன்னார்?"

"பொன்னியின் செல்வர் பெரிய பெரிய கப்பல் படைகளைத் திரட்டிக்கொண்டு கடல்களைக் கடந்து செல்வார்; கொள்ளைக்காரர்களின் கூட்டங்களை ஒழித்து விடுவார்; கடற்பிரயாணத்தை முன்போல் நிர்ப்பயமானதாகச் செய்து விடுவார்; சோழ நாடு பராந்தக சக்கரவர்த்தியின் காலத்தில் அடைந்திருந்த பெருமையை மீண்டும் அடையும் என்றெல்லாம் ஜோதிடர் சொன்னார். ஆனால் இதற்கெல்லாம் சோழ நாட்டு இளவரசிகள் குறுக்கே நின்று தடை கிளப்பாமல் இருக்க வேண்டும் என்றும் கூறினார்!"

"இவ்வளவுதான் சொன்னாரா? இளவரசிகளைப் பற்றி இன்னும் ஏதாவது அவதூறு கூறினாரா?"

"ஆகா! அவதூறா? அப்படியெல்லாம் ஒன்றுமில்லை. தேவி! பழையாறை இளையபிராட்டியைப் பற்றியும், கொடும்பாளூர்க் கோமகளைப் பற்றியும் அவதூறு சொல்கிறவர்கள் இந்தச் சோழ நாட்டில் யாருமே இருக்க முடியாது. அப்படி இருக்க, இளவரசிகளின் தயவை எதிர்பார்த்திருக்கும் ஜோதிடர் மட்டும் துணிந்து சொல்லுவாரா?"

"வேறு என்னதான் அந்த ஜோதிடர் எங்களைப் பற்றிச் சொன்னார்?"

"இளவரசிமார்கள் இருவரும் சற்று முன் அவரிடம் வந்து விட்டுப் போனதாகக் கூறினார். இரண்டு பேருக்கும் விரைவில் திருமணம் நடக்கும் என்று சொன்னார். தேவிமார்களே! பட்டாபிஷேகத்துப் பரிசாக ஏற்றுக்கொள்ளாவிட்டால் திருமணப் பரிசிலாகவாவது இந்தப் பட்டு ஆடைகளை ஏற்றுக் கொள்ள வேண்டும்" என்றான் முதலில் பேசிய சீன வர்த்தகன்.

இதைக் கேட்ட வானதி, "அக்கா! இந்தச் சீன வர்த்தகர்கள் வெறும் வம்புக்காரர்கள் இவர்களைப் போகச் சொல்லுங்கள்!" என்றாள்.

"கொஞ்சம் பொறு வானதி! இவர்களுடைய வம்பு இன்னும் எவ்வளவு தூரம் போகிறது, பார்க்கலாம்!" என்று குந்தவை சொல்லிவிட்டு, "வர்த்தகர்களே! ஜோதிடர் வீட்டு வாசலில் யானையின் மீது வந்து நின்றவர்கள் நீங்கள்தானே?" என்றாள்.

"ஆம், தேவி! ஜோதிடர் வீட்டைத் தேடிப் போனதற்குப் பயன் உடனே கிடைத்து விட்டது. நீங்கள் வந்திருப்பதைத் தெரிந்து கொண்டோம். உங்களைச் சந்திக்கும் பாக்கியம் இன்று எங்களுக்குக் கிடைக்கும் என்று ஜோதிடர் கூறியதும் பலித்து விட்டது. அம்மாதிரியே கொடும்பாளூர் இளவரசியைக் குறித்து அவர் கூறியதும் பலித்துவிட்டால் எங்கள் கவலையெல்லாம் தீர்ந்துவிடும்!"

வானதி மீண்டும், "அக்கா! இவர்களைப் போகச் சொல்லுங்கள்!" என்றாள்.

"வர்த்தகர்களே! உற்சவக் கூட்டத்தினிடையே யானை ஏறி வந்தவர்களும் நீங்கள்தானே? அடிக்கடி நீங்கள் யானை மேலிருந்து கீழிறங்கி ஜனக் கூட்டத்தில் கலந்து கொண்டீர்கள் அல்லவா?" என்று குந்தவை கேட்டாள்.

"ஆம், தேவி! வரப்போகும் பட்டாபிஷேகத்தைப் பற்றி ஜனங்கள் என்ன பேசிக்கொள்கிறார்கள் என்று தெரிந்து கொள்ள விரும்பி அவ்வாறு கூட்டத்தில் புகுந்து சுற்றி வந்தோம்."

"ஜனங்கள் என்ன பேசிக்கொண்டார்கள்? பொன்னியின் செல்வர் முடிசூட்டிக்கொள்ளப் போவதைப் பற்றித் திருப்தியாகத் தானே பேசினார்கள்?"

"இல்லை; முடிசூட்டு விழாவைப் பற்றியே யாரும் பேசவில்லை."

"பின்னர், ஜனங்கள் எதைப் பற்றிப் பேசினார்கள்?"

"மதுராந்தகத்தேவரின் பக்தி மகிமையைப் பற்றியே பேசிக் கொண்டார்கள்."

"அப்படி நல்ல விஷயமாகச் சொல்லுங்கள். பூங்குழலி! கேட்டாயா?" என்று குந்தவை பூங்குழலியைப் பார்த்துச் சொல்லி விட்டு, "மதுராந்தகத் தேவரைப் பற்றி இன்னும் என்னவெல்லாம் சொன்னார்கள்?" என்றாள்.

"மதுராந்தகருடைய தியாகப் பண்பைப் பற்றிப் பேசினார்கள். சோழ ராஜ்யத்தில் அவருக்குப் பாத்தியதை கொண்டாடும் உரிமை இருந்தும், 'இராஜ்யம் வேண்டாம்' என்று சொல்லி விட்டதை மிகவும் பாராட்டினார்கள்."

"அப்படியா? அதற்குக் காரணம் என்ன சொல்லிக் கொண்டார்கள்?"

"மதுராந்தகத்தேவர் யாரோ ஒரு படகுக்காரப் பெண் மீது காதல் கொண்டு அவளையே பட்டமகிஷியாக்கிக் கொள்ளுவேன் என்று பிடிவாதம் பிடித்தாராம். அதனால் ஏற்கெனவே அவர் கட்சியிலிருந்த சிற்றரசர்களின் மனம் மாறிவிட்டதாம். 'அப்படியானால் மதுராந்தகருக்குப் பட்டம் கிடையாது; பொன்னியின் செல்வருக்கே பட்டம்' என்று சிற்றரசர்கள் சொல்லிவிட்டார்களாம். இம்மாதிரி ஜனங்கள் பேசிக் கொண்டார்கள். இளவரசிமார்களே! அந்தப் பாக்கியசாலியான ஓடக்காரப் பெண் இங்கே இருந்தால், அவருக்கும் பட்டாடைப் பரிசு கொடுக்க விரும்புகிறோம்."

பூங்குழலி இப்போது, "தேவி! கொடும்பாளூர் இளவரசி கூறியது சரிதான். இந்த வர்த்தகர்கள் வெறும் வம்புக்காரர்கள். இவர்களை உடனே போகச் சொல்லுங்கள்!" என்றாள்.

"கொஞ்சம் பொறு பூங்குழலி! உனக்கு என்ன கோபம்? இவர்கள் உன்னைப் பற்றி ஒன்றும் தவறாகப் பேசவில்லையே? புகழ்ச்சியாகத்தானே பேசுகிறார்கள்?" என்றாள் குந்தவை.

"இவர்கள் என்னைப் பற்றிப் புகழ்ச்சியாகவும் பேச வேண்டாம்; இகழ்ச்சியாகவும் பேச வேண்டாம்! எனக்குப் பரிசு கொடுக்கவும் வேண்டாம்!" என்று பூங்குழலி கிளம்பினாள்.

"அம்மணி! தாங்கள்தானா அந்தப் பாக்கியவதி? ஆகா! ஜனங்கள் பேசிக்கொண்டது ரொம்ப சரி!" என்றான் சீன வர்த்தகர்களில் ஒருவன்.

"இன்னும் வேறு என்ன பேசிக் கொண்டார்கள்?" என்று பூங்குழலி புன்னகையுடன் கேட்டாள்.

"மதுராந்தகத்தேவர் தங்களை முன்னிட்டு இந்தச் சோழ ராஜ்யத்தையே தியாகம் செய்துவிட்டார் என்று கூட்டத்தில் ஒருவர் சொன்னபோது, அதற்கு மறுமொழியாக இன்னொருவர், 'பூங்குழலி தேவிக்காக ஒரு இராஜ்யத்தைத்தானா தியாகம் செய்யலாம்? என்னிடம் ஒன்பது இராஜ்யம் இருந்திருந்தால் அவ்வளவு இராஜ்யங்களையும் தியாகம் செய்திருப்பேனே?' என்று சொன்னார். அவர் கூறியதை நானும் ஆமோதிக்கிறேன்!" என்றான் அச்சீன வர்த்தகன்.

பூங்குழலி கள்ளக் கோபத்துடன், "அக்கா! இந்த அதிகப்பிரசங்கி வர்த்தகரை உடனே தண்டிப்பதற்குத் தாங்கள் ஏற்பாடு செய்யவேண்டும்; இல்லாவிட்டால் நானே பொன்னியின் செல்வரிடம் சொல்லி இவருக்குத் தண்டனை வாங்கிக் கொடுப்பேன்!" என்றாள்.

இதை கேட்டுக்கொண்டு அப்போது மேன்மாடத்துக்கு வந்தார் மதுராந்தகத்தேவர். மாலை நேரத்துப் பூஜை செய்து விட்டுக் கையில் மலர்ப் பிரஸாதம் எடுத்துக்கொண்டு வந்தவர், பூங்குழலியின் வார்த்தைகளைக் கேட்டு, "இந்த வர்த்தகர் கூறுவதில் தவறு ஒன்றுமில்லையே? எதற்காக அவரைத் தண்டிக்க வேண்டும்? அவர் கூறியதை நானும் ஆமோதிக்கிறேன் பூங்குழலி!" என்றார்.

இவ்விதம் சொல்லிக்கொண்டு வந்தவரை அந்தச் சீன வர்த்தகன் திரும்பிப் பார்த்தபோது, பூங்குழலி, "உண்மையான வர்த்தகர் சொன்னால் சரிதான். வேஷதாரி வர்த்தகரை எப்படி ஆமோதிக்க முடியும்?" என்று சொல்லிக்கொண்டே, அந்த வர்த்தகர் தலையில் அணிந்திருந்த சீனத்துத் தலைப்பாகையைப் பிடித்து இழுத்தாள். தலைப்பாகை கீழே விழுந்தது. தலைப்பாகையுடன் அவருடைய முகத்திலிருந்த தாடி எல்லாம் கீழே விழுந்தன!

சாக்ஷாத் வந்தியதேவனுடைய திருமுகம் காட்சி அளித்தது.

"ஐயா! காப்பாற்றுங்கள்!" என்று அலறிக்கொண்டே வந்தியத்தேவன் மற்றொரு சீன வர்த்தகனின் கழுத்தைக் கட்டிக்கொள்ள முயன்றபோது, அவனுடைய தலைப்பாகையும் தாடி மீசையும் கழன்று விழுந்தன.

பொன்னியின் செல்வர் புன்னகை பொலிந்த முகத்துடன் தோற்றமளித்தார்.

மூன்று பெண்மணிகளும் குலுங்கக் குலுங்க நீண்ட நேரம் சிரித்தார்கள்.

செம்பியன்மாதேவி மேன் மாடத்துக்கு வந்த பிறகு அவரிடம் ஒரு தடவை சொல்லிவிட்டு மறுபடியும் சிரித்தார்கள்.

பூங்குழலி, "அம்மா! இவர்களைக் கோயிலின் அருகே பார்த்தபோதே ஒருமாதிரி எனக்குச் சந்தேகம் தோன்றிவிட்டது. அதனாலே தான் தைரியமாக இவர்களை அரண்மனைக்கு வரச் சொன்னேன்!" என்றாள்.

மதுராந்தகத்தேவர், "ஆமாம்; எனக்கு என் நண்பனைத் தெரிந்து போய்விட்டது. ஆகையினாலேதான் இவர்களை இங்கே விட்டு விட்டு நான் பூஜை செய்யச் சென்றேன்!" என்றார்.

"வானதி! நீயும் நானும்தான் புருஷர்களின் கள்ள வேடத்தைக் கண்டுபிடிக்க முடியாத அசடுகள் போலிருக்கிறது!" என்றாள் குந்தவை.

"இவர்கள் எதற்காக இந்த மாதிரி வேஷம் போட்டுக்கொண்டு வந்து நம்மை ஏமாற்றப் பார்த்தார்கள்? அதைக் கேளுங்கள், அக்கா?" என்றாள் கொடும்பாளூர்க் கோமகள்.

"கேட்பானேன், வானதி! என் சகோதரன் இப்படியெல்லாம் கள்ள வேஷம் போடத் தெரிந்தவன் அல்ல. சகவாச தோஷத்தினால்தான் இவ்வாறெல்லாம் வேடம் போடவும் பொய் புனைந்துரைக்கவும் கற்றுக் கொண்டிருக்கிறான்!" என்றாள் குந்தவைப் பிராட்டி.

"தேவி! இந்தக் காரியத்துக்கு வந்தியத்தேவன் மீது பழிசுமத்த வேண்டாம். சீன வர்த்தகர்கள் மாதிரி வேஷம் தரிக்கும் அபூர்வ யோசனை என் மனத்திலேதான் தோன்றியது!" என்றார் அருள்மொழி.

"இம்மாதிரி யோசனை உன் மனதில் தோன்றியதற்குக் காரணந்தான் சகவாச தோஷம் என்று சொல்கிறேன். போகட்டும், இந்த மாதிரி பொய் வேஷம் நீ இனிமேல் போட வேண்டாம்!"

"அக்கா! திருவள்ளுவர் வாய்மையின் பெருமையைப் பற்றி எவ்வளவோ சொல்லியிருக்கிறார். ஆனால் அவர்கூட,

பொய்மையும் வாய்மை இடத்த; புரைதீர்ந்த
நன்மை பயக்கு மெனின்!'

என்று சொல்லியிருக்கிறார் அல்லவா?"

"திருவள்ளுவர் அந்தக் குறளைப் பாடியபோது இப்படி நீ அதை உபயோகப்படுத்தப் போகிறாய் என்று கனவிலும் கருதியிருக்க மாட்டார்."

"திருவள்ளுவரை விட்டுவிடலாம் இராமர் வனத்துக்குப் புறப்பட்டபோது தம்மைத் தொடர்ந்து வந்த அயோத்தி மக்களைத் திரும்பி அயோத்திக்குப் போகும்படி செய்வதற்குக் கொஞ்சம் பொய்மையைக் கையாளவில்லையா? ஜனங்கள் தூங்கும்போது எழுந்து ரதத்தை அயோத்தியை நோக்கிச் சிறிது தூரம் செலுத்திவிட்டுப் பிறகு கங்கைக் கரையை நோக்கிச் செலுத்தும்படி சுமந்திரரிடம் சொல்லவில்லையா!"

"தம்பி! நீ எல்லாக் காரியங்களிலும் இராமரைப் பின்பற்றுவதாயிருந்தால் எனக்கு மிக்க மகிழ்ச்சிதான்! போகட்டும்! நீங்கள் இந்தப் பொய் வேஷம் பூண்டதால் 'புரை தீர்ந்த நன்மை' என்ன உண்டாயிற்று? அதைச் சொல்வாயா?" என்று கேட்டாள் குந்தவை.

"நாங்கள் இன்னார் என்பதைக் காட்டிக்கொள்ளாமல் குடிமக்களின் கூட்டத்தில் புகுந்து அங்குமிங்கும் அலைந்து அவர்களுடைய உண்மையான மனக் கருத்துக்களை அறிய முடிந்தது!"

குந்தவை சிறிது ஆர்வத்துடன், "மக்கள் மனக் கருத்தைப் பற்றி என்ன தெரிந்து கொண்டாய், தம்பி!" என்று கேட்டாள்.

"எத்தனையோ தெரிந்து கொண்டேன், அக்கா! முக்கியமாக, இந்தச் சோழ சாம்ராஜ்யம் பராந்தகச் சக்கரவர்த்தியின் காலத்தில் இருந்ததுபோல் மகோந்நதமடைய வேண்டும் என்பதை மக்கள் எல்லாரும் விரும்புகிறார்கள் என்று அறிந்தேன். சற்று முன்னால் நானும், என் நண்பரும் சீன வர்த்தகர்கள் போல் வேஷம் போட்டுக் கொண்டு இருந்தோமல்லவா? வேஷம் பொய்யாக இருந்தாலும், நாங்கள் கூறியதெல்லாம் மெய்தான்! உங்களிருவரையும் சாலையில் சந்தித்து விட்டுத் தஞ்சைக்கு நாங்கள் சென்றோம். தஞ்சையில் கோட்டை வாசலுக்கு அருகில் உண்மையாகவே இரண்டு சீன வர்த்தகர்களைக் கண்டோம். அவர்களிடம் விலை கொடுத்து இந்தப் பட்டு மூட்டைகளை வாங்கிக் கொண்டோம். அவர்களைப் போல் வேஷம் போட்டுக்கொண்டு திரும்பி வந்தோம். அராபியக் கடல் கொள்ளைக்காரர்களைப் பற்றி நான் சற்று முன் சொன்னதெல்லாம் அந்த வர்த்தகர்கள் எங்களிடம் கூறியதுதான். அராபியக் கடல் கொள்ளைக்காரர்களின் மூர்க்கத்தனத்தை நானும் என் நண்பரும் நேரிலேயே அனுபவித்திருக்கிறோம். தேவி! எது எப்படியானாலும் பட்டாபிஷேக வைபவம் முடிந்ததும் நானும், என் நண்பரும் ஈழ நாட்டுக்குப் புறப்படுவது நிச்சயம். அங்கே எங்கள் காரியம் முடிந்ததும் கடல்களுக்கு அப்பாலுள்ள இன்னும் பல நாடுகளுக்கும் செல்ல உத்தேசித்திருக்கிறோம். உயிருடன் திரும்பி வருவோமோ, அல்லது போகுமிடங்களில் போர்களத்தில் உயிரை விட்டு வீர சொர்க்கம் எய்துவோமோ என்று தெரியாது. ஆகையால் நாங்கள் புறப்படும் வரையில் நீங்கள் எல்லாரும் எங்களுடனேயே இருக்கவேண்டும் என்றும் எங்களுக்கு ஆசிகூறி விடைகொடுத்து அனுப்ப வேண்டும் என்றும் கேட்டுக் கொள்வதற்காகவே அவசரமாகத் தங்களைப் பின் தொடர்ந்து வந்தோம்."

இவ்வாறு பொன்னியின் செல்வர் கூறி வந்தபோது குந்தவை தேவியின் கண்களில் நீர் ததும்பியது.

பூங்குழலி தழுதழுத்த குரலில், "யுத்தம் என்று எதற்காக ஏற்படுத்தியிருக்கிறார்களோ, தெரியவில்லை. மனிதர்கள் ஒருவரையொருவர் நேசித்துக்கொண்டு ஆனந்தமாயிருக்கக் கூடாதா?" என்றாள்.

"மகளே! அப்படியல்ல! உலகம் உள்ள வரையில் யுத்தம் இல்லாமல் தீராது. பரமசிவனும், பரமேசுவரியும் யுத்தம் செய்ய வேண்டியிருந்ததே! உலகத்தில் தர்மத்தை நிலைநாட்டுவதற்காகப் பிறந்தவர்கள் சிலர் உண்டு. அவர்கள் யுத்தம் செய்யத்தான் வேண்டும்!"

இவ்விதம் சிவபக்த சிரோமணியும், பரம சாதுவுமான செம்பியன்மாதேவி கூறியதைக் கேட்டு அனைவரும் ஆச்சரியக் கடலில் ஆழ்ந்தார்கள்.

85. சிற்பத்தின் உட்பொருள்

சேந்தன் அமுதனாகிய மதுராந்தகத்தேவர், தம்மைத் திருவயிறு சுமந்து பெற்ற அன்னை செம்பியன் மாதேவியைப் பார்த்து, "அம்மா! இந்த உலகில் யுத்தப் பைத்தியம் பிடித்து அலைகிறவர்கள் எத்தனையோ பேர் இருக்கிறார்கள். போர் செய்யாத நாள் எல்லாம் வீண் போன வெறும் நாளாகவே அவர்களுக்குத் தோன்றுகிறது. அந்தக் கூட்டத்தைச் சேர்ந்தவர்தாம் என் நண்பர் வந்தியத்தேவரும், பொன்னியின் செல்வரும். தாங்களோ, இறைவனைப் பற்றிப் பேசாத நாளெல்லாம் பிறவாத நாள் என்று கருதுகிறவர் ஆயிற்றே? தாங்களும் போர்த் தொழிலை ஆதரித்துப் பேசுவது மிக மிக ஆச்சரியமாயிருக்கிறது!" என்றார்.

அப்போது செம்பியன் மாதேவி, "என் அருமை மகனே! வேறு யார் போர்த் தொழிலை இகழ்ந்து பேசினாலும் நீ பேசக் கூடாது. பூங்குழலியும் பேசலாகாது. வல்லத்து

அரசர் போர்த் தொழிலிலும் வல்லவராயிருப்பதினாலேயல்லவா நீ இன்று உயிரோடிருந்து இறைவனைத் துதிக்கும் பாடல்களை என் உள்ளமும், உடலும் உருகப் பாடுகிறாய்?" என்றார்.

"தாயே! நான் தங்கள் அருமைப் புதல்வரின் உயிரைக் காப்பாற்றியது இருக்கட்டும். அவரும், அவரைக் கரம் பிடித்த தங்கள் மருமகளும் என் உயிரைக் காப்பாற்றியதை நான் மறக்க முடியாது.

பூங்குழலி அம்மையாரின் போர்க் குணம் அல்லவோ நான் இன்று உயிரோடிருப்பதற்குக் காரணமாயிருக்கிறது?" என்றான் வந்தியத்தேவன்.

"பரமேசுவரனும், துர்க்கா பரமேசுவரியும் நம் எல்லாரையும் காப்பாற்றுகிறார்கள்! அவர்களுடைய கருணை இல்லாவிட்டால், நாம் ஒருவரையொருவர் காப்பாற்றுவது ஏது?" என்றார் மதுராந்தகத்தேவர்.

"குழந்தாய்! கருணையே வடிவமான சிவபெருமானும் பலமுறை போர் செய்ய நேர்ந்தது. அன்பும் அருளும் சாந்தமும் உருக் கொண்ட ஜகன் மாதாவான துர்க்கா பரமேசுவரியும் யுத்தம் செய்வது அவசியமாயிற்று. இந்தப் புண்ணிய ஸ்தலத்திலுள்ள ஆலயத்தில் அம்பிகை அறம் வளர்த்த நாயகியாக வீற்றிருக்கிறாள். ஆயினும் ஆலயத்தின் திருச்சுற்று வீதியில் மகிஷாசுரமர்த்தினியாகவும், தரிசனம் தருகிறாள் நீ கவனித்தாயல்லவா?" என்றார்.

"ஆம், அன்னையே! கவனித்து வியந்தேன். அண்ட சராசரங்களை ஈன்றெடுத்துக் காக்கும் அன்னை ஓர் எருமை மாட்டின் தலை மீது எதற்காக நின்று காட்சி அளிக்கிறார் என்று எண்ணி அதிசயித்தேன்!" என்றார் மதுராந்தகர்.

"ஆம், ஆம்! இந்த ஆலயத்தில் உள்ள தேவி, மகிஷாசுரனை வதம் செய்து முடித்துவிட்டாள். அதனால் எருமையின் தலையில் நிற்கும் தேவியின் திருமுகத்தில் அன்பும் அருளும் குடிகொண்டிருக்கக் காண்கிறோம். மாமல்லபுரத்துக் குகைச் சிற்பங்களிலே தேவி மகிஷாசுரனுடன் போரிடுவது போல் அமைந்த சிற்பம் ஒன்று இருக்கிறது. அங்கே துர்க்கா பரமேசுவரி வீர பயங்கர ரணபத்திர காளியாகத் தரிசனம் தருகிறாள். சகலலோக மாதாவாகிய துர்க்கா பரமேசுவரி, கேவலம் ஓர் எருமை மாட்டுடன் ஏன் சண்டை போட வேண்டும். அதற்கு இவ்வளவு ஆர்ப்பாட்டம் வேண்டுமா என்று வெளிப்படையாகப் பார்ப்பவர்களுக்குத் தோன்றக் கூடும். என் அருமைக் குமாரா! நம் பெரியோர்களின் உள்ளத்தில் உதயமான இத்தகைய நிகழ்ச்சிகளுக்கெல்லாம் உட்பொருள்கள் இருக்கின்றன. அவற்றை அறிந்து கொள்வதற்கு தக்க பரிபக்குவம் வேண்டும். அறிந்து கொள்ள வேண்டுமென்னும் சிரத்தையும் வேண்டும்!"

"தேவி! எங்களுக்கெல்லாம் பரிபக்குவம் இருக்கிறதோ என்னமோ, தெரியாது! ஆனால் சிரத்தை இருக்கிறது. தாங்கள் திருவாய் மலர்ந்தருளும் வார்த்தை ஒவ்வொன்றையும் சிரத்தையுடன் கேட்டுக்கொண்டிருக்கிறோம்! ஏன்? நமது வல்லத்து அரசருடைய ஓயாமற் சலிக்கும் கண்கள் கூடவல்லவா தங்களையே பார்த்துக் கொண்டிருக்கின்றன?" என்றார் அருள்மொழி.

இந்த வார்த்தைகள் அங்கே சிறிது கலகலப்பை உண்டாக்கின. வந்தியத்தேவன் அடிக்கடி இளைய பிராட்டியின் திருமுகத்தை நோக்குவதை அருள்மொழிவர்மர் குறிப்பிடுகிறார் என்று அறிந்து கொண்ட பெண்மணிகள் இலேசாக நகைத்தார்கள்.

செம்பியன் மாதேவி கூறினார்: "சிரத்தையுடன் கேட்பதானால் சொல்கிறேன், கேளுங்கள். நமது புராண இதிகாசங்களில் தேவாசுர யுத்தங்களைப் பற்றி நிரம்பக் கூறியிருக்கிறார்கள். இவ்வுலகில் திருமால் அவதாரம் எடுத்து ராட்சதர்களோடு சண்டையிட்டது பற்றியும் சொல்லியிருக்கிறார்கள். இறைவன் உலகத்தைப் படைத்த காலத்திலிருந்து தேவ சக்திகளும் அசுர சக்திகளும் போரிட்டு வருகின்றன. அசுர சக்திகளை இறைவன் ஏன் படைத்தார் என்று கேட்டால், அதற்குச் சிற்றறிவு படைத்த நம்மால் விடை

சொல்ல முடியாது. இறைவனுடைய திருவிளையாடல் அது என்றுதான் கூற முடியும். தெய்வ சக்திகளும், அசுர சக்திகளும் ஓயாமல் போராடி வருகின்றன என்பது மட்டும் நிச்சயம். சில சமயம் அசுர சக்திகளின் கை மேலோங்குவது போல் காணப்படுகிறது. அவையே உலகை என்றென்றைக்கும் ஆளும் என்று தோன்றுகின்றது. சூரபத்மனும், இரணியனும் இராவணனும் எத்தனை பல்லாயிரம் ஆண்டுகள் ஆட்சி புரிந்தார்கள்! ஆனாலும் அவர்களுக்கெல்லாம் ஒரு நொடிப் பொழுதில் முடிவு வந்து விட்டது."

"ஆம்; ஆம்! தேவர்களையெல்லாம் அடிபணிந்து குற்றேவல் புரிய வைத்த தசகண்ட இராவணனுக்கு முடிவு வந்தபோது, இரண்டு மனிதர்களும் ஒரு சில வானரர்களும் சேர்ந்து அவனைக் குலத்தோடு நாசமாக்கி விடவில்லையா?" என்றார் மதுராந்தகத்தேவர்.

"ஆகையால் அசுர சக்திகள் மேலோங்குவதைக் கண்டு மாந்தர்கள் மனச்சோர்வு அடைந்து விடக்கூடாது. தெய்வ சக்திகள் முடிவில் வெற்றிகொள்ளும் என்று நம்பித் தர்மத்திலும், சத்தியத்திலும் நின்று போராட வேண்டும். அப்படிப் போராடுகிறவர்களுக்குத் தெய்வமும் நிச்சயம் துணை செய்யும்?"

"அன்னையே! மகிஷாசுரனைப் பற்றிச் சொல்ல வந்தீர்கள்!" என்று பூங்குழலி ஞாபகப்படுத்தினாள்.

"ஆம்; நல்ல வேளையாக ஞாபகப்படுத்தினாய், மகளே! அசுர சக்திகள் இரண்டு வகையானவை. ஒன்று மௌடீக அசுர சக்திகள்; இன்னொன்று மதி நுட்பம் வாய்ந்த அசுர சக்திகள். மௌடீக அசுர சக்தியையே மகிஷாசுரனாக நமது முன்னோர்கள் உருவகப்படுத்தினார்கள். காட்டெருமைக்கு வெறி வந்து தறி கெட்டு ஓடுவதை நீங்கள் பார்த்திருக்கிறீர்களா? அப்போது அந்த எருமை யானையைவிட அதிக பலம் பெற்று விடுகிறது. எதிர்ப்பட்ட பிராணிகள் எல்லாவற்றையும் சின்னாபின்னப்படுத்தி விடுகிறது. மௌடீகமும் வெறி கொண்ட காட்டு எருமையைப் போல் வலிமை கொண்டது. மௌடீகம் சில சமயம் சிங்காதனத்தில் அமர்ந்து ஆட்சி நடத்தத் தொடங்கி விடுகிறது. இதைத்தான மகிஷாசுரனுடைய ஆட்சி என்று நம் முன்னோர்கள் சொன்னார்கள். மகிஷாசுரன் தேவலோகச் சிங்காதனத்தில் அமர்ந்து ஆட்சி செலுத்தத் தொடங்கியபோது, மூன்று உலகங்களிலும் அல்லோல கல்லோலமுண்டாயிற்று. அறிவு வேண்டாம், அறிவு நூல்கள் வேண்டாம், அறிவுக் கலைகள் வேண்டாம், இசை வேண்டாம். சிற்பம், சித்திரம், கோயில், கோபுரம், ஒன்றும் வேண்டாம். எல்லாவற்றையும் அழித்துப் போடுங்கள் என்று மகிஷாசுரன் கட்டளையிட்டான். தேவர்கள், முனிவர்கள், மனிதர்கள் எல்லாரும் நடுநடுங்கினார்கள். அவர்களில் பலர் மகிஷாசுரனுக்கு அடிபணிந்து அவனுடைய ஆட்சியை ஒப்புக்கொண்டார்கள். இதனால் மகிஷாசுரனுடைய அகந்தையும், மூர்க்கத்தனமும் அதிகமாயின. மௌடீகத்தோடு அகந்தையும் மூர்க்கத்தனமும் சேர்ந்து விட்டால் கேட்க வேண்டுமா? மகிஷாசுரனுடைய கொடுமையைப் பொறுக்க முடியாமல் மூன்று உலகங்களிலும் மக்கள் ஓலமிட்டார்கள். அசுரர்களும் கூடச் சேர்ந்து அலறினார்கள். துர்க்கா பரமேசுவரி அப்போது கண் திறந்தாள். மாகாளி வடிவம் கொண்டு வந்து மகிஷாசுரனை வதம் செய்தாள். மௌடீக சக்தியைத் தெய்வீக சக்தி வென்றது. மூன்று உலகங்களும் மௌடீக அடிமைத் தளையிலிருந்து விடுதலை பெற்றன. தேவர்களும் முனிவர்களும் அசுரர்களும் கூடப் பெருமூச்சு விட்டுத் துர்க்கா பரமேசுவரியை வாழ்த்தி வணங்கினார்கள்.

குழந்தைகளே! இப்போதுங்கூட இவ்வுலகில் மௌடீக அசுர சக்திகள் இல்லாமற் போகவில்லை. இந்தப் புண்ணிய பரத கண்டத்தின் வடமேற்குத் திசைக்கு அப்பால் மௌடீக அசுர சக்திகள் சில தோன்றியிருப்பதாக அறிகிறேன். அவர்கள் மூர்க்காவேசத்துடன் போர் புரிந்து நகரங்களைச் சூறையாடிக் குற்றமற்ற மக்களைக் கொன்று கோயில்களையும் விக்கிரகங்களையும் உடைத்துத் தகர்த்து நாசமாக்குகிறார்களாம். அவர்களைத் தடுத்து

நிறுத்தக் கூடிய பெரிய சக்கரவர்த்திகள் இப்போது வடநாட்டில் யாரும் இல்லையாம். இந்தத் தெய்வத் தமிழ்நாட்டுக்கு அத்தகைய கதி நேராதிருக்கட்டும். அப்படி நேர்வதாயிருந்தால், வீரமறக் குலத்தில் பிறந்த நீங்கள் அந்த அசுர சக்திகளுடன் போராடச் சித்தமாயிருக்க வேண்டுமல்லவா?"

"கட்டாயம் சித்தமாயிருப்போம், தாயே! மற்றொரு வகை அசுர சக்திகளைப்பற்றியும் சொல்லுங்கள்!" என்று வந்தியத்தேவன் கேட்டான்.

"மற்றொரு வகை அசுரர்கள் அறிவுக் கூர்மையுள்ளவர்கள். அந்த அறிவைக் கெட்ட காரியங்களில் பயன்படுத்துகிறவர்கள். அவர்கள் தவம் செய்து வரம் பெறுவார்கள். அதையும் துஷ்ட காரியங்களுக்கே பயன்படுத்துவார்கள். திரிபுரரர்கள் என்ன செய்தார்கள்? ஒவ்வொருவரும் ஓர் உலகத்தையே உண்டாக்கிக் கொண்டார்கள். வானத்தில் பறந்து சென்று நாடு நகரங்களின் மீது இறங்கி நிர்மூலமாக்கினார்கள். சூரபத்மன் எத்தனை தடவை அவனுடைய தலையைக் கொய்தாலும் புதிய தலை அடையும் ஆற்றலைப் பெற்றிருந்தான். இராவணன், இந்திரஜித்து முதலிய ராட்சதர்கள் வானத்தில் மேகங்களில் மறைந்து கொண்டு கீழே உள்ளவர்கள் மீது அஸ்திரங்களைப் பொழியும் சக்தி பெற்றிருந்தார்கள். இத்தகைய சூழ்ச்சித் திறமை வாய்ந்த அசுர சக்திகளையே 'முயலகன்' என்னும் அசுரனாக நம் முன்னோர்கள் உருவகப்படுத்தியிருக்கிறார்கள். இறைவன் ஆனந்த நடனம் புரியும் போதெல்லாம் தம்முடைய காலடியில் அடக்கி வைத்திருக்கும் முயலகன் மீதும் சிறிது ஞாபகம் வைத்துக் கொள்ளுகிறார். கொஞ்சம் கவனக்குறைவாயிருந்தால் முயலகன் கிளம்பி விடுவான். சிருஷ்டியின் ஆரம்ப காலத்தில் இருந்து அசுர சக்திகளுடன் தெய்வீக சக்திகள் போராடி வருகின்றன என்பதையே முயலகன் நமக்குத் தெரியப்படுத்துகிறான். ஆகையால், என் அருமை மக்களே! யுத்தமே கூடாது என்று நாம் எப்படிச் சொல்லி விட முடியும்?"

"தேவி! இதுவரையில் எங்களுக்கு விளங்காமலிருந்த பல விஷயங்களை இன்று தெரிந்து கொண்டோம். எங்களுக்கு என்ன கட்டளை இடுகிறீர்கள்?" என்று பொன்னியின் செல்வர் கேட்டார்.

"குழந்தைகளே! நீங்கள் எப்போதும் தெய்வீக சக்திகளின் பக்கம் நின்று போராடுங்கள் என்று மட்டுமே நான் சொல்ல முடியும். உங்களுக்குக் கட்டளையிட முடியாது. உங்களுடைய அந்தராத்மாதான் உங்களுக்குக் கட்டளையிட முடியும். அந்தக் கட்டளையைக் கேட்டு நடவுங்கள். சற்று முன்னால், இந்தச் செந்தமிழ் நாட்டைச் சுற்றியுள்ள கடல்களில் கப்பல் கொள்ளைக்காரர்கள் மிகுந்துவிட்டதாகச் சொன்னீர்கள். அதனால் தமிழ்நாட்டு வர்த்தகர்கள் பெரிதும் கஷ்ட நஷ்டங்களை அடைவதாகவும் கூறினீர்கள். அந்தக் கொள்ளைக்காரர்களை ஒழித்து நம் நாட்டு வர்த்தகர்களுக்குப் பாதுகாப்பு அளிப்பது இராஜ குலத்தில் பிறந்த உங்கள் தர்மம். இன்று கடல் கொள்ளைக்காரர்களுக்கு இடங்கொடுத்து விட்டால் நாளைக்கு அவர்கள் இந்த தெய்வத் தமிழ்நாட்டிற்குள்ளேயும் பிரவேசித்து விடமாட்டார்களா? இன்று கைலாச வாசியாகிச் சிவபெருமானுடைய சந்நிதியில் சிவகணங்களுடன் வீற்றிருக்கும் என் கணவர் ஜீவிய வந்தராயிருந்தால், அவரும் உங்களுக்கு இதைத்தான் சொல்லியிருப்பார்!"

"தேவி! தங்கள் திருஉள்ளத்தை அறிந்து கொண்டோம் அதன்படியே நடந்து கொள்வோம்!" என்றார் இளவரசர் அருள்மொழிவர்மர்.

"பொன்னியின் செல்வ! நீ என்னுடைய விருப்பத்தை மதித்து நடப்பதாயிருந்தால், இன்னும் ஒன்று இப்பொழுது சொல்ல விரும்புகிறேன்!" என்றார் அந்தப் பெரு மூதாட்டியார்.

"தேவி! தங்கள் விருப்பத்துக்கு மாறாக இதுவரை நான் நடந்ததாக நினைவில்லையே? அப்படி ஏதேனும் செய்திருந்தால் மன்னியுங்கள்!"

"குழந்தாய்! இதற்கு முன்னால் நீ நடந்து கொண்டதெல்லாம் வேறு. இனிமேல் நடக்கப் போவது வேறு. இது வரையில் நீ அரண்மனையின் செல்லக் குழந்தையாக இருந்தாய். உன் விருப்பம் போல் நாங்கள் நடந்தோம். எங்கள் விருப்பத்தை நீயும் நிறைவேற்றி வைத்தாய். இனி, நீ இந்த மாநிலத்தை ஆளும் மன்னர் மன்னன் ஆகப்போகிறாய். முடிசூட்டு விழா நடந்த பிறகு, உன் விருப்பத்தின்படிதான் நாங்கள் எல்லோரும் நடந்து கொள்ள வேண்டும்."

"தாயே! அப்படிச் சொல்ல வேண்டாம். இனியும் நான் உங்கள் செல்லக் குழந்தையாகவே இருந்து வருவேன் உங்கள் விருப்பப்படியே நடப்பேன்."

"அப்படியானால், இதைக் கேள்! இந்தப் புராதனமான சோழர் குலம் வாழையடி வாழையாகத் தளிர்த்து வளர வேண்டும். இராஜகுலத்தில் பிறந்தவர்கள் எப்போதும் வீர சொர்க்கம் அடையத் தயாராயிருக்க வேண்டியது தான். ஆனால் குலம் வளர்வதற்கும், முன்ஜாக்கிரதையாக ஏற்பாடு செய்ய வேண்டும். உன் தமையன் ஆதித்த கரிகாலன் கல்யாணம் செய்து கொள்ளாமலே காலமாகி விட்டான். சோழ குலம் தழைப்பதற்கு நீ ஒருவன்தான் இருக்கிறாய்! ஆகையால் நீ மறுபடியும் கப்பலேறிக் கடல் கடந்து வெற்றித் திருமகளைத் தேடிப் போவதற்கு முன்னால் குலந்தழைப்பதற்கு வேண்டிய ஏற்பாட்டைச் செய்யவேண்டும். உன் மகுடாபிஷேகத்தோடு சேர்த்துத் திருமணத்தையும் வைத்துக் கொள். வானதியைப் போன்ற பெண்ணை மனைவியாகப் பெற நீ எவ்வளவோ தவம் செய்திருக்க வேண்டும். இந்தப் பெண்ணரசியின் மாங்கலியபலம் நீ போகுமிடமெல்லாம் மந்திரக் கவசம் போலிருந்து உன்னைப் பாதுகாக்கும்!"

"தேவி! அந்தக் கவசத்தை அணிய நான் சித்தமாகத்தானிருக்கிறேன். வானதிதான் மறுதலிக்கிறாள். 'சிங்காதனம் ஏறமாட்டேன்; சபதம் செய்திருக்கிறேன்' என்று பிடிவாதம் பிடிக்கிறாள்!" என்றார் இளவரசர்.

யாரும் எதிர்பாராத விதமாகப் பூங்குழலி அப்போது தலையிட்டு, "கொடும்பாளூர் இளவரசியின் பேச்சை அப்படியே நம்பிவிடவேண்டாம். நாமெல்லாரும் சேர்ந்து மேலும் உபசாரம் செய்ய வேண்டும் என்று எண்ணுகிறார். பொன்னியின் செல்வர் இன்னும் கொஞ்சம் கெஞ்சிக் கேட்க வேண்டும்!" என்று சொல்லி நகைத்தாள்.

இது வேடிக்கைப் பேச்சு என்று எண்ணி மற்றவர்களும் சிரித்தார்கள். ஆனால் வானதி மட்டும் விம்மி விம்மி அழத்தொடங்கினாள்.

"அசட்டுப் பெண்ணே! இது என்ன? எதற்காக நீ இப்படி விம்மி அழுகிறாய்?" என்று குந்தவை கேட்டுவிட்டு, வானதியின் கரத்தைப் பிடித்து அழைத்துக் கொண்டு கீழே போனாள்.

86. "கனவா? நனவா?"

மறுநாள் காலையில் செம்பியன் மாதேவியும், மதுராந்தகரும் பூங்குழலியும் தஞ்சைக்குப் புறப்பட்டார்கள்.

பொன்னியின் செல்வரும், வந்தியத்தேவரும் உறையூருக்கும், ஸ்ரீரங்கத்துக்கும் போய்வர எண்ணியிருந்தார்கள். போகும்போது கரிகாலச் சோழர் காலத்தில் காவேரி நதியின் நீரைத் தேக்குவதற்காகக் கட்டப்பட்ட பேரணையை வந்தியத்தேவனுக்குக் காட்டுவதாக அருள்மொழிவர்மர் கூறியிருந்தார்.

அவர்கள் புறப்படுவதற்கு முன்னால் பொன்னியின் செல்வர் குந்தவை தேவியிடம் விடைபெற்றுக் கொள்வதற்காகச் சென்றார்.

"அக்கா! தாங்கள் பழையாறைக்கு அவசியம் போக வேண்டுமா?" என்றார்.

"தம்பி! நீங்கள் உறையூருக்கு அவசியம் போக வேண்டுமா? எங்களுடன் பழையாறைக்கு வரக்கூடாதா?" என்று கேட்டாள்.

"இல்லை, அக்கா! உறையூரில் ஆழ்வார்க்கடியானை முக்கியமான காரியத்துக்காகச் சந்திப்பதாகச் சொல்லியிருக்கிறோம்.." என்று சொன்னார்.

"ஆகா! நீ முன்மாதிரி இல்லை, தம்பி! உன் மனசு மிகவும் கெட்டுப் போய்விட்டது. என்னை நீ இலட்சியம் செய்வதே இல்லை. இந்த மாறுதலுக்குக் காரணம் அந்த வல்லத்து அரசரின் சிநேகந்தான் என்று கருதுகிறேன்.."

"வீணாக அவர் பேரில் பழியைப் போடாதீர்கள். எனக்குப் பிராயம் வந்து விடவில்லையா, அக்கா! ஒரு பெரிய இராஜ்யத்தின் சக்கரவர்த்தியாக முடிசூட்டிக் கொள்ளப் போகிறேன். இனிமேலாவது என் இஷ்டப்படி நான் நடந்து கொள்ள வேண்டாமா?"

"நன்றாக உன் இஷ்டப்படி நடந்துகொள்! உன்னுடைய அதிகாரத்தை என் பேரில் காட்டாமலிருந்தால் சரி! உன் இஷ்டப்படி நான் நடக்க வேண்டுமென்று சொல்லாமலிருந்தால் சரி."

"மகுடாபிஷேகத்துக்கு மட்டும் வந்து விடுங்கள். அப்புறம் உங்கள் இஷ்டப்படி நடந்து கொள்ளுங்கள்."

"மகுடாபிஷேகத்துக்குப் பிறகு வேண்டுமானால், நீ என் பேரில் அதிகாரம் செலுத்தலாம். அதுவரை என்னைக் கட்டாயப்படுத்த உனக்கு என்ன உரிமை?"

"அப்படியானால், நீங்கள் மகுடாபிஷேகத்துக்கு வரப்போவதில்லையா?"

"அது வானதியின் விருப்பம். அவள் போகவேண்டும் என்றால் நானும் வருவேன் இல்லாவிட்டால் வரமாட்டேன்."

"அந்தப் பெண் எங்கே அக்கா?"

"உன் அன்னை பொன்னி நதிக்குப் பூஜை செய்யப் போயிருக்கிறாள். உனக்கு நல்ல புத்தியைக் கொடுத்து அருளவேண்டுமென்று பிரார்த்தனை செய்யப் போயிருக்கிறாள்."

இளவரசர் சிரித்துவிட்டு, "அவளுடைய பிரார்த்தனை நிறைவேறட்டும். நான் புறப்படுகிறேன்" என்றார்.

"தம்பி! உன்னைப் போல் குரூரமானவனை நான் பார்த்ததே இல்லை. வானதி இரவெல்லாம் தூங்கவே இல்லை. நினைத்து நினைத்து விம்மிக் கொண்டிருந்தாள். காவேரிப் படித்துறைக்குச் சென்று அவளிடம் விடை பெற்றுக் கொண்டு போ!" என்றாள் குந்தவை.

"அவள் தூங்காதது மட்டும் என்ன? என் தூக்கத்தையும் அவள்தான் பறித்துக்கொண்டு விட்டாள் போலிருக்கிறது. ஒருவர் மனத்தை ஒருவர் அறிந்து நடந்துகொள்ளத் தெரியாவிட்டால் விம்மி அழுதுகொண்டிருக்க வேண்டியதுதான். இப்படிப்பட்ட பெண்ணைக் கட்டிக்கொண்டு வாழ் நாளெல்லாம் நான் கஷ்டப்பட வேண்டுமென்றீர்கள்?" என்று பொன்னியின் செல்வர் சொல்லிவிட்டு, அந்த அரண்மனையின் பின்புறம் விரைந்து சென்றார்.

தோட்டத்தைத் தாண்டியதும் பொன்னி நதியின் படித்துறையில் வானதி அமர்ந்திருப்பதையும் பக்கத்திலிருந்த தட்டிலிருந்து மலர்களை எடுத்துப் பொன்னி நதியின் வெள்ளத்தில் ஒவ்வொன்றாகப் போட்டுக் கொண்டிருப்பதையும் பார்த்தார்.

வானதி அவ்விதம் அர்ச்சனை செய்து கொண்டிராவிட்டால், அவள் அந்தக் காவேரித் துறையில் அமைக்கப்பட்ட ஒரு பெண்ணின் பொற்சிலையாகவே தோன்றியிருப்பாள்.

பொன்னியின் செல்வர் சத்தமிடாமல் சென்று வானதிக்குப் பின்னால் மேல் படி ஒன்றில் உட்கார்ந்து கொண்டார். வானதிக்கு யாரோ வருகிறார்கள் என்பது தெரிந்துதானிருக்க வேண்டும். உள்ளுணர்வினால் அவர் பொன்னியின் செல்வர்தான் என்று தெரிந்துகொண்டாள் போலும். ஆகையால் திரும்பிப் பாராமல் அர்ச்சனை செய்வதையும் நிறுத்தி விட்டுச் சும்மா இருந்தாள்.

தட்டிவிருந்த மலர்களின் இதழ்களில் பனித்துளிகள் இரண்டொன்று காணப்பட்டன. வானதியின் கண் மலரின் இதழ்களிலும் முத்துப் போன்ற இரண்டு கண்ணீர்த் துளிகள் பிரகாசித்தன.

உதய சூரியனின் பசும்பொற் கிரணங்கள் பொன்னி நதியின் மெல்லிய அலைகளோடு கூடிக் குலாவியபோது, சோழ சாம்ராஜ்ய மங்கை தங்கரேகைகள் ஊடுருவிப் படர்ந்து நீலப் பட்டுச் சேலையை உத்தரீயமாக அணிந்து விளங்குவது போலத் தோன்றியது. அந்த நீலப் பட்டுச் சேலையின் இருபுறங்களிலும் அமைந்த பச்சை வர்ணப்பட்டுக் கரையைப் போல நதியின் இருபுறங்களிலும் செழித்து வளர்ந்திருந்த பசும் சோலைகள் காட்சி தந்தன.

காவேரியின் பிரவாகம் இசைத்த இனிய சுருதிக்கு இணங்க இருபுறத்துச் சோலைகளிலும் பலவகைப் புள்ளினங்கள் மங்கள கீதங்கள் பாடி வாழ்த்தின. கற்பனை உலகிலே சஞ் சரித்துப் பகற்கனவு காண்பதற்கு இடமும் நேரமும் சூழ்நிலையும் மிக வாய்ப்பாக இருந்தன.

இளவரசர் சிறிது மௌனமாயிருந்து பார்த்துவிட்டு, "வானதி! பகல் கனவு காண்கிறாயா? நான் உன் கனவைக் கலைத்துவிட்டேனா?" என்றார்.

"நான் பகற்கனவுதான் காண்கிறேன், ஐயா! ஆனால் என் கனவைத் தாங்கள் எப்படி கலைக்க முடியும்? இரவில் நான் கனவு கண்டாலும், அக்கனவிலே நடுநாயகமாக விளங்குகிறவர் தாங்கள் தானே? ஆகையாலேயே தங்களைப் பக்கத்திலே பார்க்கும் போது, 'இது கனவா? நனவா?' என்று எனக்குச் சந்தேகம் தோன்றிவிடுகிறது. 'வாருங்கள்!' என்று அழைக்கவும் இயலாமற் போகிறது. ஆம், சுவாமி! எத்தனையோ நாள் எத்தனையோ விதமான பகற்கனவு கண்டிருக்கிறேன். தங்களை முதல் முதலில் திருநல்லம் அரண்மனைத் தோட்டத்தில் நான் சந்தித்தபோது, தங்களை யானைப்பாகன் என்று நினைத்தேன். தாங்கள் சாதாரண யானைப்பாகனாகவே இருக்கக் கூடாதா என்று பின்னர் பல தடவை நான் எண்ணியதுண்டு. தாங்கள் வெறும் யானைப்பாகனாயிருந்து என்னைத் தங்கள் பின்னால் யானையின் மீது ஏற்றிச் சென்றதாகப் பலமுறை கற்பனையில் கண்டு களித்தேன். அப்போதெல்லாம், இந்த உலகத்தைச் சேர்ந்த சாதாரண கரிய யானையின் மேல் ஏறிப்போவதாக எனக்குத் தோன்றுவதில்லை. தேவலோகத்தில் உள்ள ஐராவதம் என்னும் வெள்ளை யானையின் பேரில் நான் ஏறிச் செல்வதாகத் தோன்றும். தாங்களே தேவேந்திரன் என்றும், நான் இந்திராணி என்றும் எண்ணிக் கொள்வேன்..."

"அப்படியானால் இப்போது..." என்று பொன்னியின் செல்வர் குறுக்கிட்டுப் பேச முயன்றதை வானதி தடுத்துத் தொடர்ந்து கூறினாள்:

"கொஞ்சம் பொறுங்கள், அரசே! தேவேந்திரன் இந்திராணி என்ற கற்பனையை உடனே மாற்றிக் கொள்வேன். தேவேந்திரனுக்கும், இந்திராணிக்கும் நிம்மதி ஏது? அவர்கள் இருவரும் தனியாக ஐராவதத்தில் ஏறி ஆனந்தப் பிரயாணம் செய்வதற்கு அவகாசம் ஏது? தேவர்களும் தேவிகளும் புடை சூழவல்லவா எப்பொழுதும் கொலுவிருக்க வேண்டும்? ஆகையால் அந்த எண்ணத்தை உடனே மாற்றிக்கொள்வேன். அரசர் குலத்தில் பிறந்தவளாயில்லாமல் கடற்கரையில் வாழும் படகுக்காரர் குடும்பத்தில் நான் பிறந்திருக்கக் கூடாதா என்று எண்ணிக் கொள்வேன்."

"தெரிகிறது, வானதி! எனக்குத் தெரிகிறது! பூங்குழலியைப் பார்த்து நீ பொறாமைப்படுகிறாய்!"

"ஆம், அது உண்மைதான்! இந்த உலகத்திலேயே பூங்குழலி தேவியைப் பார்த்துத்தான் நான் பொறாமைப்படுகிறேன். அவருடைய மனோரதம் நிறைவேறிவிட்டது. அவரும் அவருடைய காதலரும் கோடிக்கரைக்குப் போய் அலை கடலில் படகு செலுத்தியும், குழகர் கோவிலில் சேவை செய்தும் ஆனந்த வாழ்க்கை நடத்தப் போகிறார்கள். அவர் ஏன் என்னைப் பார்த்து சிரிக்கமாட்டார்? சிரிக்கத்தான் சிரிப்பார். ஐயா! வேறு எந்த விதமாகவேனும் என்னைத் தண்டியுங்கள். பூங்குழலி தேவி என்னைப் பார்த்துச் சிரிக்கும்படி மட்டும் செய்யாதீர்கள்..."

முதல் நாள் இரவு நடந்ததைப் பொன்னியின் செல்வர் நினைவு கூர்ந்து கூறினார்: "வானதி! கொஞ்சம் பொறுத்துக்கொண்டிரு! நேற்று பூங்குழலி உன்னைப் பார்த்துச் சிரித்தாள் அல்லவா? அவளைப் பார்த்து நீ சிரிக்கும் காலம் வரும்!"

"சுவாமி! நான் பூங்குழலி தேவியைப் பார்த்துச் சிரிக்க விரும்பவில்லை. வேறு யாரை பார்த்தும் சிரிக்க விரும்பவில்லை. யார் வேண்டுமானாலும் என்னைப் பார்த்துச் சிரித்துக்கொண்டு போகட்டும். தங்களுடைய பொன் முகத்தில் சில சமயம் புன்னகையைக் காண்பதற்குத்தான் ஆசைப்படுகிறேன். மற்றவர்களைப் பார்க்கும்போதும், பேசும்போதும் தங்கள் முகம் மலர்ந்திருக்கிறது. என்னைப் பார்க்கும்போது மட்டும் தங்கள் புருவங்கள் நெரிகின்றன. இப்போதுகூடத் தங்களைப் பார்ப்பதற்கே எனக்குப் பயமாயிருக்கிறது..."

"வானதி! இதைக் கேள்! உன்னைப் பார்த்ததும் என் முகம் சுருங்குவதற்குக் காரணம் இருக்கிறது. மற்றவர்களால் எனக்கு எவ்வித இடையூறும் இல்லை. அவர்களால் என் மன நிம்மதி குலைவதில்லை. உன்னால் என் உள்ளம் அமைதியை இழக்கிறது. நேற்றிரவு நீ தூங்கவில்லையென்று என் தமக்கையார் கூறினார். நானும் தூங்கவில்லை, வானதி! பல தினங்களாகவே நான் தூங்குவதில்லை. அரண்மனை மேன்மாடத்தில் படுத்து ஆகாசத்து நட்சத்திரங்களைப் பார்த்தேனானால், உன் கண்களின் ஒளியைத்தான் அந்த விண்மீன்கள் எனக்கு ஞாபகப்படுத்துகின்றன. சோலை மரங்கள் காற்றில் அசைந்தாடி இலைகள் சலசலவென்று சரிக்கும்போது, நீ உன் இனிய குரலில் கலகலவென்று சிரிக்கும் ஒலியைத்தான் கேட்கிறேன். மிருதுவான தென்றல் காற்று என் தேகத்தில் படும்போது நீ உன் காந்தள் மலர்களையொத்த விரல்களால் என்னைத் தொடுவதாக எண்ணிப் பரவசமடைகிறேன். வானதி! இப்படியெல்லாம் உன் நினைவு என்னை ஆட்கொண்டிருப்பதால், உன்னை நேருக்கு நேர் பார்க்கும்போது என் முகம் சுருங்குகிறது. புருவங்கள் நெரிகின்றன. என் வாழ்க்கையில் நான் சாதனை செய்ய விரும்பும் காரியங்களுக்கெல்லாம் நீ தடங்கலாகி விடுவாயோ என்று அஞ்சுகிறேன்..."

"சுவாமி! அந்தப் பயம் தங்களுக்கு வேண்டாம்! தங்கள் காரியங்களுக்கு நான் தடையாக இருக்கமாட்டேன்..."

"நீ தடையாக இருக்கமாட்டாய். யாருமே தடையாக இருக்க முடியாது! மாரிக்காலத்தில் கீழ்த்திசையிலிருந்து புயல் கொண்டு வரும் கருமேகத் திரளை நீ பார்த்திருக்கிறாயா, வானதி! அந்த மேகத்திரளில் மழை நீர் நிறைந்திருக்கிறது. மின்னல்களும், இடிகளும் அம்மேகத்தில் மறைந்திருக்கின்றன. சண்டமாருதம் அந்த மழை நிறைந்த கொண்டலைத் தள்ளிக் கொண்டு வருகிறது. அதை யாராவது தடுத்து நிறுத்த முடியுமா? அந்த மேகங்களின் நிலையில் நான் இருக்கிறேன். வானதி! என் உடம்பில் எப்போதும் ஒரு பரபரப்பு இருந்து கொண்டிருக்கிறது. என் உள்ளத்தில் ஏதோ ஒரு வேகம் இருந்து கொண்டிருக்கிறது. கண்ணுக்குத் தெரியாத மின்னல்கள் மின்னுகின்றன. காதில் கேட்காத இடி முழக்கங்கள் ஒலிக்கின்றன. புயல்களும், சூறைக்காற்றுகளும், சண்டமாருதங்களும் என்னை அழைக்கின்றன. ஏழு கடல்களிலும் மலைமலையாக அலைகள் கிளம்பி என்னை வரவேற்கின்றன. ஆயிரமாயிரம் சங்கங்களின் நாதமும், முரசுகளின் முழக்கமும் போர் யானைகளின் பிளிறல்களும் என்னைக் கவர்ந்து இழுக்கின்றன. என்னை யாரும் தடுக்க முடியாது, வானதி! ஆனால் தடுக்க முயன்று எனக்கு மன அமைதி இல்லாமல் செய்ய முடியும்..."

"சுவாமி! அவ்வாறு நான் ஒருநாளும் செய்ய மாட்டேன். தடை செய்ய முயலவும் மாட்டேன். மூன்று உலகையும் ஆளப் பிறந்த தங்களுக்கு உதவி செய்ய முடியாவிட்டாலும் இடையூறாக இருக்கமாட்டேன். ஆகையினாலேதான் தங்கள் அருகில் சோழ சிங்காதனத்தில் உட்காரவும் மறுதளிக்கிறேன்."

"வானதி! சோழர் குலச் சிங்காதனம் மகிமையில் பெரியதானாலும், அளவிலே சிறியது. அதில் ஒருவர்தான் அமர முடியும். சக்கரவர்த்திக்குப் பக்கத்தில் வேறொரு சிங்காதனம் அமைத்து, அதில்தான் சக்கரவர்த்தினி அமரவேண்டும்."

"சுவாமி! எனக்குத் தாங்கள் அமரும் சிங்காதனத்திலும் இடம் வேண்டாம். தங்கள் அருகில் தனிச் சிங்காதனத்திலும் இடம் வேண்டாம். தங்களுடைய பட்டமகிஷியாகச் சிங்காதனத்தில் அமர்ந்திருக்கப் புண்ணியம் செய்தவளுக்கு அந்தப் பாக்கியம் கிடைக்கட்டும். தங்களுடைய நெஞ்சமாகிய சிங்காதனத்திலே எனக்குச் சிறிது இடங்கொடுத்தீர்களானால், அதுவே ஏழு ஜென்மங்களில் நான் செய்த தவத்தின் பயன் என்று கருதி பூரிப்பு அடைவேன்!"

"வானதி! என்னால் சுலபமாகக் கொடுக்க முடிந்ததை நீ கேட்டாய். என்னுடைய நெஞ்சமாகிய சிங்காதனத்தில் நீ ஏற்கெனவே இடம் தயார் செய்து கொண்டு விட்டாய்! அதை நான் உனக்குத் தருவதில் எவ்விதத் தடையுமில்லை! இந்தப் பெரிய சோழ சாம்ராஜ்யத்தின் சக்கரவர்த்தினியாக உண்மையிலேயே நீ விரும்பவில்லையா. வானதி கண்டோர் கண்கள் கூசும்படி ஜொலிக்கும் நவரத்தினங்கள் பதித்த பொற்கிரீடத்தை உன் சிரசில் சூட்டிக் கொள்ள வேண்டும் என்ற ஆசை உனக்கு இல்லையா?"

"அந்த ஆசை எனக்குச் சிறிதும் இல்லை! சோழ குலத்துப் புராதன மணி மகுடங்களை நான் பார்த்திருக்கிறேன். கையில் எடுத்துப் பார்த்திருக்கிறேன். அவற்றில் ஒன்றை என் தலையில் வைத்துக் கொண்டால், அதன் கனம் என் தலையை அமுக்கிக் கழுத்தை நெறித்து மூச்சுவிடத் திணறும்படி செய்துவிடும் என்று அஞ்சுகிறேன். அவ்வளவு வலிமை என் உடலில் இல்லை. அவ்வளவு தைரியம் என் மனத்திலும் இல்லை. சுவாமி! நவரத்தினங்கள் இழைத்த மணி மகுடத்தைச் சுமக்க வலிமையும் தைரியமும் உள்ளவர்கள் அதைச் சுமக்கட்டும். தாங்கள் கடல் கடந்த நாடுகளுக்குப் பிரயாணம் புறப்படுவதற்கு முன்னால், எனக்கு வேறொரு பரிசு கொடுத்து விட்டுப் போங்கள். அரண்மனை நந்தவனத்திலிருந்து அழகான மலர்களைப் பறித்துத் தொடுத்து மாலை கட்டித் தருகிறேன். என்னால் எளிதில் சுமக்கக்கூடிய அந்த மாலையை என் கழுத்தில் சூட்டி என்னைத் தங்கள் அடிமையாக்கிக் கொண்டுவிட்டுப் புறப்படுங்கள்!..."

"சீன வர்த்தகர்களிடமிருந்து நவரத்தின மாலையை உனக்கு பட்டாபிஷேகப் பரிசாகக் கொண்டு வந்தேன்."

"தங்கள் பட்டாபிஷேகத்துக்கு எனக்குப் பரிசு எதற்கு?"

"சரி, வேண்டாம்! இதை வேறு யாருக்காவது கொடுத்து விடுகிறேன், வானதி! நீயும், நானும் ஓர் ஒப்பந்தம் செய்து கொள்வோம். நான் புறப்படுவதற்கு முன்னர் உன் விருப்பத்தின்படி உனக்கு ஒரு மாலை சூட்டிவிட்டுப் போகிறேன். நான் சூட்டும் அந்த மணமாலைக்குப் பதிலாக நான் ஒவ்வொரு தடவை அயல் நாடுகளிலிருந்து திரும்பி வரும்போதும் நீ ஒவ்வொரு பூமாலையுடன் காத்திருக்க வேண்டும். கடல் கடந்த தூர தூர தேசங்களுக்கெல்லாம் சென்று புலிக்கொடியை நாட்டிவிட்டு வெற்றி முழக்கத்துடன் நான் திரும்பி வரும்போதெல்லாம் நீ ஒரு வெற்றி மாலையுடன் எனக்காகக் காத்திருக்க வேண்டும்" என்றார் இளவரசர்.

"ஒரு மாலை என்ன? நூறு நூறு மாலைகள் தொடுத்து வைத்துக்கொண்டு காத்திருப்பேன். இந்தத் தேச மக்கள் எல்லாரும் காத்திருப்பார்கள்!" என்றாள் இளவரசி வானதி.

ஃஃ

87. புலவரின் திகைப்பு

அருள்மொழிவர்மருக்குத் திருமுடி சூட்டு விழா நெருங்க நெருங்க, சோழ நாடு முழுவதும் ஒரே கோலாகலமாகி வந்தது. பொன்னியின் செல்வருக்குப் பொன் முடி சூடுவது குறித்து மக்களிடையில் மாறுபட்ட அபிப்பிராயமே காணப்படவில்லை. சோழ நாட்டு ஆண்கள், பெண்கள், வயோதிகர்கள், குழந்தைகள், நகர மாந்தர், கிராமவாசிகள்,

வர்த்தகர்கள், உழவர்கள் அனைவரும், ஒருமுகமாகப் பொன்னியின் செல்வருக்கு முடிசூட்டுவதைக் குதூகலமாக வரவேற்றார்கள். அவர் பிறந்த வேளையைப் பற்றியும், குடிமக்களிடம் அவர் கலந்து பழகும் அருமைப் பண்பைப் பற்றியும் அனைவரும் சொல்லிச் சொல்லி வியந்து மகிழ்ந்தார்கள். இராமருக்குப் பட்டாபிஷேகம் செய்துவைக்கத் தசரதர் முடிவு செய்துவிட்டார் என்று அறிந்ததும் அயோத்தி மக்கள் எல்லோரும் எவ்வளவு மகிழ்ச்சி அடைந்தார்கள் என்பதை இராமகாதை நன்கு வர்ணிக்கிறது.

வயது முதிர்ந்த பெண்மணிகள் எல்லாரும் கோசலையைப் போல் ஆகிவிட்டார்களாம். தத்தம் புதல்வர்களுக்கே மகுடாபிஷேகம் ஆகப் போவதாக எண்ணி மகிழ்ந்தார்களாம். இளம் பெண்கள் எல்லாரும் சீதா தேவி அடைந்த ஆனந்தத்தைத் தாங்களும் அடைந்து, தத்தம் கணவன்மார்களுக்கே முடிசூட்டப் போவதாகக் கருதித் தங்களை ஆடை ஆபரணங்களால் அலங்கரித்துக் கொண்டார்களாம். அயோத்திமாநகரத்தில் வாழ்ந்த முதிய பிராயத்து ஆண்மக்கள் எல்லாரும் தசரதனைப் போல் ஆகிவிட்டார்களாம்.

மாதர்கள் வயதின்மிக் கார் கோசலை மனத்தை ஒத்தார்;
வேதியர் வசிட்டனொத் தார்; வேறுள மகளிர் எல்லாம்
சீதையை ஒத்தார்; அன்னாள் திருவினை ஒத்தாள்;
அவ்வூர்
சாதன மாந்தஎல் லாம் தயரதன் தன்னை ஒத்தார்.

என்று அயோத்தி மக்களின் மனோநிலையைக் கம்ப நாடார் அற்புதமாக சித்தரித்திருக்கிறார்.

அவ்வாறு அயோத்தி மக்களின் உள்ளன்பையும் நன்மதிப்பையும் அடைவதற்கு இராமர் என்னஅருஞ்செயல் புரிந்திருந்தார்? அவருடைய கோதண்டத்தின் மகிமையெல்லாம் பிற்காலத்தில் அல்லவா வெளியாவதற்கு இருந்தது. இராவணன் முதலிய ராட்சதர்களை வதம் செய்து மூன்று உலகங்களுக்கும் பயத்திலிருந்து விடுதலை அளித்த பெருமை பின்னால் அல்லவா அவரைச் சேர்வதாக இருந்தது? விசுவாமித்திர முனிவரோடு சென்று அவருடைய யாகத்தைப் பூர்த்தி செய்வித்து விட்டு வந்தார் என்பது அயோத்தி மக்களுக்கு அவ்வளவாக இராமருடைய பெருமையை உயர்த்திக் காட்டியிராதல்லவா? ஏன்? விசுவாமித்திரர் திரும்பி அயோத்திக்கு வந்து அதைச் சொல்லக்கூட இல்லையே?

இந்த உலகில் சிலர் செயற்கரிய வீரச் செயல்களும், பரோபகாரச் செயல்களும் புரிந்து மக்களின் உள்ளத்தைக் கவர்கிறார்கள். இன்னும் சிலர் இசை பாடியும், நடனம் ஆடியும், கவிதை புனைந்தும், சித்திர சிற்பக்கலைகளில் அற்புதங்களை அளித்தும் பிறருடைய போற்றுதலுக்கு உள்ளாகிறார்கள். வேறு சிலர் கருவிலேயே திருவுடையோராய், பிறக்கும்போதே சிறப்புடையோரமாய்ப் பிறந்து விடுகிறார்கள். குறிப்பிடக்கூடிய காரணம் எதுவும் இன்றிப் பார்ப்பவர்களுடைய உள்ளங்களையெல்லாம் கவர்ந்து வசிகரிக்கக் கூடிய சக்தியை இயற்கை அன்னை அவர்களுக்கு அளித்து விடுகிறாள். ஆகா! இயற்கை அன்னை மிக்க பாரபட்சம் உடையவள் போலும்! ஆனாலும் நாம் என்ன கண்டோம்? இயற்கை அன்னை அத்தகைய வசிகர சக்தியை அவர்களுக்கு அளிக்கும்போது அதற்கு இணையாக வேறு என்ன பிரதிகூலமான அம்சங்களையும் அளித்திருக்கிறாளோ, நமக்கு என்ன தெரியும்?

அவ்வளவு தூரம் அயோத்தி மாந்தரின் உள்ளன்பைக் கவர்ந்து அவர்களுடைய போற்றுதலுக்கு உரியவராயிருந்த இராமர், உலகில் சாதாரண மனிதர் யாரும் அடையாத துன்பங்களையெல்லாம் அடைய வேண்டியிருந்ததல்லவா? நாட்டைத் துறந்து, காட்டுக்குச் சென்று, காதல் மனைவியைப் பறிகொடுத்து, சொல்லுவதற்கு இயலாத மனவேதனைப் படவேண்டி நேர்ந்ததல்லவா?

அருள்மொழிவர்மர் இயற்கை அன்னையின் பட்சபாதமான சலுகைக்குப் பாத்திரமானவர். அவருடைய தோற்றமே அவரைப் பார்த்தவர்கள் அனைவர் மனத்தையும் வசீகரித்தது. அவருடைய இனிய பேச்சும் பண்புகளும் அவருடன் பழக நேர்ந்தவர்கள் எல்லாருடைய அன்பையும் கவர்ந்தன. ஈழ நாட்டுப் போர்க்களத்துக்கு

அவர் சென்றிருந்தபோது அவ்வளவாக வீர தீரச் செயல்கள் புரிவதற்குச் சந்தர்ப்பங்கள் கிட்டவில்லை. ஆயினும் அவருடைய வீரப் பிரதாபங்களைப் பற்றிய கற்பனைச் செய்திகள் பல சோழ நாடெங்கும் பரவி வந்தன. ஒருவரிடம் நாம் அன்பு கொண்டு விட்டால், அவரைப் பற்றிய எவ்வளவு மிகைப்படுத்தப்பட்ட புகழுரைகளையும் எளிதில் நம்புவதற்கு ஆயத்தமாகி விடுகிறோம் அல்லவா?

சுந்தர சோழர் நோய்வாய்ப்பட்டு நடமாடவும் சக்தியில்லாமல் போன காலத்திலிருந்து, அரசுரிமை சம்பந்தமான குழப்பங்கள் சோழ நாட்டில் ஏற்படக்கூடுமோ என்று மக்கள் கவலைப்பட்டு வந்தார்கள். பழுவேட்டரையர், சம்புவரையர் முதலிய குறுநில மன்னர்களும், பெருந்தரத்து அதிகாரிகளும் சுந்தர சோழரின் புதல்வர்களுக்கு விரோதமாகக் கண்டராதித்தருடைய மகனுக்குப் பட்டம் கட்டச் சதி செய்கிறார்கள் என்னும் வதந்தியும் பரவியிருந்தது.

கண்டராதித்தருடைய குமாரன் மதுராந்தகனுக்கு விரோதமாகச் சொல்லக் கூடியது எதுவும் மக்களுக்குத் தெரிந்திருக்கவில்லை. ஆனால் மதுராந்தகன் மக்களிடையில் வந்து கலந்து பழகியதுமில்லை. தந்தையைப்போல் உலக வாழ்க்கையில் வெறுப்புற்றுச் சிவபக்தியில் ஆழ்ந்திருக்கிறான் என்பது மட்டும் தெரிந்திருந்தது. விஜயாலய சோழர் காலத்திலிருந்து சோழ ராஜ்யம் விரிந்து பரந்து வந்ததையும், வர்த்தகம் செழித்து மக்களின் வாழ்க்கை உயர்ந்து வந்ததையும், சோழ சைன்யங்கள் வெற்றி கொண்ட நாடுகளிலிருந்து பலவிதச் செல்வங்கள் சோழ நாட்டில் வந்து குவிந்து கொண்டிருந்ததையும் பார்த்துக் களித்துப் பெருமிதம் அடைந்திருந்த மக்கள், சோழப் பேரரசு மேலும் மேலும் பல்கிப் பரவித் தழைக்க வேண்டுமென்று நம்பினார்கள். சிவபக்தியில் முழுக்க முழுக்க ஈடுபட்ட மதுராந்தகர் சிங்காதனம் ஏறினால், சோழ ராஜ்யத்தின் முன்னேற்றம் தொடர்ந்து நடைபெற முடியுமா என்று ஐயுற்றார்கள். அதுமட்டுமன்றி, மதுராந்தகர் பட்டத்துக்கு வந்தால் சிற்றரசர்கள் வைத்ததே சட்டமாயிருக்கும் என்று மக்கள் அஞ்சினார்கள்.

ஆதித்த கரிகாலரைப் பற்றி வீராதி வீரர் என்ற பெருமதிப்பு மக்களுக்கு இருந்தாலும், அவர் சிங்காதனம் ஏறுவது பற்றியும் அவ்வளவாக உற்சாகம் கொள்ள இடமில்லாமலிருந்தது. ஆதித்த கரிகாலரிடம் மக்களை வசீகரிக்கும் இனிய சுபாவம் இல்லை. எல்லாருடனும் அவர் சரளமாகக் கலந்து பழகுவதில்லை. இதையன்றி, கரிகாலரைப் பற்றி மர்மமான பல வதந்திகள் உலாவி வந்தன. அவர் ஏதோ பெரிய குற்றம் செய்துவிட்டார் என்றும், அவருடைய மனச்சாட்சியே அதற்காக அவரை வருத்திக் கொண்டிருக்கிறதென்றும், அதனாலே தந்தை சுந்தர சோழரின் அபிமானத்தை இழந்து விட்டார் என்றும் வதந்திகள் பரவியிருந்தன. இன்னும் பலவிதமான கற்பனைக் கதைகளும் கட்டிவிடப்பட்டிருந்தன. ஆகையால் அவர் அகால மரணமடைந்த போது ஒரு மகா வீரனுக்குரிய மரியாதையை மக்கள் செலுத்தினாலும் அதிகமாக துக்கப்பட்டுக் கொண்டிருக்கவில்லை. வால் நட்சத்திரத்தின் பேரில் பழியைப் போட்டுவிட்டு ஒருவாறு மனதைச் சமாதானப்படுத்திக் கொண்டார்கள்.

பெரிய பழுவேட்டரையரின் மரணமும், அது நேர்ந்த விதமும் மக்களுடைய உள்ளத்தில் அவர் பேரில் புதியதொரு அபிமானத்தையும், மரியாதையையும் உண்டாக்கியிருந்தது. அந்த வீரக் கிழவர் முதுமைப் பிராயத்தில் மணந்துகொண்ட மாய மோகினி உண்மையில் பாண்டிய நாட்டு ஆபத்துதவிகளைச் சேர்ந்தவள் என்றும், அவளுடைய தூண்டுதலினாலேதான் பெரிய பழுவேட்டரையரின் மனம் கெட்டுப் போயிருந்ததென்றும், ஆதித்த கரிகாலரின் அகால மரணத்துக்குப் பாண்டிய நாட்டு ஆபத்துதவிகளே காரணம் என்றும், உண்மையை அறிந்துகொண்டதும் பெரிய பழுவேட்டரையர் செய்த குற்றத்துக்குப் பிராயச்சித்தமாகத் தம்மைத் தாமே மாய்த்துக் கொண்டார் என்றும் வதந்திகள் பரவிவிட்ட பிறகு, ஜனங்கள் பெரிய பழுவேட்டரையரைக் குறித்து, "ஐயோ! பாவம்!" என்று அனுதாபப்பட்டார்கள். அவர் இறப்பதற்கு முன்னால், "மதுராந்தகருக்குப் பட்டம் கட்டும் எண்ணத்தை விட்டு விடுங்கள், பொன்னியின் செல்வருக்கே முடிசூட்டுங்கள்!" என்று மற்ற குறுநில மன்னர்களுக்குக் கட்டளையிட்டு விட்டுச்சென்றார் என்பதும் அவரிடம் மக்களின்

மரியாதையை அதிகப்படுத்தியது. மக்களின் மனத்தில் உள்ள விருப்பம் நிறைவேறுவதற்கு ஒரு பெரிய தடங்கலை நிவர்த்தி செய்துவிட்டல்லவா அந்த மாபெரும் வீர கிழவர் உயிரை நீத்தார்? அவருடைய நினைவு வாழ்க! அவருடைய குலம் வாழ்க! இவ்வாறு ஜனங்கள் நன்றி உணர்ச்சியுடன் அவரைப் பற்றிப் புகழ்ந்து பேசினார்கள்.

மதுராந்தகத்தேவர் விஷயத்தில் ஆள் மாறாட்டம் நடந்திருக்கிறது என்னும் விவரம் பொதுமக்களில் யாருக்குமே தெரிந்திருக்கவில்லை. அரச குடும்பத்தினரையும், அவர்களுடன் நெருங்கிய தொடர்பு கொண்டவர்களையும் தவிர வேறு யாருக்கும் அந்தச் செய்தி தெரியாது. பழைய மதுராந்தகர் பெரும்பாலும் அரண்மனைக்குள்ளேயே பொழுதைக் கழித்தார். மிக அபூர்வமாகவே வெளிப்புறப்பட்டார். அந்தச் சந்தர்ப்பங்களிலும் அவர் பொதுமக்களுடன் கலந்து பழகுவதில்லை. அவருக்கு முடிசூட்டும் பேச்சு நடந்து கொண்டிருந்தபோது மூடுபல்லக்கில் வைத்து அவரை அழைத்துக்கொண்டு போவது வழக்கமாயிருந்தது. அவருடைய அங்க அடையாளங்களைக் கூர்ந்து கவனிக்கப் பொது ஜனங்களுக்குச் சந்தர்ப்பம் ஏற்படவில்லை. ஆகையால் பழைய மதுராந்தகர் போய்ப் புதிய மதுராந்தகர் வந்துள்ள விவரமே மிகப் பெரும்பாலான மக்களுக்குத் தெரியாமலிருந்தது.

ஆதலின் திருவையாற்றில் நடந்த திருவாதிரைத் திருவிழாவில் புதிய மதுராந்தகரைப் பார்த்தவர்கள் எவரும் ஆள் வேற்றுமை எதுவும் இருப்பதாக அறியவில்லை. அவர் மனைவி பூங்குழலி மட்டும் சிலருடைய கவனத்தைக் கவர்ந்தாள். அந்தப் பெண் 'சின்னப் பழுவேட்டரையருடைய மகள்' என்று சிலர் கூறியதை மற்றும் சிலர் மறுத்துரைத்தார்கள். கடலில் படகு செலுத்தி வந்த ஓடக்காரப் பெண் இவள் என்றும், மதுராந்தகர் சமீபத்தில் இவளை மணந்து கொண்டார் என்றும் சொன்னார்கள்.

அரச குடும்பத்தினரும், குறுநில மன்னர்களும் பலதார மணம் செய்துகொள்வது அந்நாளில் சாதாரணமாக இருந்தபடியால் யாரும் அதைப் பற்றி வியப்பு அடையவில்லை. சிற்றரசர்கள் பலர் தூண்டியும் மதுராந்தகத்தேவர் தமக்குப் பட்டம் வேண்டாம் என்று சொல்லி விட்டார் என்னும் வதந்தி மக்களுக்குப் பொதுவாகவே அவரிடம் மரியாதையை உண்டுபண்ணியிருந்தது. சிவபக்தியில் திளைத்துப் பரவச நிலையை அடைந்திருந்த அவருடைய தோற்றமும் அந்த மரியாதையை வளர்த்தது. "ஓடக்காரப் பெண்ணாகிய பூங்குழலியை முன்னிட்டே மதுராந்தகர் சோழ சிங்காதனத்தை விரும்பவில்லை" என்ற பேச்சு இன்னும் பலருடைய அபிமானத்தை அவர் கவர்ந்துகொள்ளக் காரணமாயிருந்தது. பொன்னியின் செல்வருக்குப் பட்டாபிஷேகம் நடந்ததும், மதுராந்தகத்தேவருக்கு ஏதேனும் பெரிய பதவி அளிப்பார் என்றும் பேசிக் கொண்டார்கள்.

முடிசூட்டு விழாவுக்கு இரண்டு தினங்களுக்கு முன்னாலிருந்து சோழ நாட்டின் நானா திசைகளிலிருந்தும் ஜனங்கள் தஞ்சையை நோக்கி வரத் தொடங்கிவிட்டார்கள். தஞ்சைக் கோட்டைக்கு வெளியே ஒரே ஜனசமுத்திரமாகக் காட்சி அளித்தது. கோட்டையின் வாசற் கதவுகள் திறந்து விடப்பட்டன. கோட்டைக்குள் போவதற்கும் வெளியே வருவதற்கும் முன்னம் இருந்த கட்டுப்பாடுகள் நீக்கப்பட்டன. முடிசூட்டு நாளைத் தள்ளி வைத்துக்கொண்டால் சமாளிக்க முடியாத கூட்டம் சேர்ந்து விடும் என்றுதான் தை பிறந்தவுடனே நாள் குறிப்பிட்டிருந்தார்கள். இன்னும் ஜனங்களுடைய சௌகரியத்துக்காக வேறு பல ஏற்பாடுகளும் செய்திருந்தார்கள்.

கொடும்பாளூர் வேளார் தம்முடன் அழைத்துக் கொண்டு வந்திருந்த மாபெரும் தென் திசைப் படையில் மிகப் பெரிய பகுதியைப் பொன்னியின் செல்வர் கட்டளையின் பேரில் திருப்பி அனுப்பிவிட்டார். தம்முடன் ஆயிரம் வீரர்களை மட்டுமே வைத்துக் கொண்டிருந்தார். அவ்விதமே பழுவேட்டரையர் கட்சியைச் சேர்ந்த சிற்றரசர்கள் குடந்தைக்கு அருகில் கொண்டு வந்து நிறுத்தியிருந்த வீரர்களும் திருப்பி அவரவர்களுடைய இடத்துக்கு அனுப்பப்பட்டார்கள். சின்னப் பழுவேட்டரையர் கோட்டைப் பாதுகாப்புக்காக வழக்கமாக வைத்திருந்த வீரர்கள் மட்டுமே இப்பொழுது இருந்தார்கள்.

பழுவூர் வீரர்களும், கொடும்பாளூர் வீரர்களும், வேளக்காரப் படை வீரர்களும் தங்களுடைய பகை மாற்சரியங் களையெல்லாம் மறந்து ஒருவரையொருவர் கட்டித் தழுவிக் கொள்ளவும், கேலி செய்வதும் கூத்தாடிக் குதூகலிப்பதுமாக இருந்தார்கள். முடிசூட்டு விழாவைப் பார்ப்பதற்குத் திரள்திரளாக வந்து குவிந்தவண்ணமிருந்த மக்களுக்கு அவர்கள் கூடிய வரையில் உதவியாக இருந்தார்கள். சில சமயம் வேடிக்கைக்காக வானர சேஷ்டைகளில் அவ்வீரர்கள் ஈடுபட்ட போதிலும் ஜனங்கள் அவற்றைப் பொருட்படுத்தவில்லை.

தஞ்சை கோட்டைக்கு உட்புறமும் புறநகரமும் தேவேந்திரனின் அமராவதி நகரத்தைப் போல் அலங்கரிக்கப்பட்டு விளங்கின. நகரில் உள்ள ஒவ்வொரு வீட்டுக்கும் வெளியூரிலிருந்து விருந்தாளிகள் வந்து குவிந்த வண்ணமிருந்தார்கள்.

கடைசியாக மகுடாபிஷேகத்துக்குக் குறிப்பிட்ட தினத்தன்று சூரியன் உதயமாயிற்று. உதிக்கும்போதே பனித்திரளைப் போக்கிக் கொண்டு பொற் கிரணங்களைப் பரப்பிக் கொண்டு தேஜோமயமாக உதித்த சூரியனைப் பார்த்த மாந்தர் அனைவரும், "இன்றைக்குப் பொன்னியின் செல்வருக்கு மகுடாபிஷேகம் அல்லவா! ஆகையால் சூரியனும் பொன்னொளி வீசித் திகழ்கிறான்!" என்று கூறி மகிழ்ந்தார்கள்.

மகுடாபிஷேகத்துக்குரிய வேளை வருவதற்கு வெகு நேரம் முன்னதாகவே, பட்டாபிஷேக மண்டபத்தின் வாசலில் ஜனத்திரள் சேர ஆரம்பித்து விட்டது. மண்டபத்துக்குள்ளே பொதுமக்கள் அனைவரும் இடம் பெறுதல் இயலாத காரியம் அல்லவா? முடிசூட்டு வைபவம் நடந்த பிறகு, பொன்னியின் செல்வர் மண்டபத்திலிருந்து வெளியில் வந்து பட்டத்து யானை மீதேறி வீதி வலம் தொடங்கும்போதுதான் மக்கள் அனைவரும் அவரைக் கண்டு மகிழ முடியும். அதற்காக, நேரம் கழித்து வரமுடியுமா, என்ன? முன்னதாக வந்தால், பொன்னியின் செல்வர் பொன் மகுடம் சூடிக்கொண்டு வெளி வரும்போதே அவரைப் பார்க்கலாமே!

மகுடாபிஷேக மண்டபத்துக்குள் அரண்மனையைச் சேர்ந்தவர்கள் வருவதற்குத் தனியான பின்புறப் பாதை இருந்தது. அதன் வழியாகச் சுந்தர சோழரும், வானமாதேவியும் அவர்களைத் தொடர்ந்து செம்பியன்மாதேவி, மதுராந்தகர், பூங்குழலி, குந்தவைப் பிராட்டி, வானதி ஆகியவர்களும் வந்து சேர்ந்தார்கள். முதன்மந்திரி அநிருத்தர், சின்னப் பழுவேட்டரையர், சம்புவரையர், சேனாதிபதி பூதிவிக்கிரம கேசரி, மலையமான் மிலாடுடையார், மற்றும் சிற்றரசர்கள், சாமந்தகர்கள், வர்த்தக கணத்தலைவர்கள், கோட்டத் தலைவர்கள், பெருந்தர அதிகாரிகள், சிவாச்சாரியார்கள், விண்ணகர பட்டர்கள், தமிழ்ப் பெரும் புலவர்கள் ஆகியோர் வாசலில் கூடியிருந்த பெரும் ஜனக்கூட்டத்தில் புகுந்து முண்டியடித்துக்கொண்டு உள்ளே வந்து சேர்ந்தார்கள். கடைசியில் பொன்னியின் செல்வரும், வல்லவரையன் வந்தியத்தேவனும் தாமரை மலர் போல் அமைந்த திறந்த தங்கரதத்தில் அமர்ந்து மகுடாபிஷேக மண்டபத்தின் வாசலை அடைந்தபோது, பூரண சந்திரனைக் கண்ட அலைகடலைப் போல் அந்த ஜனசமுத்திரம் கரகோஷம் முழக்கி ஆரவாரம் செய்தது.

மகுடாபிஷேகத்துக்குரிய வைதிகச் சடங்குகள் எல்லாம் நடந்தேறின. சோழ குலத்து மன்னர்கள் வழி வழியாகப் பட்டாபிஷேக தினத்தன்று சிரசில் சூட்டிக்கொள்ளும் மணி மகுடம், மார்பில் அணியும் நவரத்தின மாலை, இடையில் தரிக்கும் உடைவாள், கையில் ஏந்தும் செங்கோல் ஆகியவற்றை ஒரு பெரிய சித்திரத் தாம்பாளத்தில் வைத்துச் சபையில் பெரியவர்கள் முன்னாலெல்லாம் கொண்டு போனார்கள். அவர்கள் அத்தாம்பாளத்தைத் தொட்டு ஆசி கூறினார்கள். பின்னர், ஆஸ்தானப் புலவராகிய நல்லன் சாத்தனார் எழுந்து நின்றார். அவருக்குப் பின்னால் கையில் யாழ் பிடித்த மங்கை ஒருத்தி நின்று, யாழின் நரம்புகளை மீட்டி இனிய சுருதியை எழுப்பினாள்.

புலவர் நல்லன் சாத்தனார் சோழ குலத்தின் தொல் பெருமையையும், அக்குலத்தில் பரம்பரையாக வந்து புகழ் பெற்ற வீர மன்னர்களின் வரலாற்றையும் இசையுடன் கலந்த சந்தப் பாடலாகப் பாடலுற்றார். அந்தப் பாடல் மிக நீண்டதாகவும் இந்தக் காலத்தவர் எளிதில் அறிந்து கொள்ள முடியாத அரிய நடையிலும் அமைந்திருந்தபடியால், அதன் சாராம்சத்தை மட்டும் இங்கே குறிப்பிடுகிறோம்:

"சூரிய வம்சத்திலே தோன்றிய மனுமாந்தாதவின் குலத்தில் சிபி என்னும் மன்னர் மன்னன் இருந்தான். அவன் ஒரு புறாவுக்குத் தான் அளித்த வாக்கை நிறைவேற்றி அதன் உயிரைக் காப்பதற்காகத் தன் உடலின் சதையை அறுத்துக் கொடுத்தான். அத்தகைய சிபியின் வம்சத்தில், அவனுக்குப் பின் தோன்றியவர்கள் 'செம்பியன்' என்று குலப்பெயர் சூட்டிக்கொண்டு பெருமையடைந்தார்கள். செம்பியர் குலத்தில் இராஜ கேசரி என்று ஒரு பேரரசன் தோன்றினான். அவன் மகன் பரகேசரி என்று புகழ் பெற்றான். இவர்களுக்குப்பின் தோன்றிய மன்னர்கள் கோஇராஜ கேசரி என்றும், கோப்பரகேசரி என்றும் மாற்றி மாற்றிப் பட்டம் சூட்டிக் கொண்டு வந்தார்கள். பசுவுக்கு நீதி வழங்குவதற்குத் தன் அருமைப் புதல்வனைப் பலி கொடுத்த சோழ மன்னர் மனுநீதிச் சோழன் என்று பெயர் பெற்றான். இவனுக்குப் பிற்காலத்தில் பூம்புகார் நகரில் கரிகால் பெருவளத்தான் என்னும் மன்னன் மூவுலகங்களிலும் தன் புகழைப் பரப்பி விளங்கினான். அவன் சோழ நாட்டுப் பெரும்படையுடன் வடக்கே இமயமலை வரையில் படையெடுத்துச் சென்று, அம்மலையின் பனி மூடிய சிகரத்தில் சோழ குலத்துப் புலி இலச்சினையைப் பொறித்தான். இவன் வழியில் நலங்கிள்ளி, நெடுங்கிள்ளி, குளமுற்றத்துத் துஞ்சியக்கிள்ளி வளவன், சிவபெருமானுடைய பரம பக்தனாகிய கோப்பெருஞ்சோழன் ஆகியவர்கள் இப்புராதன குலத்துக்குப் பெயரும் புகழும் அளித்துச் சிவபதம் அடைந்தார்கள்."

"உலகத்துக்கெல்லாம் ஒளி அளிக்கும் சூரிய பகவானைக் கூட மாரிக்காலத்து மேகங்கள் மறைத்து விடுவது போல், சூரியனுடைய பரம்பரையில் வந்த சோழர் குலத்தைச் சில காலம் பல்லவ பாண்டியப் பகை மேகங்கள் மறைந்திருந்தன. அந்த மேகங்களைச் சிதற அடிக்கும் வஜ்ராயுதம் ஏந்திய தேவேந்திரனுக்கு இணையாக விஜயாலயச் சோழர் தோன்றினார். அந்தச் சோழர் குலப் புலியைக் கண்டதும் பெரும் பிடுகுமுத்தரையன் என்னும் எலி பீதி கொண்டு மாண்டு மறைந்தது. பின்னர் அந்த மகாவீரர் தஞ்சை நகரைக் கைப்பற்றி துர்க்கா பரமேசுவரிக்குக் கோயில் எடுப்பித்தார். பல்லவர்களும் பாண்டியர்களும் மற்றும் பல அரசர்களும் விஜயாலயச் சோழரின் நட்பைக் கோரி அனுப்பிய தூதுவர்கள் சதா காலமும் அந்த மன்னரின் அரண்மனை முற்றத்தில் காத்திருந்தார்கள். அவ்விதம் உதவி கோரி வந்த அரசர்களுக்கு அபயம் அளித்து உதவி செய்யும் பொருட்டு விஜயாலயச் சோழர் பற்பல போர்க்களங்களுக்குச் சென்று போர் புரிந்து தமது திருமேனியில் தொண்ணூற்றாறு விழுப்புண்களைப் பெற்றவரானார். விஜயாலயச் சோழரின் திருக்குமாரர் ஆதித்த சோழர் மாற்றார்களுடைய சேனா மேகங்களைச் சிதறி ஓடச் செய்யும் மற்றொரு கதிரவனாகவே விளங்கினார். திருப்புறம்பயம் போர்க்களத்தில் பல்லவன் அபராஜிதன் பாண்டியனால் முறியடிக்கப்படும் தறுவாயில் இருந்தபோது, ஆதித்த சோழர் முயற்கூட்டதில் புலி புகுவதைப் போல் புகுந்து பாண்டிய சைன்யத்தைச் சின்னாபின்னம் செய்தார். பின்னர், தாம் செய்த உதவியை மதிக்காமல் சிநேகத் துரோகம் செய்த பல்லவனுக்குப் புத்தி புகட்டும் பொருட்டு தொண்டை நாட்டுக்குப் படையெடுத்துச் சென்று அபராஜிதனை அவன் இருந்த யானை மேல் பாய்ந்து வீர சொர்க்கத்துக்கு அனுப்பினார். தமது முன்னோனாகிய கோச்செங்கணானைப் பின்பற்றி, காவேரி நதி உற்பத்தியாகும் சையபர்வதத்திலிருந்து பூம்புகார் நகரம் வரையில் எண்பத்திரண்டு சிவாலயங்களை எடுப்பித்தார். ஆதித்த சோழரின் புதல்வராகிய பராந்தக சோழர் பிறக்கும் போதே தம்முடைய இரு தோள்களிலும் வீரலக்ஷ்மியையும் விஜயலக்ஷ்மியையும் சுமந்து கொண்டு பிறந்தார். வெள்ளூரில் பாண்டியனைப் புறங்கண்ட அம்மன்னர், மதுரையும்

ஈழமும் கொண்டதுடன், சேர நாட்டு வேழப்படைக்கு ஒரு சிங்கமாக விளங்கினார். வடக்கே துங்கபத்திரை நதிக்கு அப்பால் இருந்த சளுக்கர்களும் வேங்கி மண்டலத்தாரும் பராந்தக சோழருடைய பெயரைக் கேட்டு சிம்ம சொப்பனம் கண்டவர்கள் போல் நடுநடுங்கினார்கள். அவருடைய புகழைக் கேட்டுப் பொறுக்காமல் பொறாமை கொண்ட இரட்டை மண்டலத்துக் கன்னர தேவன் ஏழு சமுத்திரம் சேர்ந்தது போன்ற மாபெரும் படையைத் திரட்டிக்கொண்டு பராந்தக சக்கரவர்த்தியைப் போரில் புறங்காண வந்தான். பராந்தகரின் மூத்த புதல்வராகிய இராஜாதித்த தேவர் குருக்ஷேத்திரத்தை ஒத்திருந்த தக்கோலப் போர்க்களத்தில் கன்னர தேவனையும் அவனுடைய மாபெரும் கடல் போன்ற சேனையையும் முறியடித்துச் சின்னாபின்னம் செய்த பிறகு யானை மேல் துஞ்சி வீர சொர்க்கம் எய்தினார். பராந்தக சோழர் தில்லைச் சிதம்பரத்து நடராஜப் பெருமான் ஆலயத்தில் பொன் மண்டபம் கட்டிய பின்னர் அப்பெருமானுடைய இணையடிகளை அடைந்தார்! அவருடைய புதல்வர் சிவஞான கண்டராதித்த தேவர் சிவாலயப் பணிகள் செய்வதில் ஈடுபட்டிருந்து சிவ பதத்தை அடைந்தார். அவருடைய காலத்தில் தொண்டை மண்டலத்தைப் பகைவர்களுடைய ஆதிக்கத்திலிருந்து விடுதலை செய்து சீட்புலி நாடு வரையில் புலிக் கொடியை நிலைநாட்டியவரான அரிஞ்சயத் தேவரும் தமது தமையனைப் பிரிந்து அதிக காலம் இருக்க மனமின்றி விண்ணுலகம் எய்தினார். அவருடைய திருப் புதல்வர் சுந்தர சோழ சக்கரவர்த்தி பின்னர் சோழ சிங்காதனம் ஏறினார். தான் ஒளிந்திருந்த பொந்திலிருந்து வெளியில் தலை காட்டிய பாண்டிய நரியின் மீது பாய்ந்து அதை மீண்டும் பொந்துக்குள் ஒளிந்துகொள்ளும்படி செய்தார்! சுந்தர சோழ சக்கரவர்த்தியின் வெண்கொற்றக் குடை நிழலில் மூன்று உலகமும் சிறிதும் கவலையின்றி நிர்ப்பயமாக வாழ்ந்து வருகின்றன."

"இவ்வாறு ஆயிரமாயிரம் ஆண்டுகளாக வீரப் புகழ் பெற்று விளங்கும் குலத்தில் வந்த பொன்னியின் செல்வரை எம்மொழிகளால் யாம் போற்ற முடியும்? அவருடைய புகழைச் சொல்வதற்குக் கலைமகளே பிறந்து வந்தால் ஒருவேளை சாத்தியமாகக் கூடும். எம்மைப்போன்ற மிகச் சாதாரண புலவர்களால் இயம்பத் தரமன்று..."

இவ்விதம் நல்லன் சாத்தனார் சோழ குலப் பெருமையைப் பாடி முடித்தார். அவருக்குப் பிறகு வடமொழிப் புலவர்களும், புத்தபிக்ஷுக்களும், சிவாச்சாரியார்களும், வைஷ்ணவ ஆச்சாரியர்களும் வாழ்த்துக் கூறுவதற்குக் காத்திருந்தார்கள். இவர்களை எப்படிச் சுருக்கமாக முடிக்கச் செய்வது என்பது பட்டாபிஷேக முகூர்த்தம் வைத்திருப்பவர்களுக்குப் பெரும் கவலையாகப் போய்விட்டது. அப்படிக் கவலைப்பட்டவர்களில் சின்னப் பழுவேட்டரையரும் ஒருவர். அவர் தமது கரத்தினால் சோழர் குலத்துப் புராதன கிரீடத்தை எடுத்துப் பொன்னியின் செல்வரின் சிரசில் சூடுவதற்கு ஆயத்தமாயிருந்தார். புலவர்களையும் பண்டிதர்களையும் எப்படி விரைவில் பாடி முடிக்கச் செய்வது என்று எண்ணிச் சுற்று முற்றும் பார்த்த சின்னப் பழுவேட்டரையரின் சமீபத்தில் புதிய ஆள் ஒருவன் திடுதிப்பென்று வந்தான். தெரு வீதியில் மொய்த்து நின்று கொண்டிருந்த அவ்வளவு ஜனக் கூட்டத்தாரையும் தாண்டி அவன் எப்படி ஆஸ்தான மண்டபத்துக்குள் வந்தான் என்பது பலருக்கும் வியப்பு அளித்தது. ஆனால் வந்தியத்தேவனுக்கு அது வியப்பு அளிக்கவில்லை. மாறுவேடம் பூண்டிருந்தவன் ஆழ்வார்க்கடியான்தான் என்பதை அறிந்திருந்த வந்தியத்தேவன் பொன்னியின் செல்வரை நோக்கினான். அவரும் அந்த சமிக்ஞையைத் தெரிந்து கொண்டவராகத் தோன்றினார்.

சின்னப் பழுவேட்டரையரின் காதில் ஆழ்வார்க்கடியான் என்ன இரகசியச் செய்தியைச் சொன்னானோ, தெரியாது. உடனே அவருடைய முகத்தில் பெரும் கவலையும், கலக்கமும் குடிகொண்டன. ஒரு கணம் தயங்கி நின்று விட்டு அவனை அழைத்துக் கொண்டு அச்சபா மண்டபத்தில் அதிகக் கூட்டமில்லாத ஒரு பக்கத்துக்குச் சென்றார்.

இதைக் கவனித்தார் பொன்னியின் செல்வர், நல்லன் சாத்தனார் சோழர் குலப் பெருமைக் கூறி வந்தபோதெல்லாம் கைகூப்பி நின்று வணக்கத்துடன் கேட்டுக்கொண்டு வந்தவர், இப்போது அந்தப் புலவரை நோக்கி, "ஐயா! புலவரே! இத்தனை நேரமும் தாங்கள் கூறி வந்த புகழெல்லாம் என் முன்னோரைப் பற்றியவை அல்லவோ? இந்தப் புராதனப் பெருமை வாய்ந்த சிங்காதனத்தில் அமர்ந்து மணி மகுடம் சூட்டி கொள்வதற்குத் தகுதியுள்ளவனாக நான் என்ன காரியம் செய்திருக்கிறேன்? அதைப் பற்றிக் கூறுவதற்குக் கலைமகள் இங்கே இப்போது பிரசன்னமாவது சாத்தியமில்லையாதலால் தங்களால் இயன்ற வரையில் சற்று எடுத்து இயம்பலாமே?" என்றார்.

புலவர் திகைத்து நின்றதைப் பார்த்த பொன்னியின் செல்வர், "ஐயா! தாங்கள் திகைத்து நிற்பது இயல்பே, தங்கள் பேரில் குற்றம் இல்லை. அவ்வாறு என்னுடைய புகழைப் பாட்டில் அமைத்துப் பாடும்படியாக நான் இன்னமும் ஒரு காரியமும் செய்யவில்லை. இன்றுதான் தொடங்கப் போகிறேன்!" என்றார்.

ஃஃஃ

88. பட்டாபிஷேகம்

அருள்மொழிவர்மர் தொடர்ந்து புலவரைப் பார்த்துக் கூறினார்: "ஐயா! தங்களை இன்னும் ஒன்று கேட்கிறேன். சிபிச் சக்கரவர்த்தி முதல் சிவஞான கண்டராதித்தர் வரையில் எங்கள் சோழ குலத்து மன்னர்களின் புகழைத் தாங்கள் விரித்துரைத்தீர்கள். அவையெல்லாம் இந்தப் புராதன குலத்தில் பிறக்கும் பாக்கியம் பெற்ற எனக்கு எவ்வளவு பொருத்தமோ, அவ்வளவு என் சிறிய தந்தையும் மகான் கண்டராதித்த சோழரின் உத்தமத் திருப்புதல்வருமான மதுராந்தகத் தேவருக்கும் பொருத்தமாகுமல்லவா?"

புலவர் "ஆம்" என்பதற்கு அறிகுறியாகத் தலையை அசைத்தார். சபையிலிருந்தவர்கள் அத்தனை பேரின் கண்களும் சுந்தர சோழரின் மறு பக்கத்தில் அடக்க ஒடுக்கத்துடன் அமர்ந்திருந்த மதுராந்தகத்தேவரின் மீது திரும்பின. இப்போதுதான் புதிதாகப் பார்ப்பதுபோல் மதுராந்தகரைக் கூர்ந்து கவனிக்கத் தொடங்கினார்கள். முன்னமே மிக்க கூச்சத்துடன் அமர்ந்திருந்த மதுராந்தகர் இப்போது மேலும் சங்கோசம் அடைந்தவராகிப் பூமாதேவியைக் கண்கொட்டாமல் பார்த்துக் கொண்டு குனிந்த தலை நிமிராமலிருந்தார்.

இதற்கிடையில் மறுவேடம் பூண்டிருந்த ஆழ்வார்க்கடியான் மண்டபத்தின் ஒரு மூலைக்கு அவனை அழைத்துச் சென்ற சின்னப் பழுவேட்டரையரிடம் கவலை தரும் ஒரு செய்தியைக் கூறினான்.

பாண்டிய நாட்டு ஆபத்துதவிகளைச் சேர்ந்தவளும், படகோட்டி முருகய்யனின் மனைவியுமான ராக்கம்மாள் என்பவளை மகுடாபிஷேக வைபவத்துக்காக வந்து கூடியிருந்த ஜனத்திரளிடையே அவன் கண்டான். எதற்காக இங்கே அவள் வந்திருக்கிறாள் என்பதை அறியும் பொருட்டுப் பின் தொடர்ந்து சென்றான். சின்னப் பழுவேட்டரையரின் அரண்மனைக்கு அருகில் ஜனக் கூட்டத்தில் அவள் மறைந்து விட்டாள். ஆழ்வார்க்கடியான் அங்கேயே நின்று அங்குமிங்கும் பார்த்துக் கொண்டிருந்த போது அவள் மறுபடியும் காணப்பட்டாள். அவளுடன் இன்னொரு பெண் இடுப்பில் ஒரு குழந்தையுடன் சென்றாள். அந்த இன்னொரு பெண் சின்னப் பழுவேட்டரையரின் மகளைப் போல் தோன்றவே ஆழ்வார்க்கடியான் இன்னது செய்வது என்று தெரியாமல் சிறிது நேரம் திகைத்தான். சின்னப் பழுவேட்டரையரின் மகள்தான் என்று நிச்சயமாகச் சொல்லவும் முடியவில்லை. கொஞ்ச தூரம் அவர்களுடன் போய் உறுதி செய்து கொள்ளலாம் என்று போனான். கூட்டத்தில் அவர்களைப் பின்தொடர்ந்து போவது எளிய காரியமாக இல்லை, அவன் பின் தொடர்ந்து வருகிறான் என்பதை ராக்கம்மாளும் கவனித்திருக்க வேண்டும். அவள்

திடீரென்று கூட்டத்துக்கு மத்தியில் "ஐயையோ! இந்த ஆள் எங்களைத் தொந்தரவு செய்கிறான். பெண்களைத் தொடர்ந்து வந்து தொல்லை கொடுக்கிறான்!" என்று கூச்சலிட்டாள். உடனே அங்கு நின்ற ஜனங்களில் பலர் ஆழ்வார்க்கடியானைச் சூழ்ந்து கொண்டு அவனைக் கண்டிக்கத் தலைப்பட்டார்கள். அவர்களிடம் ஆழ்வார்க்கடியான் அப்படியொன்றும் தான் செய்யவில்லையென்றும், இவர்கள் எல்லாரையும் போல நானும் மகுடாபிஷேகக் காட்சிகளைப் பார்க்க வந்தவன் என்றும் சத்தியம் செய்து கூறினான். அவனைச் சூழ்ந்துகொண்ட ஜனத்திரளைச் சமாதானப்படுத்திவிட்டு அவன் வெளியேறுவதற்குள் ராக்கம்மாளும் இடுப்பில் குழந்தையோடு கூடிய மற்றொரு பெண்ணும் மறைந்து விட்டார்கள். ஆழ்வார்க்கடியான் கோட்டை வாசல் வரையில் அவர்களைத் தேடிக் கொண்டு சென்றான். கோட்டை வாசலுக்குச் சற்றுத் தூரத்தில் ஒரு மூடுபல்லக்கில் குழந்தையுடன் கூடிய பெண் ஏறிக் கொண்டிருப்பதைக் கண்டான். பல்லக்கைச் சூழ்ந்து நாலு குதிரை வீரர்கள் நின்றார்கள். பல்லக்கில் அப்பெண் ஏறியதும், பல்லக்கும் குதிரைகளும் விரைந்து போகத் தொடங்கின. மேலும் அவர்களைத் தொடர்ந்து போகலாமா என்று யோசிப்பதற்குள் மகுடாபிஷேகத்தைப் பார்ப்பதற்காக வந்து கொண்டிருந்த ஒரு பெரிய ஜனக்கும்பல் ஆழ்வார்க்கடியானை இடித்துத் தள்ளிக் கொண்டு வந்து வெகு தூரம் கோட்டைக்குள் கொண்டு வந்து சேர்த்துவிட்டது. அந்தச் செய்தியைக் கோட்டைத் தளபதியிடம் உடனே தெரிவிப்பது முக்கியமானது என்று கருதி ஆழ்வார்க்கடியான் பட்டாபிஷேக மண்டபத்துக்கு வந்து சேர்ந்தான். அருள்மொழிவர்மரின் கட்டளையின் பேரிலேயே தான் இவ்வாறு மாறுவேடம் பூண்டிருப்பதாயும், ஜனக் கூட்டத்தில் அங்குமிங்கும் திரிந்து ஜனங்கள் என்ன பேசிக் கொள்கிறார்கள், என்பதை அறிந்து வந்து தம்மிடம் சொல்லும்படி பொன்னியின் செல்வர் பணித்ததாயும், அந்தக் கடமையை நிறைவேற்றி வரும் சமயத்திலேயே மேற்சொன்ன நிகழ்ச்சியைத் தான் காணும்படி நேர்ந்ததென்றும் ஆழ்வார்க்கடியான் விளக்கிய பிறகு, சின்னப் பழுவேட்டரையர் அவனுடைய வார்த்தைகளில் பூரண நம்பிக்கை கொண்டார். தன்னுடைய மகளாகிய பழைய மதுராந்தகன் மனைவியைப் பற்றி அவருக்கு முன்னமே கவலை இருந்து வந்தது. திருமலை கூறிய செய்தி அவருக்குத் திகிலை விளைவித்து மனக்குழப்பத்தையும் உண்டாக்கி விட்டது. தாம் தன் அரண்மனைக்குச் சென்று உண்மையை அறிந்து வருவதாகவும், தாம் அவசரமாகப் போக நேர்ந்ததைப் பற்றி முதன்மந்திரி அநிருத்தர் மூலம், சுந்தர சோழருக்கும், பொன்னியின் செல்வருக்கும் அறிவிக்கும்படியும் பணித்து விட்டுச் சின்னப் பழுவேட்டரையர் அந்த மண்டபத்தில் இருந்து வெகு வேகமாக வெளியேறினார்.

ஆழ்வார்க்கடியான் வந்து பொன்னியின் செல்வரிடம் சொல்ல வேண்டிய அவசியம் இருக்கவில்லை. தமிழ்ப்புலவர் நல்லன் சாத்தனாரிடம் பேசிக் கொண்டிருந்தபோதே இளவரசர் சின்னப் பழுவேட்டரையர் மீதும் கவனம் செலுத்தி வந்தார். அவர் மண்டபத்தை விட்டு அகன்றவுடன் பொன்னியின் செல்வருடைய திருமுகம் முன்னைக் காட்டிலும் ஒளி பொருந்தியதாயிற்று. சக்கரவர்த்தியின் பக்கம் திரும்பி நின்று அவர் கம்பீரமான குரலில் கூறலுற்றார்:

"தந்தையே! நம் கோட்டைத் தளபதி சின்னப் பழுவேட்டரையர் ஏதோ மிக அவசர காரியமாக வெளியே செல்லுகிறார். அது காரணமாக இந்த மகுடாபிஷேக வைபவம் தடைப்பட வேண்டியதில்லை. இந்தச் சபையில் இன்னும் பல பெரியோர்கள் இருக்கிறார்கள். வீர மறக்குலத்து முதல்வர்கள் இருக்கிறார்கள். வேலும் வாளும் ஏந்தி எத்தனையோ போர்க்களங்களில் போர் செய்து விழுப்புண் பெற்றவர்கள் இருக்கிறார்கள். அவர்களில் யாரேனும் தங்கள் வீரத் திருக் கரத்தினால் இந்தப் புராதன சோழ குலத்தின் மணிமகுடத்தை எடுத்துச் சூட்டலாம். அவ்வளவு பேரும் இந்தப் பொற் கிரீடத்தையும் உடைவாளையும் செங்கோலையும் தங்கள் ஆகிவந்த கரத்தினால் தொட்டு ஆசி கூறியிருக்கிறார்கள். ஆகையால் இனி என் கரத்தினால் நானே எடுத்து இம்மணி மகுடத்தைச் சூடிக் கொண்டாலும் தவறு ஒன்றுமில்லை. ஆனால் அப்படிச் செய்வதற்கு

முன்னால், தந்தையே! தங்களிடத்தும் இங்கே விஜயம் செய்திருக்கும் பெரியோர்களுக்கும் மறக் குலத்தவர்களுக்கும் விண்ணப்பம் ஒன்று செய்து கொள்ள விரும்புகிறேன். புறாவின் உயிரைக் காப்பதற்காகச் சதையை அரிந்து கொடுத்த சிபிச் சக்கரவர்த்தியின் பரம்பரையில் வந்தவன் நான். அதனால் நம் குலத்தவர் அனைவரையும் போல 'செம்பியன்' என்ற குலப்பெயர் பெற்றிருக்கிறேன். கன்றுக்குட்டியை இழந்த பசுவுக்கு நீதி வழங்கும் பொருட்டு மகனுக்கு மரண தண்டனை விதித்த மனுநீதிச் சோழரின் வம்சத்தில் வந்தவன் நான். நம் குலத்து முன்னோர்கள் அனைவரும் போர்க்களத்தில் புறமுதுகிடாத வீரர்கள் என்று புகழ் பெற்றது போலவே, நீதி நெறியிலிருந்து அணுவளவும் தவறாதவர்கள் என்ற புகழையும் அடைந்து வந்திருக்கிறார்கள். அவர்களுடைய வழியில் வந்தவனாகிய நான் நீதி நெறிக்கு மாறாக நடக்கலாகுமா? இன்னொருவருக்கு நியாயமாக உரிய பொருளையோ, பதவியையோ அபகரிக்கலாமா? நம் ஆஸ்தானப் புலவர் நம் குல முன்னோர்களைப் பற்றி அழகான சந்தக்கவியில் பாடி வந்தபோது அவர்கள் அனைவரும் என் மனக் கண்முன்னால் வந்து தரிசனம் அளித்தார்கள். இராஜ கேசரிகளும், பரகேசரிகளும் வரிசை வரிசையாக நின்று காட்சி தந்தார்கள். நலங்கிள்ளியும், நெடுங்கிள்ளியும், பெருங்கிள்ளியும், கோச்செங்கணாரும் என்னைக் கருணை ததும்பும் கண்களால் நோக்கி 'எங்கள் குலத்தில் உதித்த மகனே! இந்தச் சிங்காதனம் உனக்கு உரியதா என்று சிந்தித்துப் பார்!' என்றார்கள். விஜயாலயரும், ஆதித்தரும், பராந்தகரும், இராஜாதித்தரும் என்னை வீரத் திருவிழிகளால் பார்த்து,'குமாரா! நீ இந்தச் சிங்காதனத்தில் ஏறுவதற்கு உரியவனாக என்ன வீரச் செயல் புரிந்தாய்? சொல்?' என்று கேட்டார்கள். நான் அவர்களுக்கு மறுமொழி சொல்லத் தயங்கினேன். பின்னர் மனத்தைத் திடப்படுத்திக் கொண்டு அவர்களைக் கைகூப்பி வணங்கி விண்ணப்பித்துக் கொண்டேன். 'சோழ குலத்து முதல்வர்களே! நீங்கள் செய்த அரும்பெரும் செயல்களில் ஆயிரத்தில் ஒன்றுகூட நான் செய்யவில்லை. ஆனால் உங்கள் ஆசியுடன் இனிமேல்தான் அத்தகைய காரியங்களைச் செய்யப் போகிறேன். நீங்கள் நிலைநாட்டிய சோழ குலத்துப் புகழ் மேலும் வளர்ந்தோங்கி நீடூழி நிலைத்திருக்கும்படியான காரியங்களைச் செய்யப் போகிறேன். செயற்கரிய செயல்களைச் செய்யப் போகிறேன். உலகம் வியக்கும் செயல்கள் புரியப் போகிறேன். வீராதி வீரர்களாகிய நீங்களே பார்த்து மெச்சும்படியான தீரச் செயல்களைப் புரிந்து உங்கள் எல்லாருடைய வாழ்த்துக்களையும் பெறப்போகிறேன்!' என்று இவ்விதம் என்னுடைய குலத்து முன்னோர்களிடம் நான் தெரிவித்தேன். அவர்களும் முகமலர்ந்து எனக்கு அன்புடன் ஆசி கூறினார்கள்..."

ஆவேச உணர்ச்சி ததும்புமாறு பொன்னியின் செல்வர் கூறி வந்த சொற்களைக் கேட்டுக்கொண்டு இருந்த அச்சபையில் உள்ளோர் எல்லாரும் ரோமாஞ்சனம் அடைந்தார்கள். அவர்களில் ஒருவர் "வீரவேல்! வெற்றி வேல்!" என்று முழங்கிய ஒலி பட்டாபிஷேக மண்டபத்துக்கு வெளியிலும் கேட்டது. அங்கே கூடியிருந்த மக்களிடையே பெரும் கிளர்ச்சியை உண்டாக்கிற்று.

பொன்னியின் செல்வர் எல்லாருடனும் சேர்ந்து தாமும் "வெற்றி வேல்! வீர வேல்!" என்று முழங்கினார்.

முழக்கம் அடங்கியதும் கூறினார்: "தந்தையே! சோழ நாட்டு வீரர்களுக்குரிய இந்த முழக்கம் ஒரு சமயம், தங்கள் பாட்டனார் பராந்தக சக்கரவர்த்தியின் காலத்தில் வடபெண்ணைக்கு அப்பால் துங்கபத்திரை – கிருஷ்ணாநதி வரைக்கும் கேட்டது. அந்த நதிகளுக்கு அப்பாலுள்ள வேங்கி நாட்டாரும், கலிங்க நாட்டாரும் கல்யாண புரத்தாரும் மானிய கேடத்தாரும் அந்த முழக்கத்தைக் கேட்டு நடுநடுங்கினார்கள். இன்னும் மேற்குத் திசைகளிலும், தெற்குத் திசைகளிலும், கிழக்குத் திசைகளிலும் நூறு நூறு மரக்கலங்களில் ஆயிரம் பதினாயிரம் சோழ நாட்டு வீரர்கள் சென்று இந்த நாட்டு வர்த்தகத்தைக் காப்பாற்றி வந்தார்கள். தந்தையே! தாங்கள் நோய்வாய்ப்பட்டுப் படுத்த நாளிலிருந்து சோழ நாட்டு வீர முழக்கத்தின் தொனி குறைந்திருக்கிறது. நாலா புறமும் பகைவர்கள்

தலையெடுத்து வருகிறார்கள். வேங்கியும், கலிங்கமும், கல்யாணபுரமும், மானிய கேடமும் நம்மை வலுச் சண்டைக்கு அழைக்கின்றன. வடக்கே இமய மலைக்கு அப்பாலிருந்து இந்தப் பழம் பெரும் பாரத தேசத்துக்கு வந்து கொண்டிருக்கும் பகைவர்களின் பேராபத்தைப்பற்றி அவர்கள் சிந்திக்கவில்லை. சோழ நாட்டின் வளத்தைப் பார்த்துப் பொறாமைப்பட்டுப் புழுங்கிக் கொண்டிருக்கிறார்கள். இலங்கையில் மகிந்தன் இன்னமும் படை திரட்டிச் சேர்த்து கொண்டிருக்கிறான். வீரபாண்டியன் இறந்து விட்டாலும் அவனுடைய குலத்தைச் சேர்ந்தவன் என்று யார் தலையிலாவது பாண்டிய நாட்டு மணி மகுடத்தைச் சூட்டிக் கலகம் உண்டாக்க முயன்று கொண்டிருக்கிறார்கள். மகிந்தனும் பாண்டிய நாட்டு ஆபத்துதவிகளும் சேர்ந்து சதி செய்து, வீரத்திலே அபிமன்யுவையும், அரவானையும் நிகர்த்த என் அருமைத் தமையனார் ஆதித்த கரிகாலரின் உயிருக்கு இறுதி தேடிவிட்டார்கள். மேற்கே சேர மன்னன் பெரியதோர் யானைப் படையையும் மரக்கலப் படையையும் சேகரித்துக் கொண்டிருக்கிறான். சேரனுக்கு மரக்கலப் படையைத் தயாரித்துக் கொடுப்பதில் மேற்குத் திசையிலிருந்து புதிதாகக் கிளம்பியிருக்கும் ஒரு முரட்டுக் கூட்டத்தார் உதவி செய்கிறார்கள். சோழ நாட்டைச் சூழ்ந்திருக்கும் புதிய பேரபாயம் இது. தந்தையே! நெடுங்காலமாக அரபு தேசத்தவர்கள் கப்பல் தொழிலில் சிறந்து விளங்குகிறார்கள். சீன தேசம் வரையில் சென்று வர்த்தகம் நடத்தி வருகிறார்கள். நமது நாட்டுத் துறைமுகங்களுக்கும் அவர்கள் அடிக்கடி வந்து செல்வதுண்டு. நாகரிகத்தில் சிறந்த அந்தப் பழைய அராபியர்களை அடக்கி ஒடுக்கி விட்டு, புதிய அராபியக்கூட்டம் ஒன்று இப்போது கிளம்பியிருக்கிறது, அவர்கள் அராபியர்கள்தானா அல்லது அக்கம் பக்கத்து நாட்டவர்களோ, நாம் அறியோம். ஆனால் மூர்க்கத்தனத்தில் அவர்களை மிஞ் சியவர்களை எங்கும் காண முடியாது. நானே அவர்களுடைய செயல்களை நேரில் பார்க்கும்படி நேரிட்டது. என்னைச் சிறைப்படுத்தி அழைத்துக் கொண்டு வருவதற்காகத் தங்கள் கட்டளையின் பேரில் நம் கோட்டைத் தலைவர் சின்னப் பழுவேட்டரையர் இரண்டு கப்பல்களில் வீரர்களை அனுப்பி வைத்திருந்தார்..."

சுந்தர சோழர் இந்தச் சமயம் குறுக்கிட்டுத் தழுதழுத்த குரலில், "மகனே! அப்படி நான் அனுப்பிய காரணத்தை நீ அறியாயா?" என்று கேட்டார்.

"தந்தையே! அதை நான் நன்கு அறிந்துள்ளேன். இங்கே அரசியல் உரிமை பற்றிக் குழப்பம் நேர்ந்திருந்தது. பாண்டிய நாட்டு ஆபத்துதவிகளைப் பற்றியும் கேள்விப்பட்டிருந்தீர்கள். ஆகையால் என்னைப் பத்திரமாகத் தங்களிடம் கொண்டு சேர்ப்பதற்காகவே சிறைப்படுத்திக் கொண்டுவரச் சொன்னீர்கள். என் மீது தங்களுடைய அளவில்லாத அன்பும் பரிவுந்தான் அத்தகைய கட்டளை இடும்படி செய்தது. எல்லாருக்கும் அது நன்கு தெரியட்டும் என்றுதான் இங்கே சொல்கிறேன். அப்படி என்னைச் சிறைப்படுத்த வந்த நம் வீரர்கள் நூற்றுக்கணக்கானவர்கள். ஈழ நாட்டுக் கடற்கரையில் உடைந்த கப்பலிலிருந்து வந்து ஒதுங்கியிருந்த அராபியர்களோ பத்து பேருக்கு மேலிருக்க மாட்டார்கள். நம் வீரர்களில் எத்தனை பேரை அவர்கள் திடீரென்று தாக்கிக் கொன்று விட்டார்கள் என்பதைப் பார்த்த நான் அடைந்த வேதனை இன்னமும் என் மனத்தை விட்டு அகலவில்லை. அந்தப் புதிய அராபிய சாதியார் சேர மன்னனுக்குக் கப்பல் கட்டுவதில் உதவி செய்கிறார்கள். அது மட்டுமல்ல, கலிங்க நாட்டாருடனும் தொடர்பு கொண்டு இருக்கிறார்கள். மூன்று நாட்டாரும் சேர்ந்து சோழ நாட்டுக் கடல் வாணிபத்தை அடியோடு அழித்துவிடத் தீர்மானித்திருக்கிறார்கள். கடல் கொள்ளைக்காரர்களின் அரபு நாட்டவராயிருந்தால் தானென்ன, அல்லது நம்முடன் எத்தனையோ விதத்தில் தொடர்பு கொண்ட சேர தேசத்தாராயிருந்தால் தானென்ன? நம் கடல் வாணிகத்தைக் காப்பாற்றி கொள்ள வேண்டுமானால், நமது கடற்படையைப் பெருக்கிக் கொள்ள வேண்டும். ஆயிரமாயிரம் புதிய மரக்கலங்களைக் கட்டவேண்டும். புதிய புதிய மாலுமிகளைப் பழக்க வேண்டும். கப்பலில் இருந்து கொள்ளைக்காரர்களுடன் போரிடக்கூடிய வீரர்களைச் சேர்க்க வேண்டும். கீழைக் கடலில் உள்ள தீவுகளில் எல்லாம் புலிக் கொடியை

நாட்டி, ஆங்காங்கே நம் வீரர்களை நிறுத்தி வைக்க வேண்டும். தந்தையே! இந்தக் காரியங்களையெல்லாம் செய்வதாக நம் குலத்து முன்னோர்களுக்கு நான் வாக்குறுதி அளித்திருக்கிறேன். அதை நிறைவேற்றுவதற்குத் தங்களுடைய அனுமதி வேண்டும். இந்தச் சபையிலுள்ள பெரியோர்களின் சம்மதமும் வேண்டும்!"

இவ்வாறு பொன்னியின் செல்வர் கூறி நிறுத்தியவுடன் சுந்தர சோழர், "மகனே! சோழ குலத்து வீரப் புகழை நீ வளர்ப்பதற்கு நான் தடை செய்வேனா? சோழ நாட்டுக் கடல் வாணிபத்தைப் பாதுகாப்பதற்கு இந்த மகா சபையில் உள்ள பெரியவர்கள்தான் தடைசொல்லப் போகிறார்களா?" என்றதும், மீண்டும் அச்சபையில் "வீரவேல்! வெற்றி வேல்!" என்று முழக்கம் எழுந்தது.

"தந்தையே! தாங்களும் இச்சபையோரும் தடை சொல்ல மாட்டீர்கள். நான் ஏற்கும் காரியங்களில் வெற்றியடைய வேண்டும் என்று ஆசி கூறியும் அனுப்புவீர்கள். தங்கள் ஆசி நிறைவேறி நான் எடுத்த காரியங்களில் வெற்றி கிடைக்க வேண்டும் என்றால், முதலில் என் உள்ளத்தில் நிம்மதி ஏற்பட வேண்டும். 'நேர்மையற்ற காரியம் எதையும் நான் செய்யவில்லை, என் குலத்து முன்னோர்கள் அங்கீகரிக்க முடியாத செயல் எதுவும் நான் புரியவில்லை, பிறருக்கு உரியதை நான் ஆசையினால் அபகரித்துக்கொண்டு விடவில்லை' என்ற உறுதியை நான் அடையவேண்டும். குல தர்மத்துக்கு ஒவ்வாத காரியத்தை இங்கே நான் செய்துவிட்டுப் புறப்பட்டேனானால், என் உள்ளம் என்னை வருத்திக் கொண்டேயிருக்கும். பகைவர்களிடம் போரிட்டு எப்படி வெற்றி கொள்வேன்? தர்மத்தை நிலைநாட்டப் போராடுகிறோம் என்ற நம்பிக்கை என் மனத்தில் எப்படி ஏற்படும்? முன்னொரு தடவை இலங்கைச் சிங்காதனத்தை நான் கவர்ந்து கொள்ள ஆசைப்பட்டதாக ஒரு பெரும் வதந்தி ஏற்பட்டது..."

"குழந்தாய்! அதை யாருமே நம்பவில்லையே! நீ அத்தகைய குற்றத்தைச் செய்யக் கூடியவன் என்று எவரும் எண்ணவில்லை" என்றார் சக்கரவர்த்தி.

"தாங்கள் நம்பியிருக்கமாட்டீர்கள், தந்தையே! ஆனால் அத்தகைய பேச்சு என் காதில் விழுந்ததும் என் மனம் எவ்வளவோ வேதனைப்பட்டது. ஈழ நாட்டுப் பிக்ஷுக்கள் எனக்கு அளித்த மணி மகுடத்தை நான் வேண்டாம் என்று மறுதளித்ததை என் நண்பர்கள் இருவர் அறிவார்கள். அவர்கள் அப்போது என் அருகிலேயே இருந்தார்கள்..."

சபையில் இருந்த புத்த பிக்ஷுக்களின் தலைவர் "ஆம், ஆம்! நாங்களும் அதை அறிவோம்" என்று சொன்னார்.

"ஒரு பொய்யான அவதூறு என் உள்ளத்தில் அவ்வளவு வேதனையை உண்டாக்கியது. அதைத் தாங்கள் நம்பவில்லையென்றால், நம்பியவர்கள் சிலரும் இருந்தார்கள். உண்மையாகவே நான் இப்போது இன்னொருவருக்கு உரிமையாக வேண்டிய சிங்காதனத்தை அபகரித்துக்கொண்டேனென்றால், அதனால் இந்தச் சோழ குலத்துக்கு எத்தனை அபகீர்த்தி உண்டாகும்? என் வாழ்நாளெல்லாம் அதைப்பற்றி வேதனைப்பட்டுக் கொண்டிருப்பேன். வேறு எந்தப் பெரிய காரியத்திலும் மனத்தைச் செலுத்த முடியாது, உற்சாகமாகச் செய்யவும் முடியாது..."

வெகு நேரம் குனிந்த தலை நிமிராமலிருந்த மதுராந்தகத்தேவர் இப்போது பொன்னியின் செல்வரை அண்ணாந்து பார்த்து ஏதோ சொல்வதற்குப் பிரயத்தனப்பட்டார். பொன்னியின் செல்வர் வந்தியத்தேவனைப் பார்த்துச் சமிக்ஞை செய்யவே அவ்வீரன் மதுராந்தகத்தேவர் பக்கத்தில் போய் நின்று கொண்டான். அவர் காதில் மட்டும் கேட்கும்படியான மெல்லிய குரலில், "நண்பா! சுந்தரமூர்த்தி நாயனார் பாடிய முதல் தேவாரத்தின் முதல் அடி என்ன?" என்று கேட்டான்! இந்தச் சமயத்தில் இது என்ன கேள்வி என்ற வியப்புடன் மதுராந்தகர், "பித்தா! பிறைசூடி!" என்றார். வந்தியத்தேவன் கள்ளக் கோபத்துடன் "என்ன, ஐயா, என்னைப் பித்தன் என்கிறீர்? நீர் அல்லவோ பெண்பித்துப் பிடித்து அலைகிறீர்? அதோ, பாரும்! உமது தர்மபத்தினி பூங்குழலி உம்மைப் பார்த்துச் சிரிப்பதை!" என்றான்.

இது என்ன? இந்த நல்ல சிநேகிதன் இப்படி திடீரென்று வலுச்சண்டைக்கு வருகிறானே என்ற எண்ணத்துடன் மதுராந்தகர் பெண்மணிகள் வீற்றிருந்த இடத்தை நோக்கினார். உண்மையில், அப்போது பூங்குழலி இவர் பக்கம் பார்க்கவேயில்லை. பூங்குழலி, குந்தவை, வானதி, செம்பியன் மாதேவி, வானமாதேவி ஆகிய அரண்மனைப் பெண்மணிகள் யாவரும் அளவில்லாத ஆர்வம் கண்களில் ததும்பப் பொன்னியின் செல்வரையே பார்த்துக் கொண்டிருந்தார்கள்.

மறுபடி மதுராந்தகர் பொன்னியின் செல்வரைப் பார்த்த போது அவர் சோழ குலத்தின் புராதன மணி மகுடத்தை தமது கரங்களில் தாங்கிக் கொண்டிருப்பதைக் கண்டார்.

"தளபதி சின்னப் பழுவேட்டரையர் இன்னும் திரும்பி வரவில்லை. அதனால் என்ன? குறிப்பிட்ட வேளையில் முடிசூட்டு விழாவை நானே நடத்தி விடுகிறேன்! தந்தையே! விஜயாலய சோழர் முதல் நம் முன்னோர்கள் அணிந்து வந்த இந்த மணிமகுடத்தை தாங்கள் எனக்கு அளிக்க உவந்தீர்கள். சாமந்தர்கள், தளபதிகள், கோட்டத் தலைவர்கள், பொதுமக்கள் அனைவரும் அதை அங்கீகரித்தார்கள். ஆகையால், இந்தக் கிரீடம் இப்போது என் உடைமை அகிவிட்டது. என் உடைமையை நான் என் இஷ்டம் போல் உபயோகிக்கும் உரிமையும் உண்டு அல்லவா! என்னை விட இந்தக் கிரீடத்தை அணியத் தகுந்தவர் இங்கே இருக்கிறார். என்னை விட பிராயத்தில் மூத்தவர். இந்தச் சோழ இராஜ்யத்துக்கு என்னை விட அதிக உரிமை அவருக்கு நிச்சயமாக இருந்த போதிலும், அவர் அதைக் கோரவில்லை. நான் முடிசூட்டிக் கொண்டு சிங்காதனத்தில் அமர்வதைப் பார்த்து மகிழச் சித்தமாக இங்கு வந்திருக்கிறார். அவர் என் உயிரை ஒரு தடவை காப்பாற்றினார். இந்தச் சோழ குலத்துக்கு நேர்வதற்கு இருந்த பெரும் விபத்து நேரிடாமல் தடுத்தார். இப்படிப்பட்ட சிறப்பான காரியம் எதுவும் நான் இதுவரையில் இந்நாட்டுக்குச் செய்தேனில்லை. ஆகையால் இந்த மணி மகுடத்தை மகான் கண்டராதித்தரின் குமாரரும், என் சிறிய தந்தையுமான மதுராந்தகத் தேவரின் தலையில் சூட்டுகிறேன்!"

இவ்விதம் பொன்னியின் செல்வர் சொல்லிக் கொண்டே சக்கரவர்த்தியின் மறுபக்கத்தில் வீற்றிருந்த மதுராந்தகரின் அருகிலே சென்று அவர் சிரசில் கிரீடத்தை வைத்தார். மகுடத்தை வைக்குங்கால் மதுராந்தகர் அதைத் தடுக்காமலிருக்கும் பொருட்டு வந்தியத்தேவன் முன் ஜாக்கிரதையாக அவர் பின்னால் நின்று அவருடைய தோள்கள் இரண்டையும் நட்புரிமையுடன் இறுக்கிப் பிடித்துக் கொண்டிருந்தான்.

ஆனால் மதுராந்தகரோ அப்படி ஒன்றும் செய்ய முயலவில்லை. அவர் மெய்மறந்து தன் வசமிழந்து உண்மையிலேயே பித்துப்பிடித்தவர் போல் நாலுபுறமும் வெறிக்கப் பார்த்துக் கொண்டிருந்தார்.

மணி மகுடத்தைச் சூட்டியதும் பொன்னியின் செல்வர் "கோப்பரகேசரி மதுராந்தக உத்தமச் சோழ தேவர் வாழ்க!" என்று முழங்கினார்.

"சோழ சாம்ராஜ்ய சக்கரவர்த்தி உத்தமச் சோழர் வாழ்க!" என்று வந்தியத்தேவன் பெருங்குரலில் கூவினான்.

இத்தனை நேரமும் பிரமித்துப் போய் நின்ற முதன்மந்திரி அநிருத்தர் முதலியவர்கள் அனைவரும் இப்போது "கோப்பரகேசரி மதுராந்தக சோழர் வாழ்க!" என்று முழங்கினார்கள்.

சுந்தர சோழர் சக்கரவர்த்தி உணர்ச்சி மிகுதியால் பேசும் சக்தியை அடியோடு இழந்திருந்தபடியால் தம் கையிலிருந்த பல நிற மலர்களை மதுராந்தக உத்தமச் சோழர் மீது தூவினார்.

அரண்மனைப் பெண்மணிகளும் சக்கரவர்த்தியைப் பின்பற்றி மதுராந்தகர் மீது மலர் மாரி பொழிந்தார்கள்.

மதுராந்தகர் சிறிது திகைப்பு நீங்கியதும் எழுந்து நேரே செம்பியன் மாதேவியிடம் சென்று கும்பிட்டு நின்றார். அந்த மூதாட்டியின் கண்களிலிருந்து கண்ணீர் அருவி போலப்

பொங்கிப் பொழிந்து கொண்டிருந்தது.

"மகனே! இறைவனுடைய திருவுள்ளம் இவ்வாறு இருக்கிறது! நீயும் நானும் அதற்கு எதிராக நடப்பது எப்படிச் சாத்தியம்?" என்றார்.

பொன்னியின் செல்வர், சபையில் கூடியிருந்த மற்றப் புலவர் பெருமக்கள், பட்டர்கள், பிக்ஷுக்கள் ஆகியவர்களைப் பார்த்து, "நீங்கள் இனி உங்கள் வாழ்த்துக் கவிதைகளை உசிதப்படி மாற்றிக் கொண்டு சொல்லுங்கள்!" என்றார்.

அவர்களும் அவசர அவசரமாக வாழ்த்துக் கவிதைகளை மாற்றி அமைத்துக்கொண்டு பாடத் தொடங்கினார்கள்.

மதுராந்தக உத்தமச் சோழருக்கு மணி மகுடம் சூட்டப்பட்ட சிறிது நேரத்துக்குள்ளே அந்தச் செய்தி தஞ்சை வீதிகளில் கூடியிருந்த மக்களிடையில் பரவி விட்டது. அது விரைவாகப் பரவுவதற்கு வந்தியத்தேவனும், ஆழ்வார்க்கடியானும் பெரிதும் காரணமாக இருந்தார்கள். பொன்னியின் செல்வர் கட்டளைபடி அவர்கள் வீதிகளில் ஆங்காங்கே ஆட்களை நிறுத்தியிருந்தார்கள். அவர்களிடமெல்லாம் அவசரமாகச் சென்று சொல்லி, "கோப்பரகேசரி உத்தமச் சோழர் தேவர் வாழ்க!" என்று முழங்கச் செய்தார்கள். இளவரசர் அருள்மொழிவர்மர் தமக்கு அளிக்கப்பட்ட இராஜ்யத்தைத் தம் சிறிய தந்தை மதுராந்தகருக்கு அளித்து விட்டார் என்றும், கடற்கொள்ளைக்காரர்களை அடக்குவதற்காகப் பெரிய கப்பல் படை சேர்த்துக்கொண்டு சீக்கிரம் புறப்படப் போகிறார் என்றும் வாய்மொழியான செய்தி மக்களிடையே விரைந்து பரவிக் கொண்டிருந்தது. சிலர் இதை உடனே நம்பினார்கள். பொன்னியின் செல்வரின் பெருங்குணத்தைக்கு இது உகந்ததே என்று அவர்கள் கருதினார்கள். இன்னும் சிலர், "கையில் கிடைத்த பேரரசை யார்தான் இன்னொருவருக்குக் கொடுப்பார்கள்?" என்று ஐயுற்றார்கள். ஏககாலத்தில் பலவாறு பேசிய பதினாயிரக்கணக்கான குரல்களும், "வாழ்க! வாழ்க!" என்னும் முழக்கங்களும் சேர்ந்து புயற்காற்று அடிக்கும்போது அலைகடலில் கிளம்பும் பேரொலியைப் போல் ஒலித்தன.

கொஞ்ச நேரத்துக்கெல்லாம் அலங்கரிக்கப்பட்ட பட்டத்து யானையின் மீது அமைத்த பொன்மயமான அம்பாரியில் அமர்ந்து மதுராந்தக உத்தமச் சோழர் பவனி கிளம்பியதும் எல்லாச் சந்தேகங்களும் மக்களுக்குத் தீர்ந்துவிட்டன. யானையின் கழுத்தில் யானைப்பாகனுடைய பீடத்தில் அமர்ந்திருப்பவர் பொன்னியின் செல்வர் என்பதைக் கண்டதும் மக்களுடைய உற்சாகம் எல்லை கடந்ததாயிற்று. "கோப்பரகேசரி மதுராந்தக உத்தமச் சோழர் வாழ்க!" என்று மக்களின் குரல்கள் முழங்கின. ஆனால் அவர்களுடைய உள்ளங்களில் பொன்னியின் செல்வரின் செயற்கருஞ் செயலே குடிகொண்டிருந்தது. அதை எண்ணியதனால் அவர்களுடைய அகங்களைப்போல் முகங்களும் மலர்ந்திருந்தன. பொன்னியின் செல்வர் மணி மகுடம் சூட்டிக்கொண்டு, பவனி வந்தால் மக்கள் எவ்வளவு குதூகலத்தை அடைந்திருப்பார்களோ, அதைவிடப் பன்மடங்கு அதிகமான குதூகலத்தை இப்போது வெளியிட்டார்கள்.

இமயமலைச் சிகரத்தில் புலி இலச்சினையைப் பொறித்த கரிகால் பெருவளத்தானைப் பொன்னியின் செல்வர் மிஞ்சிவிட்டார் என்றும், தியாக சிகரத்தில் இவர் தமது இலச்சினையை என்றும் அழியாத வண்ணம் பொறித்து விட்டார் என்றும் அறிஞர்கள் மகிழ்ந்தார்கள்.

சாதாரண மக்களோ, அப்படியெல்லாம் அணி அலங்காரங்களையும், உபமான உபமேயங்களையும் தேடிக் கொண்டிருக்கவில்லை. மதுராந்தகர் தலையில் மணி மகுடத்தைச் சூட்டி விட்டுப் பொன்னியின் செல்வர் பட்டத்து யானையை ஓட்டிக்கொண்டு செல்லும் காட்சி அவர்கள் உள்ளத்தைப் பரவசப்படுத்தி விட்டது. ஆடிக்கொண்டும், பாடிக்கொண்டும், சிரித்துக்கொண்டும், வாழ்த்திக் கொண்டும் ஒருவரையொருவர் கட்டித் தழுவிக் கொண்டும், மலர்களைத் தூவிக் கொண்டும், மஞ்சள் நிற அட்சதையை வாரி இறைத்துக் கொண்டும் மக்கள் ஒரே கோலாகலத்தில் தங்களை மறந்து ஆழ்ந்திருந்தார்கள்.

இவ்விதம் குதூகலத்தினால் மெய்மறந்து கூத்தாடிக்கொண்டிருந்த மாபெரும் ஜனக்கூட்டத்திடையே பட்டத்து யானையைச் செலுத்திக் கொண்டு போவது எளிய காரியமாயில்லை. பொன்னியின் செல்வரும் அவசரப்படாமல் ஜனங்களின் குதூகலத்தைத் தாமும் பார்த்துக் கவனித்துக் கொண்டு அங்கங்கே அறிமுகமான முகம் தென்பட்டபோதெல்லாம் ஏதேனும் வேடிக்கையாகப் பேசிக்கொண்டும், மெல்ல மெல்ல யானையைச் செலுத்திக் கொண்டு போனார். வீதி வலம் முடிந்து அரண்மனைக்குத் திரும்புவதற்குள் மாலை மயங்கி முன்னிரவு வந்துவிட்டது. வானத்து விண்மீன்களுடன் வீதிகளில் ஏற்றிய தீபங்கள் போட்டியிட்டுப் பிரகாசித்தன. அரண்மனை மேலேயிருந்து மலர் மாரி பொழிந்தது. "யானைப்பாகா! யானைப்பாகா!" என்று ஓர் இனிய குரல் கேட்டது. பொன்னியின் செல்வர் அண்ணாந்து பார்த்தபோது வானதியின் புன்னகை மலர்ந்த முகம் அங்கே தோன்றியது.

"பெண்ணே! அஞ்சவேண்டாம்! மதுராந்தக உத்தமச் சோழரின் தர்ம இராஜ்யத்தில் யானையும், புலியும் கலந்து உறவாடும்; பூனையும், கிளியும் கொஞ்சிக் குலாவிக் கூடி விளையாடும்!" என்றார் பொன்னியின் செல்வர்.

ஃஃ

89. வஸந்தம் வந்தது

மதுராந்தக உத்தம சோழத்தேவரின் முடிசூட்டு விழா நடந்து ஒன்றரை மாதத்துக்கு மேலாயிற்று. பின் பனிக்காலம் வழக்கத்தைவிட விரைவாக விடைபெற்றுக்கொண்டு சென்றது. தென்றல் என்னும் தெய்வ ரதத்தில் ஏறிக்கொண்டு வஸந்த காலம் வந்தது. பைங்கிளிகள் மாமரங்களின் குங்கும நிறத்தளிர்களுக்கு அருகில் தங்கள் பவழ வர்ண மூக்குகளை வைத்து ஒத்திட்டுப் பார்த்தன. அரச மரங்களின் தங்க நிறத்தளிர்கள் இளங்காற்றில் அசைந்தாடி இசை பாடின. புன்னை மரங்களிலிருந்து முத்துப் போன்ற மொட்டுக்களை உதிர்த்துக்கொண்டு குயில்கள் கோலாகலமாகக் கூவின. இயற்கைத் தேவி உடல் சிலிர்த்தாள். பூமாதேவி குதூகலத்தினால் பொங்கிப் பூரித்தாள். இலைகள் உதிர்ந்து மொட்டையாகத் தோன்றிய மரங்களில் திடீரென்று மொட்டுக்கள் அரும்பிப் பூத்து வெடித்தன. மாதவிப் பந்தல்களும், மல்லிகை முல்லைப் புதர்களும் பூங்கொத்துக்களின் பாரம் தாங்க முடியாமல் தவித்தன. நதிகளில் பிரவாகம் குறைந்துவிட்டது. கரையோரமாகப் பளிங்கு போன்ற தெளிந்த நீர் சலசலவென்று ஓடிக்கொண்டிருந்தது.

சோழ நாட்டு மக்கள் அகமும் முகமும் மலர்ந்து விளங்கினார்கள். வயல்களில் விளைந்திருந்த செந்நெல்லை அறுவடை செய்து களஞ்சியங்களிலே கொண்டுபோய்ச் சேர்த்தாகி விட்டது. அரசியல் சம்பந்தமான நிச்சயமற்ற நிலைமை நீங்கிக் கவலை தீர்ந்துவிட்டது.

நகரங்களிலும், நாட்டுப்புறங்களிலும் காமன் பண்டிகை கொண்டாடுவதற்கு மக்கள் ஆயத்தம் செய்து கொண்டிருந்தார்கள். ஆலயங்களில் வஸந்த உற்சவம் நடத்துவதற்கும் ஏற்பாடுகள் நடைபெற்றன. வீதிகள் சேருமிடங் களிலெல்லாம் நாடக மேடைகள் அமைக்கப்பட்டு வந்தன.

இந்த இனிய காட்சிகளையெல்லாம் பார்த்துக்கொண்டு வல்லவரையன் பழையாறை நகரை நோக்கிச் சென்று கொண்டிருந்தான். இந்தத் தடவை அவன் மறைந்தும் ஒளிந்தும் மாறுவேடம் பூண்டும் அந்த மாநகருக்குள் பிரவேசிக்கவில்லை. திறந்திருந்த பிரதான நகர் வாசல் வழியாகத் தங்கு தடையின்றிப் புகுந்து இளையபிராட்டி குந்தவை தேவியின் அரண்மனயை அடைந்தான்.

இளையபிராட்டி குந்தவை, வானதி முதலிய தன் தோழிகள் பலர் புடைசூழ அரண்மனை வாசலுக்கு வந்து அவனுக்கு முகமன் கூறி வரவேற்றாள்.

நெடுந்தூரம் பிரயாணம் செய்து வந்த களைப்புத் தீர்ந்த பிறகு தன்னை அரண்மனை உத்தியான வனத்தில் வந்து சந்தித்துப் பிரயாண விவரங்களைக் கூறும்படி சொல்லிவிட்டுச் சென்றாள்.

வந்தியத்தேவன் இளைப்பாறுவதற்கு அதிக நேரம் எடுத்துக்கொள்ளவில்லை. ஸ்நான பானங்களையும் அதிவிரைவில் முடித்துக் கொண்டு உத்தியானவனத்துக்குச் சென்றான். அங்கே இளைய பிராட்டி அவன் வரவை எதிர்பார்த்துக் காத்திருந்தாள். ஒருவரையொருவர் சந்திப்பதில் யாருக்கு அதிக ஆர்வம் என்று சொல்ல முடியாமலிருந்தது. ஒருவரிடம் ஒருவர் பல செய்திகளைக் கேட்டு அறிவதில் இருவரும் ஆவல் கொண்டிருந்தார்கள். ஆனால் அவர்களுடைய பரபரப்புக்கு அது மட்டுந்தானா காரணம்? தங்கள் வருங்கால வாழ்க்கையைப்பற்றி நிச்சயித்துக்கொள்ள விரும்பியதும் காரணமாயிருக்கலாம் அல்லவா? அசேதனப் பொருள்களிடத்திலும் கிளர்ச்சியை உண்டாக்கிய இளவேனில், உணர்ச்சி நிறைந்த அவர்களுடைய உள்ளத்திலும் ஒரு பரபரப்பை உண்டாக்கியிருக்கலாம் அல்லவா?

"ஐயா! தாங்கள் சென்றிருந்த காரியத்தில் பூரண வெற்றி அடையவில்லையென்று அறிகிறேன் அது உண்மையா?" என்று கேட்டாள் இளையபிராட்டி.

"உண்மைதான், தேவி! இதுவரையில் நான் ஏற்றுக் கொண்ட எந்தக் காரியத்திலேதான் பூரண வெற்றி அடைந்திருக்கிறேன்?" என்று வல்லவரையன் கூறி பெருமூச்சு விட்டான்.

"அப்படிச் சொல்ல வேண்டாம்! என் தம்பியை ஈழ நாட்டிலிருந்து கொண்டு வந்து சேர்த்தீர்கள் அல்லவா? அச்சமயம் அருள்மொழிவர்மன் வந்ததினால்தானே இந்த வரைக்கும் சோழ நாடு தப்பிப் பிழைத்தது?" என்றாள் குந்தவை.

"அருள்மொழிவர்மருக்கு அனாவசியமான அபாயத்தை உண்டாக்கி, அவரைக் கடும் குளிர் சுரத்துடன் குற்றுயிராகக் கொண்டு வந்து சேர்த்தேன். அதுவும் பூங்குழலி மகாராணியின் உதவியினால்தான். சேந்தன் அமுதனிடமும் பூங்குழலியிடமும் என் நண்பரை ஒப்புவித்து நாகப்பட்டினத்துக்கு அழைத்துப் போகும்படி சொன்னபோது, அவர்கள் தஞ்சைபுரிக்கு வந்து இந்தச் சோழ சாம்ராஜ்யத்தில் சிங்காதனம் ஏறி மணி மகுடம் சூட்டிக்கொள்ளப் போகிறார்கள் என்று கனவிலும் நான் கருதவில்லை.."

"உத்தமச் சோழ சக்கரவர்த்தியின் உயிரைக் காப்பாற்றிக் கொடுத்தவர் தாங்கள்தான் என்பதை நான் மறந்து விடவில்லை, அவரும் மறந்துவிடவில்லை. பெரிய பழுவேட்டரையருக்குப் பதிலாகத் தங்களைச் சோழ நாட்டின் தனாதிகாரியாக்கிவிட வேண்டும் என்று உத்தமச் சோழர் விரும்பினார்..."

"நல்ல வேளை தப்பிப் பிழைத்தேன்!"

"அது என்ன அப்படிச் சொல்லுகிறீர்கள்? இச்சோழ சாம்ராஜ்யத்தின் தனாதிகாரி பதவி சாமான்யமானதா? முதன்மந்திரி பதவியைக் காட்டிலும் மாதண்ட நாயகர் பதவியைக் காட்டிலும் பெரியதாயிற்றே? தனாதிகாரியின் தயவு இல்லாமல் சக்கரவர்த்தி கூட எந்தக் காரியமும் செய்ய முடியாதே?"

"தேவி! பெரிய பழுவேட்டரையரின் பாதாளப் பொக்கிஷ நிலவரையில் ஒருமுறை நான் ஒளிந்திருக்க நேர்ந்தது. அப்போது அங்கே கும்பல் கும்பலாகக் கொட்டியிருந்த பொற்காசுகளின் ஒளியில் ஒரு சிலந்திப் பூச்சியின் வலையைப் பார்த்தேன். இறந்து போன மனிதனின் மண்டை எலும்பையும் பார்த்தேன். இனிமேல் அந்த பொக்கிஷ நிலவறைப் பக்கமே போகக் கூடாது என்று தீர்மானித்துக் கொண்டேன்..."

இளைய பிராட்டி புன்னகை புரிந்து விட்டு, "தாங்கள் தனாதிகாரியானாலும் பொக்கிஷ நிலவறைக்குப் போக வேண்டிய அவசியம் நேராது. அந்த நிலவறையில் இருந்த பொருள்களையெல்லாம் செலவு செய்து பெரியதொரு கடற்படை உருவாக்க, கப்பல்கள் கட்ட அருள்மொழி தீர்மானித்து விட்டான். புதிய சக்கரவர்த்தியின் அனுமதியும் பெற்றுவிட்டான்!" என்றாள்.

"புதிய சக்கரவர்த்தியும் அவருடைய பட்ட மகிஷியும் அருள்மொழிவர்மருடன் கோடிக்கரைக்குச் சென்றிருப்பதாகத் தஞ்சையில் அறிந்தேன்."

"ஆம், அவர்கள் போகும் போது தங்களையும் உடன் அழைத்துப் போக முடியவில்லையே என்று மிக்க வருத்தப்பட்டுக் கொண்டு போனார்கள்."

"நான் அதைப் பற்றி வருத்தப்படவில்லை. இப்போது கூடக் கோடிக்கரை போய் அவர்களுடன் சேர்ந்து கொள்வேன். அருள்மொழிவர்மர் நான் இல்லாத சமயம் பார்த்துக் கொடும்பாளூர் இளவரசியைக் கல்யாணம் செய்து கொண்டது பற்றித்தான் வருந்துகிறேன்."

"ஏன், ஐயா! தங்கள் நண்பர் என் தோழியை மணந்து கொண்டது தங்களுக்குப் பிடிக்கவில்லையா?"

"தெய்வமே! அம்மாதிரி நான் சொல்லவில்லை. நான் அந்தத் திருமணத்துக்கு இல்லாமற்போனது பற்றித்தான் வருத்தப்படுகிறேன். வானதியை மணந்து கொள்ளக் கொடுத்து வைத்தது அருள்மொழிவர்மரின் பூர்வ ஜன்ம பாக்கியம். தங்கள் தோழி வானதியும் பாக்கியசாலிதான் ஆனால் எதற்காக அவ்வளவு அவசரப்பட்டார்கள்?"

"அவர்கள் அவசரப்படவில்லை நான்தான் அவசரப்பட்டேன். என் தந்தையும் தாயும் காஞ்சிக்குப் புறப்பட்டுப் போக விரும்பினார்கள். அவர்கள் புறப்படுவதற்குள் திருமணம் நடந்துவிட வேண்டுமென்று சொன்னேன். இதனால் கொடும்பாளூர் பெரிய வேளாரின் மனமும் நிம்மதி அடைந்தது. மகுடாபிஷேக தினத்தில் திடீரென்று தங்கள் நண்பர் உத்தமச் சோழரின் தலையில் சோழ நாட்டுக் கிரீடத்தை வைத்தது பெரிய வேளாருக்குப் பெரும் அதிர்ச்சியை உண்டுபண்ணியிருந்தது."

"இன்னும் பலரும் அப்போது அதிர்ச்சி அடைந்திருப்பார்கள்."

"எங்கள் எல்லாருக்குமே அது வியப்பாகத்தானிருந்தது. நண்பர்கள் இருவரும் அந்தச் செய்தியை மிக மிக இரகசியமாக வைத்திருந்தீர்கள்."

"தேவி! தங்களிடம் மட்டுமாவது சொல்லியிருப்பார் என்று நினைத்தேன்."

"சில மாதங்களுக்கு முன்னதாக இருந்தால் சொல்லித்தான் இருப்பான். என்னிடம் கேளாமல் அருள்மொழி எந்த காரியமும் செய்தது கிடையாது."

"இப்போது ஏன் மாறிவிட்டார்?"

"சகவாச தோஷந்தான்! தங்களுடன் சேர்ந்த பிறகுதான் என் அருமைத் தம்பி இவ்வாறு மாறிவிட்டான். உள்ளும் புறமும் ஒன்றாக இருந்தவன் கபட நாடகத்திலும் தந்திர மந்திரத்திலும் தேர்ந்துவிட்டான்!"

"தேவி! என் பேரில் வீண் பழி சுமத்த வேண்டாம். உத்தமச் சோழருக்கு முடிசூட்டிய கபட நாடகத்துக்குத் தங்கள் தம்பிதான் முழுவதும் பொறுப்பாளி. இப்படி எல்லோரையும் ஏமாற்றலாமா என்று நான் விவாதித்துப் பார்த்தேன். இராமபிரான் அயோத்தி ஜனங்களை ஏமாற்றிவிட்டு இரவுக்கிரவே காட்டுக்குச் சென்றதை அருள்மொழி உதாரணமாக எடுத்துக்காட்டினார். தங்களிடமாவது சொல்ல வேண்டாமா என்று கேட்டேன். தம் வாழ்க்கையில் ஒரு முறையாவது தங்களிடம் யோசனை கேளாமல் ஒரு காரியத்தைச் செய்து தங்களிடம் பிற்பாடு பாராட்டு வாங்கப் போவதாகச் சொன்னார். தேவி! இளவரசர் செய்தது தங்கள் மனத்திற்கு உகந்த காரியந்தானே?"

"இதைக் காட்டிலும் உனக்கு உகந்த காரியத்தை இனி யாரும் செய்ய முடியாது. என் தம்பிக்குத் தாங்கள் இக்காரியத்தில் உதவி செய்ததற்கு மிக்க நன்றி!" என்றாள் இளைய பிராட்டி.

"தேவி! அருள்மொழிவர்மர் சிங்காதனம் ஏறி மணி மகுடம் சூடி உலகாளுவதைப் பார்க்கத் தாங்கள் ஆவல் கொண்டிருந்ததாக நினைத்தேன்."

"முன்னம் அப்படி நான் ஆசை கொண்டிருந்தது உண்மைதான். என் தோழி வானதி அத்தகைய சபதம் செய்த பிறகு அந்த எண்ணத்தை மாற்றிக் கொண்டேன். மேலும், தமையன் கொலை செய்யப்பட்டு மாண்ட உடனடியாகத் தம்பி சிங்காதனம் ஏறினால் உலகத்தார் என்ன நினைப்பார்கள்?"

"ஆம், தேவி! இலங்கை இராஜ வம்சத்தில் நடந்திருக்கும் பயங்கரமான செயல்கள் அருள்மொழிவர்மருக்கு இது விஷயத்தில் பெரிதும் கலக்கத்தை உண்டாக்கியிருந்தன. ஆனால் அதைப் பற்றிக் கூட அவர் அவ்வளவாகக் கவலைப்படவில்லை. என் பேரில் அந்தக் கொடிய கொலைக்குற்றத்தைச் சிலர் சுமத்த முயன்றபோது, என்னைக் காப்பாற்றுவதற்காகவே சோழ சிங்காதனத்தில் ஏற அவர் உறுதி கொண்டிருந்தார். நல்லவேளையாகப் பெரிய பழுவேட்டரையர் அந்தக் குற்றத்தைத் தம் பேரில் போட்டுக் கொண்டு என் மீது அந்த வீண் பழி விழாமல் காப்பாற்றினார்."

"பாவம்! அந்தக் கிழவர் ஒருவர் இல்லாதபடியால் சோழ நாடே வெறிச்சோடிப் போனதாகத் தோன்றுகிறது."

"தமையனைத் தொடர்ந்து தம்பியும் போய்விட்டதை நினைத்துப் பார்த்தால் மிக்க வருத்தமாயிருக்கிறது"

"ஐயோ! சின்னப் பழுவேட்டரையரும் இறந்தே போய்விட்டாரா? நிச்சயந்தானா?" என்று கேட்டாள் குந்தவை.

"நான் அவரிடம் விடை பெற்றுக்கொண்டு புறப்பட்ட போது அவருக்கு உயிர் இருந்தது. ஆனால் செங்குத்தான மலையிலிருந்து கீழே விழுந்து விட்டவர் எப்படிப் பிழைக்க முடியும்? இறந்து போயிருக்கத்தான் வேண்டும். சின்னப் பழுவேட்டரையரின் மரணத்துக்கும் நானே ஒரு விதத்தில் காரணமாயிருந்தேன் என்று நினைக்கும் போது என் உள்ளம் துடிக்கிறது" என்றான் வந்தியத்தேவன்.

"ஐயா! அதைப்பற்றியெல்லாம் எனக்கு விவரமாகச் சொல்லுங்கள். மகுடாபிஷேக தினத்தன்று சின்னப் பழுவேட்டரையரைச் சபா மண்டபத்திலிருந்து வெளியேற்றுவதற்குத் தாங்களும் என் தம்பியும் சூழ்ச்சி செய்தீர்கள் அல்லவா? அதில் இருந்து விவரமாகச் சொல்லுங்கள். அதைப் பற்றி என் தம்பியிடம் நான் விவரம் கேட்க முடியாமற் போயிற்று. தங்களிடம் கேட்டுத் தெரிந்து கொள்ளலாமென்றே இருந்தேன். 'பெண்களிடத்தில் இரகசியம் எதையும் சொல்லக் கூடாது' என்று எண்ணித்தான் முன்னாலேயே என்னிடம் சொல்லவில்லை, இப்பொழுதாவது சொல்லலாம் அல்லவா?"

"தேவி! அந்தக் காரணத்திற்காகத் தங்களிடம் சொல்லாமல் இல்லை. தங்களை ஒரு முறையாவது ஆச்சரியப்படச் செய்ய வேண்டுமென்று இளவரசர் விரும்பினார்."

"அப்படி ஒன்றும் நான் ஆச்சரியப்பட்டுவிடவில்லை. நீங்கள் இருவரும் சேர்ந்து இவ்விதம் ஏதோ சூழ்ச்சி செய்து கொண்டிருக்கிறீர்கள் என்று ஊகித்தேன். ஏதாவது தவறு நேர்ந்துவிடக் கூடாதே என்று சிறிய கவலைப்பட்டுக் கொண்டு இருந்தேன்."

"உண்மையில், தவறு நேர்ந்துதான் விட்டது. மிக முக்கியமான காரியம் நிறைவேற்றி விட்டாலும், அதன்மூலம் நேர்ந்த வேறு விபரீதத்தைத் தடுக்க முடியாமல் போயிற்று. ஒருவேளை தங்களிடம் யோசனை கேட்டிருந்தால் இந்த மாதிரி நேர்ந்திராது!" என்றான் வந்தியத்தேவன்.

பின்னர், சேந்தன் அமுதனாகிய புதிய மதுராந்தகத் தேவர்க்குப் பட்டம் கட்டவேண்டுமென்று பொன்னியின் செல்வர் தீர்மானித்ததிலிருந்து அவர்கள் போட்ட திட்டங்கள், செய்த சூழ்ச்சிகள், நடத்திய காரியங்கள் எல்லாவற்றைப் பற்றியும் விவரமாகக் கூறினான்.

மதுராந்தகத் தேவருக்கு முடிசூட்டப்போவதாக முன்னாலேயே சொன்னால், அதற்குப் பல ஆட்சேபங்களும் இடையூறுகளும் ஏற்படும் என்று அருள்மொழிவர்மர்

எண்ணினார். கொடும்பாளூர் வேளாரும், திருக்கோவலூர் மலையமானும் முன்போலவே அந்த யோசனையை எதிர்ப்பார்கள். பெரிய பழுவேட்டரையரோ மரணத்தறுவாயில் பொன்னியின் செல்வருக்கே முடிசூட்ட வேண்டும் என்று சொல்லிவிட்டுப் போய்விட்டார். அவருடைய விருப்பத்தை நிறைவேற்றவே அவரைச் சேர்ந்தவர்கள் விரும்புவார்கள். சின்னப் பழுவேட்டரையர் தமது மருமகன் உண்மையான மதுராந்தகன் அல்லவென்று தெரிந்து கொண்டுவிட்டார். படகோட்டியின் மகளான பூங்குழலியைச் சிங்காதனத்தில் அமர்த்துவதில் அவருக்கு உற்சாகம் இருக்க முடியாது. செம்பியன் மாதேவி, சேந்தன் அமுதனாகிய மதுராந்தகத்தேவன், பூங்குழலி எல்லாருமே ஆட்சேபணை செய்வார்கள். அவர்களுடைய ஆட்சேபணைகளைப் புறக்கணிக்கச் சுந்தர சோழரும் விரும்பாதவராயிருக்கலாம். இந்தக் காரணங்களை யெல்லாம் மனத்தில் வைத்துக்கொண்டுதான் பொன்னியின் செல்வர் தாம் செய்யத் தீர்மானித்த காரியத்தைக் கடைசி நிமிஷம் வரையில் இரகசியமாக வைத்திருக்க விரும்பினார். மகுடாபிஷேக சமயத்தில் தம்மிடம் கொண்ட அன்பினாலோ அல்லது மதுராந்தகரிடம் கொண்ட பொறாமையினாலோ ஆட்சேபணை கிளப்பித் தடை செய்யக் கூடிய பரபரப்புக்காரர்கள் எல்லாரையும் ஒவ்வொருவராக வெவ்வேறு காரணங்களைச் சொல்லி வெளியூர்களுக்கு அனுப்பி வைத்தார். தமக்கு உதவி செய்ய ஒருவர் வேண்டுமே என்பதற்காக வந்தியத்தேவனிடம் மட்டும் தமது அந்தரங்க நோக்கத்தைச் சொல்லியிருந்தார். இருவரும் யோசித்துத் திட்டங்கள் வகுத்துக் காரியங்களும் கவனமாகச் செய்து வந்தார்கள்.

இளஞ் சம்புவரையன் கந்தமாறன், பார்த்திபேந்திரப் பல்லவன், கொடும்பாளூர் வேளார் முதலியோர்களை ஊரை விட்டே அனுப்பியாகி விட்டது. ஆனால் சின்னப் பழுவேட்டரையரை ஊரைவிட்டு அனுப்புவது சாத்தியம் இல்லை. அவர் கையினால் பொன்னியின் செல்வரின் சிரசில் மணி மகுடத்தைச் சூட்டுவது என்ற பேச்சும் ஏற்பட்டு விட்டது. அந்தச் சமயத்தில் சேந்தன் அமுதனாகிய புதிய மதுராந்தகர் தலையில் முடிசூட்டச் சொன்னால் அவர் தடை சொல்லாமலிருப்பாரா? அவர் மறுதலித்தால் அது பெரிய அபசகுனமாகக் கருதப்படும். அதிலிருந்து வேறு பல குழப்பங்களும் ஏற்படலாம். ஆகையால் முடிசூட்டுகிற சமயத்தில் அவரை மண்டபத்திலிருந்து வெளியேற்றுவதற்கு ஏதேனும் யுக்தி செய்ய வேண்டும் என்று நண்பர்கள் இருவரும் யோசித்தார்கள். முழுதும் திருப்திகரமான யுக்தி எதுவும் தோன்றவில்லை. இச்சமயத்தில் ஆழ்வார்க்கடியான் வந்து ஒரு விசித்திரமான செய்தியைக் கூறினான்.

பாண்டிய நாட்டு ஆபத்துதவிகளான ரவிதாஸன் கூட்டத்தார் எங்கே போனார்கள், நந்தினி தேவி இன்னமும் அவர்களுடனே இருக்கிறாளா, திருப்புறம்பயம் காட்டில் நள்ளிரவில் முடிசூட்டப்பட்ட சிறுவன் எங்கே மறைந்து வைக்கப்பட்டிருக்கிறான் என்னும் செய்திகளை அறிந்து வருவதற்காக முதன்மந்திரியின் சம்மதத்துடன் ஆழ்வார்க்கடியானை அருள்மொழிவர்மர் அனுப்பியிருந்தார். பாதாளச் சிறையிலிருந்து தப்பிச்சென்ற கருத்திருமன் அவர்களுடன் சேர்ந்து கொண்டிருக்கிறானா, கந்தமாறன் வந்து சொன்னபடி பழைய மதுராந்தகன் இறந்தது உண்மையா, அல்லது அவனும் தப்பிப் பிழைத்துச் சதிக் கூட்டத்தாருடன் சேர்ந்திருக்கிறானா என்று தெரிந்து கொண்டு வருவதற்கும் திருமலை நம்பி சென்றிருந்தான். அவன் இச்செய்திகளை அறிந்து வருவதற்கு வெகு காலம் ஆகும் என்று எண்ணியிருந்தார்கள். ஆனால் ஆழ்வார்க்கடியான் சில தினங்களிலேயே திரும்பி வந்து விட்டான்.

ரவிதாஸன் கூட்டத்தைச் சேர்ந்தவர்களும், படகோட்டி முருகையன் மனைவியுமான ராக்கம்மாளைக் கொல்லிமலைக்கு அருகில் அவன் பார்த்தான். அவள் எங்கே போகிறாள் என்பதைக் கவனித்து அவளைத் தொடர்ந்து சென்றால் ரவிதாஸன் கூட்டம் இருக்குமிடத்தைச் சேரலாம் என்று ஆழ்வார்க்கடியான் எண்ணினான். ஆனால் ராக்கம்மாள் தஞ்சைபுரிக்குச் செல்லும் மார்க்கத்தில் சென்றது அவனுக்கு வியப்பு அளித்தது. ஆயினும், அவளைத் தொடர்வதே ஆபத்துதவிகளைப் பற்றி அறிவதற்கு உபாயம் என்று எண்ணி மாறுவேடம் பூண்டு அவள் அறியாதபடி பின் தொடர்ந்து சென்றான். உறையூருக்கு அருகில் வந்த பிறகு தஞ்சையில் பொன்னியின் செல்வருக்கு நடக்கப்போகும் முடிசூட்டு விழாவைப் பார்ப்பதற்காக மக்கள் திரள் திரளாகச் சென்று

கொண்டிருந்தார்கள். அந்தக் கூட்டத்தில் ராக்கம்மாளும் கலந்து கொண்டாள். ஆயினும் ஆழ்வார்க்கடியான் அவளை விடாமல் பின் தொடர்ந்து தஞ்சை வரைக்கும் வந்தான். ராக்கம்மாள் கூட்டத்தோடு கூட்டமாகத் தஞ்சைக் கோட்டைக்குள்ளும் புகுந்து சின்னப் பழுவேட்டரையரின் அரண்மனையைச் சுற்றி வட்டமிட்டதைக் கண்டதும் அவனுக்கு மிக்க வியப்பு உண்டாயிற்று. உடனே அருள்மொழிவர்மரிடமும் வந்தியத்தேவனிடமும் போய் இச்செய்தியைத் தெரிவித்தான். ராக்கம்மாளைச் சிறைப்படுத்தி விடலாமா என்று முதலில் அவர்கள் யோசனை செய்தார்கள். அப்படிச் செய்யவேண்டாம் என்றும், அவள் எதற்காக வந்திருக்கிறாள் என்பதைத் தெரிந்து கொள்வதே முக்கியமானதென்றும் தீர்மானித்தார்கள். சின்னப் பழுவேட்டரையரின் மகளுக்கு அவள் ஏதோ செய்தி கொண்டு வந்திருக்க வேண்டும் என்று ஊகித்தார்கள். சின்னப் பழுவேட்டரையரிடம் இப்போது அதைச் சொல்ல வேண்டாம் என்றும், முடிசூட்டு விழாவின் போது அவரைச் சபா மண்டபத்திலிருந்து அப்புறப்படுத்துவதற்கு அதை உபயோகித்துக் கொள்ளலாம் என்றும் முடிவு செய்தார்கள்.

ஆழ்வார்க்கடியான் மறுபடியும் சின்னப் பழுவேட்டரையரின் அரண்மனைக்கு அருகில் சென்றபோது ராக்கம்மாளைக் காணவில்லை. முடிசூட்டு விழாவுக்காக வந்த ஜனக்கூட்டம் மேலும் மேலும் அதிகமாகிக் கொண்டிருந்தது. ஆழ்வார்க்கடியான் அந்தக் கூட்டத்தில் கலந்து நின்று அரண்மனை வாசலைக் கவனமாகப் பார்த்துக் கொண்டிருந்தான். இரண்டு பெண்கள் அரண்மனையிலிருந்து வெளியில் வந்தார்கள். அவர்களில் ஒருத்தி இடுப்பில் குழந்தையையும் வைத்துக் கொண்டிருந்தாள். வந்தவர்களில் இன்னொருத்தி தலையில் முக்காடிட்டு முகத்தைப் பாதி மறைத்துக் கொண்டிருந்தாள் அவள் சின்னப் பழுவேட்டரையரின் மகளாயிருக்கலாம் என்று திருமலை நம்பி ஊகித்தான். அவர்களைத் தடுத்து நிறுத்துவதா, அல்லது எங்கே போகிறார்கள் என்று பார்ப்பதா என்பதை அவனால் நிச்சயிக்க முடியவில்லை. இதற்குள் அவர்கள் ஜனக்கூட்டத்தில் புகுந்து மறைந்து விட்டார்கள். கோட்டை வாசலை நோக்கித்தான் அவர்கள் போயிருக்கவேண்டும் என்று ஊகித்துக்கொண்டு ஆழ்வார்க்கடியான் அங்கே போனான். கோட்டை வாசலுக்கு அப்பால் சிறிது தூரத்தில் வைத்திருந்த பல்லக்கில் அவர்கள் ஏறுவதையும் குதிரை வீரர்கள் புடைசூழப் போவதையும் பார்த்து விட்டான். இனிச் சின்னப் பழுவேட்டரையரிடம் இந்தச் செய்தியைச் சொல்லாமல் தாமதிக்கக் கூடாது என்று சபா மண்டபத்துக்கு வந்தான்.

அந்தச் சமயம் பொன்னியின் செல்வர் தமிழ்ப் புலவரைப் பார்த்துப் பேசும் சமயமாயிருந்தது. சின்னப் பழுவேட்டரையரிடம் ஆழ்வார்க்கடியான் செய்தியைச் சொன்னதும் அவர் உடனே அவனுடன் கிளம்பினார். தமது அரண்மனைக்குச் சென்று மகளைத் தேடினார். மகள் இல்லை என்று அறிந்து திடுக்கிட்டார். ஆழ்வார்க்கடியான் கூறிய செய்தி உண்மையாகவே இருக்க வேண்டுமென்று தீர்மானித்தார். திரும்பி அவர் சபா மண்டபம் வருவதற்குள்ளே "மதுராந்தக உத்தமச் சோழ சக்கரவர்த்தி வாழ்க!" என்று கோஷங்கள் கிளம்பின. சபா மண்டபத்தில் நடந்ததை அறிந்த பிறகு இனி அங்கே தமக்கு வேலை இல்லை என்பதை உணர்ந்து கொண்டார். சில அந்தரங்கமான ஆட்களைத் தம்முடன் அழைத்துக்கொண்டு ஓடிப்போன மகளைத் தேடிக் கொண்டு புறப்பட்டார். தம்முடைய புதல்வி சோழ குலத்தின் பரம்பரைப் பகைவர்களான பாண்டிய குலத்து ஆபத்துதவிகளுடன் சேர்வதா என்று எண்ணியபோது அவருடைய நெஞ்சம் கொதித்தது. அதைக் காட்டிலும் அத்தகைய மகளைத் தம் கையினாலேயே கொன்று விடுவது மேல் என்று எண்ணி விரைந்து சென்றார்.

அன்றிரவு உத்தமச் சோழ சக்கரவர்த்தியின் பட்டாபிஷேக ஊர்வல வைபவங்கள் கோலாகலமாக நடந்து முடிந்த பிறகு ஆழ்வார்க்கடியான் நம்பி அருள்மொழிவர்மரிடம் அன்று மத்தியானம் நடந்த விவரங்களைக் கூறினான். அருள்மொழிவர்மர் வந்தியத்தேவனோடு கலந்து யோசித்தார். ரவிதாஸன் கூட்டத்தார் தந்திர மந்திரங்களிலே எவ்வளவோ கைதேர்ந்தவர்கள் என்பது அவர்கள் மூவருக்கும் தெரிந்திருந்தது. முன்கோபக்காரரான

சின்னப் பழுவேட்டரையரால் அவர்களுடைய தந்திரத்தை வெல்ல முடியாதென்றும், அவர்களிடம் சிக்கிக்கொண்டு ஆபத்துக்குள்ளாவார் என்றும் எண்ணினார்கள். தமது அருமை மகளையே கொல்லுவது போன்ற விபரீதமான காரியத்தைச் செய்யக்கூடியவர் என்றும் நினைத்தார்கள். ஆகையால், சின்னப் பழுவேட்டரையரைக் காப்பாற்றி அழைத்து வருவதற்கும், பாண்டிய நாட்டு ரவிதாஸன் கூட்டத்தார் எங்கே இருக்கிறார்கள், என்ன திட்டமிட்டிருக்கிறார்கள் என்பதை அறிந்து வருவதற்கும் வந்தியத்தேவனும், ஆழ்வார்க்கடியானும் புறப்பட்டுப் போவது நலம் என்ற முடிவுக்கு வந்தார்கள்.

இவ்வாறு சின்னப் பழுவேட்டரையர் தமது மகளையும் அவளைத் தம்மையறியாமல் அழைத்துச் சென்ற சதிகாரர்களையும் பின்தொடர்ந்து போக, அவர் சென்ற வழியை ஆங்காங்கு விசாரித்துக் கொண்டு வந்தியத்தேவனும் ஆழ்வார்க்கடியானும் சென்றார்கள். சின்னப் பழுவேட்டரையர் குறுக்கும் நெடுக்குமாக அங்குமிங்கும் அலைந்து விட்டுச் சென்றிருக்க வேண்டும் என்று பின்னால் சென்ற இருவரும் கண்டார்கள். இதிலிருந்து அவருடைய மகளைக் கொண்டு போனவர்கள் வேண்டுமென்று அவரை ஏமாற்றி வேறு வழியில் போகச் செய்ய முயன்றிருக்க வேண்டும் என்று முடிவு கட்டினார்கள். காவேரிக் கரையோரமாக மேற்கு நோக்கி நெடுந்தூரம் பிரயாணம் செய்த பிறகு, அமராவதி நதி காவேரியுடன் கலக்குமிடத்தில் திசை மாறி, அந்தக் கிளைநதிக்கரை வழியாகத் தென்மேற்குத் திசையில் பிரயாணம் செய்தார்கள். சேர நாட்டுக்கும் கொங்கு நாட்டுக்கும் எல்லையாக அமைந்திருந்த ஆனைமலைப் பிரதேசத்தை அடைந்தார்கள். ஆனைமலையின் அடிவாரத்தை அடைந்த பிறகு பிரயாணம் மிகக் கடினமாகிவிட்டது. அந்த வனப் பிரதேசத்தில் மரங்கள் மிக அடர்த்தியாகவும் செழிப்பாகவும் வளர்ந்திருந்தன. வன விலங்குகளின் பயங்கர உறுமல் நாலா திசைகளிலும் கேட்டது. குதிரைகளைச் செலுத்திக் கொண்டு போவது மிகவும் சிரமமாக இருந்தது. குதிரைகளை விட்டு விட்டுக் கால் நடையாகப் போனால் காட்டு மிருகங்களுக்கு அவை இரையாகி விடலாம் என்ற பயமும் இருந்தது.

கடைசியில் நண்பர்கள் இருவரும் மேலே குதிரையைச் செலுத்திப் போக இயலாத மிக அடர்ந்த காட்டுப் பிரதேசத்தை அடைந்தார்கள். சமீபத்தில் எங்கேயோ வேறு ஒரு குதிரை கனைக்கும் சத்தம் கேட்டது. அந்த இடத்தைத் தேடிப்பிடித்து அடைந்தபோது சின்னப் பழுவேட்டரையர் ஏறி வந்த குதிரை அங்கிருப்பதையும், அதைக் காவல் புரிய ஆள் ஒருவன் இருப்பதையும் கண்டார்கள். சின்னப் பழுவேட்டரையரும் அவருடன் வந்த மற்ற மூவரும் அங்கிருந்து கால் நடையாகச் சென்றிருப்பதாக அந்த ஆள் தெரிவித்தான். தங்கள் குதிரைகளையும் அந்த ஆளைப் பார்த்துக் கொள்ளும்படி சொல்லிவிட்டு நண்பர்கள் மேலே போனார்கள். சூரிய வெளிச்சமே உள் நுழையாத கனாந்தகாரம் நிறைந்த காடுகளின் வழியாக அவர்கள் வெகு தூரம் சென்றார்கள். பின்னர், மரமடர்ந்த மலைப்பாதைகளில் ஏறிப் போனார்கள். பத்து அடி தூரத்துக்கு அப்பால் என்ன இருக்கிறது என்று தெரிந்து கொள்ள முடியாத பாதைகளில் அவர்கள் போக வேண்டியிருந்தது.

கடைசியில் சற்று வெளிச்சம் தெரிந்த ஓர் இடத்தை அடைந்தார்கள். அங்கே மலை மீதிருந்து அருவி ஒன்று செங்குத்தாக விழுந்து கொண்டிருந்தபடியால் இந்த இடைவெளி ஏற்பட்டிருந்தது. அதற்கு அப்பால் தொடர்ந்து பிரயாணம் செய்வது இயலாத காரியமாகத் தோன்றியது. ஏனெனில் மலை சுவர் அங்கே அவ்வளவு செங்குத்தாக மேலெழுந்தது. எவ்வளவு தேடிப் பார்த்தும் மேலே ஏறப்பாதை எதுவும் தென்படவில்லை. அருவியில் குளித்துச் சிறிது இளைப்பாறி விட்டுத் திரும்பிப் போக வேண்டியதுதான் என்று நண்பர்கள் தீர்மானித்தார்கள். சின்னப் பழுவேட்டரையரும் அவருடன் வந்த ஆட்களும் வனவிலங்குகளுக்கு இரையாகியிருக்க வேண்டுமென்று எண்ணினார்கள்.

இந்தச் சமயத்தில் அவர்கள் எதிர்பாராத அதிசயமான காட்சி ஒன்றைக் கண்டார்கள். மலை மேலே அருவியின் நெடுவீழ்ச்சி எங்கிருந்து ஆரம்பமாயிற்றோ, அங்கே இரண்டு

மனித உருவங்கள் தெரிந்தன. போரிட்டுக் கொண்டே அவர்கள், அருவி விழும் இடத்தை நெருங்கி வந்து கொண்டிருந்தார்கள். அவர்களை உற்றுப் பார்த்ததில், இருவரும் தங்களுக்கு ஏற்கனவே அறிமுகமானவர்கள்தான் என்று தெரிந்தது. ஒருவர் சின்னப் பழுவேட்டரையர், இன்னொருவர் அவருடைய மகளை மணந்தவரான பழைய மதுராந்தகர், ஆகா! சண்டை என்ற வார்த்தையைக் கேட்டாலே முகத்தைச் சுளுக்கிக் கொண்டிருந்த மதுராந்தகர் இதற்குள் இவ்வளவு லாகவமாக வாளைக் கையாளக் கற்றுக்கொண்டு விட்டது என்ன விந்தை! காலாந்தக கண்டருடன் சரிசமமாகக் கத்திச் சண்டை இடுகிறாரே? ஐயோ! காலாந்தககண்டர் பின்வாங்குகிறாரே? உண்மையிலேயே களைப்புற்றுப் பின்வாங்கி வருகிறாரா அல்லது எப்படியும் தமது மருமகப்பிள்ளையாயிற்றே என்று தயங்கிப் பின்வாங்கி வருகிறாரா? எப்படியிருந்தாலும் அபாயகரமான அருவி விழும் முனையை நெருங்கி வருகிறாரே! ஐயோ! அங்கே செங்குத்தான அருவிப் பள்ளம் என்பது அவருக்குத் தெரியாது போலிருக்கிறதே!

வந்தியத்தேவனும், ஆழ்வார்க்கடியானும் பெரும் கூச்சல் போட்டு அவருக்கு எச்சரிக்கை செய்ய முயன்றார்கள். அவர்களுடைய முயற்சி பயன்படவில்லை! அருவி விழும்போது எழுந்த 'சோ' என்ற சத்தம் நூறு சிங்கங்களின் கர்ஜனையையும், இருநூறு யானைகளின் பிளிறல்களையும் விழுங்கிவிடக் கூடியது. இந்த இரண்டு மனிதர்களுடைய குரல் அந்தச் சத்தத்தை அடக்கிக்கொண்டு மேலே எழக்கூடுமா, என்ன?

ஆகவே, அவர்கள் கண் முன்னாலேயே அந்தக் கோரச் சம்பவம் நிகழ, அவர்கள் அதைப் பார்த்துக்கொண்டு சும்மா இருக்க வேண்டியதாயிற்று. எதிரியாகிய மருமகனைப் பார்த்துப் போரிட்டுக்கொண்டு, சிறிது சிறிதாகப் பின்வாங்கி வந்த சின்னப் பழுவேட்டரையர் அருவி முனைக்கு வந்து கால்கள் நழுவிச் செங்குத்தான அருவிப் பள்ளத்தில் விழுந்து விட்டார்! அவருடனே போரிட்டுக் கொண்டு வந்த பழைய மதுராந்தகன் பாறை முனையில் வந்து எட்டிப் பார்த்துவிட்டு மறுகணம் மறைந்து விட்டான். சின்னப் பழுவேட்டரையர் கால் நழுவிய இடத்திலிருந்து கீழேயிருந்த பள்ளம் சுமார் முக்கால் தென்னை மரம் உயரம் இருக்கும். இவ்வளவு உயரத்திலிருந்து விழுந்தவர் உயிர் பிழைப்பார் என்று எதிர் பார்க்க முடியாது. ஆயினும் அந்த மகா வீரருடைய உடலையாவது பார்க்கலாம் என்று எண்ணி நண்பர்கள் இருவரும் அருவிப் பள்ளத்தின் அருகில் ஓடினார்கள். சின்னப் பழுவேட்டரையரின் உடலைக் காணவில்லை. அருவி விழுந்து விழுந்து அங்கே பெரும் பள்ளமாகித் தண்ணீர் ததும்பிச் சுற்றிலும் இருந்த பாறைகளில் மோதிக் கொண்டிருந்தது. சின்னப் பழுவேட்டரையருடைய உடல் அந்த ஆழமான அருவிக் குளத்தில் முழுகியிருக்க வேண்டும் என்று ஊகித்தார்கள். ஒரு விதத்தில் இது நல்லதுதான். கரையில் பாறைகளின் மீது விழுந்திருந்தால் அந்த மகா வீரரின் உடல் சின்னாபின்னமாகப் போயிருக்கும். ஆழமான குளத்திலே விழுந்தபடியால் அந்தக் கதியிலிருந்து தப்பிவிட்டார். விரைவில் அவருடைய உடலை அருவி நீர்ச்சுழல் வெளியில் கொண்டு வந்து தள்ளும் என்று எதிர் பார்த்துக் கொண்டிருந்தார்கள்.

அவர்கள் எதிர்பார்த்தது வீண் போகவில்லை. கொஞ்ச நேரத்துக்கெல்லாம் சின்னப் பழுவேட்டரையர் வெளியில் வந்தார். நண்பர்கள் இருவரும் விரைந்து குளத்தில் குதித்து அவரைக் கரையில் கொண்டு வந்து சேர்த்தார்கள். முதலில், உயிரற்ற உடல் என்றுதான் எண்ணினார்கள். ஆயினும் ஒருவேளை உயிர் இருக்கக் கூடாதா என்ற இலேசான நம்பிக்கையும் அவர்கள் உள்ளத்தில் இருந்தது. ஆகையால் தண்ணீரில் முழுகியவரை உயிர்ப்பிப்பதற்கு வேண்டிய சிகிச்சைகளைச் செய்தார்கள். வெகு நேரத்துக்குப் பின்னர் சின்னப் பழுவேட்டரையர் மூச்சுவிட்டுக் கண் விழித்துப் பார்த்தார். அவரால் அதிகம் பேச முடியவில்லை. ஆயினும் சொல்ல வேண்டியதைச் சில வார்த்தைகளில் சொல்லி விட்டார்.

மிகப் பிரயாசையின் பேரில் காலாந்தக கண்டர் அந்த மலை உச்சியை அடைந்தார். அங்கே ஏறக்குறைய நூறு பேருக்கு நடுவில் அவருடைய மகள் இருந்தாள். ரவிதாஸன்

காலாந்தக கண்டரைத் தங்களுடன் சேர்ந்து கொள்ளும்படி அழைத்தான். அவருடைய மருமகனே பாண்டிய நாட்டுக்கு உரியவன் என்றும், அவனுக்குப் பட்டம் கட்டப் போவதாகவும், சேர மன்னனும் இலங்கை அரசன் மகிந்தனும் புதிய பாண்டியனுக்கு உதவி செய்ய முன் வந்திருப்பதாகவும் கூறினான். அவர்கள் உத்தேசங்களை அறிவதற்காக முதலில் சின்னப் பழுவேட்டரையர் ரவிதாஸன் கூறியதையெல்லாம் கேட்டுக் கொண்டிருந்தார். பின்னர், அவர்கள் மீது சதிகாரர்கள் என்று குற்றம் சுமத்தித் தம் குமாரியைத் தம்முடன் அனுப்பி விடும்படி கேட்டார். "உம்முடைய மகள், உம்முடன் வந்தால் அழைத்துப் போகலாம்!" என்றான் ரவிதாஸன். சின்னப் பழுவேட்டரையர் மகளுடைய முகத்தைப் பார்த்தார். அவள் தன் கணவனுடைய கதி தனக்கும் ஆகட்டும் என்று கூறி அவருடன் வர மறுத்துவிட்டாள். "உன்னை இவர்களுடன் விட்டுப் போவதைக் காட்டிலும் என் கையினாலேயே கொன்று விடுகிறேன்!" என்று கூறிக் காலாந்தககண்டர் வாளை ஓங்கினார். அதுகாறும் மறைவாக இருந்த மதுராந்தகன் அச்சமயம் திடீரென்று தோன்றி "என் மனைவியைக் கொல்லுவதற்கு நீ யார்?" என்று கூறி வாட்போர் தொடங்கினான். இதனால் காலாந்தககண்டருக்குச் சிறிது திகைப்பு உண்டாயிற்று. தம் மருமகனைத் தம் கையினாலேயே கொன்று தம் குமாரியைக் கைம்பெண் ஆக்குவது நியாயமா என்ற ஐயம் அவர் மனத்தில் உதித்துவிட்டது. இவ்வாறு மனத்தில் ஏற்பட்ட குழப்பத்தினால் தீவிரமாகப் போர் செய்ய முடியவில்லை. யோசித்துக் கொண்டே பின் வாங்கினார். பின்னால் அருவிப் பள்ளம் இருப்பது தெரியாமல் அதில் விழுந்து விட்டார்.

இதையெல்லாம் தட்டுத்தடுமாறிச் சொல்லி முடித்து விட்டு, "நான் இனி உயிர் பிழைக்கப் போவதில்லை என் முடிவு நெருங்கிவிட்டது. என்னை இங்கேயே விட்டுவிட்டு நீங்கள் விரைந்து செல்லுங்கள். சேர நாட்டின் மீதும், ஈழ நாட்டின் மீதும் உடனே சோழ சைன்யம் படை எடுத்துச் செல்லட்டும். பொன்னியின் செல்வரை மதுரைக்கு அழைத்துச் சென்று 'சோழ பாண்டியன்' என்ற அபிஷேகப் பெயரைச் சூட்டிப் பட்டம் கட்டச் செய்யுங்கள். இந்த மூன்று காரியங்களையும் உடனே செய்யாவிட்டால், சோழ சாம்ராஜ்யத்துக்குப் பேரபாயம் உண்டாவது நிச்சயம். மறுபடியும் பழையபடி பாண்டிய ராஜ்யம் தனியாகப் பிரிந்து போய் விடும்! உடனே விரைந்து செல்லுங்கள்!" என்று காலாந்தக கண்டர் கூறினார். அவரை இந்த நிலையில் அனாதையாக விட்டுவிட்டுப் போக நண்பர்களுக்கு மனம் வரவில்லை. ஆகையால் இருவரில் ஒருவர் அவரைப் பார்த்துக் கொள்வது என்றும், இன்னொருவர் தஞ்சைக்குப் போவது என்றும் தீர்மானித்தார்கள். இருவரில் வேகமாகக் குதிரை விடக்கூடியவன் வந்தியத்தேவன் ஆதலால் அவனே, புறப்பட வேண்டியதாயிற்று.

90. பொன்மழை பொழிந்தது!

வந்தியத்தேவன் ஆனைமலைக் காட்டுக்குத் தான் சென்று வந்த வரலாற்றைக் கூறி முடித்ததும், குந்தவை அவனைப் பார்த்து, "ஐயா! நீங்கள் கூறிய வரலாறு மிக அதிசயமாயிருக்கின்றது. உண்மை நிகழ்ச்சிகள் தானா என்று சந்தேகமும் சில சமயம் எனக்கு ஏற்பட்டது. கதை புனைந்து கூறுவதில் தாங்கள் கெட்டிக்காரர் என்பதை அறிவேன். அதிலும் தாங்கள் அடிக்கடி பேச்சைத் நிறுத்தி மேலும் கீழும் பார்த்து விழித்து விட்டுப் பேச்சை தொடங்கியபோது என்னுடைய சந்தேகம் மேலும் அதிகமாயிற்று!" என்றாள்.

வந்தியத்தேவன் மற்றும் ஒரு முறை மேலும் கீழும் பார்த்துவிட்டுக் குந்தவையை நோக்கினான்.

"தேவி! புனைகதை சொல்வதற்கு வேறு இடங்கள் இருக்கின்றன. என்னுடைய அந்தச் சாமர்த்தியத்தைத் தங்களிடம் இதுவரையில் நான் காட்டியதில்லை. இடையிடையே என் பேச்சுத் தடைப்பட்டதற்கு வேறொரு காரணம் உண்டு!" என்றான்.

"அதுவும் பெரிய இரகசியமா? பெண்களிடம் சொல்லக் கூடாதா?" என்று கேட்டாள் குந்தவைப் பிராட்டி.

"வேறு யாரிடமும் சொல்லக் கூடாத இரகசியந்தான். ஆனால் தாங்கள் அனுமதி கொடுத்தால் அதையும் சொல்லுகிறேன்!" என்றான் வந்தியத்தேவன்.

"உண்மையைச் சொல்லுவதற்கு எப்போதும் என்னுடைய அனுமதி உண்டு!" என்றாள் குந்தவை.

"அப்படியானால் சொல்லிவிடுகிறேன் பிறகு என்னைக் கோபித்துக் கொள்வதில் பயனில்லை. நான் தங்களிடம் பேசிக் கொண்டிருக்கும்போது சில சமயம் தற்செயலாகத் தங்கள் விழிகளில் என் பார்வை பதிந்து விடுகிறது. தேவியின் கரிய கண்களில் என்ன அரிய மாயம் இருக்கிறதோ, தெரியவில்லை. அது என்னை அப்படித் திகைத்து நிற்கும்படி செய்து விடுகிறது. மறுபடியும் சமாளித்துக்கொண்டு பேச்சைத் தொடங்குகிறேன்!" என்றான்.

குந்தவையின் இதழ்கள் விரிந்தன; கன்னங்கள் குழிந்தன; கண்கள் சிரித்தன.

"ஐயா! என்னுடைய கண்களில் அரிய மாயம் ஒன்றுமில்லை. கரிய மாயமும் இல்லை. சில காலமாக மையிட்டுக் கொள்வதையும் விட்டு விட்டேன். என்னுடைய கண்களில் தாங்கள் தங்களுடைய உருவத்தைத் தான் பார்த்திருப்பீர்கள். அதுதான் தங்களைத் திகைப்படையச் செய்திருக்கும்!" என்றாள்.

"தேவி! என்னுடைய உருவத்தை நான் கண்ணாடிகளில் பார்த்திருக்கிறேன். தெளிந்த நீரில் பிரதிபலிக்கப் பார்த்திருக்கிறேன். அப்போதெல்லாம் நான் எந்தவிதத் திகைப்பும் அடைந்ததில்லை!" என்றான் வல்லவரையன்.

"என் கண்களைக் கண்ணாடிக்கும் தண்ணீருக்கும் ஒப்பிடுகிறீர்களா? கண்ணாடி மங்கிவிடும்; தண்ணீர் கலங்கி விடும்!" என்றாள் இளவரசி.

"கண்ணாடி மங்கினால் துடைத்துச் சுத்தம் செய்வேன். தண்ணீர் கலங்காமல் பார்த்துக்கொள்வேன். தங்கள் கண்களின் இமைகள் மூடித் திரையிட்டு என் உருவத்தை மறைப்பதை நான் தடுத்து நிறுத்த முடியாதல்லவா?" என்றான் வந்தியத்தேவன்.

"கண்ணாடிக்கு எதிரில் நின்றால்தான் உருவம் பிரதிபலிக்கும். தண்ணீர் கலங்காமல் தெளிந்திருந்தால்தான் உருவம் தெரியும். ஆனால் என் கண்கள் திறந்திருந்தாலும், கண்ணிமைகள் மூடியிருந்தாலும் தாங்கள் என் முன் இருந்தாலும் இல்லாவிட்டாலும் தங்கள் உருவம் எப்போதும் என் கண்களில் பொலிகிறது. இந்த அதிசயத்தின் காரணம் என்ன என்று தங்களால் சொல்ல முடியுமா?" என்று குந்தவை கேட்டாள்.

வந்தியத்தேவனின் மெய் சிலிர்த்தது. தழுதழுத்த குரலில், "தெரியவில்லையே, தேவி!" என்றான்.

"தெரியாவிட்டால் நான் சொல்லுகிறேன். தங்களிடத்திலே தான் அப்படி ஏதோ ஒரு மாய மந்திர சக்தி இருக்கிறது. சோழ குலத்தைப் பழிவாங்க வந்த வயிர நெஞ்சம் கொண்ட நந்தினியின் உள்ளமும் தங்களைக் கண்டு சஞ்சலம் அடைந்து விட்டதல்லவா?"

"சற்று முன் தாங்கள் அமுதினுமினிய வார்த்தை கூறி என்னைப் பரவசப்படுத்தினீர்கள். அதே மூச்சில், அந்தக் கொடிய விஷ நாகத்தின் பெயரை ஏன் சொல்லுகிறீர்கள்?"

"நந்தினியை உள்ளத்தில் நஞ்சுடைய பாம்பு என்று நான் வெறுத்த காலம் உண்டு. இப்போது அவளை நினைக்கும்போது எனக்கு அவள் பேரில் இரக்கந்தான் உண்டாகிறது.."

"நந்தினியிடம் தாங்கள் இரக்கம் கொள்வது சோழ குலத்தை நாசமாக்கவரும் ஆலகால விஷத்திடம் இரக்கம் கொள்வதாகும்."

"ஐயா! சோழ வம்சத்தாருக்குக் குல தெய்வமாகிவிட்ட மந்தாகினி தேவியின் மகள் அவள்! என் அருமைச் சகோதரன் அருள்மொழியைப் பலமுறை காப்பாற்றிய தேவியின் மகள் அவள்! என் தந்தையைச் சதிகாரனுடைய வேலுக்கு இரையாகாமல் காப்பாற்றித் தன்னுடைய உயிரைப் பலி கொடுத்த மாதரசியின் மகள் நந்தினி!"

"ஆனால் அந்தச் சதிகாரனுடைய வேலை எறியத் தூண்டியவள் அவள்! ஆதித்த கரிகாலருக்கு யமனாக வந்தவள் அவள்! வீராதி வீரராகிய பெரிய பழுவேட்டரையரின் மதியை மயக்கி பொம்மை போல் ஆட்டிவைத்தவள்..."

"பெரிய பழுவேட்டரையரின் மதியை மட்டுந்தானா மயக்கினாள்? பார்த்திபேந்திர பல்லவன், கந்தமாறன் முதலியவர்களையும் தன் கைக் கருவி ஆக்கிக்கொண்டாள்! இவையெல்லாம் தெரிந்திருந்தும் அவளை என்னால் வெறுக்க முடியவில்லை. வீரபாண்டியனுடைய மரணத்துக்குப் பழிவாங்கவே இவ்வளவும் செய்தாள்! எடுத்த காரியத்தை நிறைவேற்றுவதில் வெற்றி அடைந்தாள்! வீர மறக் குலத்துப் பெண்! அவள் இப்படியெல்லாம் பயங்கரமான செயல்களில் இறங்குவதற்கு நானும் காரணமாயிருந்தேன் என்பதை நினைத்தால் வருத்தமாயிருக்கிறது. அவளுடைய குழந்தைப் பிராயத்தில் பழையாறையிலிருந்து விரட்டியடித்தோம்..."

"நல்ல காரியமே செய்தீர்கள், தேவி! தங்களுடைய நெஞ்சிரக்கத்தின் மிகுதியால் அவள் சோழ குலப் பகைவனுடைய மகள் என்பதை மறந்துவிட வேண்டாம். வீர பாண்டியனுடைய மகன் சோழர் வீட்டில் வளர்ந்து அதனால் விளைந்த அனர்த்தம் போதாதா? வீர பாண்டியனுடைய மகளும் சோழர் வீட்டில் வளர்ந்து ஆதித்த கரிகாலரைத் திருமணம் புரிந்து கொள்ள நேர்ந்திருந்தால்..."

"மிக்க நன்மையாக முடிந்திருக்கும், இந்த இரண்டு பெருங்குலங்களின் பகைமை தீர்ந்து இரு குலமும் ஒரு குலமாயிருக்கும். ஆனால் அந்தச் செய்தி உண்மையாயிருக்குமா?"

"எதைக் கேட்கிறீர்கள், தேவி!"

"நந்தினி வீர பாண்டியனின் மகள் என்பது உண்மையாயிருக்குமா?"

"நந்தினி அவ்வாறு ஆதித்த கரிகாலரிடம் கூறியதை என் காதினால் நானே கேட்டேன். பெரிய பழுவேட்டரையரும் கேட்டார். அதுதான் பெரிய பழுவேட்டரையரின் மனத்தை அடியோடு மாற்றி அவரை ரௌத்ராகாரம் கொள்ளச் செய்தது. அந்தக் கொடிய வார்த்தைதான் இளவரசர் ஆதித்த கரிகாலரின் உயிருக்கும் யமனாக முடிந்தது!"

"சிறிது யோசியுங்கள்! கரிகாலன் மீது பழி முடிப்பதற்காகவே அவள் அவ்விதம் சொல்லியிருக்கலாம் அல்லவா? வீர பாண்டியனைக் கரிகாலன் கோபத்திலிருந்து காப்பாற்ற விரும்பியபோது அவளே வேறு விதமாகக் கூறியிருக்கிறாள். பெற்ற தகப்பனைக் குறித்துக் 'காதலன்' என்று எந்தப் பெண்ணாவது தன் வாயினால் சொல்லியிருப்பாளா?"

"தேவி! கரிகாலர் அப்போது வெறி கொண்டவராயிருந்தார். அவள் என்ன சொன்னாளோ, இவர் என்னவென்று பொருள் செய்து கொண்டாரோ, யாருக்குத் தெரியும்? கரிகாலர் சொல்லியதுதானே? அவரே பின்னால் நந்தினி 'என் தகப்பன் வீர பாண்டியன்' என்று சொன்னபோது நம்பிவிட்டாரே? மேலும் வீர பாண்டியன் இறந்த பிறகே அவளுக்கு இது தெரிந்திருக்கலாம். தன் பிறப்பைக் குறித்த உண்மையை அறிவதற்காக நந்தினி என்னென்ன பிரயத்தனங்கள் செய்தாள் என்பது தங்களுக்குத் தெரியுமே? நள்ளிரவில் அவளுடைய அன்னையின் ஆவியைப் போல் நடித்துச் சுந்தர சோழரைப் பைத்தியம் பிடிக்க அடிக்க வில்லையா? அதைத் தங்கள் தோழி பார்த்து மூர்ச்சையடைந்து விழவில்லையா..?"

"பாதாளச் சிறையில் மூன்று வருஷமாக அடைப்பட்டிருந்து தங்களுடன் விடுதலை அடைந்த பைத்தியக்காரனை ஆழ்வார்க்கடியான் பயமுறுத்திக் கேட்டபோது அவன் சொன்னதும் தங்களுக்குத் தெரிந்திருக்கும்.."

"தெரியாமலென்ன? நந்தினிக்கும், அவள் சகோதரனுக்கும் தானே தகப்பன் என்று அவன் கூறினான்."

"அதுவே உண்மையாகவும் இருக்கலாம் அல்லவா!"

"அப்படியானால், சில சமயம் பொய்யும் மிக்க வலிமையுடையதாகிறது. அரண்மனைக்குள்ளேயே வளர்ந்து சண்டையென்றால் பயந்து கொண்டிருந்த பழைய மதுராந்தகத்தேவர் தாம் வீரபாண்டியனுடைய மகன் என்று அறிந்ததும் எத்தகைய வீர புருஷர் ஆகிவிட்டார் என்பதைத் தாங்கள் பார்த்திருந்தால் பிரமித்துப் போயிருப்பீர்கள். ஒரு முறை சின்னப் பழுவேட்டரையர் தமது வயிரக் கரத்தால் என் தோளைப் பற்றினார். அதை நினைத்தால் இன்னமும் அவர் பிடித்த இடத்தில் எனக்கு வலியுண்டாகிறது. அத்தகைய மகாவீரருடன் நாமெல்லாரும் 'கோழை' என்று எண்ணிய மதுராந்தகன் சரிசமமாக வாட்போர் இட்ட காட்சியை என்றும் நான் மறக்க முடியாது."

"அதைக் குறித்தே எனக்கும் தங்கள் வார்த்தையில் சந்தேகம் உண்டாகிறது என்று சொன்னேன்."

"நம்புவதற்கு அரிதான சம்பவந்தான். நந்தினியின் மூடுபல்லக்கில் பிரயாணம் செய்துகொண்டிருந்தவனும், பழுவேட்டரையர்களின் பெயரைச் சொன்னாலே நடுநடுங்கியவனுமான நாம் அறிந்த மதுராந்தகன் சின்னப் பழுவேட்டரையருடன் வாட்போர் செய்யத் துணிவான் என்று யார் நம்ப முடியும்? ஆயினும் அது உண்மையில் நடந்தது என்பதை ஆழ்வார்க்கடியான் திரும்பி வந்து தங்களுக்குக் கூறுவான்."

"ஐயா! தாங்கள் நந்தினி தேவியைப் பார்க்க முடியவில்லையா?"

"அந்தப் பெண் உருக்கொண்ட ராட்சஸியை நான் ஏன் பார்க்க வேண்டும்?"

"நந்தினியைப் பற்றி இனி அவ்விதம் சொல்லவேண்டாம். என்றைக்காவது ஒரு நாள் நானே அவளைச் சந்திப்பேன். உண்மையில் அவளுடைய தந்தை யார் என்னும் இரகசியத்தை அறிவேன். ஆனால் ஒன்று தெரிந்து கொள்ளுங்கள். நந்தினியைப் பற்றி என்னிடம் எதுவும் தவறாகக் கூற வேண்டாம். அவளுடைய தகப்பனார் யாராயிருந்தாலும், அவளுடைய அன்னை யார் என்பதில் சந்தேகமில்லை அல்லவா? அவளிடம் நான் அன்பு கொள்வதற்கு அது ஒன்றே போதும், அதற்கு மேலே இன்னொரு முக்கிய காரணமும் இருக்கிறது.."

"அது என்ன காரணம்?"

"நந்தினி தங்களிடம் பிரியம் கொண்டிருந்தாள். அவளுடைய முத்திரை மோதிரத்தைத் தங்களிடம் கொடுத்தாள். தஞ்சைக் கோட்டையிலிருந்து தப்பிச் செல்வதற்கு உதவி செய்தாள். கொள்ளிடக் கரைக் காட்டில் ரவிதாஸன் கூட்டத்தாரிடம் தாங்கள் சிக்கிக்கொண்டிருந்த போது மறுபடியும் தங்கள் உயிரைக் காப்பாற்றினாள்..."

"கடைசியாக, ஆதித்த கரிகாலரைக் கொன்ற பயங்கரமான பழியை என் பேரில் சுமத்தினாள் அதற்காகவே அத்தனை சூழ்ச்சிகளும் செய்தாள்!"

"ஏன் அப்படிச் செய்தாள் என்று தங்களுக்குத் தெரியவில்லையா?"

"பாம்பு ஏன் கடிக்கிறது என்பதற்குக் காரணம் சொல்ல வேண்டுமா? சிறுத்தை ஏன் பாய்கிறது என்பதற்குக் காரணம் கூற வேண்டுமா?"

"நந்தினி பிறக்கும்போதே பாம்பாகவோ, சிறுத்தையாகவோ பிறக்கவில்லை. நாங்கள்தான் அவளை அப்படிச் செய்து விட்டோம். சந்தர்ப்பங்கள் அவ்விதம் சதி செய்து விட்டன. தாங்களும் அதற்குக் காரணமாயிருந்தீர்கள்!"

"ஐயையோ! என் பேரில் ஏன் வீண் பழி? நான் அவளுக்கு அப்படி என்ன தீங்கு செய்தேன்?"

"தாங்கள் அவளுக்கு ஒரு தீங்கும் செய்யவில்லை. அவள்தான் தங்களிடம் அன்பு கொண்டிருந்தாள்."

"தெய்வமே!.."

"புருஷர்கள் சில காரியங்களில் கண்ணிருந்தும் குருடர்களாயிருப்பார்கள் போலிருக்கிறது. ஐயா இதைக் கேளுங்கள்! நந்தினியின் உள்ளம் தங்களுக்குத் தெரியவில்லை. நான் நன்றாகத் தெரிந்து கொண்டேன். அந்தத் துர்ப்பாக்கியசாலி உண்மையில் வீர பாண்டியனிடம் அன்பு கொண்டிருக்கவில்லை. ஆதித்த கரிகாலனிடம் அவளுக்கு உண்மையான நேசம் கிடையாது. அவர்களிடம் அன்பு கொண்டதாக நடித்ததெல்லாம் அவள் அரசு பீடத்தில் அமர்வதற்காகத்தான்!"

"இதை நானும் அறிவேன், தேவி! அவளுடைய கிராதக நெஞ்சில் அன்புக்குச் சிறிதும் இடமே இல்லை!"

"அது தவறு. தங்களைக் கண்டபோதுதான் அவள் உள்ளத்தில் உண்மையான அன்பு உதயமாயிற்று. தங்கள் அபிமானத்தைக் கவர்வதற்காக அவள் எதுவும் செய்யச் சித்தமாயிருந்தாள்..."

"என் பேரில் இளவரசரைக் கொன்ற பழியைச் சுமத்தவும் சித்தமாயிருந்தாள்."

"அது எதற்காக? தங்களை என்றென்றைக்கும் சோழ குலத்தாருடன் நட்பும், உறவும் கொள்ளாமலிருக்கச் செய்வதற்குத்தான்."

"அதற்காக என்னைத் தஞ்சாவூர் இராஜ வீதிகளின் நாற்சந்தியில் கழுவில் ஏற்றச் செய்வதற்கு ஏற்பாடு செய்து விட்டாள். அதைவிட அவளுடைய கையில் பிடித்திருந்த கத்தியினாலேயே என்னைக் கொன்றிருக்கலாமே?"

"தங்களைக் கொல்ல எண்ணியிருந்தால் அவ்விதம் செய்திருக்கலாம். அல்லது ரவிதாஸன் கூட்டத்தைக் கொண்டு தங்களைக் கொல்லச் செய்திருக்கலாம். பெரிய பழுவேட்டரையர் குற்றத்தைத் தன் பேரில் போட்டுக்கொண்டிராவிட்டால், பொன்னியின் செல்வர் குறுக்கிட்டிராவிட்டால், தங்களை உண்மையிலேயே கழுவில் ஏற்றக் கட்டளை பிறப்பித்திருந்தால் ரவிதாஸன் கூட்டத்தார் வந்து தங்களை விடுவித்துக் கொண்டு போயிருப்பார்கள். தாங்களும் ஒருவேளை இன்று ஆனைமலையின் மேல் சேர்ந்திருக்கும் கூட்டத்துடன் கலந்து கொண்டிருந்தாலும் இருப்பீர்கள்."

"அத்தகைய விபத்து நேராமல் கடவுள்தான் என்னைக் காப்பாற்றினார்."

"சோழ நாட்டையும் காப்பாற்றினார், தங்களைப் போன்ற ஒரு வீரரின் சேவை சோழ சாம்ராஜ்யத்துக்கு நஷ்டமாகாமல் காப்பாற்றினார்..."

"தேவி! சோழ சாம்ராஜ்யம் மகத்தானது. ஐந்நூறு லட்சம் வீரர்களின் வாள்களும், வேல்களும் இந்த ராஜ்யத்தைக் கண போலக் காத்து நிற்கின்றன. நான் ஒருவன் இதன் உதவிக்கு அவ்வளவு அவசியமாயிருக்க முடியாது..!"

"சோழ நாட்டை நாலாபுறமும் புதிய அபாயங்கள் சூழ்ந்து கொண்டிருப்பதாகத் தாங்களே சொன்னீர்கள்."

"அது உண்மைதான், தேவி! ரவிதாஸனுடைய சூழ்ச்சித் திறன் அதிசயமானது. பாண்டிய நாட்டுச் சிங்காதனத்துக்கு உரிமையாளர் இரண்டு பேரை உண்டாக்கி விட்டான். முன்னே ஒரு சிறு குழந்தைக்குக் கொள்ளிடக்கரைக் காட்டில் பாண்டிய மன்னன் என்று பட்டம் சூட்டினான். அந்தப் பராங்குசன் நெடுஞ்செழியனுடன், இப்போது அமர புஜங்கன் நெடுஞ்செழியன் ஒருவனும் சேர்ந்து விட்டான்..."

"அது யார் அமரபுஜங்கன் நெடுஞ்செழியன்?"

"நம் பழைய மதுராந்தகரின் பெயர் இப்போது அதுதான். பாண்டிய அரசுக்கு உரிமை கொண்டாடுவோன், 'மதுராந்தகன்' என்ற பெயருடன் இருக்க முடியாதல்லவா? சின்னப் பழுவேட்டரையர் அருவிப் பள்ளத்தில் விழுந்ததும், மலை உச்சியில் 'பாண்டியன்

அமரபுஜங்கன் நெடுஞ்செழியன் வாழ்க!' என்று எழுந்த கோஷம் அந்தப் பெரிய அருவி விழும் சத்தத்தையும் அடக்கிக்கொண்டு எழுந்தது."

"இம்மாதிரி இரண்டு உரிமையாளரை ஏற்படுத்தி வைப்பதில் ரவிதாஸன் கூட்டத்தாருக்கு என்ன லாபம்?"

"ஒருவனுக்கு ஏதாவது நேர்ந்தால் இன்னொருவன் கையில் இருக்கட்டும் என்றுதான். ஒருவனைக் கொண்டு இலங்கை அரசன் மகிந்தன் உதவியைப் பெறவும், இன்னொருவனைக் கொண்டு சேர மன்னனின் கூட்டுறவைப் பெறவும் அக்கூட்டத்தார் முயற்சிப்பார்கள்..."

"ஐயா! என் சகோதரனும் தாங்களும் சேர்ந்து சதி செய்து உத்தமச் சோழரின் தலையில் மணி மகுடத்தைச் சூட்டினீர்கள். உத்தமச் சோழருக்கு நீங்கள் பெரிய நன்மை செய்து விட்டதாக நான் கருதவில்லை. தற்சமயம் சோழ சாம்ராஜ்யத்தின் பாரத்தை வகிப்பது அவ்வளவு எளிய காரியமாகத் தோன்றவில்லை..."

"சோழ சாம்ராஜ்ய பாரத்தை வகிப்பது தற்சமயம் மிகப் பிரயாசையான காரியந்தான். ஆனால் அதை உத்தமச் சோழரா தாங்கப் போகிறார்? அவர் தமது அன்னைக்கு உதவியாக ஆலயத் திருப்பணியில் ஈடுபட்டுக் காலம் கழிக்கப் போகிறார். சோழ சாம்ராஜ்யத்தைத் தாங்கப் போகிறவரும் பாதுகாக்கப் போகிறவரும் தங்கள் தம்பி அருள்மொழித் தேவர்தான்"

"அது உண்மையே. அருள்மொழிக்கு அதற்கு ஆற்றலும் உண்டு. ஆனாலும் அவன் பிராயத்தில் சிறியவன். அனுபவம் இல்லாதவன். சோழ சாம்ராஜ்யத்தைத் தாங்கி வந்த இருபெரும் வயிரத் தூண்கள் – பழுவூர் அரசர்கள் போய்விட்டார்கள். பெரியவர் நம்மை விட்டே சென்று விட்டார்! தாங்கள் சொல்வதைப் பார்த்தால், சின்னப் பழுவேட்டரையர் பிழைத்து வருவதும் துர்லபம் என்று தோன்றுகிறது..."

"அவர் பிழைத்து வந்தாலும் இராஜ்யத்துக்கு பயன்படமாட்டார். தமது மகளையும் மருமகனையும் நினைத்து நொந்து கொண்டிருப்பார்..."

"சம்புவரையரும் அதே நிலையை அடைந்துவிட்டார். சில தினங்களில் அவருடைய உள்ளமும் உடலும் சோர்ந்து பலவீனமடைந்து விட்டன. மலையமான் முன்னமே முதுகிழவர். தமது பேரர்களில் ஒருவன் இறந்து, இன்னொருவனுக்குப் பட்டமில்லை என்று ஆனதும் அவரும் அடியோடு தளர்ந்து போனார். கொடும்பாளூர்ப் பெரிய வேளாரின் மனம் ஒரு நிலையிலில்லை. அருள்மொழி முடிசூட்டிக் கொள்ளப் போவதாகச் சொல்லிக் கொண்டிருந்து கடைசி நிமிஷத்தில் தம்மை ஏமாற்றி விட்டதை அவரால் மன்னிக்க முடியவில்லை. வானதியை அருள்மொழி மணந்ததில் கூட அவருக்குத் திருப்தி ஏற்படவில்லை. இனிமேல் இராஜ்ய விவகாரங்களில் தாம் தலையிடுவதில்லை என்றும் கொடும்பாளூரில் ஆலயத் திருப்பணி செய்யப் போவதாகவும் கூறிவிட்டுப் போய்விட்டார். கடம்பூர் மாளிகையில் நடந்த சதிக்கூட்டத்தில் கலந்து கொண்ட மற்ற சிற்றரசர்கள் அனைவரும் அவர்கள் ஒன்று நினைக்கக் காரியம் வேறாக முடிந்தது பற்றி வெட்கி மனம் குன்றிப் போனார்கள். ஐயா! அருள்மொழிக்கு உதவி செய்யத் துணைவர்கள் வேண்டும். வாள் வலி – தோள் வலியுடன் அறிவுத் திறமையும் வாய்ந்த உற்ற நண்பர்கள் அவனுக்கு வேண்டும்..."

"நல்ல வேளையாகப் பல்லவப் பார்த்திபேந்திரர் இருக்கிறார்!" என்று சொன்னான் வந்தியத்தேவன்.

"அவருடைய துணை வலியும் அருள்மொழிக்குக் கிடைக்கும் என்று சொல்லுவதற்கில்லை. அவரை ஊரை விட்டு அனுப்பி விட்டு உத்தமச் சோழருக்கு முடிசூட்டியதில் அவருக்குக் கோபம். அதைக் காட்டிலும் அருள்மொழி தன் அந்தரங்கத் தோழராகத் தங்களைப் பாவிப்பது அவருக்குப் பிடிக்கவில்லை..."

"அவருடைய கோபத்துக்கு நியாயம் இருக்கிறது. சோழ குலத்துக்கு அவர் எவ்வளவோ தொண்டு செய்திருக்கிறார். நானோ புதிதாக வந்தவன். அவரிடம் நான் வேணுமானால் மன்னிப்புக் கேட்டுக் கொள்கிறேன்."

குந்தவை சிறிது யோசித்துவிட்டு, "அது எரிகிற தீயில் எண்ணெய் விட்டது போலாகும்" என்று கூறினாள்.

"பார்த்திபேந்திரன் மகா வீரர் அவரைச் சமாதானப் படுத்துவதற்கு வேறு வழி இல்லையா?" என்றான் வந்தியத்தேவன்.

"அவரே அந்த வழியைக் குறிப்பிட்டார் என் தந்தையிடமும் தமது விருப்பத்தைத் தெரிவித்தார்..."

"பார்த்திபேந்திர பல்லவருடைய விருப்பத்தை நிறைவேற்றச் சக்கரவர்த்தி மறுத்திருக்க மாட்டார்.."

"ஆனால் அது சக்கரவர்த்தியைப் பொருத்ததல்ல. அவருடைய மகளைப் பொறுத்தது. அவருடைய மகள் அதை ஏற்றுக்கொள்ள மறுத்து விட்டாள்! ஆம், ஐயா! சிவாலயத்துக்கு மலர் எடுத்துக் கொடுத்துக் கொண்டிருந்தவர் திடீரென்று சிங்காதனம் ஏறி மணி மகுடம் சூடிக் கொண்டதைப் பார்த்துப் பல்லவ குலத் தோன்றலுக்குப் பொறுக்கவில்லை. கடலில் படகு விட்டுக்கொண்டிருந்தவள் சிங்காதனம் ஏறியதும் அவருக்குச் சகிக்கவில்லை. பழைய பல்லவ நாட்டுக்குத் தன்னைச் சுதந்திர மன்னனாக்கிச் சிலாசாஸனம் எழுதும் உரிமை அளிக்க வேண்டும் என்று கேட்டார்..."

"ஆகா! அது எப்படிக் கொடுக்க முடியும்? சோழ ராஜ்யத்தைச் சின்னாபின்னாப் படுத்துவதாகுமல்லவா?"

"அந்த உரிமை கொடுக்க என் தந்தை சம்மதித்து விட்டார். அத்துடன் பல்லவ குமாரர் நிற்கவில்லை. முன்னொரு சமயம் பல்லவ அரச குமாரி சோழ குமாரன் ஒருவனை மணந்து கொண்டாளாம். அதற்கு ஈடாகச் சுந்தர சோழரின் குமாரியைத் தமக்குத் திருமணம் செய்து கொடுக்க வேண்டும் என்று கோரினார்!"

இதைக் கேட்டதும் வந்தியத்தேவனின் முகம் மிக்க மன வேதனையைக் காட்டியது. அதை மறைத்துக் கொள்வதற்காக அவன் முகத்தை வேறு பக்கம் திருப்பிக் கொண்டான்.

குந்தவையின் முகம் புன்சிரிப்பால் மலர்ந்தது. வேண்டுமென்றே அவள் மேலே ஒன்றும் சொல்லாமலிருந்தாள்.

சற்றுப் பொறுத்து வந்தியத்தேவன், "அதற்குச் சக்கரவர்த்தி என்ன விடை கூறினார்?" என்றான்.

"அதற்குச் சக்கரவர்த்தி எப்படி பதில் கூறமுடியும்? அது அவர் மகள் விருப்பத்தைப் பொறுத்ததல்லவா? சக்கரவர்த்தி தம் மகளைக் கேட்டார்..."

"சக்கரவர்த்தித் திருமகள் அதற்கு என்ன பதில் கூறினார்?"

"பார்த்திபேந்திரனைக் கைபிடிக்கச் சம்மதமில்லை என்று சொல்லி விட்டார்!"

"ஏன்? ஏன்?" என்று வந்தியத்தேவன் கேட்ட குரலில் அடங்காத ஆர்வம் ததும்பியது.

"சக்கரவர்த்தித் திருமகள் காரணம் கூறினாள். தெய்வப் பொன்னி நதி பாயும் புனல் நாட்டை விட்டு, வெளிநாட்டுக்குப் போக விருப்பமில்லை என்று கூறினாள்."

"அது ஒன்றுதானா காரணம்?"

"வேறு காரணமும் இருக்கலாம். அதில் சிரத்தை உள்ளவர்களுக்கு அல்லவா சொல்ல வேணும்? ஏனோதானோ என்று கேட்பவர்களிடம் எதற்காகச் சொல்ல வேண்டும்?" என்றாள் குந்தவை!

"தேவி! அளவில்லாத சிரத்தையுடன் ஆர்வத்துடனும் கேட்கிறேன்."

"அவ்வளவு சிரத்தையும் ஆர்வமும் உள்ளவர்கள் தாங்களாகவே அதைத் தெரிந்து கொள்வார்கள். அவர்களுக்குச் சொல்லித் தெரிய வேண்டியதில்லை."

குந்தவையின் முகத்தை அப்போதுதான் முதன் முதலில் பார்ப்பவன் போல் வந்தியத்தேவன் பார்த்தான்.

மின்னலை மின்னல் தாக்கியது. அலையோடு அலை மோதியது. சொர்க்கம் பூமிக்கு வந்தது. மண்ணுலகம் விண்ணுலகம் ஆயிற்று. விழிக்கோணத்தில் விஷமப் புன்சிரிப்புடன் குந்தவை "ஒரு பெண்ணின் மனத்தில் உள்ளதை அறிய முடியாமல் அவள் வாயினால் சொல்ல வேண்டும் என்று எதிர்பார்க்கும் ஆண் மகனைப் பற்றி என்னவென்று நினைப்பது? சோழ சாம்ராஜ்யத்தின் பகைவர்களுடைய தந்திரச் சூழ்ச்சிகளையெல்லாம் அவர் அறிந்துகொள்ள முடியும் என்று எவ்விதம் எதிர்பார்ப்பது?" என்றாள்.

வந்தியத்தேவன் சற்று நேரம் மேலும் கீழும் பார்த்து விட்டு "தேவி! பழம்பெரும் பல்லவ குலத்தில் வந்த பார்த்திபேந்திரன் கோரிய அதே கோரிக்கையைத் தங்குவதற்கு ஒரு குடிசை நிழலும் இல்லாத அனாதை வாலிபன் ஒருவன் வெளியிட்டால், அதைப் பற்றிச் சக்கரவர்த்தி என்ன நினைப்பார்?" என்றான்.

"அவர் என்ன நினைத்தாலும், தம் மகளுடைய விருப்பம் என்னவென்று கேட்பார். அதன்படியே பதில் சொல்லுவார்."

"தேவி! சக்கரவர்த்தியின் திருக்குமாரி என்ன பதில் சொல்லுவாள்?"

"இப்படிச் சுற்றி வளைத்துக் கேட்டுக் கஷ்டப்படுவானேன்? சக்கரவர்த்தியிடம் நேரில் கேட்டுப் பார்த்து விடலாமே? பதில் உடனே தெரிந்து விடுகிறது!" என்றாள் குந்தவை.

"அது எப்படிக் கேட்க முடியும்? ஈழம் முதல் வேங்கி வரையில் ஒரு குடை நிழலில் ஆளும் மன்னர் மன்னனின் திருமகளைத் தனக்கு மணம் செய்து கொடுக்கும்படி ஊரும் பேருமில்லாத வாலிபன் உற்றார் உறவினர் அற்ற அனாதைச் சிறுவன் எப்படித் துணிந்து கேட்க முடியும்?" என்றான் வல்லவரையன்.

"வாணர் குலத்தில் பிறந்த வீரருக்கு இவ்வளவு தன்னடக்கம் எங்கிருந்து வந்தது? முதன் முதலில் தாங்கள் என்னைப் பார்த்தபோது தங்கள் குலப்பெருமை பற்றிக் கூறியதை நான் மறந்து விடவில்லை. சேர சோழ பாண்டியர்களின் அரண்மனைகளில் ஆண் குழந்தைகள் பிறந்தால், அக்குழந்தையின் மார்பு அகலமாயிருந்தால், மாவலி வாணனின் பெயர்கள் எல்லாவற்றையும் அந்தக் குழந்தையின் மார்பில் எழுதலாம் என்று அரசிமார்கள் களிப்படைவார்கள் என்றீர்கள். வாணர் குல மன்னரின் அரண்மனை வாசலில் மூவேந்தர்களும் காத்திருப்பார்கள் என்றும், புலவர்கள் அம்மன்னனிடம் பெற்றுப் போகும் பரிசுகளைப் பார்த்து, 'இது என் குதிரை! இது என் யானை! இரு என் கிரீடம்! இது என் குடை!' என்று அவர்கள் பேசிக் கொள்வார்கள் என்றும் சொன்னீர்கள். அவ்வாறு பெருமையடித்துக் கொண்டவர் இவ்வளவு அடக்கம் கொண்டவரானது ஏன்?"

"தாங்கள் தம்பியின் சினேகந்தான் அதற்குக் காரணம். பழைய குலப் பெருமையைக் கூறிச் சிறப்படையப் பார்ப்பதை அருள்மொழிவர்மர் வெறுக்கிறார். சூரிய குலத்தில் தோன்றியவர்கள் என்றும், கரிகால வளவன் வம்சத்தினர் என்றும், விஜயாலயச் சோழரின் பேரரின் பேரர் என்றும் பெருமை அடித்துக் கொள்வதை நினைத்து அவர் சிரிக்கிறார். ஒரு நாள் அவர் என்னிடம் என்ன சொன்னார் தெரியுமா? என் குலத்து முன்னோர்கள் இது வரையில் செப்புப் பட்டயமும், சிலாசாஸனமும் எழுதுவிக்கும் போதெல்லாம் சூரிய வம்சத்திலிருந்தும், மனுநீதிச் சோழனிலிருந்தும், சிபிச் சக்கரவர்த்தியிலிருந்தும் தொடங்கி எழுதச் செய்து வந்திருக்கிறார்கள். நான் அரச பீடம் ஏறினால் இந்த வழக்கத்தை மாற்றி விடுவேன். நான் எழுதுவிக்கும் சிலாசாஸனங்களிலும் செப்புப் பட்டயங்களிலும் நான் சாதனை செய்த காரியங்களை மட்டும் பொறிக்கச் செய்வேன். அப்போது அச்சாஸனங்கள் புனைந்துரைகளோ என்ற ஐயத்துக்கு இடந்தராத மெய்க்கீர்த்தியாக விளங்கும்!' என்றார். தேவி! நானும் அவருடைய கருத்தை ஒப்புக்கொண்டேன். பழைய குலப் பெருமை பேசுவதை விட்டுவிட உறுதி கொண்டேன். தங்கள் தந்தையாரிடம் சென்று என் பழைய

குலப் பெருமைகளைக் கூறித் தங்கள் கரம்பிடிக்கும் பாக்கியத்தைக் கோரமாட்டேன். அருள்மொழிவர்மரும் நானும் இந்தச் சோழ சாம்ராஜ்யத்தின் மேன்மைக்கு எங்கள் ஆயுளை அர்ப்பணித்திருக்கிறோம். வடக்கே விந்திய பர்வதத்திலும், தெற்கே திரிகோண மலையிலும், மேற்கே லட்சத்தீவிலும், கிழக்கே கடல்களுக்கு அப்பாலுள்ள சாவகத்திலும், கடாரத்திலும், காம்போஜத்திலும் புலிக்கொடியைப் பறக்கச் செய்யத் தீர்மானித்திருக்கிறோம். நாங்கள் மேற்கொண்ட காரியங்களை ஓரளவேனும் சாதித்த பிறகு சுந்தர சோழ சக்கரவர்த்தியிடம் சென்று இதோ நான் அணிந்து வந்திருக்கும் வெற்றி மாலைகளைத் தங்கள் திருக்குமாரியின் கழுத்தில் சூட அனுமதி கொடுங்கள்!' என்று விண்ணப்பித்துக் கொள்வேன். இலங்கைக்குச் சென்று மகிந்தனை வென்று, பாண்டியன் மகுடத்தையும், இந்திரன் ஹாரத்தையும் கொண்டு வந்து இளவரசியின் முன்னால் வைப்பேன். வைத்து விட்டு, 'தங்கள் திருக்கரத்தைப் பிடிப்பதற்கு நான் தகுதியுள்ளவனானால் அந்தப் பாக்கியத்தை எனக்கு அளியுங்கள்!' என்று பெருமையோடு கேட்பேன்..."

"ஐயா! தங்கள் தீர்மானத்தை நான் பாராட்டுகிறேன். தங்களுக்கும் பார்த்திபேந்திரர் மனப்போக்குக்கும் உள்ள வேற்றுமையைக் கண்டு வியந்து மகிழ்கிறேன். ஆனால் ஆண் பிள்ளையாகிய தாங்கள்தான் இவ்வாறெல்லாம் செய்யலாம். வெற்றிகளையும், சாதனைகளையும் கொண்டு வந்து சமர்ப்பிக்கலாம். அவற்றைக் குறித்துப் பெருமையடையலாம். பெண்ணாய்ப் பிறந்தவர்களுக்கு இவை ஒன்றும் சாத்திய மில்லை. அவர்களுக்குத் தேவையும் இல்லை. அரச குலத்துப் பெண்களுக்குச் சுயம்வரம் நடத்தும் வழக்கம் நம் தேசத்தில் வெகு காலம் இருந்து வந்தது. இப்போது ஏனோ மறைந்து விட்டது. ஐயா! என் தந்தை எனக்கு ஒரு சுயம்வரம் நடத்தி அதற்கு இந்தப் பரந்த தேசத்திலுள்ள அத்தனை அரசகுமாரர்களையும் அழைத்திருந்தாரானால், என் கையிலுள்ள மாலையை அவர்கள் யாருடைய கழுத்திலும் போட்டிருக்க மாட்டேன். தஞ்சைக் கோட்டையிலிருந்து தப்பி ஓடி வந்து, பழையாறை ஆலய பட்டரின் துணையுடன் ஓடமேறி ஓடையைக் கடந்து, அரண்மனைத் தோட்டத்துக்குள் புகுந்து என்னைத் தனிமையில் சந்தித்த அனாதை வாலிபர், அத்தனை அரசகுமாரர்களுக்கு மத்தியில் எங்கேயாவது இருக்கிறாரா என்று தேடுவேன். அவருடைய கழுத்திலேதான் என் கையிலுள்ள சுயம்வர மாலையைப் போடுவேன்!"

வந்தியத்தேவனுடைய செவிகளில் ஆயிரம் கிண்கிணிகள் ஒலித்தன. வானத்திலிருந்து பொன் மழை பொழிந்தது. தளிர்களும் மலர்களும் குலுங்கிய மரங்களின் உச்சியில் வர்ணப்பட்டுப் பூச்சிகள் இறகுகளை விரித்து நடனம் புரிந்தன.

இதுவரையில் உட்கார்ந்திருந்த வந்தியத்தேவன் எழுந்து நின்றான்.

"நான் கூறியது தங்களுக்குப் பிடிக்கவில்லையா?" என்றாள் குந்தவை.

"நன்றாகக் கேட்டீர்கள். நான் விழித்திருக்கிறேனா, என் காதில் விழுந்ததெல்லாம் உண்மையா, அல்லது கனவு காண்கிறேனா என்று சோதித்தேன். கனவு காணவில்லை. உண்மை தான் என்று தெரிந்து கொண்டேன்! பாற்கடலைக் கடைந்து தேவர்கள் அமுதத்தை அடைந்தார்கள். அதை அருந்தி அமரரானார்கள் என்று கேட்டிருக்கிறேன். தாங்கள் இப்போது கூறிய மொழிகள் என்னை அமுதமுண்டவனாகச் செய்து விட்டன. எனக்குப் புத்துயிர் அளித்து விட்டன!"

குந்தவை அப்போது "ஐயா! ஒன்று மாத்திரம் நினைவில் வைத்துக் கொள்ளுங்கள். நீங்கள் போகுமிடங்களில் எத்தனையோ அபாயங்களுக்கு உட்படுவீர்கள். எவ்வளவோ போர்க்களங்களில் போர் செய்வீர்கள். பகைவர்கள் வஞ்சகச் சூழ்ச்சியால் தங்களை மேலுலகம் அனுப்ப முயற்சிப்பார்கள். அப்படி ஏதாவது தங்கள் உயிருக்கு அபாயம் நேர்ந்துவிட்டால், இந்தத் தொல் பெருமை வாய்ந்த சோழ குலத்தில் பிறந்த ஓர் இளவரசி கல்யாணம் ஆவதற்கு முன்னாலேயே கைம்பெண் ஆவாள்! இதை மறந்து விடாதீர்கள்!" என்றாள்.

"தேவி! அப்படி ஒன்றும் நிச்சயமாக நேராது. நான்தான் அமுதமுண்டு அமரனாகி விட்டேனே! எனக்கு இனி மரணம் இல்லை! கன இருள் சூழ்ந்த வனாந்தரங்களில் காற்றும் மழையும் கடுகிப் பெய்து நான் திசை தெரியாமல் தடுமாறும் சமயங்களில், தாங்கள் அக்காட்டு மத்தியில் உள்ள வீட்டில் பலகணிக்கு அருகில் விளக்கேற்றி வைத்துக் கொண்டு எனக்காகக் காத்திருப்பீர்கள். அந்த நினைவு எனக்குத் தைரியமளித்துக் காற்று, மழை கனாந்தகாரத்திலிருந்து தப்புவதற்கு துணை செய்யும். அலை கடலின் நடுவில் மரக்கலத்தில் ஏறி நாளும் வாரமும் மாதமும் கணக்கு மறந்து திக்குத் தெரியாமல் மதி மயங்கிக் கதி கலங்கி நிற்கும்போது, ஸப்தரிஷி மண்டலத்தின் அடியில் என்றும் நிலைத்து நின்று சுடர் விட்டு வழி காட்டும் துருவ நட்சத்திரமாகத் தாங்கள் ஒளிவீசுவீர்கள். நான் திசை அறிந்து என் மரக் கலத்தைத் திருப்பிக் கொண்டு வருவேன். கடற்கரை ஓரத்துப் பாறைகளில் மாமலைகள் போன்ற பேரலைகள் தாக்கிக் கடல் கொந்தளித்துக் கொண்டிருக்கும் இரவு நேரங்களில் கலங்கரை விளக்கிலிருந்து வரும் உயிர் காக்கும் ஒளியாகத் தாங்கள் பிரகாசிப்பீர்கள். அந்தப் பிரகாசத்தைக் கொண்டு என் படகு பாறையில் மோதாமல் கரையிலே கொண்டு வந்து சேர்ப்பேன். புல்லும் பூண்டும் முளையாத அகண்டமான பாலைவனப் பிரதேசத்தில் வடவைக் கனல் எனக் கொளுத்தும் வெய்யிலில் அனல் பிழம்பெனச் சுட்டுப் பொசுக்கும் மணலில் நான் தாகத்தினால் நா உலர்ந்து வியர்வைக் கால்கள் வறண்டு தவித்துத் தத்தளிக்கும் நேரங்களில் தென்னை மரங்களும், தேன் கதலிகளும் சூழ்ந்த ஜீவ நதி ஊற்றாகத் தாங்கள் எனக்கு உதவுவீர்கள். தேவி! இந்த விரிந்து பரந்த உலகத்தில் நான் எங்கே போனாலும் எத்தனை கஷ்டங்களுக்கு உட்பட்டாலும் ஒரு நாள் கட்டாயம் திரும்பி வருவேன். திரும்பி வந்து தங்களைக் கரம் பிடித்து மணந்து கொள்வேன். இந்த என் மனோரதம் நிறைவேறும் வரையில் என்னை யமன் நெருங்க மாட்டான். அமுதமுண்ட அமரனாக இருப்பேன்!"

இவ்விதம் வந்தியத்தேவன் தன் வாழ்க்கையில் என்றும் பேசி அறியாதவாறு பேசிவிட்டு உட்கார்ந்தான். இளைய பிராட்டி மெய்மறந்து அவன் முகத்தைப் பார்த்த வண்ணமிருந்தாள். இந்த வார்த்தைகளையெல்லாம் இந்த வீரன் முதல் முறையாகத் தன்னிடம் சொல்லவில்லையென்றும், எத்தனை எத்தனையோ ஆண்டுகளுக்கு முற்பட்ட யுக யுகாந்திரங்களில் எவ்வளவோ தடவை இதே சொற்பிரவாகத்தை இவனிடம் கேட்டிருப்பதாகவும் அவளுக்குத் தோன்றியது.

இந்தச் சித்தப்பிரமையின் விசித்திரத்தைப் பற்றி அவள் சிந்தித்துக் கொண்டிருந்தபோது "அக்கா! அக்கா!" என்ற வானதியின் குரல் கேட்டது. இருவரும் திரும்பி பார்த்தார்கள்.

வானதி விரைந்து அவர்கள் அருகில் வந்து, "அக்கா! இவருக்கு ஓர் அவசர ஓலை வந்திருக்கிறது. மணிமேகலையின் தமையன் கந்தமாறனிடமிருந்து வந்திருக்கிறது!" என்று சொல்லிக் கொண்டே ஓலையை நீட்டினாள்.

91. மலர் உதிர்ந்தது!

வந்தியத்தேவன் ஓலையை வாங்கிக் கொண்டு வானதியைப் பார்த்து, "இளவரசி! என்னைத் தங்களுக்கு நினைவிருக்கிறதா? அடியோடு மறந்து விட்டீர்கள் என்றல்லவா நினைத்தேன்?" என்றான்.

"ஐயா! தங்களை எவ்வாறு நான் மறக்க முடியும்? எனக்கும் என் கணவருக்கும் தாங்கள் செய்துள்ள உதவிகளைத் தான் எப்படி மறக்க முடியும்?" என்றாள் வானதி.

"அதனாலேதான் நான் இல்லாத சமயம் பார்த்துத் தங்கள் திருமணத்தை நடத்திக் கொண்டீர்களாக்கும்!" என்றான்.

வானதி குறும்புப் புன்னகையுடன், "ஆமாம்; தாங்கள் இருந்திருந்தால் பொன்னியின் செல்வர் மகுடாபிஷேகத்தைப் போல் திருமணமும் நடந்திருக்கலாம் அல்லவா? தாங்கள் என்ன சூழ்ச்சி செய்திருப்பீர்களோ என்னமோ அதை யார் கண்டது?" என்றாள்.

"நானா பொன்னியின் செல்வருக்கு மகுடாபிஷேகம் நடக்காதபடி செய்தேன்? பூங்குழலியிடம் போட்டி போட்டுக் கொண்டு தாங்கள் 'சிங்காதனம் ஏறுவதில்லை' என்று செய்த சபதம் அல்லவா அதற்குக் காரணம்? படகுக்காரப் பெண்ணுக்கு அதிர்ஷ்டம் அடித்தது! என் மீது குறைப்பட்டு என்ன பயன்?" என்றான் வந்தியத்தேவன்.

"அவளே அந்த அதிர்ஷ்டத்தை அனுபவிக்கட்டும்! அதற்காக அவள் பேரிலும் எனக்கு குறை இல்லை. தங்கள் பேரிலும் குறை இல்லை மகிழ்ச்சி தான். ஆனால் தங்களுடைய திருமணத்துக்கு நாள் குறிப்பிடும் போது மட்டும் நல்ல சோதிடராகப் பார்த்து நாள் குறிப்பிடச் செய்யுங்கள்!" என்றாள்.

"குடந்தை சோதிடரையே நாள் வைக்கச் சொன்னால் போகிறது! தங்களுக்கெல்லாம் அவரிடத்திலேதான் நம்பிக்கை!" என்று வானதியைப் பார்த்துச் சொன்னான் வந்தியத்தேவன்.

வானதி 'கலீர்' என்று சிரித்துவிட்டு இளைய பிராட்டியை நோக்கி, "அக்கா! இவர் குடந்தை சோதிடரைப் பற்றிச் சொன்னதும் ஒரு விஷயம் ஞாபகம் வருகிறது!" என்று சொல்லி விட்டு மறுபடியும் கலகலவென்று சிரித்தாள்.

"எதை நினைத்துக் கொண்டு சிரிக்கிறாய், வானதி! 'உன் வயிற்றிலே பிறக்கப்போகிற பிள்ளை மூன்று உலகத்தையும் ஆளப் போகிறான்' என்று அந்த ஜோசியர் உளறினாரே, அதை எண்ணிச் சிரிக்கிறாயா?" என்றாள் குந்தவை.

"அதை ஏன் உளறல் என்கிறீர்கள், தேவி? அந்த ஜோசியம் பலிக்கப் போகிறது!" என்றான் வந்தியத்தேவன்.

வானதி தன்னை அறியாமல் ஏற்பட்ட கூச்சத்தில் சிரிப்பை அடக்கிக் கொண்டாள். பிறகு, "அக்கா! நான் ஒன்று சொல்ல வந்தால், தாங்கள் பேச்சை வேறு பக்கம் திருப்புகிறீர்களே? குடந்தை ஜோதிடரிடம் நான் "இளைய பிராட்டிக்குத் தகுந்த கணவர் எங்கிருந்து வரப் போகிறார்?" என்று கேட்டேன். 'இந்த நிமிஷமே ஆகாசத்திலிருந்து வந்து குதித்தாலும் குதிப்பார்!' என்றார் ஜோசியர். மறுநிமிடம் இவர் ஜோசியருடைய சீடனுடன் சண்டையிட்டுக் கொண்டே உள்ளே வந்து குதித்தார்! அந்தச் சம்பவத்தை நினைத்துச் சிரித்தேன்!" என்றாள்.

குந்தவை பொங்கி வந்த சிரிப்பை அடக்கிக்கொண்டு கள்ளக் கோபத்துடன், "போதும் உன் விளையாட்டு! அவசரமாக வந்திருக்கும் ஓலையை இவர் படிக்கட்டும்!" என்றாள்.

வந்தியத்தேவன் ஓலையைப் படித்தபோது அவனுடைய முகத்தில் தோன்றிய கவலைக் குறியை இரண்டு பெண்மணிகளும் கவனித்தார்கள்.

"என்ன சேதி? கந்தமாறன் என்ன எழுதியிருக்கிறான்?" என்று இளையபிராட்டி ஆர்வத்துடன் கேட்டாள்.

"தாங்களே படித்துப் பாருங்கள்!" என்று வந்தியத்தேவன் ஓலையைக் குந்தவையிடம் கொடுத்தான்.

ஓலையில் பின்வருமாறு எழுதியிருந்தது.

"என் அருமைத் தோழனாகிய வல்லவரையன் வந்தியத்தேவனுக்கு, நான் உனக்குச் செய்த குற்றங்களையும் இழைத்த அநீதிகளையும் மன்னித்துவிட்டு, என் சகோதரி மணிமேகலையைக் கடைசி முறை பார்ப்பதற்காக உடனே புறப்பட்டு வந்து சேரவும், இளஞ்சம்புவரையன் கந்தமாறன்."

குந்தவை அதைப் படித்துவிட்டு, "ஒரு விதத்தில் இது நல்ல செய்திதான். மணிமேகலை அகப்பட்டு விட்டாள் என்று தெரிகிறது!" என்றாள்.

"அது என்ன? மணிமேகலை எங்கே போயிருந்தாள்?" என்று வந்தியத்தேவன் வியப்புடன் வினவினான்.

"மணிமேகலையைப் பற்றிய செய்தி ஒன்றுமே தங்களுக்குத் தெரியாதா?"

"தெரியாது! தங்களைக் கேட்கவே எண்ணியிருந்தேன்."

"நானும் சொல்ல விரும்பினேன்; ஆனால் இவ்வளவு கல்நெஞ்சுடன் அவளைப் பற்றி விசாரிக்காமலிருப்பவரிடம் எப்படி அவள் பேச்சை எடுப்பது என்று தயங்கினேன்."

"தேவி! மணிமேகலை விஷயத்தில் நான் கல் நெஞ்சனாவது எப்படி? அவளைப் பொறுத்த வரையில் நான் இறந்தவனாகிவிட்டேன் அல்லவா?"

"இல்லை; அவளுக்குத் தாங்கள் இறந்தவராகவில்லை இறவா வரம் பெற்ற அமரராகி விட்டீர்கள்!"

"போகட்டும்; இப்போதாவது மணிமேகலையைப் பற்றிச் சொல்லுங்கள்."

"சொல்லுவதற்கே வருத்தமாயிருக்கிறது செம்பியன் மாதேவி மணிமேகலை தம்முடன் இருக்கட்டும் என்று எவ்வளவோ சொன்னார். சம்புவரையர் அதற்கு இணங்கவில்லை. கந்தமாறன் எல்லைப் பாதுகாப்புக்குப் போய்விடுவான் என்றும், தன் புதல்வியாவது தம்முடன் இருக்க வேண்டும் என்றும் வற்புறுத்தி அழைத்துச் சென்றார். கடம்பூர் மாளிகை எரிந்து போய் விட்டபடியால் பாலாற்றின் வடகரையில் புதிய மாளிகை கட்டிக் கொள்ள சக்கரவர்த்தியின் அனுமதியும் பெற்றுக்கொண்டு புறப்பட்டார். வழியில் வீர நாராயணபுரத்துக்கு அருகில் இரவு நேரத்தைக் கழிப்பதற்காகக் கூடாரம் போட்டுக் கொண்டு தங்கினார். மறுநாள் பொழுது விடிந்து பார்த்தால் மணிமேகலையைக் காணவில்லையாம். ஒருவேளை இங்கே திரும்பி ஓடிவந்துவிட்டாளோ என்று பார்ப்பதற்காக ஆள் அனுப்பினார். இங்கே வரவில்லை என்று சொல்லி அனுப்பினோம். அது முதல் எங்களுக்கெல்லாம் ஒரே கவலையாக இருந்தது. ஒருவேளை வீர நாராயண ஏரியில் விழுந்து உயிரையே மாய்த்துக் கொண்டிருப்பாளோ என்று நினைத்து நினைத்து வருந்தினோம். நாலா திசைகளிலும் ஆள்கள் தேடிக் கொண்டிருப்பதாகச் செய்தி கிடைத்தது. கந்தமாறனுடைய ஓலையிலிருந்து மணிமேகலை இருக்குமிடம் தெரிந்து அவளைக் கண்டுபிடித்து விட்டார்கள் என்று தோன்றுகிறது."

"அவளை நான் போய்ப் பார்ப்பதிலே தான் என்ன பயன்? என்னை அவள் தெரிந்து கொள்ளப் போவதில்லை!" என்றான் வந்தியத்தேவன்.

"இருந்தாலும் தாங்கள் அவசியம் போகவேண்டும். 'கடைசி முறையாக' என்று கந்தமாறன் எழுதியிருக்கிறான். அதன் பொருள் என்னவோ தெரியவில்லை" என்றாள் குந்தவை.

"அக்கா! இவர் கொஞ்சமும் ஈவு இரக்கம் அற்றவர். மணிமேகலையின் அன்புக்குக் கொஞ்சமும் பாத்திரமில்லாதவர். ஒவ்வொருவர் அன்புக்காகப் பெரிய சாம்ராஜ்யத்தையே தியாகம் செய்கிறார்கள். இவரோ ஒரு பிரயாணம் செய்வதற்குக் கூடத் தயங்குகிறார்!" என்று வானதி ஒரு போடு போட்டாள்.

வந்தியத்தேவன், "இளவரசி! உலகத்தில் இராஜ்யங்கள் கொஞ்சமாகத்தான் இருக்கின்றன. ஆகையால் அன்புக்காக இராஜ்யத்தைத் தியாகம் செய்கிற காரியம் சிலராலேதான் முடியும். ஆனால் முதலில் தாங்கள் கூறியது உண்மையே. மணிமேகலையின் அன்புக்கு நான் சிறிதும் தகுதியில்லாதவன். தெய்வத்தினிடம் வைக்க வேண்டிய காதலை அவள் என்னிடம் வைத்து விட்டாள். நான் தேவனல்ல, குற்றம் குறைகள் உள்ள சாதாரண மனிதன். மணிமேகலையின் அன்பு கடவுளுக்கு அர்ப்பணமாக வேண்டியது!" என்றான்.

"இருந்தாலும் தாங்கள் ஒரு தடவை அவளைப் போய்ப் பார்த்து விட்டு வருவதில் தவறு ஒன்றுமில்லையே. கந்தமாறனும் 'கடைசித் தடவையாக' என்றுதானே எழுதியிருக்கிறான்!" என்றாள் இளைய பிராட்டி குந்தவை.

"நான் போகமாட்டேன் என்று சொல்லவில்லையே? போவதில் பயன் உண்டா என்றுதான் சந்தேகிக்கிறேன். நான் அவளுக்கு இறந்து போனவன் ஆயிற்றே என்று தயங்குகிறேன். ஆயினும் 'கடைசித் தடவையாக' என்று கந்தமாறன் எழுதியிருப்பதின் பொருள் நன்றாக விளங்கவில்லை. அப்புறம் அவளை பார்க்கக்கூடாது என்று கட்டுப்பாடு விதிக்கப் போகிறானா என்ன? அல்லது புத்த மதத்தாரின் கன்யாமாடத்தில் அவளைக் கொண்டு போய்ச் சேர்த்துவிடப் போகிறானா?"

"தாங்கள் ஒரு நாள் பிரயாணம் செய்தால் எல்லாம் தெரிந்து விடுகிறது!" என்றாள் இளைய பிராட்டி குந்தவை.

வந்தியத்தேவன் பழையாறையிலிருந்து வீர நாராயணபுரத்துக்கு ஒருநாள்தான் பிரயாணம் செய்தான். ஆனால் முன்முறைகளில் போலன்றி இந்தத் தடவை அந்த ஒருநாள் ஒரு யுகம் செல்வது போல் சென்றது. அவனுடைய உள்ளத்தில் அவ்வளவு நினைவுகளும், அனுபவங்களும் குமுறிக் கொண்டிருந்தன. முதன் முதலில் அவன் இந்த வழியாகத் தஞ்சை சென்றபோது எத்தனையோ இனிய காட்சிகளைக் கண்டான். எவ்வளவோ ஆகாசக் கோட்டைகள் கட்டினான். அவையெல்லாம் ஆகாசக் கோட்டைகளாகப் போய்விடவில்லை. நடக்க முடியாத பல காரியங்கள் நடந்தேறி விட்டன. சோழ நாட்டின் செல்வக்குமாரரை, தமிழகமெல்லாம் போற்றிக் கொண்டாடிய வீர இளவரசரை, தன் கையில் வந்த சாம்ராஜ்ய மகுடத்தை இன்னொருவர் சிரசில் சூட்டி அதனால் மேரு மலையைவிட உயர்ந்து தியாக சிகரமாக விளங்கும் பொன்னியின் செல்வரை அவன் உயிர் நண்பராகப் பெற்றான். அத்தகைய பொன்னியின் செல்வர் போற்றி வணங்கும் இளையபிராட்டியின் இதயத்தில் இடம் பெற்றான். ஈழ நாட்டிலுள்ள சோழ சைன்யத்தின் மாதண்ட நாயகன் பதவியை அடைந்தான். இவ்வளவும் தன் சாமர்த்தியத்தினால் என்று சொல்ல முடியுமா? ஒரு நாளுமில்லை. கடம்பூர் மாளிகைக்கு அன்றிரவு தான் தற்செயலாகப் போய்ச் சேர்ந்ததும், அங்கே சிற்றரசர்கள் செய்த சதியாலோசனையை அறிந்ததும் பின்னால் தொடர்ந்த நிகழ்ச்சிகளுக்கெல்லாம் காரணமாயின. இந்த எட்டு மாத காலத்துக்குள் எவ்வளவு எவ்வளவோ காரியங்கள் நடந்துவிட்டன. அவற்றில் சில முக்கியமானவை. வானத்தில் தோன்றிய தூமகேது தன்னுடைய விபரீதச் செயலைப் புரிந்துவிட்டு மறைந்தது. ஆதித்த கரிகாலர் மறைந்து விட்டார். வால் நட்சத்திரத்துக்கும் ஆதித்த கரிகாலருக்கும் சம்பந்தம் இருக்க முடியுமா? லட்சக்கணக்கான மக்கள் அத்தகைய நம்பிக்கை கொண்டிருப்பது பொய்யாகுமா? வானத்தில் ஊழி ஊழிகாலம் சஞ்சரிக்கும் கிரகங்களுக்கும் நட்சத்திரங்களுக்கும், இந்த மண்ணுலகில் இன்று தோன்றி நாளை மறையும் மனிதர் வாழ்வுக்கும் என்ன சம்பந்தம் இருக்க முடியும்? ஆயினும், மனிதர்கள் அறிய முடியாத ஏதோ ஒரு அதீதமான சக்தி ஏதோ ஒரு மாற்றுதற்கரிய நியதி மனிதர் வாழ்வை நடத்தி வைக்கிறது என்பதில் சந்தேகமில்லை! இல்லாவிட்டால் சென்ற எட்டு மாதங்களில் தான் எத்தனையோ இடுக்கண்களில் அகப்பட்டுக்கொண்டு அவற்றிலிருந்து எவ்வாறு மீண்டிருக்க முடியும்? எத்தனை, எத்தனை பேர் அந்தந்த இடுக்கண்களிலிருந்து தப்பித்துக் கொள்ளத் தனக்கு உதவி செய்திருக்கிறார்கள்! அவர்களையெல்லாம் அந்தந்தச் சமயத்தில் தனக்கு உதவி புரிவதற்காகக் கொண்டு வந்து சேர்த்தது யார்? அந்த அதிசயமான சக்தியைத்தான் பெரியோர்கள் இறைவன் என்று போற்றி வணங்குகிறார்களா? சிவன், திருமால், மகாசக்தி என்றெல்லாம் பெயர் கொடுத்துப் பாடி பரவுகிறார்களா?

மிக மிக நெருக்கடியான சந்தர்ப்பங்களில் அவனுக்கு எதிர்பாராதவிதமாகக் கிடைத்த உதவிகளை நினைத்த போது, வந்தியத்தேவனுக்கு ஒரே வியப்பாயிருந்தது. உதவி

செய்தவர்களை நினைத்த போது உள்ளம் உருகியது. கந்தமாறன் பின்னால் தனக்கு எவ்வளவு தீங்கிழைத்த போதிலும், முதலில் அவன் செய்த உதவியை என்றும் மறக்க இயலாது. ஆழ்வார்க்கடியான் அவனுக்கு எவ்வளவோ சகாயம் புரிந்தான். மோகினி உருக்கொண்ட ராட்சஸி நந்தினியும் அவனுக்கு உதவினாள்! அவனிடம் இளைய பிராட்டி இன்னமும் கொண்டிருக்கும் உள்ளக் கனிவை நினைத்து நினைத்து அவன் வியந்தான். ஓடக்காரப் பெண் பூங்குழலி செய்திருக்கும் உதவியை ஈரேழு பிறவிகளிலும் மறக்க முடியாது. அவள் சோழ சாம்ராஜ்ய சிங்காதனத்தில் வீற்றிருக்கத் தகுதி வாய்ந்தவளே.

சேந்தன் அமுதனாக முதலில் அவன் அறிந்த உத்தமச் சோழர் செய்த உதவியை என்னவென்று சொல்வது? அதற்கு ஈடு இணை உண்டா? அவரை வைத்தியர் மகனின் ஈட்டியிலிருந்து காப்பாற்றியதனால் தன் நன்றிக்கடனைச் செலுத்தி விட்டதாகுமா? ஒரு நாளுமில்லை. தன் உடலில் உயிர் உள்ளவரையில் சோழ குலத்துக்குத் தான் தொண்டு செய்வதின் மூலமாகத்தான் அந்தக் குலத்துக்குத் தான் பட்ட கடனைத் தீர்க்க முடியும். அப்புறம் தனாதிகாரி பெரிய பழுவேட்டரையர்! தமது நெடிய திருமேனியில் அறுபத்து நாலு போர்க் காயங்களைத் தாங்கிய அந்த மகா வீரரைப் பார்க்கக் கொடுத்து வைத்தால், அதுவே தான் செய்த பெரும் பாக்கியம் என்று அவன் நினைத்திருந்த காலம் உண்டு. அவரைப் பார்த்ததுமல்லாமல் அவருடைய அனாவசியமான கோபத்துக்கும், துவேஷத்துக்கும் அவன் உள்ளாக நேர்ந்தது. கடைசியாக, அவ்வளவுக்கும் அவர் பரிகாரம் செய்து விட்டார். தான் எறிந்த கத்தி குறி தவறி ஆதித்த கரிகாலரைக் கொன்று விட்டதாக ஒப்புக் கொண்டு, அவனை விபரீதமான பழியிலிருந்தும் கொடுந்தண்டனையிலிருந்தும் காப்பாற்றினார்! அவர் அல்லவோ மகான்? இனி அவருக்கு எந்த விதத்தில் அவனுடைய நன்றியைச் செலுத்த முடியும்?

இவர்கள் எல்லாருமிருக்கட்டும். அந்தப் பேதைப் பெண் மணிமேகலை! அவள் எதற்காக இவனிடம் இத்தகைய தெய்வீகமான அன்பு வைக்க வேண்டும்? ஏன் இப்படிப் பைத்தியமாக வேண்டும்? இவனைக் காப்பாற்ற வேண்டிக் கொலைக் குற்றத்தைத் தான் ஏற்றுக்கொள்ள ஏன் முன் வரவேண்டும்? எல்லாம் அந்த மூடன் கந்தமாறனால் வந்த வினை! முதலில் கந்தமாறன் மணிமேகலையிடம் இவனைப்பற்றி இந்திரன், சந்திரன், அர்ச்சுனன், மன்மதன் என்றெல்லாம் புகழ்ந்திருக்கிறான். அப்போதே அந்தப் பேதைப் பெண் அவளுடைய உள்ளத்தைப் பறிகொடுத்துவிட்டாள் போலும்! அதெல்லாம் வந்தியத்தேவனுக்குத் தெரியாது.

"என் தங்கையை நீ மறந்துவிடு! பெரிய இடத்தில் அவளைக் கொடுக்கப் போகிறோம்!" என்று கந்தமாறன் சொன்னதும், வந்தியத்தேவன் உண்மையாகவே அவளை மறந்து விட முயன்றான். இளையபிராட்டியைச் சந்தித்ததும் அதற்குத் துணையாயிருந்தது. ஆனால் மணிமேகலையோ தன் மனத்தை மாற்றிக் கொள்ளவில்லை; மாற்றி கொள்ள முயலவும் இல்லை. பலர் அறிய அவள் உள்ளத்தை வெளிப்படுத்தத் தயங்கவும் இல்லை. ஆகா! என்ன இனிய குணம் படைத்த பெண்! எவ்வளவு அடக்கம், அமரிக்கை! அவளுடைய மனந்தான் எத்தனை தூய்மையானது! பச்சைக் குழந்தையைப் போன்ற உள்ளம்! உண்மையிலேயே அவள் குழந்தைதான்! பால் போன்ற மனம்; அதில் பல குறும்புத்தனம். தன்னை இறந்து விட்டவனாக அவள் எண்ணிக் கொண்டிருப்பது மிக்க நல்லது. எப்போதுமே சித்தப்பிரமை கொண்டவளாக அவள் இருந்துவிட மாட்டாளே! சில காலம் போனால் உள்ளம் தெளிந்துவிடும். வேறொரு வீர வாலிபனை மணந்து அவள் ஆனந்த வாழ்க்கை நடத்துவாள்!.. உண்மையில் இப்படி நடக்குமா? அல்லது என்னை நானே ஏமாற்றிக் கொள்கிறேனா? மணிமேகலையை இந்த நிலைக்கு உள்ளாக்குவதற்கு நான் பொறுப்பாளி யாவேனோ? 'கடைசி முறை பார்ப்பதற்கு வரவும்' என்று கந்தமாறன் எழுதி இருப்பதின் பொருள் என்ன? ஒருவேளை... ஒருவேளை.. ஆகா! அந்த எண்ணமே எவ்வளவு வேதனை தருகிறது!

வந்தியத்தேவனுடைய எண்ணங்களின் வேகத்தை ஒட்டி அவன் ஏறியிருந்த புரவியும் வேகமாகச் சென்றது. நல்ல வேளையாக கொள்ளிட நதியில் பெரு வெள்ளம் போகவில்லை. படகும் தேவையாக இல்லை. குதிரை மாற்ற வேண்டிய அவசியமும் ஏற்படவில்லை. கரையோரமாகச் சென்று கொண்டிருந்த சிறிய பிரவாகத்தில் குதிரையை இறக்கி விட்டுக் கடந்து, பரந்து விரிந்திருந்த வெண் மணல் திட்டுக்களையும் கடந்து அக்கரையை அடைந்தான்.

கடம்பூர் மாளிகை தீயில் எரிந்து கரி ஏறிய சில தூண்களும் சுவர்களுமாக நின்ற கோரக் காட்சியைத் தூரத்திலிருந்தே பார்த்துவிட்டு மேலே சென்றான். வீர நாராயணபுரத்துக்கு அருகிலேயே கந்தமாறனுடைய ஆட்கள் அவனுக்காகக் காத்திருந்தார்கள். "சின்ன எஜமானார் எங்கே?" என்று கேட்டதற்கு "ஏரிக்கரையில் படகுடன் காத்திருக்கிறார்கள்!" என்று பதில் வந்தது.

ஏரிக்கரையில் எதற்காகக் காத்திருக்க வேண்டும் என்று சிந்தித்துக் கொண்டே வந்தியத்தேவன் வீர நாராயண ஏரியை அணுகினான். அந்த ஏரியின் நெடிதுயர்ந்த கரை ஒரு பெரும் கோட்டைச் சுவர் போல் அப்பாலிருந்த தண்ணீர்ப் பரப்பை மறைத்துக் கொண்டிருந்தது. முதல் தடவை அந்த ஏரிக்கரைக்கு அவன் வந்தபோது, பதினெட்டாம் பெருக்கு விழாவுக்காக அங்கே மக்கள் திரண்டு இருந்ததையும், ஆண்களும் பெண்களும் குழந்தைகளும் கோலாகலமாக ஆடிப்பாடி விளையாடி விருந்துண்டு மகிழ்ந்ததையும் நினைவு கூர்ந்தான். இப்போது அந்த ஏரிக்கரையில் அவ்வளவு அதிக ஜனங்களைக் காணவில்லை. அங்கொருவர் இங்கொருவர்தான் காணப்பட்டார்கள். ஏரியில் எல்லா மடைகளிலிருந்தும் அச்சமயம் தண்ணீர் குபுகுபுவென்று பாய்ந்து கொண்டிருந்தது. அவ்விதம் தண்ணீர் பாயும் ஓசை சந்தை இரைச்சல் போன்ற பேரொலியாகக் கேட்டது. இச்சமயம், ஒரு சில கணவாய்களிலிருந்து மட்டும் மெல்லிய சலசல ஒலியுடன் தண்ணீர் பாய்ந்து கொண்டிருந்தது. ஏதோ சோக கீதத்தைப் பாடிக் கொண்டு நடனம் ஆடும் நாட்டியப் பெண்ணின் சிலம்பின் புலம்பலைப் போல் அது தொனித்தது.

செங்குத்தாக உயர்ந்த ஏரிக்கரையின் மேல் குதிரையை லாகவமாக வந்தியத்தேவன் ஏற்றி உச்சியை அடைந்தான். அங்கிருந்து அவன் கண் முன் தோன்றிய காட்சியும் மாறுதலாகவே இருந்தது. தண்ணீர், நிறைந்து ததும்பி ஏரிக்கரையை உடைக்க முயல்வது போல் அலைமோதிக் கொண்டிருக்கவில்லை. கரையின் அடிப் பகுதியிலிருந்துதான் தண்ணீர்ப் பரப்பு தொடங்கியது. தண்ணீரின் செங்காவி நிறம் அடியோடு மாறிப் பளிங்குபோல் தெளிந்திருந்தது. கரையோரமாக அல்லியும், செங்கழுநீரும், தாமரையும், நீலோத்பலமும் இளம் இலை, முற்றிய இலை, இளம் மொட்டு, பாதி விரிந்த மொட்டு, முழுதும் மலர்ந்த மலர் என்று இவ்வளவு பிரிவினையுடன் அடர்ந்து தழைத்திருந்தன. சிற்சில இடங்களில் தண்ணீரே அவற்றினால் மூடப்பட்டிருந்தது.

ஏரியின் தென் கரை ஓரமாக வடவாற்றிலிருந்து நீரோட்டம் சுழிகளும் சுழல்களுமாக வந்து ஏரி நீரில் கலந்து கொண்டிருக்கவில்லை. அந்த ஆற்று நீரோட்டத்தின் வழியாக வெண் சிறகு விரிந்த அன்னப் பட்சிகளைப் போல் படகுகள் மிதந்து வந்து கொண்டிருக்கவுமில்லை. நதியின் வெள்ளம் ஓடிக் கொண்டிருந்த ஏரி ஓரப் பகுதிகளில் இப்போது மரங்களும் செடிகளும் நாணல் புதர்களுமாகக் காட்சி அளித்தன. அவற்றின் இடையிடையே வெள்ளைக் கொக்குகளும் நாரைகளும் ஒற்றைக் காலில் நின்று தவம் செய்து கொண்டிருந்தன.

இவற்றையெல்லாம் கவனிப்பதற்கு வந்தியத்தேவனுக்குச் சில வினாடிகளுக்கு மேல் ஆகவில்லை. அதற்குள் சற்றுத் தூரத்தில் ஏரிக் கரையோரமாக நின்ற படகு அவன் காட்சிக்கு வந்தது. அந்தப் படகில் இருப்பவர்களில் ஒருவன் கந்தமாறன் என்பதையும் தெரிந்து கொண்டான். உடனே அந்த இடத்தை நோக்கிக் குதிரையை விரைந்து செலுத்தினான். குதிரையின் மேலிருந்து தாவிக் குதித்துப் படகை அணுகினான். கந்தமாறன்

ஒரு கையை நீட்டி வந்தியத்தேவன் கரத்தைப் பிடித்துப் படகில் ஏற்றிக் கொண்டான். படகுக்காரர்களுக்குப் படகை விடும்படி சமிக்ஞை செய்துவிட்டு வந்தியத்தேவனை கண்ணீர் ததும்பிய கண்களால் சோகமாகப் பார்த்தான்.

"நண்பா! சீக்கிரமாகவே வந்துவிட்டாய்! மிக்க வந்தனம்! இன்று வராமல் நாளைக்கு நீ வந்திருந்தால் ஒருவேளை மணிமேகலையை உயிருடன் பார்த்திருக்க முடியாது!" என்றான்.

வந்தியத்தேவன் கல் நெஞ்சு படைத்தவன் என்பது உண்மைதான்! நெஞ்சில் அவ்வளவு உறுதியில்லாவிட்டால், சென்ற எட்டு மாதத்தில் அவன் அத்தனை காரியங்களை அலட்சியமாகச் செய்திருக்க முடியுமா? தனக்கோ மற்றவர்களுக்கோ நேரக்கூடிய அபாயங்களைப் பற்றிச் சிறிதும் சிந்திக்காமல் உயிரைத் திருணமாக மதித்துப் பல நெருக்கடியான சந்தர்ப்பங்களில் நடந்து கொண்டிருக்க முடியுமா?

அத்தகைய நெஞ்சுறுதி படைத்தவன் கந்தமாறனின் வார்த்தைகளைக் கேட்டுக் கலங்கிவிட்டான்.

'கடைசித் தடவை பார்ப்பதற்கு' என்று கந்தமாறன் எழுதியதன் பொருள் இப்போது ஐயமின்றி விளங்கிவிட்டது. அவனுடைய கண்களில் கண்ணீர் ததும்பிக் கலகலவென்று கன்னங்களில் வழிந்து ஓடியது.

"கந்தமாறா! மணிமேகலையின் உயிருக்கே ஆபத்தா? அது எப்படி? அவள் சித்தந்தானே தவறிவிட்டது? அதுவும் உன்னையும் என்னையும் பற்றித்தானே!" என்று தத்தளிப்புடன் வினவினான் வந்தியத்தேவன்.

"நண்பா! இப்போது மணிமேகலையின் சித்தம் தெளிந்து விட்டது. ஆனால் இன்னும் எத்தனை நேரம் உயிரோடிருப்பாளோ தெரியாது. உன்னைப் பார்க்கும் வரையில் உயிரோடிருக்க வேண்டுமென்று தெய்வங்களையெல்லாம் வேண்டிக்கொள்கிறேன்!" என்று சொன்னான் கந்தமாறன்.

பிறகு அவன் அறிந்தபடி நடந்த சம்பவங்களைப் பின் வருமாறு கூறினான்:

காஞ்சியில் கந்தமாறன் சக்கரவர்த்தி வந்து தங்குவதற்காகப் பொன் மாளிகையைச் செப்பனிட்டுக் கொண்டிருந்தான். அப்போது சம்புவரையர் மணிமேகலையையும் அழைத்துக் கொண்டு புறப்பட்டு விட்டதாக கேள்விப்பட்டான். அதைத் தொடர்ந்து, வீர நாராயண ஏரிக்கரையில் மணிமேகலை காணாமற் போய் விட்டாள் என்ற செய்தியும் கிடைத்தது. உடனே பார்த்திபேந்திரனிடம் விடைபெற்றுக் கொண்டு தங்கையின் கதியை அறிவதற்காகப் புறப்பட்டு ஓடி வந்தான். அவனுடைய தந்தை துயர மிகுதியினால் ஏறக்குறைய பித்துப் பிடிக்கும் நிலையிலிருந்தார். 'இரவில் கூடாரத்திலே படுத்தாள். பொழுது விடிந்தால் காணவில்லை' என்பதைத் தவிர அவரிடமிருந்து வேறு தகவல் எதுவும் கிடைக்கவில்லை. பழையாறைக்கு ஆள் விட்டிருப்பதாகக் கூறினார். எரிந்து பாழாய்க் கிடந்த கடம்பூர் மாளிகையிலும் சுற்றுப்புறங்களிலும் தேடிப் பார்த்தாகி விட்டதென்றும் சொன்னார். கந்தமாறன் தானும் தேட ஆரம்பித்தான். பழையாறைக்கு அவள் திரும்பிப் போயிருப்பாள் என்று கருதவில்லை. ஏரியில் விழுந்து முழுகி இருக்கலாம் என்று தேடிப் பார்த்து அவளுடைய உடலையாவது கண்டுபிடிக்க வேண்டுமென்றும் எண்ணினான். ஒருவேளை உயிருடனே ஏரியைச் சூழ்ந்திருந்த காடுகளில் அவள் சுற்றி அலைந்து கொண்டிருக்கலாம் என்ற ஆசையும் மனத்தில் இருந்தது.

ஏரிக்கரையோடு சுற்றிச் சுற்றி அலைந்து தேடினான். ஏரியிலிருந்து கிளம்பிய கணவாய்களோடு சிறிது தூரம் சென்று தேடினான். ஏரியில் குறுக்கு நெடுக்காகவும் கரையோரமாகவும் படகு விட்டுக் கொண்டு போய்த் தேடினான். ஏரியைச் சூழ்ந்திருந்த காடுகளிலும் தேடினான். இம்மாதிரி சுமார் நாலு தினங்கள் பயனற்ற தேட்டத்தில் சென்ற பிறகு, ஏரியின் மேற்புறத்துத் தீவு ஒன்றில் அமைந்திருந்த நீராழி மண்டபத்தின் நினைவு

கந்தமாறனுக்கு ஏற்பட்டது. வேட்டையாடப் போன கரிகாலனும் வந்தியத்தேவனும் நீர் விளையாடச் சென்ற நந்தினியும், மணிமேகலையும் அந்த நீராழி மண்டபத்தில் ஒரு நாள் சந்தித்துப் பொழுது போக்கியதும் நினைவு வந்தது. மணிமேகலை அந்த இடத்துக்குப் படகின் உதவியில்லாமல் தனியாகப் போய்ச் சேர்ந்திருப்பது அசாத்தியமான காரியம். கரடி, சிறுத்தை முதலிய வனவிலங்குகள் நிறைந்த மேற்குப் பகுதிக் காட்டின் வழியாக அவள் தன்னந்தனியாக அங்கே சென்றிருக்க முடியுமா? காட்டைக் கடந்திருந்தாலும் வழியில் சிறு கால்வாய்கள் பலவற்றைக் கடக்க வேண்டியிருந்திருக்குமே? இருந்தாலும், அதையும் பார்த்துவிடலாம் என்று எண்ணிக் கந்தமாறன் படகில் ஏறி அந்த நீராழி மண்டபத்தை அடைந்தான். மண்டபத்தை நெருங்கியதும் பழைய நினைவுகள் பல அவன் உள்ளத்தில் குமுறிக்கொண்டு தோன்றின. முதலில் மண்டபம் சூனியமாகவே காணப்பட்டது. யாரும் அங்கே இருப்பதாகத் தோன்றவில்லை. மண்டபப் படித்துறையில் இறங்கி நின்று தான் கட்டிய மனக்கோட்டைகள் எல்லாம் வீணாய்ப் போனதை எண்ணிப் பெருமூச்சு விட்டான். அவனுடைய பெருமூச்சின் எதிரொலியைப் போல் மற்றொரு பெருமூச்சின் ஒலி கேட்டுத் திடுக்கிட்டான். ஓடிப் போய்ப் பார்த்தான். நீராழி மண்டபத்தின் மறு பக்கத்துப் படிக்கட்டில் மணிமேகலை கிடந்தாள். ஒட்டி உலர்ந்து வாடி வதங்கிக் கிடந்தாள். அவள் சேலை பல இடங்களில் கிழிந்திருந்தது. அவள் மேனியில் பல இடங்களில் கீறல்கள் காணப்பட்டன. முதலில் அந்த உடம்பில் உயிர் இருப்பதாகவே தோன்றவில்லை. பல நாள் பட்டினி கிடந்து திக்குத் திசை தெரியாமல் காட்டில் அலைந்து, கடைசியில் களைத்து விழுந்து இறந்து போனவளின் உடலாகவே தோன்றியது. அந்தக் காட்சியைக் கண்ட கந்தமாறனுடைய உள்ளத்தில் ஆயிரம் வேல்கள் பாய்வது போன்ற வேதனை உண்டாயிற்று. மணிமேகலையை எடுத்து மடியில் போட்டுக் கொண்டு புலம்பினான். பெருமூச்சின் ஓசை நினைவுக்கு வரவே, ஒருவேளை உயிர் ஒட்டிக் கொண்டிருக்கலாம் என்ற ஆசை ஏற்பட்டது. நல்ல தண்ணீர் கொண்டு வந்து முகத்தில் தெளித்தான். வாயில் ஊற்றினான். சூடு பிறக்கும்படி உடம்பெல்லாம் தேய்த்தான். சிறிது நேரத்துக்கெல்லாம் மணிமேகலை கண் திறந்து மலர மலர அவனை நோக்கி விழித்தாள். "அண்ணா! நீ தானா? நான் நினைத்தது உண்மையாயிற்று. சொர்க்கத்துக்குப் போனால் உன்னையும் அவரையும் காணலாம் என்று எண்ணினேன். அவர் எங்கே?" என்று மிக மெல்லிய குரலில் கேட்டாள். கந்தமாறன் பொங்கி வந்த அழுகையைச் சிரமப்பட்டு அடக்கிக்கொண்டு, "வருவார், அம்மா, வருவார்!" என்றான்.

மணிமேகலை தான் சொர்க்கத்திலே இருப்பதாக எண்ணுகிறாள், கந்தமாறனையும் சொர்க்கத்தில் பார்ப்பதாகவே கருதுகிறாள். வந்தியத்தேவனைப் பற்றி விசாரிக்கிறாள் என்பதை எல்லாம் கந்தமாறன் அறிந்து கொண்டான். அவளுக்கு மன அதிர்ச்சி ஏற்படாதபடி அவளுடைய நம்பிக்கையையொட்டிப் பதில் கூறிச் சமாளித்தான்.

இதன் பிறகு, மணிமேகலையின் உடம்பில் மேலும் உயிர் தளிர்க்கச் செய்வதற்குத் தான் செய்த முயற்சிகளைப் பற்றியும், அவசரமாக ஓலை எழுதி வந்தியத்தேவனுக்கு அனுப்பி வைத்தது பற்றியும் இளஞ்சம்புவரையன் கந்தமாறன் கூறினான் கடைசியாக...

"நண்பா! நீ என் ஓலையை மதித்து வந்ததற்காக என் மனத்தில் எழும் நன்றியைச் சொல்லி முடியாது. மணிமேகலை இனி அதிக காலம் ஜீவித்திருக்கமாட்டாள். அணையும் தறுவாயில் உள்ள தீபச் சுடரைத் தூண்டி விட்டால் சிறிது நேரம் எரியுமல்லவா? அது போலத்தான் அவள் உயிர்ச் சுடர் பிரகாசிக்கிறது. முக்கியமாக, உன்னைக் காணும் ஆசையே அவளை இன்னும் உயிரோடு வைத்திருக்கிறது! நாம் எல்லாரும் சொர்க்கத்தில் இருப்பதாக அவள் நம்பியிருக்கிறாள். மாறாக நீ எதுவும் சொல்ல வேண்டாம்! அவளைப் பார்த்ததும் உனக்குத் துக்கம் உண்டாவது இயல்பே. அதையும் நீ கட்டுப்படுத்திக் கொண்டு முக மலர்ச்சியுடன் பேச வேண்டும்!" என்று வேண்டிக் கொண்டான்.

படகு நீராழி மண்டபத்தை நெருங்கி விட்டது. யாழிசையும் மெல்லிய குரலில் பாட்டிசையும் கலந்து கேட்டன.

வந்தியத்தேவன் கந்தமாறனை நோக்கினான். "ஆம், நண்பா! மணிமேகலை தான் யாழிசையுடன் சேர்ந்து பாடிக் கொண்டிருக்கிறாள்!" என்றான்.

படகிலிருந்து அவர்கள் இறங்கினார்கள். மணிமேகலை பாடுவது என்ன பாடல் என்பதை வந்தியத்தேவன் கவனமாகக் காது கொடுத்துக் கேட்டான். முன்னொரு சமயம் அதே நீராழி மண்டபத்தில் அவள் யாழிசையுடன் பாடிய அதே பாடல்தான்.

"இனியபுனல் அருவிதவழ் இன்பமலைச் சாரலிலே
கனிகுலவும் மரநிழலில் கரம்பிடித்து உகந்ததெல்லாம்
கனவுதானோடி-சகியே நினைவுதானோடி
புன்னைமரச் சோலையிலே பொன்னொளிரும் மாலையிலே
என்னைவரச் சொல்லி அவர் கன்னல் மொழி பகர்ந்ததெல்லாம்
சொப்பனந்தானோடி - அந்த அற்புதம் பொய்யோடி!

கட்டுக்காவல் தான் கடந்து கள்ளரைப்போல் மெல்லவந்து
மட்டில்லாத காதலுடன் கட்டி முத்தம் ஈந்ததெல்லாம்
நிகழ்ந்ததுண்டோடி - நாங்கள் மகிழ்ந்ததுண்டோடி!"

பாடல் முடிகிற வரையில் வந்தியத்தேவன் படிக்கட்டிலேயே காத்துக் கொண்டிருந்தான். முடிந்தவுடன் படிகளில் ஏறி மண்டபத்தை அடைந்தான்.

மணிமேகலை அவனைப் பார்த்ததும் யாழைக் கீழே உருட்டி விட்டு எழுந்திருக்க முயன்றாள். உடலில் பலமில்லாமையால் கால்களை ஊன்றி நிற்க முடியாமல் தள்ளாடி விழப் பார்த்தாள். வந்தியத்தேவன் பாய்ந்து சென்று அவள் கீழே தரையில் விழாமல் தாங்கிக் கொண்டான். மெல்ல மெல்ல அவளை உட்கார வைத்துத் தானும் உட்கார்ந்து கொண்டான். மணிமேகலையைத் தன் மடியில் சாத்திக் கொண்டான்.

மணிமேகலை அடிக்கடி அவன் முகத்தை அண்ணாந்து பார்த்தாள். அவன் வந்தியத்தேவன்தானா, அவள் படுத்திருப்பது அவனுடைய மடியில்தானா என்பதைப் பலமுறை பார்த்து உறுதி செய்து கொண்டதாகத் தோன்றியது.

"என் அண்ணன் என்னை ஏமாற்றவில்லை. சொர்க்கம் வெறும் சொப்பனமில்லை. இந்த அற்புதம் பொய்யில்லை!" என்று அவள் இதழ்கள் மெதுவாக முணுமுணுத்தன.

"பொய்யில்லை, மணிமேகலை, பொய்யில்லை, இது நிச்சயமாக சொர்க்கந்தான்! நான் வந்திருப்பது உண்மைதான்!" என்றான் வந்தியத்தேவன்.

அவன் எவ்வளவு அடக்கிக் கொள்ளப் பார்த்தும் முடியாமல் கண்களில் நீர் ததும்பியது. மணிமேகலையின் முகத்தில் அவனுடைய கண்ணீர்த் துளிகள் முத்துப்போல் உருண்டு விழுந்தன. அவனையறியாமல் விம்மல் ஒலியும் எழுந்தது.

மணிமேகலையின் முகம் சிறிது நேரம் தெய்வீகமான சோபையினால் ஜொலித்தது. அவளுடைய நீண்ட கண்களிலிருந்து வெண்ணிலவின் கிரணங்கள் வீசிப் பிரகாசித்தன.

மாதுளை மொட்டை நிகர்த்த அவளுடைய இதழ்கள் விரிந்து ஏதேதோ மதுரமான சொற்களைப் பொழிந்தன. வந்தியத்தேவன் எவ்வளவோ கவனமாகக் கேட்டான். ஆனால் அவள் என்ன சொன்னாள் என்பதை மட்டும் அவனால் தெரிந்துகொள்ள முடியவில்லை.

எதற்காகத் தெரிந்து கொள்ள வேண்டும்? அவள் கூறியவை என்ன வார்த்தைகளாயிருந்தால் என்ன? இதயமாகிய பொற்கலசம் திறந்து அன்பாகிய அமுதம் பொங்கி வரும்போது வெறும் சொற்களின் உபயோகம் என்ன?

சிறிது நேரத்துக்கெல்லாம் மணிமேகலையின் கனி இதழ்கள் குவிந்தன. கண்ணிமைகள் மூடின. முகத்தில் தவழ்ந்த தெய்வீக சோபை குன்றியது. அமைதி குடிகொண்டது.

நீராழி மண்டபத்தின் மேலே படர்ந்திருந்த மரக்கிளையின் மீது இளந்தென்றல் வீசியது. மரக்கிளையில் குலுங்கிய செந்நிற மலர்களில் சில உதிர்ந்தன.

மணிமேகலையின் உயிரும் அவளுடைய உடலிலிருந்து உதிர்ந்தது.

உடலைப் பிரிந்த உயிர் எங்கே சென்றது? எவ்வழியே சென்றது? மந்தமாருதத்துடன் கலந்து சென்றதா? இளங்காற்றில் எழுந்த சிற்றலைகளின் இனிய ஓசையில் ஏறிச் சென்றதா? இதய தாபம் தொனிக்கப் பாடிய பூங்குயில்களின் மதுரகீதத்துடன் ஒன்றாகி விண்ணில் பறந்து சென்றதா?

எங்கே சென்றது? சகல புவனங்களையும் சகல ஜீவராசிகளையும் ஆக்கி அளித்து அழிக்கும் பரம்பொருளின் பாதாரவிந்தத்துக்குச் சென்றதா?

அல்லது கண்ணீர் பெருக்கும் கற்சிலை போல் நினைவற்று உட்கார்ந்திருந்த வந்தியத்தேவனுடைய உள்ளத்திலேதான் கலந்து போய் விட்டதா?

யாருக்கும் தெரியாது. தெரிந்தாலும் சொல்ல முடியாது.

ஒன்று மட்டும் நிச்சயம்.

வேடிக்கையும் விளையாட்டும், குறும்பும் குதூகலமும், துணிவும், துடுக்கும், துணிச்சலும் உருக்கொண்டவனாக இருந்த வந்தியத்தேவனை இனி நாம் காணப்போவதில்லை.

கனிந்த உள்ளமும், கருணையும், விவேகமும் வந்தியத்தேவனை அந்தக் கணத்தில் வந்து அடைந்தன.

மணிமேகலையாகிய தெய்வம் அவன் இதயக்கோவிலில் குடிகொண்டாள்.

இனி அவன் எங்கே சென்றாலும், என்ன காரியம் செய்தாலும் அந்தத் தெய்வம் அவனுக்குத் துணை புரியும்.

வல்லவரையன் வந்தியத்தேவனுக்கு நல்ல பணிகள் பல செய்ய வல்லவனாவான். அவனை அறிந்த அனைவராலும் வந்தனை செய்வதற்கு உரியவனாக விளங்குவான்.

வீரனே! உன்னிடமிருந்து தற்சமயம் விடைபெற்றுக் கொள்கிறோம். உன் துயரம் நிறைந்த சிந்தனைகளில் நாங்கள் குறுக்கிட விரும்பவில்லை.

அருள்மொழிவர்மனின் அருமை நண்பனே! நீடூழி நீ வாழ்வாயாக! வீரத் தமிழரின் மரபில் உன் திருநாமம் என்றும் நிலைத்து விளங்குவதாக!

❀